TỪ ĐIỂN

Anh-Việt

ENGLISH-VIETNAMESE
DICTIONARY

TRUNG TÂM KHOA HỌC XÃ HỘI VÀ NHÂN VĂN QUỐC GIA
VIỆN NGÔN NGỮ HỌC

LÊ KHẢ KẾ

TỪ ĐIỂN
Anh-Việt
ENGLISH-VIETNAMESE
DICTIONARY

In lần thứ hai
(Có sửa chữa)

NHÀ XUẤT BẢN THẾ GIỚI

Lời giới thiệu

Giáo sư Lê Khả Kế (1918-2000) là một trong những nhà từ điển học hàng đầu của giới ngôn ngữ học Việt Nam.

Trong gần 30 năm, với tư cách là tác giả, đồng tác giả, chủ biên hoặc tổng biên tập, Giáo sư Lê Khả Kế đã lần lượt cho ra đời 24 cuốn từ điển: vừa là từ điển song ngữ Anh-Việt, Việt-Anh, Pháp-Việt, Việt-Pháp, Hán-Việt, Nga-Việt; vừa là từ điển thuật ngữ chuyên môn các ngành khoa học. Các bộ từ điển này đều được xã hội đánh giá rất cao về chất lượng nội dung, khoa học, nghiêm túc; được người dùng trong cả nước tín nhiệm.

Cuốn **"Từ điển Anh-Việt"** mà quý bạn đọc đang cầm trên tay là công trình đồ sộ do Giáo sư Lê Khả Kế miệt mài công phu biên soạn trong nhiều năm qua. Đây cũng là công trình cuối cùng của Ông, một công trình "tuyệt bút" như Ông hay nói với mọi người.

Để tỏ lòng biết ơn và ghi nhớ những công lao, thành tích xuất sắc của Giáo sư Lê Khả Kế đối với Viện Ngôn ngữ học - nơi Ông về công tác từ ngày Viện mới được thành lập (1968) cho đến khi về hưu (1997), trong tư cách là người phụ trách trực tiếp việc biên soạn từ điển song ngữ của Viện, chúng tôi sẽ lần lượt tổ chức tái bản những cuốn từ điển song ngữ quan trọng nhất như Anh-Việt, Việt-Anh, Pháp-Việt, Việt-Pháp v.v.

Xin trân trọng giới thiệu với quý bạn đọc gần xa!

Hà Nội, tháng 8 năm 2001

VIỆN TRƯỞNG VIỆN NGÔN NGỮ HỌC

Ký hiệu viết tắt và dấu quy ước

ALBBREVIATIONS AND CONVENTIONAL SYMBOLS AND SIGNS

bài	chơi bài	cards
bóng	nghĩa bóng	figurative
c	[giống] cái	feminine
cg	cũng	also
chính	chính trị	politics
cổ	cổ	archaic
cơ	cơ học; cơ khí	mechanics
cũ	cũ	dated
dt	danh từ	noun
dược	dược học	pharmacy
đ	[giống] đực	masculine
đ.ảnh	điện ảnh	cinematography
đgt	động từ	verb
đht	định từ	determiner
địa	địa lý; địa chất	geography; geology
điện	điện học	electricity
động	động vật học	zoology
đph	tiếng địa phương	dialect
đ.sắt	ngành đường sắt	railway
đt	đại từ	pronoun
đttht	động tính từ hiện tại	present participle
đttgk	động tính từ quá khứ	past participle
đùa	đùa	jocular
giải	giải phẫu	anatomy
gt	giới từ	preposition
g.thông	giao thông	communication
hài	hài hước	nautical
hóa	hóa học	chemistry
họa	hội họa	painting
id	từ ít dùng; nghĩa ít dùng	rare[ly]
kcổ	khảo cổ học	archaeology
kđổi	không đổi	invariable
kng	khẩu ngữ	informal
kngôi	động từ không ngôi	impersonal verb
khoáng	khoáng vật học	mineralogy
ktế	kinh tế	economic
ktrúc	kiến trúc	architecture
ktượng	khí tượng	metetrology
kỹ	kỹ thuật	technics
lâm	lâm nghiệp	forestry
lóng	tiếng lóng	slang
lt	liên từ	conjonction
luật	luật học	law, juridiction
lý	vật lý học	physics
mỉa	mỉa mai	ironical
mỏ	ngành mỏ	miring

mt	mạo từ	article
nghệ	nghệ thuật	art
ng.giao	ngoại giao	diplomacy
ngôn	ngôn ngữ học	linguistics
nh	như	as
nhạc	âm nhạc	music
nhục	nhục mạ	offensive
nông	nông nghiệp	agriculture
pht	phó từ	adverbe
qk	thời quá khứ	past tense
quân	quân sự	military
sinh	sinh vật học	biology
skhấu	sân khấu	theatrical
snh	số nhiều	plural
ss	cấp so sánh	comparative
sử	sử học	history
tài	tài chính	finance
tâm	tâm lý học	psychology
tđ	trợ động từ	reflexive verb
thần	thần thoại	mythology
thể	thể dục, thể thao	gymnastics, sports
thgt	thông tục	colloqual[ly]
thiên	thiên văn học	astronomy
thngữ	thuộc ngữ	attribut
thơ	thơ ca	poetry
tht	thán tự	interjection
thú	thú y học	veterinary medicine
thực	thực vật học	botany
thương	thương mại	commerce
toán	toán học	mathematics
tôn	tôn giáo	religion
trại	nói trại	euphemistic
trđ	trợ động từ	anxiliary verb
triết	triết học	philosophy
tt	tính từ	adjective
tu từ	tu từ	rhetorical
tục	tục tĩu	vulgar[ly]
văn	văn học	literature
vt	viết tắt	abbreviation
x	xem	see
xấu	nghĩa xấu	derogatory
xdựng	xây dựng	construction
y	y học	medicine
[ ]	dùng để ngăn cách những từ ngữ có thể tùy ý bỏ đi mà không ảnh hưởng gì về mặt ngữ nghĩa.	used to enclose the expresion that may be omitted without causing any semantic change.
( )	dùng để ngăn cách những lời chú thích thêm *(in nghiêng)* cho rõ ý, hoặc để ngăn cách những từ ngữ có thể thay thế cho từ ngữ *(in cùng kiểu chữ)* đứng trước.	used to isolate the explanations *(in italics)* or to scparate the words that can be used instead of the preceding ones *(printed in the same types)*.

A¹, a¹ /ei/ *dt* (*snh* A's, a's /eiz/) **1.** A, a (*con chữ đầu trong bảng chữ cái tiếng Anh*): *An begins with* [*an*] *A* An bắt đầu bằng con chữ A **2.** (*nhạc*) la: *la sharp* la thăng; *la flat* la giáng **3.** hạng A, hạng ưu: *get* [*an*] *A in biology* được điểm ưu về môn sinh vật học **4.** cỡ giấy A (*21x33cm*). // **A₁** /ˌei'wʌn/ (*kng*) A₁, siêu hạng: *an A₁ dinner* bữa ăn siêu hạng; **from A to B** từ nơi này đến nơi khác: *I don't care what a car looks like as long as it gets me from A to B* tôi không cần biết chiếc xe trông ra sao, miễn là nó đưa được tôi đi từ nơi này đến nơi khác; **from A to Z** từ đầu đến đuôi: *know a subject from A to Z* biết một vấn đề từ đầu đến đuôi.

a² /ə/ *dạng nhấn mạnh* /ei/; **an** (*trước một từ bắt đầu bằng một nguyên âm*) /ən/ **1.** một: *a girl* một cô gái; *a committee* một ủy ban; *an egg* một quả trứng; *an hour* một giờ; *an X-ray* một tia X; *800 words a day* 800 từ một ngày; *my boss is a little Napoleon* ông chủ tôi là một ông Napoleon con; *do you know a Tim Smith?* Anh có biết một ông nào đó tên là Tim Smith không?; *it was a Volvo, not a Saab* đó là

một chiếc Volvo, không phải là Saab **2.** con, cái: *an owl can see in the dark* [*con*] cú có thể nhìn thấy trong bóng tối **3.** (*dùng trước hai danh từ coi như một đơn vị*) bộ: *a knife and fork* bộ dao nĩa **4.** tác phẩm (*hội họa, điêu khắc...*): *the painting my grandfather gave me turned out to be a Constable* bức tranh mà ông tôi cho tôi hóa ra là một tác phẩm của Constable.

a- (*tiền tố*) **1.** (*trước dt, tt, pht*) không, vô: *atypical* không điển hình; *atheist* người vô thần **2.** (*trước dgt, tạo thành tt*) trong trạng thái nào đó: *asleep* ngủ thiếp đi; *awake* tỉnh, thức giấc.

A² *vt* **1.** (*vt của* ampere[s]) ampe **2.** *vt của* answer) câu trả lời **3.** (*vt của* Associate of) cộng tác viên: *ARCM* (*Associate of the Royal College of Music*) cộng tác viên Nhạc viện Hoàng gia.

A³ /ei/ (*ký hiệu*) [*thuộc*] loại A (*nói về đường, phân biệt với đường loại B*): *the A40 to Oxford* đường loại A số 40 dẫn đến Oxford.

AA /ˌei'ei/ *vt* **1.** (*vt của* Alcoholic Anonymous) hội cai rượu **2.** (*vt của* Automobile Association) Hội xe hơi: *members of the AA* hội viên Hội xe hơi.

AAA /ˌeiei'ei/ *vt* **1.** (*cg* **the three A's**) (*Anh*) (*vt của* Amateur Athletic Association) Hội thể thao không chuyên **2.** *Mỹ* (*vt của* American Automobile Association) Hội xe hơi Mỹ.

AB /ˌei'biː/ *vt* **1.** (*Anh*) (*vt của* able-bodied seaman) thủy thủ hạng nhất **2.** *Mỹ* (*vt của* Bachelor of Arts) (*cg* **BA**) cử nhân khoa học nhân văn.

aback /ə'bæk/ *pht* **take somebody aback** x take¹.

abacus /'æbəkəs/ *dt* (*snh* **abacuses** /'æbəkəsiz/) bàn tính.

abaft¹ /ə'bɑːft, (*Mỹ* ə'bæft)/ *pht* (*hải*) về phía đuôi tàu.

abaft² /ə'bɑːft, (*Mỹ* ə'bæft)/ *gt* (*hải*) gần phía đuôi tàu hơn, ở phía sau; *abaft the main mast* ở phía sau cột buồm chính.

abandon¹ /ə'bændən/ *dgt* **1.** bỏ, từ bỏ, ruồng bỏ: *abandon a hope* từ bỏ hy vọng; *abandon one's wife and children* từ bỏ vợ con **2.** bỏ lại: *they abandoned their lands and property to the invading forces* họ bỏ lại đất đai của cải cho quân xâm lược **3.** bỏ hẳn, từ bỏ hẳn, hủy bỏ (*nhất là cái gì đã bắt đầu*): *abandon a project* hủy bỏ một đề án; *the match was abandoned because of bad weather* trận đấu bị hủy bỏ vì thời tiết xấu; *urge people who smoke to abandon the habit* thuyết phục người nghiện bỏ hẳn thuốc lá **4.** **abandon oneself to** chịu khuất phục hoàn toàn, buông thả mình vào: *he abandoned himself to despair* anh ta buông mình tuyệt vọng.

abandon² /'əbændən/ (*cg* **abandonment**) *dt* sự phóng túng, sự buông thả: *dance with abandon* khiêu vũ phóng túng.

abandoned /ə'bændənd/ *tt* phóng đãng, buông thả.

abandonment /ə'bændənmənt/ *dt* **1.** sự bỏ, sự từ bỏ, sự ruồng bỏ: *her abandonment of the idea* sự từ bỏ ý kiến của bà ta **2.** sự phóng túng, sự buông thả.

abase /ə'beis/ *dgt* **abase oneself (somebody)** làm hạ phẩm giá (*của mình, của ai*).

abasement /ə'beismənt/ *dt* sự làm hạ phẩm giá.

abashed /ə'bæʃt/ *tt (vị ngữ)* bối rối; xấu hổ: *his boss's criticism left him feeling rather abashed* lời phê bình của ông chủ đã làm anh ta cảm thấy phần nào bối rối.

abate /ə'beit/ *dgt* [làm] dịu, [làm] giảm bớt *(gió, tiếng ồn, cơn đau...)*: *the ship sailed when the storm had abated* con tàu giăng buồm khi cơn bão đã dịu đi; *people are compaigning to abate the noise in our cities* người ta đang tham gia chiến dịch giảm bớt tiếng ồn ở trong các đô thị.

abatement /ə'beitmənt/ *dt* sự [làm] dịu đi, sự [làm] giảm bớt.

abattoir /'æbətwa:[r], (Mỹ ,æbə'twa:r)/ *dt* lò mổ, lò sát sinh.

abbess /'æbəs/ *dt* mẹ trưởng tu viện *(tu viện Thiên chúa giáo bậc cao)*.

abbey /'æbi/ *dt* **1.** tu viện **2.** các nhà tu, giới tu sĩ **3.** nhà thờ nguyên là tu viện; ngôi nhà nguyên là tu viện; nguyên tu viện: *Westminster Abbey* nguyên tu viện Westminter.

abbot /'æbət/ *dt* cha trưởng tu viện.

abbr (*cg* **abbrev**) *(vt của* abbreviated, abbreviation) viết tắt; chữ viết tắt.

abbreviate /ə'bri:vieit/ *dgt* viết tắt: *in writing, the title "Doctor" is abbreviated to Dr* trong chữ viết, danh hiệu Doctor được viết tắt là Dr.

abbreviation /ə,bri:vi'eiʃn/ *dt* **1.** sự viết tắt **2.** chữ viết tắt, dạng viết tắt: *"Sept" is an abbreviation for "September"* "Sept" là chữ viết tắt của "September".

ABC¹ /,ei bi:'si:/ *vt* **1.** (*vt của* alphabet) bảng chữ cái **2.** khái niệm cơ sở: *ABC of chemistry* khái niệm cơ sở về hóa học. // **easy as ABC** x *easy¹*.

ABC² /,ei bi:'si:/ *vt* **1.** (*vt của* American Broadcasting Company) Công ty truyền thanh Mỹ **2.** (*vt của* Australian Broadcasting Commission) Ủy ban phát thanh Australia.

abdicate /'æbdikeit/ *dgt* **1.** thoái vị: *the king abdicated [the throne]* vua thoái vị **2.** từ bỏ *(quyền lợi...)* *abdicate all one's rights* từ bỏ mọi quyền lợi.

abdication /,æbdi'keiʃn/ *dt* **1.** sự thoái vị **2.** sự từ bỏ *(quyền lợi, địa vị...)*.

abdomen /'æbdəmən/ *dt* **1.** bụng **2.** phần bụng *(côn trùng...)*.

abdominal /æb'dɔminl/ *tt* **1.** [thuộc] bụng: *an abdominal operation* phẫu thuật bụng **2.** [thuộc] phần bụng.

abduct /əb'dʌkt, æb'dʌkt/ *dgt* bắt cóc *(trẻ em...)*; lừa đem đi *(một phụ nữ...)*.

abduction /əb'dʌkʃn, æb'dʌkʃn/ *dt* sự bắt cóc, sự lừa đem đi.

abductor /əb'dʌktə[r], æb'dʌktə[r]/ *dt* người bắt cóc, người lừa đem đi.

abeam /ə'bi:m/ *pht (hải)* chiếu thẳng góc vào sườn: *the light-house was abeam of the ship* ngọn hải đăng chiếu thẳng góc vào sườn con tàu.

aberrant /æ'berənt/ *tt* khác thường: *aberrant behaviour* cách cư xử khác thường.

aberration /,æbə'reiʃn/ *dt* **1.** sự lầm lạc: *steal something in a moment of aberration* ăn cắp trong giây phút lầm lạc **2.** sự thác loạn tâm thần: *owing to a strange mental aberration, he forgot his own name* do một thác loạn tâm thần kỳ cục, nó quên cả tên mình **3.** khuyết tật; sai sót: *an aberration in the computer* một sai sót trong máy điện toán.

abet /ə'bet/ *dgt* (**-tt-**) tiếp tay, xúi giục *(ai, làm điều bậy)*: *you are abetting the thief* anh đang tiếp tay cho tên trộm đấy; *he was abetted in these illegal activities by his wife* hắn ta bị bà vợ xúi làm những việc bất hợp pháp. // **aid and abet** x *aid¹*.

abetter (*luật* **abettor**) /ə'betə[r]/ *dt* kẻ tiếp tay, kẻ xúi giục.

abeyance /ə'beiəns/ *dt* **be in abeyance; fall (go) into abeyance** bị đình chỉ; tạm thời không áp dụng: *this law falls into abeyance when the country's security is threatened* luật này tạm thời không áp dụng khi mà an ninh quốc gia đang bị đe dọa.

abhor /əb'hɔ:r/ *dgt* (**-rr-**) kinh tởm; căm ghét; *abhor terrorists* kinh tởm tụi khủng bố.

abhorrence /əb'hɔrəns, (Mỹ əb'hɔ:rəns)/ *dt* sự kinh tởm; sự căm ghét: *have an abhorrence of war* căm ghét chiến tranh.

abhorrent /əb'hɔrənt, (Mỹ əb'hɔ:rənt)/ *tt* (+ to) kinh tởm; đáng căm ghét: *the killing of animal for food is abhorrent to some people* sự giết động vật làm thức ăn là đáng căm ghét đối với một số người.

abide /ə'baid/ *dgt* (**abode; abode, abided**) **1.** (*dùng với* can, could *trong câu phủ định hay câu hỏi*) chịu đựng: *I can't abide that man* tôi không thể chịu được con người ấy **2.** (+ **by**) trung thành với, giữ, tuân theo: *abide by a promise* giữ lời hứa; *abide by one's friend* trung thành với bạn **3.** ở lại; kéo dài: *abide at a place* ở lại một nơi; *this mistake will not abide for ever* sai lầm này không thể kéo dài mãi được.

abiding /ə'baidiŋ/ *tt* tồn tại mãi mãi, vĩnh cửu: *an abiding friendship* tình bạn vĩnh cửu.

ability /ə'biləti/ *dt* **1.** khả năng: *he has the ability to do the work* anh ta có khả năng làm việc đó **2.** tài năng: *have a great musical ability* có tài năng lớn về âm nhạc. // **to the best of one's ability** x best³.

-ability, -ibility yếu tố tạo *dt*; *profitability* sự có lợi; *reversibility* tính thuận nghịch.

abject /'æbdʒekt/ *tt* **1.** khốn khổ: *in abject poverty* nghèo xác nghèo xơ **2.** hèn hạ; đáng khinh: *an abject coward* một người hèn nhất đáng khinh.

abjectly /'æbdʒektli/ *pht* **1.** [một cách] khốn khổ **2.** [một cách] hèn hạ đáng khinh.

abjuration /,æbdʒʊə'reiʃn/ *dt* sự từ bỏ.

abjure /əb'dʒʊə[r]/ *đgt* nguyện từ bỏ, từ bỏ: *abjure one's religion* từ bỏ đạo.

ablative¹ /'æblətiv/ *dt* (ngôn) trạng cách.

ablative² /'æblətiv/ *tt* (ngôn) [thuộc] trạng cách.

ablaut /'æblaut/ *dt* (ngôn) aplau, hiện tượng chuyển đổi nguyên âm (như drive, drove, driven).

ablaze /ə,bleiz/ *tt* (vị ngữ) **1.** rực cháy: *the whole building was soon ablaze* cả tòa nhà rực cháy ngay **2.** sáng rực: *the palace was ablaze with lights* lâu đài sáng rực ánh đèn; *his face was ablaze with anger* (bóng) mặt anh ta bừng bừng giận dữ.

able¹ /'eibl/ *tt* **be able to do something** có thể: *the child is not yet able to write* em bé chưa có thể viết được; *will you able to come?* anh có thể đến không?; *you are better able to do it than I* anh có thể làm cái đó tốt hơn tôi.

able² /'eibl/ *tt* (**-r**; **-est**) có năng lực, có tài: *an able worker* một công nhân có năng lực; *the ablest (most able) student in the class* sinh viên giỏi nhất trong lớp.

-able, -ible (tiếp tố) **1.** (tạo *tt* từ *dt*) có tính chất: *fashionable* [có tính chất] hợp thời trang **2.** (tạo *tt* từ *đgt*) có thể; có khuynh hướng: *reducible* có thể giảm bớt; *changeable* [có khuynh hướng] dễ thay đổi.

able-bodied /,eibl'bʊdid/ *tt* khỏe mạnh, đủ tiêu chuẩn sức khỏe (để tòng quân...).

able [-bodied] seaman /,eibl ,bʊdid 'si:mən/ *dt* (vt AB) thủy thủ hạng nhất.

ablution /ə'blu:ʃn/ *dt* (thường snh) **1.** nghi thức tắm rửa **2.** (hài) sự tắm rửa: *perform one's ablutions* tắm rửa.

-ably, -ibly (yếu tố tạo pht) một cách: *noticeably* một cách dễ nhận thấy.

ABM /,eibi:'em/ (vt của antiballistic missile) tên lửa chống tên lửa đạn đạo.

abnegation /,æbni'geiʃn/ *dt* **1.** sự từ bỏ (một học thuyết) **2.** (cg **self-abnegation**) sự hy sinh, sự quên mình.

abnormal /æb'nɔ:ml/ *tt* khác thường, dị thường (theo hướng không hay): *abnor-* *mal weather* thời tiết khác thường; *be mentally abnormal* khác thường về tâm thần.

abnormality /,æbnɔ:'mæləti/ *dt* **1.** sự khác thường, sự dị thường; **2.** điều khác thường; vật dị thường.

abnormally /æb'nɔ:məli/ *pht* [một cách] khác thường, [một cách] dị thường.

Abo /'æbəʊ/ *dt* (snh **Abos**) (Úc, lóng, sỉ nhục) thổ dân.

aboard /ə'bɔ:d/ *pht, gt* trên tàu thủy, trên xe lửa, trên máy bay (Mỹ trên xe buýt): *go aboard a ship* lên tàu thủy; *we climbed aboard* chúng tôi lên tàu; *all aboard!* tất cả lên tàu (chuẩn bị khởi hành).

abode¹ /ə'bəʊd/ *qk, đttqk* của abide.

abode² /ə,bəʊd/ *dt* (số ít) (tu từ hoặc dùa) nhà, chỗ ở: *welcome to our humble abode!* chào mừng các bạn quá bộ đến tệ xá. // **of no fixed abode (address)** x fix¹.

abolish /ə'bɒliʃ/ *đgt* thủ tiêu, bãi bỏ: *should the death penalty be abolished?* hình phạt tử hình có nên bỏ hay không?

abolition /,æbə'liʃn/ *dt* sự thủ tiêu, sự bãi bỏ: *the abolition of slavery* sự thủ tiêu chế độ nô lệ, sự phế nô.

abolitionist /,æbə'liʃənist/ *dt* người ủng hộ sự bỏ án tử hình.

A-bomb /'eibɒm/ *dt* bom nguyên tử.

abominable /ə'bɒminəbl, (Mỹ ə'bɒmənəbl)/ *tt* **1.** (+ **to**) làm ghê tởm: *your behaviour is abominable to me* cách đối xử của anh làm tôi ghê tởm **2.** tồi tệ: *abominable weather* thời tiết tồi tệ.

Abominable Snowman
/ə,bɒminəbl 'snəʊmæn/ dt x
yeti.

abominate /ə'bɒmineit, (Mỹ
ə,bɒmineit)/ dgt ghê tởm,
căm ghét: I abominate fas-
cism tôi ghê tởm chế độ
phát-xít.

abomination /ə,bɒmi'neiʃn,
(Mỹ ə,bɒmə'neiʃn)/ dt 1. sự
ghê tởm, sự căm ghét: hold
something in abomination
ghê tởm cái gì 2. hành động
đáng căm ghét, thói quen
đáng căm ghét, con người
đáng căm ghét, vật đáng
căm ghét.

aboriginal¹ /,æbə'ridʒənl/ tt
[thuộc] thổ dân.

aboriginal² /,æbə'ridʒənl/ dt
1. thổ dân 2. (cg Aboriginal)
thổ dân Australia.

aborigine /,æbə'ridʒəni/ dt
(kng) thổ dân.

aborigines /,æbə'ridʒəni:z/
dt snh 1. thổ dân 2. Abo-
rigines thổ dân Australia.

abort /ə'bɔ:t/ dgt 1. (y) phá
thai; sẩy thai 2. hủy: abort
a space mission hủy một
phi vụ vào không gian; abort
a computer program xóa
một chương trình diện toán.

aborted /ə'bɔ:tid/ tt (sinh)
không phát triển, thui.

abortion /ə'bɔ:ʃn/ dt 1. sự
phá thai; sự sẩy thai: many
people are anti-abortion
nhiều người phản đối việc
phá thai 2. kế hoạch sớm
thất bại; hành động sớm
thất bại.

abortionist /ə'bɔ:ʃənist/ dt
người phá thai.

abortive /ə'bɔ:tiv/ tt sớm
thất bại; non yếu: an abor-
tive attempt nỗ lực sớm thất
bại.

abortively /ə'bɔ:tivli/ pht
[một cách] non yếu.

abound /ə'baʊnd/ dgt có rất
nhiều: oranges abound here

all the year round ở đây
cam có rất nhiều quanh
năm; the river abounds in
(with) fish sông rất nhiều
cá.

about¹ /ə'baʊt/ pht (Mỹ cg
around) 1. khoảng [chừng],
gần: it costs about £10 cái
đó giá khoảng chừng 10
bảng; they waited for about
an hour họ đã chờ khoảng
một tiếng đồng hồ 2. sắp,
gần: I'm about ready tôi sắp
xong rồi 3. (kng) (trong câu
nói giảm bớt đi): I've had
just about enough tôi đã
dùng khá đủ rồi đấy (ý nói
hoàn toàn đủ rồi). // that's
about it (the size of it) (kng)
đó là cách tôi hiểu, đó là
cách tôi thấy điều đó.

about² /ə'baʊt/ pht 1. (Mỹ
cg around) đây đó: the chil-
dren were rushing about tụi
trẻ đang chạy nhảy đây đó
2. (Mỹ cg around) rải rác
chỗ này chỗ kia: books lying
about on the floor sách nằm
chỗ này chỗ kia trên sàn
nhà 3. (Mỹ cg around) quanh
đây: there was nobody about
quanh đây không thấy ai
cả 4. (Mỹ cg around) đâu
gần đây, không xa: she is
somewhere about cô ta ở
đâu gần đây 5. quay mặt
lại: about turn! đằng sau,
quay!

about³ /ə'baʊt/ dt 1. (Mỹ
around, Anh cg around) khắp
[nơi], đó đây: travelling
about the world du hành
khắp thế giới; papers strewn
about the room giấy tờ
vương vãi khắp phòng 2.
(Mỹ around, Anh cg around)
gần đâu đây, quanh đâu
đây: I dropped the key some-
where about here tôi đánh
rơi chìa khóa quanh đâu
đây 3. về (ai, vấn đề gì): a
book about flowers một cuốn
sách [viết] về hoa; tell me

about it kể cho tôi nghe về
chuyện đó 4. quan tâm đến,
bận bịu về: and while you
are about và khi anh đang
bận bịu về điều đó; mind
what you are about hãy cẩn
thận về điều anh đang làm
5. (Mỹ around, Anh cg
around) vào khoảng; gần
(thời gian nào đó): he ar-
rived [at] about ten anh ta
đến vào khoảng mười giờ.
// **be about to do something**
sắp làm gì: we're about to
start chúng ta sắp khởi
hành; **how (what) about...?** ra
sao?: what about his quali-
fications for the job khả
năng của anh ta đối với
công việc đó ra sao?; how
about going to France for
our holidays? Chúng ta đi
Pháp nghĩ một chuyến bạn
nghĩ [ra] sao?

about-turn /ə,baʊt'tɜ:n/ dt
(Mỹ **about-face** /ə,baʊt'feis/)
1. sự quay ra đằng sau 2.
(bóng) sự quay ngoắt 180°
(trong ý kiến, chủ trương):
these new measures indicate
an about-turn in government
policy những biện pháp mới
này chứng tỏ một sự quay
ngoắt 180° trong chính sách
của chính phủ.

above¹ /ə'bʌv/ pht 1. trên
(ở một điểm cao hơn): I
heard some noises coming
from the room above tôi
nghe một vài tiếng ồn phát
ra từ gian phòng trên; seen
from above, the fields looked
like a geometrical pattern
nhìn từ trên, đồng ruộng
trông như một mô hình hình
học 2. trên đây (trong một
cuốn sách, một bài viết...):
as was stated above như đã
đề cập đến trên đây; see
above, page 37 xem trên
đây, trang 37 3. trên trời,
trên thiên đường: blessings
from above ơn trên; the pow-
ers above Thượng đế.

above² /ə'bʌv/ *gt* **1.** ở trên: *the plane was above the clouds* máy bay [bay] ở trên mây **2.** quá, vượt quá, cao hơn: *this work is above my capacity* công việc này quá sức tôi; *he is above all the other boys in his class* nó vượt tất cả các đứa trẻ khác trong lớp **3.** trên, hơn: *value independance and freedom above all* quý độc lập và tự do hơn tất cả. // **above oneself** tự phụ; ngạo mạn.

above³ /ə'bʌv/ *tt* ở trên, kể trên, nói trên: *the above facts* những sự kiện kể trên.

above⁴ /ə'bʌv/ *dt* **the above** cái ở trên; điều kể trên, điều nói trên.

above-board /ə,bʌv'bɔ:d/ *tt, pht* thẳng thắn, không chút lừa lọc.

above-mentioned /ə,bʌv-'menʃnd/ *tt* nêu ở trên, kể trên.

above-named /ə,bʌv'neimd/ *tt nh* above-mentioned.

abracadabra¹ /,æbrəkə'dæbrə/ *dt* câu thần chú.

abracadabra² /,æbrəkə'dæbrə/ *tht* úm ba la!

abrade /ə'breid/ *dgt* cọ mòn (vải...); làm trầy (da...); mài mòn (đá...).

abrasion /ə'breiʒn/ *dt* **1.** sự cọ mòn; sự mài mòn **2.** vết trầy da.

abrasive¹ /ə'breisiv/ *tt* **1.** làm trầy (da...) **2.** mài mòn: *abrasive substances* chất mài mòn **3.** *(bóng)* cục cằn: *an abrasive tone of voice* giọng nói cục cằn.

abrasive² /ə'breisiv/ *dt* chất mài [mòn].

abreast /ə'brest/ *pht* (+ of) sóng hàng: *walk abreast* đi sóng hàng nhau; *the boat came abreast of us and signalled us to stop* con tàu đến ngang hàng với chúng tôi và ra hiệu cho chúng tôi dừng lại. // **be (keep) abreast of something** theo kịp: *you should read the newspapers to keep abreast of current affairs* anh nên đọc báo để theo kịp thời sự.

abridge /ə'bridʒ/ *dgt* rút ngắn, cô gọn lại: *an abridged edition of "War and Peace"* bản in tóm tắt "Chiến tranh và Hòa bình".

abridgement, abridgment /ə'bridʒmənt/ *dt* **1.** sự rút ngắn, sự cô gọn **2.** bản rút ngắn *(của một cuốn sách...).*

abroad /ə'brɔ:d/ *pht* **1.** ở nước ngoài, ở hải ngoại: *live abroad* sống ở hải ngoại; *visitors [who have come] from abroad* khách từ nước ngoài tới **2.** [lan truyền đi] khắp nơi; *there's a rumour abroad that* có tin đồn khắp nơi rằng **3.** *(cổ hoặc tu từ)* ngoài trời *(đối với ở trong nhà)*: *life abroad is very healthy* sống ngoài trời rất tốt cho sức khỏe.

abrogate /'æbrəgeit/ *dgt* hủy [bỏ], thủ tiêu: *abrogate a law* hủy một đạo luật; *abrogate a custom* hủy bỏ một tập quán.

abrogation /,æbrə'geiʃn/ *dt* sự hủy bỏ, sự thủ tiêu.

abrupt /ə'brʌpt/ *tt* **1.** bất ngờ, đột ngột: *a road with many abrupt turns* con đường có nhiều chỗ ngoặt bất ngờ; *an abrupt departure* sự ra đi đột ngột **2.** trúc trắc *(lời văn)*: *an abrupt style of writing* một lối hành văn trúc trắc **3.** cộc cằn *(tính tình)*: *he has an abrupt manner* anh ta có cử chỉ cộc cằn **4.** dốc đứng *(sườn núi...).*

abruptly /ə'brʌptli/ *pht* **1.** [một cách] đột ngột **2.** [một cách] trúc trắc **3.** [một cách] cộc cằn **4.** [một cách] dốc đứng.

abruptness /ə'brʌptnis/ *dt* **1.** sự đột ngột **2.** sự trúc trắc **3.** sự cộc cằn **4.** sự dốc đứng.

abscess /'æbses/ *dt* (y) áp-xe.

abscond /əb'skɒnd/ *dgt* lẩn trốn, bỏ trốn: *he absconded from the country* nó bỏ trốn khỏi đất nước; *he absconded with £8000 stolen from his employer* nó bỏ trốn với số tiền 8000 bảng ăn cắp của chủ.

abseil¹ /'æbseil/ *dgt* tụt xuống *(vách núi)* bằng dây thừng: *abseil down the mountain* tụt xuống núi bằng dây thừng.

abseil² /'æbseil/ *dt* sự tụt xuống núi bằng dây thừng.

absence /'æbsəns/ *dt* **1.** sự vắng mặt; buổi vắng mặt, lúc vắng mặt: *in the absence of the manager* trong khi người điều hành vắng mặt; *numerous absences from school* nhiều buổi vắng mặt ở trường **2.** sự thiếu, sự không có: *the absence of definite proof* sự thiếu chứng cứ rõ ràng. // **absence of mind** sự lơ đãng; **conspicuous by one's absence** *x* conspicuous, **leave of absence** *x* leave².

absent¹ /'æbsənt/ *tt* **1.** vắng mặt; đi vắng, nghỉ: *he's absent from a meeting* anh ta vắng mặt không đi họp; *he's absent from work* anh ta nghỉ việc **2.** thiếu: *love was totally absent from his childhood* trong thời niên thiếu anh ta hoàn toàn thiếu tình thương **3.** thẫn thờ: *an absent look* cái nhìn thẫn thờ.

absent² /əb'sent/ *dgt* **absent oneself from** vắng mặt; đi vắng, nghỉ: *he deliberately absented from the meeting* anh ấy cố ý vắng mặt trong buổi họp.

absentee /,æbsən'ti:/ *dt* người vắng mặt, người đi vắng, người nghỉ: *there were many absentees from the meeting* đã có nhiều người vắng mặt trong buổi họp.

absentee ballot /,æbsənti: 'bælət/ *(Mỹ)* sự bỏ phiếu trước *(của những cử tri sẽ vắng mặt vào ngày bầu cử)*.

absenteeism /,æbsən- 'ti:izəm/ *dt* sự hay vắng mặt, sự vắng mặt không có lý do chính đáng.

absentee landlord /,æb- sənti: 'lændlɔ:d/ địa chủ ít khi có mặt tại nơi có ruộng đất.

absentee voter /,æbsənti: 'vəʊtə[r]/ *(Mỹ)* cử tri bỏ phiếu trước *(vì sẽ vắng mặt vào ngày bầu cử)*.

absent-minded /,æbsənt 'maindid/ *tt* đãng trí.

absent-mindedly /,æbsənt 'maindidli/ *pht* [một cách] đãng trí.

absent-mindedness /,æb- sənt 'maindidnis/ *dt* sự đãng trí.

absinthe, absinth /'æbsinθ/ *dt* rượu apxin.

absolute¹ /'æbsəlu:t/ *tt* **1.** tuyệt đối; hoàn toàn: *have absolute trust in a person* tuyệt đối tin tưởng vào ai; *absolute silence* sự im lặng tuyệt đối; *absolute power* quyền tuyệt đối; *there is no absolute standard for beauty* không có tiêu chuẩn tuyệt đối cho cái đẹp; *tell the ab- solute truth* kể sự thật hoàn toàn **2.** chắc chắn: *have ab- solute proof* có chứng cứ chắc chắn **3.** chuyên chế: *an absolute ruler* một nhà cầm quyền chuyên chế.

absolute² /'æbsəlu:t/ *dt* **the absolute** *(số ít, triết)* cái tuyệt đối.

absolutely /'æbsəlu:tli/ *pht* **1.** [một cách] tuyệt đối, [một cách] hoàn toàn: *he did ab- solutely no work* nó tuyệt đối không làm việc gì cả; *you're absolutely right* anh hoàn toàn đúng **2.** [một cách] chắc chắn: *it's abso- lutely pouring down* trời chắc chắn mưa to **3.** /,æbsə'lu:tli/ *(kng)* nhất định; hoàn toàn như vậy *(dùng trong câu trả lời hoặc như một lời bình)*: "do you think so?" "absolutely". "anh có nghĩ như thế không?" "ồ, hoàn toàn như vậy".

absolute majority /,æbsə- lu:t mə'dʒɔrəti/ đa số tuyệt đối.

absolute zero /,æbsə'lu:t 'ziərəʊ/ độ không tuyệt đối *(nhiệt độ)*.

absolution /,æbsə'lu:ʃn/ *dt* *(tôn)* sự xá tội.

absolutism /'æbsəlu:tizəm/ *dt (chính)* **1.** sự chuyên chế **2.** chính thể chuyên chế.

absolutist /'æbsəlu:tist/ *dt (chính)* người theo chính thể chuyên chế.

absolve /əb'zɒlv/ *dgt* **1.** *(luật)* tuyên án vô tội; xá trách nhiệm cho: *the court absolved the accused man from a responsibility for her death* tòa tuyên án bị cáo hoàn toàn được xá trách nhiệm về cái chết của chị ấy **2.** *(tôn)* xá tội: *absolve repentant sinners* xá tội cho những người phạm tội biết ăn năn hối lỗi.

absorb /əb'sɔ:b/ *dgt* **1.** hút, hấp thu: *dry sand absorbed water* cát khô hút nước; *plants absorb oxygen* cây cối hấp thu khí ôxy **2.** thu hút, sáp nhập: *the surrounding villages have been absorbed by (into) the growing city* các làng mạc xung quanh đã bị sáp nhập vào thành phố đang phát triển **3.** làm giảm bớt hiệu quả: *buffers absorbed most of the shock* thiết bị chống va đã làm giảm bớt hiệu quả của cú sốc **4.** thu hút sự chú ý, cuốn hút: *his business ab- sorbs him* công việc kinh doanh đã cuốn hút anh ta.

absorbed /əb'sɔ:bd/ *tt* mải mê, miệt mài: *she is ab- sorbed in her book* cô ta mải mê đọc sách.

absorbent¹ /əb'sɔ:bənt/ *tt* hút nước: *absorbent cotton wool* bông hút nước.

absorbent² /əb'sɔ:bənt/ *dt* chất hút nước.

absorbing /əb'sɔ:biŋ/ *tt* hấp dẫn: *an absorbing film* một bộ phim hấp dẫn.

absorption /əb'sɔ:pʃn/ *dt* sự thu hút; sự bị thu hút: *his work suffered because of his total absorption in sport* công việc của anh ta bị tổn thất vì thể thao đã hoàn toàn thu hút anh ta.

abstain /əb'stein/ *dgt* **1.** kiêng, nhịn: *abstain from alcohol* kiêng rượu **2.** từ chối không bỏ phiếu: *five mem- bers voted for the proposal, twelve voted against and three abstained* năm thành viên bỏ phiếu tán thành đề nghị, mười hai bỏ phiếu chống và ba từ chối không bỏ phiếu.

abstainer /əb'steinə[r]/ *dt* người kiêng rượu: *a total abstainer* người kiêng rượu hoàn toàn.

abstemious /əb'sti:miəs/ *tt* có điều độ: *an abstemious person* một người có điều độ; *an abstemious meal* bữa ăn vừa phải.

abstemiously /əb'sti:miəsli/ *pht* [một cách] điều độ.

abstemiousness /əb'sti:miəsnis/ *dt* sự điều độ.

abstention /əb'stenʃn/ *dt* **1.** sự không bỏ phiếu **2.** phiếu trắng: *five votes in favour of the proposal, three against and two abstentions* năm phiếu ủng hộ đề nghị, ba phiếu chống và hai phiếu trắng.

abstinence /'æbstinəns/ *dt* sự kiêng khem, sự nhịn: *total abstinence* sự kiêng khem hoàn toàn.

abstinent /'æbstinənt/ *tt* (thường vị ngữ) kiêng khem; ăn uống điều độ.

abstract¹ /'æbstrækt/ *tt* trừu tượng: *we may talk of beautiful things, but beauty itself is abstract* ta có thể nói về những vật đẹp, nhưng bản thân cái đẹp thì lại là trừu tượng; *an abstract painting* bức họa trừu tượng.

abstract² /'æbstrækt/ *dt* **1.** tính trừu tượng; ý trừu tượng **2.** tác phẩm nghệ thuật trừu tượng **3.** bản tóm tắt (một cuốn sách...). // **in the abstract** về mặt lý thuyết thuần túy: *consider the problem in the abstract* xem xét vấn đề về mặt lý thuyết thuần túy.

abstract³ /əb'strækt/ *dgt* **1.** tách ra, chiết ra: *abstract metal from ore* tách kim loại ra từ quặng **2.** tóm lược (một cuốn sách...).

abstracted /æb'stræktid/ *tt* lơ đễnh.

abstractedly /æb'stræktidli/ *pht* [một cách] lơ đễnh.

abstraction /əb'strækʃn/ *dt* **1.** (+ from) sự tách ra, sự chiết ra **2.** ý trừu tượng **3.** sự đãng trí; sự lơ đễnh.

abstract noun /æbrækt 'naun/ danh từ trừu tượng (như *goodness* lòng tốt; *freedom* sự tự do...).

abstruse /əb'stru:s/ *tt* khó hiểu.

abstrusely /əb'stru:sli/ *pht* [một cách] khó hiểu.

abstruseness /əb'stru:snis/ *dt* sự khó hiểu.

absurd /əb'sɜ:d/ *tt* **1.** vô lý: *what an absurd suggestion!* một gợi ý vô lý biết bao! **2.** lố bịch: *that uniform make them look absurd* bộ đồng phục ấy làm cho họ trông có vẻ lố bịch.

absurdity /əb'sɜ:diti/ *dt* **1.** sự vô lý; điều vô lý **2.** sự lố bịch; điều lố bịch.

absurdly /əb'sɜ:dli/ *pht* **1.** [một cách] vô lý **2.** [một cách] lố bịch.

abundance /ə'bʌndəns/ *dt* sự phong phú, sự thừa thãi, sự ê hề: *there was good food in abundance (an abundance of good food) at the party* ở bữa tiệc có thừa thãi (ê hề) thức ăn ngon.

abundant /ə'bʌndənt/ *tt* **1.** phong phú, thừa thãi, nhiều: *we have abundant proof of his guilt* chúng tôi có nhiều chứng cứ về tội của nó **2.** (vị ngữ) abundant in something có nhiều (cái gì), giàu (về cái gì đó): *a land abundant in mineral* một vùng đất giàu khoáng sản.

abundantly /ə'bʌndəntli/ *pht* thừa thãi, nhiều: *be abundantly supplied with fruit* được cung cấp nhiều trái cây; *he made his views abundantly clear* ông ta đã làm cho quan điểm của mình trở nên hết sức rõ ràng.

abuse¹ /ə'bju:z/ *dgt* **1.** lạm dụng: *abuse one's authority* lạm dụng quyền hành; *abuse the confidence placed in one* lạm dụng lòng tin của người **2.** ngược đãi; lợi dụng: *a much abused wife*

một người vợ bị ngược đãi **3.** lăng mạ, chửi rủa.

abuse² /ə'bju:z/ *dt* **1.** sự lạm dụng: *drug abuse* sự lạm dụng thuốc; *an abuse of authority* sự lạm dụng quyền hành **2.** thói xấu, hủ tục: *put a stop to political abuses* chặn đứng những hủ tục chính trị **3.** sự lăng mạ, sự chửi rủa: *hurl [a stream of abuse] at somebody* tuôn ra một tràng lời chửi rủa ai.

abusive /ə'bju:siv/ *tt* lăng mạ, chửi rủa: *abusive words* những lời lăng mạ.

abusively /ə'bju:sivli/ *pht* [một cách] lăng mạ; [một cách] nhục nhã.

abut /ə'bʌt/ *dgt* (-tt-) (+ on, against) sát cạnh, tiếp giáp: *his house abuts against ours* nhà nó sát cạnh nhà chúng tôi.

abutment /ə'bʌtmənt/ *dt* mố cầu.

abysmal /ə'bizməl/ *dt* **1.** cực kỳ xấu: *live in abysmal conditions* sống trong điều kiện cực kỳ xấu **2.** cực kỳ: *abysmal ignorance* sự dốt nát cực kỳ.

abysmally *pht* [một cách] cực kỳ.

abyss /ə'bis/ *dt* vực thẳm: *an abyss of despair* (bóng) sự thất vọng tột độ.

AC *cg* **ac** /,ei'si:/ (vt của alternating current) dòng điện xoay chiều.

a/c (thương) **1.** (vt của account [current]) tài khoản vãng lai: *a/c payee only* chỉ chi trả bằng tài khoản vãng lai (tức là bằng séc) **2.** x account¹ 1,2.

acacia /ə'keiʃə/ *dt* (thực) cây keo.

academic¹ /,ækə'demik/ *tt* **1.** [thuộc việc dạy và học ở] học viện: *academic year* năm học **2.** kinh viện: *academic subjects* những môn học có tính chất kinh viện **3.** chỉ có giá trị lý thuyết: *the question is purely academic* vấn đề ấy hoàn toàn lý thuyết.

academic² /ˌækə'demik/ *dt* **1.** giảng viên đại học **2.** nhà kinh viện.

academically /ˌækə'demikli/ *pht* **1.** [một cách] kinh viện **2.** [một cách] lý thuyết thuần túy.

academician /əˌkædə'miʃn/ *dt* viện sĩ.

academy /ə'kædəmi/ *dt* **1.** học viện: *a military academy* học viện quân sự **2.** (ở *Scotland*) trường trung học **3.** (*thường* Academy) Viện Hàn Lâm: *the Royal Academy [of Arts]* Viện Hàn Lâm [nghệ thuật] Hoàng Gia.

Academy Award /ə'kædəmi ə'wɔːd/ giải thưởng phim ảnh hằng năm do Viện hàn lâm Điện ảnh, Khoa học và Nghệ thuật Mỹ trao tặng.

ACAS /'eikæs/ (*Anh*) (*vt của* Advisory, Conciliation and Arbitration Service) Dịch vụ tư vấn, hòa giải và trọng tài (*giúp dàn xếp trong các vụ tranh chấp về công nghiệp*).

accede /ək'siːd/ *dgt* (+ *to*) **1.** nhậm [chức]; lên [ngôi]: *accede to an office* nhậm chức; *Victoria acceded to the throne in 1837* nữ hoàng Victoria lên ngôi năm 1837 **2.** đồng ý, tán thành (*một đề nghị, một ý kiến...*): *in the end she acceded to our request* cuối cùng bà ta đồng ý lời thỉnh cầu của chúng tôi.

accelerando¹ /ækˌselə'rændəʊ/ *pht, tt* (*nhạc*) nhanh dần.

accelerando² /ækˌselə'rændəʊ/ *dt* (*snh* **accelerandos**) bản nhạc chơi nhanh dần.

accelerate /ək'seləreit/ *dgt* **1.** thúc mau: *accelerate the rate of growth* thúc mau nhịp độ tăng trưởng **2.** tăng tốc: *the car accelerated as it overtook me* chiếc xe tăng tốc khi vượt qua tôi.

acceleration /əkˌselə'reiʃn/ *dt* **1.** sự thúc mau: *an acceleration in the rate of economic growth* sự thúc mau nhịp độ tăng trưởng kinh tế **2.** khả năng tăng tốc (*của một chiếc xe*): *a car with good acceleration* chiếc xe có khả năng tăng tốc cao.

accelerator /ək'seləreitə[r]/ *dt* **1.** bộ tăng tốc; chân ga (ở *ôtô*) **2.** (*lý*) máy gia tốc **3.** (*hóa*) chất gia tốc, chất thúc.

accent¹ /'æksent, 'æksənt/ *dt* **1.** trọng âm **2.** dấu trọng âm **3.** giọng: *speak English with a French accent* nói tiếng Anh với giọng Pháp **4.** điều nhấn mạnh: *in all our products the accent is on quality* trong tất cả sản phẩm của chúng tôi, điều chúng tôi nhấn mạnh là chất lượng.

accent² /æk'sent/ *dgt* **1.** đọc nhấn mạnh (*một từ, một âm tiết*) **2.** đánh dấu trọng âm (*trên các từ*).

accentuate /ək'sentʃʊeit/ *dgt* nhấn mạnh, làm nổi bật, nêu bật: *the dark frame accentuates the brightness of the picture* cái khung màu sẫm làm nổi bật sự sáng ngời của bức tranh.

accentuation /əkˌsentʃʊ'eiʃn/ sự nhấn mạnh, sự nêu bật.

accept /ək'sept/ *dgt* **1.** nhận, chấp nhận: *accept a gift* nhận một món quà; *accept a piece of advice* nhận một lời khuyên; *he proposed marriage and she accepted [him]* anh ta đề nghị tổ chức lễ cưới và cô ta đã

chấp nhận: *will you accept a cheque?* anh có nhận trả tiền bằng séc không?; *accept the judge's decision* chấp nhận quyết định của quan tòa **2.** thừa nhận: *it is an accepted fact* đó là một thực tế đã được thừa nhận **3.** chịu trách nhiệm: *you must accept the consequences of your action* anh phải chịu trách nhiệm về hậu quả của hành động của anh **4.** hoan nghênh, tán thưởng: *he was never really accepted by his classmates* hắn chưa bao giờ được bạn cùng lớp tán thưởng cả.

acceptability /əkˌseptə'biləti/ *dt* **1.** tính có thể chấp nhận được **2.** tính được hoan nghênh.

acceptable /ək'septəbl/ *tt* **1.** có thể chấp nhận được: *is the proposal acceptable to you?* đề nghị đó anh có thể chấp nhận được không? **2.** được hoan nghênh: *a cup of tea would be most acceptable* một cốc trà ắt là được hoan nghênh hơn cả.

acceptably /ək'septəbli/ *pht* **1.** [một cách] chấp nhận được **2.** [một cách] được hoan nghênh.

acceptance /ək'septəns/ *dt* **1.** sự nhận, sự chấp thuận: *since we sent out the invitations we've received five acceptances and one refusal* từ khi chúng tôi gửi giấy mời, chúng tôi đã nhận được năm giấy nhận lời mời và một giấy từ chối **2.** sự tán thành: *the new laws gained widespread acceptance* các đạo luật mới đã được tán thành rộng rãi **3.** (*thương*) sự nhận thanh toán hóa đơn; hóa đơn được nhận thanh toán.

acceptor /ək'septə[r]/ *dt (lý)* chất nhận *(nhận thêm một điện tử ngoài)*.

access[1] /'ækses/ *dt* **1.** lối vào, cửa vào: *the only access to the farmhouse is across the fields* lối độc nhất vào nông trại là băng qua cánh đồng **2.** sự đến gần, sự lui tới; cơ hội đến gần, quyền lui tới: *only high officials had access to the president* chỉ những quan chức cao cấp mới được quyền tiếp cận tổng thống.

access[2] /'ækses/ *dgt* truy nhập *(máy điện toán)*.

accessibility /ək,sesə'biləti/ *dt* khả năng tới được.

accessible /ək'sesəbl/ *tt* có thể tới được: *the remote hamlet is accessible by bicycle* cái xóm hẻo lánh đó có thể đi xe đạp đến được; *documents not accesible to the public* tài liệu không thể đưa ra quần chúng rộng rãi được.

accession[1] /æk'seʃn/ *dt* **1.** sự nhậm [chức], sự lên [ngôi]: *celebrating the Queen accession [to the throne]* làm lễ kỷ niệm ngày Nữ hoàng lên ngôi *(ngày đăng quang của Nữ hoàng)* **2.** sự bổ sung; vật bổ sung: *recent accessions to the art gallery* những tác phẩm mới bổ sung vào phòng trưng bày nghệ thuật; *the accession of new members to the party* sự kết nạp đảng viên mới.

accession[2] /æk'seʃn/ *dgt* bổ sung *(danh mục mới vào thư viện, bảo tàng...)*

accessory[1] /ək'sesəri/ *dt* **1.** *(thường snh)* đồ phụ tùng, phụ kiện phục sức; *bicycle accessories* phụ tùng xe đạp; *women's dress accessory* phụ kiện quần áo phụ nữ *(như thắt lưng, túi xách tay...)* **2.** *(cg* **accessary***)* kẻ tòng phạm:

he was charged with being an accessory to murder nó bị buộc tội là tòng phạm trong một vụ giết người. //

accessory before (after) the fact kẻ tòng phạm *(không có mặt lúc xảy ra tội ác, nhưng đã giúp đỡ thủ phạm trước hoặc sau lúc tội ác xảy ra)*.

accessory[2] /ək'sesəri/ *tt* phụ vào, thêm vào.

access road /'æksesrəʊd/ **1.** *(Mỹ) nh* slip-road **2.** đường vào *(một nơi chốn)*.

access time /'æksestaim/ thời gian truy nhập, thời truy *(máy điện toán)*.

accident /'æksidənt/ *dt* **1.** tai nạn: *be killed in a car accident* chết vì tai nạn xe hơi; *accident insurance* bảo hiểm tai nạn **2.** dịp may: *by accident of birth he is entitled to British citizenship* nhờ dịp may sinh ra ở nước Anh, nó được quyền hưởng tư cách công dân Anh. // **accidents will happen** tai nạn sẽ khó mà tránh khỏi; **by accident** tình cờ: *I only found it by accident* tôi tìm được cái đó chỉ do tình cờ; **a chapter of accidents** *x* chapter; **without accident** an toàn.

accidental /,æksi'dentl/ *tt* tình cờ; bất ngờ: *an accidental meeting with a friend* sự gặp mặt tình cờ một người bạn.

accidentally /,æksi'dentəli/ *pht* [một cách] tình cờ, [một cách] bất ngờ.

acclaim[1] /ə'kleim/ *dgt* **1.** hoan hô, ca ngợi: *acclaim the winner of a race* hoan hô người thắng cuộc chạy đua; *a much acclaimed performance* một cuộc trình diễn được hoan hô nhiệt liệt **2.** tôn bằng cách hoan hô: *they acclaimed him king* họ tôn ông ta lên làm vua.

acclaim[2] /ə'kleim/ *dt* sự hoan hô, ca ngợi: *the book received great critical acclaim* cuốn sách đã được giới phê bình ca ngợi rất nhiều.

acclamation /,æklə'meiʃn/ *dt* **1.** sự hoan hô: *carried by acclamation* thông qua bằng cách vỗ tay hoan hô **2.** *(thường snh)* tiếng tung hô: *the acclamations of the crowd* tiếng tung hô của đám đông.

acclimatization, acclimatisation /ə,klaimətai'zeiʃn, (Mỹ) ə'klaiməti'zeiʃn/ *dt* sự làm cho quen thủy thổ *(cây cối)*, sự thuần hóa *(con vật)*.

acclimatize, acclimatise /ə'klaimətaiz/ làm cho quen thủy thổ *(cây cối)*; thuần hóa *(con vật)*.

acclivity /ə'klivəti/ *dt* chỗ dốc đi lên, chỗ dốc ngược.

accolade /'əkəleid, (Mỹ) ,ækə'leid)/ *dt* **1.** sự ca ngợi: *the film received accolades from all the critics* cuốn phim được tất cả các nhà phê bình ca ngợi **2.** sự gõ nhẹ sống gươm lên vai *(khi phong hiệp sĩ)*.

accommodate /ə'kɒmədeit/ *dgt* **1.** chứa được, có đủ chỗ ở cho: *this hotel can accommodate up to 500 guests* khách sạn này chứa được tới 500 người **2.** điều tiết, điều chỉnh cho phù hợp: *I will accommodate my plans to yours* tôi sẽ điều chỉnh kế hoạch của tôi cho phù hợp với kế hoạch của bạn **3.** cung cấp, cấp cho: *the bank will accommodate you with a loan* ngân hàng sẽ cho anh vay tiền **4.** giúp đỡ, làm ơn: *I shall endeavour to accommodate you whenever possible* tôi sẽ cố giúp anh mỗi khi có thể được **5.** tính đến, xét đến:

accommodate the special needs of minority groups tính đến những nhu cầu đặc biệt của các nhóm thiểu số.

accommodating /ə'kɒmədeitiŋ/ tt dễ tiếp xúc; sẵn lòng giúp đỡ, hay làm ơn.

accommodation /ə,kɒmə'deiʃn/ dt **1.** phòng để ở, chỗ ở: wanted, accommodation for a young married couple cần thuê chỗ ở cho một cặp vợ chồng trẻ **2. accommodations** (snh) (Mỹ) chỗ ăn ở **3.** sự điều tiết, sự điều chỉnh (kế hoạch...) **4.** sự dàn xếp, sự thỏa hiệp: the two sides failed to agree on every point but came to an accommodation hai bên không đồng ý với nhau về mọi điểm nhưng đã đi đến một thỏa hiệp.

accommodation address /əkɒmə'deiʃn ədres/ địa chỉ tạm.

accommodation ladder /əkɒmə'deiʃn lædə[r]/ thang dây (ở bên sườn tàu thủy để lên xuống các xuồng cập mạn tàu).

accompaniment /ə'kʌmpənimənt/ dt **1.** vật kèm theo, vật bày kèm: a green salad makes a good accompaniment to this dish một ít rau xanh sẽ là món bày kèm rất tốt cho đĩa thức ăn này **2.** (nhạc) phần đệm.

accompanist /ə'kʌmpənist/ dt (nhạc) người đệm (dàn nhạc).

accompany /ə'kʌmpəni/ dgt **1.** đi kèm, hộ tống; đi theo: he was accompanied on the expedition by his wife ông ta có bà vợ cùng đi [kèm] trong chuyến thám hiểm; warships will accompany the convoy tàu chiến sẽ hộ tống đoàn **2.** kèm

theo: strong winds accompanied by heavy rain gió lớn kèm theo mưa to; each application should be accompanied by a stamped addressed envelope mỗi lá đơn phải kèm theo một phong bì có ghi địa chỉ và dán tem **3.** (nhạc) đệm (đàn, nhạc): the singer was accompanied at (on) the piano by her sister ca sĩ được chị mình đệm đàn pianô.

accomplice /ə'kʌmplis, (Mỹ) ə'kɒmplis/ dt kẻ tòng phạm.

accomplish /ə'kʌmpliʃ, (Mỹ) əkɒmpliʃ/ dgt hoàn thành: accomplish one's task hoàn thành nhiệm vụ. // **an accomplished fact** việc đã rồi.

accomplished /ə'kʌmpliʃt, ə'kɒmpliʃt/ tt **1. accomplished in something** thành thạo, giỏi: be accomplished in music giỏi về âm nhạc **2.** lịch thiệp: an accomplished young lady một cô nương lịch thiệp.

accomplishment /ə'kʌmpliʃmənt, ə'kɒmpliʃmənt/ dt **1.** sự hoàn thành tốt đẹp **2.** việc đã hoàn thành **3.** tài năng, tài nghệ: dancing and singing were among her many accomplishments khiêu vũ và ca hát là hai trong số nhiều tài nghệ của cô ta.

accord¹ /ə'kɔːd/ dt hòa ước. // **in accord with somebody (something)** hòa hợp với; phù hợp với: such an act would not be in accord with our policy một hành động như vậy sẽ không phù hợp với chính sách của chúng ta; they live in perfect accord with each other họ sống rất hòa hợp với nhau; **of one's own accord** tự nguyện: he joined the army of his own accord nó tự nguyện gia nhập quân đội; **with one ac-**

cord đồng lòng; nhất trí; nhất tề: with one accord they all stood up and cheered họ nhất tề đứng dậy và hoan hô.

accord² /ə'kɔːd/ dgt **1.** hòa hợp, phù hợp: his behaviour does not accord with his principles hành vi của anh ta không phù hợp với nguyên tắc của anh **2. accord something to somebody** cho, ban cho, chấp thuận: accord somebody permission; accord permission to somebody cho phép ai; accord a hearty welcome tiếp đãi nhiệt tình.

accordance /ə'kɔːdəns/ dt **in accordance with something** hợp với, phù hợp với: in accordance with somebody's wishes hợp với nguyện vọng của ai.

according /ə'kɔːdiŋ/ **1. according to** gt a/ theo, y theo: according to John you were in Edinburgh last week theo John thì tuần trước anh ở Edinburgh b/ phù hợp với; theo đúng như: act according to one's principles hành động phù hợp với nguyên tắc của mình; everything went according to plan mọi việc đã theo đúng như kế hoạch c/ theo, tùy theo: salary according to qualifications and experience đồng lương tùy theo khả năng và kinh nghiệm **2. according as** lt tùy, tùy theo: everyone contributes according as he is able mọi người đóng góp tùy theo khả năng của mình.

accordingly /ə'kɔːdiŋli/ pht **1.** [sao] cho phù hợp: I've told you what the situation is, you must act accordingly tôi đã nói với anh tình hình ra sao rồi, anh phải hành động cho phù hợp **2.** vì lý do đó, vì vậy.

A

accordion /ə'kɔːdiən/ dt (cg **piano accordion** (nhạc) đàn xếp; đàn ăccoóc.

accost /ə'kɒst, (Mỹ ə'kɔːst)/ dgt **1.** đến bắt chuyện: *she was accosted by a complete stranger* cô ta bị một người hoàn toàn xa lạ đến bắt chuyện **2.** gạ gẫm, níu kéo *(nói về gái điếm).*

account[1] /ə'kaʊnt/ dt **1.** (vt **a/c**) bản thanh toán *(tiền hàng hay tiền phục vụ): send in an account* gửi bản thanh toán *(để thu tiền); keep the accounts* giữ sổ sách kế toán **2.** (vt **a/c**) việc mở tài khoản; tài khoản: *open an account with a bank* mở tài khoản ở một ngân hàng **3.** báo cáo; sự thuật lại: *give the police a full account of the incident* cung cấp cho cảnh sát một báo cáo đầy đủ về sự việc xảy ra. // **by (from) all accounts** theo như người ta nói, theo như người ta kể lại: *I've never been there but it is, by all accounts, a lovely place* tôi chưa bao giờ ở đó, nhưng theo như người ta nói thì đó là một nơi thú vị; **by one's own account** theo như người ta tự nghĩ; **call somebody to account** x call[2]; **give a good (poor) account of oneself** biểu diễn hay (dở); chơi hay (dở); **leave something out of account (consideration)** x leave[1]; **of great (small, no, some...) account** có tầm quan trọng lớn (nhỏ...); **on account** a/ ứng trước, trả trước *(một phần một số lớn hơn nhiều)* b/ sẽ trả sau, mua chịu: *buy something on account* mua chịu sẽ trả tiền sau; **on account of something; on this (that) account** vì *(cái gì);* vì lý do ấy (đó): *we delayed our departure on account of the bad weather* chúng hoãn ngày ra đi vì thời tiết xấu; **on no account; not on any ac-**count không vì bất cứ lý do nào cả: *don't on any account leave the prisoner unguarded* đừng vì bất cứ lý do gì mà để tù nhân không bị canh gác; **on one's own account** a/ vì lợi ích bản thân mình; gánh lấy mọi sự rủi ro về mình: *work on one's own account* làm việc vì lợi ích của mình b/ vì riêng ai, nhân danh ai: *I'm worried on my own account, not yours* tôi lo chuyện của tôi, không phải của anh; **on somebody's account** vì ai: *don't change your plans on my account* đừng vì tôi mà đổi kế hoạch của bạn; **put (turn) something to good account** sử dụng *(tiền của, tài năng...)* tốt và có hiệu quả; **render an account of oneself** x render; **settle one's (an) account [with somebody]** x settle; **square one's account (accounts) with somebody** x square; **take account of something; take something into account** kể đến, tính đến: *when judging his performance, don't take his age into account* khi đánh giá thành tích của anh ta, đừng có tính đến tuổi tác.

account[2] /ə'kaʊnt/ dgt **1.** coi như, xem như, coi là, cho là: *be accounted innocent* được coi là vô tội **2.** ghi chép đầy đủ và báo cáo lại: *we must account [to our employer] for every penny we spend during a business trip* chúng ta phải ghi chép đầy đủ và báo cáo lại [với ông chủ] về từng đồng xu chúng ta đã tiêu trong chuyến đi làm ăn này. // **there's no accounting for taste** khó mà giải thích được tại sao người ta có điều thích điều ghét khác nhau. **account for something** giải thích lý do của việc gì: *his illness accounts*

for his absence ốm đau là lý do vắng mặt của anh ta; **account for something (somebody)** phá hủy cái gì, giết chết ai: *our anti-aircraft guns accounted for five enemy bombers* súng phòng không của ta hủy (hạ) được năm máy bay ném bom của địch.

accountable /ə'kaʊntəbl/ tt *(vị ngữ)* chịu trách nhiệm; phải giải thích: *who are you accountable to in the organization?* anh chịu trách nhiệm với ai trong tổ chức đó?; *he is mentally ill and cannot be held accountable for his actions* anh ta bị bệnh tâm thần nên không thể coi là chịu trách nhiệm về hành động của mình.

accountancy /ə'kaʊntənsi/ dt nghề kế toán.

accountant /ə'kaʊntənt/ dt kế toán viên.

accoutrements /ə'kuːtrəmənts/, Mỹ **accouterments** /ə'kuːtəmənts/ dt, snh **1.** trang bị, y phục **2.** đồ quân dụng *(của người lính).*

accredit /ə'kredit/ dgt **1.** **accredit something to somebody; accredit somebody with something** gán cho ai, quy cho ai, đổ cho ai: *acredit a saying to somebody; accredit somebody with a saying* gán cho ai đã đưa ra một ngạn ngữ **2.** ủy nhiệm cho ai làm đại diện chính thức *(ở nước ngoài...): he was accredited to Madrid (at Madrid)* ông ta được ủy nhiệm làm đại diện chính thức ở Madrid **3.** làm cho người ta tin *(một ý kiến, một lời khuyên...).*

accredited /ə'kreditid/ dt **1.** được chính thức thừa nhận *(người đại diện...)* **2.** được chấp nhận, được tin tưởng: *the accredited theories* những lý thuyết được chấp nhận **3**. được chứng nhận là đúng với chất lượng quy định.

accretion /ə'kri:ʃn/ *dt* **1**. sự tăng trưởng do bồi dần vào **2**. chất bồi tăng trưởng **3**. vật tăng trưởng do bồi dần vào: *a chimney blocked by an accretion of soot* ống khói bị tắc do bồ hóng bồi dần vào.

accrual /ə'kru:əl/ *dt* sự dồn lại, sự tích lại.

accrue /ə'kru:/ *dgt* dồn lại, tích lại: *the power and wealth which accrued to the prince* quyền lực và của cải đổ dồn về cho hoàng tử.

accumulate /ə'kju:mjʊleit/ *dgt* **1**. chồng chất, tích lũy; *accumulate enough evidence to ensure his conviction* tích lũy đủ chứng cứ để buộc tội hắn **2**. tăng về số lượng; tích tụ thêm: *dust and dirt soon accumulate if a house is not cleaned regularly* bụi bẩn ngày càng tích tụ thêm nếu nhà cửa không được quét dọn đều đặn.

accumulation /ə,kju:mjʊ-'leiʃn/ *dt* sự chồng chất, sự tích lại: *the accumulation of knowledge* sự tích lũy kiến thức; *an accumulation of unwanted rubbish* một đống rác rưởi vô ích.

accumulative /ə'kju:mjʊ-lətiv, (*Mỹ* ə'kju:mjʊleitiv)/ *tt* tích lũy, gom góp: *accumulative interest* tiền lãi tích lũy được.

accumulator /ə'kju:mjʊ-leitə[r]/ *dt* **1**. (*Anh*) bình ắc quy **2**. tiền cá cược dồn dần lên (*đánh cá ngựa*) **3**. bộ tích lũy (*máy diện toán*).

accuracy /'ækjərəsi/ *dt* sự chính xác; độ chính xác: *predict something with great accuracy* dự đoán điều gì với độ chính xác cao; *accu-*

racy of measurement độ chính xác của phép đo.

accurate /'ækjərət/ *tt* chính xác, đúng đắn: *an accurate clock* cái đồng hồ đúng giờ (chính xác); *his description is accurate* sự mô tả của anh ta rất chính xác.

accurately /'ækjərətli/ *pht* [một cách] chính xác, [một cách] đúng.

accursed /ə'kɜ:sid/ *tt* **1**. đáng ghét, khó chịu: *this accursed weather* thời tiết đáng ghét này, thời tiết chết tiệt này **2**. (*cũ*) bị nguyền rủa.

accusation /,ækju:'zeiʃn/ *dt* **1**. sự kết tội; sự bị kết tội: *prevent the accusation of an innocent person* ngăn ngừa sự kết tội một kẻ vô tội **2**. lời kết tội; cáo trạng: *accusations of corruption have been made (brought, laid) against him* ông ta bị buộc tội hối lộ.

accusative[1] /ə'kju:zətiv/ *dt* (*thường số ít*) (*ngôn*) đối cách.

accusative[2] /ə'kju:zətiv/ *tt* (*ngôn*) [thuộc] đối cách: *accusative form* dạng đối cách.

accusatory /ə'kju:zətəri, (*Mỹ* ə'kju:zətɔ:ri)/ kết tội: *accuratory remarks* những nhận xét kết tội.

accuse /ə'kju:z/ *dgt* kết tội: *accuse somebody of cheating* kết tội ai về tội lừa đảo.

accused /ə'kju:zd/ *the accused dt* bị cáo.

accuser /ə'kju:zə[r]/ *dt* **1**. người buộc tội, ủy viên công tố **2**. nguyên cáo.

accusingly /ə'kju:ziŋli/ *pht* [với vẻ] kết tội: *look accusingly at somebody* nhìn ai với vẻ kết tội.

accustom /ə'kʌstəm/ *dgt* (+to) làm cho quen, tập cho quen: *he quickly accustomed*

himself to this new way of life anh ta nhanh chóng quen với lối sống mới này.

accustomed /ə'kʌstəmd/ *tt* **1**. thường lệ, quen thuộc: *he took his accustomed seat by the fire* anh ta ngồi vào cái chỗ quen thuộc của mình cạnh lò sưởi **2**. (*vị ngữ*) accustomed to something quen với: *he quickly became accustomed to the local food* anh ta nhanh chóng quen với thức ăn địa phương; *be accustomed to rise early* quen dậy sớm.

ace /eis/ *dt* **1**. quân át: *the ace of spades* quân át pích **2**. (*kng*) người xuất sắc (*về môn gì đó*): *an ace pilot* viên phi công xuất sắc **3**. cú giao bóng thắng điểm (*quần vợt*). // [have] an ace up one's sleeve; (*Mỹ*) [have] an ace in the hole (*kng*) có món tủ (con chủ bài) còn để dành đấy chưa cho xuất trận; play one's ace sử dụng con chủ bài của mình; within an ace of something (doing something) rất gần với, sát nút với: *he was within an ace of death* nó sát nút với cái chết, nó suýt nữa thì chết.

acerbic /ə'sɜ:bik/ *tt* chua chát, gay gắt: *an acerbic remark* lời nhận xét chua chát.

acerbity /ə'sɜ:bəti/ *dt* sự chua chát, sự gay gắt.

acetate /'æsiteit/ *dt* **1**. (*hóa*) axetat **2**. (*cg* acetate silk) vải axetat (*dệt bằng sợi axetat xenluloza*)

acetic /ə'si:tik/ *tt* **1**. (*hóa*) axetic; *x* acetic acid **2**. [thuộc] giấm: *acetic fermentation* sự lên men giấm.

acetic acid /ə,si:tik'æsid/ (*hóa*) axit axetic.

acetone /'æsitəʊn/ *dt* (*hóa*) axeton.

acetylene /ə'setəli:n/ *dt* (hóa) axetylen.

ache¹ /eik/ *dt* sự đau, sự nhức *(đau kéo dài)* (thường trong từ ghép): a headache nhức đầu; toothache đau răng; he has an ache in the chest anh ta đau ngực.

ache² /eik/ *dgt* 1. đau, nhức: my head aches (is aching) đầu tôi nhức; I'm aching all over tôi đau nhức khắp người; it makes my heart ache to see her suffer lòng tôi đau nhức khi thấy cô ta đau khổ 2. **ache for** khát khao: he was aching for home (to go home) anh ta khát khao muốn về nhà.

achievable /ə'tʃi:vəbl/ *tt* có thể đạt được, có thể giành được.

achieve /ə'tʃi:v/ *dgt* 1. đạt được, giành được: achieve one's purpose đạt được mục đích; achieve great victories giành được những chiến thắng lớn 2. hoàn thành: I've achieved only half of what I'd hoped to do tôi chỉ mới hoàn thành được một nửa công việc tôi hy vọng làm xong.

achievement /ə'tʃi:vmənt/ *dt* 1. sự đạt được, sự giành được: the achievement of independence sự giành được độc lập 2. thành quả, thành tựu: the greatest scientific achievement of the decade thành tựu khoa học lớn nhất của thập kỷ.

Achilles /ə'kili:z/ *dt* **an (one's) Achilles heel** điểm yếu: vanity is his Achilles heel tính kiêu căng là điểm yếu của anh ta.

Achilles tendon /ə'kili:z 'tendən/ *(giải)* gân gót.

achy /'eiki/ *tt (kng)* đau nhức, nhức nhối.

acid¹ /'æsid/ *dt* 1. *(hóa)* acid: vinegar contains acetic acid giấm chứa axit axetic 2. chất chua 3. *(lóng) nh* LSD.

acid² /'æsid/ *tt* 1. chua: a lemon is an acid fruit quả chanh là một quả chua 2. *(bóng)* chua chát, gay gắt: his remarks were rather acid lời nhận xét của anh ta khá là gay gắt.

acidify /ə'sidifai/ *dgt* axit hóa.

acidic /ə'sidik/ *tt* [thuộc] axit; như axit.

acidity /ə'sidəti/ *dt* vị chua; độ chua.

acidly /'æsidli/ *pht* [một cách] chua chát, [một cách] gay gắt.

acidosis /,æsi'dəusis/ *dt* sự nhiễm a xít.

acid rain /,æsid'rein/ mưa axit *(do không khí bị ô nhiễm bởi chất thải của các nhà máy).*

acid test /,æsid'test/ sự thử nghiệm giá trị, sự thử thách: the acid test of a good driver is whether he remains calm in an emergency cách thử thách người lái xe giỏi là xem anh ta có bình tĩnh trong tình trạng khẩn cấp không.

acidulated /ə'sidjuleitid, (Mỹ ə'sidʒuleitid)/ *tt* hơi chua.

acidulous /ə'sidjuləs, (Mỹ ə'sidʒuləs)/ *tt* 1. hơi chua 2. hơi chua chát, hơi gay gắt.

acknowledge /ək'nɒlidʒ/ *dgt* 1. thừa nhận, nhận: a generally acknowledged fact một sự kiện được mọi người thừa nhận; they refused to acknowledge defeat (that they were defeated; themselves beaten) họ không chịu nhận là đã bị đánh bại; Stephen acknowledged Henry as his heir Stephen đã nhận Henry là người thừa kế của mình 2. báo là

đã nhận được: acknowledge [receipt of] a letter báo là đã nhận được thư 3. tỏ lòng biết ơn, cảm tạ: acknowledge help cảm tạ sự giúp đỡ; acknowledge someone's kindness cảm tạ lòng tốt của ai.

acknowledgement, acknowledgment /ək'nɒlidʒmənt/ *dt* 1. sự thừa nhận, sự nhận; sự đền đáp: in acknowledgement of someone's help để đền đáp ơn giúp đỡ 2. thư báo là đã nhận được: I didn't receive any acknowledgement of my application tôi chẳng nhận được thư báo nào về đơn xin việc của tôi 3. lời cảm tạ: her theory was quoted without [an] acknowledgement luận thuyết của bà ta được người ta trích dẫn mà không có lấy một lời cảm ơn.

acme /'ækmi/ *dt (thường số ít)* tột đỉnh: reach the acme of success thành công tột đỉnh.

acne /'ækni/ *dt* mụn trứng cá *(ở mặt).*

acolyte /'ækəlait/ *dt* 1. tu sĩ hầu lễ 2. phụ tá; tay chân.

aconite /'ækənait/ *dt (thực, dược)* phụ tử.

acorn /'eikɔ:n/ *dt (thực)* quả đấu. // **big oaks from litter acorns grow** *x* oak.

acoustic¹ /ə'ku:stik/ *tt* 1. [thuộc] âm thanh; [thuộc] âm học 2. không sử dụng điện *(nói về nhạc cụ)*: an acoustic guitar đàn ghi-ta không sử dụng điện.

acoustic² /ə'ku:stik/ *dt (cg* **acoustics**) độ vang âm *(của một phòng...).*

acoustically /ə'ku:stikəli/ *pht* về mặt vang âm: the hall is excellent acoustically đại sảnh thật tuyệt vời về mặt vang âm.

acoustics /ə'ku:sticks/ *dt* **1.** (*cg* **acoustic**) độ vang âm **2.** (*lý*) (*dgt số ít*) âm học.

acquaint /ə'kweint/ *dgt* **1.** làm quen: *acquaint oneself with something* làm quen với điều gì; *be acquainted with somebody* quen biết ai **2.** báo cho biết: *acquaint sombody with a piece of news* báo cho ai biết một tin.

acquaintance /ə'kweintəns/ *dt* **1.** sự biết, sự hiểu biết: *he has a little acquaintance with the Japanese language* anh có biết một ít về tiếng Nhật **2.** người quen, người quen biết: *he has a wide circle of acquaintances* anh ta quen biết rộng; *she's an old acquaintance* cô ta là một người quen cũ. // **have a nodding acquaintance with** *x* nod; **make somebody's acquaintance; make the acquaintance of somebody** làm quen với ai: *I made his acquaintance at a party* tôi làm quen với ông ta tại một buổi tiệc; **on [further] acquaintance** khi biết nhau lâu ngày hơn; **scrape an acquaintance with somebody** *x* scrape[1].

acquainted /ə'kweintid/ *tt* **1. acquainted with something** làm quen với: *you will soon become fully acquainted with the procedures* không mấy lâu nữa anh sẽ quen với các thủ tục này thôi **2. acquainted with somebody** quen biết riêng ai: *I'm not acquainted with the lady* tôi không quen biết bà ấy.

acquiesce /,ækwi'es/ *dgt* ưng thuận, đồng ý: *her parents will never acquiesce in such an unsuitable marriage* bố mẹ cô ta không bao giờ đồng ý một cuộc hôn nhân không xứng đôi như vậy.

acquiescence /,ækwi'esns/ *dt* sự ưng thuận, sự đồng ý.

acquiescent /,ækwi'esnt/ *tt* ưng thuận, đồng ý.

acquiescently /,ækwi'esntli/ *pht* [một cách] ưng thuận, [một cách] đồng ý.

acquire /ə'kwaiə[r]/ *dgt* đạt được, thu được: *acquired characteristic (sinh)* đặc tính thu được (*trong quá trình thích nghi với ngoại cảnh, chứ không phải bẩm sinh*); *acquired taste* một thị hiếu thu được (*qua một quá trình tập quen, không phải vốn có*).

acquisition /,ækwi'ziʃn/ *dt* **1.** sự đạt được, sự thu được: *the acquisition of knowledge* sự thu được kiến thức **2.** cái đạt được, cái thu được: *the library's most recent acquisitions* những cuốn sách mới nhất vừa nhập vào thư viện; *the school has a valuable new acquisition in Mr Nam* trường ta mới thu nhận được một giáo viên có giá trị là thầy Nam.

acquisitive /ə'kwizətiv/ *tt* (*thường xấu*) thích trữ của; thích thu lợi: *an acquisitive collector* người sưu tập thích trữ vật có giá.

acquisitively /ə'kwizətivli/ *pht* [một cách] thích trữ của, [một cách] thích thu lợi.

acquisitiveness /ə'kwizətivnis/ *dt* sự thích trữ của, sự thích thu lợi.

acquit /ə'kwit/ *dgt* (-tt-) **1.** tha bổng, tuyên bố trắng án: *the jury acquitted him of [the charge of] murder* ban hội thẩm tha bổng hắn khỏi tội giết người **2. acquit oneself well, badly...** làm tròn (không tròn) bổn phận mình: *he acquitted himself bravely in the battle* trong trận đánh, anh đã dũng cảm làm tròn bổn phận của mình.

acquittal /ə'kwitl/ *dt* sự tha bổng, sự trắng án: *there were three convictions and two acquittals in court today* hôm nay ở tòa có ba vụ kết án và hai vụ trắng án; *lack of evidence resulted in their acquittal* vì thiếu chứng cứ, họ đã được tha bổng.

acre /'eikə[r]/ *tt* **1.** mẫu Anh (*khoảng 4050m²*): *a three-acre wood* một khu rừng ba mẫu **2.** cánh đồng; khoảnh đất: *God's acre* nghĩa địa, nghĩa trang.

acreage /'eikəridʒ/ *dt* diện tích (*tính bằng mẫu Anh*).

acrid /'ækrid/ *tt* **1.** hăng; cay sè: *acrid fumes from burning rubber* khói cao su cháy cay sè **2.** chua cay, gay gắt: *an acrid dispute* cuộc cãi cọ gay gắt.

acridity /ə'kridəti/ *dt* **1.** sự hăng; sự cay sè **2.** sự chua cay, sự gay gắt.

acrimonious /,ækri'məuniəs/ *tt* gay gắt: *an acrimonious discussion* cuộc thảo luận gay gắt.

acrimoniously /,ækri'məuniəsli/ *pht* [một cách] gay gắt.

acrimony /'ækriməni, (*Mỹ* 'ækriməuni)/ *dt* sự gay gắt (*trong lời nói, thái độ*): *the dispute was settled without acrimony* cuộc cãi cọ được dàn xếp êm thấm.

acrobat /'ækrəbæt/ *dt* diễn viên nhào lộn (*xiếc*).

acrobatic /,ækrə'bætik/ *tt* nhào lộn: *acrobatic skills* kỹ xảo nhào lộn.

acrobatics /'ækrə'bætiks/ *dt* thuật nhào lộn.

acronym /'ækrənim/ *dt* ký hiệu chữ đầu (*như* UNESCO *là ký hiệu chữ đầu của* United Nations Educational

Scientific and Cultural Organization).

acropolis /ə'krɒpəlis/ *dt* vệ thành (của thành Athens thời cổ Hy Lạp).

across¹ /ə'krɒs, (Mỹ ə'krɔ:s)/ *pht* **1.** qua, ngang qua: can you swim across? anh bơi qua được không?; I helped the blind man across tôi giúp người mù sang đường; come across to my office this afternoon chiều nay ghé qua cơ quan tôi nhé **2.** ở phía bên kia: we leave Dover at ten and we should be across in France by midnight chúng tôi rời Dover lúc 10 giờ và sẽ sang đất Pháp ở phía bên kia biên giới vào lúc nửa đêm **3.** từ bên này sang bên kia: the river is half a mile across con sông từ bờ bên này sang bờ bên kia rộng nửa dặm. // **across from** (Mỹ) đối diện: just across from our house there's a school đối diện ngang nhà chúng tôi có một ngôi trường.

across² /ə'krɒs, (Mỹ ə'krɔ:s)/ *gt* **1.** qua, ngang qua: walk across the street sang qua đường phố; row somebody across the lake chèo thuyền đưa ai qua hồ **2.** ở phía bên kia, ở bên kia: my house is just across the street nhà tôi ở ngay bên kia đường phố **3.** từ bên này sang bên kia: a bridge across the river chiếc cầu bắc qua sông **4.** bắt chéo: he sat with his arms across his chest nó ngồi khoanh tay (tay bắt chéo) trước ngực.

acrostic /ə'krɒstik, (Mỹ ə'krɔ:stik)/ *dt* thơ chữ đầu.

acrylic¹ /ə'krilik/ *tt* (hóa) acrylic.

acrylic² /ə'krilik/ *dt* sợi acrylic.

act¹ /ækt/ *dt* **1.** hành động, hành vi: act of violence hành động bạo lực; act of madness hành động điên rồ **2.** hồi (trong vở kịch...): the hero dies in Act 4, Scene 3 nhân vật nam chính chết ở Hồi 4, Cảnh 3; a play in five acts vở 5 màn **3.** tiết mục (xiếc, ca múa nhạc...) **4.** điều luật: an Act of Parliament một điều luật do Nghị viện ban hành **5.** (kng) màn đạo đức giả; trò dối trá: don't be taken in by his flattery, it's just an act đừng có để cho trò nịnh nọt của nó đánh lừa, chỉ là một màn đạo đức giả mà thôi. // **be (get in) on the act** (kng) tham gia vào một hoạt động kiếm ra tiền: she has made a lot of money from her business and now her family want to get in on the act too bà ta làm ăn kiếm được khối tiền, và bây giờ gia đình bà cũng muốn tham gia vào; **do a disappearing act** x disappear; **[catch somebody] in the [very] act [of doing something]** bắt quả tang ai đang làm việc gì: I caught her in the act of reading my letter tôi bắt quả tang cô ta đang đọc thư của tôi; in the act of bending down, he slipped and hurt his back trong khi cúi người xuống, anh ta trượt chân và bị thương ở lưng; **read the Riot Act** x read.

act² /ækt/ *dgt* **1.** hành động: the time for talking is past we must act at once không phải lúc để nói nữa, ta phải hành động ngay; the police refused to act without more evidence cảnh sát từ chối hành động khi không có thêm chứng cứ **2.** diễn, đóng (vai kịch...) who is acting Hamlet? ai đóng vai Hamlet thế? have you ever acted anh đã đóng vai nào chưa; she acts very well cô nàng diễn xuất rất hay **3.** giả bộ, đóng vai (bóng): he's not really angry, he's just acting the stern father ông ta không giận thật đâu, ông ta chỉ "đóng vai" ông bố nghiêm khắc thôi. // **act (play) the fool** x fool; **act (play) the goat** x goat.

act as somebody (something) thực hiện vai trò là: I don't understand their language, you'll have to act as interpreter tôi không hiểu ngôn ngữ của họ, anh phải [thực hiện vai trò là] phiên dịch hộ cho mới được; **act for (on behalf of) somebody** thay mặt cho ai, đại diện cho ai: during her illness her solicitor has been acting for her in her business affairs trong thời gian bà ta bị bệnh, ông cố vấn pháp luật của bà đã đại diện cho bà trong công việc kinh doanh; **act on something** a/ hành động theo: acting on information received, the police raided the club theo nguồn tin nhận được, cảnh sát đã bố ráp câu lạc bộ b/ tác động đến, có ảnh hưởng đến: alcohol acts on the brain rượu có ảnh hưởng đến bộ não; **act something out** đóng vai nào đó; **act up** (kng) gây đau đớn, gây phiền nhiễu (vì hoạt động không tốt): my sprained ankle has been acting up badly all week cái mắt cá bị bong gân làm tôi đau nhức dữ suốt cả tuần; the car's acting up again chiếc xe lại giở quẻ rồi đây.

acting¹ /'æktiŋ/ *tt* thay quyền, quyền: our director is in hospital, but the acting director can see you giám đốc của chúng tôi nằm bệnh viện, nhưng viên quyền giám đốc có thể tiếp ông.

acting² /'æktiŋ/ *dt* sự diễn xuất, sự thủ vai: *she did a lot of acting while she was at college* khi còn là sinh viên, chị ta đã thủ khối vai.

actinism /'æktinizəm/ *dt* tính quang hóa.

action /'ækʃn/ *dt* **1.** hoạt động; hành động; *the time has come for action* đã đến giờ phải hành động; *a man of action* một con người thích hoạt động, một con người năng nổ; *you must judge a person by his actions, not by what he says* anh phải xét người theo hành động chứ không phải qua lời nói **2.** sự kiện, tình tiết *(một vở kịch, một câu chuyện...)*: *the action is set in France* tình tiết này diễn ra ở Pháp **3.** *(số ít)* (+ on) ảnh hưởng, tác động: *photographs are produced by the action of light on film* ảnh chụp là do tác động của ánh sáng lên phim ảnh **4.** sự chiến đấu; trận đánh: *killed in action* chết trong trận mạc, tử trận **5.** việc kiện cáo, sự tố tụng: *take (bring) an action against somebody* kiện ai **6.** [cách] hoạt động *(của một cơ quan trong cơ thể)*: *study the action of the liver* nghiên cứu hoạt động của gan **7.** động tác, bộ điệu *(của một vận động viên, một con ngựa...)*. // **actions speak louder than words** *(ngạn ngữ)* việc làm nói lên nhiều hơn lời nói; **a course of action** x course; **in action** đang hoạt động; đang vận hành: *I've heard she's a marvellous player but I've never seen her in action* tôi từng nghe nói cô ta là một vận động viên kỳ tài nhưng tôi chưa bao giờ thấy cô ta chơi cả; **into action** đi vào vận hành, đi vào hoạt động: *put a plan into action* thực thi một kế hoạch; **out of action** không hoạt động nữa: *this machine is out of action* cỗ máy này không hoạt động được nữa (hỏng rồi); *I've been out of action for several weeks with a broken leg* tôi đã phải nghỉ việc mấy tuần nay vì gãy chân; **a piece (slice) of the action** *(kng)* kiếm chác được lợi *(trong việc gì)*: *I'm only putting money into this scheme if I get a slice of the action* tôi chỉ bỏ tiền vào kế hoạch này nếu qua đó tôi thu được lợi; **swing into action** x swing¹; **take action** thực hiện để đối phó với một tình thế nào đó: *immediate action must be taken to stop the fire spreading* phải có hành động tức thời để ngăn ngọn lửa lan rộng ra; **take evasive action** x evasive; **where the action is** *(kng)* nơi nhộn nhịp náo nhiệt: *life in the country can be dull, London is where all the action is* cuộc sống ở thôn quê có thể buồn tẻ, Luân Đôn mới là nơi nhộn nhịp náo nhiệt.

actionable /'ækʃənəbl/ *tt* có thể kiện: *be careful what you say, your remarks may be actionable* hãy ăn nói thận trọng, những nhận xét của anh có thể bị người ta kiện đấy.

action group /'ækʃngru:p/ nhóm công tác *(về chính trị...)*.

action painting /'ækʃn,peintiŋ/ bức tranh chấm phá.

action replay /,ækʃn ri:'plei/ đoạn quay chậm *(phim tường thuật một cuộc đá bóng...)*.

action stations /'ækʃn ,steiʃnz/ *tht (quân)* về vị trí chiến đấu!

activate /'æktiveit/ *dgt* **1.** làm hoạt động *(hệ thống báo động...)*: *treading on any part of this floor activates the alarm system* giẫm lên bất cứ chỗ nào trên sàn này sẽ làm hoạt động hệ thống báo động **2.** *(lý; hóa)* hoạt hóa.

activation /,ækti'veiʃn/ *dt* **1.** sự làm hoạt động **2.** *(lý; hóa)* sự hoạt hóa.

active¹ /'æktiv/ *tt* **1.** tích cực hoạt động, linh lợi, nhanh nhẹn: *an active volcano* núi lửa còn hoạt động; *although he's quite old, he's still very active* mặc dù tuổi đã cao, ông ấy còn rất nhanh nhẹn **2.** tác động, có công hiệu *(không chỉ thụ động)*: *the active ingredients* các thành phần có công hiệu *(trong một phương thuốc...)* **3.** phóng xạ **4.** *(ngôn)* chủ động (x active²) **5.** *(quân)* tại ngũ (x active service).

active² /'æktiv/ *dt (số ít)* *(cg* **active voice**) *(ngôn)* dạng chủ động.

actively /'æktivli/ *pht* [một cách] tích cực: *actively involved in the project* tham gia tích cực vào dự án.

activeness /'æktivnis/ *dt* sự tích cực.

active service /,æktiv'sɜ:vis/ *(Mỹ cg* **active duty**) *on active service* đang tại ngũ.

active voice /,æktiv'vɔis/ x active².

activist /'æktivist/ *dt* phần tử tích cực; cốt cán.

activity /æk'tivəti/ *dt* **1.** sự tích cực, sự hoạt động **2.** *(snh)* hoạt động: *scientific activities* hoạt động khoa học; *her activities include tennis and painting* những hoạt động của nàng bao gồm bóng quần vợt và hội họa.

act of God /ˌæktəv'gɒd/ thiên tai (như bão, lụt, động đất...).

actor /'æktə[r]/ dt diễn viên; film actor diễn viên điện ảnh.

actress /'æktris/ dt nữ diễn viên.

actual /'æktʃʊəl/ tt thực, thật, thực sự: actual capital vốn thực có; he looks younger than his wife, but in actual fact he's a lot older anh ta trông trẻ hơn vợ, nhưng thật ra anh ta nhiều tuổi hơn nhiều.

actuality /ˌæktʃʊ'æləti/ 1. sự tồn tại thực sự, sự có thực 2. **actualities** (snh) điều có thực; thực tế.

actually /'æktʃʊəli/ pht 1. thực sự: actually, I'm busy at the moment, can I phone you back? thực sự bây giờ tôi đang bận, tôi có thể gọi điện thoại lại cho anh được không?; the political party actually in power đảng chính trị thực sự đang nắm quyền 2. ngay cả đến, thậm chí: she not only entered the competition, she actually won it! cô ta không những tham gia thi đấu thôi đâu nhé mà còn thậm chí giật giải nữa kia đấy.

actuarial /ˌæktʃʊ'eəriəl/ tt tính toán bảo hiểm.

actuary /'æktʃʊəri, (Mỹ 'æktʃʊeri)/ dt cố vấn tính toán bảo hiểm.

actuate /'æktʃʊeit/ dgt 1. khởi động (một cỗ máy); bắt đầu (một quá trình) 2. thúc đẩy: he was actuated solely by greed hắn bị thúc đẩy chỉ vì lòng tham.

acuity /ə'kjuːəti/ dt tính sắc bén, độ nhạy (của tư duy, của giác quan).

acumen /'ækjʊmen, ə'kjuː-mən/ dt sự nhạy bén; po-litical acumen sự nhạy bén về chính trị.

acupuncture /'ækjʊpʌŋ-tʃə[r]/ dt (y) phép châm cứu.

acupuncturist /'ækjʊpʌŋ-tʃərist/ dt (y) thầy thuốc châm cứu.

acute /ə'kjuːt/ tt 1. to lớn, nghiêm trọng: suffer acute hardship chịu đựng khó khăn to lớn; there is an acute shortage of water thiếu nước nghiêm trọng 2. buốt, gay gắt, sâu sắc: suffer acute pain đau buốt; suffer acute remorse hối hận sâu sắc 3. sắc sảo, tinh, thính: her judgement is acute nhận định của cô ta rất tinh 4. (y) cấp tính: acute appendicitis viêm ruột thừa cấp tính.

acute accent /əkjuːt'æksent/ (ngôn) dấu sắc (như trong café).

acute angle /əˌkjuːt'æŋgl/ (toán) góc nhọn.

acutely /ə'kjuːtli/ pht 1. [một cách] to lớn, [một cách] nghiêm trọng 2. [một cách] gay gắt, [một cách] sâu sắc 3. [một cách] sắc sảo, [một cách] tinh thính 4. [một cách] cấp phát (bệnh).

acuteness /ə'kjuːtnis/ dt 1. sự to lớn, sự nghiêm trọng 2. sự gay gắt, sự sâu sắc 3. sự sắc sảo, sự tinh thính 4. tính cấp phát (bệnh).

–acy x -cy.

AD /ˌei'diː/ (vt tiếng La-tinh anno domini) sau Công nguyên; in [the year] 55 AD (AD 55) vào năm 55 sau Công nguyên.

ad /æd/ dt (kng) (vt của advertisement) quảng cáo: put an ad in the local paper đăng một tin quảng cáo trên báo địa phương.

adage /'ædidʒ/ dt ngạn ngữ; cách ngôn.

adagio[1] /ə'dɑːdʒiəʊ/ tt, pht (nhạc) khoan thai.

adagio[2] /əd'ɒːdʒiəʊ/ dt (snh **adagios**) khúc nhạc chơi nhịp khoan thai.

Adam /'ædəm/ dt Adam (người đàn ông đầu tiên trên trái đất). // **not know somebody from Adam** x know.

adamant /'ædəmənt/ tt kiên quyết; cứng rắn: an adamant refusal sự từ chối kiên quyết.

adamantly /'ædəməntli/ pht [một cách] kiên quyết; [một cách] cứng rắn.

Adam's apple /ˌædəmz'æpl/ (giải) trái cổ.

adapt /ə'dæpt/ dgt 1. làm cho hợp với, sửa cho hợp với: this machine has been specially adapted for use underwater máy này đã được sửa cho hợp với việc sử dụng dưới nước 2. sửa lại cho hợp; cải biên; phóng tác: this novel has been adapted for radio from the Russian original tiểu thuyết này đã được cải biên từ nguyên bản tiếng Nga để phát thanh 3. thích nghi với: our eyes slowly adapted to the dark mắt chúng ta dần dần thích nghi với bóng tối; she adapted [herself] quickly to the new climate cô ta thích nghi nhanh chóng với khí hậu mới.

adaptability /əˌdæptə'biləti/ dt khả năng thích nghi.

adaptable /ə'dæptəbl/ tt có thể thích nghi; có thể làm cho thích nghi: he is not very adaptable anh ta không thể dễ dàng thích nghi với hoàn cảnh mới.

adaptation /ˌædæp'teiʃn/ dt 1. sự thích nghi 2. bản cải biên, bản phóng tác: an adaptation for children of a play by Shakespeare một bản phóng tác kịch của

Shakespeare dành cho trẻ em.

adaptor /ə'dæptə[r]/ *dt* **1.** thiết bị tiếp hợp *(điện)* **2.** *(cg* **adapter**) người phóng tác, người cải biên.

ADC /'əidi:'si:/ *(vt của* aide-de-camp) sĩ quan phụ tá.

add /æd/ *dgt* **1.** thêm: *if the tea is too strong, add some more water* nếu trà đặc quá thì thêm một ít nước vào; *many words have been added to this edition of the dictionary* ấn bản kỳ này của từ điển có thêm nhiều từ mới **2.** cộng: *if you add 5 and 5 [together] you get 10* nếu anh cộng 5 với 5, anh sẽ được 10 **3.** nói thêm: *"and don't be late" she added* chị ta nói thêm "và đừng có đến trễ nhé". // **add fuel to the flames** lửa cháy đổ thêm dầu; **add insult to injury** miệng chửi tay đấm. // **add something in** gộp vào, bỏ vào, đổ vào; **add something on [to something]** tính thêm vào, cộng vào: *add on a 10% service charge* cộng thêm 10% phí dịch vụ; **add to something** làm tăng thêm: *the bad weather only added to our difficulties* thời tiết xấu chỉ làm tăng thêm khó khăn cho chúng tôi; *the house has been added to from time to time* từng thời kỳ ngôi nhà được xây thêm phòng mới; **add up** *(kng)* có vẻ có lý; có ý nghĩa: *his story just doesn't add up, he must be lying* câu chuyện của anh ta có vẻ không có lý, hẳn là anh ta nói dối; **add [something] up** cộng các khoản, lấy tổng số: *add up all the money I owe you* hãy cộng tất cả tiền tôi nợ anh; **add up to something** a/ lên tới *(số nào đó): the numbers add up to 100* những số

này lên tới 100 b/ *(kng)* tương đương với; cho thấy *(cái gì đó): these clues don't really add up to very much* những manh mối này thực sự không cho thấy được gì mấy.

added /'ædid/ *tt* thêm: *the new system is not only cheaper, but has the added advantage of being much faster than the old one* hệ thống mới không những rẻ hơn mà còn có thêm cái lợi là chạy nhanh hơn hệ thống cũ.

addenda /ə'dendə/ *dt snh của* addendum.

addendum /ə'dendəm/ *dt (snh* **addenda**) **1.** phần thêm vào **2. addenda** *(dgt snh hay số ít)* phụ lục.

adder /'ædə[r]/ *dt (động)* rắn vipe.

addict /'ædikt/ *dt* người nghiện: *a heroin addict* người nghiện bạch phiến; *a football addict* người nghiện đá bóng, người mê đá bóng.

addicted /ə'diktid/ *tt (vị ngữ)* nghiện: *become addicted to alcohol* trở nên nghiện rượu; *addicted to television* nghiện TV, mê TV.

addiction /ə'dikʃn/ *dt* sự nghiện; *overcome one's addiction to alcohol* khắc phục được thói nghiện rượu.

addictive /ə'diktiv/ *tt* gây nghiện: *coffee is addictive in a mild way* cà phê gây nghiện nhẹ.

addition /ə'diʃn/ *dt* **1.** phép tính cộng; sự cộng lại **2.** sự thêm; phần thêm: *they have just had an addition to the family* họ vừa mới có thêm một người vào gia đình. // **in addition to** ngoài ra: *in addition [to the names on the list] there are six other applicants* ngoài các tên

trong danh sách ra, còn có sáu người khác xin việc.

additional /ə'diʃənl/ *tt* thêm; bổ sung: *additional charges* phí bổ sung.

additionally /ə'diʃənəli/ *pht* thêm vào đó; ngoài ra.

additive¹ /'æditiv/ *dt* chất pha thêm, chất phụ gia *(vào dầu, xăng).*

additive² /'æditiv/ *tt* thêm vào, cộng.

addle /'ædl/ *dgt* **1.** làm quẩn, làm rối: *my hair feels addled* đầu tóc tôi rối cả lên **2.** [làm cho] thối, [làm cho] ung *(trứng).*

address¹ /ə'dres, *(Mỹ* 'ædres)/ **1.** địa chỉ: *tell me if you change your address* bảo tôi nếu anh đổi địa chỉ nhé; *home address* địa chỉ gốc; *floating address* địa chỉ [di] động *(máy diện toán)* **2.** bài nói, diễn văn. // **a form of address** *x* form¹.

address² /ə'dres/ *dgt* **1.** đề địa chỉ: *the card was wrongly addressed to [us at] our old home* tấm thiệp đã đề sai địa chỉ về chỗ nhà cũ của chúng tôi **2.** diễn thuyết, nói chuyện với: *the chairman will now address the meeting* bây giờ chủ tọa nói chuyện với những người dự họp **3.** gửi: *please address all complaints to the manager* xin gửi mọi khiếu nại lên giám đốc **4.** xưng hô, gọi: *don't address me as "Colonel", I'm only a major* đừng gọi tôi là đại tá, tôi chỉ là thiếu tá **5. address oneself to** chú tâm vào vấn đề gì: *it is time we addressed ourselves to the main item on the agenda* đã đến lúc ta phải chú tâm vào mục chính trong chương trình nghị sự **6.** nhằm vào *(bóng, khi đánh gôn)* **7.** đánh địa chỉ, lập địa chỉ *(máy điện toán).*

addressee /ˌædrə'si:/ *dt* người nhận *(thư...).*

adduce /ə'dju:s, (Mỹ ə'du:s)/ *dgt* đưa ra, viện dẫn: *I could adduce several reasons for his strange behaviour* tôi có thể đưa ra nhiều lý do về cách cư xử lạ lùng của anh ta.

–ade *(tiếp tố tạo thành dt từ dt)* nước *(chế từ trái cây và có mùi vị trái cây):* *orangeade* nước cam.

adenoids /'ædinɔidz, (Mỹ 'ædənɔidz)/ *dt snh (y)* sùi vòm họng, VA: *she's got adenoids* chị ta bị sùi vòm họng, chị ta bị VA.

adenoidal /ˌædi'nɔidl/ *tt* 1. [thuộc bệnh] sùi vòm họng 2. bị bệnh sùi vòm họng, bị VA: *an adenoidal child* một cháu bé bị VA.

adept¹ /'ædept, ə'dept/ *tt* giỏi, thạo: *she's adept at growing roses* chị ta thạo nghề trồng hoa hồng.

adept² /'ædept, ə'dept/ *dt* người giỏi, người thạo *(về nghề gì, về vấn đề gì):* *he's an adept-in carpentry* anh ta là người giỏi nghề mộc.

adequacy /'ædikwəsi/ *dt* 1. sự đủ, sự đầy đủ 2. sự thỏa đáng; sự thích đáng.

adequate /'ædikwət/ *tt* 1. đủ, đầy đủ: *their earnings are adequate to their needs* thu nhập của họ đủ cho nhu cầu của họ; *she has adequate grounds for a divorce* chị ta có lý do đầy đủ để ly hôn 2. thỏa đáng, thích đáng: *your work is adequate but I'm sure you could do better* công việc của anh thỏa đáng, nhưng tôi chắc rằng anh có thể làm tốt hơn.

adequately /'ædikwətli/ *pht* 1. [một cách] đủ, [một cách] đầy đủ: *are you adequately insured?* anh có được bảo hiểm đầy đủ không? 2. [một cách] thỏa đáng, [một cách] thích đáng.

adhere /əd'hiə[r]/ *dgt* 1. dính chặt vào, bám chặt vào: *adhere to the skin* dính chặt vào da 2. giữ vững, tôn trọng, trung thành với, gắn bó với: *adhere to one's opinions* giữ vững ý kiến của mình; *adhere to a political party* trung thành với một đảng chính trị; *adhere to a treaty* tôn trọng một hiệp ước.

adherence /əd'hiərəns/ *dt* 1. sự dính chặt, sự bám chặt 2. sự giữ vững, sự tôn trọng, sự trung thành với, sự gắn bó với: *the strict adherence to their religion* sự gắn bó thật sự với tôn giáo của họ.

adherent¹ /əd'hiərənt/ *tt* 1. dính chặt, bám chặt: *an adherent surface* một bề mặt dính chặt 2. trung thành, gắn bó.

adherent² /əd'hiərənt/ *dt* người trung thành, người gắn bó.

adhesion /əd'hi:ʒn/ *dt* 1. sự dính chặt 2. sự tham gia, sự gia nhập *(một ý thức hệ...)* 3. *(y)* khối mô dính kết: *painful adhesions caused by a wound that is slow to heal* khối mô dính kết đau nhức hình thành do một vết thương chậm lành.

adhesive¹ /əd'hi:ziv/ *tt* dính, bám chắc: *adhesive side of a stamp* mặt dính của con tem *adhesive tape* băng dính; *adhesive plaster* cao dán.

adhesive² /əd'hi:ziv/ *dt* chất dính, chất dán: *quick-drying adhesives* những chất dính mau khô.

ad hoc /ˌæd'hɒk/ *tt, pht (tiếng Latinh)* đặc biệt: *an ad hoc committee set up to deal with the water shortage* một ủy ban đặc biệt tổ chức ra để đối phó với vấn đề khan nước.

adieu /ə'dju:, (Mỹ ə'du:)/ *tht, dt (snh, adieus hoặc adieux /ə'dju:z, Mỹ ə'du:z/)* từ biệt // **make one's adieus** chào từ biệt.

ad infinitum /ˌædinfi'naitəm/ *(tiếng Latinh)* không giới hạn, mãi mãi: *I don't want to go on working here ad infinitum* tôi không muốn làm việc ở đây mãi mãi.

adipose /'ædipəus/ *tt* có mỡ, béo: *a layer of adipose tissue under the skin* một lớp mô béo dưới da.

adiposity /ˌædi'pɒsəti/ *dt (y)* chứng béo phì.

adjacency /ə'dʒeisnsi/ *dt* sự gần kề, sự kề liền.

adjacent /æ'dʒeisnt/ *tt* kề, sát ngay: *we work in adjacent rooms* chúng tôi làm việc trong những phòng kề nhau.

adjacently /ə'dʒeisntli/ *pht* [một cách] gần kề.

adjacent angles /ə'dʒeisnt 'æŋglz/ *(toán)* góc kề.

adjectival /ˌædʒek'taivl/ *tt* [thuộc] tính từ: [có chức năng] tính từ: *an adjectival clause* một mệnh đề có chức năng tính từ.

adjectivally /ˌædʒek'taivəli/ *pht* như tính từ, [với chức năng] tính từ.

adjective /'ædʒiktiv/ *dt (ngôn)* tính từ.

adjoin /ə'dʒɔin/ *dgt* tiếp vào, sát nách, bên cạnh: *we heard laughter in the adjoining room* chúng tôi nghe tiếng cười ở phòng bên cạnh.

adjourn /ə'dʒɜ:n/ *dgt* **1.** hoãn, ngưng (họp): *the trial was adjourned for a week* việc xét xử hoãn lại một tuần; *the court will adjourn for lunch* tòa ngưng họp để ăn trưa **2.** dời sang một chỗ khác *(nhóm người hội họp)*: *after dinner we all adjourned to the sitting room* sau bữa cơm tối, tất cả chúng tôi dời sang buồng khách.

adjournment /ə'dʒɜ:nmənt/ *dt* sự hoãn, sự ngưng (họp): *the judge granted us a short adjournment* quan tòa cho phép chúng ta ngưng họp một lát.

adjudge /ə'dʒʌdʒ/ *dgt* **1.** (*cg* **adjudicate**) tuyên bố chính thức, xử, quyết định: *the court adjudged that he was guilty* tòa đã tuyên bố là anh ta có tội **2.** cấp cho: *adjudge something to somebody* cấp cho ai cái gì.

adjudicate /ə'dʒu:dikeit/ *dgt* **1.** (+ **on, upon**) xử, xét xử: *who will adjudicate on this dispute?* ai xét xử trong vụ tranh chấp này đây? **2.** *nh* adjudge[1].

adjudication /ə,dʒu:di'keiʃn/ *dt* sự xử, sự xét, xử.

adjudicator /ə'dʒu:dikeitə[r]/ *dt* người phân xử, trọng tài.

adjunct /'ædʒʌŋt/ *dt* **1.** adjunct to (of) something cái phụ thêm, vật phụ thêm **2.** (ngôn) bổ ngữ.

adjuration /,ædʒuə'reiʃn/ *dt* sự khẩn nài.

adjure /'ædʒuə[r]/ *dgt* khẩn thiết yêu cầu, khẩn nài: *I adjure you to tell the truth before this court* tôi khẩn thiết yêu cầu anh nói rõ sự thật trước phiên tòa này.

adjust /ə'dʒʌst/ *dgt* **1.** sửa lại cho đúng, hiệu chỉnh: *she carefully adjusted her clothes and her hair before going out* cô ta sửa lại quần áo và mái tóc trước khi đi ra ngoài; *adjust the rear mirror* hiệu chỉnh lại kính hậu (ở xe): *the brakes need adjusting* phanh cần chỉnh lại **2.** làm cho thích hợp (với một hoàn cảnh mới): thích nghi: *the body quickly adjusts [itself] to changes in temperature* cơ thể thích nghi nhanh chóng với những thay đổi về nhiệt độ **3.** quyết định giá trị bồi thường *(trong một yêu sách về bảo hiểm)*.

adjustable /ə'dʒʌstəbl/ *tt* có thể hiệu chỉnh, có thể điều chỉnh.

adjustment /ə'dʒʌstmənt/ *dt* sự hiệu chỉnh, sự điều chỉnh: *I've made minor adjustments to the plan* tôi có điều chỉnh kế hoạch chút ít.

adjutant /'ædʒutənt/ *dt* (quân) sĩ quan quản trị tiểu đoàn.

adjutant bird /'ædʒutənt bɜ:d/ (động) cò già.

adjutant General /,ædʒutənt 'dʒenrəl/ (quân) tổng quản trị.

ad lib[1] /,æd'lib/ *tt* (kng) cương, ứng tác: *an ad lib performance* buổi biểu diễn ứng tác.

ad lib[2] /,æd'lib/ *pht* (kng) **1.** [một cách] cương, [một cách] ứng tác: *I had forgotten my notes and had to speak ad lib* tôi quên mang theo sổ ghi chép và phải nói ứng tác **2.** không hạn chế, tùy thích, thoải mái: *we were told to help ourselves to the food ad lib* người ta bảo chúng tôi cứ ăn thoải mái.

ad lib[3] /,æd'lib/ *dgt* **-bb-** (kng) ứng khẩu, cương: *the actress often forget her lines but was very good at ad libbing* chị diễn viên này hay quên lời trong vở nhưng lại cương rất giỏi.

Adm (*vt của* Admiral) đô đốc: *Adm Richard Hill* đô đốc Richard Hill.

adman /'ædmæn/ *dt* (snh **admen** /'ædmen/) (kng) người làm nghề quảng cáo.

admass /'ædmæs/ *dt* (số ít) (Anh, cũ) bộ phận quần chúng dễ tin quảng cáo.

administer /əd'ministə[r]/ *dgt* **1.** cấp cho: *administer punishment* xử phạt; *administer relief to famine victims* cấp của cứu tế cho nạn nhân nạn đói; *administer the last rites to a dying man* làm những nghi thức cuối cùng cho một người sắp chết **2.** thi hành, thực hiện: *administer the law* thi hành luật pháp **3.** quản lý; điều khiển: *administer a charity* quản lý một hội từ thiện; *administer a country* cai trị một quốc gia.

administration /əd,minis'treiʃn/ *dt* **1.** sự thi hành, sự thực hiện: *the administration of the law* sự thi hành pháp luật **2.** việc quản trị: *he works in hospital administration* ông ta làm việc trong ban quản trị bệnh viện **3.** (thường **the Administration**) chính quyền [thời một vị tổng thống]: *during the Reagan administration* [dưới] thời chính quyền Reagan.

administrative /əd'ministrətiv/, (Mỹ /əd'ministreitiv/) *tt* [thuộc] quản trị, [thuộc] hành chính: *an administrative post* một chức vị hành chính.

administratively /əd'ministrətivli/, (Mỹ /əd'ministreitivli/ *pht* [về mặt] quản trị. [về mặt] hành chính.

administrator /əd'ministreitə[r]/ *dt* **1.** người quản

A

lý **2.** *(luật)* người quản lý tài sản.

admirable /'ædmərəbl/ *tt* tuyệt vời: *admirable achievements* thành tích tuyệt vời.

admirably /'ædmərəbli/ *pht* [một cách] tuyệt vời.

admiral /'ædmərəl/ *dt* đô đốc. // **Admiral of the Fleet** *(Mỹ* **Fleet Admiral)** Tổng tư lệnh Hải quân.

admiralty /'ædmərəlti/ *dt* **the Admiralty** *(Anh)* Bộ Hải quân.

admiration /,ædmə'reiʃn/ *dt* **1.** sự cảm phục, sự thán phục: *I have great admiration for his courage* tôi rất thán phục sự can đảm của anh ta. **2.** người được cảm phục; vật được thán phục: *he was the admiration of his whole family* hắn được cả nhà thán phục. // **a mutual admiration society** x mutual.

admire /əd'maiə[r]/ *dgt* **1.** cảm phục, thán phục: *I admire him for his success in business* tôi thán phục anh ta về những thành công trong kinh doanh **2.** say mê, mê: *aren't you going to admire my new hat?* bạn không mê cái mũ mới của tôi à?

admirer /əd'maiərə[r]/ *dt* **1.** người cảm phục, người thán phục **2.** người say mê, người mê: *she has many admirers* chị ta có nhiều người mê.

admiring /əd'maiəriŋ/ *tt* cảm phục, thán phục: *give somebody admiring glances* nhìn ai thán phục.

admiringly /əd'maiəriŋly/ *pht* [một cách] cảm phục, [một cách] thán phục.

admissibility /ədmisə'biləti/ *dt* **1.** khả năng thừa nhận được **2.** khả năng chấp nhận.

admissible /əd'misəbl/ *tt* **1.** có thể thừa nhận: *admissible evidence* bằng chứng có thể thừa nhận **2.** có thể chấp nhận: *such behaviour is not admissible among our staff* cách xử sự như thế không thể chấp nhận được.

admissibly /əd'misəbli/ *pht* **1.** [một cách] thừa nhận được **2.** [một cách] chấp nhận được.

admission /əd'miʃn/ *dt* **1.** sự vào; sự nhận vào, sự thu nhận, sự kết nạp: *admission [to the club] is restricted to members only* việc vào cửa câu lạc bộ chỉ hạn chế trong phạm vi hội viên thôi; *a week after his admission into army, he fell ill* một tuần sau khi gia nhập quân đội (sau khi nhập ngũ) anh ta bị ốm **2.** tiền vào cửa: *you have to pay £2 admission* anh ta phải trả 2 bảng để vào cửa **3.** sự nhận, sự thú nhận: *an admission that one has lied* sự thú nhận rằng mình đã nói dối. // **by (on) one's own admission** theo thú nhận của chính ai: *he is a coward by his own admission* theo sự thú nhận của chính hắn, hắn là một thằng hèn nhất.

admit /ə'mit/ *dgt* **1.** nhận, thu nhận, kết nạp: *each ticket admits two people to the party* mỗi vé nhận hai người vào dự liên hoan; *the school admits sixty new boys and girls every year* mỗi năm nhà trường nhận sáu mươi học sinh nam nữ; *he was admitted to hospital with minor burns* anh ta được nhận vào bệnh viện với một số vết bỏng nhẹ **2.** chứa được, nhận được, có đủ chỗ cho: *the theatre admits only 250 people* rạp hát chỉ đủ chỗ cho 250 người

3. nhận; thừa nhận; thú nhận: *I admit that I was wrong* tôi thừa nhận là tôi đã sai; *the prisoner has admitted his guilt* người tù đã nhận tội; *he admitted having stolen the car* hắn thú nhận là đã ăn cắp chiếc xe **4.** (+ of) có chỗ cho, cho phép: *the plan does not admit of improvement* kế hoạch này không thể cải tiến được. // **be admitted to somebody's presence** được phép vào *(nơi hiện đang có mặt một nhân vật quan trọng).*

admittance /əd'mitns/ *dt* sự cho vào, sự để cho vào: *no admittance expected on business* không có việc xin miễn vào; *I was refused admittance to the house* người ta không cho tôi vào nhà.

admitted /əd'mitid/ *tt* *(thngữ)* đã tự nhận: *an admitted liar* một gã đã tự nhận là nói dối.

admittedly /əd'mitidli/ *pht* *(thường ở đầu câu)* phải nhận rằng: *admittedly, he did not know that at the time* phải nhận rằng lúc ấy anh ta không biết điều đó.

admixture /æd'mikstʃə[r]/ *dt* **1.** vật trộn **2.** sự trộn, sự hỗn hợp.

admonish /əd'moniʃ/ *dgt* **1.** quở mắng, rầy la: *the teacher admonished the boys for being lazy* thầy giáo quở mắng học sinh là lười biếng **2.** răn bảo, khuyên răn: *admonish somebody to be more careful* khuyên răn ai nên thận trọng hơn.

admonishment /əd'moniʃmənt/, **admonition** /,æmə'niʃn/ *dt* sự quở mắng, sự rầy la.

admonitory /əd'monitri, *(Mỹ* əd'monitə:ri)/ *tt* quở

mắng, rầy la: *an admonitory tone of voice* giọng rầy la.

ad nauseam /ˌæd'nɔ:ziæm/ *(tiếng Latinh)* đến mức phát ngấy: *play the same four records ad nauseam* chơi đi chơi lại cũng bốn đĩa ấy đến phát ngấy.

ado /ə'du:/ *dt* **without more ado; without further ado** không bày vẽ gì thêm; **much ado about something** chẳng có chuyện gì cả mà cũng làm rối cả lên.

adobe /ə'dəubi/ *dt* **1.** gạch mộc *(phoi nắng, không nung)*: *adobe houses* những ngôi nhà xây bằng gạch mộc **2.** đất sét [dùng làm] gạch mộc.

adolescence /ˌædə'lesns/ *dt* tuổi thiếu niên.

adolescent¹ /ˌædə'lesnt/ *tt* tuổi thiếu niên: *adolescent boys* con trai ở tuổi thiếu niên.

adolescent² /ˌædə'lesnt/ *dt* thanh thiếu niên *(tuổi từ 13 đến 17).*

adopt /ə'dɒpt/ *dgt* **1.** nhận làm con nuôi: *having no children of their own they decided to adopt an orphan* không có con, họ quyết định nhận một đứa trẻ mồ côi làm con nuôi; *he is their adopted son* nó là con nuôi của họ **2.** chọn làm ứng cử viên, chọn làm đại diện: *she has been adopted as Labour candidate for York* bà ta được chọn làm ứng cử viên của Đảng Lao động vùng hạt York **3.** theo, chọn theo: *adopt a custom* theo một tập quán; *adopt a style of dress* theo một kiểu áo; *her adopted country* đất nước cô ta đã chọn *(không phải quê hương)* **4.** chấp nhận: *The congress adopted the new measures* quốc hội đã chấp nhận (đã thông qua) những biện pháp mới ấy.

adoption /ə'dɒpʃn/ *dt* **1.** sự nhận làm con nuôi **2.** sự chọn làm ứng cử viên, sự chọn làm đại diện **3.** sự theo, sự chọn theo **4.** sự chấp nhận.

adoptive /ə'dɒptiv/ *tt* nuôi; nhận nuôi: *adoptive son* con trai nuôi; *adoptive parents* bố mẹ nuôi.

adorable /ə'dɔ:rəbl/ *tt* rất đáng yêu: *what an adorable child!* đứa bé mới đáng yêu làm sao! *your dress is absolutely adorable* chiếc áo của chị hấp dẫn quá.

adorably /ə'dɔ:rəbli/ *pht* [một cách] rất đáng yêu.

adoration /ˌædə'reiʃn/ *dt* **1.** sự yêu quý **2.** sự tôn thờ: *they knelt in adoration of their gods* họ quỳ gối tỏ lòng tôn thờ các vị thần linh của họ.

adore /ə'dɔ:[r]/ *dgt* **1.** hết sức yêu quý: *he adores his wife and children* anh ta hết sức yêu quý vợ con **2.** *(kng) (không dùng ở thì tiếp diễn)* rất thích: *adore ice-cream* rất thích kem.

adoring /ə'dɔ:riŋ/ *tt (thường thngũ)* hết sức yêu quý: *his adoring mother* bà mẹ hết sức yêu quý của anh ta.

adoringly /ə'dɔ:riŋli/ *pht* [một cách] hết sức yêu quý.

adorn /ə'dɔ:n/ *dgt* tô điểm, trang điểm, trang trí: *adorn oneself with jewels* trang điểm bằng châu ngọc; *adorn a room with flowers* trang trí hoa trong một phòng.

adornment /ə'dɔ:nmənt/ *dt* **1.** sự tô điểm, sự trang điểm, sự trang trí **2.** đồ trang điểm, đồ trang trí.

adrenal /ə'dri:nl/ *tt (giải)* [thuộc] thượng thận.

adrenal gland /ə'dri:nl glænd/ *(giải)* tuyến thượng thận.

adrenalin /ə'drenəlin/ *dt (sinh, y)* adrenalin.

adrift /ə'drift/ *tt (vị ngữ)* **1.** trôi giạt *(thuyền)* **2.** *(bóng)* lang thang, phiêu bạt: *young people adrift in our big cities* thanh niên lang thang ở các thành phố lớn **3.** long ra: *part of the car's bumper had come adrift* một phần cái hãm xung ở xe đã long ra **4.** sai: *our plans went badly adrift* kế hoạch của chúng ta sai quá đi rồi.

adroit /ə'drɔit/ *tt* khéo léo: *the minister's adroit handling of the crisis* cách xử trí khéo léo cuộc khủng hoảng của ông bộ trưởng; *he soon became adroit at steering the boat* anh ta nhanh chóng trở thành khéo lái tàu.

adroitly /ə'drɔitli/ *pht* một cách khéo léo.

adroitness /ə'drɔitnis/ *dt* sự khéo léo.

adsorb /æd'sɔ:b/ *dgt (hóa)* hấp thụ.

adsorbent /æd'sɔ:bənt/ *tt (hóa)* hấp thụ.

adsorption /æd'sɔ:pʃn/ *dt (hóa)* sự hấp thụ.

ADT /ˌeidi:'ti:/ *(Canada, Puerto Rico, Bermuda) (vt* của *Atlantic Daylight Time)* thời gian ban ngày ở Đại Tây Dương.

adulation /ˌædju'leiʃn, *(Mỹ* ˌædʒʊ'leiʃn)/ *dt* sự ngưỡng mộ quá mức; sự ca tụng quá mức, sự tâng bốc: *the fans adulation of their favourite pop stars* sự ca tụng quá mức của những người hâm mộ đối với các ngôi sao nhạc pop mà họ ưa thích.

adulatory /'ædjuleitəri/ *tt* ngưỡng mộ quá mức, ca tụng quá mức, tâng bốc.

adult[1] /'ædʌlt, *cg* ə'dʌlt/ *tt* **1.** trưởng thành **2.** *(luật)* thành niên.

adult[2] /'ædʌlt, *cg* ə'dʌlt/ *dt* người trưởng thành; thú vật đã lớn.

adult education /ædʌlt edʒʊ'keiʃn/ giáo dục người lớn *(dã quá tuổi học sinh).*

adulterate /ə'dʌltəreit/ *dgt* pha trộn, pha thêm chất khác *(khiến chất lượng kém đi): adulterated milk* sữa có pha thêm chất khác *(ví dụ: nước).*

adulteration /ə,dʌltə'reiʃn/ *dt* sự pha trộn, sự pha thêm chất khác *(khiến chất lượng kém đi).*

adulterer /ə'dʌltərə[r]/ *dt* (c **adulteress**) kẻ ngoại tình.

adulterous /ə'dʌtərəs/ *tt* ngoại tình.

adultery /ə'dʌltəri/ *dt* tội ngoại tình.

adulthood /'ædʌthud/ *dt* tuổi trưởng thành, tuổi thành niên.

adumbrate /'ædʌmbreit/ *dgt* **1.** phác họa **2.** gợi ra, báo trước *(sự kiện tương lai).*

adumbration /,ædʌm'breiʃn/ *dt* **1.** sự phác họa **2.** sự gợi ra, sự báo trước *(sự kiện tương lai).*

advance[1] /ə'dvɑːns, *(Mỹ* ə'dvæns/ *dt* **1.** sự tiến lên: *the enemy's advance was halted* sự tiến lên của quân địch bị chặn lại **2.** sự tiến bộ; [điều] cải tiến: *the continued advance of civilization* sự tiến bộ không ngừng của nền văn minh; *recent advances in medical science* những cải tiến mới trong y khoa **3.** sự tăng giá, sự tăng số lượng: *share prices showed significant advances today* cổ phần hôm nay tăng giá đáng kể **4.** tiền trả trước, tiền ứng trước; tiền cho vay: *she asked for an advance on her salary* chị ta xin ứng trước một số trên tiền lương của mình **5.** **advances** sự cầu thân; sự theo đuổi: *he made advances to her* hắn cầu thân cô ta; *she rejected his advances* cô ta cự tuyệt sự theo đuổi của anh chàng. // **in advance [of something]** trước *(về thời gian): send your luggage on in advance* hãy gửi hành lý đi trước đi; *it's impossible to know in advance what will happen* thật khó biết trước chuyện gì sẽ xảy ra.

advance[2] /ə'dvɑːns, *(Mỹ* ə'dvæns/ *tt* [đến] trước, [xảy ra] trước: *make an advance booking* giữ chỗ trước *(ở nhà hát, ở khách sạn...);* *we sent advance copies of the new book to all the papers* chúng tôi gửi trước những bản cuốn sách mới sắp ra cho tất cả các báo.

advance[3] /ə'dvɑːns, *(Mỹ* ə'dvæns/ *dgt* **1.** tiến lên; tiến tới, tiến bộ: *our troops had advanced two miles* quân ta đã tiến lên hai dặm; *advance in one's studies* tiến bộ trong học tập **2.** đưa lên, chuyển lên phía trước: *the general advanced his troops at night* vị tướng đưa quân tiến lên vào ban đêm **3.** thúc đẩy: *such conduct is unlikely to advance your interests* cách quản lý như thế khó mà thúc đẩy lợi nhuận lên được **4.** đề xuất, đưa ra: *scientists have advanced a new theory to explain this phenomenon* các nhà khoa học đã đưa ra một lý thuyết mới để giải thích hiện tượng đó **5.** trả trước, ứng trước; cho vay: *he asked his employer to advance him a month's salary* anh ta xin chủ ứng trước cho một tháng lương **6.** lùi lên *(về thời gian): the date of the meeting was advanced from 10 to 3 June* ngày họp được lùi từ ngày 10 lên ngày 3 tháng sáu **7.** tăng giá, tăng lên *(nói về giá cả): Property values continue to advance rapidly* giá trị tài sản tiếp tục tăng lên nhanh chóng.

advanced /ə'dvɑːnst, ə'dvænst/ *tt* **1.** cao, cao cấp: *be advanced in years* cao tuổi, cao niên; *advanced mathematics* toán cao cấp **2.** cấp tiến: *have advanced ideas* có những ý tưởng cấp tiến.

Advanced level /ə'dvɑːnst 'levl/ *(cg* **A level**) bằng A *(chứng chỉ cao nhất trong hệ thống giáo dục phổ thông tại Anh phải có để được vào đại học).*

advancement /ə'dvɑːnsmənt, *(Mỹ* ə'dvænsmənt)/ *dt* **1.** sự tiến lên; sự tiến tới, sự tiến bộ **2.** sự thăng chức.

advantage /ə'dvɑːntidʒ, *(Mỹ* ə'dvæntidʒ)/ *dt* **1.** lợi; lợi thế: *he has the advantage of a steady job* anh ta có cái lợi lớn là có việc làm ổn định; *gain an advantage over an opponent* được lợi thế hơn địch thủ; *there is little advantage in buying a dictionary if you can't read* mua từ điển chẳng có lợi mấy nếu anh không đọc được **2.** *(thể)* điểm đầu tiên ghi được sau tỉ số 40 đều. // **have the advantage of somebody** có lợi thế hơn ai *(đặc biệt là biết một điều gì mà người ấy không biết);* **take advantage of something (somebody)** *a*/ tận dụng: *they took full advantage of the hotel's facilities* họ tận dụng hết múc mọi tiện nghi của khách sạn b/ lợi dụng: *he took advantage of my generosity* nó lợi dụng tính hào phóng của tôi; **to advantage** theo cách để làm nổi vẻ đẹp của cái gì: *the picture may be seen to [its best] advantage against a plain wall* bức tranh đẹp nổi hẳn lên trên một nền tường trơn; **to somebody's advantage** với kết quả có lợi cho ai: *the agreement is (works) to our advantage* thỏa thuận này có lợi cho chúng ta; **turn something to one's [own] advantage** làm cho có lợi cho mình; tận dụng cái gì.

advantage /əd'vɑːntidʒ, (Mỹ əd'væntidʒ/ *dgt* đem lợi cho, mang lại lợi cho.

advantageous /ˌædvən-'teiʒəs/ *tt* có lợi.

advantageously /ˌædvən-'teiʒəsli/ *pht* [một cách] có lợi.

advent /'ædvənt/ *dt (số ít)* **1.** sự đến, sự tới (của một nhân vật, một sự kiện quan trọng): *with the advent of the new chairman, the company began to prosper* với ông tân chủ tịch đến nhậm chức, công ty bắt đầu phát đạt. **2. advent** a/ kỳ vọng trước lễ Giáng sinh b/ sự giáng sinh của Chúa.

adventist /'ædvəntist/, *cg* /əd'ventist/ *dt (tôn)* thành viên nhóm Tái Giáng sinh.

adventitious /ˌædven'tiʃəs/ *tt* ngẫu nhiên, tình cờ: *an adventitious occurence* một sự cố ngẫu nhiên.

adventure /əd'ventʃə[r]/ *dt* sự phiêu lưu, sự mạo hiểm; việc làm mạo hiểm, việc làm liều lĩnh: *a life full of adventures* một cuộc đời đầy phiêu lưu; *adventure stories* chuyện phiêu lưu mạo hiểm.

adventure playground /əd'ventʃə ˌpleigraʊnd/ sân chơi mạo hiểm *(có nhiều đồ vật hay cấu trúc bằng gỗ, kim loại, để trẻ em chơi)*.

adventurer /əd'ventʃərə[r]/ *dt (c* **adventuress** /əd'ventʃəris)/ **1.** người phiêu lưu, người mạo hiểm **2.** người liều lĩnh bất lương.

adventurous /əd'ventʃərəs/ *tt* **1.** thích phiêu lưu, thích mạo hiểm **2.** đầy phiêu lưu nguy hiểm; liều lĩnh: *an adventurous holiday* một kỳ nghỉ đầy phiêu lưu nguy hiểm.

adventurously /əd'ventʃə-rəsli/ *pht* **1.** [một cách] phiêu lưu, [một cách] mạo hiểm **2.** [một cách] liều lĩnh.

adverb /'ædvɜːb/ *dt (ngôn)* phó từ.

adverbial /æd'vɜːbiəl/ *tt (ngôn)* [thuộc] phó từ; có tính chất phó từ.

adverbially /æd'vɜːbiəli/ *pht* như phó từ.

adversary /'ædvəsəri, (Mỹ 'ædvəseri)/ *dt* địch thủ, đối thủ; đối phương.

adverse /'ædvɜːs/ *tt (thường thngũ)* **1.** ngược, không thuận: *adverse winds* gió ngược; *adverse weather conditions* điều kiện thời tiết không thuận **2.** đối địch, chống đối: *adverse criticism* lời phê bình chống đối **3.** có hại: *the adverse effects of drugs* tác dụng có hại của ma túy.

adversely /'ædvɜːsli/ *pht* **1.** [một cách] ngược, [một cách] không thuận **2.** [một cách] đối địch, [một cách] chống đối **3.** [một cách] có hại: *his health was adversely affected by the climate* khí hậu đã ảnh hưởng có hại đến sức khỏe của anh ta.

adversity /əd'vɜːsəti/ *dt* điều kiện bất lợi, hoàn cảnh

bất lợi, nghịch cảnh; cảnh bất hạnh: *she overcame many adversities* chị ta đã vượt qua được nhiều cảnh bất hạnh.

advert /'ædvɜːt/ *dt (Anh, kng)* nh advertisement 2.

advertise /'ædvətaiz/ *dgt* **1.** báo, loan báo, thông báo: *advertise a meeting* thông báo một cuộc họp **2.** quảng cáo: *advertise on TV* quảng cáo trên tivi; *advertise soap* quảng cáo xà phòng **3.** (+ for) đăng báo tìm: *I must advertise for a new secretary* tôi phải đăng báo tìm một thư ký mới.

advertisement /əd'vɜːtis-mənt, (Mỹ ˌædvər'taizmənt)/ *dt* **1.** sự quảng cáo: *the advertisement page* trang quảng cáo **2.** *(cg* **advert, ad)** [tờ] thông báo; [mục] quảng cáo *(để thông báo việc gì, để rao hàng...)*.

advertiser /'ædvətaizə[r]/ *dt* **1.** người thông báo **2.** người quảng cáo.

advertising /'ædvətaiziŋ/ sự quảng cáo; công việc quảng cáo: *he works in advertising* anh ta làm việc trong ngành quảng cáo.

advice /əd'vais/ *dt* **1.** lời khuyên: *follow (take) somebody's advice* theo lời khuyên của ai; *let me give you a piece (a bit, a word) of advice* xin cho tôi có vài lời khuyên anh **2.** *(thương)* thông báo: *we received advice that the goods had been dispatched* chúng tôi nhận được thông báo là hàng đã gửi.

advisability /əd,vaizə'biləti/ *dt* tính chất nên thế, tính chất khôn ngoan.

advisable /əd'vaizəbl/ *tt* nên; khôn ngoan: *I do not think it is advisable for you*

A

to go tôi nghĩ là anh không nên đi.

advise /əd'vaiz/ *dgt* **1.** khuyên, bảo: *the doctor advised [me to take] a complete rest* bác sĩ khuyên tôi nghỉ ngơi hoàn toàn; *can you advise [me] what to do next?* anh có thể khuyên [tôi] làm gì tiếp không? **2.** *(thương)* báo cho biết: *please advise us of the dispatch of the goods (when the goods are dispatched)* xin ông vui lòng báo cho chúng tôi biết khi nào thì hàng được gửi đi.

advisedly /əd'vaizidli/ *pht* có suy nghĩ chín chắn, [một cách] thận trọng: *I use these words advisedly* tôi dùng những từ này có suy nghĩ chín chắn.

adviser *(Mỹ cg* **advisor)** /əd'vaizə[r]/ *dt* cố vấn: *serve as special adviser to the President* làm cố vấn đặc biệt cho tổng thống.

advisory /əd'vaizəri/ *tt* tư vấn: *an advisory committee* ủy ban tư vấn.

advocacy /'ædvəkəsi/ *dt* **1.** sự ủng hộ: *she is well known for her advocacy of women's rights* bà ta nổi tiếng là người ủng hộ nữ quyền **2.** *(luật)* sự bào chữa.

advocate[1] /'ædvəkeit/ *dgt* biện hộ; ủng hộ: *I advocate a policy of gradual reform* tôi ủng hộ chính sách cải tổ từng bước một.

advocate[2] /'ædvəkeit/ *dt* **1.** người ủng hộ: *a lifelong advocate of disarmament* một người suốt đời ủng hộ việc giải trừ quân bị **2.** luật sư. // **devil's advocate** *x* devil.

advt *(vt của* advertisement) quảng cáo.

adze *(Mỹ* adz) /'ædz/ *dt* rìu lưỡi vòm *(để đẽo gỗ súc).*

aegis /'i:dʒis/ *dt* **under the aegis of somebody (something)** dưới sự bảo trợ của *(đặc biệt là của các hội thiện).*

aeon *(cg* eon) /'i:ən/ *dt* khoảng thời gian dài vô tận, vạn cổ: *the earth was formed aeons ago* quả đất đã hình thành tự vạn cổ.

aerate /'eəreit/ *dgt* **1.** cho ga *(khí cacbonic)* vào *(chất nước)*: *aerated water* nước uống có ga **2.** thông khí: *aerate the soil by digging it* đào [đất] để thông khí đất.

aeration /'eəreiʃn/ *dt* **1.** sự cho ga vào *(chất nước)* **2.** sự thông khí.

aerial[1] /'eəriəl/ *dt (Mỹ* **antenna)** anten, dây trời.

aerial[2] /'eəriəl/ *tt* **1.** [ở] trên không: *aerial photography* sự chụp ảnh từ trên không; *an aerial railway* đường xe lửa trên không, đường xe lửa treo **2.** *(cổ)* [thuộc] không khí; như không khí.

aerie /'aiəri/ *dt nh* eyrie.

aero- *(dạng kết hợp)* không khí: *aerodynamics* khí động lực học.

aerobatic /,eərə'bætiks/ *dt* **1.** *(snh)* sự nhào lộn trên không *(của máy bay)* **2.** *(dgt số ít)* nghệ thuật nhào lộn trên không.

aerobics /eə'rəubiks/ *dt snh* thể dục luyện tim phổi.

aerodrome /'eərədrəum/ *dt (Anh, cũ)* sân bay nhỏ *(chủ yếu sử dụng cho máy bay tư nhân).*

aerodynamic /,eərəudai'næmik/ *tt* khí động lực.

aerodynamics /,eərəudai'næmiks/ *dt snh (dgt thường số ít)* khí động lực học.

aeronautic, aeronautical /,eərə'nɔ:tik[l]/ *tt* [thuộc] hàng không.

aeronautics /,eərə'nɔtiks/ *dt snh (dgt thường số ít)* hàng không học.

aeroplane /'eərəplein/ *dt (Mỹ* **airplane)** máy bay, phi cơ.

aerosol /'eərəsɒl/ *(Mỹ* 'eərəsɔ:l)/ *dt* **1.** khí dung **2.** bình khí dung, bình phun mù.

aerospace /'eərəuspeis/ *dt* **1.** không gian vũ trụ **2.** hàng không vũ trụ.

aesthete /'i:s'θi:t/ *dt (Mỹ cg* **esthete)** nhà duy mỹ.

aesthetic /i:s'θetik/ *tt (Mỹ cg* **esthetic) 1.** thẩm mỹ: *aesthetic sense* khiếu thẩm mỹ **2.** có óc thẩm mỹ: *an aesthetic person* người có óc thẩm mỹ **3.** mang tính thẩm mỹ: *their furniture was more aesthetic than practical* đồ đạc của họ mang tính thẩm mỹ nhiều hơn là tiện dụng.

aesthetically /i:s'θetikli/ *pht (Mỹ cg* **esthetically)** một cách thẩm mỹ.

aestheticism /i:s'θetisizəm/ *dt (Mỹ cg* **estheticism)** chủ nghĩa duy mỹ.

aesthetics /i:s'θetiks/ *dt snh (Mỹ cg* **esthetics)** mỹ học.

aether /'i:θə[r]/ *dt x* ether.

aetiology /,i:ti'ɒlədʒi/ *dt (Mỹ cg* **etiology) 1.** nguyên nhân học **2.** *(y)* bệnh căn học.

afar /ə'fa:[r]/ *pht* xa, ở đằng xa, cách xa: *news from afar* tin tức từ xa; *to stand afar off* đứng cách xa.

affability /,æfə'biləti/ *dt* **1.** tính nhã nhặn, tính lịch sự, tính niềm nở **2.** tính ân cần, tính dễ gần.

affable /'æfəbl/ *tt* **1.** nhã nhặn, lịch sự, niềm nở: *affable to everybody* niềm nở với mọi người **2.** ân cần, dễ gần: *he found her parents very affable* anh ta nhận thấy rằng bố mẹ cô nàng rất dễ thưa chuyện.

affably /'æfəbli/ *pht* **1.** [một cách] nhã nhặn, [một cách] lịch sự, [một cách] niềm nở **2.** [một cách] ân cần, [một cách] dễ gần.

affair /ə'feər/ *dt* **1.** việc: *it's not my affair* đấy không phải là việc của tôi **2.** *(snh)* công việc: *put one's affairs in order* sắp xếp công việc cho có trật tự; *affairs of state* công việc quốc gia **3.** sự việc: *we must try to forget this sad affair* ta phải cố quên sự việc đáng buồn này đi **4.** *(kng)* món, thứ: *this motor-cycle is a very complicated affair* cái xe mô-tô này thật là một món phức tạp hết sức **5.** quan hệ tình dục *(giữa những người không phải là vợ chồng)*, chuyện tình lăng nhăng: *she is having an affair with her boss* cô ta đang có quan hệ lăng nhăng với ông chủ. // **a state of affairs** *x* state[1].

affect[1] /ə'fekt/ *dgt* **1.** ảnh hưởng đến, tác động đến: *the change in climate may affect your health* thay đổi khí hậu có thể ảnh hưởng đến sức khỏe của anh; *their opinion will not affect my decision* ý kiến của họ sẽ không tác động đến quyết định của tôi **2.** làm nhiễm phải, làm mắc *(bệnh)*: *be affected by influenza* bị nhiễm cúm; *be affected by cold* bị cảm lạnh **3.** làm xúc động; làm mủi lòng: *we were deeply affected by the news of her death* chúng tôi hết sức xúc động nghe tin bà ta từ trần.

affect[2] /ə'fekt/ *dgt* **1.** *(thường xấu)* giả vờ, giả tạo, giả bộ: *affect not to know something* giả vờ không biết điều gì; *she affected a foreign accent* cô ta giả giọng nói nước ngoài; *affect igno-* rance giả bộ dốt **2.** dùng, ưa dùng, thích: *affect flashy clothes* thích quần áo hào nhoáng.

affectation /,æfek'teiʃn/ *dt* **1.** sự giả vờ, sự giả bộ: *she's not really American, her accent is just an affectation* cô ta không thật là người Mỹ, giọng nói của cô thực sự là giả tạo thôi **2.** sự màu mè, sự không tự nhiên: *she is sincere and quite without affectation* cô ta chân thật và tuyệt đối không màu mè.

affected /ə'fektid/ *tt* **1.** giả vờ, giả tạo, giả bộ: *an affected politeness* sự lễ phép giả tạo **2.** màu mè, không tự nhiên: *a highly affected style of writing* một phong cách hành văn rất không tự nhiên.

affection /ə'fekʃn/ *dt* **1.** sự yêu mến; lòng thương yêu: *he felt great affection for her sister* nó cảm thấy yêu mến chị nó vô cùng; *I tried to win her affection[s]* tôi cố chiếm được cảm tình của cô ta **2.** *(cũ)* chứng, bệnh: *an affection of the throat* chứng đau họng.

affectionate /ə'fekʃənət/ *tt* trìu mến, thương yêu: *affectionate words* những lời trìu mến; *he is very affectionate towards his children* ông ta rất thương yêu các con.

affectionately /ə'fekʃənətli/ *pht* một cách trìu mến, [một cách] thương yêu: *he patted her affectionately on the head* ông ta trìu mến vỗ nhẹ lên đầu cô bé; *yours affectionately* thân mến *(công thức cuối thư)*.

affiance /ə'faiəns/ *dgt (cũ)* hứa hôn: *be affianced to somebody* hứa hôn với ai.

affidavit /,æfi'deivit/ *dt* bản khai có tuyên thệ.

affiliate[1] /ə'filieit/ *dgt* **be affiliated to (with)** là một thành viên của, là một chi nhánh của; kết liền với: *the College is affiliated to the University* học viện là một chi nhánh của đại học.

affiliate[2] /ə'filiət/ *dt* người kết liên; tổ chức kết liên.

affiliation /ə,fili'eiʃn/ *dt* **1.** sự nhập làm thành viên, sự kết liên *(một hội, một tổ chức)* **2.** thành viên, chi nhánh: *the society has many affiliations throughout the country* hội có nhiều chi nhánh khắp nước.

affiliation order /əfili'eiʃn ɔ:də[r]/ *(luật)* lệnh chu cấp cho con ngoài giá thú.

affinity /ə'finəti/ *dt* **1.** sự tương tự, sự giống nhau: *early man shows certain affinities with the ape* con người tiền sử có những nét tương tự loài khỉ nhân hình **2.** sự thu hút, sự lôi cuốn: *she has a strong affinity for Beethoven* cô ta rất ưa thích nhạc Beethoven *(bị nhạc Beethoven thu hút dữ)* **3.** quan hệ thông gia: *he was not an impartial witness because of his affinity with the accused* anh ta không phải là một người làm chứng vô tư vì anh có quan hệ thông gia với bị cáo **4.** *(hóa)* ái lực.

affirm /ə'fɜ:m/ *dgt* **1.** khẳng định: *she affirmed her innocence* chị ta khẳng định là mình vô tội **2.** long trọng tuyên bố trước tòa *(mà không tuyên thệ)*.

affirmation /,æfə'meiʃn/ *dt* **1.** sự khẳng định **2.** lời khẳng định **3.** sự long trọng tuyên bố trước tòa *(mà không tuyên thệ)*.

affirmative[1] /ə'fɜ:mətiv/ *tt* khẳng định; đồng ý.

A

affirmative² /ə'fɜ:mətiv/ *dt* lời khẳng định, lời đồng ý. // **in the affirmative** ừ, đồng ý: *he answered in the affirmative* ông ta trả lời đồng ý.

affirmatively /ə'fɜ:mətivli/ *pht* [một cách] khẳng định; [một cách] đồng ý.

affix¹ /ə'fiks/ *dgt* áp vào, dán vào, đóng vào: *affix a stamp to an envelope* dán tem vào phong bì; *affix a seal on a document* đóng dấu lên văn kiện; *affix one's signature to a contract* [áp chữ] ký vào bản hợp đồng.

affix² /'æfiks/ *dt (ngôn)* phụ tố (*ví dụ* un- *trong* unkind, -less *trong* hopeless; -ly *trong* quickly).

afflict /ə'flikt/ *dgt* gây đau đớn; làm đau khổ; tác hại đến: *she is afflicted with arthritis* bà ta khổ sở vì bệnh thấp khớp; *severe drought have afflicted the countryside* hạn hán trầm trọng đã tác hại đến nông thôn.

affliction /ə'flikʃn/ *dt* **1.** nỗi đau đớn; nỗi đau khổ: *help people in affliction* giúp những người đau khổ **2.** điều gây đau khổ: *blindness can be a terrible affliction* mù lòa có thể là điều gây đau khổ khủng khiếp.

affluence /'æfluəns/ *dt* sự dồi dào; sự sung túc, sự giàu có: *live a life of affluence* sống sung túc, sống một cuộc sống giàu có.

affluent /'æfluənt/ *tt* dồi dào; sung túc, giàu có: *his parents were very affluent* bố mẹ cậu ta rất giàu.

afford /ə'fɔ:d/ *dgt* **1.** (*thường dùng với* can, could, be able to) có đủ khả năng, có đủ điều kiện (*làm việc gì*): *they walked because they couldn't afford [to take] a taxi* họ đi bộ vì họ không có đủ khả năng (đủ tiền) thuê tắc-xi; *I'd love to go on holiday but I can't afford the time* tôi thích đi nghỉ nhưng không đủ thời gian **2.** (*thường dùng với* can *hoặc* could) có thể làm việc gì mà không gây nguy hiểm cho chính mình: *I mustn't annoy my boss because I can't afford to lose my job* tôi không được làm ông chủ bực mình vì tôi không thể để mất việc làm của tôi được **3.** cấp cho, ban cho, cho: *the tree afforded [us] welcome shade* cây đã cho chúng ta bóng mát dễ chịu.

afforest /ə'fɒrist, (Mỹ) ə'fɔ:rist/ *dgt* trồng rừng.

afforestation /ə,fɒri'steiʃn, (Mỹ) ə'fɔ:ri'steiʃn)/ *dt* sự trồng rừng.

affray /ə'frei/ *dt* cuộc ẩu đả phá rối nơi công cộng.

affront¹ /ə'frʌnt/ *dt (thường số ít)* điều lăng nhục: *put an affront upon somebody*; *offter an affront to somebody* lăng nhục ai.

affront² /ə'frʌnt/ *dgt (thường ở dạng bị động)* lăng nhục.

affronted /ə'frʌntid/ *tt* (+ at, by) bị xúc phạm: *he felt deeply affronted at her rudeness* nó cảm thấy bị xúc phạm sâu xa bởi lối thô lỗ của cô ta.

Afghan /'æfgæn/ *dt* **1.** người Afghanistan **2.** tiếng Afghanistan.

afghan /'æfgæn/ *dt* áo khoác áp-gan (*bằng da cừu*).

Afghan hound /,æfgæn 'haʊnd/ chó săn áp-gan (có bộ lông dài mượt)

aficionado /ə,fisjiə'na:dəʊ, ə,fiʃiə'na:dəʊ/ *dt (snh* **aficionados**) người say mê (*một môn thể thao, một thú giải trí nào đó*): *an aficionado*

of bullfighting người say mê đấu bò.

afield /ə'fi:ld/ *pht* **far (farther, further) afield** xa nhà, ở nơi xa: *don't go too far afield or you'll get lost* đừng có đi xa nhà thế, nếu không sẽ lạc đấy.

aflame /ə'fleim/ *tt (vị ngữ)* **1.** cháy, rực cháy, bốc lửa: *the whole building was soon aflame* cả tòa nhà chẳng mấy chốc mà bốc cháy; *her cheeks were aflame* đôi má nàng ửng đỏ **2.** hừng hực: *aflame with desire* hừng hực khát khao.

AFLCIO (*vt của* American Federation of Labor and Congress of Industrial Organisations) Liên đoàn lao động và các tổ chức công nghiệp Mỹ.

afloat /ə'fləʊt/ *tt (vị ngữ)* **1.** nổi trên mặt nước; lơ lửng trên không: *the boat stuck on a sandbank but we soon got it afloat again* con thuyền mắc cạn trên bãi cát, nhưng chẳng bao lâu chúng tôi đã làm cho nó nổi lại ngay **2.** ngoài biển, trên tàu: *enjoy life afloat* thích sống ngoài biển **3.** hết sạch nợ nần; khỏi vòng khó khăn: *the firm managed to stay afloat during the recession* xí nghiệp cố thoát khỏi vòng khó khăn trong thời gian suy thoái **4.** hoạt động: *get a new business afloat* đưa một doanh nghiệp mới vào hoạt động **5.** lan truyền (*tin đồn*): *there's a story afloat that he'll resign* có tin đồn rằng ông ra sẽ từ chức.

afoot /ə'fʊt/ *tt (vị ngữ)* đang được chuẩn bị; đang tiến hành (*thường nói về việc gì xấu*): *there's mischief afoot* có điều ác đang được chuẩn bị.

aforementioned /ə,fɔ:'men-ʃənd/ *tt* (*cg* **aforesaid; said**) đã nói [ở] trên: *the aforementioned [person (persons)] was (were) acting suspiciously* [những] người nói trên đang hành động một cách đáng ngờ.

aforethought /ə'fɔ:θɔ:t/ *tt* **with malice aforethought** với ý thức cố ý làm điều ác.

a fortiori /,ei,fɔ:ti'ɔ:rai/ *pht* (*tiếng Latinh*) càng chắc là, hẳn là: *if you can afford a car then, a fortiori, you can afford a bicycle* nếu anh có đủ khả năng sắm xe hơi thì càng chắc là anh có thể mua xe đạp.

afraid /ə'freid/ *tt* (*vị ngữ*) sợ, ngại; e: *are you afraid of snakes?* anh có sợ rắn không? *he's afraid of going out (to go out) alone at night* nó sợ đi ra ngoài một mình vào ban đêm; *don't be afraid to ask for help if you need it* đừng có ngại yêu cầu giúp đỡ nếu anh cần; *"are we late?" "I'm afraid so".* "ta có trễ giờ không nhỉ?" "tôi e là có".

afresh /ə'freʃ/ *pht* lại lần nữa (*từ đầu*): *the work will have to be done afresh* công việc sẽ phải làm lại lần nữa.

African[1] /'æfrikən/ *tt* [thuộc] Châu Phi.

African[2] /'æfrikən/ *dt* người bản địa Châu Phi (*da đen*).

Afrikaans /,æfri'ka:ns/ *dt* tiếng African (*gốc Hà Lan, được nói ở Nam Phi*).

Afrikaner /,æfri'ka:nə[r]/ *dt* người Nam Phi gốc Hà Lan (*da trắng*).

Afro /'æfrəu/ *tt* quăn tít, dày và dài (*tóc một số người da đen*).

Afro- (*dạng kết hợp*) [thuộc] Châu Phi: *Afro-Asian* [thuộc] Á Phi.

Afro-American[1] /,æfrəuə'merikən/ *dt* [thuộc] người Mỹ da đen gốc Châu Phi.

Afro-American[2] /,æfrəuə'merikən/ *dt* người Mỹ da đen gốc Châu Phi.

aft /ɑ:ft/, (*Mỹ* 'æft/ *pht* ở phía đuôi; gần phía đuôi; về phía đuôi; (*tàu thủy, máy bay*). // **fore and aft** *x* fore[1].

after[1] /ɑ:ftə[r]/, (*Mỹ* 'æftər/ *pht* sau: *three days after* ba ngày sau; *soon after* ngay sau đó; *to follow after* theo sau.

after[2] /ɑ:ftə[r]/, (*Mỹ* 'æftər/ *gt* **1.** sau: *the day after tomorrow* ngày sau ngày mai, ngày kia; *the week after next* tuần sau tuần sau, tuần sau nữa; *your name comes after mine in the list* tên anh xếp sau tên tôi trong danh sách; *after what he did to my family, I hate him* sau những gì hắn gây ra cho gia đình tôi, tôi ghét hắn quá; *we ran after the thief* chúng tôi đuổi sau tên trộm **2.** *something after something* qua, đến (*chỉ sự lặp lại*): *day after day* ngày này qua ngày khác; *he fired shot after shot* anh ta bắn hết phát này đến phát khác **3.** về việc; về: *they inquired after you* họ hỏi thăm về anh **4.** phỏng theo, theo: *a painting after Rubens* một bức tranh phỏng theo phong cách Rubens. // **after all** a/ rốt cuộc: *after all, what does it matter?* rốt cuộc, đó là vấn đề gì vậy? b/ xét cho cùng: *so you see I was right after all!* đấy anh thấy đấy xét cho cùng tôi đúng mà!

after[3] /ɑ:ftə[r]/, (*Mỹ* 'æftər/ *lt* sau khi: *I arrived after he had left* tôi đến sau khi nó đã đi.

after[4] /ɑ:ftə[r]/, (*Mỹ* 'æftər/ *tt* **1.** sau này; tiếp sau: *in*

after years trong những năm sau này **2.** (*hải*) ở đằng đuôi, ở phía đuôi (*tàu*): *the after cabins* những buồng ở phía đuôi con tàu.

afterbirth /ɑ:ftəbɜ:θ, 'æftərbɜ:rθ/ *dt* bộ phận phụ [của] thai.

aftercare /ɑ:ftəkeə[r], 'æftərkeər/ *dt* sự chăm sóc sau điều trị; sự chăm sóc sau hạn tù.

afterdamp /ɑ:ftədæmp, 'æftərdæmp/ *dt* hơi bốc lên sau vụ nổ (*ở hầm mỏ*).

aftereffect /ɑ:ftəifekt, 'æftərifekt/ *dt* (*y*) di chứng.

afterglow /ɑ:ftəgləu, 'æftərgləu/ *dt* ráng chiều.

afterimage /ɑ:ftəimidʒ, 'æftərimidʒ/ *dt* dư ảnh.

afterlife /ɑ:ftəlaif, 'æftərlaif/ *dt* kiếp sau.

aftermath /ɑ:ftəmæθ, (*Anh cg* 'ɑ:ftəma:θ/ *dt* (*thường số ít*) hậu quả: *the rebuilding which took place in the aftermath of the war* sự tái thiết thời hậu chiến, hậu quả của chiến tranh.

aftermost /ɑ:ftəməust, 'æftərməust/ *tt* (*hải*) **the aftermost part** phần đuôi tàu.

afternoon /,ɑ:ftənu:n, ,æftər'nu:n/ *dt* buổi chiều.

afternoons /,ɑ:ftə'nu:nz, æftər'nu:nz/ *pht* vào các buổi chiều (*như là một thói quen*): *afternoons, he works at home* vào các buổi chiều anh ta làm việc ở nhà.

afters /ɑ:ftəz, (*Mỹ* 'æftərz/ *dt snh* (*Anh, kng*) món cuối bữa (*trong một bữa ăn, thường là ngọt*).

aftershave /ɑ:ftəʃeiv, 'æftərʃeiv/ *dt* nước thơm dùng sau khi cạo râu.

aftertaste /ɑ:ftəteist, 'æftərteist/ *dt* dư vị (*của một món ăn, một thức uống*) (*bóng*): *the angry exchange* *of words left an unpleasant aftertaste* cuộc trao đổi lời giận dữ với nhau đã để lại một dư vị khó chịu.

afterthought /'ɑːftəθɔːt, 'æftərθɔːt/ *dt* cái sau mới nghĩ đến, cái sau mới thêm vào: *the film was made first and the music was added as an afterthought* cuốn phim được dựng trước, nhạc được lồng thêm vào sau; *Mai was a bit of an afterthought, her brothers and sisters are all much older than her* Mai là đứa con sau mới để thêm, mấy anh chị nó đều lớn tuổi hơn nó nhiều.

afterwards /'ɑːftəwədʒ, (Mỹ 'æftərwədʒ)/ *pht* (Mỹ *cg* **afterward**) sau đó; rồi thì: *let's go to the theatre first and eat afterwards* ta hãy đi xem hát trước đã, sau đó sẽ đi ăn.

again /ə'gen, ə'gein/ *pht* **1.** lại, lần nữa, nữa: *try again* hãy thử lần nữa xem; *don't do that again* đừng làm điều đó lần nữa **2.** trở lại (*như trước*): *he was glad to be home again* anh ta vui mừng trở lại nhà; *you'll never get the money back again* anh sẽ không bao giờ lấy được tiền trở lại; *you'll soon be well again* anh sẽ khỏe trở lại ngay mà **3.** hơn nữa, vả lại: *it is necessary again to bear in mind that* hơn nữa cần nhớ rằng; *these again are more expensive* vả lại những cái này đắt hơn **4.** thêm nữa: *I'd like as many (much) again* tôi muốn có chừng ấy thêm nữa (*tức là gấp đôi chừng ấy*); *half as much again* gấp rưỡi chừng ấy. // **again and again** nhiều lần, lặp đi lặp lại: *I've told you again and again not to do that* tôi đã

lặp đi lặp lại với anh là đừng có làm cái đó.

against /ə'genst, ə'geinst/ *gt* **1.** chống lại, ngược lại, phản đối: *we were rowing against the current* chúng ta đang chèo ngược dòng; *are most people against the proposal?* có phải phần lớn mọi người đều phản đối đề nghị đó không? **2.** dựa vào, tỳ vào, áp vào; đập vào: *he stands against the wall* nó đứng dựa vào tường; *the rain beat against the car windscreen* mưa đập vào kính xe **3.** tương phản với, nổi bật lên: *the skier's red clothes stood out clearly against the snow* quần áo đỏ của người trượt tuyết nổi bật lên trên nền trắng của tuyết **4.** phòng, để phòng, phòng xa: *take precautions against fire* áp dụng những biện pháp phòng ngừa hỏa hoạn; *an injection against rabies* một mũi tiêm phòng chống bệnh dại **5.** đổi lấy: *what's the rate of exchange against the dollar?* tỷ giá đổi đồng đôla là bao nhiêu thế?. // **as against something** x **as³**.

agape /ə'geip/ *tt (vị ngữ)* há hốc mồm ra: *mouth agape with astonishment* mồm há hốc ra vì kinh ngạc.

agate /'ægət/ *dt* mã não: *an agate ring* chiếc nhẫn mã não.

age¹ /eidʒ/ *dt* **1.** tuổi: *what age is he?* nó bao nhiêu tuổi?; *he is six years of age (six years old)* nó sáu tuổi; *I left school at the age of 18* tôi thôi học năm 18 tuổi; *when I was your age* lúc tôi ở tuổi anh; *I have a son your age* tôi có một đứa con trai bằng tuổi anh; *geologists have calculated the age of the earth* các nhà địa chất đã tính tuổi trái đất

2. tuổi già, tuổi tác: *the wisdom that comes with age* khôn ngoan đến với tuổi tác; *fine wine improves with age* rượu ngon để lâu càng ngon **3.** thời đại, thời kỳ: *the stone age* thời kỳ đồ đá; *the nuclear age* thời đại nguyên tử **4.** (*thường snh*) (*kng*) thời gian dài lắm, hàng thế kỷ: *I waited [for] ages (an age)* tôi đã đợi lâu lắm; *it took [us] ages to find a place to park* chúng tôi phải mất hàng giờ mới tìm được một chỗ đỗ xe. // **the age (years) of discretion** x discretion; **at a tender age; of tender age** x tender¹; **the awkward age** x awkward; **be (come) of age** đến tuổi thành niên; **be your age** (*kng*) (chủ yếu dùng ở lối mệnh lệnh) xử sự đúng với bậc tuổi của mình; **feel one's age** x feel; **in this day and age** x day; **look one's age** trông trẻ (già) đúng như tuổi thật của mình; **[be] of an age** đã đến tuổi phải (*làm cái gì đó*): *he's of an age when he ought to settle down* anh ta đã đến tuổi phải ổn định cuộc sống; **of an age with somebody** cùng tuổi với ai; **over age** già quá; **under age** chưa đủ tuổi: *you can't drive a car yet, you're still under age* anh chưa lái xe được, vì còn chưa đủ tuổi mà.

age² /eidʒ/ *dgt* (động tính từ hiện tại **ageing** hoặc **aging**, *dttqk* **aged** /eidʒd/) **1.** [làm cho] già đi: *worry aged him rapidly* lo lắng làm cho ông ta già đi nhanh chóng; *he's aged a lot recently* gần đây ông ta già đi nhiều **2.** [làm cho] chín đúng độ: *allow wine to age* để cho rượu vang chín đúng độ.

-age (*tiếp tố, cùng dt và dgt tạo dt*) **1.** tình trạng, [hoàn] cảnh: *bondage* tình trạng nô lệ, cảnh nô lệ **2.** nhóm, tập hợp: *baggage* hành lý; *the peerage* tầng lớp công khanh **3.** hành động; kết quả: *wastage* sự lãng phí **4.** giá; chi phí: *postage* bưu phí **5.** chỗ, nơi: *orphanage* trại mồ côi; *anchorage* chỗ thả neo **6.** số lượng: *dosage* liều lượng; *mileage* số dặm đã đi được.

aged *tt* **1.** /'eidʒd/ *(vị ngữ)* có tuổi là *(bao nhiêu đấy)*; lên *(bao nhiêu tuổi đấy)*: *the boy was aged ten* đứa trẻ ấy mười tuổi (lên mười) **2.** /'eidʒid/ cao tuổi: *an aged man* một ông cao tuổi.

the aged /'eidʒid/ *dt snh* người già: *caring for the sick and the aged* chăm sóc người ốm và người già.

age-group /'eidʒgru:p/ *dt* (cg **age-bracket**) nhóm tuổi: *a book written for children in the 12-14 age group* cuốn sách viết cho trẻ ở nhóm tuổi 12-14.

ageing, aging /'eidʒiŋ/ *dt* **1.** sự hóa già, sự lão hóa *(người)* **2.** sự chín *(rượu vang...).*

ageism, agism /'eidʒizəm/ *dt (xấu)* định kiến về tuổi tác.

ageless /'eidʒlis/ *tt* **1.** trẻ mãi không già: *her beauty seems ageless* cô ta trông trẻ mãi không già **2.** mãi mãi, muôn đời: *the ageless mystery of the universe* bí mật muôn đời của vũ trụ.

agelong /'eidʒlɒŋ/ *tt* mãi mãi, đời đời: *man's agelong struggle for freedom* cuộc chiến đấu đời đời cho tự do của con người.

agency /'eidʒənsi/ *dt* **1.** hãng: *an employment agency* hãng giới thiệu việc làm **2.** đại lý, chi nhánh: *our company has agencies all over the world* công ty chúng tôi có đại lý khắp thế giới **3.** *(Mỹ)* cơ quan, sở, cục: *Central Intelligence Agency* Cục tình báo trung ương. // **by (through) the agency of** qua (do) tác động của: *rocks worn smooth through the agency of water* đá bị mòn nhẵn do tác động của nước.

agenda /ə'dʒendə/ *dt* chương trình nghị sự.

agent /'eidʒənt/ *dt* **1.** người đại lý **2.** *(thường snh)* tay sai, tay chân **3.** tác nhân: *chemical agent* tác nhân hóa học **4.** *(cg* **secret agent**) điệp viên: *an enemy agent* điệp viên của địch.

agent provocateur /,æʒɒn prəvɒkə'tɜ:[r]/ *(snh* **agents provocateurs** đọc như số ít *(tiếng Pháp)* kẻ xúi cho hành động để tạo chứng cứ bắt giữ.

age of consent /,eidʒ əv kən'sent/ tuổi cập kê.

age-old /,eidʒ'əʊld/ *tt (thường thngữ)* lâu đời: *age-old culture* nền văn hóa lâu đời.

agglomerate¹ /ə'glɒməreit/ *dgt* kết tụ.

agglomerate² /ə'glɒmə'rət/ *dt (địa)* đá khối tập.

agglomerate³ /ə'glɒmərət/ *tt* kết tụ.

agglomeration /ə'glɒmə'reiʃn/ *dt* **1.** sự kết tụ **2.** khối, *(bừa bãi, lộn xộn)*: *an ugly agglomeration of new buildings* một khối nhà mới xấu xí.

agglutinate /ə'glu:tineit, *(Mỹ* ə'glu:təneit)/ kết dính.

agglutination /ə,glu:ti'neiʃn, *(Mỹ* ə,glu:təneiʃn)/ *dt* **1.** sự kết dính **2.** *dgt (ngôn)* sự chắp dính.

agglutinative /ə'glu:tinətiv, *(Mỹ* ə'glu:təneitiv)/ *tt (ngôn)* chắp dính: *agglutinative* *languages* ngôn ngữ chắp dính.

aggrandize, aggrandise /ə'grændaiz/ *dgt* nâng cao địa vị, tăng thêm sự giàu có, tăng thêm tầm quan trọng.

aggrandizement, aggrandisement /ə'grændaizmənt/ *dt* sự nâng cao địa vị, sự tăng thêm giàu có, sự tăng thêm tầm quan trọng: *his sole aim is personal agrandizement* mục đích duy nhất của nó là nâng cao địa vị cá nhân.

aggravate /'ægrəveit/ *dgt* **1.** làm trầm trọng thêm *(tình hình, bệnh tật)* **2.** làm khó chịu, làm bực mình.

aggravating /'ægrəveitiŋ/ *tt* làm khó chịu, làm bực mình: *aggravating delays caused by heavy traffic* cản trở khó chịu do giao thông đông nghịt.

aggravation /,ægrə'veiʃn/ *dt* **1.** sự làm trầm trọng thêm; điều làm trầm trọng thêm **2.** sự làm bực mình; điều làm bực mình.

aggregate¹ /'ægrigeit/ *dgt* **1.** **aggregate somebody to something** tập hợp lại; thu nạp vào: *aggregate somebody to a political party* thu nạp ai vào một đảng chính trị **2.** tổng số lên tới: *the television audience aggregated 30 millions* tổng số khán giả tivi lên đến 30 triệu người.

aggregate² /'ægrigət/ *dt* **1.** tổng số, khối tập hợp: *the complete aggregate of unemployment figures* tập hợp toàn bộ những con số thất nghiệp **2.** *(địa)* khối kết tụ **3.** vật liệu đúc bê-tông *(như cát, sỏi).* // **in the aggregate** tính gộp lại, cộng chung lại; **on aggregate** tính chung: *our team scored the most goals*

A

on aggregate tính chung đội ta ghi nhiều bàn nhất.

aggregate³ /'ægrigət/ *tt* gộp lại: *the aggregate profit* số lãi gộp lại.

aggregation /,ægri'geiʃn/ *dt* 1. sự tập hợp, sự thu nạp 2. khối kết tập.

aggression /ə'greʃn/ *dt* 1. sự xâm lược; cuộc xâm lược 2. *(tâm)* sự gây gổ.

aggressive /ə'gresiv/ *tt* 1. tấn công: *aggressive weapons* vũ khí tấn công 2. xông xáo, năng nổ: *a good salesman must be aggressive if he wants to succeed* một người bán hàng giỏi phải năng nổ nếu anh ta muốn thành công.

aggressively /ə'gresivli/ *pht* [một cách] xông xáo, [một cách] năng nổ.

aggressiveness /ə'gresivnis/ *dt* 1. tính chất tấn công 2. tính xông xáo, tính năng nổ.

aggressor /ə'gresə[r]/ *dt* kẻ xâm lược; nước xâm lược.

aggrieved /ə'gri:vd/ *tt* 1. (at, over) [bị làm cho] cảm thấy oán hận; phẫn uất: *feel much aggrieved at losing one's job* cảm thấy rất phẫn uất khi mất việc làm 2. *(luật)* the aggrieved party bên thua kiện.

aggro /ægrəʊ/ *dt* (Anh, lóng) sự gây gổ (giữa các nhóm thanh niên...).

aghast /ə'ga:st, (Mỹ ə'gæst)/ *tt (vị ngữ)* **aghast at something** kinh hoàng, thất kinh: *he stood aghast at the terrible sight* anh ta đứng kinh hoàng trước cảnh tượng kinh khủng ấy.

agile /æ'dʒail, (Mỹ 'ædʒl)/ *tt* nhanh nhẹn; linh lợi, hoạt bát: *an agile mind* đầu óc linh lợi.

agilely /æ'dʒaili/ *pht* [một cách] nhanh nhẹn; [một cách] linh lợi; [một cách] hoạt bát.

agility /ə'dʒiləti/ *dt* sự nhanh nhẹn; sự linh lợi, sự hoạt bát.

aging /'eidʒiŋ/ *dt x* ageing

agism /'eidʒizəm/ *dt x* age-ism.

agitate /'ædʒiteit/ *dgt* 1. làm cho bối rối: *she was agitated by his sudden appearance at the party* cô ta bối rối vì sự xuất hiện đột ngột của anh ta tại buổi liên hoan 2. cổ động, khích động quần chúng: *agitate for tax reform* cổ động cho cải cách thuế má; *agitate against nuclear weapons* cổ động chống vũ khí nguyên tử 3. lắc, khuấy: *agitate the mixture to dissolve the powder* lắc hỗn hợp cho tan bột.

agitated /'ædʒiteitid/ *tt* bối rối.

agitation /,ædʒi'teiʃn/ *dt* 1. sự bối rối 2. sự cổ động, sự khích động quần chúng: *women leading the agitation for equal rights* phụ nữ lãnh đạo phong trào cổ động cho bình quyền 3. sự hồi hộp bàn tán *(sau một chiến dịch cổ động)*.

agitator /'ædʒiteitə[r]/ *dt* 1. người cổ động, người khích động quần chúng 2. máy lắc, máy khuấy.

agitprop /æ'dʒitprɒp/ *dt* sự tuyên truyền cổ động (ở nước Nga).

aglow /ə'gləʊ/ *pht, tt* 1. ngời sáng: *Christmas trees aglow with coloured lights* cây Nô-en ngời sáng đèn màu 2. rạng rỡ: *face aglow with delight* mặt hơn hở rạng rỡ.

AGM /,eidʒi:'em/ (vt của annual general meeting) hội nghị toàn thể hàng năm.

agnail /'ægneil/ *dt nh* hangnail.

agnostic¹ /æg'nɒstik/ *dt* người tin theo bất khả tri luận.

agnostic² /æg'nɒstik/ *tt* tin theo bất khả tri luận.

agnosticism /æg'nɒtisizəm/ *dt* bất khả tri luận.

ago /ə'gəʊ/ *pht* trước đây; cách đây: *ten years ago* mười năm trước đây; *it happened a few minutes ago* chuyện đó xảy ra cách đây mấy phút.

agog /ə'gɒg/ *tt (vị ngữ)* háo hức; sốt ruột: *agog with curiosity* háo hức vì tò mò; *be agog for news* nóng lòng biết tin.

agonize, agonise /'ægənaiz/ *dgt* khắc khoải lo âu: *after agonizing [over it] for days we finally made up our mind* sau khi khắc khoải lo âu [về việc đó] hàng mấy ngày, chúng tôi cuối cùng đã quyết định.

agonized, agonised /'ægənaizd/ đau đớn; khổ sở: *an agonized look* cái nhìn khổ sở.

agonizing, agonising /'ægənaiziŋ/ *tt* gây đau đớn; gây khổ sở: *an agonizing pain* nỗi đau gây khổ sở.

agonizingly, agonisingly /'ægənaiziŋli/ *pht* một cách đau đớn, một cách khổ sở.

agony /'ægəni/ *dt* sự đau đớn, sự khổ sở, sự thống khổ: *they suffered the agony of watching him burn to death* họ đau đớn nhìn anh ta bị thiêu chết; *he suffered agonies of remorse* anh ta khổ sở vì hối hận. // **pile on the agony** *x* pile³; **prolong the agony** *x* prolong.

agony aunt /'ægəni ,a:nt/ (Anh, đùa hoặc kng) người

giải đáp mục tâm sự *(trên báo)*.

agony column /'ægəni, kɒləm/ *(Anh, dùa hoặc kng)* **1.** *nh* personal column **2.** mục tâm sự *(trên báo)*.

agoraphobia /ˌægərə'fəʊbiə/ *dt* chứng sợ khoảng rộng.

agoraphobic¹ /ˌægərə'fəʊbik/ *tt (y)* sợ khoảng rộng.

agoraphobic² /ˌægərə'fəʊbik/ *dt (y)* người sợ khoảng rộng.

agrarian /ə'greəriən/ *tt* [thuộc] ruộng đất: *agrarian reform* cải cách ruộng đất.

agree /ə'gri:/ *dgt* **1.** đồng ý; thỏa thuận: *he agreed to let me go home early* ông ta đồng ý để tôi về sớm; *they met at the agreed time* họ đã gặp nhau theo giờ thỏa thuận **2.** chấp thuận: *the tax inspector agreed the figures* viên thanh tra thuế đã chấp thuận các con số; *next year's budget has been agreed* ngân sách năm tới đã được chấp thuận (đã được thông qua) **3.** hợp, phù hợp, khớp với: *your account of the affair does not agree with mine* bản tường trình của anh về sự việc không khớp với bản của tôi; *the verb agrees with its subject in number and person* động từ hợp với chủ ngữ của nó về số và ngôi **4.** hòa hợp, hòa thuận: *brothers and sisters never seem to agree* anh em chị em hình như chẳng bao giờ hòa thuận với nhau. // **agree to differ** chấp nhận là bất đồng ý kiến *(để tránh tranh cãi thêm nữa)*: *we must agree to differ on this* chúng ta đành chấp nhận là bất đồng ý kiến về vấn đề này; **be agreed [on (about something)]**; **be agreed [that]** đi đến một thỏa thuận: *it*

was agreed that another meeting was necessary người ta đã đi đến một thỏa thuận là cần có một cuộc họp khác; **couldn't agree [with somebody] more** hoàn toàn đồng ý [với ai]: *"the scheme's bound to fail" "I couldn't agree more"* "kế hoạch nhất định thất bại" "tôi hoàn toàn đồng ý"; **agree with somebody** hợp với [sức khỏe, sự tiêu hóa của...] ai: *the humid climate didn't agree with him* khí hậu ẩm không hợp với nó; *I like mushrooms but unfortunately they don't agree with me* tôi thích ăn món nấm, nhưng đáng tiếc là nấm không hợp với tôi.

agreeable /ə'gri:əbl/ *tt* **1.** dễ chịu; dễ thương: *agreeable weather* thời tiết dễ chịu; *agreeable voice* giọng dễ thương **2.** (+ to) sẵn sàng đồng ý: *I'll invite her, if you're agreeable to her coming* tôi sẽ mời cô nếu anh sẵn sàng đồng ý.

agreeably /ə'gri:əbli/ *pht* [một cách] dễ chịu, [một cách] thú vị: *agreeably surprised* ngạc nhiên một cách thú vị.

agreement /ə'gri:mənt/ *dt* **1.** hợp đồng, thỏa ước; hiệp nghị: *an agreement with the employers was finally worked* một thỏa thuận với giới chủ cuối cùng đã được vạch ra **2.** sự thỏa thuận: *the two parties failed to reach agreement* hai bên đã không đạt được thỏa thuận **3.** *(ngôn)* sự hợp *(về số và ngôi)*: *agreement between subject and verb* sự hợp giữa động từ và chủ từ. // **a gentleman's agreement** *x* gentleman.

agricultural /ˌægri'kʌltʃərəl/ *tt* [thuộc] nông nghiệp: *ag-*

ricultural land đất nông nghiệp.

agriculturally /ˌægri'kʌltʃərəli/ *pht* về mặt nông nghiệp.

agriculture /'ægrikʌltʃər/ *dt* nông nghiệp.

agriculturist /ˌægri'kʌltʃərist/ *dt* nhà nông học.

agr[o]- *(dạng kết hợp)* nông: *agriculture* nông nghiệp; *agronomy* nông học.

agronomist /ə'grɒnəmist/ *dt* nhà nông học.

agronomy /ə'grɒnəmi/ *dt* nông học.

aground /ə'graʊnd/ *pht, tt* mắc cạn *(tàu bè)*: *the tanker was aground* chiếc tàu chở dầu đã mắc cạn.

ah /ɑ:/ *tht* a!, chà!: *ah! there you are* a! anh đây rồi; *ah! what a lovely baby* chà! đứa bé dễ thương làm sao!

aha /ɑ:'hɑ:/ *tht* a ha!, ha ha!: *aha! so it's you hiding here* ha ha! ra anh trốn ở đây!

ahead /ə'hed/ *pht* trước, về phía trước: *the way ahead was blocked by fallen trees* con đường phía trước bị cây ngã chắn ngang.

ahead of /ə'hedəv/ *gt* **1.** ở phía trước *(về không gian hoặc thời gian)*: *directly ahead of us is the royal palace* ngay phía trước chúng ta là cung điện hoàng gia **2.** trội hơn, vượt xa: *she was always well ahead of the rest of the class* cô ta luôn luôn vượt xa các bạn trong lớp.

ahem /ə'hem/ *tht* e hèm! *(tiếng hắng giọng)*: *ahem, might I make a suggestion?* e hèm! tôi có thể đưa ra một đề nghị không?

ahoy /ə'hɔi/ *tht* ới này! *(tiếng thủy thủ gọi để gọi sự chú ý)*: *land ahoy!* ới này! đất liền kìa!, *ship ahoy!* ới này! có tàu kìa!

AI /ˌeiˈai/ (*vt* của artificial intelligence) trí tuệ nhân tạo (*máy điện toán*).

aid¹ /eid/ *dt* **1.** sự giúp đỡ; sự cứu giúp: *she came quickly to his aid* chị ta nhanh chóng đến để giúp đỡ nó **2.** người giúp đỡ, người phụ tá; phương tiện giúp đỡ: *a hearing aid* máy nghe (*của người điếc*); *teaching aids* những giáo cụ giúp vào việc giảng dạy **3.** viện trợ: *aid to the developing countries* viện trợ cho các nước đang phát triển. // **in aid of something (somebody)** nhằm giúp đỡ cái gì (ai): *collect money in aid of charity* quyên tiền cứu trợ từ thiện; **what's all this in aid of?** (*kng*) tất cả cái đó mục đích để làm gì thế?: *now then, what's all this crying in aid of?* này, khóc lóc như vậy để làm gì chứ?

aid² /eid/ *dgt* **1.** giúp đỡ; cứu giúp **2.** viện trợ. // **aid and abet** (*luật*) tiếp tay (cho ai phạm tội).

aide /eid/ *dt* **1.** *nh* aide-de-camp **2.** (*Mỹ*): *the chief aides to the President* các phụ tá chính của tổng thống.

aide-de-camp /ˌeiddəˈkɒm, (*Mỹ* ˌeiddəˈkæmp)/ *dt* (*snh* **aides-de-camp** /ˌeiddəˈkɒm/) (*vt* **ADC**) sĩ quan tùy tùng.

aide-mémoire /ˌeidmem-mˈwaː[r]/ *dt* (*snh* **aide-mémoire** /ˌeidmemˈwaː[r]/) sách tóm tắt.

AIDS (*cg* **Aids**) /eidz/ (*y*) (*vt* của Acquired Immune Deficiency Syndrome) bệnh liệt kháng, bệnh AIDS.

ail /eil/ *dgt* **1.** ốm yếu, ốm đau **2.** làm đau khổ: *what ails you?* chuyện gì làm anh đau khổ thế?

aileron /ˈeilərɒn/ *dt* cánh phụ (*ở máy bay, dùng để điều chỉnh độ thăng bằng khi bay*).

ailing /ˈeiliŋ/ *tt* ốm yếu, ốm đau: *my wife is ailing* vợ tôi đang ốm; *the ailing economy* (*bóng*) nền kinh tế bệnh hoạn.

ailment /ˈeilmənt/ *dt* sự đau ốm nhẹ: *he's prone to minor ailments* anh ta hay ốm vặt.

aim¹ /eim/ *dgt* **1.** nhắm, chĩa: *he aims [his gun] at the target and fired* nó nhắm [súng] vào bia và bắn **2.** nhằm: *my remarks were not aimed at you* nhận xét của tôi không nhằm vào anh **3.** cố gắng, quyết tâm (*làm việc gì*): *she's aiming at a scholarship* cô ta đang cố gắng đạt cho được một học bổng; *we must aim at increasing (to increase) exports* chúng ta phải cố gắng tăng hàng xuất khẩu.

aim² /eim/ *dt* **1.** sự nhắm, sự chĩa: *take careful aim [at the target] before firing* hãy nhắm [vào bia] cho cẩn thận trước khi bắn; *he missed his aim* nó bắn trượt **2.** mục đích, ý định: *he has only one aim in life, to become rich* hắn chỉ có một mục đích ở đời là trở nên giàu có.

aimless /ˈeimlis/ *tt* không mục đích: *lead an aimless life* sống một cuộc đời không mục đích.

aimlessly /ˈeimlisli/ *pht* [một cách] không mục đích.

aimlessness /ˈeimlisnis/ *dt* sự không có mục đích.

ain't /eint/ *dạng rút gọn* không chỉnh hoặc dùng một cách khôi hài của **1. (is, are) not** không là, không còn như: *things ain't what they used to be* mọi thứ không còn như vốn quen thấy nữa.

2. has (have) not không, chưa: *you ain't seen nothing yet* anh còn chưa nhìn thấy gì mấy (*còn non nớt*).

air¹ /eə[r]/ *dt* **1.** không khí, bầu không khí, không trung: *let's go out for some fresh air* ta hãy đi ra ngoài để hưởng một ít không khí trong lành; *be in the open air* ở ngoài trời; ở giữa trời **2.** máy bay, hàng không: *send goods by air* gửi hàng bằng đường hàng không; *air traffic* không lưu **3.** vẻ, dáng: *smile with a triumphal air* mỉm cười với vẻ đắc thắng; *the place has an air of mystery [about it]* chỗ đó có vẻ huyền bí **4.** khúc nhạc **5.** (*cũ*) làn gió nhẹ. // **airs and graces** điệu bộ màu mè (*làm ra vẻ ta đây lịch sự*); **a breath of fresh air** *x* breath; **castles in the air** *x* castle; **a change of air (climate)** *x* change²; **clear the air** *x* clear³; **give oneself (put on) airs** làm bộ làm tịch; **hot air** *x* hot; **in the air** a/ đang lan truyền đi khắp nơi: *there's [a feeling of] unrest in the air* hiện có một cảm giác không ổn đang lan truyền đi khắp nơi b/ chưa chắc, chưa dứt khoát: *our plans are still [up] in the air* kế hoạch của chúng ta hiện còn chưa dứt khoát; **in the open air** *x* open²; **light as air (as a feather)** *x* light³; **on (off) the air** phát (không phát) trên truyền thanh (truyền hình): *this channel comes on the air every morning at 7 am* kênh này phát thanh (phát hình) mỗi buổi sáng lúc 7 giờ; **take the air** (*cũ*) đi ra ngoài hưởng không khí trong lành; **tread on air** *x* tread¹; **vanish into thin air** *x* thin¹; **with one's nose in the air** *x* nose¹.

air² /eə[r]/ *dgt* **1.** hong gió, phơi (*quần áo*) **2.** làm thông

thoáng *(một gian phòng...)*
3. bộc lộ, thổ lộ, bày tỏ, phô
bày: *air one's views* bày tỏ
quan điểm; *he likes to air
his knowledge* nó thích phô
bày hiểu biết của mình.

air base /'eəbeis/ căn cứ
không quân.

air-bed /'eəbed/ *dt* nệm bơm
hơi.

air-bladder /'eəblædə[r]/ *dt*
(sinh) bong bóng hơi.

airborne /'eəbɔ:n/ *tt* **1.**
không vận *(quân lính)* **2.**
(quân) được tập luyện để
tác chiến trên không: *air-
borne calvary* ky binh bay
3. bay, đã cất cánh: *all
planes are airborne* tất cả
máy bay đều đã cất cánh;
*we will be airborne in five
minutes* chúng ta sẽ bay
trong năm phút nữa.

air-brake /'eəbreik/ phanh
hơi.

airbrush /'eəbrʌʃ/ *dt* bình
sơn xì.

airbus /'eəbʌs/ *dt* máy bay
hành khách đường ngắn loại
lớn.

Air Chief Marshal /,eətʃi:-
'ma:ʃl/ *(Anh)* thượng tướng
không quân.

air commodore /,eə 'kɒmə-
dɔ:[r]/ *(Anh)* thiếu tướng
không quân.

air-conditioned /'eə kən-
diʃnd/ *tt* có lắp máy điều
hòa không khí *(gian phòng,
ngôi nhà...).*

air-conditioner /'eə kəndi-
ʃənə[r]/ *dt* máy điều hòa
không khí.

air-conditioning /'eəkən-
diʃəniŋ/ *dt* hệ thống điều
hòa không khí.

air-cooled /'eəku:ld/ *tt* làm
nguội bằng không khí: *an
air-cooled engine* chiếc máy
được làm nguội bằng không
khí.

aircraft /'eəkra:ft/ *dt (snh
không đổi)* máy bay.

aircraft-carrier /'eəkra:ft,
kæriə[r]/ *dt* tàu sân bay,
hàng không mẫu hạm.

aircraftman /'eəkra:ftmən/
dt (snh **aircraftmen**
/'eəkra:ftmən/) binh nhì
không quân *(Anh).*

aircraftwomen /'eəkra:ft-
wumən/ *dt (snh* **aircraft-
women** /'eəkra:ftwimin/) nữ
binh nhì không quân *(Anh).*

aircrew /'eəkru:/ *dt* phi
hành đoàn.

air-cushion /'eəkuʃn/ *dt* **1.**
gối bơm hơi **2.** nệm hơi *(đỡ
dưới thủy phi cơ khi bay
trên nước...).*

airfield /'eəfi:ld/ *dt* sân bay
*(không có nhà cửa thiết bị
đầy đủ như ở sân bay dân
sự, thường là dùng vào mục
đích quân sự).*

air force /'eəfɔ:s/ không lực,
không quân: *the Royal Air
Force* không lực hoàng gia.

airgun /'eəgʌn/ *dt* súng hơi.

air hostess /'eəhəustis/ nữ
tiếp viên hàng không.

airily /'eərili/ *pht* [một cách]
ung dung: *"I don't care", he
said airily* "tớ cóc cần!" nó
nói một cách ung dung.

airing /'eəriŋ/ *dt* **1.** sự hong
gió, sự phơi *(cho khô)* **2.** sự
bộc lộ, sự thổ lộ, sự bày tỏ,
sự phô bày: *give one's views
an airing* bày tỏ quan điểm
của mình.

airing cupboard /'eəriŋkʌ-
bəd/ tủ ấm *(để giữ khăn
trải giường, khăn tắm cho
luôn luôn sẵn sàng khi cần
thì dùng được ngay).*

airless /'eəlis/ *tt* **1.** ngột
ngạt: *an airless room* căn
phòng ngột ngạt **2.** không
có gió, lặng gió.

air letter /'eəletə[r]/ giấy gửi
thư máy bay *(viết xong gấp
lại, không cần phong bì, gửi*

qua đường hàng không với
giá rẻ).

airlift[1] /'eəlift/ *dt* cầu không
vận: *an emergency airlift of
food to the famine-stricken
areas* cầu không vận khẩn
cấp để chở lương thực cho
những vùng bị nạn đói.

airlift[2] /'eəlift/ *dgt* vận
chuyển bằng cầu không vận:
*civilians trapped in the be-
leaguered city have been air-
lifted to safety* thường dân
bị kẹt trong thành phố bị
vây hãm đã được chở đến
nơi an toàn bằng cầu không
vận.

airline /'eəlain/ *dt* công ty
hàng không.

airliner /'eəlainə[r]/ *dt* máy
bay hành khách loại lớn.

airlock /'eəlɒk/ *dt* **1.** nút
không khí *(trong một ống
dẫn chất nước...)* **2.** khoảng
kín *(trên máy bay hay dụng
cụ làm việc dưới nước).*

airmail /'eəmeil/ *dt* bưu
phẩm gửi bằng máy bay:
send a letter [by] airmail
gửi một bức thư bằng máy
bay.

airman /'eəmən/ *dt (snh* **air-
men** /'eəmen/) **1.** phi công,
nhân viên phi hành đoàn
2. *(Anh)* hạ sĩ quan; binh
sĩ *(trong không lực Hoàng
gia Anh).*

Air Marshal /'eəma:ʃl/ trung
tướng không quân *(Anh).*

airplane /'eəplein/ *dt (Mỹ)
nh* aeroplane.

air pocket /'eəpɒkit/ lỗ hổng
không khí loãng *(máy bay
bay vào đấy thì bị hẫng mà
rơi tõm xuống một đoạn)*

airport /'eəpɔt/ *dt* sân bay.

air pump /'eəpʌmp/ bơm
hơi.

air raid /'eəreid/ cuộc không
tập.

air rifle /'eəraifl/ *nh* airgun.

air-sea rescue /ˌeəsiːˈreskjuː/ sự cứu người bị nạn ở biển bằng máy bay; tổ chức cứu người bị nạn ở biển bằng máy bay.

airship /ˈeəʃip/ *dt* khí cầu có động cơ.

airsick /ˈeəsik/ *tt* say máy bay.

airsickness /ˈeəsiknis/ *dt* sự say máy bay.

airspace /ˈeəspeis/ *dt* không phận: *a violation of British airspace by foreign aircraft* sự vi phạm không phận Anh bởi một máy bay lạ.

air speed /ˈeəspiːd/ tốc độ bay

airstrip /ˈeəˌstrip/ *dt* (*cg* landing-field; landing-strip) đường băng.

air terminal /ˈeəˌtɜːminl/ nhà ga sân bay (*ở ngay tại sân bay hay ở cách sân bay một ít*).

airtight /ˈeətait/ *tt* kín hơi.

air-to-air /ˌeətʊˈeə/ *tt* không đối không: *an air-to-air missile* tên lửa không đối không.

air traffic control /ˌeətræfik ˈkəntrəʊl/ tổ chức kiểm soát không lưu.

air traffic controller /ˌeə træfik ˈkəntrəʊlə[r]/ *dt* viên kiểm soát không lưu.

Air Vice Marshal /ˌeəvais ˈmɑːʃl/ (*Anh*) thiếu tướng không quân.

airwaves /ˈeəweivz/ *dt snh* làn sóng radio.

airway /ˈeəwei/ *dt* 1. đường thông khí (*ở hầm mỏ*) 2. tuyến bay, đường hàng không.

airwoman /ˈeəwʊmən/ *dt* (*snh* **airwomen** /ˈeəwimin/) 1. nữ phi công; nữ nhân viên phi hành đoàn 2. (*Anh*) nữ hạ sĩ quan; nữ binh sĩ (*trong không lực Anh*).

airworthiness /ˈeəwɜːðinis/ *dt* tình trạng máy móc chạy tốt, tình trạng bay được (*máy bay*).

airworthy /ˈeəwɜːði/ *tt* có máy móc chạy tốt, bay được (*máy bay*).

airy /ˈeəri/ *tt* (-ier; -iest) 1. thoáng mát: *the office was light and airy* văn phòng này sáng sủa và thoáng mát 2. nhẹ bổng 3. hão: *an airy promise* lời hứa hão 4. ung dung: *an airy manner* dáng vẻ ung dung.

airyfairy /ˌeəriˈfeəri/ *tt* (*kng, xấu*) không thực tế, viển vông: *the scheme seems a bit airyfairy to me* đối với tôi, kế hoạch này có phần viển vông.

aisle /ail/ *dt* 1. gian bên (*ở giáo đường*) 2. lối đi giữa các dãy ghế (*trong rạp hát, nhà thờ, toa xe...*). // **knock them in the aisle** x knock[1]; **rolling in the aisles** x roll[2].

aitch /eitʃ/ *dt* con chữ **H**. // **drop one's aitches** x drop[2].

aitchbone /ˈeitʃbəʊn/ *dt* 1. xương đùi (*bò...*) 2. thịt đùi.

ajar /əˈdʒɑː[r]/ *tt* (*vị ngữ*) hé mở: *the door was (stood) ajar* cửa hé mở; *leave the door ajar* để cửa hé mở.

aka *vt* (*Mỹ*) còn có tên là: *Antonio Fratelli, aka "Big Tony"* Antonio Fratelli còn có tên là Big Tony.

akimbo /əˈkimbəʊ/ *pht* **with arms akimbo** x arm.

akin /əˈkin/ *tt* (*vị ngữ*) giống với, tựa như, có quan hệ gần gụi với: *he felt something akin to pity* nó cảm thấy một cái gì đó tựa như lòng thương hại; *pity and love are closely akin* lòng thương hại và tình yêu có quan hệ gần gụi với nhau.

-al (*tiếp tố*) 1. (*với dt hình thành tt*) verbal bằng lời,

bằng miệng 2. (*với đgt hình thành dt*) *survival* sự sống sót.

alabaster[1] /ˈæləbɑːstə, (*Mỹ* ˈæləbæstə[r])/ *dt* (*khoáng*) alabat, thạch cao hoa.

alabaster[2] /ˈæləbɑːstə[r], (*Mỹ* ˈæləbæstə[r])/ *tt* 1. bằng alabat: *an alabaster vase* chiếc bình bằng alabat 2. trắng nuột: *her alabaster complexion* nước da trắng nuột của cô nàng.

à la carte /ˌɑːlɑːˈkɑːt/ *tt, pht* [gọi] theo món: *we only have an à la carte menu* chúng tôi chỉ có thực đơn gọi theo món.

alacrity /əˈlækrəti/ *dt* (*tu từ*) tính mau mắn lẹ làng: *he accepted her offer with alacrity* anh ta mau mắn chấp nhận đề nghị của cô nàng.

à la mode /ˌɑːlɑːˈməʊd/ *tt, pht* 1. hợp thời trang, đúng mốt 2. (*Mỹ*) dọn ra cùng với kem: *apple pie à la mode* bánh patê nhân táo dọn cùng với kem.

alarm[1] /əˈlɑːm/ *dt* 1. sự báo động; hiệu báo động; thiết bị (*như còi, kẻng...*) báo động: *where's the fire alarm?* còi báo động hỏa hoạn ở đâu thế? 2. (*cg* **alarm clock**) đồng hồ báo thức 3. sự hoảng sợ, sự hốt hoảng: *there's no cause for alarm* không có lý do gì mà phải hốt hoảng. // **a false alarm** x false.

alarm[2] /əˈlɑːm/ *đgt* báo động, báo nguy; làm hoảng sợ: *I don't want to alarm you, but there's a strange man in your garden* tôi không muốn làm anh hoảng sợ, nhưng có một người đàn ông lạ mặt trong vườn nhà anh.

alarm clock /əˈlɑːmklɒk/ (*cg* **alarm**) đồng hồ báo thức.

alarmed /ə'lɑ:md/ *tt (vị ngữ)* lo lắng; sợ hãi: *I'm rather alarmed [to hear] that you're planning to leave the company* tôi khá lo lắng khi nghe rằng anh định rời bỏ công ty.

alarming /ə'lɑ:mɪŋ/ *tt* gây lo lắng; gây sợ hãi: *an alarming increase in the number of burglaries* một sự gia tăng đáng lo lắng về con số các vụ trộm đêm.

alarmingly /ə'lɑ:mɪŋli/ *pht* [một cách] đáng lo lắng; [một cách] đáng sợ hãi: *prices have increased alarmingly* giá cả đã gia tăng một cách đáng lo lắng.

alarmist[1] /ə'lɑ:mist/ *dt (xấu)* người hay tung tin làm lo lắng sợ hãi.

alarmist[2] /ə'lɑ:mist/ *tt* tung tin làm lo lắng sợ hãi.

alas /ə'læs/ *tht (cũ hoặc tu từ)* ôi thôi!, chao ôi!: *alas, they're all sold out, madame* ôi thôi! chúng đã bán hết sạch cả rồi, thưa bà.

albatross /'ælbətrɒs, (Mỹ 'ælbətrɔ:s)/ *dt (động)* chim hải âu lớn.

albeit /ɔ:l'bi:it/ *lt (cũ)* mặc dù: *I tried, albeit unsuccessfully, to contact him* tôi đã cố gắng tìm gặp hắn, mặc dù không thành công.

albino /æl'bi:nəʊ, (Mỹ æl-'baɪnəʊ)/ *dt (snh* **albinos***)* người bạch tạng; con vật bạch tạng.

album /'ælbəm/ *dt* **1.** [tập] anbom (*về ảnh, tem...*) **2.** băng anbom (*về nhạc, hát... của cùng một nghệ sĩ*): *this is one of the song from (on) her latest album* đây là một trong những bản hát trong băng anbum mới nhất của cô ta.

albumen /'ælbjʊmin, (Mỹ æl'bju:mən)/ *dt* **1.** lòng trắng (*trứng*) **2.** (*thực*) phôi nhũ.

albumin /'ælbjʊmin, (Mỹ æ'bju:min)/ *dt* anbumin.

alchemist /'ælkəmist/ *dt* nhà giả kim.

alchemy /'ælkəmi/ *dt (sử)* thuật giả kim.

alcohol /'ælkəhɒl, (Mỹ 'ælkəhɔ:l)/ *dt* rượu; cồn: *alcohol lamp* đèn cồn; *prohibit the sale of alcohol* cấm bán rượu; *alcohol fermentation* sự lên men rượu.

alcoholic /,ælkə'hɒlik, (Mỹ ,ælkə'hɔ:lik)/ *tt* **1.** [thuộc] rượu, có [chứa] rượu: *alcoholic drinks* những thức uống có rượu **2.** do rượu [gây ra]: *alcoholic stupor* sự mụ người do rượu.

alcoholism /,ælkə'hɒlizəm, (Mỹ ,ælkəhɔ:lizəm)/ *dt* **1.** chứng nghiện rượu **2.** bệnh do nghiện rượu.

alcove /'ælkəʊv/ *dt* góc kê giường: *the bed fits neatly into the alcove* chiếc giường đặt vừa gọn vào góc kê.

alder /'ɔ:ldə[r]/ *dt (thực)* cây tống quán sủi.

alderman /'ɔ:ldəmən/ *dt* (*snh* **aldermen** /'ɔ:ldəmən/) **1.** (*Anh, cũ*) ủy viên hội đồng quận **2.** (*Mỹ*) ủy viên hội đồng thành phố.

aldermanic /ɔ:ldə'mænik/ *tt* **1.** (*Anh*) [thuộc] ủy viên hội đồng quận **2.** (*Mỹ*) [thuộc] ủy viên hội đồng thành phố.

ale /eil/ *dt* **1.** rượu bia nặng, rượu bia ên (*thường dựng trong chai*) **2.** cốc bia ên. // **cakes and ale** *x* cake[1].

alehouse /'eilhaʊs/ (*snh* **alehouses** /'eilhaʊziz/) (*cổ*) quán rượu.

alert[1] /ə'lɜ:t/ *tt* **1.** cảnh giác, tỉnh táo: *be alert to possible dangers* cảnh giác với những mối nguy hiểm có thể xảy đến **2.** linh lợi: *although he's over eighty his mind is still remarkably alert* mặc dù ngoài tám mươi, đầu óc ông ta hãy còn linh lợi lắm.

alert[2] /ə'lɜ:t/ *dt* **1.** sự cảnh giác **2.** sự báo động: *give the alert* phát lệnh báo động. // **on the alert [against (for) something]** cảnh giác và sẵn sàng: *police warned the public to be on the alert for suspected terrorists* cảnh sát đã báo động quần chúng là phải cảnh giác và sẵn sàng để phòng những tên nghi là khủng bố.

alert[3] /ə'lɜ:t/ *đgt* **1.** báo cho (*quân lính...*) để phòng nguy hiểm và sẵn sàng hành động **2.** báo động cho biết: *alert staff to the crisis facing the company* báo động cho nhân viên biết cuộc khủng hoảng mà công ty đang phải đối đầu.

alertly /ə'lɜ:tli/ *pht* **1.** [một cách] cảnh giác; [một cách] tỉnh táo **2.** [một cách] linh lợi.

alertness /ə'lɜ:tnis/ *dt* **1.** sự cảnh giác, sự tỉnh táo **2.** sự linh lợi.

A level /'ei levl/ (*kng*) *x* Advanced level; *when are you taking A level (your A levels)?* khi nào thì anh lấy bằng A?

alfalfa /æl'fælfə/ *tt (Mỹ)* nh lucerne.

alfresco /æl'freskəʊ/ *tt, pht* ngoài trời: *an alfresco lunch* bữa ăn trưa ngoài trời; *lunching afresco* ăn bữa trưa ngoài trời.

algae /'ældʒi:, *cg* 'ælgai/ *dt snh (số ít* **alga** /'ælgə/) (*thực*) tảo.

algebra /'ældʒibrə/ *dt (toán)* đại số học.

algebraic /,ældʒi'breik/ *tt (toán)* đại số: *algebraic equation* phương trình đại số.

algebraically /,ældʒi'breikli/ *pht* [về mặt] đại số.

ALGOL (cg **Algol**) /ˈælgɒl/ (vt của algorythmic oriented language) (máy diện toán) ngôn ngữ thuật toán định hướng.

algorithm /ˈælgərɪðəm/ dt (máy diện toán) thuật toán.

alias[1] /ˈeɪlɪəs/ dt tên hiệu, bí danh: *the criminal has (uses) several aliases* tên tội phạm ấy có (dùng) nhiều bí danh.

alias[2] /ˈeɪlɪəs/ pht tức, tức là *To Nhu alias Nguyen Du* Tố Như tức Nguyễn Du.

alibi /ˈælɪbaɪ/ dt (luật) **1.** bằng chứng vắng mặt: *the suspects all had good alibis for the day of the robbery* tất cả những người bị tình nghi đều có những bằng chứng vắng mặt đúng vào ngày xảy ra vụ cướp **2.** (kng) có [để] cáo lỗi: *late again, An? What's your alibi this time?* lại chậm, sao An? lần này thì anh đưa ra cớ gì để cáo lỗi thế?

alien[1] /ˈeɪliən/ dt người nước ngoài, ngoại kiều (chưa nhập quốc tịch nước mình ở).

alien[2] /ˈeɪliən/ tt **1.** ngoại quốc **2.** xa lạ, lạ: *an alien environment* một môi trường xa lạ; *alien customs* phong tục lạ **3.** (+ to) trái với, ngược với: *such principles are alien to our religion* những nguyên tắc như thế trái với tín ngưỡng chúng tôi; *cruelty is quite alien to his nature* độc ác thật trái ngược với bản chất anh ta.

alienate /ˈeɪliəneɪt/ đgt **1.** làm cho xa lánh: *the Prime Minister's policy alienated many of his followers* chính sách của thủ tướng làm nhiều người vốn theo ông quay ra xa lánh ông **2.** (luật) chuyển nhượng.

alienation /ˌeɪliəˈneɪʃn/ dt sự làm cho giận ghét, sự làm cho xa lánh: *his criminal activities led to complete alienation from his family* hoạt động tội phạm của hắn đã làm cho cả nhà xa lánh hắn.

alight[1] /əˈlaɪt/ đgt **1.** (**alighted** hoặc **alit**) (+ from, on) xuống, bước xuống: *passengers should never alight from a moving bus* hành khách không bao giờ nên bước xuống khi xe buýt còn đang chạy **2.** (+ on) sà xuống, đỗ xuống, đậu xuống: *the sparrow alighted on a nearby branch* con chim sẻ đậu xuống cành cây gần đấy **3.** (+ on) tình cờ tìm thấy: *my eye alighted on a dusty old book at the back of the shelf* mắt tôi tình cờ thấy một cuốn sách cũ bám đầy bụi ở phía sau kệ.

alight[2] /əˈlaɪt/ tt (vị ngữ) **1.** cháy, bốc cháy: *a cigarette set the dry grass alight* điếu thuốc lá làm cho bãi cỏ khô bốc cháy **2.** (bóng) bừng lên, ngời lên: *their faces were alight with joy* gương mặt họ ngời lên vì vui sướng.

align /əˈlaɪn/ đgt **1.** sắp thẳng hàng: *a row of trees aligned with the edge of the road* hàng cây thẳng hàng theo lề đường **2.** đặt (bộ phận máy) vào đúng vị trí trong mối liên hệ với các bộ phận khác: *align the wheels of a car* lắp bánh xe vào **3.** liên kết: *they are closely aligned with the opponents of the government* họ liên kết chặt chẽ với những kẻ chống đối chính phủ.

alignment /əˈlaɪnmənt/ dt **1.** sự sắp thẳng hàng: *in alignment with* thẳng hàng với; *out of alignment* không thẳng hàng **2.** sự liên kết.

alike[1] /əˈlaɪk/ tt (vị ngữ) giống nhau; tương tự: *the twins don't look at all alike* cặp sinh đôi trông chẳng giống nhau mấy.

alike[2] /əˈlaɪk/ pht giống nhau, như nhau: *be dressed alike* ăn mặc giống nhau; *share and share alike* chia đều.

alimentary /ˌælɪˈmentəri/ tt [thuộc] đồ ăn; dinh dưỡng.

alimentary canal /ˌælɪmentəri kəˈnæl/ (giải) thực quản.

alimony /ˈælɪməni, (Mỹ) ˈælɪməʊni/ dt tiền cấp dưỡng cho vợ (sau khi ly hôn hoặc ly thân).

alive /əˈlaɪv/ tt (vị ngữ) **1.** sống, còn sống: *burn alive* thiêu sống; *bury alive* chôn sống **2.** hoạt bát; nhanh nhẹn: *you seem very much alive today* hôm nay trông anh ta nhanh nhẹn quá **3.** còn tồn tại, còn giá trị: *these train tickets are still alive* những vé xe lửa này hãy còn có giá trị. // **alive and kicking** (kng) còn sống và rất khỏe mạnh; **[be] alive to something** nhận thấy, hiểu rõ: *he is fully alive to the possible dangers* nó hoàn toàn hiểu rõ những nguy hiểm có thể xảy ra; **[be] alive with something** đầy những, nhan nhản những: *the lake was alive with fish* hồ đầy cá; **look alive!** nhanh lên!: *look alive! you'll miss the bus* nhanh lên, không thì nhỡ xe buýt đấy.

alkali /ˈælkəlaɪ/ dt (hóa) chất kiềm.

alkaline /ˈælkəlaɪn/ tt (hóa) kiềm.

alkalinity /ˌælkəˈlɪnɪti/ dt (hóa) tính kiềm.

all[1] /ɔːl/ đht **1.** tất cả, hết thảy, toàn bộ: *all horses are* *animals, but not all animals are horses* tất cả ngựa là động vật, nhưng không phải tất cả động vật là ngựa; *all my plants have died* tất cả các cây trồng của tôi đều chết; *all this mail must be answered* tất cả thư này phải được trả lời **2.** suốt, cả *(một thời gian nào đó): he was abroad all last summer* suốt mùa hè qua, anh ta ở nước ngoài; *he has lived all his life in London* anh ta đã sống suốt đời ở Luân Đôn **3.** lớn nhất, ở mức cao nhất: *in all sincerity* với lòng chân thành cao nhất, với tất cả sự chân thành **4.** bất cứ: *he denied all knowledge of the crime* nó chối là không biết bất cứ tí gì về tội ác ấy. // **and all that [jazz, rubbish...]** và những thứ như vậy: *I'm bored by history, dates and battles and all that stuff* tôi rất ngán môn sử, các ngày tháng sự kiện, các trận đánh và tất cả những thứ như vậy; **for all** *x* for¹; **not at all that good, well...** không tốt lắm: *he doesn't sing all that well* anh ta hát cũng không hay lắm; **not as bad[ly]... as all that** không đến như thế: *they're not as rich as all that* họ cũng không giàu đến như thế đâu.

all² /ɔ:l/ đt **1.** tất cả, toàn bộ: *I invited my five sisters but not all [of them] can come* tôi đã mời năm bà chị tôi, nhưng không phải tất cả [họ] đều có thể đến được; *all of the toys were broken* toàn bộ đồ chơi đều bị gãy hỏng; *all of this is yours* tất cả các thứ này là của anh **2.** tất cả mọi thứ: *he took all that I had* nó đã lấy tất cả mọi thứ tôi có; *all I want is peace and quiet* tất cả những gì mà tôi muốn

là yên tĩnh. // **all in all** xét về mọi mặt, xét cho cùng: *all in all it had been a great success* xét cho cùng đó là một thành công lớn; **all or nothing** phải cố lên; hoặc ăn cả hoặc về không: *it's all or nothing, if we don't score now, we've lost the match* phải cố lên, nếu ta không ghi bàn ngay chúng ta sẽ thua trận này; **and all** cũng, kể cả: *the wind blew everything off the table, table cloth and all* gió thổi bay mọi thứ ra khỏi bàn, khăn bàn cũng như tất cả mọi thứ khác; **[not] at all** không chút nào: *there was nothing at all to eat* không có chút gì để ăn cả; *I didn't enjoy it at all* tôi không thích cái đó chút nào cả; **in all** tất cả: *there was twelve of us in all for dinner* có tất cả mười hai người chúng tôi ăn cơm tối; **not at all** không có gì đâu ạ *(lời đáp lại một cách lịch sự khi người ta cảm ơn mình)*; **one's all** mọi thứ ta có, mạng sống: *they gave their all in the war* họ đã hiến cả mạng sống trong chiến tranh.

all³ /ɔ:l/ pht **1.** hoàn toàn; toàn: *she was dressed all in white* chị ta mặc toàn đồ trắng; *she lives all alone (all by herself)* chị ta sống hoàn toàn một mình **2.** *(kng)* rất, hết sức: *she was all excited* cô ta hết sức sôi nổi **3.** quá: *the end of the holiday came all two soon* kỳ nghỉ hè kết thúc quá sớm **4.** *(thể)* [một cách] đều, [một cách] ngang nhau: *the score was four all* tỷ số là bốn đều. // **all along** *(kng)* suốt thời gian; từ đầu: *I realized I had had it in my pocket all along* tôi nhận ra rằng tôi vẫn để cái đó trong túi suốt cả thời gian ấy; **all but** hầu

như: *the party was all but over when we arrived* buổi liên hoan hầu như đã tàn khi chúng tôi đến; **all in** mệt nhoài; **all of something** có thể hơn *(về khoảng cách, chiều cao...): it was all of two miles to the beach* ra đến bãi biển có thể còn hơn hai dặm; **all one** cả thảy chỉ chung một đơn vị: *we don't have a separate dining-room, the living area is all one* chúng tôi không có phòng ăn riêng, chỗ chúng tôi ở cả thảy chỉ chung một phòng; **all over** a/ khắp nơi: *we looked all over for the ring* chúng tôi đã tìm chiếc nhẫn khắp nơi b/ đúng như là của ai: *that sounds like my sister all over* tiếng đó nghe đúng như là tiếng chị tôi; **all the better (harder...)** càng tốt (càng vất vả hơn...): *we'll have to work all the harder with two members of staff away ill* chúng ta sẽ phải làm việc càng vất vả hơn với hai thành viên nghỉ ốm; **all there** *(kng)* hoàn toàn lành mạnh; đầu óc tỉnh táo: *he behaves very oddly at times, I don't think he is quite all there* có lúc anh ta xử sự rất kỳ quặc, tôi không nghĩ là đầu óc anh ta hoàn toàn tỉnh táo; **be all about somebody (something)** lấy (ai, cái gì) làm chủ đề, lấy (ai, cái gì) làm điểm quan tâm chính: *the news is all about the latest summit meeting* tin tức chủ yếu xoay quanh hội nghị thượng đỉnh mới đây; **be all for something (doing something)** tin tưởng mạnh mẽ: *she's all for more nursery schools being built* bà ta tin tưởng mạnh mẽ rằng nhiều vườn trẻ nữa sẽ được xây dựng; **be all one to somebody** cũng vậy thôi: *it's all one* to me whether we eat now or later đối với tôi thì ăn bây giờ hay lát nữa cũng vậy thôi; **be all over...** lan rộng ra khiến mọi người đều biết: *news of the holiday was all over the school within minutes* tin về ngày nghỉ chỉ trong mấy phút đã lan rộng ra khắp trường; **be all over somebody** *(kng)* tỏ ra có tình cảm quá mức hay sự nhiệt thành quá mức khi đi cùng với ai: *you can see he's infatuated by her, he was all over her at the party* anh có thể thấy anh ta mê tít cô nàng, suốt buổi liên hoan anh ta tỏ rõ tình cảm nhiệt thành quá mức đối với nàng; **be all up [with somebody]** *(kng)* chấm hết: *it looks as though it's all up with us now* có vẻ như đối với chúng ta, mọi thứ thế là chấm hết *(không còn cơ may nào nữa).*

all- *(tiền tố tạo tt và pht ghép)* **1.** hoàn toàn: *an all-electric kitchen* một nhà bếp dùng đồ điện hoàn toàn **2.** hết sức, vô cùng: *all-important* hết sức quan trọng; *all-merciful* vô cùng nhân từ.

Allah /'ælə/ *dt (tôn)* Đức A-la.

all-American /,ɔ:lə'merikən/ *tt* có những đức tính mà người Mỹ hâm mộ, đặc kiểu Mỹ: *a clean-cut all-American boy* cậu bé chững chạc đặc kiểu Mỹ.

all-around /,ɔ:lə'raʊnd/ *tt (Mỹ) nh* all-round.

allay /ə'lei/ *dgt* làm giảm, làm bớt, làm dịu: *I hope this statement will allay the public's fears* tôi hy vọng rằng lời tuyên bố đó sẽ làm dịu bớt nỗi sợ của quần chúng.

all-clear /,ɔ:l'kliə[r]/ *dt (thường số ít)* **the all-clear** hiệu báo an.

allegation /,æli'geiʃn/ *dt* **1.** sự viện lẽ, sự viện cớ **2.** lẽ viện ra, luận cứ.

allege /ə'ledʒ/ *dgt* **1.** viện lẽ, viện ra: *the prisoner alleges that he was at home on the night of the crime* tên tù viện lẽ rằng đêm xảy ra tội ác, nó ở nhà; *he alleged illness as the reason for his absence* nó viện cớ là vì ốm mà vắng mặt **2.** gán [tội]: *we were alledged to have brought goods into the country illegally* chúng tôi bị gán tội mang hàng vào nước một cách bất hợp pháp.

alleged /ə'ledʒid/ *tt* bị coi là... mà không có chứng minh: *the alleged thief* người bị coi là kẻ trộm.

allegedly /ə'li:dʒidli/ *pht* [một cách] bị coi là: *he was allegedly involved in the great jewel robbery* nó bị coi là có dính líu vào vụ trộm đồ trang sức lớn đó.

allegiance /ə'li:dʒəns/ *dt* (+to) lòng trung thành: *swear [an oath of] allegiance to the Queen* thề trung thành với Nữ hoàng.

allegorical /,æli'gɒrikl, *(Mỹ)* ,æli'gɔ:rəkl/ *tt* phúng dụ.

allegorically /,æli'gɒrikli, *(Mỹ)* æli'gɔ:rəkli/ *pht* [một cách] phúng dụ, [theo kiểu] phóng dụ.

allegory /'æligəri, *(Mỹ)* 'æligɔ:ri/ *dt* **1.** phúng dụ **2.** truyện phóng dụ, tranh phóng dụ.

allegretto[1] /,æli'gretəʊ/ *tt, pht (nhạc)* nhanh vừa.

allegretto[2] /,æli'gretəʊ/ *dt (nhạc) (snh* **allegrettos)** khúc nhanh vừa.

allegro[1] /ə'leigrəʊ/ *tt, pht (nhạc)* nhanh.

allegro[2] /ə'leigrəʊ/ *dt (nhạc) (snh* **allegros)** khúc nhanh, khúc alego.

alleluia /,æli'lu:jə/ *dt (cg* **hal-lelujah)** bài hát ca ngợi Chúa.

allergic /ə'lɜ:dʒik/ *tt* **1.** *(vị ngữ)* (+ to) bị dị ứng: *I like cats but unfortunately I'm allergic to them* tôi thích mèo, nhưng khổ thay tôi lại bị dị ứng với chúng **2.** do dị ứng: *an allergic rash* chứng phát ban do dị ứng **3.** *(vị ngữ)* (+ to) có ác cảm với, ghét: *I'm allergic to hard work* tôi ghét công việc nặng nhọc lắm.

allergy /'ælədgi/ *dt (y)* dị ứng.

alleviate /ə'li:vieit/ *dgt* làm nhẹ bớt, làm đỡ, làm dịu: *the doctor gave him an injection to alleviate the pain* bác sĩ cho hắn tiêm một mũi cho đỡ đau; *they alleviated the boredom of waiting by singing songs* họ hát để cho ngồi đợi đỡ buồn chán.

alleviation /ə,li:vi'eiʃn/ *dt* sự làm nhẹ bớt, sự làm đỡ, sự làm dịu.

alley /'æli/ *dt* **1.** *(cg* **alleyway)** lối đi, ngõ **2.** đường đi có trồng cây *(trong công viên)* **3.** bãi đánh ki.

alleyway /'æliwei/ *dt nh* alley 1.

All Fools Day /,ɔ:l'fu:lzdei/ *nh* April Fool's Day.

alliance /ə'laiəns/ *dt* **1.** sự liên minh; khối liên minh **2.** sự thông gia // **in alliance with** kết hợp với, liên kết với: *we are working in alliance with our foreign partners* chúng tôi đang làm việc, liên kết với các đối tác ngoại quốc của chúng tôi.

allied /'æ'laid, *cg* 'ælaid/ *tt* liên kết với; có quan hệ với: *the dog and the wolf are* *allied animals* chó nhà và chó sói là hai loài có quan hệ với nhau; *allied sciences* những môn khoa học có quan hệ với nhau.

alligator /'æligeitə[r]/ *dt* (động) cá sấu Mỹ.

all-in /ˌɔ:l'in/ *tt* bao gồm tất cả: *an all-in price* giá đã bao gồm đủ mọi khoản (*không phải trả thêm gì nữa cả*).

all-in wrestli'ng /ˌɔ:lin'reslin/ vật tự do.

alliteration /əlitə'reiʃn/ *dt* sự lặp lại âm đầu (*như* /θ/ trong as thick as thieves)

alliterative /ə'litrətiv, (Mỹ ə'litəreitiv)/ *tt* lặp lại âm đầu.

alliteratively /ə'litrətivli, (Mỹ ə'litəreitivli)/ *pht* theo kiểu lặp lại âm đầu.

allocate /'æləkeit/ *dgt* phân; cấp: *allocate funds for repair work* phân tiền cho công việc sửa chữa; *he allocated tasks to each of us; he allocated each of us our tasks* ông ta phân nhiệm vụ cho mỗi người chúng tôi.

allocation /ˌælə'keiʃn/ *dt* 1. sự phân; sự cấp 2. số (*tiền, diện tích...*) được cấp: *we're spent our entire allocation for the year* chúng tôi đã tiêu hết tiền được cấp cho cả năm.

allot /ə'lɒt/ *dgt* phân; giao: *how much cash has been allotted?* tiền mặt được giao là bao nhiêu thế?; *we did the work within the time they'd alloted [to] us* chúng tôi đã làm công việc trong phạm vi thời gian họ giao cho chúng tôi.

allotment /ə'lɒtmənt/ *dt* 1. sự phân; sự giao 2. phần được giao 3. (*Anh*) mảnh đất công thuê để trồng rau hoặc hoa.

all out /ɔ:l'aʊt/ dốc toàn lực: *the team is going all out to win the championship* đội dốc toàn lực để đoạt giải vô địch.

allow /ə'laʊ/ *dgt* 1. cho phép: *smoking is not allowed here* ở đây không được phép hút thuốc lá; *she allowed her mind to wander* cô ta thả cho đầu óc nghĩ lan man; *photography is not allowed in this theatre* không được phép chụp ảnh trong nhà hát này; *dogs not allowed; no dogs allowed* không được [phép] đem chó vào; *I'm not allowed visitors* tôi không được phép tiếp khách; *how much holiday are you allowed?* anh được nghỉ mấy ngày? 2. chấp nhận, thừa nhận: *many allow him to be the leading artist in his field* nhiều người thừa nhận ông ta là nhà nghệ sĩ dẫn đầu trong lĩnh vực của ông; *the judge allowed my claim* quan tòa chấp nhận thỉnh cầu của tôi. // **allow for somebody (something)** gộp vào, kể cả: *it will take you half an hour to get to the station, allowing for traffic delays* phải mất nửa giờ để đến nhà ga, kể cả các sự chậm trễ xe cộ; **allow somebody in, out, up...** cho phép vào, rời đi, đứng dậy...: *the patient was allowed up after 10 days* người bệnh sau mười ngày mới được phép đứng dậy ra khỏi giường; **allow of something** cho phép; nhường chỗ cho: *the facts allow of only one explanation* sự kiện chỉ cho phép có một cách giải thích duy nhất.

allowable /ə'laʊəbl/ *tt* có thể [do pháp luật, luật lệ] cho phép: *allowable expenses* chi phí được phép.

allowance /ə'laʊəns/ *dt* 1. tiền trợ cấp: *family allowance fund* quỹ trợ cấp gia đình đông con; *a luggage allowance* số hành lý được mang theo không phải trả tiền (*khi đi máy bay...*) 2. tiền bớt giảm, tiền khấu trừ thuế. // **make [an] allowance for something** cân nhắc cái gì khi đưa ra một quyết định; **make allowances for somebody** chiếu cố đến ai vì một lý do gì đó: *you must make allowances for him because he has been ill* anh phải chiếu cố anh ta vì anh ta bị ốm.

alloy¹ /'ælɔi/ *dt* hợp kim.

alloy² /ə'lɔi/ *dgt* 1. trộn với kim loại xấu hơn 2. (*bóng*) làm giảm giá trị đi: *happiness that no fear could alloy* niềm hạnh phúc không có nỗi sợ hãi nào có thể làm mờ nhạt đi.

all-powerful /ˌɔ:lpaʊəfl/ *tt* có quyền vô hạn.

all-purpose /'ɔ:lpɜ:pəs/ *tt* đa năng.

all right /ˌɔ:l'rait/ *tt, pht* (*cg kng* **alright**) 1. vừa ý, hài lòng: *is the coffee all right?* cà phê có được không?; *are you getting along all right in your new job?* anh hài lòng với công việc mới của anh chứ? 2. bình yên và mạnh khỏe: *I hope the children are all right* tôi hy vọng các cháu đều bình yên và mạnh khỏe 3. cũng được, cũng khá: *this homework is all right, but you could do better* bài tập làm ở nhà này cũng khá, nhưng lẽ ra anh có thể làm tốt hơn 4. được lắm (*tỏ sự đồng ý*): *"will you post that for me?" "Yes, all right"* anh bỏ giùm thư này ra bưu điện cho tôi nhé "đồng ý, được lắm" 5. chắc chắn: *that's the man*

I saw in the car all right đó chắn chắn là người tôi đã trông thấy trên xe.

all round /ɔ:l'raʊnd/ *pht* xét mọi mặt: *taken all round, it's not a bad car* xét mọi mặt thì đây không phải là một chiếc xe tồi.

all-round /'ɔlraʊnd/ *tt* **1.** toàn diện, toàn năng: *an all-round athlete* một vận động viên toàn năng **2.** không chuyên, chung: *a good all-round education* một vốn kiến thức chung tốt.

all-rounder /,ɔ:l'raʊndə[r]/ *dt* người toàn diện, người toàn năng.

All Saint's Day /,ɔ:l 'seints dei/ (*cg* **All Hallows' Day**) (*tôn*) lễ các Thánh (*1 tháng 11*).

all-singing all-dancing /,ɔ:ld'siŋiŋ ,ɔ:ld'dɑ:nsiŋ/ *tt* sử dụng đủ mọi cách để làm cho chú ý.

All Souls' Day /,ɔ:l 'səulz dei/ (*tôn*) lễ Vong hồn (*2 tháng 11*).

allspice /'ɔ:lspais/ *dt* bột sim ót (*chế từ quả sim ót, dùng làm gia vị*).

all-star /'ɔ:lstɑ:[r]/ *tt* [gồm] toàn diễn viên ngôi sao: *an all-star cast* một bảng phân vai gồm toàn diễn viên ngôi sao.

all-time /'ɔ:l taim/ *tt* lớn nhất từ trước tới nay; nổi tiếng nhất từ trước tới nay: *an all-time record* một kỷ lục cao nhất từ trước tới nay.

allude /ə'lu:d/ *đgt* nói bóng gió; ám chỉ: *she didn't mention Mr. Smith by name, but it was clear she was alluding to him* chị ta không nêu đích danh ông Smith, nhưng rõ ràng là chị ám chỉ ông ấy.

allure[1] /ə'lʊə[r]/ *đgt* quyến rũ, cám dỗ, làm xiêu lòng: *many settlers were allured by promises of easy wealth* nhiều người đến lập nghiệp đã bị cám dỗ vì những triển vọng làm giàu dễ dàng.

allure[2] /ə'lʊə[r]/ *dt* sức quyến rũ, sức hấp dẫn: *the false allure of big-city life* sức quyến giả tạo của đời sống ở các thành phố lớn.

allurement /ə'lʊəmənt/ *dt* sự quyến rũ, sự hấp dẫn.

alluring /ə'lʊəriŋ/ *tt* quyến rũ, hấp dẫn: *an alluring smile* nụ cười quyến rũ; *an alluring prospect* một triển vọng hấp dẫn.

allusion /ə'lu:ʒn/ *dt* sự nói bóng gió, sự ám chỉ: *she made many allusions to the previous government's failures* bà ta nói bóng gió nhiều đến những thất bại trước đây của chính phủ.

allusive /ə'lu:siv/ *tt* với ý ám chỉ, nói bóng gió.

alluvial /ə'lu:viəl/ *tt* [thuộc] đất bồi, [thuộc] phù sa.

alluvium /ə'lu:viəm/ *dt* (*snh* **alluviums, alluvia** /ə'lu:viə/) đất bồi, bồi tích, phù sa.

ally[1] /ə'lai/ *đgt* **1.** liên kết, liên minh: *Britain has allied itself with other western powers for trade and defence* nước Anh đã liên kết với các cường quốc phương Tây khác về buôn bán và phòng vệ **2.** kết thông gia.

ally[2] /ə'lai/ *dt* **1.** nước liên minh; người liên minh **2.** người thông gia **3. the allies** (*snh*) các nước đồng minh (*trong thế chiến I và II*).

-ally (*tiếp tố*) (*với dt hình thành pht*) sensationally [một cách] giật gân.

Alma Mater /,ælmə'mɑ:tə[r]/ **1.** (*đùa*) trường học (*nơi mình* đã hoặc đang học) **2.** (*Mỹ*) bài hát trường học.

almanac (*cg* **almanack**) /'ɔ:lmənæk, (*Mỹ cg* 'ælmənæk)/ niên lịch.

almighty /ɔ:l'maiti/ *tt* **1.** có quyền lực tối cao, tối thượng: *Almighty God* Thượng đế **2.** (*kng*) rất lớn: *an almighty nuisance* một điều khó chịu rất lớn.

the Almighty /ɔ:l'maiti/ *dt* (*số ít*) Thượng đế.

almond /'ɑ:mənd/ *dt* (*thực*) cây hạnh; quả hạnh.

almoner /'ɑ:mənə[r], (*Mỹ* 'ælmənə)/ *dt* **1.** người phát chẩn **2.** (*Anh cg* **medical social worker**) người làm công tác xã hội bệnh viện.

almond-eyed /,ɑ:mənd'aid/ *tt* [có] mắt quả hạnh.

almond paste /,ɑ:mənd 'peist/ bột nghiền hạt hạnh.

almost /'ɔ:lməʊst/ *pht* hầu như; suýt: *it's almost time to go* hầu như đã đến giờ đi rồi; *he slipped and almost fell* nó trượt chân và suýt ngã; *almost no one believed him* hầu như chẳng ai tin nó cả.

alms /ɑ:mz/ *dt snh* (*cũ*) của bố thí (*cho người nghèo*): *they had to beg alms [of others] in order to feed their children* họ phải xin của bố thí để nuôi con.

almshouse /'ɑ:mzhaʊs/ *dt* (*Anh*) nhà tế bần.

aloe /'æləʊ/ *dt* **1.** (*thực*) cây lô hội **2. aloes** (*đgt số ít*) (*cg* **bitter aloes**) nước ép lô hội (*dùng làm thuốc*).

aloft /ə'lɒft, (*Mỹ* ə'lɔ:ft)/ *pht* ở trên cao; trên đầu; ngang đầu cột buồm: *he went aloft to check the sails* anh ta leo lên cao để kiểm tra các lá buồm.

alone /ə'ləʊn/ *tt, pht* **1.** một mình: *I don't like going out* *alone after dark* tôi không thích ra ngoài một mình khi trời tối; *she raised her family quite alone* cô ta một mình nuôi cả gia đình **2.** chỉ: *time alone will tell* chỉ có thời gian mới trả lời được; *you alone can help me* chỉ có anh là có thể giúp tôi. // **go it alone** đảm đương lấy một mình không nhờ cậy ai: *he decided to go it alone and start his own business* anh ta quyết định một mình tự đảm đương lấy và bắt đầu công việc của mình; **leave (let) somebody (something) alone** để mặc, không dính vào: *she's asked to be left alone but the press keep pestering her* cô ta yêu cầu được để cho yên, nhưng báo chí cứ quấy rầy cô ta mãi; **leave (let) well alone** x well⁴; **let alone** nói chi đến, chưa kể đến: *I haven't decided on the menu yet, let alone bought the food* tôi chưa quyết định thực đơn, nói chi đến việc đi mua thức ăn; *there isn't enough room for us, let alone six dogs and one cat* không có đủ chỗ cho chúng ta, nói chi đến còn sáu con chó và một con mèo nữa; **not be alone in doing something** đâu phải chỉ riêng mình nghĩ (làm) ra sao đó: *he is not alone in believing that it may lead to war* đâu phải chỉ riêng mình anh ta nghĩ rằng điều đó có thể dẫn đến chiến tranh.

along¹ /ə'lɒŋ, (Mỹ ə'lɔːŋ)/ *gt* dọc theo: *walk along the corridor* đi dọc theo hành lang; *flowers grow along the side of the wall* hoa mọc theo bờ tường.

along² /ə'lɒŋ, (Mỹ ə'lɔːŋ)/ *pht* **1.** về phía trước: *the policeman told the crowds to move along* viên cảnh sát

bảo đảm đông chuyển lên phía trước **2.** cùng với: *when we went to Paris, we took my sister along [with us]* khi đi Pa-ri, chúng tôi đã đi cùng với chị gái tôi; *I'll be along in a few minutes* vài phút nữa tôi sẽ tới cùng đi với anh. // **along with something** cùng với cái gì: *there was a bill along with the parcel* có một hóa đơn kèm theo cùng với gói đồ.

alongside¹ /ə'lɒŋsaid, (Mỹ ə'lɔːŋ'said)/ *pht* sát mạn tàu: *a boat moored alongside* một chiếc thuyền bỏ neo sát mạn tàu.

alongside² /ə'lɒŋsaid, (Mỹ ə'lɔːŋ'said)/ *gt* sát cạnh: *the car drew up alongside the kerb* chiếc xe đậu sát lề đường.

aloof /ə'luːf/ *tt (thường vị ngữ)* lạnh lùng hờ hững: *throughout the conversation he remained silent and aloof* suốt cuộc chuyện trò, anh ta giữ thái độ im lặng và lạnh lùng hờ hững. // **keep (hold; stand) aloof from somebody (something)** không tham gia vào; không biểu lộ sự thân thiện, tách xa: *he stood aloof from the crowd* nó đứng tách xa đám đông.

aloofness /ə'luːfnis/ *dt* **1.** sự lạnh lùng hờ hững **2.** sự tách xa.

aloud /ə'laʊd/ *tt* to (nói, gọi...): *he read his sister's letter aloud* nó đọc to thư của chị nó; *she called aloud for help* chị ta gọi to cầu cứu. // **think aloud** x think¹.

alp /ælp/ *dt* **1.** ngọn núi cao (ở Thụy Sĩ và những nước lân cận) **2. the Alps** (snh) dãy núi Alpes **3.** cánh đồng cỏ trên núi (ở Thụy Sĩ).

alpaca /æl'pækə/ *dt* **1.** *(động)* lạc đà anpaca (lông dài, ở Nam Mỹ) **2.** vải an-

paca *(làm từ lông len lạc đà anpaca).*

alpenstock /'ælpənstɒk/ *dt* gậy leo núi *(đầu bọc sắt).*

alpha /'ælfə/ *dt* con chữ alfa *(chữ cái Hy Lạp).* // **Alpha and Omega** đầu và cuối.

alphabet /'ælfəbet/ *dt* bảng chữ cái, bảng con chữ: *there are 26 letters in the English alphabet* có 26 con chữ trong bảng con chữ tiếng Anh.

alphabetical /ˌælfə'betikl/ *tt* theo thứ tự con chữ: *put these words in alphabetical order* xếp những từ này theo thứ tự con chữ.

alphabetically /ˌælfə'betikli/ *pht* theo thứ tự con chữ: *books arranged alphabetically by author* sách sắp xếp theo thứ tự con chữ tên tác giả.

alpha particle /ˌælfəpaːtikl/ *(lý)* hạt an-pha.

alpha radiation /ˌælfəreidi'eiʃn/ *(lý)* bức xạ an-pha.

alpha ray /'ælfərei/ *(lý)* tia alfa.

alpine¹ /'ælpain/ *tt* thuộc núi Alpes, *[tìm thấy trên]* núi Alpes: *alpine flowers* hoa núi Alpes.

alpine² /'ælpain/ *dt* cây mọc tươi tốt trên vùng núi cao.

already /ɔːl'redi/ *pht* đã, rồi: *the teacher is already in the room when I arrived* thầy giáo đã ở trong phòng khi tôi đến; *she had already left when I phoned* khi tôi gọi điện thoại, chị ta đã đi rồi: *is it 10 o'clock already?* đã mười giờ rồi sao?

alright /ɔːl'rait/ *pht (id hoặc kng)* nh all right.

Alsatian /æl'seiʃn/ *dt (Mỹ German shepherd)* chó béc-giê Đức *(hình dạng giống chó sói, thường được huấn luyện để giúp cảnh sát).*

also /'ɔ:lsəʊ/ *pht* cũng, lại còn: *she speaks French and German and also a little Russian* bà ta nói tiếng Pháp, tiếng Đức và cũng nói một ít tiếng Nga; *he is young and good-looking, and also very rich* anh ta trẻ và đẹp trai lại còn rất giàu. // **not only... but also** không những... mà lại còn.

also-ran /'ɔ:lsəʊræn/ *dt* **1.** ngựa đua không được xếp trong ba con về đích đầu tiên **2.** *(bóng)* người đua trượt, người không đắc cử, người không thành công.

altar /'ɔ:ltə[r]/ *dt* **1.** bàn thờ **2.** án thờ. // **lead somebody to the altar** *x* lead².

altar-piece /'ɔ:ltəpi:s/ *dt* bức trang trí sau bàn thờ.

alter /'ɔ:ltər/ *dgt* **1.** thay đổi, đổi: *I didn't recognize him because he had altered so much* tôi không nhận ra anh ta vì anh ta đã thay đổi quá nhiều; *the plane altered course* máy bay đổi lộ trình **2.** *(Mỹ, trại)* thiến, hoạn *(súc vật).*

alterable /'ɔ:ltərəbl/ *tt* có thể thay đổi.

alteration /,ɔ:tə'reiʃn/ *dt* sự thay đổi; điều thay đổi: *we are making a few alterations to the house* chúng tôi đang thực hiện một vài thay đổi trong ngôi nhà.

altercation /,ɔ:ltə'keiʃn/ *dt* cuộc cãi lộn, cuộc đấu khẩu.

alter ego /,æltər'egəʊ, *(Mỹ* ,æltə'i:gəʊ)/ *dt (snh* **alter egos)** *(tiếng La-tinh)* bạn chí cốt: *he is my alter ego, we go everywhere together* nó là bạn chí cốt của tôi, đi đâu chúng tôi cũng cùng đi với nhau.

alternate¹ /ɔ:l'tɜ:nət, *(Mỹ* 'ɔ:ltərnət)/ *tt* **1.** xen kẽ: *a pattern of alternate circles and squares* một mẫu hình với những vòng tròn và hình vuông xen kẽ nhau; *alternate triumph and despair* thắng lợi và thất vọng kế tiếp *(xen kẽ nhau)* **2.** cách một: *on alternate days* cách ngày một, cách nhật **3.** *(thực)* so le *(lá).*

alternate² /'ɔ:ltəneit/ *dgt* để xen nhau; xen kẽ nhau: *most farmers alternate their crops* phần lớn nông dân trồng xen vụ; *she alternated boys and girls round the table* bà ấy xếp con trai và con gái ngồi xen nhau quanh bàn; *rainy days alternated with dry ones* ngày mưa xen kẽ với ngày khô ráo; *the weather alternated between rain and sunshine* thời tiết cứ ngày mưa ngày tạnh xen kẽ nhau.

alternate angles /ɔ:l'tɜ:nət æŋgl/ *(toán)* góc so le.

alternating current /,ɔ:ltə-neitiŋ 'kʌrənt/ dòng điện xoay chiều.

alternation /,ɔ:ltə'neiʃn/ *dt* sự xen kẽ.

alternative¹ /ɔ:l'tɜ:nətiv/ *tt* có thể chọn để thay cho một cái khác; khác: *have you got an alternative suggestion?* anh có gợi ý nào khác không? // **the alternative society** hội những người khác tính *(không thích sống theo những chuẩn mực thông thường của xã hội).*

alternative² /ɔ:l'tɜ:nətiv/ *dt* **1.** sự lựa chọn *(một trong hai hay nhiều khả năng):* *caught in the act, he had no alternative but to confess* bị bắt quả tang, nó không còn cách lựa chọn nào khác hơn là thú tội vậy **2.** một trong hai hay nhiều khả năng: *one of the alternatives open to you is to resign* một trong những khả năng mở ra cho ông là xin từ chức.

alternatively /ɔ:l'tɜ:nətivli/ *pht* [một cách] chọn lựa *(giữa hai hay nhiều khả năng):* *we could take the train or alternatively go by car* chúng ta có thể đi tàu hỏa hoặc chọn lựa phương tiện xe hơi.

alternator /'ɔ:ltəneitər/ *dt* máy phát điện xoay chiều.

although /ɔ:l'ðəʊ/ *lt* **1.** mặc dù: *they are generous although they are poor* họ rất hào phóng mặc dù họ nghèo **2.** tuy thế; nhưng: *he said they were married although I am sure they aren't* nó bảo họ đã cưới nhau rồi nhưng tôi chắc là chưa.

altimeter /'æltimi:tər/ *dt* cao kế, đồng hồ chỉ độ cao *(ở máy bay).*

altitude /'æltitju:d, *(Mỹ* 'æltitu:d)/ *dt* **1.** độ cao *(so với mặt biển)* **2.** *(snh)* nơi cao, vùng cao, độ cao: *it is difficult to breathe at these altitudes* ở những độ cao *(vùng cao)* như thế này thật khó thở **3.** *(thiên)* độ cao *(của một hành tinh trên đường chân trời, đo như một góc).*

alto /'æltəʊ/ *dt (snh* **altos)** *(nhạc)* **1.** giọng nam cao **2.** *nh* contralto **3.** bè antô **4.** nhạc cụ antô: *an alto-saxophone* kèn xắc-xô an-tô.

altogether¹ /,ɔ:ltə'geðə[r]/ *pht* **1.** hoàn toàn: *I don't altogether agree with you* tôi không hoàn toàn đồng ý với anh **2.** cả thảy, tất cả: *you owe me £68.03 altogether* anh nợ tôi tất cả 68,03 bảng **3.** nhìn chung, đại thể: *the weather was bad and the food dreadful. Altogether the holiday was very disappointing* thời tiết thì xấu, thức ăn thì rất tồi, nói chung kỳ nghỉ thật đáng chán.

altogether² /ɔ:ltə'geðə[r]/ *dt* **in the altogether** *(kng)* trần truồng.

altruism /'æltru:izəm/ *dt* **1.** chủ nghĩa vị tha **2.** lòng vị tha.

altruist /'æltru:ist/ *dt* người vị tha.

altruistic /,æltru:'istik/ *tt* vị tha.

altruistically /,æltru:'istikli/ *pht* [một cách] vị tha.

alum /'æləm/ *dt* phèn.

aluminium /æljʊ'miniəm/ *(Mỹ* **aluminum**) *dt* nhôm.

aluminum /ə'lu:minəm/ *dt (Mỹ) nh* aluminium.

alumna /ə'lʌmnə/ *dt (snh* **alumnae** /ə'lʌmni/) *(Mỹ)* cựu nữ sinh trung học; cựu nữ sinh viên.

alumnus /ə'lʌmnəs/ *dt (snh* **alumni** /ə'lʌmnai/) *(Mỹ)* cựu nam sinh trung học; cựu nam sinh viên.

alveolar¹ /æl'viələ[r], ælvi-'əʊlə[r]/ *tt (ngôn): an alveolar consonant* phụ âm lợi *(như t,d).*

alveolar² /,æl'viələr, ælvi-'əʊlər/ *dt (ngôn)* phụ âm lợi.

always /'ɔ:lweiz/ *pht* **1.** luôn luôn, bao giờ cũng, hoài: *he nearly always wears a bow tie* anh ta hầu như bao giờ cũng thắt nơ ở cổ áo; *the postman always calls at 7.30* ông bưu tá luôn luôn gọi vào lúc 7 giờ 30; *he was always asking for money* nó luôn luôn vòi tiền **2.** *(dùng với can, could)* dù thế nào đi chăng nữa: *you could always use a dictionary* dù thế nào anh cũng phải dùng từ điển // **always supposing [that]** nếu đạt được một điều kiện nào đó: *I am going to university, always supposing I pass my exams* tôi sẽ vào đại học nếu mà tôi thi đỗ; **as always** như thường vẫn

thế: *as always he was late and had to run to catch the bus* nó đi muộn và như thường vẫn thế nó phải chạy mới kịp chuyến xe buýt.

am *x* be.

am *(Mỹ* **AM**) /,ei'em/ *(vt của tiếng Latinh ante meridiem)* sáng, trước ngọ: *at 10 am* lúc 10 giờ sáng.

AM /,ei'em/ *vt* **1.** *(radiô) vt của* amplitude modulation) biến điệu biên độ **2.** *(Mỹ) (vt của* Master of Arts) cao học văn chương.

amalgame /ə'mælgəm/ *dt* **1.** *(hóa)* hỗn hống **2.** mớ pha trộn, hỗn hợp: *a subtle amalgam of spices* một hỗn hợp gia vị rất tinh tế.

amalgamate /ə'mælgəmeit/ *dgt* hỗn hợp, hợp nhất: *the boys and girls schools have [been] amalgamated to form a new comprehensive* trường nam và trường nữ đã hợp nhất thành một trường phổ thông hỗn hợp.

amalgamation /ə,mælgə-'meiʃn/ *dt* **1.** sự hỗn hợp; sự hợp nhất **2.** cuộc hợp nhất: *we've seen two amalgamations in one week* chúng tôi đã chứng kiến hai cuộc hợp nhất trong vòng có một tuần.

amanuensis /ə,mænjʊ'ensis/ *dt* thư ký.

amass /ə'mæs/ *dgt* thu thập, tích lũy: *amass a fortune* tích lũy cơ đồ.

amateur /'æmətə[r]/ *dt* **1.** người chơi *(một môn thể thao, nghệ thuật)* nghiệp dư, người chơi không chuyên: *although he's only an amateur he's a first-class player* mặc dù chỉ là tay chơi không chuyên, anh ta là một đấu thủ hạng nhất; *an amateur photographer* nhà nhiếp ảnh không chuyên **2.** *(thường*

xấu) người chẳng có chút tay nghề nào; tay tài tử.

amateurish /'æmətəriʃ/ *tt (thường xấu)* tài tử, không thành thạo, không có chút tay nghề nào.

amateurishly /'æmətəriʃli/ *pht (thường xấu)* một cách tài tử.

amateurism /'æmətərizəm/ *dt* tính chất tài tử.

amatory /'æmətəri, (Mỹ 'æmətɔ:ri)/ *tt (đùa)* về tình dục; gợi dục: *amatory literature* văn chương gợi dục.

amaze /ə'meiz/ *dgt (chủ yếu dùng ở dạng bị động)* làm kinh ngạc, làm sửng sốt: *she was amazed (it amazed her) that he was still alive* cô ta kinh ngạc thấy hắn vẫn còn sống.

amazement /'əmeizmənt/ *dt* sự kinh ngạc, sự sửng sốt: *I heard with amazement that...* tôi sửng sốt khi nghe thấy rằng...

amazing /ə'meiziŋ/ *tt* làm kinh ngạc, làm sửng sốt: *I find it amazing that you can't swim* tôi cảm thấy kinh ngạc thật sự khi thấy anh không biết bơi.

amazingly /ə'meiziŋli/ *pht* [một cách] kinh ngạc, [một cách] sửng sốt: *she's amazingly clever* cô ấy linh lợi đến mức làm người ta kinh ngạc.

amazon /'æməzən, (Mỹ 'æməzɒn)/ *dt* **1.** người phụ nữ cao lớn như lực sĩ **2.** **Amazon** *(thần thoại Hy Lạp)* nữ binh Amazon.

amazonian /,æmə'zəʊniən/ *tt* cao lớn như lực sĩ.

ambassador /æm'bæsədə/ *dt* **1.** đại sứ: *the British Ambassador to Greece* đại sứ Anh ở Hy Lạp **2.** sứ giả.

ambassador-at-large /æm'bæsədə ət'lɑːdʒ/ dt (snh **ambassadors-at-large**) đại sứ lưu động.

ambassadorial /æm,bæsə'dɔːriəl/ tt [thuộc] đại sứ.

ambassadress /æm'bæsədris/ dt 1. nữ đại sứ 2. đại sứ phu nhân.

amber /'æmbə[r]/ dt 1. hổ phách 2. màu vàng nâu hổ phách 3. đèn vàng (ở giữa đèn xanh và đèn đỏ ở cột tín hiệu giao thông).

ambegris /'æmbəgriːs, (Mỹ 'æmbəgris)/ dt long diên hương.

ambi- (dạng kết hợp) song; lưỡng x ambidextrous.

ambidextrous /,æmbi'dekstrəs/ tt thuận cả hai tay (người).

ambience (cg **ambiance**) /'æmbiəns/ dt không khí (bóng); môi trường.

ambient /'æmbiənt/ tt bao quanh, xung quanh (không khí).

ambiguity /,æmbi'gjuːəti/ dt 1. sự tối nghĩa, sự không rõ nghĩa, sự nhập nhằng 2. câu (đoạn) có thể hiểu nhập nhằng.

ambiguous /æm'bigjʊəs/ dt 1. tối nghĩa 2. nhập nhằng, nước đôi: an ambiguous smile nụ cười nước đôi.

ambiguously /,æm'bigjʊəsli/ pht 1. [một cách] tối nghĩa 2. [một cách] nhập nhằng, [một cách] nước đôi.

ambiguousness /,æm'bigjʊəsnis/ dt 1. sự tối nghĩa 2. sự nhập nhằng, sự nước đôi.

ambit /'æmbit/ dt (số ít) giới hạn, phạm vi (quyền lực...).

ambition /æm'biʃn/ dt tham vọng; hoài bão: filled with ambition to become rich đầy hoài bão trở thành giàu có; achieve one's ambitions đạt được tham vọng (hoài bão) của mình.

ambitious /æm'biʃəs/ tt 1. có nhiều tham vọng, có nhiều hoài bão: an ambitious young manager một viên giám đốc trẻ có nhiều tham vọng 2. biểu lộ tham vọng, biểu lộ những hoài bão lớn: ambitious plans to complete the project ahead of schedule những kế hoạch đầy tham vọng muốn hoàn thành đề án trước thời hạn.

ambitiously /æm'biʃəsli/ pht [một cách] đầy tham vọng.

ambivalence /æm'bivələns/ dt tính đôi chiều (về tình cảm đối với việc gì, về ý kiến đối với một người, một vật).

ambivalent /ɒm'bivələnt/ tt đôi chiều: an ambivalent attitude towards private interprise một thái độ đôi chiều đối với các xí nghiệp tư nhân.

ambivalently /ɒm'bivələntli/ pht [một cách] đôi chiều.

amble¹ /'æmbl/ dgt 1. đi thong thả: we ambled down for miles chúng tôi đã đi thong thả hàng dặm 2. đi nước kiệu (ngựa).

amble² /'æmbl/ dt 1. sự đi thong thả 2. sự đi nước kiệu; nước kiệu (ngựa)

ambrosia /æm'brəʊziə, (Mỹ æm'brəʊʒə)/ 1. thức ăn [của] thần linh (trong thần thoại Hy Lạp) 2. nh nectar 2 3. đồ cao lương mỹ vị.

ambulance /'æmbjʊləns/ dt xe cứu thương.

ambush¹ /'æmbʊʃ/ dt 1. sự phục kích, sự mai phục 2. cuộc tấn công từ nơi phục kích 3. quân phục kích 4. nơi phục kích.

ameba /ə'miːbə/ dt (Mỹ) nh amoeba.

ameliorate /ə'miːliəreit/ dgt cải thiện: ameliorate conditions cải thiện điều kiện.

amelioration /ə,miːliə'reiʃn/ dt sự cải thiện.

amen /ɑːmen, ei'men/ tht, dt Amen (dùng khi cầu kinh).

amenable /ə'miːnəbl/ tt 1. dễ nghe theo, dễ bị ảnh hưởng bởi: amenable to reason biết nghe theo lẽ phải 2. tuân theo, vâng theo: amenable to the law tuân theo pháp luật 3. cơ thể thử nghiệm được bằng (cái gì đó): this case is not amenable to the normal rules trường hợp này không thể thử nghiệm được bằng quy tắc thông thường.

amend /ə'mend/ dgt 1. sửa đổi: amend a document sửa đổi một văn bản 2. sửa cho tốt hơn, cải thiện: amend one's way of living sửa lối sống.

amendment /ə'mendmənt/ dt 1. sự tu chính; sửa đổi: passed without amendment thông qua mà không phải tu chính 2. điểm tu chính: Parliament debated several amendments to the bill nghị viện đã thảo luận nhiều điểm tu chính vào dự luật.

amends /ə'mendz/ dt snh **make amends** /to somebody/ [for something] bồi thường, đền bù: I'm sorry I forgot about your birthday. How can I make amends? tôi rất tiếc là đã quên sinh nhật của bạn. Tôi phải đền bù thế nào đây?

amenity /ə'miːnəti, /ə'menəti/ cg 1. (thường snh) tiện nghi: people who retire to the country often miss the amenities of a town những người lui về ở nông thôn thường thiếu mất những tiện nghi ở thành phố 2. sự thích thú, sự dễ chịu: *he immediately notice the amenity of his new surroundings* hắn nhận ra ngay sự dễ chịu của môi trường mới.

American¹ /ə'merikən/ *tt* [thuộc] châu Mỹ: [thuộc] nước Mỹ (Hoa Kỳ).

American² /ə'merikən/ *dt* **1.** người dân Mỹ bản xứ **2.** công dân nước Mỹ (Hoa Kỳ). **3.** (*cg* American English) tiếng Anh nói ở Mỹ (Hoa Kỳ).

Americanism /ə'merikənizəm/ *dt* từ ngữ đặc Mỹ.

Americanize, Americanise /ə'merikənaiz/ *dgt* Mỹ hóa.

American football /ə,merikən 'futbɔ:l/ (*thể*) môn bóng Mỹ (*bóng hình trứng*)

American Indian /ə,merikən 'indiən/ (*cg* Amerindian) người thổ dân châu Mỹ.

American plan /ə'merikən plæn/ (*Mỹ*) phí khách sạn (*bao gồm tiền phòng, tiền ăn và tiền phục vụ*).

Amerindian /,æmə'rindiən/ *nh* American Indian.

amethyst /'æmiθist/ *dt* (*khoáng*) ametit, thạch anh tím: *an amethyst bracelet* vòng tay bằng thạch anh tím.

amiability /,eimiə'biləti/ *dt* sự hữu nghị, sự tốt bụng, sự hòa nhã.

amiable /'eimiəbl/ *tt* hữu nghị, tốt bụng, hòa nhã: *an amiable conversation* cuộc chuyện trò hòa nhã.

amiably /'eimiəbli/ *pht* [một cách] hữu nghị, [một cách] tốt bụng, [một cách] hòa nhã.

amicability /,æmikə'biləti/ *dt* sự thân tình, sự thân thiện.

amicable /'æmikəbl/ *tt* thân tình, thân thiện: *an amicable settlement* một sự hòa giải thân thiện với nhau.

amicably /'æmikəbli/ *pht* [một cách] thân tình, [một cách] thân thiện: *they lived together amicably for several years* họ đã sống thân thiện với nhau nhiều năm.

amid /ə'mid/ *gt* (*cg* **amidst**) ở giữa, giữa (*den và bóng*): *amid all the rush and confusion she forgot to say goodbye* trong tất cả sự vội vã và bối rối lúc đó, cô ta quên cả chào tạm biệt.

amidships /ə'midʃips/ *pht* (*cg* **midships**) ở giữa [mũi và đuôi] tàu: *you'll find your cabin amidships* ông sẽ tìm thấy buồng của ông ở giữa tàu.

amidst /ə'midst/ *gt* *nh* amid.

amino-acid /ə,mi:nəʊ'æsid/ *dt* (*hóa*) axit amin, aminoaxit.

amir /ə'miə[r]/ *dt* *nh* emir.

amiss /ə'mis/ *tt* (vị ngữ); *pht* (*cũ*) sai, hỏng: *something seems to be amiss, can I help?* có gì đó hình như hỏng, tôi giúp được một tay chứ? // [not] come (go) amiss [không] đúng lúc: *a new pair of shoes wouldn't come amiss* một đôi giày mới lúc này thì không đúng lúc đâu; take something amiss bị xúc phạm, phật ý: *would she take it amiss if I offered to help?* liệu bà ta có phật ý nếu tôi đề nghị giúp đỡ không?

amity /'æməti/ *dt* tình thân thiện, tình hữu nghị: *live in amity with one's neighbours* sống thân thiện với láng giềng.

ammeter /'æmitə[r]/ *dt* (*điện*) ampe kế.

ammonia /ə'məʊniə/ *dt* (*hóa*) ammoniac.

ammonite /'æmənait/ *dt* con cúc (*một thứ ốc hóa thạch*).

ammunition /,æmjʊ'niʃn/ *dt* **1.** đạn dược **2.** (*bóng*) lý lẽ, sự kiện (để công kích hay bào chữa): *This letter gave her all the ammunition she needed* thư này đã cung cấp cho bà mọi lý lẽ mà bà cần đến.

amnesia /æm'ni:ziə, (*Mỹ* æm'ni:ʒə)/ *dt* chứng quên.

amnesty /'æmnəsti/ *dt* sự ân xá (*thường là cho tội phạm chống lại nhà nước*).

amoeba (*Mỹ* **ameba**) /ə'mi:bə/ *dt* (*snh*, **amoebas**, **amoebae**) (*sinh*) sinh vật rất nhỏ chỉ có một tế bào ở trong nước và đất, luôn luôn thay đổi hình dạng; amip.

amoebic /ə'mi:bik/ *tt* **1.** [thuộc] amip **2.** [do] amip: *amoebic dysentery* bệnh ly amip.

amok /ə'mɒk/ (*cg* **amuk**) *pht* run amok chạy lồng lên: *the tiger escaped from the zoo and ran amok for hours* con hổ thoát khỏi sở thú và chạy lồng lên hàng giờ.

among /ə'mʌŋ (*cg* **amongst** ə'mʌŋst)/ *gt* **1.** ở giữa, giữa (*nhiều người, nhiều vật*): *among the crowd* giữa đám đông **2.** trong số: *I was among the last to leave* tôi là người trong số về cuối cùng **3.** cho mỗi thành viên (*của một nhóm*): *distribute the books among the class* phát sách cho từng học sinh trong lớp **4.** giữa (*với nhau*): *they talked about it among themselves* họ nói chuyện ấy [giữa họ] với nhau.

amoral /,ei'mɒrəl, (*Mỹ* ,ei'mɔ:rəl)/ *tt* phi đạo đức.

amorous /'æmərəs/ *tt* đa tình, si tình: *amorous look* cái nhìn si tình.

amorously /'æmərəsli/ *pht* [một cách] đa tình: [một cách] si tình.

amorousness /'æmərəsnis/ *dt* sự đa tình; sự si tình.

amorphous /ə'mɔ:fəs/ *tt* (thường thngữ) không có hình thù nhất định: *amorphous blobs of paint* những đốm sơn không ra hình thù gì cả.

amortization, amortisation /ə,mɔ:ti'zeiʃn, (Mỹ ,æmərti'zeiʃn)/ *dt* sự trả dần, sự hoàn dần (món nợ).

amortize, amortise /ə'mɔ:-taiz, (Mỹ 'æmətaiz)/ *dgt* trả dần, hoàn dần (món nợ).

amount¹ /ə'maʊnt/ *dgt* **1.** lên tới: *the cost amounted to £200* chi phí lên tới 200 bảng; *our information doesn't amount to much* lượng thông tin chúng tôi thu thập được chẳng có là bao **2.** bằng, có khác gì: *what you say amounts to a direct accusation* những điều anh nói có khác gì một lời buộc tội trực tiếp. // **amount to (come to, be) the same thing** x *same¹* 2.

amount² /ə'maʊnt/ *dt* **1.** tổng số, tổng giá trị: *a bill for the full amount* một hóa đơn tính tổng số tiền **2.** số lượng: *a large amount of work* một số lượng lớn công việc. // **any amount of something** số lượng nhiều bao nhiêu cũng được: *he can get any amount of help* giúp đỡ bao nhiêu nó cũng nhận hết.

amour /ə'mʊə[r]/ *dt* (đùa hay tu từ) chuyện tình (thường là giấu kín): *have you heard about his latest amour?* anh có nghe gì về chuyện tình mới nhất của hắn không?

amour propre /,amʊə 'prɔ-prə/ (tiếng Pháp) lòng tự trọng.

amp /æmp/ *dt (kng)* nh ampere.

ampere /'æmpeə[r], (Mỹ 'æmpiər)/ *dt (cg* amp) ampe.

amperage /'æmpəridʒ/ *dt* cường độ (dòng điện).

ampersand /'æmpəsænd/ *dt* dấu & (có nghĩa là và (thường dùng trong các công ty, ví dụ Brown & Walkins).

amphetamine /æm'fetə-mi:n/ *dt (y)* amphetamin (thuốc kích thích).

amphi- (dạng kết hợp) **1.** hai, lưỡng: *amphibian* động vật lưỡng cư **2.** quanh, vòng: *amphitheatre* đài vòng.

amphibian /æm'fibiən/ *dt* **1.** động vật lưỡng cư (vừa ở nước, vừa ở cạn, như ếch...) **2.** thủy lục phi cơ (cất cánh được cả trên đất liền, cả ở dưới nước) **3.** (quân) xe lội nước.

amphibious /æm'fibiəs/ *tt* **1.** lưỡng cư (động vật) **2.** hoạt động cả ở dưới nước; lội nước: *amphibious vehicles* xe lội nước **3.** bao gồm cả thủy lục quân: *amphibious operations* những cuộc hành quân thủy lục quân.

amphitheatre (Mỹ amphi-theater) /'æmfiθiətə[r]/ *dt* **1.** (sử) [khán] đài vòng **2.** giảng đường có bậc (ở đại học...) **3.** vùng bằng phẳng có đồi núi bao quanh.

ample /'æmpl/ *tt* **1.** dư dật, thừa thãi: *ample time to get to station* còn thừa thì giờ đi ra nhà ga; *£5 will be ample for my needs* chỉ 5 bảng là đã quá đủ đối với tôi rồi **2.** nhiều, phong phú, dồi dào: *a man of ample strength* một người sức lực dồi dào **3.** đồ sộ, to lớn, rộng rãi, rộng: *an ample bosom* bộ ngực đồ sộ; *there's ample room for the children on the back seat* có khối chỗ cho trẻ em ở dãy ghế sau; *the election was given ample coverage on TV* cuộc bầu cử được đưa tin rộng rãi trên tivi.

amplification /,æmplifi-'keiʃn/ *dt* sự khuếch đại: *power amplification* sự khuếch đại công suất.

amplifier /'æmplifaiə[r]/ *dt* bộ khuếch đại: *buff amplifier* bộ khuếch đại đệm.

amplify /'æmplifai/ *dgt* **1.** khuếch đại: *amplify the sound* khuếch đại âm thanh **2.** thêm chi tiết, làm cho đầy đủ hơn: *we must ask you to amplify your statement* chúng tôi phải yêu cầu ông cho thêm chi tiết vào bản báo cáo của ông.

amplitude /'æmplitju:d, (Mỹ 'æmplitu:d)/ *dt* biên độ: *amplitude of oscillation* (lý) biên độ dao động.

ampoule (Mỹ cg ampule) /'æmpu:l/ *dt (y)* ống thuốc tiêm.

amputate /'æmpjʊteit/ *dgt* (y) cắt cụt: *her leg was so badly damaged that the doctors had to amputate [it]* chân chị ta bị tổn thương nặng đến mức các bác sĩ phải cắt cụt đi.

amputation /,æmpjʊ'teiʃn/ *dt (y)* sự cắt cụt.

amuk /ə'mʌk/ *pht* x amok.

amulet /'æmjʊlit/ *dt* bùa.

amuse /ə'mju:z/ *dgt* **1.** làm cho cười; làm cho vui cười: *everyone was amused by (at) the story about the dog* ai cũng vui cười về câu chuyện con chó; *we were amused to learn that* chúng tôi vui cười khi được biết rằng **2.** làm cho vui thích, giúp giải trí, giúp tiêu khiển: *they amused them-selves by* *looking at old photographs* họ tiêu khiển bằng cách xem lại những bức ảnh cũ.

amusement /ə'mjuːzmənt/ *dt* **1.** sự vui chơi; trò giải trí: *the hotel offers its guests a wide variety of amusements* khách sạn giới thiệu cho khách nhiều loại trò giải trí đa dạng **2.** sự buồn cười, sự thích thú: *she could not disguise her amusement at his mistake* cô ta không giấu được sự buồn cười trước lỗi lầm của anh ta; *I only do it for amusement* tôi làm cái đó chỉ để đùa vui thôi.

amusement arcade /ə'mjuːzmənt ɑːkeid/ phòng giải trí với những máy vận hành bằng tiền hào tiền xu.

amusement park /ə'mjuːzmənt pɑːk/ khu giải trí ngoài trời (*có đu, có vòng ngựa gỗ, có phòng tập bắn...*).

amusing /ə'mjuːziŋ/ *tt* [làm cho] vui, gây cười, [để] tiêu khiển: *an amusing story* câu chuyện vui; *our visits to the theatre made the holiday more amusing* những buổi đi xem hát đã làm cho kỳ nghỉ của chúng tôi thêm vui vẻ thú vị hơn.

an *mt x* a[2].

-an *tiếp tố x* -ian.

-ana *tiếp số x* -iana.

anacard /'ænəkɑːd/ *dt (thực)* quả điều.

anacardium /ˌænə'kɑːdiəm/ *dt (thực)* cây điều.

anachronism /ə'nækrənizəm/ *dt* **1.** sự sai ngày tháng, sự sai niên đại: *it would be an anachronism to talk of Queen Victoria, watching television* nói là Nữ hoàng Victoria xem tivi thì thật là sai niên đại **2.** vật sai niên đại: *modern dress is an anachronism in productions of Shakespear's plays* diễn vở của Shakespeare mà

dùng kiểu quần áo hiện đại thì thật là sai niên đại **3.** việc lỗi thời; vật lỗi thời; người lỗi thời: *the monarchy is seen by some as an anachronism in present-day society* một số người xem chế độ quân chủ như là lỗi thời trong xã hội ngày nay.

anachronistic /əˌnækrə'nistik/ *tt* **1.** sai ngày tháng, sai niên đại **2.** lỗi thời.

anaconda /ˌænə'kɒndə/ *dt (động)* trăn Nam Mỹ.

anaemia (*Mỹ* **anemia**) /ə'niːmiə/ *dt (y)* bệnh thiếu máu.

anaemic (*Mỹ* **anemic**) /ə'niːmik/ *tt* **1.** (*y*) thiếu máu **2.** (*bóng*) yếu: *an anaemic performance* thành tích yếu.

anaesthesia /ˌænis'θiːziə/ (*Mỹ* **anesthesia** /ˌænis-'θiːʒə/) *dt (y)* trạng thái mất cảm giác.

anaesthetic[1] (*Mỹ* **anesthetic**[1]) /ˌænis'θetik/ *dt (y)* thuốc tê, thuốc mê: *give somebody a general anaesthetic* gây mê ai toàn thân.

anaesthetic[2] (*Mỹ* **anesthetic**[2]) /ˌænis'θetik/ *tt* gây tê, gây mê.

anaesthetist (*Mỹ* **anesthetist**) /ə'niːsθətist/ *dt* thầy thuốc gây mê.

anaesthetization, anaesthetisation (*Mỹ* **anesthetization**) /əˌniːsθətai'zeiʃn/ *dt (y)* sự gây tê, sự gây mê.

anaesthetize, anaesthetise (*Mỹ* **anesthetize**) /ə'niːsθətaiz/ *dgt (y)* gây tê, gây mê.

anagram /'ænəgræm/ *dt (ngôn)* phép đảo chữ: *"silent" is an anagram of "listen"* "silent" là từ đảo chữ của "listen".

anal /einl/ *tt* [thuộc] hậu môn: *the anal region* vùng hậu môn.

analgesia /ˌænæl'dʒiːziə, (*Mỹ* ˌænæl'dʒiːʒə)/ *dt (y)* sự mất đau; sự giảm đau.

analgesic[1] /ˌænæl'dʒiːsik/ *tt (y)* [làm] giảm đau.

analgesic[2] /ˌænæl'dʒiːsik/ *dt (y)* thuốc giảm đau: *aspirin is a mild analgesic* aspirin là một thuốc giảm đau nhẹ.

analogous /ə'næləgəs/ *tt* tương tự: *the two processes are not analogous* hai quá trình không tương tự nhau.

analogue (*Mỹ* **analog**) /'ænəlɒg, (*Mỹ* 'ænələːg)/ *dt* vật tương tự.

analogue computer /ˌænəlɒg kəm'pjuːtə[r]/ máy điện toán [xử lý] tương tự.

analogy /ə'nælədʒi/ *dt* **1.** (+between) sự giống nhau, sự tương tự: *the teacher draws an analogy between the human heart and a pump* thầy giáo vạch ra những điểm giống nhau giữa quả tim con người với một cái bơm **2.** (+ with) (*triết*) phép loại suy.

analyse (*Mỹ* **analyze**) /'ænəlaiz/ *dgt* **1.** phân tích: *analyse water* phân tích nước; *analyse a sentence grammatically* phân tích ngữ pháp một câu; *analyse an issue* phân tích một vấn đề **2.** *nh* psychoanalyse.

analyses /ə'næləsiːz/ *dt snh* của analysis.

analysis /ə'næləsis/ *dt (snh* **analyses**) **1.** sự phân tích; bản phân tích **2.** (*lý; hóa*) phép phân tích **3.** *nh* psychoanalysis. // **in the last (final) analysis** phân tích cho đến cùng

analyst /'ænəlist/ *dt* **1.** nhà phân tích (*hóa học*) **2.** *nh* psychoanalyst.

analytic /ˌænə'litik/, **analytical** /ˌænə'litikl/ *tt* [dùng phép] phân tích.

analytically /ˌænə'litikli/ *pht* [theo cách] phân tích.

anapaest /'ænəpi:st/, (*Mỹ* **anapest** /'ænəpest/) *dt* thể thơ anapet (*hai âm ngắn đọc theo sau một âm dài*).

anapaestic /ˌænə'pi:stik/, (*Mỹ* **anapestic** /'ænəpestik/) *tt* [thuộc] thể thơ anapet.

anaphora /ə'næfərə/ *dt* (ngôn) phép thế trùng lặp (*ví dụ dùng từ do để khỏi trùng lặp trong câu*): if you don't want to iron my shirt, I'll do it nếu em không muốn là sơ-mi cho anh thì anh làm vậy).

anaphoric /ə,næ'fɒrik/ *tt* (ngôn) thế trùng lặp.

anarchic /ə'nɑ:kik/, **anarchical** /ə'nɑ:kikl/ *tt* vô chính phủ.

anarchism /'ænəkizəm/ *dt* chủ nghĩa vô chính phủ.

anarchist /'ænəkist/ *dt* người theo chủ nghĩa vô chính phủ.

anarchy /'ænəki/ *dt* **1.** tình trạng vô chính phủ **2.** tình trạng hỗn loạn bừa bãi: in the absence of their teacher, the class was in a state of anarchy vắng thầy lớp học cứ [hỗn] loạn cả lên.

anathema /ə'næθəmə/ *dt* **1.** người bị ghét cay ghét đắng; vật bị ghét cay ghét đắng: racial prejudice is [an] anathema to me thành kiến chủng tộc là điều tôi ghét cay ghét đắng **2.** (tôn) lệnh rút phép thông công.

anathematize, anathematise /ə'næθəmətaiz/ *dgt* rút phép thông công, trục xuất ra khỏi giáo hội.

anatomical /ˌænə'tɒmikl/ *tt* (sinh) [thuộc] giải phẫu.

anatomically /ˌænə'tɒmikli/ *pht* [về mặt] giải phẫu.

anatomist /ə'nætəmist/ *dt* (sinh) nhà giải phẫu.

anatomy /ə'nætəmi/ *dt* **1.** giải phẫu học **2.** giải phẫu: anatomy of the frog giải phẫu con ếch; the book studies the anatomy of modern society (bóng) cuốn sách nghiên cứu giải phẫu (cơ cấu) của xã hội hiện đại.

-ance, -ence (tiếp tố tạo dt với dgt) sự, tình trạng: resemblance sự giống nhau, tình trạng giống nhau; confidence sự tin cậy.

ancestor /'ænsestə[r]/ *dt* (c **ancestress**) tổ tiên, ông tổ: my ancestor came from Laos tổ tiên tôi từ Lào tới; this machine is the ancestor of the modern computer chiếc máy này là ông tổ của máy điện toán hiện đại.

ancestral /æn'sestrəl/ *tt* [thuộc] tổ tiên; do tổ tiên để lại: her ancestral home nhà do tổ tiên để lại cho bà ta.

ancestress /'ænsestris/ *dt* bà tổ.

ancestry /'ænsestri/ *dt* dòng họ, tông môn: a distinguished ancestry một dòng họ có danh tiếng.

anchor¹ /'æŋkə[r]/ *dt* **1.** cái neo [thuyền]: drop anchor thả neo **2.** (bóng) nguồn tin cậy, nơi nương tựa. // **at anchor** đang thả neo, đậu: we lay at anchor outside the harbour chúng tôi thả neo đậu tàu ở phía ngoài cảng; **bring [a ship] (come) to anchor** bỏ neo, thả neo, neo tàu lại; **cast anchor** x cast; **ride at anchor** x ride²; **slip anchor** x slip²; **weigh anchor** x weigh.

anchor² /'æŋkə[r]/ *dgt* neo (tàu) lại, bỏ neo, thả neo.

anchorage /'æŋkəridʒ/ *dt* **1.** chỗ đậu tàu, chỗ thả neo **2.** thuế đậu tàu, thuế thả neo.

anchorite /'æŋkərait/ *dt* ẩn sĩ.

anchor man /'æŋkəmæn/ **1.** phát thanh viên phối hợp chương trình (trên tivi) **2.** người chủ chốt (trong một đội thể thao); the anchor man in a relay team runs last người chủ chốt trong đội thi chạy tiếp sức đã chạy cuối cùng.

anchovy /'æntʃəvi/, (*Mỹ* 'æntʃəʊvi/) *dt* (động) cá trống.

ancient /'einʃənt/ *tt* **1.** cổ, xưa: ancient civilizations những nền văn minh cổ xưa **2.** (thường đùa) già khụ; cổ lỗ: my grandparents are rather ancient ông bà tôi trông đã già khụ; my ancient car chiếc xe cổ lỗ của tôi.

ancient history /ˌeinʃənt 'histri/ lịch sử cổ đại.

ancient monument /'einʃənt 'mɒnjʊmənt/ công trình kiến trúc cổ được xếp hạng.

ancients /'einʃənts/ **the ancients** *dt snh* người cổ đại.

ancillary /æn'siləri, (*Mỹ* 'ænsələri/) *tt* phụ, phụ trợ: ancillary staff nhân viên phụ trợ; ancillary roads đường phụ.

-ancy, -ency (tiếp tố tạo dt với dt, tt, dgt) (chỉ tính chất, tư cách): irrelevancy tính không thích hợp; presidency chức chủ tịch.

and /ənd, ən/ *lt* **1.** và: bread and butter bánh mì và bơ; slowly and carefully chậm và cẩn thận; my father and my uncle bố tôi và chú tôi (nhưng my father and mother vì mother có liên hệ gần gũi mật thiết hơn là father và uncle); 5 and 5 makes 10 5 và 5 là 10; two thousand, two hundred and sixty four hai nghìn hai trăm sáu mươi tư (2264); five and twenty past two (ngày nay cách nói twenty-five past two đã lỗi thời *rồi)* hai giờ hai mươi lăm *(trong hai ví dụ này hãy chú ý đến vị trí của lt and trong câu); she came in and sat down* chị ta đi vào và ngồi xuống; *work hard and you will pass your examinations* nỗ lực mà học và anh sẽ thi đậu **2.** hàng; càng: *they talked for hours and hours* họ nói chuyện hàng giờ; *your work is getting better and better* anh làm việc ngày càng tốt hơn **3.** có thế này thì cũng có thế kia: *don't worry, there are rules and rules* đừng lo, quy tắc cũng có thế này thế kia chứ. // **and (or)** và (hoặc): *bring wine and (or) chocolate* mang rượu và (hoặc) sô-cô-la ra đây.

andante¹ /æn'dænti/ *tt, pht (nhạc)* thong thả.

andante² /æn'dænti/ *dt (nhạc)* nhịp thong thả.

andiron /'ændaiən/ *dt (cg* **firedog)** vỉ lò *(ở lò sưởi).*

androgynous /æn'drɒdʒinəs/ *tt* **1.** *(sinh)* lưỡng tính **2.** không phân biệt được là nam hay nữ: *pop stars dressing up in androgynous styles* những ngôi sao nhạc pop ăn mặc quần áo không phân biệt được là nam hay nữ.

anecdotal /,ænikdəʊtl/ *tt* [thuộc] giai thoại.

anecdote /'ænikdəʊt/ *dt* giai thoại.

anemia /ə'ni:miə/ *dt (Mỹ) nh* anaemia.

anemic /ə'ni:mik/ *tt (Mỹ) nh* anaemic.

anemometer /,æni'mɒmitə[r]/ *dt (cg* **wind-gauge)** phong kế.

anemone /ə'neməni/ *dt (thực)* cỏ chân ngỗng.

aneroid barometer /,ænərɔid bə'rɒmitə[r]/ *(lý)* khí áp kế hộp.

anesthesia /,ænis'θi:ʒə/ *tt (Mỹ) nh* anaesthesia.

anesthetic¹ /,ænis'θetik/ *dt (Mỹ) nh* anaesthetic¹.

anesthetic² /,ænis'θetik/ *tt (Mỹ) nh* anaesthetic².

anew /ə'nju:, (Mỹ ə'nu:)/ *pht* lại, một lần nữa: *begin anew* bắt đầu lại.

angel /'eindʒl/ *dt* thiên thần, thiên sứ *(thiên đạo Cơ Đốc): angels are usually shown in pictures dressed in white, with wings* thiên thần thường được vẽ trong tranh thường có cánh, mặc đồ trắng; *Mary's children are all angels* mấy đứa con Mary đều như những thiên thần; *he sings like an angel* nó hát hay khác nào thiên thần; **a ministering angel** *x* minister².

angel cake /'eindʒlkeik/ bánh xốp.

angel-fish /'eindʒlfish/ *dt (động)* cá nhám dẹt.

angelic /æn'dʒelik/ *tt* [thuộc] thiên thần; tựa thiên thần: *an angelic face* gương mặt tựa thiên thần.

angelica /æn'dʒelikə/ *dt* **1.** *(thực)* cây bạch chỉ **2.** cuống lá bạch chỉ rim đường.

angelically /æn'dʒelikli/ *pht* như thiên thần: *the children behaved angelically* tụi trẻ cư xử thật như thiên thần.

angelus /'ændʒiləs/ *dt (số ít) (cg* **Angelus) 1.** kinh Đức Bà **2.** hồi chuông cầu kinh Đức Bà.

anger¹ /'æŋgə[r]/ *tt* sự giận dữ, sự tức giận: *fit of anger* cơn tức giận; *she could hardly contain her anger* cô ta đã khó mà nén được sự giận dữ. // **more in sorrow than in anger** *x* sorrow¹.

anger² /'æŋgə[r]/ *dgt* làm cho giận dữ, làm cho tức giận.

angina pectoris /æn,dʒainə'pektəris/ *dt (y) (cg* **angina)** chứng đau thắt ngực.

angle¹ /'æŋgl/ *dt* **1.** *(toán)* góc: *acute angle* góc nhọn; *obtuse angle* góc tù; *right angle* góc vuông **2.** góc độ: *try looking at the affair from a different angle* hãy nhìn sự việc từ một góc độ khác **3.** góc cạnh, góc *(của một vật, một tòa nhà...): she hit her knee against the angle of the bed* chị ta va đầu gối vào góc giường. // **at an angle** không thẳng đứng; nghiêng: *the famous tower of Pisa leans at an angle* tháp Pisa nổi tiếng không thẳng đứng mà nghiêng về một bên.

angle² /'æŋgl/ *dgt* **1.** đặt xiên góc: *a mirror angled so as to reflect light from a window* chiếc gương được đặt xiên góc sao cho phản ánh được ánh sáng từ cửa sổ vào **2.** *(thường xấu)* **3.** trình bày từ một quan điểm riêng: *she angles her reports to suit the people she is speaking to* chị ta trình bày báo cáo cho hợp với những người nghe chị nói.

angle³ /'æŋgl/ *dgt* **1.** *(thường* **go angling)** đi câu: *go angling for trout* đi câu cá hồi sông **2.** (+ **for**) *(kng)* moi cho được, tranh thủ cho được: *angle for a free ticket* moi cho được một chiếc vé không mất tiền.

angler /'æŋglə[r]/ *dt* người câu cá.

angling /'æŋgliŋ/ *dt* sự đi câu; thú câu cá.

Anglican¹ /'æŋglikən/ *dt* tín đồ giáo phái Anh.

Anglican² /'æŋglikən/ *tt* [thuộc] giáo phái Anh.

Anglicism /'æŋglisizəm/ *dt (ngôn)* từ ngữ đặc Anh.

Anglicize, Anglicise /'æŋglisaiz/ *dgt* Anh hóa.

A

Anglo- *(dạng kết hợp)* Anh: *Anglo - American* [thuộc] Anh-Mỹ; *Anglophobia* sự bài Anh.

Anglo-American¹ /ˌæŋgləvəˈmerikən/ *dt* người Mỹ gốc Anh.

Anglo-American² /ˌæŋgləvəˈmerikən/ *tt* [thuộc] Anh-Mỹ: *the Anglo - American agreement* thỏa ước Anh-Mỹ.

Anglo-Catholic¹ /ˌæŋgləvˈkæθəlik/ *dt* tín đồ giáo phái Anh - Cơ đốc.

Anglo-Catholic² /ˌæŋgləvˈkæθəlik/ *tt* [thuộc] giáo phái Anh - Cơ đốc.

Anglo-French /ˌæŋgləvˈfrentʃ/ *tt* [thuộc] Anh-Pháp: *a joint Anglo-French project* dự án liên doanh Anh-Pháp.

Anglo-Indian /ˌæŋgləvˈindiən/ *dt* 1. người lai Anh-Ấn 2. *(cũ)* người Anh sống lâu năm ở Ấn Độ.

Anglo-Indian /ˌæŋgləvˈindiən/ *tt* 1. lai Anh-Ấn 2. *(cũ)* [thuộc] gốc Anh sống lâu năm ở Ấn Độ.

Anglophile¹ /ˈæŋgləvfail/ *dt* người thân Anh.

Anglophile² /ˈæŋgləvfail/ *tt* thân Anh.

Anglophilia /ˌæŋgləvˈfiliə/ *dt* sự thân Anh.

Anglophobe¹ /ˈæŋgləvfəvb/ *dt* người bài Anh.

Anglophobe² /ˈæŋgləvfəvb/ *tt* bài Anh.

Anglophobia /ˌæŋgləvˈfəvbiə/ *dt* sự bài Anh.

anglophone¹ /ˈæŋləvfəvn/ *dt* người sử dụng tiếng Anh *(tiếng Anh không phải là ngôn ngữ độc nhất ở nơi anh ta ở).*

anglophone² /ˌæŋgləvfəvn/ *tt* sử dụng tiếng Anh, nói tiếng Anh.

Anglo-Saxon¹ /ˌæŋgləvˈsæksn/ *dt* 1. người gốc Anh 2. người Anglo-Saxon 3. *(cg*

Old English) tiếng Anglo-Saxon.

Anglo-Saxon² /ˌæŋgləvˈsæksn/ *tt* [thuộc] Anglo-Saxon.

angora /æŋˈgɔːrə/ *dt* 1. mèo angora; dê angora; thỏ angora *(có lông dài)* 2. hàng angora; sợi angora *(sản xuất từ lông các loại mèo, dê, thỏ angora).*

angostura /ˌæŋgəˈstjuərə, (*Mỹ* ˌæŋgəˈstuərə)/ 1. vỏ đắng *(của một loại cây họ cam quýt, dùng làm thuốc bổ và trị giun sán ở Nam Mỹ)* 2. Angostura *(cg* **Angostura Bitters)** thuốc bổ vỏ đắng *(chế từ vỏ đắng).*

angrily /ˈæŋgrili/ *pht* [một cách] giận dữ [một cách] tức giận.

angry /ˈæŋgri/ *tt* (-ier; -iest) **1. angry with somebody; angry at (about) something** giận dữ, tức giận: *I am angry with myself for making such mistakes* tôi giận mình đã phạm những lỗi lầm đến mức như vậy; *the sky looks angry (bóng)* trời có vẻ giận dữ 2. nhức nhối, viêm tấy *(vết thương).* // **an angry young man** nhà trí thức trẻ tuổi bất bình với xã hội hiện hữu muốn dùng bài viết của mình mà đem lại những thay đổi tốt hơn.

angst /æŋst/ *dt (tiếng Đức)* cảm giác lo âu day dứt *(về tình trạng thế giới, về thân phận con người).*

anguish /ˈæŋgwiʃ/ *dt* nỗi đau khổ tột cùng: *I was in anguish until I knew she was still alive* tôi đau khổ vô cùng mãi cho đến khi biết cô ta còn sống.

anguished /ˈæŋgwiʃt/ *tt* đau khổ, khổ não: *an anguised heart* con tim đau khổ; *anguished cries* tiếng kêu đau khổ.

angular /ˈæŋgjʊlə[r]/ *tt* 1. có góc, có góc cạnh 2. gầy nhom, gầy giơ xương 3. cứng đờ, cứng nhắc, vụng về: *an angular gait* dáng đi cứng đờ 4. [thuộc] góc: *angular distance* khoảng cách góc *(của một ngôi sao...).*

angularity /ˌæŋgjʊˈlæriti/ *dt* 1. sự có góc, sự thành góc 2. sự gầy giơ xương 3. sự cứng đờ, sự cứng nhắc vụng về.

aniline /ˈæniliːn, (*Mỹ* ˈænəlin)/ *dt (hóa)* anilin.

animadversion /ˌænimædˈvɜːʃn, (*Mỹ* ˌænimædˈvɜːʒn)/ *dt* sự phê phán, sự chê bai.

animadvert /ˌænimædˈvɜːt/ *dgt* (+ on) phê phán, chê bai.

animal¹ /ˈæniml/ *dt* 1. động vật; thú vật 2. người đầy thú tính.

animal² /ˈæniml/ *tt* 1. [thuộc] động vật; [thuộc] thú vật 2. [thuộc] xác thịt: *animal desires* những ham muốn xác thịt.

animal husbandry /ˌæniml ˈhʌzbəndri/ nghề chăn nuôi gia súc.

animalcule /ˌæniˈmælkjuːl/ *dt* vi động vật.

animate¹ /ˈænimət/ *tt* có sinh khí, có sức sống: *the dog lay so still it scarcely seemed animate* con chó nằm im đến nỗi tưởng chừng như nó không còn sống nữa.

animate² /ˈænimeit/ *dgt* 1. làm cho có sinh khí: *a smile animated her face* nụ cười làm cho mặt cô ta có sinh khí hẳn lên 2. thúc đẩy, cổ vũ: *animate somebody to greater efforts* thúc đẩy ai cố gắng hơn nữa; *animated by fresh hope, he started again* thúc đẩy bởi niềm hy vọng mới, anh ta bắt đầu lại từ đầu 3. chế tạo thành phim hoạt hình.

animated /'ænimeitid/ *tt* **1.** sống động, sôi nổi: *an animated discussion* cuộc thảo luận sôi nổi **2.** hoạt hình hóa: *animated drawings* những bức vẽ hoạt hình hóa.

animated cartoon /,ænimeitid ka:'tu:n/ *dt nh* cartoon 2.

animatedly /'ænimeitidli/ *pht* [một cách] sống động, [một cách] sôi nổi.

animation /,æni'meiʃn/ *dt* **1.** sự nhiệt tình, sự hăng hái **2.** sự sản xuất phim hoạt hình.

animator /'ænimeitə[r]/ *dt* nhà sản xuất phim hoạt hình.

animism /'ænimizəm/ *dt* (*triết*) thuyết vật linh.

animosity /,æni'mɒsəti/ *dt* (+ towards, against) sự thù oán; sự thù địch: *he felt no animosity towards his critics* anh ta không thù oán những người phê bình anh; *animosity between two nations* sự thù địch giữa hai quốc gia.

animus /'æniməs/ *dt* **1.** sự thù oán, sự thù địch (*biểu lộ trong lời nói hay hành động*) **2.** (*tâm*) nam tính trong cá tính một phụ nữ.

anise /'ænis/ *dt* (*thực*) cây anít (*thuộc họ Hoa tán*).

aniseed /'ænisi:d/ *dt* hạt anit (*dùng làm hương liệu cho rượu và kẹo*).

ankle /'æŋkl/ *dt* **1.** mắt cá chân **2.** cổ chân: *ankle socks* bít tất đến cổ chân.

anklet /'æŋklət/ *dt* vòng cổ chân.

annalist /'ænəlist/ *dt* nhà viết sử biên niên.

annals /'ænlz/ *dt* sử biên niên.

anneal /ə'ni:l/ *dgt* (*kỹ*) ủ, ram (*kim loại, thủy tinh...*).

annex¹ /ə'neks/ *dgt* **1.** sáp nhập; thôn tính: *annex a neighbouring state* thôn tính một nước láng giềng **2.** phụ thêm vào, thêm vào: *a new wing has been annexed to the hospital* một chái mới đã được thêm vào bệnh viện.

annexation /,ænek'seiʃn/ *dt* **1.** sự phụ thêm vào, sự thêm vào **2.** phần phụ thêm, cái phụ thêm vào.

annexe (*Mỹ cg* **annex**) /'æneks/ *dt* **1.** nhà phụ: *the hotel was full so we had to sleep in the annexe* khách sạn đầy khách nên chúng tôi phải ngủ ở nhà phụ **2.** phần phụ thêm; phụ lục.

annihilate /ə'naiəleit/ *dgt* tiêu diệt, tiêu hủy: *the enemy was annihilated* quân thù đã bị tiêu diệt.

annihilation /ə,naiə'leiʃn/ *dt* sự tiêu diệt, sự tiêu hủy.

anniversary /,æni'vɜ:səri/ *dt* ngày kỷ niệm [hằng năm]; lễ kỷ niệm [hằng năm]: *anniversary of someone's death* ngày giỗ của ai.

annotate /'ænəteit/ *dgt* chú giải, dẫn giải.

annotation /,ænə'teiʃn/ *dt* **1.** sự chú giải, sự dẫn giải **2.** lời chú giải, lời dẫn giải.

announce /ə'naʊns/ *dgt* **1.** báo, loan báo, thông báo: *announce a piece of news* loan báo một tin; *announce a visitor* báo có khách **2.** giới thiệu (*một ca sĩ, một nhân vật...*) trên tivi hay radiô.

announcement /ə'naʊnsmənt/ *dt* lời loan báo, lời loan tin, lời thông báo: *announcements of marriages and deaths appear in some newspapers* trên một vài tờ báo, có loan tin về lễ cưới, đám tang.

announcer /ə'naʊnsə[r]/ *dt* người giới thiệu (*bản tin tức, người nói chuyện...*) trên tivi hay radiô.

annoy /ə'nɔi/ *dgt* **1.** làm bực mình: *she was annoyed by his indelicate remarks* cô ta bực mình vì những nhận xét thiếu tế nhị của nó **2.** quấy rầy, làm phiền: *the mosquitoes annoyed me so much I couldn't sleep* mấy con muỗi cứ quấy tôi khiến tôi không chợp mắt được.

annoyance /ə'nɔiəns/ *dt* **1.** sự bực mình, sự phiền hà **2.** điều làm bực mình, điều phiền hà: *one of the annoyances of working here is the difficulty of parking near the office* một trong những điều phiền hà khi làm việc ở đây là tìm được một chỗ đỗ xe gần cơ quan.

annoyed /ə'nɔid/ *tt* bực mình: *he got very annoyed with me about my carelessness* ông ta rất bực mình vì cái tính cẩu thả của tôi; *will she be annoyed that you forgot to phone?* liệu cô ta có sẽ bực mình khi anh quên gọi điện thoại không?

annoying /ə'nɔiiŋ/ *tt* làm bực mình: *how annoying, I've left my wallet at home!* có bực mình không chứ? tôi quên ví ở nhà rồi!

annual¹ /'ænjʊəl/ *tt* **1.** hằng năm: *annual meeting* cuộc họp hằng năm **2.** từng năm: *an annual income* lợi tức từng năm **3.** [kéo dài một] năm: *the annual course of the sun* lộ trình năm của mặt trời.

annual² /'ænjʊəl/ *dt* **1.** cây một năm **2.** xuất bản phẩm hằng năm.

annually /'ænjʊəli/ *pht* hằng năm, năm một: *the exhibition is held annually* cuộc trưng bày được tổ chức hằng năm.

annuitant /ə'nju:itənt, (Mỹ ə'nu:tənt)/ dt kẻ nhận trợ cấp hằng năm.

annuity /ə'nju:əti, (Mỹ ə'nu:əti)/ dt **1.** tiền trợ cấp hằng năm **2.** bảo hiểm trợ cấp hằng năm.

annul /ə'nʌl/ dgt hủy bỏ, hủy: annul a contract hủy một hợp đồng.

annular /'ænjulə[r]/ tt [có] hình vòng, [có] hình vành khuyên.

annular eclipse /,ænjul əi'klips/ nhật thực hình vành khuyên.

annulment /ə'nʌlmənt/ dt sự hủy bỏ, sự hủy.

annunciation /ə,nʌnsi'eiʃn/ dt the Annunciation (số ít) (tôn) lễ Truyền tin (Đức mẹ Mary được tuyên bố là mẹ của Chúa Jesus).

anode /'ænəud/ dt (điện) dương cực, anot.

anodyne[1] /'ænədain/ dt **1.** thuốc làm dịu đau **2.** điều xoa dịu; niềm an ủi.

anodyne[2] /'ænədain/ tt **1.** làm dịu đau (thuốc) **2.** xoa dịu, an ủi.

anoint /ə'nɔint/ dgt (tôn) **1.** xức dầu thánh: the priest anointed the baby's forehead linh mục xức dầu thánh lên trán đứa bé **2.** xức dầu thánh mà phong (một tước hiệu gì): the high priest anointed him king linh mục tối cao xức dầu thánh mà phong cho ông là vua.

anomalous /ə'nɒmələs/ tt bất thường, dị thường.

anomalously /ə'nɒmələsli/ pht [một cách] bất thường, [một cách] dị thường.

anomaly /ə'nɒməli/ dt điều bất thường, điều dị thường: the many anomalies in the tax system nhiều điểm bất thường trong hệ thống thuế má.

anon[1] /ə'nɒn/ pht (cũ hoặc đùa) chẳng bao lâu nữa, một ngày gần đây: see you anon hẹn gặp lại một ngày gần đây. // ever and anon x ever.

anon[2] /ə'nɒn/ (vt của anonymous) (thường để ở cuối một tác phẩm của một tác giả) vô danh.

anonymity /,ænə'niməti/ dt **1.** sự giấu tên **2.** sự nặc danh.

anonymous /ə'nɒniməs/ tt **1.** giấu tên, khuyết danh an anonymous benefactor người ân nhân giấu tên **2.** nặc danh: an anonymous letter lá thư nặc danh.

anonymously /ə'nɒniməsli/ pht **1.** [một cách] khuyết danh **2.** [một cách] nặc danh.

anopheles /ə'nɒfili:z/ dt muỗi anophen, muỗi sốt rét.

anorak /'ænəræk/ dt áo anorac (áo khoác ngắn mặc chống mưa, chống gió chống lạnh).

anorexia /,ænə'reksiə/ dt (y) **1.** chứng chán ăn **2.** (cg anorexia nervosa) chứng chán ăn [do] tâm thần.

anorexia nervosa /,ænə'reksia nɜ:'vəusə/ x anorexia 2.

anorexic[1] /,ænə'reksik/ cg **anorectic**[1] /,ænə'rektik/ dt (y) người bị chứng chán ăn tâm thần.

anorexic[2] /,ænə'reksik/ cg **anorectic**[2] /,ænə'rektik/ tt (y) bị chứng chán ăn tâm thần.

another[1] /ə'nʌðə[r]/ dht **1.** (người hoặc vật) thêm, nữa: would you like another cup of tea? anh dùng thêm một cốc trà nữa nhé? **2.** (người hoặc vật) khác: that's quite another matter đó là chuyện hoàn toàn khác; this pen doesn't work, can you give me another one? bút này viết không được, anh có thể đưa tôi cái khác không? **3.** (người hoặc vật) tương tự, như thế: can he be another Enstein? có thể nào hắn là một người như thể Enstein sao?

another[2] /ə'nʌðə[r]/ dt **1.** người [thêm] nữa, cái [thêm] nữa: can I have another? tôi có thể có thêm một cái nữa không?; not another! không thêm một cái nào nữa! **2.** người khác, cái khác: I don't like this book, give me another tôi không thích cuốn sách này, cho tôi cuốn khác **3.** người tương tự, vật tương tự: you will never see such another anh sẽ không bao giờ được thấy một người [một vật] tương tự như thế nữa. // one another x one[3].

ans (vt của answer) trả lời.

answer[1] /'ɑ:nsə[r], (Mỹ 'ænsər)/ dt **1.** câu trả lời, thư trả lời; lời đối đáp: have you had an answer to your letter? anh đã nhận được thư trả lời thư của anh chưa? **2.** giải pháp, lời giải đáp, bài giải, đáp số: the answer to 3 x 17 is 51 đáp số của phép nhân 3 x 17 là 51. // a dusty answer x dusty; have (know) all the answers (thường xấu) biết rất nhiều (về cái gì): he thinks he knows all the answers nó tưởng nó biết nhiều lắm đấy; in answer [to something] đáp lại: the doctor came at once in answer to my phone call đáp lại cú điện thoại của tôi, ông bác sĩ đã tới ngay.

answer[2] /'ɑ:nsə[r], (Mỹ 'ænsər)/ dgt **1.** trả lời, đáp lại: think carefully before you answer hãy nghĩ kỹ trước khi trả lời; answer the question trả lời câu hỏi; answer the telephone trả lời điện thoại; answer the door ra mở cửa khi có ai gọi; *how do you answer the charge?* anh đã trả lời lời buộc tội đó như thế nào? **2.** đáp ứng: *my prayers have been answered* những lời cầu nguyện của tôi đã được đáp ứng; *answer somebody's requirements* đáp ứng đòi hỏi của ai. // **answer to the description [of somebody (something)]** khớp với sự mô tả *(người, vật nào đó): the photograph answers to the description of the wanted man* bức ảnh khớp với sự mô tả kẻ bị truy nã; **answer to the name of** *(kng hoặc đùa)* có tên là, mang tên: *my dog answers to the name of Spot* con chó của tôi có tên là Spot.

answer back *(kng)* cãi lại *(chủ yếu nói về trẻ con cãi lại người lớn): don't answer [your grandmother] back, it's not polite* đừng có cãi lại bà, như thế là không có lễ độ; **answer for somebody (something)** a/ chịu trách nhiệm: *you will have to answer for your crimes one day* một ngày nào đó mày sẽ phải chịu trách nhiệm về những tội ác của mày b/ nói thay cho: *I agree but I can't answer for my colleagues* tôi đồng ý nhưng không thể nói thay cho đồng nghiệp của tôi; **answer to somebody [for something]** chịu trách nhiệm với ai về việc gì: *you will answer to me for any damage to the car* anh sẽ phải chịu trách nhiệm với tôi về bất cứ sự hư hại nào của chiếc xe; **answer to something** hành động đáp lại, tuân theo: *the plane answered smoothly to the controls* chiếc máy bay nhẹ nhàng tuân theo các bộ phận điều khiển.

answerable /'ɑ:nsərəbl/ *tt* **1.** có thể trả lời được **2.** *(vị ngữ)* **answerable to somebody [for something]** chịu trách nhiệm với ai về việc gì: *I am answerable to the company for the use of this equipment* tôi chịu trách nhiệm với công ty về việc sử dụng thiết bị này.

answerphone /'ɑ:nsəfəʊn, (Mỹ 'ænsəfəʊn)/ *dt* điện thoại tự động trả lời *(và ghi lại lời nhắn của người gọi).*

ant /ænt/ *dt (động)* con kiến. // **have ants in one's pants** *(kng)* đứng ngồi không yên, nhấp nha nhấp nhổm.

-ant, -ent *(tiếp tố)* **1.** *(tạo tt từ đgt)* có tính chất như thế nào đó: *significant* đồng ý nghĩa: *different* khác biệt **2.** *(tạo dt từ đgt)* người; vật *(thế nào đấy): inhabitant* cư dân; *deterrent* cái để ngăn cản.

antacid[1] /ænt'æsid/ *dt (y)* chất làm giảm độ axit dạ dày.

antacid[2] /ænt'æsid/ *tt (y)* làm giảm độ axit dạ dày.

antagonism /æn'tægəni-zəm/ *dt* sự đối kháng, sự đối địch: *you could sense the antagonism between them* anh có thể cảm nhận sự đối địch giữa họ với nhau.

antagonist /æn'tægənist/ *dt* địch thủ, đối thủ.

antagonistic /æntægə'nis-tik/ *tt* (+ to, towards) đối kháng, đối địch, thù địch: *he's always antagonistic towards new ideas* ông ta bao giờ cũng chống đối những ý tưởng mới.

antagonistically /æn,tægə-'nistikli/ *pht* [một cách] đối kháng, [một cách] đối địch, [một cách] thù địch.

antagonize, antagonise /æn'tægənaiz/ *dgt* gây đối kháng, gây thù địch; chống đối: *it would be dangerous to antagonize him* chống đối ông ta sẽ là nguy hiểm.

Antarctic[1] /æn'tɑ:ktik/ *tt* [thuộc] Nam cực; [thuộc] vùng Nam cực.

Antarctic[2] /æn'tɑ:ktik/ **the Antarctic** vùng Nam cực.

Antarctic circle /æn,tɑ:ktik 'sɜ:kl/ **the Antarctic circle** *(địa)* vòng Nam cực, đường vĩ tuyến 66°30 nam.

ante[1] /'ænti/ *dt* tiền đặt cược *(đánh bài pôke...).*

ante[2] /'ænti/ *dgt* đặt cược *(đánh bài pôke...).* // **ante up** a/ đặt cửa b/ trả tiền *(cho cửa được trong sòng bạc).*

ante- tiền tố *(dùng với dt, tt, dgt)* trước, ở trước; tiền: *anteroom* tiền sảnh; *antenatal* tiền sản.

anteater /'ænti:tə[r]/ *dt (động)* thú ăn kiến *(nhiều loài khác nhau).*

antecedence /,ænti'si:dns/ *dt* quyền ưu tiên.

antecedent[1] /,ænti'si:dnt/ *dt* **1.** vật đứng trước, việc xảy ra trước **2.** *(ngôn)* tiền ngữ **3. antecedents** *(snh)* tiền sử: *a person of unknown antecedents* một người không rõ tiền sử.

antecedent[2] /,ænti'si:dnt/ *tt* ở trước, phía trước, xảy ra trước.

antechamber /'ænti,tʃeimbə[r]/ *dt nh* ante-room.

antedate /,ænti'deit/ *dgt* **1.** đề lùi ngày tháng [về trước]: *an antedated cheque* tấm séc đề lùi ngày tháng **2.** xảy ra trước *(thời gian nào đó): this event antedates the discovery of America by several centuries* sự kiện này đã xảy ra trước sự phát hiện ra Châu Mỹ hàng nhiều thế kỷ.

antediluvian /,æntidi'lu:-viən/ *dt* **1.** trước Đại Hồng Thủy **2.** *(kng hoặc đùa)* cổ lỗ sĩ: *his ideas are positively antediluvian* ý tưởng của nó quá ư cổ lỗ sĩ.

antelope /'æntiləʊp/ *dt (snh kdổi hoặc* **antelopes**) *(động)* linh dương.

ante meridiem /ˌænti məˈridiəm/ *pht (vt* **am**) sáng, trước ngọ: *at 10 ante meridiem* lúc 10 giờ sáng.

antenatal[1] /ˌæntiˈneitl/ *tt* **1.** trước khai sinh, tiền sản: *antenatal complications can affect a baby's health* biến chứng tiền sản có thể ảnh hưởng đến sức khỏe em bé **2.** dành cho phụ nữ có thai: *antenatal clinics* bệnh viện dành cho phụ nữ có thai.

antenatal[2] /ˌæntiˈneitl/ *dt* sự khám sản phụ.

antenna /ænˈtenə/ *dt (snh* **antennae** /ænˈteni:/) **1.** *(động)* râu *(sâu họ)* **2.** *(snh* **antennas**) *(Mỹ) nh* aerial[1].

antepenultimate /ˌæntipiˈnʌltimət/ *tt (ngôn)* trước áp chót *(âm tiết): the main stress in "photography" falls on the antepenultimate syllable* trọng âm trong "photography" rơi vào âm tiết trước áp chót.

anterior /ænˈtiəriə[r]/ trước *(về vị trí hoặc thời gian).*

ante-room /'æntirʊm, 'æntiru:m/ *dt (cg* **antechamber**) phòng đợi.

anthem /ˈænθəm/ *dt (tôn)* bản thánh ca.

anther /ˈænθə[r]/ *dt (thực)* bao phấn.

anthill /ˈæntˌhil/ *dt* tổ kiến đùn.

anthologist /ænˈθɒlədʒist/ *dt* nhà soạn hợp tuyển *(văn, thơ).*

anthology /ænˈθɒlədʒi/ *dt* hợp tuyển *(văn, thơ).*

anthracite /ˈænθrəsait/ *dt* [than] antraxit.

anthrax /ænˈθræks/ *dt* bệnh than *(ở cừu...).*

anthrop[o]- *(dạng kết hợp về người):* anthropomorphic [có] hình người; anthropology nhân loại học.

anthropoid[1] /ˈænθrəpɔid/ *tt* [có] dạng người: *anthropoid ape* vượn người.

anthropoid[2] /ˈænθrəpɔid/ *dt* vượn người.

anthropological /ˌænθrəpəˈlɒdʒikl/ *tt* [thuộc] nhân loại học.

anthropologist /ˌænθrəˈpɒlədʒist/ *dt* nhà nhân loại học.

anthropology /ˌænθrəˈpɒlədʒi/ *dt* nhân loại học.

anthropomorphic /ˌænθrəpəˈmɔːfik/ *tt* [thuộc] thuyết nhân hình.

anthropomorphism /ˌænθrəpəˈmɔːfizəm/ *dt* thuyết nhân hình.

anti /ˈænti/ *gt* chống lại, đối lại: *they're completely anti the new proposals* họ hoàn toàn chống lại những đề nghị mới.

anti- *(cg* **ant-**) **1.** chống lại, đối lại: *anti-aircraft* chống máy bay; *anti-war* phản chiến **2.** đối lại, phản: *anti-hero* nhân vật phản diện **3.** phòng ngừa: *antifreeze* hóa chất chống đông.

anti-aircraft /ˌæntiˈeəkrɑːft, *(Mỹ* ænti'eəkræft)/ *tt* chống máy bay, phòng không: *anti-aircraft missile* tên lửa phòng không.

antiballistic missile /ˌæntibəˈlistic ˈmisail, *(Mỹ* ˌæntibəˈlistic ˈmisl)/ tên lửa chống tên lửa đạn đạo.

antibiotic[1] /ˌæntibaiˈɒtik/ *dt (y)* thuốc kháng sinh.

antibiotic[2] /ˌæntibaiˈɒtik/ *tt (y)* kháng sinh.

antibody /ˈæntibɒdi/ *dt (sinh)* kháng thể: *our bodies produce antibodies to counteract diseases* cơ thể chúng ta sản xuất ra kháng thể để chống lại bệnh tật.

antic /ˈæntik/ *dt (thường snh)* trò hề: *play (perform) one's antics* làm trò hề.

anticipate /ænˈtisipeit/ *dgt* **1.** lường trước; dự tính: *do you anticipate [meeting] any trouble* anh có lường trước là sẽ gặp rắc rối nào không? **2.** đoán trước, tính trước: *a good general can anticipate what the enemy will do* một viên tướng tài ba có thể đoán trước được quân thù sẽ làm gì **3.** làm trước *(người khác): earlier explorers probably anticipated Columbus's discovery of America* khi Columbus phát hiện ra Châu Mỹ, chắc đã có những nhà thám hiểm làm việc đó trước ông **4.** dùng trước, hưởng trước: *anticipate one's income* tiêu trước khoản thu nhập của mình.

anticipation /ænˌtisiˈpeiʃn/ *dt* sự lường trước, sự tính trước, sự liệu trước, sự đoán trước: *in anticipation of bad weather they took plenty of warm clothes* liệu trước thời tiết có thể sẽ xấu, họ đã mang theo nhiều quần áo ấm.

anticipatory /ænˌtisiˈpeitəri/ *tt* [nhằm] lường trước, [để] ngừa trước: *anticipatory precautions* biện pháp phòng ngừa trước.

anticlimactic /ˌæntiklaiˈmæktik/ *tt* mất hết hào hứng, xẹp xuống.

anticlimax /ˌæntiˈklaimæks/ *dt* sự mất hết hào hứng, sự xẹp xuống.

anticlockwise /ˌæntiˈklɒkwaiz/ *(Mỹ cg* **counter-clockwise**) *tt, pht* ngược chiều kim đồng hồ.

anticyclone /ˌænti'saikləʊn/ *dt (ktượng)* xoáy nghịch.

antidepressant¹ /ˌæntidi-'presnt/ *dt (y)* thuốc chống trầm cảm.

antidepressant² /ˌæntidi-'presnt/ *tt (y)* chống trầm cảm.

antidote /'æntidəʊt/ *dt* **1.** thuốc giải độc **2.** *(bóng)* phương thuốc, liều thuốc *(giải sầu...)*: *the holiday was a marvellous antidote to the pressures of office work* chuyến đi nghỉ thật là một liều thuốc giải hết mọi thúc bách của công việc văn phòng.

antifreeze /'æntifri:z/ *dt* chất chống đông.

antigen /'æntidʒən/ *dt (sinh)* kháng nguyên.

anti-hero /'ænti ˌhiərəʊ/ *dt (snh* **anti-heroes)** nhân vật phản diện.

antihistamine /ˌænti'his-təmi:n/ *dt (y)* thuốc kháng histamin.

antiknock /ˌænti'nɒk/ *dt* chất giảm lọc xọc *(ở động cơ)*.

antilogarithm /ˌænti'lɒgə-riðəm, (Mỹ ˌænti'lɔ:gəriðəm)/ *dt (toán)* đối loga.

antimony /'æntiməni, (Mỹ 'æntiməʊni)/ *dt (hóa)* anti-mon.

antipathetic /ˌæntipə'θetik/ *tt* (+ to, towards) có ác cảm.

antipathy /æn'tipəθi/ *dt* **1.** sự ác cảm **2.** mối ác cảm.

antipersonnel /ˌænti,pɜ:sə-'nel/ *tt* sát thương *(vũ khí)*.

antiperspirant /ˌænti'pɜ:-spərənt/ *dt* chất chống đổ mồ hôi *(tay, nách...)*.

antipodes /æn'tipədi:z/ *dt snh* **1.** *(địa)* điểm đối chân **2. the Antipodes** vùng Úc Châu *(trong quan hệ với Âu Châu)*.

antiquarian¹ /ˌænti'kweə-riən/ *tt* nghiên cứu đồ cổ; sưu tầm đồ cổ; buôn bán đồ cổ.

antiquarian² /ˌænti'kweə-riən/ *dt nh* antiquary.

antiquary /'æntikwəri/ *dt (cg* **antiquarian)** nhà nghiên cứu đồ cổ; người sưu tầm đồ cổ; người buôn bán đồ cổ.

antiquated /'æntikweitid/ *tt* **1.** *(thường xấu)* cổ, xưa, cổ xưa **2.** cổ hủ *(người, ý tưởng...)*.

antique¹ /æn'ti:k/ *tt* **1.** cổ xưa; lâu đời **2.** có giá trị vì hiếm và cổ.

antique² /æn'ti:k/ *dt* đồ cổ: *an antique shop* cửa hàng đồ cổ.

antiquity /æn'tikwəti/ *dt* **1.** thời cổ đại **2.** tuổi cao, sự lâu đời: *Athens is a city of great antiquity* Athens là một thành phố cổ rất lâu đời **3.** đồ cổ; di tích cổ: *a museum full of Greek and Roman antiquities* một bảo tàng đầy đồ cổ Hy Lạp và La Mã.

antirrhinum /ˌænti'rainəm/ *dt (thực)* hoa mõm sói *(cây, hoa)*.

anti-Semite /ˌænti'si:mait/, (Mỹ ˌænti'semait)/ *dt* người thù ghét Do Thái, người bài Do Thái.

anti-Semitic /ˌæntisi'mitik/ *tt* ghét Do Thái, bài Do Thái.

anti-Semitism /ˌænti'semi-tizəm/ *dt* chủ nghĩa bài Do Thái.

antiseptic¹ /ˌænti'septik/ *dt* thuốc sát khuẩn.

antiseptic² /ˌænti'septik/ *tt* sát khuẩn.

antisocial /ˌænti'səʊʃl/ *tt* phản xã hội.

anti-tank /ˌænti'tæŋk/ *tt* chống tăng: *anti-tank gun* súng chống tăng.

antithesis /æn'tiθəsis/ *dt (snh* **antitheses** /æn'tiθəsi:z/ **1.** sự đối lập; cái đối lập: *slavery is the antithesis of freedom* nô lệ đối lập với tự do **2.** phép đối ngữ: *"give me liberty, or give me death"* là một thí dụ về phép đối ngữ.

antithetic /ˌænti'θetik/ *tt* **1.** đối lập **2.** đối ngữ.

antithetical /ˌænti'θetikl/ *tt nh* antithetic.

antithetically /ˌænti'θetikli/ *pht* **1.** [một cách] đối lập **2.** [theo lối] đối ngữ.

antitoxin /ˌænti'tɒksin/ *dt (y)* kháng độc tố.

antler /'æntlə[r]/ *dt* gạc *(hươu, nai)*.

antlered /'æntləd/ *tt* có gạc *(hươu, nai)*.

antonym /'æntənim/ *dt* từ trái nghĩa.

anus /'einəs/ *dt (snh* **anuses)** *(giải)* hậu môn.

anvil /'ænvil/ *dt* **1.** cái đe *(thợ rèn)* **2.** *(giải)* xương đe *(ở tai)*.

anxiety /æŋ'zaiəti/ *dt* **1.** sự lo lắng; mối lo lắng: *he caused his parents great anxiety by cycling long distances alone* nó làm cho bố mẹ nó lo lắng nhiều vì nó đạp xe đạp đi đường xa một mình; *the anxieties of the past week had left her exhausted* những nỗi lo lắng trong tuần qua đã làm cô kiệt sức **2.** sự khát khao; sự nóng lòng: *anxiety to please* sự khát khao làm vừa lòng.

anxious /'æŋkʃəs/ *tt* **1.** lo lắng, áy náy: *I'm very anxious about my son's health* tôi rất lo lắng cho sức khỏe của đứa con trai tôi; *he was* *anxious for his family, who were travelling abroad* nó rất lo cho gia đình đang đi du lịch nước ngoài **2.** gây lo lắng; đáng lo lắng: *we had a few anxious moments before landing safely* chúng tôi đã có những phút lo lắng trước khi hạ cánh an toàn **3.** khát khao, nóng lòng: *anxious to meet you* nóng lòng được gặp cô.

anxiously /'æŋkʃəsli/ *pht* **1.** [một cách] lo lắng, [một cách] áy náy **2.** [một cách] khát khao, [một cách] nóng lòng.

any¹ /'eni/ *đht* **1.** *(dùng trong câu phủ định và nghi vấn hoặc với dt snh)* chút; nào *(chỉ một lượng không xác định)*: *I didn't eat any meat* tôi không ăn chút thịt nào cả; *do you know any French?* anh có biết chút tiếng Pháp nào không?; *we did the job without any difficulty* chúng tôi làm công việc đó không gặp chút khó khăn nào; *It didn't seem to be any distance to the road* từ đây ra đường cái chừng như không xa mấy; *I haven't read any books by Tolstoy* tôi chưa hề đọc một cuốn sách nào của Tolstoy cả; *are there any stamps in that drawer?* trong ngăn kéo ấy có con tem nào không hả? **2.** *(dùng với dt số ít)* bất cứ: *take any book you like* hãy lấy bất cứ cuốn sách nào mà anh thích; *give me a pen, any pen will do* cho tôi một cái bút, cái nào cũng được; *you'll find me here at any hour of the day* anh sẽ tìm thấy tôi ở đây vào bất cứ giờ nào trong ngày **3.** bình thường, thường: *this isn't any old bed - it belonged to Shakespeare* đây không phải là một chiếc giường cũ thường

đâu nhé, là giường của Shakespeare đấy; *if it were any ordinary paint you would need two coats* nếu là loại sơn thường thì anh cần sơn hai lớp.

any² /'eni/ *đt* **1.** một, một người nào đó, một vật nào đó *(trong câu hỏi)*: *is any of them there?* có ai trong bọn họ ở đấy không? **2.** không chút gì, không người nào *(trong câu phủ định)*: *I cannot find any of them* tôi không tìm thấy người nào trong bọn chúng cả **3.** bất cứ vật gì, bất cứ ai *(ý khẳng định)*: *choose any of these books* hãy chọn bất cứ cuốn nào trong những cuốn sách này.

any³ /'eni/ *pht* một chút nào, một tý nào *(trong câu phủ định, câu hỏi dạng so sánh)*: *is that any better?* cái đó có khá hơn chút nào không?; *I can't speak any plainer* tôi không thể nói rõ hơn nữa.

anybody /'enibɒdi/ *(cg* **anyone)** *đt* **1.** bất cứ ai: *did anybody see you?* có [bất cứ] ai thấy anh không?; *he left without speaking to anybody else* anh ta bỏ đi mà không nói [bất cứ] ai cả **2.** người nào, ai: *is anybody there?* có ai ở đó không? **3.** *(trong câu phủ định)* nhân vật quan trọng: *she wasn't anybody before she got that job* trước khi có được công việc đó, bà ta chẳng là gì cả.

anyhow /'enihaʊ/ *pht* **1.** [một cách] cẩu thả, [một cách] đại khái: *do one's work anyhow* làm đại khái **2.** *(cg* **anyway)** dù sao chăng nữa, dù thế nào đi nữa: *it's too late now, anyhow* dù sao thì bây giờ cũng trễ quá rồi; *anyhow you can try* dù

thế nào đi nữa anh cũng có thể thử xem.

any more, *(Mỹ)* **anymore** /'eni'mɔ:[r]/ nữa: *she doesn't live here any more* chị ấy không ở đây nữa.

anyone /'eniwʌn/ *đt x* anybody.

anyplace /'enipleis/ *pht x* anywhere.

anything /'eniθiŋ/ *đt* **1.** vật gì đó, điều gì đó: *did she tell you anything interesting?* chị ta có nói với anh điều gì thú vị không? **2.** điều gì đó quan trọng: *is there anything in these rumours?* trong các tin đồn ấy có gì quan trọng không? (có chút sự thật nào không?) **3.** cái gì đó [cũng được]: *I'm very hungry, I'll eat anything* tôi đói lắm, ăn gì cũng được thôi. // **anything but** hoàn toàn không: *the hotel was anything but satisfactory* khách sạn ấy hoàn toàn không vừa ý; **anything like somebody (something)** *(kng)* giống về bất cứ mặt nào: *he isn't anything like my first boss* ông ta không giống ông chủ đầu tiên của tôi chút nào cả; **like anything** *(kng)* thục mạng: *the thief ran like anything when he heard the alarm* tên trộm chạy thục mạng khi nó nghe báo động; **or anything** *(kng)* hoặc đại loại như vậy: *if you want to call a meeting or anything, put up a notice* nếu ông muốn triệu tập một cuộc họp hay đại loại như vậy, thì hãy đăng thông báo lên.

any time /'eni taim/ bất cứ lúc nào: *come round any time* hãy ghé chơi bất cứ lúc nào.

anyway /'eniwei/ *pht x* anyhow 2.

anywhere¹ /'eniweə[r], (*Mỹ* 'enihweə[r])/ *pht* (*Mỹ cg* **anyplace**) **1.** ở bất cứ chỗ nào, ở bất cứ nơi đâu: *put it anywhere you like* hãy để nó ở bất cứ chỗ nào mà anh thích **2.** một chỗ nào đó (*trong nhiều chỗ*) cũng được: *we can go anywhere you like* chúng ta có thể đi chỗ nào đó mà anh thích.

anywhere² /'eniweə[r], (*Mỹ* 'enihweər)/ *dt* [bất cứ] chỗ nào: *I haven't anywhere to stay* tôi không có chỗ nào để nghỉ lại cả.

A-OK /,eləʊ'kei/ *tt* (*thường vị ngữ*) (*Mỹ, kng*) nh OK (*nhấn mạnh*).

aorta /ei'ɔːtə/ *dt* (*giải*) động mạch chủ.

apace /ə'peis/ *pht* (*cũ hoặc tu từ*) [một cách] nhanh, [một cách] nhanh chóng: *work is proceeding apace* công việc đang tiến hành nhanh chóng.

apart /ə'pɑːt/ *pht* **1.** xa, xa cách, tách biệt: *the two houses stood 500 metres apart* hai ngôi nhà cách xa nhau 500 mét; *you never see them apart these days* mấy ngày này anh chẳng bao giờ thấy họ xa nhau; *he was standing with his feet wide apart* nó đứng giang chân ra **2.** [vỡ] thành từng mảnh: *I'm sorry, the cup just came (fell) apart in my hands* rất tiếc chiếc cốc vừa bị vỡ từng mảnh trong tay tôi. // **be poles apart** *x* pole¹; **joking apart** *x* joke; **put (set) somebody (something) apart** làm nổi bật, làm cho tỏ ra độc đáo hơn: *his use of language sets him apart from most other modern writers* cách sử dụng ngôn ngữ của ông ta làm cho ông ta độc đáo hơn phần lớn các nhà văn hiện đại khác;

take somebody (something) apart phê bình (phê phán) nghiêm khắc: *he took my essay apart but I found his criticism helpful* ông ta phê bình nghiêm khắc bài tiểu luận của tôi, nhưng tôi thấy ý kiến của ông ta bổ ích; **take something apart** tháo rời vật gì ra: *John enjoys taking old clocks apart* John thích tháo rời đồng hồ cũ; **tell (know) A and B apart** phân biệt được hai người, hai vật với nhau; thấy được sự khác nhau giữa hai người, hai vật; **worlds apart** *x* world.

apart from /ə'pɑːt frəm/ *gt* (*Mỹ cg* **aside from**) **1.** [ngoại] trừ, trừ... ra: *apart from his nose he's quite good-looking* trừ cái mũi ra, trông anh ta rất đẹp trai **2.** ngoài ra: *apart from the injuries to his face and hands, he broke both legs* ngoài các vết thương ở mặt và tay, anh ta còn bị gãy cả hai chân nữa.

apartheid /ə'pɑːthait, ə'pɑː-theit/ *dt* chủ nghĩa phân biệt màu da, chủ nghĩa apacthai (*ở Nam Phi trước đây*).

apartment /ə'pɑːtmənt/ *dt* (*vt* **apt**) **1.** căn hộ **2.** phòng lớn; phòng sang trọng: *the Royal Apartments* phòng hoàng gia.

apartment block /ə'pɑːt-mənt blɑk/ (*Mỹ* **apartment house**) chung cư.

apathetic /,æpə'θetik/ *tt* vô tình cảm.

apathetically /,æpə'θetikli/ *pht* [một cách] vô tình cảm

apathy /'æpəθi/ *dt* sự vô tình cảm: *extreme poverty had reduced them to a state of apathy* sự nghèo khổ tột độ đã đẩy họ vào trạng thái vô tình cảm.

ape¹ /eip/ *dt* khỉ nhân hình. // **go ape** (*lóng*) bắt đầu đối xử điên rồ.

ape² /eip/ *dt* bắt chước, nhại.

ape-man /'eipmən/ *dt* người vượn.

aperient¹ /ə'piəriənt/ *dt* (*y*) thuốc nhuận tràng.

aperient² /ə'piəriənt/ *tt* (*y*) nhuận tràng.

aperitif /ə'perətif, (*Mỹ* ə,perə'tiːf)/ *dt* rượu khai vị.

aperture /'æpətʃə[r]/ *dt* **1.** lỗ hổng, kẽ hở **2.** lỗ ống kính (*máy ảnh*).

apex /'eipeks/ *dt* (*snh* **apexes** hoặc **apices**) đỉnh, ngọn, chỏm: *the apex of a triangle* đỉnh của một tam giác; *at 41 he'd reached the apex of his career* ở tuổi 41 ông ta đã đạt đến đỉnh cao nhất của sự nghiệp.

aphasia /ə'feiziə, (*Mỹ* ə'feiʒə)/ *dt* (*y*) chứng mất ngôn ngữ.

aphasic¹ /ə'feizik, (*Mỹ* ə'feiʒik)/ *dt* (*y*) người mất ngôn ngữ.

aphasic² /ə'feizik, (*Mỹ* ə'feiʒik)/ *tt* (*y*) mất ngôn ngữ.

aphid /'eifid/ *dt* *x* aphis.

aphides /'eifidiːz/ *dt* *snh* của aphis.

aphis /'eifis/ (*cg* **aphid**) *dt* (*snh* **aphides**) (*động*) rệp (*hạt cam, bông...*).

aphorism /'æfərizəm/ *dt* châm ngôn.

aphoristic /,æfə'ristik/ *tt* [thuộc] châm ngôn; [có tính chất] châm ngôn.

aphrodisiac¹ /,æfrə'diziæk/ *dt* (*y*) thuốc kích dục, thuốc tăng dục.

aphrodisiac² /,æfrə'diziæk/ *tt* (*y*) kích dục, tăng dục.

apiarist /'eipiərist/ *dt* người nuôi ong.

apiary /'eipiəri, *(Mỹ* 'eipieri)/ *dt* trại nuôi ong.

apices /'eipisi:z/ *dt snh* x apex.

apiece /ə'pi:s/ *pht* mỗi người; mỗi cái: *three cakes apiece* mỗi người ba cái bánh; *costing 50p apiece* giá mỗi cái 50 xu.

apish /'eipiʃ/ *tt (thường xấu)* 1. [thuộc] khỉ, như khỉ, ngu ngốc 2. bắt chước một cách ngu ngốc.

aplomb /ə'plɒm/ *dt* sự tự tin: *perform one's duties with great aplomb* thực hiện nhiệm vụ của mình một cách rất tự tin.

apocalypse /ə'pɒkəlips/ *dt* 1. lời sấm truyền 2. **the Apocalypse** sách khải huyền 3. biến cố quan trọng.

apocalyptic /ə,pɒkə'liptik/ *tt* có tính chất sấm truyền.

apocalyptically /ə,pɒkə'liptikli/ *pht* [theo kiểu] sấm truyền.

Apocrypha /ə'pɒkrifə/ *dt (dgt số ít) (tôn)* kinh ngụy tác.

apocryphal /ə'pɒkrifl/ *tt* ngụy tác, bịa đặt: *most of the stories about his private life are probably apocryphal* phần lớn những câu chuyện về đời tư của ông ta có khả năng là bịa đặt.

apogee /'æpədʒi:/ *dt* 1. *(thiên)* điểm viễn địa 2. *(bóng)* tuyệt đỉnh.

apolitical /,eipə'litikl/ *tt* phi chính trị.

apologetic /ə,pɒlə'dʒetik/ *tt* tạ lỗi, xin lỗi: *an apologetic letter* thư tạ lỗi.

apologetically /ə,pɒlə'dʒetikli/ *pht* để tạ lỗi, để xin lỗi.

apologetics /ə,pɒlə'dʒetiks/ *dt (dgt số ít) (tôn)* khoa biện giải.

apologist /ə'pɒlədʒist/ *dt* nhà biện giải.

apologize, apologise /ə'pɒlədʒaiz/ *dgt* apologize [to somebody] [for some-thing] tạ lỗi, xin lỗi: *I must apologize for not being able to meet you* tôi phải xin lỗi là đã không thể đến gặp ông; *apologize to your sister!* hãy cho tôi xin lỗi bà chị bạn!

apology /ə'pɒlədʒi/ *dt* 1. sự tạ lỗi, sự xin lỗi; lời tạ lỗi, lời xin lỗi: *offer (make) an apology* ngỏ lời xin lỗi 2. lời biện giải. // **an apology for something** cái thay thế dở hơn *(cho cái gì)*: *please excuse this wretched apology for a meal* xin tha thứ cho bữa ăn dở này.

apophthegm *(cg* **apothegm)** /'æpəθem/ *dt* cách ngôn.

apoplectic /'æpə'plektik/ *tt (y)* ngập máu, đột quy.

apoplexy /'æpəpleksi/ *dt* chứng ngập máu, chứng đột quy.

apostasy /ə'pɒstəsi/ *dt* 1. sự bỏ đạo, sự bội giáo 2. sự bỏ đảng.

apostate /ə'pɒsteit/ *dt* 1. người bỏ đạo, người bội giáo 2. người bỏ đảng.

a posteriori /,eipɒsteri'ɔ:rai/ *tt, pht (tiếng La tinh)* suy đoán.

apostle /ə'pɒsl/ *dt* 1. *(cg* **Apostle)** tông đồ *(của chúa Jesus)* 2. thủ lĩnh *(một phong trào...).*

apostolic /,æpə'stɒlik/ *tt* 1. [thuộc] tông đồ 2. [thuộc] giáo hoàng. // **apostolic succession** sự chuyển giao thần quyền tông đồ.

apostrophe[1] /ə'pɒstrəfi/ *tt (ngôn)* dấu lược.

apostrophe[2] /ə'pɒstrəfi/ *dt (văn)* hô ngữ.

apostrophize, apostrophise /ə'pɒstrəfaiz/ *dgt (văn)* dùng hô ngữ đối với *(một người, một đức tính nhân cách hóa...).*

apothecary /ə'pɒθəkəri, *(Mỹ* ə'pɒθəkeri)/ *dt (cổ)* dược sĩ.

apothecaries' weight /ə'pɒθəkəriz weit/ *(cũ)* hệ thống cân lường thuốc.

apothegm /'æpəθem/ *dt* x apophthegm.

apotheoses /ə,pɒθi'əʊsi:z/ *dt snh* của apotheosis.

apotheosis /ə,pɒθi'əʊsis/ *dt (snh* **apotheoses)** 1. sự tôn phong làm thánh; sự tôn vinh 2. tinh hoa: *Christ's mother is the apotheosis of womandhood* đức Mẹ là tinh hoa của nữ tính.

appal *(Mỹ cg* **appall)** /ə'pɔ:l/ *dgt* làm hoảng sợ, làm thất kinh.

appalling /ə'pɔ:liŋ/ *tt* 1. làm thất kinh; kinh khủng: *appalling cruelty* sự tàn bạo kinh khủng 2. *(kng)* rất tồi, tồi tệ: *an appalling food* thức ăn rất tồi.

appallingly /ə'pɔ:liŋli/ *pht* [một cách] kinh khủng: *an appallingly bad driver* một người lái xe tồi kinh khủng.

apparatus /,æpə'reitəs, *(Mỹ* æpə'rætəs)/ *dt* 1. dụng cụ: *laboratory apparatus* dụng cụ phòng thí nghiệm 2. bộ máy: *the respiratory appa-ratus (sinh)* bộ máy hô hấp; *the whole apparatus of gov-ernment* cả bộ máy nhà nước.

apparel /ə'pærəl/ *dt (cũ)* y phục: *the Queen ceremonial apparel* y phục nghi lễ của nữ hoàng.

apparent /ə'pærənt/ *tt* 1. bày rõ ra ngoài; rõ ràng: *it became apparent that she was going to die* rõ ràng là chị ta sắp chết 2. không có thực, bề ngoài: *their afflu-*

ence is more apparent than real sự giàu có của họ chỉ là bề ngoài hơn là có thực.

apparently /ə'pærəntli/ *pht* theo bề ngoài, có vẻ như: *apparently they're getting divorced* có vẻ như họ sắp ly hôn.

apparition /ˌæpə'riʃn/ *dt* **1.** sự xuất hiện, vật xuất hiện **2.** hồn ma: *he saw the apparition of his dead wife* ông ta đã thấy hồn ma của bà vợ đã quá cố.

appeal¹ /ə'pi:l/ *dgt* **1.** kêu gọi; cầu khẩn: *the police appealed to the crowd not to panic* cảnh sát kêu gọi quần chúng đừng hốt hoảng; *appeal to someone for help* cầu cứu ai **2.** làm cho chú ý tới, lôi cuốn, hấp dẫn: *the idea of camping has never appealed to me* ý nghĩ đi cắm trại chẳng bao giờ hấp dẫn tôi **3.** chống án: *I've decided not to appeal* tôi quyết định không chống án; *she appealed to the high court against her sentence* bà ta chống án lên tòa án tối cao về bản án kết tội bà **4.** (thể) yêu cầu trọng tài phân xử *(choi cricket)*.

appeal² /ə'pi:l/ *dt* **1.** sự kêu gọi; lời kêu gọi: *a charity appeal* lời kêu gọi lòng từ thiện **2.** lời thỉnh cầu, lời cầu khẩn: *with a look of appeal* với vẻ cầu khẩn **3.** sức lôi cuốn, sức hấp dẫn: *the new fashion soon lost its appeal* mốt mới chẳng bao lâu đã mất sức hấp dẫn của nó **4.** sự chống án: *lodge an appeal* đệ đơn chống án **5.** (thể) sự yêu cầu trọng tài phân xử *(choi cricket)*.

appealing /ə'pi:liŋ/ *tt* **1.** hấp dẫn, quyến rũ: *the idea of a holiday abroad is certainly appealing* ý kiến về một

chuyến đi nghỉ ở nước ngoài hẳn là hấp dẫn **2.** cảm động, thương tâm, làm mủi lòng: *an appealing glance* cái liếc nhìn làm mủi lòng.

appealingly /ə'pi:liŋli/ *pht* **1.** [một cách] hấp dẫn, [một cách] quyến rũ **2.** [một cách] cảm động, [một cách] thương tâm.

appear /ə'piə[r]/ *dgt* **1.** xuất hiện: *a ship appeared on the horizon* một con tàu xuất hiện nơi chân trời; *a light appeared at the end of the tunnel* một tia sáng xuất hiện ở cuối đường hầm **2.** ra [mắt] *(trước đám đông)*: *appear before a court* ra trước tòa, ra hầu tòa; *appear on the stage* ra sân khấu *(diễn viên)* **3.** được xuất bản *(sách)*: *the book will appear in the week* một tuần nữa cuốn sách sẽ được xuất bản **4.** dường như, có vẻ: *there appears to have been (it appears that there has been) a mistake* hình như có một sự lầm lẫn.

appearance /ə'piərəns/ *dt* **1.** sự xuất hiện: *the sudden appearance of a policeman caused the thief to run away* sự xuất hiện đột nhiên của viên cảnh sát đã làm cho tên trộm bỏ chạy **2.** sự ra [mắt] *(trước đám đông)*: *his first appearance on stage was at the age of three* ông ta ra sân khấu lần đầu tiên vào tuổi lên ba **3.** vẻ ngoài: *one should not judge by appearances* không nên xét đoán theo bề ngoài; *assume (put on) the appearance of innocence* ra vẻ ngây thơ; *the building was like a prison in appearance* ngôi nhà bề ngoài trông giống một nhà tù. // **keep up appearances** giữ thể diện; **put in an appearance** đến cho có

mặt một lát *(ở buổi lễ...)*; **to all appearances** theo biểu hiện bề ngoài: *he was to all outward appearances dead* trông bề ngoài, anh ta như chết rồi.

appease /ə'pi:z/ *dgt* làm cho khuây, làm cho nguôi, làm dịu, làm đỡ: *appease somebody's anger* làm cho ai nguôi giận; *appease somebody's hunger* làm cho ai đỡ đói.

appeasement /ə'pi:zmənt/ *dt* **1.** sự làm cho khuây, sự làm cho nguôi, sự làm dịu, sự làm cho đỡ **2.** *(thường xấu)* sự nhân nhượng, sự thỏa hiệp *(để tránh chiến tranh)*.

appellant¹ /ə'pelənt/ *tt* (luật) chống án.

appellant² /ə'pelənt/ *dt* (luật) người chống án.

appellation /ˌæpə'leiʃn/ *dt* tên, tên gọi.

append /ə'pend/ *dgt* thêm vào; viết thêm vào: *append one' signature to a document* ký tên vào một văn kiện; *append an extra clause to the contract* thêm một điều khoản phụ vào hợp đồng.

appendage /ə'pendidʒ/ *dt* phần thêm vào; phần phụ *(của một cái gì to hơn và quan trọng hơn)*.

appendectomy /ˌəpen'dektəmi/ *dt* (cg **appendicectomy** /əˌpendi'sektəmi/ *dt* (y) thủ thuật cắt bỏ ruột thừa.

appendices /ə'pendisi:z/ *dt* snh của appendix 1.

appendicitis /əˌpendi'saitis/ *dt* (y) viêm ruột thừa.

appendix /ə'pendiks/ *dt* **1.** (snh **appendices**) phụ lục **2.** (snh **appendixes**) (cg **vermiform appendix**) *(giải)* ruột thừa.

appendixes /ə'pendisi:z/ *dt* snh của appendix 2.

appertain /,æpə'tain/ *dgt* thuộc về, gắn liền với: *the duties and privileges appertaining to one's high office* nghĩa vụ và đặc quyền gắn liền với một chức vụ cao.

appetite /'æpitait/ *dt* **1.** sự ngon miệng: *eat with appetite; have a good appetite* ăn ngon miệng; *he had no appetite for the fight* (bóng) anh ta không có hứng thú chiến đấu **2.** lòng ham muốn, sự khao khát: *appetite for reading* sự ham đọc sách; *sexual appetites* lòng khát dục.

appetizer, appetiser /'æpitaizə[r]/ *dt* món khai vị (rượu hoặc món ăn).

appetizing, appetising /'æpitaiziŋ/ *tt* làm cho ăn ngon miệng, ngon lành: *an appetizing smell from the kitchen* mùi thơm ngon lành từ nhà bếp tỏa ra.

appetizingly, appetisingly /'æpitaiziŋli/ *pht* [một cách] ngon miệng, [một cách] ngon lành.

applaud /ə'plɔ:d/ *dgt* **1.** vỗ tay tán thưởng: *the crowd applauded the performance for five minutes* đám đông đã vỗ tay tán thưởng buổi diễn trong năm phút **2.** tán thành; hoan nghênh: *I applaud your decision* tôi tán thành quyết định của anh.

applause /ə'plɔ:z/ *dt* **1.** sự vỗ tay tán thưởng: *he sat down amid deafening applause* anh ta ngồi xuống trong tiếng vỗ tay tán thưởng vang dội **2.** sự tán thành; sự hoan nghênh: *her new novel was greeted by reviewers with rapturous applause* cuốn tiểu thuyết mới của bà ta được giới phê bình hoan nghênh nhiệt liệt.

apple /'æpl/ *dt* **1.** quả táo tây **2.** (*cg* **apple tree**) cây táo tây. // **an (the) apple of discord** mối bất hòa; **the apple of somebody's eye** (kng) người được yêu mến nhất; vật được quý nhất: *she's the apple of her father's eye* cô ta là con gái cưng của bố cô.

applecart /'æplkɑ:t/ *dt* **upset the (somebody's) applecart** x **upset¹**.

applejack /'æpldʒæk/ *dt* (Mỹ) rượu táo.

apple pie /,æpl'pai/ *dt* **in apple-pie order** (kng) hết sức gọn gàng ngăn nắp: *he kept all his tools in apple-pie order* anh ấy để đồ đạc của mình hết sức gọn gàng ngăn nắp.

appliance /ə'plaiəns/ *dt* thiết bị, dụng cụ: *domestic electric appliance* dụng cụ điện dùng trong nhà.

applicability /,æplikə'biləti/ *dt* tính có thể áp (ứng) dụng được.

applicable /'æplikə'bl, ə'plikəbl/ *tt* (vị ngữ) có thể áp (ứng) dụng được, thích hợp: *this part of the form is not applicable to foreign students* phần này của tờ mẫu đơn không áp dụng cho sinh viên ngoại quốc.

applicant /'æplikənt/ *dt* (+for) người nộp đơn xin, người xin việc: *we had 250 applicants for the job* có 250 người xin việc.

application /,æpli'keiʃn/ *dt* **1.** lời xin, lời thỉnh cầu; đơn xin: *an application form* tờ mẫu đơn xin (có sẵn các mục, người xin chỉ việc điền vào các chỗ cần thiết); *we received 400 applications for the job* chúng tôi nhận được 400 đơn xin việc **2.** sự tra, sự thoa (chất thuốc trị bệnh ngoài da...) thuốc thoa: *lotion for external application only* thuốc xức chỉ để dùng ngoài da; *three applications per day* thoa ba lần một ngày; *an application to relieve muscle pain* thuốc thoa để giảm đau cơ bắp **3.** sự áp dụng, sự ứng dụng *the strict application of the law* sự áp dụng luật một cách nghiêm ngặt; *a new invention that will have a variety of applications in industry* một phát minh mới sẽ có nhiều ứng dụng khác nhau trong công nghiệp **4.** sự chuyên cần: *she worked with great application* chị ta làm việc rất chuyên cần.

applicator /'æplikeitə[r]/ *dt* vật dùng để quét, vật dùng để bôi, chổi phết (hồ...), chổi quét (sơn...).

applied /ə'plaid/ *tt* ứng dụng: *applied chemistry* hóa học ứng dụng.

appliqué¹ /æ'pli:kei, (Mỹ) ,æpli'kei/ *dt* miếng đính (miếng cắt ra đính vào quần áo... để trang sức...).

appliqué² /æ'pli:kei, (Mỹ) æpli'kei/ *dgt* (**appliquéd**) trang sức bằng miếng đính.

apply /ə'plai/ *dgt* (**applied**) **1.** xin, thỉnh cầu: *apply for a post* xin một chỗ làm; *you should apply immediately, in person or by letter* anh nên đệ đơn xin ngay, hoặc trực tiếp hoặc bằng thư **2.** thoa, bôi, quét, phết: *apply the glue to both surfaces* phết hồ vào cả hai mặt; *apply the ointment sparingly* bôi thuốc một cách dè xẻn **3.** áp dụng; ứng dụng: *apply a law* áp dụng một đạo luật; *apply a new method* áp dụng một phương pháp mới; *what I have said applies only to some of you* điều mà tôi vừa nói chỉ áp dụng với một vài người trong số các anh **4.** áp, ép, ấn: *apply the brakes hard* đạp mạnh phanh, bóp mạnh phanh **5.** chú tâm, chuyên tâm: *you will only pass your exams if you really apply yourself [to your work]* anh chỉ có thể qua được kỳ thi nếu anh thực sự chú tâm vào việc học của anh.

appoint /ə'pɔint/ *dgt* **1.** bổ nhiệm, chỉ định, chọn: *appoint somebody [to be] director* bổ nhiệm ai làm giám đốc; **2.** lập, cử: *appoint a committee* lập một ủy ban **3.** định, ấn định: *appoint a date for a meeting* định ngày giờ họp; *the time appointed for the meeting was 10.30* giờ ấn định cho buổi họp là 10 giờ rưỡi.

appointee /ə,pɔin'ti:/ *dt* người được bổ nhiệm, người được chỉ định (để làm việc gì).

appointment /ə'pɔintmənt/ *dt* **1.** sự bổ nhiệm; chức vụ được bổ nhiệm, công việc được giao: *I'm looking for a permanent appointment* tôi đang tìm một công việc làm ổn định **2.** sự hẹn gặp: *keep (break) an appointment* đúng (thất) hẹn; *interviews are by appointment only* chỉ tiếp người phỏng vấn có hẹn trước **3. appointments** *snh* đồ đạc, thiết bị.

apportion /ə'pɔ:ʃn/ *dgt* chia ra từng phần, chia thành lô: *I don't wish to apportion blame to any of you* tôi không muốn khiển trách bất cứ ai trong các anh; *he apportioned the members of the team their various tasks* anh ta phân cho những thành viên trong đội những nhiệm vụ khác nhau.

apportionment /ə'pɔ:ʃnmənt/ *dt* sự chia ra từng phần, sự chia thành lô.

apposite /'æpəzit/ *tt* hợp thời, thích đáng, đúng lúc: *an apposite remark* một nhận xét thích đáng.

appositely /'æpəzitli/ *pht* [một cách] hợp thời, [một cách] thích đáng, [một cách] đúng lúc.

appositeness /'æpəzitnis/ *dt* sự hợp thời, sự thích đáng, sự đúng lúc.

apposition /,æpə'ziʃn/ *dt* (ngôn) đồng vị ngữ; *in "Queen Elizabeth, the Queen Mother" "the Queen Mother" is in apposition to "Queen Elizabeth"* trong "the Queen Elizabeth, the Queen Mother" thì "the Queen Mother" là đồng vị ngữ của "Queen Elizabeth".

appraisal /ə'preizl/ *dgt* sự đánh giá, sự định giá.

appraise /ə'preiz/ *dgt* đánh giá, định giá: *appraise a student's work* đánh giá một bài làm của sinh viên.

appreciable /ə'pri:ʃəbl/ *tt* có thể cảm nhận, đáng kể: *an appreciable drop in temperature* một sự sụt nhiệt độ đáng kể.

appreciably /ə'pri:ʃəbli/ *pht* [một cách] đáng kể: *he's looking appreciably thinner* anh ta trông gầy đi đáng kể.

appreciate /ə'pri:ʃieit/ *dgt* **1.** thưởng thức; đánh giá cao: *you can't fully appreciate foreign litterature in translation* bạn không thể thưởng thức được đầy đủ văn học nước ngoài qua các bản dịch; *your help was greatly appreciated* sự giúp đỡ của bạn được đánh giá cao đấy **2.** hiểu với lòng thông cảm: *you don't seem to appreciate how busy I am* anh có vẻ không thông cảm là tôi bận đến mức nào **3.** tăng giá trị: *local property has appreciated [in value] since they built the motor-*way nearby đất đai địa phương đã tăng giá lên từ khi người ta xây dựng con đường cao tốc gần bên.

appreciation /ə,pri:ʃi'eiʃn/ *dt* **1.** sự hiểu và biết thưởng thức: *she shows little appreciation of music* cô ta ít hiểu và biết thưởng thức âm nhạc **2.** sự cảm kích và biết ơn: *please accept this gift in appreciation of all you've done for us* xin nhận cho món quà này với lòng cảm kích và biết ơn về tất cả những gì bạn đã làm cho chúng tôi **3.** sự đánh giá cao: *an appreciation of the poet's work* sự đánh giá cao tác phẩm của nhà thơ **4.** sự lên giá: *the pound's rapid appreciation is creating problems for exporters* sự lên giá nhanh của đồng bảng đã gây khó khăn cho các nhà xuất khẩu.

appreciative /əpri:ʃətiv/ *tt* biết thưởng thức; biết ơn: *an appreciative audience* cử tọa biết thưởng thức; *I am most appreciative of your generosity* tôi hết sức biết ơn sự rộng lượng của ngài.

appreciatively /ə'pri:ʃətivli/ *pht* [một cách] biết thưởng thức; [một cách] biết ơn.

apprehend /,æpri'hend/ *dgt* **1.** bắt, tóm, nắm lấy: *the thief was apprehended [by the police] in the act of stealing a car* tên kẻ cắp đã bị bắt khi đang ăn cắp một chiếc xe **2.** hiểu rõ, nắm được: *do I apprehend you aright?* tôi có hiểu rõ ý anh không?

apprehension /,æpri'henʃn/ *dt* **1.** sự sợ, sự e sợ: *apprehension of death* sự sợ chết **2.** sự hiểu, sự nắm được (ý nghĩa): *be quick of apprehension* hiểu nhanh **3.** sự bắt, sự tóm lấy, sự nắm lấy: *the apprehension of the escaped prisonners* sự tóm bắt tù nhân vượt ngục.

apprehensive /ˌæpriˈhensiv/ *tt* sợ hãi, e sợ; lo lắng: *apprehensive about the results of the exams* lo lắng về kết quả thi; *apprehensive for somebody's safety* e sợ cho sự an toàn của ai.

apprehensively /ˌæpriˈhensivli/ *pht* [một cách] sợ hãi, [một cách] e sợ; [một cách] lo lắng.

apprentice[1] /əˈprentis/ *dt* 1. người học việc, người học nghề 2. người mới học nghề, "lính mới".

apprentice[2] /əˈprentis/ *dgt* cho học việc, cho học nghề: *she's apprenticed to a tailor* chị ta học việc ông thợ may.

apprenticeship /əˈprentiʃip/ *dt* 1. sự học việc, sự học nghề 2. thời gian học việc, thời gian học nghề: *serve one's apprenticeship* học việc, học nghề; qua thời gian học nghề.

apprise /əˈpraiz/ *dgt* báo cho biết: *I was apprised of the committee's decision* tôi được báo cho biết quyết định của ủy ban.

appro /ˈæprəʊ/ *dt* **on appro** (Anh, *kng*) *nh* on approval (*x* approval).

approach[1] /əˈprəʊtʃ/ *dgt* 1. đến gần, lại gần, tới gần: *winter is approaching* mùa đông đang tới; *silently they approached the enemy's camp* họ lặng lẽ tiến gần đến chỗ quân thù đóng quân 2. gần được như, gần đạt tới: *few writers even begin to approach Shakespeares's greatness* ít nhà văn gần đạt tới được sự vĩ đại của Shakespeare, dù chỉ là bước đầu 3. chạy vạy tiếp xúc: *approach a witness with a bribe* chạy vạy tiếp xúc với

người làm chứng mang theo quà lót tay 4. tiếp cận (*một vấn đề*).

approach[2] /əˈprəʊtʃ/ *dt* 1. sự đến gần, sự lại gần, sự tới gần: *at her approach, the children ran off* lúc bà ta tới gần lũ trẻ chạy mất 2. đường dẫn đến, lối vào: *all the approaches to the palace were guarded by troops* mọi con đường dẫn tới cung điện đều có lính gác 3. (+ to) sự tiếp xúc (*ai*) để đặt vấn đề 4. phương pháp: *a new approach to language teaching* một phương pháp mới về giảng dạy ngôn ngữ 5. chặng cuối đường bay trước khi hạ cánh (*máy bay*). // **easy (difficult) of approach** dễ (khó) gần.

approachability /əˌprəʊtʃəˈbiləti/ *dt* 1. tính có thể đến gần 2. tính dễ gần (*người*).

approachable /əˈprəʊtʃəbl/ *tt* 1. có thể đến gần: *the house is only approachable from the south* ngôi nhà chỉ đến được từ phía nam 2. dễ gần (*người*).

approbation /ˌæprəˈbeiʃn/ *dt* 1. sự tán thành, sự chấp thuận 2. sự phê chuẩn, sự chuẩn y: *we can't start building without the council's approval* chúng ta không thể bắt đầu xây dựng nếu chưa có sự phê chuẩn của hội đồng.

appropriate[1] /əˈprəʊpriət/ *tt* (+ for, to) thích hợp: *his formal style of speaking was appropriate to the occasion* phong cách nói trang trọng của ông ta thích hợp với dịp ấy; *you will be informed of the details at the appropriate time* anh sẽ được thông báo chi tiết vào thời gian thích hợp.

appropriate[2] /əˈprəʊprieit/ *dgt* 1. chiếm hữu, chiếm

đoạt (*làm của riêng*): *he was accused of appropriating club funds* nó bị tố cáo chiếm đoạt tiền quỹ của câu lạc bộ 2. dành riêng (*cho một mục đích đặc biệt*): *£5000 has been appropriated for a new training scheme* 5000 bảng được dành riêng cho một kế hoạch huấn luyện mới.

appropriately /əˈprəʊpriətli/ *pht* [một cách] thích hợp.

appropriateness /əˈprəʊpriətnis/ *dt* sự thích hợp.

appropriation /əˌprəʊpriˈeiʃn/ *dt* 1. sự chiếm hữu, sự chiếm đoạt 2. số tiền dành riêng (*làm gì*): *appropriation of £5,000,000 for a new hospital* số tiền 5.000.000 bảng dành riêng để xây một bệnh viện mới.

approval /əˈpruːvl/ *dt* sự tán thành, sự chấp thuận: *a nod of approval* cái gật đầu tán thành. // **on approval** (*kng* **on appro**) giao hàng cho khách, nếu khách không ưng ý xin gửi trả về; **seal of approval** *x* seal[2].

approve /əˈpruːv/ *dgt* 1. tán thành, chấp thuận: *I don't approve of smoking in bed* tôi không tán thành cái lối nằm trên giường mà hút thuốc lá 2. phê chuẩn, chuẩn y: *the city council approved the building plans* hội đồng thành phố đã chuẩn y kế hoạch xây dựng.

approved school /əˈpruːvd skuːl/ trại cải tạo thiếu niên phạm tội (*ở Anh xưa, nay gọi là* community home).

approving /əˈpruːviŋ/ *tt* tán thành, tán đồng: *she received many approving glances* chị ta nhận được nhiều ánh mắt tán đồng.

approvingly /əˈpruːviŋli/ *pht* [một cách] tán thành, [một cách] tán đồng.

approx (*vt của* approximately) gần, khoảng.

approximate[1] /ə'prɒksimət/ *tt* xấp xỉ, gần đúng: *approximate calculation* sự tính gần đúng; *approximate value* giá trị xấp xỉ.

approximate[2] /ə'prɒksimeit/ *dgt* gần giống: *your story approximates to the facts we already know* câu chuyện của anh gần giống những sự việc chúng tôi đã biết.

approximately /ə'prɒksimətli/ *pht* xấp xỉ, khoảng chừng, khoảng: *it costs approximately £20, I can't remember exactly* cái đó giá khoảng chừng 20 bảng, tôi không nhớ một cách chính xác.

approximation /ə,prɒksi'meiʃn/ *dt* 1. số lượng khoảng chừng, con số xấp xỉ: *3000 students each year would be an approximation* áng chừng có 3000 sinh viên mỗi năm 2. sự xấp xỉ, sự gần đúng.

appurtenance /ə'pɜ:tinəns/ *dt (thường snh) (luật)* 1. phần phụ thuộc: *he inherited the manor and all its appurtenances* ông ta được thừa hưởng thái ấp và tất cả những phần phụ thuộc 2. quyền sở hữu.

Apr (*vt của* April) tháng tư: *14 Apr 1994* 14 tháng 4 năm 1994.

après-ski /,æprei'ski:/ *dt (tiếng Pháp)* thời gian rảnh rỗi sau một ngày trượt tuyết.

apricot /'eiprikɒt/ *dt* 1. quả mơ 2. cây mơ 3. màu mơ chín.

April /'eiprəl/ *dt* tháng tư.

April Fool /,eiprəl'fu:l/ nạn nhân trò đùa truyền thống vào sáng mồng một tháng tư.

April Fools' Day /,eiprəl 'fu:lz dei/ (*cg* **All Fools' Day**) ngày đùa truyền thống (*mồng một tháng tư*).

a priori /,eiprai'ɔ:rai/ theo cách suy diễn, theo suy luận tiên nghiệm (ví dụ như: *they've been walking all day so they must be hungry*) họ đã cuốc bộ cả ngày do đó họ phải đói bụng.

apron /'eiprən/ *dt* 1. cái tạp dề 2. bãi bốc dỡ (*ở phi trường*) 3. (*cg* **apron stage**) thềm sân khấu. // [tied to] **one's mother's (wife's...) apron strings** bám vào gấu váy mẹ (vợ...); bị vợ (mẹ...) dắt mũi.

apropos /,æprəʊ'pəʊ/ *pht, tt (vị ngữ)* đúng lúc; thích hợp: *you'll find the last paragraph extremely apropos* anh sẽ thấy đoạn cuối hết sức thích hợp.

apropos of /,æprəʊ'pəʊ əv/ *gt* về: *apropos of what you were just saying...* về điều anh vừa nói...

apse /æps/ *dt* hậu cung (*nhà thờ*).

apt /æpt/ *tt* (**-er; -est**) 1. thích hợp: *an apt quotation* câu trích dẫn thích hợp 2. có năng khiếu, tiếp thu nhanh: *she's one of my aptest students* cô ta là một trong những sinh viên có năng khiếu của tôi; *be apt at mathematics* có năng khiếu về toán 3. có khuynh hướng, hay, dễ: *apt to be forgetful* hay quên; *apt to take fire* dễ bắt lửa.

APT /,eipi:'ti:/ (*vt của* Advanced Passenger Train) tàu khách hạng cao.

apt (*vt của* apartment) căn hộ.

aptitude /'æptitju:d, (*Mỹ* 'æptitu:d)/ *dt* **aptitude for [doing] something** khiếu; khả năng: *she showed great aptitude for learning languages* cô ta tỏ ra rất có khiếu học ngoại ngữ.

aptitude test /'æptitju:d test/ thử nghiệm năng khiếu.

Aqualung /'ækwəlʌŋ/ *dt* bình hơi thợ lặn.

aquamarine /,ækwəmə'ri:n/ *dt* 1. (*khoáng*) ngọc biếc, aquamarin 2. màu ngọc biếc.

aquaplane[1] /'ækwəplein/ *dt (thể)* ván lướt nước.

aquaplane[2] /'ækwəplein/ *dgt* 1. (*thể*) lướt nước 2. trượt (*xe cộ trên mặt đường ướt*).

aquaria /ə'kweəriə/ *dt snh* của aquarium.

Aquarian /ə'kweəriən/ *tt* [thuộc] cung Bảo bình.

aquarium /ə'kweəriəm/ *dt* (*snh* **aquariums** hoặc **aquaria**) bể kính (*nuôi cá...*).

Aquarius /ə'kweəriəs/ *dt* 1. (*thiên*) cung Bảo bình (*cung thứ mười một trong các cung Hoàng đạo*) 2. người cầm tinh Bảo bình.

aquatic /ə'kwætik/ *tt* (*thường thngữ*) 1. sống ở nước, mọc ở nước: *aquatic plants* cây ở nước, cây thủy sinh 2. (*thể*) chơi ở dưới nước: *aquatic sports* những môn thể thao dưới nước.

aquatint /'ækwətint/ *dt* 1. phép khắc màu axit 2. tranh khắc màu axit.

aqueduct /'ækwidʌkt/ *dt* cầu máng (*thủy lợi*)

aqueous /'eikwiəs/ *tt* [thuộc] nước; như nước; do nước tạo thành: *aqueous solution (hóa)* dung dịch nước.

aquiline /'ækwilain/ *tt* [thuộc] chim đại bàng; như chim đại bàng: *an aquiline nose* mũi khoằm (*như mỏ đại bàng*).

Arab[1] /'ærəb/ *dt* 1. người A-rập 2. ngựa A-rập.

Arab² /ˈærəb/ *tt* [thuộc] A-Rập: *the Arab countries* các nước A-rập.

arabesque /ˌærəˈbesk/ *dt* **1.** trang trí đường lượn **2.** điệu lượn *(vũ balê).*

Arabian¹ /əˈreibiən/ *tt* [thuộc] A-rập: *the Arabian Sea* biển A-rập.

Arabian² /əˈreibiən/ *dt (cũ)* người A-rập.

Arabic¹ /ˈærəbik/ *tt* [thuộc ngôn ngữ văn học] A-rập.

Arabic² /ˈærəbik/ *dt* ngôn ngữ A-rập.

Arabic numerals /ˌærəbik ˈnjuːmərəlz/ chữ số A-rập *(như 0, 1, 2, 3, 4...).*

Arabist /ˈærəbist/ *dt* nhà A-rập học.

arable /ˈærəbl/ *tt* có thể cày cấy, trồng trọt được.

arachnid /əˈræknid/ *dt (động)* động vật [thuộc] lớp nhện.

arbiter /ˈɑːbitə[r]/ *dt* trọng tài: *the arbiters of fashion* những trọng tài thời trang; *the arbiter of a conflict* trọng tài một vụ xung đột.

arbitrarily /ˈɑːbitrərili/ *pht* **1.** [một cách] tùy tiện **2.** [một cách] độc đoán.

arbitrariness /ˈɑːbitrərinis/ *dt* **1.** sự tùy tiện **2.** sự độc đoán.

arbitrary /ˈɑːbitrəri, (Mỹ ɑːbitreri/ **1.** tùy tiện: *the choice of players for the team seems completely arbitrary* việc chọn cầu thủ cho đội bóng hình như hoàn toàn tùy tiện **2.** độc đoán: *an arbitrary ruler* một kẻ cầm quyền độc đoán.

arbitrate /ˈɑːbitreit/ *đgt* làm trọng tài phân xử: *he was asked to arbitrate [a serious dispute] between manage-ment and the unions* ông ta được yêu cầu làm trọng tài phân xử một cuộc tranh chấp gay gắt giữa ban quản lý và nghiệp đoàn.

arbitration /ˌɑːbiˈtreiʃn/ *dt* sự làm trọng tài phân xử. // **go to arbitration** yêu cầu ai làm trọng tài phân xử: *the union finally agreed to go to arbitration as a way of ending the strike* nghiệp đoàn cuối cùng đồng ý là phải nhờ trọng tài phân xử như là một cách chấm dứt cuộc đình công.

arbitrator /ˈɑːbitreitə[r]/ *dt* (*cg* **arbiter**) trọng tài.

arboreal /ɑːˈbɔːriəl/ *tt* **1.** [thuộc] cây cối **2.** sống trên cây: *arboreal animals* động vật sống trên cây.,

arboreta /ˌɑːbəˈriːtə/ *dt snh của* arboretum.

arboretum /ˌɑːbəˈriːtəm/ *dt* (*snh* **arboretums** hoặc **arboreta**) vườn cây gỗ *(để nghiên cứu...).*

arbour (*Mỹ* **arbor**) /ˈɑːbə[r]/ chỗ hóng mát dưới tán cây, chỗ hóng mát dưới giàn cây leo.

arc¹ /ɑːk/ *dt* **1.** cung *(của vòng tròn)*; vật hình cung: *the arc of a rainbow* hình cung cầu vòng **2.** *(điện)* cung lửa, hồ quang.

arc² /ɑːk/ *đgt* (**arced**) tạo nên một cung lửa điện.

arcade /ɑːˈkeid/ *dt* đường có mái vòm: *shopping arcade* đường phố buôn có mái vòm.

Arcadia /ɑːˈkeidiə/ *dt* **the Ar-cadia** *(tho)* miền quê thanh bình.

arcane /ɑːˈkein/ *tt* kỳ diệu, bí ẩn: *arcane ceremonies* những nghi lễ bí ẩn.

arch¹ /ɑːtʃ/ *dt* **1.** vòm cầu, nhịp cầu: *a bridge with three arches* chiếc cầu ba nhịp **2.** (*cg* **archway**) cửa tò vò **3.** mu bàn chân.

arch² /ɑːtʃ/ *đgt* uốn [thành] vòng cung; uốn khum lên: *the cat arched its back when it saw the dog* con mèo uốn lưng khum lên khi thấy con chó. // **arch across (over) some-thing** bắc theo hình vòng cung qua *(cái gì đó): tall trees arch across the river* những cây cao vươn thành hình vòng cung qua sông.

arch³ /ɑːtʃ/ *tt* tinh quái, láu lỉnh: *an arch smile* nụ cười tinh quái.

arch- *(dạng kết hợp)* **1.** chính, tổng: *archbishop* tổng giám mục **2.** cực kỳ xấu: *arch-enemy* kẻ thù không đội trời chung.

archaeological /ˌɑːkiəˈlɒdʒikl/ *tt* [thuộc] khảo cổ học.

archaeologist /ˌɑːkiˈɒlədʒist/ *dt* nhà khảo cổ học.

archaeology /ˌɑːkiˈɒlədʒi/ *dt* khảo cổ học.

archaic /ɑːˈkeiik/ *tt* cổ: *"thou art"* is an archaic form of *"you are"* "thou art" là dạng cổ của "you are".

archaism /ˈɑːkeiizəm/ *dt* **1.** từ ngữ cổ **2.** sự phỏng theo cái cổ, sự phục cổ *(trong văn học nghệ thuật).*

archangel /ˈɑːkeindʒl/ *tt* tổng thiên thần.

archbishop /ˌɑːtʃˈbiʃəp/ *dt* tổng giám mục.

archbishopric /ˌɑːtʃˈbiʃəpric/ *dt* **1.** chức tổng giám mục **2.** địa phận tổng giám mục.

archdeacon /ˌɑːtʃˈdiːkən/ *dt* phó giám mục.

archdeaconry /ˌɑːtʃˈdiːkənri/ *dt* **1.** chức phó giám mục, cương vị phó giám mục **2.** tòa phó giám mục.

archdiocese /ˌɑːtʃˈdaiəsis/ *dt* địa phận tổng giám mục.

archduke /ˌɑːtʃˈdjuːk, (Mỹ ɑːtʃˈduːk)/, **archduchess** /ˌɑːtʃˈdʌtʃis/ *dt* quận công *(Áo xưa).*

arch-enemy /ˌɑːtʃˈenəmi/ *dt* **1.** kẻ thù không đội trời chung **2. the Archenemy** quỷ Xa tăng.

archer /'ɑ:tʃə[r]/ *dt* người bắn cung.

archery /'ɑ:tʃəri/ *dt* **1.** thuật bắn cung **2.** (thể) môn bắn cung.

archetypal /'ɑ:kitaipl, ɑki-'taipl/ *tt* [thuộc] nguyên mẫu, có tính chất nguyên mẫu.

archetype /'ɑ:kitaip/ *dt* **1.** nguyên mẫu **2.** ví dụ điển hình (của cái gì đó).

archipelago /,ɑki'peləgəʊ/ *dt* quần đảo.

architect /'ɑ:kitekt/ *dt* kiến trúc sư: *the architect's plans for the new theatre* đồ án của kiến trúc sư về nhà hát mới; *he was one of the principal architects of the revolution* (bóng) ông ta là kiến trúc sư chính của cuộc cách mạng.

architecture /'ɑ:kitektʃə[r]/ *dt* kiến trúc.

architectural /,ɑki'tekʃərəl/ *tt* [thuộc] kiến trúc.

architecturally /,ɑki'tekʃə-rəli/ *pht* về mặt kiến trúc.

archives /'ɑ:kaivz/ *dt (snh)* **1.** văn thư lưu trữ **2.** sở lưu trữ.

archivist /'ɑ:kivist/ *dt* chuyên viên lưu trữ.

archway /'ɑtʃwei/ *dt x* arch[1] **2.**

arc lamp /'ɑ:klæmp/ (cg **arc light**) đèn hồ quang.

arc light /'ɑklait/ *nh* arc lamp.

Arctic[1] /'ɑ:ktik/ *tt* **1.** [thuộc] Bắc Cực **2.** cực lạnh; giá rét; thích hợp với điều kiện giá rét: *arctic weather* thời tiết giá rét; *arctic clothing* quần áo thích hợp với điều kiện giá rét.

Arctic[2] /'ɑ:ktik/ **the Arctic** vùng Bắc Cực.

Arctic Circle /,ɑ:ktik's3:kl/ **the Arctic circle** (địa) vòng Bắc Cực, đường vĩ tuyến 66°30 bắc.

arc welding /'ɑ:kweldiŋ/ sự hàn điện.

-ard *tiếp tố* (cùng tt tạo thành dt) có tính chất như thế nào đó (thường là tính chất xấu): *drunkard* người nghiện rượu; *dullard* người ngu đần.

ardent /'ɑ:dnt/ *tt* hăng hái, nhiệt tình: *an ardent supporter of the local football team* một người ủng hộ nhiệt tình cho đội bóng đá địa phương.

ardently /'ɑ:dntli/ *pht* [một cách] hăng hái, [một cách] nhiệt tình.

ardour (Mỹ **ardor**) /'ɑ:də[r]/ *dt* sự hăng hái, sự nhiệt tình.

arduous /'ɑ:djʊəs/, (Mỹ /'ɑ:dʒʊəs/) *tt* gian khổ, gay go: *an arduous task* một công việc gian khổ.

arduously /'ɑ:djʊəsli/ *pht* [một cách] gian khổ, [một cách] gay go.

arduousness /'ɑ:djʊəsnis/ *dt* sự gian khổ, sự gay go.

are[1] *x* be.

are[2] /ɑ:[r]/ *dt* a (đơn vị diện tích ruộng đất bằng 100m²)

area /'eəriə/ *dt* **1.** diện tích, bề mặt: *the kitchen is 12 square metres in area (has an area of 12 square metres)* gian bếp có diện tích 12m² **2.** vùng, khu vực: *mountainous areas of the world* những vùng núi non trên thế giới; *do you like the area where you're living?* anh có thích vùng anh đang ở không? **3.** lĩnh vực: *the area of finance* lĩnh vực tài chính **4.** sân trước nhà.

area code /'eəriəkəʊd/ mã số vùng (gọi trước số diện thoại cá nhân).

areca /'ærikə, ə'ri:kə/ *dt* (thực) cây cau.

areca nut /'ærikənʌt/ *dt* (cg **betel-nut**) quả cau.

arena /ə'ri:nə/ *dt* **1.** trường đấu (La Mã) **2.** vũ đài: *the political arena* vũ đài chính trị.

aren't /ɑ:nt/ *dạng rút gọn (kng) của* **1.** are not: *they aren't here* họ không có ở đây **2.** am not (trong câu hỏi): *aren't I clever?* tôi không khéo léo sao?

arête /æ'ret/ *dt* đỉnh núi nhọn (ở Thụy Sĩ...).

argon /'ɑ:gɒn/ *dt* (hóa) agon.

argot /'ɑ:gəʊ/ *dt* tiếng lóng.

arguable /'ɑ:gjʊəbl/ *tt* **1.** còn phải bàn cãi: *an arguable theory* một lý thuyết còn phải bàn cãi **2.** không chắc chắn, còn nghi vấn, đáng ngờ: *an arguable decision* một quyết định đáng ngờ.

arguably /'ɑ:gjʊəbli/ *pht* chưa chắc: *arguably, the criminal is a necessary member of society* chưa chắc tội phạm đã nhất thiết là thành viên của xã hội.

argue /'ɑ:gju:/ *dgt* **1.** cãi, tranh cãi: *the couple next door are always arguing* cặp vợ chồng nhà bên cạnh lúc nào cũng cãi nhau; *don't argue with your mother* đừng có cãi mẹ cậu **2.** bàn cãi; tranh luận: *the lawyers argued the case for hours* các luật sư đã tranh luận về vụ kiện này hàng giờ đồng hồ. // **argue the toss** nói là mình không đồng ý về một quyết định: *let's not argue the toss, we have to accept his choice* thôi, đừng nói là không đồng ý nữa, chúng ta phải chấp nhận sự lựa chọn của ông ta; **argue somebody into (out of) doing something** đưa ra lý lẽ để thuyết phục ai làm (đừng làm) điều gì: *they argued him into withdrawing his complaint* họ thuyết phục anh ta rút đơn kiện.

argument /'a:gjʊmənt/ *dt* **1.** cuộc tranh cãi: *have an argument with the referee about his decision* có sự tranh cãi với trọng tài *(về quyết định của ông ta)* **2.** sự tranh luận, sự bàn cãi: *we agreed without much further argument* chúng tôi đồng ý mà không cần bàn cãi thêm nữa **3.** lý lẽ đưa ra: *there are strong arguments for and against capital punishment* có những lý lẽ vững chắc tán thành và phản đối hình thức tử hình **4.** tóm tắt chủ đề *(một cuốn sách)*. // **for the sake of argument** x sake[1].

argumentation /ˌa:gjʊmen-'teiʃn/ *dt* sự cãi lẽ, sự tranh luận.

argumentative /ˌa:gjʊ'mentətiv/ *tt* thích tranh luận.

argumentatively /ˌa:gjʊ'mentətivli/ *pht* [một cách] thích tranh luận.

argy-bargy /ˌa:dʒi'ba:dʒi/ *dt* cuộc cãi nhau ầm ĩ *(nhưng không nghiêm trọng)*: *what's all this argy-bargy?* chuyện gì mà cãi nhau ầm ĩ thế này?

aria /'a:riə/ *dt (nhạc)* aria.

-arian tiếp tố *(tạo dt và tt)* tin vào *(cái gì đó)*, thực hiện cái gì đó: *disciplinarian* tin và giữ nghiêm kỷ luật.

arid /'ærid/ *tt* **1.** khô cằn *(đất, khí hậu)*: *the arid deserts of Africa* sa mạc khô cằn ở châu Phi **2.** khô khan, nhàm chán: *have long, arid discussions about unimportant matters* thảo luận dài

dòng và nhàm chán về những vấn đề chẳng quan trọng gì.

aridity /æ'riditi/ *dt* **1.** sự khô cằn **2.** sự khô khan, sự nhàm chán.

aridly /'æridli/ *pht* **1.** [một cách] khô cằn **2.** [một cách] khô khan, [một cách] nhàm chán.

aridness /'æridnis/ *dt nh* aridity.

Aries /'eəri:z/ *dt* **1.** *(thiên)* cung Dương Cưu *(cung thứ nhất trong các cung Hoàng đạo)* **2.** người cầm tinh Dương Cưu.

aright /ə'rait/ *pht (cổ hoặc tu từ)* đúng: *do I hear you aright?* tôi nghe anh đúng chứ?

arise /ə'raiz/ *đgt* **1.** (arose; arisen) xuất hiện, nảy sinh, nổi lên: *a new difficulty has arisen* một khó khăn mới đã nảy sinh; *a storm arose during the night* trong đêm một cơn bão đã nổi lên; *problems arising out of the lack of communication* những vấn đề nảy sinh do thiếu thông tin liên lạc **2.** *(cổ)* đứng dậy.

aristocracy /ˌæri'stɒkrəsi/ *dt* **1.** tầng lớp quý tộc **2.** sự thống trị của quý tộc **3.** nước do quý tộc thống trị **4.** người có khả năng nhất, người có tài nhất *(trong một lớp người nào đó)*: *the drivers are the aristocracy of the railwaymen's union* các người lái tàu là lớp người có khả năng nhất trong các nghiệp đoàn nhân viên đường sắt.

aristocrat /'æristəkræt, *(Mỹ* ə,ristə'kræt)/ *dt* [người] quý tộc.

aristocratic /ˌæristə'krætik, *(Mỹ* ə,ristə'krætik)/ *tt* quý tộc.

aristocratically /ˌæristə'krætikli, *(Mỹ* ə,ristə'krætikli)/ *pht* [một cách] quý tộc.

arithmetic[1] /ə'riθmətik/ *dt* số học.

arithmetic[2] /ˌæriθ'metik/, **arithmetical** /ˌæriθ'me-tikl/ *tt* [thuộc] số học.

arithmetically /ˌæriθ'me-tikli/ *pht* [theo kiểu] số học.

arithmetician /ˌəriθmə'tiʃn/ *dt* nhà số học.

arithmetic progression /ˌæriθmetik prə'greʃn/ *dt (cg* **arithmetical progression)** *(toán)* cấp số cộng.

ark /a:k/ *dt* con thuyền cứu thoát nạn Đại hồng thủy *(cứu thoát Nôê, trong kinh thánh)*.

Ark of the Covenant /ˌa:k əv ðə 'kʌvənənt/ **the Ark of the Covenant** hòm [đựng] pháp điển *(của người Do Thái xưa)*.

arm[1] /a:m/ *dt* **1.** cánh tay: *she was carrying a book under her arm* chị ấy đang cắp một cuốn sách [dưới cánh tay] **2.** tay áo **3.** nhánh *(sông...)*; cành *(cây...)*; tay *(ghế...)*; cán *(cân...)*; cần *(trục...)*. // **arm in arm** tay cắp tay, khoác tay nhau; **the [long] arm of the law** tầm quyền lực của pháp luật: *he fled to Brazil trying to escape the long arm of the law* nó trốn sang Brazil tìm cách thoát khỏi tầm quyền lực của pháp luật; **at arm's lenghth** cách một sải tay; **a babe in arms** x babe; **chance one's arms** x chance[2]; **fold one's arms** x fold[1]; **have a long arm** x long[1]; **keep somebody at arm's length** tránh làm thân với ai; **a shot in the arm** x shot[1]; **twist somebody's arm** x twist; **with arms akimbo** chống nạnh; **with open arms** x open[1].

arm² /ɑ:m/ binh chủng: *troops supported by the air arm* các cánh quân được binh chủng không quân yểm trợ.

arm³ /ɑ:m/ *dgt* **1.** vũ trang, trang bị: *the enemy is arming* quân địch đang vũ trang; *warships armed with nuclear weapons* tàu chiến được trang bị vũ khí hạt nhân **2.** lên cò *(súng)*; tháo chốt *(bom)* (cho sẵn sàng nổ). // **armed to the teeth** vũ trang đến tận răng.

armada /ɑ:'mɑ:də/ *dt* **1.** hạm đội **2. the Armada** hạm đội Tây Ban Nha sang tấn công Anh năm 1588.

armadillo /ˌɑ:mə'dɪləʊ/ *dt* (*snh* **armadillos**) *(động)* con tatu *(Nam Mỹ)*.

Armageddon /ˌɑ:mə'gedn/ *dt* **1. the Armageddon** cảnh xung đột cuối cùng giữa thiện và ác lúc tận thế *(trong kinh thánh)* **2.** *(bóng)* cuộc chiến đấu quyết liệt.

armament /'ɑ:məmənt/ *dt* **1.** *(thường snh)* vũ khí *(nhất là súng trên xe tăng, máy bay)*: *the armaments industry* công nghiệp vũ khí **2.** *(thường snh)* lực lượng vũ trang **3.** sự vũ trang.

armature /'ɑ:mətʃə[r]/ *dt* phần cứng *(máy phát điện)*.

armband /'ɑ:mbænd/ *dt* (*cg* **armlet**) băng tay: *many people at the funeral were wearing black armbands* nhiều người mang băng tay đen ở đám tang.

armchair¹ /'ɑ:mtʃeə[r]/ *dt* ghế bành.

armchair² /'ɑ:mtʃeə[r]/ *tt* trong phòng, không có kinh nghiệm thực tế: *an armchair revolutionary* nhà cách mạng trong phòng.

armed forces /ˌɑ:md'fɔ:sɪz/ **the armed forces** (*cg* **the armed services**) lực lượng vũ

trang, quân lực *(thường bao gồm lục quân, hải quân và không quân)*.

armed neutrality /ˌɑ:md-nju:'træləti/ nền trung lập vũ trang.

armed services /ˌɑ:md 'sɜ:-visɪz/ **the armed services** *nh* the armed forces.

armful /'ɑ:mfʊl/ *dt* ôm [đầy]: *an armful of flowers* một ôm hoa đầy.

armhole /'ɑ:mhəʊl/ *dt* lỗ nách *(ở áo, để xỏ tay vào mà mặc áo)*.

armistice /'ɑ:mɪstɪs/ *dt* sự đình chiến.

Armistice Day /'ɑ:mɪstɪs deɪ/ (*Mỹ* **Veterans' Day**) Ngày đình chiến *(11 tháng 11, chấm dứt Chiến tranh thế giới I)*.

armlet /'ɑ:mlɪt/ *dt* *nh* armband.

armorial /ɑ:'mɔ:rɪəl/ *tt* [thuộc] huy hiệu.

armour (*Mỹ* **armor**) /'ɑ:mə[r]/ *dt* **1.** áo giáp *(dùng trong chiến trận thời xưa)* **2.** vỏ thép *(xe bọc thép)* **3.** xe bọc thép: *an attack by infantry and armour* một cuộc tấn công bằng bộ binh và xe bọc thép. // **a chink in somebody's armour** *x* chink¹.

armoured (*Mỹ* **armored**) /ɑ:məd/ *tt* **1.** có vỏ thép, bọc thép: *an armoured car* xe bọc thép **2.** được trang bị xe bọc thép: *an armoured division* một sư đoàn thiết giáp.

armoured car /ˌɑ:məd'kɑ:[r]/ xe bọc thép.

armourer (*Mỹ* **armorer**) /'ɑ:mərə[r]/ *dt* **1.** người chế tạo *(sửa chữa, thử nghiệm)* vũ khí và vỏ thép **2.** sĩ quan phụ trách vũ khí *(một đạo quân, một tàu chiến...)*.

armour-plate (*Mỹ* **armor-plate**) /ˌɑ:mə'pleɪt/ *dt* tấm

thép bọc, vỏ thép *(xe bọc thép...)*.

armoury (*Mỹ* **armory**) /'ɑ:məri/ *dt* kho vũ khí.

armpit /'ɑ:mpɪt/ *dt* nách.

arms /ɑ:mz/ *dt snh* **1.** vũ khí: *the general called on the defeated army to lay down their arms* viên tướng kêu gọi đội quân bại trận hãy hạ vũ khí **2.** *nh* coat of arms. // **bear arms** *x* bear²; **brothers in arms** *x* brother; **ground arms** *x* ground²; **take up arms [against somebody]** chuẩn bị ra chiến trận; mở màn cuộc chiến; **under arms** được trang bị vũ khí và sẵn sàng chiến đấu: *a force of 300,000 already under arms* một lực lượng 300.000 quân đã được trang bị vũ khí và sẵn sàng chiến đấu; **[be] up in arms [about (over) something]** phản đối mạnh mẽ: *the whole village is up in arms about the proposal to build an airport nearby* cả làng phản đối mạnh mẽ lời đề nghị xây một sân bay cạnh đó.

arms race /'ɑ:mz reɪs/ cuộc chạy đua vũ trang.

army /'ɑ:mi/ *dt* **1.** quân đội **2. the army** quân ngũ, bộ đội: *go into the army* vào bộ đội, nhập ngũ **3.** đội; đội ngũ: *an army of volunteers* một đội quân tình nguyện.

A-road /'eɪrəʊd/ *dt* đường loại A *(tốt hơn đường loại B, nhưng kém xa lộ)*.

aroma /ə'rəʊmə/ *dt* hương thơm, mùi thơm, hương: *the aroma of coffee* hương cà phê.

aromatic /ˌærəʊ'mætɪk/ *tt* thơm: *aromatic series* (hóa) dãy chất thơm; *aromatic compound* (hóa) hợp chất thơm.

arose /ə'rəʊz/ *qk của* arise.

around[1] /ə'raʊnd/ *pht* **1.** từ mọi phía: *hear laughter all around* nghe tiếng cười từ mọi phía **2.** *(Mỹ, kng)* vào khoảng: *around 100 people* khoảng 100 người; *at around five o'clock* vào khoảng năm giờ **3.** theo chu vi *(nói về số đo)*: *an old tree that was six feet around* một cây cổ thụ chu vi đạt sáu bộ.

around[2] /ə'raʊnd/ *pht (chủ yếu Mỹ)* **1.** đó đây, chỗ này chỗ kia: *run around* chạy đó chạy đây; *books left around on the floor* sách bỏ chỗ này chỗ kia trên sàn **2.** quanh đây: *I can't see anyone around* tôi không thể thấy bất cứ ai quanh đây **3.** khắp xung quanh: *I'll send someone to show you around* tôi sẽ cho người đưa anh đi xem khắp xung quanh **4.** quay một góc 180°: *turn around* quay 180°, quay trước ra sau, sau ra trước. // **be around** hoạt động nổi bật *(trong một lĩnh vực nào đó)*: *she's been around as a film director since the 1960's* chị ta là một đạo diễn phim nổi tiếng từ những năm 1960; **have been around** đã từng trải mùi đời *(nhất là về mặt tình dục)*: *he pretends he's been around but he's really very immature* nó làm bộ mình đã từng trải mùi đời, nhưng thực ra nó còn non nớt lắm.

around[3] /ə'raʊnd/ *gt* **1.** đó đây, khắp mọi nơi: *travel around the world* du lịch khắp nơi trên thế giới; *chairs were left untidily around the room* ghế để bừa bãi khắp phòng **2.** gần *(một nơi nào đó)*: *it's around here somewhere* nó ở đâu đó gần đây thôi **3.** quanh: *he put his arms around her shoulder* anh ta vòng tay ôm quanh vai cô; *the earth moves around the sun* quả đất quay quanh mặt trời **4.** khoảng [chừng], gần: *it'll be finished around Christmas* cái đó sẽ xong vào khoảng Nô-en; *it happend around 10 years ago* việc đó xảy ra khoảng mười năm trước đây.

arousal /ə'raʊzl/ *dt* **1.** sự đánh thức **2.** sự gợi lên, sự khơi dậy **3.** sự thức tỉnh **4.** sự khêu gợi tình dục.

arouse /ə'raʊz/ *dgt* **1.** đánh thức: *he was aroused from his nap by the doorbell* anh ta bị đánh thức khi đang ngủ trưa bởi tiếng chuông gọi cửa **2.** gợi lên, khơi dậy: *he succeeded in arousing the nation's sympathy* ông ta thành công trong việc khơi dậy thiện cảm của dân tộc **3.** thức tỉnh: *arouse somebody from apathy* thức tỉnh ai khỏi tình trạng thờ ơ **4.** khêu gợi *(ai)* về tình dục.

arpeggio /ɑ:'pedʒiəʊ/ *dt (snh* **arpeggios***) (nhạc)* hợp âm rải.

arr *vt* **1.** *(nhạc) (vt của* arranged [by]*)* cải biên: *English folk song, arr Percy Grainger* dân ca Anh được Percy Grainger cải biên **2.** *(vt của* arrival, arrived, arriving*)* đến, tới: *arr London 06:00* tới Luân Đôn lúc 6 giờ.

arrak /'æræk/ *dt* rượu arac *(một loại rượu mạnh).*

arraign /ə'rein/ *dgt* buộc tội, tố cáo; thưa kiện *(ai)*: *he was arraigned for theft* anh ta bị buộc tội ăn trộm; *arraign somebody on a charge of murder* tố cáo ai về tội giết người.

arraignment /ə'reinmənt/ *dt* sự buộc tội, sự tố cáo; sự thưa kiện.

arrange /ə'reindʒ/ *dgt* **1.** sắp xếp, sắp đặt: *arrange the books on the shelves* sắp xếp sách lên kệ; *arrange some flowers in a vase* cắm hoa vào lọ; *she arranged all her business affairs before going on holiday* bà ta sắp đặt mọi việc kinh doanh trước khi đi nghỉ **2.** chuẩn bị, trù liệu: *arrange an itinerary* trù liệu một lộ trình; *I've arranged for a car to meet you at the airport* tôi đã chuẩn bị một chiếc xe hơi để đi đón anh ở phi cảng **3.** đồng ý, thỏa thuận: *I arranged with my parents that we could borrow their car* tôi đồng ý với cha mẹ tôi rằng chúng tôi có thể mượn xe hơi của họ; *they arranged to meet at 7 o'clock* họ thỏa thuận gặp nhau lúc 7 giờ **4.** cải biên *(một bản nhạc)*: *he arranged many traditional folk songs for the piano* ông ta cải biên nhiều bài dân ca cổ truyền để chơi với đàn pianô.

arrangement /ə'reindʒmənt/ *dt* **1.** sự sắp xếp, sự sắp đặt; cách sắp xếp: *a plan of the seating arrangements* một sơ đồ bố trí chỗ ngồi; *her flower arrangement won first prize* kiểu cắm hoa của cô ta đạt giải nhất **2.** *(thường snh)* công việc chuẩn bị: *he's responsible for all the travel arrangements* anh ta chịu trách nhiệm về mọi công việc chuẩn bị cho chuyến đi **3.** sự thỏa thuận: *we can come to some arrangements over the price* chúng ta có thể đạt tới một số thỏa thuận về giá cả **4.** *(nhạc)* sự cải biên; bản cải biên: *a new arrangement of a popular dance tune* một bản cải biên mới nhạc của một điệu vũ dân gian.

arrant /'ærənt/ *tt (thngữ)* cực kỳ, hết sức *(xấu)*: *arrant nonsense* điều vô lý hết sức, điều thậm vô lý.

A

array¹ /ə'rei/ *dgt* **1.** dàn trận: *his soldiers were arrayed along the river bank* quân của ông ta dàn trận dọc bờ sông **2.** mặc quần áo: *arrayed in ceremonial robes* mặc áo lễ phục.

array² /ə'rei/ *dt* **1.** dãy (gây ấn tượng): *an array of bottles of different shapes and sizes* một dãy chai hình dáng và kích cỡ khác nhau **2.** áo quần (*thường là sang trọng, mặc vào một dịp đặc biệt*) **3.** mảng dữ liệu (*máy diện toán*).

arrears /ə'riəz/ *dt snh* **1.** tiền còn thiếu lại; *arrears of salary* tiền công còn thiếu lại **2.** việc đang làm dở, việc còn đọng lại: *arrears of correspondence* thư từ còn đọng lại chưa trả lời. // **be in (fall into) arrears [with something]** a/ khất lại, còn thiếu lại: *I have fallen into arrears with my rent* tôi đã phải khất lại tiền thuê nhà b/ chậm trễ, chưa xong: *I'm in arrears with the housework* công việc nội trợ tôi còn chưa làm xong.

arrest¹ /ə'rest/ *dgt* **1.** bắt giữ: *he has been arrested on suspicion of murder* anh ta bị bắt giữ vì bị tình nghi là giết người **2.** làm ngừng lại, chặn lại: *attempts are being made to arrest the spread of the disease* mọi nỗ lực đang được thực hiện để chặn bệnh lan truyền **3.** lôi cuốn (*sự chú ý*): *the painting arrested his attention* bức tranh đó đã lôi cuốn sự chú ý của anh ta.

arrest² /ə'rest/ *dt* **1.** sự bắt giữ: *the police made several arrests* cảnh sát đã bắt giữ nhiều người **2.** sự dừng lại, sự ngưng lại: *the patient died after suffering a cardiac arrest* bệnh nhân đã

chết vì ngừng tim. // **be (place somebody; put somebody) under arrest** bị bắt giam; bắt bỏ tù ai: *you are under arrest* anh đã bị bắt.

arresting /ə'restiŋ/ *tt* thu hút sự chú ý, lôi cuốn, hấp dẫn: *an arresting smile* nụ cười lôi cuốn.

arrival /ə'raivl/ *dt* **1.** sự đến: *we apologize for the late arrival of the aircraft* chúng tôi xin lỗi là máy bay đến chậm **2.** người đến; vật đến: *late arrivals must wait in the foyer* những người đến chậm sẽ phải đợi ở phòng giải lao; *we're expecting a new arrival in the family soon* chúng tôi đang mong đợi một cháu bé sắp chào đời trong gia đình chúng tôi.

arrive /ə'raiv/ *dgt* **1.** đến, tới nơi: *we arrived at the station five minutes late* chúng tôi đến nhà ga trễ mất năm phút **2.** xảy ra, xảy đến: *her baby arrived yesterday* cháu bé nhà chị ta đã chào đời ngày hôm qua **3.** (*kng*) thành đạt: *you know you're arrived when you're asked to appear on TV* anh biết là anh đã thành đạt khi được yêu cầu xuất hiện trên tivi. // **arrive at** đi đến, đạt đến: *arrive at an agreement* đạt tới một thảo thuận; *arrive at a conclusion* đi đến một kết luận.

arrogance /'ærəgəns/ *dt* sự ngạo nghễ; sự ngạo mạn.

arrogant /'ærəgənt/ *tt* ngạo nghễ, ngạo mạn: *an arrogant tone of voice* giọng ngạo mạn.

arrogantly /'ærəgəntli/ *pht* [một cách] ngạo nghễ [một cách] ngạo mạn.

arrogate /'ærəgeit/ *dgt* **1.** arrogate something to oneself nhận càn; đòi bậy: *arrogating all the credit to himself*

nhận càn mọi công trạng về mình **2.** arrogate something to somebody gán cho ai, vu cho ai: *arrogate evil motives to a rival* gán cho đối thủ những động cơ xấu.

arrow /'ærəu/ *dt* **1.** mũi tên, tên (*bắn từ cung ra*) **2.** hình mũi tên (*chỉ hướng hoặc vị trí*): *follow the arrows on the map* theo các mũi tên trên bản đồ. // **[as] straight as an arrow** x straight.

arrowhead /'ærəuhed/ *dt* đầu mũi tên.

arrowroot /'ærəuru:t/ *dt* **1.** bột hoàng tinh, bột dong **2.** cây hoàng tinh, cây dong.

arse¹ /a:s/ *dt* (tục, lóng) **1.** (Mỹ **ass**) mông đít, hậu môn **2.** (thường kèm theo một tính từ) đồ, người: *you stupid arse!* đồ ngu!. // **lick somebody's arse** x arse; **not know one's arse from one's elbow** x know.

arse² /a:s/ *dgt* **arse about (around)** (Anh, lóng) làm mất thì giờ: *stop arsing about and give me back my shoes* đừng có làm mất thì giờ nữa, đưa trả giày đây cho tớ.

arse-hole /'a:shəul/ *dt* (Mỹ **ass-hole**) hậu môn.

arse-licker /'a:slikə[r]/ *dt* (tục) đồ liếm đít.

arsenal /'a:sənl/ *dt* **1.** xưởng vũ khí đạn dược; kho vũ khí đạn dược **2.** kho vũ khí (bóng): *the speaker made full use of his arsenal of invective* người nói đã tận dụng kho vũ khí công kích của ông ta.

arsenic /'a:snik/ *dt* (hóa) asen.

arson /'a:sn/ *dt* tội đốt nhà.

arsonist /'a:sənist/ *dt* kẻ đốt nhà.

art¹ /a:t/ *dt* **1.** nghệ thuật: *the art of the Renaissance*

A

nghệ thuật thời Phục Hưng; *an art critic* một nhà phê bình nghệ thuật; *a work of art* tác phẩm nghệ thuật; *an art exhibition* cuộc triển lãm nghệ thuật; *driving a car in Central London is quite an art!* lái xe ở trung tâm Luân Đôn thực sự là một nghệ thuật **2. the arts** (snh) nh fine art **3. arts** (snh) khoa học xã hội và nhân văn: *Bachelor of Arts* cử nhân khoa học xã hội và nhân văn **4.** thuật, kế, mưu kế: *well-practised in the arts of seduction* lão luyện trong thuật quyến rũ. // **get something down to a fine art** x fine².

art² /ɑːt/ *đgt (cổ)* (ngôi thứ hai số ít thời hiện tại của be, sử dụng với thou) thou art; nh you are (khi nói với chỉ một người thôi).

artefact (cg **artifact**) /ˈɑːtɪfækt/ *dt* đồ tạo tác (do người tiền sử tạo ra, để phân biệt với những đồ vật lấy sẵn trong thiên nhiên): *prehistoric artefacts made of bone and pottery* đồ tạo tác bằng xương và gốm.

arterial /ɑːˈtɪərɪəl/ *tt* **1.** (giải) [thuộc] động mạch: *the arterial system* hệ động mạch **2.** (bóng) huyết mạch, chính (đường giao thông): *arterial roads* đường huyết mạch, đường chính.

arteriosclerosis /ɑːˌtɪərɪəʊsklə'rəusis/ *dt* (y) xơ cứng động mạch.

artery /ˈɑːtəri/ *dt* **1.** động mạch **2.** đường giao thông chính.

artesian well /ɑːˌtiːziən'wel, (Mỹ) ɑːrˈtiːʒnwel/ *dt* giếng phun.

art-form /ˈɑːtfɔːm/ *dt* loại hình nghệ thuật: *film-making is now accepted as an art-form* giờ đây làm phim

được chấp nhận như một loại hình nghệ thuật.

artful /ˈɑːtfl/ *tt* **1.** xảo quyệt: *he's an artful devil* hắn là một thằng xảo quyệt **2.** khéo léo, khéo (hành động, sự vật): *an artful trick* trò bịp bợm khéo léo; *an artful little gadget for opening tins* một đồ dùng nhỏ bé để mở đồ hộp được chế tạo rất khéo.

artfully /ˈɑːtfəli/ *pht* **1.** [một cách] xảo quyệt **2.** [một cách] khéo, [một cách] khéo léo.

artfulness /ˈɑːtflnis/ *dt* **1.** sự xảo quyệt **2.** sự khéo, sự khéo léo.

arthritic /ɑːˈθrɪtɪk/ (y) [thuộc] viêm khớp.

arthritis /ɑːˈθraitis/ *dt* (y) viêm khớp.

artichoke /ˈɑːtɪtʃəʊk/ *dt* (thực) **1.** (cg **globe artichoke**) cây actisô **2.** (cg **Jerusalem artichoke**) cây cúc vu.

article¹ /ˈɑːtɪkl/ *dt* **1.** đồ, thứ, vật phẩm; hàng: *articles of daily necessity* những thứ cần thiết cho đời sống hằng ngày; *an article of clothing* đồ mặc; *articles of luxury* hàng xa xỉ **2.** bài báo: *an interesting article on (about) education* một bài báo hay về giáo dục **3.** điều khoản: *articles of apprenticeship* các điều khoản học nghề (trong giao kèo); *articles of faith* tín điều **4.** (ngôn) mạo từ.

article² /ˈɑːtɪkl/ *đgt* (+ to, with) cho học việc theo giao kèo với: *I'm articled to a solicitor* tôi học việc theo giao kèo với một luật sư.

articulate¹ /ɑːˈtɪkjʊlət/ *tt* **1.** có khả năng diễn tả ý nghĩ một cách rõ ràng bằng lời: *she's unusually articulate for a ten-year old* ở tuổi lên mười cô bé có khả năng diễn tả ý nghĩ một cách rõ ràng đến kỳ lạ **2.** [được]

phát âm rõ **3.** (kỹ, giải) có khớp nối.

articulate² /ɑːˈtɪkjʊleit/ *đgt* **1.** đọc rõ ràng, phát âm rõ ràng: *I'm a little deaf, please articulate [your words] carefully* tôi hơi nặng tai, xin phát âm rõ ràng cho **2.** (kỹ; giải) nối bằng khớp; khớp: *bones that articulate (are articulated) with others* xương khớp với các xương khác.

articulated lorry /ɑːˌtɪkjʊleitid 'lɒri/ *dt* (cg **articulated vehicle**) (Mỹ **tractor-trailer**) xe tải có khớp móc (giữa đầu xe và thùng xe; vòng các khúc quanh ở đường một cách dễ dàng).

articulation /ɑːˌtɪkjʊˈleiʃn/ *dt* **1.** cách đọc rõ, cách phát âm rõ: *as he drank more wine his articulation became worse* anh ta càng uống nhiều rượu, cách phát âm của anh ta càng tệ hại **2.** sự nối bằng khớp; khớp nối.

artifact /ˈɑːtɪfækt/ *dt* x artefact.

artifice /ˈɑːtɪfis/ *dt* mẹo, mưu mẹo, ngón gian xảo: *pretending to faint was merely [an] artifice* vờ xỉu đi chỉ là một mưu mẹo.

artificer /ɑːˈtɪfisə[r]/ *dt* **1.** thợ khéo **2.** thợ máy (trong hàng hải, quân đội).

artificial /ˌɑːtɪˈfiʃl/ *tt* **1.** nhân tạo: *artificial light* ánh sáng nhân tạo **2.** giả tạo; giả: *an artificial smile* cái cười giả tạo; *artificial flowers* hoa giả.

artificial insemination /ˌɑːtɪfiʃl insemi'neiʃn/ sự thụ tinh nhân tạo.

artificial intelligence /ˌɑːtɪfiʃl in'telidʒəns/ (vt **AI**) trí tuệ nhân tạo (một ngành máy điện toán có tham vọng tạo ra trí tuệ như của con người).

artificiality /ˌɑːtifiʃiˈæləti/ *dt*
1. tính chất nhân tạo 2.
tính chất giả tạo.

artificially /ˌɑːtiˈfiʃəli/ *pht* 1.
[một cách] nhân tạo 2. [một
cách] giả tạo.

artificial respiration /ˌɑːtifiʃl
respəˈreiʃn/ *dt* hô hấp nhân
tạo.

artillery /ɑːˈtiləri/ *dt* 1. khẩu
pháo: *heavy artillery* trọng
pháo 2. pháo binh: *a captain
in the artillery* đại úy pháo
binh.

artisan /ˌɑːtiˈzæn, (Mỹ)
ˈɑːrtizn/ *dt* thợ thủ công.

artist /ˈɑːtist/ *dt* 1. nghệ sĩ
*(người thực hành một ngành
mỹ thuật, nhất là ngành
họa; người làm cái gì rất
khéo léo)*: *Constable was a
great English artist* Con-
stable là một nhà nghệ sĩ
(họa sĩ) lớn người Anh; *the
carpenter has made this
sideboard beautifully, he is
a real artist* người thợ mộc
đã đóng cái tủ ly này rất
khéo, anh ta thực sự là một
nghệ sĩ 2. *nh* artiste.

artiste /ɑːˈtist/ *dt* nghệ sĩ
sân khấu; diễn viên chuyên
nghiệp.

artistic /ɑːˈtistik/ *tt* 1.
[thuộc] nghệ thuật; yêu
thích nghệ thuật: *she comes
from a very artistic family*
chị ta đã xuất thân từ một
gia đình yêu thích nghệ
thuật 2. có nghệ thuật, khéo,
đẹp: *the decor is so artistic*
đồ trang hoàng thật là có
nghệ thuật 3. [thuộc] nghệ
sĩ: *an artistic temperament*
tính khí bốc đồng lập dị
*(được xem như là tiêu biểu
cho giới nghệ sĩ)*.

artistically /ɑːˈtistikli/ *pht*
1. [một cách] có nghệ thuật
2. [một cách] nghệ sĩ.

artistry /ˈɑːtistri/ *dt* tài nghệ
thuật, tính chất nghệ thuật:
admire the artistry of the
painter's use of colour khâm
phục nghệ thuật sử dụng
màu sắc của họa sĩ.

artless /ˈɑːtlis/ *tt* hồn nhiên,
không giả tạo, chân chất:
as artless as a child of five
hồn nhiên như một em bé
lên năm.

arty /ˈɑːti/ *tt* kng *(thường
xấu)* làm ra vẻ nghệ sĩ: *his
arty clothes look out of place
in the office* quần áo ra vẻ
nghệ sĩ của anh ta trông
lạc lõng trong cơ quan.

arty-crafty /ˈɑːti ˈkrɑːfti/ *tt*
(thường xấu) đẹp mà không
tiện dùng không bền *(đồ
đạc trong nhà)*.

arum lily /ˌeərəm ˈlili/ *dt*
(thực) cây hoa loa kèn trắng.

-ary *tiếp tố (tạo tt và dt từ
tt)* thuộc về: *planetary* thuộc
về hành tinh; *commentary*
lời bình.

Aryan¹ /ˈeəriən/ *dt* 1. người
Aryan 2. *(Đức, cũ)* người
Đức chính gốc *(không có tổ
tiên là người Do Thái)*.

Aryan² /ˈeəriən/ *tt* 1. [thuộc]
nhóm ngôn ngữ Aryan 2.
[thuộc] người nói nhóm ngôn
ngữ Aryan.

as¹ /əz, *dạng nhấn mạnh*
æz/ *gt* 1. như: *dressed as a
policeman* mặc quần áo như
cảnh sát 2. như là, với tư
cách là: *treat me as a friend*
hãy đối xử với tôi như là
một người bạn; *I respect him
as a writer and as a man*
tôi kính trọng ông ta với
tư cách là một nhà văn và
một con người 3. vì là: *as
her private secretary he has
access to all her correspon-
dence* vì là thư ký riêng của
bà, anh ta được đọc tất cả
thư từ của bà 4. khi, lúc:
*as a child she was sent to
six different schools* khi còn
bé cô ta đã học tới sáu
trường khác nhau.

as² /əz, *dạng nhấn mạnh*
æz/ *pht* 1. **as...as** *(dùng trước
pht và tt để so sánh với as
thứ hai là một gt hoặc lt)*
bằng; ở cùng chừng mực
với: *as tall as his father* cao
bằng cha anh ta; *he doesn't
play half as well as his
sister* anh ấy chơi không
giỏi bằng chỉ một nửa chị
anh; *she's as good an actress
as she's a singer* chị ta đóng
kịch giỏi cũng bằng chị ta
hát 2. không khác, như: *as
before he remained unmoved*
cũng như trước ông ta không
hề mủi lòng; *the "h" is silent
as in "hour"* con chữ "h" là
h câm như trong từ "hour".

as³ /əz, *dạng nhấn mạnh*
æz/ *lt* 1. lúc, trong khi: *I
watched her as she combed
her hair* tôi ngắm cô ta
trong khi cô ta chải tóc 2.
(thường đặt đầu câu) bởi
vì: *as you weren't there I
left a message* bởi vì anh
không có ở đó nên tôi đã
để lại mấy chữ 3. mặc dù,
tuy rằng: *young as I am, I
already know what career I
want to follow* mặc dù còn
trẻ, tôi đã biết nghề gì tôi
phải theo 4. như, theo cách
mà: *do as I say and sit
down* hãy làm như tôi nói
và ngồi xuống; *leave the ta-
ble as it is* hãy để nguyên
cái bàn như thế 5. như là:
*Cyprus, as you know, is an
island in the Mediterranean*
Cyprus, như anh đã biết,
là một hòn đảo ở Địa Trung
Hải 6. *(thường có đgt be
hoặc do và chủ từ đi theo
sau)* và cũng thế: *he's a
doctor, as was his wife be-
fore she had children* ông
ta là một bác sĩ và vợ ông
ta cũng thế trước khi bà ta
có con. // **as against something**
trái với điều gì: *we had
twelve hours of sunshine yes-
terday, as against a forecast*

of continuous rain hôm qua ta đã có 12 giờ nắng, trái với dự báo là trời mưa liên tục; **as and when** a/ khi *(nói đến một việc chưa chắc trong tương lai): we'll decide on our team as and when we qualify for the competition* chúng ta sẽ quyết định chọn đội của chúng ta khi chúng ta đủ khả năng thi đấu b/ khi có thể, khi có dịp: *I'll tell you more as and when* tôi sẽ nói với anh nhiều hơn khi có thể; **as for somebody (something)** về *(ai, vấn đề gì): as for you, you ought to be ashamed of yourself* về phần anh, anh phải tự thấy xấu hổ chứ; **as from;** *(Mỹ)* **as of** kể từ: *as from next Monday, you can use my office* kể từ thứ hai tới, anh có thể sử dụng văn phòng của tôi; **as if; as though** như thể, y như thể: *he behaved as if nothing had happened* nó cư xử y như thể chẳng có gì xảy ra cả; **as it is** cứ như tình hình này: *I thought I might be transferred but as it is I shall have to look for a new job* tôi tưởng mình sẽ bị thuyên chuyển, nhưng cứ như tình hình này, tôi sẽ phải tìm việc làm mới; **as it were** có thể nói như vậy: *he'd been watching the water rising for two hours–preparing to meet his destiny, as it were– before help arrived* ông ta đã theo dõi mực nước dâng lên trong hai tiếng đồng hồ, chuẩn bị đón nhận số mệnh của mình, có thể nói như vậy, trước khi có người đến cứu; **as to something; as regards something** về việc, về vấn đề *(gì đó): there are no special rules as regards what clothes you should wear* không có quy định đặc biệt về việc anh phải mặc quần

áo gì; **as yet** *x* yet; **as you were** trở lại tư thế cũ *(mệnh lệnh cho binh lính...)*

ASA /ˌeiesˈei/ **1.** (*vt của* Advertising Standards Authority) cơ quan tiêu chuẩn quảng cáo **2.** (*cg* **ASA (BS)**) (*về tốc độ phim*) hiệp hội tiêu chuẩn Mỹ (tiêu chuẩn Anh).

asap /ˌeieseiˈpi:/ (*vt của* as soon as possible) càng sớm càng tốt.

asbestos /æsˈbæsˈtɒs, əzˈbestəz/ *dt (khoáng)* atbet, amian.

asbestosis /æsbesˈtəusis/ *dt (y)* bệnh bụi amian.

ascend /əˈsend/ *dgt* đi lên, leo lên: *the path started to ascend more steeply at this point* tại điểm này con đường bắt đầu dốc lên nhiều hơn; *we watched the mists ascending from the valley below* chúng tôi ngắm sương mù bốc lên từ thung lũng bên dưới; *ascend the throne* lên ngôi.

ascendancy, ascendency /əˈsendənsi/ *dt* uy thế, uy lực: *he has [gained] the ascendancy over all his main rivals* ông ta đã giành được uy thế đối với các đối thủ chính của ông.

ascendant, ascendent /əˈsendənt/ *dt* **in the ascendant** tăng tiến về uy thế và ảnh hưởng: *though he is still a young man his political career is already in the ascendant* mặc dù ông ta còn trẻ sự nghiệp chính trị của ông ta đã tăng tiến về uy thế và ảnh hưởng.

ascension /əˈsenʃn/ *dt* **1.** sự đi lên, sự lên **2. the Ascension** *(số ít)* sự thăng thiên của Chúa.

Ascension Day /əˈsenʃndei/ *dt (tôn)* ngày lễ Thăng thiên.

ascent /əˈsent/ *dt* **1.** sự trèo, sự leo, sự lên: *the ascent of Mount Everest* việc leo núi Everest; *who was the first man to make an ascent in a balloon?* ai là người đầu tiên cưỡi khí cầu lên trên không? **2.** đường dốc: *the last part of the ascent is very steep* đoạn cuối của con đường dốc rất đứng.

ascertain /ˌæsəˈtein/ *dgt* tìm hiểu cho biết chắc, xác minh: *the police are trying to ascertain what really happened* cảnh sát cố gắng xác minh điều gì đã thật sự xảy ra.

ascertainable /ˌæsəˈteinəbl/ *tt* có thể xác minh.

ascertainment /ˌæsəˈteinmənt/ *dt* sự tìm hiểu cho biết chắc, sự xác minh.

ascetic¹ /əˈsetik/ *tt (thường thngũ)* khổ hạnh.

ascetic² /əˈsetik/ người tu khổ hạnh.

ascetically /əˈsetikli/ *pht* [một cách] khổ hạnh.

asceticism /əˈsetisizəm/ *dt* **1.** chủ nghĩa khổ hạnh **2.** sự tu khổ hạnh **3.** đời sống khổ hạnh.

ascorbic acid /əskɔ:bik ˈæsid/ *(hóa)* axit atcobic, vitamin C.

ascribable /əˈskraibəbl/ *tt* có thể đổ cho, có thể gán cho, có thể quy cho.

ascribe /əˈskraib/ *dgt* đổ cho, gán cho, quy cho: *he ascribed his failure to bad luck* anh ta thất bại, đổ cho là tại vận rủi.

ascription /əˈskripʃn/ *dt* sự đổ cho, sự gán cho, sự quy cho.

ASEAN /ˈæziæn/ (*vt của* Association of South-East Asian Nations) Hiệp hội các nước Đông Nam Á.

asepsis /,ei'sepsis, (*Mỹ* ə'sepsis)/ *dt* sự vô khuẩn.

aseptic /,ei'septik, (*Mỹ* ə'septik)/ *tt* vô khuẩn (*vết thương, băng bó...*).

asexual /,ei'sekʃʊəl/ *tt* **1.** (*sinh*) vô tính: *asexuel reproduction* sự sinh sản vô tính **2.** phi tình dục: *an asexual relationship* mối quan hệ phi tình dục.

asexuality /ei,sekʃʊ'æləti/ *dt* **1.**(*sinh*) tính chất vô tính **2.** tính chất phi tình dục.

ash¹ /æʃ/ *dt* (*thực*) tần bì (*cây, gỗ*).

ash² /æʃ/ *dt* (*snh* **ashes**) tro, tàn: *volcanic ash* tro núi lửa; *cigarette ash* tàn thuốc lá.

ashamed /ə'ʃeimd/ *tt* (*vị ngữ*) xấu hổ, hổ thẹn; ngượng: *you should be ashamed of yourself for telling such lies* anh phải thấy xấu hổ đã nói dối như thế; *he felt ashamed of having done so little work* anh ta cảm thấy xấu hổ vì đã làm quá ít việc; *he felt too ashamed to ask for help* anh ta thấy ngượng quá không dám yêu cầu giúp đỡ.

ash blonde /,æʃ'blɒnd/ **1.** [có màu] hoe (*tóc*) **2.** phụ nữ [có] tóc hoe.

ashen /'æʃn/ *tt* **1.** xám tro (*màu*) **2.** xanh, tái mét (*mặt*).

ashes /'æʃiz/ *dt snh* tro hỏa táng. // **rake over old ashes** x **rake¹**; **sackcloth and ashes** x **sackcloth**.

ashore /ə'ʃɔː[r]/ *pht* trên bờ, lên bờ: *we went ashore when the boat reached the port* chúng tôi lên bờ khi con tàu tới cảng.

ashpan /'æʃpæn/ *dt* cái hứng tro; khay tro (*dưới lò*).

ash plant /'æʃplɑːnt/ chiếc gậy tần bì (*làm bằng thân cây tần bì non*).

ashtray /'æʃtrei/ *dt* cái gạt tàn [thuốc lá].

Ash Wednesday /,æʃ'wenzdi/ (*tôn*) ngày đầu tiên của tuần chay.

ashy /'æʃi/ *tt* [thuộc] tro; như tro; phủ tro: *his face is ashy grey* mặt nó xám như tro.

Asian¹ /'eiʃn, (*Mỹ* 'eiʒn)/ *dt* người châu Á.

Asian² /'eiʃn, (*Mỹ* 'eiʒn)/ *tt* [thuộc] châu Á.

Asiatic¹ /,eiʃi'ætik, (*Mỹ* 'eiʒi'ætik)/ *dt* (*với ý xúc phạm*) người châu Á.

Asiatic² /,eiʃi'ætik, (*Mỹ* eiʒi'ætik)/ *tt* [thuộc] châu Á.

aside¹ /ə'said/ *pht* **1.** về một bên, sang một bên: *pull the curtain aside* kéo màn sang một bên; *he took me aside to tell me of his wife's illness* anh ta kéo tôi sang một bên để kể cho tôi nghe về bệnh tình vợ anh; *you must put aside any idea of a holiday this year* anh phải gạt sang một bên bất cứ ý nghĩ nào về ý định nghỉ phép năm nay **2.** để dành, để riêng: *set aside some money for one's retirement* để dành ít tiền cho khi về hưu.

aside² /ə'said/ *dt* **1.** (*sân khấu*) lời nói một mình **2.** nhận xét ngẫu nhiên: *I mention it only as an aside* tôi nêu lên vấn đề đó như một nhận xét ngẫu nhiên thôi.

A-side /'eisaid/ *dt* **1.** mặt A (*đĩa hát*) **2.** bản nhạc ghi ở mặt A (*đĩa hát*).

aside from /ə'said frəm/ *gt* Mỹ *nh* apart from.

asinine /'æsinain/ *tt* ngu xuẩn, ngốc: *what an asinine remark!* nhận xét mới ngốc làm sao!

ask /ɑːsk/ *đgt* **1.** hỏi: *he asked if I could drive* anh ta hỏi tôi có lái xe được không; *she asked them their names* chị ta hỏi tên họ **2.** yêu cầu, xin; nhờ: *ask a favour of someone* xin ai một đặc ân; *ask somebody to do something* yêu cầu ai làm gì; *she asked me if I would drive her home* chị ta nhờ tôi lái xe đưa chị ta về nhà; *I asked James to buy some bread* tôi nhờ James mua ít bánh mì **3.** xin phép: *ask to use the car* xin phép sử dụng xe; *ask to speak to somebody* xin phép nói chuyện với ai (*qua điện thoại*); *I must ask you to excuse me* tôi phải xin ông thứ lỗi cho tôi **4.** mời: *ask them to dinner* mời họ ăn bữa tối; *she's asked him to come to the party* chị mời anh ta đến dự tiệc **5.** đòi [giá]: *you're asking too much* anh đòi giá quá cao; *what are they asking for their house?* họ đòi giá ngôi nhà của họ là bao nhiêu thế? // **ask for trouble** chuốc lấy sự phiền lụy; **for the asking** cho ai yêu cầu, nếu yêu cầu: *the job is yours for the asking* nếu anh yêu cầu thì công việc đó sẽ được giao cho anh ngay; **I ask you** (*kng*) tôi hỏi anh (*biểu thị sự ngạc nhiên, sự không tin, sự khó chịu...*): *they're thinking of taxing textbooks. I ask you, we'll have to pay to go to bed next!* họ đang định đánh thuế sách giáo khoa, tôi hỏi anh chứ, rồi đây sẽ phải đóng thuế cả đến việc đi ngủ nữa sao; **if you ask me** nếu anh muốn biết ý kiến của tôi: *if you ask me, he hasn't got long to live* nếu anh muốn biết ý kiến của tôi thì đây, ông ta không còn sống mấy năm nữa đâu.

ask after somebody hỏi thăm về sức khỏe của ai; **ask for somebody** xin gặp ai; **ask for something** yêu cầu việc gì: *ask for the tickets* hỏi (yêu cầu) mua vé.

askance /ə'skæns/ *pht* **look askance [at somebody (something)]** lườm nguýt: *look askance at the price* lườm nguýt giá cả.

askew /əskju:/ *tt (vị ngữ), pht* nghiêng, lệch: *the picture is hanging askew* bức tranh treo lệch.

asking price /'ɑ:skiŋʒprais/ giá chào bán.

aslant /ə'slɑ:nt/ (Mỹ ə'slænt)/ *pht, gt* nghiêng, xiên, chéo: *the evening sunlight shone aslant through the window* ánh nắng chiều rọi xiên qua cửa sổ.

asleep /ə'sli:p/ *tt (vị ngữ)* 1. ngủ, đang ngủ: *don't wake her up, she's sound asleep* đừng đánh thức cô ta, cô ta đang ngủ say; *she fell asleep during the sermon* cô ta ngủ thiếp đi trong khi nghe thuyết giáo 2. tê cóng (chân tay).

A/S level /ei'es levl/ (Anh) 1. trình độ A/S (ở trường học Anh, giữa GCSE (General Certificate of Secondary Education) và bằng A) 2. kỳ thi trình độ A/S.

asp /æsp/ *dt (động)* rắn mào (một loài vipe nhỏ ở Ai Cập).

asparagus /ə'spærəgəs/ *dt* 1. cây măng tây 2. măng tây: *have [some] asparagus for lunch* ăn măng tây vào bữa trua.

aspect /'æspekt/ *dt* 1. mặt, phương diện *look at every aspect of the problem* nhìn mọi mặt của vấn đề 2. (số ít) bề ngoài, dáng vẻ: *a man of enormous size and terrifying aspect* một người rất to lớn và dáng vẻ khủng

khiếp 3. hướng (nhà): *the house has a southern aspect* ngôi nhà hướng nam 4. (ngôn) thể (của động từ).

aspectual /æ'spektʃuəl/ *tt* [thuộc] thể (của động từ): *there is an aspectual difference between "he crossed the road" and "he was crossing the road"* giữa "he crossed the road" và "he was crossing the road" có một sự khác nhau về thể của động từ.

aspen /'æspən/ *dt (thực)* cây dương lá rung.

asperity /æ'sperəti/ *dt* 1. sự cộc cằn: *reply with asperity* trả lời một cách cộc cằn 2. sự khắc nghiệt, sự lạnh cóng: *suffer the asperities of winter near the North Pole* chịu sự khắc nghiệt của mùa đông ở gần Bắc Cực.

aspersions /ə'spɜ:ʃnz (Mỹ ə'spɜ:ʒnz)/ *dt snh (tu từ)* lời bôi nhọ, lời phỉ báng. // **cast apsersions** x **cast**[1].

asphalt[1] /'æsfælt, (Mỹ 'æsfɔ:lt)/ *dt* nhựa đường.

asphalt[2] /'æsfælt, (Mỹ 'æsfɔ:lt)/ *dgt* rải nhựa (đường sá).

asphyxia /əs'fiksiə, (Mỹ æs'fiksiə)/ *dt* sự ngạt, sự nghẹt thở.

asphyxiate /əs'fiksieit/ *dgt* (thường dùng ở dạng bị động) làm ngạt: *asphyxiated by the smoke and poisonous fumes* bị khói và hơi độc làm ngạt.

asphyxiation /əs,fiksi'eiʃn/ *dt* sự ngạt, sự nghẹt thở.

aspic /'æspik/ *dt* món đông: *chicken in aspic* món [thịt] gà đông.

aspidistra /,æspi'distrə/ *dt* (thực) cây tỏi rừng.

aspirant /ə'spaiərənt/ *dt* (+to, after, for) người rắp ranh: *one of the aspirants*

to the vice-presidency một trong những người rắp ranh ghế phó tổng thống.

aspirate[1] /'æspərət/ *dt* (ngôn) âm bật hơi: *the word "hour" is pronounced without an initial aspirate* từ "hour" được phát âm không bật hơi âm đầu.

aspirate[2] /'æsprəreit/ *dgt* (ngôn) phát âm bật hơi: *the initial "h" in "hour" is not aspirated* con chữ đầu "h" trong "hour" không phát âm bật hơi.

aspiration /,æspə'reiʃn/ *dt* 1. (+ for, after) khát vọng 2. (ngôn) sự bật hơi.

aspire /ə'spaiə[r]/ *dgt* (+ after, to) khao khát: *aspire after knowledge* khao khát kiến thức.

aspirin /'æsprin, 'æspərin/ *dt (dược)* atpirin.

ass[1] /æs/ *dt* 1. (cg **donkey**) con lừa 2. người ngu: *don't be such an ass!* đừng có ngu thế! // **make an ass of oneself** hành động lố bịch làm trò cười cho thiên hạ: *I made a real ass of myself at the meeting, standing up and then forgetting the question*: tôi đã làm một trò thực sự lố bịch tại cuộc họp: đứng dậy rồi quên khuấy mất câu hỏi.

ass[2] /æs/ *dt* (Mỹ, tục, lóng) 1. *nh* arse[1] 1 2. sự giao hợp.

assail /ə'seil/ *dgt* tấn công, dồn dập: *assailed with fierce blows to the head* bị tấn công dồn dập bằng những cú dữ dội vào đầu; *assail somebody with questions* hỏi dồn ai; *assailed by worries* bị lo lắng dồn dập.

assailant /ə'seilənt/ *dt* người tấn công: *he was unable to recoginize his assailant in the dark* nó không thể nhận ra kẻ tấn công mình trong bóng tối.

assassin /ə'sæsin, (Mỹ ə'sæsn)/ *dt* kẻ ám sát.

assassinate /ə'sæsineit, (Mỹ ə'sæsəneit)/ *dgt* ám sát.

assassination /ə,sæsi'neiʃn, (Mỹ ə,sæsə'neiʃn)/ *dt* **1.** sự ám sát **2.** vụ ám sát.

assault /ə'sɔːlt/ *dt* **1.** sự tấn công, sự xung kích **2.** *(trại)* sự hiếp dâm, sự cưỡng dâm: *six women have been sexually assaulted in the area recently* mới đây ở khu vực đó đã có sáu phụ nữ bị hiếp dâm.

assault and battery /ə,sɔːlt ənd 'bætəri/ *dt (luật)* sự hành hung.

assault craft /ə'sɔːlt kræːft/ thuyền xung kích.

assay¹ /ə'sei/ *dt* sự phân tích, sự xét nghiệm *(kim loại quý)*: *make an essay of an ore* thực hiện một xét nghiệm về quặng.

assay² /ə'sei/ *dgt* **1.** phân tích, xét nghiệm *(kim loại)* **2.** *(cổ)* cố gắng *(làm một việc khó khăn)*.

assegai /'æsəgai/ *dt* mũi lao *(của các bộ lạc Nam Phi)*.

assemblage /ə'semblidʒ/ *dt* **1.** sự tập hợp, sự tụ tập **2.** *(thường dùa)* mớ, đám: *an odd assemblage of broken bits of furniture* một mớ kỳ cục những mẩu đồ đạc gãy vỡ.

assemble /ə'sembl/ *dgt* **1.** tụ tập; tập hợp: *the whole school [was] assembled in the main hall* cả trường tập hợp ở hội trường chính **2.** *(kỹ)* lắp ráp: *assemble the parts of a watch* lắp ráp các bộ phận của một chiếc đồng hồ.

assembly /ə'sembli/ *dt* **1.** cuộc họp: *morning assembly is held in the school hall* cuộc họp buổi sáng tiến hành ở hội trường của trường; *assembly rooms* phòng họp **2.** hội nghị: hội đồng: *the motion was put to the assembly* bản kiến nghị được đưa ra trước hội nghị; *the national assembly* quốc hội **3.** sự lắp ráp; bộ phận lắp ráp: *the assembly of cars is often done by machines* việc lắp ráp xe hơi thường làm bằng máy; *an assembly plant* xưởng lắp ráp; *the tail assembly of an aircraft* bộ phận đuôi của máy bay **4.** hiệu lệnh tập hợp *(bộ đội)*.

assembly line /ə'semblilain/ *dt* dây chuyền lắp ráp.

assent¹ /ə'sent/ *dt* sự đồng ý; sự phê chuẩn: *the judge assented to allow the prisoner to speak* quan tòa đồng ý cho tù nhân được phát biểu; *the new bill passed by Parliament has received the royal assent*: dự luật mới mà nghị viện đã thông qua đã được nhà vua phê chuẩn.

assent² /ə'sent/ *dgt* đồng ý, chấp thuận: *I can never assent to such a request* tôi không bao giờ chấp thuận một điều thỉnh cầu như vậy.

assert /ə'sɜːt/ *dgt* **1.** đòi *(quyền lợi...)*: *assert one's independence* đòi độc lập **2.** khẳng định: *she asserted her innocence* cô ta khẳng định mình vô tội; *you're too timid, you must try to assert yourself more* anh quá nhút nhát, anh phải cố tự khẳng định mình hơn nữa.

assertion /ə'sɜːʃn/ *dt* **1.** sự đòi *(quyền lợi...)* **2.** sự khẳng định; điều khẳng định: *an air of self-assertion* vẻ tự khẳng định; *I seriously question a number of your assertions*: tôi thực sự nghi ngờ một số điều khẳng định của anh.

assertive /ə'sɜːtiv/ *tt* khẳng định; quả quyết: *an assertive young man* một thanh niên quả quyết.

assertively /ə'sɜːtivli/ *pht* [một cách] khẳng định; [một cách] quả quyết.

assertiveness /ə'sɜːtivnis/ *dt* thái độ khẳng định; thái độ quả quyết.

assess /ə'ses/ *dgt* **1.** định mức: *assess somebody's taxes* định mức thuế của ai **2.** định giá: *have a house assessed by a valuer* nhờ một người định giá ngôi nhà **3.** đánh giá: *I'd assess your chances as extremely low* tôi đánh giá cơ may của anh hết sức thấp.

assessment /ə'səsmənt/ *dt* **1.** sự đánh giá: *continuous assessment is made of all students' work* sự học tập của mọi sinh viên được đánh giá thường xuyên **2.** ý kiến đánh giá: *what is your assessment of the situation?* anh đánh giá tình hình ra sao? **3.** mức ước định: *a tax assessment* mức thuế ước định.

assessor /ə'sesə[r]/ *dt* **1.** người định giá **2.** *(luật)* viên hội thẩm.

asset /'æset/ *dt* **1.** phẩm chất có giá trị, tài năng có giá trị; vốn quý: *good health is a great asset* sức khỏe tốt là một vốn quý; *he's an enormous asset to the team* anh ta là một vốn rất lớn đối với đội **2.** *(thường snh)* tài sản có; tích sản: *his assets included shares in the company and a house in London* tích sản của ông ta gồm có cổ phần trong công ty và một ngôi nhà ở Luân Đôn.

asset-stripping /'æset ,stripiŋ/ *dt (thường)* sự mua thanh lý.

asseverate /ə'sevəreit/ *đgt* trịnh trọng tuyên bố; đoan chắc: *asseverate one's innocence; asseverate that one is innocent* đoan chắc mình vô tội.

asseveration /ə,sevə'reiʃn/ *dt* sự trịnh trọng tuyên bố; sự đoan chắc; lời đoan chắc.

ass-hole /'æshəʊl/ *dt (Mỹ)* nh arse-hole.

assiduity /,æsi'djuːəti, (Mỹ ,æsi'duːəti)/ *dt* sự chuyên cần.

assiduous /ə'si'djʊəs, (Mỹ ə'sidʒʊəs)/ *tt* chuyên cần.

assiduously /ə'sidjʊəsli, (Mỹ ə'sidʒʊəsli)/ *pht* [một cách] chuyên cần.

assign /ə'sain/ *đgt* **1.** chia, phân: *the teacher has assigned each of us a holiday task* thầy giáo đã phân cho mỗi chúng tôi một bài làm trong kỳ nghỉ **2.** chỉ định, bổ nhiệm: *they've assigned their best man to the job* họ đã chỉ định người giỏi nhất của họ làm công việc đó **3.** ấn định (*thời gian, nơi chốn...*): *shall we assign Thursdays for our weekly meetings?* liệu chúng ta có thể ấn định các cuộc họp hằng tuần của chúng ta vào ngày thứ năm không? **4.** chuyển nhượng (*tài sản, quyền... cho ai*).

assignable /ə'sainəbl/ *tt* **1.** có thể chia, có thể phân **2.** có thể chỉ định, có thể bổ nhiệm **3.** có thể ấn định **4.** có thể chuyển nhượng.

assignation /,æsig'neiʃn/ *dt* (*tu từ*) sự hẹn gặp, sự hẹn hò (*lén lút*): *an assignation with a lover* cuộc hẹn hò với người yêu.

assignment /ə'sainmənt/ *dt* **1.** nhiệm vụ được giao **2.** sự chuyển nhượng.

assimilate /ə'siməleit/ *đgt* đồng hóa: *some foods as-similate (are assimilated) more easily than others* một số thức ăn được đồng hóa dễ hơn những thức ăn khác; *children in school are expected to assimilate what they have been taught:* người ta hy vọng trẻ em ở trường đồng hóa được những gì người ta dạy cho chúng.

assimilation /ə,simə'leiʃn/ *dt* sự đồng hóa.

assist /ə'sist/ *đgt* **1.** giúp, giúp đỡ: *assist somebody in doing something* giúp ai làm việc gì **2.** (+ at, in) dự; có mặt: *assist at a ceremony* dự một hôn lễ.

assistance /ə'sistəns/ *dt* sự giúp đỡ: *render (give) assistance to somebody* giúp đỡ ai; *please call if you require assistance* xin ông gọi nếu ông cần giúp đỡ.

assistant[1] /ə'sistənt/ *dt* **1.** phụ tá; trợ lý **2.** nhân viên bán hàng (*cg* **shop-assistant**).

assistant[2] /ə'sistənt/ *tt* phụ trợ, phó: *assistant surgeon* người phụ mổ; *assistant manager* phó giám đốc.

assizes /ə'saiziz/ *dt snh* phiên tòa đại hình lưu động (ở Anh trước 1970).

Assoc (*cg* assoc) (*vt của* associate[d], association) liên hiệp.

associate[1] /ə'səʊʃiət/ *tt* **1.** liên kết: *the associate producer of a film* nhà sản xuất phim liên kết **2.** cộng tác: *associate members do not have the right to vote* hội viên cộng tác không có quyền bỏ phiếu.

associate[2] /ə'səʊʃiət/ *dt* **1.** bạn đồng nghiệp; đối tác: *one's business associates* những đối tác kinh doanh; *they are associates in crime* họ là đồng phạm **2.** hội viên cộng tác **3.** (*thường* Associate) người có chứng chỉ sơ cấp (do các trường đại học sơ cấp Mỹ cấp sau 2 năm học).

associate[3] /ə'səʊʃieit/ *đgt* **1.** kết hợp, gắn liền: *whisky is usually associated with Scotland* rượu uýt-ki thường gắn liền với tên tuổi xứ Ê-cốt **2.** kết giao với, giao thiệp với: *I don't like you associating with such people* tôi không thích anh giao thiệp với loại người như thế **3. associate oneself with** tuyên bố đồng ý với, tỏ ra đồng ý với: *I have never associated myself with political extremism* tôi chưa bao giờ tỏ ra đồng ý với chủ nghĩa cực đoan chính trị.

associate degree /ə'səʊʃiət di'griː/ chứng chỉ đại học sơ cấp (do các trường đại học sơ cấp Mỹ cấp sau 2 năm học).

association /ə,səʊsi'eiʃn/ *dt* **1.** sự kết hợp, sự liên kết: *there has always been a close association between these two schools* đã luôn luôn có sự kết hợp chặt chẽ giữa hai trường này **2.** sự kết giao, sự giao thiệp: *his English improved enormously because of his association with British people* tiếng Anh của nó đã khá lên nhiều nhờ giao thiệp với người Anh **3.** sự liên tưởng **4.** hội, hiệp hội: *do you belong to any professional associations?* anh có thuộc một hội nghề nghiệp nào không?

Association football /ə,səʊsieiʃn 'fʊtbɔːl/ (*cg* **football, soccer**) môn bóng đá.

assonance /'æsənəns/ *dt* sự trùng âm (giữa hai từ hay hay âm tiết có nguyên âm giống nhau như sharper và garter, hay có phụ âm giống nhau như killed và cold).

assorted /ə'sɔːtid/ *tt* gồm nhiều thứ khác nhau: *a tin* *of assorted biscuits* một hộp bánh quy gồm nhiều thứ khác nhau.

assortment /ə'sɔ:tmənt/ *dt* mớ gồm nhiều thứ khác nhau, mớ đủ thứ: *a wide assortment of gifts to choose from* một mớ đủ thứ quà để chọn lựa.

Asst (*cg* **asst**) (*vt của* assistant) phụ tá, trợ lý.

assuage /æ'sweidʒ/ *dgt* làm dịu bớt, làm khuây: *assuage one's hunger* làm dịu bớt cơn đói.

assume /ə'sju:m, (Mỹ ə'su:m)/ *dgt* **1.** cho rằng; thừa nhận: *I am assuming that the present situation is going to continue* tôi cho rằng tình hình hiện nay vẫn còn tiếp diễn **2.** giả bộ: *assume ignorance* giả bộ không biết; *the look of innocence she assumed had us all fooled* cái vẻ ngây thơ mà cô ta giả bộ đã làm cho tất cả chúng tôi bị mắc lừa **3.** đảm đương; gánh vác: *he assumes his new responsibility next month* ông ta đảm đương trách nhiệm mới vào tháng tới.

assumed /ə'sju:md/ *tt* giả; giả bộ: *living under an assumed name* sống dưới một tên giả.

assumption /ə'sʌmpʃn/ *dt* **1.** sự cho là; điều giả thiết: *we are working on the assumption that the rate of inflation will not increase next year* chúng ta đang làm việc với giả thiết là tỷ lệ lạm phát năm sau sẽ không tăng **2.** sự giả bộ: *their assumption of an air of confidence fooled nobody* vẻ giả bộ tin tưởng của họ chẳng đánh lừa được ai **3.** sự đảm đương: *the army's assumption of power* việc quân đội đảm đương quyền hành **4.**

the Assumption *(tôn)* lễ Quy thiên *(vào ngày 15 tháng 8)*.

assurance /ə'ʃɔ:rəns, (Mỹ ə'ʃʊərəns)/ *dt* **1.** (*cg* **self-assurance**) sự tự tin: *act with assurance* hành động một cách tự tin **2.** sự đoan chắc; lời đoan chắc: *he gave me an assurance that it would be ready by Friday* anh ta đoan chắc với tôi là cái đó thứ sáu thì sẽ sẵn sàng **3.** bảo hiểm: *life insurance* bảo hiểm nhân mạng, bảo hiểm con người.

assure /ə'ʃɔ:[r], (Mỹ ə'ʃʊər)/ *dgt* **1.** đoan chắc, cam đoan: *I assure you they'll be perfectly safe with us* tôi cam đoan với anh rằng đi với chúng tôi họ sẽ được an toàn tuyệt đối **2.** làm cho vững tâm, làm cho tin chắc: *she was able to assure herself that nothing had been taken from her purse* cô ta có thể tin chắc là không có thứ gì bị rút ra khỏi ví của cô ta cả **3.** đảm bảo: *hard work usually assures success* làm việc cật lực thường đảm bảo thành công **4.** bảo hiểm: *what is the sum assured?* số tiền bảo hiểm là bao nhiêu nhỉ? // **rest assured** x rest[1].

assured[1] /ə'ʃʊəd/ *tt* **1.** (*cg* **self-assured**) tự tin **2.** tin chắc **3.** chắc chắn: *assured success* sự thành công chắc chắn.

assured[2] /ə'ʃʊəd/ **the assured** *(snh kđổi)* người được bảo hiểm con người.

assuredly /ə'ʃʊərədli/ *pht* [một cách] chắc chắn, nhất định.

AST /,eies'ti:/ (*vt của* Atlantic Standard Time) giờ chuẩn Đại Tây Dương *(ở Canada)*.

astatine /'æstəti:n/ *dt (hóa)* astatin *(chất phóng xạ nhân tạo)*.

aster /'æstə[r]/ *dt (thực)* cây cúc sao.

asterik[1] /'æstərik/ *dt* dấu sao.

asterik[2] /'æstərik/ *dgt* đánh dấu sao: *the asteriked questions may be omitted* những câu hỏi có đánh dấu sao có thể bỏ qua.

astern /ə'stɜ:n/ *pht* ở đuôi *(tàu thủy, máy bay)*.

astern of /ə'stɜ:n əv/ *gt* sau *(một tàu khác)*: *they fell astern of us* họ tụt lại sau tàu chúng ta.

asteroid /'æstərɔid/ *dt (thiên)* tiểu hành tinh.

asthma /'æsmə, (Mỹ 'æzmə)/ *dt (y)* bệnh hen, bệnh suyễn.

asthmatic[1] /æs'mætik, (Mỹ æz'mætik)/ *tt (y)* hen, suyễn.

asthmatic[2] /æs'mætik, (Mỹ æz'mætik)/ *dt* người mắc bệnh hen, người mắc bệnh suyễn.

astigmatic /,æstig'mætik/ *tt (y)* loạn thị.

astigmatism /ə'stigmətizəm/ *dt (y)* chứng loạn thị.

astir /ə'stɜ:[r]/ *pht, tt (vị ngữ)* **1.** náo động: *the whole town was astir with the news* tin ấy làm cả thành phố náo động lên **2.** (*cũ*) thức dậy: *he's never astir before 7 o'clock* anh ta không bao giờ thức dậy trước 7 giờ.

astonish /ə'stɔniʃ/ *dgt* làm kinh ngạc: *the news astonished everyone* tin đó làm kinh ngạc mọi người; *it astonishes me that no one has thought of this before* điều làm tôi kinh ngạc là trước đây chưa ai hề nghĩ tới đến điều này.

astonished /ə'stɒnɪʃt/ tt (thường vị ngữ) kinh ngạc.

astonishing /ə'stɒnɪʃɪŋ/ tt làm kinh ngạc, kỳ dị: *there was an astonishing number of applicants for the job* số lượng người đến xin việc ấy thật đáng kinh ngạc.

astonishingly /ə'tɒnɪʃɪŋli/ pht [một cách] đáng kinh ngạc.

astonishment /ə'stɒnɪʃmənt/ dt sự kinh ngạc.

astound /ə'staʊnd/ dgt làm sửng sốt: *We were astounded to read your letter* chúng tôi sửng sốt khi đọc thư anh.

astounding /ə'staʊndɪŋ/ tt làm sửng sốt.

astrakhan /ˌæstrə'kæn, (Mỹ 'æstrəkən)/ dt da lông cừu caracun non, da lông astrakhan.

astral /'æstrəl/ dt [thuộc] tinh tú, [thuộc] thiên thể: *an astral body* một thiên thể.

astray /əs'treɪ/ pht lạc đường: *the misleading sign let me astray* hiệu chỉ dẫn sai làm tôi lạc đường. // **go astray** thất lạc: *have you seen my book? It seems to have gone astray* anh có thấy cuốn sách của tôi đâu không? hình như nó đã bị thất lạc.

astride¹ /ə'straɪd/ pht 1. một chân bên này một chân bên kia (như kiểu cưỡi ngựa) 2. hai chân giạng rộng ra.

astride² /ə'straɪd/ gt một chân bên này một chân bên kia: *sitting astride a horse* ngồi một chân bên này một chân bên kia trên lưng ngựa.

astringency /ə'strɪndʒənsi/ dt (y) 1. tính se 2. tính chất nghiêm khắc.

astringent¹ /ə'strɪndʒənt/ dt (y) chất làm se.

astringent² /ə'strɪndʒənt/ tt 1. (y) làm se 2. (bóng) nghiêm khắc: *astringent criticism* lời phê bình nghiêm khắc.

astro- (dạng kết hợp) [thuộc] thiên thể, [thuộc] tinh tú: *astrologie* thuật chiêm tinh; *astronaut* nhà hàng không vũ trụ.

astrolabe /'æstrəleɪb/ dt (thiên) máy đẳng cao.

astrologer /ə'strɒlədʒə[r]/ dt nhà chiêm tinh.

astrological /ˌæstɒlədʒɪkl/ tt [thuộc thuật] chiêm tinh.

astrology /ə'strɒlədʒi/ dt thuật chiêm tinh.

astronaut /'æstrənɔ:t/ dt nhà hàng không vũ trụ.

astronautics /ˌæstrə'nɔ:tiks/ dt (dgt số ít) khoa hàng không vũ trụ.

astronomer /ə'strɒnəmə/ dt nhà thiên văn học.

astronomical /ˌæstrə'nɒmikl/ tt 1. [thuộc] thiên văn học 2. (kng) rất lớn, quá chừng: *he's been offered an astronomical salary* anh ta ăn lương rất cao.

astrophysics /ˌæstrəʊ'fɪzɪks/ dt (dgt số ít) vật lý học thiên văn.

astute /ə'stju:t, (Mỹ ə'stu:t)/ tt tinh khôn, tinh: *an astute businessman* một nhà kinh doanh tinh khôn; *it was an astute move to sell just before prices went down* bán ngay trước khi hạ giá là một nước cờ rất tinh.

astutely /ə'stju:tli, (Mỹ ə'stu:tli)/ pht [một cách] tinh, [một cách] tinh khôn.

astuteness /ə'stju:tnɪs, (Mỹ ə'stu:tnɪs)/ dt sự tinh khôn, sự tinh.

asunder /ə'sʌndə[r]/ pht (cũ) rời ra từng mảnh: *the house was ripped asunder by the explosion* ngôi nhà bị nổ tung ra từng mảnh; *families torn asunder by the war* những gia đình ly tán do chiến tranh.

asylum /ə'saɪləm/ dt 1. sự ẩn náu, sự nương náu; nơi ẩn náu; nơi nương náu: *ask for political asylum* xin tị nạn chính trị 2. (cũ) bệnh viện tâm thần.

asymmetric /ˌeɪsi'metrik/ tt (cg **asymmetrical**) không đối xứng.

at /ət, dạng nhấn mạnh æt/ gt 1. ở, tại (chỉ vị trí): *at Haiphong* ở Hải Phòng; *at school* ở trường; *at home* ở nhà; *at the meeting* ở cuộc họp; *at a depth of six meters* ở độ sâu sáu mét; *at the butcher's* ở cửa hàng thịt 2. vào, vào lúc, vào hồi (chỉ thời gian): *at six o'clock* vào lúc sáu giờ; *at midnight* vào lúc nửa đêm; *at mealtime* vào giờ ăn cơm 3. đang, đang lúc: *at work* đang làm việc; *at breakfast* đang ăn sáng; *what are you at now?* bây giờ anh đang bận gì?; *at peace* đang lúc hòa bình; *at rest* đang lúc nghỉ ngơi 4. vào, nhằm vào, về phía: *throw a stone at somebody* ném một hòn đá vào ai; *look at the picture* nhìn [vào] bức tranh; *laugh at somebody* cười [vào mặt] ai 5. với (chỉ giá cả): *at a high price* với giá cao; *at VND 3000 a kilogram* [với giá] 3000 đồng 1 kilogam 6. khi, về; *we were very sad at hearing the news* chúng tôi rất buồn khi nghe tin đó; *he was surprised at what he saw* nó ngạc nhiên về những điều nó đã trông thấy 7. theo: *at your request* theo yêu cầu của anh; *at your command* theo lệnh của ông 8. về (một môn nào đó...): *be good at mathematics* giỏi [về môn] toán. // **where it's at** (kng) nơi rất được ưa thích; hoạt động đang thịnh hành: *judging by the crowds waiting to get in this seems to be where it's at* cứ xem đám đông đứng ngoài cửa chờ đến lượt vào cũng thấy đây là một nơi rất được ưa thích; **at hand** x hand; **at once** x once; **at a low ebb** x low.

atavism /ˈætəvizəm/ *dt* (sinh) sự lại tổ.

atavistic /ˌætəˈvistik/ *dt* (sinh) lại tổ.

ate /et/ *qk của* eat.

atelier /əˈteliei, (Mỹ ætlˈjei)/ *dt* xưởng (của một nghệ sĩ).

atheism /ˈeiθiizəm/ *dt* chủ nghĩa vô thần.

atheist /ˈeiθiist/ *dt* người vô thần chủ nghĩa.

atheistic /ˌeiθiˈistik/ vô thần chủ nghĩa.

athlete /ˈæθliːt/ *dt* **1.** lực sĩ **2.** vận động viên điền kinh.

athlete's foot /ˌæθliːtsˈfʊt/ (kng) bệnh nứt da kẽ ngón chân.

athletic /æθˈletik/ *tt* **1.** [thuộc] điền kinh: *athletic sports* điền kinh **2.** [có tính chất] lực sĩ: *she looks very athletic* cô ta trông rất lực sĩ.

athletics /æθˈletiks/ *dt* (dgt số ít) điền kinh.

at home /ətˈhəʊm/ *dt* (cũ) bữa tiệc tiếp khách ở nhà riêng (khách đến lúc nào cũng được trong một hạn thời gian nhất định).

athwart /əˈθwɔːt/ *pht, gt* (hải) ngang qua, chéo ngang: *the ship was anchored athwart the harbour mouth* con tàu được thả neo nằm chéo ngang cửa cảng.

ation x -iron.

atishoo /əˈtiʃuː/ *tht!* hắt xì! (tiếng hắt hơi).

-ative (tiếp tố tạo tt từ đgt) (chỉ một tính chất): *illustrative* để minh họa; *talkative* hay nói.

-atively (tiếp tố tạo pht) *quantatively* về mặt số lượng.

atlas /ˈætləs/ *dt* tập bản đồ.

atmosphere /ˈætməsfiə[r]/ *dt* **1. the atmosphere** khí quyển **2.** không khí (đen và bóng): *the atmosphere is very stuffy in here, can we open a window?* không khí ở đây ngột ngạt quá, ta có thể mở một cửa sổ không?; *an atmosphere of tension filled the room* một không khí căng thẳng bao trùm lên căn phòng.

atmospheric /ˌætməsˈferik/ *tt* **1.** [thuộc] không khí, [thuộc] khí quyển: *atmospheric conditions* điều kiện khí quyển **2.** tạo bầu không khí: *atmospheric lighting* hệ thống chiếu sáng tạo bầu không khí (sàn diễn...).

atmospheric pressure /ˌætməsferik ˈpreʃə[r]/ áp suất khí quyển.

atmospherics /ˌætməsˈferiks/ *dt* snh âm tạp khí quyển.

atoll /ˈætɒl/ *dt* đảo san hô vòng.

atom /ˈætəm/ *dt* **1.** nguyên tử **2.** tí, chút xíu: *there isn't an atom of truth in the rumour* không có một tí sự thật nào trong lời đồn đại ấy cả.

atom bomb /ˈætəmbɒm/ x atomic bomb.

atomic /əˈtɒmik/ *dt* [thuộc] nguyên tử: *atomic physics* vật lý nguyên tử, *atomic warfare* chiến tranh nguyên tử.

atomic bomb /əˌtɒmikˈbɒm/ (cg A-bomb, atom bomb) bom nguyên tử.

atomic energy /əˌtɒmik ˈenədʒi/ năng lượng nguyên tử, năng lượng hạt nhân.

atomic number /əˌtɒmik ˈnʌmbə[r]/ số nguyên tử (dạng đầu tiên của lò phản ứng hạt nhân).

atomic weight /əˌtɒmik ˈweit/ (cg relative atomic mass) trọng lượng nguyên tử.

atomize, atomise /ˈætəmaiz/ *dgt* phun (chất lỏng) thành bụi.

atomizer, atomiser /ˈætəmaizə[r]/ *dt* máy phun (nước hoa...) thành bụi nước, máy phun mù.

atonal /eiˈtəʊnl/ *tt* (nhạc) phi giọng điệu.

atonality /ˌeitəʊˈnæləti/ *dt* (nhạc) tính chất phi giọng điệu.

atonally /eiˈtəʊnəli/ *pht* (nhạc) [một cách] phi giọng điệu.

atone /əˈtəʊn/ *dgt* chuộc (lỗi...): *atone for a fault* chuộc lỗi; *I have treated you unkindly, how can I atone [for it]?* tôi đã đối xử không tốt với anh, làm thế nào tôi chuộc lại lỗi lầm ấy?

atonement /əˈtəʊnmənt/ *dt* sự chuộc (lỗi...): *he sent her some flowers in atonement for his earlier rudeness* nó gửi chị ta mấy bông hoa để chuộc lại sự khiếm nhã của nó trước đó đối với chị.

atop /əˈtɒp/ *gt* ở đỉnh, ở chóp: *a seagull perched atop the mast* con mòng biển đậu trên đỉnh cột buồm.

-ator (tiếp tố tạo dt từ dgt) người...; vật...: *creator* người sáng tạo; *percolator* bình pha cà phê.

atrocious /əˈtrəʊʃəs/ *tt* **1.** tàn bạo: *an atrocious regime* một chế độ tàn bạo **2.** (kng) quá xấu, tồi tệ: *atrocious weather* thời tiết quá xấu.

atrociously /əˈtrəʊʃəsli/ *pht* 1. [một cách tàn bạo] 2. quá xá.

atrociousness /əˈtrəʊʃəsnis/ *dt* sự tàn bạo.

atrocity /əˈtrɒsəti/ *dt* 1. sự tàn bạo 2. (*thường snh*) hành động tàn bạo.

atrophy[1] /ˈætrəfi/ *dt* 1. sự teo (*một bộ phận cơ thể...*) 2. (*bóng*) sự suy giảm.

atrophy[2] /ˈætrəfi/ *dgt* (**atrophied**) 1. [làm cho] teo đi: *atrophied muscles* cơ bắp bị teo 2. [làm cho] suy giảm đi.

attach /əˈtætʃ/ *dgt* 1. trói, buộc, gắn, dán: *attach a label to each piece of luggage* buộc nhãn vào mỗi kiện hành lý; *attached [to this letter] you will find...* kèm theo [thư này] bạn sẽ nhận được... 2. bám theo, đi theo: *I attached myself to a group of tourists entering the museum* tôi theo một nhóm khách du lịch đi vào viện bảo tàng 3. giao nhiệm vụ đặc biệt cho (*ai*), phái, (*ai đi làm gì*): *you'll be attached to this department until the end of the year* anh được giao nhiệm vụ ở cơ quan này cho đến cuối năm 4. coi, gán cho: *do you attach any importance to what he said?* anh có coi điều anh ta nói có chút quan trọng nào không? 5. được gắn với; được quy cho (*ai*): *no blame attaches to you in this affair* anh không bị trách phạt gì trong việc này cả 6. (*luật*) bắt giữ (*ai*); tịch biên (*tài sản của ai*). // **no strings attached; without strings** x **string**[1].

attaché /əˈtæʃei, ætəˈʃei/ *dt* (*nggiao*) tùy viên: *commercial attaché* tùy viên thương mại; *cultural attaché* tùy viên văn hóa.

attaché case /əˈtæʃikeis/ cái cặp (*để giấy tờ tài liệu*).

attached /əˈtætʃt/ *tt* (*vị ngữ*) (+ to) quyến luyến, gắn bó: *I've never seen two people so attached [to each other]* tôi chưa hề thấy hai người nào gắn bó với nhau như thế.

attachment /əˈtætʃmənt/ 1. sự phái ai (*sang công tác nơi nào đó*): *she's on attachment to the Ministry of Defence* chị ta được phái sang công tác ở Bộ quốc phòng 2. bộ phận phụ: *a vacuum cleaner with a special attachment for dusting books* máy hút bụi với bộ phận phụ dùng để quét bụi sách (*ở thư viện...*) 3. sự quyến luyến, sự gắn bó: *entertain a strong attachment to somebody* quyến luyến ai nhiều, gắn bó mạnh mẽ với ai 4. (*luật*) sự bắt giữ; sự tịch biên.

attack[1] /əˈtæk/ *dt* 1. sự tấn công: *make an attack on the enemy* tấn công quân địch; *attack is the best form of defence* tấn công là cách phòng thủ tốt nhất; *we must move more players into the attack* ta phải huy động thêm cầu thủ vào tấn công 2. sự công kích: *an attack on the Government policy* sự công kích chính sách của chính phủ 3. cơn (*bệnh*): *an attack of fever* cơn sốt; *a heart attack* cơn đau tim; *an attack of the giggles* (*bóng*) trận phá ra cười 4. cách bắt đầu (*đặc biệt là phần nào mạnh mẽ*): *this piece of music needs to be played with more attack* bài nhạc này cần được chơi với phần mở đầu mạnh mẽ hơn.

attack[2] /əˈtæk/ *dgt* 1. tấn công: *attack a neighbouring country* tấn công một nước

láng giềng; *a woman was attacked and robbed by a gang of youths* một phụ nữ bị một băng thanh niên tấn công và trấn lột 2. công kích: *a newspaper article attacking the Prime Minister* một bài báo công kích ông thủ tướng 3. bắt tay vào, lao vào: *shall we attack the washing-up?* ta bắt tay vào rửa bát đĩa chứ?; *they attacked their meal with gusto* họ lao vào bữa ăn một cách thích thú 4. làm hư tổn (*ai, cái gì*): *a disease that attacks the brain* bệnh làm hư tổn bộ não; *rust attacks metals* gỉ phá hỏng kim loại.

attacker /əˈtækə[r]/ *dt* kẻ tấn công.

attain /əˈtein/ *dgt* đạt, tới, đạt tới: *attain one's object* đạt mục đích; *attain to perfection* đạt tới chỗ hoàn thiện; *he attained the age of 25 before marrying* anh ta đạt tới tuổi 25 mà chưa lập gia đình.

attainable /əˈteinəbl/ *tt* có thể đạt được, có thể đạt tới: *these objectives are certainly attainable* những mục tiêu này hẳn là có thể đạt được.

attainment /əˈteinmənt/ *dt* 1. sự đạt được: *an end easy of attainment* một mục đích dễ đạt 2. (*thường snh*) kiến thức đạt được, kỹ năng đạt được (*do trau dồi*): *a man of great attainments* một người có kiến thức lớn.

attar /ˈætə[r]/ *dt* tinh dầu [lấy từ] hoa: *attar of roses* tinh dầu hoa hồng.

attempt[1] /əˈtempt/ *dgt* cố thử (*làm gì*): *the prisoners attempted an escape (to escape), but failed* tù nhân cố thử thực hiện một cuộc vượt ngục nhưng đã thất bại; *she will attempt to beat the* *world record* chị ta sẽ cố thử phá kỷ lục thế giới.

attempt² /ə'tempt/ *dt* **1.** sự cố thử: *they failed in all their attempts to climb the mountain* họ đã thất bại trong mọi cố gắng leo lên ngọn núi **2.** sản phẩm của việc cố thử: *my first attempt at a chocolate cake tasted horrible* sản phẩm bánh sô cô la đầu tiên tôi thử làm có vị thật là khủng khiếp **3.** sự mưu hại: *an attempt was made on the President* đã có vụ mưu hại ông chủ tịch.

attend /ə'tend/ *dgt* **1.** chú tâm vào: *attend to your work and stop talking* hãy chú tâm vào công việc và đừng nói chuyện nữa **2.** lưu tâm, để ý đến: *a nurse attends to his need* một y tá lưu tâm săn sóc đến các nhu cầu của anh ta; *are you being attended to?* đã có ai để ý phục vụ ông chưa? *(người bán hàng hỏi khách đang xem hàng)* **3.** săn sóc, trông coi: *Dr Smith attended her in hospital* bác sĩ Smith săn sóc chị ta trong bệnh viện **4.** đi đều đặn đến *(một nơi)*; có mặt, *attend school* đi học; *attend church* đi lễ; *the meeting was well attended* buổi họp có nhiều người có mặt; *may good fortune attend you!* chúc bạn may mắn.

attendance /ə'tendəns/ *dt* **1.** sự có mặt, buổi có mặt: *you have missed several attendances this term* học kỳ này bạn đã có khá nhiều buổi vắng mặt **2.** số người dự, số người có mặt: *they're expecting a large attendance at the meeting* họ mong có đông người đến dự họp. // **dance attendance on somebody** x dance²; **in atten-**dance [on somebody] có mặt để phục vụ; có mặt để bảo vệ: *a nurse was in constant attendance* một y tá đã luôn luôn túc trực săn sóc; *the President always has six bodyguards in close attendance* ông chủ tịch luôn luôn có sáu người bảo vệ theo sát.

attendance allowance /ə'tendən əlauəns/ trợ cấp chăm sóc thân nhân tật nguyền *(Anh)*.

attendance centre /ə'tendəns sentə[r]/ trung tâm quản giáo *(Anh)*.

attendant¹ /ə'tendənt/ *dt* **1.** người trông coi: *a swimming-pool attendant* người trông coi bể bơi **2.** *(snh)* người hầu: *the queen's attendants* những người hầu của hoàng hậu.

attendant² /ə'tendənt/ *tt* đi theo; kèm theo: *an attendant nurse* một y tá đi kèm; *famine and its attendant diseases* nạn đói và các bệnh tật kèm theo.

attender /ə'tendə[r]/ *dt* người có mặt, người tham dự: *she's a regular attender at evening classes* cô ta là một người dự đều đặn các lớp học buổi tối.

attention¹ /ə'tenʃn/ *dt* **1.** sự chú ý: *pay attention to* chú ý; *you must give your full attention to what you are doing* anh phải chú ý hết mức tới việc anh đang làm **2.** sự chăm sóc: *he gives all his attention to his car* anh ta rất chăm sóc chiếc xe của anh **3.** *(thường snh)* sự ân cần, sự chu đáo; *show attentions to somebody* ân cần chu đáo với ai **4.** *(quân)* tư thế đứng nghiêm: *come to (stand at) attention* đứng nghiêm. // **catch somebody's attention (eye)** x catch¹; *draw* attention to something x draw²; **give one's undivided attention; get (have) somebody's undivided attention** x undivided; **snap to attention** x snap¹.

attention² /ə'tenʃn/ *tht* **1.** chú ý!: *Attention please! The bus will leave in ten minutes* xin chú ý! mười phút nữa xe buýt sẽ chạy **2.** *(cg kng shun)* nghiêm!

attentive /ə'tentiv/ *tt* **1.** chăm chú: *an attentive class* một lớp học chăm chú [nghe giảng] **2.** ân cần: *he was very attentive to the old lady and did everything for her* ông ta rất ân cần với bà lão và làm mọi việc cho bà.

attentively /ə'tentivli/ *pht* **1.** một cách chăm chú: *listening attentively to the speaker* chăm chú nghe người đang nói **2.** một cách ân cần.

attentiveness /ə'tentivnis/ *dt* **1.** sự chăm chú **2.** sự ân cần.

attenuate /ə'tenjueit/ *dgt* **1.** làm mảnh đi, làm gầy đi: *attenuated limbs* tay chân mảnh khảnh **2.** làm yếu đi, làm giảm bớt: *attenuating circumstances (luật)* tình tiết giảm tội.

attenuation /ə,tenjʊ'eiʃn/ *dt* **1.** sự làm mảnh đi, sự làm gầy đi **2.** sự làm yếu đi, sự làm giảm bớt.

attest /ə'test/ *dgt* chứng nhận, chứng thực; nhận thực: *these papers attested the fact that* những giấy tờ này chứng nhận sự kiện là; *attest a signature* nhận thực một chữ ký.

attestation /,ætə'steiʃn/ *dt* **1.** sự chứng nhận, sự chứng thực, sự nhận thực **2.** giấy chứng nhận.

attested /ə'testid/ *tt* được chứng nhận là không nhiễm

vi trùng lao: *attested milk* sữa chứng nhận là không có vi trùng lao; *attested cattle* thú nuôi chứng nhận là không bị bệnh lao.

attic /'ætik/ *dt* gác thượng.

attire[1] /ə'taiə[r]/ *dt (cũ)* quần áo: *wearing formal attire* mặc quần áo theo nghi thức.

attire[2] /ə'taiə[r]/ *dgt (cũ)* *(thường ở dạng bị động)* mặc quần áo cho: *attired in robes of silk and fur* mặc áo lụa và lông thú.

attitude /'ætitju:d, (*Mỹ* 'ætitu:d)/ *dt* 1. thái độ; quan điểm: *what is the company's attitude to (towards) this idea?* thái độ của công ty đối với ý kiến đó ra sao? 2. tư thế, dáng dấp: *the photographer has caught him in the attitude of prayer* người chụp ảnh đã chụp anh ta trong tư thế cầu nguyện. // **strike an attitude** x strike[2].

attitudinize, attitudinise /ˌæti'tju:dinaiz, (*Mỹ* ˌæti'tu:denaiz)/ *dgt* làm điệu làm bộ, lấy dáng lấy vẻ.

attn *(thương)* (*vt của* for the attention of) gửi cho: *Publicity Dept, attn Mr C Biggs.* phòng quảng cáo, gửi ông C.Biggs.

attorney /ə'tɜ:ni/ *dt (luật)* 1. người được ủy quyền 2. luật sư: *she refused to make a statement until she had spoken to her attorney* chị ta từ chối không tuyên bố gì cả cho đến khi chị ta nói được với luật sư của chị.

Attorney General /ə,tɜ:ni-'dʒenrəl/ *dt (luật)* (*vt* **Atty-Gen**) viên chưởng lý.

attract /ə'trækt/ *dgt* 1. hút: *a magnet attracts steel* nam châm hút thép 2. thu hút, lôi cuốn, hấp dẫn: *the dog was attracted by the smell*

of the meat con chó bị mùi thịt hấp dẫn; *attract somebody's attention* lôi cuốn sự chú ý của ai; *the new play has attracted a good deal of criticism* vở kịch mới đã làm nảy sinh khối lời bình phẩm.

attraction /ə'trækʃn/ *dt* 1. sự thu hút, sự lôi cuốn, sự hấp dẫn: *the television has little attraction for me* truyền hình ít hấp dẫn đối với tôi 2. cái thu hút, cái lôi cuốn, cái hấp dẫn: *city life holds few attractions for me* cuộc sống đô thị có ít cái hấp dẫn đối với tôi.

attractive /ə'træktiv/ *tt* thu hút, lôi cuốn; hấp dẫn: *your proposal sounds very attractive* đề nghị của anh nghe rất hấp dẫn.

attractively /ə'træktivli/ *pht* [một cách] lôi cuốn, [một cách] hấp dẫn.

attractiveness /ə'træktivnis/ *dt* sự thu hút, sự lôi cuốn, sự hấp dẫn.

attributable /ə'tribjʊtəbl/ *tt* (*vị ngữ*) có thể quy cho: *is this painting attributable to Michelangelo?* bức tranh này có thể coi là của Michelangelo được không?

attribute[1] /ə'tribju:t/ *dgt* cho là do, quy cho: *this play is usually attributed to Shakespeare* vở kịch này thường vẫn cho là của Shakespeare; *she attributes her success to hard work* nàng cho thành công là do làm việc cật lực.

attribute[2] /'ætribju:t/ *dt* 1. thuộc tính, đặc tính: *patience is one of the most important attributes in a teacher* kiên nhẫn là một trong những đức tính quan trọng nhất của một thầy giáo 2. biểu tượng: *the sceptre is an attribute of kingly*

power vương trượng là biểu tượng của vương quyền.

attribution /ˌætri'bju:ʃn/ *dt* 1. sự quy cho 2. quyền hạn.

attributive /ə'tribjʊtiv/ *tt* (*ngôn*) [dùng làm] thuộc ngữ.

attributively /ə'tribjʊtivli/ *pht* (*ngôn*) [với tính chất] thuộc ngữ.

attrition /ə'triʃn/ *dt* 1. sự tiêu hao: *a war of attrition* chiến tranh tiêu hao 2. sự cọ mòn.

attune /ə'tju:n/ *dgt* (*thường ở dạng bị động*) làm cho hợp với, làm cho quen với: *we (our ears) are becoming attuned to the noise of the new factory nearby* [tai] chúng tôi đã trở nên quen với tiếng ồn của nhà máy mới ở gần bên.

Atty-Gen (*vt của* Attorney -General) viên chưởng lý.

atypical /ˌei'tipikl/ *tt* không tiêu biểu, không điển hình: *a creature that is atypical of its species* một sinh vật không tiêu biểu cho loài của nó.

aubergine /'əʊbəʒi:n/ *dt* (*Mỹ* cg **egg-plant**) cà tím (*cây, quả*).

aubrietia /ɔ:'bri:ʃə/ *dt (thực)* cây cải tím.

auburn /'ɔ:bən/ *tt* [có] màu nâu hung (*tóc*).

auction[1] /'ɔ:kʃn, 'ɒkʃn/ *dt* 1. sự bán đấu giá: *the house will be sold by auction* căn nhà sẽ được bán đấu giá 2. (*cg* **auction sale**) cuộc bán đấu giá: *attend all the local auctions* tham dự mọi buổi bán đấu giá ở địa phương.

auction[2] /'ɔ:kʃn, 'ɒkʃn/ *dgt* bán đấu giá.

auction something off đưa bán đấu giá đi (*những thứ không cần dùng nữa*): *the Army is auctioning off a lot of old* *equipments* quân đội đang đưa bán đấu giá hàng lô đồ trang bị cũ.

auction bridge /'ɔ:kʃn bridʒ/ bài brít xướng quân.

auctioneer /ˌɔ:kʃə'niə[r]/ *dt* người bán đấu giá.

audacious /ɔ:'deiʃəs/ *tt* 1. táo bạo: *an audacious plan* một kế hoạch táo bạo 2. trơ tráo, táo tợn: *an audacious remark* một nhận xét táo tợn.

audaciously /ɔ:'deiʃəsli/ *pht* 1. một cách táo bạo 2. [một cách] trơ tráo, [một cách] táo tợn.

audacity /ɔ:'dæsəti/ *dt* 1. sự táo bạo 2. sự trơ tráo, sự táo tợn.

audibility /ˌɔ:də'biləti/ *dt* khả năng nghe rõ.

audible /'ɔ:dəbl/ *tt* có thể nghe rõ: *her voice is scarcely audible above the noise of the wind* tiếng nói cô ta hiếm khi nghe rõ trong tiếng gào của gió.

audience /ɔ:'diəns/ *dt* 1. cử tọa: *the audience was (were) enthusiastic on the opening night of the play* cử tọa hân hoan chào đón đêm mở màn diễn vở kịch; *a TV programme with an audience of 12 million viewers* một chương trình truyền hình với 12 triệu khán giả 2. sự tiếp kiến, sự yết kiến, sự hội kiến: *grant a private audience to a foreign ambassador* dành cho một đại sứ nước ngoài một buổi tiếp kiến riêng.

audio- *(dạng kết hợp)* 1. nghe: *audio-visual* nghe nhìn 2. âm: *audiogram* biểu đồ âm thanh.

audio frequency /ˌɔ:diəu 'fri:kwənsi/ tần số âm thanh.

audio typist /'ɔ:diəu taipist/ người đánh máy âm ghi băng.

audio-visual /ˌɔ:diəu'viʒuəl/ *tt (vt AV)* nghe nhìn: *audio-visual aids for the classroom* giáo cụ nghe nhìn.

audit¹ /'ɔ:dit/ *dt* sự kiểm tra sổ sách kế toán *(hằng năm)*.

audit² /'ɔ:dit/ *dgt* kiểm tra chính thức *(sổ sách kế toán...)*.

audition¹ /ɔ:'diʃn/ *dt* sự thử giọng *(trước khi nhận vào làm diễn viên, làm ca sĩ)*.

audition² /ɔ:'diʃn/ *dgt* 1. đi thử giọng: *which part are you auditioning for?* chị đi thử giọng vai gì vậy? 2. thử giọng cho (ai): *none of the actresses we've auditioned is suitable* không một nữ diễn viên nào chúng tôi đã thử giọng tỏ ra thích hợp cả.

auditor /'ɔ:ditə[r]/ người kiểm tra sổ sách kế toán.

auditorium /ɔ:di'tɔ:riəm/ *dt* phòng thính giả; phòng nghe nhạc.

auditory /'ɔ:ditri, (Mỹ 'ɔ:ditɔ:ri)/ *tt* [thuộc sự] nghe, [thuộc] thính giác: *the auditory nerve* dây thần kinh thính giác.

au fait /ˌəu'fei/ *tt (vi ngữ) (tiếng Pháp)* hoàn toàn quen *(với cái gì)*: *it's my first week here, so I'm not yet au fait with the system* đây là tuần lễ đầu tiên tôi ở đây nên tôi chưa hoàn toàn quen với hệ thống này.

au fond /ˌəu'fɔn/ *pht (tiếng Pháp)* [một cách] cơ bản: *the problem is that, au fond, he's very lazy* vấn đề là về cơ bản anh ta rất lười.

Aug *(vt của August)* tháng tám: *31 Aug 1908* 31 tháng 8 năm 1908.

auger /'ɔ:gə[r]/ *dt* cái khoan.

aught /ɔ:t/ *dt (cổ) nh* anything. // *for aught (all) somebody knows* x know.

augment /ɔ:g'ment/ *dgt* [làm] tăng lên: *he augments his income by teaching in the evenings* anh ta tăng thu nhập bằng cách dạy thêm buổi tối.

augmentation /ˌɔ:gmen'teiʃn/ *dt* 1. sự tăng lên 2. phần tăng lên, phần thêm vào.

au gratin /ˌəu'grætæn/ *pht (tiếng Pháp)* rắc bánh mì vụn bỏ lò, rắc pho mát bỏ lò.

augur¹ /'ɔ:gə[r]/ *dt (cổ)* thầy đoán điểm.

augur² /'ɔ:gə[r]/ *dgt* là điềm báo trước: *does this augur disaster for our team?* liệu điềm này có báo trước thảm bại của đội ta không? // **augur well (ill) for somebody (something)** là điềm tốt (xấu) cho *(ai, cái gì)*: *the quality of your work augurs well for the examinations next month* phẩm chất bài làm của bạn là điềm báo tốt cho kỳ thi tháng sau.

augury /'ɔ:gjuri/ *dt* điềm, triệu.

august /ɔ:'gʌst/ *tt* uy nghi, tôn nghiêm.

August /'ɔ:gəst/ *dt (vt Aug)* tháng tám.

Augustan /ɔ:'gʌstən/ *tt* 1. [thuộc] triều vua Augustus Caesar *(thời văn học La tinh hưng thịnh)* 2. cổ điển: *the Augustan age of English literature includes the writers Dryden, Swift and Pope* thời cổ điển của nền văn học Anh bao gồm các nhà văn Dryden, Swift và Pope.

auk /ɔ:k/ *dt (động)* chim anca.

auld lang syne /ˌɔ:ld læŋ 'sain/ *(Ê cốt)* bài dân ca hữu nghị đầu năm.

aunt /ɑ:nt/ *dt* cô, dì, thím, mợ, bác gái *(dùng cả cho* *người phụ nữ không có bà con, mà là bạn của cha mẹ).*

auntie, aunty /'ɑ:nti, (Mỹ 'ænti/) *(kng) nh* aunt.

Aunt Sally /,ɑ:nt 'sæli/ *dt* **1.** hình nhân mục tiêu ném que *(trong các hội chợ)* **2.** mục tiêu công kích, mục tiêu chế giễu.

au pair /,əʊ'peə[r]/ đổi công được nuôi ăn ở: *we've got a German au pair for six months* chúng tôi đã nhận một người Đức nuôi ăn ở để anh ta giúp việc trong nhà trong 6 tháng.

aura /'ɔ:rə/ *dt* bầu không khí tựa như toát ra *(từ một vật, một người):* *she always seems to have an aura of happiness about her* cô ta luôn luôn dường như có một bầu hạnh phúc toát ra quanh cô.

aural /'ɔ:rəl, hiếm khi 'æʊrəl/ *tt* [thuộc] tai, [thuộc] sự] nghe: *aural comprehension tests* trắc nghiệm khả năng nghe hiểu.

aurally /'ɔ:rəli/ *pht* qua tai, bằng cách nghe.

aureola /ɔ:'riələ/ *dt (cg* **aureole** /'ɔ:riəʊl/) *(snh* **aureolas**) **1.** *nh* halo **2.** *nh* corona.

au revoir /,əʊrə'vwɑ:r/ *(tiếng Pháp)* chào tạm biệt!

auricle /'ɔ:rikl/ *dt* **1.** vành tai ngoài **2.** *(giải)* tâm nhĩ.

auricular /ɔ:'rikjʊlə[r]/ *tt* [thuộc] tai; giống tai: *an auricular confession* sự xưng tội.

auriferous /ɔ:'rifərəs/ *tt* có vàng *(đất đá).*

aurora /ɔ:'rɔ:rə/ *tt* **1.** **aurora borealis** /bɔ:ri'eilis/ *(cg* **northern lights**) Bắc cực quang **2.** **aurora australis** /ɒ'streilis/ Nam cực quang.

auspices /'ɔ:spisiz/ *dt snh* **1. under the auspices of somebody (something)** dưới sự bảo trợ của: *this conference has been arranged under the auspices of the United Nations* hội nghị này được thu xếp dưới sự bảo trợ của Liên Hiệp Quốc **2. under favourable auspices** với triển vọng thuận lợi.

auspicious /ɔ:'spiʃəs/ *tt* có điềm lành, thuận lợi, đầy hứa hẹn.

Aussie[1] /'ɒzi/ *dt (kng)* người Úc.

Aussie[2] /'ɒzi/ *tt (kng)* [thuộc] người Úc.

austere /ɒ'stiə[r], ɔ:'stiə[r]/ *tt* **1.** khắc khổ: *monks leading simple, austere lives* những thầy tu sống cuộc đời khắc khổ giản dị **2.** đơn sơ mộc mạc *(ngôi nhà, nơi chốn):* *the room was furnished in austere style* gian phòng được bày biện đơn sơ mộc mạc.

austerity /ɒ'sterəti, ɔ:'sterəti/ *tt* **1.** sự khắc khổ: *war was followed by many years of austerity* sau chiến tranh là nhiều năm khắc khổ **2.** *(thường snh)* nếp sống khắc khổ; điều kiện khắc khổ: *wartime austerities included food rationing and shortage of fuel* những khắc khổ thời chiến bao gồm việc phân phối lương thực theo khẩu phần và sự khan hiếm chất đốt.

Australian[1] /ɒ'streiliən, ɔ:'treiliən/ *dt* người Úc.

Australian[2] /ɒ'streiliən, ɔ:'treiliən/ *tt* [thuộc] người Úc.

Australian Rules /,ɒstreiliən 'ru:lz/ *(thể)* môn bóng bầu dục Úc.

Austro- *(dạng kết hợp)* Áo; [thuộc] Áo: *the Austro-Hungarian empire* đế quốc Áo-Hung.

authentic /ɔ:'θentik/ *tt* **1.** thực, xác thực: *an authentic document* một tài liệu thực **2.** đáng tin: *an authentic statement* một lời tuyên bố đáng tin.

authentically /ɔ:'θentikli/ *pht* **1.** [một cách] xác thực **2.** [một cách] đáng tin.

authenticity /,ɔ:θen'tisəti/ *dt* **1.** tính xác thực: *the authenticity of the manuscript is beyond doubt* tính xác thực của bản viết tay là không thể nghi ngờ được **2.** tính đáng tin.

authenticate /ɔ:'θentikeit/ *dgt* xác nhận là đúng, xác nhận: *experts have authenticated the writing as that of Shakespeare himself* các chuyên gia đã xác nhận bản viết tay đúng là của Shakespeare.

authentication /ɔ:,θenti'keiʃn/ *dt* sự xác nhận là đúng, sự xác nhận.

author /'ɔ:θə[r]/ *dt* tác giả: *Dickens is my favourite author* Dickens là tác giả yêu thích nhất của tôi; *as the author of the scheme, I can't really comment* vì là tác giả của kế hoạch, thực sự tôi không thể bình luận gì cả.

authoress /'ɔ:θəris/ *dt* nữ tác giả.

authoritarian[1] /ɔ:,θɒri'teəriən/ *tt* độc đoán: *an authoritarian regime* một chế độ độc đoán.

authoritarian[2] /ɔ:,θɒri'teəriən/ *dt* người độc đoán.

authoritarianism /ɔ:,θɒri'teəriənizəm/ *dt* chủ nghĩa độc đoán.

authoritative /ɔ:'θɒrətətiv, (Mỹ ɔ:'θɒrəteitiv)/ *tt* **1.** có thẩm quyền; tin được: *information from an authoritative source* tin từ một nguồn có thẩm quyền **2.** có quyền lực, chính thức: *authoritative orders* mệnh lệnh chính thức **3.** có quyền uy, hách dịch: *an authoritative tone of voice* giọng hách dịch.

authoritatively /ɔ:'θɒrətətivli/ *pht* **1.** [một cách] có thẩm quyền, [một cách] tin được **2.** [một cách] có quyền lực **3.** [một cách] có quyền uy, [một cách] hách dịch.

authority /ɔ:'θɒrəti/ *dt* **1.** uy quyền, quyền lực, quyền thế, quyền: *the leader must be a person of authority* người lãnh đạo phải là người có uy quyền; *I am acting under her authority* tôi đang làm việc dưới quyền bà ta; *who is in authority now?* ai đang đương quyền nhỉ?; *we have the authority to search this building* chúng tôi có quyền lục soát tòa nhà này **2.** *(thường snh)* người có quyền, nhà đương cục: *I shall have to report this to the authorities* tôi sẽ phải báo cáo tình hình đó với nhà đương cục **3.** người có uy tín *(chuyên môn)*: *he's an authority in phonetics* ông ta là một người có uy tín về ngữ âm học **4.** cứ liệu; căn cứ: *always quote your authorities* hãy luôn luôn ghi xuất xứ các cứ liệu anh sử dụng.

authorization, authorisation /ɔ:θərai'zeiʃn/ *dt* **1.** sự cho quyền, sự cho phép **2.** giấy phép.

authorize, authorise /'ɔ:θəraiz/ *dgt* cho quyền, cho phép: *I have authorized him to act for me while I am away* tôi đã cho anh ta quyền thay tôi khi tôi vắng mặt; *has this visit been authorized?* chuyến thăm này đã được phép chưa?

the Authorized Version /ɔ:θəraizd'vɜ:ʃn/ bản dịch kinh Thánh được phép *(bản*

dịch sang tiếng Anh được vua James I cho phép sử dụng năm 1611).

authorship /ɔ:θəʃip/ *dt* **1.** nguồn tác giả: *the authorship of this poem is not known* ai là tác giả cuốn sách này hiện chưa được biết **2.** nghề viết sách; tư cách tác giả.

autism /ɔtizəm/ *dt (tâm)* bệnh tự kỷ *(của trẻ em).*

austistic /ɔ:'tistik/ *dt (tâm)* tự kỷ.

auto /'ɔtəʊ/ *dt (snh* **autos**) *(Mỹ, kng)* xe ô tô, xe hơi.

aut[o]- *(dạng kết hợp)* tự: *autobiography* tự truyện; *automatic* tự động.

autobahn /ɔ:təba:n/ *dt* xa lộ *(ở Đức, Áo, Thụy sĩ).*

autobiographic /ɔ:təbaiə'græfik/, **autobiographical** /ɔ:təbaiə'græfikl/ *tt* [thuộc] tự truyện, có tính chất tự truyện.

autobiography /ɔ:təbai'ɒgrəfi/ *dt* tự truyện.

autocracy /ɔ:'tɒkrəsi/ *dt* **1.** chế độ chuyên chế **2.** nước [dưới chế độ] chuyên chế.

autocrat /'ɔ:təkræt/ *dt* người chuyên chế; nhà độc tài.

autocratic /ɔ:tə'krætik/ *tt* chuyên chế.

autocratically /ɔ:tə'krætikli/ *pht* [một cách] chuyên chế.

autocross /'ɔ:təʊkrɒs/ *dt* cuộc đua xe hơi xuyên đất nước.

Autocue /'ɔ:təʊkju:/ *dt (tên riêng)* máy phóng bản phát thanh *(để phát thanh viên đọc mà không cần học thuộc trước).*

autograph[1] /'ɔ:təgra:f, (Mỹ 'ɔ:təgræf/ *dt* **1.** chữ viết kỷ niệm, chữ ký kỷ niệm: *I've got lots of famous footballers' autographs* tôi đã lấy

được khối chữ ký kỷ niệm của các cầu thủ bóng đá nổi tiếng.

autograph[2] /'ɔ:təgra:f, (Mỹ 'ɔ:təgræf/ *dgt* tự viết tay, tự chép tay: *an autographed copy* một bản tự chép tay.

automat /'ɔ:təmæt/ *dt (Mỹ)* quán ăn tự động.

automate /'ɔ:təmæt/ *dgt* tự động hóa.

automata /ɔ:'tɒmətə/ *dt snh* của automaton.

automatic[1] /ɔ:tə'mætik/ *tt* **1.** tự động: *an automatic washing – machine* máy giặt tự động **2.** vô ý thức, máy móc: *for most of us breathing is automatic* đối với phần lớn chúng ta, thở là một hoạt động vô ý thức **3.** kèm theo một cách tất yếu: *a fine for this offence is automatic* sự phạt về tội này là điều tất yếu.

automatic[2] /ɔ:tə'mætik/ *dt* **1.** máy tự động; súng tự động; dụng cụ tự động **2.** xe có bộ truyền động tự động.

automatically /ɔ:tə'mætikli/ *pht* **1.** [một cách] tự động **2.** [một cách] máy móc **3.** [một cách] tất yếu.

automatic pilot /ɔ:təmætik'pailət/ cơ cấu lái tự động *(máy bay, tàu thủy).*

automatic transmission /ɔ:təmætik trænz'miʃn/ *(cơ)* bộ truyền động tự động.

automation /ɔ:tə'meiʃn/ *dt* sự tự động hóa; kỹ thuật tự động.

automaton /ɔ:'tɒmətən, (Mỹ ɔ'tɒmətən)/ *(snh* **automatons, automata**) *dt* người máy *(đen, bóng).*

automobile /'ɔ:təməbi:l, ɔ:təmə'bi:l/ *dt (Mỹ)* xe ô tô, xe hơi.

autonomous /ɔ:'tɒnəməs/ *tt* tự trị: *an alliance of*

autonomous states liên minh các nước tự trị.

autonomy /ɔ:'tɒnəmi/ *dt* sự tự trị.

autopsy /'ɔ:tɒpsi/ *dt (y)* sự mổ xác.

autostrada /'ɔ:təʊstrɑ:də/ *dt* đường cao tốc *(ở Ý)*.

auto-suggestion /,ɔ:təʊ sə-'dʒestʃn/ *dt (tâm)* sự tự kỷ ám thị.

autumn /'ɔ:təm/ *dt (Mỹ* **fall)** mùa thu. // **in the autumn of one's life** *(bóng)* trong thời xế chiều của cuộc đời.

autumnal /ɔ:'tʌmnəl/ *tt* **1.** [thuộc] mùa thu **2.** *(bóng)* [thuộc] buổi xế chiều.

auxiliary¹ /ɔ:g'ziliəri/ *tt* phụ, bổ trợ: *an auxiliary nurse* y tá phụ; *auxiliary troops* quân trợ chiến.

auxiliary² /ɔ:g'ziliəri/ *dt* **1.** kẻ giúp việc, phụ tá **2. aux-iliaries** *(snh)* quân đội nước ngoài chi viện **3.** *(cg* **auxiliary verb)** trợ động từ.

AV /ei'vi:/ *vt* **1.** *(vt của* audio-visual) nghe nhìn **2.** *(vt của* Authorized Version) bản dịch Kinh Thánh được phép *(bản dịch sang tiếng Anh, được vua James I cho phép sử dụng năm 1611).*

avail¹ /ə'veil/ *đgt* **1. avail one-self of something** tranh thủ, lợi dụng: *you must avail yourself of every opportunity to speak English* anh phải tranh thủ mọi cơ hội để nói tiếng Anh **2.** giúp ích, có lợi cho: *what can avail against the storm?* cái gì có thể chống bão được nhỉ? // **avail somebody nothing** *(cũ)* chẳng giúp ích gì cho ai.

avail² /ə'veil/ *dt* **of little (no) avail** ít (không) có ích lợi; ít (không) có hiệu quả: *the advice we got was of no avail* lời khuyên của chúng tôi chẳng có ích lợi gì; **to**

little (no) avail; without avail ít (không) có kết quả, ít (không) thành công: *the doc-tors try everything to keep him alive but to no avail* các bác sĩ đã thử mọi cách cứu sống anh ta, nhưng không có kết quả.

availability /ə,veilə'biləti/ *dt* **1.** khả năng có thể dùng được, khả năng có thể có được **2.** sự rảnh rỗi.

available /ə'veiləbl/ *tt* **1.** có thể dùng được, có thể có được: *you will be informed when the book becomes available* khi nào có sách tôi sẽ báo cho anh biết; *this was the only available room* đây là căn phòng duy nhất có thể có được **2.** rảnh *(để có thể tiếp khách...)*: *I'm available in the afternoon* buổi chiều tôi sẽ rảnh.

avalanche /'ævəlɑ:nʃ, *(Mỹ* 'ævəlæntʃ/ *dt* **1.** tuyết lở **2.** loạt dồn dập, tràng dồn dập, trận "mưa": *an avalanche of questions* một loạt câu hỏi dồn dập; *an avalanche of bullets* một trận mưa đạn, đạn bắn như mưa.

avant-garde¹ /,ævɒŋ'gɑ:d/ *tt* tiên phong: *avant-garde writers* những nhà văn tiên phong; *the avant-garde movement* phong trào tiên phong.

avant-garde² /,ævɒŋ'gɑ:d/ *dt* nhóm người tiên phong: *a member of the avant-garde* thành viên của nhóm tiên phong.

avarice /'ævəris/ *dt* tính hám lợi, lòng tham: *avarice makes rich people want to become even richer* lòng tham làm cho người giàu còn muốn giàu hơn.

avaricious /,ævə'riʃəs/ *tt* hám lợi, tham.

avariciously /,ævə'riʃəsli/ *pht* [một cách] hám lợi; [một cách] tham.

avdp *(vt của* avoirdupois) hệ thống đo lường Anh-Mỹ *(dựa trên đơn vị cân Anh).*

Ave *(vt của* Avenue) đại lộ: *St George's Ave* đại lộ St George.

avenge /ə'vendʒ/ *đgt* trả thù, báo thù: *he avenged his father's murder* anh ta đã báo thù cho cái chết của cha anh. // **avenge oneself on somebody (something)** trả thù, báo thù: *he avenged himself on his father's killers* nó đã trả thù được những kẻ đã giết cha nó.

avenue /'ævənju:, *(Mỹ* 'ævənu:)/ *dt* **1.** đường vào tòa nhà *(thường có trồng cây hai bên)* **2.** *(vt* **Ave)** đại lộ **3.** con đường *(bóng)*: *ave-nue to fame* con đường dẫn tới danh vọng.

aver /ə'vɜ:[r]/ *đgt* **(-rr-)** khẳng định, quả quyết.

average¹ /'ævəridʒ/ *dt* số trung bình; [mức] trung bình: *the average of 4, 5 and 9 is 6* số trung bình của 4, 5 và 9 là 6; *above the average* trên trung bình; *below the average* dưới trung bình; *these marks are well above average* những điểm số này cao hơn mức trung bình. // **the law of averages** *x* law; **on [the] average** trung bình: *we receive 20 letters a day on average* trung bình chúng tôi nhận được mỗi ngày 20 bức thư.

average² /'ævəridʒ/ *tt* trung bình: *the average age of the students is 19* tuổi trung bình của sinh viên là 19; *children of average intelli-gence* những trẻ em ở mức độ thông minh trung bình (bình thường).

A

average³ /'ævəridʒ/ *dgt* **1.** tính trung bình: *I've done some averaging to reach these figures* tôi đã tính trung bình để có những con số này **2.** đạt trung bình là: *the rainfall averages 36 inches a year* lượng mưa hằng năm trung bình là 36 insơ. // **average out [at something]** trung bình là: *meals average out at £5 per head* mỗi bữa ăn trung bình là 5 bảng một người; **average something out [at something]** tính trung bình: *the tax authorities averaged his profit out at £3000 a year over 5 years* nhà đương cục thuế tính mức lợi nhuận trung bình của anh ta là 3000 bảng mỗi năm trong năm năm.

averse /ə'vɜːs/ *tt (vị ngữ)* **averse to something** không thích cái gì, chống lại cái gì: *he seems to be averse to hard work* nó hình như không thích việc nặng.

aversion /ə'və:ʃn, (Mỹ ə'vɜːrʒn)/ *dt* **1.** **aversion to somebody (something)** sự ghét lắm: *I've always had an aversion to getting up early* tôi vốn rất ghét phải dậy sớm **2.** cái mình ghét: *smoking is one of my pet aversion* hút thuốc là một trong những cái tôi ghét nhất.

avert /ə'vɜːt/ *dgt* **1.** quay đi, ngoảnh đi: *avert one's eyes (gaze, glance) from the terrible sight* ngoảnh mặt đi khỏi một cảnh tượng kinh khủng **2.** ngừa, ngăn chặn, tránh: *he managed to avert suspicion* nó xoay xở tránh mọi nghi ngờ.

aviary /'eiviəri, (Mỹ 'eivieri)/ *dt* chuồng chim.

aviation /,eivi'eiʃn/ *dt* **1.** hàng không **2.** công nghiệp hàng không.

aviator /'eivieitə[r]/ *dt (cũ)* phi công.

avid /'ævid/ *tt* (+ **for**) khao khát, nôn nóng: *avid for news of her son* nôn nóng mong tin con trai.

avidity /ə'vidəti/ *dt* sự khao khát, sự nôn nóng.

avidly /'ævidli/ *pht* [một cách] khao khát, [một cách] nôn nóng.

avionics /,eivi'ɒniks/ *dt (dgt số ít)* khoa điện tử hàng không.

avocado /,ævə'kɑːdəʊ/ *dt (thực) (snh* **avocados***)* quả lê tàu.

avoid /ə'vɔid/ *dgt* tránh; ngừa: *to avoid the city centre, turn right here* để tránh trung tâm thành phố, hãy rẽ phải ở đây; *I think he's avoiding me* tôi nghĩ là nó đang tránh tôi; *try to avoid accidents* cố ngừa tai nạn. // **avoid somebody (something) like the plague** *(kng)* tránh như tránh hủi (như tránh tà).

avoidable /ə'vɔidəbl/ *tt* có thể tránh được.

avoidance /ə'vɔidəns/ *dt* sự tránh, sự ngừa: *avoidance of danger* sự tránh nguy hiểm; *tax avoidance* sự tránh thuế *(bằng thủ đoạn hợp pháp).*

avoirdupois /,ævədə'pɔiz/ *dt (vt* **avdp***)* hệ thống đo lường Anh-Mỹ *(dựa trên cơ sở cân Anh)*

avow /ə'vaʊ/ *dgt* nhận; thừa nhận; thú nhận: *avow one's faults* nhận lỗi; *avow oneself [to be] a socialist* tự nhận là người xã hội chủ nghĩa.

avowal /ə'vaʊəl/ *dt* **1.** sự nhận; sự thừa nhận; sự thú nhận **2.** lời thú nhận: *make*

an avowal of his love thú nhận mối tình, nói lời tỏ tình.

avowedly /ə'vaʊidli/ *pht* [một cách] công khai: *avowedly responsible for an error* chịu trách nhiệm công khai về một sai sót.

avuncular /ə'vʌŋkjulə[r]/ *tt* [thuộc] chú bác, giống chú bác: *he adopts an avuncular tone of voice when giving advice to junior colleagues* ông ta lên giọng cha chú khi khuyên bảo các đồng nghiệp nhỏ tuổi hơn.

AWACS /'eiwæks/ *(vt của* airborne warning and control system) hệ thống báo hiệu và kiểm soát trên không: *planes fitted with AWACS* máy bay có trang bị hệ thống báo hiệu và kiểm soát trên không.

await /ə'weit/ *dgt* chờ đợi, chờ: *await results* chờ kết quả; *await instructions* chờ chỉ thị; *a surprise awaited us on our arrival* một sự ngạc nhiên chờ đón chúng tôi lúc chúng tôi tới nơi.

awake¹ /ə'weik/ *dgt* (**awoke; awoken**) **1.** đánh thức; thức dậy: *he awoke the sleeping child* nó đánh thức đứa bé đang ngủ; *she awoke when the nurse entered* chị ta thức dậy khi cô y tá bước vào **2.** *(bóng)* thức tỉnh, làm dấy lên: *the letter awoke old fears* bức thư thức tỉnh những mối sợ hãi cũ. // **awake to something** nhận thức được: *awake to the dangers* nhận thức được nguy hiểm.

awake² /ə'weik/ *tt* **1.** thức, không ngủ: *are the children still awake?* tụi trẻ chưa ngủ à? **2.** **awake to something** nhận ra, nhận thức: *are you fully awake to the danger you're in?* anh có nhận thức đầy đủ về mối nguy hiểm đang gặp phải không?

awaken /ə'weikən/ *dgt* **1.** đánh thức; thức dậy; *I was awakened by the sounds of church bells* tôi bị tiếng chuông nhà thờ đánh thức dậy; *they are making enough noise to awaken the dead* (bóng) họ làm ồn đến mức người chết cũng phải thức dậy **2.** khêu gợi; gợi: *her story awakened our interest* câu chuyện của cô ta gợi sự quan tâm của chúng tôi. // **awaken somebody to something** thức tỉnh: *awaken society to the dangers of drugs* thức tỉnh xã hội làm cho mọi người nhận thức được tai họa của ma túy.

awakening /ə'weikniŋ/ *dt* (số ít) sự nhận thức, sự phát hiện: *the discovery that her husband was unfaithful to her was a rude awakening* sự khám phá ra lòng không chung thủy của chồng là một phát hiện phũ phàng đối với cô.

award¹ /ə'wɔ:d/ *dgt* **1.** trao tặng, trao: *she was awarded a medal for bravery* chị ta được tặng huân chương vì lòng dũng cảm **2.** phạt: *the court awarded him damages for £50,000* tòa phạt hắn phải bồi thường 50.000 bảng.

award² /ə'wɔ:d/ *dt* **1.** sự trao tặng, sự trao: *the award of a scholarship* sự trao học bổng; *an award ceremony* lễ trao phần thưởng **2.** tiền trợ cấp (cho sinh viên...): *Mary is not eligible for an award* Mary không được chọn để lĩnh trợ cấp.

aware /ə'weə[r]/ *tt* **1.** (vị ngữ) nhận biết, biết: *aware of danger; aware that there is danger* biết là có nguy hiểm **2.** thạo tin, quan tâm

đến tình hình: *she's always been a political aware person* bà ta luôn luôn là một người quan tâm đến tình hình chính trị.

awash /ə'wɒʃ/ *tt* bị ngập nước (nước biển): *these rocks are awash at high tide* những tảng đá này bị ngập nước lúc triều lên.

away /ə'wei/ *pht* **1.** xa: *the sea is 2 miles away from the hotel* biển cách xa khách sạn 2 dặm; *the shops are a few minutes' walk away* các cửa hàng chỉ cách vài phút đi bộ; *don't go away* đừng đi xa nhé! **2.** [một cách] liên tục, không ngớt: *they worked away for two days to get it finished* họ làm việc hai tuần không ngớt cho xong việc ấy đi **3.** biến đi, hết đi, cạn đi: *the water boiled away* nước sôi cạn đi; *they danced the night away* họ khiêu vũ thâu đêm **4.** (thể) trên sân đối phương (chơi bóng đá, cricket...): *they're playing away tomorrow* ngày mai họ sẽ chơi trên sân đối phương. // **away with somebody (something)!** vứt đi!, dẹp đi!: *away with all these petty restrictions!* dẹp tất cả các hạn chế lặt vặt ấy đi!; **right straight away (off)** x right².

awe¹ /ɔ:/ *dt* sự kính sợ, sự nể sợ: *my brother was much older and cleverer than me so I always held him in awe* anh tôi nhiều tuổi và thông minh hơn tôi nhiều nên tôi luôn luôn nể sợ anh.

awe² /ɔ:/ *dgt* (thường ở dạng bị động) làm kính sợ: *awed by the solemnity of the occasion* kính sợ không khí trang nghiêm trong dịp đó.

awe-inspiring /'ɔ:in,spaiə-ring/ *tt* đáng kính sợ: *an*

awe-inspiring sight một cảnh đáng kính sợ.

awesome /'ɔ:səm/ *tt* đáng kính sợ: *his strength was awesome* sức mạnh của anh ta thật đáng kính sợ.

awe-stricken /'ɔ:strikən/, **awe-struck** /'ɔ:strʌk/ *tt* đột nhiên kính sợ.

awful /'ɔ:fl/ *tt* **1.** đáng sợ; khủng khiếp: *an awful accident* một tai nạn đáng sợ **2.** (kng) dễ sợ, tồi tệ: *what awful weather!* thời tiết tệ thật!; *the film was awful* bộ phim dở tệ **3.** (vị ngữ) (kng) rất lớn: *that's an awful lot of money!* thật là một lô tiền rất lớn!; *I'm in a awful hurry to get to the bank* tôi đang rất vội đến ngân hàng.

awfully /'ɔ:fəli/ *pht* (kng) rất, rất nhiều: *awfully hot* rất nóng; *thanks awfully for the present!* cảm ơn rất nhiều về món quà!

awhile /ə'wail, (Mỹ ə'hwail)/ *pht* một lát, một chốc: *stay awhile* ở lại một lát.

awkward /'ɔ:kwəd/ *tt* **1.** bất tiện: *it's an awkward door, you have to bend down to go through it* thật là một cái cửa bất tiện, đi qua phải cúi người xuống **2.** gây khó khăn, rầy rà: *you've put me in a very awkward position* anh đã đặt tôi vào một tình thế rầy rà khó xử **3.** vụng về: *I was always an awkward dancer* tôi xưa nay vốn một người khiêu vũ vụng về **4.** lúng túng: *I realized they want to be alone together so I felt very awkward* tôi nhận ra là họ muốn ở riêng với nhau, nên tôi cảm thấy rất lúng túng. // **the awkward age** tuổi mới lớn (bước vào đời một cách chưa tự tin); **an awkward customer** người nguy hiểm, con vật nguy hiểm.

awkwardly /'ɔkwədli/ *pht* **1.** [một cách] vụng về **2.** [một cách] lúng túng.

awkwardness /'ɔ:kwədnis/ *dt* **1.** sự bất tiện **2.** sự rầy rà **3.** sự vụng về **4.** sự lúng túng.

awl /ɔ:l/ *dt* cái giùi.

awning /'ɔ:niŋ/ mái hắt (ở trên cửa, cửa sổ).

awoke /ə'wəʊk/ *qk* của awake.

awoken /ə'wəʊkən/ *đttqk* của awake.

AWOL /'eiwɒl/ (*vt* của absent without leave) vắng mặt không có phép.

awry[1] /ə'rai/ *pht* **1.** xiên, lệch: *look awry* nhìn xiên, lé nhìn **2.** hỏng, thất bại: *go (run; tread) awry* hỏng, thất bại.

awry[2] /ə'rai/ *tt (vị ngữ)* xiên, lệch; xộc xệch: *her clothes were all awry* quần áo chị ta thật xộc xệch.

axe[1] (*Mỹ cg* ax) /æks/ *dt* cái rìu. // **get the axe** bị sa thải, bị đuổi: *a lot of people in shipbuilding will get the axe* khối người trong ngành đóng tàu sẽ bị thải hồi; **have an axe to grind** có một lý do cá nhân: *she's only doing it out of kindness, she's got no particular axe to grind* cô ta làm việc đó vì lòng tốt, không hề có một lý do cá nhân nào cả.

axe[2] (*Mỹ cg* ax) /æks/ *dgt* **1.** bớt đi (*việc, người*), đuổi đi (*người*): *his job has been axed* chỗ làm việc của anh ta bị xúp đi (anh ta bị đuổi việc) **2.** giảm mạnh (*chi phí...*).

axiom /'æksiəm/ *dt* sự thật đương nhiên; tiên đề.

axiomatic /,æsiə'mætik/ *tt* [thuộc] tiên đề; hiển nhiên, tự nó đã đúng.

axes /'æksi:z/ *dt snh* của axis.

axis /'æksis/ *dt (snh* **axes**) **1.** trục: *the earth's axis* trục trái đất; *rotation axis* trục quay; *symmetry axe* trục đối xứng **2.** (*chính*) **the Axis** Trục Berlin-Rôma-Tokyo.

axle /'æksl/ *dt (kỹ)* trục xe.

ayatollah /,aiə'tɒlə/ *dt* lãnh tụ Hồi giáo, giáo chủ (*đạo Hồi ở Iran*): *Ayatollah Khomeini* Giáo chủ Khomini.

aye[1] (*cg* ay) /ai/ *tht* (*cổ hoặc đph*) vâng: *aye, aye, sir!* rõ thưa ngài!

aye[2] (*cg* ay) *dt* (*thường snh*) phiếu thuận. // **the ayes have it** phiếu thuận chiếm đa số.

azalea /ə'zeiliə/ *dt* (*thực*) cây lệ quyên (*họ đỗ quyên*).

azimuth /'æziməθ/ *dt* **1.** (*thiên*) phương vị **2.** góc phương vị: *magnetic azimuth* góc phương vị từ.

azure /'æʒə[r], 'æzjʊə[r]/ *dt* màu xanh da trời: *a dress of azure silk* chiếc áo bằng lụa màu xanh da trời.

B¹, b¹ /bi:/ *dt* (*snh* B's, b's /bi:z/) **1.** B, b: *there are three b's in bubble* trong bubble có ba con chữ b **2.** (*nhạc*) xi **3.** điểm bình: *get a B for (in) English* được điểm bình về tiếng Anh.

B² /bi:/ *vt* (*nói về độ đen và độ mềm của ruột bút chì*) *a 2B pencil* bút chì 2B.

B³ /bi:/ (*ký hiệu*) phụ (*đường đi*): *the B 1224 to York* con đường phụ B 1224 dẫn đến York.

b² (*vt của* born) sinh: *Emily Jane Clifton b 1800* Emily Jane Clifton sinh năm 1800.

BA /,bi:'ei:/ *vt* **1.** (*Mỹ* AB) (*vt của* Bachelor of Arts) cử nhân khoa học xã hội và nhân văn: *have a BA in history* có bằng cử nhân sử học **2.** (*vt của* British Airway) hàng không Anh: *flight BA 430 to Rome* chuyến bay 430 của hãng hàng không Anh đi Roma.

baa¹ /ba:/ *dt* tiếng be be (*của cừu*).

baa² /ba:/ *dgt* (**baaed** hoặc **baa'd**) kêu be be (*cừu*).

baa'd /ba:d/ *qk của* baa.

babble /'bæbl/ *dgt* **1.** nói lúng búng, nói lắp bắp: *stop babbling and speak more slowly* thôi đừng có lắp bắp nữa và hãy nói chậm hơn; *tourists babbling [away] in a foreign language* các nhà du lịch lắp bắp tiếng nước ngoài **2.** nói lung tung: *what is he babbling [on] about?* nó đang nói lung tung về chuyện gì thế? **3.** róc rách (*dòng nước chảy*).

babbler /'bæblə[r]/ *dt* **1.** tiếng lắp bắp **2.** tiếng róc rách.

babe /beib/ *dt* **1.** (*cổ*) em bé **2.** (*Mỹ, lóng*) người phụ nữ trẻ. // **a babe in arms** a/ trẻ còn ẳm ngửa b/ người ngây thơ, người khờ dại; **out of the mouths of babes and sucklings** *x* mouth¹.

babel /'beibl/ *dt* (*số ít*) cảnh ồn ào lộn xộn: *a babel of voices in the busy market* cảnh ồn ào lộn xộn trong khu chợ tấp nập.

baboon /bə'bu:n/, (*Mỹ* bæ'bu:n/) *dt* (*động*) khỉ đầu chó.

baby¹ /'beibi/ *dt* **1.** em bé; con vật con: *both mother and baby are doing well* cả mẹ và bé đều khỏe mạnh; *a baby boy* em bé trai; *a baby girl* em bé gái; *a baby crocodile* con cá sấu con **2.** (*kng*) người bé nhất, người trẻ nhất (*trong một nhóm, trong gia đình*): *he's the baby of the team* nó là người trẻ nhất trong đội **3.** người ngây thơ nhút nhát, trẻ con: *stop crying and don't be such a baby* nín đi, đừng có trẻ con như thế nữa **4.** (*Mỹ, lóng*) thiếu nữ, cô nàng **5.** (*Mỹ, lóng*) người **6.** (*thngữ*) nhỏ con; *a baby car* chiếc xe con. // **be one's baby** (*kng*) là việc của ai (*và người đó phải lo đến*): *it's your baby* đó là việc của anh; **leave somebody holding the baby** *x* leave¹; **smooth as a baby's bottom** *x* smooth¹; **start a baby** *x* start²; **throw the baby out with the bath water** vứt luôn cả cái quý giá đang cần.

baby² /'beibi/ *dgt* (**babied**) đối xử (*với ai*) như nói với trẻ con, nuông chiều: *don't baby him* đừng có nuông chiều nó.

baby buggy /'beibibʌgi/ (*Mỹ*) *nh* pram.

baby carriage /'beibikæridʒ/ (*Mỹ*) *nh* pram.

baby-faced /'beibifeist/ có mặt phúng phính như trẻ con.

baby grand /,beibi'grænd/ đàn pianô cánh loại nhỏ.

babyhood /'beibihʊd/ *dt* **1.** sự thơ ấu **2.** thời thơ ấu.

babyish /'beibiiʃ/ *tt* trẻ con, ấu trĩ.

baby-minder /'beibimaində[r]/ *dt* người cho gửi trẻ (*thời gian dài*).

baby-sat /'beibisæt/ *qk của* baby-sit.

baby-sit /'beibisit/ *dgt* (**-tt-**) (*qk* **baby-sat**) giữ trẻ: *she regularly baby-sits for us* chị ta giữ trẻ thường xuyên cho chúng tôi.

baby-sitter /'beibisitə[r]/ *dt* (*kng*) (*cg* **sitter**) người giữ trẻ.

baby-sitting /'beibisitiŋ/ *dt* sự giữ trẻ.

baby-snatcher /'beibi snætʃə[r]/ *dt* mẹ mìn.

baby-talk /'beibitɔ:k/ *dt* tiếng bi bô (*của trẻ em*).

baby tooth /'beibitu:θ/ (*Mỹ*) *nh* milk tooth.

baccalaureate /,bækə'lɔ:riət/ *dt* bằng tú tài (*ở Pháp và một số trường quốc tế*).

baccarat /'bækəra:/ *dt* bài bacara.

bacchanal /'bækənl/ *dt* (*snh* **bacchanals, baccanalia**) (*cũ*) cuộc chè chén say sưa ồn ào.

bacchanalia /,bækə'neiliə/ dt snh của bacchanal.

bacchanalian /,bækə'neiliən/ tt chè chén say sưa ồn ào: *bacchanalian revels* những cuộc vui chơi say sưa ồn ào.

baccy /'bæki/ dt (Anh, kng) thuốc lá.

bachelor /'bætʃələ[r]/ dt **1.** người chưa vợ, người độc thân: *he remained a bachelor all his life* suốt đời anh ta sống độc thân; *a bachelor girl* một cô gái độc thân; *a bachelor flat* một căn hộ độc thân **2.** [người đậu bằng] cử nhân: *Bachelor of Arts* cử nhân khoa học xã hội và nhân văn; *Bachelor of Science* cử nhân khoa học.

bacilli /bə'silai/ dt snh của bacillus.

bacillus /bə'siləs/ dt (sinh) trực khuẩn.

back¹ /bæk/ dt **1.** lưng: *she was carrying the baby on her back* chị ta đeo con sau lưng; *fasten the saddle on the horse's back* thắng yên lên lưng ngựa; *the back of a seat* lưng ghế **2.** phía sau; mặt sau: *sit at the back of the aircraft* ngồi ở phía sau máy bay; *the back of the house looks out on the river* mặt sau nhà nhìn ra sông **3.** sống (dao); mu (bàn tay), gáy (sách): *you can't cut with the back of the knife* bạn không thể cắt bằng sống dao; *the back of one's hand* mu bàn tay **4.** (thể) hậu vệ. // **at the back of one's mind** trong tiềm thức; trong ký ức: *at the back of his mind was the vague idea that he had met her before* trong ký ức của anh ta có một ý niệm mơ hồ là anh đã gặp cô ta trước đây, anh ta nhớ mang máng là đã gặp cô ta trước đây; **the back of**

beyond nơi hoang vắng xa xôi: *they live somewhere at the back of beyond* họ sống ở một nơi hoang vắng xa xôi đâu đó; **back to back** đâu lưng vào nhau: *stand back to back and let's see who's taller* đâu lưng vào nhau xem ai cao hơn; **back to front** lộn sau ra trước: *your pullover is on back to front* áo len chui đầu của bạn mặc lộn sau ra trước rồi; **be glad... to see the back of somebody (something)** thoát nợ; **behind somebody's back** sau lưng ai: *they say nasty things about him behind his back* họ nói nhiều điều bỉ ổi về anh ta sau lưng anh ta; **be on somebody's back** quấy rầy gây trở ngại cho ai; **break one's back [to do something]** nai lưng ra mà làm gì; **break the back of something** hoàn thành phần chủ yếu của việc gì; **get (put) somebody's back up** làm cho ai nổi giận; **get off somebody's back** (kng) thôi quấy rầy ai, thôi cản trở ai; **have eyes in the back of one's head** x eye¹; **have one's back to the wall** bị dồn vào chân tường; **know somebody like the back of one's hand** x know; **make a rod for one's own back** x rod; **a pat on the back** x pat³; **pat somebody on the back** x pat²; **put one's back into something** làm việc gì hết sức mình; **a stab in the back** x stab²; **turn one's back on somebody (something)** quay lưng lại, bỏ rơi: *he turned his back on his family when he became famous* một khi đã nổi tiếng, ông ta quay lưng lại với gia đình; **you scratch my back and I'll scratch yours** x scratch¹.

back² /bæk/ tt (thường dùng làm thngữ hay trong từ ghép, không dùng ở dạng so sánh) **1.** sau, hậu: *a back door* cửa hậu; *a back garden*

vườn sau nhà **2.** cũ, đã qua: *back issues of a magazine* số tạp chí cũ **3.** còn nợ lại: *back taxes* tiền thuế còn nợ lại **4.** (ngôn) *back vowels* nguyên âm lưỡi sau. // **put something on the back burner** (kng) gác lại sau sẽ làm; **by (through) the back door** đi cửa hậu (không dường đường chính chính).

back³ /bæk/ pht **1.** ở phía sau; lùi lại: *stand back to allow the procession to pass* đứng lùi lại để đám rước đi qua; *you've combed your hair back* anh đã chải tóc ngược ra sau; *the house stands back from the road* ngôi nhà ở xa đường **2.** chặn lại; kìm lại: *he could no longer hold back his tears* anh ta không còn kìm được nước mắt nữa; *the barriers failed to keep (hold) the crowds back* rào chắn không chặn nổi đám đông **3.** trở lại: *put the book back on the shelf* để trở lại cuốn sách lên kệ; *my aunt is just back from Paris* cô tôi vừa mới từ Paris trở về; *it takes me an hour to walk there and back* tôi phải mất một tiếng để đi đến đó và trở về; *the party expects to be back in power after the election* đảng mong sẽ trở lại cầm quyền sau cuộc bầu cử **4.** trước đây, trong quá khứ: *that was a few years back* chuyện đó cách đây vài năm; *back in the Middle Agres* thời Trung đại trước đây **5.** [trở] lại: *if he kicks me, I'll kick him back* nếu nó đánh tôi, tôi sẽ đánh lại nó; *she smiled at him and he smiled back* nàng mỉm cười với anh và anh mỉm cười lại. // **back and forth** tới lui: *pace back and forth* đi tới đi lui; [in] **back of something** (Mỹ, kng) ở phía sau: *the houses back* *of the church* những ngôi nhà sau nhà thờ.

back⁴ /bæk/ *đgt* **1.** lùi; lùi lại: *back a car into the garage* lùi xe vào nhà xe **2.** (+ on, onto) quay lưng: *our house backs on (onto) the river* nhà chúng tôi quay lưng về phía sông **3.** ủng hộ: *he's the candidate who is backed by the Labour Party* ông ta là ứng cử viên được Đảng lao động ủng hộ **4.** tài trợ: *who is backing the film?* ai tài trợ bộ phim thế? **5.** đánh cá, đánh cược: *I back four horses but won nothing* tôi đánh cá bốn con ngựa mà chẳng con nào thắng cả **6.** (+ with) bọc mặt sau: *the photograph was backed with cardboard* bức ảnh được bọc một tấm bìa cứng ở mặt sau **7.** ký vào mặt sau *(một ngân phiếu) (để bảo đảm)*, ký hậu **8.** đổi hướng dần dần theo ngược chiều kim đồng hồ *(gió)*. // **back the wrong horse** ủng hộ người thua *(trong một cuộc đua)*.

back away from somebody (something) lùi *(vì sợ hãi hay không thích)*: *the child backed away from the big dog* cậu bé lùi xa con chó to lớn; **back down** *(Mỹ* **back off)** chịu thua, thôi đòi hỏi: *he proved that he was right and his critics had to back down* anh ta chứng minh là mình đúng và các người chỉ trích anh đều phải chịu thua; **back out [of something]** nuốt lời: *back out of a bargain* thỏa thuận xong xuôi rồi lại nuốt lời; **back up** *(Mỹ)* lùi, lùi lại: *you can back up another two yards* anh có thể lùi lại hai thước [Anh] nữa; **back somebody (something) up** ủng hộ; động viên: *if I tell the police I was with you that day, will you back up my story (back*

me up)? nếu tôi khai với cảnh sát là hôm đó tôi ở với anh thì anh có làm chứng cho lời khai của tôi không? (có ủng hộ tôi không?); **back something up** *(máy điện toán)* lập lại bản sao *(một chương trình) (khi bản gốc bị thất lạc...)*.

backache /'bækeik/ *dt* đau lưng.

back-bench /ˌbæk'bentʃ/ *dt* hàng ghế sau *(dành cho nghị viên không có chức vị trong chính phủ, không thuộc phe đối lập)*.

back-bencher /ˌbæk'bentʃə[r]/ *dt* nghị viên [ngồi] hàng ghế sau (x back-bench).

backbite /'bækbait/ *đgt* **(backbitten)** *(thường dùng ở thì tiếp diễn)* nói xấu sau lưng.

backbiter /'bækbaitə[r]/ *dt* kẻ nói xấu sau lưng.

backbiting /'bækbaitiŋ/ *dt* sự nói xấu sau lưng.

backbitten /'bækbitn/ *qk và đttqk của* backbite.

backbone /'bækbəʊn/ *dt* **1.** xương sống **2.** *(bóng)* cột trụ: *he is the backbone of the football team* anh ta là cột trụ của đội bóng **3.** nghị lực, sự kiên trì: *he has no backbone* anh ta thiếu nghị lực. // **to the backbone** hoàn toàn: *he is an Englishman to the backbone* ông ta là một người Anh hoàn toàn *(chính cống)*.

back-breaking /'bæk breikiŋ/ *tt* làm mệt nhoài, làm sụn lưng *(công việc)*.

backchat /'bæk'tʃæt/ *dt* *(kng) (Mỹ* **back talk)** lời cãi lại: *I want none of your backchat!* tôi không muốn anh cãi lại tôi!

backcloth /'bækklɒθ/ *dt (cg* **backdrop)** phông *(sân khấu)*.

backcomb /'bækkəʊm/ *đgt (cg* **tease)** chải ngược cho bồng lên *(tóc)*.

backdate /'bækdeit/ *đgt* có hiệu lực lùi lại: *a pay increase awarded in June and backdate to 1 May* tăng lương quyết định trong tháng 6 và có hiệu lực lùi lại từ ngày 1 tháng 5.

backdrop /'bækdrɒp/ *dt nh* backcloth.

backer /'bækə[r]/ *dt* **1.** người tài trợ **2.** người đánh cá.

backfire /'bækfaiə[r]/ *đgt* **1.** *(kỹ)* nổ sớm, cưới lửa *(động cơ đốt trong)* **2.** (+ on) gây kết quả không mong đợi: *the plot backfired on the terrorist when the bomb exploded too soon* mưu đồ của tên khủng bố đã đi tới kết quả không mong đợi vì quả bom đã nổ quá sớm.

back-formation /'bæk fɔː-'meiʃn/ *dt* [phương thức tạo] từ tưởng như có nguồn gốc ngược lại *(ví dụ* televise *có gốc từ* television).

backgammon /'bækgæmən/ *dt* cờ tào cáo.

background /'bækgraʊnd/ *dt* **1.** nền: *the mountain forms a background to this photograph of the family* núi làm thành nền cho bức ảnh gia đình này **2.** hậu trường: *she has a lot of power, but likes to remain in the background* bà ta có khối quyền hành, nhưng thích ở hậu trường **3.** bối cảnh: *these political developments should be seen against a background of increasing East-West tension* tình hình phát triển chính trị này phải được xem xét trong bối cảnh căng thẳng ngày càng tăng giữa Đông và Tây **4.** xuất thân: *he has a working-class background* anh ta xuất thân từ giai cấp lao động.

backhand /'bækhænd/ *dt (thể)* cú rơ ve, quả tạt.

backhanded /ˌbæk'hændid/ *tt (thể)* **1.** chơi sấp tay *(cú đánh)* **2.** không thẳng thắn: *a backhanded compliment* lời khen không thẳng thắn, lời khen châm biếm.

backhander /'bækhændə[r]/ *dt (lóng)* vật lót tay, của đút.

backing /'bækiŋ/ *dt* **1.** sự giúp đỡ, sự ủng hộ **2.** nhóm người ủng hộ: *the new leader has a large backing* lãnh tụ mới có một nhóm người ủng hộ đông đảo **3.** chất bồi *(bồi bức tranh...)* **4.** *(thường số ít)* nhạc đệm cho ca sĩ *(nhạc pop)*: *a backing group* nhóm nhạc đệm.

backlash /'bæklæʃ/ *dt* [sự] phản ứng dữ dội.

backless /'bæklis/ *tt* xẻ lưng sâu *(áo)*.

backlist /'bæklist/ *dt* danh mục sách đang in.

backlog /'bæklɒg/ *dt (thường số ít)* sự tồn đọng: *a backlog of work* công việc còn tồn đọng.

back number /ˌbæk'nʌmbə[r]/ số cũ *(tạp chí)*.

backpack /'bækpæk/ *dt (Mỹ)* cái ba lô *(cg* **rucksack**).

backpacker /'bækpækə[r]/ *dt* người mang ba lô.

backpacking /'bækpækiŋ/ *dt* sự mang ba lô.

backpedal /ˌbæk'pedl/ *dgt* (-ll-, *Mỹ* -l-) **1.** đạp ngược lại *(xe đạp)* **2.** *(kng)* rút lại lời hứa, rút lại lời đã tuyên bố: *the government are backpedalling on their election promises* chính phủ đã rút lại lời hứa lúc tuyển cử.

backrest /'bækrest/ *dt* cái tựa lưng *(ở ghế...)*.

backroad /'bækrəʊd/ *dt (Mỹ) nh* by-road.

backroom boys /ˌbækrum 'bɔiz/ *dt (Anh, kng)* những người làm việc thầm lặng *(nhà khoa học, nhà nghiên cứu...)*.

back seat /ˌbæk'si:t/ *dt* ghế sau *(ở xe ôtô...)*. // **take a back seat** *(bóng)* nhún nhường.

back-seat driver /ˌbæksi:t-'draivə[r]/ *(xấu)* hành khách thích khuyên bảo người lái cách lái xe.

backside /'bæksaid/ *dt* mông đít.

backslid /'bækslid/ *qk* và *dttqk* của backslide.

backslide /'bækslaid/ *dgt* (**backslid**) tái phạm, lại sa ngã.

backsliding /'bækslaidiŋ/ *dt* sự tái phạm, sự lại sa ngã.

backscratcher /'bækskrætʃə[r]/ *dt* que [tự] gãi lưng.

backspace /'bækspeis/ *dgt* bấm lùi lại *(khi đánh máy)*.

backstage /ˌbæk'steidʒ/ *dt* hậu trường *(đen, bóng)*: *I was taken backstage to meet the actors* tôi được đưa vào hậu trường để gặp các diễn viên; *I like to know what really goes on backstage in government* tôi muốn biết cái gì thực sự đã diễn ra tại hậu trường chính phủ.

backstairs /'bæksteəz/ *tt* lén lút, bí mật.

back street /ˌbæk stri:t/ phố lẻ.

backstroke /'bækstrəʊk/ *dt* kiểu bơi ngửa.

back talk /ˌbæk tɔ:k/ *nh (Mỹ) nh* backchat.

backtrack /'bæktræk/ *dgt* **1.** quay về theo lối cũ **2.** rút lui *(ý kiến...)*.

back-up /'bækʌp/ *dt* **1.** sự ủng hộ, sự hỗ trợ: *the police*

had military back up cảnh sát có sự hỗ trợ của quân đội **2.** *(máy diện toán)* bản sao dự phòng.

backward /'bækwəd/ *tt* **1.** về phía sau: *a backward glance* cái liếc nhìn về phía sau **2.** chậm phát triển; lạc hậu: *a backward country* một nước lạc hậu; *a backward child* đứa bé chậm phát triển **3.** *(vị ngữ)* (+ in) ngần ngại; rụt rè: *John is very clever but rather backward in expressing his ideas* John rất thông minh nhưng hơi rụt rè khi phát biểu ý kiến của mình.

backwardness /'bækwədnis/ *dt* **1.** tình trạng chậm phát triển, sự lạc hậu **2.** sự ngần ngại, sự rụt rè.

backwards /'bækwədz/ *(cg* **backward**) *pht* **1.** về phía sau: *he looked backwards over his shoulder* nó ngoái lại nhìn ra phía sau **2.** ngược, lùi: *the word "star" is "rats" backwards* từ "star" là dạng ngược của từ "rats" **3.** thụt lùi: *instead of making progress, my work actually seems to be going backwards* thay vì tiến lên, công việc của tôi hiện nay có vẻ như đang thụt lùi. // **backward[s] and foreward[s]** xuôi ngược; tới lui; **bend (lean) over backwards [to do something]** nỗ lực, ra sức *(làm gì)*; **know something backwards** *x* know.

backwash /'bækwɒʃ/ *dt* **1.** nước cuộn ngược *(sau đuôi tàu)* **2.** hậu quả *(thường là không hay)*: *the backwash effect of the war years* hậu quả tai hại của những năm chiến tranh.

backwater /'bækwɔ:tə[r]/ *dt* **1.** chỗ nước đọng *(ở bờ sông)* **2.** *(bóng)* nơi ao tù nước đọng: *I find this town too much of a backwater* tôi thấy thành phố này quả là một nơi ao tù nước đọng.

backwoods /'bækwʊdz/ *dt* **1**. đất rừng chưa khai phá **2**. vùng xa xôi hẻo lánh **3**. vùng lạc hậu.

backwoodsman /'bæk-wʊdzmən/ *dt* (*snh* **backwoodsmen** /'bækwʊdzmən/) **1**. người sống ở rừng núi xa xôi **2**. (*Anh, kng*) thượng nghị viên sống chết dí ở nông thôn ít khi dự họp nghị viện.

backyard /bækjɑ:d/ *dt* (*cg* **yard**) **1**. (*Anh*) sân sau **2**. (*Mỹ*) khu nhà sau. // **in one's own backyard** ở ngay trong tổ chức của chúng ta.

bacon /'beikən/ *dt* thịt lưng lợn muối (xông khói), thịt hông lợn muối (xông khói): *we had bacon and eggs for breakfast* chúng tôi có món thịt lợn muối bác trứng để ăn sáng. // **bring home the bacon** *x* home³; **save somebody's bacon** *x* save¹.

bacteria /bæk'tiəriə/ *dt snh* (*số ít* bacterium) vi khuẩn.

bacterial /bæk'tiəriəl/ *tt* [thuộc] vi khuẩn; do vi khuẩn: *a bacterial infection* sự nhiễm [vi] khuẩn.

bacteriologist /bæk,tiəri-'ɒlədʒist/ *dt* nhà vi khuẩn học.

bacterium /bæk'tiəriəm/ *dt* (*số ít của*) bacteria.

bad¹ /bæd/ *tt* (**worse; worst**) **1**. xấu, tồi, dở, kém: *bad weather* thời tiết xấu; *bad man* con người xấu; *bad eyesight* thị lực kém; *a bad poet* nhà thơ tồi **2**. ác, bất lương: *bad action* hành động bất lương **3**. có hại cho, nguy hiểm cho: *be bad for health* có hại cho sức khoẻ **4**. nặng, trầm trọng: *have a bad cold* bị cảm nặng; *bad blunder* sai lầm trầm trọng **5**. ươn, thiu, thối,

hỏng: *bad fish* cá ươn; *go bad* ươn, thiu, thối, hỏng **6**. khó chịu: *bad smell* mùi khó chịu; *feel bad* cảm thấy khó chịu. // **go from bad to worse** ngày càng xấu hơn, ngày càng tệ hơn; **[be (get)] in bad [with somebody]** (*Mỹ, kng*) không ưa ai, không thích ai; **not bad** khá tốt, được: *that was not bad for a first attempt* lần đầu thử mà như vậy là được đấy; **too bad** a/ đáng tiếc: *it's too bad you can't come to the party* đáng tiếc là anh đã không đến dự tiệc được b/ không may: *"my share is too small" "too bad! it's all you're going to get?"* "phần của tôi quá nhỏ" "thật đáng tiếc, anh chỉ được có ngần ấy thôi".

bad² /bæd/ *pht* (*Mỹ, kng*) rất nhiều, dữ, nặng: *that's what I want, and I want it bad* đó là điều tôi muốn và tôi rất cần nó; *are you hurt bad?* anh bị thương có nặng không?

bad³ /bæd/ *dt* **the bad** cái xấu; vận rủi. // **go to the bad** sa đọa; **take the bad with the good** chấp nhận cả cái may lẫn cái không may; **to the bad** bị thiệt, bị lỗ: *I am £500 to the bad* tôi bị thiệt 500 bảng Anh.

bad debt /,bæd'debt/ món nợ khó đòi.

baddy; baddie /'bædi/ *dt* kẻ xấu, người ác (*trong tiểu thuyết, trong phim*).

bade /bæd, beid/ *qk của* bid¹.

badge /bædʒ/ *dt* **1**. huy hiệu, phù hiệu: *a cap badge* huy hiệu ở mũ (*của quân nhân...*) **2**. biểu tượng: *chains are a badge of slavery* xiềng xích là biểu tượng của sự nô lệ.

badger¹ /'bædʒə[r]/ *dt* (*động*) con lửng.

badger² /'bædʒə[r]/ *dgt* quấy rầy, mè nheo: *the children badgered me into taking them to the cinema* tụi trẻ mè nheo tôi cho chúng đi xem chiếu bóng.

badinage /'bædinɑ:ʒ/ *dt* (*tiếng Pháp*) sự đùa cợt, sự bông lơn.

bad lands /'bædlændz/ (*Mỹ*) vùng đất đai cằn cỗi.

bad language /,bæd 'læŋgwidʒ/ từ ngữ tục tĩu.

badly /'bædli/ *pht* (**worse; worst**) **1**. [một cách] xấu, [một cách] tồi **2**. [một cách] nặng: *badly wounded* bị thương nặng **3**. lắm, rất: *want something badly* rất cần cái gì.

badly-off /,bædlɪɒf/ *tt* (**worse-off; worst-off**) **1**. nghèo: *they are too badly-off to have a holiday* họ nghèo đến nỗi không có tiền đi nghỉ **2**. (+for) thiếu: *the school is rather badly-off for equipment* nhà trường hơi thiếu thiết bị.

badminton /'bædmintən/ *dt* cầu lông.

bad-mouth /'bædmaʊð/ *dgt* (*Mỹ, lóng*) nói ác khẩu (*về ai*).

badness /'bædnis/ *dt* **1**. sự xấu, sự tồi **2**. tính ác.

bad-tempered /,bædtem-pəd/ *tt* bẩn tính, dễ nổi nóng.

baffle¹ /'bæfl/ *dgt* **1**. làm rối lên: *one of the exam questions baffled me completely* một trong các câu hỏi thi làm tôi rối lên **2**. làm hỏng, làm thất bại: *she baffled all our attempts to find her* cô ta đã làm thất bại mọi cố gắng của chúng tôi nhằm tìm cô.

baffle² /'bæfl/ *dt* van điều chỉnh (*âm thanh, ánh sáng*).

BAFTA /'bæftə/ (vt của British Academy of Film and Television Arts) Viện hàn lâm nghệ thuật phim và truyền hình Anh; *BAFTA awards* giải thưởng Viện hàn lâm nghệ thuật phim và truyền hình Anh.

bag¹ /bæg/ dt **1.** bao, túi, bị, xắc: *a shopping bag* giỏ đi mua sắm; *a paper bag* cái túi bằng giấy; *a handbag* túi xách tay; *two bags of coal* hai túi than *(lượng chứa)*; *bags under the eyes* nếp nhăn hình túi dưới con mắt *(do thiếu ngủ...)* **2.** mẻ săn **3.** *(xấu, kng)* con mụ bẳn tính, con mụ mặt nhăn như bị. // **bag and baggage** cùng với tất cả đồ đạc: *they threw her out of the house bag and baggage* chúng nó ném chị ta ra khỏi nhà với tất cả đồ đạc của chị; **a bag of bones** người gầy giơ xương, con vật gầy giơ xương; **be in the bag** *(kng)* cầm chắc trong tay *(kết quả...)*: *her re-election is in the bag* việc bà ta được bầu lại là điều cầm chắc trong tay; **pack one's bag** x pack²; **the whole bag of tricks** x whole¹.

bag² /bæg/ dgt **(-gg-) 1.** bỏ vào bao, bỏ vào túi: *bag up rice* bỏ gạo vào bao **2.** săn được: *they bagged nothing except a couple of rabbits* họ chẳng săn được gì ngoài hai con thỏ **3.** *(kng)* cầm nhầm: *who's bagged my matches?* ai cầm nhầm bao diêm của tôi?; *try to bag an empty table* cố tìm cho được một cái bàn trống *(trong một cửa hàng ăn đông khách...)* **4.** lùng thùng, chùng xuống *(trông như cái túi vải)*: *trousers that bag at the knee* quần lùng thùng ở đầu gối. // **Bags I** *(tiếng trẻ em)* để tớ *(không phải cậu)*: *Bags I the biggest one!*

để tớ cái lớn nhất; *Bags I sleep in the bathroom!* để tớ ngủ trong buồng tắm!

bagatelle /'bægətel/ dt **1.** trò chơi luồn bi *(gần giống bi-a)* **2.** *(nhạc)* khúc bagaten **3.** cái chẳng là bao: *it cost about £25, a mere bagatelle for someone as rich as her* cái đó giá khoảng 25 bảng, có đáng là bao đối với một người giàu như bà ta.

bagel /'beigl/ dt bánh mì vòng.

baggage /'bægidʒ/ dt **1.** hành lý **2.** *(quân)* trang bị mang theo *(như lều, giường...)* **3.** *(cũ, đùa)* cô gái vô tích sự **4.** *(kng)* chị phụ nữ khó chịu.

baggage car /'bægidʒkɑ:[r]/ *(Mỹ)* nh luggage van.

baggage room /'bægidʒru:m/ *(Mỹ)* nh left-luggage office.

baggy /'bægi/ tt **(-ier; -iest)** rộng lùng thùng: *his trousers were baggy at the knees* quần nó ở chỗ đầu gối rộng lùng thùng.

bagpipes /'bægpaips/ dt snh *(cg pipes)* kèn túi *(của dân Ê-cốt)*.

bags¹ /bægz/ dt *(kng)* quần *(thường chỉ loại quần rộng thùng thình)*.

bags² /bægz/ dt *(kng)* (+ of) nhiều, khối: *don't worry about money, I've got bags of money* đừng lo về chuyện tiền nong, tớ có khối đây này.

bah /bɑ:/ pht ô hay!; chà!

bail¹ /beil/ dt *(luật)* **1.** tiền bảo lãnh tại ngoại **2.** sự bảo lãnh tại ngoại: *the magistrate granted (refused) him bail* quan tòa cho phép (không cho) bảo lãnh ông ta. // **jump bail** x jump²; **go (stand) bail** đóng tiền bảo lãnh *(cho ai tại ngoại)*; **[out]**

on bail được tại ngoại sau khi đóng tiền bảo lãnh.

bail² /beil/ dgt **bail somebody out** a/ đóng tiền bảo lãnh cho ai được tại ngoại b/ *(kng)* cứu ai khỏi khó khăn *(nhất là khó khăn về tài chính)*.

bail³ *(cg bale)* /beil/ dgt **bail [out], bail something [out]** tát *(nước)* ra khỏi thuyền bằng gàu: *bailing water [out]* tát nước ra; *bailing [out] the boat* tát nước trong thuyền ra.

bail⁴ /beil/ dt thanh ngang trên đầu cọc gôn *(chơi cricket)*.

bailey /'beili/ dt **1.** tường ngoài *(bao quanh lâu đài)* **2.** sân trong *(được tường ngoài bao quanh)*.

Bailey bridge /'beili bridʒ/ *(quân)* cầu phao lắp ghép.

bailiff /'beilif/ dt **1.** nhân viên chấp hành *(ở tòa án)* **2.** người quản lý trang trại *(cho điền chủ)* **3.** *(Mỹ)* người trông tù nhân và giữ gìn trật tự phiên tòa.

bairn /beərn/ dt *(Ê-cốt)* đứa bé.

bait¹ /beit/ dt mồi *(đặt vào lưới, bẫy, mắc vào lưỡi câu)*: *fishing bait* mồi câu; *the shop used free gifts as a bait to attract new customers* cửa hàng dùng quà biếu như cái mồi nhử khách hàng mới. // **raise to the bait** x rise²; **swallow the bait** x swallow¹.

bait² /beit/ dgt **1.** mắc [mồi], đặt [mồi]: *bait a trap* đặt mồi vào bẫy; *bait a hook with a worm* mắc giun vào lưỡi câu **2.** cho chó trêu chọc *(một con thú, ví dụ con gấu đã bị xích lại)* **3.** xỉ vả *(ai)*.

baize /beiz/ dt vải len bọc *(thường là màu lục, bọc bàn bi-a...)*.

B

bake /beik/ *dgt* **1.** nướng, bỏ lò: *the bread is baking* bánh mì đang được nướng **2.** nung: *the bricks are baking in the kilns* gạch đang được nung trong lò; *the sun baked the ground hard* mặt trời nung cứng mặt đất **3.** *(kng)* bị nóng; trở nên nóng: *it's baking today* hôm nay trời nóng dữ.

bakelite /'beikəlait/ *dt* bakelit *(một loại chất dẻo)*.

baker /'beikə[r]/ *dt* nhà hàng bánh mì. // **a baker's dozen** tá mười ba.

bakery /'beikəri/ *dt* lò bánh mì.

baking-hot *tt* *(kng)* nóng như thiêu: *a baking-hot day* một ngày nóng như thiêu.

baking-powder /'beiking-paʊdə[r]/ *dt* bột nở.

baksheesh /bæk'ʃiːʃ, 'bæk-ʃiːʃ/ *dt* tiền chè lá.

balaclava /ˌbælə'klɑːvə/ *dt* *(cg* **Balaclava helmet***)* mũ len trùm đầu *(chỉ để hở mặt)*.

balalaika /ˌbælə'laikə/ *dt* đàn balalaika *(ba dây, hộp hình tam giác)*.

balance[1] /ˌbæləns/ *dt* **1.** cái cân **2.** sự cân bằng; sự thăng bằng; sự cân đối: *his wife's sudden death upset the balance of his mind* cái chết đột nhiên của vợ ông làm đầu óc ông mất thăng bằng; *this newspaper maintains a good balance in its presentations of different opinions* tờ báo này giữ được một sự cân đối trong sự trình bày những ý kiến khác nhau; *all the parts of the building are in perfect balance* mọi phần của tòa nhà đều hoàn toàn cân đối với nhau **3.** *(kté)* bản đối chiếu thu chi, bản quyết toán **4.** **the balance** số tiền còn thiếu; số còn lại, số dư: *the balance of £500 will be paid within a week* số tiền còn thiếu là 500 bảng sẽ được thanh toán trong vòng một tuần; *the balance of your order will be supplied when we receive fresh stock* phần còn thiếu trong đơn đặt hàng của ông sẽ được giao khi chúng tôi nhận được hàng mới; *when will you take the balance of your annual leave?* khi nào thì anh sử dụng thời gian nghỉ phép hằng năm còn lại của anh?. // **[be (hang)] in the balance** lưỡng lự, không dứt khoát; **keep (loose) one's balance** giữ (mất) thăng bằng: *she cycled too fast round the corner, lost her balance and fell off* cô ta đạp xe quá nhanh qua đường cua, mất thăng bằng và ngã; **[catch (throw) somebody] off balance** [làm] mất thăng bằng và suýt ngã: *I was caught off balance by the sudden wind and nearly fell* tôi bị cơn gió bất chợt thổi qua làm mất thăng bằng và suýt ngã; **on balance** *(kng)* cân nhắc mọi mặt: *I think on balance I prefer the old system* sau khi cân nhắc mọi mặt tôi nghĩ là tôi thích kiểu cũ hơn; **redress the balance** *x* redress; **strike a balance** *x* strike[2]; **tip the balance** *x* tip[3].

balance[2] /'bæləns/ *dgt* **1.** giữ cho thăng bằng: *a clown balancing a stick on the end of his nose* một anh hề giữ một cái que thăng bằng trên đầu mũi của mình **2.** cân bằng; cân đối: *the company's accounts did not balance [out]* sổ sách kế toán của công ty không cân bằng thu chi; *this school aims to balance the amount of time spent on arts and science subjects* trường này cố gắng cân đối thì giờ dành cho nghệ thuật và thì giờ dành cho khoa học **3.** bù lại: *this year's profits will balance our previous losses* lợi nhuận năm nay sẽ bù đắp lại thua lỗ trước đây của chúng ta; *his lack of experience was balanced by his willingness to learn* anh ta thiếu kinh nghiệm nhưng bù lại rất nhiệt tình học hỏi **4.** **balance A against B** so sánh cân nhắc: *she balanced the attractions of high salary against the prospect of working long hours* cô ta so sánh cân nhắc giữa sự hấp dẫn của lương cao với triển vọng phải làm việc nhiều giờ.

balanced /'bælənst/ *tt* **1.** cân bằng, cân đối: *a balanced budget* ngân sách cân đối **2.** có cân nhắc: *a balanced judgement* sự đánh giá có cân nhắc.

balanced diet /ˌbælənst 'daiət/ chế độ ăn uống cân đối.

balance of payments /ˌbæləns əv 'peimənts/ cán cân thanh toán.

balance of power /ˌbæləns əv paʊə[r]/ cán cân lực lượng.

balance of trade /ˌbæləns əv 'treid/ cán cân thương mại *(giữa xuất khẩu và nhập khẩu)*.

balance sheet /'bælənsʃiːt/ bảng tổng kết tài sản.

balcony /'bælkəni/ *dt* **1.** bao lơn **2.** *(Mỹ)* ban công *(nhà hát)*.

bald /bɔːld/ *tt* **1.** hói **2.** trụi: *our dog has a bald patch on its leg* con chó của chúng tôi có một mảng trụi lông ở chân **3.** trần trụi: *bald facts* những sự kiện trần trụi. // **[as] bald as a coot** *(kng)* trọc lóc.

bald eagle /bɔːld iːgl/ đại bàng đầu đuôi trắng *(biểu tượng của nước Mỹ)*.

balderdash /'bɔːldədæʃ/ dt (cũ, kng) lời nói vô nghĩa: *he's talking balderdash* nó nói những lời vô nghĩa.

balding /'bɔːldiŋ/ tt bắt đầu hói: *he is already balding at the age of 25* anh ta đã bắt đầu hói ở tuổi 25.

baldly /'bɔːldli/ pht không màu mè, không trau chuốt: *put it baldly; speak baldly* nói trắng ra.

baldness /'bɔːldnis/ dt 1. sự hói 2. sự trụi 3. sự trần trụi.

bale[1] /beil/ dt kiện (hàng...); bó: *a bale of cotton* một kiện bông; *a bale of hay* một bó cỏ khô.

bale[2] /beil/ dgt đóng thành kiện; bó thành bó.

bale[3] /beil/ dgt nh bail[3]. // **bale out** (Mỹ **bail out**) nhảy dù ra (khỏi máy bay hỏng hay không điều khiển được nữa).

baleful /'beilful/ tt 1. tai hại, xấu: *a baleful influence* ảnh hưởng tai hại 2. ác hiểm: *a baleful look* cái nhìn ác hiểm.

balefully /'beilfuli/ pht 1. [một cách] tai hại 2. [một cách] ác hiểm.

balk[1] (cg **baulk**) /bɔːk/ dt xà nhà.

balk[2] (cg **baulk**) /bɔːk/ dgt 1. chùn bước; ngần ngại: *the horse balked at the high hedge* con ngựa chùn bước trước bức rào cao; *his parents balked at the cost of the guitar he wanted* bố mẹ nó ngần ngại trước giá chiếc đàn ghita mà nó thích 2. (cũ) cản trở, ngăn cản: *balk somebody's plan* ngăn cản kế hoạch của ai.

ball[1] /bɔːl/ dt 1. quả bóng; quả ban: *a football* quả bóng đá; *a tennis-ball* quả bóng quần vợt 2. quả cầu: *an*

eyeball (giải) cầu mắt, nhãn cầu 3. (thể) cú bóng, cú phát bóng 4. viên, cục, hòn, cuộn, búi: *a snowball* cục tuyết; *a meat ball* viên thịt; *a ball of wool* cuộn len 5. (thường snh) (kng) tinh hoàn, hòn dái. // **the ball is in one's court** đến phiên ai đưa ra đề nghị (trong một cuộc thương lượng...); **a ball of fire** (kng) người đầy nghị lực và nhiệt tình; **have the ball at one's feet** gặp thời cơ; **keep (start) the ball rolling** tiếp tục (bắt đầu) một cuộc nói chuyện (một hoạt động); **[be] on the ball** (kng) nhạy bén với những ý tưởng mới, những khuynh hướng mới; **play ball** (kng) hợp tác: *they're refusing to play ball* họ từ chối hợp tác.

ball[2] /bɔːl/ dt 1. buổi khiêu vũ 2. (kng) thời gian tuyệt vời: *they all had a ball at the party* ở buổi liên hoan họ đã hưởng được một thời gian tuyệt vời.

ball[3] /bɔːl/ dgt cuộn lại (len, chỉ): *ball one's fist* nắm tay lại.

ballad /'bæləd/ dt khúc balat.

ballade /bæ'lɑːd/ tt thơ đoản hậu, thơ balat.

ballast[1] /'bæləst/ dt 1. đồ dằn, bì (giữ cho tàu thăng bằng khi không có hàng) 2. đá balat. // **in ballast** không chở hàng, chỉ có bì.

ballast[2] /'bæləst/ dgt cho bì xuống tàu (để giữ cho thăng bằng khi không có hàng).

ball-bearing /ˌbɔːl'beəriŋ/ dt (kỹ) ổ bi.

ballboy /'bɔːlbɔi/ dt cậu bé nhặt bóng (cho người chơi quần vợt).

ballcock /'bɔːlkɒk/ dt phao mực nước (điều chỉnh mực nước trong bể).

ballerina /ˌbælə'riːnə/ dt vũ nữ balê.

ballet /'bælei/ dt 1. (đôi khi **the ballet**) vũ ba lê 2. vở ba lê: *have you seen this ballet before?* trước đây anh đã xem vở ba lê này chưa? 3. nhóm vũ ba lê: *members of the Bolshoi Ballet* thành viên nhóm vũ ba lê Bolshoi.

ballet-dancer /'bælei dɑːn-sə[r]/ dt diễn viên múa balê.

ball game /bɔːlgeim/ 1. trò chơi bóng (bất cứ môn bóng nào) 2. (kng) tình thế: *I used to be a teacher, so working in an office is a whole new ball game for me* tôi vốn quen dạy học, cho nên làm việc ở một cơ quan là tình thế hoàn toàn mới đối với tôi.

ballgirl /'bɔːlgɜːl/ dt cô gái nhặt bóng (cho người chơi quần vợt).

ballistic missile /bəˌlistik 'misail/ tên lửa đạn đạo.

ballistics /bə'listiks/ dt (dgt số ít) (quân) đạn đạo học.

ballocks[1] (cg **bollocks**) /'bɒləks/ dt (kng) 1. (sinh) hòn dái 2. điều vô nghĩa; điều bậy bạ: *what a load of ballocks!* thật là một mớ điều bậy bạ!

ballocks[2] /'bɒləks/ pht (kng) vô nghĩa!; bậy nào!.

balloon[1] /bə'luːn/ dt 1. quả bóng (thường có màu, đồ chơi trẻ em) 2. khí cầu 3. ô ghi lời (ở một bức tranh truyện...). // **when the balloon goes up** (kng) khi rắc rối dự kiện xảy ra, khi nguy hiểm ập tới.

balloon[2] /bə'luːn/ dgt 1. phồng lên như quả bóng: *her skirt ballooned in the wind* váy cô ta phồng lên trong gió 2. (thường **go ballooning**) bay khí cầu, đi khí cầu: *they like to go ballooning at weekends* ngày nghỉ

B

cuối tuần họ thích đi khí cầu.

balloonist /bə'lu:nist/ *dt* người đi khí cầu.

ballot¹ /'bælət/ *dt* 1. (*cg* **ballot-paper**) lá phiếu 2. sự bầu phiếu kín 3. tổng số phiếu bầu.

ballot² /'bælət/ *dgt* 1. bỏ phiếu kín 2. **ballot somebody [about (on) something]** cho ai bỏ phiếu kín về vấn đề gì: *the union balloted its members on the proposed changes* liên đoàn cho đoàn viên bỏ phiếu kín về những thay đổi đã được đề nghị.

ballot-box /'bælətbɒks/ *dt* hòm phiếu.

ballpark /'bɔ:lpɑ:k/ *dt* 1. (*Mỹ*) sân chơi bóng chày 2. (*kng*) *a ballpark figure* con số áng chừng.

ballpoint /'bɔ:lpɔint/ *dt* (*cg* **ballpoint pen, biro**) bút chì.

ballroom /'bɔ:lrʊm/ *dt* phòng khiêu vũ; phòng nhảy.

ballroom dancing /,bɔ:lrʊm 'dɑ:nsiŋ/ *dt* điệu vũ phòng nhảy.

balls¹ /bɔ:lz/ *dt (lóng)* 1. hòn dái, tinh hoàn 2. (*xấu*) điều vô nghĩa: *what he said was all balls* nó nói toàn điều vô nghĩa 3. tình trạng hỗn độn: *what a balls you're made of it!* anh gây ra tình trạng sao mà hỗn độn thế!

balls² /bɔ:lz/ *tht* vô nghĩa!: *absolute balls!* hoàn toàn vô nghĩa.

balls³ /bɔ:lz/ *dgt* **balls something up,** (*Mỹ, cg* **ball something up**) (*kng*) làm đảo lộn: *he ballsed up all my plans by being so late* nó có mặt quá chậm khiến mọi kế hoạch của tôi bị đảo lộn hết.

balls-up /'bɔ:lzʌp/ *dt* (*Mỹ* **ball-up**) *dt (kng)* sự lộn xộn,

sự sai hỏng: *I made a proper balls-up of that exam* tôi thực sự đã hỏng kỳ thi đó.

bally /'bæli/ *tt, pht* (Anh, cũ, trại) chết tiệt, khỉ gió: *take the bally dog away!* mang ngay cái con chó khỉ gió này đi đi!

ballyhoo /bæli'hu:, 'bælihu:)/ *dt (kng, xấu)* 1. sự quảng cáo rùm beng 2. sự làm rùm beng.

balm /bɑ:m/ *dt* 1. (*cg* **balsam**) nhựa thơm, bôm; dầu cù là 2. niềm xoa dịu: *the gentle music was [a] balm to his ears* khúc nhạc êm dịu như một niềm xoa dịu rót vào tai anh.

balmily /'bɑ:mili/ *pht* [một cách] dịu mát 2. [một cách] êm dịu.

balminess /'bɑ:minis/ *dt* 1. sự dịu mát 2. sự êm dịu.

balmy /'bɑ:mi/ *tt* (**-ier, -iest**) 1. dịu mát (*không khí*) 2. êm dịu 3. (*Mỹ*) *nh* barmy.

baloney /bə'ləʊni/ *dt (lóng) nh* boloney.

balsa /'bɔ:lsə/ *dt (thực)* bông bấc (*cây, gỗ*).

balsam /'bɔ:lsəm/ *dt* 1. cây bóng nước 2. *nh* balm.

baluster /'bæləstə[r]/ *dt* lan can.

balustrade /,bælə'streid/ *dt* hàng lan can.

bamboo /bæm'bu:/ *dt* cây tre.

bamboozle /bæm'bu:zl/ *dgt* (*kng*) làm bối rối, làm rối trí: *you've completely bamboozled me* anh làm tôi rối bời lên. // **bamboozle somebody into [doing] something** lừa ai làm gì: *he bamboozled me into believing that he'd lost all his money* hắn lừa tôi làm tôi tin là hắn đã mất hết tiền của hắn; **bamboozle somebody out of some-**

thing đánh lừa ai lấy cái gì.

ban¹ /bæn/ *dgt* (**-nn-**) cấm: *the new military government has banned strikes and demonstrations* chính phủ quân nhân mới cấm đình công và biểu tình; *after the accident he was banned from driving* sau vụ tai nạn, anh ta bị cấm lái xe.

ban² /bæn/ *dt* sự cấm: *put a ban on the import of alcohol* cấm nhập khẩu rượu.

banal /bə'nɑ:l, (*Mỹ* 'beinl)/ *tt* tầm thường, vô vị: *banal thoughts* suy nghĩ tầm thường.

banality /bə'næləti/ *dt* 1. sự tầm thường; sự vô vị 2. nhận xét tầm thường, điều tầm thường.

banana /bə'nɑ:nə, (*Mỹ* bə'nænə)/ *dt* chuối (*cây, quả*): *a hand of bananas* nải chuối; *a bench of bananas* buồng chuối. // **go bananas** (*lóng*) trở nên điên rồ; hành động dại dột.

banana republic /bə,nɑ:nə ri'pʌblik/ nước cộng hòa nhỏ bé (*ở Trung Mỹ và Nam Mỹ, kinh tế chủ yếu phụ thuộc vào xuất khẩu trái cây*).

banana skin /bə'nɑ:nə,skin/ (Anh, *kng*) tình thế khó khăn lúng túng: *this incident could turn into another banana skin for the government* việc ấy có thể trở thành một tình thế khó khăn lúng túng mới cho chính phủ đấy.

banana-tree /bə'nɑ:nə,tri/ *dt* cây chuối.

band¹ /bænd/ *dt* 1. băng, dải, đai: *she tied her hair back with a rubber band* cô ta đã cột tóc ra đằng sau với một dải cao su; *iron bands round a barrel* đai sắt quanh thùng 2. băng, nhóm: *a band of robbers* băng cướp; *a brass band* băng kèn đồng 3. (cg **waveband**) dải sóng *(radio)*: *the 19-metre band* dải sóng 19 mét.

band² /bænd/ *đgt* 1. quấn băng, đóng đai 2. **band together** họp nhau lại thành nhóm: *band together to protest* họp nhau lại [thành nhóm] để phản đối.

bandage¹ /'bændidʒ/ *dt* băng *(để băng vết thương...)*.

bandage² /'bændidʒ/ *đgt* quấn băng, băng bó *(vết thương...)*.

Bandaid /'bændeid/ *dt (Mỹ)* băng keo.

bandanna /bæn'dænə/ *dt* khăn quàng.

B and B (cg **b and b**) /,bi: ən 'bi:/ *(vt của* bed and breakfast*)* giường ngủ và ăn sáng *(ở nhà trọ)*.

bandbox /'bændbɒks/ *dt* hộp bìa cứng *(đựng mũ...)*.

bandeau /'bændəʊ, (Mỹ) bæn'dəʊ/ *dt (snh* **bandeaux***)* dải vấn tóc *(của phụ nữ...)*.

bandit /'bændit/ *dt* kẻ cướp, tên phỉ.

banditry /'bænditri/ *dt* nghề ăn cướp, trò ăn cướp.

bandmaster /'bænd,ma:-stə[r]/ *dt* nhạc trưởng.

bandoleer, bandolier /,bændə'liə[r]/ *dt* dây đeo đạn *(vắt chéo qua vai)*.

band-saw /'bændsɔ:/ *dt* cưa vòng.

bandsman /'bændzmən/ *dt (snh* **bandsmen** /'bændzmən/) nhạc sĩ dàn nhạc.

bandstand /'bænd'stænd/ *dt* bục dàn nhạc *(ngoài trời)*.

bandwagon /'bændwægən/ *dt* **climb (jump) on the bandwagon** hùa theo *(để kiếm lợi)*.

bandy¹ /'bændi/ *đgt* (**bandied**); **bandy words [with some-** **body]** điều qua tiếng lại với ai; **bandy something about** bàn tán: *the stories being bandied about are completely false* những câu chuyện đang được bàn tán là hoàn toàn sai.

bandy² /'bændi/ *tt (thường xấu)* vòng kiềng *(chân)*.

bandy-legged /'bændi legd/ *tt* [có] chân vòng kiềng.

bane /bein/ *dt* **the bane of somebody's existence (life)** nỗi khổ của đời ai: *those noisy neighbours are the bane of my life* những người hàng xóm ồn ào kia là nỗi khổ của đời tôi; *drink was the bane of his existence* ma men là nỗi khổ của đời anh ta.

baneful /'beinful/ *tt* tai hại.

banefully /'beinfuli/ *pht* [một cách] tai hại.

bang¹ /bæŋ/ *đgt* 1. đập mạnh: *he was banging on the door* hắn đang đập cửa; *he banged his fist on the table* nó đập mạnh tay lên bàn; *don't bang the door!* đừng có đóng sập cửa! 2. va mạnh vào, đâm sầm vào: *she tripped and banged her knee on the desk* cô ta trượt chân va mạnh đầu gối vào bàn; *he ran round the corner and banged straight into a lamp-post* anh ta chạy vòng góc đường và đâm sầm vào cột đèn 3. nổ vang: *the gun banged* súng nổ vang. // **bang about (around)** chạy nhảy rầm rầm: *we could hear the children banging about upstairs* chúng ta có thể nghe tụi trẻ chạy nhảy rầm rầm trên lầu; **bang away** a/ làm việc căng thẳng *(đánh máy chữ...)* b/ *(lóng)* giao hợp c/ *(kng)* bắn liên tục, bắn xối xả: *the guns banged away all day* súng bắn xối xả suốt ngày.

bang² /bæŋ/ *dt* 1. cú đập mạnh: *he fell and got a nasty bang on the head* nó ngã và đập mạnh đầu xuống 2. tiếng sập mạnh, tiếng nổ lớn: *she always shuts the door with a bang* bà ta luôn luôn sập mạnh cửa như thế 3. *(lóng)* sự giao hợp: *have a quick bang* giao hợp nhanh một cái. // **go [off] with a bang**; *(Mỹ)* **go over with a bang** *(kng)* thành công *(biểu diễn, thi đấu...)*.

bang³ /bæŋ/ *pht (kng)* 1. thình lình đánh rầm: *I tripped and fell bang on the floor* tôi vấp và ngã đánh rầm xuống sàn 2. ngay: *the ball hit him bang in the eye* quả bóng trúng ngay mắt nó 3. hoàn toàn: *this film is bang up to date* phim này hoàn toàn hợp thời thượng. // **bang goes something** *(kng)* thình lình chấm dứt, đi đời nhà ma: *bang went his hopes of promotion* hy vọng thăng chức của ông ta đi đời nhà ma; **be bang on** *(lóng)* hoàn toàn đúng: *her criticisms were bang on every time* lúc nào lời bình phẩm của chị ta cũng hoàn toàn đúng; **go bang** *(kng)* nổ một tiếng lớn.

bang⁴ /bæŋ/ *pht* păng, păng!: *"bang! bang! you are dead!" shouted the small boy* đứa bé la lớn: "păng! păng! mày chết rồi!".

banger /'bæŋə[r]/ *dt (Anh, kng)* 1. xúc xích 2. pháo đùng 3. chiếc xe cũ tiếng máy ầm ầm.

bangle /'bæŋgl/ *dt* vòng *(đeo ở tay, chân)*.

banian (cg **banyan**) /'bænɪən/ *dt* (cg **banyan-tree**) cây đa.

banish /'bæniʃ/ *đgt* 1. đày đi, trục xuất: *he was banished [from his homeland]*

B

for life nó bị đày [biệt xứ] chung thân. **2.** xua đuổi: *banish all cares* xua đuổi hết những nỗi lo âu.

banishment /'bænɪʃmənt/ *dt* sự lưu đày: *lifelong banishment* sự lưu đày chung thân.

banister /'bænɪstə[r]/ *dt* (*thường snh*) tay vịn (*cầu thang*): *children sliding down the banister[s]* trẻ em trượt xuôi theo tay vịn cầu thang.

banjo /'bændʒəʊ/ *dt* (*snh* **banjos**) (*nhạc*) đàn banjô.

bank¹ /bæŋk/ *dt* **1.** bờ (*sông, kênh...*): *can you jump over to the opposite bank?* anh có thể nhảy sang bờ bên kia được không?; *my house is on the south bank of the river* nhà tôi ở bờ sông phía nam; *low banks of earth between rice-fields* những bờ đất thấp giữa các thửa ruộng **2.** *nh* **sandbank 3.** đám: *the sun went behind a bank of clouds* mặt trời khuất sau một đám mây.

bank² /bæŋk/ *dgt* nghiêng cánh (*máy bay bay quành*): *the plane banked steeply to the left* máy bay nghiêng hẳn cánh sang bên trái. // **bank up** chất thành đống (*tuyết...*); **bank something up** a/ đắp thành bờ b/ đắp bờ ngăn nước: *bank up a stream* đắp bờ ngăn một dòng suối c/ rấm, ủ (*lửa*).

bank³ /bæŋk/ *dt* **1.** ngân hàng: *have money in the bank* có tiền ở ngân hàng; *a bank account* tài khoản ngân hàng **2.** tiền láng (*của nhà cái trong sòng bạc*) **3.** kho dự trữ, ngân hàng (*bóng*): *hospital blood banks have saved many lives* ngân hàng máu ở các bệnh viện đã cứu sống nhiều mạng người. // **break the bank** a/ đánh cho nhà cái sạch hết

tiền láng, vơ sạch (*đánh bạc*) b/ sạch túi, cháy túi: *come on! it only costs £5, that won't break the bank* nào đi, cái đó chỉ giá 5 bảng, có sạch túi đâu mà lo!

bank⁴ /bæŋk/ *dgt* **1.** gửi tiền vào ngân hàng: *bank one's savings* gửi tiền tiết kiệm vào ngân hàng **2.** mở tài khoản: *where do you bank?* anh mở tài khoản ở ngân hàng nào thế? // **bank on somebody (something)** trông mong vào ai (cái gì): *I'm banking on your help (on you to help me)* tôi đang trông mong vào sự giúp đỡ của anh; *I was banking on the train being on time* tôi hy vọng tàu hỏa sẽ đúng giờ.

bank⁵ /bæŋk/ *dt* dãy, loạt: *a bank of lights* một dãy đèn; *a bank of oars* một dãy mái chèo.

bank account /'bæŋk ə,kaʊnt/ tài khoản ngân hàng.

bank balance /'bæŋk bæ-ləns/ bảng đối chiếu thu chi ngân hàng (*của người có tài khoản ở ngân hàng*).

bank-book /'bæŋkbʊk/ *dt* (*cg* **passbook**) sổ ghi tiền gửi ngân hàng.

bank card /'bæŋkkɑːd/ *nh* cheque card.

bank draft /'bæŋk drɑːft/ hối phiếu ngân hàng.

banker /'bæŋkə[r]/ *dt* **1.** chủ ngân hàng **2.** người cầm cái (*chơi cờ bạc*).

banker's order /,bæŋkəs 'ɔːdə[r]/ *nh* standing order.

bank holiday /,bæŋk 'hɒlə-dei/ ngày nghỉ của các ngân hàng.

banking /'bæŋkɪŋ/ *dt* công tác ngân hàng.

bank note /'bæŋk nəʊt/ giấy bạc.

bankroll /'bæŋkrəʊl/ *dt* x roll¹ 6.

bank rate /'bsenkreit/ mức lãi suất ngân hàng (*do ngân hàng qui định*).

bankrupt¹ /'bæŋkrʌpt/ *dt* người vỡ nợ, người phá sản.

bankrupt² /'bæŋkrʌpt/ *tt* **1.** (*luật*) vỡ nợ, phá sản **2. (of something)** (*xấu*) thiếu, không có: *a society that is morally bankrupt* một xã hội thiếu đạo đức.

bankrupt³ /'bæŋkrʌpt/ *dgt* làm vỡ nợ, làm phá sản.

bankruptcy /'bæŋkrəpsi/ *dt* **1.** sự vỡ nợ, sự phá sản **2.** vụ vỡ nợ, vụ phá sản: *ten bankruptcies were recorded in this town last year* năm ngoái ở thành phố này người ta đã ghi nhận mười vụ phá sản.

bank statement /'bæŋk ,steitmənt/ bản sao kê tài khoản (*trong một thời gian nhất định của một khách hàng*).

banner /'bænə[r]/ *dt* **1.** biểu ngữ: *the marchers carried banners with the words "We want work" in large letters* những người diễu hành mang biểu ngữ ghi "chúng tôi muốn có việc làm" bằng chữ lớn **2.** (*cũ*) ngọn cờ: *the banner of freedom* ngọn cờ tự do **3.** (*thngữ*) xuất sắc, kỷ lục: *a banner year for exports* một năm kỷ lục về xuất khẩu. // **under the banner of** dưới ngọn cờ: *she stands for parliament under the banner of equal rights* bà ta ra tranh cử quốc hội dưới ngọn cờ bình quyền.

banner headline /,bænə 'hedlain/ (*cg* **streamer**) đầu đề chữ lớn suốt trang báo.

banns /bænz/ *dt* sự công bố kết hôn (*ở nhà thờ*): *publish* *the banns* công bố kết hôn (ở nhà thờ).

banquet¹ /'bæŋkwit/ *dt* bữa tiệc lớn: *a wedding banket* tiệc cưới.

banquet² /'bæŋkwit/ *dgt* 1. thết tiệc 2. ăn tiệc, dự tiệc.

banshee /bæn'ʃi, (Mỹ 'bænʃi:)/ *dt* nữ thần báo tử (*trong văn học dân gian Ê-cốt*).

bantam /'bæntəm/ *dt* gà ri Bantam (*gốc ở Java*).

bantam weight /'bæntəm weit/ *dt (thể)* 1. võ sĩ hạng gà (*51-53,5kg*) 2. đô vật hạng gà (*52-57kg*).

banter¹ /'bæntə[r]/ *dt* sự đùa bỡn, sự giễu cợt.

banter² /'bæntə[r]/ *dgt* đùa bỡn, giễu cợt.

bantering /'bæntəriŋ/ *tt* đùa bỡn, giễu cợt: *a bantering tone of voice* giọng giễu cợt.

banteringly /'bæntəriŋli/ *pht* [một cách] đùa bỡn, [một cách] giễu cợt.

Bantu¹ /,bæn'tu:, (Mỹ 'ba:ntu)/ *tt* the Bantu (*cg* the **Bantus** người Bantu (*người da đen ở vùng Trung và Nam Châu Phi*).

Bantu² /,bæn'tu:, (Mỹ 'ba:ntu:)/ *tt* [thuộc người] Bantu; [thuộc tiếng] Bantu.

banyan /'bæniən/ *dt* x banian.

baobab /'beiəbæb, (Mỹ 'baʊbæb)/ *dt (thực)* cây bao bap.

baptise /bæp'taiz/ *dgt* x baptize.

baptism /'bæptizəm/ *dt (tôn)* lễ rửa tội. // **a baptism of fire** a/ lần ra trận đầu tiên (*của người lính*) b/ sự thử thách đầu tiên: *a young teacher facing her baptism of fire* cô giáo trẻ đứng trước thử thách đầu tiên của mình.

baptismal /bæp'tizməl/ *tt* [thuộc] lễ rửa tội: *baptismal water* nước thánh; *baptismal name* tên thánh.

Baptist /'bæptist/ *dt* người theo giáo phái rửa tội, người đã khôn lớn (*đã hiểu được ý nghĩa của việc rửa tội*).

baptize, baptise /'bæptaiz/ *dgt* 1. làm lễ rửa tội cho; đặt tên thánh cho: *she was baptized Mary* cô ta được đặt tên thánh là Mary 2. được rửa tội để theo (*một đạo nào đó*): *I was baptized a Catholic* tôi được rửa tội để theo đạo Thiên Chúa.

bar¹ /ba:[r]/ *dt* 1. thanh, thỏi: *a bar of chocolate* một thỏi sôcôla; *a bar of gold* một thỏi vàng 2. chấn song, then cài (*cửa*): *they fitted bars to their windows to stop burglars getting in* họ lắp chấn song vào cửa sổ để ngăn kẻ trộm lẻn vào 3. dải (*màu, ánh sáng...*); vạch: *at sunset there was a bar of red across the western sky* lúc mặt trời lặn, có một dải màu đỏ vắt qua bầu trời phía tây 4. cồn cát ngầm (*ở cửa sông...*): *the ship stuck fast on the bar* chiếc tàu bị mắc cạn vào cồn cát ngầm 5. vật cản, trở ngại: *poor health may be a bar to success in life* sức khỏe kém có thể là một trở ngại cho sự thành công ở đời 6. vành móng ngựa; tòa: *be tried at [the] bar* bị xử trước tòa 7. **the bar** nghề luật sư (*Anh*); nghề tòa án (*Mỹ*): *she's training for the bar* cô ta đang học luật 8. quầy rượu (*ở khách sạn...*) 9. (*ở dạng ghép*) quầy: *a coffee bar* quầy cà phê; *a heel bar* quầy sửa gót giày. // **behind bars** (*kng*) trong tù: *the murderer is now behind bars*

tên sát nhân hiện đang trong tù.

bar² /ba:[r]/ *dgt* (-rr-) 1. cài (*cửa*) bằng then 2. ngăn, cản, chặn: *soldiers barred the road so we had to turn back* lính chặn đường nên chúng tôi phải quay lại; *poverty bars the way to progress* cái nghèo cản con đường tiến lên; *she was barred from the competition because of her age* cô ta không được thi đấu vì không đúng hạn tuổi 3. (*thường ở dạng bị động*) vạch: *a sky barred with clouds* bầu trời [đầy những] vạch mây. // **bar somebody in (out of) something** chặn cửa không cho ai vào (ra): *he barred himself in [the house]* hắn cấm cửa tự nhốt mình trong nhà.

bar³ /ba:[r]/ *gt* trừ, trừ ra: *the whole class is here bar two that are ill* cả lớp đều ở đây, trừ hai người bị ốm. // **bar none** không trừ ngoại lệ nào: *that is the best meal I have had, bar none* đây là bữa ăn ngon nhất xưa nay tôi được ăn, không trừ ngoại lệ nào.

bar⁴ /ba:r/ *dt (ktượng)* baro (*đon vị áp xuất*).

barb /ba:b/ *dt* 1. ngạnh (*lưỡi câu, mũi tên*) 2. (*bóng*) lời nhạo báng châm chọc.

barbarian¹ /ba:'beəriən/ *dt* người dã man.

barbarian² /ba:'beəriən/ *tt* dã man.

barbaric /ba:'bærik/ *tt* man rợ: *barbaric cruelty* sự độc ác man rợ.

barbarically /ba:'bærikli/ *pht* [một cách] man rợ.

barbarise /'ba:bəraiz/ *dgt* x barberize.

barbarism /'ba:bərizəm/ *dt (xấu)* 1. tình trạng dã man 2. từ ngữ thô tục; từ ngữ phản quy tắc.

B

barbarity /ba:'bærəti/ *dt* **1.** sự dã man **2.** điều dã man.

barbarize, barbarise /'ba:bəraiz/ *dgt* dã man hóa.

barbarous /'ba:bərəs/ *tt* **1.** không thanh tao: *barbarous sounds* âm thanh không thanh tao **2.** man rợ: *barbarous treatment* sự đối xử man rợ.

barbarously /'ba:bərəsli/ *pht* [một cách] man rợ.

barbarousness /'ba:bərəsnis/ *dt* sự man rợ.

barbecue¹ /'ba:bikju:/ *dt* **1.** vỉ nướng thịt **2.** thịt nướng vỉ **3.** cuộc liên hoan ngoài trời có nướng thịt.

barbecue² /'ba:bikju:/ *dgt* nướng vỉ: *barbecued chicken* gà nướng vỉ.

barbed /ba:bd/ *tt* **1.** có ngạnh: *a barbed hook* cái móc có ngạnh **2.** *(bóng)* *barbed comments* những lời bình phẩm xoi mói.

barbed wire /,ba:bd'waiə[r]/ *dt* dây thép gai.

barber /'ba:bə[r]/ *dt* thợ cắt tóc, thợ cạo.

barber-shop /'ba:bəʃɒp/ *dt* hiệu cắt tóc.

barber's pole /'ba:bəspəʊl/ ống vằn đỏ trắng *(của hiệu cắt tóc)*.

bar billiard /,ba:'biliəd/ *dt* trò chơi bi lăn.

barbiturate /ba:'bitjʊrət/ *dt* *(dược)* bacbiturat *(thuốc an thần)*.

barcarole /,ba:kə'rəʊl, ba:-kə'rɒl/ *dt (nhạc)* khúc đò đưa.

bar chart /'ba:tʃa:t/ *(cg* **histogram)** biểu đồ tổ chức.

bar code /'ba:kəʊd/ *(điện toán)* mã thanh.

bard /ba:d/ *dt* **1.** *(sử)* nhà thơ hát rong **2.** *(cổ)* nhà thơ, thi sĩ: *Shakespeare is sometimes called the Bard of*

Avon Shakespeare đôi khi được gọi là thi sĩ xứ Avon.

bare¹ /beə[r]/ *tt* **1.** (-r, -st) trần, trọc: *bare to the waist* ở trần đến thắt lưng; *a bare hillside* sườn đồi trọc; *trees that are already bare* cây đã trụi lá; *with one's bare hands* tay không *(không cầm vũ khí, đồ lề gì cả)* **2.** *(of something)* trống không, rỗng: *a room bare of furniture* phòng trống rỗng không có đồ đạc **3.** vừa đủ; tối thiểu: *the bare necessities of life* những thứ gì cần thiết tối thiểu cho cuộc sống; *a bare majority* một đa số vừa đủ. // **the bare bones of something** những dữ kiện cơ bản của việc gì; **lay something bare** phơi bày ra: *lay bare the truth* phơi bày sự thật.

bare² /beə[r]/ *dgt* bỏ trần ra; để trần: *he bared his head as the funeral procession passed* ông ta bỏ mũ ra khi đám tang đi qua; *bare one's chest* bỏ trần ngực ra, phanh ngực ra. // **bare its teeth** nhe răng ra *(con vật khi giận dữ)*; **bare one's heart (soul) [to somebody]** thổ lộ tâm can [với ai].

bareback /'beəbæk/ *tt, pht* không có yên *(ngựa)*: *ride bareback* cưỡi ngựa không yên.

bare bones /,beə'bəʊnz/ cái đơn giản nhất nhưng quan trọng nhất *(của một vấn đề...)*.

barefaced /,beə'feist/ *dt* trơ tráo, mặt dạn mày dày.

barefoot /'beəfʊt/ *tt, pht (cg* **barefooted)** [để] chân không: *children running barefoot in the sand* trẻ em chạy chân không trên cát.

bareheaded /,beə'hedid/ *tt, pht* [để] đầu trần.

barelegged /,beə'legid/ *tt, pht* [để] cẳng trần. -

barely /beəli/ *pht* **1.** chỉ vừa đủ, chỉ mới: *he can barely read or write* anh ta chỉ mới biết đọc biết viết **2.** [một cách] trần trụi, [một cách] trống rỗng: *the room was barely furnished* gian phòng gần như trống rỗng không có đồ đạc.

bargain¹ /'ba:gin/ *dt* **1.** sự thương lượng mua bán, sự mặc cả **2.** món hời: *these shoes are a real bargain at such a low price* giày này với giá thấp như vậy quả thật là một món hời. // **a bad bargain** a/ sự mặc cả hố b/ món hàng mua hố; **drive a hard bargain** x drive²; **a good bargain** a/ sự mặc cả được hời về mình b/ món hàng mua với giá hời; **into the bargain** *(Mỹ cg* **in the bargain)** *(kng)* hơn nữa; vả lại: *she was a distinguished scientist, and a gifted painter into the bargain* chị ta là một nhà khoa học xuất sắc và hơn nữa là một họa sĩ có tài; **strike a bargain** x strike².

bargain² /'ba:gin/ *dgt* thương lượng mua bán, mặc cả: *dealers bargain with growers over the price of coffee* người buôn bán mặc cả với người trồng về giá cà phê. // **bargain something away** bán lỗ, bán tống bán tháo; **bargain for something; bargain on something** mong đợi; dự kiến: *the exam was more difficult than I had bargained for* kỳ thi khó hơn tôi dự kiến nhiều.

bargain counter /'ba:gin kaʊntə[r]/ gian hàng [bán hàng] hạ giá.

bargain-hunter /'ba:gin hʌntə[r]/ *dt* người lùng mua hàng hạ giá.

bargaining /'ba:giniŋ/ *dt* sự thương lượng mua bán; cuộc mặc cả: *after much hard bargaining we reached an agreement* sau một cuộc mặc cả gay go, chúng tôi đã đạt được thỏa thuận.

bargaining counter /'ba:giniŋ kauntə[r]/ sự lợi thế (*trong thương lượng*).

bargaining position /'ba:giniŋ pəziʃn/ vị thế thương lượng: *we're now in a rather poor bargaining position* bây giờ chúng tôi ở vào một vị thế thương lượng khá yếu.

barge¹ /ba:dʒ/ dt **1**. sà lan **2**. thuyền rồng.

barge² /ba:dʒ/ dgt (*kng*) xô đẩy: *stop barging [into people]* thôi đừng xô đẩy [người ta] nữa. // **barge about** di chuyển chậm chạp nặng nề; **barge in (into) something** xông vào: *I tried to stop him coming through the door but he just barged [his way] in* tôi cố chặn không cho anh ta vào cửa, nhưng anh ta cứ xông vào; *don't barge into the conversation* đừng có chen ngang vào câu chuyện.

bargee /'ba:dʒi/ dt (*Mỹ* **bargeman**) người chở sà lan.

bargeman /'ba:dʒmən/ dt (*snh* **bargemen**) (*Mỹ*) nh bargee.

barge-pole /'ba:dʒpəul/ dt sào chống sà lan. // **not touch somebody (something) with a barge-pole** x touch¹.

baritone /'bæritəun/ dt (*nhạc*) **1**. giọng nam trung **2**. người có giọng nam trung.

barium /'beəriəm/ dt (*hóa*) bari (*nguyên tố*).

barium meal /,beəriəm'mi:l/ (y) hợp chất bari cản quang (*uống vào trước khi chụp X quang bộ máy tiêu hóa*).

bark¹ /ba:k/ dt vỏ cây.

bark² /ba:k/ dgt **1**. lột vỏ, bóc vỏ (*cây*) **2**. trầy da: *he barked his shins by falling*

against some stone steps nó bị trầy da ống chân do ngã vào bậc đá.

bark³ /ba:k/ dt **1**. tiếng sủa (*chó*) **2**. tiếng súng nổ; tiếng ho. // **somebody's bark is worse than his bite** (*kng*) chó sủa dữ thế thôi không cắn ai đâu!

bark⁴ /ba:k/ dgt **1**. sủa: *our dog always barks at strangers* con chó nhà tôi có người lạ là sủa **2**. tiếng ho; bắn súng **3**. quát tháo: *when she's angry, she often barks at the children* lúc giận bà ta hay quát tháo con; *the sergeant barked [out] an order* viên thượng sĩ quát lên ra lệnh. // **bark up the wrong tree** nhầm, nhầm lẫn: *if you think that, you're barking up the wrong tree altogether* nếu anh nghĩ thế thì anh đã nhầm hoàn toàn.

bark⁵ (*cg* **barque**) /ba:k/ dt **1**. thuyền ba cột buồm **2**. (*văn*) thuyền buồm.

barker /'ba:kə[r]/ dt người rao hàng (*ở cuộc bán đấu giá, ở hội chợ... để thu hút khách hàng*).

barley /'ba:li/ dt đại mạch (*để chế bia...*).

barley-corn /'ba:liko:n/ dt hạt đại mạch.

barley sugar /'ba:li ʃugə[r]/ kẹo đại mạch.

barley water /'ba:li ,wo:tə[r]/ nước đại mạch (*một thức uống*).

barley wine /'ba:liwain/ (*Anh*) rượu bia nồng độ cao.

barmaid /'ba:meid/ dt nữ tiếp viên quầy rượu.

barman /'ba:mən/ dt (*snh* **barmen**) nam tiếp viên quầy rượu.

bar mitzvah /,ba:mitsvə/ **1**. bé trai Do Thái đến tuổi 13 (*tuổi đảm dương trách nhiệm người trưởng thành,*

nhất là về mặt tôn giáo) **2**. lễ thụ nhiệm trưởng thành.

barmy /'ba:mi/ tt (*Mỹ* cg **balmy**) tt (-ier, -iest) (*kng*) điên, dở người.

barn /ba:n/ **1**. kho thóc **2**. ngôi nhà to mà xấu: *they live in that great barn of a house* họ sống trong một ngôi nhà to mà xấu **3**. (*Mỹ*) chuồng bò ngựa **4**. (*Mỹ*) nhà để xe buýt xe tải.

barnacle /'ba:nəkl/ dt (*động*) động vật chân tơ (*hay bám vào mỏm đá, vào đáy tàu*): *he clung to his mother like a barnacle* (*bóng*) nó bám lấy mẹ nó như đỉa.

barn dance /'ba:nda:ns/ **1**. điệu vũ dân gian truyền thống **2**. lễ hội nhảy vũ dân gian truyền thống.

barn owl /ba:n'aul/ (*động*) chim lợn.

barney /'ba:ni/ dt (*thường số ít*) (*Anh, kng*) cuộc cãi cọ ầm ĩ.

barnstorm /'ba:nsto:m/ dgt đi lưu diễn; đi vận động chính trị đó đây.

barnstormer /'ba:nsto:mə[r]/ dt diễn viên đi lưu diễn; người đi vận động chính trị đó đây.

barnyard /'ba:nja:d/ dt sân kho.

barometer /bə'rɒmitə[r]/ dt khí áp kế, phong vũ biểu: *a reliable barometer of public feeling* (*bóng*) một chiếc phong vũ biểu phản ánh chính xác cảm nghĩ của quần chúng.

barometric /,bærə'metrik/ tt [thuộc] khí áp.

baron /'bærən/ dt **1**. nam tước **2**. vua, trùm (*tư bản*): *a press baron* trùm báo chí; *an oil baron* vua dầu lửa.

baroness /'bærənis/, cg /,bærə'nes/ **1**. nữ nam tước **2**. nam tước phu nhân.

B

baronet /'bærənit/ *dt* (*vt* **Bart, Bt**) tòng nam tước.

baronetcy /'bærənitsi/ *dt* hàng tòng nam tước.

baronial /bə'rəuniəl/ *tt* **1.** [thuộc] nam tước **2.** giàu sang; rộng lớn: *a baronial hall* một tòa đại sảnh rộng lớn.

barony /'bærəni/ *dt* hàng nam tước.

baroque[1] /bə'rɒk, (*Mỹ* bə'rəuk)/ *tt* (*nghệ*) barôc, hoa mỹ.

baroque[2] /bə'rɒk, (*Mỹ* bə'rəuk)/ *dt* (*nghệ*) xu hướng nghệ thuật barôc (*thế kỷ 17, 18 ở Âu châu*).

barque /ba:k/ *dt* x bark[5].

barrack[1] /'bærək/ *đgt* (*Anh, Úc, kng*) la ó (*diễn giả, diễn viên...*).

barrack[2] (*trong từ ghép*) [của] doanh trại: *barrack-square* sân tập gần doanh trại.

barracks /bærəks/ *dt* (*đgt snh hoặc số ít*) **1.** doanh trại: *as punishment they are confined to barracks* bị trừng phạt họ không được ra khỏi doanh trại **2.** (*đgt số ít*) (*bóng, kng*) nhà to xấu xí.

barracuda /bærə'ku:də/ *dt* (*động*) cá nhồng.

barrage /'bæra:ʒ, (*Mỹ* bə'ra:ʒ)/ *dt* **1.** đập nước **2.** (*quân*) sự bắn chặn; hàng rào phòng ngự: *anti-aircraft barrage* hàng rào phòng không **3.** (*bóng*) loạt dồn dập: *face a barrage of angry complaints* đối đầu với một loạt dồn dập những lời than phiền giận dữ.

barred /ba:d/ *tt* **1.** có... thanh; *a five-barred gate* cửa có năm thanh **2.** (*kng*) có vạch màu; **barred feathers** lông vũ có vạch màu.

barrel[1] /'bærəl/ *dt* **1.** thùng (*đáy tròn, thành cao phình ra ở giữa*): *the wine is left to mature in oak barrels* rượu vang được để trong thùng gỗ sồi cho hoàn thục; *this country produces almost 2 million barrels of oil per day* nước này sản xuất gần 2 triệu thùng dầu mỗi ngày **2.** nòng (*súng*); ruột (*bút máy*). // **lock, stock and barrel** x lock[2]; **[get (have) somebody] over a barrel** (*kng*) đẩy ai vào thế khó khăn tuyệt vọng; **scrape the barrel** x scrape[1].

barrel[2] /'bærəl/ *đgt* đổ vào thùng, đóng thùng.

barrel-organ /'bærəl ,ɔ:gən/ *dt* (*nhạc*) đàn hộp (*có tay quay*).

barren /'bærən/ *tt* **1.** cằn cỗi (*đất*); không có quả (*cây*); không sinh đẻ (*phụ nữ*) **2.** không đem lại kết quả; vô bổ: *a barren discussion* một cuộc thảo luận vô bổ.

barrenness /'bærənnis/ *dt* **1.** sự cằn cỗi; sự không sinh đẻ (*phụ nữ*) **2.** sự vô bổ.

barricade[1] /,bæri'keid/ *dt* chướng ngại vật (*để chặn, phòng thủ*).

barricade[2] /,bæri'keid/ *đgt* **barricade somebody in [something] (out [of something])** đặt chướng ngại vật giữ ai ở trong (ở ngoài) nơi nào: *they barricaded themselves in [their rooms]* họ đặt chướng ngại vật cố thủ trong phòng; **barricade something off** chặn bằng chướng ngại vật: *the police barricaded off the entrance to the square* cảnh sát chặn bằng chướng ngại vật lối vào quảng trường.

barrier /bæriə[r]/ *dt* cái chắn đường; hàng rào: *show your ticket at the barrier* xuất trình vé ở chỗ chắn đường; *barriers of race and religion* hàng rào chủng tộc và tôn giáo; *the language barrier* hàng rào ngôn ngữ.

barrier cream /,bæriə'kri:m/ kem thoa da.

barrier reef /,bæriə'ri:f/ vỉa ngầm san hô.

barring /'ba:riŋ/ *gt* trừ, trừ ra: *barring accidents, we should arrive on time* trừ trường hợp gặp tai nạn, chúng tôi sẽ đến đúng giờ.

barrister /'bæristə[r]/ *dt* luật sư.

barrow[1] /'bærəu/ *dt* **1.** cg (**wheelbarrow**) xe cút kít **2.** xe ba gác.

barrow[2] /'bærəu/ *dt* nấm mồ.

barrow boy /'bærəu bɔi/ người đẩy xe ba gác bán hàng ngoài phố.

Bart /ba:t/ *vt của* Baronet.

bartender /'ba:tendə[r]/ *dt* (*Mỹ*) nh barman.

barter[1] /'ba:tə[r]/ *đgt* đổi [hàng lấy hàng], đổi chác: *barter wheat for machinery* đổi lúa mì lấy máy móc.

barter[2] /'ba:tə[r]/ *dt* sự đổi [hàng lấy hàng], sự đổi chác.

basalt /'bæsɔlt, (*Mỹ* beisɔlt, bə'sɔ:lt)/ *dt* (*khoáng*) đá bazan.

base[1] /beis/ *dt* **1.** đáy, chân, đế: *the base of a column* chân cột; *the base of a triangle* cạnh đáy tam giác **2.** cơ sở, nền tảng: *she used her family's history as a base for her novel* chị ta dùng lịch sử gia đình chị làm cơ sở cho cuốn tiểu thuyết của mình **3.** (*hóa*) chất bazơ **4.** chất nền, chất chính (*của một chất pha trộn...*): *a drink with a rum base* một thức uống mà rượu rum là chất nền **5.** căn cứ: *a naval base* căn cứ hải quân **6.** (*toán*) cơ số: *base of logarithm* cơ số loga **7.** (*ngôn*) gốc từ. // **not get to first base** x first base; **off base** (*Mỹ, kng*) a/ sai lầm: *you're a bit off base there* chỗ đó anh hơi lầm lỗi rồi đấy b/ bất ngờ: *her reply caught him off base* câu trả lời của cô ta làm anh bất ngờ.

base² /beis/ *đgt* 1. (+ on) dựa vào, căn cứ vào, đặt cơ sở trên: *this novel is based on historical facts* cuốn tiểu thuyết này dựa vào các sự kiện lịch sử 2. (+ in, at) đặt cơ sở ở: *where is your company based?* công ty của anh đặt cơ sở (trụ sở) ở đâu?; *land-based missiles* hỏa tiễn mặt đất.

base³ /beis/ *tt* xấu, đê hèn, đê tiện: *acting from base motives* hành động vì những động cơ đê hèn.

baseball /'beisbɔ:l/ *dt* (*thể*) bóng chày.

baseboard /'beisbɔ:d/ *dt* (*Mỹ*) *nh* skirting-board.

baseless /'beislis/ *tt* không có cơ sở, không có căn cứ: *baseless fears* nỗi sợ không có căn cứ.

baseline /'beislain/ *tt* (*thể*) đường đáy (*sân quần vợt*).

basely /'beisli/ *pht* [một cách] đê hèn, [một cách] đê tiện.

basement /'beismənt/ *dt* tầng hầm (*của một ngôi nhà*).

base metal /,beis'metl/ kim loại thường (*không phải kim loại quý, như sắt chì*).

baseness /'beisnis/ *dt* sự đê hèn, sự đê tiện.

base rate /'beisreit/ lãi suất gốc (*do ngân hàng tư nhân ấn định*).

bases /'beisi:z/ *dt* 1. *snh* của basis 2. *snh* của base¹.

bash¹ /bæʃ/ *đgt* (*kng*) 1. đánh mạnh, đập mạnh: *bash somebody on the head*

with a club đập mạnh dùi cui vào đầu ai 2. (+ against, into) va mạnh: *he tripped and bashed his head against the railing* nó bước hụt và va đầu vào tay vịn cầu thang. // **bash ahead (away, on) [with something]** tiếp tục làm việc gì một cách hấp tấp; **bash something in (down)** sập mạnh vào: *bash in the lid of a box* sập mạnh nắp hộp xuống; *they bashed the door down* chúng nó đóng sập cửa vào; **bash somebody up** (*Anh, kng*) đối xử thô bạo với ai: *he was bashed up in the playground by some older boys* nó bị một số trẻ lớn hơn đối xử thô bạo ở sân chơi.

bash² /bæʃ/ *dt* (*kng*) cú đánh mạnh: *give somebody a bash on the nose* cho ai một cú đánh mạnh vào mũi. // **have a bash [at something]** (*kng*) thử (*làm gì*): *I've never tried water-skiing before, but I've love to have a bash at it* tôi chưa bao giờ lướt ván, nhưng tôi cũng muốn thử xem sao.

bashful /'bæʃfl/ *tt* rụt rè, bẽn lẽn.

bashfully /'bæʃfəli/ *pht* [một cách] rụt rè, [một cách] bẽn lẽn.

bashfulness /'bæʃflnis/ *dt* sự rụt rè, sự bẽn lẽn.

bashing /'bæʃiŋ/ *dt* (*thường trong từ ghép*) sự đập mạnh, sự công kích mạnh: *union bashing* sự công kích mạnh để cố hạ uy tín của nghiệp đoàn.

basic /'beisik/ *tt* cơ bản: *the basic vocabulary of a language* từ vựng cơ bản của một ngôn ngữ; *basic principles* nguyên tắc cơ bản; *my basic salary* tiền lương cơ bản của tôi.

BASIC (*cg* **Basic**) /'beisik/ ngôn ngữ BASIC (*máy điện toán*).

basically /'beisikəli/ *pht* về cơ bản: *basically I agree with your proposals* về cơ bản tôi đồng ý với các đề nghị của anh.

basics /'beisiks/ *dt* **the basics** cái chính yếu: *let's stop chatting and get down to the basics* ta hãy thôi tán chuyện gẫu mà đi vào cái chính yếu đi.

basic slag /,beisik 'slæg/ xỉ phophat (*thu được khi chế tạo thép, dùng làm phân bón*).

basil /'bæzl/ *dt* (*thực*) cây húng dổi, cây hạt é.

basilica /bə'zilikə/ *dt* nhà thờ hai dãy cột: *the Basilica of St Peter's in Rome* nhà thờ Thánh Peter ở Roma.

basilisk /'bæzilisk/ *dt* 1. (*kng*) con nhông *Mỹ* 2. (*thần*) rắn thần (*cái nhìn và hơi thở của nó có thể làm chết người*).

basin /'beisn/ *dt* 1. *nh* wash-basin 2. cái chậu. 3. chỗ trũng lòng chảo 4. lưu vực, bể, bồn: *river basin* lưu vực sông; *coal basin* bể than 5. vũng, vịnh.

basinful /'beisnfʊl/ *dt* chậu [đầy]: *two basinfuls of water* hai chậu nước.

basis /'beisis/ *dt* (*snh* **bases**) nền tảng; cơ sở: *the basis of morality* nền tảng của đạo lý; *rates of work are calculated on a weekly basis* mức công việc được tính trên cơ sở hàng tuần.

bask /ba:sk, (*Mỹ* bæsk)/ *đgt* tắm nắng, phơi nắng; sưởi, hơ (*trước lò sưởi...*): *bask in the warm sunlight* phơi mình trong nắng ấm; *bask by the fire* sưởi trước ngọn lửa; *basking in somebody's* *favour* tận hưởng ân huệ của ai.

basket /'ba:skit, (*Mỹ* 'bæskit)/ *dt* giỏ, sọt, rổ: *a shopping basket* cái giỏ đi mua sắm; *a waste paper basket* cái sọt rác; *a basket of eggs* một rổ trứng. // **put all one's eggs in (into) one basket** x egg[1].

basketful /'ba:skitfʊl/ *dt* giỏ [đầy], sọt [đầy], rổ [đầy].

basketball /'ba:skitbɔ:l, (*Mỹ* 'bæskitbɔ:l)/ *dt* (*thể*) bóng rổ.

basketry /'ba:skitri, (*Mỹ* 'bæskitri)/ *dt nh* basketwork.

basketwork /'ba:skitwɜ:k/ *dt* **1.** nghề đan rổ rá **2.** rổ rá.

bas-relief /,bæsri'li:f, *cg* 'ba:rili:f/ *dt* **1.** nghệ thuật đắp nổi thấp, nghệ thuật chạm nổi thấp, nghệ thuật khắc nổi thấp **2.** bức đắp nổi thấp, bức chạm nổi thấp, bức khắc nổi thấp.

bass[1] /bæs/ *dt* (*snh* **bass, basses**) (*động*) cá mú.

bass[2] /beis/ *dt* (*nhạc*) **1.** giọng nam trầm; người hát giọng nam trầm **2.** bè bát **3.** (*cg* **bass guitar**) đàn ghita bát.

bass[3] /beis/ *tt* (*nhạc*) (*thngữ*) [thuộc] nam trầm; [thuộc] bát: *a bass voice* giọng nam trầm; *a bass clarinet* kèn bát.

basset /'bæsit/ *dt* (*cg* **basset-hound**) chó batxe (*một giống chó săn lùn*).

bassinet /,bæsi'net/ *dt* nôi treo.

bassoon /bə'su:n/ *dt* (*nhạc*) kèn phagot.

bast /bæst/ *dt* sợi libe, sợi vỏ (*khai thác để đan rổ rá...*).

bastard /'ba:stəd, (*Mỹ* 'bæstəd)/ *dt* **1.** con hoang **2.** (*lóng, xấu*) thằng: *you rotten bas-*

tard mày là thằng thối thây **3.** (*lóng, xấu*) cái chết tiệt, cái gây đau đớn khó khăn: *my headache's a real bastard* cơn đau đầu của tôi quả là một tai họa chết tiệt **4.** (*kng*) lão, thằng cha (*gọi một cách thân mật*): *Harry, you old bastard! fancy meeting you here* Harry ơi, không ngờ gặp lão mày ở đây; *the poor bastard! he's just lost his job* thằng cha tội nghiệp! nó vừa mất việc đấy! **5.** (*thường thngữ*) [vật] lai căng, [vật] pha tạp: *a bastard style* văn phong lai căng.

bastardization, bastardisation /,ba:stədai'zeiʃn, bæstedai'zeiʃn/ *dt* sự làm lai căng, sự làm pha tạp.

bastardize, bastardise /'ba:stədaiz, 'bæstədaiz/ *dgt* làm lai căng, làm pha tạp.

bastardy /'ba:stədi, bæstədi/ *dt* **1.** tình trạng là con hoang **2.** sự đẻ hoang.

baste[1] /beist/ *dgt* khâu lược.

baste[2] /beist/ *dgt* phết (*mỡ...*) lên thịt (*để giữ cho thịt ướt trong quá trình nấu nướng*).

bastinado[1] /,bæsti'na:dəʊ, bæsti'neidəʊ/ *dt* (*snh* **bastinados**) trận đòn vào lòng bàn chân.

bastinado[2] /,bæsti'na:dəʊ, bæsti'neidəʊ/ *dgt* đánh vào lòng bàn chân.

bastion /'bæstiən/ *dt* pháo đài (*đen, bóng*): *a bastion of democracy* (*bóng*) một pháo đài của nền dân chủ.

bat[1] /bæt/ *dt* (*động*) con dơi. // **blind as a bat** x blind[1]; **have bats in the belfry** (*kng*) gàn, có những ý tưởng lạ đời; **like a bat out of hell** (*kng*) ba chân bốn cẳng, hết tốc lực.

bat[2] /bæt/ *dt* **1.** gậy (*đánh cricket, bóng chày*), vợt (*đánh quần vợt*) **2.** *nh* bats-

man. // **off one's own bat** (*kng*) một mình không có ai giúp đỡ.

bat[3] /bæt/ *dgt* (-**tt**-) **1.** đánh bằng gậy **2.** (*thể*) đánh bóng (*cricket, bóng chày*): *they both bat left-handed* cả hai người đều đánh bóng tay trái.

bat[4] /bæt/ *dt* **at a rare (surprising; terrific...) bat** (*kng*) nhanh kinh khủng.

bat[5] /bæt/ *dgt* (-**tt**-) **not bat an eyelid** (*kng*) cứ thản nhiên, cứ phớt tỉnh: *the condemned man listened to his sentence without batting an eyelid* người bị kết án nghe bản tuyên án một cách thản nhiên.

batch /bætʃ/ *dt* **1.** mẻ (*bánh*); lô: *baked in batches of twenty* được nướng từng mẻ hai mươi chiếc (*bánh*) **2.** đợt, chuyến: *a new batch of recruits for the army* một đợt tân binh mới.

batch processing /,bætʃ 'prəʊsesiŋ/ sự xử lý theo lô (*máy điện toán*).

bated /'beitid/ *tt* **with bated breath** hồi hộp đến đứt hơi thở: *we waited with bated breath for the winner to be announced* chúng tôi hồi hộp đến đứt hơi thở chờ công bố người thắng cuộc.

bath[1] /ba:θ, (*Mỹ* bæθ)/ *dt* (*snh* **baths** /ba:ðz, (*Mỹ* bæðz)/ **1.** sự tắm: *he takes a cold bath every morning* sáng nào anh ta cũng tắm nước lạnh **2.** (*cg* **bathtub, tub**) chậu tắm, bồn tắm **3.** nước tắm **4.** nước ngâm; bình nước ngâm: *the fabric is plunged into a bath of black dye* tấm vải được nhúng vào một thùng nước nhuộm đen **5. baths** (*Anh*) hồ bơi trong nhà; nhà tắm: *Turkish baths* nhà tắm hơi. // **throw**

the baby out with the bath water x baby.

bath² /bɑ:θ, (Mỹ bæθ)/ tắm: *bath the baby* tắm cho em bé; *I bath every night* tối nào tôi cũng tắm.

bath chair /ˌbɑ:θ'ʃeə[r]/ *dt* ghế lăn, xe lăn (*cho người tàn tật*).

bathe¹ /beið/ *đgt* 1. rửa, rửa sạch (*vết thương, mắt...*): *the nurse bathed the wound* y tá rửa sạch vết thương 2. đi tắm, đi bơi (ở *bãi biển, ở sông, ở bể bơi*): *on hot days we often bathe (go bathing) in the river* vào những ngày trời nóng chúng tôi hay đi tắm ở sông.

bathe² /beið/ *dt* sự đi tắm, sự đi bơi (ở *sông, bãi biển...*): *it's a sunny day, let's go for a bathe* hôm nay trời nắng, ta đi bơi đi.

bathed /beið/ *tt* [ướt] đẫm, đầm đìa: *face bathed in tears* mặt đầm đìa nước mắt; *after the match, I was bathed with sweat* sau trận đấu tôi ướt đẫm mồ hôi.

bather /'beiðə[r]/ *dt* người tắm, người bơi (ở *sông, bãi biển...*)

bathing /'beiðiŋ/ *dt* sự tắm, sự bơi lội: *she is fond of bathing* chị ta thích bơi lội; *bathing prohibited!* cấm bơi lội! (*vì không an toàn*).

bathing-cap /'beiðiŋ kæp/ *dt* mũ bơi.

bathing-costume /'beiðiŋ kɒstju:m/ *dt* (*cg* **bathing-suit**) /'beiðiŋ su:t/ (*cũ*) *nh* swimming costume.

bath mat /'beiðmæt/ tấm thảm hút nước (ở *buồng tắm*).

bathos /'beiθɒs/ *dt* sự rơi tõm xuống độ tầm thường (*từ chỗ văn phong còn đang lâm ly xúc động*).

bathrobe /'bɑ:θrəub/ *dt* 1. áo choàng tắm 2. (*Mỹ*) *nh* dressing-gown.

bathroom /'bɑ:θrʊm/ *dt* 1. buồng tắm 2. (*Mỹ*) nhà vệ sinh.

bathtub /'bɑ:θtʌb/ *dt x* bath¹ 2.

bathysphere /'bæθisfiə[r]/ *dt* quả cầu lặn (*để nghiên cứu đáy biển*).

batik /bə'ti:k, 'bætik/ *dt* 1. cách in hoa lên vải bằng sáp 2. vải in hoa bằng sáp.

batiste /bæ'ti:st, bə'ti:st/ *dt* vải phin, vải batit.

batman /'bætmən/ *dt* (*snh* **batmen** /'bætmən/) (*Anh*) cần vụ (*của sĩ quan cấp cao*).

baton /'bætn, 'bætɒn, (Mỹ) bə'tɒn/ *dt* 1. (*cg* **truncheon**) dùi cui (*cảnh sát*) 2. que chỉ huy (*của nhạc trưởng*) 3. gậy chỉ huy của thống chế 4. gậy chuyền tay (*chạy tiếp sức*) 5. gậy chỉ huy đội trống.

bats /bæts/ *tt* (*vị ngữ*) dở hơi, khùng khùng.

batsman /'bætsmən/ *dt* (*snh* **batsmen** /'bætsmən/) (*thể*) cầu thủ đập bóng (*cricket*).

battalion /bə'tæliən/ *dt* (*quân*) (*vt* **Bn**) tiểu đoàn.

batten¹ /'bætn/ *dt* thanh nẹp.

batten² /'bætn/ *đgt* (+ down) đóng nẹp giữ chặt (*nắp hầm...*) khi có bão ngoài biển.

batten³ /'bætn/ *đgt* **batten on somebody (something)** (*xấu*) ăn bám: *he avoided having to work by battening on his rich relatives* nó tránh làm việc bằng cách ăn bám các bà con giàu có.

batter¹ /'bætə[r]/ *đgt* (+ at, on) đập mạnh, đập liên hồi: *he kept battering at the door* anh ta đập liên hồi vào cửa; *battered babies* trẻ nhỏ chịu cảnh đánh đập liền tay của bố mẹ. // **batter something down** đập bẹp cái gì; **batter something to something** đập nát cái gì ra thành (*từng mảnh...*): *the huge waves battered the wrecked ship to pieces* sóng lớn đã đập nát con tàu đắm ra thành từng mảnh; *the victim's face was battered to a pulp* mặt nạn nhân bị đánh [thành một khối] nát bét.

batter² /'bætə[r]/ *dt* bột nhồi (*để làm bánh*): *pancake batter* bột nhồi làm bánh kếp.

batter³ /'bætə[r]/ *dt* (*thể*) cầu thủ đánh bóng (*bóng chày*).

battered /'bætəd/ *tt* méo mó, móp méo: *a battered old hat* chiếc mũ cũ méo mó; *your car looks rather battered* chiếc xe của anh trông có vẻ móp méo rồi đấy nhỉ.

battering-ram /'bætəriŋ ræm/ *dt* súc gỗ [dùng] phá thành (*ngày xưa*).

battery /'bætəri/ *dt* 1. bộ pin; bộ ắc quy: *a car battery* bộ ắc quy xe ô-tô, bình xe hơi; *this pocket calculator needs two batteries* máy điện toán bỏ túi này cần hai cục pin 2. (*quân*) khẩu đội 3. bộ: *a battery of lights* bộ đèn; *she faced a battery of questions* (*bóng*) chị ta đương đầu với cả một loạt câu hỏi 4. dãy chuồng (*nuôi gà...*): *a battery hen* gà nuôi nhốt chuồng 5. (*luật*) sự hành hung. // **recharge one's batteries** x recharge.

battery farm /ˌbætəri'fɑ:m/ trại nuôi gà công nghiệp.

battle¹ /'bætl/ *dt* trận đánh; cuộc chiến đấu: *go out to battle* ra trận; *die in battle* chết trận; *a battle of wits* cuộc đấu trí. // **do battle [with somebody] [about something]** đấu (tranh luận) với ai về việc gì; **fight a losing battle** x **fight¹**; **half the battle** yếu tố quan trọng nhất, hơn phân nửa công việc (*để đạt cái gì*): *when you're ill, wanting to get well again is often half the battle* khi anh đau yếu, ý muốn lành bệnh nhiều lúc là yếu tố quan trọng nhất đấy; **join battle** x join.

battle² /'bætl/ *dgt* chiến đấu, vật lộn: *battling against ill health* chiến đấu với bệnh tật; *they battled with the wind and waves* họ vật lộn với sóng gió.

battleaxe /'bætlæks/ *dt* **1.** rìu chiến **2.** (*kng, xấu*) mụ già lắm mồm.

battle-cruiser /'bætl ˌkru:zə[r]/ *dt* tàu chiến tuần dương.

battle-cry /'bætlkrai/ *nh* war-cry.

battledress /'bætldres/ *dt* đồng phục binh sĩ.

battlefield /'bætlfi:ld/, **battleground** /'bætlgraʊnd/ *dt* chiến trường.

battleship /'bætlʃip/ *dt* thiết giáp hạm.

battlements /'bætlmənts/ *dt* (*snh*) tường có lỗ châu mai.

batty /'bæti/ *tt* (**-ier, -iest**) (*kng*) dở hơi, gàn (*người, ý kiến*).

bauble /'bɔ:bl/ *dt* (*thường xấu*) đồ trang sức lòe loẹt rẻ tiền.

baulk /bɔ:k/ *dgt nh* balk².

bauxite /'bɔ:ksait/ *dt* (*khoáng*) bauxit.

bawdily /'bɔ:dili/ *pht* [một cách] tục tĩu.

bawdiness /'bɔ:dinis/ *dt* sự tục tĩu.

bawdy¹ /'bɔ:di/ *tt* (**-ier; -iest**) tục tĩu.

bawdy² /'bɔ:di/ *dt* (*cũ*) chuyện tục tĩu.

bawl /bɔ:l/ *dgt* la to, hét to, la hét: *the captain bawled [out] an order* viên đại úy hét to một mệnh lệnh: *I couldn't sleep because the baby wouldn't stop bawling* tôi không ngủ được vì cháu bé la hét mãi không thôi. // **bawl somebody out** chửi mắng ai.

bay¹ /bei/ *dt* (*cg* **bay-tree**) (*thực*) cây thắng.

bay² /bei/ *dt* vịnh: *the Bay of Bengal* vịnh Bengal.

bay³ /bei/ *dt* gian, ngăn: *in the library, the books on history are all kept in one bay* ở thư viện các cuốn sách về lịch sử đều để ở cùng một gian; *the bomb-bay* ngăn để bom (*ở máy bay*).

bay⁴ /bei/ *dt* tiếng chó sủa (*lúc đi săn*). // **at bay** bị dồn cùng đường (*thú săn*); **bring somebody (something) to bay** dồn vào thế đường cùng, bị dồn vào chân tường; **hold (keep) somebody at bay** ngăn không cho đến gần: *I'm trying to keep my creditors at bay* tôi đang cố tránh đám chủ nợ của tôi.

bay⁵ /bei/ *dgt* sủa, rú lên (*chó săn*): *the baying cry of a wolf* tiếng rú lên của chó sói; tiếng tru của chó sói.

bay⁶ /bei/ *dt* ngựa hồng.

bay⁷ /bei/ *tt* [có màu] hồng (*ngựa*).

bay-leaf /'beili:f/ *dt snh* **bay-leaves** lá cây thắng (*dùng làm gia vị khi nấu nướng*).

bayonet¹ /'beiənit/ *dt* lưỡi lê.

bayonet² /'beiənit/ *dgt* đâm bằng lưỡi lê: *bayoneted to death* bị đâm chết bằng lưỡi lê.

bayou /'baiu:/ *dt* (*Mỹ*) con lạch (*chảy ra sông, dòng chảy chậm*).

bay window /ˌbei'windəʊ/ *dt* cửa sổ lồi (*thường có kính*).

bazaar /bə'zɑ:[r]/ *dt* **1.** chợ (*ở các nước phương Đông*) **2.** quầy bán hàng từ thiện: *a church bazar* quầy bán hàng từ thiện của nhà thờ.

bazooka /bə'zu:kə/ *dt* súng bazôka.

BBC /ˌbi:bi:'si:/ (*vt của* British Broadcasting Corporation) đài BBC (*Anh*): *listen to the BBC* nghe đài BBC; *BBC English* tiếng Anh của đài BBC (*tiếng Anh chuẩn xác*).

BBFC /ˌbi:bi:ef'si:/ (*vt của* British Board of Film Censors) hội đồng kiểm duyệt phim Anh.

BC /ˌbi:'si:/ *vt* **1.** (*vt của* Before Christ) trước công nguyên **2.** (*vt của* British Council) hội đồng phát triển văn hóa và ngôn ngữ Anh ở các nước (*do nhà nước Anh tài trợ*).

be¹ /bi; *dạng nhấn mạnh* bi:/ *dgt* **1.** là: *January is the first month of the year* tháng giêng là tháng đầu năm; *lack of money is our biggest problem* thiếu tiền là vấn đề lớn nhất của chúng ta; *the fact is [that] you know too much* thực tế là anh biết nhiều quá; *she's a doctor* chị ta là bác sĩ; *horses are animals* ngựa là động vật; *these shoes are mine* giày này là của tôi; *a knife is for cutting with* dao là để mà cắt **2.** có, ở, tại, vào (*chỉ vị trí, thời gian*): *where is he?* nó ở đâu?; *he is at home* nó ở nhà; *the book is on the table* cuốn sách ở trên bàn; *the party is on Saturday* buổi liên hoan sẽ vào thứ bảy; *there is a hole* *in your trousers* ở quần anh có một lỗ thủng. // **be that as it may** dù có thế chăng nữa: *I accept that he is old and frail; be that as it may he's still a good politician* tôi đồng ý là ông ấy đã già yếu, nhưng dù có thế chăng nữa ông ấy vẫn là một nhà chính trị giỏi;... **that was** từng được gọi là: *Miss Brown that was* cô Brown như từng đã được gọi *(trước khi lấy chồng)*; **-to-be** tương lai *(trong từ ghép)*: *mother-to-be* bà mẹ tương lai *(hiện đang có mang).*

be² /bi; *dạng nhấn mạnh* bi:/ *trd* **1.** *(dùng để tạo thì tiếp diễn)* đang: *don't disturb me while I'm working* đừng có quấy rầy tôi trong khi tôi đang làm việc **2.** *(dùng để tạo dạng bị động)* bị, được: *smoking is not permitted* không được phép hút thuốc; *the house is being painted* ngôi nhà đang được quét vôi **3.** phải: *all prisoners are to be in bed by 10 o'clock* mọi tù nhân đều phải đi ngủ lúc 10 giờ; *we were to have gone away last week, but I was ill* chúng tôi phải đi tuần trước, nhưng tôi bị ốm **4.** đáng: *he is more to be pitied than blamed* nó đáng thương hơn là đáng trách mắng **5.** sẽ, hẳn sẽ: *this discovery was to have a major effect on the treatment of heart disease* phát minh này hẳn sẽ có tác dụng lớn trong việc điều trị bệnh tim **6.** giả thiết là, nếu mà *(chỉ dùng ở dạng were)*: *if I were to tell you (were I to tell you) that I killed him, would you believe me?* nếu mà tao bảo mày là tao đã giết hắn thì mày có tin tao không?

be³ /bi; *dạng nhấn mạnh* bi:/ *đgt* **1.** tồn tại: *"to be or not to be, that is the question" (Shakespeare)* tồn tại hay không tồn tại, đó là vấn đề *(Skakespeare)* **2.** *(dùng ở dạng nguyên thể)* được để yên: *if the baby's sleeping, let her be* nếu cháu bé ngủ, hãy để nó yên.

be- *tiền tố* **1.** *(tạo thành từ với đgt, với tt tận cùng bằng ed)* khắp, toàn: *besmear* bôi bẩn khắp **2.** *(tạo thành ngoại đgt với dt và tt)* làm, đối xử như: *befriend* làm bạn với; *belittle* làm bé lại, thu nhỏ lại **3.** *(tạo thành ngoại đgt với nội đgt)* bewail than khóc *(ai).*

beach¹ /bi:tʃ/ *dt* bãi cát *(ở bờ hồ, bờ biển, lộ ra giữa mức nước lên và nước xuống)*: *holiday-makers sunbathing on the beach* những người đi nghỉ tắm nắng ở bãi cát.

beach² /bi:tʃ/ *đgt* đưa *(tàu, thuyền)* lên bờ.

beach-ball /'bi:tʃbɔ:l/ *dt* bóng chơi bãi cát.

beach buggy /'bi:tʃˌbʌgi/ xe mô-tô đua bãi cát.

beach-chair /'bi:tʃtʃeə[r]/ *dt* *nh* deckchair.

beachcomber /'bi:tʃkəʊmə[r]/ *dt* **1.** người nhặt đồ rơi vãi trên bãi biển **2.** đợt sóng tràn bờ.

beachhead /'bi:tʃhed/ *dt* vị trí đổ bộ, đầu cầu đổ bộ.

beachwear /'bi:tʃweə[r]/ quần áo tắm biển, quần áo bãi biển.

beacon /'bi:kən/ *dt* **1.** lửa hiệu **2.** hải đăng **3.** đèn nhấp nháy hướng dẫn phi công **4.** đèn hiệu **5.** *(Anh)*, *nh* Belisha beacon.

bead /bi:d/ *dt* **1.** hạt, hột *(của chuỗi hạt)* **2. beads** *(snh)* chuỗi hạt đeo cổ **3. beads** *(snh)* hột, giọt: *beads of sweat on his forehead* những giọt mồ hôi trên trán nó. // **draw a bead** *x* draw².

beading /'bi:diŋ/ *dt* đường chạm hình chuỗi hạt.

beadle /'bi:dl/ *dt* *(Anh)* **1.** thầy tư tế *(ở nhà thờ)* **2.** người tiếp tân *(ở trường đại học).*

beady /'bi:di/ *tt* sáng và tinh tường *(mắt)*: *not much escapes our teacher's beady eyes* không có gì qua khỏi cặp mắt tinh tường của thầy giáo chúng tôi.

beagle /'bi:gl/ *dt* chó bigơn *(săn thỏ).*

beagling /'bi:gliŋ/ *dt* sự săn thỏ bằng chó.

beak¹ /bi:k/ *dt* **1.** mỏ *(chim)* **2.** vật hình mỏ; mũi khoằm.

beak² /bi:k/ *dt* *(Anh, lóng)* thẩm phán.

beaked /bi:kt/ *tt* *(trong từ ghép)* có mỏ *(như thế nào đó)*: *long-beaked* có mỏ dài.

beaker /'bi:kə[r]/ *dt* **1.** *(hóa)* cốc bêse **2.** cốc rộng miệng không quai *(không có chân).*

beam¹ /bi:m/ *dt* **1.** xà nhà **2.** đà ngang sàn tàu; chiều ngang của tàu **3.** đòn cân **4.** tia sáng, chùm sáng **5.** vẻ mặt rạng rỡ; nụ cười rạng rỡ **6.** tín hiệu radio (rađa) cho tàu bè. // **broad in the beam** *x* broad¹; **off [the] beam** *(kng)* sai: *your calculation is way off beam* tính toán của anh sai rồi; **on the beam** *(kng)* đúng.

beam² /bi:m/ *đgt* **1.** chiếu, rọi *(mặt trời...)* **2.** *(at somebody)* tươi cười, rạng rỡ: *the winner beamed with satisfaction* kẻ thắng cuộc tươi cười mãn nguyện **3.** phát đi *(tin tức, chương trình...)*: *the World Cup Final was beamed live from Britain to Japan* trận chung kết Cúp thế giới được phát sóng tại chỗ từ Anh sang Nhật.

beam-ends /ˌbi:m'endz, 'bi:məndz/ *dt snh* **on her beam-ends** nghiêng một bên, gần lật úp *(tàu)*; **on one's beam-ends** *(lóng)* cạn túi.

bean /bi:n/ *dt* **1.** đậu: *soya beans* đậu nành, đậu tương **2.** hạt *(cà phê, ca cao)*. // **full of beans (life)** *x* full; **a hill of beans** *x* hill; **know how many beans make five** *x* know; **not have a bean** *(kng)* không có lấy một xu; **spill the beans** *x* spill¹.

beanfeast /'bi:nfi:st/ *dt* (*cg* **beano**) *(Anh, cũ, kng)* tiệc liên hoan.

beano /'bi:nəʊ/ *dt (Anh, cũ, lóng) nh* beanfeast.

beanpole /'bi:npəʊl/ *(kng)* người cao nghều.

bean sprouts /'bi:nspraʊts/ giá đỗ.

bear¹ /beə[r]/ *dt* **1.** con gấu **2.** người thô lỗ **3.** người đầu cơ giá hạ *(chứng khoán)*. // **a bear garden** nơi ồn ào hỗn loạn; **like a bear with a sore head** *(kng)* cáu kỉnh, gắt gỏng: *when he's just woken up, he's like a bear with a sore head* khi mới thức dậy anh ta hay cáu kỉnh gắt gỏng.

bear² /beə[r]/ *dgt* (**bore; borne**) **1.** mang: *the document bore his signature* tài liệu mang chữ ký của ông ta; *the ring bears an inscription* chiếc nhẫn có khắc chữ; *he was badly wounded in the war and still bears the scars* ông ta bị thương nặng trong chiến tranh và hãy còn mang vết sẹo; *she bears little resemblance to her mother* cô ta ít giống mẹ; *a family that bore an ancient and honoured name* một gia đình mang tên của một dòng họ danh giá lâu đời; *bear a heavy load* mang một gánh nặng **2.** chịu, chịu đựng: *the ice is too thin to bear your weight* lớp băng quá mỏng không chịu nổi sức nặng của anh; *he can't bear to be laughed at (bear being laughed at)* nó không chịu nổi bị nhạo báng **3.** lưu giữ trong trí, để tâm: *he bears no resentment towards them* anh ấy không [lưu giữ trong trí mình lòng] oán hận họ **4. bear oneself well,...** xử sự *(như thế nào đó)*: *he bears himself like a soldier* anh ta xử sự như một người lính **5.** sinh: *bear a child* sinh một đứa con; *she has born him six sons* bà ta sinh cho ông sáu thằng con trai; *trees bearing pink blossoms* cây ra hoa màu hồng; *his efforts bore no result* cố gắng của anh ta không mang lại kết quả **6. bear [to the] north, left...** chuyển theo hướng nào đó: *the road bears [to the] west* con đường đi về phía tây; *when you get to the fork in the road, bear [to the] right* tới ngã ba đường thì nhớ rẽ tay phải. // **bear arms** *(cổ)* đi lính; chiến đấu; **bear the brunt of something** chịu tác động của: *bear the full brunt of the attack* chịu toàn bộ mũi giùi của cuộc tấn công; *his secretary has to bear the brunt of his temper* viên thư ký của ông ta phải chịu đựng tính khí hung hăng của ông ta; **bear (stand) comparison with** *x* comparison; **bear fruit** có kết quả: *his efforts finally bear fruit and permission was granted* nỗ lực của anh ta cuối cùng đã có kết quả và anh đã được cấp giấy phép; **bear hard (heavily, severely...) on somebody** đè nặng lên ai: *taxation bears heavily on us all* thuế má đè nặng lên tất cả chúng ta; **bear (have)** some (no) reference to something *x* reference; **bear in mind [that]** nhớ rằng: *stay in the foyer if you wish, but bear in mind [that] the performance begins in two minutes* cứ ở phòng giải lao nếu bạn muốn, nhưng nhớ rằng buổi diễn sẽ bắt đầu trong hai phút nữa; **bear (keep) somebody (something) in mind** *x* mind¹; **bear witness [to something]** cung cấp bằng chứng cho, chứng tỏ: *the new housing bears witness to the energy of the Council* chương trình nhà ở mới chứng tỏ sự năng nổ của hội đồng; **be borne in on somebody** được ai nhận thức rõ: *it was gradually borne in on us that defeat was inevitable* dần dần chúng tôi nhận thức được rằng thất bại là không thể tránh khỏi; **bring pressure to bear [on somebody (something)]** *x* pressure; **bring something to bear [on somebody (something)]** dùng cái gì *(vào việc gì...)*: *we must bring all our energies to bear upon the task* chúng tôi phải dồn tất cả sức lực vào hoàn thành nhiệm vụ; **grin and bear it** *x* grin.

bear something (somebody) away (off) tóm được và mang đi: *they bore off several captives* họ tóm được nhiều tù nhân giải đi; *he bore away the first prize* nó đã đoạt được giải nhất; **bear down somebody (something)** đánh bại: *bear down the enemy* đánh bại kẻ thù; **bear down all resistance** đánh bại mọi sự kháng cự; **bear down on somebody (something)** xông vào: *the angry farmer was bearing down on us* bác nông dân giận dữ xông vào chúng tôi; **bear on something** có liên quan tới, có ảnh hưởng tới: *these are matters that bear* *on the welfare of the community* đó là những vấn đề có liên quan đến phúc lợi của cộng đồng; **bear somebody (something) out** ủng hộ, xác nhận: *the other witnesses will bear me out* những nhân chứng khác sẽ xác nhận lời tôi nói; **bear up [against (under) something]** đủ sức để đương đầu với: *he's bearing up well against all his misfortunes* anh ta đủ sức đương đầu với mọi nỗi bất hạnh; **bear with somebody (something)** kiên nhẫn hơn đối với: *you must bear with his bad temper, he's very ill* anh phải kiên nhẫn hơn với tính cáu kỉnh của ông ta, ông ta ốm nặng lắm đấy.

bearable /'beərəbl/ *tt* có thể chịu được: *the climate is bearable* khí hậu có thể chịu được; *his increase in salary made life more bearable* nó được tăng lương, đời sống dễ chịu hơn.

bearably /'beərəbli/ *pht* [một cách] có thể chịu được.

beard[1] /biəd/ *dt* râu: *who's that man with the beard?* cái ông râu kia là ai thế?; *he has [grown] a beard* ông ta để râu; *a goat's beard* râu dê.

beard[2] /biəd/ *đgt* đương đầu với, chống cự. // **beard the lion in his den** dám giáp mặt vuốt râu hùm.

bearded /'biədid/ *tt* có râu.

beardless /'biədlis/ *tt* không có râu: *a beardless youth* chàng trai không có râu, chàng trai non nớt.

bearer /'beərə[r]/ *dt* 1. người đem, người mang: *a bearer of bad news* người mang tin dữ 2. người tải, người khuân vác: *bearer company* đơn vị tải thương 3. người cầm, người giữ (*tấm séc...*): *this cheque is payable to the*

bearer tấm séc này được trả cho người cầm séc.

bear-hug /'beəhʌg/ *dt* sự ôm [hôn] thắm thiết.

bearing /'beəriŋ/ *dt* 1. thái độ, tác phong: *a man of soldierly bearing* một người đàn ông có tác phong quân nhân 2. **bearing on something** sự liên quan (*đến vấn đề gì*): *what he said had not much bearing on the problem* cái anh ta nói không mấy liên quan đến vấn đề 3. **bearings** (*snh*) phương diện: *we must consider the question in all its bearings* chúng ta phải xét vấn đề trên mọi phương diện 4. vị trí; phương hướng: *take one's bearings* định rõ phương hướng (*đen, bóng*); *lose one's bearings* lạc mất phương hướng (*đen, bóng*) 5. (*kỹ*) cái đệm, cuxinê. // **get (take) one's bearings** xác định vị trí (*căn cứ vào các mốc*); **lose one's bearings** x lose; **past [all] bearing** không còn [có thể] chịu đựng được.

bearish /'beəriʃ/ *tt* 1. cục cằn; cau có 2. sụt giá chứng khoán: *a bearish market* thị trường sụt giá chứng khoán.

bearskin /'beəskin/ *dt* 1. da gấu 2. mũ da gấu (*của lính bảo vệ Anh*).

beast /bi:st/ *dt* thú [vật]: *beast of prey* thú săn mồi; *the lion is called the king of beasts* người ta gọi sư tử là vua các loài thú; *drink brings out the beast in him* (*bóng*) rượu làm lộ bản chất thú vật trong người nó; *stop stickling me, you beast!* thôi đừng cù tao nữa, đồ thú vật kia!

beastly /'bi:stli/ *tt* 1. như thú vật, hung ác 2. (*Anh, kng*) xấu, khó chịu: *what beastly weather!* thời tiết xấu quá!

beast of burden /,bi:st əv-'bɜ:dən/ súc vật thồ.

beat[1] /bi:t/ *đgt* (**beat; beaten**) 1. đánh, đập: *somebody was beating at the door* có ai đập cửa đấy; *who's beating the drum?* ai đánh trống thế?; *they beat the prisoner unconscious* họ đánh tên tù nhân bất tỉnh; *beat metal flat* đánh kim loại bẹt ra; *hailstones beat against the window* hạt mưa đá đập vào cửa sổ; *the waves are beating on the shore* sóng đập vào bờ; *beat the eggs [up] [to a frothy consistency]* đánh trứng cho dậy lên 2. thắng, đánh bại, đẩy lùi: *he beat me at chess* nó đánh cờ thắng tôi; *the Government's main aim is to beat inflation* mục đích chính của chính phủ là đẩy lùi lạm phát; *beat the speed record* phá kỷ lục tốc độ 3. quá khó khăn đối với, gây bối rối cho: *a problem that beats even the experts* một vấn đề gây bối rối cho cả các chuyên gia. // **beat about the bush** nói quanh: *stop beating about the bush and tell us who won* thôi đừng nói quanh nữa, hãy bảo cho chúng tôi biết ai đã thắng; **beat somebody at his own game** đánh bại ngay sở trường của ai; **beat one's breast** đấm ngực hối hận [là đã làm sai]; **beat the clock** hoàn thành trước giờ hạn định; **beat (knock) the daylights out of somebody** x daylights; **beat the drum [for somebody (something)]** sôi nổi nói ủng hộ ai (cái gì); **beat (knock) hell out of somebody** x hell; **beat somebody hollow** đánh bại ai hoàn toàn: *our team was beaten hollow* đội ta bị đánh bại hoàn toàn; **beat it** (*lóng*) cút đi; **beat a [hasty] retreat** tháo chạy: *he beat a hasty* retreat when he saw the police coming hắn tháo chạy khi thấy cảnh sát tới; **beat... sense into somebody** x sense; **beat the rap** (*Mỹ, lóng*) thoát được mà không bị trừng phạt; **beat time to [something]** đánh nhịp, gõ nhịp (*bằng cách vung một chiếc que, bằng cách giậm bàn chân...*); **can you beat it** ủa!; **if you can't beat them, join them** không nuốt chửng được đối phương thì thà theo họ mà gỡ lấy một ít lợi; **off the beaten track** ở nơi xa xôi hẻo lánh, ở nơi ít ai lui tới; **a rod (stick) to beat somebody with** lý lẽ (sự việc) làm căn cứ để khiến trách trừng phạt ai.

beat something down a/ phá sập (*của để tạo một lối vào...*): *the thieves had beaten the door down* kẻ trộm đã phá sập cửa b/ làm rạp xuống: *the wheat had been beaten down by the rain* lúa mì bị mưa làm rạp xuống; **beat down on somebody (something)** chiếu ánh nắng nóng rực: *the sun beat down [on the desert sand]* mặt trời chiếu ánh nắng nóng rực xuống cát sa mạc, mặt trời như đổ lửa xuống cát sa mạc; **beat somebody (something) down [to something]** mặc cả bớt giá hàng: *he wanted £800 for the car but I beat him down [to £600]* ông ta đòi chiếc xe 800 bảng, nhưng tôi mặc cả bớt xuống 600 bảng; **beat somebody into (to) something** đánh cho đến phải: *the children were beaten into submission* tụi trẻ bị đánh cho đến phải phục tùng; *the dog was beaten to death* con chó bị đánh đến chết; **beat somebody (something) off** đánh đuổi đi, đánh lui: *the attacker (the attack) was beaten off* kẻ tấn công (cuộc tấn công) đã bị đánh lui; **beat**

something out a/ đánh mà tạo ra một nhịp điệu: *he beat out a tune on a tin can* anh ta gõ lên hộp thiếc thành một điệu nhạc b/ đập và dập tắt (*ngọn lửa*); **beat somebody to** tới (*nơi nào đó*) trước ai: *I'll beat you to the top of the hill* tôi sẽ tới đỉnh đồi trước anh; **beat somebody to it** đạt được cái gì trước ai; lấy được cái gì trước ai: *I was about to take the last cake, but he beat me to it* tôi sắp lấy cái bánh cuối cùng nhưng nó đã lấy trước tôi; **beat somebody up** đánh (đập) ai nhừ tử: *he was badly beaten up by a gang of thugs* anh ta bị một băng côn đồ đánh nhừ tử.

beat² /bi:t/ *dt* **1.** sự đập, sự đánh, tiếng đập, tiếng đánh: *We heard the beat of the drum* chúng tôi đã nghe tiếng trống đánh **2.** nhịp (*nhạc, thơ, trống*): *the song has a good beat* bài hát có điệu nhịp nhàng **3.** khu vực đi tuần tra; sự đi tuần tra (*của cảnh sát*): *a policeman out on the (his) beat* cảnh sát đang đi tuần tra trong khu vực của mình. // **out of (off) one's beat** (*kng*) không quen thuộc, khác lạ; **pound the beat** x pound³.

beat³ /bi:t/ *tt* (*vị ngữ*) mệt lử, kiệt sức: *I'm [dead] beat* tôi mệt rã rời.

beater /bi:tə[r]/ *dt* **1.** cái [để] đập, cái [để] đánh: *a carpet-beater* cái đập thảm; *an egg-beater* cái đánh trứng **2.** người lùa, người dồn (*chim, thú rừng*) về phía người săn (*có súng*).

beatific /ˌbiə'tifik/ *tt* rạng rỡ: *a beatific smile* nụ cười rạng rỡ.

beatification /biˌætifi'keiʃn/ *dt* (*tôn*) lễ tuyên phúc.

beatify /bi'ætifai/ *dgt* (*tôn*) tuyên phúc.

beatitude /bi'ætitju:d, (*Mỹ* bi'ætitu:d)/ *dt* **1.** phúc lớn, **2.** *the Beatitudes* (*snh*) tám điều phúc lớn (*trong kinh thánh*).

beatnik /'bi:tnik/ *dt* thanh niên lập dị (*thập niên 1950-1960 ở phương Tây*).

beat-up /ˌbi:t'ʌp/ *tt* (*Mỹ, kng*)/ cũ nát: *a beat-up old car* chiếc xe cũ nát.

beau /bəʊ/ *dt* (*snh* **beaux, beaus**) (*cũ hoặc văn*) **1.** người đàn ông ăn diện **2.** (*Mỹ*) bạn trai; người yêu.

beau monde /ˌbəʊ'mɔ:nd/ **the beau monde** giới phong lưu.

Beaufort scale /'bəʊfət'skeil/ thang phong lực Beaufort (*do tốc độ gió, kể từ mức 0 (yên tĩnh) đến mức 12 (bão lớn): registering 8 on the Beaufort scale* chỉ mức 8 theo thang phong lực Beaufort.

Beaujolais /'bəʊʒəlei, (*Mỹ* bəʊʒə'lei)/ *dt* (*snh kđổi*) rượu vang Beaujolais (*loại rượu vang nhẹ từ vùng Beaujolais, Pháp*).

beaut¹ /bju:t/ *dt* (*Mỹ, Úc, lóng*) người đẹp, vật đẹp.

beaut² /bju:t/ *tt, tht* (*Úc, lóng*) tuyệt: *the weather was beaut* trời thật là tuyệt.

beauteous /'bju:tiəs/ *tt* (*cổ*) đẹp.

beautician /bju:'tiʃn/ *dt* người sửa sắc đẹp (*ở các mỹ viện*).

beautification /ˌbju:tifi'keiʃn/ *dt* sự làm đẹp, sự tô điểm.

beautiful /'bju:tifl/ *tt* **1.** đẹp, hay: *a beautiful girl* cô gái đẹp **2.** (*kng*) rất tốt, tuyệt: *the soup was really beautiful* món xúp thật là tuyệt.

beautifully /'bju:tifli/ *pht* **1.** [một cách] đẹp, [một cách]

B

hay **2.** (*kng*) [một cách] tuyệt.

beautify /'bju:tifai/ *dgt* làm [cho] đẹp, tô điểm.

beauty /'bju:ti/ *dt* **1.** sắc đẹp, vẻ đẹp, nhan sắc: *she was a woman of great beauty* bà ta là một phụ nữ đẹp tuyệt vời; *a beauty contest* cuộc thi sắc đẹp **2.** người đẹp, vật đẹp: *look at this rose, this is a real beauty!* nhìn bông hồng này mà xem, thật là đẹp! **3.** cái đẹp, cái hay: *the beauty of the story* cái hay của câu chuyện. // **beauty is only skin deep** tốt gỗ hơn tốt nước sơn.

beauty parlour /'bju:ti ,pɑ:lə[r]/ mỹ viện.

beauty queen /'bju:ti kwi:n/ hoa hậu.

beauty salon /'bju:ti sælɒn/ mỹ viện.

beauty sleep /'bju:tisli:p/ (*thường hài hước*) giấc ngủ giữ sắc đẹp (*ngủ sớm trước nửa đêm*).

beauty spot /'bju:tispɒt/ **1.** cảnh đẹp, thắng cảnh **2.** nốt ruồi (*ở mặt phụ nữ*).

beaux /bəʊz/ *dt snh* của beau.

beaver¹ /'bi:və[r]/ *dt* **1.** (*động*) con hải ly **2.** bộ lông hải ly: *a beaver hat* mũ lông hải ly. // **an eager beaver** x eager,

beaver² /'bi:və[r]/ *dgt* **beaver away [at something]** (*Anh, kng*) làm việc cật lực: *I've been beavering away at this job for hours* tôi đã làm việc này cật lực hàng giờ.

bebop /'bi:bɒp/ *dt* (*cg* **bop**) nhạc bốp.

becalmed /bi'kɑ:md/ *tt* (*thường vị ngữ*) đứng yên (*thuyền buồm vì không gió*), bị đứng gió.

became /bi'keim/ *qk* của become.

because /bi'kɒz, (*Mỹ cg* bi'kɔ:z)/ *lt* vì, bởi vì: *I did it because he told me* tôi làm việc đó vì anh ta bảo tôi.

because of /bi'kɒzəv/ *gt* vì: *he walked slowly because of his bad leg* anh ta đi chậm vì chân đau.

beck¹ /bek/ *dt* (*Anh, đph*) dòng suối.

beck² /bek/ *dt* **at one's (somebody's) beck and call** luôn luôn sẵn sàng theo tức khắc lệnh của ai.

beckon /'bekən/ *dgt* ra hiệu bảo lại gần, ra hiệu bảo đi theo mình: *she beckoned [to] me [to follow]* bà ta ra hiệu cho tôi đi theo bà; *city life beckons many a country boy* cuộc sống thành thị vẫy gọi không ít thanh niên nông thôn. // **beckon somebody in, on, over...** ra hiệu bảo vào, bảo đi qua, bảo đến...: *the policeman beckoned us in* cảnh sát ra hiệu bảo chúng tôi đi vào.

become /bi'kʌm/ *dgt* (**became; become**) **1.** trở nên, trở thành: *he has become accustomed to his new duties* anh ta đã trở nên quen với công việc mới của mình; *she became a doctor* chị ta đã trở thành bác sĩ **2.** thích hợp, xứng hợp, vừa: *such language does not become a lady like you* cách ăn nói như vậy không hợp với một phụ nữ như cô; *her new hat certainly becomes her* chiếc mũ mới thật thích hợp với cô ta. // **what becomes of somebody (something)** cái gì đã xảy ra với (*ai, cái gì*): *what will become of my child if I die?* cái gì sẽ xảy đến với con tôi nếu tôi chết đi?

becoming /bi'kʌmiŋ/ *tt* **1.** vừa vặn: *a becoming hat* chiếc mũ đội vừa vặn **2.** xứng hợp: *cursing is not becoming to a lady* cái lối chửi rủa là không xứng hợp với một bà tử tế.

becomingly /bi'kʌmiŋli/ *pht* **1.** [một cách] vừa vặn **2.** [một cách] xứng hợp.

becquerel /'bekərəl/ *dt* (*lý*) becqueren (*đơn vị phóng xạ*).

bed¹ /bed/ *dt* **1.** giường: *a room with a double bed* một phòng với một giường đôi; *can you give me a bed for the night?* ông có thể cho tôi ngủ nhờ đêm nay chứ?; *I've put the children to bed* tôi đã cho bọn trẻ [vào giường] đi ngủ **2.** nệm: *a feather bed* nệm lông vũ; *a spring bed* nệm lò xo **3.** (*kng*) sự ăn nằm với nhau, sự giao hợp: *they think of nothing but bed!* họ chỉ nghĩ đến việc ăn nằm với nhau **4.** nền: *the machine rests on a bed of concrete* cỗ máy được đặt trên một bệ bằng bê tông; *the bed of a railway* nền đường xe lửa **5.** lòng: *the bed of a river* lòng sông **6.** luống (*hoa, rau*): *flower-beds* những luống hoa. // **as one makes one's bed, so one must lie on it** mình làm mình chịu; **bed and board** nơi ăn chỗ ngủ qua đêm; **bed and breakfast** (*vt* B and B, b and b) chỗ ngủ qua đêm và bữa điểm tâm hôm sau (*ở khách sạn*): *bed and breakfast costs £15 a night* chỗ ngủ qua đêm và bữa điểm tâm hôm sau giá 15 bảng một đêm; **a bed of roses** cuộc sống sung túc; **die in one's bed** x die²; **early to bed and early to rise** x early; **have got out of bed on the wrong side** cáu kỉnh suốt ngày; **go to bed with somebody** (*kng*) ăn nằm với ai; **make the bed** thu dọn chăn chiếu; **take to one's bed** ốm nằm liệt giường; **wet the (one's) bed** x wet³.

bed² /bed/ *dgt* (-dd-) **1.** xây vào, đặt vào, vùi vào: *bricks are bedded in mortar* gạch được xây vùi vào trong vữa; *the bullet bedded itself in the wall* viên đạn cắm ngập vào tường **2.** cung cấp chỗ nằm: *the wounded were bedded in the farmhouse* những người bị thương được đặt nằm trong nhà trại **3.** ăn nằm với ai. // **bed down** ngủ qua đêm; **bed something down** rải ổ *(bằng chất gì đó)* cho súc vật nằm; **bed something out** búng *(cây con)* từ nhà kính ra trồng ở luống.

B Ed /,bi:'ed/ (*vt của* Bachelor of Education) cử nhân sư phạm: *be (have) a B Ed* có bằng cử nhân sư phạm.

bedaub /bi'dɔ:b/ *dgt* (*chủ yếu dùng ở thể bị động*) vấy bẩn: *face bedaubed with grease-paint* mặt vấy kem hóa trang.

bedclothes /'bedkləθs/ *dt* chăn chiếu.

bedded /'bedid/ *tt* có giường (*như thế nào đó*): *a double-bedded room* phòng có giường đôi.

bedding /'bediŋ/ *dt* **1.** chăn chiếu **2.** ổ (*để súc vật nằm*): *the straw will make good bedding for the animals* rơm rạ có thể làm ổ tốt cho thú vật nằm.

bedeck /bi'dek/ *dgt* (+ with) trang hoàng; trang điểm: *streets bedecked with flags* đường phố trang hoàng cờ xí.

bedevil /bi'devl/ *dgt* (-ll-, *Mỹ* -l-) làm lao đao, làm điêu đứng: *a family bedevilled with misfortune* một gia đình lao đao vì rủi ro.

bedewed /bi'dju:d, bi'du:d/ *tt* (+with) ướt đẫm: *cheeks bedewed with tears* má đẫm lệ.

bedfellow /'bed,feləu/ *dt* **1.** bạn cùng giường **2.** người cùng cánh, người cùng phe nhóm; đối tác.

bedlam /'bedləm/ *dt* (*kng*) cảnh hỗn loạn ồn ào.

bed-linen /'bed,linin/ *dt* tấm trải giường và áo gối.

bedouin   (*cg*   **Bedouin**) /'beduin/ *dt* (*snh, kđổi*) người A Rập du cư (*vùng sa mạc*).

bedpan /'bedpæn/ *dt* cái bô (*của người ốm không dậy được*).

bedpost /'bedpəust/ *dt* cọc giường.

bedraggled   /bi'drægld/ *tt* (*cg* **draggled**) vấy bùn, nhếch nhác: *bedraggled clothes* áo quần nhếch nhác.

bedridden /'bed,ridn/ *tt* liệt giường (*vì ốm hay tàn tật*).

bedrock /'bedrɔk, ,bedrɑ:k/ *dt* **1.** đá nền (*dưới lớp đất mặt*) **2.** (*bóng*) nền tảng, cơ sở: *the bedrocks of one's belief* cơ sở của tín ngưỡng của mình.

bedroll /'bedrəul/ *dt* (*Mỹ, Tân Tây Lan*) túi ngủ.

bedroom   /'bedrum, 'be-dru:m/ *dt* buồng ngủ.

bedside /'bedsaid/ *dt* cạnh giường: *a bedside table* bàn nhỏ cạnh giường. // **bedside manner** cung cách đối xử với người bệnh (*của bác sĩ*).

bed-siting room /bed 'sitiŋ ru:m/ (*cg kng* **bed-sitter, bed sit**) phòng khách vừa là buồng ngủ.

bedsore /'bedsɔ:/ *dt* chứng hoại tử vì nằm liệt giường.

bedspread   /'bedspred/ *dt* tấm trải giường.

bedstead   /'bedsted/ *dt* khung giường.

bedtime /'bedtaim/ *dt* giờ đi ngủ.

bed-wetting /'bedwetiŋ/ *dt* sự đái dầm.

bee¹ /bi:/ *dt (động)* con ong. // **the bee's kness** (*kng*) điều xuất chúng, điều tuyệt vời: *she thinks she is the bee's knees* cô ta cho mình là xuất chúng; **the birds and the bees** x bird; **busy as a bee** x busy; **have a bee in one's bonnet [about something]** (*kng*) luôn luôn bị ám ảnh bởi một ý nghĩ: *he's got a bee in his bonnet about health foods* ông ta luôn luôn bị ám ảnh bởi ý nghĩ về những thức ăn lành.

bee² /bi:/ *dt (Mỹ)* buổi họp vui chơi (*giữa hàng xóm, bạn bè*); buổi họp thi việc: *a sewing bee* buổi họp hàng xóm ngồi may vá với nhau.

Beeb /bi:b/ *dt* **the Beeb** (*kng*) đài truyền thanh Anh (*the British Broadcasting Corporation, tức BBC*).

beech /bi:tʃ/ *dt* **1.** (*cg* **beech tree**) (*thực*) cây sồi **2.** gỗ sồi.

beef¹ /bi:f/ *dt* **1.** thịt bò **2.** (*snh* **beeves**) bò thịt **3.** (*kng*) sức khỏe cơ bắp: *he's got plenty of beef* anh ta rất khỏe **4.** (*snh* **beefs**) lời phàn nàn, lời than văn.

beef² /bi:f/ *dgt* (+about) phàn nàn, than văn // **beef something up** (*Mỹ, kng*) tăng thêm sức mạnh cho, tăng thêm trọng lượng cho (*việc gì*): *it's quite a good story but it needs beefing up a bit before we can publish it* đó là một câu chuyện hay nhưng cần làm cho thêm trọng lượng trước khi ta đưa ra công bố.

beefburger /'bi:fbɜ:gə[r]/ *dt nh* hamburger.

B

beefeater /'bi:fi:tə[r]/ dt người gác tháp Luân Đôn.

beefiness /'bi:finis/ dt sự cường tráng.

beefsteak /'bi:fsteik/ dt thịt bít tết.

beeftea /'bi:fti:/ dt nước thịt bò hầm (cho người ốm).

beefy /'bi:fi/ tt (-iet; iest) có bắp cơ khỏe, cường tráng.

beehive /'bi:haiv/ dt thùng ong, đõ ong.

bee-keeper /'bi:ki:pə[r]/ dt người nuôi ong.

beeline /'bi:lain/ dt **make a beeline for something (somebody)** đi thẳng tới cái gì (ai): as soon as he arrived he made a beeline for the bar vừa đến nó đã đi thẳng tới quầy rượu.

been /bi:n/ dttqk của be.

beep¹ /bi:p/ dt bíp bíp (tiếng còi ô tô hay máy diện toán).

beep² /bi:p/ dgt [kêu] bíp bíp: the computer beeps regularly máy điện toán bíp bíp đều đều.

beer /biə[r]/ dt 1. rượu bia 2. cốc bia: two beers, please xin cho hai cốc bia. // **beer and skittles** lạc thú, thú vui: an actor's life isn't all beer and skittles đời nghệ sĩ không phải lúc nào cũng là lạc thú.

beer-mat /'biəmæt/ dt miếng bìa lót cốc bia (trên bàn).

beery /'biəri/ tt như bia; sặc mùi bia: a beery smell mùi [như] bia; a beery man người sặc mùi bia.

beeswax /'bi:zwæks/ dt sáp ong.

beet /bi:t/ dt (thực) 1. củ cải đường 2. (Mỹ) nh beetroot.

beetle¹ /'bi:tl/ dt (động) bọ cánh cứng.

beetle² /'bi:tl/ dgt **beetle along, about, away, off** hối hả:

the kids beetle off home tụi trẻ hối hả ra khỏi nhà.

beetle³ /'bi:tl/ dt cái chày.

beetling /'bi:tliŋ/ tt cheo leo: beetling cliffs vách đá cheo leo.

beetroot /'bitru:t/ dt (Mỹ **beet**) củ cải đỏ. // **red as a beetroot**/ x red¹.

beeves /bi:vz/ dt snh của beef¹ 2.

befall /bi'fɔ:l/ dgt (**befell; befallen**) (chỉ dùng ở ngôi thứ ba) (cổ) xảy ra, xảy đến: we shall never leave you, whatever befalls chúng tôi sẽ không bao giờ bỏ anh, dù gì xảy ra chăng nữa; a great misfortune befell him một bất hạnh lớn đã [xảy] đến với nó.

befallen /bi'fɔ:lən/ dttqk của befall.

befell /bi'fel/ qk của befall.

befit /bi'fit/ dgt (-tt-) (chỉ dùng ở ngôi thứ ba) thích hợp, hợp với: it ill befits a priest to act uncharitably một tu sĩ mà hành động không bác ái là không hợp chút nào.

befitting /bi'fitiŋ/ tt thích hợp, hợp: act with befitting modesty hành động với một thái độ khiêm tốn thích hợp.

befittingly /bi'fitiŋli/ pht [một cách] thích hợp.

befog /bi'fog/ dgt (-gg-) làm mờ, làm tối: old age had befogged his mind tuổi già đã làm mờ trí óc ông.

before¹ /bi'fɔ:[r]/ pht trước; trước đây: it had been fine the week before tuần trước trời đẹp; that had happened long before điều đó đã xảy ra trước đây lâu rồi.

before² /bi'fɔ:[r]/ gt 1. trước: before lunch trước bữa ăn trưa; the day before yesterday ngày trước ngày hôm qua, ngày hôm kia; he

taught English as his father had before him anh ta dạy tiếng Anh như cha anh trước kia; turn left just before the cinema rẽ trái ngay trước khi đến rạp chiếu bóng; your name comes before mine on the list tên anh đứng trước tên tôi trong danh sách; he puts his work before everything anh ta đặt công việc lên trước mọi chuyện; she said it before witnesses chị ta nói điều đó trước mặt các nhân chứng; they retreat before the enemy họ rút lui trước quân thù 2. thà... còn hơn...: death before dishonour thà chết còn hơn nhục.

before³ /bi'fɔ:[r]/ tt 1. trước khi; trước (trong thời gian): do it before you forget hãy làm cái đó trước khi anh quên mất; I must finish my work before I go home tôi phải làm xong việc trước khi về nhà 2. thà... còn hơn...: I'd shoot myself before I apologized to him tôi thà tự sát còn hơn xin lỗi hắn.

beforehand /bi'fɔ:hænd/ pht trước, sớm hơn: we knew they were coming, so we bought some food beforehand chúng tôi đã biết họ sẽ đến nên đã mua trước một ít thực phẩm.

befriend /bi'frend/ dgt đối xử như bạn, đối xử tốt với: they befriended the young girl, providing her with food and shelter họ đối xử tốt với cô gái trẻ, chu cấp cho cô cái ăn nơi ở.

befuddled /bi'fʌdld/ tt bị làm cho đần độn, bị làm cho mụ đi: be befuddled by old age bị tuổi già làm mụ người đi.

beg /beg/ dgt (-gg-) 1. ăn xin, xin: there are hundreds begging in the streets có hàng trăm người đang ăn xin trên đường phố; beg [for] money from passers-by xin tiền khách qua đường 2. cầu xin, van xin: set him free, I beg [of] you tôi van [xin] anh hãy thả nó ra; I beg [of] you not to take any risks tôi van anh đừng có liều lĩnh 3. đứng trên hai chân sau, hai chân trước giơ lên (chó chầu ăn): teach one's dog to beg [for its food] dạy chó đứng lên hai chân sau [chầu ăn]. // beg leave to do something xin phép làm gì; beg somebody's pardon xin ai miễn thứ cho; beg the question coi là đúng một việc gì chưa được chứng minh; I beg to differ xin cho tôi được phép có ý kiến ngược lại; go begging không ai cần đến, không ai thèm: if that cake is going begging, I'll have it nếu bánh đó không ai thèm thì tôi xin lĩnh vậy.

beg off cáo lỗi: he promised to attend but then begged off nó hứa sẽ đến dự nhưng rồi lại cáo lỗi; **beg somebody off** xin tha lỗi cho ai.

began /bi'gʌn/ qk của begin.

begat /bi'gæt/ qk cổ của beget.

beget /bi'get/ dgt (-tt-) (begot, (cổ) begat; begotten) 1. (cổ) là cha của: Abraham begat Isaac Abraham là cha của Isaac 2. (cũ) gây ra: war begets misery and ruin chiến tranh gây ra nghèo khổ và đổ nát.

beggar[1] /begə[r]/ dt 1. người ăn xin 2. (kng) người, gã, thằng cha: you little beggar! thằng ranh con!. // **beggars can't be choosers** (kng) ăn mày thì đừng có đòi xôi gấc.

beggar[2] /'begə[r]/ dgt làm nghèo đi, làm khánh kiệt: they were beggared by trying to pay for their children's education họ khánh kiệt đi vì cố chạy tiền cho các con ăn học. // **beggar [all] description** không tả xiết, khôn tả: a sunset which beggared desciption cảnh mặt trời lặn đẹp không tả xiết.

beggarly /'begəli/ tt 1. nghèo khó xác xơ 2. keo kiệt: a beggarly wage đồng lương chết đói.

baggary /'begəri/ dt cảnh nghèo khó xác xơ.

begin /bi'gin/ dgt (-nn-) (began; begun) bắt đầu; khởi đầu: I began school when I was five tôi bắt đầu đi học lúc năm tuổi; he has begun a new book nó bắt đầu đọc được cuốn sách mới; ông ta bắt đầu viết một cuốn sách mới; the building hasn't even been begun tòa nhà thậm chí chưa được bắt đầu xây; when does the concert begin? lúc nào thì buổi hòa nhạc bắt đầu?; I'm beginning to understand tôi bắt đầu hiểu; the barometer began to fall khí áp kế bắt đầu sụt xuống; let's begin at page 9 ta hãy bắt đầu từ trang 9; the English alphabet begins with A and ends with Z bảng chữ cái tiếng Anh bắt đầu từ con chữ A và kết thúc bằng con chữ Z; the new fare will be £1, beginning [from] next month giá vé mới sẽ là một bảng bắt đầu từ tháng sau. // **charity begins at home** x charity; **to begin with** a/ trước hết là, đầu tiên là: I'm not going. To begin with I haven't a ticket, and secondly I don't like the play tôi không đi. Trước hết là tôi không có vé, sau nữa tôi không thích vở kịch ấy b/ lúc đầu: to begin with he had no money, but later he became quite rich lúc đầu

ông ta không có tiền, nhưng sau đó ông ta trở nên rất giàu.

beginner /bi'ginə[r]/ dt người bắt đầu; người mới học, người mới vào nghề. // **beginner's luck** vận may bất ngờ lúc đầu: I scored three goals the first time I played, but they put it down to beginner's luck lần đầu tiên tôi chơi tôi được ba bàn, nhưng chúng nó đều cho là do vận may bất ngờ lúc đầu mà thôi.

beginning /bi'giniŋ/ dt 1. phần đầu, điểm khởi đầu: I missed the beginning of the film tôi đã trễ mất phần đầu cuốn phim; recite the poem from the beginning hãy đọc thuộc lòng bài thơ từ đầu 2. nguồn gốc, xuất xứ: we missed the train and that was beginning of all our troubles chúng tôi nhỡ chuyến tàu và đó là nguồn gốc của mọi rắc rối rầy rà của chúng tôi. // **the beginning of the end** dấu hiệu ban đầu về một sự kết thúc không lành: defeat in this important battle was the beginning of the end for us thất bại trong trận đánh quan trọng này là dấu hiệu ban đầu báo hiệu một sự kết thúc không lành đối với chúng tôi.

begone /bi'gon, (Mỹ bi-'gɔ:n)/ pht (cổ) cút!, xéo ngay!

begonia /bi'gəʊniə/ dt (thực) thu hải đường.

begorra /bi'gorə/ tht (Ai-len) có Chúa chúng giám!

begot /bi'got/; **begotten** /bi'gotn/ qk và dttqk của beget.

begrudge /bi'grʌdʒ/ dgt 1. bực bội: I begrudge every penny I pay in tax tôi bực bội về từng đồng xu đóng thuế 2. ghen tị: nobody be-

grudges you (your success) không ai ghen tị với anh *(về thành công của anh)* cả.

begrudgingly /bi'grʌdʒiŋli/ *pht* **1.** [một cách] bực bội **2.** [một cách] ghen tị.

beguile /bi'gail/ *dgt (cũ)* **1.** làm cho vui thích, tiêu khiển; lôi cuốn: *the travellers were beguiled by the beauty of the landscape* du khách bị lôi cuốn bởi vẻ đẹp của phong cảnh; *he beguiled us with many a tale of adventure* nó làm chúng tôi vui thích với nhiều câu chuyện phiêu lưu mạo hiểm; *our journey was beguiled with spirited talk* suốt cuộc hành trình, những cuộc trò chuyện hào hứng đã tiêu khiển chúng tôi **2.** đánh lừa, lừa dối: *they were beguiled into giving him large sums of money* họ bị đánh lừa phải giao cho nó những món tiền lớn.

beguilement /bi'gailmənt/ *dt* **1.** sự tiêu khiển; sự lôi cuốn **2.** sự đánh lừa, sự lừa dối.

beguiling /bi'gailiŋ/ *tt* **1.** tiêu khiển; lôi cuốn **2.** đánh lừa, lừa dối.

beguilingly /bi'gailiŋli/ *pht* **1.** [một cách] tiêu khiển; [một cách] lôi cuốn **2.** [một cách] đánh lừa, [một cách] lừa dối.

begum /'beigəm/ *dt* phụ nữ Hồi giáo thượng lưu (ở Ấn Độ, Pakistan).

begun /bi'gʌn/ *dttqk* của begin.

behalf /bi'hɑːf, *(Mỹ* bi'hæf)/ *dt* **on behalf of; in behalf of** thay mặt *(ai)*, nhân danh *(ai)*: *on behalf of my colleagues and myself I thank you* thay mặt các bạn đồng nghiệp của tôi và nhân danh cá nhân tôi, xin cảm ơn ông; *don't be uneasy on my*

behalf đừng có băn khoăn vì bản thân cá nhân tôi.

behave /bi'heiv/ *dgt* **1.** **behave well, badly, etc... [towards somebody]** ứng xử, cư xử tốt, xấu... *(đối với ai)*: *he has behaved shamefully towards his wife* anh ta đã cư xử với vợ một cách đáng thẹn **2. behave [oneself]** cư xử cho phải phép: *children, please behave [yourselves]!* này các con hãy cư xử cho phải phép **3.** vận hành tốt, chạy tốt *(máy móc)*: *how's your new car behaving?* chiếc xe mới của anh chạy thế nào?

-behaved *(yếu tố tạo thành tt ghép)* cư xử, ứng xử *(theo một cách nào đó)*: *well-behaved children* những đứa trẻ cư xử tốt.

behaviour *(Mỹ* **behavior)** /bi'heivjə[r]/ *dt* **1.** cách ứng xử, tư cách: *she was ashamed of her children's bad behaviour* bà ta thẹn vì tư cách xấu của các con bà **2.** tập tính: *study the behaviour of bees* nghiên cứu tập tính của ong. // **be on one's best behaviour** x **best**[1].

behavioural *(Mỹ* **behavioral)** /bi'heivjərəl/ *tt* [thuộc] ứng xử: *behavioural science* khoa ứng xử.

behaviourism *(Mỹ* **beha-viorism)** *dt* /bi'heivjərizəm/ *(triết)* chủ nghĩa hành vi.

behaviourist *(Mỹ* **beha-viorist)** /bi'heivjərist/ *dt* người theo chủ nghĩa hành vi.

behead /bi'hed/ *dgt* xử trảm.

beheld /bi'held/ *qk và dttqk* của behold.

behest /bi'hest/ *dt* **at some-body's behest** *(cũ)* theo lệnh của ai: *at the king's behest; at the behest of the king* theo lệnh nhà vua.

behind[1] /bi'haind/ *dt* **1.** sau, đằng sau: *a small street behind the station* đường phố nhỏ sau nhà ga; *hide behind a tree* nấp đằng sau một cây; *the sun disappeared behind the clouds* mặt trời biến đi sau đám mây; *he is behind other boys of his class* nó đứng sau các bạn nó trong lớp **2.** ủng hộ: *my family is right behind me in my ambition to become a doctor* gia đình tôi hoàn toàn ủng hộ ước vọng trở thành bác sĩ của tôi **3.** chịu trách nhiệm về; đề ra *(ý gì)*: *the man behind the scheme to build a new hospital* người đề ra kế hoạch xây một bệnh viện mới. // **be behind something** là lý do của việc gì: *what's behind the smart suit and eager glance?* bộ áo lịch sự và cái nhìn hau háu kia có ý gì thế?

behind[2] /bi'haind/ *pht* **1.** ở đằng sau: *stay behind* ở lại đằng sau; *fall behind* rớt lại đằng sau; *look behind* nhìn lại đằng sau; *I had to stay behind after school* tôi phải ở lại trường sau khi tan học **2.** chậm, trễ: *be behind with (in) one's payments* thanh toán chậm; *he is behind in handing in homework* nó chậm nộp bài làm ở nhà.

behind[3] /bi'haind/ *dt (kng, trại)* mông đít: *he kick the boy's behind* nó đá vào mông thằng bé.

behindhand /bi'haindhænd/ *tt (vị ngữ)* muộn; chậm: *be behindhand with the rent* chậm trả tiền nhà; *get behindhand in one's work* chậm trễ trong công việc.

behold /bi'həuld/ *dgt/* **(beheld)** ngắm, nhìn: *the baby was a wonder to behold* đứa bé nhìn thích thật. // **lo and behold** x lo.

beholden /bi'həʊldən/ *tt (vị ngữ)* **beholden to somebody [for something]** *(cũ)* chịu ơn ai: *we were much beholden to him for his kindness* chúng tôi chịu ơn ông ta rất nhiều về lòng tốt của ông.

beholder /bi'həʊ;də[r]/ *dt* người ngắm, người nhìn.

behove /bi'həʊv/, *(Mỹ* **behoove** /bi'huːv/) *dgt (dùng với* it; *không dùng ở thì tiếp diễn) (cũ)* phải, cần thiết: *it behoves you to be courteous at all times* lúc nào anh cũng phải nhã nhặn.

beige[1] /beiʒ/ *dt* màu be.

beige[2] /beiʒ/ *tt* [có] màu be: *a beige carpet* tấm thảm màu be.

being /bi:iŋ/ *dt* **1.** sự tồn tại: *what is the purpose of our being?* mục đích tồn tại của chúng ta là gì **2.** bản chất: *I detest violence with my whole being?* với toàn bản chất của mình, tôi hết sức căm ghét bạo lực **3.** sinh vật: *human being* con người; *a strange being from another planet* một sinh vật kỳ lạ từ một hành tinh khác. // **bring something into being** tạo lập ra cái gì; **come into being** hình thành; ra đời: *when did the world come into being?* quả đất đã hình thành từ bao giờ?

bejewelled *(Mỹ* **bejeweled)** /bi'dʒuːeld/ *tt* được trang sức đồ kim hoàn.

belabour *(Mỹ* **belabor)** /bi'leibə[r]/ *dgt* đánh nhừ tử, tấn công mạnh: *he belaboured the donkey mercilessly* anh ta đánh con lừa không tiếc tay; *they belaboured us with insults* chúng nó lăng mạ chúng tôi dữ.

belated /bi'leitid/ *tt* quá muộn, quá trễ: *a belated apology* một lời xin lỗi quá muộn.

belatedly /bi'leitidli/ *pht* [một cách] quá muộn, [một cách] quá trễ.

belay[1] /bi'lei/ *dgt* cột *(dây)* vào mỏm đá *(vào cọc)* cho chắc *(khi leo núi, khi đi thuyền buồm).*

belay[2] /'bilei, *cg trong môn leo núi* 'biːlei/ *dt* sự cột dây vào mỏm đá *(vào cọc)* cho chắc.

belch[1] /beltʃ/ *dgt* **1.** ợ **2.** phun ra *(khói, lửa):* *the volcano belched out smoke and ashes* núi lửa phun ra khói và tro.

belch[2] /beltʃ/ *dt* **1.** sự ợ; tiếng ợ: *he gave a loud belch* nó ợ một tiếng to **2.** sự phun; tiếng phun.

beleaguer /bi'liːgə[r]/ *dgt (thường ở dạng bị động* **1.** bao vây: *a beleaguered garrison* một đơn vị đồn trú bị bao vây **2.** quấy rầy liên tục: *beleaguered by naughty children* bị tụi trẻ hư quấy rầy liên tục.

belfry /'belfri/ *dt* tháp chuông. // **have bats in the belfry** x bat[1].

belie /bi'lai/ *dgt* **belied; belying** **1.** gây ấn tượng sai lầm: *his cheerful manner belied his real feelings* thái độ vui vẻ của anh đã gây một ấn tượng sai lầm về cảm nghĩ của anh **2.** không chứng thực cho; không thực hiện được *(lời hứa, hy vọng...):* *practical experience belies this theory* kinh nghiệm thực tế không chứng thực cho lý thuyết này.

belief /bi'liːf/ *dt* **1.** lòng tin, đức tin; sự tin tưởng: *have belief in somebody (something)* tin tưởng ở ai (cái gì) **2.** tín ngưỡng: *freedom of belief* tự do tín ngưỡng. // **beyond belief** không tài nào tin được *(vì quá lớn, khó khăn, khủng khiếp...):* *I find his behaviour [irresponsible] beyond belief* tôi thấy cách cư xử vô trách nhiệm của nó không tài nào mà tin được; **in the belief that** tin rằng: *he came to me in the belief that I could help him* nó đến với tôi tin rằng tôi có thể giúp nó; **to the best of one's belief (knowledge)** x best[3].

believable /bi'liːvəbl/ *tt* có thể tin được.

believably /bi'liːvəbli/ *pht* [một cách] có thể tin được.

believe /bi'liːv/ *dgt* **1.** tin, tin tưởng: *I believe him* tôi tin hắn; *I believe what he says* tôi tin những gì nó nói **2.** tưởng rằng, nghĩ rằng: *people used to believe [that] the world was flat* người ta vẫn tưởng rằng quả đất là dẹt; *"is he coming?" "I believe not"* "nó có đến không?" "tôi nghĩ là không" **3.** có đức tin *(về tôn giáo):* *he thinks that everyone who believes will go to heaven* ông ta nghĩ rằng mọi người có đức tin đều sẽ lên thiên đường. // **believe it or not** tin hay không thì tùy, nhưng sự thực là: *believe it or not, we were left waiting in the rain for two hours* tin hay không thì tùy, nhưng sự thực chúng tôi bị bỏ cho đợi hai tiếng đồng hồ ngoài mưa; **believe [you] me** tôi đoán chắc với anh: *believe you me, the government won't meddle with the tax system* tôi đoan chắc với anh rằng chính phủ sẽ không can thiệp vào hệ thống thuế; **give somebody to believe (understand)** x give[1]; **lead somebody to believe** x lead[1]; **make believe [that]** làm ra vẻ, giả vờ: *the boys made believe [that] they were astronauts* tụi trẻ làm ra vẻ chúng là những nhà du hành vũ trụ; **not believe one's ears (eyes)** không tin vào tai mắt mình nữa *(vì quá ngạc nhiên)*; **seeing is believing** có thấy mới tin; **would you believe [it]?** anh có tin nổi không: *today would you believe, she came to work in an evening dress?* hôm nay, anh có tin nổi không, nàng đi làm trong bộ áo dạ hội không?

believe in somebody (something) tin ở ai, cái gì [là có thật]: *do you believe in ghosts?* anh có tin là có ma không?; **believe in something (somebody); believe in doing something** tin tưởng ở cái gì, ở ai: *do you believe in nuclear disarmament?* anh có tin tưởng vào giải trừ vũ khí hạt nhân không?; **believe something of somebody** tin là ai có khả năng làm cái gì đó: *if I hadn't seen him doing it I would never have believed it of him* nếu tôi chưa thấy nó làm thì tôi chẳng bao giờ tin là nó có khả năng làm việc đó.

believer /bi'li:və[r]/ dt người tin; tín đồ. // **be a [great, firm] believer in something** tin chắc vào, tin tưởng nhiều: *I'm not a great believer in [taking] regular physical exercise* tôi không tin tưởng nhiều lắm vào thể dục đều đặn.

Belisha beacon /be,li:ʃə bi:'kən/ dt (cg **beacon**) cột hiệu qua đường *(có đèn nháy màu da cam, chỉ chỗ qua đường cho người đi bộ)*.

belittle /bi'litl/ dgt làm cho có vẻ ít có giá trị; đánh giá thấp: *don't belittle yourself*

đừng quá khiêm tốn đánh giá mình thấp như vậy.

belittlement /bi'litlmənt/ dt sự làm cho có vẻ ít giá trị; sự đánh giá thấp.

belittling /bi'litliŋ/ tt làm cho có vẻ ít có giá trị; đánh giá thấp: *I find it belittling to be criticized by someone so much younger than me* tôi thấy bị hạ giá quá khi bị một tên trẻ hơn tôi phê phán.

bell /bel/ dt 1. cái chuông: *church bells* chuông nhà thờ; *a bicycle bell* chuông xe đạp 2. tiếng chuông báo giờ: *the boxer was saved by the bell* nhà võ sĩ quyền Anh được tiếng chuông cuối hiệp cứu thoát 3. vật hình chuông. // **clear as a bell** x clear[1]; **ring a bell** x ring[2]; **sound as a bell** x sound[1].

bell-bottomed /'belbɒtəmd/ tt may theo kiểu ống loe.

bell-bottoms /'belbɒtəmz/ dt snh quần ống loe.

bellboy /'belbɔi/ dt (Mỹ) nh page-boy (x page[3]).

bell-buoy /'belbɔi/ dt (hải) phao chuông.

bell captain /'belkæptin/ (Mỹ) trưởng nhóm trực khách.

belle /bel/ dt cô gái đẹp, người đẹp: *the belle of the ball* cô gái đẹp nhất sàn nhảy; *the belle of New York* người đẹp Nữu ước.

belles-lettres /,bel'letrə/ dt (dgt số ít hay snh) (tiếng Pháp) văn chương.

bellhop /'belhɒp/ dt (Mỹ) nh bellboy.

bellicose /'belikəus/ tt hiếu chiến; hay gây gỗ.

bellicosity /,beli'kɒsəti/ dt tính hiếu chiến; tính hay gây gỗ.

-bellied /belid/ (yếu tố tạo tt ghép): có bụng như thế

nào đấy: *big-bellied* có bụng to.

belligerence /bi'lidʒərəns/, **belligerency** /bi'lidʒərənsi/ dt 1. tình trạng đang giao tranh 2. tính hung hăng.

belligerent[1] /bi'lidʒərənt/ tt 1. tham chiến: *the belligerent powers* các cường quốc tham chiến 2. hung hăng: *a belligerent person* con người hung hăng.

belligerent[2] /bi'lidʒərənt/ dt nước tham chiến; phía tham chiến; người tham chiến.

bellman /'belmən/ dt (snh **bellmen** /'belmən/) (Mỹ) nh bellboy.

bellow[1] /'beləu/ dgt 1. rống (như bò): *the bull bellowed angrily* con bò rống lên giận dữ 2. gầm lên, hét lên: *the music was so loud we had to bellow at each other to be heard* nhạc ầm ĩ đến nỗi chúng tôi phải hét với nhau mới nghe được.

bellow[2] /'beləu/ dt 1. tiếng bò rống; tiếng rống lên *(vì đau)* 2. tiếng gầm, tiếng hét.

bellows /'beləuz/ dt 1. ống bễ *(lò rèn...)* 2. ống gió *(bàn đạp hơi)*.

bell-pull /'belpul/ dt dây chuông.

bell-push /'belpuʃ/ dt nút *(chuông điện)*.

bell-ringer /'belriŋə[r]/ dt người kéo chuông *(nhà thờ)*.

bell-ringing /'belriŋiŋ/ dt sự kéo chuông *(nhà thờ)*.

bell-tent /'beltent/ dt lều hình chuông *(chỉ có một cột trung tâm chống đỡ)*.

belly[1] /'beli/ dt bụng: *with an empty belly* bụng đói; *in the belly of a ship* trong bụng tàu.

belly[2] /'beli/ dgt (**bellied**) // **belly [something] out** [làm] căng phồng ra: *the sails bellied out* buồm căng phồng ra; *the wind bellied out the sails* gió thổi làm căng phồng cánh buồm.

bellyache¹ /'belieik/ *dt* **1.** chứng đau bụng **2.** sự rên rỉ, sự than văn.

bellyache² /'belieik/ *dgt* rên rỉ, than văn.

belly-button /'beli,bʌtən/ *dt* (kng) [lỗ] rốn (ở bụng).

belly-dance /'belidɑ:ns/ *dt* điệu múa bụng (xuất phát từ Trung Đông, chỉ có bụng của vũ nữ làm động tác).

belly-dancer /'belidɑ:nsə[r]/ *dt* vũ nữ múa bụng.

belly-flop /'beliflɒp/ *dt* sự nhảy sấp người xuống nước.

bellyful /'beliful/ *dt* **have had one's bellyful or somebody (something)** đã chán ngấy (ai, cái gì) rồi: *I have had a (my) bellyful of your complaints* tôi đã chán ngấy những lời than văn của anh rồi.

bellylaugh /'belilɑ:f/ *dt* (kng) sự cười ha hả.

belong /bi'lɒŋ, (Mỹ bi'lɔ:ŋ)/ **1.** thuộc về, là của: *these books belong to me* những cuốn sách này là của tôi; *this lid belongs to this jar* cái nắp này là của cái bình này **2.** thuộc vào (chỗ nào): ở (chỗ nào): *where do these things belong?* những thứ này để vào chỗ nào? **3.** thuộc vào loại: *whales belong among the mammals* cá voi thuộc loài có vú **4.** thuộc bổn phận của, là việc của: *it belongs to you to investigate the matter* điều tra vấn đề ấy là bổn phận của anh **5.** là thành viên của: *he has never belonged to a trade union* ông ta chưa bao giờ là thành viên của nghiệp đoàn nào cả.

belongings /bi'lɒŋiŋz/ *dt snh* đồ đạc hành lý, đồ đạc của cải: *the tourists lost all their belongings in the hotel fire* khách du lịch mất hết đồ đạc hành lý trong vụ cháy khách sạn.

beloved¹ /bi'lʌvd/ *tt* **1.** (vị ngữ) được yêu quý: *this man was beloved by (of) all who knew him* người đàn ông này được tất cả những ai quen biết ông yêu quý **2.** /bi'lʌvid/ yêu dấu: *in memory of my beloved husband* để tưởng nhớ người chồng yêu dấu của tôi.

beloved² /bi'lʌvid/ *dt/* người yêu dấu, người yêu.

below¹ /bi'ləʊ/ *gt* dưới: *please do not write below this line* xin đừng viết dưới dòng này; *the temperature remained below freezing all day* cả ngày nhiệt độ luôn luôn dưới nhiệt độ đóng băng; *a sergeant in the police is below an inspector* trong ngành cảnh sát, thượng sĩ thì ở dưới thanh tra.

below² /bi'ləʊ/ *pht* dưới: *as it will be said below* như sẽ nói ở dưới. // **down below** *x* down; **here below** *x* here.

belt¹ /belt/ *dt* **1.** dây lưng; thắt lưng **2.** dây cu-roa; băng: *a conveyer belt* băng tải **3.** vành đai: *a country's forest belt* vành đai rừng của một nước **4.** (lóng) cú đấm mạnh. // **[hit somebody] below the belt** chơi gian lận; chơi xấu; **tighten one's belt** *x* tighten; **under one's belt** (kng) giắt lưng (bóng), giành được: *she already has good academic qualifications under her belt* chị ta đã giành được nhiều chứng chỉ bằng cấp.

belt² /belt/ *dgt* **1.** đeo thắt lưng; buộc bằng dây lưng: *the officer belted his sword on* viên sĩ quan đeo gươm vào dây lưng **2.** (lóng) đánh, quật: *if you don't shut up,*

I'll bell you [one] không câm mồm, tao quật cho [một trận] bây giờ.

belt along, up, down, etc... (lóng) phóng về phía nào đó: *he went belting up the motorway at 90 mph* nó phóng ngược xa lộ với tốc độ 90 dặm/giờ; **belt something out** (lóng) hát oang oang; chơi (nhạc...) ầm lên: *belt out a song* hát oang oang một bài hát; **belt up** a/ (kng) buộc dây đai vào (khi đi ô tô) b/ (lóng) im lặng: *belt up, I can't hear what your mother is saying!* im nào, tớ không nghe mẹ cậu nói gì cả!

belted /'beltid/ *tt* có dây lưng: *a belted raincoat* áo mưa có dây lưng.

belting /'beltiŋ/ *dt* sự đánh: *give the boy a good belting* đánh thằng bé một trận nên thân.

beltline /'beltlain/ *dt* (Mỹ) đường vành đai (xe buýt hay xe lửa).

beltway /'beltwei/ *dt* (Mỹ) *nh* ring road.

belying /be'laiiŋ/ *động tính từ hiện tại của* belie.

bemoan /bi'məʊn/ *dgt* than văn: *he bemoaned his sad fate* nó than văn số phận bi thảm của nó; *bemoan the shortage of funds for research* than văn thiếu quỹ nghiên cứu.

bemused /bi'mju:zd/ *tt* sửng sốt; bối rối: *a bemused tone of voice* giọng sửng sốt; *he was totally bemused by the traffic system in the city* anh ta hoàn toàn bối rối trước hệ thống giao thông trong thành phố.

ben /ben/ *dt* (Ê-cốt) đỉnh (dùng trong tên núi): *Ben Nevis* đỉnh Nevis.

bench /bentʃ/ *dt* **1.** ghế dài: *a park bench* ghế công viên **2.** ghế ngồi (của các nhóm ở *Hạ nghị viện): the back benches* hàng ghế sau; *there was cheering from Labour benches* có tiếng hoan hô từ ghế ngồi của các đảng viên Đảng lao động **3. the bench** ghế quan tòa; quan tòa; tòa án **4.** bàn *(của thợ mộc, thợ máy...).* // **on the bench** được bổ nhiệm làm quan tòa.

bench-mark /'bentʃmɑːk/ *dt* **1.** dấu [khấc làm] mốc *(trên đá, trên cột bê tông, để làm mốc do độ cao...)* **2.** *(bóng)* điểm chuẩn *(để căn cứ vào đó mà so sánh...).*

bench seat /'bentʃsiːt/ ghế ngang *(suốt chiều ngang xe cho hai hay ba người ngồi).*

bend¹ /bend/ *dgt* **(bent)** **1.** bẻ cong, uốn cong, làm cong: *bend an iron bar* bẻ cong một thanh sắt **2.** cong, oằn; cúi xuống: *the branch bended but didn't break when the boy climbed along it* cành cây oằn xuống mà không gãy khi cháu bé trèo lên; *she bent down and picked it* cô ta cúi xuống và nhặt cái đó lên **3.** rẽ, ngoặt: *the road bends to the right here* chỗ này con đường rẽ phải; *we bent our steps towards home* chúng tôi rẽ bước về nhà. // **bend the rules** bẻ cong luật pháp *(diễn giải theo hướng lợi cho mình hay hợp với hoàn cảnh)*; **bend one's mind to** dồn hết tâm trí vào, dốc tâm vào: *he couldn't bend his mind to his studies* nó không thể dồn hết tâm trí vào việc học tập; **bend (lean) over backwards** x *backwards*; **on bended knee[s]** quỳ gối *(cầu nguyện hoặc quy lụy)*; **bend somebody to something** [buộc ai] phải theo: *bend to somebody's will* chiều theo ý của ai; *bend somebody to one's will* buộc ai theo ý mình;

be bend on [doing] something nhất quyết làm gì: *he is bent on winning at all costs* anh ta nhất quyết thắng bằng bất cứ giá nào; *be bent on pleasure* đắm mình trong khoái lạc.

bend² /bend/ *dt* chỗ uốn, chỗ cong *(con đường, con sông...)* *(hải)* chỗ thắt nút *(để cột dây).* // **drive somebody (be; go) round the bend twist** *(kng)* [làm cho ai] phát điên lên: *his behaviour is driving me round the bend* cách cư xử của nó làm cho tôi phát điên lên.

bender /'bendə[r]/ *dt (lóng)* kỳ nhậu nhẹt say sưa: *go on a drunken bender for three days* đi nhậu nhẹt say sưa ba ngày liền.

bends /bendz/ *dt snh* **the bends** *(kng)* bệnh thợ lặn *(khó thở khi ngoi lên mặt nước quá nhanh).*

bendy /'bendi/ *tt (kng)* **1.** ngoằn ngoèo: *a bendy road* con đường ngoằn ngoèo **2.** dễ uốn: *bendy material* chất liệu dễ uốn; *a bendy twig* nhánh cây dễ uốn.

beneath¹ /bi'niːθ/ **1.** dưới: *the boat sank beneath the waves* con tàu chìm dưới làn sóng **2.** không đáng, không xứng: *he considers such jobs beneath him* anh ta xem những công việc như thế không xứng đáng với anh; *they thought she had married beneath her* chúng nó nghĩ rằng nàng đã lấy một người chồng không xứng đáng với nàng.

beneath² /bi'niːθ/ *pht* ở dưới: *we looked down from the plane at the fields spread out beneath* từ máy bay chúng tôi nhìn xuống đồng ruộng trải ra ở dưới.

Benedictine *dt* **1.** /ˌbeni-'diktin/ thầy tu dòng thánh

Benedict **2.** /ˌbeni'dikti:n/ rượu benedictin *(lúc đầu do thầy tu dòng thánh Benedict chế tạo).*

benediction /ˌbeni'dikʃn/ *dt* *(tôn)* kinh cầu phúc *(đọc trước bữa ăn hay cuối buổi lễ)*: *pronounce (say) the benediction* đọc kinh cầu phúc.

benefaction /ˌbeni'fækʃn/ **1.** việc thiện, việc nghĩa **2.** vật cúng vào việc thiện *(việc nghĩa).*

benefactor /'benifæktə[r]/ *dt* người làm việc thiện, người làm việc nghĩa; nhà hảo tâm.

benefactress /'benifæktris/ *dt* nhà nữ hảo tâm, bà hảo tâm.

benefice /'benifis/ *dt* hoa lợi *(của giáo sĩ phụ trách một xứ đạo).*

beneficed /'benifist/ *tt* được hưởng hoa lợi *(của xứ đạo, nói về giáo sĩ)*: *a beneficed priest* một giáo sĩ có hưởng hoa lợi xứ đạo.

beneficence /bi'nefisns/ *dt* sự hay làm phúc, sự hay làm việc thiện; từ tâm.

beneficent /bi'nefisnt/ *tt* hay làm phúc, hay làm việc thiện, có từ tâm.

beneficial /ˌbeni'fiʃl/ *tt* có ích, có lợi; tốt: *a beneficial influence* ảnh hưởng có ích; *fresh air is beneficial to one's health* không khí trong lành là có lợi cho sức khỏe.

beneficially /ˌbeni'fiʃəli/ *pht* [một cách] có ích, [một cách] có lợi.

beneficiary /ˌbeni'fiʃəri/, *(Mỹ,* beni'fiʃieri/ *dt* người thụ hưởng.

benefit¹ /'benifit/ *dt* **1.** lợi, lợi ích: *my holiday wasn't of much benefit to me* kỳ nghỉ không đưa lại mấy lợi gì cho tôi **2.** phúc lợi: *fringe benefits* các khoản phúc lợi ngoài lương **3.** buổi biểu diễn lấy tiền giúp việc thiện, trận đấu tổ chức vì mục đích từ thiện. // **for somebody's benefit** để giúp đỡ hướng dẫn ai: *the warning sign was put there for the benefit of the public* cây cột báo ở kia là để hướng dẫn công chúng; **the benefit of the doubt** *(luật)* lợi thế tồn nghi *(vì còn thiếu bằng có nên không kết tội).*

benefit² /'benefit/ *dgt* /**benefited,** (Mỹ *cg* **benefitted**)/ **1.** giúp ích cho, làm lợi cho: *these facilities have benefited the whole town* những tiện nghi này đã làm lợi cho cả thành phố **2.** (+ from, by) được lợi: *who stands to benefit most by the new tax law* luật thuế mới ai được lợi nhất?

benevolence /bi'nevələns/ *dt* lòng nhân đức.

benevolent /bi'nevələnt/ *tt* **1.** nhân đức: *benevolent attitude* thái độ nhân đức **2.** từ thiện: *a benevolent society* hội từ thiện.

benevolently /bi'nevələntli/ *pht* [một cách] nhân đức.

B Eng /ˌbiː'endʒ/ *(vt của* Bachelor of Engineering) cử nhân công trình: *be a B Eng* có bằng cử nhân công trình.

benighted /bi'naitid/ *tt (cũ)* mông muội tối tăm, dốt nát: *benighted minds* những đầu óc mông muội tối tăm, những đầu óc dốt nát.

benign /bi'nain/ *tt* **1.** tử tế, hòa nhã **2.** ôn hòa, dễ chịu *(thời tiết)* **3.**] *(y)* lành *(u).*

bent¹ /bent/ *dt (thường số ít)* **bent for something (for doing something)** năng khiếu; sở thích, xu hướng: *she has a [natural] bent for music* cô ta có năng khiếu âm nhạc; *he is a studious bent* anh ta có xu hướng

chăm chỉ. // **follow one's bent** x follow.

bent² /bent/ *tt (Anh, lóng)* **1.** đồi bại; ăn hối lộ: *a bent copper* một viên cảnh sát ăn hối lộ **2.** *(thường vị ngữ) (xấu)* đồng tính luyến ái.

bent³ /bent/ *qk và dttqk của* bend¹.

benumbed /bi'nʌmd/ *tt* tê cóng: *fingers benumbed with cold* ngón tay tê cóng vì lạnh.

Benzedrine /'benzədriːn/ *dt (tên riêng) (dược)* benzedrin.

benzene /'benziːn/ *dt (hóa)* benzen.

benzine /'benziːn/ *dt (thương)* dầu xăng.

benzol /'benzɒl/, (Mỹ 'benzɔːl/ *dt* benzon *(hỗn hợp benzen, toluen... do chưng nhựa than đá mà ra).*

bequeath /bi'kwiːð/ *dgt* **1.** để lại *(bằng chúc thư):* he *bequeathed £1000 to charity* ông ta làm chúc thư để lại 1000 bảng cho tổ chức từ thiện **2.** *(bóng)* truyền lại cho đời sau: *discoveries bequeathed to us by scientists of the last century* những phát minh do các nhà khoa học thế kỷ trước truyền lại cho chúng ta.

bequest /bi'kwest/ *dt* **1.** sự để lại *(bằng chúc thư)* **2.** vật để lại *(bằng chúc thư);* di sản: *a bequest of £5000 to his daughter* một món tiền 5000 bảng để lại cho con gái.

berate /bi'reit/ *dgt* quở mắng, nhiếc móc.

bereave /bi'riːv/ *dgt* cướp đi *(người thân):* an accident which bereaved him of his wife and child* một tai nạn đã cướp đi vợ con anh.

bereaved /bi'riːvd/ **the bereaved** *dt (snh kdổi)* người bị mất người thân: *the be-*

reaved are still in mourning gia quyến người chết hãy còn để tang.

bereavement /bi'riːvmənt/ *dt* sự mất, sự tổn thất *(khi mất người thân):* we all sympathize with you in your bereavement* tất cả chúng tôi xin chia buồn với anh về nỗi tổn thất này; *she was absent because of a recent bereavement* bà ta vắng mặt vì cái tang mới đây.

bereft /bi'reft/ *tt (vị ngữ)* (+of) bị cướp đi: *be bereft of speech* [bị cướp] mất khả năng nói; *bereft of hope* mất hết hy vọng.

beret /'berei, (Mỹ bə'rei)/ *dt* mũ bê rê, mũ nồi.

beriberi /ˌberi'beri/ *dt (y)* bệnh tê phù.

berk /bɜːk/ *dt (Anh, lóng, xấu)* người ngu đần *(đặc biệt là đàn ông).*

berry /'beri/ *dt* **1.** *(thực)* quả mọng **2.** *coffee in the berry* cà phê hột **3.** trứng cá; trứng tôm. // **brown as a berry** x brown.

berserk /bə'sɜːk/ *tt (thường vị ngữ):* **send somebody (go, be) berserk** *(làm ai)* giận điên lên.

berth¹ /bɜːθ/ *dt* **1.** chỗ ngủ *(trên tàu thủy, xe lửa)* **2.** chỗ thả neo: *find a safe berth* tìm được nơi thả neo an toàn **3.** *(kng)* chỗ làm; việc làm: *a cosy berth* chỗ làm dễ chịu. // **give somebody (something) a wide berth** x wide¹.

berth² /bɜːθ/ *dgt* **1.** *(thường ở dạng bị động)* thu xếp chỗ ngủ cho: *six passengers can be berthed on the lower deck* sáu hành khách có thể xếp chỗ ngủ ở boong dưới **2.** neo *(tàu)* ở cảng, neo *(tàu)* ở nơi thích hợp **3.** thả neo, đến nơi đỗ *(tàu thủy):* the liner berthed at midday*

B

con tàu khách thả neo lúc giữa trưa.

beryl /'berəl/ *dt (khoáng)* berin, lục ngọc.

beryllium /bə'riliəm/ *dt (hóa)* berili.

beseech /bi'si:tʃ/ *dgt* (**besought** hoặc **beseeched**) cầu xin, van nài: *spare him, I beseech you* xin tha cho nó, tôi van ông; *she besought his forgiveness* chị ta cầu xin sự lượng thứ của ông ấy.

beseeching /bi'si:tʃiŋ/ *tt* cầu xin, van nài *(cái nhìn, giọng nói).*

beseechingly /bi'si:tʃiŋli/ *pht* [với vẻ] cầu xin, [với vẻ] van nài.

beset /bi'set/ *dgt* (-tt-) (**beset**) bao vây; bám riết: *the voyage was beset with dangers* cuộc hành trình đầy rẫy hiểm nguy; *the temptations that beset us all* những cám dỗ bám riết theo tất cả chúng ta.

besetting /bi'setiŋ/ *tt* ám ảnh liên miên, bám riết: *a besetting fear* nỗi sợ hãi ám ảnh liên miên.

beside /bi'said/ *gt* 1. bên, bên cạnh: *sit beside your sister* hãy ngồi bên cạnh chị của bạn 2. so với: *my work is poor beside yours* bài của tôi so với bài của anh thì kém hơn. // **beside oneself** [with something] không tự kiềm chế được *(vì giận, mừng...)*: *be beside oneself with joy* mừng quýnh lên; *be beside oneself with rage* giận điên người.

besides¹ /bi'saidz/ *gt* ngoài, ngoài ra, trừ ra: *there will be five of us for dinner, besides John* sẽ có năm chúng tôi ăn cơm, ngoài John ra; *she has no relations besides an aged aunt* chị không có

bà con nào ngoài một bà cô già.

besides² /bi'saidz/ *pht* ngoài ra, cũng: *Peter is our youngest child, and we have three others besides Peter* là con út của tôi, ngoài ra còn có ba cháu nữa.

besiege /bi'si:dʒ/ *dgt* 1. *(quân)* bao vây 2. vây quanh: *the Prime Minister was besieged by reporters* thủ tướng bị phóng viên vây chặt lấy 3. **besiege somebody with** *(thường ở dạng bị động)* dồn dập (hỏi...), tới tấp *(yêu cầu...)*: *the teacher was besieged with questions from his pupils* thầy giáo bị học sinh hỏi dồn dập.

besmear /bi'smiə[r]/ *dgt* (+with) dây bẩn: *hands besmeared with oil* bàn tay dây dầu mỡ.

besmirch /bi'smɜ:tʃ/ *dgt* (cg **smirch**) bôi nhọ: *besmirch somebody's reputation* bôi nhọ thanh danh của ai.

besom /'bi:zəm/ *dt* chổi sể.

besotted /bi'sɒtid/ *tt (vị ngữ)* (+ by, with) bị làm mê mẩn: *he is totally besotted with the girl* cậu ta hoàn toàn bị cô gái làm mê mẩn.

besought /bi'sɔ:t/ *qk và dttqk của* beseech.

bespangled /bi'spæŋgld/ *tt (vị ngữ)* được trang trí bằng những vật lấp lánh: *a sky bespangled with stars* bầu trời lấp lánh những vì sao.

bespattered /bi'spætəd/ *tt (vị ngữ)* (+ with) vấy, dính đầy: *her clothes were bespattered with mud* quần áo cô ta dính đầy bùn.

bespeak /bi'spi:k/ *dgt* (**bespoke; bespoke** hoặc **bespoken**) chứng tỏ, cho thấy: *his polite manner bespoke the gentleman* tác phong lễ độ của anh ta chứng tỏ anh ta là một người lịch sự.

bespectacled /bi'spektəkld/ *tt* đeo kính.

bespoke¹ /bi'spəuk/ *qk và dttqk của* bespeak.

bespoke² /bi'spəuk/ *tt* may đo: *a bespoke suit* bộ quần áo may đo; *a bespoke tailor* thợ may đo.

bespoken /'bispəukən/ *dttqk của* bespeak.

best¹ /best/ *tt (cấp ss cao nhất của* good¹) tốt nhất: *my best friend* người bạn tốt nhất của tôi; *he is the best man for the job* anh ta là người thích hợp nhất đối với công việc ấy. // **be on one's best behaviour** cư xử tốt nhất trong chừng mực có thể được; **one's best bet** *(kng)* cách tốt nhất: *your best bet would be to call again tomorrow* cách tốt nhất là ngày mai gọi lại; **one's best bib and tucker** *(cũ, đùa)* bộ quần áo bảnh nhất *(chỉ mặc vào những dịp đặc biệt)*; **one's best (strongest) card** x card¹; **the best (better) part of something** x part¹; **make the best use of something** tận dụng, khai thác tối đa: *she's certainly made the best use of her opportunities* chị ta chắc chắn đã khai thác tối đa thời cơ của mình; **put one's best foot forward** đi nhanh hết mức; **with the best will in the world** với tất cả thiện chí.

best² /best/ *pht* 1. *(ss cao nhất của* well³) [một cách] tốt nhất: *do as you think best* hãy làm theo cách mà anh cho là tốt nhất 2. nhất: *the best known politician* nhà chính trị nổi tiếng nhất; *I enjoyed his first novel best [of all]* tôi thích cuốn tiểu thuyết đầu tay của ông ta nhất. // **as best one can** cố gắng hết sức mình: *do it as best you can* hãy hết sức làm cái đó; **for reasons (some reason) best known to oneself** x reason¹; **had better (best)** x better¹; **know best** x know.

best³ /best/ *dt* **1.** cái tốt nhất, vật tốt nhất, người tốt nhất: *he was acting from the best of motives* anh ta đang hành động với những động cơ tốt nhất; *he is among the best of our workers* anh là một trong những công nhân giỏi nhất của chúng tôi **2.** cái lợi quan trọng nhất, khía cạnh quan trọng nhất *(của cái gì)*: *that's the best of having a car* đó là khía cạnh quan trọng nhất khi người ta có một chiếc xe hơi. // **all the best** *(kng)* chúc mọi điều tốt đẹp *(nói trong khi tạm biệt)*: *goodbye and all the best* tạm biệt và chúc bạn mọi điều tốt đẹp; **at best** trong hoàn cảnh tốt nhất; may mắn nhất [thì cũng]: *we can't arrive before Friday at best* may mắn lắm chúng tôi cũng không thể tới trước thứ sáu; **at its (one's) best** dưới dạng tốt nhất, ở trạng thái tốt nhất: *Chaplin was at his best playing the little tramp* Chaplin (Sác-lô) diễn hay nhất vai đứa bé lang thang; **[even] at the best of times** ngay cả lúc thuận lợi nhất: *he's difficult at the best of times usually he's impossible* ngay cả lúc thuận lợi nhất ông ta cũng khó tính, lúc bình thường không ai chịu nổi ông ta; **be [all] for the best** cuối cùng rồi cũng tốt đẹp [mặc dầu lúc đầu có vẻ không tốt]; **the best of both worlds** được cả hai đường: *she's a career woman and a mother, so she has the best of both worlds* bà ta là một phụ nữ ham sự nghiệp và là một người mẹ, thực bà đã một người mẹ, thực bà đã

được cả hai đường; **the best of British [luck] [to somebody]** *(thường mỉa)* chúc may mắn *(cho một người xem chừng khó thành công)*; **bring out the best (worst) in somebody** làm lộ rõ bản chất tốt nhất (xấu nhất) của ai: *the family crisis really brought out the best in her* cơn gia biến đã thực sự làm lộ rõ bản chất tốt đẹp nhất trong người chị ta; **do (try...) one's [level (very)] best; do the best one can** làm tất cả những gì có thể làm: *I did my best to stop her* tôi đã làm tất cả những gì có thể làm để ngăn cô ta lại; **get (have) the best of it, the deal...** thắng, giành được thế lợi; **look one's (it's) best** trông đẹp nhất; trông hấp dẫn nhất: *the garden looks it best in the spring* khu vườn trông đẹp nhất vào mùa xuân; **make the best of it (things; a bad deal; a bad job)** cố hết sức mình được sao vui vậy; **make the best of oneself** tự làm cho mình hấp dẫn nhất; **to the best of one's ability** với tất cả khả năng của mình; **to the best of one's belief (knowledge)** trong chừng mực mà tôi biết *(nhưng không chắc lắm)*; *to the best of my knowledge she is still living there* trong chừng mà tôi biết chị ta còn sống ở đấy; **to the best of one's memory** trong chừng mực mà tôi còn nhớ: *to the best of my memory he always had a beard* trong chừng mực mà tôi còn nhớ, anh ta xưa nay vẫn để râu; **with the best [of them]** như bất cứ ai: *at sixty he still plays tennis with the best of them* ở tuổi sáu mươi ông ta vẫn chơi quần vợt như bất cứ ai; **with the best of intentions** với những ý định tốt nhất: *it was done*

with the best of intentions cái đó đã được thực hiện với những ý định tốt nhất.

best⁴ /best/ *đgt (chủ yếu ở dạng bị động)* thắng *(ai)*; khôn hơn mà thắng *(ai)*.

bestial /'bestiəl, (Mỹ 'bestʃəl)/ *tt* [thuộc] thú vật; đầy thú tính: *a bestial person* người đầy thú tính; *bestial violence* sự tàn bạo đầy thú tính.

bestiality /,besti'æləti, (Mỹ bestʃi'æləti)/ *dt* **1.** thú tính **2.** sự giao hợp với thú vật **3.** hành động thú tính.

bestially /'bestiəli, (Mỹ 'bestʃəli)/ *pht* [một cách] đầy thú tính.

bestiary /'bestiəri, (Mỹ 'bestieri)/ *dt* sách ngụ ngôn về thú vật.

bestir /bi'stɜː[r]/ *đgt (-rr-)* **bestir oneself** *(đùa)* hoạt động lên; trở nên bận rộn: *he was too lazy to bestir himself even to answer the telephone* hắn lười đến mức không muốn nhấc ống nói lên trả lời điện thoại.

best man /,best'mæn/ người phù rể.

bestow /bi'stəʊ/ *đgt* (+ on, upon) tặng cho, ban cho: *an honour bestowed on her by the king* một vinh dự nhà vua ban cho bà.

bestowal /bi'stəʊəl/ *dt* sự tặng, sự ban.

bestrew /bi'struː/ *đgt* (**bestrewed, bestrewn**) rắc, rải, vãi: *a path bestrewn with flowers* con đường rắc đầy hoa.

bestrewn /bi'struːn/ *đttqk* của bestrew.

bestride /bi'straid/ *đgt* (**bestrode; bestridden**) ngồi giang chân trên; đứng giang chân trên: *bestride a horse* ngồi giang chân trên lưng ngựa;

B

bestride a ditch đứng giạng chân trên hai bờ mương.

bestridden /bi'stridn/ *dttqk* của bestride.

bestrode /bi'strəʊd/ *qk* của bestride.

best-seller /,best'selə[r]/ *dt* cuốn sách bán chạy nhất.

best-selling /,best'seliŋ/ *tt* bán chạy nhất: *a best-selling novel* cuốn tiểu thuyết bán chạy nhất; *a best-selling author* tác giả có tác phẩm bán chạy nhất.

bet¹ /bet/ *dgt* (-tt-) (**bet** hoặc **betted**) đánh cuộc, đánh cá: *he spend all his money betting on horses* nó tiêu hết tiền vào việc đánh cá ngựa. // **bet one's bottom dollar [on something (that)]** *(kng)* hoàn toàn chắc chắn [là]: *you can bet your bottom dollar he won't have waited for us* anh có thể chắc chắn hoàn toàn là nó sẽ không đợi chúng ta; **I bet [that]** *(kng)* tôi chắc chắn [rằng]: *I bet he arrives late, he always does* tôi chắc chắn rằng anh ta đến trễ, anh ta luôn luôn như vậy mà; **you bet** *(kng)* anh có thể tin chắc như thế: *"Are you going to the match?" "You bet [I am]"* "anh đi xem trận đấu chứ?" "anh có thể tin chắc như thế".

bet² /bet/ *dt* 1. sự đánh cuộc, sự đánh cá; tiền đánh cuộc, tiền đánh cá: *lay (make) a bet* đánh cuộc; *lose a bet* thua cuộc; *win a bet* được cuộc 2. *(kng)* ý kiến; dự đoán: *my bet is they've got held up in the traffic* tôi đoán là họ bị tắc nghẽn giao thông. // **one's best bet** *x* best¹; **hedge one's bets** *x* hedge².

beta /'bi:tə/ *dt* bê ta *(chữ cái Hy Lạp)*.

betake /bi'teik/ *dgt* (**betook; betaken**) **betake oneself** *(văn)* đi: *he betook himself to the palace to see the king* anh ta đi tới cung điện để xem vua.

betaken /bi'teikən/ *dttqk* của betake.

betel /'bi:tl/ *dt (thực)* trầu [không].

betel-nut /'bi:tlnʊt/ *dt* quả cau.

bête noire /,beit 'nwɑ:[r]/ *(snh* **bêtes noires**) *(tiếng Pháp)* người mà người ta rất ghét; vật mà người ta rất ghét.

betide /bi'taid/ *dgt* **woe betide somebody** *x* woe.

betoken /bi'təʊkən/ *dgt* là dấu hiệu của, báo hiệu: *milder weather betokening the arrival of spring* thời tiết êm dịu hơn báo hiệu mùa xuân đang đến.

betook /bi'tʊk/ *qk* của betake.

betray /bi'trei/ *dgt* 1. tiết lộ: *betraying state secrets* tiết lộ bí mật quốc gia 2. phản bội: *betray one's country* phản bội tổ quốc; *betray one's principles* phản bội nguyên tắc của mình 3. để lộ; là dấu hiệu của: *she said she was sorry, but her eyes betrayed secret delight* cô ta nói cô ta rất tiếc, nhưng ánh mắt cô ta lại để lộ niềm vui sướng thầm kín; **betray oneself** để lộ tông tích, để lộ chân tướng.

betrayal /bi'treiəl/ *dt* 1. sự phản bội 2. hành vi phản bội.

betrayer /bi'treiə[r]/ *dt* kẻ phản bội: *a betrayer of his country* kẻ phản bội tổ quốc.

betroth /bi'trəʊð/ *dgt (cũ)* hứa hôn, đính hôn: *be betrothed to somebody* hứa hôn với ai.

betrothal /bi'trəʊðl/ *dt* sự hứa hôn.

betrothed¹ /bi'trəʊðd/ *dt* người hứa hôn: *his betrothed* hôn thê của anh ta.

betrothed² /bi'trəʊðd/ *tt* hứa hôn: *the betrothed couple* cặp đã hứa hôn với nhau, cặp vợ chồng chưa cưới.

better¹ /'betə[r]/ *tt (ss của* good¹) 1. hơn, tốt hơn; đúng đắn hơn: *a better job* một công việc tốt hơn; *you can't find a better man* anh không thể tìm thấy một người tốt hơn; *having talked to the witnesses I now have a better idea of what happened* qua nói chuyện với các nhân chứng tôi nay có một ý niệm đúng hơn về những gì đã xảy ra 2. khá hơn, đỡ hơn *(người bệnh, bệnh)*: *the patient is much better today* hôm nay bệnh nhân khá hơn nhiều; *his ankle is getting better* mắt cá chân anh ta đã đỡ hơn. // **against one's better judgement** cho dù cảm thấy là không khôn ngoan: *he agreed, but very much against his better judgement* ông ta đồng ý cho dù cảm thấy là rất không khôn ngoan; **be better than one's word** tỏ ra hào phóng nhiều hơn là đã hứa; **be no better than she should be** *(cũ, trại)* có những quan hệ tình dục tùy tiện *(người đàn bà)*; **the best (better) part of something** *x* part¹; **one's better feelings (nature)** phần đức độ nhất trong bản tính con người: **one's better half** *(kng, dùa)* vợ mình; chồng mình; **better luck next time** chúc lần sau may mắn hơn *(lời động viên một người sau một phen thất bại)*; **discretion is the better part of valour** *x* discretion; **half a loaf is better than none (than no bread)** *x* half; **have**

B

seen (known) better days đã có thời kỳ khấm khá hơn; [be] little (no) better than chẳng khác gì: *he's no better than a common thief* nó chẳng khác gì tên trộm thông thường; **prevention is better than cure** x prevention; **two heads are better than one** x head[1].

better² /'betə[r]/ *pht (ss của* well[3]) **1.** [một cách] tốt hơn: *you would write better if you had a good pen* anh sẽ viết tốt hơn (đẹp hơn) nếu anh có một cây bút tốt **2.** [một cách] nhiều hơn, hơn: *I like him better than her* tôi thích anh ta hơn chị ta **3.** nên thì hơn: *his advice is better ignored* nên lờ lời khuyên của anh ta đi thì hơn. // **be better off [doing something]** khôn ngoan hơn: *he'd be better off going to the police about it* anh ta đi báo chuyện đó với cảnh sát là hơn; **be better off without somebody (something)** sẽ thoải mái hơn, hạnh phúc hơn nếu không có (ai, cái gì): *we'd be better off without them as neighbours* chúng tôi sẽ thoải mái hơn nếu họ không phải là hàng xóm chúng tôi; **better the devil you know [than the devil you don't]** ma quen còn hơn quỷ lạ; **better late than never** a/ muộn còn hơn không *(dùng để xin lỗi khi đến chậm)* b/ có *(chút ít thành công...)* có hơn không; **better safe than sorry** cẩn tắc vô ưu; **better (worse) still** x still[4]; **do better to do something** có khôn thì *(làm gì là hơn)*: *don't buy now, you'd do better to wait for the sales* có khôn thì đừng mua bây giờ, hãy chờ dịp bán hàng hạ giá hãy mua; **go one better [than somebody (something)]** chơi hơn ai, chơi trội hơn ai: *I bought a small boat, then he went one better and bought a yacht* tôi đã mua một chiếc thuyền nhỏ, nhưng anh ta lại chơi trội hơn và đã mua một chiếc thuyền buồm đua; **had better (best)** tốt hơn (tốt nhất) là: *hadn't we better take an umbrella?* tốt hơn là chúng ta mang dù đi theo chứ?; **know better** x know; **not know any better** x know; **old enough to know better** x old; **think better of [doing] something** x think[1].

better³ /'betə[r]/ *dt* cái tốt hơn: *we had hoped for better* chúng ta hy vọng những điều tốt đẹp hơn; *I expected better of him* tôi tưởng nó cư xử tốt hơn *(chứ không như thế này)*. // **one's elders and betters** người nhiều tuổi hơn và dày dạn hơn mình; **a change for the better (the worse)** x change[2]; **[feel] [all] the better for something** cảm thấy khỏe khoắn (thư thái) hơn nhờ việc gì: *you'll feel all the better for [having had] a holiday* anh sẽ cảm thấy khỏe khoắn thư thái hơn nếu được một ngày nghỉ; **for better [or] for worse** cả lúc hanh thông lẫn lúc khó khăn rủi ro; **for better or worse** dù tốt xấu ra sao: *it's been done, and, for better or worse, we can't change it now* việc đã thế rồi, dù tốt hay xấu, ta cũng không thể thay đổi được nữa; **get the better of** thắng; thắng thế; **the less (least) said [about somebody (something)]** the better hay ho gì đâu, không nói đến thì hơn; **so much the better (worse) [for somebody (something)]** càng hay *(không hay)* *(cho ai, cái gì)*: *the result is not very important to us, but if we do win, [then] so much the better* kết quả không quan trọng

lắm đối với chúng ta, nhưng nếu chúng ta thắng thì càng hay; **the sooner the better** x soon; **think [all] the better of somebody** x think[1].

better⁴ /'betə[r]/ *dgt* **1.** vượt, hơn: *this achievement cannot be bettered* thành tích này không thể vượt hơn được **2.** cải thiện: *the government hopes to better the conditions of the workers* chính phủ hy vọng cải thiện điều kiện làm việc của công nhân **3.** **better oneself** đạt địa vị cao hơn, tiến thân.

better⁵ /'betə[r]/ *dt* người đánh cuộc, người đánh cá.

betterment /'betəmənt/ *dt* sự cải thiện.

betting-shop /'betiŋʃɒp/ *dt* phòng đánh cá ngựa.

between¹ /bi'twi:n/ *gt* **1.** [ở] giữa *(hai hay nhiều điểm, nhiều vật, nhiều người, nhiều hiện tượng)*: *I lost my keys somewhere between the car and the house* tôi đánh mất chìa khóa đâu đó trong khoảng giữa xe hơi và nhà; *An sat between Mai and Lan* An ngồi giữa Mai và Lan; *my job is somewhere between a typist and a personal assistant* công việc của tôi như kiểu giữa một nhân viên đánh máy và một trợ lý; *build a wall between my garden and my neighbour's* xây một bức tường giữa vườn nhà tôi và vườn hàng xóm; *fly between London and Paris twice a day* bay giữa Luân đôn và Pa-ri mỗi ngày hai lần; *an obvious link between unemployement and the crime rate* mối quan hệ rất rõ giữa thất nghiệp và tỷ lệ tội ác; *they have settled the dispute between them* họ đã giải quyết ổn thỏa sự bất hòa giữa họ với nhau **2.** [trong] khoảng *(thời* *gian, giá tiền, trọng lượng, khoảng cách...): I'm usually free between Tuesday and Thursday* tôi thường rảnh trong khoảng từ thứ ba đến thứ năm; *cost between one and two pounds* giá khoảng một đến hai bảng; *London is between fifty and sixty miles from Oxford* Luân đôn cách Oxford khoảng từ 50 đến 60 dặm; *the temperature remained between 25° và 30° all week* suốt tuần nhiệt độ cứ ở khoảng 25 đến 30° **3.** chung nhau; chia nhau *(giữa hai người...)*; cùng làm: *they carried only one rucksack between them* họ chỉ mang chung nhau một cái ba-lô; *we drank a bottle of wine between us* chúng tôi uống chung nhau một chai rượu; *they wrote the book between them* họ đã cùng viết cuốn sách.

between² /bi'twi:n/ *pht (cg* **in between)** ở giữa, ở khoảng giữa *(về không gian và thời gian)*: *one town ends where the next begins and there's a road that runs between* thành phố này giáp ranh với thành phố kia và giữa hai thành phố có một con đường; *we have two lessons this morning, but there's some free time in between* sáng nay chúng ta có hai bài học và giữa hai bài đó có một ít thời gian giải lao.

betwixt /bi'twikst/ *pht, gt* **betwixt and between** nửa thế này, nửa thế kia: *it's difficult buying clothes for ten-year-olds, at that age they're betwixt and between* thật khó mua quần áo cho tụi trẻ 10 tuổi, ở tuổi này chúng nửa đã lớn, nửa còn là trẻ con.

bevel¹ /bevl/ *dt* **1.** cạnh vát *(của tấm gương...)* **2.** thước

nách. *(dùng trong nghề mộc...)*.

bevel² /'bevl/ *dgt* (-II-; *(Mỹ)* -I-) gọt vát mép: *bevelled edges* mép được gọt vát.

bevel gear /'bevlgiə[r]/ *(co)* bánh răng nón.

beverage /'bevəridʒ/ *dt* đồ uống.

bevy /'bevi/ *dt* **1.** đám, bầy: *a bevy of beautiful girls* một đám gái đẹp **2.** đàn chim: *đàn chim cút.*

bewail /bi'weil/ *dgt* than vãn, khóc than: *bewail one's lost youth* than vãn thời trai trẻ đã qua đi.

beware /bi'weə[r]/ *dgt (chỉ dùng ở dạng nguyên thể hoặc mệnh lệnh)* thận trọng, coi chừng: *he told us to beware of pickpockets* anh ta bảo chúng tôi coi chừng tụi móc túi; *beware-wet paint!* coi chừng, sơn ướt!

bewigged /bi'wigd/ *tt (văn hoặc hài)* mang tóc giả.

bewilder /bi'wildə[r]/ *dgt* làm bối rối, làm lúng túng; làm ngơ ngác: *big city traffic bewildered me* sự đi lại nhộn nhịp ở thành phố lớn làm tôi lúng túng; *a bewildered look* cái nhìn lúng túng.

bewildering /bi'wildəriŋ/ *tt* làm bối rối: *bewildering complexity* sự phức tạp làm người ta bối rối.

bewilderment /bi'wildə-mənt/ *dt* sự bối rối, sự lúng túng; sự ngơ ngác: *watch in bewilderment* ngơ ngác nhìn.

bewitch /bi'witʃ/ *dgt* **1.** yểm phép: *the wicked fairy bewitched the prince and turn him into a frog* tên phù thủy độc ác đã yểm phép biến hoàng tử thành một con ếch **2.** làm cho say mê: *he was bewitched by her*

beauty anh ta say mê sắc đẹp của nàng.

bewitching /bi'witʃiŋ/ *tt* làm say mê, quyến rũ; mê hồn: *a bewitching smile* nụ cười quyến rũ.

bewitchingly /bi'witʃiŋli/ *pht* [một cách] quyến rũ; [một cách] mê hồn.

beyond¹ /bi'jɒnd/ *gt* **1.** ở bên kia: *the sea is beyond the hill* biển ở bên kia đồi **2.** quá: *don't stay out beyond nine o'clock* đừng có ở lại quá chín giờ; *the book is beyond me* cuốn sách quá sức tôi **3.** vượt quá: *the bicycle is beyond repair* chiếc xe đạp hỏng không còn sửa chữa được nữa; *she's living beyond her means* chị ta ăn tiêu vượt quá mức thu nhập; *her skill as a musician is beyond praise* tài về âm nhạc của cô ta quá mọi lời khen **4.** ngoài, ngoại trừ: *he's got nothing beyond his state pension* ông ta chẳng kiếm được gì ngoài đồng lương hưu. // **be beyond somebody** *(kng)* là ngoài sức tưởng tượng của ai; là ngoài tầm hiểu được của ai: *it's beyond me why she wants to marry Geoff* tôi không tài nào hiểu được tại sao cô ta lại muốn lấy Geoff.

beyond² /bi'jɒnd/ *pht* xa, ở nơi xa: *the immediate future is clear, but it's hard to tell what lies beyond* tương lai trước mắt thì là rõ ràng, nhưng khó mà nói được những gì còn xa hơn nữa.

bezique /bi'zi:k/ *dt* bài bê-dích *(hai người chơi với 64 quân bài).*

BFPO /ˌbi:efpi'əʊ/ *vt* của British Forces Post Office bưu chính quân đội *(Anh).*

bi- *(tiền tố)* hai: *biannual* hai lần một năm; *bicenten-*

ary lễ kỷ niệm hai trăm năm.

biannual /bai'ænjʊəl/ *tt* hai lần một năm: *a biannual meeting* cuộc họp hai lần một năm.

biannually /'baiænjʊəli/ *pht* hai lần một năm.

bias¹ /'baiəs/ **1.** thiên kiến, khuynh hướng thiên về: *have a bias in favour of something* có khuynh hướng thiên về cái gì; *he is without bias* ông ta không có thiên kiến **2.** đường chéo: *cut on the bias* cắt chéo *(vải).*

bias² /'baiəs/ *dgt (thường ở dạng bị động)* có thiên kiến: *a biased jury* một ban giám khảo có thiên kiến; *he is clearly biased in the government's favour* ông ta rõ ràng thiên về chính phủ.

bias binding /,baiəs'baindiŋ/ dải vải chéo để viền góc *(khi may).*

bib /bib/ *dt* **1.** yếm *(của trẻ em mang khi ăn, để khỏi bẩn áo)* **2.** yếm tạp dề *(phần trên của cái tạp dề).* // *one's* **best bib and tucker** *x* best¹.

bible /'baibl/ *dt* **1.** *(cg the* **Bible)** kinh thánh **2.** bản kinh thánh: *three bibles* ba bản kinh thánh **3.** thánh thư, kinh thánh *(bóng):* *this book has always been a bible for medical students* cuốn sách đó vốn là cuốn kinh thánh của sinh viên y khoa.

bible-bashing /'baibl bæʃiŋ/ *dt (xấu)* sự thuyết giáo kinh Phúc âm.

bible-punching /'baibl pʌntʃiŋ/ *dt (xấu) nh* bible-bashing.

biblical /'biblikl/ *tt [thuộc]* kinh thánh: *biblical language* ngôn ngữ kinh thánh.

biblio- *dạng kết hợp, tạo dt và tt, [về]* sách *(x bibliophile, bibliographical).*

bibliographer /,bibli'ɒgrəfə[r]/ *dt* cán bộ thư mục.

bibliographical /,bibliə'græfikl/ *tt [thuộc]* thư mục.

bibliography /,bibli'ɒgrəfi/ *dt* **1.** thư mục **2.** thư mục học.

bibliophile /'bibliəfail/ *dt* người ham sách.

bibulous /'bibjʊləs/ *tt (hài)* rất thích rượu; nghiện rượu.

bicameral /,bai'kæmərəl/ *tt* [thuộc] lưỡng viện: *bicameral legislature* cơ quan lập pháp lưỡng viện.

bicarb /,bai'ka:b/ *dt (kng)* bicarbonat natri.

bicarbonate /,bai'ka:bənət/ *dt (hóa)* cacbonat axit.

bicarbonate of soda /bai'ka:bənət əv'səʊdə/ cacbonat axit natri.

bicentenary /,baisen'ti:nəri, *(Mỹ* bai'sentəneri)/ *dt* kỷ niệm hai trăm năm, lễ kỷ niệm hai trăm năm: *1949 was the bicentenary of Goethe's birth* 1949 là năm kỷ niệm lần thứ 200 ngày sinh của Goethe.

bicentennial¹ /,baisen'teniəl/ *tt* **1.** 200 năm mới xảy ra một lần **2.** kỷ niệm 200 năm: *bicentennial celeberation* lễ kỷ niệm 200 năm.

bicentennial² /,baisen'teniəl/ *dt nh* bicentenary.

biceps /'baiseps/ *dt (snh kđổi) (giải)* cơ hai đầu *(cơ bắp tay).*

bicker /'bikə[r]/ *dgt* cãi nhau vặt: *the children are always bickering [with each other] [over their toys]* tụi trẻ luôn luôn cãi vặt với nhau về đồ chơi của chúng.

bicycle¹ /'baisikl/ *dt* xe đạp.

bicycle² /'baisikl/ *dgt* đi xe đạp.

bicycle-clip /'baisiklklip/ *dt* cái cặp ống quần *(khi đi xe đạp).*

bicyclist /'baisiklist/ *dt* người đi xe đạp.

bid¹ /bid/ *dgt* **(-dd-)** **(bid,** riêng nghĩa 4, 5, 6 thường **bade; bidden) 1.** trả giá: *she bid £500 for the painting* bà ta trả giá bức tranh là 500 bảng **2.** định giá thầu, đấu thầu: *several firms have bid for the contract to build the new concert hall* nhiều hãng đã đứng ra đấu thầu xây phòng hòa nhạc mới **3.** xướng bài *(bài brit)* **4.** ra lệnh; bảo: *do as you are bidden* hãy làm như người ta bảo anh **5.** mời: *guests bidden to [attend] the feast* khách được mời tham dự bữa tiệc **6.** chào: *bid somebody good morning* chào ai buổi sáng; *he bade farewell to his sweetheart* nó chào tạm biệt người yêu. // **bid fair to do something** *(tu từ hoặc cổ)* có khả năng: *the plan for a new hospital bids fair to succeed* kế hoạch xây dựng một bệnh viện mới có khả năng thành công.

bid² /bid/ *dt* **1.** sự trả giá *(trong cuộc bán đấu giá)* **2.** *(Mỹ cg* **tender)** sự bỏ thầu **3.** sự cố gắng, sự cố thử *(làm gì):* *he failed in his bid to reach the summit* anh ta đã thất bại trong cố gắng lên tới đỉnh núi; *make a bid for popular support* cố giành được sự ủng hộ của quần chúng **4.** sự xướng bài *(bài brít).*

biddable /bidəbl/ *tt* chịu vâng lời; dễ bảo.

bidden /'bidn/ *đttqk* của bid¹.

bidder /bidə[r]/ *dt* người trả giá; bên trả giá *(trong cuộc bán đấu giá):* *the house went to the highest bidder* ngôi nhà về tay người trả giá cao nhất.

bidding /'bidiŋ/ *dt* **1.** mệnh lệnh, lệnh: *do somebody's bidding* tuân theo lệnh của ai **2.** sự trả giá *(trong cuộc bán đấu giá)* **3.** sự xướng bài *(trong chơi bài).*

bide /baid/ *dgt (cổ) nh* abide. // **bide one's time** chờ thời cơ.

bidet /'bi:dei, (Mỹ bi:'dei)/ *dt* chậu rửa đít.

biennial¹ /bai'eniəl/ *tt* **1.** hai năm một lần **2.** [kéo dài] hai năm.

biennial² /bai'eniəl/ *dt* cây hai năm.

biennially /bai'eniəli/ *pht* **1.** hai năm một lần **2.** [lâu] hai năm.

bier /'biə[r]/ *dt* đòn đám ma; kiệu khiêng áo quan.

biff¹ /bif/ *dt (kng)* cú đấm mạnh.

biff² /bif/ *dgt (kng)* đấm mạnh: *biff somebody on the nose* đấm mạnh vào mũi ai.

bifocal /,bai'fəʊkl/ *tt* [có] hai tròng *(kính deo mắt).*

bifocals /,bai'fəʊklz/ *dt snh* kính hai tròng.

bifurcate /'baifəkeit/ *dgt* chia hai nhánh, rẽ đôi.

bifurcation /,baifə'keiʃn/ *dt* **1.** sự chia hai nhánh, sự rẽ đôi **2.** chỗ chia làm hai nhánh, chỗ rẽ đôi **3.** nhánh rẽ *(trong hai nhánh).*

big¹ /big/ *tt* **(-gger; -ggest)** **1.** to, lớn: *a big man* một người to lớn; *a big tree* một cây to; *big repair* sửa chữa lớn; *the big toe* ngón chân cái; *he is the biggest liar I know* hắn là đứa nói láo tài nhất mà tôi biết **2.** lớn [hơn], nhiều tuổi [hơn]: *my big sister* chị tôi; *he is big enough to go out without his parents* nó đã đủ lớn để đi ra ngoài mà không

cần bố mẹ đi theo **3.** quan trọng: *a big decision* một quyết định quan trọng; *the biggest moment of my life* giây phút quan trọng nhất trong đời tôi **4.** *(kng)* đầy tham vọng, huênh hoang: *have big plans* có những kế hoạch đầy tham vọng **5.** *(kng, Mỹ)* phổ biến rộng rãi *(một trò chơi...)* **6.** big on something *(kng, Mỹ)* sính việc gì: *the firm is big on extravagant promotion drives* công ty rất sính những cuộc vận động quảng cáo rầm rộ. // **be (get) too big for one's boots** tự cho là quan trọng; hợm mình; **a big cheese** *(lóng, xấu)* nhân vật tai to mặt lớn; **big deal** *(kng, mỉa)* gớm nhỉ!: *we're getting a wage increase of £40 a year. – Big deal!* mỗi năm chúng ta sắp được tăng lương 40 bảng. – Gớm nhỉ!; **a big fish [in a little pond]** cá to ao bé *(bóng)*; **a big noise** *(kng)* nhân vật quan trọng; **the big steak** sự đe dọa sử dụng lực lượng quân sự; **the big three (four...)** bộ ba (bộ bốn) quốc gia hàng đầu *(dân tộc hàng đầu, công ty hàng đầu)*; **the big time** *(kng)* thời phát đạt nhất, mức phát đạt nhất; **somebody's eyes are bigger than his belly (stomach)** *x* eye¹; **give somebody a big hand** vỗ tay tán thưởng ai; **get a big hand** được vỗ tay tán thưởng nhiệt liệt; **have bigger (other) fish to fry** *x* fish¹; **in a big (small) way** *x* way¹.

big² /big/ *pht (lóng)* **1.** [một cách] lớn lao: *he likes to talk big* anh ta thích nói huênh hoang khoác lác **2.** [một cách] thành công: *a band which comes (goes) over big with pop fans* một ban nhạc đã thành công trước những thính giả hâm mộ nhạc pop.

bigamist /'bigəmist/ *dt* người có hai vợ; người có hai chồng.

bigamous /'bigəməs/ *tt* có hai vợ; có hai chồng.

bigamously /'bigəməsli/ *pht* theo lối trai hai vợ; theo lối gái hai chồng.

bigamy /'bigəmi/ *dt* sự lấy hai vợ; sự lấy hai chồng.

big bang /,big'bæŋ/ vụ nổ tạo vũ trụ: *the big bang theory* thuyết vụ nổ tạo vũ trụ.

Big Brother /,big'brʌðə[r]/ nhà độc tài làm ra bộ nhân ái *(một nhân vật rút từ tiểu thuyết của George Orwell).*

big business /,big'biznis/ cơ sở kinh doanh lớn.

Big Dipper /,big'dipə[r]/ *dt* **the Big Dipper** *(Mỹ)* chòm sao Đại Hùng.

big game /,big'geim/ *dt* thú săn lớn *(như voi, sư tử...).*

big head /'bighed/ *dt (kng)* người tự phụ.

big-headed /,big'hedid/ *tt* tự phụ.

big-hearted /,big'hɑ:tid/ *tt* rất tốt bụng.

bight /bait/ *dt* **1.** vịnh, eo biển **2.** nút thòng lọng *(ở dây).*

bigness /'bignis/ *dt* sự to, sự lớn, sự to lớn.

bigot /'bigət/ người tin mù quáng *(thường là về tôn giáo, chính trị).*

bigoted /'bigətid/ *tt* tin mù quáng.

bigotry /'bigətri/ *dt* sự tin mù quáng.

big top /,big'tɒp/ lều chính *(ở rạp xiếc).*

big wheel /,big'wi:l/ đu quay *(ở hội chợ...).*

bigwig /'bigwig/ *dt (hài hoặc xấu)* nhân vật quan trọng.

B

bijou¹ /'bi:ʒu:/ *dt* (*snh* **bijoux**) *(Pháp)* đồ nữ trang.

bijou² /'bi:ʒu:/ *tt* nhỏ nhỏ xinh xinh, xinh xắn *(thường nói về một ngôi nhà)*: a *bijou residence* một ngôi nhà ở xinh xắn.

bike¹ /baik/ *dt (kng)* 1. xe đạp 2. xe [gắn] máy.

bike² /baik/ *dgt (kng)* 1. đi xe đạp 2. đi xe [gắn] máy.

bikini /bi'ki:ni/ *dt* bikini, áo tắm hai mảnh *(của nữ)*.

bilabial¹ /ˌbai'leibiəl/ *dt (ngôn)* âm môi - môi. *(như b, p, m và w trong tiếng Anh)*.

bilabial² /ˌbai'leibiəl/ *tt (ngôn)* môi-môi *(âm)*.

bilateral /ˌbai'lætərəl/ *tt* [gồm] hai bên, tay đôi, song phương: a *bilateral treaty* một hiệp ước song phương.

bilateralism /ˌbai'lætərəlizəm/ *dt* nguyên tắc song phương.

bilaterally /ˌbai'lætərəli/ *pht* tay đôi, song phương.

bilberry /'bilbri, *(Mỹ* 'bilberi)/ *dt (thực)* (*cg* **whortleberry**) cây ổng ảnh.

bile /bail/ *dt* 1. *(sinh)* mật *(do gan tiết ra)* 2. tính cáu gắt.

bile-duct /'baildʌkt/ *dt (giải)* ống mật.

bilge /bildʒ/ *dt* 1. đáy tàu 2. (*cg* **bilge-water**) nước bẩn ở đáy tàu 3. *(lóng)* chuyện nhảm nhí: *don't give me that bilge!* đừng có nói với tôi chuyện nhảm nhí đó!

bilharzia /ˌbil'hɑ:ziə/ *dt (y)* bệnh sán máng.

bilingual¹ /ˌbai'liŋgwəl/ *tt* 1. nói thạo hai thứ tiếng: *he is bilingual in French and Spanish* anh ta nói thạo hai thứ tiếng, tiếng Pháp và tiếng Tây Ban Nha 2. sử dụng hai thứ tiếng *(cộng đồng)* 3. [bằng] hai thứ

tiếng, song ngữ: a *bilingual dictionary* từ điển song ngữ.

bilingual² /ˌbai'liŋgwəl/ *dt* người nói thạo hai thứ tiếng.

bilingually /ˌbai'liŋgwəli/ *pht* 1. [một cách] thạo hai thứ tiếng 2. [theo kiểu] song ngữ.

bilious /'biliəs/ *tt* 1. mắc bệnh nhiều mật: a *bilious headache* cơn nhức đầu do bị nhiều mật 2. hay gắt, bẳn tính 3. có màu vàng mật.

biliousness /'biliəsnis/ *dt* 1. tình trạng nhiều mật 2. tính hay gắt, tính cáu bẳn.

bilk *dgt* **bilk somebody [out] of something** lừa đảo ai lấy cái gì: *he bilked us of all our money* nó lừa lấy hết tiền của chúng tôi.

bill¹ /bil/ *dt* 1. *(Mỹ* **check**) hóa đơn, giấy tính tiền: *telephone bill* giấy tính tiền điện thoại 2. tờ quảng cáo, yết thị: *stick no bills!* cấm dán quảng cáo! 3. chương trình trình diễn *(ở rạp chiếu bóng, rạp hát)* 4. dự luật: *pass a bill* thông qua một dự luật 5. *(Mỹ)* giấy bạc: a *ten dollar bill* giấy bạc mười đô la. // **a clean bill of health** x **clean¹**; **fill (fit) the bill** đáp ứng yêu cầu, thích hợp: *we needed a journalist with specialist knowledge, and he fitted the bill* chúng tôi cần một nhà báo có kiến thức chuyên môn, và ông ta đáp ứng yêu cầu đó; **foot the bill** x **foot²**; **head (top) the bill** đứng đầu danh sách *(những người, những tiết mục trong một chương trình giải trí)*.

bill² /bil/ *dgt* 1. gửi *(hóa đơn, giấy tính tiền cho ai)*: *I can't pay for the books now. Will you bill me [for them] later?* tôi chưa trả ngay tiền sách được, ông gửi tôi hóa đơn sau có được

không? 2. *(thường ở dạng bị động)* quảng cáo: *he is billed to appear as Othello* anh ta được quảng cáo là sẽ trình diễn vai Othello.

bill³ /bil/ *dt* 1. mỏ *(chim)* 2. *(thường gặp trong tên địa lý)* mũi *(đất nhô ra biển)*: *Portland Bill* mũi Portland.

bill⁴ /bil/ *dgt* rỉa nhau bằng mỏ *(chim bồ câu)*. // **bill and coo** *(kng)* hôn hít thủ thỉ với nhau *(trai gái)*.

billabong /'biləbɒŋ/ *dt (Úc)* nhánh sông nước đọng.

billboard /'bilbɔ:rd/ *dt (Mỹ)* nh hoarding 1.

billet¹ /'bilit/ *dt* 1. nhà trú quân *(nhà tư làm nơi tạm trú cho quân nhân)* 2. *(kng, cũ)* việc làm; chỗ làm.

billet² /'bilit/ *dgt* cho tạm trú tại nhà tư: *the soldiers are billeted on an old lady* quân được tạm trú ở nhà một bà già.

billet³ /'bilit/ *dt* khúc củi.

billet-doux /'bilei'du:/ *dt (snh* **billets-doux** /'bilei'du:z/) *(đùa)* thư tình.

billfold /'bilfəʊld/ *dt (Mỹ)* nh wallet.

billhook /'bilhʊk/ *dt* dao phạt cành.

billiards /'biliədz/ *dt (dgt số ít)* trò chơi bi a: *have a game of billiards* chơi bi a.

billiard- /'biliəd/ *(trong từ ghép)* billiard – table bàn [chơi] bia a.

billion¹ /'biliən/ *dt, dht* 1. *(Anh)* nghìn tỷ, triệu triệu 2. *(Mỹ)* tỷ.

billion² /'biliən/ *dt (snh* **billions** hay **billion**) 1. *(Anh)* con số một nghìn tỷ, con số triệu triệu 2. *(Mỹ)* con số tỷ.

bill of exchange /biləviks'tʃeindʒ/ hối phiếu.

bill of fare /biləv'feə[r]/ *(cũ)* thực đơn.

bill of lading /ˌbiləv'lædiŋ/ vận đơn.

bill of rights /ˌbiləv'raits/ đạo luật về nhân quyền.

bill of sale /ˌbiləv'seil/ văn tự.

billow¹ /'biləʊ/ dt **1.** (cổ) sóng lớn, sóng xô bờ **2.** cuộn (khói, sương mù).

billow² /'biləʊ/ dgt cuồn cuộn: smoke billowed from the burning house khói bốc lên cuồn cuộn từ ngôi nhà đang cháy.

billowy /'biləʊi/ tt dậy sóng.

billposter /'bil,pəʊstə[r]/ dt người dán áp phích, người dán thông báo.

billsticker /'bil,stikə[r]/ dt nh billposter.

billy /'bili/ dt (cg **billycan** /'bilikæn/) (Anh, Úc) nồi niêu cắm trại.

billy-goat /'biligəʊt/ dt dê đực (tiếng trẻ em hay dùng).

billy-oh (cg **billy-o**) /'bili-əʊ/ dt like **billy-oh** (cũ, kng) nhanh, mạnh; mãnh liệt: run like billy-oh chạy thục mạng.

biltong /'biltɒŋ/ dt thỏi thịt phơi khô (Nam Phi).

bimetallism /ˌbai'metəlizəm/ dt (kté) chế độ song bản vị (về tiền tệ).

bimetallic /ˌbaimi'tælik/ tt lưỡng kim.

bimonthly /ˌbai'mʌnθli/ tt **1.** hai tháng một lần **2.** hai lần mỗi tháng.

bin /bin/ dt **1.** thùng: a flour bin thùng đựng bột; a rubbish bin thùng rác **2.** (Anh) nh dustbin.

binary /'bainəri/ tt đôi; nhị phân: binary measure (nhạc) nhịp đôi; binary fraction (toán) phân số nhị phân.

binary digit /ˌbainəri'didʒit/ ký số nhị phân (máy điện toán).

binary notation /ˌbainəri nəʊ'teiʃn/ ký hiệu nhị phân (máy điện toán).

binary system /ˌbainəri 'sistəm/ hệ nhị phân (máy điện toán).

binary star /ˌbainəri 'stɑ:[r]/ sao đôi (hai sao quay xung quanh cùng một tâm).

bind¹ /baind/ dgt (**bound**) **1.** buộc, thắt, cột, trói: bind the prisoner's arms trói tay tên tù nhân; hair bound up with ribbon tóc buộc bằng ruy băng; bind [up] a wound băng vết thương lại **2.** ràng buộc: be bind by an oath bị ràng buộc bởi lời thề **3.** đóng (sách): two volumes bound in leather hai cuốn sách đóng bìa da **4.** viền: bind a carpet viền mép thảm (cho khỏi sổ ra) **5.** làm quánh lại: frost binds the soil sương giá làm đất quánh lại; some foods bind the bowels một vài thức ăn làm ruột quặn lại gây táo bón **6.** buộc, bắt buộc: bind somebody to secrecy buộc ai giữ bí mật. // **bind (tie) somebody hand and foot** x hand¹.

bind² /baind/ dt (số ít) (kng) tình thế khó chịu; sự phiền nhiễu: their refusal to sign the contract has put us in a bit of a bind việc họ từ chối không ký hợp đồng đã đẩy chúng tôi vào một tình thế khá là phiền nhiễu.

binder /'baində[r]/ dt **1.** thợ đóng sách **2.** bộ phận buộc lúa (trong máy gặt) **3.** bìa kẹp báo **4.** chất kết dính (như xi măng, nhựa đường).

bindery /'baindəri/ dt hiệu đóng sách.

binding¹ /'baindiŋ/ dt **1.** bìa sách **2.** vải viền mép.

binding² /'baindiŋ/ tt **binding on (upon) somebody** ràng buộc: the agreement is bind-ing on both parties hiệp định ràng buộc cả hai bên.

bindweed /'baindwi:d/ dt (thực) cây bìm bìm.

bine /bain/ dt (thực) thân (cây leo); thân cây hoa bia.

binge /bindʒ/ dt (kng) **1.** thời gian nhậu nhẹt thả cửa: he went on (had) a three-day binge anh ta trải qua 3 ngày nhậu nhẹt thả cửa **2.** sự lu bù: a shopping binge sự đi mua sắm lu bù.

bingo /'biŋgəʊ/ dt lối chơi bài bingo.

binnacle /'binəkl/ dt (hải) hộp la bàn.

binoculars /bi'nɒkjʊləz/ dt snh ống nhòm: watch from a distance through [a pair of] binoculars quan sát từ xa qua ống nhòm.

binocular vision /bi,nɒkjʊlə 'viʒn/ sự nhìn hai mắt.

binomial¹ /bai'nəʊmiəl/ (toán) nhị thức.

binomial² /bai'nəʊmiəl/ tt (toán) nhị thức: binomial coefficient hệ số nhị thức.

bi[o] (dạng kết hợp) sinh [vật]: biology sinh [vật] học.

biochemistry /ˌbaiəʊ'kemistri/ dt hóa sinh.

biochemical /ˌbaiəʊ'kemikl/ tt [thuộc] hóa sinh.

biochemist /ˌbaiəʊ'kemist/ dt nhà hóa sinh.

biodata /ˌbaiəʊ'deitə/ dt (Mỹ) nh curriculum vitae.

biodegradable /ˌbaiəʊdi'greidəbl/ tt dễ mất phẩm chất do tác nhân sinh học.

biographer /bai'ɒgrəfə[r]/ dt người viết tiểu sử.

biographic[al] /ˌbaiə'græfik[l]/ tt [thuộc] tiểu sử.

biography /bai'ɒgrəfi/ dt **1.** tiểu sử (của một người do một người khác viết) **2.** thể loại tiểu sử: I prefer biography to fiction tôi thích thể loại tiểu sử hơn là truyện hư cấu.

biological /ˌbaiə'lɒdʒikl/ *tt* [thuộc] sinh [vật] học: *a biological experiment* thí nghiệm sinh [vật] học; *biological soap-powders* xà phòng bột sinh học *(có tác dụng tẩy trùng).*

biological control /baiə-ˌlɒdʒikl kən'trəʊl/ sự diệt vật hại bằng phương pháp sinh học.

biologically /ˌbaiə'lɒdʒikəli/ *pht* về mặt sinh học; bằng phương pháp sinh học.

biological warfare /baiə-ˌlɒdʒikl 'wɔːfeə[r]/ *(cg* **germ warfare)** chiến tranh sinh học, chiến tranh vi trùng.

biologist /bai'ɒlədʒist/ *dt* nhà sinh [vật] học.

biology /bai'ɒlədʒi/ *dt* sinh [vật] học.

bionic /bai'ɒnik/ *tt* có một bộ phận có sức mạnh siêu phàm *(nhân vật trong truyện khoa học viễn tưởng).*

biopsy /'baiɒpsi/ *dt (y)* sinh thiết.

biorythm /'baiəʊriðəm/ *dt* nhịp sinh học.

bioscope /'baiəskəʊp/ *dt (Nam Phi)* rạp chiếu bóng.

biotechnology /ˌbaiəʊtek-'nɒlədʒi/ *dt* công nghệ sinh học.

bipartisan /ˌbaipɑː'ti'zæn, *(Mỹ* ˌbai'pɑːrtizn)/ *tt* [thuộc] hai đảng: *bipartisan talks* những cuộc hội đàm hai đảng.

bipartite /bai'pɑːtait/ *tt* **1.** *(thực)* chia đôi: *a bipartite leaf* lá chia đôi **2.** song phương: *a bipartite treaty* hiệp ước song phương.

biped /'baiped/ *dt (động)* động vật hai chân.

biplane /'baiplein/ *dt* máy bay hai lớp cánh.

birch¹ /bɜːtʃ/ *dt* **1.** cây bulô **2.** roi bulô *(làm bằng hai cành bulô xưa dùng để trừng phạt).*

birch² /bɜːtʃ/ *đgt* đánh bằng roi bulô.

bird /bɜːd/ *dt* **1.** con chim **2.** *(kng)* gã, tay, lão: *a wise old bird* một lão khôn ngoan **3.** *(lóng, xấu)* cô ả: *who was that bird I saw you with last night?* cô ả mà tôi thấy đi cùng anh tối qua là ai thế? // **the bird has flown** chim *(người bị truy nã...)* đã chuồn rồi; **a bird in the hand is worth two in the bush** một con chim trong tay bằng hai con còn trong bụi rậm *(chưa cầm chắc);* **the birds and the bees** *(trại)* những điều cơ bản về tình dục; **birds of a feather [flock together]** ngưu tầm ngưu, mã tầm mã; **an early bird** *x* early; **the early bird catches the worm** *x* early; **give somebody (get) the bird** *(bóng)* la ó phản đối ai; bị la ó phản đối: *the comedian got the bird* diễn viên hài bị la ó phản đối; **a home bird** *x* home¹; **kill two birds with one stone** *x* kill; **like a bird** *(kng)* ngon ơ, êm ru: *my new car goes like a bird* chiếc xe mới của tôi chạy êm ru; **a little bird told me** *x* little¹.

bird-bath /bɜːdbɑːθ/ *dt* bể tắm cho chim *(thường ở trong vườn).*

bird-brained /bɜːdbreind/ *tt (kng, xấu)* ngốc nghếch.

birdcage /bɜːdkeidʒ/ *dt* lồng chim.

birdie /bɜːdi/ *dt (ngôn từ trẻ em)* chim non.

bird dog /bɜːddɒg/ *(Mỹ) nh* gun dog.

birdlime /bɜːdlaim/ *dt (cg* **lime)** nhựa bẫy chim.

bird of paradise /ˌbɜːd əv-'pærədais/ *(động)* chim seo cờ.

bird of passage /ˌbɜːd əv-'pæsidʒ/ chim di trú.

bird of prey /ˌbɜːdəv'prei/ chim săn mồi.

bird sanctuary /'bɜːd sæŋktʃʊəri/ khu bảo tồn chim.

birdseed /'bɜːdsiːd/ *dt* hạt nuôi chim lồng.

bird's-eye view /ˌbɜːdzai-'vjuː/ **1.** cái nhìn bao quát từ trên cao **2.** bản tóm lược *(một vấn đề).*

bird-song /'bɜːdsɒŋ/ *dt* tiếng chim hót.

bird-table /'bɜːd teibl/ *dt* thềm rải thức ăn cho chim.

bird-watcher /'bɜːd wotʃə[r]/ *dt* người nghiên cứu chim trời.

bird-watching /'bɜːd wotʃiŋ/ *dt* sự nghiên cứu chim trời.

biretta /bi'retə/ *dt* mũ vuông *(của giáo sĩ đạo Thiên Chúa).*

biro /'baiərəʊ/ *dt (snh* **biros)** bút bi biro.

birth /bɜːθ/ *dt* **1.** sự sinh đẻ: *he has been blind from birth* nó mù từ lúc sinh ra; *there were three births in the hospital yeterday* hôm qua ở bệnh viện có ba ca đẻ **2.** sự ra đời: *the birth of a political party* sự ra đời của một đảng chính trị; *the birth of socialism* sự ra đời của chủ nghĩa xã hội **3.** dòng dõi: *of noble birth* thuộc dòng dõi quý phái. // **give birth to** sinh ra: *she gave birth to a healthy baby last night* chị ta sinh một cháu khỏe mạnh tối qua; *Marx's ideas give birth to communism* tư tưởng của Mác đã sinh ra chủ nghĩa cộng sản.

birth certificate /'bɜːθsə'tifikət/ giấy khai sinh.

birth control /'bɜ:θkəntrəʊl/ sự hạn chế sinh đẻ.

birthday /'bɜ:θdei/ dt ngày sinh, sinh nhật: *a birthday present* món quà sinh nhật.

birthmark /'bɜ:θmɑ:k/ dt vết chàm, vết bớt.

birthplace /'bɜ:θpleis/ dt nơi sinh, sinh quán.

birthrate /'bɜ:θreit/ dt tỷ lệ sinh đẻ.

birthright /'bɜ:θrait/ dt quyền thừa: kế *the estate is the birthright of the eldest son* gia sản thuộc quyền thừa kế của trưởng nam; *freedom is our natural birthright (bóng)* tự do là quyền tự nhiên của chúng ta.

biscuit /'biskit/ dt **1.** bánh quy **2.** (Mỹ) nh scone **3.** màu nâu nhạt **4.** đồ gốm đá nung nhưng chưa tráng men. // **take the biscuit (cake)** (Anh, kng) là điều hay (tồi) nhất từ trước chưa hề thấy: *he's done stupid things before, but this really takes the biscuit* nó trước kia đã làm nhiều điều ngu xuẩn, nhưng lần này mới thật là tồi nhất.

bisect /bai'sekt, 'baisekt/ dgt chia đôi, cắt đôi.

bisection /bai'sekʃn/ dt sự chia đôi, sự cắt đôi.

bisexual¹ /,bai'sekʃʊəl/ tt (sinh) lưỡng tính.

bisexual² /bai'sekʃʊəl/ dt người ái nam ái nữ.

bisexuality /,baisekʃʊ'æləti/ dt (sinh) sự lưỡng tính.

bishop /'biʃəp/ dt **1.** giám mục **2.** quân hậu (cờ vua).

bishopric /'biʃəprik/ dt **1.** chức giám mục **2.** địa phận giám mục.

bismuth /'bizməθ/ dt (hóa) bitmut.

bison /'baisn/ dt (snh kđổi) (động) bò rừng bizon.

bistro /'bi:strəʊ/ dt (snh bistros) quán ăn.

bit¹ /bit/ dt **1.** miếng, mảnh, mẩu; chút, tí: *bits of bread* những mẩu bánh mì; *a bit of luck* một chút may mắn; *wait a bit* chờ một tí **2. a bit [of something]** (kng, mỉa) số lượng nhiều: *"how much money has he got in the bank?" – "A fair bit"* Ông ta có bao nhiêu tiền ở ngân hàng? – khá nhiều đấy; *it takes quite a bit of time to get from London to Glasgow* đi từ Luân Đôn đến Glasgow mất nhiều thời gian đấy **3.** đồng tiền xu (đồng ba xu, đồng sáu xu cũ của Anh), đồng 12 xu rưỡi (của Mỹ): *a threepenny bit* đồng ba xu (Anh); *I wouldn't give you two bits for that old book* (Mỹ) tôi sẽ không trả anh 25 xu (2 x 12,5 = 25) về cuốn sách này (tức 1/4 đô la). // **a bit** a/ hơi, khá: *I'm a bit tired* tôi hơi mệt; *this book costs a bit [too] much* cuốn sách này giá khá đắt b/ một tí, một chút: *move up a bit* nhích lên một tí; **bit by bit** từng ít một, dần dần: *he saved money bit by bit until he had enough to buy a car* anh ta tiết kiệm tiền từng ít một cho đến lúc đủ tiền mua một chiếc xe hơi; **a bit much** (kng) quá thể, quá đáng: *it's a bit much ringing me up at three o'clock in the morning* gọi dây nói cho tôi lúc ba giờ sáng, thật là quá thể; **a bit of a** (fng) hơi; một chút: *he's a bit of a coward* hắn hơi nhát gan một chút; **a bit of all right** (Anh, lóng) rất hấp dẫn, hết ý; **a bit of crumpet (fluff, skirt, stuff)** (Anh, lóng) cô gái đẹp, người phụ nữ đẹp; **a bit thick** quá đáng: *it's a bit thick expecting us to work on Sundays* muốn chúng tôi làm việc cả những ngày chủ nhật thì thật quá

đáng; **bits and bobs; bits and pieces** vật linh tinh; khoản linh tinh: *I always have a lot of bits and pieces in my pocket* tôi luôn luôn có những vật linh tinh trong túi; **do one's bit** (kng) thực hiện phần việc của mình: *We can finish this job on time if everyone does his bit* ta có thể xong công việc này đúng thời hạn nếu mỗi người thực hiện phần việc của mình; **every bit as good (bad...) [as somebody (something)]** tốt (xấu) ngang với: *Rome is every bit as beautiful as Paris* Roma đẹp ngang với Pa-ri; **not a bit; not one [little] bit** không chút nào: *"Are you cold?" "not a bit"* "Anh lạnh sao?" "không lạnh chút nào"; *I don't like that idea one little bit* tôi không thích ý đó chút nào cả; **not a bit of it!** không một chút nào đâu; ngược lại: *you'd think she'd be tired after such a long journey, but not a bit of it!* chắc anh nghĩ là cô ta mệt sau một cuộc hành trình dài như vậy, nhưng cô ta không mệt chút nào đâu!; **thrilled to bits** x thrill²; **to bits** thành từng mảnh nhỏ: *tear something to bits* xé cái gì thành từng mảnh nhỏ.

bit² /bit/ dt **1.** hàm thiếc (ngựa) **2.** mũi khoan; mũi kìm; mỏ hàn; mỏ chìa khóa. // **champ at the bit** x champ¹; **get (take) the bit between one's (the) teeth** cắn răng mà làm (cố gắng làm việc gì khó ưa một cách kiên quyết).

bit³ /bit/ dt bit (đơn vị thông tin).

bit⁴ /bit/ qk của bite¹.

bitch¹ /bitʃ/ dt **1.** chó cái; chó sói cái; cáo cái; rái cá cái **2.** (lóng, xấu) con mụ nanh ác: *don't talk to me* *like that, you bitch!* đừng có nói với tôi như thế, đồ con mụ nanh ác kia **3.** *(lóng)* vấn đề nan giải; tình thế khó khăn.

bitch² /bitʃ/ *đgt* (+ about) *(kng)* **1.** luôn mồm than văn: *I wish you'd stop bitching* tôi mong anh thôi luôn mồm than văn **2.** nhận xét hằn học đối với người khác.

bitchy /'bitʃi/ *tt* hằn học, hiểm ác: *a bitchy remark* một nhận xét hằn học.

bite¹ /bait/ *đgt* (bit; bitten) **1.** cắn, đớp, ngoạm: *does your dog bite?* chó nhà anh có cắn người không?; *that dog just bit me in the leg* con chó kia vừa cắn vào chân tôi; *stop biting your nails* thôi đừng cắn móng tay nữa **2.** châm, chích, đốt: *be badly bitten by mosquitoes* bị muỗi đốt dữ quá **3.** cắn câu: *the fish won't bite today* hôm nay cá không cắn câu; *I try to sell him my old car, but he wouldn't bite (bóng)* tôi cố bán chiếc xe cũ của tôi cho hắn, nhưng hắn không cắn câu **4.** làm cho nhức nhối, làm cho tê buốt: *her fingers were bitten by the frost (were frost-bitten)* ngón tay cô ấy bị sương giá làm tê buốt **5.** bám chắc: *wheels won't bite on a slippery road* mặt đường trơn bánh xe không bám chắc **6.** có hiệu quả, có tác động: *the miners' strike is really starting to bite* cuộc đình công của thợ mỏ thực sự bắt đầu có tác động. // **be bitten by something** ham mê, mê: *John's taken up stamp – collecting, he seems really bitten by it* John lấy việc thu thập tem làm thú tiêu khiển, nó có vẻ thực sự ham mê công việc đó; **bite the bullet** cắn răng cam chịu;

bite the dust *(kng)* a/ ngã xuống và chết b/ bị đánh bại; bị gạt bỏ: *another of my great ideas bites the dust* một ý kiến lớn khác của tôi bị gạt bỏ; **bite the hand that feeds one** bội bạc đối với kẻ đã giúp mình; **bite somebody's head off** *(kng)* phê bình ai gắt gao; **bite off more than one can chew** *(kng)* cố quá sức mình; **bite one's lip** cắn môi nén lòng; **bite one's tongue** cố nén ý nghĩ của mình; tự trách mình đã nói những điều làm người ta khó xử (những điều làm người ta đau lòng); **[have] something to bite on** [có] việc cụ thể phải làm (phải xem xét); **once bitten, twice shy** *x* once¹; **what's biting him (you...)?** có gì làm nó (anh...) lo lắng vậy? **bite at something** táp, đớp: *dogs biting at each other's tails* chó đớp vào đuôi nhau; **bite something off** cắn đứt: *bite off a large chunk of apple* cắn đứt một khoanh táo lớn.

bite² /bait/ *dt* **1.** sự cắn, sự đớp, sự ngoạm: *the dog gave me a playful bite* con chó đã cắn đùa tôi **2.** vết cắn, miếng cắn **3.** *(số ít, kng)* miếng *(thức ăn)*; thức ăn: *I haven't had a bite [to eat] all morning* tôi chưa có miếng gì ăn suốt sáng nay **4.** sự cắn câu, sự đớp mồi: *anglers waiting for a bite* những người câu cá đang chờ cá cắn câu **5.** *(số ít)* sự buốt: *there's a bite in the air* khi trời giá buốt; *his words had no bite* lời nói của hắn đã không có tác động **6.** sự bám chắc *(của neo tàu...)*. // **have (get) two bites at the cherry** có cơ hội thứ hai để làm cái gì; cố gắng làm cái gì lần thứ hai; **somebody's bark is worse than his bite** *x* bark³.

biting /'baitiŋ/ *tt* **1.** làm nhức nhối; buốt: *a biting wind* cơn gió buốt **2.** gay gắt.

bitingly /'baitiŋli/ *pht* **1.** [một cách] buốt **2.** [một cách] gay gắt.

bit of fluff /ˌbitəv'flʌf/ *(Anh, cũ)* chị phụ nữ hấp dẫn.

bit part /'bitpa:t/ vai thứ yếu, vai phụ *(trong vở kịch, trong phim...)*.

bitten /'bitn/ *qk của* bite¹.

bitter¹ /'bitə[r]/ *tt* **1.** đắng: *black coffee leaves a bitter taste in the mouth* cà phê đen để lại vị đắng ở miệng **2.** cay đắng, chua cay, đau xót: *failing the exam was a bitter disappointment to him* thi hỏng là một sự thất vọng cay đắng đối với anh ta **3.** gay gắt; quyết liệt: *bitter fighting* sự đánh nhau ác liệt **4.** rét buốt *(thời tiết, gió...)*. // **a bitter pill [for somebody] to swallow** điều cay đắng phải chịu đựng; **to the bitter end** đến cùng: *struggle to the bitter end* đấu tranh đến cùng.

bitter² /'bitə[r]/ *dt* rượu bia đắng: *a pint of bitter, please* làm ơn cho một panh bia đắng.

bitterly /'bitəli/ *pht* **1.** một cách đắng **2.** [một cách] cay đắng, [một cách] chua cay **3.** [một cách] gay gắt **4.** [một cách] rét buốt.

bittern /'bitən/ *dt (động)* chim diệc nâu.

bitterness /'bitənis/ *dt* **1.** vị đắng **2.** sự cay đắng, sự chay cay, sự đau xót **3.** sự gay gắt; sự quyết liệt **4.** sự rét buốt.

bitters /'bitəz/ *dt* rượu vị đắng *(thường dùng pha cốc tay)*.

bitter-sweet /ˌbitə'swi:t/ *tt* **1.** ngọt có dư vị đắng **2.**

ngọt ngào lẫn đắng cay: *bitter-sweet memories* những ký ức ngọt ngào lẫn đắng cay.

bitty *tt (thường xấu)* rời rạc: *the play is rather bitty* vở kịch hơi rời rạc.

bitumen /'bitjʊmən, (Mỹ bə'tu:mən)/ *dt* bitum *(để rải đường)*.

bituminous /bi'tju:minəs, (Mỹ bə'tu:minəs)/ có bitum: *bituminous coal* than đá có bitum.

bivalve /'baivælv/ *dt (động)* động vật hai mảnh vỏ.

bivouac[1] /'bivʊæk/ *tt* trại lộ thiên *(không dụng lều)*.

bivouac[2] /'bivʊæk/ *dgt (-ck-)* đóng trại lộ thiên: *we bivouacked on the open plain* chúng tôi đóng trại lộ thiên giữa cánh đồng trống.

bizarre /bi'za:[r]/ *tt* kỳ cục.

bk *(snh* **bks)** *(vt của* book) sách: *Stream-line Bk 2* sách Streamline cuốn 2.

blab /blæb/ *dgt* (-bb-) *(kng)* 1. tiết lộ bí mật: *it'll remain a secret unless someone blabs* cái đó còn là điều bí mật nếu chưa có ai tiết lộ ra. 2. *nh* blabber.

blabber[1] /'blæbə[r]/ *dgt (kng) (cg* **blab)** nói ba hoa: *what's he blabbering [on] about?* nó đang ba hoa cái gì thế?

blabber[2] /'blæbə[r]/ *dt (kng)* cuộc chuyện trò ba hoa.

blabbermouth /'blæbəmaʊθ/ *dt (kng)* người nói ba hoa.

black[1] /blæk/ *tt/* 1. đen: *black shoes* giày đen; *black coffee* cà phê đen 2. tối, tối tăm: *a black starless night* một đêm tối không trăng sao 3. [có] da đen; [của người] da đen: *Britain's black minority* dân thiểu số da đen ở Anh; *black culture*

nền văn hóa của người da đen 4. dơ bẩn, bẩn thỉu: *hands black with grime* bàn tay bụi bặm dơ bẩn 5. vô hy vọng; đen tối: *the future looks black* tương lai có vẻ đen tối 6. giận dữ, phẫn uất: *a black look* cái nhìn giận dữ 7. ghê tởm: *a black lie* lời nói dối ghê tởm 8. cay độc, độc địa: *a black joke* câu đùa cay độc 9. bị đình lại không bốc dỡ *(hàng hóa)*: *the strikers declared the cargo black* những người đình công tuyên bố chuyến tàu không được bốc dỡ. // [beat somebody] black and blue đánh ai thâm tím mình mẩy; [as] black as ink (pitch) tối như mực; đen kịt; not as black as it (one is painted) không tệ như người ta nói đâu; of the blackest (deepest) dye x dye[2]; the pot calling the kettle black x pot[1].

black[2] /blæk/ *dt* 1. màu đen 2. quần áo đen; vật dụng màu đen: *the mourners were dressed in black* những người chịu tang mặc quần áo đen 3. *(thường* **Black)** người da đen: *there were both blacks and whites at the meeting* ở cuộc họp có cả người da đen và người da trắng. // be in the black có tiền ở ngân hàng; black and white đen trắng *(ti-vi, phim)*: *I changed my black and white television for a colour set* tôi đã đổi cái ti vi đen trắng của tôi lấy ti vi màu; *most old films were made in black and white* phần lớn phim cũ đều là đen trắng; in black and white ghi bằng giấy trắng mực đen: *I want the contract in black and white* tôi muốn bản hợp đồng được ghi bằng giấy trắng mực đen; [in] black and white rõ ràng minh bạch: *view the issue in black and*

white xét vấn đề một cách rõ ràng; **work like a black (Trojan)** làm việc quần quật.

black[3] /blæk/ *dgt* 1. làm đen, bôi đen, đánh xi đen 2. không chịu bốc dỡ; tẩy chay: *the lorry had been blacked by strikers and could not be unloaded* chiếc xe tải đã bị công nhân đình công tẩy chay và không được bốc dỡ hàng xuống. // black out thoáng ngất đi, thoáng hoa mắt: *the plane dived suddenly, causing the pilot to black out* máy bay đột nhiên lao xuống, khiến phi công thoáng hoa mắt; black something out 1. tắt, che kín *(đèn khi có không tập...)* 2. bôi mực đen để xóa đi.

blackamoor /'blækəmɔ:[r]/ *dt (cũ hay hài)* người da đen *(đàn ông)*.

black art /,blæk'a:t/ *dt nh* black magic.

blackball /'blækbɔ:l/ *dgt* bỏ phiếu phủ quyết, không bầu cho: *blackball a candidate* bỏ phiếu không bầu cho một ứng cử viên.

black-beetle /,blæk'bi:tl/ *dt (động)* con gián.

blackberry /'blækb[e]ri/ *dt* 1. *(thực)* cây mâm xôi 2. quả mâm xôi.

blackbird /'blækbɔ:d/ *dt (động)* chim hét.

blackboard /'blækbɔ:d/ *dt* bảng đen.

black box /,blæk'bɒks/ hộp đen *(ghi chi tiết của một chuyến bay, ở phi cơ)*.

black comedy /,blæk 'kɒmədi/ hài kịch đen *(diễn tả những thực tế bi thảm của cuộc đời)*.

Black Country /'blæk ,kʌntri/ the Black Country khu nhiều khí thải công nghiệp ở trung tây nước Anh.

blackcurrant /ˌblæk 'kʌrənt/
1. *(thực)* cây lý chua **2.** quả
lý chua.

Black Death /ˌblæk 'deθ/ **the
Black Death** trận dịch hạch
lớn thế kỷ 14.

black economy /ˌblæki'kɒ-
nəmɔ/ nền kinh tế đen
*(tuyển dụng nhân công lậu
thuế)*.

blacken /'blækən/ *dgt* **1.**
nhuốm đen; đen lại **2.** *(bóng)*
bôi đen, bôi nhọ: *blacken a
person's name* bôi nhọ thanh
danh của ai.

black English /ˌblæk'iŋgliʃ/
tiếng Anh người Mỹ da đen.

black eye /ˌblæk'ai/ mắt có
quầng thâm tím *(do bị
đánh)*.

Black Friar /'blæk friə[r]/
thầy tu dòng Dominic.

blackguard /'blækgɑːd/ *dt*
tên vô lại.

blackguardly /'blækgɑːdli/
tt vô lại.

blackhead /'blækhed/ *dt*
mụn trứng cá.

black hole /ˌblæk'həʊl/ lỗ
đen *(trong ngoại tầng không
gian)*.

black ice /ˌblæk'ais/ lớp
băng không thấy rõ trên
mặt đường: *black ice made
the roads extremely danger-
ous* lớp băng không thấy rõ
trên mặt đường làm cho
đường hết sức nguy hiểm.

blacking /'blækiŋ/ *dt* xi đen.

blackish /'blækiʃ/ *tt* hơi đen,
đen đen.

blackjack /'blækjæk] *dt* **1.**
dùi cui **2.** *nh* pontoon².

black lead /ˌblæk'led/
(khoáng) graphit.

blackleg /'blækleg/ *dt (xấu)*
công nhân phản bội đình
công *(vẫn làm cho chủ trong
khi những người khác đình
công)*.

blacklist¹ /'blæklist/ *dt* sổ
đen.

blacklist² /'blæklist/ *dgt* ghi
tên *(ai)* vào sổ đen.

blackly /'blækli/ *pht* [một
cách] giận dữ; [một cách]
đe dọa.

black magic /ˌblæk'mædʒik/
yêu thuật hồn ma.

blackmail¹ /'blækmeil/ *dt* **1.**
sự tống tiền **2.** sự hăm dọa.

blackmail² /'blækmeil/ *dgt*
hăm dọa: *he was black-
mailed by an enemy agent
(into passing on state se-
crets)* nó bị một nhân viên
địch hăm dọa phải trao tài
liệu bí mật quốc gia cho
hắn.

blackmailer /'blækmeilə[r]/
dt người hăm dọa.

Black Maria /ˌblækmə'raiə/
xe chở tù.

black mark /ˌblæk'mɑːk/ vết
đen, vết nhơ *(trên thanh
danh của ai)*.

black market /ˌblæk 'mɑːkit/
chợ đen.

black marketeer /ˌblæk
mɑːkə'tiə/ người buôn bán
chợ đen.

Black Mass /ˌblæk'mæs/ lễ
Mát thờ phụng quỷ Xa-tăng.

Black Muslim /ˌblæk'mʌz-
ləm/ thành viên tổ chức Hồi
giáo da đen *(ở Mỹ)*.

blackness /'blæknis/ *dt* **1.**
màu đen **2.** sự tối tăm; bóng
tối; chỗ tối **3.** sự đen tối **4.**
sự độc địa.

black-out /'blækaʊt/ *dt* **1.** sự
che đèn khi có không tập
2. sự cúp điện **3.** sự thoáng
ngất, sự thoáng hoa mắt **4.**
sự ỉm đi: *the government
imposed a news blackout
during the crisis* chính phủ
đã ra lệnh ỉm đi một số
tin tức trong thời gian
khủng hoảng.

black pepper /ˌblæk'pepə[r]/
hạt tiêu.

Black Power /ˌblæk 'paʊə[r]/
phong trào ủng hộ quyền

công dân và chính trị cho
người da đen.

black pudding /ˌblæk'pʊdiŋ/
dồi *(lợn...)*.

black sheep /ˌblæk'ʃiːp/ con
chiên ghẻ *(bóng)*: *my brother
is the black sheep of the
family* anh tôi là con chiên
ghẻ của gia đình.

blackshirt /'blækʃɜːt/ *dt*
đảng viên đảng áo đen *(một
đảng phát xít)*.

blacksmith /'blæksmiθ/ *dt*
(cg **smith)** thợ rèn.

black spot /'blæk spɒt/ **1.**
nơi hay xảy ra tai nạn *(trên
một con đường)* **2.** vùng có
nhiều rắc rối; vùng đầy khó
khăn.

blackthorn /'blækθɔːn/ *dt*
(thực) cây mận gai.

black tie /ˌblæk'tai/ **1.** nơ
màu đen *(mang khi mặc
quần áo chỉnh tề)* **2.** *(thngữ)*
đòi hỏi ăn mặc chỉnh tề: *a
black-tie dinner* bữa com tối
đòi hỏi phải ăn mặc chỉnh
tề.

black-water-fever /ˌblæk
wɔːtə 'fiːvə[r]/ *(y)* sốt rét đái
ra máu.

black widow /ˌblæk'widəʊ/
(động) nhện bụng *(Latrodec-
tus)*.

bladder /'blædə[r]/ *dt* **1.**
(giải) bong bóng, bàng
quang **2.** ruột *(quả bóng đá)*.

blade /bleid/ *dt* **1.** lưỡi *(dao,
kiếm)*: *a penknife with five
blades* con dao nhíp có năm
lưỡi **2.** *nh* razor-blade **3.** *(cũ)*
gươm, kiếm; tay kiếm **4.**
mái *(chèo)*, cánh *(chong
chóng)* **5.** lá *(phẳng và hẹp
của một số cây)*: *a blade of
grass* lá cỏ **6.** phiến *(lá,
cánh hoa)*.

blaeberry /'bleibri, *(Mỹ*
'bleiberi)/ *dt nh* bilberry.

blah /blɑː/ *dt (kng)* lời nói
huênh hoang.

blame¹ /bleim/ *dgt* **1.** đổ lỗi: *blame something on somebody* đổ lỗi việc gì vào đầu ai **2.** trách, chê trách, trách mắng: *she was in no way to blame* chị ta chẳng có gì đáng chê trách cả. // **be to blame for** có lỗi về *(việc gì)*: *the children were not to blame for the accident* tụi trẻ không có lỗi gì hết trong tai nạn ấy.

blame² /bleim/ *dt* **1.** sự đổ lỗi, sự quy trách nhiệm **2.** sự trách, sự chê trách. // **lay (put) the blame [for something] on somebody** quy trách nhiệm cho ai [về việc gì]: *the judge laid (put) the blame for the accident on the driver of the car* quan tòa quy trách nhiệm về vụ tai nạn cho người lái xe.

blameless /'bleimlis/ *tt* không có lỗi, vô tội; không thể chê trách: *none of us is blameless in this matter* trong vấn đề này không ai trong chúng ta là không có lỗi.

blamelessly /'bleimlisli/ *pht* [một cách] không có tội, [một cách] vô tội, [một cách] không thể chê trách.

blameworthy /'bleim,wɜ:ði/ *tt* đáng chê trách.

blanch /blɑ:ntʃ, (Mỹ) blæntʃ)/ *dgt* **1.** trụng nước sôi: *you blanch almonds to remove their skin* anh trụng quả hạnh vào nước sôi để bóc vỏ **2.** (+ with, at) tái mặt *(vì sợ, lạnh...)*: *he blanched [with fear] at the sight of the snake* anh ta [sợ] tái mặt khi nhìn thấy con rắn.

blancmange /blə'mɒnʒ/ *dt* món đông hạnh nhân.

bland /blænd/ *tt* (-er; -est) **1.** dịu dàng ôn hòa **2.** *(đôi khi xấu)* nhạt; ít chất bổ: *he eats only bland food be-* cause of his gastric ulcer nó chỉ ăn nhạt vì bị loét dạ dày; *this cheese is rather bland* pho mát này có phần nhạt nhẽo **3.** tẻ nhạt, vô vị: *he has a bland appearance* anh ta có vẻ ngoài tẻ nhạt.

blandly /'blændli/ *pht* **1.** [một cách] dịu dàng ôn hòa **2.** [một cách] nhạt **3.** [một cách] tẻ nhạt, [một cách] vô vị.

blandness /'blændnis/ *dt* **1.** sự dịu dàng ôn hòa **2.** tính chất nhạt **3.** sự tẻ nhạt, sự vô vị.

blandishment /'blændiʃmənt/ *dt (thường snh)* lời nịnh hót; cử chỉ tán tỉnh lấy lòng: *she resisted his blandishments* cô ta cưỡng lại những lời tán tỉnh của anh chàng.

blank¹ /blæŋk/ *tt* (-er, -est) **1.** để trắng, để trống: *a blank sheet of paper* một tờ giấy trắng; *a blank page* một trang để trống; *a blank form* mẫu đơn có những chỗ trống để điền vào **2.** trống rỗng, không có thần; đờ đẫn: *a blank gaze* cái nhìn không có thần; *he looked blank* anh ấy trông đờ đẫn **3.** hoàn toàn; tuyệt đối: *a blank refusal* sự khước từ hoàn toàn.

blank² /blæŋk/ *dt* **1.** chỗ để trống *(ở tài liệu...)*; mẫu in có chừa chỗ trống: *fill in the blank on the question paper* điền vào các chỗ trống trên tờ câu hỏi; *if you can't answer the question, leave a blank* nếu anh không trả lời được câu hỏi thì hãy để trống; *I've filled in this form incorrectly, can I have another blank?* tôi đã điền sai vào mẫu in có chừa chỗ trống này, tôi có thể xin một tờ khác được không? **2.** khoảng trống rỗng: *my mind was a complete blank, I* couldn't think a single answer đầu óc tôi sao mà trống rỗng hoàn toàn, tôi không tài nào nghĩ ra lấy được một câu trả lời **3.** *nh* blank cartridge. // **draw a blank** *x* draw².

blank³ /blæŋk/ *dgt* **blank something out** xóa cái gì đi.

blank cartridge /,blæŋk 'kɑ:tridʒ/ đạn không nạp chì.

blank cheque /,blæŋk'tʃek/ **1.** séc để trống, séc ký khống **2.** sự được toàn quyền hành động: *the architect was given a blank cheque to design a new city centre* kiến trúc sư được giao toàn quyền thiết kế một trung tâm thành phố mới.

blanket¹ /'blæŋkit/ *dt* **1.** mền, chăn **2.** lớp phủ *(sương...)*: *a blanket of snow* một lớp tuyết phủ. // **born on the wrong side of the blanket** *x* born¹.

blanket² /'blæŋkit/ *tt (Mỹ)* bao trùm; bao quát: *a blanket rule* một quy tắc bao quát.

blanket³ /'blæŋkit/ *dgt* (+with, in) phủ, che phủ: *the countryside was blanketed with snow* miền quê phủ đầy tuyết.

blankly /'blæŋkli/ *pht* với vẻ mặt không có thần; với vẻ đờ đẫn: *look blankly at somebody* đờ đẫn nhìn ai.

blankness /'blæŋknis/ *dt* sự không có thần, sự đờ đẫn.

blank verse /,blæŋk'vɜ:s/ thơ thập ngôn không vần.

blare¹ /bleə[r]/ *dgt* **1.** vang lên như tiếng còi: *car horns blared* còi xe vang lên **2.** phát ra tiếng vang *(như tiếng còi)*: *the radio blared out pop music* radio phát ra tiếng nhạc pop vang cả lên.

blare[2] /bleə[r]/ *dt* tiếng vang lên như tiếng còi: *the blare of police sirens* tiếng vang lên của còi cảnh sát.

blarney /'blɑ:ni/ *dt (kng)* lời tán tỉnh.

blasé /'blɑ:zei, (Mỹ blɑ:'zei)/ (+ about) ngán, chán ngán: *she's very blasé about parties* cô ta đã hết sức chán ngán các buổi tiệc tùng.

blaspheme /blæs'fi:m/ *đgt* (+ against) báng bổ: *blaspheming [against] God* báng bổ Chúa.

blasphemer /blæsfi:mə[r]/ *dt* người báng bổ.

blast[1] /blɑ:st, (Mỹ blæst)/ *dt* 1. sự nổ; vụ nổ: *a bomb blast* vụ nổ bom 2. luồng khí: *a blast of hot air from the furnace* một luồng khí nóng phát ra từ lò 3. tiếng kèn, tiếng còi. // **full blast** *x* full.

blast[2] /blɑ:st, (Mỹ blæst)/ *đgt* 1. làm nổ tung, phá bằng chất nổ: *the village was blasted by enemy bombs* ngôi làng đã bị bom địch tàn phá 2. làm thui chột, làm tàn lụi *(cây cối)*: *buds blasted by frost* chồi cây bị sương giá làm thui chột 3. gây âm thanh chói tai 4. *(kng)* chỉ trích gay gắt: *the film was blasted by the critics* bộ phim đã bị các nhà phê bình chỉ trích gay gắt. // **blast something away (down, in...)** nổ làm vỡ cái gì *(theo cách nào đó)*: *the explosion blasted the door down* sức nổ làm cánh cửa sập xuống; **blast off** rời mặt đất, được phóng lên *(tàu vũ trụ)*.

blast[3] /blɑ:st, (Mỹ blæst)/ *tht* khỉ thật: *blast! I've burnt the toast* khỉ thật, mình đã nướng cháy bánh mì rồi!.

blasted /'blɑ:stid/ *tt (kng) (thngữ)* khó chịu: *what a*
blasted nuisance! thật là khó chịu quá!

blast furnace /'blɑ:st ˌfɜ:nis/ lò cao *(luyện kim)*.

blasting /'blɑ:stiŋ/ *dt* sự chỉ trích gay gắt: *he gives my work a terrific blasting* ông ta chỉ trích gay gắt công việc của tôi.

blast-off /'blɑ:stɒf/ sự phóng tàu vũ trụ; lúc phóng tàu vũ trụ.

blatancy /'bleitnsi/ *dt* sự rành rành; sự trắng trợn.

blatant /'bleitnt/ *tt* rành rành; trắng trợn: *a blatant lie* lời nói dối rành rành; *blatant insolence* sự láo xược trắng trợn.

blatantly /'bleitntli/ *pht* [một cách] rành rành; [một cách] trắng trợn.

blather[1] /'blæðə[r]/ *đgt* (cg **blether**) nói ba láp.

blather[2] /'blæðə[r]/ *dt* (cg **blether**) chuyện ba láp.

blaze[1] /bleiz/ *dt* 1. ngọn lửa cháy rực: *dry wood makes a good blaze* củi khô làm ngọn lửa cháy rực 2. đám cháy lớn *(thường là nguy hiểm)*: *five people died in the blaze* năm người chết trong đám cháy 3. *(số ít)* **blaze of something** a/ ánh rực rỡ: *the garden is a blaze of colour* khu vườn rực rỡ màu hoa; *the high street is a blaze of lights in the evening* đường phố rực rỡ ánh đèn vào ban đêm; *in the full blaze of one's reputation* trong thời kỳ tiếng tăm rực rỡ *(lừng lẫy)* nhất b/ cơn bộc phát: *a blaze of anger* cơn giận bộc phát.

blaze[2] /bleiz/ *đgt* 1. cháy rực, bùng lửa: *when the fireman arrived the whole building was blazing* khi lính cứu hỏa đến thì toàn bộ ngôi nhà đang cháy rực 2. rực rỡ: *bright lights blazed*
all along the street đèn chiếu sáng rực rỡ dọc theo đường phố 3. bừng bừng: *eyes blazing with anger* đôi mắt bừng bừng lửa giận; *she was blazing with indignation* cô ta bừng bừng phẫn nộ.

blaze away bắn liên tiếp: *our gunners (guns) kept blazing away at the enemy* [các tay] súng của ta bắn liên tiếp vào quân thù; **blaze up** a/ cháy bùng lên *(ngọn lửa)* b/ bỗng nhiên nổi giận: *he blazed up without warning* không ai ngờ anh ta đột nhiên nổi giận.

blaze[3] /bleiz/ *dt* 1. đốm trắng *(trên mặt động vật)* 2. vết khắc *(trên vỏ cây, để chỉ đường)*.

blaze[4] /bleiz/ *đgt* khắc *(vỏ cây, để chỉ đường...)*. // **blaze a trail** đi tiên phong *(trong việc gì đó)*: *blazing a trail in the field of laser surgery* đi tiên phong trong lĩnh vực phẫu thuật laze.

blaze[5] /bleiz/ *đgt* (cg **blazon**) công bố *(tin tức)*: *the news was blazed all over the daily papers* tin ấy được công bố trên tất cả các báo hằng ngày.

blazer /'bleizə[r]/ *dt* áo hiệu *(mang phù hiệu của một câu lạc bộ, một đội bóng, một trường học...)*.

blazes /'bleiziz/ *dt (snh) (lóng)* đồ chết tiệt *(dùng khi tức giận, ngạc nhiên)*: *what the blazes is that!* cái chết tiệt gì thế!; *go to the blazes!* cút xéo mày đi. // **like blazes** cật lực: *work (run) like blazes* làm việc (chạy) cật lực.

blazon[1] /'bleizn/ *dt* huy hiệu.

blazon[2] /'bleizn/ *đgt* 1. nh blaze[5] 2. nh emblazon.

bldg *(vt của* building) tòa nhà.

bleach¹ /bli:tʃ/ *dgt* tẩy trắng, chuội *(vải)*.

bleach² /bli:tʃ/ *dt* chất tẩy trắng; sự tẩy trắng: *soak shirts in bleach to remove the stains* ngâm áo sơ mi trong nước tẩy trắng để tẩy vết bẩn.

bleaching-powder /'bli:tʃiŋ paʊdə[r]/ *dt* bột tẩy trắng *(như clorua vôi...)*.

bleachers /'bli:tʃəz/ *dt (snh) (Mỹ)* chỗ ngồi ở nơi không có mái che *(loại rẻ tiền; trong sân vận động...)*.

bleak /bli:k/ *tt* (-er; -est) 1. trống trải, hoang vắng *(cảnh vật)*: *bleak hills* núi đồi trống trải 2. lạnh lẽo: *a bleak winter day* ngày đông lạnh lẽo 3. *(bóng)* ảm đạm, u ám: *a bleak prospect* viễn tưởng u ám.

bleakly /'bli:kli/ *pht* 1. [một cách] trống trải, [một cách] hoang vắng 2. [một cách] lạnh lẽo 3. [một cách ảm đạm, [một cách] u ám.

bleakness /'bli:knis/ *dt* 1. sự trống trải, sự hoang vắng 2. sự lạnh lẽo 3. sự ảm đạm, sự u ám.

blearily /'bliərili/ *pht* [một cách] lờ mờ: *look blearily at somebody* nhìn ai một cách lờ mờ.

bleary /'bliəri/ *tt* mờ mắt *(do mệt mỏi)*.

bleary-eyed /,bliəri'aid/ *tt* có mắt lờ mờ: *he's always bleary-eyed early in the morning* sáng sớm mắt anh ta luôn luôn chỉ nhìn thấy lờ mờ.

bleat¹ /bli:t/ *dt* tiếng be be *(cừu, dê, bê)*.

bleat² /bli:t/ *dgt* 1. kêu be be *(cừu, dê, bê)* 2. (+ out) nói lí nhí, nói lải nhải: *what are you bleating out* anh đang lải nhải gì thế?; *he*

bleated out a feeble excuse anh ta lí nhí nói lời xin lỗi.

bled /bled/ *qk và dttqk của* bleed.

bleed /bli:d/ *dgt* (**bled**) 1. chảy máu, mất máu 2. **bleed for something** đổ máu vì, hy sinh vì: *those who bled for the revolution* những người đổ máu vì cách mạng 3. trích máu 4. **bleed somebody [for something]** bòn rút *(tiền)* của ai: *the black mailers bled him for every penny he had* bọn tống tiền đã bòn rút của nó đến từng đồng xu 5. chảy nhựa, chảy mủ *(cây cối)*. // **bleed somebody white** bòn rút hết của cải của ai, làm cho ai khánh kiệt; **one's heart bleeds for somebody** x heart.

bleeder /bli:də[r]/ *dt (Anh, lóng) (thường xấu)* người, tên: *you stupid bleeder!* mày là một tên ngốc nghếch.

bleeding /'bli:diŋ/ *tt (Anh, lóng) nh* bloody³.

bleep¹ /'bli:p/ *dt* tiếng bíp bíp: *the computer gave a regular bleep* chiếc máy điện toán phát ra những tiếng bíp bíp đều đặn.

bleep² /'bli:p/ *dgt* 1. phát ra tiếng bíp bíp 2. gọi bằng máy bíp bíp: *they're bleeping you, doctor* bác sĩ, họ gọi ông bằng máy bíp bíp đấy.

bleeper /'bli:pə[r]/ *dt* máy bíp bíp *(phát ra tiếng bíp bíp nhắc nhở người mang máy khi cần)*.

blemish¹ /'blemiʃ/ *dt* tỳ vết, vết nhơ: *a blemish on a carpet* một vết nhơ trên tấm thảm; *his reputation is without [a] blemish* thanh danh của ông ta không chút vết nhơ.

blemish² /'blemiʃ/ *dgt* làm hỏng, làm nhơ: *a blemished peach* một quả đào hỏng; *the pianist's performance*

was blemished by several wrong notes buổi biểu diễn của nhạc sĩ piano bị hỏng bởi nhiều nốt sai.

blench /blentʃ/ *dgt* chùn lại.

blend¹ /blend/ *dgt* 1. trộn, pha trộn: *blended tobacco* thuốc hút pha trộn *(trộn nhiều thứ với nhau để đạt một phẩm chất nhất định)*; *oil does not blend with water* dầu không trộn với nước được; *blend the eggs with the milk* trộn (đánh) trứng với sữa 2. họp với; hòa vào nhau: *those cottages blend perfectly with the landscape* những ngôi nhà tranh ấy hợp với phong cảnh; *the sea and the sky seemed to blend into each other* trời và biển như hòa quyện vào nhau. // **blend in [with something]** hài hòa với: *the new office block doesn't blend in with its surroundings* khu nhà cơ quan mới xây không hài hòa với cảnh vật xung quanh; **blend something in** cho thứ gì vào thứ khác và đánh lẫn *(trong việc bếp núc)*: *melt the butter and then blend in the flour* hơ chảy bơ rồi trộn với bột và đánh lẫn.

blend² /blend/ *dt* 1. thứ pha trộn: *which blend of coffee would you like?* thứ cà phê trộn nào anh thích thế?; *his manner is a blend of charm and politeness* phong cách của ông ta là sự kết hợp giữa duyên dáng với lễ độ 2. *nh* portmanteau word.

blender /'blendə[r]/ *dt nh* liquidizer.

bless /bles/ *dgt* (**blessed**; *nghĩa 3 dttqk* **blest**) 1. cầu Chúa ban phúc cho: *the Pope blessed the crowd* Giáo hoàng cầu Chúa ban phúc cho đám đông; *bless all those who are hungry, lonely or sick* cầu Chúa ban phúc cho tất cả những ai đói ăn, cô đơn hoặc bệnh tật **2.** ban phép: *the priest blessed the bread and wine* tu sĩ ban phép cho bánh và rượu **3.** *(dttqk* **blest)** *(kng) (cũ) (dùng trong câu thể hiện sự ngạc nhiên): bless me!* trời ơi; *I'm blest if I know!* trời ơi giá mà tôi biết. // **be blessed with** nhờ trời mà may mắn được: *he is blessed with exellent health* nó nhờ trời may mắn được sức khỏe rất tốt; **bless you!** Trời ban phúc cho anh! *(nói để cảm ơn hay với người vừa mới hắt hơi); you've bought me a present? bless you* anh mua quà cho tôi đấy à? Trời ban phúc cho anh.

blessed /'blesid/ *tt* **1.** thần thánh: *the Blessed Virgin* Đức Mẹ đồng trinh thần thánh **2.** may mắn: *blessed are the meek* may mắn thay những người hiền lành **3.** hạnh phúc: *a moment of blessed calm* giây phút yên tĩnh hạnh phúc **4.** *(trại)* quỷ quái: *I can't see a blessed thing without my glasses* không có kính tôi có thấy cái [quỷ] quái gì đâu.

Blessed /'blesid/ *dt* **the Blessed** *(dgt snh)* những người trên thiên đường.

blessedly /'blesidli/ *pht* [một cách] hạnh phúc.

blessedness /'blesidnis/ *dt* **1.** phúc lành **2.** hạnh phúc, sự sung sướng.

Blessed Sacrament /ˌblesid 'sækrəmənt/ **the Bles-sed Sacrament 1.** bánh thánh và rượu thánh **2.** lễ ban thánh thể; thánh lễ.

blessing /'blesiŋ/ *dt* **1.** *(thường số ít)* phúc lành: *ask for God's blessing* cầu xin phúc lành của Chúa **2.** kinh cầu xin phúc lành; kinh tạ ơn *(trước và sau*

bữa ăn) **3.** *(thường số ít)* lời chúc tốt lành; sự chấp thuận: *I cannot give my blessing to such a proposal* tôi không thể chấp thuận một đề nghị như thế **4.** điều vui mừng; điều mang lại hạnh phúc: *what a blessing you weren't hurt in the accident* thật là vui mừng, anh không bị thương trong tai nạn. // **a blessing in disguise** chuyện không may mà lại hóa may.

blest /blest/ *dttqk của* bless³.

blether /'bleðə[r]/ *dt, dgt nh* blather¹, blather².

blew /blu:/ *qk của* blow¹.

blight¹ /blait/ *dt* **1.** bệnh tàn lụi *(cây cối)* **2.** nấm làm tàn lụi cây; côn trùng gây tàn lụi cây **3.** (+ **on, upon**) tai họa: *unemployment is a blight on our community* thất nghiệp là một tai họa đối với cộng đồng chúng ta; *cast (put) a blight on some-body* gieo tai họa cho ai **4.** bộ phận nhếch nhác *(nhất là ở các đô thị): the blight of inner-city slums* những nhà ổ chuột nhếch nhác tại các khu phố cổ.

blight² /blait/ *dgt* làm tàn lụi: *the apple trees were blighted by frost* những cây táo bị sương giá làm tàn lụi; *a life blighted by illness* một cuộc đời bị tàn lụi vì bệnh hoạn.

blighter /'blaitə[r]/ *dt (Anh, cũ, kng)* **1.** người, gã: *you lucky blighter!* anh thật là người may mắn! **2.** thằng cha khốn kiếp: *the blighter stole my purse!* thằng cha khốn kiếp nào đã thủ cái ví của tôi rồi!

Blighty /'blaiti/ *dt (Anh, cũ, kng)* quê hương, nước Anh *(tiếng lính Anh đi chiến đấu*

ở nước ngoài thường hay dùng).

blimey /'blaimi/ *tht (Anh, lóng)* chà!, ồ!: *blimey, that's a funny hat* chà! cái mũ trông ngộ thật!

blimp /blimp/ *dt* khí cầu nhỏ.

Blimp /blimp/ *dt (cg* **Colonel Blimp)** *(Anh, kng, xấu)* kẻ ngoan cố phản động.

blimpish /'blimpiʃ/ *tt (kng, xấu)* ngoan cố phản động.

blind¹ /blaind/ *tt* **1.** đui, mù: *be blind from birth* mù bẩm sinh; *be blind in one eye* chột; *a blind school* trường [cho người] mù **2.** không nhìn thấy, không nhận ra: *I must have been blind not to realize the danger we were in* tôi quả là mù mới không nhận ra nguy hiểm mà chúng ta đã lâm vào; *he is completely blind to her faults* anh ta hoàn toàn không nhận ra lỗi lầm của cô nàng **3.** mù quáng: *blind obedience* sự vâng lời mù quáng; *faith that is blind* lòng tin mù quáng **4.** bị che khuất: *a blind turning* chỗ rẽ bị che khuất **5.** mò: *blind flying* sự bay mò; *a blind landing* sự hạ cánh mò *(chỉ căn cứ vào khí cụ chỉ dẫn, không nhìn rõ đường bay).* // **[as] blind as a bat** mù tịt: *he's as blind as a bat without his glasses* anh ta mà không có kính thì mù tịt *(chẳng trông thấy gì cả);* **turn a blind eye [to something]** giả vờ không thấy, lờ đi: *the manager turned a blind eye when his staff were late* giám đốc lờ đi khi nhân viên của ông đi làm trễ giờ.

blind² /blaind/ *dt* **the blind** *(dgt snh)* người mù: *a school for the blind* trường [cho người] mù. // **the blind leading**

the blind thằng mù dắt thằng mù.

blind³ /blaind/ *pht* mò: *fly blind* bay mò. // **swear blind** *x* swear.

blind⁴ /blaind/ *dgt* 1. làm mù mắt, làm lóa mắt: *he was blinded by the sun light* anh ta bị ánh nắng làm lóa mắt; *the soldier was blinded in the explosion* người lính bị mù mắt vì vụ nổ 2. (+to) làm mù quáng: *her love for him blinded her [to his faults]* tình yêu đã làm nàng mù quáng trước những lỗi lầm của chàng. // **blind somebody with science** phô trương kiến thức đặng lòe ai.

blind⁵ /blaind/ *dt* 1. (Mỹ **shade; window-shade**) bức màn che, mành mành, rèm 2. bức bình phong: *his job as a diplomat was a blind for his spying* công việc ngoại giao là bức mành mà ông ta hoạt động gián điệp 3. (Mỹ) *nh* hide².

blind alley /blaind'æli/ ngõ cụt (đen, bóng).

blind date /,blaind 'deit/ (kng) sự bố trí cho hai người chưa biết mặt nhau (thường là một trai một gái) gặp nhau.

blind drunk /,blaind'drʌŋk/ (kng) say bí tỉ.

blinder /'blaində[r]/ *dt* (Anh, lóng) 1. lúc say bí tỉ 2. thành tích xuất sắc (trong một trò chơi): *the last goal was a blinder* bàn thắng cuối quả là một thành tích xuất sắc.

blinders /'blaindəz/ *dt* (snh) (Mỹ) *nh* blinkers.

blindfold¹ /'blaindfəʊld/ *dgt* bịt mắt: *blindfold a hostage* bịt mắt con tin.

blindfold² /'blaindfəʊld/ *dt* vải bịt mắt.

blindfold³ /'blaindfəʊld/ *tt, pht* bị bịt mắt: *I could do that blindfold* bịt mắt tôi cũng làm được cái ấy.

blindly /'blaindli/ *pht* 1. [một cách] mù 2. [một cách] mù quáng.

blind-man's buff /,blaind mənz 'bʌf/ trò chơi bịt mắt bắt dê.

blindness /'blaindnis/ *dt* 1. sự đui mù 2. sự mù quáng.

blind spot /'blaindspɒt/ 1. (giải) điểm mù 2. vùng nhìn hạn chế: *I didn't see the car that was overtaking me, it was my blind spot* tôi đã không thấy chiếc xe đang vượt qua, nó nằm đúng vào vùng nhìn hạn chế của tôi 3. điểm yếu: *history is one of his blind spots* môn lịch sử là một trong những điểm yếu của hắn.

blink¹ /blɪŋk/ *dgt* 1. nháy mắt, chớp mắt: *he blinked in the bright sunlight* hắn chớp mắt trong ánh nắng chói chang; *how long can you stare without blinking [your eyes]?* anh có thể nhìn chằm chằm bao nhiêu lâu mà không chớp mắt? 2. nhấp nháy: *harbour lights blinking on the horizon* những ngọn đèn bến cảng nhấp nháy ở phía chân trời. // **blink the fact [that]** nhắm mắt làm ngơ: *you can't blink the fact that the country's economy is suffering* anh không thể nhắm mắt làm ngơ trước tình trạng nền kinh tế đất nước đang bị tổn thất; **blink something away (back)** cố kìm, cố nén: *although in pain, she bravely blinked back her tears* mặc dù đau cô ta vẫn dũng cảm cố kìm nước mắt.

blink² /blɪŋk/ *dt* 1. sự nháy mắt, sự chớp mắt 2. ánh sáng nhấp nháy. // **on the blink** (kng) trục trặc (cỗ máy): *the washing machine's on the blink* máy giặt lại trục trặc rồi.

blinkered /'blɪŋkəd/ *tt* 1. đeo miếng da che mắt (ngựa) 2. (bóng) thiển cận: *a blinkered attitude* một thái độ thiển cận.

blinkers /'blɪŋkəz/ *dt* (snh) (Mỹ **blinders**) miếng da che mắt (ngựa không cho nhìn ngang).

blinking /'blɪŋkɪŋ/ *tt, pht* (kng, trại) *nh* bloody³: *it's a blinking nuisance* thật là phiền hà hết sức.

blip /blɪp/ *dt* 1. đốm sáng (trên màn ra đa) 2. tiếng bốp bốp (của máy đo nhịp tim...).

bliss /blɪs/ *dt* hạnh phúc trọn vẹn; niềm vui sướng lớn: *a life of bliss* một cuộc đời hạnh phúc; *what bliss! I don't have to go to work today* hôm nay vui sướng biết bao, tôi không phải đi làm.

blissful /'blɪsfl/ *tt* hưởng hạnh phúc tột đỉnh, rất sung sướng: *blissful ignorance (mỉa)* sự không biết đến là may.

blissfully /'blɪsfəli/ *pht* [một cách] hạnh phúc tột đỉnh, [một cách] rất sung sướng.

blister¹ /'blɪstə[r]/ *dt* chỗ rộp: *these tight shoes have given me blisters on my ankles* đôi giày chật này đã làm cho mắt cá chân tôi rộp da; *blisters on the paint* những chỗ rộp sơn.

blister² /'blɪstə[r]/ *dgt* làm rộp: *my feet blister easily* chân tôi dễ bị rộp da; *the hot sun blistered the paint* nắng nóng đã làm rộp sơn.

blistering /'blɪstərɪŋ/ *tt* 1. rất lớn (nhiệt độ, tốc độ): *the runners set off at a blistering pace* những người chạy xuất phát với một tốc độ rất lớn **2.** gay gắt *(lời phê bình...)*: *blistering scorn* sự khinh miệt gay gắt.

blisteringly /'blistəriŋli/ *pht* [một cách] dữ dội: *blisteringly hot* nóng dữ dội.

blister pack /'blistə pæk/ kiểu đóng gói mái khum *(hàng bán được xếp dưới một bản hình khum trong suốt dán trên một mảnh bìa cứng).*

blithe /blaiδ/ *tt* sung sướng, thanh thản: *a blithe spirit* tâm trạng thanh thản.

blithely /blaiδli/ *pht* [một cách] sung sướng thanh thản.

blithering /'bliðəriŋ/ *tt (kng)* hết sức, thậm chí: *a blithering idiot* một anh chàng chí ngu.

B Litt /,bi:'lit/ *(vt của* Bachelor of Letters) cử nhân văn chương.

blitz¹ /blits/ *dt* **1.** cuộc không kích chớp nhoáng: *carry out a blitz on enemy targets* tiến hành một cuộc không kích chớp nhoáng vào mục tiêu địch **2. the Blitz** *(số ít)* cuộc không kích dữ dội của Đức vào đất Anh năm 1940 **3.** (+ on) *(kng)* sự cố gắng đột xuất, sự cố gắng tập trung *(vào việc gì)*: *I had a blitz on the kitchen, and now it's really clean* tôi đã tập trung cố gắng dọn dẹp nhà bếp, và nay thì nhà bếp đã thật sạch sẽ.

blitz² /blits/ *dgt* không kích, oanh tạc: *many towns were very badly blitzed during the war* nhiều thành phố đã bị oanh tạc dữ dội trong chiến tranh.

blizzard /'blizəd/ *dt* trận bão tuyết dữ dội.

bloated /'bləutid/ *tt* húp híp; phồng lên, sưng lên: *a bloated face* mặt húp híp;

bloated with pride phổng mũi tự đắc.

bloater /'bləutə[r]/ *dt* cá trích muối hun khói.

blob /blɒb/ *dt* giọt *(chất lỏng quánh)*; đốm: *a blob of paint* một giọt sơn.

bloc /blɒk/ *dt (chính)* khối: *the Eastern bloc* khối Đông Âu; *the Western bloc* khối Tây Âu.

block¹ *dt* **1.** khối, tảng: *a block of concrete* khối bê tông; *a block of marble* tảng cẩm thạch **2.** cái thớt, đòn kê *(để chặt)*; *the block (cũ)* khúc gỗ kê đầu để chém *(ở máy chém)*: *go (be sent) to the block* bị xử chém **3.** bộ đồ chơi xếp nhà *(của trẻ em)* **4.** khối nhà: *an office block* khối nhà cơ quan; *he lives three blocks away from here* ông ta ở cách đây ba khối nhà **5.** lô; dãy: *a block of shares* một lô cổ phần; *a block of theatre seats* một dãy ghế trong rạp hát; *a block booking* sự đặt mua trước cả dãy ghế *(trong rạp hát, trên máy bay)* **6.** bản khắc *(để in)* **7.** vật làm tắc; trở ngại, chướng ngại: *a block in the drain* vật làm tắc cống rãnh; *the government's stubborn attitude was a block to further talks* thái độ ngoan cố của chính phủ là một trở ngại cho những cuộc thương lượng tiếp theo. // **a chip off the old block** đứa con giống tính bố; **knock somebody's block (head) off** *x* knock².

block² /blɒk/ *dgt* **1.** làm tắc nghẽn; cản, chặn: *a drain blocked [up] by dead leaves* cống bị lá rụng làm tắc; *my nose is blocked* mũi tôi bị nghẹt; *a large crowd blocked the corridors and exits* một đám đông làm tắc nghẽn các hành lang và lối ra;

block an opponent's move cản nước cờ của đối thủ **2.** hạn chế sự lưu hành *(đồng tiền của một nước nào đó)*: *blocked currency* đồng tiền bị hạn chế lưu hành **3.** *(thể)* cản *(bóng cricket).* // **block something in (out)** phác thảo: *block in the plan of a house* phác thảo sơ đồ của ngôi nhà; **block something off** phong tỏa: *police blocked off the street after the explosion* cảnh sát đã phong tỏa đường phố sau vụ nổ.

blockade¹ /blɒ'keid/ *dt* sự phong tỏa. // **break (run) a blockade** vượt vòng vây *(nói về tàu thủy)*; **lift (raise) a blockade** rút bỏ sự phong tỏa.

blockade² /,blɒkeid/ *dgt* phong tỏa.

blockage /'blɒkidʒ/ *dt* sự tắc nghẽn, vật gây tắc nghẽn; *a blockage in a drain-pipe* sự tắc ống thoát nước.

block and tackle ,blɒk ənd 'tækl/ giàn kéo *(gồm dây dợ và ròng rọc).*

blockbuster /'blɒk,bʌstə[r]/ *dt (kng)* **1.** bom tấn **2.** cuốn sách thành công; bộ phim thành công **3.** *(Mỹ)* người khuyên bán nhanh tài sản đi *(phòng giá có thể hạ nhanh).*

blockbusting /'blɒk,bʌstiŋ/ *dt* sự khuyên bán nhanh tài sản đi *(phòng giá có thể hạ nhanh).*

block diagram /,blɒk'daiəgræm/ biểu đồ phác thảo.

blockhead /'blɒkhed/ *dt (kng)* người ngốc nghếch.

blockhouse /'blɒkhaus/ *dt* **1.** lô cốt **2.** *(Mỹ)* pháo đài nhỏ *(ngày xưa).*

block letter /,blɒk'letə[r]/ *(cg* **block capital)** con chữ hoa: *please write your name in block letters* xin làm ơn viết tên ông bằng con chữ hoa.

block vote /ˌblɒkˈvəʊt/ (cg **card vote** hệ thống bỏ phiếu; đại cử tri.

bloke /bləʊk/ dt (Anh, kng) gã, chàng.

blond[1] /blɒnd/ tt (nói về nữ là **blonde**) [có] tóc hoe.

blond[2] /blɒnd/ dt (nữ là **blonde**) người có tóc hoe: *who was that blonde I saw with you last nigh?* chị tóc hoe tối hôm qua tôi thấy đi với anh là ai thế?

blood[1] /blʌd/ dt **1.** máu, huyết: *he lost a lot of blood in the accident* anh ta mất khối máu trong tai nạn; *give blood* cho máu **2.** dòng giống, dòng: *of noble Scottish blood* thuộc dòng quý tộc Ê-cốt; *they are of the same blood* họ cùng dòng máu **3.** (Anh, cũ) chàng trai ăn diện. // **bad blood [between A and B]** lòng hận thù [giữa A và B]: *there's a lot of bad blood between those two families* có mối hận thù lớn giữa hai gia đình ấy; **be after (out) for somebody's blood** xúc phạm ai; làm nhục ai (để trừng phạt hoặc trả thù): *I was late for work again this morning, my boss is after my blood* sáng nay tôi lại đi làm trễ giờ, ông chủ chắc là sẽ không tha cho tôi đâu; **be (run) in one's (the) blood** đã ăn sâu vào dòng máu, đã trở thành di truyền: *most of my family are musicians; it runs in the blood* phần lớn người trong gia đình tôi là nhạc sĩ, cái đó đã ăn sâu vào dòng máu rồi; **blood is thicker than water** một giọt máu đào hơn ao nước lã; **somebody's blood is up** máu ai đó đã sôi lên: *after being insulted like that my blood is really up* sau khi bị lăng mạ như thế, máu trong người tôi đã thực

sự sôi lên; **[like getting (trying to get)] blood out of (from) a stone** khác nào như đòi vắt đất ra nước: *getting a pay rise in this firm is like getting blood from a stone* muốn được tăng lương ở hãng này thì có khác gì đòi vắt đất ra nước (không thể nào có thể có được); **[have somebody's] blood on one's hands** chịu trách nhiệm về cái chết của ai; với bàn tay vấy đầy máu ai: *a dictator with much blood on his hand* một nhà độc tài với bàn tay vấy đầy máu; **draw blood** x draw[2]; **freeze one's blood; make one's blood freeze** x freeze; **in cold blood** x cold[1]; **make somebody's blood boil** làm ai giận sôi máu lên; **make somebody's blood run cold** làm cho ai ghê rợn; **new (fresh) blood** thành viên mới, hội viên mới; **of the blood [royal]** thuộc dòng hoàng gia; **spill blood** x spill[1]; **stir the (one's) blood** x stir; **sweat blood** x sweat[2].

blood[2] /blʌd/ đgt **1.** cho chó săn nếm máu lần đầu tiên **2.** cho (ai) kinh nghiệm đầu tiên (của một hoạt động): *this will be her first match for the country; she hasn't yet been blooded* đây là trận đấu đầu tiên của nàng cho xứ sở của mình; nàng chưa hề có kinh nghiệm lần nào về một trận như thế cả.

blood-and-thunder /ˌblʌd ənd ˈθʌndə[r]/ tt lâm ly và đầy kịch tính (truyện, phim).

blood bank /ˈblʌd bæŋk/ ngân hàng máu.

blood-bath /ˈblʌdbɑːθ/ dt vụ tàn sát đẫm máu: *the battle was a blood-bath* trận đánh là cả một vụ tàn sát đẫm máu.

blood-brother /ˈblʌd ˈbrɑðə[r]/ anh em kết nghĩa (uống máu ăn thề).

blood count /ˈblʌdkaʊnt/ sự đếm huyết cầu trong máu.

blood curdling /ˈblʌd kɜːdlɪŋ/ tt làm sợ chết khiếp; khủng khiếp.

blood-donor /ˈblʌdəʊnə[r]/ người cho máu.

blood feud /ˈblʌdfjuːd/ mối thù truyền kiếp.

blood group /ˈblʌdgruːp/ (cg **blood type**) nhóm máu.

blood-heat /ˈblʌdhiːt/ dt thân nhiệt bình thường (khoảng 37°C).

blood hound /ˈblʌdhaʊnd/ dt chó đánh hơi.

bloodily /ˈblʌdili/ pht **1.** [một cách] vấy máu **2.** [một cách] đẫm máu **3.** [một cách] khát máu.

bloodless /ˈblʌdlis/ tt **1.** không đổ máu: *a bloodless coup* cuộc đảo chính không đổ máu **2.** xanh xao, nhợt nhạt: *he has bloodless cheeks* anh ta có đôi má nhợt nhạt **3.** thiếu sinh khí, uể oải **4.** thiếu tình cảm.

blood-letting /ˈblʌdˌletɪŋ/ dt **1.** sự trích máu **2.** (kng) sự đổ máu **3.** (bóng) mối bất hòa gay gắt: *this blood-letting is damaging the reputation of this party* mối bất hòa gay gắt ấy đang làm tổn hại uy tín của đảng này.

blood-lust /ˈblʌdlʌst/ dt sự hiếu sát.

blood money /ˈblʌdˌmʌni/ **1.** tiền thuê giết người **2.** tiền bồi thường cho gia đình người bị giết.

blood orange /ˈblʌdˌɒrɪndʒ/ cam sọc đỏ (loại cam ruột có những sọc màu đỏ).

blood-poisoning /ˈblʌdˌpɔɪznɪŋ/ (cg **toxaemia**) sự nhiễm độc huyết.

blood pressure /'blʌd ˌpreʃə[r]/ huyết áp: *he suffers from high blood pressure* ông ta bị huyết áp cao.

blood-red /ˌblʌd'red/ *tt* đỏ như máu: *a blood-red sunset* cảnh mặt trời lặn đỏ như máu.

blood relation /ˌblʌdri'leiʃn/ bà con ruột thịt.

bloodshed /'blʌdʃed/ *dt* sự đổ máu: *the two sides called a truce to avoid further bloodshed* hai bên kêu gọi hưu chiến để tránh đổ máu thêm nữa.

bloodshot /'blʌdʃɒt/ *tt* đỏ ngầu *(mắt)*: *his eyes were bloodshot from too much drinking* nó uống nhiều rượu quá, mắt nó đỏ ngầu.

blood sports /blʌdspɔːts/ thể thao săn bắn.

bloodstained /'blʌdsteind/ 1. vấy máu: *a bloodstained shirt* áo sơ-mi vấy máu 2. *(bóng)* nhuốm máu: *a bloodstained regime* một chế độ nhuốm máu.

bloodstock /'blʌdstɒk/ *dt* ngựa thuần chủng.

bloodstream /'blʌdstriːm/ dòng máu *(trong cơ thể)*: *inject drugs into the bloodstream* tiêm ma túy vào [dòng] máu.

bloodsucker /'blʌdˌsʌkə[r]/ *dt* 1. con đỉa 2. *(bóng)* kẻ hút máu, kẻ bóc lột.

blood test /'blʌdtest/ sự thử máu, sự xét nghiệm máu.

bloodthirstily /'blʌdθɜːstili/ *pht* 1. [một cách] khát máu 2. [một cách] thích cảnh chém giết 3. [một cách] đầy rẫy cảnh chém giết.

bloodthirstiness /'blʌdθɜːstinis/ *dt* 1. sự khát máu 2. tính thích cảnh chém giết 3. sự đầy rẫy cảnh chém giết.

bloodthirsty /'blʌdθɜːsti/ *tt* 1. khát máu 2. thích cảnh chém giết *(khán giả)* 3. đầy rẫy cảnh chém giết *(phim...)*.

blood transfusion /'blʌd trænsˈfjuːʃn/ sự truyền máu.

blood type /'blʌdtaip/ *nh* blood group.

blood vessel /'blʌd ˌvesl/ mạch máu.

bloody[1] /'blʌdi/ *tt* (**-ier; iest**) 1. vấy máu; chảy máu: *his clothes were torn and bloody* quần áo nó rách tươm và vấy máu; *give somebody a bloody nose* đánh ai chảy máu mũi 2. đổ máu, đẫm máu: *a bloody battle* cuộc chiến đẫm máu 3. tàn bạo, khát máu: *a bloody tyrant* tên bạo chúa khát máu.

bloody[2] /'blʌdi/ *dgt* (**-bloodied**) làm vấy máu.

bloody[3] /'blʌdi/ *tt, pht (Anh, kng)* 1. hết sức, vô cùng: *that was a bloody good meal!* thật là một bữa ăn ngon vô cùng! 2. *(dùng để nhấn mạnh sự bực dọc giận dữ)*: *I don't bloody care!* tớ cóc cần! // **bloody well** *(Anh, kng) (dùng để diễn đạt một mệnh lệnh)* chắc chắn; nhất định: *"I'm not coming with you!" "Yes you bloody well are!"* "tôi không đi với anh đâu" "có chứ! anh nhất định phải đi".

bloody-minded /ˌblʌdi'maindid/ *tt* cố chấp, ngoan cố: *everybody else accepts the decision; why must you be so bloody-minded?* mọi người đều chấp nhận quyết định; sao anh cố chấp thế?

bloody-mindedness /ˌblʌdi'maindidnis/ *dt* tính cố chấp, tính ngoan cố.

bloom[1] /bluːm/ *dt* 1. hoa, bông *(của cây trồng lấy hoa)*: *these roses have beautiful blooms* những cây hồng này có hoa đẹp 2. sự rực rỡ, sự tươi đẹp: *be in the bloom of youth* trong lúc tuổi thanh xuân tươi đẹp nhất 3. [hấn (trên vỏ một số loài quả chín). // **in [full] bloom** ra hoa *(cây, khu vườn)*: *the garden looks lovely when the roses are in bloom* khu vườn trông đẹp mắt khi các nhóm hồng đang ra hoa; **take the bloom off something** mất vẻ tươi đẹp, mất tính hoàn thiện: *their frequent rows took the bloom off their marriage* những cuộc cãi cọ thường xuyên giữa họ với nhau đã làm mất đi sự tươi vui của cuộc hôn nhân của họ.

bloom[2] /bluːm/ *dgt* 1. ra hoa, nở hoa: *daffodils bloom in the spring* thủy tiên hoa vàng ra hoa vào mùa xuân 2. *(bóng)* ở thời kỳ rực rỡ nhất; ở thời kỳ tươi đẹp nhất: *our friendship is blooming* tình bạn của chúng ta đang ở thời kỳ tươi đẹp nhất. // **bloom [with something]** a/ nở đầy hoa: *the garden is blooming with spring flowers* khu vườn đang nở đầy hoa xuân b/ đang trong điều kiện tươi tắn khỏe mạnh nhất: *they are blooming with health and happiness* họ đang lúc tràn đầy sức khỏe và hạnh phúc.

bloomer /'bluːmə[r]/ *dt (Anh, kng)* lỗi lầm lớn, lầm lớn: *he made a tremendous bloomer* nó đã phạm sai lầm ghê gớm.

bloomers /'bluːməz/ *dt (snh)* quần buộc túm ở đầu gối *(trước đây phụ nữ mặc để chơi thể thao)*: *a pair of bloomers* một cái quần buộc túm ở đầu gối.

blooming /'bluːmiŋ/ *tt, pht (Anh, kng, trại) nh* bloody[3].

blooper /'blu:pə[r]/ *dt (Mỹ, kng)* lỗi lầm ngớ ngẩn.

blossom[1] /'blɒsəm/ *dt* **1.** hoa (của cây ăn quả, cây bụi) **2.** chùm hoa: *apple blossom* chùm hoa táo. // **in [full] blossom** đang ra hoa: *the apple trees are in blossom* táo đang ra hoa.

blossom[2] /'blɒsəm/ *dgt* ra hoa, nở hoa: *the cherry trees blossomed early this year* anh đào năm nay ra hoa sớm. // **blossom [out] [into something]** a/ phát triển một cách đầy hứa hẹn, nảy nở: *Mozart blossomed [as a composer] very early in life* Mozart phát triển tài năng soạn nhạc rất sớm b/ trở nên hoạt bát hơn: *he used to be very quiet, but he's really blossomed out since he came to live here* nó vẫn thường hay trầm lặng, nhưng từ khi đến ở đây, nó thực sự đã trở nên hoạt bát hơn.

blot[1] /blɒt/ *dt* **1.** vết (mực...): *a page covered in ink blots* một trang giấy đầy những vết mực **2.** *(bóng, xấu)* vết nhơ: *his involvement in the scandal was a blot on his reputation* sự dính líu của anh ta vào vụ bê bối ấy đã là một vết nhơ cho thanh danh của anh. // **a blot on one's escutcheon** *(đùa)* vết nhơ cho thanh danh của mình; **a blot on the landscape** vết làm mất vẻ đẹp phong cảnh: *the new factory is a blot on the landscape* nhà máy mới ấy đã làm mất vẻ đẹp phong cảnh xung quanh.

blot[2] /blɒt/ *dgt* (-tt-) **1.** vấy bẩn: *she blotted the paper with ink spots* chị ta vấy bẩn vết mực lên tờ giấy **2.** thấm bằng giấy thấm. // **blot one's copy-book** *(kng)* tự

làm ô danh, tự làm mang tiếng; **blot something out** a/ xóa sạch: *several words in the letter had been blotted out* nhiều chữ trong thư đã bị xóa đi b/ che khuất *(nói về sương mù...): the mist blotted out the sun* sương mù che khuất mặt trời c/ *(bóng)* xóa đi *(một ý nghĩ, một kỷ niệm).*

blotch /blɒtʃ/ *dt* vết, đốm (trên da, vải...): *his face was covered in ugly red blotches* mặt nó đầy đốm đỏ trông xấu đi.

blotched /blɒtʃt/, **blotchy** /'blɒtʃi/ có vết, có đốm.

blotter /'blɒtə[r]/ *dt* tờ giấy thấm.

blotting-paper /'blɒtiŋ ,peipə[r]/ *dt* giấy thấm.

blotto /'blɒtəʊ/ *tt (kng)* (vị ngữ) say mèm, say khướt.

blouse /blaʊz, (Mỹ, blaʊs)/ *dt* **1.** áo sơ mi nữ **2.** áo vét-tông *(của quân nhân).*

blow[1] /bləʊ/ *dgt* (**blew; blown,** nghĩa 7 **blowed**) **1.** thổi: *it was blowing hard* gió thổi mạnh; *a cold wind blew across the river* một làn gió lạnh thổi qua sông; *you're not blowing hard enough* anh thổi không đủ mạnh; *blow on one's food* thổi thức ăn cho nguội bớt; *he drew on his cigarette and blew out a stream of smoke* anh ta rít thuốc lá thổi ra một làn khói; *hair blowing [about] in the wind* tóc bị gió thổi bung; *blow bubbles* thổi bong bóng xà phòng; *blow glass* thổi thủy tinh; *blow bellows* thổi ống bễ; *blow [on] a horn* thổi còi; *the referee blew his whistle* trọng tài thổi còi **2.** [làm] nổ (cầu chì): *a fuse has blown* một cầu chì đã nổ **3.** làm nổ tung: *the safe had been blown by the thieves*

kẻ trộm đã làm nổ tung két sắt **4.** *(lóng)* bị lộ: *the spy's cover was blown* tên gián điệp đã bị lộ **5.** (+ **on**) *(kng)* xài khối tiền (vào việc gì): *blow £50 on a meal* xài 50 bảng vào một bữa ăn **6.** lỡ (một cơ hội), trật mất: *he blew it (blew his chance) by arriving late for the interview* anh ta bỏ lỡ cơ hội do đến cuộc phỏng vấn muộn giờ **7.** (đttqk **blowed** /bləʊd/) nh damn (dùng ở thức mệnh lệnh để tỏ sự giận dữ, sự ngạc nhiên...): *blow it! we're missed the bus* chết thật! ta đã trễ chuyến xe buýt rồi! **8.** *(Mỹ, lóng)* đột nhiên bỏ đi. // **blow the gaff** *(lóng)* tiết lộ bí mật; **blow hot and cold [about something]** hay dao động ngả nghiêng, hay thay đổi ý kiến; **blow one's kiss** hôn gửi *(hôn tay mình rồi giơ tay với theo như gửi cái hôn đó cho gió đến với người mình muốn hôn);* **blow one's brain out** tự sát; **blow somebody's brain out** giết ai bằng cú bắn vào đầu; **blow one's (somebody's) mind** *(lóng)* tạo cảm giác khó chịu (dễ chịu) cho mình (cho ai); **blow one's nose** hỉ mũi; **blow off (let off) steam** x steam[1]; **blow one's own trumpet** *(kng)* huênh hoang; **blow one's top;** *(Mỹ)* **blow one's stack** *(kng)* mất bình tĩnh; **blow the whistle on somebody (something)** chặn lại *(điều phi pháp...)* bằng cách báo chính quyền; **puff and blow** x puff[2]; **see which way the wind is blowing** x way[1]; **blow [somebody, something] down, off...** thổi đổ, thổi bay đi: *my hat blew off* mũ tôi bị gió thổi bay đi; *the door blew open* cửa bị thổi bật ra; *several chimneys blew down during the storm* trong cơn bão nhiều ống khói bị thổi đổ; *he blew the dust off the book* anh ta thổi bụi ở cuốn sách đi; **blow in (blow into) something** *(kng)* đột nhiên tới, đột nhiên tới nơi nào: *look who's just blown in!* nhìn xem ai vừa vào đó kìa!; **blow out** a/ bị thổi tắt: *somebody opened the door and the candle blew out* có ai đó mở cửa và ngọn nến bị thổi tắt b/ nổ *(lốp xe)*; **blow itself out** yếu dần *(con bão...)*; **blow something out** thổi tắt *(ngọn lửa...)*; **blow over** qua đi *(mà không gây tác động lớn)*: *the storm blew over in the night* cơn bão đã qua đi vào ban đêm; *the scandal will soon blow over* vụ bê bối sẽ chóng qua đi thôi: **blow up** a/ nổ; phá nổ: *the bomb blew up* quả bom đã nổ; *the police station was blown up by terrorists* trạm cảnh sát bị bọn khủng bố phá nổ b/ thổi vào, bơm vào: *this tyre is a bit flat, it needs blowing up* lốp này hơi xẹp, phải bơm hơi vào c/ nổi lên: *a storm is blowing up* một cơn bão đang nổi lên; *a political crisis has blown up over the President's latest speech* (bóng) một cơn khủng hoảng chính trị đã bùng lên sau bài diễn văn mới nhất của tổng thống d/ nổi nóng: *I'm sorry I blew up at you* tôi rất tiếc đã nổi nóng với anh e/ phóng to *(tấm ảnh)*: *what a lovely photo! why don't you have it blown up?* bức ảnh mới đẹp làm sao! sao anh không phóng to lên? g/ thổi phồng: *the whole affair was blown up out of all proportion* toàn bộ sự việc đã được thổi phồng lên quá mức; **blow somebody up** *(kng)* quở trách nghiêm khắc, xạc cho một trận nên thân: *she got blown*

up by her boss for being late cô ta bị chủ xạc cho một trận nên thân vì đến trễ giờ.

blow² /bləʊ/ *dt* **1.** sự thổi: *give one's nose a good blow* hỉ mũi mạnh *(cho thật thông)* **2.** *(kng)* cơn gió mạnh; cơn bão mạnh. // **go for (have) a blow** đi dạo mát.

blow³ /bləʊ/ *dt* cú đánh, đòn: *he received a severe blow on the head* nó đã bị một cú đánh thật mạnh vào đầu; *his wife's death was a great blow to him* cái chết của vợ anh là một đòn nặng đánh vào anh; *a blow to one's pride* một đòn mạnh vào niềm kiêu hãnh. // **at one blow; at a [single] blow** chỉ một cú: *he fell his three attackers at a single blow* chỉ một cú là anh ta đánh gục ba tên tấn công anh ta;** come to blows (over something)** giở đấm giở đá ra với nhau, đánh nhau; **deal somebody (something) a blow** x deal³; **get a blow (punch in)** đánh trúng ai; **strike a blow for (against) something** x strike².

blow-by-blow /ˌbləʊbaiˈbləʊ/ *tt* với đầy đủ chi tiết theo thứ tự thời gian: *he gave us a blow-by-blow account of the match* nó đã tường thuật cho chúng tôi trận đấu với đầy đủ chi tiết theo thứ tự thời gian.

blow-dry¹ /ˈbləʊdrai/ *dgt* (-dried) sấy *(tóc)*.

blow-dry² /ˈbləʊdrai/ *dt* sự sấy [tóc]: *a cut and blow-dry* cắt và sấy tóc.

blower /ˈbləʊə(r)/ *dt* **1.** máy thổi: *use a snow blower to clear snow from the road* dùng máy thổi để dọn sạch tuyết trên đường phố **2.** *(Anh, kng)* điện thoại: *you can always get me on the*

blower lúc nào anh cũng có thể gọi điện thoại cho tôi.

blowfly /ˈbləʊflai/ *dt* con nhặng.

blowhard /ˈbləʊhaːd/ *dt* *(kng)* người khoe khoang khoác lác.

blowhole /ˈbləʊhəʊl/ *dt* **1.** ống thông hơi *(đường hầm)* **2.** lỗ mặt băng *(qua đó một số động vật ở nước hô hấp khi nước đóng băng)* **3.** lỗ mũi *(của cá voi)*.

blowing-up *dt* sự rầy la, sự mắng mỏ.

blowlamp /ˈbləʊlæmp/ *dt* *(Mỹ* **torch, blowtorch**) đèn xì.

blown /bləʊn/ *dttqk của* blow¹.

blow-out /ˈbləʊaʊt/ *dt* **1.** sự nổ lốp xe **2.** sự nổ cầu chì **3.** sự phụt khí; sự phụt dầu *(từ giếng dầu)* **4.** *(lóng)* bữa ăn thịnh soạn.

blowsy /ˈblaʊsi/ *tt* x blowzy.

blow-up /ˈbləʊʌp/ *dt* **1.** sự phóng to *(ảnh)* **2.** cơn giận bột phát.

blowy /ˈbləʊi/ *tt* lộng gió

blowzy /ˈblaʊzi/ *tt* (cg **blowsy**) *(xấu)* thô kệch nhếch nhác *(phụ nữ)*.

blubber¹ /ˈblʌbə(r)/ *dt* mỡ cá voi.

blubber² /blʌbə(r)/ *dgt* *(thường xấu)* khóc bù lu bù loa.

bludgeon¹ /ˈblʌdʒən/ *dt* cái dùi cui.

bludgeon² /ˈblʌdʒən/ *dgt* **1.** đánh tới tập bằng dùi cui: *he had been bludgeoned to death* nó bị đánh tới tấp bằng dùi cui cho đến chết **2. bludgeon somebody [into doing something]** *(bóng)* ép ai làm gì: *they tried to bludgeon me into telling them, but I refused* họ ép tôi nói cho họ nghe, nhưng tôi đã từ chối.

B

blue¹ /blu:/ *tt* **1.** xanh, lam, lơ: *a blue shirt* chiếc sơ mi xanh; *blue eyes* mắt xanh; *her hands were blue with cold* hai tay cô ta tái xanh đi vì rét **2.** (*vị ngữ*) (*kng*) buồn, chán nản: *don't look so blue – smile!* đừng có buồn thế, cười đi nào! **3.** tục tĩu *a blue joke* một câu đùa tục tĩu; // **black and blue** x black¹; **once in a blue moon** x once¹; **scream, etc blue murder** phản đối ầm ĩ: *the union yelled blue murder when one of its members was sacked* công đoàn la ầm ĩ khi một đoàn viên họ bị sa thải; [**do something**] **till one is blue in the face** (*kng*) [làm] cật lực cho đến lả người [mà vẫn không thành công]: *he can write me letters till he's blue in the face, I'm not going to reply* anh ta cứ viết thư cho tôi đến lả cả người, tôi cũng sẽ không trả lời.

blue² /blu:/ *dt* **1.** màu xanh, màu lam, màu lơ: *light blue* màu xanh nhạt **2.** quần áo xanh: *dressed in blue* mặc quần áo xanh **3.** [danh hiệu dành cho] đại diện đội đại học Oxford hoặc đại học Cambridge trong một môn thể thao: *he's a rugger blue* anh ta là vận động viên đại diện môn bóng bầu dục **4.** **the blue** (*số ít*) (*cũ, kng*) biển, trời: *the boat sailed off into the blue* con thuyền giong buồm ra biển khơi **5.** **the blues** nhạc blu: *a blues singer* ca sĩ nhạc blu **6.** **the blues** (*snh, kng*) sự buồn chán: *have [an attack of] the blues* bị một cơn buồn chán // **a bolt from the blue** x bolt¹; **the boys in blue** x boy¹; **out of the blue** bất thình lình: *she arrived out of the blue* cô ta đến bất thình lình.

blue³ /blu:/ *dgt* (*kng*) tiêu phung phí: *he won £500 and then blued the lot in three days* nó trúng được 500 bảng và chỉ ba ngày là nó tiêu phung phí hết.

blue baby /'blu: ˌbeibi/ đứa bé da tái xanh lúc sinh (*vì có bệnh tim*).

blue beard /'blu:biəd/ *dt* (*thường viết hoa*) anh chàng giết hết vợ này đến vợ khác (*theo một nhân vật trong truyện trẻ em*).

blue bell /'blu:bel/ *dt* **1.** (*ở miền Nam nước Anh*) cây huệ dạ hương **2.** (*ở Ê-cốt và Bắc nước Anh*) cây hoa chuông.

blueberry /'blu:beri/ *dt* (*thực*) cây ổng ảnh.

bluebird /'blu:bɜ:d/ *dt* (*động*) chim cổ đỏ mình xanh (*ở Bắc Mỹ*).

blue-black /ˌblu:'blæk/ *tt* xanh sẫm.

blue blood /ˌblu:'blʌd/ dòng dõi trâm anh thế phiệt: *a blue blooded family* một gia đình dòng dõi trâm anh thế phiệt.

blue book /'blu:buk/ (*Anh*) sách xanh (*báo cáo của Nghị viện hay Hội đồng Tư vấn Hoàng gia Anh*).

bluebottle /'blu:ˌbɒtl/ *dt* (*động*) con nhặng.

blue cheese /ˌblu:'tʃi:z/ pho mát có những đường mốc xanh.

blue chip /ˌblu:'tʃip/ (*thương*) chứng khoán thượng hạng (*đắt nhưng đáng tin*).

blue-collar /ˌblu:'kɒlə[r]/ *tt* [thuộc] lao động chân tay: *blue collar workers* công nhân làm việc bằng chân tay; *a blue collar union* công đoàn thợ thuyền.

blue ensign /ˌblu: 'ensən/ cờ xanh (*ở các bộ trong chính phủ*).

bluejacket /'blu:ˌdʒækit/ *dt* lính thủy.

blue-eyed boy /ˌblu:aid'bɔi/ (*kng*) (*thường xấu*) người (*nam giới*) được yêu quý; cưng: *Smith is the boss's blue-eyed boy at the moment* lúc này đây Smith là con cưng của ông chủ.

blue jeans /'blu:dʒinz/ (*Mỹ*) *nh* jeans.

blue-pencil /ˌblu:'pensl/ *dgt* (*cũ, kng*) cắt bỏ những phần chướng tai (*trong một vở kịch...*).

Blue Peter /ˌblu:'pi:tə[r]/ cờ [báo là đã] sẵn sàng nhổ neo.

blueprint /'blu:print/ **1.** bản sao chụp sơ đồ thiết kế (*một tòa nhà gồm những đường nét trắng trên nền xanh*) **2.** kế hoạch tỉ mỉ: *the report is a blueprint for the reform of the nation's tax system* bản báo cáo là một kế hoạch tỉ mỉ về cải cách chế độ thuế má của nước nhà.

blue ribbon /ˌblu:'ribən/ huy chương băng xanh (*tặng người thắng cuộc đấu*).

blue stocking /'blu: ˌstɒkiŋ/ *dt* (*xấu*) nữ văn sĩ rởm.

blue tit /'blu:tit/ (*động*) chim sẻ ngô xanh (*đầu, duôi, cánh đen, úc vàng*).

blue whale /ˌblu: 'weil/ (*động*) cá voi xanh.

bluff¹ /blʌf/ *dgt* bịp: *the terrorists say they'll blow up the plane if their demands are not met, but the police think they're only bluffing* tụi khủng bố nói chúng sẽ làm nổ máy bay nếu yêu cầu của chúng không được đáp ứng, nhưng cảnh sát nghĩ là chúng chỉ bịp thôi. // **bluff somebody into doing something** lừa ai (*tin điều gì, làm cái gì*): *they were bluffed into believing we were not ready for the attack* chúng nó bị lừa mà tin rằng chúng tôi chưa sẵn sàng tấn công: **bluff it out** thoát thân nhờ lừa người khác; **bluff one's way out [of something]** thoát được tình thế khó khăn nhờ lừa người khác.

bluff² /blʌf/ *dt* sự bịp bợm, sự lừa gạt: *she threatened to sack me, but it's all [a] bluff* bà ta dọa sa thải tôi, nhưng hoàn toàn chỉ là bịp bợm. // **call somebody's bluff**/ *x* call².

bluff³ /blʌf/ *dt* vách đá dốc đứng; mũi đất có mặt dốc đứng.

bluff⁴ /blʌf/ *tt* 1. có vách dốc đứng *(vách đá)* 2. cục mịch: *he is kind and friendly despite his rather bluff manner* hắn tốt bụng và nhân ái mặc dù dáng vẻ có phần khá cục mịch.

bluffness /blʌfnis/ *dt* 1. sự dốc đứng 2. vẻ cục mịch.

bluish /ˈbluːiʃ/ *tt* hơi xanh, xanh xanh.

blunder¹ /ˈblʌndə[r]/ *dt* điều sai lầm ngớ ngẩn.

blunder² /ˈblʌndə[r]/ *dgt* sai lầm một cách ngớ ngẩn: *the police blundered badly by arresting the wrong man* cảnh sát đã sai lầm một cách ngớ ngẩn khi bắt nhầm người. // **blunder about (around...)** mò mẫm: *he blundered about the room, feeling for the light switch* anh ta mò mẫm quanh phòng để tìm cái công tắc đèn; **blunder into something** va phải: *in the darkness, he blundered into a table* trong bóng tối anh ta va phải cái bàn.

blunderbus /ˈblʌndəbʌs/ *dt* súng rộng miệng.

blunderer /ˈblʌndərə[r]/ *dt* người mắc sai lầm ngớ ngẩn.

blunt¹ /blʌnt/ *tt* (-er; -iest) 1. cùn *(lưỡi dao...)*; cùn mũi

(bút chì...) 2. *(bóng)* thẳng thừng, không giữ ý tứ *(lời nói)*: *a blunt refusal* một từ chối thẳng thừng; *let me be quite blunt [with you], your work is appalling* cho tôi được nói thẳng ý tôi, công việc của anh rất tồi.

blunt² /blʌnt/ *dgt* làm cùn: *a knife blunted by years of use* con dao đã cùn đi sau nhiều năm sử dụng; *the bad weather has rather blunted their enthusiasm for going camping (bóng)* thời tiết xấu đã phần nào làm nhụt nhiệt tình đi cắm trại của họ.

bluntly /ˈblʌntli/ *pht* [một cách] thẳng thừng, [một cách] không giữ ý giữ tứ: *to put it bluntly, you're fired!* nói thẳng ra là anh đã bị đuổi việc rồi đấy.

bluntness /ˈblʌntnis/ *dt* 1. sự cùn 2. sự thẳng thừng, sự không giữ ý giữ tứ.

blur¹ /blɜː[r]/ *dt* cảnh mờ, dáng lờ mờ: *the town was just a blur on the horizon* thành phố đúng chỉ là một cảnh mờ ở chân trời; *everything is a blur when I take my glasses off* mọi thứ đều lờ mờ khi tôi bỏ kính ra.

blur² /blɜː[r]/ *dgt* (-rr-) làm mờ đi, che mờ, mờ đi: *his eyes blurred with tears* mắt nó mờ lệ; *a blurred photograph* bức ảnh mờ; *mist blurred the view* sương mù làm cảnh vật mờ đi.

blurb /blɜːb/ *dt* lời giới thiệu sách *(của nhà xuất bản, thường in ở tờ bạc bìa sách)*.

blurt /blɜːt/ *dgt* **blurt out** thốt ra, buột mồm nói ra: *he blurted out the bad news before I could stop him* nó buột mồm nói ra tin dữ, tôi không kịp ngăn nó.

blush¹ /blʌʃ/ *dgt* 1. đỏ mặt *(vì thẹn)*: *blush for shame* thẹn đỏ mặt 2. xấu hổ,

ngượng: *I blush to confess that* tôi xấu hổ mà thú nhận rằng.

blush² /blʌʃ/ *dt* sự đỏ mặt *(vì thẹn).* // **spare somebody's blushes** *x* spare³.

blusher /ˈblʌʃə[r]/ *dt* 1. phấn [đánh má] hồng 2. hộp phấn hồng.

blushingly /ˈblʌʃiŋli/ *pht* ửng đỏ, ửng hồng.

bluster¹ /ˈblʌstə[r]/ *dgt* 1. thổi ào ào *(gió)* 2. nói hùng hùng hổ hổ. // **bluster one's way out of something** nói hùng hùng hổ hổ để thoát thân: *he always tries to bluster his way out of difficult situations* nó luôn luôn cố nói hùng hùng hổ hổ để thoát khỏi tình thế khó khăn.

bluster² /ˈblʌstə[r]/ *dt* 1. tiếng ào ào *(gió)* 2. lời hùng hùng hổ hổ, lời dọa hão: *I wasn't frightened by what he said, it was just bluster* tôi không sợ những gì hắn nói, chỉ là lời dọa hão thôi.

blustery /ˈblʌstri/ *tt* có gió lộng, có gió mạnh: *a blustery day* một ngày lộng gió.

blvd *(vt của* boulevard) đại lộ.

BMA /ˌbiːemˈei/ *(vt của* British Medical Association) hội y học Anh: *a member of the BMA* hội viên hội y học Anh.

BMus /ˌbiːˈmʌs/ *(vt của* Bachelor of Music) cử nhân âm nhạc: *have (be) a B Mus* có bằng cử nhân âm nhạc.

Bn *(vt của* Battalion) tiểu đoàn.

BO *(cg* bo) /ˌbiːˈəʊ/ *(Anh, kng)* mùi hơi người: *have BO* có mùi hơi người.

boa /ˈbəʊə/ *dt* 1. *(cg* boa constrictor) con trăn Nam Mỹ 2. khăn quàng [bằng] lông *(của phụ nữ)*: *a feather boa* khăn quàng [bằng] lông vũ.

boar /bɔ:[r]/ *dt* (*snh* **boar, boars**) **1.** lợn lòi đực **2.** lợn dái.

board¹ /bɔ:d/ *dt* **1.** tấm ván **2.** bìa cứng: *a book bound in cloth boards* cuốn sách đóng bìa cứng bọc vải **3.** bảng, bàn: *a notice-board* bảng thông báo; *an ironing-board* bàn để là quần áo **4.** bàn chơi (cờ vua...): *chess is a board game* cờ là một môn chơi trên bàn **5. the boards** sân khấu: *are you still treading the boards?* (*cũ hoặc đùa*) anh vẫn còn là diễn viên sân khấu chứ? **6.** ban, ủy ban, bộ: *she has a seat on (is on) the board [of directors] of a large company* bà ta có chân trong ban giám đốc một công ty lớn; *a board meeting* cuộc họp ban điều hành; *the Board of Education* Bộ Giáo dục **7.** cơm tháng, cơm trọ; tiền cơm tháng: *he pays £40 a week [for] board and lodging* nó trả 40 bảng mỗi tháng cho tiền cơm và tiền trọ. // **[be] above board** thật thà và cởi mở (*trong kinh doanh giao dịch*); **across the board** toàn bộ, toàn thể (*liên quan đến toàn bộ các nhóm, các thành viên*): *an across-the-board wage increase* sự tăng lương cho toàn thể nhân viên; **bed and board** *x* bed¹; **free on board (rail)** *x* free¹; **go by the board** hủy bỏ, (*một kế hoạch không thiết thực nữa...*): *we had intended to get a new car, but that's gone by the board now that I've lost my job* chúng tôi có ý định sắm một chiếc xe hơi mới, nhưng nay lúc mà tôi đã mất việc làm, thì việc đó không thiết thực nữa; **on board** lên tàu thủy, lên máy bay: *have the passengers gone on board yet?* hành khách đã lên hết

chưa?; **sweep the board** *x* sweep¹; **take something on board** (*kng*) hiểu đầy đủ; nhận trách nhiệm: *the management's offer shows that they have not really taken on board the union's demands* đề nghị của ban quản trị chứng tỏ họ chưa hiểu đầy đủ yêu sách của công đoàn; *I'm too busy to take this new job on board at the moment* lúc này tôi bận quá không thể nhận lĩnh trách nhiệm về công việc này được.

board² /bɔ:d/ *dgt* **1.** lát ván: *a boarded floor* sàn nhà lát ván **2.** ăn ở trọ; cho ăn ở trọ: *he boarded at my house (with me) until he founded a flat* nó ăn ở trọ ở nhà tôi cho đến khi nó tìm được một căn hộ; *she usually boards students during the college term* bà ta thường cho sinh viên ăn ở trọ trong kỳ học **3.** lên tàu, đáp tàu; lên máy bay, đáp máy bay: *flight BA 193 for Paris is now boarding* chuyến bay BA 193 đi Pa-ri đang đón khách lên. // **board out** ăn cơm tháng (*ở một nhà khác nhà mình ở*); **board somebody out** cho ai ăn ở trọ: *many students have to be boarded out in the town* nhiều sinh viên phải ăn ở trọ trong thành phố.

boarder /'bɔ:də[r]/ *dt* **1.** người ăn cơm tháng **2.** học sinh nội trú **3.** kẻ nhảy sang chiếm tàu (*trong trận đánh thủy quân*).

boarding /'bɔ:diŋ/ *dt* kết cấu ván; cấu trúc ghép ván.

boarding card /'bɔ:diŋ ka:d/ vé lên tàu; vé lên máy bay.

boarding-house /'bɔ:diŋ haus/ *dt* nhà trọ.

boarding-school /'bɔ:diŋ sku:l/ *dt* trường nội trú.

boardroom /'bɔ:dru:m/ *dt* phòng họp ban giám đốc.

boardwalk /'bɔ:dwɔ:k/ *dt* (*Mỹ*) lối đi dạo lát ván dọc bờ biển.

boast¹ /bəust/ *dgt* **1.** khoác lác: *he's always boasting about his children's success at school* ông ta luôn luôn khoác lác về việc học tập thành công của con ông ở nhà trường **2.** lấy làm hãnh diện về: *the town boasts a world-famous art gallery* thành phố lấy làm hãnh diện có được một nhà trưng bày nghệ thuật nổi tiếng thế giới.

boast² /bəust/ *dt* **1.** lời nói khoác lác: *his boast that he could drink ten pints of beer impressed nobody* lời nói khoác lác của hắn khoe là uống được mười panh bia chẳng gây được ấn tượng đối với ai cả **2.** niềm hãnh diện: *it was his proud boast that he had never missed work because of illness* chưa bao giờ nghỉ việc vì ốm là niềm hãnh diện của nó.

boaster /'bəustə[r]/ *dt* người khoác lác.

boastful /'bəustfl/ *tt* **1.** hay khoác lác (*người*) **2.** quá tự đề cao (*lời nói*).

boastfully /'bəustfəli/ *pht* **1.** [một cách] khoác lác **2.** [một cách] quá tự đề cao.

boastfuness /'bəustflnis/ *dt* **1.** sự khoác lác **2.** sự tự đề cao quá mức.

boat¹ /bəut/ *dt* **1.** thuyền: *a rowing boat* thuyền chèo; *a sailing boat* thuyền buồm; *a motor boat* thuyền gắn máy **2.** đĩa hình thuyền (*để đựng nước xốt, nước thịt*). // **be in the same boat** *x* same¹; **burn one's boats (bridges)** *x* burn²; **miss the boat (bus)** *x* miss³; **push the boat out** *x* push²; **rock the boat** *x* rock².

boat² /bəʊt/ *đgt* (thường **go boating**) đi chơi bằng thuyền: *we go boating on the lake every weekend* mỗi kỳ nghỉ cuối tuần chúng tôi đều đi chơi bằng thuyền trên hồ.

boater /'bəʊtə[r/ *dt* mũ rơm.

boat-hook /'bəʊthʊk/ *dt* sào móc *(dùng để kéo hay đẩy thuyền).*

boat-house /'bəʊthaʊs/ *dt* nhà [để] thuyền.

boatman /'bəʊtmən/ *dt* (snh **boatmen**) **1.** người chở thuyền **2.** người cho thuê thuyền.

boat people /'bəʊt ˌpi:pl/ thuyền nhân tị nạn *(rời đất nước bằng thuyền).*

boat race /'bəʊtreis/ cuộc đua thuyền. // **the Boat Race** cuộc đua thuyền hằng năm giữa hai đội tuyển trường đại học Oxford và trường đại học Cambridge.

boatswain /'bəʊtswein/ *dt* (*cg* **bosn, bosun** /'bəʊsn/) thủy thủ trưởng.

boat train   /'bəʊttrein/ chuyến xe lửa đưa đón khách cho tàu thủy.

bob¹ /bɒb/ *đgt* (-bb-) nhấp nhô, bập bềnh: *the small boat was bobbing [up and down] on the rough sea* chiếc thuyền con bập bềnh trên biển động. // **bob a curtsy [to somebody]** khẽ nhún đầu gối cúi chào *(ai)*; **bob up** ngoi lên đột ngột: *she dived below the surface, then bobbed up like a cork again a few seconds later* chị ta lặn xuống dưới nước rồi vài giây sau ngoi lên đột ngột như một cái nút bật; *I haven't seen him around for a while, but I'm sure he'll bob up again soon* tôi không thấy anh ta quanh đây trong phút chốc, nhưng tôi chắc rằng anh ta

lại xuất hiện ngay cho mà xem.

bob² /bɒb/ *dt* **1.** sự nhấp nhô **2.** sự bập bềnh **3.** động tác khẽ nhún đầu gối cúi chào.

bob³ /bɒb/ *đgt* (-bb-) cắt *(tóc)* ngắn quá vai.

bob⁴ /bɒb/ *dt* kiểu tóc ngắn quá vai.

bob⁵ /bɒb/ (snh *kđổi*) đồng siling.

bob⁶ /bɒb/ **bob's your uncle** *dt (kng)* dễ không: *to switch the oven on, turn the knob, and bob's your uncle!* muốn bật đỏ lò chỉ cần vặn cái nút là được dễ không ấy mà!

bobbin /'bɒbin/ *dt* lõi quấn *(chỉ trong mấy khâu).*

bobble /'bɒbl/ *dt* chùm len hình cầu *(trang trí trên mũ):* *a bobble hat* mũ có chùm len trên chỏm.

bobby /'bɒbi/ *dt (Anh, kng)* cảnh sát.

bobby pin   /'bɒbipin/ *(Mỹ)* cái cặp tóc.

bobsleigh¹ /'bɒbslei/ *dt* (*cg* **bobsled** /'bɒbsled/) xe trượt băng.

bobsleigh² /'bɒbslei/ *đgt* lái xe trượt băng.

bobtail /'bɒbteil/ *dt* **1.** đuôi cộc **2.** ngựa cộc đuôi, chó cộc đuôi. // **ragtag and bobtail** *x* ragtag.

bod /bɒd/ *dt (Anh, kng)* gã, anh chàng: *he's an odd bod* hắn là một gã kỳ quặc.

bode /bəʊd/ *đgt* (không dùng ở dạng bị động) *(cũ)* báo trước: *this bodes us no good* cái đó báo trước cho chúng ta việc chẳng lành. // **bode well (ill) [for somebody (something)]** báo trước điểm hay (điểm gở): *these early sales figures bode well for the success of the book* những số liệu bán ra ban

đầu báo trước điểm thành công của cuốn sách.

bodice /'bɒdis/ *dt* **1.** vạt trên *(của áo dài nữ)* **2.** áo lót *(bó sát người, của nữ và trẻ em).*

-bodied /'bɒdid/ *(yếu tố tạo từ ghép)* có thân thể *(như thế nào đó):* *big-bodied* có thân thể to lớn.

bodily¹ /'bɒdili/ *tt* [thuộc] cơ thể, [thuộc] thể xác: *bodily needs* nhu cầu của cơ thể *(như thức ăn, nhiệt...);* *bodily organs* các cơ quan của cơ thể *(như tim, gan...);* *bodily injury* sự thương tổn thể xác.

bodily² /'bɒdili/ *pht* **1.** toàn bộ; tất cả: *the audience rose bodily to cheer the speaker* toàn bộ cử tọa đứng lên hoan hô diễn giả **2.** bằng vũ lực: *the prisoners were thrown bodily into the police van* những người tù bị người ta dùng vũ lực ném vào trong xe cảnh sát.

bodkin /'bɒdkin/ *dt* kim xỏ dây *(không có mũi nhọn).*

body /'bɒdi/ *dt* **1.** thân thể, thể xác **2.** thi thể, xác chết: *his body is brought back to England for burial* thi thể ông ta được đưa về Anh chôn cất **3.** thân hình: *he has a strong body, but rather thin legs* ông ta có thân hình to khỏe, nhưng chân thì khá là gầy **4.** (số ít) thân *(máy, xe, tàu...):* *the body of a ship* thân tàu thủy; *the body of a theatre* gian chính của rạp hát **5.** nhóm, đoàn, đội, ban: *a body of people* một nhóm người; *a body of troops* một đội quân; *an examining body* ban chấm thi **6.** Khối, lô, số lượng lớn: *a body of information* một lô tin tức; *there is a large body of support for nuclear disarma-*

ment có một số lớn nước ủng hộ sự giải trừ vũ khí hạt nhân **7.** vật thể: *heavenly bodies* thiên thể; *I've got a foreign body in my eye* tôi bị một dị vật vào mắt **8.** hương vị mạnh (nhất là của rượu vang): *a wine with plenty of body* rượu vang vị đậm **9.** (Anh, cũ, kng) mụ, con mụ: *Mrs Jones was a dear old body* bà Jones là một bà già đáng mến. // **body and soul** hoàn toàn, hết mình: *love somebody body and soul* yêu ai hết mình; *he fought body and soul for his country* anh ấy đã chiến đấu hết mình cho đất nước; **in a body** thành một nhóm, thành một khối: *the protestors marched in a body to the town hall* những người phản đối đã tiến về tòa thị sảnh thành một khối; **keep body and soul together** tồn tại, sống: *have enough money to keep body and soul together* có đủ tiền để sống; **over my dead body** x **dead**.

body blow /'bɒdiblə/ **1.** cú đấm vào thân người (*đánh quyền Anh*) **2.** thất vọng lớn; thất bại nặng nề: *the death of its leader was a body blow to the party* lãnh tụ chết đi là một thất vọng lớn cho đảng.

body-building /'bɒdi ˌbildiŋ/ thể dục thể hình.

body clock /'bɒdi klɒk/ đồng hồ sinh học: *I only arrived in London yerterday and my body clock is still on New York time* tôi mới đến Luân đôn hôm qua và đồng hồ sinh học của tôi vẫn theo giờ Nữu ước.

bodyguard /'bɒdigɑːd/ *dt* vệ sĩ; đội bảo vệ (*một nhân vật quan trọng*): *the President's bodyguard is (are)*

armed vệ sĩ của tổng thống có mang vũ khí.

body language /'bɒdi ˌlæŋgwidʒ/ ngôn ngữ cử chỉ (*biểu lộ ý nghĩ, ý muốn bằng cử chỉ, không bằng lời nói*).

bodyline /'bɒdilain/ *dt* (*thể*) sự nhắm bóng vào cầu thủ (*chơi cricket*).

body odour /'bɒdi ˌəʊdə[r]/ (*vt* **Bo**) mùi mồ hôi người.

body politic /ˌbɒdi'pɒlətik/ *the body politic* nhà nước.

body snatcher /'bɒdi ˌsnætʃə[r]/ người đào trộm xác chết (*để bán cho các nhà phẫu thuật, ở Anh xưa*).

body stocking /'bɒdiˌstɒkiŋ/ áo lót sát mình (*của nữ*).

bodywork /'bɒdiwɜːk/ *dt* thân xe: *paint the bodywork of a car* sơn thân xe ôtô.

Boer¹ /'bəʊə[r]/ *dt* người Nam Phi gốc Hà Lan (*da trắng*).

Boer² /'bəʊə[r]/ *tt* [thuộc] người Nam Phi gốc Hà Lan.

boffin /'bɒfin/ *dt* (Anh, kng) nhà nghiên cứu.

bog¹ /bɒg/ *dt* **1.** bãi lầy, đầm lầy **2.** (Anh, lóng) nhà vệ sinh.

bog² /bɒg/ *dgt* (-gg-) **bog something down** (*thường ở dạng bị động*) [làm] sa lầy: *the tank [got] bogged down in the mud* chiếc xe tăng đã sa lầy vào vũng bùn; *let's try not to get too bogged down in these detailed points* (bóng) ta hãy cố đừng để sa lầy vào những điểm chi tiết đó.

boggy /'bɒgi/ *tt* bùn lầy, lầy lội.

bogey¹ /'bəʊgi/ *tt* nh **bogy**.

bogey² /'bəʊgi/ *dt* **1.** (cg **bogey man**) ông ba bị **2.** cớ để sợ hãi (*thường là do tưởng tượng ra*).

boggle /'bɒgl/ *đgt* (+at) ngần ngại, lưỡng lự: *he boggled at the thought of swimming in winter* hắn ngần ngại khi nghĩ đến chuyện đi bơi vào mùa đông. // **the mind (imagination) boggles (at something)** khó mà chấp nhận (*tưởng tượng*) (*một ý kiến một đề nghị*): *my neighbour wears his dressing-gown to work. The mind boggles!* Người hàng xóm của tôi mặc áo khoác ngoài đi làm việc. Thật khó mà chấp nhận được!; **boggle somebody's (the) mind** (Mỹ, kng) làm cho ai sững sốt, làm cho ai chướng tai gai mắt.

bogie /'bəʊgi/ *dt* (dsắt) giá chuyển hướng.

bogus /'bəʊgəs/ *tt* giả, giả mạo: *a bogus passport* hộ chiếu giả.

bogy (cg **bogey**) /'bəʊgi/ *dt* **1.** (cg **bogyman**) ông ba bị **2.** con ngoáo ộp: *inflation is the bogy of many governments* lạm phát là con ngoáo ộp của nhiều chính phủ **3.** (*ngôn ngữ nhi đồng, lóng*) cục cứt mũi.

bohemian¹ /bəʊ'hiːmiən/ *dt* nghệ sĩ [sống] phóng túng.

bohemian² /bəʊ'hiːmiən/ *tt* sống phóng túng.

boil¹ /bɔil/ *dt* (y) nhọt, đinh.

boil² /bɔil/ *đgt* **1.** sôi: *when water boils it turns into steam* khi nước sôi nó biến thành hơi; *the kettle is boiling* nước trong ấm đang sôi **2.** đun sôi: *boil some water for the rice* đun sôi ít nước nấu cơm **3.** luộc: *boiled cabbage* cải bắp luộc; *please boil me an egg (boil an egg for me)* làm ơn luộc cho tôi một quả trứng **4.** sôi lên (*vì giận...*): *he was boiling [over] with rage* nó đang giận sôi lên. // **boil dry** sôi cho đến cạn hết nước: *don't let the pan boil dry* đừng để chảo sôi cạn đi; **keep the pot boiling** x pot¹; **make somebody's blood boil** x blood¹; **boil [something] away** [làm] sôi cạn đi; **boil [something] down** cô đặc lại; **boil something down [to something]** *(kng)* rút gọn lại: *could you boil that article down to 400 words?* anh có thể rút gọn bài báo này xuống còn 400 từ được không?; **boil down to something** [có thể] rút gọn lại thành, tóm lại thành: *the issue really boils down to a clash between left and right* vấn đề thật sự tóm lại là sự va chạm giữa phe tả và phe hữu; **boil over** a/ sôi trào ra *(chất lỏng trong nồi): the milk is boiling over* sữa đang sôi trào ra b/ *(kng)* giận sôi lên c/ bùng nổ: *the crisis is in danger of boiling over into civil war* cuộc khủng hoảng có nguy cơ bùng nổ thành nội chiến.

boil³ /bɔil/ *dt* sự sôi. // **be on the boil** đang sôi; **bring something to the boil** đun sôi; **come to the boil** bắt đầu sôi; **off the boil** a/ ngưng sôi b/ *(bóng, kng)* giảm sút dần; kém quan tâm dần: *he began by playing brilliantly but he's rather gone off the boil in the last few minutes* nó bắt đầu chơi xuất sắc nhưng ở vài phút cuối anh ta chơi có phần kém sút đi.

boiled sweet /ˌbɔild'swi:t/ kẹo đường cô.

boiler /bɔilə[r]/ *dt* 1. nồi hơi, súp-de 2. thùng nước sôi *(trong hệ thống sưởi ấm bằng hơi)* 3. thùng nấu đồ giặt *(ở tiệm giặt).*

boiler suit /bɔiləsu:t/ bộ phận liền quần *(của người làm những việc làm bẩn quần áo).*

boiling /bɔiliŋ/ *tt nh* boiling hot: *you must be boiling in that thick sweater* mặc chiếc áo len dày này anh hẳn là nóng điên lên.

boiling hot /ˌbɔiliŋ'hɔt/ *(kng)* nóng điên người; *a boiling hot day* một ngày nóng điên người lên.

boiling point /bɔiliŋ pɔint/ 1. điểm sôi *(của một chất lỏng)* 2. *(bóng)* lúc sôi nổi nhất: *the match has reached boiling point* trận đấu đã đến lúc sôi nổi nhất.

boisterous /bɔistərəs/ *tt* 1. ồn ào, náo nhiệt: *the children are very boisterous today* hôm nay bọn trẻ rất ồn ào 2. dữ, hung dữ *(gió, biển...)*

boisterously /bɔistərəsli/ *pht* 1. [một cách] ồn ào, [một cách] náo nhiệt 2. [một cách] hung dữ.

boisterousness /bɔistərəsnis/ *dt* 1. sự ồn ào, sự náo nhiệt 2. sự hung dữ.

bold /bəuld/ *tt* 1. dũng cảm, gan dạ, táo bạo: *a bold warrior* một chiến sĩ gan dạ; *bold plans* kế hoạch táo bạo 2. *(cũ)* trơ trẽn 3. rõ, rõ nét: *the bold outline of a mountain against the sky* đường nét rất rõ của rặng núi in trên nền trời; *bold, legible hand-writing* chữ viết rõ nét, dễ đọc 4. [được] in chữ nét đậm: *the head-words in this dictionary are in bold type* các mục từ trong từ điển này đều in chữ đậm. // **[as] bold as brass** trơ tráo, mặt dạn mày dày; **be (make) so bold [as] to do something** đánh liều, đánh bạo làm gì; **put on (show, etc...) a bold front** cố tươi vui để giấu những tình cảm thật của mình.

boldface /bəuldfeis/ *dt* 1. chữ in đậm 2. mặt mày trơ tráo.

boldfaced /ˌbəuld'feist/ *tt* 1. trơ tráo, mặt dàn mày dày 2. [được] in chữ nét đậm.

boldly /bəuldli/ *pht* 1. [một cách] dũng cảm, [một cách] gan dạ, [một cách] táo bạo 2. *(cũ)* [một cách] trơ trẽn 3. [một cách] rõ, [một cách] rõ nét 4. [bằng] chữ đậm.

boldness /bəuldnis/ *dt* 1. sự dũng cảm, sự gan dạ, sự táo bạo 2. *(cũ)* sự trơ trẽn 3. sự rõ, sự rõ nét 4. tính chất nét đậm *(của chữ in).*

bole /bəul/ *dt* thân *(cây gỗ).*

bolero /bə'leərəu/ *dt (snh* **boleros)** 1. điệu vũ bolero 2. /ˈbɔlərəu/ áo bolero *(áo ngắn của nữ không cài khuy ở mặt nước).*

boll /bəul/ *dt (thực)* quả nang *(của cây bông).*

bollard /bɔlɑ:d/ *dt* 1. *(hải)* cọc buộc tàu thuyền 2. cọc lề đường.

bollocks /bɔləks/ *dt nh* ballocks.

boll-weevil /ˌbəul'wi:vl/ *dt (động)* bọ rùa hại bông.

boloney *(cg* **baloney)** /bə'ləuni/ *dt (lóng)* điều nhảm nhí, chuyện vớ vẩn: *don't talk boloney!* đừng nói chuyện nhảm nhí!

Bolshevik /bɔlʃəvik, *(Mỹ* 'bəulʃəvik)/ 1. người bon-sêvích 2. người cộng sản.

Bolshevism /bɔlʃəvizəm/ *dt* chủ nghĩa bonsêvích.

Bolshevist /bɔlʃəvist/ *dt* người bonsêvích.

bolshie *(cg* **bolshy)** /bɔlʃi/ *tt* **(-ier; -iest)** *(Anh, kng, xấu)* bướng bỉnh; không muốn hợp tác.

bolster¹ /bəulstə[r]/ *dt* gối ống, gối dài đầu giường.

bolster² /bəulstə[r]/ *dgt* ủng hộ; củng cố: *bolster somebody's morale* củng cố tinh thần của ai; *the government borrowed money to bolster* *up the economy* chính phủ vay tiền để thúc đẩy nền kinh tế.

bolt[1] /bəʊlt/ *dt* 1. cái then, cái chốt cửa 2. bù loong 3. mũi tên *(dùng nỏ để bắn)* 4. ánh chớp 5. súc *(giấy, vải).* // **a bolt from the blue** việc xảy ra bất thình lình; tiếng sét ngang tai: *the news of his death is [like] a bolt from the blue* tin về cái chết của anh ta như một tiếng sét ngang tai; **the nuts and bolts** x nut; **shoot one's bolt** x shoot[1].

bolt[2] /bəʊlt/ *dgt* 1. cài [chốt]: *the gate bolts on the inside* cửa cài ở bên trong; *remember to bolt all the doors and windows* nhớ cài chốt tất cả các cửa và cửa sổ 2. bắt vít: *the various parts of the car are bolted together* các bộ phận khác nhau của chiếc xe được bắt vít vào nhau. // **bolt somebody in** chốt cửa nhốt ai lại; **bolt somebody out** chốt cửa không cho ai vào.

bolt[3] /bəʊlt/ *dgt* 1. chạy lồng lên *(ngựa): the horse bolted in terror at the sound of the gun* nghe tiếng súng, con ngựa chạy lồng lên 2. vùng chạy, chạy lao đi: *when the police arrived the burglars bolted* khi cảnh sát tới, bọn trộm vùng chạy 3. **bolt something [down]** nuốt chửng *(thức ăn): don't bolt your food, you'll get indigestion* đừng có nuốt chửng thức ăn, sẽ mắc chứng khó tiêu đấy 4. ngừng ra hoa và lớn vổng lên *(cây sau khi đã kết hạt).* // **lock the stable door after the horse have bolted** x stable[2].

bolt[4] /bəʊlt/ *dt* sự vùng chạy: *the prisoner made a bolt for the door* tên tù vùng chạy ra cửa. // **make a bolt (dash, run) for it** cố chạy thoát; cố chuồn qua: *when the police arrived they made a bolt for it (for the door)* khi cảnh sát tới, chúng nó cố chạy thoát (cố chuồn qua cửa).

bolt[5] /bəʊlt/ *pht* **bolt upright** rất thẳng, rất thẳng đứng: *sit bolt upright* ngồi thật thẳng người.

bomb[1] /bɒm/ *dt* 1. bom: *enemy aircraft dropped bombs on the city* máy bay địch ném bom thành phố; *a car bomb* bom cài xe hơi 2. **the bomb** bom nguyên tử, bom khinh khí: *anti-nuclear organizations want to ban the bomb* các tổ chức chống vũ khí hạt nhân đòi cấm chỉ bom nguyên tử 3. **a bomb** *(kng)* nhiều tiền: *that dress must cost her a bomb* chiếc áo váy đó chắc là đã làm cô tốn nhiều tiền. // **go like a bomb**/ *(kng)* a/ chạy rất nhanh *(xe)* b/ rất thành công: *her party went like a bomb* bữa tiệc của bà ta rất thành công.

bomb[2] /bɒm/ *dgt* 1. ném bom; đánh bom: *London was heavily bombed during the last war* Luân Đôn bị ném bom dữ dội trong cuộc chiến tranh vừa qua; *terrorists bombed several police stations* tụi khủng bố đã đánh bom nhiều trạm cảnh sát 2. thất bại: *her new play bombed after only three nights* vở kịch của bà ta đã thất bại chỉ sau ba đêm công diễn. // **bomb along, down, up...** *(Anh, kng)* lao nhanh theo hướng nào đó *(xe cộ): bombing down the motorway at ninety miles per hour* lao nhanh xe xuôi xa lộ với tốc độ chín mươi dặm một giờ; **bomb somebody out** *(thường dùng ở thể bị động)* giội bom phá hết nhà cửa của ai: *our parents were bombed out twice during the war* trong chiến tranh, nhà chúng tôi đã bị giội bom phá đến hai lần.

bombard /bɒmbɑːd/ *dgt* 1. pháo kích; oanh tạc: *enemy positions were bombarded before our infantry attacked* vị trí địch bị pháo kích trước khi bộ binh chúng ta tấn công 2. *(bóng)* tấn công tới tấp, đưa dồn dập: *reporters bombarded the President with questions about his economic policy* các phóng viên đưa ra dồn dập với tổng thống nhiều câu hỏi về chính sách kinh tế của ông 3. *(lý)* bắn phá *(một nguyên tử).*

bombardier /ˌbɒmbəˈdɪə[r]/ *dt* 1. người cắt bom *(trên máy bay thả bom)* 1. hạ sĩ pháo thủ *(trong pháo binh Anh).*

bombardment /bɒmˈbɑːdmənt/ *dt* 1. sự pháo kích, sự oanh tạc 2. *(bóng)* sự tấn công dồn dập, sự đưa ra dồn dập *(những câu hỏi...)* 3. *(lý)* sự bắn phá *(hạt nhân).*

bombast /ˈbɒmbæst/ *dt* lời nói khoa trương: *his speech was full of bombast* bài nói của ông đầy những lời khoa trương.

bombastic /bɒmˈbæstik/ *tt* khoa trương *(văn, người).*

bombastically /bɒmˈbæstikli/ *pht* [một cách] khoa trương.

bombay /ˈbɒmbei/ *dt* khoang bom *(trên máy bay).*

bomb-disposal /ˈbɒmdispəʊzl/ *dt* sự gỡ bom; sự phá bom chưa nổ.

bomber /ˈbɒmə[r]/ *dt* 1. máy bay ném bom 2. người đặt bom *(đặc biệt là tụi khủng bố).*

B

bombproof /'bɒmpruːf/ *tt* chống bom: *a bombproof shelter* hầm trú ẩn [chống bom].

bombshell /'bɒmʃel/ *dt* **1.** sự sững sờ bàng hoàng, quả bom nổ *(bóng)*: *the news of his death was a bombshell* tin về cái chết của anh ta đến với chúng tôi như một tiếng bom nổ **2.** người phụ nữ hấp dẫn mê hồn *(nhất là trong kết hợp sau)* a *blonde bombshell* cô nàng tóc hoe hấp dẫn mê hồn.

bombsight /'bɒmsait/ *dt* máy ngắm ném bom.

bombsite /'bɒmsait/ khu vực bị bom phá sạch *(ở trong một thành phố)*.

bona fide /,bəʊnə'faidi/ *tt, pht* thật, thật lòng: *a bona fide agreement* một thỏa thuận thật lòng.

bona fides /,bəʊnə'faidiz/ *dt* *(luật)* lòng chân thật, sự thật lòng.

bonanza /bə'nænzə/ *dt* **1.** sự phát đạt, sự tăng lợi nhuận: *it's been a bonanza year for the tourist trade* ấy là một năm làm ăn phát đạt cho ngành thương mại du lịch **2.** *(Mỹ)* sản lượng cao *(mỏ, giếng dầu).*

bonbon /bɒnbɒn/ *dt* kẹo.

bond[1] /bɒnd/ *dt* **1.** khế ước, giao kèo **2.** trái khoán: *government bonds* phiếu công trái **3.** mối quan hệ, dây liên kết: *the bonds of friendship* mối quan hệ hữu nghị **4.** *(số ít)* sự gắn chắc: *this glue makes a good firm bond* hồ này gắn rất chắc **5. bonds** *(snh)* xiềng xích: *the bonds of oppression* xiềng xích áp bức. // **in bond** gửi ở kho lưu *(hàng hóa)*; **out of bond** lấy ở kho lưu ra *(hàng hóa)*; **somebody's word is as good as his bond** x *word*[1].

bond[2] /bɒnd/ *đgt* **1.** gửi *(hàng)* vào kho lưu: *bonded cigarettes* thuốc lá gửi vào kho **2. bond A and B [together]; bond A to B** dán A vào B; gắn A với B: *we need a strong adhesive to bond wood to metal* chúng tôi cần một loại hồ mạnh để dán gỗ vào kim loại.

bondage /'bɒndidʒ/ *dt* tình trạng nô lệ: *in bondage to a cruel master* làm nô lệ một chủ tàn bạo.

bonded warehouse /,bɒndid 'weəhaʊs/ kho lưu *(chứa hàng cho đến khi trả thuế).*

bondholder /'bɒnd,həʊldə[r]/ *dt* người giữ trái khoán.

bone[1] /bəʊn/ *dt* **1.** xương: *this fish has a lot of bones in it* cá này nhiều xương quá; *I've broken a bone in my arm* tôi bị gãy xương cánh tay; *her bones were laid to rest* thi hài của nàng đã được chôn cất; *buttons are sometimes made of bone* cúc đôi khi làm bằng xương **2.** gọng căng *(ở cổ áo, nịt vú...).* // **a bag of bones** x *bag*[1]; **a bone of contention** vấn đề gây bất đồng; mầm bất hòa: *the border has always been a bone of contention between these two countries* biên giới luôn luôn là vấn đề gây bất đồng giữa hai nước này; **chill somebody to the bone (marrow)** x chill; **close to (near) the bone** *(kng)* a/ sỗ sàng, khiếm nhã: *some of his comments about her appearance were a bit close to the bone* một vài lời bình phẩm của anh ta về vẻ ngoài của nàng có phần sỗ sàng b/ không đứng đắn: *some scenes in the play are rather near the bone* một vài cảnh trong vở kịch có phần không đứng đắn; **cut (pare...) some-** thing **to the bone** cắt giảm *(cái gì)* rất nhiều: *our budget has been pared to the bone* ngân sách của chúng ta bị cắt giảm rất nhiều; **dry as a bone** x *dry*[1]; **feel in one's bones** x *feel*[1]; **have a bone to pick with somebody** có vấn đề cần tranh cãi với ai; **make no bones about [doing] something** không do dự làm gì; sẵn sàng làm gì: *she made no bones about telling her husband she wanted a divorce* cô ta không do dự nói với chồng mình là muốn ly hôn; **skin and bone** x *skin*[1]; **work one's fingers to the bone** x *finger*.

bone[2] /bəʊn/ *đgt* gỡ xương; lọc xương: *bone a chicken* gỡ (lọc) xương một con gà; *bone a fish* gỡ xương cá. // **bone up on [something]** *(kng)* học gạo, ôn kỹ: *I must bone up on my French before we go to Paris* trước khi chúng tôi đi Pa-ri tôi phải ôn kỹ tiếng Pháp mới được.

-boned /bəʊnd/ *(trong từ ghép)* có xương *(như thế nào đấy)*: *large-boned* có xương to, to xương.

bone china /,bəʊn'tʃainə/ đồ sứ tro xương *(làm bằng đất sét trộn tro xương).*

bone-dry /'bəʊndrai/ *tt* *(thường vị ngữ)* *(kng)* khô khốc.

bone-head /bəʊnhed/ *dt* người ngốc nghếch.

bone-headed /,bəʊn'hedid/ *tt* ngốc nghếch.

bone-idle /,bəʊn'aidl/ *tt* lười chảy thây.

bone-lazy /,bəʊn'leizi/ *tt nh* bone-idle.

bone meal /bəʊn miːl/ phân bột xương.

boner /'bəʊnə[r]/ *dt* *(Mỹ, kng)* điều sai lầm ngớ ngẩn.

boneshaker /'bəʊnʃeɪkə[r]/ dt (kng, đôi khi hài) chiếc xe cà tàng (thường nói về xe đạp).

bonfire /'bɒnfaɪə[r]/ dt đám lửa đốt rác; đám lửa làm lễ: build a bonfire nhóm một đám lửa làm lễ.

bongo /'bɒŋgəʊ/ dt (snh **bongos** hoặc **bongoes**) trống bongo (trống nhỏ đánh bằng ngón tay).

bonhomie /'bɒnəmi, (Mỹ ,bɒnə'mi:)/ sự hoan hỉ chân thành.

bonkers /'bɒŋkəz/ tt (lóng, hài) (vị ngữ) điên: the noise is driving me bonkers tiếng ồn làm tôi phát điên lên.

bon mot /,bɒn'məʊ/ dt (snh **bons mots**) (tiếng Pháp) lời nói dí dỏm; nhận xét dí dỏm.

bonnet /'bɒnɪt/ dt 1. mũ phụ nữ; mũ trẻ em 2. (Ê-cốt) mũ bê rê 3. (Mỹ **hood**) nắp đậy (máy, ô tô); ca pô, nắp ống lò sưởi. // have a bee in one's bonnet x bee¹.

bonnily /'bɒnɪli/ pht [một cách] xinh đẹp; với vẻ khỏe mạnh.

bonny /'bɒni/ tt (-ier, -iest) đẹp, xinh; khỏe mạnh: a bonny lass cô gái trông xinh.

bons mots /,bɒn'məʊz/ dt snh của bon mot.

bonsai /'bɒnsaɪ/ dt 1. cây trồng chậu (cây gỗ dưới dạng thu nhỏ) 2. nghệ thuật trồng cây chậu.

bonus /'bəʊnəs/ dt (snh **bonuses**) tiền thưởng: productivity bonus tiền thưởng năng suất; the warm weather in winter has been a real bonus khí trời ấm áp trong mùa đông quả là một món quà thưởng của thiên nhiên.

bony /'bəʊni/ tt (-ier, iest) 1. [thuộc] xương; như xương 2.

lắm xương: this fish is very bony con cá này lắm xương lắm 3. gầy giơ xương: bony fingers ngón tay gầy giơ xương, ngón tay xương xẩu.

boo¹ /buː/ tht, dt ê, ê ê (tiếng la ó phản đối): the Prime Minister's speech was greeted with boos and jeers bài nói của Thủ tướng được đón chào bằng những tiếng phản đối và chế giễu. // **not say boo to a goose** x say¹.

boo² /buː/ đgt la ó (để phản đối). // **boo somebody off [something]** la ó để đuổi ai: the actors were booed off the stage các diễn viên bị la ó đuổi khỏi sàn diễn.

boob¹ /buːb/ dt (cg **booboo**) dt (kng) sai lầm ngớ ngẩn.

boob² /buːb/ đgt phạm sai lầm ngớ ngẩn: oh dear, I've boobed again trời ơi tôi lại phạm sai lầm ngớ ngẩn.

boob³ /buːb/ dt (lóng) (thường snh) vú (phụ nữ).

boo boo /'buː buː/ dt nh boob¹.

booby /'buːbi/ dt (cũ, xấu) người ngu ngốc.

booby prize /'buːbi praɪz/ (cg **woody spoon**) giải bét (tặng một cách bỡn cợt cho người về chót một cuộc đua).

booby trap¹ /'buːbitræp/ 1. bẫy đùa treo nóc cửa (ai mở cửa thì bẫy rơi vào đầu, như một trò bỡn cợt) 2. bẫy mìn: a boody-trap bomb bom cài bẫy.

booby-trap /'buːbitræp/ đgt (-pp-) cài bẫy, đặt bom bẫy: the car had been booby-trapped by terrorists chiếc xe đã bị bọn khủng bố đặt bom bẫy.

boodle /'buːdl/ dt tiền ăn cắp được, tiền hối lộ.

boogie /'buːgi, (Mỹ bugi)/ dt (cg **boogie-woogie** /,buːgi-

'wuːgi/) (nhạc) nhạc bugi ugi (một loại nhạc blu).

book¹ /bʊk/ dt 1. sách: old book sách cũ; book of reference sách tham khảo 2. tập: a book of tickets tập vé 3. **books** (snh) sổ sách kế toán 4. **the Book** kinh thánh 5. phần lời của ca kịch 6. **the book** (số ít) sổ niên giám điện thoại. // **be in somebody's good (bad) books** (kng) được ai yêu mến (không được ai ưa); **bring somebody to book [for something]** tra hỏi ai; **by the book** (kng) hoàn toàn đúng theo quy tắc: he's always careful to do things by the book anh ta luôn luôn thận trọng để thực hiện mọi việc đúng theo quy tắc; **cook the books** x cook; **every (any) trick in the book** x trick¹; **[be] on the books of something** được thuê làm cầu thủ cho một đội bóng đá nào đó: he's on Everton's books anh ta được thuê làm cầu thủ cho đội Everton; **an open book** x open; **read somebody like a book** x read; **every (any) trick in the book** x trick; **suit one's (somebody's) books** x suit²; **take a leaf out of somebody's book** x leaf; **throw the book at somebody** (kng) nhắc nhở ai làm đúng thủ tục khi thực hiện nhiệm vụ.

book² /bʊk/ đgt 1. giữ (chỗ) trước, mua (vé) trước: book a seat on plane giữ chỗ trước trên máy bay; the performance is fully booked up buổi biểu diễn người ta đã giữ trước hết chỗ rồi; we're booked on the next flight chúng tôi đã đăng ký vé vào chuyến bay tới 2. thuê, mướn: we've booked a conjuror for our Christmas party chúng tôi đã mướn một người làm trò ảo thuật cho bữa liên hoan đêm Giáng sinh của chúng ta 3.

ghi tên *(phạt): the police booked me for speeding* cảnh sát đã ghi tên phạt tôi vì lái xe quá tốc độ.

book in đăng ký *(ở sân bay, khách sạn).* // **book somebody in** đặt chỗ trước cho ai *(ở khách sạn...): I've booked you in at Plaza for two nights* tôi đã đặt trước chỗ hai đêm cho anh ở khách sạn Plaza.

bookable /ˈbʊkəbl/ *tt* có thể đặt trước: *all seats are bookable in advance* mọi chỗ đều có thể đặt trước.

bookbinder /ˈbʊk‚baɪndə[r]/ *dt* thợ đóng sách.

bookbinding /ˈbʊk‚baɪndɪŋ/ *dt* sự đóng sách.

bookcase /ˈbʊkkeɪs/ *dt* tủ sách.

book club /ˈbʊklʌb/ câu lạc bộ sách *(bán sách giá hạ cho hội viên).*

book end /ˈbʊkend/ *dt* kẻ giữ sách, cọc giữ sách.

bookie /ˈbʊki/ *dt (kng)* nh bookmaker.

booking /ˈbʊkɪŋ/ *dt* 1. sự nhận đặt trước 2. sự đặt trước, sự giữ trước 3. sự ghi tên *(phạt).*

booking clerk /ˈbʊkɪŋ klɑːk/ người bán vé *(ở nhà ga...).*

booking office /ˈbʊkɪŋ ɒfɪs/ nơi bán vé.

bookish /ˈbʊkɪʃ/ *tt (đôi khi xấu)* 1. ham đọc sách 2. [có tính chất] sách vở.

bookishness /ˈbʊkɪʃnɪs/ *dt* 1. tính ham đọc sách 2. tính chất sách vở.

bookkeeper /ˈbʊkkiːpə[r]/ *dt* nhân viên kế toán.

bookkeeping /ˈbʊkkiːpɪŋ/ *dt* kế toán.

booklet /ˈbʊklɪt/ *dt* cuốn sách nhỏ *(thường đóng bìa giấy).*

bookmaker /ˈbʊkmeɪkə[r]/ *dt* người đánh cá ngựa.

bookmaking /ˈbʊkmeɪkɪŋ/ *dt* sự đánh cá ngựa.

bookmark /ˈbʊkmɑːk/ *dt* thẻ đánh dấu trang *(sách).*

bookmobile /ˈbʊkməbiːl/ *(Mỹ)* ô tô thư viện lưu động.

bookplate /ˈbʊkpleɪt/ *dt* phiếu sở hữu sách.

bookseller /ˈbʊkselə[r]/ *dt* người bán sách.

bookshop /ˈbʊkʃɒp/ *dt* hiệu sách.

bookstall /ˈbʊkstɔːl/ *dt (Mỹ* **news-stand)** quầy bán sách báo.

booktoken /ˈbʊktəʊkən/ *dt* phiếu mua sách.

bookworm /ˈbʊkwɜːm/ *dt* 1. *(động)* bọ bạc *(cắn sách)* 2. *(bóng)* mọt sách.

boom[1] /buːm/ *dgt* 1. nổ đùng đùng, ầm vang, oang oang: *we could hear the enemy guns booming [away] in the distance* chúng tôi có thể nghe tiếng súng địch nổ đùng đùng đằng xa; *the headmaster's voice boomed [out] across the playground* tiếng thầy hiệu trưởng oang oang trên sân chơi 2. kêu ầm lên: "*Get out of my sight!*" *he boomed* ông ta kêu ầm lên: "Cút đi cho khuất mắt tao!".

boom[2] /buːm/ *dt (thường số ít)* tiếng ầm vang: *the boom of the waves* tiếng sóng vỗ ầm ầm.

boom[3] /buːm/ *dt* sự tăng vọt *(dân số...); sự phất (công việc buôn bán);* thời kỳ thịnh vượng: *a boom year for trade* một năm buôn bán thịnh vượng.

boom[4] /buːm/ *dgt* phát triển thịnh vượng, phất: *business is booming* công việc làm ăn đang phất.

boom[5] /buːm/ *dt* 1. *(hải)* sào căng buồm 2. *(cg* **derrick boom)** cần *(ở cần cẩu)* 3.

hàng rào gỗ nổi *(chắn ngang sông để phòng gỗ khỏi bị trôi)* 4. cần treo *(micrô).*

boomerang[1] /ˈbuːməræŋ/ *dt* 1. bumerang *(vũ khí của thổ dân Úc, có khả năng quay lại chỗ người ném nếu không trúng vật gì cả)* 2. đòn bật lại, đòn gậy ông đập lưng ông.

boomerang[2] /ˈbuːməræŋ/ *dgt* đập lại chính mình; có tác dụng ngược lại: *his plan to reduce the number of workers boomeranged [on him] and he lost his own job* kế hoạch của anh ta giảm số công nhân đập lại chính anh và anh mất việc làm.

boon[1] /buːn/ *dt* 1. *(thường số ít)* điều có lợi, lợi ích: *the radio is a great boon to the blind* radiô rất có lợi cho người mù 2. *(cũ)* ân huệ: *ask a boon of someone* xin lại một ân huệ.

boon[2] /buːn/ *tt* **a boon companion** người bạn tốt; người bạn chí thiết.

boor /bʊə[r], bɜː[r]/ *dt (xấu)* người thô lỗ; người cục mịch.

boorish /ˈbʊərɪʃ, bɜːrɪʃ/ *tt* thô lỗ; cục mịch: *boorish youths* thanh niên thô lỗ; *boorish remarks* những lời nhận xét thô lỗ.

boorishly /ˈbʊərɪʃli/ *dt* [một cách] thô lỗ; [một cách] cục mịch.

boorishness /ˈbʊərɪʃnɪs, bɜːrɪʃnɪs/ *dt* sự thô lỗ, sự cục mịch.

boost[1] /buːst/ *dgt* 1. tăng lên: *boost an electric current* tăng một dòng điện; *boost imports* tăng nhập khẩu; *boost production* nâng sản xuất lên 2. giúp đỡ; khích lệ: *the unexpected win boosted the team's morale* trận thắng bất ngờ đã khích lệ tinh thần của toàn đội.

boost² /bu:st/ *dt* **1.** sự tăng: *a boost in exports* sự tăng hàng xuất khẩu **2.** sự giúp đỡ; sự khích lệ: *give the economy a boost* khích lệ nền kinh tế.

booster /bu:stə[r]/ *dt* **1.** cái khích lệ, điều khích lệ: *a morale booster* cái khích lệ tinh thần **2.** máy tăng áp **3.** (*cg* **booster rocket**) tên lửa khởi động **4.** liều thuốc tăng tác dụng; phát tiêm tăng tác dụng.

boot¹ /bu:t/ *dt* **1.** ủng, bốt: *a pair of boots* một đôi ủng **2.** (*thường số ít*) (*kng*) cú đá: *he gave the ball a tremendous boot* anh ta đá một cú cực mạnh vào quả bóng **3.** (*Mỹ* **trunk**) ngăn hành lý phía đuôi xe: *put the luggage in the boot* cho hành lý vào ngăn phía đuôi xe. // **be (get) too big for one's boots** *x* big¹; **the boot is on the other foot** tình thế đã đảo ngược; **die with one's boot on** *x* die²; **give somebody (get) the boot** đuổi việc, bị đuổi việc; **have one's heart in one's boots** *x* heart; **lick somebody's boots** *x* lick; **put the boot in** (*Anh, kng*) đá (*ai*) một cách tàn nhẫn; nhẫn tâm; **tough as old boots** *x* tough¹.

boot² /bu:t/ *dt* **to boot** (*cổ hoặc dùa*) thêm vào đó, nữa: *she is an attractive woman, and wealthy to boot* chị ta là một phụ nữ hấp dẫn, lại còn giàu nữa.

boot camp /bu:tkæmp/ *dt* trại huấn luyện cho lính mới (*Mỹ*).

-booted /bu:tid/ mang giày kiểu nào đó: *black - booted soldiers* lính mang giày đen.

bootee /bu:ti/ *dt* (*thường snh*) giày len (*của em bé*).

booth /bu:ð/, (*Mỹ* /bu:θ/) *dt* **1.** quán, quầy (*ở chợ...*) **2.** phòng: *a telephone booth*

phòng điện thoại công cộng; *a polling booth* phòng bỏ phiếu.

bootlace /bu:tleis/ *dt* (*thường snh*) dây giày.

bootleg¹ /bu:tleg/ *dgt* (**-gg-**) **1.** nấu rượu lậu; chuyên chở rượu lậu; bán rượu lậu **2.** làm (*cái gì đó*) một cách bất hợp pháp.

bootleg² /bu:tleg/ *tt* **1.** làm lậu, bán lậu: *bootleg liquor* rượu lậu **2.** làm bất hợp pháp: *bootleg record* đĩa hát thu bất hợp pháp.

bootlegger /bu:tlegə[r]/ *dt* người buôn rượu lậu.

bootless /bu:tlis/ *tt* không có lợi, vô ích: *bootless care* sự cẩn thận vô ích.

bootstraps /bu:tstræps/ *dt* **pull oneself up by one's bootstraps** *x* pull².

booty /bu:ti/ *dt* **1.** của ăn trộm được **2.** chiến lợi phẩm.

booze¹ /bu:z/ *dgt* (*kng*) nhậu nhẹt: *he likes to go out boozing with his mates* nó thích đi nhậu nhẹt với bạn bè.

booze² /bu:z/ *dt* (*kng*) rượu. // **go (be) on booze** rượu chè be bét: *her husband's been on the booze again* chồng chị lại rượu chè be bét.

boozer /bu:zə[r]/ *dt* **1.** người rượu chè be bét **2.** (*Anh*) quán rượu.

booze-up /bu:zʌp/ *dt* (*Anh, kng*) bữa say sưa bí tỉ: *the party was a real booze-up* bữa tiệc quả là một bữa say sưa bí tỉ.

boozy /bu:zi/ *tt* (**ier; iest**) (*kng*) say sưa bí tỉ: *a boozy old man* lão già say sưa bí tỉ; *a boozy party* bữa tiệc nốc rượu ra trò.

bop¹ /bɒp/ *dt* **1.** *nh* bebop **2.** (*kng*) điệu nhảy [theo nhạc] pốp: *let's have a bop* ta hãy nhảy điệu pốp.

bop² /bɒp/ *dgt* (**-pp-**) (*kng*) nhảy điệu pốp.

bopper /bɒpə[r]/ *dt* (*kng*) **1.** người nhảy điệp pốp **2.** *nh* teeny-bopper.

boracic /bə'ræsik/ *tt* *nh* boric.

borage /bɒridʒ, (*Mỹ* 'bɔ:-ridʒ/ *dt* (*thực*) cây mồ hôi.

borax /bɔ:ræks/ *dt* (*hóa*) borac, hàn the.

Bordeaux /bɔ:'dəʊ/ *dt* (*snh, kđổi*) rượu vang Bordeaux (*của Pháp*).

border¹ /bɔ:də[r]/ *dt* **1.** biên giới **2. the Border** (*số ít*) vùng biên giới giữa Anh và Ê-cốt **3.** đường viền: *the border of a tablecloth* đường viền tấm khăn bàn **4.** luống bờ (*quanh vườn, quanh bãi cỏ...*): *a border of tulips* bờ trồng hoa vành khăn.

border² /bɔ:də[r]/ *dgt* **1.** giáp giới với, tiếp giáp với: *our garden is bordered on one side by a stream* khu vườn nhà tôi một phía giáp với một dòng suối; *how many countries border Switzerland?* có nhiêu nước giáp với Thụy Sĩ **2.** viền: *a handkerchief bordered with lace* chiếc khăn tay viền đăng ten **3.** (**+ on**) kề bên, sát bên: *the new housing estate borders on the motorway* khu nhà mới kề bên xa lộ **4.** (*bóng*) gần [giống] như: *his bluntness borders upon insolence* sự lỗ mãng của nó gần như là láo xược.

borderer /bɔ:dərə[r]/ *dt* dân biên giới (*nhất là giữa Anh và Ê-cốt*).

borderland /bɔ:dələænd/ *dt* **1.** vùng biên giới **2.** (*số ít*) (*bóng*) ranh giới; trạng thái nửa này nửa nọ: *the borderland between sleeping and waking* trạng thái nửa ngủ nửa thức.

borderline¹ /'bɔːdəlain/ *dt* đường biên giới; giới tuyến: *the borderline between informal language and slang is hard to define (bóng)* ranh giới giữa khẩu ngữ và tiếng lóng thật khó mà xác định.

bordeline² /'bɔːdəlain/ *tt* giáp ranh, sát nút: *a borderline pass* thi đỗ sát nút.

bore¹ /bɔː[r]/ *dgt* đào, khoan: *bore a tunnel through a mountain* đào một đường hầm xuyên qua núi; *the mole bored its way underground* chuột chũi đào hang dưới đất.

bore² /bɔː[r]/ *dt* (*cg* **bore hole**) **1.** lỗ dò (*dầu hỏa, nước*) **2.** (*trong từ ghép*) nòng súng; cỡ nòng: *small-bore guns* súng nòng nhỏ.

bore³ /bɔː[r]/ *dgt* làm chán: *I've heard all his stories before, he bores me* tôi đã nghe tất cả câu chuyện của anh ta trước đây rồi, anh ta làm tôi chán quá. // **bore somebody to death (tears)** làm chán chết đi được, làm phát ngấy.

bore⁴ /bɔː[r]/ *dt* điều buồn chán; người vô duyên: *we've run out of petrol, what a bore!* hết ráo cả xăng rồi chán quá.

bore⁵ /bɔː[r]/ *dt* sóng triều cửa sông.

bore⁶ /bɔː[r]/ *qk của* bear².

boredom /'bɔːdəm/ *dt* tình trạng buồn chán.

borehole /'bɔːhəʊl/ *dt nh* bore² 1.

borer /'bɔːrə[r]/ *dt* **1.** người khoan, người đào **2.** máy khoan, máy đào **3.** (*động*) sâu bo-re.

boric acid /ˌbɔːrik'æsid/ *dt* (*hóa*) *cg* **boracic acid** /bə,ræsik 'æsid/ axit boric.

boring /'bɔːriŋ/ *tt* chán: *a boring conversation* cuộc chuyện trò chán ngắt.

born¹ /bɔːn/ *dgt* (*chỉ dùng ở dạng bị động, không có by*) be born [được] sinh ra: *she was born in 1950* chị ta sinh năm 1950. // [not] **be born yesterday** [không] dại dột hoặc thiếu kinh nghiệm để dễ bị lừa: *you can't fool me; I wasn't born yesterday you know* anh không dễ mà lừa tôi, anh biết đấy tôi không dại dột đâu nhé; **be (be born; be made) that way** x way¹; **born and bred** sinh ra, nuôi dưỡng và giáo dục (*ở một nơi và theo cách nào đó*): *he's London born and bred* anh ta sinh ra và lớn lên ở Luân Đôn; **born in the purple** [thuộc] dòng dõi vương giả; **born of somebody (something)** có nguồn gốc từ: *he was born of German parents* anh ta gốc người Đức; *her socialist beliefs were born of a hatred of injustice* lòng tin xã hội chủ nghĩa của chị ta bắt nguồn từ lòng căm ghét sự bất công; **born on the wrong side of the blanket** (*trại*) là con hoang; **born with a silver spoon in one's mouth** có bố mẹ giàu có; **in all one's born days** (*kng*) suốt đời: *I've never heard such nonsense in all my born days* suốt đời tôi chưa nghe một lời nói nào vô nghĩa như thế; **there's one born every minute** có khối người khờ dại; **to the manner born** x manner.

born² /bɔːn/ *tt* bẩm sinh, đẻ ra đã là: *be a born writer* là một nhà văn bẩm sinh, đẻ ra đã là nhà văn.

-born (*yếu tố tạo dt và tt ghép*) sinh (*là con thứ mấy, sinh ở một gia đình như thế nào, sinh ở nơi nào*): *first-born* sinh đầu lòng; *nobly-born* gốc quý tộc; *French-born* gốc Pháp.

born-again /'bə:nə'gen/ *tt* [được] cải giáo: *a born-again Christian* người được cải giáo theo đạo Cơ đốc.

borne /bɔːn/ *dttqk của* bear².

boron /'bɔːron/ *dt* (*hóa*) bo (*nguyên tố hóa học*).

borough /'bʌrə, (Mỹ 'bʌrəʊ/ *dt* **1.** (Anh) thành phố bán tự trị **2.** (Anh) khu hành chính của London **3.** (Mỹ) khu hành chính của New York **4.** (Mỹ) thị trấn tự trị (*ở một số bang*).

borrow /'bɒrəʊ/ *dgt* vay, mượn: *borrow money from a friend* vay tiền bạn; *borrow a book from the library* mượn sách thư viện; *borrow somebody's ideas* mượn ý của ai; *the expression "nouveau riche" is borrowed from French* từ ngữ "nouveau riche" là mượn từ tiếng Pháp. // [be living on] **borrowed time** sống sót sau một thời gian bệnh nặng hoặc khủng hoảng chết người.

borrower /'bɒrəʊə[r]/ *dt* người vay, người mượn.

borrowing /'bɒrəʊiŋ/ *dt* vật mượn, từ vay mượn: *the company will soon be able to repay its borrowings from the bank* công ty sẽ sớm trả được tiền vay ở ngân hàng; *English has many borrowings from French* tiếng Anh có nhiều từ vay mượn từ tiếng Pháp.

Borstal /'bɔːstl/ *dt* trại cải tạo phạm nhân trẻ.

bortsch (*cg* **borsch**) /bɔːʃ/ *dt* món xúp bóoc (*xúp rau chua của Nga*).

borzoi /'bɔːzɔi/ *dt* giống chó booczoi (*của Nga*).

bosh¹ /bɒʃ/ *dt* (*kng*) lời nói bậy bạ; lời nói vô nghĩa: *you are talking bosh!* mày nói bậy bạ quá!

bosh² /bɒʃ/ *tht (kng)* bậy nào!

bosn /'bəʊsn/ *x* boatswain.

bosom /'bʊzəm/ *dt* **1.** ngực (đặc biệt là ngực phụ nữ): *she has a large bosom* cô ta có bộ ngực đồ sộ; *hold somebody to one's bosom* ôm ai vào ngực **2.** ngực áo **3. the bosom of something** vòng tay của: *live in the bosom of one's family* sống trong vòng tay của gia đình.

bosom friend /,bʊzəm'frend/ bạn chí thiết.

bosomy /'bʊzəmi/ *tt (kng)* có bộ ngực đồ sộ.

boss¹ /bɒs/ *dt (kng)* ông chủ, ông xếp: *ask one's boss for a pay rise* xin ông chủ tăng lương; *who's [the] boss in this house?* trong nhà này ai là chủ thế? *(là vợ hay là chồng?).*

boss² /bɒs/ *dgt* boss [about (around)] *(kng, xấu)* ra lệnh theo kiểu ông chủ: *he's always bossing his wife about* ông ta lúc nào cũng ra lệnh cho vợ theo kiểu ông chủ.

boss³ /bɒs/ *dt* phần lồi lên (trên mặt cái khiên, hay trên trần nhà thờ).

boss-eyed /'bɒsaid/ *tt (kng)* **1.** chột mắt **2.** lác mắt.

bossily /'bɒsili/ *pht* như kiểu ông chủ.

bossiness /'bɒsinis/ *dt* bộ dạng ông chủ.

boss-shot /'bɒsʃɒt/ *dt* phát bắn trật; sự đoán trật; sự cố gắng trật: *make a boss-shot at (of) something* đoán trật cái gì.

bosun /'bəʊsn/ *dt x* boatswain.

botanical /bə'tænikl/ *tt* [thuộc] thực vật học.

botanical gardens /bə,tænikl 'gɑːdnz/ vườn bách thảo.

botanist /'bɒtənist/ *dt* nhà thực vật học.

botanize, botanise /'bɒtənaiz/ *dgt* nghiên cứu sưu tầm thực vật.

botany /'bɒtəni/ *dt* thực vật học.

botch¹ /bɒtʃ/ *dgt* (+up) *(kng)* sửa vụng về; làm hỏng (do cẩu thả hay không thạo): *the mechanic tried to repair my car, but he really botched it up* anh thợ máy cố sửa xe cho tôi, nhưng thực ra anh ta đã làm hỏng thêm.

botch² /bɒtʃ/ *dt (cg* botch-up) công việc sửa chữa vụng về; công việc làm hỏng: *I've made a botch (botch-up) of repairing the car* tôi đã sửa hỏng chiếc xe.

botcher /'bɒtʃə[r]/ *dt* người sửa vụng; người làm hỏng.

both¹ /bəʊθ/ *tt* cả hai: *he is blind in both eyes* ông ta mù cả hai mắt; *both these books are expensive* cả hai cuốn sách này đều đắt; *hold something in both hands* cầm hai tay. // **have (want) it (things) both ways** một công đôi việc.

both² /bəʊθ/ *dt* cả hai: *he has two brothers, both live in London* ông ta có hai người anh, cả hai đều sống ở Luân Đôn; *I like these shirts, I'll take both of them* tôi thích những chiếc áo sơ mi này, tôi sẽ lấy cả hai; *both of us want to go to the party* cả hai chúng tôi đều muốn đi dự tiệc.

both³ /bəʊθ/ *pht* both... and... không những mà còn; vừa... vừa...; cả... lẫn...: *be both tired and hungry* vừa mệt vừa đói; *she spoke both French and English* cô ta nói được cả tiếng Pháp lẫn tiếng Anh.

bother¹ /'bɒðə[r]/ *dgt* **1.** làm phiền, quấy rầy: *I'm sorry to bother you, but could you tell me the way to the sta-tion?* xin lỗi phiền ông cho tôi biết đường ra nhà ga đi lối nào?; *does my smoking bother you?* tôi hút thuốc có phiền ông không?; *don't bother your father [about it] now, he's very tired* đừng có quấy rầy bố lúc này, bố đang rất mệt **2.** làm lo lắng: *the problem has been bothering me for weeks* vấn đề ấy là làm tôi lo lắng hàng tuần **3.** *(dùng ở thức mệnh lệnh để nói lên sự bực bội)* chết tiệt!, khốn kiếp!: *bother this car! it's always breaking down* chết tiệt chiếc xe này! nó luôn luôn bị hỏng. // **bother oneself (one's head) about something** bận tâm lo lắng tới điều gì; **can't be bothered [to do something]** không làm điều gì vì cho là quá phiền hà: *the grass needs cutting but I can't be bothered to do it today* cỏ cần cắt đấy, nhưng hôm nay thì tôi không làm đâu vì phiền hà quá; **hot and bothered** *x* hot.

bother² /'bɒðə[r]/ *dt* **1.** sự phiền phức, sự phiền toái: *did you have much bother finding the house?* anh tìm nhà có phiền phức lắm không?; *I'm sorry to have put you in all this bother* tôi rất tiếc là đã gây cho anh nhiều phiền phức **2. a bother** điều phiền phức, điều phiền toái: *what a bother! we've missed the bus* phiền thật, chúng ta đã lỡ chuyến xe buýt.

bother³ /'bɒðə[r]/ *tht* phiền quá! *(chỉ sự bực bội):* oh bother! I've left my money at home phiền quá! tôi bỏ quên tiền ở nhà mất rồi.

botheration /,bɒðə'reiʃn/ *tht (kng) nh* bother³.

bothersome /'bɒðəsəm/ *tt* gây phiền phức; làm bực mình.

bottle[1] /'bɒtl/ *dt* **1**. chai, lọ: *a wine bottle* chai rượu; *come to my party on Saturday and remember to bring a bottle* thứ bảy đến dự tiệc nhớ mang theo một chai [rượu] nhé; *we drank a [whole] bottle of wine between us* chúng tôi uống hết cả chai rượu **2. the bottle** (*số ít*) (*trại*) rượu: *she's a bit too fond of the bottle* chị ta khá là thích rượu **3**. (*số ít*) bầu sữa (*cho trẻ con*); sữa bầu: *brought up on the bottle* nuôi bằng sữa bầu (*không phải bằng sữa me*) **4**. (*Anh, lóng*) lòng can đảm; sự trơ tráo: *he's got [a lot of] bottle* nó trơ tráo lắm. // **be on the bottle** (*kng*) nghiện rượu; **hit the bottle** *x* hit[1].

bottle[2] /'bɒtl/ *dgt* cho vào chai, đóng chai: *bottled beer* bia [đóng] chai. // **bottle something up** không để lộ (*tình cảm*); kìm nén (*cảm xúc*): *instead of discussing their problems, they bottle up all their anger and resentment* thay vì bàn luận để giải quyết vấn đề, họ kìm nén tất cả nỗi giận dữ và bực bội của họ lại.

bottle bank /'bɒtlbæŋk/ thùng đựng chai không.

bottle-feed /'bɒtlfi:d/ *dgt* nuôi bằng sữa bầu: *were you bottle-fed or breast-fed?* lúc còn bé anh bú sữa bầu hay sữa vú?

bottle-green /'bɒtlgri:n/ *tt* [có màu] lục sẫm.

bottleneck /'bɒtlnek/ *dt* **1**. chỗ đường nút cổ chai (*giao thông dễ bị ùn tắc*) **2**. cái làm đình trệ: *a bottleneck in production* cái làm đình trệ sản xuất.

bottle-opener /'bɒtləʊpənə[r]/ *dt* cái mở nút chai.

bottle-party /'bɒtlpɑ:ti/ *dt* tiệc liên hoan góp rượu (*mỗi người mang đến một chai rượu*).

bottom[1] /'bɒtəm/ *dt* **1**. đáy, chân: *sink to the bottom* chìm xuống đáy (*biển*); *the bottom of a hill* chân đồi; *sign your name at the bottom of the page* xin ký tên ông vào cuối trang; *the manufacturer's name is on the bottom of the plate* tên nhà sản xuất ghi ở đáy đĩa; *he was always bottom of the class in maths* nó luôn luôn đứng cuối lớp về môn toán **2**. mông: *fall on one's bottom* ngã phệt mông xuống, ngã ngồi **3**. đũng: *pyjamas bottoms* đáy quần pijama, đũng quần pijama **4**. sống tàu **5**. số nhỏ nhất (*khi lái xe*): *drive up a steep hill in bottom* cài số nhỏ nhất cho xe lên đồi dốc. // **at bottom** thực ra, trên thực tế; về cơ bản: *he seems aggressive but at bottom he is kind and good-natured* nó có vẻ hùng hổ, nhưng về cơ bản nó tử tế và tốt bụng; **be at the bottom of something** là nguyên nhân gây ra cái gì, là nguồn gốc của cái gì: *who is at the bottom of these rumours?* ai tung ra những tin đồn đó thế?; *the bottom [of something] falls out* cái gì đó đã sụp đổ; *the bottom fell out of his world when his wife died* thế giới coi như đã sụp đổ đối với anh ta từ khi vợ anh ta mất; **bottoms up!** (*kng*) xin cạn chén nào!; **from the bottom of one's heart** tự đáy lòng; **from top to bottom** *x* top[1]; **get to the bottom of something** tìm ra nguyên nhân thực sự của cái gì; tìm ra sự thực về việc gì: *we must get to the bottom*

of this mystery chúng ta phải tìm cho ra sự thực về điều bí ẩn này; **knock the bottom out of something** *x* knock[2]; **smooth as a baby's bottom** *x* smooth[1]; **touch bottom** *x* touch[1].

bottom[2] /'bɒtəm/ *tt* ở đáy: *the bottom rung of a ladder* nấc thang cuối; *go up a hill in bottom gear* lên đồi cài số một. // **bet one's bottom dollar** *x* bet[1].

bottom[3] /'bɒtəm/ *dgt* **bottom out** đạt mức thấp nhất (*giá cả, cổ phần*) trước khi lên trở lại: *the price of oil bottomed out at £12 a barrel and has now started to rise again* giá dầu hỏa đạt mức thấp nhất là 12 bảng mỗi thùng và bây giờ đã bắt đầu lên trở lại.

bottom drawer /,bɒtəm 'drɔ:ə[r]/ (*Mỹ* **hope chest**) ngăn tủ đựng quần áo, vải vóc chuẩn bị đi lấy chồng.

bottomless /'bɒtəmlis/ *tt* không đáy: *a bottomless well* cái giếng không đáy, cái giếng rất sâu; *the bank's chairman said that giving loans to that country was like pouring money into a bottomless pit* (*bóng*) thống đốc ngân hàng nói là cho nước ấy vay khác nào như đổ tiền xuống một cái hố không đáy.

bottom line /,bɒtəm'lain/ (*kng*) kết quả quan trọng nhất cuối cùng, sự kiện quan trọng nhất để căn cứ vào đấy mà quyết định: *if you don't make a profit, you go out of the business: that's the bottom line* nếu không thu được lợi nhuận thì anh sẽ phá sản, đó là sự kiện quan trọng nhất để căn cứ vào đấy mà quyết định.

botulism /'bɒtjulizəm/ *dt* (*y*) sự ngộ độc khuẩn đổi.

boudoir /'bu:dwɑ:[r]/ *dt* buồng the, khuê phòng.

bouffant /'bu:fɑ:n/ *tt* chải bồng *(tóc)*.

bougainvillaea /,bu:gən-'viliə/ *dt (thực)* cây hoa giấy.

bough /baʊ/ *dt* cành to *(của cây gỗ)*.

bought /bɔ:t/ *qk và dttqk của* buy[1].

bouillon /'bu:jɒn/ *dt* nước canh, canh thang.

boulder /'bəʊldə[r]/ *dt* tảng đá mòn cạnh *(do nước hay thời tiết đã bào mòn đi)*.

boulevard /'bu:ləvɑ:d, *(Mỹ* 'bʊləvɑ:d)/ *dt (vt blvd)* đại lộ.

bounce[1] /baʊns/ *dgt* **1.** nẩy: *the ball bounced over the wall* quả bóng nẩy qua tường **2.** nhún nhảy: *the child bounced [up and down] on the bed* đứa bé nhún nhảy trên giường **3.** bị trả về người ký vì không có tài khoản: *I hope this cheque doesn't bounce* tôi hy vọng tấm séc này không bị trả lại. // **bounce along (down; into...)** nhảy tâng tâng theo hướng nào đó: *he came bouncing into the room* nó nhảy tâng tâng vào phòng; *the car bounced along the bumpy mountain road* chiếc xe chồm lên hạ xuống trên đường núi gập ghềnh; **bounce back** *(kng)* trở lại bình thường sau một thời bị suy sụp: *she's had many misfortunes in her life but she always bounced back* cô ta gặp rất nhiều bất hạnh trong cuộc sống nhưng lúc nào cô cũng ổn định trở lại được.

bounce[2] /baʊns/ *dt* **1.** sự nẩy lên: *catch a ball on the bounce* bắt quả bóng khi nó đang nẩy lên **2.** khả năng nẩy *(của quả bóng)* **3.** *(bóng)* tính năng nổ; sức bật

(người): *she's got a lot of bounce* cô ta rất năng nổ.

bouncer /'baʊnsə[r]/ *dt (cg* **bumper) 1.** quả bóng nẩy mạnh và cao *(cricket)* **2.** *(kng)* người được thuê để dẹp bọn gây rối *(ở tiệm ăn, câu lạc bộ...)*.

bouncing /'baʊnsɪn/ *tt* khỏe mạnh: *a bouncing baby* cháu bé khỏe mạnh; *he was bouncing with energy* anh ta tràn trề sinh lực.

bouncy /'baʊnsi/ *tt* (**-ier; -iest**) **1.** nẩy tốt *(quả bóng)* **2.** năng nổ *(người)*.

bound[1] /baʊnd/ *dgt* tạo thành biên giới; giới hạn: *Germany is bound on the west by France and on the south by Switzerland* nước Đức giáp giới về phía Tây với Pháp và về phía Nam với Thụy Sĩ.

bound[2] /baʊnd/ *dgt* **1.** nhảy **2.** vừa nhảy vừa chạy: *the dog came bounding up to its master* con chó vừa nhảy vừa chạy tới với chủ nó.

bound[3] /baʊnd/ *dt* sự nhảy: *the dog cleared the gate in one bound* con chó nhảy một cái là qua cổng. // **by (in) leaps and bounds** *x* leap.

bound[4] /baʊnd/ *tt (vị ngữ)* (+ **for**) đi, đi về hướng: *we are bound for home* chúng tôi đi về nhà; *this ship is homeward bound* con tàu trở về nước. **-bound** *(yếu tố hình thành tt ghép)* về phía, đi về phía: *we're London-bound* chúng tôi đi về phía Luân Đôn; *northbound traffic may be delayed because of an accident on the motorway* đường đi lên phía bắc có thể bị chậm trễ do có tai nạn trên xa lộ.

bound[5] /baʊnd/ *qk và dttqk của* bind.

bound[6] /baʊnd/ *tt (vị ngữ)* (+ **to**) **1.** chắc chắn, nhất định: *the weather is bound to get better tomorrow* ngày mai thời tiết chắc là sẽ tốt hơn; *you've done so much work that you're bound to pass the exam* anh học dữ thế chắc chắn sẽ thi đỗ thôi **2.** buộc phải: *I feel bound to tell you that you are drinking too much* tôi buộc phải nói với anh rằng anh uống rượu quá nhiều. // **bound up in something** rất bận bịu với việc gì; rất quan tâm đến cái gì: *he seems very bound up in his work* anh ta có vẻ rất bận việc; **bound up with something** gắn bó chặt chẽ với, có liên quan chặt chẽ với: *the welfare of the individual is bound up with the welfare of the community* phúc lợi của cá nhân gắn chặt với phúc lợi của cộng đồng; **honour bound** *x* honour; **I'll be bound** *(cũ, kng)* tôi tin chắc là: *the children are up to some mischief I'll be bound* tôi tin chắc là tụi trẻ lại bày trò tinh nghịch gì đây.

-bound *(yếu tố hình thành tt ghép)* **1.** bị trói chân: *his illness has left him completely house-bound* bệnh tật đã trói chân nó ở nhà hoàn toàn **2.** bị tắc nghẽn, bị cản trở: *snow-bound airport* sân bay tắc nghẽn vì tuyết.

boundary /'baʊndri/ *dt* **1.** ranh giới: *the fence marks the boundary between my land and hers* hàng rào đánh dấu ranh giới giữa đất của tôi và đất của bà ta; *scientists continue to push back the boundaries of knowledge (bóng)* các nhà khoa học tiếp tục đẩy lùi giới hạn của tri thức **2.** cú chạm đường biên; cú qua đường biên *(được 4 hoặc 6 điểm) (chơi cricket).*

bounden /'baʊndən/ *tt* **one's bounden duty** nghĩa vụ bắt buộc.

bounder /'baʊndə[r]/ *dt (Anh, kng, xấu)* người có hành vi không thể chấp nhận về mặt đạo đức.

boundless /'baʊndlis/ *tt* vô hạn: *boundless generosity* lòng hào phóng vô hạn.

boundlessly /'baʊndlisli/ *pht* [một cách] vô hạn.

bounds /baʊndz/ *dt* snh giới hạn: *go beyond the bounds of decency* vượt quá giới hạn của phép lịch sự; *are there no bounds to his ambition?* tham vọng của nó phải chăng không có giới hạn?. // **know no bounds** x know; **out of bounds [to somebody]** *(Mỹ* **off limits)** không được vào *(đối với ai)*, không được đến thăm: *the town's pubs and bars are out of bounds to troops* quán rượu, quầy rượu ở thành phố là nơi cấm vào đối với quân nhân.

bounteous /'baʊntiəs/ *tt (cũ hoặc tu từ)* **1.** hào phóng *(người)* **2.** dồi dào, phong phú: *God's bounteous blessings* phúc lành dồi dào của Chúa.

bounteously /'baʊntiəsli/ *pht (cũ)* **1.** [một cách] hào phóng **2.** [một cách] dồi dào, [một cách] phong phú.

bounteousness /'baʊntiəsnis/ *dt (cũ)* **1.** tính hào phóng **2.** sự dồi dào, sự phong phú.

bountiful /'baʊntifl/ *tt (cũ)* **1.** cho một cách hào phóng **2.** dồi dào: *a bountiful supply of food* hàng thực phẩm cung cấp dồi dào.

bountifully /'baʊntifəli/ *pht (cũ)* **1.** [một cách] hào phóng **2.** [một cách] dồi dào.

bounty /'baʊnti/ *dt* **1.** *(cũ)* lòng hào phóng **2.** *(cũ)* món quà hậu hỉ **3.** vật tặng; tiền thưởng *(nhập ngũ: bắt được kẻ có tội...).*

bouquet /bʊ'kei/ *dt* **1.** bó hoa: *a bride's bouquet* bó hoa cô dâu **2.** *(bóng)* lời chúc mừng **3.** hương vị *(của rượu):* *this brandy has a fine bouquet* rượu brandi này có hương vị tinh tế.

bouquet garni /ˌbuːkei-'gaːni/ bó lá thơm *(dùng làm gia vị).*

bourbon /'bɜːbən/ *dt* **1.** rượu uýt ki ngô *(ở Mỹ)* **2.** cốc rượu uýt-ki ngô.

bourgeois¹ /'bɔːʒwaː, *(Mỹ* bʊə'ʒwaː)/ *tt* **1.** [thuộc giai cấp] trung lưu **2.** *(xấu)* trưởng giả: *they've become very bourgeois since they got married* họ sống rất trưởng giả từ khi lấy nhau; *bourgeois tastes* sở thích trưởng giả **3.** *(theo quan điểm mác xít)* tư sản.

bourgeois² /'bɔːʒwaː, *(Mỹ* bʊə'ʒwaː)/ *(snh kđổi) (thường xấu)* người trung lưu.

bourgeoisie /ˌbɔːʒwaː'zi, ˌbʊəʒwaː'zi/ *dt* **1.** giai cấp trung lưu **2.** *(theo quan điểm mác xít)* giai cấp tư sản.

bourse /bʊəs/ *dt* thị trường chứng khoán; **the Bourse** thị trường chứng khoáng Pa-ri.

bout /baʊt/ *dt* **1.** đợt; chầu; cơn: *a drinking bout* một chầu rượu; *a bout of flu* cơn cúm **2.** cuộc đấu quyền Anh; trận đấu vật.

boutique /buː'tiːk/ *dt* tiệm thời trang.

bovine /'bəʊvain/ *tt* **1.** [thuộc giống] bò, như bò **2.** đần độn, ngu xuẩn: *bovine stupidity* sự ngu như bò.

bow¹ /bəʊ/ *dt* **1.** cái cung: *hunt with bows and arrows* săn bắn bằng cung tên **2.**

cái vĩ *(đàn viôlông)* **3.** nơ bướm *(để giữ tóc của các cô gái, hoặc để cột dây giày...):* *tie shoelaces in a bow* cột dây giày thành hình nơ bướm. // **have two strings (a second string) to one's bow** có phương sách dự phòng.

bow² /bəʊ/ *đgt* kéo vĩ *(trên một nhạc cụ dây).*

bow³ /baʊ/ *đgt* **1.** cúi chào: *the cast bowed as the audience applauded* các diễn viên cúi chào khi khán giả vỗ tay **2.** cúi *(đầu)*; khòm *(lưng): his back was bowed with age* ông ta khòm lưng vì tuổi già; *branches bowed down by the snow on them* cành cây oằn xuống do tuyết rơi bám vào. // **bow and scrape** *(thường xấu)* xun xoe bợ đỡ; **bow something in (out)** cúi đầu chào ai khi họ vào (đi ra); **bow out [of something]** rút khỏi, rút lui: *I'm bowing out of this scheme, I don't approve of it* tôi rút khỏi kế hoạch này, tôi không tán thành nó; *after thirty years in politics, he is finally bowing out* sau ba mươi năm hoạt động chính trị, ông ta cuối cùng đã rút lui; **bow to something** chịu khuất phục, chấp nhận *(điều gì): bow to the inevitable* chịu khuất phục trước điều không thể tránh khỏi; *bow to somebody's opinion* chịu chấp nhận ý kiến của ai.

bow⁴ /baʊ/ *dt* cúi chào: *he made a bow and left the room* anh ta cúi chào và ra khỏi phòng. // **take one's (a) bow** cúi chào đáp lại sự hoan nghênh *(diễn viên chào khán giả).*

bow⁵ /baʊ/ *dt* **1.** *(thường snh)* mũi thuyền, mũi tàu **2.** chèo mũi.

bowdlerization, bowdlerisation /ˌbaʊdlərai'zeiʃn/ *dt* sự lược bỏ những chỗ khiếm nhã *(trong một cuốn sách, một vở kịch...).*

bowdlerize, bowdlerise /'baʊdləraiz/ *đgt (thường xấu)* lược bỏ những chỗ khiếm nhã.

bowel /'baʊəl/ *dt* 1. ruột: *a bowel disorder* rối loạn đường ruột 2. *(snh)* lòng: *in the bowels of the earth* trong lòng đất.

bowel movement /'baʊəl mu:vmənt/ *dt* 1. sự tống chất thải từ ruột ra 2. phân.

bower /'baʊə[r]/ *dt* 1. chỗ bóng mát dưới lùm (giàn) cây 2. lều hóng mát *(trong vườn...)* 3. *(cũ)* phòng the, khuê phòng.

bower-bird /'baʊəbɜ:d/ *dt (động)* chim seo cờ Úc.

bowing /'bəʊiŋ/ *dt (nhạc)* kỹ thuật kéo vĩ.

bowl[1] /'bəʊl/ *dt* 1. *(thường dùng trong từ ghép)* bát, tô: *a sugar bowl* một tô đường; *a washing-up bowl* cái chậu rửa chén; *a bowl of soup* một bát xúp 2. lòng (thìa): nõ *(tẩu thuốc lá...)* 3. *(Mỹ)* khán đài ngoài trời.

bowl[2] /'bəʊl/ *dt* 1. quả bóng quần 2. **bowls** *(dgt số ít)* trò chơi bóng quần.

bowl[3] /'bəʊl/ *đgt* 1. chơi bóng quần 2. lăn *(quả bóng)* 3. phát bóng *(chơi cricket).* // **bowl along, down, etc...** lao nhanh về phía nào đó *(xe, hành khách trên xe):* we were bowling along [the motorway] at seventy miles per hour* chúng tôi lao nhanh [trên xa lộ] với tốc độ 70 dặm mỗi giờ; **bowl somebody over** a/ đánh giá ai b/ làm ai hết sức ngạc nhiên; làm ai sững sờ: *we were bowled over by the news of her marriage* chúng tôi sững sờ trước tin nàng lấy chồng.

bow-legged /,bəʊ'legd/ *tt* có chân vòng kiềng.

bow-legs /,bəʊ'legs/ *dt snh* chân vòng kiềng.

bowler[1] /'bəʊlə[r]/ *dt* 1. người phát bóng *(chơi cricket* 2. người chơi bóng quần.

bowler[2] /'bəʊlə[r]/ *dt (cg* **bowler hat**, *Mỹ* **derby)** mũ quả dưa.

bowline /'bəʊlain/ *dt (cg* **bowline knot)** nút thắt.

bowling /'bəʊliŋ/ *dt* 1. trò chơi ky 2. trò chơi bóng quần 3. sự phát bóng *(chơi cricket).*

bowling alley /'bəʊliŋ,æli/ bãi chơi ky.

bowling green /'bəʊliŋgri:n/ bãi đánh bóng quần.

bowls /'bəʊlz/ *dt snh* x **bowl**[2] 2.

bowman /'bəʊmən/ *dt (snh* **bowmen** /'bəʊmən/ người bắn cung.

bowshot /'bəʊʃɒt/ *dt (thường số ít)* tầm [xa của mũi] tên.

bowsprit /'bəʊ,sprit/ *dt* cột buồm mũi *(nghiêng về phía trước).*

bow-tie /,bəʊ'tai/ *dt* nơ con bướm *(thắt ở cổ áo).*

bow window /,bəʊ'windəʊ/ cửa sổ lồi *(với mặt kính khum).*

bowwow[1] /,baʊ'waʊ/ *tht* gâu gâu!

bowwow[2] /,baʊ'waʊ/ *dt* con chó *(tiếng của nhi đồng).*

box[1] /'bɒks/ *dt* 1. hộp: *a cigar box* hộp đựng xì gà; *a box of matches* một hộp diêm *(với diêm chứa trong hộp)* 2. ngăn, ô: *a horse box* ô ngựa 3. điếm, chòi, bốt: *a sentry' box* bốt gác, hộp gác 4. miếng che hạ bộ *(đánh cricket)* 5. **the box** *(số ít) (Anh, kng)* truyền hình: *what's on the box tonight?*

tối nay trên truyền hình có gì thế? 6. *nh* box number.

box[2] /'bɒks/ *đgt* bỏ vào hộp, đóng hộp: *a boxed set of records* một bộ đĩa hát đóng hộp. // **box somebody (something) in (up)** giam hãm [trong một khoảnh hẹp]: *he feels boxed in, living in that tiny flat* sống trong căn hộ nhỏ bé ấy, anh ta cảm thấy bị giam hãm *(tù túng).*

box[3] /'bɒks/ *đgt* 1. đánh quyền Anh, đánh bốc 2. **box somebody's ears** bạt tai ai, tát ai.

box[4] /'bɒks/ *dt (số ít)* cái tát.

box[5] /'bɒks/ *dt* 1. *(thực)* cây hoàng dương 2. *(cg* **boxwood** gỗ hoàng dương.

boxcar /'bɒkskɑ:[r]/ *dt (Mỹ, dsắt)* toa hàng.

boxer /'bɒksə[r]/ *dt* 1. võ sĩ quyền Anh 2. giống chó bốc-xơ.

boxer shorts /'bɒksəʃɔ:ts/ quần đùi.

boxful /'bɒksfl/ *dt* hộp đầy: *a boxful of books* một hộp đầy sách.

boxing /'bɒksiŋ/ *dt* quyền Anh.

Boxing Day /'bɒksiŋ dei/ ngày nghỉ đầu tiên sau Nô-en.

boxing-glove /'bɒksiŋglʌv/ *dt* găng đánh quyền Anh.

boxing-match /'bɒksiŋmætʃ/ *dt* trận đấu quyền Anh.

box junction /'bɒksdʒʌŋkʃn/ *(Anh)* chỗ hai đường giao nhau, xe không được đỗ lại.

box kite /'bɒkskait/ cái diều khung [hình] hộp.

box lunch /'bɒkslʌntʃ/ bữa ăn nhẹ bỏ hộp.

box number /'bɒksnʌmbə[r]/ số hộp thư quảng cáo *(trên báo).*

B

box office /'bɒksɒfis/ chỗ bán vé *(xem hát): let's meet at the box office* ta hẹn gặp nhau ở chỗ bán vé nhé.

boxwood /'bɒkswʊd/ *dt* gỗ hoàng dương.

boy¹ /bɔi/ **1.** con trai: *they have two boys and a girl* họ có hai con trai một con gái **2.** thiếu niên, chàng trai: *he lived in Edinburgh as a boy* lúc thiếu thời ông ta sống ở Edinburgh; *how many boys are there in your class at school?* ở lớp anh có bao nhiêu học sinh nam? **3.** *(trong từ ghép)* đứa, cậu, chú, người: *the paper-boy* chú bán báo **4. the boys** *(kng)* bọn con trai: *he plays football with the boys on Saturday afternoons* những buổi chiều thứ bảy nó đá bóng với bọn bạn trai **5.** *(xấu)* đầy tớ trai. // **the boys in blue** *(Anh, kng)* cảnh sát; nhóm cảnh sát; **boys will be boys** trẻ con thì vẫn là trẻ con *(có những hành động trẻ con, có thể bỏ qua được)*; **jobs for the boys** x job¹; **man and boy** x man; **sort out the men from the boys** x sort².

boy² /bɔi/ *tht (kng, Mỹ)* ủa; ô hay; chà *(diễn tả sự ngạc nhiên, sự hài lòng, sự bực bội): boy, am I glad to see you!* chà, tớ rất vui được gặp cậu!

boycott¹ /'bɔikɒt/ *dgt* tẩy chay: *boycott a meeting* tẩy chay một cuộc họp.

boycott² /'bɔikɒt/ *dt* sự tẩy chay: *place (put) something under a boycott* tẩy chay cái gì.

boyfriend /'bɔifrend/ *dt* bạn trai *(đi lại thường xuyên với một cô gái, một chị phụ nữ): she had lots of boyfriends before she got married* cô ta có hàng lô bạn trai trước khi lấy chồng.

boyhood /'bɔihʊd/ *dt* tuổi niên thiếu; thời niên thiếu: *boyhood friends* bạn thời niên thiếu.

boyish /'bɔiiʃ/ *tt* [thuộc] trẻ thơ; như trẻ thơ. *she has boyish good looks* cô ta có nét đẹp trẻ thơ.

Boy Scout /bɔiskaut/ *dt (nh* scout¹ 2) hướng đạo sinh.

BP /ˌbi:'pi:/ *(vt của* British Petroleum) Công ty dầu lửa Anh.

BPC /ˌbi:pi:'si:/ *(vt của* British Pharmaceutical Codex) dược điển Anh.

B Phil /ˌbi:fil/ *(vt của* Bachelor of Philosophy) cử nhân triết học.

BR /ˌbi:'ɑ:[r]/ *(vt của* British Rail) đường sắt Anh.

Br 1. *(vt của* British) Anh **2.** *(tôn) (vt của* Brother) thầy dòng.

bra /brɑ:/ *dt nh* brassière.

brace¹ /breis/ *dt* **1.** vật chằng, vật chống **2.** cái dưỡng răng *(mang trong miệng nhất là ở trẻ em để giữ cho răng mọc thành hàng đều): my daughter has to wear a brace on her teeth* con gái tôi phải mang dưỡng răng trong miệng **3. braces** *(snh) (Mỹ* **suspenders**) dây đeo quần: *a pair of braces* bộ dây đeo quần **4.** dấu ngoặc ôm.

brace² /breis/ đôi *(đặc biệt dùng để chỉ chim săn): two braces of partridges* hai đôi gà gô.

brace³ /breis/ *dgt* **1.** chằng, chống, củng cố: *we had to brace the walls when we put the new roof on* chúng tôi phải củng cố tường khi lợp mái mới lên trên **2.** bám vào, đạp lên: *he braced his foot against the wall and jumped* nó đạp chân vào tường và nhảy qua **3. brace**

oneself [for something] chuẩn bị tinh thần làm việc gì khó khăn: *we braced ourself for a bumpy landing* chúng tôi chuẩn bị tinh thần cho một cuộc hạ cánh trên đất gồ ghề. // **brace up** *(Mỹ)* không nản chí.

brace and bit /ˌbreisənd'bit/ cái khoan tay.

bracelet /'breislit/ *dt* vòng tay, xuyến.

bracing /breisiŋ/ *tt* làm khỏe người: *bracing sea-air* không khí biển làm khỏe người.

bracken /'brækən/ *dt* **1.** *(thực)* cây ráng lông **2.** bãi ráng lông.

bracket¹ /'brækit/ *dt* **1.** xích đông **2.** *(thường snh)* dấu ngoặc: *round brackets (cg parentheses)* ngoặc đơn; *square brackets* dấu ngoặc vuông; *angle brackets (cg braces)* dấu ngoặc ôm **3.** nhóm, lứa: *be in the lower (the higher) income bracket* ở nhóm có lợi tức thấp (cao) nhất; *the 20-30 age bracket* lứa tuổi từ 20 đến 30.

bracket² /'brækit/ *dgt* **1.** đỡ bằng xích đông **2.** đặt trong ngoặc **3. bracket A and B [together]; bracket A with B** xếp A và B vào cùng nhóm: *it's wrong to bracket him with the extremists in his party, his views are very moderate* xếp anh ta vào nhóm người cực đoan trong đảng là sai, quan điểm của anh ta rất ôn hòa.

brackish /'brækiʃ/ *tt* hơi mặn *(nước).*

bract /'brækt/ *dt (thực)* lá bắc.

brad /'bræd/ đinh nhỏ đầu *(của thợ bọc ghế...).*

bradawl /'brædɔ:l/ *dt* cái giùi.

brae /brei/ *dt (Ê-cốt)* sườn dốc; sườn đồi.

brag¹ /bræg/ *dgt* **(-gg-)** (+about, of) khoác lác: *he is bragging about his new car* nó đang khoác lác về chiếc xe hơi mới của nó; *he bragged that he could run faster than me* nó khoác lác là có thể chạy nhanh hơn tôi.

brag² /bræg/ *dt* sự khoác lác.

braggart /'brægət/ *dt* người khoác lác.

brahmin /'bra:min/, *cg* **brahman** /'bra:mən/ *dt* người Bà-la-môn (Ấn Độ).

braid¹ /breid/ *dt* **1.** dải viền: *the general's uniform was trimmed with gold braid* bộ đồng phục của viên tướng được viền vàng **2.** *(Mỹ) nh* plait: *she wears her hair in braid* chị ta tết tóc thành bím đuôi sam.

braid² /breid/ *dgt* **1.** viền: *she braided the neckline, hem and cuffs of the dress* chị ta viền cổ, gấu và cổ tay áo **2.** *(Mỹ) nh* plait: *she braids her hair every morning* mỗi buổi sáng chị ta đều tết tóc.

Braille /breil/ *dt* hệ thống chữ Braille *(chữ nổi cho người mù).*

brain¹ /brein/ *dt* **1.** óc, não **2.** đầu óc, trí óc: *she has an excellent brain* chị ta có đầu óc xuất sắc **3.** *(kng)* người thông thái: *he is one of the leading brains in the university* ông ta là một trong những người thông thái hàng đầu ở đại học **4.** **the brains** *(dgt số ít) (kng.* người tài giỏi nhất *(trong một nhóm)*: *he's the brains of the family* nó là người tài giỏi nhất trong gia đình. // **blow one's brain out** *x* blow¹; **cudgel one's brain** *x* cudgel;

have something on the brain *(kng)* luôn luôn bận tâm đến việc gì; có điều gì luôn luôn ám ảnh; **pick somebody's brains** *x* pick³; **rack one's brain[s]** *x* rack².

brain² /brein/ *dgt* đập vào đầu *(người, con vật)* giết chết: *I nearly brained myself on that low beam (bóng)* tôi va vào cái xà thấp đó suýt nữa vỡ đầu toi mạng.

brainchild /'breintʃaild/ *dt (kng)* phát minh độc đáo; ý kiến độc đáo, sáng kiến.

brain drain /'brein drein/ *(thường số ít) (kng)* sự rò rỉ chất xám, sự thất thoát chất xám.

brain fever /'breinfi:və[r]/ *dt* bệnh viêm não.

brainless /'breinlis/ *tt* ngu si, không có đầu óc.

brainstorm /'breinstɔ:m/ *dt* khoảnh khắc quẫn trí.

brainteaser /'breinti:zə[r]/ *dt* vấn đề nát óc.

brainwash /'breinwɒʃ/ *dgt* tẩy não.

brainwashing /'breinwɒʃiŋ/ *dt* sự tẩy não.

brainwave /'breinweiv/ *dt (Mỹ* **brainstorm**) ý kiến hay bất chợt.

brainy /'breini/ *tt* **(-ier; -iest)** khôn khéo, thông minh.

braise /breiz/ *dgt om (thịt, rau)*: *braised beef and onions* thịt bò om với hành.

brake¹ /breik/ *dt* cái phanh, cái hãm *(xe, tàu hỏa...)*: *put on (apply) the brake[s]* bóp phanh; hãm xe lại; *the Government is determined to put a brake on public spending* chính phủ quyết hãm bớt các chi phí công cộng.

brake² /breik/ *dgt* phanh lại, hãm lại: *she braked suddenly to avoid the dog* bà ta phanh đột ngột để tránh con chó.

brake³ /breik/ *dt* vùng nhiều bụi rậm.

brake fluid /'breikflu:id/ chất lỏng phanh thủy lực.

brake light /breiklait/ *(Mỹ* **stoplight**) đèn phanh *(ở phía sau xe, khi phanh xe thì đèn đỏ lên).*

brake-horsepower /breik'hɔ:spaʊə[r]/ *dt* mã lực phanh.

brake shoe /'breikʃu:/ má phanh.

bramble /'bræmbl/ *dt* bụi gai; bụi cây mâm xôi.

bran /bræn/ *dt* cám.

branch¹ /bra:ntʃ, *(Mỹ* bræntʃ/ *dt* **1.** cành *(cây)* **2.** nhánh: *a branch of the Rhine* một nhánh sông Rhin; *a branch line on a railway network* một đường nhánh trên một mạng đường sắt **3.** chi *(của một dòng họ)*; ngành *(kiến thức)*; chi nhánh: *the bank has branches in all parts of the country* ngân hàng có chi nhánh khắp mọi nơi trong nước. // **root and branch** *x* root¹.

branch² /bra:ntʃ, *(Mỹ* bræntʃ/ *dgt* **1.** đâm cành **2.** phân nhánh, chia ngả: *turn right where the road branches* rẽ phải ở chỗ đường chia ngả. // **branch off** rẽ, ngoặt *(nói về xe, đường; thường sang một đường nhỏ)*: *the car in front of us suddenly branched off to the left* chiếc xe trước chúng tôi đột nhiên rẽ sang trái; **branch out [into something]** chuyển hoạt động theo một hướng mới: *the company began by specializing in radios but had now decided to branch out into computers* công ty lúc đầu chuyên về radio, nhưng bây giờ quyết định chuyển sang chuyên về máy điện toán; *she's leav-*

ing the company to branch out on her own bà ta bỏ công ty để chuyển sang kinh doanh độc lập.

brand¹ /brænd/ *dt* **1.** nhãn, mác *(hàng hóa): which brand of toothpaste do you prefer?* anh thích thuốc đánh răng mác nào? **2.** kiểu: *a strange brand of humour* một kiểu khôi hài kỳ lạ **3.** khúc gỗ đang cháy **4.** dấu sắt nung *(trên da súc vật)* **5.** *(cg* **branding-iron***)* sắt nung.

brand² /brænd/ *dgt* **1.** brand something [on something] đóng dấu [bằng sắt nung]: *on big farms cattle are usually branded* ở các nông trại lớn, súc vật thường được đóng dấu bằng sắt nung; *the experiences of his unhappy childhood are branded on his memory* những điều trải qua trong thời thơ ấu bất hạnh còn in đậm trong ký ức của anh ta **2. brand somebody as something** làm ô danh; vạch mặt: *the scandal branded him for life* vụ bê bối ấy đã làm ô danh nó suốt đời; *he was branded [as] a troublemaker for taking part in the demonstration* nó bị vạch mặt là một tên phá rối vì đã tham gia cuộc biểu tình.

branding-iron /'brændiŋ aiən/ *dt* sắt nung.

brandish /'brændiʃ/ *dgt* khua, vung *(gươm...).*

brand name /'brændneim/ *nh* trade name.

brand-new /ˌbrænd'nju:/ *tt* mới tinh.

brandy /'brændi/ *dt* **1.** rượu brandi **2.** cốc rượu brandi.

brandy-snap /'brændisnæp/ *dt* bánh gừng xoắn nhồi kem.

bran-tub /'bræn:tʌb/ *dt* chậu cám mò may *(chậu*

cám có giấu một vật trong cám, ở một buổi bán lấy tiền làm việc thiện hay một buổi vui của trẻ con, người mua bói cám mà lấy vật mình mua được nhiều khi một cách rất bất ngờ).

brash /bræʃ/ *tt (xấu)* **1.** hỗn láo: *a brash answer* câu trả lời hỗn láo **2.** lòe loẹt *(màu sắc, quần áo): he was wearing a rather brash tie* anh ta mang một chiếc ca-vát hơi lòe loẹt.

brashly /'bræʃli/ *pht (xấu)* **1.** một cách hỗn láo **2.** [một cách] lòe loẹt.

brashness /'bræʃnis/ *dt (xấu)* **1.** sự hỗn láo **2.** sự lòe loẹt.

brass /brɑːs, *(Mỹ* bræs)/ *dt* **1.** đồng thau **2.** đồ [bằng] đồng thau **3. the brass** *(nhạc)* kèn đồng; nhóm kèn đồng *(trong một dàn nhạc)* **4.** *(Anh)* bia đồng *(để tưởng niệm, gắn vào sàn hay tường nhà thờ)* **5.** *(Anh, lóng)* tiền, xin: *he's got plenty of brass* hắn có khối tiền **6.** *(kng)* sự trơ tráo; sự hỗn xược. // **bold as brass** *x* bold.

brass band /ˌbrɑːs'bænd/ dàn nhạc kèn đồng.

brass-collar /'brɑːs ˌkɒlə[r]/ *tt (Mỹ)* luôn luôn ủng hộ ý kiến chính thức của đảng mình.

brassed-off /ˌbrɑːst'ɒf/ *tt (lóng)* (+ with) chán ngấy.

brasserie /'bræsəri/ *dt* quán bán bia kèm món ăn.

brass hat /ˌbrɑːs'hæt/ *dt (Anh, kng)* **1.** sĩ quan cao cấp **2.** nhân vật quan trọng.

brassière /'bræsiə[r]/ *dt* cái nịt vú, cái yếm.

brassily /'brɑːsili/ *pht* **1.** giống đồng thau **2.** [một cách] lanh lảnh **3.** [một cách] trơ tráo.

brassiness /'brɑːsinis/ *dt* **1.** sự tựa đồng thau **2.** sự lanh lảnh **3.** sự trơ tráo.

brass knuckles /ˌbrɑːs'nʌklz/ *(Mỹ) nh* knuckleduster.

brass plate /ˌbrɑːs'pleit/ biển đồng *(trước cửa cơ quan...).*

brassrubbing /'brɑːsrʌbiŋ/ *dt* **1.** sự rập bia **2.** bản bia rập.

brass tacks /ˌbrɑːs'tæks/ **get down to brass tacks** đi sâu vào xem xét bản chất của vấn đề.

brassy /'brɑːsi/ *tt (-ier; -iest)* **1.** giống màu đồng thau **2.** lanh lảnh *(tiếng)* **3.** trơ tráo *(thường nói về phụ nữ).*

brat /bræt/ *dt (xấu)* thằng ôn con.

bravado /brə'vɑːdəʊ/ *dt* sự làm ra vẻ bạo dạn.

brave¹ /breiv/ *tt (-r; -st)* **1.** can đảm, anh dũng *(người)* **2.** dũng cảm *(hành động).* // **[a] brave new world** *(thường mỉa)* một kỷ nguyên mới tốt đẹp hơn *(do những biến đổi cách mạng, những cuộc cải cách tạo nên).*

brave² /breiv/ *dt* **1.** chiến sĩ da đỏ **2. the brave** *(dgt snh)* những người can đảm: *the brave who died in battle.* những chiến sĩ can đảm đã tử trận.

brave³ /breiv/ *dgt* bất chấp: *brave dangers* bất chấp nguy hiểm; *we decided to brave the bad weather* chúng tôi quyết đi bất chấp thời tiết xấu. // **brave it out** cóc cần, bất chấp: *he tried to brave it out when the police questioned him* nó tỏ ra cóc cần khi cảnh sát hỏi cung nó.

bravely /'breivli/ *pht* [một cách] can đảm, [một cách] anh dũng, [một cách] dũng cảm.

bravery /'breivri/ *dt* lòng can đảm, lòng anh dũng, lòng dũng cảm: *a medal for bravery in battle* một huy chương vì lòng anh dũng trong chiến trận.

bravo[1] /,bra:'vəʊ/ *tht* hoan hô!

bravo[2] /,bra:'vəʊ/ *dt* (*snh* **bravos**) tiếng hoan hô.

bravura /brə'vʊərə/ *dt* kỹ thuật điêu luyện (*trong biểu diễn âm nhạc*).

brawl[1] /brɔ:l/ *dt* cuộc cãi lộn ầm ĩ; cuộc ẩu đả ồn ào: *a drunken brawl in a bar* cuộc ẩu đả ồn ào do quá chén trong quán rượu.

brawl[2] /brɔ:l/ *dgt* cãi nhau ầm ĩ; ẩu đả nhau ồn ào: *gangs of youths brawling in the street* các băng nhóm thanh niên ẩu đả nhau ồn ào ngoài phố.

brawler /'brɔ:lə[r]/ *dt* kẻ cãi nhau ầm ĩ; kẻ ẩu đả nhau ồn ào.

brawn /brɔ:n/ *dt* **1.** cơ bắp khỏe; sức mạnh cơ bắp: *a job needing brains rather than brawn* một công việc cần trí thông minh hơn sức mạnh cơ bắp **2.** (*Mỹ* **head cheese**) thịt thủ lợn ướp.

brawny /'brɔ:ni/ *tt* (**-ier, -iest**) rắn chắc: *brawny arms* cánh tay rắn chắc.

bray[1] /brei/ *dt* tiếng be (*tiếng lừa kêu*).

bray[2] /brei/ *dgt* be lên (*như lừa kêu*): *he brayed with laughter* anh ta cười hô hố!.

brazen[1] /'breizn/ *tt* trâng tráo, mặt dạn mày dày **2.** bằng đồng thau; tựa đồng thau **3.** lanh lảnh (*giọng, tiếng kèn...*).

brazen[2] /'breizn/ *dgt* **brazen it out** trâng tráo, mặt dạn mày dày (*sau khi đã làm điều gì sai trái*).

brazenly /'breiznli/ *pht* [một cách] trâng tráo, [một cách] mặt dạn mày dày.

brazier /'breiziə[r]/ *dt* lò than.

breach[1] /bri:tʃ/ *dt* **1.** sự phạm, sự vi phạm: *a breach of discipline* sự phạm kỷ luật; *sue somebody for breach of contract* kiện ai vi phạm hợp đồng **2.** lỗ thủng (*trên tường, thành*): *the attackers made a breach in the castle wall* quân tấn công đã tạo được một chỗ thủng trên tường lâu đài; *the incident caused an irreparable breach between the two countries* (*bóng*) sự cố ấy đã tạo ra một sự rạn nứt không thể hàn gắn được giữa hai quốc gia. // **step into the breach** *x* **step**[1].

breach[2] /bri:tʃ/ *dgt* **1.** chọc thủng (*tuyến phòng thủ...*): *our tanks have breached the enemy defences* xe tăng của ta đã chọc thủng hàng phòng ngự của địch **2.** phạm, vi phạm: *breach one's contract* vi phạm hợp đồng.

breach of promise /,bri:tʃ əv 'prɒmis/ (*luật, cũ*) sự bội hôn.

breach of the peace /,bri:tʃ əv ðə 'pi:s/ (*luật*) tội phá rối trật tự công cộng.

bread /bred/ *dt* **1.** bánh mì: *a loaf of bread* một ổ bánh mì **2.** miếng ăn: *earn one's [daily] bread as a labourer* làm lao động chân tay kiếm miếng ăn [hằng ngày] **3.** (*lóng*) tiền bạc. // **bread and water** thức ăn đạm bạc: *I had to live on bread and water when I was a student* khi còn là sinh viên, tôi đã sống rất đạm bạc; **cast one's bread upon the water[s]** *x* **cast**[1]; **one's daily bread** *x* **daily**; **half a loaf is better than none (than no bread)** *x* **half;**

know which side one's bread is buttered *x* know; **take the bread out of somebody's mouth** cướp cơm chim.

bread and butter /,bredn'bʌtə[r]/ *dt* **1.** khoanh bánh mì phết bơ **2.** kế kiếm sống: *acting is his bread and butter* diễn kịch là nghề kiếm sống của anh ta.

bread-and-butter /,bredn'bʌtə[r]/ *tt* **1.** thiết yếu cho đời sống: *bread-and-butter political issues such as jobs and housing* những vấn đề chính trị thiết yếu như việc làm và nhà ở **2.** gửi để cảm tạ lòng hiếu khách của chủ nhà: *a bread-and-butter letter* thư cảm tạ lòng hiếu khách của chủ nhà.

bread-basket /'bred,ba:skit/ *dt* **1.** vựa lúa: (*của một nước...*) **2.** (*cũ*) dạ dày, bao tử.

bread bin /'bredbin/ (*Mỹ* **bread box**) thùng cất bánh mì.

breadboard /'bredbɔ:d/ *dt* miếng ván thái bánh mì.

breadcrumbs /'bredkrʌmz/ *dt* (*snh*) mẩu ruột bánh mì: *fish covered with breadcrumbs and then fried* cá rắc mẩu ruột bánh mì rồi rán.

breaded /bredid/ *tt* được rắc mẩu ruột bánh mì (*cá, thịt trước khi nấu chín*).

breadfruit /'bredfru:t/ *dt* (*thực*) cây mít bột, cây sa-kê.

breadline /'bredlain/ *dt* **on the breadline** nghèo đói.

breadth /bredθ/ *dt* **1.** bề ngang, bề rộng: *a garden ten metres in breadth* khu vườn rộng mười mét **2.** khổ (*vải*): *pieces of material of different breadths* những mảnh vải nhiều khổ khác nhau **3.** tầm rộng (*kiến thức...*): *her breadth of experience makes her ideal for* *the job* tầm rộng kinh nghiệm của bà ta khiến bà là người lý tưởng nhất để làm việc đó **4.** sự rộng rãi, sự khoáng đạt: *show breadth of mind* tỏ ra có đầu óc khoáng đạt. // **by a hair (a hair's) breadth** x hair; **the length and breadth of something** x length.

breadwinner /'bredwinə[r]/ *dt* người trụ cột [kiếm ăn nuôi cả] gia đình.

break¹ /breik/ *dgt* (**broke; broken**) **1.** [làm] vỡ, [làm] đứt, [làm] gãy: *break a cup* làm vỡ chiếc cốc; *he broke the bar of chocolate into two [pieces]* nó bẻ thanh sô-cô-la làm đôi; *glass breaks easily* thủy tinh dễ vỡ **2.** [làm] hỏng: *my watch is broken* đồng hồ tôi hỏng rồi **3.** làm trầy *(da): the dog bit me but didn't break the skin* con chó cắn tôi nhưng chưa làm trầy da chảy máu **4.** phạm, vi phạm: *break the rules* vi phạm luật lệ; *he was breaking the speed limit* ông ta đã lái xe vượt quá tốc độ giới hạn **5. break [off]** ngưng, tạm nghỉ: *let's break for tea* ta hãy tạm nghỉ uống trà một chút đã **6.** làm gián đoạn, ngắt, phá vỡ, phá tan: *break somebody's concentration* làm gián đoạn sự tập trung của ai; *she broke the silence by coughing* cô ta ho làm phá tan sự im lặng; *break a blockade* đập tan sự phong tỏa **7.** thay đổi đột ngột *(sau một thời gian ổn định, nói về thời tiết): the heatwave broke at last* đợt nóng cuối cùng đã đột ngột chấm dứt **8.** tản đi: *the clouds broke and the sun came out* mây tản đi và mặt trời lộ ra **9.** ló ra, hé ra: *the day was breaking* trời bắt đầu hé sáng; *the storm broke* cơn

bão nổ ra **10.** [làm] giảm, [làm] yếu đi, [làm] suy sụp: *break somebody's morale* làm yếu tinh thần của ai; *the death of his wife broke him completely* cái chết của vợ ông đã làm cho ông suy sụp hoàn toàn **11.** lạc giọng đi *(vì xúc động)*; vỡ tiếng *(ở tuổi dậy thì): her voice broke as she told the dreadful news* giọng cô ta lạc đi khi thuật lại tin khủng khiếp đó; *his voice broke when he was thirteen* nó vỡ tiếng khi nó mười ba tuổi **12.** phá *(kỷ lục): break the Olympic 100 metres record* phá kỷ lục 100 mét Thế vận hội **13.** vỗ, đập vào *(nói về sóng): the sound of waves breaking on the beach* tiếng sóng vỗ vào bãi biển **14.** giải: *break a code* giải mã. // **break away [from somebody (something)]** a/ trốn thoát: *the prisoner broke away from his guards* tên tù trốn thoát khỏi lính canh b/ tách ra, ly khai: *several Labour MPs broke away to join the Social Democrats* nhiều nghị sĩ Công đảng tách ra khỏi đảng mình để gia nhập đảng Dân chủ xã hội; *a province has broken away to form a new state* một tỉnh đã tách ra mà thành lập một bang mới; **break down** a/ bị hỏng, bị pan: *the telephone system has broken* [hệ thống] điện thoại đã bị hỏng; *we broke down on the motorway* xe của chúng tôi đã bị pan trên xa lộ; b/ thất bại, sụp đổ: *negotiations between the two sides have broken down* thương lượng giữa hai bên đã thất bại; c/ suy sụp *(sức khỏe): her health broke down under the pressure of work* sức khỏe chị ta suy sụp vì công việc nhiều; d/ không tự chủ được cảm nghĩ của

mình: *he broke down and wept when he heard the news* anh ta không tự chủ được và bật khóc khi nghe tin; **break [something] down** phân ra từng món *(chi tiêu, tiền bạc): expenditure on the project breaks down as follows: wages £10m, plant £4m, raw materials £5m* chi phí về dự án này được phân ra từng món như sau: lương bổng 10 triệu bảng, máy móc thiết bị 4 triệu bảng, nguyên vật liệu 5 triệu bảng; **break something down** a/ đập vỡ: *firemen had to break the door down to reach the people trapped inside* lính cứu hỏa đã phải phá cửa (đập vỡ cửa) để đến được với những người bị kẹt phía trong; b/ phá vỡ: *how can we break down the barriers of fear and hostility which divide the two communities* làm thế nào chúng ta phá vỡ được hàng rào sợ hãi và thù nghịch ngăn cách hai cộng đồng ấy? c/ phân hủy: *sugar and starch are broken down in the stomach* đường và tinh bột bị phân hủy trong dạ dày; **break something from something** tách, bẻ ra: *he broke a piece of bread from the loaf* nó bẻ một miếng [từ ổ] bánh mì; **break in** đột nhập vào nhà: *burglars had broken in while we were away on holiday* kẻ trộm đã đột nhập vào nhà khi chúng tôi đi nghỉ vắng; **break somebody (something) in** huấn luyện: *break in new recruits* huấn luyện tân binh; *break in a young horse* huấn luyện một con ngựa non; **break in [on something]** ngắt ngang: *please don't break in on our conversation* xin đừng ngắt ngang cuộc nói chuyện của chúng tôi; **break into**

B

something a/ phá mà vào: *his house was broken into last week* tuần trước nhà hắn đã bị trộm phá cửa mà vào; b/ bật lên *(hoan hô...)*: *as the President's car arrived, the crowd broke into loud applause* xe Tổng thống vừa đến đám đông đã vang lên những lời hoan hô nghênh tiếp; c/ đột nhiên chuyển sang một nước chạy nhanh hơn: *break into a trot* đột nhiên chuyển sang nước kiệu; *the man broke into a run when he saw the police* người đàn ông kia ù té chạy khi trông thấy cảnh sát; d/ lấy vào thời gian *(đáng ra dùng làm việc khác)*: *all this extra work I'm doing is breaking into my leisure time* mọi việc tôi đang làm thêm là lấy vào thời gian rảnh rỗi của tôi; e/ bất đắc dĩ phải dùng đến một phần của cái gì: *we'll have to break into our savings* chúng tôi sẽ phải dùng đến một phần tiền tiết kiệm của chúng tôi; *break into emergency supplies of food* lấy ra dùng lương thực dự trữ cho những trường hợp khẩn cấp; **break off** đột nhiên ngừng nói: *he broke off in the middle of a sentence* nó ngừng lại ở giữa câu; **break [something] off** [làm] rời ra, dứt ra, gãy ra: *the door handle has broken off* tay nắm của gãy ra; *he broke off a piece of chocolate and gave it to me* nó bẻ một miếng sô-cô-la và đưa cho tôi; **break something off** kết thúc đột ngột điều gì: *break off diplomatic relations [with a country]* đột ngột cắt đứt quan hệ ngoại giao [với một quốc gia]; **break out** bùng ra, nổ ra: *war broke out in 1939* chiến tranh bùng nổ năm 1939; **break out [of something]** phá mà thoát ra, vượt ra: *several prisoners*

broke out of the jail nhiều tù nhân phá nhà tù mà vượt ra; **break out in something** a/ bỗng nhiên nổi đầy: *his face broke out in a rash* mặt nó bỗng nhiên nổi đầy mụn; *he broke out in a cold sweat* anh ta sợ toát mồ hôi; b/ nổi lên đùng đùng: *he broke out in a rage* anh ta nổi giận đùng đùng; **break through** có những phát hiện mới quan trọng: *scientists say they are beginning to break through in the fight against cancer* các nhà khoa học nói là họ bắt đầu có những phát hiện quan trọng trong cuộc chiến chống ung thư; **break through [something]** a/ phá vỡ, mở đường qua: *demonstrators broke through the police cordon* những người biểu tình đã phá vỡ hàng rào cảnh sát; b/ ló ra sau *(mây; nói về mặt trời mặt trăng)*: *the sun broke through at last in the afternoon* cuối cùng đến chiều mặt trời cũng ló ra; **break through something** thắng được, vượt qua được: *break through one's reserve* thắng được tính rụt rè của mình; **break up** a/ giải tán: *the meeting broke up at eleven o'clock* cuộc mít tinh giải tán lúc mười một giờ; b/ bắt đầu đợt nghỉ: *when do you break up for Christmas?* khi nào thì anh [bắt đầu đợt] nghỉ lễ giáng sinh? c/ suy sụp *(về sức khỏe)*: *he was breaking under the strain* nó đang suy sụp vì căng thẳng; d/ chấm dứt *(một đợt đẹp trời)*: *the weather shows signs of breaking up* thời tiết đẹp đang có dấu hiệu chấm dứt; **break [something] up** a/ [làm] vỡ tan: *the ship broke up on the rocks* con tàu va đá đã vỡ tan; b/ [làm cho] chấm dứt: *they decided to break up the partnership* họ quyết định chấm

dứt hợp tác; **break something up** a/ giải tán *(bằng vũ lực)*: *police were called in to break up the meeting* cảnh sát được gọi đến để giải tán cuộc mít tinh; b/ phân ra, tách ra: *sentences can be broken up into clauses* câu có thể phân ra thành mệnh đề; **break up [with somebody]** chấm dứt quan hệ với ai; **break with something** từ bỏ: *break with old habits* từ bỏ thói quen cũ.

break² /breik/ *dt* **1.** sự vỡ, sự gãy; chỗ vỡ, chỗ gãy, chỗ nứt; chỗ hổng: *a break in a water-pipe* chỗ vỡ ở ống nước; *a break in the clouds* lỗ hổng trong đám mây *(qua đó mặt trời ló ra...)*; *wait for a break in the traffic before crossing the road* chờ cho bớt xe trong luồng giao thông mới qua đường **2.** giờ nghỉ, giờ giải lao; kỳ nghỉ ngắn ngày: *have an hour's break for lunch* được nghỉ một tiếng đồng hồ để ăn trưa; *work for five hours without a break* làm việc năm giờ liền không nghỉ; *a break in a conversation* lúc tạm ngừng nói chuyện **3.** (+in, with) sự gián đoạn; sự chấm dứt: *a break in a child's education* sự gián đoạn trong việc giáo dục cháu bé; *a break in diplomatic relations* sự chấm dứt quan hệ ngoại giao **4.** *(kng)* dịp may: *a lucky break* dịp may lớn; *a bad break* vận rủi; *give somebody a break* tạo cho ai cơ hội thi thố tài năng **5.** sự trốn thoát tù **6.** *(cricket)* sự xoáy bóng **7.** *(bi-a)* số điểm mỗi cú đẩy **8.** *(quần vợt)* *(cg* **break of service; service break**) sự thắng điểm khi đối phương giao bóng *(chơi quần vợt)*. // **break of day** rạng đông, bình minh; **make a break for it** *(kng)* tìm cách chạy trốn.

breakable /'breikəbl/ *tt* dễ vỡ, dễ gãy.

breakables /'breikəblz/ *dt snh* đồ vật dễ vỡ, đồ vật dễ gãy.

breakage /'breikidʒ/ *dt* **1.** sự vỡ, sự gãy **2.** vật bị vỡ, vật bị gãy **3.** *(thường snh)* đồ vật vỡ gãy: *the hotel allows £300 a year for breakages* khách sạn chi 300 bảng mỗi năm cho đồ vật bị vỡ gãy.

breakaway /'breikəwei/ *dt* sự tách ra, sự ly khai: *a breakaway from the Tory party* sự ly khai khỏi Đảng Bảo thủ.

break-dancing /'breik dɑːnsiŋ/ *dt* điệu nhảy nhào lộn *(của thanh niên da đen Mỹ).*

breakdown /'breikdaʊn/ *dt* **1.** sự bị hỏng máy, sự bị pan *(xe ô tô...):* *we had a breakdown on the motorway* chúng tôi bị hỏng xe trên xa lộ **2.** sự thất bại, sự sụp đổ: *a breakdown of negotiations on disarmament* thất bại trong thương thuyết về giải trừ quân bị **3.** sự suy sụp: *she suffered a nervous breakdown* cô ta bị suy thần kinh **4.** sự phân tích thống kê: *a breakdown of expenditure* sự phân tích thống kê các chi tiêu.

breaker /'breikə[r]/ *dt* **1.** sóng xô *(ở biển)* **2.** người đập vỡ, người làm gãy: *a ship-breaker* vật làm vỡ tàu **3.** người vi phạm; người phá vỡ: *a law-breaker* người phạm luật pháp; *a record-breaker* người phá kỷ lục.

breakfast[1] /'brekfəst/ *dt* bữa ăn sáng, bữa điểm tâm. // **bed and breakfast** *x* bed[1]; **a dog's breakfast (dinner)** *x* dog[1]; **eat somebody for breakfast** *x* eat.

breakfast[2] /'brekfəst/ *dgt* (+on) ăn sáng, điểm tâm:

we breakfast on toast and coffee chúng tôi dùng bánh mì lát nướng và cà phê trong bữa ăn sáng.

break-in /'breikin/ *dt* sự đột nhập vào nhà: *a break-in at the bank* sự đột nhập vào ngân hàng.

breakneck /'breiknek/ *tt* nhanh một cách nguy hiểm: *drive at breakneck speed* lái xe nhanh một cách nguy hiểm.

break-out /'breikaʊt/ *tt* sự vượt ngục *(thường là của nhiều người cùng một lúc và có sử dụng vũ lực):* *a mass break-out of prisoners* sự vượt ngục cả loạt tù nhân.

breakthrough /'breikθruː/ *dt* **1.** sự chọc thủng *(hàng phòng ngự của địch)* **2.** bước quan trọng; phát minh quan trọng *(trong khoa học...):* *a major breakthrough in cancer research* một phát minh quan trọng trong việc nghiên cứu bệnh ung thư; *breakthrough in negotiations* một bước tiến quan trọng trong thương lượng.

breakup /'breikʌp/ *dt* **1.** sự chấm dứt *(mối quan hệ...),* sự đoạn giao: *the breakup of an alliance* sự chấm dứt liên minh **2.** sự phân nhỏ: *the breakup of the large farms* sự phân nhỏ các trang trại lớn.

breakwater /'breikwɔːtə[r]/ *dt* đê chắn sóng *(ở hải cảng...).*

bream /briːm/ *dt (snh kđổi) (động)* **1.** cá vền **2.** cá tráp.

breast[1] /brest/ **1.** vú **2.** ngực: *clasp somebody to one's breast* ôm chặt ai vào ngực mình **3.** ngực áo: *a soldier with medals pinned to the breast of his coat* người lính với huy chương gắn trên ngực áo **4.** ức *(của loài vật):*

chicken breasts ức gà **5.** *(cũ)* lòng; tâm trạng: *troubled breast* tâm trạng lo lắng. // **beat one's breast** *x* beat[1]; **make a clean breast of something** *x* clean[1].

breast[2] /brest/ *dgt* **1.** chạm ngực vào *(cái gì):* *the runner breasted the tape* người chạy đua chạm ngực vào dây chăng ở đích; *breasting the waves* rẽ sóng tiến lên **2.** lên tới đỉnh: *breast a hill* lên tới đỉnh đồi.

breastbone /'brestbəʊn/ *dt* *(cg sternum) (giải)* xương ức.

breast-feed /'brestfiːd/ *dgt* **(breast-fed** /'brestfed/**)** nuôi bằng sữa vú: *the breast-fed babies* trẻ nuôi bằng sữa vú *(không phải bằng sữa bầu).*

breast-high /ˌbrest'hai/ *tt, pht* cao ngang ngực: *the wheat was breast-high* lúa mì đã cao ngang ngực.

breastplate /'brestpleit/ *dt* tấm giáp che ngực.

breast pocket /ˌbrest'pɒkit/ túi ngực *(ở áo).*

breaststroke /'breststrəʊk/ *dt (số ít)* kiểu bơi ếch: *do [the] breaststroke* bơi ếch.

breastwork /'brestwɜːk/ *dt (quân)* ụ phòng thủ.

breath /breθ/ *dt* **1.** *(cg kng* **puff)** hơi thở; sự thở: *his breath smelt of garlic* hơi thở anh ta có mùi tỏi **2.** hơi gió thoảng, làn gió thoảng: *there wasn't a breath of wind* không có lấy một hơi gió thoảng **3.** lời thì thầm bàn tán, lời ám chỉ: *a breath of scandal* lời thì thầm bàn tán về vụ bê bối. // **a breath of fresh air** một làn gió mát *(đen, bóng):* *her smile is a breath of fresh air in this gloomy office* nụ cười của nàng là một làn gió mát thổi vào cái cơ quan ảm đạm này; **the breath of life [to (for) somebody]** luồng sinh khí cho ai: *religion is the breath of life to (for) her* tôn giáo đem lại luồng sinh khí cho cô nàng; **catch one's breath** x catch[1]; **draw breath** x draw[2]; **draw one's first (last) breath** x draw[2]; **get one's breath [again (back)]** trở lại nhịp thở bình thường: *it took us a few minutes to get our breath back after the race* chúng tôi phải mất vài phút để trở lại nhịp thở bình thường sau cuộc chạy đua; **hold one's breath** nín thở: *how long can you hold your breath for?* anh có thể nín thở được bao lâu?; *the audience held its (their) breath as the acrobat walked along the tightrope* khán giả nín thở theo dõi diễn viên nhào lộn đi trên dây; **in the same breath** x same[1]; **lose one's breath** x lose; **one's last (dying) breath** hơi thở cuối cùng; **[be] out of (short of) breath** đoản hơi; thở hổn hển; **save one's breath** x save[1]; **say something, speak... under one's breath** nói trong hơi thở, thì thầm; **waste one's breath** x waste[2]; **with bated breath** x bated.

breathalyse /'breθəlaiz/ *dgt (kng)* đo nghiệm rượu *(trong hơi thở của người lái xe, do cảnh sát thực hiện)*.

breathalyser /'breθəlaizə[r]/ *dt (Mỹ* **breathalyzer, drunk-ometer)** cái đo nghiệm rượu *(trong hơi thở của lái xe)*.

breathe /bri:ð/ *dgt* 1. hô hấp, thở: *he was breathing hard after racing for the train* nó đang thở dốc sau khi chạy đuổi theo xe lửa; *she's still breathing* chị ta còn thở (còn sống) 2. hít thở: *it's good to breathe [in] fresh country air instead of city smoke* hít thở không khí trong lành ở miền quê

thay vì khói bụi nơi thành thị thật là tốt 3. thì thầm, thủ thỉ: *breath loving words in somebody's ear* thủ thỉ những lời yêu đương vào tai ai 4. tràn đầy: *the team breathed confidence before the match* đội bóng đầy tự tin trước khi bước vào trận đấu. // **[be able to] breathe [easily (freely)] again** thở phào nhẹ nhõm: *now my debts are paid I can breathe again* nay nợ nần đã trang trải xong, tôi thực sự thở phào nhẹ nhõm; **breathe down somebody's neck** *(kng)* theo sát ai *(trong cuộc dua)*; quan sát ai sát sao: *I can't concentrate with you breathing down my neck* anh cứ quan sát tôi sát sao như thế tôi không tài nào tập trung được; **[not] breathe a word [of (about) something]** [không] hé nửa lời; **breathe one's last** *(trại)* chết; **breathe something into somebody (something)** thổi một luồng sinh khí mới vào: *the new manager has breathed fresh life into the company* giám đốc mới đã thổi một làn sinh khí mới (đã tiếp sức sống mới) vào công ty.

breather /'bri:ðə[r]/ *dt (kng)* lúc nghỉ xả hơi: *have a breather* nghỉ xả hơi một lúc; *I must go out for a quick breather* tôi phải ra ngoài xả hơi một lát.

breathing /'bri:ðiŋ/ *dt* sự hô hấp, sự thở: *breathing apparatus* bộ máy hô hấp.

breathing space /'bri:ðiŋ speis/ thời gian xả hơi.

breathless /'breθlis/ *tt* 1. hết hơi, hổn hển, khó thở: *breathless after running up the stairs* hổn hển sau khi chạy lên thang gác; *heavy smoking makes him breath-less* khói dày đặc làm cho

nó khó thở 2. không kịp thở: *breathless haste* vội không kịp thở 3. nín thở: *breathless with attention* chú ý đến nín thở 4. lặng gió: *a breathless calm* trời êm lặng gió.

breathlessly /'breθlisli/ *pht* 1. [một cách] hổn hển 2. [một cách] không kịp thở 3. [một cách] nín thở 4. [một cách] lặng gió.

breathlessness /'breθlisnis/ *dt* 1. sự hổn hển 2. sự không kịp thở 3. sự nín thở 4. sự lặng gió.

breathtaking /'breθ,teikiŋ/ *tt* làm nức lòng: *a breath-taking view* quang cảnh làm nức lòng; *her beauty is breathtaking* sắc đẹp cô nàng làm xiêu lòng.

breathtakingly /'breθ,tei-kiŋli/ *pht* đến nức lòng: *breathtakingly beautiful* đẹp đến nức lòng.

breath test /'breθtest/ sự đo nghiệm rượu trong hơi thở *(của lái xe, do cảnh sát thực hiện)*.

breathy /'breθi/ *tt* **(-ier; -iest)** nghe rõ hơi thở *(tiếng sáo...)*.

bred /bred/ *qk và dttqk của* breed.

breech /bri:tʃ/ *dt* khóa nòng *(súng)*: *a breech-lodging gun* súng đã nạp đạn.

breech birth /'bri:tʃbɜ:θ/ sự đẻ ngược.

breech-block /'bri:tʃblɒk/ nắp khóa nòng *(ở súng)*.

breeches /'bri:tʃiz/ *dt snh* 1. quần ống túm: *riding breeches* quần ống túm cưỡi ngựa 2. *(dùa)* quần.

breed[1] /bri:d/ *dgt* **(bred)** 1. sinh, đẻ, sinh sản: *birds breed in spring* chim sinh sản về mùa xuân 2. nuôi, chăn nuôi nuôi trồng: *he breeds tropical fish* ông ta nuôi cá nhiệt đới; *they've* *bred a new variety of rose with larger flowers* họ trồng một thứ hồng mới có hoa to hơn **3.** *(chủ yếu ở dạng bị động)* nuôi dưỡng, giáo dục: *a well-bred child* một đứa bé có giáo dục **4.** gây ra, mang lại: *unemployment breeds social unrest* thất nghiệp gây ra tình trạng bất ổn xã hội. // **born and bred** x born¹; **familiarity breeds contempt** x familiarity.

breed² /bri:d/ *dt* **1.** giống, nòi *(gia súc): what breed is your dog?* con chó của anh thuộc giống gì thế? **2.** loại, kiểu: *a new breed of politician* một kiểu chính trị gia mới.

breeder /'bri:də[r]/ *tt* người chăn nuôi: *a cattle breeder* người chăn nuôi gia súc.

breeder reactor /'bri:də ri:æktə[r]/ lò phản ứng tái sinh trội.

breeding /'bri:diŋ/ *dt* **1.** sự sinh sản: *the breeding season* mùa sinh sản **2.** sự gây giống; sự chăn nuôi **3.** sự giáo dục; phong cách đẹp: *a man of good breeding* một người đàn ông có phong cách đẹp.

breeding-ground /bri:diŋ graʊnd/ *dt* **1.** nơi sinh sản *(của chim thú hoang dã): some birds fly south to find good breeding-grounds* một số chim bay về phương nam tìm nơi tốt để sinh sản **2.** *(bóng)* ổ [phát triển]: *dirty houses are a breeding ground for disease* nhà bẩn thỉu là những ổ cho bệnh tật phát triển.

breeze¹ /bri:z/ *dt* **1.** gió nhẹ; *(địa)* gió brizơ **2.** *(Mỹ, kng)* việc dễ làm, việc ngon ơ: *some people think learning to drive is a breeze* một số người nghĩ rằng học lái xe là một việc dễ làm **3.** *(Anh, kng)* cuộc cãi cọ ồn ào. // **shoot the breeze** x shoot¹.

breeze² /bri:z/ *dgt* **breeze along, in, out...** đi thung dung theo hướng nào đó: *look who's just breezed in!* xem ai vừa thung dung đi vào thế!; *he breezes through life, never worrying about anything* nó sống thung dung không bao giờ lo âu về chuyện gì cả.

breeze-block /'bri:zblɒk/ *dt* gạch xỉ.

breezily /'bri:zili/ *pht* **1.** [một cách] hiu hiu gió **2.** [một cách] thoáng gió **3.** [một cách] thư thái.

breeziness /'bri:zinis/ *dt* **1.** sự hiu hiu gió **2.** sự thoáng gió **3.** sự thư thái.

breezeway /'bri:zwei/ *dt* lối đi có mái giữa hai tòa nhà.

breezy /'bri:zi/ *tt* **1.** hiu hiu gió: *a breezy day* ngày có gió hiu hiu **2.** thoáng gió **3.** thư thái: *you're very bright and breezy today* hôm nay trông anh hồ hởi thư thái quá.

brethren /'breðrən/ *(snh của* brother) x brother¹ 3.

breve /bri:v/ *dt (nhạc)* nốt dài *(bằng hai nốt tròn).*

breviary /'bri:viəri, (Mỹ 'bri:vieri/ *dt (tôn)* sách kinh nhật tụng *(công giáo La Mã).*

brevity /'brevəti/ *dt* **1.** sự ngắn ngủi *(cuộc sống): the brevity of Mozart's life* cuộc đời ngắn ngủi của Mozart **2.** sự vắn tắt, sự ngắn gọn: *he is famous for the brevity of his speeches* ông ta nổi tiếng với những bài diễn văn ngắn gọn của ông.

brew¹ /bru:/ *dgt* **1.** chế *(rượu bia): he brews his own beer at home* ông ta chế lấy rượu bia tại nhà **2.** pha *(trà);* đang ngấm sắp uống được *(nói về trà): there's [a pot of] tea brewing in the kitchen* có trà đã pha sắp uống được ở trong bếp **3.** mưu toan: *those boys are brewing mischief* mấy cháu trai này đang mưu toan trò nghịch ngợm **4.** đang được chuẩn bị phát triển: *a plot is brewing* một âm mưu đang được chuẩn bị; *a storm is brewing* cơn bão đang kéo đến. // **brew up** *(kng)* pha trà: *campers brewing up outside their tents* những người cắm trại pha trà bên ngoài lều của họ.

brew² /bru:/ *dt* **1.** đồ uống *(trà, bia)* **2.** phẩm chất trà bia; đặc tính trà bia: *I like a good strong brew* tôi thích loại bia ngon và mạnh **3.** *(bóng)* sự trộn lẫn *(tình huống...): the film is a rich brew of adventure, sex and comedy* cuốn phim là một sự trộn lẫn phong phú những màn phiêu lưu, tình dục và hài hước.

brewer /'bru:ə[r]/ *dt* người làm rượu bia.

brewery /'bru:əri/ *dt* nhà máy bia.

brew-up /'bru:ʌp/ *dt (Anh, kng)* sự pha trà: *we always have a brew-up at 11 o'clock* chúng tôi bao giờ cũng pha trà uống vào lúc 11 giờ.

briar /'braiə[r]/ *dt nh* brier.

bribable /'braibəbl/ *tt* có thể hối lộ được.

bribe¹ /braib/ *dt* của hối lộ, vật hối lộ: *give bribe* hối lộ; *take bribe* ăn hối lộ.

bribe² /braib/ *dgt* hối lộ: *one of the witnesses was bribed to give false evidence* một nhân chứng được hối lộ để đưa ra bằng chứng giả. // **bribe one's way into (out of) something, past somebody** qua được bằng cách hối lộ: *he* *bribed his way past the guard and escaped* nó đút tiền cho lính gác và đi thoát; **bribe somebody into doing something** hối lộ ai để người ấy làm việc gì đó.

bribery /'braibəri/ *dt* sự hối lộ: *accuse somebody of bribery* buột tội ai ăn hối lộ.

bric-a-brac /'brikəbræk/ *dt* đồ lặt vặt ít giá trị.

brick¹ /brik/ *dt* **1.** gạch **2.** *(snh)* bộ đồ chơi hình khối *(bằng gỗ, của trẻ em, để xếp nhà)* **3.** bánh, thỏi, cục *(xà phòng)* **4.** người hào hiệp; người trung thực. // **bang one's head against a brick wall** *x* head¹; **drop a brick (clanger)** *x* drop²; **like a cat on hot bricks** *x* cat¹; **like a ton of bricks** *x* ton; **make bricks without straw** đóng thuyền mà không xẻ ván.

brick² /brik/ *dgt* brick something in (up) xây gạch bít lại: *brick up a window* xây bít cửa sổ.

brickbat /'brikbæt/ *dt* **1.** cục gạch củ đậu *(để ném nhau)* **2.** *(bóng, kng)* nhận xét khiếm nhã; lời nhục mạ: *the Minister's speech was greeted with brickbats* bài diễn văn của ông bộ trưởng được chào đón bằng những lời khiếm nhã.

bricklayer /'brik,leiə[r]/ *dt* thợ nề.

bricklaying /'brik,leiiŋ/ *dt* sự xây gạch.

brickwork /'brikwɜ:k/ *dt* **1.** công trình bằng gạch: *the brickwork in this house is in need of repair* công trình bằng gạch trong ngôi nhà này cần được sửa chữa **2.** sự xây gạch, nghề xây dựng: *are you any good at brickwork?* anh có thạo nghề xây dựng không?

brickyard /'brikjɔ:d/ *dt* lò gạch.

bridal /'braidl/ *tt* [thuộc] cô dâu; [thuộc] hôn lễ: *bridal night* đêm tân hôn.

bride /braid/ *dt* cô dâu.

bridegroom /'braidgrum, 'braidgru:m/ *tt (cg* **groom**) chú rể: *let's drink [a toast] to the bride and bridegroom!* hãy nâng cốc chúc mừng cô dâu chú rể.

bridesmaid /'braidzmeid/ *dt* cô phù dâu.

bridge¹ /bridʒ/ *dt* **1.** cầu: *a bridge across the stream* chiếc cầu bắc qua suối; *cultural exchanges are a way of building bridges between nations* trao đổi văn hóa là một cách để xây dựng cầu nối giữa các dân tộc; *the bridge of a pair of glasses* cầu kính đeo mắt; *a bridge for keeping false teeth in place* cầu răng giả **2.** *(hải)* đài chỉ huy của thuyền trưởng **3.** sống *(mũi)* **4.** ngựa *(đàn viôlông, đàn ghita...)*. // **burn one's boats (bridges)** *x* burn²; **cross one's bridges when one comes to them** *x* cross²; **a lot of (much) water has flowed under the bridge** *x* water¹; **water under the bridge** *x* water¹.

bridge² /bridʒ/ *dgt* bắc cầu: *bridge a river* bắc cầu qua sông. // **bridge a (the) gap** lấp chỗ trống; lấp cái hố ngăn cách: *bridge a gap in the conversation* lấp chỗ trống lúc nói chuyện; *how can we bridge the gap between rich and poor?* làm thế nào chúng ta lấp được cái hố ngăn cách kẻ giàu với người nghèo?

bridge³ /bridʒ/ *dt* bài brít.

bridgehead /'bridʒhed/ *(quân)* đầu cầu.

bridgework /'bridʒwɜ:k/ *dt (Mỹ)* cầu răng giả.

bridging loan /'bridʒiŋ,ləun/ khoản vay bắc cầu.

bridle¹ /'braidl/ *dt* dây cương *(ngựa)*.

bridle² /'braidl/ *dgt* **1.** thắng cương *(cho ngựa)* **2.** kiềm chế: *bridle one's ambitions* kiềm chế tham vọng của mình; *bridle one's tongue* giữ mồm giữ miệng **3.** (+ **at**) hất đầu giận dữ: *he bridled [with anger] at her offensive remarks* nó hất đầu giận dữ khi nghe những nhận xét xúc phạm của cô ta.

bridle path /'braidlpɑ:θ/ *(cg* **bridle way** /'braidlwei/) đường dành riêng cho đi ngựa *(không phải để đi xe hơi)*.

Brie /bri:/ *dt* pho mát Brie *(pho mát mềm của Pháp)*.

brief¹ /bri:f/ *tt* (-**er**; -**est**) **1.** ngắn, vắn tắt; gọn: *a brief conversation* cuộc nói chuyện ngắn; *Mozart's life was brief* cuộc đời của Mozart ngắn ngủi; *please be brief* xin nói ngắn gọn **2.** ngắn và chật: *a brief bikini* áo tắm hai mảnh ngắn và chật. // **in brief** tóm lại: *in brief, your work is bad* tóm lại, công việc của anh chẳng ra gì.

brief² /bri:f/ *dt* **1.** hồ sơ vụ kiện giao cho luật sư; vụ kiện giao cho luật sư: *will you accept this brief?* anh có nhận [biện hộ] vụ kiện này không? **2.** lời chỉ dẫn; lời thông tin: *stick to one's brief* bám sát lời chỉ dẫn. // **hold no brief for [somebody (something)]** không muốn ủng hộ; không muốn tán thành: *I hold no brief for those who say that violence can be justified* tôi không tán thành những ai nói bạo lực có thể biện hộ được.

brief³ /bri:f/ *dgt* **1.** giao hồ sơ vụ kiện cho *(ai)*: *the company has briefed a top lawyer to defend it* công ty đã giao hồ sơ vụ kiện cho một luật sư hàng đầu để bào chữa **2.** (+ on) chỉ dẫn; thông tin: *brief astronauts before their mission* chỉ dẫn cho các nhà hàng không vũ trụ trước khi cất cánh. ·

briefcase /'bri:fkeis/ *dt* cái cặp *(để giấy tờ, tài liệu).*

briefing /'bri:fiŋ/ *dt* sự chỉ dẫn; sự thông tin: *receive a thorough briefing* nhận được chỉ dẫn tường tận.

briefs /bri:fs/ *dt snh* quần đùi, quần lót.

brier *(cg briar)* /'braiə[r]/ *dt* **1.** cây tầm xuân; hoa tầm xuân **2.** cây thạch thảo; tẩu *(hút thuốc lá)* bằng rễ thạch thảo.

brig /brig/ *dt* **1.** thuyền buồm vuông **2.** *(Mỹ)* khoang tù *(trên chiến hạm)*; nhà tù quân đội.

Brig *(vt của Brigadier)* thiếu tướng lữ đoàn trưởng.

brigade /bri'geid/ *dt* **1.** *(quân)* lữ đoàn **2.** đội, đoàn: *the fire brigade* đội cứu hỏa.

brigadier /ˌbrigə'diə[r]/ *dt* thiếu tướng lữ đoàn trưởng.

brigand /'brigənd/ *dt (cũ)* lục lâm.

brigantine /'brigənti:n/ *dt* thuyền buồm brigantin.

bright[1] /brait/ *tt* (-er; -est) **1.** sáng, sáng chói: *bright sunshine* ánh nắng sáng chói; *bright eyes* đôi mắt sáng ngời **2.** tươi: *a bright blue dress* chiếc áo màu xanh tươi **3.** sáng sủa, đầy hứa hẹn: *a child with a bright future* một đứa bé có tương lai đầy hứa hẹn **4.** hoạt bát, năng nổ: *she has a bright personality* cô ta có cá tính hoạt bát **5.** thông minh, lanh lợi: *he is the brightest [child] in the class* nó là đứa bé thông minh nhất lớp. // **be (get up) bright and early** rất sớm: *you're [up] bright and*

early today! hôm nay anh dậy rất sớm!; **[as] bright as a button** lanh lợi, nhanh trí; **the bright lights** đời sống thành thị; sự náo nhiệt của cuộc sống thành thị; **a bright spark** *(kng, đôi khi mỉa)* người hoạt bát, người thông minh *(thường là còn trẻ và đầy triển vọng): some bright spark has left the tap running all night* một anh chàng thông minh nào đó đã để vòi nước chảy suốt đêm; **look on the bright side** lạc quan.

bright[2] /brait/ *pht nh* brightly: *the stars are shining bright* những ngôi sao sáng ngời.

brighten /'braitn/ *dgt* (+ up) [làm cho] tươi sáng, [làm] rạng rỡ: *he brightened [up] when he heard the good news* nghe tin vui mặt mày anh ta rạng rỡ lên; *flowers brightened [up] a room* hoa làm gian phòng tươi sáng lên.

brightly /'braitli/ *pht* **1.** [một cách] sáng, [một cách] sáng chói: *a brightly lit room* một gian phòng được chiếu rọi sáng chói **2.** [một cách] tươi: *brightly coloured curtains* những bức màn màu sắc tươi.

brightness /'braitnis/ *dt* **1.** sự sáng chói **2.** sự tươi sáng **3.** sự sáng sủa, sự đầy hứa hẹn, sự hoạt bát, sự lanh lợi **4.** sự thông minh, sự nhanh trí.

brill /bril/ *dt (động)* cá bơn vỉ.

brilliance /'briliəns/, **brilliancy** /'briliənsi/ *dt* **1.** sự chói lọi, sự rực rỡ **2.** sự lỗi lạc, sự tài ba, sự xuất sắc.

brillant /'briliənt/ *tt* **1.** chói lọi, rực rỡ: *brilliant sunshine* ánh nắng chói lọi **2.** lỗi lạc, tài ba, xuất sắc: *a brilliant*

scientist nhà khoa học lỗi lạc: *a brilliant achievement* thành tựu xuất sắc.

brilliantly /'briliəntli/ *pht* **1.** [một cách] chói lọi, [một cách] rực rỡ **2.** [một cách] lỗi lạc, [một cách] tài ba; [một cách] xuất sắc.

brilliantine /'briliənti:n/ *dt* sáp chải tóc *(đàn ông).*

brim[1] /brim/ *dt* **1.** miệng *(chén, cốc): full to the brim* đầy tới miệng **2.** vành *(mũ).*

brim[2] /brim/ *dgt* (-mm-) (+with) đầy tới miệng; đổ đầy tới miệng: *a mug brimming with coffee* một chén đầy cà phê tới miệng; *the team were brimming with confidence before the match* đội bóng đầy tự tin trước trận đấu. // **brim over [with something]** tràn đầy: *a glass brimming over with water* chiếc cốc tràn đầy nước; *brim over with happiness* tràn đầy hạnh phúc.

brimful, brimfull /ˌbrim'fʊl/ *tt (vị ngữ)* (+ of, with) đầy tới miệng: *the basin was brimfull [of water]* cái chậu đầy nước tới miệng; *our new manager is brimfull of energy* viên quản lý mới của chúng tôi tràn đầy sinh lực.

-brimmed /brimd/ *(yếu tố tạo tt ghép)* có vành như thế nào đó *(nói về mũ): broad-brimmed hat* chiếc mũ rộng vành.

brimstone /'brimstəʊn/ *dt (cổ)* lưu huỳnh. // **fire and brimstone** *x* fire[1].

brindled /'brindld/ *tt* nâu vằn; vện *(nói về bộ lông bò, mèo, chó màu nâu với những vằn khác màu).*

brine /brain/ *dt* **1.** nước muối *(để giầm cá...)* **2.** nước biển.

bring /briŋ/ *dgt* (brought) **1.** **bring somebody (something) [with one]; bring something [for**

somebody] mang, cầm, đưa: *he always brings a bottle of wine [with him] when he comes to dinner* ông ta luôn luôn mang theo một chai rượu khi ông đến ăn cơm; *she brought her boyfriend to the party* cô ta đưa bạn trai cùng đi dự tiệc; *bring a glass of water for me; bring me a glass of water* mang cho tôi một cốc nước **2.** làm cho, gây ra, mang lại, đem lại: *bring tears to someone's eyes* làm cho ai rơi nước mắt; *the revolution brought many changes* cách mạng đã đem lại nhiều thay đổi; *his writing brings him £10,000 a year* nghề viết lách đem lại cho ông ta 10.000 bảng mỗi năm; *her cries brought the neighbours running* tiếng kêu khóc của cô đã làm hàng xóm đổ đến; *the mild weather will bring the trees into blossom* thời tiết ôn hòa sẽ làm cây cối nở hoa **3.** đưa ra: *bring a charge* đưa ra một lời buộc tội; *bring an argument* đưa ra một lý lẽ. // **bring something about** a/ (hải) làm (tàu) đổi hướng: *the helmsman brought us about* người lái làm đổi hướng tàu chúng tôi b/ làm cho, gây cho: *bring tears to someone's eyes* làm cho ai chảy nước mắt; *bring somebody to see something* làm cho ai thấy được cái gì; **bring somebody (something) back** đưa (ai) về; đưa trả (cái gì): *he brought me back in his car* anh ta đã đưa tôi về bằng xe của anh; *please bring back the book tomorrow* làm ơn ngày mai trả lại cuốn sách nhé; **bring something back** a/ phục hồi: *MPs voted against bringing back the death penalty* các nghị sĩ bỏ phiếu chống sự phục hồi án tử hình b/ gợi

nhớ lại: *the old photograph brought back many memories* tấm ảnh cũ gợi nhớ lại nhiều kỷ niệm; **bring somebody back something** mang về cái gì cho ai: *if you're going to the shops, could you bring me back some cigarettes?* nếu anh đi mua sắm, có thể mua mang về cho tôi ít thuốc lá không?; **bring somebody back to something** làm hồi phục lại cái gì cho ai: *a week by the sea brought her back to health* một tuần ở mạn biển đã làm hồi phục lại sức khỏe cho chị ta; **bring somebody (something) before somebody** trình bày, đưa ra (để bàn bạc, quyết định): *the matter will be brought before the committee* vấn đề sẽ được trình bày ra trước hội đồng; *he was brought before the court and found guilty* anh ta bị đưa ra trước tòa và xét thấy có tội; **bring somebody down** a/ chèn ngã ai (trong bóng đá) b/ cướp bóng (đối phương, trong bóng bầu dục) c/ làm sụp đổ: *the scandal may bring down the government* vụ bê bối có thể làm đổ chính phủ; **bring something down** a/ bắn hạ: *bring down an enemy fighter* bắn hạ một máy bay tiêm kích địch; *he aimed, fired and brought down the deer* ông ta nhắm, bắn và hạ được con hươu b/ đáp xuống, hạ cánh: *the pilot brought his crippled plane down in a field* viên phi công đáp chiếc máy bay bị hỏng của anh ta xuống một cánh đồng c/ làm giảm, làm hạ: *bring down the rate of inflation* làm giảm mức lạm phát; **bring something forth** sinh ra: *trees bring forth fruit* cây ra quả; **bring something forward** a/ lùi ngày lên, cho

xảy ra sớm hơn: *the meeting has been brought forward from 10 May to 3 May* cuộc họp được lùi ngày từ 10 tháng năm lên ngày 3 tháng năm b/ chuyển một cột số liệu sang cột sau (về kế toán): *a credit balance of £50 was brought forward from his September account* số dư 50 bảng được chuyển từ tài khoản tháng chín của anh ta sang c/ nêu lên để bàn luận: *matters brought forward from the last meeting* những vấn đề nêu ra bàn luận từ cuộc họp trước; **bring somebody in** a/ bắt giữ ai (để tra hỏi, nói về cảnh sát): *two suspicious characters were brought in* hai tay bị tình nghi đã bị bắt giữ b/ giới thiệu ai (làm cố vấn...): *experts were brought in to advise the Government* các chuyên gia được giới thiệu làm cố vấn cho chính phủ; **bring something in** a/ thu hoạch: *bring in a good harvest* thu hoạch một vụ mùa tốt b/ đệ trình: *bring a bill to improve road safety* đệ trình một dự luật cải tiến an toàn giao thông c/ tuyên bố: *the jury brought in a verdict of guilty* hội đồng xét xử đã tuyên bố tội trạng; **bring [somebody] in something** mang lại; cho thu nhập là: *he does odd jobs that bring him about £30 a week* anh ta làm công việc vặt cũng thu được 30 bảng mỗi tuần; **bring somebody in [on something]** cho ai tham gia vào việc gì; **bring somebody off** vớt lên, cứu lên (từ một chiếc tàu đắm); **bring something off** (kng) thu xếp hoàn thành tốt việc gì: *it was a difficult task, but we brought it off* đó là một nhiệm vụ khó khăn, nhưng chúng tôi đã thu xếp hoàn thành tốt; **bring somebody on** giúp đỡ *(người học)* tiến bộ: *the coach is bringing on some promising youngsters in the reserve team* huấn luyện viên đang giúp đỡ một số vận động viên trẻ tuổi đầy hứa hẹn tập dượt trong đội dự bị; **bring something on** a/ dẫn tới; gây ra: *he was out in the rain all day and this brought on a bad cold* nó dầm mưa cả ngày nên đã bị cảm lạnh; *nervous tension brought on by overwork* căng thẳng thần kinh do làm việc quá sức b/ làm cho *(cây cối...)* phát triển nhanh: *the hot weather is bringing the wheat on nicely* tiết trời nóng làm cho lúa mì phát triển tốt; **bring something on oneself (somebody)** *(thường xấu)* gây ra cho bản thân mình (cho ai đó): *you have brought shame and disgrace on yourself and your family* anh đã gây xấu hổ và nhục nhã cho bản thân và cho gia đình; **bring somebody out** a/ xúi giục đình công: *they've threatened to bring the men out if their demands aren't met* họ dọa sẽ xúi giục đình công nếu yêu cầu của họ không được thỏa mãn b/ làm cho ai hết e thẹn: *she's nice but needs a lot of bringing out* cô ta xinh đẹp nhưng cần bớt thật nhiều cái thói e thẹn đi; **bring something out** a/ làm cho lộ ra, làm cho nở ra: *the sunshine will bring out the blossom* ánh nắng sẽ làm hoa nở b/ chế tạo, xuất bản: *the company is bringing out a new sports car* công ty đang chế tạo ra một kiểu xe thể thao mới; *bring out somebody's latest novel* xuất bản cuốn tiểu thuyết mới nhất của ai c/ làm nổi lên rõ ràng:

the enlargement brings out the details in the photograph phóng đại bức ảnh sẽ làm cho các chi tiết trong ảnh nổi lên rõ ràng d/ làm rõ; làm cho thấy rõ: *bring out the meaning of a poem* làm rõ nghĩa một bài thơ; *the increased responsibility brought out her best qualities* trách nhiệm tăng lên làm cho thấy rõ những phẩm chất cao đẹp nhất trong cô; **bring somebody out in something** làm phát ra khắp người: *the heat brought him out in a rash* nóng bức làm cho anh ta nổi mẩn khắp người; **bring somebody over [to...]** đưa từ nước ngoài tới một nơi nào: *next summer he hopes to bring his family over from the States* mùa hè tới, anh ta hy vọng sẽ đưa gia đình từ Mỹ sang; **bring somebody over [to something]** thuyết phục ai chuyển theo: *bring somebody over one's cause* thuyết phục ai chuyển theo phía mình; **bring somebody round** làm cho ai tỉnh lại *(sau khi bị ngất)*; **bring something round** *(hải)* quay thuyền ngược lại; **bring somebody round (around) [to...]** đưa ai đến nhà *(ai)*: *do bring your wife round one evening, we'd love to meet her* hãy đưa vợ anh đến chơi một tối nào đó, chúng tôi muốn gặp chị ấy; **bring somebody round [to something]** làm cho ai thay đổi ý kiến *(mà theo ý kiến của mình)*: *he wasn't keen on the plan, but we managed to bring him round* anh ta không thiết tha với kế hoạch, nhưng chúng tôi đã tìm cách thuyết phục khéo léo anh ta thay đổi ý kiến; **bring something round to something** lái (câu chuyện) vào một đề tài riêng

biệt: *he brought the discussion round to football* anh ta lái cuộc thảo luận vào đề tài bóng đá; **bring somebody through** giúp ai hồi phục; cứu ai qua khỏi: *he is very ill, but the doctors brought him through* nó ốm rất nặng, nhưng các bác sĩ đã cứu nó qua khỏi; **bring somebody to** nh **bring somebody round**; **bring something to** *(hải)* dừng *(thuyền)* lại; **bring A and B together** dàn hòa A với B: *the loss of their son brought the parents together* cái chết của đứa con đã làm cho bố mẹ dàn hòa với nhau; **bring somebody under** đưa vào khuôn phép; thu phục: *the rebels were quickly brought under* quân phiến loạn đã nhanh chóng bị thu phục; **bring something under something** xếp vào, quy vào: *the points to be discussed can be brought under three main headings* các điểm sẽ thảo luận có thể quy vào ba tiêu đề chính; **bring somebody up** a/ *(chủ yếu dùng ở dạng bị động)* nuôi dưỡng, nuôi dạy: *she brought up three children* bà ta nuôi dạy ba đứa con; *he was brought up to believe that money is the most important thing in life* nó được nuôi dạy theo sự tin tưởng rằng đồng tiền là cái quan trọng nhất trên đời b/ *(luật)* đưa ra tòa: *he was brought up on a charge of drunken driving* ông ta bị đưa ra tòa về tội lái xe khi say rượu c/ làm cho ai ngừng *(nói, di động...)* một cách đột ngột: *his remark brought me up short* nhận xét của anh ta làm tôi bất thần ngưng lại; **bring somebody (something) up** điều *(quân, súng đạn)* ra chiến trường: *we need to bring up* *more tanks* chúng tôi cần điều thêm nhiều xe tăng hơn nữa; **bring something up** a/ nôn ra: *bring up one's lunch* nôn hết thức ăn bữa trưa ra b/ làm cho lưu ý đến; nêu ra: *these are matters that you can bring up in committee* đây là những vấn đề mà anh có thể nêu ra trong cuộc họp ủy ban; **bring somebody up against something** làm cho ai giáp mặt với: *working in the slums brought her up against the realities of poverty* làm việc trong những khu nhà ổ chuột đã làm cho cô giáp mặt với những thực tế của cảnh nghèo khổ.

brink /briŋk/ *dt* bờ, miệng (vực): *the brink of a precipice* bờ vực; *on the brink of war* bên miệng hố chiến tranh; *on the brink of the grave* kề miệng lỗ.

brinkmanship /'briŋkmənʃip/ *dt* chính sách liều lĩnh bạo tay (đi đến giới hạn an toàn để đạt một cái lợi nào đó).

briny¹ /'braini/ *tt* mặn.

briny² /'braini/ **the briny** *dt* (số ít, cũ, đùa) biển: *take a dip in the briny* đi tắm biển một cái.

brioche /'bri:ɒʃ, (Mỹ) 'bri:əʊʃ/ *dt* bánh mì tròn ngọt.

briquette, briquet /bri'ket/ *dt* than bánh.

brisk /brisk/ *tt* (-ier; -iest) **1.** nhanh, nhanh nhẹn: *a brisk walker* người đi bộ nhanh; *a brisk and efficient manner* cung cách nhanh nhẹn và có hiệu quả **2.** mát mẻ; khỏe khoắn: *a brisk breeze* một làn gió nhẹ mát mẻ.

briskly /'briskli/ *pht* **1.** [một cách] nhanh, [một cách] nhanh nhẹn **2.** [một cách]

mát mẻ; [một cách] khỏe khoắn.

briskness /'brisknis/ *dt* **1.** sự nhanh, sự nhanh nhẹn **2.** sự mát mẻ; sự khỏe khoắn.

brisket /'briskit/ *dt* thịt ức (chủ yếu nói về thịt bò).

bristle¹ /'brisl/ *dt* **1.** râu rễ tre (ngắn và cứng), râu lởm chởm: *a face covered with bristles* mặt râu ria lởm chởm **2.** sợi bàn chải: *my toothbrush is losing its bristles* bàn chải đánh răng của tôi đang rụng dần sợi đi.

bristle² /'brisl/ *đgt* **1.** (+ up) dựng lên (nói về lông con vật, khi sợ hãi hay tức giận): *the dog's fur bristled as it sensed danger* lông con chó dựng lên khi nó đánh hơi thấy nguy hiểm **2. bristle [with something]** nổi giận: *she bristled [with rage] at his rude remarks* chị nổi giận khi nghe những nhận xét khiếm nhã của anh ta. // **bristle with something** đầy dẫy, tua tủa: *trenches bristling with machine-guns* đường hào tua tủa súng máy; *the problem bristles with difficulties* vấn đề đầy dẫy khó khăn.

bristly /'brisli/ *tt* tua tủa (râu ria): *a bristly chin* cằm mọc râu tua tủa.

Brit /brit/ *dt* (đùa hoặc xấu) người Anh.

Britain /'britn/ *dt* nh Great Britain.

Britannic /bri'tænik/ *tt* Her Britannic Majesty Nữ hoàng Anh; His Britannic Majesty Vua Anh.

British¹ /'britiʃ/ *tt* [thuộc] vương quốc Anh, [thuộc] người Anh: *he was born in France but his parents are British* anh ta sinh ở Pháp, nhưng bố mẹ là người Anh; *the British Government*

chính phủ Anh. // **the best of British** x best³.

British² /'britiʃ/ **the British** *dt* (đgt snh) người Anh.

British English /,britiʃ 'iŋgliʃ/ tiếng Anh nói ở Anh.

British Isles /,britiʃ 'ailz/ **the British Isles** quần đảo Anh.

Briton /'britn/ *dt* người Anh bản địa; người Anh.

brittle /'britl/ *tt* **1.** giòn, dễ vỡ, dễ gãy: *as brittle as thin glass* giòn như thủy tinh mỏng **2.** *have a brittle temper* dễ cáu, hay cáu **3.** chói tai, khó chịu (âm thanh): *a brittle laugh* tiếng cười chói tai **4.** khắc nghiệt, không có tình: *a cold brittle woman* một bà lạnh lùng, không có tình.

brittleness /'britlnis/ *dt* **1.** tính giòn, tính dễ vỡ, tính dễ gãy **2.** tính dễ mất bình tĩnh **3.** tính chói tai (âm thanh) **4.** tính khắc nghiệt, tính không có tình.

broach /brəʊtʃ/ *đgt* **1.** đục lỗ (thùng để rút rượu ra); mở (một chai rượu...): *let's broach another bottle of wine* ta hãy mở một chai rượu khác **2.** khơi ra, đề xuất: *he broached the subject of a loan with his bank manager* ông ta đề xuất vấn đề vay tiền với giám đốc ngân hàng.

B-road /'bi:rəʊd/ *dt* (Anh) đường loại B (kém hơn đường loại A, thường hẹp và có nhiều khúc quành).

broad¹ /brɔ:d/ *tt* **1.** (-er; -est) **1.** rộng: *a broad street* một đường phố rộng; *broad shoulders* vai rộng; *a river twenty metres broad* con sông rộng hai mươi mét **2.** mênh mông, bao la: *the broad ocean* đại dương bao la **3.** rõ ràng; lộ liễu: *broad hint* lời ám chỉ khá lộ liễu **4.** khái quát, đại cương, chung: *the negotiations reached broad agreement on the main issues* thương lượng đã đạt tới sự thỏa thuận chung về những vấn đề chính **5.** rộng rãi, khoan dung *(ý kiến...)*: *a man of broad views* một người có quan điểm rộng rãi **6.** nặng *(giọng nói)*: *speak broad Scotch* nói tiếng Ê-cốt nặng giọng **7.** khiếm nhã, sỗ sàng: *broad humour* sự hài hước sỗ sàng. // **in broad daylight** giữa ban ngày ban mặt: *the robbery occurred in broad daylight, in a crowded street* vụ cướp xảy ra giữa ban ngày ban mặt ở một đường phố đông người; **broad in the beam** *(kng)* có hông nở; **it's as broad as it's long** hai đằng cũng chẳng khác nhau mấy; thì cũng thế thôi.

broad² /brɔːd/ *tt (Mỹ, lóng)* đàn bà.

broad bean /ˌbrɔːdˈbiːn/ *(thực)* đậu tằm.

broadcast¹ /ˈbrɔːdkɑːst, (Mỹ ˈbrɔːdkæst)/ *(dgt)* **(broadcast)** **1.** phát thanh; truyền hình: *broadcast a football match* truyền hình một trận đấu bóng đá; *the BBC broadcasts all over the world* đài BBC phát thanh đi khắp thế giới **2.** nói trên đài phát thanh; xuất hiện trên đài truyền hình: *he broadcasts on current affairs* anh ta phát thanh về thời sự **3.** quảng bá, truyền bá: *he broadcasts the news to all his friends* nó đã quảng bá tin đó cho mọi người bạn của nó **4.** gieo vãi *(hạt giống)*.

broadcast² /ˈbrɔːdkɑːst, (Mỹ ˈbrɔːdkæst)/ *dt* chương trình phát thanh; chương trình truyền hình: *a broadcast of a football match* chương trình truyền hình trận đấu bóng đá.

broadcaster /ˈbrɔːdkɑːstə[r], (Mỹ ˈbrɔːdkæstər)/ *dt* phát thanh viên.

broadcasting /ˈbrɔːdkɑːstiŋ/ *dt* sự phát thanh; sự truyền hình.

Broad Church /ˌbrɔːdˈtʃɜːtʃ/ nhóm giáo hội phóng khoáng *(trong giáo hội Anh, chủ trương giải thích Kinh thánh một cách phóng khoáng)*.

broadcloth /ˈbrɔːdklɒθ, (Mỹ ˈbrɔːdklɔːθ)/ *dt* **1.** vải mịn cao cấp *(thường là màu đen)* **2.** *(Mỹ)* vải popolin.

broaden /ˈbrɔːdn/ *dgt* mở rộng; rộng ra: *the river broadens [out] at this point* ở chỗ này con sông rộng ra; *travel broadens the mind* đi du lịch mở rộng đầu óc.

broad gauge /ˈbrɔːdgeidʒ/ đường sắt khổ rộng.

broad jump /ˈbrɔːd dʒʌmp/ *(Mỹ) nh* long jump.

broadloom /ˈbrɔːdluːm/ *dt* thảm dệt khổ rộng.

broadly /ˈbrɔːdli/ *pht* **1.** [một cách] rõ, [một cách] rõ ràng **2.** nói chung, trên đại thể: *broadly speaking, I agree with you* nói chung tôi đồng ý với anh.

broad-minded /ˌbrɔːdˈmaindid/ *tt* có tư tưởng phóng khoáng.

broad-mindedness /ˌbrɔːdˈmaindidnis/ *dt* tư tưởng phóng khoáng.

broadness /ˈbrɔːdnis/ *dt nh* breadth.

broadsheet /ˈbrɔːdʃiːt/ *dt* quảng cáo khổ rộng; báo in khổ rộng.

broadside /ˈbrɔːdsaid/ *dt* **1.** sự nổ đồng loạt các cỡ súng ở một bên mạn tàu **2.** sự công kích mãnh liệt **3.** phần mạn tàu nổi trên mặt nước. // **broadside on (to something)** cặp mạn vào: *the ship hit*

the harbour wall broadside on con tàu cặp mạn sát vào thành cảng.

broadsword /ˈbrɔːdsɔːd/ *dt* mã tấu.

brocade¹ /brəˈkeid/ *dt* gấm, vóc.

brocade² /brəˈkeid/ *dgt* cải hoa nổi.

broccoli /ˈbrɒkəli/ *dt (thực)* hoa lơ muộn.

brochure /ˈbrəʊʃə[r], (Mỹ brəʊˈʃʊər)/ *dt* sách mỏng *(đóng bìa mỏng)*: *a travel brochure* cuốn sách mỏng quảng cáo du lịch.

broderie anglaise /ˌbrəʊdri ɑːŋˈgleiz/ kiểu thêu Ăng-lê; vải thêu kiểu Ăng-lê.

brogue¹ /brəʊg/ *dt (thường số ít)* giọng địa phương *(thường chỉ giọng Ai-len)*: *a soft Irish brogue* giọng Ai-len nhẹ.

brogue² /brəʊg/ *dt (thường snh)* giày đi núi: *a pair of brogues* một đôi giày đi núi.

broil /brɔil/ *dgt* **1.** *(Mỹ)* nướng; được nướng *(thịt)*: *broiled chicken* thịt gà nướng **2.** hun nóng; nóng lên dữ: *sit broiling in the sun* ngồi sưởi nắng; *a broiling day* một ngày nóng dữ, một ngày nóng như thiêu.

broiler /ˈbrɔilə[r]/ *dt* **1.** gà giò *(để nướng ăn)*; chuồng nuôi gà giò **2.** *(kng)* ngày nóng như thiêu như đốt.

broke¹ /brəʊk/ *qk của* break¹.

broke² /brəʊk/ *tt* **1.** *(vị ngữ) (kng)* không còn đồng nào, khánh kiệt, phá sản. // **flat (stony) broke** *(kng)* hoàn toàn khánh kiệt; **go for broke** *(Mỹ, kng)* liều một phen.

broken¹ /ˈbrəʊkən/ *dttqk của* break¹.

broken² /ˈbrəʊkən/ *tt* **1.** đứt quãng, chập chờn: *broken sleep* giấc ngủ chập chờn **2.**

nói không trôi chảy (*tiếng nước ngoài*): *speak in broken English* nói tiếng Anh không trôi chảy **3.** gồ ghề: *an area of broken ground* vùng đất gồ ghề **4.** ốm yếu, suy sụp tinh thần: *he was a broken man after the failure of his business* ông ta là một người suy sụp tinh thần sau vụ kinh doanh thất bại. // **a broken reed** người vô tích sự; người không thể tin được.

broken-down /,brəʊkən 'daʊn/ *tt* **1.** rệu rã, xộc xệch (*xe, máy*) **2.** suy nhược, ốm yếu, quỵ (*người*).

broken-hearted /,brəʊkən 'haːtid/ *tt* đau lòng, đau khổ.

broken home /,brəʊkən 'həʊm/ gia đình đổ vỡ (*bố mẹ ly hôn*).

broker /'brəʊkə[r]/ *dt* **1.** người môi giới: *insurance broker* người môi giới bảo hiểm **2.** *nh* stockbroker **3.** viên chức bán hàng phá sản.

brokerage /'brəʊkəridʒ/ *dt* tiền thù lao môi giới.

brolly /'brɒli/ *dt (Anh, kng)* ô, dù.

bromide /'brəʊmaid/ *dt* **1.** (*hóa*) bromua **2.** (*kng*) câu chuyện vô vị; lời nói sáo.

bromine /'brəʊmiːn/ *dt* (*hóa*) brom.

bronchi /'brɒŋkai/ *dt snh* (*giải*) phế quản.

bronchial /'brɒŋkiəl/ *tt* (*giải*) [thuộc] phế quản.

bronchial tubes /'brɒŋkiəl ,tjuːbz/ *dt snh* (*cg* bronchi) phế quản.

bronchitic /brɒŋ'kitik/ *tt* [thuộc] viêm phế quản; bị viêm phế quản.

bronchitis /brɒŋ'kitis/ *dt* (*y*) viêm phế quản.

bronco /'brɒŋkəʊ/ *dt* (*snh* **broncos**) ngựa chưa thuần

hóa hẳn (*ở miền tây nước Mỹ*).

brontosaurus /,brɒntə'sɔːrəs/ *dt* (*snh* **brontosauruses**) lôi long (*bò sát hóa thạch*).

Bronx cheer /,brɒŋks 'tʃiə[r]/ (*Mỹ, kng*) (*cg* **raspberry**) tiếng tặc lưỡi.

bronze¹ /brɒnz/ *dt* **1.** đồng thanh **2.** màu đồng thanh (*nâu đỏ*) **3.** tác phẩm nghệ thuật bằng đồng thanh **4.** huy chương đồng.

bronze² /brɒnz/ *dgt* làm sạm màu đồng thanh: *a face bronzed by the sun* một khuôn mặt sạm nắng.

bronze³ /brɒnz/ *tt* bằng đồng thanh; có màu đồng thanh.

Bronze Age /'brɒnzeidʒ/ **the Bronze Age** thời đại đồ đồng.

bronze medal /,brɒnz 'medl/ huy chương đồng.

brooch /brəʊtʃ/ *dt* cái cặp gài (*gài cổ áo*).

brood¹ /bruːd/ *dt* **1.** lứa, ổ (*gà con, chim*) **2.** (*đùa*) đàn con, lũ con: *there's Mrs Thu taking her brood for a walk* kia là bà Thu đưa lũ con đi dạo.

brood² /bruːd/ *dgt* **1.** ấp (*gà, chim*) **2.** (+ **on, over**) suy nghĩ ủ ê, nghiền ngẫm: *it doesn't help to brood on your mistake* cứ ngồi suy nghĩ ủ ê về sai lầm của mình thì phỏng có ích gì.

broodily /'bruːdili/ *pht* **1.** [vói vẻ] đòi ấp **2.** [với lòng] mong muốn có con **3.** [một cách] ủ rũ, [một cách] buồn chán.

broodiness /'bruːdinis/ *dt* **1.** sự đòi ấp **2.** sự muốn có con **3.** vẻ ủ rũ, vẻ buồn chán.

brood-mare /'bruːdmeə[r]/ *dt* ngựa cái giống.

broody /'bruːdi/ *tt* **1.** đòi ấp (*gà mái*) **2.** muốn có con

(*người đàn bà*) **3.** ủ rũ, buồn chán.

brook¹ /brʊk/ *dt* suối.

brook² /brʊk/ *dgt* (*thường dùng với từ phủ định*) chịu, chịu đựng, tha thứ: *I will not brook anyone interfering with my affairs* tôi sẽ không tha thứ cho bất kỳ ai can thiệp vào công việc của tôi.

broom¹ /bruːm/ *dt* (*thực*) cây đậu kim.

broom² /bruːm, brʊm/ *dt* cái chổi bàn chải (*có cán dài để quét sàn*). // **a new broom** x new.

broomstick /'bruːm,stik/ *dt* cán chổi (*theo truyền thuyết phù thủy có thể cưỡi mà bay trong không trung*).

Bros (*thương*) (*vt của* **Brothers**) anh em (*trong tên công ty*): *Jones Bros* Công ty anh em Jones.

broth /brɒθ, (*Mỹ* brɔːθ/ *dt* **1.** nước luộc thịt, nước xuýt **2.** súp nước xuýt. // **too many cooks spoil the broth** lắm thầy thối ma.

brothel /'brɒθl/ *dt* nhà chứa, nhà thổ.

brother¹ /'brʌðə[r]/ *dt* **1.** anh; em trai: *my elder brother* anh tôi; *my younger brother* em trai tôi; *have you invited the Smith brothers to the party?* anh có mời anh em Smith tới dự tiệc không?; *he was like a brother to me* anh ta như là một người anh em đối với tôi **2.** anh em đồng sự; anh em đồng ngũ: *he was greatly respected by his brother doctors* ông ta được các bác sĩ đồng sự rất kính nể **3.** (*snh* **brethren**) a/ thầy dòng b/ thầy dòng cùng môn phái **4. brothers in arms** chiến hữu.

brother² /'brʌðə[r]/ *tht* ôi người anh em! (*để tỏ sự cáu* *giận, sự ngạc nhiên): oh, brother!* ôi người anh em!

brotherhood /'brʌðəhʊd/ *dt* **1.** tình huynh đệ **2.** tình thân hữu **3.** hội viên hội ái hữu.

brother-in-law /'brʌðəinlɔ:/ *dt* (*snh* **brothers-in-law**) anh (em) chồng, anh (em) vợ; anh (em) rể.

brotherliness /'brʌðəlinis/ *dt* tình anh em.

brotherly /'brʌðəli/ *tt* [có tính chất] anh em, thân hữu: *brotherly advice* lời khuyên nhủ anh em.

brougham /'bru:əm/ *dt* xe độc mã bốn bánh.

brought /brɔ:t/ *qk và đttqk của* bring.

brouhaha /'bru:ha:ha:, (Mỹ) bru:'ha:ha:)/ *dt* (*kng*) sự ồn ào náo động; sự ồn ào nhộn nhịp.

brow /braʊ/ *dt* **1.** (*thường snh*) mày, lông mày **2.** trán **3.** sườn đồi dốc: *our car stalled on the brow of a steep hill* xe chúng tôi đã chết máy trên một sườn đồi dốc. // **knit one's brow[s]** x knit.

browbeat /'braʊbi:t/ *dgt* (**browbeat; browbeaten**) **browbeat somebody [into doing something]** dọa, dọa nạt ai bắt phải làm gì: *they browbeat him into signing the document* họ dọa anh ta bắt phải ký vào văn kiện.

browbeaten /'braʊbi:tn/ *đttqk của* browbeat.

brown[1] /braʊn/ *tt* (**-er,-est**) **1.** nâu: *dark brown shoes* giày màu nâu sẫm **2.** rám nắng: *he's very brown after his summer holiday* da anh ta rám nắng nhiều sau kỳ nghỉ hè. // **as brown as a berry** có da rám nâu; **in a brown study** trầm ngâm.

brown[2] /braʊn/ *dt* **1.** màu nâu: *leaves of various shades of brown* lá cây với nhiều mức độ nâu khác nhau **2.** quần áo màu nâu: *brown doesn't suit you* quần áo màu nâu không hợp với chị.

brown[3] /braʊn/ *dgt* **1.** [làm cho] trở thành nâu, [làm cho] rám đi: *browned by the sun* bị rám nắng; *first brown the meat in hot fat* trước hết hãy rán vàng thịt trong mỡ nóng **2. browned off** (*Anh, kng*) chán ngấy: *he's browned off with his job* nó đã chán ngấy công việc của nó.

brown bread /ˌbraʊn'bred/ bánh mì nâu (*làm bằng bột mì xay từ hạt không giã trắng*).

brownie /'braʊni/ *dt* **1.** nàng tiên nhỏ nhân ái, phúc thần **2. Brownie** (*cg* **Brownie Guide**) thành viên nhóm nữ hướng đạo sinh mặc đồng phục nâu **3.** (*Mỹ*) bánh sôcôla hạt phỉ.

browning /'braʊniŋ/ *dt* nước hàng (*trong nghề bếp núc*).

brownish /'braʊniʃ/ *tt* hơi nâu, nâu nâu.

brown paper /ˌbraʊn'peipə[r]/ giấy nâu gói hàng.

brown stone /'braʊnstəʊn/ đá cát kết nâu (*để xây nhà*).

brown sugar /ˌbraʊn'ʃʊgə[r]/ đường nâu (*chưa tinh chế hẳn*).

browny /'braʊni/ *tt* hơi nâu, nâu nâu.

browse[1] /braʊz/ *dgt* **1.** đọc lướt qua, xem lướt qua: *I spent hours browsing in the bookshop* tôi đã mất hàng giờ xem lướt qua sách ở hiệu sách; *browse through a magazine* đọc lướt qua một tờ tạp chí **2.** gặm (*cỏ, lá..., nói về bò, dê...): cattle browsing in the fields* trâu bò gặm cỏ ngoài đồng.

browse[2] /braʊz/ *dt* (*thường số ít*) sự đọc lướt qua, sự xem lướt qua: *have a browse in a bookshop* đọc lướt qua một số sách ở hiệu sách.

bruise[1] /bru:z/ *dt* vết thâm tím (*do cú đấm trên cơ thể...*); vết thâm (*trên quả cây*): *he was covered in bruises after falling off his bicycle* người anh ta đầy những vết thâm tím sau khi ngã xe đạp.

bruise[2] /bru:z/ *dgt* [làm] thâm tím lại (*mình mẩy*); [làm] thâm lại (*quả cây*): *he fell and bruised his leg* anh ta ngã và chân bị thâm tím; *don't drop the peaches, they bruise easily* đừng có làm rơi quả đào, thứ quả đó dễ bị thâm lại; *don't hurt her feelings, she bruises very easily* (*bóng*) đừng có xúc phạm đến tình cảm của cô ta, cô ta rất dễ mếch lòng.

bruiser /'bru:zə[r]/ *dt* (*kng*) người vạm vỡ to khỏe: *he looks a real bruiser* anh ta trông thực sự vạm vỡ to khỏe, anh ta trông như một võ sĩ thực thụ.

bruit /bru:t/ *dgt* **bruit something abroad (about)** loan truyền, đồn đại: *it's been bruited about that...* người ta đồn đại rằng.

brunch /brʌntʃ/ *dt* bữa ăn nửa buổi (*ăn lúc gần trưa thay cho bữa sáng và bữa trưa gộp lại*).

brunette /bru:'net/ *dt* chị phụ nữ tóc đen da ngăm đen (*phụ nữ da trắng*).

brunt /brʌnt/ *dt* **bear the brunt of something** x bear[2].

brush[1] /brʌʃ/ *dt* **1.** bàn chải: *a clothes-brush* bài chải quần áo; *a tooth-brush* bàn chải đánh răng **2.** (*số ít*) sự chải: *give one's clothes a good brush* chải kỹ quần áo **3.** sự quệt phải: *he knocked* *a glass off the table with a brush of his arm* anh ta quệt cánh tay vào làm chiếc cốc trên bàn rơi xuống **4.** đuôi [con] cáo **5.** bãi cây bụi **6.** cuộc chạm trán chốc lát: *a brush with the police* cuộc chạm trán chốc lát với cảnh sát. // **tarred with the same brush** *x* tar².

brush² /brʌʃ/ *đgt* **1.** chải: *brush one's clothes* chải quần áo; *brush one's teeth* đánh răng; *brush one's teeth clean* đánh sạch răng **2.** suốt qua, quệt phải: *his hand brushed hers* tay anh ta suốt qua tay nàng. // **brush against (by; past) somebody (something)** suốt qua: *she brushed past him without saying a word* cô ta suốt qua anh mà không nói câu nào; **brush somebody (something) aside** bỏ qua, phớt qua: *he brushed aside my objections to his plan* anh ta phớt qua ý kiến phản đối của tôi đối với kế hoạch của anh; **brush something away (off)** chải đi, phủi đi: *brush mud off one's trousers* chải bùn bám ở quần; **brush oneself (something) down** chải sạch: *your coat needs brushing down, it's covered in dust* áo choàng của anh cần chải sạch, bụi đầy lên đấy; **brush off** được chải sạch: *mud brushes off easily when it's dry* bùn dễ chải sạch khi khô; **brush somebody off** (*kng*) phớt lờ ai: *he's very keen on her but she's always brushing him off* anh ấy rất say mê cô ta, nhưng cô ta luôn luôn phớt lờ anh; **brush something up; brush up on something** ôn lại, luyện lại: *I must brush up on my French before I go to Paris* tôi phải luyện lại tiếng Pháp của tôi trước khi đi Pa-ri.

brush-off /brʌʃɒf/ *dt* (*snh* **brush-offs**) (*kng*) sự từ chối,

sự phớt lờ, sự không đếm xỉa đến: *she gave him the brush-off* cô ấy không đếm xỉa đến cậu ta.

brush-up /brʌʃʌp/ *dt* (*snh* **brush-ups**) **1.** sự chải chuốt **2.** sự ôn lại, sự luyện lại: *give one's English a brush-up* ôn luyện lại tiếng Anh.

brushwood /brʌʃwʊd/ *dt* **1.** cành cây bị gãy, cành cây chặt ra **2.** bãi cây bụi.

brushwork /brʌʃwɜːk/ *dt* nét vẽ (*của một họa sĩ*): *Picasso's brushwork is particularly fine* nét vẽ của Picasso đặc biệt tinh tế.

brusque /bruːsk, (*Mỹ* brʌsk)/ *tt* sống sượng, lỗ mãng, cộc cằn: *a brusque attitude* thái độ lỗ mãng; *his reply was brusque* câu trả lời của anh ta thật cộc cằn.

brusquely /bruːskli, (*Mỹ* brʌskli)/ *pht* [một cách] sống sượng, [một cách] lỗ mãng, [một cách] cộc cằn.

brusqueness /bruːsknis, (*Mỹ* brʌsknis)/ *dt* sự sống sượng, sự lỗ mãng, sự cộc cằn.

Brussels sprout /ˌbrʌslz ˈspraʊt/ *dt* (*cg* **sprout**) (*thực*) cải bruxen.

brutal /bruːtl/ *tt* hung ác, tàn bạo: *a brutal dictator* tên độc tài hung ác; *a brutal attack* một sự tấn công tàn bạo.

brutality /bruːˈtæləti/ *dt* **1.** tính hung ác, tính tàn bạo **2.** hành động hung ác, hành động tàn bạo: *the brutalities of war* những tàn khốc của chiến tranh.

brutalize, brutalise /bruː-təlaiz/ *đgt* (*thường ở dạng bị động*) hung ác hóa; tàn nhẫn hóa: *soldiers brutalized by a long war* những người lính đã bị cuộc chiến tranh dài ngày hung ác hóa.

brutally /bruːtəli/ *pht* [một cách] hung ác, [một cách] tàn bạo.

brute¹ /bruːt/ *dt* **1.** thú vật (*thường chỉ những con to và dữ*): *that dog looks like a real brute* con chó đó trông thực như một con thú dữ **2.** (*đôi khi đùa*) kẻ hung ác, kẻ vũ phu **3.** điều khó khăn; cái bực mình: *this lock's a brute, it just won't open* cái khóa này bực mình thật, nó không chịu mở ra cho chứ.

brute² /bruːt/ *tt* phi lý trí, vũ phu: *brute strength* sức mạnh vũ phu.

brutish /bruːtiʃ/ *tt* như thú vật, cục súc: *brutish behaviour* cách cư xử cục súc.

BS /ˌbiːˈes/ *vt* **1.** (*Mỹ*) Bachelor of Science Cử nhân khoa học **2.** (*Anh*) Bachelor of Surgery Cử nhân phẫu thuật **3.** (*trên nhãn hiệu*) British Standard tiêu chuẩn Anh (*chỉ số kỹ thuật của Viện tiêu chuẩn Anh*): *produced to BS 4353* sản xuất theo tiêu chuẩn Anh 4353.

BSc /ˌbiːesˈsiː/ *vt* (*Mỹ* **BS**) Bachelor of Science Cử nhân khoa học: *have (be) a BSc in Botany* có bằng cử nhân khoa học về thực vật học; *Jill Ayres BSc* Jill Ayres cử nhân khoa học.

BSI /ˌbiːesˈai/ *vt* của British Standards Institution viện tiêu chuẩn Anh.

BST /ˌbiːesˈtiː/ *vt* của British Summer Time giờ mùa hè Anh Quốc.

Bt *vt* của Baronet Tòng Nam tước.

BTA /ˈbiːtiːˈei/ *vt* của British Tourist Authority Cục Du lịch Anh.

Bthu (*cg* **Btu**) *vt* của British thermal units đơn vị nhiệt Anh.

bubble¹ /'bʌbl/ *dt* **1.** bong bóng: *soap bubbles* bong bóng xà phòng **2.** bọt, tăm: *champagne is full of bubbles* rượu sâm banh đầy bọt; *this glass vase has a bubble in its base* cái lọ thủy tinh này có một bọt khí ở đáy. // **prick the bubble of** *x* prick¹.

bubble² /'bʌbl/ *dgt* **1.** nổi bọt, sủi tăm **2.** sôi sùng sục; róc rách *(dòng suối)* **3. bubble over with** tràn đầy *(những cảm xúc thường là sung sướng)*: *be bubbling [over] with enthusiasm* tràn đầy nhiệt tình. // **bubble along (out, over, up...)** róc rách tuôn ra, òng ọc thoát ra *(nói về một dòng nước)*: *a spring bubbling out of the ground* dòng suối róc rách tuôn ra từ lòng đất; *gases from deep in the earth bubble up through the lake* khí trong lòng đất sâu òng ọc thoát qua nước hồ.

bubble and squeak /,bʌbl ənd skwi:k/ bắp cải khoai tây xào.

bubble bath   /'bʌbl ba:θ/ chất tạo bọt bồn tắm.

bubble gum /'bʌblgʌm/ kẹo cao su [có thể thổi thành] bong bóng.

bubonic plague /bju:,bɒnik 'pleig/ (y) (*cg* **the plague**) bệnh dịch hạch.

buccaneer /,bʌkə'niə[r]/ *dt* **1.** hải tặc, cướp biển **2.** kẻ gian hùng.

buck¹ /bʌk/ *dt* (*snh* **buck** hoặc **bucks**) **1.** hươu đực, nai đực, thỏ rừng đực, thỏ nhà đực **2.** *(Mỹ, lóng, xấu)* người đàn ông da đỏ; người đàn ông da đen.

buck² /bʌk/ *dgt* **1.** nhảy chụm bốn vó *(ngựa)* **2. buck somebody [off]** nhảy chụm bốn vó hất ngã ai **3.** *(Mỹ, kng)* chống lại: *don't try to buck the system* đừng có cố tìm cách chống đối chế độ. // **buck one's ideas up** tỉnh táo hơn; nghiêm túc hơn; **buck up** *(kng)* vội, gấp: *buck up! we're going to be late* gấp lên, chúng ta đến trễ mất!; **buck [somebody] up** *(kng)* làm cho ai phấn khởi hơn: *the good news bucked us all up* tin vui đã làm cho tất cả chúng tôi phấn khởi lên; *buck up! things aren't as bad as you think* hãy phấn khởi lên, sự việc không đến nỗi tồi tệ như anh tưởng đâu.

buck³ /bʌk/ *dt* (*Mỹ, kng*) đồng đôla Mỹ.

buck⁴ /bʌk/ *dt* vật nhắc đến lượt chia bài *(trước đây)*. // **the buck stops here** ở đây trách nhiệm không đùn cho kẻ khác được đâu; **pass the buck** *x* pass².

bucked /bʌkt/ *tt* (*vị ngữ*) *(Anh, kng)* phấn chấn: *she felt really bucked after passing her driving test* cô ta cảm thấy thực sự phấn chấn sau khi qua được kỳ thi lấy bằng lái xe.

bucket¹ /'bʌkit/ *dt* **1.** thùng, xô *(để múc nước)* **2.** (*cg* **bucketful**) thùng đầy, xô đầy: *two bucketfuls (two buckets) of water* hai xô đầy nước **3.** gàu *(ở guồng nước)* **4.** *(snh)* lượng lớn *(nước mắt, nước mưa...)*: *the rain came down (fell) in buckets* trời mưa như trút nước; *she wept buckets* cô ta khóc, nước mắt như mưa. // **a drop in the bucket (ocean)** *x* drop¹; **kick the bucket** *x* kick¹.

bucket² /'bʌkit/ *dgt* **bucket [down]** xối xả, như trút nước *(mưa)*: *the rain bucketed down all afternoon* mưa như trút nước cả buổi chiều.

bucket seat /'bʌkit si:t/ ghế một người *(trong xe hay máy bay)*.

bucket shop   /'bʌkitʃɒp/ *(kng, xấu)* ngành kinh doanh không đăng ký *(đặc biệt như bán vé máy bay rẻ tiền)*.

buck-eye /'bʌkai/ *dt (thực)* dẻ *(cây, hạt)*.

buckle¹ /'bʌkl/ *dt* cái khóa *(thắt lưng, giày...)*.

buckle² /'bʌkl/ *dgt* **1.** [cài] khóa; khóa chặt: *my belt is loose; I didn't buckle it up tightly enough* thắt lưng tôi bị lỏng, tôi đã không cài chặt; *these shoes buckle at the side* giày này cài ở một bên **2.** [làm] oằn: *the metal buckled in the heat* kim loại cong đi vì sức nóng; *he is beginning to buckle under the pressure of work (bóng)* anh ta bắt đầu oằn lưng vì sức ép của công việc. // **buckle down to something** kiên quyết bắt tay vào việc gì: *she's really buckling down to her new job* chị ta kiên quyết bắt tay vào công việc mới của mình; **buckle somebody in (into) something** buộc chặt ai vào *(một chiếc ghế...)* bằng dây đai: *the parachutist was buckled into his harness* người nhảy dù đã được buộc chặt vào bộ đồ nhảy dù; **buckle [something] on** buộc bằng khóa vào: *buckle on one's belt* khóa thắt lưng vào; *a sword that buckles on* thanh gươm buộc lủng lẳng; **buckle to** *(kng)* nỗ lực, cố gắng nhiều *(thường nói về một nhóm người)*: *the children had to buckle to while their mother was in hospital* tụi trẻ phải cố gắng nhiều trong khi mẹ chúng nằm viện.

buckler   /'bʌklə[r]/ *dt* cái mộc *(hình tròn, đeo ở cánh tay)*.

buckram /'bʌkrəm/ *dt* vải thô hồ cứng *(xưa dùng để bọc sách).*

buckshee /ˌbʌk'ʃiː/ *tt, pht (Anh, lóng)* không phải trả tiền, không mất tiền: *buckshee tickets* vé không phải trả tiền; *travel buckshee* đi không mất tiền tàu xe.

buckshot /'bʌkʃɒt/ *dt* đạn chì cỡ vừa *(săn thú).*

buckskin /'bʌkˌskin/ *dt* da dê *(để may găng tay...).*

bucktooth /ˌbʌk'tuːθ/ *dt (snh)* buckteeth /ˌbʌk'tiːθ/ răng vẩu *(thường dùng ở dạng snh).*

buckwheat /'bʌkwiːt/ *dt* mạch ba góc *(cây, hạt).*

bucolic /bjuː'kɒlik/ *tt* thôn dã: *bucolic dances* những điệu vũ thôn dã.

bucolics /bjuː'kɒliks/ *dt snh* thơ điền viên.

bud¹ /bʌd/ *dt* chồi, nụ, lộc. // **in bud** đang ra nụ, đang nảy lộc; **nip something in the bud** x nip.

bud² /bʌd/ *dgt* (-dd-) ra chồi, ra nụ, nảy lộc: *the trees are budding early this year* cây cối năm nay ra chồi sớm.

budding /'bʌdiŋ/ *tt* bắt đầu nảy nở: *a budding actor* một tài năng diễn viên bắt đầu nảy nở.

Buddhism /'bʊdizəm/ *dt* đạo Phật, Phật giáo.

Buddhist¹ /'bʊdist/ *dt* tín đồ đạo Phật.

Buddhist² /'bʊdist/ *tt* [thuộc] đạo Phật: *Buddhist monks* thầy chùa, nhà sư.

buddy /'bʌdi/ *dt (kng, Mỹ)* bạn: *we're good buddies* chúng tôi là những người bạn tốt của nhau.

budge /bʌdʒ/ *dgt (thường dùng trong câu phủ định)* **1.** [làm] nhúc nhích, [làm] chuyển động nhẹ: *my car's stuck in the mud, and it won't budge (I can't budge it)* xe tôi sa vào bùn và nó không chịu nhúc nhích (tôi không thể nào làm cho nó nhúc nhích được) **2.** lung lạc, làm cho thay đổi ý kiến, thái độ: *once he's made up his mind, he never budges (you can never budge him [from his opinion]* một khi anh ta đã quyết định thì anh ta không bao giờ thay đổi ý kiến (ta không thể làm cho anh ta thay đổi ý kiến).

budgerigar /'bʌdʒəriɡaː[r]/ *dt (động)* vẹt Úc *(thường hay nuôi trong lồng).*

budget¹ /'bʌdʒit/ *dt* ngân quỹ, ngân sách: *a family budget* ngân quỹ gia đình; *the education budget* ngân sách giáo dục. // **on a [tight] budget** [có] ngân quỹ eo hẹp, chỉ có ít tiền: *a family on a budget can't afford meat every day* gia đình chỉ có ít tiền không thể mua thịt ăn hằng ngày được.

budget² /'bʌdʒit/ *dgt* **1.** dự thảo ngân sách: *the government has budgeted £10,000,000 for education spending* chính phủ đã dự thảo ngân sách giáo dục là 10.000.000 bảng **2.** lập kế hoạch chi tiêu một cách có lợi nhất: *if we budget carefully, we'll be able to afford a new car* nếu chúng ta chi tiêu cẩn thận thì chúng ta có thể sắm một chiếc xe mới.

budget³ /'bʌdʒit/ *tt* không cần nhiều tiền, rẻ tiền: *a budget holiday* một kỳ nghỉ không cần nhiều tiền.

budget account /'bʌdʒit ə'kaʊnt/ *(ktế)* tài khoản thanh toán.

budgie /'bʌdʒi/ *dt (động) (kng) nh* budgerigar.

buff¹ /bʌf/ **1.** da thuộc màu vàng xỉn **2.** màu vàng xỉn, màu da bò. // **in the buff** *(Anh, kng)* trần truồng; **strip to the buff** x strip¹.

buff² /bʌf/ *tt* [có] màu vàng xỉn, [có] màu da bò: *a buff uniform* bộ đồng phục màu da bò.

buff³ /bʌf/ *dgt* đánh bóng bằng nùi mềm: *buff [up] shoes with a cloth* đánh bóng giày bằng miếng vải.

buff⁴ /bʌf/ *dt (đặt sau một dt)* người sành *(về một môn gì đó)*: *an opera buff* người sành về nhạc kịch.

buffalo /'bʌfələʊ/ *dt (snh* **buffalo, buffaloes)** *(động)* con trâu.

buffer¹ /'bʌfə[r]/ *dt* **1.** vật đệm: *his sense of humour was a useful buffer when things were going badly for him (bóng)* óc hài hước của anh ta là một thứ đệm hữu ích cho anh khi sự việc xấu đi. **2.** *nh* buffer state.

buffer² /'bʌfə[r]/ *dgt* làm vật đệm cho *(ai, cái gì).*

buffer³ /'bʌfə[r]/ *dt (Anh, kng) (thường* **old buffer)** ông lão lẩm cẩm.

buffer state /'bʌfəsteit/ *(cg* **buffer)** nước đệm *(giữa hai cường quốc).*

buffet¹ /'bʊfei, (Mỹ* bə'fei)/ *dt* **1.** quầy ăn uống *(ở nhà ga, trên xe lửa)* **2.** bữa ăn đứng tự phục vụ: *a buffet lunch* bữa ăn trưa đứng tự phục vụ.

buffet² /'bʊfit/ *dt* cái đấm, cái tát: *suffer the buffets of a cruel fate (bóng)* chịu sự phũ phàng của số phận nghiệt ngã.

buffet³ /'bʌfit/ *dgt* xô đẩy, vùi dập: *flowers buffeted by the rain and wind* những bông hoa bị mưa gió vùi dập; *be buffeted by misfor-*

tune (bóng) bị số phận bất hạnh vùi dập; *a boat buffeted [about] by the waves* con thuyền bị sóng nước vùi dập.

buffet car /'bʌfitkɑ:r/ toa ăn *(trên xe lửa).*

buffeting /'bʌfitiŋ/ *dt* sự xô đẩy, sự vùi dập: *the flowers took quite a buffeting in the storm* những bông hoa bị vùi dập đảo điên trong trận bão.

buffoon /bə'fu:n/ *dt* anh hề.

buffoonery /bə'fu:nəri/ *dt* trò hề.

bug¹ /'bʌg/ *dt* **1.** con rệp **2.** *(Mỹ)* sâu bọ **3.** *(kng)* bệnh do virut; virut gây bệnh **4.** *(thường* **the bug)** sự chú tâm: *he was never interested in cooking before, but now he's been bitten by (he's got) the bug* trước đây anh không bao giờ để ý đến việc bếp núc, nhưng bây giờ lại rất chú tâm **5.** *(kng)* khuyết tật *(trong máy điện toán):* *there's a bug in the system* có khuyết tật gì trong hệ thống đây **6.** máy ghi âm nhỏ *(đặt để nghe trộm):* *plant a bug in an embassy* đặt một máy ghi âm nghe trộm ở một sứ quán. // **[as] snug as a bug in a rug** *x* snug¹.

bug² /bʌg/ *dgt* **1.** (-gg-) đặt máy ghi âm nghe trộm; nghe trộm qua máy ghi âm: *this office is bugged* cơ quan này bị đặt máy ghi âm nghe trộm; *be careful what you say; our conversation may be being bugged* nói gì hãy cẩn thận, cuộc nói chuyện của chúng ta có thể bị nghe trộm đấy **2.** *(Mỹ, kng)* làm khó chịu, làm phát cáu: *that man really bugs me* ông ấy thực sự làm tôi khó chịu.

bugbear /'bʌgbeə[r]/ *dt* điều lo sợ, con ngoáo ộp: *inflation is the government's main*

bugbear lạm phát là điều lo sợ chính (con ngoáo ộp chính) của chính phủ.

bug-eyed /ˌbʌg'aid/ *tt* [có] mắt lồi, [có] mắt ốc nhồi.

bugger /'bʌgə[r]/ *dt (Anh)* **1.** thói lắp đít, thói kê giao **2.** *(kng)* người gây khó chịu; người đáng khinh: *you stupid bugger! you could have run me over!* đồ chó chết, suýt nữa thì mày chẹt chết tao! **3.** *(kng)* người đáng thương, người tội nghiệp; con vật tội nghiệp: *poor bugger! his wife left him last week* tội nghiệp hắn, vợ hắn đã bỏ hắn tuần rồi **4.** *(kng)* điều gây khó khăn: *this door is a [real] bugger to open* cái cửa này quả là khó mở. // **play silly buggers** *x* silly.

bugger² /'bʌgə[r]/ *dgt* **1.** lắp đít, kê giao **2.** *(kng) (thường dùng ở thể mệnh lệnh để diễn tả sự giận dữ, sự bực mình)* chết chửa!, đồ chết tiệt: *bugger it! I've burnt the toast* chết chửa! tôi nướng bánh cháy rồi; *you're always late, bugger you* mày luôn luôn đến chậm, đồ chết tiệt kia! **3. bugger something up** *(kng)* làm hỏng cái gì, tàn phá cái gì. // **bugger me!** *(kng) (diễn tả sự ngạc nhiên)* sao! thật không?: *bugger me! did you see that?* sao! mày thấy cái đó à?; **bugger about (around)** *(kng)* làm điều ngu xuẩn: *stop buggering about with those matches or you'll set the house on fire* ngưng ngay cái trò ngu xuẩn nghịch diêm kia, nếu không mày sẽ làm cháy nhà cho mà xem; **bugger somebody about (around)** *(kng)* đối xử tệ đối với ai; đối xử tùy tiện đối với ai: *I'm sick of being buggered about by the company* tôi thật đau khổ về cách đối xử tệ của công

ty đối với tôi; **bugger off** *(kng) (chủ yếu dùng ở thể mệnh lệnh)* cút đi, xéo đi: *bugger off and let me alone* cút hết đi để tôi yên!

bugger³ /'bʌgə[r]/ *tht* trời ơi! *(diễn tả sự giận dữ, sự khó chịu):* *Oh bugger! I've left my keys at home* ôi trời ơi! tôi bỏ quên chìa khóa ở nhà rồi.

bugger-all /ˌbʌgə'ɔ:l/ *dt (kng)* không [có] gì: *there's bugger-all to do in this place* không có gì để làm ở chỗ này cả.

buggered /'bʌgəd/ *tt (kng) (vị ngữ)* rất mệt: *I'm completely buggered after that game of tennis* tôi rất mệt sau trận quần vợt ấy.

buggery /'bʌgəri/ *dt* sự lắp đít, sự kê giao.

buggy /'bʌgi/ *dt* **1.** *(cg* **baby buggy** *(Mỹ))* nh pram **2.** xe độc mã *(cho một hay hai người, trước đây).*

bugle /'bju:gl/ *dt (quân)* kèn.

bugler /'bju:glə[r]/ *(quân)* lính kèn.

build¹ /bild/ *dgt* (**built** /bilt/) xây, xây dựng, xây cất; tạo lập: *build a house* xây một ngôi nhà; *birds build their nests out of twigs* chim dùng nhánh cây xây tổ; *build a business* tạo lập một doanh nghiệp; *the local council intends to build on this site* hội đồng địa phương dự định xây cất [nhà] ở chỗ này. // **Rome was not built in a day** La Mã đâu phải một ngày mà xây dựng xong... *(phải lao động dài ngày mới hoàn thành được một công việc khó khăn);* **build something in; build something into something** *(chủ yếu dùng ở dạng bị động)* a/ xây gắn vào: *build a bookcase into a wall* xây gắn một tủ sách vào tường b/ đưa thêm vào thành một phần cần thiết của cái gì: *build an extra clause into the contract* đưa thêm một điều khoản phụ vào hợp đồng; **build something into something** kết lại mà tạo thành: *build loose stones into a strong wall* gắn đá rời thành một bức tường vững chắc; **build something on; build something onto something** xây thêm vào: *the new wing was build on [to the hospital] last year* cái chái mới mới được xây thêm vào bệnh viện năm ngoái; **build on something** dựa trên cái gì làm nền tảng để tiến lên nữa: *build on earlier achievements* dựa trên những thành tựu trước đấy; **build something on something** đặt cái gì trên cơ sở của cái gì: *build one's hopes on the economic strength of the country* đặt hy vọng của mình trên cơ sở sức mạnh của đất nước; *an argument built on sound logic* một lý lẽ dựa trên lô-gíc vững chắc; **built up** trở nên nhiều hơn: *tension built up as the crisis approached* sự căng thẳng tăng lên khi cuộc khủng hoảng đến gần; **build oneself (somebody) up** bồi bổ sức khỏe: *you need more protein to build you up* anh cần nhiều protit hơn nữa để bồi bổ sức khỏe; **build somebody (something) up** (chủ yếu dùng ở dạng bị động) đề cao: *the film was built to be a masterpiece, but I found it very disappointing* cuốn phim được đề cao như một kiệt tác, nhưng tôi thấy nó chán quá; **build something up** a/ xây dựng từng bước; phát triển (tăng thêm) dần dần từng bước: *build up a big library* xây dựng từng bước một thư viện lớn b/ (hay

dùng ở dạng bị động) xây dựng nhà cửa lên: *the village has been built up since I lived here* ngôi làng này đã xây nhiều nhà cửa từ khi tôi sống ở tại đây.

build² /bild/ *dt* khổ người, vóc dáng: *a man of average build* một người có vóc dáng trung bình; *we are of the same build* chúng ta khổ người như nhau.

builder /'bildə[r]/ *dt* 1. người xây dựng 2. (trong từ ghép) người tạo dựng; cái tạo dựng: *an empire-builder* người tạo dựng đế quốc; *a confidence-builder* cái tạo dựng lòng tin.

building /'bildiŋ/ *dt* 1. sự xây dựng, nghề xây dựng, nghệ thuật xây dựng: *building materials* vật liệu xây dựng 2. (vt **bldg**) công trình xây dựng, bin đinh, tòa nhà.

building site /'bildiŋsait/ khu đang xây cất.

building society /'bildiŋsə'saiəti/ hội góp vốn cho vay xây dựng.

build-up /'bildʌp/ *dt* 1. sự tăng, sự tích lũy: *the build-up of traffic on the road* sự tăng lưu lượng giao thông trên đường 2. sự chuẩn bị dần: *the build-up to the President's visit* sự chuẩn bị dần cho chuyến thăm của tổng thống 3. bài giới thiệu ca ngợi: *the press has given the show a tremendous build-up* báo chí đã viết bài giới thiệu ca ngợi hết lời về cuộc biểu diễn.

built /bilt/ (trong tt ghép và sau pht) có vóc dáng như thế nào đấy: *a well-built man* một người đàn ông lực lưỡng; *solidly built* có vóc dáng rắn chắc.

built-in /,bilt'in/ *tt* (cg **in-built**) (thngữ) gắn liền vào, xây dựng vào trong: *a bed-*

room with built-in wardrobes một phòng ngủ có tủ xây vào trong tường; *a pay deal with built-in guarantees of employment* một thỏa thuận về tiền công bao gồm cả khoản bảo đảm việc làm.

built-up /,bilt'ʌp/ *tt* (thường thngữ) nhà cửa dày đặc: *a built-up area* một khu nhà cửa dày đặc.

bulb /bʌlb/ *dt* 1. củ (hành, tỏi) 2. (cg **light bulb**) bóng đèn điện: *a 60-watt light bulb* một bóng đèn điện 60 oát 3. bầu (của nhiệt kế...).

bulbous /'bʌlbəs/ *tt* 1. mọc ra từ củ 2. [có] hình củ: *a bulbous nose* cái mũi bè hình củ.

bulge¹ /bʌldʒ/ *dt* 1. chỗ phình, chỗ phồng: *what's that bulge in your pocket?* cái gì phồng lên trong túi của anh thế? 2. (kng) sự tăng nhất thời (về số lượng): *a population bulge* sự tăng dân số nhất thời.

bulge² /bʌldʒ/ *dgt* **bulge [out] [with something]** phồng lên: *I can't eat any more. My stomach's bulging* tôi không ăn thêm được chút nào nữa. Bụng tôi đang căng phồng lên đây này; *pockets bulging with apples* túi phồng đầy táo.

bulgy /'bʌldʒi/ *tt* phình, phồng.

bulimia /bju:'limiə/ chứng ăn vô độ.

bulk¹ /bʌlk/ *dt* 1. kích cỡ lớn; số lượng lớn; thể tích lớn: *it's not their weight that makes these sacks hard to carry, it's their bulk* những bao này khó mang không phải vì nặng mà vì kích cỡ lớn của chúng 2. cơ thể đặc biệt to béo: *the elephant lowered its great bulk* con voi hạ cái thân mình đặc biệt to béo của nó xuống 3. chất xơ *(trong thức ăn)*: *you need more bulk in your diet* anh cần nhiều chất xơ hơn nữa trong chế độ ăn của anh **4.** *(số ít)* **the bulk [of something]** phần chính, phần lớn *(của cái gì)*: *the bulk of the work has already been done* phần chính của công việc đã làm xong rồi; *the eldest son inherited the bulk of the estate* người con cả thừa kế phần lớn tài sản. // **in bulk** a/ với số lượng lớn: *buy in bulk* mua số lượng lớn b/ không đóng thành kiện, để rời. *(hàng hóa chất lên tàu)*: *shipped in bulk* chất lên tàu không đóng thành kiện.

bulk² /'bʌlk/ *dgt* **bulk large** có vẻ quan trọng; có vẻ nổi bật: *the war still bulks large in the memories of those who fought in it* chiến tranh hình như còn rõ nét trong ký ức của những người đã tham gia chiến đấu; **bulk something out** làm cho lớn hơn, làm cho dày hơn: *add extra pages to bulk a book out* thêm trang phụ làm cho sách dày hơn.

bulk buying /,bʌlk'baiiŋ/ sự mua hầu hết sản phẩm *(của một nhà sản xuất)*.

bulkhead /'bʌlkhed/ *dt* *(thường snh)* vách ngăn kín *(kín nước ở tàu thủy, kín khí ở máy bay)*.

bulky /'bʌlki/ *tt* **(-ier, iest)** kềnh càng; cồng kềnh: *a bulky parcel* một gói đồ kềnh càng.

bull¹ /bʊl/ *dt* **1.** bò đực **2.** con đực *(voi, cá voi)* **3.** người đầu cơ giá lên *(thị trường chứng khoán)* **4.** *(Mỹ, lóng)* cớm, mật thám; cảnh sát **5.** *nh* bull's-eye. // **a bull in a china shop** người vụng về lóng ngóng; **a red rag to a bull** *x* red¹; **take the bull by the horns** dũng cảm đương

đầu với khó khăn nguy hiểm.

bull² /bʊl/ *dt* sắc lệnh của Giáo hoàng: *a papal bull* sắc lệnh của Giáo hoàng.

bull³ /bʊl/ *dt* **1.** *(cg* **Irish bull)** cách dùng từ ngớ ngẩn và không lô-gích *(ví dụ: nếu anh không nhận được thư này thì viết thư cho tôi biết)* **2.** *(lóng)* *nh* bullshit: *that's lot (a load) of bull* đó là cả một mớ chuyện nhảm nhí **3.** *(Anh, quân, lóng)* công việc tẻ nhạt thường ngày *(như đánh giày, lau súng...).*

bulldog /'bʊldɒg/ *dt* giống chó bun.

bulldog clip /'bʊldɒgklip/ cái kẹp giấy *(có lò xo).*

bulldoze /'bʊldəʊz/ *dgt* **1.** ủi *(đất)*: *the area was bulldozed to make way for a new road* khu vực ấy đã được ủi phẳng để mở lối cho một con đường mới **2.** dọa dẫm ép làm gì: *they bulldozed me into signing the agreement* họ dọa dẫm tôi ép tôi ký vào thỏa thuận **3.** đẩy, ấn: *he bulldozed his way into the room* anh ta đẩy mình xông vào phòng; *she bulldozed her plans past the committee* bà ta ấn kế hoạch của mình ép ủy ban thông qua.

bulldozer /'bʊldəʊzə[r]/ *dt* xe ủi đất.

bullet /'bʊlit/ *dt* đạn: *he was killed by a single bullet in the heart* nó bị giết bởi chỉ một viên đạn trúng vào tim. // **bite the bullet** *x* bite¹.

bullet-headed /,bʊlit 'hedid/ *tt (xấu)* có đầu tròn bé.

bullet-proof /'bʊlitpru:f/ *tt* đạn bắn không thủng *(áo giáp...).*

bulletin /'bʊlətin/ *dt* **1.** thông báo, thông cáo **2.** nội san.

bulletin board /'bʊlətinbɔ:d/ *dt (Mỹ)* *nh* notice board.

bullfight /'bʊlfait/ *dt* trò đấu bò; trận đấu bò *(ở Tây Ban Nha...).*

bullfighter /'bʊlfaitə[r]/ *dt* người đấu bò.

bullfighting /'bʊlfaitiŋ/ *dt* trò đấu bò; trận đấu bò.

bullfinch /'bʊlfintʃ/ *dt (động)* chim sẻ ức đỏ.

bullfrog /'bʊlfrɒg/ *dt (động)* ếch bò.

bullheaded /,bʊl'hedid/ *tt (có khi xấu)* đầu bò đầu bướu.

bullhorn /'bʊlhɔ:n/ *dt (Mỹ)* *nh* megaphone.

bullion /'bʊliən/ *dt* nén, thỏi: *gold bullion* nén vàng.

bullish /'bʊliʃ/ *tt* **1.** có khuynh hướng tăng giá *(thị trường chứng khoán...)* *(trái nghĩa* bearish) **2.** lạc quan: *he is very bullish about the prospects for his business* ông ta rất lạc quan về triển vọng công việc kinh doanh của ông.

bullnecked /,bʊl'nekt/ *tt* [có] cổ bò *(ngắn và to).*

bullock /'bʊlək/ *dt* bò thiến.

bullring /'bʊl,riŋk/ *dt* trường đấu bò.

bull's-eye /'bʊlzai/ *dt* **1.** hồng tâm; phát đạn trúng hồng tâm **2.** kẹo bi.

bullshit /'bʊlʃit/ *dt (cg* **bull)** điều vớ vẩn, chuyện nhảm nhí.

bull-terrier /,bʊl'teriə[r]/ *dt* giống chó lai chó sục và chó bun.

bully¹ /'bʊli/ *dt* kẻ hay bắt nạt: *leave that little girl alone, you big bully!* để cô bé ấy yên, tên ỷ lớn bắt nạt kia!

bully² /'bʊli/ *dgt* **(bullied)** bắt nạt: *he was bullied by the older boys at school* nó bị bọn nam sinh lớn hơn ở trường bắt nạt. // **bully some-body into doing something** bắt nạt ai phải làm gì: *the manager tried to bully his men into working harder by threatening them with dismissal* viên quản đốc bắt nạt công nhân phải làm việc dữ hơn bằng cách dọa đuổi việc.

bully³ /'bʊli/ *dt* (*cg* **bully beef**) (*kng*) thịt bò muối đóng hộp.

bully⁴ /'bʊli/ *tht* **bully for somebody** (*kng, mỉa*) cừ, giỏi: *you've solved the puzzle at last? well, bully for you!* cuối cùng cậu đã giải được câu đố đó hả? giỏi đấy!

bully⁵ /'bʊli/ *dt* sự bắt đầu giao bóng (*bóng chày xưa*).

bully⁶ /'bʊli/ *dgt* (**bullied**) **bully off** bắt đầu giao bóng (*bóng chày xưa*).

bully beaf /'bʊlibi:f/ *x* bully³.

bullyboy /'bʊlibɔi/ *dt* (*kng*) kẻ được thuê để ăn hiếp kẻ khác: *bullyboy tactics* sách lược ăn hiếp.

bulrush /'bʊlrʌʃ/ *dt* (*thực*) cây bấc.

bulwark /'bʊlwək/ *dt* **1.** tường đất phòng ngự **2.** người che chở, vật bảo vệ: *democracy is a bulwark of freedom* dân chủ là thành trì bảo vệ tự do **3.** (*thường snh*) mạn tàu cao hơn boong.

bum¹ /bʌm/ *dt* (Anh, *kng*) mông đít.

bum² /bʌm/ *dt* **1.** (Mỹ, *kng*) kẻ ăn xin lang thang; kẻ lang thang **2.** kẻ lười biếng vô trách nhiệm.

bum³ /bʌm/ *tt* (thngũ) (*kng*) xấu, tồi, chẳng dùng được việc gì: *a bum film* cuốn phim tồi.

bum⁴ /bʌm/ *dgt* (-mm-) (*kng*) **bum something [off somebody]** xin được: *Can I bum a cigarette off you?* xin ông một

điếu thuốc lá được không ạ?; *bum a lift* xin đi nhờ xe. // **bum around** đi đó đây khắp: *I bummed around [in] Europe for a year before university* tôi đã đi đó đây khắp Châu Âu một năm trời trước khi vào đại học.

bumble¹ /'bʌmbl/ *dgt* **bumble [on] [about something]** nói dông dài: *What are you bumbling [on] about?* anh đang nói dông dài về cái gì đấy? // **bumble about, along, etc...** đi thơ thẩn: *he bumbled absent-minded along the road* nó lơ đãng đi thơ thẩn dọc con đường.

bumble-bee /'bʌmblbi:/ *dt* (động) ong gấu.

bumbling /'bʌmbliŋ/ *tt* vụng về, hậu đậu: *you bumbling idiot!* đồ ngu ngốc hậu đậu nhà mày!

bumf, bumph /bʌmf/ *dt* (Anh lóng, đùa hay xấu) giấy tờ. (thường chỉ những thứ không cần thiết, không quan trọng).

bump¹ /bʌmp/ *dgt* va, đụng: *in the dark I bumped into a chair* trong bóng tối tôi va vào chiếc ghế; *bump one's head against the door* va đầu vào cửa. // **bump along, down...** xóc, nẩy lên nẩy xuống: *the lorry bumped along the rough mountain road* chiếc xe tải xóc nẩy trên con đường núi gồ ghề; **bump into somebody** (*kng*) gặp tình cờ: *guess who I bumped into today* thử đoán xem hôm nay tôi gặp ai; **bump somebody off** (*lóng*) giết ai, khử ai đi; **bump something up** (*kng*) tăng cái gì lên: *bump up salaries* tăng lương; *bump up prices* tăng giá.

bump² /bʌmp/ *dt* **1.** sự va, sự đụng; tiếng va, tiếng đụng: *the passengers felt a*

violent bump as the plane landed hành khách cảm thấy một cú đụng mạnh khi máy bay hạ cánh **2.** chỗ sưng: *covered in bumps and bruises* mình đầy chỗ sưng và vết thâm tím **3.** ụ (trên đường): *a road with a lot of bumps on it* con đường đầy những ụ.

bump³ /bʌmp/ *pht* [đánh] rầm; [đánh] phịch: *he fell off the ladder and landed bump on the ground* nó ngã từ thang xuống và rơi phịch xuống đất. // **things that go bump in the night** *x* thing.

bumper¹ /'bʌmpə[r]/ *dt* cái hãm xung, thanh đỡ va (ở ô tô...).

bumper² /'bʌmpə[r]/ *tt* (thngũ) gấp bội: *a bumper number* số tạp chí xuất bản với số lượng gấp bội; *a bumper harvest* vụ gặt bội thu.

bumper³ /'bʌmpə[r]/ *dt nh* bouncer.

bumper⁴ /'bʌmpə[r]/ *dt* (cũ) cốc đầy: *a bumper of ale* cốc bia đầy.

bumper-to-bumper /,bʌmpətə'bʌmpə[r]/ *tt, pht* nối đuôi nhau (xe cộ): *We sat bumper-to-bumper in the traffic jam* chúng tôi đỗ xe nối đuôi nhau trong khi đường bị tắc nghẽn.

bumph /bʌmf/ *dt x* bumf.

bumpily /'bʌmpili/ *pht* **1.** [một cách] gồ ghề, [một cách] mấp mô **2.** [một cách] xóc nẩy.

bumpiness /'bʌmpinis/ *dt* **1.** sự gồ ghề, sự mấp mô **2.** sự xóc nẩy.

bumpkin /'bʌmpkin/ *dt* (thường xấu) người vụng về quê kệch.

bumptious /'bʌmpʃəs/ *tt* (xấu) tự phụ, tự mãn.

bumptiously /'bʌmpʃəsli/ *pht (xấu)* [một cách] tự phụ [một cách] tự mãn.

bumptiousness /'bʌmpʃəsnis/ *dt* tính tự phụ, tính tự mãn.

bumpy /'bʌmpi/ *tt* (**-ier, iest**) **1.** gồ ghề, mấp mô *a bumpy road* con đường gồ ghề **2.** xóc [nảy]: *a bumpy flight* chuyến bay xóc; *a bumpy drive* chuyến xe xóc.

bun /bʌn/ *dt* **1.** bánh ngọt tròn: *a currant bun* bánh ngọt tròn nhân nho **2.** búi tóc: *put one's hair in a bun* vấn tóc thành búi. // **have a bun in the oven** *(kng, đùa)* có thai.

bunch¹ /bʌntʃ/ *dt* **1.** chùm, bó, cụm, buồng: *a bunch of grapes* một chùm nho; *a bunch of bananas* một buồng chuối; *a bunch of flowers* một bó hoa **2.** *(kng)* bọn, lũ: *a bunch of girls were (was) sitting on the grass* một lũ con gái đang ngồi trên bãi cỏ. // **a bunch of five** *(Anh, lóng)* cú đấm.

bunch² /bʌntʃ/ *dgt* được bó lại thành bó (chùm, cụm): *a blouse that bunches at the waist* chiếc áo sơ mi nữ bó lại ngang eo; *cross the road one at a time, don't bunch up* qua đường từng người một, đừng có cụm lại với nhau.

bundle¹ /'bʌndl/ *dt* **1.** bó: *books tied in bundles of twenty* sách buộc thành bó hai mươi cuốn **2.** *(số ít)* **a bundle of something** *(kng)* nhiều lắm *(cái gì đó)*: *that child is a bundle of mischief* thằng bé này tinh quái lắm **3.** *(số ít)* nhiều tiền, đống tiền: *that car must have cost a bundle* chiếc xe hơi đó chắc là giá nhiều tiền lắm. // **a bundle of nerves** trạng thái căng thẳng: *he was a bundle of nerves at the interview* anh ta rất căng thẳng lúc người ta phỏng vấn anh; **go a bundle on somebody (something)** *(kng)* rất thích: *I don't go a bundle on her new husband, do you?* tôi không thích người chồng mới của cô ta, anh có thể không?

bundle² /'bʌndl/ *dgt* **bundle something** [**up**] bó lại: *the firewood was cut and bundled together* củi được bổ ra và bó lại. // **bundle something into something** ấn vội vào, nhét vội vào: *she bundled her clothes into the drawer without folding them* cô ta nhét vội quần áo vào ngăn kéo mà không gấp lại; **bundle [something] out, off, into...** tống cổ đi, tống vào...: *I was bundled into a police van* tôi bị tống vào một chiếc xe cảnh sát; *she bundled her son off to school* chị ta đưa vội con trai của mình đến trường; **bundle [somebody] up** mặc quần áo ấm cho ai *(ai).*

bun-fight /'bʌnfait/ *dt (kng)* tiệc trà chiều.

bung¹ /bʌŋ/ *dt* nút *(thùng).*

bung² /bʌŋ/ *dgt* **1.** đậy nút, làm tắc như là bằng một cái nút: *the drains are bunged up with dead leaves* ống cống bị tắc vì lá rụng; *my nose is [all] bunged up, I must be getting a cold* mũi tôi tắc ty, chắc là tôi cảm lạnh. **2.** ném, quẳng: *bung the newspaper over here, will you?* ném tờ báo lại đây được không anh?

bungalow /'bʌŋgələʊ/ *dt* nhà trệt nhỏ, nhà nhỏ một tầng.

bung-hole /'bʌŋhəʊl/ *dt* lỗ rót *(ở thùng, để rót ra hoặc đổ chất nước vào thùng).*

bungle /'bʌŋgl/ *dgt* làm vụng, làm hỏng *(vì thiếu kỹ năng): don't let him mend your bike, he's sure to bungle the job* đừng để nó sửa xe cho anh nữa, chắc nó sẽ làm hỏng thêm.

bungle² /'bʌŋgl/ *dt (thường số ít)* việc làm vụng, việc làm cẩu thả: *the whole job was a gigantic bungle* toàn bộ công việc là cả một sự cẩu thả vô cùng.

bungler /'bʌŋglə[r]/ *dt* người làm vụng, người làm cẩu thả.

bunion /'bʌnjən/ *dt (y)* viêm gốc ngón chân cái.

bunk¹ /bʌŋk/ *dt* **1.** giường gắn vào tường *(trên tàu thủy)* **2.** *(cg* **bunk bed**) giường chồng cặp đôi *(cho trẻ em).*

bunk² /bʌŋk/ *dt* **do a bunk** *(Anh, kng)* cuốn xéo, chuồn: *the cashier has done a bunk with the day's takings* thủ quỹ đã chuồn với số tiền thu trong ngày.

bunk³ /bʌŋk/ *dt (kng)* nh **bunkum**: *don't talk bunk!* đừng có nói vớ vẩn nữa!

bunker¹ /'bʌŋkə[r]/ *dt* **1.** kho nhiên liệu *(trên tàu thủy)* **2.** *(Mỹ cg* **sandtrap**) hố cát *(làm vật chướng ngại trên bãi đánh gôn)* **3.** *(quân)* hầm boongke.

bunker² /'bʌŋkə[r]/ *dgt* **1.** tiếp nhiên liệu vào *(kho nhiên liệu)* **2.** *(thường ở dạng bị động)* đập bóng vào hố cát: *his ball (he) is bunkered* anh ta đã đánh bóng vào hố cát.

bunkum /'bʌŋkəm/ *dt (cg* **bunk**) điều vớ vẩn: *don't believe what he's saying, it's pure bunkum* đừng có tin những gì hắn đang nói, toàn điều vớ vẩn.

bunny /'bʌni/ *dt* **1.** *(ngôn ngữ nhi đồng)* con thỏ **2.** *(cg* **bunny girl**) nữ tiếp viên hộp đêm mặc áo có tai và đuôi thỏ.

Bunsen burner /ˌbʌnsn 'bɜːnə[r]/ *dt* đèn Bunsen *(dùng ở phòng thí nghiệm).*

bunting¹ /ˈbʌntiŋ/ *dt (động)* chim sẻ đất.

bunting² /ˈbʌntiŋ/ *dt* **1.** cờ đuôi nheo **2.** vải may cờ đuôi nheo.

buoy¹ /bɔi/ *dt* **1.** cái phao **2.** *nh* lifebuoy.

buoy² /bɔi/ *đgt* đặt phao, thả phao: *buoy submerged rocks* đặt phao báo hiệu đá ngầm. // **buoy somebody (something) up** *(chủ yếu dùng ở dạng bị động)* a/ giữ cho nổi: *the raft was buoyed up by empty petrol cans* chiếc bè được giữ nổi nhờ những thùng xăng rỗng b/ giữ giá ở mức cao hoặc thỏa đáng: *share prices were buoyed up by hopes of an end to the recession* giá cổ phần được giữ ổn định vì người ta hy vọng là suy thoái sẽ chấm dứt c/ khích lệ, cổ vũ, làm phấn chấn: *we felt buoyed up by the good news* chúng ta cảm thấy phấn chấn lên khi nghe tin vui.

buoyancy /ˈbɔiənsi/ *dt* **1.** sự nổi; sức nổi **2.** xu hướng lên giá **3.** khả năng hồi lại nhanh sau thất bại.

buoyant /ˈbɔiənt/ *tt* **1.** nổi: *the raft would be more buoyant if it was less heavy* chiếc bè sẽ nổi hơn nếu nó nhẹ hơn **2.** giữ cho vật nổi *(nói về chất lỏng): salt water is more buoyant than fresh water* nước muối giữ cho vật nổi hơn là nước ngọt **3.** có xu hướng lên giá *(cổ phần...)* **4.** hồi lại nhanh sau thất bại: *a buoyant disposition* thiên hướng hồi lại nhanh sau thất bại.

buoyantly /ˈbɔiəntli/ *pht* **1.** [một cách] nổi **2.** với xu hướng lên giá **3.** với xu

hướng hồi lại nhanh sau thất bại.

bur (*cg* **burr**) /bɜː[r]/ *dt* quả có gai, cụm hoa có lông dính; cây có quả có gai, cây có cụm hoa có lông dính: *she tried to get rid of him at the party but he stuck to her like a bur* cô ta cố tống khứ được nó ở buổi liên hoan, nhưng nó cứ bám cô như đỉa ấy.

burble /ˈbɜːbl/ *đgt* **1.** róc rách **2.** nói lan man: *what's he burbling [on] about?* nó đang nói lan man về cái gì thế?

burden¹ /ˈbɜːdn/ *dt* **1.** gánh nặng *(đen, bóng): bear (carry; shoulder) a heavy burden* mang vác một vật nặng; *his invalid father is becoming a burden to him* ông bố tàn phế đang trở thành gánh nặng cho nó; *the burden of heavy taxation on the taxpayer* gánh nặng của thuế khóa cao đối với người nộp thuế **2.** *(số ít)* **the burden of something** ý chính *(trong một bài nói, bài báo...): the burden of his argument was that* ý chính trong lý lẽ của anh ta là **3.** sức chở, trọng tải *(của tàu thuyền).*

burden² /ˈbɜːdn/ *đgt* (+with) chất nặng lên, đè nặng lên: *industry is heavily burdened with taxation* công nghiệp bị thuế má chồng chất nặng nề.

burden of proof /ˌbɜːdn ɒv pruːf/ *the burden of proof* nghĩa vụ (trách nhiệm) chứng minh điều mình nói là đúng sự thật.

burdensome /ˈbɜːdnsəm/ *tt* đè nặng, nặng nề: *burdensome duties* nghĩa vụ nặng nề.

bureau /ˈbjuərəu/ *dt* (*snh* **bureaux**) **1.** bàn giấy **2.** *(Mỹ)*

nh chest of drawers **3.** *(chủ yếu Mỹ)* cục, vụ, nha: *the Bureau of Information (Mỹ)* cục thông tin; *the Federal Bureau of Investigation* cục điều tra liên bang (FBI) **4.** hãng; cơ quan: *a travel bureau* hãng du lịch.

bureaucracy /bjuəˈrɒkrəsi/ *dt (thường xấu)* **1.** hệ thống cai trị hành chính bổ nhiệm *(không phải dân cư)* **2.** nước có hệ thống hành chính bổ nhiệm **3.** bộ máy cai trị hành chính bổ nhiệm **4.** chế độ quan liêu.

bureaucrat /ˈbjuərəkræt/ *dt (thường xấu)* **1.** viên chức **2.** kẻ quan liêu.

bureaucratic /ˌbjuərəˈkrætik/ *tt (thường xấu)* quan liêu.

bureaucratically /ˌbjuərəˈkrætikəli/ *pht (thường xấu)* [một cách] quan liêu.

bureaux /ˈbjuərəuz/ *dt snh* của bureau.

burette /bjuəˈret/ *dt (hóa)* buret.

burgeon /ˈbɜːdʒən/ *đgt* **1.** *(cổ)* đâm chồi, nảy lộc *(cây)* **2.** nảy nở; gia tăng nhanh: *a burgeoning talent* một tài năng chớm nở *(bắt đầu nảy nở); a burgeoning population* dân số gia tăng nhanh.

burger /ˈbɜːgə[r]/ *dt (kng) nh* hamburger.

-burger *(yếu tố tạo dt ghép)* **1.** thịt băm viên bao *(chất gì đó): a cheeseburger* thịt băm viên bao pho mát **2.** viên băm *(chế bằng chất gì đó, không phải là thịt): a nutburger* viên băm hạt phỉ.

burgh /ˈbʌrə/ *dt (Ê-cốt) nh* borough.

burgher /ˈbɜːgə[r]/ *dt (cổ hoặc đùa)* người dân thành phố *(ở một thành phố đặc biệt nào đó): their wild behaviour outraged the* respectable burghers of Oxford phong cách bừa bãi của họ đã xúc phạm những người dân Oxford đáng kính.

burglar /'bɜ:glə[r]/ *dt* kẻ trộm bẻ khóa, kẻ trộm đào ngạch.

burglar-alarm /'bɜ:glə ə,la:m/ *dt* thiết bị báo có kẻ trộm đột nhập.

burglarize, burglarise /'bɜ:gləraiz/ *đgt (Mỹ)* nh burgle.

burglar-proof /'bɜ:glə,pru:f/ *tt* kẻ trộm không thể vào được *(tòa nhà)*.

burglary /'bɜ:gləri/ *dt* **1.** vụ trộm bẻ khóa, vụ trộm đào ngạch **2.** tội trộm bẻ khóa, tội trộm đào ngạch.

burgle /'bɜ:gl/ *đgt (Mỹ* **burglarize, burglarise)** ăn trộm sau khi đột nhập vào nhà: *burgle a shop* ăn trộm một cửa hàng; *we were burgled while we were on holiday* chúng tôi bị trộm trong khi chúng tôi đi nghỉ.

burgomaster /'bɜ:gəma:stə[r]/ *dt* thị trưởng *(ở Đức...)*.

Burgundy /'bɜ:gəndi/ *dt* **1.** rượu vang đỏ Bourgogne *(của Pháp)* **2.** màu đỏ tía sẫm.

burial /'beriəl/ *dt* việc chôn cất, việc mai táng.

burial-ground /'beriəl graʊnd/ *dt* nghĩa trang, nghĩa địa.

buried /'berid/ *qk và đttqk của* bury.

burk /bɜ:k/ *dt* nh berk.

burlesque¹ /bɜ:'lesk/ *dt* **1.** sự nhại; bài văn nhại **2.** *(trước đây ở Mỹ)* chương trình biểu diễn tạp kỹ *(bao gồm cả vũ thoát y).*

burlesque² /bɜ:'lesk/ *tt* **1.** nhại **2.** *(Mỹ)* [thuộc] tạp kỹ: *a burlesque actor* diễn viên tạp kỹ.

burlesque³ /bɜ:'lesk/ *đgt* nhại; chế giễu.

burliness /'bɜ:linis/ *dt* tầm vóc vạm vỡ.

burly /'bɜ:li/ *tt* lực lưỡng, vạm vỡ.

burn¹ /bɜ:n/ *dt (Ê-cốt)* dòng suối.

burn² /bɜ:n/ *đgt* **(burnt** hoặc **burned) 1.** đốt, đốt cháy, thiêu, nung, thắp: *burn waste paper* đốt giấy loại; *all his belongings were burnt in the fire* tất cả đồ đạc của cải của ông ta đều bị thiêu sạch trong đám cháy; *his face was badly burnt by the hot sun* mặt anh ta bị ánh nắng làm cháy rám; *her skin burns easily* da cô ta dễ bị rám nắng; *a boiler that burns coke* nồi súp-de đốt bằng than cốc; *the house burned for hours before the blaze was put out* căn nhà cháy nhiều tiếng đồng hồ trước khi ngọn lửa bị dập tắt; *burn clay for pottery* nung đất sét làm đồ gốm; *damp wood doesn't burn well* củi ướt cháy không tốt **2.** [làm cho] *(người, súc vật)* bị chết cháy: *ten people burnt to death in the hotel fire* mười người bị chết cháy trong đám cháy khách sạn; *Joan of Arc was burnt [alive] at the stake* Jeanne d'Arc bị thiêu sống trên giàn hỏa **3.** [làm] cháy, [làm] sém [làm] khê *(khi nấu ăn)* **4.** [làm cho] cảm thấy nóng rực: *your forehead is burning, have you got a fever?* trán anh nóng rực, anh có bị sốt không? **5.** (+ with) bùng bùng, bùng lên: *be burning with rage* bùng bùng nổi giận; *be burning with desire* bùng lên nỗi khát khao **6.** (+ for) nóng lòng: *he was burning to avenge the death*

of his father anh ta nóng lòng trả thù cho cái chết của cha anh. // **burn one's boats (bridges)** qua sông đốt thuyền (cầu); làm mà không tính đường lùi; **burn the candle at both ends** làm quá nhiều việc suốt ngày, không biết giữ sức; **burn one's fingers; get one's fingers burnt** bị thiệt thòi thua thiệt *(do ngu xuẩn)*; **burn the midnight oil** thức khuya *(học, làm việc)*: *she takes her exams next week, so she's burning the midnight oil* tuần sau cô ta sẽ thi, vì thế cô thức khuya học bài; **burn something to crisp** nấu quá đến cháy khét: *I lay in the sun all day and got burnt to a crisp (bóng)* tôi phơi nắng suốt ngày, đến cháy cả da; **somebody's ears are burning** x ear¹; **feel one's ears burning** x feel¹; **have money to burn** x money; **money burns a hole in somebody's pocket** x money; **burn away** tiếp tục cháy: *a fire burning away in the grate* lửa tiếp tục cháy trong lò; **burn [something] away** a/ cháy biến đi: *half the candle had burnt away* nửa cây nến đã cháy biến đi b/ cháy rụi: *most of the skin on his face got burnt away in the fire* phần lớn da mặt anh ta bị cháy rụi trong vụ hỏa hoạn; **burn down** tắt dần, lụi dần *(ngọn lửa)*; **burn [something] down** bị (làm) thiêu trụi [bị] thiêu hủy: *the house burnt down in half an hour* căn nhà bị thiêu trụi trong nửa tiếng đồng hồ; **burn something off** nung cho tróc ra: *burn the old paint off before repainting the door* đốt cho sơn cũ tróc ra trước khi sơn lại cửa; **burn [itself] out** a/ cháy hết: *the fire had burnt itself out before the fire brigade arrived* đám

B

cháy đã tàn khi đội cứu hỏa tới b/ hết nhiên liệu *(hỏa tiễn);* **burn [something] out** [làm] cháy *(vì ma sát hay quá nóng): burn out a fuse* làm cháy cầu chì; *burn out a motor* làm cháy động cơ, **burn oneself out** kiệt sức; quy xuống: *if he doesn't stop working so hard, he'll burn himself out* nếu nó không ngừng làm việc căng thẳng như thế, nó sẽ quy đấy; **burn somebody out** *(chủ yếu dùng ở dạng bị động)* đuổi khỏi nhà bằng cách đốt nhà; **burn something out** *(chủ yếu dùng ở dạng bị động)* đốt hết, đốt sạch: *the hotel was completely burnt out* khách sạn cháy sạch; *the burnt-out wretch of a car* xác một chiếc xe bị cháy rụi; **burn [something] to something** đốt thành: *it burned to ashes* cái đó đã cháy thành tro; **burn up** a/ cháy bùng lên b/ bị đốt cháy *(vì nhiệt ma sát, nói về một vật đi vào khí quyển trái đất);* **burn somebody up** *(Mỹ, kng)* làm ai nổi cơn lôi đình; **burn something up** đốt bỏ: *burn up all the garden rubbish* đốt bỏ tất cả rác trong vườn.

burn³ /bɜːn/ *dt* 1. vết cháy, vết bỏng: *he died of the burns he received in the fire* nó chết vì các vết bỏng trong đám cháy 2. sự bắn hỏa tiễn *(trên tàu vũ trụ nhằm thay đổi hướng của tàu).*

burner /bɜːnə[r]/ *dt* 1. mỏ đèn; cửa lò 2. người đốt: *a charcoal-burner* người đốt than. // **put something on the back burner** x back².

burning /bɜːnɪŋ/ *tt* 1. đang cháy, cháy bỏng: *a burning house* ngôi nhà cháy; *a burning thirst* cơn khát cháy họng; *a burning desire* khát vọng cháy bỏng 2. nóng

bỏng: *unemployment is one of the burning questions of our time* nạn thất nghiệp là một trong những vấn đề nóng bỏng của thời đại chúng ta.

burnish /bɜːnɪʃ/ *dgt* đánh bóng: *burnished brass* đồng thau [được] đánh bóng.

burnous /bɜːˈnuːs/ *dt* áo choàng trùm kín đầu *(của người A-rập).*

burn-out /bɜːnaʊt/ *dt* sự ngừng hoạt động vì hết nhiên liệu *(hỏa tiễn hoặc máy bay phản lực).*

burnt¹ /bɜːnt/ *qk và đttqk* của burn¹.

burnt² /bɜːnt/ *tt* bị cháy, bị đốt; khê: *rather burnt toast* bánh nướng hơi bị cháy.

burnt offering /ˌbɜːntˈɒfərɪŋ/ 1. vật đốt để cúng tế 2. *(đùa)* món ăn bị cháy *(khi nấu nướng).*

burn-up /bɜːnʌp/ *dt (Anh, lóng)* sự lái môtô tốc độ cao.

burp¹ /bɜːp/ *dt (kng)* sự ợ.

burp² /bɜːp/ *dgt (kng)* 1. ợ 2. làm cho trẻ ợ *(để bớt hơi trong dạ dày, bằng cách vỗ nhẹ hay xoa lưng).*

burr¹ /bɜː[r]/ *dt* nh bur.

burr² /bɜː[r]/ *dt (thường số ít)* 1. tiếng vù vù *(máy...)* 2. sự phát âm mạnh âm r *(điển hình của một số giọng nói ở Anh).*

burr³ /bɜː[r]/ *dgt* phát âm mạnh âm r khi nói.

burrow¹ /bʌrəʊ/ *dt* hang *(cầy, thỏ...).*

burrow² /bʌrəʊ/ *dgt* đào *(hang)*; đào hang: *rabbits had burrowed holes in the grassy bank* thỏ đã đào hang ở bờ cỏ. // **burrow [one's way] into, through, under...** đào lối đi theo hướng nào đó: *the prisoners escaped by burrowing under the wall* tù nhân trốn thoát bằng cách

đào đường hầm dưới tường; *we had to burrow through a mass of files to find the documents we wanted* chúng tôi đã phải đào bới cả một đống hồ sơ để tìm những tài liệu chúng tôi cần.

bursar /bɜːsə[r]/ *dt* 1. người quản lý chi tiêu *(ở một trường học)* 2. sinh viên được học bổng.

bursary /bɜːsəri/ *dt* 1. phòng tài vụ *(ở trường học)* 2. học bổng.

burst¹ /bɜːst/ *dgt* (burst) 1. nổ tung, vỡ tung; làm nổ tung, làm bật tung: *if you blow that balloon up anymore it will burst* nếu anh thổi cái bong bóng đó thêm nữa thì nó sẽ nổ tung đấy; *the dam burst under the weight of water* đập nước vỡ tung dưới sức đè của nước; *the river burst its banks and flooded the town* dòng sông làm vỡ bờ và ngập lụt thành phố 2. *(chỉ dùng ở thì tiếp diễn)* đầy đến mức vỡ ra: *"more pudding?" "no thanks, I'm bursting!"* "thêm ít bánh puđinh nữa chứ?" "không, cảm ơn, tôi đang muốn vỡ bụng đây"; *be bursting with happiness* tràn đầy hạnh phúc. // **be bursting at the seams** *(kng)* đầy ắp; chật ních: *I've eaten so much I'm bursting at the seams* tôi ăn nhiều đến mức bụng đầy ắp; **be bursting to do something** háo hức làm gì: *she was bursting to tell him the good news* cô ta háo hức báo tin vui cho anh; **burst [something] open** bật tung ra: *the police burst the door open* cảnh sát bật tung cửa ra; **burst in** xông vào: *the police burst in [through the door] and arrested the gang* cảnh sát [qua cửa] xông vào và tóm cả bọn; **burst in on somebody (something)** làm gián đoạn *(bằng cách xuất hiện bất ngờ): burst in on a meeting* xuất hiện bất ngờ làm gián đoạn một cuộc họp; **burst into something** bùng lên, bật lên: *the aircraft crashed and burst into flames* chiếc máy bay rơi và bùng cháy; *burst into laughter* bật lên cười, cười phá lên; **burst into, out of, through... something** chuyển một cách bất ngờ và mạnh theo một hướng nào đó: *the oil burst out of the ground* dầu phụt ra từ dưới đất; *the sun burst through the clouds* mặt trời ló ra sau mây; **burst on (upon) somebody (something)** chợt xuất hiện, chợt đến: *the truth burst upon him* anh ta chợt hiểu ra sự thật; *a new talent has burst on the literary scene* một tài năng mới đã xuất hiện trên văn đàn; **burst out** a/ thốt lên: *"I hate you!" she burst out* chị ta thốt lên: "tôi căm anh!"; b/ *(dùng với dạng -ing)* bật lên, cất tiếng: *burst out crying* bật lên khóc; *burst out singing* cất tiếng hát.

burst² /bɜːst/ *dt* **1.** sự nổ tung; sự vỡ tung: *the burst of a bomb* sự nổ tung của quả bom **2.** vết vỡ, vết rạn, vết nứt: *a burst in a water pipe* vết rạn ở ống nước **3.** sự bộc phát, sự bùng lên: *a burst of anger* cơn giận bùng lên **4.** loạt đạn: *a burst of machine-gun fire* một loạt đạn súng máy.

burton /'bɜːtn/ *dt* **gone for a burton** *(Anh, kng)* bị mất, bị hỏng, bị giết, đi đời nhà ma: *the radio is gone for a burton* đài thu thanh đã bị hỏng; *it's pouring with rain, so I'm afraid our picnic's gone for a burton* trời mưa

như trút, tôi e rằng cuộc picnic của chúng ta sẽ đi đời nhà ma thôi.

bury /'beri/ *dgt* **(buried) 1.** chôn, chôn cất, mai táng: *he's been dead and buried for years!* ông ta đã chết và chôn hàng mấy năm rồi; *she's eighty-five and has buried three husbands (trại)* bà ta đã tám mươi lăm và đã chôn ba đời chồng rồi **2.** chôn vùi; vùi: *the house was buried under ten feet of snow* ngôi nhà bị chôn vùi dưới một lớp tuyết mười bộ; *the miners were buried alive when the tunnel collapsed* thợ mỏ bị chôn sống khi đường hầm bị sụp **3.** giấu đi, che lấp đi: *your letter got buried under a pile of papers* bức thư của anh bị lấp dưới một chồng giấy tờ: *she buried her face in her hands and wept* chị ta úp tay vào mặt và khóc **4.** xua đi, quên đi: *it's time to bury our differences and be friends again* đã đến lúc ta nên quên mối bất hòa giữa chúng ta và trở lại là những người bạn của nhau **5.** **bury something [in something]** cắm sâu vào: *the lion buried its teeth in the antelope neck* con sư tử cắm sâu răng vào cổ con linh dương; *her head was buried in the book she was reading* nàng vùi đầu vào cuốn sách nàng đang đọc. // **bury the hatchet** giảng hòa, làm lành; **bury (hide) one's head in the sand** *x* head¹; **bury oneself in something** a/ ẩn dật: *he buried himself (away) in the country* ông ta sống ẩn dật ở vùng quê b/ miệt mài, vùi đầu vào: *in the evenings he buries himself in his books* buổi tối anh ta vùi đầu vào sách.

bus¹ /bʌs/ *dt* *(snh* **buses**; *Mỹ cg* **busses)** xe buýt: *shall we*

walk or go by bus? ta đi bộ hay đi xe buýt đây?. // **miss the bus (boat)** *x* miss³.

bus² /bʌs/ *dgt* **(busing, Mỹ cg bussing; bused, Mỹ cg bussed) 1.** *(cg* **bus it)** đi [bằng] xe buýt: *I usually bus [it] to work in the morning* buổi sáng tôi thường đi làm bằng xe buýt **2.** *(Mỹ)* chở trẻ em da trắng đến học ở khu da đen; chở trẻ em da đen đến học ở khu da trắng *(để tạo ra những trường hòa hợp chủng tộc).*

bus boy /'bʌsbɔi/ *(Mỹ)* anh hầu bàn phụ.

busby /'bʌzbi/ *dt* mũ lông *(của ky binh Anh, đội trong các cuộc diễu binh).*

bush /bʊʃ/ *dt* **1.** bụi cây, bụi rậm: *a rose bush* bụi hoa hồng **2.** chùm tóc; chùm lông **3.** *(thường* **the bush)** vùng đất hoang dã có nhiều cây bụi. // **beat about the bush** *x* beat¹; **a bird in the hand is worth two in the bush** *x* bird.

bushbaby /'bʊʃbeibi/ *dt (động)* vượn thỏ.

bushed /bʊʃt/ *tt (kng)* mệt lử.

bushel /'bʊʃl/ *dt* giạ *(đơn vị do lường khoảng 36,4 lít để dong hạt).*

Bushman /'bʊʃmən/ *dt* thổ dân Tây Nam Phi.

bush telegraph /'bʊʃ 'teligrɑːf/ *dt (hài)* đường dây đồn đại nhanh: *the news spread through the whole school by bush telegraph* tin đã được lan nhanh ra cả trường bằng những đường dây đồn đại nhanh.

bushiness /'bʊʃinis/ *dt* **1.** tình trạng có nhiều bụi cây **2.** sự mọc rậm rạp.

bushy /'bʊʃi/ *tt* **1.** có nhiều bụi cây **2.** rậm, rậm rạp: *bushy eyebrows* lông mày rậm.

busily /'bizili/ *pht* **1.** [một cách] bận, [một cách] bận rộn **2.** [một cách] nhộn nhịp.

business /'biznis/ *dt* **1.** công việc: *he tries not to let [his] business interfere with his home life* anh ta cố không để cho công việc xen vào cuộc sống gia đình **2.** việc buôn bán kinh doanh: *he is in the oil business* ông ta kinh doanh xăng dầu; *business is always brisk before Christmas* kinh doanh luôn luôn nhộn nhịp vào trước lễ Giáng sinh **3.** cửa hàng, cơ sở kinh doanh: *many small businesses have gone bankrupt recently* gần đây nhiều cửa hàng nhỏ đã phá sản **4.** nhiệm vụ; công việc: *it's the business of the police to protect the community* nhiệm vụ của cảnh sát là bảo vệ cộng đồng; *my private life is none of your business (is no business of yours)* đời tư của tôi không phải công việc của anh **5.** vấn đề cần bàn, việc cần xử lý: *the main business of this meeting is our wages claim* vấn đề chính cần bàn trong cuộc họp này là yêu sách về lương bổng của chúng ta; *unless there is any other business we can end the meeting* nếu không có vấn đề gì khác thì ta có thể kết thúc cuộc họp **6.** (*số ít*) (*thường xấu*) vấn đề: *what a business it is moving house!* dọn nhà là cả một vấn đề! **7.** điệu bộ, nét mặt, cách diễn xuất (*của diễn viên trên sàn diễn*). // **business is business** công việc là công việc (*không xen tình cảm vào được*); **get down to busines** bắt tay vào việc; **go about one's business** lo công việc của mình: *streets filled with people going about their daily business* đường

phố đầy những người đi lo công việc hằng ngày của mình; **go out of business** bị phá sản; **have no business to do something (doing something)** không có quyền làm gì: *you've no business to be here, this is private property* anh không có quyền vào đây, đây là tài sản tư; **like nobody's business** (*kng*) rất nhiều; rất nhanh; rất tốt: *my head hurts like nobody's business* đầu tôi bị đau ghê gớm; **mean business** *x* mean¹; **mind one's own business** *x* mind²; **on business** có công chuyện: *I'll be away on business next week* tuần sau tôi sẽ đi có công chuyện; **send somebody about his business** *x* send.

business address /'biznis ədres/ địa chỉ kinh doanh.

business card /'bizniska:d/ danh thiếp.

business class /'biznis kla:s/ hạng kinh doanh (*trên máy bay, trên hạng du lịch, sau hạng nhất*).

business end /'biznisend/ bộ phận có hiệu lực (*trong một dụng cụ*): *never hold a gun by the business end* chớ bao giờ cầm súng bằng nòng.

business hours /'biznis auə[r]z/ giờ mở cửa (*của một cửa hàng, một cơ quan*).

businesslike /'biznislaik/ *tt* đâu ra đấy: *negotiations were conducted in a businesslike manner* đàm phán được tiến hành đâu ra đấy.

businessman /'biznismən/, **businesswoman** /'bizniswumən/ *dt* **1.** nhà kinh doanh **2.** người thông thạo công việc tài chính.

business studies /'biznis stʌdiz/ khoa nghiên cứu kinh tế và quản lý kinh doanh.

business suit /'biznis,su:t/ (*Mỹ*) *nh* lounge suit.

busk /bʌsk/ *đgt* (*Anh, kng*) đánh đàn rong.

busker /'bʌskə[r]/ *dt* kẻ đàn rong.

busking /'bʌskiŋ/ *dt* sự đi đánh đàn rong.

bus lane /'bʌslein/ *dt* làn đường dành riêng cho xe buýt.

busman /'bʌsmən/ *dt* **busman's holiday** ngày nghỉ nhưng vẫn làm việc như mọi ngày: *the painter spent a busman's holiday painting his own house* họa sĩ bỏ ra một ngày nghỉ vẽ ngôi nhà của chính mình.

bus shelter /'bʌsʃeltə[r]/ trạm chờ xe buýt.

bus stop /'bus stɒp/ **1.** điểm đỗ xe buýt (*thường xuyên*) **2.** biển đỗ xe buýt (*ở điểm đỗ thường xuyên*).

bust¹ /bʌst/ *dt* **1.** tượng bán thân **2.** ngực (*phụ nữ*); số đo vòng ngực: *what is your bust size madam?* thưa bà số đo vòng ngực của bà là mấy ạ?

bust² /bʌst/ *đgt* (**bust** hoặc **busted**) (*kng*) **1.** làm vỡ tan: *I dropped my camera on the pavement and bust it* tôi đánh rơi chiếc máy ảnh lên hè đường và làm nó vỡ tan **2.** bố ráp; bắt (*nói về cảnh sát*): *he's been busted for drugs* nó đã bị bắt vì tội buôn bán ma túy **3.** (*quân*) giáng cấp: *he was busted [to corporal] for being absent without leave* nó bị giáng cấp xuống bậc hạ sĩ vì tội vắng mặt không xin phép. // **bust up** (*kng*) cãi nhau và chia tay nhau (*vợ chồng*); **bust something up** kết thúc: *bust up a meeting* kết thúc cuộc họp.

bust³ /bʌst/ *dt* sự bố ráp, sự vây.

bust⁴ /bʌst/ *tt* **1.** *(kng) (vị ngữ)* hỏng, không chạy nữa *(đồng hồ...)* **2.** phá sản. // **go bust** phá sản *(người, công việc kinh doanh).*

bustard /'bʌstəd/ *dt (động)* gà sếu.

buster /'bʌstə[r]/ *dt (Mỹ, kng, thường xấu) (dùng để gọi một người đàn ông)* ông anh: *come here, buster!* lại đây ông anh ơi!

bustle¹ /'bʌsl/ *dgt* **1.** hối hả; rối rít: *bustle about in the kitchen* hối hả rối rít trong bếp **2.** sôi động; nhộn nhịp: *the city centre was bustling with life* cuộc sống ở trung tâm thành phố thật sôi động.

bustle² /'bʌsl/ *dt* **1.** sự hối hả, sự rối rít: *everybody was in a bustle* mọi người đều hối hả rối rít **2.** sự sôi động, sự nhộn nhịp: *the [hustle and] bustle of city life* sự nhộn nhịp của cuộc sống thành thị.

bustle³ /'bʌsl/ *dt* khung căng lưng áo *(của phụ nữ trước đây).*

bust-up /'bʌstʌp/ *dt* **1.** cuộc cãi nhau dữ dội **2.** sự tan vỡ *(mối quan hệ...):* the bust-up of a marriage sự tan vỡ hôn nhân.

busy¹ /'bizi/ *tt* (-ier,-iest) **1. busy [at (with) something]; busy [doing something]** bận rộn, bận: *be busy with one's work* bận rộn với công việc của mình; *she is busy writing letters* cô ta bận viết thư **2.** nhộn nhịp: *a busy street* phố xá nhộn nhịp; *the shops are very busy at Christmas* cửa hàng rất nhộn nhịp vào dịp Giáng sinh **3.** đang bận, đang có người dùng *(điện thoại...):* the [telephone] line is busy đường dây [điện thoại] đang bận; *the photo-copier has been busy all*

morning máy sao chụp bận suốt buổi sáng **4.** rườm rà *(hoa văn, bức họa):* this wallpaper is too busy for the bedroom giấy dán tường này mà dùng cho phòng ngủ thì các hình trang trí quá rườm rà. // **[as] busy as a bee** rất bận rộn; **get busy** bắt đầu, bắt tay vào việc: *we've only got an hour to do the job, we'd better get busy* ta chỉ có một tiếng đồng hồ để làm việc này, ta nên bắt tay vào việc đi.

busy² /'bizi/ *dgt (qk, dttqk* **busied**) **busy oneself [with something], busy oneself [in (with) doing something]** bận rộn công việc gì: *busy oneself with housework* bận rộn việc nội trợ; *he busied himself cooking the dinner* nó bận nấu ăn tối.

busybody /'bizibɒdi/ *dt (xấu)* người hay dính vào chuyện của người khác.

but¹ /bʌt, *cg* bət/ *pht (cũ)* chỉ, chỉ là: *he is still but a child* nó chỉ là một đứa trẻ con; *she left but an hour ago* chị ta vừa mới đi, chỉ cách đây một tiếng đồng hồ. // **one cannot (could not) but** không còn cách nào khác là phải: *I could not but admit that he was right and I was wrong* tôi không còn cách nào khác là phải thừa nhận rằng anh ta đúng mà tôi sai.

but² /bət, *dạng nhấn mạnh* bʌt/ *lt* **1.** trái lại; mà là: *you've bought the wrong shirt. It's not the red one I wanted but the blue one* anh đã mua nhầm chiếc sơ mi cho tôi rồi, không phải là cái màu đỏ, mà là cái màu xanh kia **2.** nhưng: *Tam went to the party, but his brother didn't* Tam đi dự tiệc nhưng anh nó thì

không; *she cut her knee badly, but didn't cry* cô ta bị trầy đầu gối rất đau nhưng không khóc. **3.** *(cũ)* mà [lại] không: *I never pass my old house but I think of the happy years I spent there* tôi chưa bao giờ đi qua nhà cũ của mình mà không nghĩ tới những năm tháng hạnh phúc tôi đã sống ở đó; *no man is so cruel but he may feel some pity* không ai tàn ác mà lại không còn tí tình thương nào **4.** ồ *(chỉ sự ngạc nhiên, sự không đồng ý, sự sửng sốt):* "I'm getting married" "but that's wonderful" "tôi sắp lấy vợ" "ồ thế thì tuyệt" **5.** phải đúng là *(dùng để nhấn mạnh một từ):* nothing, but nothing will make me change my mind không có gì, đúng là không có gì có thể làm tôi đổi ý. // **but me no buts** đừng có cãi tôi nữa; đừng có xin lỗi nữa; **but that** *(cũ)* a/ trừ phi, nếu không: *but that you had seen me in the water, I would have drowned* nếu anh không nhìn thấy tôi dưới nước thì tôi đã chết đuối rồi b/ *(sau một từ phủ định)* rằng: *I don't doubt but that you are telling the truth* tôi không nghi ngờ rằng anh nói sự thật c/ mặt khác; hơn nữa: *he speaks very good French, but then he did live in Paris for three years* nó nói tiếng Pháp rất giỏi, hơn nữa nó đã sống ở Pa-ri ba năm; **not only... but also** không những... mà còn: *he is not only arrogant but also selfish* nó không những ngạo mạn mà còn ích kỷ nữa.

but³ /bət, *dạng nhấn mạnh* bʌt/ *gt (dùng sau những từ phủ định* nobody, none, nowhere..., *những từ để hỏi* who, where...*và cả* all, everyone, anyone...) trừ [ra], ngoài [ra]: *everyone was there but him* mọi người đều ở đó trừ anh ta; *nobody but you could be so selfish* không có ai lại ích kỷ đến như thế, trừ anh ra. // **but for somebody (something)** /bətfə/ nếu không [có]: *but for the rain we would have had a nice holiday* nếu không mưa thì chúng ta đã có một kỳ nghỉ tốt đẹp.

but⁴ /bʌt, (cg bət/ *dt (cũ)* (sau một từ phủ định) người mà [không], cái mà [không]: *there is no man but feels pity for starving children* không người nào mà không cảm thấy thương các cháu đang chết đói.

butane /'bjuːtein/ *dt (hóa)* butan.

butch /bʊtʃ/ *tt (kng)* **1.** (thường xấu) có tướng đàn ông (nói về nữ) **2.** nam nhi năng nổ (nói về đàn ông).

butcher¹ /'bʊtʃə[r]/ *dt* **1.** anh hàng thịt **2.** (xấu) tên đồ tể: *a butcher of innocent people* tên đồ tể giết hại dân lành.

butcher² /'bʊtʃə[r]/ *dgt* **1.** mổ thịt **2.** giết chóc, tàn sát: *women and children were butchered by the rebels* phụ nữ và trẻ em bị bọn phiến loạn tàn sát **3.** (bóng) làm sai lạc, làm hỏng: *none of the cast can act at all, they're butchering the play* không một vai nào diễn được cả, họ đang làm hỏng vở kịch.

butchery /'bʊtʃəri/ *dt* **1.** nghề bán thịt **2.** sự giết chóc tàn bạo, sự tàn sát bừa bãi.

butler /'bʌtlə[r]/ *dt* viên quản lý hầm rượu.

butt¹ /bʌt/ *dt* **1.** thùng đựng rượu **2.** thùng hứng nước mưa.

butt² /bʌt/ *dt* **1.** báng (súng) **2.** mẩu (thuốc lá, còn lại sau khi đã hút): *an ashtray full of butts* cái gạt tàn đầy mẩu thuốc lá **3.** (Mỹ, kng) mông đít: *get off your butts and do some work!* nhấc đít lên (đứng dậy) và làm tí gì đi chứ!

butt³ /bʌt/ *dt* **1.** ụ đất sau trường bắn **2. the butts** trường bắn **3.** người làm trò cười; đích làm trò cười: *be the butt of everyone's jokes* làm trò cười cho thiên hạ.

butt⁴ /bʌt/ *dgt* **1.** húc đầu: *butt somebody in the stomach* húc đầu vào bụng ai **2.** đâm vào, đâm sầm vào: *butt against a tree* đâm sầm vào một cái cây. // **butt in [on somebody (something)]**/ (kng) ngắt lời; xen vào: *don't butt in like that when I'm speaking* đừng có ngắt lời như thế khi tôi đang nói.

butter¹ /'bʌtə[r]/ *dt* bơ. [look as if (as though)] **butter would not melt in one's mouth** làm ra vẻ đoan trang tốt bụng (nhưng kỳ thực không phải thế); **like a knife through butter** *x* knife.

butter² /'bʌtə[r]/ *dgt* phết bơ vào (bánh mì); xào nấu với bơ. // **know which side one's bread is buttered** *x* know; **butter somebody up** xu nịnh ai, nịnh hót ai: *I've seen you buttering up the boss!* tôi đã thấy anh nịnh hót ông chủ!

butter-bean /'bʌtəbiːn/ *dt* đậu bơ (màu bơ, thường bán dưới dạng hạt đã phơi khô).

buttercup /'bʌtəkʌp/ *dt* (thực) cây khuy vàng.

butter-fingers /'bʌtəfingəz/ *dt (snh kđổi)* người vụng về lóng ngóng.

butterfly /'bʌtəflai/ *dt* **1.** con bướm **2.** (bóng) người lông bông (không có công việc ổn định lâu dài) **3.** (số ít) (cg **butterfly stroke**) kiểu bơi bướm: *doing [the] butterfly* bơi bướm. // **have butterflies [in one's stomach]** (kng) hồi hộp (trước khi làm việc gì).

buttermilk /'bʌtə,milk/ *dt* nước sữa (sau khi đã gạn hết kem trong sữa).

butterscotch /'bʌtəskɒtʃ/ *dt* caramen bơ.

buttery /'bʌtəri/ *tt* như bơ; có bơ; phủ bơ.

buttock /'bʌtək/ *dt* (thường snh) mông [đít]: *a smack on the buttock* cái phát vào mông.

button¹ /'bʌtn/ *dt* **1.** cái cúc, cái khuy: *do one's buttons up* cài khuy lại **2.** cái nút, nút bấm: *which button do I press to turn the radio on?* mở rađiô tôi phải bấm nút nào thế? // **bright as a button** *x* bright¹; **on the button** (Mỹ, kng) đúng: *you have got it on the button!* anh đúng rồi đó!

button² /'bʌtn/ *dgt* cài cúc, cài khuy: *button [up] one's coat* cài khuy áo khoác; *this dress buttons at the back* áo này cài khuy ở lưng. // **button [up] one's lip** (Mỹ, lóng) câm mồm; im lặng; **button something up** (kng) hoàn tất: *the deal should be buttoned up by tomorrow* sự thỏa thuận mua bán sẽ hoàn tất vào ngày mai.

button-down collar /,bʌtn daʊn 'kɒlə[r]/ cổ cồn đã cài vào cổ áo.

buttoned up /'bʌtndʌp/ e lệ; nhút nhát.

buttonhole¹ /'bʌtnhəʊl/ *dt* **1.** khuyết áo, lỗ khuy áo **2.** hoa cài khuy ve áo.

buttonhole² /'bʌtnhəʊl/ *dgt* níu áo (ai) để nói chuyện.

buttonhook /'bʌtnhʊk/ *dt* cái móc cài khuy.

buttons /'bʌtnz/ *dt (cũ)* nh bellboy.

buttress^1 /'bʌtris/ *dt* **1.** *(ktrúc)* trụ ốp tường, tường ốp **2.** người ủng hộ, người củng cố, cái bảo vệ chống lại: *he was a buttress against extremism in the party* ông ta là người chống lại chủ nghĩa cực đoan trong đảng.

buttress^2 /'bʌtris/ *dgt* ủng hộ; củng cố, bảo vệ chống lại: *you need more facts to buttress up your argument* anh cần nhiều dữ kiện hơn nữa để bảo vệ lý lẽ của anh.

buxom /'bʌksəm/ *tt* mũm mĩm *(phụ nữ).*

buy^1 /bai/ *dgt* **(bought) 1.** mua: *house prices are low, it's a good time to buy* giá nhà đang hạ, bây giờ là thời điểm tốt để mua; *where did you buy that coat?* anh mua chiếc áo khoác đó ở đâu vậy?; *I must buy myself a new shirt* tôi phải mua một chiếc sơ mi mới mới được; *money can't buy happiness* tiền không mua được hạnh phúc; *a pound today buys much less than it did a year ago* một bảng ngày nay mua được ít thứ hơn nhiều so với cách đây một năm **2.** đánh đổi bằng, trả giá: *the victory was dearly bought* chiến thắng đã phải trả giá đắt **3.** chấp nhận, tin: *no one will buy that excuse* không ai chấp nhận lý lẽ bào chữa đó cả **4.** mua chuộc, hối lộ: *he can't be bought* ông ta không thể mua chuộc được. // **buy a pig in a poke** mua trâu vẽ bóng; **buy time** kéo dài thời gian, trì hoãn: *they are trying to buy time by prolonging the negotiations* họ đang cố kéo dài thời gian bằng cách kéo

dài thương lượng; **buy something in** mua trữ: *buy in coal for the winter* mua trữ than cho mùa đông; **buy somebody off** đấm mõm, đút lót; **buy somebody out** a/ mua hết các cổ phần đi để trở thành chủ duy nhất của một công ty b/ trả một món tiền để được giải ngũ; **buy something over** đút lót ai; **buy something up** mua tất, mua toàn bộ: *a New York businessman has bought up the entire company* một doanh gia ở Nữu ước đã mua toàn bộ công ty.

buy^2 /bai/ *dt* sự mua; vật mua: *a good buy* món mua hời.

buyer /'baiə[r]/ *dt* **1.** người mua: *have you found a buyer for your house?* đã có ai mua nhà của ông chưa? **2.** người thu mua hàng *(cho một nhà hàng lớn)*: *a buyer for Harrod's* người thu mua hàng cho hãng Harrod.

buyer's market /'baiəz mɑːkit/ tình trạng hàng thừa khách thiếu.

buzz^1 /bʌz/ *dgt* **1.** kêu vo vo *(ong, nhặng...)* **2.** ù *(tai):* *my ears began buzzing* tai tôi bắt đầu ù **3.** xì xào: *the courtroom buzzed as the defendant was led in* phòng xử án xì xào khi bị cáo được dẫn vào; *the office is buzzing with rumours* cơ quan đang xì xào đồn đại **4.** (+ for) bấm chuông gọi: *the doctor buzzed [for] the next patient* bác sĩ bấm chuông gọi bệnh nhân tiếp theo **5.** *(kng)* gọi điện thoại cho: *I'll buzz you at work* tôi sẽ gọi điện thoại cho anh ở cơ quan **6.** bay sát coi như để cảnh cáo: *two fighters buzzed the convoy as it approached the coast* hai máy bay chiến đấu bay

sát đoàn tàu khi nó tiến đến gần bờ biển. // **buzz about (around)** lăng xăng *(như con nhặng)*; **buzz off** *(Anh, kng)* *(thường ở thể mệnh lệnh)* cút đi: *just buzz off and let me alone* cút đi và để cho tôi yên.

buzz^2 /bʌz/ *dt* **1.** tiếng vo vo *(của ong, nhặng...)* **2.** tiếng xì xào; tiếng đồn đại: *there's a buzz going round that the boss has resigned* có tiếng đồn đại là ông chủ đã từ chức **3.** tiếng chuông gọi **4.** *(số ít) (Mỹ, kng)* cảm giác thích thú: *flying gives me a real buzz* đi máy bay đem lại cho tôi một cảm giác thích thú. // **give somebody a buzz** *(kng)* gọi điện thoại cho ai.

buzzard /'bʌzəd/ *dt (động)* chim diều mốc.

buzzer /'bʌzə[r]/ *dt* chuông hiệu.

buzzword /'bʌzwɜːd/ *dt* từ chuyên môn đã thành mốt.

by^1 /bai/ *pht* **1.** bên cạnh, kề bên: *sit by somebody* ngồi cạnh ai **2.** ngang qua; qua: *drive by* lái xe qua; *time goes by so quickly* thời gian qua nhanh quá **3.** dự trữ; dành: *I always keep a bottle of wine by in case friends call round* tôi luôn luôn dự trữ một chai rượu phòng khi có bạn bè. // *(cũ)* lát nữa thôi; ngay bây giờ: *they'll be arriving by and by* họ sẽ đến ngay bây giờ thôi; **by the by (bye)** nh **by the way** x way^1; **by and large** x large.

by^2 /bai/ *gt* **1.** bên cạnh, kề bên: *a house by the church* một ngôi nhà bên cạnh nhà thờ; *come and sit by me* lại ngồi bên cạnh tôi đây này **2.** qua: *he entered by the back door* nó vào qua cửa sau; *we travelled to Rome* by *Milan and Florence* chúng tôi đi đến Rome qua Milan và Florence **3.** ngang qua: *he walked by me without speaking* anh ta đi ngang qua tôi mà không nói gì **4.** không chậm hơn, trước: *can you finish the work by five o'clock?* anh có xong được công việc trước năm giờ không? **5.** (không có the) trong *(thời gian nào đó):* *she sleeps by day and works by night* cô ta [trong ban] ngày thì ngủ, ban đêm làm việc; *reading by artificial light is bad for the eyes* đọc dưới ánh sáng nhân tạo là có hại cho mắt **6.** *(sau một động từ ở dạng bị động)* bởi; bằng: *a play [written] by Shakespeare* một vở kịch do Shakespeare viết; *he was arrested by the police* anh ta bị cảnh sát bắt (bị bắt bởi cảnh sát); *may I pay by cheque?* tôi có thể trả bằng séc chứ? **7.** (không có the) do, vì: *meet by chance* gặp gỡ do tình cờ; *achieve something by determination* hoàn thành việc gì do quyết tâm **8.** bằng *(hành động cụ thể nào đó; phương tiện giao thông nào đó):* *he shocked the whole company by resigning* ông ta từ chức (bằng sự từ chức của mình ông ta) làm sửng sốt toàn công ty; *travel by bus* đi bằng xe buýt **9.** *(chỉ bộ phận trên cơ thể bị chạm đến):* *take somebody by the hand* nắm tay ai; *seize somebody by the hair* túm lấy tóc ai **10.** *(với the)* theo *(một đơn vị nào đó):* *sell eggs by the dozen* bán trứng theo từng tá; *pay somebody by the day* trả tiền công cho ai theo ngày **11.** từng... một: *improving little by little* cải tiến từng ít một; *the children came in two by two*

trẻ con đến từng hai đứa một **12.** trên *(chỉ số đo một hình chữ nhật, một hình lập phương)*; cho *(chỉ sự nhân hoặc chia cho số nào đó):* *the room measures fifteen feet by twenty feet* căn phòng đo được 15 trên 20 bộ; *6 multiplied by 2 equals 12* sáu nhân cho 2 bằng 12 **13.** chừng: *the bullet missed him by two inches* viên đạn đi chệch anh ta chừng hai insơ **14.** theo: *by my watch it is two o'clock* theo đồng hồ tôi bây giờ là hai giờ; *judging by appearances can be misleading* xét đoán theo bề ngoài có thể bị nhầm; *play a game by the rules* chơi một trò chơi theo đúng luật chơi **15.** về mặt, về phương diện: *be German by birth, a solicitor by profession* là người Đức về nguồn gốc, một luật sư về nghề nghiệp **16.** có *(Chúa)* chứng giám cho *(trong lời thề):* *by God!* thề có Chúa chứng giám cho. // **have (keep) something by one** để vật gì ngay bên cạnh: *I keep a dictionary by me when I'm doing crosswords,* tôi để một cuốn từ điển sát bên cạnh khi chơi ô chữ.

by- *(cg* bye-*)* *(tiền tố tạo từ cùng với dt và dgt)* **1.** thứ yếu, phụ: *x* by-product **2.** gần: *x* by-stander.

bye¹ /bai/ dt *(thể)* **1.** điểm ghi do quả bóng lọt qua người cầm chày *(bóng chày)* **2.** sự được vào vòng sau do vòng trước không có đối thủ.

bye² /bai/ *(cg* **bye-bye** /ˌbaiˈbai, bəˈbai/*)* tht *(kng)* tạm biệt: *bye [-bye]! see you next week* tạm biệt, hẹn gặp lại tuần sau!

bye-byes /ˈbaibaiz/ dt sự ngủ *(nói với trẻ em):* *it's time to go (time for) bye-*

byes! đã đến giờ đi ngủ rồi đấy!

by-election /ˈbaiilekʃn/ dt cuộc bầu cử bổ sung *(một nghị sĩ từ trần hay từ nhiệm).*

bygone /ˈbaigɒn/ tt đã qua: *in by-gone days* trong những ngày đã qua.

bygones /ˈbaigɒnz/ dt **let by-gones be bygones** cái gì đã qua cho qua luôn.

by-law /ˈbailɔː/ dt *(cg* **bye-law 1.** lệ *(của địa phương)* **2.** *(Mỹ)* điều lệ *(của một câu lạc bộ, một công ty..)*

byline /ˈbailain/ dt dòng có ghi tên tác giả *(dòng đầu hay dòng cuối một bài báo...).*

bypass¹ /ˈbaipɑːs, *(Mỹ* ˈbaipæs)/ dt **1.** đường vòng: *if we take the bypass we'll avoid the town centre* nếu chúng ta đi đường vòng, ta có thể tránh đi qua trung tâm thành phố **2.** đường rẽ máu *(không qua tim, trong giải phẫu tim).*

bypass² /ˈbaipɑːs, *(Mỹ* ˈbaipæs)/ dgt **1.** làm đường vòng *(cho một thành phố):* *a plan to bypass the town centre* một kế hoạch làm đường vòng quanh trung tâm thành phố **2.** đi đường vòng vượt qua *(một trung tâm buôn bán đông đúc...):* *bypass a difficulty (bóng)* đi vòng tránh khó khăn **3.** bỏ qua, phớt lờ *(ý kiến của đồng sự...).*

byplay /ˈbaiplei/ dt sự kiện ngoài lề *(đối với sự kiện chính một vở kịch...):* *while the chairman was speaking, two committee members were engaged in heated byplay at the end of the table* trong khi chủ tọa đang phát biểu, hai ủy viên hội đồng nói chuyện sôi nổi với nhau về chuyện ngoài lề.

by-product /'baiprɒdʌkt/ *dt*
1. sản phẩm phụ **2.** kết quả
phụ, tác dụng phụ.

byre /'baiə[r]/ *dt* chuồng bò.

byroad /'bairəʊd/ *dt* (*Mỹ*
backroad) đường phụ.

bystander /'baistændə[r]/ *dt*
người đứng gần, người qua
đường (*đối với một tai nạn
xe cộ...*).

byte /bait/ *dt* (*diện toán*)
byte (*bằng 8 bít*).

byway /'baiwei/ *dt* **1.** *nh* by-
road **2. byways** (*snh*) địa hạt
kém quan trọng hơn, địa
hạt ít biết đến hơn: *the
byways of German literature*
những địa hạt ít biết đến
hơn của văn học Đức.

byword /'baiwɜ:d/ *dt* **1. by-
word for something** nhân vật
điển hình; vật điển hình:
*his name has become a by-
word for cruelty* tên ông ta
đã trở thành một điển hình
của sự tàn bạo **2.** tục ngữ,
ngạn ngữ.

byzantine /bai'zæntain, 'bi-
zəntain/ *tt* (*thường xấu*) rắc
rối, bí hiểm.

B

C¹, c /si:/ (snh C's, c's /si:z/)
1. C, c: *"Cat" starts with [a]
c* từ "cat bắt đầu bằng con
chữ c **2.** *(nhạc)* đô **3.** điểm
C (trong thang điểm A B
C D: *get a C in physics*
được điểm C về vật lý.
C² *vt* **1.** *(vt cua Cape)* mũi:
C Horn mũi Horn *(trên bản
đồ)* **2.** *(vt của độ Celsius;
độ bách phân): water freezes
at 0ºC* nước đông lại ở 0º
độ bách phân **3.** *(cg* **c**) chữ
số La Mã 100 *(tiếng La-tinh
là centum)* **4.** *(cg ký hiệu* ©
vt của copyright) bản quyền:
© *Oxford University Press
1986* bản quyền của nhà
xuất bản Đại học Oxford
1986.
C³ *vt* **1.** *(vt của* cent[s]) xu
2. *(vt của* century) thế kỷ:
in the 19th c ở thế kỷ 19
3. *(cg* **ca**) khoảng *(tiếng La
tinh là circa): c 1890 khoảng
năm 1890.*
CAA /,si:ei'ei/ *(vt của* Civil
Aviation Authority) Cục
hàng không dân dụng.
cab /kæb/ *dt* **1.** *nh* taxi:
shall we walk or take a cab
ta sẽ đi bộ hay đi tắc xi **2.**
cabin, buồng lái *(trên xe hơi,
cần cẩu, xe lửa)* **3.** xe ngựa
thuê *(trước đây).*
CAB /,si:ei'bi:/ *(vt của* Citi-
zen's Advice Bureau *(Anh))*
Văn phòng tư vấn dân sự.

cabal /kə'bæl/ *dt* **1.** âm mưu
chính trị bí mật **2.** bè đảng.
cabaret /'kæbərei, *(Mỹ)*
,kæbə'rei/ *dt* **1.** trò giúp vui
*(ở hàng ăn, câu lạc bộ
đêm...)* **2.** hàng ăn có trò
giúp vui; câu lạc bộ đêm có
trò giúp vui.
cabbage /'kæbidʒ/ *dt* **1.** cải
bắp **2.** *(Anh kng)* người ù
lì; người ngớ ngẩn.
cabby, cabbie /'kæbi/ *dt
(kng)* người lái tắc xi.
cab-driver /'kæbdraivə[r]/
dt người lái tắc xi.
caber /'keibə[r]/ *dt (thể)* cái
lao [bằng] gỗ *(ném trong
một trò chơi ở Scotland).*
cabin /'kæbin/ *dt* **1.** cabin,
buồng: *book a cabin on a
boat* đăng ký một buồng
trên tàu thủy; *the pilot's
cabin* buồng phi công **2.** túp
lều, chòi *(thường làm bằng
gỗ).*
cabin-boy /'kæbinbɔi/ *dt* bồi
tàu, người hầu bàn *(trên
tàu thủy).*
cabin-class /'kæbin klɑ:s/
hạng hai *(trên tàu thủy): a
cabin-class ticket* vé hạng
hai *(trên tàu thủy).*
cabin cruiser /'kæbin,kru:-
zə[r]/ *nh* cruiser 2.
cabinet /'kæbinit/ *dt* **1.** tủ
*(có nhiều ngăn hoặc có giá
để dụng, để trưng bày): a
china cabinet* tủ đựng bát
đĩa sứ **2.** vỏ *(máy thu thanh,
máy thu hình...)* **3.** *(cg* **the
Cabinet**) nội các, chính phủ.
cabinet-maker /'kæbinit
,meikə[r]/ *dt* thợ [đóng] đồ
gỗ nội thất.
cable¹ /'keibl/ *dt* **1.** dây cáp
2. *(hải)* dây neo **3.** tầm *(đơn
vị đo ở biển, bằng 1/10 hải
lý, tức 200 yat)* **4.** dây cáp
ngầm **5.** *(cg* **cablegram**) điện
báo cáp.
cable² /'keibl/ *dgt* **1.** đánh
điện báo; báo bằng điện báo:

please write or cable xin vui
lòng viết hoặc đánh điện
báo; *don't forget to cable us
as soon as you arrive* đừng
quên điện cho chúng tôi
ngay khi ông đến nhé **2.**
gửi *(tiền, tin...)* bằng điện
báo: *news of his death was
cabled to his family* tin ông
ấy mất được đánh điện báo
cho gia đình.
cable car /'keibl kɑ:[r]/ *dt* xe
cáp treo.
cablegram /'keiblgræm/ *dt*
điện báo cáp.
cable railway /'keibl,reilwei/
đường sắt kéo cáp.
cable stitch /'keiblstitʃ/ mũi
đan thừng xoắn.
cable television /'keibl
teli'viʒn/ *(cg* **cablevision**
/'keiblviʒn/) truyền hình cáp,
tivi cáp.
caboodle /kə'bu:dl/ *dt* **the
whole caboodle** *(kng)* tất cả,
mọi thứ.
caboose /kə'bu:s/ *dt* **1.** nhà
bếp trên boong **2.** *(Mỹ)* toa
bảo vệ *(trên một chuyến tàu
hàng hóa).*
cab rank /'kæbræŋk/, *(Mỹ)*
cabstand /'kæbstænd/) *(cg*
taxi rank) bến xe tắc-xi.
cacao /kə'kau/ *dt* ca cao
(cây, hạt, hột).
cache¹ /kæʃ/ *dt* **1.** nơi giấu,
nơi trữ *(lương thực, kho
tàng, vũ khí)* **2.** lương thực
cất giấu; kho tàng cất giấu,
vũ khí cất giấu.
cache² /kæʃ/ *dgt* cất giấu;
trữ.
cachet /'kæʃei, *(Mỹ)* kæ'ʃei/
dt **1.** uy tín: *her success in
business had earned her a
certain cachet in society* sự
thành công của bà ta trong
kinh doanh đã tạo cho bà
một uy tín nào đó trong xã
hội **2.** dấu ấn: *Rembrandt's
paintings show the cachet
of genius* các bức họa của

Rembrandt mang dấu ấn thiên tài.

cachou /'kæʃu, (Mỹ kə'ʃu:)/ dt kẹo ca su.

cackle[1] /'kækl/ dt **1.** tiếng cục tác (của gà đẻ) **2.** tiếng cười sằng sặc **3.** tiếng nói chuyện ríu rít. // **cut the cackle** (kng) thôi nói chuyện tầm phào.

cackle[2] /'kækl/ dgt **1.** cục tác (gà) **2.** cười nói ồn ào: *cackling on for hours* cười nói ồn ào hàng giờ liền.

cacophony /kə'kɒfəni/ dt âm thanh hỗn tạp chối tai; âm hưởng xấu.

cacophonous /'kə'kɒfənəs/ tt nghe chối tai.

cactus /kæktəs/ dt (sh **cacti** /'kæktai/) cây xương rồng.

cad /kæd/ dt (cũ, xấu) kẻ vô lại.

cadaver /kə'da:və[r]/ cg /kə'deivə[r]/, Mỹ /kə'dævər/ (y) xác chết, tử thi.

cadaverous /kə'dævərəs/ tt trông như xác chết; tái nhợt.

caddie[1] (cg **caddy**[1]) /'kædi/ dt người xách gậy cho cầu thủ chơi gôn.

caddie[2] /'kædi/ dgt xách gậy cho cầu thủ chơi gôn: *would you like me to caddie for you?* ông có muốn tôi xách gậy cho ông chơi gôn không?

caddish /'kædiʃ/ tt vô lại, đểu cáng: *a caddish trick* trò bịp bợm đểu cáng.

caddy /'kædi/ dt nh tea-caddy.

cadence /'keidns/ dt **1.** nhịp **2.** ngữ điệu **3.** (nhạc) kết.

cadenza /kə'denzə/ dt (nhạc) đoạn trổ ngón.

cadet /kə'det/ dt học viên trường sĩ quan; học viên trường cảnh sát.

cadet corps /kə'detkɔ:[r]/ tổ chức huấn luyện quân sự

cho học sinh lớn tuổi (ở một số trường ở Anh).

cadge /kædʒ/ dgt (đôi khi xấu) xin xỏ: *could I cadge a lift with you?* tôi có thể xin ông đi nhờ một đoạn đường được không ạ?; *he's always cadging meals from his friends* nó luôn luôn xin ăn bạn bè.

cadmium /'kædmiəm/ dt (hóa) cađimi.

cadre /'ka:də[r]/, (Mỹ kædri)/, dt cán bộ.

Caesar /'si:zə[r]/ dt (sử) Caesar (danh hiệu của các hoàng đế La Mã từ Augustus đến Hadrian).

Caesarian (cg **Cesarian**) /si'zeəriən/ tt [thuộc] Caesar.

Caesarian section /si,zeəriən'sekʃn/ (y) thủ thuật mổ tử cung lấy thai, thủ thuật Caesar.

caesura /si'zjuərə, (Mỹ si'ʒuərə)/ dt (thơ, nhạc) chỗ ngắt.

café /'kæfei, (Mỹ kæ'fei)/ dt quán ăn và giải khát bình dân (ở Anh).

cafeteria /,kæfə'tiəriə/ dt quán ăn tự phục vụ (ở nhà máy, trường đại học...).

caffeine /'kæfi:n/ dt cafein.

caftan (cg **kaftan**) /'kæftæn/ dt áo captan, áo chùng (có đai lưng, của người vùng Cận Đông).

cage[1] /keidʒ/ dt **1.** lồng, chuồng (nhốt chim, súc vật nuôi) **2.** buồng, lồng (thang chuyển chở ở hầm mỏ..).

cage[2] /keidʒ/ dgt nhốt vào lồng, nhốt vào chuồng. // **cage somebody in** làm cho ai cảm thấy tù túng: *I felt terribly caged in that office* tôi cảm thấy tù túng kinh khủng ở cơ quan này.

cagey /'keidʒi/ tt (**cagier, cagiest**) cagey [about something] (kng) kín đáo: *he's*

very cagey about his family anh ta rất kín đáo về chuyện gia đình anh.

cagily /'keidʒili/ pht [một cách] kín đáo.

caginess, cageyniss /'keidʒinis/ dt tính kín đáo.

cagoule /kə'gu:l/ dt áo mưa dài có mũ liền.

cahoots /kə'hu:ts/ dt **be in cahoots [with somebody]** (Mỹ, kng) thông lưng với ai, móc ngoặc với ai.

caiman /'keimən/ dt nh cayman.

cairn /keən/ dt ụ đá (làm cột mốc, làm mốc kỷ niệm trên đỉnh núi...).

caisson /'keisn/ dt **1.** thùng lặn (dùng cho công nhân xây công trình dưới nước) **2.** thùng đạn dược (có bánh lăn).

cajole /kə'dʒəul/ dgt tán tỉnh, phỉnh phờ: *cajole somebody into doing something* phỉnh phờ ai làm gì; *cajole somebody out of something; cajole something out of somebody* phỉnh phờ ai lấy cái gì.

cajolery /kə'dʒəuləri/ dt **1.** sự tán tỉnh, sự phỉnh phờ **2.** lời tán tỉnh, lời phỉnh phờ.

cake[1] /keik/ dt **1.** bánh ngọt: *have some more cake!* dùng thêm một ít bánh ngọt nữa nhé! **2.** bánh: *fish cakes* cá đóng bánh; *a cake of soap* bánh xà phòng. // **cakes and ale** những cái mang lại thú vui ở đời: *life isn't all cakes and ale, you know* anh biết đấy cuộc đời đâu phải toàn cái mang lại thú vui cho mình; **get, want... a slice (share) of the cake** muốn được hưởng phần lợi nhuận mà mình cảm thấy có quyền được hưởng: *as workers in profit-making industry, miners are demanding a larger slice of* *the cake* là công nhân trong một ngành công nghiệp sinh lợi nhiều, thợ mỏ đang đòi được chia phần lợi nhuận nhiều hơn; **have one's cake and eat it** được cả đôi đàng; được cái nọ mà chẳng mất cái kia: *he wants a regular income but doesn't want to work. He can't have his cake and eat it* nó muốn có thu nhập đều đặn nhưng lại không muốn làm việc. Được cái nọ phải mất cái kia chứ!; **a piece of cake** x piece¹; **sell like hot cakes** bán rất chạy; **take the biscuit cake** x biscuit.

cake² /keik/ *dgt* **1. cake something [in (with) something]** bết đầy, phủ đầy *(một chất gì khi khô sẽ cứng lại)*: *his shoes were caked with mud* giày anh ta bết đầy bùn **2.** đông cứng lại: *blood from the wound had caked on his face* máu ở vết thương đông cứng lại trên mặt anh ta.

CAL *(cg* **Cal)** /kæl/ *(vt của* computer-aided (-assisted) learning) học có máy điện toán hỗ trợ.

cal *(vt của* calorie[s]) calo.

calabash /'kæləbæʃ/ *dt* **1.** quả đỉnh bầu **2.** cây đỉnh bầu.

calamine /'kæləmain/ *dt (cg* **calamaine lotion)** nước calamin *(dùng xoa chỗ da bị dau, bị bỏng...).*

calamitous /kə'læmitəs/ *tt* gây tai họa thảm khốc.

calamity /kə'læməti/ *dt* tai họa; thiên tai: *the earthquake was the worst calamity in the country's history* động đất ấy là thiên tai tệ hại nhất trong lịch sử đất nước; *there are worse calamities than failing your driving test (dùa)* còn khối tai họa tồi tệ hơn việc anh

trượt kỳ thi lấy bằng lái xe.

calcification /,kælsifi'keiʃn/ *dt* sự vôi hóa.

calcify /'kælsifai/ *dgt* (**calcified)** vôi hóa.

calcination /,kælsi'neiʃn/ *dt* sự nung khô.

calcine /'kælsain/ *dgt* **1.** đốt ra tro **2.** nung khô.

calcium /'kælsiəm/ *dt (hóa)* canxi.

calcium carbide /,kælsiəm 'ka:baid/ cacbua canxi, đất đèn.

calcium hydroxide /,kælsiəm hai'drɒksaid/ vôi [đã] tôi.

calculable /'kælkjuləbl/ *tt* có thể tính được.

calculate /'kælkjuleit/ *dgt* **1.** tính, tính toán: *calculate the cost of something* tính giá cả của thứ gì; *I calculate that we will reach London at about 3pm* tôi tính là ta sẽ đến London vào khoảng 3 giờ chiều **2.** *(Mỹ, kng)* cho rằng, tin rằng. // **be calculated to do something** dự định làm gì: *his speech was calcultated to stir up the crowd* bài diễn văn của ông ta dự định kích động quần chúng; **a calculated insult** lời lăng mạ có suy tính trước; **a calculated risk** một sự mạo hiểm có cân nhắc; **calculate on something (doing something)** trông mong vào: *we can't calculate on [having] good weather for the camping* chúng ta không thể trông mong có được thời tiết tốt cho cuộc cắm trại của chúng ta đâu.

calculating /'kælkjuleitiŋ/ *tt (thường xấu)* có tính toán hơn thiệt; tinh khôn: *a calculating businessman* một nhà kinh doanh tinh khôn.

calculation /,kælkju'leiʃn/ *dt* **1.** sự tính toán; sự cân nhắc:

our calculations show that the firm made a profit of over £1.000.000 last year theo tính toán của chúng tôi thì năm ngoái hãng đã lãi hơn 1000.000 bảng; *after much calculation they offered him the job* sau khi cân nhắc kỹ họ giao công việc đó cho anh ta **2.** sự trù liệu; sự hoạch định.

calculator /'kælkjuleitə[r]/ *dt* **1.** máy tính **2.** người tính toán.

calculi /'kælkjulai/ *dt snh* của calculus.

calculus /'kælkjuləs/ *dt (snh* **calculi; calculuses** /'kælkjuləsiz/) phép tính: *differential calculus* phép tính vi phân; *integral calculus* phép tính tích phân.

caldron /'kɔ:ldrən/ *dt (Mỹ)* nh cauldron.

calendar /'kælində[r]/ *dt* lịch: *a desk calendar* lịch để bàn; *the Gregorian calendar* lịch Gregory, dương lịch; *the Cup Final is a important date in the sporting calendar* trận chung kết tranh cúp là một ngày trọng đại trong lịch thi đấu thể thao.

calendar month /'kælində 'mʌnθ/ tháng dương lịch.

calendar year /'kælində 'jiə[r]/ năm dương lịch.

calender¹ /'kælində[r]/ *dt (kỹ)* máy cán là.

calender² /'kælində[r]/ *dgt (kỹ)* cán là.

calf¹ /ka:f, *Mỹ* kæf/ *dt (snh* **calves** /ka:vz, *Mỹ* kævz/) **1.** con bê **2.** hải cẩu con, cá voi con *(và một vài loài vật con khác)* **3.** *(cg* **calfskin)** da bê. // **[be] in (with calf)** có chửa *(bò cái)*; **kill the fatted calf** x kill.

calf² /ka:f, Mỹ kæf/ dt (snh **calves** /ka:vz, Mỹ kævz/) bắp chân.

calf-love /'ka:flʌv/ dt nh puppy-love.

calfskin /'ka:fskin/ dt da bê.

caliber /'kælibə[r]/ dt (Mỹ) nh calibre.

calibrate /'kælibreit/ dgt ghi độ chia; kiểm tra độ chia (trên một dụng cụ đo lường, ví dụ trên nhiệt kế).

calibration /,kæli'breiʃn/ dt 1. sự ghi độ chia; sự kiểm tra độ chia (trên một dụng cụ đo lường) 2. đơn vị ghi trên dụng cụ đo lường (ví dụ trên nhiệt kế chẳng hạn).

calibre (Mỹ **caliber**) /'kælibə[r]/ dt 1. cỡ, calip (đường kính trong của nòng súng, ống dẫn nước...) 2. tầm cỡ: the firm needs more people of your calibre hãng cần thêm nhiều người thuộc loại tầm cỡ như bạn.

calico /'kælikəʊ/ dt (snh **calicoes**, Mỹ **calicos**) 1. vải calicô trắng, vải trúc bâu 2. (Mỹ) vải in hoa.

caliper /'kælipə[r] dt nh calliper.

caliph /'keilif/ dt khalip, vua Hồi.

caliphate /'kælifeit/ dt 1. ngôi vua Hồi 2. lãnh địa vua Hồi 3. thời gian trị vì của vua Hồi.

calisthenics /,kælis'θeniks/ dt snh nh callisthenics.

calk /kɔ:k/ dgt (Mỹ) nh caulk.

call¹ /kɔ:l/ dt 1. tiếng kêu, tiếng gọi: a call for help tiếng kêu cứu; within call ở gần gọi nghe được 2. tiếng chim 3. hiệu kèn; hiệu tù và 4. cuộc ghé thăm: pay a call on a friend ghé thăm một người bạn; the doctor have five calls to make this morning bác sĩ phải đi thăm năm bệnh nhân sáng nay 5. (cg **phone call, ring**) sự gọi điện thoại; cuộc nói chuyện qua điện thoại: give somebody a call gọi điện thoại cho ai; were there any calls for me while I was out? có ai gọi tôi khi tôi đi vắng không? 6. lệnh đòi; lệnh triệu; lời mời: the Prime Minister is waiting for a call to the Palace Thủ tướng đang chờ lệnh triệu vào cung 7. **call [of something]** tiếng gọi: the call of the sea tiếng gọi thiêng liêng của biển cả; feel the call [of the priesthood] cảm thấy tiếng gọi của thiên hướng trở thành tu sĩ 8. **call for something** lời kêu gọi: the President made a call for national unity Tổng thống ra lời kêu gọi thống nhất quốc gia 9. **call for something** (trong câu phủ định và câu hỏi) sự cần thiết làm gì; dịp làm việc gì: there isn't much call for such things these days mấy ngày này không cần đòi hỏi nhiều đến những việc như thế 10. **call on somebody (something)** sự đòi hỏi (ai, cái gì): he is a busy man with many calls on his time ông ta là một người bận rộn với biết bao công việc đòi hỏi nhiều thời gian 11. lượt, phiên (chơi bài): it's your call đến lượt anh đấy. // **at one's (somebody's) beck and call** x beck²; **a close call** x close¹; **[be] on call** trực (nói về bác sĩ): who's on call tonight đêm nay ai trực thế?; **within call** trong tầm gọi.

call² /kɔ:l/ dgt 1. **call [out] to somebody [for something; call [something] [out]** kêu, gọi, hét: why didn't you come when I called [out] [your name]? sao anh không tới khi tôi gọi [tên anh]?; the injured soldiers call out in pain những người lính bị thương la hét vì đau 2. kêu (chim, thú) 3. gọi, mời, triệu đến: call an ambulance gọi xe cứu thương; the doctor has been called [away] to an urgent case bác sĩ được mời đến một ca khẩn cấp; the ambassador was called back to Honoi by the Prime Minister vị đại sứ được thủ tướng triệu về Hà Nội; **call somebody's attention to something** hướng sự chú ý của ai vào việc gì 4. **call [in (round)] [on somebody (at...)] [for somebody (something)]** ghé thăm: he was out when I called [round] to see him anh ta đi vắng khi tôi ghé thăm anh ta; will you call on at the supermarket for some eggs and milk? em có ghé qua siêu thị mua một ít trứng và sữa không? 5. gọi điện thoại: I'll call [you] again later tôi sẽ gọi lại cho anh sau 6. triệu tập; kêu gọi: call a meeting triệu tập một cuộc họp; call a strike kêu gọi một cuộc đình công 7. gọi dậy, đánh thức: please call me at 7 o'clock tomorrow morning làm ơn sáng mai gọi tôi dậy vào lúc 7 giờ 8. gọi (với cái tên là gì đấy): how dare you call me fat? sao anh dám gọi tôi là béo?; what's your dog called? con chó của anh gọi là gì thế; he has not had anything published and he calls himself a writer nó chưa xuất bản được gì cả mà tự gọi là nhà văn; you owe me £5,04, let's call it £5 anh nợ tôi 5,04 bảng, thôi gọi như 5 bảng vậy 9. gọi (hoa gì đó trong ván bài): who calls hearts? ai gọi hoa cơ thế? // **be (feel) called to [do] something** nghe theo tiếng gọi của nghề nghiệp: *be called to the bar* nghe theo tiếng gọi của nghề luật sư *(tức là muốn trở thành luật sư)*; **bring (call) somebody (something) to mind** x mind[1]; **call somebody's bluff** thách ai làm gì *(nghĩ rằng người đó sẽ không dám làm)*; **call a halt [to something]** ngưng, chấm dứt *(một công việc, một thói quen)*: *let's call a halt [to the meeting] and continue tomorrow* ta hãy ngưng họp và mai sẽ tiếp tục; **call something into being** tạo ra cái gì; **call something into play** đưa vào hoạt động, huy động: *chess is a game that calls into play all one's powers of concentration* cờ là một trò chơi huy động toàn bộ khả năng tập trung của mình; **call something in (into) question** nghi ngờ; làm cho bị nghi ngờ: *his honesty has never been called in question* tính trung thực của anh ta chưa bao giờ bị nghi ngờ cả; **call it a day** *(kng)* quyết định thôi, đồng ý thôi *(không làm việc gì nữa)*: *after forty years in politics he thinks it's time to call it a day* sau bốn mươi năm làm chính trị ông ta nghĩ rằng đã đến lúc thôi hoạt động; **call it quits** *(kng)* đồng ý ngừng cuộc thi; đồng ý thôi cãi nhau, không ai được ai thua cả; **call somebody's name** réo tên ai mà chửi, réo tên ai mà cười nhạo; **call something one's own** nhận thứ gì là của mình: *he has nothing he can call his own* nó chẳng có gì có thể gọi là của riêng nó hết; **call the shots (the tune)** *(kng)* ở vị thế làm chủ tình hình; **call a spade a spade** nói thẳng thừng, nói toạc ra; **call somebody to account [for (over) something]** yêu cầu ai giải thích *(việc gì)*: *his boss called him to account for failing to meet the deadline* ông chủ yêu cầu anh ta giải thích về việc không đúng hạn cuối cùng; **call somebody (something) to order** yêu cầu giữ trật tự *(để công việc có thể bắt đầu hoặc tiếp tục)*; **he who pays the piper calls the tune** x pay[2]; **the pot calling the kettle black** x pot[1]; **call by** ghé thăm, tạt qua: *could you call by on your way home?* trên đường về nhà, anh tạt qua một tí được không?; **call something down** *(Mỹ, kng)* khiển trách mắng mỏ ai thậm tệ; **call something down on somebody** nguyền rủa ai; **call for something** đòi hỏi; cần phải: *the situation calls for prompt action* tình hình đòi hỏi phải hành động mau lẹ; *that rude remark was not called for!* nhận xét thô bạo ấy đâu có cần!; **call something forth** gây ra: *his speach called forth an angry response* bài nói của ông ta đã gây ra một phản ứng giận dữ; **call something in** đòi trả: *the library called in all overdue books* thư viện đòi trả tất cả các sách mượn quá hạn; **call somebody (something) off** ra lệnh *(cho quân lính, cho chó...)* ngừng tấn công; ra lệnh cho thôi sục sạo: *please call your dog off, it's frightening the children* xin làm ơn bảo chó thôi sục sạo đi, nó làm tụi nhỏ sợ quá; **call something off** hủy bỏ, hủy: *call off a journey* hủy bỏ một chuyến đi; *the match was called off because of bad weather* cuộc đấu đã phải hủy vì thời tiết xấu; **call on (upon) somebody [to do something]** a/ chính thức mời, chính yêu cầu *(ai làm gì)*: *I now call upon the chairman to address the meeting* bây giờ xin mời ông chủ tịch phát biểu với cuộc họp b/ kêu gọi *(ai làm gì)*: *we are calling upon you to help us* chúng tôi kêu gọi quý vị giúp chúng tôi; **call somebody out** a/ gọi gấp: *call out the fire brigade* gọi gấp đội cứu hỏa b/ kêu gọi *(công nhân)* đình công: *miners were called out [on strike] by union leaders* các lãnh tụ nghiệp đoàn kêu gọi thợ mỏ đình công; **call somebody (something) up** a/ *(Mỹ)* gọi điện thoại b/ nhắc lại, gọi lại: *the sound of happy laughter called up memories of his childhood* tiếng cười vui sướng đã gọi lại cho anh ta những kỷ niệm về thời thơ ấu c/ gọi nhập ngũ, gọi thi hành quân dịch.

call box /'kɔːlbɒks/ *nh* telephone box.

caller /'kɔːlə[r]/ *dt* 1. người ghé thăm 2. người gọi điện thoại: *an anonymous caller warned the police about the bomb on the train* một người gọi điện thoại vô danh đã báo cho cảnh sát về quả bom cài trên tàu hỏa 3. người xướng điểm *(trong một số trò chơi)*.

call girl /'kɔːlgɜːl/ gái gọi điện thoại *(gái mại dâm gọi bằng điện thoại)*.

calligrapher /kə'lɪgrəfə[r]/ *dt* người viết chữ đẹp.

calligraphy /kə'lɪgrəfi/ *dt* thuật viết chữ đẹp.

call-in /'kɔːlɪn/ *dt* *(Mỹ)* *nh* phone-in.

calling /'kɔːlɪŋ/ *dt* 1. thiên hướng 2. nghề nghiệp.

calling card /'kɔːlɪŋkɑːd/ *(Mỹ)* *nh* visiting card.

callipers *(cg* **calipers)** *dt snh* 1. compa đo ngoài: *a pair of callipers* một cây compa đo ngoài 2. nạng kim loại.

callisthenics (*cg* **calisthenics**) /ˌkælis'θeniks/ *dt (dgt số ít hay snh)* thể dục thể hình.

call of nature /ˌkɔːləv 'neitʃə[r]/ *(trại)* sự cần đi tiểu; sự cần đi đại tiện.

callosity /kæ'lɒsəti/ *dt* chai *(ở tay, chân).*

callous /'kæləs/ *tt* **1.** thành chai; có chai *(ở tay, chân)* **2.** nhẫn tâm.

calloused /'kæləst/ *tt* có chai; bị chai cứng: *calloused hands* bàn tay có chai.

callously /'kæləsli/ *pht* [một cách] nhẫn tâm.

callousness /'kæləsnis/ *dt* sự nhẫn tâm; cách cư xử nhẫn tâm.

callow /'kæləʊ/ *tt (xấu)* non nớt: *a callow youth* một thanh niên non nớt; *callow thinking* sự suy nghĩ non nớt.

call-up /kɔːlʌp/ *dt (Mỹ* **draft)** lệnh gọi nhập ngũ: *receive one's call-up* nhận lệnh nhập ngũ; *young men of call-up age* những thanh niên ở độ tuổi nhập ngũ.

callus /'kæləs/ *dt (cg* **callosity)** chai *(ở tay, chân).*

calm¹ /'kɑːm, *(Mỹ cg* 'kɑːlm)/ *tt* (**-er; -est**) **1.** lặng *(biển)*; lặng gió: *a calm, cloudless day* một ngày không mây lặng gió **2.** bình tĩnh, điềm tĩnh: *keep (stay) calm* giữ bình tĩnh.

calm² /kɑːm, *(Mỹ cg* kɑːlm)/ *dt* sự yên lặng, sự êm ả; thời kỳ êm ả: *the calm of a summer evening* sự êm ả của một đêm hè; *after a storm came a calm* sau cơn bão là một thời kỳ êm ả. // **the calm before the storm** thời kỳ êm ả trước cơn bão táp.

calm³ /kɑːm, *(Mỹ cg* kɑːlm)/ *dgt* [làm dịu đi, [làm] bình tĩnh: *just calm down a bit!* hãy bình tĩnh lại chút nào!; *the sea calmed down* biển lặng dần.

calmly /'kɑːmli, *(Mỹ cg* 'kɑːlmli)/ *pht* **1.** [một cách] yên ả, [một cách] êm ả **2.** [một cách] bình tĩnh, [một cách] điềm tĩnh: *he walked into the shop and calmly stole a pair of gloves* nó điềm tĩnh bước vào cửa hàng và đánh cắp một đôi găng tay.

calmness /'kɑːmnis, *(Mỹ cg* 'kɑːlmnis)/ *dt* **1.** sự yên ả, sự êm ả **2.** sự bình tĩnh, sự điềm tĩnh.

Calor gas /'kæləgæs/ *(tên riêng)* ga lỏng *(butan lỏng chứa trong bình, dùng đun nấu ở những chỗ không có ống ga).*

calorie /'kæləri/ *dt (vt* **cal)** *(lý)* calo.

calorific /ˌkælə'rifik/ sinh nhiệt: *calorific value* giá trị nhiệt *(của nhiên liệu)*; giá trị năng lượng *(của thức ăn).*

calumniate /kə'lʌmnieit/ *dgt* vu khống.

calumnious /kə'lʌmniəs/ *tt* [có tính chất] vu khống.

calumny /kə'lʌmni/ *dt* **1.** sự vu khống **2.** lời vu khống.

calves /kɑːvz, *(Mỹ* kævz)/ *snh* của *calf¹, calf².*

Calvinism /'kælvinizəm/ *dt (tôn)* giáo lý Calvin.

Calvinist /'kælvinist/ *dt (tôn)* giáo đồ Calvin.

calyces /'keilisiːz/ *dt snh* của calyx.

calypso /kə'lipsəʊ/ *dt (snh* **calypsos)** điệu hát calipxô *(vùng Tây Ấn).*

calyx /'keiliks/ *dt (snh* **calyxes, calyces)** *(thực)* đài *(hoa).*

cam /kæm/ *dt (kỹ)* cam.

camaraderie /ˌkæmə'rɑːdəri, *(Mỹ* ˌkæmə'rædəri)/ *dt* tình thân thiết, tình đồng chí.

camber¹ /'kæmbə[r]/ *dt* **1.** sự khum lên, sự vồng lên *(của mặt đường...)* **2.** chỗ khum lên, chỗ vồng lên.

camber² /'kæmbə[r]/ *dgt* [làm] khum lên, [làm] vồng lên: *the street is quite steeply cambered at this point* đường phố vồng hẳn lên ở chỗ đó.

cambric /'keimbrik/ *dt* vải lanh trắng mịn; vải bông trắng mịn.

came /keim/ *qk* của come.

camel /'kæml/ *dt* **1.** *(động)* lạc đà **2.** màu nâu vàng.

camel-hair *dt (cg* **camel's hair)** **1.** vải lông lạc đà **2.** lông chổi lông *(của họa sĩ).*

camellia /kə'miːliə/ *dt (thực)* hoa trà *(cây, hoa).*

Camembert /'kæməmbeə[r]/ *dt* pho mát camembe.

cameo /'kæmiəʊ/ *dt (snh* **cameos)** **1.** đá màu chạm nổi: *a cameo brooch* cái cặp gài bằng đá màu chạm nổi **2.** vai phụ đóng hay **3.** bài viết ngắn mà hay.

camera /'kæmərə/ *dt* máy chụp ảnh; máy quay truyền hình. // **in camera** trong phòng riêng của quan tòa; xử kín: *the trial was held in camera* phiên tòa được xử kín.

cameraman /'kæmərəmæn/ *dt (snh* **cameramen)** người chụp ảnh; người quay phim truyền hình.

camomile *(cg* **chamomile)** /'kæməmail/ *dt* **1.** *(thực)* cây cúc cam **2.** hoa cúc cam *(dùng làm thuốc).*

camouflage¹ /'kæməflɑːʒ/ *dt* **1.** sự ngụy trang: *use the branches of trees as camouflage* dùng cành cây để ngụy trang **2.** vật [để] ngụy trang: *the polar bear's white fur is* a *natural camouflage* bộ lông trắng của con gấu vùng cực là một vật ngụy trang tự nhiên.

camouflage² /'kæməflɑːʒ/ *dgt* ngụy trang.

camp¹ /kæmp/ *dt* **1.** trại; chỗ cắm trại: *we pitched [our] camp by a lake* chúng tôi cắm trại bên cạnh hồ; *a concentration camp* trại tập trung **2.** doanh trại: *an army camp* doanh trại quân đội **3.** phe phái: *the socialist camp* phe xã hội chủ nghĩa. // **carry the war into the enemy's camp** *x* carry¹; **have a foot in both camps** *x* foot¹; **strike camp** *x* strike².

camp² /kæmp/ *dgt* **1.** cắm trại, đóng trại; dựng trại: *where shall we camp to-night?* tối nay ta sẽ dựng trại ở đâu?; *they camped [out] in the woods for a week* họ đã đóng trại trong rừng một tuần nay **2.** (*thường* **go camping**) đi cắm trại nghỉ (ở nơi nào đó): *the boys went camping in Greece last year* năm ngoái các em trai đi cắm trại nghỉ ở Hy Lạp **3.** ở tạm: *I'm camping on the floor in a friend's flat for two weeks* tôi đã ở tạm trên sàn nhà một người bạn trong hai tuần.

camp³ /kæmp/ *tt* (*kng*) **1.** õng ẹo; màu mè, làm dáng (*nói về đàn ông*): *a camp voice* giọng õng ẹo **2.** loạn dâm đồng giới.

camp⁴ /kæmp/ *dt* tính õng ẹo, tính làm dáng: *her performance was pure camp* sự trình diễn của cô ta hoàn toàn chỉ là làm dáng.

camp⁵ /kæmp/ *dgt* **camp it up** (*kng*) **1.** õng ẹo tỏ nét loạn dâm đồng giới **2.** cường điệu một cách lố bịch.

campaign¹ /kæm'pein/ *dt* chiến dịch: *he fought in the N African campaign during the last war* ông ta đã tham dự chiến dịch Bắc Phi trong chiến tranh vừa qua; *an election campaign* một chiến dịch bầu cử; *a campaign to raise money for the needy* một chiến dịch quyên tiền cho người nghèo khó.

campaign² /kæm'pein/ *dgt* (+ for, against) tham gia chiến dịch; đi vận động: *she spent her life compaigning for women's rights* bà ta suốt đời tham gia vận động cho quyền của phụ nữ.

campaigner /kæm'peinə[r]/ *dt* người tham gia chiến dịch; người vận động: *an old compaigner* người kỳ cựu (*trong một lĩnh vực nào đó*).

campanile /ˌkæmpə'niːli/ *dt* gác chuông.

campanologist /ˌkæmpə'nɒlədʒist/ *dt* nhà nghiên cứu chuông và thuật kéo chuông.

campanology /ˌkæmpə'nɒlədʒi/ *dt* khoa nghiên cứu chuông và thuật kéo chuông.

camp-bed /'kæmpbed/ *dt* (*Mỹ* **campcot**) giường xếp, giường gấp.

camper /'kæmpə[r]/ *dt* người cắm trại.

campfire /'kæmpfaiə[r]/ *dt* lửa trại.

camp follower /'kæmp ˌfɒləʊə[r]/ **1.** người theo đoàn quân (*để bán hàng, để bán dâm...*) **2.** (*thường xấu*) kẻ theo đóm ăn tàn.

camphor /'kæmfə[r]/ *dt* long não.

camphorated /'kæmfəreitid/ *tt* có long não: *camphorated oil* dầu long não.

camping /'kæmpin/ *sự* cắm trại: *camping equipment* đồ dùng cắm trại.

camping-site /'kæmpinsait/ *dt x* campsite.

camp meeting /'kæmp miːtin/ (*Mỹ*) cuộc họp tôn giáo ở ngoài trời.

campsite /'kæmpsait/ *dt* khu cắm trại.

campus /'kæmpəs/ *dt* (*snh* **campuses**) **1.** khuôn viên trường đại học: *he lives on [the] campus* anh ta sống trong khuôn viên trường đại học **2.** (*Mỹ*) trường đại học; phân hiệu đại học.

CAMRA (*cg* **Camra**) /'kæmrə/ *vt của* Campaign for Real Ale) bia chế theo lối cổ truyền: *Camra pubs* quán bán bia cổ truyền.

camshaft /'kæmʃɑːft, (*Mỹ* 'kæmʃæft)/ *dt* (*kỹ*) trục cam.

can¹ /kæn/ *dt* **1.** can, thùng: *a petrol can; a can of petrol* một can xăng **2.** (*Anh cg* **tin**) lon, hộp: *a beer can* một lon bia; *a can opener* cái mở hộp; *he drank four cans of beer* nó đã uống bốn lon bia **3.** **the can** (*số ít*) (*Mỹ, lóng*) a/ nhà tù b/ nhà vệ sinh. // **a can of worms** (*kng*) vấn đế rắc rối; **carry the can** *x* carry; **[be] in the can** (*kng*) đã hoàn thành và sẵn sàng đem chiếu (*phim*).

can² /kæn/ *dgt* (**-nn-**) đóng hộp (*thực phẩm, quả cây...*): *canned fruit* quả cây đóng hộp; *a canning factory* nhà máy đồ hộp.

can³ /kən, *dạng nhấn mạnh* kæn/ *dgt* (*phủ định* **cannot**, **can't**; *quá khứ* **could**, *phủ định* **could not, couldn't**) có thể a/ chỉ khả năng, năng lực: *I can run fast* tôi có thể chạy nhanh; *they can speak French* họ có thể nói tiếng Pháp b/ để xin phép: *can I read your newspaper?* tôi có thể đọc tờ báo của ông được không ạ?; *you can take the car, if you want* anh có thể lấy xe mà dùng nếu anh muốn c/ tỏ lời thỉnh cầu: *can you feed the cat?* anh có thể cho con mèo ăn được không? d/ chỉ khả năng có thể xảy ra: *that can't be Mary, she's in hospital* đó không thể là Mary, cô ta đang nằm viện kia mà e/ chỉ sự hoang mang nghi ngờ: *where can she have put it?* cô ta có thể để cái đó ở đâu nhỉ? f/ tả thái độ hay trạng thái: *she can be very forgetful* cô ta có thể rất hay quên; *it can be quite windy on the hills* trên đồi có thể rất lộng gió g/ tỏ lời gợi ý: *we can eat in a restaurant, if you like* ta có thể ăn ở nhà hàng nếu anh muốn.

Canadian¹ /kə'neidiən/ *dt* người Canada.

Canadian² /kə'neidiən/ *tt* [thuộc] Canada.

canal /kə'næl/ *dt* 1. kênh, sông đào: *the Suez Canal* kênh đào Suez 2. (giải) ống, quản (x *alimentary canal*).

canal boat /kə'nælbəʊt/ thuyền chạy đường kênh (*dài và hẹp*).

canalization, canalisation /ˌkænəlai'zeiʃn/ *dt* 1. sự đào kênh qua (*một vùng*) 2. sự chuyển (*một dòng sông*) thành kênh 3. sự hướng (*cố gắng của mình*) vào việc gì.

canalize, canalise /'kænə-laiz/ *dgt* 1. đào kênh qua (*một vùng*) 2. chuyển (*một dòng sông*) thành kênh (*bằng cách uốn thẳng dòng, xây đắp cửa cống...*) 3. hướng (*mọi cố gắng...*) vào việc gì: *canalize one's energies into voluntary work* hướng mọi cố gắng vào công việc tự nguyện.

canapé /'kænəpei, (Mỹ) ˌkænə'pei)/ *dt* lát bánh kèm thức ăn (*dọn ra cùng với*

rượu *trong một buổi liên hoan*).

canard /kæ'na:d, 'kæna:d/ *dt* tin vịt.

canary /kə'neəri/ *dt* (*động*) chim hoàng yến.

canary yellow /kə,neəri 'jeləʊ/ màu hoàng yến (*vàng nhạt*).

canasta /kə'næstə/ *dt* lối chơi bài canasta (*chơi với hai cỗ bài*).

cancan /'kænkæn/ *dt* điệu nhảy can can: *do (dance) the cancan* nhảy điệu can can.

cancel /'kænsl/ *dgt* (-ll-, (Mỹ) -l-) hủy bỏ, hủy: *the match had to be cancelled because of bad weather* trận đấu phải hủy vì thời tiết xấu; *cancel a contract* hủy một hợp đồng 2. gạch bỏ: *cancel that last sentence* gạch bỏ câu cuối đó đi 3. đóng dấu hủy (*một con tem...*) 4. (*toán*) giản lược (*một phân số...*). // **cancel [something] out** ngang với: *her kindness and generosity cancel out her occasional flashes of temper* lòng tử tế và quảng đại của bà ta cũng ngang với những cơn nóng giận bộc phát của bà.

cancellation /ˌkænsə'leiʃn/ *dt* 1. sự hủy bỏ, sự hủy: *the cancellation of the match due to fog* sự hủy trận đấu vì sương mù 2. vé hủy, vé bỏ: *are there any cancellations for this evening's performance?* buổi biểu diễn tối nay có vé nào bỏ không? 3. dấu hủy (*con tem...*).

Cancer /'kænsə[r]/ *dt* 1. cung Bắc giải (*cung thứ tư trong 12 cung hoàng đạo*) 2. người cầm tinh cung Bắc giải.

cancer /'kænsə[r]/ *dt* 1. ung thư, bệnh ung thư: *lung cancer* ung thư phổi 2. (*bóng*)

ung nhọt: *violence is a cancer in our society* (*bóng*) bạo lực là một thứ ung nhọt trong xã hội chúng ta.

cancerous /'kænsərəs/ *tt* [thuộc] ung thư, giống ung thư, bị ung thư: *is the growth benign or cancerous* khối u lành tính hay có tính chất ung thư? (*hay ác tính?*).

candela /'kændələ/ *dt* (lý) candela (*đơn vị cường độ ánh sáng*).

candelabrum /ˌkændi'la:brəm/ *dt* (snh **candilabra**, **candilabrums**) giá nến nhiều ngọn.

candid /'kændid/ *tt* ngay thẳng, thành thật: *a candid opinion* một ý kiến ngay thẳng; *a candid person* con đường ngay thẳng; *let me be quite candid with you: your work is not good enough* cho tôi nói thẳng với anh, công việc của anh không được tốt lắm.

candidacy /'kændidəsi/ *dt* (Anh) nh candidature.

candidate /'kændidət, (Mỹ) 'kændideit)/ *dt* 1. người ứng cử, ứng cử viên 2. thí sinh 3. **candidate for something** người được đề cử: *the company is being forced to reduce staff and I fear I'm a likely candidate [for redundancy]* công ty đang buộc phải giảm biên chế, và tôi e rằng rất có thể tôi là người được xếp vào số người dư thừa.

candidature /'kændidətʃ[r]/ *dt* sự ứng cử.

candidly /'kændidli/ *pht* [một cách] ngay thẳng, [một cách] thành thật: *candidly, David, I think you are being unreasonable* David này, ngay thẳng mà nói, tôi nghĩ là anh không biết điều.

candidness /'kændidnis/ *dt* sự ngay thẳng, sự thành thật.

candied /'kændid/ *qk và dttqk của* candy².

candle /'kændl/ *dt* cây nến. // **burn the candle at both ends** *x* burn²; **the game is not worth the candle** *x* game¹; **not hold a candle to somebody (something)** *(kng)* thua kém, không sánh được với *(ai, cái gì): she writes quite amusing stories but she can't hold a candle to the more serious novelists* chị ta viết nhiều chuyện khá vui nhưng còn kém xa các nhà tiểu thuyết nghiêm chỉnh hơn.

candlelight /'kændlait/ *dt* ánh sáng đèn nến: *read by candlelight* đọc sách dưới ánh đèn nến.

candlepower /'kændl-pauə[r]/ *dt (lý)* nến *(đơn vị ánh sáng): a ten candle-power lamp* đèn 10 nến.

candlestick /'kændlstik/ *dt* giá đèn nến.

canldewick /'kændlwik/ *dt* vải xù *(có những túm sợi nổi lên): a candlewick bedspread* tấm trải giường bằng vải xù.

candour *(Mỹ* **candor)** /'kændə[r]/ *dt* sự ngay thẳng, sự thành thật.

candy¹ /'kændi/ *dt (Mỹ)* kẹo.

candy² /'kændi/ *dgt* **(candied)** *(chủ yếu dùng ở dạng bị động)* ngào đường: *candied plums* mận ngào đường.

candyfloss /'kændiflɒs, 'kændiflɑːs/ *dt (Mỹ cg* **cotton candy)** kẹo bông que.

candytuft /'kændʌft/ *dt (thực)* cải xoong hoa.

cane¹ /kein/ *dt* **1.** cây thân đốt *(như tre mía)*. **2.** cây loại song mây: *a cane chair* chiếc

ghế mây **3.** cọc đỡ, ba-toong, gậy **4. the cane** hình phạt bằng roi.

cane² /kein/ *dgt* **1.** phạt đánh bằng roi **2.** *(Anh, kng)* đánh bại hoàn toàn: *we really caned them in the last match* trong trận đấu vừa qua chúng tôi đã thật sự đánh bại họ hoàn toàn **3.** đan thành mặt *(ghế)*.

cane-sugar /'keinʃʊgə[r]/ *dt* đường mía.

canine¹ /'keinain/ *tt* [thuộc] giống chó.

canine² /'keinain/ *dt* **1.** chó **2.** *(cg* **canine tooth** răng nanh *(ở người)*.

canister /'kænistə[r]/ *dt* **1.** hộp *(đựng trà...)* **2.** đạn nổ; lựu đạn hơi cay.

canker¹ /'kæŋkə[r]/ *dt* **1.** bệnh thối mục *(cây)* **2.** bệnh loét tai *(chó, mèo)* **3.** *(bóng)* ảnh hưởng nguy hiểm, ung nhọt: *drug addiction is a dangerous canker in society* nghiệm ma túy là một ung nhọt nguy hiểm trong xã hội.

canker² /'kæŋkə[r]/ *dgt* **1.** làm thối mục *(cây)* **2.** làm loét tai *(chó, mèo)* **3.** làm cho hư hỏng bằng một ảnh hưởng xấu xa.

cankerous /'kæŋkərəs/ *tt* đồi bại, xấu xa.

cannabis /'kænəbis/ *dt* **1.** cây gai dầu **2.** gai dầu *(chế từ lá và hoa khô của cây gai dầu, để hút và nhai như kiểu cần sa): arrested for possessing cannabis* bị bắt vì tàng trữ gai dầu.

canned music /,kænd 'mjuːzik/ *(kng, thường xấu)* nhạc thu băng, nhạc thu đĩa.

cannelloni /,kænə'ləʊni/ *dt* bánh cuốn nhân thịt.

cannery /'kænəri/ *dt* nhà máy đồ hộp.

cannibal /'kænibl/ *dt* **1.** tên ăn thịt người: *a cannibal tribe* bộ lạc ăn thịt người **2.** giống thú ăn thịt đồng loại.

cannibalism /'kænibəlizəm/ *dt* tập tục ăn thịt đồng loại.

cannibalistic /,kænibə'listik/ *tt* ăn thịt đồng loại.

cannibalization, cannibali-sation /,kænibəlai'zeiʃn, *(Mỹ* ,kænibəli'zeiʃn)/ *dt* sự tháo ra để lấy phụ tùng.

cannibalize, cannibalise /'kænibəlaiz/ *dgt* tháo ra *(một chiếc máy)* để lấy phụ tùng.

cannily /'kænili/ *pht* [một cách] khôn ngoan thận trọng.

canniness /'kæninis/ *dt* sự khôn ngoan thận trọng *(trong kinh doanh)*.

cannon¹ /'kænən/ *dt* **1.** *(snh kđổi)* súng thần công, đại bác **2.** *(snh kđổi)* súng bắn đạn nổ *(từ máy bay, xe tăng)* **3.** cú đánh trúng lần lượt hai quả bi khác *(chơi bi-a)*.

cannon² /'kænən/ *dgt* **cannon against (into) somebody (something)** đụng mạnh, va mạnh.

cannonade /,kænə'neid/ *dt* loạt súng đại bác.

cannon-ball /'kænənbɔːl/ *dt* đạn súng thần công.

cannon-fodder /'kænən fɒdə[r]/ *dt* bia thịt.

cannot /'kænɒt/ *nh* can not *(phủ định của* can³). // **one cannot (could not) but** *x* but¹.

canny /'kæni/ *tt* **(-ier; -iest)** khôn ngoan thận trọng *(nhất là trong kinh doanh)*.

canoe¹ /kə'nuː/ *dt* xuồng. // **paddle one's own canoe** *x* paddle².

canoe² /kə'nuː/ *dgt* **(canoed;** *thường* **go canoeing)** bơi xuồng, đi bằng xuồng.

canoeist /kə'nu:ist/ *dt* người chèo xuồng.

canon¹ /'kænən/ *dt* **1.** chuẩn, chuẩn mực: *this film offends against all the canons of good taste* bộ phim này xúc phạm tới mọi chuẩn mực của thị hiếu lành mạnh **2.** kinh sách được công nhận **3.** danh mục tác phẩm của một tác giả: *this poem is now accepted as belonging to the Shakespearian canon* bài thơ này nay đã được công nhận là thuộc danh mục tác phẩm của Shakespeare.

canon² /'kænən/ *dt* giáo sĩ đặc nhiệm (*ở một nhà thờ lớn*): *the Rev Canon Arthur Brown* giáo sĩ đặc nhiệm Arthur Brown.

canonization, canonisation /ˌkænənai'zeiʃn, (Mỹ ˌkænəni'zeiʃn)/ sự phong thánh.

canonize, canonise /'kænənaiz/ *dgt* phong thánh.

canonical /kə'nɒnikl/ *tt* **1.** theo luật nhà thờ **2.** có trong danh sách các kinh sách được công nhận **3.** đúng chuẩn; chấp nhận được.

canonicals /kə'nɒniklz/ *dt* quần áo lễ (*của giáo sĩ*).

canon law /ˌkænən'lɔ:/ luật nhà thờ.

canoodle /kə'nu:dl/ *dgt* (*Anh, cũ, kng*) mơn trớn nhau (*đôi trai gái*): *canoodling in the back of the cinema* mơn trớn nhau sau rạp chiếu bóng.

can-opener /'kæn,əʊpənə[r]/ *dt* (*Mỹ*) *nh* tin-opener.

canopy /'kænəpi/ *dt* **1.** màn, trướng (*treo trên bàn thờ, trước giường...*) **2.** vòm kính buồng lái (*máy bay*) **3.** vòm: *the canopy of the heaven* vòm trời; *a canopy of leaves* vòm lá.

cant¹ /kænt/ *dt* **1.** lời nói giả dối, lời nói đạo đức giả **2.** tiếng lóng; từ ngữ nhà nghề: *thieves' cant* tiếng lóng của tụi trộm cắp; *a cant expression* một từ ngữ nhà nghề.

cant² /kænt/ *dt* **1.** sự nghiêng; mặt nghiêng: *the wall has a decided cant about it* bức tường bị nghiêng hẳn **2.** sự xô nghiêng; sự lật úp.

cant³ /kænt/ (*dgt*) làm nghiêng, lật nghiêng. // **cant over** lật úp: *cant over a boat to repair* lật úp chiếc thuyền để sửa chữa.

can't /kɑ:nt, kænt/ dạng rút gọn của cannot.

Cantab /'kæntæb/ (*vt của* of Cambridge University) (*học vị*) thuộc Đại học Cambridge (*tiếng La tinh là Cantabrigiensis*): *James Cox MA (Cantab)* James Cox, Cao học Đại học Cambridge.

cantaloup, cantaloupe /'kæntəlu:p/ *dt* (*thực*) dưa cốm (*cây, quả*): *a slice of cantaloup* một lát dưa cốm.

cantankerous /'kæntæŋkərəs/ *tt* (*kng*) nóng tính; hay gây gổ.

cantankerously /'kæntæŋkərəsli/ *pht* [một cách] nóng tính; [một cách] hay gây gổ.

cantata /kæn'tɑ:tə/ *dt* (*nhạc*) khúc cantat (*thường hát trong thánh lễ, ngắn hơn oratorio*).

canteen /kæn'ti:n/ *dt* **1.** căng tin **2.** hộp dao dĩa; hòm dao dĩa **3.** bi đông (*đựng nước*).

canter¹ /'kæntə[r]/ *dt* (*thường số ít*) **1.** nước kiệu (*ngựa*) **2.** sự cho chạy nước kiệu. // **at a canter** dễ dàng: *win a race at a canter* thắng dễ dàng trong một cuộc chạy đua.

canter² /'kæntə[r]/ *dgt* [cho] chạy nước kiệu: *we cantered our horses for several miles* chúng tôi cho ngựa chạy nước kiệu qua nhiều dặm đường.

canticle /'kæntikl/ *dt* bài thánh ca trích lời kinh thánh.

cantilever /'kæntili:və[r]/ *dt* (*khúc*) rầm chìa đỡ ban-công.

cantilever bridge /'kæntili:və[r] bridʒ/ cầu rầm chìa.

canto /'kæntəʊ/ *dt* (*snh* **cantos**) khổ (*trong một bài thơ dài*).

canton /'kænton/ *dt* bang (*trong Liên bang Thụy Sĩ*).

Cantonese /ˌkæntə'ni:z/ *dt* tiếng Quảng Đông (*Trung Quốc*).

cantonment /kæn'tu:nmənt, (Mỹ kæn'təʊnmənt)/ *dt* **1.** doanh trại **2.** trại quân thường trú (*ở Ấn Độ*).

cantor /'kæntə[r]/ *dt* người lĩnh xướng ban đồng ca nhà thờ.

canvas /'kænvəs/ *dt* **1.** vải bạt **2.** vải bạt căng để vẽ **3.** bức tranh sơn dầu: *Turner's canvases* những bức tranh sơn dầu của Turner. // **under canvas** a/ ở lều (*lính*): *sleep under canvas* ngủ lều b/ căng buồm (*thuyền*).

canvass¹ /'kænvəs/ *dgt* **1.** vận động: *go out canvassing [for votes]* đi vận động bầu cử **2.** phát hiện ý kiến (*cử tri...*) **3.** đề xuất để thảo luận.

canvass² /'kænvəs/ *dt* cuộc vận động bầu cử.

canvasser /'kænvəsə[r]/ *dt* người vận động bầu cử.

canyon /'kænjən/ *dt* hẻm núi.

cap¹ /kæp/ *dt* **1.** mũ không vành, mũ cáp (*của y tá, cấp* dưỡng..., của quan tòa, lính thủy...): *a nurse's cap* mũ y tá; *bathing-cap* mũ tắm **2.** *(thể)* mũ đội tuyển *(mũ của các vận động viên một số môn thể thao được vào đội tuyển một trường học, một quốc gia)*; người được tuyển: *he's won three caps for England* anh ta ba lần được chọn vào đội tuyển Anh **3.** mũ [có] tua trong lễ phục đại học: *wear cap and gown on graduation day* đội mũ tua, mặc áo thụng trong ngày lễ tốt nghiệp **4.** nắp, mũ *(chai, van, bút máy...)* **5.** *(cg* **Dutch cap)** bao cao su tránh thai **6.** *(cg* **percussion cap)** kíp nổ **7.** đạn giấy *(trong súng đồ chơi trẻ em).* // **cap in hand** khúm núm: *go cap in hand to somebody, asking for money* khúm núm đi xin tiền ai; **a feather in one's cap** x feather; **if the cap fits [,wear it]** có tật giật mình; **set one's cap at somebody** *(cũ)* quyến rũ ai *(để lấy làm chồng hay làm tình nhân, nói về phụ nữ).*

cap² /kæp/ *đgt* (-pp-) **1.** đậy nắp vào; phủ, chụp lên: *mountains capped with mist* núi bị sương mù chụp lên **2.** bịt *(răng bằng chất nhân tạo)* **3.** vượt, làm tốt hơn, làm hay hơn: *cap an anecdote* kể một câu chuyện hay hơn **4.** tuyển vào đội tuyển quốc gia: *he was capped 36 times for England* anh ta được tuyển 36 lần vào đội tuyển Anh **5.** tặng học vị cho ai *(ở đại học Scotland).* // **to cap it all** như là một dịp may *(một tai họa)* cuối cùng: *last week he crashed his car, then he lost his job and now to cap it all his wife has left him* tuần trước anh ta đâm bẹp xe rồi mất việc, và bây giờ đến tai họa cuối cùng là vợ anh bỏ anh.

capability /,keipə'biləti/ *dt* **1. capability [to do something [of doing something]; capability [for something]** khả năng [làm gì]: *you have the capability to do (of doing) this job well* anh có khả năng làm tốt công việc này; *nuclear capability* khả năng tiến hành một cuộc chiến tranh hạt nhân **2. capabilities** *(Anh)* năng lực tiềm tàng: *he has great capabilities as a writer* ông ta có nhiều năng lực tiềm tàng làm một nhà văn.

capable /'keipəbl/ *tt* **1.** có tài, có năng lực, giỏi: *a very capable doctor* một bác sĩ rất giỏi **2.** *(vị ngữ)* **capable of [doing] something** a/ có khả năng [làm gì]: *you are capable of better work than this* anh có khả năng làm công việc tốt hơn thế này; *show me what you are capable of* hãy cho tôi thấy anh có khả năng đến mức nào b/ có thể, dám: *he's capable of lying to get out of trouble* nó có thể nói dối để khỏi bị rắc rối; *capable of something* có khả năng, có thể; *our situation is capable of improvement* cương vị của chúng ta có thể cải thiện được.

capably /'keipəbli/ *pht* [một cách] có khả năng, [một cách] có năng lực, [một cách] giỏi: *manage a business capably* quản lý giỏi một doanh nghiệp.

capacious /kə'peiʃəs/ *tt* rộng, chứa được nhiều: *capacious pockets* túi rộng; *a capacious memory* trí nhớ rộng.

capaciousness /kə'peiʃəsnis/ *dt* cỡ rộng; khả năng chứa được nhiều.

capacity /kə'pæsəti/ *dt* **1.** sức chứa, dung tích: *a hall* with a seating capacity of 2000 một hội trường có sức chứa 2000 người; *filled to capacity* đầy hết mức chứa, đầy tràn **2.** năng suất: *factories working at full capacity* nhà máy chạy hết năng suất **3.** *(số ít)* **capacity [for something]** khả năng sản xuất; khả năng nhận thức, khả năng tiếp thu: *she has an enormous capacity for hard work* chị ta có khả năng làm việc nặng thật to lớn; *this book is within the capacity of younger readers* cuốn sách này vừa với khả năng tiếp thu của độc giả trẻ hơn. // **in one's capacity as something** với chức năng là, với vai trò là: *act in one's capacity as a police officer* hành động với vai trò là một sĩ quan cảnh sát.

caparison¹ /kə'pærisn/ *dt* *(thường snh)* tấm phủ lưng ngựa.

caparison² /kə'pærisn/ *dgt* phủ tấm lưng cho *(ngựa).*

cape¹ /keip/ *dt* áo choàng không tay.

cape² /keip/ *dt* (vt C) **1.** *(thường trong địa danh)* mũi đất *(nhô ra biển):* *the Cape of Good Hope* mũi Hảo Vọng.

Cape Coloured /,keip'kʌləd/ người lai *(ở Nam Phi).*

caper¹ /'keipə[r]/ *dgt* chạy tung tăng: *lambs capering [about] in the fields* cừu non chạy tung tăng trên cánh đồng.

caper² /'keipə[r]/ *dt* **1.** sự chạy tung tăng **2.** *(kng)* hành động tinh quái; bất lương. // **cut a caper** nhảy cỡn lên; làm chuyện điên rồ.

caper³ /'keipə[r]/ *dt* **1.** *(thực)* cây bạch hoa **2.** nụ bạch hoa *(giầm để chế nước xốt).*

capercaillie (*cg* **capercailzie**) /ˌkæpəˈkeili/ (*dt*) (*động*) gà rô đên.

capillary /ˈkæpiləri/ *dt* **1.** mao quản **2.** (*giải*) mao mạch.

capillary attraction /kə,pi-ləri əˈtrakʃn, ˈkæpiləri ə,trakʃn/ lực hút mao dẫn.

capital[1] /ˈkæpitl/ *dt* **1.** thủ đô, thủ phủ **2.** (*cg* **capital letter**) chữ hoa **3.** (*ktrúc*) đầu cột.

capital[2] /ˈkæpitl/ *tt* **1.** [thuộc] tử hình: *capital offence* tội tử hình **2.** viết hoa (*con chữ*) **3.** cơ bản: *a capital error* một sai lầm cơ bản **4.** (*Anh, cũ*) tuyệt vời: *what a capital idea!* ý kiến mới tuyệt vời làm sao!

capital[3] /ˈkæpitl/ *dt* **1.** tư bản **2.** tiền vốn: *set up a business with a starting capital of £100,000* thành lập một doanh nghiệp với số vốn ban đầu là 100000 bảng **3.** giai cấp tư bản: *capital and labour* [giai cấp] tư bản và [giai cấp] lao động. // **make capital [out] of something** kiếm lợi ở; lợi dụng: *the opposition parties are sure to make political capital out of the government's difficulties* các đảng đối lập chắc mẩm là có thể lợi dụng các khó khăn của chính phủ mà kiếm chác uy tín về chính trị.

capital expenditure /ˌkæpitl ikˈspendidʃə[r]/ chi phí xây dựng cơ bản.

capital gain /ˌkæpitlˈgein/ lợi nhuận bán tài sản.

capital gains tax /ˌkæpitlˈgeinz taks/ thuế lợi nhuận bán tài sản.

capital goods /ˌkæpitlˈgʊdz/ tư liệu sản xuất.

capital-intensive /ˌkæpitl inˈtensiv/ *tt* cần đầu tư nhiều vốn (*khác với cần nhiều công nhân*).

capitalism /ˈkæpitəlizəm/ *dt* chủ nghĩa tư bản.

capitalist[1] /ˈkæpitəlist/ *dt* **1.** nhà tư bản **2.** người theo chủ nghĩa tư bản.

capitalist[2] /ˈkæpitəlist/, **capitalistic** /ˌkæpitəˈlistik/ *tt* tư bản chủ nghĩa.

capitalization, capitalisation /ˌkæpitəlaiˈzeiʃn, (*Mỹ* ˌkæpitəliˈseiʃn)/ *dt* **1.** sự viết hoa; sự in bằng chữ hoa **2.** sự tư bản hóa.

capitalize, capitalise /ˈkæpitəlaiz/ *dgt* **1.** viết hoa; in bằng chữ hoa **2.** tư bản hóa.

capital levy /ˌkæpitlˈlevi/ thuế sản nghiệp.

capital sum /ˌkæpitlˈsʌm/ tiền chi trả một lần (*cho người được bảo hiểm...*).

capital transfer /ˌkæpitl ˈtrænsfɜ:[r]/ sự chuyển nhượng tài sản (*như trong thừa kế...*).

capital transfer tax /ˌkæpitl ˈtrænsfɜ: tæks/ thuế chuyển nhượng tài sản.

capitation /ˌkæpiˈteiʃn/ *dt* thuế theo đầu người; lệ phí theo đầu người; phụ cấp theo đầu người: *capitation allowance* phụ cấp theo đầu người.

Capitol /ˈkæpitl/ *dt* **the Capitol** (*số ít*) điện Capitol, tòa nhà quốc hội (*ở Washington, Hoa Kỳ*).

capitulate /kəˈpitʃʊleit/ *dgt* **capitulate [to something]** đầu hàng (*ai*) (*thường là theo những điều kiện đã thỏa thuận*).

capitulation /kəpitʃʊˈleiʃn/ *dt* sự đầu hàng (*thường là theo những điều kiện đã thỏa thuận*).

capon /ˈkeipɒn, ˈkeipn/ *dt* gà trống thiến.

cappuccino /kæpʊˈtʃi:nəʊ/ *dt* (*snh* **cappuccinos**) (*tiếng Ý*) cà phê sữa Ý.

caprice /kəˈpri:s/ *dt* **1.** thái độ thất thường; tính khí thất thường **2.** (*nhạc*) khúc tùy hứng.

capricious /kəˈpriʃəs/ *tt* thất thường: *romantic heroines are often capricious* các nhân vật nữ lãng mạn thường hay có tính khí thất thường; *a capricious climate* thời tiết thất thường.

capriciously /kəˈpriʃəsli/ *pht* [một cách] thất thường.

capriciousness /kəˈpriʃəsnis/ *dt* sự thất thường.

capricorne /ˈkæprikɔ:n/ *dt* **1.** cung con dê (*cung thứ mười của Hoàng đạo*) **2.** người cầm tinh con dê (*để giữa khoảng 23 tháng 12 và 20 tháng giêng*). // **the tropic of Capricorne** đông chí tuyến.

capsicum /ˈkæpsikəm/ *dt* (*thực*) ớt (*cây, quả*).

capsize /kæpˈsaiz, (*Mỹ* ˈkæpsaiz)/ lật úp (*thuyền*): *the boat capsized in heavy seas* chiếc thuyền lật úp giữa biển động.

capstan /ˈkæpstən/ *dt* cái tời (*để kéo hay thả neo...*).

capsule /ˈkæpsju:l, (*Mỹ* ˌkæpsl)/ *dt* **1.** (*thực*) quả nang **2.** (*dược*) bao con nhộng **3.** khoang người và khí cụ (*trên tàu vũ trụ, có thể tách khỏi tàu*).

Capt *vt* của Captain.

captain[1] /ˈkæptin/ *dt* **1.** thuyền trưởng; trưởng phi hành đoàn (*máy bay dân sự*) **2.** đại úy **3.** hạm trưởng **4.** đội trưởng: *he was [the] captain of the football team for five years* anh ta đã là đội trưởng đội bóng đá trong năm năm trời. // **a captain of industry** người quản lý một công ty công nghiệp lớn.

captain² /'kæptin/ *dgt* làm đội trưởng *(đội bóng...)*; lãnh đạo.

captaincy /'kæptinsi/ *dt* **1.** cấp thuyền trưởng **2.** bậc đại úy **3.** thời kỳ làm thủ lĩnh; khả năng lãnh đạo.

caption /'kæpʃn/ *dt* **1.** đầu đề *(bài báo...)* **2.** lời chú thích *(dưới một hình, một bức ảnh)* **3.** lời thuyết minh *(trên màn ảnh, ví dụ "New York 1981")*.

captious /'kæpʃəs/ *tt* hay bắt bẻ, xoi mói.

captiously /'kæpʃəsli/ *pht* [một cách] hay bắt bẻ, [một cách] xoi mói.

captiousness /'kæpʃəsnis/ *dt* tính hay bắt bẻ, tính xoi mói.

captivate /'kæptiveit/ *dgt* làm say đắm, quyến rũ: *he was captivated by her beauty* nó say đắm sắc đẹp của nàng.

captivating /'kæptiveitiŋ/ *tt* làm say đắm, quyến rũ: *a captivating woman* một chị phụ nữ quyến rũ.

captivation /ˌkæpti'veiʃn/ *dt* sự quyến rũ.

captive¹ /'kæptiv/ *tt* bị giam cầm: *a captive bird* con chim bị nhốt. // hold (take) somebody captive (prisoner) bắt giữ ai.

captive² /'kæptiv/ *dt* người bị giam cầm; con vật bị nhốt: *three of the captives tried to escape* ba trong số người bị giam cầm đã tìm cách trốn đi.

captive audience /'kæptiv 'ɔ:diəns/ khán giả bất đắc dĩ; thính giả bất đắc dĩ.

captive balloon /ˌkæptiv bə'lu:n/ khí cầu có dây cột vào mặt đất.

captivity /kæp'tivəti/ *dt* tình trạng bị giam cầm: *he was held in captivity for three years* anh ta bị giam cầm ba năm; *animals don't breed well in captivity* động vật không sinh sản tốt trong trình trạng bị giam nhốt.

captor /'kæptə[r]/ *dt* kẻ cầm giữ: *the hostage were well treated by their captors* con tin được những người cầm giữ đối xử tử tế.

capture¹ /'kæptʃə[r]/ *dgt* **1.** bắt giữ: *capture an escaped convict* bắt giữ một tên tù vượt ngục; *this advertisement will capture the attention of TV audience* quảng cáo này sẽ thu hút được sự chú ý của khán giả truyền hình **2.** lấy được, chiếm được: *capture a town* chiếm được một thành phố; *capture one's opponent's queen* ăn được quân Hậu của đối phương *(cờ vua)* **3.** chụp được, chộp được hình: *capture a baby's smile in a photograph* chụp được hình một nụ cười của em bé trong một bức ảnh.

capture² /'kæptʃə[r]/ *dt* **1.** sự bắt giữ: *the capture of a thief* sự bắt giữ một tên trộm **2.** người bị bắt giữ; vật bị thu giữ.

car /ka:[r]/ *dt* **1.** *(cg* **motor car**)*; (Mỹ* **automobile**) ô tô, xe hơi: *buy a new car* mua một chiếc xe hơi mới; *what kind of car do you have?* anh có chiếc ô-tô loại nào thế? **2.** *(trong từ ghép)* toa xe lửa *(chuyên dụng)*: *a dining-car* toa ăn **3.** *(Mỹ)* toa chở hàng, toa xe lửa: *a freight car* toa chở hàng **4.** khoang hành khách *(trên máy bay, khí cầu, xe lửa kéo cáp...)*.

carafe /kə'ræf/ *dt* bình đựng nước; bình đựng rượu *(dọn ra bàn ăn)*: *I can't drink more than half a carafe* tôi không thể uống hơn nửa bình.

caramel /'kærəməl/ *dt* **1.** đường caramen, đường thắng **2.** kẹo caramen **3.** màu đường caramen, màu nâu nhạt.

caramelize, caramelise /'kærəməlaiz/ *dgt* thắng thành đường caramen.

carapace /'kærəpeis/ *dt (động)* mai *(rùa)*; vỏ, giáp *(tôm...)*.

carat /'kærət/ *dt (vt* **ct)** **1.** ca-ra *(đơn vị trọng lượng đá quý bằng 200mg)* **2.** *(Mỹ* **karat**) ca-ra *(đơn vị độ ròng của vàng, vàng ròng thì là 24 ca-ra)*.

caravan¹ /'kærəvæn/ *dt* **1.** *(Mỹ* **trailer**) xe moóc, nhà lưu động **2.** đoàn *(người bộ hành, người đi buôn)* vượt qua sa mạc.

caravan² /'kærəvæn/ *dgt* **(-nn-)** *(thường* **go caravanning**) đi nghỉ bằng xe moóc: *we're going caravanning in Spain this summer* mùa hè này chúng tôi đi nghỉ ở Tây Ban Nha bằng xe moóc.

caravanserai /ˌkærə'vænsəri, ˌkærə'vænsərai/ *dt* quán trọ du khách *(có sân rộng để xe moóc)*.

caraway /'kærəwei/ *dt* **1.** cây các-vi **2.** *(cg* **caraway seed**) hạt các-vi *(dùng làm gia vị)*.

carbide /'ka:baid/ *dt* cacbua; cacbua canxi.

carbine /'ka:bin/ *dt* súng các-bin.

carbohydrate /ˌka:bəu'haidreit/ *dt* **1.** hydrat cacbon **2.** carbohydrates *(snh)* thực phẩm giàu hydrat cacbon: *you eat too many carbohydrates* anh ăn những thực phẩm quá giàu hydrat cacbon (sẽ làm cho anh béo ra).

carbolic acid /kɑː,bɒlik-'æsid/ (cg **phenol**) axit phenic.

carbon /'kɑːbən/ dt **1.** cacbon **2.** (diên) thỏi than (đèn cung diên) **3.** (cg **carbon paper**) giấy than **4.** (cg **carbon copy**) bản sao giấy than, bản đánh máy.

carbonated /'kɑːbəneitid/ tt có chứa khí cacbonic, có ga: carbonated drinks thức uống có ga.

carbon black /'kɑːbən blæk/ bồ hóng.

carbon copy /,kɑːbən'kɒpi/ **1.** bản sao giấy than, bản đánh máy **2.** (bóng) cái giống như đúc: she is a carbon copy of her sister cô ta giống bà chị cô như đúc.

carbon dating /'kɑːbən 'deitiŋ/ sự định niên đại bằng cacbon (xét độ phân rã của cacbon trong mẫu mà định niên đại).

carbon dioxide /,kɑːbən dai'ɒsaid/ khí cacbonic.

carbonic acid /kɑː,bɒnik 'æsid/ axit cacbonic.

carboniferous[1] /,kɑːbə'nifərəs/ tt **1.** chứa than, có than: carboniferous rocks đá có chứa than **2.** (địa) Carboniferous [thuộc] thế Cacbon, [thuộc] thế thạch thán.

carboniferous[2] /,kɑːbə'nifərəs/ dt (địa) thế Cacbon, thế thạch thán.

carbonization, carbonisation /,kɑːbənai'zeiʃn, (Mỹ ,kɑːbəni'zeiʃn)/ dt sự đốt thành than.

carbonize, carbonise /'kɑː-bənaiz/ dgt đốt thành than.

carbon monoxide /,kɑːbən mə'nɒksaid/ oxyt cacbon.

carbon paper (cg **carbonpaper** /'kɑːbən, peipə[r]/ giấy than.

car-boot sale /'kɑːbuːtseil/ (Mỹ **garage sale**) sự đi bán lưu động đồ không dùng đến nữa xếp trong thùng đuôi xe.

Carborundum /,kɑːbə'rʌndəm/ dt cacborunđum, cát mài.

carboy /'kɑːbɔi/ dt bình có vỏ bọc (để chuyên chở axit...).

carbuncle /'kɑːbʌŋkl/ dt **1.** (y) nhọt bọc **2.** ngọc granat đỏ.

carburettor /,kɑːbə'retə[r]/ dt (Mỹ **carburetor** /'kɑːrbəreitər/) cacburato, bộ chế hòa khí.

carcass /'kɑːkəs/ dt **1.** xác thú vật (sắp đem pha thành thịt) **2.** xương (chim, gà, vịt đã nấu): you might find a bit of meat left on the chicken carcass anh có thể bòn được tí thịt còn dính trên miếng xương gà **3.** (xấu) thần xác: save one's carcass giữ được cái thần xác của mình.

carcinogen /kɑː'sinədʒən/ dt (y) chất sinh ung thư.

carcinogenic /,kɑːsinə'dʒe-nic/ tt (y) sinh ung thư.

carcinoma /,kɑːsi'nəʊmə/ dt (snh **carcinomas, carcinomata**) (y) ung thư biểu mô.

carcinomata /,kɑːsi'nəʊ-mətə/ dt snh của carcinoma.

card[1] /kɑːd/ dt **1.** các, thẻ: an identity card thẻ căn cước; a membership card thẻ hội viên **2.** thiếp: a birthday card tấm thiếp sinh nhật; David sent us a card from Spain David từ Tây Ban Nha đã gửi bưu thiếp cho chúng tôi **3.** (cg **playing-card**) quân bài: a pack of cards cỗ bài **4. cards** (snh) sự chơi bài: loose at cards thua bài; let's play cards ta chơi bài đi **5.** chương trình (cuộc đua...) **6.** (cũ, kng) người kỳ cục; người buồn cười. // [have] a card up one's sleeve có nước bài dự phòng; get one's cards; give somebody his cards (kng) bị sa thải; sa thải ai; have the cards (odds) stacked against one x stack[2]; hold (keep) one's cards close to one's chest giữ kín ý đồ của mình; a house of cards x house; lay (put) one's cards on the table lật ngửa quân bài, cởi mở nói rõ ý định của mình; make a card thắng một nước bài; on the cards (kng) chắc chắn có thể có, có khả năng có thể có: an early general election is certainly on the cards chắc là sẽ có tổng tuyển cử sớm; play one's cards well (right...) chơi nước bài hay nhất: you could end up running this company if you play your cards right anh ngưng điều hành công ty này là chơi nước bài hay nhất; show one's hand (cards) x show[2].

card[2] /kɑːd/ dt bàn chải len.

card[3] /kɑːd/ dgt chải (len) [bằng bàn chải].

cardamom /'kɑːdəməm/ dt (thực) bạch đậu khấu (cây, hạt).

cardboard[1] /'kɑːdbɔːd/ dt bìa cứng, các-tông.

cardboard[2] /'kɑːdbɔːd/ (thngữ) (bóng) không có thực chất, không có giá trị thật sự: a cardboard character một nhân vật không có giá trị thực sự.

card-carrying member /'kɑːd,kæriiŋ membə[r]/ thành viên chính thức (của một tổ chức chính trị...): a card-carrying member of the Communist Party đảng viên

C

chính thức của đảng Cộng sản.

card-game /'kɑːdgeim/ *dt* trò chơi bài lá.

cardiac /'kɑːdiæk/ *tt* [thuộc] tim; [thuộc] bệnh tim: *cardiac muscles* cơ tim; *cardiac patients* bệnh nhân bệnh tim; *cardiac arrest* sự ngưng đập tim.

cardigan /'kɑːdigən/ áo len đan *(không có cổ; thường cài phía trước).*

cardinal[1] /'kɑːdinl/ *tt* chính, chủ yếu: *cardinal errors* những sai sót chính.

cardinal[2] /'kɑːdinl/ *dt (cg* **cardinal number)** số từ số lượng *(phân biệt với số từ thứ tự).*

cardinal[3] /'kɑːdinl/ *dt* màu đỏ thắm.

cardinal[4] /'kɑːdinl/ *tt* đỏ thắm.

cardinal[5] /'kɑːdinl/ *dt (tôn)* hồng y giáo chủ.

cardinal points /'kɑːdinl 'pɔintz/ bốn phương trời.

card index /'kɑːd,indeks/ bảng tra bằng phiếu *(ở thư viện...).*

cardi[o]- *dạng kết hợp của* tim: *cardiogram* biểu đồ tim, tâm đồ.

cardiologist /,kɑːdi'ɒlədʒist/ *dt* thầy thuốc khoa tim.

cardiology /,kɑːdi'ɒlədʒi/ *dt (y)* khoa tim, bệnh học tim.

card-sharp /,kɑːdʃɑːp/ *dt (cg* **card-sharper)** kẻ cờ bạc bịp.

card-table /'kɑːdteibl/ *dt* bàn đánh bài.

card vote /'kɑːdvəʊt/ *nh* block vote.

care[1] /keə[r]/ *dt* **1.** sự chăm chú; sự cẩn thận, sự thận trọng: *she arranged the flowers with great care* cô ta cắm hoa rất cẩn thận; *care is needed when crossing the road* băng qua đường cần phải thận trọng; *fragile-*

handle with care hàng dễ vỡ, phải cẩn thận đấy **2.** **care for somebody** sự chăm sóc: *a mother's care for her children* sự chăm sóc của bà mẹ đối với con cái **3.** sự lo âu, sự lo lắng: *free from care* không phải lo lắng, thoải mái. // **care of somebody** *(ct* **c/o)** [thư] viết qua địa chỉ của ai *(nhờ người đó chuyển giúp;* **have a care!** *(cũ)* hãy cẩn thận hơn!; **in the care of somebody** dưới sự trông nom giám sát của ai: *in the care of a doctor* dưới sự trông nom của bác sĩ; *they left the child in a friend's care* họ để đứa bé lại nhờ bạn trông nom; **take care [that... (to do something)]** cẩn thận, thận trọng: *take care [that] you don't drink too much (not to drink too much)* hãy cẩn thận đừng có uống rượu nhiều quá; **take care of oneself (somebody, something)** a/ chăm sóc, chăm nom: *my sister is taking care of the children while we're away* chị tôi chăm nom các cháu khi chúng tôi vắng nhà; *he' old enough to take care of himself* nó đã đủ lớn để tự chăm sóc lấy mình b/ chịu trách nhiệm, đảm nhiệm: *Mr Smith takes care of marketing and publicity* ông Smith chịu trách nhiệm về tiếp thị và quảng cáo; *her secretary took care of all her appointments* cô thư ký đảm nhiệm tất cả các buổi hẹn tiếp khách của bà ta; **take somebody into (put somebody in) care** đưa *(ai)* vào nhà chữa trị đặc biệt *(do chính quyền địa phương lập ra)* để được chăm sóc chữa trị: *the social worker advised them to put their handicapped child into care* người làm công tác xã hội khuyên

họ nên đưa cháu bé tật nguyền của họ vào nhà chữa trị đặc biệt ở địa phương để được chăm sóc chữa trị.

care[2] /keə[r]/ *dgt* **1.** care [about something] để ý đến, quan tâm đến; lo lắng đến: *he failed the examination but he didn't seem to care* nó thi hỏng nhưng chẳng tỏ ra lo lắng gì cả; *I don't think she cares [about] what happens to her children* tôi không cho rằng bà ta quan tâm đến những gì xảy ra với con cái bà **2.** **care for something** *(trong câu phủ định và nghi vấn; đi với would)* thích làm gì, đồng ý làm gì: *would you care for a drink?* anh có thích uống tí gì không?. // **for all one (somebody) cares** mình (ai đó) cũng chẳng cần: *I might as well be dead for all he cares* tôi có chết thì nó cũng chẳng cần; **not care less** hoàn toàn không quan tâm, hoàn toàn không để ý đến: *I couldn't care less who wins the match* ai thắng trận đấu, tớ hoàn toàn không quan tâm đến; **who cares?** *(kng)* chẳng ai cần, tớ cóc cần: *"Who do you think will be the next Prime Minister?" "Who cares?"* "Anh cho là ai sẽ là thủ tướng tiếp theo?" "tớ cóc cần biết!"; **care for somebody** a/ thích ai, yêu ai: *he cares for her deeply* anh ta yêu chị ấy vô cùng b/ trông nom *(ai)*, chăm sóc *(ai)*; chịu trách nhiệm về *(ai)*; *care for the sick* chăm sóc người ốm; **care for something** thích cái gì *(trong câu phủ định hoặc câu hỏi)*: *I don't care much for opera* tôi không thích nhạc kịch lắm.

careen /kə'riːn/ *dgt* **1.** lật nghiêng *(thuyền, tàu)* để sửa chữa *(để lau chùi)* **2.** lật úp (thuyền, tàu) **3.** lắc lư: *the driver lost control and the car careened down the hill* người lái mất tay lái và chiếc xe lắc lư lao xuống đồi.

career¹ /kə'riə[r]/ *dt* **1.** nghề, nghề nghiệp: *choose a career* chọn nghề; *a career diplomat* một nhà ngoại giao chuyên nghiệp **2.** sự nghiệp; đời hoạt động: *we can learn much by reading about the careers of great men* chúng ta có thể học tập được nhiều điều khi đọc về sự nghiệp của các vĩ nhân **3.** tốc lực; đà lao nhanh: *stop somebody in mid career* chặn ai trên đà lao nhanh; *in full career* hết tốc lực.

career² /kə'riə[r]/ *dgt* lao nhanh: *the car careered off the road into a ditch* chiếc xe lao nhanh ra khỏi đường và đâm xuống hào.

career girl /kə'riəg3:l/ *(xấu)* cô gái thích sự nghiệp hơn là lập gia đình.

careerist /kə'riərist/ *dt* *(thường xấu)* người ham danh vọng.

career woman /kə'riə wʊmən/ *(xấu)* chị phụ nữ thích sự nghiệp hơn là gia đình.

carefree /'keəfri:/ *tt* vô tư lự, thảnh thơi: *after finishing our examens, we all felt happy and carefree* thi cử xong, mọi người chúng tôi đều cảm thấy sung sướng thảnh thơi.

careful /'keəfl/ *tt* **1.** *(vị ngữ)* **careful [about (of; with) something]; careful [about (in)] doing something** cẩn thận: *be careful of the dog; it sometimes bites people* cẩn thận con chó, có khi nó cắn người đấy; *be careful [about, of] what you say to him* hãy cẩn thận về những gì anh

nói với ông ta; *be careful [about; in] crossing the road* hãy cẩn thận khi băng qua đường **2.** cần cù, chịu khó: *a careful worker* một công nhân cần cù **3.** tỉ mỉ, kỹ lưỡng, chu đáo: *a careful piece of work* một công việc làm kỹ lưỡng; *a careful examination of the facts* sự xem xét tỉ mỉ các sự kiện.

carefully /'keəfəli/ *pht* **1.** [một cách] cẩn thận **2.** [một cách] cần cù chịu khó **3.** [một cách] kỹ lưỡng, [một cách] chu đáo.

carefulness /'keəflnis/ *dt* **1.** sự cẩn thận **2.** sự cần cù chịu khó **3.** sự kỹ lưỡng, sự chu đáo.

careless /'keəlis/ *tt* **1.** cẩu thả, tắc trách: *a careless driver* người lái xe cẩu thả; *this is careless work, do it again!* đấy là một công việc cẩu thả, làm lại đi **2.** không quan tâm, không lo lắng: *she's very careless with money* chị ta không quan tâm lắm đến việc tiền nong *(tiêu quá nhiều)*; *careless charm* sắc đẹp không trau chuốt, sắc đẹp tự nhiên.

carelessly /'keəlisli/ *pht* **1.** [một cách] cẩu thả **2.** [một cách] không quan tâm, [một cách] không lo lắng.

carelessness /'keəlisnis/ *dt* **1.** sự cẩu thả **2.** sự không quan tâm, sự không lo lắng.

caress¹ /kə'res/ *dt* sự vuốt ve.

caress² /kə'res/ *dgt* vuốt ve: *she caressed his hand* nàng vuốt ve bàn tay chàng.

caret /'kærət/ *dt* dấu sót (^) *(đánh dấu chỗ phải thêm chữ hay từ còn sót).*

caretaker /'keəteikə[r]/ *dt* *(Mỹ* **janitor***)* người [được giao] trông nom *(một ngôi nhà, một công trình kiến trúc): the school caretaker*

người trông nom một ngôi trường.

caretaker government /'keəteikə ˌgʌvənmənt/ chính phủ lâm thời *(giữa một chính phủ hết nhiệm kỳ và chính phủ sắp lên thay).*

careworn /'keəwɔ:n/ *tt* đầy nét lo âu sầu muộn: *the careworn face of the mother of a large poor family* gương mặt đầy nét lo âu sầu muộn của bà mẹ một gia đình nghèo đông con.

carfare /'ka:feə[r]/ *dt (Mỹ)* tiền vé xe nội thành.

car-ferry /'ka:feri/ *dt* phà chở ô tô; máy bay chở ô tô *(qua eo biển Manche...).*

cargo /'ka:gəʊ/ *dt (snh* **cargos, cargoes***)* chuyến hàng *(trên tàu thủy, máy bay): a cargo boat* tàu chở hàng.

caribou /'kæribu:/ *dt (động)* tuần lộc Canađa.

caricature¹ /'kærikətjʊə[r]/ *dt* **1.** tranh biếm họa **2.** nghệ thuật vẽ biếm họa.

caricature² /'kærikətjʊə[r]/ *dgt* vẽ biếm họa.

caricaturist /'kærikətjʊərist/ *dt* họa sĩ biếm họa.

caries /'keəriz/ *dt (y)* bệnh mục xương: *dental caries* bệnh sâu răng.

carillon /kə'riljən, *(Mỹ* 'kærələn)/ **1.** chuông chùm **2.** điệu nhạc chuông.

caring /'keəriŋ/ *tt* chăm lo, quan tâm: *caring parents* bố mẹ biết chăm lo cho con; *children need a caring environment* trẻ em cần một môi trường quan tâm nhiều đến chúng.

carious /'keəriəs/ *tt* bị mục *(xương)*; bị sâu *(răng).*

Carmelite¹ /'ka:məlait/ *dt* thầy tu dòng Carmelo; nữ tu dòng Carmelo.

Carmelite² /'ka:məlait/ *tt* [thuộc] dòng Carmelo.

carmine¹ /'kɑːmain/ *dt* màu đỏ son.

carmine² /'kɑːmain/ *tt* đỏ son.

carnage /'kɑːnidʒ/ *dt* sự tàn sát hàng loạt: *a scene of carnage* cảnh tàn sát hàng loạt *(ở chiến trường...).*

carnal /'kɑːnl/ *tt* [về] xác thịt, [về] nhục dục: *carnal desires* những ham muốn nhục dục.

carnally /'kɑːnəli/ *pht* [theo kiểu] nhục dục.

carnation /kɑː'neiʃn/ *dt* *(thực)* cẩm chướng *(cây hoa).*

carnival /'kɑːnivl/ *dt* **1.** hội carnivan *(trước mùa chay Công giáo)* **2.** lễ hội *(có tổ chức rước).*

carnivore /'kɑːnivɔː[r]/ *dt* thú ăn thịt.

carnivorous /kɑː'nivərəs/ *tt* ăn thịt *(động vật).*

carob /'kærəb/ *dt* *(thực)* minh quyết *(cây, bột, quả).*

carol¹ /'kærəl/ *dt* bài hát mừng *(nhất là vào dịp lễ Giáng sinh):* *carol singers* những người hát mừng, đi đến từng nhà vào dịp Giáng sinh quyên tiền làm việc thiện.

carol² /'kærəl/ *dgt* **(-ll-) 1.** hát mừng; ca hát hân hoan **2.** *(thường* **go carolling**) đi từng nhà hát mừng Giáng sinh.

caroller /'kærələ[r]/ *dt* người hát mừng Giáng sinh.

carotid¹ /kə'rɒtid/ *dt (giải)* động mạch cảnh.

carotid² /kə'rɒtid/ *tt (giải)* [thuộc] động mạch cảnh: *carotid artery* động mạch cảnh.

carousal /kə'rauzl/ *(cũ)* cuộc chè chén vui chơi.

carouse /kə'rauz/ *dgt (cũ)* chè chén vui chơi.

carousel *(Mỹ* **carrousel)** /ˌkærə'sel/ *dt* **1.** *(Mỹ)* *nh*

roundabout 1 **2.** băng chuyền hành lý *(ở sân bay).*

carp¹ /kɑːp/ *dt (snh kđổi) (động)* cá chép.

carp² /kɑːp/ *dgt* **carp at (about) somebody (something)** bới móc, bắt bẻ: *have a carping tongue* miệng lưỡi bới móc; *she's always carping at her children* chị ta luôn luôn bắt bẻ các con.

carpal¹ /'kɑːpl/ *tt (giải)* [thuộc] khối xương cổ tay.

carpal² /'kɑːpl/ *dt (giải)* khối xương cổ tay.

car park /'kɑːpɑːk/ bãi đỗ xe *(thường ở ngoài trời).*

carpenter /'kɑːpəntə[r]/ *dt* thợ mộc.

carpentry /'kɑːpəntri/ *dt* nghề mộc.

carpet¹ /'kɑːpit/ *dt* thảm: *lay a carpet* trải thảm; *a carpet of moss* một thảm rêu. // **on the carpet** bị gọi đến để quở trách; **pull the carpet (rug) from under somebody's feet** *x* pull²; **sweep something under the carpet** *x* sweep¹.

carpet² /'kɑːpit/ *dgt* **1.** trải thảm: *carpet the stairs* trải thảm cầu thang; *a lawn carpeted with fallen leaves* bãi cỏ phủ một thảm lá rụng **2.** *(thường ở dạng bị động)* quở trách: *be carpeted by one's boss* bị chủ quở trách.

carpet-bag /'kɑːpitbæg/ *dt* túi du lịch bằng vải dày *(trước đây).*

carpet-bagger /'kɑːpit bægə[r]/ *dt* ứng cử viên chính trị ngoài khu vực của mình.

carpet-slippers /'kɑːpit slipəz/ *dt* dép mềm đi trong nhà.

carpet-sweeper /'kɑːpit swiːpəz/ *dt* máy chải thảm.

carport /'kɑːpɔːt/ *dt* chái để xe.

carriage /'kæridʒ/ *dt* **1.** *(cg* **coach)** xe ngựa *(bốn bánh, chở người)* **2.** *(Anh, cg* **coach**, *Mỹ* **car)** toa hành khách: *a second-class carriage* toa hành khách hạng nhì **3.** [cước] chuyên chở hàng hóa: *carriage forward* cước chuyên chở do người nhận trả; *carriage free; carriage paid* cước chuyên chở người gửi đã trả **4.** *nh* gun-carriage **5.** bộ phận chuyển động *(của máy):* *a typewriter carriage* bộ phận quay trục máy chữ **6.** *(số ít) (cũ)* dáng: *have a very upright carriage* có dáng đi rất thẳng người.

carriageway /'kæridʒwei/ *dt* tuyến xe *(trên đường):* *the northbound carriageway of a motorway* tuyến bắc của xa lộ.

carrier /'kæriə[r]/ *dt* **1.** người chở; vật chở **2.** hãng vận chuyển *(hàng hóa, hành khách):* *this airline is one of America's biggest international carriers* đường bay này là một trong những hãng vận chuyển quốc tế lớn nhất châu Mỹ **3.** cái đèo hàng *(ở xe đạp):* *strap a parcel to the carrier* buộc một gói vào cái đèo hàng **4.** vật truyền bệnh, người truyền bệnh: *mosquitoes are carriers of malaria* muỗi là vật truyền bệnh sốt rét **5.** *nh* aircraft-carrier **6.** *nh* carrier bag.

carrier bag /'kæriəbæg/ túi đựng hàng *(bằng giấy hoặc bằng chất dẻo).*

carrier pigeon /'kæriə ˌpidʒin/ bồ câu đưa thư.

carrion /'kæriən/ *dt* thịt rữa *(của xác chết).*

carrion crow /'kæriən krəu/ quạ ăn thịt rữa.

carrot /'kærət/ *dt* **1.** cà rốt *(cây, củ)* **2.** *(bóng)* phần thưởng; sự hứa thưởng *(để* thuyết phục ai làm gì): *offer a carrot to somebody* hứa thưởng [để thuyết phục] ai. // **the carrot and the stick** củ cà rốt và cây gậy *(bóng)*; sự hứa thưởng và sự dọa trừng phạt: *their method of negotiating is a combination of the carrot and the stick* phương pháp thương lượng của họ là sự kết hợp giữa sự hứa hẹn và sự đe dọa.

carroty /'kærəti/ *tt* đỏ hoe *(tóc)*.

carrousel /ˌkærə'sel/ *dt (Mỹ) nh* carousel.

carry¹ /'kæri/ *đgt* **(carried)** **1.** mang, vác, khuân, xách, chở; ẵm, bế: *carry a suitcase* xách va-li; *carry a rucksack* mang ba-lô; *she carried her baby in her arms* chị ta ẵm con nhỏ trên tay; *seeds can be carried for long distances by the wind* hạt có thể được gió mang đi xa **2.** dẫn *(nói về đường ống, dây kim loại...)*: *a pipeline carrying oil* một đường ống dẫn dầu; *the veins carry blood to the heart* tĩnh mạch dẫn máu về tim **3.** mang theo: *I never carry much money [with me]* tôi không bao giờ mang theo [mình] nhiều tiền **4.** *(cũ)* *(chủ yếu ở thì tiếp diễn)* mang thai, có mang: *she was carrying twins* chị ấy mang thai sinh đôi **5.** đỡ, chống: *these pillars carry the weight of the roof* những cột này đỡ sức nặng của mái nhà; *he is carrying the department [on his shoulders]* *(bóng)* ông ta gánh vác trên vai công việc của sở **6.** chứa đầy, có *(một thuộc tính nào đó)*: *his voice carries the ring of authority* giọng nói của ông ta đầy vẻ quyền lực **7.** có kết quả là, bao hàm: *power carries great responsibilities* có quyền hành thì

phải có trách nhiệm lớn; *crimes of violence carry heavy penalties* tội bạo lực thì kết quả là hình phạt nặng nề **8.** đưa, đẩy, chuyển *(theo một hướng nào đó)*: *the war was carried into enemy territory* chiến tranh đã chuyển vào lãnh thổ quân địch; *he carried modesty to extremes* anh ta đẩy sự khiêm nhường của anh ta tới chỗ thái quá *(anh ta quá khiêm nhường)*; *his ability carried him to the top of his profession* tài năng của anh ta đã đưa anh ta tới tột đỉnh nghề nghiệp **9.** *(toán)* chuyển sang cột sau, mang sang *(trong tính cộng)* **10.** *(thường dùng ở dạng bị động)* tán thành (thông qua) bằng đa số phiếu: *the resolution was carried by 340 votes to 210* quyết định đã được thông qua với 340 phiếu thuận và 210 phiếu chống **11.** giành được sự ủng hộ (thiện cảm) của *(ai)*: *his moving speech was enough to carry the audience* bài nói cảm động của ông đủ để giành được thiện cảm của cử tọa **12.** **carry oneself** có dáng dấp, đi đứng: *he carries himself like a soldier* anh ta có dáng dấp như một quân nhân **13.** đạt tới tầm xa *(là bao nhiêu đó; nói về tên lửa...)*; vang xa *(tiếng nói, âm thanh)*: *a public speaker needs a voice that carries [well]* diễn giả nói trước công chúng cần có giọng vang xa **14.** đăng, phát *(trên báo, trên đài)*: *today's papers carry full reports of the President's visit* các báo hôm nay đăng các bài tường thuật đầy đủ về cuộc viếng thăm của tổng thống **15.** có bán *(hàng gì đó; nói về một cửa hàng)*: *I'm sorry, this shop doesn't*

carry cigarettes rất tiếc, cửa hàng này không có bán thuốc lá. // **as fast as one's legs can carry one** x fast¹; **carry all (everything) before one** hoàn toàn thành công; **carry the can [for something]** *(kng)* nhận trách nhiệm *(về việc gì)*; chịu lỗi *(về việc gì)*; **carry coals to Newcastle** chở củi về rừng; **carry the day** x day; **carry (gain) one's point** x point¹; **carry (take) something too far** x far². **carry the war into the enemy's camp** tấn công địch *(thay vì phòng thủ)*; **carry weight** có ảnh hưởng, có tầm quan trọng: *her opinion carries [great] weight [with the chairman]* ý kiến của chị ta có ảnh hưởng lớn tới chủ tọa; **fetch and carry** x fetch.

carry somebody away *(thường ở dạng thụ động)* kích động ai: *he tends to get carried away when watching wrestling on TV* hắn ra chiều bị kích động khi xem đấu vật trên TV; **carry somebody back [to something]** làm cho ai nhớ lại: *the sound of seagulls carried her back to childhood holidays by the sea* tiếng kêu của chim hải âu làm cô nhớ lại những kỳ nghỉ thời thơ ấu ở vùng biển; **carry something forward** chuyển *(những con số, tổng số)* sang cột khác (trang khác) *(trong nghề kế toán)*; **carry something off** đoạt; giành được: *she carried off most of the prizes for swimming* cô ta đoạt phần lớn các giải bơi lội; **carry it (something) off** xử lý thành công một tình huống khó khăn: *he carried the speech off well despite feeling very nervous* ông ta đã hoàn thành tốt bài nói của mình mặc dù rất căng thẳng; **carry on** *(kng)* cãi vã om sòm; than phiền ầm lên; ứng xử kỳ cục:

he does carry on, doesn't he? anh ta ứng xử kỳ cục quá, phải không?; **carry on [with something (doing something)]; carry something on** tiếp tục làm gì: *carry on [working (with your work)] while I'm away* hãy cứ tiếp tục công việc trong khi tôi đi vắng; **carry on [with somebody]** *(dùng ở thì tiếp diễn)* dan díu: *they have been carrying on for years* họ đã dan díu với nhau nhiều năm rồi; **carry something on** a/ tham gia, tham dự: *carry on a discussion* tham dự một cuộc thảo luận b/ thực hiện, tiến hành một công cuộc kinh doanh; **carry something out** thực hiện, tiến hành: *carry out a plan* thực hiện một kế hoạch; *carry out an investigation* tiến hành một cuộc điều tra; **carry something over** a/ hoãn, đình hoãn b/ *nh* carry something forward; **carry somebody through [something]** giúp ai vượt qua *(một giai đoạn khó khăn)*; **carry something through** hoàn thành việc gì: *carry a difficult job through* hoàn thành một công việc khó khăn.

carry² /'kæri/ *dt* **1.** tầm súng; tầm bóng *(của quả bóng trong môn chơi gôn)* **2.** sự mang, sự vác, sự khuân, sự xách, sự chở, sự ẵm, sự bế: *would you like me to give the baby a carry?* bà có muốn tôi giúp bà bế cháu bé một lúc không?

carry-all /'kæriɔ:l/ *nh* holdall.

carry-cot /'kærikɒt/ *dt* giường trẻ nhỏ xách tay.

carryings-on /ˌkæriiŋz'ɒn/ *dt snh (kng)* chuyện ẩm ĩ: *did you hear the carryings-on next door last night?* đêm qua anh có nghe chuyện ẩm ĩ ở nhà bên cạnh không?

carry-on /'kæriɒn/ *dt (kng)* sự ồn ào ầm ĩ: *I have never heard such a carry-on!* tôi chưa bao giờ nghe một sự ồn ào ầm ĩ như thế cả!

carry-out /'kæriaʊt/ *dt (Scotland, Mỹ) nh* takeaway².

carsick /'ka:ˌsik/ *tt* say xe.

carsickness /'ka:ˌsiknis/ *dt* chứng say xe.

cart¹ /ka:t/ *dt* **1.** xe ngựa, xe bò **2.** *(cg* **handcart)** xe ba gác. // **put the cart before the horse** lắp cày trước trâu; làm chuyện trái khoáy.

cart² /ka:t/ *dgt* **1.** chở bằng xe ngựa (xe bò): *carting hay* chở cỏ khô bằng xe ngựa **2.** *(kng)* mang, xách: *I've been carting these cases around all day* tôi đã mang mấy chiếc hòm này đi loanh quanh cả ngày.

carte blanche /ˌka:t'blɒnʃ/ *(tiếng Pháp)* sự toàn quyền hành động.

cartel /'ka:tel/ *dt (kté)* carten.

carter /'ka:tə[r]/ *dt* người đánh xe ngựa (xe bò), xà ích.

cart-horse /'ka:thɔ:s/ *dt* ngựa kéo xe.

cartilage /'ka:tilidʒ/ *dt* **1.** sụn **2.** xương sụn.

cartilaginous /ˌka:ti'lædʒi-nəs/ *tt [thuộc]* sụn, như sụn: *cartilaginous fish* cá sụn.

cart-load /'ka:tləʊd/ *dt* xe *(đơn vị chất hàng).* // **by the cart-load** với số lượng nhiều.

cartographer /ka:'tɒgrəfə[r]/ *dt* người vẽ bản đồ, nhà họa đồ.

cartographique /ˌka:tə'græ-fik/ *tt [thuộc]* họa đồ, [thuộc] thuật vẽ bản đồ.

cartography /ka:'tɒgrəfi/ *dt* họa đồ, thuật vẽ bản đồ.

carton /'ka:tn/ *dt* hộp bìa cứng *(đựng hàng):* a carton of cigarettes một tút thuốc lá.

cartoon /ka:'tu:n/ *dt* **1.** tranh đả kích, tranh biếm họa *(thường là về chính trị)* **2.** tranh truyện **3.** *(cg* **animated cartoon)** tranh hoạt hình **4.** bản phác họa.

cartridge /'ka:tridʒ/ *dt* **1.** vỏ đạn; đạn **2.** đầu gắn kim *(ở máy quay đĩa, máy hát)* **3.** cuộn phim *(cho vào máy ảnh);* ống mực *(cho vào bút máy...).*

cartridge-belt /'ka:tridʒbelt/ *dt* thắt lưng đạn, băng đạn.

cartridge-clip /'ka:tridʒklip/ *dt x* clip¹ **2.**

cartridge paper /'ka:tridʒ ˌpeipə[r]/ *dt* giấy bìa trắng *(để vẽ).*

cart track /'ka:t træk/ đường xe ngựa *(hẹp, mặt không phẳng).*

cart-wheel /'ka:twi:l/ *dt* sự lộn mình tay chống đất.

carve /ka:v/ *dgt* **1.** tạc, chạm: *the statue was carved out of marble* bức tượng được tạc bằng đá cẩm thạch; *carve wood* chạm gỗ **2.** khắc *(những chữ đầu tên mình...)* vào *(một thân cây...)* **3.** thái *(thịt đã nấu chín)* thành lát mỏng: *please carve me another slice* vui lòng thái cho tôi một lát khác. // **carve something out [for oneself]** tạo nên danh tiếng và sự nghiệp nhờ lao động cật lực: *she carved out a name for herself as a reporter* chị ta đã tự tạo cho mình danh tiếng là một phóng viên có hạng; **carve something up** *(kng)* chia cắt ra từng mảnh: *the territory was carved up by the occupying powers* lãnh thổ bị các lực lượng chiếm đóng chia cắt ra từng mảnh.

carver /'ka:və[r]/ *dt* **1.** thợ chạm; người khắc **2.** *nh* carving knife.

carving /'kɑ:viŋ/ *dt* **1.** thuật chạm; thuật khắc **2.** vật chạm; chữ khắc.

carving knife /'kɑ:viŋ naif/ dao thái thịt.

caryatid /ˌkæri'ætid/ *dt* (ktrúc) cột tượng nữ.

cascade¹ /kæ'skeid/ *dt* **1.** thác nước **2.** *(bóng)* vật xõa xuống như thác: *a cascade of blonde hair* mớ tóc hoe xõa xuống như thác.

cascade² /kæ'skeid/ *dgt* đổ như thác: *water cascaded down the mountainside* nước đổ xuống sườn núi như thác; *her golden hair cascaded down her back* mớ tóc vàng của cô xõa xuống sau lưng tựa một dòng thác.

cascara /kæ'skɑ:rə/ *dt* thuốc nhuận tràng cascara (chế từ vỏ cây cascara).

case¹ /keis/ *dt* **1.** trường hợp, ca: *I cannot make an exception in your case* tôi không thể có ngoại lệ đối với trường hợp của anh; *a case of typhoid* một ca thương hàn; *this boy is a sad case, his parents are divorced and he himself is severely handicapped* đứa bé này là một trường hợp đáng buồn, cha mẹ nó đã ly hôn và bản thân nó cũng bị tật nguyền nặng **2. the case** hiện trạng; sự tình: *if that is the case, you will have to work much harder* nếu hiện trạng đúng là như vậy thì anh sẽ phải làm việc dữ hơn nhiều **3.** vụ kiện cáo: *when does your case come before the court?* khi nào thì vụ kiện của anh sẽ đem ra xử? **4.** sự biện hộ; lý lẽ biện hộ: *the case for the defence* lý lẽ biện họ cho bên bị **5.** (ngôn) cách: *the nominative case* danh cách; *the accusative case* đối cách **6.** (số ít) (kng) người kỳ cục: *he really is a case!* hắn quả là một người kỳ cục. // **a case in point** một ví dụ điển hình (của vấn đề đang bàn cãi); **as the case may be** tùy theo tình hình: *there may be an announcement about this tomorrow or not, as the case may be* ngày mai có thể có thông báo về việc này hay không, cái đó còn tùy theo tình hình; **in any case** trong bất cứ tình huống nào; **[just] in case [...]** nếu như; phòng khi: *it may rain, you'd better take an umbrella [just] in case [it does]* trời có thể mưa, chị nên mang dù đi thì hơn, phòng khi có mưa thật; **in case of something** nếu có cái gì đó xảy ra: *in case of fire, ring the alarm* nếu có hỏa hoạn, hãy rung chuông báo động; **in no case** không trường hợp nào; **in that case** nếu vậy; **make out a case [for something]** đưa ra lý lẽ ủng hộ cái gì: *the report makes out a strong case for increased spending on hospitals* bản báo cáo đưa ra lý lẽ mạnh mẽ ủng hộ cho việc chi tiêu gia tăng ở các bệnh viện; **meet the case** x meet¹; **prove one's (the) case (point)** x prove.

case² /keis/ *dt* **1.** hộp, hòm, thùng, túi: *a jewel case* hộp nữ trang; *a pencil case* hộp bút chì; *a packing-case* hòm đựng hàng; *a case of champagne* một hòm sâm banh (12 chai) **2.** va-li: *could you carry my case for me?* anh có thể xách va-li giùm tôi được không?

case³ /keis/ *dgt* đóng hòm, đóng kết; bỏ vào hộp. // **case the joint** (lóng) khảo sát địa bàn trước khi thực hiện một vụ trộm cướp.

case-book /'keisbʊk/ *dt* sổ ghi lại các ca đã xử lý (của bác sĩ, luật sư).

case grammar /'keisgræmə[r]/ (ngôn) ngữ pháp chuyển cách.

case-hardened /'keis hɑːdnd/ *tt* chai dạn.

case history /ˌkeis'histri/ hồ sơ bệnh án.

casein /'keisiːn/ *dt* cazein.

case law /'keislɔː/ luật tiền lệ (dựa trên quyết định của quan tòa trong các vụ xử trước).

case load /'keisləʊd/ số người đảm trách (như số bệnh nhân của bác sĩ, số thân chủ của luật sư).

casement /'keismənt/ *dt* (cg **casement window**) cửa sổ hai cánh (cánh mở ra đóng vào như cửa ra vào).

case-study /'keistʌdi/ *dt* việc nghiên cứu quá trình phát triển xã hội (của một người, một nhóm người).

casework /'keiswɜːk/ *dt* việc nghiên cứu trường hợp (người hay nhóm người) có vấn đề.

caseworker /'keiswɜːkə[r]/ *dt* nhà nghiên cứu trường hợp (người hay nhóm người) có vấn đề.

cash¹ /kæʃ/ *dt* **1.** tiền mặt: *pay [in] cash* trả tiền mặt; *I have no cash on me, may I pay by cheque?* tôi không mang theo tiền mặt, tôi có thể trả bằng séc không? **2.** (kng) tiền; của cải: *I'm short of cash at the moment* lúc này tôi đang cạn tiền đây. // **cash down** trả tiền mặt ngay; **cash on delivery** (vt **COD**) trả tiền lúc nhận hàng.

cash² /kæʃ/ *dgt* **cash something [for somebody]** đổi (cái gì) cho ai thành tiền mặt: *cash a cheque for somebody* đổi cho ai tờ séc [để người ta] lấy tiền mặt; *where can I get it cashed?* tôi có thể đổi cái này lấy tiền mặt ở đâu thế?; **cash in [on something]** lợi dụng *(cái gì)* để kiếm chác: *the shops are cashing in on temporary shortages by raising prices* các cửa hàng đang lợi dụng cơ hội khan hiếm hàng để tăng giá.

cashable /'kæʃəbl/ *tt* có thể đổi thành tiền mặt.

cash and carry /ˌkæʃənd'kæri/ **1.** lối mua trả tiền ngay và lấy hàng luôn **2.** cửa hàng mua trả tiền ngay và lấy hàng luôn.

cashcard /'kæʃkɑːd/ *dt* thẻ lấy tiền mặt *(do ngân hàng cấp cho khách hàng lấy tiền ở máy trả tiền mặt).*

cash crop /'kæʃkrɒp/ vụ thu hoạch để bán *(không phải để dùng cho đời sống người trồng cây).*

cash desk /'kæʃ desk/ quầy thu tiền *(ở một cửa hàng).*

cash dispenser /'kæʃ di'spensə[r]/ máy trả tiền mặt *(trả tiền mặt theo thẻ lấy tiền mặt).*

cashew /'kæʃuː, kə'ʃuː/ *dt* **1.** *(thực)* cây hạt điều **2.** *(cg* **cashew nut)** hạt điều.

cash flow /'kæʃ fləʊ/ lưu lượng tiền mặt.

cashier¹ /kæ'ʃiə[r]/ *dt* thủ quỹ.

cashier² /kæ'ʃiə[r]/ *dgt* cách chức, sa thải *(một sĩ quan).*

cashless /'kæʃlis/ *tt* không dùng tiền mặt: *cashless transactions* giao dịch không dùng tiền mặt.

cashmere /'kæʃmiə[r]/ *dt* casomia *(hàng dệt bằng lông dê xứ Cashmere).*

cashpoint /'kæʃpɔint/ *dt nh* cash dispenser.

cash register /'kæʃˌredʒistə[r]/ *dt* máy ghi tiền *(ở các cửa hàng).*

casing /'keisiŋ/ *dt* vỏ bọc, lớp áo: *wrapped in rubber casing* có vỏ bọc cao su.

casino /kə'siːnəʊ/ *dt (sn* **casinos)** sòng bạc.

cask /kɒːsk, *(Mỹ* kæsk/ *dt* thùng phuy, thùng ton-nô *(thùng và lượng chứa của nó):* *a cask of sherry* một thùng rượu vang xê-rét.

casket /'kɑːskit, *(Mỹ* 'kæskit/ *dt* **1.** hộp, tráp *(đựng đồ trang sức...)* **2.** *(Mỹ)* áo quan.

cassava /kə'sɑːvə/ *dt* **1.** cây sắn **2.** bột sắn.

casserole¹ /'kæsərəʊl/ *dt* **1.** cái xoong **2.** thức ăn nấu bằng xoong: *a chicken casserole* món gà hầm [bằng] xoong.

casserole² /'kæsərəʊl/ *dgt* hầm [bằng] xoong.

cassette /kə'set/ *dt* hộp băng ghi âm, cát-xét: *a cassette recorder* máy ghi âm cát-xét.

cassock /'kæsək/ *dt* áo chùng *(của giáo sĩ, của thành viên ban đồng ca nhà thờ; thường màu đen hoặc đỏ).*

cast¹ /kɑːst, *(Mỹ* kæst/ *dgt* **(cast)** **1.** ném, quăng, liệng: *cast a stone* ném một hòn đá; *cast net* quăng lưới **2.** lột, tuột, bỏ, thay; *snakes cast their skins* rắn lột da; *my horse has cast a shoe* con ngựa của tôi tuột mất một móng **3.** đưa *(mắt),* ngả *(bóng),* phủ *(bóng tối),* gieo *(sự nghi ngờ)...:* *he cast a furtive glance at her* nó liếc nhìn trộm cô ta; *the tree cast a long shadow [on the grass]* cây ngả bóng dài lên bãi cỏ; *the tragedy cast a shadow on (over) their lives* tấm thảm kịch ấy đã phủ

bóng tối lên cuộc đời họ **4.** đúc, đổ khuôn: *cast bronze* đúc đồng thanh; *a statue cast in bronze* một pho tượng đúc bằng đồng thanh; *the novel is cast in the form of a diary (bóng)* cuốn tiểu thuyết được trình bày dưới dạng nhật ký **5.** chọn diễn viên *(cho một vở)*; giao cho *(ai)* đóng vai nào đó: *he was cast as Othello (cast in the role of Othello)* anh ta được giao đóng vai Othello. // **cast anchor** thả neo; **cast aspersions [on somebody (something)]** vu khống ai; bôi nhọ ai; **cast one's bread upon the waters** *(tu từ)* làm việc hay không cần được báo đáp; **cast one's eyes (an eye) over somebody (something)** liếc nhìn qua; **cast (shed; throw) light on something** x light¹; **cast (draw) lots** x lot³; **cast one's mind back [to something]** hồi tưởng lại *(điều gì)*; **cast one's net wide** gia tăng hoạt động, gia tăng điều tra... việc gì: *the company is casting its net wide in its search for a new sales director* công ty đang gia tăng việc tìm kiếm một giám đốc kinh doanh mới; **cast pearl before swine** đàn gẩy tai trâu; **cast a spell on somebody** bỏ bùa mê cho ai, mê hoặc ai; **cast a (one's) vote** bỏ phiếu; **the die is cast** x die³.

cast about (around) for something vội vã tìm cách: *he cast about desperately for something to say* hắn vội vã tìm một cách tuyệt vọng cái gì đó để nói ra; **cast somebody (something) aside** loại bỏ, vứt đi: *she has cast her old friends* chị ta bỏ rơi những người bạn cũ của mình; *he cast aside all his inhibitions* anh ta vứt hết mọi sự kiềm chế của mình; **cast somebody away** *(thường dùng ở dạng bị* *động)* bỏ ai lại nơi nào đó vì đắm tàu: *be cast away on a desert island* bị bỏ rơi trên một hòn đảo hoang; **cast somebody down** (thường dùng ở dạng bị động) làm ai chán nản: *he is not easily cast down* hắn không phải là người dễ chán nản đâu; **cast [something] off** a/ tháo dây neo tàu b/ tháo chỉ *(đan)*; **cast somebody (something) off** bỏ rơi *(ai)*; bỏ *(việc gì)*; **cast something on** lên mũi đan đầu tiên; **cast somebody out** *(thường dùng ở dạng bị động)* đuổi ai đi.

cast² /ka:st, *(Mỹ* kæst)/ **1.** sự ném, sự quăng, sự liệng: *make a cast with a fishing net* quăng lưới **2.** đồ đúc; khuôn đúc **3.** *nh* plaster cast **4.** dàn diễn viên *(trong một vở kịch...)*: *a film with a distinguished cast* một bộ phim với một dàn diễn viên xuất sắc **5.** *(số ít)* kiểu, loại: *he has an unusual cast of mind* anh ta có [một kiểu] đầu óc không thông thường **6.** *nh* worm-cast **7.** *(cũ)* sự hơi lác *(mắt)*: *she has a cast in one eye* chị ta có một bên mắt hơi lác.

castanets /ˌkæstə'nets/ *dt snh (nhạc)* catanhet, cái sanh.

castaway /'ka:stəwei/ *dt* người bị bơ vơ nơi hoang vắng sau vụ đắm tàu.

caste /ka:st/ *dt* **1.** đẳng cấp **2.** tầng lớp đặc quyền **3.** chế độ đẳng cấp. // **lost caste** *x* lose.

castellated /'kæstəleitid/ *tt* theo kiểu lâu đài cổ *(có tháp canh, có lỗ châu mai)*.

caster, castor /'ka:stə[r], *(Mỹ* 'kæstər)/ *dt* **1.** bánh xe lăn *(ở dưới chân bàn)* **2.** lọ rắc *(nắp có lỗ nhỏ để rắc muối, hạt tiêu chứa trong lọ)*.

caster sugar, castor sugar /ˌka:stə'ʃʊgə[r]/ đường trắng bột.

castigate /'kæstigeit/ *dgt* **1.** trừng phạt **2.** khiển trách.

castigation /ˌkæsti'geiʃn/ *dt* **1.** sự trừng phạt **2.** sự khiển trách.

casting /'ka:stiŋ/ **1.** vật đúc **2.** sự chọn diễn viên *(cho một vở kịch...)*: *a strange bit of casting* một kiểu lựa chọn diễn viên khá lạ lùng.

casting vote /'ka:stiŋ vəʊt/ lá phiếu quyết định *(ví dụ của ông chủ tịch, khi hai bên ngang phiếu nhau)*.

cast iron /ˌka:st'aiən/ *dt* gang.

cast-iron /ˌka:st'aiən/ *tt* **1.** bằng gang **2.** cường tráng, vững chắc; gang thép: *he has a cast-iron constitution* anh ta có thể chất cường tráng; *cast-iron will* ý chí gang thép.

castle¹ /'ka:sl, *(Mỹ* 'kæsl)/ *dt* **1.** lâu đài **2.** *(cg* **rook)** quân tháp *(quân cờ vua)*. // **[build] castles in the air (in Spain)** [xây] lâu đài trên cát.

castle² /'ka:sl, *(Mỹ* 'kæsl)/ *dgt (cờ vua)* đi quân tháp đến cạnh ô con vua và con vua đến phía bên kia quân tháp.

cast-off¹ /'ka:stɒf/ *tt* bỏ đi, hỏng vứt đi *(thường nói về đồ mặc)*: *cast-off shoes* đôi giày bỏ đi; *a cast-off lover* người yêu bị bỏ rơi.

cast-off² /'ka:stɒf/ *dt* đồ mặc phế thải: *he wears his brother's cast-offs* nó bận đồ mặc của anh nó thải ra.

castor /'ka:stə[r], *(Mỹ* 'kæstər)/ *dt x* caster.

castor oil /ˌka:stə'ɔil, *(Mỹ* kæstər'ɔil)/ dầu thầu dầu *(dùng để xổ và làm chất bôi trơn)*.

castor sugar /ˌka:stə 'ʃʊgə[r]/ *x* caster sugar.

castrate /kæs'treit, *(Mỹ* 'kæstreit)/ thiến *(một con vật đực hoặc người đàn ông)*.

castration /kæs'treiʃn/ *dt* sự thiến.

casual /'kæʒʊəl/ *tt* **1.** *(chủ yếu thngữ)* tình cờ, ngẫu nhiên: *a casual meeting* cuộc gặp tình cờ **2.** cẩu thả, sơ sài: *a casual person* một người cẩu thả; *a casual inspection* sự kiểm tra sơ sài **3.** xuềnh xoàng *(quần áo)* **4.** không thường xuyên, không đều đặn, chỉ choán một phần thời gian: *earn one's living by casual labour* kiếm sống bằng lao động không thường xuyên **5.** *(thngữ)* sơ sơ: *a casual acquaintance* sự biết sơ sơ.

casually /'kæʒʊəli/ *pht* **1.** [một cách] tình cờ, [một cách] ngẫu nhiên: *meet somebody casually* gặp ai tình cờ **2.** [một cách] xuềnh xoàng: *casually dressed* ăn mặc xuềnh xoàng **3.** [một cách] không thường xuyên: *casually employed* được thuê làm không thường xuyên.

casualness /'kæʒʊəlnis/ *dt* **1.** sự tình cờ, sự ngẫu nhiên **2.** sự xuềnh xoàng *(trong cách ăn mặc)* **3.** sự không thường xuyên.

casuals /'kæʒʊəlz/ *dt snh* quần áo xuềnh xoàng *(nhất là giày không có dây buộc)*.

casualty /'kæʒʊəlti/ *dt* **1.** người thương vong; nạn nhân: *heavy casualties were reported in the fighting* số thương vong trong trận đánh đã được báo cáo là nặng nề; *Mr Jones was the first casualty of the firm's cut-backs* Ông Jones là nạn nhân đầu tiên của cuộc cắt giảm nhân sự ở hãng ông ta làm **2.** vật bị hủy hoại: *the cottage was a casualty of the forest fire* ngôi nhà tranh ấy đã bị hủy hoại trong đám cháy rừng.

casualty department /ˈkæ-ʒʊəlti di,pɑ:tmənt/ phòng cấp cứu *(ở bệnh viện)*.

casualty ward /ˈkæʒʊəlti ,wɔ:d/ *nh* casualty department.

casuist /ˈkæʒuist/ *dt (thường xấu)* người khéo ngụy biện.

casuistic, casuistical /ˌkæ-ʒʊˈistik[l]/ *tt* ngụy biện.

casuistically /ˌkæʒʊˈistikli/ *pht* [một cách] ngụy biện.

casus belli /ˌkɑ:sʊs'beli, ˌkəi-səs'belai/ *dt (tiếng La-tinh)* hành động gây ra chiến tranh; biến cố gây ra chiến tranh.

cat[1] /kæt/ *dt* **1.** con mèo **2.** thú thuộc họ Mèo *(sư tử, hổ, báo...)* **3.** *(xấu)* mụ đàn bà hiểm độc **4. the cat** *(số ít) nh* cat-o'-nine-tails. // **be the cat's whiskers (pyjamas)** *(kng)* là người giỏi nhất, là ý kiến hay nhất...: *he thinks he is the cat's whiskers* ông ta nghĩ rằng ông ta là người giỏi nhất; **a cat in hell's chance [of doing something]** *(kng)* không có cơ hội nào [làm gì]; **curiosity killed the cat** *x* curiosity; **let the cat out of the bag** vô ý để lộ bí mật; **like a cat on hot bricks** nhấp nhổm như ngồi trên lửa; **no room to swing a cat** *x* room[1]; **play cat and mouse; play a cat-and-mouse game with somebody** *(kng)* chơi trò mèo vờn chuột với ai *(làm cho người ta thấp thỏm không yên)*; **put (set) the cat among the pigeons** *(kng)* đưa một yếu tố rắc rối vào trong một nhóm người; **rain cats and [dogs]** *x* rain[2]; **wait for the cat to jump; wait to see which way the cat jumps** *x* wait[1].

cat[2] /kæt/ *dt (Mỹ, kng) nh* caterpillar tractor.

CAT /ˌsi:ei'ti:/ *(trong cách dùng kng* /kæt/) *(Anh) (vt của* College of Advanced Technology) trường Công nghệ cao cấp.

cataclysm /ˈkætəklizəm/ *dt* tai biến, biến cố lớn.

cataclysmic /ˌkætə'klizmik/ *tt* [thuộc] tai biến, [thuộc] biến cố lớn: *the cataclysmic events of 1939-1945* những biến cố lớn trong những năm 1939-1945.

catacombs /ˌkætəku:mz, (Mỹ ,kætəkəʊmz)/ *dt snh* hầm mộ *(La Mã cổ)*.

catafalque /ˌkætəfælk/ *dt* nhà táng.

catalepsie /ˈkætəlepsi/ *dt (y)* chứng giữ nguyên thế.

cataleptic[1] /ˌkætə'leptik/ *tt (y)* [thuộc] chứng giữ nguyên thế, bị chứng giữ nguyên thế.

cataleptic[2] /ˌkætə'leptik/ *dt (y)* người mắc chứng giữ nguyên thế.

catalogue[1] *(Mỹ cg* catalog) /ˈkætəlɔ:g/ *dt* **1.** [tập] danh mục: *library catalogue* danh mục thư viện **2.** *(bóng)* loạt, dãy: *a catalogue of disasters* một loạt tai họa.

catalogue[2] *(Mỹ cg* catalog) /ˈkætəlɔg, (Mỹ 'kætəlɔ:g)/ *dgt* lập danh mục.

catalysis /kə'tæləsis/ *dt (hóa)* sự xúc tác.

catalyst /ˈkætəlist/ *dt* chất xúc tác, vật xúc tác *(đen, bóng)*: *the First World War served as a catalyst for major social changes in Europe* Chiến tranh thế giới lần thứ nhất đã tác động như một vật xúc tác những biến đổi xã hội lớn ở Âu châu.

catalytic /ˌkætə'litik/ *tt* xúc tác.

catamaran /ˌkætəmə'ræn/ *dt* **1.** thuyền buồm hai thân **2.** bè gỗ [ghép] đôi.

cat-and-dog /ˌkætənd'dɒg/ *tt* như chó với mèo, luôn luôn cãi cọ nhau: *a cat-and-dog life* cuộc sống như chó với mèo.

catapult[1] /ˈkætəpʌlt/ *dt* **1.** *(Mỹ* **slingshot**) súng cao su **2.** máy phóng máy bay *(trên tàu sân bay)* **3.** *(sử)* máy lăng đá.

catapult[2] /ˈkætəpʌlt/ *dgt* **1.** phóng bằng máy phóng **2.** hất mạnh: *in the crash, the driver [was] catapulted through the windscreen* trong vụ đụng xe, người lái bị hất ra ngoài qua kính chắn gió.

cataract /ˈkætərækt/ *dt* **1.** thác nước lớn **2.** *(y)* bệnh đục thể kính *(mắt)*.

catarrh /kə'tɑ:[r]/ *dt (y)* **1.** chứng chảy nước mũi **2.** nước mũi *(chảy ra do bị chảy nước mũi)*: *I've a bad cold and I'm full of catarrh* tôi bị cảm lạnh và mũi chảy đầy nước.

catastrophe /kə'tæstrəfi/ *dt* thảm họa.

catastrophic /ˌkætə'strɒfik/ *tt* thê thảm, thảm hại: *a catastrophic failure* một cách thất bại thảm hại.

catastrophically /ˌkætə-'strɒfikli/ *pht* [một cách] thê thảm, [một cách] thảm hại.

cat burglar /ˈkæt ,bɜ:glə[r]/ *(Anh)* tên trộm trèo tường leo ống máng *(mà vào nhà)*.

catcall[1] /ˈkætkɔ:l/ *dt* tiếng huýt sáo *(biểu lộ sự không đồng tình)*: *the Minister's speech was greeted with jeers and catcalls* bài diễn văn của ông bộ trưởng được chào đón bằng những lời chế nhạo và những tiếng huýt sáo.

catcall² /ˈkætkɔːl/ *dgt* huýt sáo *(biểu lộ sự không đồng tình).*

catch¹ /kætʃ/ *dgt* **(caught)** **1.** bắt, tóm, chộp, nắm: *catch a ball* bắt quả bóng; *catch somebody by the arm* nắm cánh tay ai; *catch a thief* tóm một tên trộm; *cats catch mice* mèo bắt chuột **2.** bắt gặp: *I caught a boy stealing apples from the garden* tôi đã bắt gặp một chú bé đang trộm táo ở vườn; *you won't catch me working on a Sunday!* anh không thể bắt gặp tôi làm việc vào ngày chủ nhật đâu! **3.** bắt kịp: *catch a bus* bắt kịp xe buýt, *catch the post* kịp bỏ thư vào thùng thư trước khi bưu tá mở thùng thư lấy hết thư đi **4.** *(Mỹ, kng)* xem, nghe; tham dự: *let's eat now and maybe we could catch a movie later* bây giờ chúng ta hãy ăn và sau đó có thể xem phim **5.** mắc, vướng, kẹt: *her dress caught on a nail* áo chị ta đã vướng vào một cái đinh; *he caught his thumb in the door* nó đã kẹt ngón tay vào cửa **6.** nhiễm, mắc, bị: *catch [a] cold* nhiễm lạnh; *catch flu* mắc bệnh cúm, bị cúm **7.** nghe, hiểu, nắm được: *I don't catch your meaning* tôi không nắm được ý của anh **8.** đánh, giáng: *the stone caught him on the side of the head* hòn đá đã trúng vào bên đầu nó; *she caught him a blow on the chin* chị ta giáng cho hắn một quả vào cằm **9.** bắt lửa, cháy: *these logs are wet, they won't catch* những khúc gỗ này ẩm và sẽ không bắt lửa **10.** tái hiện một cách chính xác: *the artist has caught her smile perfectly* nhà nghệ sĩ đã tái hiện cái cười của cô ta một cách hoàn hảo. // **be caught (taken) short** *x* short²;

catch somebody at it *nh* catch somebody redhanded; **catch somebody's attention (eye)** thu hút sự chú ý của ai; **catch one's breath** nín thở *(vì sợ, vì sửng sốt...);* **catch one's death [of cold]** bị cảm lạnh chết được: *don't go out without a coat, you'll catch your death* đừng đi ra ngoài mà không mang áo khoác, anh sẽ bị cảm lạnh chết đấy; **catch (take) somebody's fancy** *x* fancy¹; **catch fire** bắt lửa cháy; **catch it** *(kng)* bị phạt; bị mắng; **catch somebody napping** bắt gặp ai lơ đãng: *don't let your boss catch you napping* chớ để cho ông chủ bắt gặp anh lơ đãng; **catch somebody on the wrong foot** bắt gặp ai khi họ không chuẩn bị sẵn sàng tiếp mình; **catch somebody redhanded** bắt quả tang ai đang làm điều sai trái (đang phạm tội); **catch sight (a glimpse) of somebody (something)** thoáng thấy ai (cái gì): *she caught sight of a car in the distance* cô ta thoáng thấy một chiếc xe hơi ở đằng xa; *he caught a glimpse of her before she vanished into the crowd* nó thoáng thấy cô ta trước khi cô ta biến mất vào trong đám đông; **catch the sun** cháy nắng, sạm nắng; **catch (take) somebody unawares** *x* unawares; **catch somebody with his pants (trousers) down** *(kng)* bắt ai lúc họ không đề phòng; cài bẫy ai lúc họ không đề phòng; **set a sprat to catch a mackerel** *x* sprat; **set a thief to catch a thief** *x* thief.

catch at something *nh* clutch at something (*x* clutch); **catch on [to something]** *(kng)* hiểu: *he is very slow to catch on* nó rất chậm hiểu; **catch on [with somebody]** *(kng)* thịnh hành, phổ biến: *mini-skirts first*

caught on in the 1960's váy mini thịnh hành trước tiên vào những năm 1960; **catch somebody out** tìm ra chỗ dốt (điểm sai) của ai: *ask me anything you like, you won't catch me out* muốn hỏi tôi điều gì thì cứ hỏi, anh không thể tìm ra chỗ dốt của tôi đâu; **catch up [with somebody]**; **catch somebody up** đuổi kịp: *go on in front, I'll soon catch you up (catch up with you)* anh cứ đi trước đi, tôi sẽ sớm đuổi kịp anh mà; *after missing a term through illness he had to work hard to catch up [with the others]* sau khi đã bỏ một học kỳ vì ốm, nó phải học dữ hơn để đuổi kịp chúng bạn; **catch up on something** a/ làm bù: *I've got a lot of work to catch up on* tôi có khối việc phải làm bù b/ nắm bắt lại thông tin đã bị lạc hậu; **be caught up in something** bị cuốn hút vào công việc gì; chú tâm vào công việc gì: *she was caught up in the antinuclear movement* chị ta bị cuốn hút vào cuộc vận động chống hạt nhân.

catch² /kætʃ/ *dt* **1.** sự bắt, sự chộp; quả bắt, cái chộp *(thường là quả bóng): a good catch* quả bắt bóng hay **2.** vật bắt được; lượng vật bắt được: *a huge catch of fish* một mẻ cá lớn; *he's a good catch (kng)* anh ta là một tấm chồng đáng giá **3.** vật cài, cái để móc, cái chốt: *the catch on my handbag is broken* cái cài ở túi xách tay của tôi đã hỏng **4.** khó khăn ẩn giấu đằng sau; bất ổn ẩn giấu đằng sau: *the house is very cheap, there must be a catch somewhere* căn nhà rẻ lắm, hẳn phải có cái gì bất ổn ẩn nấp đằng sau; *a catch question* câu hỏi cài bẫy **5.** bài hát đuổi.

catch-22 /ˌkætʃtwenti'tu:/ *dt* tình trạng bị kẹt: *I can't get a job unless I belong to the union, and I can't join the union until I've got a job – it's a case of catch-22 (it's a catch-22 situation)* tôi không thể kiếm việc làm được, trừ phi tôi thuộc nghiệp đoàn, mà lại không thể nhập nghiệp đoàn trước khi có việc làm, thật là một tình trạng bị kẹt.

catch-all /'kætʃɔl/ *dt* **1.** túi đựng đồ lặt vặt **2.** từ ngữ chung chung.

catch crop /'kætʃkrɒp/ *dt* cây trồng xen.

catcher /'kætʃə[r]/ *dt (thể)* người bắt bóng *(bóng chày)*.

catching /'kætʃɪŋ/ *tt* lây nhiễm *(bệnh)*.

catchment /'kætʃmənt/ *x* catchment area 2.

catchment area /'kætʃmənt ˌeəriə/ *(cg* **catchment basin)** **1.** lưu vực *(sông)* **2.** *(cg* **catchment)** vùng cung ứng *(học sinh cho một trường...)*.

catchment basin /'kætʃmənt beisn/ *x* catchment area 1.

catchpenny /'kætʃˌpeni/ *tt (xấu) (thngữ)* cốt để lấy tiền: *a catchpenny novel* một cuốn tiểu thuyết viết cốt để lấy tiền.

catchphrase /'kætʃfreiz/ *dt* câu nói trở thành khẩu hiệu *(của một vĩ nhân)*.

catchword /'kætʃwɜ:d/ *dt* từ vắt sang trang *(ở đầu trang từ điển)*.

catchy /'kætʃi/ *tt* **(-ier; -iest)** hay và dễ nhớ *(điệu nhạc)*.

catechism /ˌkætəkizəm/ *dt (tôn)* **1.** sách giáo lý vấn đáp **2.** bản câu hỏi giáo lý.

catechize, catechise /'kætə-kaiz/ *dgt (tôn)* dạy bằng lối vấn đáp.

categorical /ˌkætə'gɒrikl, *(Mỹ* ˌkætə'gɔ:rikl)/ *tt* dứt khoát: *a categorical denial* sự từ chối dứt khoát.

categorically /kætə'gɒrikli, *(Mỹ* kætə'gɔ:rikli)/ *pht* [một cách] dứt khoát.

categorize, categorise /'kætəgəraiz/ *dgt* xếp loại.

category /'kætəgəri, *(Mỹ* 'kætəgɔ:ri)/ *dt* **1.** hạng, loại **2.** *(triết)* phạm trù.

cater /'keitə[r]/ *dgt* **1.** phục vụ ăn uống *(cho một bữa tiệc, một buổi liên hoan...)*: *who's catering at your daughter's wedding; (Mỹ) who's catering your daughter's wedding* ai lo tiệc cưới của con gái anh thế? **2.** **(+for)** đáp ứng: *TV must cater for many different tastes* TV phải đáp ứng nhiều thị hiếu khác nhau **3.** **(+ to)** thỏa mãn: *newspapers catering to people's love of scandal* báo chí thỏa mãn cái lối của dân chúng thích chuyện bê bối giật gân.

caterer /'keitərə[r]/ *dt* **1.** người phục vụ ăn uống *(cho các buổi lễ hội)* **2.** chủ khách sạn; chủ cửa hàng ăn.

catering /'keitəriŋ/ *dt* sự phục vụ ăn uống *(cho một bữa tiệc...)*: *who did the catering for your daughter's wedding?* ai lo tiệc cưới cho con gái ông thế?

caterpillar /'kætəpilə[r]/ *dt* **1.** sâu bướm **2.** *(cg* **caterpillar track)** dây xích *(lắp vào ngoài bánh xe của xe tăng...)* **3.** *(cg* **caterpillar tractor)** máy kéo lắp dây xích.

caterpillar track /ˌkætəpilə 'træk/ *x* caterpillar 2.

caterpillar tractor /ˌkætə-pilə 'træktə[r]/ *(vt* cat) máy kéo lắp dây xích.

caterwaul¹ /'kætəwɔ:l/ *dgt* gào réo *(như tiếng mèo kêu)*: *do stop caterwauling, chil-*

dren! này các cháu, thôi đừng có gào réo nữa.

caterwaul² /'kætəwɔ:l/ *dt* tiếng mèo gào; tiếng gào réo như mèo.

catfish /'kætfiʃ/ *dt (snh kđổi) (động)* cá nheo.

catgut /'kætgʌt/ dây ruột cừu *(làm vọt, làm dây đàn)*.

Cath *(vt* của Catholic) *tt, dt* [tín đồ] Công giáo.

catharsis /kə'θɑ:sis/ *dt (snh* **cartharsises) 1.** sự thanh tâm *(sau khi xem kịch)* **2.** *(y)* sự tẩy ruột.

catharsises /kə'θɑ:si:z/ *dt snh của* catharsis.

cathartic /kə'θɑ:tik/ *tt* **1.** thanh tâm **2.** *(y)* tẩy ruột.

cathartic /kə'θɑtik/ *dt (y)* thuốc tẩy.

cathedral /kə'θi:drəl/ *dt* nhà thờ lớn.

Catherine wheel /'kæθrin wi:l/ *dt* pháo hoa quay.

catheter /'kæθitə[r]/ *dt (y)* ống thông.

catheterize, catheterise /'kæθitəraiz/ *dgt* cho ống thông vào.

cathode /'kæθəud/ *dt* âm cực, catot.

cathode ray /ˌkæθəud'rei/ tia âm cực.

cathode ray tube /ˌkæθəud 'reitju:b/ đèn tia âm cực *(như đèn hình của TV)*.

Catholic¹ /'kæθəlik/ *tt* **1.** [thuộc] Công giáo La Mã: *the Catholic Church* Giáo hội Công giáo La Mã **2.** *(cg* **catholic)** [thuộc] Thiên Chúa giáo.

Catholic² /'kæθəlik/ *dt (vt* **Cath)** tín đồ Công giáo: *is she a Catholic or a Protestant?* cô ta là người Thiên Chúa giáo hay Tin lành?

catholic³ /'kæθəlik/ *tt* phổ biến, rộng rãi: *have catholic views* có quan điểm rộng rãi.

Catholicism /kəˈθɒləsizəm/ dt (cg **Roman Catholocism**) Công giáo La Mã.

catholicity /ˌkæθəˈlisəti/ dt tính phổ biến, tính rộng rãi.

catkin /ˈkætkin/ dt (thực) cụm hoa đuôi sóc.

catmint /ˈkætmint/ dt (thực) cây bạc hà mèo.

catnap¹ /ˈkætnæp/ dt giấc ngủ ngắn.

catnap² /ˈkætnæp/ dgt chợp mắt một lúc.

catnip /ˈkætnip/ dt nh catmint.

cat-o'-nine-tails /ˌkætəˈnainteilz/ dt (cg **cat**) cái roi chín dải (xưa dùng để đánh tù nhân).

cat's cradle /ˌkætsˈkreidl/ trò chơi nôi mèo (quấn dây quanh ngón tay từ ngón này sang ngón khác thành nhiều hình khác nhau).

cat's eye /ˌkætsˈai/ mắt mèo (vật đặt giữa đường khi có đèn xe chiếu vào thì sáng lên, dùng hướng dẫn giao thông).

cat's paw /ˌkætsˈpɔː/ (kng) tay sai (làm những việc nguy hiểm do sự lợi dụng của kẻ khác).

catsuit /ˈkætsuːt/ dt bộ quần áo chẽn (của nữ).

cattily /ˈkætili/ pht một cách nham hiểm.

cattiness /ˈkætines/ dt tính nham hiểm.

cattish /ˈkætiʃ/ tt nh catty.

cattle /ˈkætl/ dt (dgt, snh) gia súc; trâu bò: a herd of cattle một đàn gia súc; cattle breeding sự chăn nuôi gia súc; the cattle are in the shade gia súc đang ở trong bóng râm.

cattle grid /ˈkætlgrid/ cầu chắn song (bắc qua mương, lạch bằng cọc, sào, theo hình chắn song, xe cộ qua lại

được còn súc vật thì không qua được).

catty /ˈkæti/ tt (-ies; -iest) nham hiểm.

catwalk /ˈkætwɔːk/ dt lối đi men (men cầu, men sàn diễn...).

Caucasian¹ /kɔːˈkeiziən, kɔːˈkeiʒn/ tt (cg **Caucasoid**) [thuộc] chủng người da trắng.

Caucasian² /kɔːˈkeiziən, kɔːˈkeiʒn/ dt người [thuộc chủng] da trắng.

Caucasoid /ˈkɔːkəzɔid/ tt nh Caucasian1.

caucus /ˈkɔːkəs/ dt (đôi khi xấu) cuộc họp riêng (của đảng viên một đảng chính trị để hoạch định đường lối hay chọn đại biểu ra ứng cử).

caudal /ˈkɔːdl/ tt (động) [thuộc] đuôi; ở đuôi.

caught /kɔːt/ qk và đttqk của catch.

caudron (cg **caldron**) /ˈkɔːldrən/ dt cái vạc (để nấu).

cauliflower /ˈkɒliflauə[r]/ dt hoa lơ, su-lơ.

cauliflower cheese /ˈkɒliflauəˈtʃiːz/ món hoa lơ ăn với nước xốt pho mát.

cauliflower ear /ˈkɒliflauə iə[r]/ tai sưng húp như hoa lơ (trong đấu quyền anh...).

caulk (cg Mỹ **calk**) /kɔːk/ dgt 1. xảm (thuyền) 2. bít, trét (những chỗ gỗ hở).

causal /ˈkɔːzl/ tt 1. [thuộc] nguyên nhân; thuộc quan hệ nhân quả: causal relation quan hệ nhân quả 2. (ngôn) [chỉ] nguyên nhân: "because" is a causal conjunction "because" là một liên từ nguyên nhân.

causality /kɔːˈzæləti/ dt (cg **causation**) 1. quan hệ nhân quả 2. nguyên lý nhân quả (mọi sự việc đều có nguyên nhân).

causation /kɔːˈzeiʃn/ dt 1. sự tạo ra hậu quả, sự gây hậu quả 2. nh causality.

causative /ˈkɔːzətiv/ tt 1. tác động như là nguyên nhân: one of the several causative factors in the company's failure một trong những nhân tố tác động như là nguyên nhân trong sự thất bại của công ty 2. (ngôn) chỉ nguyên nhân: "blacker" is a causative verb meaning "cause to become black" blacken là một động từ nguyên nhân có nghĩa là "làm cho trở thành đen".

cause¹ /kɔːz/ dt 1. nguyên nhân: police are investigating the causes of the explosion công an đang điều tra nguyên nhân của vụ nổ 2. **cause for something** lý do: she is never absent from work without good cause chị ta không bao giờ nghỉ việc mà không có lý do chính đáng 3. sự nghiệp; đại nghĩa: revolutionary cause sự nghiệp cách mạng 4. (luật) việc tố tụng, vụ kiện: gain one's cause được kiện. // **a lost cause** x lose²; **make common cause with somebody** x common¹; **the root cause** x root¹.

cause² /kɔːz/ dgt gây ra, làm cho: smoking can cause lung cancer hút thuốc có thể gây ra ung thư phổi; the cold weather caused the plants to die trời lạnh làm chết cây cối.

cause way /ˈkɔːzwei/ dt lối đi đắp cao lên (để đi qua nơi lầy lội).

caustic /ˈkɔːstik/ tt 1. ăn da (chất hóa học) 2. châm chọc chua cay: caustic remarks những lời nhận xét châm chọc chua cay.

caustically /ˈkɔːstikli/ pht [một cách] châm chọc chua cay.

caustic soda /ˌkɔːstik'səudə/ (hóa) (cg **sodium hydroxide**) hydroxit natri, xút.

cauterize, cauterise /'kɔːtəraiz/ dgt (y) đốt (bằng sắt nung đỏ hoặc chất ăn da để diệt độc): cauterize a snakebite đốt vết rắn cắn.

caution¹ /'kɔːʃn/ dt 1. sự thận trọng, sự cẩn thận: you should exercise extreme caution when driving in fog bạn phải hết sức cẩn thận khi lái xe trong sương mù 2. lời cảnh cáo: be dismissed with a caution bị cảnh cáo và thải hồi 3. (cũ, kng) người buồn cười. // **throw (fling...) caution to the wind** thôi chẳng thèm thận trọng nữa (khi quyết định việc gì).

caution² /'kɔːʃn/ dgt 1. nhắc nhở: she cautioned the child against talking to strange men chị ta cảnh cáo cháu bé là không nên nói chuyện với người lạ 2. (luật) cảnh cáo: the policeman cautioned me for speeding cảnh sát cảnh cáo tôi là đã lái xe quá tốc độ.

cautious /'kɔːʃəs/ tt thận trọng, cẩn thận.

cautiously /'kɔːʃəsli/ pht [một cách] thận trọng, [một cách] cẩn thận.

cautiousness /'kɔːʃəsnis/ dt sự thận trọng, sự cẩn thận.

cavalcade /ˌkævl'keid/ dt đoàn diễu hành cưỡi ngựa; đoàn diễu hành xe hơi.

cavalier¹ /ˌkævə'liə[r]/ dt 1. Cavalier (sử) người ủng hộ nhà vua chống lại nội các (trong nội chiến ở Anh thế kỷ 17) 2. (đùa) chàng trai bám theo một phụ nữ.

cavalier² /ˌkævə'liə[r]/ tt thiếu kính trọng, sỗ sàng: treat somebody in a cavalier manner đối xử với ai một cách sỗ sàng.

cavalry /'kævlri/ dt kỵ binh.

cave¹ /keiv/ dt hang, động.

cave² /keiv/ dgt (thường **go caving**) đi thám hiểm hang động (coi như một môn thể thao). // **cave in** sập, sụp: the roof of the tunnel caved in [on the workmen] mái đường hầm sập [đè lên công nhân]; all opposition to the scheme has caved in mọi sự chống đối kế hoạch đã sụp đổ.

caveat /'kæviæt, 'keiviæt/ dt 1. sự báo trước; điều kiện: I recommend the deal but with certain caveats tôi xin giới thiệu vụ giao dịch này, với một số điểm báo trước 2. (luật) thủ tục xin ngưng xử chờ nghe ý kiến đối phương đã.

cave-dweller /'keivdwelə[r]/ dt nh caveman.

cave-in /'keivin/ dt sự sập (mái nhà).

caveman /'keivmæn/ dt (snh **cavemen** /'keivmen/) 1. người ở hang (thời thượng cổ) 2. (kng) người lỗ mãng, người thô bạo.

cavern /'kævən/ dt hang (lớn), hang tối.

cavernous /'kævənəs/ tt như hang; sâu thẳm: the lion opened its cavernous mouth con sư tử mở cái miệng sâu thẳm của nó ra.

caviare, caviar /'kævia:[r]/ dt món trứng cá muối. // **be caviare to the general** (cũ hoặc đùa) tế nhị lắm, người thường sao mà thưởng thức được.

cavil /'kævl/ dgt (-ll-, Mỹ -l-) **cavil at somebody** cằn nhằn vô ích: he cavilled at being asked to cook his own breakfast nó cằn nhằn vô ích về việc được yêu cầu tự nấu bữa ăn sáng của mình.

cavity /'kævəti/ dt lỗ hổng (như ở chỗ sâu răng...) ổ khoang.

cavity wall /'kævəti wɔːl/ dt tường đôi (để cách ly âm thanh, gió rét...).

cavort /kə'vɔːt/ dgt (+ about, around) nhảy cẫng lên: stop cavorting around and sit still, just for five minutes thôi đừng có nhảy cẫng lên nữa và ngồi yên, chỉ năm phút thôi.

caw¹ /kɔː/ dt tiếng quạ kêu.

caw² /kɔː/ dgt kêu (quạ); kêu như quạ.

cayenne /kei'en/ dt (cg **cayenne pepper**) ớt cayen.

cayman, caiman /'keimən/ dt (động) cá sấu Nam Mỹ.

CB /ˌsiː'biː/ (vt của Citizen's Band) băng dân sự (phát thanh).

CBC /ˌsiːbiː'siː/ (vt của Canadian Broadcasting Corporation) Liên đoàn truyền thanh Canađa: CBC news programme chương trình tin của đài Liên đoàn truyền thanh Ca-na-đa.

CBE /ˌsiːbiː'iː/ (vt của Commander of the British Empire) Tư lệnh quân đội đế chế Anh.

CBI /ˌsiːbiː'ai/ (vt của Confederation of British Industry) Liên minh Công nghiệp Anh.

CBS /ˌsiːbiː'es/ (vt của Columbia Broadcasting System) Đài phát thanh Columbia: a CBS news broadcast chương trình tin của đài phát thanh Columbia.

cc /ˌsiː'siː/ vt 1. (thương) (vt của carbon copy) bản sao bằng giấy than: to Luke Petersen, cc Janet Gold, Marion Ryde gửi Luke Petersen, đồng gửi bản sao giấy than cho Janet, Gold, Marion Ryde 2. (vt của cubic centimetre[s]) phân khối (đơn vị đo thể tích): an 850cc *engine* động cơ 850 phân khối.

Cdr (*cg* **Cmdr**) (*vt của* Commander) trung úy hải quân Anh.

Cdre (*cg* **Cmdre**) (*vt của* Commodore) chuẩn đô đốc hải quân Anh.

CE (*vt của* Church of England) Giáo hội Anh.

cease[1] /si:s/ *đgt* dừng, ngừng, ngớt, thôi, tạnh: *the officer ordered his men to cease fire* viên sĩ quan ra lệnh quân của ông ngừng bắn; *the factory has ceased making bicycles* nhà máy thôi sản xuất xe đạp. // **wonders will never cease** x wonder[1].

cease[2] /si:s/ *dt* **without cease** không ngừng, không ngớt, liên tục.

cease-fire /ˌsi:s'faiə[r]/ *dt* sự ngừng bắn: *order a cease-fire* ra lệnh ngừng bắn; *negotiate a cease-fire* thương lượng một cuộc ngừng bắn.

ceaseless /'si:slis/ *tt* không ngớt, không dứt.

ceaselessly /'si:slisli/ *pht* [một cách] không ngớt, [một cách] không dứt.

cedar /'si:də[r]/ *dt* **1.** (*thực*) cây tuyết tùng, cây thông bá hương **2.** (*cg* **cedarwood**) gỗ tuyết tùng.

cedarwood /'si:dəwʊd/ *dt* x cedar[2].

cede /si:d/ *đgt* nhường (*quyền hạn, đất đai...*): *cede territory to a neighbouring state* nhường lãnh thổ cho một nước láng giềng.

cedilla /si'dilə/ *dt* dấu móc dưới (*như dưới chữ c trong* façade).

ceiling /'si:liŋ/ **1.** trần (*nhà*) **2.** tầng mây **3.** độ cao tối đa (*của nhà máy*): *an aircraft with a ceiling of 20,000 ft* một chiếc máy bay bay

cao tối đa 20.000 bộ **4.** mức tối đa: *the government imposed a ceiling on imports of foreign cars* chính phủ đã áp đặt một mức tối đa cho sự nhập khẩu xe hơi ngoại. // **hit the ceiling (roof)** x hit[1].

ceiling rose /'si:liŋ rəʊz/ x rose[2] **4.**

celandine /'seləndain/ *dt* (*thực*) cây thổ hoàng liên.

celebrant /'selibrənt/ *dt* (*tôn*) giáo sĩ chủ lễ.

celebrate /'selibreit/ *đgt* **1.** làm lễ kỷ niệm: *celebrate somebody's birthday* làm lễ kỷ niệm sinh nhật ai; *celebrate a victory* kỷ niệm chiến thắng **2.** vui chơi nhân ngày lễ kỷ niệm: *it's my birthday, let's celebrate* hôm nay là sinh nhật của tôi, xin mời các bạn vui chơi thỏa thích. **3.** làm chủ lễ (*nói về một giáo sĩ*): *celebrate Encharist* làm chủ lễ ban thánh thể **4.** ca tụng: *poems that celebrate the joys of love* những bài thơ ca tụng niềm vui sướng của tình yêu.

celebrated /'selibreitid/ *tt* nổi tiếng, nổi danh.

celebration /ˌseli'breiʃn/ *dt* sự kỷ niệm, lễ kỷ niệm: *birthday celebrations* lễ kỷ niệm sinh nhật.

celebrity /si'lebrəti/ *dt* **1.** nhân vật nổi tiếng: *celebrities of stage and screen* những nhân vật nổi tiếng về sân khấu và màn bạc **2.** sự nổi tiếng, sự nổi danh.

celerity /si'lerəti/ *dt* (*cổ*) sự mau lẹ, sự nhanh chóng.

celery /'seləri/ *dt* (*thực*) cây cần tây: *celery soup* xúp cần tây.

celestial /si'lestiəl/, (*Mỹ* /si'lestʃl/) *tt* **1.** [thuộc] trời: *celestial blue* màu xanh da trời; *celestial bodies* các thiên thể **2.** như ở trên trời,

như ở thiên đàng, tuyệt vời: *the celestial beauty of her voice* giọng nói tuyệt vời của nàng.

celibacy /'selibəsi/ *dt* sự sống độc thân.

celibate /'selibət/ *tt* độc thân (*nhất là gì lý do tôn giáo*), không có quan hệ tình dục.

celibat /'selibət/ *dt* người sống độc thân; người không có quan hệ tình dục.

cell /sel/ *dt* **1.** phòng nhỏ (*của tu sĩ...*) **2.** xà lim (*nhà tù*) **3.** lỗ tổ ong **4.** (*điện*) pin **5.** tế bào **6.** chi bộ (*của một đảng*).

cellar /'selə[r]/ *dt* **1.** hầm [chứa]: *a coal cellar* hầm than **2.** *nh* wine-cellar.

cellist /'tʃelist/ *dt* (*nhạc*) người chơi xelô.

cello /'tʃeləʊ/ *dt* (*snh* **cellos**) (*nhạc*) đàn xelô.

Cellophane /'seləfein/ *dt* (*tên riêng*) giấy bóng kính.

cellular /'seljʊlə[r]/ *tt* **1.** [thuộc] tế bào: *cellular tissue* mô tế bào **2.** dệt thưa (*vải*): *cellular blankets* những chiếc chăn dệt thưa.

celluloid /'seljʊlɔid/ *dt* **1.** xeluloit **2.** (*cũ*) phim chiếu bóng.

cellulose /'seljʊləʊs/ *dt* **1.** xeluloza **2.** sơn xeluloza.

Celsius /'selsiəs/ *tt* *nh* centigrade (*thang nhiệt độ*): *is it measured in Fahreinheit or Celsius?* cái đó được đo theo thang nhiệt độ Fahreinheit hay Celsius thế?

Celt /kelt, (*Mỹ* selt)/ *dt* người Celt (*dân Tây Âu xưa, một số định cư ở Anh trước người La Mã, nay ở xứ Wales, Ireland, Scotland và Cornwall*).

Celtic[1] /'keltik/ *dt* tiếng Celt.

Celtic² /'keltik/ *tt* [thuộc] Celt.

cement¹ /si'ment/ *dt* 1. xi-măng 2. chất gắn *(như xi-măng)* 3. chất trám răng.

cement² /si'ment/ *dgt* 1. trát xi-măng 2. **cement A and B [together]** gắn A và B với nhau như bằng xi-măng: *he cemented the bricks into place* anh ta gắn các viên gạch vào đúng chỗ với xi-măng 3. *(bóng)* thắt chặt, gắn bó: *cement a friendship* thắt chặt tình hữu nghị.

cemetery /'semətri, *(Mỹ)* 'seməteri/ nghĩa trang.

cenotaph /'senəta:f, *(Mỹ)* 'senətæf/ *dt* đài tưởng niệm.

censer /'sensə[r]/ *dt* bình hương, lư hương *(trong nhà thờ)*.

censor¹ /'sensə[r]/ *dt* 1. người kiểm duyệt *(sách, báo, phim ảnh...)* 2. *(La Mã cổ)* viên chức giữ danh bạ công dân và giám sát đạo đức xã hội.

censor² /'sensə[r]/ *dgt* kiểm duyệt: *censor the prisoner's letters* kiểm duyệt thư từ của tù nhân.

censorious /sen'sɔ:riəs/ *tt* thích bắt lỗi; chỉ trích nghiêm khắc.

censoriously /sen'sɔ:riəsli/ *pht* [một cách] thích bắt lỗi; [một cách] chỉ trích nghiêm khắc.

censoriousness /sen'sɔ:-riəsnis/ *dt* sự thích bắt lỗi, sự chỉ trích nghiêm khắc.

censure¹ /'sensə[r]/ *dgt* chỉ trích gay gắt, khiển trách.

censure² /'sensɔ:[r]/ *dt* sự chỉ trích gay gắt, sự khiển trách.

census /'sensəs/ *dt* 1. sự điều tra dân số 2. sự điều tra để hoạch định kế hoạch *(như điều tra giao thông...)*.

cent¹ /sent/ *dt* đồng xu *(một phần trăm đô-la)* *(vt* **c, ct**).

cent² *(vt của* century) thế kỷ: *in the 20th cent* ở thế kỷ 20.

centaur /'sentɔ:r/ *dt* thần mình ngựa *(thần thoại Hy Lạp)*.

centenarian¹ /ˌsenti'neəriən/ *dt* người sống trăm tuổi.

centenarian² /ˌsenti'neəriən/ *tt* sống trăm tuổi.

centenary /sen'ti:nəri, *(Mỹ)* 'sentəneiri/ *dt (Mỹ cg* **centennial**) kỷ niệm một trăm năm: *the club will celebrate its centenary next year* sang năm câu lạc bộ sẽ làm lễ kỷ niệm một trăm năm ngày thành lập; *centenary celebrations* lễ kỷ niệm một trăm năm.

centennial¹ /sen'teniəl/ *dt (Mỹ)* nh centinary.

centennial² /sen'teniəl/ *tt* 1. một trăm năm một lần 2. [thuộc] lễ kỷ niệm một trăm năm.

centennially /sen'teniəli/ *pht* một trăm năm một lần.

center /'sentə[r]/ *dt (Mỹ)* nh centre.

cent[i]- *dạng kết hợp tạo dt* 1. trăm *x* centiped 2. *(trong hệ mét)* một phần trăm *x* centimetre.

centigrade /'sentigreid/ *tt (cg* **Celsius**) *(vt* **C**) [theo thang nhiệt độ] bách phân: *a centigrade thermometer* nhiệt kế bách phân.

centigram, centigramme /'sentigræm/ *dt* xentigram.

centile /'sentail/ *dt (Mỹ)* nh percentile.

centilitre *(Mỹ* **centiliter)** /'sentili:tə[r]/ *dt (vt* **cl**) xentilit.

centime /'sɒnti:m/ *dt* xentim *(một phần trăm frăng của Pháp)*.

centimetre /'sentimi:tə[r]/ *dt* xentimet.

centipede /'sentipi:d/ *dt (động)* con rết.

CENTO *(cg* **Cento**) /'sentəʊ/ *vt của* Central Treaty Organization *(Tổ chức hiệp ước trung tâm, một liên minh kinh tế và quân sự của Anh, Iran, Pakistan và Thổ Nhĩ Kỳ)*.

central /'sentrəl/ *tt* 1. ở trung tâm: *we live in central London* chúng tôi ở trung tâm Luân Đôn; *our house is very central* nhà chúng tôi ở ngay trung tâm thành phố; *a theatre with a very central location* một nhà hát ở vị trí rất trung tâm 2. chính yếu: *reducing inflation is central to the government's economic policy* hạ lạm phát là vấn đề chính yếu trong chính sách kinh tế của chính phủ 3. trung ương: *central committee* Uỷ ban trung ương.

central government /ˌsentrəl'gʌvənmənt/ chính quyền trung ương.

central bank /ˌsentrəl'bæŋk/ ngân hàng trung ương.

central heating /ˌsentrəl 'hi:tiŋ/ hệ thống sưởi tập trung.

centralization, centralisation /ˌsentrəlai'zeiʃn, *(Mỹ)* sentrəli'zeiʃn/ sự tập trung [về trung ương]: *the centralization of power* sự tập trung quyền lực.

centralize, centralise /'sentrəlaiz/ *dgt* tập trung [về trung ương].

centralism /'sentrəlizm/ *dt* chế độ tập trung [về trung ương].

centralist¹ /'sentrəlist/ *tt* tập trung [về trung ương].

centralist² /'sentrəlist/ *dt* người chủ trương tập trung [về trung ương].

centrally /'sentrəli/ *pht* 1. ở trung tâm: *a centrally located office* một cơ quan nằm ở trung tâm *(thành phố)* 2. [một cách] tập trung: *a centrally heated house* một ngôi nhà có hệ thống sưởi ấm tập trung.

central nervous system /,sentrəl'nɜːvəs ,sistəm/ hệ thần kinh trung ương.

central processor /,sentrəl prə'sesə[r]/ bộ xử lý trung tâm *(máy điện toán)*.

central reservation /,sentrəl rezə'veiʃn/ dải phân đường.

Central Standard Time /,sentrəl 'stændəd taim/ giờ chuẩn trung tâm *(ở các bang miền trung nước Mỹ)*.

centre¹ *(Mỹ* **center)** /'sentə[r]/ *dt* 1. tâm: *the centre of a circle* tâm của một vòng tròn 2. trung tâm: *the centre of London* trung tâm Luân Đôn; *children like to be the centre of attention* trẻ em thích được là trung tâm chú ý của mọi người; *a centre of power* một trung tâm quyền lực; *London is a centre of government* Luân Đôn là một trung tâm chính phủ; *a centre of industry* một trung tâm công nghiệp; *a shopping centre* một trung tâm mua sắm 3. *(chính)* **the centre** phái giữa: *this country lacks an effective party of the centre* đất nước này thiếu một đảng phái giữa có ảnh hưởng 4. *(thể)* trung phong *(bóng đá)* 5. *(thể)* cú đá *(cú đánh)* từ biên và giữa *(bóng đá, khúc côn cầu)*. // **left, right and centre** x **left¹**.

centre² /'sentə[r]/ *dgt* 1. đặt vào giữa 2. *(thể)* đá *(đánh)* từ biên vào giữa *(bóng đá,* khúc côn cầu)*; **centre [something] on (upon, round) somebody (something)** xoay quanh, tập trung vào *(ai, cái gì)*: *his research is centred on the social effects of unemployment* nghiên cứu của anh ta xoay quanh tác động xã hội của nạn thất nghiệp.

centre-bit /'sentəbit/ *dt* mũi khoan *(để khoan lỗ ở gỗ)*.

centreboard /'sentəbɔːd/ *dt (hải)* miếng ván điều chỉnh độ trệch đường *(ở mũi thuyền buồm)*.

centre-fold /'sentəfəʊld/ *dt* hình gập giữa *(các tờ của một tờ báo, một tạp chí)*.

centre-forward /,sentə'fɔːwəd/ *dt (thể)* (cg **centre**) trung phong *(bóng đá)*.

centre-half /,sentə'hɑːf/ *dt (thể)* trung vệ *(bóng đá)*.

centre of gravity /,sentə əv 'grævəti/ *(lý)* trọng tâm.

centre-piece /'sentəpiːs/ *dt* 1. vật trang trí [đặt] giữa bàn 2. vật bày trung tâm *(vật quan trọng nhất trong một cuộc trưng bày)*.

centre spread /,sentə'spred/ hai trang giữa *(đối diện nhau của một tờ báo, tờ tạp chí)*.

centrifugal /sen'trifjʊgl, ,sentri'fjuːgl/ *tt* ly tâm.

centrifugal force /sen,trifjʊgl 'fɔːs/ *(lý)* lực ly tâm.

centrifuge /'sentrifjuːdʒ/ *dt* máy ly tâm.

centripetal /sen'tripitl, ,sentri'piːtl/ *tt* hướng tâm.

centrism /'sentrizəm/ *dt (chính)* phái giữa.

centrist /'sentrist/ *dt (chính)* người phái giữa.

centurion /sen'tjʊəriən, *(Mỹ* sen'tʊəriən)/ *dt (quân)* đội trưởng đội trăm người *(cổ La Mã)*.

century /'sentʃəri/ *dt* 1. *(vt* **c, cent)** thế kỷ: *the 20th century* thế kỷ hai mươi 2. *(thể)* số điểm một trăm lần chạy bóng trong một lượt chơi bóng *(bóng chày)*: *make a century* đạt điểm một trăm lần chạy bóng.

ceramic /si'ramik/ *tt* [thuộc] đồ gốm.

ceramics /si'ræmiks/ *dt* 1. *(dgt số ít)* thuật làm đồ gốm 2. *snh* đồ gốm.

cereal /'siəriəl/ *dt* 1. ngũ cốc 2. món ăn [bằng] ngũ cốc: *a bowl of cereal* một bát ngũ cốc.

cerebella /,seri'belə/ *dt snh* của cerebellum.

cerebellum /,seri'beləm/ *dt (snh* **cerebella, cerebellums**) *(giải)* tiểu não.

cerebral /'seribrəl, *(Mỹ* sə'riːbrəl)/ *tt* 1. [thuộc] não: *a cerebral haemorrhage* xuất huyết não 2. [vận dụng] lý trí *(hơn là cảm xúc)*: *a rather cerebral film* một bộ phim xem phải vận dụng lý trí nhiều.

cerebral palsy /,seribrəl 'pɔːlzi/ *(y)* chứng liệt não.

cerebration /,seri'breiʃn/ *dt (tu từ hoặc đùa)* sự động não, sự suy nghĩ.

ceremonial¹ /,seri'məʊniəl/ theo nghi lễ; trang trọng: *a ceremonial occasion* một dịp trang trọng.

ceremonial² /,seri'məʊniəl/ *dt* nghi lễ, nghi thức: *the ceremonials of religion* nghi lễ tôn giáo.

ceremonially /,seri'məʊniəli/ *pht* [một cách] trang trọng.

ceremonious /,seri'məʊniəs/ *tt* 1. rất chú trọng nghi thức 2. kiểu cách: *he unveiled the picture with a ceremonious gesture* ông ta vén tấm màn che bức tranh với một dáng điệu thật kiểu cách.

ceremoniously /ˌseri'məʊniəsli/ [một cách] kiểu cách.

ceremony /'seriməni, (Mỹ 'seriməʊni)/ dt **1.** lễ: *marriage ceremony* lễ hôn nhân **2.** nghi lễ, nghi thức **3.** sự câu nệ hình thức; sự kiểu cách: *there's no need for ceremony between friends* giữa bạn bè với nhau, không cần câu nệ hình thức. // **stand on ceremony** câu nệ hình thức, kiểu cách: *please don't stand on ceremony with me* xin đừng câu nệ hình thức đối với tôi.

cerise¹ /sə'ri:z, sə'ri:s/ tt đỏ hồng, [có] màu anh đào.

cerise² /sə'ri:z, sə'ri:s/ dt màu đỏ hồng, màu anh đào.

CERN (cg **Cern**) /sɜ:n/ (vt của tiếng Pháp Conseil Européen pour la Recherche Nucléaire) Hội đồng châu Âu nghiên cứu hạt nhân.

cert¹ /sɜ:t/ dt (Anh, kng) điều chắc chắn: *it's a [dead] cert that his horse will win the race* chắc chắn là con ngựa của ông ta sẽ thắng cuộc đua.

cert² /vt của certificate/ chứng chỉ, bằng.

certain¹ /'sɜ:tn/ tt **1.** (vị ngữ) chắc, chắc chắn: *it is certain that he will agree; he is certain to agree* chắc chắn là anh ta sẽ đồng ý; *there is no certain cure for this disease* không có phương thuốc nào chắc chắn chữa khỏi bệnh này. **2.** một số; nào đó; chút gì: *for certain reasons, I will be unable to attend the meeting* vì một số lý do, tôi sẽ không đến dự cuộc họp; *a certain Mr. Brown telephoned when you were out* có một ông Brown nào đó gọi điện thoại lúc anh đi ra ngoài; *there was a certain coldness in her attitude towards me* có chút

gì lạnh nhạt trong thái độ của cô ta đối với tôi. // **for certain** chắc: *I couldn't say for certain when he'll arrive* tôi không thể nói chắc khi nào anh ta đến; *I don't yet know for certain* tôi chưa biết chắc; **make certain [that...]** tìm hiểu để biết cho chắc, hỏi cho chắc: *I think there's a train at 8:20 but you ought to make certain* tôi nghĩ là 8 giờ 20 có chuyến tàu, nhưng anh phải hỏi thêm cho chắc; **make certain of something (of doing something)** bảo đảm, cầm chắc: *you'd better leave now if you want to make certain of getting there on time* anh nên đi ngay bây giờ thì hơn, nếu anh muốn bảo đảm đến đó kịp giờ.

certain² /'sɜ:tn/ dt **certain of** một số nào đó (trong một nhóm người hoặc vật): *certain of these questions have never been answered* một số nào đó trong các câu hỏi ấy chưa hề bao giờ được trả lời cả.

certainly /'sɜ:tnli/ pht **1.** [một cách] chắc, [một cách] chắc chắn: *he will certainly die if you don't call a doctor* nó chắc chắn sẽ chết nếu anh không mời bác sĩ **2.** [một cách] tất nhiên: *may I borrow your pen for a moment? "Certainly"* tôi mượn anh chiếc bút của anh một lúc nhé. "Tất nhiên là được".

certainty /'sɜ:tnti/ dt **1.** điều chắc chắn; vật cầm chắc: *England will lose the match, that's a certainty* đội Anh sẽ thua trận này, đó là điều chắc chắn; *that horse is a certainty* con ngựa này cầm chắc phần thắng **2.** sự chắc, sự chắc chắn: *we can have no certainty of success* chúng

ta không chắc sẽ thành công.

Cert Ed /ˌsɜ:t 'ed/ (vt của Certificate in Education) chứng chỉ học lực: *Jim Smith BA Cert Ed* ông Jim Smith, chứng chỉ học lực cử nhân.

certifiable /'sɜ:tifaiəbl/ tt mất trí: *he's certifiable* anh ta mất trí.

certificate /sə'tifikət/ dt chứng chỉ; bằng, văn bằng: *an examination certificate* chứng chỉ thi đỗ; *a birth certificate* giấy khai sinh; *death certificate* giấy khai tử; *marriage certificate* giấy giá thú.

Certificate of Secondary Education chứng chỉ trung học (cho học sinh 15 tuổi và trên 15 tuổi).

certificated /ˌsɜ:tifi'keitid/ tt được cấp chứng chỉ khả năng; có bằng.

certification /ˌsɜ:tifi'keiʃn/ dt sự cấp chứng chỉ; sự chứng nhận.

certified cheque /ˌsɜ:tifaid 'tʃek/ (Mỹ) séc được ngân hàng bảo chứng.

certified public accountant /ˌsɜ:tifaid pʌblik ə'kaʊntənt/ nh chartered accountant.

certify /'sɜ:tifai/ đgt (certi-fied) **1.** chứng nhận; cấp chứng nhận: *a document certifying somebody's birth* giấy chứng nhận khai sinh của ai **2.** chứng nhận là mất trí: *she was certified and sent to a mental hospital* nó được chứng nhận là mất trí và được cho vào bệnh viện tâm thần.

certitude /'sɜ:titju:d, (Mỹ sə:titu:d)/ dt sự chắc, sự chắc chắn.

cervical /sə'vaikl, (Mỹ 'sɜ:vikl)/ tt [thuộc] cổ tử cung.

cervices /'sɜ:visi:z/ *dt snh* của cervix.

cervix /'sɜ:viks/ *dt* (*snh* **cervices, cervixes**) (*giải*) cổ tử cung.

Cesarian, Cesarean /si'zeəriən/ *tt nh* Caesarian.

cessation /se'seiʃn/ *dt* sự ngưng, sự dừng, sự ngừng, sự đình: *cessation of hostilities* sự đình chiến; *the bombardment continues without cessation* cuộc oanh tạc tiếp tục không ngừng.

cession /'seʃn/ *dt* **1.** sự nhượng lại (*đất đai, quyền lợi*) **2.** vật nhượng lại; đất nhượng lại.

cesspit /'sespit/ (*cg* **cesspool**) /'sespu:l/ hố tiêu, hố phân.

CET /,si:i:'ti:/ (*vt của* Central European Time) (*Anh*) giờ chuẩn Trung Âu.

cf /,si:'ef/ (*vt của tiếng La tinh* confer) so sánh, đối chiếu.

CFE /,si:efi:/ (*vt của* College of Further Education) (*Anh*) trường Cao đẳng nâng cao.

ch /*cg* **chap**/ (*vt của* chapter) chương.

Chablis /'ʃæbli:/ *dt* rượu vang trắng Chablis (*của miền đông nước Pháp*).

cha-cha /'tʃɑ:tʃɑ:/ *dt* (*cg* **cha-cha-cha**) *dt* (*snh* **cha-chas**) điệu nhảy sa-sa (*gốc Nam Mỹ*): *do* (*dance*) *the cha-cha* nhảy điệu sa-sa.

chafe[1] /tʃeif/ *dgt* **1.** (+ at, under) bực mình; sốt ruột: *the passenger sat chafing at the long delay* hành khách ngồi sốt ruột vì sự chậm trễ kéo dài **2.** làm trầy: *her new shoes chafed her feet* giày mới làm cô trầy da chân **3.** chà, xát, xoa (*cho ấm*): *chafe a baby's feet* xoa chân em bé cho ấm lên.

chafe[2] /tʃeif/ *dt* chỗ da bị trầy.

chaff[1] /tʃɑ:f, (*Mỹ* tʃæf)/ *dt* **1.** trấu, vỏ (*hạt ngũ cốc*) **2.** rơm rạ băm nhỏ (*cho gia súc ăn*). // **separate the wheat from the chaff** x separate[2].

chaff[2] /tʃɑ:f, (*Mỹ* tʃæf)/ *dgt* (*kng, cũ*) bỡn cợt; chọc ghẹo: *they chaffed him about his love life* họ chọc ghẹo anh ta về cuộc đời yêu đương của anh.

chaff[3] /tʃɑ:f, (*Mỹ* tʃæf)/ *dt* lời bỡn cợt, lời chọc ghẹo.

chaffinch /'tʃæfintʃ/ *dt* (*động*) chim sẻ khướu.

chafingdish /'tʃeifiŋdiʃ/ *dt* (*cũ*) lò hâm (*để ở bàn ăn*).

chagrin[1] /'ʃægrin, (*Mỹ* ʃə'gri:n)/ *dt* sự buồn nản.

chagrin[2] /'ʃægrin, (*Mỹ* ʃə'gri:n)/ *dgt* (*thường ở dạng bị động*) làm buồn nản: *feel* (*be*) *chagrined at* (*by*) *something* buồn nản vì việc gì.

chain[1] /tʃein/ *dt* **1.** dây, xích: *keep a dog on a chain* xích chó bằng dây xích; *pull the chain* giật dây xích (*để dội nước ở nhà vệ sinh*); *a bicycle chain* xích xe đạp; *she always wears a gold chain round her neck* cô ta luôn luôn đeo một sợi dây chuyền bằng vàng vòng quanh cổ **2.** chuỗi, dãy: *a chain of mountains* dãy núi; *a chain of events* một chuỗi sự kiện; *a chain of supermarkets* một dãy siêu thị **3.** xích (*đơn vị đo đất trước kia, bằng 20m115*) **4.** (*bóng*) xiềng xích: *the chains of poverty* xiềng xích của sự đói nghèo. // **in chains** a/ bị xích (*tù nhân*) b/ mất tự do, bị cầm tù.

chain[2] /tʃein/ *dgt* xích lại, trói buộc (*đen, bóng*): *chain* [up] *a dog* xích chó lại; *too many women feel chained to the kitchen sink* quá nhiều phụ nữ cảm thấy bị trói buộc vào xó bếp.

chain armour /'tʃeinɑ:mə[r]/ *nh* chain mail.

chain gang /'tʃein gæŋ/ nhóm tù nhân bị xích lại với nhau.

chain letter /'tʃeinletə[r]/ thư dây chuyền (*mỗi người nhận chép ra nhiều bản gửi cho người khác*).

chain mail /'tʃein meil/ (*cg* **chain armour**) áo giáp mắt xích.

chain reaction /,tʃeinri-'ækʃn/ phản ứng dây chuyền (*đen, bóng*): *the Government fears the strike may produce a chain reaction in other industries* chính phủ sợ cuộc đình công sẽ tạo ra phản ứng dây chuyền trong các ngành công nghiệp khác.

chain saw /'tʃein sɔ:/ cưa vòng.

chain-smoke /'tʃeinsməʊk/ *dgt* hút thuốc hết điếu này đến điếu khác.

chain-smoker /'tʃeinsməʊkə[r]/ *dt* người hút thuốc hết điếu này đến điếu khác.

chain stitch /'tʃein stitʃ/ *dt* **1.** lối khâu (*thêu*) mắt xích **2.** mũi khâu (*thêu*) mắt xích.

chain store /'tʃein stɔ:[r]/ cửa hàng mắt xích (*trong một hệ thống cửa hàng bán cùng một loại hàng, thuộc cùng một tổ chức*).

chair[1] /tʃeə[r]/ *dt* **1.** ghế tựa: *take a chair* ngồi xuống ghế **2. the chair** (*số ít*) [ghế] chủ tọa: *who is in the chair today?* ai ngồi ghế chủ tọa hôm nay thế? **3.** ghế giáo sư, chức giáo sư (*ở đại học*): *he holds the chair of philosophy at Oxford* ông ta giữ ghế giáo sư triết học ở đại học Oxford **4. the chair** (*số ít*) (*Mỹ, kng*) (*cg* **the electric chair**) ghế điện (*để xử tử tội phạm*).

chair² /tʃeə[r]/ *đgt* **1.** [làm] chủ tọa: *chair a meeting* chủ tọa một cuộc họp **2.** công kênh: *the winning team chaired their captain off the field* vận động viên đội thắng đã công kênh đội trưởng của họ rời khỏi sân bóng.

chair lift /'tʃeəlift/ *dt* ghế treo leo núi.

chairman /'tʃeəmən/ *dt (snh* **chairmen; chairwoman) 1.** chủ tọa *(cuộc họp)* **2.** chủ tịch: *chairman of the board of governors* chủ tịch hội đồng quản trị.

chairperson /'tʃeə,pɜ:sn/ *dt* **1.** chủ tọa **2.** chủ tịch *(nam hoặc nữ).*

chairwoman /'tʃeə,wʊmən/ *dt (snh* **chairwomen) 1.** chủ tọa *(nữ)* **2.** chủ tịch *(nữ).*

chaise longue /ˌʃeiz'lɒŋ, (Mỹ ˌʃeiz'lɔ:ŋ)/ *(snh* **chaises longues)** /ˌʃeiz'lɒŋ, (Mỹ ʃeiz 'lɔ:ŋ)/ *(tiếng Pháp)* ghế tràng kỷ.

chalet /'ʃælei/ *dt* **1.** lều ván *(Thụy Sĩ)* **2.** lều cắm trại.

chalice /'tʃælis/ **1.** cốc *(để uống rượu)* **2.** cốc rượu thánh.

chalk¹ /tʃɔ:k/ *dt* **1.** đá phấn **2.** phấn; viên phấn: *a stick of chalk* một thỏi phấn *(để viết lên bảng đen); a picture drawn in chalk* một bức tranh vẽ bằng phấn; *a box of coloured chalk* một hộp phấn màu. // **different as chalk and (from) cheese** *x* different; **not by a long chalk (shot)** *x* long¹.

chalk² /tʃɔ:k/ *đgt* viết bằng phấn, vẽ bằng phấn, ghi bằng phấn. // **chalk something out** phác ra *(bằng hình vẽ hay bằng lời): the general chalk out his plan of attack* viên tướng phác ra kế hoạch tấn công của ông; **chalk something up** *(kng)* a/ viết bằng

phấn lên bảng: *chalk up one's score* ghi số điểm lên bảng *(trong một trò chơi...)* b/ ghi được *(một thắng lợi, một thành công):* *the team has chalked up its fifth win in a row* đội đã ghi được trận thắng thứ năm liên tiếp; **chalk something up [to somebody (something)]** ghi vào sổ nợ *(châu rượu uống ở quán...): chalk this round up to me, please, barman* này anh tiếp viên, hãy ghi châu rượu này vào sổ nợ của tôi nhé.

chalkboard /'tʃɔ:kbɔ:d/ *dt (Mỹ) nh* blackboard.

chalkiness /'tʃɔ:kinis/ *dt* **1.** sự cấu tạo bằng phấn **2.** sự trắng như phấn.

chalky /'tʃɔ:ki/ *tt* (-ier; -iest) **1.** bằng phấn **2.** như phấn.

challenge¹ /'tʃælindʒ/ *dt* **1.** sự thách; điều thách thức: *accept a challenge* nhận lời thách; *a serious challenge to the Prime Minister's authority* một thách thức nghiêm trọng đối với quyền lực của thủ tướng; *reducing the gap between rich and poor is one of the main challenges facing the government* rút ngắn khoảng cách giữa người giàu và người nghèo là một trong những thách thức chính đặt ra cho chính phủ **2.** lời hô đứng lại và khai trình *(của lính gác):* *the sentry gave the challenge "Who goes there?"* lính gác hô "Ai?" **3.** *(luật)* sự cáo ty.

challenge² /'tʃælindʒ/ *đgt* **1.** thách, thách thức: *challenge somebody to a game of tennis* thách ai đánh quần vợt **2.** ra lệnh dừng lại và khai mình là ai *(nói về lính gác).* **3.** *(luật)* cáo ty.

challenger /'tʃælindʒə[r]/ *dt* người thách đấu.

challenging /'tʃælindʒiŋ/ *tt* đầy thách đố: *a challenging job* một công việc đầy thách đố.

chamber /'tʃeimbə[r]/ *dt* **1.** buồng, phòng, buồng ngủ **2.** **chambers** *(snh)* phòng nghe án *(trong những vụ không cần đưa ra tòa)* **3. chambers** *(snh) (Anh)* phòng luật sư gặp thân chủ **4.** phòng; viện: *the members left the council chamber* các thành viên đã rời phòng hội đồng; *the Upper Chamber* Thượng viện; *the Lower Chamber* Hạ viện **5.** khoang, ổ, phòng, buồng, hốc: *a combustion chamber* khoang đốt; *the chambers of the heart* các buồng của tim, tâm thất và tâm nhĩ; *the cavers discovered a vast underground chamber* những người đào hang phát hiện một hốc lớn ngầm dưới đất **6.** ổ đạn *(súng lục...).*

chamber concert /'tʃeimbə ˌkɒnsət/ buổi hòa nhạc thính phòng.

chamberlain /'tʃeimbəlin/ *dt* viên thị thần.

chambermaid /'tʃeimbə- meid/ *dt* chị dọn dẹp phòng *(ở khách sạn).*

chamber music /'tʃeimbə ˌmju:zik/ nhạc thính phòng.

chamber of commerce /'tʃeimbə əv 'kɒmɜ:s/ phòng thương mại.

chamber orchestra /'tʃeim- bə,ɔ:kistrə/ dàn nhạc thính phòng.

chamber pot /'tʃeimbəpɒt/ chậu đái đêm, cái bô.

chameleon /kə'mi:liən/ *dt* **1.** tắc kè hoa **2.** *(bóng)* kẻ hoạt đầu.

chamois /'ʃæmwɑ:, (Mỹ 'ʃæmi)/ *dt (động)* sơn dương.

chamois-leather /'ʃæmwɑ:- ˌleðə[r]/ *dt (cg* **shammy-leather** /'ʃæmiˌleðə[r]/, **shammy)** da sơn dương, da cừu, da dê (loại da mềm).

chamomile /'kæməmail/ dt nh camomile.

champ[1] /tʃæmp/ đgt **1.** nhai (cỏ) rào rạo, nhay (hàm thiếc) (nói về ngựa): horses champing at the bit ngựa nhay hàm thiếc **2.** (thường dùng ở thì tiếp diễn) sốt ruột, nôn nóng: the boys were champing to start các em nôn nóng muốn xuất phát. // **champ at the bit** (kng) sốt ruột muốn bắt đầu làm (việc gì) ngay.

champ[2] /tʃæmp/ dt (kng) nh champion[1] 2.

champagne /ʃæm'pein/ dt **1.** rượu sâm-banh **2.** màu rơm.

champion[1] /'tʃæmpiən/ dt **1.** nhà quán quân **2.** người bênh vực, người đấu tranh cho: a champion of the poor người bênh vực người nghèo; a champion of women's rights người đấu tranh cho quyền lợi phụ nữ.

champion[2] /'tʃæmpiən/ đgt bênh vực; đấu tranh cho: champion the rights of women đấu tranh cho quyền lợi của phụ nữ.

championship /'tʃæm-piənʃip/ dt **1.** danh hiệu quán quân: win the world championship đoạt danh hiệu quán quân thế giới **2.** sự bênh vực, sự đấu tranh cho.

chance[1] /tʃɑːns, (Mỹ tʃæns)/ dt **1.** sự may rủi, sự tình cờ: it was [pure] chance our meeting in Paris (that we met in Paris) chúng tôi gặp nhau ở Paris là hoàn toàn tình cờ; a game of chance trò chơi may rủi; a chance meeting cuộc gặp tình cờ **2.** chance of [doing] something (to do something; that...) sự có khả năng: what are the chances of his coming? có

khả năng ông ta đến hay không? she has only a slim chance of winning khả năng dành phần thắng của chị ta chỉ mỏng manh thôi **3.** chance [of doing (to do) something] cơ hội (làm gì): please give me a chance to explain xin cho tôi một cơ hội để giải thích; this is your big chance! đây là cơ hội thành công lớn của anh **4.** sự liều, sự đánh liều: the road may not be the one we want, but that's a chance we're going to have to take có thể đây không phải là con đường ta phải theo, nhưng chúng ta đành đánh liều chứ sao **5.** sự may mắn bất ngờ: by a happy chance, a policeman was passing as I was attacked thật may mắn, khi tôi bị tấn công thì có một viên cảnh sát đi qua. // **as chance would have it** do trùng hợp ngẫu nhiên, do ngẫu nhiên: as chance would have it he was going to London as well and was able to give me a lift do một sự trùng hợp ngẫu nhiên, anh ta cũng đến Luân Đôn và cho tôi đi nhờ một cuốc xe; **by any chance** có lẽ; có thể: would you by any chance have change for £5? anh có thể có tiền lẻ đổi cho tôi tờ 5 bảng Anh được không?; **by chance** tình cờ, ngẫu nhiên; **a cat in hell's chance** x cat[1]; **chance would be a fine thing** tôi muốn làm việc đó lắm, nhưng không có cơ hội nào cả; **the chances are [that]...** (kng) có thể là: the chances are that she'll be coming có thể là cô ta sẽ đến; **an even chance** x even[1]; **even chances (odds; money)** x even[1]; **a fighting chance** x fight[1]; **give somebody (something) half a chance** tạo cơ hội: she's keen and I'm sure she'll succeed given

half a chance cô ta sắc sảo và tôi chắc rằng cô ta sẽ thành công nếu được tạo cơ hội; **have an eye for (on; to) the main chance** x eye[1]; **no chance** (kng) không thể nào có thể; **not have a chance (hope) in hell** x hell; **on the [off] chance [of doing something (that...)]** may ra có thể: I didn't think you'd be at home, but I just called on the off chance tôi không nghĩ là anh có nhà, nhưng tôi cứ gọi may ra thì được; **a sporting chance** x sporting; **stand a chance [of something (of doing something)]** có cơ may (hoàn thành cái gì): he stands a good (fair) chance of passing the examination nó có cơ may thi đỗ; **take a chance [on something]** thử liều làm gì (mặc dù có khả năng thất bại); **take chances** liều lĩnh: you should never take chances when driving a car lái xe ô-tô anh không nên bao giờ liều lĩnh; **take one's chance** tận dụng dịp may.

chance[2] /tʃɑːns, (Mỹ tʃæns)/ đgt **1.** tình cờ xảy ra, may mà: It chanced that we were both travelling on the same plane tình cờ mà hai người chúng tôi đã đi trên cùng chuyến máy bay; she chanced to be in the park when I was there tình cờ cô ta ở công viên khi tôi ở đấy **2.** liều: "take an umbrella" "no, I'll chance it" "hãy mang ô theo" "mặc, tôi cũng liều". // **chance one's luck (arm)** (kng) đánh liều, đành liều (mặc dù có thể thất bại); **chance on somebody (something)** tình cờ gặp ai; tình cờ tìm ra cái gì.

chancel /'tʃɑːnsl, (Mỹ 'tʃænsl)/ dt chính điện (trong nhà thờ).

chancellery /'tʃɑ:nsələri, (Mỹ 'tʃænsələri)/ dt **1.** chức thủ tướng, phủ thủ tướng (Đức, Áo) **2.** quan chức phủ chưởng ấn **3.** văn phòng đại sứ quán; văn phòng lãnh sự quán.

chancellor /'tʃɑ:nsələ[r], (Mỹ 'tʃænsələr)/ dt **1.** thủ tướng (Đức, Áo) **2.** (Anh) hiệu trưởng danh dự (một số trường đại học): chancellor of London University hiệu trưởng danh dự trường đại học Luân Đôn **3.** quan chưởng ấn. // **Chancellor of the Exchequer** (Anh) bộ trưởng bộ tài chính.

chancery /'tʃɑ:nsəri, (Mỹ 'tʃænsəri)/ dt **1.** viên chưởng ấn **2.** (Mỹ) tòa công lý **3.** văn phòng lưu trữ hồ sơ công. // **a ward in chancery** x ward.

chancily /'tʃɑ:nsili/ pht [một cách] đầy rủi ro, [một cách] bấp bênh.

chancy /'tʃɑ:nsi/ tt **-ier; -iest** đầy rủi ro, bấp bênh.

chandelier /ʃændə'liə[r]/ dt đèn chùm treo.

chandler /'tʃɑ:ndlə[r], (Mỹ 'tʃændlər)/ (cg **ship's chandler**) người cung ứng trang thiết bị tàu thuyền.

change¹ /tʃeindʒ/ dgt **1.** làm thay đổi; thay đổi, đổi: our plans are changed kế hoạch của chúng ta đã thay đổi; change one's opinion thay đổi ý kiến; the traffic lights have changed from red to green đèn giao thông đã đổi từ đỏ sang xanh lục; change one's job đổi nghề; change one's address đổi địa chỉ; the ship changed course con tàu đổi hướng; the wind has changed direction gió đã đổi chiều; can I change seat with you? tôi đổi chỗ cho ông được không?; this is where we change for car to bus

đây là nơi chúng ta đổi từ xe ca sang xe buýt; I need to change my dollars into francs tôi muốn đổi đôla lấy đồng frăng **2.** thay, thay quần áo: change a light bulb thay bóng đèn; I must change these trousers, they've got oil on them tôi phải thay quần mới được, nó dính đầy dầu rồi; go upstairs to change lên gác thay quần áo; change for dinner thay quần áo đi ăn tối **3.** biến thành: caterpillars change into butterflies sâu bướm biến thành bướm; the witch changes the prince into a frog mụ phù thủy biến thái tử thành con ếch. // **change hands** đổi chủ: the house has changed hands several times recently gần đây ngôi nhà đã đổi chủ mấy lần; **change (swap) horses in midstream** x horse; **change one's (somebody's) mind** đổi ý, thay đổi ý định; **change places [with somebody]** đổi chỗ với ai: let's change places so you can be next to the window ta hãy đổi chỗ cho nhau để anh được ngồi gần cửa sổ; **change one's spots** hành động (xử sự) trái với bản chất của mình; **change step** điều chỉnh bước chân để đi cho đúng nhịp (khi diễu hành...); **change the subject** đổi đề tài (nói chuyện); **change one's tune** (kng) đổi giọng; đổi cung cách đối xử (như trở nên nhũn nhặn hơn thay vì xấc xược); **change one's ways** thay đổi lối sống (cho phù hợp với hoàn cảnh đã đổi khác); **chop and change** x chop³.

change back a/ trở lại dạng ban đầu b/ mặc lại (quần, áo vừa mới thay ra) c/ đổi lại (tiền đã đổi ra tiền khác): change back francs to dollars đổi frăng lấy lại đôla (trước

đó đã đổi đôla lấy frăng); **change down** xuống số (khi lái xe ôtô); **change over [from something] [to something]** chuyển từ hệ thống (vị thế) này sang hệ thống (vị thế) khác: the country has changed over from military to democratic rule đất nước đã chuyển từ chính quyền quân sự sang chính quyền dân chủ; **change up** cài số cao hơn, sang số cao hơn (lái xe).

change² /tʃeindʒ/ dt **1.** sự thay đổi, sự đổi khác: there has been a change in the programme đã có sự thay đổi trong chương trình; the Government plans to make important changes to the tax system chính phủ định thực hiện những thay đổi quan trọng trong hệ thống thuế; a welcome change from town to country life một sự thay đổi thú vị từ cuộc sống thành thị sang cuộc sống nông thôn **2.** sự đổi: a change of job sự đổi nghề; please note my change of address xin chú ý sự đổi địa chỉ của tôi **3.** vật dự phòng, vật thay thế: don't forget to take a change of clothes đừng quên mang theo quần áo để thay **4.** sự đổi tàu xe **5.** tiền đổi, tiền lẻ **6.** tiền thối lại cho khách hàng. // **a change for the better** sự cải thiện; sự tốt lên; **a change for the worse** sự xấu đi; **a change of air (climate)** sự thay đổi không khí: a change of air will do you good thay đổi không khí sẽ tốt cho bạn đấy; **a change of heart** sự thay đổi tấm lòng (hướng về một sự thân ái hoặc hợp tác lớn hơn); **for a change** để thay đổi: we usually go to France in the summer, but this year we're going to Spain for a change chúng tôi thường đi Pháp vào mùa hè, nhưng năm nay để thay đổi chúng tôi sẽ đi Tây Ban Nha; **get no change out of somebody** *(kng)* không nhận được sự giúp đỡ, tin tức của ai; **ring the changes on** *x* ring[3].

changeable /'tʃeindʒəbl/ *tt* 1. hay thay đổi: *a changeable weather* thời tiết hay thay đổi 2. có thể thay đổi.

changeless /'tʃeindʒlis/ *tt* không thay đổi.

changeling /'tʃeindʒliŋ/ *dt* đứa bé bị [các bà tiên] đánh tráo.

change of life /,tʃeindʒ əv 'laif/ **the change of life** *(trại)* *nh* menopause.

change-over /'tʃeindʒ ,əuvə[r]/ *dt* sự chuyển *(từ hệ thống này sang hệ thống khác)*: *a peaceful change-over to civilian rule* sự chuyển một cách hòa bình sang chế độ dân sự.

changing room /'tʃeindʒiŋ ru:m/ phòng thay quần áo *(ở nơi chơi thể thao)*.

channel[1] /'tʃænl/ *dt* 1. lòng sông, lòng suối, lòng kênh 2. lạch: *the channel is marked by buoys* đường lạch có phao đánh dấu 3. eo biển 4. đường; nguồn *(tin tức...)*: *your complaint must be made through the proper channels* điều than phiền của anh phải được để đạt qua con đường hợp thức; *he has secret channels of information* anh ta có những nguồn tin bí mật; *diplomatic channel* đường dây ngoại giao 5. kênh *(tivi...)*.

channel[2] /'tʃænl/ *dgt* (-ll-, *Mỹ* *cg* -l-) 1. đào rãnh, bào mòn thành rãnh: *channel [water into] the field* đào rãnh dẫn nước vào đồng 2. *(bóng)* hướng vào: *we must channel all our energies into the new scheme* chúng ta phải hướng

toàn bộ nghị lực của ta vào kế hoạch mới.

Channel /'tʃænl/ *dt* **the Channel** biển Manche *(phân cách Anh và Pháp)*.

chant[1] /tʃɑ:nt/ *dt* 1. *(tôn)* thánh ca 2. bài hát nhịp điệu đều đều: *the team's supporters sang a victory chant* những người cổ vũ cho đội đã hát khúc ca chiến thắng.

chant[2] /tʃɑ:nt/ *dgt* 1. hát *(kinh)* 2. hát lên; reo hò: *"We are the champions!" chanted the football fans* những người hâm mộ bóng đá reo vang: "Chúng ta là những nhà vô địch!".

chanty, chantey /'tʃænti/ *dt* *(Mỹ)* *nh* shanty.

chaos /'keiɒs/ *dt* sự hỗn độn, sự lộn xộn: *the burglars left the house in a [state of] chaos* tụi trộm đã để lại ngôi nhà trong tình trạng lộn xộn.

chaotic /kei'ɒtik/ *tt* hỗn độn, lộn xộn.

chaotically /kei'ɒtikli/ *pht* [một cách] hỗn độn, [một cách] lộn xộn.

chap[1] /tʃæp/ *dgt* **-pp-** [làm] nứt nẻ, nẻ: *my skin chaps in cold weather* trời rét da tôi bị nẻ; *drought chaps the field* hạn hán làm ruộng đồng nứt nẻ.

chap[2] /tʃæp/ *dt* chỗ da nẻ.

chap[3] /tʃæp/ *dt* thằng cha, thằng: *a funny chap* một thằng cha buồn cười.

chap[4] *(vt của* chapter) chương.

chapel /'tʃæpl/ *dt* 1. nhà nguyện *(nhà thờ nhỏ ở nhà tù, ở trường học...)*: *a college chapel* nhà nguyện ở trường cao đẳng; *chapel is at 8 o'clock* buổi lễ ở nhà nguyện là vào 8 giờ 2. *(Anh)* nhà thờ không theo Anh giáo:

are they church or chapel? *(cũ)* họ theo Anh giáo hay thuộc giáo phái khác thế? **3.** góc thờ *(trong nhà thờ, có bàn thờ riêng, nơi tiến hành các buổi tụng niệm hoặc lễ lạt riêng)*: *a Lady chapel* góc nhà thờ Đức Mẹ **4.** [đoàn viên] nghiệp đoàn ở một tòa báo *(một nhà in)*: *the chapel voted against a strike* đoàn viên nghiệp đoàn ở một tòa báo biểu quyết chống một cuộc đình công **5.** *(Mỹ)* chi nhánh địa phương *(của một hội, một câu lạc bộ)*.

chaperon[1] /'ʃæpərəun/ *dt* bà đi kèm *(ngày xưa, đi kèm một thiếu nữ hay thiếu phụ ở các hội hè lễ lạt)*.

chaperon[2] /'ʃæpərəun/ *dgt* đi kèm *(một thiếu nữ...)*.

chaperonage /'ʃæpərəunidʒ/ *dt* sự đi kèm *(một thiếu nữ...)*.

chaplain /'tʃæplin/ *dt* cha tuyên úy *(trong các nhà nguyện ở nhà tù, trường học)*: *an army chaplain* cha tuyên úy quân đội.

chaplaincy /'tʃæplinsi/ *dt* chức tuyên úy; nhiệm kỳ tuyên úy; nhà ở của cha tuyên úy.

chaplet /'tʃæplit/ *dt* 1. vòng hoa đội đầu 2. tràng hạt.

chapter /'tʃæptə[r]/ *dt* 1. *(vt* **ch, chap**) chương: *I've just finished chapter 3* tôi vừa mới xong chương 3; *the most glorious chapter in our country's history* chương huy hoàng nhất trong lịch sử đất nước ta 2. *(tôn)* tập đoàn thầy tu *(ở một nhà thờ, một tu viện)* tăng đoàn; cuộc họp tăng đoàn. // **chapter and verse** sự viện dẫn chính xác; chi tiết chính xác: *I can't quote chapter and verse but I can give you the main points the author is making* tôi không thể viện dẫn chính xác đoạn nào, nhưng tôi có thể nêu ra với anh những điểm chính mà tác giả đã đề cập đến; **a chapter of accidents** một loạt sự kiện bất hạnh.

char¹ /tʃɑ:[r]/ *đgt* (**-rr-**) **1.** làm cháy đen: *there was nothing left of the house but a few charred remains* ngôi nhà chẳng còn lại gì ngoài một ít mảnh đã cháy đen **2.** đốt thành than.

char² /tʃɑ:[r]/ *dt* (Anh) nh charwoman.

char³ /tʃɑ:[r]/ *đgt* **-rr-** giúp việc, đi ở (*theo giờ hoặc công nhật*).

char⁴ /tʃɑ:[r]/ *dt* (Anh, cũ, kng) trà: *a cup of char* một chén trà.

charabanc /'ʃærəbæŋ/ *dt* (Anh, cũ) xe buýt [có] ghế dài (*trước đây dùng để đi chơi, di tham quan...*).

character /'kærəktə[r]/ *dt* **1.** tính, tính cách, tính nết: *what does her handwriting tell you about her character?* chữ viết của cô ta cho anh biết gì về tính nết của cô ta?; *the British character is often said to be phlegmatic* người ta thường nói là người Anh có tính hay phớt lờ **2.** đặc tính, nét đặc sắc: *work that lacks character* tác phẩm không có gì đặc sắc **3.** chí khí, nghị lực: *a woman of character* một người đàn bà có nghị lực **4.** (kng) tay, gã [kỳ quặc]: *he looks a suspicious character* hắn có vẻ một tay đáng ngờ **5.** người khác thường, người có cá tính: *he's a real (quite a) character* anh ta là một người thật sự khác thường **6.** nhân vật (*trong tiểu thuyết, trong vở kịch*): *the characters in the novels of Charles Dickens* những nhân vật trong tiểu thuyết

của Charles Dickens **7.** danh tiếng: *damage somebody's character* làm tổn hại danh tiếng của ai **8.** chữ: *Chinese characters* chữ Trung Quốc. // **in (out of) character** hợp (không hợp) với tính cách của ai: *his behaviour last night was quite out of character* cách xử sự của anh ta đêm qua thật không hợp với tính cách của anh.

character actor /'kærəktə ,æktə[r]/, **character actress** /'kærəktə,æktris/ diễn viên [nam, nữ] chuyên đóng vai kỳ quặc.

characteristic¹ /,kærəktə-'ristik/ *tt* đặc thù, đặc trưng, riêng: *such bluntness is characteristic of him* sự không giữ ý tứ như thế vốn đặc trưng cho anh ta.

characteristic² /,kærəktə-'ristik/ *dt* đặc tính, [nét] đặc trưng: *arrogance is one of his less attractive characteristic* tính ngạo mạn là một trong những tính ít hay ho nhất của anh ta.

characteristically /,kærək-tə'ristikli/ *pht* [một cách] đặc trưng: *characteristically she took the joke very well* điều đặc trưng là chị ta tiếp nhận lời đùa nhạo một cách thoải mái.

characterization, characterisation /,kærəktərai'zeiʃn/ *dt* sự mô tả đặc điểm (*như là thế nào đó*): *the film's characterization of the explorer as selfish is totally false* sự mô tả đặc điểm nhà thám hiểm như là ích kỷ trong bộ phim đó là hoàn toàn sai; *she writes exciting stories but her characterization is weak* bà ta viết những chuyện rất lý thú, nhưng cách mô tả nhân vật thì còn yếu.

characterize, characterise /'kærəktəraiz/ *đgt* **1.** mô tả đặc điểm (*như là thế nào đó*): *the novelist characterizes his heroine as passionate* tác giả mô tả nhân vật nữ chính của mình như là sôi nổi **2.** tiêu biểu cho: *the rolling downs that characterize this part of England* những ngọn đồi trùng điệp là tiêu biểu cho vùng này của nước Anh.

charade /ʃə'rɑ:d, (Mỹ) ʃə'reid)/ *dt* **1.** **charades** (*đgt số ít*) trò đố sắp chữ **2.** điều vô lý dễ nhận thấy.

charcoal /'tʃɑ:kəʊl/ *dt* **1.** than củi, chì than (*để vẽ*): *a stick of charcoal* một thỏi than củi; *a charcoal sketch* bức vẽ phác bằng chì than **2.** (cg **charcoal grey**) màu xám sẫm.

charcoal-burner /'tʃɑ:kəʊl bɜ:nə[r]/ *dt* người đốt than.

chard /'tʃɑ:d/ *dt* (cg **Swiss chard**) (*thực*) cây cải rau muối.

charge¹ /tʃɑ:dʒ/ *dt* **1.** sự buộc tội; lời buộc tội: *arrested on a charge of murder (a murder charge)* bị bắt vì bị buộc tội giết người **2.** cuộc tấn công dữ dội (*của binh sĩ, của thú dữ, của cầu thủ bóng đá...*): *bayonet charge* cuộc tấn công bằng lưỡi lê **3.** tiền phải trả, tiền thù lao: *an entry charge* tiền vào cửa; *free of charge* không phải trả tiền **4.** sự trông nom; người (vật) được giao trông nom: *he became his uncle's charge after his parents died* nó trở thành người được ông chú trông nom sau khi bố mẹ nó mất; *leave a child in a friend's charge* để con nhờ bạn trông nom **5.** nhiệm vụ, bổn phận **6.** số chất nổ phải nạp (*để gây nổ*) **7.** điện tích nạp *(vào ắc quy...)*; sự nạp điện, sự tích điện **8**. mệnh lệnh, huấn thị, chỉ thị: *parting charge* những lời huấn thị cuối cùng. // **bring a charge [of something] against somebody** chính thức buộc tội ai; **a charge on somebody (something)** người (vật) phải tính vào một mục chỉ tiêu nào đó: *they are a charge on the rates* những thứ này cũng phải tính vào mục thuế nhà đất địa phương; **face a charge (charges)** x face²; **give somebody in charge** (Anh) trao ai cho cảnh sát; **have charge of something** chịu trách nhiệm về cái gì; **in charge [of somebody (something)]** phụ trách *(ai, việc gì)*: *who's in charge here?* ai phụ trách ở đây thế?; *he was left in charge of the shop while the manager was away* anh ta được giao phụ trách cửa hiệu trong khi chủ hiệu đi vắng; **in [under] somebody's charge** dưới sự chăm nom của ai: *these patients are under the charge of Dr. Wilson* những bệnh nhân này do bác sĩ Wilson chăm nom; **lay something to somebody's charge** buộc tội ai về điều gì; **prefer a charge (charges)** x prefer; **reverse the charges** x reverse³; **take charge [of something]** nắm quyền kiểm soát, chịu trách nhiệm *(về cái gì)*: *the department was badly organized until she took charge [of it]* sở này tổ chức rất tồi, cho đến khi bà ta nhận trách nhiệm điều hành.

charge² /'tʃɑ:dʒ/ *dgt* **1.** **charge somebody [with something]** buộc tội ai: *he was charged with murder* anh ta bị buộc tội giết người **2.** (+ at) xông lên tấn công: *the troops charged [at] the enemy lines* quân lính xông

lên tấn công phòng tuyến địch **3**. (+ down, in, up...) lao *(về phía nào đó)*: *the children charged down the stairs* tụi trẻ lao xuống cầu thang **4**. (+ for) tính giá; lấy bao nhiêu *(tiền công)*: *how much do you charge for mending shoes* chữa giày ông lấy bao nhiêu thế? **5**. nạp đạn *(vào súng)*; rót đầy *(vào cốc)*; nạp điện *(vào ắc-quy)* **6**. *(chủ yếu ở dạng bị động)* tràn đầy *(một cảm xúc nào đó)*: *a voice charged with tension* giọng nói đầy căng thẳng **7**. giao trách nhiệm; hướng dẫn, chỉ thị: *I charge you not to forget what I have said* tôi chỉ thị cho anh không được quên những gì tôi đã nói. // **charge something [up] to somebody; charge something up** ghi cái gì vào sổ nợ của ai: *please charge these goods [up] to my account* làm ơn ghi những món hàng này vào tài khoản nợ của tôi; **charge somebody (oneself) with something** giao cho ai một nhiệm vụ (một trách nhiệm); nhận một nhiệm vụ (một trách nhiệm): *she was charged with an important mission* bà ta được giao một sứ mạng quan trọng.

chargeable /'tʃɑ:dʒəbl/ *tt* **1.** có thể bị buộc tội **2. chargeable to somebody** có thể tính vào sổ nợ của ai: *any expenses you may incur will be chargeable to the company* bất cứ chi tiêu nào anh phải chịu đều có thể tính vào cho công ty chịu.

charge account /'tʃɑ:dʒ ə,kaunt/ *(Mỹ) nh* credit account.

chargé d'affaires /ʃɑ:ʒei dæ'feə[r]/ *dt (snh **chargés d'affaires** /ʃɑ:ʒei dæ'feə[r]/) (nggiao) (tiếng Pháp)* đại

diện. // **chargé d'affaires ad interim** đại diện lâm thời.

charger /'tʃɑ:dʒə[r]/ *dt (cổ)* ngựa chiến.

charge sheet /'tʃɑ:dʒʃi:t/ hồ sơ tội trạng *(ở đồn cảnh sát).*

charily /'tʃeərili/ *pht* **1.** [một cách] cẩn thận, [một cách] thận trọng **2.** [một cách] dè xẻn.

chariot /'tʃærist/ *dt (cổ)* xe ngựa hai bánh *(để đánh trận hay chạy đua).*

charioteer /,tʃæriə'tiə[r]/ *dt* người đánh xe ngựa.

charisma /kə'rizmə/ *dt* **1.** sức thu hút quần chúng: *a political leader of great charisma* một lãnh tụ chính trị có sức thu hút quần chúng lớn **2.** *(tôn)* phép mầu [chữa bệnh].

charismatic /,kæriz'mætik/ *tt* **1.** có sức thu hút quần chúng lớn: *a charismatic leader* một lãnh tụ có sức thu hút quần chúng lớn **2.** có phép mầu [chữa bệnh].

charitable /'tʃærətəbl/ *tt* **1.** **charitable [to (towards) somebody]** nhân đức; từ thiện: *a charitable organization* một tổ chức từ thiện **2.** độ lượng: *that wasn't a very charitable remark* đấy không phải là một nhận xét độ lượng.

charitably /'tʃærətəbli/ *pht* **1.** [một cách] nhân đức, [một cách] từ thiện **2.** [một cách] độ lượng.

charity /'tʃærəti/ *dt* **1.** lòng nhân đức, lòng từ thiện **2.** tính độ lượng. // **charity begins at home** trước khi thương người hãy thương lấy người nhà mình; thương mình trước, thương người sau.

charlady /'tʃɑ:leidi/ *dt nh* charwoman.

charlatan /'ʃa:lətən/ *dt* lang băm.

charlatanism /'ʃa:lətənizəm/ *dt* ngón lang băm, ngón bịp.

Charleston /'tʃa:lstən/ *dt* điệu nhảy san-xtơn (*một điệu nhảy nhanh rất thịnh hành vào những năm 1920*).

charlie /'tʃa:li/ *dt* (*Anh, kng*) thằng ngố: *he looks a real charlie in that hat* nó đội cái mũ ấy trông đúng là một thằng ngố.

charm[1] /'tʃa:m/ *dt* 1. sức mê hoặc, sức hấp dẫn, sức quyến rũ; nét quyến rũ: *a woman of great charm* một phụ nữ rất quyến rũ; *the charm of countryside in spring* sức quyến rũ của đồng quê vào mùa xuân; *a woman's charms* nét quyết rũ của một phụ nữ 2. bùa hộ mạng; vật đeo lấy phước 3. trang sức nhỏ trên vòng đeo tay (*trên dây chuyền*): *a charm bracelet* vòng đeo tay có nạm đá quý... 4. bùa mê. // **Work like a charm** (*kng*) hiệu nghiệm (thành công) như có phép mầu: *my little plan worked like a charm* kế hoạch nhỏ của tôi thành công như có phép mầu.

charm[2] /'tʃa:m/ *dgt* 1. mê hoặc, quyến rũ: *he was charmed by her vivacity* anh ta bị quyến rũ bởi sự hoạt bát của nàng 2. bảo vệ như bởi phép mầu: *he has a charmed life* anh ta có cuộc sống như có phép mầu bảo hộ. // **charm something from (out of) somebody (something)** dụ được cái gì từ nơi ai (từ nơi nào): *she could charm the birds from the trees* chị ta có thể dụ được chim trên cây.

charmer /'tʃa:mə[r]/ *dt* người dụ dỗ lôi cuốn [người khác phái].

charming /'tʃa:miŋ/ *tt* làm mê hoặc, quyến rũ, mê người: *a charming smile* nụ cười quyến rũ; *a charming song* bài hát mê người.

charmingly /'tʃa:miŋli/ *pht* [một cách] quyến rũ, [một cách] mê người.

charnel house /'tʃa:nlhaʊs/ *dt* nơi để xác người, nơi để di cốt (*ngày xưa*).

chart[1] /tʃa:t/ *dt* 1. bản đồ đi biển, hải đồ 2. bản đồ không lưu 3. bản đồ; biểu đồ, đồ thị: *a temperature chart* đồ thị nhiệt độ (*của một người*); *a sales chart* biểu đồ bán hàng (*của một cửa hàng*). // **the charts** danh sách các đĩa hát nhạc pop bán chạy nhất hằng tuần.

chart[2] /tʃa:t/ *dgt* 1. vẽ biểu đồ 2. theo dõi (ghi vào) trên biểu đồ: *scientists are carefully charting the progress of the spacecraft* các nhà khoa học đang theo dõi kỹ tiến trình của con tàu vũ trụ.

charter[1] /'tʃa:tə[r]/ *dt* 1. văn bản ban cấp đặc quyền: *privileges granted by royal charter* đặc quyền do sắc chỉ của nhà vua ban cấp 2. hiến chương: *International Educators Charter* hiến chương quốc tế các nhà giáo 3. sự thuê (*tàu xe*): *a charter plane* một chiếc máy bay thuê.

charter[2] /'tʃa:tə[r]/ *dgt* 1. ban đặc quyền cho 2. thuê, mướn (*tàu xe*): *they have yachts available for charter* họ có thuyền buồm đua cho thuê.

chartered /'tʃa:təd/ *tt* (*thngữ*) đủ tiêu chuẩn nghề nghiệp theo hiến chương: *a chartered engineer* một kỹ sư đạt tiêu chuẩn nghề nghiệp theo hiến chương.

chartered accountant /,tʃa:təd ə'kaʊntənt/ (*Anh*) (*Mỹ* **certified public accountant**) kế toán viên đủ tiêu chuẩn nghề nghiệp theo hiến chương.

charter flight /'tʃa:təflait/ chuyến bay thuê.

charter-party /'tʃa:təpa:ti/ *dt* hợp đồng thuê tàu.

Chartism /'tʃa:tizəm/ *dt* phong trào hiến chương (*ở Anh vào những năm 1830, đòi cải cách bầu cử và xã hội*).

Chartist /'tʃa:tist/ *dt* người tham gia phong trào hiến chương (*ở Anh vào những năm 1830*).

chartreuse /'ʃa:trɜ:z/, (*Mỹ* /ʃa:tru:z/ *dt* 1. rượu sactrơ 2. màu lục vàng.

charwoman /'tʃa:wʊmən/ *dt* (*cg* **charlady, char**) chị quét dọn nhà (*thuê theo giờ hoặc công nhật*).

chary /'tʃeəri/ *tt* (-ier; -iest) 1. cẩn thận, thận trọng: *chary of lending money* thận trọng khi cho vay tiền 2. dè xẻn (*lời khen...*): *chary of giving praise* dè xẻn lời khen, ít khi khen ai.

Charybdis /kə'ribdis/ *dt* **between Scylla and Charylbdis** *x* Scylla.

chase[1] /tʃeis/ *dgt* 1. rượt theo, đuổi theo: *my dog likes chasing rabbits* chó của tôi thích rượt theo thỏ; *he chased [after] the burglar but couldn't cath him* anh ta đuổi theo tên trộm, nhưng không bắt được nó 2. săn đuổi, theo đuổi: *he's always chasing [after] women* anh ta luôn luôn săn đuổi phụ nữ. // **chase the dragon** (*bóng*) tiêm chích ma túy.

chase about (around...) chạy lòng vòng: *I've been chasing* around town all morning looking for a present for her tôi chạy lòng vòng suốt thành phố cả buổi sáng tìm mua một món quà tặng cô ta; **chase somebody (something) away (off; out)** đuổi đi, xua đi: chase the cat out of the kitchen đuổi con mèo ra khỏi nhà bếp; **chase somebody up** (Anh, kng) tiếp xúc với ai để moi cho được (tiền, thông tin...); **chase something up** (Anh, kng) thực hiện gấp, xúc tiến: chase up a delayed order thực hiện gấp một đơn đặt hàng bị chậm trễ.

chase² /tʃeis/ dt sự rượt theo, sự đuổi theo. // **give chase** rượt đuổi, săn lùng: after the robbery, the police immediately gave chase sau vụ cướp, cảnh sát tức thì săn lùng; **give up the chase** ngưng săn lùng.

chase³ /tʃeis/ dgt khắc, chạm (trên kim loại): chased silver bạc chạm.

chaser /'tʃeisə[r]/ dt 1. ngựa đua vượt rào 2. (kng) ly rượu (ly nước) uống sau khi uống một ly rượu mạnh.

chasm /'kæzəm/ dt 1. kẽ nứt sâu (ở đất) 2. (bóng) hố ngăn cách: the vast chasm separating rich and poor hố rộng ngăn cách người giàu và người nghèo.

chassis /'ʃæsi/ dt (snh kđổi /'ʃæsiz/) khung gầm (ô tô, máy bay...).

chaste /tʃeist/ tt 1. (cũ) trinh bạch (chưa có quan hệ tình dục) 2. trinh tiết 3. trong trắng, tiết hạnh 4. mộc mạc, không cầu kỳ (văn).

chastely /'tʃeistli/ pht 1. [một cách] trinh bạch 2. [một cách] tiết hạnh 3. [một cách] mộc mạc.

chasten /'tʃeisn/ dgt 1. trừng phạt; uốn nắn 2. cảnh tỉnh: he was rather chas-

tened by the accident which had happened because he was driving too fast tai nạn đã phần nào cảnh tỉnh anh ta, anh ta đã lái xe chạy quá nhanh.

chastise /tʃæ'staiz/ dgt trừng phạt nghiêm khắc (thường là bằng cách đánh đập).

chastisement /tʃæ'staiz-mənt, 'tʃæstizmənt/ dt sự trừng phạt nghiêm khắc (thường là bằng cách đánh đập.

chastity /'tʃæstəti/ dt 1. sự trinh bạch: vows of chastity lời nguyện trinh bạch (của tu sĩ) 2. sự trinh tiết 3. sự tiết hạnh 4. sự mộc mạc, sự không cầu kỳ (văn).

chasuble /'tʃæzjubl/ dt áo lễ (của giáo sĩ).

chat¹ /tʃæt/ dt chuyện phiếm, chuyện gẫu: that's enough chat, get back to work chuyện gẫu thế là đủ rồi, trở lại công việc đi.

chat² /tʃæt/ dgt (-tt-) nói chuyện phiếm, tán gẫu: what are you chatting to him about? anh đang tán gẫu với hắn về chuyện gì thế?. // **chat somebody up** (Anh, kng) tán tỉnh ai, gạ gẫm ai: if you chat him up a bit he might lend it to you nếu anh chịu khó tán tỉnh nó một tí, nó sẽ cho anh mượn cái đó.

château /ʃætəʊ, (Mỹ ʃæ'təʊ)/ dt (snh **châteaux**) /'ʃætəʊz/, (Mỹ ʃæ'təʊz/ (tiếng Pháp) lâu đài, dinh thự (ở nông thôn nước Pháp).

chat show /'tʃætʃəʊ/ chương trình phỏng vấn trên TV; chương trình phỏng vấn trên đài.

chattel /'tʃætl/ dt somebody's goods and chattels x goods.

chatter¹ /'tʃætə[r]/ dgt 1. **chatter [away (on)] [about something]** nói huyên thuyên, nói luôn mồm 2. hót líu lo, ríu rít (chim); kêu chí chóe (khỉ): sparrows chattering in the trees chim sẻ ríu rít trên cây 3. **chatter [together]** lập cập (răng đập vào nhau vì lạnh...).

chatter² /'tʃætə[r]/ dt 1. sự nói huyên thuyên, sự nói luôn mồm 2. tiếng líu lo, tiếng ríu rít (chim); tiếng kêu chí chóe (khỉ).

chatterbox /'tʃætəbɒks/ dt (kng) người nói huyên thuyên, người ba hoa; đứa trẻ lắm mồm.

chattily /'tʃætili/ pht [một cách] thân tình.

chattiness /'tʃætinis/ dt 1. tính thích nói chuyện phiếm 2. sự thân tình.

chatty /'tʃæti/ tt (-ier; -iest) 1. thích nói chuyện phiếm, thích tán gẫu 2. không trang trọng, thân tình.

chauffeur¹ /'ʃəʊfə[r]/, (Mỹ ʃəʊ'fɜːr/ dt tài xế riêng (lái xe cho một nhân vật quan trọng, một nhà giàu có).

chauffeur² /'ʃəʊfə[r]/, (Mỹ ʃəʊ'fɜːr/ dgt lái xe cho (ai).

chauvinism /'ʃəʊvinizəm/ dt 1. chủ nghĩa sô vanh 2. (cg **male chauvinism**) tư tưởng trọng nam khinh nữ, thói coi thường phụ nữ.

chauvinist /'ʃəʊvinist/ dt người theo chủ nghĩa sô vanh.

chauvinistic /ʃəʊvi'nistik/ tt sô vanh [chủ nghĩa].

chauvinistically /ʃəʊvi'nistikli/ pht theo kiểu sô vanh.

ChB /,si:eitʃ'biː/ (vt của Bachelor of Surgery) (tiếng Latinh Chirurgiae Baccalaureus) cử nhân phẫu thuật: be a ChB; have a

ChB là cử nhân phẫu thuật; có bằng cử nhân phẫu thuật.

cheap¹ /tʃiːp/ *tt* (-er; -est) **1.** rẻ, rẻ tiền: *the cheap seats in the theatre* chỗ ngồi rẻ tiền trong rạp hát; *cauliflowers are very cheap at the moment* hoa lơ lúc này rất rẻ; *£3 is very cheap for a hardback book* cuốn sách bìa cứng này mà ba bảng thì rẻ quá; *a cheap restaurant* một hàng ăn rẻ; *cheap jewellery* đồ nữ trang rẻ tiền **2.** hời hợt, không thành thật: *a cheap remark* một nhận xét hời hợt; *cheap flattery* lời nịnh bợ không thành thật **3.** không đáng trọng, đáng khinh (*người, lời nói, hành động*): *he's just a cheap crook* hắn chỉ là một kẻ lừa đảo đáng khinh **4.** (*Mỹ*) bủn xỉn, keo kiệt. // **cheap (common) as dirt** *x* dirt; **cheap at the price** cũng đáng tiền: *the holiday will be very expensive but if it helps to make you fit and healthy again it will be cheap at the price* kỳ nghỉ sẽ rất tốn kém, nhưng nếu nó giúp cho anh sung sức và khỏe mạnh trở lại thì cũng đáng tiền; **hold something cheap** coi rẻ cái gì, coi thường cái gì; **make oneself cheap** làm cái gì đó để người ta coi rẻ mình; **on the cheap** (*kng*) với giá rẻ: *buy something on the cheap* mua cái gì với giá rẻ.

cheap² /tʃiːp/ *pht* (*kng*) [một cách] rẻ: *get something cheap* mua được cái gì rẻ. // **go cheap** (*kng*) được đem bán với giá hạ: *the local shop has some radios going cheap* cửa hàng địa phương có mấy chiếc máy rađiô bán giá hạ.

cheapen /'tʃiːpən/ *đgt* **1.** hạ giá; giảm giá, làm sụt giá

2. làm giảm giá trị: *it's only cheapening yourself to behave like that* làm như thế chỉ tổ tự giảm giá mình thôi.

cheapjack¹ /'tʃiːpdʒæk/ *dt* người bán hàng kém phẩm chất với giá rẻ.

cheapjack² /'tʃiːpdʒæk/ *tt* dở, tồi, kém phẩm chất.

cheaply /'tʃiːpli/ *pht* **1.** với giá rẻ: *buy something cheaply* mua vật gì với giá rẻ **2.** [một cách] rẻ tiền: *the room was cheaply furnished* căn phòng được trang bị đồ đạc rẻ tiền.

cheapness /'tʃiːpnis/ *dt* sự rẻ, sự rẻ tiền (*đen, bóng*).

cheapskate /'tʃiːpskeit/ *dt* (*Mỹ, kng*) người keo kiệt.

cheat¹ /tʃiːt/ *đgt* **1.** gian lận: *accuse somebody of cheating at cards* buộc tội ai đánh bài gian lận **2.** lừa, lừa bịp: *cheat the taxman* lừa người thu thuế (*để trốn thuế*); *cheat death* thoát chết (*nhờ may mắn hay láu cá*) **3.** **cheat [on] somebody** (*Mỹ*) ngoại tình, không chung thủy. // **cheat somebody [out] of something** lừa ai không cho đạt cái gì: *he was cheated [out] of his rightful inheritance* nó bị lừa không được hưởng tài sản thừa kế hợp pháp.

cheat² /tʃiːt/ *dt* **1.** người gian lận (*đặc biệt là trong các trò chơi bài bạc, thể thao*) **2.** trò lừa bịp.

check¹ /tʃek/ *đgt* **1.** kiểm tra; kiểm lại, rà lại: *I think I remembered to switch the oven off but you'd better check [up] [that I did]* tôi nghĩ là tôi đã nhớ tắt bếp, nhưng tốt hơn anh nên kiểm tra lại [xem tôi đã tắt chưa]; *check the tyres* kiểm tra lại lốp xe; *he must check his work more carefully, it's full*

of mistakes nó phải rà lại bài làm của nó một cách cẩn thận hơn, đầy lỗi ra đấy **2.** chặn; cầm, nén: *check the enemy's advance* chặn bước tiến của quân địch; *check the flow of blood from a wound* cầm máu vết thương; *unable to check one's tears* không cầm được nước mắt; *unable to check one's anger* không nén giận được **3.** đột nhiên dừng lại: *she went forward a few yards, checked and turned back* chị ta tiến lên mấy thước, đột nhiên dừng lại và quay bước **4.** chiếu (*tướng*) (*đánh cờ*) **5.** (*Mỹ*) gửi (*áo, mũ*): gửi (*hành lý*) đi.

check in [at...]; check into đăng ký chuyến bay; đăng ký khách sạn: *passengers should check in for flight BA125 to Berlin* hành khách đi chuyến bay BA125 tới Berlin xin đến ghi tên; **check something in** a/ gửi hành lý đi (*ở ga xe lửa, ở phi cảng*) b/ (*Mỹ*) gửi đồ vật ở phòng gửi mũ áo: *is there a place we can check in our coats?* đây có chỗ nào gửi áo khoác không nhỉ?; **check something off** đánh dấu lên bảng liệt kê coi như là đã đúng hoặc là đã được giải quyết; **check out [of...]** trả tiền phòng và rời khách sạn; **check something out** (*Mỹ*) nh check [up] on something; **check [up] on somebody** điều tra lý lịch, tư cách của ai; *the police are checking up on him* cảnh sát đang điều tra lý lịch tư cách của nó; **check [up] on something** kiểm tra (*xem có thật, có đúng, có an toàn không*).

check² /tʃek/ *dt* **1. check on something** sự kiểm tra, sự kiểm lại, sự rà lại: *we conduct regular checks on the quality of our products* chúng tôi thường xuyên kiểm tra định kỳ phẩm chất các sản phẩm của chúng tôi **2. check on somebody** sự điều tra nghiên cứu: *the police made a check on all the victim's friends* cảnh sát đã điều tra nghiên cứu tất cả bạn bè của nạn nhân **3.** sự giảm, sự chậm dần; sự ngừng; vật hãm: *a check in the rate of production* sự chậm dần trong tốc độ sản xuất; *the presence of the army should act as a check on civil unrest* sự có mặt của quân đội sẽ có tác dụng làm giảm tình trạng bất ổn trong dân chúng **4.** *(cò)* sự chiếu tướng **5.** *(Mỹ) nh* cheque **6.** *(Mỹ) nh* bill: *I'll ask the waiter for the check* tôi sẽ bảo hầu bàn đưa giấy tính tiền **7.** *(Mỹ)* vé gửi áo mũ; giấy gửi hành lý **8.** *(Mỹ) nh* tick¹. // **hold (keep) something in check** chặn, cầm, nén: *keep one's temper in check* nén giận; *the epidemic was held in check by wide-spread vaccination* bệnh dịch đã bị chặn lại nhờ có tiêm chủng trên quy mô rộng; **take a rain check** *x* rain-check.

check³ /tʃek/ *dt* **1.** kiểu kẻ ô vuông: *which do you want for your new dress, a stripe or a check* bạn muốn cái áo mới ra sao, kẻ sọc hay kẻ ô vuông? **2.** vải kẻ ô vuông.

check! /tʃek/ *tht (cò)* chiếu tướng!

checkbook /'tʃekbʊk/ *dt (Mỹ) nh* cheque-book.

checked /tʃekt/ *tt* kẻ ô vuông: *checked material* vải kẻ ô vuông.

checker¹ /'tʃekə[r]/ *dt* người kiểm tra *(kho, đơn đặt hàng...)*.

checker² /'tʃekə[r]/ *dt (Mỹ) nh* chequer.

checkerboard /'tʃekəbɔːd/ *(Mỹ) nh* draughtboard.

checkers /'tʃekəz/ *dt (dgt số ít) (Mỹ) nh* draughts.

check-in /'tʃekin/ *dt* **1.** việc đăng ký ở phi trường: *chec-kin desk* bàn đăng ký đi máy bay; nơi đăng ký chuyến bay *(ở phi trường)*.

checking account /'tʃekiŋ ə'kaʊnt/ *(Mỹ) nh* current account.

checklist /'tʃeklist/ *dt* bản liệt kê các thứ *(để kiểm tra lại cho đủ số)*: *a checklist of things to take on holiday* bản liệt kê các thứ mang theo trong kỳ đi nghỉ.

checkmate¹ /'tʃeikmeit/ *dt* **1.** *(cg* **mate)** *(số ít) (cò)* sự chiếu hết **2.** sự thất bại hoàn toàn.

checkmate² /'tʃeikmeit/ *dgt* **1.** *(cò)* chiếu hết **2.** hoàn toàn thất bại.

check-out /'tʃeikaʊt/ *dt* **1.** sự trả phòng *(khách sạn)* **2.** nơi trả tiền mua hàng *(ở siêu thị)*.

check-point /'tʃekpɔint/ *dt* trạm kiểm soát *(ở biên giới...)*.

checkroom /'tʃekrʊm/ *dt* **1.** phòng gửi áo mũ *(ở nhà hát...)* **2.** phòng giữ hành lý.

check-up /'tʃekʌp/ *dt* sự kiểm tra toàn diện *(thường là về sức khỏe)*: *have a check-up* đi kiểm tra sức khỏe.

Cheddar /'tʃedə[r]/ *dt* pho mát Sét-đa *(cứng, màu hơi vàng)*.

cheek¹ /tʃiːk/ *dt* **1.** má: *healthy pink cheeks* má hồng hào khỏe mạnh; *dancing cheek to cheek* nhảy áp má vào nhau **2.** *(kng)* mông đít **3.** lời nói xấc láo; cách ứng xử xấc láo; sự xấc láo: *what [a] cheek!* láo quá!. // **cheek by jowl [with somebody (some-**

thing)] kề vai sát cánh nhau; kề sát bên; **turn the other cheek** nhẫn nhục chịu đựng; **with tongue in cheek** *x* tongue.

cheek² /tʃiːk/ *dgt* nói láo xược với.

cheekbone /'tʃiːkbəʊn/ *dt* xương gò má.

-cheeked *(yếu tố tạo tt ghép)* có má như thế nào đó: *a rosy-cheeked boy* cháu bé má hồng.

cheekily /'tʃiːkili/ *pht* [một cách] trâng tráo, [một cách] hỗn xược.

cheekiness /'tʃiːkinis/ *dt* sự trâng tráo, sự hỗn xược.

cheeky /'tʃiːki/ *tt* trâng tráo, hỗn xược.

cheep¹ /tʃiːp/ *dt* tiếng chim chiếp *(của chim non)*.

cheep² /tʃiːp/ *dgt* chiêm chiếp *(chim non)*.

cheer¹ /tʃiə[r]/ *dgt* **1.** hoan hô; tung hô: *the winning team were cheered by their supporters* đội thắng được những người ủng hộ hoan hô; *the crowd cheered loudly as the Queen appeared* đám đông tung hô vang dội khi Nữ hoàng xuất hiện **2.** khích lệ, cổ vũ, làm vui mừng: *he was greatly cheered by the news* tin đó làm anh vui mừng khôn xiết. // **cheer somebody on** khích lệ, cổ vũ *(ai)*: *the crowd cheered the runners as they started the last lap* đám đông reo hò cổ vũ các vận động viên bắt đầu chạy vòng cuối; **cheer [somebody] up** [làm cho ai vui lên: *try and cheer up a bit, life isn't that bad!* hãy vui lên đi, đời đâu có tệ vậy!; *flowers always cheer a room up (bóng)* hoa luôn luôn làm cho căn phòng trông vui mắt lên.

cheer² /tʃiə[r]/ *dt* **1.** tiếng reo hò, tiếng hoan hô cổ vũ: *the cheers of the crowd* tiếng hoan hô của đám đông **2.** *(cổ)* hạnh phúc và hy vọng: *Chrismas should be a time of great cheer* Giáng sinh phải là một thời gian hạnh phúc và hy vọng.

cheerful /'tʃɪəfl/ *tt* **1.** vui, phấn khởi, hớn hở, tươi cười: *a cheerful face* gương mặt hớn hở **2.** vui mắt: *cheerful colours* màu sắc vui mắt; *a cheerful room* căn phòng vui mắt **3.** vui lòng, không miễn cưỡng *(việc làm)*.

cheerfully /'tʃɪəfəli/ *pht* một cách tươi cười phấn khởi: *accept something cheerfully* nhận cái gì một cách tươi cười phấn khởi.

cheerfulness /'tʃɪəfəlnis/ *dt* **1.** sự tươi cười phấn khởi **2.** sự vui mắt **3.** sự vui lòng, sự không miễn cưỡng.

cheerily /'tʃɪərili/ *pht* [một cách] vui vẻ hân hoan.

cheeriness /'tʃɪərinis/ *dt* sự vui vẻ hân hoan.

cheering[1] /'tʃɪərɪŋ/ *tt* [làm cho] vui, khích lệ: *cheering news* tin vui.

cheering[2] /'tʃɪərɪŋ/ *dt* tiếng reo hò; tiếng khích lệ cổ vũ: *the cheering could be heard half a mile away* tiếng reo hò có thể nghe xa hàng nửa dặm.

cheerio /,tʃɪəri'əʊ/ *tht (Anh, kng)* tạm biệt!

cheer-leader /'tʃɪəli:də[r]/ *dt (Mỹ)* người khởi xướng reo hò hoan hô *(trong một trận đấu bóng...)*.

cheerless /'tʃɪəlis/ *tt* âm u, ảm đạm: *a cold, cheerless day* một ngày giá rét ảm đạm.

cheerlessly /'tʃɪəlisli/ *pht* [một cách] âm u, [một cách] ảm đạm.

cheerlessness /'tʃɪəlisnis/ *dt* sự âm u, sự ảm đạm.

cheers /tʃɪəz/ *tht (Anh, kng)* **1.** chúc sức khỏe! *(khi uống rượu)* **2.** tạm biệt!: *Cheers! see you tomorrow night* tạm biệt! tối mai gặp lại **3.** cảm ơn!.

cheery /'tʃɪəri/ *tt* (-ier; -iest) vui vẻ hân hoan: *a cheery smile* nụ cười vui vẻ hân hoan.

cheese[1] /tʃi:z/ *dt* **1.** phó mát; bánh phó mát **2.** mứt: *lemon cheese* mứt chanh. // **a big cheese** *x* big[1]; **different as chalk and (from) cheese** *x* different.

cheese[2] /tʃi:z/ *dgt* **cheese somebody off** *(thường dùng ở dạng bị động) (kng)* làm cho bực mình, làm cho chán, làm cho thất vọng: *he's cheesed off with his job* nó chán ngấy công việc của nó rồi.

cheese-board /'tʃi:zbɔ:d/ *dt* miếng ván [để] cắt phó mát.

cheeseburger /'tʃi:zbɜ:gə[r]/ *dt* viên băm kẹp một lát phó mát.

cheesecake /'tʃi:zkeik/ *dt* **1.** bánh kem phó mát **2.** *(kng)* ảnh phụ nữ đẹp dùng trong quảng cáo.

cheesecloth /'tʃi:zklɒθ, *(Mỹ)* 'tʃi:zklɔ:θ/ *dt* vải thưa bọc phó mát *(cũng đôi khi dùng may áo)*: *a cheesecloth shirt* áo sơ-mi vải thưa.

cheased off /,tʃi:zd'ɒf/ *tt* nhoài người và chán ngấy: *I'm cheased off [with this job]* tôi đã nhoài người và chán ngấy công việc đó.

cheese-paring[1] /'tʃi:zˌpeərɪŋ/ *dt* sự chi li trong chi tiêu; tính bủn xỉn.

cheese-paring[2] /'tʃi:zˌpeərɪŋ/ *tt* chi li trong chi tiêu; bủn xỉn.

cheetah /'tʃi:tə/ *dt (động)* báo bờm.

chef /ʃef/ đầu bếp; bếp trưởng ở cửa hàng ăn.

chef-d'oeuvre /ʃef'dɜ:vrə/ *dt (snh* **chefs-d'oeuvre** /ʃei'dɜ:vrə/ *(tiếng Pháp)* kiệt tác.

chemical[1] /'kemikl/ *tt* [thuộc] hóa học, [về] hóa học: *chemical industry* công nghiệp hóa học; *a chemical reaction* phản ứng hóa học.

chemical[2] /'kemikl/ *dt* chất hóa học, hóa chất.

chemical engineer /'kemikl endʒi,niə[r]/ kỹ sư hóa học.

chemically /'kemikli/ *pht* về mặt hóa học.

chemical warfare /,kemikl 'wɔ:feə[r]/ chiến tranh hóa học.

chemise /ʃə'mi:z/ *dt* áo lót *(phụ nữ)*.

chemist /'kemist/ *dt* **1.** *(Mỹ* **druggist**) người bán dược phẩm, dược sĩ **2.** nhà hóa học.

chemistry /'kemistri/ *dt* **1.** hóa học **2.** tính chất hóa học: *the chemistry of copper* tính chất hóa học của đồng **3.** điều thần bí, điều diệu kỳ: *the strange chemistry that causes two people to fall in love* điều thần bí lạ kỳ làm cho hai người phải lòng nhau.

chemotherapy /,ki:məʊ'θerəpi/ *(dt) (y)* liệu pháp hóa học, hóa liệu pháp.

chenille /ʃə'ni:l/ *dt* **1.** đường viền nhung *(ở đồ đạc)* **2.** vải nhung làm đường viền.

cheque *(Mỹ* **check**) /tʃek/ *(ktế)* séc: *are you paying in cash or by cheque!* anh trả bằng tiền mặt hay bằng séc?

cheque-book /'tʃekbʊk/ *dt* quyển séc.

cheque card /'tʃekkɑ:d/ séc ngân hàng.

chequer[1] /'tʃekə[r]/ *dt (Mỹ* **checker**) hình kẻ ô vuông *(thường nhiều màu xen nhau)*.

chequer² /'tʃekə[r]/ *dgt* (thường dùng ở dạng bị động) kẻ ô: *a lawn chequered with sunlight and shade* một bãi cỏ có những ô sáng tối xen nhau.

chequered /'tʃekəd/ *tt* (Mỹ **checkered**) (*bóng*) chìm nổi, ba đào: *a chequered life* cuộc đời chìm nổi.

cherish /'tʃeriʃ/ *dgt* 1. yêu dấu 2. ấp ủ: *cherish the hope of winning an Olympic medal* ấp ủ hi vọng giành được huy chương thế vận hội; *he cherishes the illusion that she's in love with him* ấp ủ ảo tưởng là nàng yêu nó.

cheroot /ʃə'ruːt/ *dt* xì gà xén cả hai đầu.

cherry /'tʃeri/ *dt* 1. quả anh đào; (*cg* **cherry-tree**) cây anh đào; (*cg* **cherry wood**) gỗ anh đào 2. (*cg* **cherry red**) màu đỏ anh đào. // **have (get) two bites at the cherry** *x* bite².

cherub /'tʃerəb/ *dt* 1. (*snh* **cherubim**) tiểu thiên thần; đệ nhị thiên thần 2. (*snh* **cherubs**) đứa bé mũm mĩm có cánh (*như thiên thần*); đứa bé bụ bẫm ngây thơ.

cherubic /tʃi'ruːbik/ *tt* bụ bẫm ngây thơ (trẻ em).

cherubim /'tʃerəbim/ *dt snh* của cherub.

chervil /'tʃɜːvil/ *dt* (thực) cây xép phơi; lá xép phơi (dùng làm gia vị cho súp và xà lách).

chess /tʃes/ *dt* cờ: *to play [at] chess* chơi cờ.

chessboard /'tʃesbɔːd/ *dt* bàn cờ.

chessman /'tʃesmæn/ *dt* (*snh* **chessmen** /'tʃesmən/) quân cờ.

chest /tʃest/ *dt* 1. rương, hòm, tủ: *a tool chest* hòm dụng cụ; *a medicine chest* tủ thuốc 2. ngực: *what size are you round the chest?* vòng ngực của anh bao nhiêu thế?; *chest pains* đau ngực. // **get something off one's chest** (*kng*) nói ra không để bụng nữa: *you're obviously worried about something, why not get it off your chest?* rõ ràng là anh có điều gì lo nghĩ, sao không nói ra để bụng làm gì?; **hold (keep) one's cards close to one's chest** *x* card¹.

-chested /'tʃestid/ (yếu tố tạo *tt* ghép): *broad-chested* có ngực nở; *bare-chested* để ngực trần; *she's flat-chested* cô ta ngực lép.

chesterfield /'tʃestəfiːld/ *dt* ghế trường kỷ có nệm.

chestiness /'tʃestinis/ *dt* tính dễ mắc bệnh phổi; sự có dấu hiệu mắc bệnh phổi.

chestnut /'tʃestnʌt/ *dt* 1. hạt dẻ; (*cg* **chestnut-tree**) cây hạt dẻ; gỗ cây hạt dẻ 2. màu nâu hạt dẻ: *chestnut hair* tóc màu hạt dẻ 3. ngựa màu hạt dẻ 4. (*kng*) chuyện cũ rích: *a old chestnut* chuyện cũ rích, người ta biết tỏng rồi.

chest of drawers /,tʃest əv drɔː[r]/ (Mỹ *cg* **bureau**) tủ com-mốt.

chesty /'tʃesti/ *tt* dễ mắc bệnh phổi; có dấu hiệu mắc bệnh phổi.

cheval glass /ʃə'væl glɑːs/ *dt* gương đứng ngả được (ngả ra trước hoặc ra sau).

chevron /'tʃevrən/ *dt* lon, quân hàm hình V (ở ống tay áo).

chew¹ /tʃuː/ *dgt* **chew something [up]** nhai: *chew your food well before you swallow it* hãy nhai kỹ thức ăn trước khi nuốt. // **bite off more than one can chew** *x* bite¹; **chew the cud [something]** suy nghĩ lại, nghiền ngẫm; **chew the fat (the rag)** (*kng*) ca cẩm, cần nhằn; **chew something over** (*kng*) suy ngẫm: *chew over a problem* suy ngẫm một vấn đề.

chew² /tʃuː/ *dt* 1. sự nhai 2. vật để nhai (kẹo, thuốc lá...).

chewing gum /'tʃuːiŋ gʌm/ (*cg* **gum**) kẹo cao su.

Chianti /ki'ænti/ *dt* rượu vang Chianti (của miền trung nước Ý).

chiaroscuro /kiaːrə'skuərəʊ/ *dt* 1. sự phối hợp mảng sáng tối (trong hội họa) 2. sự vận dụng luật tương phản (trong văn chương, âm nhạc...).

chic¹ /ʃiːk/ *tt* thanh lịch, bảnh bao.

chic² /ʃiːk/ *dt* sự thanh lịch, sự bảnh bao.

chicanery /ʃi'keinəri/ *dt* 1. mánh khóe thầy kiện 2. thủ đoạn lừa gạt.

chick /tʃik/ *dt* 1. gà con, chim non: *a hen with her chicks* con gà mái với đàn gà con 2. (*cũ*) người đàn bà trẻ.

chicken¹ /'tʃikin/ *dt* 1. gà con 2. gà: *keep chickens* nuôi gà 3. thịt gà: *slices of roast chicken* những lát thịt gà quay 4. (*lóng*) người nhút nhát 5. trò chơi gà (của trẻ em để thử thách lòng can đảm). // **be no [spring] chicken** (*kng*) không còn trẻ nữa (đặc biệt là phụ nữ); **count one's chickens before they are hatched** *x* count¹.

chicken² /'tʃikin/ *dgt* **chicken out [of something]** (*kng*) quyết định thôi không làm gì vì sợ: *he had an appointment to see the dentist but he chickened out [of it] at the last moment* nó đã có hẹn với nha sĩ, nhưng đến phút cuối hắn sợ quá lại thôi.

chicken³ /'tʃikin/ *tt* (*lóng*) nhút nhát, nhát gan.

chickenfeed /'tʃikinfi:d/ dt
1. thức ăn [cho] gà, cám gà
2. (lóng) số tiền nhỏ: the
bank offered to lend us
£1000 but it's chickenfeed
compared to what we need
ngân hàng cho chúng tôi
vay 1000 bảng, nhưng đấy
chỉ là một số tiền nhỏ so
với cái chúng tôi cần.

chicken-hearted /,tʃikin
'ha:tid/ tt nhút nhát, nhát
gan.

chicken pox /'tʃikinpɒks/ (y)
bệnh thủy đậu.

chicken run /'tʃikinrʌn/ sân
rào nhốt gà vịt.

chicken wire /'tʃikin waiə[r]/
lưới thép mảnh.

chick-pea /'tʃikpi:/ dt (thực)
đậu mỏ (cây, hạt).

chickweed /'tʃikwi:d/ dt
(thực) cây tràng sao.

chicle /'tʃikl/ dt nhựa hồng
xiêm (dùng làm kẹo cao su).

chicory /'tʃikəri/ dt 1. (thực)
(cg endive) rau diếp xoăn 2.
bột rễ rau diếp xoăn (dùng
cho vào cà phê để tạo một
vị đặc biệt).

chid /tʃid/ qk và dttqk của
chide.

chidden /'tʃidn/ dttqk của
chide.

chide /tʃaid/ dgt (qk chided,
chid, dttqk chided, chid, chid-
den) rầy la, trách mắng: she
chided him for his laziness
bà ta rầy la nó về tội lười.

chief[1] /tʃi:f/ dt thủ lĩnh,
trưởng: an American Indian
tribal chief tộc trưởng một
bộ tộc da đen Mỹ; a chief
of police cảnh sát trưởng. //
-in-chief (yếu tố tạo dt ghép)
tổng: commander-in-chief
tổng tư lệnh.

chief[2] /tʃi:f/ tt 1. chính, chủ
yếu: the chief rivers of India
các sông chính của Ấn Độ;
the chief thing to remember
is điều chủ yếu cần nhớ là

2. trưởng, chánh: the chief
clerk chánh văn phòng.

Chief Constable /,tʃi:f'kʌn-
stəbl/ (Anh) cảnh sát trưởng
khu vực.

chiefly /,tʃi:fli/ pht [một
cách] chủ yếu: the Govern-
ment is chiefly concerned
with controlling inflation
Chính phủ chủ yếu quan
tâm đến việc kiềm chế lạm
phát; air consists chiefly of
nitrogen không khí chủ yếu
gồm có khí ni-tơ.

chief inspector /,tʃi:fin-
'spektə[r]/ dt (Anh) thanh
tra cảnh sát.

Chief of Staff /,tʃi:fəv'sta:f/
(quân) tham mưu trưởng.

chieftain /'tʃi:ftən/ dt thủ
lĩnh, tù trưởng: a Highland
chieftain tù trưởng vùng cao
nguyên.

chiffon /'ʃifon, (Mỹ ʃi'fon)/ dt
sa, the, lượt: a chiffon scarf
chiếc khăn quàng the.

chignon /'ʃi:njon/ dt búi tóc.

chihuahua /tʃi'wa:wə, (Mỹ
tʃi'wa:wa:)/ dt giống chó si-
oa-oa (nhỏ con, lông mịn,
gốc Mexico).

chilblain /'tʃilblein/ dt
(thường snh) cước (ở tay
chân do bị lạnh).

child /tʃaild/ dt (snh chil-
dren) 1. trẻ con, trẻ: a child
of six đứa trẻ lên sáu 2.
con cái, con: an only child
đứa con một; she is married
with three chidlren bà ta
đã có chồng và được ba con
3. người [xử sự như] trẻ
con; người non nớt thiếu
kinh nghiệm: you wouldn't
think a man of forty could
be such a child anh không
thể tưởng được một người
tuổi đã bốn mươi mà lại
còn trẻ con như vậy; he's a
child in financial matters
về các vấn đề tài chính thì
lão ta chỉ là một đứa trẻ
4. child of something con đẻ

(bóng) của, sản phẩm của:
she's a real child of the
1960's cô ta đúng là con đẻ
(con người) của những năm
1960. // be with child (cổ)
mang thai: the child is father
of the man thơ ấu sao, lúc
lớn vậy; spare the rod and
spoil the child x spare[3].

childbearing /'tʃaild,beəriŋ/
dt sự sinh đẻ: she's past
childbearing age bà ta đã
quá tuổi sinh đẻ rồi.

child benefit /,tʃaild 'benifit/
(Anh) trợ cấp nuôi con.

childbirth /'tʃaildbɜ:θ/ dt sự
sinh đẻ: she died in child-
birth bà ta chết trong lúc
sinh đẻ.

childhood /'tʃaildhʊd/ dt
(thường số ít) tuổi thơ ấu;
thời thơ ấu.

childish /'tʃaildiʃ/ tt của trẻ
con; như trẻ con: childish
laughter tiếng cười trẻ con;
a childish remark một nhận
xét trẻ con.

childishly /'tʃaildiʃli/ pht
[một cách] trẻ con.

childishness /'tʃaidisʃnis/ dt
tính trẻ con.

childless /'tʃaildlis/ tt không
có con: a childless couple
một cặp vợ chồng không có
con.

childlessness /'tʃaildlisnis/
dt sự không có con.

childlike /'tʃaildlaik/ tt (đôi
khi khen) như trẻ con: child-
like honesty tính trung thực
như trẻ con.

childminder /'tʃaildmain-
də[r]/ dt (Anh) người giữ
trẻ.

childmindering /'tʃaild-
maindəriŋ/ dt sự giữ trẻ.

child prodigy /,tʃaild
'prodidʒi/ thần đồng.

children /'tʃildrən/ snh của
child.

child's play /'tʃaildplei/
(kng) việc dễ ợt, trò trẻ con.

chili /'tʃili/ *dt (Mỹ)* nh chilli.

chill¹ /'tʃil/ *dt* **1.** sự giá lạnh; sự ớn lạnh: *there's quite a chill in the air this morning* khí trời sáng nay giá lạnh **2.** sự cảm lạnh: *catch a chill* cảm lạnh **3.** *(số ít)* sự làm nhụt *(nhuệ khí, nhiệt tình)*; gáo nước lạnh *(bóng)*: *the bad news cast a chill over the gathering* tin dữ đã giội một gáo nước lạnh lên buổi họp.

chill² /'tʃil/ *dgt* **1.** làm lạnh giá, làm ớn lạnh: *the winter wind chilled us* cơn gió mùa đông làm chúng tôi lạnh giá; *his sinister threat chilled all who heard it* lời dọa nạt độc ác của nó làm ai nghe cũng ớn lạnh **2.** ướp lạnh: *this wine is best served chilled* rượu này ướp lạnh uống mới ngon; *chilled beef* thịt bò ướp lạnh *(để để dành...)* **3.** làm nhụt chí; làm cụt hứng: *the raw weather chilled our enthusiasm for a swim* trời ẩm và lạnh đã làm nhụt ý chí muốn đi bơi của chúng tôi. // **chill somebody to the bone (marrow)** làm ai lạnh thấu xương.

chill³ /'tʃil/ *tt* nh chilly: *a chill wind* cơn gió lạnh.

chilli *(Mỹ* chili) /'tʃili/ *dt snh* **chillies** *(Mỹ* chilies) ớt khô.

chilli corn carne /,tʃili kɔn 'kɑːni/ thịt bò hầm đậu tây có thêm ớt khô.

chilliness /'tʃilinis/ *dt* sự lạnh lùng, sự lạnh nhạt.

chilling /'tʃiliŋ/ *tt* làm khiếp sợ: *a chilling ghost story* một chuyện ma dễ sợ.

chime¹ /'tʃaim/ *dt* **1.** bộ chuông hòa âm **2.** tiếng chuông hòa âm: *the chime of church bells* tiếng chuông hòa âm nhà thờ.

chime² /'tʃaim/ *dgt* **1.** reo *(chuông)*, đổ *(chuông)*: ca-thedral bells chiming chuông nhà thờ lớn đổ hồi **2.** đánh chuông chỉ giờ *(nói về đồng hồ)*: *the church clock chimed at midnight* đồng hồ nhà thờ đánh chuông báo nửa đêm. // **chime in [with something]** *(kng)* ngắt lời, xen ngang: *he kept chiming in with his own opinions* anh ta cứ xen ngang câu chuyện bằng những ý kiến riêng của mình; **chime [in] with something** *(kng)* phù hợp, khớp với: *it's good that your plans chime [in] with ours* kế hoạch của các anh khớp với kế hoạch của chúng tôi, thật là tốt lắm.

chimera, chimaera /kai-'miərə/ *dt* **1.** quái vật đuôi rắn mình dê đầu sư tử **2.** *(bóng)* ảo tưởng.

chimerical /kai'merikl/ *tt* viển vông, ảo tưởng: *chimerical schemes* kế hoạch viển vông.

chimney /'tʃimni/ *dt* **1.** ống khói: *factory chimneys* ống khói nhà máy **2.** thông phong *(đèn dầu)* **3.** khe núi, hẻm núi *(người leo núi có thể do đấy mà trèo lên)*.

chimney-breast /'tʃimni brest/ *dt* tường bao lò sưởi và đáy ống khói *(xây nhô ra ở trong phòng)*.

chimney-piece /'tʃimni piːs/ *dt (cg* **mantelpiece)** mặt lò sưởi.

chimney-pot /'tʃimnipɒt/ *dt* cái chụp ống khói.

chimney-stack /'tʃimnistæk/ *dt* dãy ống khói *(nhà máy)*.

chimney-sweep /'tʃimni swiːp/ *dt (cg* **sweep)** thợ cạo ống khói.

chimp /'tʃimp/ *dt (động, kng)* nh chimpanzee.

chimpanzee /,tʃimpən'ziː, ,tʃimpæn'ziː/ *dt (động)* con tinh tinh.

chin /'tʃin/ *dt* cằm. // **chuck somebody under the chin** x chuck¹; **keep one's chin up** *(kng)* vẫn vui vẻ trước khó khăn.

china /'tʃainə/ *dt* **1.** sứ: *china cups* chén sứ **2.** *(cg* **chinaware)** đồ sứ. // **a bull in a china shop** x bull¹.

china clay /'tʃainə'klei/ *nh* kaolin.

china-cupboard /'tʃainəkʌ-bəd/ *dt* tủ đựng đồ sứ.

Chinatown /'tʃainətaʊn/ *dt* khu Hoa kiều *(ở một số thành phố)*.

chinaware /'tʃainəweə[r]/ *dt* đồ sứ.

chinchilla /,tʃin'tʃilə/ *dt* **1.** *(động)* sóc len **2.** bộ da lông sóc len.

chine /'tʃain/ *dt* xương sống *(động vật)*; khúc xương sống *(nấu để ăn)*.

Chinese¹ /,tʃai'niːz/ *dt* **1.** người Trung Quốc **2.** tiếng Trung Quốc, tiếng Hán.

Chinese² /,tʃai'niːz/ *tt* [thuộc] Trung Quốc.

chink¹ /'tʃiŋk/ *dt* khe hở, kẽ hở: *sunlight entered the room through a chink in the curtain* ánh mặt trời xuyên vào phòng qua khe hở ở màn cửa; *he peeped through a chink in the fence* nó chui vào qua khe hở ở hàng rào. // **a chink in somebody' armour** điểm yếu trong lý lẽ *(trong sự chống đỡ)* của ai.

chink² /'tʃiŋk/ *dt* tiếng lanh canh *(như của cốc chạm nhau)*.

chink³ /'tʃiŋk/ *dgt* làm cho kêu lanh canh: *we chinked glasses and drank each other's health* chúng tôi chạm cốc và uống rượu chúc nhau sức khỏe.

chinless /'tʃinlis/ *tt* **1.** có cằm lẹm **2.** *(kng)* yếu đuối nhút nhát.

chinless wonder /ˌtʃinlis
'wʌndə[r]/ (Anh, kng) người
yếu đuối dại dột (nhất là
thanh niên tầng lớp trên).

chinstrap /'tʃinstræp/ dt
quai mũ bảo hộ.

chintz /tʃints/ dt vải bông
hoa (dùng bọc ghế, làm màn
cửa...).

chinwag /'tʃinwæg/ dt (kng)
cuộc nói chuyện phiếm: have
a chinwag nói chuyện
phiếm, tán gẫu.

chip¹ /tʃip/ dt 1. mảnh vỡ:
a chip of glass mảnh thủy
tinh vỡ 2. chỗ sứt, chỗ mẻ:
this mug have a chip in it
chiếc ca này có chỗ mẻ 3.
(Mỹ **French fry**) (thường snh)
lát khoai tây rán: a plate
of chips một đĩa khoai tây
rán; fish and chips cá tẩm
bột rán ăn với khoai tây
rán 4. (Mỹ) nh crisp² 5. thẻ
(để thay tiền khi đánh bạc)
6. nh microchip 7. (cg **chip
shot**) cú bật nhanh (đánh
gôn, đá bóng). // **a chip off
the old block** (kng) x block¹;
have a chip on one's shoulder
trở nên gây gỗ vì cho rằng
mình bị bạc đãi; **have had
one's chips** (Anh, lóng) chết;
bị đánh bại.

chip² /tʃip/ dgt (-pp-) 1. làm
mẻ; dễ bị mẻ: a badly
chipped saucer cái đĩa mẻ
nhiều; chip a tooth làm mẻ
răng; be careful with these
plates, they chip very easily
hãy cẩn thận với những cái
đĩa này, chúng rất dễ mẻ
2. làm sứt, làm mẻ; làm
tróc ra; tróc từng mảng: a
piece was chipped off the
piano when we moved house
cây đàn piano bị sứt một
miếng khi chúng tôi dọn
nhà; we chipped the old
plaster [away] from the wall
chúng tôi cạo [tróc] lớp vữa
cũ trên tường; the paint has
chipped off where the table

touches the wall lớp sơn tróc
từng mảng khi chiếc bàn
đụng vào tường 3. đục, khắc
4. xắt, thái thành lát mỏng:
chipped potatoes khoai tây
xắt lát 5. (đá bóng, đánh
gôn) làm (bóng) bật nhanh.
// **chip away at something** liên
tục làm tróc ra từng mảnh
nhỏ: chipping away at a
block of marble with a chisel
dùng đục đục khối đá cẩm
thạch ra từng mảnh; **chip
in [with something]** (kng) a/
nói xen vào: she chipped in
with some interesting re-
marks chị ta đã nói xen
vào một vài nhận xét lý
thú b/ góp (tiền): if everyone
chips in we'll be able to buy
her a really nice leaving pre-
sent nếu mọi người góp tiền
vào, chúng ta có thể mua
tặng cô ta một món quà
chia tay thật đẹp.

chipboard /'tʃipbɔːd/ dt ván
ép (gồm những mẩu gỗ ép
với nhựa).

chipmunk /'tʃipmʌnk/ dt
(động) sóc vạch (ở Bắc Mỹ).

chipolata /ˌtʃipə'lɑːtə/ dt
(Anh) xúc xích sipolata (một
loại xúc xích nhỏ).

Chippendale /'tʃipəndeil/ dt
kiểu Chippendale (một kiểu
đồ gỗ thế kỷ 18 ở Anh):
Chippendale chairs ghế kiểu
Chippendale.

chipper /'tʃipə[r]/ tt (Mỹ)
hớn hở hoạt bát.

chipping /'tʃipiŋ/ dt đá giăm
(rải mặt đường).

chippy /'tʃipi/ dt (lóng) cửa
hàng bán cá với khoai tây
rán.

chiromancy /'kairəmænsi/
dt thuật xem tướng tay.

chiropodist /ki'rɒpədist/ dt
(Mỹ **podiatrist**) người chuyên
bệnh chân.

chiropody /ki'rɒpədi/ dt
(Mỹ **podiatry**) thuật chữa
bệnh chân.

chiropractic /ˌkaiərəu-
'præktik/ dt (y) thuật nắn
bóp cột sống.

chiropractor /'kaiərəu-
præktə[r]/ (y) người chuyên
nắn bóp cột sống (để chữa
bệnh).

chirp¹ /tʃɜːp/ dt tiếng rúc
(một số sâu bọ); tiếng líu
lo, tiếng ríu rít (của chim).

chirp² /tʃɜːp/ dgt rúc (sâu
bọ) líu lo ríu rít (chim):
birds chirping [away] mer-
rily in the trees chim ríu
rít vui vẻ trên cây.

chirpily /'tʃɜːpili/ pht [một
cách hoạt bát, [một cách]
vui vẻ.

chirpiness /'tʃɜːpinis/ dt sự
hoạt bát, sự vui vẻ.

chirpy /'tʃɜːpi/ tt hoạt bát,
vui vẻ: you seem very chirpy
today! hôm nay trông anh
vui vẻ quá!

chirrup¹ /'tʃirəp/ dt loạt
tiếng ríu rít, loạt tiếng líu
lo; loạt tiếng rúc.

chirrup² /'tʃirəp/ dgt (-pp-)
ríu rít liên hồi, líu lo liên
hồi; rúc liên hồi.

chisel¹ /'tʃizl/ dt cái đục.

chisel² /'tʃizl/ dgt (-ll-, Mỹ
cg -l-) 1. đục; chạm trổ: the
sculptor chiselled the lump
of marble into a fine statue
nhà điêu khắc đục khối đá
cẩm thạch thành một pho
tượng đẹp; a temple chi-
selled out of solid rock ngôi
đền đục từ một khối đá 2.
(lóng) lừa đảo (ai): chisel
somebody out of something
lừa đảo ai lấy cái gì.

chiseller (Mỹ cg **chiseler**)
/'tʃizələ[r]/ dt (lóng) kẻ lừa
đảo.

chit¹ /tʃit/ dt 1. đứa trẻ 2.
(thường xấu) chị phụ nữ bé
nhỏ, cô ả mảnh mai: a chit
of a girl cô gái bé nhỏ mảnh
mai.

chit² /tʃit/ *dt* **1.** bức thư ngắn **2.** giấy biên nhận nợ *(về những thứ đã uống ở cửa hàng...)*: *can I sign a chit for the drinks I've ordered?* tôi có thể ký một giấy nợ về những thức uống tôi đã gọi không?

chit-chat¹ /'tʃittʃæt/ *dt* chuyện phiếm, chuyện gẫu.

chitchat² /'tʃittʃæt/ *dgt* (-tt-) nói chuyện phiếm, tán gẫu.

chitterlings, chitlings /'tʃitəliŋz/ *dt snh* ruột lợn *(làm món ăn)*.

chivalrous /'ʃivlrəs/ *tt* **1.** có phong cách hiệp sĩ *(thời Trung đại)*, hào hiệp **2.** lịch sự với phụ nữ, hào hoa phong nhã.

chivalrously /'ʃivlrəsli/ *pht* **1.** [một cách] hào hiệp **2.** [một cách] hào hoa phong nhã.

chivalry /'ʃivəlri/ *dt* **1.** *(thời Trung đại)* phong cách hiệp sĩ, phong cách hào hiệp **2.** sự hào hoa phong nhã.

chive /tʃaiv/ *dt (thực)* cây hành búi **2. chives** *(snh)* lá hành búi.

chivvy *(cg* **chivy)** /'tʃivi/ *dgt* **(chivvied, chivied)** thúc giục *(ai làm gì)*: *his mother kept on chivvying him to get his hair cut* mẹ nó cứ giục nó đi cắt tóc hoài.

chloride /'klɔ:raid/ *dt (hóa)* clorua: *sodium chloride* clorua natri.

chlorinate /'klɔ:rineit/ *dgt* xử lý [bằng] clo, khử trùng bằng clo: *is the swimming pool clorinated?* nước bể bơi đã xử lý clo chưa thế?

chlorination /,klɔ:ri'neiʃn/ *dt* sự xử lý [bằng] clo, sự khử trùng bằng clo.

chlorine /'klɔ:ri:n/ *dt (hóa)* clo.

chloroform¹ /'klɒrəfɔ:m, *(Mỹ* 'klɔ:rəfɔ:m)/ *dt* clorofom.

chloroform² /'klɒrəfɔ:m, *(Mỹ* 'klɔ:rəfɔ:m)/ *dgt (y)* gây mê.

chlorophyll /'klɒrəfil, *(Mỹ* 'klɔ:rəfil)/ *dt (thực)* diệp lục.

ChM /,si:eitʃ'em/ *(vt của* Master of Surgery) *(tiếng La tinh là Chirurgiac Magister)* cao học phẫu thuật; *have (be) a ChM* có bằng cao học phẫu thuật; *John Wall ChM* Cao học phẫu thuật John Wall.

choc /tʃɒk/ *dt (Anh, kng)* sôcôla: *a box of chocs* một hộp sôcôla.

choc-ice /'tʃɒkais/ *dt (cg* **choc-bar)** /'tʃɒkbɑ:[r]/ xê cô, thỏi kem.

chock¹ /tʃɒk/ *dt* vật chèn, vật kê.

chock² /tʃɒk/ *dgt* chèn, kê *(cho khỏi lăn, cho chặt...)*.

chock-a-block /,tʃɒkə'blɒk/ *tt (vị ngữ)* **choc-a-block [with something (somebody)]** chật cứng: *the road was chock-a-block with cars today* đường hôm nay chật cứng xe cộ.

chock-full /'tʃɒkfʊl/ *tt (vị ngữ)* đầy ắp: *the dustbin is chock-full of rubbish* thùng rác đầy ắp [rác].

chocolate¹ /,tʃɒklət/ **1.** sôcôla; kẹo sôcôla; nước sôcôla **2.** màu sôcôla, màu nâu sẫm.

chocolate² /tʃɒklət/ *tt* **1.** bằng sôcôla; bao sôcôla: *a chocolate biscuit* bánh quy sôcôla **2.** có màu sôcôla, [có màu] nâu sẫm: *a chocolate carpet* tấm thảm màu sôcôla.

choice¹ /'tʃɔis/ *dt* **1.** choice **[between A and B]** sự lựa chọn: *make a choice* chọn, lựa chọn **2.** quyền chọn; khả năng lựa chọn **3.** người được chọn, vật được chọn **4.** các thứ để chọn. // **be spoilt for**

choice *x* spoilt¹; **for choice** thích hơn, hơn; **of one's choice** tùy ý lựa chọn: *first prize in the competition will be a meal at a restaurant of your choice* giải nhất cuộc thi sẽ là một bữa ăn ở nhà hàng do các bạn chọn; **out of (from) choice** vui lòng; tự nguyện: *do something out of choice* làm việc gì do tự nguyện; **you pays your money and you takes your choice** *x* pay².

choice² /'tʃɔis/ *tt* **(-r; -st) 1.** thượng hạng, hảo hạng *(rau, quả)* **2.** được chọn lọc kỹ: *he used some pretty choice language! (đùa)* ông ta dùng một thứ ngôn ngữ mới chọn lọc làm sao! *(thô lỗ tục tĩu)*.

choir /'kwaiə[r]/ *dt* **1.** đội hát thờ *(ở nhà thờ)* **2.** chỗ [ngồi của đội] hát thờ *(trong nhà thờ)*.

choirboy /'kwaiəbɔi/ *dt* lễ sinh *(hát ở giáo đường)*.

choirmaster /'kwaiəmɑ:stə[r]/ người chỉ huy đội hát thờ.

choir school /'kwaiəsku:l/ *dt* trường hát ở nhà thờ *(dạy lễ sinh)*.

choke¹ /'tʃəʊk/ *dgt* **1.** choke **[on something]** nghẹt thở, tắc thở: *she choked [to death] on a fish bone* chị ta nghẹt thở [đến chết] vì hóc xương cá **2.** làm nghẹt thở, làm ngạt thở *(nói về khói)*: *the fumes almost choked me* khói làm tôi gần ngạt thở **3.** choke **[with something** [làm cho ai] nghẹn lời: *anger choked his words* nỗi tức giận đã làm cho nó nghẹn lời; *she was choking with emotion* cô ta xúc động không nói nên lời **4.** choke **something [up] [with something]** bít lại, bịt lại, làm tắc, làm nghẽn: *the drains are choked with dead leaves* cống bị tắc vì lá rụng; *the* *garden is choked with weeds* vườn đầy cỏ dại. // **choke something back** nuốt, nén lại: *choke back one's tears* nuốt nước mắt; *choke back one's anger* nuốt giận; **choke something down** nuốt, nén *(một cách khó khăn)*; **choke somebody off** a/ ngắt lời ai một cách thô bạo b/ quở trách ai nghiêm khắc *(vì làm việc gì).*

choke² /tʃəʊk/ *dt* **1.** sự làm nghẹt, sự làm tắc **2.** van điều tiết không khí, bướm gió: *won't your car start? try giving it a bit more choke* xe anh không nổ à, thử mở van gió thêm một tí xem sao?

choked /tʃəʊkt/ *tt (vị ngữ)* **choked [about something]** *(kng)* bối rối; giận dữ: *he was pretty choked about being dropped from the team* anh ta rất giận dữ vì bị loại khỏi đội.

choker /ˈtʃəʊkə[r]/ *dt* chuỗi hạt; khăn choàng cổ *(của phụ nữ): a pearl choker* chuỗi hạt ngọc đeo cổ.

choky, chokey /ˈtʃəʊki/ *dt (văn)* **the choky** *(lóng, cũ)* nhà tù.

choler /ˈkɒlə[r]/ *dt (văn)* cơn giận.

cholera /ˈkɒlərə/ *dt* bệnh tả, bệnh dịch tả.

choleric /ˈkɒlərik/ *tt* hay cáu; nóng tính.

cholerically /ˈkɒlərikli/ *pht* [một cách] hay cáu, [một cách] nóng tính.

cholesterol /kəˈlestərɒl/ *dt (hóa, y)* cholesterol.

choose /tʃuːz/ *dgt* **(chose; chosen) 1. choose [between A and (or) B; choose [A] [from B]; chose somebody (something) [as something]** chọn: *she had to choose between giving up her job or hiring a nanny* cô ta phải chọn giữa việc

bỏ việc hoặc mướn một vú em; *choose a career* chọn nghề; *they choose Mr A as president (to be president)* họ chọn ông A làm chủ tịch **2.** *(không dùng ở dạng bị động)* định; thích; muốn: *we chose to go by train* chúng tôi đã [quyết] định đi xe lửa; *the author chooses to remain anonymous* tác giả muốn giấu tên mình; *you may do as you choose* anh có thể làm như anh thích. // **pick and choose** x pick³; **there is nothing (not much, little...) to choose between A and B** có khác nhau mấy đâu, sàn sàn như nhau cả thôi.

choosiness /ˈtʃuːzinis/ *dt* tính kén cá chọn canh.

choosy, choosey /ˈtʃuːzi/ *tt* (Mỹ *cg* **picky**) **(-sier; -siest)** hay kén cá chọn canh.

chop¹ /tʃɒp/ *dgt* **(-pp-) 1. chop something [up] [into something]** chặt, đốn, bổ, chẻ: *he chopped the logs [up] into firewood* anh ta bổ khúc gỗ ra làm củi; *we can saw off any dead branches and chop them for firewood* chúng ta có thể cưa bỏ bất cứ cành chết nào và chặt chúng ra làm củi **2.** *(chủ yếu dùng ở dạng bị động)* ngưng hoạt động; giảm rất nhiều: *bus services in this area have been chopped* dịch vụ xe buýt trong vùng này hầu như đã ngưng hoạt động. // **chop at something** bổ, chặt *(bằng rìu, dao)*; **chop something down** chặt hạ, đốn: *chop down a dead tree* đốn một cây đã chết; **chop something off [something]** phát đứt *(bằng rìu)*: *he chopped a branch off a tree* nó phát đứt một cành cây; *Charles I had his head chopped off (kng)* Charles I đã bị chặt

đầu; **chop a (one's) way through** phát cây mở lối đi qua.

chop² /tʃɒp/ *dt* **1.** nhát chặt, nhát bổ: *she cut down the chapling with one chop* chỉ một nhát chị ta chặt đứt cây con **2.** nhát chặt bằng cạnh bàn tay *(võ karate)* **3.** miếng thịt sườn *(lợn, cừu)* **4. the chop** *(số ít)* (Anh, *lóng*) sự sa thải; sự giết chết; sự ngưng: *she got the chop after ten years with the company* chị ta bị sa thải sau mười năm làm việc cho công ty.

chop³ /tʃɒp/ *dgt* **(-pp-) chop and change** thay đổi xoành xoạch *(ý kiến, kế hoạch...).*

chop about (round) đột ngột đổi chiều *(gió).*

chop-chop /ˌtʃɒpˈtʃɒp/ *tht* (Anh, *kng*) nhanh lên!

chopper /ˈtʃɒpə[r]/ *dt* **1.** rìu; dao phay *(của hàng thịt...)* **2.** *(kng)* máy bay trực thăng **3.** *(lóng)* xe đạp; xe gắn máy.

choppers /ˈtʃɒpəz/ *dt (lóng)* răng.

choppiness /ˈtʃɒpinis/ *dt* sự vỗ bập bềnh *(sóng)*; sự động *(biển).*

choppy /ˈtʃɒpi/ *tt* vỗ bập bềnh *(sóng)*; động *(biển).*

chopsticks /ˈtʃɒpstiks/ *dt* snh đũa.

chop-suey /ˌtʃɒpˈsuːi/ *dt* món cơm thập cẩm *(Trung Quốc).*

choral /ˈkɔːrəl/ *tt* [thuộc] đội hát thờ: *a choral service* buổi lễ có đội hát thờ.

chorale /kəˈrɑːl/ *dt* **1.** bài hát thờ **2.** *(Mỹ)* đội hát thờ.

chord¹ /kɔːd/ *dt (nhạc)* hợp âm.

chord² /kɔːd/ *dt* **1.** *(toán)* dây cung **2.** dây đàn *(đàn hạc).* // **strike a chord** x strike²; **touch the right cord** x touch¹.

chore /tʃɔː[r]/ *dt* **1.** việc vặt hằng ngày: *household* (domestic) chores việc vặt hàng ngày trong nhà (như quét bụi, là quần áo, dọn giường...) 2. việc khó chịu; việc mệt nhọc: she finds shopping a chore chị ta cho việc đi mua sắm là một việc mệt nhọc.

choreograph /'kɒriəgrɑ:f, (Mỹ 'kɒriəgræf)/ dgt biên đạo múa.

choreographer /ˌkɒri'ɒgrə-fə[r], (Mỹ ˌkɔ:ri'əgrəfə[r])/ dt nhà biên đạo múa.

choreographic /ˌkɒriə'græ-fik, (Mỹ kɔ:ri'ɒgrəfik)/ tt biên đạo múa.

choreography /ˌkɒri'ɒgrəfi, (Mỹ ˌkɔ:ri'ɒgrəfi)/ dt thuật biên đạo múa.

chorister /'kɒristə[r], (Mỹ 'kɔ:ristər)/ dt thành viên đội hát thờ; lễ sinh.

chortle[1] /tʃɔ:tl/ dt tiếng cười giòn, tiếng cười như nắc nẻ.

chortle[2] /tʃɔ:tl/ dgt cười giòn, cười như nắc nẻ: he chortled with delight when I told him my news nó thích thú cười như nắc nẻ khi tôi kể cho nó nghe những tin tức về tôi.

chorus[1] /'kɔ:rəs/ dt 1. đội hợp xướng 2. bản hợp xướng 3. điệp khúc đồng ca: Bill sang the verses and everyone joined in the chorus Bill hát lên câu xướng và mọi người cùng tiếp giọng hát điệp khúc đồng ca 4. tiếng đồng thanh, tiếng nói đồng loạt: the proposal was greeted with a chorus of approval đề nghị được mọi người đồng thanh tán thành 5. nhóm hát và nhảy (trong một hài kịch diễn bằng nhạc). // in chorus đồng thanh, nhất loạt: answer in chorus đồng thanh trả lời.

chorus[2] /'kɔ:rəs/ dgt 1. đồng ca: chorus a song đồng ca một bài hát 2. đồng thanh:

the crowd chorused their ap-proval [of the decision] đám đông đồng thanh tán thành [quyết định].

chorus girl /'kɔ:rəs gɜ:l/ cô gái trong nhóm hát và nhảy (trong một hài kịch diễn bằng nhạc).

chose /tʃəʊs/ qk của choose.

chosen /'tʃəʊzn/ dttqk của choose.

chough /tʃʌf/ dt (động) quạ đỏ mỏ.

chow[1] /tʃaʊ/ dt (động) giống chó su (Trung Quốc).

chow[2] /tʃaʊ/ dt (lóng) thức ăn.

chowder /'tʃaʊdə[r]/ dt món sô-đơ (món xúp đặc hoặc món hầm với cá và rau): clam chowder món sô-đơ trai.

chow mein /'tʃaʊ'mein/ dt món mì xào (Trung Quốc).

Christ[1] /kraist/ dt 1. (cg Jesus, Jesus Christ) /ˌdʒizəs-'kraist/ Chúa Giê-su 2. hình Chúa Giê-su, tranh Chúa Giê-su.

Christ[2] /kraist/ tht (cg Jesus, Jesus Christ) /ˌdʒizəs'kraist/ lạy Chúa!: Christ! We're running out of petrol Lạy Chúa! Chúng con hết sạch cả xăng rồi!

christen /'krisn/ dgt 1. rửa tội; làm lễ rửa tội 2. đặt tên thánh (cho ai): the child was christened Mary em bé được đặt tên thánh là Mary 3. đặt tên (tàu khi hạ thủy) 4. (bóng, kng) dùng lần đầu: let's have a drink to christen these new glasses! ta hãy nâng cốc để đánh dấu việc dùng mấy chiếc cốc này lần đầu đi.

Christendom /'krisndəm/ dt (số ít) 1. những người theo đạo Cơ Đốc 2. (cũ) những nước theo đạo Cơ Đốc.

christening /'krisniŋ/ dt lễ rửa tội.

Christian[1] /'kristʃən/ tt 1. theo Cơ Đốc giáo: the Chris-tian Church Nhà thờ Cơ Đốc giáo; a Christian coun-try đất nước theo Cơ Đốc giáo 2. [thuộc] Cơ đốc giáo: the Christian sector of the city khu Cơ Đốc giáo của thành phố 3. có phẩm chất Cơ Đốc giáo; nhân từ, bác ái: that is not a very Chris-tian way to behave đấy không phải là cách cư xử nhân từ lắm.

Christian[2] /'kristʃən/ dt 1. tín đồ Cơ Đốc giáo 2. (kng) người có phẩm chất Cơ Đốc giáo, người nhân từ bác ái.

Christian Era /ˌkristʃən 'iərə/ the Christian Era kỷ nguyên Công giáo, công nguyên.

Christianity /ˌkristi'ænəti/ dt 1. đạo Cơ Đốc 2. sự theo đạo Cơ Đốc: he derives strength from his Christian-ity ông ta có được sức mạnh nhờ vào lòng tin theo đạo Cơ Đốc 3. phẩm chất Cơ Đốc giáo.

Christian Name /ˌkristʃən 'neim/ (Mỹ cg given name) tên thánh.

Christian Science /ˌkristʃən 'saiəns/ Cơ Đốc liệu pháp (phép chữa bệnh nhờ đức tin vào Cơ Đốc, không cần thuốc).

Christian Scientist /ˌkris-tʃən 'saiəntist/ người tin theo Cơ Đốc liệu pháp.

Christlike /'kraistlaik/ tt như Chúa Giê-su: showing Christlike humility tỏ thái độ khiêm nhường như Chúa Giê-su.

Christmas /'krisməs/ dt 1. (cg Christmas Day) lễ Thiên Chúa giáng sinh, lễ Nô-en 2. (cg Christmas time, Christ-mastide) tuần Nô-en.

Christmas box /'krisməs-bɒks/ tiền phong bao dịp Nô-en (cho người đưa thư, người giao sữa...)..

Christmas cake /'krisməs keik/ bánh Nô-en.

Christmas card /'krisməs kɑːd/ thiếp mừng Nô-en.

Christmas cracker /,krisməs'krækə[r]/ pháo ống Nô-en (một thứ đồ chơi).

Christmas Day /,krisməs-'dei/ ngày lễ Nô-en.

Christmas Eve /,krisməs'iːv/ đêm trước Nô-en.

Christmassy /'krisməsi/ tt (kng) có không khí lễ Nô-en, có không khí ngày lễ.

Christmas pudding /,krisməs'pʊdiŋ/ bánh pu-đinh Nô-en.

Christmastide /'krisməs-taid/ dt tuần Nô-en.

Christmastime /'krisməs-taim/ dt tuần Nô-en.

Christmas tree /'krisməstriː/ cây Nô-en.

chromatic /krəʊ'mætik/ tt 1. [thuộc] màu: chromatic printing in màu 2. (nhạc) nửa cung: chromatic scale gam nửa cung.

chrome /krəʊm/ dt 1. hợp kim crom (dùng làm chất bọc một số kim loại) 2. bicromat kali (chất màu).

chrome steel /,krəʊm'stiːl/ thép crom.

chrome yellow /,krəʊm'jeləʊ/ dt màu vàng tươi.

chromium /'krəʊmiəm/ dt (hóa) crom.

chromosome /'krəʊmə-səʊm/ dt (sinh) nhiễm [sắc] thể.

chronic /'krɒnik/ tt 1. mạn tính, kinh niên: chronic arthritis viêm khớp mạn tính; the country's chronic unemployment problem nạn thất nghiệp kinh niên của đất nước 2. thành cố tật: a chronic alcoholic người nghiện rượu đã thành cố tật 3. (Anh, lóng) dở quá; kinh khủng: the food was absolutely chronic thức ăn dở quá chừng.

chronically /'krɒnikli/ pht [một cách] mạn tính, [một cách] kinh niên.

chronicle[1] /'krɒnikl/ dt biên niên sử, niên giám.

chronicle[2] /'krɒnikl/ dgt chép thành biên niên sử: chronicling the events of a war ghi các sự kiện của một cuộc chiến tranh thành biên niên sử.

chronicler /'krɒniklə[r]/ dt người chép biên niên sử.

chron[o]- (dạng kết hợp) về thời gian, về niên đại (x chronometer, chronology...).

chronological /,krɒnə'lɒdʒikl/ tt theo thứ tự niên đại: a chronological list of Shakespeare's plays danh sách các vở kịch của Shakespeare xếp theo thứ tự niên đại.

chronologically /,krɒnə'lɒdʒikli/ pht theo thứ tự niên đại.

chronology /krə'nɒlədʒi/ dt 1. niên đại học 2. sự sắp xếp theo thứ tự niên đại.

chronometer /krə'nɒmi-tə[r]/ dt đồng hồ bấm giờ.

chrysalis /'krisəlis/ dt (snh chrysalises) 1. con nhộng 2. kén nhộng.

chrysanthemum /kri'sæn-θəməm/ dt (thực) cúc (cây, hoa).

chub /tʃʌb/ dt (snh kđổi) dt (động) cá lươi (họ cá chép).

chubbiness /'tʃʌbinis/ dt sự mũm mĩm, sự bụ bẫm.

chubby /'tʃʌbi/ tt (-ier; -iest) mũm mĩm, bụ bẫm: a chubby child đứa bé bụ bẫm.

chuck[1] /tʃʌk/ dgt 1. (kng) ném, vứt: chuck me the ball ném cho tôi quả bóng; chuck it in the bin vứt cái đó vào thùng rác; chuck me [over] the newspaper if you've finished reading it vứt cho tôi tờ báo nếu anh đã đọc xong 2. (+ in, up) bỏ: she's just chucked her boyfriend cô ta vừa bỏ người yêu; he chucked in his job last week nó đã bỏ việc tuần vừa rồi. // **chuck it** (lóng) thôi ngay đi: I'm sick of your sarcastic remarks - just chuck it, will you? tôi chán ngấy những lời nhận xét châm chọc của anh rồi, thôi ngay đi, được chứ?; **chuck somebody under the chin** day nhẹ cằm ai; **chuck somebody out [of something]** (kng) tống cổ ai, đuổi ai đi: he failed his exams and was chucked out of university nó thi rớt và bị đuổi ra khỏi trường đại học.

chuck[2] /tʃʌk/ dt cái day nhẹ cằm, cái vuốt cằm. // **give somebody (get) the chuck** (kng) đuổi, thải (ai); bị đuổi, bị thải.

chuck[3] /tʃʌk/ dt 1. mâm cặp, bàn cặp, ngàm 2. ngàm cặp mũi khoan.

chuck[4] /tʃʌk/ dt (cg **chuck steak**) thịt vai (bò).

chucker-out /,tʃʌkər'aʊt/ dt (kng) người giữ trật tự (ở các buổi họp, ở các quán rượu...).

chuckle[1] /'tʃʌkl/ dgt cười một mình, cười khúc khích: he chuckled [to himself] as he read the newspaper anh ta đọc báo cười một mình.

chuckle[2] /'tʃʌkl/ dt sự cười một mình; nụ cười khúc khích.

chuffed /'tʃʌft/ tt (vị ngữ) **chuffed [about (at) something]** (Anh, kng) hoan hỉ, sung sướng: she's very chuffed about her new job chị ta rất hoan hỉ về việc làm mới của mình.

chug¹ /tʃʌg/ *đgt* (-gg-) nổ máy bình bịch *(động cơ)*. // **chug along, down, up**... nổ máy bình bịch mà di chuyển theo hướng nào đó: *the boat chugged along the canal* thuyền nổ máy bình bịch mà chạy dọc con kênh.

chug² /tʃʌg/ *dt* tiếng máy nổ bình bịch.

chum¹ /tʃʌm/ *dt (kng)* bạn thân: *an old school chum* bạn học cũ.

chum² /tʃʌm/ *đgt* (-mm-) **chum up [with somebody]** rất thân thiết với ai.

chummily /'tʃʌmili/ [một cách] rất thân thiết.

chumminess /'tʃʌminis/ *dt* sự rất thân thiết.

chummy /tʃʌmi/ *tt (kng)* rất thân thiết.

chump /tʃʌmp/ *dt* 1. *(kng)* người ngốc nghếch: *don't be such a chump!* đừng có ngốc nghếch thế! 2. khúc gỗ 3. *(Anh)* (*cg* **chump chop**) tảng thịt đùi *(cừu)*. // **off one's chump** *(Anh, cũ, lóng)* hóa điên.

chunk /tʃʌŋk/ *dt* 1. khúc, tảng: *a chunk of ice* một tảng nước đá; *a chunk of wood* một khúc gỗ 2. *(kng)* một lượng khá lớn: *I've completed a fair chunk of my article* tôi đã hoàn thành một phần khá lớn bài báo của tôi.

chunkily /'tʃʌŋkili/ *pht* [một cách] thấp người và chắc mập: *he's chunkily built* nó thấp người và chắc mập.

chunkiness /'tʃʌŋkinis/ *dt* vóc dáng thấp người và chắc nịch.

chunky /'tʃʌŋki/ *tt* (-ier; -iest) 1. thấp người và chắc mập: *a chunky footballer* một cầu thủ bóng đá thấp người và

chắc mập 2. có những tảng trái cây: *chunky marmalade* mứt cam [để cả] tảng 4. làm bằng nguyên liệu dày và chắc *(nói về vải và quần áo)*: *a chunky woollen sweater* một cái áo len dày và chắc.

church /tʃɜ:tʃ/ *dt* 1. nhà thờ 2. lễ [ở] nhà thờ: *church begins (is) at 9 o'clock* lễ nhà thờ bắt đầu từ 9 giờ; *they're in (at) church* họ đang đi lễ 3. **the Church** giáo hội Công giáo 4. *Church* giáo phái: *the Anglican Church* giáo phái Anh 5. **the Church** Giáo hội Thiên Chúa giáo, Giáo hội: *the conflict between the Church and [the] State* sự xung đột giữa Giáo hội và nhà nước 6. **the Church** tăng lữ: *go into (enter) the Church* đi tu *(gia nhập giới tăng lữ)*.

churchgoer /'tʃɜ:tʃgəʊə[r]/ *dt* người năng đi lễ nhà thờ.

Church of England /,tʃɜ:tʃ əv 'iŋglənd/ **the Church of England** Giáo hội Anh.

Church of Scotland /,tʃɜ:tʃ əv 'skɒtlənd/ **the Church of Scotland** Giáo hội trưởng lão Scotland.

church warden /,tʃɜ:tʃ 'wɔ:dn/ viên quản lý tài sản giáo hội Anh *(một trong hai người được tín đồ bầu ra, không phải là tu sĩ)*.

churchyard /'tʃɜ:tʃja:d/ *dt* nghĩa trang nhà thờ.

churl /tʃɜ:l/ *dt (cũ)* người cục cằn; người bẩn tính.

churlish /'tʃɜ:liʃ/ *tt* cục cằn; bẩn tính: *it seems churlish to refuse such a kind offer* từ chối một đề nghị tốt bụng như thế xem ra có phần cục cằn thô lỗ.

churlishly /'tʃɜ:liʃli/ *pht* [một cách] cục cằn; [một cách] bẩn tính.

churlishness /'tʃɜ:liʃnis/ *dt* sự cục cằn; sự bẩn tính.

churn¹ /tʃɜ:n/ *dt* 1. máy đánh kem *(để làm bơ)* 2. thùng đựng sữa *(ở nông trại hay để chuyên chở sữa)*.

churn² /tʃɜ:n/ *đgt* 1. đánh lấy kem *(để làm bơ)*; làm bơ 2. [up] khuấy tung lên: *motor boats churning [up] the peaceful waters of the bay* thuyền máy khuấy tung nước yên tĩnh ở vùng vịnh; *the earth had been churned by the wheels of the tractor* mặt đất bị bánh xe máy kéo cày tung lên 3. cuộn lên, quặn lên: *the churning waters of a whirlpool* nước cuộn của một xoáy nước; *his stomach churned with nausea* bụng anh ta quặn lên vì buồn nôn. // **churn something out** *(kng)* sản xuất ra hàng loạt *(thường là hàng kém phẩm chất)*: *she churns out romantic novels* chị ta cho ra hàng loạt tiểu thuyết lãng mạn.

chute /ʃu:t/ *dt* 1. máng trượt: *a rubbish chute* máng đổ rác *(từ các tầng cao nhà cao tầng xuống)* 2. *(kng)* nh **parachute**.

chutney /'tʃʌtni/ *dt* tương ớt: *mango chutney* tương ớt xoài.

CI *vt (Anh)* (*vt của* Channel Islands) quần đảo biển Manche *(gồm có Jersey, Guernsey, Alderney và Sark)*.

CIA /,si:ai'ei/ (*vt của* Central Intelligence Agency) Cục tình báo trung ương Mỹ: *working for the CIA* làm việc cho Cục tình báo trung ương Mỹ.

cicada /si'ka:də, *(Mỹ)* si'keidə/ *dt (động)* con ve sầu.

cicatrice /'sikətris/, cg **cicatrix** /'sikətriks/ dt (snh **cicatrices**) cái sẹo.

CID /si:ai'di:/ (vt của (Anh) Criminal Investigation Department) Cục điều tra hình sự: an inspector from the CID viên thanh tra của Cục điều tra hình sự.

-cide (yếu tố kết hợp, tạo dt) **1.** sự giết: genocide sự diệt chủng **2.** kẻ giết; vật tiêu diệt: insecticide thuốc diệt sâu bọ.

-cidal (yếu tố kết hợp, tạo tt) giết, diệt: homicidal giết người.

cider /'saidə[r]/ dt **1.** (cg **cyder**) rượu táo **2.** (Mỹ) (cg **sweet cider**) nước táo **3.** cốc nước táo: two ciders, please làm ơn cho xin hai cốc nước táo.

cider-press /'saidəpres/ dt máy ép táo.

cif /,si:ai'ef/ (vt của cost, insurance, freight) giá hàng, bảo hiểm, phí vận chuyển (tính gộp vào giá). (một phương thức thanh toán trong thương nghiệp).

cigar /si:'ga:[r]/ dt xì gà.

cigarette (Mỹ cg **cigaret**) /,sigə'ret, (Mỹ 'sigərət)/ dt điếu thuốc lá.

cigarette-case /sigə'retkeis/ dt hộp đựng thuốc lá điếu.

cigarette-holder /sigə'ret ,həʊldə[r]/ dt bót thuốc lá.

cigarette-lighter /sigə'ret ,laitə[r]/ dt (cg **lighter**) cái bật lửa.

cigarette-paper /sigə'ret ,peipə[r]/ dt giấy quấn thuốc lá.

C-in-C /,si:in'si:/ (vt của Commander in Chief) Tổng tư lệnh.

cinch /sintʃ/ dt (lóng) **1.** việc dễ làm: "how was the exam?" "it was a cinch!" "thi cử thế nào?" "dễ thôi mà!" **2.** điều

chắc chắn: it's an absolute cinch that his horse will win the race con ngựa này sẽ thắng trong cuộc đua, đó là điều hoàn toàn chắc chắn **3.** (Mỹ) đai yên (cg **girth**).

cinder /'sində[r]/ dt **1.** than cháy dở **2.** than xỉ; xỉ **3. cinders** (snh) tro. // **burn, etc... something to a cinder** bị cháy đen: the cakes were burnt to a cinder mấy cái bánh bị cháy đen.

cinder-track /'sindətræk/ dt (thể) đường chạy rải than xỉ.

Cinderella /,sində'relə/ dt **1.** cô gái đẹp chưa mấy ai để ý **2.** người bị lãng quên; vật bị lãng quên: this department has been the Cinderella of the company for far too long gian hàng này bị công ty lãng quên đã quá lâu rồi.

cine- (dạng kết hợp) điện ảnh; phim: cineaste người làm phim điện ảnh.

cine-camera /'sini kæmərə/ dt máy quay phim.

cine-film /'sinifilm/ dt phim chiếu bóng.

cinema /'sinəma:, 'sinəmə/ dt **1.** (Mỹ **movie house, movie theater**) rạp chiếu bóng: go to the cinema đi xem chiếu bóng **2.** (cg **the cinema**) (số ít) (Mỹ **the movies**) điện ảnh, xinê, chiếu bóng: she's interested in [the] cinema chị ta quan tâm đến điện ảnh; he works in the cinema anh ta làm việc trong ngành điện ảnh.

cinematic /,sinə'mætik/ tt [thuộc] điện ảnh.

cinematographer /,sinəmə'tɒgrəfə[r]/ dt người làm phim.

cinematographic /,sinəmætə'græfik/ tt [thuộc] nghệ thuật điện ảnh.

cinematography /,sinəmə'tɒgrəfi/ dt nghệ thuật điện ảnh.

cine-projector /'siniprə'dʒektə[r]/ dt máy chiếu phim.

cinnamon /'sinəmən/ dt **1.** quế **2.** cây quế **3.** màu nâu vàng.

cipher[1] (cg **cypher**) /'saifə[r]/ dt **1.** mật mã: a message written in cipher một bức điện viết bằng mật mã **2.** khóa đọc mật mã **3.** con số không **4.** chữ số (từ 1 đến 9) **5.** (bóng, xấu) người vô giá trị, vật vô giá trị, con số không: a mere cipher chỉ là con số không.

cipher[2] /'saifə[r]/ dgt viết thành mật mã, mã hóa.

circa /'sɜ:kə/ gt (tiếng Latinh) (vt **c, ca**) vào khoảng (thời gian nào): born circa 150 BC sinh vào khoảng năm 150 trước công nguyên.

circle[1] /'sɜ:kl/ dt **1.** vòng tròn: use your compasses to draw a circle hãy dùng compa mà vẽ một vòng tròn; children standing in a circle trẻ con đứng thành vòng tròn **2.** (Mỹ **balcony**) vòng ghế trên ban-công (ở nhà hát): we've booked seats in the circle chúng tôi đã đặt mua vé ở vòng ghế trên ban-công **3.** nhóm; giới: be well-known in business circle nổi tiếng trong giới kinh doanh; she has a large circle of friends cô ta có một nhóm bạn rất đông. // **go round in circles** làm bẩn lên mà chẳng tiến triển được mấy; **square the circle** x square[4].

circle[2] /'sɜ:kl/ dgt **1.** lượn quanh, bay quanh: a spacecraft circling the Earth con tàu vũ trụ bay quanh quả đất; the plane circled the airport before landing máy bay lượn quanh phi cảng

C

trước khi hạ cánh **2.** vây quanh, bao quanh: *a town circled by hills* một thành phố có đồi núi bao quanh **3.** khoanh tròn lại: *spelling mistakes circled in red ink* lỗi chính tả được khoanh tròn bằng mực đỏ.

circlet /'sɜːklɪt/ *dt* vòng đội đầu *(bằng kim loại quý, bằng hoa kết lại...).*

circuit /'sɜːkɪt/ *dt* **1.** chu vi, vòng: *the circuit of a town* chu vi thành phố; *the earth takes a year to make a circuit of the sun* quả đất quay một vòng quanh mặt trời mất một năm; *she ran four circuits of the track* chị ta chạy bốn vòng đường đua **2.** mạch: *electric circuit* mạch điện; *a circuit diagram* biểu đồ mạch điện **3.** cuộc kinh lý, cuộc tuần du *(của các quan tòa, để xét xử);* địa phận đi kinh lý **4.** *(thể)* vòng đấu **5.** xóm đạo *(nhà thờ Giám lý).*

circuit-breaker /'sɜːkɪt ˌbreɪkə[r]/ *dt* cái ngắt điện tự động.

circuit training /'sɜːkɪt ˌtreɪnɪŋ/ *(thể)* phương pháp luyện tập đa năng.

circuitous /səˈkjuːɪtəs/ *tt* theo đường vòng, vòng vèo.

circuitously /səˈkjuːɪtəsli/ *pht* theo đường vòng, [một cách] vòng vèo.

circular¹ /'səːkjʊlə[r]/ *tt* **1.** [có] hình tròn **2.** vòng quanh: *a circular tour* chuyến đi vòng quanh *(cuối chuyến lại trở lại điểm ra đi)* **3.** lòng vòng: *a circular argument* lý lẽ lòng vòng.

circular² /'səːkjʊlə[r]/ *dt* thông tư; thông tri.

circularity /ˌsɜːkjʊˈlærəti/ *dt* **1.** hình vòng tròn, dáng tròn **2.** tính chất lòng vòng.

circularize, circularise /'sɜːkjʊləraɪz/ *dgt* gửi thông tư cho *(ai)*; gửi thông tri cho *(ai).*

circular saw /ˌsɜːkjʊləˈsɔː/ *dt* cưa đĩa.

circulate /ˌsɜːkjʊleɪt/ *dgt* **1.** lưu thông, tuần hoàn: *blood circulates through the body* máu tuần hoàn khắp cơ thể; *open a window to allow the air to circulate* mở cửa sổ cho không khí lưu thông *(cho thoáng khí)* **2.** lan truyền: *the news of her death circulated quickly* tin chị ta mất lan truyền nhanh; *circulate a letter* chuyền tay nhau đọc một bức thư **3.** [báo bằng] thông tri: *have you been circulated with details of the conference?* anh đã được thông tri về chi tiết của cuộc hội nghị chưa?

circulation /ˌsɜːkjʊˈleɪʃn/ *dt* **1.** sự tuần hoàn [máu]: *have [a] good circulation* có máu tuần hoàn tốt **2.** sự lan truyền: *the circulation of rumours* sự lan truyền tin đồn **3.** sự lưu hành: *police say a number of forged banknotes are in circulation* cảnh sát nói một số giấy bạc giả đang lưu hành **4.** lượng phát hành: *a newspaper with a [daily] circulation of more than a million* một tờ báo phát hành mỗi ngày hơn một triệu bản.

circulatory /ˌsɜːkjʊˈleɪtəri, *(Mỹ)* 'sɜːkjʊlətɔːri/ *tt* [về] tuần hoàn: *circulatory disorders* rối loạn tuần hoàn.

circumcise /'sɜːkəmsaɪz/ *dgt* **1.** cắt bao quy đầu *(vì lý do tôn giáo hay vì lý do y học)* **2.** cắt bỏ âm vật *(của nữ).*

circumcision /ˌsɜːkəmˈsɪʒn/ *dt* **1.** sự cắt bao quy đầu; buổi lễ cắt bao quy đầu **2.** sự cắt bỏ âm vật *(của nữ).*

circumference /səˈkʌmfərəns/ *dt* chu vi: *the circumference of the earth is almost 2,500 miles; the earth is almost 2.500 miles in circumference* chu vi quả đất khoảng 2.500 dặm.

circumflex /'sɜːkəmfleks/ *dt (cg* **circumflex accent)** dấu mũ *(đặt trên nguyên âm ở một số ngôn ngữ).*

circumlocution /ˌsɜːkəmləˈkjuːʃn/ *dt* lời nói quanh.

circumlocutory /ˌsɜːkəmˈlɒkjʊtəri/ *tt* quanh co lẩn quẩn.

circumnavigate /ˌsɜːkəmˈnævɪɡeɪt/ *dgt* đi vòng quanh bằng thuyền buồm: *Magellan was the first person to circumnavigate the globe* Magellan là người đầu tiên đi vòng quanh thế giới bằng thuyền buồm.

circumnavigation /ˌsɜːkəmˌnævɪˈɡeɪʃn/ *dt* sự đi vòng quanh bằng thuyền buồm.

circumscribe /'sɜːkəmskraɪb/ *dgt* **1.** giới hạn, hạn chế: *circumscribe somebody's interests* hạn chế quyền lợi của ai **2.** *(toán)* vẽ hình ngoại tiếp xung quanh.

circumscription /ˌsɜːkəmˈskrɪpʃn/ *dt* **1.** sự giới hạn, sự hạn chế; sự bị giới hạn, sự bị hạn chế **2.** *(toán)* sự vẽ hình ngoại tiếp xung quanh.

circumspect /'sɜːkəmspekt/ *tt (thường vị ngữ)* thận trọng.

circumspection /ˌsɜːkəmˈspekʃn/ *dt* sự thận trọng.

circumspectly /ˌsɜːkəmˈspektli/ *pht* [một cách] thận trọng.

circumstance /'sɜːkəmstəns/ *dt* **1.** *(thường snh)* hoàn cảnh: *she was found dead in suspicious circumstances* người ta phát hiện ra cô ấy chết trong hoàn cảnh đáng ngờ; *circumstances forced us to change our plans* hoàn cảnh buộc chúng ta phải thay đổi kế hoạch 2. **circumstances** *(snh)* hoàn cảnh tài chính: *what are his circumstances?* hoàn cảnh tài chính của ông ta ra sao?; *in poor circumstances* trong hoàn cảnh tài chính eo hẹp. // **in (under) the circumstances** trong hoàn cảnh đó: *under the circumstances he felt unable to accept the job* trong hoàn cảnh đó anh ta cảm thấy không thể nhận việc làm ấy được; **in (under) no circumstances** không bao giờ: *under no circumstances shoud you lend him any money* không bao giờ anh được cho nó vay đồng nào cả; **in straitened circumstances** *x* straitened; **pomp and circumstance** *x* pomp.

circumstantial /ˌsɜ:kəm'stænʃl/ *tt* 1. [miêu tả] đầy đủ chi tiết 2. gián tiếp; do suy diễn *(chứng cứ)*: *you can't convict a man of a crime on circumstantial evidence* anh không thể kết án một người chỉ dựa trên những chứng cứ suy diễn.

circumstantially /ˌsɜ:kəm'stænʃəli/ *pht* 1. [một cách] chi tiết 2. [một cách] suy diễn.

circumvent /ˌsɜ:kəm'vent/ *đgt* né tránh: *circumvent a difficulty* né tránh khó khăn; *circumvent a law* né tránh pháp luật.

circumvention /ˌsɜ:kəm'venʃn/ *dt* sự né tránh.

circus /'sɜ:kəs/ *dt* 1. đoàn xiếc 2. **the circus** *(số ít)* buổi trình diễn xiếc: *go to the circus* đi xem xiếc 3. *(kng)*

cảnh náo nhiệt 4. *(trong tên địa điểm)* giao điểm hoa thị *(nhiều con đường gặp nhau)*: *Piccadilly Circus* giao điểm hoa thị Piccadilly 5. trường đấu *(cổ La Mã)*.

cirrhosis /si'rəusis/ *dt (y)* bệnh xơ gan.

cirri /'sirai/ *dt snh của* cirrus.

cirrus /'sirəs/ *dt (snh* **cirri***)* *(ktượng)* mây ti.

cissy /'sisi/ *dt nh* sissy.

Cistercian[1] /si'stɜ:ʃn/ *dt (tôn)* thầy tu dòng tu Xi-tô *(lập ra năm 1098 ở Xi-tô (Pháp).*

Cistercian[2] /si'stɜ:ʃn/ *tt* [thuộc] dòng tu Xi-tô.

cistern /'sistən/ *dt* bể nước *(trên nóc nhà để cung cấp nước cho các tầng dưới).*

citadel /'sitədəl/ *dt* pháo đài bảo vệ *(bảo vệ một thành phố).*

citation /sai'teiʃn/ *dt* 1. sự trích dẫn, sự dẫn 2. sự dẫn chứng, sự dẫn 3. *(Mỹ)* sự tuyên dương *(lính)* vì lòng dũng cảm; bằng khen dũng cảm.

cite /sait/ *đgt* 1. trích dẫn, dẫn: *she cited [a verse from] [a poem] by Keats* chị ta trích dẫn [một câu thơ lấy trong] [một bài thơ của] Keats 2. dẫn chứng, dẫn: *she cited the high unemployment figures as evidence of the failure of government policy* chị ta dẫn con số thất nghiệp cao như một bằng chứng cho sự thất bại của chính sách của chính phủ 3. *(Mỹ)* tuyên dương *(lính)* 4. *(luật)* gọi ra tòa: *be cited in divorce proceedings* được gọi ra tòa trong một vụ kiện ly hôn.

citizen /'sitizn/ *dt* 1. công dân: *she is German by birth but is now a French citizen* chị ta là người gốc Đức,

nhưng nay là một công dân Pháp 2. dân thành thị: *the citizens of Rome* dân thành Rôma 3. *(Mỹ) nh* civilian.

citizen's arrest /ˌsitizns ə'rest/ sự bắt giữ do thường dân thực hiện *(thường được phép trong một số trường hợp).*

citizen's band /ˌsitizns'bænd/ băng tần thường dân *(lái xe có thể dùng để liên hệ với nhau trong những khoảng cách ngắn).*

citizenship /'sitiznʃip/ *dt* quyền công dân; tư cách là công dân: *after eight years in the country he applied for citizenship* sau tám năm sống ở nước đó, ông ta xin được hưởng quyền công dân.

citric acid /ˌsitrick'æsid/ *dt (hóa)* axit xitric.

citron /'sitrən/ *dt (thực)* thanh yên *(cây, quả).*

citrus[1] /'sitrəs/ *dt (thực)* loại cam quýt.

citrus[2]**, citrous** /'sitrəs/ *tt* [thuộc] loại cam quýt; [thuộc] quả loại cam quýt.

city /'siti/ *dt* 1. thành phố *(lớn hơn* town*)*: *which is the world's largest city?* thành phố nào lớn nhất thế giới?; *the city turned out to welcome back its victorious team* cả thành phố đổ ra đường chào đón đội bóng nhà chiến thắng trở về 2. **the City** *(số ít)* khu phố cổ Luân Đôn *(nay là trung tâm thương mại và tài chính)*: *she works in the City* chị ta làm việc ở khu trung tâm thương mại và tài chính Luân Đôn. // **the freedom of the city** *x* freedom.

city desk /ˌsiti'desk/ 1. *(Anh)* ban chuyên tin tức tài chính *(của một tờ báo)* 2. *(Mỹ)* ban chuyên tin tức địa phương *(của một tờ báo).*

city editor /,siti'editə[r]/ **1.** (Anh) nhà báo chịu trách nhiệm về tin tức tài chính (trên một tờ báo) **2.** (Mỹ) nhà báo chịu trách nhiệm về tin tức địa phương.

city hall /,siti'hɔ:l/ tòa thị chính (thành phố lớn).

city state /,siti'steit/ (sư) thành quốc.

civet /'sivit/ dt (cg **civet-cat**) dt **1.** (động) con cầy hương **2.** xạ hương.

civic /'sivik/ tt **1.** [thuộc] công dân: civic reponsibilities trách nhiệm công dân **2.** [thuộc] thành phố: a civic function chức năng thành phố (ví dụ như việc thị trường khánh thành một bệnh viện mới).

civic centre /,sivik'sentə[r]/ khu công sở (trong thành phố).

civics /'siviks/ dt (dgt số ít) công dân học.

civies /'siviz/ nh civvies.

civil /'sivl/ tt **1.** dân sự: civil government chính quyền dân sự **2.** (luật) hộ, dân sự (trái với hình): civil law luật hộ, luật dân sự **3.** lễ độ; tử tế: how very civil of you! anh tử tế quá! **4.** (thuộc) bên đời (trái với bên đạo): x civil marriage.

civil defence /,sivl di'fens/ tổ chức phòng vệ dân sự (chống các cuộc tấn công của địch, các cuộc oanh kích...).

civil disobedience /,sivl disə'bi:diəns/ phong trào bất tuân thủ (không nộp thuế, không tuân thủ pháp luật).

civil engineer /,sivl endʒi'niə[r]/ dt kỹ sư công chính.

civil engineering /,sivl endʒi'niəriŋ/ dt ngành công chính.

civilian¹ /si'viliən/ dt thường dân: two soldiers and one civilian were killed in the explosion hai người lính và một thường dân đã chết trong vụ nổ.

civilian² /si'viliən/ tt [thuộc] thường dân: he left the army and returned to civilian life anh rời quân ngũ và trở về đời sống thường dân.

civility /si'viləti/ dt sự lễ độ, phép lịch sự.

civilization, civilisation /,sivəlai'zeiʃn/ dt sự văn minh, nền văn minh.

civilize, civilise /'sivəlaiz/ dgt **1.** văn minh hóa: civilize a jungle tribe văn minh hóa một bộ tộc sống trong rừng rậm **2.** cải hóa, giáo hóa: his wife has had a civilizing influence on him vợ nó đã có ảnh hưởng giáo hóa đối với nó.

civilized, civilised /'sivəlaizd/ lịch sự, văn minh: civilized behaviour cách xử sự lịch sự; civilized society xã hội văn minh.

civil law /,sivl'lɔ:/ luật dân sự, luật hộ.

civil liberty /,sivl'libəti/ cg **civil liberties** (snh) quyền tự do cá nhân.

civil list /'sivllist/ tiền chi cấp hoàng gia (Anh) (do quốc hội cấp).

civilly /,sivəli/ pht [một cách] lễ độ; [một cách] lịch sự.

civil marriage /,sivəl'mæridʒ/ hôn nhân theo thủ tục bên đời (không có lễ tôn giáo).

civil rights /,sivəl'raits/ quyền công dân.

civil rights movement /,sivəl'raitsmu:vmənt/ phong trào đòi quyền công dân (ví dụ ở Mỹ, đòi quyền công dân cho người da đen).

civil servant /,sivəl's3:vənt/ dt công nhân viên chức ngành dân chính.

Civil Service /,sivəl's3:vis/ **the Civil Service 1.** ngành dân chính **2.** công nhân viên chức ngành dân chính.

civil war /,sivl'wɔ:r/ nội chiến.

civvies (cg **civies**) /'siviz/ (snh) (cũ, Anh, lóng) thường phục.

Civvy Street /'sivi:stri:t/ đời sống thường dân, sinh hoạt thường dân.

cl vt **1.** (snh kđổi hoặc **cls**) (vt của centilitre) xentilit **2.** (vt của class) hạng: two 2nd cl tickets hai vé hạng hai.

clack¹ /klæk/ dt tiếng lách cách: the clack of a typewriter tiếng lách cách của máy chữ.

clack² /klæk/ dgt kêu lách cách: pay no attention to clacking tongues (bóng) đừng để ý đến những cái mồm hay bép xép.

clad /klæd/ tt **1.** (cũ) ăn mặc: warmly clad ăn mặc ấm **2.** (trong từ ghép): iron-clad battleships tàu chiến bọc thép.

cladding /'klædiŋ/ dt lớp bảo vệ (ở trên mặt, ở tường ngoài một tòa nhà...).

claim¹ /kleim/ dgt **1.** đòi, yêu cầu: she claims ownership of the land bà ta đòi quyền sở hữu đất; gardening claims much of my time in the summer (bóng) vào mùa hè việc làm vườn đòi hỏi (chiếm mất) nhiều thời gian của tôi; claim for damages đòi bồi thường thiệt hại; important matters claiming one's attention chuyện quan trọng đòi hỏi được chú ý **2.** nhận, tự cho là: after the battle, both sides claimed victory sau trận đánh cả hai phía đều tự cho là mình

C

thắng; *claim knowledge of something* tự cho là hiểu biết về điều gì **3.** cướp đi *(nói về một tai họa); the earthquake claimed thousands of lives (victims)* cơn động đất đã cướp đi hàng nghìn sinh mạng (nạn nhân). // **claim something back** đòi trả lại: *you can claim your money back if the goods are damaged* ông có thể đòi tiền lại nếu hàng bị hư hỏng.

claim² /kleim/ *dt* **1.** (+ for) sự đòi: *make a claim for damages* đòi bồi thường thiệt hại **2.** (+ on, to) quyền: *you have no claim on my sympathy* anh không có quyền đòi hỏi tôi có thiện cảm với anh; *a claim to the throne* quyền nối ngôi **3.** lời khẳng định: *nobody believed his claim that he is innocent* không ai tin lời khẳng định của hắn là hắn vô tội **4.** vật yêu sách (*nhất là về đất đai*). // **lay claim to something** a/ đòi quyền: *lay claim to an inheritance* đòi quyền thừa kế b/ tự cho là: *I lay no claim to being an expert economist* tôi không hề tự cho rằng mình là một chuyên gia kinh tế; **stake a (one's) claim** x stake².

claimant /'kleimənt/ *dt* (luật) nguyên đơn.

clairvoyance /kleə'vɔiəns/ *dt* khả năng nhìn thấu suốt.

claivoyant¹ /kleə'vɔiənt/ *tt* có khả năng nhìn thấu suốt.

clairvoyant² /kleə'vɔiənt/ *dt* người có khả năng nhìn thấu suốt.

clam¹ /klæm/ *dt* (động) con điệp.

clam² /klæm/ *dgt* (-mm-) (*thường* **go clamming**) đi bắt điệp (*trên bãi biển*).

clam up (kng) câm miệng, im thin thít.

clambake /'klæmbeik/ *dt* (Mỹ) buổi picnic trên bờ biển ăn trai sò điệp.

clamber¹ /'klæmbə[r]/ *dgt* leo: *the children clambered over the rocks* tụi trẻ leo lên các mỏm đá.

clamber² /'klæmbə[r]/ *dt* sự leo (*một cách khó khăn*).

clammily /'klæmili/ *pht* [một cách] ướt át; [một cách] nhớp nháp.

clamminess /'klæminis/ *dt* sự ướt át; sự nhớp nháp.

clammy /'klæmi/ *tt* ướt át; nhớp nháp: *clammy weather* thời tiết ướt át; *a face clammy with sweat* mặt nhớp nháp mồ hôi.

clamour¹ (Mỹ **clamor¹**) /'klæmə[r]/ *dt* **1.** tiếng la hét, tiếng ồn ào ầm ĩ **2.** (+ for, against) sự kêu gào đòi hỏi; sự lớn tiếng phản đối: *a clamour for revenge* sự kêu gào đòi trả thù.

clamour² (Mỹ **clamor²**) /'klæmə[r]/ *dgt* **1.** gây ồn ào ầm ĩ **2.** (+ for, against) kêu gào đòi; lớn tiếng phản đối: *the baby clamoured for bed* đứa bé kêu gào đòi đi ngủ.

clamorous /'klæmərəs/ *tt* kêu gào đòi hỏi; lớn tiếng phản đối.

clamp¹ /klæmp/ *dt* (cg **cramp**) cái kẹp, bàn kẹp.

clamp² /klæmp/ *dgt* kẹp; cặp chặt: *he kept his pipe clamped between his teeth* nó cặp chặt chiếc tẩu giữa hai hàm răng; *clamp two boards together* cặp chặt hai tấm ván vào nhau. // **clamp down on somebody (something)** (kng) kiểm soát ai chặt chẽ hơn; dùng quyền lực ngăn chặn cái gì: *the government intends to clamp down on soccer hooliganism* chính phủ dự định ngăn chặn tệ du côn trong bóng đá.

clamp-down /'klæmpdaʊn/ *dt* đường lối ngăn chặn cứng rắn (*các cuộc biểu tình...*).

clan /klæn/ *dt* **1.** thị tộc **2.** phe phái, bè cánh.

clandestine /klæn'destin/ *tt* bí mật, lén lút: *a clandestine marriage* cuộc hôn nhân lén lút.

clang¹ /klæŋ/ *dt* tiếng lanh lảnh: *the clang of the school bell* tiếng lanh lảnh của chuông nhà trường.

clang² /klæŋ/ *dgt* [làm] kêu lanh lảnh: *clang the bell* rung chuông; *the prison gates clanged shut* cánh cổng nhà tù đóng lại nghe lanh lảnh.

clanger /'klæŋə[r]/ *dt* (Anh) (kng) sai lầm rành rành. // **drop a brick (clanger)** x drop².

clangour (Mỹ **clangor**) /'klæŋə[r]/, /'klæŋgə[r]/ *dt* loạt tiếng lanh lảnh.

clangorous /'klæŋərəs, 'klæŋ\gərəs/ *tt* lanh lảnh.

clangorously /'klæŋərəsli, 'klæŋgərəsli/ *pht* [một cách] lanh lảnh.

clank¹ /klæŋk/ *dt* tiếng loảng xoảng (*xích sắt khi kéo, mở...*).

clank² /klæŋk/ *dgt* [làm] kêu loảng xoảng: *the chain clanked as the ship's anchor was lowed into the sea* xích sắt kêu loảng xoảng khi người ta thả neo xuống biển.

clannish /'klæniʃ/ *tt* có óc bè đảng.

clannishly /'klæniʃli/ *pht* với óc bè đảng.

clannishness /'klæniʃnis/ *dt* óc bè đảng.

clansman /'klænsmən/ *dt* (snh **clansmen** /'klænsmen/) (cg **clanswoman, clanswomen**) thành viên thị tộc.

clap¹ /klæp/ *dgt* (-pp-) **1.** vỗ: *clap one's hands* vỗ tay; *clap somebody on the shoulder* vỗ vai ai; *clap the wings* vỗ cánh *(chim)* **2.** vỗ tay *(hoan hô ai)*: *the audience clapped the singer* khán giả vỗ tay hoan hô ca sĩ. // **clap (lay, set) eyes on somebody (something)** x eye¹; **clap hold of somebody (something)** *(kng)* chộp lấy, túm lấy; **clap somebody in (into) jail, prison etc...** bỏ tù ai, tống giam ai.

clap something on something *(kng)* tăng giá *(một cách không được hoan nghênh)*: *the government has clapped an extra ten pence on a packet of cigarettes* chính phủ đã tăng giá thuốc lá mỗi bao mười penni.

clap² /klæp/ *dt* **1.** sự vỗ tay; tiếng vỗ tay: *let's give her a big clap* ta hãy vỗ tay hoan hô chị ta **2.** sự vỗ; cái vỗ: *give somebody a clap on the back* vỗ lưng ai **3.** tiếng động lớn bất chợt: *a clap of thunder* tiếng sấm nổ.

clap³ /klæp/ *dt* (*cg* **the clap**) *(bóng)* bệnh lậu.

clapboard /'klæpbɔ:[r]d/ *dt* *(Mỹ)* *nh* weather-boarding.

clapped-out /,klæpd'aʊt/ *tt* *(Anh, kng)* **1.** cũ và hỏng *(đồ vật)*: *a clapped-out old car* chiếc xe cũ đã hỏng **2.** kiệt sức, mệt nhoài *(người)*.

clapper /'klæpə[r]/ *dt* quả lắc *(chuông)*. // **like the clappers** nhanh và mạnh: *run like the clappers* chạy nhanh như lao.

clap-trap /'klæptræp/ *dt* lời nói không thành thật; lời nói khoe khoang; lời nói vô nghĩa.

claret¹ /'klærət/ *dt* **1.** rượu Bordeaux **2.** màu đỏ thẫm.

claret² /'klærət/ *tt* đỏ thẫm.

clarification /,klærifi'keiʃn/ *dt* sự làm sáng tỏ: *the whole issue needs clarification* toàn bộ vấn đề cần được làm sáng tỏ.

clarify /'klærifai/ *dgt* **1.** (-fied) làm sáng tỏ: *I hope that what I say will clarify the situation* tôi hy vọng là những gì tôi nói sẽ làm sáng tỏ tình hình **2.** gạn lọc *(thường nói về bơ)*: *clarified butter* bơ đã gạn lọc.

clarinet /,klæri'net/ *dt* *(nhạc)* clarinet.

clarinettist; clarinetist /,klæri'netist/ *dt* *(nhạc)* người thổi clarinet.

clarion /'klæriən/ *tt (vị ngữ)* lanh lảnh; thúc giục: *a clarion call to action* lời kêu gọi thúc giục hành động.

clarity /'klærəti/ *dt* sự rõ ràng, sự sáng sủa: *clarity of experssion* sự diễn đạt rõ ràng.

clash¹ /klæʃ/ *dgt* **1.** va vào nhau chan chát, đập vào nhau chan chát: *their swords clashed* kiếm của họ va vào nhau chan chát **2.** đụng độ với; đụng nhau: *the two armies clashed outside the town* hai đạo quân đụng độ nhau ngoài thành phố; *I clashed into him* tôi đụng vào anh ta **3.** bất đồng sâu sắc về *(việc gì đó)*: *the Government clashed with the Opposition (the Goverment and the Opposition clashed) on the question of unemployment* Chính phủ và phe đối lập bất đồng sâu sắc về vấn đề thất nghiệp **4.** diễn ra trùng với: *your party clashes with a wedding I'm going to* buổi tiệc nhà anh trùng với một đám cưới mà tôi sắp đi dự đây **5.** không hài hòa *(về màu sắc, kiểu dáng...)*: *[the colour of] the wallpaper and the carpet clash* màu sắc giấy dán tường không hài hòa với màu thảm.

clash² /klæʃ/ *dt* **1.** tiếng va chan chát: *a clash of cymbals* tiếng chũm chọe đánh vào nhau chan chát **2.** sự đụng độ, sự xung đột: *clashes between police and demonstrators* đụng độ giữa cảnh sát và người biểu tình **3.** sự bất đồng, sự khác biệt: *clash of opinions* sự bất đồng ý kiến **4.** sự trùng hợp: *a clash between two classes* sự trùng giờ của hai lớp học **5.** sự không hài hòa *(về màu sắc...)*.

clasp¹ /kla:sp, *(Mỹ* klæsp)/ *dt* **1.** cái móc, cái gài: *the clasp of my brooch is broken* cái móc gài trâm của tôi bị gãy **2.** cái siết chặt *(tay)*; cái ôm chặt: *he held her hand in a firm clasp* anh siết chặt tay chị ta.

clasp² /kla:sp, *(Mỹ* klæsp)/ *dgt* **1.** siết chặt, nắm chặt; ôm chặt: *clasp hands* siết chặt tay; *she was clasping a knife* nàng nắm chặt con dao trong tay; *clasp somebody in one's arms* ôm chặt ai trong vòng tay **2.** móc, cài: *clasp a bracelet round one's wrist* cài vòng tay vào cổ tay.

clasp-knife /'kla:spnaif/ *dt* dao xếp.

class¹ /kla:s, *(Mỹ* klæs)/ *dt* **1.** giai cấp: *the peasant class* giai cấp nông dân; *class differences* những khác biệt giai cấp **2.** lớp học: *we were in the same class at school* chúng tôi trước đây học cùng một lớp ở trường **3.** giờ học, tiết học: *I have a maths class at 9* tôi có một tiết toán lúc 9 giờ **4.** khóa học: *the class of 82* khóa học [ra trường] năm 82 **5.** loại, hạng: *as an actress Jane is not in the same class as Susan* là diễn viên Jame không cùng hạng với Susan;

a *top-class athlete* vận động viên hạng nhất **6.** *(kng)* hạng cao nhất, sự tuyệt vời: *a class tennis player* một đấu thủ quần vợt có hạng **7.** *(sinh)* lớp *(sinh vật)*: *scientists divide animals and plants into classes* các nhà khoa học chia động và thực vật ra thành các lớp. // **in a class by oneself (itself); in a class of one's (its) own** kỳ diệu, tuyệt vời: *Pele was in a class of his own as a footballer* Pele là một cầu thủ bóng đá tuyệt vời.

class² /klɑːs, *(Mỹ* klæs)/ *đgt* xếp loại, phân hạng: *immigrant workers are classed as resident aliens* công nhân di cư được xếp loại là cư dân nước ngoài.

class-conscious /'klɑːs-kɒnʃəs/ *tt (đôi khi xấu)* có ý thức giai cấp; nặng ý thức giai cấp: *she's too class-conscious to be friendly with the cleaners* cô ta nặng ý thức giai cấp nên khó mà thân thiện với mấy người quét tước được.

class-consciousness /'klɑːs ˌkɒnʃəsnis/ *dt* ý thức giai cấp.

class-feeling /'klɑːsfiːlɪŋ/ *dt* ý thức chống đối giai cấp.

classic¹ /'klæsik/ *tt* **1.** có phẩm chất cao; có giá trị và tầm quan trọng lâu dài: *a classic novel* một cuốn tiểu thuyết có chất lượng cao; *a classic game of football* một trận đá bóng hay **2.** rất điển hình: *classic symtoms of pneumonia* triệu chứng điển hình của bệnh viêm phổi **3.** giản dị, có chừng mực **4.** theo kiểu cổ truyền, *(quần áo...)*: *a classic dress* chiếc áo cổ truyền **5.** kỳ cựu, lâu đời.

classic² /'klæsik/ *dt* **1.** tác giả kinh điển; tác phẩm kinh điển **2.** sự việc nổi bật: *the*

football match was a classic trận đấu bóng đá ấy là một sự kiện nổi bật **3. Classics** văn học Hy-La: *she studied Classics at university* cô ta học văn học Hy-La ở đại học **4.** y phục cổ truyền.

classical /'klæsikl/ *tt* **1.** kinh điển: *classical studies* những môn học kinh điển; *classical scholar* nhà học giả kinh điển **2.** cổ điển: *classical music of India* nhạc cổ điển Ấn Độ **3.** theo lối cổ truyền: *a classical elegance* vẻ thanh lịch theo lối cổ truyền.

classically /'klæsikəli/ *pht* **1.** [một cách] kinh điển **2.** [một cách] cổ điển.

classicism /'klæsisizəm/ *dt* **1.** chủ nghĩa kinh điển **2.** lối kinh điển *(trong bút pháp...)*.

classicist /'klæsisist/ *dt* **1.** người theo chủ nghĩa kinh điển **2.** chuyên gia văn học Hy-La.

classifiable /'klæsifaiəbl/ *tt* có thể phân loại được.

classification /ˌklæsifi'keiʃn/ *dt* **1.** sự phân loại **2.** hệ thống phân loại.

classified /'klæsifaid/ *tt* **1.** chính thức được coi là mật **2.** đã được phân loại.

classified ads /ˌklæsifaid 'ædz/ *dt (cg Anh* **small ads**; *(Mỹ* **want ads**) mục rao vặt trên báo *(tìm việc làm, cần mua, cần bán cái gì...)*.

classify /'klæsifai/ *đgt* **(-fied)** **1.** phân loại, xếp loại **2.** tuyên bố chính thức là mật *(không phổ biến rộng rãi)*.

classism /'klæsizəm/ *dt* định kiến giai cấp.

classless /'klæslis/ *tt* **1.** không phân giai cấp: *a classless society* một xã hội không phân giai cấp **2.** phi giai cấp, không thuộc giai cấp rõ rệt nào cả: *a classless*

accent giọng nói phi giai cấp.

class-list /'klɑːslist/ *dt (Anh)* bảng xếp hạng kết quả thi mãn khóa *(của sinh viên đại học)*.

class-mate /'klɑːsmeit/ *dt* bạn cùng lớp.

classroom /'klɑːsrʊm/ *dt* phòng học.

class struggle /ˌklɑːs 'strʌgl/ **the class struggle** *(cg* **the class war)** đấu tranh giai cấp.

classy /'klɑːsi, *(Mỹ* 'klæsi)/ *tt* **(-eir; iest)** thượng hạng, có hạng: *a classy hotel* một khách sạn thượng hạng.

clatter¹ /'klætə[r]/ *dt (số ít)* tiếng lóc cóc, tiếng lách cách: *the clatter of horse's hoofs* tiếng lóc cóc của vó ngựa; *the clatter of a typewriter* tiếng lách cách của máy chữ.

clatter² /'klætə[r]/ *đgt* [làm] kêu lóc cóc, [làm] kêu lách cách: *don't clatter your knives and forks* đừng để dao nĩa chạm vào nhau kêu lách cách.

clatter down, across, in chuyển động xuống, qua, vào, tạo nên tiếng lóc cóc *(lách cách)*: *the children clattered downstairs* tụi trẻ chạy lóc cóc xuống cầu thang.

clause /klɔːz/ *dt* **1.** *(ngôn)* mệnh đề **2.** điều khoản *(trong một hợp đồng...)*: *there is a clause in the contract forbidding tenants to sublet* trong hợp đồng có một điều khoản cấm người thuê cho thuê lại.

claustrophobia /ˌklɔːstrə'fəʊbiə/ *dt (y)* chứng sợ chỗ kín.

claustrophobic /ˌklɔːstrə'fəʊbik/ *tt (y)* sợ chỗ kín, gây sợ chỗ kín: *a claustro-*

phobic room căn phòng gây sợ chỗ kín.

clavichord /ˈklævikɔːd/ *dt* (nhạc) clavico (nhạc khí).

clavicle /ˈklævikl/ *dt* (giải) xương đòn.

claw¹ /klɔː/ *dt* 1. vuốt (mèo, chim) 2. chân có vuốt: *the eagle held a mouse in its claws* con đại bàng cắp con chuột trong chân [có vuốt của] nó 3. càng (cua...) 4. cái kẹp, cái gắp. // **get one's claws into somebody** bám riết ai (*nói về phụ nữ*): *she's really got her claws into him* cô ta thực đã bám riết anh chàng.

claw² /klɔː/ *dgt* (+ at) quào, quắp: *the cats clawed at each other* mèo quào nhau; *the tiger clawed at the pig* hổ quắp lợn đi. // **claw one's way across, up, through...** bíu vào mà lần qua: *they slowly clawed their way up the chip* họ bíu vào vách đá chậm chạp lần lên.

claw something back thu lại (*tiền trợ cấp được coi là không cần thiết*) bằng cách đánh thuế (*nói về chính phủ*).

claw-back /ˈklɔːbæk/ *dt* sự thu hồi.

claw-hammer /ˈklɔːhæmə[r]/ *dt* búa nhổ đinh.

clay /klei/ *dt* đất sét. // **have feet of clay** x **foot¹**.

clayey /ˈkleii/ *tt* tựa đất sét; chứa đất sét; phủ đất sét.

claymore /ˈkleimɔː[r]/ *dt* gươm hai mặt lưỡi (*trước đây dân miền núi Scotland hay dùng*).

clay pigeon /ˌklei'pidʒin/ bồ câu đất sét (*hình đĩa*) ném lên không để làm bia tập bắn (*một môn thể thao*).

clay pipe /ˌklei'paip/ ống tẩu bằng đất sét.

clean¹ /kliːn/ *tt* (-er; -est) 1. sạch, sạch sẽ; trong sạch: *clean hands* bàn tay sạch; *a clean dress* chiếc áo sạch; *cats are clean animals* mèo là loài vật sạch sẽ; *lead a clean life* sống một cuộc đời trong sạch; *she has a clean record* cô ta có lý lịch trong sạch 2. (*thể*) đúng luật, khéo: *a clean tackle* cú cản bóng đúng luật; *a clean blow* cú đấm khéo 3. có hình dáng đẹp: *a car with clean lines* chiếc xe có đường nét đẹp 4. gọn, không nham nhở: *a sharp knife makes a clean cut* dao bén cắt gọn không nham nhở 5. (*kng*) sạch, ít phóng xạ (*vũ khí hạt nhân*). // **[as] clean as a new pin** (*kng*) sạch bong; **[as] clean as a whistle** (*kng*) a/ rất sạch b/ khéo léo, tài tình: *the dog jumped through the hoop as clean as a whistle* cho chó nhảy ra qua cái vòng một cách tài tình; **a clean bill of health** giấy chứng nhận sức khỏe tốt (*nhất là sau một con bệnh*); **a clean sheet (slate)** giấy chứng nhận lý lịch trong sạch; **[make] a clean sweep [of something]** a/ quét sạch mọi thứ, mọi người không cần thiết: *the new manager made a clean sweep of the department* ông giám đốc mới đã loại bỏ hết mọi thứ, mọi người không cần thiết trong ban b/ vơ sạch: *the Russian made a clean sweep of the medals in the gymnastic events* người Nga đã vơ sạch các huy chương trong các cuộc thi đấu thể dục; **keep one's nose clean** x **nose¹**; **make a clean break [with something]** đoạn tuyệt với: *he's made a clean break with the past* anh ta đã đoạn tuyệt với quá khứ; **make a clean breast of something** tự thú điều gì: *he's made a clean breast of his crime to the police* nó đã tự thú tội lỗi với cảnh sát; **show a clean pair of heels** x **show²**; **wipe the slate clean** x **wipe¹**.

clean² /kliːn/ *pht* hoàn toàn, hẳn: *the bullet went clean through his shoulder* viên đạn đã xuyên thủng hẳn vai nó; *I clean forgot about it* tôi quên bẵng chuyện đó. // **come clean [with somebody] [about something]** thú thật: *I've got to come clean [with you] - I was the one who broke the window* tôi đến thú thật với ông, tôi là người làm vỡ cửa sổ.

clean³ /kliːn/ *dgt* 1. làm sạch, lau sạch, đánh sạch, tẩy sạch...: *clean one's shoes* lau sạch giày; *clean one's teeth* đánh răng; *clean a road* quét đường; *clean a room* dọn sạch buồng; *clean a channel* nạo vét kênh; *clean vegetables* nhặt rau 2. trở nên sạch sẽ: *this floor cleans easily* sàn nhà này dễ lau sạch.

clean something down chải, cọ cho sạch: *clean down the walls* cọ sạch tường; **clean something from (off) something** cạy ra, phủi đi: *she cleaned the dirt from her nails* chị ta cạy ghét bẩn ở móng tay ra; **clean something out** dọn dẹp phía trong cho sạch sẽ: *clean out the stables* dọn dẹp phía trong chuồng ngựa cho sạch sẽ; **clean somebody out [of something]** cuỗm sạch; mua hết sạch: *the burglars cleaned her out of all her jewelery* kẻ trộm đã cuỗm sạch nữ trang của cô ta; *I haven't a penny left; buying drinks for everyone has cleaned me out completely* tôi chẳng còn một xu dính túi, mua rượu đãi mọi người đã làm tôi hoàn toàn hết sạch tiền; **clean [oneself] up** *(kng)* rửa [cho sạch]: *my hands are filthy; I'd better go and clean [myself] up* tay tôi bẩn, tôi phải đi rửa đây; **clean [something] up** a/ quét dọn sạch, thu dọn: *clean up [a room] after a party* thu dọn [phòng] sau bữa tiệc b/ *(kng)* kiếm được *(nhiều tiền)*: *he cleaned a small fortune* nó đã kiếm được cơ đồ nho nhỏ; **clean something up** truy quét tội phạm, tiểu trừ mầm xấu: *a campaign to clean up television* một chiến dịch làm lành mạnh các buổi chiếu truyền hình *(ngăn chặn hoặc loại bỏ các cảnh bạo lực, khiêu dâm... trên truyền hình)*.

clean-cut /ˌkliːnˈkʌt/ *tt* **1.** rõ nét, sắc nét: *clean-cut features* nét mặt sắc sảo **2.** gọn ghẽ, sạch sẽ: *a clean-cut college boy* một sinh viên cao đẳng gọn ghẽ.

cleaner /ˈkliːnə[r]/ *dt* **1.** người quét dọn: *an office cleaner* người quét dọn văn phòng **2.** chất tẩy: *a floor cleaner* chất tẩy vết bẩn sàn nhà **3. the cleaners** tiệm hấp tẩy quần áo. // **take somebody to the cleaner's** a/ lừa ai lấy hết tiền b/ chỉ trích ai một cách thô bạo.

clean-limbed /ˌkliːnˈlimd/ *tt* *(khen)* có thân hình cân đối *(chủ yếu nói về người trẻ tuổi)*.

cleaning woman /ˈkliːniŋ wʊmən/ chị quét dọn *(cơ quan, nhà tư)*.

cleanliness /ˈklinlinis/ *dt* tính sạch sẽ; tình trạng sạch sẽ thường ngày.

cleanly¹ /ˈkliːnli/ *pht* [một cách] gọn: *the branch snapped cleanly in two* cành cây gãy tách thành hai một cách gọn ghẽ; *catch a ball cleanly* bắt gọn quả bóng.

cleanly² /ˈklinli/ *tt* (**-ier; -iest**) sạch sẽ; thường ngày sạch sẽ; có thói quen sạch sẽ.

cleanse /ˈklenz/ *dgt* (+ *of*) làm cho sạch hoàn toàn: *a cleansing cream* kem làm sạch da; *she felt cleansed of her sins after confession* *(bóng)* chị ta cảm thấy trút hết được tội lỗi sau khi xưng tội.

cleanser /ˈklenzə[r]/ *dt* chất tẩy, nước tẩy.

clean-shaven /ˌkliːnˈʃeivn/ *tt* mày râu nhẵn nhụi.

clean sweep /ˌkliːnˈswiːp/ **1.** sự thay hoàn toàn: *the company chairman has made a clean sweep and replaced his entire management team* ông giám đốc mới của công ty đã thay hoàn toàn kíp quản trị ở công ty **2.** thắng lợi hoàn toàn: *the race was a clean sweep for Germany-they finished first, second and third* cuộc thi chạy đã là một thắng lợi hoàn toàn của đội Đức, họ về thứ nhất, thứ nhì và thứ ba.

clean-up /ˈkliːnʌp/ *dt* **1.** sự thu dọn, sự quét dọn sạch **2.** sự truy quét tội phạm **3.** *(Mỹ, lóng)* món vớ bở, món lãi to.

clear¹ /kliə[r]/ *tt* (**-er; -est**) **1.** rõ; trong: *the clear water of a mountain lake* nước hồ trên núi trong trẻo; *a clear sky* bầu trời trong; *a clear photograph* tấm ảnh rõ; *a clear explanation* lời giải nghĩa rõ; *you'll do as you've told, is that clear?* người ta bảo sao thì làm vậy, rõ chưa?; *a clear understanding of the problem* một sự hiểu rõ các vấn đề; *it is quite clear that she is not coming* rất rõ là chị ta không đến; *a clear case of cheating* một ca lừa đảo rõ ràng **2.** không có vết: *clear*

skin làn da không có vết, làn da nõn nà **3.** trống, thông, không có khó khăn trở ngại: *a clear view* tầm nhìn thông suốt; *wait until the road is clear [of traffic] before crossing* chờ cho đường thông đã hãy băng qua **4.** vô tội, thanh thản: *have a clear conscience* [có] lương tâm thanh thản **5.** rảnh, sạch không còn vướng: *clear of debt* giữ sạch nợ nần; *you are now clear of suspicion* bây giờ anh không còn bị nghi ngờ gì nữa **6.** (+ *of*) không chạm vào, xa ra: *the plane climbed until it was clear of the clouds* máy bay vọt lên cho đến khi ra khỏi các tầng mây **7.** hoàn toàn; tròn: *two clear days* hai ngày tròn; *a clear month* tháng đủ **8.** ròng: *clear profit* lãi ròng. // **[as] clear as a bell** rõ, nghe rõ và dễ; **[as] clear as day** rõ như ban ngày; **[as] clear as mud** không rõ ràng, khó lý giải; **the coast is clear** x coast¹; **in the clear** *(kng)* không còn nguy hiểm; không còn bị nghi ngờ điều gì: *she was very ill for a few days but doctors say she's now in the clear* chị ta bệnh nặng mất mấy ngày, nhưng các bác sĩ nói là nay chị ta đã qua cơn nguy kịch; **make oneself clear** nói rõ: *do I make myself clear?* tôi nói thế rõ rồi chứ?; **make something clear (plain)** làm cho điều gì được hiểu rõ: *I made it clear to him that I rejected his proposal* tôi nói cho nó hiểu rõ là tôi bác đề nghị của nó.

clear² /kliə[r]/ *pht* **1.** [một cách] rõ, [một cách] rõ ràng: *I can hear you loud and clear* tôi nghe anh nói to và rõ lắm **2.** (+ *of*) tách ra, xa ra: *stand clear of the doors* đứng xa cửa ra; *he* *jumped three inches clear of the bar* nó nhảy qua cách xà ba insơ **3.** hoàn toàn, hẳn: *the prisoner got clear away* tên tù đã trốn biệt. // **keep (stay; steer) clear [of somebody (something)]** tránh xa: *his doctor advised him to steer clear of alcohol* bác sĩ của ông ta khuyên ông nên tránh xa rượu chè; *I prefer to keep clear of town during the rush-hour* tôi tránh ra phố vào giờ cao điểm.

clear³ /kliə[r]/ *dgt/* **1.** trở nên trong; quang đãng ra; tan đi: *the muddy water slowly cleared* nước bùn dần dần lắng trong; *the sky cleared after the storm* trời quang đãng ra sau cơn bão; *it was a fine day once the mist had cleared* sau khi sương tan, ngày thật là đẹp **2.** dọn sạch, xóa: *clear the streets of snow* dọn sạch tuyết trên đường; *clear the throat* đằng hắng: *clear one's mind of doubt* xóa tan mọi nghi ngờ trong đầu óc; *she was cleared of all charges* chị ta được xóa hết mọi lời buộc tội **3.** vượt qua, nhảy qua: *the horse cleared the fence easily* con ngựa vượt qua rào một cách dễ dàng; *the winner cleared six feet* người đoạt giải vượt qua rào cao sáu bộ **4.** cho phép (được phép) cập (rời) cảng; cho phép (được phép) dỡ hàng: *clear a plane for take-off* cho máy bay cất cánh; *clear goods through customs* trả đủ thuế hải quan để lấy hàng **5.** chính thức chấp nhận; thông qua: *clear an article for publication* thông qua cho đăng một bài báo **6.** chuyển *(séc)* qua ngân hàng thanh toán bù trừ **7.** thu được, kiếm được, thu lời: *clear £1000 on a deal*

thu lời 1000 bảng trong một vụ buôn bán; *clear one's expenses* kiếm đủ tiền chi tiêu **8.** trang trải hết: *clear one's debts* trang trải hết nợ nần **9.** *(thể)* đá (đánh) qua bóng ra khỏi vùng cấm địa *(bóng đá, hốc cây).* // **clear the air** nói ra cho vơi nỗi lo âu sợ hãi; nói ra để xua tan nỗi nghi ngờ: *a frank discussion can help to clear the air* trao đổi thẳng thắn có thể xua tan nỗi nghi ngờ; **clear the desks** *(kng)* chuẩn bị sẵn sàng để hành động.

clear [something] away dọn đi: *clear away the dishes* dọn bát đĩa đi; **clear off** *(kng)* (chủ yếu dùng ở thể mệnh lệnh) cút đi, xéo đi; **clear something off** hoàn tất việc trả tiền, trả hết: *clear off a debt* trả hết món nợ; **clear out [of]** *(kng)* nhanh chóng rời khỏi, nhanh chóng chuồn khỏi: *he cleared out before the police arrived* nó chuồn đi trước khi cảnh sát tới; **clear something out** dọn sạch: *clear out the attic* dọn sạch căn gác xép; **clear up** a/ trở nên quang đãng; trở nên đẹp trời: *I hope it clears up this afternoon* tôi hy vọng chiều nay trời sẽ quang đãng b/ dứt hẳn *(bệnh tật...)*: *has your rash cleared up yet?* chứng phát ban của anh đã dứt hẳn chưa?; **clear [something] up** dọn dẹp cho ngăn nắp: *please clear up [the mess in here] before you go* làm ơn dọn dẹp cho ngăn nắp các thứ ở đây rồi hãy đi; **clear something up** đánh tan sự nghi ngờ về việc gì; giải quyết: *clear up a misunderstanding* đánh tan sự hiểu lầm; *clear up a difficulty* giải quyết việc khó khăn; **clear somebody (something) with somebody (something)** đưa ra để được kiểm tra và chấp thuận: *you'll have to clear it*

with management anh phải đưa việc đó ra ban lãnh đạo xét duyệt và chấp thuận.

clearance /'kliərəns/ *dt* **1.** sự dọn quang: *slum clearance* sự dọn quang (giải tỏa) nhà ổ chuột **2.** *(thể)* cú phát bóng ra xa khung thành **3.** khoảng hở: *there is not much clearance for tall vehicles passing under this bridge* khoảng hở phía trên không được là bao đối với các xe lớn qua cầu này **4.** giấy phép; sự cho phép: *get clearance for take-off* được phép cất cánh **5.** sự chuyển *(séc)* qua ngân hàng hối đoái.

clearance sale /'kliərəns seil/ sự bán thanh lý, sự bán xon.

clear-cut /,kliə'kʌt/ *tt* rõ, rõ ràng: *clear-cut distinction* sự phân biệt rõ ràng; *clear-cut outline of the mountains against the sky* đường nét rõ của dãy núi trên nền trời.

clear-headed /,kliə'hedid/ *tt* hiểu rõ; sáng tỏ.

clear-headedly /,kliə'hedidli/ *pht* [một cách] hiểu rõ; [một cách] sáng tỏ.

clear-headedness /,kliə'hedidnis/ *dt* sự hiểu rõ; sự sáng tỏ.

clearing /'kliəriŋ/ *dt* khu đất phát quang *(trong rừng).*

clearing bank /'kliəriŋbæŋk/ ngân hàng thanh toán bù trừ.

clearing-house /'kliəriŋhaʊs/ phòng thanh toán bù trừ.

clear-sighted /,kliə'saitid/ *tt* sáng suốt.

clear-sightedly /,kliə'saitidli/ *pht* [một cách] sáng suốt.

clear-sightedness /,kliə'saitidnis/ *dt* óc sáng suốt.

clearway /'kliəwei/ *dt* đường cấm xe đỗ.

cleat /kli:t/ *dt* **1.** miếng chống trượt *(đóng dưới để giày, ở cầu tàu...)* **2.** thanh quấn dây *(ở tàu thuyền...)*.

cleavage /'kli:vidʒ/ *dt* **1.** đường xẻ, đường phân cách: *a deep cleavage within the ruling party* sự chia rẽ sâu sắc trong đảng đương quyền **2.** chỗ trũng giữa hai vú *(ở ngực phụ nữ)*.

cleave¹ /kli:v/ *dgt* (qk **cleaved, clove, cleft**; *dttqk* **cleaved, cloven, cleft**) **1.** chẻ, bổ: *this wood cleaves easily* gỗ này dễ chẻ; *cleave a block of wood in two* bổ khúc gỗ làm đôi **2.** (+ **through**) rẽ: *the ship's bows cleaved [through] the waves* mũi tàu rẽ sóng; *cleave a path through the crowd* rẽ một lối đi qua đám đông.

cleave² /kli:v/ *dgt* (**clea-ved, clave; cleaved**) *(cổ)* **cleave to somebody [something]** gắn bó với, trung thành với.

cleaver /'kli:və[r]/ *dt* dao pha *(của người hàng thịt)*.

clef /klef/ *dt (nhạc)* chìa: *alto clef* chìa anto.

cleft¹ /kleft/ *dt* đường nứt, khe, kẽ *(ở đá, đất...)*.

cleft² /kleft/ *qk và dttqk của* **cleave¹**.

cleftstick /,kleft'stick/ **be [caught] in a cleftstick** rơi vào một tình thế khó xử; rơi vào một tình huống không biết nên làm ra sao.

clematis /'klemətis, klə'mei-tis/ *dt (thực)* dây ông lão.

clemency /'klemənsi/ *dt* **1.** tính ôn hòa *(của khí hậu)* **2.** lòng khoan dung, lòng nhân từ.

clement /'klemənt/ **1.** ôn hòa *(khí hậu)* **2.** khoan dung, nhân từ.

clementine /'klemənti:n/ *dt (thực)* quýt clêmăng.

clench /klentʃ/ *dgt* **1.** nghiến chặt, mím chặt, nắm chắc: *clench one's teeth* nghiến chặt răng; *clench one's lips* mím chặt môi; *clench one's fists* nắm chặt tay lại **2.** bấu chặt vào: *clench the railings with both hands* bấu chặt vào hàng rào chấn song bằng cả hai tay.

clerestory /'kliəstɔ:ri/ *dt* bức tường đỉnh *(có cửa sổ, ở cao hơn mái các gian bên ở một nhà thờ lớn)*.

clergy /'klɜ:dʒi/ *dt* giới tăng lữ, giới giáo sĩ.

clergyman /'klɜ:dʒimən/ *dt* (*snh* **clergymen** /'klɜ:dʒimən/) tăng sĩ, giáo sĩ.

cleric /'klerik/ *dt (cổ) nh* clergyman.

clerical /'klerikl/ *tt* **1.** [thuộc] thư ký, [thuộc] văn phòng: *a clerical error* một lỗi khi biên chép, đánh máy... **2.** [thuộc] tăng lữ: *clerical dress* y phục tăng lữ.

clerihew /'klerihju:/ *dt* bài thơ trào phúng bốn câu.

clerk¹ /klɑ:k, (Mỹ) 'klɜ:rk/ *dt* **1.** thư ký: *a bank clerk* thư ký ngân hàng **2.** viên lục sự **3.** (Mỹ) (cg **desk clerk**) nhân viên khách sạn **4.** (Mỹ) nhân viên bán hàng **5.** (cổ) giáo sĩ, tăng lữ.

clerk² /klɜ:rk/ *dgt (Mỹ)* làm thư ký *(làm công việc sổ sách..., nhất là trong một cửa hàng)*.

clever /'klevə[r]/ *tt* **1.** thông minh, lanh lợi **2.** giỏi, lành nghề: *a clever workman* một công nhân lành nghề **3.** tài tình, thần tình *(ý nghĩ, hành động...)* **4.** (kng, xấu) tinh ranh, láu lỉnh: *he was too clever for us* hắn quá láu so với chúng tôi.

clever-clever /'klevəklə-və[r]/ *tt (thường thngữ) (kng, xấu)* láu cá.

clever Dick /'klevədik/ người tự cho là biết mọi thứ.

cleverly /'klevəli/ *pht* **1.** [một cách] thông minh lanh lợi **2.** [một cách] lành nghề **3.** [một cách] tài tình, [một cách] thần tình **4.** (kng, xấu) [một cách] láu lỉnh.

cleverness /'klevənis/ *dt* **1.** sự thông minh lanh lợi **2.** sự lành nghề **3.** sự tài tình, sự thần tình **4.** (kng, xấu) sự láu lỉnh.

clew¹ /klu:/ *dt* **1.** (hải) tai buồm **2.** dây treo võng.

clew² /klu:/ *dgt* **clew something up (down)** (hải) giương (hạ) (buồm).

cliché /'kli:ʃei, (Mỹ kli:'ʃei/ *dt* lời nói sáo; sự nói sáo rỗng: *cliché is a feature of bad journalism* sáo rỗng là một nét đặc trưng của báo chí chất lượng tồi.

click¹ /klik/ *dt* tiếng lách tách: *the click of a switch* tiếng bật công tắc tách một cái; *he saluted with a click of his heels* anh ta chào hai gót giày đập vào nhau đánh tách một cái.

click² /klik/ *dgt* **1.** [làm] kêu lách tách: *click one's tongue* tặc lưỡi; *click one's fingers* bật ngón tay kêu lách tách **2. click with somebody** (Anh, kng) a/ thân nhau ngay *(với ai)*: *we met on holiday and just clicked immediately* chúng tôi gặp nhau vào ngày nghỉ và thân nhau ngay b/ trở nên được ưa chuộng: *the film has really clicked with young audiences* bộ phim thực sự được đám khán giả trẻ ưa chuộng **3.** (kng) bỗng nhiên được sáng tỏ: *I puzzled over it for hours before it finally* *clicked* tôi lúng túng hàng mấy tiếng đồng hồ với việc đó trước khi bỗng nhiên sáng tỏ hết.

client /'klaiənt/ *dt* **1.** khách hàng *(của một cửa hàng)* **2.** thân chủ *(của luật sư...)*.

clientele /,kliən'tel, (Mỹ klaiən'tel)/ *dt* **1.** bạn hàng **2.** đám thân chủ *(của luật sư...)*.

cliff /klif/ *dt* vách đá *(sát biển)*.

cliff-hanger /'klif ,hæŋə[r]/ *dt* **1.** câu chuyện cho đến phút cuối cùng cũng chưa rõ kết cục **2.** cuộc đua cho đến phút cuối cùng vẫn chưa rõ ai thắng ai thua.

cliff-hanging /'klif,hæŋiŋ/ *tt* vẫn còn treo đấy; làm hồi hộp thấp thỏm.

climacteric /,klai'mæktərik/ *dt* tuổi tắt dục; tuổi mãn kinh *(nữ)*.

climactic /klai'mæktik/ *tt* [đạt tới] tột đỉnh.

climate /'klaimit/ *dt* **1.** khí hậu **2.** miền khí hậu: *she moved to a warmer climate* chị ta dọn đến một miền khí hậu ấm áp hơn **3.** *(bóng)* không khí: *the present political climate* không khí chính trị hiện nay. // **a change of air (climate)** *x* change[2].

climatic /klai'mætik/ *tt* [thuộc] khí hậu: *climatic conditions* điều kiện khí hậu.

climatically /klai'mætikli/ *pht* về mặt khí hậu.

climatology /,klaimə'tolədʒi/ *dt* khí hậu học.

climax[1] /'klaimæks/ **1.** cực điểm, tột đỉnh: *the climax of his political career* tột đỉnh của sự nghiệp chính trị của ông ta **2.** *(địa)* cao đỉnh **3.** *(sinh)* khoái cực.

climax[2] /'klaimæks/ **1.** lên đến tột đỉnh; đạt tới tột đỉnh: *her career climaxed in the award of an Oscar* sự nghiệp của cô ta đạt tới tột đỉnh khi cô đoạt được giải Oscar **2.** *(sinh)* đạt tới khoái cực.

climb[1] /klaim/ *dgt* **1.** trèo, leo: *climb a wall* trèo tường; *climb a tree* trèo cây; *climb a rope* leo dây; *the car slowly climbed the hill* chiếc xe chậm chạp leo lên đồi; *climb out of bed* trèo ra khỏi giường; *monkeys can climb well* khỉ leo trèo giỏi; *a climbing rose* cây hồng leo **2.** leo núi *(như một môn thể thao)*: *he likes to go climbing at weekends* anh ta thích leo núi vào kỳ cuối tuần **3.** lên cao *(mặt trời, máy bay)*: *the plane climbed to 20,000 feet* máy bay lên cao tới 20.000 bộ **4.** leo lên tới *(một địa vị nào đó)* **5.** tăng lên về giá trị *(nói về nhiệt độ, đồng tiền tệ)*: *the dollar has been climbing steadily all week* đồng đôla lên giá đều đều trong suốt tuần. // **climb (jump) on the bandwagon** *x* bandwagon.

climb down nhận lỗi; nhượng bộ; xuống thang.

climb[2] /klaim/ *dt (thường số ít)* **1.** sự trèo, sự leo: *the climb down has been harder than the climb up* sự leo xuống lại còn khó hơn lúc leo lên; *the minister's climb to the power* sự leo lên quyền hành của ông bộ trưởng **2.** chỗ dốc phải leo: *there was a steep climb on the road out of town* đường đi ra ngoài thành phố phải qua một chỗ dốc gắt.

climb-down /'klaim daʊn/ *dt* sự nhận lỗi; sự nhượng bộ, sự xuống thang.

climber /'klaimə[r]/ *dt* **1.** người leo *(núi)* **2.** cây leo **3.** *(kng)* kẻ bon chen.

climbing frame /'klaimiŋ freim/ khung leo *(cho trẻ em chơi)*.

climbing irons /'klaim iŋaiəns/ móc leo *(móc sắt móc vào giày để leo núi, leo cây)*.

clime /klaim/ *dt (tho) (thường snh)* nh climate: *sunny southern climes* những vùng dãi nắng ở miền nam.

clinch[1] /klintʃ/ *dgt* **1.** tán bẹt *(đầu mũi đinh)* **2.** giải quyết xong: *clinch a bargain* giải quyết xong một cuộc thương lượng mua bán **3.** ôm ghì nhau *(võ sĩ quyền Anh)*: *the boxers clinched and the referee had to separate them* hai võ sĩ quyền Anh ôm ghì lấy nhau và trọng tài phải tách họ ra.

clinch[2] /klintʃ/ *dt* **1.** sự ôm ghì nhau *(võ sĩ quyền Anh)*: *get into a clinch* ôm ghì nhau; *break a clinch* tách hai võ sĩ ôm ghì nhau ra **2.** *(kng)* sự ôm ghì vào lòng.

clincher /'klintʃə[r]/ *dt (kng)* luận điểm quyết định: nhận xét quyết định *(kết thúc một cuộc tranh luận)*.

cline /klain/ *dt (sinh)* loại diễn.

cling /'kliŋ/ *dgt* **(clung)** bám, bám chặt vào, bám sát: *wet clothes cling to the body* quần áo ướt bám sát vào người; *clinging dress* quần áo bó sát người; *cling to a belief* bám lấy một niềm tin; *survivors clinging to a raft* những người sống sót bám vào một chiếc bè; *the smell of smoke clings [to one's clothes] for a long time* mùi thuốc lá bám vào quần áo một thời gian lâu; *don't cling to the kerb when you're dri-*

ving đừng lái xe sát lề đường; *small children cling to their mother* trẻ con bám chặt lấy mẹ. // **cling (stick) to somebody like a leech** x leech.

cling film /'kliŋfilm/ *dt* (Anh) giấy bóng *(bằng chất dẻo, dùng để gói thực phẩm)*.

clinging /'kliŋiŋ/ *tt* **1.** sát vào người *(quần áo)* **2.** quấn quýt, gắn bó.

clingy /'kliŋi/ *tt (kng)* bám dai, bám chặt: *a shy, clingy child* đứa bé nhút nhát, bám chặt lấy mẹ.

clinic /'klinik/ *dt* **1.** bệnh viện tư; bệnh viện chuyên khoa **2.** phòng khám; buổi khám **3.** buổi học lâm sàng.

clinical /'klinik/ *tt* **1.** lâm sàng **2.** lạnh lùng, dửng dưng: *he watched her suffering with clinical detachment* anh ta dửng dưng nhìn cô ta đau đớn **3.** không trang trí *(nhà, phòng)*: *the clinical style of some modern architecture* lối không trang trí của một vài kiểu kiến trúc hiện đại.

clinically /'klinikli/ *pht* [về mặt] lâm sàng: *clinically dead* chết lâm sàng.

clinical thermometer /ˌkliniklθə'mɒmitə[r]/ cái cặp nhiệt.

clink¹ /kliŋk/ *dt* tiếng kêu leng keng *(cốc chạm nhau)*, tiếng kêu xủng xoẻng *(đồng xu trong túi; chùm chìa khóa...)*.

clink² /kliŋk/ *đgt* kêu leng keng; kêu xủng xoẻng.

clink³ /kliŋk/ *dt (lóng)* nhà tù: *be [put] in [the] clink* bị bỏ tù.

clinker /'kliŋkə[r]/ *dt* xỉ than, clinke.

clinker-built /'kliŋkəbilt/ *dt* có vỏ bằng các tấm lợp *(lợp

lên nhau như ngói lợp) (nói về thuyền).*

clip¹ /klip/ *dt* **1.** cái kẹp *(nhất là trong từ ghép): a paper-clip* cái kẹp giấy; *a hair-clip* cái kẹp tóc **2.** *(cg* **cartridge clip**) cái nạp đạn **3.** cái cài áo *(để trang sức).*

clip² /klip/ *đgt* (-pp-) kẹp bằng kẹp; bị kẹp: *there is a cheque clipped to the back of the letter* có một tấm séc kẹp vào mặt sau bức thư; *clip documents together* kẹp văn kiện lại với nhau.

clip³ /klip/ *đgt* (-pp-) **1.** xén, hớt: *clip a sheep* xén lông cừu; *clip a hedge* xén hàng rào; *clip one's finger-nails* bấm (cắt) móng tay **2.** bấm *(vé xe... để chứng tỏ là vé đã sử dụng)* **3.** nuốt *(chữ khi đọc): he clipped his words when speaking* anh ta nuốt chữ khi nói **4.** *(kng)* đánh mạnh: *clip somebody's ear; clip somebody on the ear* đánh mạnh vào tai ai. // **clip somebody's wings** chặt đôi cánh của ai *(bóng)*, cản trở sự hăm hở phấn đấu của ai: *having a new baby to look after has clipped her wings a bit* có thêm một cháu bé phải chăm sóc đã cản trở một ít chí phấn đấu của chị ta; **clip something out of something** cắt đứt, cắt *(bằng kéo...): clip an article out of the newspaper* cắt lấy một bài ở tờ báo.

clip⁴ /klip/ *dt* **1.** sự xén, sự hớt **2.** lượng lông xén ra mỗi con mỗi lần **3.** *(kng)* cú đánh mạnh **4.** đoạn trích phim ngắn. // **at a fair (good...) clip** với tốc độ nhanh: *the old car was travelling at quite a clip* chiếc xe cũ chạy với tốc độ rất nhanh.

clipboard /'klipbɔ:d/ *dt* tấm kẹp giấy.

clip-clop /'klipklɒp/ *dt* tiếng lóc cóc *(của vó ngựa trên nền đất cứng).*

clip-joint /'klipdʒɔint/ *dt (lóng, xấu)* quán đêm cửa cổ *(thu tiền cao của khách).*

clip-on¹ /'klipɒn/ *tt* kẹp, đính bằng kẹp: *a clip-on bow-tie* chiếc nơ kẹp.

clip-on² /'klipɒn/ *dt (thường snh)* vật *(đính bằng kẹp): are your ear-rings clips-on?* hoa tai của chị có phải là loại kẹp không?

clipper /'klipə[r]/ *dt* **1.** thuyền buồm chạy nhanh *(ngày xưa dùng đi đường xa)* **2. clippers** *snh* dụng cụ cắt xén *(thường trong từ ghép): [a pair of] nail clippers* cái bấm móng tay.

clipping /'klipiŋ/ *dt* **1.** *(thường snh)* mảnh cắt ra: *nail clippings* móng tay cắt ra; *hedge clipping* bờ rào xén ra **2.** *(Mỹ) nh* cutting¹ 1.

clique /kli:k/ *dt (xấu)* bọn, tụi, phường, bè lũ.

cliquy /'kli:ki/ *tt (cg* **cliquey** /'kli:ki/, **cliquish** /'kli:kiʃ/) **1.** có khuynh hướng kết thành bè phái **2.** có tính chất bè phái: *our department is very cliquy* cơ quan chúng tôi rất bè phái.

clitoral /'klitərəl/ *tt (giải)* [thuộc] âm vật.

clitoris /'klitəris/ *dt (giải)* âm vật.

Cllr (Anh) *(vt của* Councillor) ủy viên hội đồng: *Cllr Michael Booth* Ông ủy viên hội đồng Michael Booth.

cloak¹ /kləuk/ *dt* **1.** áo choàng không tay **2.** *(bóng)* lốt, mặt nạ: *under the cloak of religion* đội lốt tôn giáo.

cloak² /kləuk/ *đgt* (+ in) che đậy, đội lốt: *the negotiations were cloaked in secrecy* các cuộc thương lượng được che đậy bí mật.

cloak-and-dagger /ˌkləʊk ənd ˈdæɡə[r]/ *tt (thngữ) cloak-and-dagger story* truyện kiếm hiệp.

cloak-room /ˈkləʊkrʊm/ *dt* **1.** phòng giữ áo mũ *(ở rạp hát...)* **2.** *(Anh, trại)* phòng vệ sinh: *the ladies' cloak-room* phòng vệ sinh nữ.

clobber[1] /ˈklɒbə[r]/ *đgt (kng)* **1.** đánh mạnh liên tiếp: *I'll clobber you if you don't do what you're told* tao sẽ nện cho mày một trận nếu mày không làm cái mày được bảo làm; *the new tax laws will clobber small businesses* (*lóng*) luật thuế mới sẽ nhằm đánh vào các doanh nghiệp nhỏ **2.** đánh bại hoàn toàn: *our team got clobbered on Saturday* hôm thứ bảy đội ta bị đại bại.

clobber[2] /ˈklɒbə[r]/ *dt (Anh, kng)* trang phục; trang bị: *you should see the clobber he takes when he goes climbing!* anh nên xem trang bị của nó khi nó đi leo núi!

cloche /klɒʃ/ *dt* **1.** lồng kính (lồng nhựa) chụp cây *(cây trồng ngoài trời)* **2.** mũ chụp *(hình chuông, của nữ)*.

clock[1] /klɒk/ *dt* đồng hồ *(đồng hồ treo tường, đồng hồ để bàn, không phải thứ đeo tay; đồng hồ chỉ số kilômét đường đã đi, số tiền khách phải trả ở xe tắc-xi...)*: *the clock has just struck three* đồng hồ vừa điểm ba giờ; *a second-hand car with 20,000 miles on the clock* một chiếc xe hơi cũ đồng hồ ghi là đã chạy 20.000 dặm. // **around (round) the clock** suốt ngày suốt đêm: *surgeons are working round the clock to save his life* các bác sĩ phẫu thuật làm việc suốt ngày suốt đêm để cứu mạng anh ta; **beat the clock** x **beat[1]**; **put the clock back**

kéo trở lui, làm lùi lại: *the new censorship law will put the clock back (by) 50 years* luật kiểm duyệt mới sẽ kéo lui thời gian lại 50 năm; **put the clock (clocks) forward (back)** chỉnh đồng hồ cho nhanh lên (lùi lại) một tiếng *(vào đầu (cuối) mùi hè, ở những nước có giờ mùa hè mùa đông khác nhau)*: *remember to put your clocks back [one hour] tonight* tối nay nhớ vặn đồng hồ lùi lại [một tiếng]; **work against the clock** làm việc chạy đua với thời gian.

clock[2] /klɒk/ *đgt* **1.** bấm giờ *(trong một cuộc chạy đua...)* **2. clock something [up]** đạt được *(thời gian, khoảng cách, tốc độ nào đó)*: *he clocked 9.6 seconds in the 100 metres* anh ấy chạy 100 mét mất 9,6 giây; *my car has clocked up 50,000 miles* xe ôtô của tôi đã chạy được 50.000 dặm. // **clock somebody one** *(Anh, kng)* tống cho một cú vào mặt ai: *if you do that again, I'll clock you one* nếu mày lặp lại điều đó, tao sẽ tống cho mày một cú vào mặt đấy.

clock [somebody] in (on); clock [somebody] out (off); *(Mỹ)* **punch [somebody] in (out)** chấm giờ đến làm (giờ nghỉ làm việc) của ai: *workers usually clock off at 5.30* công nhân thường nghỉ làm việc vào 5 giờ 30; *what is clock-in (clocking-in) time at your office?* cơ quan anh bắt đầu làm việc vào mấy giờ?

clock[3] /klɒk/ *dt* hình trang trí cạnh bít tất.

clock-face /ˈklɒkfeɪs/ *dt* mặt đồng hồ.

clock golf /ˌklɒkˈɡɒlf/ trò đánh gôn lỗ.

clock tower /ˈklɒktaʊə[r]/ tháp đồng hồ.

clock watcher /ˈklɒkwɒtʃə[r]/ người hay liếc đồng hồ *(xem đã gần giờ nghỉ việc chưa)*.

clock watching /ˈklɒk wɒtʃɪŋ/ *dt* thói hay liếc đồng hồ *(xem đã gần giờ nghỉ việc chưa)*.

clockwise /ˈklɒkwaɪz/ *tt, pht* theo chiều kim đồng hồ.

clockwork /ˈklɒkwɜːk/ *dt* bộ máy đồng hồ, cơ cấu lên dây cót *(ở một số đồ chơi...)*. // **like clockwork** đều đặn và chính xác, trôi chảy: *the operation went like clockwork* ca mổ diễn ra trôi chảy.

clod /klɒd/ *dt* cục đất; cục đất sét.

clodhopper /ˈklɒdhɒpə[r]/ *dt (kng)* **1.** *(xấu)* người vụng về **2.** *(đùa) (thường snh)* giày to và nặng.

clog[1] /klɒɡ/ *dt* chiếc guốc.

clog[2] /klɒɡ/ *đgt* **(-gg-)** làm tắc: *a drain clogged with dead leaves* cống bị lá rụng làm tắc.

clog-dance /ˈklɒɡdɑːns/ *dt* điệu vũ [chân đi] guốc.

cloister[1] /ˈklɔɪstə[r]/ *dt* **1.** *(thường snh)* hành lang, hàng hiên *(ở trường học, tu viện...)* **2.** tu viện **3.** *(số ít)* đời sống tu viện: *the calm of the cloister* sự yên tĩnh của cuộc sống tu viện.

cloister[2] /ˈklɔɪstə[r]/ *đgt* **cloister oneself [away]** tự giam mình: *he cloistered himself away with his books* anh ta tự giam mình với mấy cuốn sách.

cloistered /ˈklɔɪstəd/ *tt* ẩn dật: *a cloistered life* cuộc sống ẩn dật.

clone[1] /kləʊn/ *dt* **1.** *(sinh)* dòng vô tính **2.** hình ảnh sao chép; mẫu sao chép: *he's got no originality - he's just a David Bowie clone* anh ta không có gì là độc đáo và chỉ là hình ảnh David Bowie sao chép mà thôi; *the new computer is yet another IBM clone* máy điện toán mới đó chỉ là sao chép mẫu IBM thôi.

clone² /kləʊn/ *dgt* [làm cho] phát triển theo dòng vô tính.

close¹ /kləʊs/ *tt* (-r;-st) **1.** close [to somebody (something)]; **close [together]** gần: *this station is our closest* ga này là ga gần nhà chúng tôi nhất; *the two buildings are close together* hai tòa nhà ấy gần nhau; *their birthdays are very close together* ngày sinh nhật của họ rất gần nhau **2.** gần gũi; thân: *a close relative* bà con gần; *a close friend* bạn thân **3.** sát, ở mức độ cao: *in close proximity* ở rất sát nhau; *a close resemblance* sự giống nhau mức độ cao, sự rất giống nhau **4.** dày, dày đặc, san sát: *material with a close texture* vải dệt mau; *the soldiers advanced in close formation* quân lính tiến lên theo đội hình dày đặc **5.** ngang sức (trận đấu...): *a close match* trận đấu ngang sức **6.** kỹ lưỡng; chi tiết: *pay close attention to something* chú ý điều gì rất kỹ; *close reasoning* lập luận chi tiết; *close translation* bản dịch rất sát **7.** nghiêm ngặt: *be kept under close arrest* bị canh giữ nghiêm ngặt **8.** ngột ngạt, bí hơi: *a close atmosphere* không khí ngột ngạt; *open a window-it's very close in here* mở một cửa sổ ra, ở đây bí hơi quá **9.** (ngôn) khép (nguyên âm): *close vowels* nguyên âm khép **10.** (vị ngữ) kín miệng: *be close about something* kín miệng về chuyện gì **11.** hà tiện, bủn xỉn: *he's very close with his money* về mặt tiền nong thì hắn rất bủn xỉn **12.** sát

bề mặt; rất ngắn: *a new razor gives a close shave* dao cạo mới cạo rất nhẵn (rất sát da). // **close to (near) the bone** x bone¹; **close (dear, near) to somebody's heart** x heart; **at close quarters** rất gần: *fighting at close quarters* đánh nhau giáp lá cà; **close (near) to home** x home¹; **hold (keep) one's cards close to one's chest** x card¹; **keep a close eye (watch) on somebody (something)** quan sát theo dõi kỹ; **like (keep) close** nấp mình.

close² /kləʊs/ *pht* gần, sát: *they live quite close* họ sống rất gần nhau; *follow close behind somebody* theo sát sau ai; *she stood close [up] against the wall* chị ta đứng dựa sát vào tường. // **close by [somebody (something)]** gần, kề (ai, cái gì); **close on** gần, hầu như: *it's close on midnight* đã gần nửa đêm; **close up to [somebody (something)]** rất gần, sát: *she snuggled close up to him* cô ta xích lại sát anh ấy; **run somebody (something) close** theo sát (về tốc độ, chất lượng...): *we run our competitors close for price and quality* chúng tôi theo sát các hãng cạnh tranh với chúng tôi về giá cả cũng như chất lượng hàng; **sail close (near) to the wind** x sail².

close³ /kləʊz/ *dgt* **1.** đóng, khép: *close a door* đóng cửa, khép cửa; *this box (the lid of this box) doesn't close properly* cái nắp hộp này đóng không khít; *if you close your eyes, you can't see anything* nhắm mắt lại, anh chẳng thấy gì hết **2.** đóng cửa: *the shops close at 5.30* các cửa hiệu đóng cửa lúc 5 giờ 30; *the museum is closed (to visitors) on Sunday* bảo tàng đóng cửa vào

ngày Chủ nhật; *this road is closed to motor vehicles* đường này cấm các loại xe có động cơ **3.** kết thúc: *close a speech* kết thúc bài nói; *the closing day (date) for applications is 1 May* ngày hết hạn nộp đơn là mồng 1 tháng năm **4.** rút ngắn lại, thu hẹp lại: *the gap between the two runners is beginning to close* khoảng cách giữa hai người chạy đua đang bắt đầu rút ngắn lại. // **behind closed door** kín, riêng: *the meeting was held behind closed door* cuộc họp được tổ chức kín; **close a deal [with somebody]** đạt sự thỏa thuận trong một vụ kinh doanh buôn bán; **close one's eyes to something** nhắm mắt làm ngơ; **close one's mind to something** không muốn nghĩ đến điều gì một cách nghiêm túc; **close [the (one's)] ranks** siết chặt hàng ngũ; **with one's eyes shut (closed)** x eye¹. **close around (round; over) somebody (something)** nắm chặt lấy, ôm chặt lấy: *his hand closed over the money* tay hắn nắm chặt lấy món tiền; *she felt his arms close tightly round her* nàng cảm thấy cánh tay chàng ôm chặt lấy nàng; **close down** ngưng phát sóng: *it is midnight and we are now closing down* đã nửa đêm, chúng tôi xin ngưng chương trình tại đây; **close [something] down** ngừng hoạt động, đóng cửa: *many businesses have closed down because of the recession* nhiều doanh nghiệp đã phải đóng cửa vì suy thoái kinh tế; **close in** ngắn dần (ngày): *the days are closing in now* lúc này ngày đang ngắn dần; **close in [on somebody (something)]** a/ tiến sát để tấn công (từ nhiều phía): *the* *enemy is closing in [on us]* quân địch đang tiến sát chúng ta để tấn công b/ bao quanh, bao phủ: *darkness was gradually closing in* bóng tối đang dần dần bao phủ mọi vật; **close up** khép miệng, lành *(vết thương)*: *the cut took a long time to close up* vết đứt đã mất một thời gian dài mới lành; **close [something] up** a/ đứng sát lại; đưa gần lại: *the sergeant major ordered the men to close up* viên thượng sĩ ra lệnh cho quân lính đứng sát lại b/ đóng cửa [một lúc]: *sorry, madam, we're closing up for lunch* xin lỗi bà, chúng tôi đóng cửa một lúc để ăn trưa; **close with somebody** a/ chấp nhận đề nghị của ai b/ *(cũ)* giáp sát mà đánh: *close with the enemy* giáp sát kẻ thù mà đánh; **close with something** chấp nhận *(một đề nghị)*.

close⁴ /kləʊz/ dt sự kết thúc; lúc cuối: *at close of play* lúc kết thúc vở kịch; *at the close of the 19th century* cuối thế kỷ 19. // **come (draw) to a close** kết thúc; kết; **bring to a close** kết thúc, chấm dứt: *the chairman brought the meeting to a close* chủ tọa kết thúc buổi họp.

close⁵ /kləʊs/ dt (Anh) phố cụt, ngõ cụt.

close call /ˌkləʊsˈkɔːl/ (kng) nh close shave.

close-cropped /ˌkləʊsˈkrɒpt/ tt cắt rất ngắn *(tóc)*.

closed /kləʊzd/ tt 1. khép kín, đóng cửa: *a closed economy* một nền kinh tế đóng cửa 2. hạn chế trong một số người, dành riêng cho một số người: *a closed scholarship* một học bổng chỉ dành riêng cho một số người 3. cố chấp; bảo thủ: *he has*

a closed mind ông ta có óc bảo thủ *(không chịu tiếp thu cái mới)*.

closed book /ˌkləʊzdˈbʊk/ (kng) (+ to) điều mù tịt, điều biết rất ít: *computers are a closed book to me* máy điện toán là điều mù tịt đối với tôi.

closed-circuit television /ˌkləʊzd sɜːkit ˈtelivɪʒn/ hệ thống truyền hình riêng bằng dây cáp *(cho một số máy thu hạn chế)*.

closedown /ˈkləʊzdaʊn/ dt 1. nh shutdown 2. sự ngưng phát sóng, sự tắt đài.

closed season /ˌkləʊzdˈsiːzn/ (Mỹ) nh close season.

closed shop /ˌkləʊzdˈʃɒp/ doanh nghiệp khép *(công nhân của doanh nghiệp ấy phải là đoàn viên một nghiệp đoàn nào đó)*.

close-fisted /ˌkləʊsˈfistid/ (kng) bủn xỉn.

close-fitting /ˌkləʊsˈfitiŋ/ tt bó sát người *(quần áo)*.

close-grained /ˌkləʊsˈɡreind/ tt mịn mặt *(gỗ)*.

close-hauled /ˌkləʊsˈhɔːld/ tt (hải) [với] buồm căng theo hướng gió.

closely /ˈkləʊsli/ pht [một cách] chặt chẽ, [một cách] sát sao: *the two events are closely connected* hai sự kiện đó liên quan chặt chẽ với nhau; *follow an argument closely* theo dõi sát sao cuộc tranh cãi; *she closely resembles her mother* chị ta giống mẹ lắm.

close-knit /ˌkləʊsˈnit/ tt đoàn kết gắn bó: *the close-knit community of a small village* cộng đồng một làng nhỏ gắn bó chặt chẽ với nhau.

closely knit /ˌkləʊsliˈnit/ tt nh close-knit.

closeness /ˈkləʊsnis/ dt 1. sự gần 2. sự gần gũi thân tình 3. sự sát 4. sự dày, sự dày đặc, sự san sát 5. sự ngang sức 6. sự kỹ lưỡng 7. sự nghiêm ngặt 8. sự hà tiện; tính bủn xỉn.

close-run /ˌkləʊsˈrʌn/ tt sát nút: *the election was a close-run thing* cuộc bầu cử là một cuộc chạy đua sát nút.

close season /ˈkləʊs siːzn/ (Mỹ cg **closed season**) mùa cấm săn bắn *(cấm săn bắn một số loài thú, loài chim, cấm đánh bắt một số loài cá)*.

close-set /ˌkləʊsˈset/ tt sít, khít, gần nhau: *close-set teeth* hàm răng khít.

close shave /ˌkləʊsˈʃeiv/ (kng) (cg **close call**) sự thoát khỏi *(tai nạn)* trong gang tấc.

closet¹ /ˈklɒzit/ dt 1. (Mỹ) tủ chứa đồ; phòng chứa đồ 2. *(cổ)* phòng họp kín.

closet² /ˈklɒzit/ tt (thngữ) bí mật: *a closet communist* một người cộng sản bí mật; *a closet strategist (mỉa)* nhà chiến lược trong phòng; *a closet queen* người đồng tính luyến ái.

closet³ /ˈklɒzit/ dgt **closet A with B**; **closet A and B [together]** đưa ai vào phòng riêng gặp ai: *he was closeted with the manager* anh ta gặp giám đốc trong phòng riêng.

close thing /ˈkləʊsˈθiŋ/ 1. nh close shave 2. việc tưởng hỏng bét nhưng rồi lại thành công.

close-up /ˈkləʊsʌp/ dt ảnh chụp rất gần; cận cảnh: *a television scene filmed in close-up* cảnh phim truyền hình quay cận cảnh.

closing price /ˈkləʊziŋˌprais/ giá cuối ngày *(của cổ phần ở thị trường chứng khoán)*.

closing time /'kləʊziŋtaim/ giờ đóng cửa theo quy định (không được bán rượu cho khách ở các quán rượu nữa).

closure /'kləʊʒə[r]/ dt sự đóng cửa: *the threat of closure affected the worker's morale* nguy cơ phải đóng cửa nhà máy đã ảnh hưởng tới tinh thần công nhân; *lack of money forced the closure of the company* thiếu tiền đã buộc công ty đóng cửa.

clot¹ /klɒt/ dt 1. cục đông: *blood clot* cục máu đông 2. (Anh, kng) người ngốc nghếch: *you silly clot!* mày là thằng ngốc nghếch ngớ ngẩn!

clot² /klɒt/ dgt [làm] đông cục, [làm] dón lại.

cloth /klɒθ, (Mỹ klɔ:θ)/ dt (snh **cloths** /klɒθs/, Mỹ /klɔ:ðz/) 1. vải: *good quality woollen cloth* vải len tốt 2. mảnh vải; miếng giẻ: *a dish cloth* giẻ lau chén đĩa; *a table cloth* khăn trải bàn 3. **the cloth** quần áo giáo sĩ; giới giáo sĩ: *a man of the cloth* giáo sĩ. // **cut one's coat according to one's cloth** x coat.

clothe /kləʊð/ dgt 1. **clothe somebody (oneself)** a/ mặc quần áo cho: *clothed from head to foot in while* mặc toàn đồ trắng; *clothe a child* mặc quần áo cho em bé b/ cung cấp cái mặc cho: *he can barely feed and clothe his family* anh ta chỉ cung cấp vừa đủ cái ăn và cái mặc cho gia đình 2. **clothe something in something** phủ, bao phủ: *a landscape clothed in mist* một phong cảnh phủ trong sương mù.

clothes /kləʊðz, (Mỹ kləʊz)/ dt quần áo: *put on (take off) one's clothes* mặc (cởi) quần áo.

clothes-basket /'kləʊðz,bɑ:skit/ dt giỏ đựng quần áo (để giặt hoặc đã giặt).

clothes-brush /'kləʊðzbrʌʃ/ dt bàn chải quần áo.

clothes-hanger /'kləʊðz,hæŋə[r]/ dt nh hanger¹.

clothes-horse /'kləʊðzhɔ:s/ dt khung phơi quần áo (sau khi giặt).

clothes-line /'kləʊðzlain/ dt dây phơi quần áo.

clothes-moth /'kləʊðzmɒθ/ dt nhậy cắn quần áo.

clothes-peg /'kləʊðzpeg/, (Mỹ **clothes-pin** /'kləʊðzpin/) cái kẹp phơi quần áo.

clothing /'kləʊðiŋ/ dt quần áo: *waterproof clothing* quần áo không thấm nước. // **a wolf in sheep's clothing** x wolf¹.

cloture /'kləʊtʃə[r]/ dt (Mỹ) nh closure.

cloud¹ /klaʊd/ dt 1. mây 2. đám (khói, bụi...) 3. đàn, đoàn, đám: *a cloud of flies* đàn ruồi (đang bay); *a cloud of locusts* đám châu chấu di cư 4. màng vẩn đục; vết bẩn đục (trong viên ngọc...) 5. bóng mây (bóng): *a cloud of suspicion is hanging over him* một bóng mây nghi ngờ đang lơ lửng trên đầu anh ta. // **every cloud has a silver lining** trong cái rủi vẫn có cái may; **have one's head on the clouds** x head¹; **on cloud nine** (kng) rất sung sướng, ở trên chín tầng mây: *he was on cloud nine after winning the competition* thắng cuộc đua anh rất sung sướng, tựa như ở trên chín tầng mây; **under a cloud** bị nghi ngờ; bị thất sủng.

cloud² /klaʊd/ dgt 1. [làm cho] mờ đi; [làm cho] không rõ nét: *her eyes clouded with tears; tears clouded her eyes* mắt nàng mờ lệ; *steam clouded the mirror* hơi nước làm mờ mặt gương; *old age has clouded his judgement* tuổi già đã làm mờ óc phán đoán của ông 2. [+ over] bộ vẻ lo lắng phiền muộn (nói về nét mặt): *his face clouded [over] when he heard the news* nghe tin mặt nó lộ vẻ lo lắng phiền muộn 3. làm vẩn đục; làm tổn hại: *cloud somebody's happiness* làm vẩn đục hạnh phúc của ai; *I hope this disagreement won't cloud our friendship* tôi hy vọng là sự bất đồng ấy không làm tổn hại đến tình bạn giữa chúng ta. // **cloud over** phủ đầy mây (nền trời).

cloud-bank /'klaʊdbæŋk/ dt đám mây thấp dày đặc.

cloudburst /'klaʊdbɜ:st/ dt mưa rào đột ngột.

cloud chamber /,klaʊd'tʃeimbə[r]/ (lý) phòng ngưng tụ, phòng wilson.

cloud-cuckoo-land /,klaʊd'kʊku: lænd/ dt (Anh) (xấu) cõi mộng, xứ mơ.

cloudiness /'klaʊdinis/ dt 1. sự đầy mây (bầu trời) 2. sự vẩn đục (chất nước).

cloudless /'klaʊdlis/ tt quang đãng: *a cloudless sky* bầu trời quang đãng.

cloudy /'klaʊdi/ tt (-ier; -iest) 1. đầy mây: *a cloudy sky* bầu trời đầy mây 2. không trong, vẩn đục (chất nước).

clout /klaʊt/ dt (kng) 1. cú đánh (bằng tay hay vật cứng cầm trong tay) 2. quyền lực; ảnh hưởng: *this union hasn't much clout with the Government* nghiệp đoàn không có mấy ảnh hưởng tới chính phủ.

clove¹ /kləʊv/ dt (thực) đinh hương.

clove² /kləʊv/ dt (thực) ánh: *a clove of garlic* một ánh tỏi.

clove³ qk của cleave¹.

clove hitch /'kləʊvhitʃ/ *(hải)* nút quấn đề.

cloven /'kləʊvn/ *đttqk* của cleave[1].

clover /'kləʊvə[r]/ *dt (thực)* cỏ ba lá: *four-leaf clover* cỏ bốn lá. // **in clover** sống an nhàn, giàu có.

clover-leaf /'kləʊvəli:f/ *dt* giao lộ bốn hướng *(cho phép xe chạy mọi hướng)*.

clown[1] /klaʊn/ *dt* anh hề *(trên sân khấu, trong đời thường với những cử chỉ luôn luôn buồn cười)*.

clown[2] /klaʊn/ *đgt (thường xấu)* (+ around, about) làm trò hề: *stop clowing around!* thôi đừng làm trò hề nữa!

clownish /'klaʊnɪʃ/ *tt* như thằng hề.

cloy /klɔi/ *đgt (cũ)* [làm cho] ngán, [làm cho] phát ngấy, [làm cho] phát ớn lên: *cloyed with rich food* phát ớn lên vì những thức ăn giàu dinh dưỡng.

cloying /'klɔiɪŋ/ *tt* làm phát ngấy, làm phát ớn: *a cloying manner* cung cách làm phát ớn lên được.

cloze test /'kləʊz test/ thử nghiệm điền văn *(người được thử nghiệm cố điền những từ thích hợp vào những chỗ trống trong một bài)*.

club[1] /klʌb/ *dt* **1.** *(hay dùng trong từ ghép)* câu lạc bộ: *a football club* câu lạc bộ bóng đá; *a youth club* câu lạc bộ thanh niên; *the club bar* quầy rượu ở câu lạc bộ; *he's member of several London clubs* ông ta là thành viên của nhiều câu lạc bộ ở Luân Đôn **2.** *nh* night-club. // **in the club** *(Anh, lóng)* có thai; **join the club** x join.

club[2] /klʌb/ *đgt* (-bb-) **club together** [to do something] góp tiền *(để làm gì)*: *club to-gether to buy something* góp tiền mua cái gì, chung tiền nhau mua cái gì.

club[3] /klʌb/ *dt* **1.** gậy tày, dùi cui **2.** gậy đánh gôn; gậy đánh khúc côn cầu.

club[4] /klʌb/ *đgt* (-bb-) đánh bằng gậy tày, đánh bằng dùi cui.

club[5] /klʌb/ *dt* **1.** **clubs** *(đgt số ít hoặc snh)* hoa nhép, hoa chuồn *(bài lá)*: *clubs is (are) trumps* hoa nhép là hoa chủ bài **2.** quân nhép, quân chuồn: *the ace of clubs* át nhép.

clubbable /'klʌbəbl/ *tt* có thể kết nạp vào câu lạc bộ; thích giao tiếp.

club car /'klʌbkɑ:[r]/ *(Mỹ)* toa [xe lửa] hạng nhất *(có ghế nệm và phục vụ món ăn nhẹ)*.

club-foot /ˌklʌb'fʊt/ *dt* chân vẹo *(tật bẩm sinh)*.

club-footed /ˌklʌb'fʊtid/ *tt* vẹo chân.

clubhouse /'klʌbhaʊs/ *dt* câu lạc bộ thể thao.

club-root /ˌklʌb'ru:t/ *dt* bệnh sùi gốc *(cải bắp, củ cải...)*.

club-sandwich /ˌklʌb'sæn-widʒ/ *dt (Mỹ)* bánh mì kẹp hai lớp nhân.

cluck[1] /klʌk/ *dt* tiếng cục cục *(gà gọi con)*.

cluck[2] /klʌk/ *đgt* **1.** kêu cục cục *(gà mẹ)* **2.** chặc chặc lưỡi *(tỏ ý không tán thành...)*.

clue[1] /klu:/ *dt* **1.** manh mối, đầu mối: *we have no clue as to where she went after she left home* chúng ta không có manh mối nào để biết chị ta đi đâu sau khi rời khỏi nhà; *look for clues* lần đầu mối **2.** chữ điền vào ô chơi chữ. // **not have a clue** a/ chẳng biết tý gì: *"when does the train leave?" "I ha-ven't a clue"* "khi nào thì tàu chạy nhỉ?" "nào tôi có biết tý gì đâu" b/ *(xấu)* ngốc nghếch; bất tài: *don't ask him to do it, he hasn't a clue* đừng bảo nó làm việc đó, nó là một thằng bất tài mà.

clue[2] /klu:/ *đgt* **clue some-body up [about (on) something]** *(kng) (thường dùng ở dạng bị động)* làm cho ai có hiểu biết vững về cái gì: *she's really clued up on politics* bà ta thực sự hiểu biết vững về chính trị.

clueless /'klu:lis/ *tt* ngốc nghếch; bất tài.

clump[1] /klʌmp/ *dt* lùm, bụi *(cây)*: *a small clump of oak trees* một bụi sồi thấp.

clump[2] /klʌmp/ *đgt* **clump something [together]** dồn vào một chỗ: *the children's shoes were all clumped together in a corner* giày dép tụi trẻ con đều được dồn thành một đống vào một góc.

clump[3] /klʌmp/ *đgt* **clump about (around...)** đi nện gót thình thịch *(theo hướng nào đó)*: *clumping about [the room] in heavy boots* đi giày ống nện gót thình thịch [trong phòng].

clump[4] /klʌmp/ *dt* tiếng bước chân nện gót thình thịch.

clumsily /'klʌmzili/ *pht* [một cách] vụng về.

clumsiness /'klʌmzinis/ *dt* sự vụng về.

clumsy /klʌmzi/ *tt* (-ier; -iest) vụng, vụng về: *you clumsy oaf, that's the second glass you've broken today!* mày là thằng hậu đậu vụng về, đây là cái cốc thứ hai mày đánh vỡ hôm nay đấy!; *a clumsy reply* câu đáp lại vụng về; *a clumsy sideboard* chiếc tủ ly đóng vụng.

C

clung /klʌŋk/ *qk* và *dttqk* của cling.

clunk[1] /klʌŋk/ *dt* tiếng ục (như tiếng đồ vật kim loại nặng chạm vào nhau).

clunk[2] /klʌŋk/ *dgt* kêu ục ục.

cluster[1] /'klʌstə[r]/ *dt* đám, cụm; chòm; đàn: *ivy growing in thick clusters* dây thường xuân mọc thành đám dày; *a cluster of houses* một chòm nhà; *a cluster of stars* chòm sao; *a cluster of spectators* đám khán giả; *a cluster of bees* đàn ong.

cluster[2] /'klʌstə[r]/ *dgt* **cluster (be clustered) [together] round somebody (something)** tụ lại, tụm lại: *the village clusters round the church* làng mạc tụm lại quanh nhà thờ; *reporters [were] clustered round the Prime Minister* các phóng viên tụm quanh ông thủ tướng.

clutch[1] /'klʌtʃ/ *dgt* **1.** nắm chặt, giữ chặt: *clutch a baby in one's arms* giữ chặt đứa bé trong vòng tay của mình **2.** (+ at) chộp lấy, bắt lấy: *he clutched at the branch but he couldn't reach it* nó cố chộp lấy cành cây nhưng không với tới. // **clutch at a straw (straws)** cơ hội mong manh mấy cũng cố chộp lấy hòng cứu nguy (*hòng thoát nạn*).

clutch[2] /'klʌtʃ/ *dt* **1.** sự chộp lấy, sự bắt lấy: *make a clutch at something* chộp lấy cái gì **2.** **clutches** (*snh*) sự kiềm tỏa; nanh vuốt (*bóng*): *fall into the clutches of somebody* rơi vào nanh vuốt của ai; *escape from somebody's clutches* thoát khỏi nanh vuốt của ai **3.** (*cơ*) khớp ly hợp côn; bàn đạp ly hợp côn: *take off one's foot off the clutch* nhấc chân ra khỏi bàn đạp ly hợp côn.

clutch[3] /'klʌtʃ/ *dt* **1.** ổ trứng ấp **2.** ổ gà con.

clutter[1] /'klʌtə[r]/ *dt* (*xấu*) mớ bừa bãi lộn xộn; sự bừa bãi lộn xộn: *how can you work with so much clutter on your desk?* trên bàn bừa bãi lộn xộn thế kia mà sao anh làm việc được?; *his room is always in a clutter* buồng anh ta lúc nào cũng bừa bãi lộn xộn.

clutter[2] /'klʌtə[r]/ *dgt* (chủ yếu dùng ở dạng bị động) (thường + up) bày bừa bãi lộn xộn: *don't clutter up my desk, I've just tidied it* đừng có bày bừa bãi lộn xộn lên bàn tôi, tôi vừa mới dọn dẹp xong đó; *his head is cluttered [up] with useless facts* đầu anh ta nhét đầy lắm điều vô bổ.

cm (*vt của* centimetre) (*snh* kđổi hoặc cms) xentimet.

Cmdr *vt nh* Cdr.

Cmdre *vt nh* Cdre.

CND /,si: en 'di/ (*vt của* (Anh) Campaign for Nuclear Disarmament) Chiến dịch đòi giải trừ vũ khí hạt nhân.

co- *tiền tố* cùng, chung: *co-produced* cùng sản xuất; *co-operatively* cùng hợp tác.

CO /,si: 'əʊ/ (*vt của* Commanding Officer) sĩ quan chỉ huy.

Co /kəʊ/ **1.** (*vt của* Company) Công ty: *James Smith and Co* công ty James Smith **2.** (*vt của* country) huyện, quận: *Co Down, Northern Ireland* quận Down, Bắc Ailen.

c/o /,si: 'əʊ/ (*vt của* care of) nhờ chuyển (*thư*): *Mr Peter Brown c/o Mme Marie Duval* gửi ông Peter Brown, nhờ bà Marie Duval chuyển giùm.

coach[1] /kəʊtʃ/ *dt* **1.** xe ca: *travel by overnight coach to Scotland* đi xe ca suốt đêm đến Scotland **2.** xe ngựa bốn bánh (*chở người trước đây*) **3.** toa hành khách. // **drive a coach and horses through something** *x* drive[1].

coach[2] /kəʊtʃ/ *dt* **1.** (*thể*) huấn luyện viên: *a football coach* huấn luyện viên bóng đá **2.** giáo viên luyện thi.

coach[3] /kəʊtʃ/ *dgt* **1.** (+ for, in) huấn luyện, luyện: *coach a swimmer for the Olympics* huấn luyện một vận động viên bơi thi Thế vận hội; *coach somebody in maths* luyện toán cho ai **2.** luyện thi: *she'll be coaching all summer* chị ta sẽ mở lớp luyện thi suốt mùa hè.

coachman /'kəʊtʃmən/ *dt* (*snh* coachmen /'kəʊtʃmən/) người đánh xe ngựa.

coach station /'kəʊtʃ ,steiʃn/ bến xe ca.

coach work /'kəʊtʃwɜ:k/ *dt* thùng xe.

coagulate /kəʊ'ægjʊleit/ *dgt* [làm] đông lại: *blood coagulates in air* máu đông lại trong không khí; *air coagulates blood* không khí làm đông máu.

coagulation /kəʊ,ægjʊ'leiʃn/ *dt* sự [làm] đông lại.

coal[1] /kəʊl/ *dt* **1.** than đá **2.** cục than: *a hot coal fell out of the fire and burnt the carpet* một cục than hồng rơi ra ngoài lò và làm cháy tấm thảm. // **carry coals to Newcastle** *x* carry[1]; **haul somebody over the coals** *x* haul; **heap coals of fire on somebody's head** *x* heap.

coal[2] /kəʊl/ *dgt* **1.** cho (*tàu*) ăn than **2.** ăn than, chất đầy than (*nói về tàu thủy*).

coal-black /'kəʊlblæk/ *tt* rất đen: *coal-black eyes* cặp mắt đen nháy.

coal-bunker /'kəʊl ˌbʌŋkə[r]/ dt hầm than, kho than (ở hầm tàu...).

coalesce /ˌkəʊə'les/ dgt liên kết, thống nhất: the views of party leaders coalesced to form a coherent policy quan điểm của những lãnh tụ đảng liên kết thành một chính sánh nhất quán.

coalescence /ˌkəʊə'lesns/ dt sự liên kết, sự thống nhất.

coalfield /'kəʊlfi:ld/ dt vùng mỏ than.

coal gas /'kəʊlgæs/ khí than đá.

coal-hole /'kəʊlhəʊl/ dt hầm trữ than.

coalition /ˌkəʊə'liʃn/ dt 1. sự liên hiệp: a coalition government chính phủ liên hiệp 2. liên minh: a left-wing coalition một liên minh cánh tả.

coal-mine /'kəʊlmain/ dt (cg **pit**) mỏ than.

coal-miner /'kəʊlmainə[r]/ dt công nhân mỏ than.

coal-oil /'kəʊlɔil/ dt (Mỹ) parafin.

coal-scuttle /'kəʊlˌskʌtl/ dt (cg **scuttle**) thùng than (thường để cạnh lò).

coal-seam /'kəʊlsi:m/ dt vỉa than.

coal tar /ˌkəʊl'tɑ:[r]/ nhựa than đá.

coaming /'kəʊmiŋ/ dt (hải) tấm quầy (ở cửa hầm ngăn không cho nước tràn vào thuyền).

coarse /kɔ:s/ tt 1. thô: coarse sand cát thô; a coarse complexion nước da không mịn 2. [có] chất lượng kém (rượu, thực phẩm) 3. thô lỗ, lỗ mãng: coarse manners cử chỉ thô lỗ 4. thô tục, tục tĩu: coarse words lời lẽ tục tĩu.

coarse fish /ˌkɔ:s'fiʃ/ cá nước ngọt thường (trừ cá hồi).

coarse fishing /ˌkɔ:s'fiʃiŋ/ môn câu cá nước ngọt thường (trừ cá hồi) (như là một môn thể thao).

coarsely /'kɔ:sli/ pht chop onions coarsely băm hành thành từng miếng còn lớn.

coarsen /'kɔ:sn/ dgt làm thành thô; thô ra: the sea air coarsened her skin không khí biển làm cho da nàng thô ra (mất mịn).

coarseness /'kɔ:snis/ dt 1. sự thô 2. sự thô lỗ, sự lỗ mãng 3. sự thô tục, sự tục tĩu.

coast¹ /kəʊst/ dt bờ biển. // **the coast is clear** (kng) không có nguy hiểm trước mắt: they waited until the coast was clear before loading the stolen goods into the van chúng nó chờ cho đến khi không có nguy hiểm gì trước mắt mới chất hàng ăn cắp lên xe tải.

coast² /kəʊst/ dgt 1. thả cho xe xuống dốc (không đạp, không nổ máy) 2. tiến tới mà không mất nhiều công sức: the Socialist are coasting to victory in the election những người thuộc đảng xã hội đang tiến tới thắng lợi mà không mất nhiều công sức 3. chạy dọc theo bờ biển (từ cảng này đến cảng khác; nói về tàu thuyền).

coastal /kəʊstl/ tt [thuộc] bờ biển; ở bờ biển; ven biển: a coastal town một thành phố ven biển.

coaster /'kəʊstə[r]/ dt 1. miếng lót cốc 2. khay bưng rượu 3. tàu (thuyền) chạy dọc bờ biển (từ cảng này sang cảng khác).

coastguard /'kəʊstgɑ:d/ dt đội gác biển.

coastline /'kəʊstlain/ dt bờ biển; hình dáng bờ biển.

coat¹ /kəʊt/ dt 1. áo khoác (có tay, thường cài khuy ở

đằng trước) 2. (cũ) nh jacket 3. bộ lông (thú) 4. lớp (sơn, vôi): give something a second coat of paint sơn thêm một lớp thứ hai lên vật gì. // **cut one's coat according to one's cloth** liệu cơm gắp mắm; **turn one's coat** bỏ phe này theo phe khác.

coat² /kəʊt/ dgt phủ lên, bọc, bao: biscuits coated with chocolate bánh quy bao sô-cô-la; furniture coated with dust đồ đạc phủ đầy bụi.

coat-hanger /'kəʊtˌhæŋgə[r]/ dt nh hanger.

coating /'kəʊtiŋ/ dt 1. lớp phủ: a coating of paint lớp sơn phủ 2. vải may áo khoác.

coat of arms /ˌkəʊtəv'ɑ:mz/ (cg **arms**) huy hiệu (của một gia đình, một trường đại học, một thành phố...).

coat of mail /ˌkəʊtəv'meil/ (sử) áo giáp lưới sắt.

coat-tails /'kəʊtteilz/ dt đuôi áo (của áo đuôi tôm).

co-author /ˌkəʊ'ɔ:θə[r]/ dt đồng tác giả.

coax /kəʊks/ dgt dỗ, dỗ ngọt, tán tỉnh: coax a child to take its medicine dỗ đứa bé uống thuốc; coax somebody into doing something tán ai làm gì. // **coax something out of (from) somebody** dỗ ngọt được cái gì của ai: I had to coax the information out of him tôi đã phải nói ngọt để moi tin ấy từ anh ta.

coaxing /'kəʊksiŋ/ dt sự dỗ ngọt, sự cố thuyết phục: it took a lot of coaxing before he agreed phải mất khối công thuyết phục, anh ta mới đồng ý.

coaxingly /'kəʊksiŋli/ pht [một cách] ngọt ngào: speak coaxingly nói ngọt.

cob /kɒb/ dt 1. giống ngựa chân ngắn (để cưỡi) 2. thiên

nga trống **3.** (*cg* **cob-nut**) giống quả phỉ lớn **4.** (*cg* **corn-cob**) lõi bắp: *corn on the cob* ngô bắp.

cobalt /'kəʊbɔ:lt/ *dt* **1.** (*hóa*) coban **2.** thuốc nhuộm coban (*màu xanh thẫm*).

cobber /'kɒbə[r]/ *dt* (*Úc, kng*) (*chủ yếu dùng để xưng hô giữa đàn ông với nhau*) bạn.

cobble¹ /'kɒbl/ *dt* (*cg* **cob-ble-stone**) đá cuội (*xưa dùng để rải đường*).

cobble² /'kɒbl/ *dgt* rải đá cuội: *cobbled street* đường phố rải đá cuội.

cobble³ /'kɒbl/ *dgt* **1.** (*id*) vá, chữa (*giày*) **2.** (+ together) ghép vội với nhau; làm vội: *the student cobbled together an essay in half an hour* anh sinh viên làm vội bài luận trong nửa tiếng đồng hồ.

cobbler /'kɒblə[r]/ *dt* **1.** (*id*) thợ chữa giày **2.** (*Mỹ*) bánh nhân trái cây **3.** (*Mỹ*) rượu vang chanh (*ướp lạnh*).

cobblers /'kɒbləz/ *dt* (*dgt số ít*) điều vô nghĩa, chuyện vớ vẩn: *what a load of [old] cobblers!* thật là cả một đống chuyện vớ vẩn!

cobble-stone /'kɒblstəʊn/ *dt nh* cobble¹.

COBOL (*cg* **Cobol**) /'kəʊbɒl/ *dt* (*vt của* Common Business - Oriented Language) ngôn ngữ lập trình COBOL (*máy diện toán*).

cobra /'kəʊbrə/ *dt* (*động*) rắn mang bành.

cobweb /'kɒbweb/ *dt* **1.** mạng nhện **2.** sợi tơ nhện.

coca /'kəʊkə/ *dt* **1.** (*thực*) cây cô ca **2.** lá cô ca (*từ đấy người ta rút ra chất cocain*).

Coca-Cola /,kəʊkə'kəʊlə/ *dt* **1.** (*cg kng* **Coke**) (*tên riêng*) nước coca cola **2.** chai coca cola.

cocaine /kəʊ'kein/ *dt* cocain.

coccyges /'kɒdsidʒi:z/ *dt snh của* coccyx.

coccyx /'kɒksiks/ *dt* (*snh* **coccyxes** hoặc **coccyges**) (*giải*) xương cụt.

cochineal /,kɒtʃi'ni:l/ *dt* phẩm yên chi, phẩm son (*lấy từ xác khô con rệp son*).

cochlea /'kɒkliə/ *dt* (*snh* **cochleae** /'kɒklii:/) (*giải*) ốc tai.

cock¹ /kɒk/ *dt* **1.** (*Mỹ* **rooster**) con gà trống **2.** (*đặc biệt trong từ ghép*) con trống: *cock sparrow* con sẻ trống; *cock robin* chim cổ đỏ trống **3.** (*số ít*) (*Anh, lóng*) (*dùng xưng hô giữa đàn ông với nhau*) bạn. // **cock of the walk** người cầm đầu; **live like fighting cocks** *x* live².

cock² /kɒk/ *dt* **1.** cái khóa vòi nước (*vòi hơi*) **2.** cò súng **3.** (*lóng, tục*) cái buổi, con cặc **4.** (*lóng*) chuyện nhảm nhí: *a load of cock* một lô chuyện nhảm nhí. // **at half (full) cock** lên cò nửa chừng (lên hết cò sẵn sàng nhả đạn); **go off at half cock** (*kng*) chuẩn bị chưa xong đã vội bắt đầu; làm thiếu chuẩn bị đầy đủ.

cock³ /kɒk/ *dgt* **1.** vểnh lên, dựng lên: *the horse cocked [up] its ears when it heard the noise* con ngựa vểnh tai lên khi nghe tiếng động; *the dog cocked its leg against the lamppost* con chó ghếch chân lên cột đèn (*để đái*) **2.** đội lệch (*mũ*): *cock one's hat* đội lệch mũ **3.** lên cò (*súng*) sẵn sàng bắn. // **cock a snook at somebody (something)** a/ lêu lêu mũi chế giễu b/ tỏ vẻ xem thường hay thách thức đối với ai (cái gì): *cocking a snook at authority* ngạo mạn xem thường nhà đương cục.

cock something up (*Anh, kng*) làm hỏng do thiếu khả năng: *the travel agent completely cocked up the arrangements for our holiday* anh nhân viên du lịch đã làm hỏng sự sắp đặt chuyến đi nghỉ của chúng tôi.

cock⁴ /kɒk/ *dt* đống rơm hình nón, đống cỏ khô hình nón.

cock⁵ /kɒk/ *dgt* chất (*rơm, cỏ khô*) thành đống hình nón.

cockade /kɒ'keid/ *dt* phù hiệu đeo ở mũ.

cock-a-doodle-doo /,kɒkə-,du:dl'du:/ *dt* **1.** cúc cu cu (*tiếng gà gáy*) **2.** con gà trống (*ngôn ngữ nhi đồng*).

cock-a-hoop /,kɒkə'hu:p/ *tt* (*kng*) **1.** rất thích thú hài lòng: *he was cock-a-hoop about his new job* nó rất thích thú hài lòng về công việc mới của nó **2.** (*Mỹ*) rất lộn xộn.

cock-a-leekie /,kɒkə'li:ki/ *dt* món xúp gà nấu với rau (*Scotland*).

cock-and-bull story /,kɒkənd'bʊl,stɔ:ri/ chuyện kể nghe cứ như thực (*nhất là để xin lỗi*) : *he told us some cock-and-bull story about having lost all his money* nó kể cho chúng tôi nghe một câu chuyện nghe cứ như thực về việc nó mất hết tiền.

cockatoo /,kɒkə'tu:/ *dt* (*snh* **cockatoos**) (*động*) vẹt mào.

cockchafer /'kɒktʃeifə[r]/ *dt* (*cg* **maybug**) (*động*) con bọ da.

cockcrow /'kɒkkrəʊ/ *dt* (*văn*) lúc gà gáy, lúc rạng đông.

cocked hat /,kɒkt'hæt/ *mũ* có vành vểnh lên ba phía. // **knock somebody (something) into a cocked hat** *x* knock².

cocker /'kɒkə[r]/ *dt* (*cg* **cocker-spaniel**) giống chó xpanhơn lông nâu vàng.

cockerel /'kɒkərəl/ *dt* gà trống non, gà giò.

cocker-spaniel /ˌkɒkə'spænjəl/ *dt* x cocker.

cock-eyed /'kɒkaid/ *tt* (*kng*) **1.** lệch: *that picture on the wall looks cock-eyed to me* bức tranh trên tường kia tôi thấy hình như treo lệch **2.** lác, lé **3.** không thực tế, ngớ ngẩn: *a cock-eyed scheme* một kế hoạch không thực tế.

cock-fight /'kɒkfait/ trận chọi gà.

cock-fighting /'kɒkfaitiŋ/ trò chọi gà.

cockily /'kɒkili/ *pht* [một cách] tự phụ, [một cách] vênh váo.

cockiness /'kɒkinis/ *dt* sự tự phụ, sự vênh váo.

cockle /'kɒkl/ *dt* **1.** (*động*) con trai tim **2.** (*cg* **cockle shell**) vỏ trai tim **3.** (*cg* **cockle shell**) (*văn*) chiếc thuyền nhỏ. // **warm the cockles** x warm².

cockle shell /'kɒklʃel/ x cockle.

Cockney /'kɒkni/ *dt* **1.** người khu đông Luân Đôn **2.** giọng khu đông Luân Đôn.

cockpit /'kɒkˌpit/ *dt* **1.** buồng lái (*phi cơ, phi thuyền vũ trụ*) **2.** (*cũ*) bãi chọi gà **3.** buồng chăm sóc thương binh (*ở hầm tàu, ngày xưa*).

cockroach /'kɒkrəutʃ/ *dt* (*cg* **roach**) (*động*) con gián.

cockscomb /'kɒkskəum/ *dt* mào gà.

cocksure /ˌkɒk'ʃɔː[r], (*Mỹ* ˌkɒ'ʃʊər)/ *tt* (*kng*) **cocksure [about (of) something]** quá tự tin; tự phụ đến mức kiêu ngạo.

cocktail /'kɒkteil/ *dt* **1.** rượu cốc tay: *a cocktail party* tiệc rượu cốc tay **2.** món cốc tay: *a prawn cocktail* cốc tay tôm hồng (*ăn với xốt mayonne làm món khai vị*); *a fruit cocktail* cốc tay trái cây (*ăn làm món tráng miệng*) **3.** (*kng*) hỗn hợp: *a lethal cocktail of drugs* một hỗn hợp thuốc chết người.

cock-up /'kɒkʌp/ *dt* sự xáo trộn; sự làm lộn xộn bừa bãi: *she made a complete cock-up of the arrangements* chị ta đã làm xáo trộn mọi sự sắp đặt; *what a cock-up!* sao mà lộn xộn bừa bãi thế!

cocky /'kɒki/ *tt* tự phụ; vênh váo.

coco /'kəukəu/ *dt* (*snh* **cocos**) *nh* coconut palm.

cocoa /'kəukəu/ *dt* **1.** bột ca cao **2.** [nước] ca cao; cốc [nước] ca cao.

coconut /'kəukənʌt/ *dt* **1.** quả dừa **2.** [cơm] dừa.

coconut-matting /ˌkəukənʌt'mætiŋ/ thảm [bằng] xơ dừa.

coconut-palm /ˌkəukənʌt'pɑːm/ (*cg* **coco-palm**) cây dừa.

coconut shy /ˌkəukənʌt ˌʃai/ trò ném dừa (*bằng những quả bóng, ném cho dừa đặt trên giá đổ xuống*).

cocoon¹ /kə'kuːn/ *dt* **1.** kén (*tằm*) **2.** tấm đắp: *wrapped in a cocoon of blankets* quấn trong nhiều lớp chăn.

cocoon² /kə'kuːn/ *dgt* (*chủ yếu dùng ở dạng bị động*) bọc trong (*một vật mềm*): *cocooned in luxury* sống trong nhung lụa.

coco-palm /'kəukəpɑːm/ *dt* *nh* coconut palm.

cod /kɒd/ *dt* (*snh* **kđổi**) (*cg* **codfish**) cá tuyết (*con cá, thịt cá*).

COD /ˌsiːəʊ'diː/ (*Anh*) (*vt của* cash on delivery); (*Mỹ*) (*vt của* collect (payment) on delivery) trả tiền khi nhận hàng.

coda /'kəudə/ *dt* (*nhạc*) đoạn đuôi.

coddle /'kɒdl/ *dgt* **1.** nâng niu, chăm chút: *he'll need to be coddled after his illness* anh ta cần được chăm chút sau trận ốm **2.** luộc (*trứng*) lòng đào (*vớt ra khi nước sắp sôi*).

code¹ /kəud/ *dt* **1.** mã; mật mã; mã số: *crack a code* giải mã; *a letter in code* thư mật mã; *Morse code* mã Morse; *computer code* mã máy điện toán **2.** bộ luật: *the penal code* bộ luật hình sự **3.** tập quán, lệ: *code of behaviour* tập quán xử thế.

code² /kəud/ *dgt* mã hóa: *coded message* bức điện mã hóa.

codeine /'kəudiːn/ *dt* (*dược*) codein.

codex /'kəudeks/ *dt* (*snh* **codices**) sách cổ chép tay.

codger /'kɒdʒə[r]/ *dt* (*kng*) lão: *he's a funny old codger* ông ta là một lão già thật là ngộ.

codicil /'kəudisil, (*Mỹ* kɒdəsl)/ *dt* phần bổ sung chúc thư: *she added a codicil to her will just before she died* ngay trước khi chết bà ta đã ghi thêm phần bổ sung vào chúc thư.

codification /ˌkəudifi'keiʃn, (*Mỹ* ˌkɒdifi'keiʃn)/ *dt* sự pháp điển hóa.

codify /'kəudifai, (*Mỹ* 'kɒdifai)/ *dgt* pháp điển hóa.

cod-liver oil /ˌkɒdlivə'ɔil/ *dt* (*dược*) dầu gan cá tuyết.

codpiece /'kɒdpiːs/ *dt* miếng che cửa quần (*y phục thế kỷ 15, 16*).

codswallop /'kɒdzwɒləp/ *dt* (*Anh, cũ, lóng*) điều nhảm nhí.

coed¹ /ˌkəʊˈed/ *dt (Mỹ, kng)* nữ sinh *(trong trường hỗn hợp)*.

coed² /ˌkəʊˈed/ *tt* hỗn hợp [dạy] chung cho cả trai lẫn gái: *a coed school* trường hỗn hợp.

coeducation /ˌkəʊedjʊˈkeiʃn/ *dt* chế độ dạy chung cho cả nam lẫn nữ, chế độ giáo dục hỗn hợp.

coeducational /ˌkəʊedjʊˈkeiʃnl/ *tt* dạy chung cho cả nam lẫn nữ, hỗn hợp.

coefficient /ˌkəʊiˈfiʃnt/ *dt* hệ số: *the coefficient of friction* hệ số ma sát.

coerce /kəʊˈɜːs/ *đgt* ép, buộc, ép buộc: *coerce somebody into submission* buộc ai phải quy phục; *they are coerced into signing the contract* họ bị ép buộc ký bản hợp đồng.

coercion /kəʊˈɜːʃn, (Mỹ kəʊˈɜːʒn)/ *dt* sự ép, sự buộc, sự ép buộc.

coercive /kəʊˈɜːsiv/ *tt* ép buộc, cưỡng bức: *coercive measures* biện pháp cưỡng bức.

coeval¹ /ˌkəʊˈiːvl/ *tt* (+ with) 1. cùng tuổi 2. cùng thời.

coeval² /ˌkəʊˈiːvl/ *dt* 1. người cùng tuổi 2. người cùng thời; vật cùng thời.

coexist /ˌkəʊigˈzist/ *đgt* 1. cùng tồn tại 2. chung sống.

coexistence /ˌkəʊigˈzistəns/ *dt* 1. sự cùng tồn tại 2. sự chung sống: *peaceful coexistence* sự chung sống hòa bình.

C of E /ˌsiː əv ˈiː/ *(vt của Church of England)* giáo hội Anh quốc.

coffee /ˈkɒfi, (Mỹ ˈkɔːfi)/ *dt* 1. cà phê; hạt cà phê: *a cup of coffee* một tách cà phê 2. tách cà phê: *two black coffee* hai tách cà phê đen 3. màu cà phê sữa, màu nâu nhạt:

a coffee carpet tấm thảm màu cà phê sữa.

coffee bar /ˈkɒfibɑː[r]/ *(Anh)* quán cà phê.

coffee bean /ˈkɒfibiːn/ hạt cà phê.

coffee grinder /ˈkɒfigraində[r]/ máy xay cà phê.

coffee house /ˈkɒfihaʊs/ *dt* phòng cà phê *(noi gặp gỡ thời thượng ở Luân Đôn, thế kỷ 18)*.

coffee mill /ˈkɒfimil/ *nh* coffee grinder.

coffee shop /ˈkɒfiʃɒp/ *(Mỹ)* quán cà phê.

coffee table /ˈkɒfiteibl/ bàn cà phê *(bàn thấp kê ở phòng tiếp khách)*.

coffee-table book /ˈkɒfi teibl ˌbʊk/ *(thường xấu)* sách tranh để khách xem.

coffee tree /ˈkɒfitriː/ cây cà phê.

coffer /ˈkɒfə[r]/ *dt* 1. két *(để tiền, vàng...)* 2. **coffers** *(Anh)* két bạc: *the nation's coffers are empty* két bạc quốc gia trống rỗng 3. *(ktrúc)* ô lõm ở trần nhà 4. *(cg* **coffer-dam***)* giếng kín, két xon *(để đổ móng cầu)*.

coffer-dam /ˈkɒfədæm/ *dt* giếng kín, két xon *(để đổ móng cầu)*.

coffin /ˈkɒfin/ *dt* quan tài. // **a nail in somebody's (something's) coffin** x nail.

cog /kɒg/ *dt* răng *(ở bánh xe răng)*. // **a cog in the machine** *(kng)* một bánh răng trong guồng máy *(bóng) (người giữ một địa vị khiêm tốn nhưng cần thiết trong một bộ máy)*.

cogency /ˈkəʊdʒənsi/ *dt* sức thuyết phục; tính vững vàng *(của một lý luận...)*.

cogent /ˈkəʊdʒənt/ *tt* có sức thuyết phục, vững vàng: *he produced cogent reasons for the change of policy* ông ta đưa ra những lý lẽ vững

vàng cho sự thay đổi chính sách.

cogently /ˈkəʊdʒəntli/ *pht* [với] sức thuyết phục lớn, [một cách] vững vàng.

cogitate /ˈkɒdʒiteit/ *dgt* (+about, on) suy nghĩ kỹ.

cogitation /ˌkɒdʒiˈteiʃn/ *dt* sự suy nghĩ kỹ: *after much cogitation, I have decided to resign* sau khi suy nghĩ tôi quyết định từ chức.

cognac /ˈkɒnjæk/ *dt* rượu cô nhắc.

cognate¹ /ˈkɒgneit/ *tt* **cognate with something 1.** *(ngôn)* cùng gốc: *the German word "haus" is cognate with the English word "house"* tiếng Đức "haus" cùng gốc với tiếng Anh "house" **2.** có nhiều điểm chung, có quan hệ với nhau: *physics and astronomy are cognate sciences* vật lý và thiên văn là hai khoa học có quan hệ với nhau.

cognate² /ˈkɒgneit/ *dt* *(ngôn)* từ cùng gốc: *"haus" and "house" are cognates* "haus" và "house" là từ cùng gốc.

cognition /kɒgˈniʃn/ *dt* *(tâm)* sự nhận thức.

cognitive /ˈkɒgnitiv/ *tt* *(tâm)* [về] nhận thức: *a child's cognitive development* sự phát triển nhận thức của một đứa trẻ.

cognizance /ˈkɒgnizəns/ *dt* 1. nhận thức 2. phạm vi hiểu biết; phạm vi thẩm quyền: *these matters go beyond the cognizance of this court* những vấn đề ấy nằm ngoài thẩm quyền của tòa án này. // **take cognizance of something** *(luật)* chính thức thừa nhận cái gì.

cognizant /ˈkɒgnizənt/ *tt* nhận thức, hiểu biết: *be cognizant of something* hiểu biết cái gì.

cognoscente /ˌkɒnjəˈʃenti/ *dt* (*snh* **cognoscenti**) (*tiếng Ý*) (*thường snh*) người sành (*về ăn mặc, về nghệ thuật, về món ăn...*).

cog railway /ˈkɒk reilwei/ (*Mỹ*) *nh* rack-railway.

cog-wheel /ˈkɒk wi:l/ *dt* (*kỹ*) bánh răng.

cohabit /kəʊˈhæbit/ *đgt* ăn ở với nhau (*như vợ chồng*): *they were cohabiting for three years before their marriage* họ đã ăn ở với nhau ba năm trước khi lấy nhau.

cohabitation /ˌkəʊhæbiˈteiʃn/ *dt* sự ăn ở với nhau (*như vợ chồng*).

cohere /kəʊˈhiə[r]/ *đgt* 1. dính vào nhau, kết lại với nhau, cố kết 2. có tính mạch lạc chặt chẽ (*văn chương, lý luận...*).

coherence /kəʊˈhiərəns/ *dt* (*cg* **coherency** /kəʊˈhiə-rənsi/) sự mạch lạc, sự chặt chẽ.

coherent /kəʊˈhiərənt/ *tt* mạch lạc, chặt chẽ: *coherent description* sự mô tả mạch lạc; *the Government lacks a coherent economic policy* chính phủ thiếu một chính sách kinh tế rõ ràng.

coherently /kəʊˈhiərəntli/ *pht* [một cách] mạch lạc, [một cách] chặt chẽ: *express one's ideas coherently* trình bày ý kiến một cách mạch lạc.

cohesion /kəʊˈhi:ʒn/ *dt* 1. sự kết chặt với nhau, sự cố kết: *the cohesion of the family unit* sự cố kết của đơn vị gia đình 2. (*lý*) lực cố kết.

cohesive /kəʊˈhi:siv/ *tt* kết chặt với nhau, cố kết: *a cohesive social unit* một đơn vị xã hội kết chặt với nhau; *cohesive forces in society* các lực lượng cố kết trong xã hội.

cohesively /kəʊˈhi:sivli/ *pht* [một cách] kết chặt với nhau, [một cách] cố kết.

cohesiveness /kəʊˈhi:sivnis/ *dt* sự kết chặt với nhau, sự cố kết.

cohort /ˈkəʊhɔ:t/ *dt* 1. (*sử*) tiểu đoàn (*cổ La Mã*) 2. bọn, nhóm (*thường nói về nhóm những người cùng tuổi trong việc nghiên cứu dân số*).

COI /ˌsiəʊˈai/ (*vt của* Central Office of Information) (*Anh*) Cục thông tin trung ương.

coif /kɔif/ *dt* mũ ni (*của một số nữ tu sĩ*).

coiffeur /kwaˈfɜ:[r]/ *dt* (*tiếng Pháp*) (*cg* **coiffeuse**) thợ cắt tóc; thợ làm đầu.

coiffeuse /kwaˈfɜ:z/ *dt* x coiffeur.

coiffure /kwaˈfjʊə[r]/ *dt* (*tiếng Pháp*) kiểu tóc.

coil[1] /kɔil/ *đgt* **coil oneself (something) round something (up)** quấn, cuộn: *the snake coiled [itself] round the branch* con rắn quấn mình quanh cành cây; *coil up a length of rope* cuộn một đoạn dây thừng.

coil[2] /kɔil/ *dt* 1. cuộn: *a coil of wire* một cuộn dây thép 2. vòng cuộn: *the thick coils of a python* những vòng cuộn lớn của con trăn 3. vòng tránh thai (*cg* **intra-uterine device**) 4. cuộn dây điện.

coin[1] /kɔin/ *dt* 1. đồng tiền (*bằng kim loại*): *two gold coins* hai đồng tiền vàng 2. tiền kim loại, tiền xu: *£5 in coins* năm bảng Anh bằng tiền xu. // **the other side of the coin** x side[1]; **pay somebody in his own (the same) coin** x pay[2].

coin[2] /kɔin/ *đgt* 1. đúc (*tiền*); đúc (*kim loại*) thành tiền 2. tạo ra, đặt ra: *coin a word* đặt ra một từ mới. //

coin it (money) (*kng*) hái ra tiền; **to coin a phrase** (*hài*) xin lỗi vì đã quá nhàm: *many hands made light work, to coin a phrase* xin lỗi vì đã quá nhàm, chứ chung sức với nhau thì công việc nhẹ đi nhiều.

coinage /ˈkɔinidʒ/ *dt* 1. sự đúc tiền; tiền đúc 2. hệ thống tiền xu: *decimal coinage* hệ thống tiền xu thập phân 3. sự tạo ra, sự đặt ra (*từ mới...*); từ (*cụm từ*) mới được tạo ra: *I haven't heard that expression before, is it a recent coinage?* tôi chưa nghe từ ngữ đó trước đây, có phải đấy là một từ ngữ mới tạo ra không?

coincide /ˌkəʊinˈsaid/ *đgt* 1. trùng nhau, trùng với: *our holidays don't coincide* ngày nghỉ của chúng ta không trùng nhau 2. khớp nhau: *their stories coincided* những câu chuyện của họ khớp nhau; *her taste in music coincides with her husband's* sở thích âm nhạc của chị ta khớp với sở thích của chồng chị.

coincidence /kəʊˈinsidəns/ *dt* sự trùng khớp, sự trùng hợp, sự trùng: *what a coincidence that I was in London at the same time as you!* thật là một sự trùng hợp ngẫu nhiên, tôi ở Luân Đôn cùng với anh!

coincident /kəʊˈinsidənt/ *tt* trùng khớp, trùng hợp, trùng.

coincidental /kəʊˌinsiˈdentl/ *tt* (*thường vị ngữ*) trùng hợp ngẫu nhiên: *the similarity between these two essays is too great to be coincidental* hai tiểu luận này giống nhau nhiều đến mức khó mà xem như là trùng hợp ngẫu nhiên.

coincidentally /kəʊˌinsi-'dentli/ *pht* [một cách] trùng hợp ngẫu nhiên.

coir /ˈkɔiə[r]/ *dt* xơ dừa.

coital /ˈkəʊitl/ *tt* giao hợp.

coitus /ˈkəʊitəs/ *dt* (*cg* coition* /kəʊˈiʃn/) *dt* sự giao hợp.

coke¹ /kəʊk/ *dt* than cốc.

coke² /kəʊk/ *dgt* luyện (*than*) thành than cốc.

coke³ (*cg* **Coke**) /kəʊk/ *dt* (tên riêng) (*kng*) nh Coca-Cola.

col /kɒl/ *dt* đèo.

Col (*vt của* Colonel) đại tá.

col (*vt của* column) cột in (trên một trang sách...).

cola (*cg* kola) /ˈkəʊlə/ *dt* 1. (*thực*) cây cola 2. nước cola.

colander (*cg* cullender) /ˈkʌ-lədə[r]/ cái chao (*dụng cụ nhà bếp...*).

cola-nut (*cg* kola-nut) /ˈkəʊ-lənʌt/ *dt* hạt cola.

cold¹ /kəʊld/ *tt* (-er; -est) 1. lạnh: *feel cold* cảm thấy lạnh; *cold weather* thời tiết lạnh; *cold wind* gió lạnh; *the weather is getting colder* thời tiết ngày càng lạnh hơn 2. nguội: *don't let your dinner get cold* đừng để bữa ăn tối của anh nguội đi; *would you like tea or a cold drink* anh thích dùng trà hay thức uống nguội 3. lạnh lùng, lạnh lẽo, lạnh nhạt: *a cold reception* cuộc đón tiếp lạnh lùng; *cold skies* bầu trời lạnh lẽo; *a cold grey colour* màu xám [gây cảm giác] lạnh lẽo 4. lãnh đạm về tình dục 5. (*kng*) chết ngất: *knock somebody [out] cold* đánh [gục] ai bất tỉnh. // **blow hot and cold** *x* blow¹; **in cold blood** nhẫn tâm, không thương xót: *kill somebody in cold blood* giết ai không chút thương xót; **leave somebody cold** *x* leave; **make somebody's blood run**

cold *x* blood¹; **pour (throw) cold water on** giội gáo nước lạnh vào (*bóng*), làm cho nản chí.

cold² /kəʊld/ *dt* 1. sự lạnh, sự lạnh lẽo: *the cold of winter* sự lạnh lẽo của mùa đông 2. sự cảm lạnh: *catch [a] cold* cảm lạnh. // **[leave somebody (be)] out in the cold** gạt ra ngoài; bị gạt ra ngoài: *when the coalition was formed, the fascists were left out in the cold* khi chính phủ liên hợp được hình thành, các phần tử phát xít đã bị gạt ra ngoài.

cold³ /kəʊld/ *pht* hoàn toàn, hẳn: *he stopped cold when he heard a noise behind him* nghe có tiếng động ở sau anh ta, anh ta dừng hẳn lại.

cold-blooded /ˌkəʊld'blʌdid/ *tt* 1. (*sinh*) [có] máu lạnh (động vật, như bò sát...) 2. (*xấu*) nhẫn tâm: *a cold-blooded murderer* kẻ giết người nhẫn tâm.

cold chisel /ˈkəʊldˌtʃizl/ dao trổ, dao khắc (*kim loại*).

cold comfort /ˌkəʊld 'kʌm-fət/ điều an ủi nhạt phèo: *after losing my job it was cold comfort to be told I'd won the office raffle* sau khi mất việc thật là một điều an ủi nhạt phèo khi tôi được biết là đã trúng xổ số ở nơi làm việc cũ.

cold cream /ˈkəʊld kriːm/ kem dưỡng da.

cold cuts /ˈkəʊld kʌts/ (*Mỹ*) thịt nguội thái lát.

cold feet /ˈkəʊld fiːt/ **get (have) cold feet** chùn bước, mất tự tin.

cold fish /ˈkəʊld fiʃ/ người lạnh lùng (*đối xử lạnh nhạt với kẻ khác*).

cold frame /ˈkəʊldfreim/ lồng kính chụp cây non.

cold-hearted /ˌkəʊld 'hɑːtid/ *tt* lạnh nhạt; lạnh lùng.

coldly /ˈkəʊldli/ *pht* [một cách] lạnh nhạt; [một cách] lạnh lùng: *stare coldly at somebody* nhìn ai một cách lạnh lùng.

coldness /ˈkəʊldnis/ *dt* 1. sự lạnh, sự lạnh lẽo 2. sự lạnh nhạt, sự lạnh lùng.

cold shoulder /ˌkəʊld'ʃəʊl-də[r]/ **to give the cold shoulder to someone** đối xử lạnh nhạt với ai: *after he left his wife for a younger woman, his friends all gave him the cold shoulder* sau khi nó bỏ vợ theo một người đàn bà trẻ hơn, bạn bè nó đều đối xử lạnh nhạt với nó.

cold snap /ˈkəʊld snæp/ đợt rét đột ngột.

cold sore /ˈkəʊldsɔː[r]/ lở loét miệng.

cold steel /ˈkəʊldstiːl/ gươm đao (*để phân biệt với súng ống*).

cold storage /ˌkəʊld'stɔːridʒ/ sự ướp lạnh (*để giữ thực phẩm được lâu*): *put a plan into cold storage* (*bóng*) để một kế hoạch đấy, về sau mới dùng.

cold sweat /ˌkəʊld'swet/ [sự toát] mồ hôi hột do sợ hãi....

cold war /ˈkəʊld'wɔː[r]/ chiến tranh lạnh.

coleslaw /ˈkəʊlslɔː/ *dt* xà lách cải bắp thái nhỏ.

colic /ˈkɒlik/ *dt* (*y*) cơn đau bụng (*đặc biệt là ở trẻ em*).

colicky /ˈkɒliki/ *tt* (*y*) đau bụng.

colitis /kəˈlaitis/ *dt* (*y*) viêm kết tràng.

collaborate /kəˈlæbəreit/ *dgt* 1. cộng tác 2. (*xấu*) cộng tác với địch.

collaboration /kəˌlæbə-'reiʃn/ *dt* 1. sự cộng tác 2. sự cộng tác với địch.

collaborator /kə'læbəreitə[r]/ *dt* người cộng tác, cộng tác viên.

collage /'kɒlɑːʒ, (Mỹ kə'lɑːʒ)/ *dt* nghệ thuật cắt dán *(giấy, vải, ảnh...)*.

collapse[1] /kə'læps/ *đgt* **1.** đổ, sập, đổ sập: *the whole building collapsed* toàn bộ ngôi nhà đổ sập **2.** ngã quy xuống *(vì bệnh, vì suy nhược...)*: *he collapsed in the street and die on the way to hospital* nó ngã quy xuống đường phố và chết trên đường đến bệnh viện **3.** sụp đổ, đổ vỡ, suy sụp; thất bại: *talks between management and unions have collapsed* thương thuyết giữa ban quản trị và nghiệp đoàn bị đổ vỡ **4.** sụt giá, phá giá: *share prices collapsed* giá cổ phần sụt xuống **5.** gập gọn lại *(chiếc ghế...)* **6.** [làm] xẹp xuống *(lá phổi, mạch máu...)*: *a collapsed lung* lá phổi bị làm xẹp xuống.

collapse[2] /kə'læps/ *dt* **1.** sự đổ, sự sập, sự đổ sập: *the collapse of the bridge* sự đổ sập của cây cầu **2.** sự sụp đổ, sự đổ vỡ, sự suy sụp; sự thất bại: *the economy is in a state of total collapse* nền kinh tế đang ở trong tình trạng suy sụp hoàn toàn; *the collapse of negotiations* sự thất bại của cuộc thương lượng **3.** sự sụt giá, sự phá giá: *the collapse of the dollar* sự sụt giá của đồng đôla.

collapsible /kə'læpsibl/ *tt* có thể gập gọn lại: *a collapsible chair* chiếc ghế có thể gập gọn được.

collar[1] /'kɒlə[r]/ *dt* **1.** cổ áo; cổ cồn: *a stiff collar* cổ cứng; *grab somebody by the collar* tóm cổ áo ai **2.** vòng cổ *(của chó...)* **3.** *(kỹ)* vòng đệm, vòng đai. // **hot under the collar** *x* hot.

collar[2] /'kɒlə[r]/ *đgt* **1.** tóm cổ, bắt: *the policeman collared the thief* viên cảnh sát tóm cổ tên kẻ cắp; *she collared me as I was leaving the building* tôi ra khỏi tòa nhà thì cô ta tóm lấy tôi *(để nói chuyện)* **2.** *(cũ, kng)* lấy, cầm: *who's collared my pen?* ai cầm cái bút của tôi nhỉ?

collar-bone /'kɒləbəʊn/ *dt (giải)* xương đòn.

collar stud /'kɒləstʌd/ cái móc cổ cồn *(vào áo so-mi)*.

collate /kə'leit/ *đgt* **1.** đối chiếu, so: *collate a new edition with an earlier one* so bản in mới với một bản xuất bản sớm hơn **2.** kiểm tra và sắp xếp đúng thứ tự *(trang sách, trước khi đóng thành sách)*.

collateral[1] /kə'lætərəl/ *tt* **1.** song song **2.** bên, phụ: *a collateral aim* mục đích phụ; *a collateral branch of the family* một nhánh bên của dòng họ.

collateral[2] /kə'lætərəl/ *dt (cg* **collateral security***)* vật thế chấp *(khi vay tiền)*.

collation[1] /kə'leiʃn/ *dt* sự đối chiếu, sự so.

collation[2] /kə'leiʃn/ *dt* bữa ăn nhẹ *(thường là ăn nguội, ngoài giờ ăn bình thường)*: *a cold collation after the funeral* bữa ăn nhẹ sau đám tang.

colleague /'kɒliːg/ *dt* bạn đồng nghiệp, bạn đồng sự.

collect[1] /kə'lekt/ *đgt* **1.** thu lượm, thu thập, thu gom: *collect [up] waste paper* thu lượm giấy loại; *the collected works of Dickens* tác phẩm toàn tập của Dickens; *he's collecting [money] for famine relief* anh ta đang đi thu gom tiền để cứu trợ nạn đói; *the dustmen collected the rubbish once a week* người hốt rác thu gom rác mỗi tuần một lần; *collect a child from school* đón trẻ từ trường về nhà **2.** tập hợp, tụ tập: *the crowd soon collected at the scene of the accident* đám đông nhanh chóng tụ tập tại hiện trường tai nạn; *dust had collected on the window-sill* bụi tích tụ lại ở bậu cửa sổ **3.** sưu tầm: *collect stamps* sưu tầm tem **4.** tập trung *(tư tưởng...)*: *collect one's thoughts* tập trung tư tưởng; *collect oneself after a shock* trấn tĩnh lại sau một cú sốc. // **collect (gather) one's wits** *x* wit.

collect[2] /kə'lekt/ *tt, pht (Mỹ)* [gọi điện thoại] người nhận điện trả tiền: *a collect call* cú gọi điện thoại mà người nhận điện trả tiền; *call somebody collect* gọi điện thoại cho ai mà người đó trả tiền.

collect[3] /kə'lekt/ *dt* kinh khai lễ.

collected /kə'lektid/ *tt* bình tĩnh: *how can you stay so cool, calm and collected after an argument?* vừa tranh cãi xong sao anh lại có thể thản nhiên và bình tĩnh như thế được?

collectedly /kə'lektidli/ *pht* [một cách] bình tĩnh.

collection /kə'lekʃn/ *dt* **1.** sự thu gom, sự thu: *there are two collections a day from this letter-box* thùng thư này mỗi ngày có hai lần thu thư; *collection of taxes* sự thu thuế **2.** bộ sưu tầm, bộ sưu tập: *a stamp collection* bộ sưu tập tem **3.** sự quyên góp, tiền quyên góp: *a collection for famine relief* sự quyên góp để cứu trợ nạn đói; *a large collection* số tiền quyên góp lớn **4.** đóng; nhóm: *a collection of rubbish* đống rác; *an odd collection of people* một nhóm người kỳ cục.

collective¹ /kə'lektiv/ *tt* tập thể, chung: *collective responsibility* trách nhiệm tập thể; *collective leadership* sự lãnh đạo tập thể; *collective security* an ninh chung.

collective² /kə'lektiv/ *dt* **1.** tập thể: *a workers' collective* một tập thể công nhân **2.** *nh* collective noun.

collective bargaining /kə,lektiv'ba:giniŋ/ sự thương lượng tập thể giữa nghiệp đoàn và chủ thợ.

collective farm /kə,lektiv 'fa:m/ nông trang tập thể.

collectively /kə'lektivli/ *pht* [một cách] tập thể.

collective noun /kə,lektiv 'naʊn/ *(ngôn)* danh từ tập hợp.

collective ownership /kə,lektiv'əʊnəʃip/ sở hữu tập thể (về ruộng đất, tư liệu sản xuất...).

collectivism /kə'lektivizəm/ *dt* chủ nghĩa tập thể.

collectivist¹ /kə'lektivist/ *tt* tập thể chủ nghĩa.

collectivist² /kə'lektivist/ *dt* người theo chủ nghĩa tập thể.

collectivization, collectivisation /kə,lektivai'zeiʃn, *(Mỹ* kə,lektivi'zeiʃn)/ sự tập thể hóa.

collector /kə'lektə[r]/ *dt* người thu thập, người sưu tầm, người thu *(thuế...)*: *a stamp-collector* người sưu tầm tem; *a tax-collector* người thu thuế.

collector's item /kə'lektəz ,aitəm/ *(cg* **collector's piece** /kə'lektəz,pi:s/) vật đáng sưu tầm *(vì quý, hiếm...)*.

colleen /'kɒli:n/ *dt (Ai len)* cô gái; thiếu phụ.

college /'kɒlidʒ/ *dt* **1.** trường đại học, trường cao đẳng: *she's at college* cô ta học đại học (học bậc cao đẳng); *the Royal College of Art* trường cao đẳng nghệ thuật Hoàng gia **2.** ban, khoa (ở *đại học Mỹ)* **3.** tòa nhà của một trường đại học: *are you living in college?* anh ở nội trú trong trường đại học à? **4.** hội, đoàn: *the College of Cardinals* đoàn hồng y giáo chủ; *the Royal College of Surgeons* hội phẫu thuật Hoàng gia.

collegiate /kə'li:dʒiət/ *tt* **1.** [thuộc] trường đại học; [thuộc] sinh viên đại học **2.** [là] trung tâm gồm nhiều trường đại học: *Oxford is a collegiate university* Oxford là một trung tâm [gồm nhiều trường] đại học.

collide /kə'laid/ *dgt* **1.** va, đụng: *as the bus turned the corner, it collided with a van* xe buýt rẽ thì va phải một chiếc xe tải; *the bus and the van collided* xe buýt và xe tải đụng nhau **2.** va chạm, xung đột: *the interests of the two countries collide* quyền lợi của hai nước va chạm nhau.

collie /'kɒli/ *dt* giống chó coli *(chó chăn cừu)*.

collier /'kɒliə[r]/ *dt (Anh)* **1.** công nhân mỏ than **2.** tàu chở than.

colliery /'kɒliəri/ *dt (Anh)* mỏ than.

collision /kə'liʒn/ *dt* **1.** (+with, between) sự va, sự đụng: *a collision between two cars* sự đụng nhau giữa hai chiếc xe ca; *the liner was in collision with an oil-tanker* chiếc tàu khách đã va vào một chiếc tàu chở dầu **2.** sự va chạm, sự xung

đột: *come into collision with* va chạm với, xung đột với.

collision course /kə'liʒn ,kɔ:s/ chiều hướng dẫn đến va chạm: *the Government and the unions are on a collision course* chính phủ và nghiệp đoàn đang trên chiều hướng dẫn đến va chạm nhau.

collocate /'kɒləkeit/ *dgt (ngôn)* thường đi với: *"weak" collocates with "tea" but "feeble" does not* "weak" thường đi với "tea", còn "feeble" thì không; *"weak" and "tea" collocate* "weak" và "tea" thường đi với nhau.

collocation /,kɒlə'keiʃn/ *dt (ngôn)* **1.** sự thường đi với nhau **2.** kết hợp từ thường thấy: *"strong tea" and "by accident" are English collocations* "strong tea" và "by accident" là những kết hợp từ trong tiếng Anh.

colloquial /kə'ləʊkwiəl/ *tt* thông tục *(từ, cụm từ)*.

colloquialism /kə'ləʊkwiəlizəm/ *dt* từ thông tục; cụm từ thông tục.

colloquially /kə'ləʊkwiəli/ *pht* [một cách] thông tục.

colloquy /'kɒləkwi/ *dt* cuộc trao đổi chính thức; cuộc hội thảo.

collude /kə'lu:d/ *dgt* (+with) câu kết, thông đồng *(với ai)*.

collusion /kə'lu:ʒn/ *dt* (+with) sự câu kết, sự thông đồng *(với ai; giữa ai với ai)*: *there was collusion between the two witnesses* có sự câu kết giữa hai nhân chứng; *she acted in collusion with the other witness* chị ta câu kết với nhân chứng kia.

collusive /kə'lu:siv/ *tt* câu kết, thông đồng.

collywobbles /'kɒliwɒblz/ *dt snh (kng)* **1.** cơn đau bụng nhẹ *(do căng thẳng thần* *kinh)* **2.** sự bồn chồn sợ hãi: *have an attack of [the] colly wobbles* bồn chồn sợ hãi.

cologne /kə'ləʊn/ *dt nh* eau de Cologne.

colon¹ /'kəʊlən/ *dt (giải)* kết tràng.

colon² /'kəʊlən/ *dt* dấu hai chấm.

colonel /'kɜ:nl/ *dt (quân)* đại tá.

colonial¹ /kə'ləʊniəl/ *tt* **1.** [thuộc] thực dân: *a colonial power* cường quốc thực dân **2.** *(Mỹ)* [thuộc] di dân *(kiểu kiến trúc...)*: *a colonial-style ranch* một nông trại kiểu di dân.

colonial² /kə'ləʊniəl/ *dt* tên thực dân.

colonialism /kə'ləʊniəlizəm/ *dt* chủ nghĩa thực dân.

colonialist /kə'ləʊniəlist/ *dt* tên thực dân.

colonist /'kɒlənist/ *dt* người định cư đất mới.

colonization, colonisation /ˌkɒlənai'zeiʃn, *(Mỹ)* kɒləni-'zeiʃn/ *dt* sự chiếm làm thuộc địa; sự lập thuộc địa.

colonize, colonise /'kɒlə-naiz/ *dgt* chiếm làm thuộc địa; lập thuộc địa *(ở nơi nào đó).*

colonnade /ˌkɒlə'neid/ *dt* hàng cột.

colonnaded /ˌkɒlə'neidid/ *tt* có hàng cột.

colony /'kɒləni/ *dt* **1.** thuộc địa: *a former British colony* một thuộc địa cũ của Anh **2.** kiều dân; khu kiều dân; khu những người cùng nghề: *the America colony in Paris* khu kiều dân Mỹ ở Paris; *an artists' colony* khu nghệ sĩ **3.** *(sinh)* bầy, đoàn, tập đoàn: *a colony of ants* đàn kiến.

color /'kʌlə[r]/ *dt (Mỹ)* nh colour.

coloratura /ˌkɒlərə'tʊərə/ *dt (nhạc) (tiếng Ý)* nét lèo.

color line /'kʌləlain/ *dt (Mỹ)* nh colour bar.

colossal /kə'lɒsl/ *tt* khổng lồ: *a colossal building* tòa nhà khổng lồ; *a colossal amount* số lượng khổng lồ.

colossi /kə'lɒsai/ *dt snh* của colossus.

colossus /kə'lɒsəs/ *dt (snh colossi)* **1.** tượng khổng lồ **2.** *(bóng)* người khổng lồ, vật khổng lồ: *Mozart is a colossus among composers* Mozart là một người khổng lồ trong làng soạn nhạc.

colour¹ *(Mỹ color)* /'kʌlə[r]/ *dt* **1.** màu sắc, màu: *"What colour is the sky?" "it's blue"* "Bầu trời màu gì?" "màu xanh"; *you need more colour in this room* em cần nhiều màu sắc hơn cho căn phòng này; *is the film in colour or black and white?* phim đó là phim màu *(có màu gì đó ngoài trắng đen)* hay trắng đen?; *local colour* màu sắc địa phương, sắc thái địa phương *(của một tờ báo...)* **2.** vẻ hồng hào tươi tắn: *the fresh air brought colour to her cheeks* không khí trong mát đã làm cho má cô nàng tươi tắn hẳn lên; *she has a high colour* cô ta có nước da hồng hào tươi tắn **3.** màu da: *be discriminated against on account of one's colour (on grounds of colour)* bị kỳ thị vì màu da **4. colours** *(snh)* màu cờ; sắc áo *(của một đội thể thao...)* **5. colours** *(snh)* giải thưởng: *win (get) one's football colours* giật được giải thưởng bóng đá **6. colours** *(snh)* cờ *(của một con tàu, một trung đoàn)*: *salute the colours* chào cờ **7.** sự sống động: *her description of the area is full of colour* sự mô tả của cô về

vùng đó thật là sống động **8.** phong cách *(âm nhạc)*: *his playing lacks colour* lối chơi của anh ta thiếu phong cách riêng. // **give (lend) colour to something** làm tăng tính xác thực của điều gì: *the scars on his body lent colour to his claim that he had been tortured* những vết sẹo trên người anh làm cho lời khai của anh là đã bị hành hạ tăng thêm tính xác thực; **lose colours** *x* lose; **nail one's colours to the mast** *x* nail; **off colour** không khỏe, khó ở: *feel a bit off colour* hơi khó ở; **one's true colours** *x* true¹; **see the colour of somebody's money** chắc chắn là ai có đủ tiền để trả: *don't let him have the car until you've seen the colour of his money* đừng giao xe cho nó cho đến khi nào anh chắc chắn là nó có đủ tiền để trả; **trooping the colour** *x* troop²; **under false colours** *x* false; **with flying colours** *x* flying.

colour² *(Mỹ color)* /'kʌlə[r]/ *dgt* **1.** tô màu: *colour a picture* tô màu bức tranh **2.** đổi màu, ngả màu: *it is autumn and the leaves are beginning to colour* bây giờ là mùa thu, lá cây đang bắt đầu đổi màu **3. colour [up] [at something]** đỏ mặt: *she coloured [with embarrassment] at his remarks* chị ta đỏ mặt [lúng túng] trước những lời nhận xét của anh ấy **4.** *(chủ yếu dùng ở dạng bị động)* làm méo mó; tác động tới: *personal feelings coloured his judgement* cảm nghĩ cá nhân đã tác động tới sự xét đoán của nó. // **colour something in** tô màu: *the child coloured in all the shapes on the page with a crayon* đứa bé dùng bút chì tô màu mọi hình vẽ trên trang giấy.

C

colour bar /ˈkʌləbaː[r]/ (Mỹ **color line**) sự ngăn cách chủng tộc.

colour-blind /ˈkʌləblaind/ tt (y) mù màu.

colour-blindness /ˈkʌlə‚blaindnis/ dt (y) chứng mù màu.

colour code /ˈkʌləkəʊd/ mã màu.

colour-coded /ˈkʌləkəʊdid/ tt mang mã màu.

coloured (Mỹ **colored**) /ˈkʌləd/ **1.** (thường trong từ ghép) có màu (gì đó): *cream-colored* có màu kem; *flesh-coloured* có màu da **2.** (cũ) có da màu **3. Coloured** (ở *Nam Phi*) [thuộc chủng tộc] lai.

colour-fast /ˈkʌləfɑːst/ tt bền màu (vải).

colourful /ˈkʌləfəl/ tt (Mỹ **colorful**) tt **1.** nhiều màu sắc: *colourful material* vải nhiều màu sắc, vải sặc sỡ **2.** sôi nổi, sống động: *a colourful life* cuộc đời sôi nổi; *a colourful period of history* một thời kỳ lịch sử sống động.

colouring /ˈkʌlərɪŋ/ dt **1.** sự tô màu **2.** kiểu tô màu; cách dùng màu (của họa sĩ) **3.** màu da; nước da: *she has [a] very fair colouring* chị ta có nước da sáng màu **4.** phẩm màu (để pha vào thực phẩm): *these tinned beans contain no artificial colouring* đậu đóng hộp này không pha phẩm màu.

colourless (Mỹ **colorless**) /ˈkʌləlis/ tt **1.** không màu, nhạt, xanh xao: *colourless cheeks* đôi má xanh xao; *colourless liquid* chất nước không màu (như nước lã...) **2.** vô vị: *a colourless existence* cuộc sống vô vị.

colour scheme /ˈkʌləskiːm/ sự bố trí màu (trong trang trí...): *I don't like the colour scheme in their sitting-room* tôi không thích cách bố trí màu trong phòng khách của họ.

colt /kəʊlt/ dt ngựa đực non.

coltish /ˈkəʊltiʃ/ tt (thường xấu) nghịch ngợm, hay đùa nghịch.

colter /ˈkəʊltər/ dt (Mỹ) nh coulter.

columbine /ˈkɒləmbain/ dt (thực) cỏ bồ câu.

column /ˈkɒləm/ dt **1.** cột, trụ: *the columns of a building* cột của một tòa nhà; *a column of smoke* cột khói; *a column of figures* cột số; *the spinal column* cột sống; *each page of this dictionary has two columns of text* mỗi trang của tự điển này có hai cột chữ **2.** cột; mục (báo): *the correspondence columns of the Time* mục trao đổi thư từ của tờ Thời đại **3.** dãy (xe cộ...); toán (lính...).

columnist /ˈkɒləmnist/ dt nhà báo chuyên mục: *a political columnist* nhà báo chuyên mục chính trị.

coma /ˈkəʊmə/ dt (y) sự hôn mê.

comatose /ˈkəʊmətəʊs/ tt **1.** (y) hôn mê **2.** gật gà buồn ngủ: *feeling comatose after a large meal* cảm thấy gật gà buồn ngủ sau một bữa chén no nê.

comb¹ /kəʊm/ dt **1.** cái lược **2.** sự chải đầu: *your hair needs a [good] comb* tóc bạn cần được chải cho tử tế **3.** bàn chải len **4.** nh honeycomb **5.** mào (gà). // **with a fine-tooth comb** x fine-tooth comb.

comb² /kəʊm/ dgt **1.** chải: *don't forget to comb your hair before you go out!* đừng quên chải tóc trước khi đi ra ngoài đấy!; *comb wool for manufacture* chải len để đưa vào sản xuất **2.** lùng sục: *police are combing the woods for the missing children* cảnh sát lùng sục khu rừng để tìm mấy đứa trẻ mất tích. // **comb something out** chải cho hết rối (tóc); **comb something out [of something]** a/ chải cho sạch (bùn đất... bám vào): *she combed out the mud out of the dog's fur* chị ta chải lông chó cho sạch bùn b/ thải bỏ (người, vật vô dụng).

combat¹ /ˈkɒmbæt/ dt trận đấu, trận đánh, trận chiến đấu: *single combat* trận đánh tay đôi; *combat of wits* cuộc đấu trí; *a combat mission* nhiệm vụ chiến đấu.

combat² /kɒmbæt/ dgt đánh nhau với, chiến đấu: *combat the enemy* đánh nhau với kẻ thù; *combating disease* chiến đấu với bệnh tật.

combatant /ˈkɒmbətənt/ dt chiến sĩ, chiến binh.

combative /ˈkɒmbətiv/ tt hiếu chiến.

combatively /ˈkɒmbətivli/ pht [một cách] hiếu chiến.

combination /‚kɒmbiˈneiʃn/ dt **1.** sự kết hợp, sự phối hợp: *the firm is working on a new product in combination with several overseas partners* công ty đang sản xuất một sản phẩm mới phối hợp với nhiều đối tác ở nước ngoài **2.** hỗn hợp **3.** (hóa) sự hóa hợp; hợp chất **4.** mã khóa chữ **5.** (Anh) xe môtô thùng **6.** (snh) bộ đồ lót áo liền quần (trước kia).

combination lock /kɒmbi‚neiʃnlɒk/ khóa chữ.

combine¹ /kəmˈbain/ dgt **1.** kết hợp; phối hợp: *success was achieved by the combined efforts of the whole team* thành công đạt được do sự phối hợp cố gắng của toàn đội; *combine business*

C

with pleasure kết hợp công việc với vui chơi **2.** *(hóa)* hóa hợp: *hydrogen and oxygen combine (hydrogen combines with oxygen) to form water* hydro và oxy hóa hợp với nhau hình thành nước.

combine² /kəmˈbain/ *dt* **1.** *(ktế)* các-ten **2.** *nh* combine-harvester.

combine-harvester /ˌkɒmbainˈhaːvistə[r]/ *dt (nông)* máy liên hợp gặt đập.

combustible¹ /kəmˈbʌstəbl/ *tt* **1.** dễ cháy, dễ bắt lửa: *petrol is highly combustible* dầu xăng rất dễ bắt lửa **2.** dễ kích động; bồng bột: *a combustible temperament* tính khí bồng bột.

combustible² /kəmˈbʌstəbl/ *dt (thường snh)* chất đốt.

combustion /kəmˈbʌstʃən/ *dt* sự đốt cháy, sự cháy: *spontaneous combustion* sự tự bốc cháy.

combustion chamber /kəmˈbʌstʃən ʃeimbə[r]/ *(cơ)* buồng đốt.

come¹ /kʌm/ *dgt* **(came; come) 1.** đến, tới: *come here!* lại đây!; *we came by train* chúng tôi đã đến bằng tàu hỏa; *could you come and see me tomorrow?* ngày mai anh có thể đến thăm tôi không?; *they came at 8 o'clock* họ đã đến lúc 8 giờ; *there's a storm coming* có một cơn bão sắp kéo tới; *spring came late this year* năm nay mùa xuân đã đến muộn; *the time has come to act* đã đến giờ hành động; *I've only come for an hour* tôi vừa đến chỉ mới một tiếng đồng hồ; *are you coming with us tonight?* tối anh đến với chúng tôi chứ?; *who are you coming with?* anh đến với ai thế? **2.** đi được *(một quãng đường nào đó)*: *we've come fifty miles since*

lunch chúng tôi đã đi được năm mươi dặm kể từ buổi ăn trưa; *this company has come a long way in the last five years* trong năm năm qua, công ty này đã đi được *(đã tiến)* một quãng đường dài **3.** đến lúc; đi đến chỗ: *I have come to believe that the Government's economic policy is misguided* tôi đã đi đến chỗ tin rằng chính sách kinh tế của chính phủ là sai lầm; *she had come to see the problem in a new light* chị ta đã đến lúc nhìn thấy vấn đề dưới một ánh sáng mới **4.** *(kng)* tới lúc, tới kỳ: *the trees are coming into leaf* cây cối đang tới kỳ ra lá **5.** *(đặt sau how trong câu hỏi)* đến nỗi: *how did he come to break his leg?* sao hắn lại đến nỗi gãy chân thế? **6.** vào dịp... sắp tới: *we'll have been married for two years come Christmas* vào dịp Giáng sinh sắp tới, chúng tôi cưới nhau đã được hai năm **7.** *(kng)* làm ra vẻ: *she tried to come the innocent with me* cô ta làm ra vẻ ngây thơ với tôi **8.** *(kng)* đạt tới độ cực khoái **9.** hóa ra; thì ra: *my shoe laces have come undone* thì ra dây giày của tôi đã tụt ra; *the handle has come loose* cái cán hóa ra đã bị lỏng **10.** có *(để lựa chọn, để mua)*: *this dress comes in three sizes* áo này có ba cỡ; *do these shoes come in black?* giày này có màu đen không?. // **be as clever (stupid...) as they come** *(kng)* rất thông minh (rất ngốc nghếch); **come again?** sao? nhắc lại xem nào *(yêu cầu nhắc lại vì không hiểu hoặc thấy khó tin)*: "*she's an entomologist*" "*come again?*" "*an entomologist, she studies insects*" "chị ta là một nhà

côn trùng học" "sao? nhắc lại xem nào" "một nhà côn trùng học, chị ta nghiên cứu về côn trùng"; **come and go** lúc đến lúc đi: *the pain in my leg comes and goes* cơn đau ở chân tôi lúc đau lúc không; *government come and go but does anything really change?* chính phủ này đến chính phủ kia, nhưng thực sự có gì thay đổi không?; **come easily (naturally...) to somebody** chẳng có gì khó khăn đối với ai, rất dễ dàng tự nhiên đối với ai: *acting comes naturally to her* đóng kịch đối với chị ta dễ dàng lắm; **come over dizzy (faint, giddy...)** *(kng)* bỗng nhiên cảm thấy choáng váng, lả đi, chóng mặt...; **come to nothing; not come to anything** chẳng đi đến đâu, hoàn toàn thất bại; **come to oneself** trở lại bình thường, tỉnh trí lại: *the shock made her hesitate for a moment but she quickly came to herself again* cú sốc làm cho nàng ngập ngừng một lát, nhưng nàng đã nhanh chóng tỉnh trí lại; **come to that; if it comes to that** thêm nữa, có thể kể thêm: *he looks just like his dog-come to that, so does his wife!* nó trông giống y như con chó của nó, thêm nữa vợ nó cũng vậy; **come what may** dù có gì xảy ra chăng nữa; bất chấp khó khăn và những vấn đề có thể nảy sinh: *he promised to support her come what may* anh ta hứa ủng hộ cô, dù có gì xảy ra chăng nữa; **how come** tại sao, vì sao: *if she spent five years in Paris, how come she can't speak a word of French?* nếu cô ấy đã sống năm năm ở Paris thì tại sao cô ấy lại không nói được một chữ tiếng Pháp nào?;

not come to much không làm nên chuyện: *he'll never come to much, he's too lazy* nó chẳng bao giờ làm nên chuyện gì cả, nó lười quá; **to come** *(dùng sau một dt)* trong tương lai, sắp tới: *in years to come* trong những năm sắp tới; *for some time to come* trong thời gian sắp tới; **when it comes to something (doing something)** khi [ở vào trường hợp] phải làm gì: *I'm as good a cook as she is except when it comes to [making] pastry* tôi cũng là một đầu bếp giỏi như chị ta, trừ khi phải làm bánh ngọt.

come about đổi hướng *(nói về thuyền buồm)*; **come about [that...]** xảy ra: *can you tell me how the accident came about?* anh có thể kể cho tôi biết tai nạn đã xảy ra như thế nào; *how did it come about that he knew where we were?* làm sao mà nó biết chúng tôi đã ở đâu?; **come across** *(cg* **come over***)* a/ được hiểu thấu: *he spoke for a long time but his meaning did not really come across* nó nói một lúc lâu nhưng ý nó muốn nói chưa thực sự được hiểu rõ b/ gây ấn tượng: *she comes across badly in interviews* cô ta gây ấn tượng xấu trong các cuộc phỏng vấn; **come across somebody (something)** tình cờ gặp ai; tình cờ tìm thấy cái gì: *I came across an old school friend in Oxford Street this morning* sáng nay tôi tình cờ gặp một bạn cũ học cùng trường trên đường phố Oxford; *she came across some photographs in a drawer* chị ta tình cờ tìm thấy mấy bức ảnh trong ngăn kéo; **come across [with something]** *(cũ, kng)* giao, trả: *he owes me five pounds but I doubt if he'll ever come across [with it]* anh ta nợ tôi năm bảng, nhưng tôi ngờ rằng chẳng bao giờ anh ta trả tôi số tiền đó; **come after somebody** đuổi theo ai: *the farmer came after the intruders with a big stick* người chủ nông trại đuổi theo bọn người xâm nhập với một cây gậy lớn trong tay; **come along** a/ đến, tới; xuất hiện: *when the right opportunity comes along, she'll take it* khi dịp thuận lợi tới, cô sẽ chộp lấy nó. b/ *nh* come on b/. c/ *nh* come on e/; **come apart** rơi xuống vỡ ra từng mảnh: *the teapot just came apart in my hands* cái ấm trà từ tay tôi vừa rơi xuống vỡ ra từng mảnh; **come at somebody** tấn công ai: *she came at me with a rolling-pin* chị ta tấn công tôi với một chiếc trục cán bột; **come at something** khám phá ra điều gì: *the truth is often difficult to come at* sự thật thường khó khám phá ra được; **come around [to something]** *nh* come round [to something]; **come away [from something]** bong ra, rời ra: *the plaster had started to come away from the wall* lớp vữa đã bắt đầu bong ra khỏi tường; **come away with something** ra đi với *(tâm trạng, ấn tượng như thế nào đó)*: *we came away with the distinct impression that all was not well with their marriage* chúng tôi ra về với ấn tượng rõ rệt là trong đám cưới của họ không phải mọi việc đều tốt đẹp; **come back** a/ quay về, trở lại: *you came back very late last night* tối qua anh về rất muộn; *the colour is coming back to her cheeks* sắc hồng hào đang trở lại trên đôi má của nàng b/ thịnh hành lại: *miniskirts are starting to come back* váy mini đã bắt đầu trở lại thịnh hành c/ được khôi phục lại: *some people would like to see the death penalty come back* một số người muốn thấy án tử hình được khôi phục lại; **come back at somebody** đối đáp lại ai *(một cách giận dữ)*: *she came back at the speaker with some sharp questions* chị ta đối đáp lại diễn giả bằng mấy câu hỏi gay gắt; **come back [to somebody]** trở lại trong trí nhớ, được nhớ lại: *it's all coming back to me now* bây giờ thì tôi bắt đầu nhớ lại mọi việc; *your French will soon come back* vốn tiếng Pháp của anh sẽ sớm trở lại với anh; **come back to somebody [on something]** trả lời ai về việc gì sau [một thời gian]: *can I come back to you on that one later?* tôi có thể trả lời anh về việc đó sau được không?; **come before somebody (something)** a/ được đưa ra *(để thảo luận, xét xử...)*: *the case comes before the court next week* vụ kiện sẽ được đưa ra tòa vào tuần tới b/ quan trọng hơn: *fighting poverty and unemployment should come before all other political considerations* đấu tranh chống nghèo đói và thất nghiệp nên được coi là quan trọng hơn cả mọi mối quan tâm chính trị khác; **come between somebody and somebody** chia rẽ ai với ai: *I'd hate anything to come between us* tôi ghét bất cứ cái gì chia rẽ giữa hai chúng ta; *he never lets anything come between him and his evening pint of beer* anh ta không bao giờ chịu để ai cản anh uống panh bia buổi tối của anh; **come**

by something a/ kiếm được: *I hope that money was honestly come by* tôi hy vọng số tiền đó đã kiếm được một cách lương thiện; *jobs are hard to come by these days* dạo này khó mà kiếm được việc làm b/ nhận được một cách tình cờ: *how did you come by that scratch on your cheek?* sao anh lại có vết cào đó trên má thế?; **come down** a/ sụp đổ: *the ceiling came down* trần nhà sụp xuống b/ rơi *(nói về mưa, tuyết...)*: *the rain came down in torrents* mưa rơi như trút c/ hạ cánh; rơi *(máy bay)*: *we were forced to come down in a field* chúng tôi buộc phải hạ cánh xuống một cánh đồng; *two of ours fighters came down inside enemy lines* hai chiến đấu cơ của ta đã rơi xuống khu vực của địch d/ xuống thấp, tụt xuống *(giá cả...)*: *the price of petrol is coming down; petrol is coming down in price* giá xăng đang tụt xuống; **come down [from]** ra trường đại học *(nhất là đại học Oxford, Cambridge)*: *when did you came down [from Oxford]?* anh tốt nghiệp trường Oxford khi nào?; **come down [from...] [to...]** đi từ miền Bắc xuống Luân Đôn; đi từ thành phố lớn đến một thành phố nhỏ hơn: *we hope to come down to London next week* tôi hy vọng tuần sau sẽ xuống Luân Đôn; *they've recently come down from London to live in the village* họ mới chuyển từ Luân Đôn xuống sống ở làng quê; **come down on somebody** *(kng)* a/ lên án ai kịch liệt: *don't come down too hard on her* đừng lên án cô ta quá gay gắt b/ trừng phạt ai: *the courts are coming down heavily on young offenders* tòa xử phạt nặng các tội phạm trẻ; **come down on somebody for something** *(kng)* đòi trả tiền, đòi nợ: *his creditors came down on him for prompt payment of his bills* các chủ nợ đòi anh ta phải trả nhanh các khoản nợ của anh ta; **come down to somebody** được lưu truyền *(từ thế hệ này sang thế hệ khác)*: *stories that came down to us from our forefathers* những truyện lưu truyền từ đời ông cha đến chúng ta; **come down to something (doing something)** *(kng)* đến mức phải: *he had come down to begging* anh ta sa sút đến mức phải đi ăn xin; **come down to something** a/ xuống tới *(mức nào đó)*: *her hair comes down to the waist* tóc cô ta xuống tới ngang thắt lưng b/ tóm lại, chung quy: *it comes down to two choices: you either improve your work, or you leave* chung quy chỉ có hai cách lựa chọn, hoặc là anh cải tiến công việc hoặc là anh ra đi; **come down with something** bị *(một bệnh gì đó)*: *I came down with flu and was unable to go to work* tôi bị cúm và không thể đi làm được; **come forward** a/ đứng ra: *come forward with help* đứng ra giúp đỡ **2.** trình diện: *police have asked witnesses of the accident to come forward* cảnh sát yêu cầu các nhân chứng trong vụ tai nạn ra trình diện; **come from** *(không dùng ở thì tiếp diễn)* đến từ *(chỉ nơi sinh hoặc nơi ở)*: *she comes from London* chị ta từ Luân Đôn tới; *much of the butter eaten in England comes from New Zeland* phần lớn bơ tiêu thụ ở Anh là từ Tân Tây Lan tới; *milk comes from cows and goats* sữa lấy từ bò và dê; **come from something** *(cg* **come of something***)* bắt nguồn từ, xuất thân từ: *she comes from a long line of actresses* chị ta xuất thân từ một dòng họ nữ nghệ sĩ lâu đời; **come from doing something** nh **come of something** *(doing something)*; **come in** a/ lên, dâng lên *(thủy triều)*: *the tide was coming in fast* nước triều đang lên nhanh b/ về đích *(theo thứ hạng nào đó)*: *which horse come in first?* con ngựa nào về [đích thứ] nhất? c/ đến lượt *(chơi cricket)*: *who is coming in next?* tiếp theo đến lượt ai thế? d/ trở thành mốt: *long hair for men came in in the sixties* tóc dài ở đàn ông đã trở thành mốt vào những năm sáu mươi e/ rộ *(trái cây)*: *English strawberries usually come in in late June* dâu tây ở Anh thường rộ vào cuối tháng sáu f/ được bầu, đắc cử: *the Socialists came in at the last election* đảng viên đảng Xã hội đắc cử ở vòng cuối g/ thu vào *(như là tiền thu nhập)*: *she has a thousand pounds a month coming in from her investments* bà ta hằng tháng thu vào một ngàn bảng từ những khoản đầu tư của bà h/ tham gia: *I understand the plan perfectly but I can't see where I come in* tôi hoàn toàn hiểu kế hoạch, nhưng tôi không biết tôi có thể tham gia vào chỗ nào i/ *(tin tức...)* được ghi nhận *(qua đài truyền hình, qua tòa báo...)*: *news is coming in of a serious train crash in Scotland* tin tức đang được ghi nhận về một vụ đâm tàu nghiêm trọng ở Scotland j/ tham gia ý kiến: *would you like to come in at this point, Prime*

Minister? ngài thủ tướng có muốn tham gia ý kiến về điểm này không ạ?; **come in for something** là mục tiêu của việc gì; lôi cuốn cái gì; nhận lĩnh cái gì: *the Government's economic policy have come in for much criticism in the newspaper* chính sách kinh tế của chính phủ đã trở thành mục tiêu của bao lời phê phán trên báo chí; **come in on something** tham gia vào việc gì: *if you want to come in on the scheme, you must decide now* nếu anh muốn tham gia vào kế hoạch thì phải quyết định ngay bây giờ; **come into something** thừa kế: *she came into a fortune when her uncle died* cô ta thừa kế một gia tài khi ông chú cô mất; **come of something** *nh* come from something; **come of something (doing something)** (*cg* **come from doing something**) là kết quả của: *he promised to help, but I don't think anything will come of it* anh ta hứa sẽ giúp nhưng tôi nghĩ là điều đó chẳng đem lại kết quả gì; **come off** a/ có thể rơi ra; có thể mất đi: *"does this knob come off?"* *"no it is fixed on permanently"* "nắm cửa này có thể rơi ra được không?" "không nó đã được đóng chắc vào rồi"; *these stains won't come off, I'm afraid* tôi e rằng những vết bẩn này không thể tẩy sạch đi được b/ (*kng*) xảy ra, diễn ra: *when's the wedding coming off?* khi nào thì đám cưới được tổ chức c/ (*kng*) đạt thắng lợi, có kết quả, thành công: *her attempt to break the world record nearly came off* cố gắng phá kỷ lục thế giới của cô ta gần thành công d/ (*kng*) (kèm pht theo sau)

ở trong tình trạng: *who came off best in the debate?* ai là người nổi lên trong cuộc tranh luận ấy?; **come off [something]** a/ ngã, té: *come off one's bicycle* ngã xe đạp; *come off one's horse* ngã ngựa b/ rời ra, bật ra: *a button has come off my coat* một chiếc khuy đứt ra khỏi áo khoác của tôi; **come off it!** (*kng*) câm mồm đi! đừng có giở cái giọng ấy ra nữa!; **come off something** giảm (giá cả, bao nhiêu đó): *I've heard that ten pence a gallon is coming off the price of petrol* tôi nghe nói là giá dầu xăng sẽ giảm 10 xu một galông; **come on** a/ ra sân khấu (nói về một diễn viên) b/ vào sân (thay cho một cầu thủ khác): *Robson came on in place of Wilkins ten minutes before the end of the game* Robson vào sân thay cho Wilkins mười phút trước khi kết thúc trận đấu c/ bắt đầu phát bóng (cầu thủ cricket) d/ (*cg* **come along**) tiến bộ, phát triển: *her baby is coming on well* cháu bé nhà chị ta lớn nhanh; *his French has come on a lot since he joined the conversation class* tiếng Pháp của anh ta đã tiến bộ nhiều từ khi anh ta theo học lớp đàm thoại e/ (*cg* **come on**) nhanh lên; cố lên (*dùng ở thức mệnh lệnh để động viên thúc giục ai*): *come on, we'll be late for the theatre* nhanh lên, ta khéo chậm buổi xem hát mất; *come along now, someone must know the answer* cố lên nào, ai đó phải biết cách trả lời chứ f/ bắt đầu: *it's getting colder: winter is coming on* trời trở rét hơn: mùa đông đang bắt đầu tới mà g/ đang được trình chiếu (phim, kịch...): *there's a new play coming*

on at the local theatre next week có một vở kịch mới sẽ được trình diễn ở nhà hát địa phương tuần tới; **come on (upon) somebody (something)** tình cờ gặp ai; tình cờ tìm thấy cái gì: *I came upon a group of children playing in the street* tôi đã tình cờ gặp một nhóm trẻ đang chơi trên đường phố; **come out** a/ ngừng làm việc, đình công: *the miners have come out [on strike]* công nhân mỏ đã đình công b/ được giới thiệu chính thức với giới thượng lưu (nói về một cô gái) c/ hiện ra: *the rain stopped and the sun came out* mưa tạnh, mặt trời hiện ra d/ nở (nói về hoa): *the crocuses came out late this year because of the cold weather* hoa nghệ tây năm nay nở muộn vì trời lạnh e/ ra mắt, xuất bản (nói về sách): *when is her new novel coming out?* khi nào thì cuốn tiểu thuyết mới của bà ta ra mắt bạn đọc thế? f/ được lộ ra: *the truth comes out* sự thật lộ ra; *it came out that he'd been telling a pack of lies* rõ là anh ta đã nói toàn điều dối trá g/ được rửa (ảnh): *our holiday photos didn't come out* ảnh chụp trong kỳ nghỉ của chúng tôi không rửa được (vì phim bị hỏng...) h/ lộ ra, hiện ra: *the bride comes out well in the photographs* cô dâu hiện ra rất đẹp trong các ảnh chụp; *his arrogance comes out in every speech he makes* tính ngạo nghễ lộ rõ trong mỗi lời nói của anh ta i/ được nói ra, được phát biểu ra: *my statement didn't come out quite as I had intended* lời phát biểu của tôi không phát ra hoàn toàn theo như ý tôi j/ được giải (bài toán,

C

vấn đề): I can't make this equation come out tôi không thể giải được phương trình này k/ tuyên bố công khai rằng mình là đồng tính luyến ái l/ được xếp theo thứ hạng nào đó *(trong một cuộc thi, cuộc thử nghiệm...): she came out first in the examination* chị ta đỗ đầu (được xếp đứng đầu) trong kỳ thi; **come out [of something]** a/ rời ra, rụng ra: *the little girl's tooth came out when she bit into the apple* chiếc răng của cô bé rụng ra khi cô cắn quả táo; *I can't get this screw to come out of the wall* tôi không tài nào rút chiếc đinh vít này ra khỏi tường b/ được tẩy sạch đi: *these ink stains won't come out [of my dress]* những vết mực này [trên áo tôi] không thể tẩy sạch được; *will the colour come out if the material is washed?* màu có phai đi khi giặt vải không?; **come out against something** nói công khai là mình phản đối cái gì: *in her speech the Minister came out against any change to the existing law* trong bài nói của mình, bà bộ trưởng nói công khai là mình phản đối bất cứ sự thay đổi nào trong luật hiện hành; **come out at something** đạt trị giá là, lên đến: *the total cost comes out at £500* tổng chi phí lên đến 500 bảng Anh; **come out in something** phát ra, nổi lên *(nốt mẩn...): hot weather makes her come out in a rash* trời nóng làm cô ta phát ban; **come out with something** thốt ra: *she sometimes comes out with the most extraordinary remarks* thỉnh thoảng cô ta thốt ra những nhận xét lạ lùng nhất; *he came out with a stream of abuse* hắn tuôn

ra hàng tràng lời chửi rủa; **come over** nh come across; **come over [to...]** nh come round [to]; **come over [to...] [from...]** đi đến *(từ một nơi xa): why don't you come over to England for a holiday?* sao anh không đi đến nước Anh để nghỉ; *her grandparents came over from Ireland during the famine* ông bà chị ta đã từ Ireland chuyển đến trong thời kỳ có nạn đói; **come over somebody** tác động đến ai *(nói về một cảm xúc): a fit of dizziness came over her* một cơn hoa mắt đã tác động đến cô ta; **come over [to something]** ngả theo: *she will never come over to our side* chị ta sẽ không bao giờ ngả theo phe chúng ta; **come round** a/ đi vòng: *the road was blocked so we had to come round by the fields* con đường bị tắc nên chúng tôi phải vòng qua cánh đồng b/ đến; trở lại: *Christmas seems to come round quicker every year* lễ Giáng sinh hình như mỗi năm mỗi trở lại sớm hơn c/ (cg **come to**) hồi tỉnh, tỉnh lại: *pour some water on his face, he will soon come round* rưới một ít nước lên mặt nó, nó sẽ hồi tỉnh ngay mà d/ (kng) vui trở lại: *don't scold the boy, he'll come round in time* đừng mắng thằng bé, nó sẽ vui trở lại ngay mà; **come round [to...]** (cg **come over [to...]**) đến thăm *(thường là trong cùng một thành phố, một thị trấn...): do come round and see us sometime* thỉnh thoảng hãy ghé thăm chúng tôi; **come round [to something]** (cg **come around [to something]**) đổi theo cách nhìn của ai: *she'll never come round [to our way of thinking]* chị ta chẳng bao giờ thay đổi cách

nhìn của mình theo cách nhìn của chúng ta; **come round to something (doing something)** làm việc gì sau một thời gian đình hoãn: *it was several weeks before I eventually came round to answering her letter* phải mấy tuần sau tôi mới trả lời thư của cô ấy được; **come through** phát ra, chuyển tới *(nói về tin tức, thông điệp...): a message is just coming through* một bức điện vừa mới chuyển tới; **come through [something]** qua khỏi cơn bệnh nặng: *he is very ill but doctors expect him to come through* nó ốm nặng nhưng các bác sĩ nghĩ rằng nó sẽ qua khỏi; *he has came through two world wars* ông ta đã qua khỏi hai cuộc thế chiến; **come to** a/ nh come round b/ dừng lại *(nói về tàu thuyền): the police launch hailed us to come to* xuồng cảnh sát hô chúng tôi dừng thuyền lại; **come to somebody [that...]** xảy ra *(với ai)*; nảy sinh: *the idea came to him in his bath* ý nghĩ đó nảy sinh khi anh ta đang tắm; *it suddenly came to her that she had been wrong all along* cô ta bỗng nhiên nhận ra là mình đã sai lầm từ đầu; **come to something** lên tới *(một số lượng nào đó)*; ngang với: *the bill came to £30* hóa đơn lên tới 30 bảng; *"there's been another terrorist bomb attack" "really? I don't know what the world is coming to"* "lại có một cuộc tấn công bằng bom của tụi khủng bố" "thật vậy sao? thật tôi không biết thế giới này rồi sẽ đi đến đâu nữa"; **come to somebody [from somebody]** được để lại cho ai như là của thừa kế: *he has a lot of money coming to him* when his uncle dies nó được thừa hưởng nhiều tiền bạc khi bác nó qua đời; **come under something** rơi vào: *this comes under the juridiction of the Education Secretary* cái này rơi vào phạm vi quyền hạn của bộ trưởng giáo dục; *we came under heavy enemy fire* chúng tôi rơi vào hỏa lực dày đặc của địch; **come up** a/ nhú lên khỏi mặt đất (*cây cối*) b/ mọc (*mặt trời*): *we watched the sun come up* chúng tôi ngắm mặt trời mọc c/ được điều ra tiền tuyến (*quân lính, đồ tiếp tế*) d/ xảy ra, nảy sinh: *I'm afraid something urgent has come up, I won't be able to see you tonight* tôi e có điều gì đó cấp bách đã nảy sinh, tôi không thể gặp anh tối nay được e/ được nêu lên, được đưa ra: *the question is bound to come up at the meeting* vấn đề này chắc chắn sẽ được nêu lên trong cuộc họp f/ được xét xử ở tòa: *her divorce case come up next month* vụ ly hôn của chị ta sẽ được tòa xét xử vào tháng tới g/ trúng [số]: *my number came up and I won £100* số của tôi trúng và tôi được 100 bảng; **come up [to...]** (Anh) bắt đầu học đại học (*nhất là ở Oxford và Cambridge*): *she came up [to Oxford] in 1982* cô ta bắt đầu học đại học ở Oxford năm 1982; **come up [to...] [from...]** lên (*đi từ chỗ ít đô hội ra Luân Đôn, từ miền Nam nước Anh tới miền Bắc*): *she often comes up to London at weekends* chị ta thường lên Luân Đôn (*ví dụ từ Oxford*) vào dịp cuối tuần; **come up against somebody (something)** đối đầu với: *we expect to come up against a lot of opposi-*

tion to the scheme chúng tôi nghĩ là sẽ phải đối đầu với nhiều ý kiến phản đối kế hoạch này; **come up for something** được đề cử: *she comes up for re-election next year* bà ta được đề cử vào cuộc bầu lại năm sau; **come up to something** a/ lên đến (*một điểm nào đó*): *the water came up to my neck* nước lên đến cổ tôi b/ đạt đến (*một mức nào đó*): *their holidays in France didn't come up to expectations* kỳ nghỉ của họ ở Pháp đã không đạt được ý mong muốn của họ; **come up with something** tìm ra (*một giải pháp, một câu trả lời*): *she came up with a new idea for increasing sales* bà ta tìm ra được một ý mới nhằm tăng số hàng bán ra; **come upon somebody (something)** *nh* come on somebody (something).

come² /kʌm/ *tht* nào nào! (*để khích lệ hay khiển trách nhẹ*): *come, come! Miss Jones, be careful what you say!* nào nào cô Jones, hãy cẩn thận những lời cô nói đấy!

come-back /'kʌmbæk/ *dt* (*thường số ít*) 1. sự trở lại (*địa vị, phong độ... xưa*): *the old actor made (staged) a successful come-back after twenty years* người diễn viên già trở lại sàn diễn một cách thành công sau hai mươi năm vắng bóng 2. (*kng*) lời đáp lại (*một nhận xét ác ý...*) 3. sự đền bù lại: *if you're not insured and you get burgled, you have no come-back* nếu anh không mua bảo hiểm mà bị mất trộm thì anh sẽ không được đền bù đâu.

comedian /kə'mi:diən/ *dt* (c **comedienne**) 1. diễn viên hài 2. người hài hước.

comedienne /kə,mi:di'en/ *dt* c của comedian.

come-down /'kʌmdaʊn/ *dt* sự sa sút, sự xuống dốc: *she used to have a big car, so she finds it a bit of a come-down to have to go everywhere by bus* bà ta trước kia có một chiếc xe ôtô, nay đi đâu cũng phải đi xe buýt, bà cảm thấy như thể là một sự xuống dốc.

comedy /'kɒmədi/ *dt* 1. hài kịch; phim hài 2. tính hài hước, tấn hài kịch: *he didn't appreciate the comedy of the situation* ông ta không đánh giá đúng tấn hài kịch của tình huống.

comedy of manners /,kɒmədi'əv'mænəz/ hài kịch cuộc sống.

come-hither /,kʌm'hiðə[r]/ *tt* (*cũ, kng*) lẳng lơ khêu gợi: *a come-hither look* cái liếc nhìn lẳng lơ khêu gợi.

comeliness /'kʌmlinis/ *dt* vẻ duyên dáng hấp dẫn.

comely /'kʌmli/ *tt* (**-lier;-liest**) duyên dáng; hấp dẫn (*phụ nữ*).

come-on /'kʌmɒn/ *dt* (*thường số ít*) (*kng*) sự gợi tình: *give somebody the come-on* gợi tình ai, ve vãn ai (*nói về phụ nữ*).

comer /'kʌmə[r]/ *dt* 1. (*thường trong các từ ghép*) người đến: *a latecomer at the party* người đến trễ ở buổi liên hoan 2. (*Mỹ, kng*) người có triển vọng.

comestibles /kə'mestəblz/ *dt snh* thức ăn, đồ ăn.

comet /'kɒmit/ *dt* (*thiên*) sao chổi.

come-uppance /,kʌm'ʌpəns/ *dt* (*thường số ít*) (*kng*) sự trùng phạt đích đáng: *he'll get his come-uppance one of these days* một ngày nào đó nó sẽ bị trùng phạt đích đáng.

comfit /'kʌmfit/ *dt (cũ)* 1. kẹo trứng chim 2. mứt quả.

comfort¹ /'kʌmfət/ *dt* 1. sự an nhàn sung túc: *live in comfort* sống an nhàn sung túc 2. sự an ủi; *(số ít)* người an ủi; niềm an ủi: *a few words of comfort* một vài lời an ủi; *her children are a great comfort to her* các con là niềm an ủi lớn cho bà ta 3. *(snh)* tiện nghi: *the hotel has all modern comforts* khách sạn ấy có đủ tiện nghi hiện đại.

comfort² /'kʌmfət/ *dgt* an ủi: *comfort those who are in sorrow* an ủi những người đang phiền muộn; *comforting words* những lời an ủi.

comfortable /'kʌmftəbl, *(Mỹ* 'kʌmfərtəbl)/ *tt* 1. thoải mái, dễ chịu: *feel comfortable* cảm thấy thoải mái, dễ chịu: *make yourself comfortable* xin anh cứ tự nhiên thoải mái; *a comfortable life* một cuộc sống thoải mái 2. *(vị ngữ) (kng)* giàu có: *they may not be millionaires but they're certainly very comfortable* có thể họ không phải là những nhà triệu phú, nhưng chắc chắn là họ rất giàu có 3. dồi dào, đáng kể: *a comfortable income* thu nhập dồi dào.

comfortably /'kʌmftəbli/ *pht* 1. [một cách] thoải mái, [một cách] dễ chịu 2. [một cách] rõ ràng: *he won the race comfortably* ông ta thắng cuộc chạy đua một cách dễ dàng.

comfortably off /,kʌmftəbli 'ɒf/ *tt* phong lưu, sung túc.

comforter /'kʌmfətə[r]/ *dt* 1. người an ủi 2. *(Mỹ)* chăn phủ giường chần bông 3. *(Anh) (Mỹ* **pacifier**) *nh* dummy 4. *(Anh, cũ)* khăn quàng cổ.

comfortless /'kʌmfətlis/ *tt* thiếu tiện nghi: *a comfortless room* căn buồng thiếu tiện nghi.

comfort station /'kʌmfət ,steiʃn/ *(Mỹ, trại)* nhà vệ sinh công cộng.

comfy /'kʌmfi/ *tt (-ier; -iest) (kng)* *nh* comfortable: *a comfy chair* chiếc ghế bành ngồi thoải mái.

comic¹ /'kɒmik/ *tt* 1. hài hước: *a comic song* bài hát hài hước 2. [thuộc] hài kịch; [có tính chất] hài kịch, hài: *a comic actor* diễn viên hài kịch; *comic opera* nhạc kịch hài.

comic² /'kɒmik/ *dt* 1. diễn viên hài kịch: *a popular TV comic* một diễn viên hài kịch nổi tiếng trên tivi 2. báo có trang truyện tranh *(cho trẻ em)*.

comical /'kɒmikl/ *tt* buồn cười: *he looked highly comical wearing that tiny hat* ông ta đội chiếc mũ nhỏ xíu ấy trông rất buồn cười.

comically /'kɒmikli/ *pht* [một cách] buồn cười.

comics /'kɒmiks/ **the comics** phần báo có truyện tranh.

comic strip /'kɒmik'strip/ *(cg* **strip cartoon**) truyện tranh vui *(trên báo)*.

coming¹ /'kʌmiŋ/ *dt* sự đến: *with the coming of winter the days get shorter* mùa đông đến ngày ngắn đi. // **comings and goings** *(kng)* sự đến và đi: *the constant comings and goings at a hotel* sự đến và đi không dứt ở một khách sạn.

coming² /'kʌmiŋ/ *tt* 1. đến; sắp tới: *during the coming months* trong các tháng sắp tới 2. *(kng)* có tương lai, có triển vọng: *a coming young man* một chàng trẻ tuổi có triển vọng.

comma /'kɒmə/ *dt* dấu phẩy.

command¹ /kə'mɑːnd, *(Mỹ* kə'mænd)/ *dgt* 1. ra lệnh: *do as I command you* hãy làm như tôi ra lệnh; *the officer commanded his men to fire* viên sĩ quan ra lệnh cho lính nổ súng 2. chỉ huy, điều khiển: *the ship's captain commands all the officers and men* thuyền trưởng chỉ huy tất cả các sĩ quan và thủy thủ 3. *(không dùng ở thể bị động)* có thể sử dụng; có để sử dụng: *she commands great wealth* bà ta có tài sản lớn; *the house commands a fine view* tòa nhà bao quát một tầm nhìn đẹp 4. đáng được, đủ tư cách để: *great men command our respect* các bậc vĩ nhân đáng được chúng ta kính trọng 5. án ngữ: *the castle commanded the entrance to the valley* tòa lâu đài án ngữ lối vào thung lũng.

command² /kə'mɑːnd/ *dt* 1. lệnh, mệnh lệnh: *her commands were quickly obeyed* lệnh của bà ta đã được tuân thủ nhanh chóng; *halt command* lệnh dừng *(ở máy điện toán)* 2. quyền chỉ huy, quyền điều khiển: *have (take) command of a regiment* nắm quyền chỉ huy một trung đoàn 3. **Command** đội quân: *Western Command* đội quân miền tây; *Bomber Command* đội quân không tập 4. **command [of something]** sự điều hành, sự quản lý; sự nắm vững: *he has [a] good command of the French language* ông ta nắm vững tiếng Pháp; *he* *has enormous funds at his command* ông ấy điều hành những nguồn quỹ to lớn; *he has no command over himself* anh ta không tự chủ được mình. // **at (by) somebody's command** theo lệnh của ai: *I'm here at the King's command* tôi đến đây theo lệnh của nhà vua; **be at somebody's command** sẵn sàng theo lệnh của ai; **at the word of command** *x* word¹; **your wish is my command** *x* wish².

commandant /ˌkɒmən'dænt/ *dt* sĩ quan chỉ huy *(trại tù binh...).*

commandeer /ˌkɒmən'diə[r]/ *dgt* trưng dụng *(nhà cửa, xe cộ) (thường cho quân đội).*

commander /kə'mɑːndə[r], (Mỹ kə'mændər)/ *dt* **1.** người chỉ huy, người điều khiển: *the commander of the expedition* người chỉ huy cuộc thám hiểm **2.** *(Anh)* phó hạm trưởng **3.** sĩ quan cảnh sát cao cấp *(ở Luân Đôn).*

commander-in-chief /kəˌmɑːndəin'tʃiːf/ *dt (snh* **commanders-in-chief)** tổng tư lệnh.

commanding /kə'mɑːndiŋ/ *tt* **1.** chỉ huy: *a commanding officer* sĩ quan chỉ huy **2.** [cho phép] nhìn bao quát từ trên cao: *the fort occupies a commanding position* pháo đài chiếm một vị trí từ đấy có thể nhìn bao quát xuống dưới **3.** uy nghi, đầy uy lực: *a commanding voice* giọng nói đầy uy lực.

commandment /kə'mɑːndmənt, (Mỹ kə'mændmənt)/ *dt* **1.** *(văn)* lệnh **2.** điều răn của Chúa *(trong kinh thánh):* **the Ten Commandments** mười điều răn của Chúa.

command module /kə'mɑːnd ˌmɒdjuːl, (Mỹ kə'mænd ˌmɒdʒuːl)/ khoang điều khiển *(trong tàu vũ trụ).*

commando /kə'mɑːndəʊ, (Mỹ kə'mændəʊ)/ *dt (snh* **commandos, commandoes)** biệt kích; đặc công.

command performance /kəˌmɑːnd pə'fɔːməns/ buổi trình chiếu phục vụ nguyên thủ quốc gia.

command post /kə'mɑːnd 'pəʊst/ sở chỉ huy.

commemorate /kə'meməreit/ *dgt* tưởng niệm; kỷ niệm: *commemorate a victory* tưởng niệm chiến thắng; *the monument commemorates those who died in the war* đài ấy là để tưởng niệm những người đã chết trong chiến tranh.

commemoration /kəˌmemə'reiʃn/ *dt* sự tưởng niệm: *a statue in commemoration of a national hero* pho tượng tưởng niệm một anh hùng dân tộc.

commemorative /kə'memərətiv/ *tt* [để] tưởng niệm.

commence /kə'mens/ *dgt* bắt đầu: *shall we commence [the ceremony]?* chúng ta bắt đầu buổi lễ chứ?

commencement /kə'mensəmənt/ *dt (thường số ít)* **1.** sự bắt đầu **2.** *(Mỹ)* lễ phát bằng *(ở các trường đại học).*

commend /kə'mend/ *dgt* **1.** khen ngợi: *her teaching was highly commended* lối dạy của cô ta được khen ngợi nhiều; *I commended the chef on the excellent meal* tôi khen người đầu bếp về bữa ăn tuyệt vời **2.** (+ to) giới thiệu, đề cử: *that's excellent advice, I commend it to you* đấy là một lời khuyên tuyệt vời, tôi đề nghị anh nên chấp nhận **3. commend one-**

self (itself) to somebody được ai chấp nhận, được ai ưa thích: *will this government proposal commend itself to the public?* liệu đề nghị này của chính phủ có được công chúng chấp nhận không? **4.** giao, dâng: *commend one's soul to God* dâng linh hồn cho Chúa.

commendable /kə'mendəbl/ *tt* đáng khen ngợi.

commendably /kə'mendəbli/ *pht* [một cách] đáng khen ngợi.

commendation /ˌkɒmen'deiʃn/ *dt* **1.** sự khen ngợi **2.** (+ for) sự tuyên dương: *a commendation for bravery* sự tuyên dương về lòng dũng cảm.

commensurate /kə'menʃərət/ *dgt* (+ to, with) tương xứng với, xứng với: *her low salary is not commensurate with her abilities* đồng lương thấp của cô ta không tương xứng với khả năng của cô.

comment¹ /'kɒment/ *dt* (+ about, on) lời bình luận: *make comments on an event* bình luận một sự kiện; *the scandale caused a lot of comments* vụ bê bối đã gây ra nhiều lời bình luận. // **no comment** tôi không có gì để nói về việc ấy cả; miễn bình luận: *"will you resign, Minister?" "No comment!"* "thưa bộ trưởng, ngài sẽ từ chức chứ?" "Xin miễn bình luận!".

comment² /'kɒment/ *dgt* (+ on) bình luận; cho ý kiến: *asked about the date of the election, the Prime Minister commented that no decision had yet been made* được hỏi về ngày tháng bầu cử, thủ tướng cho ý kiến là chưa có quyết định gì về việc đó cả.

commentary /'kɒməntri, (Mỹ 'kɒmənteri)/ dt (+ on) **1.** bài bình luận **2.** (+ on, of) bài tường thuật (trên đài, trên tivi): a broadcast commentary of a football match bài phát thanh tường thuật một trận bóng đá **3.** (+ on) lời chú giải: a Bible commentary bản chú giải kinh thánh.

commentate /'kɒmenteit/ dgt (+ on) **1.** tường thuật (trên đài, trên tivi): commentate on an athletics meeting tường thuật một đại hội điền kinh **2.** (không dùng ở thì tiếp diễn) làm nghề tường thuật (trên đài, trên tivi...).

commentator /'kɒmən-teitə[r]/ dt (+ on) **1.** người tường thuật **2.** nhà bình luận: a commentator on political events nhà bình luận sự kiện chính trị **3.** người chú giải.

commerce /'kɒmɜːs/ dt việc buôn bán, thương mại, thương nghiệp, mậu dịch: we must promote commerce with neighbouring countries chúng ta phải đẩy mạnh việc buôn bán với các nước láng giềng.

commercial¹ /kə'mɜːʃl/ tt **1.** [thuộc] buôn bán, [thuộc] thương mại, [thuộc] thương nghiệp, [thuộc] mậu dịch: commercial school trường thương nghiệp; commercial treaty hiệp ước thương mại **2.** có hiệu quả kinh tế, có lời: the play was a commercial success vở kịch đã thành công về mặt hiệu quả kinh tế **3.** mang tính thương mại: her novels are well written and commercial as well tiểu thuyết của bà ta viết hay mà cũng mang tính thương mại **4.** để quảng cáo (radio, tivi): I work for a commer-cial radio station tôi làm việc cho một đài phát thanh quảng cáo.

commercial² /kə'mɜːʃl/ dt buổi phát thanh quảng cáo; buổi truyền hình quảng cáo.

commercialism /ke'mɜːʃə-lizm/ dt (thường xấu) đầu óc buôn bán; tính chất con buôn.

commercialization, commercialisation /kə,mɜːʃəlai-'zeiʃn/ dt (thường xấu) sự thương mại hóa.

commercialize, commercialise /kə'mɜːʃəlaiz/ dgt (thường xấu) thương mại hóa: sport has become much more commercialized in recent years những năm gần đây thể thao đã bị thương mại hóa nhiều hơn.

commercially /kə'mɜːʃəli/ pht về mặt thương mại: commercially, the play was a failure, though the critics loved it về mặt thương mại vở kịch đã là một thất bại, mặc dù các nhà phê bình thích nó.

commercial traveller /kə-,mɜːʃl'trævlə[r]/ người đi chào hàng.

commercial vehicle /kə,mɜː-ʃl'viəkl/ xe chuyên chở hàng.

commiserate /kə'mizəreit/ dgt thương hại, ái ngại, động lòng trắc ẩn: I commiserated with her on the loss of her job tôi ái ngại cho cô ta về việc cô mất việc làm.

commiseration /kə,mizə-'reiʃn/ dt (thường snh) sự thương hại, sự ái ngại, lòng trắc ẩn: please give her my commiserations on failing her exam làm ơn chuyển tới cô ta sự ái ngại của tôi trước việc cô hỏng thi.

commissar /'kɒmisɑː[r]/ dt **1.** ủy viên nhân dân (Liên Xô cũ) **2.** chính ủy.

commissariat /'kɒmisəriət/ dt cục quân nhu.

commission¹ /kə'miʃn/ dt **1.** nhiệm vụ, phận sự: the commission to build the new theatre was given to a well-known architect nhiệm vụ xây dựng nhà hát mới đã được giao cho một kiến trúc sư danh tiếng **2.** (thường Commission) ủy ban: the Civil Service Commission ủy ban dân chính **3.** commission [of something] sự can phạm, sự phạm [luật]: the commission of a crime sự phạm tội ác **4.** tiền hoa hồng: you get [a] 10% commission on everything you sell anh được 10% hoa hồng trên mọi thứ anh bán được **5.** bằng sắc phong sĩ quan: he's got his commission and is now a lieutenant ông ta đã nhận bằng sắc phong sĩ quan và hiện nay là trung úy. // **in (into) commission** đang hoạt động (nhất là nói về tàu bè); **out of commisssion** a/ không hoạt động (tàu bè...): with several of their planes temporarily out of commision the airline is losing money với nhiều phi cơ tạm thời không hoạt động, công ty hàng không đang thua thiệt nhiều tiền b/ không làm việc: I got a flu and was out of commission for a week tôi bị cúm và không làm việc cả một tuần.

commission² /kə'miʃn/ dgt **1.** ủy nhiệm, ủy thác, giao việc: commission an artist to paint a picture giao cho một họa sĩ vẽ một bức tranh **2. commission somebody as something** bổ nhiệm: she was commissioned [as a] lieutenant in the Women's Army Corps chị ta được bổ nhiệm làm trung úy trong binh đoàn nữ **3.** đưa vào vận hành: the nuclear plant now

C

being built is expected to be commissioned in five years' time nhà máy nguyên tử đang xây dựng hiện nay theo như mong đợi sẽ đi vào vận hành trong thời gian năm năm tới.

commissionaire /kə,miʃə'neə[r]/ dt người gác cửa (rạp hát, rạp chiếu bóng, khách sạn).

commissioned officer /kə,miʃnd 'ɒfisə[r]/ sĩ quan [đã được sắc phong].

commissioner /kə'miʃə-nə[r]/ dt 1. ủy viên ủy ban: the Commissioners of Inland Revenue các ủy viên Uy ban thuế vụ 2. ủy viên trưởng (phụ trách một bộ ở một số nước): commissioner Addo is responsible for education ủy viên trưởng Addo phụ trách giáo dục.

Commissioner for Oaths /kə,miʃənəfə'əʊθs/ luật gia chứng thể.

commit /kə'mit/ dgt (-tt-) 1. phạm: commit a crime phạm tội ác; commit a blunder phạm một sai lầm ngớ ngẩn. 2. commit somebody (something) to something giao, chuyển vào (nơi nào đó...): commit a man to prison giam một người vào tù; commit a patient to a mental hospital đưa một bệnh nhân vào một bệnh viện tâm thần; the body was committed to the flames xác được đưa vào thiêu; commit something to paper (to writing) ghi chép điều gì 3. commit somebody (oneself) [to something (doing something)] cam kết: he has committed himself to support his brother's children hắn đã cam kết nuôi nấng các con của ông anh hắn; I can't come on Sunday, I'm already committed tôi không thể đến

vào chủ nhật được, tôi đã có kế hoạch khác 4. tuyên bố công khai (để tự buộc mình không thay đổi được nữa): I asked her what she thought, but she refused to commit herself tôi hỏi cô ta nghĩ gì, nhưng cô ta từ chối tuyên bố công khai khiến phải tự buộc mình 5. đưa lên tòa cao hơn: the magistrates committed him for trial at the Old Bailey quan tòa đã chuyển vụ án của hắn lên tòa Old Bailey xét xử.

commitment /kə'mitəmənt/ dt 1. commitment to something sự giao, sự chuyển: the commitment of a patient to a mental hospital sự giao một bệnh nhân vào bệnh viện tâm thần 2. commitment to something (to do something) lời cam kết: a commitment to pay £100 to charity lời cam kết đóng 100 bảng cho việc từ thiện 3. sự tận tụy: we're looking for someone with a real sense of commitment to the job chúng tôi đang tìm một người thực sự tận tụy với công việc.

committal /kə'mitl/ dt sự bắt giam, sự tống giam.

committed /kə'mitid/ tt tận tụy: a committed nurse một y tá tận tụy.

committee /kə'miti/ dt ủy ban: the transport committee ủy ban vận chuyển; a committee member thành viên ủy ban.

committeeman /kəmiti-mæn/ dt (cg **committee-woman**; snh **committeemen**) thành viên ủy ban.

committee stage /kə'miti steidʒ/ dt giai đoạn ủy ban (dự luật thông qua ở nghị viện, sau giai đoạn thứ nhất).

commode /kə'məʊd/ dt 1. ghế [ngồi] đi tiêu 2. tủ com-mốt.

commodious /kə'məʊdiəs/ tt rộng rãi: a commodious house căn nhà rộng rãi.

commodity /kə'mɒdəti/ dt 1. tiện nghi: household commodities tiện nghi gia đình (như xoong, nồi, đồ dùng quét dọn, lau chùi...) 2. hàng hóa: the commodity (commodities) market thị trường hàng hóa.

commodore /'kɒmədɔ:[r]/ dt 1. phó chuẩn đô đốc (hải quân Anh) 2. chủ tịch câu lạc bộ du thuyền 3. thuyền trưởng kỳ cựu nhất của một công ty hàng hải.

common[1] /'kɒmən/ tt 1. phổ biến, phổ thông, thông thường: pine trees are common throughout the world cây thông phổ biến khắp thế giới; is this word in common use? từ này có dùng phổ biến không?; robbery is not common in this area nạn cướp bóc không thường xảy ra ở vùng này 2. chung: common property tài sản chung; he is French, she is German, but they have English as a common language anh là người Pháp, chị là người Đức nhưng họ có một ngôn ngữ chung là tiếng Anh; common multiple (toán) bội số chung 3. (thng) thường; bình thường: he's not an officer, but a common soldier anh ta không phải là sĩ quan mà là một lính thường; the common people thường dân 4. (kng) (xấu) dung tục, tầm thường: common manners cung cách tầm thường. // [as] common as dirt (muck) (kng, xấu) rất tầm thường (người); be common (public) knowledge x knowl-edge; **common or garden**

thường, thông thường, không có gì khác thường: *it isn't a rare bird, just a common or garden sparrow* đấy không phải là một con chim hiếm, chỉ là một con chim sẻ thông thường; **the common touch** phong cách bình dân: *a politician needs the common touch* nhà chính trị cần phải có phong cách bình dân; **make common cause [with somebody]** liên kết [với ai] để theo đuổi một mục đích chung.

common² /'kɒmən/ *dt* bãi cỏ của làng *(trên đất công):* *Saturday afternoon cricket on the village common* cuộc chơi cricket chiều thứ bảy trên bãi cỏ của làng. // **have something in common [with somebody (something)]** có chung lợi ích, có chung đặc điểm với: *Jane and I have nothing in common* Jane và tôi chẳng có gì chung cả; **in common** chung *(cho tất cả nhóm):* *land owned in common by the residents* đất thuộc quyền sở hữu của tất cả cư dân; **in common with somebody (something)** chung với: *in common with most young people he hates getting up in the morning* cũng như (cùng chung với) phần lớn thanh niên, nó không thích dậy sớm.

commonalty /'kɒmənəlti/ **the commonalty** thường dân.

common decency /ˌkɒmən 'di:snsi/ phép lịch sự thông thường.

common denominator /ˌkɒmən di'nɒmineitə[r]/ **1.** *(toán)* mẫu số chung **2.** tính chất chung, điểm chung: *there is one common denominator in these very different schemes, namely that they are all aimed at reducing pollution* có một điểm chung giữa các kế hoạch khác nhau đó, chúng đều nhằm làm giảm ô nhiễm.

commoner /'kɒmənə[r]/ *dt* thường dân.

common fraction /ˌkɒmən-'frækʃn/ *dt (toán)* phân số thường.

common ground /ˌkɒmən-'graʊnd/ điểm chung: *the two rival parties have no common ground* hai đảng đối dịch không có điểm nào chung cả.

common law /ˌkɒmən'lɔ:/ luật tập tục.

common-law /'kɒmənlɔ:/ *tt* được luật tập tục công nhận: *common-law wife; common-law husband* vợ (chồng) được luật tập tục công nhận *(không cưới xin).*

commonly /'kɒmənli/ *pht* **1.** thông thường, thường thường **2.** *(xấu)* [một cách] dung tục, [một cách] tầm thường.

Common Market /ˌkɒmən-'mɑːkit/ **the Common Market** *(cg* **the European Economic Community)** Khối thị trường chung *(cg* Cộng đồng kinh tế Châu Âu).

common noun /ˌkɒmən-'naʊn/ *(ngôn)* danh từ chung.

commonplace¹ /'kɒmən-pleis/ *tt* tầm thường, chẳng có gì đặc biệt: *heart transplant operations are becoming fairly commonplace* phẫu thuật ghép tim đang trở thành không có gì đặc biệt cả.

commonplace² /'kɒmən-pleis/ *dt* **1.** điều tầm thường **2.** điều thông thường: *air travel is a commonplace nowadays* đi máy bay ngày nay đã là một điều thông thường.

common room /'kɒmən rum/ phòng giáo viên *(ở một trường).*

commons /'kɒmənz/ *dt snh* **the commons** *(cũ)* thường dân. // **[on] short commons** *x* short¹.

Commons *dt* **the Commons,** *cg* **the House of Commons** Hạ nghị viện *(Anh, Canada).*

common sense /ˌkɒmən 'sens/ lẽ thường.

common time /ˌkɒmən 'taim/ *(nhạc)* nhịp đôi; nhịp bốn.

commonweal /'kɒmənwi:/ *(văn)* phúc lợi chung.

commonwealth /'kɒmən-wel/ *dt* quốc gia.

Commonwealth /'kɒmən-welθ/ *dt* **1.** *cg* **Commonwealth of Nations** khối cộng đồng: *the Commonwealth of Australia* khối cộng đồng Australia **2. the Commonwealth** *(số ít)* Khối liên hiệp thịnh vượng chung.

commotion /kə'məʊʃn/ *dt* sự chấn động: *suddenly, there was a great commotion next door* đột nhiên có sự chấn động lớn ở nhà bên cạnh.

communal /'kɒmjʊnl, kə'mju:nl/ *tt* **1.** công, chung: *the flat have four separate bedrooms and a communal kitchen* dãy phòng gồm bốn buồng ngủ riêng biệt và một bếp chung; *communal land* đất công **2.** [thuộc] cộng đồng: *communal life* đời sống cộng đồng **3.** giữa các nhóm trong cộng đồng: *communal riots between religious sects* xung đột giữa các giáo phái trong cộng đồng.

communally /'kɒmjʊnəli/ *pht* **1.** [một cách] chung **2.** giữa các nhóm trong cộng đồng.

commune¹ /kə'mju:n/ *đgt* đồng cảm; hòa đồng: *commune with God in prayer* đồng cảm với Chúa trong lời cầu nguyện; *walking in the woods, communing with nature* đi dạo trong rừng, hòa đồng với thiên nhiên.

commune² /kə'mju:n/ *dt* 1. xã 2. công xã: *the Commune of Paris* công xã Paris.

communicable /kə'mju:nikəbl/ *tt* 1. có thể truyền đạt: *complex ideas are not easily communicable to non - experts* những ý kiến phức tạp không dễ truyền đạt cho người không chuyên môn 2. có thể lây (*bệnh*): *a communicable disease* bệnh có thể lây.

communicant /kə'mju:nikənt/ *dt* người chịu lễ ban thánh thể (*nhất là thường xuyên*).

communicate /kə'mju:nikeit/ *đgt* 1. truyền đạt; truyền: *the officer communicated his orders to the men by radio* viên sĩ quan truyền lệnh cho quân sĩ qua radio; *communicate a disease* truyền bệnh; *communicate one's enthusiasm to somebody* truyền nhiệt tình cho ai 2. liên lạc: *communicate with somebody on the telephone* liên lạc với ai qua điện thoại 3. thông với; thông nhau: *communicating rooms* phòng thông nhau; *my garden communicates with the one next door by means of a gate* vườn nhà tôi thông với vườn nhà bên cạnh qua một cái cổng.

communication /kə,mju:ni'keiʃn/ *dt* 1. sự liên lạc, sự truyền đạt: *the communication of disease* sự lan truyền bệnh tật, sự lây bệnh; *being deaf and dumb makes communication very difficult* vừa điếc vừa câm thì giao tiếp rất khó khăn 2. cái được truyền đạt, thông báo: *receive a secret communication* nhận được một thông báo mật 3. (*cg* **communications**) phương tiện liên lạc: *telephone communications between the two cities have been restored* hệ thống liên lạc điện thoại giữa hai thành phố đã được phục hồi. // **be in communication with somebody** liên lạc thường xuyên với ai (*thường là bằng thư, bằng điện thoại*).

communication cord /kə,mju:ni'keiʃn kɔ:d/ dây báo hãm (*trên xe lửa*).

communicative /kə'mju:nikətiv, (*Mỹ* kə'mju:nikeitiv)/ *tt* cởi mở: *I don't find Peter very communicative* tôi thấy Peter không được cởi mở cho lắm.

communion /kə'mju:niən/ *dt* 1. Communion (*cg* **Holy Communion**) lễ ban thánh thể 2. nhóm đạo: *we belong to the same Communion* chúng tôi thuộc cùng một nhóm đạo 3. **communion with somebody (something)** sự đồng cảm; sự hòa đồng: *poets who are in communion with nature* thi sĩ hòa đồng với thiên nhiên.

communiqué /kə'mju:nikei, (*Mỹ* kə,mju:nə'kei)/ *dt* thông báo.

communism /'kɒmjunizəm/ *dt* 1. chế độ cộng sản 2. Communism chủ nghĩa cộng sản; chính quyền cộng sản.

communist¹ /'kɒmjunist/ *dt* người cộng sản.

communist² /'kɒmjunist/ *tt* cộng sản.

communistic /,kɒmju'nistik/ *tt nh* communist.

Communist Party /'kɒmjunisti,pɑ:ti/ **the Communist Party** Đảng cộng sản.

Community /kə'mju:nəti/ *dt* cộng đồng: *work for the good of the community* làm việc vì lợi ích của cộng đồng; *the British community in Paris* cộng đồng người Anh ở Paris; *community of interests* cộng đồng quyền lợi; *a community spirit* tinh thần cộng đồng.

community centre /kə'mju:nəti ,sentə[r]/ trung tâm cộng đồng.

community chest /kə'mju:nətitʃest/ quỹ cứu trợ cộng đồng.

community singing /kə'mju:nəti,siŋiŋ/ đồng ca.

community home /kə'mju:nəti həum/ *dt* nhà cải huấn cộng đồng.

commutable /kə'mju:təbl/ *tt* có thể hoán chuyển: *a pension is often commutable into a lump sum* lương hưu thường có thể hoán chuyển thành một món tiền trọn gói.

commutation /,kɒmju'teiʃn/ *dt* 1. sự giảm án: *a commutation of the death sentence into life imprisionment* sự giảm án từ tử hình xuống tù chung thân 2. sự hoán chuyển hình thức trả tiền.

commutation ticket /,kɒmju'teiʃn tikit/ vé dài kỳ (*đi xe điện, xe buýt...*).

commutative /kə'mju:tətiv/ *tt* có thể hoán chuyển, có thể giao hoán: *addition is commutative but substraction is not* phép cộng có thể hoán chuyển [thứ tự các số], nhưng phép trừ thì không.

commutator /'kɒmju:teitə[r]/ *dt* (*điện*) cái chuyển mạch.

commute /kə'mju:t/ *dgt* **1.** (+ between, from, to) đi lại đều đặn hằng ngày từ nhà đến cơ quan *(bằng xe buýt...): she commutes from Oxford to London everyday* hằng ngày chị ta đi làm từ Oxford đến Luân Đôn **2.** (+ to) giảm án: *commute a death sentence to one of life imprisionment* giảm án từ tử hình xuống tù chung thân **3.** (+ for into) hoán chuyển hình thức trả tiền: *commute an annuity into a lump sum* chuyển tiền trợ cấp hằng năm thành một món tiền trọn gói.

commuter /kə'mju:tə[r]/ *dt* người đi làm hằng ngày đều đặn bằng phương tiện công cộng.

compact¹ /kəm'pækt/ *tt* **1.** chắc, chặt: *stamp the soil down so that it's compact* giậm cho đất chặt lại **2.** gọn: *a compact car* chiếc xe trông gọn; *the computer looks compact* chiếc máy điện toán trông rất gọn **3.** cô đọng, súc tích *(văn phong).*

compact² /kɒm'pækt/ *dgt* [làm cho] kết chắc lại: *the compacted snow on the pavement turned to ice* tuyết kết chắc lại trên vỉa hè đã biến thành băng.

compact³ /'kɒmpækt/ *dt* sự thỏa thuận; hiệp ước: *the two states made a compact to co-operate against terrorism* hai nước đã ký hiệp ước hợp tác chống khủng bố.

compact⁴ /'kɒmpækt/ *dt* **1.** hộp phấn **2.** *cg* **compact car** *(Mỹ)* xe ôtô nhỏ.

compact disc /kəm,pækt 'disk/ đĩa compắc.

compactly /kəm'pæktli/ *pht* **1.** [một cách] chắc, [một cách] chặt **2.** [một cách] gọn

3. [một cách] cô đọng, [một cách] súc tích.

compactness /kəm'pæktnis/ *dt* **1.** sự chắc, sự chặt **2.** sự gọn, **3.** sự cô đọng, sự súc tích.

companion /kəm'pæniən/ *dt* **1.** bạn: *my companions on the journey* những người bạn đường của tôi; *companions in arms* chiến hữu; *they are drinking companions* họ là bạn rượu của nhau **2.** người được thuê sống chung với người ốm, người già: *take a post as a paid companion* làm chân bầu bạn được trả công **3.** chiếc cùng đôi, vật cùng bộ: *companion shoe* chiếc giày cùng đôi; *the companion volume will soon be published* tập cùng bộ sẽ sớm được xuất bản **4.** sổ tay: *the Gardener's Companion* sổ tay người làm vườn **5. Companion** người được tặng một số loại huân chương đặc biệt: *Companion of Honour* người được tặng Huân chương danh dự.

companionable /kəm'pæ-niənəbl/ *tt* thân thiện, dễ kết bạn.

companionship /kəm'pæniənʃip/ *dt* tình bạn: *a companionship of many years* tình bạn nhiều năm; *enjoy someone's companionship* kết bạn với ai.

companion-way /kəm'pæniənwei/ *dt* (*cg* **companion**) cầu thang từ boong tàu lên phòng khách (lên các buồng).

company /'kʌmpəni/ *dt* **1.** sự cùng đi; sự cùng ở: *I shall be glad of your company* tôi rất sung sướng có anh cùng đi; tôi rất sung sướng cùng ở với anh **2.** bè bạn; khách khứa: *we're expecting company next week* tuần sau ta có khách **3.** (*thường* **Company**) công ty **4.** đoàn: *a theatrical company* đoàn kịch; *the ship's company* thủy thủ đoàn **5.** *(quân)* đại đội. // **the company one keeps** loại người mà người ta giao du: *you may know a man by the company he keeps* anh có thể biết một người qua loại người mà anh ta giao du; **for company** như một người bạn: *I hate going out alone, I take my daughter for company* tôi ghét đi ra ngoài một mình, tôi mang theo con gái của tôi cho có bạn; **get into (keep) bad company** kết giao với người xấu; **in company** trước mặt người khác: *it's bad manners to whisper in company* nói thầm trước mặt người khác là không tốt; **in company with somebody** cùng với ai: *I, in company with many others, feel this decision was wrong* cùng với nhiều người khác tôi cảm thấy quyết định này là sai lầm; **keep somebody company** ở lại với ai cho anh ta khỏi đơn độc; **part company** x **part³**; **present company excepted** x **present¹**; **two's company [three's a crowd]** *(nói về đôi trai gái yêu nhau)* hai người là tốt nhất, ba người là đám đông mất rồi.

comparable /'kɒmpərəbl/ *tt* (+ to, with) có thể so sánh: *his work is comparable with the very best* công việc của anh ta có thể so sánh được với những công việc tốt nhất; *the achievements of an athlete and a writer are not comparable* thành tích của một vận động viên và thành tích của một nhà văn là không thể so sánh với nhau được.

comparative¹ /kəm'pærətiv/ *tt* **1.** so sánh: *comparative* *linguistics* ngôn ngữ học so sánh **2.** tương đối: *live in comparative comfort* sống tương đối sung túc **3.** *(ngôn)* ở cấp so sánh *(tính từ, phó từ).*

comparative² /kəm'pærətiv/ *dt (ngôn)* dạng so sánh: *"better" is the comparative of "good"* "better" là dạng so sánh hơn của "good".

comparatively /kəm'pærətivli/ *pht* [một cách] tương đối: *comparatively good* tương đối tốt.

compare¹ /kəm'peə[r]/ *dgt* **1.** so, đối chiếu: *compare the original with the copy* so nguyên bản với bản sao **2.** (+ to) so sánh; có thể so sánh: *poets often compare sleep to death* thi sĩ thường so sánh giấc ngủ với cái chết **3.** tạo cấp so sánh *(của tính từ, phó từ).* // **compare notes [with somebody]** trao đổi nhận xét, trao đổi ý kiến: *we saw the play separately and compared notes afterwards* chúng tôi xem vở kịch riêng rẽ, và sau mới trao đổi ý kiến.

compare² /kəm'peə[r]/ *dt* **beyond compare** không thể so sánh được, không bì được: *beauty (beautiful) beyond compare* đẹp không ai bì được.

comparison /kəm'pærisn/ *dt* sự so sánh: *bring into comparison* đem so sánh; *beyond all comparison* không thể so sánh được, không bì được. // **bear (stand) comparison with somebody (something)** có thể so sánh với: *that's a good dictionary, but it doesn't bear comparison with this one* đấy là một cuốn tự điển tốt, nhưng không thể so sánh được với cuốn này; **by (in) comparison [with somebody (something)]**

nếu so với; **comparisons are odious** phải đánh giá *(người, vật)* cho đúng chân giá trị, chứ đem ra mà so đọ với nhau thì dở quá; **there is no comparison** sánh sao kịp: *"is he as good as her at chess?" "there is no comparison"* "cậu ta chơi cờ có hay bằng cô ta không?" "làm sao mà sánh kịp [cô ta] được".

compartment /kəm'pɑːtmənt/ *dt* ngăn; buồng: *we sat in a second-class compartment* chúng tôi ngồi trong buồng hạng hai *(xe lửa...); the ice compartment in a fridge* ngăn nước đá trong tủ lạnh.

compartmentalize, compartmentalise /kəmpɑːt'mentəlaiz/ *dgt* phân ra từng ngăn; phân ra từng loại: *compartmentalized information* tin đã phân loại.

compass¹ /'kʌmpəs/ *dt* **1.** cg **magnetic compass** la bàn **2.** *(cg* **compasses)** cái compa: *a pair of compasses* cái compa **3.** phạm vi, vòng, tầm: *beyond the compass of the human mind* vượt quá tầm trí tuệ của con người **4.** tầm âm *(của một ca sĩ).*

compass² /'kʌmpəs/ *dgt (cổ) nh* encompass 2.

compassion /kəm'pæʃn/ *dt* lòng thương hại, lòng trắc ẩn: *take (have) compassion on (upon) somebody* thương hại ai; *have no bowels of compassion* không có tình thương.

compassionate /kəm'pæʃənət/ *tt* thương hại, động lòng trắc ẩn.

compassionate leave /kəm,pæʃənət'liːv/ phép nghỉ đặc biệt *(ngắn ngày, vì lý do cá nhân đặc biệt): she was allowed compassionate leave from work to attend her father's funeral* cô ta

được phép nghỉ đặc biệt để đưa tang cha.

compassionately /kəm'pæʃənətli/ *pht* [một cách] thương hại, [một cách] đầy lòng trắc ẩn.

compatibility /kəm,pætə'biləti/ *dt* sự tương hợp.

compatible /kəm'pætəbl/ *tt* (+ with) **1.** tương hợp, hợp: *compatible blood groups* nhóm máu tương hợp; *the couple separated because they are not compatible* đôi vợ chồng ấy đã chia tay nhau vì họ không hợp nhau **2.** có thể dùng chung cho, thích hợp với: *this printer is compatible with most microcomputers* máy in này có thể dùng thích hợp cho phần lớn các loại máy vi tính.

compatriote /kəm'pætriət, (Mỹ kəm'peitriət)/ *dt* đồng bào.

compeer /'kɒmpiə[r]/ *dt* người ngang hàng, người bằng vai: *be much respected by one's compeers* được những người bằng vai rất kính trọng.

compel /kəm'pel/ *dgt* buộc, ép: *we can't compel you to [do it] but we think you should* chúng tôi không thể buộc anh làm cái đó, nhưng chúng tôi nghĩ anh nên làm; *you can compel obedience, but not affection* anh có thể buộc người ta phục tùng, nhưng không buộc người thương yêu được; *his courage compels universal admiration* lòng can đảm của anh ta khiến mọi người khâm phục.

compelling /kəm'peliŋ/ *tt* **1.** hấp dẫn: *a compelling adventure story* truyện phiêu lưu hấp dẫn **2.** có tính chất ép buộc: *a compelling reason* lý do có tính chất ép buộc.

compendia /kəm'pendiə/ *dt* snh của compendium.

compendious /kəm'pendiəs/ *tt* súc tích *(cuốn sách...)*.

compendiously /kəm'pendiəsli/ *pht* [một cách] súc tích.

compendium /kəm'pendiəm/ *dt* 1. (snh **compendiums, compendia**) bản tóm tắt: *this encyclopedia is truly a compendium of knowledge* cuốn bách khoa này thực là một bản tóm tắt tri thức 2. *(Anh)* tập hợp nhiều bộ đồ chơi bán nguyên hộp.

compensate /'kɒmpenseit/ *dgt* (+ for) bù; bù đắp; đền bù: *nothing can compensate for the loss of one's health* không có gì có thể bù đắp được sức khỏe bị mất đi; *the animal's good sense of smell compensate for its poor eyesight* khứu giác tốt của con vật bù cho thị lực kém của nó; *she was compensated by the insurance company for her injuries* công ty bảo hiểm đã đền bù *(bồi thường)* cho những thương tổn của cô ta.

compensation /,kɒmpen'seiʃn/ *dt* 1. sự đền bù, sự bồi thường 2. vật đền bù, vật bồi thường: *my job is hard, but it has its compensations* công việc của tôi cực nhọc thật, nhưng cũng có những cái bù đắp lại.

compensatory /,kɒmpen'seitəri, (Mỹ kɒm'pensətɔ:ri)/ *tt* đền bù; bồi thường: *compensatory payments* những khoản tiền bồi thường.

compere[1] /'kɒmpeə[r]/ *dt* người giới thiệu tiết mục tạp kỹ *(trên dài, tivi)*.

compere[2] /'kɒmpeə[r]/ *dgt* giới thiệu tiết mục tạp kỹ *(trên dài, trên tivi)*.

compete /kəm'pi:t/ *dgt* ganh đua, cạnh tranh: *several companies are competing [against (with each other)] for the contract* nhiều công ty đang cạnh tranh với nhau để giành hợp đồng; *compete with someone in talent* đua tài với ai.

competence /'kɒmpitəns/ *dt* 1. (+ for, as, to) năng lực, khả năng: *no one doubts her competence as a teacher* không ai nghi ngờ khả năng giảng dạy của chị ta 2. thẩm quyền: *this does not fall within the competence of the court* việc đó không thuộc thẩm quyền của tòa.

competent /'kɒmpitənt/ *tt* 1. có khả năng thạo, giỏi: *a highly competent driver* một tay lái xe giỏi; *competent at (in) one's work* thạo việc 2. làm vừa lòng, tốt: *he did a competent job* anh ta đã làm một công việc với kết quả tốt; *a competent piece of work* một tác phẩm hay 3. *(luật)* có thẩm quyền.

competently /'kɒmpitəntli/ *pht* 1. [một cách] thạo, [một cách] giỏi 2. [một cách] tốt 3. [một cách] có thẩm quyền.

competition /,kɒmpə'tiʃn/ *dt* 1. cuộc tranh tài, cuộc thi đấu: *beauty competition* cuộc thi sắc đẹp; *a chess competition* cuộc đấu cờ 2. sự cạnh tranh: *we're in competition with several others companies for the contract* chúng tôi đang cạnh tranh với nhiều công ty khác về hợp đồng ấy 3. the competition *(dgt số ít hoặc snh)* những người cạnh tranh [với mình], đối thủ.

competitive /kəm'petətiv/ *tt* đua tranh, cạnh tranh: *the competitive spririt* tinh thần đua tranh; *competitive price* giá có thể cạnh tranh được

(với các hãng khác); you have to be highly competitive to do well in sport nowaday bạn phải có tinh thần đua tranh cao mới đạt được thành tích tốt trong thể thao ngày nay.

competitively /kəm'petətivli/ *pht* [có sức] cạnh tranh: *competitively priced goods* hàng đặt giá có sức cạnh tranh.

competitor /kəm'petitə[r]/ *dt* người cạnh tranh, đối thủ.

compilation /,kɒmpi'leiʃn/ *dt* 1. sự sưu tập *(để biên soạn)* 2. tài liệu [biên soạn trên cơ sở] sưu tập.

compile /kəm'pail/ *dgt* sưu tập; biên soạn *(trên cơ sở sưu tập)*: *a guidebook compiled from a variety of sources* một cuốn sách hướng dẫn được biên soạn trên cơ sở sưu tập nhiều nguồn khác nhau.

compiler /kəm'pailə[r]/ *dt* 1. người sưu tập; người biên soạn 2. *(máy diện toán)* chương trình biên dịch.

complacency /kəm'pleisnsi/ *dt* (cg **complacence** /kəm'pleisns/) sự tự mãn, sự thỏa mãn: *there is no room for complacency: we must continue to try to improve* không được tự mãn, ta còn phải tiếp tục cố gắng cải tiến hơn nữa.

complacent /kəm'pleisnt/ *tt* (+ about) tự mãn, thỏa mãn: *a complacent smile* nụ cười tự mãn.

complacently /kəm'pleisntli/ *pht* [một cách] tự mãn, [một cách] thỏa mãn.

complain /kəm'plein/ *dgt* 1. kêu ca, than phiền: *he complained that the room was too hot* anh ta than phiền là căn buồng quá nóng; *they complained bitterly about of* the injustice of the system họ cay đắng kêu ca về sự bất công của chế độ **2.** (+ of) kêu, khai (đau ở đâu...): the patient is complaining of acute earache bệnh nhân khai là đau tai lắm.

complainingly /kəm'pleiniŋli/ pht [một cách] oán trách: "why me?" he asked complainingly "sao lại là tôi?" nó hỏi một cách oán trách.

complainant /kəm'pleinənt/ dt (luật) (cg **plaintiff**) nguyên đơn.

complaint /kəm'pleint/ dt **1.** sự kêu ca, sự than phiền: you have no cause (grounds) for complaint anh không có lý do gì để than phiền cả **2.** (+ about, of) lý do than phiền; lời than phiền, lời khiếu nại: submit a formal complaint đưa ra một lời khiếu nại chính thức; thưa kiện **3.** sự đau; bệnh: suffer from a heart complaint đau tim.

complaisance /kəm'pleizəns/ dt tính hay chiều ý người khác, tính ân cần.

complaisant /kəm'pleizənt/ tt hay chiều ý người khác, ân cần: a complaisant husband người chồng hay chiều ý vợ.

complement¹ /'kɒmplimənt/ dt **1.** phần bổ sung **2.** số lượng cần thiết, số lượng được phép, bộ đầy đủ: the ship's complement thủy thủ đoàn đầy đủ của con tàu **3.** (ngôn) bổ ngữ.

complement² /'kɒmplimənt/ dgt kết hợp đầy đủ, bổ sung cho: his business skill complements her flair for design tài kinh doanh của chàng kết hợp đầy đủ với sự tinh nhạy của nàng về kiểu dáng.

complementary /,kɒmpli-'mentri/ tt (+ to) bổ sung, bù: they have complementary personalities họ có cá tính bổ sung cho nhau.

complementary angle /kɒmpli,mentri'æŋgl/ (toán) góc bù.

complete¹ /kəm'pli:t/ tt **1.** đầy đủ, trọn vẹn: a complete edition of Shakespeare's works bản in trọn bộ tác phẩm của Shakespeare **2.** (vị ngữ) hoàn thành, kết thúc: when will the building work be complete? khi nào thì công trình xây dựng sẽ hoàn thành? **3.** hoàn toàn: it was a complete surprise to me đấy là điều hoàn toàn bất ngờ đối với tôi; a complete stranger một người hoàn toàn xa lạ.

complete² /kəm'pli:t/ dgt **1.** làm cho đầy đủ, làm cho trọn vẹn: I only need one volume to complete my set of Dicken's novels tôi chỉ cần một tập nữa là có trọn bộ các tiểu thuyết của Dickens **2.** hoàn thành; làm xong: when will the railway be completed? khi nào thì đường sắt làm xong? **3.** điền vào (một mẫu đơn có những chỗ trống...): complete your application in ink hãy điền vào đơn của anh bằng bút mực.

completion /kəm'pli:ʃn/ dt **1.** sự hoàn thành, sự làm xong: the film is nearing completion bộ phim sắp hoàn thành **2.** sự hoàn thành chính thức một hợp đồng bán hàng: you may move into the house on completion hợp đồng bán nhà hoàn thành, anh có thể dọn đến ở nhà này.

complex¹ /'kɒmpleks, (Mỹ kəmpleks)/ tt phức tạp: a complex system một hệ thống phức tạp; a complex sentence (ngôn) câu phức.

complex² /'kɒmpleks/ dt **1.** phức hệ **2.** phức cảm, mặc cảm: inferiority complex mặc cảm tự ti; superiority complex mặc cảm tự tôn; he has a complex about his weight (has a weight complex) nó hằng có mặc cảm về cân nặng của nó.

complexion /kəm'plekʃn/ dt **1.** nước da: a fair complexion nước da đẹp **2.** (thường số ít) cục diện: a victory that changed the complexion of the war một chiến thắng làm thay đổi cục diện chiến tranh.

complexity /kəm'pleksəti/ dt **1.** sự phức tạp: a problem of great complexity một vấn đề rất phức tạp **2.** điều phức tạp.

compliance /kəm'plaiəns/ dt **1.** sự làm đúng theo (một yêu cầu, một mệnh lệnh), sự tuân thủ: it was done in compliance of your wish cái đó đã được làm đúng theo ý muốn của anh **2.** (thường xấu) sự phục tùng, sự khúm núm.

compliant /kəm'plaiənt/ tt chiều, tuân thủ: the Government compliant as ever, gave in to their demands chính phủ vẫn hay chiều ý, đã nhượng bộ những yêu sách của họ.

complicate /'kɒmplikeit/ dgt làm phức tạp, làm rắc rối: her refusal to help complicates matters việc chị ta từ chối không giúp đỡ làm cho vấn đề thêm rắc rối.

complicated /'kɒmplikeitid/ tt phức tạp, rắc rối: a complicated machine một cỗ máy phức tạp; a complicated problem một vấn đề rắc rối.

complication /,kɒmpli'keiʃn/ dt **1.** sự phức tạp, sự rắc rối **2.** việc phức tạp, việc rắc rối **3. complications** *(y)* biến chứng.

complicity /kəm'plisəti/ *dt* sự tòng phạm: *he was suspected of complicity in her murder* nó bị nghi là tòng phạm trong vụ giết cô ta.

compliment¹ /'kɒmpliment/ *dt* **1.** lời khen, lời khen ngợi: *she paid me a very charming compliment on my paintings* chị ta đã khen các bức tranh của tôi một cách rất duyên dáng; *these beautiful flowers are compliment to the gardener's skill (bóng)* những bông hoa đẹp này là một lời khen ngợi tài khéo của người làm vườn **2. compliments** *(snh)* lời chúc mừng: *compliments of the season* lời chúc mừng nhân lễ Giáng sinh; lời chúc mừng năm mới; *my compliments to your wife* cho tôi gởi lời chúc mừng (lời chào) tới bà nhà; *the flowers are with the compliments of the management* những bông hoa này gửi kèm theo lời chúc mừng của ban giám đốc. // **a left-handed compliment** *x* left-handed.

compliment² /'kɒmplimənt/ *dgt* (+ on) khen ngợi *(ai về điều gì)*: *I complimented her on her skilful performance* tôi đã khen ngợi cô ta về sự diễn xuất đầy tài năng của cô.

complimentary /,kɒmpli'mentri/ *tt* **1.** ca ngợi: *she was highly complimentary about my paintings* bà ta ca ngợi hết lời các bức tranh của tôi **2.** mời, biểu: *a complimentary ticket* vé mời; *a complimentary copy of a book* một cuốn sách biểu.

compliment slip /'kɒmplimənt slip/ mảnh giấy nhỏ có ghi "with compliments" *(với lời chúc mừng)* gửi kèm một món quà tặng.

compline /'kɒmplin/ *dt (tôn)* buổi lễ cuối ngày: *attend compline* dự buổi lễ cuối ngày.

comply /kəm'plai/ *dgt* **(complied)** (+ with) tuân theo: *she was told to pay the fine, but refused to comply* cô ta bị buộc phải nộp phạt, nhưng cô ta không tuân theo; *the rules must be complied with* quy tắc phải được tuân theo.

component¹ /kəm'pəʊnənt/ *dt* thành phần, bộ phận cấu thành: *a factory supplying components for the car industry* một nhà máy cung cấp các bộ phận cho công nghiệp xe hơi; *the components of an engine* những bộ phận của một động cơ.

component² /kəm'pəʊnənt/ *tt* hợp thành, cấu thành: *component parts* bộ phận cấu thành.

comport /kəm'pɔːt/ *dgt* **comport oneself with something** ứng xử *(như thế nào đấy)*: *comport oneself with dignity (in a dignified manner)* ứng xử một cách chững chạc đàng hoàng.

comportment /kəm'pɔːtmənt/ *dt* cách ứng xử, thái độ.

compose /kəm'pəʊz/ *dgt* **1.** soạn, sáng tác: *she began to compose [songs] at an early age* chị ta bắt đầu sáng tác [bài hát] ngay từ thuở nhỏ **2.** *(không dùng ở thì tiếp diễn)* hợp thành, cấu thành: *the short scenes that compose the play* những cảnh ngắn đã hợp thành vở kịch **3.** bình tĩnh lại, trấn tĩnh: *please compose yourself, there's no need to get excited* hãy bình tĩnh lại,

không việc gì mà cuống lên **4.** *(in)* sắp chữ.

composed /kəm'pəʊzd/ *tt* **1.** gồm có: *water is composed of hydrogen and oxygen* nước gồm có hydro và oxy **2.** bình tĩnh; điểm tĩnh: *a composed person* một người điểm tĩnh.

composedly /kəm'pəʊzidli/ *pht* [một cách] bình tĩnh; [một cách] điểm tĩnh.

composer /kəm'pəʊzə[r]/ *dt* nhà soạn nhạc.

composite¹ /'kɒmpəzit/ *dt* **1.** thể kết hợp: *the play is composite of reality and fiction* vở kịch là một thể kết hợp giữa hiện thực và hư cấu **2.** *(hóa)* hợp chất.

composite² /'kɒmpəzit/ *tt* kết hợp [mà thành]: *a composite substance* hợp chất; *a composite photograph* ảnh ghép.

composition /,kɒmpə'ziʃn/ *dt* **1.** sự sáng tác; bài sáng tác, tác phẩm: *one of the Beethoven's most famous composition* một trong những tác phẩm nổi tiếng nhất của Beethoven **2.** bài luận *(ở trường)* **3.** kết cấu; cấu tạo: *the composition of the soil* kết cấu của đất; *he has a touch of madness in his composition* anh ta hơi tàng tàng **4.** bố cục *(trong một bức họa...)* **5.** chất tổng hợp *(giả cẩm thạch, giả ngà...)*: *a composition floor* sàn nhà bằng chất liệu tổng hợp.

compositor /kəm'pɒzitə[r]/ *dt* thợ sắp chữ.

compos mentis /,kɒmpəs 'mentis/ *tt (tiếng Latinh)* (cg **compos**) *(vị ngữ) (kng hoặc đùa)* tỉnh táo: *he's not quite compos mentis* anh ta hơi tàng tàng.

compost¹ /'kɒmpɒst/ *dt (nông)* phân ủ, phân compôt.

compost² /ˈkɒmpɒst/ *đgt* **1.** bón phân ủ **2.** chế thành phân ủ: *composting the kitchen waste* chế chất thải của nhà bếp thành phân ủ.

composure /kəmˈpəʊʒə[r]/ *dt* sự bình tĩnh, sự điềm tĩnh.

compound¹ /ˈkɒmpaʊnd/ *dt* **1.** *(hóa)* hợp chất **2.** *(ngôn)* từ ghép.

compound² /ˈkɒmpaʊnd/ *tt* ghép, kép: *compound word (ngôn)* từ ghép.

compound³ /kəmˈpaʊnd/ *đgt* **1.** pha, trộn: *compound a medicine* pha thuốc; *a medicine compounded of herbs* một thứ thuốc được chế bằng các dược thảo trộn nhau **2.** làm cho trầm trọng hơn: *initial planning errors where compounded by carelessness in carrying the plan out* những sai sót ban đầu lúc xây dựng kế hoạch đã trở nên trầm trọng hơn trong quá trình thực hiện kế hoạch **3.** điều đình, dàn xếp: *he compounded with his creditors for a postponement of payment* ông ta điều đình với chủ nợ xin được hoãn trả nợ **4.** bao che: *guilty of compounding a felony* phạm tội bao che cho một tội ác.

compound⁴ /ˈkɒmpaʊnd/ *dt* khu đất rào *(trong đó có một khối nhà, ở Ấn Độ, Trung Quốc)*.

compound fracture /ˌkɒmpaʊndˈfræktʃə[r]/ *(y)* gãy xương hở.

compound interest /ˌkɒmpaʊndˈintrəst/ lãi kép.

compound sentence /ˌkɒmpaʊndˈsentəns/ *(ngôn)* câu kép.

comprehend /ˌkɒmprɪˈhend/ *đgt* **1.** hiểu: *failing to comprehend the full seriousness of the situation* không hiểu nổi toàn bộ tính chất nghiêm trọng của tình hình **2.** bao gồm, bao hàm *(cái gì)*.

comprehensibility /ˌkɒmprɪhensəˈbiləti/ *dt* tính hiểu được, tính có thể lĩnh hội được.

comprehensible /ˌkɒmprɪˈhensəbl/ *tt* có thể hiểu được, có thể lĩnh hội được.

comprehension /ˌkɒmprɪˈhenʃn/ *dt* **1.** sự hiểu; khả năng hiểu: *a problem above (beyond) somebody's comprehension* một vấn đề vượt ngoài khả năng hiểu của ai **2.** bài tập kiểm tra sự hiểu một ngôn ngữ: *a French comprehension* bài tập kiểm tra khả năng hiểu tiếng Pháp.

comprehensive¹ /ˌkɒmprɪˈhensiv/ *tt* **1.** bao quát; toàn diện: *a comprehensive term* một thuật ngữ bao quát nhiều khái niệm **2.** phổ thông hỗn hợp *(nói về kiểu giáo dục phổ thông có nhiều chương trình và thời gian học khác nhau)*.

comprehensive² /ˌkɒmprɪˈhensiv/ *dt (Anh) (cg* **comprehensive school)** trường phổ thông hỗn hợp.

comprehensive insurance /ˌkɒmprɪhensiv inˈʃʊrəns/ bảo hiểm toàn diện *(xe cộ có động cơ)*.

comprehensively /ˌkɒmprɪˈhensivli/ *pht* [một cách] bao quát; [một cách] toàn diện.

comprehensiveness /ˌkɒmprɪˈhensivnis/ *dt* tính bao quát, tính toàn diện.

comprehensive school /kəmprɪˈhensiv skuːl/ *(Anh)* trường phổ thông hỗn hợp.

compress¹ /kəmˈpres/ *đgt* **1.** nén, ép: *compressed air* không khí nén **2.** cô lại, diễn tả cô đọng, gói gọn: *compress an argument into just a few sentences* cô đọng lý lẽ trong chỉ vài câu; *the film compresses several years into half an hour* bộ phim gói gọn nhiều năm trong nửa tiếng đồng hồ.

compress² /ˈkɒmpres/ *dt (y)* gạc *(để cầm máu...)*.

compression /kəmˈpreʃn/ *dt* sự nén, sự ép: *the compression of gas* sự nén khí.

compressor /kəmˈpresə[r]/ *dt* bộ nén *(trong một cỗ máy)*: *air compressor* bộ nén không khí.

comprise /kəmˈpraiz/ *đgt (không dùng ở thì tiếp diễn)* bao gồm, gồm có: *this dictionary comprises about 50,000 words* cuốn từ điển này gồm khoảng 50.000 từ; *two small boys and a dog comprised the street entertainer's only audience* hai cậu bé và một con chó là khán giả duy nhất của người diễn trò trên đường phố.

compromise¹ /ˈkɒmprəmaiz/ *dt* **1.** sự thỏa hiệp: *most wage claims are settled by compromise* phần lớn yêu sách về lương đều được dàn xếp bằng thỏa hiệp **2.** thỏa hiệp: *can the two sides reach a compromise* hai bên có thể đi đến một thỏa hiệp không?

compromise² /ˈkɒmprəmaiz/ *đgt* **1.** thỏa hiệp, dàn xếp **2.** làm hại, làm tổn thương: *compromise oneself* tự làm hại mình **3.** sửa đổi, đụng đến: *she refused to compromise her principles* bà ta không chịu đụng đến *(không chịu sửa)* những nguyên tắc của mình.

compulsion /kəmˈpʌlʃn/ *dt* **1.** sự ép buộc, sự cưỡng bách: *under (upon) compulsion* vì ép buộc, do cưỡng bách **2.** sự thôi thúc mãnh liệt, sự không dừng được: *a compulsion to destroy things* sự muốn đập phá mọi thứ không dừng được.

compulsive /kəm'pʌlsiv/ *tt* **1.** rất thú vị, rất hấp dẫn: *a compulsive novel* một cuốn tiểu thuyết rất hấp dẫn **2.** đam mê: *a compulsive gambler* người đam mê cờ bạc; *he's compulsive liar* anh ta là một tên quen thói nói dối.

compulsively /kəm'pʌlsivli/ *pht* **1.** [một cách] rất thú vị hấp dẫn **2.** [một cách] đam mê.

compulsorily /kəm'pʌlsərili/ *pht* [một cách] cưỡng bách, [một cách] bắt buộc.

compulsory /kəm'pʌlsəri/ *tt* cưỡng bách, bắt buộc: *is military service compulsory in your country* ở nước anh, quân dịch có bắt buộc không?

compunction /kəm'pʌŋkʃn/ *tt* sự áy náy, sự hối tiếc: *she kept us waiting without the slightest compunction* chị ta bắt chúng tôi đợi mà không chút áy náy.

computation /ˌkɒmpjuː-'teiʃn/ *dt* **1.** sự tính toán bằng máy điện toán **2.** sự tính toán, sự ước tính: *addition and division are forms of computation* cộng và chia là những phép tính; *it will cost £5000 at the lowest computation* tính tối thiểu cũng phải giá đến 5000 bảng.

computational /ˌkɒmpjuː-'teiʃnl/ *tt* sử dụng máy điện toán: *computational linguistics* ngôn ngữ học sử dụng máy điện toán.

compute /kəm'pjuːt/ *dgt* **1.** tính toán bằng máy điện toán: *scientists have computed the probable course of*

the rocket các nhà khoa học đã tính toán bằng máy điện toán đường bay tên lửa có thể bay theo **2.** ước tính: *he computed his losses at £5000* ông ta ước tính tổn thất lên đến 5000 bảng.

computer /kəm'pjuːtə[r]/ *dt* máy điện toán, máy tính điện tử.

computerization, computerisation /kəmˌpjuːtərai'zeiʃn/ *dt* sự điện toán hóa.

computerize, computerise /kəm'pjuːtəraiz/ *dgt* điện toán hóa.

computing /kəm'pjuːtiŋ/ sự sử dụng máy điện toán: *a computing course* khóa học sử dụng máy điện toán.

comrade /'kɒmreid, (Mỹ 'kɒmræd)/ **1.** đồng chí **2.** (*cũ*) bạn (*cùng nghề nghiệp*).

comrade-in-arms /ˌkɒmreid in aːmz/ *dt* chiến hữu.

comradely /'kɒmreidli/ *tt* thân tình: *some comradely advices* vài lời khuyên thân tình.

comradeship /'kɒmreidʃip/ *dt* tình bạn.

con[1] /kɒn/ *dt (số ít) (lóng)* trò lừa gạt.

con[2] /kɒn/ *dgt (-nn-) (lóng)* lừa gạt: *she conned me out of £100* nó lừa tôi lấy 100 bảng; *I was conned into buying a useless car* tôi bị lừa mua phải một chiếc xe không dùng được.

con[3] /kɒn/ *dt (lóng)* nh con-vict[2].

con[4] /kɒn/ *dt* **the pros and cons** x **pro**[1].

concatenation /kɒnˌkæti-'neiʃn/ *dt* **concatenation of something** móc xích, chuỗi, loạt: *an unfortunate concatenation of mishaps* một móc xích tai ương bất hạnh.

concave /'kɒŋkeiv/ *tt* lõm.

concavity /kɒn'kævəti/ *dt* **1.** sự lõm **2.** mặt lõm.

conceal /kən'siːl/ *dgt* giấu, giấu giếm; che đậy: *he concealed his debts from his wife* anh ta giấu vợ các món nợ của mình; *he was found to be carrying a concealed weapon* nó bị phát hiện mang giấu một vũ khí.

concealment /kən'siːlmənt/ *dt* sự giấu, sự giấu giếm; sự che đậy.

concede /kən'siːd/ *dgt* **1.** thừa nhận: *concede defeat* thừa nhận là mình đã thua **2.** cho, nhường cho: *concede a privilege* nhường cho một đặc quyền **3.** nhận thua cuộc, thua: *the chess-player conceded [the game] when he saw that his position was hopeless* kỳ thủ nhận thua cuộc khi thấy mình lâm vào một thế cờ vô vọng.

conceit /kən'siːt/ *dt* **1.** tính tự phụ, tính kiêu ngạo **2.** (*văn*) lời dí dỏm, văn dí dỏm.

conceited /kən'siːtid/ *tt* tự phụ, kiêu ngạo.

conceitedly /kən'siːtidli/ *pht* [một cách] tự phụ, [một cách] kiêu ngạo.

conceivable /kən'siːvəbl/ *tt* có thể quan niệm được, có thể tưởng tượng được: *it is hardly conceivable [to me] that she should do such a thing* [tôi] thật khó tưởng tượng được rằng cô ta lại làm một điều như vậy.

conceivably /kən'siːvəbli/ *pht* [một cách] có thể quan niệm được, [một cách] có thể tưởng tượng được.

conceive /kən'siːv/ *dgt* **1.** nghĩ, quan niệm, tưởng tượng: *I can't conceive how he did it* tôi không thể tưởng tượng nó đã làm cái đó như thế nào **2.** thụ thai, có mang.

concentrate¹ /'kɒnsntreit/ *dgt* **1.** tập trung: *I can't concentrate on my studies with all that noise going on* tôi không thể tập trung học được với tất cả tiếng huyên náo liên miên ấy **2.** tụ tập: *birds concentrate [in places] where food is abundant* chim tụ tập ở những nơi nhiều thức ăn **3.** cô đặc *(chất lỏng).* // **concentrate the (one's) mind** làm cho phải tập trung sự chú ý vào *(một việc nghiêm trọng và cấp bách):* *the threat of going bankrupt is very unpleasant but it certainly concentrates the mind* mối đe dọa phá sản thật là một điều khó ưa, nhưng chắc chắn nó làm cho ta phải tập trung chú ý một cách cẩn thận.

concentrate² /'kɒnsntreit/ *dt* chất cô đặc.

concentrated /'kɒnsntrei-tid/ *tt* **1.** tập trung: *concentrated fire* hỏa lực tập trung **2.** cô đặc: *a concentrated solution* một dung dịch cô đặc.

concentration /ˌkɒnsn-'treiʃn/ *dt* **1.** sự tập trung: *power of concentration* năng lực tập trung tư tưởng **2.** nhóm tập trung, khu tập trung: *concentrations of industrial buildings* khu tập trung các nhà xưởng công nghiệp.

concentration camp /ˌkɒn-sn'treiʃnkæmp/ trại tập trung.

concentric /kən'sentrik/ *tt* đồng tâm: *concentric circles* vòng tròn đồng tâm.

concept /'kɒnsept/ *dt* khái niệm: *he can't grasp the basic concepts of mathematics* nó không nắm được những khái niệm cơ bản của toán học.

conception /kən'sepʃn/ *dt* **1.** sự thụ thai **2.** sự thai nghén *(bóng)*; sự dự tính: *the plan, brilliant in its conception, failed because of inadequate preparation* kế hoạch khi thai nghén (khi dự tính) thì rất tài ba, nhưng vì thiếu chuẩn bị chu đáo nên đã thất bại **3.** ý niệm: *I have no conception of what you mean* tôi không có ý niệm gì về điều anh muốn *(tôi không biết anh muốn gì).*

conceptual /kən'septʃʊəl/ *tt* [thuộc khái niệm]; [dựa trên] khái niệm.

concern¹ /kən'sɜːn/ *dgt* **1.** liên quan, dính líu tới: *don't interfere in what doesn't concern you* đừng có can thiệp vào những chuyện không liên quan gì đến anh; *where the children are concerned* trong những vấn đề có liên quan đến trẻ em **2.** [nói] về: *a report that concern drug abuse* một bản tường trình về nạn nghiện hút **3. concern oneself with (in, about) something** [làm] lo lắng; [làm] bận: *there is no need to concern yourself with this matter, we're dealing with it* anh không cần bận tâm về vấn đề đó, chúng tôi sẽ giải quyết nó; *our losses are beginning to concern me* những thua lỗ của chúng ta đã bắt đầu làm tôi lo lắng. // **as (so) far as somebody (something) is concerned** x far²; **be concerned in something** dính líu đến, liên quan đến *(vấn đề gì)*; **be concerned to do something** làm điều gì; **be concerned with something** nói về, đề cập đến: *her latest documentary is concerned with youth unemployment* cuốn phim tài liệu mới nhất của bà ta đề cập đến nạn thất nghiệp trong thanh niên.

concern² /kən'sɜːn/ *dt* **1.** sự lo lắng; sự bận tâm; mối bận tâm: *there is no cause for concern* chẳng có lý do gì để lo lắng cả; *our main concern is that they are not receiving enough help* mối bận tâm chính của chúng tôi là họ không nhận được sự giúp đỡ đầy đủ; *it's no concern of mine* đó đâu phải là việc (mối quan tâm) của tôi **2.** công ty, hãng, doanh nghiệp: *a huge industrial concern* một hãng công nghiệp lớn; *our little corner shop is no longer a paying concern* cửa hàng nhỏ của chúng tôi ở góc phố không còn là một doanh nghiệp sinh lợi nữa **3. concern in something** cổ phần, phần: *he has a concern in the business* anh ta có cổ phần trong doanh nghiệp đó. // **a going concern** x going.

concerned /kən'sɜːnd/ *tt* **concerned about (for something; that...)** lo lắng; bận tâm: *I'm concerned that they may have got lost* tôi lo là họ đã bị lạc.

concernedly /kən'sɜːnidli/ *pht* [một cách] lo lắng; [một cách] bận tâm.

concerning /kən'sɜːnɪŋ/ *gt* về [việc]: *a letter concerning your complaint* bức thư về việc khiếu nại của anh.

concert /'kɒnsət/ *dt* buổi hòa nhạc: *give a concert for charity* tổ chức một buổi hòa nhạc vì mục đích từ thiện. // **at concert pitch** ở thế sẵn sàng; **in concert** trình diễn trực tiếp chứ không phải thu âm; **in concert [with somebody (something)]** phối hợp hoạt động: *act in concert with* hành động phối hợp với.

concerted /kən'sɜ:tid/ *tt (thường thngũ)* phối hợp: *take concerted action* hành động phối hợp; *make a concerted attack* tấn công phối hợp.

concert-goer /kən'sɜ:t gəʊə[r]/ *dt* người hay đi dự hòa nhạc.

concert grand /kən'sɜ:t 'grænd/ *(nhạc)* pianô cánh.

concertina[1] /ˌkɒnsə'ti:nə/ *dt (nhạc)* đàn conxectina.

concertina[2] /ˌkɒnsə'ti:nə/ *dgt* (**concertinaed**) dẹt rúm *(ép từ hai đầu lại): the lorry had concertinaed after crashing into the tree* chiếc xe tải bị dẹt rúm sau khi tông vào cây.

concert-master /'kɒmsət ˌmɑ:tə[r]/ *dt (Mỹ)* nhạc trưởng *(trong một dàn nhạc).*

concerto /kən'tʃəʊtəʊ, kən'tʃɜ:təʊ/ *dt (snh* **concertos**) *(nhạc)* conxectô: *a piano concerto* một bản conxectô cho pianô.

concession /kən'seʃn/ *dt* **1.** sự nhượng bộ, sự nhân nhượng; điều nhượng bộ, điều nhân nhượng: *employers make concessions to the workers in negotiations* giới chủ nhượng bộ công nhân trong cuộc thương lượng **2.** sự giảm giá *(cho một số loại người nào đó): special concession on all bus fares for old people* sự giảm giá đặc biệt giá vé xe buýt cho người già **3.** sự nhượng quyền: *oil concessions* sự nhượng quyền khai thác dầu *(trên đất của người nhượng).*

concessionary /kən'seʃənəri, (Mỹ kən'seʃəneri)/ *tt* giảm giá; ưu đãi: *concessionary prices* giá ưu đãi.

concessionaire /kən'seʃə'neə[r]/ *dt* người được nhượng quyền *(sử dụng đất...).*

concessive /kən'sesiv/ *tt (ngôn)* nhượng bộ: *a concessive clause* mệnh đề nhượng bộ *(bắt đầu bằng* as, although, even if).

conch /kɒntʃ/ *dt* **1.** *(động)* ốc xà cừ **2.** vỏ ốc xà cừ.

conchology /kɒŋ'kɒlədʒi/ *dt (động)* khoa [nghiên cứu] ốc sò.

conciliate /kən'silieit/ *dgt* **1.** xoa dịu *(người bị xúc phạm...)* **2.** hòa giải, dàn hòa: *conciliate [between] the parties in a dispute* giảng hòa các bên tranh chấp.

conciliation /kənsili'eiʃn/ *dt* sự hòa giải, sự dàn hòa.

conciliatory /kən'siliətəri, (Mỹ kən'siliətə:ri)/ *tt* hòa giải, dàn hòa: *a conciliatory smile* nụ cười dàn hòa.

concise /kən'sais/ *tt* ngắn gọn, súc tích: *a concise summary* bản tóm tắt ngắn gọn.

concisely /kən'saisli/ *pht* [một cách] ngắn gọn, [một cách] súc tích.

conciseness /kən'saisnis/ *dt* tính ngắn gọn, tính súc tích.

concision /kən'siʒn/ *dt* sự ngắn gọn, sự súc tích.

conclave /'kɒŋkleiv/ *dt* buổi họp riêng *(ví dụ buổi họp hồng y giáo chủ để bầu giáo hoàng): meet in conclave* dự buổi họp riêng.

conclude /kən'klu:d/ *dgt* **1.** **conclude [something] [with something]** kết thúc: *the meeting concluded at 8.00* cuộc họp kết thúc lúc 8 giờ; *she concluded her talk with a funny story* bà ta kết thúc bài nói của bà bằng một câu chuyện khôi hài **2. conclude something from something** kết luận: *the jury concluded, from the evidence, that she was guilty*

từ bằng chứng đó, bồi thẩm đoàn kết luận là bà ta có tội **3. conclude something [with somebody]** ký kết: *Britain concluded a trade agreement with China* nước Anh ký kết với Trung Hoa một hiệp định thương mại **4.** *(Mỹ)* quyết định: *we concluded to go out (that we would go out)* chúng tôi quyết định bỏ ra ngoài.

conclusion /kən'klu:ʒn/ *dt* **1.** sự kết thúc: *at the conclusion of his speech* ở phần kết thúc bài nói của ông ta **2.** kết luận: *I came to (reached) the conclusion that he'd been lying* tôi đi đến kết luận là nó đã nói dối **3.** sự ký kết *(một hiệp ước...).* // **in conclusion** cuối cùng; để kết luận: *in conclusion I'd like to say that* cuối cùng tôi muốn nói rằng; **jump to conclusions** x **jump[2]**.

conclusive /kən'klu:siv/ *tt* xác chứng: *conclusive experiment* thí nghiệm xác chứng; *his finger prints on the gun were conclusive proof of his guilt* dấu tay của nó trên khẩu súng là dấu vết xác chứng tội của nó.

conclusively /kən'klu:sivly/ *pht* [một cách] xác chứng.

concoct /kən'kɒkt/ *dgt (thường xấu)* **1.** pha chế: *concoct a drink out of sherry and lemon juice* pha một món đồ uống từ rượu vang xê-rét và nước chanh **2.** bịa ra: *concoct a story* bịa chuyện.

concoction /kən'kɒkʃn/ *dt* **1.** sự pha chế **2.** chất pha chế ra.

concomitant[1] /kən'kɒmitənt/ *tt* đi đôi với, kèm theo, cùng xảy ra: *concomitant events* sự kiện cùng xảy ra đồng thời; *travel and all its concomitant discomforts* chuyến đi với tất cả nỗi khó chịu kèm theo.

concomitant[2] /kən'kɒmitənt/ *dt* (+ of) sự việc đi đôi với, sự việc kèm theo: *the infirmities that are the concomitants of old age* sự ốm yếu vốn hay kèm theo tuổi già.

concord /'kɒŋkɔːd/ *dt* 1. sự hòa hợp, sự hòa thuận: *living in concord with neighbouring states* sống hòa thuận với các nước láng giềng 2. *(ngôn)* sự tương hợp *(về giống, số...)*.

concordance /kən'kɔːdəns/ *dt* phụ lục các từ dùng trong một tác phẩm *(theo thứ tự chữ cái)*: *a Bible concordance* phụ lục các từ trong kinh thánh.

concordant /kən'kɔːdənt/ *tt* (+ with) hợp với, phù hợp với: *practice concordant with our principles* thói quen phù hợp với những nguyên tắc của chúng ta.

concordat /kən'kɔːdæt/ *dt* giáo ước *(điều ước ký giữa giáo hoàng và chính phủ một nước)*.

concourse /'kɒŋkɔːs/ *dt* 1. phòng đợi; bãi đợi *(ở nhà ga...)*: *the ticket office is at the rear of the station concourse* quầy bán vé ở phía sau sân đợi nhà ga 2. sự tụ tập; đám đông: *a vast concourse of pilgrims* đám đông người hành hương.

concrete[1] /'kɒŋkriːt/ *tt* cụ thể: *the word "car" is a concrete noun* từ "xe hơi" là một từ cụ thể; *concrete facts* sự việc cụ thể.

concrete[2] /kɒŋkriːt/ *dgt* (+ over): đổ bêtông: *concrete a road [over]* đổ bêtông một con đường.

concrete[3] /kɒŋkriːt/ *dt* bêtông: *modern building*

made of concrete tòa nhà hiện đại xây bằng bêtông.

concretely /'kɒŋkriːtli/ *pht* [một cách] cụ thể.

concrete mixer /'kɒŋkriːt ,miksə[r]/ máy trộn bêtông.

concrete music /,kɒŋkriːt 'mjuːzik/ âm nhạc thu âm tự nhiên.

concrete poetry /,kɒŋkriːt 'pəʊitri/ thơ hình ảnh cụ thể.

concretion /kən'kriːʃn/ *dt* 1. khối kết 2. *(y)* thể kết.

concubine /'kɒŋkjʊbain/ *dt* nàng hầu, thiếp: *the sultan's wives and concubines live in the harem* cung phi và tỳ thiếp của vua sống ở hậu cung.

concupiscence /kən'kjuː-pisns/ *dt (thường xấu)* sự dâm dục.

concur /kən'kɔː[r]/ *dgt* (-rr-) 1. nhất trí: *she expressed her opposition to the plan, and I fully concur [with her] [in this matter]* chị ta phản đối kế hoạch đó và tôi hoàn toàn nhất trí với chị [về vấn đề đó] 2. trùng nhau, xảy ra đồng thời: *everything concurred to produce a successful result* mọi việc xảy ra đồng thời, đưa đến một kết quả thành công.

concurrence /kən'kʌrəns/ *dt* 1. sự nhất trí: *a concurrence of view* sự nhất trí về quan điểm 2. sự xảy ra đồng thời, sự trùng nhau: *an interesting concurrence of events* sự trùng nhau thú vị của các sự kiện.

concurrent /kən'kʌrənt/ *tt* (+ with) xảy ra đồng thời: *developments concurrent with this* sự tiến triển [xảy ra] đồng thời với điều đó.

concurrently /kən'kʌrəntli/ *pht* [một cách] đồng thời: *he has been given two prison*

sentences to run concurrently nó đồng thời bị hai án tù, nó bị hai án tù cùng một lúc.

concuss /kən'kʌs/ *dgt (chủ yếu dùng ở dạng bị động)* làm chấn động [bộ não]: *he was badly concussed in the collision* hắn bị chấn động mạnh trong vụ đụng xe.

concussion /kən'kʌʃn/ *dt* sự chấn động; chấn động: *concussion of the brain (y)* chấn động não.

condemn /kən'dem/ *dgt* 1. **condemn somebody (something) [for (as) something]** chỉ trích; lên án: *we all condemn cruelty to children* tất cả chúng ta đều lên án sự tàn ác đối với trẻ em 2. **condemn something [as something]** coi như là: *the meat was condemned as unfit for human consumption* thịt đó bị coi như là không thích hợp cho con người sử dụng 3. **condemn somebody [to something (to do something)]** *(luật)* kết tội *(ai)*: *condemn somebody to death (to hard labour)* kết tội ai tử hình (kết tội ai lao động khổ sai); *he was condemned to be shot* hắn bị kết tội xử bắn 4. làm cho *(ai)* tỏ ra có tội: *his nervous looks condemned him* vẻ mặt sợ sệt của hắn làm cho người ta thấy rằng hắn có tội 5. **Condemn somebody to something (to do something)** buộc ai phải chịu *(cái gì đó không thích...)*: *an unhappy worker, condemned to a job he hates* một người công nhân bất hạnh, buộc phải làm một công việc mà anh ta ghét.

condemnation /,kɒndem-'neiʃn/ *dt* 1. sự kết tội 2. lời kết tội.

condemned cell /kən-,demnd'sel/ xà lim giam tù tử hình.

condensation /,kɒnden-'seiʃn/ dt **1.** sự ngưng (hơi): the condensation of steam to water sự ngưng hơi thành nước; the report is a brilliant condensation of several year's work (bóng) bản báo cáo là kết quả ngưng đọng xuất sắc của nhiều năm làm việc **2.** giọt ngưng tụ: the mirror was covered with condensation chiếc gương phủ đầy giọt nước ngưng tụ.

condensation trail /,kɒn-denseiʃn'treil/ nht vapour trail.

condense /kən'dens/ dgt **1.** [làm] đặc lại (chất nước): soup condenses when boiled xúp đặc lại khi được đun sôi **2.** [làm] ngưng tụ: steam that condenses (is condensed) into water when it touches a cold surface hơi nước ngưng tụ lại thành nước khi gặp một bề mặt lạnh **3.** viết cô đọng lại: condense a long report into a brief summary viết một bản báo cáo dài cô đọng lại thành một bản tóm tắt ngắn gọn.

condensed milk /kən,densd 'milk/ sữa đặc (có đường).

condenser /kən'densə[r]/ dt **1.** bình ngưng **2.** cái tụ điện **3.** cái tụ sáng.

condescend /,kɒndi'send/ dgt hạ mình, hạ cố: the managing director condescended to have lunch with us in the canteen ông giám đốc điều hành đã hạ cố xuống căn tin dùng bữa trưa với chúng tôi.

condescending /,kɒndi-'sendiŋ/ tt hạ mình, hạ cố: she's so condescending cô ấy hạ mình quá.

condescendingly /,kɒndi-'sendiŋli/ pht [một cách] hạ mình, [một cách] hạ cố.

condescension /,kɒndi-'senʃn/ dt sự hạ mình, sự hạ cố.

condign /kən'dain/ tt đáng đời (hình phạt...).

condiment /'kɒndimənt/ dt (thường snh) đồ gia vị.

condition¹ /kən'diʃn/ dt **1.** tình trạng: the condition of slavery tình trạng nô lệ; the rusty condition of the bicycle tình trạng han gỉ của chiếc xe đạp; he's in excellent condition for a man of his age ông ta ở trong tình trạng sức khỏe rất tốt đối với một người ở tuổi ông **2.** điều kiện: I'll let you borrow it on one condition [that] you lend me your bicycle in return tôi sẽ cho anh mượn cái đó với điều kiện là anh lại cho tôi mượn xe đạp của anh **3. conditions** (snh) hoàn cảnh: under the present conditions trong hoàn cảnh hiện nay; favourable conditions hoàn cảnh thuận lợi **4.** bệnh: a heart condition bệnh tim; what is the treatment for this condition? cách trị bệnh này ra sao? **5.** (cũ) địa vị, thân phận: men of all conditions người thuộc mọi địa vị; người thuộc mọi tầng lớp. // **in mint condition** x **mint²**; **on condition [that]** với điều kiện là; miễn là; **on no condition** tuyệt đối không: you must on no condition tell him what happened anh tuyệt đối không được nói với nó về những gì đã xảy ra.

condition² /kən'diʃn/ dgt **1.** quyết định: environment conditions an animal's development môi trường quyết định sự phát triển của một con vật **2.** làm cho quen với, huấn luyện: it didn't take them long to become conditioned to the new environment họ chẳng mất nhiều thời gian mới làm quen được với môi trường mới **3.** chế biến cho thích hợp để sử dụng: leather conditioned by a special process da được chế biến theo một quy trình đặc biệt; a lotion that conditions the skin thuốc nước dưỡng da.

conditional /kən'diʃənl/ tt **1.** có điều kiện: conditional acceptance sự chấp thuận có điều kiện **2.** (ngôn) [thuộc] điều kiện: a conditional clause mệnh đề điều kiện (bắt đầu bằng if, unless).

conditionally /kən'diʃənəli/ pht [một cách] có điều kiện.

conditioned reflex /kən-,diʃənd'ri:fleks/ (sinh) phản xạ có điều kiện.

conditioner /kən,diʃənə[r]/ dt chất dưỡng tóc.

condole /kən'dəʊl/ dgt **condole with somebody [on something]** chia buồn (với ai).

condolence /kən'dəʊləns/ tt (thường snh) lời chia buồn: a letter of condolence thư chia buồn; please accept my condolences xin nhận cho những lời chia buồn của tôi.

condom /'kɒndəm/ dt (Mỹ prophylactic) bao dương vật, capot.

condominium /,kɒndə'mi-niəm/ dt **1.** nước công quản **2.** (Mỹ) chung cư sở hữu riêng.

condonation /,kɒndəʊ'neiʃn/ dt sự bỏ qua, sự tha thứ.

condone /kən'dəʊn/ dgt bỏ qua, tha thứ: I cannot condone the use of violence tôi không thể bỏ qua cái lối dùng bạo lực.

condor /'kɒndɔ:[r]/ dt (động) kền kền Nam Mỹ.

conduce /kən'dju:s, (Mỹ kən'du:s)/ *dgt* dẫn đến; mang lại: *a good diet conduces to good health* chế độ ăn uống tốt mang lại sức khỏe tốt.

conducive /kən'dju:siv, (Mỹ kən'du:siv)/ *tt (vị ngữ)* **conducive to something** dẫn đến, mang lại: *these noisy conditions aren't really conducive to concentrated work* những điều kiện ồn ào này khó mà làm cho người ta tập trung vào công việc được.

conduct¹ /'kɒndʌkt/ *dt* **1.** hạnh kiểm; cách ăn ở: *good conduct* hạnh kiểm tốt **2. conduct of something** sự chỉ đạo, sự điều khiển, sự hướng dẫn: *there was growing criticism of the Government's conduct of the war* càng ngày càng có nhiều chỉ trích về cách chính phủ chỉ đạo chiến tranh.

conduct² /kən'tdʌkt/ *dgt* **1.** chỉ đạo, điều khiển, hướng dẫn: *I asked the attendant to conduct him to the door* tôi yêu cầu người hầu dẫn ông ta ra cửa; *a guide conducted the visitors around the museum* một hướng dẫn viên hướng dẫn du khách đi quanh bảo tàng; *conduct a meeting* điều khiển một cuộc họp; *a concert conducted by Sir Tam* một buổi hòa nhạc do ông Tam điều khiển **2. conduct oneself well, badly ...** ăn ở tốt, xấu... **3.** *(lý)* dẫn *(điện, nhiệt...)*: *copper conducts electricity better than other materials* đồng dẫn điện tốt hơn các vật liệu khác.

conduction /kən'dʌkʃn/ *dt* sự dẫn *(điện, nhiệt)*.

conductive /kən'dʌktiv/ *tt* dẫn *(điện, nhiệt)*.

conductivity /ˌkɒndʌk'tivəti/ *dt* tính dẫn; suất dẫn *(điện, nhiệt)*.

conductor /kən'dʌktə[r]/ *dt* **1.** người chỉ huy dàn nhạc **2.** người thu tiền vé xe buýt **3.** (Mỹ) (Anh **guard**) trưởng tàu *(xe lửa)* **4.** chất dẫn *(điện, nhiệt)*: *wood is a bad conductor* gỗ là chất dẫn điện kém; *a lightning conductor* cột thu lôi.

conductor rail /kən'dʌktəreil/ *(dsắt)* đường rày tiếp điện.

conductress /kən'dʌktris/ *dt (Anh)* chị thu tiền vé xe buýt.

conduit /'kɒndit, (Mỹ 'kɒndju:it, 'kɒndwit)/ *dt* **1.** ống dẫn chất lỏng **2.** dây cáp.

cone¹ /kəʊn/ *dt* **1.** hình nón **2.** vật hình nón *(ví dụ cái đài hình nón dụng kem)* **3.** *(thực)* nón *(quả cây thông)*.

cone² /kəʊn/ *dgt* **cone something off** đánh dấu bằng những hình nón *(một đoạn đường trong khi sửa chữa... một bãi cấm đỗ xe...)*.

coney /'kəʊni/ *dt nh* cony.

confab /'kɒnfæb/ *dt (cũ, kng)* chuyện tán gẫu.

confection /kən'fekʃn/ *dt* mứt kẹo.

confectioner /kən'fekʃənə[r]/ *dt* **1.** người làm mứt kẹo **2.** người bán mứt kẹo.

confectionery /kən'fekʃəneri, (Mỹ kən'fekʃəneri)/ *dt* **1.** mứt kẹo **2.** cửa hàng mứt kẹo.

confederacy /kən'fedərəsi/ *dt* **1.** *(chính)* hợp bang **2.** liên minh **3. the [Southern] Confederacy** hợp bang miền Nam chống lại miền Bắc *(ở Mỹ)*.

confederate¹ /kən'fedərət/ *tt* hợp bang: *the Confederate States of America* hợp bang Mỹ.

confederate² /kən'fedərət/ *dt* **1.** kẻ đồng phạm: *his confederates in the crime* những kẻ đồng phạm với nó trong tội ác **2. Confederate** kẻ ủng hộ hợp bang *(Mỹ)*.

confederate³ /kən'fedəreit/ *dgt* liên minh, liên hợp.

Confederate States /kən,fedərət'steits/ *(sử)* hợp bang Mỹ trong nội chiến Mỹ.

confederation /kən,fedə'reiʃn/ *dt* **1.** sự liên minh **2.** liên minh, liên hiệp: *the Confederation of British industry* liên hiệp công nghiệp Anh.

confer /kən'fɜ:[r]/ *dgt* (-rr-) **1.** bàn bạc, tham khảo ý kiến: *he withdrew to confer with his advisers before announcing a decision* ông ta rút vào tham khảo ý kiến các cố vấn trước khi công bố quyết định **2.** phong, ban: *confer a title on somebody* phong tước cho ai.

conference /'kɒnfərəns/ *dt* **1.** sự bàn bạc, sự trao đổi ý kiến **2.** hội nghị.

conferment /kən'fɜ:mənt/ *dt* sự phong tước, sự ban tước.

confess /kən'fes/ *dgt* **1.** thú nhận: *she confessed to having stolen the money* chị ta thú nhận là đã lấy cắp tiền **2.** xưng tội; nghe xưng tội: *he confessed [to the priest] that he had sinned* nó xưng với cha là nó đã có tội; *the priest confessed the criminal* linh mục nghe tội phạm xưng tội.

confessedly /kən'fesidli/ *pht* bằng lời thú nhận *(của ai)*.

confession /kən'feʃn/ *dt* **1.** sự thú nhận, sự thú tội **2.** *(tôn)* sự xưng tội **3.** sự tuyên bố *(tín ngưỡng, nguyên tắc tôn giáo của mình)*, sự tuyên xưng: *a confession of faith* lời tuyên xưng đức tin.

confessional /kən'feʃənl/ *(tôn)* buồng xưng tội.

confessor /kən'fesə[r]/ *dt* giáo sĩ nghe xưng tội.

confetti /kən'feti/ *dt* hoa giấy *(ném trong các hội hè)*.

confidant /ˌkɒnfi'dænt/ *dt* bạn tâm tình.

confide /kən'faid/ *dgt* (+ to) **1.** thổ lộ tâm tình, giải bày tâm sự: *confide a secret to somebody* thổ lộ một điều bí mật với ai; *she confided her troubles to a friend* chị ta giãi bày với bạn những nỗi lo lắng của mình **2.** phó thác, giao phó: *can I confide my children to your care?* tôi có thể giao phó các cháu cho chị trông giùm được không? **3. confide in somebody** tin, tin cậy: *there's no one here I can confide in* ở đây chẳng có ai tôi có thể tin cậy được cả.

confidence /'kɒnfidəns/ *dt* **1.** (+ in) sự tin, sự tin cậy, sự tin tưởng: *loose confidence in somebody* mất niềm tin vào ai **2.** sự tin chắc, sự quả quyết; sự tự tin: *he answered the questions with confidence* anh ta trả lời các câu hỏi với lòng tự tin **3.** chuyện riêng, chuyện tâm sự, chuyện kín: *the two girls sat in a corner exchanging confidences* hai cô gái ngồi vào một góc mà tâm sự với nhau. // **in strict confidence** tuyệt đối bí mật *(không được hở cho người khác biết):* *take somebody into one's confidence* giãi bày tâm sự với ai, thổ lộ tâm tình với ai.

confidence trick /'kɒnfidənstrick/ ngón lấy lòng để lừa đảo.

confidence trickster /'kɒnfidəns ˌtrickstə[r]/ *(cg kng*

conman)* người lấy lòng để lừa đảo.

confident /'kɒnfidənt/ *tt* tin, tin tưởng, tự tin: *a confident smile* nụ cười tự tin; *he is confident of victory* ông ta tin tưởng thắng lợi.

confidential /ˌkɒnfi'denʃl/ *tt* **1.** kín, mật: *confidential information* tin mật **2.** thân tín, tâm phúc: *a confidential friend* bạn tâm phúc **3.** tin cẩn: *speak in a confidential tone* nói bằng một giọng tin cẩn. // **confidential agent** đặc vụ; **confidential secretary** thư ký riêng.

confidentiality /ˌkɒnfidenʃi'æləti/ *dt* **1.** sự bí mật **2.** sự thân tín, sự tâm phúc **3.** sự tin cẩn.

confidentially /ˌkɒnfidenʃəli/ *pht* **1.** [một cách] bí mật **2.** [một cách] tâm phúc **3.** [một cách] tin cẩn.

confiding /kən'faidiŋ/ *tt* cả tin.

confidingly /kən'faidiŋli/ *pht* [một cách] cả tin.

configuration /kənˌfigə'reiʃn, *(Mỹ* kənˌfigjʊreiʃn)/ *dt* cấu hình, dạng: *the configuration of the earth surface* dạng bề mặt trái đất.

configure /kən'figə[r]/, *(Mỹ* kən'figjər)/ *dgt (diện toán)* cấu hình.

confine /kən'fain/ *dgt* **1.** giam giữ, nhốt: *is it cruel to confine a bird in a cage?* nhốt chim trong lồng có nhẫn tâm không?; *after her operation, she was confined to bed for a week* sau khi mổ, chị ta bị giam chân ở giường bệnh một tuần lễ **2.** (+ to) hạn chế: *I wish the speaker would confine himself to the subject* tôi ước gì diễn giả sẽ giới hạn mình trong phạm vi chủ đề mà thôi.

confined /kən'faind/ *tt* hạn chế, hạn hẹp: *it's hard to work efficiently in such a confined space* thật khó mà làm việc có hiệu quả trong một không gian hạn hẹp như thế.

confinement /kən'fainmənt/ *dt* **1.** sự giam giữ, sự giam hãm: *be placed in confinement* bị giam giữ *(trong nhà tù, trong bệnh viện tâm thần)* **2.** sự ở cữ: *her confinement was approaching* kỳ ở cữ của chị ta đang đến gần.

confines /'kɒnfainz/ *dt (snh)* ranh giới, giới hạn: *beyond the confines of human knowledge* ngoài giới hạn hiểu biết của con người; *within the confines of family life* trong giới hạn cuộc sống gia đình.

confirm /kən'fɜːm/ *dgt* **1.** xác nhận, chứng thực: *confirm somebody's statements* xác nhận lời tuyên bố của ai; *the announcement confirmed my suspicions* lời tuyên bố đã xác nhận mối nghi ngờ của tôi **2.** thừa nhận, phê chuẩn; bổ nhiệm: *confirm a treaty* phê chuẩn một hiệp ước: *after a six-month probationary period, she was confirmed in her post* sau thời gian tập sự sáu tháng, chị ta đã được bổ nhiệm giữ chức vụ của mình **3.** *(tôn)* làm lễ kiên tín cho ai: *she was baptized when she was a month old and confirmed when she was thirteen* cô ta được rửa tội lúc một tháng tuổi và chịu lễ kiên tín lúc mười ba tuổi.

confirmation /ˌkɒnfə'meiʃn/ *dt* **1.** sự xác nhận, sự chứng thực **2.** sự thừa nhận, sự phê chuẩn; sự bổ nhiệm **3.** *(tôn)* lễ kiên tín.

confirmed /kən'fɜ:md/ *tt* ăn sâu, thâm căn cố đế, thành cố tật, kinh niên: *a confirmed gambler* tay nghiện cờ bạc; *a confirmed drunkard* con sâu rượu.

confiscate /'kɒnfiskeit/ *dgt* tịch thu.

confiscation /,kɒnfi'skeiʃn/ *dt* sự tịch thu.

conflagration /,kɒnflə'greiʃn/ *dt* đám cháy lớn.

conflate /kən'fleit/ *dgt* kết hợp làm một, nhập làm một: *can these two definitions be conflated, or must they be kept separate?* hai định nghĩa này có thể nhập làm một hay phải tách riêng ra?

conflagration /kən'fleiʃn/ *dt* sự kết hợp làm một, sự nhập làm một.

conflict¹ /kən'flikt/ *dt* **1.** cuộc xung đột: *a long and bitter conflict between employers and workers* cuộc xung đột gay gắt dài ngày giữa chủ và thợ **2.** sự mâu thuẫn, sự đối lập: *your statement is in conflict with the rest of evidence* tuyên bố của anh mâu thuẫn với các chứng cứ còn lại.

conflict² /kən'flikt/ *dgt* **1.** xung đột: *A conflicts with B; A and B conflict/* A xung đột với B **2.** mâu thuẫn, đối lập: *the statement of the two witnesses conflict* lời khai của hai nhân chứng mâu thuẫn với nhau.

confluence /'kɒnfluəns/ *dt* **1.** chỗ hợp lưu, ngã ba sông **2.** sự tụ tập; đám đông tụ tập.

confluent /'kɒnfluənt/ *tt* **1.** hợp lưu (sông) **2.** hợp nhau.

conform /kən'fɔ:m/ *dgt* **1.** hợp với; tuân theo: *the building does not conform to safety regulations* tòa nhà không hợp với các quy định an toàn; *her refusal to con-*form [to the normal social conventions] sự từ chối của cô ta không chịu tuân theo các quy ước xã hội thông thường **2.** (+ with, to) phù hợp: *her ideas do not conform with mine* ý chị ta không phù hợp với ý tôi.

conformation /,kɒnfɔ:'meiʃn/ *dt* hình thái cấu tạo, hình thù.

conformist /kən'fɔ:mist/ *dt* kẻ theo thời.

conformity /kən'fɔ:məti/ *dt* (+ to, with) sự hợp với, sự tuân theo (*tập tục...*). // **in conformity with something** theo đúng, tuân theo: *act in conformity with the rules* hành động theo đúng luật lệ; *in conformity with your wishes* theo đúng nguyện vọng của anh.

confound /kən'faʊnd/ *dgt* **1.** làm bối rối; làm ngạc nhiên: *I was confounded to hear that* tôi ngạc nhiên khi nghe rằng **2.** (*cũ*) làm lộn xộn, làm rối tung (*ý nghĩ...*) **3.** đánh bại: *confound an enemy* đánh bại quân địch **4.** ngăn chặn, ngăn trở: *confound a plan* ngăn trở kế hoạch **5.** (*dùng dưới dạng tht*) quỷ tha ma bắt đi! *confound him!* quỷ tha ma bắt nó đi!.

confounded /kən'faʊndid/ *tt* (*thngữ*) (*kng*) chết tiệt: *that confounded dog!* con chó chết tiệt ấy!.

confoundedly /kən'faʊdidli/ *pht* (*kng*) quá xá, kinh khủng: *it's confoundedly hot!* trời nóng quá xá!.

confront /kən'frʌnt/ *dgt* **1.** chạm trán, đối đầu: *confronted by an angry crowd the police retreated* chạm trán với một đám đông giận dữ, cảnh sát đã rút lui; *a soldier often has to confront danger* người lính thường phải đối đầu với nguy hiểm **2.** đối chất: *defendant is confronted with plaintiff* bị cáo được đưa ra đối chất với nguyên đơn.

confrontation /,kɒnfrʌn'teiʃn/ *dt* sự chạm trán, sự đối đầu: *a confrontation between the government and the unions* sự đối đầu giữa chính phủ và các nghiệp đoàn.

Confucian¹ /kən'fju:ʃn/ *dt* người theo đạo Khổng, nhà nho.

Confucian² /kən'fju:ʃn/ *tt* theo đạo Khổng; [thuộc] Khổng giáo.

Confucianism /kən'fju:ʃiənizəm/ *dt* đạo Khổng, Khổng giáo.

confuse /kən'fju:z/ *dgt* **1.** làm rối lên: *they confused me by asking so many questions* nó làm tôi bối rối lên vì đặt quá nhiều câu hỏi; *don't confuse the issue* đừng làm rối vấn đề lên (*bằng cách đưa vào những vấn đề không liên quan*) **2.** làm lung tung, làm đảo lộn: *her unexpected arrival confused all our plans* cô ta tới bất ngờ đã làm đảo lộn mọi kế hoạch của chúng tôi **3. confuse A and (with) B** lẫn lộn, nhầm lẫn: *I always confuse the sisters, they look so alike!* tôi luôn luôn nhầm lẫn hai chị em họ, sao mà họ giống nhau thế!; *don't confuse Austria and (with) Australia* chớ nhầm nước Áo với nước Úc.

confused /kən'fju:zd/ *tt* **1.** rối lên: *all your changes of plan have made me totally confused* mọi sự thay đổi kế hoạch của anh đã làm tôi hoàn toàn rối lên **2.** lộn xộn: *a confused account of what happend* một bản tường thuật lộn xộn về những gì đã xảy ra.

confusing /kən'fju:ziŋ/ *tt* khó hiểu, làm rối lên: *the instructions on the box are very confusing* lời chỉ dẫn trên hộp thật là khó hiểu.

confusion /kən'fju:ʒn/ *dt* 1. sự rối lên 2. sự lộn xộn 3. sự nhầm lẫn, sự lẫn lộn: *there is some confusion about what the right procedure should be* không biết chắc thủ tục đúng phải như thế nào.

confutation /ˌkɒnfju:'teiʃn/ *dt* sự bác bỏ.

confute /kən'fju:t/ *dgt* bác bỏ.

conga /'kɒŋgə/ *dt* điệu vũ rồng rắn; nhạc cho điệu vũ rồng rắn.

congeal /kən'dʒi:l/ *dgt* [làm] đông lại: *the blood had congealed round the cut on her knee* máu đã đông lại quanh vết đứt ở đầu gối cô ta.

congenial /kən'dʒi:niəl/ *tt* 1. tương đắc: *a congenial companion* một người bạn tương đắc 2. thích hợp: *a congenial climate* khí hậu thích hợp.

congeniality /kənˌdʒi:ni'æləti/ *dt* 1. sự tương đắc 2. sự thích hợp.

congenially /kən'dʒi:niəli/ *pht* 1. [một cách] tương đắc 2. [một cách] thích hợp.

congenital /kənˈdʒenitl/ *tt* bẩm sinh: *congenital blindness* tật mù bẩm sinh; *congenital syphilitic* người bị bệnh giang mai bẩm sinh.

conger /'kɒŋgə[r]/ *dt* (*cg* **conger eel**) (*động*) cá lạc, cá chình biển.

conger eel /ˌkɒŋgə'i:l/ *nh* conger.

congested /kən'dʒestid/ *tt* 1. đông nghịt, chật cứng: *streets congested with traffic*

đường phố chật cứng xe cộ 2. (*y*) sung huyết (*phổi...*) 3. nghẹt (*mũi*): *he had a cold and was very congested* anh ấy bị cảm lạnh và bị nghẹt mũi nặng.

conglomerate /kən'glɒmərət/ *dt* 1. khối kết 2. cuội kết 3. (*thương*) liên tập đoàn.

conglomeration /kənˌglɒmə'reiʃn/ *dt* 1. sự kết khối, sự kết tảng 2. dồn đống; đống: *a conglomeration of old rusty machinery* một đống máy móc cũ han gỉ.

congratulate /kən'grætʃʊleit/ *dgt* 1. (+ on) chúc mừng: *congratulate somebody on his good exam results* chúc mừng ai về kết quả trong kỳ thi 2. **congratulate oneself** mừng cho mình; tự hào về: *you can congratulate yourself on having done a good job* anh ta có thể tự hào về việc đã hoàn thành tốt công việc.

congratulation /kənˌgrætʃʊ'leiʃn/ *dt* 1. sự chúc mừng 2. **congratulations** *snh* a/ lời chúc mừng: *offer somebody one's congratulations on his success* chúc mừng ai đã thành công b/ (*dùng như tht*) xin chúc mừng!: *you have passed your driving test? congratulations!* anh đã lấy được bằng lái xe phải không? xin chúc mừng!

congratulatory /kən'grætʃʊlətəri, (*Mỹ* kən'grætʃʊlətɔ:ri/ (*thường thngữ*) [để] chúc mừng: *congratulatory telegram* điện chúc mừng.

congregate /'kɒŋgrigeit/ *dgt* tập hợp, tụ tập: *a crowd quickly congregated round the speaker* đám đông nhanh chóng tụ tập quanh diễn giả.

congregation /ˌkɒŋgri'geiʃn/ *dt* (*tôn*) giáo đoàn.

Congregational /ˌkɒŋgri'geiʃənl/ *tt* [thuộc] giáo đoàn.

congress /'kɒŋgres, (*Mỹ* 'kɒŋgrəs)/ *dt* 1. đại hội, hội nghị: *peace congress* đại hội hòa bình; *medical congress* hội nghị y tế 2. **Congress** quốc hội.

congressional /kən'greʃənl/ *tt* 1. [thuộc] đại hội, [thuộc] hội nghị 2. [thuộc] quốc hội.

Congressman /'kɒŋgresmən/ (*snh* **congressmen** *c* **congresswoman**) nghị sĩ (*Mỹ*).

congruent /'kɒŋgrʊənt/ *tt* 1. (*toán*) tương đẳng: *congruent triangles* tam giác tương đẳng 2. (*cg* **congruous**) thích hợp, phù hợp: *measures congruent with the seriousness of the situation* biện pháp thích hợp với mức độ nghiêm trọng của tình hình.

congruity /kəŋ'gru:əti/ *dt* sự thích hợp, sự phù hợp.

congruous /'kɒŋgrʊəs/ *tt* nh congruent 2.

conic /'kɒnik/ *tt* (*toán*) [thuộc hình] nón.

conical /'kɒnik/ *tt* [có hình] nón: *conical hat* cái nón; *conical shell* vỏ sò hình nón.

conifer /'kɒnifə[r], 'kəʊnifə[r]/ *dt* cây loại thông.

coniferous /kə'nifərəs, (*Mỹ* kəʊ'nifərəs)/ *tt* [thuộc loại] thông.

conjectural /kən'dʒektʃərəl/ [dựa trên] phỏng đoán, [dựa trên] ước đoán.

conjecture¹ /kən'dʒektʃ[r]/ *dgt* (+ about) đoán, phỏng đoán: *it was just as I had conjectured* quả đúng như tôi đã đoán.

conjecture² /kən'dʒektʃə[r]/ *dt* 1. sự phỏng đoán, sự ước đoán 2. điều phỏng đoán, điều ước đoán: *be right in a conjecture* phỏng đoán đúng; *your theory is pure* *conjecture* lý thuyết của anh chỉ là đơn thuần phỏng đoán mà thôi.

conjoin /kən'dʒɔin/ *đgt* **1.** nối, chắp lại: *conjoin two pieces* nối hai mảnh với nhau **2.** kết giao, kết hợp: *two families conjoin* hai gia đình kết giao với nhau, hai nhà thông gia với nhau.

conjoint /kən'dʒɔint, 'kɒndʒɔint/ *tt* liên kết, hết hợp: *conjoint action* hành động kết hợp.

conjointly /kən'dʒɔintli, 'kɒndʒɔintli/ *pht* [một cách] liên kết, [một cách] kết hợp.

conjugal /'kɒndʒʊgl/ *tt* [thuộc] hôn nhân, [thuộc] quan hệ vợ chồng: *conjugal life* cuộc sống vợ chồng.

conjugally /'kɒndʒʊgəli/ *pht* như vợ chồng.

conjugate /'kɒndʒʊgeit/ *đgt* chia (*động từ*): *can you conjugate "to have" in the present tense?* anh có thể chia động từ "to have" ở thì hiện tại không?; *how does this verb conjugate?* động từ này chia ra sao?

conjugation /ˌkɒdʒʊ'geiʃn/ *dt* sự chia (*động từ*): *a verb with an irrgular conjugation* một động từ chia bất quy tắc **2.** lớp động từ cùng kiểu chia: *Latin verbs of the second conjugation* lớp động từ tiếng Latinh thuộc kiểu chia thứ hai.

conjunction /kən'dʒʌŋkʃn/ *dt* **1.** (ngôn) liên từ **2.** sự liên kết, sự kết hợp: *an unusual conjunction of circumstances* một sự kết hợp bất thường của các tình huống; *the conjunction of workmanship and artistry in making jewelry* sự kết hợp tài khéo léo với nghệ thuật trong việc làm đồ kim hoàn. // **in conjunction with somebody (something)** cùng

phối hợp với, cùng với: *we are working in conjunction with the police* chúng tôi đang cùng phối hợp với làm việc cảnh sát.

conjunctive¹ /kən'dʒʌŋktiv/ *tt* (ngôn) nối, liên kết: *a conjunctive adverb* phó từ liên kết (*có tính chất liên từ*).

conjunctive² /kən'dʒʌŋtiv/ *dt* (ngôn) liên từ.

conjunctivitis /kənˌdʒʌŋkti-'vaitis/ *dt* (y) viêm màng kết (*mắt*).

conjuncture /kən'dʒʌŋk-tʃə[r]/ *dt* sự kết hợp tình huống (*thường gây khó khăn*); tình huống.

conjure¹ /'kʌndʒə[r]/ *đgt* làm trò ảo thuật. // **a name to conjure with** x *name¹*. **conjure something up** a/ gợi lên: *a tune which conjures up pleasant memories* một giai điệu gợi lên những kỷ niệm đẹp b/ gọi (hồn): *conjure up the spirits of the dead* gọi hồn những người đã chết; **conjure something up, conjure something up from (out of) something** làm hiện ra ngay, cứ như là bằng ma thuật: *I had lost my pen, but she conjured up another one for me from somewhere* tôi đã mất cái bút, nhưng cô ta làm hiện ra ngay từ đâu đấy một cái khác, cứ như là bằng ma thuật.

conjure² /kən'dʒʊə[r]/ *đgt* trịnh trọng yêu cầu; trịnh trọng kêu gọi: *he conjured them with his dying breath to look after his children* trong hơi thở tàn dư, anh ta trịnh trọng kêu gọi họ chăm sóc đến các con của anh.

conjurer (cg **conjuror**) /'kʌndʒərə[r]/ *dt* người làm trò ảo thuật.

conjuring /'kʌndʒəriŋ/ trò ảo thuật: *a conjuring trick* trò ảo thuật.

conjuror /'kʌndʒərə[r]/ *dt* x *conjurer*.

conk¹ /kɒŋk/ *dt* (Anh, lóng) mũi.

conk² /kɒŋk/ *đgt* **conk out** (kng) **1.** hỏng, ngừng chạy (*máy móc...*) **2.** ngủ thiếp đi, ngất xỉu đi; chết: *grandad usually conks out for an hour after lunch* ông nội thường ngủ thiếp đi một tiếng đồng hồ sau bữa cơm trưa.

conker /'kɒŋkə[r]/ *dt* (Anh, kng) **1.** (thực) cây dẻ ngựa **2.** hạt dẻ ngựa.

conman /'kɒnmæn/ *dt* (snh **conmen**) /'kɒnmən/ (lóng) kẻ lừa gạt.

connect /kə'nekt/ *đgt* **1.** nối: *the two towns are connected by a railway* hai thành phố có đường sắt nối lại với nhau; *the two rooms have connecting door* hai phòng có cửa thông nhau; *an ill-connected narrative* bài tường thuật kém mạch lạc **2.** liên kết: *the two men are connected by marriage* hai người đàn ông liên kết họ hàng với nhau do quan hệ hôn nhân **3.** liên hệ, liên tưởng: *people connect Vienna with waltzes and coffee houses* nghĩ đến Viên là người ta liên tưởng ngay đến các tiệm cà phê và điệu vanxơ **4.** chuyển tiếp (tàu, xe); tiếp vận: *these two planes connect* hai chiếc máy bay này chuyển tiếp nhau; *there's connecting flight at midday* đến trưa có một chuyến bay tiếp vận đấy **5.** chuyển dây điện thoại cho nói với ai đó: *hold on, I'll just connect you with Miss Lan* xin giữ máy, tôi sẽ chuyển dây cho ông nói chuyện với cô Lan **6.** (+with) chạm vào, trúng vào: *a wild swing which failed to connect with his chin* cú đánh ác nhưng không trúng cằm anh ta.

connecting rod /kə'nektiŋ rɒd/ *(cơ)* biên, thanh truyền.

connection *(Anh, cg* **connexion)** /kə'nekʃn/ *dt* **1.** sự nối: *how long will be the connection of telephone take?* việc nối dây điện thoại *(khi lắp đặt)* sẽ mất bao nhiêu lâu thế? **2.** chỗ nối, nối liên kết: *what is the connection between the two ideas* chỗ liên kết giữa hai ý đó là thế nào?; *is there a connection between smoking and lung cancer?* có mối liên kết hay không giữa việc hút thuốc lá và ung thư phổi? **3.** chuyến tàu xe chuyển tiếp: *the train was late and I missed my connection* xe lửa trễ tàu và tôi đã trật chuyến xe chuyển tiếp **4.** mối làm ăn, đường dây làm ăn: *I heard about it through one of my business connections* tôi nghe chuyện đó qua một đường dây làm ăn của tôi **5. connections** *(snh)* bà con họ hàng: *she is British but also has German connections* chị ta là người Anh nhưng cũng có bà con họ hàng người Đức. // **in connection with somebody (something)** có liên quan tới; về: *I'm writing to you in connection with your job application* tôi viết thư này cho anh về lá đơn xin việc của anh; **in this (that) connection** về việc này (việc đó).

connective[1] /kə'nektiv/ *tt* [để] nối; [để] liên kết: *connective tissue* mô liên kết; *connection word* từ nối.

connective[2] /kə'nektiv/ *dt* từ nối.

connexion /kə'nekʃn/ *dt (Anh) nh* connection.

conning-tower /'kɒniŋ ˌtaʊ[r]/ *dt* đài tiềm vọng (ở tàu ngầm).

connivance /kə'naivəns/ *dt* sự thông đồng, sự đồng lõa: *be in connivance with somebody* đồng lõa với ai.

connive /kə'naiv/ *dgt* thông đồng, đồng lõa: *connive at a crime* đồng lõa trong một tội ác.

conniving /kə'naiviŋ/ *tt* hiểm độc: *you conniving bastard!* đồ hiểm độc nhà mày!

connoisseur /ˌkɒnə's3[r]/ *dt* người sành sỏi, người thành thạo: *a connoisseur of wine* người sành rượu.

connotation /ˌkɒnə'teiʃn/ *dt (triết)* nghĩa bao hàm, nghĩa mở rộng.

connote /kə'nəʊt/ *dgt* bao hàm: *the word "tropics" connotes heat* từ "vùng nhiệt đới" bao hàm nghĩa nóng bức.

connubial /kə'nju:biəl, (Mỹ kə'nu:biəl)/ *tt* [thuộc] hôn nhân, [thuộc] vợ chồng: *connubial life* cuộc sống vợ chồng.

conquer /'kɒŋkə[r]/ *dgt* **1.** chiếm, chinh phục: *the Normans conquered England in 1066* người Noóc-măng chiếm nước Anh vào năm 1066; *she has conquered the hearts of many men* nàng đã chinh phục được nhiều trái tim nam giới; *the mountain was not conquered until 1953* mãi cho đến 1953 ngọn núi đó mới được chinh phục *(mới có người trèo lên tới đỉnh)* **2.** đánh bại *(kẻ thù, đối thủ)* **3.** vượt qua, chế ngự: *you must conquer your fear of driving* anh phải chế ngự (khắc phục) nỗi sợ hãi khi lái xe.

conqueror /'kɒŋkərə[r]/ *dt* người chinh phục.

conquest /'kɒŋkwest/ *dt* **1.** sự chinh phục **2.** sự đánh bại **3.** đất chiếm được: *the Roman conquests in Africa* đất mà đế quốc La Mã chiếm được ở châu Phi **4.** người bị chinh phục *(về mặt tình yêu, về mặt ngưỡng mộ...)*: *he is one of her many conquests* anh ta là một trong nhiều người mà nàng đã chinh phục.

conquistador /kɒn'kwistədɔ:[r]/ *dt (snh* **conquistadors, conquistadores)** người Tây Ban Nha đi xâm chiếm Mexico và Peru *(thế kỷ 16).*

Cons *(Anh, chính)* (*vt* của Conservative) đảng viên đảng Bảo thủ.

consanguinity /ˌkɒnsæŋ'gwinəti/ *dt* quan hệ đồng máu, tình máu mủ.

conscience /'kɒnʃəns/ *dt* lương tâm: *have a clear (guilty) conscience* có lương tâm trong sạch (tội lỗi). // **ease somebody's conscience (mind)** *x* ease[2]; **have something on one's conscience** bị lương tâm cắn rứt: *he has several murders on his conscience* hắn bị lương tâm cắn rứt do đã giết nhiều người; **in all conscience** nói cho đúng ra, dù vì lẽ gì đi nữa: *I couldn't in all conscience shut him out on such a wet night* dù vì lẽ gì đi nữa, tôi cũng không nên giam anh ta ở ngoài, vào một đêm mưa như thế; **on one's conscience** day dứt lương tâm, ăn năn: *it's still on my conscience that I didn't warn her in time* tôi vẫn còn day dứt lương tâm là đã không báo cho cô ta kịp thời; **search one's heart (conscience)** *x* search[1].

conscience money /ˈkɒn-ʃəns,mʌni/ món tiền trả cho nhẹ lòng (cho đỡ day dứt, vì đáng phải trả từ trước).

conscience-stricken /ˈkɒn-ʃəns,strikən/ *tt* day dứt, đầy hối hận.

conscientious /ˌkɒnʃiˈenʃəs/ *tt* có lương tâm; chu đáo: *a conscientious worker* một công nhân có lương tâm; *a conscientious piece of work* một công việc làm chu đáo.

conscientiously /ˌkɒnʃiˈen-ʃəsli/ *pht* [một cách] có lương tâm; [một cách] chu đáo.

conscientiousness /ˌkɒnʃi-ˈenʃəsnis/ *dt* sự có lương tâm; sự chu đáo.

conscientious objector người phản đối quân ngũ (vì thấy trái đạo lý).

conscious /ˈkɒnʃəs/ *tt* **1.** tỉnh táo: *he was in a coma for days, but now he's fully conscious again* nó bị hôn mê mấy ngày, nhưng bây giờ nó đã hoàn toàn tỉnh táo **2.** biết, nhận ra: *conscious of being watched (that one is being watched)* biết đang bị theo dõi **3.** có ý thức: *man is a conscious animal* con người là một động vật có ý thức **4.** chú tâm, chú ý: *trying to make the workers more politically conscious* cố gắng làm cho công nhân chú tâm hơn nữa về chính trị.

consciously /ˈkɒnʃəsli/ *pht* [một cách] có ý thức, [một cách] cố ý.

consciousness /ˈkɒnʃəsnis/ *dt* **1.** sự tỉnh, sự tỉnh táo: *regain consciousness after an accident* tỉnh lại sau một tai nạn; *the blow caused him to lose consciousness* cú đấm làm anh ta bất tỉnh **2.** sự ý thức được: *my consciousness of her needs* tôi ý thức được những nhu cầu của cô ta **3.** ý thức: *class consciousness* ý thức giai cấp; *attitudes that are deeply ingrained in the English consciousness* cung cách đã ăn sâu vào ý thức (vào tâm khảm) của người Anh.

conscript¹ /kənˈskript/ *dgt* gọi đi lính, gọi nhập ngũ: *conscripted into the army* bị gọi nhập ngũ; *I got conscripted into the team when their top player was injured* (bóng) tôi bị sung vào đội bóng khi cầu thủ số một của họ bị thương.

conscript² /ˈkɒnskript/ *dt* người bị gọi nhập ngũ.

conscription /kənˈscripʃn/ *dt* sự gọi nhập ngũ.

consecrate /ˈkɒnsikreit/ *dgt* **1.** thánh hóa: *the new church was consecrated by the Bishop of Chester* ngôi nhà thờ đó đã được Đức Giám mục Chester thánh hóa **2.** tôn phong: *he was consecrated Archbishop last year* ông ta được tôn phong Tổng Giám mục năm ngoái **3.** hiến dâng: *consecrate one's life to the service of God* hiến dâng cuộc đời mình thờ phụng Chúa.

consecration /ˌkɒnsiˈkreiʃn/ *dt* **1.** sự thánh hóa **2.** sự tôn phong: *the consecration of a bishop* sự tôn phong một vị Giám mục **3.** sự hiến dâng.

consecutive /kənˈsekjutiv/ *tt* liên tiếp, tiếp liền nhau: *three consecutive days* ba ngày liên tiếp; *many consecutive generations* mấy đời liền.

consensus /kənˈsensəs/ *dt* sự nhất trí: *can we reach a consensus on this issue?* ta có thể nhất trí được về vấn đề này không?

consent¹ /kənˈsent/ *dgt* (+ on) đồng ý, ưng thuận: *she made the proposal, and I readily consented [to it]* chị ta đề nghị và tôi sẵn sàng đồng ý ngay; *they finally consented to go with us* cuối cùng thì họ cũng ưng thuận đi với chúng tôi.

consent² /kənˈsent/ *dt* (+ to) sự đồng ý, sự ưng thuận: *her parents refused their consent to the marriage* cha mẹ cô ta từ chối không thuận cho họ cưới nhau; *silence implies consent* lặng thinh là tình đã thuận. // **with one consent** (cổ) nhất trí.

consequence /ˈkɒnsikwəns, (Mỹ ˈkɒnsikwens)/ *dt* **1.** hậu quả: *bear the consequences of one's actions* chịu hậu quả những việc mình làm **2.** tầm quan trọng: *it's of no consequence* cái đó chẳng có gì là quan trọng; cái đó chả thành vấn đề; *a person of consequence* người tai mắt.

consequent /ˈkɒnsikwənt/ *tt* do ở, bởi ở, là hậu quả của: *the rise of prices consequent upon the failure in crops* sự tăng giá hàng do hậu quả của mất mùa.

consequential /ˌkɒnsik-wenʃl/ *tt* **1.** như là hậu quả của, kèm theo: *she was injured and suffer a consequential loss of earnings* cô ta bị thương và kéo theo là thiệt thòi về thu nhập **2.** (xấu) hơm hĩnh.

consequentially /ˈkɒnsik-wentʃəli/ *pht* **1.** như là một hậu quả kèm theo **2.** [một cách] hơm hĩnh.

consequently /ˈkɒnsikwen-tli/ *pht* do đó, bởi thế: *my car broke down and consequently I was late* xe tôi hỏng, do đó tôi đã tới trễ giờ.

conservancy /kən'sɜ:vənsi/ dt (Anh) **1.** (thường **Conservancy**) ủy ban bảo vệ: the Thames Conservancy ủy ban bảo vệ sông Thames; the Nature Conservancy ủy ban bảo vệ thiên nhiên **2.** sự bảo vệ quốc gia, sự bảo vệ của nhà nước (rừng, môi trường...).

conservation /,kɒnsə'veiʃn/ dt **1.** sự bảo vệ, sự bảo tồn, sự bảo toàn: the convervation of forests sự bảo vệ rừng; the conservation of energy sự bảo toàn năng lượng **2.** sự bảo tồn môi trường thiên nhiên: she is interested in conservation bà ta rất quan tâm đến việc bảo tồn môi trường thiên nhiên.

conservation area /kɒnse-'veiʃneəriə/ (Anh) khu bảo tồn.

conservationist /,kɒnse-'veiʃnist/ dt người chú ý đến việc bảo tồn môi trường thiên nhiên.

conservatism /kən'sɜ:vəti-zəm/ dt **1.** chủ nghĩa bảo thủ **2.** (thường **Conservatism**) chính sách đảng Bảo thủ (Anh).

conservative¹ /kən'sɜ:vətiv/ tt **1.** bảo thủ: old people are usually more conservative than young-people người già thường bảo thủ hơn giới trẻ **2.** (thường **Conservative**) đảng Bảo thủ (Anh): Conservative candidates ứng cử viên đảng Bảo thủ **3.** dè dặt, vừa phải: she is conservative in the way she dresses cô ta vừa phải trong cách ăn mặc; there must have been a thousand people here, at a conservative estimate phải có đến một nghìn người ở đây, theo sự ước tính dè dặt.

conservative² /kən'sɜ:vətiv/ dt **1.** người bảo thủ **2.**

(thường **Conservative**) đảng viên đảng Bảo thủ.

conservatively /kən'sɜ:vətivli/ pht [một cách] bảo thủ.

Conservative Party /kən-sɜ:vətiv ,pa:ti/ đảng Bảo thủ (Anh).

conservatoire /kən'sɜ:-vətwa:[r]/ dt (cg **conservatory**) nhạc viện.

conservatory /kən'sɜ:vətri/ (Mỹ kən'sɜ:vətə:ri) dt **1.** nhà kính (trồng cây) **2.** nh conservatoire.

conserve¹ /kən'sɜ:v/ đgt bảo vệ, bảo tồn, bảo toàn: conserve one's health bảo vệ sức khỏe: new law to conserve wild life in the area luật mới nhằm bảo vệ thú hoang dại trong vùng.

conserve² /kən'sɜ:v/ dt (thường snh) mứt quả, mứt trái cây.

consider /kən'sidə[r]/ đgt **1.** consider somebody (something) [for (as) something] xem xét, cân nhắc: we have considered your application carefully, but cannot offer you the job chúng tôi đã xem xét cẩn thận đơn xin việc của anh, nhưng không thể có việc cho anh được **2.** consider somebody (something) as something xem như, coi như là: we consider this [to be] very important chúng tôi coi việc này như là rất quan trọng; he's very well-considered within the company anh ta được đánh giá cao trong công ty **3.** để ý đến, tính đến: we must consider the feeling of other people chúng ta phải tính đến tình cảm của người khác **4.** nhìn chăm chú, ngắm nghía: he stood considering the painting for some minutes anh ta đứng ngắm nghía bức tranh trong mấy phút. // all things considered x thing;

(thường **Conservative**) đảng viên đảng Bảo thủ.

one's considered opinion ý kiến sau khi đã suy xét: it's my considered opinion that you should resign sau khi đã suy xét, tôi nghĩ là anh nên từ chức.

considerable /kən'sidərəbl/ tt rất lớn, to tát: a considerable sum số tiền rất lớn.

considerably /kən'sidərəbli/ pht [một cách] rất lớn, nhiều: it's considerably colder this morning sáng nay trời lạnh hơn nhiều.

considerate /kən'sidərət/ tt considerate [towards somebody], considerate [of somebody] [to do something] ân cần, chu đáo; có ý tứ: a considerate person người ân cần chu đáo; considerate towards her employees chu đáo đến công nhân của bà; it was considerate of you not to play the piano while I was asleep anh ta thật là ý tứ không chơi dương cầm khi tôi đang ngủ.

considerately /kən'sidərətli/ pht [một cách] ân cần, [một cách] chu đáo; [một cách] ý tứ.

considerateness /kən'siə-rətnis/ dt sự ân cần, sự chu đáo; sự có ý tứ.

consideration /kən,sidə-'reiʃn/ dt **1.** sự xem xét, sự cân nhắc: the proposals are still under consideration đề nghị hãy còn đang xem xét **2.** consideration [for somebody (something)] sự ân cần, sự chu đáo, sự quan tâm: he has never shown much consideration for his wife's needs ông ta chẳng bao giờ tỏ ra quan tâm đến những gì vợ ông cần **3.** điều cần tính đến; lý do: time is an important consideration in this case thời gian là một điều cần tính đến trong trường hợp này; several con-

siderations have influenced my decision nhiều lý do đã ảnh hưởng đến quyết định của tôi **4.** tiền thưởng, tiền công: *I will do it for you for a small consideration* tôi sẽ làm việc đó cho anh với một số tiền ít thôi. // **in consideration of something** để đền bù, để trả cho: *a small payment in consideration of somebody's services* một số tiền nhỏ để đáp lại sự giúp đỡ của ai; **leave something out of account (consideration)** x leave¹; **take something into consideration** lưu tâm đến, chú ý đến: *I always take fuel consumption into consideration when buying a car* tôi luôn luôn chú ý đến mức tiêu thụ nhiên liệu khi mua xe.

considering /kən'sidəriŋ/ *gt, lt* **1.** xét vì: *it was not so bad, considering it was his first attempt* cái đó cũng không đến nỗi tồi quá, xét vì đó là lần thử đầu tiên của anh ta **2.** xét cho đến cùng: *you were pretty lucky, considering* xét cho đến cùng thì anh ta cũng khá may.

consign /kən'sain/ *dgt* **1.** gửi, giao phó, phó thác: *consign a child to his uncle care* giao phó con cho chú nó nuôi; *consign one's soul to God* phó thác linh hồn cho Chúa; *the body was consigned to the flames* xác chết được đưa vào lửa thiêu hủy **2.** vứt đi: *an old chair that had been consigned to the attic* chiếc ghế cũ được vứt lên gác thượng **3.** gửi (hàng, cho người mua): *the goods have been consigned [to you] by rail* hàng được gửi cho ông qua xe lửa.

consignee /,kɒnsai'ni:/ *dt* người được ký gửi hàng, người nhận hàng ký gửi.

consigner, consignor /kən'sainə[r]/ *dt* người ký gửi hàng [để bán].

consignment /kən'sainmənt/ *dt* **1.** sự ký gửi **2.** hàng ký gửi. // **on consignment** ký gửi (*hàng bán xong mới thanh toán*).

consignment note /kən'sainmənt nəut/ phiếu gửi hàng.

consignor /kən'sainə[r]/ *dt* x consigner.

consist /kən'sist/ *dgt (không dùng ở thì tiếp diễn)* **1.** (+ of) gồm có: *the committee consists of ten members* ủy ban gồm có mười người **2.** (+ in) cốt ở, ở chỗ: *the beauty of Venice consists largely in the style of its ancient buildings* cái đẹp của thành Venice phần lớn là ở kiểu dáng các tòa nhà cổ trong thành.

consistence /kən'sistəns/ *dt* (*cg* **consistency**) tính kiên định.

consistency /kən'sistənsi/ *dt* **1.** *nh* circonstence: *his views lack consistency: one day he is a conservative, the next day he is a liberal* quan điểm của ông ta thiếu kiên định, hôm nay là người bảo thủ, hôm khác lại là người tự do **2.** độ đặc: *mixtures of various consistencies* những chất trộn có độ đặc khác nhau.

consistent /kən'sistənt/ *tt* **1.** kiên định, trước sau như một: *you're not very consistent: first you condemn me, then you praise me* anh thật trước sau không như một, ban đầu anh lên án tôi, sau lại khen tôi **2.** (+ with) phù hợp: *what you say now is not consistent with what you said last week* điều anh nói

hôm nay không phù hợp với những gì anh nói tuần trước.

consistently /kən'sistəntli/ *pht* **1.** [một cách] kiên định **2.** [một cách] phù hợp.

consolation /,kɒnsə'leiʃn/ *dt* **1.** sự an ủi **2.** người an ủi; niềm an ủi.

consolation prize /,kɒnsə'leiʃnpraiz/ giải khuyến khích.

consolatory /kən'sɒlətəri, (*Mỹ* kən'sɒlətɔ:ri)/ *tt* an ủi; *a consolatory letter* thư an ủi.

console¹ /kən'səul/ *dgt* (+ for, on) an ủi: *console somebody for (on) a loss* an ủi ai bị mất mát.

console² /kən'səul/ *dt* **1.** bàn điều khiển (*của máy điện toán...*) **2.** (*TV, radio*) để đứng trên mặt sàn **3.** rầm chìa (*đỡ một chiếc giá...*).

consolable /kən'səuləbl/ *tt* có thể an ủi.

consolidate /kən'sɒlideit/ *dgt* **1.** củng cố: *consolidate a military position* củng cố một vị trí quân sự; *consolidate the friendship between two countries* củng cố tình hữu nghị giữa hai quốc gia **2.** gộp lại, hợp chất: *all the debts have been consolidated* tất cả các món nợ đã được gộp lại; *the two companies consolidated for greater efficiency* hai công ty đã hợp nhất lại để kinh doanh có hiệu quả hơn.

consolidated annuity /kən,sɒlideited ə'nju:əti/ công trái hợp nhất.

Consolidated Fund /kən,sɒlideitedfʌnd/ quỹ trả lãi nợ quốc gia (*ở Anh*).

consolidation /kən,sɒli'deiʃn/ *dt* **1.** sự củng cố **2.** sự hợp nhất.

consols /'kɒnsɒls/ *dt snh* công trái hợp nhất.

consommé /kən'sɒmei, (Mỹ kɒnsə'mei)/ *dt* nước dùng.

consonance /'kɒnsənəns/ *dt* 1. sự hài hòa 2. (+ with) sự hòa hợp, sự đi đôi: *actions which were not in consonance with his words* hành động không đi đôi với lời nói của nó.

consonant[1] /'kɒnsənənt/ *dt* (ngôn) phụ âm.

consonant[2] /'kɒnsənənt/ *tt* **consonant with something** phù hợp với: *behaving with a dignity consonant with his rank* xử sự với một vẻ đàng hoàng phù hợp với địa vị của ông ta.

consort[1] /'kɒnsɔ:t/ *dt* vợ; chồng: *the prince consort* chồng nữ hoàng.

consort[2] /'kɒnsɔ:t/ *dgt* (+ with) 1. (xấu) đi lại với, kết giao với: *he'd been consorting with known criminals* nó đi lại với những tên tội phạm khét tiếng 2. phù hợp với, hòa hợp với: *consort with something* phù hợp với cái gì.

consortia /kən'sɜ:tiə, (Mỹ kən'sɜ:rʃiə)/ *dt snh của* consortium.

consortium /kənn'sɔ:tiəm, (Mỹ kən'sɔ:ʃiəm)/ *dt* (*snh* **consortia**) (kté) congxooxiom.

conspectus /kən'spektəs/ *dt* (*snh* **conspectuses**) đại cương, tổng quan.

conspicuous /kən'spikjʊəs/ *tt* dễ thấy, dễ nhận ra: *traffic signs should be conspicuous* các tín hiệu giao thông cần phải dễ thấy 2. làm cho người ta để ý đến, gây sự chú ý: *to make oneself conspicious by one's absence* vắng mặt để làm cho người ta chú ý đến mình.

conspicuously /kən'spikjʊəsli/ *pht* 1. [một cách] dễ thấy 2. khiến người ta chú ý đến: *conspicuously absent* vắng mặt để khiến người ta chú ý.

conspiracy /kən'spirəsi/ *dt* sự đồng mưu; âm mưu: *accused of conspiracy of murder* bị kết tội vì đồng mưu giết người; *a conspiracy to overthrow the Government* âm mưu lật đổ chính phủ.

conspirator /kən'spirətə[r]/ *dt* kẻ đồng mưu.

conspiratorial /kən,spirətɔ:riəl/ *tt* [đầy] mưu đồ, [đầy] âm mưu: *a conspiratorial gathering* cuộc tụ tập có mưu đồ.

conspire /kən'spai:ə[r]/ *dgt* 1. cùng âm mưu: *they conspired to overthrow the Government* họ cùng âm mưu lật đổ chính phủ 2. (+ against) (nói về sự việc) hiệp lực, kết hợp lại: *circumstances conspiring against our success* những hoàn cảnh dường như kết hợp lại chống phá sự thành công của chúng tôi.

constable /'kʌnstəbl, (Mỹ 'kɒnstəbl)/ *dt* (cg **police constable**) cảnh sát viên, công an viên.

constabulary /kən'stæbjʊləri, (Mỹ kən'stæbjleri)/ *dt* lực lượng cảnh sát (ở một khu vực).

constancy /'kɒnstənsi/ *dt* 1. tính liên tục 2. tính không đổi 3. tính kiên định, tính chung thủy.

constant[1] /'kɒnstənt/ *tt* 1. liên tục, không ngớt, liên miên: *constant rain* mưa liên miên; *constant chatter* sự nói luôn mồm 2. không đổi: *a constant value* giá trị không đổi 3. kiên định, chung thủy: *constant friend* người bạn chung thủy.

constant[2] /'kɒnstənt/ *dt* (toán, lý) hằng số.

constantly /'kɒnstəntli/ *pht* [một cách] liên tục: *he's con-stantly disturbing me* nó liên tục quấy rầy tôi.

constellation /,kɒnstə'leiʃn/ *dt* 1. chòm sao 2. (văn) nhóm: *a constellation of Hollywood* nhóm tài tử Hollywood.

consternation /,kɒnstə'neiʃn/ *dt* sự rụng rời: *strike somebody with consternation* làm ai rụng rời.

constipation /'kɒnstipeitid/ *tt* bị táo bón.

constipation /'kɒnsti'peiʃn/ *dt* y chứng táo bón.

constituency /kən'stitjʊənsi/ *dt* 1. đoàn cử tri (của một khu bầu cử) 2. khu vực bầu cử 3. nhóm người ủng hộ: *Mr Jones has a natural constituency among steel workers* ông Jones có cả một nhóm sẵn lòng ủng hộ trong đám công nhân cán thép.

constituent[1] /kən'stitjʊənt/ *tt* hợp thành, cấu thành: *the constituent elements of air* yếu tố hợp thành không khí.

constituent[2] /kən'stitjʊənt/ *dt* 1. thành viên đoàn cử tri, cử tri 2. yếu tố cấu thành: *the constituents of the mixture* yếu tố cấu thành hỗn hợp.

constituent assembly /kən,stitjʊənt ə'sembli/ hội đồng lập hiến.

constitute /'kɒnstitju:t/ *dgt* 1. tạo thành, cấu thành: *twelve months constitute a year* mười hai tháng tạo thành một năm; *he is so constituted that he can accept criticism without resentment* ông ta có bản chất là có thể chấp nhận chỉ trích mà không oán giận 2. (không dùng ở thì tiếp diễn) là: *my decision does not constitute a precedent* quyết định của tôi không phải là một tiền lệ **3**. thiết lập, thành lập: *constitute somebody arbitrator* chỉ định ai làm trọng tài; *they constituted him president* họ lập ông làm chủ tịch.

constitution /,kɒnsti'tju:ʃn, (Mỹ kɒnsti'tu:ʃn/ *dt* **1**. hiến pháp **2**. sự tạo thành, sự [thành] lập: *the constitution of an advisory group* sự lập một nhóm cố vấn **3**. cấu tạo: *the constitution of the solar spectrum* cấu tạo của quang phổ mặt trời **4**. thể tạng, thể chất: *a robust constitution* thể trạng cường tráng.

constitutional[1] /,kɒnsti'tju:ʃnl, (Mỹ knsti'tu:ʃənl)/ *tt* **1**. [thuộc] hiến pháp: *constitutional reform* cải cách hiến pháp **2**. lập hiến: *constitutional government* chính phủ lập hiến **3**. [thuộc] thể tạng, [thuộc] thể chất: *constitutional robustness* sự cường tráng về thể chất.

constitutional[2] /,kɒnsti'tju:ʃnl, (Mỹ kɒnsti'tu:ʃənl)/ *dt* (cũ hoặc đùa) cuộc đi dạo ngắn cho khỏe người: *go for (take) a constitutional* đi dạo cho khỏe người.

constitutionalism /,kɒnsti'tju:ʃnəlizəm/ *dt* chủ nghĩa lập hiến.

constitutionally /,kɒnsti'tju:ʃnəli/ *pht* **1**. hợp hiến pháp, theo hiến pháp **2**. về phương diện hiến pháp **3**. về thể trạng, về thể chất.

constitutive /'kɒnstitju:tiv, kən'stitjutiv, (Mỹ cg) kən'stitjutiv/ có quyền hành pháp; có quyền chỉ định: *constitutive committee* ủy ban có quyền bổ nhiệm.

constrain /kən'strein/ *dgt* cưỡng ép, ép buộc, ép: *I felt constrained to do what he told me* tôi cảm thấy bị buộc phải làm điều anh ta đã bảo tôi.

constrained /kən'streind/ *tt* miễn cưỡng, gượng gạo: *a constrained smile* nụ cười gượng gạo.

constraint /kən'streint/ *dt* **1**. sự ép buộc, sự gò bó: *act under constraint* hành động do bị ép buộc **2**. điều ép buộc, điều gò bó: *there are no constraints on your choice subject for the essay* không có gì ép buộc trong việc chọn đề tài tiểu luận của anh cả.

constrict /kən'strikt/ *dgt* thu hẹp lại, siết chặt lại: *a tight collar that constricts the neck* cổ áo chật siết chặt lấy cổ; *our way of life is rather constricted now that our income is so reduced* cuộc sống của chúng tôi bây giờ có phần eo hẹp, lúc mà thu nhập của chúng tôi giảm sút dường ấy.

constriction /kən'strikʃn/ *dt* **1**. sự thu hẹp lại, sự siết chặt, sự thắt lại **2**. cảm giác co thắt: *a constriction in the chest* cảm giác co thắt ở lồng ngực **3**. điều thu hẹp; nỗi eo hẹp: *the constrictions of life on a low income* những eo hẹp trong cuộc sống do thu nhập thấp.

construct /kən'strʌkt/ *dgt* **1**. xây dựng (nhà cửa...) **2**. đặt (câu) **3**. vẽ, dựng (hình).

construction /kən'strʌkʃn/ *dt* **1**. sự xây dựng; cách xây dựng: *the new railway is still under construction* đường sắt mới hiện vẫn còn đang xây dựng; *the wall is of very solid construction* bức tường được xây dựng rất vững chắc **2**. vật được xây dựng; tòa nhà: *a peculiarly shaped construction* một công trình có hình dạng đặc biệt **3**. cách đặt câu **4**. nghĩa, ý nghĩa (câu nói...): *what construction do you put on his actions?* anh hiểu ý nghĩa việc làm của anh ta như thế nào?

constructive /kən'strʌktiv/ *tt* [có tính cách] xây dựng: *constructive criticism* lời phê bình xây dựng.

constructively /kən'strʌktivli/ *pht* [với tính cách] xây dựng.

constructor /kən'strʌktə[r]/ *dt* người xây dựng; kỹ sư xây dựng.

construe /kən'stru:/ *dgt* **1**. giải thích, hiểu: *how do you construe what he did?* anh giải thích việc anh ta đã làm như thế nào?; *her remarks were wrongly construed* nhận xét của cô ta đã bị hiểu lầm; *I construed his statement as a refusal* tôi hiểu lời phát biểu của ông ta là một lời từ chối **2**. phân tích cú pháp (của một câu) **3**. (cũ) dịch (một bản thường là từ tiếng Latinh, tiếng Hy Lạp).

consul /'kɒnsl/ *dt* **1**. lãnh sự **2**. (sử) quan chấp chính (cổ La Mã) **3**. (sử) chức tổng tài (Pháp).

consular /'kɒnsjulə[r]/ *tt* [thuộc] lãnh sự.

consulate /'kɒnsjulət/ *dt* **1**. lãnh sự quán **2**. the Consulate thời tổng tài (Pháp).

consulship /'kɒnslʃip/ *dt* **1**. chức lãnh sự **2**. nhiệm kỳ lãnh sự.

consult /kən'sʌlt/ *dgt* **1**. hỏi ý kiến, thỉnh thị: *consult one's lawyer* hỏi ý kiến luật sư của mình **2**. tra cứu: *consult a dictionary* tra cứu từ điển **3**. (+ with) trao đổi ý kiến: *consult with one's partners* trao đổi ý kiến với các đối tác.

consultant /kən'sʌltənt/ *dt* **1.** chuyên viên tham vấn **2.** bác sĩ tham vấn.

consultation /,kɒnsʌl'teiʃn/ *dt* **1.** sự hỏi ý kiến, sự thỉnh thị: *acting in consultation with the director* hành động theo sự chỉ dẫn của giám đốc **2.** sự tra cứu *(từ điển...)* **3.** cuộc họp mặt *(để thảo luận)*: *top level consultations between two countries* cuộc họp mặt cấp cao giữa phái đoàn hai nước **4.** cuộc hội chẩn.

consultative /kən'sʌltətiv/ *tt* tư vấn: *consultative committee* ủy ban tư vấn.

consulting room /kən'sʌltiŋ ru:m/ phòng khám bệnh.

consume /kən'sju:m, (*Mỹ* kən'su:m)/ *dgt* **1.** tiêu dùng: *the car consumes a lot of fuel* chiếc xe tiêu tốn hết khối nhiên liệu **2.** đốt sạch, tiêu hủy sạch: *the fire quickly consumed the wooden hut* ngọn lửa nhanh chóng tiêu hủy sạch túp lều gỗ; *be consumed with hatred* héo hon vì hận thù **3.** ăn; uống.

consumer /kən'sju:mə[r], (*Mỹ* kən'su:mər)/ *dt* người tiêu dùng: *producers and consumers* người sản xuất và người tiêu dùng.

consumer durables /kən-,sju:mə 'djʊərəblz/ *nh* durables.

consumer goods /kən'sju:-məgʊdz/ hàng tiêu dùng.

consumerism /kən'sju:mə-rizəm/ *dt* sự bảo vệ quyền lợi người tiêu dùng; cuộc vận động bảo vệ quyền lợi người tiêu dùng.

consuming /kən'sju:miŋ/ *tt* *(thngữ)* ám ảnh: *it was her consuming ambition to become an architect* muốn trở thành một kiến trúc sư là

mối tham vọng luôn luôn ám ảnh cô ta.

consummate[1] /kən'sʌmeit/ *tt (thngữ)* **1.** tài ba, tuyệt vời: *a consummate artist* một nghệ sĩ tài ba; *be a consummate master of one's craft* tinh thông nghề của mình **2.** *(xấu)* quá xá: *a consummate liar* tên nói láo quá xá.

consummate[2] /'kɒnsəmeit/ *dgt* **1.** hoàn tất: *consummate a business deal* hoàn tất một vụ giao dịch buôn bán **2. consummate a marriage** đã qua đêm tân hôn.

consummation /,kɒnsə-'meiʃn/ *dt* sự hoàn tất: *the consummation of her life's work* sự hoàn tất công việc cả đời mình; *the consummation of a marriage* sự qua đêm tân hôn.

consumption /kən'sʌmpʃn/ *dt* **1.** sự tiêu dùng: *home consumption* sự tiêu dùng trong nước **2.** số lượng tiêu dùng: *we have measured the car's fuel consumption* chúng tôi đã đo sức tiêu dùng nhiên liệu của chiếc xe **3.** *(cũ)* bệnh lao phổi.

consumptive[1] /kən'sʌmptiv/ *tt (cũ)* bị lao phổi; có chiều hướng bị lao phổi.

consumptive[2] /kən'sʌmptiv/ *dt* người lao phổi.

cont (*vt của* contents) **1.** nội dung **2.** (*cg* **contd**) (*vt của* continued) tiếp [theo]: *cont on p74* xem tiếp [theo] trang 74.

contact[1] /'kɒntæt/ *dt* **1.** (+ with) sự tiếp xúc: *his hand came into contact with a hot surface* tay anh ta tiếp xúc với một bề mặt nóng; *the troops came into contact with the enemy* đạo quân đã giáp trận với quân thù; *pupils must be brought into contact with new ideas*

học sinh phải được cho tiếp xúc với những tư tưởng mới **2.** sự liên lạc: *she's lost contact with her son* bà ta đã mất liên lạc với người con trai **3.** cuộc tiếp xúc; người cần tiếp: *extensive contacts with firms abroad* những cuộc tiếp xúc rộng rãi với các hãng nước ngoài; *I have a useful contact in New York* tôi có cuộc tiếp xúc bổ ích với một người ở New York **4.** mối tiếp xúc, mối nối *(dòng điện)*; công tắc điện: *a poor contact causes power to fail occasionally* mối nối hở làm cho thỉnh thoảng lại mất điện **5.** *(y)* người có thể là nguồn lây nhiễm *(vì đã tiếp xúc với người bệnh)*. // **make contact with somebody (something)** tiếp xúc được với ai, nói được với ai, gặp được ai: *they make contact with headquarters by radio* họ đã bắt liên lạc được với sở chỉ huy bằng điện đài; *I finally made contact with her in Paris* tôi cuối cùng đã gặp được cô ta ở Paris; **make (break) contact** đóng (ngắt) mạch điện.

contact[2] /kən'tækt/ *dgt* tiếp xúc, liên lạc *(bằng điện thoại, thư từ...)*; gặp: *where can I contact with you tomorrow?* mai tôi có thể gặp anh ở đâu thế?

contact lens /,kɒntækt'lenz/ *(y)* kính áp giác mạc.

contact print /'kɒntækt print/ lối rửa ảnh tiếp xúc.

contagion /kən'teidʒən/ *dt* **1.** sự lây *(bệnh, nỗi lo sợ...)* **2.** bệnh lây.

contagious /kən'teidʒəs/ *tt* **1.** lây: *a contagious disease* bệnh lây; *contagious gloom* nỗi buồn lây **2.** mang bệnh lây *(người)*.

contagiously /kən'teidʒəsli/ *pht* [một cách] lây lan.

contagiousness /kən'teidʒəsnis/ *dt* sự lây.

contain /kən'tein/ *dgt* (không dùng ở thì tiếp diễn) **1.** chứa: *what does that box contain?* cái hộp ấy chứa gì thế?; *this barrel contains 50 liters* thùng này chứa được 50 lít **2.** kiềm chế, nén lại: *contain one's anger* nén giận **3.** chặn lại: *has the revolt been contained?* cuộc nổi dậy đã được chặn lại chưa? **4.** chứa đựng trong, giới hạn trong: *the angle contained by two sides of a triangle* góc giới hạn trong hai cạnh của một tam giác **5.** *(toán)* có thể chia hết cho: *12 contains 2, 3, 4 and 6* 12 chia hết cho 2, 3, 4, và 6.

container /kən'teinə[r]/ *dt* **1.** đồ chứa, đồ đựng *(như chai, lọ, hộp, thùng...)* **2.** côngtenơ: *a container ship* tàu thủy chở côngtenơ.

containerization, containerisation /kən,teinərai'zeiʃn, (Mỹ kən,teinəri'zeiʃn/ **1.** sự đóng *(hàng)* vào côngtenơ **2.** sự côngtenơ hóa *(tàu, vùng tàu đậu...)*.

containerize, containerise /kən'teinəraiz/ *dgt* **1.** đóng *(hàng)* vào côngtenơ **2.** côngtenơ hóa *(tàu, vùng tàu đậu...)*.

containment /kən'teinment/ *dt* sự chặn *(một cuộc nổi dậy, sự xâm lăng của quân địch...)*.

contaminate /kən'tæmineit/ *dgt* (+ with) làm ô nhiễm: *a river contaminated by chemicals* một con sông bị ô nhiễm hóa chất: *flies contaminate food* ruồi làm ô nhiễm thức ăn; *our students are being contaminated by his extreme right wing ideas!* sinh viên của chúng ta đang

bị ô nhiễm những tư tưởng cực hữu của ông ta.

contaminant /kən'tæminənt/ *dt* chất làm ô nhiễm.

contamination /kən,tæmi'neiʃn/ *dt* sự ô nhiễm: *contamination of the water supply* sự ô nhiễm nguồn nước.

contd *vt* x **cont 2.**

contemplate /'kɒntempleit/ *dgt* **1.** ngắm, thưởng ngoạn: *she stood contemplating the painting* cô ta đứng ngắm bức tranh **2.** trầm ngâm; suy ngẫm *(như là một cách hành đạo)*: *a few quiet minutes in the middle of the day to sit and contemplate* một vài phút yên lặng giữa trưa để ngồi suy ngẫm **3.** dự tính, dự định; tính chuyện: *she is contemplating a visit to London* chị ta dự tính đi một chuyến sang Luân Đôn; *I'm not contemplating retiring yet* tôi chưa tính chuyện về hưu.

contemplation /,kɒntem'pleiʃn/ *dt* **1.** sự ngắm nhìn **2.** sự trầm ngâm; sự suy ngẫm **3.** sự dự tính, sự dự định; dự kiến: *the Government's contemplation of new measures* dự kiến của chính phủ về những biện pháp mới.

contemplative /kən'templətiv/ *tt* **1.** ngắm nhìn, lặng ngắm **2.** trầm tư: *a contemplative order of nuns* dòng nữ tu trầm tư.

contemporaneous /kən,tempə'reiniəs/ *tt* (+ with) cùng thời *(với)*: *contemporaneous events* những sự kiện xảy ra cùng thời.

contemporaneously /kən,tempə'reiniəsli/ *pht* [một cách] cùng thời.

contemporary¹ /kən'temprəri, (Mỹ kən'tempərəri)/ *tt* **1.** cùng thời; đương thời:

Dickens was contemporary with Thackeray Dickens đương thời với Thackeray **2.** hiện tại: *furniture of contemporary style* đồ đạc hiện đại.

contemporary² /kən'temprəri, (Mỹ kən'tempərəri)/ *dt* người cùng thời.

contempt /kən'tempt/ *dt* **1.** sự coi khinh, sự coi thường, sự khinh bỉ: *I feel nothing but contempt for people who treat children so cruelly* đối với những kẻ tàn ác đến thế đối với trẻ em, tôi chỉ có thể có lòng khinh bỉ mà thôi **2.** (+ of, for) sự coi khinh, sự bất chấp: *he rushed forward in complete contempt of danger* nó xông lên phía trước, hoàn toàn coi thường nguy hiểm. // **beneath contempt** hoàn toàn không đáng được coi trọng: *such conduct is beneath contempt* xử sự như vậy hoàn toàn không đáng coi trọng; **familiarity breeds contempt** thân quá hóa nhờn.

contemptible /kən'temptəbl/ *tt* đáng khinh.

contempt of court /kən,temptəv'kɔ:t/ sự bất tuân lệnh tòa; sự coi khinh tòa án, sự coi khinh quan tòa: *she was jailed for contempt of court* chị ta bị bỏ tù vì bất tuân lệnh tòa.

contemptuous /kən'temptʃuəs/ *tt* (+ of) khinh bỉ, khinh thường: *a contemptuous attitude* thái độ khinh bỉ; *be contemptuous of public opinion* khinh thường dư luận.

contend /kən'tend/ *dgt* **1.** (+ with, against; for) chiến đấu, đấu tranh; đua tranh: *several teams are contending for the prize* nhiều đội đang đua tranh để giành giải thưởng **2.** *(không dùng ở thể* *bị động*) cho rằng, dám chắc rằng: *I would contend that unemployment is our most serious social evil* tôi cho rằng thất nghiệp là tệ nạn xã hội nghiêm trọng nhất của chúng ta.

contender /kən'tendə[r]/ *dt* người đua tranh, đấu thủ.

content[1] /kən'tent/ *tt (vị ngữ)* bằng lòng, vừa lòng, vừa ý, thỏa mãn: *are you content with your present salary?* anh ta có vừa lòng với đồng lương hiện tại không?

content[2] /kən'tent/ *dt* sự bằng lòng, sự vừa lòng, sự thỏa mãn. // **to one's heart's content** x heart.

content[3] /kən'tent/ *dgt* **content oneself with** bằng lòng với: *as there's no cream, we'll have to content ourselves with black coffee* không có kem chúng ta phải bằng lòng với cà phê đen vậy.

content[4] /kɒn'tənd/ *dt* **1. contents** *(snh)* **2.** các thứ chứa bên trong; nội dung: *the drawer had been emptied of its contents* ngăn kéo đã được dọn sạch các thứ chứa bên trong; *the contents of a letter* nội dung một bức thư **3.** *(số ít)* nội dung *(một cuốn sách...)* **4.** lượng, hàm lượng: *the sugar content per acre of beet* lượng đường thu hoạch trên một mẫu Anh củ cải đường; *the ester content of an oil* hàm lượng este trong một chất dầu.

contented /kən'tentid/ *tt* mãn nguyện, vừa ý: *keep someone contented* làm vừa ý ai.

contentedly /kən'tentidli/ *pht* [một cách] mãn nguyện, [một cách] vừa ý.

contention /kən'tenʃn/ *dt* **1.** sự tranh giành: *two teams in contention for the title (to*

win the title) hai đội giành nhau danh hiệu vô địch **2.** sự tranh cãi: *this is not a time for contention* đây không phải lúc để tranh cãi **3.** luận điểm, ý kiến: *it's my contention that* ý kiến của tôi là. // **a bone of contention** x bone[1].

contentious /kən'tenʃəs/ *tt* **1.** thích tranh cãi, hay gây gổ **2.** có khả năng gây tranh cãi, bất hòa: *a contentious clause in a treaty* một điều khoản hiệp ước dễ gây tranh cãi bất hòa.

contentment /kən'tentmənt/ *dt* sự bằng lòng, sự thỏa mãn: *with a smile of contentment* với nụ cười thỏa mãn.

contest[1] /kən'test/ *dgt* **1.** phản bác: *contest a statement* phản bác một lời tuyên bố **2.** tranh giành: *contest a seat in Parliament* tranh một ghế ở nghị viện.

contest[2] /'kɒntest/ *dt* **1.** sự tranh giành: *the contest for leadership of the party* sự tranh giành quyền lãnh đạo đảng **2.** cuộc tranh tài, cuộc thi: *a beauty contest* cuộc thi sắc đẹp.

contestant /kən'testənt/ *dt* người tranh tài, người thi.

context /'kɒntekst/ *dt* **1.** ngữ cảnh: *can you guess the meaning of the word from the context?* anh có thể đoán được nghĩa của từ đó qua ngữ cảnh không **2.** bối cảnh: *in the context of the present economic crisis it seems unwise to lower taxes* trong bối cảnh khủng hoảng kinh tế hiện nay, hạ mức thuế có vẻ là thất sách.

contextual /kən'tekstʃʊəl/ *tt* [thuộc] ngữ cảnh: *contextual clues can help one to find the meaning* ngữ cảnh có

thể giúp ta tìm ra được nghĩa.

contiguity /ˌkɒntigju:əti/ *dt* sự kề nhau, sự tiếp giáp.

contiguous /kən'tigjʊəs/ *tt* (+ to, with) gần kề, tiếp giáp: *the garden is contiguous to the field* khu vườn kề sát cánh đồng.

continence /'kɒntinəns/ *dt* **1.** sự kiềm chế *(nhất là về mặt tình dục)*, chế dục **2.** sự kiềm chế ỉa đái.

continent[1] /'kɒntinənt/ *dt* **1.** lục địa **2. the Continent** *(số ít)* *(Anh)* lục địa châu Âu: *holidaying on the Continent* đi nghỉ ở lục địa châu Âu.

continent[2] /'kɒntinənt/ *tt* **1.** kiềm chế dục vọng; chế dục **2.** kiềm chế ỉa đái.

continental[1] /ˌkɒnti'nentl/ *tt* **1.** [thuộc] lục địa: *a continental climate* khí hậu lục địa **2.** *(cg* **Continental**) *(Anh)* thuộc lục địa châu Âu: *Continental wars* chiến tranh ở lục địa châu Âu.

continental[2] /ˌkɒnti'nentl/ *dt (Anh, thường xấu)* dân lục địa châu Âu.

continental breakfast /ˌkɒntinentl 'brekfəst/ điểm tâm nhẹ theo kiểu Châu lục *(chỉ có cà phê và mấy lát bánh mì phết mứt).*

continental drift /ˌkɒntinentl'drift/ sự trượt lục địa *(trong quá trình tạo các lục địa).*

continental quilt /ˌkɒntinentl'kwilt/ *(Anh)* nh duvet.

contingency /kən'tindʒənsi/ *dt* điều ngẫu nhiên, điều bất ngờ: *be prepared for all possible contingencies* chuẩn bị sẵn sàng mọi điều kiện bất ngờ; *contingency plans* kế hoạch dự phòng mọi bất trắc.

contingent[1] /kən'tindʒənt/ *tt* **1.** (+ on, upon) tùy thuộc vào *(điều gì đó có thể xảy ra hay không): our success is contingent upon your continued help* thành công của chúng tôi còn tùy thuộc vào sự giúp đỡ tiếp tục của anh **2.** ngẫu nhiên, bất ngờ: *contingent expenses* những món chi tiêu bất ngờ; *a contingent advantage* thế lợi bất ngờ.

contingent[2] /kən'tindʒənt/ *dt* **1.** đội quân *(để nhập vào một đoàn quân lớn): a small British contingent in the U.N. peace-keeping force* một đội quân nhỏ của Anh quốc đóng góp vào lực lượng giữ gìn hòa bình của Liên Hiệp Quốc **2.** nhóm người: *a large contingent from Japan was present at the conference* một nhóm đông người Nhật Bản có mặt tại hội nghị.

continua /ken'tinjʊə/ *dt snh* của continuum.

continual /kən'tinjʊəl/ *tt* (xấu) liên tục, không ngớt: *continual rain* mưa không ngớt.

continually /kən'tinjʊəli/ *pht* [một cách] liên tục, [một cách] không ngớt.

continuance /kən'tinjʊəns/ *dt* sự tiếp tục, sự kéo dài: *can we hope for a continuance of this fine weather?* liệu ta có thể hy vọng thời tiết đẹp thế này còn kéo dài được lâu không?

continuation /kən,tinjʊ'eiʃn/ *dt* **1.** (số ít) sự tiếp tục, sự làm tiếp: *he argued for a continuation of the search* ông ta biện hộ cho việc tiếp tục tìm kiếm **2.** phần kéo dài, phần nối dài thêm: *the road is a continuation of the motorway* con đường ấy là đoạn kéo dài của xa lộ

3. (Mỹ, luật) sự tạm hoãn phiên tòa.

continue /kən'tinju:/ *dgt* **1.** tiếp tục: *how far does the road continue?* con đường còn tiếp bao xa nữa? *we continued up the mountain on horseback* chúng tôi cưỡi ngựa tiếp tục leo núi; *circumstance continue to be favorable* hoàn cảnh tiếp tục thuận lợi; *in spite of my efforts to pacify it, the baby continued to cry (continued crying)* mặc dù tôi đã cố gắng vỗ về nó, đứa bé vẫn tiếp tục khóc; *the story continues (is continued) in the next issue of the magazine* câu chuyện sẽ tiếp tục trong số tạp chí kỳ tới, *"and so" she continued, "the fight goes on"* "và cứ thế", chị ta nói tiếp, "cuộc đấu tiếp tục" **2.** vẫn là, vẫn: *he is to continue as manager* ông ta sẽ vẫn là giám đốc; *continue at school* vẫn còn đi học.

continued /kən'tinju:d/ *tt* (thngữ) liên tục: *continued opposition* sự chống đối liên tục.

continuity /,kɒntin'ju:əti/ (Mỹ 'kɒntinu:əti/ *dt* **1.** sự liên tục; tính liên tục **2.** cảnh nhất quán *(trong tivi, trong một bộ phim)* **3.** lời thông báo giữa các chương trình; lời bình xen giữa các chương trình *(phát thanh...).*

continuous /kən'tinjʊəs/ *tt* liên tục: *continuous rain* mưa liên tục.

continuous assessment /kən,tinjʊəs ə'sesmənt/ sự đánh giá học sinh thường xuyên *(thay vì chỉ qua kỳ thi).*

continuously /kən'tinjʊəsli/ *pht* [một cách] liên tục.

continuous tense /kən,tinjʊəs'tens/ *(ngôn)* (cg **progressive tense**) thì tiếp diễn.

continuum /kən'tinjʊəm/ *dt* (snh **continua** hoặc **continuums**) chuỗi liên tục.

contort /kən'tɔ:t/ *dgt* vặn, xoắn, làm vặn vẹo: *contorted branches* cành cây bị vặn xoắn; *her face contorted (was contorted) with pain* mặt cô ta vặn vẹo vì đau đớn; *a contorted explanation (bóng)* lời giải thích vặn vẹo.

contortion /kən'tɔ:ʃn/ *dt* **1.** sự vặn, sự xoắn; sự vặn vẹo **2.** động tác vặn vẹo: *the contortions of a yoga expert* động tác vặn vẹo của một người chuyên luyện yôga.

contortionist /kən'tɔ:ʃənist/ người làm trò xiếc vặn vẹo.

contour[1] /kɒntʊə[r]/ *dt* **1.** đường viền, đường chu vi; đường nét: *the smooth contours of a sculpture* đường nét mềm mại của một bức điêu khắc **2.** (cg **contour line**) đường đồng mức *(trên bản đồ).*

contour[2] /'kɒntʊə[r]/ *dgt* **1.** về đường đồng mức *(trên bản đồ)* **2.** xây đường vòng chân đồi.

contour line /'kɒntʊəlain/ *x* contour[1] 2.

contour map /'kɒntʊə mæp/ bản đồ có vẽ đường đồng mức.

contra- *(dạng kết hợp hoặc tiền tố)* chống lại, ngược lại: *contraflow* dòng xe cộ ngược chiều; *contra–indication* (y) chống chỉ định.

contraband /'kɒntrəbænd/ *dt* hàng lậu.

contraception /,kɒntrə'sepʃn/ *tt* [phương pháp] chống thụ thai.

contraceptive[1] /,kɒntrə'septiv/ *dt* dụng cụ chống thụ thai; thuốc chống thụ thai.

contraceptive[2] /,kɒntrəseptiv/ *tt* chống thụ thai: *con-*

traceptive drug thuốc chống thụ thai, thuốc ngừa thai.

contract¹ /'kɒntrækt/ *dt* hợp đồng: *a contract for a supply of coal* một hợp đồng cung cấp than; *a contract worker* công nhân làm theo hợp đồng. // **be under contract [to somebody]** ký hợp đồng làm việc [với ai]; **put something out to contract** cho thầu: *we haven't the resources to do the work ourselves so we'll put it out to contract* chúng tôi không có phương tiện để tự làm lấy công trình nên chúng tôi sẽ cho thầu.

contract² /kən'trækt/ *dgt* **1.** **contract with somebody for something** ký hợp đồng (*với ai về việc gì*); ký kết: *contract with a firm for the supply of fuel* ký hợp đồng cung cấp nhiên liệu với một hãng **2.** mắc, nhiễm: *contract a cold* nhiễm lạnh; *contract debts* mắc nợ; *contract a bad habit* nhiễm tật xấu. // **contract out [of something]** rút lui khỏi, không tham gia: *contract out of a pension scheme* rút tên khỏi một kế hoạch trợ cấp; **contract something out [to somebody]** cho ai thầu lại.

contract³ /kən'trækt/ *dgt* **1.** [làm] co lại: *contract a muscle* co một bắp cơ lại; *our company has contracted a lot recently* (*lóng*) gần đây công ty chúng tôi đã co lại nhiều **2.** (*ngôn*) rút ngắn: "*I will*" *can be contracted to* "*I'll*" "*I will*" có thể rút ngắn thành "*I'll*".

contractible /kən'træktəbl/ *tt* có thể co lại (*chủ yếu nói về bắp cơ*).

contractile /kən'træktail, (Mỹ kən'træktl)/ *nh* con-tractible: *contractile tissue* mô có thể co lại, mô co.

contraction /kən'trækʃn/ *dt* **1.** sự co: *the contraction of a muscle* sự co một bắp cơ **2.** (*y*) sự co thắt tử cung (*trước khi đẻ con*) **3.** (*ngôn*) dạng rút ngắn: "*can't*" *is a contraction of* "*cannot*" "*can't*" là dạng rút ngắn của "*cannot*".

contractor /kən'træktə[r]/ *dt* bên ký kết, người ký kết, người thầu: *a building contractor* người thầu xây dựng.

contractual /kən'træktʃuəl/ *tt* [thuộc] hợp đồng, [theo] hợp đồng: *contractual obligations* nghĩa vụ theo hợp đồng.

contradict /,kɒntrə'dikt/ *dgt* **1.** nói trái lại: *the speaker had got confused and started contradicting himself* diễn giả lúng túng và bắt đầu nói trái lại chính mình **2.** mâu thuẫn với: *the two statements contradict each other* hai lời tuyên bố mâu thuẫn nhau.

contradiction /,kɒntrə-'dikʃn/ *dt* **1.** sự nói trái lại; sự cãi lại; điều nói trái lại: *she will permit no contradiction* bà ta sẽ không cho phép cãi lại đâu **2.** (+ between) sự mâu thuẫn; điều mâu thuẫn: *it's a contradiction to love animals and wear furs* thật là một điều mâu thuẫn khi vừa yêu thương súc vật vừa mặc đồ lông thú. // **a contradiction in terms** lời chứa hai từ nghĩa mâu thuẫn nhau (*ví dụ: a generous miser* người keo kiệt hào phóng).

contradictory /,kɒntrə'dik-təri/ *tt* mâu thuẫn: *contradictory statements* những lời tuyên bố mâu thuẫn.

contradistinction /,kɒntrə-di'stiŋkʃn/ *dt* **in contradistinction to somebody (something)** trái với, khác với; ngoại trừ:

I refer specially to permanent residents, in contradistinction to temporary visitors tôi muốn nói riêng đến các người thường trú, ngoại trừ những khách tạm thời.

contraflow /'kɒntrəfləʊ/ *dt* sự bố trí cho xe chạy hai chiều trên nửa đường (*nửa đường kia đang sửa chữa chẳng hạn*).

contra-indication /,kɒntrə indi'keiʃn/ *dt* (*y*) chống chỉ định.

contralto /kən'træltəʊ/ *dt* (*cg* **alto**) (*snh* **contraltos**) giọng nữ trầm: *she sings contralto* nàng hát giọng nữ trầm.

contraption /kən'træpʃn/ *dt* (*kng*) dụng cụ (*thường là phức tạp, ít nhiều kỳ cục*): *a peculiar contraption for removing the peel from orange* dụng cụ đặc biệt để lấy hết hạt ở quả cam.

contrapuntal /,kɒntrə'pʌntl/ *tt* (*nhạc*) [thuộc] đối âm.

contrarily¹ /'kɒntrərili/ [một cách] trái lại.

contrarily² /kən'trərili/ *pht* [một cách] ngang ngược.

contrariness /kən'trərinis/ *dt* sự bướng bỉnh, sự ngang ngược.

contrariwise /'kɒntrəriwaiz, (Mỹ 'kɒntreriwaiz)/ *pht* **1.** ngược lại, trái lại **2.** ngược chiều: *I work from left to right, he works contrariwise* tôi làm từ trái sang phải, anh ta làm ngược lại **3.** ngang ngược: *they know they're not allowed to park there, but, contrariwise, they always do* họ biết là không được đỗ xe ở đấy, nhưng họ vẫn ngang ngược làm điều đó.

contrary¹ /'kɒntrəri, (Mỹ 'kɒntreri)/ *tt* (*thường thngữ*) trái, ngược, nghịch: *in a con-*

trary direction ngược chiều; contrary winds gió ngược.

contrary² /'kɒntrəri, (Mỹ 'kɒntreri)/ *dt* **the contrary** sự trái lại, điều ngược lại: *quite the contrary* trái hẳn lại. // **by contraries** ngược hẳn lại, trái hẳn lại; **on the contrary** trái lại; **to the contrary** ngược lại: *I will continue to believe it until I get proof to the contrary* tôi sẽ tiếp tục tin điều đó cho đến khi nào tôi có bằng chứng ngược lại.

contrary³ /kən'trəri/ *tt* bướng bỉnh, ngang ngược: *he's a contrary child* nó là một đứa trẻ ngang ngược.

contrary to /kən'trəritə/ *gt* ngược lại, trái với: *the result was contrary to expectation* kết quả đã trái ngược với mong đợi; *contrary to the doctor's orders, he had gone back to work* trái với lời dặn của bác sĩ, anh ta đã đi làm trở lại.

contrast¹ /kən'trɑːst, (Mỹ kən'træst)/ *dgt* **1.** đối chiếu để làm nổi bật những điểm khác nhau: *it is interesting to contrast the two writers* đối chiếu hai nhà văn để làm nổi bật những điều khác nhau là một việc làm thú vị **2.** tương phản: *her actions contrast sharply with her promises* hành động của chị ta tương phản sâu sắc với lời hứa của chị.

contrast² /'kɒntrɑːst, (Mỹ 'kɒntræst)/ *dt* sự tương phản: *his white hair was in sharp contrast to his dark skin* tóc ông trắng tương phản dữ với nước da màu tối của ông; *he had almost failed the exam, but his sister, by contrast, had done very well* anh ta suýt hỏng thi, còn cô chị ngược lại làm bài rất tốt; *the white walls make a contrast with the black carpet* tường trắng tương phản với thảm màu đen.

contravene /ˌkɒntrəviːn/ *dgt* **1.** vi phạm, phạm: *his actions contravene the rules* hành vi của nó vi phạm luật lệ **2.** mâu thuẫn với: *this evidence contravenes our theory* bằng chứng này mâu thuẫn với lý thuyết của chúng tôi.

contravention /ˌkɒntrə-'venʃn/ *dt* sự vi phạm, sự làm trái (luật lệ...): *contravention of law* sự vi phạm luật; *in contravention of...* vi phạm..., trái với...

contretemps /'kɒntrtɒŋ/ *dt* (snh kdổi) (tiếng Pháp) điều bất hạnh.

contribute /kən'tribjuːt/ *dgt* **1.** góp, đóng góp: *contribute ten pounds to a charity collection* đóng góp mười bảng cho cuộc lạc quyên từ thiện; *she has contributed several poems to literary magazines* chị ta đã đóng góp nhiều bài thơ cho các tạp chí văn học **2.** góp phần: *her work has contributed enormously to our understanding of this difficult problem* công trình của bà ta đã góp phần quan trọng giúp ta hiểu được vấn đề khó khăn đó; *does smoking contribute to lung cancer?* hút thuốc có góp phần gây bệnh ung thư phổi không?.

contribution /ˌkɒntri'bjuːʃn/ *dt* **1.** sự đóng góp: *the contribution of money into charity* sự đóng góp tiền cho công cuộc từ thiện **2.** cái đóng góp: *a small contribution to the collection* một số tiền đóng góp nhỏ cho cuộc quyên góp; *the editor is short of contributions for the May issue* chủ bút đang thiếu bài cho số báo ra vào tháng năm.

contributor /kən'tribjuː-tə[r]/ *dt* người đóng góp (tiền cho một quỹ, bài cho một tờ báo...).

contributory /kən'tribjʊtəri, (Mỹ kən'tribjuʊ-tɔːri)/ *tt* **1.** góp phần: *his heavy smoking was a contributory cause of his early death* anh ta nghiện thuốc lá nặng, cái đó đã góp phần vào sự chết yểu của anh ta **2.** do đóng góp (của thợ cũng như của chủ): *a contributory pension scheme* kế hoạch trợ cấp thêm bằng tiền đóng góp.

contrite /'kɒntrait/ *tt* ăn năn, hối lỗi.

contrition /kən'triʃn/ *dt* sự ăn năn, sự hối lỗi.

contrivance /kən'traivəns/ *dt* **1.** contrivance [for doing (to do) something] dụng cụ (để làm gì); thiết bị (để làm gì): *he erected some contrivance for storing rain water* ông ta dựng lên một số thiết bị để trữ nước mưa **2.** mưu mẹo, mẹo: *an ingenious contrivance to get her to sign the document without reading it* một mẹo khéo léo để làm cho bà ta ký vào văn kiện mà không đọc **3.** khả năng [thực hiện]: *some things are beyond human contrivance* một số việc vượt quá khả năng của con người **4.** sự trù tính, sự trù liệu (một kế hoạch...).

contrive /kən'traiv/ *dgt* **1.** xếp đặt, trù tính, trù liệu, nghĩ ra, chế ra: *contrive a means of escape* trù tính một cách thoát thân; *contrive a way of avoiding paying tax* nghĩ ra cách trốn thuế; *contrive a device* chế ra một dụng cụ **2.** xoay xở: *contrive to live on a small* income xoay xở để sống được với thu nhập ít ỏi.

contrived /kən'traivd/ *tt* *(xấu)* có xếp đặt; ngụy tạo: *a novel with a very contrived plot* một cuốn tiểu thuyết có cốt truyện ngụy tạo.

control¹ /kən'trəʊl/ *dt* **1. control [of (over) somebody (something)]** quyền lực, quyền hành: *a military government took control of the country* một chính quyền quân sự đang nắm quyền hành điều khiển đất nước; *the city is under the control of enemy forces* thành phố đang nằm dưới quyền hành của lực lượng địch **2.** sự kiểm soát, sự quản lý: *control of traffic; traffic control* sự kiểm soát giao thông; *control of foreign exchange* sự quản lý ngoại hối; *arms control talks* những cuộc đàm phán về kiểm soát vũ khí **3. control on something** sự hạn định, sự quy định: *government controls on trade and industry* quy định của chính phủ về thương mại và công nghiệp; *the arms trade should be subject to rigorous control* việc buôn bán vũ khí phải được quy định chặt chẽ **4.** sự đối chứng: *one group was treated with the new drug, and a second group was treated with the old one as a control* một nhóm được điều trị với thứ thuốc mới, và một nhóm thứ hai được điều trị với thuốc cũ để làm đối chứng **5.** *(thường snh)* bộ điều chỉnh: *the controls of an aircraft* bộ điều chỉnh của máy bay *(điều chỉnh hướng bay, độ cao...); the volume control of a radio* nút điều chỉnh âm lượng của radio **6.** trạm điều khiển: *mission control ordered the spacecraft to re-*

turn to earth trạm điều khiển lệnh cho phi thuyền trở về trái đất. // **be in control [of something** kiểm soát, chỉ đạo, cai quản: *enemy forces are in control of the city* lực lượng địch đang nắm quyền kiểm soát thành phố; *who's in control of the project?* ai chỉ đạo dự án thế?; **be (get out) of control** ra khỏi vòng kiểm soát, không kiểm soát được nữa: *inflation has got out of control* lạm phát đã không còn kiểm soát được nữa; **bring (get) something (be) under control** chế ngự, làm chủ *(cái gì)*; bị chế ngự, bị làm chủ: *you must get your spending under control* anh phải làm chủ chi tiêu của anh chứ; *don't worry, everything's under control* đừng lo, mọi thứ đều đâu vào đấy *(đều được làm chủ cả).*

control² /kən'trəʊl/ *dgt* **1.** nắm quyền, điều khiển: *a dictator who controlled the country for over 50 years* nhà độc tài nắm quyền cai trị đất nước hơn 50 năm; *an aircraft which is hard to control at high speeds* chiếc máy bay khó điều khiển ở tốc độ cao; *control one's temper; control oneself* tự kiểm chế **2.** điều chỉnh: *control immigration* điều chỉnh dòng người nhập cư; *control prices* điều chỉnh giá cả; *this knob controls the radio's volume* cái nút này điều chỉnh âm lượng của đài radiô **3.** kiểm tra: *regular inspection to control product quality* thanh tra đều đặn để kiểm tra chất lượng sản phẩm.

controllable /kən'trəʊləbl/ *tt* có thể kiểm chế được.

controller /kən'trəʊlə[r]/ *dt* kiểm soát viên: *an air-traffic*

controller kiểm soát viên không lưu.

controlling interest /kən-,trəʊliŋ'intrest/ quyền kiểm soát đa cổ phần *(kiểm soát một công ty do nắm đa số cổ phần).*

control tower /kən'trəʊl taʊə[r]/ đài hướng dẫn cất hạ cánh *(ở phi trường).*

controversial /,kɒntrə-'vɜːʃəl/ *tt* gây tranh luận, gây bàn cãi: *a controversial decision* một quyết định gây tranh luận.

controversialist /,kɒntrə-'vɜːʃəlist/ *dt* người thích tranh luận; người giỏi luận chiến.

controversially /,kɒntrə-vɜːʃəli/ *pht* với nhiều tranh luận.

controversy /'kɒtrəvɜːsi, kən'trɒvəsi/ *dt* (+ about, over) cuộc tranh luận, cuộc bàn cãi: *a bitter controversy about (over) the siting of the new airport* cuộc tranh luận gay gắt về địa điểm của phi trường mới.

controvert /,kɒntrə'vɜːt/ *dgt* **1.** tranh luận, bàn cãi **2.** đặt vấn đề nghi ngờ, phủ nhận: *a fact that cannot be controverted* một sự kiện không thể đặt vấn đề nghi ngờ gì nữa.

contumacious /,kɒntjuː-'meiʃəs, (Mỹ kɒntu:'meiʃəs)/ *tt* bướng bỉnh.

contumacy /'kɒntjoməsi, (Mỹ kən'tu:məsi)/ *dt* **1.** sự bướng bỉnh **2.** hành động bướng bỉnh.

contumely /'kɒntjuːmli, (Mỹ kən'tu:məli)/ *dt* **1.** lời nhục mạ; thái độ nhục mạ **2.** hành động nhục mạ.

contuse /kən'tjuːz, (Mỹ kən'tu:z)/ *dgt (y)* làm giập, làm thâm tím *(bộ phận cơ thể).*

contusion /kən'tju:ʒn, (*Mỹ* kən'tu:ʒn)/ *dt* **1.** sự đụng giập **2.** vết giập, vết thâm tím.

conundrum /kə'nʌndrəm/ *dt* **1.** câu đố vui **2.** vấn đề hóc búa.

conurbation /,kɒnɜː'beiʃn/ *dt* liên thị, thành phố liên hợp.

convalesce /'kɒnvəles/ *dgt* **1.** lấy lại sức (*sau đợt ốm*) **2.** dưỡng bệnh.

convalescence /'kɒnvələsns/ *dt* (*y*) **1.** sự lấy lại sức (*sau đợt ốm*) **2.** sự dưỡng bệnh; thời kỳ dưỡng bệnh.

convalescent /'kɒnvələsnt/ *tt* (*y*) **1.** lấy lại sức (*sau đợt ốm*) **2.** dưỡng bệnh.

convection /kən'vekʃn/ *dt* (*lý, ktượng*) sự đối lưu.

convector /kən'vektə[r]/ *dt* (*cg* **convector heater**) máy sưởi đối lưu.

convene /kən'vi:n/ *dgt* triệu tập, họp: *convene a committee* triệu tập ủy ban, họp ủy ban; *the tribunal will convene tomorrow* tòa sẽ họp vào ngày mai.

convener /kən'vi:nə[r]/ *dt* (*cg* **convenor**) **1.** người triệu tập họp **2.** (*Anh*) cán bộ công đoàn (*trong một nhà máy...*).

convenience /kən'vi:niəns/ *dt* **1.** sự tiện lợi, sự thuận tiện: *I keep my reference books near my desk for convenience* tôi để các sách tra khảo gần bàn cho tiện dùng **2.** tiện nghi: *the house has all the modern conveniences* nhà có mọi tiện nghi hiện đại **3.** (*Anh, trại*) nhà vệ sinh công cộng. // **of one's convenience** tùy ý: *with a caravan, you can stop at your own convenience, you're not dependent on hotels* với nhà lưu động anh có thể tùy ý nghỉ chỗ nào cũng

được mà không lệ thuộc vào khách sạn; **at your earliest convenience** (*thương*) càng sớm càng tốt; **a flag of convenience** *x* flag[1].

convenience food /kən'vi:niəns,fu:d/ thức ăn làm sẵn (*như đồ hộp, mua về có thể ăn ngay hay chỉ nấu nướng chút ít*).

convenient /kən'vi:niənt/ *tt* (+ **for**) **1.** tiện lợi, thuận tiện: *we must arrange a convenient time and place for the meeting* chúng ta phải thu xếp một thời gian và một nơi chốn thuận tiện cho cuộc họp; *will it be convenient for you to start work tomorrow?* mai bắt đầu công việc có [thuận] tiện cho anh không? **2.** gần, ở cạnh: *our house is very convenient for the shops* nhà chúng tôi rất gần các cửa hiệu.

conveniently /kən'vi:niəntli/ *pht* [một cách] tiện lợi, [một cách] thuận tiện.

convenor /kən'vi:nə[r]/ *dt x* convener.

convent /'kɒnvənt, (*Mỹ* 'kɒnvent)/ *dt* nữ tu viện.

convention /kən'venʃn/ *dt* **1.** hội nghị: *a teachers' convention* hội nghị nhà giáo; *the US Democratic Party Convention* hội nghị Đảng dân chủ Mỹ (*để bầu người ứng cử tổng thống*) **2.** tập tục, thông lệ: *social conventions* tập tục xã hội **3.** quy ước **4.** hiệp định: *the Geneva Convention* hiệp định Geneva.

conventional /kən'venʃənl/ *tt* **1.** theo thông lệ: *he made a few conventional remarks* ông ta đưa ra một số nhận xét theo thông lệ **2.** theo lối cổ truyền: *conventional art* nghệ thuật theo lối cổ truyền **3.** thường, theo quy ước (*không phải nguyên tử,*

nói về vũ khí): *conventional missiles* tên lửa thường, tên lửa quy ước.

conventionalise /kən'venʃənəlaiz/ *dgt nh* conventionalize.

conventionality /kən,venʃə'næləti/ *dt* **1.** tính theo tục lệ cổ truyền **2.** nhận xét theo thông lệ, thái độ theo thông lệ.

converge /kən'vɜːdʒ/ *dgt* hội tụ; hòa nhập: *armies converging on the capital city* những đội quân hội tụ về thủ đô; *our previously opposed views are beginning to converge* quan điểm vốn trái ngược của chúng ta đang bắt đầu hòa nhập vào nhau.

convergence /kən'vɜːdʒəns/ *dt* sự hội tụ.

convergent /kən'vɜːdʒənt/ *tt* hội tụ: *convergent lines* đường hội tụ; *convergent series* dãy hội tụ.

conversant /kən'vɜːsnt/ *tt* (*vị ngữ*) (+ **with**) biết, giỏi, thạo: *thoroughly conversant with all the rules* rất thạo về tất cả các quy tắc.

conversation /,kɒnvə'seiʃn/ *dt* **1.** sự nói chuyện **2.** cuộc nói chuyện: *hold a conversation with somebody* nói chuyện với ai, chuyện trò với ai.

conversational /,kɒnvə'seiʃənl/ *tt* (*vị ngữ*) **1.** [thuộc sự] nói chuyện: *her limited conversational powers* khả năng nói chuyện có hạn của chị ta **2.** [thích hợp với lối] chuyện trò: *conversational tone* giọng chuyện trò.

conversationalist /,kɒnvə'seiʃənəlist/ *dt* người nói chuyện, người có tài nói chuyện: *a fluent conversationalist* người nói chuyện lưu loát.

converse¹ /kən'vɜːs/ *dgt* nói chuyện, truyện trò: *converse with somebody about something* nói chuyện với ai về việc gì.

converse² /'kɒnvɜːs/ **the converse** *dt (số ít)* **1.** điều ngược lại, điều trái lại: *"buyer" is the converse of "seller"* "buyer" là trái lại với "seller" **2.** *(lôgic)* đảo đề: *"it's windy but no wet" is the converse of "it's wet but not windy"* "it's windy but not wet" là đảo đề của "it's wet but not windy".

converse³ /'kɒnvɜːs/ *tt* trái lại, ngược lại *(thường nói ý kiến, lời tuyên bố...)*: *hold the converse opinion* có ý kiến trái lại.

conversely /'kɒnvɜːsli/ *pht* [một cách] trái lại, [một cách] ngược lại: *you can add the fluid to the powder or, conversely, the powder to the fluid* anh có thể đổ chất nước vào bột hay ngược lại, cho bột vào chất nước.

conversion /kən'vɜːʃn, *(Mỹ* kən'vɜːʒn)/ *dt* sự đổi, sự chuyển đổi: *the conversion of pounds into dollars* sự đổi bảng Anh thành đôla; *the conversion of a barn into a house* sự chuyển đổi nhà kho thành nhà ở; *the conversion of the Anglo-Saxon by Christian missionaries* sự cải đạo dân Anglo-Saxon do các nhà truyền giáo Cơ đốc tiến hành.

convert¹ /kən'vɜːt/ *dgt* **1. convert [something] [from something] [into (to) something]** đổi, chuyển đổi: *convert a house into flats* chuyển đổi một ngôi nhà thành nhiều căn hộ; *convert pounds into francs* chuyển đổi đồng bảng Anh sang đồng frăng; *the room was converted from a kitchen to a lavatory* căn phòng vốn là nhà bếp được chuyển đổi thành nhà vệ sinh **2. convert into (to) something** có thể đổi thành: *a sofa that converts in (into) a bed* chiếc tràng kỷ có thể đổi thành giường **3. convert [somebody] [from something] to something** cải đạo: *he's converted to Christianism* anh ta đã cải đạo theo Công giáo. // **preach to the converted** x preach.

convert² /'kɒnvɜːt/ *dt* **convert to something** người đổi niềm tin; người cải đạo: *a convert to socialism* người đổi niềm tin sang chủ nghĩa xã hội; *already the newspaper is winning (gaining) converts* tờ báo đã giành được lòng tin của nhiều độc giả chuyển sang đọc.

converter /kən'vɜːtə[r]/ *dt* **1.** bộ đổi điện **2.** bộ đổi tần **3.** lò chuyển *(luyện thép).*

convertibility /kən,vɜːtə'biləti/ *dt* khả năng chuyển đổi.

convertible /kən'vɜːtəbl/ *tt* có thể chuyển đổi: *a sofa that is convertible into a bed* chiếc tràng kỷ có thể chuyển đổi thành giường nằm.

convertor /kən'vɜːtə[r]/ *dt* *nh* converter.

convex /kɒnveks/ *tt* lồi: *a convex lens* kính lồi.

convexity /kɒn'veksəti/ *dt* **1.** tính lồi **2.** độ lồi.

convey /kən'vei/ *dgt* **1.** chở, vận chuyển: *this train conveys both passengers and goods* tàu này chở cả hành khách lẫn hàng hóa **2.** chuyển, truyền: *words cannot convey how delighted I was* từ ngữ không thể diễn tả hết nỗi vui mừng của tôi; *please convey my good wishes to your mother* xin chuyển giùm lời chúc mừng tốt đẹp của tôi tới mẹ bạn **3.** *(luật)* chuyển nhượng *(đất đai, tài sản).*

conveyance /kən'veiəns/ *dt* **1.** sự vận chuyển; phương tiện vận chuyển; xe cộ: *the conveyance of goods by train* sự vận chuyển hàng hóa bằng xe hỏa; *a public conveyance* phương tiện vận chuyển công cộng **2.** *(luật)* sự chuyển nhượng; giấy chuyển nhượng: *draw up a conveyance* lập giấy chuyển nhượng.

conveyancer /kən'veiən-sə[r]/ *dt (luật)* người thảo giấy chuyển nhượng tài sản; công chứng viên.

conveyancing /kən'veiən-siŋ/ *dt (luật)* sự chuyển nhượng tài sản.

conveyor, conveyer /kən'veiə[r]/ *dt* người chuyển; phương tiện vận chuyển: *one of the largest conveyors of passenger traffic* một trong những phương tiện vận chuyển hành khách lớn nhất.

conveyor belt /kən'veiəbelt/ *dt (cg* **conveyor)** băng tải *(chuyển hàng hóa ở phi trường).*

convict¹ /kən'vikt/ *dgt* kết án: *she has twice been convicted of fraud:* chị ta hai lần bị kết án gian lận.

convict² /'kɒnvikt/ *dt (cg kng* **con)** người bị kết án tù, người tù: *an escaped convict* người tù vượt ngục.

conviction /kən'vikʃn/ *dt* **1.** (+ for) sự kết án; án tù: *an offence which carries on conviction, a sentence of not more than five year's emprisonment* một tội, khi kết án, bị xử không quá năm năm tù giam; *he has six convictions for thieft* nó sáu lần bị kết tội ăn cắp **2.** (+ that) sự tin chắc; điều tin chắc: *it's my conviction* *that complacency is at the root of our troubles* tôi tin chắc rằng tính tự mãn là nguồn gốc mọi sự rắc rối của chúng ta **3.** tính tin được: *she'd made such promises before, and they lacked conviction (didn't carry much conviction)* cô ta đã từng hứa như vậy, nhưng những lời hứa đó không thể tin được. // **have (lack) the courage of one's convictions** x courage.

convince /kən'vins/ *đgt* **1.** làm cho nhận ra, làm cho tin: *what she said convinced me that I was mistaken* điều chị ta nói làm cho tôi nhận ra là tôi đã sai lầm **2.** thuyết phục: *what convinced you to vote for them?* cái gì đã thuyết phục anh bỏ phiếu cho họ?

convinced /kən'vinst/ *tt* tin chắc.

convincible /kən'vinsəbl/ *tt* có thể thuyết phục được.

convincing /kən'vinsiŋ/ *tt* có sức thuyết phục: *a convincing argument* lý lẽ có sức thuyết phục.

convincingly /kən'vinsiŋli/ *pht* [một cách] có sức thuyết phục.

convivial /kən'viviəl/ *tt* thân tình; vui vẻ: *convivial companions* những người bạn thân tình vui vẻ; *a convivial atmosphere* không khí thân tình vui vẻ.

conviviality /kən'vivi'æləti/ *dt* sự thân tình vui vẻ.

convivially /kən'viviəli/ *pht* [một cách] thân tình vui vẻ.

convocation /kɒnvə'keiʃn/ *dt* **1.** sự triệu tập **2.** hội nghị Anh giáo; hội nghị trường đại học (ở Anh).

convoke /kən'vəuk/ *đgt* triệu tập: *convoke Parliament* triệu tập nghị viện.

convoluted /'kɒnvəlu:tid/ *tt* **1.** quấn, cuộn: *the convoluted folds of the brain* nếp cuộn của não **2.** *(bóng)* phức tạp, khó theo: *a convoluted argument* lý lẽ phức tạp khó theo.

convolution /,kɒnvə'lu:ʃn/ *dt* nếp cuộn: *cerebral convolutions (giải)* nếp cuộn não; *the bizarre convolutions of the plot (bóng)* những ngoắt ngoéo kỳ cục trong cốt truyện.

convolvulus /kən'vɒlvjuləs/ *dt (thực)* cây bìm bìm.

convoy[1] /'kɒnvɔi/ *dt* **1.** đoàn (tàu thủy, xe) **2.** đoàn hộ tống: *the convoy was attacked by submarines* đoàn hộ tống bị tàu ngầm tấn công. // **in convoy** đi thành đoàn: *the supply ships travelled in convoy* tàu chở hàng cung ứng đi thành đoàn; **under convoy** có hộ tống: *the weapons were sent under convoy* vũ khí được gửi đi có hộ tống kèm theo.

convoy[2] /'kɒnvɔi/ *đgt* hộ tống: *the troop-ships were convoyed across the Atlantic* tàu chở quân được hộ tống qua Đại Tây Dương; *parents taking it in turn to convoy children to and from school* bố mẹ thay phiên nhau đưa đón con đi học.

convulse /kən'vʌls/ *đgt* làm chấn động, làm rung chuyển: *a country convulsed by earthquakes* một đất nước bị động đất làm rung chuyển; *convulsed with laughter* cười ngặt nghẽo; *riots convulsed the cities (bóng)* những vụ bạo loạn làm rung chuyển các đô thị.

convulsion /kən'vʌlʃn/ *dt* **1.** *(thường snh)* cơn co giật (cơ bắp): *the child reacted to the drug by going into convulsions* đứa bé co giật do

phản ứng thuốc **2.** sự rung chuyển, sự náo loạn: *the leader's assassination led to political convulsions* sự ám sát lãnh tụ đã dẫn đến những sự náo loạn về chính trị.

convulsive /kən'vʌlsiv/ *tt* **1.** co giật: *a convulsive movement of the muscles* chuyển động co giật các bắp cơ **2.** làm náo loạn *(cuộc nổi dậy...).*

convulsively /kən'vʌlsivli/ *pht* [một cách] náo loạn.

cony (*cg* **coney**) /'kəuni/ *dt (snh* **conies**) **1.** da lông thỏ *(làm áo khoác...)* **2.** *(cô)* con thỏ.

coo[1] /ku:/ *đgt* (**cooed; cooing**) **1.** gù *(chim bồ câu)* **2.** thủ thỉ: *"it will be all right",* she cooed soothingly "mọi việc sẽ tốt đẹp", nàng dịu dàng thủ thỉ. // **bill and coo** x bill[4].

coo[2] /ku:/ *dt (snh* **coos**) tiếng gù *(chim bồ câu).*

coo[3] /ku:/ *tht (Anh, kng)* ủa! *(để tỏ sự ngạc nhiên).*

cook[1] /kuk/ *đgt* **1.** nấu, nấu nướng: *where did you learn to cook?* chị học nấu nướng ở đâu thế?; *he cooked me my dinner* anh ta đã nấu bữa ăn tối cho tôi; *the meat cooks slowly* thịt này nấu chậm chín **2.** *(kng, xấu)* giả mạo, gian lận: *she was sent to prison for cooking the books* chị ta bị tù vì gian lận sổ sách **3.** *(dùng ở thì tiếp diễn)* được sắp xếp, được dự tính: *what's cooking?* có gì đang được dự tính ngầm thế?; *everyone is being secretive, there's something cooking* mọi người có vẻ giấu giấu giếm giếm, chắc có gì đó đang được dự tính ngầm. // **cook the books** *(kng)* gian lận sổ sách; **cook somebody's goose** *(kng)* biết chắc ai đó sẽ thất bại: *when the police found his fingerprints he knew his goose was cooked* khi cảnh sát tìm ra dấu tay của nó, nó biết chắc là nó đi đời rồi. **cook something up** (kng) bịa ra (để lừa gạt) *cook up an excuse* bịa ra lời cáo lỗi.

cook² /kʊk/ dt đầu bếp: *employed as a cook in a hotel* làm đầu bếp ở khách sạn; *I'm not much of a cook* tôi không phải là một đầu bếp giỏi. // **too many cooks spoil the broth** lắm thầy thối ma.

cookbook /'kʊkbʊk/ dt nh cookery book.

cooker /'kʊkə[r]/ dt 1. bếp: *a gas cooker* bếp ga; *an electric cooker* bếp điện 2. quả để nấu ăn (thường chỉ quả táo): *these apples are good cookers* những quả táo này nấu ăn ngon.

cookery /'kʊkəri/ dt nghệ thuật nấu ăn: *a cookery school* trường dạy nấu ăn.

cookery book /'kʊkəri,bʊk/ (cg **cook-book**) sách dạy nấu ăn.

cookhouse /'kʊkhaus/ dt bếp ngoài trời (cắm trại).

cookie; cooky /'kʊki/ dt (snh **cookies**) (Mỹ) 1. (Mỹ) bánh quy 2. (Mỹ, kng) người, gã: *a tough cookie* một gã hung bạo. // **that's the way the cookie crumbles** x way¹.

cool¹ /kuːl/ tt (-er; -est) 1. mát mẻ, mát: *a cool breeze* làn gió mát; *let's sit in the shade and keep cool* hãy ngồi nơi bóng râm cho mát; *a cool room* căn phòng mát mẻ; *a room painted in cool green and blues* căn phòng sơn màu lục và màu xanh trông mát mắt 2. điềm tĩnh, bình tĩnh: *keep cool; keep a cool head* giữ bình tĩnh, điềm tĩnh 3. (+ about, towards) lãnh đạm, lạnh nhạt,

không mặn mà: *give somebody a cool reception* tiếp đón ai một cách lạnh nhạt 4. trơ tráo, không biết ngượng 5. (kng) đến những (nói về số tiền...): *the car cost a cool twenty thousand* chiếc xe giá đến những hai mươi ngàn kia 6. (Mỹ, lóng, cũ) trông ngon quá: *her guy's real cool* thằng bồ của cô ta trông ngon quá. // **a cool customer** (kng) người trơ tráo; **as cool as a cucumber** hết sức điềm tĩnh, điềm tĩnh như không (trước hoàn cảnh khó khăn); **play it cool** (kng) bình tĩnh xử lý tình huống, không để bị kích động.

cool² /kuːl/ dt **the cool** (số ít) 1. không khí mát mẻ: *the pleasant cool of the evening* không khí mát mẻ dễ chịu buổi tối 2. nơi mát mẻ 3. sự lãnh đạm, sự nhạt nhẽo. // **keep (lose) one's cool** (kng) giữ (mất) bình tĩnh.

cool³ /kuːl/ đgt 1. làm mát, làm nguội 2. nguội đi: *the hot metal contracts as it cools (down)* kim loại nóng co lại khi nguội đi. // **cool it** (lóng) bình tĩnh: *cool it! don't get so excited* hãy bình tĩnh! đừng có nóng thế!; **cool heels** chờ đợi lâu. **cool [somebody] down (off)** [làm cho] nguôi đi, [làm cho] bớt nóng giận.

coolant /'kuːlənt/ dt chất lỏng làm nguội (như trong phản ứng hạt nhân).

cooler /'kuːlə[r]/ dt 1. thùng ướp lạnh: *a wine cooler* thùng ướp lạnh rượu vang 2. **the cooler** (số ít) (lóng) nhà đá: *two years in the cooler* hai năm trong nhà đá.

cool-headed /,kuːl'hedid/ tt bình tĩnh.

coolie /'kuːli/ dt (cũ, xấu) tên culi.

cooling-off period /,kuːliŋ'ɒf, piəriəd/ thời gian thương lượng thỏa hiệp (giữa chủ và thợ, trước khi nổ ra đình công).

cooling tower /'kuːliŋ ,tauə[r]/ tháp lạnh (để làm nguội nước trước khi sử dụng lại trong công nghiệp).

cooly /'kuːli/ pht [một cách] lãnh đạm; [một cách] lạnh nhạt: *he received my suggestion cooly* ông ta đón nhận ý kiến gợi ý của tôi một cách lạnh nhạt.

coolness /'kuːlnis/ dt sự lãnh đạm, sự lạnh nhạt.

coon /kuːn/ dgt 1. (kng, Mỹ) (cg **raccoon** (động)) gấu mèo Mỹ: *a coon skin cap* mũ bằng da gấu mèo Mỹ 2. (lóng, xấu) người da đen.

coop¹ /kuːp/ dt chuồng gà.

coop² /kuːp/ dgt (thường + up, in) nhốt giam: *I've been cooped up indoors all day* tôi bị nhốt trong nhà cả ngày.

co-op /'kəʊɒp/ dt (kng) 1. hợp tác xã 2. **the Co-op** (Anh) cửa hàng hợp tác xã: *he does all his shopping at the Co-op* ông ta mua mọi thứ ở cửa hàng hợp tác xã.

cooper /'kuːpə[r]/ dt thợ đóng thùng.

co-operate /kəʊ'ɒpəreit/ đgt 1. hợp tác: *the two schools are co-operating on the project* hai trường đang hợp tác thực hiện đề án 2. cộng tác: *"if you co-operate, we'll let you go" said the policemen* viên cảnh sát nói: nếu anh chịu cộng tác với chúng tôi thì chúng tôi sẽ thả anh.

co-operation /kəʊ,ɒpə-'reiʃn/ dt 1. sự hợp tác: *co-operation between the police and the public in catching the criminal* sự hợp tác giữa cảnh sát và quần chúng bắt tên tội phạm 2. sự cộng tác, sự giúp đỡ: *this film was produced in cooperation with Australian TV* phim này được sản xuất với sự cộng tác của TV Úc.

co-operative¹ /kəʊ'ɒpəreitiv/ *tt* **1.** hợp tác, liên kết: *a co-operative venture* cuộc liên doanh hợp tác **2.** nhiệt tình cộng tác: *the school was very co-operative when we made a film there* nhà trường nhiệt tình cộng tác khi chúng tôi làm bộ phim ở đấy **3.** [thuộc] hợp tác xã: *co-operative member* xã viên hợp tác xã; *co-operative store* cửa hàng hợp tác xã.

co-operative² /kəʊ'ɒpəreitiv/ *dt* hợp tác xã.

co-operatively /kəʊ'ɒpəreitivli/ *pht* [với tinh thần] hợp tác.

co-opt /kəʊ'ɒpt/ *dgt* bầu vào: *co-opt a new member onto the committee* bầu một thành viên mới vào ủy ban.

co-ordinate¹ /kəʊ'ɔːdinət/ *dt* **1.** (*thường* **coordinate**) tọa độ **2.** (**co-ordinates**) (*snh*) quần áo phối hợp (*của phụ nữ, có thể mặc thành bộ do có mầu sắc hợp nhau*).

co-ordinate² /kəʊ'ɔːdineit/ *dgt* phối hợp: *co-ordinate one's movements when swimming* phối hợp động tác khi bơi; *the plan is not very well co-ordinated* kế hoạch không được phối hợp tốt.

co-ordinate clause /kəʊ,ɔː- dinət 'klɔːz/ (*ngôn*) mệnh đề kết hợp (*được nối với nhau bởi* and, but, or...).

co-ordination /kəʊ,ɔːdi- 'neiʃn/ *dt* **1.** sự phối hợp: *the perfect co-ordination of hand and eye* sự phối hợp hoàn hảo giữa tay và mắt **2.** khả năng phối hợp: *you need excellent co-ordination for ballgames* chơi bóng anh

phải có khả năng phối hợp tài tình.

co-ordinator /kəʊ'ɔːdi- neitə[r]/ *dt* người điều phối: *the campaign needs an effective co-ordinator* chiến dịch cần một người điều phối có hiệu quả.

coot /kuːt/ *dt* (*động*) chim sâm cầm. // **as bald as a coot** x bald.

cop¹ /kɒp/ *dt* (*lóng*) cớm, cảnh sát.

cop² /kɒp/ *dt* (*lóng*) **1.** nhận, chịu: *he copped a nasty whack on the head* nó bị một cú mạnh vào đầu **2.** bắt, tóm: *if I copped you cheating again, you'll be in trouble* nếu tôi tóm được anh chơi gian lần nữa thì sẽ lôi thôi đấy **3.** nhốt, bỏ tù: *he was copped for speeding* anh ta bị nhốt vì cho xe chạy quá tốc độ. // **cop hold of something** nắm chắc, túm chặt; **cop it** bị phạt: *when he finds out who broke his radio, you'll really cop it!* khi ông ấy biết ai làm vỡ cái rađiô của ông ta thì anh sẽ bị phạt đó!

cop out [of something] (*xấu*) không dám làm (*vì sợ*): *he was boasting about how brave he was at the start, but copped out [of it] at the finish* lúc bắt đầu hắn khoác lác là rất gan dạ, nhưng vào lúc cuối hắn đã không dám tiếp tục nốt.

cop³ /kɒp/ *dt* (*lóng*) **a fair cop** x fair¹; **not much cop** không hay lắm, không giỏi lắm: *he's not much cop as a boxer* anh ta không phải là một võ sĩ quyền Anh giỏi lắm; *this film is not much cop* phim này không hay lắm.

copartner /kəʊ'pɑːtnə[r]/ *dt* người đồng đối tác.

copartnership /kəʊ'pɑːtnə- ʃip/ *dt* **1.** chế độ đồng đối tác **2.** cặp đồng đối tác; nhóm đồng đối tác.

cope¹ /kəʊp/ *dgt* (+ with) đối phó, đương đầu: *cope with difficulties* đương đầu với khó khăn; *there was too much work for our computer to cope with* có quá nhiều việc máy điện toán của chúng ta phải đảm đương.

cope² /kəʊp/ *dgt* áo lễ (*của tu sĩ*).

copeck (*cg* **kopeck**) /'kəʊ- pek, 'kɒpek/ *dt* đồng cô-pếch, đồng xu (*tiền Nga*).

Copernican /kə'pɜːnikən/ *tt* [thuộc] Cô-péc-ních (*nhà thiên văn Ba Lan 1473 - 1543*): *the Copernican system* hệ Cô-péc-ních.

copier /'kɒpiə[r]/ *dt* máy sao chụp.

copilot /kəʊ'pailət/ *dt* hoa tiêu phụ, phi công phụ.

coping /'kəʊpiŋ/ *dt* (*ktrúc*) mái tường.

coping-stone /'kəʊpiŋstəʊn/ *dt* (*Anh*) đá lát mái tường.

copious /'kəʊpiəs/ *tt* phong phú, dồi dào, hậu hĩ: *she supports her theory with copious evidence* bà ta bảo vệ lý thuyết của mình bằng những dẫn chứng phong phú.

copiously /'kəʊpiəsli/ *pht* [một cách] phong phú, [một cách] dồi dào, [một cách] hậu hĩ.

cop-out /kɒpaʊt/ *dt* (*lóng, xấu*) sự không dám làm (*vì sợ*).

copper¹ /'kɒpə[r]/ *dt* **1.** đồng [đỏ] **2.** (*Anh*) đồng xu đồng: *it only costs a few coppers* cái đó chỉ giá vài xu đồng (*tức là rẻ tiền thôi*) **3.** (*Anh*) thùng đồng nấu quần áo (*trước đây*).

copper² /'kɒpə[r]/ *dt (lóng)* cớm, cảnh sát.

copper beech /ˌkɒpə'bi:tʃ/ *(thực)* cây sồi lá màu đồng.

copper-bottomed /ˌkɒpə'bɒtəmd/ *tt (Anh)* an toàn; chắc chắn: *a copper-bottomed guarantee* một bảo đảm chắc chắn.

copperhead /'kɒpəhed/ *dt (động)* rắn lao.

copperplate /ˌkɒpə'pleit/ *dt* bản khắc đồng (để in).

copperplate writing /ˌkɒpəpleit'raitiŋ/ chữ viết tay có những nét lượn vòng móc vào nhau theo lối cổ *(thường dùng viết giấy mời...).*

coppice /'kɒpis/ *dt nh* copse.

copra /'kɒprə/ *dt* cùi dừa khô.

copse /kɒps/ *dt* bãi cây nhỏ, khu rừng chặt.

Copt /kɒpt/ *dt* 1. thành viên giáo hội Thiên Chúa giáo Ai Cập 2. Người Cốp *(thuộc dòng dõi người cổ Ai Cập).*

Coptic¹ /'kɒpik/ *tt* [thuộc người] Cốp: *Coptic traditions* truyền thống Cốp.

Coptic² /'kɒptik/ *dt* ngôn ngữ Cốp *(dùng trong giáo hội Thiên Chúa giáo Ai Cập).*

Coptic Church /ˌkɒptik'tʃɜ:tʃ/ **the Coptic Church** Giáo hội Thiên Chúa giáo cổ Ai Cập *(ngày nay còn có tín đồ ở Ai Cập và Etiopi).*

copula /'kɒpjələ/ *dt (ngôn)* hệ từ: *in "George became ill" the verb "became" is a copula* trong "George became ill", động từ "became" là một hệ từ.

copulate /'kɒpjuleit/ *dgt* giao cấu, giao hợp.

copulation /ˌkɒpju'leiʃn/ *dt* sự giao cấu, sự giao hợp.

copulative¹ /'kɒpjulətiv, (Mỹ 'kɒpjuleitiv)/ *tt* [để] nối, [để] liên hợp.

copulative² /'kɒpjulətiv, (Mỹ 'kɒpjuleitiv)/ *dt (ngôn)* từ nối, từ liên hợp: *"and" is a copulative* "and" là một từ nối.

copy¹ /'kɒpi/ *dt* 1. bản sao: *is this original drawing or is it a copy?* đây là bản vẽ gốc hay là bản sao? 2. bản: *if you can't afford a new copy of the book, perhaps you can find a second-hand one* nếu anh không kiếm được bản in mới của sách ấy, có lẽ anh có thể tìm một bản đã dùng rồi 3. bài để in: *the journalist has handed in his copy* anh nhà báo đã đem nộp bài của anh ta rồi.

copy² /'kɒpi/ *dgt* **(copied)** 1. (+down, out) chép lại: *Copy out a letter* chép lại một bức thư 2. sao, sao chép: *copy documents on a photocopier* sao chép tài liệu bằng máy sao chụp 3. bắt chước: *she's a good writer, try to copy her style* bà ta là một nhà văn giỏi, hãy cố bắt chước văn phong của bà 4. quay cóp.

copybook¹ /'kɒpibuk/ *dt* vở tập viết.

copybook² /'kɒpibuk/ *tt* 1. đúng bài bản: *it was a copybook operation by the police, all criminals were arrested and all the stolen property quickly recovered* đây là một hành động hết sức bài bản của cảnh sát, tất cả tội phạm đều bị bắt và toàn bộ tài sản bị mất đều được nhanh chóng thu hồi 2. cũ rích, sáo: *copybook maxims* những châm ngôn cũ rích.

copycat /'kɒpikæt/ *dt (kng, xấu)* người hay bắt chước.

copydesk /'kɒpidesk/ *dt* phòng biên tập và chuẩn bị bản in *(trong tòa soạn báo).*

copyist /'kɒpiist/ *dt* 1. người sao chép *(tài liệu cổ...)* 2. người bắt chước: *this painting is by a copyist* bức tranh này là do một người bắt chước vẽ lại.

copyright¹ /'kɒpirait/ *dt* (+ on) bản quyền, quyền tác giả.

copyright² /'kɒpirait/ *dgt* giữ bản quyền tác giả.

copyright³ /'kɒpirait/ *tt* được bảo vệ quyền tác giả.

copytypist /'kɒpitaipist/ *dt* nhân viên đánh máy.

copywrite[r] /'kɒpiraitə[r]/ *tt* người viết bài quảng cáo.

coquetry /'kɒkitri/ *dt* 1. tính hay làm đỏm, tính đỏm dáng 2. điệu bộ đỏm dáng.

coquette /kɒ'ket/ *dt (thường, xấu)* chị phụ nữ hay làm đỏm.

coquettish /kɒ'ketiʃ/ *tt* đỏm dáng, cớt nhả: *a coquettish smile* nụ cười cớt nhả.

coquettishly /kɒ'ketiʃli/ *pht* [một cách] đỏm dáng, [một cách] cớt nhả.

coracle /'kɒrəkl/ *dt* thuyền thúng.

coral¹ /'kɒrəl, (Mỹ 'kɔ:rəl)/ *dt* san hô.

coral² /'kɒrəl, (Mỹ kɔ:rəl)/ *tt* [có màu] đỏ san hô: *coral lipstick* sáp môi đỏ san hô.

coral island /ˌkɒrəl'ailənd/ đảo san hô.

coral reef /ˌkɒrəl'ri:f/ đá ngầm san hô.

cor anglais /ˌkɔ:r'ɒŋlei, (Mỹ ˌkɔ:r ɔ:ŋlei)/ *(snh* **cors anglais**) Ô ba antô *(nhạc khí).*

corbel /'kɔ:bl/ *dt (khúc)* mút chìa.

cord /kɔ:d/ *dt* 1. dây, thừng, dây thừng: *parcels tied with cord* gói hàng buộc bằng dây; *the spinal cord (giải)* dây sống; *the vocal cord (giải)* dây thanh **2.** *(Mỹ)* nh flex[1] **3.** nhung kẻ *(thường dùng làm thngũ)*: *cord trousers* quần nhung kẻ **4. cords** *(snh)* quần nhung kẻ: *a man wearing blue cords* một người mặc quần nhung kẻ màu xanh.

cordage /'kɔ:didʒ/ *dt* thùng chão.

cordial[1] /'kɔ:diəl/ *tt* **1.** thân tình: *a cordial smile* nụ cười thân tình **2.** *(thường thngũ; nói về sự căm ghét)* sâu sắc: *cordial hatred* sự căm ghét sâu sắc.

cordial[2] /'kɔ:diəl, (Mỹ 'kɔ:rdʒəl)/ *dt* nước ngọt quả ép: *lime juice cordial* nước chanh quả.

cordiality /,kɔ:di'æləti, (Mỹ ,kɔ:rdʒi'æləti)/ *dt* **1.** sự thân tình **2. cordialities** *(snh)* biểu hiện thân tình: *after the cordialities, we sat down to talk* sau những biểu hiện thân tình, chúng tôi ngồi xuống nói chuyện với nhau.

cordially /'kɔ:diəli/ *pht* **1.** [một cách] thân tình **2.** [một cách] sâu sắc *(căm ghét)*.

cordite /'kɔ:dait/ *dt* codit *(thuốc nổ không khói) (trong đầu đạn, bom...)*.

cordon[1] /'kɔ:dn/ *dt* **1.** hàng rào *(cảnh sát...)* **2.** phù hiệu đeo vai **3.** cây ăn quả xén trụi cành *(cho leo sát tường)*.

cordon[2] /'kɔ:dn/ *dgt* **cordon something off** bao vây bằng hàng rào cảnh sát: *police cordoned the area until the bomb was defused* cảnh sát bao vây khu vực cho đến khi quả bom được tháo ngòi.

cordon bleu /,kɔ:dɔn'blɜ:/ *tt (tiếng Pháp) tt* hạng cừ, hạng nhất *(nói về nghệ thuật nấu ăn)*: *cordon bleu cuisine* nghệ thuật nấu bếp hạng nhất.

corduroy /'kɔ:dərɔi/ **1.** nhung kẻ **2. corduroys** *(snh)* quần nhung kẻ: *a pair of corduroys* chiếc quần nhung kẻ.

corduroy road /'kɔ:dərɔi 'rəʊd/ *(Mỹ)* đường lát bằng thân cây *(qua vùng đầm lầy)*.

core[1] /kɔ:[r]/ *dt* lõi *(ở những quả như táo, lê... ở nam châm điện, ở quả đất...)*: *I ate the apple, and threw the core away* tôi ăn quả táo và vứt lõi đi; *the core of a subject (bóng)* cốt lõi của một vấn đề. // **to the core** đến tận xương tủy: *rotten to the core* thối nát đến tận xương tủy; *he is English to the core* anh ta là người Anh chính cống.

core[2] /kɔ:[r]/ *dgt* lấy lõi ra: *core an apple* lấy lõi quả táo ra.

CORE *(cg* **Core)** /kɔ:[r]/ *(vt của* Congress of Racial Equality) Đại hội bình đẳng chủng tộc *(Mỹ)*.

coreligionist /,kəʊri'lidʒə- nist/ *dt* người đồng đạo, giáo hữu.

corespondent /,kəʊri'spɒn- dənt/ *dt (luật)* người đồng bị cáo trong vụ kiện đòi ly dị *(thông dâm với vợ hoặc chồng trong vụ kiện)*.

corgi /'kɔ:gi/ *dt* giống chó cogi *(xứ* Wales).

coriander /,kɒri'ændə[r], (Mỹ ,kɔ:ri'ændər)/ *dt (thực)* cây rau mùi.

Corinthian[1] /kə'rinθiən/ *tt* **1.** [thuộc] thành Corinth *(cổ Hy Lạp)* **2.** *(ktrúc)* [thuộc] thức Corinth *(kiến trúc cổ Hy Lạp)*: *a corinthian column* cột thức Corinth.

Corinthian[2] /kə'rinθiən/ *dt* dân thành Corinth *(cổ Hy Lạp)*.

cork[1] /kɔ:k/ *dt* **1.** chất bần, li-e **2.** nút [chai bằng] bần.

cork[2] /kɔ:k/ *dgt* đóng nút bần vào *(chai...)*. **cork something up** *(kng)* che giấu *(tình cảm...)*: *don't cork it all up, if you feel angry show it* đừng che giấu tình cảm kiểu ấy, có gì không bằng lòng thì cứ biểu lộ nó ra.

corkage /'kɔ:kidʒ/ *dt* tiền mở nút *(khách trả cho nhà hàng khi mang rượu ngoài đến uống)*.

corked /kɔ:kt/ *tt* mất phẩm chất vì nút bần bị hở *(nói về rượu)*.

corkscrew /'kɔ:kskru:/ *dt* cái mở nút chai.

corm /kɔm/ *dt (thực)* thân hành.

cormorant /'kɔ:mərənt/ *dt (động)* chim cốc.

corn[1] /kɔ:n/ *dt* **1.** *(Anh)* ngũ cốc: *grinding corn to make flour* xay ngũ cốc thành bột; *a field of corn* cánh đồng ngũ cốc **2.** *(Mỹ)* ngô, bắp **3.** *(kng, xấu)* nhàm chán *(bản nhạc, bài thơ, vở kịch...)*.

corn[2] /kɔ:n/ *dt* chai *(ở chân)*. // **tread on somebody's corns (toes)** x tread.

corncob /'kɔ:nkɒb/ *dt* lõi [bắp] ngô.

cornea /'kɔ:niə/ *dt (giải)* giác mạc.

corneal /'kɔ:niəl/ *dt (giải)* [thuộc] giác mạc.

corned /kɔ:nd/ *tt* [ướp] muối: *corned pork* thịt lợn muối.

cornelian /kɔ:'niliən/ *dt (khoáng)* conalin, mã não hồng.

corner[1] /'kɔ:nə[r]/ *dt* **1.** góc: *a square has four corners* hình vuông có bốn góc; *standing at a street corner* đứng ở góc phố **2.** nơi kín đáo, xó xỉnh: *money hidden in odd corners* tiền giấu ở những xó xỉnh kỳ cục **3.** vùng, miền: *she lives in a quiet corner of Yorkshire* bà ta sống ở một miền yên tĩnh ở Yorkshire **4.** tình huống lúng túng khó xử: *the interviewer has driven her into the corner* người phỏng vấn đã dồn bà ta vào một tình huống lúng túng (vào thế bí) **5.** *(thường số ít) (thương)* sự đầu cơ, sự lũng đoạn thị trường **6.** *(thể) (cg* **corner-kick***)* quả phạt góc *(bóng đá)* **7.** góc võ đài **8.** nhóm săn sóc đấu thủ giữa hai hiệp. // **cut corners** a/ lái xe theo một vòng cua rộng, không quẹo gấp b/ làm tắt, bỏ qua một số thủ tục *(để cho được việc nhanh)*: *we've had to cut a few corners to get our visa ready in time* chúng ta đã phải lờ đi một số thủ tục để lấy được thị thực kịp thời; **cut [off] the corner** *(Anh)* đi tắt: *the lawn is damaged here because people cut [off] the corner* bãi cỏ ở chỗ này bị giẫm hỏng vì người ta đi tắt qua; **the four corners of the earth** bốn phương, tứ xứ: *former students of this school are now working in the four corners of the earth* sinh viên cũ của trường này nay làm việc ở bốn phương (mọi nơi) trên thế giới; **out of the corner of one's eye** liếc nhìn: *I caught sight of her out of the corner of my eye* tôi liếc mắt nhìn thấy cô ta; **[just] round the corner** gần sát, rất gần: *her house is [just] round the corner* nhà cô ta gần ngay đây thôi; *good times are just round the corner* sắp đến hồi thái lai rồi; *turn the corner* vượt qua hiểm nghèo, đã qua tuần bĩ cực.

corner² /'kɔːnə[r]/ *dgt* **1.** dồn vào góc, dồn vào chân,

tường, *(bóng)* dồn vào thế bí: *the escaped prisoner was corned at last* cuối cùng tên tù vượt ngục đã bị dồn vào thế bí; *the interviewer corned the politician with a particularly tricky question* bằng một câu hỏi hết sức lắt léo người phỏng vấn đã dồn nhà chính khách vào thế bí **2.** vào cua, rẽ, quẹo *(xe, lái xe)* **3.** *(thương)* mua vét *(nhằm mục đích lũng đoạn thị trường)*; lũng đoạn thị trường.

cornered /'kɔːnəd/ *(trong tt ghép)* **1.** có số góc *(là bao nhiêu đấy)*: *a three cornered hat* cái mũ ba góc **2.** có số bên *(là bao nhiêu đấy)*, tay *(mấy đấy)*: *the election was a three cornered fight between Conservatives, Labour and SLD* cuộc bầu cử là một sự tranh giành tay ba giữa đảng Bảo thủ, Công Đảng và đảng của những người dân chủ xã hội tự do.

cornerstone /'kɔːnəstəʊn/ *dt* **1.** đá góc móng *(của một ngôi nhà)* **2.** *(bóng)* nền tảng, cơ sở.

cornet /'kɔːnit/ *dt* **1.** *(nhạc)* kèn coocnê **2.** bồ đài *(bao bằng giấy hay bằng bánh quế để đựng lạc rang, đựng kem)*.

corn exchange /'kɔːniks-ˌtʃeindʒ/ sở giao dịch ngũ cốc.

cornflakes /ˌkɔːnfleiks/ *dt (snh)* bánh ngô nướng.

cornflour /'kɔːnflʊə[r]/ *dt* bột gạo, bột ngô.

cornflower /'kɔːnflʊə[r]/ *dt (thực)* cây xa cúc lam.

cornice /'kɔːnis/ *dt* **1.** *(ktrúc)* gờ tường. **2.** sườn treo *(núi)*.

Cornish /'kɔːniʃ/ *tt* [thuộc] Cornwall *(ở Tây Nam nước Anh)*.

Cornish pasty /ˌkɔːniʃ'pæsti/ bánh pa-tê Cornwall.

Corn Laws /'kɔːn lɔːz/ **the Corn Laws** *(sử)* luật hạn chế nhập khẩu ngô *(để giữ giá ngô, ở Anh năm 1846)*.

corn on the cob /ˌkɔːnɒn-ðə'kɒb/ ngô luộc cả bắp.

corn pone /'kɔːnpəʊn/ *dt (cg* **pone***)* bánh mì ngô.

cornstarch /'kɔːnstɒtʃ/ *tt (Mỹ) nh* cornflour.

cornucopia /ˌkɔːnjʊ'kəʊpiə/ *dt* **1.** *(cg* **horn of plenty***)* bình hình sừng kết hoa quả *(tượng trung cho sự sung túc phong phú)* **2.** *(bóng)* nguồn phong phú: *the book is a cornucopia of information* cuốn sách là một nguồn thông tin phong phú.

corny /'kɔːni/ *tt* (**-ier; -iest**) *(kng, xấu)* nhàm: *a corny joke* câu đùa nhàm; *a corny story* câu chuyện nhàm.

corolla /kə'rɒlə/ *dt (thực)* tràng hoa.

corollary /'kə'rɒləri, (Mỹ 'kɒrələri)/ *dt* hệ luận; hệ quả.

corona /kə'rəʊnə/ *dt (snh* **coronas** /kə'rəʊnəz/) *(cg* **aureola, aureole***) (thiên)* tán *(mặt trăng, mặt trời)*.

coronary /ˌkɒrənri, (Mỹ kɔːrənəri)/ *tt* [có] hình vành: *coronary arteries (giải)* động mạch vành.

coronary thrombosis /'kɒrənri θrɒm'bəʊsis/ *(y) (cg kng* **coronary***)* chứng huyết khối động mạch vành.

coronation /ˌkɒrə'neiʃn, (Mỹ kɔːrə'neiʃn)/ *dt* lễ đăng quang.

coroner /'kɒrənə[r], (Mỹ 'kɔːrənər)/ *dt* nhân viên điều tra những vụ chết bất thường (khả nghi).

coroner's inquest /ˌkɒrənəz'iŋkwest/ cuộc điều tra một vụ chết bất thường (khả nghi).

coronet /'kɒrənet, (Mỹ 'kɔ:rənət)/ *dt* **1.** mũ miện nhỏ *(của các vị công khanh)* **2.** vòng hoa đội [trên] đầu.

Corp *vt (cg* **Cpl**) **1.** *(vt của* Corporal) hạ sĩ **2.** *(Mỹ, vt của* corporation) tập đoàn, công ty.

corporal¹ /'kɔ:pərəl/ *tt* [thuộc] thân thể, [thuộc] thể xác.

corporal² /'kɔ:pərəl/ *dt (quân)* hạ sĩ.

corporal punishment /'kɔ:-pərəl' pʌniʃmənt/ hình phạt về thể xác, nhục hình.

corporate /'kɔ:pərət/ *tt* **1.** tập thể: *corporate responsibility* trách nhiệm tập thể **2.** [thuộc] liên hiệp công ty **3.** hợp nhất: *a corporate body* một cơ quan hợp nhất.

corporation /ˌkɔ:pə'reiʃn/ *dt* **1.** hội đồng: *the municipal corporation* hội đồng đô chính **2.** (v **Corp**) tập đoàn, công ty **3.** nghiệp đoàn **4.** *(Anh, dùa)* bụng phệ.

corporation tax /ˌkɔ:pə'reiʃn taks/ thuế công ty.

corporeal /kɔ:'pɔ:riəl/ *tt* **1.** [thuộc] cơ thể: *corporeal needs* các nhu cầu của cơ thể **2.** [thuộc] vật chất: *he is very religious, corporeal world has little interest for him* ông ta rất mộ đạo, thế giới vật chất ông ta ít quan tâm.

Corps /kɔ:[r]/ *dt* **1.** *(quân)* quân đoàn **2.** đoàn: *the Diplomatic Corps* ngoại giao đoàn.

corps de ballet /ˌkɔ:də'bæ-lei/ *(tiếng Pháp)* đoàn vũ ba lê.

corpse /kɔ:ps/ *dt* xác chết, thi hài.

corpulence /'kɔ:pjʊləns/ *dt* sự mập mạp.

corpulent /'kɔ:pjʊlənt/ *tt* mập, béo, mập mạp.

corpus /'kɔ:pəs/ *dt (snh* **corpora**) bộ sưu tập; tập: *the entire corpus of Milton's works* tập tác phẩm toàn bộ của Milton.

corpuscle /'kɔ:pʌsl/ *dt* **1.** tiểu thể: *blood corpuscle* tiểu thể máu, huyết cầu **2.** *(lý)* hạt.

corral¹ /kə'ra:l, (Mỹ kə'ræl)/ *dt* **1.** *(Mỹ)* bãi quây [súc vật] **2.** lũy toa xe *(toa xe sắp thành vòng quây để bảo vệ trại).*

corral² /kə'ra:l, (Mỹ kə'ræl)/ *đgt* (-ll-) **1.** cho *(súc vật)* vào bãi quây **2.** xếp *(toa xe...)* thành lũy bảo vệ.

correct¹ /kə'rekt/ *tt* **1.** đúng, chính xác: *the correct answer* câu trả lời đúng; *the description is correct in every detail* bản mô tả chính xác đến từng chi tiết; *"are you Jenkins?" "that's correct"* anh là Jenkins à?" "Đúng vậy" **2.** đúng đắn, phải phép *(hành vi, thái độ, áo quần): a very correct young lady* một thiếu phụ rất đúng đắn; *correct behaviour* tư cách đúng đắn.

correct² /kə'rekt/ *đgt* sửa, chỉnh: *correct spelling* sửa chính tả; *I correct my watch by the time signal* tôi sửa lại giờ ở đồng hồ của tôi theo tín hiệu giờ [của đài]; *correct an essay* sửa [những chỗ sai trong] một bài luận; *add salt to correct the seasoning* hãy thêm muối [mà chỉnh độ gia vị] cho vừa.

correction /kə'rekʃn/ *dt* **1.** sự sửa; chỗ sửa: *a written exercise with corrections in red ink* bài tập có những chỗ sửa bằng mực đỏ **2.** sự trùng trị: *the correction of young delinquents* sự trùng phạt những người thanh niên phạm tội; *a house of correction* nhà trùng giới.

correctitude /kə'rektitjuːd/ *dt* sự đúng đắn, sự chỉnh tề.

corrective¹ /kə'rektiv/ *tt* để sửa, để chỉnh, để cải tạo, để trùng trị: *corrective training* sự rèn luyện cải tạo *(thanh niên phạm tội...); corrective surgery for a deformed leg* phẫu thuật chỉnh hình chân bị biến dạng.

corrective² /kə'rektiv/ *dt* cái để sửa chữa, cái để chỉnh lại: *these artefacts are correctives to the usual view of these people as completely uncivilized* những đồ tạo tác này là những vật giúp ta sửa chữa quan niệm thông thường cho những dân tộc này là hoàn toàn không văn minh.

correctly /kə'rektli/ *pht* **1.** [một cách] đúng: *answer correctly* trả lời đúng **2.** [một cách] đúng đắn: *behave very correctly* xử sự rất đúng đắn.

correctness /kə'rektnis/ *dt* **1.** sự đúng, sự chính xác **2.** sự đúng đắn, sự phải phép.

correlate /'kɒrəleit, (Mỹ 'kɔ:rəleit)/ *đgt* (+ **with, and**) có tương quan với: *smoking and lung cancer are closely correlated* hút thuốc và ung thư phổi có tương quan chặt chẽ với nhau.

correlation /ˌkɒrə'leiʃn, (Mỹ ˌkə:rə'leiʃn)/ *dt* sự tương quan.

correlative /kɒ,relətiv/ *tt* **1.** tương quan **2.** *(ngôn)* tương liên: *"either" and "or" are correlative conjunctions* "either" và "or" là liên từ tương liên.

correspond /ˌkɒri'spɒnd, (Mỹ kɔ:ri'spɒnd)/ *đgt* **1.** (+ **with**) tương ứng: *your account of events corresponds with hers* sự thuật lại sự kiện của anh tương ứng với sự thuật lại của chị ta; *does* *the name on the envelope correspond with the name on the letter inside?* tên đề ngoài bì thư có tương ứng với tên trên bức thư ở trong không? **2.** (+ to) tương đương: *the American Congress corresponds to the British Parliament* quốc hội Mỹ tương đương với nghị viện Anh **3.** (+ with) trao đổi thư từ *(với ai): we've corresponded [with each other] for years but I've never actually met him* chúng tôi đã trao đổi thư từ với nhau mấy năm rồi, nhưng tôi chưa hề thật sự gặp anh ta.

correspondence /ˌkɒri-ˈspɒndəns, (*Mỹ* kɔːriˈspɒndəns)/ *dt* **1.** sự tương ứng: *a close correspondence between the two accounts* một sự tương ứng chặt chẽ giữa hai bản tường trình **2.** thư từ; quan hệ thư từ: *she has a lot of correspondence to deal with* cô ta có hàng đống thư từ phải giải quyết.

correspondence course /ˌkɒriˈspɒndənskɔːs/ lớp hàm thụ.

correspondent /ˌkɒriˈspɒndənt, (*Mỹ* kɔːriˈspɒndənt)/ *dt* **1.** thông tín viên *(của một tờ báo, một đài phát thanh...)* **2.** người trao đổi thư từ, người viết thư: *he's a poor correspondent* anh ta ít viết thư.

corresponding /ˌkɒriˈspɒn-diŋ, (*Mỹ* kɔːriˈspɒndiŋ)/ *tt* tương ứng: *imports in the first three months have increased by 10 per cent compared with the corresponding period last year* nhập khẩu trong ba tháng đầu đã tăng 10 phần trăm so với thời kỳ tương ứng năm ngoái *(so với cùng kỳ năm ngoái)*.

correspondingly /ˌkɒriˈspɒndiŋli, (*Mỹ* kɔːriˈspɒndiŋli)/ *pht* [một cách] tương ứng.

corridor /ˈkɒridɔː[r], (*Mỹ* ˈkɔːridɜːr)/ *dt* **1.** hành lang **2.** dải đất hành lang *(đất của một nước kéo dài qua một nước khác)*. // **the corridor of power** cơ quan quyền lực tối cao.

corridor train /ˈkɒridɜːˌtrein/ xe lửa có hành lang xuyên suốt.

corrigenda /ˌkɒridʒendə, (*Mỹ* ˌkɔːridʒendə)/ *snh của* corrigendum.

corrigendum /ˌkɒridʒen-dəm, (*Mỹ* ˌkɔːridʒendəm)/ *dt* (*snh* **corrigenda**) bản đính chính *(các lỗi in ở một cuốn sách)*.

corroborate /kəˈrɒbəreit/ *dgt* xác nhận, chứng thực: *experiments have corroborated her predictions* thí nghiệm đã xác nhận những lời tiên đoán của bà ta.

corroboration /kəˌrɒbə-ˈreiʃn/ *dt* sự xác nhận, sự chứng thực.

corroborative /kəˈrɒbərətiv, (*Mỹ* kəˈrɒbəreitiv)/ *tt* [để] xác nhận, [để] chứng thực.

corrode /kəˈrəʊd/ *dgt* (+ away) gặm mòn, ăn mòn: *acid has corroded the iron [away]* axit đã ăn mòn sắt; *a bitter envy that had corroded their friendship (bóng)* lòng ghen tị sâu cay đã gặm mòn tình bạn của họ.

corrosion /kəˈrəʊʒn/ *dt* sự gặm mòn, sự ăn mòn.

corrosive¹ /kəˈrəʊsiv/ *tt* gặm mòn, ăn mòn.

corrosive² /kəˈrəʊsiv/ *dt* chất ăn mòn.

corrugate /ˈkɒrəgeit, (*Mỹ* ˈkɔːrəgeit)/ *dgt* (*thường ở dạng bị động*) làm thành nếp gấp, tạo thành nếp

nhăn, tạo thành rãnh: *his brow corrugated with the effort of thinking* mày hắn cau lại do suy nghĩ lung; *muddy roads corrugated by cart wheels* đường lầy bị bánh xe bò cày thành rãnh.

corrugated /ˈkɒrəgeitid, (*Mỹ* ˈkɔːrəgeitid)/ *tt* có nếp gấp, có nếp nhăn; thành làn sóng: *corrugated cardboard* bìa làn sóng *(để đóng hàng dễ vỡ)*.

corrugated iron /ˌkɒrəgeitid ˈaiən, (*Mỹ* kɔːrəgeitidˈaiərn)/ tôn múi.

corrupt¹ /kəˈrʌpt/ *tt* **1.** đồi bại, thối nát: *corrupt morals* đạo đức đồi bại; *corrupt officials who won't issue permits unless you bribe them* những công chức thối nát không cấp giấy phép nếu không được đút lót **2.** có nhiều chỗ sai; có nhiều chỗ sửa đổi: *a corrupt manuscrit* một bản thảo có nhiều chỗ sửa đổi **3.** (*cổ*) không trong lành, không thuần khiết: *corrupt air* không khí không trong lành.

corrupt² /kəˈrʌpt/ *dgt* **1.** làm đồi bại, làm thối nát: *young people whose morals have been corrupted* những người trẻ tuổi có đạo đức đồi bại **2.** làm hư hỏng; mua chuộc: *corrupt an official* mua chuộc một viên chức.

corruptibility /kəˌrʌptə-ˈbiləti/ *dt* **1.** tính dễ đồi bại, tính dễ thối nát **2.** tính dễ mua chuộc, tính dễ hủ hóa.

corruptible /kəˈrʌptəbl/ *tt* **1.** dễ đồi bại, dễ thối nát **2.** dễ mua chuộc, dễ hủ hóa.

corruption /kəˈrʌpʃn/ *dt* **1.** sự đồi bại, sự thối nát **2.** sự mua chuộc, sự hủ hóa **3.** sự thối rữa: *the corruption of the body after death* sự thối rữa của cơ thể sau khi chết.

corruptly /kə'rʌptli/ *pht* **1.** [một cách] đồi bại, [một cách] thối nát **2.** [với sự] mua chuộc, [với sự] đút lót.

corruptness /kə'rʌptnis/ *dt* **1.** sự đồi bại, sự thối nát **2.** sự mua chuộc, sự đút lót.

corsage /kɔː'sɑːʒ/ *dt* đóa hoa cài ngực *(của nữ).*

corsair /'kɔːseə[r]/ *dt* **1.** cướp biển, hải tặc **2.** tàu cướp biển.

cosselet *(cg* **corslet)** /'kɔːslit/ *dt* áo giáp bán thân *(chỉ che lưng, ngực và bụng).*

corset /'kɔːsit/ *dt* coocxê, yếm nịt *(của nữ).*

corslet /'kɔːslit/ *dt x* corselet.

cortege *(cg* **cortège)** /kɔː-'teiʒ/ *dt* đám rước; đám đưa tang.

cortex /'kɔːteks/ *dt (snh* **cortices)** *dt* **1.** *(sinh)* vỏ **2.** *(giải)* vỏ não.

cortical /'kɔːtikl/ *tt* **1.** *(sinh)* [thuộc] vỏ **2.** *(giải)* [thuộc] vỏ não.

cortices /'kɔːtisiːz/ *dt snh* của cortex.

cortisone /'kɔːtizəʊn/ *dt (dược)* coctison.

corundum /kə'rʌndəm/ *dt (khoáng)* corundum.

coruscate /'kɒrəskeit, (Mỹ* 'kɔːrəskeit)/ *dgt* chói lọi, sáng loáng: *coruscating jewel* đồ nữ trang sáng loáng; *corruscating wit* trí thông minh sắc sảo.

coruscation /,kɒrə'skeiʃn, (Mỹ* ,kɔːrə'skeiʃn)/ *dt* sự chói lọi, sự sáng loáng.

corvette /kɔː'vet/ *dt* **1.** tàu hộ tống **2.** *(cũ)* tàu chiến covét.

cos[1] /kɒs/ *dt (cg* **cos lettuce)** *dt (thực)* rau diếp giòn.

cos[2] /kɒs/ *(toan) (vt của* co-sine) cosin.

cos[3] /kɒs, kɒz/ *lt (kng) (vt của* because) bởi vì.

cosec /'kəʊsek/ *(toán) (vt của* cosecant) cosec.

cosecant /,kəʊ'sikənt/ *dt (toán)* cosec.

coset /'kəʊset/ *dt (toán)* đồng tập hợp.

cosh[1] /kɒʃ/ *dt (Anh)* cái dùi cui.

cosh[2] /kɒʃ/ *dgt (Anh)* đánh bằng dùi cui.

co-signatory /,kəʊ'signətəri, (Mỹ* kəʊ'signətɔːri)/ người cùng ký, bên cùng ký.

cosily /'kəʊzili/ *pht* **1.** [một cách] ấm cúng, [một cách] thoải mái **2.** [một cách] thân mật.

cosine /'kəʊsain/ *dt (vt* cos) *toán* cosin.

cosiness /'kəʊzinis/ *dt* **1.** sự ấm cúng, sự thoải mái **2.** sự thân mật.

cos lettuce /,kɒs'letis/ *dt x* cos[1].

cosmetic[1] /kɒz'metik/ *dt (thường snh)* mỹ phẩm.

cosmetic[2] /kɒz'metik/ *tt* **1.** dùng làm mỹ phẩm: *cosmetic preparations* các thứ pha chế dùng làm mỹ phẩm **2.** *(thường xấu)* chỉ là tô vẽ bề ngoài: *the reforms he claims to have made are in fact merely cosmetic* những cải cách ông ta đòi hỏi thực hiện thực ra chỉ là mang tính chất tô vẽ bề ngoài mà thôi.

cosmetically /kɒz'metikli/ *pht* **1.** [như là] mỹ phẩm **2.** *(bóng)* chỉ là tô vẽ bề ngoài.

cosmetician /,kɒzme'tiʃn/ *dt* **1.** người bán mỹ phẩm **2.** người hướng dẫn sử dụng mỹ phẩm.

cosmetic surgery /kɒz,me-tik's3ːdʒəri/ phẫu thuật thẩm mỹ.

cosmic /'kɒzmik/ *tt* [thuộc] vũ trụ: *a disaster of cosmic proportion (bóng)* một thảm họa quy mô vũ trụ *(thảm họa rất lớn).*

cosmic dust /,kɒzmik'dʌst/ bụi vũ trụ.

cosmic rays /,kɒzmik'reiz/ tia vũ trụ.

cosmogony /kɒ'zmɒgəni/ *dt (cg* **cosmology)** thuyết nguồn gốc vũ trụ.

cosmologist /kɒz'mɒlədʒist/ *dt* nhà vũ trụ học.

cosmology /kɒz'mɒlədʒi/ *dt* **1.** vũ trụ học **2.** *nh* cosmogony.

cosmonaut /'kɒzmənɔːt/ *dt* nhà du hành vũ trụ; phi công vũ trụ.

cosmopolitan[1] /,kɒzmə'pɒlitən/ *tt* **1.** gồm người từ nhiều nước, gồm người tứ xứ: *cosmopolitan city* một thành phố gồm người tứ xứ **2.** *(sinh)* có khắp thế giới: *a cosmopolitan plant* cây có khắp thế giới **3.** theo quan điểm thế giới chủ nghĩa: *a cosmopolitan person* người có tầm nhìn thế giới chủ nghĩa.

cosmopolitan[2] /,kɒzmə'pɒlitən/ *dt* người thế giới chủ nghĩa.

cosmos /'kɒzmɒs/ *dt* **the cosmos** (số ít) vũ trụ.

cosset /'kɒsit/ *dgt (xấu)* nâng niu, nâng đỡ: *industry cosseted by tariffs on foreign imports* nền công nghiệp được nâng đỡ bằng thuế đánh vào hàng nhập cảng.

cost[1] /kɒst, (Mỹ* kɔːst)/ *dgt* **(cost) 1.** trị giá, giá: *these chairs cost £40 each* ghế này giá 40 bảng mỗi cái; *how much (what) does it cost?* cái đó giá bao nhiêu?; *the meal cost us £20* bữa ăn chúng tôi phải trả 20 bảng đấy **2.** *(thường không dùng ở thì tiếp diễn)* gây tổn thất, làm mất, làm cho phải trả giá: *the scandal cost her career* vụ tai tiếng đó đã làm bà ta mất việc; *her irresponsible behaviour cost her father many sleepless nights* hành vi vô trách nhiệm của cô ta làm bố cô mất ngủ nhiều đêm **3.** ước lượng giá: *has this project been costed?* đề án này đã ước lượng chi phí chưa? **4.** *(kng)* hao tốn *(cho ai)*: *you can have the deluxe model if you like, but it'll cost you* anh có thể lấy kiểu thuộc loại sang trọng, nhưng sẽ tốn nhiều tiền đấy. // **charge (cost, pay) somebody the earth** x **earth**; **cost somebody dear** làm cho ai phải trả giá đắt: *that mistake cost him dear: he lost the game because of it* sai lầm ấy làm cho anh ta phải trả giá đắt, anh ta đã thua trận đấu vì nó. **cost something out** ước tính giá: *I thought I could afford it, then I costed it out properly and found it was too expensive* tôi đã tưởng là tôi có thể mua được cái đó, nhưng ước tính đúng giá thì thấy đắt quá.

cost² /kɒst, *(Mỹ* kɔːst)/ *dt* **1.** giá, giá cả: *living costs; the cost of living* giá sinh hoạt; *the cost-of-living index* chỉ số giá sinh hoạt **2.** phí tổn, chi phí: *she built the house without regard to cost* bà ta xây ngôi nhà mà chẳng cần biết chi phí hết bao nhiêu **3.** giá *(phải trả)*: *the battle was won at [a] great cost in human lives* trận đánh ấy đã thắng với cái giá của nhiều nhân mạng **4. costs** *(snh) (luật)* án phí: *pay a £50 fine and £25 costs* trả 50 bảng tiền phạt và 25 bảng tiền án phí. // **at all costs** bằng mọi giá; **at the cost of something** [phải trả] bằng giá của cái

gì đó: *she saved him from drowning, but only at the cost of her own life* cô ta cứu được anh khỏi chết đuối, nhưng phải trả giá bằng chính sinh mạng của mình; **count the cost** x **count¹**; **to one's cost** với giá tự chính mình phải trả; theo sự thể nghiệm của chính mình: *wasp stings are serious, as I know to my cost* ngòi đốt của ong vẽ ác lắm, theo như chính tôi đã thể nghiệm.

cost accountant /'kɒstə-kaʊntənt/ *dt (cg* **cost clerk)** kế toán viên giữ sổ sách chi tiêu.

co-star¹ /'kəʊstɑː[r]/ *dgt* **(-rr-) 1.** *(không dùng ở thể bị động)* sắp xếp cho cùng đóng, sắp xếp cho cùng sắm vai chính: *the film co-starred Robert Redford and Paul Newman* bộ phim có Robert Redford cùng đóng với Paul Newman **2.** cùng đóng *(phim)*: *Laurence Olivier is in the film, and Maggle Smith co-stars [with him]* Laurence Olivier đóng trong phim, và Maggle Smith cùng đóng với anh.

co-star² /'kəʊstɑː[r]/ *dt* đồng diễn viên vai chính.

cost benefit /'kəʊst 'benifit/ *(kté)* quan hệ vốn lãi.

cost clerk /'kəʊstklɑːk/ x cost accountant.

cost effective /'kəʊstifektiv/ có lãi, có lợi so với vốn bỏ ra.

costliness /'kɒstlinis, *(Mỹ* 'kɔːstlinis)/ *dt* sự đắt.

costly /'kɒstli, *(Mỹ* 'kɔːstli)/ *dt* **(-ier, -iest)** đắt: *it would be too costly to repair the car* chữa xe sẽ đắt quá; *a costly mistake* một sai lầm phải trả giá đắt.

costermonger /'kɒstəmʌŋ-gə[r]/ *dt (Anh, cũ)* người đẩy

xe bán hàng rong *(bán cá, rau...)*.

cost price /'kɒstprais/ **1.** giá vốn **2.** giá thành.

costume /'kɒstjuːm, *(Mỹ* 'kɒstuːm)/ *dt* **1.** trang phục, áo quần: *people wore historical costumes for the parade* người ta mặc trang phục cổ truyền đi diễu hành; *skiing costume* áo quần trượt tuyết **2.** *(cũ)* bộ váy áo *(của nữ)*.

costume jewellery /'kɒstjuːm ˌdʒuːəlri/ đồ nữ trang giả.

costumier /kɒ'stjuːmiə[r], *(Mỹ* kɒ'stuːmiər)/ *dt* người buôn bán áo quần, cho thuê trang phục *(nhất là trang phục sân khấu)*.

cosy *(Mỹ* **cozy)** /'kəʊzi/ *tt* **(-ier; -est) 1.** ấm cúng, thoải mái: *a cosy room* gian phòng ấm cúng **2.** thân mật: *a cosy chat by the fireside* cuộc chuyện trò thân mật cạnh bếp lửa.

cot /kɒt/ *dt (Mỹ* **crib)** *(Anh)* **1.** giường cũi *(cho trẻ nhỏ)* **2.** *(Mỹ)* giường hẹp *(trên tàu thủy...)*.

cotangent /kəʊ'tændʒənt/ *dt (toán) (vt* **cot)** cotang.

cot-death /'kɒtdeθ/ *dt* cái chết đột ngột của trẻ đang ngủ.

cote /kəʊt/ *dt (trong từ ghép)* chuồng: *a dove-cote* chuồng bồ câu; *a sheep-cote* chuồng cừu.

cotenant /ˌkəʊ'tenənt/ *dt* người thuê chung nhà.

coterie /'kəʊtəri/ *dt (thường xấu)* nhóm: *a literary coterie* nhóm văn học.

coterminous /ˌkəʊ'tɜːminəs/ *tt (thường vị ngữ)* (+ with) có đường ranh giới chung.

cottage /'kɒtidʒ/ *dt* nhà tranh, túp lều.

cottage cheese /ˌkɒtidʒ'tʃiːz/ pho mát sữa gạn kem.

cottage hospital /ˌkɒtidʒ 'hɒspitl/ *(Anh)* trạm xá nông thôn.

cottage industry /ˌkɒtidʒ 'indəstri/ thủ công gia đình.

cottage loaf /ˌkɒtidʒ 'ləʊf/ *(Anh)* ổ bánh mì chồng.

cottage pie /ˌkɒtidʒ'pai/ *nh* shepherd's pie.

cottager /'kɒtidʒə[r]/ *dt* người sống trong lều.

cotterpin /'kɒtəpin/ *dt (kỹ)* đinh chốt.

cotton¹ /'kɒtn/ *dt* **1.** bông: *a bale of cotton* một kiện bông **2.** cây bông **3.** chỉ bông; vải bông: *a needle and cotton* kim và chỉ bông; *a cotton dress* áo bằng vải bông.

cotton² /'kɒtn/ *dgt* **cotton on [to something]** *(Anh, kng)* đi đến chỗ hiểu ra: *at last she's cottoned on to what they mean* cuối cùng chị ta đã hiểu ra họ muốn nói gì; **cotton to somebody** *(Mỹ, kng)* thích ai.

cotton candy /ˌkɒtn'kændi/ *(Mỹ) nh* candyfloss.

cotton gin /ˌkɒtn'dʒin/ *dt nh* gin¹ 2.

cotton seed oil /ˌkɒtnsi:'ɔil/ dầu hạt bông.

cottontail /'kɒtnteil/ *dt* thỏ đuôi bông *(Bắc Mỹ)*.

cotton wool /ˌkɒtn'wʊl/ bông xơ, bông: *you shouldn't wrap your children in cotton wool* bạn không nên ấp ủ con cái trong bông vải [không cho chúng tiếp xúc với thế giới bên ngoài].

cotyledon /ˌkɒti'li:dn/ *dt (thực)* lá mầm.

couch¹ /kʊtʃ/ *dt* trường kỷ.

couch² /kaʊtʃ/ *dgt* **1.** diễn đạt, diễn tả: *a carefully couched reply* câu trả lời được diễn đạt cẩn thận **2.** *(cổ)* nằm phục xuống *(thú vật, để ẩn nấp...).*

couchant /'kaʊtʃənt/ *tt (thường đi sát ngay sau một dt)* nằm ngẩng đầu lên *(con thú trên huy hiệu):* a *lion couchant* hình sư tử nằm ngẩng đầu lên.

couchette /ku:'ʃet/ *dt (tiếng Pháp)* giường cu-sét, giường dựng mặt lên được *(thành lưng dựa, trên toa xe lửa).*

couch-grass /'kaʊtʃgra:s, 'ku:tgra:s, (Mỹ 'kaʊtʃgræs)/ *(cg* **couch**) *(thực)* cỏ gà.

cougar /'ku:gə[r]/ *dt (động) (Mỹ) (cg* **puma**) báo sư tử.

cough¹ /kɒf, (Mỹ kɔːf)/ *dgt* **1.** ho **2.** xình xịch *(tiếng máy... như tiếng ho):* the *engine coughed once or twice, but wouldn't start* cỗ máy xình xịch một hai lần, nhưng không khởi động được **3.** ho ra *(cái gì):* he'd *been coughing [up] blood* nó đã ho ra máu. // **cough up** [miễn cưỡng] nhả ra: *he owes us money, but he won't cough it up* nó nợ tiền chúng tôi, nhưng không muốn nhả ra để trả; *come on cough up: who did it?* nào khai ra đi, ai đã làm chuyện đó?

cough² /kɒf, (Mỹ kɔːf)/ *dt* sự ho; tiếng ho; chứng ho: *have a bad cough* ho nặng; *cough medicine* thuốc ho; *give a slight cough* đằng hắng.

could¹ /kəd; *dạng nhấn mạnh* kʊd/ *dgt* tình thái *(dạng phủ định* **could not**, *viết rút gọn là* **couldn't) 1.** có thể *(tỏ ý xin phép):* could *I use your phone?* tôi gọi nhờ điện thoại của anh được không? **2.** [làm] giùm *(chỉ lời đề nghị):* could *you type one more letter?* anh đánh máy giùm một bức thư nữa được không? **3.** có thể *(chỉ kết quả, khả năng, lời đề nghị...):* what's *for dinner? I could eat a horse* cơm tối

món gì thế? Tôi [đói đến mức] có thể ăn cả một con ngựa đấy; *don't worry, they could have just forgotten to phone* đừng lo, họ chỉ có thể quên gọi điện thoại thôi; *we could write a letter to the headmaster* chúng ta có thể viết một bức thư cho ông hiệu trưởng.

could² /kʊd/ *qk của* can³.

couldn't /kʊdnt/ *dạng rút gọn của* could not.

coulter *(Mỹ* **colter**) /'kəʊltə[r]/ *dt* dao cày.

council /'kaʊnsl/ *dt* hội đồng: *city council* hội đồng thành phố; *a council of elders govern the tribe* một hội đồng bô lão cai quản bộ lạc.

council-chamber /'kaʊnsl ˌtʃeimbə[r]/ *dt* phòng [họp] hội đồng.

council estate /'kaʊnsl iˌsteit/ *(Anh)* khu đất công [để] xây cư xá.

council flat /'kaʊnslflæt/ *(Anh)* cư xá.

council house /'kaʊnsl haʊs/ *nh* council flat.

councillor *(Mỹ* **councilor**) /'kaʊnsələ[r]/ *dt* ủy viên hội đồng.

counsel¹ /'kaʊnsl/ *dt* **1.** lời khuyên: *listen to the counsel of your elders* hãy nghe lời khuyên của các bậc cha anh **2.** *(snh kđổi)* luật sư *(trong một vụ kiện):* the *court heard counsel for both sides* tòa nghe luật sư của cả hai bên. // **a counsel of perfection** lời khuyên hay nhưng khó theo; **hold (take) counsel with somebody** hỏi ý kiến ai; **keep one's own counsel** giữ bí mật ý kiến (kế hoạch) của mình; **take counsel together** hỏi ý kiến lẫn nhau.

counsel² /'kaʊnsl/ *dgt* (-ll-, *Mỹ cg* -l-) khuyên; khuyên bảo: *a psychiatrist who* counsels alcoholics một bác sĩ tâm thần khuyên bảo những người nghiện rượu; *I would counsel caution in such a case* trong trường hợp như thế tôi sẽ khuyên nên cẩn thận; *he counselled them to give up the plan* anh ta khuyên họ nên từ bỏ kế hoạch.

counselling /'kaʊnsəliŋ/ *dt* lời khuyên bảo, lời chỉ bảo: *financial counselling* lời chỉ bảo về mặt tài chính.

counsellor (*Mỹ cg* **counselor**) /'kaʊnsələ[r]/ *dt* **1.** cố vấn **2.** (*Mỹ, Ailen*) luật sư.

count[1] /kaʊnt/ *đgt* **1.** đếm: *he can't count yet* nó chưa biết đếm; *count from 1 to 20* đếm từ 1 đến 20; *have the votes been counted up yet?* phiếu bầu đã đếm hết chưa thế? **2.** kể cả, gộp cả: *fifty people, not counting the children* năm mươi người không kể trẻ em **3.** có giá trị, có tầm quan trọng; được tính đến: *her opinion counts because of her experience* ý kiến bà ta quan trọng vì bà ta có kinh nghiệm; *knowledge without common sense counts for little* kiến thức mà không có lương tri thì cũng chẳng có giá trị mấy; *a few lines of rhyming doggerel don't count as poetry* vài câu vè có vần đâu có được tính đến như là thơ **4.** coi là, coi như, cho là: *I count myself fortunate* tôi tự cho mình là được may mắn; *we count her as one of our oldest friends* chúng tôi coi cô ta là một trong các người bạn lâu năm nhất của chúng tôi. // **count one's blessings** biết quý những gì mình có: *don't complain! count your blessings!* đừng có kêu ca, hãy biết quý những gì anh đã có!; **count**

one's chickens before they are hatched chưa đẻ đã đặt tên; **count the cost [of something]** chịu hậu quả của một hành động dại dột (thiếu cẩn thận), trả giá cho một hành động dại dột (thiếu cẩn thận); **count against somebody, count something against somebody** [bị] coi như là bất lợi cho ai: *your criminal record could count against you in finding a job* hồ sơ tội phạm của anh có thể coi như là bất lợi cho việc anh tìm việc làm; **count among somebody (something)** tính đến như là ở trong số những ai đó: *I no longer count him among my friends* tôi không còn xem anh ta là ở trong số bạn của tôi nữa; **count down** báo hiệu là đã đến gần lúc (*phóng tên lửa...*) bằng cách đếm ngược (*thí dụ 10, 9, 8, 7...*); **count somebody (something) in** kể cả, tính gộp cả vào: *see how many plates we have, but don't count in the cracked ones* xem chúng ta có bao nhiêu cái đĩa, nhưng chớ tính gộp cả những cái đã rạn nứt đấy; **count on somebody (something)** tin tưởng ở, trông mong ở: *count on somebody's help (on somebody to help)* trông mong ở sự giúp đỡ của ai; *don't count on a salary increase this year* năm nay đừng có trông mong có tăng lương; **count somebody (something) out** a/ đếm từ từ từng cái một: *the old lady counted out thirty pence and gave it to the shop assistant* bà cụ từ từ đếm ba mươi xu từng xu một và đưa cho người bán hàng b/ đếm đến 10, tuyên bố là đo ván (*võ sĩ quyền Anh bị đánh ngã*) c/ (*kng*) không tính đến, không kể đến: *if it's going to be*

a rowdy party, you can count me out nếu sẽ là một buổi liên hoan ồn ào, thì anh có thể không tính đến sự có mặt của tôi; **count towards something** được tính vào: *these payments will count towards your pension* những khoản chi trả này sẽ được tính vào lương hưu của anh; **count up to something** đạt đến tổng số là, cộng gộp lại là: *these small contributions soon count up to a sizeable amount* những đóng góp nhỏ này chẳng mấy chốc mà cộng gộp lại thành một con số lớn.

count[2] /kaʊnt/ *dt* **1.** sự đếm: *a second count of the votes in an election* sự đếm (kiểm) phiếu lần thứ hai trong một cuộc bầu cử **2.** tổng số (*vật tìm thấy trong một mẫu thử nghiệm*): *a high pollen count* tổng số hạt phấn tìm thấy đạt con số cao **3.** sự tuyên bố đo ván (*quyền Anh*) **4.** (*luật*) điểm buộc tội: *two counts of forgery and one of fraud* hai tội về giả mạo và một về lừa đảo **5.** điểm, luận điểm (*trong lý lẽ*): *I disagree with you on both counts* tôi không đồng ý với anh về cả hai điểm. // **keep (loose) count of** biết (không biết) có bao nhiêu: *so many arrived at once that I lost count [of them]* nhiều người đến cùng một lúc đến nỗi tôi không biết là có bao nhiêu [người] nữa.

count[3] /kaʊnt/ *dt* bá tước (*ở Pháp, Ý, tương đương với* earl *ở Anh*).

countable /'kaʊntəbl/ *tt* có thể đếm được.

countable noun /'kaʊntəbl naʊn/ (*ngôn*) danh từ đếm được.

countdown /'kaʊndaʊn/ *dt* **1.** sự đếm ngược (*từ 10 đến*

0, để ra hiệu phóng tên lửa...) **2.** thời gian trước (một sự kiện quan trọng): *the countdown to local election* thời gian trước cuộc bầu cử của địa phương.

countenance¹ /ˈkaʊtənəns/ *dt* **1.** sắc mặt, vẻ mặt: *change one's countenance* đổi sắc mặt **2.** sự ủng hộ, sự tán thành: *I would not give countenance to such a plan* tôi sẽ không tán thành một kế hoạch như thế. // **keep one's countenance** giữ vẻ mặt bình thản; **put stare/ somebody out of countenance** (*cũ*) nhìn ai chòng chọc làm cho họ bối rối.

countenance² /ˈkaʊtənəns/ *dgt* ủng hộ, tán thành: *they would never countenance lying* họ sẽ không bao giờ tán thành lối nói dối.

counter¹ /ˈkaʊtə[r]/ *dt* quầy hàng; quầy. // **over the counter** không cần đơn (*thuốc*): *these tablets are available over the counter* những viên thuốc này mua không cần đơn; **under the counter** [mua bán] lén lút (*ở tiệm bán hàng*).

counter² /ˈkaʊtə[r]/ *dt* **1.** thẻ (*để đánh bạc thay tiền*) **2.** (*trong từ ghép*) máy đếm: *an engine rev-counter* máy đếm vòng quay của một cỗ máy **3.** vật đổi chác (*đổi lấy một vật khác của đối phương trong một cuộc thương lượng...*).

counter³ /ˈkaʊtə[r]/ *pht* **counter to something** đối lại, ngược với: *act counter somebody's wishes* hành động ngược lại ý muốn của ai.

counter⁴ /ˈkaʊtə[r]/ *dgt* (+ with) **1.** phản đối, chống lại: *they countered our proposal with one of their own* họ chống lại đề nghị của chúng tôi bằng một đề nghị

của chính họ **2.** phản công, đánh trả: *the champion countered with his right* nhà vô địch đánh trả bằng cú tay phải.

counter- dạng kết hợp (tạo thành *dt, tt, dgt, pht*) **1.** đối lại, ngược lại: *counter-attraction* sự hút ngược lại **2.** phản [lại]: *counter-espionage* hoạt động phản gián.

counteract /ˌkaʊntəˈrækt/ *dgt* chống lại, làm mất tác dụng: *counteract somebody's bad influence* chống lại ảnh hưởng xấu của ai; *counteract the effect of poison* làm mất tác dụng của chất độc.

counteraction /ˌkaʊntəˈrækʃn/ *dt* sự chống lại, sự làm mất tác dụng

counter-attack¹ /ˈkaʊntərətæk/ *dt* cuộc phản kích.

counter-attack² /ˈkaʊntərətæk/ *dgt* phản kích.

counter-attraction /ˌkaʊntərəˈtrækʃn/ *dt* **1.** sức hút ngược lại **2.** sự lôi kéo cạnh tranh, sự thu hút cạnh tranh.

counterbalance¹ /ˈkaʊntəbæləns/ *dt* (*cg* **counterpoise**) đối trọng.

counterbalance² /ˈkaʊntəbæləns/ *dgt* cân với, ngang với: *his level headedness counterbalances her impetuousness* tính điểm đạm của anh cân với tính bốc đồng của cô nàng.

counterblast /ˈkaʊntəblɑːst/ (*Mỹ* /ˈkaʊntəblæst/) *dt* lời phản kháng kịch liệt.

counterclaim /ˈkaʊntəkleim/ *dt* sự phản tố.

counter-clockwise /ˌkaʊntəˈklɒkwaiz/ *pht* (*Mỹ*) *nh* anticlockwise.

counter-espionage /ˌkaʊntərˈespiənɑːʒ/ *dt* hoạt động phản gián.

counterfeit¹ /ˈkaʊntəfit/ *tt* giả, giả mạo: *counterfeit money* tiền giả.

counterfeit² /ˈkaʊntəfit/ *dt* đồ giả, vật giả mạo.

counterfeit³ /ˈkaʊntəfit/ *dgt* giả mạo: *counterfeit somebody's handwriting* giả mạo chữ viết của ai.

counterfeiter /ˈkaʊntəfitə[r]/ *dt* kẻ làm giả, kẻ giả mạo.

counterfoil /ˈkaʊntəfoil/ *dt* cuống (*biên lai...*).

counter-indication /ˌkaʊntəindiˈkeiʃn/ *dt nh* contra-indication.

counter-insurgency /ˌkaʊntər inˈsɜːdʒənsi/ *dt* biện pháp chống đột kích.

counter-intelligence /ˌkaʊntər inˈtelidʒəns/ *dt nh* counter-espionage.

counter-intuitive /ˌkaʊntər inˈtjuːitiv/ *tt* phản trực giác: *his solution to the problem is counter-intuitive* cách giải quyết vấn đề của ông ta là phản trực giác.

counter-irritant /ˌkaʊntər ˈiritənt/ *dt* (y) thuốc kích thích giảm đau.

countermand /ˌkaʊntəˈmɑːnd/, (*Mỹ* /ˌkaʊntəˈmænd/) *dgt* hủy (*lệnh, đơn đặt hàng, mà ra lệnh ngược lại hoặc làm đơn đặt hàng khác*).

countermeasure /ˈkaʊntəˌmeʒə[r]/ *dt* biện pháp đối phó: *countermeasures against a threatening strike* biện pháp đối phó với một cuộc đình công đang đe dọa nổ ra.

counter-offensive /ˈkaʊntərəˌfensiv/ *dt* sự phản công; cuộc phản công.

counter-offer /ˈkaʊntərɒfə[r]/ *dt* sự chào giá giành khách hàng.

counterpane /ˈkaʊntəpein/ *dt* (*cổ*) khăn trải giường.

counterpart /'kaʊntəpɑ:t/ *dt* bên tương ứng, người đồng nhiệm.

counterplot¹ /'kaʊntəplɒt/ *dt* kế chống lại.

counterplot² /'kaʊntəplɒt/ *dgt* (+ against) dùng kế chống lại; tương kế tựu kế.

counterpoint /'kaʊntəpɔint/ *dt (nhạc)* đối âm.

counterpoise /'kaʊntəpɔiz/ *dt* 1. (*cg* **counterbalance**) đối trọng 2. thế ngang bằng: *the two nations' nuclear forces are in perfect counterpoise* lực lượng hạt nhân của hai nước hoàn toàn ngang bằng nhau.

counter-productive /ˌkaʊntə prə'dʌktiv/ *tt* phản tác dụng: *it's counter-productive to be too tough: it just makes the staff resentful* quá cứng rắn thì phản tác dụng thôi, nó chỉ tổ làm cho nhân viên oán giận.

counter-productively /ˌkaʊntə prə'dʌktivli/ *pht* [một cách] phản tác dụng.

counter-productiveness /ˌkaʊntə prə'dʌtivnis/ *dt* sự phản tác dụng.

counter-revolution /ˌkaʊntə revə'lu:ʃn/ *dt* cuộc phản cách mạng.

counter-revolutionary /ˌkaʊntə revə'lu:ʃnəri/ *tt* phản cách mạng.

countersign¹ /'kaʊntəsain/ *dgt* tiếp ký.

countersign² /'kaʊntəsain/ *dt* khẩu lệnh, mật hiệu: *give the countersign* nói mật hiệu.

countersink /'kaʊntəsiŋk/ *dgt* (**countersank; counter-sunk**) (*thường dùng ở dạng bị động*) 1. khoét loe miệng (*một cái lỗ*) để đóng ngập đầu đinh vào 2. đóng ngập vào miệng khoét loe (*của một lỗ*).

counter-tenor /ˌkaʊntə 'tenə[r]/ *dt (nhạc)* 1. giọng nam cao 2. người có giọng nam cao.

countervailing /ˌkaʊntə veiliŋ/ *tt (thngũ)* bù lại: *all the disadvantages without any of the countervailing advantages* tất cả mọi bất lợi mà không một thuận lợi nào bù lại.

countess /'kaʊntis/ *dt* 1. bá tước phu nhân 2. nữ bá tước.

counting /'kaʊntiŋ/ *dt* sự đếm; sự kiểm.

counting-house /'kaʊntiŋ haʊs/ *dt (cũ)* phòng tài vụ.

countless /'kaʊntlis/ *tt* vô số, đếm không xuể.

count noun /'kaʊntnaʊn/ *nh* countable noun.

countrified /'kʌntrifaid/ *tt* 1. [có tính chất] thôn dã: *quite a countrified area* một vùng hoàn toàn thôn dã 2. (*xấu*) quê mùa.

country /'kʌntri/ *dt* 1. nước, quốc gia: *European countries* các nước Châu Âu; *there will be rain in all parts of the country* sẽ có mưa trên khắp cả nước 2. **the country** (*số ít*) nhân dân (*một nước*): *the whole country resisted the invaders* toàn dân đã chống lại quân xâm lăng 3. **the country** (*số ít*) nông thôn, miền quê: *live in the country* sống ở nông thôn 4. (*thường kèm tt*) miền, vùng: *a marshy country* một vùng đầm lầy; *this is unknown country to me* đây là một vùng xa lạ đối với tôi; (*bóng*) đấy là một lĩnh vực xa lạ đối với tôi 5. (*cg* **country–and–western**) nhạc đồng quê (*xuất xứ từ nhạc dân gian miền Nam và miền Tây nước Mỹ*): *country music* nhạc đồng quê. // **go to the country** (*Anh*) giải tán nghị

viện và tổ chức tổng tuyển cử.

country-and-western /ˌkʌntriənd'westən/ *dt (vt* **C and W**) nhạc đồng quê (*xuất xứ từ nhạc dân gian miền Nam và miền Tây nước Mỹ*): *country-and-western music* nhạc đồng quê.

country club /'kʌntriklʌb/ câu lạc bộ thể thao thôn dã (*của những người chơi thể thao ngoài trời*).

country cousin /ˌkʌntri 'kʌzn/ (*kng, xấu*) anh nhà quê.

country dance /ˌkʌntri 'dɑ:ns/ (*Anh*) điệu vũ sóng đôi.

country house /ˌkʌntri 'haʊs/ tòa nhà ở nông thôn (*của người giàu*).

countryman /'kʌntrimən/ *dt* (*c* **countrywoman**) (*snh* **countrymen**) 1. người nông thôn 2. người đồng hương.

country seat /ˌkʌntri'si:t/ (*cũ*) tòa nhà (*của một điền chủ ở nông thôn*).

countryside /'kʌntrisaid/ *dt* (*thường* **the countryside** (*số ít*) nông thôn, miền quê.

countrywoman /'kʌntriwʊmən/ *dt* (*snh* **contriwomen**) 1. chị phụ nữ nông thôn 2. nữ đồng hương.

county¹ /'kaʊnti/ *dt* 1. hạt (*đơn vị hành chính lớn nhất của chính quyền địa phương ở Anh*): *the county of Kent* hạt Kent 2. (*Mỹ và các nước khác*) tỉnh (*đơn vị dưới cấp bang*).

county² /'kaʊnti/ *tt* (*Anh, kng, đôi khi xấu*) [có lối sống] theo kiểu địa chủ thượng lưu (*ví dụ thích đi săn cáo...*): *he belongs to the county set* ông ta thuộc tầng lớp địa chủ thượng lưu.

county council /ˌkaʊnti 'kaʊnsil/ hội đồng hạt.

county court /ˌkaʊntiˈkɔːt/ (Anh) tòa án dân sự địa phương.

county town /ˌkaʊntiˈtaun/ (Anh) **county seat** /ˌkaʊn-tiˈsiːt/ (Mỹ) thủ phủ hạt, thị xã.

coup /kuː/ (snh **coups** /kuːz/) (tiếng Pháp) **1.** cú, việc làm táo bạo thành công: *make a coup* làm một cú táo bạo thành công **2.** (cg Pháp **coup d'état**) cuộc đảo chính.

coup de grâce /ˈkuːdəɡrɑːs, (Mỹ ˈkuːdeɡræs)/ (Pháp) (snh **coups de grâce**) đòn kết liễu.

coup d'é tat /kuːdeiˈtɑː/ (snh **coups d'é tat**) cuộc đảo chính.

coupe /kuːp/ dt x coupé **1.**

coupé /ˈkuipei/ dt **1.** (Mỹ **coupe**) xe hơi hai chỗ ngồi **2.** xe ngựa hai chỗ ngồi.

couple¹ /ˈkʌpl/ dt **1.** đôi, cặp: *married couples* những cặp vợ chồng; *several couples were on the dance floor* trên sàn nhảy có nhiều đôi; *I won't have any more whis-kies, I've had a couple al-ready* tôi không dùng uýt-ki nữa đâu, tôi đã uống hai cốc rồi **2.** (cơ) ngẫu lực. // **in a couple of shakes; in two shakes** x shake².

couple² /ˈkʌpl/ dgt **1.** buộc vào với nhau, nối lại với nhau: *the dining-car was coupled on to the last coach* toa ăn được nối với toa cuối cùng **2.** gắn liền, liên kết: *the name of Mozart is cou-pled with the city of Salzburg* tên tuổi của Mozart gắn liền với thành phố Salzburg **3.** (cổ hoặc tu từ) ăn nằm với nhau, giao hợp.

couplet /ˈkʌplit/ dt cặp câu (hai câu thơ liên tiếp dài bằng nhau): *a rhyming cou-plet* cặp câu thơ có vần điệu.

coupling /ˈkʌpliŋ/ dt **1.** sự nối [lại với nhau] **2.** (cổ hoặc

tu từ) sự ăn nằm với nhau, sự giao hợp **3.** chỗ nối, móc nối.

coupon /ˈkuːpɒn/ dt **1.** phiếu, vé: *petrol coupons* phiếu mua xăng; *bread cou-pons* phiếu mua bánh mì **2.** phiếu đánh cá (đánh cá bóng đá...).

courage /ˈkʌridʒ/ dt sự can đảm, sự dũng cảm: *she didn't have the courage to refuse* cô ta không có can đảm từ chối. // **have (lack) the courage of one's convictions** có (thiếu) can đảm thực hiện điều mình cho là đúng; **lose courage** x lose; **pluck up cour-age** x pluck; **screw up one's courage** x screw; **take one's courage in both hands** lấy hết can đảm.

courageous /kəˈreidʒəs/ tt can đảm, dũng cảm, gan dạ.

courageously /kəˈreidʒəsli/ pht [một cách] can đảm, [một cách] dũng cảm, [một cách] gan dạ.

courgette /kɔːˈʒet/ dt (Anh) (Mỹ **zucchini**) quả bí non (làm rau ăn).

courier /ˈkʊriə[r]/ dt người đưa thư, người thông tin (thường dùng đặt tên báo): *Vietnam courier* Tin tức Việt Nam; *diplomatic courier* nhân viên giao thông ngoại giao.

course¹ /kɔːs/ dt **1.** quá trình, tiến trình: *the course of history* tiến trình lịch sử **2.** dòng; hướng, phương: *the course of a river* dòng sông; *the plane was off course* phi cơ đi chệch hướng; *the course of the argument suddenly changed* cuộc tranh luận đột nhiên đổi sang hướng khác **3.** cách xử lý, cách giải quyết: *what courses are open to us?* chúng ta có những cách giải quyết nào thế? **4.**

giáo trình, khóa học; đợt: *an elementary course in maths* một giáo trình sơ cấp về toán học; *taking a re-fresher course to improve my driving* theo học một khóa bổ túc để nâng cao khả năng lái xe của tôi; *prescribe a course of X-ray treatment* cho điều trị một đợt X quang **5.** bãi chơi gôn; trường đua (ngựa...); đường đua (thuyền) **6.** món ăn (dọn lần lượt): *a five-course dinner* bữa ăn tối năm món; *the main course was a stew* món ăn chính là món hầm **7.** hàng gạch (trong tường): *a damp-proof course* một hàng gạch chống ẩm. // **course of action** đường lối hành động: *what is the best course of action we can take?* ta nên theo đường lối hành động nào là tốt nhất?; **be par for the course** x par¹; **in course of something** trong quá trình, đang [diễn biến]: *a house in course of construction* một ngôi nhà đang trong quá trình xây dựng; **in the course of something** trong lúc: *in the course of our conversa-tion* trong lúc chúng tôi nói chuyện; **in [the] course of time** qua thời gian rồi sẽ, rồi ra sẽ: *be patient, you will be promoted in the course of time* hãy kiên nhẫn, rồi ra anh cũng sẽ được thăng chức; **in due course** x due¹; **in the ordinary (normal) course of events (things...)** theo lệ thường: *in the ordinary course of events I visit her once a week* theo lệ thường mỗi tuần tôi đến thăm bà một lần; **a matter of course** x matter¹; **a middle course** x middle; **of course** dĩ nhiên; **run (take) its course** tiến triển như thường lệ, kết thúc như thường lệ: *we can't cure the disease, it must run its* *course* ta không thể chữa khỏi bệnh này đâu, bệnh sẽ tiến triển như thường lệ thôi *(sẽ dẫn đến tử vong)*; **stay the course** x stay¹.

course² /kɔːs/ *dgt* chảy *(chất lỏng)*: *the blood courses through his veins* máu chảy qua tĩnh mạnh của nó; *tears coursed down her cheeks* nước mắt chảy dài trên má nàng.

coursing /'kɔːsiŋ/ *dt (thể)* môn săn thỏ bằng chó.

court¹ /kɔːt/ *dt* **1.** tòa án: *bring to court for trial* mang ra tòa để xét xử; *open court* phiên tòa công khai; *the court rose as the jugde entered* cả tòa đứng dậy khi quan tòa bước vào **2.** *(thường* **Court)** triều đình; cung điện: *be presented at court* được đưa vào triều bệ kiến **3.** sân nhà *(cg* **Courtyard)** sân [thể thao]: *a tennis court* sân đánh quần vợt. // **the ball is in somebody's (one's) court** x ball¹; **go to court (over something)** đi thưa kiện *(về việc gì)*; **hold court** tiếp đón khách hâm mộ *(nói về các ngôi sao điện ảnh...)*; **laugh somebody (something) out of court** x laugh; **pay court to somebody** x pay²; **put something out of court** làm cho không đáng quan tâm: *the sheer cost of the scheme puts it right out of court* chi phí quá cao của dự án khiến nó không đáng được quan tâm; **take somebody to court** đưa ai ra tòa, kiện ai ra tòa.

court² /kɔːt/ *dgt* **1.** *(cũ)* tán tỉnh, tỏ tình, tìm hiểu: *the two have been courting for a year* cặp ấy đã tìm hiểu nhau một năm nay **2.** tranh thủ *(sự đồng tình, sự giúp đỡ...)*: *court somebody's approval* tranh thủ sự đồng

tình của ai **3.** rước lấy, chuốc lấy: *court failure* chuốc lấy thất bại.

court-card /'kɔːtkɑːd/ *dt (cg* **face-card)** quân bài có hình người *(trong bộ bài tây, quân K, Q, J)*.

courteous /'kɔːtiəs/ *tt* lịch sự, nhã nhặn.

courteously /'kɔːtiəsli/ *pht* [một cách] lịch sự, [một cách] nhã nhặn.

courtesan /ˌkɔːti'zæn, *(Mỹ* 'kɔːtizn)/ *dt* đĩ quý phái.

courtesy /'kɜːtəsi/ *dt* **1.** sự lịch sự, sự nhã nhặn **2.** hành động lịch sự, lời nói lịch sự. // **by courtesy of** được sự cho phép *(giúp đỡ, ủng hộ)* của: *the programme comes by courtesy of a local company* chương trình này có được là nhờ sự giúp đỡ của một công ty địa phương.

courtesy title /'kɜːtəsi taitl/ *(Anh)* tước hiệu danh vị *(chỉ có giá trị danh vị, không có giá trị pháp lý)*.

court-house /'kɔːthaus/ *dt* **1.** trụ sở tòa **2.** trị sở hành chính hạt.

courtier /'kɔːtiə[r]/ *dt* triều thần: *the King and his courtiers* vua và triều thần.

courtliness /'kɔːtlinis/ *dt* tác phong lịch sự chững chạc.

courtly /'kɔːtli/ *tt* **(-ier; -iest)** lịch sự chững chạc.

court martial¹ /ˌkɔːt'mɑːʃl/ *dt (snh* **courts martial) 1.** tòa án quân sự **2.** phiên tòa quân sự.

court-martial² /ˌkɔːt'mɑːʃl/ *dgt* **(-ll-, Mỹ -l-)** xử ở tòa án quân sự: *be court-martialled for neglect of duty* bị xử ở tòa án quân sự vì lơ là nhiệm vụ.

court of law /ˌkɔːtəv'lɔ/ *nh* lawcourt.

court order /ˌkɔːt'ɔːdə[r]/ lệnh [của] quan tòa.

courtship /'kɔːtʃip/ *dt* **1.** sự tán tỉnh, sự tỏ tình; sự tìm hiểu **2.** thời gian tìm hiểu: *they married after a brief courtship* họ lấy nhau sau một thời gian tìm hiểu ngắn.

courtyard /'kɔːtjɑːd/ *dt* sân nhà, sân trong.

cousin /'kʌzn/ *dt* **1.** anh con bác, em con chú, anh con dì, em con dì, em con cậu, em con cô **2.** anh (em) họ.

cousinly /'kʌznli/ *tt* như anh em họ: *cousinly affection* tình quý mến như anh em họ.

couture /ku:'tjuə[r]/ *dt (tiếng Pháp) (cg* **haute couture)** mốt thời thượng cao cấp: *couture clothes* trang phục thời thượng cao cấp.

couturier /ku:'tuəriei/ *dt (tiếng Pháp)* **1.** người thiết kế thời trang nữ cao cấp **2.** thợ may quần áo thời trang nữ cao cấp.

cove¹ /kəuv/ *dt* vịnh nhỏ.

cove² /kəuv/ *dt (Anh, kng, cũ)* gã, thằng cha: *what a strange cove he is!* thằng cha mới kỳ cục làm sao!

coven /'kʌvn/ *dt* **1.** nhóm phù thủy **2.** cuộc họp các tay phù thủy.

covenant¹ /'kʌvənənt/ *dt* **1.** thỏa ước **2.** lời hứa đóng góp đều đặn *(cho một tổ chức từ thiện...)*.

covenant² /'kʌvənənt/ *dgt* thỏa thuận, giao ước: *I've covenanted with them that I'll pay £100 a year* tôi giao ước với họ là sẽ trả 100 bảng mỗi năm.

Coventry /'kovəntri/ *dt* **send somebody to Coventry** x send.

cover¹ /'kʌvə[r]/ *dgt* **1.** che, phủ: *cover the table with a cloth* phủ một tấm vải lên bàn; *he laughed to cover his nervousness* anh ta cười để che giấu sự bực dọc của mình; *snow covered the ground* tuyết phủ mặt đất; *the wind blew from the desert and covered everything with sand* cơn gió thổi từ sa mạc và phủ đầy cát lên mọi vật **2.** bao hàm, bao quát: *her lectures covered the subject thoroughly* bài giảng của bà ta đã bao quát đầy đủ vấn đề đó; *is that word covered in the dictionary?* từ đó có trong từ điển này không? **3.** đủ *(cho cái gì đó):* £10 will cover our petrol for the journey* mười bảng có đủ trả tiền xăng cho chuyến đi của chúng ta không? **4.** đi được *(bao nhiêu độ đường đấy):* by sunset we had covered thirty miles* trước lúc mặt trời lặn, chúng ta đã đi được ba mươi dặm **5.** tường thuật, đưa tin: *cover the Labour Party's annual conference* đưa tin về hội nghị hàng năm của Công đảng **6.** làm giúp, làm thay việc *(cho ai trong khi họ vắng mặt):* I'll cover for Janes while she's on holiday* tôi sẽ làm thay cho Janes trong khi cô ta đi nghỉ **7.** bảo hiểm: *are you fully covered against (for) fire and theft?* các ông đã được bảo hiểm đầy đủ về hỏa hoạn và trộm cắp chưa? **8.** yểm hộ; khống chế: *the artillery gave us covering fire* pháo binh bắn yểm hộ chúng tôi; *our guns covered every approach to the town* súng của chúng tôi khống chế mọi lối vào thành phố **9.** nhảy *(cái),* phủ *(cái).* // **cover (hide) a multitude of sins** x multitude; **cover one's tracks** xóa dấu vết; **cover oneself with glory** *(tu từ)* đạt được vinh quang.

cover something in che *(bằng mái che, tấm che...):* we're having the passage covered* chúng tôi đang cho che lối đi;

cover [oneself] up mặc ấm: *do cover [yourself] up, it's freezing outside* hãy mặc ấm vào, ngoài trời đang giá lạnh đấy; **cover [something] up** *(xấu)* che đậy, giấu giếm: *they were trying to cover up the scandal* chúng đang tìm cách giấu giếm vụ tai tiếng ấy; **cover up for somebody** che giấu sai lầm cho ai; che giấu tội ác cho ai.

cover² /'kʌvə[r]/ *dt* **1.** vỏ, cái bao; phong bì: *a plastic cover for a typewriter* cái bao bằng nhựa đậy máy chữ **2.** vung, nắp: *the cover of a saucepan* cái vung xoong **3.** nơi trú ẩn: *there was nowhere we could cover from the storm* chẳng có chỗ nào để ta có thể trú để tránh con bão **4.** bìa *(sách):* the magazine had a picture of a horse on the cover* tờ tạp chí có hình con ngựa ở ngoài bìa **5. the covers** *(snh)* khăn trải giường **6.** màn che, lốt: *his business is a cover for drug dealing* hoạt động kinh doanh của anh ta là một cái lốt che đậy việc buôn bán ma túy **7.** sự yểm hộ: *artillery gave cover while the infantry advanced* pháo binh bắn yểm hộ cho bộ binh tiến quân **8.** (+ for) sự làm giúp, sự làm thay *(việc cho ai khi họ đi vắng):* the doctor provides emergency cover [for sick colleagues]* ông bác sĩ này làm thay đột xuất cho đồng nghiệp bị ốm **9.** (+ against) sự bảo hiểm: *a policy that gives cover against fire* một hợp đồng bảo hiểm hỏa hoạn **10.** lùm cây, bụi rậm: *the fox broke cover and ran across the field* con cáo rời khỏi bụi rậm và chạy băng qua cánh đồng **11.** bộ dao nĩa cho một người ăn *(đặt ở bàn ăn);* chỗ ngồi ăn *(ở bàn ăn):* lay

covers for five* dọn dao nĩa cho năm người ăn. // **under cover of something** a/ được cái gì che giấu: *we travelled under cover of darkness* chúng tôi đi dưới màn che của đêm tối b/ dưới danh nghĩa, giả danh là; đội lốt: *under cover of friendship* dưới danh nghĩa tình bạn.

coverage /'kʌvəridʒ/ *dt* **1.** sự tường thuật, sự đưa tin: *TV coverage of the election campaign* sự đưa tin trên truyền hình về chiến dịch bầu cử; *there is little coverage of foreign news in the newspaper* tờ báo đưa ít tin nước ngoài **2.** phạm vi bao hàm; mức độ che phủ: *a thicker paint which gives good coverage* một lớp sơn dày hơn tạo ra một lớp phủ tốt; *a dictionary with poor coverage of American words* một cuốn từ điển thu thập ít từ Mỹ.

coveralls /'kʌvərɔːlz/ *dt snh* (Mỹ) *(cg* **overalls** bộ áo liền quần *(mặc ngoài khi lao động).*

cover charge /'kʌvətʃɑːdʒ/ tiền trả thêm ngoài *(ngoài tiền ăn và tiền rượu ở các tiệm ăn),* tiền phụ phí.

cover crop /'kʌvə,krɒp/ cây trồng phủ đất *(chống xói mòn...).*

covered /'kʌvəd/ *tt* **1.** covered in (with) something phủ đầy: *trees covered with blossom* cây nở đầy hoa; *I was covered in (with) cofusion* tôi vô cùng rối lên **2.** có mái che: *a covered way* một lối đi có mái che.

covered wagon /,kʌvəd 'wægən/ (Mỹ) xe mui vải bạt *(những người tiền phong dùng để đi sang miền Tây ở Mỹ).*

cover girl /'kʌvəgɜːl/ cô gái có ảnh ở bìa tạp chí.

covering /'kʌvəriŋ/ *dt* vật che phủ, lớp phủ ngoài: *a light covering of snow on the ground* một lớp tuyết mỏng phủ trên mặt đất.

covering letter /,kʌvəriŋ 'letə[r]/ thư giải thích kèm theo.

coverlet /'kʌvəlit/ *dt* tấm trải giường.

cover note /'kʌvənəʊt/ (Anh) phiếu chứng nhận tiền bảo hiểm.

covert¹ /'kʌvət, (Mỹ 'kəʊvɜ:t)/ *tt* giấu giếm, che đậy, trộm, ngầm: *a covert glance* cái nhìn trộm; *covert threat* mối đe dọa ngầm.

covert² /'kʌvət/ *dt* bụi rậm (thú săn thường hay ẩn nấp trong đó).

covet /'kʌvit/ *dgt* thèm thuồng, thèm muốn: *covet somebody's position* thèm muốn địa vị của ai.

covetous /'kʌvitəs/ *tt* **covetous of something** (xấu) thèm thuồng, thèm muốn (cái gì): *covetous of his high salary* thèm muốn mức lương cao như ông ta; *a covetous glance* cái liếc nhìn thèm thuồng.

covetously /'kʌvitəsli/ *pht* [một cách] thèm thuồng, [một cách] thèm muốn.

covetousness /'kʌvitəsnis/ *dt* sự thèm thuồng, sự thèm muốn.

covey /'kʌvi/ *dt* (snh **coveys**) đàn gà gô.

cow¹ /kaʊ/ *dt* **1.** bò cái: *milk cow* bò sữa **2.** con cái (voi, tê giác, cá voi...) **3.** (lóng, xấu) con mụ, ả: *you stupid cow!* đồ con mụ nghốc nghếch! // **till the cows come home** mãi rất lâu: *you can talk till the cows come home, you'll never make me change my mind* anh có thể cứ nói mãi mà chẳng bao giờ làm cho tôi thay đổi ý kiến đâu.

cow² /kaʊ/ *dgt* (chủ yếu dùng ở dạng bị động) hăm dọa; làm cho hoảng sợ: *a cowed look* cái nhìn hoảng sợ.

coward /'kaʊəd/ *dt* (xấu) kẻ nhát gan, kẻ nhút nhát: *you miserable coward!* đồ nhát gan!

cowardice /'kaʊədis/ *dt* (xấu) tính nhát gan, tính nhút nhát.

cowardly /'kaʊədli/ *tt* (xấu) nhát gan, nhút nhát: *it was cowardly of you not to admit your mistake* anh không nhận lỗi là hèn nhát đó.

cowbell /'kaʊbel/ *dt* chuông đeo ở cổ bò.

cowboy /'kaʊbɔi/ *dt* **1.** người chăn bò **2.** cao bồi **3.** (Anh, kng) lái buôn xảo trá; kẻ bất tài lừa lọc: *the house has all these defects because it was built by cowboys* ngôi nhà bị tất cả các khuyết tật đó là vì nó được tụi bất tài lừa lọc xây dựng lên.

cowcatcher /'kaʊkætʃə[r]/ *dt* khung gạt chướng ngại vật (ở đầu mũi xe lửa).

cower /'kaʊə[r]/ *dgt* co rúm lại (vì sợ hãi).

cowgirl /'kaʊgɜ:l/ *dt* cô gái chăn giữ bò.

cowhand /'kaʊhænd/ *dt* người chăn giữ bò.

cowherd /'kaʊhɜ:d/ *dt* (cũ) người chăn bò.

cowhide /'kaʊhaid/ *dt* **1.** da bò [thuộc] **2.** roi da bò.

cowl /kaʊl/ *dt* **1.** mũ trùm đầu (của tu sĩ) **2.** chụp ống khói **3.** capô (che đầu máy).

cowlick /'kaʊlick/ *dt* món tóc bò liếm, món tóc bồng.

cowling /'kaʊliŋ/ *dt* tấm che máy (trên phi cơ).

cowman /'kaʊmən/ *dt* (snh **cowmen**) người chăn giữ bò (nam).

cowpat /'kaʊpæt/ *dt* bãi phân bò.

cow-pox /'kaʊpɒks/ *dt* bệnh ngưu đậu.

cowrie, cowry /'kaʊri/ *dt* **1.** (động) ốc tiền **2.** (sự) tiền vỏ ốc (ở Nam Phi, Nam Á).

cowshed /'kaʊʃed/ *dt* chuồng bò.

cowslip /'kaʊslip/ *dt* (thực) cây anh thảo hoa vàng.

cox¹ /kɒks/ *dt* người chèo lái (thuyền đua), tài công.

cox² /kɒks/ *dgt* [cầm] chèo lái (thuyền đua).

coxcomb /'kɒkskəʊm/ *dt* (cổ) kẻ đài các rởm, công tử bột.

coxswain /'kɒksn/ *dt* **1.** nh **cox¹ 2.** thuyền trưởng thuyền chèo (của một con tàu lớn).

Coy /kɔi/ (vt của [army] company) đại đội.

coy /kɔi/ *tt* (-er; -est) (thường xấu) **1.** bẽn lẽn, e lệ: *she gave a coy smile when he paid her a compliment* cô ta cười bẽn lẽn khi anh ta khen cô **2.** hay giấu giếm: *he was a bit coy when asked about the source of his income* anh ta có phần giấu giếm khi được hỏi về nguồn gốc khoản thu nhập của anh.

coyly /'kɔili/ *pht* **1.** [một cách] bẽn lẽn, [một cách] e lệ **2.** [một cách] hay giấu giếm.

coyness /'kɔinis/ *dt* **1.** sự bẽn lẽn, sự e lệ **2.** tính hay giấu giếm.

coyote /kɔi'əʊti, (Mỹ 'kaiəʊt)/ *dt* (động) chó sói đồng cỏ (Bắc Mỹ).

coypu /'kɔipu:/ *dt* (động) hải ly (Nam Mỹ, nuôi lấy da lông).

cozy /'kəʊzi/ *tt (Mỹ) nh* cosy.

CP /,si:'pi:/ (*vt của* Communist Party) Đảng cộng sản: *join the CP* gia nhập Đảng cộng sản.

cp (*vt của* compare) so sánh.

Cpl (*vt của* Corporal) hạ sĩ.

cps /,si:pi:'es/ (*cg* **c/s**) *(lý)* (*vt của* cycles per second) chu kỳ/giây.

crab¹ /kræb/ *dt* **1.** con cua; thịt cua **2. the Crab** cung Bắc giải *(cung thứ tư trong 12 cung hoàng đạo)* **3.** *(kng) nh* crab-louse.

crab² /kræb/ *dgt* (**-bb-**) (+ about) *(kng, xấu)* chê bai, than phiền: *the boss is always crabbing about my work* ông chủ lúc nào cũng chê bai công việc của tôi.

crabe-apple /'kræbæpl/ *dt* (*cg* crabe) **1.** cây táo dại **2.** quả táo dại.

crabbed /'kræbid, (*cg có khi* /'kræbd/) **1.** nhỏ khó đọc *(chữ viết)* **2.** *nh* crabby.

crabby /'kræbi/ *tt* (**-ier; -est**) *(kng)* cáu kỉnh, gắt gỏng.

crab-louse /'kræblaʊs/ *dt* con rận mu.

crabwise /'kræbrwaiz/ *pht* ngang sang [một bên] một cách vụng về: *shuffle crabwise across the floor* lê bước một cách vụng về ngang qua sàn nhà.

crack¹ /kræck/ *dt* **1.** (+ in) vết nứt, vết rạn: *don't go skating today, there are dangerous cracks in the ice* hôm nay đừng đi trượt băng, có những vết nứt nguy hiểm trên mặt băng đấy; *the cracks in the Government's economic policy are beginning to show* những vết rạn nứt trong chính sách kinh tế của chính phủ đang bắt đầu lộ rõ. **2.** khe hẹp: *she looked through a crack in the curtain* cô ta nhìn qua một khe trên màn cửa; *open the door a crack* hãy mở hé cửa **3.** tiếng nổ đanh: *the crack of pistol shot* tiếng nổ đanh của phát súng ngắn; *a crack of thunder* tràng sấm vang **4.** (+ on) cú đánh mạnh: *a crack on the head* cú đánh mạnh lên đầu **5.** (+ about) *(kng)* lời nhận xét dí dỏm; lời đùa: *she made a crack about his fatness* cô ta nhận xét đùa về sự phì nộn của anh ta **6.** (+ at) *(kng)* sự cố gắng: *have another crack at solving this puzzle* hãy thử cố giải trò đố này lần nữa đi. // **the crack of dawn** sáng tinh mơ: *get up at crack of dawn* dậy từ sáng tinh mơ; **the crack of doom** tận thế; *to get a bus here you have to wait till the crack of doom* đón xe buýt ở đây thì anh phải chờ đến tết mất; **a fair crack of the whip** *x* fair¹; **paper over the crack** *x* paper².

crack² /kræk/ *dgt* **1.** [làm] nứt, [làm] rạn: *the ice cracked as I stepped onto it* băng nứt khi tôi giẫm lên nó; *you can crack this toughened glass, but you can't break it* anh có thể làm rạn cái cốc thủy tinh rắn này, nhưng anh không thể làm vỡ nó được **2.** làm vỡ thành mảnh; cạy cho vỡ ra: *crack a safe* cạy két *(ăn cắp tiền)*; *crack a nut* ghè vỡ một quả hạch *(để lấy nhân ở trong)* **3.** (+ against, on) đập vào, va vào: *I cracked my head on the low door-frame* tôi va đầu vào khung cửa thấp **4.** (không dùng ở thể bị động) [làm] kêu răng rắc, [làm] kêu tanh tách: *crack knuckles* bẻ đốt ngón tay kêu răng rắc **5.** [làm cho] thôi chống cự, [làm cho] thất bại: *they finally cracked the defence and scored a goal* cuối cùng họ đã phá vỡ hàng phòng ngự và ghi một bàn **6.** *(kng)* giải *(một bài toán...)*: *the calculation was difficult, but we finally cracked it* việc tính toán khó thật, nhưng cuối cùng chúng tôi đã giải được bài toán; *decipher a code* giải mã **7.** nghẹn ngào, lạc đi *(giọng nói)*: *in a voice cracking with emotion, he announced the death of his father* bằng một giọng nghẹn ngào xúc động, nó báo tin bố nó mất; *a boy's voice cracks at puberty* giọng nói của cậu bé nghe lạc đi ở tuổi dậy thì, cậu bé vỡ tiếng ở tuổi dậy thì **8.** mở *(chai rượu)* mà uống **9.** *(kng)* nói đùa, nói chuyện vui **10.** làm crackinh *(dầu hỏa)*. // **cracked up to be something** *(thường ở dạng phủ định)* *(kng)* được đồn là, nổi tiếng là: *he is not such a good writer as he is cracked up to be* ông ta không phải là một nhà văn nổi tiếng như người ta đồn đại; **get cracking** *(kng)* kiên quyết bắt tay vào việc: *there's a lot to be done, so let's get cracking* ta có khối việc phải làm nên ta phải kiên quyết bắt tay vào việc.

crack down [on somebody (something)] trừng trị thẳng tay hơn; hạn chế nhiều hơn: *police are cracking down on drug dealers* cảnh sát đang xử trí tụi buôn ma túy thẳng tay hơn; **crack up** *(kng)* suy sụp *(sức khỏe hoặc tinh thần)*: *you'll crack up if you go on working so hard* anh sẽ suy sụp nếu anh cứ tiếp tục làm việc dữ thế.

crack³ /kræk/ *tt* cừ khôi, cừ: *he's a crack shot* anh ta là một tay súng cừ.

crack-brained /'kræbreind/ *tt* gàn dở, dở hơi; điên rồ: *a crack-brained scheme* một kế hoạch điên rồ.

crack-down /'krækdaʊn/ *dt* (+ on) sự trùng trị thẳng tay; biện pháp thẳng tay hơn: *a crack-down on tax evasion* sự trùng trị thẳng tay hơn đối với việc trốn thuế.

carcked /'krækt/ *tt (thường thng) (kng)* điên rồ.

cracker /'krækə[r]/ *dt* **1.** bánh quy giòn **2.** pháo *(để đốt)* **3.** *(cg* **Christmas cracker) 4.** *(Anh, kng, khen)* cô gái hấp dẫn, chị phụ nữ hấp dẫn **5. crackes** *(snh) nh* nut-crackers.

crackers /'krækəz/ *tt (vi ngữ) (Anh, kng)* điên: *that noise is driving me crackers (making me go crackers)* tiếng ồn đó làm tôi phát điên lên.

cracking /'krækiŋ/ *tt (thường thng) (Anh, kng)* cừ khôi, cừ.

crackle¹ /'krækl/ *dgt* nổ lách tách (tanh tách), kêu răng rắc: *a cracking camp-fire* lửa trại nổ lách tách; *the twigs crackled as we trod on them* cành con kêu răng rắc khi chúng giẫm lên trên; *the atmosphere crackled with tension as the two boxers stepped into the ring (bóng)* không khí như muốn nổ tung khi hai võ sĩ quyền Anh bước lên võ đài.

crackle² /'krækl/ *dt* tiếng lách tách (tanh tách), tiếng răng rắc: *the distant crackle of machine-gun fire* tiếng súng máy tanh tách ở đằng xa; *can you get rid of the crackle on my radio?* anh có thể làm cái đài của tôi hết tiếng lách tách không?

crackle-ware /'krækl weə[r]/ *dt* sứ men rạn.

crackling /'krækliŋ/ *dt* **1.** tiếng lách tách, tiếng tanh tách, tiếng răng rắc **2.** da giòn *(thịt lợn quay)*.

crackpot /'krækpɒt/ *dt* người lập dị; người kỳ cục.

cracksman /'kræksmən/ *dt* (*snh* **cracksmen** /'kræksmən/) *(cũ)* kẻ trộm bẻ khóa, kẻ trộm đào tường khoét vách.

-cracy *(dạng kết hợp tạo dt)* chính thể, chế độ: *democracy* chính thể dân chủ; *technocracy* chế độ kỹ trị.

cradle¹ /'kreidl/ *dt* **1.** cái nôi: *the mother rocked the baby to sleep in its cradle* bà mẹ đu đưa chiếc nôi dỗ cho bé ngủ; *Greece, the cradle of Western culture (bóng)* Hy Lạp, cái nôi của nền văn hóa Tây phương **2.** giàn giữ tàu *(khi sửa chữa, khi đóng tàu)*; giàn *(cho thợ sơn leo lên sơn, cho người lau chùi đứng lau cửa sổ...)* **3.** giá đỡ ống nghe *(ở máy điện thoại)*. // **from the cradle to the grave** từ khi lọt lòng đến lúc xuống mồ.

cradle² /'kreidl/ *dgt* (+ in) ẵm: *cradle a child in one's arms* ẵm đứa bé trên tay.

craft¹ /krɑːft, *(Mỹ* kræft)/ *dt* **1.** nghề thủ công, nghề: *the potter's craft* nghề thợ gốm; *he's a master of the actor's craft* ông ta là bậc thầy trong nghề diễn viên **2.** *(snh kđổi)* tàu nhỏ, thuyền; máy bay, tàu vũ trụ: *the astronauts piloted their craft down to the lunar surface* các nhà du hành vũ trụ lái con tàu của họ đổ bộ xuống mặt trăng **3.** *(xấu)* mánh khóe, tài lừa lọc: *achieving by craft guile what he could not manage by honest means* bằng mánh khóe và lừa lọc đạt được điều mà nó không

thể đạt được bằng biện pháp trung thực.

craft² /krɑːft, *(Mỹ* kræft)/ *dgt (thường dùng ở thể bị động)* làm *(cái gì)* bằng thủ công một cách khéo léo: *a beautiful hand-crafted silver goblet* một chiếc cốc bằng bạc đẹp làm theo lối thủ công.

-craft *(yếu tố tạo dt ghép)*: *needlecraft* nghề kim chỉ; *handicraft* nghề thủ công.

craftily /'krɑːftili/ *pht* [một cách] xảo trá, [một cách] lắm mánh khóe.

craftiness /'krɑːftinis/ *dt* sự xảo trá, sự mánh khóe.

craftsman /'krɑːftsmən, *(Mỹ* 'kræftsmən)/ *dt* (*snh* **craftsmen) 1.** thợ thủ công **2.** người điêu luyện, người lành nghề.

craftsmanship /'krɑːftsmənʃip/ *dt* **1.** sự điêu luyện, sự lành nghề **2.** sự cẩn thận đến từng chi tiết.

crafty /'krɑːfti/ *tt* (**-ier; -iest**) *(thường xấu)* xảo trá, lắm mánh khóe.

crag /kræg/ *dt* khối đá lởm chởm; vách đá cheo leo.

craggy /'krægi/ *tt* (**-ier; -iest**) **1.** lởm chởm đá; có vách đá cheo leo **2.** khôi ngô *(nét mặt)*.

cram /kræm/ *dgt* (**-mm-**) **1.** nhồi, nhét, tọng: *cram one's mouth with food; cram food into one's mouth* tọng thức ăn vào mồm; *the room is full, we can't cram any more people* căn phòng đầy ắp người rồi, ta không thể nhét thêm ai vào nữa; *the restaurant was cram med [with people]* cửa hàng ăn ấy đã chật ních người **2.** (+ for) [học] nhồi sọ: *cram for a chemistry test* học nhồi sọ để luyện thi môn hóa học; *cram pupils* nhồi sọ cho học trò.

cramfull /'kræmfʊl/ *tt (kng)* *(thường vị ngữ)* đầy ắp, đầy tràn: *cramful of people* đầy ắp người.

crammer *dt (cũ, kng)* trường luyện thi.

cramp¹ /kræmp/ *dt* **1.** chứng chuột rút: *be taken with a cramp* bị chuột rút **2. cramps** *(snh) (Mỹ)* cơn đau bụng quặn.

cramp² /kræmp/ *dgt* cản trở, gò bó: *all these difficulties cramped his progress* tất cả những khó khăn này đã cản trở sự tiến bộ của anh ta. // **be cramped for room (space)** bị gò bó vì thiếu không gian, bị tù túng vì thiếu chỗ: *we're cramped for space in this attic* ở chỗ gác xép này chúng tôi bị gò bó thật; **cramp somebody's style** *(kng)* cản trở, gây trở ngại: *it cramps my style to have you watching over me all the time* anh cứ theo dõi tôi suốt như thế đã khiến tôi bị trở ngại nhiều.

cramp³ /kræmp/ *dt* **1.** *(cg* **cramp-iron**) *(kỹ)* thanh kẹp, má kẹp **2.** *nh* clamp¹.

cramp⁴ /kræmp/ *dgt* kẹp: *cramp a beam* kẹp thật chặt một cái xà ngang.

cramped /kræmpt/ *tt* **1.** lít nhít khó đọc *(chữ viết)* **2.** chật chội: *our accommodation is rather cramped* chỗ ở của chúng tôi khá chật chội.

crampon /'kræmpɒn/ *dt (thường snh)* đinh giày *(giày đi trên tuyết...)*.

cranberry /'krænbəri, (Mỹ) krænberi/ *dt (thực)* cây man việt quất; quả man việt quất.

crane¹ /krein/ *dt* **1.** *(động)* con sếu **2.** *(kỹ)* cần trục.

crane² /krein/ *dgt* vươn [cổ], nghển [cổ]: *crane [one's*

neck] *to see something* nghển cổ để trông thấy vật gì.

crane-fly /'kreinflai/ *dt (cg kng* **daddy-long-legs**) *dt (động)* muỗi nhện *(trông giống con muỗi nhưng không đốt).*

crania /'kreiniə/ *dt snh* của cranium.

cranial /'kreiniəl/ *tt (giải)* [thuộc] sọ.

cranium /'kreiniəm/ *dt (snh* **craniums, crania**) *(giải)* sọ.

crank¹ /kræŋk/ *dt (kỹ)* tay quay: *the pedals of a cycle are attached to a crank* bàn đạp ở xe đạp được lắp vào tay quay *(vào đùi xe).*

crank² /kræŋk/ *dgt* quay bằng tay quay: *crank [up] an engine* làm cho động cơ khởi động bằng tay quay.

crank³ /kræŋk/ *dt (xấu)* người kỳ cục; người câu nệ: *a health-food crank* người câu nệ về thức ăn *(thích ăn những món kỳ quặc vì lý do sức khỏe).*

crankshaft /'kræŋkʃɑ:ft/ *dt (cơ)* trục tay quay.

cranky /'kræŋki/ *tt (-ier; -iest)* **1.** kỳ cục: *a cranky person* người kỳ cục; *a cranky idea* ý nghĩ kỳ cục **2.** xộc xệch, hay trục trặc *(máy móc)* **3.** *(Mỹ)* xấu tính; cáu kỉnh.

crannied /'krænid/ *tt* nứt nẻ nhiều chỗ.

crannies /'kræniz/ *dt snh* của cranny.

cranny /'kræni/ *dt (snh* **crannies**) vết nứt *(trên tường...)*. // **every nook and cranny** x nook.

crap¹ /kræp/ *dgt (-pp-) (lóng)* ỉa: *a dog crapping on the lawn* con chó ỉa trên bãi cỏ.

crap² /kræp/ *dt (lóng)* **1.** cứt, phân **2.** sự ỉa: *have a crap* ỉa **3.** điều bậy bạ: *you do*

talk a lot of craps! anh nói toàn chuyện bậy bạ!

crap³ /kræp/ *tt [thuộc]* trò chơi súc sắc.

crape /kreip/ *dt* nhiễu đen; kếp đen *(trước đây dùng may đồ tang).*

crappy /kræpi/ *tt* dở, vô giá trị: *a crappy book* cuốn sách dở; *a crappy programme* một chương trình dở.

craps /kræps/ *dt (dgt số ít) (cg* **crap-shooting**) *(Mỹ)* trò chơi súc sắc: *shoot craps* gieo súc sắc.

crap-shooting /'kræp ʃu:tiŋ/ *dt nh* craps.

crapulence /'kræpjʊləns/ *dt* thói chè chén quá độ.

crapulent /'kræpjʊlənt/ *tt* chè chén quá độ.

crash¹ /kræʃ/ *dt* **1.** tiếng đổ vỡ loảng xoảng, tiếng rơi đánh sầm: *the crash of dishes being dropped* tiếng đĩa rơi vỡ loảng xoảng; *the tree fell with a great crash* cây đổ đánh sầm **2.** tai nạn xe hơi đâm vào nhau; tai nạn rơi máy may: *a crash in which two cars collided* tai nạn hai xe hơi đâm vào nhau; *an air crash* tai nạn rơi máy bay **3.** sự phá sản, sự đổ vỡ: *the great financial crash in 1929 ruined international trade* cuộc phá sản tài chính năm 1929 đã hủy hoại nền mậu dịch quốc tế.

crash² /kræʃ/ *dgt* **1.** đổ vỡ loảng xoảng, rơi đánh sầm: *the dishes crashed to the floor* đĩa rơi vỡ loảng xoảng trên sàn nhà **2.** đâm vào, va vào: *the plane crashed into the mountain* phi cơ đâm vào núi; *he crashed his car into a wall* ông ta đâm xe vào tường **3.** nổ ầm ầm, kêu loảng xoảng: *the thunder crashed* sấm nổ ầm ầm **4.** phá sản, đổ vỡ: *the com-*

pany crashed with debts of £2 million công ty phá sản với số nợ 2 triệu bảng **5.** *(kng)* nh gate crash **6.** ngả lưng tạm *(ở một nơi nào đó, đặc biệt khi rất mệt): Do you mind if I crash [out] on your floor tonight?* đêm nay tôi ngả lưng tạm trên sàn nhà anh có được không?

crash³ /kræʃ/ *tt (thngữ)* cấp tốc: *a crash programme to deal with illeteracy* một chương trình cấp tốc chống mù chữ.

crash⁴ /kræʃ/ *pht* với tiếng loảng xoảng, với tiếng đánh sầm: *the vase fell crash on the tiles* cái bình rơi đánh xoảng trên nền gạch men.

crash barrier /'kræʃ,bæriə[r]/ rào phân cách tuyến đường *(trên xa lộ...).*

crash-dive¹ /'kræʃdaiv/ *dt* sự lặn nhanh xuống *(của tàu ngầm);* sự bổ nhào xuống *(của phi cơ) (để tránh bị tấn công).*

crash-dive² /'kræʃdaiv/ *đgt* lặn nhanh xuống *(tàu ngầm);* bổ nhào xuống *(phi cơ) (để tránh bị tấn công).*

crash helmet /kræʃ ,helmit/ mũ cát bảo vệ đầu *(của người đi mô tô...).*

crashing bore /kræʃiŋ'bɔ:r/ người làm chán ngẩy.

crass /kræs/ *tt (-er; -est) (xấu)* **1.** *(thngũ)* hoàn toàn, cao độ, đặc: *crass ignorance* sự dốt đặc **2.** ngu đần: *don't talk to him, he's so crass* đừng nói với hắn, hắn ngu đần lắm.

crassly /'kræsli/ *pht* **1.** [một cách] hoàn toàn, [một cách] cao độ **2.** [một cách] ngu đần.

crassness /'kræsnis/ *dt* **1.** sự hoàn toàn, sự cao độ **2.** sự ngu đần.

-crat *(dạng kết hợp tạo dt, chỉ người theo (ủng hộ) một chế độ nào đó):* democrat người theo chế độ dân chủ; bureaucrat kẻ quan liêu.

-cratic *(dạng kết hợp, tạo tt):* aristocratic [thuộc] quý tộc.

crate¹ /kreit/ *dt* **1.** thùng *(đựng chai, bát... để chuyên chở)* **2.** cái sọt **3.** *(lóng, đùa)* xe ô tô nát **4.** *(cũ, từ dùng trong không quân)* máy bay.

crate² /kreit/ *đgt* đóng vào thùng: *crating [up] a machine* đóng một cỗ máy vào thùng.

crater /'kreitə[r]/ *dt* **1.** miệng núi lửa **2.** hố *(do bom, đạn đại bác tạo ra).*

crater lake /,kreitə'leik/ *dt* hồ miệng núi lửa *(hồ hình thành ở miệng một núi lửa đã tắt).*

cravat /krə'væt/ *dt* cái cà vạt.

crave /kreiv/ *đgt* **1.** khao khát, thèm muốn: *I was craving for a cigarette* tôi đang thèm một điếu thuốc lá **2.** cầu xin: *crave somebody's forgiveness* cầu xin ai tha thứ.

craven /'kreivn/ *tt* nhát gan, hèn nhát.

craving /'kreiviŋ/ *dt (+ for)* nỗi khát khao, lòng thèm muốn: *a craving for food* cơn thèm ăn.

crawfish /'krɔ:fiʃ/ *dt (snh kđổi)* nh crayfish.

crawl¹ /krɔ:l/ *đgt* **1.** bò, trườn: *a snake crawling along [the ground]* một con rắn bò đi [trên mặt đất]; *a baby crawls [around] before it can walk* trẻ con biết bò trước khi biết đi **2.** bò lê, lết: *the wounded man crawled to the phone* người đàn ông bị thương lết đến bên máy điện thoại **3.** nhích

lên chậm như bò: *the traffic crawled over the bridge in the rush hour* dòng xe cộ nhích qua cầu chậm như bò trong giờ cao điểm **4.** *(+ with)* lúc nhúc: *the ground was crawling with ants* mặt đất lúc nhúc những kiến **5.** *(+ to)* luồn cúi, quy lụy: *he's always crawling [to the boss]* ông ta luôn luôn quy lụy [ông chủ]. // **make one's (somebody's) flesh crawl (creep)** x flesh.

crawl² /krɔ:l/ *dt* **1.** động tác bò [trẻ em] **2.** sự nhích lên như bò **3.** lối bơi crôn.

crawler /'krɔ:lə[r]/ **1.** *(kng, xấu)* kẻ luồn cúi **2. crawlers** *(snh)* quần yếm *(cho trẻ em mặc để bò).*

crayfish /'kreifiʃ/ *dt (cg* **crawfish)** *dt (snh kđổi)* tôm sông.

crayon¹ /'kreiən/ *dt* chì màu, than vẽ màu: *a crayon drawing* bức vẽ chì màu.

crayon² /'kreiən/ *đgt* vẽ bằng chì màu.

craze /kreiz/ *dt* **1.** **[a] craze [for something]** lòng ham mê, lòng say mê *(thường ngắn ngủi): a craze for collecting beer-mats* lòng say mê sưu tập nhãn bia **2.** mốt: *be the craze* trở thành mốt; *skateboard are the latest craze* ván trượt băng đang là mốt mới nhất.

crazed /kreizd/ *(cg* **halfcrazed)** điên dại, mất trí: *a crazed expression* nét mặt điên dại; *she was crazed with grief* chị ta phát điên lên vì đau khổ.

crazy /'kreizi/ *tt (-ier; -iest)* **1.** *(kng)* điên; rồ: *he's crazy, he ought to be locked* nó điên đấy, phải nhốt nó lại mới được; *you must be crazy to go walking in such awful weather* anh thật là dở hơi dám đi ra ngoài trong thời tiết khủng khiếp như thế này **2.** (+ about) cuồng nhiệt; say mê: *the kids went crazy when the film star appeared* bọn trẻ trở nên cuồng nhiệt khi ngôi sao điện ảnh xuất hiện; *she's crazy about him* chị ta say mê hắn **3.** làm bằng những miếng không đều (*lối đi, sàn nhà, mền bông...*): *a crazy pavement* lối đi lát [bằng những viên] gạch không đều.

crazily /'kreizili/ *pht* **1.** [một cách] điên, [một cách] rồ **2.** [một cách] cuồng nhiệt **3.** [một cách] không đều.

craziness /'kreizinis/ *dt* **1.** sự điên, sự rồ **2.** sự cuồng nhiệt **3.** lát bằng những [miếng] không đều.

creak¹ /kri:k/ *dgt* kêu cót két: *the wooden cart creaked as it moved along* chiếc xe bằng gỗ chuyển động kêu cót két; *the creaking joints of an old man* các khớp xương rệu rạo của người già.

creak² /kri:k/ *dt* tiếng cót két.

creakily /'kri:kili/ *pht* [với tiếng] cót két.

creaky /'kri:ki/ *tt* (-ier; -iest) cót két: *a creaky floor-board* tấm ván sàn kêu cót két; *the Government's policy is rather looking creaky* chính sách của chính phủ xem ra có phần rệu rạo.

cream¹ /kri:m/ *dt* **1.** kem: *put cream in one's coffee* cho kem vào cà phê; *ice-cream* kem lạnh (*ăn cho mát*); *face-cream* kem thoa mặt **2.** *the cream* (cg **the crème de la crème**) phần tinh túy, tinh hoa: *the cream of society* tinh hoa của xã hội.

cream² /kri:m/ *tt* [có màu] kem: *a cream dress* chiếc áo màu kem.

cream³ /kri:m/ *đgt* **1.** đánh nhuyễn: *cream butter and sugar* cho bơ vào đường rồi đánh nhuyễn **2.** hớt váng kem (*ở sữa*) **3.** (*Mỹ, lóng*) đánh bại hoàn toàn. // **cream somebody (something) off** chọn ra: *the most able pupils are creamed off and put into special classes* những học sinh có năng khiếu nhất được chọn riêng ra và cho vào những lớp đặc biệt.

cream cheese /kri:m'tʃi:z/ pho mát trắng [chứa] nhiều kem.

creamery /'kri:məri/ *dt* **1.** hiệu bán bơ sữa **2.** xưởng chế bơ pho-mát.

cream of tartar /,kri:məv-'ta:tə[r]/ axit tatric tinh chế (*dùng để làm bột nướng*).

cream tea /kri:m'ti:/ (*Anh*) bữa trà kem.

creamy /'kri:mi/ *tt* (-ier; -iest) **1.** có nhiều kem: *a creamy yaourt* món sữa chua có nhiều kem **2.** mượt như kem; mịn như kem: *cream soap* xà phòng mịn như kem.

crease¹ /kri:s/ *dt* **1.** nếp gấp, nếp nhăn: *iron a crease into one's trousers* là một nếp gấp lên quần; *crease-resistant cloth* vải không nhàu **2.** nếp nhăn da: *creases round an old man's eyes* nếp nhăn da quanh mắt ông già **3.** vạch định vị trí người phát bóng và người đập bóng (*cricket*).

crease² /kri:s/ *dgt* **1.** [làm cho] có nếp gấp, [làm cho] có nếp nhăn: *material that creases easily* vải dễ bị nhăn (*bị nhàu*) **2. crease somebody up** (*Anh, kng*) làm cho ai rất thích thú: *her jokes really creased me [up]* những câu nói đùa của cô ta thực sự làm tôi rất thích thú.

create /kri:'eit/ *đgt* **1.** tạo ra, sáng tạo: *God created the world* Chúa sáng tạo ra thế giới; *create more jobs* tạo ra thêm nhiều việc làm **2.** gây ra, tạo nên: *his shabby appearance created a bad impression* bề ngoài nhếch nhác của anh ta gây nên một ấn tượng xấu; *create a fuss* làm om sòm, làm rối rít **3.** phong tước: *he was created count* ông ta được phong tước bá **4.** (*Anh, kng*) làm rối lên, làm nhặng xị lên: *be always creating about nothing* lúc nào cũng làm rối lên vì những chuyện không đâu vào đâu cả.

creation /kri:'eiʃn/ *dt* **1.** sự tạo ra, sự sáng tạo: *the creation of the world in seven days* sự sáng tạo ra thế giới trong bảy ngày **2.** (*thường* **the Creation**) sự sáng tạo ra thế giới (*theo Kinh thánh*) **3.** (*thường* **Creation**) tạo hóa, tạo vật: *all of the God's creation* tất cả tạo phẩm của Chúa; *the biggest liar in Creation* kẻ nói dối nhất trần gian **4.** tác phẩm, vật được tạo ra: *the creations of poets and artists* các tác phẩm của các nhà thơ và các nghệ sĩ **5.** kiểu áo mới [sáng tạo ra], kiểu mũ mới [sáng tạo ra]: *the latest creations from London's fashion houses* những kiểu áo mũ mới nhất của các nhà thời trang Luân Đôn.

creative /kri:'eitiv/ *tt* **1.** sáng tạo: *creative power* khả năng sáng tạo **2.** có khả năng sáng tác: *she's very creative, she writes and paints* cô rất có khả năng sáng tác, cô ta viết văn và vẽ.

creator /kri:'eitə[r]/ *dt* **1.** người sáng tác: *Shakespeare, the creator of Hamlet*

Shakespeare, người sáng tác ra vở Hamlet **2. the Creator** (số ít) Tạo hóa.

creature /'kri:tʃə[r]/ *dt* **1.** sinh vật; động vật: *dumb creatures* động vật; *your dog's a ferocious creature* con chó của nhà anh [là một con vật] dữ quá **2.** (*kèm tt ở trước*) con người: *what a lovely creature!* người đâu mà xinh thế!; *a poor creature* một con người tội nghiệp. // **somebody's creature; the creature of somebody** (*xấu*) tay sai, bộ hạ (*của ai*): *creature of the dictator* tay sai của tên độc tài; **a creature of habit** người lệ thuộc thói quen.

creature comforts /,kri:tʃə 'kʌmfət/ miếng cơm manh áo, cái ăn cái mặc.

crèche /kreiʃ, kreʃ/ *dt* **1.** (*Anh*) nhà trẻ **2.** (*Mỹ*) nh crib.

credence /'kri:dns/ *dt* **attach (give) credence to something** tin: *I attach little credence to what he says* tôi ít tin vào những gì nó nói; **gain credence** giành được lòng tin; **lend credence to something** làm cho điều gì đáng tin hơn.

credentials /kri'denʃlz/ *dt* (*snh*) **1. credentials [for (as) something]; credential [to do something]** khả năng: *she has the perfect credentials for the job* chị ta hoàn toàn có đủ khả năng làm công việc đó **2.** giấy ủy nhiệm; thư ủy nhiệm: *present one's credentials* trình thư ủy nhiệm.

credibility /,kredə'biləti/ *dt* **1.** tính đáng tin **2.** sự tin cậy; sự tín nhiệm.

credibility gap /,kredəbiləti 'geip/ sự mất tín nhiệm.

credible /'kredəbl/ *tt* có thể tin được, đáng tin: *a credible*

report bản cáo đáng tin; *it seems barely credible* đều đó dường như không thể tin được.

credibly /'kredəbli/ *pht* [một cách] có thể tin được, [một cách] đáng tin.

credit¹ /'kredit/ *dt* **1.** sự cho chịu, sự cho nợ: *buy on credit* mua chịu; *send on credit* bán chịu; *no credit is given at this shop* cửa hàng này không bán chịu **2.** tiền (*trong tài khoản ngân hàng*): *how much do I have to my credit?* tôi có bao nhiêu tiền gửi trong tài khoản ngân hàng thế?; *your account is in credit* tài khoản của ông còn tiền **3.** khoản tiền vay (*ngân hàng*): *the bank refused further credits to the company* ngân hàng từ chối không cho công ty vay thêm tiền nữa **4.** (*ktoán*) bên có **5.** (+ for) công trạng: *he got all the credit for the discovery* ông ta giành hết công trạng về phát kiến đó **6.** lòng tin, sự tín nhiệm: *the rumour is gaining credit* lời đồn đại đó ngày càng được nhiều người tin **7. credits** (*snh*) (cg **credit titles**) danh sách những người làm phim (*đạo diễn, diễn viên, quay phim; chiếu vào đầu hay cuối buổi chiếu*) **8.** (*Mỹ*) chứng chỉ [học tập]: *gain credits in Math and English* lấy được chứng chỉ về toán và Anh văn **9.** (*số ít*) danh tiếng; uy tín: *this brilliant pupil is a credit to his teachers* học sinh xuất sắc này đã làm rạng danh thầy cô mình. // **be somebody's credit; do something credit; do credit to somebody (something)** làm cho xứng đáng được khen ngợi: *it is greatly to your credit that you gave back the money you found, your honesty does*

you credit cháu trả lại tiền nhặt được thật là đáng khen, tính thật thà của cháu đáng được khen ngợi lắm; **have something to one's credit** đã đạt được: *he is only thirty and already he has four films to his credit* anh ta mới ba mươi tuổi mà đã làm được bốn phim.

credit² /'kredit/ *dgt* **1.** (+ with, to) công nhận, cho là, gán cho: *the relics are credited with miraculous powers* các thánh tích ấy được gán cho là có những quyền năng thần kỳ **2.** (*ktoán*) vào sổ bên có: *credit a customer with £8* ghi vào sổ bên có 8 bảng cho một khách hàng **3.** tin (*chủ yếu dùng trong câu hỏi và câu phủ định*): *would you credit it?* anh tin được điều đó hay sao?

creditable /'kreditəbl/ *tt* đáng khen; đáng ca ngợi, làm vẻ vang: *creditable progress* sự tiến bộ đáng khen.

creditably /'kreditəbli/ *pht* [một cách] đáng khen, [một cách] đáng ca ngợi: *she performed very creditably in the exam* cô ta làm bài thi rất đáng khen.

credit account /'kredit ə,kaunt/ (*Mỹ* **charge account**) tài khoản tín dụng (*trả tiền mua hàng theo định kỳ, không trả ngay khi mua*).

credit card /'kreditka:d/ thẻ tín dụng.

credit note /'kreditnəut/ (*thương*) thẻ tín nhiệm (*có thể đổi hàng đã mua lấy một thứ hàng khác ngang giá*).

creditor /'kreditə[r]/ *dt* chủ nợ.

credit rating /'kredit,reitiŋ/ sự đánh giá độ tin cậy (*để phát thẻ tín dụng cho khách hàng*).

credit-side /'kredit said/ *dt* bên có (*sổ kế toán*): *we've lost some experienced players, but on the credit side there are some useful young ones coming into the team* (*bóng*) chúng tôi đã mất một vài đấu thủ có kinh nghiệm, nhưng bù lại có mấy đấu thủ trẻ chơi khá đến với đội chúng tôi.

credit squeeze /'kredit ,skwi:z/ sự hạn chế cho vay (*để kiềm chế lạm phát*).

credit transfer /'kredit ,trænsfə[r]/ sự chuyển tài khoản trực tiếp (*không dùng séc*).

credit worthiness /kredit ,wɜ:ðinis/ sự đáng tin để cho vay.

credit worthy /'kredit,wɜ:ði/ *tt* đáng tin để cho vay.

credo /'kri:dəʊ, 'kreidəʊ/ *dt* (*snh* **credos**) tín điều.

credulity /kri'dju:ləti, (*Mỹ* kri'du:ləti)/ *dt* tính cả tin.

credulous /kridjʊləs, (*Mỹ* kridʒələs)/ *tt* cả tin.

creed /kri:d/ *dt* **1.** tín điều **2. the Creed** (*số ít*) bản nhạc tín điều.

creek /kri:k, (*Mỹ cg* krik)/ *dt* **1.** vũng, lạch **2.** (*Mỹ*) sông con, nhánh sông. // **up the creek** (*kng*) gặp khó khăn: *I'm really up the creek without my car* tôi thực sự gặp khó khăn khi không có xe.

creel /kri:l/ *dt* giỏ đựng cá (*của người di câu*).

creep¹ /kri:p/ *dgt* (**crept**) **1.** bò, trườn **2.** đi rón rén, lén, lẻn: *that cat crept silently towards the bird* con mèo ấy rón rén lặng lẽ tới phía con chim; *the thief crept along the corridor* tên trộm lẻn theo hành lang **3.** bò, leo tường (*cây*): *ivy had crept up the castle walls* dây thường xuân leo lên các bức

tường của lâu đài. // **make one's (somebody's) flesh creep** x flesh.

creep² /kri:p/ *dt* (*kng, xấu*) kẻ luồn cúi. // **give somebody the creeps** (*kng*) a/ làm nổi gai ốc b/ làm ghê tởm: *I don't like him, he gives me the creep* tôi không thích hắn, hắn làm tôi ghê tởm.

creeper /'kri:pə[r]/ *dt* cây bò; cây leo.

creeping /'kri:piŋ/ *tt* dần dần (*nói về điều không hay*): *the disease results in creeping paralysis* bệnh dẫn đến tình trạng liệt dần dần.

creepy /'kri:pi/ *tt* (**-ier; -iest**) (*kng*) **1.** [làm] nổi gai ốc, [làm] ghê rợn: *a creepy ghost story* chuyện ma quỷ ghê rợn **2.** kỳ quái: *that was a really creepy coincidence* đó thật là một sự trùng hợp kỳ quái.

creepy-crawly /,kri:pi'krɔ:li/ *dt* (*kng, đùa*) con sâu bọ bò gớm guốc; con nhện gớm guốc.

cremate /kri'meit/ *dgt* hỏa táng.

cremation /kri'meiʃn/ *dt* sự hỏa táng.

crematoria /,kremə'tɔ:riə/ *dt snh* của crematorium.

crematorium /,kremə'tɔ:riəm/ *dt* (*snh* **crematoriums, crematoria**) (*Mỹ cg* **crematory**) nhà hỏa táng.

crematory /'kremətɔ:ri/ *dt* (*Mỹ*) x crematorium.

crème de la crème /,kremdəla:krem/ *dt* **the crè me de la crème** (*số ít*) (*tiếng Pháp*) phần tinh túy, tinh hoa (x cream¹ 2).

crè me de menthe /,kremdə'mɒnθ/ *dt* (*tiếng Pháp*) rượu bạc hà.

crenellated (*Mỹ* **crenellated**) /'krenəleitid/ *tt* có lỗ châu mai (*lâu đài, bức tường*).

creole /'kriəʊl/ *dt* **1.** ngôn ngữ giả cầy **2.** người Creon (*người gốc Âu sống ở quần đảo Tây Ấn hoặc vùng châu Mỹ nói tiếng Tây Ban Nha; người gốc Pháp hoặc Tây Ban Nha sống ở các tiểu bang miền Nam nước Mỹ*).

creosote /'kriəsəʊt/ *dt* (*hóa*) creozot.

crepe (*cg* **crêpe**) /kreip/ *dt* **1.** nhiễu, kếp: *crepe de Chine* kếp Trung Quốc **2.** (*cg* **crepe rubber**) kếp (*cao su, dùng làm đế giày*): *crepe-soled shoes* giầy đế kếp.

crepe paper /,kreip'peipə[r]/ giấy kếp (*có gọn như nhiễu*).

crepe rubber /,kreip'rʌbə[r]/ x crepe 2.

crepitate /'krepiteit/ *dgt* nổ lách tách, kêu lốp đốp.

crepitation /,krepi'teiʃn/ *dt* tiếng nổ lách tách, tiếng kêu lốp đốp.

crept /krept/ *qk và dttqk* của creep¹.

crepuscular /kri'pʌskjʊlə[r]/ *tt* **1.** [thuộc] hoàng hôn: *crepuscular shadows* bóng hoàng hôn **2.** (*động*) hoạt động vào lúc hoàng hôn (*sâu bọ...*): *bats are crepuscular creatures* dơi là động vật hoạt động lúc hoàng hôn.

crescendo¹ /kri'ʃendəʊ/ *tt, pht* (*nhạc*) mạnh dần: *a crescendo passage* đoạn nhạc mạnh dần.

crescendo² /kri'ʃendəʊ/ *dt* (*snh* **crescendos**) **1.** (*nhạc*) sự mạnh dần **2.** đỉnh cao: *the advertising campaign reached a crescendo at Chritsmas* chiến dịch quảng cáo đã đạt đỉnh cao vào dịp Giáng sinh.

crescent /'kresnt/ *dt* **1.** hình lưỡi liềm; vật hình lưỡi liềm **2.** dãy nhà hình vòng cung **3. the Crescent** (*số ít*) đạo Hồi: *the Cross and the Cres-*

cent đạo Thiên Chúa *(thánh giá)* và đạo Hồi.

cress /kres/ *dt (thực)* cải xoong.

crest¹ /krest/ *dt* **1.** mào *(gà, chim)* **2.** đỉnh đồi, đỉnh dốc; đầu ngọn *(sóng)* **3.** tiêu ngữ: *the family crest* tiêu ngữ trên huy hiệu gia đình **4.** ngù lông *(trên mũ trụ)*; mũ trụ *(thời xưa).* // **on the crest of a wave** lúc tột đỉnh vinh quang; lúc hưng thịnh nhất: *after its election victory, the party was on the crest of a wave* sau kỳ thắng lợi trong bầu cử, đảng đã ở vào thời kỳ hưng thịnh nhất.

crest² /krest/ *dgt* **1.** lên tới đỉnh *(đồi): as we crested the hill, we saw the castle* lên tới đỉnh đồi, chúng tôi nhìn thấy tòa lâu đài ấy **2.** gợn nhấp nhô *(ngọn sóng).*

crested /krestid/ *tt* **1.** có tiêu ngữ: *crested notepaper* giấy viết thư có tiêu ngữ **2.** có mào *(trong tên động vật, chủ yếu là tên chim): a crested bird* con chim có mào; *the great crested grebe* chim lặn lớn có mào.

crestfallen /krestfɔ:lən/ *tt* tiu nghỉu.

cretaceous /kri'teiʃəs/ *tt (địa)* **1.** [thuộc] phấn trắng, giống phấn trắng: *cretaceous rock* đá phấn trắng **2.** Cretaceous [thuộc] kỷ Phấn trắng: *Cretaceous fossils* hóa thạch thuộc kỷ Phấn trắng.

cretin /kretin, (Mỹ 'kri:tn)/ *dt* **1.** *(y)* người mắc chứng độn **2.** *(xấu)* kẻ dần độn: *why did you do that, you cretin?* tại sao mày làm như vậy hả, đồ độn kia?

cretinous /kretinəs, (Mỹ 'kri:tinəs)/ *tt* độn, dần độn.

cretonne /kretɒn/ *dt* vải creton *(vải bông dày có hình trang trí, dùng để bọc ghế...).*

crevasse /kri'væs/ *dt* đường nẻ *(ở khối băng...).*

crevice /krevis/ *dt* đường nứt, đường rạn *(ở tảng đá, ở tường...).*

crew¹ /kru:/ *dt* **1.** phi đội; thủy thủ đoàn **2.** đội, nhóm: *a camera crew* đội quay phim **3.** *(thường, xấu)* tụi, bè lũ: *the people she'd invited were a pretty motley crew* những người mà chị ta mời là một tụi khá hỗn tạp.

crew² /kru:/ *dgt* nhập vào đội, nhập vào nhóm: *men are needed to crew the lifeboat* đang cần người vào đội xuồng cứu đắm.

crew³ /kru:/ *qk của* crow².

crew cut /'kru:kʌt/ kiểu tóc húi cua *(đàn ông).*

crew neck /'ku:nek/ kiểu cổ tròn vừa khít *(ở áo, nhất là ở áo chui đầu).*

crib¹ /krib/ *dt* **1.** máng ăn *(cho súc vật)* **2.** *(Mỹ)* nh cot 1 **3.** *(Mỹ* crèche) mô hình Chúa ra đời **4.** *nh* cribbage.

crib² /krib/ *dgt* **crib somebody [up]** giam chặt ai *(giam vào một chỗ chật hẹp).*

crib³ /krib/ *dt* **1.** bài quay cóp *(khi thi...): this answers must be a crib, it's exactly the same as Jone's* câu trả lời này chắc là quay cóp, nó giống hệt câu trả lời của Jones **2.** tài liệu giúp hiểu rõ hơn *(như một bản dịch, một bài chú giải chẳng hạn).*

crib⁴ /krib/ *dgt* (-bb) (+ from, of) quay cóp: *in the exam, I cribbed [an answer] from the girl next to me* trong kỳ thi, tôi đã quay cóp [câu trả lời của] một cô gái ngồi cạnh tôi.

crib⁵ /krib/ *dt (kng) nh* cribbage.

cribbage /kribidʒ/ *dt (cg* crib) lối chơi bài kipbi.

cribbage board /'kribidʒ bɔ:d/ bảng ghi điểm chơi bài kipbi.

crick¹ /krik/ *dt (thường* **a crick**) chứng vẹo cổ.

crick² /krik/ *dgt* làm vẹo *(cổ...): crick one's neck* vẹo cổ.

cricket¹ /krikit/ *dt (động)* con dế mèn: *the chirping of a cricket* tiếng dế kêu.

cricket² /krikit/ *dt (thể)* môn cricket: *a cricket match* trận đấu cricket. // **not cricket** *(Anh, lóng, cũ)* không ngay thẳng, không chính trực: *you can't do it without telling him; it just isn't cricket* anh không thể làm cái đó mà không báo cho nó biết, như vậy thật là không ngay thẳng.

cricketer /'krikitə[r]/ *dt (thể)* cầu thủ cricket.

cried /kraid/ *qk và dttqk của* cry¹.

crier /'kraiə[r]/ *dt nh* town crier.

cries¹ /kraiz/ thì hiện tại, ngôi thứ ba của cry¹.

cries² /kraiz/ *dt snh của* cry².

crikey /'kraiki/ *tht (Anh, kng)* trời! *(chỉ sự ngạc nhiên, sự sợ hãi): crikey! what a big dog!* trời! con chó mới to làm sao!

crime /kraim/ *dt* **1.** tội ác, tội: *commit a serious crime* phạm một tội nghiêm trọng **2.** sự phạm tội: *an increase in crime* sự gia tăng phạm tội; *crime prevention* sự phòng ngừa phạm tội **3.** *(thường* **a crime**) [hành vi] tội lỗi; hành vi vô đạo đức: *it's a crime the way he bullies his children* cái kiểu ông ta hành hạ con cái thật là vô đạo đức.

criminal¹ /'kriminl/ *tt* **1.** có tội, phạm tội: *a criminal* *act* hành vi phạm tội **2.** [thuộc] hình sự: *criminal law* luật hình sự **3.** tội lỗi, vô đạo đức: *it's criminal the way she lies and cheats to get what she wants* cái kiểu cô ta nói dối và lừa gạt để đạt cái cô muốn thật là vô đạo đức.

criminal² /'kriminl/ *dt* tội phạm: *war criminal* tội phạm chiến tranh.

criminally /'kriminəli/ *pht* [một cách] phạm tội.

criminologist /,krimi'nɒ-lədʒist/ *dt* nhà tội phạm học.

criminology /,krimi'nɒlədʒi/ *dt* tội phạm học.

crimp /krimp/ *dgt* **1.** gấp nếp (*giấy, quần...*) **2.** uốn lượn sóng (*tóc*).

crimplene /'krimpli:n/ *dt* (*tên riêng*) vải khó nhàu.

crimson¹ /'krimzn/ *dt* màu đỏ thẫm.

crimson² /'krimzn/ *tt* đỏ thẫm.

crimson lake /'krimzn leik/ *nh* lake².

cringe /krindʒ/ *dgt* **1.** (+ at, from) co rúm lại: *a child cringing in terror* cháu bé co rúm lại vì khiếp sợ **2.** (+ to, before) khúm núm: *he's always cringing to the boss* anh ta lúc nào cũng khúm núm trước ông xếp.

crinkle¹ /'kriŋkl/ *dt* nếp nhăn, nếp nhàu.

crinkle² /'kriŋkl/ *dgt* (+ up) [làm cho] có nếp nhăn, [làm cho] có nếp nhàu: *the dead plant's crinkled leaves* lá quăn queo của cây chết.

crinkly /'kriŋkli/ *tt* (-ier; -iest) **1.** có nếp nhăn, có nếp nhàu **2.** quăn, có nếp nhăn (*tóc*).

crinoline /'krinəlin/ *dt* khung căng váy phồng (*theo kiểu ăn mặc trước đây*).

cripes /kraips/ *tht (lóng, cũ)* chà, ủa! *cripes, it just dis-*

appear chà, nó biến mất rồi!

cripple¹ /kripl/ *dt* người què.

cripple² /kripl/ *dgt* (*thường ở thể bị động*) **1.** làm què: *crippled with rhumatism* bị què vì thấp khớp **2.** (*bóng*) làm hỏng nặng, làm suy sút nghiêm trọng: *a ship cripped by a storm* con tàu bị bão làm hỏng nặng; *the business has been crippled by losses* việc kinh doanh suy sút đi vì thua lỗ.

crises /'kraisi:z/ *dt snh* của crisis.

crisis /'kraisis/ *dt* (*snh* **crises**) **1.** sự khủng hoảng; con khủng hoảng: *economic crisis* khủng hoảng kinh tế; *cabinet crisis* khủng hoảng nội các **2.** cơn (*bệnh*), sự lên cơn: *cardiac crisis* cơn đau tim.

crisp¹ /krisp/ *tt* **1.** giòn (*thực phẩm*): *a crisp biscuit* bánh quy giòn **2.** tươi (*rau quả*): *a crisp apple* quả táo tươi **3.** cứng (*giấy*): *a crisp new £5 note* tờ 5 bảng mới cứng **4.** khô và lạnh (*không khí, thời tiết*): *a crisp winter morning* một buổi sáng mùa đông khô lạnh **5.** xoăn tít (*tóc*) **6.** quả quyết, dứt khoát (*thái độ, cách nói...*): *a crisp order* một mệnh lệnh dứt khoát; *a crisp and clear answer* câu trả lời dứt khoát và rõ ràng.

crisp² /krisp/ *dt* (*cg* **potato crisp**, *Mỹ* **potato chip, chip**) khoai tây lát rán giòn.

crisp³ /krisp/ *dgt* (+ up) [rán] giòn; [nướng] giòn: *crisp the bread up in the oven* nướng giòn bánh mì trong lò.

crisply /'krispli/ *pht* [một cách] quả quyết, [một cách] dứt khoát.

crispness /'krispnis/ *dt* **1.** sự giòn (*thực phẩm*) **2.** sự tươi (*rau quả*) **3.** sự cứng (*giấy*) **4.** sự khô và lạnh (*không khí, thời tiết*) **5.** sự xoăn tít (*tóc*) **6.** sự quả quyết, sự dút khoát (*thái độ, cách nói...*).

crispy /'krispi/ *tt* (-ier; -iest) **1.** giòn (*thực phẩm*) **2.** tươi (*rau quả*).

criss-cross¹ /'kriskrɒs, (*Mỹ* 'kriskrɔ:s/ *tt* (*thngữ*), *pht* đan chéo nhau, cắt chéo nhau: *electricity cables erected criss-cross over the countryside* dây cáp điện đan chéo nhau trên vùng quê.

criss-cross² /'kriskrɒs, (*Mỹ* 'kriskrɔ:s/ *dgt* **1.** đan (cắt) chéo nhau: *railway lines criss-cross in a dense network* các đường xe lửa cắt chéo nhau thành một mạng lưới dày đặc **2.** (+ with) đánh dấu bằng những đường chéo nhau: *a sheet criss-crossed with pencil marks* tờ giấy chằng chịt những đường bút chì chéo nhau.

criteria /krai'tiəriə/ *dt snh* của criterion.

criterion /krai'tiəriən/ *dt* (*snh* **criteria**) tiêu chuẩn: *what are the criteria for deciding who gets the prize?* tiêu chuẩn để xác định ai đoạt giải thưởng là gì thế?

critic /'kritik/ *dt* **1.** người chỉ trích: *I am my own severest critic* tôi là người tự chỉ trích mình gay gắt nhất **2.** nhà phê bình (*văn học, nghệ thuật*): *a literary critic* nhà phê bình văn học; *a play praised by the crictics* một vở kịch được các nhà phê bình khen ngợi.

critical /'kritikl/ **1.** phê bình, phê phán: *a critical remark* một lời nhận xét phê phán;

a *critical attitude* thái độ nhận xét phê phán **2.** [thuộc] nghệ thuật phê bình *(văn học...): the film has received critical acclaim* bộ phim đã được các nhà phê bình hoan nghênh **3.** nguy kịch: *the patient's condition is critical* tình trạng của bệnh nhân nguy kịch lắm.

critical age /,kritikl'eidʒ/ *dt* tuổi tắt dục.

critical temperature /,kritikl 'temprətʃə[r]/ *(lý)* nhiệt độ tới hạn.

criticism /'kritisizəm/ *dt* **1.** sự phê bình, sự phê phán, sự chỉ trích; sự bình phẩm **2.** lời phê bình, lời chỉ trích; lời bình phẩm.

criticize, criticise /'kritisaiz/ *dgt* phê bình, phê phán, chỉ trích; bình phẩm.

critique /kri'ti:k/ *dt_* **1.** sự phân tích phê phán **2.** bài phân tích phê phán.

croak¹ /krəʊk/ *dt* tiếng kêu ộp ộp *(ếch kêu)*; tiếng quạ quạ *(quạ kêu).*

croak² /krəʊk/ *dgt* **1.** kêu ộp ộp *(ếch)*; kêu quạ quạ *(quạ)* **2. croak something** [out] nói khàn khàn, nói giọng khản đặc: *she could only croak because of her heavy cold* cô ta chỉ có thể nói khàn khàn vì bị cảm lạnh nặng; *he croaked [out] a few words* nó nói ra vài tiếng giọng khản đặc **3.** *(lóng)* ngoẻo, củ.

crochet¹ /'krəʊʃei, (Mỹ) krəʊ'ʃei)/ *dt* **1.** sự thêu bằng kim móc **2.** vải thêu bằng kim móc.

crochet² /'krəʊʃei, (Mỹ) krəʊ'ʃei)/ *dgt* **(crocheted)** thêu bằng kim móc.

crochet-hook /'krəʊʃeihʊk/ *dt* kim mó c.

crock¹ /krɒk/ *dt (cũ)* **1.** lọ sành **2. crock** *(snh)* nh croc-

kery **3.** *(thường snh)* mảnh sành.

crock² /krɒk/ *dt (Anh, kng)* **1.** xe ọp ẹp **2.** người già yếu; con vật già yếu.

crocked /krɒkt/ *tt (Anh, kng)* bị gãy: *my arm's crocked* cánh tay tôi bị gãy.

crockery /'krɒkəri/ *dt (cg* **crocks)** bát đĩa bằng sành.

crocodile /'krɒkədail/ *dt* **1.** cá sấu **2.** *(Anh, kng)* toán học sinh đi hàng đôi.

crocodile tears /'krɒkədail tiə[r]z/ nước mắt cá sấu *(buồn giả tạo, đau đớn giả tạo).*

crocus /'krəʊkəs/ *dt (thực)* *(snh* **crocuses)** nghệ tây.

Croesus /'kri:səs/ *dt* **as rich as Croesus** x rich¹.

croft /krɒft, (Mỹ krɔ:ft)/ *(Anh)* **1.** trang trại nhỏ **2.** mảnh đất nhỏ có rào.

crofter /'krɒftə[r]/ *dt* **1.** chủ trang trại nhỏ **2.** người thuê trang trại nhỏ *(nhất là ở Ê-cốt).*

croissant /krwʌsɒŋ, (Mỹ krʌ'sɒŋ)/ *dt (tiếng Pháp)* bánh sừng bò *(ăn vào bữa điểm tâm).*

cromlech /'krɒmlek/ *dt (cg* **dolmen** *(kcổ))* đá vòng, crom-lêch.

crone /krəʊn/ *dt (thường xấu)* mụ già xấu xí tàn tạ.

crony /'krəʊni/ *dt (xấu)* bạn thân thiết.

crook¹ /krʊk/ *dt* **1.** *(kng)* kẻ lừa đảo, kẻ bịp: *the crooks got away with most of the money* tụi lừa đảo đã chuồn, cuỗm đi phần lớn số tiền **2.** khúc quanh, chỗ cong: *carry something in the crook of one's arm* mang vật gì đỡ trong khuỷu tay **3.** gậy có móc *(của người chăn cừu thời trước)*; gậy phép *(của giám mục).* // **by hook or by crook** x hook¹.

crook² /krʊk/ *dgt* uốn cong, cong lại *(chủ yếu nói về ngón tay, cánh tay)*

crook³ /krʊk/ *tt (thường vị ngữ) (Úc, kng)* ốm: *I'm feeling a bit crook* tôi cảm thấy hơi ốm.

crook-back¹ /krʊkbæk/ *dt (cổ)* người gù.

crook-back² /krʊkbæk/ *tt (cổ)* gù.

crook-backed /'krʊkbækt/ *tt (cổ) nh* crook-back.

crooked /'krʊkid/ *tt* **(-er; -est)** **1.** cong, cong queo **2.** quanh co: *a crooked lane* ngõ hẻm quanh co **3.** gian dối: *crooked ways* những thủ đoạn gian dối.

crookedly /'krʊkidli/ *pht* **1.** [một cách] cong queo **2.** [một cách] quanh co **3.** [một cách] gian dối.

crookedness /'krʊkidnis/ *dt* **1.** sự cong queo **2.** sự quanh co **3.** sự gian dối.

croon /kru:n/ *dgt* hát lầm rầm: *croon soothingly [to a child]* hát lầm rầm dỗ em bé; *croon a baby to sleep* hát lầm rầm cho em bé ngủ.

crooner /'kru:nə[r]/ ca sĩ hát bài hát tình cảm *(ở những năm 1930, 1940).*

crop¹ /krɒp/ *dt* **1.** vụ thu hoạch, vụ: *rice crop* vụ lúa; *heavy crop* một vụ thu hoạch bội thu; *a crop failure* một vụ thu hoạch thất bát **2. crops** *(snh)* cây trồng: *industrial crops* cây công nghiệp; *treat the crops with fertilizers* bón phân cho cây trồng **3.** *(số ít)* **crop of something** nhóm; số lượng: *this year's crop of students* số lượng sinh viên năm nay **4.** kiểu cắt tóc rất ngắn **5.** diều *(chim)* **6.** roi ngựa có vòng đầu. // **neck and crop** x neck¹.

crop² /krɒp/ *dgt* (**-pp**) **1.** cắt ngắn, xén, hớt *(hớt tóc, đuôi, tai động vật...): with hair cropped [short]* tóc cắt ngắn **2.** gặm *(cỏ): sheep had cropped the grass [short]* cừu đã gặm [trụi] cỏ **3.** cho thu hoạch *(như thế nào đó, nói về cây trồng, cánh đồng): the beans cropped well this year* đậu năm nay cho thu hoạch cao.

crop up xuất hiện bất ngờ, phát sinh bất ngờ: *all sorts of difficulties cropped up* khó khăn đủ loại đã xuất hiện bất ngờ.

crop-dusting /'krɒp dʌsting/ *dt* sự rải, sự phun *(phân, thuốc trừ sâu...)* lên cây trồng.

crop-eared /'krɒpɪəd/ *tt* **1.** cụt tai, bị xẻo tai **2.** [có] tóc húi cao *(trông rõ cả tai).*

cropper /'krɒpə[r]/ *dt (đi sau tt)* cây cho thu hoạch như thế nào đó: *a heavy cropper* cây cho thu hoạch cao; *a light cropper* cây cho thu hoạch thấp. // **come a cropper** *(kng)* a/ ngã b/ thất bại.

crop-spraying /'krɒpspreɪɪŋ/ *dt nh* crop-dusting.

croquet /'krəʊkeɪ, (Mỹ krəʊˈkeɪ)/ *dt (thể)* bóng vồ.

croquette /krəʊˈket/ *dt* viên *(khoai, cá... nghiền)* bọc vụn bánh mì rán giòn.

crore /krɔː[r]/ *dt (Ấn Độ)* mười triệu: *a crore of rupees* mười triệu ru-pi.

crosier *(cg* **crozier**) /'krəʊzɪə[r], (Mỹ 'krəʊʒər)/ *dt* gậy phép *(của giám mục).*

cross¹ /krɒs, (Mỹ krɔːs)/ *dt* **1.** dấu chéo, dấu chữ thập: *the place is marked on the map by a cross* nơi đó được đánh dấu trên bản đồ bằng một dấu chéo **2.** nét *(tạo nên con chữ, như nét gạch ngang ở con chữ t)* **3. the**

Cross giá chữ thập *(nơi Chúa bị đóng đinh)* **4.** hình thánh giá: *she wore a small silver cross on a chain round her neck* chị ta đeo một thánh giá bằng bạc trên một dây chuyền quanh cổ **5.** đài thập tự **6.** dấu thánh giá: *the priest made a cross over her head* vị tu sĩ làm dấu thánh giá trên đầu chị ta **7. the Cross** Thiên chúa giáo: *the Cross and the Crescent* Thiên chúa giáo và Hồi giáo **8.** *(thường* **Cross**) huy chương **9.** *(thường số ít)* sự lai giống; vật lai, cây lai: *a mule is a cross between a horse and an ass* la là vật lai giữa ngựa và lừa **10.** sự pha tạp: *a play that is a cross between farce and tragedy* một vở pha tạp hài bi, một vở bi hài kịch **11.** nỗi thống khổ, nỗi đau khổ: *bear one's cross* chịu đựng đau khổ.

cross² /krɒs, (Mỹ krɔːs)/ *dgt* **1.** băng qua, ngang qua: *cross the sea* vượt biển; *electriccity cables cross the valley* dây cáp điện bắc ngang qua thung lũng **2.** giao nhau, chéo nhau: *the roads cross just outside the village* đường sá đan chéo nhau ngay phía ngoài làng; *our paths crossed several times* chúng tôi gặp nhau nhiều lần; *our letters crossed in the post* chúng tôi đã thư từ qua lại với nhau [qua bưu điện] **3.** bắt chéo: *cross one's legs* ngồi bắt chéo chân, ngồi vắt chân chữ ngũ; *cross one's arms on one's chest* khoanh tay trước ngực **4.** gạch ngang, gạch chéo: *cross the t's* cho dấu gạch ngang vào các chữ t; *a crossed cheque* tấm séc gạch chéo **5. cross oneself** làm dấu thánh giá: *he crossed himself as he passed the church* anh ta làm dấu thánh giá

khi đi qua nhà thờ **6.** cản trở, gây trở ngại: *cross somebody* cản trở ai; *cross a plan* gây trở ngại cho một kế hoạch; *to be crossed in love* gặp trắc trở trên đường tình **7.** lai giống: *cross a horse with an ass* lai giống ngựa với lừa. // **Cross one's bridges when one comes to them** đến đó sẽ hay; **cross my heart [and hope to die]** *(kng)* xin thề có trời đất chứng giám; **cross one's fingers** cầu mong; **cross one's mind** nảy ra trong óc; **cross somebody's palm with silver** đưa tiền đồng cho ai *(để nhờ xem quẻ...)*; **cross somebody's path** tình cờ gặp ai; **cross the Rubicon** liều làm việc gì; **cross swords [with somebody]** đấu với ai, tranh luận với ai. **dot one's i's and cross one's t's** *x* dot¹; **get (have) one's lines crossed** *x* line¹; **get one's wires crossed** *x* wire¹.

cross something off [something]; cross something out (through) xóa bằng gạch chéo; xóa đi, gạch đi.

cross³ /krɒs, (Mỹ krɔːs)/ *tt* (**-er; -est**) **1.** cross [with somebody] [about something] tức giận, nổi giận: *I was cross with him for being late* tôi đã nổi giận với anh ta vì anh ta đến trễ; *what are you so cross about?* sao anh lại nổi giận thế?; *she gave me a cross look* cô ta nhìn tôi bằng con mắt giận dữ **2.** ngược *(gió): strong cross breezes make it difficult for boats to leave harbour* gió ngược thổi mạnh làm cho thuyền khó rời cảng.

cross- *(dạng kết hợp tạo dt, dgt, tt và pht)* ngang, chéo, băng qua; *cross-fertilize* thụ phấn chéo; *cross-country* băng qua đồng; *cross-Channel ferries* những chiếc phà [băng] qua eo biển Manche.

cross-bar /'krɒsbɑ:[r]/ *dt* **1.** thanh ngang **2.** xà ngang (*ở khung thành bóng đá...*) **3.** thanh giằng, thanh nối (*ở khung xe đạp...*).

cross-beam /'krɒsbi:m, (*Mỹ* 'krɔ:sbi:m)/ *dt* xà ngang.

cross-benches /'krɒsbentʃiz, (*Mỹ* 'krɔ:sbentʃiz)/ *dt (snh)* ghế [dành cho] nghị sĩ trung lập (*trong nghị viện Anh*).

cross-bencher /'krɒs bentʃ[r], (*Mỹ* 'krɔ:sben-tʃə[r])/ nghị sĩ trung lập (*nghị viện Anh*).

cross-bones /'krɒsbəʊnz, (*Mỹ* 'krɒsbəʊnz)/ *dt (snh)* hình xương chéo (*vẽ dưới hình sọ người, dấu hiệu của sự nguy hiểm đến tính mạng*).

cross-bow /'krɒsbəʊ, (*Mỹ* 'krɔ:sbəʊ)/ *dt* cái nỏ, cái ná.

cross-bred /'krɒsbred, (*Mỹ* 'krɔ:sbred)/ *tt* lai giống, lai: *a cross-bred dog* một con chó lai.

cross-breed¹ /'krɒsbri:d, (*Mỹ* 'krɔ:sbri:d)/ *dt* vật lai, cây lai.

cross-breed² /'krɒsbri:d, (*Mỹ* 'krɔ:sbri:d)/ *dgt* cho lai giống.

cross-check¹ /ˌkrɒs'tʃek, (*Mỹ* krɔ:s'tʃek)/ *dgt* kiểm lại bằng phương pháp khác; kiểm lại qua nguồn tham khảo khác: *cross-check your answer by using calculator* hãy kiểm lại đáp số của bạn bằng cách dùng máy tính.

cross-check² /ˌkrɒs'tʃek, (*Mỹ* ˌkrɔ:s'tʃek)/ *dgt* việc kiểm lại bằng phương pháp khác, kiểm lại qua nguồn tham khảo khác.

cross-country¹ /ˌkrɒs'kʌntri, (*Mỹ* ˌkrɔ:s'kʌntri)/ *tt* băng đồng, việt dã: *a cross-coun-try rase* cuộc thi chạy việt dã.

cross-country² /ˌkrɒs'kʌntri, (*Mỹ* krɔ:s'kʌntri)/ *dt* cuộc chạy việt dã.

cross-current /'krɒskʌrənt, (*Mỹ* 'krɔ:skʌrənt)/ *dt* **1.** dòng chảy cắt ngang [dòng khác] **2.** xu hướng đối lập: *a cross-current of opinion against the prevailing view* một ý kiến theo xu hướng đối lập ngược với quan điểm đang thịnh hành.

cross-cut /'krɒskʌt, (*Mỹ* ˌkrɔ:skʌt)/ *tt* để cưa ngang (*nói về cái cưa; trái với cưa dọc súc gỗ*): *a cross-cut saw* lưỡi cưa ngang.

cross-examination /'krɒs igzæmi'neiʃn, (*Mỹ* 'krɔ:sig-zæmi'neiʃn)/ *dt* **1.** (*luật*) sự thẩm vấn **2.** cuộc thẩm vấn.

cross-examine /ˌkrɒsig'zæ-min, (*Mỹ* ˌkrɔ:sigzæmin)/ *dgt* **1.** (*luật*) thẩm vấn **2.** chất vấn: *whenever he comes in late his wife cross-examine him about where he's spent the evening* mỗi lần ông ta về nhà muộn, bà vợ ông chất vấn ông đã ở đâu cả buổi tối.

cross-examiner /ˌkrɒsig'zæ-minə[r], (*Mỹ* ˌkrɔ:sig'zæmi-nər)/ *dt* (*luật*) người thẩm vấn.

cross-eyed /'krɒsaid, (*Mỹ* 'krɔ:said)/ *tt* lác, lé.

cross-fertilization, cross-fer-tilisation /ˌkrɒs,fɜ:təlai'zeiʃn, (*Mỹ* ˌkrɔ:s,fɜ:təlai'zeiʃn)/ *dt* (*thực*) sự thụ tinh chéo.

cross-fertilize, cross-fertilise /ˌkrɒs'fɜ:təlaiz, (*Mỹ* ˌkrɔ:s'fɜ:-təlaiz)/ *dgt* **1.** (*thực*) cho thụ tinh chéo **2.** (*bóng*) kích thích thêm: *literary studies have been cross-fertilized by new ideas in linguistics* những ý kiến mới về ngôn ngữ học đã kích thích thêm các nghiên cứu về văn học.

cross-fire /'krɒsfaiə[r], (*Mỹ* 'krɔ:sfaiər)/ *dt* **1.** lối bắn chéo cánh sẻ **2.** (*bóng*) sự bị kẹt vào lưới đạn của hai bên: *when two industrial giants clash, small companies can get caugh in the cross-fire* khi hai công ty công nghiệp khổng lồ va chạm nhau, thì các công ty nhỏ có thể bị kẹt giữa lưới "đạn" của họ.

cross-grained /ˌkrɒs'greind, (*Mỹ* ˌkrɔ:s'greind)/ *tt* **1.** có thớ chéo (*gỗ*) **2.** khó chiều, khó tính (*người*).

cross-hatch /'krɒshætʃ, (*Mỹ* ˌkrɔ:s'hætʃ)/ *dgt* vạch những đường chéo song song lên: *cross-hatch an area on a map* vạch những đường chéo song song lên một vùng trên bản đồ.

cross-hatching /'krɒshætʃiŋ, (*Mỹ* 'krɔ:s'hætʃiŋ)/ *dt* hình những đường chéo song song (*vạch lên một vùng bản đồ...*).

crossing /'krɒsiŋ, (*Mỹ* 'krɔ:siŋ)/ *dt* **1.** chuyến vượt biển, chuyến vượt sông: *a rough crossing from Dover to Calais* một chuyến vượt biển gian truân từ Dover đến Calais **2.** ngã ba, ngã tư (*đường*); nơi chắn đường tàu hỏa **3.** lối đi trong hai hàng đinh (*để cho người đi bộ qua đường*) **4.** quan ải: *arrested by guards at the border crossing* bị lính gác bắt giữ tại quan ải.

cross-legged /ˌkrɒs'legd, (*Mỹ* ˌkrɔ:s'legd)/ *tt* [ngồi] xếp bằng tròn: *sitting cross-legged on the floor* ngồi xếp bằng tròn trên sàn.

crossly /'krɒsli, (*Mỹ* 'krɔ:sli)/ *pht* [một cách] cáu kỉnh, [một cách] gắt gỏng.

crossness /'krɒsnis, (*Mỹ* 'krɔ:snis)/ *dt* sự cáu kỉnh, sự gắt gỏng.

cross-patch /'krɒspætʃ, (*Mỹ* 'krɔ:spætʃ)/ *dt* (*cũ, kng*) người bản tính, người dễ nổi nóng.

cross-piece /'krɒspiːs, (Mỹ 'krɔːspiːs)/ dt thanh giằng.

cross-ply /'krɒsplai, (Mỹ 'krɔːsplai)/ tt có lớp bố gồm sợi xếp chéo nhau (lốp xe).

cross-pollination /ˌkrɒspɒlə'neiʃn, (Mỹ ˌkrɔːspɒlə'neiʃn)/ dt (thực) sự thụ phấn chéo.

cross-pollinate /'krɒspɒlineit, (Mỹ ˌkrɔːspɒlineit)/ dgt (thực) cho thụ phấn chéo.

cross-purposes /ˌkrɒspɜː'pəsiz, (Mỹ ˌkrɔː'pɜːpəsiz)/ dt **at cross-purposes** hiểu lầm nhau: we're at cross-purposes, I'm talking about astronomy, you're talking about astrology chúng ta đã hiểu lầm nhau rồi, tôi đang nói về thiên văn học, anh thì đang nói về chiêm tinh học.

cross-question /ˌkrɒs'kwestʃən, (Mỹ ˌkrɔːs'kwestʃən)/ dgt hỏi gạn; chất vấn.

cross-reference¹ /ˌkrɒs'refrəns, (Mỹ ˌkrɔːs'refrəns)/ dt lời chú dẫn qua lại.

cross-reference² /ˌkrɒs'refrəns, (Mỹ ˌkrɔːs'refrəns)/ dgt chú dẫn qua lại.

cross-roads /'krɒsrəʊdz, (Mỹ 'krɔːsrəʊdz)/ dt **1.** (dgt số ít) ngã tư đường. // **at a (the) cross-roads 2.** ở điểm quyết định trong cuộc đời (trong nghề nghiệp); ở bước ngoặt: our business is at the cross-roads, if this deal succeeds, our future is assured; if not, we shall be bankrupt việc kinh doanh của chúng ta đang ở bước ngoặt: nếu vụ giao dịch mua bán này thành công thì tương lai của chúng ta được bảo đảm, bằng không chúng ta sẽ phá sản.

cross-section /ˌkrɒ'sekʃn, (Mỹ ˌkrɔː'sekʃn)/ dt **1.** mặt cắt ngang, tiết diện **2.** mẫu tiêu biểu: a cross-section of the electors mẫu tiêu biểu cho các cử tri.

cross-talk /'krɒstɔːk, (Mỹ 'krɔːstɔːk)/ dt (Anh) cuộc đối thoại (đối đáp) nhanh (giữa các diễn viên, các nghị sĩ quốc hội...).

cross-town /'krɒstaun, (Mỹ 'krɔːstaun)/ tt xuyên thành phố, xuyên thị xã: a cross-town bus xe buýt chạy xuyên thành phố (chứ không phải ra vào thành phố).

cross-trees /'krɒstriːz, (Mỹ 'krɔːstriːz)/ dt (snh) (hải) thanh giữ cột buồm.

cross-walk /'krɒswɔːk, (Mỹ 'krɔːswɔːk)/ dt (Mỹ) nh pedestrian crossing.

cross-wind /'krɒswind, (Mỹ 'krɔːswind)/ dt gió thổi tạt ngang (xe ô tô, máy bay...).

cross-wise /'krɒswaiz, (Mỹ 'krɔːswaiz)/ **1.** chéo, chéo chữ thập **2.** theo hình chữ thập.

crossword /'krɒswɜːd, (Mỹ 'krɔːswɜːd)/ (cg **crossword puzzle**) trò chơi ô chữ.

crotch /krɒtʃ/ dt (cg **crutch**) đũng quần.

crotchet /'krɒtʃit/ dt (nhạc) (Mỹ **quarter-note**) nốt đen.

crotchety /'krɒtʃiti/ tt (kng) bẩn tính.

crouch¹ /krautʃ/ dgt khom lưng thu mình lại: the cat crouched, ready to leap con mèo khom lưng thu mình lại sẵn sàng lao lên.

crouch² /krautʃ/ dt tư thế khom lưng thu mình lại.

croup¹ /kruːp/ dt (y) bệnh bạch hầu thanh quản.

croup² /kruːp/ dt mông (ngựa).

croupier /'kruːpier, (Mỹ 'kruːpiər)/ dt người hồ lì (ở sòng bạc).

crouton /'kruːtɒn/ dt (tiếng Pháp) bành mì rán, bánh mì nướng (hình khối, thường ăn với xúp).

crow¹ /krəʊ/ dt con quạ. // **as the crow flies** theo đường chim bay: **stone the crows!** x stone².

crow² /krəʊ/ dgt (crowed, (cổ) crew; crowded) **1.** gáy (gà) **2.** reo lên (em bé) **3.** (xấu) reo mừng hân hoan.

crow³ /krəʊ/ dt (số ít) **1.** tiếng gáy (gà) **2.** tiếng reo mừng hân hoan.

crow-bar /'krəʊbɑː[r]/ dt cái xà beng; cái đòn xeo.

crowd¹ /kraud/ dt **1.** đám đông, đám người: a crowd had already collected outside the embassy gate một đám đông đã tụ tập ngoài cửa sứ quán; police had to break up the crowd cảnh sát đã phải giải tán đám đông **2.** đám khán giả: the match attracted a large crowd cuộc thi đấu đã thu hút nhiều khán giả **3.** the crowd (số ít, xấu) quần chúng, dân thường: move with the crowd làm như mọi người **4.** (kng) đám, bọn: I don't associate with that crowd tôi không kết giao với đám ấy đâu. // **crowds [of]; a whole crowd [of]** rất nhiều người: there were crowds of people waiting to get in có rất nhiều người đang chờ để vào; **follow the crowd** x follow.

crowd² /kraud/ dgt **1. crowd around (round [somebody])** tụ tập, xúm quanh: pupils crowded round [their teacher] to ask questions học sinh xúm quanh thầy để hỏi **2.** chen chân nhau: tourists crowded the pavement khách du lịch chen chân trên vỉa hè **3.** (kng) dồn ép: don't crowd me, give me time to think đừng dồn ép tôi, hãy để cho tôi thời giờ suy nghĩ. // **crowd on sail** *(hải)* giương nhiều buồm để tăng tốc độ.

crowd in on somebody dồn dập kéo về, ùn ùn kéo về *(trong tâm trí ai; nói về ý nghĩ...)*: *memories crowded in on me* kỷ niệm dồn về trong trí tôi; **crowd into something; crowd in** chen nhau vào: *supporters crowded through the gates into the stadium* những người ủng hộ chen qua cổng vào sân vận động; **crowd somebody (something) into something; crowd somebody (something) in** nhồi nhét, nhét: *they crowded people into the buses* họ nhét người vào xe buýt; **crowd somebody (something) out [of something]** a/ choán hết chỗ, chiếm mất chỗ: *the restaurant regular customers are being crowded out by tourists* khách ăn thường ngày của cửa hàng đã bị du khách chiếm mất chỗ b/ gây trở ngại: *small shops are being crowded out by the big supermarkets* các cửa tiệm nhỏ đang bị các siêu thị lớn gây nhiều khó khăn trở ngại.

crowded /kraʊdid/ *tt* **1.** đông đúc, đông người: *crowded buses* xe buýt đông người **2.** *(bóng)* đầy ắp, đầy; *days crowded with activity* những ngày đầy hoạt động; *life crowded with great events* cuộc đời đầy những sự kiện lớn.

crowd-puller /ˈkraʊdpʊlə[r]/ *dt* điều thu hút đám đông.

crown¹ /kraʊn/ *dt* **1.** mũ miện; ngôi vua: *wear the crown* đội mũ miện, làm vua; *come to the crown* lên ngôi vua **2.** vòng nguyệt quế; vòng hoa, vòng lá *(đội lên đầu như là biểu tượng của thắng lợi hay phần thưởng)*:

two boxers fighting it out for the world heavyweight crown hai võ sĩ quyền Anh đấu với nhau giành chức vô địch thế giới hạng cân nặng **3.** *(thường the crown)* a/ chóp mũ b/ đỉnh, ngọn: *the crown of a hill* đỉnh đồi; *the crown of a tree* ngọn cây **4.** thân *(răng)* **5.** đồng curon *(Anh, bằng 5 si-linh)*.

crown² /kraʊn/ *dgt* **1.** đội mũ miện cho, tôn lên làm vua; *be crowned [king]* được tôn lên làm vua **2.** tạo nên đỉnh của, bao phủ trên đỉnh: *the hill is crowned with wood* đồi có cây bao phủ ở đỉnh **3.** kết thúc một cách vinh quang, hoàn thành một cách tốt đẹp: *the award of this prize crowned his career* việc nhận giải thưởng ấy đã kết thúc một cách vinh quang sự nghiệp của ông **4.** đánh vào đầu, gõ vào đầu *(ai)*: *shut up or I'll crown you* câm mồm đi không tao gõ vào đầu cho đấy **5.** *(cg cap)* bịt *(răng bằng vàng...)*. // **crown it all** thêm vào đó; *it was cold, raining and, to crown it all we had to walk home* trời rét, mưa, và thêm vào đó chúng tôi phải đi bộ về nhà.

crown-colony /ˌkraʊnˈkɒləni/ thuộc địa Anh chưa được độc lập.

crown court /ˌkraʊnˈkɔːt/ tòa án đại hình.

crown jewels /ˌkraʊnˈdʒuːəlz/ mũ miện và các biểu chương vương giả khác *(vua mang trên mình trong các lễ lớn)*.

crown prince /ˌkraʊn ˈprins/ hoàng thái tử.

crown princess /ˌkraʊn prinˈses/ vợ hoàng thái tử, công nương.

crowning /ˈkraʊniŋ/ *tt (thngữ)* hoàn hảo; tốt đẹp:

the crowning success of her career thành công tốt đẹp của sự nghiệp của bà ta; *her crowning glory is in her hair* vẻ lộng lẫy hoàn hảo của cô ta là ở mái tóc.

crow's-feet /ˈkraʊzfiːt/ *dt (snh)* vết nhăn chân chim *(ở đuôi mắt)*.

crow's-nest /ˈkraʊznest/ *dt* chòi [trên] cột buồm.

crozier /ˈkraʊziə[r]/ *dt nh* crosier.

crucial /ˈkruːʃl/ *dt (+ to, for)* cốt yếu; quyết định: *a crucial factor* yếu tố quyết định; *at the crucial moment* tới lúc quyết định.

crucially /ˈkruːʃəli/ *pht* [một cách] cốt yếu; [một cách] quyết định.

crucible /ˈkruːsibl/ *dt* **1.** nồi nấu kim loại **2.** *(bóng, tu từ)* lò thử thách: *the alliance had been forged in the crucible of war* khối liên minh ấy đã được tôi luyện trong lò thử thách của chiến tranh.

crucifix /ˈkruːsifiks/ *dt* thánh giá, hình chữ thập.

crucifixion /ˌkruːsiˈfikʃn/ *dt* sự đóng đinh vào giá chữ thập.

cruciform /ˈkruːsifɔːm/ *tt* [có] hình chữ thập.

crucify /ˈkruːsifai/ *dgt (crucified)* **1.** đóng đinh vào giá chữ thập **2.** đối xử nghiêm khắc; lên án: *the minister was crucified in the press for his handing of the affair* ông bộ trưởng bị báo chí lên án do cách ông sử lý sự việc.

crud /krʌd/ *dt* **1.** *(kng, Mỹ)* chất nhầy dính *(ở đáy chảo...)*; chất bẩn, chất thừa bỏ đi **2.** người khó ưa.

cruddy /ˈkrʌdi/ *tt (kng, Mỹ)* khó ưa.

crude /kru:d/ *tt* **1.** nguyên, sống, thô *(chưa tinh luyện, tinh chế): crude oil* dầu thô; *crude sugar* đường thô **2.** thô thiển; thô kệch: *his paintings are rather crude* những bức tranh của ông ta khá là thô kệch **3.** thô lỗ, lỗ mãng: *crud manners* cử chỉ thô lỗ.

crudely /'kru:dli/ *pht* **1.** [một cách] thô **2.** [một cách] thô thiển; [một cách] thô kệch **3.** [một cách] thô lỗ.

crudity /'kru:diti/ *dt* **1.** tính chất thô thiển; tính chất thô kệch **2.** cử chỉ thô lỗ; nhận xét thô lỗ: *I'd had never met such crudity* tôi chưa bao giờ thấy những cử chỉ thô lỗ như thế.

cruel /kruəl/ *tt* **(-ller; -llest) 1.** *(xấu)* độc ác, tàn ác: *a cruel dictator* một nhà độc tài tàn ác; *don't be cruel to animals* đừng có độc ác với thú vật **2.** tàn khốc, thảm khốc: *a cruel war* cuộc chiến tranh tàn khốc; *cruel death* cái chết thảm khốc.

cruelty /'kruəlti/ *dt* **1.** sự độc ác, sự tàn ác **2.** *(thường snh)* hành động độc ác, hành động tàn ác.

cruet /'kru:it/ *dt* **1.** lọ dầu, lọ giấm *(ở bàn ăn)* **2.** giá để các lọ dầu, giấm, muối, tiêu.

cruise¹ /kru:z/ *dgt* **1.** đi dạo chơi *(trên biển, bằng tàu, thuyền)*; đi tuần tra *(bằng tàu, thuyền)* **2.** chạy (bay) ở tốc độ vừa phải *(tiết kiệm xăng nhót) (xe, máy bay): a cruising speed of 50 miles per hour* tốc độ vừa phải 50 hải lý mỗi giờ; *taxis cruised about, hoping to pick up late fares* xe tắc xi chạy chậm kiếm khách **3.** đi quanh quẩn để tìm bạn tình *(nói về những người đồng tính luyến ái)*.

cruise² /kru:z/ *dt* chuyến dạo chơi trên biển, chuyến du ngoạn bằng tàu thuyền: *a round-the-world cruise* chuyến du ngoạn bằng tàu thuyền vòng quanh thế giới.

cruise missile /'kru:zmisail/ tên lửa đầu đạn hạt nhân tự điều khiển.

cruiser /'kru:zə[r]/ *dt* **1.** tuần dương hạm **2.** *(cg* **cabin cruiser)** tàu du ngoạn *(có chỗ ngủ)*.

crumb /krʌm/ *dt* **1.** vụn, *(bánh mì...): crumbs of bread* vụn bánh mì **2.** ruột bánh mì **3.** mẩu, tý chút: *a few crumbs of information* vài mẩu tin; *I failed my exam and my only crumb of comfort is that I can take it again* tôi đã hỏng thi và tý chút hy vọng duy nhất của tôi là tôi có thể thi lại **4.** *(Mỹ, kng)* người đáng khinh, người đê tiện.

crumble¹ /'krʌmbl/ *dgt* **1.** [làm cho] vỡ vụn ra: *crumble one's bread* bẻ vụn chiếc bánh mì; *the bricks slowly crumbled in the long frost* gạch từ từ vỡ vụn ra trong mùa giá lạnh dài ngày; *crumbling walls* những bức tường vỡ vụn **2.** sụp đổ, tan tành: *the great empire began to crumble* đế chế đã bắt đầu sụp đổ; *hopes that crumbled to dust* hy vọng tan thành cát bụi. // **that the way the cookie crumbles** *(kng, Mỹ)* tình hình là thế đấy, không làm gì được đâu.

crumble² /'krʌmbl/ *dt* bánh trái cây hấp rắc vụn bánh mì: *apple crumble* bánh táo hấp rắc vụn bánh mì.

crumbs /krʌmz/ *tht* **(Anh, kng)** chà! *(diễn tả sự ngạc nhiên, sự sợ hãi)*.

crummy /'krʌmi/ *tt (kng)* **(-ier; -iest)** nhếch nhác: *a crummy little street in the worst part of town* một đường phố nhếch nhác ở khu tồi tàn nhất trong thành phố.

crumpet /'krʌmpit/ *dt* **1.** *(Anh)* bánh nướng *(không ngọt, ăn nóng với bơ)* **2.** *(Anh, lóng)* ả ngon xơi *(chỉ người phụ nữ hấp dẫn): there's not much crumpet around at this party* trong bữa tiệc chẳng có mấy ả ngon xơi.

crumple /'krʌmpl/ *dgt* **1.** vò nhàu, làm nhàu nếp: *material that crumples easily* vải dễ nhàu; *a crumpled [up] suit* bộ quần áo bị nhàu; *he crumpled the paper [up] into a ball* nó vò tờ giấy thành một viên tròn; *the child's face crumpled up and he began to cry* mặt đứa bé nhăn lại và nó bắt đầu khóc **2.** **(+ up)** sụp đổ: *her resistance to the proposal has crumpled* sự chống đối của chị ta đối với lời đề nghị đã sụp đổ.

crunch¹ /krʌntʃ/ *dgt* **(cg scrunch) 1.** nhai, gặm: *the dog was crunching a bone* con chó đang gặm khúc xương **2.** [làm cho] kêu lạo xạo: *feet crunch the gravel* chân giẫm lên sỏi kêu lạo xạo; *the frozen snow crunched under our feet* tuyết đóng băng kêu lạo xạo dưới chân chúng tôi.

crunch² /krʌntʃ/ *dt* **(cg scrunch) 1.** *(thường số ít)* sự nhai, sự gặm; tiếng nhai, tiếng gặm **2.** tiếng lạo xạo. // **if (when) it comes to the crunch; if (when) the crunch comes** đến lúc quyết định; khi nước đến chân: *he always says he'll help, but when it comes to the crunch, he does nothing* anh ta luôn luôn bảo là sẽ giúp đỡ, nhưng khi nước đến chân anh ta chẳng làm gì cả.

crunchy /'krʌntʃi/ *tt* (-ier; -iest) giòn tan: *crunchy biscuit* bánh quy giòn tan.

crupper /'krʌpə[r]/ *dt* **1.** dây đuôi *(buộc vào yên ngựa)* **2.** mông *(ngựa)*.

crusade /kru:'seid/ *dt* **1.** *(sử)* cuộc thập tự chinh **2. crusade for (against) something; crusade [to do something]** cuộc vận động: *crusade against corruption* cuộc vận động chống mua chuộc đút lót.

crusader /kru:'seidə[r]/ *dt* **1.** *(sử)* quân thập tự chinh **2.** người tham gia cuộc vận động.

crush¹ /krʌʃ/ *dgt* **1.** đè nát, nghiền nát: *don't crush the box, it has flowers in it* đừng làm bẹp cái hộp, có hoa trong ấy đấy; *several people were crushed to death by the falling rocks* nhiều người đã bị đá đổ đè chết **2.** (+ up) đập vụn: *huge hammers crush [up] the rocks* những chiếc búa lớn đã đập vụn các tảng đá **3.** [làm] nhàu, làm nhàu nếp: *the clothes were badly crushed in the suitcase* quần áo trong va-li đã bị nhàu nát hết; *some synthetic material do not crush easily* một loại vải sợi tổng hợp không dễ bị nhàu **4.** đánh bại, dẹp tan: *the rebellion was crushed by government forces* vụ nổi loạn đã bị quân chính phủ dẹp tan; *her refusal crushed all our hopes* sự từ chối của cô ta đã làm chúng tôi tiêu tan mọi hy vọng.

crush [somebody (something)] into, past, through... something nhồi, nhét: *you can't crush twenty people into such a tiny room* anh không thể nhét hai mươi người vào một gian phòng nhỏ như thế; *he tried*

to crush the packet through the letter-box nó cố nhét gói đồ vào thùng thư; **crush something out [of something]** ép ra, vắt ra: *crush the juice of oranges* vắt nước cam; *with his hands round her throat he crushed the life out of her* với hai tay bóp chặt cổ nàng, nó đã cướp đi mạng sống của nàng.

crush² /krʌʃ/ *dt* **1.** đám đông chen lấn: *I couldn't get through the crush* tôi không thể lách qua đám đông chen lấn **2.** (+ on) *(kng)* sự thích nhất thời, sự khoái nhất thời: *school children often have (get) crushes on teachers* học sinh thường hay nhất thời khoái giáo viên của mình **3.** nước trái cây vắt: *lemon crush* nước chanh vắt.

crush barrier /'krʌʃ,bæriə[r]/ hàng rào cản đám đông.

crushing /'krʌʃiŋ/ *tt* **1.** nặng nề, làm tan tành: *a crushing defeat* thất bại nặng nề **2.** uy hiếp, nhằm khuất phục: *a crushing look* cái nhìn uy hiếp.

crushingly /'krʌʃiŋli/ *pht* **1.** [một cách] nặng nề, [một cách] tan tành **2.** [một cách] uy hiếp; với ý định khuất phục.

crust¹ /krʌst/ *dt* **1.** vỏ cứng *(bánh mì, trái đất...)*: *the Earth's crust* vỏ trái đất **2.** lát bánh mì: *he'd share his last crust with you* nó chia sẻ cùng anh lát bánh mì cuối cùng *(ý nói tốt bụng, có tấm lòng thơm thảo)* **3.** cặn *(rượu vang đóng chai).*

crust² /krʌst/ *dgt* **crust over** trở nên phủ một lớp cứng: *the surface of the liquid gradually crusted over* bề mặt chất lỏng dần dần đóng thành lớp cứng.

crustacean /krʌ'steiʃn/ *dt* *(động)* động vật giáp xác *(như cua, tôm).*

crusted /krʌstid/ *tt* *(thường vị ngữ)* **1.** (+ with) phủ vỏ cứng; đóng vỏ cứng: *walls crusted with dirt* tường bị đóng một lớp đất bụi cứng **2.** đọng nhiều cặn *(rượu vang đỏ).*

crusty /'krʌsti/ *tt* (-ier; -iest) **1.** có vỏ cứng giòn: *crusty French bread* bánh mì Pháp có vỏ cứng giòn **2.** *(kng)* dễ nổi giận, cục cằn *(nói về người già).*

crutch /krʌtʃ/ *dt* **1.** cái nạng *(thường* **pair of crutches)** **2.** vật chống đỡ, người hỗ trợ: *he uses his wife as a kind of crutch because of his lack of confidence* ông ta lấy vợ mình làm người hỗ trợ vì ông thiếu tự tin **3.** *nh* crotch.

crux /krʌks/ *dt (số ít)* phần cốt tử; phần khó khăn: *now we come to the crux of the problem* bây giờ chúng ta tới điểm cốt tử của vấn đề.

cry¹ /krai/ *dgt* (cried) **1.** khóc: *the child was crying for his mother* cháu bé khóc đòi mẹ; *cry with hunger* khóc vì đói; *cry for joy* khóc vì vui sướng **2.** gào, la, kêu *(người, thú, chim)*: *monkeys cried [out] shrilly when they see danger* lũ khỉ kêu chí chóe khi gặp nguy hiểm; *he cried [out] for mercy* nó kêu xin tha tội **3.** *(cũ)* rao *(hàng)*: *cry one's wares* rao hàng. // **cry one's eyes (heart) out** khóc thảm thiết; **cry over spilt milk** hối tiếc việc đã rồi: *you've broken it now, it's no use crying over spilt milk* con làm vỡ cái đó rồi, hối tiếc thì cũng đã muộn rồi; **cry oneself to sleep** *x* sleep¹; **cry wolf** kêu cứu vờ *(thực sự không có nguy hiểm gì cả)*; **for crying out loud** ngàn lần van anh: *for crying out loud shut that door!* ngàn lần van anh, đóng giùm cái của ấy; **laugh till (until) one cries** x laugh¹. **cry something down** chê bai, đánh giá thấp; **cry off** không giữ lời; **cry out for something** đòi hỏi cái gì, yêu cầu điều gì: *people are crying for free elections* dân đang đòi hỏi các cuộc bầu cử tự do.

cry² /krai/ dt **1.** tiếng gào, tiếng la, tiếng kêu: *a cry of terror* tiếng gào khiếp sợ; *the cry of an animal in pain* tiếng kêu của con vật bị đau đớn; *the cry of the crow* tiếng của con quạ **2.** sự khóc than: *have a good long cry, it will do you good* khóc nữa đi, cái đó sẽ tốt cho anh đấy **3.** tiếng rao (*của người bán hàng rong...*) **4.** (*trong từ ghép*) khẩu hiệu, lời kêu gọi: *"lower taxes" was their cry* "giảm thuế" là lời kêu gọi của họ. // **a far cry from something (from doing something)** x far¹; **hue and cry** x hue²; **in full cry** x full¹.

cry-baby /'kraibeibi/ dt (*kng, xấu*) người mau nước mắt.

crying /'kraiiŋ/ tt **1.** kinh khủng: *it's a crying shame, the way they treat their children* cách họ đối xử với con họ thật là một nỗi xấu hổ kinh khủng **2.** khẩn thiết: *a crying need* một nhu cầu khẩn thiết.

cryogenics /,kraiə'dʒeniks/ dt (*dgt số ít*) khoa gây lạnh.

crypt /kript/ dt tầng hầm (*trong nhà thờ*).

cryptic /'kriptik/ tt bí hiểm: *a cryptic remark* một nhận xét bí hiểm.

crypt[o]- (*yếu tố tạo dt*) mật, ẩn: *cryptogram* tài liệu

[viết bằng] mật mã; *cryptogam* thực vật ẩn hoa.

cryptogam /'kriptəgæm/ dt (*thực*) thực vật ẩn hoa.

cryptogram /'kriptəgræm/ dt tài liệu [viết bằng] mật mã.

crystal /'kristl/ dt **1.** khoáng vật trong suốt (*như thạch anh chẳng hạn*); đồ trang sức bằng khoáng vật trong suốt **2.** pha lê (*thủy tinh cao cấp*): *a crystal vase* cái bình bằng pha lê **3.** (*hóa*) tinh thể: *sugar and salt crystals* tinh thể đường và tinh thể muối **4.** mặt kính đồng hồ.

crystal ball /,kristl'bɔːl/ quả cầu thạch anh (*để bói*).

crystal clear /,kristl'kliə[r]/ **1.** trong suốt **2.** (*bóng*) dễ hiểu; được hiểu thấu đáo.

crystal-gazing /,kristlgeiziŋ/ dt **1.** sự nhìn vào quả cầu thạch anh **2.** sự ước đoán tương lai.

crystalline /'kristəlain/ tt **1.** bằng pha lê; giống pha lê **2.** trong suốt: *water of crystalline purity* nước trong suốt như pha lê.

crystalization, crystallisation /,kristəlai'zeiʃn, (*Mỹ*) ,kristəli'zeiʃn/ dt sự kết tinh.

crystallize, crystallise /'kristəlaiz/ dgt kết tinh: *the liquid will crystallize at -50°C* chất lỏng ấy sẽ kết tinh ở -50°C; *his vague ideas crystallized into definite plan* (*bóng*) những ý kiến mơ hồ của anh ấy đã kết tinh thành một kế hoạch rõ ràng.

crystallized, crystallised /'kristəlaizd/ tt rắc đường kính: *crystallized oranges* cam rắc đường kính.

crystal set /kristl set/ máy thu thanh kiểu cổ.

c/s vt nh cps.

CSE /,siːesˈiː/ (*vt của* Certificate of Secondary Education) chứng chỉ tốt nghiệp trung học.

CSM /,siːesˈem/ (*vt của* Company Sergeant Major (*Anh*) chuẩn úy.

ct vt (*snh* cts) **1.** (*vt của* carat) ca ra: *an 18ct gold ring* chiếc nhẫn vàng 18 cara **2.** (*vt của* cent) xu: *50 cts* năm mươi xu.

cu (*vt của* cubic) khối: *a volume of 2 cum* thể tích 2 mét khối.

cub /kʌb/ dt **1.** con thú con (*hổ, sói, gấu, cáo...*) **2. the Cubs** (*snh*) Sói con (*tổ chức hướng đạo*): *join the Cubs* tham gia tổ chức Sói con **3.** (*Cub, cg* **Cub Scout**) hướng đạo sinh Sói con **4.** (*cũ*) người trẻ tuổi vô lễ.

cub reporter /'kʌbri,pɔːtə[r]/ anh phóng viên trẻ tuổi thiếu kinh nghiệm.

cubby-hole /'kʌbihəul/ dt căn phòng nhỏ: *my office is a cubby-hole in the basement* văn phòng của tôi là một căn phòng nhỏ tầng hầm.

cube¹ /kjuːb/ dt **1.** (*toán*) hình lập phương **2.** khối lập phương; khối vuông hạt lựu: *cut the meat into cubes* thái thịt thành khối vuông, thái thịt thành hạt lựu **3.** (*toán*) lập phương (*của một số*): *the cube of 5 is 125* lập phương của 5 là 125.

cube² /kjuːb/ dgt **1.** (*toán*) lên tam thừa: *10 cubed is 1000* 10 tam thừa là 1000 **2.** thái hạt lựu (*thịt, cà rốt...*).

cube root /,kjuːb'ruːt/ (*toán*) căn bậc ba: *the cube root of 64 is 4* căn bậc ba của 64 là 4.

cubic /'kjuːbik/ tt **1.** [có hình] khối: *a cubic metre of coal* một mét khối than; *a car with a 2000 cc capacity* xe hơi 2000 phân khối **2.** [có hình] lập phương: *a cubic figure* hình lập phương.

cubical /'kju:bikl/ *tt nh* cubic 2.

cubicle /'kju:bikl/ *dt* buồng con *(ngăn ra từ một buồng lớn, để làm nơi thay quần áo, để ngủ...).*

cubism /'kju:bizəm/ *dt* trường phái lập thể *(trong hội họa).*

cubist[1] /'kju:bist/ *tt* theo trường phái lập thể.

cubist[2] /'kju:bist/ *dt* họa sĩ trường phái lập thể.

cuck-old[1] /'kʌkəʊld/ *dt (cổ, xấu)* ông chồng bị cắm sừng.

cuck-old[2] /'kʌkəʊld/ *dgt (cổ)* **1.** thông dâm với vợ người khác *(nói về đàn ông)* **2.** cắm sừng chồng *(nói về đàn bà).*

cuckoo[1] /'kʊku:/ *dt (động)* chim cu cu.

cuckoo[2] /'kʊku:/ *tt (thường làm vị ngữ)* ngu xuẩn, điên gàn.

cuckoo clock /'kʊku:klɒk/ đồng hồ đổ giờ giống tiếng cu cu.

cucumber /'kju:kʌmbə[r]/ *dt* dưa chuột *(quả, cây).* // **cool as a cucumber** *x* cool[1].

cud /kʌd/ *dt* thức ăn nhai lại. // **chew the cud** *x* chew[1].

cuddle[1] /'kʌdl/ *dgt* ôm ấp: *the lovers kissed and cuddled on the sofa* đôi tình nhân ôm hôn nhau và ôm ấp nhau trên ghế xôfa; *the child cuddled her doll to her chest* cháu bé ôm ấp con búp bê vào lòng.

cuddle up [to (against) somebody (something)]; cuddle up [together] nằm sát vào, rúc vào: *she cuddled up to her mother* cô bé rúc vào lòng mẹ; *they cuddle up [together] under the blanket* họ nằm sát vào nhau dưới chăn.

cuddle[2] /'kʌdl/ *dt (số ít)* sự ôm ấp, sự rúc vào nhau: *have a cuddle together* ôm ấp nhau.

cuddlesome /'kʌdlsəm/ *tt* đáng được ôm ấp, dễ thương.

cuddly /'kʌdli/ *tt* **(-ier; -iest)** *nh* cuddlesome.

cudgel[1] /'kʌdʒl/ *dt* dùi cui, gậy tày. // **take up the cudgel for (on behalf of) somebody (something)** [bắt đầu] bảo vệ (bênh vực) một cách mạnh mẽ.

cudgel[2] /'kʌdʒl/ *dgt* **(-ll-** *Mỹ* **-l-)** đánh bằng dùi cui. **cudgel one's brains** vắt óc suy nghĩ, nghĩ nát óc: *hard I cudgelled my brains, I couldn't remember his name* tôi nghĩ nát óc mà không nhớ ra tên ông ta.

cue[1] /kju:/ *dt* **1.** *(skhấu)* vĩ bạch *(hiệu cuối của một diễn viên dùng để nhắc diễn viên tiếp theo):* *the actor missed his cue and came onto the stage late* diễn viên đã không nghe thấy lời vĩ bạch và ra sân khấu muộn **2.** cách xử lý thích hợp; gương: *take one's cue from somebody* theo gương ai. // **[right] on cue** đúng lúc: *he said she would be back very soon and, right one cue, she walked in* ông ấy bảo chị ta sẽ quay về rất sớm, và đúng lúc ấy, chị ta bước vào.

cue[2] /kju:/ *dgt* **(cueing)** (+ **in**) nhắc, ra hiệu *(cho ai làm gì):* *I'll cue you in by nodding my head* tôi sẽ ra hiệu cho anh bằng cách gật đầu.

cue[3] /kju:/ *dt* gậy chơi bi-a.

cuff[1] /kʌf/ *dt* **1.** cổ tay áo *(áo so-mi, áo vét)* **2.** *(Mỹ)* (cg **turn up**) gấu quần vén lên **3. cuffs** *(snh) (lóng) nh* handcuffs. // **off the cuff** thiếu suy nghĩ, thiếu chuẩn bị:

make a remark off the cuff đưa ra một nhận xét thiếu suy nghĩ; *an off-the-cuff joke* câu nói đùa thiếu suy nghĩ.

cuff[2] /kʌf/ *dgt* bợp vào đầu *(ai)*; bạt tai *(ai).*

cuff[3] /kʌf/ *dt* cái bợp vào đầu, cú bạt tai.

cuff-link /'kʌflɪŋk/ *dt* khuy măng-sét: *a pair of cuff-links* một đôi khuy măng-sét.

cuirass /kwɪ'ræs/ *dt* áo giáp.

cuisine /kwɪ'zi:n/ *dt (tiếng Pháp)* cách nấu nướng: *French cuisine* cách nấu nướng của Pháp; *a restaurant where the cuisine is excellent* một nhà hàng có cách nấu ăn tuyệt hảo.

cul-de-sac /'kʌldəsæk/ *dt* (*snh* **cul-de-sacs**) *(tiếng Pháp)* phố cụt, ngõ cụt.

culinary /'kʌlinəri, (*Mỹ* 'kʌlineri/ *tt* [thuộc] cách nấu nướng: *culinary skill* tài nấu nướng; *a culinary triumph* món ăn nấu tuyệt hảo.

cull[1] /kʌl/ *dgt* **1.** giết thịt những con kém cỏi để giảm bớt đàn gia súc **2.** (+ **from**) chọn ra, lựa ra: *information culled from various reference books* thông tin được chọn lọc từ những sách tham khảo khác nhau.

cull[2] /kʌl/ *dt* **1.** sự loại bỏ những súc vật kém cỏi: *an annual seal cull* sự hoại bỏ hải cẩu hằng năm **2.** súc vật kém cỏi loại bỏ ra: *sell the cull as meat* bán các súc vật loại bỏ ra để làm thịt.

cullander /'kʌləndə[r]/ *dt nh* colander.

culminate /'kʌlmineit/ *dgt* kết thúc, đi đến kết quả cuối cùng là: *a long struggle that culminated in success* cuộc đấu tranh dài ngày đã kết thúc thành công; *a series of border clashes which culminated in full-scale war* một loạt xung đột biên giới đã đi đến kết quả cuối cùng là chiến tranh toàn diện.

culmination /ˌkʌlmiˈneiʃn/ dt (số ít) kết quả cuối cùng: *the successful culmination of a long campaign* kết quả cuối cùng thắng lợi của một chiến dịch dài ngày.

culottes /kjuːˈlɒts/ dt (snh) quần cụt nữ (rộng, trông như chiếc váy): *a pair of culottes* chiếc quần cụt nữ.

culpability /ˌkʌlpəˈbiləti/ dt sự đáng khiển trách, sự có tội.

culpable /ˈkʌlpəbl/ tt **culpable for something** đáng khiển trách, có tội: *I cannot be held culpable [for their mistakes]* tôi không thể bị xem là đáng khiển trách về tội của họ; *culpable negligence* sự chểnh mảng có tội.

culpably /ˈkʌlpəbli/ pht [một cách] đáng khiển trách, [một cách] có tội.

culprit /ˈkʌlprit/ dt kẻ phạm tội, thủ phạm: *someone broke a cup, who was the culprit?* ai đó đã làm vỡ cái chén, đứa nào là thủ phạm thế?

cult /kʌlt/ dt **1.** sự thờ cúng, sự cúng bái: *the cult of ancestors* sự thờ cúng tổ tiên **2.** (thường xấu) sự tôn thờ, sự sùng bái: *the cult of the individual* sự tôn thờ cá nhân, sự sùng bái cá nhân **3.** sự ham thích, sự đang là cái mốt thịnh hành: *a cult word* một từ đang là cái mốt thịnh hành.

cultivable /ˈkʌltivəbl/ tt trồng trọt được: *cultivable soil* đất trồng trọt được.

cultivate /ˈkʌltiveit/ dgt **1.** canh tác, trồng trọt **2.** trau dồi, tu dưỡng: *cultivate the mind* trau dồi trí tuệ **3.** (đôi khi xấu) vun đắp: *cultivate the friendship of influential people* vun đắp quan hệ bạn bè với những người có thế lực **4.** (đôi khi xấu) lấy lòng (ai): *you must cultivate people who can help you in business* anh phải cố lấy lòng những người có thể giúp anh trong kinh doanh.

cultivated /ˈkʌltiveitid/ tt có học thức; tao nhã.

cultivation /ˌkʌltiˈveiʃn/ dt sự canh tác, sự trồng trọt: *land that is under cultivation* đất đang canh tác.

cultivator /ˈkʌltiveitə[r]/ dt **1.** người trồng trọt **2.** máy cày.

cultural /ˈkʌltʃərəl/ tt [thuộc] văn hóa: *cultural activities* hoạt động văn hóa; *a cultural desert* nơi thiếu các hoạt động văn hóa.

culturally /ˈkʌltʃərəli/ pht về mặt văn hóa.

culture /ˈkʌltʃə[r]/ dt **1.** văn hóa: *a society without much culture* một xã hội không mấy văn hóa; *she is a woman of considerable culture* bà là một phụ nữ có văn hóa cao; *he has studied the cultures of Oriental countries* ông ta đã nghiên cứu nền văn hóa các nước Phương Đông; *the culture of the Eskimos* nền văn hóa của người Eskimô **2.** sự tu dưỡng, sự trau dồi: *physical culture* sự trau dồi thể lực, thể dục **3.** sự trồng trọt **4.** sự nuôi (tằm, ong, sò...) **5.** mẻ cấy vi khuẩn (để nghiên cứu khoa học): *a culture of cholera germs* mẻ cấy vi khuẩn dịch tả.

cultured /ˈkʌltʃəd/ tt có học thức, có văn hóa.

cultured pearl /ˈkʌltʃədpɜːl/ ngọc [do] trai nuôi.

culture shock /ˈkʌltʃəʃɒk/ cú sốc văn hóa (sự ngỡ ngàng trước một nền văn hóa khác với văn hóa của mình).

culture vulture /ˈkʌltʃə ˌvʌltʃə[r]/ (kng, đùa hay xấu) người khát khao văn hóa.

culvert /ˈkʌlvət/ dt **1.** cống ngầm **2.** đường dây điện ngầm.

cum /kʌm/ gt (dùng nối hai dt) đồng thời cũng là, kiêm: *a barman-cum-waiter* tiếp viên quầy rượu kiêm hầu bàn.

cumbersome /ˈkʌmbəsəm/ tt **1.** nặng và vướng víu: *a cumbersome overcoat* chiếc áo khoác nặng và vướng víu **2.** chậm chạp nặng nề: *cumbersome administrative procedures* thủ tục hành chính chậm chạp nặng nề.

cumin /ˈkʌmin/ dt (thực) cây thì là Ai Cập.

cummerbund /ˈkʌməbʌnd/ dt khăn thắt lưng.

cumquat /ˈkʌmkwɒt/ dt (thực) kim quất (cây, quả).

cumulative /ˈkjuːmjʊlətiv, (Mỹ ˈkjuːmjʊleitiv)/ tt lũy tích: *cumulative evidence* chứng cứ lũy tích.

cumulatively /ˈkjuːmjʊlətivli/ pht [một cách] lũy tích.

cumuli /ˈkjuːmjʊlai/ dt snh của cumulus.

cumulus /ˈkjuːmjʊləs/ dt (snh cumuli) (ktượng) mây tích.

cuneiform /ˈkjuːnifɔːm, (Mỹ kjuːˈniəfɔːrm)/ tt [có] hình nêm: *cuneiform characters* chữ viết hình nêm (chữ Ba Tư xưa).

cunning[1] /ˈkʌniŋ/ tt **1.** xảo trá: *he's a cunning old fox* hắn là một con cáo già xảo trá; *a cunning plot* âm mưu xảo trá **2.** khéo léo, khéo tay: *a cunning device for cracking nuts* một dụng cụ khéo léo để ghè vỡ quả hạnh **3.** *(Mỹ)* dễ thương, đáng yêu: *a cunny kitten* chú mèo dễ thương.

cunning² /'kʌniŋ/ *dt* sự xảo trá.

cunningly /'kʌniŋli/ *pht* [một cách] xảo trá.

cunt /kʌnt/ *dt* **1.** *(tục, lóng)* âm đạo, âm hộ **2.** *(lóng)* người khó ưa, đồ mặt l...

cup¹ /kʌp/ *dt* **1.** tách, chén: *a tea cup* chiếc tách uống trà; *a cup of coffee* một tách cà phê; *she drank a whole cup of milk* cô ta uống cả một chén đầy sữa; *my cup of joy is overflowing (bóng)* lòng tôi tràn ngập vui sướng **2.** giải, cúp: *teams competing for the World Cup* các đội thi đấu tranh giải vô địch thế giới **3.** vật hình chén: *the cup in which an acorn grows (thực)* đài hình chén của quả đấu **4.** rượu pha *(pha chế với rượu vang, rượu táo):* *cider-cup* rượu táo pha; *claret-cup* rượu vang đỏ pha. // **[not] somebody's cup of tea** [không phải] cái mà ai đó ưa thích: *skiing isn't really my cup of tea* trượt tuyết không phải là cái tôi thực ưa thích; **in one's cup** *(cũ)* say rượu; **there's many a slip 'twixt cup and lip** x slip¹.

cup² /kʌp/ *dgt* (-pp-) **1.** khum *(bàn tay...)* thành hình chén **2.** nắm giữ như để trong chén: *cup one's chin in one's hands* khum bàn tay lại mà đỡ lấy cằm.

cup and ball /'kʌpənd'bɔːl/ trò chơi tung hứng bóng.

cupboard /'kʌpbəd/ tủ búp phê, tủ: *kitchen cupboard* cái chạn; *they ask for more fund but the cupboard is bare* họ đề nghị thêm tiền, nhưng tủ hiện nay trống rỗng. // **cupboard love** tình cảm vờ vịt *(của trẻ em,*

nhằm vòi cái gì đó): *it's only cupboard love, she wants some sweets* đó chỉ là tình cảm vờ vịt, nó muốn mấy cái kẹo đấy; **a skeleton in the cupboard** x skeleton¹.

cup-final /ˌkʌp'fainl/ *dt* *(thường* **Cup-Final**) trận chung kết giành cúp *(bóng đá).*

cupful /ˌkʌpfʊl/ *dt* tách đầy, chén đầy.

Cupid /'kjuːpid/ *dt* **1.** thần Ái tình *(của người La Mã)* **2. cupid** bức tranh thần Ái tình; bức tượng thần Ái tình *(có hai cánh, mang cung tên).*

cupidity /kjuːˈpidəti/ *dt* tính tham lam *(tiền của).*

cupola /'kjuːpələ/ *dt* vòm, vòm bát úp.

cuppa /'kʌpə/ *dt (Anh)* chén trà: *shall we have a cuppa?* chúng ta dùng trà nhé?

cupro-nickel /ˌkjuːprəʊ'nikl/ *dt* hợp kim đồng kền *(để đúc tiền).*

cup-tie /'kʌptai/ *dt* trận đấu tranh cúp *(bóng đá...),* trận đấu loại.

cur /kɜː[r]/ *dt (cũ)* **1.** con chó hư *(nhất là chó lai)* **2.** người hèn nhất; người vô tích sự: *you treacherous cur!* đồ hèn nhất xảo trá nhà mày!

curability /ˌkjʊərəˈbiləti/ *dt* khả năng chữa khỏi được.

curable /'kjʊərəbl/ *tt* có thể chữa khỏi.

curaçao *(cg* **curaçoa)** /kjʊə-rə'səʊ/, *(Mỹ* kjʊərə'saʊ/ *dt* rượu vỏ cam.

curacy /'kjʊərəsi/ *dt (tôn)* chức phó linh mục.

curate /'kjʊərət/ *dt (tôn)* phó linh mục. // **a curate egg** *(Anh, xấu)* điều có mặt tốt mặt xấu.

curative /'kjʊərətiv/ *tt* để chữa bệnh; giúp chữa bệnh; có khả năng chữa bệnh: *the*

curative properties of a herb tính chất chữa bệnh của một dược thảo.

curator /kjʊə'reitə[r], *(Mỹ* *cg* 'kjʊərətər/ *dt* quản đốc bảo tàng; quản đốc phòng trưng bày nghệ thuật.

curb¹ /kɜːb/ *dt* **1. curb [on something]** sự kiềm chế, sự nén lại: *a curb on one's anger* sự kiềm chế cơn giận, sự nén giận; *government curbs on spending* sự kiềm chế chi tiêu của chính phủ **2.** dây hàm thiếc *(ngựa)* **3.** *(Mỹ)* nh **kerb.**

curb² /kɜːb/ *dgt* **1.** kiềm chế, nén lại: *curb one's anger* nén giận; *curb spending* kiềm chế chi tiêu **2.** điều khiển *(ngựa)* bằng dây hàm thiếc.

curd /kɜːd/ *dt* **1.** *thường* **curds** *(snh)* sữa đông *(dùng làm pho mát)* **2.** chất đông cục: *soya-bean curd* đậu phụ.

curdle /'kɜːdl/ *dgt* **1.** [làm] đông lại, [làm] đóng cục: *the milk has curdled* sữa đã đóng cục *(tức là đã trở chua);* *a scream which was enough to curdle one's blood (to make one's blood curdle)* **2.** *(bóng)* tiếng thét làm lạnh người *(làm máu đông lại).*

cure¹ /kjʊə[r]/ *dgt* **1.** chữa khỏi; chữa trị, chữa: *cure a man of a disease* chữa khỏi bệnh cho một người; *this illness cannot be cured easily* bệnh này không dễ chữa khỏi; *ministers hoped that import controls might cure the economy's serious inflation* các vị bộ trưởng hy vọng là việc kiểm soát nhập khẩu có thể chữa được mức lạm phát nghiêm trọng trong nền kinh tế; *that nasty shock cured him of his inquisitiveness for ever* vố đau ấy hẳn sẽ chữa cho anh ta khỏi hẳn thói tọc mạch **2.** xử lý để giữ được lâu *(thịt, bằng cách sấy khô, ướp muối, xông khói).* // **kill or cure** x **kill**¹.

cure² /kjʊə[r]/ *dt* **1.** sự chữa trị: *her cure took six weeks* việc chữa trị cho chị ấy mất sáu tuần; *effect (work) a cure* tiến hành chữa trị **2.** thuốc chữa trị; phương pháp chữa trị: *is there a certain cure for cancer yet?* đã có thuốc nào chữa trị chắc chắn bệnh ung thư chưa?; *he has tried all sorts of cures, but without success* anh ta đã thử mọi phương pháp chữa trị nhưng không thành công **3.** *(tôn)* thánh chức: *resign a cure* từ một thánh chức. // **prevention is better than cure** x prevention.

curfew /'kɜ:fju:/ *dt* lệnh giới nghiêm; giờ giới nghiêm: *impose a curfew* ra lệnh giới nghiêm; *end a curfew* bỏ lệnh giới nghiêm.

curio /'kjʊərɪə/ *dt (snh* **curios)** báu vật, đồ quý.

curiosity /kjʊərɪ'ɒsəti/ *dt* **1.** sự ham biết; sự tò mò: *out of curiosity* vì tò mò; *he gave in to curiosity and opened the letter addressed to his sister* anh ta không ghìm được tính tò mò và bóc thư của chị gái ra xem **2.** người kỳ lạ, vật kỳ lạ, vật quý hiếm. // **curiosity killed the cat** quá tò mò chết người được đấy!

curious /'kjʊərɪəs/ *tt* **1.** ham hiểu biết; tò mò, hiếu kỳ: *I'm curious to know what she said* tôi muốn biết cô ta đã nói gì; *he is a curious boy who is always asking questions* nó là một đứa bé hiếu kỳ luôn luôn đặt câu hỏi; *curious neighbours* những người láng giềng tò mò; *don't be so curious!*

đừng có tò mò thế! **2.** kỳ dị, kỳ lạ, lạ lùng: *isn't he a curious-looking little man?* có phải anh ta là một người bé nhỏ trông kỳ dị lắm phải không?; *it is curious that he didn't tell you* thật là kỳ lạ, anh ta lại không nói cho anh biết.

curiously /'kjʊərɪəsli/ *pht* **1.** [một cách] tò mò, [một cách] hiếu kỳ **2.** [một cách] kỳ dị, [một cách] kỳ lạ, [một cách] lạ lùng.

curl¹ /kɜ:l/ *dt* món tóc quăn, lọn tóc quăn: *curls [of hair] fall over her shoulder* những lọn tóc quăn xõa xuống vai cô; *a curl of smoke raising from a cigarette* một lọn khói cuộn lên từ điếu thuốc lá; *with a curl of the lip* bĩu môi.

curl² /kɜ:l/ *dgt* quăn, xoăn, cuộn: *does her hair curl naturally?* có phải tóc cô ta quăn tự nhiên không? *the frost made the leaves curl [up]* sương giá làm cho lá cây xoăn lại; *the smoke curled upward* khói cuộn tròn bay lên. // **curl one's lip** bĩu môi; **make somebody's hair curl** x hair.

curl up a/ nằm co mình; ngồi bó gối: *the dog curled up in front of the fire* con chó nằm co mình trước bếp lửa b/ gập người lại: *a blow to the stomach made him curl up* một cú đánh vào bụng đã làm anh ta gập mình lại; **curl [somebody] up** *(kng)* a/ [làm cho] bối rối b/ [làm cho] cười vui vẻ: *I just curled up when I saw her dressed as a clown* tôi cười vui vẻ khi thấy chị ta ăn mặc như một tên hề.

curler /'kɜ:lə[r]/ *dt* ống cuộn tóc.

curlew /'kɜ:lju:/ *dt (động)* chim choắt mỏ cong.

curling /'kɜ:lɪŋ/ *dt* trò chơi bi đá trên băng *(ở Scotland).*

curling-irons /'kɜ:lɪŋaiənz/ *dt snh* kẹp uốn tóc.

curling-tongs /'kɜ:lɪŋtɒŋz/ *dt snh nh* curling-irons.

curmudgeon /kɜ:'mʌdʒən/ *dt (cũ)* người bẳn tính.

curmudgeonly /kɜ:'mʌdʒənli/ *tt* bẳn tính: *a curmudgeonly person* người bẳn tính.

currant /'kʌrənt/ *dt* quả lý chua.

currant tree /'kʌrənt-tri:/ cây lý chua.

currency /'kʌrənsi/ *dt* **1.** tiền, tiền tệ: *paper currency* tiền giấy; *a strong currency* đồng tiền mạnh **2.** sự phổ biến rộng rãi, sự thịnh hành: *ideas which had enjoyed a brief currency during the eighteenth century* những tư tưởng thịnh hành một thời gian ngắn hồi thế kỷ mười tám; *the rumour soon gained currency* tin đồn đã sớm lan truyền nhanh chóng.

current¹ /'kʌrənt/ *tt* **1.** hiện hành, đang lưu hành: *current money* đồng tiền hiện hành **2.** thông dụng, thịnh hành: *current words* từ thông dụng **3.** hiện nay: *current month* tháng này; *current price* giá hiện nay.

current² /'kʌrənt/ *dt* **1.** dòng, luồng: *swim against the current* bơi ngược dòng; *the current of time* dòng thời gian; *the current of thought* luồng tư tưởng **2.** dòng điện: *alternative current* dòng điện xoay chiều.

current account /ˌkʌrənt ə'kaunt/ *(Anh) (Mỹ* **checking account)** tài khoản vãng lai.

current affair /ˌkʌrənt ə'feə[r]/ thời sự.

current assess /ˌkʌrənt əˈses/ tài sản lưu động.

currently /ˈkʌrəntli/ *pht* hiện nay: *our director, who is currently in London* giám đốc của chúng tôi, người hiện nay có mặt ở Luân Đôn.

curriculum /kəˈrikjʊləm/ *dt* (*snh* **curriculums, curricula**) chương trình giảng dạy: *is English on your school's curriculum?* trong chương trình giảng dạy ở trường bạn có môn tiếng Anh không?

curriculum vitae /kəˌrikjʊləmˈviːtaɪ/ (*vt* **CV**) (*Mỹ cg* **résumé**) bản lý lịch.

curried /ˈkʌrid/ *dt* nấu ca-ri: *curried beef* thịt bò nấu ca-ri.

curry¹ /ˈkʌri/ *dt* món ca-ri: *a beef curry* món ca-ry thịt bò.

curry² /ˈkʌri/ *dgt* (**curried**) chải lông (*cho ngựa*). // **curry favour [with somebody]** (*xấu*) nịnh hót, bợ đỡ (*ai*).

curry-comb /ˈkʌrikəʊm/ *dt* bàn chải ngựa.

curry powder /ˈkʌriˌpaʊdə[r]/ bột ca-ri.

curse¹ /kɜːs/ *dgt* rủa, chửi rủa, nguyền rủa: *he cursed [at] his bad luck* anh ta nguyền rủa vận rủi của mình; *I cursed her for spoiling my plans* tôi rủa cô ta đã làm hỏng kế hoạch của tôi. // **be cursed with something** bị khổ sở vì bị (*một chứng, một tật*): *be cursed with bad health* bị khổ sở vì sức khỏe yếu.

curse² /kɜːs/ *dt* **1.** lời rủa, lời chửi rủa, lời nguyền rủa: *call down curses upon somebody* [nguyền] rủa ai **2.** nguồn gốc tai họa, nguồn gốc nguy hại: *the curse of inflation* mối nguy hại của nạn lạm phát; *his wealth proved a curse to him* sự giàu có của ông ta lại là nguồn gốc tai họa cho ông **3. the curse** (*số ít*) (*cũ, kng*) kinh nguyệt: *I've got the curse today* hôm nay tôi có kinh.

cursed /ˈkɜːsid/ *tt* đáng nguyền rủa: *this work is a cursed nuisance* công việc này là một chuyện đáng nguyền rủa.

cursedly /ˈkɜːsidli/ *pht* [một cách] đáng nguyền rủa.

cursive /ˈkɜːsiv/ *tt* kiểu chữ viết thảo.

cursor /ˈkɜːsə[r]/ *dt* con chạy (*máy điện toán*).

cursorily /ˈkɜːsərəli/ *pht* [một cách] vội vã, [một cách] qua loa.

cursory /ˈkɜːsəri/ *tt* vội vã, qua loa: *a cursory inspection* sự thanh tra qua loa.

curt /kɜːt/ *tt* (*xấu*) cộc lốc, cụt ngủn: *a curt answer* câu trả lời cộc lốc; *I was a little curt with him* tôi ăn nói hơi cộc lốc với anh ta.

curtail /kɜːˈteil/ *dgt* cắt ngắn, rút bớt; giảm bớt: *curtail a speech* rút ngắn bài nói; *we must try to curtail our spending* chúng tôi phải cố gắng giảm bớt chi tiêu.

curtailment /kɜːˈteilmənt/ *dt* sự cắt ngắn, sự rút bớt, sự giảm bớt.

curtain¹ /ˈkɜːtn/ *dt* **1.** (*Mỹ* **drape**) màn cửa **2.** màn che: *pull the curtains round the patient's bed* kéo màn che giường bệnh nhân **3.** màn (*sân khấu*); sự mở màn, sự hạ màn: *the curtain rises* màn kéo lên; *tonight's curtain is at 7.30* tối nay buổi diễn bắt đầu vào lúc 7 giờ 30; *after the final curtain we went backstage* sau lần hạ màn cuối cùng, chúng tôi rút vào hậu trường **4.** (*bóng*) bức màn (*sương...*): *a curtain of fog* bức màn sương; *a curtain of smoke* bức màn khói **5. curtains** (*snh*) sự kết thúc: *when I saw he had a gun, I knew it was curtain for me* khi tôi thấy nó có súng, tôi biết rằng đời mình thế là kết thúc. // **ring up (down) the curtain** x **ring³**.

curtain² /ˈkɜːtn/ *dgt* treo màn, che màn: *enough material to curtain all rooms* đủ vải để che màn cho tất cả các phòng. // **curtain something off** ngăn bằng màn: *curtain off part of a room* ngăn một góc phòng bằng màn.

curtain-call /ˈkɜːtnkɔːl/ *dt* sự xuất hiện của diễn viên ra trước màn sân khấu để nhận sự tán thưởng của khán giả: *the performers took their curtain-call* diễn viên kéo ra trước màn sân khấu để nhận sự tán thưởng của khán giả.

curtain-raiser /ˈkɜːtnˌreizə[r]/ *dt* tiết mục mở màn (*đen, bóng*): *border incidents that were curtain-raisers to a full scale war* những vụ rắc rối biên giới mở màn cho một cuộc chiến tranh toàn diện.

curtly /ˈkɜːtli/ *pht* (*xấu*) [một cách] cộc lốc, [một cách] cụt ngủn.

curtness /ˈkɜːtnis/ *dt* (*xấu*) sự cộc lốc, sự cụt ngủn.

curtsey¹ (*cg* **curtsy¹**) /ˈkɜːtsi/ *dt* sự nhún gối cúi chào (*của phụ nữ cúi chào nữ hoàng...*): *make (drop, bob) a curtesy [to somebody]* nhún đầu gối cúi chào [ai].

curtsey² (*cg* **curtsy²**) /ˈkɜːtsi/ *dgt* (**curtseyed, curtsied**) nhún gối cúi chào: *curtsey to the Queen* nhún gối cúi chào nữ hoàng.

curvaceous /kɜːˈveiʃəs/ tt nõn nà khêu gợi (nói về phụ nữ).

curvature /ˈkɜːvətʃə[r], (Mỹ ˈkɜːvətʃuər)/ **1.** dạng cong; đường cong: *the curvature of the earth surface* dạng cong của mặt quả đất **2.** (y) sự vẹo: *curvature of the spine* sự vẹo xương sống.

curve[1] /kɜːv/ dt **1.** đường cong: *a curve on a graph* đường cong trên đồ thị **2.** chỗ cong: *a curve in the road* chỗ cong trên đường, chỗ đường vòng; *her attractive curves* những đường cong hấp dẫn của thân hình cô ta.

curve[2] /kɜːv/ dgt **1.** [làm] cong, [uốn] cong: *the road curved suddenly to the left* con đường đột nhiên cong sang trái **2.** di chuyển theo đường cong: *the spear curved in the air* ngọn giáo vẽ một đường cong trong không trung.

curvy /ˈkɜːvi/ tt (-ier; -iest) **1.** cong: *curvy lines* đường cong **2.** nh curvaceous.

cushion[1] /ˈkuʃn/ dt **1.** cái nệm: *a cushion to knell on* cái nệm để quỳ chân; *a vehicle that rides on a cushion of air* một cỗ xe chạy trên nệm không khí; *the three goals we scored in the first half give us a useful cushion against defeat* (bóng) ba bàn thắng ghi được ở hiệp một là tấm nệm bảo vệ chắc chắn chúng tôi khỏi thua cuộc **2.** băng đệm mép trong bàn bi-a.

cushion[2] /ˈkuʃn/ dgt **1.** lót nệm, làm êm: *cushioned seats* ghế có nệm; *powerful shock absorbers cushion our landing* những cái giảm sốc khỏe làm cho chúng tôi hạ cánh êm ru **2.** (against, from) bảo vệ, che chở (một

cách quá đáng): *a child who has been cushioned from unpleasant experiences* đứa bé được nâng niu che chở khỏi phải chịu những chuyện không hay.

cushy /ˈkuʃi/ **1.** (-ier; -iest) (kng, thường xấu) thoải mái; nhẹ nhàng: *her job is so cushy, she does next to nothing and earns a fortune* công việc của cô ta thật nhẹ nhàng, cô ta hầu như chẳng làm gì mà kiếm được khối tiền **2.** (a cushy number) (kng) công việc thoải mái; hoàn cảnh sống thoải mái: *he's got himself a very cushy little number* hắn vớ được một công việc rất thoải mái.

cusp /kʌsp/ dt mũi cong; mũi: *the cusp of a crescent* mũi cong của trăng lưỡi liềm; *the cusp of a leaf* mũi lá.

cuss /kʌs/ dt (kng) **1.** lời rủa, lời chửi rủa, người nguyền rủa **2.** (sau tt) gã, lão: *he's a queer old cuss* ông ta là một lão già kỳ quặc. // **not give a cuss (damn) [about somebody (something)]** hoàn toàn không lo lắng về (ai, cái gì).

cussed /ˈkʌsid/ tt (kng, xấu) ngang bướng.

cussedly /ˈkʌsidli/ pht [một cách] ngang bướng.

cussedness /ˈkʌsidnis/ dt sự ngang bướng: *it rained, with the usual cussedness of the English weather* trời mưa theo thói trở chứng ngang bướng thông thường của thời tiết nước Anh.

custard /ˈkʌstəd/ dt món kem sữa.

custard-apple /ˈkʌstədˌæpl/ dt (thực) na (cây, quả).

custard-pie /ˈkʌstədˌpai/ dt bánh ném (của diễn viên hài kịch ném nhau khi làm trò tếu).

custodial /kʌˈstəudiəl/ tt (luật) tù [tội]: *custodial sentence* án tù.

custodian /kʌˈstəudiən/ dt người trông coi, người chăm sóc: *a self-appointed costodian of public moral* người tự nhận là chăm lo đạo đức xã hội.

custody /ˈkʌstədi/ dt **1.** sự trông coi, sự chăm sóc: *have one's valuables in safe custody* giao các tài sản quý giá của mình cho một nơi trông giữ an toàn (như ngân hàng chẳng hạn); *when his parents died, he was placed in the custody of his aunt* khi bố mẹ nó mất, nó được một người cô trông coi chăm sóc **2.** sự tạm giam (chờ xét xử): *be held in custody* bị tạm giam; *take somebody into custody* bắt giam ai.

custom[1] /ˈkʌstəm/ dt **1.** phong tục, tục lệ: *it is difficult to get used to another country's customs* thật khó mà làm quen với tục lệ của một nước khác; *a slave to custom* người quá nệ tục lệ **2.** thói quen: *it is my custom so rise early* tôi có thói quen dậy sớm **3.** sự quen mua hàng (ở cửa hiệu nào đó); bạn hàng đều đặn: *we're lost a lot of custom since our prices went up* chúng tôi đã mất khối bạn hàng quen từ khi giá cả tăng lên.

custom[2] /ˈkʌstəm/ tt đặt làm, theo đơn đặt hàng: *custom clothes* quần áo đặt may, quần áo may đo.

customarily /ˈkʌstəmərəli, (Mỹ kʌstəˈmerəli)/ pht theo thường lệ.

customary /ˈkʌstəməri, (Mỹ ˌkʌstəˈmeri)/ tt theo thường lệ: *is it customary to tip waiters in your country?* theo thường lệ ở nước ông, có cho tiền người hầu bàn không?

custom-built /ˌkʌstəm'bilt/ *tt (cg* **custom-made**) làm theo đơn đặt hàng: *a custom-build car* chiếc xe hơi chế tạo theo đơn đặt hàng riêng.

customer /'kʌstəmə[r]/ *dt* **1.** khách hàng **2.** *(kng)* gã: *a queer customer* một gã kỳ cục.

customize, customise /'kʌstəmaiz/ *dgt* làm theo đơn đặt hàng; sửa theo ý khách hàng *(chủ yếu nói về xe hơi)*.

custom-made /ˌkʌstəmeid/ *tt nh* custombuilt: *custom-made* giày đặt đóng (thửa).

customs /'kʌstəmz/ *dt (snh)* **1.** thuế quan **2.** *(cg* **the customs**) hải quan: *a customs officer* nhân viên hải quan; *customs formalities* thủ tục hải quan.

customs house /'kʌstəmz haus/ sở hải quan *(ở cảng...)*.

customs union /ˌkʌstəm 'juːniən/ liên minh thuế quan.

cut[1] /kʌt/ *dgt* (**-tt-**) **1.** cắt: *she cut her finger on a piece of broken glass* chị ta bị một mảnh cốc vỡ cắt đứt tay; *cut somebody's throat* cắt họng ai; *cut some pineapple for your sister* cắt cho chị bạn vài lát dứa đi; *cut apples into quarters* cắt táo làm tư; *don't cut the string, untie the knots* đừng cắt sợi dây, hãy tháo các nút ra; *the Minister cut the tape to open a new section of the motorway* ông bộ trưởng cắt băng khánh thành một đoạn xa lộ mới; *cut one's hair* cắt tóc; *cut a diamond* cắt gọt viên kim cương; *sandstone cuts easily* đá cát kết cắt được dễ dàng; *this knife won't cut* con dao này không cắt được; *the wheat has been

cut* lúa mì đã cắt (gặt) xong; *the line cuts the circle at two points* đường kia cắt vòng tròn tại hai điểm; *his salary has been cut by ten percent* tiền lương ông ta bị cắt mười phần trăm; *could you cut your essay from 10.000 to 5.000 words?* anh ta có thể cắt bớt bài tiểu luận của anh từ 10.000 còn 5.000 từ được không? **2.** *(thể)* cắt *(bóng)* **3.** làm đau *(thể xác, tinh thần)*: *his cruel remark cut her deeply* lời nhận xét độc ác của nó làm chị ta đau đớn dữ **4.** đảo *(cỗ bài)* **5.** ngừng, thôi: *cut the chatter and get on with your work* thôi đừng huyên thuyên nữa, tiếp tục công việc đi **6.** tắt *(đèn, động cơ xe hơi...)* **7.** bỏ: *cut a class* bỏ buổi học **8.** phớt lờ: *she cut me [dead] in the street the other day* hôm nọ cô ta phớt lờ tôi ở ngoài phố **9.** mọc răng *(nói về em bé)* **10.** pha loãng, pha: *cut whisky with water* pha nước vào rượu uýt-ky **11.** ghi, thu *(băng, đĩa nhạc)*: *the Beatles cut their first disc in 1962* ban nhạc The Beatles thu đĩa hát lần đầu vào năm 1962. // **cut and run** *(lóng)* chuồn nhanh. **cut across something** không tương ứng với; không khớp với: *opinion on this issue cuts across traditional political boundaries* ý kiến về vấn đề này không khớp với các đường biên giới chính trị truyền thống; **cut across (along, through) [something]** đi tắt qua: *I usually cut across the park on my way home* tôi thường đi tắt qua công viên trên đường về nhà; **cut at somebody (something)** cắt, rạch: *his attacker cut at him with a razor* kẻ tấn công dùng dao cạo rạch đứt anh ta; *he cut

at the rope in an attempt to free himself* hắn cắt sợi dây thừng, cố mà tự giải thoát mình; **cut something away [from something]** cắt bỏ, cắt đi: *they cut away all the dead branches* họ cắt bỏ hết những cành chết; **cut something back** cắt ngắn, tỉa bớt: *cut back a rose bush* tỉa bớt khóm hồng; **cut something back; cut back [on something]** cắt giảm một cách đáng kể: *if we don't sell more goods, we have to cut back [on] production* nếu ta không bán được nhiều hàng hơn, chúng ta phải cắt giảm sản xuất một cách đáng kể; **cut somebody down** a/ giết chết, chém *(ai)* b/ *(thường ở dạng thụ động)* làm cho chết: *he was cut down by pneumonia at an early age* nó chết vì viêm phổi khi còn trẻ; **cut something down** a/ đốn, hạ: *cut down a tree* đốn ngã cây b/ cắt ngắn: *cut down a pair of trousers* cắt ngắn ống quần; *your article's too long, please cut it down to 1000 words* bài của anh quá dài, làm ơn cắt ngắn đi còn khoảng 1000 từ thôi; **cut something down; cut down [on something]** cắt giảm, giảm bớt: *cut down one's expenses* cắt giảm chi tiêu; *the doctor told him to cut down his consumption of fat* bác sĩ bảo anh nên giảm ăn mỡ; **cut somebody down [to something]** đề nghị hạ giá xuống; *he was asking £400 for the car, but we cut him down to £350* anh ta đòi bán chiếc xe 400 bảng, nhưng chúng tôi đề nghị hạ xuống 350 bảng; **cut somebody (something) from something** cắt ra; tách ra: *cut a branch from a tree* cắt cành ra khỏi cây; **cut in [on somebody (something)]** chèn ngang *(nói về* *xe, tài xế*): *the lorry overtook me and then cut in [on me]* chiếc xe tải vượt lên rồi chèn ngang xe tôi; **cut in [on somebody (something)]**; **cut into something** làm gián đoạn, làm ngắt quãng: *she kept cutting in (cutting into) our conversation* chị ta cứ làm ngắt quãng cuộc chuyện trò của chúng tôi; **cut somebody in [on something]** *(kng)* chia lãi, chia phần lời: *cut somebody in a deal* chia phần lãi cho ai trong một thương vụ; **cut somebody off** a/ *(thường ở dạng bị động)* cắt đường dây *(khi nói chuyện qua điện thoại)*: *we were cut off in the middle of our conversation* chúng tôi đang nói chuyện thì bị cắt đường dây; *"operator, I have just been cut off"* "này ông phụ trách tổng đài, tôi bị cắt đường dây mất rồi"! b/ không để lại gì cả qua chúc thư, không cho quyền kế thừa: *he cut his son off without a penny* ông ta không để lại cho con lấy một xu qua chúc thư c/ *(thường ở dạng bị động)* làm cho chết sớm: *a young man cut off in his prime* một chàng trai chết sớm giữa tuổi thanh xuân; **cut somebody (something) off** *(thường ở dạng bị động)* cắt nguồn cung cấp *(cái gì)*: *if you don't pay your gas bill soon you may be cut off* nếu anh không thanh toán tiền hơi ga, anh có thể bị cắt ga đấy; **cut something off** cản trở, ngăn trở, chặn: *cut off the enemy's retreat* chặn đường rút lui của địch; **cut something off [something]** cắt rời, chặt đứt: *King Charles I had his head cut off* vua Charles I đã bị chặt đầu; *he cut off a metre of cloth from the roll* hắn cắt một

mét vải ra khỏi súc vải; *the winner cut ten seconds off the world record* người thắng cuộc rút ngắn kỷ lục thế giới được mười giây; **cut something (somebody) off [from somebody (something)]** tách ra, cách ly, cô lập: *an army cut off from its base* đội quân bị cắt liên lạc với căn cứ; *the village was cut off by heavy snow for a month* ngôi làng bị cách ly với bên ngoài vì tuyết rơi trong một tháng; **cut something open** làm toác ra: *she fell and cut her head open* cô ta ngã và bị toác đầu ra; **cut out** ngừng hoạt động; *one of the aircraft's engines cut out* một trong các động cơ máy bay ngừng hoạt động; **cut something out** a/ cắt ra: *cut out a path through a jungle* mở một con đường qua rừng già b/ cắt *(trên vải)*: *cut out a dress* cắt một cái áo dài *(để may thành áo)* c/ *(kng) (chủ yếu dùng ở thức mệnh lệnh)* ngưng, thôi: *I'm sick of you two squabbling just cut it out* tôi đã mệt về cái chuyện cãi vặt nhau của hai cậu, thôi đi cho rồi d/ *(kng)* cắt bỏ: *you can cut out the un-important details* anh có thể cắt bỏ những chi tiết không quan trọng e/ thôi: *cut out sweets in order to lose weight* thôi ăn kẹo đi để giảm bớt trọng lượng cơ thể; **cut [some-thing] out [of something]** cắt bớt: *cut out a passage from a book* cắt bớt một đoạn trong một cuốn sách; **be cut out for something; be cut out to be something** *(kng)* có đủ tư cách, có đủ trình độ *(làm gì)*: *he's not cut for teaching (to be a teacher)* anh ta không đủ tư cách làm thầy giáo; *Sally and Michael seem to be cut out for each*

other Sally và Michael trông thật xứng đôi; **cut something through something** mở đường qua: *the prisoners cut their way through the barbed wire and escape* các tù nhân mở đường qua hàng rào dây thép gai và tẩu thoát; **cut somebody up** a/ *(kng)* chém *(ai)*, gây vết tím bầm *(cho ai)*: *he was badly cut up in the fight* trong trận đánh nhau, anh ta bị chém và bị đánh tím bầm b/ tiêu diệt: *cut up the enemy forces* tiêu diệt lực lượng địch c/ *(kng) (thường dùng ở dạng bị động)* làm suy sụp *(về mặt tinh thần)*: *he was badly cut up by the death of his son* ông ta bị suy sụp mạnh trước cái chết của con trai ông; **cut something up** thái nhỏ, băm nhỏ: *cut up vegetables* thái nhỏ rau.

cut² /kʌt/ *dt* 1. sự cắt; nhát cắt; vết cắt: *a deep cut in the leg* vết đứt sâu ở chân 2. **(cut in something)** sự cắt giảm: *a cut in prices* sự giảm giá; **a power cut** sự cắt điện 3. **(cut in something)** sự cắt bớt; sự cắt bỏ; một đoạn *(trong bài viết, một cảnh trong vở kịch...)*: *there are several cuts in the film* cuốn phim có nhiều cảnh bị cắt bỏ 4. vật cắt ra, miếng cắt ra: *a cut of beef* một miếng thịt bò 5. kiểu cắt *(quần áo)*: *I don't like the cut of his new suit* tôi không thích kiểu cắt bộ quần áo mới của anh ta 6. *(thể)* cú cắt bóng 7. lời nhận xét làm đau lòng: *what he said was a cut at me* những gì nó nói là lời nhận xét đau lòng nhằm vào tôi đấy 8. *(kng)* phần lãi: *your cut will be £200* phần lãi của anh sẽ là 200 bảng 9. *(cg cutting)* đường hầm. // **a cut above [somebody (something)]** *(kng)* hơn, khá hơn: *her work is a cut above that of others* công việc của chị ta khá hơn của những người khác; **cut and thrust [of something]** cuộc bàn cãi sôi nổi: *the cut and thrust of parliamentary debate* sự bàn cãi sôi nổi tại các cuộc tranh luận ở nghị viện; **the cut of somebody's jib** (cũ) cung cách, bề ngoài của ai: *I must say I don't like the cut of his jib* tôi phải nói là tôi không thích cái cung cách của nó; **a short cut** x short[1].

cutaway /'kʌtəwei/ *dt* bản vẽ mặt trong, sơ đồ mặt trong (không vẽ mặt ngoài, để thấy rõ bên trong): *a cutaway diagram* biểu đồ mặt trong.

cut-back /'kʌtbæk/ *dt* sự cắt giảm: *cutbacks in public spending* cắt giảm chi tiêu công cộng.

cute /kju:t/ *tt* (**-r; -st**) (đôi khi xấu) 1. hấp dẫn, xinh xắn 2. tinh ranh, ranh mãnh: *don't be so cute!* đừng có ranh mãnh quá thế!

cutely /'kju:tli/ *pht* 1. [một cách] hấp dẫn, [một cách] xinh xắn 2. [một cách] tinh ranh, [một cách] ranh mãnh.

cuteness /'kju:tnis/ *dt* 1. sự hấp dẫn, sự xinh xắn 2. sự tinh ranh, sự ranh mãnh.

cut glass /ˌkʌt'glɑ:s/ thủy tinh chạm: *a cut glass vase* chiếc bình bằng thủy tinh chạm.

cuticle /'kju:tikl/ *dt* (giải) tiểu bì.

cutlass /'kʌtkəs/ *dt* (hải) thanh đoản kiếm cong.

cutler /'kʌtlə[r]/ *dt* 1. người làm dao kéo 2. người bán dao kéo.

cutlery /'kʌtləri/ *dt* dao nĩa (dùng để ăn): *a cutlery set* một bộ dao nĩa.

cutlet /'kʌtlit/ *dt* món cốt lết.

cut-off /'kʌtɒf/ *dt* 1. điểm kết thúc, giới hạn: *reach the cut-off point* tới điểm kết thúc 2. van, cái ngắt (điện, dòng nước...).

cut-out /'kʌtaut/ *dt* 1. hình cắt: *a cardboard cut-out* hình cắt bằng bìa cứng 2. (điện) cầu chì.

cut-price /ˌkʌt'prais/ *tt* (Mỹ **cut-rate**) bán hạ giá: *cut-price goods* hàng bán hạ giá; *a cut-price store* cửa hàng bán hạ giá.

cutpurse /'kʌtpɜ:s/ *dt* kẻ móc túi.

cut-rate /ˌkʌt'reit/ *tt* (Mỹ) *nh* cut-price.

cutter /'kʌtə[r]/ *dt* 1. người cắt; máy cắt: *a tailor's cutter* thợ cắt quần áo; *a cigar cutter* cái xén đầu xì gà 2. **cutters** (snh, trong từ ghép) dụng cụ cắt: *wire-cutters* kìm cắt dây thép; *bolt-cutters* cái cắt bù-loong 3. thuyền một cột buồm 4. xuồng tàu thủy (để đi từ tàu vào bờ).

cutthroat /'kʌtθrəut/ *tt* (thường thngữ) gay gắt, quyết liệt: *cutthroat competition* cuộc tranh tài quyết liệt.

cutthroat razor /ˌkʌtθrəut 'reizə[r]/ *dt* dao cạo lưỡi cắm vào cán (theo lối cổ, không gập lại được).

cutting[1] /'kʌtiŋ/ *dt* 1. (Mỹ **clipping**) bài báo cắt ra, truyện báo cắt ra 2. cành giâm: *take a cutting from a rose* lấy một cành giâm hoa hồng 3. (cg cut) đường hầm.

cutting[2] /'kʌtiŋ/ *tt* 1. buốt, lạnh cắt da cắt thịt (gió) 2. chua cay, cay độc: *cutting remarks* những nhận xét cay độc.

cuttingly /'kʌtiŋli/ [một cách] chua cay, [một cách] cay độc: *...she said cuttingly ...*cô ta nói một cách cay độc.

cuttlefish /'kʌtlfiʃ/ *dt* con mực.

cutworm /'kʌtwɜ:m/ *dt* sâu xám (hại cây).

cv /ˌsi:'vi:/ (vt của tiếng Latinh *curriculum vitae*) lý lịch.

cwm /ku:m,kum/ *dt* thung lũng.

cwt (snh **cwts**) (vt của tiếng Latinh *centum* + tiếng Anh *weight*) tạ (đơn vị trọng lượng bằng 50 kg): *a 1/2 cwt sack of potatoes* một bao khoai tây nửa tạ (tức nặng 25 kg).

-cy (cg **-acy**) 1. (yếu tố tạo dt chỉ tính chất với tt và dt): *accuracy* sự chính xác; *supremacy* ưu thế tối cao 2. (yếu tố tạo dt chỉ chức vụ, địa vị với dt): *baronetcy* hàng tòng nam tước.

cyanide /'saiənaid/ *dt* (hóa) xyanua.

cybernetic /ˌsaibə'netik/ *tt* [thuộc] điều khiển học.

cybernetics /ˌsaibə'neticks/ *dt* (dgt số ít) điều khiển học.

cyclamate /'saikləmeit, 'sikləmeit/ *dt* xyclamat (chất ngọt tổng hợp).

cycad /'saikæd/ *dt* (thực) cây tuế.

cyclamen /'sikləmən, (Mỹ 'saikləmən)/ *dt* (thực) cây loa lật.

cycle[1] /'saikl/ *dt* 1. chu kỳ, chu trình: *the cycle of the seasons* chu kỳ bốn mùa 2. tập thơ toàn bộ, tập bài hát toàn bộ: *a Schubert song cycle* tập bài hát toàn bộ của Schubert 3. (kng) xe đạp; xe máy: *a cycle race* cuộc đua xe đạp; cuộc đua xe máy.

cycle² /'saikl/ *đgt* đi xe đạp; đi xe máy: *he cycles to work everyday* hằng ngày anh ta đạp xe đi làm.

cyclic /'saiklik/ *tt* theo chu kỳ, tuần hoàn.

cyclist /'saiklist/ *dt* người đi xe đạp.

cyclone /'saikləun/ *dt* (*ktượng*) xoáy thuận, áp thấp nhiệt đới.

cyclonic /sai'klɒnik/ *tt* [thuộc] xoáy thuận, [thuộc] áp thấp nhiệt đới.

Cyclopean /sai'kləupiən/ *tt* 1. [thuộc] Cyclops (/'saiklɒps/) (*người khổng lồ một mắt trong thần thoại Hy Lạp*). 2. (*tu từ*) khổng lồ.

cyclostyle¹ /'saikləstail/ *dt* máy in rônêô.

cyclostyle² /'saikləstail/ *đgt* in rônêô.

cyclotron /'saiklətrɒn/ *dt* (*lý*) xyclotron.

cyder /'saidə[r]/ *dt nh* cider.

cygnet /'signit/ *dt* con thiên nga non.

cylinder /'silində[r]/ *dt* 1. hình trụ, vật hình trụ 2. (*cơ*) xy lanh: *a six-cylinder engine* động cơ có sáu xy lanh. // **working [firing] on all cylinders** hết công suất, hết mực: *the office is working on all cylinders to get the job finished* cả cơ quan đang làm việc hết mực để hoàn thành công việc.

cylindrical /si'lindrikl/ *tt* [có] hình trụ.

cylinder block /'silindəblɒk/ (*cơ*) hộp xylanh.

cylinder head /'silindəhed/ (*cơ*) nắp xylanh.

cymbal /'simbl/ *dt* (*thường snh*) cái chũm chọe.

cynic /'sinik/ *dt* 1. **Cynic** nhà khuyển nho 2. kẻ hoài nghi ích kỷ.

cynical /'sinikl/ *tt* 1. như khuyển nho: *a cynical smile* nụ cười khuyển nho 2. ích kỷ, vô sỉ: *a cynical disregard for other's safety* lối coi thường ích kỷ sự an toàn của người khác.

cynicism /'sinisizəm/ *dt* tính vô sỉ.

cynosure /'sinəzjuə[r]/, (*Mỹ* 'sainəʃuə[r]/) *dt* trung tâm chú ý: *she was the cynosure of all eyes* nàng là trung tâm chú ý của mọi con mắt.

cypher /'saifə[r]/ *dt nh* cipher.

cypress /'saipres/ *dt* (*thực*) cây bách.

Cyrillic /si'rilik/ *tt* (*ngôn*) [thuộc] chữ cái Ki-rin (*như ở tiếng Nga, tiếng Bun-ga-ri*).

cyst /sist/ *dt* 1. (*giải*) nang 2. (*y*) u nang.

cystitis /si'staitis/ *dt* (*y*) viêm bàng quang.

czar /zɑ:[r]/ *dt nh* tsar.

czarina /zɑ:rinə/ *dt nh* tsarina.

Czech¹ /tʃek/ *dt* 1. người Séc 2. người Tiệp Khắc 3. tiếng Tiệp Khắc.

Czech² /tʃek/ *dt* 1. [thuộc] Séc 2. [thuộc] Tiệp Khắc.

Czechoslovak¹ /ˌtʃekə'sləuvæk/ *dt* (*cg* **Czechoslovakian**) người Tiệp Khắc.

Czechoslovak² /ˌtʃekə'sləuvæk/ *tt* [thuộc] Tiệp Khắc.

D¹, d¹ /di:/ *dt* (*snh* D's, d's /di:z/) **1.** Đ, đ **2.** D (*nhạc*) rê **3.** điểm D (*bài làm kém, ở nhà trường*).

D² *vt* (*Mỹ, chính*) (*vt của* Democrat, Democratic) đảng viên đảng Dân chủ, [thuộc] đảng Dân chủ.

D³ số 500 (*chữ số La Mã*).

d² *vt* **1.** (*Anh*) penny, pennies, pence) [đồng] xu (*tiếng La tinh là* denarius, denarii): *a 2d stamp* con tem hai xu; *6d each* mỗi cái 6 xu **2.** (*vt của* died) chết: *Emily Jane Clifton d 1865* Emily Jane Clifton chết năm 1865.

'd *vt của* had, should, would.

-d *x* -ed.

DA *vt* **1.** (*vt của* deposit account) tài khoản tiền gửi **2.** (*Mỹ*) (*vt của* district attorney) biện lý quận.

dab¹ /dæb/ *dgt* (-bb-) **1.** chấm nhẹ: *she dabbed her eyes [with a tissue]* nàng chấm nhẹ tờ giấy lau lên mắt nàng **2.** (+ at) ấn nhẹ: *she dabbed at the cut with cotton wool* chị ta ấn nhẹ miếng bông lên chỗ đứt **3.** (+ on, off) phết nhẹ, thấm nhẹ: *dab paint on a picture* phết nhẹ sơn lên bức tranh; *dab off the excess water* thấm nhẹ chỗ nước thừa.

dab² /dæb/ *dt* **1.** lớp (*sơn...*) mỏng trên bề mặt **2.** sự chấm nhẹ, sự ấn nhẹ, sự thấm nhẹ: *one dab with blotting-paper and the ink was dry* thấm nhẹ bằng giấy thấm và mực khô đi **3.** dabs (*snh*) (*lóng*) dấu tay.

dab³ /dæb/ *dt* (*động*) cá bơn limăng.

dab⁴ /dæb/ *dt* [be] a dab [hand] [at something] (*Anh, kng*) là tay cừ: *he's a dab hand at painting* hắn là một tay vẽ cừ.

dabble /ˈdæbl/ *dgt* **1.** dabble something [in something] nhúng tay vào làm tung tóe (*nước*): *she dabbled her fingers in the fountain* chị ta cho tay vào vòi, làm tung tóe nước **2.** dabble in (at) something làm chơi, làm bời, học đòi: *he just dabbles in politics* ông ta chỉ học đòi làm chính trị.

dabbler /ˈdæblə[r]/ *dt* người làm chơi làm bời, người học đòi: *a dabbler in poetry* người học đòi làm thơ.

dabchick /ˈdæbtʃik/ *dt* (*động*) chim lặn.

dace /deis/ *dt* (*snh kđổi*) (*động*) cá đết.

dacha /ˈdætʃə/ *dt* nhà nông thôn, biệt thự nông thôn (*ở Nga*).

dachshund /ˈdækshund/ *dt* chó chồn (*mình dài, chân ngắn*).

Dacron /ˈdækrɒn, ˈdeikrɒn/ *dt* (*Mỹ, tên riêng*) nh Terylene.

dactyl /ˈdæktil/ *dt* thể thơ đactin (*gồm một âm tiết có trọng âm, tiếp sau là hai âm tiết không có trọng âm, ví dụ:* 'under the 'blossom that 'hangs on the 'bough).

dactylic /dæk'tilik/ *tt* [thuộc] thể thơ đactin: *a dactylic verse* bài thơ theo thể đactin.

dad /dæd/ *dt* (*kng*) ba, cha, bố.

daddy /ˈdædi/ *dt* (*kng*) (*tiếng trẻ em*) nh dad.

dady-long-legs /dædiˈlɒŋ-legz/ *dt* (*động*) (*kng*) nh crane-fly.

dado /ˈdeidəʊ/ *dt* (*snh* dados, *Mỹ* dadoes) chân tường (*khi nó có màu và làm bằng chất liệu khác phần trên của tường*).

daemon /ˈdi:mən/ *dt* **1.** thần nửa người nửa thần (*thần thoại Hy Lạp*) **2.** cảm hứng.

daffodil /ˈdæfədil/ *dt* (*thực*) thủy tiên hoa vàng.

daft /dɑ:ft, (*Mỹ* dæft) *tt* (-er; -est) (*kng*) ngốc nghếch, ngớ ngẩn: *he's gone a bit daft [in the head]* nó hơi bị ngớ ngẩn một tý, nó hơi mất trí.

daftness /ˈdɑ:ftnis, (*Mỹ* ˈdæftnis)/ *dt* sự ngốc nghếch, sự ngớ ngẩn.

dagger /ˈdægə[r]/ *dt* **1.** dao găm **2.** (*in*) dấu chữ thập (*để hướng dẫn độc giả tìm xem chú thích*). // at dagger drawn [with somebody] thù địch ai, chống đối ai; look daggers at somebody giận dữ nhìn ai: *he looked daggers at me when I told him to work harder* nó giận dữ nhìn tôi khi tôi bảo nó làm việc năng nổ hơn nữa.

dago /ˈdeigəʊ/ *dt* (*snh* dagos) (*Mỹ, lóng, khinh bỉ*) tụi đagô, tụi da sậm (*chỉ người Tây Ban Nha, Bồ Đào Nha, I-ta-li-a ở Mỹ*).

daguerreotype /dəˈgerətaip/ *dt* **1.** phép chụp hình đaghe **2.** hình chụp đaghe.

dahlia /ˈdeiliə, (*Mỹ* ˈdæliə)/ *dt* (*thực*) cây thược dược.

Dáil Eireann /ˌdɔil'eərən/ (cg **the Dáil**) cơ quan lập pháp của Cộng hòa Ai Len.

daily[1] /'deili/ tt, pht hằng ngày: *daily newspaper* báo hằng ngày, nhật báo; *the machines are inspected daily* máy móc được kiểm tra hằng ngày. // **one's daily bread** a/ thức ăn hằng ngày b/ (kng) miếng ăn hằng ngày: *that's how I earn my daily bread* đó là cách tôi kiếm miếng ăn hằng ngày; **one's daily dozen** (kng) bài tập thể dục hằng ngày để giữ sức khỏe.

daily[2] /'deili/ dt 1. nhật báo 2. (cg **daily help, help**) (Anh, kng) người thuê để giúp việc nhà, người làm (x help[2] 3).

daintily /'deintili/ pht 1. [một cách] xinh xắn; [một cách] thanh nhã 2. [một cách] sành ăn 3. [một cách] ngon lành.

daintiness /'deintinis/ dt 1. sự sinh xắn; sự thanh nhã 2. sự sành ăn 3. vị ngon lành.

dainty[1] /'deinti/ tt (-ier; -iest) 1. xinh xắn; thanh nhã: *a dainty lace* hàng ren thanh nhã 2. sành ăn; khảnh ăn 3. ngon: *a dainty morsel* một miếng ngon.

dainty[2] /'deinti/ dt (thường snh) miếng ăn ngon; bánh nhỏ ăn ngon.

daiquiri /'dækəri, 'daikəri/ dt (Mỹ) đai-quy-ri, cốc-tay rượu rom nước chanh.

dairy /'deəri/ dt 1. nơi làm bơ sữa 2. cửa hàng bơ sữa.

dairy cattle /'deərikætl/ bò sữa.

dairy farm /'deərifa:m/ trại [sản xuất] bơ sữa.

dairymaid /'deərimeid/ dt chị làm ở trại bơ sữa.

dairyman /'deərimən/ dt (snh **dairymen**) 1. người bán bơ sữa 2. anh làm ở trại bơ sữa.

dairy produce /'deəri,pro-dju:s/ dt thực phẩm chế từ sữa (như bơ, phó mát...).

dais /'deiis/ dt (snh **daises** /'deiisiz/) bục (để cho diễn giả đứng).

daisy /'dei:zi/ dt hoa cúc; cây cúc. // **fresh as a daisy** x fresh; **push up daisies** x push[2].

daisy wheel /'deiziwi:l/ bánh rập chữ (ở máy in, máy chữ dùng điện).

dale /deil/ dt thung lũng (đặc biệt ở bắc nước Anh): *the Yorkshire Dales* thung lũng Yorkshire. // **up hill and down dale** x hill.

dalliance /'dæliəns/ dt sự chim chuột, sự cợt nhã: *to spend time in idle dalliance* phí thì giờ vào việc chim chuột vô tích sự.

dally /'dæli/ dgt (**dallied**) 1. (+ over) lãng phí thì giờ: *come on, don't dally!* nhanh lên nào, đừng có lãng phí thì giờ nữa!; *she dallies over her work and rarely finishes it* cô ta làm việc phí thì giờ và ít khi xong việc 2. (+ with) bỡn cợt; đùa chơi: *she merely dallies with him* nàng chỉ bỡn cợt với chàng thôi; *dally with a proposal* cầu hôn đùa chơi.

Dalmatian /dæl'meiʃn/ dt chó Đan-ma-san (lông trắng đốm đen).

dam[1] /dæm/ dt 1. đập 2. hồ nước ngăn đập (ngăn ra bằng đập).

dam[2] /dæm/ dgt xây đập qua (sông, thung lũng...). // **dam something up** (bóng) ngăn lại, kìm lại: *dam up one's feelings* kìm xúc cảm của mình lại.

dam[3] /dæm/ dt con thú mẹ (thú bốn chân).

damage[1] /'dæmidʒ/ dt 1. thiệt hại: *the accident did a lot of damage to the car* tai nạn đã làm chiếc xe hư hại nhiều; *storm damage to the crop* thiệt hại do bão gây ra cho mùa màng 2. **damages** (snh) tiền bồi thường thiệt hại: *the court awarded £5000 [in] damages to the injured man* tòa quyết định phạt bồi thường 5000 bảng cho người bị thương. // **what's the damage?** (Anh, kng) giá bao nhiêu?

damage[2] /'dæmidʒ/ dgt làm thiệt hại, làm tổn hại, làm hỏng: *damage a car* làm hỏng chiếc xe; *damage relations between two countries* làm tổn hại đến quan hệ giữa hai nước.

damaging /'dæmidʒiŋ/ tt làm hại, có hại: *smoking can be damaging to your health* hút thuốc có thể có hại cho sức khỏe của anh.

damask /'dæməsk/ dt 1. tơ lụa Đa-mát 2. thép hoa Đa-mát.

damask rose /ˌdæməsk'rəuz/ hoa hồng Đa-mát (màu tươi, rất thơm).

dame /deim/ dt 1. (Mỹ, lóng) đàn bà, bà: *gee! what a dame!* chà đúng là một bà cực kỳ! 2. **Dame** (Anh) phu nhân hầu tước (người đàn bà được ban tước hầu) 3. (cg **pantomime dame**) nhân vật hài nữ lớn tuổi trong kịch pantomim.

damn[1] /dæm/ dgt 1. đày (ai) xuống địa ngục (nói về Chúa) 2. chỉ trích gay gắt: *the play was damned by the reviewers* vở kịch bị các nhà phê bình chỉ trích gay gắt 3. (cg trại **darn**) (kng) (dùng dưới dạng thán từ để tỏ sự bực mình giận dữ) nguyền rủa, chửi rủa: *damn him!* thằng chết tiệt!; *damn it!;*

damn you!; damn your eyes! quỷ tha ma bắt mày đi!; *damn this useless typewriter* trời đánh thánh vật cái máy chữ phải gió này!. // **as near as damn it (dammit)** x near²; **damn the consequences (expense)** đừng để tâm đến những khó khăn: *let's enjoy ourselves and damn the consequences* ta hãy vui đi, đừng để ý gì đến các khó khăn; **[I'm] damned if** *(kng)* trời đánh thánh vật tôi nếu; tôi đâu có: *damned if I know!* tôi mà biết thì trời đánh thánh vật tôi!; tôi đâu có biết; **damn somebody (something) with faint praise** khen một cách mỉa mai; **I'll be damned!** trời đất!: *well I'll be damned, she won after all!* trời đất! cuối cùng cô ta thắng à!; **publish and be damned** x publish.

damn² /dæm/ *dt* **not be worth a damn** x worth¹; **not care (give) a damn [about somebody (something)]** *(kng)* không để tâm đến: *I don't give a damn what you say* tôi cóc cần để tâm đến những gì anh nói.

damn³ /dæm/ *tt (kng)* (diễn tả sự bực tức, sự giận dữ...) chết tiệt: *my damn car has broken down* cái xe chết tiệt của tôi hỏng rồi.

damn⁴ /dæm/ *pht (kng)* quá, rất: *don't be so damn silly!* đừng quá ngờ nghệch như vậy; *damn clever* rất thông minh.

damnable /'dæmnəbl/ *tt* **1.** đáng nguyền rủa: *damnable behaviour* tư cách đáng nguyền rủa **2.** khủng khiếp, tồi tệ: *damnable weather* thời tiết tồi tệ.

damnably /'dæmnəbli/ *pht* **1.** [một cách] đáng nguyền rủa **2.** cực kỳ, kinh khủng.

damnall /'dæmnɔ:l/ *dt* chẳng mấy may: *he told us*

damnall about the new project nó chẳng mấy may nói gì với tôi về kế hoạch mới cả.

damnation¹ /dæm'neiʃn/ *dt* sự nguyền rủa: *suffer eternal damnation* chịu sự nguyền rủa đời đời.

damnation² /dæm'neiʃn/ *tht* (cổ) mẹ kiếp!: *damnation, I've lost my umbrella!* mẹ kiếp! tôi mất chiếc ô rồi!

damned¹ /dæmd/ *tt, pht* nh damn³, damn⁴.

damned² /dæmd/ *dt* **the damned** *(dgt snh)* những người bị đày ở địa ngục: *the torments of the damned* những nỗi đau khổ của những người bị đày ở địa ngục.

damnedest /'dæmdist/ **do (try) one's damnedest** làm (cố gắng) hết sức mình: *she did her damnedest to get it done on time* chị ta đã làm hết sức mình để hoàn thành việc đó đúng thời hạn.

damp¹ /dæmp/ *tt* (**-ier; -iest**) ẩm, ẩm ướt, ẩm thấp. // **a damp squib** *(kng)* xoàng; không như mong đợi: *the party was a bit of a damp squib* buổi liên hoan đã không như mong đợi.

damp² /dæmp/ *dt* **1.** sự ẩm, sự ẩm ướt: *air the clothes to get the damp out* phơi quần áo ra cho hết ẩm đi; *don't stay outside in the damp* đừng có ở ngoài trời ẩm ướt **2.** nh firedamp.

damp³ /dæmp/ *dgt* **1.** (cg **dampen**) làm ẩm, thấm ướt **2.** làm giảm: *soft material damps down vibrations* vật liệu mềm làm giảm chấn động; *damp [down] somebody's ardour* làm giảm nhuệ khí của ai. // **damp something down** rấm, ủ *(lửa)*: *we damped the fire down before we go to bed* chúng

tôi rấm lửa trước khi đi ngủ.

dampen /'dæmpən/ *dgt* **1.** làm ẩm, thấm ướt: *I always dampen shirts before ironing them* tôi bao giờ cũng làm ẩm áo sơ mi trước khi là **2.** (+ down) kìm hãm: *dampen [down] somebody's enthusiasm* kìm hãm nhiệt tình của ai.

damper /'dæmpə[r]/ *dt* **1.** tấm điều chỉnh gió *(ở lò)* **2.** cái giảm âm, cái chặn tiếng *(đàn pianô)*. // **put a damper on something** làm [cho] kém vui: *their argument put a bit of a damper on the party* sự tranh cãi của họ đã làm cho buổi liên hoan kém vui đôi chút.

damply /'dæmpli/ *pht* [một cách] ẩm, [một cách] ẩm ướt, [một cách] ẩm thấp.

dampness /'dæmpnis/ *dt* sự ẩm, sự ẩm ướt, sự ẩm thấp.

damp-proof course /'dæmp pru:f kɔ:s/ (cg **damp course**) lớp vật liệu chống ẩm *(ở chân tường)*.

damsel /'dæmzl/ *dt (cổ)* cô gái, tiểu thư. // **a damsel in distress** người phụ nữ đang cần được giúp đỡ.

damson /'dæmzn/ *dt* **1.** cây mận tía **2.** quả mận tía **3.** màu mận tía: *a damson dress* chiếc áo dài màu mận tía.

dance¹ /dɑ:ns/, (Mỹ dæns) *dt* **1.** sự nhảy múa; sự khiêu vũ; điệu vũ **2.** lượt nhảy: *may I have the next dance?* tôi xin nhảy lượt tới, có được không ạ? **3.** điệu nhạc khiêu vũ: *a gipsy dance played on the violin* điệu nhạc vũ [của dân] gipxi *(ở Ấn Độ)* chơi trên đàn vi-ô-lông **4. the dance** nghệ thuật múa; bộ môn múa: *she has written a book on [the] dance* bà ta đã viết một cuốn sách về nghệ thuật múa **5.** buổi hội khiêu vũ, vũ hội: *hold a dance in the village hall* tổ chức vũ hội ở đình làng. // **lead somebody a dance** x lead³.

dance² /dɑːns, (Mỹ dæns)/ *đgt* **1.** nhảy, khiêu vũ, nhảy múa: *I danced with her all night* tôi đã nhảy với cô ta suốt đêm; *dance a waltz* nhảy điệu van **2.** bập bềnh, rập rình: *a boat dancing on the waves* con thuyền bập bềnh trên sóng; *leaves dancing on the wind* lá rung rinh trong gió **3.** tâng tâng: *she danced the little child round the room* chị ta tâng tâng nhẹ đứa bé trong vòng tay quanh phòng. // **dance attendance [up] on somebody** theo bên cạnh và chiều ý (ai): *she loves to have servants dance attendance [up] on her* bà ta thích có người hầu theo bên cạnh; **dance to somebody's tune** làm theo đòi hỏi của ai.

dance-band /dɑːnsbænd/ *dt* dàn nhạc khiêu vũ.

dance-hall /'dɑːnshɔːl/ *dt* phòng khiêu vũ, phòng nhảy.

dancer /'dɑːnsə[r]/ *dt* **1.** người khiêu vũ **2.** diễn viên múa **3.** vũ nữ.

dancing /'dɑːnsiŋ/ *dt* sự nhảy múa; sự khiêu vũ.

dancing-girl /'dɑːnsiŋgɜːl/ *dt* vũ nữ, gái nhảy.

dancing-shoes /'dɑːnsiŋʃuːz/ *dt* giày khiêu vũ.

dandelion /'dændilaiən/ *dt* (*thực*) cây bồ công anh Trung Quốc.

dander /'dændə[r]/ *dt* **get somebody's dander up** làm ai nổi giận, chọc tức ai; **get one's dander up** nổi giận: *I really got my dander up when she began accusing me of dishonesty* tôi thực sự nổi

giận khi cô ta bắt đầu buộc tội tôi là không trung thực.

dandle /'dændl/ *đgt* tâng tâng: *he dandled the baby to make it stop crying* anh ta tâng tâng nhẹ đứa bé để dỗ cho nó nín khóc.

dandified /'dændifaid/ *tt* bảnh bao, diêm dúa: *dandified clothes* quần áo diêm dúa.

dandruff /'dændrʌf/ *dt* gầu (ở đầu): *this shampoo will cure your dandruff* dầu gội đầu này sẽ làm cho anh sạch gầu.

dandy¹ /'dændi/ *dt* kẻ ăn diện, công tử bột.

dandy² /'dændi/ *tt* (**-ier; -iest**) (*Mỹ, kng*) tuyệt, tuyệt vời: *that's just dandy!* thật là tuyệt!

Dane /dein/ *dt* người Đan Mạch.

danger /'deindʒə[r]/ *dt* **1.** sự nguy hiểm; mối nguy hiểm: *in danger of one's life* nguy hiểm đến tính mạng; *is there any danger of fire?* liệu có thể có cơ nguy hỏa hoạn không?; *his life was in danger* mạng sống của anh ta đang lâm nguy **2.** vật nguy hiểm, người nguy hiểm; mối nguy cơ: *that woman is a danger to society* người phụ nữ đó là một mối nguy cho xã hội. // **on the danger list** (*kng*) ốm nặng sắp chết: *she was on the danger list, but is much better now* chị ta ốm nặng sắp chết, nhưng hiện nay đã đỡ hơn nhiều.

danger-money /'deindʒə mʌni/ *dt* tiền phụ cấp nguy hiểm.

dangerous /'deindʒərəs/ *tt* nguy hiểm: *a dangerous journey* cuộc hành trình nguy hiểm; *the river is dangerous for swimmers* dòng sông này nguy hiểm cho người bơi.

dangerously /,deindʒərəsli/ *pht* [một cách] nguy hiểm: *be dangerously ill* bị ốm nặng (đến mức nguy hiểm cho tính mạng).

dangle /'dæŋgl/ *đgt* lúc lắc, lủng lẳng: *a bunch of keys dangling at the end of a chain* một chùm chìa khóa lủng lẳng ở đầu dây đeo. // **dangle something before (in front of) somebody** đưa ra để cám dỗ (để nhử) ai: *the prospect of promotion was dangled before him* viễn cảnh được thăng chức cứ như cám dỗ anh.

Danish¹ /'deiniʃ/ *dt* tiếng Đan Mạch.

Danish² /'deiniʃ/ *tt* [thuộc] Đan Mạch.

Danish blue /,deiniʃ'bluː/ pho mát vân xanh (*của Đan Mạch*).

Danish pastry /,deiniʃ'peistri/ bánh ngọt Đan Mạch.

dank /dæŋk/ *tt* (**-er; -est**) ướt át lạnh lẽo: *a dank cave* một cái hang ướt át lạnh lẽo.

dankness /'dæŋknis/ *dt* sự ướt át lạnh lẽo.

dapper /'dæpə[r]/ gọn gàng và nhanh nhẹn (*nói về một người nhỏ bé*): *what a dapper little man!* thật là một người nhỏ bé gọn gàng và nhanh nhẹn!

dapple /'dæpl/ *đgt* [làm cho] chấm lốm đốm: *the sun shining through the leaves dappled the ground* ánh nắng rọi qua kẽ lá tạo nên trên mặt đất những chấm lốm đốm.

dappled /'dæpld/ *tt* có đốm: *a dappled horse* con ngựa đốm; *a dappled deer* con hươu sao.

dapple-grey¹ /,dæpl'grei/ *dt* ngựa xám đốm đen.

D

dapple-grey² /ˌdæpl'grei/ *tt* xám đốm đen *(ngựa)*.

Darby and Joan /daːbiən-'dʒəʊn/ cặp vợ chồng già thương yêu nhau.

Darby and Joan club /ˌdaːbiən 'dʒəʊn klʌb/ câu lạc bộ của những cặp người già.

dare¹ /deə[r]/ *dgt tình thái* (*phủ định* **dare not**, *vt* **daren't**; *(hiếm) qk* **dared**, *phủ định* **dared not**) *(dùng ở câu phủ định hay câu hỏi sau* if, whether, *hoặc với* hardly, never, no one, nobody) dám: *they hardly dare breathe as somebody walked past the door* họ hầu như không dám thở khi ai đó đi ngang qua cửa; *I daren't ask her for a rise* tôi không dám xin bà ta tăng lương; *how dare you speak like this?* sao anh dám nói như thế?. // **how dare you (he, she...)** sao anh (nó, chị ta...) dám: *how dare he take my bicycle without even asking?* sao nó dám lấy xe đạp của tôi mà không hỏi?; **I dare say** tôi dám chắc; tôi nhận là: *I dare say you are British but you still need a passport to prove it* tôi nhận rằng anh là người Anh, nhưng vẫn còn cần có hộ chiếu để xác nhận chứ.

dare² /deə[r]/ *dgt* **1.** dám: *how did you dare tell her?* sao anh dám nói cho chị ta biết? **2.** dám đương đầu với, dám coi thường: *he dared the anger of the entire family* nó dám coi thường sự giận dữ của toàn thể gia đình **3.** thách: *I dare you to tell your mother!* tớ thách cậu mách mẹ cậu đấy!

dare³ /deə[r]/ *dt* **1.** *(thường số ít)* sự cả gan dám làm **2. for a dare** vì thách đố: *he jumped off the bridge for a dare* nó nhảy ra khỏi cầu vì một lời thách đố.

daredevil /'deədevl/ *dt* người táo bạo; người cả gan.

daring¹ /'deəriŋ/ *dt* sự táo bạo; sự cả gan.

daring² /'deəriŋ/ *tt* táo bạo; cả gan: *a daring plan* một kế hoạch táo bạo: *a daring person* một người cả gan.

daringly /'deəriŋli/ *pht* [một cách] táo bạo; [một cách] cả gan.

dark¹ /daːk/ *dt (số ít)* **the dark** bóng tối, chỗ tối: *all the lights went out and we were left in the dark* các ngọn đèn đều tắt và chúng tôi bị bỏ lại trong bóng tối. // **before (after) dark** trước (sau) khi mặt trời lặn, trước (sau) khi trời tối: *try to get home before dark* cố về tới nhà trước lúc trời tối; **keep (be) somebody in the dark [about something]** không cho ai (không) biết gì, mù tịt: *I was in the dark about it until she told me* tôi không biết gì về việc ấy cho đến khi chị ta bảo cho tôi rõ; **a leap (shot) in the dark** sự nhắm mắt làm liều: *it's hard to know exactly how to do, we'll just have to take a shot in the dark* khó mà biết đích xác phải làm gì, chúng ta đành phải nhắm mắt làm liều thôi; **whistle in the dark** x whistle².

dark² /daːk/ *tt* (-er; -est) **1.** tối: *a dark street* một đường phố tối; *it's awfully dark in here, put the light on* ở đây tối quá, bật đèn lên đi **2.** sẫm *(màu)*: *dark green* màu lục sẫm; *a dark suit* bộ quần áo sẫm màu **3.** ngăm đen *(nước da)*: *a dark skin* da ngăm ngăm đen **4.** bí mật, kín; khó hiểu, không rõ ràng: *your meaning is too dark for me* ý của anh quá khó hiểu đối với tôi **5.** u ám, buồn thảm: *dark pre-*

dictions about the future dự đoán buồn thảm về tương lai **6.** xấu xa: *dark influence* ảnh hưởng xấu xa. // **keep it (something) dark [from somebody]** giữ bí mật: *I'm getting married again, but keep it dark will you?* tôi sẽ lập lại gia đình, nhưng bạn giữ bí mật cho, được không?

Dark Ages /'daːk eidʒiz/ **the Dark Ages** thời kỳ hậu đế chế La Mã *(ở Châu Âu)*, thời kỳ đen tối *(coi như không có gì về văn học nghệ thuật)*.

Dark Continent /ˌdaːk'kɒntinənt/ **the Dark Continent** châu Phi, lục địa đen *(trước khi được khai phá)*.

darken /'daːkən/ *dgt* làm tối, làm u ám; tối lại: *we darkened the room to show the film* chúng tôi làm căn phòng tối đi để chiếu phim; *the sky darkened as the storm approached* trời tối sầm lại vì cơn bão tới gần. // **darken somebody's door** *(đùa hoặc tu từ)* vác mặt đến nhà ai: *go! and never darken my door again!* cút đi và đừng bao giờ vác mặt đến nhà tao nữa.

dark glasses /ˌdaːk'glaːsiz/ *dt* kính râm.

dark horse /ˌdaːk'hɔːs/ người kín miệng: *he's a bit of a dark horse: he was earning a fortune, but nobody knew* anh ta là một tay kín miệng, anh ta kiếm ra bộn tiền mà không ai biết cả.

darkie /'daːki/ *dt* x darky.

darkly /'daːkli/ *pht (bóng)* **1.** [một cách] bí ẩn **2.** [một cách] rầu rĩ: *he spoke darkly of possible future disaster* anh ta rầu rĩ nói về thảm họa có thể xảy ra trong tương lai.

darkness /'daːknis/ *dt* **1.** bóng tối: *the room was in* *complete darkness* gian phòng hoàn toàn chìm trong bóng tối **2.** màu sẫm **3.** sự ngăm ngăm đen *(da người)* **4.** sự bí mật, sự kín; sự khó hiểu **5.** sự u ám, sự buồn thảm **6.** sự xấu xa.

dark-room /'dɑːkrum/ *dt* buồng tối *(để rửa ảnh).*

darky *(cg* **darkie)** /'dɑːki/ *dt (kng, nhục)* **1.** người da đen **2.** người da màu.

darling[1] /'dɑːliŋ/ *dt* **1.** người yêu quý; vật rất được ưa thích: *she's a little darling!* cô ta là một cô bé đáng yêu quý **2.** cưng, em yêu: *my darling! how sweet of you to come* cưng của anh! em đến thật là đáng yêu quá!

darling[2] /'dɑːliŋ/ *tt* **1.** yêu quý **2.** *(kng)* đáng yêu: *what a darling little room!* gian phòng nhỏ đáng yêu làm sao!

darn[1] /dɑːn/ *dgt* mạng *(quần áo...): I must darn the hole in my pocket* tôi phải mạng lỗ thủng ở túi mới được.

darn[2] /dɑːn/ *dt* chỗ mạng.

darn[3] /dɑːn/ *dgt (trại)* nh **damn[1]** 3 *(dùng dưới dạng thán từ) darn it! she beats me again!* mẹ kiếp! bà ta lại đánh tôi!

darn[4] /dɔːn/ *(cg* **darned)** *tt (kng, trại)* chết tiệt: *that darned cat has eaten my supper* con mèo chết tiệt đã ăn hết cơm tối của tôi rồi!

darn[5] /dɑːn/ *pht (kng, trại)* cực kỳ, rất: *what a darn[ed] stupid thing to say* nói gì mà cực kỳ ngu xuẩn thế!

darning /'dɑːniŋ/ *dt* sự mạng: *we sat doing the darning* chúng tôi ngồi mạng quần áo.

darning-needle /'dɑːniŋ niːdl/ *dt* kim mạng.

dart[1] /dɑːt/ *dt* **1.** phi tiêu **2.** sự lao tới, sự phóng tới: *she made a dart for the exit* chị ta lao ra cửa **3.** đường may đề **4.** *darts* trò chơi phóng phi tiêu.

dart[2] /dɑːt/ *dgt* phóng tới, lao tới; phóng, lao: *swallows are darting through the air* chim nhạn lao vút trên không; *the snake darted out its tongue* con rắn phóng lưỡi ra.

dartboard /'dɑːtbɔːd/ *dt* bia phóng phi tiêu.

dash[1] /dæʃ/ *dt* **1.** sự lao tới, sự xông tới: *a dash at (against) the enemy* sự lao tới kẻ thù; *mother said lunch was ready and there was a mad dash for the table* mẹ bảo cơm trưa đã sẵn sàng, thế là tất cả đổ xô đến bàn ăn **2.** *(Mỹ)* cuộc đua ngắn: *the 100 metres dash* cuộc đua 100 mét **3. a dash [of something]** tí chút *(cho thêm vào, pha vào): a dash of salt* tí chút muối; *red with a dash of blue* đỏ pha chút xíu xanh **4.** *(số ít)* **a dash [of something]** tiếng vỗ: *the dash of waves on the rock* tiếng sóng vỗ lên đá; *a dash of water in his face will revive him* vẩy nước lên mặt nó sẽ làm nó tỉnh lại **5.** cái gạch ngang (-) *(dùng khi viết, khi in)* **6.** sự hăm hở, sự xông xáo: *an officer famous for his skill and dash* một sĩ quan nổi tiếng vì tài năng và tính xông xáo **7.** *(kng)* nh **dashboard.** // **cut a dash** trông ra dáng: *he really cuts a dash in his smart new uniform* ông ta thật sự ra dáng trong bộ đồng phục mới lịch sự của mình; **make a bolt (dash, run)** *for it* x **bolt[4].**

dash[2] /dæʃ/ *dgt* **1.** lao tới, xông tới: *dash from the room* lao ra khỏi phòng; *an ambulance dashed to the scene of the accident* xe cứu thương lao tới nơi xảy ra tai nạn; *I must dash I'm late* tôi phải nhanh lên mới được, trễ rồi **2.** va mạnh, đập mạnh: *waves dashed against the cliff* sóng vỗ (va) mạnh vào vách đá; *a passing car dashed mud all over us* chiếc xe chạy qua làm tung tóe bùn lên người chúng tôi. // **dash [it]!** *(kng, trại)* mẹ kiếp!: *dash it! I've broken my pen* mẹ kiếp! tớ làm gãy cái bút rồi; **dash (shatter) somebody's hopes** x **hope[1].**

dash something off viết vội; vẽ nhanh: *she dashed a letter to her mother* cô ta viết vội bức thư cho mẹ.

dashboard /'dæʃbɔːd/ *dt (cg* **facia, fascia)** bảng đồng hồ *(đồng hồ chỉ tốc độ, mức dầu mỡ... ở ôtô).*

dasing /'dæʃiŋ/ *tt* **1.** sôi nổi; hăng *(ngựa)* **2.** bảnh bao.

dashingly /'dæʃiŋli/ *pht* **1.** [một cách] sôi nổi, [một cách] hăng **2.** [một cách] bảnh bao.

data /'deitə, 'dɑːtə, *(Mỹ)* 'dætə/ *dt* **1.** dữ kiện *(dgt* số ít hoặc snh*): the data is (are) being analysed* dữ kiện đang được phân tích **2.** *(máy điện toán)* dữ liệu.

data bank /'deitə bæŋk/ *(máy điện toán)* ngân hàng dữ liệu.

database /'deitəbeis/ *dt* căn cứ dữ liệu, cơ sở dữ liệu.

datable /'deitəbl/ *tt* có thể xác định ngày tháng; có thể xác định niên đại.

data-processing /'deitə 'prəusesiŋ/ *dt* sự xử lý dữ liệu.

data capture /deitə'kæptʃə[r]/ sự thu thập dữ liệu *(máy điện toán).*

date¹ /deit/ *dt* **1.** ngày tháng: *date of birth* ngày tháng năm sinh; *there's no date on this cheque* tấm séc này không ghi ngày tháng **2.** niên đại: *this vase is of an earlier date than that one* cái lọ này thuộc niên đại trước cái lọ kia **3.** cuộc hẹn, cuộc hẹn hò trai gái; người hẹn gặp: *we made a date to go to the opera* chúng tôi đã hẹn nhau đi xem nhạc kịch; *I have a date [with my girl-friend[tonight* tối nay tôi có cuộc hẹn hò với bạn gái của tôi; *my date is meeting me at seven* người mà tôi hẹn gặp sắp gặp tôi vào lúc bảy giờ. // **[be (go)] out of date** a/ lỗi thời (*x thêm* **out-of-date**) b/ hết hạn: *my passport is out of date* giấy hộ chiếu của tôi hết hạn; **to date** cho tới lúc này: *to date, we have not received any replies* cho tới lúc này, chúng tôi chưa hề nhận được trả lời; **up to date** a/ hợp thời thượng (*quần áo...*) b/ cập nhật (*sổ sách, bản danh sách...*) (*x thêm* **up-to-date**).

date² /deit/ *dgt* **1.** đề ngày tháng: *don't forget to date your cheque* đừng quên đề ngày lên tấm séc của anh nhé **2.** xác định niên đại: *the method of dating fossils* phương pháp xác định niên đại hóa thạch **3.** [làm cho] trở nên lỗi thời: *young people's clothes date quickly nowadays* ngày nay trang phục của thanh niên lỗi thời đi rất nhanh **4. date back to (from)** có từ, đã tồn tại từ: *this castle dates from the 14th century* lâu đài này đã có từ thế kỷ mười bốn **5.** (*kng, Mỹ*) hẹn hò: *they've been dating for a long time* họ đã hẹn hò với nhau một thời gian lâu rồi.

date³ /'deit/ *dt* **1.** quả chà là **2.** (*thường* **date-palm**) cây chà là.

dated /'deitid/ *tt* lỗi thời.

dateless /'deitlis/ *tt* không bao giờ lỗi thời; bất diệt.

date-line /'deitlain/ *dt* **1.** (*cg* **international date-line**) đường sang ngày, đường đổi ngày **2.** dòng đề ngày tháng (*trên một bài báo*).

date-palm /'deitpɑ:m/ *dt* (*thực*) cây chà là.

date-stamp /'deitstæmp/ *dt* con dấu đóng ngày tháng.

dative¹ /'deitiv/ *dt* (*ngôn*) tặng cách.

dative² /'deitiv/ *tt* (*ngôn*) [thuộc] tặng cách.

daub¹ /dɔ:b/ *dgt* **1.** trát, phết: *she daubed her face with thick make-up* chị ta trát lên mặt một lớp phấn dày; *trousers daubed with mud* quần bết đầy bùn **2.** (*kng*) vẽ lem nhem.

daub² /dɔ:b/ *dt* **1.** [lớp] vữa trát tường **2.** bức tranh vẽ lem nhem.

dauber /'dɔ:bə[r]/ *dt* (*xấu*) họa sĩ tồi.

daughter /'dɔ:tə[r]/ *dt* con gái.

daughter-in-law /'dɔ:tər in lɔ:/ *dt* (*snh* **daughters-in-law** /'dɔ:təz in lɔ:/) con dâu.

daunt /dɔ:nt/ *dgt* làm sợ hãi, làm nản lòng: *he is not daunted by failure* nó không bị thất bại làm nản lòng. // **nothing daunted** (*dùa*) không chút nản lòng: *their guide deserted them, but, nothing daunted, they pressed on into the jungle* người hướng dẫn bỏ họ, nhưng không chút nản lòng họ vẫn hối hả dấn sâu vào rừng rậm.

daunting /'dɔ:ntiŋ/ *tt* làm sợ hãi, làm nản lòng.

dauntless /'dɔ:ntlis/ *tt* không sợ hãi, kiên cường: *dauntless bravery* lòng dũng cảm kiên cường.

dauntlessly /'dɔ:ntlisli/ *pht* [một cách] kiên cường.

dauphin /'dɔ:fin/ *dt* (*sử*) thái tử (*ở Pháp*).

davenport /'dævnpɔ:t/ *dt* **1.** (*Anh*) bàn viết **2.** (*Mỹ*) xôpha có thể kéo ra làm giường.

davit /'dævit/ *dt* (*hải*) cần cẩu nâng hạ xuồng (*trên tàu thủy*).

Davy Jones's locker /'deivi 'dʒəʊnziz lɒkə[r]/ (*kng, đôi khi dùa*) đáy biển: *their ship was sent to Davy Jones's locker* tàu của họ đã chìm xuống đáy biển.

dawdle /'dɔ:dl/ *dgt* lăng phí thời gian, rề rà: *stop dawdling and hurry up, we're late* thôi đừng rề rà nữa và nhanh lên nào, chúng ta muộn rồi đó. // **dawdle something away** lăng phí (*thời gian*): *he dawdles the hours away watching television* nó lăng phí hàng giờ xem truyền hình.

dawdler /'dɔ:dlə[r]/ *dt* người rề rà, người lề mề.

dawn¹ /dɔ:n/ *dt* **1.** bình minh, lúc sáng sớm: *we must start at dawn* ta phải khởi hành lúc sáng sớm; *it's almost dawn* trời sắp sáng rồi **2.** (*bóng*) buổi đầu, sự hé rạng: *the dawn of civilization* buổi đầu của nền văn minh; *the dawn of love* sự hé rạng của tình yêu. // **the crack of dawn** sáng tinh mơ.

dawn² /dɔ:n/ *dgt* **1.** (*có khi với it là chủ ngữ*) rạng sáng: *it was dawning as we left* chúng tôi ra đi lúc trời rạng sáng **2.** (+ **on**) lóe lên trong trí, trở nên rõ (*đối với ai*): *it finally dawned [on me] that he had been lying* cuối cùng tôi mới rõ là nó đã nói dối.

day /dei/ *dt* **1.** ban ngày: *the sun gives us light during the day* ban ngày mặt trời cho ta ánh sáng; *by day* ban ngày; *clear as day* rõ như ban ngày **2.** ngày; giờ làm việc trong ngày: *I saw Nam three days ago* tôi đã gặp Nam ba ngày trước đây; *the employees are demanding a six-hour day and a five-day week* người làm yêu cầu ngày làm sáu tiếng và mỗi tuần năm ngày **3. days** (*snh*) thời gian, thời: *in the old days; in days of old* thời xưa; *in the days of Queen Victoria* thời nữ hoàng Victoria. // **all in a day's work** công việc hằng ngày: *injecting animals is all in a day's work for a vet* tiêm cho súc vật là công việc hằng ngày của một bác sĩ thú y; **at the end of the day** *x* end[1]; **break of day** *x* break[2]; **by day** ban ngày; **call it a day** *x* call[2]; **carry (win) the day** (*kng*) thắng: *despite strong opposition, the ruling party carried the day* mặc dù có sự chống đối mạnh mẽ, đảng cầm quyền đã thắng; **clear as day** *x* clear[1]; **day after day** ngày này qua ngày khác, ngày lại ngày; **the day after tomorrow** ngày kia; **the day before yesterday** hôm kia; **day by day** ngày này qua ngày khác, dần dà: *day by day she learnt more about her job* dần dà chị ta hiểu thêm về công việc của mình; **day in, day out** ngày nào cũng thế, ngày ngày; **a day of reckoning** ngày tính sổ: *you're enjoying yourself now, but the day of reckoning will come* giờ thì anh cứ vui chơi hưởng thụ đi, nhưng rồi thế nào ngày tính sổ cũng sẽ tới; **something's (somebody's)**

days are numbered số ngày còn lại tính được đầu ngón tay (*ý nói sắp chết, sắp sụp đổ*): *he has a serious illness, and his days are numbered* anh ta bệnh nặng, số ngày còn sống đếm được đầu ngón tay; **early days** *x* early; **end one's day (life)** *x* end[2]; **every dog has his (its) day** *x* dog[1]; **fall on evil day** *x* evil[1]; **from day to day; from one day to the next** trong một thời gian ngắn; **the good (bad) old days** *x* old[1]; **happy as the day is long** *x* happy; **have had one's day** hết thời rồi: *he was a great singer but now he's had his day* anh ta một thời là ca sĩ nổi tiếng, nhưng bây giờ đã hết thời rồi; *colonialism has had its day* chủ nghĩa thực dân đã hết thời rồi; **have seen (known) better days** *x* better[1]; **high days and holidays** *x* high[1]; **if he's (she's) a day** ít nhất, tối thiểu (*nói về tuổi*): *he's eighty if he's a day* ít nhất ông ta cũng tám mươi tuổi; **in all one's born day** *x* born[1]; **in one's day** có thời là: *she was a great beauty in her day* có thời cô ta là một giai nhân nổi tiếng; **it's not somebody's day** (*kng*) thật là xui xẻo (*cho ai đó*): *my car broke down then blocked myself out, it's just not my day* xe tôi hỏng, lại không mở cửa vào được, thật là xui xẻo cho tôi; **make somebody's day** (*kng*) làm cho ai hết sức sung sướng; **late in the day** *x* late[2]; **the livelong day (night)** *x* livelong; **night and day** *x* night; **a nine days wonder** người (vật) được ưa thích một thời nhưng chóng bị lãng quên; **one day** một ngày nào đó (*trong tương lai*): *one day I'll get my revenge* một ngày nào đó, tôi sẽ trả thù; **one fine day** *x*

fine[2]; **one of these [fine] days** sớm, ngay: *one of these days he'll realize what a fool he's been* nó sẽ sớm nhận ra nó đã ngu biết chừng nào; **one of those days** một ngày đặc biệt đen đủi: *I've had one of those days: my train was late, and I lost my wallet* tôi đã phải một ngày đặc biệt đen đủi, tàu đến chậm mà tôi lại đánh mất ví; **the order of the day** *x* order[1]; **the other day** mới đây, hôm nọ; **pass the time of day** *x* pass[2]; **peep of day** *x* peep[2]; **the present day** *x* present[1]; **Rome was not built in a day** *x* build[1]; **save something for a rainy day** *x* rainy; **some day** một ngày nào đó; **that'll be the day** (*mỉa*) đâu có thế: *"he says he'll do the washing-up" "that'll be the day"* "anh ta nói anh ta sẽ rửa bát đĩa" "đâu có thế"; **these days** những ngày này; *this day fortnight* nửa tháng sau; **this day week** ngày này tuần sau; **those were the days** đó là những ngày sung sướng hơn cả: *do you remember we first got married? those were the days* em có nhớ những ngày đầu chúng ta mới lấy nhau không, đó là những ngày sung sướng hơn cả; **to the day** đúng, tròn: *it's three years to the day since we met* từ ngày chúng mình gặp nhau, đến nay đã tròn ba năm; **to this day** ngay cả đến bây giờ: *to this day, I still don't know why she did it* ngay cả đến bây giờ, tôi vẫn chưa biết tại sao chị ta lại làm điều đó; **turn night into day** *x* night.

daybook /'deibʊk/ *dt* sổ ghi doanh thu hằng ngày.

dayboy /'deibɔi/ *dt* nam sinh ngoại trú.

daybreak /'deibreik/ *dt* rạng đông: *we will leave at daybreak* chúng tôi sẽ ra đi lúc rạng đông.

day care /,dei'keə[r]/ sự giữ trẻ ban ngày: *day care is provided by the company she works for* công ty nơi cô làm việc lo việc giữ trẻ ban ngày cho nhân viên.

daydream¹ /'deidri:m/ *dt* mộng tưởng hão huyền: *she stared out of the window, lost in daydreams* cô ta đăm đăm nhìn ra cửa sổ, chìm đắm trong mộng tưởng hão huyền.

daydream² /'deidri:m/ *dgt* mơ tưởng hão huyền: *he sat in the classroom daydreaming about the holidays* nó ngồi trong lớp mà đầu óc thì mơ tưởng đến kỳ nghỉ.

daylabourer /'dei,leibərə[r]/ *dt* người làm công nhật.

daylight /'deilait/ *dt* ánh sáng ban ngày. // **in broad daylight** x broad¹ ; **see daylight** nhận thức ra: *I struggled with the problem for hours before I saw daylight* tôi vật lộn với vấn đề hàng giờ trước khi nhận thức ra được.

daylight robbery /'deilait ,robəri/ sự cướp ngày, sự cắt cổ *(giá cả)*: *three pounds for two sandwiches? it's daylight robbery* ba bảng hai cái bánh xăng-uých, thật là cắt cổ.

daylight saving time /,deilait 'seviŋ taim/ *(Mỹ)* giờ mùa hè *(nhanh hơn giờ chuẩn một tiếng)*.

daylights /'deilaits/ *dt (snh)* **beat (knock) the [living] daylights out of somebody** *(kng)* đánh cho ai tối tăm mặt mày; **frighten (scare) the living daylights out of somebody** *(kng)* làm cho ai hết hồn hết vía.

daylong /'deiloŋ/ *tt, pht* cả ngày.

day nursery /'deinɜ:səri/ nhà trẻ, vườn trẻ.

day off /dei'ɒf/ ngày nghỉ: *I work from Tuesday to Saturday, Sunday and Monday are my days off* tôi làm việc từ thứ ba đến thứ bảy, chủ nhật và thứ hai là ngày nghỉ của tôi.

day release /,deiri'li:s/ chế độ cho nhân viên nghỉ một số ngày [để] đi học.

day-return /,deiri'tɜ:n/ *dt* vé lượt về trong ngày *(thường được giảm giá)*.

day-room /'deirʊm/ *dt* phòng giải trí *(trong bệnh viện, nhà nghỉ...)*.

day-school /'deisku:l/ *dt* trường ngoại trú.

day shift /'deiʃift/ ca ngày.

daytime /'deitaim/ *dt* ban ngày: *in the daytime* [vào] ban ngày.

day-to-day /,deitə'dei/ *tt (thngữ)* **1.** từng ngày một: *I have organized the cleaning on a day-to-day basis, until the usual cleaner returns* tôi đã tổ chức việc lau dọn nhà của từng ngày một cho đến khi người lau dọn thường ngày trở lại **2.** hằng ngày: *she has been looking after day-to-day administration* bà ta chăm lo công việc quản trị hằng ngày.

daze¹ /deiz/ *dgt (thường ở dạng bị động)* **1.** làm choáng váng, làm bàng hoàng: *the blow on the head dazed him for a moment* cú đánh vào đầu làm cho nó choáng váng một lúc **2.** làm sửng sốt, làm sửng sờ: *I was dazed by her sudden offer* tôi sửng sờ vì lời đề nghị đột ngột của cô ta.

daze² /deiz/ *dt* **in a daze** [trong trạng thái] bàng hoàng, [trong trạng thái] sửng sờ: *I've been in a complete daze since hearing the sad news* tôi hoàn toàn sửng sờ khi nghe tin buồn ấy.

dazed /deizəd/ *tt* **1.** choáng váng, bàng hoàng **2.** sửng sốt, sửng sờ: *a dazed look* cái nhìn sửng sờ.

dazzle¹ /'dæzl/ *dgt* làm hoa mắt *(đen và bóng)*: *I was dazzled by his headlights* tôi bị hoa mắt vì đèn pha của xe anh ta; *he was dazzled by her beauty* anh ta bị hoa mắt vì sắc đẹp của nàng.

dazzle² /'dæzl/ *dt* sự lộng lẫy, sự huy hoàng: *the theatre was a dazzle of bright lights* nhà hát là cả một tập hợp ánh sáng chói lộng lẫy.

dazzling /'dæzliŋ/ *tt* lộng lẫy, huy hoàng.

dB *(vt của* decibel[s]) đexiben *(x* decibel).

DC /,di:'si:/ *vt* **1.** *(nhạc) (tiếng Ý* da capo) lập lại từ đầu **2.** *(vt của* District of Columbia) quận Columbia: *Washington, DC* Hoa Thịnh Đốn, quận Columbia **3.** *(cg* **dc**) *(vt của* direct current) dòng điện một chiều.

DD /di:'di:/ *(vt của* Doctor of Divinity) tiến sĩ thần học: *be a DD* có bằng tiến sĩ thần học; *Colin Green DD* Colin Green, tiến sĩ thần học.

D-day /'di:dei/ *dt* ngày D *(a/* ngày 6/6/94 liên quân đổ bộ lên miền Bắc nước Pháp trong thế chiến II *b/* ngày xảy ra sự kiện quan trọng: *as D-day approached we still weren't ready to move house* ngày D đã đến mà chúng tôi vẫn chưa sẵn sàng để dọn nhà).

DDT /di:di:'ti:/ (*vt của* dichlorodiphenyl-trichloroe thane) DDT (*thuốc trừ sâu*).

de (*tiền tố*) **1.** (*chỉ tác dụng ngược lại hoặc phủ định*) defrost làm tan băng; decentralization sự phát quyền **2.** (*chỉ việc tháo gỡ*): defuse tháo ngòi nổ; derailment sự trật đường ray.

deacon /'di:kən/ *dt* (*tôn*) **1.** trợ tế **2.** viên giao dịch thế tục.

deaconess /di:kə'nes, 'di:kənis/ *dt* (*tôn*) nữ trợ tế.

dead[1] /ded/ *tt* **1.** chết: *dead cells* tế bào chết; *a dead person* người chết **2.** vô tri giác: *dead matter* chất chết (*ví dụ đá*) **3.** chết, không hoạt động: *in the dead hours of the night* vào những giờ chết (giờ im ắng) đêm khuya **4.** buồn tẻ: *the acting was rather dead* diễn xuất có phần buồn tẻ **5.** chết, hết: *a dead language* một ngôn ngữ đã chết, tử ngữ (*như tiếng La tinh*); *my love for him is dead* tình yêu của tôi đối với anh ta đã hết **6.** tê cóng: *my dead fingers could not untie the knot* ngón tay tê cóng của tôi không tháo được nút buộc **7.** (*vị ngữ*) dead to something chai lì, không cảm nhận được nữa: *he was dead to all feeling of shame* nó chai lì ra, không còn biết xấu hổ là gì nữa **8.** hoàn toàn: *dead silence* sự im lặng hoàn toàn; *come to a dead stop* đứng sững lại; *a dead sleep* giấc ngủ say như chết; *a dead shot* tay thiện xạ **9.** chết, hỏng: *a dead battery* bộ ắc quy chết (*hết điện*); *the telephone went dead* máy điện thoại đã hỏng **10.** bịch, phịch: *it fell with a dead thud* cái đó rơi phịch xuống

11. xỉn (*màu*): *the walls were a dead brown colour* các bức tường toàn màu nâu xỉn **12.** (*thể*) ra ngoài sân (*bóng*) **13.** (*thể*) không nẩy bóng, dính bóng (*sân chơi*). // cut somebody dead vờ như không thấy ai; lờ không chào ai; [as] dead as a (the) dodo (*kng*) không còn hiệu lực nữa, không còn giá trị nữa; [as] dead as a doornail (as mutton) (*kng*) chết cứng; dead men tell no tales người chết hết chuyện; dead to the world ngủ say; in a dead faint bất tỉnh hoàn toàn; over my dead body [có giỏi thì] giẫm lên thây tôi mà đi (*dùng để hăm dọa*): *"I'm going out" "over my dead body"* "tôi sẽ đi khỏi đây" "có giỏi thì giẫm lên thây tôi mà đi"; the quick and the dead *x* quick[1]; wake the dead *x* wake[1]; wouldn't be seen dead in (at, with...) something (doing something) (*kng*) thà chết không chịu: *that dress is so ugly I wouldn't be seen dead in it* chiếc áo này xấu quá, tôi thà chết không mặc đâu.

dead[2] /ded/ *pht* hoàn toàn, hết sức: *dead tired* mệt hết sức, mệt rã rời; *you're dead right* anh nói đúng hoàn toàn. // [be] dead set against somebody (something) kịch liệt chống lại (*ai, cái gì*); [be] dead set on something quyết tâm làm gì: *he's dead set on getting a new job* ông ta quyết tâm tìm một công việc mới; stop dead *x* stop[1].

dead[3] /ded/ *dt* the dead (*dgt snh*) những người chết: *we carried the dead and [the] wounded off the battlefield* chúng tôi khiêng những người chết và những người bị thương ra khỏi trận địa. // in the (at) dead of night lúc đêm khuya thanh vắng: *we escaped at dead of night,*

when the guards were asleep chúng tôi trốn thoát lúc đêm khuya thanh vắng, khi bọn gác đang ngủ; in the dead of winter vào giữa mùa đông, lúc mùa đông rét mướt nhất.

dead-and-alive /,dedən ə'laiv/ *tt* (*Anh*) buồn tẻ (*nơi chốn*).

dead beat /'dedbi:t/ *dt* (*kng*) kẻ lười biếng thiếu ý chí.

dead centre /,ded'sentə[r]/ ngay chính giữa.

dead duck /,ded'dʌk/ (*kng*) kế hoạch bị loại bỏ; kế hoạch bị thất bại: *the plan is a dead duck, there's no money* kế hoạch đã bị loại bỏ, không có tiền.

deaden /'dedn/ *dgt* **1.** làm giảm, làm dịu: *drugs to deaden the pain* thuốc làm dịu đau; *your constant criticism has deadened their enthusiasm* việc chỉ trích không ngớt của anh đã làm giảm nhiệt tình của họ **2.** (+ on) làm cho không còn cảm xúc gì với: *unhappiness has deadened her to the lives of others* nỗi bất hạnh đã làm cho bà ta hết cảm xúc đối với cuộc sống của những người khác.

dead end /,ded'end/ đường cùng, ngõ cụt (*đen, bóng*).

dead hand /,ded'hænd/ ảnh hưởng nặng nề, tác động nặng nề: *the dead hand of bureaucraty is slowing their progress* ảnh hưởng nặng nề của nạn quan liêu đang làm chậm bước tiến của họ.

dead heat /,ded'hi:t/ kết quả về đích ngang nhau (*của hai đấu thủ*).

dead horse /,ded'hɔ:s/ flog a dead horse *x* flog.

dead letter /,ded'letə[r]/ **1.** luật lệ chẳng còn mấy ai theo nữa **2.** thư không phát được cũng không gửi trả lại được.

deadline /'dedlain/ thời hạn cuối cùng, hạn chót: *I have a March deadline for the novel* hạn chót để tôi hoàn thành cuốn tiểu thuyết của tôi là tháng ba; **meet (miss) a dead line** kịp (lỡ) thời hạn.

deadliness /'dedlinis/ *dt* **1.** sự chết người **2.** sự thù không đội trời chung **3.** trạng thái như thầy ma **4.** sự cực kỳ, sự hết sức **5.** sự chán ngắt (x **deadly¹**).

deadlock /'dedlɒk/ *dt* sự bế tắc: *the negotiations have reached deadlock* thương lượng đã đi đến chỗ bế tắc.

dead loss /ˌded'lɒs/ người vô tích sự; vật vô dụng: *this pen is a dead loss; it just won't write properly* bút này đúng là của vô dụng, không viết được ra hồn nữa.

deadly¹ /'dedli/ *tt* (**-ier;-iest**) **1.** gây chết, chết người: *deadly poison* thuốc độc chết người **2.** đầy lòng căm thù, tử [thù]: *they are deadly enemies* họ là tử thù của nhau **3.** như chết, như thầy ma: *deadly paleness* vẻ tái nhợt như thầy ma; *deadly silence* sự im lặng như chết **4.** cực kỳ, hết sức: *deadly seriousness* thái độ cực kỳ nghiêm túc **5.** (kng) chán ngắt: *the concert was absolutely deadly* buổi hòa nhạc chán ngắt.

deadly² /'dedli/ *pht* **1.** như chết, như thầy ma: *deadly pale* xanh như thầy ma **2.** cực kỳ, hết sức: *deadly dull* cực kỳ buồn tẻ; chán ngắt.

deadly nightshade /ˌdedli 'naitʃeid/ (thực) cây cà độc dược, cây beladon.

deadly sin /ˌdedli'sin/ tội trọng: *the seven deadly sins* bảy tội trọng.

deadman's fingers /ˌdedmənz 'fiŋgəz/ (động) yếm cua.

deadman's handle /ˌdedmənz'hændl/ cần ngắt điện (trên tàu điện).

deadpan /'dedpæn/ *tt, pht* tỉnh bơ: *a deadpan humour* lối hài hước với vẻ tỉnh bơ.

dead reckoning /ˌded'rekəniŋ/ sự xác định vị trí (tàu thủy, máy bay) bằng la bàn (khi không có trăng, sao, mặt trời để làm chuẩn).

dead ringer /ˌded'riŋə[r]/ be a dead ringer for somebody giống ai về vẻ ngoài.

dead spit /ˌded'spit/ be the dead spit of somebody (kng) giống ai như đúc.

dead weight /ˌded'weit/ khối lượng nặng bất động: *the drunken man was a dead weight in my arms* người say rượu là cả một khối thịt nặng bất động trên tay tôi.

dead wood /ˌded'wʊd/ người vô dụng; vật vô ích

deaf¹ /def/ *tt* (**-er;-est**) **1.** điếc: *be deaf in one ear* bị điếc một tai; *he's getting deafer in his old age* ông ta càng ngày càng điếc nặng lúc tuổi già **2. deaf to something** bỏ ngoài tai; làm ngơ: *be deaf to somebody's advice* bỏ ngoài tai lời khuyên của ai. // **[as] deaf as a post (doorpost)** (kng) điếc đặc; **fall on deaf ears** bị người ta lờ đi: *all her appeals for help fell on deaf ears* mọi lời kêu gọi giúp đỡ của chị ta đều bị người ta lờ đi; **turn a deaf ear [to somebody (something)]** giả bộ điếc không nghe thấy: *my parents turned a deaf ear to my requests for money* bố mẹ tôi giả bộ điếc không nghe lời thỉnh cầu xin tiền của tôi.

deaf² /def/ *dt* the deaf (snh) người điếc: *television subtitles for the deaf* phụ đề trên màn truyền hình cho người điếc.

deaf-aid /'defeid/ *dt* máy nghe (cho người điếc).

deaf-and-dumb /ˌdefən'dʌmb/ *tt* câm và điếc.

deafen /'defn/ *dgt* **1.** làm điếc tai, làm inh tai: *we were deafened by the noise* chúng tôi bị tiếng ồn ấy làm inh tai **2.** làm cho bị điếc: *the head injury deafened her for life* chấn thương ở đầu làm cho chị ta điếc suốt đời.

deafening /'defniŋ/ *tt* điếc tai, inh tai: *deafening thunder* tiếng sấm inh tai.

deafeningly /'defniŋli/ *pht* [một cách] inh tai.

deaf mute /ˌdef'mju:t/ người câm điếc.

deafness /'defnis/ *dt* tật điếc.

deal¹ /di:l/ gỗ thông; gỗ lãnh sam: *a deal floor* sàn nhà bằng gỗ thông.

deal² /di:l/ *dt* **a good great deal [of something]** nhiều: *spend a good deal of money* tiêu nhiều tiền.

deal³ /di:l/ *dgt* (**dealt**) chia (bài): *whose turn is it to deal [the cards]?* đến lượt ai chia bài thế? // **deal somebody (something) a blow; deal a blow to somebody (something)** a/ nện một cú mạnh vào ai (cái gì) b/ gây một cú sốc mạnh cho: *her death dealt us a terrible blow* cái chết của chị ta đã gây cho chúng tôi một cú sốc ghê gớm; **deal well (badly) by (with) somebody** đối xử tốt (xấu) với ai: *he has always dealt well by me* nó luôn luôn đối xử tốt với tôi; *you've been badly dealt with* anh đã bị đối xử tồi tệ.

deal in something a/ buôn bán cái gì: *she deals in men's* *clothing* chị ta buôn bán quần áo đàn ông b/ *(xấu)* thích thú cái gì: *deal in gossip and slander* thích ngồi lê đôi mách và nói xấu người khác; **deal somebody in** chia bài cho người mới ngồi vào chơi; **deal something out** phân phát cái gì, chia cái gì: *the profits will be dealt out among the investors* lợi nhuận sẽ được chia cho các nhà đầu tư; *the judge dealt out harsh sentences to the rioters* quan tòa đã xử khe khắt tụi nổi loạn; **deal with somebody** đối phó với ai: *effective measures to deal with drug smuggling* những biện pháp hữu hiệu để đối phó với nạn buôn lậu ma túy; **deal with somebody (something)** giao thiệp với, giao du với: *we don't deal with terrorists* chúng tôi không chơi với bọn khủng bố; **deal with something** a/ giải quyết, xử lý *(việc gì)*: *you dealt with an awkward situation very tactfully* anh đã xử lý một tình huống gay go một cách rất khéo; *haven't you dealt with that letter yet?* anh đã giải quyết (trả lời) bức thư ấy chưa? b/ đề cập đến: *the next chapter deals with verbs* chương tiếp sau sẽ đề cập đến các động từ.

deal⁴ /di:l/ *dt* **1.** thỏa thuận *(về kinh doanh)*: *conclude a deal with somebody* ký kết một thỏa thuận với ai; *they both wanted to use the car, so they did a deal* cả hai người đều cần dùng xe hơi, cho nên họ đã thỏa thuận với nhau; *it's a deal!* tôi đồng ý các điều kiện của ông! **2.** sự chia bài: *after the deal, play begins* sau khi chia bài, cuộc chơi bắt đầu; *it's your deal* đến lượt anh chia bài đấy. // **big deal!** *x* big¹; **a fair (square) deal** sự thẳng thắn công bằng trong

thương lượng mua bán; giá cả phải chăng: *we offer you a fair deal on furniture* chúng tôi đề nghị với ông một giá phải chăng về đồ đạc; **make the best of a bad deal** *x* best³; **a new deal** *x* new; **a raw (rough) deal** sự đối xử bất công: *if she lost her job for being late once, she got a pretty raw deal* nếu cô ấy mất việc vì đến trễ một lần, thì quả là cô đã bị đối xử bất công.

dealer /'di:lə[r]/ *dt* **1.** người chia bài **2.** người buôn bán: *a used-car dealer* người buôn bán xe hơi cũ.

dealing /'di:liŋ/ *dt* cách giao dịch buôn bán: *our company is proud of its regulation in dealing* công ty chúng tôi tự hào vì có tiếng là giao dịch buôn bán ngay thẳng. // **have dealings [with somebody]** có quan hệ làm ăn *(với ai)*: *we've had no previous dealings with this company* chúng tôi chưa từng có quan hệ làm ăn với công ty này.

dealt /delt/ *qk và dttqk của* deal³.

dean /di:n/ *dt* **1.** *(tôn)* linh mục quản hạt **2.** *(Anh)* cha xứ **3.** chủ nhiệm khoa *(ở đại học)* **4.** *(Mỹ)* nh doyen.

deanery /'di:nəri/ *dt (tôn)* **1.** tòa quản hạt; tòa nhà xứ **2.** địa phận cha xứ.

dear¹ /diə[r]/ *tt* (-er; -est) **1.** thân, thân yêu, yêu quý: *my dear wife* vợ yêu quý của tôi; *he lost everything that was dear to him* anh ta đã mất hết mọi thứ anh ta yêu quý; *dear old Paul!* Paul yêu quý!; *Dear Sir* thưa quý Ông thân yêu **2.** đắt: *clothes are getting dearer* quần áo đang ngày càng đắt hơn; *this shop is too dear for me* cửa hàng

đó giá quá đắt đối với tôi. // **close (dear, near) to somebody's heart** *x* heart; **for dear life** một cách mãnh liệt; một cách tuyệt vọng *(như để cứu mạng sống của mình)* *run for dear life* chạy thục mạng; **hold somebody (something) dear** yêu quý; đánh giá cao: *I said farewell to those I hold dear* tôi nói lời từ biệt những người tôi yêu quý; **one's nearest and dearest** *x* near¹.

dear² /diə[r]/ *pht* đắt: *buy cheap and sell dear* mua rẻ bán đắt. // **cost somebody dear** *x* cost¹.

dear³ /diə[r]/ *dt* người đáng yêu, người thân yêu: *isn't that baby a dear?* cháu bé kia có đáng yêu không?; *thank you, you are dear* cảm ơn anh, anh thật quý hóa quá; *come here, my dear* lại đây đi, em thân yêu.

dear⁴ /diə[r]/ *tht* trời ơi!: *dear me! what a mess* trời ơi! bừa bộn quá!

dearest /'diərist/ *dt (dùng để nói với người mình rất yêu quý)* em (con...) yêu quý, cưng: *come, [my] dearest, let's go home* này, con yêu quý, ta về đi.

dearly /'diəli/ *pht* **1.** rất: *he loves his mother dearly* nó rất yêu mẹ nó **2.** [với giá] đắt: *she paid dearly for her mistake* cô ta đã trả giá đắt cho sai lầm của mình; *victory was dearly bought* chiến thắng đã phải trả giá đắt. // **sell one's life dearly** *x* sell¹.

dearness /'diənis/ *dt* **1.** sự yêu quý; tình thân yêu **2.** sự đắt đỏ.

dearth /dɜ:θ/ *dt (số ít)* **dearth of something** sự thiếu, sự khan hiếm *(cái gì)*: *a dearth of workmen* sự thiếu nhân công.

deary, dearie /'diəri/ *dt (kng) (dùng để gọi người ít tuổi hơn mình)* em yêu, cháu yêu.

death /deθ/ *dt* **1.** sự chết, sự tử vong; cái chết: *his mother's death was a great shock to him* cái chết của mẹ anh là một cú sốc lớn đối với anh; *food poisoning can cause death* sự ngộ độc thức ăn có thể gây tử vong; *sentenced to death* bị kết án tử hình; *united in death* chết chung một mồ *(vợ và chồng)* **2. Death** Thần chết: *Death is often shown in pictures as a human skeleton* trong tranh vẽ Thần chết thường được minh họa là một bộ xương người **4. death of something** sự tiêu tan, sự tan vỡ: *the death of one's hopes* sự tiêu tan hy vọng. // **[be] at death's door** *(đôi khi mỉa)* kề miệng lỗ rồi; **[be] at the point of death** x point[1]; **be the death of somebody** a/ gây nên cái chết của ai: *that motorbike will be the death of you* xe môtô này sẽ làm anh chết đấy b/ *(thường đùa)* gây ra nhiều lo lắng cho ai: *those kids will be the death of me, coming home so late every night* lũ trẻ này làm cho tôi lo lắng quá, đêm nào chúng cũng về khuya đến thế; **be in at the death** có mặt lúc kết thúc: *the TV cameras were in at the death and filmed the arrest* ống kính truyền hình có mặt lúc kết thúc và đã quay cảnh bắt giữ; **bore somebody to death (tears)** x bore[3]; **catch one's death** x catch[1]; **dice with death** x dice[2]; **die the death** x die[2]; **do something to death** làm việc gì đến phát chán, làm cái gì đến phát ớn: *that idea's been done to death* ý đó đã nhắc đi nhắc lại đến phát ớn; **a fate worse than death** x fate[1]; **flog something to death** x flog; **frighten (scare) somebody to death (out of his wit)** x frighten; **the kiss of death** x kiss[2]; **like grim death** x grim; **a matter of life and death** x matter[1]; **put somebody to death** xử tử, hành quyết; **sick to death of somebody (something)** x sick[1]; **sudden death** trận đấu thêm quyết định được thua *(khi trước đó hai đội hòa nhau)*; **tickled pink (to death)** x tickle[1]; **to the death** cho đến chết: *a fight to the death* cuộc chiến đấu cho đến hơi thở cuối cùng.

deathbed /'deθbed/ *dt* giường nằm lúc lâm chung: *a deathbed confession* sự xưng tội lúc lâm chung.

deathblow /'deθbləu/ *dt (thường số ít)* đòn trí mạng *(đen, bóng)*: *his refusal to help us dealt a deathblow to our plans (bóng)* anh ta từ chối giúp đỡ chúng tôi, đấy là một đòn trí mạng giáng vào kế hoạch của chúng tôi.

death certificate /'deθsə,ti-fikət/ giấy khai tử.

death duty /'deθ,dju:ti/ *(Anh, thời trước)* thuế thừa kế *(nay là* capital transfer tax).

death house /'deθhaus/ *nh* death row.

deathless /'deθlis/ *tt* bất diệt, đời đời: *deathless fame* danh tiếng đời đời.

deathlike /'deθlaik/ *tt* như chết: *a deathlike silence* sự im lặng như chết.

deathly /'deθli/ *tt, pht* (-lier, -liest) như chết: *a deathly hush* sự im lặng như chết; *a deathly cold body* một thần xác lạnh như thây ma.

death mask /'deθma:sk/ khuôn rập từ mặt người chết.

death penalty /'deθ,penlti/ án tử hình.

death rate /'deθreit/ tỷ lệ tử vong.

death-rattle /'deθ,rætl/ *dt* tiếng nấc hấp hối.

death row /,deθ'rəu/ *(cg* **death house)** dãy xà lim tử hình.

death's head /'deθshed/ đầu lâu *(tượng trưng sự chết chóc).*

death toll /'deθtəul/ danh sách người chết *(trong một trận động đất, trong cuộc chiến...).*

death trap /'deθtræp/ bẫy hại người, mồ chôn người *(bóng): that sharp bend is a death-trap for motorists* đường vòng gấp ấy là mồ chôn đối với các tay lái xe đó.

death warrant /'deθ,wɒrənt/ lệnh tử hình *(đen, bóng): the tax is death warrant for small businesses (bóng)* thuế đó là một lệnh tử hình đối với các doanh nghiệp nhỏ. // **sign somebody's (one's) death warrant** x sign[2].

deathwatch beetle /,deθ-wɒtʃ 'bi:tl/ *(động)* con mọt gỗ.

death wish /'deθwiʃ/ sự muốn chết.

deb /deb/ *dt (kng) nh* debutante.

débâcle /dei'ba:kl/ *dt* **1.** sự thất bại hoàn toàn, sự sụp đổ hoàn toàn: *his first performance was a débâcle, the audience booed him off the stage* buổi diễn đầu tiên của anh ta là một thất bại hoàn toàn, khán giả la ó đòi anh rời khỏi sàn diễn **2.** sự tháo chạy tán loạn *(của đội quân thua trận).*

D

debar /di'ba:[r]/ *dgt* (-rr-) (+ from) 1. ngăn cấm: *people in jeans were debarred from the club* những người mặc quần bò bị cấm vào câu lạc bộ 2. tước (quyền): *convicted criminals are debarred from voting in elections* những phạm nhân bị kết án đã bị tước quyền bầu cử.

debark /di'ba:k/ *dgt nh* disembark.

debarkation /,di:ba:'keiʃn/ *dt nh* desembarkation.

debase /di'beis/ *dgt* làm giảm giá trị, làm giảm phẩm chất: *you debase yourself by telling such lies* anh làm giảm giá trị của mình bằng những lời nói dối như thế; *debase the currency* làm giảm giá trị đồng tiền (bằng cách dùng kim loại ít có giá trị hơn để đúc tiền).

debasement /di'beismənt/ *dt* sự làm giảm giá trị, sự làm giảm phẩm chất.

debatable /di'beitəbl/ *tt* có thể tranh luận: *it's debatable whether this policy has caused unemployment* chính sách đó có gây ra thất nghiệp không, đó là điều còn phải tranh luận.

debatably /di'beitəbli/ *pht* [một cách] có thể tranh luận.

debate¹ /di'beit/ *dt* cuộc tranh luận: *after a long debate, the House of Commons approved the bill* sau một cuộc tranh luận dài, Hạ nghị viện đã thông qua dự luật; *we had long debates at college about politics* ở trường đại học, chúng tôi đã có nhiều cuộc tranh luận về chính trị.

debate² /di'beit/ *dgt* 1. (+ about) tranh luận: *what are they debating about?* họ đang tranh luận về vấn đề gì thế?; *they debated closing*

the factory họ tranh luận về việc đóng cửa nhà máy 2. suy nghĩ, cân nhắc: *I'm debating where to go on holiday* tôi đang cân nhắc nên đi đâu trong kỳ nghỉ; *he debated buying a new car, but didn't in the end* nó cân nhắc xem có mua xe mới hay không, nhưng cuối cùng không mua.

debater /di'beitə[r]/ *dt* người tranh luận.

debauch¹ /di'bɔ:tʃ/ *dgt* làm sa ngã, cám dỗ: *he debauched many innocent girls* nó cám dỗ nhiều cô gái ngây thơ.

debauch² /di'bɔ:tʃ/ *dt* cuộc trác táng.

debauched /di'bɔ:tʃt/ *tt* trác táng.

debauchee /di'bɔ:tʃi:/ *dt* kẻ trác táng.

debauchery /di'bɔ:tʃəri/ *dt* sự trác táng.

debenture /di'bentʃə[r]/ *dt* trái phiếu.

debilitate /di'biliteit/ *dgt* làm suy nhược, làm suy yếu: *a debilitating climate* khí hậu làm nhược người; *huge debts are debilitating their economy* những món nợ khổng lồ đang làm suy yếu nền kinh tế của họ.

debility /di'biləti/ *dt* sự suy nhược, sự suy yếu: *after her operation she suffered from general debility* sau khi mổ, bà ta bị suy yếu toàn thân.

debit¹ /'debit/ *dt* 1. sự ghi nợ 2. khoản nợ 3. bên nợ.

debit² /'debit/ *dgt* ghi vào sổ nợ.

debit side /'debitsaid/ bên nợ.

debonair /,debə'ne[r]/ *tt* vui vẻ tự tin: *a debonair young man* một người trẻ tuổi vui vẻ tự tin.

debouch /di'bautʃ/ *dgt* (+ into) đổ ra: *the army debouched from the mountains into a wide plain* cánh quân từ trong núi đổ ra một cánh đồng rộng; *the stream debouched into the estuary* dòng suối đó đổ ra cửa sông.

debrief /,di:'bri:f/ *dgt* thẩm vấn (một phi công, một phi hành gia về phi vụ mới hoàn thành...): *pilots were debriefed on the bombing raid* các phi công được thẩm vấn về phi vụ ném bom.

debris /'deibri:, (Mỹ də'bri:)/ *dt* mảnh vỡ, mảnh vụn; đống đổ nát: *searching among the debris after the explosion* bới tìm trong đống đổ nát sau vụ nổ.

debt /det/ *dt* nợ: *if I pay all my debts, I'll have no money left* trả hết nợ thì tôi chẳng còn đồng nào; *we were poor, but we avoided debt* lúc đó chúng tôi nghèo nhưng chúng tôi tránh nợ nần; *a debt of gratitude* món nợ ân tình, cái ơn phải trả; *a debt of honour* món nợ danh dự. // **be in debt** mắc nợ; **be in somebody's debt/** mang ơn ai; **be (get) out of debt** hết nợ; **get (run) into debt** lâm nợ.

debtor /'detə[r]/ *dt* người mắc nợ, con nợ.

debug /,di:'bʌg/ *dgt* (-gg-) (kng) 1. tìm sai, gỡ rối (chương trình máy điện toán...) 2. tìm dỡ các máy nghe trộm (ở một tòa nhà...): *the place has been completely debugged* vị trí đã dỡ hết các máy nghe trộm.

debunk /,di:'bʌŋk/ *dgt* bóc trần, vạch trần: *debunk fashionable opinions* vạch trần những ý tưởng thời thượng.

début, debut /'deibju:, (Mỹ di'bju:)/ *dt* buổi ra mắt đầu tiên trước công chúng: *he marked his début by beating the champion* hắn đánh dấu buổi ra mắt đầu tiên trước công chúng bằng trận đấu thắng nhà vô địch.

dé butante /'debjuːtɑnt/ *dt* (*cg kng* **deb**) cô gái mới bước vào xã hội thượng lưu.

deca- *(dạng kết hợp)* mười: *decathlon* cuộc thi mười môn.

Dec (*vt của* December) tháng mười hai.

dec (*cg* **decd**) (*vt của* deceased /di'siːst/) đã qua đời, quá cố: *Simon Day dec* Simon Day quá cố.

decade /'dekeid, (*cg Mỹ*) di'keid/ *dt* thập kỷ.

decadence /'dekədəns/ *dt* **1.** sự suy đồi; thời kỳ suy đồi **2.** cuộc sống suy đồi: *the decadence of the rich Western countries* cuộc sống suy đồi của các nước phương tây giàu có.

decadent /'dekədənt/ *tt* suy đồi: *a decadent society* một xã hội suy đồi; *a decadent style* phong cách suy đồi.

decaffeinated /ˌdiː'kæfineitid/ *tt* đã loại caphêin: *decaffeinated coffee* cà phê đã loại caphêin.

Decalogue /'dekəlɒg, (*Mỹ* 'dekəlɔːg)/ *dt* **the Decalogue** (*tôn*) thập điều.

decamp /di'kæmp/ *dgt* **1.** bỏ trốn, chuồn: *he has decamped with all our money* nó đã chuồn với tất cả tiền bạc của chúng tôi **2.** nhổ trại: *the soldiers decamped at dawn* binh sĩ đã nhổ trại lúc sáng sớm.

decant /di'kænt/ *dgt* gạn, chắt *(chất lỏng).*

decanter /di'kæntə[r]/ *dt* bình [lắng] rượu.

decapitate /di'kæpiteit/ *dgt* chém đầu; xử trảm.

decapitation /diˌkæpi'teiʃn/ *dt* sự chém đầu; sự xử trảm.

decarbonize, decarbonise /ˌdiː'kɑːbənaiz/ *dgt* khử cacbon *(ở các xylanh một động cơ đốt trong).*

decathlon /di'kæθlɒn/ *dt* (*thể*) cuộc thi đấu mười môn.

decathlete /di'kæθliːt/ *dt* (*thể*) vận động viên thi đấu mười môn.

decay[1] /di'kei/ *dgt* **1.** [làm cho] rữa; làm cho sâu *(răng),* làm cho mục *(gỗ): decaying teeth* răng sâu; *sugar decays your teeth* đường làm sâu răng anh **2.** suy tàn, sa sút: *a decaying culture* một nền văn hóa suy tàn.

decay[2] /di'kei/ *dt* **1.** sự rữa, sự mục, sự bị sâu: *tooth decay* sự sâu răng **2.** sự suy tàn, sự sa sút: *the empire is in decay* đế quốc đang suy tàn.

decease /di'siːs/ *dt* sự chết, sự qua đời.

deceased[1] /di'siːst/ *tt* chết, qua đời: *both her parents are deceased* bố mẹ cô ta đều đã qua đời.

deceased[2] /di'siːst/ *dt* **the deceased** (*snh, kdổi*) người đã qua đời *(nhất là mới qua đời gần đây).*

deceit /di'siːt/ *dt* **1.** sự lừa dối **2.** mánh khóe gian dối, mánh lới.

deceitful /di'siːtfl/ *tt* dối trá, gian dối: *deceitful words* lời nói gian dối.

deceitfully /di'siːtfʊli/ *pht* [một cách] dối trá, [một cách] gian dối.

deceifulness /di'siːtfəlnis/ *dt* sự dối trá, sự gian dối.

deceive /di'siːv/ *dgt* **1.** deceive somebody (oneself) [into doing something] lừa dối: *you can't pass exams without working, so don't deceive yourself [into thinking you*

can] anh không thể thi đậu mà không học hành gì cả, cho nên đừng có tự lừa dối mình nữa **2. deceive somebody [with somebody]** không chung thủy với: *he's been deceiving his wife with another woman for months* anh ta đã không chung thủy với vợ và đi với một người phụ nữ khác hàng tháng trời.

deceiver /di'siːvə[r]/ *dt* kẻ lừa dối, kẻ lừa gạt.

decelerate /ˌdiː'seləreit/ *dgt* [làm] chạy chậm lại, hãm lại: *decelerate when approaching a corner* chạy chậm lại khi tới gần một khúc đường cong.

deceleration /ˌdiːseləˈreiʃn/ *dt* **1.** sự chậm lại **2.** độ giảm tốc.

December /di'sembə[r]/ *dt* (*vt* Dec) tháng mười hai.

decency /'diːsnsi/ *dt* **1.** sự đúng đắn, sự tề chỉnh **2. the decencies** (*snh*) phép tắc lễ nghi: *we must observe the decencies and attend the funeral* chúng ta phải tuân thủ phép tắc lễ nghi và đi dự đám tang.

decent /'diːsnt/ *tt* **1.** thích hợp, tử tế: *we must provide decent housing for the poor* chúng ta phải cấp chỗ ở tử tế cho người nghèo **2.** đúng đắn, tề chỉnh: *that dress isn't decent* chiếc áo đó không được đúng đắn; *never tell stories that are not decent* chớ bao giờ kể những chuyện không đúng đắn **3.** tốt: *that was quite a decent lunch* thật là một bữa ăn trưa ngon lành.

decently /'diːsntli/ *pht* **1.** [một cách] thích hợp, [một cách] tử tế **2.** [một cách] đúng đắn, [một cách] tề chỉnh.

decentralization, decentralisation /ˌdiːsentrəlai'zeiʃn,

(*Mỹ* ˌdi:sentrəli'zeiʃn)/ *dt* (chính) phân quyền.

decentralize, decentralise /ˌdi:'sentrəlaiz/ *dgt* (chính) sự phân quyền.

deception /di'sepʃn/ *dt* 1. sự dối trá, sự lừa dối 2. trò lừa dối, thủ đoạn lừa gạt.

deceptive /di'septiv/ *tt* dối trá, lừa dối; làm cho lầm lẫn: *apppearances are often deceptive* vẻ ngoài nhiều khi làm cho người ta lầm lẫn.

deceptively /di'septivli/ *pht* [một cách] dối trá, [một cách] lừa dối; [một cách] dễ lầm lẫn: *the tank is deceptively small, it actually holds quite a lot* chiếc thùng trông dễ tưởng lầm là bé, kỳ thực nó chứa được rất nhiều.

deci- (*dạng kết hợp, dùng trong hệ mét*) đexi, một phần mười: *decimetre* đeximet; *décilitre* đexilit.

decibel /'desibel/ *dt* đexiben (*đon vị đo cường độ âm thanh*).

decide /di'said/ *dgt* 1. giải quyết, phân xử: *decide a question* giải quyết một vấn đề; *decide against somebody* phân xử ai thua (*kiện...*); *decide in favour of somebody* phân xử ai được (*kiện...*) 2. quyết định: *with so many choices, it's hard to decide what to buy* có nhiều thứ để chọn nên khó quyết định nên mua cái nào; *she decided not to go alone* cô ta đã quyết định là không đi một mình; *that decided me to leave my job* cái đó đã khiến tôi quyết định bỏ việc.

decided /di'saidid/ *tt* 1. rõ ràng; rõ rệt: *a decided improvement* sự tiến bộ rõ rệt 2. quả quyết, quyết tâm: *he won't go, he is quite decided about it* nó sẽ không đi, nó

hoàn toàn quả quyết như vậy.

decidedly /di'saididli/ *pht* 1. [một cách] rõ ràng, [một cách] rõ rệt: *I feel decidedly unwell this morning* sáng nay tôi cảm thấy rõ ràng là không khỏe 2. [một cách] quả quyết, [một cách] dứt khoát.

decider /di'saidə[r]/ *dt* (thể) môn thi (cuộc thi) quyết định [hơn thua].

deciduous /di'sidjuəs, di'siduəs/ *tt* (thực) rụng lá hằng năm (*thường là vào mùa thu, nói về cây cối*).

decilitre /'desili:tə[r]/ *dt* đexilit.

decimal¹ /'desiml/ *tt* thập phân: *decimal number* số thập phân.

decimal² /'desiml/ *dt* (cg **decimal fraction**) phân số thập phân.

decimalization, decimalisation /ˌdesiməlai'zeiʃn, (*Mỹ* desiməli'zeiʃn)/ *dt* sự thập phân hóa.

decimalize, decimalise /'desiməlaiz/ *dgt* đổi sang phân số thập phân, đổi sang hệ thập phân; thập phân hóa.

decimal point /ˌdesiml 'point/ chấm thập phân (*đặt sau con số đon vị, ví dụ 15.65*).

decimal system /'desiml ˌsistəm/ hệ thập phân.

decimate /'desimeit/ *dgt* sát hại: *cholera has decimated the population* bệnh dịch tả đã sát hại nhiều người.

decimation /desi'meiʃn/ *dt* sự sát hại.

decimetre /'desimi:tə[r]/ *dt* đeximet.

decipher /di'saifə[r]/ *dgt* đọc ra (*bản viết khó xem*); giải (*mã*): *can you decipher her scrawl?* anh có đọc nổi bản

viết nguệch ngoạc của cô ta không?

decipherable /di'saifrəbl/ *tt* có thể đọc ra; có thể giải mã được.

decision /di'sizn/ *dt* 1. sự quyết định; quyết định: *the judge's decision was to award damages to the defendant* quyết định của quan tòa là phải bồi thường cho bị đơn 2. tính quả quyết: *a man of decision* người quả quyết.

decisive /di'saisiv/ *tt* 1. quyết định: *a decisive victory* một thắng lợi quyết định 2. quả quyết, dứt khoát: *reply by a decisive "no"* trả lời dứt khoát là không.

decisively /di'saisivli/ *pht* [một cách] quả quyết, [một cách] dứt khoát: *answer decisively* trả lời dứt khoát.

decisiveness /di'saisivnis/ *dt* tính quả quyết, tính dứt khoát.

deck¹ /dek/ *dt* 1. (hải) boong tàu, sàn nhà 2. tầng (*ở xe buýt hai tầng*): *the top deck of a bouble-decker bus* tầng nóc của xe buýt hai tầng 3. (*Mỹ*) cỗ bài 4. mâm (*trên máy ghi âm...*). // **clear the decks** x clear³; **hit the deck** x hit¹; **on deck** a/ trên boong chính của tàu b/ (*Mỹ*) sẵn sàng hành động.

deck² /dek/ *dgt* (*Mỹ, kng*) đánh (*ai*) ngã xuống đất: *he decked him with his first punch* bằng cú đấm đầu tiên, nó đã đánh ngã anh ta xuống đất.

deck³ /dek/ *dgt* (*chủ yếu dùng ở dạng bị động*) trang hoàng, tô điểm: *streets decked with flags* đường phố trang hoàng cờ xí; *she was decked out in her finest clothes* cô ta tô điểm thêm với bộ cánh đẹp nhất.

deck-chair /'dekʃeə[r]/ *dt* ghế xếp *(mặt bằng vải bạt)*.

-decker *(yếu tố tạo dt, tt ghép)* có một số tầng là mấy đấy: *a double-decker bus* xe buýt hai tầng.

deckhand /'dekhænd/ *dt* *(hải)* thủy thủ [làm việc trên] boong tàu.

declaim /di'kleim/ *đgt* **1.** nói hùng hồn *(như với một cử toạ): a preacher stood declaiming in the town centre* một nhà thuyết giáo đứng giảng đạo một cách hùng hồn ở trung tâm thị trấn **2.** (+ against) thóa mạ, lớn tiếng chửi bới: *he declaims against his friend* nó thóa mạ bạn nó.

declamation /deklə'meiʃn/ *dt* **1.** sự nói hùng hồn **2.** bài nói hùng hồn.

declamatory /di'klæmətəri, *(Mỹ* di'klæmətɔ:ri)/ *tt* hùng hồn, kêu *(lời văn...)*.

declaration /,deklə'reiʃn/ *dt* **1.** sự tuyên bố; lời tuyên bố, bản tuyên ngôn: *make a declaration* tuyên bố; *a declaration of war* sự tuyên chiến: *the Declaration of Human Rights* bản tuyên ngôn nhân quyền **2.** sự khai; lời khai; tờ khai: *a customs declaration* tờ khai hải quan.

declare /di'kleə[r]/ *đgt* **1.** tuyên bố; công bố: *declare somebody to be guilty* tuyên bố ai có tội; *they declared him [to be] the winner* họ công bố anh ta là người thắng cuộc **2. declare for something (somebody)** lên tiếng ủng hộ (tán thành); **declare against something (somebody)** lên tiếng phản đối *(cái gì, ai)* **3.** khai: *you must declare all you have earned in the last year* anh phải khai tất cả các khoản thu nhập của anh trong năm ngoái. // **declare trumps** *(bài)* xướng hoa

chủ; **declare war [on (against) somebody]** tuyên chiến [với ai].

declared /di'kleəd/ *tt* công khai: *his declared ambition is to become a politician* tham vọng công khai của anh ta là trở thành một chính khách.

declassification /di,klæsi-fi'keiʃn/ *dt* sự tuyên bố không còn là bí mật quốc gia nữa.

declassify /di:'klæsifai/ *đgt* tuyên bố không còn là bí mật quốc gia nữa.

declension /di'klenʃn/ *dt* *(ngôn)* **1.** biến cách **2.** nhóm từ cùng đuôi biến cách.

declination /,dekli'neiʃn/ *dt* *(lý)* độ lệch, độ thiên: *magnetic declination* độ lệch từ, độ từ thiên.

decline[1] /di'klain/ *đgt* **1.** khước từ, từ chối: *I invited her to join us, but she declined* tôi mời cô ta đến với chúng tôi, nhưng cô ta khước từ; *decline an invitation to dinner* khước từ lời mời ăn bữa tối **2.** suy giảm, sụt xuống: *her influence declined after she lost the election* ảnh hưởng của bà ta suy giảm sau khi bà thất bại trong kỳ bầu cử; *a declining birth-rate* tỷ lệ sinh đang giảm; *he spent his declining years in the country* ông ta sống những năm tàn cuối đời mình ở nông thôn **3.** *(ngôn)* biến cách.

decline[2] /di'klain/ *dt* sự sụt, sự giảm sút, sự suy sụp: *the decline of the Roman Empire* sự suy sụp của đế quốc La Mã. // **fall (go) into a decline** sa sút: *after his wife's death, he fell into a deline* sau khi vợ chết, anh ta sa sút hẳn; **on the decline** giảm sút, yếu đi: *she is on the decline, and may die*

soon bà ta sức khỏe đang giảm sút và có thể chẳng mấy chốc nữa thì chết; *the number of robberies in the area is on the decline* số vụ trộm cướp trong vùng đang giảm.

declivity /di'klivəti/ *dt* chỗ dốc xuống.

declutch /,di:'klʌtʃ/ *đgt* nhả số *(trước khi sang số, xe ô tô)*.

decode /,di:'kəud/ *đgt* giải mã.

decoder /,di:'kəudə[r]/ *dt* người giải mã; bộ giải mã.

decoke /,di:'kəuk/ *đgt* nh decarbonize.

décolletage /,deikɒl'tɑ:ʒ/ *dt* *(tiếng Pháp)* sự rộng cổ để hở vai *(áo)*.

décolleté /dei'kɒltei, *(Mỹ* deikɒl'tei)/ *tt (tiếng Pháp)* **1.** để hở cổ và vai **2.** *(vị ngữ)* mặc áo để hở cổ và vai *(người phụ nữ)*.

decolonization, decolonisation /,di:kɒ-lənai'zeiʃn, *(Mỹ* ,di:kɒləni'zeiʃn)/ *dt* sự phi thực dân hóa.

decolonize, decolonise /,di:'kɒlənaiz/ *đgt* phi thực dân hóa.

decompose /,di:kəm'pəuz/ *đgt* **1.** phân ly: *a prism decomposes light* lăng kính phân ly ánh sáng **2.** phân hủy: *a decomposing corpse* một xác chết đang phân hủy.

decomposition /,di:kəm-pə'ziʃn/ *dt* **1.** sự phân ly **2.** sự phân hủy, sự thối rữa.

decompress /,di:kəm'pres/ *đgt* **1.** giảm sức ép không khí **2.** xì bớt hơi *(bánh xe)*.

decompression /,di:kəm-'preʃn/ *dt* *a decompression chamber* buồng giảm sức ép không khí *(của thợ lặn)*.

D

decongestant[1] /ˌdi:kən'dʒestənt/ *dt* (y) chất chống sung huyết, chất tản máu.

decongestant[2] /ˌdi:kən'dʒestənt/ *tt* (y) chống sung huyết, tản máu: *decongestant tablets* thuốc phiến chống sung huyết.

decontaminate /ˌdi:kən'tæmineit/ *dgt* khử nhiễm [phóng xạ].

decontamination /ˌdi:kənˌtæmi'neiʃn/ *dt* sự khử nhiễm [phóng xạ].

decontrol /ˌdikən'trəʊl/ *dgt* (-ll-) bãi bỏ việc kiểm soát *(sự buôn bán một mặt hàng nào đó).*

décor /'deikə[r], (*Mỹ* dei'kɔ:r)/ *dt* đồ trang trí, cảnh trí: *it's a good restaurant, but I don't really like the decor* đấy là một nhà hàng ăn ngon, nhưng thực tình tôi không thích cảnh trang trí ở đấy lắm.

decorate /'dekəreit/ *dgt* **1.** trang hoàng, trang trí: *decorate a Christmas tree with coloured lights* trang hoàng cây Noen bằng đèn màu **2.** tặng thưởng; gắn huy chương: *several soldiers were decorated for bravery* nhiều binh sĩ đã được gắn huy chương vì lòng dũng cảm.

decoration /ˌdekə'reiʃn/ *dt* **1.** trang hoàng, sự trang trí **2.** đồ trang hoàng, đồ trang trí **3.** huân chương, huy chương.

decorative /'dekərətiv, (*Mỹ* 'dekəreitiv)/ *tt* để trang hoàng, để trang trí; tôn vẻ đẹp lên: *the coloured lights are very decorative* đèn màu tôn vẻ đẹp lên rất nhiều.

decorous /'dekərəs/ *tt* đứng đắn, phải phép: *decorous behaviour* hành vi đứng đắn.

decorously /'dekərəsli/ *pht* [một cách] đứng đắn, [một cách] phải phép.

decorum /di'kɔ:rəm/ *dt* sự đúng đắn, sự phải phép.

decoy[1] /'di:kɔi/ *dt* **1.** chim nhử mồi **2.** người nhử mồi, con vật nhử mồi; *(bóng)* mồi, bả.

decoy[2] /di'kɔi/ *dgt* nhử, làm cho sa bẫy: *he was decoyed by a false message into entering enemy territory* nó bị một bức thư giả nhử mà sa vào vùng địch.

decrease[1] /'di:kri:s/ *dt* (+ in) sự giảm: *the decrease in population* sự giảm dân số. // **on the decrease** giảm sút, giảm đi: *is crime on the decrease?* tội ác có giảm đi không?

decrease[2] /di'kri:s/ *dgt* [làm cho] giảm đi: *student numbers have decreased by 500* số lượng sinh viên giảm đi 500 người.

decree[1] /di:'kri:/ *dt* **1.** sắc lệnh; chiếu chỉ *(của vua)*: *issue a decree* ban hành một sắc lệnh **2.** bản án *(của một số tòa án).*

decree[2] /di'kri:/ *dgt* (**decreed**) ra sắc lệnh; xuống chiếu *(vua)*: *the governor decreed a day of mourning* thống đốc đã ra sắc lệnh để tang một ngày.

decree absolute /diˌkri:'æbsəlu:t/ quyết định ly hôn.

decree nisi /diˌkri:'naisi, diˌkri:'naisai/ quyết định ly hôn sau một thời gian *(trừ phi có lý do bác bỏ).*

decrepit /di'krepit/ *tt* **1.** già yếu, lụ khụ: *a decrepit horse* con ngựa già yếu **2.** cũ nát: *a decrepit bicycle* chiếc xe đạp cũ nát.

decrepitude /di'krepitju:d, (*Mỹ* di'krepitu:d)/ *dt* **1.** sự già yếu, sự lụ khụ **2.** sự cũ nát.

decry /di'krai/ *dgt* (**decried**) (+ as) chê bai, chỉ trích: *he decried her efforts as a waste of time* anh ta chê bai những cố gắng của cô, coi như là phí thì giờ vô ích.

dedicate /'dedikeit/ *dgt* **1.** cống hiến, hiến dâng: *she dedicated her life to helping the poor* bà ta hiến dâng cả đời mình cho sự nghiệp giúp đỡ người nghèo **2.** đề tặng *(sách cho ai)*: *he dedicated his first book to his mother* anh ta đề tặng mẹ anh cuốn sách đầu tay của anh **3.** khánh thành; khai mạc: *the chapel was dedicated in 1880* nhà nguyện ấy đã khánh thành năm 1880.

dedicated /'dedikeitid/ *tt* **1.** tận tụy, tận tâm: *a dedicated teacher* một thầy giáo tận tụy **2.** chuyên dụng: *a dedicated word processor* bộ xử lý từ chuyên dụng.

dedication /ˌdedi'keiʃn/ *dt* (+ to) **1.** sự hiến dâng; sự tận tụy: *I admire the priest's dedication* tôi khâm phục sự tận tụy của vị giáo sĩ **2.** sự đề tặng; lời đề tặng **3.** sự khánh thành; sự khai mạc.

deduce /di'dju:s/ *dt* suy ra, suy diễn: *if a=b and b=c, we can deduce that a=c* nếu a=b và b=c, ta có thể suy ra là a=c.

deducible /di'dju:səbl, (*Mỹ* di'du:səbl)/ *tt* có thể suy ra, có thể suy diễn.

deduct /di'dʌkt/ *dgt* khấu đi, trừ đi: *deduct 10% from the wages* khấu đi 10% tiền lương.

deductible /di'dʌktəbl/ *tt* có thể khấu đi, có thể trừ đi.

deduction /di'dʌkʃn/ *dt* **1.** sự suy ra, sự luận ra; phép diễn dịch: *a philosopher skilled in deduction* nhà triết học giỏi diễn dịch **2.** sự khấu đi, sự trừ đi; khoản khấu trừ: *your salary will be about £650 a month after all deductions* lương anh sẽ vào khoảng 650 bảng mỗi tháng sau khi đã trừ mọi khoản khấu trừ.

deductive /di'dʌktiv/ *tt* diễn dịch: *deductive method* phương pháp diễn dịch.

deductively /di'dʌktivli/ *pht* [một cách] diễn dịch.

deed /di:d/ *dt* 1. việc làm, hành động, hành vi: *deeds of heroism* hành động anh hùng; *in word and deed* bằng lời nói và bằng việc làm 2. (*luật*) (*thường snh*) văn bản; chứng thư.

deed of covenant /,di:dəv-'kʌvənənt/ chứng từ trả góp hằng năm kể cả thuế.

deed poll /'di:dpəʊl/ chứng thư đổi tên.

deem /di:m/ *đgt* (*chủ yếu dùng ở dạng bị động*) tưởng rằng, thấy rằng: *she was deemed to be the winner* người ta cứ tưởng rằng cô ta là người thắng cuộc; *I deem it necessary to help him* tôi thấy cần phải giúp đỡ anh ta; *deem highly of* đánh giá cao về (*ai*).

deep¹ /di:p/ *tt* (-er, -est) 1. sâu: *a deep river* sông sâu; *a deep wound* vết thương sâu 2. bí ẩn, thâm hiểm: *a deep scheme* âm mưu thâm hiểm 3. sâu xa, sâu kín, thâm trầm: *deep sorrow* nỗi buồn sâu xa; *deep gratitude* lòng biết ơn sâu sắc; *deep feelings* tình cảm sâu sắc; *he's a deep one* hắn là một thằng thâm trầm 4. ngập sâu vào, miệt mài: *deep in debts* nợ ngập đầu; *deep in study* miệt mài học tập 5. trầm (*giọng*): *a deep voice* giọng trầm 6. sẫm, thẫm, thắm (*màu*) 7. nặng (*tội*); say (*ngủ*); dày đặc (*bóng tối*)...: *a deep sleep* giấc ngủ say; *a deep sin* tội nặng; *a*

deep drinker người nghiện rượu nặng. // **beauty is only skin deep** *x* beauty; **between the devil and the deep blue sea** *x* devil¹; **go off the deep end** (*kng*) nổi giận, phát cáu; **in deep water[s]** gặp rắc rối; **throw somebody in at the deep end** (*kng*) ấn cho ai phần việc khó nhất (*nhất là khi người đó chưa được chuẩn bị để làm việc ấy*); **of the blackest (deepest) dye** *x* dye².

deep² /di:p/ *pht* (-er; -est) sâu: *they dived deep into the ocean* họ lặn sâu xuống biển; *we had to dig deeper to find water* chúng tôi đã phải đào sâu hơn để tìm thấy nước. // **deep down** (*kng*) trong thực tế, về thực chất: *she seems indifferent, but deep down she's very pleased* chị ta trông có vẻ dửng dưng, nhưng trong thực tế chị rất hài lòng; **go deep** được cảm thấy một cách mạnh mẽ (*niềm tin...*): *her faith goes very deep* đức tin của bà ta rất mạnh mẽ; **still waters run deep** *x* still¹.

deep³ /di:p/ *dt* the deep (*số ít*) (*tho*) biển.

-deep (*yếu tố tạo tt ghép*) đến (*một mức nào đó*): *the grass was ankle-deep* cỏ cao đến mắt cá chân.

deepen /'di:pən/ *đgt* [đào] sâu thêm; sâu đậm thêm: *deepen a channel* đào sâu thêm con kênh; *the mystery deepens* điều bí ẩn càng sâu đậm thêm.

deep-freeze /,di:p'fri:z/ *đgt* (deep-froze, deep-frozen) ướp đông lạnh: *deep frozen fish* cá ướp đông lạnh.

deep-fry /,di:p'frai/ *đgt* (deep-fried) chiên (rán) ngập mỡ.

deep-laid /,di:p'leid/ *tt* được hoạch định bí mật và kỹ lưỡng (*kế hoạch*).

deeply /'di:pli/ *pht* 1. sâu: *the dog bit deeply into his arm* con chó cắn sâu vào cánh tay anh ta 2. hết sức, vô cùng: *deeply interested* vô cùng thích thú.

deep-mined /,di:p'maind/ *tt* khai thác từ mỏ sâu (*than đá*).

deepness /'di:pnis/ *dt* 1. sự sâu 2. độ sâu, mức sâu.

deep-rooted /,di:p'ru:tid/ *tt* ăn sâu, sâu: *deep-rooted prejudice* thành kiến ăn sâu.

deep-sea /'di:psi:/ *tt* ngoài khơi: *deap-sea fishing* sự đánh cá ngoài khơi, nghề khơi.

deep-seated /,di:p'si:tid/ *tt* nh deep-rooted.

deep South /,di:p'saʊθ/ những bang miền nam nước Mỹ (*đặc biệt là Georgia, Alabama, Mississipi, Louisiana và Nam Carolina*).

deep space /,di:p'speis/ không gian sâu thẳm (*ở xa Thái dương hệ*).

deep-water /,di:p'wɔ:tə[r]/ *tt* nh deep-sea.

deer /diə[r]/ *dt* (*snh kđổi*) (*động*) hươu; nai.

deerskin /'diəskin/ *dt* da hươu, da nai (*da thuộc*).

deerstalker /'di,əstɔ:kə[r]/ *dt* mũ cát két săn hươu (*có hai mảnh che tai*).

deescalate /,di:'eskəleit/ *đgt* xuống thang (*chiến tranh...*).

deescalation /di:,eskə'leiʃn/ *dt* sự xuống thang (*chiến tranh...*).

deface /di'feis/ *đgt* làm xấu bề mặt đi, bôi bác bề mặt: *the wall has been defaced with slogans* mặt tường bôi bác nhiều khẩu hiệu.

defacement /di'feismənt/ *dt* sự làm xấu bề mặt đi, sự bôi bác bề mặt.

de facto /,dei'fæktəʊ/ *tt, pht* (*tiếng Latinh*) trên thực tế:

D

a de facto ruler kẻ cầm quyền trên thực tế.

defamation /ˌdefəˈmeiʃn/ sự nói xấu, sự bôi nhọ, sự làm mất danh dự.

defamatory /diˈfæmətri, (*Mỹ* diˈfæmətɔːri)/ *tt* bôi nhọ, làm mất danh dự.

defame /diˈfeim/ *dgt* nói xấu, bôi nhọ, làm mất danh dự: *the article is an attempt to defame an honest man* bài báo là một mưu toan bôi nhọ một người lương thiện.

default¹ /diˈfɔːlt/ *dt (luật)* sự không trả được nợ; sự không trả nợ đúng kỳ hạn. // **by default** vì đối phương bỏ cuộc: *win a case (a game) by default* được kiện (thắng cuộc) vì đối phương bỏ cuộc; **in default of something (somebody)** vì không có, vì thiếu (cái gì, ai): *the committee will not meet in default of a chairman* ủy ban sẽ không họp vì thiếu sự có mặt của chủ tịch.

default² /diˈfɔːlt/ *dgt* **1.** bỏ cuộc: *a party to the contract defaulted* một bên của hợp đồng đã bỏ cuộc **2.** (+ on) không trả được (nợ...): *default on hire purchase payments* không trả được tiền mua trả góp đúng kỳ hạn.

defaulter /diˈfɔːltə[r]/ *dt* **1.** người không ra hầu tòa, người không trả được nợ đúng hẹn **2.** lính phạm lỗi nhà binh.

defeat¹ /diˈfiːt/ *dgt* **1.** đánh bại: *the enemy was defeated in a decisive battle* quân thù đã bị đánh bại trong một trận quyết định **2.** làm rối trí: *I've tried to solve the problem, but it defeats me* tôi đã cố gắng giải bài toán, nhưng việc đó làm cho tôi rối trí quá **3.** làm thất bại: *by not working hard enough*

you defeat your own purpose do không làm việc đủ mức anh làm thất bại chính mục đích của bản thân mình.

defeat² /diˈfiːt/ *dt* **1.** sự thất bại: *suffer defeat* bị thất bại **2.** trận thất bại, trận thua: *six wins and two defeats* sáu trận thắng và hai trận thua.

defeatism /diˈfiːtizəm/ *dt* chủ nghĩa thất bại.

defeatist¹ /diˈfiːtist/ *dt* người thất bại chủ nghĩa.

defeatist² /diˈfiːtist/ *tt* thất bại chủ nghĩa.

defecate /ˈdefəkeit/ *dgt* đại tiện.

defecation /ˌdefəˈkeiʃn/ *dt* sự đại tiện.

defect¹ /ˈdiːfekt, diˈfekt/ *dt* thiếu sót, sai sót; khuyết tật: *a defect of character* một khuyết tật trong tính nết; *mechanical defects in a car* khuyết tật về máy móc trong một chiếc xe.

defect² /diˈfekt/ *dgt* bỏ hàng ngũ, bỏ đi theo địch; bỏ đảng; bội giáo; bỏ đất nước.

defection /diˈfekʃn/ *dt* sự bỏ hàng ngũ, sự bỏ đi theo địch; sự bỏ đảng; sự bội giáo; sự bỏ đất nước.

defective /diˈfektiv/ *tt* **1.** có khuyết tật; kém: *a defective memory* trí nhớ kém **2.** (ngôn) khuyết thiếu: *defective verb* động từ khuyết thiếu (*như must*).

defectively /diˈfektivli/ *pht* [một cách] có khuyết tật.

defectiveness /diˈfektivnis/ *dt* tình trạng có khuyết tật.

defector /diˈfektə[r]/ *dt* kẻ bỏ hàng ngũ, kẻ phản bội.

defence (*Mỹ* **defense**) /diˈfens/ *dt* **1.** sự phòng thủ; công trình phòng thủ: *weapons of defence and offence* vũ khí phòng thủ và vũ khí tấn công; *the country's de-*

fences are weak công trình phòng thủ đất nước yếu kém quá; *coastal defences* công trình phòng thủ bờ biển **2.** sự bào chữa, sự biện hộ; lời bào chữa, lời biện hộ; **the defence** luật sư bào chữa: *the lawyer produced a clever defence of his client* luật sư đưa ra lời bào chữa khôn khéo cho thân chủ **3.** (*thể*) sự phòng ngự, **the defence** hậu vệ; sự bảo vệ danh hiệu vô địch: *his third successful defence of the title* sự bảo vệ thành công lần thứ ba danh hiệu vô địch của anh ấy.

defenceless /diˈfenslis/ *tt* không được phòng thủ; không có khả năng bảo vệ: *a defenceless city* một thành phố không được phòng thủ.

defencelessly /diˈfenslisli/ *pht* [một cách] không được phòng thủ; [một cách] không có khả năng bảo vệ.

defencelessness /diˈfenslisnis/ *dt* sự không được phòng thủ; sự không có khả năng bảo vệ.

defend /diˈfend/ *dgt* **1.** phòng thủ, bảo vệ: *defend one's country against enemies* bảo vệ đất nước chống [bị kẻ địch] xâm lăng; *defend somebody from attack* bảo vệ ai khỏi bị tấn công **2.** bào chữa, biện hộ: *defend one's actions* bào chữa cho hành động của mình **3.** (*thể*) phòng ngự, chơi ở hàng hậu vệ: *some players are better at defending* một số cầu thủ chơi phòng ngự tốt hơn **4.** (*thể*) bảo vệ danh hiệu vô địch: *she's running to defend her 400 metres title* chị ta chạy để bảo vệ danh hiệu vô địch 400 mét của mình.

defendant /diˈfendənt/ *dt* (*luật*) bị đơn.

defender /di'fendə[r]/ *dt* (*thể*) hậu vệ: *he had to beat several defenders to score* anh ta phải qua được mấy hậu vệ mới ghi được bàn.

defensible /di'fensəbl/ *tt* **1.** có thể bảo vệ, có thể phòng thủ **2.** có thể bào chữa.

defensive¹ /di'fensiv/ *tt* **1.** để bảo vệ, để phòng thủ: *a defensive weapon system to destroy missiles approaching the country* hệ thống vũ khí phòng thủ phá hủy các tên lửa tới gần đất nước **2.** (*thường xấu*) giữ thế thủ, với ý phòng ngự sợ bị chỉ trích: *she became very defensive when I asked her how much the car had cost* cô ta trở nên dè dặt khi tôi hỏi cô chiếc xe giá bao nhiêu.

defensive² /di'fensiv/ *dt* **on the defensive** giữ thế thủ.

defensiveness /di'fensivnis/ *dt* tư thế bảo vệ, tư thế phòng thủ.

defer¹ /di'fɜː[r]/ *dgt* hoãn: *defer one's departure to a later date* hoãn ngày đi; *defer making a decision* hoãn quyết định.

defer² /di'fɜː[r]/ *dgt* (+ to) theo, làm theo (*thường là vì tôn trọng*): *I defer to your greater experience in such things* trong những việc như thế, tôi theo kinh nghiệm dày dạn của anh.

deference /'defərəns/ *dt* sự theo, sự làm theo (*thường là vì tôn trọng*). // **in deference to somebody (something)** để theo ý, để tôn trọng: *they were married in church in deference to their parents' wishes* họ cưới nhau ở nhà thờ, theo ý của bố mẹ họ.

deferential /ˌdefə'renʃl/ *tt* tôn trọng, tôn kính.

deferentially /ˌdefə'renʃəli/ *pht* [một cách] tôn trọng, [một cách] tôn kính.

deferment /di'fɜːmənt/ *dt* sự hoãn, sự hoãn lại.

deferral /di'fɜːrəl/ *dt nh* deferment.

deferred shares /diˌfɜːd 'ʃeəz/ (*ktế*) cổ phần hưởng lãi sau.

defiance /di'faiəns/ *dt* sự thách thức, sự bất chấp: *the protesters showed their defiance of the official ban on demonstrations* những người phản đối tỏ ra bất chấp lệnh chính thức cấm các cuộc biểu tình. // **in defiance of somebody (something)** bất chấp (*ai, cái gì*): *act in defiance of orders* hành động bất chấp mệnh lệnh; **glare defiance at somebody (something)** *x* glare².

defiant /di'faiənt/ *tt* thách thức, coi thường: *a defiant manner* vẻ coi thường; *a defiant look* cái nhìn thách thức.

defiantly /di'faiəntli/ *pht* [một cách] thách thức, [một cách] coi thường.

deficiency /di'fiʃnsi/ *dt* (+ in, of) **1.** sự thiếu: *deficiency in vitamins* sự thiếu vitamin; *deficiency diseases* (*y*) những bệnh do thiếu vitamin **2.** điểm thiếu sót, điểm kém cỏi: *she can't hide her deficiencies as a writer* chị ta không thể giấu nổi những kém cỏi của mình về phương diện viết văn.

deficient /di'fiʃnt/ *tt* **1.** (+ in) thiếu: *be deficient in experience* thiếu kinh nghiệm **2.** thiếu hụt: *deficient funds* quỹ thiếu hụt.

deficit /'defisit/ *dt* sự thiếu; sự thiếu hụt: *we raised £100, and we need £250, that's deficit of £150* chúng tôi kiếm được 100 bảng, mà chúng tôi cần 250 bảng, thế là còn thiếu 150 bảng; *a budget deficit* số thiếu hụt ngân sách.

defied /di'faid/ *qk và dttqk* của defy.

defile¹ /di'fail/ *dgt* làm nhơ bẩn, làm ô uế: *rivers defiled by pollution* dòng sông bị nhơ bẩn vì ô nhiễm; *the altar had been defiled by vandals* bàn thờ đã bị bọn phá hoại văn vật làm ô uế.

defile² /'diːfail/ *dt* hẻm núi.

defile³ /'diːfail/ *dgt* đi thành hàng dọc (*quân lính*).

definable /di'fainəbl/ *tt* **1.** có thể định nghĩa **2.** có thể định rõ.

define /di'fain/ *dgt* **1.** định nghĩa (*một từ...*) **2.** định rõ: *the powers of a judge are defined by law* quyền hạn của quan tòa được luật pháp định rõ; *when boundaries between two countries are not clearly defined, there is usually trouble* khi ranh giới giữa hai nước không được định rõ, thường hay xảy ra rắc rối.

definite /'definət/ *tt* **1.** rõ ràng, dứt khoát: *I want a definite answer, "yes" or "no"* tôi cần một câu trả lời rõ ràng, "có" hay "không"; *I have no definite plans for tomorrow* tôi không có kế hoạch rõ ràng cho ngày mai **2. definite about something; definite that** chắc chắn: *he seemed definite about what had happened* anh ta có vẻ chắc chắn về những gì đã xảy ra; *it's now definite that the plane crashed* bây giờ thì chắc chắn chiếc máy bay đã đâm đầu rơi xuống.

definite article /ˌdefinət 'aːtikl/ (*ngôn*) mạo từ hạn định.

definitely /'definətli/ *pht* **1.** [một cách] rõ ràng, [một cách] dứt khoát: *she states her views very definitely* chị ta phát biểu dứt khoát quan điểm của mình **2.** [một cách] chắc chắn: *that is definitely correct* cái đó chắc chắn là đúng **3.** *(kng) (trong câu trả lời cho một câu hỏi)* hẳn là thế, tất nhiên: *"are you coming?" "definitely"* "anh có đến không?" "tất nhiên là có".

definition /ˌdefi'niʃn/ *dt* **1.** sự định nghĩa; [lời] định nghĩa **2.** sự rõ nét; độ rõ nét *(của ảnh chụp...)*: *the photograph has poor definition* tấm ảnh không được rõ nét **3.** sự xác định rõ: *my duties require clearer definition* nhiệm vụ của tôi đòi hỏi được xác định rõ hơn.

definitive /di'finətiv/ *tt* cuối cùng; dứt khoát: *a definitive answer* câu trả lời dứt khoát; *a definitive verdict* lời tuyên án cuối cùng.

definitively /di'finətivli/ *pht* cuối cùng; dứt khoát.

deflate /di'fleit/ *dgt* **1.** xả hơi, xì hơi *(một quả bóng...)* **2.** *(bóng)* làm xẹp *(tính kiêu căng...)* **3.** *(kté)* giải lạm phát.

deflation /di'fleiʃn/ *dt (kté)* sự giải lạm phát.

deflationary /di:'fleiʃnəri, *(Mỹ* di:'fleiʃneri)/ *tt* giải lạm phát: *deflationary measure* biện pháp giải lạm phát.

deflect /di'flekt/ *dgt* (+ from) làm chệch hướng: *the missile deflected from its trajectory* tên lửa chệch hướng khỏi quỹ đạo; *the ball hit one of the defenders and was deflected into the net* quả bóng chạm phải một hậu vệ và bay chệch vào lưới; *not easily deflected from one's aim* không dễ chệch khỏi mục tiêu.

deflection /di'flekʃn/ *dt* **1.** sự chệch hướng; độ chệch hướng **2.** độ lệch *(của kim trên một dụng cụ đo).*

deflower /ˌdi'flauə[r]/ *dgt (cổ hoặc trại)* phá trinh.

defoliate /ˌdi:'fəulieit/ *dgt* làm rụng lá *(bằng chất hóa học...).*

defoliant /ˌdi:'fəuliənt/ *dt* chất làm rụng lá.

defoliation /ˌdi:'fəuli'eiʃn/ *dt* sự làm rụng lá.

deforest /ˌdi:'fɒrist, *(Mỹ* di:fɔ:rist)/ *dgt* phá rừng; phát quang.

deforestation /di:ˌfɒri'steiʃn, *(Mỹ* di:fɔ:ri'steiʃn/ *dt* sự phá rừng; sự phát quang.

deform /di'fɔ:m/ *dgt* làm biến dạng; làm méo mó: *his face was deformed out of anger* mặt nó biến dạng đi vì giận dữ; *deform a spine* làm biến dạng cột sống.

deformation /ˌdi:fɔ:'meiʃn/ *dt* **1.** sự biến dạng, sự méo mó **2.** *(ngôn)* biến dạng *(của một từ).*

deformed /di'fɔ:md/ *tt* biến dạng: *he has a deformed foot and can't walk very far* nó có một bàn chân dị dạng nên không thể đi bộ được xa.

deformity /di'fɔ:məti/ *dt* **1.** sự biến dạng **2.** bộ phận biến dạng: *he was born with a slight deformity of the foot which made him limp* anh ta sinh ra với một bàn chân dị dạng làm cho anh ta đi khập khiễng.

defraud /di'frɔ:d/ *dgt* ăn gian, lừa gạt *(để chiếm cái gì của ai)*: *she was defrauded of her money by a dishonnest accountant* chị ta bị một tên kế toán bất lương lừa lấy mất tiền.

defray /di'frei/ *dgt* trả, thanh toán *(phí tổn)*: *defray*

expenses thanh toán phí tổn; *my father has to defray my education* cha tôi phải trả tiền ăn học cho tôi.

defrayal /di'freiəl/ *dt* sự trả, sự thanh toán *(phí tổn...).*

defrock /ˌdi:frɒk/ *dgt* nh **unfrock**.

defrost /ˌdi:'frɒst, *(Mỹ* di'frɔ:st/ *dgt* **1.** làm tan băng, làm tan sương giá: *defrost the car windscreen* làm tan sương giá ở kính chắn gió xe hơi **2.** [làm cho] hết đông lạnh: *a frozen chicken should be allowed to defrost completely before cooking* gà đông lạnh phải để cho hoàn toàn hết đông lạnh rồi mới nấu nướng.

deft /deft/ *tt* khéo léo, khéo tay: *with deft fingers she untangled the wire* với những ngón tay khéo léo, chị ta đã gỡ rối sợi dây; *she is deft at dealing with reporters* cô ta rất khéo khi tiếp xúc với phóng viên.

deftly /'deftli/ *pht* [một cách] khéo léo, [một cách] khéo tay.

deftness /'deftnis/ *dt* sự khéo léo, sự khéo tay.

defunct /di'fʌŋkt/ *tt* **1.** chết, quá cố **2.** không còn hiệu lực nữa: *a defunct organization* một tổ chức không còn hiệu lực nữa.

defuse /ˌdi:'fju:z/ *dgt* **1.** tháo ngòi nổ *(quả bom...)* **2.** làm bớt: *defuse anger* làm bớt giận; *defuse a crisis* làm bớt khủng hoảng.

defy /di'fai/ *dgt* (defied) **1.** bất chấp, coi thường: *they defied their parents and got married* họ coi thường lời bố mẹ và cưới nhau **2.** thách, thách thức, thách đố: *I defy you to prove I have cheated* tôi đố anh chứng minh được là tôi đã gian lận; *the problem defied solution* vấn đề dường như thách đố ai giải được *(khó giải được).*

deg *(vt của* degree) độ *(nhiệt...): 42 degs (42°) Fahrenheit* 42 độ Fahrenheit.

degeneracy /di'dʒenərəsi/ *dt* sự thoái hóa.

degenerate[1] /di'dʒenəreit/ *dgt* suy thoái: *his health is degenerating rapidly* sức khỏe anh ta suy sụp nhanh chóng.

degenerate[2] /di'dʒenərət/ *tt* suy thoái: *a degenerate art* nền nghệ thuật suy thoái.

degeneration /di,dʒenə-'reiʃn/ *dt* sự suy thoái: *the slow degeneration of his mental facultus with age* sự suy thoái dần năng lực tinh thần của anh ta theo tuổi tác.

degradation /,degrə'deiʃn/ *dt* sự mất phẩm giá: *being sent to prison was the final degradation* bị tống vào tù là sự mất phẩm giá cuối cùng.

degrade /di'greid/ *dgt* làm mất phẩm giá: *I felt degraded by having to ask money* tôi cảm thấy mất phẩm giá vì đã phải hỏi xin tiền.

degree /di'gri:/ *dt* 1. độ: *an angle of ninety degrees* một góc chín mươi độ; *water freezes at 32 degrees Fahrenheit (zero deg Celsius)* nước đông ở 32 độ Fahrenheit (hoặc 0°C) 2. mức độ, trình độ: *to what degree was he involved in the crime?* nó dính líu vào tội ác đến mức độ nào thế?; *I agree with you to some (a certain) degree* ở một mức độ nào đó tôi đồng ý với anh 3. địa vị, cấp bậc *(trong xã hội): a man of high degree* một người có địa vị cao trong xã hội 4. học vị, bằng cấp: *take a degree of Master of Arts* đỗ bằng cao học khoa học xã hội và nhân văn 5. cấp; cấp độ: *third-degree burns* những vết bỏng cấp ba; *degrees of comparison (ngôn)* cấp so sánh. // **by degrees** dần dần: *by degrees their friendship grew into love* tình bạn của họ dần dần chuyển thành tình yêu; **to a degree** *(kng)* rất, hết sức: *the film was boring to a degree* cuốn phim hết sức chán; **to the nth degree** *x* nth.

dehumanization, dehumanisation /di,hju:mənai'zeiʃn, *(Mỹ* di,hju:məni'zeiʃn/ *dt* sự làm mất tính người; sự mất tính người.

dehumanize, dehumanise /,di:'hju:mənaiz/ *dgt* làm mất tính người: *torture always dehumanized both the torturer and his victim* tra tấn lúc nào cũng làm cho kẻ tra tấn cũng như kẻ bị tra tấn mất tính người đi.

dehydrate /,di:'haidreit/ *dgt* 1. loại nước: *dehydrate milk to make milk powder* loại nước ở sữa để chế sữa bột 2. mất nước *(nói về cơ thể): people can very quickly dehydrate in the desert* người ta có thể mất nước nhanh chóng khi ở sa mạc.

dehydration /,di:hai'dreiʃn/ *dt* sự mất nước: *die of dehydration* chết vì mất nước.

de-ice /,di:'ais/ *dgt* loại bỏ băng; phòng băng: *de-ice a windscreen* gạt băng trên kính chắn gió *(ở xe hơi).*

de-icer /,di:'aisə[r]/ *dt* chất phòng băng (phun lên trên một bề mặt để phòng băng).

deification /,di:ifi'keiʃn/ *dt* sự thần thánh hóa: *the deification of a Roman emperor* sự thần thánh hóa hoàng đế La Mã.

deify /,di:ifai/ *dgt* (deified) thần thánh hóa.

deign /dein/ *dgt* rủ lòng, đoái đến; chiếu cố, hạ cố: *he walked past me without even deigning to look at me* ông ta đi qua tôi mà không hề đoái nhìn tôi.

deism /'di:izəm/ *dt* thần luận.

deist /'di:ist/ *dt* nhà thần luận.

deity /'di:iti/ *dt* 1. vị thần: *Roman deities* các vị thần La Mã 2. **the Deity** *(số ít)* Chúa trời, Thượng đế 3. tính thần thánh.

déjà vu /,deiʒɑ:'vju:/ *dt (tiếng Pháp)* cảm giác ngờ ngợ: *I had an odd sense of déjà vu just as you said that* tôi có cảm giác ngờ ngợ ngay khi anh nói đến điều đó.

dejected /di'dʒektid/ *tt* buồn chán: *repeated failure had left them feeling very dejected* thất bại liên tiếp đã làm cho họ buồn chán hết sức.

dejectedly /di'dʒektidli/ *pht* [một cách] buồn chán.

dejection /di'dʒekʃn/ *dt* sự buồn chán: *the loser sat slumped in dejection* người thua cuộc buồn chán ngồi sụp xuống.

de jure /,deidʒʊəri/ *tt, pht (tiếng La tinh)* theo quyền đương nhiên: *the de jure king* ông vua theo quyền đương nhiên; *be king de jure* là vua theo quyền đương nhiên.

dekko /'dekəʊ/ *dt* **have a dekko [at something]** *(cũ, Anh lóng)* nhìn: *have a dekko at this wheel: the tyre's flat* hãy nhìn bánh xe này, lốp xẹp rồi.

delay[1] /di'lei/ *dgt* 1. chậm trễ, trễ: *she delayed [for]* *two hours and missed the train* chị ta trễ hai tiếng đồng hồ và nhỡ chuyến tàu; *I was delayed by the traffic* tôi bị trễ vì kẹt giao thông **2.** hoãn, trì hoãn: *we must delay our journey until the weather improves* chúng tôi phải hoãn chuyến đi cho đến khi thời tiết tốt hơn.

delay² /di'lei/ *dt* **1.** sự chậm trễ, sự trễ; thời gian trễ **2.** sự hoãn, sự trì hoãn; thời gian hoãn.

delayed-action /di,leid 'ækʃn/ *tt (thường thngữ)* hoạt động chậm: *delayed-action bomb* bom nổ chậm.

delectable /di'lektəbl/ *tt* ngon *(thức ăn)*: *a delectable meal* bữa ăn ngon; *what a delectable little girl!* (bóng) cô bé trông ngon thật!

delectably /di'lektəbli/ *pht* một cách ngon lành.

delectation /,di:lek'teiʃn/ *dt* sự khoái trá, sự thích thú.

delegate¹ /'deligət/ *dt* người đại biểu, người đại diện.

delegate² /'deligeit/ *dgt* **1.** cử làm đại biểu **2.** ủy quyền, ủy thác, giao phó: *the job had to be delegated to an assistant* công việc đã phải giao phó cho một trợ lý.

delegation /,deli'geiʃn/ *dt* **1.** sự ủy quyền, sự ủy thác **2.** đoàn đại biểu, phái đoàn: *she refused to meet the union delegation* bà ta từ chối gặp phái đoàn nghiệp đoàn.

delete /di'li:t/ *dgt* xóa, gạch bỏ: *delete his name from the list of members* xóa tên anh ta trong danh sách hội viên.

deleterious /,deli'tiəriəs/ *tt* có hại: *have a deleterious effect on a child's development* có tác động có hại cho sự phát triển của trẻ em.

deleteriously /,deli'tiəriəsli/ *pht* [một cách] có hại.

deletion /di'li:ʃn/ *dt* **1.** sự xóa, sự gạch bỏ **2.** từ (đoạn) được xóa đi.

delft /delft/ *dt (cg **delftware** /'delftweə[r]/)* đồ gốm đen-phơ *(gốm tráng men, thường có trang trí màu xanh lam, sản xuất ở Hà Lan)*.

deli /'deli/ *dt (kng)* cửa hàng các món ăn ngon bán sẵn *(ở Mỹ)*.

deliberate¹ /di'libərət/ *tt* **1.** có tính toán, cố ý, chủ tâm: *a deliberate lie* điều nói dối cố ý **2.** khoan thai; thận trọng: *she has a slow, deliberate way of talking* chị ta có lối nói chuyện chậm rãi, khoan thai.

deliberate² /di'libəreit/ *dgt* cân nhắc kỹ; bàn bạc kỹ: *deliberate whether to leave or not* cân nhắc kỹ xem nên đi hay không.

deliberately /di'libərətli/ *pht* **1.** [một cách] có tính toán, [một cách] cố ý, [một cách] có chủ tâm: *she said it deliberately to provoke me* cô ta nói thế với chủ tâm khiêu khích tôi **2.** [một cách] khoan thai: *a deliberately calm tone of voice* giọng nói bình tĩnh khoan thai.

deliberation /di,libə'reiʃn/ *dt* **1.** sự cân nhắc kỹ, sự bàn bạc kỹ **2.** sự khoan thai, sự thận trọng: *walk with great deliberation* bước đi rất khoan thai.

delicacy /'delikəsi/ *dt* **1.** sự mịn màng, sự mềm mại: *the delicacy of the fabric* sự mịn màng của vải; *the delicacy of a child's skin* sự mềm mại của da em bé **2.** sự tinh xảo; sự thanh tú: *the delicacy of her features* vẻ thanh tú trong đường nét mặt của cô ta **3.** sự mảnh dẻ, sự ẻo lả **4.** sự tế nhị, sự khéo léo: *the delicacy of her carving* sự khéo léo trong nét chạm của bà ta **5.** sự dễ chịu, sự thú vị: *a scent of great delicacy* một mùi hương rất dễ chịu **6.** đồ ăn ngon, cao lương mỹ vị: *the local people regard these crabs as a great delicacy* dân địa phương xem món cua này như một món cao lương mỹ vị.

delicate /'delikət/ *tt* **1.** mịn màng, mềm mại: *a baby's delicate skin* làn da mịn màng của em bé **2.** tinh vi, tinh xảo: *a delicate structure* một cấu trúc tinh xảo **3.** sự mảnh dẻ, sự ẻo lả: *a delicate constitution* thể chất mảnh dẻ **4.** tế nhị; khéo léo: *a delicate surgical operation* một ca phẫu thuật đòi hỏi tài khéo léo; *delicate negotiations* những cuộc đàm phán tế nhị **5.** thính, nhạy: *a delicate ear* tai thính; *a delicate sense of smell* khứu giác nhạy **6.** ngon *(món ăn)* **7.** thơm dịu *(mùi)*: *a delicate perfume* mùi hương thơm dịu.

delicately /'delikətli/ *pht* **1.** [một cách] tinh vi, [một cách] tinh xảo **2.** [một cách] tế nhị.

delicatessen /,delikə'tesn/ *dt* **1.** cửa hàng các món ăn ngon bán sẵn **2.** món ăn ngon bán sẵn *(ở Mỹ)*.

delicious /di'liʃəs/ *tt* thơm tho, ngon lành: *a delicious flavour* mùi thơm tho; *a delicious meal* bữa ăn ngon; *what a delicious joke!* (bóng) trò đùa thú vị làm sao!

deliciously /di'liʃəsli/ *pht* [một cách] thơm tho, [một cách] ngon lành.

delight¹ /di'lait/ *dt* **1.** sự vui thích, sự vui sướng: *give delight to* đem lại vui thích cho **2.** điều thích thú: *the delight of living in the country* những điều thích thú trong cuộc sống ở nông thôn. // **take delight in [doing] something** thích thú làm gì *(nhất là làm cái gì độc ác hoặc sai trái): he takes great delight in proving others wrong* nó rất thích thú chứng tỏ rằng người khác sai trái.

delight² /di'lait/ *dgt* **1.** làm cho vui thích: *her singing delighted everyone* tiếng hát của cô làm mọi người vui thích **2.** thích thú làm gì: *he delights in teasing his younger sister* nó thích chòng ghẹo em gái; *she delights to be surrounded by admirers* cô ta thích được những người hâm mộ vây quanh cô.

delighted /di'laitid/ *tt* **delighted at something (to do something; that..)** tỏ ra vui thích: *a delighted smile* nụ cười vui thích; *I'm delighted at your success (to hear of your success; that you successed)* tôi rất vui thích về thành công của anh; *"will you come to the party?" "I'd be delighted"* "anh có đến dự liên hoan không?" "rất vui thích".

delightful /di'laitful/ *tt* **delightful [to somebody]** vui thích, thú vị: *no news could be more delightful to me* không còn tin nào làm tôi vui thích hơn nữa; *a delightful conversation* cuộc nói chuyện thú vị.

delimit /di:'limit/ *dgt* giới hạn, định phạm vi: *the first chapter delimits her area of research* chương đầu định phạm vi nghiên cứu của bà ta.

delimitation /di:limi'teiʃn/ *dt* sự giới hạn, sự định phạm vi.

delineate /di'linieit/ *dgt* vạch, phác họa: *delineate one's plans* vạch kế hoạch.

delineation /dilini'eiʃn/ *dt* sự vạch, sự phác họa.

delinquency /di'liŋkwənsi/ *dt* **1.** sự phạm pháp: *juvenile delinquency* sự phạm pháp của thanh thiếu niên **2.** sự chểnh mảng, sự lơ là *(nhiệm vụ).*

delinquent¹ /di'liŋkwənt/ *tt* **1.** phạm pháp **2.** chểnh mảng, lơ là *(nhiệm vụ): a delinquent soldier* một người lính chểnh mảng.

delinquent² /di'liŋkwənt/ *dt* **1.** kẻ phạm pháp **2.** kẻ chểnh mảng, kẻ lơ là *(nhiệm vụ).*

deliquescent /,deli'kwesnt/ *tt (hóa)* chảy rữa *(vì hút ẩm).*

delirious /di'liriəs/ *tt* **1.** mê sảng **2.** cuồng lên: *be delirious with delight* vui sướng cuồng lên, vui sướng điên người.

deliriously /di'liriəsli/ *pht* **1.** [một cách] mê sảng **2.** [một cách] cuồng lên: *deliriously happy* vui sướng cuồng lên.

delirium /di'liriəm/ *dt* **1.** sự mê sảng; cơn mê sảng **2.** *(bóng)* sự vui sướng cuồng lên.

delirium tremens /di,liriəm 'tri:mənz/ *(vt DT(s)) (y)* sảng rượu cấp.

deliver /di'livə[r]/ *dgt* **1.** phân phát *(thư)* giao *(hàng):* *we deliver [your order] to your door* chúng tôi giao hàng ông đặt đến tận nhà **2. be delivered of** sinh, đẻ: *she was delivered of a healthy child* chị ta sinh một đứa con khỏe mạnh **3.** đỡ đẻ: *her baby was delivered by her own doctor* chính bác sĩ riêng của bà ta đã đỡ đẻ cho bà ta **4. deliver oneself of** đưa ra, trình bày ra: *deliver oneself of an*

opinion đưa ra một ý kiến **5. deliver something [up (over)] [to somebody]** chuyển giao, giao, nộp: *deliver over one's property to one's children* chuyển giao tài sản cho các con; *deliver [up] a fortress to the enemy* nộp pháo đài cho giặc **6.** đọc, phát biểu, giãi bày: *deliver a speech* đọc một bài diễn văn **7. deliver somebody [from something]** *(cổ)* cứu khỏi, giải thoát: *deliver somebody from evil* cứu ai khỏi tội lỗi **8.** ném, phóng; giáng: *the missile is delivered from underground* tên lửa được phóng đi từ trong lòng đất; *deliver a blow to the jaw* giáng một cú đấm vào quai hàm **9.** (+ on) làm được, đạt được: *they promise to finish the job in June, but can they deliver [on that]?* họ hứa tháng sáu thì xong công việc, nhưng liệu họ có làm được không? // **come up with (deliver) the goods** x goods.

deliverance /di'livərəns/ *dt* sự cứu nguy, sự giải thoát: *deliverance from slavery* sự giải thoát khỏi cảnh nô lệ.

deliverer /di'livərə[r]/ *dt* **1.** người phát thư, người giao hàng **2.** người đỡ đẻ **3.** người trình bày, người phát biểu **4.** người chuyển giao, người giao nộp **5.** người giải thoát, vị cứu tinh.

delivery /di'livəri/ *dt* **1.** sự phân phát *(thư),* sự giao *(hàng);* hàng được giao, thư được phát, đợt giao hàng, đợt phân phát thư: *we have two postal deliveries each day* mỗi ngày có hai đợt phân phát thư qua bưu điện **2.** sự sinh, sự đẻ: *a difficult delivery* sự đẻ khó **3.** cách nói; sự đọc: *his speech was interesting but his delivery was poor* bài diễn văn của ông ta thì hay, nhưng cách nói lại dở **4.** sự ném, sự phóng; quả ném bóng *(trong thể thao)*. // **cash on delivery** x cash[1]; **take delivery [of something]** nhận cái gì: *when can you take delivery of the car?* khi nào thì anh nhận chiếc xe?

delivery note /di'livərinəʊt/ *(Anh)* phiếu giao hàng.

delivery van /di'livərivæn/ *(Mỹ* **delivery truck**) xe giao hàng.

dell /del/ *dt* thung lũng nhỏ *(có cây cối)*.

delouse /,di:'laʊs/ *dgt* bắt rận, bắt chấy *(cho ai)*; khử rận *(một nơi nào)*.

Delphic /'delfik/ *tt* **1.** [thuộc lời] sấm truyền ở Delphi *(cổ Hy Lạp)* **2.** *(bóng)* bí hiểm, không rõ ràng *(vì có thể có nhiều cách hiểu)*.

delphinium /del'finiəm/ *dt (thực)* cây tai thỏ; hoa tai thỏ.

delta /'deltə/ *dt* **1.** đenta *(con chữ thứ tư trong bảng chữ cái Hy Lạp)* **2.** châu thổ: *the Nile Delta* châu thổ sông Nile.

delta wing aircraft /,deltə wiŋ'eəkrɑ:ft/ máy bay cánh tam giác.

delude /di'lu:d/ *dgt* **delude somebody [with something (into doing something)]** đánh lừa: *delude somebody with empty promises* đánh lừa ai bằng những lời hứa suông; *delude oneself with false hopes* tự dối mình bằng những hy vọng hão.

deluge[1] /'delju:dʒ/ *dt* **1.** trận lụt lớn, đại hồng thủy **2.** trận mưa to: *I got caught in the deluge on the way home* tôi mắc cơn mưa to trên đường đi về nhà **3.** *(bóng)* sự tràn ngập, sự tới tấp; sự dồn dập: *a deluge of works* công việc dồn dập;

a deluge of letters thư từ tới tấp.

deluge[2] /'delju:dʒ/ *dgt* **1.** làm ngập: *the town was deluged with thick slimy mud* thành phố ngập trong bùn lầy nhớp nháp **2.** *(bóng)* làm tràn ngập, dồn dập tới: *I was deluged with phone calls* tôi bị gọi điện thoại dồn dập; *we advertised the job and were deluged with applicants* chúng tôi đăng quảng cáo tìm người làm và đơn xin đã dồn dập gởi tới.

delusion /di'lu:ʒn/ *dt* **1.** sự đánh lừa **2.** ảo tưởng; ảo giác: *your hopes of promotion are a mere delusion* hy vọng được thăng cấp của anh chỉ là ảo tưởng. // **delusions of grandeur** ảo giác tự đại.

delusive /di'lu:siv/ *tt* đánh lừa, hão huyền: *a delusive belief* niềm tin hão huyền.

delusively /di'lu:sivli/ *pht* [một cách] hão huyền.

de luxe /de'lʌks, de'lʊks/ *tt* [thuộc loại] chất lượng cao, [thuộc loại] sang trọng: *a de luxe hotel* một khách sạn loại sang.

delve /delv/ *dgt* **1.** moi, bới, móc: *she delved in her bag and pulled out a pen* chị ta moi trong xắc ra một chiếc bút; *delve into a drawer for something* lục ngăn kéo tìm cái gì **2.** nghiên cứu sâu, đào sâu: *a writer delving in medieval French literature* một nhà văn nghiên cứu sâu về văn học Pháp thời trung đại **3.** *(cổ)* đào sâu *(xuống đất)*.

Dem *(Mỹ)* *(vt của* Democrate, Democratic) đảng viên đảng Dân chủ; thuộc đảng Dân chủ.

demagnetization, demagnetisation /,di:mægnitai-

'zeiʃn, *(Mỹ* di:mægniti'zeiʃn)/ *dt* sự khử từ.

demagnetize, demagnetise /,di:'mægnitaiz/ *dgt* khử từ.

demagogic /,demə'gɒgik/ *tt* mị dân.

demagogue /,demə'gɒg/ *dt* kẻ mị dân.

demagogy /'deməgɒgi/ *dt* chính sách mị dân.

demand[1] /di'mɑ:nd, *(Mỹ* di'mænd)/ *dt* **1.** sự đòi, sự yêu cầu; [vật] yêu cầu; nhu cầu: *it is impossible to satisfy all your demands* khó mà thỏa mãn mọi yêu cầu của anh; *demands for reform (that there should be reform)* đòi phải cải tổ; *demand for fish this month exceeds supply* nhu cầu về cá tháng này vượt quá sự cung cấp **2.** *nh* demand note. // **in demand** được yêu cầu: *good secretaries are always in demand* thư ký giỏi luôn luôn được các nơi yêu cầu; *she is in great demand as a singer* cô ta là một ca sĩ được nhiều người yêu cầu; **make demands of (on) somebody** đòi hỏi cao ở ai: *this new aircraft make tremendous demands of the pilot* loại máy bay mới này đòi hỏi rất cao ở người lái; **on demand** khi yêu cầu, theo yêu cầu: *a cheque payable on demand* tấm séc được thanh toán theo yêu cầu.

demand[2] /di'mɑ:nd, *(Mỹ* di'mænd)/ *dgt* đòi, yêu cầu; cần: *demand an apology from somebody* yêu cầu ai xin lỗi; *the workers are demanding better pay* công nhân đang đòi mức lương cao hơn; *does the letter demand an immediate answer?* bức thư có cần trả lời ngay không?

demand bill /di'mɑ:ndbil/ hối phiếu thanh toán theo yêu cầu.

demanding /di'mɑ:ndiŋ, (Mỹ di'mændiŋ)/ tt đòi hỏi cao: *a demanding job* một công việc đòi hỏi cao; *a demanding boss* một ông chủ đòi hỏi cao; *children are so demanding: they need constant attention* trẻ em đòi hỏi cao, chúng phải được thường xuyên chú ý chăm sóc.

demand loan /di'mɑ:ndləʊn/ phiếu vay nợ thanh toán.

demand note /di'mɑ:ndnəʊt/ giấy đòi trả tiền *(như đòi trả thuế...)*.

demarcate /'di:mɑ:keit/ dgt phân ranh giới: *the playing area is demarcated by a white line* sân chơi được phân ranh giới bằng một đường vạch trắng.

demarcation /ˌdi:mɑ:'keiʃn/ dt sự phân ranh giới: *a line of demarcation* đường phân ranh giới, giới tuyến.

démarche /'deimɑ:ʃ/ dt *(tiếng Pháp)* sự vận động *(chính trị)*.

demean /di'mi:n/ dgt **demean oneself** tự hạ mình: *I would not demean myself to ask for favours from them* tôi sẽ không hạ mình để cầu xin ân huệ của họ đâu.

demeaning /di'mi:niŋ/ tt làm hạ thấp phẩm giá, làm hạ thấp mình: *he found it very demeaning to have to work for his former employee* ông ta cho là sẽ hạ thấp mình nếu phải làm việc cho thuộc cấp trước đây của mình.

demeanour *(Mỹ* **demeanor)** /di'mi:nə[r]/ dt cách xử sự, thái độ: *I dislike his arrogant demeanour* tôi ghét thái độ ngạo mạn của nó.

demented /di'mentid/ tt **1.** điên: *a demented guy* một gã điên **2.** *(bóng)* phát cuồng lên: *when her child was two hours late, she become quite demented* khi con bà ta về trễ hai tiếng đồng hồ, bà ta phát cuồng cả lên.

dementedly /di'mentidli/ pht [một cách] điên cuồng.

dementia /di'menʃə/ dt *(y)* sự sa sút trí tuệ.

dementia praecox /di,menʃə 'pri:kɒks/ *(y)* chứng tâm thần phân lập.

demerara /ˌdemə'reərə/ dt *(cg* **demerara sugar)** đường mía thô.

demerit /di:'merit/ dt lỗi lầm, khuyết điểm: *consider the merits and demerits of a system* xem xét ưu khuyết điểm của một hệ thống.

demesne /di'mein/ dt *(luật)* **1.** quyền sở hữu và sử dụng riêng *(đất đai)* **2.** tài sản được quyền sở hữu và sử dụng riêng.

demi- *(tiền tố đi với dt)* nửa *(x* demigod).

demigod /'demigɒd/ dt á thần, á thánh.

demijohn /'demidʒɒn/ dt hũ rượu cổ nhỏ *(thường để trong một rọ mây)*.

demilitarization, demilitarisation /ˌdi:militərai'zeiʃn, *(Mỹ* ˌdi:militəri'zeiʃn)/ dt sự phi quân sự hóa.

demilitarize, demilitarise /ˌdi:'militəraiz/ dgt phi quân sự hóa: *a demilitarized zone* một vùng phi quân sự hóa.

demi-monde /'demimɒnd/ dt *(tiếng Pháp)* **1.** giới ngoài rìa xã hội **2.** *(trước đây)* gái giang hồ.

demise /di'maiz/ dt **1.** sự chết **2.** sự tan rã, sự sụp đổ *(một công ty...)*.

demist /ˌdi:'mist/ ngd làm sạch giọt mù *(đọng lại trên kính chắn gió ô tô)*.

demister /ˌdi:'mistə[r]/ ngd thiết bị phá giọt mù *(làm nóng kính chắn gió để ngăn mù đọng thành giọt trên kính)*.

dem[o]- *(dạng kết hợp)* dân: *democracy* nền dân chủ; *demagogue* kẻ mị dân.

demo /'deməʊ/ dt *(snh* **demos)** *(Anh, kng)* cuộc biểu tình.

demob¹ /ˌdi:'mɒb/ dgt (-bb-) giải ngũ; cho phục viên.

demob² /ˌdi:'mɒb/ dt sự giải ngũ.

demobilization, demobilisation /ˌdi:məʊbəlai'zeiʃn, *(Mỹ* ˌdi:məʊbəli'zeiʃn)/ dt sự giải ngũ.

demobilize, demobilise /ˌdi:'məʊbəlaiz/ dgt giải ngũ; cho phục viên.

democracy /di'mɒkrəsi/ dt **1.** nền dân chủ, chế độ dân chủ **2.** nước [theo chế độ] dân chủ **3.** [quyền] dân chủ: *is there more democracy in Australia than in Britain?* ở Úc có dân chủ hơn ở Anh không?

democrat /'deməkræt/ dt **1.** người theo chế độ dân chủ **2.** *(Mỹ)* **Democrat** *(vt* D) đảng viên Đảng Dân chủ; người ủng hộ Đảng Dân chủ.

democratic /ˌdemə'krætik/ tt dân chủ: *democratic rights* quyền dân chủ; *a democratic society* một xã hội dân chủ; *democratic participation* sự tham gia dân chủ.

democratically /ˌdemə'krætikli/ pht [một cách] dân chủ: *democratically decided* được quyết định một cách dân chủ.

Democratic Party /ˌdemə'krætikpɑ:ti/ đảng Dân chủ *(Mỹ)*.

D

democratization, democratisation /di,mɒkrətai'zeiʃn, (*Mỹ* dimɒkrəti'zeiʃn/ *dt* sự dân chủ hóa.

democratize, democratise /dimɒkrətaiz/ *dgt* dân chủ hóa.

demographer /di'mɒgrəfə[r]/ *dt* nhà nhân khẩu học.

demographic /,demə'græfik/ *tt* [thuộc] nhân khẩu học.

demography /di'mɒgrəfi/ *dt* nhân khẩu học.

demolish /di'mɒliʃ/ *dgt* **1.** phá hủy, đánh đổ: *they've demolished the slum district* họ đã phá hủy khu nhà ở chuột; *demolish a doctrine* đánh đổ một học thuyết **2.** ăn ngấu nghiến, ngốn: *she demolished two whole pies* cô ta ngốn hết hai chiếc bánh nướng.

demolition /,demə'liʃn/ *dt* sự phá hủy, sự đánh đổ.

demon /'di:mən/ *dt* **1.** quỷ, ma quỷ: *that child is a little demon (bóng)* thằng bé là một con quỷ con **2.** *(kng)* người hăng, người hung bạo: *a demon worker* người làm việc hăng. // **the demon drink** *(đùa)* ma men.

demonetization, demonetisation /di:,mʌnitai'zeiʃn, (*Mỹ* di:,mʌniti'zeiʃn)/ *dt* sự hủy bỏ không dùng làm tiền tệ nữa.

demonetize, demonetise /,di:'mʌnitaiz/ *dgt* hủy bỏ không dùng làm tiền tệ nữa.

demoniac /di'məuniæk/ *cg* **demoniacal** /,di:mə'naiəkl/ *tt* **1.** ma quỷ, quỷ quái **2.** điên cuồng: *demoniac fury* cơn giận điên cuồng.

demonic /di'mɒnik/ *tt* ma quỷ, quỷ quái; bị quỷ ám: *demonic possession* sự bị quỷ ám.

demonstrability /,demənstrə'biləti/ *dt* khả năng chứng minh.

demonstrable /'demənstrəbl/ *tt* có thể chứng minh được.

demonstrably /'demənstrəbli/ *pht* [một cách] có thể chứng minh được.

demonstrate /'demənstreit/ *dgt* **1.** chứng minh: *demonstrate the truth of a statement* chứng minh sự thật của một lời tuyên bố; *his sudden departure demonstrates that he's unreliable (how unreliable he is)* việc anh ta ra đi đột ngột chứng minh rằng anh ta không đáng tin cậy **2.** trình bày và giải thích cách làm (cách vận hành...); thao diễn: *an assistant demonstrated the washing machine to customers* một nhân viên bán hàng trình bày và giải thích cách vận hành máy giặt với khách hàng **3. demonstrate [against (in favour of) somebody (something)]** biểu tình: *thousands demonstrated against the price increases* hàng ngàn người biểu tình chống sự tăng giá **4.** biểu thị bằng hành động: *workers have already demonstrated their opposition to the plans* công nhân đã biểu thị sự chống đối kế hoạch.

demonstration /,demən'streiʃn/ *dt* **1.** sự chứng minh: *a demonstration of a law of physics* sự chứng minh một định luật vật lý **2.** sự thao diễn; cuộc thao diễn **3.** cuộc biểu tình **4.** biểu hiện; dấu hiệu: *a demonstration of affection* một biểu hiện của tình thương.

demonstrative /di'mɒnstrətiv/ *tt* **1.** hay biểu lộ cảm xúc **2.** *(ngôn)* chỉ định: *demonstrative pronoun* đại từ chỉ định.

demonstratively /di'mɒnstrətivli/ *pht* [một cách] hay biểu lộ cảm xúc.

demonstrativeness /di'mɒnstrətivnis/ *dt* tính hay biểu lộ cảm xúc.

demonstrator /'demənstreitə[r]/ *dt* **1.** người thao diễn; người hướng dẫn thực hành (ở đại học Anh): *the demonstrators set up apparatus for the experiment* người hướng dẫn thực hành lắp các thiết bị cho cuộc thí nghiệm **2.** người biểu tình.

demoralization, demoralisation /di,mɒrəlai'zeiʃn, (*Mỹ* di,mɔ:rəli'zeiʃn)/ *tt* sự làm mất tinh thần, sự làm ngã lòng.

demoralize, demoralise /di'mɒrəlaiz, (*Mỹ* di'mɔ:rəlaiz/ *dgt* làm mất tinh thần, làm ngã lòng.

demote /,di:'məut/ *dgt* **demote somebody [from something] [to something]** giáng cấp: *he was demoted from sergeant to corporal* anh ta bị giáng cấp từ trung sĩ xuống hạ sĩ.

demotion /,di:'məuʃn/ *dt* sự giáng cấp.

demotic /di'mɒtik/ *tt* thông dụng; bình dân: *demotic Greek* tiếng Hy Lạp bình dân (*dang nói thông dụng của tiếng Hy Lạp hiện đại*).

demur[1] /di'mɜ:[r]/ *dgt* (**-rr-**) (+ **at**) phản đối; nghi ngờ: *I suggested putting the matter to a vote, but the chairman demurred* tôi gợi ý đưa vấn đề ra biểu quyết, nhưng ông chủ tọa phản đối.

demur[2] /di'mɜ:[r]/ *dt* *without demur* không phản đối, không bác bỏ.

demure /di'mjuə[r]/ *tt* ra vẻ đoan trang từ tốn (*chị phụ* nữ): *a very demure young lady* một thiếu phụ ra vẻ đoan trang từ tốn.

demurely /di'mjʊəli/ *pht* với vẻ đoan trang từ tốn.

demureness /di'mjʊənis/ *dt* vẻ đoan trang từ tốn.

demystification /,di:misti-fi'keiʃn/ *dt* sự vén bức màn bí ẩn (của sự việc gì) lên: *the demystification of the Resurrection upsets many Christians* sự vén bức màn phục sinh bí ẩn của Chúa làm hoang mang nhiều tín đồ Cơ đốc giáo.

demystify /di:'mistifai/ *dgt* vén bức màn bí ẩn (của sự việc gì) lên, làm rõ: *they are trying to demystify the working of government* chúng nó đang cố gắng vén bức màn bí ẩn quanh cách vận hành của chính phủ.

den /den/ *dt* **1.** hang (của thú vật): *a lion's den* hang sư tử **2.** (xấu) ổ, sào huyệt (của tụi cướp...): *an opium den* ổ hút thuốc phiện **3.** (kng) phòng riêng kín đáo (ở đấy có thể làm việc, học hành, không bị quấy rầy): *retire to one's den* rút vào phòng riêng. // **beard the lion in his den** x beard²; **a den of iniquity (vice)** (thường dùa) hang ổ của tội ác.

denationalization, denationalisation /,di:næʃənə-lai'zeiʃn, (Mỹ ,di:næʃənəli-'zeiʃn)/ *dt* sự tư hữu hóa.

denationalize, denationalise /,di:næʃənəlaiz/ *dgt* tư hữu hóa.

denatured /di'neitʃəd/ *tt* biến chất; biến tính: *denatured alcohol* rượu biến chất; *denatured rubber* cao su biến tính.

deniable /di'naiəbl/ *tt* **1.** có thể chối, có thể phủ nhận **2.** có thể từ chối, có thể khước từ.

denial /di'naiəl/ *dt* **1.** sự chối, sự phủ nhận: *the prisoner's repeated denials of the charge against him* sự liên tiếp chối của người tù về những lời buộc tội anh ta; *condemn the denial of basic human freedoms* lên án việc phủ nhận quyền tự do cơ bản của con người **2.** sự từ chối, sự khước từ: *denial of a request* sự từ chối một yêu cầu.

denier /'deniə[r]/ *dt* đeniê (don vị độ mịn của sợi tơ, nilon...): *30 denier stockings* tất 30 đeniê.

denigrate /'denigreit/ *dgt* gièm pha, chê bai: *denigrate somebody's achievements* gièm pha thành quả của ai.

denigration /,deni'greiʃn/ *dt* sự gièm pha, sự chê bai.

denim /'denim/ *dt* **1.** vải bò (dùng may quần jin) **2. denims** (snh) (kng) quần jin, quần bò.

denizen /'denizn/ *dt* (dùa) cư dân (người, động vật, thực vật ở một nơi): *polar bears, denizens of the frozen North* gấu vùng cực, cư dân của xứ lạnh phương Bắc.

denomination /di,nɒmi-'neiʃn/ *dt* **1.** sự gọi tên; tên gọi: *agreed denominations for various species of fish* những tên gọi đã được chấp nhận đối với các loài cá **2.** giáo phái: *Protestant denominations include the Methodists, the Presbyterians and Baptists* các giáo phái Tin lành bao gồm giáo phái Giám lý, giáo hội Trưởng lão và giáo phái Rửa tội người khôn lớn **3.** loại, đơn vị (tiền tệ, do đạc): *the US coin of the lowest denomination is the cent* đơn vị tiền thấp nhất của Mỹ là đồng xu.

denominational /di,nɒmi-'neiʃənl/ *tt* [thuộc] giáo phái: *denominational schools* các trường học giáo phái.

denominator /di'nɒminei-tə[r]/ *dt* (toán) mẫu số.

denote /di'nəʊt/ *dgt* biểu thị, chỉ: *in algebra the sign x usually denotes an unknown quantity* trong đại số, ký hiệu x chỉ một ẩn số.

denouement /,dei'nu:mɒŋ, (Mỹ ,deinu:'mɒŋ)/ *dt* đoạn kết: *in a surprising denouement, she becomes a nun* trong đoạn kết gây ngạc nhiên, chị ta trở thành một nữ tu.

denounce /di'naʊns/ *dgt* **1.** tố cáo: *an informer denounced him to the police [as a terrorist]* một tên chỉ điểm đã tố cáo anh ta [là một kẻ khủng bố] với cảnh sát **2.** lên án: *she strongly denounced the Government's hypocrisy* bà ta lên án mạnh mẽ thái độ giả dối của chính phủ **3.** tuyên bố bãi ước.

dense /dens/ *tt* **1.** dày đặc, chặt: *dense fog* sương mù dày đặc **2.** đông đúc; rậm rạp: *dense crowd* đám người đông đúc; *dense forest* rừng rậm **3.** (kng) đần độn, ngu đần.

densely /'densli/ *pht* **1.** [một cách] dày đặc **2.** [một cách] đông đúc, [một cách] rậm rạp: *densely populated country* một nước dân cư đông đúc; *densely wooded* [có] cây cối rậm rạp.

denseness /'densnis/ *dt* **1.** sự dày đặc **2.** sự đông đúc, sự rậm rạp.

density /'densəti/ *dt* **1.** độ dày đặc, mật độ **2.** (lý) tỷ trọng.

dent¹ /dent/ *dt* (cg **dint**) vết móp, vết lõm: *a dent in the boot of my car* vết móp trên

D

thùng phía đuôi chiếc xe của tôi. // **[make] a dent in something** *(kng)* [gây ra] một sự giảm sút về cái gì: *make a dent in somebody's pride* làm ai bớt vênh váo; *the repairs made a dent in our funds* việc sửa chữa đã làm cho chúng tôi sút giảm ngân quỹ.

dent² /dent/ *đgt* [làm] móp: *the back of the car was badly dented in a collision* đuôi xe bị móp dữ trong một vụ đụng xe; *a metal that dents easily* một thứ kim loại dễ móp.

dental /dentl/ *tt* [thuộc] răng: *a dental treatment* sự chữa răng; *dental sounds (ngôn)* âm răng.

dental floss /'dentlflɒs/ chỉ làm sạch kẽ răng.

dental hygienist /dentlhai-'dʒiːnist/ phụ tá nha sĩ *(làm vệ sinh răng).*

dental plate /'dentlpleit/ lợi giả *(cắm răng giả).*

dental surgeon /'dentlsɜː-dʒən/ nha sĩ.

dentifrice /'dentifris/ *dt* thuốc đánh răng.

dentist /'dentist/ *dt* nha sĩ.

dentistry /'dentistri/ *dt* nha khoa.

denture /'dentʃə[r]/ *dt* *(thường snh)* lợi giả *(cắm răng giả):* *a set of dentures* bộ răng giả.

denudation /ˌdiːnjuː'deiʃn/ *dt* sự làm cho trần trụi, sự tước đi, sự lấy đi.

denude /di'njuːd, *(Mỹ)* di'nuːd/ *đgt* làm cho trần trụi, tước đi, lấy đi: *trees denuded of leaves* cây trụi lá; *hillsides denuded of trees* sườn đồi trụi cây.

denunciation /diˌnʌnsi'eiʃn/ *dt* sự lên án, sự tố cáo: *the President issued a fierce denunciation of terrorism* tổng

thống lên án mạnh mẽ hành động khủng bố.

deny /di'nai/ *đgt* **(denied)** **1.** phủ nhận: *deny the truth* phủ nhận sự thật; *deny an accusation* phủ nhận lời buộc tội **2.** từ chối, khước từ: *he gave to his friends what he denied to his family* anh ta cho bạn bè những gì mà anh đã từ chối không cho gia đình anh **3.** chối; không nhận: *he denied any knowledge of their plans* anh ta chối là không biết gì về kế hoạch của họ; *deny one's signature* chối không nhận chữ ký của mình.

deodorant /diː'əʊdərənt/ *dt* chất khử mùi *(nhất là mùi của thân thể).*

deodorize, deodorise /diː'əʊdəraiz/ *đgt* khử mùi [hôi].

dep *(vt của depart[s], departed, departing, departure)* ra đi, sự ra đi: *dep Paris 23:05 hrs* ra đi từ Paris lúc 23 giờ 05.

depart /di'paːt/ *đgt* **1.** ra đi, khởi hành: *we departed for London at 10am* chúng tôi khởi hành đi Luân Đôn lúc 10 giờ sáng **2. depart [from] this life** *(cổ hoặc tu từ)* từ giã cõi đời, chết **3. depart from something** đi trệch, lạc *(đề):* *depart from a subject* lạc đề, *depart from routine* đi trệch nếp cũ.

departed¹ /di'paːtid/ *tt (chủ yếu dùng làm thngữ)* **1.** *(trại)* đã quá cố, chết: *your dear departed brother* người anh thân thiết đã quá cố của anh **2.** đã qua: *thinking of departed glories* nghĩ về những vinh quang đã qua.

departed² /di'paːtid/ *dt* **the departed** *(snh kđổi)* người đã khuất: *pray for the souls of the departed* cầu nguyện

cho linh hồn những người đã khuất.

department /di'paːtmənt/ *dt* **1.** *(vt Dept)* cục, vụ, ty, ban, khoa; *(Mỹ)* bộ **2.** phạm vi, lĩnh vực: *don't ask me about our finances; that's my wife's department* đừng hỏi tôi về chuyện tiền nong trong gia đình, đó là lĩnh vực của vợ tôi **3.** hạt *(khu hành chính ở Pháp...).*

departmental /ˌdiːpaːt-'mentl/ *tt* [thuộc] cục, [thuộc] vụ, [thuộc] ty, [thuộc] ban, [thuộc] khoa, [thuộc] bộ.

department store /di'paːt-mənt stɔː[r]/ cửa hàng bách hóa tổng hợp.

departure /di'paːtʃə[r]/ *dt* **1.** sự ra đi, sự khởi hành: *his departure is quite unexpected* sự ra đi của anh ta thật bất ngờ; *the departure lounge* phòng đợi khởi hành *(ở sân bay...);* *notices showing arrivals and departures of trains* thông báo ghi giờ đến giờ đi các chuyến tàu hỏa **2.** sự trệch khỏi: *a departure from old customs* sự trệch khỏi những tập quán xưa. // **point of departure** x **point¹**.

depend /di'pend/ *đgt* **that depends; it [all] depends** cái đó còn tùy: "*Can I come?*" "*that depends: there might not be room in the car*" "tôi có thể đi cùng chứ?" "cái đó còn tùy, có thể không còn chỗ trên xe đâu".

depend on (upon) somebody (something) trông mong vào, tin vào: *you can never depend on his arriving on time* anh đừng có bao giờ trông vào việc anh ấy đến đúng giờ; *you can depend on her to be late (mỉa)* anh có thể tin là cô ta sẽ đến trễ giờ; *she is a woman to be depended on* chị ta là một phụ nữ đáng tin;

depend on somebody (something) [for something] *(thường không dùng ở thì tiếp diễn)* a/ nhờ vào; cần đến: *I haven't got a car, so I have to depend on the buses* tôi không có ôtô nên phải cần đến xe buýt; *we depend on the radio for news* chúng ta nghe tin tức nhờ vào đài thu thanh b/ dựa vào: *children depend on their parents for food and clothing* trẻ em dựa vào bố mẹ để có ăn có mặc; **depend on something** tùy thuộc vào: *how much is produced depends on how hard we work* sản xuất được bao nhiêu tùy thuộc vào mức độ làm việc của chúng ta.

dependability /di,pendə'biləti/ *dt* tính có thể tin cậy được.

dependable /di'pendəbl/ *tt* có thể tin cậy được: *a dependable friend* người bạn có thể tin cậy; *a dependable piece of news* một mẩu tin có thể tin được.

dependably /di'pendəbli/ *pht* [một cách] có thể tin cậy được.

dependant *(Mỹ* **dependent)** /di'pendənt/ *dt* người sống dựa *(vào người khác).*

dependence /di'pendəns/ *dt* (+ on, upon) **1.** sự tin, sự tin cậy: *my complete dependence on her skill and experience* sự tin hoàn toàn của tôi vào tài nghệ và kinh nghiệm của cô ta **2.** sự tùy thuộc vào: *the dependence of the crops on the weather* sự tùy thuộc của mùa màng vào thời tiết.

dependency /di'pendənsi/ *dt* nước phụ thuộc.

dependent¹ /di'pendənt/ *tt* **1.** dựa vào, ỷ vào: *be dependent on one's parents* ỷ vào cha mẹ **2.** tùy thuộc: *success is dependent on how hard you work* thành công

tùy thuộc vào mức độ làm việc của anh **3.** (+ on, upon) nghiện: *he is dependent on drugs* anh ta nghiện ma túy.

dependent² /di'pendənt/ *dt* *(Mỹ) nh* dependant.

dependent clause /di,pendənt'klɔ:z/ *nh* subordinate clause.

depict /di'pikt/ *dgt* **1.** vẽ *(chân dung):* *a picture depicting him as a clown* một bức tranh vẽ anh ta như một anh hề **2.** tả, mô tả: *her novel depicts life in modern London* cuốn tiểu thuyết của bà ta mô tả đời sống ở Luân Đôn hiện đại.

depiction /di'pikʃn/ *dt* **1.** sự vẽ **2.** sự tả, sự mô tả.

depilatory /di'pilətri, *(Mỹ* di'pilətɔ:ri)/ *tt* làm rụng lông *(chất nước, chất kem).*

deplane /,di:'plein/ *dgt* xuống máy bay.

deplete /di'pli:t/ *dgt* làm vơi đi, làm cạn đi, làm giảm sút: *our stock of food is greatly depleted* kho dự trữ lương thực của chúng tôi đã vơi đi nhiều; *a lake depleted of fish* hồ cạn cá.

depletion /di'pli:ʃn/ *dt* sự vơi đi, sự cạn đi; sự giảm sút.

deplorable /di'plɔ:rəbl/ *tt* đáng lên án, đáng trách: *a deplorable attitude* một thái độ đáng trách.

deplorably /di'plɔ:rəbli/ *pht* [một cách] đáng lên án, [một cách] đáng trách.

deplore /di'plɔ:[r]/ *dgt* lên án, chê trách.

deploy /di'plɔi/ *dgt* **1.** dàn *(quân),* dàn thành thế trận: *artillery was deployed in the west* pháo binh được dàn ra ở phía tây **2.** triển khai: *we will have to deploy all our resources to win this election*

chúng ta phải triển khai tất cả phương sách của chúng ta để giành thắng lợi trong cuộc bầu cử này.

deployment /di'plɔimənt/ *dt* **1.** sự dàn quân, sự dàn thành thế trận **2.** sự triển khai.

deponent /di'pəunənt/ *dt* người khai nhân chứng.

depopulation /,di:pɒpjʊ'leiʃn/ *dt* sự giảm dân số.

depopulate /,di:'pɒpjʊleit/ *dgt* làm giảm dân số: *a country depopulated by war* một nước giảm dân số do chiến tranh.

deport /di'pɔ:t/ *dgt* trục xuất, lưu đày: *he was convicted of drug offences and deported* anh ta bị kết tội buôn ma túy và bị trục xuất.

deportation /,di:pɔ:'teiʃn/ *dt* sự trục xuất, sự lưu đày.

deportee /,di:pɔ:'ti:/ *dt* người bị trục xuất, người bị lưu đày.

deportment /di'pɔ:tmənt/ *dt* **1.** *(Anh)* cách đi đứng, cách cư xử **2.** *(Mỹ)* cách cư xử.

depose /di'pəuz/ *dgt* **1.** phế truất *(vua...),* hạ bệ **2. depose to doing something** *(luật)* cung khai: *depose to having seen something; depose that one saw something* cung khai đã thấy việc gì.

deposit¹ /di'pɒzit/ *dgt* **1.** gửi *(tiền)* vào ngân hàng *(để hưởng lãi):* *the cheque was only deposited yesterday, so it hasn't been cleared yet* tờ séc mới gửi vào hôm qua nên chưa được thanh toán bù trừ **2.** (+ with) ký thác: *deposit papers with one's lawyer* ký thác giấy tờ cho luật sư của mình **3.** gửi *(tiền)* ký quỹ, đặt cọc: *I had to deposit 10% of the price of the house* tôi đã phải đặt cọc 10% giá ngôi nhà **4.**

(+ on) đặt: *he deposited the books on the desk* nó đặt sách lên bàn **5.** (+ on) để (trứng) (ở đâu đó): *some insects deposit their eggs on the ground* một số sâu bọ để trứng lên mặt đất **6.** (+ on) làm lắng đọng: *the Nile floods the fields and deposits muds on them* sông Nile làm lụt các cánh đồng và để lắng đọng lại các cánh đồng đó một lớp bùn.

deposit² /di'pɒzit/ *dt* **1.** tiền gửi (ngân hàng...): *she made two deposits of £500 last month* tháng trước chị ta gửi hai món mỗi món 500 bảng **2.** tiền ký quỹ, tiền đặt cọc **3.** lớp lắng đọng: *a thick deposit of mud lay on the fields when the flood went down* một lớp bùn dày lắng đọng lại trên đồng ruộng sau khi nước lũ rút đi **4.** khoáng sản, mỏ: *deposits of oil* mỏ dầu. // **on deposit** trong một khoản tiền gửi: *she has £2000 on deposit* bà ta có số gửi là 2000 bảng.

deposit account /di'pɒzit əˌkaunt/ (ktế) tài khoản tiền gửi.

deposition /ˌdepəˈziʃn/ *dt* **1.** sự phế truất (vua...), sự hạ bệ **2.** sự cung khai; lời cung khai.

depositor /di'pɒzitə[r]/ *dt* người gửi tiền (ở ngân hàng).

depository /di'pɒzitri, (Mỹ) di'pɒzitəːri/ *dt* nơi cất giữ đồ, kho chứa.

depot /'depəu, (Mỹ) 'diːpəu/ *dt* **1.** kho chứa; kho hàng; kho quân nhu **2.** bãi xe **3.** (Mỹ) ga (xe lửa), bến (xe buýt).

depravation /ˌdeprəˈveiʃn/ *dt* sự làm hư hỏng, sự làm sa đọa, sự làm suy đổi; sự sa đọa, sự suy đổi.

deprave /di'preiv/ *dgt* làm hư hỏng, làm sa đọa, làm suy đổi: *a man depraved by bad company* một người bị bạn bè xấu làm hư hỏng.

depraved /di'preivd/ *tt* hư hỏng, sa đọa, suy đổi: *depraved thoughts* những ý nghĩ sa đọa.

depravity /di'prævəti/ *dt* **1.** tình trạng hư hỏng, tình trạng sa đọa, tình trạng suy đổi **2.** hành động hư hỏng, hành động sa đọa, hành động suy đổi.

deprecate /'deprəkeit/ *dgt* **1.** phản đối; không tán thành: *deprecate war* phản đối chiến tranh **2.** lúng túng; phật ý (trước những lời nịnh nọt...): *deprecate somebody's compliments* bối rối trước lời khen của ai.

deprecating /'deprəkeitiŋ/ *tt* phản đối; không tán thành: *a deprecating smile* nụ cười không tán thành.

deprecatingly /'deprəkeitiŋli/ *pht* [một cách] không tán thành.

deprecatory /ˌdepri'keitəri, (Mỹ) ˌdepri'keitəːri/ *tt* tỏ vẻ phản đối, tỏ vẻ không tán thành: *a deprecatory remark* một số nhận xét tỏ vẻ không tán thành.

depreciate /di'priːʃieit/ *dgt* **1.** giảm giá trị; sụt giá: *shares in the company have depreciated* cổ phần ở công ty đã sụt giá **2.** gièm pha, chê bai, đánh giá thấp: *don't depreciate what I have done* đừng đánh giá thấp những gì tôi đã làm.

depreciation /diˌpriːʃi'eiʃn/ *dt* sự giảm giá trị; sự sụt giá: *suffer a sharp depreciation* bị sụt giá mạnh.

depreciatory /di'priːʃətəri, (Mỹ) di'priːʃətəːri/ *tt* làm giảm giá trị; [có tính chất] gièm pha: *depreciatory re-*

marks about a great achievement những nhận xét gièm pha trước một thành tựu to lớn.

depredation /ˌdeprəˈdeiʃn/ *dt* (snh) sự cướp phá, sự phá phách: *not a single village escaped the depredations of war* không một làng nào thoát khỏi sự phá phách của chiến tranh.

depress /di'pres/ *dgt* **1.** làm chán nản, làm ngã lòng, làm phiền muộn: *failures don't depress him* thất bại không làm hắn ngã lòng **2.** ấn xuống, nén xuống: *depress a piano key* ấn phím đàn pianô; *depress a button* ấn nút xuống **3.** làm giảm, làm giảm sút, làm đình trệ: *depress trade* làm đình trệ việc buôn bán.

depressant¹ /di'presənt/ *tt* làm dịu: *a depressant drug* thuốc làm dịu.

depressant² /di'presənt/ *dt* thuốc làm dịu.

depressed /di'prest/ *tt* chán nản, buồn phiền: *depressed about the election results* buồn phiền trước kết quả bầu cử.

depressed area /ˌdiprest-'eəriə/ vùng kinh tế đình trệ, vùng nghèo nàn đói kém.

depressing /di'presiŋ/ *tt* làm chán nản, làm phiền muộn: *a depressing sight* một cảnh tượng gây phiền muộn.

depressingly /di'presiŋli/ *tt* [một cách] chán nản, [một cách] đáng phiền muộn: *the crime rate is depressingly high* mức độ tội ác đang gia tăng một cách đáng phiền muộn.

depression /di'preʃn/ *dt* **1.** sự chán nản, sự phiền muộn **2.** chỗ lõm, chỗ đất lún, chỗ sụt xuống: *depressions on* the face of the moon những chỗ lõm trên bề mặt mặt trăng **3.** thời kỳ suy thoái *(trong hoạt động kinh tế)* **4.** sự giảm áp suất khí quyển; gió do giảm áp suất khí quyển, vùng áp thấp.

depressive¹ /di'presiv/ *tt* làm chán nản, làm phiền muộn: *a depressive illness* căn bệnh gây phiền muộn.

depressive² /di'presiv/ *dt* người hay chán nản phiền muộn.

depressurization, depressurisation /di:ˌpreʃərai'zeiʃn/ *dt* sự hạ áp suất.

depressurize, depressurise /ˌdi:'preʃəraiz/ *dgt* hạ áp suất *(trong một cabin...).*

deprivation /ˌdepri'veiʃn/ *dt* **1.** sự lấy đi, sự tước đi; sự mất; sự mất mát: *suffer deprivation of one's rights as a citizen* bị mất quyền công dân; *missing the holiday was a great deprivation* lỡ kỳ nghỉ là một mất mát lớn **2.** sự thiếu thốn: *widespread deprivation caused by unemployment* tình trạng thiếu thốn lan tràn do nạn thất nghiệp gây ra.

deprive /di'praiv/ *dgt* lấy đi, tước đi, cướp đi: *deprived of one's civil rights* bị tước quyền công dân; *trees that deprive a house of light* cây cối ngăn ánh sáng rọi vào nhà.

deprived /di'praivd/ *tt* túng thiếu, cơ hàn: *a deprived childhood* thời thơ ấu cơ hàn.

Dept *(vt của* department*)* cục, vụ, ty, ban, khoa, bộ: *Linguistics Dept* khoa ngôn ngữ học *(ở trường đại học).*

depth /depθ/ *dt* **1.** chiều sâu, độ sâu: *water was found at a depth of 30 ft* nước đã tìm thấy ở độ sâu 30 bộ; *the depth of the well*

chiều sâu của giếng; *the depth of a crack* độ sâu của vết nứt **2.** độ đậm *(của màu sắc, của bóng tối...);* độ trầm *(của âm thanh);* độ sâu đậm *(của tình yêu),* độ sâu sắc *(của hiểu biết; của một tác phẩm...):* *a novel that lacks depth* cuốn tiểu thuyết thiếu sâu sắc. // **in depth** [một cách] thấu đáo: *study a subject in depth* nghiên cứu vấn đề một cách thấu đáo; **in the depth[s] of something** nơi sâu thẳm nhất; lúc sâu sắc nhất: *in the depth of winter* vào giữa mùa đông; *in the depth of despair* trong cơn tuyệt vọng cao độ; **[be (get)] out of one's depth** a/ xuống nước vào chỗ sâu hơn đầu người b/ không hiểu gì cả: *when they start talking about economics, I'm out of my depth* khi họ bắt đầu chuyển sang nói về kinh tế học, tôi hoàn toàn chẳng hiểu gì cả; **plumb the depths of something** x plumb³.

depth-charge /'depθtʃa:dʒ/ thủy lôi.

deputation /ˌdepjʊ'teiʃn/ *dt* đoàn đại biểu, phái đoàn.

depute /di'pju:t/ *dgt* **1.** ủy nhiệm, ủy quyền: *he deputed the running of the department to an assistant* ông ta ủy quyền điều hành cơ quan cho một viên trợ lý **2.** cử làm đại biểu, cử thay mình: *they were deputed to put our views to the assembly* họ được cử đi trình bày quan điểm của chúng tôi trước hội đồng.

deputize, deputise /'depjʊtaiz/ *dgt* đại diện, thay mặt: *deputize for somebody* thay mặt ai.

deputy /'depjʊti/ *dt* **1.** người được ủy quyền, người thay quyền, đại diện: *I'm acting as deputy till the head-mas-*

ter returns tôi hoạt động với tư cách là người thay quyền cho tới khi ông hiệu trưởng trở về **2.** viên phó: *the Director General and his deputy* ông tổng giám đốc và viên phó của ông ta; *the deputy headmistress* bà hiệu phó **3.** nghị sĩ *(ở Pháp..).*

derail /di'reil/ *dgt* làm trật đường ray *(tàu hỏa).*

derailment /di'reilmənt/ *dt* sự trật đường ray *(tàu hỏa).*

deranged /di'reindʒd/ *tt* loạn trí: *she's completely deranged* chị ta hoàn toàn loạn trí.

derangement /di'reindʒmənt/ *dt* sự loạn trí.

derby¹ /'da:bi, *(Mỹ* 'dɜ:rbi)/ *dt* **1. the Derby** cuộc đua ngựa hằng năm ở Epsom *(Anh)* **2.** *(Mỹ)* cuộc đua ngựa hằng năm **3.** hội thể thao: *a local derby* hội thể thao địa phương.

derby² /'dɜ:rbi/ *dt (Mỹ)* nh bowler².

Derby Day /'da:biddei/ ngày đua ngựa Derby hằng năm *(ngày thứ tư đầu tiên tháng sáu hằng năm).*

deregulate /ˌdi:'regjʊleit/ *dgt* điều chỉnh quy định: *deregulate the price of oil* điều chỉnh giá dầu.

deregulation /ˌdi:regjʊ'leiʃn/ *dt* sự điều chỉnh quy định.

derelict /'derəlikt/ *tt* vô chủ, hoang vắng: *a derelict house* ngôi nhà vô chủ; *derelict areas* những vùng đất hoang.

dereliction /ˌderə'likʃn/ *dt* tình trạng vô chủ; tình trạng hoang vắng. // **dereliction of duty** sự sao lãng nhiệm vụ.

derestrict /ˌdi:ri'strikt/ *dgt* bỏ sự hạn chế: *derestrict a road* bỏ sự hạn chế tốc độ trên một con đường.

D

deride /di'raid/ *đgt* chế nhạo, chế giễu: *they derided his efforts [as childish]* chúng nó chế nhạo những cố gắng của anh ta [như là trẻ con].

de rigueur /dəri'gɜ:[r]/ *tt* (*tiếng Pháp*) được đòi hỏi theo nghi thức, bắt buộc theo nghi thức: *that sort of hat is de rigueur at a formal wedding* trong một lễ cưới theo nghi thức, loại mũ ấy là bắt buộc phải đội đấy.

derision /di'riʒn/ *dt* sự chế nhạo, sự giễu cợt: *be an object of general derision* là mục tiêu cho mọi người giễu cợt.

derisive /di'raisiv/ *tt* chế nhạo, giễu cợt: *derisive laughter* cái cười giễu cợt.

derisively /di'raisivli/ *pht* [một cách] giễu cợt.

derisory /di'raisəri/ *tt* **1.** đùa, không nghiêm túc: *they described the latest pay offer as derisory* họ coi mức giá đề nghị sau cùng như là đùa vậy **2.** *nh* derisive.

derivation /,deri'veiʃn/ *dt* **1.** sự bắt nguồn, nguồn gốc (*của từ...*): *a word of French derivation* một từ có nguồn gốc từ tiếng Pháp **2.** dạng gốc; nghĩa gốc **3.** biến đổi về dạng; biến đổi về nghĩa (*của từ*).

derivative¹ /di'rivətiv/ *tt* **1.** (*thường xấu*) sao chép: *a derivative design* một mẫu thiết kế sao chép **2.** (*ngôn*) phái sinh.

derivative² /di'rivətiv/ *dt* (*ngôn*) từ phái sinh.

derive /di'raiv/ *đgt* **1.** thu được từ, tìm thấy từ: *derive great pleasure from one's studies* tìm thấy niềm vui lớn trong học tập **2.** từ (*đâu mà ra*) bắt nguồn từ: *words that derive from Latin* những từ bắt nguồn từ tiếng

La tinh **3.** truy nguồn gốc: *we can derive the word "derelict" from the Latin "derelictus"* chúng ta có thể truy ra nguồn gốc từ "derelict" là từ tiếng Latinh "derelictus".

derm[a]- (*dạng kết hợp của da*) *x* dermatology, dermatitis...

dermatitis /,dɜ:mə'taitis/ *dt* (*y*) viêm da.

dermatology /,dɜ:mə'tɒlədʒi/ *dt* (*y*) khoa da.

dermatologist /,dɜ:mə'tɒlədʒist/ *dt* (*y*) thầy thuốc khoa da.

dermis /'dɜ:mis/ *dt* (*giải*) chân bì, da.

derogate /'derəgeit/ *đgt* (+ from) làm tổn hại đến, xúc phạm đến, phạm đến: *derogate from somebody's reputation* phạm đến thanh danh của ai.

derogatory /di'rɒgətri, (*Mỹ* di'rɒgətɔ:ri)/ *tt* xúc phạm, xấu: *the word "pig" is a derogatory term for policeman* từ "pig" là một từ ngữ xấu để chỉ cảnh sát.

derrick /'derik/ *dt* **1.** cần trục **2.** tháp khoan (*giếng dầu*).

derring-do /,deriŋ'du:/ *dt* (*cổ hoặc đùa*) hành động anh hùng, hành động gan dạ.

derv /dɜ:v/ *dt* (*Anh*) nhiên liệu cho động cơ điezen (*vt của* diesel-engined road vehicle).

dervish /'dɜ:viʃ/ *dt* môn đồ Hồi giáo: *dancing dervishes* môn đồ Hồi giáo múa quay tít (*theo điệu vũ tôn giáo*).

DES /,di:i:'es/ (*Anh*) (*vt của* Department of Education and Science) Uy ban khoa học và giáo dục: *DES grants* trợ cấp của Uy ban khoa học và giáo dục.

desalinate /,di:'sælineit/ *đgt* khử muối (*trong nước biển*).

desalination /,di:,sæli'neiʃn/ *dt* sự khử muối (*trong nước biển*).

descale /,di:'skeil/ *đgt* cạo bỏ cáu (*ở đáy siêu đun nước, nồi hơi...*).

descant /'deskænt/ *đgt* **1.** (*nhạc*) chơi phối âm cho **2.** nói dai dẳng về.

descend /di'send/ *đgt* **1.** xuống: *she descended the stairs* chị ta xuống cầu thang; *the sun descended behind the hills* mặt trời xuống sau mấy quả đồi; *the road descended steeply* con đường dốc đứng xuống **2.** (+ from) truyền: *the title descends to me from my father* tước hiệu truyền cho tôi từ cha tôi **3.** buông xuống (*nói về bóng tối...*): *night descends quickly in the tropics* màn đêm buông xuống nhanh ở vùng nhiệt đới. // **be descended from** thuộc dòng dõi (*nào đó*): *she claims to be descended from royalty* bà ta tuyên bố là thuộc dòng dõi hoàng tộc.

descend on (upon) somebody (something) a/ tấn công bất ngờ: *the police descended on their hide-out* cảnh sát bất ngờ tấn công nơi ẩn náu của bọn chúng b/ đến thăm bất ngờ; **descend to something** (*không dùng ở thể bị động*) hạ mình đến mức: *descend to fraud* hạ mình đến mức hành động gian lận.

descendant /di'sendənt/ *dt* con cháu, hậu duệ: *the descendants of Queen Victoria* con cháu dòng dõi Nữ hoàng Victoria.

descent /di'sent/ *dt* **1.** (*thường số ít*) sự xuống; dốc xuống: *the plane began its descent into Paris* máy bay bắt đầu hạ cánh xuống

Paris; *here there is a gradual descent to the sea* từ đây con đường từ từ dốc xuống tới biển **2.** nguồn gốc, dòng dõi: *of French descent* gốc người Pháp **3.** (+ on, upon) a/ sự tấn công: *the invaders' descent on the town* sự tấn công của quân xâm lược vào thành phố b/ sự ghé thăm bất ngờ; sự khám xét bất ngờ: *a sudden descent by tax officials* sự khám xét bất thình lình của nhân viên thuế vụ **4.** sự sa vào: *a sharp descent to violent abuse* sự sa vào hành động ngược đãi thô bạo.

describe /di'skraib/ *dgt* **1.** mô tả, diễn tả, tả: *words cannot describe the beauty of the scene* từ ngữ không tài nào tả nổi vẻ đẹp của cảnh vật; *describe to me how you were received* hãy tả lại (kể lại) xem anh đã được tiếp đón như thế nào **2.** (+ as) cho là, coi là: *he describes himself as a doctor* nó tự cho là bác sĩ **3.** vạch, vẽ: *describle a circle with a pair of compasses* vẽ vòng tròn với một cái compa; *a bullet describes a curved path in the air* viên đạn vạch một quỹ đạo cong trong không khí.

description /di'skrip∫n/ *dt* **1.** sự mô tả, sự diễn tả, sự tả: *the scenery was beautiful beyond description* cảnh vật đẹp không tài nào tả nổi **2.** diện mạo, tướng mạo (mô tả bằng lời): *can you give me a description of the thief?* anh có thể tả diện mạo của tên trộm cho tôi nghe được không? **3.** (đứng sau of, sau một tt hay sau some, every...) hạng, loại: *boats of every description* thuyền đủ các loại: *medals, coins and things of that description*

huy chương, đồng tiền và những vật cùng loại đó. // **answer to a description** x answer²; **beggar description** x beggar².

descriptive /di'skriptiv/ *tt* **1.** mô tả, diễn tả: *a descriptive passage in a novel* một đoạn văn miêu tả trong cuốn tiểu thuyết **2.** mô tả tài tình, mô tả sinh động: *a very descriptive account of a journey* bài tường thuật một chuyến đi mô tả rất tài tình; *the report was so descriptive, I felt as if I were there* bản báo cáo sinh động đến mức tôi cứ tưởng như tôi có mặt tại đấy **3.** (ngôn) miêu tả: *descriptive grammar* ngữ pháp miêu tả.

descriptively /di'skriptivly/ *pht* [một cách] mô tả, [một cách] diễn tả; theo lối diễn tả.

descriptiveness /di'skriptivnis/ *dt* tính chất mô tả, tính chất diễn tả.

descry /di'skrai/ *dgt* **(descried)** nhìn thấy, phát hiện từ xa: *I descry a sail on the horizon* tôi phát hiện một cánh buồm ở tận chân trời.

desecrate /'desikreit/ *dgt* mạo phạm (*thánh vật*): *desecrate a monument* mạo phạm một tượng đài kỷ niệm.

desecration /desi'krei∫n/ *dt* sự mạo phạm (*thánh vật*).

desegregate /,di:'segrigeit/ *dgt* xóa bỏ sự tách biệt chủng tộc (*ở nhà trường, trên xe buýt...*).

desegregation /di:,segri'gei∫n/ *dt* sự xóa bỏ tách biệt chủng tộc.

deselect /,di:si'lekt/ *dgt* loại ra không chọn làm ứng cử viên (*trong kỳ bầu sắp tới*).

deselection /,di:si'leik∫n/ *dt* sự loại ra không chọn làm

ứng cử viên (*trong kỳ bầu sắp tói*).

desensitization, desensitisation /,di:sensitai'zei∫n, (Mỹ di:sensiti'zei∫n/ *dt* sự khử nhạy, sự làm bớt nhạy.

desensitize, desensitise /,di:'sensitaiz/ *dgt* khử nhạy, làm bớt nhạy: *desensitize an area of skin* sự khử nhạy một vùng da; *people who are morally desensitized* những người đã trơ ì ra về đạo đức.

desert¹ /di'zɜ:t/ *dgt* **1.** rời đi, bỏ đi: *desert a house* bỏ nhà đi **2.** bỏ trốn: *desert from the army* bỏ trốn khỏi quân ngũ, đào ngũ **3.** bỏ rơi, ruồng bỏ: *he deserted his wife and children and went abroad* anh ta bỏ rơi vợ con và đi ra nước ngoài; *his courage deserted him* hắn không còn can đảm nữa (*lòng can đảm đã ruồng bỏ hắn*).

desert² /'dezət/ *dt* hoang mạc: *the Sahara Desert* hoang mạc Sahara.

deserted /di'zɜ:tid/ *tt* **1.** hoang vắng, hiu quạnh: *a deserted area* một vùng hoang vắng **2.** bị bỏ rơi, bị ruồng bỏ: *a deserted wife* người vợ bị ruồng bỏ.

desertion /di'zɜ:∫n/ *dt* sự bỏ đi; sự bỏ trốn: *desertion from the army* sự bỏ trốn khỏi quân ngũ, sự đào ngũ.

desert island /,dezət'ailənd/ đảo hoang.

deserts /di'zɜ:ts/ *dt* (snh) những gì đáng được (*thưởng, phạt*): *get (obtain, meet with) one's deserts* được cái đáng được.

deserve /di'zɜ:v/ *dgt* (không dùng ở thì tiếp diễn) đáng, xứng đáng: *he deserves a reward for his efforts* nó đáng được thưởng vì những cố gắng của nó; *they deserve to be sent to prison* chúng nó đáng bỏ tù. // **deserve well (ill) of somebody** đáng được ai đối xử tốt (xấu): *she deserved well of her employers* chị ta xứng đáng được các ông chủ đối xử tốt; **one good turn deserves another** x **turn**[2].

deservedly /di'zɜ:vidli/ *pht* [một cách] đáng, [một cách] xứng đáng: *she was deservedly praised* cô ấy xứng đáng được khen ngợi.

deserving /di'zɜ:viŋ/ *tt* **deserving [of something]** đáng được *(khen, thưởng, giúp đỡ)*: *be deserving of sympathy* đáng được cảm thông; *give money to a deserving cause* giúp tiền cho một sự nghiệp đáng được giúp đỡ.

dé shabillé /,deizæ'bi:ei/ *dt* (tiếng Pháp) sự ăn mặc hở hang: *appear in déshabillé* xuất hiện với trang phục hở hang.

desiccant /'desikənt/ *dt* chất làm khô *(dùng bảo quản thực phẩm...)*.

desiccate /'desikeit/ *dgt* làm khô, sấy khô: *desiccated apples* táo khô; *desiccated milk* sữa bột.

desideratum /di,zidə'ra:-təm/ *dt snh* **desiderata** /di,zidə'ra:tə/ thứ đang thiếu, thứ đang cần đến.

design[1] /di'zain/ *dt* 1. bản thiết kế: *a machine of faulty design will not sell well* cỗ máy thiết kế sơ suất sẽ khó bán 2. cách bố trí đường nét: *a bowl with a flower design* chiếc bát có trang trí hình hoa 3. ý đồ, mưu đồ: *we don't know if it was done by accident or by design* chúng ta không biết cái đó xảy ra ngẫu nhiên hay có mưu đồ. // **have designs on somebody (something)** có chủ tâm hại ai, có dụng ý chiếm cái gì: *she has de-signs on his money* bà ta có chủ tâm chiếm đoạt tiền của ông ta; *he has designs on her* anh ta có chủ tâm quyến rũ cô ta.

design[2] /di'zain/ *dgt* 1. phác họa, phác thảo đồ án, thiết kế: *design a car* thiết kế một chiếc xe; *design a dress* tạo mẫu một kiểu áo 2. dự định, trù tính: *design to do something* dự định làm gì; *we didn't design this result* chúng tôi không dự kiến kết quả thế này. // **be designed for somebody (something); be designed as something; be designed to do something** chỉ định, dành cho: *the gloves were designed for extremely cold climates* găng tay này dành cho những nơi khí hậu hết sức lạnh.

designate[1] /'dezigneit/ *tt* được chỉ định, được bổ nhiệm *(nhưng chưa chính thức nhận chức)*: *ambassador designate* đại sứ mới được bổ nhiệm *(nhưng chưa trình quốc thư)*.

designate[2] /'designeit/ *dgt* 1. chỉ định, định rõ: *designate the boundaries of something* định rõ ranh giới của cái gì 2. chọn lựa, chọn: *the town has been designated [as] a development area* thành phố được chọn là khu vực phát triển 3. đặt tên, phong danh hiệu: *she was designated [as] sportswoman of the year* chị ta được phong danh hiệu nữ vận động viên của năm nay.

designation /,dezig'neiʃn/ *dt* 1. sự chọn lựa, sự chỉ định, sự bổ nhiệm 2. sự gọi tên; tên gọi, danh hiệu.

designedly /di'zainidli/ *pht* [một cách] dụng ý, [một cách] có chủ tâm.

designer /di'zainə[r]/ *dt* người phác họa, người phác thảo đồ án, người thiết kế: *an industrial designer* nhà thiết kế công nghiệp; *designer stubble* người để râu không cạo nhằm gây ấn tượng.

designing[1] /di'zainiŋ/ *dt* sự phác họa, sự phác thảo đồ án, sự thiết kế.

designing[2] /di'zainiŋ/ *tt* gian ngoan, [lắm] thủ đoạn: *designing colleagues stopped them from promoting me* những đồng nghiệp gian ngoan đã ngăn họ đề bạt tôi.

desirability /di,zaiərə'biləti/ *dt* 1. sự đáng thèm muốn, sự đáng khát khao 2. khả năng khêu gợi.

desirable /di'zaiərəbl/ *tt* 1. đáng thèm muốn, đáng khát khao, đáng mong muốn: *it is most desirable that they should both come* họ mà đến cả hai thì thật là điều đáng mong muốn 2. khêu gợi: *a beautiful and desirable woman* một chị phụ nữ đẹp và khêu gợi.

desirably /di'zaiərəbli/ *pht* 1. [một cách] đáng thèm muốn, [một cách] đáng khát khao 2. [một cách] khêu gợi.

desire[1] /di'zaiə[r]/ *dt* 1. sự thèm muốn, sự khao khát: *the two leaders spoke of their desire for improved relations* hai lãnh tụ nói về ước vọng muốn có các mối quan hệ được cải thiện 2. nỗi khát khao, khát vọng 3. sự khát khao nhục dục, dục vọng: *satisfy one's desires* thỏa mãn khát khao nhục dục 4. vật mong muốn, vật khát khao, người mong muốn, người khát khao: *she's my heart desire* cô ta là nguyện ước của trái tim tôi.

desire² /di'zaiə[r]/ *dgt* **1.** mong muốn, ước ao, khao khát: *we all desire happiness and health* chúng ta ai cũng mong muốn hạnh phúc và sức khỏe **2.** khát khao nhục dục, thèm muốn *(về mặt nhục dục)*: *she desires his strong body* cô ta thèm muốn cái thân hình cường tráng của anh ấy. // **leave a lot... to be desired** x **leave¹.**

desirous /di'zaiərəs/ *tt (vị ngữ)* mong muốn, ước ao, khao khát: *desirous of peace* khao khát hòa bình; *desirous that these initiatives should lead to further exchanges* mong rằng những sự khởi đầu này sẽ dẫn tới những trao đổi thêm nữa.

desist /di'zist/ *dgt* (+ from) ngừng, thôi: *the judge told the man to desist from threatening his wife* quan tòa bảo anh ta thôi không hăm dọa vợ nữa.

desk /desk/ *dt* **1.** bàn viết, bàn làm việc, bàn học sinh: *an office desk* bàn làm việc ở văn phòng; *a school desk* bàn học sinh **2.** bàn *(ở khách sạn, sân bay)*: *information desk* bàn chỉ dẫn **3.** phòng, ban, tổ *(ở tờ báo, ở một bộ)*: *Jefferies is running the sports desk* Jefferies đang phụ trách tổ thể thao.

desk clerk /'deskklɑ:k/ *(Mỹ)* *(cg* **clerk)** nhân viên khách sạn *(x* clerk¹ 3).

desk-top /'desktɒp/ *dt* mặt bàn: *a desk-top computer* máy điện toán gắn vào mặt bàn; *desk-top publishing* việc in bằng tia laze và máy điện toán gắn mặt bàn.

desolate¹ /'desələt/ *tt* **1.** hoang vắng, tiêu điều: *a desolate old house* một ngôi nhà cũ tiêu điều **2.** cô đơn, bơ vơ; buồn phiền: *we all*

felt absolutely desolate when she left tất cả chúng tôi cảm thấy cô đơn khi cô nàng ra đi.

desolate² /de'səleit/ *dgt* **1.** tàn phá, [làm cho] hoang vắng: *desolated streets* những đường phố hoang vắng **2.** làm cho buồn phiền: *a family desolated by the loss of a child* một gia đình buồn phiền vì mất một đứa con.

desolately /'desələtli/ *pht* **1.** [một cách] hoang vắng, [một cách] tiêu điều **2.** [một cách] cô đơn, [một cách] bơ vơ; [một cách] buồn phiền.

desolation /,desə'leiʃn/ *dt* **1.** sự hoang vắng, sự tiêu điều **2.** sự cô đơn, sự bơ vơ; sự buồn phiền.

despair¹ /di'speə[r]/ *dt* sự thất vọng, sự tuyệt vọng; nỗi thất vọng, nỗi tuyệt vọng. // **be the despair of somebody** làm ai tuyệt vọng, là nỗi tuyệt vọng của ai: *your son is the despair of all his teachers* con trai anh ta là nỗi tuyệt vọng của tất cả thầy cô của nó.

despair² /di'speə[r]/ *dgt* (+ of) mất hết hy vọng về, thất vọng về: *don't despair, things will get better soon!* đừng có thất vọng, chẳng mấy chốc sự việc sẽ khá hơn.

despairing /di'speəriŋ/ *tt* hết hy vọng, thất vọng, tuyệt vọng: *she received the news with a despairing sigh* chị ta nhận tin đó với một tiếng thở dài thất vọng.

despairingly /di'speəriŋli/ *pht* [một cách] thất vọng, [một cách] tuyệt vọng.

despatch /di'spætʃ/ *dt, dgt* *nh* dispatch.

desperado /,despə'rɑ:dəʊ/ *dt (snh* **desperadoes,** *(Mỹ) cg*

desperados) *(cũ)* kẻ liều mạng.

desperate /'despərət/ *tt* **1.** liều lĩnh tuyệt vọng: *the prisoners grew more desperate* tù nhân càng trở nên tuyệt vọng và liều mạng **2.** (+ for) rất cần; rất lo lắng về, rất nóng lòng về *(cái gì)*: *she's desperate for money* chị ta đang rất cần tiền: *they're desperate for escape* chúng nó đang rất nóng lòng muốn trốn thoát **3.** rất nghiêm trọng, rất hiểm nghèo: *a desperate illness* một căn bệnh hiểm nghèo **4.** vớt vát, còn nước còn tát: *a desperate measure* một biện pháp cố vớt vát, một biện pháp còn nước còn tát.

desperately /'despərətli/ *pht* **1.** [một cách] liều lĩnh tuyệt vọng **2.** [một cách] rất cần, [một cách] rất nóng lòng **3.** [một cách] rất nghiêm trọng, [một cách] rất hiểm nghèo **4.** [với ý thức] vớt vát, [với ý thức] còn nước còn tát.

desperation /,despə'reiʃn/ *dt* sự liều lĩnh tuyệt vọng: *driven to desperation* bị dồn vào thế liều lĩnh tuyệt vọng.

despicable /di'spikəbl/ *tt* đáng khinh, ti tiện: *a despicable action* một hành động đáng khinh; *a despicable rogue* một gã xỏ lá ti tiện.

despicably /di'spikəbli/ *pht* [một cách] đáng khinh, [một cách] ti tiện: *behave despicably* cư xử một cách đáng khinh.

despise /di'spaiz/ *dgt* *(không dùng ở thì tiếp diễn)* xem thường, coi khinh, khinh miệt: *despise his hypocrisy* coi khinh thói đạo đức giả của hắn.

despite /di'spait/ *gt* dù, mặc dù, bất kể: *they had a won-*

derful holiday, despite the bad weather họ đã có được một kỳ nghỉ tuyệt vời mặc dù thời tiết xấu; *despite what others say, I think he's a very nice chap* bất kể người ta nói gì, tôi vẫn nghĩ rằng anh ta là một gã rất tốt.

despoil /di'spɔil/ *đgt* tước đoạt: *museums have despoiled India of many priceless treasures* các nhà bảo tàng đã tước đoạt của Ấn Độ nhiều kho tàng vô giá.

despondency /di'spɔndənsi/ *dt* sự nản lòng, sự thoái chí; nỗi chán nản: *her despondency about having no job* nỗi chán nản của cô ta trong cảnh không có việc làm.

despondent /di'spɔndənt/ *tt* nản lòng, thoái chí, chán nản: *don't be so despondent* đừng có nản lòng quá thế.

despondently /di'spɔndəntli/ *pht* [một cách] nản lòng, [một cách] thoái chí; [một cách] chán nản.

despot /'despɔt/ *dt* kẻ chuyên chế: *she rules her family like a real despot* bà ta cai quản gia đình như một kẻ chuyên chế thực sự.

despotic /di'spɔtik/ *tt* chuyên chế.

despotically /di'spɔtikli/ *pht* [một cách] chuyên chế.

despotism /'despətizəm/ *dt* chế độ chuyên chế; nền chuyên chế.

dessert /di'zɜ:t/ *dt* (cg **sweet**) món tráng miệng.

dessertspoon /di'zɜ:tspu:n/ *dt* **1.** thìa ăn tráng miệng (cỡ trung, bé hơn thìa xúc thức ăn (tablespoon), nhưng lớn hơn thìa cà phê (teaspoon)) **2.** (cg **dessertspoonful**) thìa ăn tráng miệng (lượng chứa).

dessertspoonful /di'zɜ:tspu:nful/ *dt x* **dessertspoon** 2.

destination /,desti'neiʃn/ *dt* nơi đến, nơi gửi tới: *Tokyo is our final destination* Tokyo là nơi đến cuối cùng của chúng tôi; *the parcel was sent to the wrong destination* gói bưu kiện đã gửi sai nơi đến (sai địa chỉ).

destined /'destind/ *tt* (vị ngữ) **1.** đã được định trước, đã được định sẵn: *coming from a theatrical family, I was destined for a carrer on the stage* xuất thân từ một gia đình kịch nghệ, nghề nghiệp của tôi đã được định sẵn là ở trên sàn diễn **2.** (+ **for**) trên đường đi tới (nơi nào đó): *an aircraft destined for London* chiếc máy bay trên đường tới Luân Đôn.

destiny /'destini/ *dt* vận mệnh, số phận, số: *destiny drew us together* số phận đã đưa chúng tôi lại với nhau; *it was his destiny to die in a foreign country* số của ông ta là phải mất ở nơi đất khách.

destitude /'destitju:t, (Mỹ 'destitu:t)/ *tt* **1.** thiếu thốn, nghèo túng, cơ cực: *when he died his family was left destitute* ông ta chết đi để lại gia đình trong cảnh túng thiếu **2. destitute of** (vị ngữ) thiếu, không có: *a hill destitute of trees* đồi trọc không có cây cối; *officials destitute of ordinary human feelings* những quan chức thiếu tình người thông thường.

destitution /,desti'tju:ʃn, (Mỹ desti'tu:ʃn)/ *dt* cảnh thiếu thốn, cảnh nghèo túng, cảnh cơ cực.

destroy /di'strɔi/ *đgt* **1.** phá, phá hoại, phá hủy, tàn phá, hủy diệt: *a house destroyed by bombs* ngôi nhà bị bom tàn phá; *they have destroyed all the evidence* chúng nó đã hủy mọi chứng cứ; *destroy somebody's reputation* làm tiêu tan thanh danh của ai **2.** (chủ yếu ở dạng bị động) giết (một con vật vì ốm mãi, vì đã bị thương...): *the injured dog had to be destroyed* con chó bị thương ấy phải giết đi thôi.

destroyer /di'strɔiə[r]/ *dt* **1.** kẻ tiêu diệt, vật hủy diệt: *Death, the destroyer* thần chết, kẻ tiêu diệt **2.** (hải) tàu khu trục.

destructibility /di,strʌktə'biləti/ *dt* tính có thể phá hủy, tính có thể bị tàn phá, tính có thể bị hủy diệt.

destructible /di'strʌktəbl/ *tt* có thể bị phá hủy, có thể bị tàn phá, có thể bị hủy diệt.

destruction /di'strʌkʃn/ *dt* **1.** sự phá hủy, sự tàn phá, sự hủy diệt: *the total destruction of a town by an earthquake* sự hủy diệt toàn bộ một thành phố do động đất **2.** người phá hủy; vật phá hủy: *gambling was his destruction* cờ bạc đã phá hủy đời anh ta.

destructive /di'strʌktiv/ *tt* **1.** phá hủy, tàn phá, hủy diệt: *the destructive force of the storm* sức tàn phá của cơn bão **2.** phá phách: *a destructive child* đứa bé hay phá phách **3.** tiêu cực, không xây dựng (lời phê bình...).

destructively /di'strʌktivli/ *pht* **1.** [theo kiểu] phá hủy, [theo kiểu] tàn phá, [theo kiểu] hủy diệt **2.** [theo kiểu] phá phách **3.** [một cách] tiêu cực, [một cách] không xây dựng.

destructiveness /di'strʌktivnis/ *dt* **1.** tính chất phá hủy, tính chất tàn phá **2.** tính chất phá phách **3.** tính chất tiêu cực **4.** sức tàn phá.

desuetude /di'sju:itju:d, (Mỹ di'sju:itu:d)/ *dt* **fall into desuetude** trở nên không thích dụng nữa, trở nên lỗi thời: *fashion that have fallen into desuetude* thời trang lỗi thời.

desultorily /'desəltrili, (Mỹ 'desəltɔ:rili)/ *pht* [một cách] rời rạc, [một cách] lung tung, [một cách] linh tinh.

desultoriness /'desəltrinis, (Mỹ 'desəltɔ:rinis)/ *dt* sự rời rạc, sự lung tung, sự linh tinh.

desultory /'desəltri, (Mỹ 'desəltɔ:ri)/ *tt* rời rạc, lung tung, linh tinh: *desultory reading* sự đọc sách lung tung (*không hệ thống*); *desultory attempts to help* những cố gắng giúp đỡ rời rạc.

Det *vt* của Detective.

detach /di'tætʃ/ *dgt* **1.** gỡ ra, tháo ra, tách ra: *a coach detaches from a train* một toa tách ra khỏi đoàn tàu **2.** (*quân*) phái đi làm một nhiệm vụ đặc biệt: *a number of men were detached to guard the right flank* một nhóm quân được phái đi canh giữ sườn phải.

detachable /di'tætʃəbl/ *tt* có thể gỡ ra, có thể tháo ra, có thể tách ra: *a detachable lining in a coat* lớp lót tháo ra được của chiếc áo khoác.

detached /di'tætʃt/ *tt* **1.** vô tư, không thiên kiến: *a detached judgement* một đánh giá vô tư **2.** dửng dưng, thờ ơ: *her detached response to the crisis* phản ứng thờ ơ của cô ta trước cơn khủng hoảng **3.** đứng tách riêng ra (*ngôi nhà...*).

detachment /di'tætʃmənt/ *dt* **1.** sự gỡ ra, sự tháo ra, sự

tách ra: *the detachment of units from the main force* sự tách một số đơn vị từ lực lượng chủ lực **2.** sự thờ ơ, sự vô tư: *he answered with an air of detachment* nó trả lời với vẻ thờ ơ, *show detachment in one's judgement* tỏ ra vô tư trong phán xét của mình **3.** (*quân*) phân đội.

detail¹ /'di:teil, (Mỹ di'teil)/ *dt* **1.** chi tiết: *please give me all the details* làm ơn cho tôi biết mọi chi tiết; *a good organizer pays attention to detail* một người tổ chức giỏi chú ý tới từng chi tiết **2.** (*quân*) phân đội. // **go into details** đi vào chi tiết: *he refused to go into details about his plans* ông ta từ chối đi vào chi tiết các kế hoạch của ông; **in detail** với đầy đủ chi tiết: *to describe something in detail* mô tả cái gì với đầy đủ chi tiết.

detail² /'di:teil, (Mỹ di'teil)/ *dgt* **1.** kể chi tiết, trình bày chi tiết: *an inventory detailing all the goods in a shop* bản liệt kê chi tiết tất cả các món hàng trong cửa hiệu; *I detailed my plans to her* tôi trình bày chi tiết các kế hoạch của tôi cho cô ta nghe **2.** cắt cử: *detail soldiers to guard a bridge* cắt cử lính gác cầu.

detailed /di:teild, (Mỹ di'teild)/ *tt* chi tiết: *a detailed account* bài tường thuật chi tiết.

detain /di'tein/ *dgt* **1.** giữ (*ai*) lại, cầm chân (*ai*) lại: *this question need not detain us long* vấn đề này không cần cầm chân chúng ta lại lâu đâu **2.** cầm giữ, giữ: *the police detained him for questioning* cảnh sát giữ anh ta lại để xét hỏi.

detainee /,di:tei'ni:/ *dt* người bị giữ lại (*ở sở cảnh sát...*).

detect /di'tekt/ *dgt* phát hiện ra, khám phá ra: *the dentist detect no decay in her teeth* nha sĩ không phát hiện thấy răng cô ta bị sâu; *this police officer's job is to detect fraud* nhiệm vụ của viên cảnh sát này là phát hiện các vụ gian lận.

detection /di'tekʃn/ *dt* sự phát hiện, sự khám phá: *the detection of crime* sự phát hiện ra tội phạm.

detective /di'tektiv/ *dt* cảnh sát điều tra.

detective story /di'tektiv stɔ:ri/ truyện trinh thám.

detective novel /di'tektiv nɒvl/ tiểu thuyết trinh thám.

detector /di'tektə[r]/ *dt* máy dò: *a mine detector* máy dò mìn.

detente /,dei'tɑ:nt/ *dt* (*tiếng Pháp*) sự bớt căng thẳng (*giữa hai nước...*).

detention /di'tenʃn/ *dt* **1.** sự giam giữ: *detention without trial* sự giam giữ không xét xử **2.** sự phạt giữ lại ở trường: *be given two hours' detention* bị phạt giữ lại ở trường hai tiếng đồng hồ.

detention centre /di'tenʃn sentə[r]/ trại giam giữ phạm nhân ít tuổi.

deter /di't3:[r]/ *dgt* ngăn cản; răn đe: *failure did not deter him [from making another attempt]* thất bại không cản được anh [thử thêm một lần nữa].

detergent¹ /di't3:dʒənt/ *tt* dễ tẩy.

detergent² /di't3:dʒənt/ *dt* chất tẩy: *most synthetic detergents are in the form of powder or liquid* phần lớn chất tẩy tổng hợp đều ở dạng bột hay dạng lỏng.

deteriorate /di'tiəriəreit/ *dgt* [làm] hư hỏng: *leather can deteriorate in damp conditions* da thuộc có thể hư hỏng trong điều kiện ẩm uớt; *the discussion deteriorated into a bitter quarrel* cuộc thảo luận đã biến thành một cuộc cãi cọ gay gắt.

deterioration /di,tiəriə'reiʃn/ *dt* sự hư hỏng; sự xấu đi: *a deterioration in superpower relations* sự xấu đi trong quan hệ giữa các siêu cường.

determinant /di'tɜ:minənt/ *dt* yếu tố quyết định: *is cost or reliability the main determinant in choosing a new car?* giá cả hay độ tin cậy cao là yếu tố quyết định chính trong việc chọn một chiếc xe mới?

determinate /di'tɜ:mineit/ *tt* [đã] xác định, [đã] định rõ.

determination /di,tɜ:mi'neiʃn/ *dt* 1. sự xác định, sự định rõ: *the determination of a ship's position* sự xác định vị trí của một con tàu 2. sự quyết tâm; quyết tâm: *a leader with courage and determination* một nhà lãnh đạo gan dạ và quyết tâm; *her determination to learn English* quyết tâm học tiếng Anh của chị ta.

determinative[1] /di'tɜ:minətiv, (Mỹ di'tɜ:mineitiv)/ *tt* xác định: *a determinative factor in his psychological development* một nhân tố xác định trong sự phát triển tâm lý của nó.

determinative[2] /di'tɜ:minətiv, (Mỹ di'tɜ:mineitiv)/ *dt* cái xác định, cái hạn định.

determine /di'tɜ:min/ *dgt* 1. định, xác định, định rõ: *determine a date for a meeting* định ngày họp; *determine how high a mountain is* định độ cao của một ngọn núi 2. [làm cho] quyết định: *he determined to learn English* nó quyết định học tiếng Anh; *that determined her against leaving home* điều đó khiến cô quyết định ở lại.

determined /di'tɜ:mind/ *tt* **determined to do something** nhất định, nhất quyết, kiên quyết *(làm gì)*: *a determined attitude* một thái độ kiên quyết; *I'm determined to succeed* tôi nhất quyết thành công.

determiner /di'tɜ:minə[r]/ *dt* (ngôn) định từ (*như* the, some, any...).

determinism /di'tɜ:minizəm/ *dt* quyết định luận.

deterrence /di'terəns, (Mỹ di'tɜ:rəns)/ *dt* sự ngăn cản; sự răn đe: *nuclear deterrence* sự răn đe hạt nhân.

deterrent[1] /di'terənt, (Mỹ di'tɜ:rənt)/ *tt* để ngăn cản; để răn đe: *deterrent weapons* vũ khí răn đe.

deterrent[2] /di'terənt, (Mỹ di'tɜ:rənt)/ *dt* vật để ngăn cản, vật răn đe: *his punishment will be a deterrent to others* sự trừng phạt anh ta sẽ là một sự răn đe đối với người khác.

detest /di'test/ *dgt* ghét: *I detest people that tell lies* tôi ghét những kẻ nói dối; *detest having to get early* ghét dậy sớm.

detestable /di'testəbl/ *tt* đáng ghét.

detestably /di'testəbli/ *pht* [một cách] đáng ghét.

detestation /,di:te'steiʃn/ *dt* sự ghét.

dethrone /,di:'θrəʊn/ *dgt* 1. phế truất, truất ngôi (vua) 2. truất quyền: *a government*

adviser dethroned by a younger expert một cố vấn chính phủ bị một nhà chuyên môn trẻ hơn thay thế.

dethronement /,di:'θrəʊnmənt/ *dt* 1. sự phế truất, sự truất ngôi 2. sự truất quyền.

detonate /'detəneit/ *dgt* [làm] nổ: *they detonated the bomb and destroyed the bridge* họ làm nổ quả bom và phá hủy chiếc cầu; *the bomb failed to detonate* quả bom không nổ.

detonation /,detə'neiʃn/ *dt* 1. sự nổ 2. tiếng nổ.

detonator /'detəneitə[r]/ *dt* ngòi nổ, kíp nổ.

detour[1] /'di:tʊə[r], (Mỹ di'tʊər)/ *dt* (Mỹ) đường vòng (để tránh một đoạn đường tắc nghẽn...): *we had to make a detour round the floods* chúng tôi đã phải đi vòng qua chỗ ngập lụt.

detour[2] /'di:tʊə[r], (Mỹ di'tʊər)/ *dgt* đi vòng: *we had to detour a road-block* chúng tôi đã phải đi vòng để tránh chỗ rào chắn đường.

detoxification /,di:tɒksifi'keiʃn/ *dt* sự giải độc.

detoxification centre /,di:tɒksifi'keiʃn ,sentə[r]/ trại cai nghiện (rượu, ma túy).

detoxify /,di:'tɒksifai/ *dgt* giải độc.

detract /di'trækt/ *dgt* (+ from) làm giảm, làm bớt (uy tín, giá trị...): *detract from merit* làm giảm công lao; *this unpleasant incident detracted from our enjoyment of the evening* sự cố khó chịu ấy đã làm cho buổi tối của chúng tôi bớt vui.

detraction /di'trækʃn/ *dt* sự gièm pha, sự đánh giá thấp.

detractor /di'træktə[r]/ *dt* người gièm pha.

detrain /,di:'trein/ *dgt* [cho] xuống xe lửa: *the troops detrain near the battle zone* quân lính xuống xe lửa gần vùng chiến sự.

detribalization, detribalisation /,di:trəbəlai'zeiʃn, (Mỹ di:traibəli'zeiʃn)/ *dt* sự giải thể bộ lạc.

detribalize, detribalise /,di:'traibəlaiz/ *đgt* giải thể bộ lạc.

detriment /'detrimənt/ *dt* **to the detriment of** có hại cho, phương hại đến: *he works long hours, to the detriment of his health* anh ta làm việc hàng mấy giờ liền, như thế là có hại cho sức khỏe; **without detriment to** không phương hại đến: *this tax cannot be introduced without detriment to the economy* thuế này được áp dụng thì không thể không phương hại đến nền kinh tế.

detrimental /,detri'mentl/ *tt* có hại: *the measures had a detrimental effect* những biện pháp ấy đã có tác động có hại; *activities detrimental to our interests* những hoạt động có hại cho quyền lợi của chúng ta.

detrimentally /,detri'mentəli/ *pht* [một cách] có hại: *detrimentally affected* bị ảnh hưởng có hại.

detritus /di'traitəs/ *dt* vật vụn (*như cát, sỏi...*) mảnh vụn (*rã ra*).

de trop /də'trəʊ/ *tt* (vị ngữ) (*tiếng Pháp*) thừa, không cần thiết: *their intimate conversation made me feel de trop* cuộc chuyện trò thân tình của họ làm cho tôi thấy sự có mặt của tôi là thừa.

deuce¹ /dju:s, (Mỹ du:s)/ *dt* **1.** mặt "nhị" (*con súc sắc*);

quân bài "hai" **2.** (*thể*) tỉ số bốn mươi đều (*chơi quần vợt*).

deuce² /dju:s, (Mỹ du:s)/ *dt* (*cũ, kng, trại*) **the deuce** (số *ít*) ma quỷ, trời (*để tỏ ý bực dọc*): *the deuce! I've lost my keys* trời, tôi mất chùm chìa khóa rồi; *who (what; where) the deuce is that?* kẻ khỉ nào vậy? cái quỷ gì thế? ở chỗ quái nào vậy? // **the deuce of a something** điều tồi tệ, điều kinh khủng: *I've got the deuce of a headache* tôi bị nhức đầu kinh khủng.

deuced¹ /dju:st, 'dju:sid, (Mỹ du:st)/ *tt* chết tiệt (*biểu thị sự bực dọc*): *where's that deuced boy?* thằng bé chết tiệt ấy đâu rồi?

deuced² /dju:st, 'dju:sid, (Mỹ du:st)/ *pht* rất, quá xá: *what deuced bad luck!* vận rủi quá xá!

deucedly /'dju:sidli, (Mỹ 'du:sidli)/ *pht* rất, quá xá.

Deutschmark /'dɔitʃma:k/ *dt* (vt **DM**) đồng mác (*của Đức*).

devaluation /,di:'vælju'eiʃn/ *tt* sự sụt giá (*tiền tệ*).

devalue /,di:'vælju:/ *đgt* **1.** làm sụt giá (*tiền tệ*) **2.** làm giảm giá trị: *criticism that devalues our work* lời phê phán làm giảm giá trị công trình của chúng tôi.

devastate /'devəsteit/ *đgt* **1.** tàn phá: *a house devastated by a bomb* ngôi nhà bị bom tàn phá **2.** làm choáng váng, làm rụng rời: *I was devastated by the news of the crash* tôi rụng rời khi nghe tin về vụ đụng xe ấy.

devastating /'devəsteitiŋ/ *tt* **1.** có sức tàn phá ghê gớm: *a devastating storm* cơn bão có sức tàn phá ghê gớm **2.** gây choáng váng, làm rụng rời; *devastating criticism* lời phê bình làm rụng rời **3.** (*kng*) rất hấp dẫn: *she*

looked very devastating cô ta trông rất hấp dẫn.

devastatingly /devəsteitiŋli/ *pht* **1.** với sức tàn phá ghê gớm **2.** gây choáng váng, làm rụng rời **3.** [một cách] rất hấp dẫn.

devastation /,devə'steiʃn/ *dt* sự tàn phá: *complete devastation* sự tàn phá hoàn toàn.

develop /di'veləp/ *đgt* **1.** (+ from, into) phát triển: *in less than ten years, it develops from a seed into a full-grown tree* trong chưa đầy mười năm, một hạt giống đã phát triển thành một cây trưởng thành; *the place has developed from a fishing port into a thriving tourist centre* nơi này đã phát triển từ một bến đánh cá thành một trung tâm du lịch thịnh vượng; *the child is developing well* đứa bé đang phát triển tốt; *the plot for the novel gradually developed in my mind* cốt truyện của cuốn tiểu thuyết dần dần phát triển trong trí óc tôi **2.** [làm cho] biểu lộ ra: *the car has developed signs of rust* chiếc xe đã cho thấy dấu hiệu bị gỉ; *symptoms of malaria developed* triệu chứng bệnh sốt rét đã biểu lộ rõ **3.** rửa, tráng (*phim ảnh*); hiện rõ (*nói về hình ảnh trên phim*) **4.** đầu tư khai thác: *the site is being developed by a London property company* địa điểm ấy đã được một công ty bất động sản ở Luân Đôn đầu tư khai thác.

developed /di'veləpt/ *tt* phát triển: *a highly developed system of agriculture* một hệ thống nông nghiệp phát triển cao; *she is well developed for her age* cô ta thật phát triển so với tuổi; *one of the less developed* *countries* một trong những nước kém phát triển.

developer /di'veləpə[r]/ *dt*
1. thuốc rửa ảnh 2. người đầu tư khai thác; công ty đầu tư khai thác.

developing /di'veləpiŋ/ *tt* đang phát triển: *a developing country* nước đang phát triển.

development /di'veləpmənt/ *dt* 1. sự phát triển: *the healthy development of children* sự phát triển khỏe mạnh của trẻ em; *encourage the development of small businesses* khuyến khích sự phát triển những doanh nghiệp nhỏ 2. phát triển mới, sản phẩm mới: *our electrically-powered car is an exciting new development* chiếc xe hơi chạy bằng điện của chúng tôi là một sản phẩm mới thú vị 3. giai đoạn mới, sự kiện mới: *the latest development in the continuing crisis* giai đoạn mới nhất trong cuộc khủng hoảng triền miên 4. khu đất có những tòa nhà mới xây dựng: *a commercial development on the outskirts of the town* khu thương mại mới xây ở vùng ngoại ô thành phố.

development area /di'veləpmənt,eəriə/ khu nghèo được khuyến khích xây dựng công nghiệp.

deviance /'di:viəns/, **deviancy** /'di:viənsi/ *dt* cách xử sự sai lệch.

deviant¹ /di:viənt/ *tt* xử sự sai lệch.

deviant² /'di:viənt/ *dt* người xử sự sai lệch.

deviate /'di:vieit/ *dgt* trệch, lệch: *the plane deviated from its usual route* máy bay bay trệch đường bay thường lệ; *deviate from the norm* đi trệch chuẩn mực.

deviation /,di:vi'eiʃn/ *dt* 1. (+ from) sự trệch, sự lệch: *there was little deviation from his usual routine* có sự sai lệch chút ít so với lề thói thường lệ của nó; *party ideologists accused her of deviation* các nhà tư tưởng của đảng kết tội chị ta là đi sai lệch đường lối 2. độ lệch: *a compas deviation of 5° độ lệch la bàn (so với chính bắc)* là 5 độ.

deviationism /,di:vi'eiʃənizəm/ *dt* thái độ trệch đường lối.

deviationist /,di:vi'eiʃənist/ *dt* người trệch đường lối.

device /di'vais/ *dt* 1. thiết bị, dụng cụ: *a device for measuring pressure* một thiết bị đo áp suất 2. *(van)* phép ẩn dụ 3. mưu chước, mưu kế, kế: *her illness is merely a device to avoid seeing him* cơn bệnh của cô ấy chỉ là một kế để tránh gặp anh ta 4. biểu tượng (của một gia đình quý phái). // **leave somebody to his own devices** x **leave¹**.

devil¹ /'devl/ *dt* 1. **the Devil** ma, quỷ: *he believes in devils and witches* nó tin ở ma quỷ và bọn phù thủy 2. *(kng)* người độc ác; người tai quái; con quỷ: *my niece is a little devil* con cháu gái tôi là một con bé tai quái 3. người, thằng, kẻ *(dùng để nhấn mạnh)*: *the lucky devil!* một kẻ may mắn làm sao! // **be a devil** *(kng, đùa)* đồ quỷ *(dùng để khuyến khích ai còn chần chừ)*: *go on, be a devil, tell me what they said* nào, đồ quỷ, nói tiếp đi, hãy kể cho tao nghe họ đã nói những gì; **better the devil you know** x **better²**; **between the devil and the deep [blue] sea** lâm vào cảnh tiến thoái lưỡng nan; **the devil** cái quái gì *(dùng để nhấn mạnh trong câu hỏi)*: *what the devil is that?* cái quái gì thế?; *who the devil is that?* thằng quái nào thế?; *where the devil is that?* chỗ quái nào vậy?; **the [very] devil** việc khó khăn, việc khó chịu: *this job is the very devil* công việc này thật là khó khăn; *these pans are the [very] devil to clean* những cái chảo này mà cọ rửa thì thật là việc khó khăn đấy; **the devil looks after his own** ngồi mát ăn bát vàng; **the devil makes work for idle hands** nhàn cư vi bất thiện; **the devil's own luck** dịp may rất lớn; **the devil take the hindmost** tự lo lấy thân; **give the devil his due** công minh đối với cả những người không đáng; **go to the devil!** *(cũ)* quỷ tha ma bắt mày đi!; **have a (the) devil of a job doing something** *(kng)* đang gặp công việc khó khăn: *I'm having a devil of a job fixing my car* tôi sửa chữa xe đang gặp khó khăn lúng túng đây; **like the devil** *(kng)* như ma đuổi, cật lực: *run like the devil* chạy như ma đuổi; *work like the devil* làm việc cật lực; **needs must when the devil drives** x **needs**; **play the devil with something** *(kng)* làm nặng thêm, làm xấu thêm: *cold weather plays the devil with my rheumatism* trời lạnh làm cho chứng thấp khớp của tôi nặng thêm; **speak (talk) of the devil** *(kng)* thiêng thế vừa nhắc đến đã thấy lù lù xuất hiện; **there'll be the devil to pay** sẽ phiền phức đấy: *there'll be the devil to pay if you scratch my car* *(kng)* anh mà làm xước xe tôi thì sẽ phiền phức đấy; **the world, the flesh and the devil** x **world**.

devil² /'devl/ *dgt* (-ll; *Mỹ* -l-)
1. tẩm ca ri nướng, tẩm mù
tạt nướng: *devilled turkey*
gà tây tẩm ca ri nướng **2.**
devil for somebody *(Anh)* làm
phụ tá *(cho một luật sư).*

devilish¹ /'devəliʃ/ *tt* quỷ
quái, độc ác: *devilish cun-
ning* xảo trá quỷ quái.

devilish² /'devəliʃ/ *pht (cũ,
kng)* hết sức: *devilish hot*
nóng hết sức.

devilishly /'devəliʃli/ *pht*
[một cách] quỷ quái, [một
cách] độc ác.

devilishness /'devəliʃnis/ *dt*
tính quỷ quái, tính độc ác.

devil-may-care /,devlme-
'keə[r]/ *tt* liều mạng.

devilment /'devlmənt/ *dt
(cg* **devilry** /'devlri/) **1.** sự tinh
quái **2.** trò tinh quái.

devious /'di:viəs/ *tt* **1.** không
ngay thẳng, ranh ma: *get
rich by devious means* làm
giàu bằng thủ đoạn ranh
ma **2.** quanh co, vòng vèo:
a devious path con đường
quanh co.

deviously /'di:viəsli/ *pht* **1.**
[một cách] không ngay
thẳng, [một cách] ranh ma
2. [một cách] quanh co, [một
cách] vòng vèo.

deviousness /'di:viəsnis/ *dt*
1. sự không ngay thẳng, sự
ranh ma **2.** sự quanh co, sự
vòng vèo.

devise /di'vaiz/ *dgt* nghĩ ra,
đặt ra *(kế hoạch...);* sáng
chế: *devise a scheme for re-
developing the city centre* đặt
kế hoạch tái phát triển khu
trung tâm thành phố; *devise
a new type of transistor* sáng
chế một kiểu bóng bán dẫn
mới.

**devitalization, devitalisa-
tion** /,di:,vaitəlai'zeiʃn, *(Mỹ*
di:,vaitəli'zeiʃn/ *dt* sự làm
hao sinh lực, sự làm suy
nhược.

devitalize, devitalise /,di:-
'vaitəlaiz/ *dgt* làm hao sinh
lực, làm suy nhược: *a nation
devitalized by a sustained
war effort* một nước suy
nhược đi vì phải cố gắng
kéo dài trong chiến tranh.

devoid /di'vɔid/ *tt (vị ngữ)*
devoid of something không có
cái gì, hoàn toàn thiếu cái
gì: *a criminal utterly devoid
of conscience* một tội phạm
không có chút lương tâm.

devolution /,di:və'lu:ʃn, *(Mỹ*
devə'lu:ʃn)/ *dt* sự trao, sự
chuyển giao *(quyền từ chính
quyền trung ương về chính
quyền địa phương).*

devolve /di'vɔlv/ *dgt* **1.**
(+ on, upon) chuyển giao
*(nói về công việc, quyền
hành):* *when the President
is ill, his duties devolve upon
the Vice-President* khi tổng
thống ốm, nhiệm vụ được
chuyển giao cho phó tổng
thống **2.** trao cho: *more
power is to be devolved to
regional government* chính
quyền địa phương cần được
trao cho nhiều quyền hạn
hơn nữa.

devote /di'vəut/ *dgt* hiến
dâng, dành hết cho: *devote
oneself to a noble cause* hiến
dâng đời mình cho một sự
nghiệp cao cả; *devote all
one's efforts to one's task*
dồn hết mọi cố gắng vào
nhiệm vụ.

devoted /di'vəutid *tt* (+ to)
hết lòng, tận tâm, tận tụy:
she is devoted to her children
bà ta hết lòng với các con;
a devoted friend một người
bạn tận tâm.

devotedly /di'vəutidli/ *pht*
[một cách] hết lòng, [một
cách] tận tâm, [một cách]
tận tụy.

devotee /,devə'ti:/ *dt* **1.**
người hâm mộ; người say
mê: *a devotee of sport* người
hâm mộ thể thao; *a devotee
of music* người say mê âm
nhạc **2.** người sùng đạo: *a
devotee to Buddhism* một
người sùng đạo Phật.

devotion /di'vəuʃn/ *dt* **1.**
lòng thương yêu sâu sắc; sự
tận tụy; lòng trung thành:
*a mother's devotion to her
children* lòng thương yêu
sâu sắc của mẹ đối với con;
devotion to duty sự tận tụy
với nhiệm vụ; *our devotion
to our leader* lòng trung
thành của chúng tôi đối với
lãnh tụ **2.** lòng sùng đạo:
a life of great devotion một
đời sống sùng đạo sâu sắc
3. sự cầu kinh; sự lễ bái:
a priest at his devotions một
linh mục đang cầu kinh.

devotional /di'vəuʃənl/ *tt*
[dùng trong] lễ bái: *devo-
tional literature* văn liệu lễ
bái.

devour /di'vauə[r]/ *dgt* **1.** ăn
ngấu nghiến: *the lion de-
voured the deer* con sư tử
ăn ngấu nghiến con hươu
2. đọc ngấu nghiến; nhìn
hau háu: *she devoured the
new detective story* cô ta đọc
ngấu nghiến cuốn truyện
trinh thám mới **3.** tàn phá,
thiêu hủy: *fire devoured a
huge area of forest* lửa đã
thiêu hủy một vùng rừng
rộng lớn.

devout /di'vaut/ *tt* **1.** mộ
đạo, sùng đạo **2.** chân thành;
nhiệt tình: *a devout hope*
một hy vọng chân thành.

devoutly /di'vautli/ *pht* **1.**
[một cách] sùng đạo **2.** [một
cách] chân thành; [một
cách] nhiệt tình.

devoutness /di'vautnis/ *dt*
1. lòng sùng đạo **2.** sự chân
thành, sự nhiệt tình.

dew /dju:, *(Mỹ* du:)/ *dt*
sương.

D

dewdrop /'dju:drɒp, (Mỹ 'du:drɒp)/ dt giọt sương, hạt sương.

dewlap /'dju:læp, (Mỹ 'du:læp)/ dt yếm (bò).

dewy /'dju:i, (Mỹ 'du:i) tt ướt sương, dẫm sương.

dewy-eyed /,dju:i'aid, (Mỹ ,du:i'aid)/ tt khờ khạo.

dexterity /dek'sterəti/ dt sự khéo tay; tài khéo léo: *manage the whole affair with great dexterity* thu xếp toàn bộ công việc một cách rất khéo léo.

dexterous, dextrous /'dekstrəs/ tt khéo, khéo tay; khéo léo: *she's very dexterous with the knitting needles* chị ta đan rất khéo tay; *a dextrous movement* một động tác khéo léo.

dexterously, dextrously /'dekstrəsli/ pht [một cách] khéo tay; [một cách] khéo léo.

dextrose /'dekstrəus, 'dekstrəuz/ dt (hóa) dextroza (một loại dường).

dextrous /'dekstrəs/ tt nh dexterous.

dextrously /'dekstrəsli/ pht nh dextrously.

DG /,di:'dʒi/ 1. (vt của tiếng La tinh Del Gratia) nhờ ơn Chúa (ghi trên đồng tiền) 2. (vt của Deo Gratia) ơn Chúa 3. (vt của director - general) tổng giám đốc.

dhoti /'dəuti/ dt cái khố (của người đàn ông Ấn Độ).

dhow /dau/ dt thuyền A-rập một cột buồm.

DHSS /,di:eitʃes'es/ (Anh) (vt của Department of Health and Social Security) bộ y tế và bảo hiểm xã hội.

di- tiền tố 1. (cùng với dt) hai, song, đôi: *dicotyledon* cây hai lá mầm 2. (hóa) (cùng với dt trong tên hóa chất) đi (hai): *dioxyde* đioxyt; *dichromate* dicromat.

diabetes /,daiə'bi:ti:z/ dt (y) bệnh đái đường.

diabetic[1] /,daiə'betik/ tt (y) [thuộc] đái đường.

diabetic[2] /,daiə'betik/ dt (y) bệnh nhân đái đường.

diabolic /,daiə'bɒlik/ tt 1. [thuộc] ma quỷ; như ma quỷ 2. độc ác, hiểm độc.

diabolical /,daiə'bɒlikl/ tt 1. nh diabolic 2. (Anh, kng) tồi: *the film was diabolical* bộ phim tồi quá.

diabolically /,daiə'bɒlikli/ pht 1. [một cách] độc ác, [một cách] hiểm độc 2. [một cách] tồi tệ.

diacritic[1] /,daiə'kritik/ tt (cg **diacritical** /,daiə'kritikl/) *diacritical mark* (ngôn) dấu phụ.

diacritic[2] /,daiə'kritik/ dt (ngôn) dấu phụ.

diadem /'daiədem/ dt vương miện.

diaeresis (cg **dieresis**) /dai-'erəsis/ dt (snh **diaereses**) (ngôn) dấu tách đôi, dấu hai chấm (như trong từ naive).

diagnose /'daiəgnəuz, (Mỹ daiəg'nəus)/ dgt chẩn đoán (bệnh): *the doctor diagnosed measles* bác sĩ chẩn đoán là bệnh sởi; *diagnosed the tumour as benign* chẩn đoán khối u là u lành.

diagnosis /,daiəg'nəusis/ dt (snh **diagnoses** /,daiəgnəu-si:z/) sự chẩn đoán; lời chẩn đoán; kết quả chẩn đoán: *a doctor skilled in diagnosis* một bác sĩ có tài chẩn đoán; *accurate diagnosis of an electrical fault* sự phán đoán chính xác về nguyên nhân một vụ hỏng điện.

diagnostic /,daiəg'nɒstik/ tt chẩn đoán: *diagnotic skill* tài chẩn đoán; *symtoms that were of little diagnostic value* những triệu chứng ít có giá trị về mặt chẩn bệnh.

diagonal[1] /dai'ægənl/ tt chéo: *diagonal cloth* vải chéo go.

diagonal[2] /dai'ægənl/ dt đường chéo.

diagonally /dai'ægənəli/ pht [theo đường] chéo.

diagram /'daiəgræm/ dt biểu đồ.

diagrammatic /,daiəgrə'mætik/ tt [thuộc] biểu đồ; bằng biểu đồ: *a diagrammatic representation of a molecule* mô hình trình bày cấu trúc một nguyên tử bằng biểu đồ.

diagrammatically /,daiəgrə'mætikli/ pht bằng biểu đồ.

dial[1] /'daiəl/ dt 1. mặt đồng hồ (đồng hồ chỉ giờ, đồng hồ đo đếm điện...) 2. đĩa số (máy điện thoại...).

dial[2] /'daiəl/ dgt (-ll-, Mỹ -l-) quay số (điện thoại): *dial 014232560* quay số điện thoại 014232560; *dial the operator* quay số gọi tổng đài.

dialecte /'daiəlekt/ dt (ngôn) phương ngữ.

dialectal /'daiəlektl/ tt [thuộc] phương ngữ: *dialectal differences between two areas* những khác biệt về phương ngữ giữa hai miền.

dialectic /,daiə'lektik/ dt (cg **dialectics**) (dgt số ít) phép biện chứng.

dialectical /,daiə'lektikl/ tt biện chứng: *dialectical method* phương pháp biện chứng.

dialectically /,daiə'lektikli/ pht [một cách] biện chứng.

dialectical materialism /daiə,lektikl mə'tiəriəlizəm/ dt duy vật biện chứng.

dialectician /,daiəlek'tiʃn/ dt nhà biện chứng.

dialling code /'daiəliŋkəʊd/ mã số điện thoại: *the dialling code for the Hanoi area is 04* mã số điện thoại của khu vực Hà Nội là 04.

dialling tone /'daiəliŋtəʊn/ tiếng tuýt tuýt báo đường dây điện thoại đã thông (*và có thể bắt đầu gọi số muốn gọi*).

dialogue (*Mỹ* cg **dialog**) /'daiəlog, (*Mỹ* 'daiələ:g)/ *dt* đối thoại: *a novel with long description and little dialogue* một cuốn tiểu thuyết miêu tả dài dòng nhưng ít có những đoạn đối thoại; *more dialogue between world leaders is needed* cần có nhiều cuộc đối thoại hơn nữa giữa các nhà lãnh đạo trên thế giới.

dialysis /,dai'ælisis/ *dt* (*hóa, y*) sự thẩm tích: *renal dialysis* thẩm tích thận.

diamanté /diə'mænti, diə'montei/ *tt* lóng lánh phấn pha lê (*hoa tai...*): *diamanté earrings* hoa tai lấp lánh phấn pha lê.

diameter /dai'æmitə[r]/ *dt* đường kính: *the diameter of a tree-trunk* đường kính của một thân cây; *a lens that magnifies 20 diameters* thấu kính có độ phóng to hai mươi lần.

diametrical /,daiə'metrikl/ *tt* [thuộc] đường kính; theo đường kính.

diametrically /,daiə'metrikli/ *pht* hoàn toàn: *my ideas are diametrically opposed to hers* ý kiến tôi hoàn toàn ngược với ý kiến cô ta.

diamond /'daiəmənd/ *dt* **1.** kim cương **2.** dao cắt kính **3.** hình thoi: *diamond panes* cửa kính hình thoi **4.** (*snh*) hoa rô: *the six of diamonds* lá bài sáu rô **5.** (*Mỹ*) sân bóng chày. // **a rough diamond**

người bản chất tốt nhưng thô lỗ.

diamond jubilee /,daiəmənd 'dʒu:bili:/ kỷ niệm 60 năm.

diamond wedding /,daiəmənd'wediŋ/ lễ cưới kim cương (*kỷ niệm 60 năm ngày cưới*).

diaper /'daiəpə[r], (*Mỹ* cg 'daipər)/ *dt* **1.** vải kẻ hình thoi **2.** (*Mỹ*) *nh* nappy.

diaphanous /dai'æfənəs/ *tt* mịn và gần như trong suốt: *a diaphanous veil* chiếc mạng che mặt mịn và gần như trong suốt.

diaphragm /'daiəfræm/ *dt* **1.** (*giải*) cơ hoành **2.** cửa điều sáng (*ở máy ảnh*) **3.** vành chắn, điapham (*ở điện thoại...*) **4.** (cg **Dutch cap, cap**) bao cao su tránh thai.

diaphragm pessary /'daiəfræm,pesəri/ *x* pessary.

diarrhoea (*Mỹ*) **diarrhea** /,daiə'riə/ *dt* (*y*) bệnh ỉa chảy, bệnh tiêu chảy.

diarist /'daiərist/ *dt* người ghi nhật ký.

diary /'daiəri/ *dt* nhật ký.

Diaspora /dai'æspərə/ *dt* **the Diaspora** sự định cư người Do Thái; vùng định cư người Do Thái.

diastase /'daiəsteis/ *dt* (*sinh*) điataza (*chất men*).

diatom /'daiətem, (*Mỹ* 'daiətɒm)/ *dt* (*thực*) tảo vỏ.

diatonic /,daiə'tɒnik/ *tt* (*nhạc*) [thuộc] âm nguyên: *diatonic scale* gam [âm] nguyên.

diatribe /'daiətraib/ *dt* lời chỉ trích kịch liệt; bài công kích kịch liệt.

dibber /'dibə[r]/ *dt* x dibble[1].

dibble[1] /'dibl/ *dt* (cg **dibber**) dụng cụ đào lỗ trồng cây (*tra hạt*).

dibble[2] /'dibl/ *dgt* **dibble something in** đào lỗ trồng cây (*tra hạt*).

dice[1] /dais/ *dt* (*snh kđổi*) **1.** con súc sắc **2.** trò chơi súc sắc. // **load the dice** x load[2]; **no dice** (*lóng, Mỹ*) không được đâu: *"shall we change the plan?" "no dice, we'll stick with the original one"* "chúng ta sẽ đổi kế hoạch chứ?" "không được đâu, chúng ta sẽ giữ nguyên như trước".

dice[2] /dais/ *dgt* **1.** chơi súc sắc **2.** thái hạt lựu (*thịt...*). // **dice with death** (*kng*) liều mạng.

dicey /'daisi/ *tt* (**dicier, diciest**) (*kng*) liều lĩnh, nguy hiểm: *the fog made driving a bit dicey* sương mù làm cho việc lái xe có phần nguy hiểm.

dichotomy /dai'kɒtəmi/ *dt* sự phân đôi, sự rẽ đôi: *the growing dichotomy between the opponents and supporters of nuclear weapons* sự phân đôi ngày càng tăng giữa những người phản đối và những người ủng hộ vũ khí hạt nhân.

dicier /'daisiə[r]/, **diciest** /'daisiəst/ *tt* x dicey.

dick /dik/ *dt* **1.** (*kng*) dương vật **2.** (*Mỹ, kng, cổ*) cảnh sát điều tra.

dickens /'dikinz/ *dt* **the dickens** (*kng, trại*) quỷ, ma quỷ (*dùng để nhấn mạnh, đặc biệt là trong câu hỏi*): *what the dickens is that?* cái quỷ gì thế?

Dickensian /di'kenziən/ *tt* [thuộc] tiểu thuyết của Dickens; như tiểu thuyết của Dickens: *a Dickensian slum* một khu nhà ổ chuột như kiểu Dickens hay mô tả.

dicker /'dikə[r]/ *dgt* mặc cả: *she dickered [with the shop-*

keeper for the best fruit] chị ta mặc cả với nhà hàng để mua loại trái cây ngon nhất.

dickier /'dikiə[r]/, **dickiest** /'dikiəst/ *tt x* dicky².

dicky¹ (*cg* **dickey**) /'diki/ *dt* (*kng*) **1.** (*cg* **dicky-seat**) (*Anh, cũ*) ghế phụ ở phía sau xe (*xe hai chỗ ngồi kiểu cổ*) **2.** (*cũ*) vạt ngực áo sơmi.

dicky² /'diki/ *tt* (**-ier; -iest**) (*Anh, cũ, kng*) yếu, ọp ẹp: *that ladder looks a bit dicky* chiếc thang kia trông hơi ọp ẹp; *have a dicky heart* yếu tim.

dicky-bird /'dikibɜ:d/ *dt* (*ngôn ngữ nhi đồng*) con chim. // **not say a dickybird** *x* say¹.

dicky-seat /'dikisi:t/ *dt x* dicky¹ 1.

dicotyledon /,daikɒtə'li:dən/ *dt* (*thực*) cây hai lá mầm.

dicta /'diktə/ *dt snh của* dictum.

dictaphone /'diktəfəʊn/ *dt* máy ghi âm đọc.

dictate¹ /dik'teit, (*Mỹ* 'dik-teit)/ *dgt* **1.** đọc cho viết; đọc chính tả: *the teacher dictated a passage to the class* thầy giáo đọc một đoạn cho lớp chép; *dictate a letter to one's secretary* đọc bức thư cho thư ký ghi lại **2.** ra (*lệnh; điều kiện*): *dictate terms to a defeated enemy* ra điều kiện cho kẻ địch đã bị đánh bại.

dictate to somebody (*chủ yếu dùng ở dạng bị động*) ra lệnh, sai khiến: *I refuse to be dictated to by you* tôi không chịu để ông sai khiến.

dictate² /'dikteit/ *dt* (*thường snh*) mệnh lệnh; tiếng gọi: *the dictates of conscience* tiếng gọi của lương tâm.

dictation /dik'teiʃn/ *dt* **1.** sự đọc cho viết; sự đọc chính tả **2.** bài chính tả: *three*

English dictations ba bài chính tả tiếng Anh.

dictator /dik'teitə[r], (*Mỹ* 'dikteitər)/ kẻ độc tài.

dictatorial /,diktə'tɔ:riəl/ *tt* độc tài.

dictatorially /,diktə'tɔ:riəli/ *pht* [một cách] độc tài.

dictatorship /dik'teitəʃip/ *dt* **1.** chế độ độc tài; nền chuyên chính: *dictatorship of the proletariat* nền chuyên chính vô sản **2.** chức vị kẻ độc tài.

diction /'dikʃn/ *dt* cách diễn đạt, cách chọn lời, cách chọn từ: *clarity of diction is vital for a public speaker* diễn đạt rõ ràng sáng sủa là cốt tử đối với người nói trước công chúng.

dictionary /'dikʃənri, (*Mỹ* 'dikʃəneri)/ *dt* từ điển: *an English dictionary* từ điển tiếng Anh; *a dictionary of architecture* từ điển kiến trúc; *a walking (living) dictionary* từ điển sống, người học rộng biết nhiều.

dictum /'diktəm/ *dt* (*snh* **dictums, dicta**) **1.** châm ngôn, **2.** lời phát biểu ý kiến chính thức (*nhất là của quan tòa trước tòa*).

did /did/ *qk của* do.

didactic /di'dæktik, dai-'dæktik/ *tt* **1.** để dạy học: *didactic methods* phương pháp dạy học **2.** (*thường xấu*) như kiểu lên lớp: *I don't like her didactic way of explaining everything* tôi không thích cái lối giải thích mọi thứ như là kiểu lên lớp của chị ta.

didactically /di'dæktikli, dai'dæktikli/ *pht* **1.** để dạy học **2.** như kiểu lên lớp.

diddle /'didl/ *dgt* **diddle somebody [out of something]** (*kng*) lừa gạt, lừa đảo: *I have been diddled! half on*

these tomatoes are bad tôi đã bị lừa! một nửa số cà chua này đều hỏng cả rồi.

didn't /'didnt/ *dạng rút ngắn của* did not.

die¹ /dai/ *dt* khuôn rập.

die² /dai/ *dgt* (**died; dying**) **1.** chết, từ trần: *die in a battle* chết trận, tử trận; *die by one's own hand* tự tử; *die for one's country* chết cho đất nước; *die a glorious death* chết một cái chết vinh quang **2.** mất đi, tắt đi, tàn lụi đi: *great deeds can't die* những việc làm vĩ đại không thể mất đi được; *the secret will die with him* anh ta mất đi, mang theo cả điều bí mật; *the flame died* lửa tắt. // **be dying for something (to do something)** muốn chết đi được, rất muốn: *she's dying to know where you've been* cô ta rất muốn biết anh đã ở đâu; *I'm dying for something to eat* tôi đang thèm ăn tý gì đến chết đi được; **die the death** (*đùa*) chết luôn, tắt ngấm: *after getting bad reviews the play quickly died the death* sau khi bị phê bình là dở vở kịch tắt ngấm luôn; **die hard** khó mà mất đi được; *old habits die hard* thói quen cũ khó mà bỏ đi được; **die in one's bed** chết già; chết bệnh; **die in harness** chết trong khi đương nhiệm; **die laughing** (*kng*) cười thắt cả ruột; **die (fall, drop) like flies** *x* fly¹; **die with one's boots on (in) one's boots** chết khi còn cường tráng lanh lợi; **one's last (dying) breath** *x* breath; **never say die** *x* say¹.

die away tàn lụi, tắt dần, tan biến đi: *the noise of the car died away in the distance* tiếng ồn của xe tắt dần ở đằng xa; *the breeze has died away* gió lặng đi; **die down**

yếu dần, mờ dần, tắt dần: *flames dying down* ngọn lửa tắt dần; *pain dying down* đau dịu dần; **die off** chết dần chết mòn: *the members of the family had all died off* những người trong gia đình chết dần chết mòn đi; **die out** a/ chết hết, chết sạch: *the moth's habitat is being destroyed and it has nearly died out* nơi sống của nhộng bị phá hủy và nhộng hầu như chết sạch b/ mất đi, mất hẳn *(phong tục...)*: *the old traditions are dying out* những tục cổ đang mất dần.

die³ /dai/ *dt (cũ)* nh dice¹. // **the die is cast** ván đã đóng thuyền; **straight as a die (an arrow)** x straight¹.

die-cast /'daikɑ:st/ *tt* đúc bằng khuôn ép, ép khuôn: *die-cast toys* đồ chơi ép khuôn.

die-hard /'daihɑ:d/ *dt* kẻ ngoan cố đến cùng: *a die-hard conservative* kẻ bảo thủ ngoan cố đến cùng.

dieresis /dai'erəsis/ *dt (Mỹ)* x diaeresis.

diesel /'di:zl/ *dt* 1. *(cg diesel engine)* động cơ điezen 2. *(cg diesel fuel, diesel oil)* dầu điezen.

diesel engine /'di:zl,endʒin/ x diesel 1.

diesel fuel /'di:zl,fju:əl/ x diesel 2.

diesel oil /'di:zl,ɔil/ x diesel 2.

diesel-electric /,di:zli'lek-trik/ *tt* [chạy bằng] điện điezen *(động cơ)*.

diet¹ /'daiət/ *dt* 1. đồ ăn thường ngày *(của một người, một cộng đồng)*: *the Japanese diet of rice, vegetables and fish* đồ ăn thường ngày gồm có cơm, rau và cá của người Nhật 2. *(y)* chế độ ăn uống; chế độ ăn kiêng: *a salt-free diet* chế độ ăn kiêng

không có muối 3. *(số ít)* **diet of something** sự thừa thãi đến mức làm chán ngấy: *the constant diet of soap operas on TV* sự thừa thãi các mục kịch Muôn mặt đời thường trên TV đến mức làm chán ngấy. // **[be (go; put) somebody] on a diet** ăn kiêng: *the doctor says I've got to go on a diet* bác sĩ bảo tôi phải theo chế độ ăn kiêng.

diet² /'daiət/ *dgt* [bắt] ăn kiêng: *you ought to diet and take more exercise* anh phải ăn kiêng và tập thể dục nhiều hơn nữa.

diet³ /'daiət/ *dt* 1. hội nghị chính trị; hội nghị tôn giáo 2. *(thường* **Diet***)* nghị viện *(ở một số nước)*.

dietary /'daiətəri, *(Mỹ* 'daiəteri)/ *tt* ăn kiêng: *dietary rules* những quy định ăn kiêng.

dietetic /,daiə'tetik/ *tt* [thuộc] chế độ ăn uống.

dietetics /,daiə'tetiks/ *dt* khoa ăn uống.

dietician, dietitian /,daiə'tiʃn/ *dt* thầy thuốc chuyên khoa ăn uống.

differ /'difə[r]/ *dgt* 1. (+ from) khác, không giống: *in this respect, French differs from English* về phương diện này tiếng Pháp khác tiếng Anh 2. (+ with, from; about, on) không đồng ý, bất đồng: *I'm sorry to differ with you on that* tôi rất tiếc là không đồng ý được với anh về vấn đề đó; *we differ on many things* chúng tôi không đồng ý với nhau về nhiều thứ. // **agree to differ** x agree; **I beg to differ** x beg.

difference /'difrəns/ *dt* 1. **difference [between A and B]; difference [in (of) something]** sự khác nhau: *the marked difference between the two chil-*

dren sự khác nhau rõ rệt giữa hai đứa bé; *a difference in age* sự khác nhau về tuổi; *we measured the difference[s] in temperature* chúng tôi đo sự khác nhau về nhiệt độ 2. **difference [between A and B] (over something)** sự bất đồng; mối bất hòa: *settle your differences and be friends again* hãy giải quyết mối bất hòa giữa các anh với nhau và làm bạn lại với nhau đi. // **as near as makes no difference** x near³; **make a (some) difference [to somebody (something)]** a/ không tác động gì đến: *the rain didn't make much difference [to the game]* mưa chẳng tác động gì đến trận đấu b/ có ý nghĩa quan trọng đến, thành vấn đề đối với: *I won't make much difference whether you go today or tomorrow* anh đi hôm nay hay mai đi thì cũng chẳng thành vấn đề đối với tôi; **make a difference between** đối xử khác nhau: *she makes no difference between her two sons* bà ta đối xử như nhau đối với hai cậu con trai của bà; **sink one's differences** x sink¹; **split the difference** x split¹; **with a difference** *(tiếp sau dt)* đặc biệt, khác thường: *she is a singer with a difference* chị ta là một ca sĩ khác thường.

different /'difrənt/ *tt* 1. khác: *be different from (to; than)...* khác với; *the same product with a different name* cùng sản phẩm ấy dưới một cái tên khác 2. khác nhau, nhiều: *at different times* vào những lúc khác nhau; nhiều lần. // **[as] different as chalk and (from) cheese** hoàn toàn khác nhau: *a very different kettle of fish (kng)* người (vật) hoàn toàn khác với người (vật) đã nói đến ở trên; **know different** x know¹; **sing a different song (tune)** x sing.

differently /'difrəntli/ *pht* [một cách] khác, [một cách] khác biệt: *think quite differently* nghĩ hoàn toàn khác.

differential¹ /,difə'renʃl/ *tt* khác nhau, chênh lệch: *differential duties* mức thuế chênh lệch; *differential treatment of applicants for job* cách xử lý khác nhau đối với những người xin việc *(tùy theo quá trình đào tạo...).*

differential² /,difə'renʃl/ *dt* 1. (cg **differential wage**) sự chênh lệch về mức lương *(ví dụ như giữa nam và nữ)* 2. (cg **differential gear**) truyền động vi sai.

differential calculus /,difərenʃl 'kælkjuləs/ phép tính vi phân.

differential gear /,difərenʃl 'giə[r]/ x differential² 2.

differential wage /,difərenʃl 'weidʒ/ x differential² 1.

differentiate /,difə'renʃieit/ *dgt* 1. phân biệt: *can you differentiate one variety from another?; can you differentiate between the two varieties?* anh có phân biệt được thứ này với thứ kia không? (phân biệt hai thứ với nhau không?) 2. phân biệt đối xử: *this company does not differentiate between men and women, everyone is paid at the same rate* công ty này không phân biệt đối xử nam với nữ, mọi người đều được trả lương theo mức công việc.

differentiation /,difərenʃi'eiʃn/ *dt* 1. sự phân biệt 2. sự phân biệt đối xử.

difficult /'difikəlt/ *tt* 1. khó, khó khăn: *a difficult problem* một vấn đề khó; *he*

finds it difficult to stop smoking anh ta thấy khó mà bỏ thuốc lá; *this mountain is difficult to climb; it is difficult to climb this mountain* núi này khó mà leo lên được 2. khó tính, khó làm vừa lòng *(người)*: *a difficult customer* một khách hàng khó tính. // **easy (difficult) to approach** x approach².

difficulty /'difikəlti/ *dt* 1. sự khó khăn: *do something without difficulty* làm điều gì chẳng gặp khó khăn; *we had no difficulty [in] finding the house* chúng tôi tìm ra ngôi nhà chẳng khó khăn gì 2. *(thường snh)* điều khó khăn, điều trở ngại: *she met with many difficulties when travelling* chị ta gặp nhiều khó khăn trong khi đi đường; *financial difficulties* những khó khăn về tài chính.

diffidence /'difidəns/ *dt* sự thiếu tự tin, sự nhút nhát: *an able but diffident young student* một sinh viên trẻ có khả năng nhưng thiếu tự tin.

diffident /'difidənt/ *tt* **diffident about something** thiếu tự tin, nhút nhát: *don't be so diffident about your talents* đừng thiếu tự tin như thế vào tài năng của mình.

diffidently /'difidəntli/ *pht* [một cách] thiếu tự tin, [một cách] nhút nhát.

diffract /di'frækt/ *dgt* (lý) làm nhiễu xạ.

diffraction /di'frækʃn/ *dt* (lý) sự nhiễu xạ.

diffuse¹ /di'fju:z/ *dgt* 1. truyền, đồn *(tin)*; truyền bá, phổ biến: *diffuse knowledge* truyền bá kiến thức; *he diffuses enthusiasm all around him* ông ta truyền nhiệt tình ra quanh mình 2.

(lý) khuếch tán *(ánh sáng, chất lỏng).*

diffuse² /di'fju:s/ *tt* 1. khuếch tán: *diffuse light* ánh sáng khuếch tán 2. miên man, dài dòng; *a diffuse style* văn phong miên man.

diffusely /di'fju:sli/ *pht* 1. [một cách] khuếch tán 2. [một cách] miên man dài dòng.

diffuseness /di'fju:snis/ *dt* 1. sự khuếch tán 2. sự miên man dài dòng.

diffusion /di'fju:zn/ *dt* 1. sự truyền bá, sự phổ biến: *the diffusion of knowledge through books and lectures* sự truyền bá kiến thức qua sách báo và các cuộc nói chuyện 2. sự khuếch tán.

dig¹ /dig/ *dgt* (**dug**) 1. đào, bới: *they are digging through the hill to make a tunnel* họ đang đào xuyên đồi để xây một đường hầm; *dig the soil away from the bottom of the wall* bới đất ở chân tường đi; *we are digging for mineral deposits* chúng tôi đang đào bới để tìm quặng 2. (*cũ, kng*) a/ thích, khoái: *I don't dig modern jazz* tôi không khoái nhạc jazz hiện đại b/ hiểu: *you dig?* hiểu không?. // **dig one's heels (toes) in** bướng bỉnh, ngoan cố; **dig somebody in the ribs** thúc mạnh vào sườn ai; **dig one's own grave** tự đào huyệt chôn mình.

dig in; dig into something (kng) ăn ngấu nghiến; **dig something in; dig something into something** a/ trộn và vùi sâu: *the manure should be well dug in* phân cần được trộn kỹ và vùi sâu vào đất b/ thúc, thọc: *dig a fork into a pie* thọc chiếc dĩa vào chiếc bánh pa-tê; *the rider dug his spurs into the horse's flank* người cưỡi ngựa thúc đinh thúc vào sườn con ngựa; **dig oneself in** a/ (quân) đào hầm trú ẩn b/ (kng) củng cố vị thế: *he has dug himself in well at the college now* bây giờ ông ta đã củng cố vị thế yên ổn ở trường đại học rồi; **dig somebody [something] out [of something]** a/ đào ra, bới ra: *they dig the potatoes out [of the ground]* họ đào khoai [từ dưới đất lên]; *he was buried by an avalanche and had to be dug out* anh ta bị tuyết lở chôn vùi và cần phải được bới ra b/ thu thập, có được: *dig information out of books and reports* thu thập thông tin qua các sách vở và các bản báo cáo c/ (kng) moi ra: *dig out an old photo from the drawer* moi được từ ngăn kéo một bức ảnh cũ; **dig something over** cuốc xới: *dig the garden over* cuốc xới vườn; **dig something up** a/ vỡ (đất) bằng cách đào xới: *dig up land for a new garden* vỡ đất làm khu vườn mới b/ búng đi: *we dug up the tree by its roots* chúng tôi đào búng cả rễ cây lên c/ khai quật: *an old Greek statue was dug up here last month* một pho tượng Hy Lạp cổ đã được khai quật tháng trước tại đây d/ bới móc, phanh phui: *newspaper love to dig up scandal* báo chí thích bới móc những vụ bê bối tai tiếng.

dig² /dig/ *dt* **1.** sự thúc; cú thúc: *give somebody a dig in the ribs* thúc vào sườn ai **2.** lời chỉ trích cay độc: *she made mean little digs at him* cô ta chỉ trích anh ấy một cách nhỏ nhen cay độc **3.** sự đào, sự bới **4.** khu khai quật.

digest¹ /'daidʒest/ *dt* sách tóm tắt: *a digest of the week's news* bản tóm tắt tin tức trong tuần.

digest² /di'dʒest, dai'dʒest/ *đgt* **1.** tiêu hóa: *cheese doesn't digest easily* pho mát không dễ tiêu hóa; *it takes hours for a meal to digest* phải mất hàng giờ thức ăn mới tiêu hóa hết **2.** tiêu hóa (bóng), lĩnh hội, (kiến thức...): *have you digested the report yet?* anh đã lĩnh hội hết bản báo cáo chưa?

digestibility /di,dʒestə'biləti/ *dt* khả năng tiêu hóa được.

digestible /di'dʒestəbl/ *tt* có thể tiêu hóa được.

digestion /di'dʒestʃən, dai'dʒestʃən/ *dt* **1.** sự tiêu hóa **2.** sức tiêu hóa, khả năng tiêu hóa [thức ăn]: *have a poor digestion* có sức tiêu hóa kém.

digestive¹ /di'dʒestiv, dai-'dʒestiv/ *tt* tiêu hóa: *digestive process* quá trình tiêu hóa; *suffer from digestive trouble* bị rối loạn tiêu hóa.

digestive² /di'dʒestiv, dai'dʒestiv/ *dt nh* digestive biscuit.

digestive biscuit /di,dʒes-tiv'biskit/ bánh quy bột mì đen.

digestive system /di'dʒestiv ,sistəm/ (giải) hệ tiêu hóa.

digger /'digə[r]/ *dt* **1.** người đào, người bới **2.** máy đào **3.** (lóng) người Úc; người Tân Tây Lan (nhất là quân nhân).

digging /'digiŋ/ *dt* **1.** sự đào, sự bới **2.** **diggings** (snh) mỏ (nơi đào để lấy vàng, lấy thiếc...)

digit /'didʒit/ *dt* **1.** con số A rập: *the number 543 contains three digits* số 543 gồm có ba con số **2.** (giải) ngón tay; ngón chân.

digital /'didʒitl/ *tt* biểu thị bằng con số **2.** [thuộc] ngón tay; [thuộc] ngón chân.

digital clock /,didʒitl'klɒk/ đồng hồ hiện số.

digital computer /,didʒitl kəm'pju:tə[r]/ máy điện toán theo số.

digital recording /,didʒitl ri'kɔ:diŋ/ sự ghi hiện số.

digital watch /,didʒitlwɒtʃ/ *nh* digital clock.

dignified /'dignifaid/ *tt* đàng hoàng, trang nghiêm: *dignified walk* bước đi đàng hoàng.

dignify /'dignifai/ *đgt* (**dignified**) **1.** làm cho có vẻ đàng hoàng, làm cho trang nghiêm: *a ceremony dignified by the presence of the ambassador* một buổi lễ trang nghiêm hẳn lên do sự có mặt của vị đại sứ **2.** tôn lên, đề cao: *don't try to dignify those few hairs on your face by calling them a beard!* đừng có cố tôn mấy sợi râu trên mặt anh lên bằng cách gọi đó là một bộ râu!

dignitary /'dignitəri, (Mỹ 'digniteri)/ *dt* người quyền cao chức trọng, quan chức.

dignity /'dignəti/ *dt* **1.** chân giá trị: *the dignity of labour* chân giá trị của lao động **2.** thái độ chững chạc đàng hoàng; vẻ trang nghiêm: *she kept her dignity despite the booing* bà ta giữ được vẻ đàng hoàng mặc cho sự la ó **3.** chức vị cao, tước vị cao: *the Queen conferred the dignity of a peerage on him* nữ hoàng phong tước vị công khanh cho ông ta. // **beneath one's dignity** (thường mỉa) không xứng với phẩm cách của mình: *some husbands still think it beneath their dignity to do the shopping* một số ông chồng hãy còn nghĩ là việc đi mua sắm không xứng với phẩm cách của mình; **stand on one's dig-**

nity đòi được đối xử một cách kính trọng.

digraph /'daigrɑ:f, (Mỹ 'daigræf)/ con chữ ghép *(như sh và ea trong sheaf)*.

digress /dai'gres/ *đgt* lạc đề, ra ngoài đề: *don't digress [from the subject] when lecturing* đừng có lạc đề khi thuyết trình nhé.

digression /dai'greʃn/ *dt* **1.** sự lạc đề, sự ra ngoài đề **2.** đoạn lạc đề.

digs /digz/ *dt snh (Anh, kng)* phòng thuê có đồ đạc sẵn.

dike¹ *(cg* **dyke)** /daik/ *dt* **1.** rãnh, hào, mương **2.** đê, con đê **3.** *(lóng)* người loạn dâm đồng giới.

dike² /daik/ *dgt* **1.** đào rãnh, đào hào; đào mương **2.** đắp đê.

diktat /'diktæt/ *dt* lệnh độc đoán.

dilapidated /di'læpideitid/ *tt* đổ nát, xiêu vẹo, ọp ẹp: *a dilapidated bed* chiếc giường ọp ẹp.

dilapidation /di,læpi'deiʃn/ *dt* sự đổ nát, sự xiêu vẹo, sự ọp ẹp.

dilate /dai'leit/ *dgt* [làm] giãn ra, [làm] nở ra: *the pupils of your eyes dilate when you enter a dark room* khi anh bước vào một phòng tối thì đồng tử mắt anh giãn ra. // **dilate on something** nói dài dòng về; viết dài dòng về; bàn dài dòng về: *a chapter in which she dilates on the benefits of vegetarianism* một chương trong đó bà ta bàn dài dòng về lợi ích của chế độ ăn chay.

dilation /dai'leiʃn/ *dt* sự giãn ra, sự nở ra.

dilatorily /'dilətərili/ *pht* **1.** [một cách] chậm trễ **2.** [một cách] trễ nải.

dilatoriness /'dilətərinis/ *dt* **1.** sự chậm trễ **2.** sự trễ nải.

dilatory /'dilətəri, (Mỹ 'dilətɔ:ri)/ *tt* **1.** chậm, chậm trễ: *I must apologize for being so dilatory in replying to your letter* tôi phải xin lỗi về sự chậm trễ trả lời thư ông **2.** trễ nải.

dilemma /di'lemə, dai'lemə/ *dt* thế lưỡng nan, thế khó xử. // **on the horns of a dilemma** x **horn¹**.

dilettante /dili'tænti/ *dt (snh* **dilettantes, dilettanti)** *(thường xấu)* tay chơi tài tử, người không chuyên sâu.

dilettantish /dili'tæntiʃ/ *tt* tài tử.

diligence /'dilidʒəns/ *dt* sự chuyên cần, sự cần cù: *she shows great diligence in her school work* cô ta tỏ ra rất chuyên cần trong học tập.

diligent /'dilidʒənt/ *tt* chuyên cần, cần cù: *a diligent worker* một công nhân cần cù; *a diligent pupil* một học sinh chuyên cần.

diligently /'dilidʒəntli/ *pht* [một cách] chuyên cần, [một cách] cần cù.

dill /dil/ *dt (thực)* cây thì là.

dilly /dili/ *dt (Mỹ, kng)* người xuất sắc; vật đặc biệt: *she had a dilly of a bruise on her arm* cô ta có một vết thâm tím đặc biệt trên cánh tay.

dilly-dally /'dili dæli/ *dgt* **(dilly-dallied)** *(kng)* lãng phí thời gian, chần chừ: *don't dilly-dally! make up your mind!* đừng có chần chừ nữa, quyết định đi.

dilute¹ /dai'lju:t, (Mỹ dai'lu:t)/ *dgt* **1.** pha loãng, làm nhạt đi: *dilute wine with water* pha loãng rượu với nước **2.** *(bóng)* làm giảm, làm yếu đi: *the President's influence has been diluted by the election of fifteen new senators from the opposition party* ảnh hưởng của tổng thống đã giảm đi do việc bầu mười lăm thượng nghị sĩ thuộc đảng đối lập.

dilute² /dai'lju:t, (Mỹ dai'lu:t)/ *tt* loãng: *dilute sulfuric acid* axit sunfuric loãng.

dilution /dai'lju:ʃn, (Mỹ dai'lu:ʃn)/ *dt* **1.** sự pha loãng; sự loãng **2.** vật pha loãng, vật bị làm nhạt đi.

dim¹ /dim/ *tt* **(dimmer; dimmest) 1.** mờ, lờ mờ: *the dim outline of buildings on a dark night* đường nét lờ mờ của những tòa nhà trong đêm tối; *reading by dim candle-light* đọc sách dưới ánh nến lờ mờ; *eyes dim with tear* mắt mờ lệ; *a dim memory* ký ức lờ mờ **2.** không sáng ý, gà mờ. // **dim and distant** *(đùa)* lâu lắm rồi: *once, in the dim and distant past, I was a student here* đã có lúc, lâu lắm rồi, tôi đã là sinh viên ở đây.

dim² /dim/ *dgt* **(-mm-)** [làm] mờ đi: *the lights in the theatre began to dim* đèn trong nhà hát bắt đầu tắt dần; *the smoke dimmed his eyes* khói làm mờ mắt anh ta.

dime /daim/ *dt* hào *(tiền Mỹ, Canada, bằng 10 xu)*. // **a dime a dozen** *(kng)* rẻ tiền.

dimension /di'menʃn/ *dt* **1.** kích thước; chiều: *what are the dimensions of the room?* căn phòng có kích thước bao nhiêu?; *the three dimensions* ba chiều *(dài, rộng, cao)* **2.** *(snh)* khổ, cỡ: *of great dimensions* cỡ lớn; *I hadn't realized the dimensions of the problem* tôi đã không nhận thức được tầm cỡ của vấn đề **3.** *(bóng)* khía cạnh:

there is a dimension to the problem that we have not discussed có một khía cạnh của vấn đề mà chúng ta chưa thảo luận.

-dimensional /di'menʃənəl/ *(yếu tố tạo tt ghép)* chiều: *a square is two-dimensional and a cube is three-dimensional* hình vuông là hình hai chiều và hình lập phương là hình ba chiều.

diminish /di'miniʃ/ *dgt* **1.** [làm] bớt, [làm] giảm bớt: *nothing could diminish her enthusiasm for the project* không gì có thể làm giảm nhiệt tình của chị ta đối với dự án; *diminishing hopes* những niềm hy vọng đang giảm dần **2.** *(bóng)* làm giảm giá trị, hạ bớt: *the opposition are trying to diminish our achievements* phe đối lập đang cố làm giảm giá trị các thành tựu của chúng tôi.

diminished responsibility /di,miniʃt rispɒnsə'biləti/ *(luật)* trách nhiệm hạn chế *(của phạm nhân do rối loạn thần kinh).*

diminuendo¹ /di,minjʊ'endəʊ/ *dt (snh* **diminuendos)** *(nhạc)* sự nhẹ dần.

diminuendo² /di,minjʊ'endəʊ/ *tt, pht (nhạc)* nhẹ dần.

diminution /,dimi'nju:ʃn, *(Mỹ)* dimi'nu:ʃn/ *dt* **1.** sự giảm bớt **2.** lượng giảm bớt: *hoping for a small diminution in taxes* hy vọng được bớt một ít thuế.

diminutive¹ /di'minjʊtiv/ *tt* **1.** nhỏ xíu, bé tý: *her diminutive figure* vóc dáng bé tý của chị ta **2.** *(ngôn)* giảm nhẹ.

diminutive² /di'minjʊtiv/ *dt (ngôn)* từ giảm nhẹ *(như booklet cuốn sách nhỏ).*

dimity /'dimiti/ *dt* vải mẫu vẽ nổi *(để làm màn che, tấm trải giường...).*

dimly /'dimli/ *pht* **1.** [một cách] mờ, [một cách] lờ mờ: *a dimly-lit room* căn phòng tối mờ; *react rather dimly to a question* phản ứng một cách không rõ nét trước một câu hỏi **2.** [một cách] gà mờ.

dimmer /'dimə[r]/ *dt (cg* **dimmer switch)** cái điều chỉnh độ sáng *(của bóng đèn điện).*

dimness /'dimnis/ *dt* **1.** sự mờ, sự lờ mờ **2.** sự không sáng ý, sự gà mờ.

dimple¹ /'dimpl/ *dt* **1.** lúm đồng tiền *(trên má)* **2.** làn gợn *(trên mặt nước).*

dimple² /'dimpl/ *dgt* **1.** [làm] hình thành lúm đồng tiền: *her cheeks dimpled as she smiled* cô ta cười, má lúm đồng tiền **2.** [làm] gợn lăn tăn: *the surface of the water dimpled by the breeze* mặt nước gợn lăn tăn dưới làn gió nhẹ.

dimwit /'dimwit/ *dt (kng)* người ngốc nghếch.

dimwitted /,dim'witid/ *tt (kng)* ngốc nghếch.

din¹ /din/ *dt* tiếng ầm ĩ, tiếng om sòm: *don't make such a din!* đừng có làm ầm ĩ như thế!; *they made so much din that I couldn't hear you* họ làm ầm ĩ quá, tôi không nghe anh nói gì cả.

din² /din/ *dgt* (-nn-) **din in somebody's ears** kêu vang trong tai ai, làm điếc tai ai: *they drove away from the city centre, the roar of the traffic still dinning in their ears* họ đã lái xe ra xa trung tâm thành phố mà tiếng xe cộ ầm ầm vẫn còn vang trong tai họ.

din something into somebody nói nhai đi nhai lại: *I dinned*

it into him that he had to manage things differently tôi đã nói đi nói lại với ông ta nhiều lần là phải quản lý công việc theo cách khác.

dinar /'di:na:[r]/ *dt* đồng đina *(tiền một số nước Hồi giáo).*

dine /dain/ *dgt* **1.** ăn cơm trưa *(có khi quá trưa sang chiều rồi, nhưng là bữa ăn chính trong ngày)*: *we dined on smoked salmon* chúng tôi ăn cơm trưa với cá hồi hun khói **2.** mời cơm trưa: *we are dining the ambassador this week* tuần này chúng tôi sẽ mời ông đại sứ đến dùng cơm trưa. // **wine and dine** x **wine²**.

dine out ăn cơm hiệu, ăn cơm khách *(không ăn ở nhà).*

diner /'dainə[r]/ *dt* **1.** người ăn cơm trưa *(ở hiệu ăn)* **2.** *(Mỹ)* quán ăn cạnh đường **3.** *(Mỹ) nh* **dining-car.**

dinette /dai'net/ *dt (Mỹ)* nhà bếp phòng ăn *(vừa làm nhà bếp vừa làm phòng ăn).*

ding-dong¹ /,diŋdɒŋ/ *dt* **1.** tiếng chuông đổ hồi **2.** *(kng)* cuộc cãi nhau gay gắt.

ding-dong² /,diŋ'dɒŋ/ *pht* đều đều như chuông đổ hồi.

dinghy /'diŋgi/ *dt* **1.** xuồng **2.** xuồng hơi *(làm xuồng cứu hộ).*

dingily /'dindʒili/ *pht* **1.** [một cách] dơ dáy, [một cách] bẩn thỉu **2.** [một cách] xám xịt, [một cách] tối màu.

dinginess /'dindʒinis/ *dt* **1.** sự dơ dáy, sự bẩn thỉu **2.** xám xịt, xỉn màu: *the curtains are getting rather dingy* màn cửa trông đã xỉn màu.

dingy /'dindʒi/ *tt* **1.** dơ dáy, bẩn thỉu **2.** xám xịt, xỉn màu.

dining-car /'dainiŋka:[r]/ *dt* toa ăn *(trên xe lửa).*

dining-room /'dainiŋ,rum/ *dt* phòng ăn.

dining-table /'dainiŋ,teibl/ *dt* bàn ăn.

dinky /'diŋki/ *tt* (-ier; -iest) (kng) 1. (Anh) có duyên, xinh xắn: *what a dinky little hat!* chiếc mũ nhỏ xinh xắn làm sao! 2. (Mỹ) (xấu) nhỏ và không ra gì: *a dinky little room* căn buồng nhỏ chẳng ra gì.

dinner /'dinə[r]/ *dt* 1. bữa cơm trưa (bữa cơm chính, thường là vào buổi trưa, có khi sang buổi chiều): (Mỹ) *did you eat dinner yet?;* (Anh) *have you had dinner yet?* anh ăn cơm trưa chưa?; *four dinners at £10 per person* bốn suất ăn trưa mỗi suất 10 bảng; *shall we ask him to dinner?* chúng ta có mời anh ta ăn cơm trưa không? 2. tiệc trưa; bữa cơm trưa thân mật: *a dinner was given for the ambassador* làm tiệc trưa chiêu đãi ông đại sứ; *give a dinner for friends* làm bữa cơm trưa thân mật thết bạn bè. // **a dog breakfast (dinner)** x dog[1].

dinner-jacket /'dinə,dʒækit/ *dt* (Anh) (Mỹ **tuxedo**) áo ximôckinh.

dinner-service /'dinə,s3:vis/ *dt* bộ đồ ăn.

dinner set /'dinəset/ *nh* dinner-service.

dinosaur /'dainəsɔ:r/ *dt* (động) khủng long.

dint /dint/ *nh* dent[1]. // **by dint of something** nhờ vào, do bởi: *he succeeded by dint of hard work* nó thành công nhờ làm cật lực.

diocese /'daiəsis/ *dt* (tôn) địa phận.

diocesan /dai'ɒsisn/ *tt* [thuộc] địa phận.

dioxide /dai'ɒksaid/ *dt* (hóa) điôxit: *carbon dioxyde* điôxit cacbon (tức CO_2).

dip[1] /dip/ *dgt* (-pp-) 1. nhúng, dìm: *dip your fingers in to see how hot the water is* nhúng ngón tay vào xem nước nóng thế nào; *dip a garment* nhúng áo vào nước thuốc nhuộm để nhuộm 2. hụp, ngụp, lặn; nhào xuống: *the birds rose and dipped in flight* chim bay lên nhào xuống; *the sun dipped [down] below the horizon* mặt trời lặn xuống dưới chân trời 3. hạ xuống, cúi xuống: *dip the headlights of a car* hạ đèn pha của xe xuống (cho khỏi chói mắt người đi ngược chiều...); *dip your head under the low arch* cúi người xuống qua một cửa vòm thấp 4. dốc xuống: *the land dips [down] gently to the south* đất dốc dần xuống phía nam. // **dip into something** a/ rút tiền ra (tiền tiết kiệm...): *dip into one's purse* móc tiền trong ví ra (để tiêu) b/ xem lướt qua: *I've only had time to dip into the report* tôi mới chỉ có thì giờ xem lướt qua bản báo cáo.

dip[2] /dip/ *dt* 1. sự nhúng, sự dìm 2. (kng) sự tắm nhanh: *have (take; go for) a dip* đi tắm nhanh một cái 3. nước tắm cho cừu 4. nước xốt (chấm bánh quy, chấm rau) 5. dốc xuống: *a dip in the road* chỗ dốc xuống trên đường đi.

Dip /dip/ (vt của Diploma) bằng, văn bằng, bằng cấp.

Dip Ed /,dip'ed/ (vt của Diploma in Education) văn bằng giáo dục: *Mary Hall BA Dip Ed* Mary Hall, cử nhân khoa học xã hội và nhân văn, tốt nghiệp văn bằng giáo dục.

diphtheria /dif'θiəriə/ *dt* (y) bệnh bạch hầu.

diphthong /'difθɒŋ, (Mỹ 'difθɔ:ŋ/ *dt* (ngôn) nguyên âm đôi.

diploma /di'pləʊmə/ *dt* bằng, văn bằng, bằng cấp: *a diploma in architecture* bằng kiến trúc.

diplomacy /di'pləʊməsi/ *dt* 1. thuật ngoại giao; ngành ngoại giao: *international problems must be solved by diplomacy not war* các vấn đề quốc tế phải được giải quyết bằng ngoại giao chứ không phải bằng chiến tranh 2. tài xã giao, tài giao thiệp.

diplomat /di'pləʊmæt/ *dt* 1. nhà ngoại giao 2. người có tài giao thiệp.

diplomatic /,diplə'mætik/ *tt* 1. [thuộc] ngoại giao: *settle disputes by diplomatic means* dàn xếp các cuộc tranh chấp bằng con đường ngoại giao 2. có tài giao thiệp, có tài xã giao: *a diplomatic answer* câu trả lời xã giao.

diplomatically /,diplə'mætikli/ *pht* 1. bằng con đường ngoại giao 2. [một cách] xã giao khéo léo.

diplomatic bag /,dipləmætik'bæg/ túi ngoại giao.

diplomatic corps /diplə'mætikɔ:[r]/ ngoại giao đoàn.

diplomatic immunity /diplə,mætik i'mju:nəti/ quyền miễn trừ ngoại giao.

diplomatic relations /,diplə mætik ri'leiʃn/ quan hệ ngoại giao.

diplomatic service /diplə mætik ,s3:vis/ ngành ngoại giao.

diplomatist /di'pləʊmətist/ *dt nh* diplomat.

dipper /'dipə[r]/ *dt* **1.** cái môi *(để múc canh...)* **2.** *(động)* chim sáo nước.

dipsomania /,dipsə'meiniə/ *dt* chứng khát rượu.

dipsomaniac[1] /,dipsə'meiniæk/ *dt* người khát rượu.

dipsomaniac[2] /,dipsə'meiniæk/ *tt* khát rượu.

dip-stick /'dipstik/ *dt* que đo, que đo mực nước, que đo mực dầu *(trong một bình chứa...).*

dip-switch /'dipswitʃ/ *dt* nút điều chỉnh đèn cốt *(ở xe ôtô).*

diptych /'diptik/ *dt* tranh hai tấm.

dire /daiə[r]/ *tt* **1.** kinh khủng: *the firm is in dire straits and may go bankrupt* xí nghiệp đang gặp khó khăn kinh khủng và có thể phá sản **2.** cực kỳ, hết sức: *we're in dire need of your help* chúng tôi đang rất cần anh giúp đỡ.

direct[1] /di'rekt, dai'rekt/ *tt* **1.** thẳng: *a direct flight* chuyến bay thẳng; *a direct train* chuyến xe lửa chạy suốt; *I'm in direct contact with the hijackers* tôi liên lạc thẳng (trực tiếp) với bọn không tặc **2.** ngay thẳng, thẳng thắn: *a direct answer* câu trả lời thẳng thắn **3.** hoàn toàn: *your reply today is in direct contradiction to what you said last week* câu đáp lại của anh hôm nay hoàn toàn mâu thuẫn với điều anh đã nói tuần trước.

direct[2] /di'rekt, dai'rekt/ *pht* **1.** [một cách] thẳng tới, không gián đoạn: *the train goes there direct* xe lửa đi thẳng tới đó **2.** đích thân, [một cách] trực tiếp: *I prefer to deal with him direct* tôi thích đích thân trao đổi với anh ta hơn.

direct[3] /di'rekt, dai'rekt/ *đgt* **1.** chỉ đường, hướng dẫn: *can you direct me to the station?* anh có thể chỉ cho tôi đường đi ra ga không? **2.** gửi *(thư, gói bưu kiện...):* *shall I direct the letter to his business address or to his home address?* tôi gửi thư theo địa chỉ nơi làm việc hay địa chỉ nhà riêng anh ta đây? **3.** hướng vào, nhằm vào: *advertising directed mainly at young consumers* quảng cáo chủ yếu nhằm vào giới tiêu thụ trẻ tuổi; *we directed our steps towards home* chúng tôi hướng bước về nhà; *direct a blow at somebody's head* nhằm vào đầu ai mà đánh **4.** chỉ đạo, điều khiển: *direct a group of workers* điều khiển một nhóm công nhân; *who directed the play?* ai chỉ đạo vở kịch đấy? **5.** ra lệnh: *the officer directed them to advance* viên sĩ quan ra lệnh cho họ tiến lên.

direct access /direkt'ækses/ sự truy tìm trực tiếp, sự truy tìm tùy ý *(máy diện toán).*

direct action /direkt'ækʃn/ hành động bạo lực *(thay vì thương lượng).*

direct current /direkt'kʌrənt/ *(vt* **DC)** dòng điện một chiều.

direct debit /direkt'debit/ lệnh chi trả.

direction /di'rekʃn, dai'rekʃn/ *dt* **1.** hướng, phía, ngả: *the aircraft was flying in a northerly direction* chiếc phi cơ bay về hướng bắc; *when the police arrived the crowd scattered in all directions* khi cảnh sát tới, đám đông tản ra mọi phía; *we're making changes in various directions* chúng tôi đang

tạo ra những thay đổi theo nhiều hướng khác nhau **2.** *(thường snh)* chỉ dẫn, lời hướng dẫn: *I gave him full directions to enable him to find the house* tôi đã hướng dẫn nó đầy đủ để nó có thể tìm ra được nhà **3.** *(snh)* địa chỉ *(thư...):* *the parcel was returned to the sender because the directions were incorrect* gói hàng đã được trả lại người gửi, vì địa chỉ đề không đúng **4.** sự chỉ huy, sự cai quản: *he did the work under my direction* anh ta làm việc đó dưới sự chỉ huy của tôi.

directional /di'rekʃənl/ *tt* [có] hướng: *a directional anten* anten hướng.

direction-finder /di'rekʃn faində[r]/ *dt* máy tìm phương [bằng] rađiô.

directive /di'rektiv, dai'rektiv/ *dt* chỉ thị, lời hướng dẫn.

directly /di'rektli, dai'rektli/ *pht* **1.** thẳng, [một cách] trực tiếp: *he looked directly at us* nó nhìn thẳng vào chúng tôi; *she's directly responsible to the Minister* bà ta chịu trách nhiệm trực tiếp với bộ trưởng **2.** ngay lập tức; trong chốc lát: *come in directly* vào ngay đi; *he'll be here directly* anh ta sẽ có mặt ở đây trong chốc lát.

directness /di'rektnis, dai'rektnis/ *dt* **1.** sự thẳng **2.** sự ngay thẳng, sự thẳng thắn.

direct object /direktəb 'dʒekt/ *(ngôn)* bổ ngữ trực tiếp.

director /di'rektə[r], dai'rektə[r]/ *dt* **1.** giám đốc **2.** viên trưởng, viên chỉ huy: *the orchestra's musical director* viên chỉ huy dàn nhạc **3.** chủ nhiệm *(phim ảnh).*

D

directorate /di'rektərət, dai'rektərət/ *dt* **1.** chức giám đốc **2.** ban giám đốc.

director-general /di,rektə 'dʒenrəl/ *dt* tổng giám đốc.

directorship /di,rektəʃip, dai'rektəʃip/ *dt* **1.** chức giám đốc **2.** thời gian làm giám đốc.

directory /di'rektəri, dai-'rektəri/ **1.** niên giám điện thoại **2.** danh bạ *(một vùng...)*.

direct speech /direkt 'spi:tʃ, dairekt'spi:tʃ/ cách nói trực tiếp.

direct tax /direkt'tæks, dairekt'tæks/ thuế trực thu.

dirge /dɜːdʒ/ *dt* **1.** bài hát tang **2.** bài hát buồn.

dirigible /'diridʒəbl/ *dt* khí cầu lái.

dirk /dɜːk/ *dt (E-cốt)* dao găm.

dirndl /'dɜːndl/ *dt* áo váy loe *(của nữ)*.

dirt /dɜːt/ *dt* **1.** chất bẩn, bụi: *his clothes were covered with dirt* quần áo nó đầy bụi **2.** đất nhão: *a pile of dirt beside a newly-dug trench* đống đất nhão bên cạnh một con hào mới đào **3.** *(kng)* lời tục tĩu, lời thô bỉ: *talk dirt* nói tục tĩu **4.** *(kng)* phân, cứt: *a pile of dog dirt on the road* một đống phân chó trên đường **5.** *(kng)* chuyện ngồi lê đôi mách ác ý: *he likes to hear all the dirt about his colleagues* nó thích nghe những chuyện ngồi lê đôi mách ác ý về đồng nghiệp nó. // **[as] cheap (common) as dirt** *(kng, xấu)* mạt hạng, hạ đẳng; **dish the dirt** *x* dish²; **fling (throw) dirt at somebody** nói xấu ai; **treat somebody like dirt (a dog)** *x* treat¹.

dirt cheap /,dɜːt'tʃi:p/ *(kng)* rẻ như bèo.

dirt farmer /'dɜːtfɑːmə[r]/ *(Mỹ)* chủ trại làm lấy ruộng đất của mình *(không thuê mướn người)*.

dirtily /'dɜːtili/ *pht* **1.** [một cách] dơ bẩn **2.** có dông bão *(thời tiết)* **3.** [một cách] xỉn, không được sáng màu **4.** [một cách] tục tĩu **5.** [một cách] để tiện xấu xa.

dirty¹ /'dɜːti/ *tt* (-ier; -iest) **1.** dơ, bẩn: *dirty hands* tay bẩn; *a dirty job* một việc làm gây bẩn thỉu **2.** xấu, dông bão *(thời tiết)*: *I'm glad I don't have to go out on such a dirty night* tôi mừng là không phải đi ra ngoài vào một đêm dông bão thế này **3.** xỉn, không được sáng *(màu)*: *a dirty brown sofa* chiếc tràng kỷ màu nâu xỉn **4.** tục tĩu: *dirty joke* câu đùa tục tĩu **5.** đê tiện, xấu xa: *you dirty rat! how could you do a thing like that?* đồ đê tiện, sao mà anh có thể làm một việc như thế?. // **a dirty old man** *(kng)* lão dê già; **a dirty week-end** *(đùa)* kỳ nghỉ cuối tuần với gái; **[be] a dirty word** [là] từ xấu xa, [là] điều xấu xa: *"Empire" is a dirty word these days* ngày nay "đế quốc" là một từ xấu xa; **do somebody's dirty work** làm giúp ai một công việc mà người ta né tránh: *I had to tell them they'd lost their jobs, I always have to do their dirty work* tôi phải nói với họ rằng họ mất việc, tôi luôn phải thay họ làm những việc mà họ né tránh; **do the dirty on somebody** chơi đểu với ai; **give somebody (get) a dirty look** nhìn ai một cách khó chịu khinh miệt; **wash one's dirty linen in public** *x* wash².

dirty² /'dɜːti/ *pht (kng)* rất, hết sức: *he was carrying a dirty great box* nó mang một cái hộp rất to. // **talk dirty** *x* talk².

dirty³ /'dɜːti/ *dgt* **(dirtied)** làm bẩn; [trở nên] bẩn: *white gloves dirty easily* găng tay trắng dễ bẩn.

dis- *(tiền tố tạo từ với tt, pht, dt, dgt)* không, bất, thất *x* disagreeable, disappointed, disinterested...

disability /,disə'biləti/ *dt* **1.** sự tàn tật: *she swims well despite her disabilities* cô ta bơi giỏi mặc dù tàn tật **2.** sự thiếu: *her lack of experience is a severe disability* sự thiếu kinh nghiệm ở cô ta là một điều thiếu nghiêm trọng.

disable /dis'eibl/ *dgt* làm tàn tật, làm què quặt: *a soldier disabled by leg wounds* người lính tàn tật vì những vết thương ở chân.

disabled¹ /dis'eibld/ *tt* tàn tật, què quặt: *a disabled child in a wheelchair* một đứa trẻ tàn tật trên chiếc xe lăn.

disabled² /dis'eibld/ *dt* **the disabled** *(dgt, snh)* những người tàn tật.

disablement /dis'eiblmənt/ *dt* sự làm tàn tật, sự làm què quặt.

disabuse /,disə'bju:z/ *dgt* **disabuse somebody of something** làm cho ai tỉnh ngộ: *disabuse somebody of mistaken notions* làm cho ai tỉnh ngộ về những khái niệm sai lầm.

disaffected /,disə'fektid/ *tt* bất bình, bất mãn: *disaffected members have left to form a new party* những thành viên bất mãn đã bỏ đi lập một đảng mới.

disaffection /,disə'fekʃn/ *dt* sự bất bình, sự bất nhã.

disafforest /ˌdisəˈfɒrist, (Mỹ disəˈfɔ:rist)/ *dgt nh* deforest.

disagree /ˌdisəˈgri:/ *dgt* (**disagreed**) **1.** bất đồng ý kiến: *disagree with somebody's decision* bất đồng ý kiến với quyết định của ai **2.** bất hòa: *disagree with somebody* bất hòa với ai **3.** khác, không khớp: *the reports from Rome disagree with those from Milan* báo cáo từ Roma khác với báo cáo từ Milan. // **disagree with somebody** không hợp (nói về thức ăn, khí hậu): *I feel sick: that fish disagreed with me* tôi buồn nôn, món cá ấy không hợp với tôi.

disagreeable /ˌdisəˈgri:əbl/ *tt* khó chịu, không vừa ý: *a disagreeable person* một người khó chịu; *a disagreeable experience* một kinh nghiệm khó chịu.

disagreeableness /ˌdisəˈgri:əblnis/ *dt* sự khó chịu, sự không vừa ý.

disagreeably /ˌdisəˈgri:əbli/ *pht* [một cách] khó chịu, [một cách] không vừa ý.

disagreement /ˌdisəˈgri:mənt/ *dt* **1.** (+ about, on) sự không đồng ý kiến, sự bất đồng: *total disagreement on how to proceed* sự bất đồng hoàn toàn về việc phải tiến hành ra sao **2.** ý kiến bất đồng: *disagreement between colleagues* những ý kiến bất đồng giữa các đồng sự.

disallow /ˌdisəˈlaʊ/ *dgt* không thừa nhận, bác: *disallow a claim* không thừa nhận một yêu sách.

disappear /ˌdisəˈpiə[r]/ *dgt* biến đi, biến mất: *the plane disappeared behind a cloud* chiếc máy bay biến đi sau một đám mây; *the rash soon disappeared* các nốt ban chẳng mấy chốc nữa sẽ biến đi; *my passport has disap-* peared: *it was in my pocket a moment ago* cái hộ chiếu của tôi đã biến đâu mất rồi; trước đây một lúc nó còn ở trong túi tôi kia mà. // **do a disappearing act** biến mất, chuồn đi, lỉnh đi: *it's typical of Ban to do a disappearing act just when there's work to be done* thật là điển hình, hễ có việc phải làm là Ban biến mất.

disappearance /ˌdisəˈpiərəns/ *dt* **1.** sự biến mất: *at first nobody noticed the child's disappearance* thoạt đầu chẳng ai để ý đến việc đứa bé biến mất cả **2.** vụ mất tích: *most disappearances are the result of terrorist activity* hầu hết các vụ mất tích đều là kết quả của hoạt động khủng bố.

disappoint /ˌdisəˈpɔint/ *dgt* **1.** làm thất vọng: *don't disappoint me by being late again* đừng có lại đi trễ giờ mà làm tôi thất vọng **2.** làm thất bại, làm hỏng (một kế hoạch...): *disappoint somebody's expectations* làm tiêu tan lòng mong chờ của ai; *disappoint somebody's calculations* làm hỏng các tính toán của ai.

disappointed /ˌdisəˈpɔintid/ *tt* chán nản, thất vọng: *be disappointed about (at) somebody's failure* chán nản vì thất bại của ai; *I'm disappointed in you: I expected you to win* tôi thất vọng về anh, tôi cứ tưởng là anh sẽ thắng; *I'm disappointed not to be chosen* tôi thất vọng là không được chọn.

disappointedly /ˌdisəˈpɔintidli/ *pht* [một cách] thất vọng.

disappointing /ˌdisəˈpɔintiŋ/ *tt* làm thất vọng.

disappointingly /ˌdisəˈpɔintiŋli/ *pht* thật là thất vọng, chán thật.

disappointment /ˌdisəˈpɔintmənt/ *dt* **1.** sự thất vọng **2.** (+ to) người làm thất vọng; nỗi thất vọng: *his children are a disappointment to him* con cái hắn là một nỗi thất vọng cho hắn.

disapprobation /disˌæprəˈbeiʃn/ *dt* sự không tán thành.

disapproval /ˌdisəˈpru:vl/ *dt* sự không tán thành: *he shook his head in disapproval* nó lắc đầu tỏ ý không tán thành.

disapprove /ˌdisəˈpru:v/ *dgt* (+ of) không tán thành: *she want to be an actress, but her parents disapprove [of her intention]* cô ta muốn làm diễn viên, nhưng bố mẹ không tán thành [ý định của cô].

disapproving /ˌdisəˈpru:viŋ/ *tt* tỏ ý không tán thành: *a disapproving frown* cái chau mày tỏ ý không tán thành.

disapprovingly /ˌdisəˈpru:viŋli/ *pht* [một cách] không tán thành.

disarm /disˈɑ:m/ *dgt* **1.** lột vũ khí, tước vũ khí, giải giáp: *five hundred rebels were captured and disarmed* năm trăm tên phiến loạn đã bị bắt và bị tước vũ khí **2.** giải trừ quân bị **3.** làm hết giận, làm hết bực tức; làm tiêu tan sự nghi ngờ: *I felt angry but her smile disarmed me* tôi tức giận nhưng nụ cười của nàng đã làm tôi hết giận.

disarray /ˌdisəˈrei/ *dt* sự hỗn loạn, sự lung tung: *the troops fled in disarray* quân lính tháo chạy hỗn loạn; *changing offices has left my papers in complete disarray* chuyển nơi làm việc đã làm cho giấy tờ của tôi lung tung cả lên.

disassociate /,disə'səuʃieit/ *dgt nh* dissociate.

disaster /di'zɑ:stə[r], (*Mỹ* di'zæstər)/ *dt* **1.** tai họa, thảm họa: *a natural disaster* thiên tai; *the play's first night was a disaster* đêm diễn đầu tiên của vở kịch là một thảm họa **2.** sự thất bại: *his career is a story of utter disaster* sự nghiệp của anh ta là cả một thất bại ê chề.

disaster are /di'zɑ:stə eəriə/ vùng [có] thảm họa: *declare a place a disaster area* tuyên bố một nơi là vùng thảm họa.

disastrous /di'zɑ:strəs, (*Mỹ* di'zæstrəs)/ *tt* tai hại, thảm hại: *disastrous floods* trận lụt tai hại; *a defeat that was disastrous to the country* một thất bại thật thảm hại cho đất nước.

disastrously /di'zɑ:strəsli, (*Mỹ* di'zæstrəsli)/ *pht* [một cách] tai hại, [một cách] thảm hại.

disadvantage /,disəd'vɑ:n-tidʒ, (*Mỹ* ,disəd'væntidʒ)/ *dt* thế bất lợi; điều bất lợi: *the lack of decent public transport is a great disadvantage* việc thiếu những phương tiện giao thông công cộng tốt là một điều bất lợi lớn. // **put somebody (be) at a disadvantage** đặt ai vào (ở) thế bất lợi: *his inability to speak English puts him at a disadvantage* nó không nói được tiếng Anh, việc đó đã đặt nó vào thế bất lợi; **to somebody's disavantage** có hại cho thanh danh của ai; bất lợi cho ai: *rumours to his disadvantage* tin đồn có hại cho thanh danh của ông ta; *it would be to your disadvantage to invest in the pro-*

ject sẽ bất lợi cho anh nếu anh đầu tư vào đề án này.

disadvantaged¹ /,disəd'vɑ:-tidʒd/ *tt* bị thiệt thời: *more state help for the disadvantaged sections of the community* nhiều sự giúp đỡ hơn nữa của nhà nước cho các tầng lớp bị thiệt thời trong cộng đồng.

disadvantaged² /,disəd'vɑ:-tidʒd/ *dt* **the disadvantaged** (*dgt, snh*) những người bị thiệt thời.

disadvantageous /,disæd-vɑ:n'teidʒəs, (*Mỹ* ,disæd-væn'teidʒəs)/ *tt* bất lợi: *in a disadvantageous position* ở thế bất lợi.

disadvantageously /,disæd-vɑ:n'teidʒəsli, (*Mỹ* disæd-væn'teidʒəsli)/ *pht* [một cách] bất lợi.

disarmament /,dis'ɑ:mə-mənt/ *dt* sự giải trừ quân bị: *nuclear disarmament* sự giải trừ vũ khí hạt nhân; *a disarmament conference* hội nghị giải trừ quân bị.

disarming /,dis'ɑ:miŋ/ *tt* làm hết giận; làm tiêu tan sự nghi ngờ: *her disarming smile* nụ cười làm hết giận của nàng.

disarmingly /,dis'ɑ:miŋli/ *pht* [đến mức] làm hết giận; [đến mức] làm tiêu tan sự nghi ngờ: *disarmingly frank* thẳng thắn đến mức làm hết giận.

disarrange /,disə'reindʒ/ *dgt* **1.** làm lộn xộn, xáo trộn: *disarrange somebody's papers* làm xáo trộn giấy tờ của ai **2.** làm đảo lộn: *her sudden departure has disarranged my plans* cô ta ra đi bất thình lình đã làm đảo lộn kế hoạch của tôi.

disarrangement /,disə'rein-dʒmənt/ *dt* **1.** làm lộn xộn, sự xáo trộn **2.** sự làm đảo lộn.

disavow /,disə'vau/ *dgt* chối, không nhận: *he disavows any part in the plot* nó chối không tham dự gì vào âm mưu đó cả.

disavowal /,disə'vaəul/ *dt* sự chối, sự không nhận.

disband /dis'bænd/ *dgt* giải thể: *the regiment disbanded when the war was over* khi chiến tranh kết thúc, trung đoàn giải thể.

disbandment /dis'bænd-mənt/ *dt* sự giải thể.

disbelief /,disbi'li:f/ *dt* sự không tin: *he listened in disbelief to this extraordinary story* nó lắng nghe câu chuyện kỳ lạ này mà lòng không tin.

disbelieve /,disbi'li:v/ *dgt* không tin: *I disbelieve every word you say* tôi không tin lời nào anh nói cả; *disbelieve in ghosts* không tin là có ma.

disburse /dis'bɜ:s/ *dgt* dốc túi, dốc hầu bao, chi tiền: *funds disbursed for travelling expenses* quỹ bỏ ra trả phí tổn đi đường.

disbursement /dis'bɜ:smənt/ *dt* **1.** sự dốc túi, sự chi tiền **2.** món tiền chi ra.

disc (*cg Mỹ* **disk** /'disk/) *dt* đĩa: *the moon's disc* đĩa mặt trăng; *disc storage* bộ nhớ trên đĩa (*máy diện toán*); *recordings on disc* bản ghi trên đĩa; *slipped disc* (*y*) thoát vị đĩa ống.

discard¹ /di'skɑ:d/ *dgt* **1.** bỏ, loại bỏ, vứt bỏ (*quần áo, thói quen, lòng tin...*): *old, discarded clothes* quần áo cũ loại bỏ đi; *discard outdated belief* bỏ những tín ngưỡng đã lỗi thời **2.** chui (*một quân bài*).

discard² /'diskɑ:d/ *dt* **1.** quân bài chui **2.** vật loại bỏ đi.

disc brake /'disk breik/ phanh đĩa.

discern /di'sɜːn/ *dgt* nhận ra, thấy rõ: *in the gloom I could only just discern the outline of a building* trong bóng tối tôi chỉ có thể nhận ra đường nét của một tòa nhà; *discern somebody's true intentions* nhận rõ ý định thực của ai.

discernible /di'sɜːnəbl/ *tt* có thể nhận ra, có thể thấy rõ.

discerning /di'sɜːnɪŋ/ *tt* nhận thức rõ, thấy rõ, sáng suốt: *she is a very discerning art critic* bà ta là một nhà phê bình nghệ thuật sáng suốt.

discernment /di'sɜːnmənt/ *dt* sự nhận thức rõ, sự thấy rõ, sự sáng suốt.

discharge[1] /dis'tʃɑːdʒ/ *dgt* 1. dỡ [hàng] *(tàu thủy...)* 2. đổ ra, tuôn ra, phóng ra: *the Nile discharged into the Mediterranean* sông Nile đổ ra Địa Trung Hải; *lightning is caused by clouds discharging electricity* chớp là do các đám mây phóng điện; *the wound is discharging [pus]* vết thương đang chảy mủ 3. bắn *(súng)*; phóng *(tên lửa, mũi tên)*: *the rifle was discharging accidentally* súng cướp cò; *arrows discharged at the enemy* tên phóng vào quân thù 4. giải ngũ *(quân đội)*; thả ra *(người ở tù)*: *discharge a soldier* cho một người lính giải ngũ; *discharge a patient* cho người bệnh xuất viện; *the accused man was founded not guilty and discharged* bị cáo được xác định là vô tội và được thả ra 5. trả xong *(một món nợ)*; hoàn thành *(một nhiệm vụ)*.

discharge[2] /'distʃɑːdʒ/ *dt* 1. sự dỡ hàng 2. sự đổ ra, sự tuôn ra, sự phóng ra 3. sự bắn *(súng)*, sự phóng *(tên, tên lửa)* 4. sự giải ngũ, sự thả ra 5. sự trả xong *(nợ...)*, sự hoàn thành *(nhiệm vụ...)* 6. chất đổ ra, chất phóng xạ: *the wound hasn't healed, there's still some (a) discharge* vết thương chưa lành, vẫn còn một ít mủ chảy ra.

disc harrow /'diskhærəʊ/ bừa đĩa.

disciple /di'saipl/ *dt* môn đồ, đệ tử *(của một lãnh tụ hay ông thầy về tôn giáo, chính trị, nghệ thuật...)*: *a disciple of Socrates* môn đồ của Socrat.

disciplinarian /ˌdisəpli'neəriən/ *dt* người chủ trương giữ nghiêm kỷ luật: *he's no disciplinarian* anh ta không giữ nghiêm kỷ luật được.

disciplinary /'disiplinəri, *(Mỹ* 'disiplineri)/ *tt* [thuộc] kỷ luật: *disciplinary measures* biện pháp kỷ luật.

discipline[1] /'disiplin/ *dt* 1. kỷ luật 2. phương pháp rèn luyện: *yoga is a good discipline for learning to relax* yoga là một phương pháp tốt để học thư giãn 3. quy tắc ứng xử 4. sự phạt: *the teacher's cruel discipline* sự phạt độc ác của người thầy 5. ngành khoa học, môn học: *scientific disciplines* các môn khoa học.

discipline[2] /'disiplin/ *dgt* 1. đưa vào kỷ luật, khép vào kỷ luật: *parents have to discipline their children* cha mẹ phải khép con cái vào kỷ luật 2. phạt: *the teacher disciplined the class by giving them extra homework* thầy giáo phạt cả lớp bằng cách cho bài làm thêm ở nhà.

disc jockey /'disk dʒɒki/ *dt (vt DJ)* phát thanh viên nhạc dân gian *(trên đài truyền thanh, truyền hình)*.

disclaim /dis'kleim/ *dgt* chối: *he disclaimed all responsibility for the accident* anh ta chối mọi trách nhiệm về vụ tai nạn.

disclaimer /dis'kleimə[r]/ *dt* lời chối: *issue a disclaimer* đưa ra lời chối, chối.

disclose /dis'kləʊz/ *dgt* để lộ ra; tiết lộ: *he opened the box, disclosing the contents* nó mở chiếc hộp, để lộ ra những cái chứa ở bên trong; *he refused to disclose his name and address* nó từ chối tiết lộ tên và địa chỉ của nó.

disclosure /dis'kləʊʒə[r]/ *dt* 1. sự tiết lộ 2. điều tiết lộ.

disco /'diskəʊ/ *dt (snh discos) (cg discotheque)* 1. sàn nhảy disco, sàn nhảy nhạc pop 2. thiết bị tạo ánh sáng và âm thanh cho sàn nhảy disco.

disco dancing /'diskəʊ dɑːnsiŋ/ điệu nhảy disco.

discoloration /ˌdiskʌklə'reiʃn/ *dt* 1. sự [làm] bạc màu, sự [làm] hỏng màu 2. vết bạc màu.

discolour *(Mỹ* **discolor)** /dis'kʌlə[r]/ *dgt* [làm] bạc màu; [làm] hỏng màu: *smoking discolours the teeth* hút thuốc làm hỏng màu răng.

discomfit /dis'kʌmfit/ *dgt* làm lúng túng, làm bối rối: *discomfited by rude questions* bị các câu hỏi khiếm nhã làm cho bối rối.

discomfiture /dis'kʌmfitʃə[r]/ *dt* sự [làm] lúng túng, sự [làm] bối rối: *an air of discomfiture* vẻ bối rối.

discomfort /dis'kʌmfət/ *dt* 1. sự khó chịu; sự khó ở; điều khó chịu: *he still suffers considerable discomfort*

D

from his injury anh ta còn khó chịu nhiều ở vết thương; *the discomforts of travel* những điều khó chịu khi đi đường **2.** nỗi băn khoăn, nỗi lo lắng.

discommod /ˌdɪskəˈməʊd/ *dgt* làm khó chịu.

discompose /ˌdɪskəmˈpəʊz/ *dgt* làm bực bội, làm băn khoăn.

discomposure /ˌdɪskəmˈpəʊʒə[r]/ *dt* sự bực bội, sự băn khoăn.

disco music /ˈdɪskəʊˌmjuː-zɪk/ nhạc disco.

disconcert /ˌdɪskənˈsɜːt/ *dgt* làm bối rối: *he was disconcerted to find the other guests formally dressed* anh ta bối rối khi thấy các vị khách khác ăn mặc theo đúng nghi thức.

disconcerted /ˌdɪskənˈsɜːtɪd/ *tt* bối rối: *a disconcerted glance* cái liếc nhìn bối rối.

disconcerting /ˈdɪskənˈsɜː-tɪŋ/ *tt* làm bối rối: *a disconcerting silence* sự im lặng làm bối rối.

disconcertingly /ˌdɪskənˈsɜː-tɪŋli/ *pht* [một cách] đáng bối rối, [một cách] đáng ngạc nhiên.

disconnect /ˈdɪskəˈnekt/ *dgt* **disconnect A [from B]** ngắt, cắt: *if you don't pay your bills they'll disconnect your electricity* anh không trả tiền hóa đơn, họ sẽ cắt điện của anh đấy; *operator! I have been disconnected* tổng đài, tôi bị cắt đường dây điện đàm rồi!

disconnected /ˈdɪskəˈnek-tɪd/ *tt* rời rạc *(bài nói, bài viết...)*.

disconnectedly /ˈdɪskəˈnek-tɪdli/ *pht* [một cách] rời rạc.

disconnection /ˌdɪskəˈnekʃn/ *dt* sự ngắt, sự cắt.

disconsolate /dɪsˈkɒnsələt/ *tt* buồn phiền khôn nguôi: *the death of her father left Mary disconsolate* cha cô mất đi làm cho Mary buồn phiền khôn nguôi.

disconsolately /dɪsˈkɒnsə-lətli/ *pht* [một cách] buồn phiền khôn nguôi.

discontent /ˌdɪskənˈtent/ *dt* (cg **discontentment** /ˌdɪskən-ˈtentmənt/) sự không hài lòng, sự bất mãn: *the strikes were a sign of discontent [with poor pay]* các cuộc đình công là dấu hiệu của sự bất mãn [vì lương thấp].

discontented /ˌdɪskənˈten-tɪd/ *tt* (+ with) không hài lòng: *discontented with one's job* không hài lòng về công việc của mình.

discontentedly /ˌdɪskən-ˈtentɪdli/ *pht* [một cách] không hài lòng.

discontinuation /ˌdɪskən-tɪnjʊˈeɪʃn/ *dt* (cg **discontinuance** /ˌdɪskənˈtɪnjʊəns/) sự ngừng, sự đình chỉ; sự gián đoạn: *the discontinuation of our loss-making products* sự ngừng sản xuất các sản phẩm thua lỗ của chúng tôi.

discontinue /ˌdɪskənˈtɪnjuː/ *dgt* ngừng, đình chỉ: *the local train service [was] discontinued in 1958* tuyến xe lửa địa phương đã đình chỉ từ năm 1958.

discontinuous /ˌdɪskən-ˈtɪnjʊəs/ *tt* gián đoạn, không liên tục.

discontinuously /ˌdɪskən-ˈtɪnjʊəsli/ *pht* [một cách] gián đoạn.

discord /ˈdɪskɔːd/ *dt* **1.** sự bất hòa; mối bất hòa: *sow discord* gieo bất hòa **2.** *(nhạc)* sự nghịch tai; âm nghịch tai. // **an (the) apple of discord** *x* apple.

discordance /dɪˈskɔːdəns/ *dt* **1.** sự không hài hòa, sự lủng củng **2.** sự nghịch tai *(âm thanh).*

discordant /dɪˈskɔːdənt/ *tt* **1.** không hài hòa, lủng củng: *discordant views* quan điểm lủng củng **2.** nghịch tai *(âm thanh).*

discordantly /dɪˈskɔːdəntli/ *pht* **1.** [một cách] không hài hòa, [một cách] lủng củng **2.** [một cách] nghịch tai *(âm thanh).*

discotheque /ˈdɪskətek/ *dt* x disco.

discount[1] /ˈdɪskaʊnt/ *dt* **1.** sự chiết khấu **2.** tiền chiết khấu, tiền được bớt. // **at a discount** a/ được bớt giá b/ có giá trị không cao; không được chuộng.

discount[2] /dɪsˈkaʊnt, (Mỹ ˈdɪskaʊnt)/ *dgt* **1.** không kể đến, không đếm xỉa đến: *you can discount what Jack said: he is a dreadful liar* anh có thể không kể đến những gì Jack nói, nó là một tay nói dối khủng khiếp **2.** *(ktế)* mua (bán) *(hối phiếu...)* trước thời hạn *(để hưởng một tỷ lệ trừ nhất định).*

discountenance /dɪsˈkaʊn-tɪnəns/ *dgt* tỏ ý không tán thành; làm nản lòng.

discourage /dɪˈskʌrɪdʒ/ *dgt* **1.** làm nản lòng: *don't discourage her, she's doing her best* đừng làm nản lòng cô ta, cô ta đang gắng hết sức mình **2.** can ngăn; ngăn cản: *we discourage smoking in this school* chúng tôi can ngăn việc hút thuốc lá trong trường này; *parents should discourage their children from smoking* cha mẹ nên ngăn cản con cái hút thuốc lá.

discouraged /dɪˈskʌrɪdʒd/ *tt* nản lòng.

discouragement /di'skʌridʒmənt/ *dt* **1.** sự [làm] nản lòng **2.** điều làm nản lòng: *despite all these discouragements, she refused to give up* mặc dù tất cả những điều này làm nản lòng, chị ta không chịu rút lui.

discouraging /di'skʌridʒiŋ/ *tt* làm nản lòng: *a discouraging result* một kết quả làm nản lòng.

discouragingly /di'skʌridʒiŋli/ *pht* [một cách] nản lòng.

discourse¹ /'diskɔ:s/ *dt* **1.** bài nghị luận; bài thuyết trình **2.** luận văn.

discourse² /di'skɔ:s/ *đgt* (+on, upon) thuyết trình; nghị luận: *the speaker discoursed knowledgeably on a variety of subjects* người nói thuyết trình một cách am hiểu về nhiều vấn đề.

discourteous /dis'kɜ:tiəs/ *tt* bất lịch sự, khiếm nhã: *it was discourteous of you to arrive late* anh đã đến trễ, thật là vô lễ đó.

discourteously /dis'kɜ:tiəsli/ *pht* [một cách] bất lịch sự, [một cách] khiếm nhã.

discourtesy /dis'kɜ:tsi/ *dt* **1.** sự bất lịch sự, sự khiếm nhã **2.** hành động bất lịch sự; lời nói khiếm nhã.

discover /dis'kʌvə[r]/ *đgt* phát hiện, tìm ra; khám phá: *Columbus discovered America* Columbo tìm ra châu Mỹ; *I've discovered a super restaurant near here* tôi vừa phát hiện một hàng ăn siêu hạng ở gần đây; *he was later discovered to have been a spy* sau này hắn mới bị phát hiện là một tên gián điệp.

discoverer /dis'kʌvərə[r]/ *dt* người phát hiện ra, người tìm ra; người khám phá ra.

discovery /di'skʌvəri/ *dt* **1.** sự phát hiện ra, sự tìm ra, sự khám phá ra **2.** điều phát hiện ra, điều tìm ra, điều khám phá ra; phát minh: *the archeologists have made a number of important discoveries* các nhà khảo cổ đã thực hiện được một số phát hiện quan trọng.

discredit¹ /dis'kredit/ *đgt* **1.** làm mang tai mang tiếng, làm mất thể diện: *the Government was discredited by the scandal* chính phủ mang tai mang tiếng vì vụ bê bối đó **2.** làm mất tín nhiệm: *his theories were discredited by scientists* lý thuyết của ông ta bị các nhà khoa học làm cho mất hết tín nhiệm **3.** không tin, nghi ngờ: *there is no reason to discredit what she says* không có lý do gì để không tin điều cô ta nói.

discredit² /dis'kredit/ *dt* **1.** sự mang tai mang tiếng, sự mất thể diện; điều gây mất thể diện: *he is a discredit to his family* nó là một thằng gây mất thể diện gia đình **2.** sự không tin, sự nghi ngờ: *throw discredit on something* nghi ngờ cái gì.

discreditable /dis'kreditəbl/ *tt* làm mang tai mang tiếng, làm mất thể diện; nhục nhã.

discreditably /dis'kreditəbli/ *pht* [một cách] nhục nhã.

discreet /di'skri:t/ *tt* thận trọng; kín đáo: *it wasn't very discreet of you to ring me up at the office* anh gọi điện thoại cho tôi ở cơ quan, như thế thật không được kín đáo; *a discreet perfume* một thứ nước hoa mùi kín đáo.

discreetly /di'skri:tli/ *pht* [một cách] thận trọng; [một cách] kín đáo.

discrepancy /di'skrepənsi/ *dt* sự khác biệt, sự không nhất quán: *there is a considerable discrepancy (there were many discrepancies) between the two versions of the affair* có sự khác biệt đáng kể giữa hai lối thuật lại sự việc.

discrepant /di'skrepənt/ *tt* khác biệt, không nhất quán.

discrete /di'skri:t/ *tt* riêng rẽ: *the picture consisted of a lot of discrete spots of colour* bức tranh gồm một lô điểm màu riêng rẽ.

discretely /di'skri:tli/ *pht* [một cách] riêng rẽ.

discreteness /di'skri:tness/ *dt* sự riêng rẽ.

discretion /di'skreʃn/ *dt* **1.** sự thận trọng; sự kín đáo: *this is a secret, but I know I can count on your discretion* đây là một bí mật, nhưng tôi biết là tôi có thể tin ở sự kín đáo của anh **2.** sự tự do tự định đoạt: *don't keep asking me what to do; use your own discretion* đừng có hỏi mãi tôi phải làm gì, anh hãy tự mình định đoạt lấy chứ. // **the age of discretion** tuổi khôn lớn; **at somebody's discretion** trên cơ sở xét đoán của ai; **discretion is the better part of valour** (thường dùa) lúc lâm nguy đánh bài chuồn là thượng sách (chỉ những anh hèn).

discretionary /di'skreʃənəri, (Mỹ di'skreʃəneri)/ được tự do theo ý mình, không bị quản lý: *discretionary measures* biện pháp tự do theo ý mình.

discriminate /di'skrimineit/ *đgt* **1.** (+ between) phân biệt: *discriminate between accidental and intentional killing* phân biệt giữa sự cố sát và sự ngộ sát **2.**

(+ against, in favour of) phân biệt đối xử: *society still discriminates against women (in favour of men)* xã hội còn [phân biệt] đối xử thiệt thòi với phụ nữ và thiên vị với nam giới.

discriminating /diˈskrimineitiŋ/ *tt* **1.** biết phân biệt, biết suy xét, sáng suốt: *she has an artist's discriminating eye* cô ta có con mắt biết suy xét của nhà nghệ sĩ **2.** *nh* discriminatory.

discrimination /diˌskrimiˈneiʃn/ *dt* **1.** sự phân biệt; sự biết phân biệt **2.** sự phân biệt đối xử: *racial discrimination* sự kỳ thị chủng tộc.

discriminatory /diˈskriminətəri/ *tt* phân biệt đối xử, kỳ thị: *discriminatory policies* chính sách kỳ thị.

discursive /disˈkɜːsiv/ *tt* tản mạn, phân tán: *a rather discursive account of events* một bản báo cáo các sự kiện khá tản mạn.

discursively /disˈkɜːsivli/ *pht* [một cách] tản mạn.

discursiveness /disˈkɜːsivnis/ *dt* sự tản mạn, sự phân tán.

discus /ˈdiskəs/ *dt* **1.** (thể) đĩa **2. the discus** cuộc thi ném đĩa.

discuss /diˈskʌs/ *dgt* thảo luận, bàn luận, tranh luận: *we discussed when to go (when we should go)* chúng tôi bàn xem khi nào sẽ đi; *her latest book discusses the problems of the disabled* cuốn sách mới nhất của bà ta bàn về các vấn đề của người tàn tật.

discussion /diˈskʌʃn/ *dt* sự thảo luận, sự bàn luận, sự tranh luận; cuộc thảo luận, cuộc bàn luận, cuộc tranh luận. // **under discussion** đang được bàn luận: *the plans have been under discussion*

for a year now, but no decision has been reached kế hoạch đã được bàn luận cả năm nay rồi mà chưa đạt tới một quyết định nào cả.

disdain[1] /disˈdein/ *dt* thái độ coi khinh: *a tone of disdain* giọng coi khinh; *treating other people's ideas with disdain* coi khinh ý kiến người khác.

disdain[2] /disˈdein/ *dgt* **1.** khinh thị, coi khinh: *disdain an invitation* coi khinh một lời mời **2.** không thèm: *he disdains going to the cinema* hắn không thèm đi xem chiếu bóng.

disdainful /disˈdeinfl/ *tt* tỏ vẻ khinh thị, tỏ vẻ coi khinh: *a disdainful reply* một lời đáp đầy vẻ coi khinh.

disdainfully /disˈdeinfəli/ *pht* với vẻ khinh thị, với vẻ coi khinh.

disease /diˈziːz/ *dt* bệnh, bệnh tật: *a serious disease* một bệnh trầm trọng; *prevent disease* phòng bệnh.

diseased /diˈziːzd/ *tt* **1.** mắc bệnh, bị bệnh **2.** (bóng) bệnh hoạn, không lành mạnh: *a diseased society* một xã hội bệnh hoạn.

disembark /ˌdisimˈbaːk/ *dgt* **1.** (cg debark) lên bờ; xuống máy bay: *disembark from a ferry* rời phà lên bờ **2.** cho (hành khách) lên bờ, cho (hành khách) xuống máy bay, bốc (hàng) xuống (tàu, máy bay).

disembarkation /ˌdisimbaːˈkeiʃn/ *dt* (cg **debarkation**) sự lên bờ, sự xuống máy bay.

disembodied /ˌdisimˈbɒdid/ *tt* **1.** (thường thngũ) lìa khỏi xác (hồn) **2.** (bóng) không rõ nguồn gốc, quái lạ: *disembodied voices* giọng nói quái lạ.

disembowel /ˌdisimˈbauəl/ *dgt* (-ll-, Mỹ cg -l-) mổ bụng, moi ruột (hành hình).

disenchant /ˌdisinˈtʃaːnt, (Mỹ ˌdisinˈtʃænt)/ *dgt* làm tan ảo mộng, giải mê: *her arrogance has disenchanted many of her former admirers* sự ngạo nghễ của cô nàng đã làm tan cả mộng (làm vỡ mộng) của nhiều người trước đó hâm mộ cô.

disenchanted /ˌdisinˈtʃaːntid, (Mỹ ˌdisinˈtʃæntid)/ *tt* tỉnh mê, vỡ mộng.

disenchantment /ˌdisinˈtʃaːntmənt, (Mỹ ˌdisinˈtʃæntmənt)/ *dt* sự tỉnh mê, sự vỡ mộng.

disencumber /ˌdisinˈkʌmbə[r]/ *dgt* (+ of) tháo gỡ, dẹp bỏ (trở ngại, chướng ngại...): *disencumber oneself of social commitments* tháo gỡ mình khỏi những ràng buộc xã hội.

disenfranchise /ˌdisinˈfræntʃaiz/ *dgt* nh disfranchise.

disengage /ˌdisinˈgeidʒ/ *dgt* **1.** tháo ra, nhả ra: *disengage the gears when you park the car* nhớ nhả số ra khi cho đỗ xe **2.** thôi chiến đấu (lính, tàu thủy): *the two sides disengaged [themselves] after suffering heavy losses* cả hai bên thôi chiến đấu sau khi đã chịu nhiều thiệt hại nặng.

disengaged /ˌdisinˈgeidʒd/ *tt* rảnh rang.

disengagement /ˌdisinˈgeidʒmənt/ *dt* sự rảnh rang.

disentangle /ˌdisinˈtæŋgl/ *dgt* **1.** gỡ rối (tóc, dây thừng...) **2.** gỡ ra khỏi: *disentangle oneself from the barbed wire* gỡ mình ra khỏi mớ dây thép gai; *disentangle oneself from an unhappy relationship* gỡ mình ra khỏi một mối quan hệ không hay **3.** gỡ ra: *how can I disen-*

D

tangle the truth from all these lies? tôi phải làm sao để gỡ cho ra sự thật từ cả mớ nói dối ấy?

disentanglement /ˌdisin'tæŋglmənt/ dt sự gỡ rối; sự gỡ ra.

disequilibrium /ˌdisi:kwi'libriəm, disekwi'libriəm/ dt **1.** sự mất cân bằng **2.** sự không cân bằng: a disequilibrium in the military forces of the two countries sự không cân bằng về lực lượng quân sự giữa hai nước.

disestablish /ˌdisi'stæbliʃ/ dgt chấm dứt quy chế chính thức (của một giáo hội): those who want to disestablish the Church of England những người muốn chấm dứt quy chế chính thức của Giáo hội Anh.

disestablishment /ˌdisi'stæbliʃmənt/ dt sự chấm dứt quy chế chính thức (của một giáo hội).

disfavour (Mỹ **disfavor**) /dis'feivə[r]/ dgt sự không tán thành, sự ghét bỏ: regard somebody (something) with disfavour ghét bỏ ai; incur somebody's disfavour bị ai ghét bỏ; be in (fall into) disfavour bị ghét bỏ.

disfigure /dis'figə[r], (Mỹ dis'fijər)/ dgt làm biến dạng, làm xấu xí đi: the accident disfigured him for life tai nạn đã làm biến dạng mặt mày anh ta suốt đời; a landscape disfigured by a power station một phong cảnh bị một nhà máy điện làm xấu xí đi.

disfigurement /dis'figəmənt/ dt sự làm biến dạng, sự làm xấu xí đi.

disfranchise /dis'fræntʃaiz/ dgt (cg **disenfranchise**) tước quyền bầu cử.

disfranchisement /dis'fræntʃizmənt/, **disenfranchisement** /ˌdisifræntʃizmənt/ dt sự tước quyền bầu cử.

disgorge /dis'gɔ:dʒ/ dgt **1. disgorge something [from something]** nôn ra; khạc ra: she was trying hard to disgorge a fish bone chị ta cố khạc cái xương cá ra **2. disgorge (itself) into something** đổ ra (nói về sông ngòi): the Mississippi disgorges (itself) into the Gulf of Mexico sông Mississippi đổ ra vịnh Mexico **3. disgorge from something (into something)** đổ ra, xô ra, tuôn ra: crowds disgorged from the theatre into the dark street đám đông đổ từ nhà hát ra đường phố tối mịt **4.** (kng, dùa) nhả ra: you owe me £5, come on, disgorge! cậu nợ tớ 5 bảng, nhả ra mà trả đi chứ!

disgrace¹ /dis'greis/ dt **1.** sự nhục nhã, sự ô nhục: bring disgrace on one's family làm nhục gia đình **2.** điều nhục nhã, điều ô nhục: your homework is a disgrace, rewrite it bài làm ở nhà của em thật là nhục nhã, làm lại đi; these slums are a disgrace to the city những khu nhà ổ chuột này là nỗi nhục nhã cho thành phố. // **[be] in disgrace [with somebody]** bị ghét bỏ, thất sủng.

disgrace² /dis'greis/ dgt **1.** làm nhục: your behaviour disgraces us all cách cư xử của anh ta làm nhục tất cả chúng tôi **2.** cách chức: after the defeat, two generals were publicly disgraced sau vụ thua trận, hai viên tướng bị cách chức công khai.

disgraceful /dis'greisfl/ tt nhục nhã, nhơ nhuốc; tệ hại: this cheating is disgraceful trò lừa gạt đó thật nhục nhã; the bus is late again, it's absolutely disgraceful xe buýt lại trễ nữa, thật là tệ quá.

disgracefully /dis'greisfəli/ pht [một cách] nhục nhã, [một cách] nhơ nhuốc, [một cách] tệ hại.

disgruntled /dis'grʌntld/ bất bình; bực bội: a disgruntled frown cái cau mày bực bội; she's still disgruntled about missing the party cô ta còn bực bội vì nhỡ buổi tiệc.

disguise¹ /dis'gaiz/ dgt **1.** cải trang: disguise oneself as... cải trang thành... **2.** ngụy trang, che giấu: I couldn't disguise my anger tôi không che giấu được sự giận dữ của mình; there is no disguising the fact that he's a liar chẳng có gì giấu nổi sự thật hắn là kẻ nói dối.

disguise² /dis'gaiz/ dt **1.** đồ cải trang, vật để cải trang: wear a beard as a disguise đeo râu giả để cải trang **2.** sự ngụy trang: a master of disguise một tay bậc thầy về ngụy trang. // **a blessing in disguise** x blessing; **in disguise** cải trang: I didn't recognize him, he was in disguise tôi không nhận ra anh ta, anh ta đã cải trang.

disgust¹ /dis'gʌst/ dt sự ghê tởm, sự kinh tởm.

disgust² /dis'gʌst/ dgt làm ghê tởm, làm kinh tởm: I'm completely disgusted at (with) the way his wife has treated him tôi hoàn toàn ghê tởm cái cách mà anh ta đối xử với anh ta.

disgusted /dis'gʌstid/ tt ghê tởm, kinh tởm: we were disgusted at the size of the bill chúng tôi nhìn thấy số tiền trên hóa đơn mà kinh.

disgustedly /dis'gʌstidli/ pht [một cách] ghê tởm, [một cách] kinh tởm: look dis-

gustedly at somebody nhìn ai một cách kinh tởm.

disgusting /dis'gʌstiŋ/ *tt* làm ghê tởm, làm kinh tởm.

disgustingly /dis'gʌstiŋli/ *pht* **1.** [một cách] làm ghê tởm **2.** *(đùa)* hết sức, cực kỳ: *be disgustingly successful* cực kỳ thành công.

dish[1] /diʃ/ *dt* **1.** đĩa: *a glass dish* cái đĩa bằng thủy tinh; *a dish of potatoes* một đĩa khoai tây **2. the dishes** bát đĩa: *wash the dishes* rửa bát đĩa **3.** món ăn đặc biệt : *a restaurant specializing in Chinese dishes* tiệm ăn chuyên nấu các món ăn Trung Quốc **4.** vật hình đĩa **5.** *(kng)* người có thân hình khêu gợi: *Mary's new boy friend's quite a dish, isn't he?* anh bạn trai mới của Mary có thân hình thật khêu gợi phải không?

dish[2] /diʃ/ *dgt (Anh, kng)* làm tiêu tan *(hy vọng, cơ may thành công của ai)*, ngăn cản sự thành công của (ai): *the scandal dished his hope of being elected* vụ bê bối làm tiêu tan hy vọng trúng cử của ông ta; *dish one's opponent* ngăn cản sự thành công của đối thủ của mình. // **dish it out** *(kng)* công kích ai kịch liệt; đấm đá ai dữ dội; **dish the dirt** tán gẫu với ý xấu; nói những điều gây tai tiếng cho ai.

dish something out tung ra với số lượng lớn: *dish out abuse* tung ra hàng tràng lăng mạ; **dish something up 1.** dọn *(thức ăn)* ra đĩa **2.** *(xấu)* đưa ra: *they're dishing up the usual arguments in a new form* họ đang đưa ra những lý lẽ vốn quen thuộc dưới một hình thức mới.

disharmonious /ˌdishɑ:-'məʊniəs/ *tt* không hòa hợp, bất hòa.

disharmony /dis'hɑ:məni/ *dt* sự không hòa hợp, sự bất hòa: *he noted the disharmony between husband and wife* anh ta nhận thấy sự bất hòa giữa hai vợ chồng.

dish cloth /'diʃklɒθ/ *dt* khăn rửa bát.

dishearten /dis'hɑ:tn/ *dgt* làm *(ai)* mất hy vọng, làm *(ai)* ngã lòng.

disheartening /dis'hɑ:tniŋ/ *tt* làm mất hy vọng, làm ngã lòng.

dishearteningly /dis'hɑ:tniŋli/ *pht* [một cách] hết hy vọng, [một cách] ngã lòng.

dishevelled *(Mỹ* **disheveled)** /di'ʃevld/ *tt* bù xù *(đầu tóc)*; lếch thếch *(quần áo)*.

dishful /'diʃful/ *dt* [một] đĩa đầy.

dishonest /dis'ɒnist/ *tt* **1.** bất lương: *a dishonest trader* tên nhà buôn bất lương **2.** bất chính: *dishonest behaviour* cách cư xử bất chính; *dishonest gains* của thu nhập bất chính.

dishonestly /dis'ɒnestli/ *pht* **1.** [một cách] bất lương **2.** [một cách] bất chính.

dishonesty /dis'ɒnesti/ *dt* **1.** tính chất bất lương **2.** tính chất bất chính.

dishonour[1] *(Mỹ* **dishonor)** /dis'ɒnə[r]/ *dt* sự ô danh: *bring dishonour to one's family* làm ô danh gia đình.

dishonour[2] /dis'ɒnə[r]/ *dgt* **1.** làm ô danh **2.** từ chối trả đúng hạn *(một hối phiếu)*.

dishonourable /dis'ɒnərəbl/ *tt* ô nhục, nhục nhã: *a dishonourable reputation* tiếng tăm nhục nhã.

dishonourably /dis'ɒnərə-bli/ *pht* [một cách] ô nhục, [một cách] nhục nhã.

dishwasher /'diʃ,wɒʃə[r]/ *dt* **1.** máy rửa bát **2.** người rửa bát.

dishwater /'diʃ,wɔ:tə[r]/ *dt* **1.** nước rửa bát: *her coffee tastes like dishwater* cà phê của chị ta [nhạt] như nước rửa bát.

dishy /'diʃi/ *tt* **(-ier; -iest)** *tt* có thân hình khêu gợi.

disillusion[1] /ˌdisi'lu:ʒn/ *dgt* làm vỡ mộng, làm tan ảo tưởng.

disillusion[2] /ˌdisi'lu:ʒn/ *dt x* disillusionment.

disillusioned /ˌdisi'lu:ʒnd/ *tt* **(+ with)** vỡ mộng: *he's very disillusioned with the government's policies* hắn ta rất vỡ mộng về chính sách của chính phủ.

disillusionment /ˌdisi'lu:ʒn-mənt/ *dt (cg* **disillusion)** sự vỡ mộng.

disincentive /ˌdisin'sentiv/ *dt* **(+ to)** điều làm nản lòng: *fixed wages and lack of promotion get as a disincentive to employees* đồng lương cố định và sự không có đề bạt là điều làm nản lòng những người làm công.

disinclination /'disinkli-'neiʃn/ *dt (số ít)* **(+ for)** sự miễn cưỡng, sự không thích: *a disinclination for work* sự miễn cưỡng làm việc.

disinclined /ˌdisinklaind/ *tt (vị ngữ)* **disinclined [for something] (to do something)** miễn cưỡng, không thích: *feel disinclined for study* không thích học tập.

disinfect /ˌdisin'fekt/ *dgt* khử khuẩn: *disinfect a surgical instrument* khử khuẩn một dụng cụ phẫu thuật.

disinfectant /ˌdisin'fektənt/ *dt* chất khử khuẩn: *disinfectant liquid* chất nước khử khuẩn.

disinfection /ˌdisin'fekʃn/ *dt* sự khử khuẩn.

disinfest /ˌdisin'fest/ *dgt* diệt sâu hại.

disinfestation /ˌdisinfə-'steiʃn/ *dt* sự diệt sâu hại.

disinformation /dis,infə-'meiʃn/ *dt* sự tung tin giả.

disingenuous /ˌdisin'dʒen-njʊəs/ *tt* không thành thật: *it would be disingenuous to claim that we hadn't suspected them* nói là ta đã không nghi ngờ gì họ có lẽ là không thành thật.

disingenuously /ˌdisin'dʒen-njʊəsli/ *pht* [một cách] không thành thật.

disingenuousness /ˌdisin-'dʒenjʊəsnis/ *dt* sự không thành thật.

disinherit /ˌdisin'herit/ *dgt* tước quyền thừa kế: *disinherit one's eldest son* tước quyền thừa kế của con trai cả.

disinheritance /ˌdisin'heri-təns/ *dt* sự tước quyền thừa kế.

disintegrate /dis'intigreit/ *dgt* 1. vỡ tan: *the plane flew into a mountain and disintegrated on impact* máy bay đâm vào núi và vỡ tan 2. tan rã: *the family is starting to disintegrate* gia đình đang bắt đầu tan rã.

disintegration /dis,inti-'greiʃn/ *dt* 1. sự vỡ tan 2. sự tan rã, sự rã: *gradual disintegration of traditional values* sự rã dần của các giá trị truyền thống.

disinter /ˌdisin'tɜ:[r]/ *dgt* (-rr-) khai quật: *permission to disinter the body* sự cho phép khai quật thi thể; *disinter an old scandal* khui lại một vụ bê bối đã qua.

disinterment /ˌdisin'tɜ:-mənt/ *dt* sự khai quật.

disinterested /ˌdis'intrəstid/ *tt* vô tư, không vụ lợi: *my advice is quite disinterested* lời khuyên của tôi là hoàn toàn vô tư; *a disinterested act of kindness* một hành động tử tế không vụ lợi.

disinterestedly /ˌdis'intrə-stidli/ *pht* [một cách] vô tư, [một cách] không vụ lợi.

disinterestedness /ˌdis'in-trəstidnis/ *dt* sự vô tư, sự không vụ lợi.

disinvest /ˌdisin'vest/ *dgt* thôi đầu tư.

disinvestment /ˌdisin'vest-mənt/ *dt* sự thôi đầu tư.

disjointed /dis'dʒɔintid/ *tt* rời rạc, thiếu mạch lạc *(bài viết, bài nói)*: *the film was so disjointed that I couldn't tell you what the story was about* cuốn phim rời rạc đến nỗi tôi không thể kể cho anh nghe câu chuyện ra thế nào.

disjointedly /dis'dʒɔintidli/ *pht* [một cách] rời rạc, [một cách] thiếu mạch lạc.

disjunctive /dis'dʒʌnktiv/ *tt* (ngôn) phân liệt *(nói về một liên từ như either... or)*.

disk /disk/ *dt* 1. (Mỹ) nh disc 2. đĩa từ *(máy điện toán)*.

diskette /dis'ket/ *dt* nh floppy disk.

disk drive /'disk draiv/ ổ đĩa *(máy điện toán)*.

dislike¹ /dis'laik/ *dgt* (không dùng ở thì tiếp diễn) không ưa, ghét: *I like cats but dislike dogs* mình thích mèo nhưng không ưa chó.

dislike² /dis'laik/ *dt* 1. (+ of, for) sự không ưa, sự ghét: *have a dislike of (for) dogs* không thích chó 2. (thường snh) điều mình không ưa, điều mình ghét: *we all have our likes and dislikes* mọi người chúng ta đều có cái

ta ưa và cái ta không ưa. // **take a dislike to somebody (something)** ghét ai *(điều gì)*: *I don't know why, but I took a strong dislike to him as soon as I saw him* tôi không biết vì sao, nhưng mới thấy nó tôi đã ghét quá đi thôi.

dislocate /'disləkeit, (Mỹ) /'disləʊkeit)/ *dgt* 1. làm trật khớp *(mắt cá chân, cổ tay...)*: *a dislocated shoulder* vai bị trật khớp 2. làm trục trặc *(kế hoạch...)*: *flights have been dislocated by the fog* sương mù làm các chuyến bay bị trục trặc.

dislocation /ˌdislə'keiʃn, (Mỹ ˌdisləʊ'keiʃn)/ *dt* 1. sự trật khớp, sự sai khớp 2. sự trục trặc: *the strike will cause some dislocation of rail traffic* cuộc đình công sẽ làm cho việc giao thông đường sắt bị trục trặc một ít.

dislodge /dis'lɒdʒ/ *dgt* (+ from) đuổi ra khỏi, trục ra khỏi, đánh bật ra: *the wind dislodged some tiles [from the roof]* gió thổi bật một số miếng ngói ra khỏi mái nhà; *he became champion in 1982 and no one has been able to dislodge him* anh ta trở thành vô địch năm 1982 và chưa ai đánh bật được anh ta ra khỏi vị trí đó.

dislodgement /dis'lɒdʒ-mənt/ *dt* sự đuổi ra khỏi, sự trục ra khỏi, sự đánh bật ra.

disloyal /dis'lɔiəl/ *tt* không trung thành, không chung thủy: *be disloyal to one's country* không trung thành với tổ quốc; *be disloyal to a cause* không trung thành với một sự nghiệp.

disloyally /dis'lɔiəli/ *pht* [một cách] không trung thành.

D

disloyalty /dis'lɔiəlti/ *dt* sự không trung thành.

dismal /'dizməl/ *tt* **1.** buồn thảm, u ám: *dismal countryside* miền quê buồn thảm **2.** tệ hại: *a dismal performance in the elections* thành tích tệ hại trong bầu cử.

dismally /'dizməli/ *pht* **1.** [một cách] buồn thảm, [một cách] u ám **2.** [một cách] tệ hại.

dismantle /dis'mæntl/ *dgt* **1.** dỡ; tháo dỡ: *dismantle a faulty motor for repairs* tháo dỡ một động cơ hỏng để sửa chữa; *dismantle a theatrical set* dỡ bỏ cảnh dàn dựng sân khấu **2.** hủy bỏ: *we should dismantle our inefficient tax system* chúng ta phải hủy bỏ hệ thống thuế kém hiệu quả của chúng ta.

dismay¹ /dis'mei/ *dt* sự mất tinh thần, sự sững sờ: *be filled (struck) with dismay at the news* mất tinh thần trước tin nhận được.

dismay² /dis'mei/ *dgt* (*thường dùng ở dạng bị động*) làm mất tinh thần, làm sững sờ: *we were all dismayed at his refusal to cooperate* chúng tôi hết thảy đều sững sờ trước sự từ chối hợp tác của ông ta.

dismember /dis'membə[r]/ *dgt* **1.** chặt chân tay: *the victim's dismembered body was found in a trunk* thi thể bị chặt chân tay của nạn nhân được tìm thấy trong một cái hòm **2.** chia cắt (*đất nước*).

dismemberment /dis'membəmənt/ *dt* **1.** sự chặt chân tay **2.** sự chia cắt (*đất nước*).

dismiss /dis'mis/ *dgt* **1.** sa thải, thải hồi: *workers who have been unfairly dismissed* những công nhân bị sa thải một cách bất công

2. giải tán: *dismiss a class* giải tán lớp học **3.** xua đuổi (*ý nghĩ*): *he tried without success to dismiss her memory from his thoughts* nó cố gắng xua đuổi mà không xua đuổi được ý nghĩ ra khỏi ký ức **4.** gạt bỏ: *dismiss a suggestion* gạt bỏ một lời gợi ý **5.** bác bỏ (*đơn chống án...*) **6.** (*thể*) kết thúc lượt chơi (*của đội kia, về cricket*).

dismissal /dis'misl/ *dt* **1.** sự sa thải, sự thải hồi **2.** sự giải tán **3.** sự gạt bỏ; sự xua đuổi.

dismissive /dis'misiv/ *tt* **1.** sa thải, thải hồi **2.** giải tán **3.** gạt bỏ; xua đuổi **4.** coi thường: *don't be so dismissive of her talent* đừng có coi thường tài năng của cô ta như thế.

dismount /dis'maunt/ *dgt* **1.** (+ from) xuống (*ngựa, xe*) **2.** làm ngã (*ngựa*).

disobedience /,disə'bi:diəns/ *dt* sự không vâng lời, sự không tuân lệnh.

disobedient /,disə'bi:diənt/ *tt* không vâng lời, không tuân lệnh.

disobediently /,disə'bi:diəntli/ *pht* [một cách] không vâng lời, [một cách] không tuân lệnh.

disobey /disə'bei/ *dgt* không tuân theo (*ai, luật pháp...*).

disoblige /,disə'blaidʒ/ *dgt* không giúp đỡ, làm mếch lòng (*ai*).

disobliging /,disə'blaidʒiŋ/ *tt* không giúp đỡ, làm mếch lòng: *sorry to be so disobliging, but I have no money to lend you* rất tiếc là không giúp đỡ được anh, nhưng tôi không có tiền cho anh mượn.

disobligingly /,disə'blaidʒiŋli/ *pht* [một cách] không giúp đỡ được; [một cách] làm mếch lòng.

disorder¹ /dis'ɔ:də[r]/ *dt* **1.** sự lộn xộn, sự rối tung: *with one's papers in disorder* giấy tờ lộn xộn; *with one's thoughts in complete disorder* ý nghĩ hoàn toàn rối tung **2.** sự rối loạn: *public disorder because of the tax increases* sự rối loạn công cộng do vụ tăng thuế; *a stomach disorder* sự rối loạn dạ dày.

disorder² /dis'ɔ:də[r]/ *dgt* **1.** làm lộn xộn, làm rối tung **2.** làm rối loạn.

disordered /dis'ɔ:dəd/ *tt* lộn xộn, rối tung, mất trật tự: *a disordered imagination* trí tưởng tượng lộn xộn.

disorderliness /dis'ɔ:dəlinis/ *dt* sự bừa bãi, sự lộn xộn.

disorderly /dis'ɔ:dəli/ *tt* bừa bãi, lộn xộn.

disorderly house /dis,ɔ:dəli'haus/ nhà chứa; sòng bạc.

disorganization, disorganisation /dis,ɔ:gənai'zeiʃn/, (*Mỹ* dis,ɔgəni'zeiʃn)/ *dt* sự làm tan rã, sự phá.

disorganize, disorganise /dis'ɔ:genaiz/ *dgt* làm tan rã, phá: *disorganize a plan* phá một kế hoạch.

disorganized, disorganised /dis'ɔ:genaizd/ *tt* thiếu tổ chức: *a disorganized holiday* một kỳ nghỉ thiếu tổ chức.

disorientate /dis'ɔ:riənteit/ (*cg Mỹ* **disorient**) **1.** làm mất phương hướng: *we were quite disorientated by the maze of streets* chúng tôi đã hoàn toàn mất phương hướng trước một mạng lưới đường phố chằng chịt **2.** làm bối rối: *landing in the middle of New York and speaking no English totally disorientated him* hạ cánh chính giữa Nữu Ước mà không nói được tiếng Anh, cậu ta hoàn toàn bối rối.

disorientation /dis,ɔ:riən-'teiʃn/ *dt* **1.** sự mất phương hướng **2.** sự bối rối.

disown /dis'əʊn/ *dgt* không nhận, chối: *the organization disowned him when he was arrested for fraud* tổ chức đã không nhận anh ta khi anh ta bị bắt vì gian lận.

disparage /di'spæridʒ/ *dgt* gièm pha, chê bai: *disparage somebody's talents* gièm pha tài năng của ai.

disparagement /di'spæridʒmənt/ *dt* sự gièm pha, sự chê bai.

disparaging /di'spæridʒiŋ/ *tt* gièm pha, chê bai: *disparaging comments* những lời bình luận gièm pha.

disparagingly /di'spæridʒiŋli/ *pht* [một cách] gièm pha, [một cách] chê bai: *speak disparagingly of somebody's efforts* nói một cách gièm pha về những cố gắng của ai.

disparate /'dispərət/ *tt* hoàn toàn khác nhau: *chalk and cheese are disparate substances* phấn và pho mát là những chất hoàn toàn khác nhau.

disparately /'dispərətli/ *pht* [một cách] hoàn toàn khác nhau.

disparity /di'spærəti/ *dt* sự khác biệt; sự chênh lệch: *disparity in age and rank* sự chênh lệch về tuổi tác và cấp bậc.

dispassionate /di'spæʃənət/ *tt* điềm tĩnh; vô tư: *a dispassionate observer* người quan sát vô tư.

dispassionately /di'spæʃənətli/ *pht* [một cách] điềm tĩnh, [một cách] vô tư.

dispatch¹ (*cg* **despatch**) /di'spæʃt/ *dgt* **1.** gửi đi: *dispatch a letter* gửi một lá thư; *worships have been dis-* patched *to the area* tàu chiến đã được gửi đến khu vực đó **2.** *(kng)* giải quyết gọn *(nhất là món ăn)*: *we soon dispatched the chocolate cake* chúng tôi đã giải quyết gọn món bánh sôcôla **3.** *(trại)* kết liễu đời; khử: *a vet dispatched the injured horse* viên thú y đã kết liễu đời con ngựa bị thương.

dispatch² (*cg* **despatch**) /di'spæʃt/ *dt* **1.** sự gửi đi: *we welcome the dispatch of the peace-keeping force* chúng tôi hoan nghênh việc gửi lực lượng gìn giữ hòa bình đến **2.** bản thông điệp gửi nhanh; bản tường thuật gửi cho tòa báo. // **mentioned in dispatches** *x* mention¹; **with dispatch** nhanh gọn, khẩn trương: *act with dispatch* hành động khẩn trương.

dispatch-box /di'spæʃtbɒks/ *dt* **1.** túi thư ngoại giao **2.** **the Dispatch Box** chỗ cạnh nơi đứng phát biểu của các vị bộ trưởng *(trong quốc hội Anh).*

dispatch-rider /di'spæʃt raidə[r]/ *dt* người liên lạc bằng môtô *(trong quân đội).*

dispel /di'spel/ *dgt* (-ll-) xua đuổi đi, xua tan: *dispel somebody's fears* xua tan nỗi sợ hãi của ai.

dispensable /di'spensəbl/ *tt* *(thường vị ngữ)* không thiết yếu: *a garage is useful but dispensable* có nhà xe thì có ích nhưng không thiết yếu.

dispensary /di'spensəri/ *dt* phòng khám chữa bệnh *(ở một trường học...).*

dispensation /,dispen'seiʃn/ *dt* **1.** sự phân phát **2.** sự sắp đặt *(của trời)*, mệnh trời **3.** sự cho phép đặc biệt *(trong phạm vi nhà thờ Thiên Chúa giáo La Mã): she needs a special dispen-* sation *to marry her cousin* cô ta cần được cho phép đặc biệt để kết hôn với người anh họ cô **4.** hệ thống tôn giáo: *the Christian dispensation* hệ thống Cơ đốc giáo.

dispense /di'spens/ *dgt* **1.** phân phát: *On Saturday morning my father solemnly dispensed pocket money to each of the children* sáng thứ bảy cha tôi trịnh trọng phát tiền tiêu vặt cho từng con **2.** thực thi *(luật pháp)* **3.** pha chế và phát *(thuốc): dispense a prescription* phát thuốc theo đơn. // **dispense with somebody (something)** không cần đến: *he is not well enough to dispense with the pills* anh ta chưa đủ để bỏ không dùng thuốc nữa; *let dispense with formalities!* ta hãy dẹp bỏ thủ tục đi!

dispenser /di'spensə[r]/ *dt* **1.** người phát thuốc **2.** máy phát: *a soap dispenser in a public toilet* máy phát xà phòng ở một nhà vệ sinh công cộng *(qua bấm nút).*

dispersal /di'spɜ:sl/ *dt* sự giải tán, sự phân tán: *they called for the peaceful dispersal of the demonstrators* họ kêu gọi những người biểu tình giải tán trong yên lặng.

disperse /di'spɜ:s/ *dgt* giải tán, phân tán: *the crowd dispersed in all directions* đám đông giải tán theo mọi ngả; *the wind dispersed the clouds* gió xua tan các đám mây.

dispersion /di'spɜ:ʃn, (Mỹ di'spɜ:rʒn)/ *dt* *(lý)* sự tán sắc.

Dispersion /di'spɜ:ʃn, (Mỹ di'spɜ:rʒn)/ **the Dispersion** *nh* the Diaspora.

dispirit /di'spirit/ *dgt* làm chán nản, làm ngã lòng.

dispirited /di'spiritid/ *tt* chán nản, ngã lòng: *a*

dispirited expression vẻ mặt chán nản.

dispiritedly /di'spiritidli/ *pht* [một cách] chán nản, [một cách] ngã lòng.

dispiriting /di'spiritiŋ/ *tt* làm chán nản, làm ngã lòng.

displace /dis'pleis/ *dgt* 1. dời chỗ, chuyển chỗ *(ai, cái gì)* 2. chiếm chỗ, lấn chiếm: *weeds tend to displace other plants* cỏ dại có chiều hướng lấn chiếm các loài cây khác.

displaced person /dis,pleist p3:sn/ *(cũ)* người ty nạn.

displacement /dis'pleismənt/ *dt* 1. sự dời chỗ 2. sự chiếm chỗ 3. *(hải)* lượng rẽ nước *(của tàu thuyền)*; trọng tải: *a ship with a displacement of 10.000 tons* một chiếc tàu trọng tải 10.000 tấn.

display[1] /di'splei/ *dgt* 1. bày ra, trưng bày, phô trương: *display goods for sale* bày hàng ra bán; *it is the first time the painting has been displayed to the public* đây là lần đầu tiên bức tranh được đem ra trưng bày cho công chúng xem 2. phô bày, để lộ ra: *display one's ignorance* để lộ sự ngu dốt của mình.

display[2] /di'splei/ *dt* 1. sự bày ra, sự trưng bày, sự phô trương: *a display of military might* sự phô trương sức mạnh quân sự 2. vật trưng bày 3. hiển thị màn hình *(máy điện toán).* // **on display** được trưng bày: *a collection of photographs was on display in the hall* một bộ sưu tập ảnh được trưng bày trong sảnh đường.

displease /dis'pli:z/ *dgt* làm phật ý, làm bực mình, làm khó chịu.

displeased /dis'pli:zd/ *tt* phật ý, bực mình, khó chịu: *many voters are displeased*

with the government's policies nhiều cử tri đã bực mình với những chính sách của chính phủ.

displeasing /dis'pli:ziŋ/ *tt* (+ to) làm phật ý, làm bực mình, khó chịu: *modern music can at first seem displeasing to the ear* nhạc hiện đại thoạt đầu có thể nghe khó chịu.

displeasingly /dis'pli:ziŋli/ *pht* [một cách] khó chịu.

displeasure /dis'pleʒə[r]/ *dt* sự phật ý, sự bực mình, sự khó chịu.

disport /di'spɔ:t/ *dgt* **disport oneself** *(đùa)* vui đùa, nô đùa: *children disporting themselves like puppies on the beach* trẻ con nô đùa như những chú chó con trên bãi biển.

disposable /di'spəuzəbl/ *tt* 1. dùng xong vứt luôn: *disposable razors* dao cạo dùng xong vứt luôn 2. sẵn có để dùng, thực sự dùng được: *disposable income* thu nhập thực sự dùng được *(sau khi đã trừ thuế má, tiền bảo hiểm...).*

disposal /di'spəuzl/ *dt* sự vứt bỏ: *the safe disposal of nuclear waste is a major problem* sự vứt bỏ các phế thải hạt nhân một cách an toàn là một vấn đề lớn. // **at one's (somebody's) disposal** để tùy ai sử dụng: *the firm put a secretary at my disposal* xí nghiệp bố trí cho tôi một thư ký để tùy tôi sử dụng.

dispose /di'spəuz/ *dgt* 1. sắp xếp, thu xếp: *dispose the chairs in a semicircle* sắp xếp ghế theo hình nửa vòng tròn 2. khiến ai sẵn lòng *(làm gì)*: *his criminal record does not dispose me to trust him* lý lịch tội phạm của anh ta khiến tôi khó mà

tin anh ta được. // **dispose of somebody (something)** a/ vứt bỏ; tống khứ *(ai, cái gì)*: *he was forced to dispose of his art treasures* ông ta buộc phải bán tống kho nghệ thuật quý giá của ông ta đi b/ giải quyết, khử: *the President ruthlessly disposed of his rivals* vị tổng thống đã tàn nhẫn khử các đối thủ của ông c/ có sẵn *(để sử dụng)*: *dispose of considerable wealth* có khối tài sản của cải.

disposed /di'spəuzd/ *tt (vị ngữ)* 1. **disposed to do something** sẵn sàng; muốn *(làm gì)*: *I'm not disposed to meet them at the moment* lúc này tôi chưa muốn (chưa sẵn sàng) gặp họ 2. **well (ill...) disposed towards somebody (something)** có khuynh hướng nghĩ tốt (xấu) về ai (cái gì): *she was favourably disposed towards new ideas* cô ta có khuynh hướng nghĩ tốt về những ý tưởng mới.

disposition /,dispə'ziʃn/ *dt (số ít)* 1. tính tình, tính khí: *a calm disposition* tính tình điềm đạm 2. **disposition to something (to do something)** khuynh hướng: *a disposition to jealousy (to be jealous)* khuynh hướng ghen tuông.

dispossess /,dispə'zes/ *dgt* truất quyền sở hữu: *they were dispossessed of their estates after the revolution* sau cách mạng họ bị truất quyền sở hữu tài sản.

dispossessed /,dispə'zest/ **the dispossessed** *dt* những người bị truất quyền sở hữu.

dispossession /,dispə'zeʃn/ *dt* sự truất quyền sở hữu.

disproof /dis'pru:f/ *dt* 1. sự bác bỏ *(một lời buộc tội...)* 2. lý lẽ bác bỏ.

disproportion /,disprə'pɔ:ʃn/ *dt* sự không cân đối, sự

không cân xứng: *dispropor-tion in age, size* sự không cân xứng về tuổi tác, về kích thước; *the disproportion between her salary and her responsibilities* sự không cân xứng giữa mức lương và gánh trách nhiệm của cô ta.

disproportionate /,dɪsprə-'pɔːʃənət/ *tt* không cân đối, không cân xứng.

disproportionately /,dis-prə'pɔːʃənətli/ *pht* [một cách] không cân đối, [một cách] không cân xứng.

disprove /,dɪs'pruːv/ *dgt* bác bỏ, bác: *the allegations have been completely disproved* các luận cứ đã hoàn toàn bị bác.

disputable /dɪ'spjuːtəbl/ *tt* có thể tranh cãi: *he made some disputable claims about his record* anh ta đưa ra một số đòi hỏi có thể gây tranh cãi về kỷ lục của anh ta.

disputably /dɪ'spjuːtəbli/ *pht* [một cách] có thể tranh cãi.

disputant /dɪ'spjuːtənt, 'dɪspjʊtənt/ *dt (luật)* người tranh cãi.

disputation /,dɪspjuː'teɪʃn/ *dt* 1. sự tranh cãi; cuộc tranh cãi 2. *(cổ)* cuộc luận chiến kinh viện.

disputatious /,dɪspjuː'teɪʃəs/ *tt* thích tranh cãi.

disputatiously /,dɪspjuː-'teɪʃəsli/ *pht* [một cách] thích tranh cãi.

dispute[1] /dɪ'spjuːt/ *dt* 1. sự tranh cãi; cuộc tranh cãi 2. mối bất hòa; cuộc tranh chấp: *a border dispute that could easily became a war* một cuộc tranh chấp biên giới có thể dễ dàng biến thành một cuộc chiến tranh. // **beyond (past) dispute** không phải bàn cãi gì nữa, rõ ràng:

his courage is beyond all dispute lòng can đảm của cậu ta không còn phải bàn cãi gì nữa; **in dispute** đang được bàn cãi: *the exact cause of the accident is still in dispute* nguyên nhân chính xác của tai nạn hãy còn đang được bàn cãi; **in dispute [with somebody]** đang tranh cãi với ai: *we are in dispute [with the management] about overtime rates* chúng tôi đang tranh cãi với ban quản đốc về mức lương giờ làm thêm; **without dispute** chắc chắn: *he is without dispute the better player* anh ta chắc chắn là cầu thủ giỏi hơn.

dispute[2] /dɪ'spjuːt/ *dgt* 1. tranh cãi, tranh luận: *some people love to dispute [with everyone]* một số người thích tranh cãi với mọi người; *they disputed at great length what they should do* họ tranh cãi dài dòng với nhau về những việc họ nên làm; *dispute a statement* tranh luận về một lời tuyên bố 2. tranh chấp: *our soldiers disputed every inch of ground* binh lính của ta tranh chấp từng tấc đất.

disqualification /dɪs,kwɒlɪ-fɪ'keɪʃn/ *dt* sự loại *(vì không đủ tư cách...)*: *any attempt at cheating will result in immediate disqualification* mọi mưu mô lừa đảo đều dẫn đến việc bị loại ra ngay lập tức.

disqualify /dɪs,kwɒlɪfaɪ/ *dgt* loại *(vì không đủ tư cách...)*: *the team has been disquali-fied from the competition* đội đã bị loại khỏi cuộc đấu; *she was disqualified in the first round* cô ta bị loại ngay trong vòng đầu.

disquiet[1] /dɪs'kwaɪət/ *dt* sự lo lắng.

disquiet[2] /dɪs'kwaɪət/ *dgt* làm lo lắng: *be greatly dis-quieted by the fall in public support* rất lo lắng vì sự ủng hộ của quần chúng giảm sút.

disquieting /dɪs'kwaɪətɪŋ/ *tt* gây lo lắng: *disquieting news* tin tức gây lo lắng.

disquietingly /dɪs'kwaɪə-tɪŋli/ *pht* [một cách] đáng lo lắng: *a disquietingly large number of accidents* con số tai nạn lớn một cách đáng lo ngại.

disquisition /,dɪskwɪ'zɪʃn/ *dt* bản tường thuật công phu; bản báo cáo công phu.

disregard[1] /,dɪsrɪ'gɑːd/ *dgt* không quan tâm đến, coi thường: *he completely disre-garded my point of view* nó hoàn toàn không quan tâm đến quan điểm của tôi.

disregard[2] /,dɪsrɪ'gɑːd/ *dt* sự không quan tâm đến, sự coi thường: *fire-fighters working with a complete disregard of their own safety* lính cứu hỏa làm việc hoàn toàn coi thường sự an toàn của chính họ.

disrepair /,dɪsrɪ'peə[r]/ *dt* tình trạng hư nát *(vì thiếu sửa chữa)*.

disreputable /dɪs'repjʊtəbl/ *tt* 1. mang tiếng xấu, thành tích bất hảo 2. thiếu đứng đắn, không nghiêm túc: *a disreputable manner* một phong cách thiếu đứng đắn.

disreputably /dɪs'repjʊtəbli/ *pht* 1. [một cách] thành tích bất hảo 2. [một cách] thiếu đứng đắn, [một cách] không nghiêm túc.

disrepute /,dɪsrɪ'pjuːt/ *dt* sự mang tiếng xấu: *the use of drugs is bringing the sport into disrepute* hiện tượng sử dụng ma túy trong thể thao đã làm cho ngành thể thao mang tiếng xấu.

D

disrespect /ˌdisri'spekt/ *dt* sự thiếu tôn kính, sự vô lễ: *no disrespect [to you], but I think you are wrong* không phải là thiếu tôn kính đối với anh, nhưng tôi nghĩ là anh đã sai.

disrespectful /ˌdisri'spektfl/ *tt* thiếu tôn kính, vô lễ.

disrespectfully /ˌdisri'spektfəli/ *pht* [một cách] thiếu tôn kính, [một cách] vô lễ.

disrobe /dis'rəʊb/ *dgt* cởi bỏ áo lễ phục: *the Queen disrobed after the ceremony* sau buổi lễ, nữ hoàng cởi bỏ áo lễ phục.

disrupt /dis'rʌpt/ *dgt* gây hỗn loạn: *a crowd of protesters disrupted the meeting* một đám đông người phản đối làm hỗn loạn cuộc mít tinh.

disruptive /dis'rʌptiv/ *tt* gây hỗn loạn: *a few disruptive students can easily ruin a class* một số ít sinh viên phá quấy có thể dễ dàng phá hỏng một lớp học.

disruptively /dis'rʌptivli/ *pht* [một cách] gây hỗn loạn: *act disruptively* hành động gây hỗn loạn.

disassociation /ˌdisəsəʊʃi'eiʃn/ *x* dissociation.

dissatisfaction /di,sætis'fækʃn/ *dt* dissatisfaction with somebody (something); dissatisfaction at doing something sự không hài lòng: *her dissatisfaction at his late arrival* sự không hài lòng của cô nàng khi chàng đến trễ.

dissatisfied /di'sætisfaid/ *tt* (+ with, at) không hài lòng, không vừa ý: *a dissatisfied customer* một khách hàng không được vừa ý.

dissect /di'sekt/ *dgt* mổ xẻ: *dissect a frog* mổ xẻ một con ếch; *commentators are still dissecting the election results* (bóng) các nhà bình

luận đang mổ xẻ kết quả của cuộc bầu cử.

dissection /di'sekʃn/ *dt* sự mổ xẻ.

dissemble /di'sembl/ *dgt* che giấu, che đậy: *dissemble one's intentions* che giấu ý định của mình.

dissembler /di'semblə[r]/ *dt* người giả vờ.

disseminate /di'semineit/ *dgt* gieo rắc; truyền bá: *they use the press to disseminate right-wing views* họ dùng báo chí để truyền bá quan điểm hữu khuynh.

dissemination /di,semi'neiʃn/ *dt* sự gieo rắc; sự truyền bá.

dissension /di'denʃn/ *dt* (+ among, between) mối bất đồng, mối chia rẽ: *deal with dissension in the party* giải quyết mối chia rẽ trong nội bộ đảng.

dissent[1] /di'sent/ *dt* sự bất đồng quan điểm.

dissent[2] /di'sent/ *dgt* (+ from) bất đồng quan điểm với: *I wish to dissent from the motion* tôi muốn có quan điểm bất đồng với bản kiến nghị.

dissenter /di'sentə[r]/ *dt* 1. người bất đồng quan điểm 2. **Dissenter** (tôn) kẻ biệt giáo (người không theo quốc giáo ở Anh).

dissenting /di'sentiŋ/ *tt* (thngữ) bất đồng quan điểm: *a dissenting opinion* một ý kiến bất đồng.

dissertation /ˌdisə'teiʃn/ *dt* luận văn: *a dissertation on Arabic dialects* luận văn về phương ngữ A Rập.

disservice /dis'sɜ:vis/ *dt* sự làm hại; hành động có hại: *you have done a serious disservice to your country by selling military secrets to our enemies* anh đã làm hại

nghiêm trọng đến đất nước bởi việc bán bí mật quân sự cho kẻ thù của chúng ta.

dissidence /'disidəns/ *dt* sự bất đồng quan điểm.

dissident /'disidənt/ *dt* người bất đồng quan điểm.

dissimilar /di'similə[r]/ *tt* (+ from, to) không giống, khác: *her latest book is quite dissimilar from her previous one* cuốn sách mới nhất của bà ta hoàn toàn khác cuốn trước đó.

dissimilarity /ˌdisimi'lærəti/ *dt* sự khác nhau.

dissimilarly /di'similəli/ *pht* [một cách] khác nhau.

dissimulate /di'simjʊleit/ *dgt* che đậy, che giấu (ý nghĩ, tình cảm).

dissimulation /di,simjʊ'leiʃn/ *dt* sự che đậy, sự che giấu (ý nghĩ, tình cảm).

dissipate /'disipeit/ *dgt* 1. [xua] tan, [làm] tiêu tan: *the mist quickly dissipated as the sun rose* sương mù nhanh chóng tan đi khi mặt trời lên; *her son's letter dissipated all her fears and anxiety* lá thư của con bà xua tan mọi sợ hãi và lo âu trong lòng bà 2. phung phí (thì giờ, tiền bạc): *he dissipated his large fortune in a few years of heavy spending* chỉ vài năm tiêu xài quá độ, anh ta đã phung phí hết cả một gia tài to lớn.

dissipated /'disipeitid/ *tt* phóng đãng: *lead a thoroughly dissipated life* sống một cuộc sống phóng đãng.

dissociate /di'səʊʃieit/ *dgt* (cg **dissassociate**) (+ from) phân ra, tách ra: *you can't dissociate yourself from the actions of your colleagues in the union* anh không thể tách ra khỏi hành động của các đồng sự của anh trong hiệp hội.

dissociation /diˌsəʊsiˈeiʃn/ *dt* (cg **disassociation** /disə-səʊʃiˈeiʃn/) sự phân ra, sự tách ra.

dissolubility /diˌsɒljʊˈbiləti/ *dt* tính có thể tan rã, khả năng tan rã.

dissoluble /diˈsɒljʊbl/ *tt* có thể tan rã: *is a marriage dissoluble?* (bóng) liệu hôn nhân có thể tan rã không?

dissolute /ˈdisəluːt/ *tt* trụy lạc, phóng đãng.

dissolutely /ˈdisəluːtli/ *pht* [một cách] trụy lạc, [một cách] phóng đãng.

dissoluteness /ˈdisəluːtnis/ *dt* sự trụy lạc, sự phóng đãng.

dissolution /ˌdisəˈluːʃn/ *dt* **1.** sự hủy, sự giải tán: *the dissolution of a marriage* sự hủy một cuộc hôn nhân; *the dissolution of Parliament* sự giải tán nghị viện **2.** sự tan rã: *the dissolution of the Roman Empire* sự tan rã đế quốc La Mã.

dissolve /diˈzɒlv/ *dgt* **1.** làm tan, hòa tan, tan: *water dissolves salt* nước hòa tan muối; *salt dissolves in water* muối hòa tan trong nước; *dissolve the salt in water* hòa tan muối vào nước; *all his hopes dissolved at the terrible news* mọi hy vọng của anh ta tiêu tan khi nghe tin khủng khiếp đó **2.** giải tán, giải thể: *Parliament dissolves tomorrow* ngày mai nghị viện sẽ giải tán; *dissolve a marriage* hủy một cuộc hôn nhân **3. dissolve in something** không tự chủ được, giàn giụa nước mắt; phá lên cười: *dissolve in tears* giàn giụa nước mắt; *dissolve in laughter* phá lên cười.

dissonance /ˈdisənəns/ *dt* (nhạc) sự nghịch tai.

dissonant /ˈdisənənt/ *tt* (nhạc) nghịch tai.

dissonantly /ˈdisənəntli/ *pht* (nhạc) [một cách] nghịch tai.

dissuade /diˈsweid/ *dgt* can ngăn: *he tried to dissuade her from getting married* nó cố can ngăn cô đừng lấy chồng.

dissuasion /diˈsweiʒn/ *dt* sự can ngăn.

dissuasive /diˈsweisiv/ *tt* can ngăn.

dissyllabic /ˌdisiˈlæbik/ *tt* (ngôn) (Mỹ) nh disyllabic.

dissyllable /ˌdisiˈləbl/ *dt* (ngôn) (Mỹ) nh disyllable.

distaff /ˈdistɑːf, (Mỹ ˈdistæf/ *dt* cọc sợi. // **on the distaff side** về bên [họ] ngoại.

distance[1] /ˈdistəns/ *dt* **1.** khoảng cách, quãng đường: *a good cyclist can cover distances of over a hundred miles a day* một người đua xe đạp giỏi có thể vượt qua một quãng đường trên một trăm dặm một ngày; *in the USA distance is measured in miles, not kilometres* ở Mỹ người ta đo quãng đường bằng dặm, không phải bằng kilomet; *at a distance of fifty years* (bóng) cách một khoảng thời gian năm mươi năm; *he won't hit the target at that distance* ở khoảng cách như vậy, nó khó mà bắn trúng mục tiêu **2.** sự xa cách: *distance is no problem with modern telecommunications* sự xa cách không thành vấn đề đối với viễn thông hiện đại **3.** sự xa cách lạnh lùng: *there has been a great distance between us since our quarrel* từ khi cãi nhau, giữa chúng tôi là cả một sự xa cách lạnh lùng. // **go the distance** chạy hết chặng đường; đấu

hết trận: *nobody thought he'd last 15 rounds, but he went the full distance* không ai nghĩ là anh ấy chịu được 15 hiệp, ấy thế mà anh ta đã đấu cả mấy hiệp; **in the distance** ở đằng xa; **keep one's distance [from somebody (something)]** a/ giữ thái độ cách biệt, giữ kẽ b/ giữ khoảng cách: *I would keep my distance from that dog, if I were you!* nếu tôi là anh thì tôi sẽ giữ khoảng cách xa đối với con chó đó; **keep somebody at the distance** giữ khoảng cách đối với ai, không thân tình quá.

distance[2] /ˈdistəns/ *dgt* (+ from) **1.** tạo khoảng cách (với ai): *that stupid quarrel has distanced us* cuộc cãi cọ ngu ngốc đó đã tạo khoảng cách giữa chúng tôi **2.** tránh xa, tránh dính líu vào: *she needs to distance herself from some of her more extreme supporters* bà ta cần phải tránh xa một số người ủng hộ mình một cách quá khích.

distant /ˈdistənt/ *tt* **1.** xa: *a distant cry* tiếng kêu ở xa; *she is a distant cousin of mine* chị ta là chị em họ xa của tôi **2.** xa cách: *a distant attitude* thái độ xa cách. // **dim and distant** x dim[1].

distantly /ˈdistəntli/ *pht* **1.** [một cách] xa: *we're distantly related* chúng tôi có bà con xa với nhau **2.** [với vẻ] xa cách: *she smiled distantly at us* chị ta cười với chúng tôi với vẻ xa cách.

distaste /disˈteist/ *dt* (+ for) sự không thích, sự không ưa: *she looked at his shabby clothes with distaste* cô ta nhìn quần áo tồi tàn của chàng với vẻ không thích; *a distaste for town life* sự không thích cuộc sống thành thị.

distasteful /dis'teistfl/ tt (+ to) khó chịu: *distasteful behaviour* thái độ khó chịu.

distastefully /dis'teistfəli/ pht [một cách] khó chịu.

distastefulness /dis'teistfəlnis/ dt sự khó chịu.

distemper¹ /di'stempə[r]/ dt màu keo.

distemper² /di'stempə[r]/ dgt tô bằng màu keo.

distemper³ /di'stempɜ[r]/ dt (thú) bệnh sốt ho (của chó).

distend /di'stend/ dgt làm căng lên: *a distended vein* tĩnh mạch căng lên.

distension (Mỹ **distention**) /di'stenʃn/ dt sự căng lên.

distil (Mỹ **distill**) /di'stil/ dgt (-ll-) **1.** cất, chưng cất: *distil fresh water from sea-water* cất nước ngọt từ nước biển; *brandy is distilled from wine* rượu branđi cất từ rượu vang **2.** chất lọc, đúc kết: *useful advice distilled from a lifetime's experience* lời khuyên hữu ích chất lọc từ kinh nghiệm của cả một cuộc đời. // **distil something off (out)** gạn lọc, lọc ra: *sea-water can be made drinkable by distilling out the salt* nước biển có thể làm thành nước uống được bằng cách lọc muối ra.

distillation /ˌdisti'leiʃn/ dt **1.** sự cất, sự chưng cất; sản phẩm cất **2.** bản thu nhỏ; tinh túy: *this book offers a distillation of Wittgenstein's thought in a mere fifty pages* cuốn sách này là bản thu nhỏ tư tưởng của Wittgenstein trong chỉ năm mươi trang giấy.

distiller /di'stilə[r]/ dt **1.** người cất rượu **2.** công ty cất rượu (chủ yếu rượu uýt-ki).

distillery /di'stiləri/ dt nhà máy rượu

distinct /di'stiŋkt/ tt **1.** dễ nhận, dễ thấy, rõ ràng: *the footprints are quite distinct, they must be fresh* dấu chân rất rõ, có lẽ là còn mới; *I had the distinct impression that I was being watched* tôi có cảm giác rõ ràng là tôi đang bị theo dõi **2.** (+ from) khác biệt: *astronomy, as distinct from astrology, is an exact science* thiên văn học, khác [biệt] với chiêm tinh học, là một khoa học chính xác.

distinction /di'stiŋkʃn/ dt **1.** sự phân biệt; điểm phân biệt: *I can't see any distinction between the two cases* tôi không thể thấy bất cứ sự phân biệt nào giữa hai trường hợp; *without distinction of rank* không phân biệt cấp bậc **2.** biểu hiện danh dự, tước hiệu: *an academic distinction* tước hiệu học thuật (ví dụ bằng tiến sĩ) **3.** sự ưu tú, sự xuất chúng, sự lỗi lạc: *men of distinction* những người xuất chúng; *a work of distinction* tác phẩm lỗi lạc.

distinctive /di'stiŋktiv/ tt đặc biệt: *she has a very distinctive way of walking* chị ta có một kiểu đi rất đặc biệt; *a distinctive appearance* vẻ ngoài đặc biệt.

distinctively /di'stiŋktivli/ pht [một cách] đặc biệt.

distinctiveness /di'stiŋktivnis/ dt nét đặc biệt.

distinctly /di'stiŋktli/ pht [một cách] rõ ràng: *but I distinctly remember you promising to phone me!* nhưng tôi nhớ rõ ràng là anh hứa gọi điện thoại cho tôi mà!

distinguish /di'stiŋwiʃ/ dgt **1.** phân biệt: *the twins are so alike that no one can distinguish one from the other* hai đứa sinh đôi giống nhau đến nỗi không một ai có thể phân biệt đứa này với đứa kia; *speech distinguishes human beings from the animals* lời nói là cái phân biệt người với động vật **2.** nhận ra: *distinguish a shape in the mist* nhận ra một hình dáng trong sương mù **3.** **distinguish oneself** tự làm nổi bật: *she distinguished herself by her bravery* chị ta nổi bật lên vì sự gan dạ của mình.

distinguishable /di'stiŋwiʃəbl/ tt (thường vị ngữ) (+ from) có thể phân biệt: *those two objects are not easily distinguishable from each other* hai vật ấy không dễ phân biệt được với nhau.

distinguished /di'stiŋwiʃt/ tt **1.** đạo mạo: *I think grey hair makes you look rather distinguished* tôi nghĩ tóc hoa râm sẽ làm cho ông có phần đạo mạo hơn **2.** xuất sắc, lỗi lạc: *a distinguished career* một sự nghiệp xuất sắc; *she is a distinguished novelist and philosopher* bà ta là một nhà tiểu thuyết và một triết gia lỗi lạc.

distort /di'stɔːt/ dgt **1.** làm méo mó: *a face-distorting mirror* chiếc gương làm hình soi méo mó đi **2.** bóp méo: *the newspaper gave a distorted account of what had happened* báo chí đã đưa ra một bài tường thuật bóp méo về những gì đã xảy ra.

distortion /di'stɔːʃn/ dt sự bóp méo (sự việc...).

distract /di'strækt/ dgt làm sao lãng, làm lơ đãng: *she was distracted from her work by the noise outside* chị ta sao lãng công việc vì có tiếng ồn ở ngoài kia.

distracted /di'stræktid/ *tt* bị lãng trí: *distracted with sorrow* lãng trí vì buồn phiền.

distractedly /di'stræktidli/ *pht* [một cách] lơ đãng: *he paced up and down distractedly* anh ta đi đi lại lại một cách lơ đãng.

distracting /di'stræktiŋ/ *tt* gây sao lãng, gây lơ đãng: *a very distracting noise* tiếng ồn gây xao lãng.

distractingly /di'stræktiŋli/ *pht* [một cách] xao lãng.

distraction /di'strækʃn/ *dt* 1. sự xao lãng; điều gây xao lãng 2. sự giải trí, sự tiêu khiển; trò giải trí, trò tiêu khiển: *TV can be a welcome distraction after a hard day's work* tivi có thể là một trò tiêu khiển được hoan nghênh sau một ngày làm việc căng thẳng 3. sự điên cuồng; **to distraction** đến điên cuồng: *he loves her to distraction* nó yêu nàng đến điên cuồng.

distrain /di'strein/ *đgt* (+ upon) xiết nợ; tịch biên.

distraint /di'streint/ *dt* sự xiết nợ, sự tịch biên.

distrait /di'streit/ *tt* đãng trí.

distraught /di'strɔ:t/ *tt* điên loạn.

distress¹ /di'stres/ *dt* 1. nỗi đau buồn, nỗi đau khổ: *his death was a great distress to all the family* cái chết của nó là nỗi đau buồn cho cả gia đình 2. cảnh khốn cùng *(do thiếu ăn, thiếu tiền)*: *The Government acted quickly to relieve the widespread distress caused by the earthquake* chính phủ đã hành động nhanh chóng để giảm bớt cảnh khốn cùng đang rộng ra sau cơn động đất 3. sự lâm nguy; cảnh hiểm nguy: *a ship in distress* con tàu đang lâm nguy. // **a damsel in distress** x damsel.

distress² /di'stres/ *đgt* *(thường ở dạng bị động)* làm đau buồn: *I was most distressed to hear the sad news of your father's death* tôi rất đau buồn khi được tin buồn về cái chết của bố anh; *please don't distress yourself* thôi đừng có tự bắt mình buồn phiền nữa, đừng có lo nghĩ nữa.

distressful /di'stresfl/ *tt* *nh* distressing.

distressfully /di'stresfəli/ *pht* *nh* distressingly.

distressing /di'stresiŋ/ *tt* (*cg* **distressful**) làm đau buồn: *distressing news* tin làm đau buồn.

distressingly /di'stresiŋli/ *pht* (*cg* **distressfully**) [một cách] đau buồn.

distribute /di'stribju:t/ *đgt* 1. phân phối, phân phát: *distribute letters* [phân] phát thư; *the demonstrators distributed leaflets to passersby* những người biểu tình phát truyền đơn cho khách qua đường 2. rải: *bagages loaded on to an aircraft must be evenly distributed* hành lý chất lên máy bay phải được rải đều ra.

distribution /,distri'bju:ʃn/ *dt* 1. sự phân phối, sự phân phát: *the distribution of prizes* sự phân phát giải thưởng 2. sự phân bố: *pines have a wide distribution* cây thông có diện phân bố rộng.

distributive /di'stribjutiv/ *tt* 1. phân phối, phân phát: *the distributive trades* các ngành lưu thông phân phối *(như vận tải, bán lẻ...)* 2. *(ngôn)* phân bố: "each", "every", "either", "neither" *are distributive pronouns* "each", "every", "either", "neither" là những đại từ phân bố.

distributively /di'stribju-tivli/ *pht* [về mặt] phân phối, [về mặt] phân phát.

distributor /di'stribjutə[r]/ *dt* 1. người phân phối, người phân phát 2. *(kỹ)* bộ phận phối.

district /'distrikt/ *dt* 1. quận, huyện 2. khu; vùng: *the Lake District* khu Hồ.

district attorney /,distriktə-'tɜ:ni/ *(Mỹ)* *(vt* **DA**) biện lý quận.

district nurse /,distriktnɜ:s/ *(Anh, xưa)* y tá chăm bệnh nhân tại nhà.

distrust¹ /dis'trʌst/ *dt* sự thiếu tin cậy, sự nghi ky: *negotiations between unions and management are made more difficult by mutual distrust* thương lượng giữa các nghiệp đoàn và ban quản trị gặp nhiều khó khăn hơn do hai bên nghi ky lẫn nhau.

distrust² /dis'trʌst/ *đgt* thiếu tin cậy, nghi ky: *he's so suspicious he would distrust his own mother* nó nghi ky đến nỗi không tin cả mẹ nó.

distrustful /dis'trʌstful/ *tt* nghi ky.

distrustfully /dis'trʌstfəli/ *pht* [một cách] nghi ky.

disturb /di'stɜ:b/ *đgt* 1. xáo lộn: *don't disturb the papers on my desk* đừng xáo lộn giấy tờ trên bàn tôi 2. làm nhiễu loạn, phá vỡ *(sự yên tĩnh...)*: *no sound disturbed the silence of the evening* không một âm thanh nào phá vỡ sự yên tĩnh của trời đêm 3. làm lo lắng: *disturbing symtoms* những triệu chứng làm lo lắng. // **disturb the peace** *(luật)* gây ồn ào náo động.

disturbance /di'stɜ:bəns/ *dt* **1.** sự làm náo động; cuộc náo động **2.** sự làm nhiễu loạn; sự nhiễu loạn: *the noise of traffic is a continual disturbance* tiếng ồn giao thông là một nguồn nhiễu loạn liên tục **3.** *(tâm)* sự rối loạn tâm thần.

disturbed /di'stɜ:bd/ *tt* rối loạn tâm thần.

disunion /dis'ju:niən/ *dt* **1.** sự chia rẽ **2.** sự bất hòa.

disunite /,dis.ju:'nait/ *dgt* chia rẽ.

disunity /dis'ju:nəti/ *dt* sự chia rẽ.

disuse /dis'ju:s/ *dt* sự bỏ không dùng đến: *rusty from disuse* bị gỉ vì không dùng đến; *words that have fallen into disuse* những từ bị bỏ đi không dùng nữa.

disused /dis'ju:zd/ *tt* bỏ không dùng đến: *a disused railway line* đường sắt bị bỏ không dùng nữa.

disyllabic /,disi'læbik, daisi-'læbik/ *(Mỹ* **dissyllabic)** *tt* *(ngôn)* [gồm] hai âm tiết.

disyllable /di'siləbl, dai'si-ləbl/ *(Mỹ* **dissyllable)** *dt* *(ngôn)* từ hai âm tiết.

ditch¹ /ditʃ/ *dt* hào, rãnh, mương. // **the last ditch** *x* last¹.

ditch² /ditʃ/ *dgt* **1.** hạ cánh khẩn cấp xuống biển: *a sudden engine failure forced the pilot to ditch* máy hỏng bất ngờ buộc phi công phải hạ cánh khẩn cấp xuống biển **2.** bỏ: *I hear she's ditched her boy-friend* tôi nghe nói cô ta đã bỏ người bạn trai của cô rồi; *when the road became impassable, we had to ditch the car and walk* khi đường không đi qua được nữa, chúng tôi đã phải bỏ xe mà cuốc bộ **3.** đào rãnh, đào hào; sửa rãnh, sửa hào:

hedging and ditching làm hàng rào và đào hào.

dither¹ /diðə[r]/ *dgt* (+ about) chần chừ: *stop dithering about which film you want to see or you'll miss them both* thôi đừng chần chừ chọn phim nào nên xem nữa, nếu không lỡ cả hai phim cho mà xem.

dither² /diðə[r]/ *dt* sự chần chừ. // **all of a dither** *(kng)* lúng túng chần chừ; **have the dithers** lưỡng lự chần chừ.

ditto /ditəʊ/ *dt* (vt **do**) cái như thế *(dùng trong một bảng liệt kê để tránh trùng lặp)*: *1 doz bottles white wine £2.25 a bottle; ditto red £3* một tá chai rượu vang trắng giá mỗi chai 2 bảng 25; cũng một tá chai vang đỏ giá mỗi chai 3 bảng.

ditto mark /ditəʊmɑ:k/ dấu ditto (") *(dùng trong một bảng liệt kê)*.

ditly /ditli/ *dt (thường đùa)* bài hát đơn ngắn.

diuretic¹ /daijʊ'retik/ *tt (y)* lợi tiểu.

diuretic² /daijʊ'retik/ *dt (y)* thuốc lợi tiểu.

diurnal /dai'ɜ:nl/ *tt* **1.** *(sinh)* [thuộc] ban ngày: *unlike most other bats, this species is diurnal* khác với các loài dơi khác, loài dơi này hoạt động vào ban ngày **2.** [trọn] một ngày đêm: *the diurnal movement of the planets* vòng quay một ngày đêm của các hành tinh.

diurnally /dai'ɜ:nəli/ *pht* **1.** về ban ngày **2.** trọn một ngày đêm.

divan /di'væn, *(Mỹ* 'dai-væn)/ *dt* đi-văng, tràng kỷ.

dive¹ /daiv/ *dgt* (**dived**; *Mỹ*, *qk* **dove**) **1.** lao đầu xuống nước: *he dived from the bridge to rescue the drowning child* anh ta từ trên

cầu lao xuống nước để cứu đứa bé sắp chết đuối **2.** lặn xuống (cá voi, tàu ngầm...) **3.** lao vào: *when the rain started, we dived into a cafe* khi mưa bắt đầu chúng tôi lao vào một quán cà phê. // **dive for something** lao tới tìm cái gì: *dive for the gun* lao tới tìm khẩu súng; *we dived for cover when the storm started* chúng tôi lao đi tìm chỗ trú khi cơn bão bắt đầu; **dive into (in)** a/ thọc tay nhanh vào: *dive into one's pocket* thọc tay nhanh vào túi; b/ mải mê vào, bị cuốn hút vào: *dive into a new project* mải mê vào một đề án mới.

dive² /daiv/ *dt* **1.** sự lao đầu xuống; sự lao người: *the goalkeeper made a spectacular dive to save the goal* thủ môn lao người cứu khung thành **2.** sự lặn xuống **3.** *(kng)* quán rượu chui; chỗ tụ tập cờ bạc *(của bọn vô lại)*.

dive-bomb /daivbɒm/ *dgt* bổ nhào xuống ném bom.

dive-bomber /daiv,bɒm-bə[r]/ *dt* máy bay ném bom kiểu bổ nhào.

diverge /dai'vɜ:dʒ/ *dgt* **1.** rẽ theo những hướng khác nhau: *this is where our opinions diverge [from each other]* đây là chỗ mà ý kiến chúng ta rẽ theo những hướng khác nhau **2.** **diverge from something** xa rời: *diverge from the truth* xa rời sự thật.

divergence /dai'vɜ:dʒns/ *dt* *(cg* **divergency** /dai'vɜ:-dʒənsi/)* sự khác nhau, sự bất đồng.

divergent /dai'vɜ:dʒənt/ *tt* khác nhau, bất đồng.

divers /daivəz/ *tt* *(cổ)* nhiều; khác nhau.

diverse /dai'vɜ:s/ *tt* đa dạng: *her interests are very diverse* những lĩnh vực quan tâm của cô ta rất đa dạng.

diversification /dai,vɜ:sifi-'keiʃn/ *dt* sự đa dạng hóa.

diversify /dai'vɜ:sifai/ *dgt* (**diversified**) đa dạng hóa: *our factory is trying to diversify its range of products* xí nghiệp chúng tôi đang cố đa dạng hóa các sản phẩm của mình.

diversion /dai'vɜ:ʃn, (*Mỹ* dai'vɜ:rʒn)/ *dt* 1. sự đổi hướng: *the diversion of a stream* sự đổi hướng dòng chảy; *the diversion of one's thoughts* sự đổi hướng dòng suy nghĩ 2. (*Anh*) (*Mỹ* **detour**) đường tránh ách tắc: *sorry I'm late, there was a diversion* xin lỗi tôi bị chậm vì phải đi đường tránh ách tắc 3. trò tiêu khiển: *it's difficult to concentrate when there are so many diversions* thật khó mà tập trung khi có nhiều trò tiêu khiển đến thế 4. sự đánh lạc hướng: *one of the gang created a diversion in the street while the others robbed the bank* một tên trong bọn gây sự cố đánh lạc hướng trên đường phố trong khi những tên khác cướp ngân hàng.

diversionary /dai'vɜ:ʃənəri, (*Mỹ* dai'vɜ:rʒənəri)/ *tt* đánh lạc hướng: *diversionary raids* những cuộc đột kích đánh lạc hướng.

diversity /dai'vɜ:səti/ *dt* sự đa dạng: *a wide diversity of opinions* tình trạng ý kiến rất đa dạng.

divert /dai'vɜ:t/ *dgt* 1. làm đổi hướng: *divert traffic from one road to another* đổi đường xe chạy sang con đường khác; *divert somebody's attention* đổi hướng sự chú ý của ai 2. làm tiêu

khiển, làm giải trí (*ai*): *a new game to divert the children* trò chơi mới để giải trí tụi trẻ con.

diverting /dai'vɜ:tiŋ/ *tt* [để] tiêu khiển, [để] giải trí.

divertingly /dai'vɜ:tiŋli/ *pht* [một cách] tiêu khiển, [một cách] giải trí.

divest /dai'vest/ *dgt* (+ of) 1. cởi bỏ (*lễ phục*) (*cho ai*) 2. tước bỏ: *divest somebody of his right* tước bỏ quyền lợi của ai 3. gạt bỏ: *divest oneself of one idea* gạt bỏ một ý nghĩ.

divide[1] /di'vaid/ *dgt* 1. chia, phân ra: *divide the class [up] into small groups* chia lớp thành từng nhóm nhỏ; *we divided the work between us* chúng tôi chia công việc cho nhau; *the English Channel divides England from France* biển Manche phân cách nước Anh với nước Pháp; *30 divided by 6 is 5* 30 chia cho 6 được 5 2. chia rẽ: *this issue has divided the Government* vấn đề này đã chia rẽ chính phủ.

divide[2] /di'vaid/ *dt* (*Mỹ*) đường phân thủy.

divided highway /di,vaidid 'haiwei/ *x* dual carriageway.

dividend /'dividend/ *dt* 1. (*kté*) lợi tức cổ phần 2. (*toán*) số bị chia.

divider /di'vaidə[r]/ *dt* cái phân, cái ngăn: *a room divider* tấm ngăn phòng.

dividers /di'vaidʒz/ *dt* (*thường* **pair of dividers**) chiếc compa đo góc.

divination /divi'neiʃn/ *dt* sự bói toán, sự tiên toán.

divine[1] /di'vain/ *tt* 1. [thuộc] thần thánh: *Divine Service* thánh lễ 2. tuyệt trần, siêu phàm: *divine beauty* sắc đẹp tuyệt trần.

divine[2] /di'vain/ *dgt* 1. đoán: *divine somebody's thoughts* đoán ý nghĩ của ai 2. (*cg* **dowsc**) dò tìm mạch nước.

diviner /di'vainə[r]/ *dt* (*cg* **water diviner**) người dò tìm mạch nước.

divining-rod /di'vainiŋrɒd/ *dt* que dò tìm mạch nước.

divinity /di'vinəti/ *dt* 1. sự thần thánh: *the divinity of Christ* sự thần thánh của Chúa 2. thần: *the Roman divinities* các vị thần La Mã 3. thần học: *a doctor of divinity* tiến sĩ thần học.

divisible /di'vizəbl/ *tt* (*thường vị ngữ*) chia hết cho: *8 is divisible by 2 and 4, but not by 3* 8 chia hết cho 2 và 4, nhưng không chia hết cho 3.

division /di'viʒn/ *dt* 1. sự chia; phép chia 2. phần chia ra, bộ phận, đoạn, nhóm 3. đường phân chia, ranh giới, vách ngăn 4. sự chia làm hai phe để biểu quyết (*ở nghị viện*) 5. sự chia rẽ, sự phân tranh 6. (*quân*) sư đoàn.

divisional /di'viʒənl/ *tt* [thuộc] sư đoàn.

division of labour /di,viʒn əv 'leibə[r]/ sự phân chia lao động.

division sign /di'viʒnsain/ dấu chia (÷).

divisive /'divaisiv/ *tt* gây chia rẽ: *a divisive effect* tác động gây chia rẽ.

divisively /di'vaisivli/ *pht* [một cách] gây chia rẽ.

divisiveness /di'vaisivnis/ *dt* sự gây chia rẽ.

divisor /di'vaizə[r]/ *dt* (*toán*) số chia.

divorce[1] /di'vɔ:s/ *dt* 1. sự ly hôn 2. sự phân cách; sự xa rời: *the divorce between religion and science* sự phân cách giữa tôn giáo và khoa học.

divorce² /di'vɔːs/ *đgt* **1.** ly hôn: *they're divorcing each other; they are getting divorced* họ đã ly hôn **2.** *(chủ yếu dùng ở dạng bị động)* phân cách, xa rời: *a politician totally divorced from the real needs of the country* một nhà chính trị hoàn toàn xa rời nhu cầu thực tế của đất nước.

divorcee /di,vɔː'siː/ *dt* người ly hôn.

divot /'divət/ *dt* tảng đất cỏ *(bị gậy đánh gôn đánh bật lên).*

divulge /dai'vʌldʒ/ *đgt* để lộ ra, tiết lộ: *divulge one's age* để lộ tuổi ra; *I cannot divulge how much it costs* tôi không thể tiết lộ giá cả của cái đó.

divulgence /dai'vldʒəns/ *dt* sự để lộ, sự tiết lộ.

divvy¹ /'divi/ *dt* (Anh, cũ, kng) lợi tức cổ phần *(do hợp tác xã trả).*

divvy² /'divi/ *đgt* **(divvied)**
divvy something up *(kng)* chia, phân phối: *they divvied up the winnings between them* họ chia nhau tiền được cuộc.

Dixie /'diksi/ *dt (Mỹ, kng)* các bang miền Nam nước Mỹ *(hình thành hợp bang những năm 1860-1861).*

Dixieland /'diksilænd/ *dt* **1.** *(Mỹ) nh* Dixie **2.** *(Mỹ, cg* **dixieland)** nhạc ja nhịp đôi: *a dixieland band* một ban nhạc ja nhịp đôi, một ban nhạc dixieland.

DIY /,diːaiˈwai/ *(vt của* do it yourself)* tự làm lấy: *a DIY kit* bộ dụng cụ tự sửa chữa lấy trong gia đình.

dizzily /'dizili/ *pht* [một cách] hoa mắt, [một cách] chóng mặt.

dizziness /,dizinis/ *dt* sự hoa mắt, sự chóng mặt.

dizzy¹ /'dizi/ *tt* **(-ier; -iest) 1.** hoa mắt, chóng mặt: *climbing ladders makes me dizzy* leo thang làm tôi chóng mặt **2.** làm hoa mắt, làm chóng mặt: *a dizzy height* một độ cao làm chóng mặt.

dizzy² /'dizi/ *đgt* **(dizzied)** làm hoa mắt, làm chóng mặt.

DJ /,diːˈdʒei/ *vt* **(kng) 1.** *(Anh)* (vt của dinner-jacket)* áo ximốckinh **2.** *(vt của* discjockey)* phát thanh viên nhạc dân gian *(trên đài truyền thanh, truyền hình).*

dl *vt (snh kđổi hoặc* dls)* (vt của decilitre) dexilit.

D Litt /,diːˈlit/ *(cg* Litt D)* (vt của Doctor of Letters) tiến sĩ văn khoa.

DM *(cg* D.mark)* (vt của Deutsch Mark) đồng Mác [Tây] Đức.

dm *(vt của* decimetre) *(snh kđổi hay* dms)* đeximet.

DMus /,diːˈmʌs/ *(vt của* Doctor of Music) tiến sĩ âm nhạc.

DNA /,diːenˈei/ *(hóa) (vt của* deoxyribonucleic acid) axit deoxyribonucleic.

do¹ /duː/ *trd* (phủ định **do not** *vt* **don't**; ngôi thứ ba số ít thì hiện tại **does**; phủ định **does not**, *vt* **doesn't**; *qk* **did**, phủ định **did not**, *vt* **didn't**; *đtqk* **done**) **1.** *(dùng trước đgt để hình thành câu phủ định, câu hỏi):* I don't like fish* tôi không thích ăn cá; *they didn't go to Paris* họ đã không đi Paris; *does she speak French?* cô ta nói được tiếng Pháp không?; *do you believe him?* anh có tin nó không? **2.** *(dùng ở cuối câu hỏi để hỏi lặp lại)* có phải không: *you live in London, don't you?* anh sống ở Luân Đôn, có phải không?;

she doesn't work here, does she? cô ấy không làm việc ở đấy à, có phải không? **3.** *(dùng khi không có một trợ động từ nào khác để nhấn mạnh):* he does look tired* anh ấy trông thật mệt mỏi; *she did write to say thank you* chị ta quả đã viết thư để cám ơn anh **4.** *(dùng để đảo vị trí của chủ từ và động từ khi một pht hay phó ngữ được đưa lên phía trước):* not only does she speak Spanish, [but] she also knows how to type* chẳng những chị ta nói được tiếng Tây Ban Nha mà chị còn biết cả đánh máy nữa; *rarely did she request help but this was a matter of urgency* ít khi cô ta nhờ vả, nhưng đây là một trường hợp khẩn cấp **5.** *(dùng để tránh sự lặp lại một động từ):* he drives faster than he did a year ago* anh ta lái xe nhanh hơn [như đã lái] một năm trước đây; *"who won?" "I did"* "ai thắng đấy?" "tôi thắng".

do² /duː/ *đgt* (ngôi thứ ba số ít thì hiện tại **does**; *qk* **did**, *đtqk* **done**) **1.** làm, thực hiện: *"what are you doing this evening?" "I'm going to the cinema"* "tối nay anh làm gì?" "tôi đi xem chiếu bóng"; *there's nothing to do in this place* chỗ này chẳng có gì để mà làm cả; *he does nothing but complain* hắn chẳng làm gì ngoài việc than phiền cả; *"what can I do for you?" "I'd like a pound of apples, please"* "tôi có thể làm gì được cho ông?" "tôi muốn mua một cân táo"; *do as I do* hãy làm theo tôi; *he still has to do his military service* nó còn phải thực hiện nghĩa vụ quân sự; *I have a number of important things to do today* tôi có một số việc quan trọng phải làm hôm nay **2.** (dùng với *the + dt* hay *my, his + dt* để chỉ một số công việc hằng ngày như đánh *(răng)*, rửa *(bát đĩa)*, lau chùi *(bàn ghế)*...): *do one's teeth* đánh răng; *do the dishes* rửa bát đĩa; *do the flowers* cắm hoa; *do the ironing* là quần áo; *do the cooking* nấu ăn; *we usually do our shopping at the weekend* chúng tôi thường đi mua sắm vào kỳ nghỉ cuối tuần **3.** học; nghiên cứu; giải *(bài toán...)*: *do law* học luật; *can you do crosswords?* anh có thể giải ô chữ không? **4.** tạo ra, làm ra: *do a painting* vẽ một bức tranh; *I'll do a translation for you* tôi sẽ dịch cho anh một bản; *does this pub do lunches?* quán này có phục vụ bữa ăn trưa không? **5.** công diễn; sắm vai: *they are doing Hamlet next year* năm tới họ sẽ cho công diễn vở Hamlet đấy; *she does Mrs. Thatcher rather well* chị ta sắm vai bà Thatcher khá đạt đấy **6.** *(dùng ở thì hoàn thành hay dạng bị động)* hoàn thành, làm xong: *have you done?* anh làm xong chưa?; *did you get your article done in time?* anh có viết xong bài báo kịp thời hạn không? **7.** đi, đi được: *how many miles did you do during your tour?* trong chuyến đi của anh, anh đi được bao nhiêu dặm; *my car does 40 miles to the gallon* xe tôi đi 40 dặm hết một galông; *the car was doing 90 miles an hour* xe chạy được 90 dặm mỗi giờ **8.** trải qua; qua: *she did a year at university, but decided to give up the course* cô ta đã qua một năm đại học, nhưng định bỏ học; *he did six months [in prison]*

for burglary (kng) nó đã qua sáu tháng tù vì tội ăn trộm **9.** đủ; thích hợp: *"can you lend me some money?" "certainly - will £10 do?"* "anh có thể cho tôi mượn ít tiền không?" "được chứ -10 bảng có đủ không?"; *this room will do [me] nicely, thank you* căn phòng này rất hợp ý tôi, cảm ơn anh **10.** (dùng với pht, hay trong câu hỏi sau how) tiến bộ: *she's doing very well at school* cô ta học hành rất tiến bộ; *both mother and baby are doing well* cả mẹ lẫn con đều khỏe mạnh *(sau khi sinh con)* **11.** nấu, xào, rán: *how would you like your steak done?* anh muốn món bít-tết của anh rán như thế nào đây? **12.** *(kng)* đánh lừa: *this table is not a genuine antique, I'm afraid you have been done!* chiếc bàn này không phải đồ cổ thực sự, tôi e rằng anh đã bị lừa **13.** *(lóng)* ăn cướp: *the gang did a warehouse and a supermarket* băng đó đã cướp một kho hàng và một siêu thị **14.** *(lóng)* nện, đánh: *say that again and I will do you* nói lại đi, tao nện cho mày một trận cho mà xem **15. do somebody [for something]** bắt ai vì việc gì; kết tội ai vì việc gì: *he got done for speeding* anh ta bị bắt vì cho xe chạy quá tốc độ. // **be (have) to do with somebody (something)** có liên quan tới ai (cái gì): *what do you want to see me about?" "it's to do with that letter you sent me"* "anh muốn gặp tôi làm gì?" "điều đó có liên quan tới lá thư anh đã gửi cho tôi; **do as you would be done by** hãy đối xử với người khác như mình muốn người ta đối xử với mình; **have (got) something [nothing; a lot] to do with somebody (something)** có liên

quan (không có liên quan) tới ai (cái gì): *her job has something to do with computers* công việc của cô ta có cái gì đó liên quan đến máy điện toán; *hard work has a lot to do with her success* thành công của chị ta phần lớn là do làm việc cật lực; **how do you do?** *(câu dùng làm lời chào khi gặp ai lần đầu tiên)*; **it (that) will never (won't) do** điều đó chắc là không ổn: *this is the third time you've been late for work this week; it simply won't do I afraid* đây là lần thứ ba trong tuần anh đi làm trễ giờ, tôi e là không ổn đấy; **nothing doing** chịu thôi *(dùng để từ chối)*: *"can you lend me £10?" "nothing doing"* "anh cho tôi mượn 10 bảng được không?" "chịu thôi"; **that does it** *(kng)* đủ rồi đấy *(chỉ sự hết kiên nhẫn chịu đựng)*: *that does it! I've had enough of your sarcasm, I'm leaving* thôi đủ rồi đấy, tôi đã phát ngán những lời châm chọc của anh rồi, tôi đi đây; **that's done it** *(kng)* thôi thế là hết: *that's done it. We've run out of petrol. We'll never be in time for the train now* thôi thế là hết. Chúng ta hết cả xăng, làm sao mà kịp chuyến xe lửa được nữa; **that will do** thôi đi: *that will do, you two, you're getting far too noisy* thôi đi hai anh, hai anh làm ồn ào quá rồi đấy. **do away with something** *(kng)* bãi bỏ, hủy bỏ: *he thinks it's time we did away with the monarchy* hắn cho là đã đến lúc ta nên bãi bỏ chế độ quân chủ; *the death penalty has been done away with in many European countries* án tử hình đã được bãi bỏ ở nhiều nước châu Âu; **do away with oneself (somebody)** *(kng)* tự tử; giết *(ai)*: *he tried to do away with himself* hắn đã cố tự tử; **do somebody (something) down** *(kng)* chỉ trích: *he's always doing his friends down* nó luôn luôn chỉ trích bạn nó; **do for somebody** *(kng)* giúp việc nhà cho ai: *old Mrs Green has done for us over 20 years* già Green đã giúp việc nhà cho chúng tôi trên 20 năm; *they can't afford a home help, so they have to do for themselves* họ không đủ khả năng thuê người giúp việc nên phải tự làm lấy việc nhà; **do for somebody (something)** *(thường ở dạng bị động) (kng)* phá hủy, giết chết: *unless the Government provides more cash, the steel industry is done for* công nghiệp thép sẽ bị giết chết trừ phi chính phủ bỏ thêm tiền; **do for something** *(kng) (dùng trong câu hỏi với how, what)* xoay xở để có: *how (what) did you do for coal during the miner's strike?* làm sao anh xoay xở được than trong thời gian đình công của thợ mỏ?; **do something for somebody (something)** *(kng)* cải thiện vẻ bề ngoài cho *(ai, cái gì)*: *that new hairstyle really does something (a lot) for her* kiểu tóc mới thực sự làm cho cô ta trông đẹp lên [nhiều]; **do somebody in** *(kng)* a/ giết: *she was so depressed she felt like doing herself in* chị ta sầu não đến mức muốn tự tử b/ nh *do somebody over* c/ *(thường ở dạng bị động)* làm kiệt sức: *you look done in* anh trông có vẻ kiệt sức; **do something in** *(kng)* làm tổn thương *(một bộ phận cơ thể)*: *he did his back in lifting heavy furniture* nó bị đau lưng vì nâng đồ nặng; **do something out** *(kng)* lau chùi,

dọn dẹp: *your desk drawer needs doing out* ngăn kéo bàn anh cần được dọn dẹp lại; **do somebody out of something** *(kng)* ngăn cản ai *(thường là bằng cách không lương thiện)*: *she was done out of her promotion* chị ta đã bị ngăn cản không được đề bạt; **do somebody over** *(kng)* tấn công; đánh đập tơi bời *(ai)*: *he was done over by a gang of thugs after a football match* nó bị một bọn du côn đánh tơi bời sau một trận đá bóng; **do something over** lau chùi; tân trang mặt ngoài: *the paintwork is beginning to flake; it'll need doing over (to be done over)* soon bức tranh bắt đầu bong ra, cần phải sớm tân trang mặt tranh; **do something to somebody** *(kng)* tác động đến, kích thích: *her voice really does something to me* tiếng nói cô ta thực sự có tác động tới tôi; **do something to something** *(đặc biệt trong câu hỏi với what)* làm xảy ra: *what have you done to the television?* it's not working properly anh đã làm gì ở máy thu hình mà nó không chạy tốt nữa thế?; **do up** cài, thắt: *this skirt does up at the back* chiếc váy này cài ở sau lưng; *do up this knot* thắt cái nút này đi; **do oneself up** *(kng)* chưng diện trang điểm vào; **do something up** a/ cài khuy vào: *she asked me to do up her dress for her at the back* chị ta nhờ tôi cài giùm khuy áo ở sau lưng b/ gói, bọc: *she was carrying a parcel of books done up in brown paper* cô ta mang một gói sách bọc trong giấy gói màu nâu c/ sửa chữa lại, tân trang lại: *if we decide to buy the cottage we'll have to do it up* nếu ta quyết

định mua túp nhà tranh ấy thì ta sẽ phải sửa chữa mới lại; **do with something** a/ *(dùng với can, could, chỉ một sự cần thiết, một sự mong muốn)*: *you look as if you could do with a good night's sleep* trông anh như là cần phải ngủ một đêm cho thật ngon giấc b/ *(dùng ở dạng phủ định với can và could)* dung thứ, chịu đựng: *I can't do with his insolence* tôi không thể chịu được cái tính láo xược của nó; **do something with somebody (something)** *(dùng trong câu hỏi với what)* làm gì với: *what have you done with my umbrella?* anh để cái ô của tôi đâu rồi?; *she doesn't know what to do with herself* chị ta không biết mình phải làm gì nữa; **do without [somebody (something)]** *(thường dùng với can, could)* xoay xở được mà không cần *(ai, cái gì)*: *he can't do without [the services of] a secretary* ông ta không thể xoay xở lấy mà không có thư ký.

do³ /du:/ *dt* 1. *(snh* **dos** hoặc **do's** /du:z/) *(Anh, kng)* bữa tiệc; buổi liên hoan: *I hear the Newtons are having a big do tonight* tôi nghe nói gia đình Newton sẽ có một bữa tiệc lớn tối nay 2. *(Anh, lóng)* trò bịp bợm: *if you ask me, the whole thing's a do* nếu anh hỏi tôi thì xin nói tất cả chỉ là trò bịp bợm. // **fair do (dos; do's)** *x* fair¹.

do⁴ /dəʊ/ *dt nh* doh.

do⁵ *dt* (*vt của* ditto) *x* ditto.

doc /dɒk/ *dt (kng)* (*vt của* **doctor**) bác sĩ.

docile /'dəʊsaɪl, (Mỹ 'dɒsl/ *tt* dễ bảo: *a docile child* đứa trẻ dễ bảo; *a docile dog* con chó dễ bảo.

docility /'dəsiləti/ *dt* tính dễ bảo.

dock¹ /dɒk/ *dt* **1.** vũng tàu đậu **2. docks** *(snh)* bến tàu **3.** *(Mỹ)* cầu tàu.

dock² /dɒk/ *dgt* **1.** đi vào bến tàu *(tàu)* **2.** cho *(tàu)* vào vũng tàu đậu **3.** lắp ghép nhau *(tàu vũ trụ)*.

dock³ /dɒk/ *dt* ghế bị cáo *(ở tòa)*. // **put somebody (be) in the dock** tố cáo ai *(bị tố cáo)*.

dock⁴ /dɒk/ *dgt* cắt ngắn *(đuôi súc vật)*. // **dock something [from (off)] something** cắt bớt: *dock 15% from (off) somebody's earnings* cắt bớt 15% tiền lương của ai.

dock⁵ /dɒk/ *dt (thực)* cây chút chít tây.

docker /'dɒkə[r]/ *dt* công nhân bến tàu *(bốc dỡ hàng)*.

docket¹ /'dɒkit/ *dt* **1.** nhãn kê khai hàng **2.** *(Mỹ, luật)* danh sách các vụ chờ xét xử.

docket² /'dɒkit/ *dgt* dán nhãn liệt kê hàng vào.

dockland /'dɒklænd/ *dt* khu vực xưởng tàu.

dockyard /'dɒkja:d/ *dt* xưởng tàu.

doctor¹ /'dɒktə[r]/ *dt (vt* **Dr)** **1.** bác sĩ **2.** tiến sĩ: *Doctor of Letters* tiến sĩ văn chương.

doctor² /'dɒktə[r]/ *dgt* **1.** cho *(ai)* uống thuốc chữa bệnh; chữa *(bệnh)*: *doctor a child* cho trẻ uống thuốc chữa bệnh; *doctor a cold* chữa bệnh cảm lạnh **2.** thiến, hoạn *(mèo, chó...)* **3.** *(kng)* pha trộn chất có hại vào món ăn thức uống: *they doctored her fruit juice with vodka and she got drunk* họ pha rượu vot-ca vào nước trái cây và cô ta bị say **4.** *(kng)* sửa để đánh lừa: *doctor a report* sửa bản báo cáo để đánh lừa.

doctoral /'dɒktərəl/ *tt* [thuộc] tiến sĩ: *a doctoral theme* luận án tiến sĩ.

doctorate /'dɒktərət/ *dt* học vị tiến sĩ.

doctrinaire /,dɒktri'neə[r]/ *tt* lý luận cố chấp.

doctrinal /dɒk'trainl, (Mỹ 'dɒtrinl)/ *tt* [về] học thuyết, [mang tính chất] học thuyết cứng nhắc: *doctrinal controversy* cuộc tranh luận sặc mùi học thuyết cứng nhắc.

doctrine /'dɒktrin/ *dt* học thuyết, chủ nghĩa: *Marxist doctrine* học thuyết Mác.

document¹ /'dɒkjʊmənt/ *dt* văn kiện, tư liệu.

document² /'dɒkjʊmənt/ *dgt* chứng minh bằng tư liệu: *can you document these claims?* anh có thể chứng minh những yêu sách này bằng tư liệu không?

documentary¹ /,dɒkjʊ'mentri/ *tt* gồm tư liệu; cung cấp tư liệu: *documentary film* phim tư liệu; *documentary proof* chứng cứ với đầy đủ tư liệu.

documentary² /,dɒkjʊmentri/ *dt* phim tư liệu.

documentation /,dɒkjʊmen'teiʃn/ *dt* **1.** sự chứng minh bằng tư liệu **2.** tư liệu chứng minh.

dodder /'dɒdə[r]/ *dgt* lẩy bẩy: *dodder along* bước đi lẩy bẩy dọc theo.

dodderer /'dɒdərə[r]/ *dt* **1.** *(kng)* người bước đi lẩy bẩy **2.** *(xấu)* cụ già.

doddering /'dɒdəriŋ/, *(cg* **doddery** /'dɒdəri/) *tt* lẩy bẩy.

doddle /'dɒdl/ *dt (thường số ít) (Anh, kng)* việc dễ như chơi: *that hill's an absolute doddle to climb* ngọn đồi này mà leo lên thì dễ như chơi; *it's no doddle being a teacher, you know* anh biết đấy, làm giáo viên đâu có dễ.

dodge¹ /dɒdʒ/ *dgt* **1.** né tránh: *he dodged to left and right as the gunman opened fire* nó né tránh sang trái rồi lại sang phải khi người cầm súng bắn; *I will leave early so as to dodge the rush-hour* tôi sẽ đi sớm để tránh giờ cao điểm **2.** tránh, né, trốn tránh: *dodge military service* trốn tránh nghĩa vụ quân sự; *dodge awkward questions* tránh né những câu hỏi phiền hà.

dodge² /dɒdʒ/ *dt* **1.** sự né tránh **2.** sự tránh né, sự trốn tránh: *a tax dodge* sự trốn thuế.

dodger /'dɒdʒə[r]/ *dt* người khéo tránh né, người khéo trốn tránh.

dodgems /'dɒdʒəmz/ *dt snh (cg* **dodgem cars)** xe húc *(trò lái xe húc và tránh nhau ở sân chơi tại các hội chợ)*.

dodgy /'dɒdʒi/ *tt* **(-ier; -iest)** *(Anh, kng)* **1.** tinh ranh, láu cá **2.** khó khăn; nguy hiểm: *don't sit on that chair, it's a bit dodgy* đừng ngồi trên chiếc ghế đó, hơi nguy hiểm đấy.

dodo /'dəʊdəʊ/ *dt (động)* chim cu lười *(không bay được, nay đã tuyệt chủng)*. // **dead as a (the) dodo** *x* dead¹.

doe /dəʊ/ *dt* hươu cái, hoẵng cái, nai cái; thỏ cái, thỏ rừng cái.

DOE /,di:əʊ'i:/ *(Anh) (vt của* Department of the Environment) Bộ môi sinh.

doer /'du:ə[r]/ *dt* người làm *(chứ không phải người nói nhiều mà làm ít)*: *we need more doers and fewer organizers* chúng tôi cần nhiều người làm và ít người tổ chức hơn.

does /dʌz/ *x* do².

doff /dɒf, (Mỹ dɔ:f)/ dgt bỏ, ngả (mũ): he doffed his cap to the old lady anh ta ngả mũ trước bà cụ già.

dog[1] /dɒg, (Mỹ dɔ:g)/ dt 1. chó 2. chó đực; chó sói đực; cáo đực 3. the dogs cuộc đánh cá đua chó săn thỏ 4. (sau một tt) (cũ, kng) gã, thằng cha: a sly dog thằng cha ranh mãnh 5. (cũ) kẻ đê tiện, kẻ đáng khinh 6. (kỹ) móc ngoạm, móng, kìm, cặp 7. nh andiron. // [a case of] dog eat dog cuộc đọ sức tàn nhẫn; a dog in the manger chó già giữ xương: a-dog-in-the-manger attitude thái độ chó già giữ xương; a dog's breakfast (dinner) đống rối tung; mớ hỗn độn: he's made a real dog's breakfast of these accounts nó đã làm những bản kết toán này rối tung cả lên; dressed like a dog's dinner x dress[2]; every dog has his (its) day ai mà chẳng có lúc gặp vận; give a dog a bad name and hang him (kng) đã mang tai mang tiếng thì khó mà lấy lại được thanh danh; go to the dogs xuống dốc, sa sút; a (the) hair of the dog x hair; help a lame dog over a stile x help[1]; lead a dog's life; lead somebody a dog's life x lead[3]; let sleeping dogs lie x sleep[2]; love me, love my dog x love[2]; not have a dog's chance không có chút cơ may nào: he hasn't a dog's chance of passing the exam nó không có chút cơ may nào thi đỗ cả; put on the dog (Mỹ, lóng) khoe khoang; phô trương; rain cats and dogs x rain[2]; the tail wagging the dog x tail; teach an old dog new tricks x teach; treat somebody like dirt (a dog) x treat.

dog[2] /dɒg, (Mỹ dɔ:g)/ dgt (-gg-) theo sát, bám sát: dog somebody's steps bám sát bước chân ai; her career was dogged by misfortune bất hạnh cứ bám riết sự nghiệp của bà ta.

dog-biscuit /dɒg,biskit/ dt bánh quy cho chó.

dogcart /dɒgkɑ:t/ dt 1. xe ngựa hai bánh 2. xe chó kéo.

dog-collar /dɒg,kɒlə[r]/ dt 1. vòng cổ xích chó 2. cổ đứng (áo thầy dòng).

dog days /dɒgdeiz, (Mỹ 'dɔ:gdeiz)/ tiết nóng nhất trong năm (tháng bảy và tháng tám).

doge /dəʊdʒ/ dt (sử) tổng trấn (Venice; Genoa).

dog-eared /dɒgiəd/ tt quăn mép (sách).

dogfight /dɒgfait/ dt 1. cuộc hỗn chiến 2. cuộc không chiến.

dogfish /dɒgfiʃ, (Mỹ 'dɔ:gfiʃ)/ dt (động) cá nhám góc.

dogged /dɒgəd, (Mỹ 'dɔ:gəd)/ tt bền bỉ; ngoan cường.

doggedly /dɒgədli, (Mỹ 'dɔ:gədli)/ pht [một cách] bền bỉ; [một cách] ngoan cường.

doggedness /dɒgədnis, (Mỹ 'dɔ:gədnis)/ dt sự bền bỉ; sự ngoan cường.

doggerel /dɒgərəl, (Mỹ 'dɔ:gərəl)/ dt thơ dở, thơ tồi.

doggie /dɒgi, (Mỹ 'dɔ:gi)/ dt (kng) chó con (tiếng dùng để chỉ trẻ em).

doggo /dɒgəʊ, (Mỹ 'dɔ:gəʊ)/ pht lie doggo x lie[3].

doggone[1] /dɒgɒn, (Mỹ 'dɔ:ngɔ:n)/ dgt (Mỹ, kng dùng dưới dạng tht để diễn tả sự ngạc nhiên, sự tức giận): doggone it! mẹ kiếp.

doggone[2] /dɒgɒn, (Mỹ 'dɔ:gɔ:n)/ tt (cg doggoned) chết tiệt: I got another dog-gone traffic ticket tôi lại nhận một giấy phạt về giao thông chết tiệt này nữa.

doggy /dɒgi, (Mỹ 'dɔ:gi)/ nh doggie.

doggy-paddle /dɒgi,pædl/ dt dgt nh dog-paddle.

doghouse /dɒghaʊs, (Mỹ 'dɔ:ghaʊs)/ dt cũi chó. // in the doghouse thất thế; thất sủng.

dogie /dəʊgi/ dt (Mỹ) con bê không mẹ (trong một đàn).

dogleg /dɒgleg, (Mỹ 'dɔ:gleg)/ dt chỗ ngoặt gấp (trên sân chơi gôn).

dog-like /dɒglaik, (Mỹ 'dɔ:glaik)/ tt như chó: dog-like fidelity lòng trung thành như chó [với chủ].

dogma /dɒgmə, (Mỹ 'dɔ:gmə)/ dt giáo điều.

dogmatic /dɒg'mætik, (Mỹ dɔ:g'mætik)/ tt 1. [có tính chất] giáo điều 2. độc đoán: a dogmatic attitude thái độ độc đoán.

dogmatically /dɒg'mætikli, (Mỹ dɔ:g'mætikli)/ pht 1. [một cách] giáo điều 2. [một cách] độc đoán.

dogmatism /dɒgmətizəm, (Mỹ 'dɔ:gmətizəm)/ dt 1. chủ nghĩa giáo điều 2. thói độc đoán.

dogmatist /dɒgmətist, (Mỹ 'dɔ:gmətist)/ dt (xấu) người giáo điều.

dogmatize, dogmatise /dɒgmətaiz, (Mỹ 'dɔ:gmətaiz)/ dgt (xấu) nói giọng độc đoán: you can't dogmatize about people's needs anh không thể nói giọng độc đoán như vậy đối với nhu cầu của dân chúng được.

dogrose /dɒgrəʊz, (Mỹ 'dɔ:grəʊz)/ dt (thực) tầm xuân (cây hoa).

dog-paddle[1] /dɒg,pædl/ dt (cg doggie-paddle) kiểu bơi chó.

dog-paddle[2] /dɒg,pædl/ dgt (cg doggie-paddle) bơi chó.

dogsbody /'dɒgzbɒdi, (Mỹ 'dɔ:gzbɒdi)/ dt (Anh, kng) người địa vị thấp làm những việc vặt (cho người khác).

dog-star /'dɒgstɑ:[r]/ **the dog-star** (kng) chòm sao Thiên lang.

dog-tired /ˌdɒg'taiəd/ tt (kng) mệt nhoài.

dog-tooth /'dɒgtu:θ/ dt kiểu trang trí hình răng nhọn.

dog-trot /'dɒgtrɒt/ dt bước chạy lon ton.

dog-watch /'dɒgwɒtʃ, (Mỹ 'dɔ:gwɒtʃ)/ dt (hải) phiên gác hai giờ (từ 16 đến 18 và từ 18 đến 20 giờ).

dogwood /'dɒgwʊd, (Mỹ 'dɔ:gwʊd)/ dt (thực) cây thù du.

doh (cg **do**) /dəʊ/ dt (nhạc) đô.

doily, doyley, doyly /'dɔili/ dt miếng lót (dưới chiếc bánh ngọt, dưới đĩa thức ăn...).

doings /'du:iŋz/ dt (kng) **1.** (snh) việc làm; hành động: I've been hearing a lot about your doings tôi đã nghe nói nhiều về việc làm của anh **2.** (snh kđối) (Anh) thứ cần đến, vật cần đến: where's the doings for mending punctures? những thứ cần đến để vá lỗ thủng đâu rồi?

dol (vt của **dollar[s]**) (ký hiệu $) đồng đôla.

doldrums /'dɒldrəmz/ dt **the doldrums** (hải) đới xích đạo lặng gió. // **in the doldrums** a/ buồn bã chán nản b/ trì trệ, đình đốn: despite these measures, the economy remains in the doldrums mặc dù có những biện pháp này, kinh tế vẫn đình đốn.

dole¹ /dəʊl/ dgt **dole something out** phân phát (thực phẩm, tiền): I doled out food to all the children tôi phân phát thực phẩm cho mọi đứa trẻ.

dole² /dəʊl/ dt **the dole** (số ít) (Anh, kng) trợ cấp thất nghiệp: be (go) on the dole đăng ký lĩnh (lãnh) tiền trợ cấp thất nghiệp.

doleful /'dəʊlfl/ tt buồn, sầu thảm: a doleful face bộ mặt sầu thảm.

dolefully /'dəʊlfəli/ pht [một cách] buồn, [một cách] sầu thảm.

dolefulness /'dəʊlfənis/ dt sự buồn, sự sầu thảm.

doll¹ /dɒl, (Mỹ dɔ:l)/ dt **1.** con búp bê **2.** (Mỹ, cũ, lóng) người phụ nữ hấp dẫn: she's quite a doll! chị ta trông hấp dẫn thật!

doll² /dɒl, (Mỹ dɔ:l)/ dgt (kng) **doll somebody (oneself) up** diện quần áo đẹp.

doll's house /'dɒlzhaʊs/ **1.** nhà búp bê **2.** ngôi nhà bé tí: how do they all cram into that doll's house? sao họ có thể chui rúc cả nhà vào ngôi nhà bé tí ấy nhỉ?

dollar /'dɒlə[r]/ dt **1.** (ký hiệu $) đồng đô-la (Mỹ, Canada, Úc...) **2. the dollar** trị giá đồng đôla Hoa Kỳ (đồng Mỹ kim) trên thị trường tiền tệ quốc tế: the rising dollar đồng đôla đang lên giá. // **bet one's bottom dollar** x bet¹; **feel (look) like a million dollars** (kng) rất sung sức; rất khỏe mạnh; rất đẹp; **a (the) sixty-four thousand dollar question** câu hỏi quan trọng rất khó trả lời: will we all survive until the year 2000? that's the sixty-four thousand dollar question chúng ta sẽ sống cả đến năm 2000 chăng? đấy là một câu hỏi rất khó trả lời.

dollop /'dɒləp/ dt (kng) khúc to, miếng to, cục to (thức ăn): a dollop of mashed potato một miếng to khoai tây nghiền.

dolly /'dɒli, (Mỹ 'dɔ:li)/ dt **1.** bé búp bê (tiếng trẻ con gọi nưng búp bê) **2.** dàn đỡ (máy thu hình di động...).

dolly-bird /'dɒlibɜ:d, (Mỹ 'dɔ:libɜ:d)/ dt (cg **dolly**) (Anh, cũ, kng) cô gái xinh đẹp diện sang nhưng hơi thộn.

dolmen /'dɒlmən/ dt nh cromlech.

dolorious /'dɒlərəs, (Mỹ 'dəʊlərəs)/ tt buồn phiền, đau buồn.

dolour (Mỹ **dolor**) /'dɒlə[r], (Mỹ 'dələr)/ dt (cổ) nỗi buồn phiền.

dolphin /'dɒlfin/ dt cá heo.

dolt /dəʊlt/ dt người đần độn.

doltish /'dəʊltiʃ/ tt đần độn.

-dom (hậu tố) **1.** (tạo dt với dgt và tt) hoàn cảnh, tình trạng: freedom tình trạng tự do, sự tự do **2.** (với dt tạo dt chỉ chức tước, lĩnh vực): dukedom tước công **3.** (với dt tạo dt chỉ một nhóm người, một giới người) officialdom giới viên chức.

domain /dəʊ'mein/ dt **1.** lãnh địa: the kitchen is my wife's domain, she doesn't like me going into it nhà bếp là lãnh địa của vợ tôi, vợ tôi không muốn tôi vào đó **2.** lãnh vực: in the domain of political science trong lĩnh vực khoa học chính trị.

dome /dəʊm/ dt **1.** mái vòm: the dome of St Paul's Cathedral mái vòm của nhà thờ St Paul **2.** vật hình mái vòng: the blue dome of the sky vòm trời màu xanh.

domed /dəʊmd/ tt [có] hình vòm: a domed forehead trán hình vòm.

Domesday Book /'dju:mzdei bʊk/ dt **the Domesday Book**

Điền Bạ Toàn quốc *(của nước Anh, lập năm 1086)*.

domestic¹ /də'mestik/ *tt (thường thngữ)* **1.** [thuộc] gia đình, [thuộc] việc nhà: *a domestic help* người giúp việc trong nhà **2.** trong nước, quốc nội: *domestic production* sản xuất trong nước; *domestic flights* những chuyến bay quốc nội **3.** nuôi trong nhà *(súc vật)*.

domestic² /də'mestik/ *dt* người giúp việc trong nhà, người lau chùi nhà cửa.

domestically /də'mestikli/ *pht* ở trong nhà.

domesticate /də'mestikeit/ *dgt* **1.** làm cho quen với việc nhà, làm cho thích việc nhà: *he's become a lot more domesticated since his marriage* từ khi cưới vợ anh ta quen với việc nhà hơn **2.** thuần hóa *(súc vật)*.

domestication /də'mesti-'keiʃn/ *dt* **1.** sự làm [cho] quen với việc nhà, sự [làm cho] thích việc nhà **2.** sự thuần hóa *(súc vật)*.

domesticity /,dəʊme'stisəti/ *dt* cuộc sống gia đình: *a scene of cosy domesticity* một cảnh sống gia đình ấm cúng.

domestic science /də,mes-tik'saiəns/ *nh* home economics.

domicile /'dɒmisail/ *dt* nhà ở, nơi ở.

domiciled /'dɒmisaild/ *tt* ở tại, cư trú ở: *be domiciled in London* ở tại Luân Đôn.

domiciliary /,dɒmi'siliəri, *(Mỹ* dɒmi'silieri)/ *tt (vị ngữ)* tại nhà: *a domiciliary visit* cuộc đến thăm tại nhà *(của một bác sĩ, một tu sĩ)*.

dominance /'dɒminəns/ *dt* **1.** ưu thế, thế trội: *the absolute dominance of the governing party* ưu thế tuyệt

đối của đảng cầm quyền **2.** *(sinh)* tính trội.

dominant¹ /'dɒminənt/ *tt* át, trội: *the dominant flavour in a dish* mùi vị trội nhất ở một đĩa thức ăn; *brown eyes are dominant and blue eyes are recessive (sinh)* mắt nâu là trội, mắt xanh là lặn *(trong di truyền)*.

dominant² /'dɒminənt/ *dt* **1.** *(nhạc)* âm át **2.** *(sinh)* tính trội.

dominate /'dɒmineit/ *dgt* **1.** thống trị: *he has authority, but he doesn't try to dominate [others]* ông ta có quyền thế nhưng không tìm cách thống trị kẻ khác **2.** át, trội, hơn: *price tends to dominate all other considerations* giá cả có chiều hướng át tất cả mọi sự quan tâm khác **3.** vượt cao hơn, bao trùm từ trên cao xuống: *the Acropolis dominates the city of Athens* thành lũy Acropolis vượt cao hơn hẳn thành Athens.

domination /,dɒmi'neiʃn/ *dt* **1.** sự thống trị **2.** sự át, sự trội hơn, sự chi phối.

domineer /,dɒmi'niə[r]/ *dgt* độc đoán; hống hách; hà hiếp.

domineering /,dɒmi'niəriŋ/ *tt* độc đoán; hống hách; hà hiếp.

domineeringly /,dɒmi'niə-riŋli/ *pht* [một cách] độc đoán; [một cách] hống hách; [một cách] hà hiếp.

Dominican¹ /də'minikən/ *tt* [thuộc] dòng tu Thánh Dominic.

Dominican² /də'minikən/ *dt* tu sĩ dòng thánh Dominic.

dominion /də'miniən/ *dt* **1.** (+over) quyền thống trị: *under foreign dominion* dưới quyền thống trị của nước ngoài **2.** lãnh địa: *the vast dominion of the Chinese*

Empire lãnh địa rộng mênh mông của đế chế Trung Hoa **3.** *(thường* **Dominion***)* lãnh thổ tự trị của khối Liên hiệp Anh *(trước đây)*.

domino /'dɒminəʊ/ *dt (snh* **dominoes***)* **1.** quân cờ đôminô **2.** *snh (dgt số ít)* cờ đôminô.

domino effect /'dɒminəʊ i,fekt/ hiệu quả dây chuyền: *employers fear a domino effect if the strike is successful* các ông chủ sợ cuộc đình công mà thắng lợi thì sẽ có hiệu quả dây chuyền.

Don /dɒn/ *dt* **1.** *(Anh)* giảng viên đại học *(nhất là ở đại học Oxford và Cambridge)* **2.** ngài *tước hiệu Tây Ban Nha: Don Felipe* ngài Felipe.

don /dɒn/ *dgt* **(-nn-)** mặc quần áo: *he quickly donned a welcoming smile as his guests arrived (bóng)* ông ta vội nở một nụ cười mà đón chào khách.

donate /dəʊ'neit, *(Mỹ* 'dəneit)/ *dgt* biếu, tặng, quyên góp: *donate large sums to relief organizations* tặng những số tiền lớn cho các tổ chức cứu trợ.

donation /dəʊ'neiʃn/ *dt* **1.** sự biếu, sự tặng, sự quyên góp **2.** đồ tặng, đồ biếu, khoản quyên góp.

done¹ /dʌn/ *dtqk của* do¹, do².

done² /dʌn/ *tt (vị ngữ)* **1.** nấu chín: *are the potatoes done yet?* món khoai tây nấu chín chưa đấy? **2.** xong, hoàn thành: *the job's nearly done* công việc đã gần xong **3.** *(cg* **done for, done in***)* rất mệt. // **be the done thing** là thông lệ: *it's the done thing to serve champagne at weddings* dọn rượu sâm banh ra mời khách là một thông lệ khi có cưới xin; **be (have) done with somebody (something)** cho xong đi, cho khỏi

D

còn dính dấp với: *let's spend another half an hour painting and then have done with it* ta hãy quét sơn thêm nửa giờ cho nó xong đi; **over and done with** hoàn toàn chấm dứt: *their relationship is over and done with* quan hệ của họ đã hoàn toàn chấm dứt; **what is done cannot be undone** đã trót thì phải trét; bút sa gà chết.

donjon /'dɒndʒən/ *dt* vọng lâu, tháp phòng ngự *(của lầu pháo đài).*

Don Juan /ˌdɒn'dʒuːən/ *dt (kng)* chàng Sở Khanh.

donkey /'dɒŋki/ *dt* 1. con lừa 2. đồ con lừa, kẻ ngu đần: *he's an absolute donkey* nó thật là đồ con lừa. // **donkey's years** *(Anh, kng)* thời gian dài đẳng đẳng: *it's donkey's years since we've seen each other* đã cả một thời gian dài chúng ta không gặp nhau; *the new motorway won't be ready for donkey's years* đường xa lộ mới còn lâu mới xong; **talk the hind legs off a donkey** x talk[2].

donkey engine /'dɒŋki ˌendʒin/ động cơ phụ trên boong *(tàu).*

donkey jacket /'dɒŋkiˌdʒækit/ áo khoác dày có một mảnh da đắp ngang vai.

donkeywork /'dɒŋkiwɜːk/ *dt (kng)* phần việc nặng nhọc: *why do I always have to do the donkeywork?* sao tôi lúc nào cũng phải làm phần việc nặng nhọc thế?

donor /'dəʊnə[r]/ *dt* 1. người cho, người tặng, người biếu 2. người hiến máu, người cho bộ phận cơ thể để ghép cho người bệnh: *a blood donor* người hiến máu.

Don Quixote /ˌdɒn'kwiksət/ *dt* anh chàng Don Quixote,

người mộng tưởng hão huyền.

don't dạng viết tắt của do not x do[1].

doodle[1] /'duːdl/ *dgt* viết nguệch ngoạc; vẽ nguệch ngoạc.

doodle[2] /'duːdl/ *dt* chữ viết nguệch ngoạc, nét vẽ nguệch ngoạc.

doom[1] /'duːm/ *dt* 1. *(tu từ)* sự chết, sự tận số; số mệnh: *meet one's doom* đến ngày tận thế 2. *nh* doomsday. // **the crack of doom** x crack[1]; **a prophet of doom** x prophet.

doom[2] /duːm/ *dgt* bắt phải *(chết, thất bại...):* *the plan was doomed from the start* kế hoạch thất bại ngay từ đầu; *are whales doomed to extinction?* cá voi có phải bị tuyệt chủng không?

doomsday /'duːmzdei/ *dt* ngày tận thế. // **till doomsday** *(kng)* mãi mãi: *this work will take me till doomsday* công việc này sẽ bám lấy tôi cho tới ngày tận thế.

door /dɔː[r]/ *dt* 1. cửa: *the front door* cửa trước; *the back door* cửa sau; *open the door* mở cửa 2. *nh* doorway. // **at death's door** x death; **behind close doors** x close[3]; **darken somebody's door** x darken; **[from] door to door** từng nhà một: *the journey takes about an hour, door to door* chuyến đi mất khoảng một tiếng đồng hồ từ nhà này sang nhà khác; *a door-to-door salesman* người bán hàng đến từng nhà một; **the door to something** phương tiện đạt tới cái gì, con đường dẫn tới cái gì: *the door to success* con đường dẫn tới thành công; **a foot in the door** x foot[1]; **keep the wolf from the door** x wolf[1]; **lay something at somebody's door** đổ trách

nhiệm cho ai về việc gì; **leave the door open** x leave[1]; **lie at somebody's door** x lie[2]; **lock the stable door after the horse has bolted** x stable[2]; **next door [to somebody (something)]** ở nhà (buồng) bên cạnh: *they live next door to the library* họ ở bên cạnh thư viện; **next door to** gần, kề: *I'm afraid it's next door to impossible that we'll be there in time* tôi e rằng ta sẽ không thể nào đến đó đúng giờ được; **[be] on the door** *(kng)* đứng ở cửa *(phòng họp, phòng hòa nhạc...)* để soát vé và hướng dẫn khách; **out of doors** ở ngoài trời: *sleep out of doors* ngủ ngoài trời; **show somebody the door; show somebody to the door** x show[2]; **shut (slam) the door in somebody's face** không thèm tiếp ai; **shut the door on something** x shut; **two (three...) doors along (away, down)** ở cách đây hai (ba...) nhà: *our other branch is just a few doors down the road* một chi nhánh khác của chúng tôi chỉ cách đây vài nhà xuôi phố này.

doorbell /'dɔːbel/ *dt* chuông cửa.

door-frame /'dɔːfreim/ *dt* khung cửa.

door-handle /'dɔːhændl/ tay nắm cửa.

door-keeper /'dɔːˌkiːpə[r]/ *dt* người trực cửa *(tòa nhà lớn...).*

door-knob /'dɔːnɒb/ *dt* quả đấm cửa.

door-knocker /'dɔːnɒkə[r]/ *dt (cg knocker)* búa gõ cửa *(treo sẵn ở cửa).*

doorman /'dɔːmən/ *dt (Mỹ) nh* porter[2].

doormat /'dɔːmæt/ *dt* 1. thảm chùi chân ở cửa 2. *(bóng, kng)* người chịu đựng, người để cho người ta coi thường.

doornail /'dɔːneil/ *dt* **dead as a doornail** x **dead**¹.

doorplate /'dɔːpleit/ *dt* biển [để tên] ở cửa.

doorpost /'dɔːpəʊst/ *dt* **deaf as a doorpost (a post)** x deaf.

doorstep /'dɔːstep/ *dt* bậc cửa. // **on one's doorstep** rất gần: *is the lake far from your hotel?" "no, it's right on our doorstep"* hồ có xa khách sạn anh ở không?" "không, ở ngay gần bên mà".

doorstop /'dɔːstɒp/ *dt* cái chặn cửa (giữ cho cửa mở, nhưng không mở toang ra).

doorway /'dɔːvei/ *dt* ô cửa: *she stood in the doorway, unable to decide whether to go in* chị ta đứng ở ô cửa, lưỡng lự không biết có nên vào hay không.

dope¹ /dəʊp/ *dt* **1.** thuốc kích thích; ma túy: *a dope addict* người nghiện ma túy **2.** (*kng*) người ngốc nghếch **3.** (+ on) (*lóng*) tin riêng (*chưa ai biết*): *I want the dope on his criminal connections* tôi cần tin riêng về các vụ dính dáng đến tội ác của nó.

dope² /dəʊp/ *đgt* **1.** cho uống thuốc kích thích (*ngựa đua, vận động viên thi đấu...*) **2.** cho thêm thuốc mê vào thức uống, thức ăn: *they doped his drink and then robbed the house when he laid unconscious* chúng nó cho thuốc mê vào thức uống của anh ta và lấy trộm mọi thứ trong nhà trong lúc anh ta ngất đi.

dopey, dopy /'dəʊpi/ *tt* (**-ier; -iest**) **1.** mơ mơ màng màng, tê mê (*vì thuốc*) **2.** (*lóng*) ngốc nghếch.

Doric /'dɒrik, (*Mỹ* 'dɔːrik)/ [theo kiểu kiến trúc] đoric.

dorm /'dɔːm/ *dt* (*kng*) nh dormitory.

dormant /'dɔːmənt/ *tt* không hoạt động: *a dormant volcano* núi lửa không hoạt động; *many plants lie dormant throughout the winter* nhiều loại cây như không có hoạt động sống qua mùa đông.

dormer /'dɔːmə[r]/ *dt* (*cg* **dormer-window**) cửa mái (ở mái nhà).

dormice /'dɔːmais/ *dt snh* của dormouse.

dormitory /'dɔːmitri, (*Mỹ* 'dɔːmitɔːri)/ *dt* **1.** phòng ngủ (ở ký túc xá...) **2.** ký túc xá sinh viên.

dormitory town /'dɔːmitritəʊn/ thành phố cư trú (*hàng ngày đi làm ở nơi xa, tối lại về ngủ ở đó*).

dormouse /'dɔːmaʊs/ *dt* (*động*) (*snh* **dormice**) chuột sóc.

dorsal /'dɔːsl/ *tt* [thuộc] lưng: *the dorsal fin* vây lưng.

dory¹ /'dɔːri/ *dt* thuyền đánh cá (Bắc Mỹ).

dory² /'dɔːri/ *dt* (*cg* **John Dory**) cá dây.

dosage /'dəʊsidʒ/ *dt* (*thường số ít*) liều lượng: *do not exceed the recommended dosages* không được dùng quá liều chỉ định.

do's and don'ts /ˌduːzən'dəʊnts/ quy tắc: *if you want to lose weight, here are some do's and don'ts* nếu chị muốn sụt cân thì đây là một số quy tắc cần theo.

dose¹ /dəʊs/ *dt* **1.** liều (thuốc): *give the correct dose* cho đúng liều **2.** lượng phóng xạ tiếp nhận: *a lethal dose of radiation* lượng phóng xạ gây chết người **3.** sự trải qua (*cái gì vui hoặc không vui*): *what you need is a good dose of laughter* cái

mà anh cần là một trận cười ra trò; *a dose of flu* một trận cúm **4.** (*lóng*) bệnh hoa liễu: *catch a dose* lây bệnh hoa liễu. // **like a dose of salts** (*lóng*) rất nhanh: *he gets through his pay like a dose of salts, and by Monday he's broke* nó tiêu hết lương rất nhanh và đến thứ hai thì sạch túi.

dose² /'dəʊs/ *đgt* **dose somebody (oneself) [with something]** cho liều thuốc: *heavily dosed with pain-killing drugs* cho liều thuốc giảm đau mạnh.

doss /dɒs/ *đgt* **doss down** (Anh, *lóng*) lăn ra ngủ (ở một nơi không có giường chiếu tử tế): *we dossed down on Tony's floor after the party* sau buổi tiệc, chúng tôi lăn ra sàn nhà Tony ngủ luôn.

dosser /'dɒsə[r]/ *dt* (Anh, *lóng*) kẻ vô gia cư.

dosshouse /'dɒshaʊs/ *dt* quán trọ, lữ điếm.

dossier /'dɒssei, (*Mỹ* *cg* 'dɔːsiər)/ *dt* hồ sơ.

dot¹ /dɒt/ *dt* **1.** chấm nhỏ, điểm: *join the dots up to complete the drawing* nối các chấm nhỏ lại với nhau để hoàn thành bức vẽ **2.** dấu chấm (*trên con chữ i và j*) **3.** dấu chấm nhỏ; chút xíu: *I like just a dot of milk to my tea* tôi chỉ thích chút xíu sữa vào chè mà thôi; *the island was just a dot on the horizon* hòn đảo chỉ là một dấu chấm nhỏ ở chân trời. // **on the dot** (*kng*) đúng vào (*giờ nào đó*): *leave at 5 o'clock on the dot (on the dot of 5 o'clock)* ra đi lúc đúng 5 giờ; **the year dot** x year.

dot² /dɒt/ *đgt* (**-tt-**) **1.** chấm một dấu chấm **2.** (*thường ở dạng bị động*) lác đác: *the sky was dotted with stars* bầu trời lác đác những vì sao 3. *(kng)* đánh *(ai)*: *shut up or I'll dot you one* im mồm đi, không tao cho một cú bây giờ. // **dot one's (the) i's and cross one's (the) t's** hoàn thành những chi tiết cuối cùng của công việc.

dotage /'dəʊtidʒ/ *dt* **in one's dotage** lẩm cẩm lúc tuổi già.

dote /dəʊt/ *đgt* (+ on) yêu mê mẩn: *she dotes on her grandchildren* bà ta yêu các cháu lắm; *I just dote on hot buttered scones* tôi chỉ mê bánh nướng phết bơ.

doting /'dəʊtiŋ/ *tt* yêu mê mẩn: *a doting husband* người chồng yêu mê mẩn.

dotingly /'dəʊtiŋli/ *tt* [một cách] mê mẩn.

dot matrix /'dɒt ,meitriks/ *(máy điện toán)* ma trận điểm: *dot matrix printer* máy in ma trận điểm.

dotted line /,dəʊtidlain/ đường chấm chấm *(trên tờ giấy, để ghi)*. // **sign on the dotted line** x sign.

dottiness /'dɒtinis/ *dt (Anh, kng)* sự ngớ ngẩn.

dottle /'dɒtl/ *dt* xái thuốc lá *(còn lại trong tẩu)*.

dotty /'dɒti/ *dt (Anh, kng)* ngớ ngẩn: *she was getting dotting and could never be left alone* bà ta hơi ngớ ngẩn và không bao giờ có thể để cho ở một mình được.

double¹ /dʌbl/ *tt* 1. đôi, hai, kép: *a double bed* giường đôi; *double ale* suất bia đôi; *a double flower (thực)* hoa kép; *a double-page advertisement* tờ quảng cáo hai trang 2. hai mang x double agent. // **in double harness** cùng với đối tác; cùng vợ; cùng chồng: *the two brothers work in double harness* hai anh em cùng nhau gánh vác công việc.

double² /dʌbl/ *đht* nhiều gấp đôi: *his income is double hers* thu thập của ông ta nhiều gấp đôi của cô ấy; *he earns double what she does* anh ấy kiếm ra tiền gấp đôi của cô ta; *we need double the amount we have* chúng tôi cần gấp đôi số tiền chúng tôi có.

double³ /dʌbl/ *pht* thành đôi; đôi: *when I saw her and her twin sister I thought I was seeing double* khi tôi nhìn cô ta với người em sinh đôi của cô, tôi tưởng là tôi nhìn một thành hai; *sleep double* ngủ đôi *(hai người một giường)*: *fold a blanket double* gập đôi chăn lại.

double⁴ /dʌbl/ *dt* 1. số gấp đôi, lượng gấp đôi: *he's paid double for the same job* nó được trả công gấp đôi cho cùng một công việc 2. bản sao: *she's the double of his mother at the same age* ở cùng tuổi ấy cô ta là bản sao của mẹ cô 3. người đóng thay một vai 4. **doubles** *(thể)* trận đánh đôi: *mixed doubles* đánh đôi nam nữ. // **at the double** *(Mỹ* **on the double)** *(kng)* nhanh, vội: *the boss wants you, you'd better get upstairs at the double* ông chủ cần gặp anh, tốt nhất là anh lên gác ngay; **double or quits** *(trong trò chơi ăn tiền)* được gấp đôi hay mất hết.

double⁵ /dʌbl/ *đgt* 1. tăng gấp đôi: *the price of houses has virtually doubled over the past few years* trong vài năm qua giá nhà đã hầu như tăng gấp đôi 2. (+ up, over, across, back) gập đôi: *double a blanket [over] for extra warm* gập đôi chiếc mền lại cho ấm 3. *(phải)* đi quanh *(mũi biển)* 4. **double as something** a/ có công dụng phụ *(làm cái gì đó)*: *when we have guests, the sofa doubles as an extra bed* khi nhà có khách, chiếc tràng kỷ có công dụng như một chiếc giường phụ b/ đóng thay thế: *his main part is the ghost, but he doubles as Fortinbras* vai chính của anh ta là vai hồn ma nhưng anh ta đóng thay thế luôn vai Fortinbras nữa 5. *(nhạc)* hòa nhịp: *in this passage the violins double the soprano* ở đoạn này đàn violông hòa vào nhịp bè soprano. // **double back** quay trở lại một cách bất ngờ: *the road ahead was flooded so we had to double back* con đường trước mặt bị ngập lụt khiến chúng tôi phải quay trở lại một cách bất ngờ; **double somebody up** gập người lại: *be doubled up with pain* đau gập cả người lại; **double up [on something (with somebody)]** ghép lại với nhau để dùng chung cái gì: *we've only one room left: you'll have to double up with Peter* chúng tôi chỉ còn có một phòng, anh phải ở chung với Peter vậy.

double agent /,dʌbl'eidʒənt/ điệp viên hai mang.

double-barrelled /,dʌbl'bærəld/ 1. [có] hai nòng *(súng)* 2. gồm hai phần *(tên họ, nối với nhau bằng gạch nối, như trong Smith-Fortescue)*.

double-bass /,dʌbl'beis/ *dt (cg* **bass)** *(nhạc)* công bát.

double bed /,dʌbl'bed/ giường đôi.

double-bedded /,dʌbl'bedid/ *tt* có giường đôi; có hai giường một *(phòng khách sạn)*.

double bill /,dʌl'bil/ bộ phim đôi; bộ kịch đôi *(trình diễn kế tiếp nhau)*.

D

double bind /ˌdʌbl'baind/ thế lưỡng nan.

double bluff /ˌdʌbl'blʌf/ mẹo nói thật hóa lừa.

double-book /ˌdʌbl'bʊk/ giữ chỗ trước (ở máy bay, khách sạn) cho cả nhóm trong cùng một thời điểm: *they'd double-booked our seats and we had to wait for the next plane* họ đã giữ chỗ trước cho chúng tôi và chúng tôi phải chờ đến chuyến bay sau.

double-booking /ˌdʌbl'bʊ-kiŋ/ dt sự giữ chỗ trước cho cả nhóm trong cùng một thời điểm.

double-breasted /ˌdʌbl'bresɪd/ tt cài chéo trước ngực (áo).

double-check¹ /ˌdʌbl'tʃek/ dgt kiểm tra hai lần; kiểm tra kỹ lưỡng.

double-check² /ˌdʌbl'tʃek/ dt sự kiểm tra hai lần; sự kiểm tra kỹ: *do a double-check on something* kiểm tra kỹ cái gì.

double chin /ˌdʌbl'tʃin/ cằm đôi, cằm hai ngấn.

double cream /ˌdʌbl'kri:m/ kem rất đặc, kem đúp.

double-cross¹ /ˌdʌbl'krɒs/ dgt (xấu) lừa (ai) sau khi đã làm họ tin mình.

double-cross² /ˌdʌbl'krɒs/ dt sự lừa (ai) sau khi đã làm họ tin mình.

double date /ˌdʌbl'deit/ cuộc hẹn hò liên quan đến hai cặp.

double-dealer /ˌdʌbl'di:-lə[r]/ dt kẻ nói một đằng làm một nẻo.

double-dealing /ˌdʌbl'di:liŋ/ dt sự nói một đằng làm một nẻo.

double-dyed /ˌdʌbl'daid/ tt đến cực điểm, hết sức: *a double-dyed scoundrel* một thằng hết sức xỏ lá.

double-edged /ˌdʌbl'edʒd/ tt hai lưỡi (đen, bóng): *a double-edged knife* con dao hai lưỡi; *a double-edged reply* câu đáp hai lưỡi.

double entendre /ˌdu:bl a:n'ta:ndr/ dt (tiếng Pháp) từ ngữ có thể hiểu theo hai cách (một trong hai cách đó ám chỉ vấn đề tình dục).

double entry /ˌdʌbl'entri/ dt (kt) kế toán kép.

double-faced /ˌdʌbl'feist/ tt hai mặt.

double figures /ˌdʌbl'fi-gə[r]z/ số có hai con số (từ 10 đến 99): *the inflation rate is into double figures* lạm phát ở mức hai con số.

double first /ˌdʌbl'fɜ:st/ sinh viên tốt nghiệp nhị nguyên.

double-glaze /ˌdʌbl'gleiz/ dgt gắn hai lớp kính (để giữ nhiệt, cản tiếng ồn): *the house is double glazed back and front* ngôi nhà mặt trước mặt sau đều gắn hai lớp kính.

double-glazing /ˌdʌbl'glei-ziŋ/ dt sự gắn hai lớp kính (để giữ nhiệt, cản tiếng ồn).

double-jointed /ˌdʌbld3ɔin-tid/ tt có khớp xương rất mềm dẻo (như ở ngón tay...).

double-park /ˌdʌbl'pa:k/ dgt đỗ xe bên cạnh một xe đậu trước trên đường phố rồi.

double pneumonia /ˌdʌbl nju:'məʊniə/ (y) viêm cả hai lá phổi.

double-quick /ˌdʌbl 'kwik/ tt, pht (kng) rất nhanh.

double standard /ˌdʌbl 'stændəd/ tiêu chuẩn hai mặt: *he's got a double stand-ard: it's all right for him to have affairs but not for her* hắn có những tiêu chuẩn hai mặt: đối với hắn ta thì lăng nhăng với gái chẳng sao mà đối với chị ta thì không được.

double-stop /ˌdʌbl'stɒp/ dgt bấm hai nốt cùng một lúc (trên đàn violông...).

doublet /'dʌblit/ dt **1.** áo chẽn ngắn đàn ông (trước đây) **2.** (ngôn) từ sinh đôi (như hospital và hostel).

double take /ˌdʌbl'teik/ phản ứng cố ý chậm lại vì mục đích khôi hài: *he did a double take when I said I was getting married* hắn làm ra vẻ thờ ơ không phản ứng gì khi tôi nói là tôi sắp lấy vợ.

double-talk¹ /ˌdʌbl'tɔ:k/ dt lời nói nước đôi.

double-talk² /ˌdʌbl'tɔ:k/ dgt nói nước đôi.

double-thing /'dʌbl,θiŋk/ dt (xấu) sự đồng thời chấp nhận hai ý kiến trái ngược nhau.

double time /'dʌbl'taim/ lương gấp đôi (khi phải làm việc cả ngày nghỉ).

double transitive verb /ˌdʌbl trænzətiv 'vɜ:b/ động từ nội ngoại động (ví dụ he offered me a job).

doubly /'dʌbli/ pht (dùng trước tt) **1.** gấp đôi: *make doubly sure that all the doors are locked* hãy soát lại hai lần cho chắc là mọi cửa đều đã khóa **2.** về hai mặt: *she is doubly gifted: as a writer and as an artist* bà ta có tài về hai mặt, vừa là một nhà văn vừa là một nghệ sĩ.

doubt¹ /daʊt/ dt sự nghi ngờ: *I have grave doubts about her honesty* tôi rất nghi ngờ về lòng trung thực của cô ta; *there is no room for doubt* không có lý do gì để nghi ngờ cả; *there's not much doubt about it* chẳng còn mấy nghi ngờ về điều đó (điều đó chắc chắn rồi). // **beyond a (any) doubt; beyond all [possible] doubt** không còn nghi ngờ gì nữa, chắc chắn là: *she was beyond all doubt the finest ballerina of her day* không còn nghi ngờ gì nữa chị ta là vũ nữ balê hàng đầu ở thời cô; *the benefit of the doubt* x benefit¹; **in doubt** không chắc, lưỡng lự: *if in doubt, don't do* còn lưỡng lự thì đừng làm; **no doubt** rất có thể: *no doubt he means to help, but in fact he just gets in the way* rất có thể là anh ta muốn giúp đỡ nhưng trên thực tế anh ta chỉ gây trở ngại; **without [a] doubt** chắc chắn: *he is without doubt the cleverest student I've ever taught* nó chắc chắn là sinh viên thông minh nhất mà tôi đã từng dạy.

doubt² /daʊt/ *dgt* nghi ngờ, ngờ vực: *I doubt if that was what he wanted* tôi ngờ không biết đó có phải là cái anh ấy muốn không; *I don't doubt that he'll come* tôi tin chắc là anh ta sẽ đến.

doubter /'daʊtə[r]/ *dt* người nghi ngờ, người phân vân.

doubtful /'daʊtfl/ *tt* **1.** nghi ngờ, ngờ vực, hồ nghi **2.** đáng ngờ, đáng nghi, khả nghi: *the weather looks rather doubtful* thời tiết có vẻ đáng ngờ; *a rather doubtful character* một gã khả nghi **3.** khó có thể: *it's extremely doubtful that anyone survived the explosion* rất khó có thể tin là có người sống sót qua được vụ nổ.

doubtfully /'daʊtfəli/ *pht* **1.** [một cách] nghi ngờ, [một cách] ngờ vực **2.** thật là đáng ngờ, thật là đáng nghi.

doubting Thomas /ˌdaʊtɪŋ 'tɒməs/ người đa nghi.

doubtless /'daʊtlɪs/ *pht* không còn nghi ngờ gì nữa,

[một cách] chắc chắn: *it will doubtless rain* chắc chắn trời sẽ mưa.

douche¹ /duːʃ/ *dt* **1.** vòi tắm gương sen; sự tắm nước gương sen **2.** (y) dụng cụ thụt (âm đạo); vòi thụt.

douche² /duːʃ/ *dgt* **1.** tắm bằng vòi gương sen **2.** (y) thụt rửa.

dough /dəʊ/ *dt* **1.** bột nhào (để làm bánh) **2.** (lóng) xìn, tiền.

doughnut /'dəʊnʌt/ *dt* bánh rán.

doughty /'daʊti/ *tt* (cổ hoặc đùa (thường thngữ) dũng cảm, gan dạ: *a doughty warrior* một chiến sĩ dũng cảm.

doughy /'dəʊi/ *tt* **1.** nhão, chưa giòn: *a doughy cake* bánh còn nhão **2.** tái nhợt (da người).

dour /də[r]/ *tt* nghiêm khắc, khắc khổ: *a dour silence* sự yên lặng khắc khổ.

dourly /'dəʊli/ *pht* [một cách] nghiêm khắc [một cách] khắc khổ.

douse (cg **dowse**) /daʊs/ *dgt* **1.** cho vào nước, giội nước lên: *douse a fire* giội nước dập lửa; *as a joke they doused him with a bucket of water* họ đùa vui, giội lên nó một thùng nước **2.** tắt (đèn).

dove¹ /dʌv/ *dt* **1.** chim bồ câu (có khi dùng làm biểu tượng của hòa bình) **2.** chính khách chủ trương thương lượng hòa bình thay vì chiến tranh và đối đầu.

dove² /dəʊv/ (Mỹ) *qk* của dive¹.

dovecote /'dʌvkɒt, 'dʌvkəʊt/ *dt* chuồng bồ câu. // **flutter the dovecotes** x flutter¹.

dovetail¹ /'dʌvteil/ *dt* (ktrúc) mộng đuôi én.

dovetail² /dʌvteil/ *dgt* **1.** lắp mộng đuôi én **2.** khớp với

nhau, ăn khớp chặt chẽ: *my plans dovetailed nicely with hers* các kế hoạch của tôi ăn khớp chặt chẽ với kế hoạch của chị ta.

dowager /'daʊədʒə[r]/ *dt* **1.** quả phụ thừa kế (được thừa kế tước hiệu hoặc di sản của chồng): *the dowager duchess* nữ công tước thừa kế **2.** người phụ nữ giàu có chững chạc.

dowdily /'daʊdili/ *pht* [một cách] tồi tàn (quần áo, cách ăn mặc).

dowdiness /'daʊdinɪss/ *dt* **1.** sự tồi tàn (quần áo) **2.** sự ăn mặc tồi tàn.

dowdy /'daʊdi/ *tt* (-ier; -iest) tồi tàn (quần áo, cách ăn mặc).

dowel /'daʊəl/ *dt* (kỹ) cái chốt.

down¹ /daʊn/ *pht* **1.** xuống dưới: *the sun went down below the horizon* mặt trời lặn xuống dưới chân trời; *fall down* ngã xuống **2.** hạ xuống, cúi xuống: *he bent down to pick up his gloves* nó cúi xuống nhặt găng tay lên **3.** đi xuống: *Mary is not down yet* Mary vẫn chưa xuống **4.** giảm xuống: *the level of unemployment is down* mức thất nghiệp đang giảm xuống **5.** ra xa một nơi trung tâm: *move down from London to the country* rời Luân Đôn xuống miền quê; *living down south* sống tận dưới miền nam **6.** hạ bớt, giảm bớt: *the fire burnt down* lửa lụi dần; *the noise was dying down* tiếng ồn lắng xuống dần; *the heels of these shoes are quite worn down* gót những chiếc giày này đã hoàn toàn vẹt bớt **7.** ghi lại, chép vào: *note something down* ghi lại điều gì; *have you got me down for the team?* anh có ghi

D

thêm tên tôi vào đội không đấy? **8.** [từ trên cho] xuống đến tới, [từ...] cho đến...: *everyone played well, from the captain down* mọi người, từ đội trưởng trở xuống đều chơi hay **9.** tiêu đi hoặc hụt đi *(một số tiền)*; [trả] trước một số tiền là bao nhiêu đó: *after paying all the bills, I found myself £5 down* sau khi trả mọi hóa đơn, tôi thấy mình tiêu hết 5 bảng; *pay me £50 down and the rest at the end of the month* hãy trả tôi trước 50 bảng và phần còn lại thì để đến cuối tháng. // **be down on somebody** *(kng)* không thích ai, không ưa ai: *she is terribly down on people who don't do things her way* cô ta rất không ưa những người không làm theo ý cô; **be down to somebody** phụ thuộc ai: *it's down to you now to look after the family business* bây giờ mọi việc làm ăn trong gia đình đều phụ thuộc vào anh; **be down to something** chỉ còn một ít *(tiền)*: *I'm afraid I can't buy you a drink – I'm down to my last 50p* tớ sợ không thể mua đãi cậu một chầu uống được với năm mươi xu cuối cùng mà tớ còn; **be (go) down with something** mắc bệnh: *Peter can't play tomorrow, he's (gone) down with flu* ngày mai Peter không chơi được, nó bị cúm; **down and out** cùng đường, thất cơ lỡ vận; **down below** phía dưới tầng hầm; **down stage** [of somebody (something)] về phía sân khấu gần khán giả nhất; **down through something** suốt một khoảng thời gian dài: *down through the years this town has seen many changes* qua năm tháng thành phố này đã trải qua biết bao thay đổi;

down under *(kng)* ở Úc: *down under they speak their own kind of English* ở Úc, họ nói tiếng Anh theo cách riêng; **down with somebody (something)** đả đảo: *down with the Government!* đả đảo chính phủ!

down² /daʊn/ gt **1.** xuống, xuôi: *the stone rolled down the hill* hòn đá lăn xuôi sườn đồi; *her hair hung down her back to her waist* tóc cô ta xõa xuống tới ngang thắt lưng; *down the river* xuôi dòng sông; *go down the road till you reach the traffic lights* đi xuôi con lộ cho đến khi thấy có đèn tín hiệu giao thông **2.** suốt *(một quãng thời gian)*: *an exhibition of costumes down the ages* một cuộc triển lãm y phục suốt các thời kỳ lịch sử.

down³ /daʊn/ dgt **1.** đánh gục, đánh ngã *(ai)* **2.** bắn rơi *(máy bay)* **3.** nốc cạn nhanh *(cốc bia...)*. // **down tools** *(Anh)* a/ ngừng việc: *as soon as the clock strikes five, they down tools and off they go* đồng hồ vừa điểm năm tiếng là họ ngừng ngay việc và ra về luôn b/ đình công, ngưng việc *(nhất là do có gì không bằng lòng)*.

down⁴ /daʊn/ dt **have a down on somebody (something)** không tán thành, ghét *(ai, cái gì)*: *she's got a down on me; I don't know why* chị ta ghét tôi, tôi cũng chẳng hiểu tại sao nữa; **ups and downs** x up⁴.

down⁵ /daʊn/ dt lông tơ *(của chim, ở mặt đứa bé...)*.

down-and-out /ˌdaʊn ənd 'aʊt/ dt người nghèo túng cơ cực.

downbeat /'daʊn'biːt/ tt *(kng)* buồn bã; bi quan.

downcast /'daʊnkaːst, *(Mỹ* 'daʊnkæst)/ **1.** cúi xuống, nhìn xuống: *with downcast eyes* mắt nhìn xuống **2.** chán nản, thất vọng: *he seems very downcast at the news* anh ta có vẻ rất thất vọng khi nhận được tin ấy.

down-draught /'daʊndraːft, dt *(Mỹ* **down draft**)* luồng gió hút (hút từ ống khói xuống trong phòng).

downer /'daʊnə[r]/ dt *(lóng)* **1.** thuốc giảm hoạt động thần kinh **2.** người gây chán nản buồn phiền.

downfall /'daʊnfɔːl/ dt *(số ít)* **1.** sự sa sút, sự suy sụp **2.** cái gây sa sút: *his vanity was his downfall* thói kiêu ngạo là nguyên nhân gây nên sự sa sút của anh ta.

downgrade /'daʊngreid/ dgt giáng cấp: *he's been downgraded from principal to deputy* ông ta bị giáng cấp từ chánh xuống làm phó.

down-hearted /ˌdaʊn'haːtid/ tt nản lòng, nản chí: *don't be too down-hearted, things will get better* đừng có nản lòng như thế, sự việc rồi sẽ tốt hơn.

downhill¹ /ˌdaʊn'hil/ tt **1.** dốc xuống: *a downhill race* cuộc đua chạy theo đường dốc xuống **2.** *(kng)* đã dễ hơn so với trước: *the hardest part of the work is over, it's all downhill from now on* phần khó nhất của công việc đã qua, bây giờ thì mọi việc đã dễ hơn trước nhiều.

Downing Street /'daʊniŋ striːt/ **1.** phố Downing, nơi đặt trụ sở Chính phủ Anh **2.** chính phủ Anh: *Downing Street has so far refused to comment on these reports* cho đến nay chính phủ Anh vẫn từ chối bình luận về các tin đồn đó.

download /daʊn'ləʊd/ *dgt (máy điện toán)* giảm tải.

down-market /ˌdaʊn'mɑː-ket/ *tt* nhằm thỏa mãn các tầng lớp dưới trong xã hội *(sản phẩm, dịch vụ).*

downpour /'daʊnpɔː[r]/ *dt (thường số ít)* mưa rào.

downright[1] /'daʊnraɪt/ *tt* hoàn toàn: *a downright lie* lời nói dối hoàn toàn.

downright[2] /'daʊnraɪt/ *pht* hết mực: *he wasn't just inconsiderate, he was downright rude* không phải anh ta chỉ là thiếu chu đáo mà thực sự là hết mực thô lỗ.

downs /daʊnz/ *dt snh* **the downs** đồi cỏ thấp *(như ở miền nam nước Anh):* the *South downs* đồi cỏ thấp miền Nam nước Anh.

Down's syndrome /'daʊnz sɪndrəʊm/ *dt (y)* hội chứng Down.

downstairs[1] /ˌdaʊn'steəz/ *pht* **1.** xuống cầu thang, xuống gác: *he fell downstairs and broke his wrist* anh ta ngã xuống cầu thang và gãy cổ tay **2.** ở tầng dưới: *they're waiting for us downstairs* họ đợi chúng ta ở tầng dưới.

downstairs[2] /ˌdaʊn'steəz/ *tt (thngữ)* ở tầng dưới: *the downstairs toilet* phòng vệ sinh ở tầng dưới.

downstream /ˌdaʊn'striːm/ *pht* xuôi dòng: *drift downstream* trôi xuôi dòng.

down-to-earth /ˌdaʊn'tʊ'ɜːθ/ *tt* thực tế; khôn ngoan: *she is very down-to-earth and will tell you what she really thinks* cô ta rất thực tế và sẽ kể cho anh nghe cô ta thực sự nghĩ như thế nào.

downtown /ˌdaʊn'taʊn/ *pht* ở khu trung tâm thành phố: *live downtown* sống ở khu trung tâm thành phố; *down-*town Manhattan khu trung tâm Manhattan.

downtrodden /'daʊntrɒdn/ *tt* bị áp bức, bị đè nén: *downtrodden workers* những công nhân bị áp bức.

downward /'daʊnwəd/ *tt (thường thngữ)* xuống, đi xuống: *a downward movement* vận động đi xuống; *a downward trend in prices* giá cả có chiều hướng đi xuống.

downwards /'daʊnwədz/ *pht (cg* daʊnwəd*)* hướng xuống: *she laid the picture face downward on the table* chị ta để úp bức tranh trên bàn; *the garden sloped gently downwards towards the river* khu vườn dốc thoai thoải xuống phía sông.

downy /'daʊni/ *tt* như lông tơ; phủ lông tơ.

dowry /'daʊəri/ *dt* của hồi môn.

dowse[1] /daʊs/ *dgt nh* douse.

dowse[2] /daʊz/ *dgt (+ for)* dò tìm mạch nước; dò tìm mạch mỏ.

dowser /daʊzə[r]/ *dt* người dò tìm mạch nước; người dò tìm mạch mỏ.

doxology /dɒk'sɒlədʒi/ *(tôn)* kinh tán tụng.

doyen /'dɔɪən/, *(Mỹ thường* dean*) (cg* doyenne*)* người kỳ cựu nhất: *she founded the club and is now our doyenne* bà ta lập ra câu lạc bộ và hiện nay là người kỳ cựu nhất trong chúng tôi.

doyley, doyly /'dɔɪli/ *dt* x doily.

doz *(vt của* dozen*)* tá: *3 doz eggs* ba tá trứng.

doze[1] /dəʊz/ *dgt* ngủ lơ mơ. // **doze off** ngủ gật: *I dozed off during the film* tôi ngủ gật suốt buổi chiếu phim.

doze[2] /dəʊz/ *dt* giấc ngủ lơ mơ.

dozen /dʌzn/ *dt (snh* **dozens** hoặc kđổi khi đếm) *(vt* **doz** tá: *eggs are sold by the dozen* trứng bán theo tá; *pack them in dozens* gói lại thành từng tá một; *half a dozen eggs please* xin cho một nửa tá trứng. // **a baker's dozen** x baker; **one's daily dozen** x daily[1]; **a dime a dozen; dozens of** *(kng)* hàng tá, hàng lô: *she's got dozens of boy friends* cô ta có hàng tá bạn trai; **talk nineteen to the dozen** nói liên tục; **[it is] six of one and half a dozen of the other** chẳng khác nhau gì nhiều giữa cái này và cái kia; cũng bên tám lạng bên nửa cân thôi mà: *I can't tell whether he or she is to blame, it's six of one and half a dozen of the other* tôi không thể nói anh ta hay cô ta đáng trách, bên này tám lạng bên kia cũng nửa cân.

dozily /'dəʊzili/ *pht* **1.** [một cách] buồn ngủ **2.** *(kng)* [một cách] ngốc nghếch.

doziness /'dəʊzinɪs/ *dt* **1.** sự buồn ngủ **2.** *(kng)* sự ngốc nghếch.

dozy /'dəʊzi/ *tt* (-ier; -iest) **1.** buồn ngủ **2.** *(Anh, kng)* ngốc nghếch: *a dozy boy* cậu con trai ngốc nghếch.

D Phil /ˌdiː'fɪl/ *(vt của* Doctor of Philosophy*)* tiến sĩ: *have (be) a D Phil in History* có bằng tiến sĩ sử học; *Hugh Benson D Phil* tiến sĩ Hugh Benson.

DPP /ˌdiːpiː'piː/ *(Anh) (vt của* Director of Public Prosecution*)* viện trưởng viện công tố.

Dr *vt* **1.** *(vt của* Doctor*)* bác sĩ; tiến sĩ **2.** *(vt của* Drive*) (trong tên đường phố)* 21 *Elm Dr* 21 đường Elm.

dr **1.** *(vt của* drachma[s]*)* đồng đrachma *(tiền Hy Lạp)*

D

2. (*vt của* dram[s]) hớp, chút ít (*rượu*).

drab /dræb/ *tt* buồn tẻ: *a drab existence* một cuộc sống buồn tẻ; *dressed in drab colours* mặc quần áo màu tối.

drably /'dræbli/ *pht* [một cách] buồn tẻ.

drabness /'dræbnis/ *dt* sự buồn tẻ.

drachma /'drækmə/ *dt snh* **drachmas, drachmae** /'dræk-mi:/ đồng drachma (*tiền Hy Lạp*).

draconian /drə'kəʊniən/ *tt* hà khắc: *draconian measures* những biện pháp hà khắc.

draft¹ /drɑ:ft, (*Mỹ* dræft)/ *dt* **1.** bản phác thảo; dự án **2.** (*thương*) hối phiếu; sự trả bằng hối phiếu **3.** phân đội biệt phái, phân đội tăng cường. // **the draft** (*Mỹ*) *nh* call-up **4.** (*Mỹ*) *nh* draught¹.

draft² /drɑ:ft, (*Mỹ* dræft)/ *dgt* **1.** phác thảo, dự thảo, thảo: *draft a contract* thảo một hợp đồng **2.** biệt phái: *extrapolice are being drafted in to control the crowds* một toán cảnh sát đặc biệt đang được biệt phái đến để trấn áp đám đông **3.** (+ into) bắt quân dịch: *be drafted into the Navy* bị bắt quân dịch vào bộ đội hải quân.

draft-card /'drɑ:ftkɑ:d/ *dt* thẻ quân dịch.

draft-dodger /'drɑ:ftdɒd-ʒə[r]/ *dt* (*Mỹ*) người trốn quân dịch.

draftee /'drɑ:f'ti, (*Mỹ* ,dæf'ti)/ *dt* (*Mỹ*) người bị gọi nhập ngũ.

draftsman /'drɑ:ftsmən, (*Mỹ* dræftsmən)/ *dt* **1.** người dự thảo **2.** (*Mỹ*) *nh* draughts-man.

drafty /'dræfti/ *tt* (*Mỹ*) *nh* draughty.

drag¹ /dræg/ *dt* **1.** cái bừa **2.** sức cản của không khí (*đối với sự chuyển động của máy bay*) **3.** (*lóng*) việc gây buồn chán; người buồn chán: *walking's a drag, let's take the car* đi bộ chán lắm, ta hãy lấy xe mà đi **4.** (*lóng*), quần áo nữ mặc cho nam **5.** (*lóng*) sự rít một hơi thuốc lá **6.** (*kng*) sự ngáng trở; điều trở ngại: *she loves her family, but they are a drag on her career* chị ta yêu gia đình, nhưng gia đình là một trở ngại cho sự nghiệp của chị.

drag² /dræg/ *dgt* (-gg) **1.** lôi, kéo; lê bước: *the cat was dragging its broken leg* con mèo kéo lê cái chân gãy; *we dragged the fallen tree clear of the road* chúng tôi kéo cây đổ ra khỏi đường đi; *drag oneself home* lê bước về nhà **2.** thuyết phục (*ai*) đi đâu một cách miễn cưỡng: *I could hardly drag the children away from the party* tôi khó mà bảo tụi trẻ rời khỏi buổi liên hoan **3.** kéo lê trên đất: *your coat's dragging in the mud* áo khoác của anh ta đang kéo lê trên bùn **4.** (+ on) kéo dài một cách chán ngắt (*bộ phim...*) **5.** rà đáy, mò đáy (*sông, tìm xác chết đuối...*). // **drag one's feet (heels)** cố kéo dài, lần chần: *I want to sell the house, but my husband is dragging his feet* tôi muốn bán ngôi nhà đi, nhưng chồng tôi cứ lần chần; **drag somebody (somebody's name) through the mire (mud)** làm mất mặt ai; **drag somebody down** làm cho ai cảm thấy suy yếu đi (*khí hậu...*); **drag somebody down [to something]** làm cho ai hư hỏng đi; **drag something in (into) something** nói chen vào: *must you drag politics into everthing?* anh

cứ phải chen chính trị vào mọi thứ ư?; **drag somebody into something** ép buộc ai phải làm gì: *she had to be dragged into seeing the dentist* phải ép buộc dữ cô ta mới chịu đi gặp nha sĩ; **drag something out** kéo dài: *let's not drag out this discussion* thôi đừng kéo dài cuộc thảo luận này thêm nữa; **drag something out of somebody** moi, ép đưa ra: *drag a confession* moi một lời thú tội; **drag somebody up** nuôi dạy (*con cái*) không chu đáo; **drag something up** đưa (*chi tiết, sự kiện...*) vào một cách không cần thiết: *she dragged that incident just to embarrass me* cô ta đưa sự việc đó vào chỉ cốt làm cho tôi bối rối thôi.

draggled /'drægəld/ *tt nh* bedraggled.

drag-hunt /'dræghʌnt/ *dt* cuộc săn chó theo sau.

dragnet /'drægnet/ *dt* **1.** lưới vét **2.** mạng lưới bố ráp (*của cảnh sát*).

dragoman /'drægəmən/ *dt* (*snh* **dragomans**) người phiên dịch (*trước đây ở một số nước Trung Đông*).

dragon /'drægən/ *dt* **1.** con rồng **2.** (*bóng, xấu*) con mụ hung dữ.

dragonfly /'drægənflai/ *dt* con chuồn chuồn.

dragoon¹ /drə'gu:n/ *dt* kỵ binh.

dragoon² /drə'gu:n/ *dgt* **dragoon somebody into doing something** bức hiếp ai phải làm gì.

drag race /'dræg reis/ cuộc đua xe hơi.

drag racing /'drægreisiŋ/ sự đua xe hơi.

dragster /'drægstə[r]/ *dt* xe hơi đua.

drain¹ /drein/ *dt* **1.** cống, rãnh, mương, máng **2.** *(Mỹ) nh* plug-hole. // **[go] down the drain** tiêu tan hết: *a single mistake and all that time and money would go down the drain* chỉ một lỗi lầm nhỏ thôi và thế là tất cả thì giờ tiền bạc đó tiêu tan hết; **a drain on somebody (something)** cái làm tiêu hao liên tục sức lực tiền của *(của ai): military spending is a huge drain on the country's resources* chi phí quân sự là cái gây tiêu hao rất lớn cho tài nguyên của đất nước; **laugh like a drain** *x* laugh.

drain² /drein/ *dgt* **1.** tháo, rút, tiêu *(nước): the bath-water slowly drained away* nước bồn tắm từ từ rút hết **2.** uống cạn: *drain one's glass dry* uống cạn chén **3.** làm cho khô cạn, làm ráo nước: *land must be well drained for some crops* đất phải ráo nước đối với một số cây trồng; *leave the dishes to drain* để cho mấy cái đĩa ráo nước **4.** làm kiệt quệ, làm cạn kiệt: *a country drained of manpower* một đất nước cạn kiệt nguồn nhân lực. // **drink (drain) to the dregs** *x* dregs.

drain away biến dần, mất dần: *her life was slowly draining away* sự sống bà ta đang tắt dần, bà ta đang hấp hối.

drainage /'dreinidʒ/ *dt* **1.** sự tháo nước, sự tiêu nước **2.** hệ thống mương máng cống rãnh **3.** nước thoát đi, nước tiêu *(qua hệ thống mương máng cống rãnh).*

drainage-basin /'dreinidʒ beisn/ *dt* lưu vực tiêu nước.

drainboard /'dreinbɔːd/ *dt (Mỹ) nh* draining-board.

draining-board /'dreiniŋ bɔːd/ *dt* tấm để bát đĩa cho ráo nước *(ở chậu rửa bát).*

drain-pipe /'dreinpaip/ *dt* ống thoát nước *(của một tòa nhà).*

drain-pipe trousers /'drein paip 'trauzəz/ *(kng, cũ)* quần ống tuýp.

drake /dreik/ *dt* vịt đực. // **play ducks and drakes with** *x* ducks and drakes.

dram /dræm/ *dt* **1.** *(vt* **dr***)* dram *(đơn vị trọng lượng bằng 1,77gram; dùng trong ngành dược là 3,56 gram hoặc 3,56 mililit)* **2.** *(É-cốt)* chút ít *(rượu uýt-ki).*

drama /'drɑːmə/ *dt* **1.** kịch; tuồng **2.** sự việc kịch tính: *her life was full of drama* cuộc đời chị ta đầy kịch tính. // **make a drama out of something** làm to chuyện một việc gì đó: *he makes a drama out of a simple visit to the dentist* chỉ đi khám răng một tí mà nó cũng làm to chuyện.

dramatic /drə'mætik/ *tt* **1.** [thuộc] kịch, như kịch **2.** gây xúc động, gây ấn tượng mạnh mẽ: *his opening words were dramatic* những lời mở đầu của anh ta gây ấn tượng mạnh mẽ.

dramatically /drə'mætikli/ *pht* như là trong kịch: *her attitude changed dramatically* thái độ của chị ta thay đổi như là trong kịch.

dramatic irony /drə,mætik 'aiərəni/ sự trớ trêu kịch nghệ *(khi khán giả hiểu lời và ý hơn chính diễn viên).*

dramatics /drə'mætiks/ *dt (dgt thường số ít)* **1.** nghệ thuật kịch, kịch nghệ **2.** thái độ kịch, vẻ đóng kịch: *I've had enough of your dramatics* tôi đã chán cái vẻ đóng kịch của anh rồi đó.

dramatis personae /,dræmətis pɜː'səunai/ danh sách các vai trong vở kịch.

dramatist /'dræmətist/ *dt* nhà soạn kịch, nhà viết kịch.

dramatization, dramatisation /,dræmətai'zeiʃn/ *dt* sự kịch hóa, sự làm to chuyện.

dramatize, dramatise /'dræmətaiz/ *dgt* **1.** soạn thành kịch, viết thành kịch *(một cuốn tiểu thuyết...)* **2.** kịch hóa, làm to chuyện: *the affair was dramatized by the press* báo chí đã làm to chuyện đó ra.

drank /dræŋk/ *qk của* drink².

drape¹ /dreip/ *dgt* choàng, che, phủ: *a fur coat draped round her shoulders* chiếc áo khoác lông thú choàng quanh vai cô ta; *wall draped with tapestries* tường phủ thảm; *she draped her arms around his neck* nàng choàng tay quanh cổ cậu ta.

drape² /dreip/ *dt* **1.** cách treo *(màn, áo...)* **2.** *(Mỹ) nh* curtain.

draper /'dreipə[r]/ *dt (Anh, id)* người bán quần áo vải vóc.

drapery /'dreipəri/ *dt (Anh)* *(Mỹ* **dry goods***)* **1.** nghề bán quần áo vải vóc; hàng quần áo vải vóc: *the drapery department of the store* gian bán quần áo vải vóc ở cửa hàng **2.** quần áo xếp nếp; màn trướng xếp nếp.

drastic /'dræstik/ *tt* **1.** mạnh mẽ, quyết liệt: *drastic measures will have to be taken to restore order* phải áp dụng những biện pháp quyết liệt để lập lại trật tự **2.** rất nghiêm trọng: *a drastic shortage of food* tình trạng thiếu thực phẩm nghiêm trọng.

drastically /'dræstikli/ *pht* **1.** [một cách] mạnh mẽ, [một cách] quyết liệt **2.** [một cách] rất nghiêm trọng.

drat /dræt/ *tht (kng)* chết tiệt *(dùng để nói lên sự bực bội)*: *drat that child!* thằng bé chết tiệt này!

dratted /'drætid/ *tt (kng)* chết tiệt *(thngữ)*: *this dratted pen won't work* cái bút chết tiệt này không viết được.

draught¹ /drɑːft/ *dt (Mỹ* **draft)** **1.** gió lùa: *can you close the door? there's an awful draught in here* ông đóng giùm cửa lại được không? ở đây có gió lùa dễ sợ quá **2.** *(hải)* độ mớn nước **3.** hơi, hớp, ngụm: *he emptied his glass at one draught* nó uống một ngụm cạn ly; *he took a deep draught of air into his lungs (bóng)* nó hít một hơi sâu vào phổi. // **on draught** lấy ở thùng ra: *winter ale on draught* bia uống mùa đông lấy ở thùng ra.

draught² /drɑːft/ *tt* bán lấy ở thùng ra *(bia, rượu).*

draught-board /'drɑːftbɔːd/ *dt (Anh) (Mỹ* **checkerboard)** bàn cờ đam.

draughthorse /'drɑːfthɔːs/ *dt* ngựa kéo *(xe, cày).*

draughtiness /'drɑːftinis/ *dt* sự có gió lùa [thổi qua].

draughts /drɑːfts/ *dt (Anh) (Mỹ* **checkers)** cờ đam.

draughtsman /'drɑːftsmən/ *dt (Mỹ* **draftsman) 1.** người vẽ đồ án thiết kế **2.** người vẽ giỏi **3.** *(Mỹ* **checker)** quân cờ đam.

draughty /'drɑːfti/ *tt* có gió lùa: *it's terribly draughty in here* chỗ này gió lùa kinh khủng.

draw¹ /drɔː/ *dt* **1.** sự rút thăm, sự xổ số **2.** trận đấu

hòa: *the match ended in a draw 2-2* trận đấu kết thúc hòa 2-2 **3.** người hấp dẫn; vật hấp dẫn: *the new singer is a big draw* ca sĩ mới là một diễn viên rất hấp dẫn **4.** sự rít qua hơi thuốc. // **the luck of the draw** x luck; **[be] quick (slow) on the draw** a/ rút súng ra nhanh (chậm) b/ *(kng)* mau (chậm) hiểu.

draw² /drɔː/ *dgt* **(drew; drawn) 1.** vẽ: *you draw beautifully* anh vẽ đẹp thật; *she drew a house* chị ta vẽ một ngôi nhà; *the report drew a grim picture of corruption (bóng)* bản báo cáo đã vẽ nên một bức tranh ảm đạm về nạn mua chuộc đút lót **2.** di chuyển, đi tới, chạy đến: *the train drew in (into) the station* tàu hỏa chạy vào ga; *the car drew slowly away from the kerb* chiếc xe từ từ chuyển bánh xa lề đường; *Christmas is drawing near* Noel đang đến gần **3.** lôi, kéo: *she drew me onto the balcony* chị ta kéo tôi ra ban công; *she drew a cover over the typewriter* chị ta kéo tấm phủ lên chiếc máy chữ; *the Queen's coach was drawn by six horses* cỗ xe của Nữ hoàng do sáu con ngựa kéo; *draw the curtain* kéo màn **4.** rút ra: *draw a file from a drawn* rút hồ sơ ra khỏi ngăn kéo; *he drew a revolver on me* nó rút súng chĩa vào tôi; *draw a moral from a story* rút ra một bài học đạo đức từ một truyện **5.** moi ra: *she wouldn't be drawn about her private life* cô ta sẽ không để người ta moi móc về đời tư của mình **6.** hút, rút, hít: *the engine draws water along the pipe* chiếc máy hút nước chảy theo ống dẫn; *he drew thoughtfully on his pipe* ông ta trầm ngâm rít

một hơi ở tẩu thuốc **7.** lấy ra, nhận được, tranh thủ được: *can I draw £100 from my account?* tôi muốn lấy từ tài khoản của tôi ra 100 bảng, có được không?; *we draw our readers from all classes of society* chúng tôi tranh thủ được bạn đọc từ mọi giai cấp xã hội **8.** thu hút, lôi cuốn: *what drew you to medicine?* cái gì đã lôi cuốn anh tới với ngành y thế? **9.** gây ra *(một phản ứng nào đó)*: *draw tears* làm rơi nước mắt; *draw laughter* làm bật cười **10.** viết *(séc)* lĩnh tiền: *draw a cheque on a banker* viết séc lĩnh tiền ở một chủ ngân hàng **11.** mở *(sổ)* rút *(thăm)*: *Italy has been drawn to play Spain in the world cup* Italia rút được thăm chơi với Tây Ban Nha trong giải vô địch thế giới; *draw cards from a pack* rút bài từ một cỗ bài **12.** hòa: *the two teams drew* hai đội đã hòa; *draw three-all* hòa ba đều **13.** ngấm *(trà)*: *let the tea draw for three minutes* để trà ngấm ba phút **14.** *(hải)* có mức chìm *(là bao nhiêu đấy)*: *a ship drawing 20 feet* con tàu có độ chìm 20 bộ **15.** nhổ *(răng)* **16.** moi *(ruột, lòng gà)* **17.** giương, kéo *(cung)* **18.** kéo *(sợi kim loại qua một lỗ nhỏ để được một dây kim loại).* // **at daggers drawn** x dagger; **cast (draw) lots** x lot⁴; **bring something (come; draw) to a close** x close⁴; **draw an analogy, a comparison, a parallel... between something and something** rút ra điểm giống nhau và khác nhau giữa hai cái (hai sự việc); **draw [somebody's] attention to something** lưu ý ai về việc gì: *she drew my attention to an error in the report* chị ta lưu ý tôi về một chỗ sai trong bản tường thuật; **draw a bead [on somebody (something)]** (kng) nhắm bắn; **draw a blank** không đạt kết quả, không ăn thua gì: *I tried looking him up in the directory but I drew a blank* tôi cố tìm tên anh ta trong niên giám điện thoại nhưng không ăn thua gì (không thấy); **draw blood** a/ làm chảy máu b/ làm tổn thương tình cảm (của ai): *his remarks clearly drew blood* những nhận xét của anh ta rõ ràng là đã làm tổn thương tình cảm; **draw breath** a/ ngừng lại để hít sâu sau một cố gắng b/ còn sống: *you won't want for a friend as long as I draw breath* anh sẽ không cần người bạn nào cả chừng nào mà tôi còn sống; **draw a distinction between something and something** vạch ra những điểm khác biệt giữa hai vật; **draw somebody's fire** làm cho ai trút hết giận vào mình khiến kẻ khác khỏi phải hứng chịu; **draw one's first (last) breath** sinh ra (trút hơi thở cuối cùng); **draw in one's horns** co vòi lại, thận trọng hơn (đặc biệt là về mặt tài chính); **draw the line at something (doing something)** từ chối không làm gì, từ chối chịu đựng cái gì: *a line has to be drawn somewhere, I can't go on lending you money* chịu đựng cái gì cũng phải có mức chứ, tôi không thể tiếp tục cho anh mượn tiền được nữa; **draw somebody's (something's) teeth (fangs)** làm cho vô hại, vô hiệu hóa: *critics fear the bill will have its teeth drawn before it becomes law* các nhà bình luận sợ rằng dự luật sẽ vô hiệu hóa trước khi trở thành luật; **draw trumps** chơi mọi cho hết bài

chủ; **draw oneself up to one's full height** uốn thẳng người biểu thị quyết tâm: *"never!" she replied, drawing herself up to her full height* bà ta đáp: "không bao giờ!" người uốn thẳng lên; **draw a veil over something** khéo léo bỏ qua không nói đến.

draw back [from something] (doing something) rút lui (không làm việc gì); **draw in** ngắn đi (trước mùa đông, nói về giờ ban ngày): *the days are drawing in* ngày đang ngắn lại; **draw somebody into something (doing something); draw somebody in** làm cho ai dính líu vào; lôi kéo ai vào: *we organize various social activities, but not all the members want to be drawn in* chúng tôi tổ chức nhiều hoạt động xã hội, nhưng không phải mọi thành viên đều bị lôi kéo vào; **draw on** đến gần (nói về thời điểm hay mùa tiết): *night was drawing on* đêm đang đến gần; **draw on (upon) something** dùng đến, sử dụng đến cái gì: *we drew on her experience throughout the project* suốt dự án chúng tôi đã sử dụng đến kinh nghiệm của bà ta; **draw somebody on** lôi cuốn, cám dỗ: *they drew investors on with visions of instant wealth* họ lôi cuốn các nhà đầu tư bằng ảo tưởng sẽ giàu có ngay lập tức; **draw out** dài ra (ngày, vào mùa xuân); **draw somebody out (about something)** khuyến khích, động viên: *he's very shy and needs to be drawn out* nó rất nhút nhát và cần khuyến khích nó; **draw something out** kéo dài: *she drew the interview out to over an hour* chị ta kéo dài cuộc phỏng vấn tới hơn một giờ; **draw up** dừng lại (xe cộ); **draw somebody up** (thường dùng ở dạng bị động) dàn

(quân...): *troops drawn up in ranks* quân lính dàn thành hàng; **draw something up** thảo (một danh sách, một hợp đồng...).

drawback /'drɔːbæk/ dt **drawback of (to) doing something** [điều] bất lợi: *the great drawback to living on a main road is the constant noise* sống kế một con đường giao thông chính thì điều bất lợi chính là tiếng ồn liên tục.

drawbridge /'drɔːbrɪdʒ/ dt cầu cất (có thể cất lên hạ xuống được, ở các tòa lâu đài cổ).

drawer¹ /drɔː[r]/ dt ngăn kéo: *clear out one's drawers* dọn dẹp ngăn kéo.

drawer² /'drɔːə[r]/ dt **1.** người lính séc **2.** người vẽ tranh: *I'm not a good drawer* tôi không phải là người vẽ tranh giỏi.

drawers /drɔːz/ dt nh (cũ) quần đùi: *a pair of drawers* chiếc quần đùi.

drawing /'drɔːɪŋ/ dt **1.** thuật vẽ (vẽ đồ họa, vẽ kỹ thuật) **2.** bức vẽ (vẽ đồ họa, vẽ kỹ thuật).

drawing-board /'drɔːɪŋbɔːd/ dt ván vẽ. // **[go] back to the drawing-board** chuẩn bị một kế hoạch mới do kế hoạch trước đã thất bại.

drawing-pin /d'drɔːɪŋpin/ dt (Mỹ **thumb-tack**) đinh rệp.

drawing-room /'drɔːɪŋrom, 'drɔːɪŋruːm/ dt phòng khách.

drawl¹ /drɔːl/ dgt nói lề nhè: *drawl [out] one's words* nói lè nhè.

drawl² /drɔːl/ dt giọng nói lè nhè.

drawn¹ /drɔːn/ tt mệt mỏi, phờ phạc (người, khuôn mặt).

drawn² /drɔːn/ dttqk của draw².

drawstring /'drɔːˌstriŋ/ *dt* dây rút (ở miệng túi...).

dray /drei/ *dt* xe ngựa (xe bò) kéo không có lá chắn (để chở vật nặng, thường là để chở thùng bia).

dray-horse /'dreihɔːs/ ngựa kéo xe thồ.

dread[1] /dred/ *dt* 1. sự kinh sợ, sự khiếp sợ: *she has a dread of hospitals* chị ta khiếp sợ bệnh viện 2. nỗi khiếp sợ: *poverty is many people's constant dread* nghèo đói là nỗi khiếp sợ thường xuyên của nhiều người.

dread[2] /dred/ *dgt* kinh sợ, khiếp sợ, sợ: *I dread that I may never see you again* tôi sợ sẽ chẳng bao giờ gặp lại được anh nữa; *dread illness (being ill)* sợ ốm.

dreaded /'dredid/ [mà người ta] kinh sợ: *the dreaded scourge of smallpox* tai họa bệnh đậu mùa mà người ta kinh sợ.

dreadful /'dredfl/ *tt* 1. dễ sợ, khủng khiếp: *a dreadful accident* một tai nạn khủng khiếp 2. xấu, rất khó chịu: *the noise was dreadful* tiếng ồn rất khó chịu 3. (*kng*) ghê gớm (*dùng để nhấn mạnh*): *I'm afraid that it is all a dreadful mistake* tôi e rằng đó là một sai lầm ghê gớm.

dreadfully /'dredfəli/ *pht* 1. [một cách] nghiêm trọng: *dreadfully injured* bị thương nặng 2. (*kng*) tồi: *this article is dreadfully written* bài báo này viết tồi quá 3. hết sức, quá chừng: *I'm afraid that it is dreadfully late* tôi e là đã quá trễ.

dreadfulness /'dredfəlnis/ *dt* 1. sự dễ sợ, sự khủng khiếp 2. sự rất khó chịu 3. (*kng*) sự ghê gớm.

dreadlocks /'dredlɒks/ *dt snh* tóc dễ thành lọn dài.

dreadnought /'drednɔːt/ *dt* tàu chiến dretnot (đầu thế kỷ hai mươi).

dream[1] /driːm/ *dt* 1. giấc mơ, giấc mộng: *good night! sweet dreams!* chúc ngủ ngon, nhiều mộng đẹp 2. sự mơ màng: *be in a complete dream* ở trong trạng thái hoàn toàn mơ mơ màng màng 3. điều mơ tưởng, mơ ước: *my son's dream is to be an astronaut* mơ ước của con trai tôi là trở thành một nhà du hành vũ trụ; *the home of your dream* ngôi nhà mà anh mơ ước 4. (*số ít*) (*kng*) người đẹp tuyệt vời, vật đẹp tuyệt vời: *her new dress is an absolute dream* áo mới của cô ta thật đẹp tuyệt vời. // **a bad dream** tình thế khó chịu khác nào một cơn ác mộng, khó tin là thật: *you can't be leaving me, this is a bad dream* anh không thể bỏ em, đó khác nào như là một cơn ác mộng, khó tin là thật; **beyond one's wildest dreams** x wild; **go like a dream** (*kng*) vận hành rất tốt: *my new car goes like a dream* chiếc xe hơi mới của tôi chạy rất tốt.

dream[2] /driːm/ *dgt* (**dreamed** hoặc **dreamt**) 1. mơ; nằm mơ thấy: *she claims she never dreams* cô ta nói là cô không bao giờ mơ khi ngủ; *I dreamt about flying last night* tối qua tôi mơ thấy mình bay; *I dreamt [that] I could fly* tôi đã mơ thấy mình bay được 2. mơ tưởng, tưởng tượng: *I never promised to lend you my car, you must be dreaming* tôi chưa bao giờ hứa cho bạn mượn xe cả, bạn hẳn là đang mơ đấy; *who'd have dreamed it? they are getting married* ai mà tưởng tượng được điều đó, chúng nó lấy nhau đấy. // **dream of something (doing something)** không làm trong bất cứ hoàn cảnh nào: *I'd never dream of allowing my child to do that* tôi không bao giờ nghĩ đến việc cho con tôi làm việc đó.

dream something away mơ mộng vẩn vơ hết (*thì giờ*): *she dreamt her life away, never really achieving anything* chị ta chỉ mơ mộng vẩn vơ hết cả đời, chẳng bao giờ thật sự hoàn thành được việc gì cả; **dream on** (*kng, mỉa*) tiếp tục mơ mộng hão: *so you want a rise? dream on!* thì ra anh muốn tăng lương à? thì cứ tiếp tục mà mơ mộng hão đi; **dream something up** (*kng*) tưởng tượng ra; bịa ra: *they can always dream up some new excuse for the train arriving late* bao giờ họ cũng bịa ra một lời xin lỗi mới về xe lửa đến chậm giờ.

dreamer /'driːmə[r]/ *dt* 1. người nằm mơ 2. người mơ mộng viển vông; người mơ mộng hão huyền.

dreamily /'driːmili/ *pht* 1. [một cách] mơ mộng vẩn vơ 2. [một cách] lờ mờ 3. [một cách] nhẹ nhàng, [một cách] êm dịu 4. [một cách] tuyệt vời.

dreaminess /'driːminis/ *dt* 1. sự mơ mộng vẩn vơ 2. sự lờ mờ 3. sự nhẹ nhàng êm dịu 4. sự tuyệt vời.

dreamless /'driːmlis/ *tt* không mộng mị (*giấc ngủ*).

dreamland /'driːmlænd/ *dt* xứ mơ, cõi mộng.

dreamlike /'driːmlaik/ *tt* như một giấc mơ.

dreamt /dremt/ *qk và đttqk* của dream[2].

dream world /'driːmwɜːld/ thế giới mộng ảo.

dreamy /'driːmi/ *tt* (**-ier; -iest**) 1. mơ mộng vẩn vơ (*người*)

D

2. lờ mờ, không rõ: *a dreamy recollection of what happened* một hồi tưởng lờ mờ về những gì đã xảy ra **3.** nhẹ nhàng, êm dịu: *dreamy music* nhạc êm dịu **4.** *(kng)* tuyệt vời: *what a dreamy little house!* ngôi nhà nhỏ bé mới tuyệt vời làm sao!

drear /driə[r]/ *tt (cổ) nh* dreary.

drearily /'driərəli/ *pht* **1.** [một cách] tối tăm, [một cách] ảm đạm **2.** [một cách] nhàm chán, [một cách] buồn tẻ.

dreariness /'driərinis/ *dt* **1.** sự tối tăm, sự ảm đạm **2.** sự nhàm chán, sự buồn tẻ.

dreary /'driəri/ *tt* **1.** tối tăm, ảm đạm: *a dreary winter day* một ngày mùa đông ảm đạm **2.** *(kng)* nhàm chán, buồn tẻ: *dreary people leading dreary lives* những con người buồn tẻ sống lay lắt buồn tẻ.

dredge¹ /dredʒ/ *dt (cg* **dredger)** máy nạo vét *(lòng sông...).*

dredge² /dredʒ/ *dgt* **1.** nạo vét *(sông, kênh... bằng máy nạo vét)* **2.** vét lên: *dredge for oysters* vét hàu *(bằng lưới vét); we're dredging [up] mud [from the river bed]* chúng tôi đang vét bùn từ đáy sông lên. // **dredge something up** *(thường xấu)* moi móc lại *(chuyện thường là khó chịu đã qua): dredge up an old scandal* moi móc lại một chuyện bê bối đã qua.

dredge³ /dredʒ/ *dgt* rắc *(muối, đường, hạt tiêu... lên món ăn).*

dredger¹ /'dredʒə[r]/ *dt x* dredge¹.

dredger² /'dredʒə[r]/ *dt* lọ rắc *(muối, tiêu... lên món ăn).*

dregs /dregz/ *dt* **1.** cặn *(ở đáy bình)* **2.** cặn bã: *the dregs of society* cặn bã của xã hội. // **drink (drain) something to the dregs** uống cạn.

drench /drentʃ/ *dgt* **1.** làm ướt sũng: *be drenched with rain* bị mưa ướt sũng **2.** xức đẫm *(nước hoa...): drench oneself in perfume* xức đẫm nước hoa; *the poster wouldn't stick even though I drenched it with glue* tấm áp phích vẫn không chịu dính mặc dù tôi đã phết đẫm hồ.

drenching /'drentʃiŋ/ *dt* sự ướt sũng.

dress¹ /dres/ *dt* **1.** áo dài, áo váy *(của nữ)* **2.** quần áo *(mặc bên ngoài): evening dress* quần áo dạ hội; *casual dress* quần áo thường.

dress² /dres/ *dgt* **1.** mặc *(quần áo);* ăn mặc: *hurry up and get dressed* mặc quần áo vào, nhanh lên; *a woman dressed in green* một phụ nữ mặc quần áo màu lục **2.** mặc lễ phục, mặc quần áo dạ hội: *do I need to dress for the theatre?* tôi có phải mặc quần áo dạ hội đi xem hát không? **3.** trang hoàng; bày biện: *dress a shop window* bày biện tủ kính bày hàng; *dress a Christmas tree with lights* trang hoàng đèn lên cây Nô-en **4.** băng bó *(vết thương)* **5.** đánh bóng *(da thuộc...);* mài mặt *(đồ đá...)* **6.** chuẩn bị *(thức ăn)* để nấu *(để ăn): dress a chicken* làm sạch một con gà *(để nấu); dress a salad* trộn xà lách **7.** chải lông *(cho ngựa)* **8.** dàn *(quân...)* thành hàng. // **[be] dressed in something** a/ mặc, bận: *the bride was dressed in white* cô dâu bận quần áo trắng; **[be] dressed like a dog's dinner** *(kng)* ăn mặc sang và lòe loẹt; **[be] dressed [up] to kill** *(kng)* ăn diện nhằm gây ấn tượng đối với người khác giới tính; **[be] dressed up to the nines** ăn mặc chải chuốt; **mutton dressed as lamb** *x* mutton.

dress somebody down rầy la ai, mắng mỏ ai; **dress up** diện bảnh, ăn mặc chải chuốt; **dress [somebody] up [in something (as somebody (something)]** cải trang: *dress [up] as a fairy* cải trang thành bà tiên; **dress something up** *(bóng)* tô vẽ: *the facts are quite clear; it's no use trying to dress them up* sự việc đã quá rõ ràng, cố tô vẽ cho chúng cũng chẳng ích gì.

dressage /'dresɑ:ʒ/ *dt* **1.** sự dạy ngựa **2.** cuộc thi tài dạy ngựa.

dress-circle /'dres,sɜ:kl/ *dt (Mỹ* **first balcony)** ban-công tầng một *(của nhà hát, nơi ngày xưa phải mặc quần áo dạ hội).*

dresser¹ /'dresə[r]/ *dt* **1.** *(dùng với một tt)* người ăn mặc *(theo cách như thế nào đó): a smart dresser* người ăn mặc bảnh bao **2.** *(skhấu)* người phụ trách phục trang **3.** *(y)* người phụ mổ.

dresser² /'dresə[r]/ *dt* **1.** chạn bát đĩa **2.** bàn phấn.

dressing /'dresiŋ/ *dt* **1.** sự mặc quần áo: *dressing always takes her such a long time* việc ăn mặc lúc nào cũng làm cho cô ta mất nhiều thời gian **2.** sự băng bó vết thương, đồ băng bó **3.** nước xốt trộn xà lách **4.** *(Mỹ) nh* stuffing.

dressing down /,dresiŋ'daʊn/ sự rầy la, sự mắng mỏ.

dressing-gown /'dresiŋgaʊn/ *dt (Mỹ thường* **bathrobe, robe)** áo khoác ngoài *(mặc trong nhà trước khi ăn mặc chỉnh tề).*

dressing-room /'dresiŋrʊm/ dt phòng phục trang (của diễn viên).

dressing-table /'dresiŋteibl/ dt bàn phấn.

dressmaker /'dresmeikə[r]/ dt thợ may quần áo nữ.

dressmaking /'dresmeikiŋ/ dt việc may quần áo nữ.

dress rehearsal /'dresri-,hɜ:sl/ dt 1. buổi tổng duyệt mặc quần áo như diễn thật 2. (bóng) cuộc tập dượt: the earlier revolts had just been rehearsals for full scale revolution những cuộc nổi dậy trước kia đúng là những cuộc tập dượt cho cách mạng toàn diện.

dress shirt /'dresʃɜ:t/ áo sơ mi mặc khi bận lễ phục.

dress uniform /,dres'ju:nifɔ:m/ quân phục nghi lễ.

dressy /'dresi/ tt (-ier; -iest) (kng) 1. thích diện; diện sang trọng (người) 2. diện, sang trọng (quần áo).

drew /dru:/ qk của draw[2].

dribble[1] /'dribl/ dgt 1. để nước dãi ở miệng chảy ra: the baby's just dribbled down my tie đứa bé vừa để nước dãi chảy ra cà vạt của tôi 2. [làm cho] chảy nhỏ giọt, [làm cho] chảy thành dòng nhỏ: water dribbling out of a tap nước chảy nhỏ giọt từ vòi 3. (thể) rê (quả bóng).

dribble[2] /'dribl/ dt 1. một lượng rất ít, một vài giọt (chất lỏng) 2. (thể) sự rê bóng.

driblet /'driblit/ dt lượng nhỏ: pay by driblets trả từng món nhỏ, trả nhỏ giọt.

dribs /dribz/ dt (snh) in dribs and drabs (kng) theo từng lượng nhỏ, từng tí một: he paid me in dribs and drabs, not all at once nó trả cho

tôi từng tí một, không trả cả một lúc.

dried /draid/ qk và đttqk của dry[2].

drier /'draiə[r]/ dt nh dryer.

drift[1] /drift/ dt 1. sự trôi giạt, sự bị cuốn đi: the drift of the tide sức cuốn của dòng chảy 2. (bóng) chiều hướng bị cuốn vào cảnh xấu: a slow drift into debt sự bị cuốn từ từ vào cảnh nợ nần 3. thái độ thụ động, thái độ lừng lờ chờ đợi, thái độ nước chảy bèo trôi: is the Government's policy one of drift? phải chăng thái độ của chính phủ là thái độ nước chảy bèo trôi? 4. nghĩa chính, ý nghĩa chính (của lời nói, câu văn): my German is not very good but I got the general drift of what she said tiếng Đức của tôi không khá lắm, nhưng tôi hiểu được ý chính của những gì chị ta đã nói 5. vật trôi giạt, vật bị cuốn đi; vật tích tụ (do gió nước để lắng lại).

drift[2] /drift/ dgt 1. trôi giạt, [bị] (gió, dòng nước...) cuốn đi: the boat drifted down the river chiếc thuyền trôi xuôi theo dòng sông 2. chất thành đống, dồn thành đống: the wind drifted the snow into a high band blocking the road gió thổi đã dồn tuyết thành một ụ cao làm tắc đường 3. buông trôi, thả mặc cho trôi đi: let things drift để mặc cho sự việc trôi đi (muốn ra sao thì ra).

driftage /'driftidʒ/ dt sự trôi giạt.

drifter /'driftə[r]/ dt 1. người lang bạt 2. thuyền đánh lưới trôi.

drift-ice /'drift ais/ dt tảng băng trôi.

drift-net /'driftnet/ dt lưới trôi.

drift-wood /'driftwʊd/ dt gỗ trôi giạt, củi rều.

drill[1] /dril/ dt · mũi khoan; máy khoan: a dentist's drill mũi khoan răng.

drill[2] /dril/ dgt khoan: drill for oil khoan giếng dầu.

drill[3] /dril/ dt 1. (quân) sự tập luyện: new recruits have three hours of drill a day tân binh mỗi ngày tập luyện ba tiếng đồng hồ 2. sự luyện tập, sự rèn luyện; bài luyện tập: regular drill to establish good habits sự luyện tập thường xuyên để hình thành những thói quen tốt; pronunciation drills những bài luyện tập phát âm 3. cuộc thực tập: there'll be a fire-drill this morning sáng nay có một cuộc thực tập cứu hỏa 4. the drill (Anh, kng) thủ tục đúng đắn (để làm cái gì): what's the drill for claiming expenses? thủ tục đòi thanh toán chi tiêu như thế nào?

drill[4] /dril/ dgt luyện tập; được luyện tập: the well-drilled crew managed to rescue most of the passengers một đoàn thủy thủ được luyện tập tốt đang xoay xở cứu được hầu hết các hành khách.

drill[5] /dril/ dt 1. luống 2. máy đánh luống, gieo và lấp hạt 3. luống hạt gieo.

drill[6] /dril/ dgt gieo (hạt) thành luống.

drill[7] /dril/ dt vải bông dày; vải lanh dày: drill trousers quần vải bông dày.

drill[8] /dril/ dt (động) khỉ đầu chó.

drily /'draili/ pht nh dryly.

drink[1] /driŋk/ dt 1. đồ uống, thức uống: food and drink cái ăn thức uống 2. ngụm, hớp, chầu...: have a drink uống một chầu rượu 3. rượu; lượng rượu uống: how about *a quick drink?* sao? ta làm nhanh một ly nhé!; *he's had a drink too many* anh ấy quá chén rồi **4.** thói nghiện rượu: *drink is a growing problem among the young* nghiện rượu là một vấn đề đang gia tăng trong thanh niên **5. the drink** (hàng không, lóng) biển: *we crash-landed in the drink* chúng tôi đã phải hạ cánh vội vã xuống biển. // **be the worse for drink** say bí tỉ; **the demon drink** *x* demon; **drive somebody to drink** *x* drink¹; **meat and drink to somebody** *x* meat.

drink² /driŋk/ *đgt* (**drank; drunk**) **1.** uống: *some horses were drinking at a trough* vài con ngựa đang uống nước ở máng; *he drank a pint of milk in one go* nó uống một hơi hết một panh sữa **2.** (thường + in, up) hút, thấm (nước) (nói về cây, giấy thấm) **3.** uống rượu: *he never drinks* ông ta không bao giờ uống rượu; *they drink too much* họ uống rượu quá nhiều; *don't drink and drive* đừng có uống rượu rồi lái xe **4.** uống rượu đến mức (bản thân ra sao đấy): *you're drinking yourselves to death* anh uống rượu đến mức chết mất; *they drank themselves stupid* (kng) họ uống rượu đến mụ cả người. // **drink somebody's health; drink a health to somebody** nâng cốc chúc sức khỏe ai; **drink like a fish** uống như hũ chìm; **drink (drain) something to the dregs** *x* dregs; **you can take a horse to water, but you can't make him drink** *x* horse. **drink something down (up)** nốc cạn: *I know the medicine tastes nasty, but drink it down* tôi biết thuốc có vị buồn nôn, nhưng tôi đã nốc cạn; *drinking-up time* thời gian nốc vội cốc rượu (trước khi quán

đóng cửa); **drink something in** nhìn một cách thích thú; nghe một cách thích thú: *they stood drinking in the beauty of the landscape* họ thích thú đứng nhìn phong cảnh đẹp; **drink [something] [to somebody (something)]** nâng cốc chúc ai điều gì; **drink to somebody health (happiness)** nâng cốc chúc mừng ai khỏe mạnh (hạnh phúc): *let's drink to the success of your plans* chúng ta hãy nâng cốc chúc mừng thành công của các kế hoạch của bạn; *I will drink to that!* tôi đồng ý!

drinkable /'driŋkəbl/ *tt* uống được: *is this water drinkable?* nước này uống được không?; *a drinkable wine* rượu vang uống [tạm] được.

drinker /'driŋkə[r]/ *dt* người uống rượu nhiều; người nghiện rượu: *a serious drinker* người nghiện rượu nặng.

drinking /'driŋkiŋ/ *dt* sự uống rượu.

drinking-fountain /'driŋkiŋ ˌfauntin/ *dt* vòi nước uống công cộng.

drinking-song /'driŋkiŋsɒŋ/ *dt* bài tửu ca.

drinking-water /'driŋkiŋ ˌwɔːtə[r]/ *dt* nước uống.

drip¹ /drip/ *đgt* (-pp-) **1.** chảy thành giọt: *rain was dripping [down] from the trees* mưa chảy thành giọt từ trên cây xuống **2.** làm nhỏ giọt: *he was dripping blood onto the floor* máu anh ta chảy nhỏ giọt lên sàn nhà; *the steady drip of water from a leaky tap* dòng nước chảy nhỏ giọt từ một cái vòi rò rỉ; *is that roof still dripping* mái nhà này còn dột không? // **be dripping with something** chứa đầy; phủ đầy: *his letter was dripping with flattery*

thư của nó đầy những lời nịnh nọt; *dripping with jewels* phủ đầy đồ trang sức.

drip² /drip/ *dt* **1.** sự chảy thành giọt; giọt chảy: *the steady drip of water from a leaky barrel* dòng nước chảy đều đặn từ cái thùng rò rỉ; *the roof is leaking, fetch a bucket to catch the drips* mái nhà bị dột, đi tìm một cái xô mà hứng nước nhỏ giọt xuống **2.** (y) ống chuyền máu **3.** (lóng) người không có cá tính rõ, người lờ đờ: *don't be such a drip! come and join in the fun* thôi đừng có lờ đờ nữa, đến mà cùng vui đùa.

drip-dry /'dripdrai/ *tt* vắt lên phơi chóng khô (nói về thứ vải, quần áo bằng thứ vải ấy).

dripping¹ /'dripiŋ/ *dt* mỡ thịt quay.

dripping² /'dripiŋ/ *tt pht* ướt sũng, ướt đẫm.

dripping-pan /'dripiŋpæn/ *dt* chảo hứng mỡ thịt quay.

dripping wet /'dripiŋwet/ ướt sũng, ướt đẫm.

drive¹ /draiv/ *đgt* (**drove; driven**) **1.** lái xe: *can you drive?* anh lái xe được không?; *he drives a taxi* anh ta [làm nghề] lái xe tắc xi **2.** đi xe hơi; đưa đón bằng xe hơi: *I drive to work* tôi đi làm bằng xe hơi; *could you drive me to the station?* anh có thể chở tôi tới nhà ga được không? **3.** lùa, dồn, đuổi: *some cattle being driven by a man on a horse* đàn gia súc được người cưỡi ngựa lùa đi; *drive sheep into a field* lùa cừu ra đồng; *they drove the enemy back* họ đã đánh quân thù bật trở lại; *he was driven out of the club* nó bị đuổi khỏi câu lạc bộ **4.** cuốn đi: *dead leaves driven along by the* *wind* lá khô bị gió cuốn đi **5.** lao vào, xô vào: *huge waves drove the yatch onto the rocks* sóng lớn xô thuyền vào đá; *driving rain* mưa rơi xối xả **6.** đóng; xây; đào: *drive a nail into wood* đóng đinh vào gỗ; *drive a proposal through Parliament* đưa một đề nghị lên nghị viện; *they drove a tunnel through the rock* họ mở một đường hầm xuyên qua đá **7.** dồn vào thế *(như thế nào đấy)*; buộc phải: *hunger drove him to steal* cái đói đã dồn anh vào thế phải ăn cắp; *unless he stops driving himself like this he'll have a breakdown* trừ phi anh ta thôi lao mình vào việc quá sức như thế, anh ta sẽ quỵ thôi **8.** *(thể)* tiu, bạt *(bóng bàn...)* **9.** làm cho hoạt động, làm cho chạy *(máy)*: *a steam-driven engine* máy chạy bằng hơi nước. // **be driving at** *(luôn luôn đi với* what) có ý định *(làm gì, nói gì)*: *what are you driving at?* ý anh định nói gì?; **drive a coach and horses through something** bất chấp *(luật lệ; quy tắc)* một cách hiển nhiên và nghiêm trọng mà không bị trừng phạt *(thường là do có một kẽ hở)*; **drive a hard bargain** cò kè cho được lợi hơn trong một cuộc thương lượng; **drive something home [to somebody]** gào thét mỏi mồm cho ai hiểu ra điều gì: *I drove home to him that he must be here by ten* tôi đã gào thét mỏi mồm với nó là nó phải có mặt ở đây lúc mười giờ; **drive something into somebody's head** nhồi nhét vào đầu ai; **drive somebody to drink** *(thường đùa)* làm cho ai buồn phiền phải mượn chén tiêu sầu; **drive a wedge between A and B** chia rẽ khích bác đôi bên; **let drive [at some-**

body] nhằm đánh, đánh *(ai)*; **needs must when the devil drives** *x* needs; **pure as the driven snow** *x* pure.

drive somebody back on something buộc ai phải dùng những biện pháp mà người đó không thích dùng; **drive off** a/ rời đi *(xe, người lái xe)* b/ *(thể)* ra bóng *(đánh gôn)*; **drive somebody off** đưa ai đi bằng xe hơi; **drive somebody (something) off** đánh bại, đuổi chạy *(một cuộc tấn công, quân thù)*.

drive² /draiv/ *dt* **1.** cuộc đi xe, cuộc đi chơi bằng xe: *let's go for a drive in the country* ta hãy đi xe về miền quê chơi đi; *he took her out for a drive* anh ta chở cô ấy đi chơi **2.** *(Mỹ* **driveway)** đường lái xe vào nhà **3.** *(thể)* quả bạt, quả tiu **4.** sự cố gắng, sự nỗ lực, nghị lực **5.** khát vọng: *a strong sexual drive* một khát vọng nhục dục mãnh liệt **6.** đợt vận động, đợt phát động: *an emulation drive* cuộc vận động thi đua **7.** loạt tiến công quân sự **8.** đám người chơi bài *(bài brit...)* **9.** sự truyền động: *belt drive* sự truyền động bằng cu-roa; *a car with left-hand drive* xe hơi với tay lái bên trái.

drive-in /'draivin/ *dt (Mỹ)* quán ăn (quầy chiếu bóng) phục vụ khách (khách vẫn ngồi trong xe).

drivel¹ /'drivl/ *dt* điều ngớ ngẩn, điều ngu ngốc.

drivel² /'drivl/ *dgt* (-ll-, *Mỹ* -l-) nói điều ngớ ngẩn, viết điều ngu ngốc: *he was drivelling on about the meaning of life* hắn ta đang nói ngớ ngẩn về ý nghĩa của cuộc sống.

driven /'drivn/ *đttqk của* drive¹.

driver /'draivə[r]/ *dt* **1.** người lái xe: *a taxi-driver* người lái xe tắc-xi; *a bus-driver* người lái xe buýt **2.** *(thể)* gậy chơi gôn **3.** người chăn dắt súc vật. // **[be] in the driver seat** ở cương vị kiểm soát (chỉ đạo, cai quản).

driver's license /'draivə 'laisns/ *dt (Mỹ) nh* driving-licence.

driving-belt /'draiviŋbelt/ *dt (cơ)* đai truyền.

driving-licence /'draiviŋ 'laisns/ *dt (Mỹ* **driver's license)** bằng lái.

driving school /'driviŋ sku:l/ trường dạy lái xe.

driving test /'driviŋ test/ cuộc thi lấy bằng lái.

driving-wheel /'driviŋ wi:l/ *dt (cơ)* bánh phát động.

drizzle¹ /'drizl/ *đgt* mưa bụi; mưa phùn.

drizzle² /'drizl/ *dt* mưa bụi; mưa phùn.

drizzly /'drizli/ *tt* có mưa bụi, có mưa phùn: *a cold drizzly day* một ngày mưa phùn lạnh lẽo.

drogue /drəug/ *dt (hải)* phao neo.

drogue-parachute /'drəug pærəʃu:t/ dù *(con)* kéo (dù lớn ra khỏi bọc).

droll /drəul/ *tt* buồn cười: *a droll story* một câu chuyện buồn cười; *so he thinks I'm going to apologize? how very droll!* thế là nó tưởng tôi sẽ xin lỗi? thật là buồn cười!

drollery /'drəuləri/ *dt* trò khôi hài.

dromedary /'drɒmədəri, *(Mỹ* 'drɒməderi)/ *dt (động)* lạc đà một bướu.

drone¹ /drəun/ *dt* **1.** ong mật đực **2.** *(Anh, xấu)* kẻ ăn không ngồi rồi; kẻ ăn bám.

drone² /drəʊn/ *đgt* **1.** kêu vo vo, kêu vù vù: *an aircraft droned overhead* một chiếc máy bay kêu vù vù trên đầu **2.** nói giọng đều đều; hát giọng đều đều: *the chairman droned on for hours* ông chủ tịch nói giọng đều đều hàng mấy tiếng đồng hồ.

drone³ /drəʊn/ *dt (thường số ít)* **1.** tiếng kêu vo vo, tiếng kêu vù vù: *the drone of bees* tiếng vo vo của đàn ong **2.** bài nói giọng đều đều **3.** *(nhạc)* tiếng ò e *(của kèn túi)*.

drool /druːl/ *đgt* **1.** nhỏ dãi, chảy nước dãi **2.** (+ over) *(xấu)* tỏ lòng ngưỡng mộ thích thú một cách buồn cười: *drooling over a photo of a pop star* tỏ lòng ngưỡng mộ một cách buồn cười trước tấm ảnh của một ngôi sao nhạc pop.

droop /druːp/ *đgt* ngã xuống, rũ xuống: *flowers drooping for lack of water* hoa rũ xuống vì thiếu nước; *his spirits drooped at the news (bóng)* tinh thần anh ta rũ xuống khi nghe tin đó.

droopy /'druːpi/ *tt* (-ier; -iest) ủ rũ.

drop¹ /drɒp/ *dt* **1.** giọt: *rain drops* giọt mưa; *tear-drops* giọt nước mắt; *I like my tea with just a drop of milk* tôi thích uống trà với chỉ một giọt sữa *(rất ít sữa)* thôi; *he's had a drop too much (bóng)* anh ta đã quá chén một chút rồi đấy **2. drops** *(snh)* thuốc nhỏ *(nhỏ mắt, nhỏ mũi, nhỏ tai)* **3.** kẹo hình giọt nước; trang sức hình giọt nước **4.** khoảng dốc ngược, khoảng dựng đứng: *there was a sheer drop of five hundred feet to the rocks below* từ đây xuống những tảng đá bên dưới có đến năm trăm bộ dựng đứng **5.** *(số ít) (bóng)* sự giảm, sự sụt: *a drop in temperature* sự giảm nhiệt độ; *a big drop in the number of people out of work* sự giảm mạnh số người không có việc làm **6.** sự thả xuống; vật thả xuống: *drop of suppliers are being made to villages still cut off by the snow* đồ tiếp tế đang được thả xuống các làng còn bị cách ly vì tuyết. // **[only] a drop in the bucket (ocean)** hạt muối bỏ biển; **at the drop of a hat** ngay tức khắc; không chần chừ: *she expects me to rush over and help her at the drop of a hat* chị ta mong chờ tôi sẽ chạy đến giúp chị ngay tức khắc.

drop² /drɒp/ *đgt* (-pp-) **1.** rơi: *the bottle dropped and broke* cái chai rơi và vỡ; *the climber dripped and dropped to his death* người leo núi trượt chân và rơi xuống chết **2.** nhảy xuống; thả xuống: *she dropped to safety from the burning building* chị ta nhảy xuống từ tòa nhà đang cháy mà không hề hấn gì; *medical supplies are being dropped to the stricken area* thuốc men tiếp tế đang được thả xuống cho khu lâm nạn **3.** quy xuống vì kiệt sức: *I feel ready to drop* tôi cảm thấy muốn quy xuống vì kiệt sức **4.** giảm xuống, hạ xuống *(nhiệt độ, gió, mực nước...)* **5.** dốc đứng xuống: *the cliff drops sharply [away] [to the sea]* vách đá dốc đứng xuống biển **6.** cho xuống xe *(người)*; bỏ *(thư)* vào thùng thư: *can you drop me [off] near the post office?* anh có thể cho tôi xuống gần chỗ bưu điện được không?; *drop a letter in the letter-box* bỏ thư vào thùng thư **7.** bỏ, loại: *she's been dropped from the team because of injury* chị ta bị loại ra khỏi đội vì bị thương; *many dated expressions are being dropped from the new dictionary* nhiều thành ngữ cũ đã bị loại khỏi từ điển mới **8.** bỏ, bỏ rơi, thôi: *she's dropped most of her old friends* cô ta đã bỏ rơi phần lớn bạn cũ của cô; *drop a habit* bỏ một thói quen; *let's drop the formalities: call me Mike* hãy bỏ các nghi thức đi, cứ gọi tôi là Mike; *drop it! (lóng)* thôi đi, bỏ cái thói ấy đi! **9.** *(kng)* thua *(bạc)*: *they have dropped over ten thousand on a deal* một ván mà họ thua trên mười nghìn **10.** *(lóng)* dùng ma túy. // **die (drop; fall) like flies** x **fly¹**; **drop one's aitches** đọc nuốt âm "h"; **drop a brick (clanger)** *(kng)* nói ra điều xúc phạm mà không hay biết; lỡ lời; **drop a hint [to somebody]; drop [somebody] a hint** gợi ý; nói bóng gió; **drop (dump) something in somebody's lap** x **lap¹**; **drop somebody a line** viết vài hàng cho ai: *drop me a line to say when you're coming* viết cho tôi vài hàng cho tôi biết khi nào anh đến; **drop names** kể tên những người có tên tuổi làm như mình có quen biết nhằm gây ấn tượng với người đối thoại; **drop a stitch** bỏ mất một mũi *(đan len)*; **one's jaw drops** x **jaw**; **let somebody (something) drop** không nói, không làm gì nữa *(về ai, về việc gì)*: *I suggest we let the matter drop* tôi đề nghị là chúng ta thôi nói đến chuyện đó; **the penny drops** x **penny**.

drop back; drop behind [somebody] tụt lại sau ai: *the two lovers dropped back so as to be alone* hai người yêu nhau tụt lại đằng sau để chỉ có riêng họ với nhau; **drop behind one's competitors** tụt lại sau các người cạnh tranh với mình; **drop by (in; over; round); drop in on somebody; drop into something** tạt vào: *I thought I'd drop in on you while I was passing* tôi nghĩ tôi sẽ tạt vào thăm anh khi tôi đi qua lối đó; **drop off** (kct) a/ ngủ thiếp đi: *I dropped off and missed the end of the film* tôi ngủ thiếp đi và bỏ mất đoạn cuối phim b/ thưa dần (mật độ giao thông...); **drop out [of something]** a/ rút lui: *since his defeat, he's dropped out of politics* từ khi thất bại ông ta đã rút lui khỏi hoạt động chính trị b/ bỏ học: *he dropped out of college after only two weeks* nó bỏ trường đại học chỉ hai tuần sau khi vào học; c/ ra khỏi một hội.

drop dead /drɒp'ded/ **1.** (kng) chết bất thần **2.** (lóng) cút đi đừng có chõ miệng vào nữa.

drop-goal /'drɒpgəʊl/ dt (thể) bàn ghi được bằng cú bóng đang bật nẩy.

drop-hammer /'drɒphæmə[r]/ dt búa thả.

drop-kick¹ /'drɒpkik/ dt (thể) cú đá bóng đang bật nẩy.

drop-kick² /'drɒpkik/ dgt (thể) đá bóng đang bật nẩy.

droplet /'drɒplit/ dt giọt nhỏ.

drop-out /'drɒp aʊt/ người bỏ học.

dropper /'drɒpə[r]/ dt ống nhỏ giọt, máy đếm giọt.

dropping /'drɒpiŋz/ dt (snh) phân thú; phân chim.

dropsical /'drɒpsikl/ tt (y) phù.

dropsy /'drɒpsi/ dt (y) bệnh phù.

dross /drɒs, (Mỹ drɔ:s)/ dt **1.** rỉ, cút sắt **2.** rác rưởi, cặn bã: *the best players go off to the big clubs, leaving us the dross* những cầu thủ tốt nhất đã bỏ đến với những câu lạc bộ tốt, để lại cho chúng tôi toàn những cầu thủ cặn bã.

drought /draʊt/ dt hạn hán.

drove¹ /drəʊv/ qk của drive¹.

drove² /drəʊv/ dt **1.** đàn gia súc (đang được lùa đi) **2.** (thường snh) (bóng) đoàn người; đồng hàng: *droves of sightseers* đoàn tham quan; *letters of protest arrived in droves* thư phản đối đến hàng đống.

drover /'drəʊvə[r]/ dt người lùa gia súc (ra chợ bán hay sang đồng cỏ khác).

drown /draʊn/ dgt **1.** chết đuối; làm chết đuối, dìm chết: *a drowing man* người đàn ông chết đuối; *drown a kitten* dìm chết con mèo con **2.** làm ngập nước: *a drowned valley* thung lũng ngập nước; *he drowned his meal in gravy* anh ta rưới món ăn đẫm nước xốt **3.** làm át đi: *she turned up the radio to drown [out] the noise of the traffic* cô ta vặn to đài để át tiếng ồn của dòng xe cộ qua lại. // **drown one's sorrow in drink** mượn chén tiêu sầu; **[look] like a drowned rat** ướt như chuột lột.

drowse¹ /draʊz/ dgt ngủ lơ mơ, ngủ gà ngủ gật. // **drowse something away** ngủ lơ mơ mất hết (thời gian): *drowse away a hot afternoon* ngủ lơ mơ hết cả buổi chiều nóng nực.

drowse² /draʊz/ dt sự ngủ lơ mơ; cơn ngủ gà ngủ gật.

drowsily /'draʊzili/ pht trong tình trạng ngủ lơ mơ: *murmur something drowsily* lẩm bẩm cái gì trong tình trạng ngủ lơ mơ.

drowsiness /'draʊzinis/ dt tình trạng ngủ lơ mơ.

drowsy /'draʊzi/ tt (-ier; -iest) **1.** ngủ lơ mơ; buồn ngủ: *I'd just woken up and was still drowsy* tôi vừa thức dậy và vẫn còn buồn ngủ; *this drug can make you drowsy* thuốc này có thể làm cho bạn buồn ngủ **2.** làm cho buồn ngủ: *drowsy summer weather* thời tiết mùa hè làm cho buồn ngủ.

drubbing /'drʌbiŋ/ dt **give somebody (get) a good drubbing** a/ đánh đau; bị đánh đau b/ đánh bại; bị đánh bại.

drudge¹ /drʌdʒ/ dt người lao dịch.

drudge² /drʌdʒ/ dgt **drudge [away] [at something]** làm lụng cực nhọc vất vả, làm thân trâu ngựa.

drudgery /'drʌdʒəri/ dt công việc cực nhọc vất vả; kiếp trâu ngựa: *the endless drudgery of housework* công việc nhà cực nhọc vất vả vô tận.

drug¹ /drʌg/ dt **1.** thuốc: *a pain-killing drug* thuốc giảm đau **2.** ma túy. // **a drug on the market** hàng ế trên thị trường.

drug² /drʌg/ dgt **1.** cho uống thuốc **2.** pha thuốc mê (ma túy) vào thức ăn thức uống, đánh thuốc mê.

drug addict /'drʌgædikt/ người nghiện ma túy.

drug addiction /'drʌgə,dikʃn/ sự nghiện ma túy.

drug dealer /'drʌg,di:lə[r]/ người bán ma túy.

drugget /'drʌgit/ dt vải làm thảm; thảm vải thô.

druggist /'drʌgist/ dt (Mỹ) nh chemist¹.

drug pusher /'drʌgpʊʃə[r]/ dt nh drug dealer.

drugstore /'drʌgstɔ:r/ dt (Mỹ) hiệu thuốc, cửa hàng dược phẩm (bán cả một số hàng khác, có khi còn phục vụ cả bữa ăn nhẹ).

Druid /druid/ dt (sử) tu sĩ người Xen-tơ.

drum¹ /drʌm/ dt 1. cái trống 2. thùng (như thùng đựng dầu, thùng của máy giặt...) 3. (cg **ear-drum**) màng nhĩ. // **beat the drum** x beat¹.

drum² /drʌm/ dgt (-mm-) 1. đánh trống 2. (+ on) gõ gõ, đập đập liên hồi: drum on the table with one's fingers gõ gõ ngón tay xuống bàn. // **drum something into somebody (into somebody's head)** nói đi nói lại như gõ trống vào tai để nhồi nhét cái gì vào đầu ai; **drum something up** làm rùm beng lên cố giành lấy (khách hàng, sự ủng hộ): he is going round firms drumming up interest in the project ông ta đi khắp các công ty làm rùm beng lên cố gắng làm cho người ta chú ý tới đề án.

drumbeat /'drʌmbi:t/ dt tiếng trống.

drum brake /'drʌmbreik/ phanh trống.

drumhead /'drʌmhed/ dt mặt trống.

drumhead court-martial /drʌmhed kɔ:t 'mɑ:ʃl/ tòa án quân sự dã chiến.

drumkit /'drʌmkit/ dt bộ trống (trong dàn nhạc)

drum major /,drʌm'mei-dʒə[r]/ 1. trung sĩ đội trưởng đội trống 2. (Mỹ) đội trưởng đội trống diễu hành.

drum majorette /,drʌm-meidʒə'ret/ (Mỹ) cô gái dẫn đầu đội trống diễu hành.

drummer /'drʌmə[r]/ dt 1. người đánh trống 2. (Mỹ, kng) người đi chào hàng.

drumming /'drʌmiŋ/ dt tiếng liên tục có nhịp điệu: the steady drumming of the rain on the tin roof tiếng mưa lộp độp đều đặn trên mái tôn.

drumstick /'drʌmstik/ dt 1. dùi trống 2. cẳng gà (gà, gà tây, đã nấu chín).

drunk¹ /drʌŋk/ đttqk của drink².

drunk² /drʌŋk/ tt 1. (thường vị ngữ) say rượu: blind drunk; dead drunk say bí tỉ 2. (vị ngữ) (+ with) say sưa, mê mẩn: drunk with success say sưa với thắng lợi; drunk with rage giận cuồng lên.

drunk³ /drʌŋk/ dt người say rượu.

drunkard /'drʌŋkəd/ dt người hay say rượu, người nghiện rượu, kẻ nát rượu.

drunkometer /drʌŋ'kɒmi-tə[r]/ dt (Mỹ) nh breatha-nalyser.

drunken /'drʌŋkən/ tt 1. say rượu 2. nát rượu: her drunken husband ông chồng nát rượu của bà ta 3. do say rượu; trong khi say rượu...: a drunken fury cơn giận dữ trong khi say rượu; drunken driving sự lái xe trong khi say rượu.

drunkenly /'drʌŋkənli/ pht [một cách] say rượu: stagger about drunkenly say rượu đi loạng choạng.

drunkenness /'drʌŋkənnis/ dt sự say rượu.

drupe /dru:p/ dt (thực) quả hạch (như quả đào...).

dry¹ /drai/ tt 1. khô, ráo, cạn: a spell of dry cold đợt rét khô; dry eyes mắt ráo hoảnh; a dry well giếng khô cạn; feel dry khát khô cổ; a dry climate khí hậu khô ráo; a dry shampoo thuốc gội đầu khô (dưới dạng bột) 2. cấm rượu (vùng, nước): some parts of Wales are dry on Sundays một số vùng ở xứ Wales cấm rượu vào ngày chủ nhật 3. không có bơ (bánh) 4. nguyên chất, không pha (rượu): a dry sherry rượu vang xê-rét nguyên chất (không pha gì khác) 5. khô khan: they offered no apology, just a dry explanation for the delay họ chẳng xin lỗi gì cả mà chỉ đưa ra một sự giải thích khô khan về sự chậm trễ 6. phớt lạnh, tỉnh khô: a dry jest lời nói đùa tỉnh khô 7. tẻ nhạt, vô vị (cuốn sách...). // **boil dry** x boil²; **high and dry** x high; **home and dry** x home³; **dry as a bone** khô không khốc; [as] **dry as dust** rất chán; **keep one's powder dry** x powder; **milk (suck) somebody (something) dry** moi sạch, bòn kiệt; **not a dry eye in the house** (đùa) không ai trong đám cử tọa mà không cảm động và khóc.

dry² /drai/ dgt (dried) 1. làm khô, phơi khô, sấy khô, lau khô; làm khô cạn: dry one's tears lau khô nước mắt; dry your hand on this towel lau khô tay bằng chiếc khăn này 2. quên vở (nói về diễn viên). // **dry somebody out** (kng) chữa cho ai khỏi nghiện rượu; **dry something out** làm cho (cái gì ướt sũng) khô hẳn: your clothes will take ages to dry out quần áo của anh còn lâu mới khô; **dry up** a/ khô cạn (sông ngòi...) b/ (bóng) cạn đi, hết đi: if foreign aid dries up the situation will be desperate nếu ngoại viện hết đi thì tình thế sẽ tuyệt vọng c/ (kng) ngừng nói: dry up *and listen to me* ngừng nói mà nghe tôi đây d/ không tiếp tục nói được nữa *(do quên)*; **dry something up** lau khô *(bát đĩa sau khi rửa...)*.

dry battery /,drai'bætəri/ bộ ắc-quy khô.

dry cell /,drai'sel/ pin khô.

dry-clean /,drai'kli:n/ *đgt* hấp tẩy khô *(quần áo)*.

dry-cleaner /,drai'kli:nə[r]/ *dt* máy hấp tẩy khô *(quần áo)*.

dry-cleaning /,drai'kli:niŋ/ *dt* sự hấp tẩy khô *(quần áo)*.

dry dock /,drai'dɒk/ vũng tàu có thể bơm cạn để rửa đáy tàu.

dryer (cg **drier**) /'draiə[r]/ *dt* (dùng trong từ ghép) máy làm khô, máy sấy: *a hairdrier* máy sấy khô tóc.

dry farming /,drai'fɑ:miŋ/ *dt* (nông) hạn canh.

dry goods /,draigʊdz/ **1.** hàng khô *(gạo, ngô...)* **2.** *(Mỹ)* hàng vải *(đối lập với hàng tạp phẩm)*.

dry ice /,drai'ais/ cacbon đioxít ở dạng rắn *(để giữ lạnh thực phẩm...)*.

dry land /,drai'lænd/ đất liền *(phân biệt với biển)*.

dryly (cg **drily**) /'draili/ *pht* **1.** [một cách] khô **2.** [một cách] khô khan **3.** [một cách] phớt lạnh, [một cách] tỉnh khô **4.** [một cách] tẻ nhạt, [một cách] vô vị.

dry measure /,drai'meʒə[r]/ sự cân đong hàng khô.

dryness /'drainis/ *dt* **1.** sự khô **2.** sự khô khan **3.** sự phớt lạnh, sự tỉnh bơ **4.** sự tẻ nhạt, sự vô vị.

dry nurse /'drainɜ:s/ vú nuôi hộ *(không cho bú nữa)*.

dry rot /,drai'rɒt/ **1.** sự mục khô *(của gỗ)* **2.** nấm gây mục khô gỗ **3.** *(bóng)* sức

mục ruỗng bên trong *(khó mà nhận thấy lúc ban đầu)*.

dry run /,drai'rʌn/ *(kng)* sự tập dượt *(cho một buổi lễ...)*: *let's do (have) a run* ta hãy tập dượt *(cho buổi lễ...)* đi.

dry-shod /'draiʃɒt/ *tt, pht* không ướt chân: *go ashore dry-shod* lên bờ không ướt chân.

drystone /'draistəʊn/ *tt* xây không có vữa, xây khô *(bức tường đá)*.

dry-walling /,drai'wɔ:liŋ/ *dt* sự xây khô, sự xây không cho vữa.

DSc /,di:es'si:/ *(vt của* Doctor of Science) tiến sĩ khoa học.

DSO /,di:es'əʊ/ *(vt của* Distinguished Service Order) huân chương công lao xuất sắc: *be awarded the DSO for bravery* được thưởng huân chương công lao xuất sắc vì lòng dũng cảm.

DT /,di:'ti:/ *(cg* **DTs** /,di:'ti:z/) *(kng) (vt của* trembling delirium) *(y)* sảng rượu: *have an attack of the DTs* lên cơn sảng rượu.

dual /'dju:əl, (Mỹ 'du:əl)/ *tt* hai, lưỡng, đôi: *he has dual nationality* ông ta có hai quốc tịch; *his dual role as compositor and conductor* vai trò hai mặt của ông ta vừa là nhà soạn nhạc vừa là người chỉ huy dàn nhạc.

dual carriageway /,djuə:'kæridʒwei/ *(Anh) (Mỹ* **divided highway**) xa lộ hai chiều.

dual-control /,dju:əlkən'trəʊl/ *tt* điều khiển tay đôi: *a dual-control car* xe điều khiển tay đôi *(xe tập lái mà bàn đạp ly hợp côn và phanh do người dạy lái điều khiển)*.

duality /'dju:əlati, (Mỹ 'du:ələti)/ *dt* tính đôi, tính tay đôi.

dual-purpose /,dju:əl'pɜ:pəs/ *tt* mưu toan hai việc; phục vụ hai mục đích.

dub /dʌb/ *(đgt)* **(-bb-) 1.** phong hiệp sĩ *(cho ai, bằng cách lấy gươm gõ nhẹ vào vai)* **2.** gán cho một biệt danh: *a period of strikes and labour troubles, which the papers dubbed "the winter of discontent"* một thời kỳ đình công và rối loạn lao động, mà các báo gán cho cái biệt danh là "mùa đông của bất mãn" **3. dub something into something** lồng tiếng: *a German film dubbed into English* phim Đức lồng tiếng Anh.

dubbin[1] /'dʌbin/ *dt* mỡ bôi da thuộc *(cho da bóng và mềm)*.

dubbin[2] /'dʌbin/ *đgt* bôi mỡ vào *(ủng)*.

dubiety /dju:'baiəti, (Mỹ du:'baiəti)/ *dt (kng)* **1.** sự nghi ngờ, sự hồ nghi **2.** việc hồ nghi, điều hồ nghi.

dubious /'dju:biəs, (Mỹ 'du:biəs)/ *tt* **1.** nghi ngờ, ngờ: *I remain dubious about her motives* tôi vẫn ngờ về động cơ của chị ta **2.** *(xấu)* đáng ngờ: *a dubious compliment* một lời khen đáng ngờ **3.** lờ mờ, không rõ ràng: *a dubious answer* câu trả lời mờ mờ.

dubiously /'dju:biəsli/ *pht* **1.** [một cách] nghi ngờ **2.** [một cách] đáng ngờ **3.** [một cách] lờ mờ.

dubiousness /'dju:biəsnis/ *dt* **1.** sự nghi ngờ **2.** sự đáng ngờ **3.** sự lờ mờ.

ducal /'dju:kl, (Mỹ 'du:kl)/ *tt* [thuộc] công tước; như công tước.

duchess /'dʌtʃis/ *dt* **1.** công tước phu nhân **2.** nữ công tước.

duchy /'dʌtʃi/ *dt (cg* **dukedom**) lãnh địa công tước.

duck¹ /dʌk/ *dt (snh kđổi* hay **ducks**) **1.** vịt, vịt cái **2.** thịt vịt: *roast duck* vịt quay **3.** *(thường số ít) (cg* **ducky, ducks** *) (Anh, kng)* người yêu quý **4.** *(thể)* cầu thủ cricket không ghi được điểm nào. // **[take to something] like a duck to water** không chần chừ, không sợ hãi, không khó khăn, tự nhiên: *she's taken to teaching like a duck to water* cô ta bước vào nghề dạy học một cách rất tự nhiên; **water off a duck's back** nước đổ đầu vịt.

duck² /dʌk/ *đgt* **1.** cúi nhanh xuống *(để chào, để nấp...)* **2.** dìm *(ai)* xuống nước trong chốc lát **3.** *(kng)* **duck out of something** lẩn tránh: *it's his turn to wash up but he'll try and duck out of it* đến lượt nó rửa bát đấy, nhưng nó sẽ cố lẩn tránh cho mà xem.

duck³ /dʌk/ *dt* **1.** vải bông dày, vải lanh dày **2. ducks** *(Anh)* quần vải bông (vải lanh) dày.

duck-boards /'dʌkbɔ:dz/ *dt (snh)* ván lát *(khi di chuyển trên mặt đất bùn lầy, trên mái nhà đã yếu...)*.

ducking /'dʌkiŋ/ *dt* sự dìm xuống nước.

duckling /'dʌkliŋ/ *dt* vịt con. // **an ugly duckling** x ugly.

ducks and drakes /,dʌks ənd 'dreiks/ trò chơi lia đá trên mặt nước *(của trẻ em)*. // **play ducks and drakes with** tiêu phung phí.

duckweed /'dʌkwi:d/ *dt (thực)* bèo tấm.

duct /dʌkt/ *dt* ống, ống dẫn: *one air-duct has become blocked* một ống dẫn không khí bị tắc; *a tear-duct* ống lệ.

ductile /'dʌktail, *(Mỹ* 'dʌktl)/ *tt* **1.** vuốt dãn được *(kim loại)* **2.** *(bóng, kng)* dễ uốn nắn, dễ bị ảnh hưởng *(người)*.

ductility /dʌktiləti/ *dt* **1.** tính vuốt dãn được *(kim loại)* **2.** *(bóng)* tính dễ uốn nắn, tính dễ bị ảnh hưởng *(người)*.

ductless gland /,dʌktlis 'glænd/ *(giải)* tuyến nội tiết.

dud¹ /dʌd/ *dt* người vô dụng; vật vô dụng: *the new manager is a complete dud* ông giám đốc mới là một người hoàn toàn vô dụng; *several of the fireworks were duds* nhiều chiếc pháo là pháo xịt.

dud² /dʌd/ *tt* vô dụng, bỏ đi.

dude /dju:d, *(Mỹ* du:d)/ *(Mỹ)* **1.** người thành phố qua kỳ nghỉ ở trang trại: *a dude ranch* trại cho dân thành phố đến nghỉ **2.** công tử bột **3.** *(lóng)* chàng, gã: *who's that dude over there?* anh chàng ở kia là ai thế?

dudgeon /'dʌdʒən/ *dt* **in high dudgeon** hết sức phẫn nộ, hết sức tức giận.

duds /dʌdz/ *dt (snh) (lóng)* quần áo.

due¹ /dju:, *(Mỹ* du:)/ **1. due to somebody** nợ ai: *have they been paid the money due to them?* họ đã được người ta trả nợ chưa? **2. due for something** đáng, xứng đáng: *she's due for promotion soon* chị ta đáng được thăng cấp sớm **3. due to do something** sắp đặt, dự định: *his book is due to be published in October* cuốn sách của anh ta dự ta định sẽ xuất bản vào tháng mười; *the train is due [in] in five minutes* theo dự kiến, năm phút nữa thì xe lửa sẽ đến **4.** thích hợp, thích đáng, đúng: *with due attention* với sự chú ý thích đáng; *in due time* đúng giờ; *have one's due reward* được

phần thưởng xứng đáng; *after due consideration* sau khi cân nhắc kỹ **5. due to** tại vì, do: *the team's success was largely due to her efforts* thành công của đội phần lớn là do nỗ lực của chị ta. // **in due course** vào thời điểm thích hợp: *your request will be dealt with in due course* yêu cầu của anh sẽ được giải quyết vào thời điểm thích hợp.

due² /dju:, *(Mỹ* du:)/ *dt* **1.** cái có quyền được hưởng: *he received a large reward, which was no more than his due* nó nhận được một phần thưởng lớn xứng đáng với cái nó có quyền được hưởng **2. dues** *(snh)* hội phí, đoàn phí: *I haven't paid my dues yet* tôi chưa đóng hội phí. // **give somebody his due** công bằng đối với ai: *I don't like him, but, to give him his due, he's good at his job* tôi không thích nó, nhưng công bằng mà nói nó làm tốt công việc của nó; **give the devil his due** x devil¹.

due³ /dju:, *(Mỹ* du:)/ *pht* chính *(hướng nào đó, nói về các hướng của la bàn)*: *sail due east* giương buồm theo hướng chính đông.

duel¹ /dju:əl, *(Mỹ* du:əl)/ *dt* **1.** cuộc đọ kiếm tay đôi; cuộc đọ súng tay đôi *(trước đây, để giải quyết với nhau một vấn đề danh dự)* **2.** cuộc đọ tài tay đôi: *engage in a duel of wits* đấu trí tay đôi.

duel² /dju:əl, *(Mỹ* du:əl)/ *đgt* (-ll-, *Mỹ cg* -l-) **1.** đọ kiếm tay đôi; đọ súng tay đôi **2.** đọ tài tay đôi.

duellist /'dju:əlist/ *(Mỹ* **duelist**/ 'du:əlist/) người đọ kiếm tay đôi, người đọ súng tay đôi.

duenna /dju:'enə, (*Mỹ* du:'enə)/ *dt* bà hầu *(đi kèm các cô gái trong các gia đình Tây Ban Nha hay Bồ Đào Nha).*

duet /dju:'et, (*Mỹ* du:'et)/ *dt* (*cg* **duo**) *(nhạc)* bè đôi.

duff¹ /dʌf/ *tt* (Anh, *lóng*) vô giá trị; vô dụng.

duff² /dʌf/ *dgt* (Anh, *lóng*) đánh trượt *(choi gôn)*. // **duff somebody up** đấm ai rất mạnh; đá ai rất mạnh.

duffer /'dʌfə[r]/ *dt* (*cũ, kng*) người ngốc nghếch, người kém cỏi: *I was always a bit of a duffer at maths* tôi vốn là người kém về toán.

duffle (*cg* **duffel**) /'dʌfl/ *dt* vải len dày mịn mặt.

duffle bag /'dʌflbæg/ túi dài bằng vải len dày miệng có dây rút.

duffle coat /'dʌflkəʊt/ áo khoác liền mũ bằng vải len dày, cài bằng khuy gỗ.

dug¹ /dʌg/ *qk và dttqk* của **dig¹**.

dug² /dʌg/ *dt* đầu vú, vú *(của thú cái).*

dug-out /'dʌgaʊt/ *dt* 1. (*cg* **dug-out canoe**) thuyền độc mộc 2. hầm trú ẩn.

duke /dju:k, (*Mỹ* du:k)/ *dt* 1. công tước 2. quốc trưởng *(ở một số nước châu Âu độc lập, trước đây).*

dukedom /dju:kdəm/ *dt* 1. tước công 2. *nh* duchy.

dulcet /'dʌlsit/ *tt* *(dùa)* dịu dàng, êm tai *(âm thanh): I thought I recognized your dulcet tones (mỉa)* tôi nghĩ là tôi đã nhận ra giọng dịu dàng của tiếng nói của chị rồi đấy.

dulcimer /'dʌlsimə[r]/ *dt* đàn tympanon.

dull¹ /dʌl/ *tt* (**-er; -est**) 1. đục, mờ, xỉn: *a dull colour* màu xỉn; *dull weather* thời tiết u ám *(nhiều mây); dull of*

hearing nghễnh ngãng 2. chậm hiểu, ngốc nghếch: *a dull pupil* cậu học trò chậm hiểu 3. buồn tẻ, chán; đơn điệu: *the conference was deadly dull* cuộc họp chán ngắt 4. không sắc, cùn: *a dull knife* con dao cùn 5. âm ỉ *(đau): a dull ache* đau âm ỉ 6. ứ đọng, ế ẩm *(buôn bán).* // **[as] dull as ditch-water** chán phèo.

dull² /dʌl/ *dgt* 1. làm đục, làm mờ, làm xỉn 2. làm buồn chán 3. làm cùn *(dao...)* 4. làm âm ỉ *(đau).*

dullard /'dʌləd/ *dt* người đần độn.

dully /'dʌli/ *pht* 1. [một cách] đục, [một cách] mờ, [một cách] xỉn 2. [một cách] ngốc nghếch 3. [một cách] buồn tẻ, [một cách] chán 4. [một cách] cùn 5. [một cách] âm ỉ *(đau)* 6. [một cách] ế ẩm.

dullness /'dʌlnis/ *dt* 1. sự đục, sự mờ, sự xỉn 2. sự ngốc nghếch 3. sự buồn tẻ, sự chán 4. sự cùn 5. sự âm ỉ *(đau)* 6. sự ế ẩm.

duly /'dju:li, (*Mỹ* 'du:li)/ *pht* 1. [một cách] đúng đắn, [một cách] thích đáng, [một cách] xứng đáng: *the president was duly elected* ông chủ tịch đã được bầu lên một cách xứng đáng 2. [một cách] đúng thời điểm: *I duly knocked at his door at three o'clock* tôi gõ cửa nhà nó vào lúc đúng ba giờ.

dumb /dʌm/ *tt* (**-er; -est**) 1. câm: *he's dumb from birth* nó bị câm bẩm sinh; *our dumb friends* những người bạn câm của chúng ta *(tức là các động vật);* be *dumb struck with fear (bóng)* câm lặng đi vì sợ 2. *(thường vị ngữ)* im lặng, không nói: *they begged him to explain, but he remained dumb* họ

van nài anh ta giải thích, nhưng anh ta vẫn im lặng 3. *(kng)* ngốc nghếch: *if the police question you, act dumb* nếu cảnh sát hỏi mày thì hãy làm ra vẻ ngốc nghếch.

dumb-bell /'dʌmbel/ *dt* 1. *(thể)* quả tạ 2. (*Mỹ, kng*) người ngốc nghếch.

dumbfound (*cg* **dumfound**) /dʌm'faʊnd/ *dgt* (chủ yếu dùng ở dạng bị động) làm cho sửng sốt lặng đi: *we were completely dumfounded by her rudeness* chúng tôi hoàn toàn sửng sốt lặng đi trước sự bất lịch sự của cô ta.

dumbly /'dʌmli/ *pht* 1. [một cách] câm 2. [một cách] im lặng 3. *(kng)* [một cách] ngốc nghếch.

dumbness /'dʌmnis/ *dt* 1. sự câm 2. sự im lặng 3. *(kng)* sự ngốc nghếch.

dumb show /'dʌmʃəʊ/ sự giao tiếp bằng điệu bộ *(không dùng lời nói).*

dumb waiter /ˌdʌm'weitə[r]/ 1. (*Mỹ* **lazy Susan**) bàn xoay *(để dọn thức ăn)* 2. thang máy chuyển thức ăn từ tầng này sang tầng khác *(trong nhà hàng ăn).*

dumdum /'dʌmdʌm/ *dt* (*cg* **dumdum bullet**) đạn đum đum.

dumpiness /'dʌmpinis/ *dt* sự béo lùn.

dumfound /dʌm'faʊnd/ *dt x* dumbfound.

dummy /'dʌmi/ *dt* 1. giá chiêu mẫu *(ở tiệm may...)* 2. vật giả: *the bottles of whisky on display are all dummies* các chai rượu uýt-ki bày hàng chỉ là vật giả 3. (*cg* **comforter**, (*Mỹ*) **pacifier**) núm vú giả *(cho em bé ngậm)* 4. *(bài)* chân hạ bài *(bài brit);* bài hạ xuống 5.

(Mỹ, kng) người ngốc nghếch, người đần độn.

dummy run /,dʌmi'rʌn/ cuộc diễn tập.

dump¹ /dʌmp/ *dgt* **1.** vứt bỏ: *some people just dump their rubbish in the river* một số người cứ vứt rác xuống sông **2.** đổ thành đống: *just dump everything over there, I'll sort it out later* vứt đổ mọi thứ ra đó, tôi sẽ lựa ra từng thứ sau; *dump a bundle of dirty clothes* đổ ra một đống quần áo bẩn **3.** *(kng, thường xấu)* bỏ mặc: *she dumped the kids at her mother's and went to the theatre* chị ta bỏ mặc con ở nhà mẹ và đi xem hát **4.** *(xấu)* bán hạ giá ra thị trường nước ngoài *(hàng hóa thừa ế trong nước)* **5.** chuyển bộ nhớ *(điện toán).* // **drop (dump) something in somebody's lap** x **lap¹.**

dump² /dʌmp/ *dt* **1.** đống rác; nơi đổ rác **2.** kho hàng cung ứng tạm thời: *an ammunition dump* kho đạn tạm thời **3.** *(kng, xấu)* nơi bẩn thỉu, nơi ghê tởm: *how can you live in this dump?* sao anh lại có thể ở nơi bẩn thỉu này?

dumper /dʌmpə[r]/ *dt (cg* **dumper truck)** xe có thùng lật *(chở đá, vật liệu xây dựng...).*

dumpling /dʌmpliŋ/ *dt* **1.** viên bột nhân thịt **2.** bánh bao nhân trái cây: *an apple dumpling* bánh bao nhân táo **3.** *(kng)* người béo lùn.

dumps /dʌmps/ *dt (snh)* **down in the dumps** *(kng)* buồn chán.

dump truck /'dʌmp trʌk/ *(Mỹ) nh* dumper.

dumpy /'dʌmpi/ *tt* (**-ier; -iest**) béo lùn.

dun¹ /dʌn/ *tt* [có màu] nâu xám xỉn.

dun² /dʌn/ *dt* màu nâu xám xỉn.

dun³ /dʌn/ *dgt* (**-nn-**) thúc nợ.

dunce /dʌns/ *dt* người ngu đần, người tối dạ.

dunce's cap /'dʌnsizkæp/ mũ lười *(mũ giấy trước đây học sinh tối dạ phải đội trong lớp, coi như một hình phạt).*

dunderhead /'dʌndəhed/ *dt (xấu)* người ngốc nghếch.

dune /dju:n, (Mỹ* du:n)/ *dt (cg* **sand-dune)** cồn cát.

dung /dʌŋ/ *dt* phân thú vật *(nhất là phân dùng làm phân bón).*

dunghill /'dʌŋhil/ *dt* đống phân *(trong sân trại).*

dungarees /,dʌŋgə'ri:z/ *dt (snh)* áo liền quần *(mặc ngoài khi lao động)* bằng vải bông thô; quần bằng vải bông thô: *a pair of dungarees* quần vải bông thô.

dungeon /'dʌndʒən/ *dt* hầm tù *(ở một lâu đài).*

dunk /dʌŋk/ *dgt* **1. dunk something (somebody) [in (into) something]** nhúng trước khi ăn: *dunk a biscuit in one's coffee* nhúng bánh quy vào cà phê **2.** dìm xuống nước một thời gian ngắn: *they dunked her in the swimming-pool as a joke* chúng nó dìm cô ta trong chốc lát xuống bể bơi để đùa chơi.

duo /'dju:əʊ, (Mỹ* 'du:əʊ)/ *dt (snh* **duos) 1.** đôi biểu diễn, cặp biểu diễn: *a comedy duo* một cặp diễn viên hài kịch **2.** *nh* duet.

duodecimal /,dju:əʊ'desiml, (Mỹ* du:ə'deseml)/ *tt* thập nhị phân: *a duodecimal system* hệ thập nhị phân.

duodenal /,dju:ədi:nl, (Mỹ ,du:ə'di:nl)/ tt (giải) (thường thngữ)* [thuộc] tá tràng: *a*

duodenal ulcer ung thư tá tràng.

duodenum /,dju:ə'di:nəm, (Mỹ ,du:ədi:nəm)/ dt (giải)* tá tràng.

duologue /'dju:əlɒg, (Mỹ* du:ələ:g)/ *dt* cuộc đối thoại.

dupe¹ /dju:p, (Mỹ du:p)/ dgt* **dupe somebody [into doing something]** bịp ai *(làm gì).*

dupe² /dju:p, (Mỹ du:p)/ dt* người bị bịp: *I won't be his dupe any longer* tôi sẽ không để nó bịp nữa đâu.

duple time /,dju:pl'taim, (Mỹ ,du:pl'taim)/ (nhạc)* nhịp đôi.

duplex /'dju:pleks, (Mỹ* 'du:pleks)/ *dt (Mỹ)* **1.** nhà cho hai hộ ở; hộ trong nhà hai hộ **2.** *(cg* **duplex apartment)** căn hộ hai tầng.

duplex /'dju:pleks, (Mỹ* 'du:pleks)/ gồm hai phần; kép, đôi.

duplicate¹ /'dju:plikət, (Mỹ* 'du:pləkət)/ *tt* **1.** giống hệt: *a duplicate set of keys* một chùm chìa khóa giống hệt **2.** gồm hai bản: *a duplicate form* mẫu đơn gồm hai bản.

duplicate² /'dju:plikət, (Mỹ* 'du:pləkət)/ *dt* bản sao: *is this a duplicate or the original?* đây là bản sao hay bản gốc. // **in duplicate** sao hai bản: *complete a form in duplicate* điền vào mẫu làm hai bản.

duplicate³ /'dju:plikeit, (Mỹ* 'du:pləkeit)/ *dgt* **1.** sao lại **2.** lặp lại: *this research merely duplicates work already done elsewhere* nghiên cứu này chỉ là lặp lại một công việc đã làm ở nơi khác.

duplication /,dju:pli'keiʃn, (Mỹ* 'du:plə'keiʃn)/ *dt* **1.** sự sao lại **2.** sự lặp lại: *we must avoid wasteful duplication of effort* chúng ta phải tránh lặp lại cố gắng một cách lãng phí.

duplicator /'dju:plikeitə[r], (*Mỹ* 'du:plikeitə[r])/ *dt* máy sao chép.

duplicity /dju:'plisəti, (*Mỹ* du:plisəti)/ *dt* sự lừa dối cố ý.

durability /djʊərə'biləti, (*Mỹ* 'dʊərə'biləti,)/ *dt* tính bền, tính lâu bền.

durable /'djʊərəbl, (*Mỹ* 'dʊərəbl)/ *tt* lâu, bền, lâu bền: *a durable friendship* tình bạn lâu bền; *trousers made of durable material* quần may bằng vải bền.

durables /'djʊərəblz, (*Mỹ* 'dʊərəblz)/ *dt (snh)* (*cg* **consumer durables**) hàng dùng bền.

duration /dju'reiʃn, (*Mỹ* dʊ'reiʃn)/ *dt* thời gian [tồn tại], thời gian [kéo dài]: *for the duration of the war* trong thời gian chiến tranh kéo dài.

duress /dju'res, (*Mỹ* dʊ'res)/ *dt* sự cưỡng ép, sự ép buộc: *sign a confession under duress* bị cưỡng ép ký vào tờ thú tội.

during /'djʊəriŋ, (*Mỹ* 'dʊəriŋ)/ *gt* trong thời gian, trong lúc: *we go swimming every day during the summer* trong thời gian hè, ngày nào chúng tôi cũng đi bơi; *they only met twice during the whole time they were neighbours* trong suốt thời gian họ là hàng xóm, họ gặp nhau chỉ có hai lần; *her husband was taken to hospital during the night* chồng bà ta được đưa vào bệnh viện trong lúc đang đêm; *the phone rang during the meal* trong lúc đang ăn thì điện thoại reo.

dusk /dʌsk/ *dt* lúc chạng vạng, lúc nhá nhem tối.

duskiness /'dʌskinis/ *dt* **1.** cảnh mờ tối, bóng tối **2.** sự sậm màu **3.** màu da màu.

dusky /'dʌski/ *tt* **1.** mờ tối: *the dusky light inside the cave* ánh mờ tối trong hang **2.** sậm màu: *dusky red* màu đỏ sậm **3.** có da màu: *dusky tribes* những bộ lạc da màu.

dust[1] /dʌst/ *dt* **1.** bụi: *the old furniture was covered in dust* đồ đạc cũ phủ đầy bụi; *a speck of dust* một hạt bụi; *chalk dust* bụi phấn **2.** tro tàn người chết. // **bite the dust** *x* bite[1]; **dry as dust** *x* dry[1]; **kick up (raise) a dust** (*kng*) làm om sòm, làm nhặng xị cả lên; **shake the dust off one's feet** *x* shake[1]; **throw dust in somebody's eyes** lòe ai; **when the dust had settled** khi mọi rắc rối đã qua, khi chuyện đã ổn thỏa.

dust[2] /dʌst/ *dgt* phủi bụi, lau bụi: *dust the furniture* lau bụi đồ đạc; *dust yourself down, you are covered in chalk* giũ bụi đi, người anh đầy phấn. // **dust something off** luyện lại (*vì đã lâu không sử dụng đến*): *I have to dust off my French if we're going to move to Paris* tôi phải luyện lại tiếng Pháp nếu chúng ta đi Paris; **dust something onto, over...** rắc: *dust sugar onto a cake* rắc đường lên bánh; **dust something with something** rắc: *dust a cake with sugar* rắc đường lên bánh.

dustbin /'dʌstbin/ *dt (Anh)* (*Mỹ* **garbage can, trash can**) thùng rác.

dustbowl /'dʌstbəʊl/ *dt* vùng hạn hán kéo dài và có bão bụi.

dustcart /'dʌstkɑ:t/ *dt* (*Mỹ* **garbage truck**) xe rác.

dust cover /'dʌstkʌvə[r]/ **1.** nắp che bụi (*ở máy vi tính...*)

2. *nh* dust jacket **3.** *nh* dust-sheet.

duster /'dʌstə[r]/ *dt* giẻ lau bụi.

dustiness /'dʌstinis/ *dt* tình trạng bụi bặm.

dust-jacket /'dʌst dʒækit/ bìa bọc sách.

dustman /'dʌstmən/ *dt (snh* **dustmen** /'dʌstmən/ (*Anh*) (*Mỹ* **garbage man**) công nhân dọn rác.

dustpan /'dʌstpæn/ *dt* cái hốt rác.

dustsheet /'dʌstʃi:t/ *dt* tấm phủ để che bụi.

dust-up /'dʌstʌp/ *dt (Anh, lóng)* cuộc cãi lộn; cuộc đánh lộn.

dusty /'dʌsti/ *tt* (**-ier; -iest**) **1.** đầy bụi, bụi bặm **2.** như bụi. // **a dusty answer** lời từ chối thẳng thừng; **not so dusty** (*Anh, cũ, kng*) không đến nỗi tồi, kha khá: *how are you feeling? - oh, not so dusty, thanks* anh thấy sức khỏe thế nào? - ồ cũng không đến nỗi tồi, cảm ơn.

Dutch[1] /dʌʃ/ *tt* [thuộc] Hà Lan. // **go Dutch with somebody** cùng nhau chịu phí tổn, phí tổn chia nhau chịu; **talk [to somebody] like a Dutch uncle** *x* talk[2].

Dutch[2] /dʌʃ/ *dt* **1. the Dutch** (*dgt snh*) dân Hà Lan **2.** tiếng Hà Lan.

Dutch auction /,dʌtʃ'ɔ:kʃn/ kiểu bán đấu giá Hà Lan (*giảm giá dần cho đến khi có người mua*).

Dutch barn /,dʌtʃ'bɑ:n/ lán cỏ khô (*chỉ có mái và cột chống, không có tường*).

Dutch cap /,dʌtʃ'kæp/ *nh* diaphragm 4.

Dutch courage /,dʌtʃ'kʌridʒ/ (*kng*) lòng can đảm do rượu vào.

Dutchman /'dʌtʃmən/ *dt (snh* **Dutchmen**) người Hà

Lan. // **I'm a Dutchman** thì cứ đem chặt đầu tôi đi *(biểu thị sự hoài nghi): if he's only twenty five, I'm a Dutchman!* nếu nó mới hai mươi lăm tuổi, thì cứ đem mà chặt đầu tôi đi!

Dutch oven /ˌdʌtʃˈʌvn/ nồi hầm thịt.

Dutch treat /ˌdʌtʃˈtriːt/ bữa ăn phần ai nấy trả; cuộc vui phần ai nấy trả.

duteous /ˈdjuːtiəs, *(Mỹ* ˈduːtiəs)/ tt nh dutiful.

dutiable /ˈdjuːtiəbl, *(Mỹ* ˈduːtiəbl)/ tt phải nộp thuế: *dutiable goods* hàng phải nộp thuế.

dutiful /ˈdjuːtifl, *(Mỹ* ˈduːtifl)/ *(cg* **duteous***)* tt biết vâng lời làm tròn bổn phận: *a dutiful servant* người hầu biết vâng lời và làm trọn bổn phận.

dutifully /ˈdjuːtifəli, *(Mỹ* ˈduːtifəli)/ *pht* [một cách] biết vâng lời và làm tròn bổn phận: *serve one's country dutifully* phụng sự đất nước hết bổn phận.

duty /ˈdjuːti, *(Mỹ* ˈduːti)/ dt 1. nhiệm vụ, trách nhiệm: *do one's duty* làm nhiệm vụ của mình; *it's not something I enjoy; I do it purely out of a sense of duty* đó không phải là công việc tôi thích, tôi làm là vì ý thức trách nhiệm mà thôi 2. phận sự: *I'm doing night duty this week* tuần này tôi phải [làm phận sự] trực đêm 3. thuế: *customs duties* thuế hải quan; *import duties* thuế nhập khẩu. // **one's bounden duty** x bounden; **dereliction of duty** x dereliction; **do duty for something** thay cho, thế cho; **in the line of duty** x line[1]; **on duty** đang phiên trực; **off duty** hết phiên trực.

duty-bound /ˌdjuːtiˈbaʊnd/ có bổn phận: *I'm duty-bound*

to help him tôi có bổn phận giúp đỡ anh ta.

duty-free /ˌdjuːtiˈfriː/ tt được miễn thuế.

duvet /ˈduːvet/ dt chăn lông vũ mềm.

DV /diːˈviː/ *(vt của tiếng La-tinh* Deo Volente) ý Chúa: *he should be back by Friday DV* nó sẽ trở về vào khoảng thứ sáu theo ý Chúa *(nếu không có gì trở ngại).*

dwarf[1] /dwɔːf/ dt *(snh* **dwarfs)** 1. người lùn; con vật lùn; cây lùn 2. chú lùn *(trong truyện thần thoại): the story of Snow White and the Seven Dwarfs* truyện nàng Bạch Tuyết với bảy Chú lùn.

dwarf[2] /dwɔːf/ dgt 1. làm cho có vẻ nhỏ lại *(bằng cách tương phản hay bằng khoảng cách): our little dinghy was dwarfed by the big yacht* chiếc xuồng nhỏ của chúng tôi trông càng nhỏ hơn bên cạnh chiếc du thuyền lớn 2. làm còi cọc.

dwell /dwel/ dgt **(dwelt)** (+ in, at) ở, ngụ ở: *dwell in the country* ở nông thôn. // **dwell on (upon) something** nghĩ (nói, viết) dài dòng về: *let's not dwell on your past mistakes* thôi không nói dài dòng về lỗi lầm đã qua của anh nữa.

dweller /ˈdwelə[r]/ dt *(chủ yếu trong dt ghép)* người ở *(nơi nào đó)*, cư dân; vật ở *(nơi nào đó): town-dwellers* cư dân thành thị; *cave-dwellers* vật ở hang.

dwelling /ˈdweliŋ/ dt nơi ở, chỗ ở, nhà ở: *my humble dwelling (đùa)* tệ xá.

dwelling-house /ˈdweliŋhaʊs/ dt nhà ở *(không phải là nơi làm việc, cửa hàng...).*

dwindle /ˈdwindl/ dgt **dwindle [away] [to something]** nhỏ dần, suy yếu dần: *dwindling*

hopes hy vọng tắt dần; *dwindling profits* lợi nhuận giảm dần.

dye[1] /dai/ dgt (ngôi thứ ba số ít **dyes** qk, dttqk **dyed**, động tính từ hiện tại **dyeing**) nhuộm: *dye one's hair* nhuộm tóc; *dye a white dress blue* nhuộm áo trắng thành màu xanh; *a fabric that dyes well* thứ vải dễ nhuộm.

dye[2] /dai/ dt 1. thuốc nhuộm: *I bought some blue dye yesterday* hôm qua tôi đã mua một ít thuốc nhuộm màu xanh 2. màu nhuộm *(do nhuộm mà có).* // **of the blackest (deepest) dye** đen tối nhất, xấu xa nhất, mạt hạng: *a crime of the blackest dye* tội ác đen tối nhất; *a scoundrel of the blackest dye* tên vô lại mạt hạng.

dyed-in-the-wool /ˌdaid in ðə ˈwʊl/ tt *(thường xấu)* thâm căn cố đế: *a dyed-in-the-wool reactionary* tên phản động thâm căn cố đế.

dying /ˈdaiiŋ/ x die[2].

dyke /daik/ x dike.

dynamic[1] /daiˈnæmik/ tt 1. [thuộc] động lực 2. năng động: *a dynamic personality* cá tính năng động.

dynamic[2] /daiˈnæmik/ dt động thái.

dynamically /daiˈnæmikəli/ pht [một cách] năng động.

dynamics /daiˈnæmiks/ dt snh *(dùng như số ít)* động lực học.

dynamism /ˈdainəmizəm/ dt 1. tính năng động 2. *(triết)* thuyết động lực.

dynamite[1] /ˈdainəmait/ dt 1. đinamit *(thuốc nổ)* 2. *(bóng)* chấn động; người gây chấn động; vật gây chấn động: *that new singer is really dynamite!* ca sĩ mới này quả là gây chấn động lớn.

dynamite² /'dainəmait/ *dgt* phá bằng đinamit.

dynamo /'dainəməʊ/ *dt* (*snh* **dynamos**) **1.** đinamô, máy phát điện **2.** (*bóng*) người rất năng động.

dynasty /'dinəsti, (*Mỹ* 'dainəsti)/ *dt* triều đại, triều vua, triều: *during the Ming dynasty* triều Minh.

dynastic /di'næstik, (*Mỹ* dai'næstik)/ *tt* [thuộc] triều vua: *dynastic succession* sự kế vị triều vua.

dysentery /'disəntri, (*Mỹ* 'disənteri)/ *dt* (*y*) bệnh lỵ.

dyslexia /dis'leksiə, (*Mỹ* dis'lekʃə)/ *dt* (*y*) (*cg* **word-blindness**) chứng loạn đọc.

dyspepsia /dis'pepsiə, (*Mỹ* dis'pepʃə)/ *dt* (*y*) chứng khó tiêu.

dyspeptic¹ /dis'peptik/ *tt* (*y*) khó tiêu.

dyspeptic² /dis'peptik/ *dt* (*y*) người mắc chứng khó tiêu.

dystrophy /'distrəfi/ *dt* (*y*) chứng loạn dưỡng.

Ee

E[1], e /i:/ *dt (snh* E's, e's /i:z/)
1. E, e **2.** *(nhạc)* mi.
E[2] *vt* **1.** *(vt của* earth) (trên
phích điện) nối với đất **2.**
(vt của east) phương đông,
phía đông: *E Asia* Đông Á.
E number mã số E *(chỉ các
chất phụ gia vào thức ăn,
thức uống).*
ea *(vt của* each) mỗi: *or-
anges 10p ea* cam mỗi quả
10 xu.
each[1] /i:tʃ/ *đht (dùng với dt
và đgt số ít)* mỗi: *on each
side of the road* ở mỗi bên
đường; *a ring on each finger*
mỗi ngón tay một chiếc
nhẫn.
each[2] /i:tʃ/ *dt* mỗi người,
mỗi vật, mỗi cái: *each of
the boys* mỗi [cậu trong các]
cậu bé; *each of them phoned
to thank me* mỗi người trong
bọn họ gọi điện thoại cảm
ơn tôi; *each of us* mỗi người
chúng ta..
each[3] /i:tʃ/ *pht* mỗi cái riêng
ra, mỗi người riêng ra: *the
cakes are 20p each* mỗi chiếc
bánh là 20 xu.
each other /,i:tʃ'ʌðə[r]/ *dt
(cg* **one another**) lẫn nhau,
nhau: *An and Bich kissed
each other* An và Bich hôn
nhau.
eager /'i:gə[r]/ *tt* **eager for
something (to do something)**
ham, háo hức, hăm hở, hau

háu, thiết tha: *eager for
learning* ham học; *eager
hopes* những hy vọng thiết
tha; *eager to please* thiết
tha muốn làm vui lòng. //
an eager beaver *(đôi khi xấu)*
người cần cù nhiệt tình.
eagerly /'i:gəli/ *pht* [một
cách] háo hức, [một cách]
hăm hở, [một cách] thiết
tha.
eagerness /'i:gənis/ *dt* sự
háo hức, sự hăm hở, sự
thiết tha.
eagle /'i:gl/ *dt* **1.** chim đại
bàng **2.** *(thể)* số điểm của
hai cú đánh dưới trung bình
(chơi gôn).
eaglet /'i:glit/ *dt* đại bàng
con.
eagle eye /,i:gl'ai/ **1.** *(thường
số ít)* mắt diều hâu, thị lực
rất tốt **2.** sự theo dõi sát
sao: *the teacher's eagle eye
was always on us* thầy giáo
luôn luôn theo dõi chúng
tôi một cách sát sao.
eagle-eyed /,i:gl'aid/ *tt* có
mắt diều hâu, tinh mắt.
ear[1] /iə[r]/ *dt* **1.** tai **2.** *(số
ít)* **an ear [for something]** khả
năng phân biệt âm thanh,
khả năng nghe: *she has a
good ear for languages* cô
ta có khả năng phân biệt
âm thanh tốt để học ngoại
ngữ. // **be all ears** *(kng)* chăm
chú nghe: *tell me your news,
I'm all ears* hãy kể cho tôi
về các tin tức của anh, tôi
đang chăm chú nghe đây;
box somebody's ears *x* box[3];
**something comes to (reaches)
somebody's ears** chuyện gì
đến tai ai; **din in one's ears**
x din[2]; **somebody's ears are
burning** ai đó nghi ngờ là
mình bị nói xấu; **easy on the
ear (eye)** *x* easy[1]; **fall on deaf
ear** *x* deaf[1]; **feel one's ears
burning** *x* feel[1]; **give some-
body (get) a thick ear** *x* thick[1];
go in (at) one ear and out [at]

the other nghe tai này ra
tai kia, không nhớ gì cả;
**have (get, win...) somebody's
ears** thu hút được sự chú ý
của ai; **have (keep an) one's
ear to the ground** luôn luôn
theo dõi nắm sát tình hình;
have a word in somebody's ear
x word[1]; **keep one's ears (eyes)
open** *x* open[1]; **lend an ear** *x*
lend; **make a pig's ear of some-
thing** *x* pig; **meet the ear (eye)**
x meet[1]; **music to one's ears
(eyes)** *x* music; **not believe
one's ears (eyes); [be] out on
one's ear** bị sa thải, bị trục
xuất bất ngờ; **play [some-
thing] by ear** chơi nhạc theo
trí nhớ không cần nhìn vào
bản nhạc; **play it by ear** *(kng)*
ứng tác, tùy cơ ứng biến:
*I've had no time to prepare
for this meeting, so I'll have
to play it by ear* tôi không
có thì giờ chuẩn bị cho cuộc
họp này, vì vậy tôi phải tùy
cơ ứng biến; **prick up one's
ears** *x* prick[2]; **shut one's ears
to something (somebody)** *x*
shut; **smile from ear to ear**
cười toe toét; **turn a deaf ear**
x deaf[1]; **[be] up to one's ears
(eyes) in something** bận ngập
đầu ngập cổ vào việc gì;
walls have ears *x* wall; **with
a flea in one's ear** *x* flea; **wet
behind the ears** *x* wet[1]; **with
half an ear** lơ đễnh, không
chăm chú nghe.
ear[2] /iə[r]/ *dt* bông *(của cây
lúa...)*: *rice in the ear* lúa
trổ bông.
earache /'iəreik/ *dt* đau tai.
eardrop /'iədrɒp/ *dt (thường
snh)* thuốc nhỏ tai.
eardrum /'iədrʌm/ *dt (giải)*
(cg **drum**) màng nhĩ.
-eared /iəd/ *(trong tt ghép)*
có tai; có tai *(như thế nào
đó)*: *the long-eared owl* chim
cú dài tai.
earful /'iəfʊl/ *dt (số ít) (kng)*
give somebody (get) an earful

rầy la ai; bị rầy la: *if he bothers you again, I'll give him an earful* nếu nó còn làm phiền anh nữa, tôi sẽ rầy la nó một trận.

earl /ɜ:l/ *dt* (*cg* **countess**) bá tước (ở Anh).

earldom /'ɜ:ldəm/ *dt* tước bá.

earliness /'ɜ:linis/ *dt* **1.** lúc sớm sủa **2.** sự chín sớm; sự đến sớm.

early /'ɜ:li/ (**-ier; -iest**) *tt, pht* sớm; đầu: *the early morning* sáng sớm; *in early spring* đầu xuân; *in his early twenties* trong những năm đầu ở độ tuổi hai mươi của anh ta; *keep early hours* đi ngủ sớm dậy sớm; *early prunes* mận sớm, mận đầu mùa; *the bus arrived five minutes early* xe buýt đến sớm năm phút. // **at your earliest convenience** (*thương*) càng sớm càng tốt: *please deliver the goods at your earliest convenience* xin vui lòng giao hàng càng sớm càng tốt; **bright and early** x **bright¹**; **the early bird catches the worm** dậy sớm ắt sẽ thành công; đến sớm ắt sẽ thành công; **early days [yet]** (*Anh*) còn quá sớm [để biết chắc việc gì]: *I'm not sure if your book will be a success, it's early days yet* tôi không chắc là cuốn sách của anh sẽ thành công, hãy còn quá sớm để đoán định điều đó; **the early hours** những giờ sáng sớm trong ngày, lúc rạng sáng; **an early (a late) night** x night; **early on** ngay sau những giây phút đầu, ngay từ đầu: *I knew early on [in the film] that I wasn't going to enjoy it* ngay từ đầu phim tôi đã biết là tôi sẽ không thích nó rồi; **an early (late) riser** x riser; **early to bed and early to rise [makes] a man healthy,**

wealthy and wise ngủ sớm dậy sớm (ăn ngủ điều độ) đem lại cho ta sức khỏe, của cải và tinh khôn; **keep early hours** đi ngủ sớm dậy sớm.

early bird /'ə:libɜ:d/ người đến sớm; người dậy sớm.

early closing /,ɜ:li'kləuziŋ/ (*Anh*) sự đóng cửa sớm (đóng cửa buổi chiều vào một ngày nào đó trong tuần): *it's early closing today* hôm nay đóng cửa sớm.

early warning system /,ɜ:li 'wɔ:niŋ ,sistəm/ hệ thống báo động sớm (*bằng rada*).

earmark /'iəma:k/ *đgt* dành riêng (*cho một mục đích*): *I earmark a sum of money for research* tôi dành riêng một số tiền cho công việc nghiên cứu.

ear-muffs /'iəmʌfs/ *dt* (*snh*) bao bịt tai (*chống rét*).

earn /ɜ:n/ *đgt* kiếm được (*tiền...*) (*nhờ làm việc, cho vay...*): *he earns £10,000 a year* anh ta kiếm được 10.000 bảng Anh mỗi năm; *she earned her living by singing in a nightclub* chị ta kiếm sống bằng cách hát ở một hộp đêm; *his honesty earned him great respect* tính trung thực của ông làm cho ông rất được kính trọng. // **earn (turn) an honest penny** x honest; **earn one's keep** làm việc cật lực để nuôi thân.

earnest¹ /'ɜ:nist/ *tt* nghiêm chỉnh, đứng đắn, kiên quyết: *a terribly earnest young man* một chàng trai rất mực đứng đắn.

earnest² /'ɜ:nist/ *dt* in [dead; deadly; real] **earnest** a/ dữ dội, ra trò: *it's beginning to snow in earnest* tuyết bắt đầu rơi dữ dội; b/ đứng đắn, nghiêm chỉnh: *when he threatened to report us, he was in dead earnest* khi nó dọa báo cáo

chúng tôi, nó hoàn toàn nghiêm chỉnh.

earnest³ /'ɜ:nist/ *dt* (*số ít*) **1.** tiền đặt cọc **2.** dấu hiệu, điều báo hiệu: *an earnest of future success* điều báo hiệu thành công tương lai.

earnestly /'ɜ:nistli/ *pht* [một cách] nghiêm chỉnh, [một cách] đứng đắn; [một cách] kiên quyết: *I earnestly beg you to reconsider your decision* tôi nghiêm chỉnh xin ông xét lại quyết định của ông.

earnestness /'ɜ:nistnis/ *dt* sự nghiêm chỉnh, sự đứng đắn; sự kiên quyết.

earnings /'ɜ:niŋz/ *dt* (*snh*) tiền kiếm được: *I've spent all my earnings* tôi đã tiêu hết tất cả số tiền tôi kiếm được.

earnings-related /,ɜ:niŋz ri'leitid/ *tt* [tính] theo thu nhập: *an earnings-related pension scheme* một kế hoạch trợ cấp theo thu nhập.

earphones /'iəfəunz/ *dt* (*snh*) ống nghe.

earpieces /'iəpi:siz/ *dt* (*snh*) **1.** mảnh che tai (ở một số kiểu mũ) **2.** đầu gọng mắc vào tai (ở kính đeo mắt).

earplugs /'iəplʌgz/ *dt* (*snh*) cái nút tai.

earrings /'iəriŋz/ *dt* (*snh*) khuyên tai.

earshot /'iəʃɒt/ *dt* [be] out of (within) **earshot** ở ngoài (trong) tầm nghe.

ear-splitting /'iə,splitiŋ/ *tt* inh tai, xé tai (*tiếng động*).

earth¹ /ɜ:θ/ *dt* **1.** (*thường* the **earth**) trái đất: *the moon goes round the earth* mặt trăng quay quanh trái đất; *I must be the happiest woman on earth!* có thể tôi là người phụ nữ hạnh phúc nhất trên trái đất **2.** (*số ít*) mặt đất, đất liền: *after a week at sea, it was good to feel the earth under our feet again* thật là dễ chịu được đặt chân trở lại đất liền sau một tuần đi biển; *the balloon burst and fell to earth* quả cầu nổ và rơi xuống đất **3**. đất: *fill a hole with earth* lấp đất đầy lỗ; *rare earths (hóa)* đất hiếm **4**. hang *(cáo...)* **5**. *(thường số ít) (Anh) (Mỹ* **ground)** dây đất. // **charge (cost; pay...) [somebody] the earth** tính (giá, trả...) đắt quá: *I'd love that bike, but it costs the earth* tôi rất thích chiếc xe đạp đó nhưng nó giá đắt quá; **come back (down) to earth [with a bang (bump)]** *(kng)* thôi mơ mộng, trở về với thực tại: *when his money run out, he came down to earth [with bump]* hết tiền anh ta mới quay về với thực tại; **the ends of the earth** x end[1]; **the four corners of the earth** x corner[1]; **go (run) to earth (ground)** lẩn trốn để khỏi bị bắt; **how (why; where; who...) on earth (in the world)** *(kng)* như thế nào *(dùng để nhấn mạnh): what on earth are you doing?* anh đang làm cái quái gì thế?; **be (feel; look...) like nothing on earth** *(kng)* rất xấu, kỳ quái: *he looks like nothing on earth in those weird clothes* trông nó chẳng ra sao cả trong bộ quần áo kỳ cục đó; **move heaven and earth** x move²; **promise the earth (moon)** x promise²; **run somebody (something) to earth** truy lùng, lùng sục *(ai, cái gì)*; **the salt of the earth** x salt[1]; **wipe something off the face of the earth (off the map)** x wipe[1]. **earth²** /ɜ:θ/ *dgt* nối với đất: *is this plug earthed?* cái phích này đã nối với đất chưa?. // **earth something up**

vun gốc *(cây)*; lấp đất *(hạt giống...)*.

earthen /'ɜ:θn/ *tt* **1**. bằng đất: *earthen floors* nền nhà bằng đất **2**. bằng đất nung: *earthen pots* bình bằng đất nung.

earthenware /'ɜ:θnweə, 'ɜ:θnwɜ:r/ *dt* **1**. đồ bằng đất nung **2**. *(thuộc ngữ)* bằng đất nung: *an earthenware bowl* cái bát bằng đất nung.

earthiness /'ɜ:θinis/ *dt* **1**. tính chất như đất **2**. tính phàm tục, tính trần tục.

earthly /'ɜ:θli/ *tt* **1**. trần tục: *earthly joys* thú vui trần tục **2**. *(thường dùng với một từ phủ định)* có thể, có thể quan niệm được: *you've no earthly hope of winning* anh không có thể hy vọng thắng. // **no earthly use** *(kng)* hoàn toàn vô ích; **not have an earthly** *(Anh, kng)* không một chút cơ may, không một chút hy vọng; không một chút ý niệm: *"why isn't it working?" "I haven't an earthly"* "sao nó không chạy?" "nào tôi có chút ý niệm nào đâu" *(không biết gì cả).*

earthquake /'ɜ:θkweik/ *dt* động đất.

earth science /'ɜ:θsaiəns/ địa học.

earthward /'ɜ:θwəd/ *tt, pht* về phía trái đất.

earthwards /'ɜ:θwɜ:dz/ *pht nh* earthward.

earthwork /'ɜ:θwɜ:k/ *dt (thường snh)* công sự bằng đất.

earthworm /'ɜ:θwɜ:m/ *dt* giun đất.

earthy /'ɜ:θi/ *tt* **1**. như đất; bằng đất **2**. *(bóng)* trần tục: *an earthy sense of humour* óc khôi hài trần tục.

ear-trumpet /'iətrʌmpit/ *dt* ống nghe *(của người nghễnh ngãng tai).*

earwig /'iəwig/ *dt (động)* bọ xâu tai.

ease¹ /i:z/ *dt* sự thoải mái, sự thanh thản: *a life of ease* cuộc đời thoải mái; *ease of mind* sự thanh thản đầu óc. // **stand at ease** *(quân)* đứng ở tư thế nghỉ; **be (feel) at [one's] ease** cảm thấy thư thái: *I never feel at ease in his company* tôi chẳng bao giờ cảm thấy thư thái khi có mặt anh ta; **put (set) somebody at [his; her...] ease** làm cho ai cảm thấy thoải mái thanh thản; **put (set) somebody's mind at ease (rest)** x mind[1]; **take one's ease** ngừng làm việc, ngừng lo nghĩ, nghỉ ngơi: *she sat down and took her ease by the fire* chị ta ngồi xuống nghỉ ngơi bên cạnh bếp lửa; **with ease** dễ dàng: *he passed the test with ease* anh ta qua được kỳ kiểm tra một cách dễ dàng.

ease² /i:z/ *dgt* **1**. làm cho thanh thản, làm cho dễ chịu, làm dịu đi; làm bớt *(đau...): the aspirin eased my headache* atpirin làm dịu cơn nhức đầu của tôi; *walking helped to ease him of his pain* đi bộ làm cho anh ta bớt đau **2**. bớt *(đau, căng thẳng..): the situation has eased [off]* tình hình bớt căng thẳng **3**. làm chùng, nói ra: *the coat needs to be eased under the armpits* chiếc áo khoác cần nới rộng ra ở nách. // **ease somebody's conscience (mind)** làm cho lương tâm hết cắn rứt, làm cho yên lòng: *it would ease my mind to know where he was* có biết nó đang ở đâu thì tôi mới yên lòng được.

ease somebody (something) across, along, away... băng

ngang, bước dọc theo; đi khỏi một cách chậm rãi và thận trọng: *he eased himself along the ledge to reach the terrified boy* anh ta chậm rãi và thận trọng lần ra rìa tường để tới cậu bé đang sợ điếng người; *she eased her injured foot into her shoe* chị ta khẽ đưa bàn chân bị thương của mình vào chiếc giày; **ease down** giảm tốc độ; **ease off (up)** trở nên bớt căng thẳng; trở nên bớt cấp thiết: *the tension between us had eased off a little* sự căng thẳng giữa chúng tôi đã bớt đi một ít; *I'm very busy just now, wait until things have eased up a little* bây giờ tôi rất bận, hãy chờ khi nào công việc bớt đi chút đã; **ease up on somebody (something)** có mức độ hơn: *I should ease up on cigarettes if I were you* nếu tôi là anh, tôi sẽ hút thuốc có mức độ hơn.

easel /ˈiːzl/ *dt* giá vẽ *(của họa sĩ)*; giá bảng đen.

easily /ˈiːzili/ *pht* **1.** [một cách] dễ dàng: *I can easily finish it tonight* tôi có thể dễ dàng hoàn tất việc đó tối nay **2.** [một cách] chắc chắn: *it's easily the best film I've seen this year* chắc chắn đó là cuốn phim hay nhất mà tôi đã xem năm nay **3.** có thể: *that could easily be the answer we're looking for* đó có thể là câu trả lời mà chúng ta đang tìm kiếm.

easiness /ˈiːzinis/ *dt* **1.** sự dễ dàng **2.** sự thoải mái, sự ung dung **3.** sự dễ bị vào tròng.

east¹ /iːst/ *dt (số ít) (vt E)* **1. the east** hướng đông, phía đông: *the wind is blowing from the east* gió thổi từ hướng đông **2. the East** phương Đông, Đông: *philosophies of the East* các

nền triết học phương Đông *(Trung Quốc, Nhật Bản...); the Middle East* Trung Đông; *the Near East* Cận Đông; *the Far East* Viễn Đông **3. the East** *(Mỹ)* miền Đông nước Mỹ: *I was born in the East, but now live in Los Angeles* tôi sinh ra ở miền Đông nước Mỹ, nhưng hiện nay sống ở Los Angeles.

east² /iːst/ *tt* đông: *he lives on the east coast* nó sống ở bờ biển phía đông; *an east wind* gió đông.

east³ /iːst/ *pht* về hướng đông; ở phía đông: *we are travelling east* chúng tôi đang đi về hướng đông; *a town east of the Danube* một thành phố ở phía đông sông Danube.

eastbound /ˈiːstbaʊnd/ *tt* đi về phía đông: *is this the eastbound train?* đây có phải là chuyến xe lửa đi về phía đông không?; *the eastbound section of the motorway* đoạn đi về phía đông của xa lộ.

East End /ˌiːstˈend/ **the East End** khu Đông Luân Đôn *(đông dân cư, chủ yếu là dân lao động).*

East-Ender /ˌiːstˈendə[r]/ *dt* dân khu Đông Luân Đôn.

Easter /ˈiːstə[r]/ *dt* lễ Phục sinh: *Easter Sunday* Chủ nhật lễ Phục sinh; *the Easter holidays* kỳ nghỉ lễ Phục sinh.

Easter egg /ˈiːstæeg/ trứng Phục sinh *(trứng làm bằng sôcôla hay trứng thật tô màu, ăn vào dịp lễ Phục sinh).*

easterly¹ /ˈiːstəli/ *tt, pht* đông: *in easterly direction* theo hướng đông; *an easterly wind* gió đông.

easterly² /ˈiːstəli/ *dt* gió đông.

eastern *(cg* **Eastern)** /ˈiːstən/ *tt* đông: *Eastern religions* tôn giáo phương Đông; *the eastern seaboard of the USA* vùng bờ biển phía đông nước Mỹ.

Eastern Bloc /ˌiːstənˈblɒk/ **the Eastern Bloc** khối Đông Âu *(cũ).*

easternmost /ˈiːstəməʊst/ *tt* cực đông: *the easternmost part of the island* phần cực đông của hòn đảo.

eastward /ˈiːstwə/ *tt, pht* về phía đông: *in an eastward direction* theo hướng đông.

eastwards /ˈiːstwədz/ *pht, nh* eastward: *we sailed eastwards* chúng tôi đi thuyền về phía đông.

easy¹ /ˈiːzi/ *tt* **(-ier; -iest) 1.** dễ, dễ dàng: *an easy examin* kỳ thi dễ; *the place is easy to reach* nơi đó dễ đến **2.** thoải mái, ung dung: *lead an easy life* sống một cuộc sống thoải mái; *have easy manners* có cử chỉ ung dung **3.** dễ cắn câu, dễ cho vào tròng: *an easy victim* một nạn nhân dễ cho vào tròng. // **as easy as anything (as pie; as ABC; as falling off a log; as winking)** *(kng)* rất dễ, dễ như trở bàn tay; **easy game** người *(vật)* dễ bị tấn công; người *(vật)* dễ bị lợi dụng; người *(vật)* dễ bị khai thác; **easy (difficult) of approach** x approach²; **easy money** tiền kiếm được dễ dàng *(không mất công nhiều hoặc bằng thủ đoạn không lương thiện);* **easy on the ear (eye)** *(kng)* nghe êm tai; nhìn thích mắt; **free and easy** x free¹; **have an easy time [of it]** làm dễ dàng *(việc gì đó);* **on easy terms** cho vay lãi suất thấp; mua cho trả góp; **I'm easy** *(Anh, kng) (dùng để trả lời khi được lựa chọn)* tôi thế nào cũng được; **a**

woman of easy virtue x woman.

easy² /'i:zi/ *pht* (-ier; -iest) **easy!** hãy cẩn thận và từ từ *(mệnh lệnh): easy with that chair, one of its legs is loose* chuyển chiếc ghế này cẩn thận và từ từ nhé, một chân ghế đã bị lỏng rồi đấy!; **easier said than done** nói thì dễ làm thì khó; **easy come easy go** dễ được thì cũng dễ mất đi *(tiền của...)*; **easy (gently) does it** *(kng)* việc này cần phải làm từ từ và cẩn thận: *take your time; easy does it* hãy thong thả, cứ từ từ mà làm; **go easy** *(kng)* làm việc bớt căng thẳng đi: *you should go easy, you're getting tired* anh nên làm việc bớt căng thẳng đi, anh đang mệt rồi đó; **go easy on (with) somebody (something)** *(kng)* cẩn thận, nhẹ nhàng, vừa phải *(đối với ai, với việc gì): go easy on the milk; we all want some* uống sữa vừa phải thôi, chúng tớ đứa nào cũng muốn uống một ít cả đấy; **stand easy** *(quân lệnh)* cho thoải mái *(được tự do hơn ở tư thế nghỉ)*; **take it (things) easy** xả hơi, không làm việc căng hay quá nhiều.

easy chair /'i:zi'tʃeə[r]/ ghế bành.

easygoing /'i:zi'gəuiŋ/ *tt* dễ tính, vô tâm.

easy street /'i:zi͵stri:t/ **on easy street** *(kng)* sống sung túc.

easy touch /͵i:zi'tʌtʃ/ *nh* soft touch.

eat /i:t/ *đgt* (ate; eaten) **1.** ăn: *he was too ill to eat* nó ốm quá không ăn gì được; *eat [up] your dinner* ăn cho xong bữa tối đi **2.** ăn [cơm]: *where shall we eat tonight?* tối nay ta ăn [cơm] ở đâu thế?. // **dog eat dog** x dog¹;

eat somebody alive; eat somebody for breakfast *(kng)* có khả năng chinh phục (lợi dụng) ai: *she'll eat him for breakfast* cô ta sẽ chinh phục được hắn cho mà xem; **eat one's heart out [for somebody]** đau đớn âm thầm: *since he left, she's been sitting at home eating her heart out* từ khi anh ta bỏ đi, chị ta ngồi nhà đau đớn âm thầm; **eat humble pie** rất hối hận; **eat like a horse** *(kng)* ăn khỏe; **eat out of somebody's hand** phục tùng ai: *she soon had the class out of her hand* chẳng mấy chốc cô ta đã làm cả lớp phục tùng; **eat somebody out of house and home** *(kng, thường đùa)* ăn của ai đến sạt nghiệp: *I hope your brother won't stay much longer, he's eating us out of house and home* tôi hy vọng anh cậu không ở lại lâu hơn nữa, anh ta đang ăn đến sạt nghiệp nhà ta mất; **eat oneself sick [on something]** *(kng)* ăn đến phát ốm ra: *the children would eat themselves sick on chololate if I let them* tụi trẻ sẽ ăn sôcôla đến phát ốm ra nếu tôi cho phép chúng; **eat one's words** nhận ra mình đã nói sai; **have one's cake and eat it** x cake¹; **I'll eat my hat** *(kng)* thì tôi cứ đi đầu xuống đất!: *Rob's always late, if he gets here on time, I'll eat my hat* Rob luôn luôn trễ giờ, nếu nó đến đây đúng giờ thì tôi cứ là đi đầu xuống đất; **the proof of the pudding is in the eating** x proof¹.

eat something away; eat away at something xói mòn: *the river is eating away at the bank* con sông đang xói mòn bờ; **eat into something 1.** ăn mòn, gặm mòn: *acids eat into metals* axit ăn mòn kim loại

2. làm hao hụt: *paying for that new carpet has eaten into my savings* trả tiền mua tấm thảm mới này đã làm hao hụt số tiền tiết kiệm của tôi; **eat out** ăn cơm tiệm, ăn cơm ngoài *(thay vì ăn ở nhà): I'm too tired to cook tonight, shall we eat out?* tối nay em mệt quá không nấu nướng được, ta đi ăn cơm ngoài được không anh?; **eat somebody up** *(bóng) (thường ở thể bị động)* ám ảnh, giày vò: *his jealousy was eating him up* lòng ghen tuông đang giày vò anh ta.

eatable /'i:təbl/ *tt* ăn được; ăn ngon: *our school meals are hardly eatable* bữa ăn ở trường chúng tôi thật khó nhá.

eatables /'i:təblz/ *dt (snh)* *(kng)* thức ăn, đồ ăn: *eatables and drinks* đồ ăn thức uống.

eaten /'i:tn/ *đttqk của* eat.

eater /'i:tə[r]/ *dt* **1.** người ăn *(theo một cách nào đó): he's a greedy eater* nó là một người tham ăn **2.** *nh* eating apple.

eating apple /'i:tiŋæpl/ loại táo ăn tươi *(không qua nấu nướng)*.

eating house /'i:tiŋhaus/ (cg **eating place**) /'i:tiŋpleis/ hàng ăn, quán ăn.

eats /'i:ts/ *dt (snh) (kng)* món ăn: *there were plenty of eats but not enough to drink* có nhiều món ăn, nhưng đồ uống thì không đủ.

eau-de-Cologne /͵əudəkə-'ləun/ *dt (cg* **cologne**) nước hoa Cologne.

eaves /'i:vz/ *dt (snh) (xdụng)* mái chìa: *bird nesting under the eaves* chim làm tổ dưới mái chìa.

eavesdrop /'i:vzdrop/ *đgt* nghe trộm.

eavesdropper /'i:vzdrɔpə[r]/ *dt* người nghe trộm.

ebb[1] /eb/ *dgt* **ebb away** 1. rút, xuống *(thủy triều)* 2. *(bóng)* tàn tạ, giảm sút: *daylight was ebbing away* ánh sáng ban ngày đang giảm dần; trời đang xế chiều; *our enthusiasm soon began to ebb* nhiệt tình của chúng tôi chẳng bao lâu đã bắt đầu giảm sút.

ebb[2] /eb/ *dt* **the ebb** sự rút xuống *(thủy triều)*, triều xuống: *the tide is on the ebb* thủy triều đang xuống. // **at a low ebb** *x* low[1]; **the ebb and flow [of something]** sự lên xuống thường xuyên, sự dao động thường xuyên *(của thời trang, của tiếng ồn...)*; **on the ebb** suy tàn, tàn tạ, sa sút: *my luck is on the ebb* vận của tôi đang lúc sa sút.

ebb tide /ˌeb'taid/ *(cg* **the ebb)** triều xuống.

ebony[1] /'ebəni/ *dt* gỗ mun.

ebony[2] /'ebənti/ *tt* 1. bằng gỗ mun 2. đen như gỗ mun.

ebullience /i'bʌliəns, i'bʊliəns/ *dt* sự sôi nổi; sự sôi động.

ebullient /i'bʌliənt, i'bʊliənt/ *tt* sôi nổi; sôi động.

ebulliently /i'bʌliəntli, i'bʊliəntli/ *pht* [một cách] sôi nổi, [một cách] sôi động.

EC /i:'si:/ *(vt của* East Central) khu trung tâm phía đông: *London EC* khu trung tâm phía đông của Luân Đôn.

eccentric[1] /ik'sentrik/ *tt* 1. kỳ quặc: *his eccentric habits* những thói quen kỳ quặc của nó 2. lệch tâm *(vòng tròn)* 3. không tròn *(quỹ đạo)*.

eccentric[2] /ik'sentrik/ *dt* 1. người kỳ quặc 2. *(cơ)* cơ cấu cam.

eccentrically /ik'sentrikəli/ *pht* 1. [một cách] kỳ quặc 2. [một cách] lệch tâm.

eccentricity /ik'sentrisəti/ *dt* 1. tính kỳ quặc; hành động kỳ quặc 2. *(cơ, toán)* độ lệch tâm.

ecclesiastic /i,kli:zi'æstik/ *dt* tu sĩ *(công giáo)*.

ecclesiastical /i,kli:zi'æstikl/ *tt (thường thngữ)* 1. [thuộc] tu sĩ 2. [thuộc] giáo hội Công giáo.

ecclesiastically /i,kli:zi'æstikli/ *pht* với tư cách là tu sĩ; theo cách tu sĩ.

ECG /i:si'dʒi:/ *(y) (vt của* electrocardiogram) điện tâm đồ.

echelon /'eʃəlɔn/ *dt* 1. cấp bậc: *the upper echelon of the Civil Service* những cấp bậc cao trong ngành dân sự 2. *(quân)* đội hình bậc thang: *aircraft flying in echelon* máy bay bay theo đội hình bậc thang.

echo[1] /'ekəʊ/ *dt (snh* **echoes)** 1. tiếng dội, tiếng vang; độ vang: *if you shout loudly, you'll hear the echo* nếu anh hét to anh sẽ nghe tiếng dội lại; *this cave has a good echo* hang này có độ vang tốt 2. người bắt chước; điều bắt chước: *he has no original opinions, he's just his father's echo* anh ta không có ý kiến riêng, mà chỉ bắt chước bố anh thôi. // **to the echo** *(cũ)* vang dội: *her performance was cheered to the echo* buổi trình diễn của cô ta được hoan hô vang dội.

echo[2] /'ekəʊ/ *dgt* 1. dội, vang: *the valley echoed [back] his song* thung lũng dội lại tiếng hát của anh ta; *the hills echoed to the sound of their laughter* quả đồi dội tiếng cười của họ; *his footsteps echoed [in the empty hall]* tiếng bước chân của anh ta dội lên trong sảnh đường trống trải 2. bắt chước: *they echoed their leader's every word* họ bắt chước từng lời của lãnh tụ của họ.

éclair /i'kleə[r], ei'kleə[r]/ *dt (cg* **chocolate é clair**) bánh kem sôcôla hình ngón tay.

éclat /'eikla:, (Mỹ ei'kla:)/ *dt* 1. sự thành công rực rỡ: *perform with éclat* trình diễn thành công rực rỡ 2. lời ca ngợi: *her latest novel was received with great éclat* cuốn tiểu thuyết mới nhất của bà ấy đã được ca ngợi hết lời.

eclectic[1] /i'klektik/ *tt* không chuyên thích cái gì, rộng: *the painter's style is very eclectic* phong cách của họa sĩ rất rộng.

eclectic[2] /i'klektik/ *dt* người không chuyên thích, người chọn lựa rộng.

eclectically /i'klektikli/ *pht* [một cách] chọn lựa rộng.

eclecticism /i'klektisizəm/ *dt* lối chọn lựa rộng.

eclipse[1] /i'klips/ *dt* 1. thiên thực *(nhật thực, nguyệt thực)*: *total (partial) eclipse of the sun* nhật thực toàn phần (một phần) 2. *(bóng)* sự bị lu mờ: *after suffering an eclipse, she is now famous again* sau một thời gian bị lu mờ, chị ta lại nổi tiếng trở lại.

eclipse[2] /i'klips/ *dgt* 1. che khuất *(mặt trời, mặt trăng)*: *the sun is partly eclipsed [by the moon]* mặt trời bị [mặt trăng] che khuất một phần 2. át hẳn, làm lu mờ: *he is eclipsed by his wife, who is cleverer than him* anh ta bị lu mờ bên cạnh bà vợ mình, một người thông minh hơn anh nhiều.

eco- *(dạng kết hợp thường tạo dt)* sinh thái: *ecosystem* hệ sinh thái; *ecotype* kiểu sinh thái.

ecological /ˌiːkəˈlɒdʒikl/ *tt* [thuộc] sinh thái; [thuộc] sinh thái học.

ecologically /ˌiːkəˈlɒdʒikli/ *pht* về mặt sinh thái.

ecologist /iːˈkɒlədʒist/ *dt* nhà sinh thái học.

ecology /iːˈkɒlədʒi/ *dt* sinh thái; sinh thái học.

Ecology Party /iːˈkɒlədʒi ˌpɑːti/ **the Ecology Party** (*cg* the **Green Party**) Đảng Xanh.

Econ (*vt của* Economics) kinh tế học: *James Rigg MSc (Econ)* James Rigg, Cao học kinh tế.

economic /ˌiːkəˈnɒmik, ekəˈnɒmik/ *tt* kinh tế: *the government economic policy* chính sách kinh tế của chính phủ; *economic development* sự phát triển kinh tế; *economic geography* địa lý kinh tế; *it is not always economic for buses to run on Sundays* xe buýt chạy vào chủ nhật không phải lúc nào cũng kinh tế (*có lợi*).

economical /ˌiːkəˈnɒmikl, ˌekəˈnɒmikl/ *tt* 1. tiết kiệm 2. kinh tế.

economically /ˌiːkəˈnɒmikli, ˌekəˈnɒmikli/ *pht* 1. một cách tiết kiệm 2. về mặt kinh tế.

economics /ˌiːkəˈnɒmiks, ˌekəˈnɒmiks/ *dt* (*dgt số ít*) 1. kinh tế học 2. nền kinh tế (*của một nước*).

economist /iːˈkɒmənist/ *dt* nhà kinh tế học.

economize, economise /iːˈkɒməmaiz/ *dgt* **economize [on something]** tiết kiệm: *economize on petrol* tiết kiệm xăng dầu.

economy /iːˈkɒnəmi/ *dt* 1. sự tiết kiệm: *practise economy* thực hành tiết kiệm 2. kinh tế: *political economy* kinh

tế chính trị 3. cơ cấu kinh tế, nền kinh tế: *the economies of Japan and China* nền kinh tế của Nhật Bản và Trung Quốc.

ecosystem /ˈiːkəʊsistəm/ *dt* hệ sinh thái.

ecstasy /ˈekstəsi/ *dt* sự mê ly: *an ecstasy of happiness* sự sướng mê li.

ecstatic /ikˈstætik/ *tt* [sướng] mê li: *he was ecstatic at the news of his daughter's birth* anh ta sướng mê li khi được tin con gái mình chào đời.

ecstatically /ikˈstætikli/ *pht* [một cách] mê li.

ECT /ˌiːsiːˈtiː/ (*y*) (*vt của* electroconvulsive therapy) liệu pháp điện sốc.

-ectomy (*dạng kết hợp tạo dt*) sự cắt bỏ bằng phẫu thuật: *appendectomy* thủ thuật cắt bỏ ruột thừa.

ectoplasm /ˈektəplæzəm/ *dt* (*sinh*) ngoại chất.

ECU (*vt của* European Currency Unit) đồng ecu (*đơn vị tiền tệ của Công đồng Kinh tế Châu Âu*).

ecumenical (*cg* oecumenical) /ˌiːkjuːˈmenikl, ˌekjuːˈmenikl/ 1. [thuộc] giáo hội Thiên Chúa giáo toàn thế giới 2. nhằm hợp nhất giáo hội Thiên Chúa giáo: *the ecumenical movement* phong trào hợp nhất giáo hội Thiên Chúa giáo.

ecumenicalism /ˌiːkjuːmeˈnikəlizəm/ *dt* niềm tin vào sự hợp nhất giáo hội Thiên Chúa giáo; nỗ lực hợp nhất giáo hội Thiên Chúa giáo.

ecumenically /ˌiːkjuːmeniˈkli/ *pht* [một cách] nhằm hợp nhất giáo hội Thiên Chúa giáo.

eczema /ˈeksimə, (*Mỹ* igˈziːmə)/ *dt* (*y*) eczêma, chàm.

ed *vt* 1. (*vt của* edited, edition, editor) do (*ai*) biên tập; lần xuất bản; biên tập viên 2. (*vt của* educated) được giáo dục, học: *Peter Jeffries, b 1932, ed Tonbridge Sch* Peter Jeffries, sinh năm 1932, học ở trường Tonbridge.

-ed (*cg* **-d**) (*tiếp tố, với dt tạo thành tt*) talented có tài; quick-witted nhanh trí; thông minh.

Edam /ˈiːdæm, (*Mỹ cg* iˈdæm)/ *dt* pho mát Edam (*Hà Lan, màu vàng, có cùi đỏ*).

eddy¹ /ˈedi/ *dt* xoáy nước; cơn lốc, cuộn (*bụi...*): *eddies of dust swirled in the road* những xoáy bụi cuộn lên trên đường.

eddy² /ˈedi/ *dgt* (**eddied**) xoáy, cuộn: *groups of tourists eddying continually about the main square of the city* các nhóm khách liên tục đổ dồn về quảng trường chính của thành phố.

edelweiss /ˈeidəlvais/ *dt* (*snh kđổi*) (*thực*) cây sao bạc.

Eden /ˈiːdn/ *dt* nơi tiên cảnh, chốn bồng lai.

edge¹ /edʒ/ *dt* 1. lưỡi, cạnh sắc (*dao, kiếm...*): *put an edge on an axe* mài lưỡi rìu 2. bờ, gờ, rìa, mép: *the edge of a plate* mép đĩa; *he fell off the edge of the cliff* anh ta ngã từ rìa vách đá; *he lives at the edge of the forest* ông ta sống ở bìa rừng. // **give somebody (get) the [rough] edge of one's (somebody's) tongue** (*kng*) nói với ai (*bị ai nói*) một cách giận dữ, thô lỗ: *her pupils often got the rough edge of her tongue when they disobeyed her* học sinh của bà thường bị bà mắng một cách giận dữ khi chúng không vâng lời bà;

have an edge to one's voice để lộ sự giận dữ, sự bực mình trong giọng nói: *she was trying to remain calm, but there was a distinct edge to her voice* chị ta cố bình tĩnh, nhưng giọng nói của chị ta thể hiện một sự bực mình rõ rệt; **have an (the) edge on (over) somebody (something)** có lợi thế hơn một chút: *the young tennis player definitely had the edge on his older opponent* vận động viên quần vợt trẻ rõ ràng là có lợi thế hơn đối thủ lớn tuổi hơn mình một chút; **[be] on edge** bối rối; hốt hoảng: *she was a bit on edge till she heard he was safe* cô ta hơi hốt hoảng cho tới khi biết tin là anh ấy được an toàn; **set one's teeth on edge** x tooth; **take the edge of something** làm dịu đi, làm giảm đi: *I need a sandwich to take the edge of my appetite* tôi muốn một chiếc bánh xăng-uých để ăn cho đỡ đói.

edge² /edʒ/ *đgt* **edge something [with something]** *(thường ở dạng thụ động)* viền, làm gờ, làm bờ cho: *the handkerchief was edged with lace* chiếc khăn tay có viền đăng ten; *a road edged with grass* con đường hai bên có cỏ mọc. // **edge (something, one's way) across, along, away, back...** di chuyển chậm chạp và thận trọng ngang qua, dọc theo, xa ra, lùi lại...: *I edged [my chair] towards the door* tôi nhích cái ghế ra phía cửa; **edge somebody [something] out [of something]** làm cho dần dần mất đi vị thế hoặc quyền lực của mình: *their new product has edged all its competitors out of the market* sản phẩm mới của họ đã gạt tất cả các đối thủ ra khỏi thị trường.

-edged /edʒd/ *(yếu tố tạo tt ghép)* có viền (gờ, bờ...) như thế nào đó: *a blunt-edged knife* con dao có lưỡi cùn; *a two-edged remark* một nhận xét hai mặt.

edgeways /'edʒweis/ *pht* (cg **edgewise**) /'edʒwaiz/ xoay ngang (cg **sideways**): *if you turn it edgeways you'll get the desk through the door* xoay ngang lại bạn mới có thể đưa cái bàn qua cửa. // **(not) get a word in edgeways** x word¹.

edgily /'edʒili/ *pht* [một cách] hồi hộp; [một cách] cáu kỉnh.

edginess /'edʒinis/ *dt* sự hồi hộp; sự cáu kỉnh.

edging /'edʒiŋ/ *dt* viền, bờ, gờ: *a lace edging on a dress* một đường viền đăng ten ở chiếc áo váy.

edging-shears /'edʒiŋʃiəz/ *dt* kéo xén bờ sân cỏ.

edgy /'edʒi/ *tt* (kng) hồi hộp; cáu kỉnh: *she's been very edgy recently, waiting for the examination results* gần đây cô ta rất hồi hộp vì đang chờ kết quả thi.

edible /'edibl/ *tt* ăn được (không độc): *edible wild berries* những thứ quả mọng dại ăn được.

edict /'i:dikt/ *dt* chỉ dụ: *by edict of the king* theo chỉ dụ của nhà vua.

edification /,edifi'keiʃn/ *dt* sự mở mang trí óc; (thường mỉa) sự khai trí.

edifice /'edifis/ *dt* tòa nhà, lâu đài, phủ: *he had high ideas in his youth but gradually the whole edifice crumbled* (bóng) thời trẻ anh ta có những ý tưởng cao cả, nhưng dần dần tất cả cái "lâu đài" ấy đã sụp đổ.

edit /'edit/ *đgt* **1.** biên tập: *edit a Shakespeare play for*

use in schools biên tập một vở kịch của Shakespeare để dùng ở nhà trường **2.** chủ biên **3.** (+ out) cắt xén: *they must have edited bits of the interview out* chắc là họ đã cắt xén đi một số chỗ trong cuộc phỏng vấn.

edition /i'diʃn/ *dt* **1.** ấn bản **2.** lần xuất bản: *a revised edition* lần tái bản có sửa chữa; *the morning edition of a newspaper* bản in buổi sáng của một tờ báo.

editor /'editə[r]/ *dt* **1.** chủ bút (báo, tập san...) **2.** người phụ trách một mục riêng (trên một tờ báo...), biên tập viên.

editorship /'editəʃip/ *dt* **1.** công tác thu thập và xuất bản **2.** nhiệm vụ chủ bút; chức chủ bút.

editorial¹ /,edi'tɔ:riəl/ *tt* [thuộc] công tác biên tập: *the editorial office* tòa soạn; *editorial work* công tác biên tập.

editorial² /,edi'tɔ:riəl/ *dt* bài xã luận.

EDP /,i:di:'pi:/ (vt của electronic data processing) xử lý dữ liệu điện tử.

EDT /,i:di:'ti:/ (Mỹ) (vt của Eastern Daylight Time) giờ miền Đông.

educate /'edʒukeit/ *đgt* **educate somebody [in something]** giáo dục, dạy dỗ: *parents should educate their children to behave well* cha mẹ phải dạy dỗ con cái biết cách cư xử tốt; *where were you educated?* anh học ở trường nào?

educated /'edʒukeitid/ *tt* có giáo dục, có học: *a highly educated woman* người phụ nữ có trình độ giáo dục cao. // **an educated guess** dự đoán dựa trên kinh nghiệm (thường là đúng).

education /,edjʊ'keiʃn/ *dt* **1.** nền giáo dục; hệ thống giáo dục: *primary (secondary) education* hệ thống giáo dục tiểu học (trung học) **2.** sự giáo dục: *intellectual (moral) education* sự giáo dục, tri thức (đạo đức) **3.** ngành giáo dục, ngành sư phạm: *a lecturer in education* giảng viên sư phạm.

educational /,edjʊ'keiʃənəl/ *tt* [thuộc] giáo dục, để giáo dục: *he was visiting schools and other educational establisments in the area* ông ta đang đi thăm các trường học và các cơ sở giáo dục khác trong vùng.

educationally /,edjʊ'keiʃənəli/ *pht* về mặt giáo dục.

educationist /,edjʊ'keiʃʌnist/ (*cg* **educationalist** /,edjʊ'keiʃənəlist/) *dt* chuyên gia giáo dục.

educator /edjʊkeitə[r]/ *dt* nhà sư phạm.

-ee (*tiếp tố, với dgt, dt tạo thành dt*): *employee* người làm; *absentee* người vắng mặt, *refugee* người tị nạn.

EEC /,i:i:'si/ (*vt của* European Economic Community) Cộng đồng Kinh tế Châu Âu.

EEG /,i:i:'dʒi:/ (*y*) (*vt của* electroencephalogram) điện não đồ: *give somebody an EEG* làm điện não đồ cho ai.

eel /i:l/ *dt* (*động*) cá chình; con lươn.

-eer (*tiếp tố*) **1.** (*với dt tạo thành dt*) người có liên quan tới: *auctionneer* người bán đấu giá; *mountaineer* người leo núi **2.** (*với dt tạo thành dgt*) (*thường xấu*) dính líu tới: *profiteer* lợi dụng để trục lợi.

eerie (*cg* **eery**) /'iəri/ *tt* (**-ier; -iest**) bí hiểm đáng sợ: *an eerie silence* sự im lặng bí hiểm đáng sợ.

eerily /'iərili/ *pht* [một cách] bí hiểm đáng sợ.

eeriness /'iərinis/ *dt* sự bí hiểm đáng sợ.

eery /'iəri/ *tt* x eerie.

eff /ef/ *dgt* (*trại*) **eff off** cút đi, cuốn xéo: *I told him to eff off* tôi bảo nó cút đi.

efface /i'feis/ *dgt* **1.** làm mờ đi, xóa đi: *time and weather had long ago effaced the inscription on the monument* thời gian và mưa nắng đã làm mờ những chữ khắc trên đài kỷ niệm **2. efface oneself** nép mình, ẩn lánh.

effacement /i'feismənt/ *dt* sự ẩn lánh.

effect¹ /i'fekt/ *dt* **1.** tác động, ảnh hưởng: *the effect of heat on metal* tác động của nhiệt đối với kim loại; *did the medicine have any effect?* thuốc có công hiệu gì không? **2.** ấn tượng: *the stage lighting gives the effect of a moonlight scene* đèn sân khấu cho ta ấn tượng về một cảnh sáng trăng; *she only dressed like that for effect (for the effect it creates)* chị ta ăn mặc như thế cốt để gây ấn tượng **3. effects** vật dụng cá nhân, của cải: *personal effects* vật dụng riêng. // **bring (put) something into effect** thực thi: *the new system will soon be put into effect* hệ thống mới sẽ sớm được đưa vào thực thi; **come into effect** có hiệu lực: *these regulations came into effect last week* những quy định mới ấy có hiệu lực từ tuần trước; **give effects to something** làm cho có tác dụng: *the new ruling gives effect to the recommendations of the special committee* quyết định mới làm cho những kiến nghị của ủy ban đặc biệt trở thành có tác dụng; **in effect** a/ thực ra, quả vậy: *the two systems are, in effect, identical* thực ra hai hệ thống đó như nhau; b/ còn hiệu lực: *some ancient laws are still in effect* một số luật cũ vẫn còn hiệu lực; **of (to) no effect** không có hiệu quả: *my warning was of no effect* lời báo trước của tôi không có hiệu quả; *we warned them, but to no effect* chúng tôi đã báo trước họ, nhưng đã vô hiệu; **strain after-effects (an effect)** x strain¹; **take effect** a/ có tác dụng, có công hiệu: *the aspirin soon took effect* thuốc aspirin đã sớm có công hiệu b/ có hiệu lực: *the new law takes effect from tomorrow* đạo luật mới có hiệu lực từ ngày mai; **to good... effect** tạo một ấn tượng tốt..., tạo một hiệu quả tốt...: *the room shows off her paintings to good effect* gian phòng tạo một ấn tượng tốt cho các bức họa của cô ta; **to this (that) effect** với ý nghĩa đại loại như thế: *he told me to go out, or words to that effect* hắn bảo tôi đi ra ngoài, hoặc những lời lẽ với đại loại ý nghĩa như thế; **to the effect that** để bảo rằng: *he left a note to the effect that he would not be returning* anh ta để lại mấy chữ để báo rằng anh ta sẽ không trở lại.

effect² /i'fekt/ *dgt* thực hiện, đem lại: *effect a change* thực hiện một sự thay đổi; *effect a cure* thực hiện việc chữa trị.

effective /i'fektiv/ *tt* **1.** hữu hiệu: *effective measures to reduce unemployment* những biện pháp hữu hiệu để giảm bớt nạn thất nghiệp **2.** gây ấn tượng: *an effective speech* bài nói gây ấn tượng

3. thực sự: *the effective membership of a society* hội viên thực sự của một hội **4.** phù hợp với công việc: *the effective strength of the army* sức khỏe phù hợp cần thiết cho quân đội.

effectively /i'fektivli/ *pht* **1.** [một cách] hữu hiệu **2.** trên thực tế, thực ra: *that means that effectively we have no chance of finishing on time* điều đó có nghĩa là trên thực tế ta không có cơ may hoàn thành đúng hạn.

effectiveness /i'fektivnis/ *dt* **1.** sự hữu hiệu **2.** ấn tượng sâu sắc.

effectual /i'fektʃəʊl/ *tt* (không dùng nói về người) có hiệu quả: *take effectual measures* thực hiện những biện pháp có hiệu quả.

effectually /i'fektʃʊəli/ *pht* [một cách] có hiệu quả.

effeminacy /i'feminəsi/ *dt* tính ẻo lả (như đàn bà).

effeminate /i'feminət/ *tt* (xấu) (nói về đàn ông) như đàn bà, ẻo lả (như đàn bà): *an effeminate voice (walk)* giọng nói như đàn bà; dáng đi ẻo lả.

effeminately /i'feminətli/ *pht* [một cách] ẻo lả (như đàn bà).

effervesce /,efə'ves/ *đgt* **1.** sủi bọt (chất lỏng) **2.** sục sôi, sôi động (người).

effervescence /,efə'vesəns/ *dt* sự sủi bọt **2.** sự sục sôi, sự sôi động.

effervescent /,efə'vesənt/ *tt* **1.** sủi bọt **2.** sục sôi, sôi động.

effete /i'fi:t/ *tt* **1.** suy yếu: *an effete government* một chính phủ suy yếu **2.** yếu đuối: *an effete young man* một người trẻ tuổi yếu đuối.

effeteness /i'fi:tnis/ *dt* **1.** sự suy yếu **2.** sự yếu đuối.

efficacious /,efi'keiʃəs/ *tt* có hiệu quả, công hiệu, hiệu nghiệm: *an efficacious treatment* cách chữa trị công hiệu.

efficaciously /,efi'keiʃəsli/ *pht* một cách công hiệu.

efficacy /'efikəsi/ *dt* sự công hiệu: *test the efficacy of a new drug* thử công hiệu của một loại thuốc mới.

efficiency /i'fiʃnsi/ *dt* **1.** năng lực, khả năng **2.** năng suất, hiệu suất: *labour efficiency* năng suất lao động.

efficient /i'fiʃnt/ *tt* **1.** có năng lực, có khả năng: *an efficient secretary* một viên thư ký có năng lực **2.** có năng suất, có hiệu suất cao (máy).

efficiently /i'fiʃntli/ *pht* **1.** [một cách] có năng lực, [một cách] có khả năng **2.** [một cách] có năng suất, [một cách] có hiệu suất cao: *get industry running more efficiently* làm cho công nghiệp phát triển có hiệu suất cao hơn.

effigy /'efidʒi/ *dt* hình nộm: *the protesters burnt an effigy of the Prime Minister* những người phản đối đốt hình nộm của Thủ tướng.

efflorescence /,eflɔ:'resns/ *dt* sự nở hoa (chủ yếu dùng nghĩa bóng) *a period of great efflorescence in the arts* một thời kỳ nở rộ của nghệ thuật.

efflorescent /,eflɔ:'resnt/ *tt* nở hoa; nở rộ.

effluent /'efluənt/ *dt* **1.** chất phế thải: *the effluent from the factory makes the river unsafe for swimming* chất phế thải đổ từ nhà máy ra làm cho con sông trở nên nguy hiểm khi bơi lội **2.** sông nhánh, dòng nhánh.

effort /'efət/ *dt* sự cố gắng, sự ráng sức; cố gắng: *he must put more effort into his work* nó phải cố gắng hơn trong công việc; *they lifted the heavy rock without effort* họ nhấc tảng đá nặng mà không phải ráng sức; *it was a real effort to stay awake through the film* thực phải cố gắng lắm mới thức xem hết cuốn phim; *finishing the work in one day was a very good effort* xong việc trong một ngày quả là một cố gắng rất lớn.

effortless /'efətlis/ *tt* không cố gắng lắm, dễ dàng: *she skates with such effortless grace* chị ta trượt băng với vẻ duyên dáng dễ dàng đến thế.

effortlessly /'efətlisli/ *pht* [một cách] dễ dàng.

effortlessness /'efətlisnis/ *pht* sự không phải cố gắng lắm, sự dễ dàng.

effrontery /i'frʌntəri/ *dt* **1.** sự trâng tráo: *he had the effrontery to say I was lying* nó trâng tráo nói tôi đã nói dối **2.** (thường snh) điều trâng tráo: *everyone is tired of their blatant effronteries* mọi người đều chán ngấy những điều trâng tráo rành rành của nó.

effusion /i'fju:ʒn/ *dt* **1.** sự trào ra: *an effusion of blood* sự trào máu ra, sự đổ máu **2.** (bóng) sự dạt dào (tình cảm...): *effusions in love letters* sự dạt dào tình cảm trong thư tình.

effusive /i'fju:siv/ *tt* dạt dào [tình cảm]: *her effusive thanks embarrassed everybody* những lời cảm ơn dạt dào tình cảm của cô ta đã làm mọi người bối rối.

effusively /i'fju:sivly/ *pht* [một cách] dạt dào [tình cảm].

effusiveness /i'fju:sivnis/ *dt* sự dạt dào [tình cảm].

EFL /ˌi:efˈel/ (vt của English as a Foreign Language) tiếng Anh như một ngoại ngữ.

EFTA (cg **Efta**) /ˈeftə/ (vt của European Free Trade Association) Hiệp hội mậu dịch tự do Châu Âu.

eg /ˌi:ˈdʒi:/ (vt của for example, for instance) ví dụ (tiếng La tinh là exempli gratia): you must avoid sweet foods, eg sugar, chocolate, ice cream anh phải tránh ăn những món ăn ngọt như đường, sôcôla, kem.

egalitarian¹ /iˌgæliˈteəriən/ tt bình quân chủ nghĩa.

egalitarian² /iˌgæliˈteəriən/ dt người theo chủ nghĩa bình quân.

egalitarianism /iˌgæliˈteəriənizəm/ dt chủ nghĩa bình quân.

egg¹ /eg/ dt trứng: the male sperm fertilizes the female egg tinh trùng thụ tinh tế bào trứng (ở động vật có vú); the hen laid a large brown egg con gà mái đẻ ra một quả trứng to màu nâu; ant's eggs trứng kiến; do you want a boiled egg for breakfast? anh có muốn ăn trứng luộc vào bữa sáng không?. // **a bad egg (lot)** (cũ, kng) người dê tiện; **a curate's egg** x curate; **get (have; be left with...) egg on (all over) one's face** (kng) ngố mặt ra: he was left with egg all over his face when his forecast was proved wrong mặt anh ta ngố ra khi biết mình đã đoán sai; **kill the goose that lays the golden egg** x kill; **one can't make an omelette without breaking eggs** x omelette; **put all one's eggs in (into) one basket** được ăn cả ngã về không; **teach one's grandmother to**

suck eggs trứng đòi khôn hơn vịt.

egg² /eg/ đgt **egg somebody on [to do something]** thúc ai làm gì; khích lệ ai làm gì: I didn't want to do it, but Peter kept egging me on tôi không muốn làm việc đó, nhưng Peter cứ thúc tôi hoài.

egg-beater /ˈegbi:tə[r]/ dt dụng cụ đánh trứng.

egg-cup /ˈegkʌp/ dt chén đựng trứng chần.

egg-head /ˈeghed/ dt (thường xấu) nhà trí thức xa rời thực tế.

egg-plant /ˈegplænt/ dt (Mỹ) nh aubergine.

eggshell /ˈegʃel/ dt vỏ trứng.

eggshell china /ˌegʃelˈtʃainə/ đồ sứ [mỏng tựa] vỏ trứng.

eggshell paint /ˌegʃelˈpeint/ sơn dạng vỏ trứng.

egg-timer /ˌegˈtaimə[r]/ đồng hồ thời gian khi luộc trứng (đồng hồ cát, chạy khoảng cả thảy 3 phút).

egg-whisk /ˌegwisk/ dt nh egg-beater.

eglantine /ˈegləntain/ dt (cg **sweet briar**) (thực) tầm xuân (cây, hoa).

ego /ˈegəʊ, (Mỹ ˈi:gəʊ)/ dt **1.** (triết) cái tôi **2.** (kng) lòng tự trọng: losing the match made quite a dent in his ego thua trận đấu đó thực sự đã tạo một vết mẻ trong lòng tự trọng của anh ta.

egocentric /ˌegəʊˈsentrik, (Mỹ ˌi:gəʊˈsentrik)/ tt cho mình là trung tâm.

egocentricity /ˌegəʊsənˈtrisəti, (Mỹ ˌi:gəʊsəntˈtrisəti)/ dt thói cho mình là trung tâm.

egoism /ˈegəʊizəm, (Mỹ ˈi:gəʊizəm)/ dt **1.** (thường xấu) tính ích kỷ **2.** chủ nghĩa vị kỷ.

egoist /ˈegəʊist/ dt người ích kỷ.

egoistic /ˌegəʊˈistik, (Mỹ ˌi:gəʊˈistik)/ tt (cg **egoistical**) ích kỷ, vị kỷ.

egoistically /ˌegəʊˈistikli, (Mỹ ˌi:gəʊˈistikli)/ pht [một cách] ích kỷ, [một cách] vị kỷ.

egotism /ˈegəʊtizəm, (Mỹ ˌi:gəʊtizəm)/ dt (thường xấu) chủ nghĩa tự ngã.

egotistic /ˌegəʊˈtistik, (Mỹ ˌi:gəʊˈtistik)/ tt (cg **egotistical**) vị ngã.

egotistically /ˌegəʊˈtistikli, (Mỹ ˈi:gəʊˈtistikli)/ pht [một cách] vị ngã.

egregious /iˈgri:dʒiəs/ tt quá xá, cực kỳ, đại: egregious blunder sai lầm quá xá; an egregious fool một thằng đại ngốc.

egregiously /iˈgri:dʒiəsli/ pht một cách quá xá.

egress /ˈi:gres/ dt **1.** (luật) quyền ra **2.** (cũ) lối ra.

egret /ˈi:grit/ dt (động) cò bạch.

eh /ei/ pht hả: that was a good film, eh? phim đó hay đấy nhỉ, hả?; "I want to go home!" "eh?" "I said I want to go home" "tôi muốn về nhà" "hả?" "tôi nói là tôi muốn về nhà".

eiderdown /ˈaidədaʊn/ dt chăn phủ giường chần lông vịt.

eight¹ /eit/ dht, dt tám.

eight² /eit/ dt **1.** số 8 **2.** đội chèo 8 người: is the Oxford eight winning? đội chèo tám người của Oxford có thắng không đấy? // **have had over the eight** (kng) ngà ngà say.

eight- (trong từ ghép) gồm tám cái (thuộc một thứ nào đó).

eighteen¹ /eiˈti:n/ dt, dht mười tám.

eighteen² /ei'ti:n/ *dt* số mười tám.

eighteenth¹ /,ei'ti:nθ/ *dt, dht* thứ mười tám.

eighteenth² /,ei'ti:nθ/ *dt* một phần mười tám.

eighth¹ /eitθ/ *dt, dht* thứ tám.

eighth² /eitθ/ *dt* một phần tám.

eightieth¹ /'eitiəθ/ *dgt, dht* thứ tám mươi.

eightieth² /'eitiəθ/ *dt* một phần tám mươi.

eightsome /'eitsəm/ *dt* **1.** nhóm tám người **2.** trò chơi tám người **3.** (*cg* **eighsome reel**) điệu nhảy E-cốt tám người.

eighty¹ /'eiti/ *dt, dht* tám mươi.

eighty² /'eiti/ *dt* số tám mươi.

eisteddfod /ai'steðvod/ *dt* cuộc thi thơ nhạc hằng năm ở xứ Wales.

either¹ /'aiðə[r], (*Mỹ* 'i:ðər)/ *dht, dt* cái này hay cái kia (*trong hai cái*) **1.** *dt* you can park on either side of the street anh có thể đỗ xe bên này hay bên kia đường cũng được; there's a staircase at either end of the corridor ở đầu này hay đầu kia của hành lang đều có cầu thang **2.** *dht* (*dt dùng với dgt số ít*) take one of the books on the table, either of them will do lấy một trong hai cuốn sách trên bàn, cuốn nào cũng được.

either² /'aiðə[r], (*Mỹ* 'i:ðər)/ **1.** (*sử dụng sau hai dgt phủ định*) cũng, cũng thế: I don't like the red shirt and I don't like the green one either tôi không thích cái áo sơ mi màu đỏ mà cũng không thích cái màu lục **2.** (*dùng để nhấn mạnh một nhóm từ phủ định*): I know a good

Italian restaurant. It's not far from here, either tôi biết một quán ăn Ý rất ngon, không xa đây lắm đâu, thực đấy mà **3. either... or...** hoặc... hoặc...: I left it either on the table or in the drawer tôi để cái đó hoặc trên bàn hoặc trong ngăn kéo.

ejaculate /i'dʒækjʊleit/ *dgt* **1.** phóng (*tinh dịch*) **2.** bật ra, thốt ra (*lời nói*).

ejaculation /i,dʒækjʊ'leiʃn/ *dt* **1.** sự phóng (*tinh dịch*) **2.** điều nói thốt ra, lời kêu lên.

eject /i'dʒekt/ *dgt* **1.** tống ra, đuổi ra: the noisy youths are ejected from the cinema tụi thanh niên ồn ào đã bị tống ra khỏi rạp chiếu bóng **2.** phụt ra: lava ejected from a volcano nham thạch phụt ra từ miệng núi lửa **3. eject from something** nhảy ra và bật dù lên: as the plane fell rapidly towards the ground, the pilot had to eject vì máy bay rơi nhanh xuống đất, viên phi công phải nhảy ra và bật dù lên.

ejection /i'dʒekʃn/ *dt* **1.** sự tống ra, sự đuổi ra **2.** sự phụt ra **3.** sự nhảy ra và bật dù lên.

ejector /i'dʒektə[r]/ *dt* thiết bị bật hắt ra.

ejector seat /i'dʒektə,si:t/ (*Mỹ cg* **ejection seat**) ghế bật hắt (*phi công*) ra.

eke /i:k/ *dgt* **eke something out** thêm vào để dùng được lâu hơn; dè sẻn để dùng được lâu hơn: they eked out their coal by collecting firewood họ kiếm củi đun bổ sung vào số than mà họ có thể dùng được lâu hơn; **eke out a living** vất vả kiếm vừa đủ sống.

elaborate¹ /i'læbərət/ *tt* tỉ mỉ, công phu; chi tiết; trau

chuốt: an elaborate hair style kiểu tóc trau chuốt.

elaborate² /i'læbəreit/ *dgt* **1.** thảo tỉ mỉ công phu (*một kế hoạch...*) **2.** (+ on) bàn luận chi tiết: you understand the situation, I needn't elaborate any further anh đã hiểu tình hình, tôi không cần bàn luận chi tiết thêm nữa.

elaborately /i'læbərətli/ *pht* [một cách] tỉ mỉ, [một cách] công phu, [một cách] chi tiết: an elaborately decorated room căn phòng được trang trí công phu.

elaborateness /i'læbərətnis/ *dt* sự tỉ mỉ, sự cẩn thận, sự chi tiết.

elaboration /i,læbə'reiʃn/ *dt* **1.** sự thảo tỉ mỉ công phu **2.** chi tiết thêm vào (*thường là không cần thiết*): the elaborations of the plot make it a difficult book to read những chi tiết thêm vào cốt truyện làm cho cuốn sách trở nên khó đọc hơn.

elan /ei'la:n/ *dt* (*tiếng Pháp*) sự hăng hái, sự sôi nổi; nhuệ khí: performing with great elan diễn xuất rất sôi nổi.

eland /'i:lənd/ *dt* (*động*) linh dương Châu Phi.

elapse /i'læps/ *dgt* trôi qua (*thời gian*): three years have elapsed since we last met ba năm đã trôi qua kể từ ngày chúng ta gặp nhau lần cuối.

elastic¹ /i'læstik/ *tt* co dãn, đàn hồi: rubber is elastic cao su có tính chất co dãn; our plans are fairly elastic kế hoạch của chúng ta khá là co dãn.

elastic² /i'læstik/ *dt* **1.** dây thun: the elastic in my pants has gone dây thun trong quần lót của tôi đã dãn **2.** (*Mỹ*) *nh* rubber band.

elasticate /i'læstikeit/ *dgt (thường ở dạng bị động)* luồn dây thun vào: *an elasticated belt* cái thắt lưng [có luồn dây] thun.

elasticity /,elæs'tisəti, *(Mỹ* i,læs'tisəti)/ tính co dãn, tính đàn hồi.

elastic band /i,læstik'bænd/ *(Mỹ) nh* rubber band.

elastoplast /i'læstəpla:st, i'læstəplæst/ băng dán *(vào vết đứt).*

elated /i'leitid/ *tt* (+ at, by) phấn chấn: *she seems elated at (by) the news* chị ta trông phấn chấn khi được tin ấy.

elatedly /i'leitidli/ *pht* [một cách] phấn chấn.

elation /i'leiʃn/ *dt* sự phấn chấn.

elbow¹ /'elbəu/ *dt* 1. khuỷu tay: *he sat with the elbows on the table* anh ta ngồi chống khuỷu tay xuống bàn; *a jacket patched at the elbows* chiếc áo vét tông vá ở khuỷu tay 2. chỗ gấp khuỷu *(ống dẫn hơi, ống nước...).* // **at one's elbows** sát cánh, sát nách; **give somebody (get) the elbow** *(kng)* hắt hủi ai; **more power to your elbow** x power; **not know one's arse from one's elbow** ngu dốt, đần độn, bất tài; **out of [the] elbows** a/ cũ, và đầy chỗ thủng chỗ rách *(quần áo)* b/ ăn mặc xộc xệch tồi tàn.

elbow² /'elbəu/ *dgt* **elbow somebody out of the way (aside)** hích ai sang một bên; **elbow one's way into, through... [something]** hích bằng khuỷu tay mà lách qua: *he elbowed his way through the crowd* nó hích khuỷu tay mà lách qua đám đông.

elbow-grease /'elbəugri:s/ *dt* công việc chân tay khó nhọc; sự kỳ cọ, sự lau chùi: *if you eased a bit of elbow-grease you could get those*

boots clean anh chịu khó kỳ cọ một chút thì anh sẽ được đôi ủng sạch sẽ.

elbow-room /'elbəurum/ *dt* chỗ rộng rãi, chỗ trở tay: *I need [some] more elbow-room* tôi cần có chỗ trở tay rộng hơn một chút.

elder¹ /'eldə[r]/ *tt* 1. lớn [tuổi] hơn *(trong gia đình):* her elder daughter đứa con gái lớn của chị ta 2. the elder *(đặt trước hoặc sau tên để chỉ người lớn tuổi hơn):* Pitt the elder; the elder Pitt thằng Pít lớn.

elder² /'eldə[r]/ *dt* 1. my... **elder** người lớn tuổi hơn tôi: *he is her elder by several years* anh ấy lớn hơn cô ấy những mấy tuổi 2. **elders** (snh) bậc cha anh: *the village elders* những bậc cha anh trong làng 3. bậc trưởng lão trong giáo hội, trưởng lão. // **one's [elders and] betters** x better³.

elder³ /'eldə[r]/ *dt (thực)* cây cơm cháy.

elderberry /'eldəbri, *(Mỹ* 'eldə,beri)/ *dt* quả cơm cháy.

elderberry wine /,eldəbri'wain/ rượu vang [quả] cơm cháy.

elderly /'eldəli/ *tt* luống tuổi: *my father is rather elderly now and can't walk very fast* bố tôi nay đã khá luống tuổi không đi được thật nhanh nữa.

eldest /'eldist/ *tt* lớn nhất, cả (trong gia đình): *Jill is my eldest daughter* Jill là con gái lớn nhất của tôi; *Jill is my eldest* Jill là con lớn nhất của tôi.

eldorado /eldə'ra:dəu/ *dt (snh* eldorados) vùng đất lắm vàng; thành phố lắm vàng *(tưởng tượng).*

elect¹ /i'lekt/ *dgt* 1. bầu: *they elected James [to be] chairman* họ đã bầu James

làm chủ tịch; *she was elected to parliament last year* năm ngoái bà ta đã được bầu vào nghị viện 2. quyết định: *she elected to become a lawyer* bà ta quyết định sẽ trở thành luật sư.

elect² /i'lekt/ *tt (dùng sau dt)* đã được bầu *(nhưng chưa nhậm chức)*, tân cử: *the President elect* vị tổng thống tân cử.

elect³ /i'lekt/ *dt* **the elect** *(dgt snh)* những người đắc cử.

election /i'lekʃn/ *dt* sự bầu cử; cuộc tuyển cử.

electioneering /i,lekʃə'niəriŋ/ *dt* sự vận động tranh cử.

elective¹ /i'lektiv/ *tt* 1. bằng bầu cử, dân cử: *an elective office* một chức vụ dân cử 2. có quyền bỏ phiếu: *an elective assembly* một hội đồng có quyền bỏ phiếu 3. *(ở đại học Mỹ)* tự chọn, không bắt buộc *(môn học)* 4. không cấp thiết, không cần ngay: *elective surgery* cuộc phẫu thuật không cần phải tiến hành ngay.

elective² /i'lektiv/ *dt (Mỹ)* môn học tự chọn, môn học không bắt buộc.

elector /i'lektə[r]/ *dt* cử tri.

electoral /i'lektərəl/ *tt* [thuộc] bầu cử, [thuộc] cử tri: *the electoral roll* danh sách cử tri.

electoral college /i,lektərəl 'kɒlidʒ/ *(Mỹ)* đại hội đại biểu cử tri, cử tri đoàn *(bầu tổng thống).*

electorate /i'lektərət/ *dt* toàn thể cử tri, đại cử tri.

electric /i'lektrik/ *tt* 1. [thuộc] điện, tạo điện, phát điện: *an electric generator* máy phát điện 2. sinh ra điện, dùng điện: *an electric plug* cái phít điện; *an electric cooker* nồi điện 3. làm

E

sôi động lên: *the news had an electric effect* tin đó làm mọi người sôi động hẳn lên.

electrical /i'lektrikl/ *tt* [thuộc] điện: *the machine has an electrical fault* máy bị trục trặc về điện.

electrically /i'lektrikli/ *pht* [về mặt] điện; bằng điện: *an electrically powered drill* máy khoan [chạy bằng] điện.

electric blanket /i,lektrik 'blæŋkit/ chăn điện *(sưởi ấm bằng điện).*

electric chair /i,lektrik 'tʃeə[r]/ **the electric chair** *(Mỹ)* ghế điện *(để xử tử).*

electric eye /i,lektrik'ai/ *(kng)* mắt điện, tế bào quang điện.

electric field /i,lektrik'fi:ld/ *(lý)* điện trường.

electrician /i,lek'triʃn/ *dt* thợ điện: *we need an electrician to mend the iron* chúng tôi cần một anh thợ điện để sửa cái bàn là.

electricity /i,lek'trisəti/ *dt* 1. điện: *positive electricity* điện dương; *negative electricity* điện âm; *magnetic electricity* điện từ; *when did the village first get electricity?* làng này có điện từ bao giờ thế? 2. điện học.

electric razor /i,lektrik 'reizə[r]/ *nh* shaver[1].

electrics /i'lektriks/ *dt (Anh, kng)* bộ phận điện *(ở một cỗ máy)*: *I don't know why the car won't start, perhaps it's a problem in the electrics* tôi không biết tại sao chiếc xe không nổ máy, có lẽ có vấn đề ở bộ phận điện.

electric shock /i,lektrik'ʃɒk/ sốc điện, sự bị điện giật.

electrification /i,lektrifi'keiʃn/ *dt* sự điện khí hóa.

electrify /i'lektrifai/ *dgt* (**electrified**) 1. nạp điện 2.

điện khí hóa 3. *(bóng)* kích thích vọt lên như cho giật điện: *the athlete's electrifying burst of speed* sự tăng vọt tốc độ lên của vận động viên.

electr[o]- *(dạng kết hợp của* electricity) điện: *electrolyse* điện phân.

electrocardiogram /i,lektrəʊ'ka:diəʊgræm/ *dt (y)* điện tâm đồ.

electrocardiograph /i,lektrəʊ'ka:diəʊgra:f, (Mỹ i,lektrəʊ'ka:diəʊgræf)/ *dt (y)* điện tâm ký.

electrochemistry /i,lektrəʊ'kemistri/ *dt* điện hóa học.

electrocute /i'lektrəkju:t/ *dgt (thường dùng ở dạng bị động)* cho điện giật chết.

electrocution /i,lektrə'kju:ʃn/ *dt* sự cho điện giật chết.

electrode /i'lektrəʊd/ *dt (thường snh)* điện cực.

electroencephalograph /i,lektrəʊən'sefələgra:f, (Mỹ i,lektrəʊən'sefələgræf)/ *dt (y)* điện não ký.

electroencephalogram /i,lektrəʊən'sefələgræm/ *dt (y)* điện não đồ.

electrolysis /ilek'trɒləsis/ *dt* 1. *(hóa)* sự điện phân 2. *(y)* sự điện hủy *(chân tóc, khối u vì lý do thẩm mỹ).*

electrolyte /i'lektrəlait/ *dt (hóa)* chất điện phân.

electromagnet /i,lektrəʊ'mægnit/ *dt (lý)* nam châm điện.

electromagnetic /i,lektrəʊmæg'netik/ *tt (lý)* điện từ: *electromagnetic waves* sóng điện từ.

electromagnetism /i,lektrəʊmæg'netizəm/ *dt (lý)* hiện tượng điện từ.

electron /i'lektrɒn/ *dt (lý)* electron, điện tử.

electronic /i,lek'trɒnik/ *tt* 1. [chạy bằng dòng] điện tử: *an electronic calculator* máy tính điện tử 2. [thuộc] điện tử: *an electronic engineer* kỹ sư điện tử.

electronically /i,lek'trɒnikli/ *pht* bằng điện tử: *process data electronically* xử lý dữ liệu bằng máy tính điện tử.

electronic mail /i,lektrɒnik-'meil/ *cg* (**email, e-mail**) thư điện tử.

electronic mailbox /i,lek-trɒnik'meilbɒks/ thiết bị lưu nhận thư điện tử.

electronics /i,lek'trɒniks/ *dt (dgt số ít)* điện tử học.

electron microscope /i,lek-trɒn'maikrəskəʊp/ kính hiển vi điện tử.

electroplate /i'lektrəpleit/ *dgt* mạ điện: *electroplated spoons* thìa mạ điện.

elegant /'eligənt/ *tt* thanh lịch, tao nhã: *elegant manners* kiểu cách thanh lịch; *an elegant woman* một phụ nữ tao nhã.

elegantly /'eligəntli/ *pht* [một cách] thanh lịch, [một cách] tao nhã: *he always dresses elegantly* ông ta bao giờ cũng ăn mặc thanh lịch.

elegiac /,elidʒaiək/ *tt* bi thương, sầu thảm.

elegy /'elidʒi/ *tt (tho)* khúc bi thương.

element /'elimənt/ *dt* 1. yếu tố: *elements of comparison* yếu tố để so sánh 2. **element of something** một chút, một ít: *there's an element of truth in his story* có một ít sự thật trong câu chuyện của ông ta 3. nguyên tố: *water is composed of the elements hydrogen and oxygen (hóa)* nước gồm hai nguyên tố là hydro và oxy; *the four elements* bốn nguyên tố *(theo quan niệm cổ, là đất, nước,* *không khí, lửa)* **4. the elements** sức mạnh thiên nhiên, thời tiết *(đặc biệt là thời tiết xấu): exposed to the elements* phơi bày ra trước sức mạnh thiên nhiên **5.** môi trường *(thường số ít): water is a fish's natural element* nước là môi trường thiên nhiên của cá **6.** cơ sở, nguyên lý cơ bản: *elements of mathematics* cơ sở toán học **7.** ruột điện *(trong một chiếc ấm điện...): this heater needs a new element* chiếc bếp lò này cần phải thay ruột rồi. // **in (out of) one's element** ở đúng trong *(ở ngoài)* môi trường của mình: *I'm out of my element in political discussions* tôi thấy ở ngoài môi trường thích hợp đối với mình khi tham gia thảo luận chính trị.

elemental /ˌeli'mentl/ *tt (thường thngữ)* **1.** mãnh liệt, như sức mạnh thiên nhiên: *the elemental fury of the storm* cơn thịnh nộ mãnh liệt của trận bão **2.** cốt yếu, cơ bản: *an elemental truth* một sự thật cơ bản.

elementary /ˌeli'mentri/ *tt* sơ cấp, sơ đẳng: *an elementary class* một lớp sơ cấp; *the questions were so elementary that he easily passed the test* các câu hỏi sơ đẳng đến mức anh qua được kỳ sát hạch một cách dễ dàng.

elementary particle /ˌeli-mentri'pɑ:tikl/ *(lý)* hạt cơ bản.

elephant /'elifənt/ *dt (snh kdổi hoặc **elephants**) (động)* con voi: *a herd of elephant* một đàn voi. // **elephants never forget** voi nhớ dai lắm.

elephantiasis /ˌelifən'taiəsis/ *dt (y)* chứng phù voi.

elephantine /ˌeli'fæntain, (Mỹ ˌeli'fænti:n)/ *tt (xấu hoặc*

đùa) to xác mà vụng về (như voi).

elevate /'eliveit/ *dgt* **1.** nâng lên, đưa lên: *he's been elevated to the peerage* ông ta được đưa lên hàng công khanh **2.** *(bóng)* nâng cao: *can't you read something more elevating than these silly romantic novels?* anh không thể đọc cái gì đó nâng cao tinh thần hơn những cuốn tiểu thuyết lãng mạn vớ vẩn ấy sao?

elevated /'eliveitid/ *tt* cao cả, cao quý: *elevated sentiment* tình cảm cao quý.

elevated railway /ˌeliveitid-'reilwei/ *(Mỹ **elevated railroad**)* xe lửa [chạy trên] giàn cao.

elevating /'eliveitiŋ/ *tt* nâng cao *(tâm hồn...): an elevating book* cuốn sách nâng cao tâm hồn.

elevation /ˌeli'veiʃn/ *dt* **1.** sự nâng lên, sự đưa lên: *elevation to the peerage* sự nâng lên hàng công khanh **2.** sự cao quý: *elevation of style* sự cao quý trong phong cách **3.** độ cao *(trên mặt biển): the city is at an elevation of 2000 metres* thành phố ở độ cao 2000 mét [trên mặt biển] **4.** đồi cao, gò cao: *a small elevation of the ground* một gò đất không cao lắm **5.** bản đồ mặt nhà vẽ theo tỷ lệ: *the front elevation of the house* bản đồ mặt tiền của ngôi nhà **6.** *(quân)* góc nâng *(của nòng súng... so với mặt nằm ngang): the gun has an elevation of 45 degrees* nòng súng có góc nâng là 45°.

elevator /'eliveitə[r]/ *dt* **1.** *(Mỹ)* thang máy **2.** bánh lái độ cao *(ở máy bay)* **3.** vựa thóc lúa **4.** dây chuyền chuyển thóc lúa có gàu xúc.

E

elevator operator /'eliveitə ˌɔpəreitə[r]/ *(Mỹ)* *nh* lift-attendant.

eleven[1] /i'levn/ *dht, dt* mười một.

eleven[2] /i'levn/ *dt* **1.** số mười một **2.** đội bóng mười một người.

eleven- /i'levn/ *(trong từ ghép)* có mười một *(cái gì đó): an eleven-mile walk* cuộc đi bộ mười một dặm đường.

eleven-plus /i,levn'plʌs/ *dt (số ít) (Anh)* cuộc kiểm tra ở tuổi mười một để chọn học sinh vào trường thích hợp.

elevenses /i'levnziz/ *dt (dgt thường số ít) (kng, Anh)* bữa ăn nhẹ lúc mười một giờ; bữa uống nhẹ lúc mười một giờ.

eleventh[1] /i'levnθ/ *đth, dt* thứ mười một.

eleventh[2] /i'levnθ/ *dt* một phần mười một.

elf /elf/ *dt (snh **elves**)* yêu tinh.

elfin /'elfin/ *tt* như yêu tinh: *she has elfin features* cô ta có những nét như yêu tinh.

elfish /'elfiʃ/ *tt (cg **elvish**)* tinh nghịch: *an elfish smile* nụ cười tinh nghịch.

elicit /i'lisit/ *dgt* moi ra: *elicit a reply* moi ra được một câu trả lời; *at last we've elicited the truth from him* cuối cùng chúng ta đã moi ra sự thật từ hắn ta.

elide /i'laid/ *dgt (ngôn)* đọc lướt đi, bỏ không đọc: *the "t" in postman may be elited* chữ "t" trong postman có thể đọc lướt đi.

eligibility /ˌelidʒə'biləti/ *dt* sự đủ tư cách, sự thích hợp.

eligible /'elidʒəbl/ *tt* đủ tư cách, thích hợp: *eligible for an award* đủ tư cách nhận giải thưởng; *an eligible* *young man* chàng trai có thể lấy làm chồng được.

eliminate /i'limineit/ *dgt* **1.** (+ *from*) loại ra, loại bỏ: *eliminate mistakes from one's writing* loại bỏ các sai sót trong bài viết của mình; *eliminate waste matter from the body* bài tiết chất phế thải ra khỏi cơ thể; *he was eliminated [from the contest] in the fourth round* anh ta bị loại [ra khỏi trận đấu] ở vòng thứ tư **2.** *(kng)* khử *(ai)* đi: *the dictator had eliminated all his political opponents* tên độc tài đó đã khử tất cả đối thủ chính trị của mình.

elimination /i,limi'neiʃn/ *dt* **1.** sự loại ra, sự loại bỏ **2.** sự khử *(ai)* đi.

elision /i'lizn/ *dt (ngôn)* sự đọc lướt.

élite /ei'li:t/ *dt* tinh hoa: *scientific elite* lớp các nhà khoa học tinh hoa; *the ruling elite* lớp tinh hoa đang cầm quyền.

elitism /ei'li:tizən/ *dt* *(thường xấu)* chủ nghĩa tinh hoa.

elitist /ei'li:tist/ *dt* người tinh hoa chủ nghĩa.

elixir /i'liksə[r]/ *dt* thuốc tiên: *the elixir of life* thuốc trường sinh.

Elizabethan[1] /i,lizə'bi:θn/ *tt* [thuộc] triều nữ hoàng Elizabeth I *(Anh 1558-1603)*: *the Elizabethan age was a time of exploration and discovery* thời đại Elizabeth là thời đại của thám hiểm và phát hiện.

Elizabethan[2] /i,lizə'bi:θn/ người thời nữ hoàng Elizabeth I: *Shakespeare was an Elizabethan* Shakespeare là một người sống ở thời Elizabeth I.

elk /elk/ *dt (snh kđổi hoặc* **elks**) *(Anh) (Mỹ* **moose**) *(động)* nai sừng tấm.

ellipse /i'lips/ *(toán)* hình elip.

ellipsis /i'lipsis/ *dt (snh* **ellipses**) hiện tượng tỉnh lược: *the sentence "he is dead and I alive" contains an ellipsis,* ie *of the word "am"* câu "anh ta thì chết còn tôi sống" có sự tỉnh lược, đó là chữ "thì".

elliptical /i'liptikl/ *tt* tỉnh lược: *an elliptical style of writing* lối hành văn hay sử dụng tỉnh lược.

elliptically /i'liptikli/ *pht* [theo cách] tỉnh lược.

elm /elm/ *dt (cg* **elm tree**) cây du *(cây, gỗ)*.

elocution /,elə'kju:ʃn/ *dt* cách diễn đạt.

elocutionary /,elə'kju:ʃnəri, (Mỹ ,eləkju:ʃneri)/ [thuộc] cách diễn đạt.

elocutionist /,elə'kju:ʃənist/ *dt* người dạy cách diễn đạt; chuyên gia về cách diễn đạt.

elongate /'i:lɒŋgeit, (Mỹ 'i:lɔ:ŋgeit)/ *dgt* làm dài, kéo dài ra.

elongated /'i:lɒŋ'geitid, (Mỹ 'i:lɔ:ŋ'geitid)/ *tt* kéo dài.

elongation /,i:lɒŋ'geiʃn, (Mỹ ,i:lɔ:ŋ'geiʃn)/ *dt* **1.** sự làm dài ra, sự dài thêm ra **2.** nét vẽ kéo dài ra.

elope /i'ləʊp/ *dgt* trốn đi theo trai, trốn đi theo gái *(để cưới nhau)*: *the young couple eloped because their parents wouldn't let them marry* cặp trai gái trẻ đã trốn đi với nhau vì bố mẹ không cho họ lấy nhau.

elopement /i'ləʊpmənt/ *dt* sự trốn đi theo trai, sự trốn đi theo gái *(để cưới nhau)*.

eloquence /'eləkwəns/ *dt* tài hùng biện.

eloquent /'eləkwənt/ *tt* hùng biện: *an eloquent speech (speaker)* bài nói (người diễn thuyết) hùng biện.

eloquently /'eləkwəntli/ *pht* [một cách] hùng biện.

else /els/ *pht* khác, nữa: *did you see anybody else?* anh có thấy ai nữa không?; *have you anything else to do?* anh còn chuyện gì phải làm nữa không?; *that must be somebody's else coat, it isn't mine* đó hẳn là áo của ai khác, không phải của tôi; *we have a bit of bread and not much else* chúng tôi chỉ có một mẩu bánh mì chứ không còn gì nữa. // **or else** a/ nếu không: *run or else you will be late* chạy đi nếu không sẽ trễ đấy b/ *(dùng để de dọa)*: *give me the money or else* có đưa tiền đây không thì bảo.

elsewhere /,els'weə[r], (Mỹ ,els'hear)/ *pht* ở nơi khác, từ nơi khác; tới nơi khác: *tourists from France, Italy and elsewhere* khách du lịch từ Pháp, I-ta-li-a và những nơi khác; *our favorite restaurant was full, so we had to go elsewhere* quán ăn mà ta ưa thích đầy khách rồi, ta phải đi nơi khác.

ELT /,i:el'ti:/ *(vt của* English Language Teaching [to non-native speakers]) giảng dạy tiếng Anh [cho những người mà tiếng Anh không phải là bản ngữ].

elucidate /i'lu:sideit/ *dgt* làm sáng tỏ, giải thích: *elucidate a problem* giải thích một vấn đề; *you have not understood; allow me to elucidate* anh chưa hiểu, cho phép tôi giải thích nhé.

elucidation /i,lu:si'deiʃn/ *dt* sự làm sáng tỏ, sự giải thích: *this requires elucida-*

tion cái này cần phải giải thích cho sáng tỏ.

elude /i'lu:d/ *dgt* **1.** trốn tránh: *elude one's enemies* trốn tránh kẻ thù **2.** lãng quên: *I recognize her face, but her name eludes me* tôi nhớ mặt chị ta, nhưng tên thì quên mất.

elusive /i'lu:siv/ *tt* **1.** khó nắm bắt: *a most elusive criminal* tên tội phạm khó nắm bắt nhất **2.** khó nhớ, khó hiểu: *an elusive word* một từ khó hiểu.

elver /'elvə[r]/ *dt (động)* cá chình con.

elves /elvz/ *dt snh của* .elf.

elvish /'elfiʃ/ *tt nh* elfish.

Elysium /i'liziəm/ *dt* thiên đường *(thần thoại Hy Lạp).*

Elysian /i'liziən/ *tt* [thuộc] thiên đường *(thần thoại Hy Lạp).*

'em /əm/ *dt (kng) (vt của* them) chúng nó: *don't let'em get away!* đừng để chúng trốn đi!

em- *x* en-.

emaciated /i'meiʃieitid/ *tt* gầy mòn: *emaciated after a long illness* gầy mòn sau trận ốm dài ngày.

emaciation /i,meisi'eiʃn/ *dt* sự gầy mòn.

email *(cg* e-mail) /'i:meil/ *dt* thư điện tử.

emanate /'eməneit/ *dgt* phát ra, bắt nguồn từ: *delicious smells were emanating from the kitchen* mùi thơm phát ra từ nhà bếp; *the idea originally emanated from his brother* ý kiến đó bắt nguồn từ người em của anh ấy.

emanation /,emə'neiʃn/ *dt* **1.** sự phát ra, sự bắt nguồn **2.** cái phát ra: *strange smelling emanations* những mùi phát ra ngửi rất kỳ lạ.

emancipate /i'mænsipeit/ *dgt* giải phóng: *emancipate slaves* giải phóng nô lệ; *women are still struggling to be fully emancipated* phụ nữ vẫn còn đang đấu tranh để được giải phóng hoàn toàn.

emancipation /i,mænsi-'peiʃn/ *dt* sự giải phóng: *the emancipation of women* sự giải phóng phụ nữ.

emasculate /i'mæskjʊleit/ *dgt* **1.** thiến *(động vật dực)* **2.** làm suy yếu: *the proposed reform has been emasculated by changes made to it by parliament* sự cải cách được đề nghị lên đã bị những thay đổi mà nghị viện đưa vào làm cho suy yếu đi.

emasculation /i,mæskjʊ-'leiʃn/ *dt* **1.** sự thiến *(động vật dực)* **2.** sự làm suy yếu.

embalm /im'ba:m, (Mỹ cg* im'ba:lm)/ **1.** ướp *(xác chết)* **2.** ướp chất thơm.

embalmment /im'ba:mənt, (Mỹ cg* im'ba:lmənt)/ // *dt* **1.** sự ướp xác **2.** sự ướp chất thơm.

embalmer /im'ba:mə[r]/ *dt* **1.** kẻ ướp xác **2.** kẻ ướp chất thơm.

embankment /im'bæŋk-mənt/ *dt* **1.** đê **2.** đường đắp cao.

embargo /im'ba:gəʊ/ *dt (snh* embargoes) (+ on) lệnh cấm vận: *an embargo on trade with other islands* lệnh cấm vận buôn bán với các đảo khác.

embargo /im'ba:gəʊ/ *dgt* (embargoed) **1.** cấm vận **2.** sung công *(tàu bè, hàng hóa).*

embark /im'ba:k/ *dgt* [cho] lên tàu: *passengers with cars must embark first* hành khách có xe phải lên tàu trước; *we embarked for Calais at midday* chúng tôi

lên tàu đi Calais vào giữa trưa. // **embark on something** bắt tay vào, bắt đầu: *embark on a long journey* bắt tay vào cuộc hành trình dài ngày; *he embarked on a new career* anh ta bắt đầu một nghề mới.

embarkation /,emba:'keiʃn/ *dt* sự [cho] lên tàu: *the port of embarkation* cảng lên tàu *(để làm một cuộc hành trình...).*

embarrass /im'bærəs/ *dgt* làm lúng túng, làm bối rối: *I was embarrassed by his comments about my clothes* tôi bối rối vì những lời bình phẩm của anh ta về quần áo tôi mặc; *financially embarrassed* lúng túng về tài chính.

embarrassing /im'bærəsiŋ/ *tt* làm lúng túng, làm bối rối: *an embarrassing question* một câu hỏi làm lúng túng.

embarrassingly /im'bærə-siŋli/ *pht* [một cách] lúng túng, một cách bối rối.

embarrassment /im'bærə-səmənt/ *dt* **1.** sự [làm] lúng túng, sự [làm] bối rối **2.** người làm lúng túng, điều làm bối rối: *he's an embarrassment to his family* nó là một gã gây bối rối ngượng nghịu cho gia đình nó. // **an embarrassment of riches** lắm mối hay biết chọn mối nào.

embassy /'embəsi/ *dt* đại sứ quán.

embattled /im'bætld/ *tt* **1.** dàn thế trận: *embattled troops* quân đã dàn thế trận **2.** sẵn sàng ứng chiến: *embattled city* thành phố sẵn sàng ứng chiến **3.** ở tường ngoài có lỗ châu mai *(nhà, tháp).*

embed /im'bed/ *dgt* (-dd-) (+ in) ăn sâu, cắm chặt: *the arrow embedded itself in the* *door* mũi tên cắm chặt vào cửa; *the idea become embedded in his mind* ý kiến đó đã ăn sâu vào đầu óc anh ta.

embellish /im'beliʃ/ *dgt* **1.** làm đẹp, trang điểm **2.** tô điểm, thêm thắt: *he often embellish the tales of his travels* anh ta thường tô điểm thêm cho những câu chuyện về các chuyến đi của anh ta.

embellishment /im'beliʃmənt/ *dt* **1.** sự trang điểm; sự tô điểm: *a 16th-century church with 18th-century embellishments* ngôi nhà thờ thế kỷ 16 với những phần tô điểm thêm ở thế kỷ 18.

ember /,embə[r]/ *dt* hòn than hồng *(trong đống lửa đang tắt)*: *the dying embers of a former passion (bóng)* tro tàn đang lụi dần của một niềm say mê trước đây.

embezzle /im'bezl/ *dgt* biển thủ, thụt két: *embezzle the pension fund* thụt két quỹ hưu trí.

embezzlement /im'bezlmənt/ *dt* sự biển thủ, sự thụt két: *he was found guilty of embezzlement* anh ta bị phát hiện là phạm tội thụt két.

embezzler /im'bezlə[r]/ *dt* người biển thủ, người thụt két.

embitter /im'bitə[r]/ *dgt* làm cay đắng: *embittered by repeated failures* cay đắng vì những thất bại liên tục.

embitterment /im'bitəmənt/ *dt* sự làm cay đắng.

emblazon /im'bleizn/ *dgt* (*cg* **blazon**) trang trí phù hiệu: *a shield emblazoned with dragons* tấm khiên được trang trí hình rồng.

emblem /'embləm/ *dt* biểu hiệu: *the dove is an emblem of peace* chim bồ câu là biểu hiệu của hòa bình; *the national emblem of England is a rose* biểu hiệu quốc gia của nước Anh là một bông hoa hồng

emblematic /,emblə'mætik/ *tt (thường vị ngữ)* **emblematic of something** biểu hiệu cho; tượng trưng cho.

embodiment /im'bɒdimənt/ *dt* hiện thân: *she's the embodiment of kindness* bà ta là hiện thân của lòng tốt.

embody /im'bɒdi/ *dgt* **1.** là hiện thân của: *to me he embodies all the best qualities of a teacher* đối với tôi ông ta là hiện thân của hết thảy phẩm chất tốt đẹp nhất của một thầy giáo **2.** bao gồm, chứa đựng: *the latest computer model embodies many new features* kiểu máy điện toán mới nhất chứa đựng nhiều nét đặc trưng mới.

embolden /im'bəʊldən/ *dgt* làm cho bạo dạn hơn: *his success emboldened him to expand his business* thành công đã làm cho ông ta bạo dạn khuếch trương doanh nghiệp của mình.

embolism /'embəlizəm/ *dt* (*y*) sự nghẽn mạch.

emboss /im'bɒs, (*Mỹ* im'bɔ:s)/ **emboss A with B; emboss B and A** khắc nổi, rập nổi: *a leather briefcase embossed with his initials* chiếc cặp da có khắc nổi các con chữ đầu tên họ của anh ta.

embrace¹ /im'breis/ *dgt* **1.** ôm: *they embraced [each other] warmly* họ ôm nhau một cách nồng hậu **2.** đón nhận: *embrace an opportunity* đón nhận cơ hội **3.** gồm, bao gồm: *the term "mankind" embraces men, women and children* từ "nhân loại" bao gồm đàn ông, đàn bà và trẻ em.

embrace² /im'breis/ *dt* sự ôm, cái ôm, vòng tay ôm: *she tried to avoid his embrace* nàng cố tránh vòng tay ôm của chàng.

embrasure /im'breizə[r]/ *dt* **1.** ô cửa, lỗ cửa **2.** lỗ châu mai.

embrocation /,embrə'keiʃn/ *dt* nước xoa bóp: *a bit of embrocation will soothe your bruised knee* một chút nước xoa bóp sẽ làm cho đầu gối của anh bớt thâm tím.

embroider /im'brɔidə[r]/ *dgt* **1.** thêu: *she embroiders very well* chị ta thêu rất đẹp; *she embroidered flowers on the cushion; she embroidered the cushion with flowers* chị ta thêu hoa lên nệm **2.** thêu dệt: *embroider the tale* thêu dệt câu chuyện.

embroidery /im'brɔidəri/ *dt* **1.** sự thêu; đồ thêu **2.** chi tiết thêu dệt thêm.

embroil /im'brɔil/ *dgt* lôi kéo, làm cho dính líu vào: *they are embroiled in a war against their will* họ bị lôi kéo vào một cuộc chiến tranh ngoài ý muốn của họ.

embryo /'embriəʊ/ *dt* (*snh* **embryos**) **1.** (*sinh*) phôi **2.** cái còn phôi thai: *an embryo of an idea* ý kiến còn phôi thai. // **in embryo** còn phôi thai, còn trứng nước, chưa phát triển: *my plans are still much in embryo* kế hoạch của tôi còn rất phôi thai.

embryologist /,embri'ɒlədʒist/ *dt* nhà phôi học.

embryology /,embri'ɒlədʒi/ *dt* (*sinh*) phôi học.

embryonic /,embri'ɒnik/ *tt* còn phôi thai: *an embryonic foetus* bào thai còn ở giai đoạn phôi; *the plan is still in its embryonic stage* kế hoạch còn ở giai đoạn phôi thai.

emcee¹ /,em'si:/ *dt (kng)* người chủ trì nghi lễ: *who was [the] emcee of the show last night?* ai đã chủ trì buổi trình diễn tối qua?

emcee² /,em'si:/ *dgt* chủ trì (buổi lễ, buổi diễn): *who's emceeing [the show] tonight?* ai chủ trì buổi diễn tối nay thế?

emend /i'mend/ *dgt* sửa lỗi (ở một đoạn sách trước khi đưa in): *emend a passage in a book* sửa lỗi một đoạn sách.

emendation /,i:men'deiʃn/ *dt* 1. sự sửa lỗi (để đưa in) 2. chỗ sửa lỗi: *minor emendations to the official statement* những chỗ sửa lỗi nhỏ trong bản tuyên bố chính thức.

emerald¹ /'emərəl/ *dt* ngọc lục bảo: *a ring set with emeralds* chiếc vòng nạm ngọc lục bảo.

emerald² /'emərəl/ *tt* có màu lục bảo: *an emerald hat* chiếc mũ màu lục bảo (màu lục bóng).

emerge /i'mɜ:dʒ/ *dgt* 1. nhô lên: *the swimmer emerged from the lake* người bơi nhô lên mặt hồ; *the moon emerged from behind the clouds* mặt trăng nhô lên khỏi đám mây 2. nổi lên: *he emerged as leader at the age of thirty* ông ta nổi lên là lãnh tụ ở tuổi ba mươi 3. nảy ra: *no new evidence emerged during the enquiry* không một chứng cứ nào mới nảy ra (được biết thêm) trong quá trình thẩm vấn.

emergence /i'mɜ:dʒəns/ *dt* sự nổi lên: *her emergence as a well-known artist* cô ấy nổi lên thành một nghệ sĩ nổi tiếng.

emergency /i'mɜ:dʒənsi/ *dt* 1. tình huống khẩn cấp: *on emergency; in case of emer-gency* trong trường hợp khẩn cấp; *the emergency exit* lối ra khi khẩn cấp 2. (Mỹ) nh casualty 3. the emergency ward (y) phòng cấp cứu.

emergent /i'mɜ:dʒənt/ *tt* đang nổi lên: *the emergent countries of Africa* những nước đang nổi lên ở Châu Phi (mới giành được độc lập và đang hiện đại hóa).

emeritus /i'meritəs/ *tt* (thường dùng sau một dt, để chỉ các giáo sư về hưu nhưng vẫn giữ danh hiệu) danh dự: *the emeritus professor of biology* giáo sư sinh học danh dự.

emery /'eməri/ *dt* bột mài.

emery-board /'eməribɔ:d/ *dt* mảnh giũa móng tay.

emery-paper /'eməri,peipə[r]/ *dt* giấy nhám, giấy ráp.

emetic¹ /i'metik/ *tt (y)* gây nôn.

emetic² /i'metik/ *dt (y)* thuốc gây nôn.

emigrant /'emigrənt/ *dt* người di cư, di dân: *emigrants to Canada* di dân đến Canada; *emigrant labourers* dân lao động di cư.

emigrate /'emigreit/ *dgt* di cư.

emigration /,emi'greiʃn/ *dt* sự di cư.

emigré /'emigrei, (Mỹ) emi'grei/ *dt (tiếng Pháp)* người di cư (vì lý do chính trị).

eminence /'eminəns/ *dt* 1. sự nổi tiếng: *a man of emi-nence* người nổi tiếng 2. (cũ) mô đất 3. **Eminence** Đức, Ngài (tiếng tôn xưng hồng y giáo chủ): *His (Your) Emi-nence* Đức Hồng Y.

eminent /'eminənt/ *tt* nổi tiếng; nổi bật: *an eminent doctor* một bác sĩ nổi tiếng; *a man of eminent goodness* một người nổi bật về lòng tốt.

eminently /'eminəntli/ *pht* một cách nổi bật, rất: *she seems eminently suitable for the job* cô ta có vẻ rất thích hợp với công việc đó.

emir /e'miə[r]/ *dt (cg amir)* thủ lĩnh Hồi giáo, ê-mia.

emirate /e'miəreit/ *dt* danh vị ê-mia; lãnh địa ê-mia.

emissary /'emisəri/ *dt* phái viên mật, phái viên.

emission /i'miʃn/ *dt* 1. sự phát ra, sự bốc ra, sự tỏa ra: *the emission of light from the sun* sự phát ra ánh sáng từ mặt trời 2. vật phát ra, vật bốc ra, vật tỏa ra: *a nocturnal emission* sự di tinh.

emit /i'mit/ *dgt* (-tt-) sự phát ra, sự bốc ra, sự tỏa ra: *the cheese was emitting a strong smell* pho mát đang tỏa ra mùi nồng nặc; *a volcano emits smoke, lava and ashes* núi lửa phát ra khói, dung nham và tro; *she emitted a cry of pain* chị ta bật ra một tiếng kêu đau đớn.

emollient¹ /i'mɒliənt/ *dt* chất làm dịu, chất làm mềm: *use an emollient for dry skin* dùng thuốc làm mềm da đối với da khô.

emollient² /i'mɒliənt/ *tt* làm dịu, làm mềm da: *an emol-lient cream* kem làm mềm da.

emolument /i'mɒljumənt/ *dt* tiền thù lao, lương: *he was paid a modest emolu-ment* anh ta được trả lương khiêm tốn thôi.

emotion /i'məuʃn/ *dt* 1. sự xúc động, sự xúc cảm 2. mối xúc động, mối xúc cảm.

emotional /i'məuʃənl/ *tt* 1. [thuộc] cảm xúc: *emotional problems* những vấn đề cảm xúc 2. [gây] xúc động, [làm] cảm động **3.** dễ xúc động, dễ xúc cảm: *an emotional nature* bản tính dễ xúc cảm.

emotionally /i'məʊʃənəli/ *pht* [một cách] xúc động, [một cách] xúc cảm: *emotionally disturbed* bối rối xúc động.

emotionless /i'məʊʃnlis/ *tt* không xúc động, không xúc cảm.

emotive /i'məʊtiv/ *tt* gây xúc động: *an emotive speech* bài viết gây xúc động.

empanel (*cg* **impanel**) /im'pænl/ *dgt* (-ll-, *Mỹ cg* -l-) chọn (*ai*) vào danh sách hội thẩm.

empathy /'empəθi/ *dt (triết)* tha giác.

emperor /'empərə[r]/ *dt (cg* **empress**) hoàng đế: *the Roman emperors* các hoàng đế La Mã.

emphasis /'emfəsis/ *dt (snh* **emphases**) **1.** sự nhấn mạnh; (*ngôn*) sự nhấn giọng **2. emphasis on something** [sự đặt] tầm quan trọng vào: *some schools put (lay; place) great emphasis on language study* một số trường đặt tầm quan trọng vào (xem trọng) việc học ngôn ngữ.

emphasize, emphasise /'emfəsaiz/ *dgt* nhấn mạnh: *he emphasized the importance of careful driving* ông ta nhấn mạnh tầm quan trọng của việc lái xe cẩn thận.

emphatic /im'fætik/ *tt* **1.** nhấn mạnh, mạnh mẽ: *an emphatic denial* một sự từ chối mạnh mẽ **2.** rõ ràng: *an emphatic victory* một thắng lợi rõ ràng.

emphatically /im'fætikli/ *pht* **1.** [một cách] mạnh mẽ **2.** [một cách] rõ ràng.

emphysema /ˌemfi'si:mə/ *dt (y)* khí thũng.

empire /'empaiə[r]/ *dt* **1.** đế quốc; đế chế: *the Roman Empire* đế chế La Mã **2.** tập đoàn; *a publishing empire* tập đoàn xuất bản.

empirical /im'pirikl/ *tt* kinh nghiệm chủ nghĩa.

empirically /im'pirikli/ *pht* theo kinh nghiệm, [một cách] kinh nghiệm chủ nghĩa.

empiricism /im'pirisizəm/ *dt* chủ nghĩa kinh nghiệm.

empiricist /im'pirisist/ *dt* người theo chủ nghĩa kinh nghiệm.

emplacement /im'pleismənt/ *dt* bệ pháo; ụ súng.

employ[1] /im'plɔi/ *dgt* **1.** thuê làm, nhận vào làm: *she hasn't been employed for six months now* chị ta không có việc làm đã sáu tháng nay; *she's employed as a taxi driver* cô ta được thuê làm lái xe tắc-xi; *they employed him to look after the baby* họ thuê anh ta chăm sóc đứa bé **2.** dùng, sử dụng: *he employed his knife as a lever* anh ta dùng con dao làm đòn bẩy; *the police employed force to open the door* cảnh sát dùng vũ lực để mở cửa.

employ[2] /im'plɔi/ *dt* việc làm: *how long has she been in your employ?* cô ta đã làm cho anh bao lâu rồi?

employable /im'plɔiəbl/ *tt* có thể được thuê làm.

employee /im'plɔi'i:/ *dt* người làm, người làm công.

employer /im'plɔiə[r]/ *dt* ông chủ.

employment /im'plɔimənt/ *dt* **1.** sự thuê làm, **2.** sự làm công; việc làm: *out of regular full-time employment* không có việc làm thường xuyên; *find employment* đi tìm việc làm.

employment agency /im'plɔimənt,eidʒənsi/ cơ quan tìm và giới thiệu việc làm.

emporium /impɔ:riəm/ *dt (snh* **emporiums, emporia**) **1.** trung tâm buôn bán, chợ **2.** (*Mỹ*) cửa hàng lớn.

empower /im'paʊə[r]/ *dgt* (chủ yếu dùng ở dạng bị động) cho quyền, cho phép: *the new laws empower the police to stop anybody in the street* luật mới cho phép cảnh sát bắt bất cứ ai dừng lại trên đường phố.

empress /'empris/ *dt* **1.** nữ hoàng **2.** hoàng hậu.

empties /'empties/ *dt (snh) (kng)* chai không, thùng không, vỏ không: *put your empties on the doorstep for the milkman* hãy để chai không lên bậc cửa cho người giao sữa đến lấy.

emptiness /'emptinis/ *dt* sự trống rỗng, sự trống không.

empty[1] /'empti/ *tt* **1.** rỗng, không: *an empty room* căn phòng trống rỗng; *the cinema was half empty* rạp chiếu bóng trống đến nửa số ghế; *empty streets* đường phố vắng tanh; *words empty of meaning* những lời rỗng tuếch; *my life feels empty now the children have left home* tôi cảm thấy đời tôi rỗng tuếch từ khi tụi trẻ bỏ đi cả **2.** (*kng*) đói bụng: *feel empty* cảm thấy đói bụng. // **on an empty stomach** bụng rỗng, chưa ăn uống gì: *it's not good to drink on an empty stomach* bụng rỗng mà uống rượu là không tốt.

empty[2] /'empti/ *dgt* (**emptied**) **1.** làm cho rỗng không; uống hết; trở nên trống không: *empty a drawer* dọn sạch ngăn kéo; *the streets soon emptied [of people] when the rain started* đường phố chẳng mấy chốc mà trống trơn người khi cơn mưa bắt đầu **2.** đổ: *have you emptied [out] the rubbish?* anh đã đổ thùng rác chưa?; *she emptied the milk into the pan* chị ta đổ sữa vào xoong; *the Rhone empties into the Mediterranean* sông Rhone đổ vào Địa Trung Hải; *the rubbish from the cart empties onto the street* rác trên chiếc xe bò đổ xuống đầy đường.

empty-handed /ˌempti'hændid/ *tt* tay không: *return empty-handed* về tay không.

empty-headed /ˌempti'hedid/ *tt* [có] đầu óc rỗng tuếch, ngu ngốc.

emu /'i:mju:/ *dt (động)* đà điểu emu *(ở Úc)*.

emulate /'emjʊleit/ *dgt* thi đua: *emulate her elder sister at the piano* thi đua với chị về chơi pi-a-nô.

emulation /ˌemjʊ'leiʃn/ *dt* sự thi đua.

emulsify /i'mʌlsi'fai/ *dgt* **(emulsified)** nhũ hóa.

emulsion /i'mʌlʃn/ *dt* **1.** *(hóa)* nhũ tương **2.** thuốc [dưới dạng] nhũ tương; sơn [dưới dạng] nhũ tương **3.** lớp nhũ tương trên phim ảnh.

en- *(cg em-)* tiền tố **1.** *(tạo dgt với dt và dgt)* đặt vào, cho vào: *encase* cho vào thùng, cho vào túi **2.** làm cho: *enlarge* làm cho rộng, mở rộng.

-en *tiếp tố* **1.** *(tạo tt với dt)* [làm] bằng: *golden* bằng vàng **2.** *(tạo tt với dgt)* làm cho; trở thành: *blacken* làm đen, bôi đen; *sadden* làm cho buồn rầu.

enable /i'neibl/ *dgt* làm cho có thể: *this dictionary will enable you to understand English words* cuốn từ điển này sẽ làm cho anh hiểu

được các từ tiếng Anh; *the conference will enable greater international co-operation* hội nghị sẽ mở ra triển vọng hợp tác quốc tế nhiều hơn.

enact /i'nækt/ *dgt (chủ yếu dùng ở thể bị động)* **1.** đóng, diễn *(vai kịch...)*: *an one act drama enacted by children* một vở kịch một màn do trẻ em diễn; *a strange ritual was enacted before our eyes* một nghi lễ kỳ lạ đang được trình diễn trước mắt chúng ta **2.** thông qua, ban hành: *enacted by Parliament* được nghị viện thông qua.

enactment /i'næktmənt/ *dt* **1.** sự đóng, sự diễn **2.** sự thông qua, sự ban hành: *the enactment of the new bill* sự thông qua bản dự luật mới **3.** luật: *the enactment states that* luật định rằng.

enamel[1] /i'næml/ *dt* men *(đồ sứ..., răng...)*.

enamel[2] /i'næml/ *dgt* **(-ll-,** *Mỹ cg* **-l-)** tráng men, phủ men.

enamoured *(Mỹ* **enamo-red)** /i'næməd/ *tt (vị ngữ)* (+ of, with) *(đùa)* thích thú, mê: *enamoured of the sound of one's own voice* mê chính giọng nói của chính mình.

en bloc /ˌɒn'blɒk/ *(tiếng Pháp)* toàn bộ, cả bọn, tất cả cùng một lúc.

encamp /in'kæmp/ *dgt (chủ yếu dùng ở dạng bị động)* cắm trại: *the soldier are encamped in the forest* quân lính cắm trại trong rừng.

encampment /in'kæmpmənt/ *dt* nơi cắm trại.

encapsulate /in'kæpsjʊleit/ *dgt* (+ in) **1.** gói gọn, bao gọn: *this story encapsulates scenes from his childhood* câu chuyện này gói gọn các cảnh thời thơ ấu của nó **2.**

nói vắn tắt, tóm lược: *the chairman's short statement encapsulates the view of the committee* bài phát biểu ngắn của ông chủ tịch đã tóm lược ý kiến của ủy ban.

encase /in'keis/ *dgt* (+ in) bao, bọc: *his broken leg was incased in plaster* chân gãy của nó đã được bó bột.

-ence *x* -ance.

encephalitis /ˌenkefə'laitis/ *dt (y)* viêm não.

enchant /in'tʃɑ:nt,* *(Mỹ* in'tʃænt)/ *dgt* làm say mê: *enchanted with (by) the singing of the children* say mê tiếng hát của tụi trẻ.

enchanted /in'tʃɑ:ntid/ *tt* có bùa mê: *an enchanted garden* khu vườn có bùa mê *(trong truyện cổ tích)*.

enchanting /in'tʃɑ:ntiŋ/ *tt* làm say mê: *what an enchanting little girl!* cô gái mới đáng say mê làm sao!

enchantingly /in'tʃɑ:ntiŋli/ *pht* [một cách] làm say mê.

enchantment /in'tʃɑ:ntmənt/ *dt* **1.** sự say mê; điều làm say mê **2.** sự vui thích; điều làm vui thích.

enchantress /in'tʃɑ:ntris/ *dt* người phụ nữ hấp dẫn.

encircle /in's3:kl/ *dgt* bao quanh, bao vây: *a lake encircled by trees* hồ có cây cối bao quanh; *enemy troops encircling the town* quân lính địch bao vây thành phố.

encl *(vt của* enclosed; enclosure) kèm theo cùng phong bì; tài liệu gửi kèm theo cùng phong bì.

enclave /'enkleiv/ *dt* vùng đất lọt vào giữa *(đất khác)*: *Switzerland was an enclave of peace in war-torn Europe* Thụy Sĩ là một vùng đất hòa bình lọt vào giữa châu Âu bị chiến tranh tàn phá.

E

enclose /in'khəʊz/ *dgt* **enclose something [with something] 1.** (*cg* **inclose**) rào lại: *enclose a garden with a wall* rào vườn lại bằng một bức tường **2.** bỏ kèm theo, gửi kèm theo (*với thư trong phong bì*): *a cheque for ten pounds is enclosed* một tấm séc mười bảng được bỏ kèm với thư vào phong bì.

enclosure /in'kləʊʒə[r]/ *dt* **1.** sự rào lại **2.** (*cg* **inclosure**) đất được rào lại **3.** giấy tờ gửi kèm theo thư trong phong bì: *several inclosures in the envelop* nhiều giấy tờ kèm theo trong phong bì.

encode /in'kəʊd/ *dgt* (*chủ yếu dùng ở dạng bị động*) mã hóa.

encomium /in'kəʊmiəm/ *dt* (*snh* **encomiums, emcomia**) bài ca ngợi, bài tán dương.

encompass /in'kʌmpəs/ *dgt* **1.** bao gồm, chứa đựng: *a large company whose activities encompass printing, publishing and computers* một công ty lớn mà hoạt động bao gồm in, xuất bản và máy diện toán **2.** (*cg* **compass**) (*cũ*) bao quanh, bao bọc: *a lake encompassed by mountains* cái hồ có núi bao quanh.

encore[1] /'ɒŋkɔ:[r]/ *tht* (*tiếng kêu của khán giả*) hát lại!; diễn nữa đi!

encore[2] /'ɒŋkɔ:[r]/ *dt* tiếng kêu đòi hát lại; tiếng kêu đòi diễn nữa: *this group gave three encores* nhóm đó đã hát lại ba lần.

encounter[1] /in'kaʊntə[r]/ *dgt* **1.** gặp; đụng độ với: *I encountered many difficulties when I first started this job* tôi đã gặp nhiều khó khăn khi bắt đầu làm công việc này **2.** tình cờ gặp: *she encountered a friend on the plane* chị ta tình cờ gặp một người bạn trên máy bay.

encounter[2] /in'kaʊntə[r]/ *dt* (+ **with**) **1.** sự gặp, sự đụng độ với: *an encounter with an enemy* cuộc đụng độ với kẻ thù **2.** sự tình cờ gặp.

encourage /in'kʌridʒ/ *dgt* khuyến khích, khích lệ, cổ vũ: *he felt encouraged by the progress he'd made* nó cảm thấy được khích lệ bởi tiến bộ nó đã đạt được; *her parents encouraged her in her studies* bố mẹ cô khuyến khích cô ta trong học tập.

encouragement /in'kʌridʒmənt/ *dt* **1.** sự khuyến khích, sự khích lệ, sự cổ vũ **2.** điều khuyến khích, lời khích lệ, lời cổ vũ.

encouraging /in'kʌridʒiŋ/ *tt* khích lệ, cổ vũ: *encouraging news* tin khích lệ, tin làm phấn khởi.

encroach /in'krəʊtʃ/ *dgt* (+**on**, **upon**) lấn, xâm phạm: *encroach on somebody's property* xâm phạm tài sản của ai; *the sea is gradually encroaching [on the land]* biển dần dần lấn vào đất liền.

encroachment /in'krəʊtʃmənt/ *dt* (+ **on**, **upon**) **1.** sự lấn, sự xâm phạm **2.** cái đạt được do xâm phạm (do lấn chiếm): *encroachement made by the sea upon the land* những phần biển lấn vào đất liền.

encrust /in'krʌst/ *dgt* **1.** khảm, nạm: *a gold vase incrusted with diamonds* một chiếc bình bằng vàng nạm kim cương **2.** tạo một lớp vỏ cứng: *salt from the sea had incrusted on the dry sand* muối biển đã tạo một lớp vỏ cứng ngoài cát khô.

encumber /in'kʌmbə[r]/ *dgt* (+ **with**) làm vướng víu: *encumbered with debts* vướng víu nợ nần; *encumbered with heavy suitcases* vướng víu mấy chiếc va li nặng.

encumbrance /in'kʌmbrəns/ *dt* người làm vướng víu, vật làm vướng víu.

encyclical /in'siklikl/ *dt* thông cáo (*của giáo hoàng*).

encyclopedia, encyclopaedia /in,saiklə'pi:diə/ *dt* bách khoa thư.

encyclopedic, encyclopaedic /in,saiklə'pi:dik/ bách khoa: *encyclopedic knowledge* kiến thức bách khoa.

end[1] /end/ *dt* **1.** [điểm] cuối, đầu mút: *the end of a stick* đầu gậy; *the house at the end of the street* ngôi nhà cuối phố; *the end carriage* toa cuối (*trong đoàn tàu hỏa*); *at the end of the day* vào cuối ngày **2.** mẩu thừa, mẩu còn lại: *candle ends* những mẩu nến cháy còn lại; *a cigarette end* mẩu thuốc lá **3.** sự kết liễu, sự chết: *he's nearing his end* ông ta sắp chết **4.** mục đích, mục tiêu: *achieve one's end* đạt mục đích của mình **5.** (*thể*) bên sân (*của một đội, một đấu thủ*): *at half-time the teams changed ends* hết hiệp một, hai đội đổi bên sân cho nhau **6.** phần việc: *are there any problems at your end?* trong phần việc của anh, có vấn đề gì không? // **at a loose end** x **loose**[1]; **[be] at an end** đã hoàn thành, đã kết thúc: *the war was at an end* chiến tranh đã kết thúc; **at the end of one's tether** kiệt sức, hết hơi: *I've been looking after four young children all day and I usually am at the end of my tether* tôi phải trông bốn đứa trẻ cả ngày và thực sự đã hết hơi; **[be] at the end of something** khi đã hết (*cái gì đó*): *at the end of his* *patience* khi đã hết cả lòng kiên nhẫn; **at the end of the day** khi mọi mặt đã được cân nhắc: *at the end of the day the new manager is no better than the previous one* khi mọi mặt đã cân nhắc thì giám đốc mới cũng chẳng hơn gì ông trước đây; **at one's wits' end** x wit; **bet at (on) the receiving end** x receive; **be the end** *(kng)* rất tồi tệ; hết mức chịu được: *this is the end, I'm never coming to this hotel again* thật là hết mức chịu được, tôi chẳng bao giờ trở lại khách sạn này nữa; **the beginning of the end** x beginning; **bring something (come; draw) to an end** chấm dứt; đi đến kết thúc: *at last the meeting came to an end* cuối cùng cuộc họp cũng đã kết thúc; **burn the candle at both ends** x burn²; **come to a bad (sticky) end** kết thúc một cách thê thảm nhục nhã: *I like films where the villain comes to a sticky end* tôi thích những phim mà kẻ ác kết thúc cuộc đời một cách thê thảm; **an end in itself** điều tự nó được coi là mục đích: *for the old lady buying the daily newspaper soon became an end in itself, since she really just wanted to chat with the shopkeeper* đối với bà già đó, việc mua tờ báo hàng ngày tự nó được coi là mục đích, vì thực ra bà ta chỉ muốn tán gẫu với chủ tiệm thôi; **the end justifies the means** biện pháp gì cũng dùng được miễn là được việc; **[reach] the end of the line (road)** [đạt] tới điểm không còn chịu đựng được hơn nữa: *it's sad that they got divorced, but they had reached the end of the line* thật buồn là họ đã ly hôn, nhưng thực ra họ

không còn chịu đựng nhau được hơn nữa; **[not] the end of the world** [không phải là đã] hết phương cách, [không phải là đã] hoàn toàn thất bại: *you must realize that failing one's exam is not the end of the world* anh phải thấy là thi hỏng đâu phải là tận thế; **[go to] the ends of the earth** [đi] cùng trời cuối đất: *I'd go to the ends of the earth to see her again* *(bóng)* tôi sẽ đi cùng trời cuối đất để được gặp lại cô ấy; **end on** đụng đầu (đuôi) vào nhau: *the two ships collided end on* hai chiếc tàu đụng đầu vào nhau; **end to end** nối sát nhau: *arrange the tables end to end* xếp bàn nối sát nhau; **get [hold of] the wrong end of the stick** x wrong¹; **go off the deep end** x deep¹; **in the end** cuối cùng; **light at the end of the tunnel** x light¹; **make an end of something** hoàn tất, hoàn thành; **make [both] ends meet** kiếm đủ sống, không nợ nần ai; **make one's hair stand on end** x hair; **a means to end** x means; **no end of something** *(kng)* vô số, nhiều vô kể: *I've had no end of problems recently* mới đây tôi gặp phải vô số việc rắc rối; **not (never) hear the end of something** x hear; **odds and ends** x odds; **on end** a/ dựng đứng: *he placed the box on [its] end and sat on it* nó dựng đứng cái hòm lên và ngồi lên đó b/ liên tục, liền: *he argued for two hours on end* ông ta tranh cãi hai giờ liền; **put an end to one's life (oneself)** tự sát; **put an end (a stop) to something** chấm dứt cái gì; **the thin end of the wedge]** x thin¹; **throw somebody in at the deep end** x deep¹; **to the bitter end** x bitter¹; **without end** bất tận, liên miên: *world*

without end thế giới bất tận; *troubles without end* phiền muộn liên miên.

end² /end/ *đgt* kết thúc, chấm dứt: *the road ends here* con đường chấm dứt tại đây; *how does this story end?* câu chuyện kết thúc ra sao?; *they ended the play with a song* họ kết thúc vở kịch bằng một bài hát. // **end it all; end one's life** tự sát; **end one's days (life) [in something]** sống những ngày cuối đời mình *(ở đâu; ra sao)*: *the great singer ended his days in poverty* ca sĩ lỗi lạc đã sống những ngày cuối đời mình trong nghèo khổ.

end in something a/ có đuôi là, tận cùng bằng: *the word ends in -ous* từ đó tận cùng bằng -ous b/ có kết cục là: *their long struggle ended in failure* cuộc đấu tranh lâu dài của họ kết cục là thất bại; **end something off [with something; by doing something]** kết thúc bằng: *we ended the meal with coffee and brandy* chúng tôi kết thúc bữa ăn bằng cà phê và rượu bran-đi; **end up** kết thúc *(trong tình trạng nào đó...)*: *if he carries on driving like that, he'll end up dead* nếu nó cứ tiếp tục lái xe như thế thì thế nào cũng có ngày mất mạng mà thôi.

endanger /in'deɪndʒə[r]/ *đgt* gây nguy hiểm: *smoking endangers your health* hút thuốc lá gây nguy hiểm cho sức khỏe của anh; *the giant panda is an endangered species* gấu trúc là một loài vật có nguy cơ tuyệt chủng.

endear /in'dɪə[r]/ *đgt* **endear somebody (oneself) to somebody** làm cho được mến: *her kindness to my children greatly endeared her to me* sự ân cần của bà ta đối với các con tôi làm tôi rất mến bà.

endearing /in'diəriŋ/ *tt* trìu mến: *an endearing smile* nụ cười trìu mến.

endearingly /in'diəriŋli/ *pht* [một cách] trìu mến.

endearment /in'diəmənt/ *dt* sự biểu lộ lòng yêu mến; lời biểu lộ lòng yêu mến, lời âu yếm: *he whispered endearments in her ear* chàng biểu lộ những lời âu yếm bên tai nàng.

endeavour[1] (*Mỹ* **endeavor**) /in'dəvə[r]/ *dt* sự cố gắng, sự nỗ lực: *please make every endeavour to arrive punctually* xin cố gắng đến đúng giờ.

endeavour[2] /in'dəvə[r]/ *dgt* cố gắng, cố: *they endeavoured to make her happy but in vain* họ cố làm cho cô vui sướng nhưng không ăn thua gì.

endemic[1] /en'demik/ *dt* bệnh địa phương.

endemic[2] /en'demik/ *tt* địa phương (*bệnh*): *malaria is endemic in (to) many hot countries* bệnh sốt rét là bệnh địa phương ở nhiều vùng nhiệt đới.

ending /'endiŋ/ *dt* phần kết thúc (*một truyện, một vở kịch, một bộ phim..*): *a story with a happy ending* một truyện có kết thúc tốt đẹp, một truyện kết thúc có hậu.

endive /'endiv, (*Mỹ* 'endaiv)/ *dt* (*Mỹ* **escarole**) rau diếp xoăn.

endless /'endlis/ *tt* vô tận: *the hours of waiting seem endless* những giờ chờ đợi tựa như là vô tận; *an endless belt (co)* cái đai vô tận.

endlessly /'endlisli/ *pht* [một cách] vô tận.

endocrine /'endəukrin/ *tt* (*sinh*) nội tiết: *endocrine gland* tuyến nội tiết.

endorse /in'dɔ:s/ *dgt* **1.** ghi tên vào mặt sau (*hối phiếu*) **2.** ghi vào bằng lái (*những vụ vi phạm luật lệ giao thông*) **3.** ủng hộ; tán đồng: *endorse somebody's opinion* ủng hộ ý kiến của ai **4.** mặc quảng cáo (*mặc quần áo... của một nhà sản xuất y phục thể thao để quảng cáo cho quần áo ấy*).

endorsement /in'dɔ:smənt/ *dt* **1.** sự ghi tên vào mặt sau (*hối phiếu*) **2.** sự ghi phạt vào bằng lái: *her son has had two endorsements for speeding* con trai bà ta đã bị ghi phạt hai lần vào bằng lái vì cho xe chạy quá tốc độ.

endow /in'dau/ *dgt* **1.** cấp tiền (*cho một hoạt động để sinh lãi*): *endow a bed in a hospital* tặng một giường bệnh cho một bệnh viện **2.** phú cho: *she's endowed with intelligence as well as beauty* nàng được trời phú cho cả trí thông minh lẫn sắc đẹp.

endowment /in'daumənt/ *dt* **1.** sự cấp tiền: *the endowment of many schools by rich former pupils* nhiều trường được học sinh cũ giàu có tặng tiền **2.** (*snh*) tiền cấp phát **3.** (*thường snh*) bản năng thiên phú: *not everyone is born with such endowments as you* không phải ai sinh ra cũng được phú cho tài năng như anh đâu.

endowment policy /in,dau-mənt'poləsi/ hình thức bảo hiểm xã hội tới hạn mới trả.

endpapers /'end,peipəz/ *dt snh* tờ lót (*ở một cuốn sách*).

end-product /'end,prodʌkt/ *dt* thành phẩm.

endue /in'dju:, (*Mỹ* in'du:)/ *dgt* (+ with) (*thường ở dạng bị động*) phú cho (*đức tính*): *endued with gentleness* được phú cho tính hiền lành dịu dàng.

endurable /in'djuərəbl/ *tt* có thể chịu đựng được.

endurance /in'djuərəns, (*Mỹ* in'duərəns)/ *dt* sự chịu đựng, sức chịu đựng: *his treatment of her was beyond endurance* cách đối xử của anh ấy đối với cô ta thật quá sức chịu đựng.

endure /in'djuə[r], (*Mỹ* in'duər)/ *dgt* **1.** chịu, chịu đựng: *endure toothache* chịu cơn đau răng; *I can't endure this woman* tôi không chịu được người đàn bà đó; *I can't endure to see (seeing) children suffer* tôi không chịu được khi nhìn thấy trẻ con đau đớn **2.** tiếp tục tồn tại, kéo dài: *fame that will endure for ever* danh tiếng sẽ tồn tại mãi mãi; *these traditions have endured throughout the ages* những truyền thống này đã tồn tại qua nhiều thời đại.

enduring /in'djuəriŋ/ *tt* lâu dài; *an enduring peace* nền hòa bình lâu dài.

enduringly /in'djuəriŋli/ *pht* [một cách] lâu dài.

endways /'endweiz/ (*cg* **endwise** /'endwaiz/) *pht* **1.** với đầu đưa về phía trước: *the box is quite narrow when you look at it endways [on]* chiếc hộp trông thật hẹp nếu anh nhìn vào nó từ phía đầu **2.** nối đuôi nhau: *the child put the toy cars together endways* cháu bé xếp các xe đồ chơi nối đuôi nhau.

enema /'enimə/ *dt* (*y*) **1.** sự thụt rửa (*qua hậu môn*) **2.** nước thụt rửa.

enemy /'enəmi/ *dt* **1.** kẻ thù: *his arrogance made him many enemies* tính ngạo nghễ của nó làm cho nó có nhiều kẻ thù; *poverty and ignorance are the enemies of progress* nghèo nàn và dốt nát là kẻ thù của tiến bộ **2. the enemy** quân địch: *the enemy was (were) forced to retreat* quân địch buộc phải rút lui; *enemy forces* lực lượng địch. // *one's own worst enemy* x worst[1]; *carry the war into the enemy's camp* x carry[1].

energetic /ˌenə'dʒetik/ *tt* mạnh mẽ, hoạt bát, đầy sinh lực: *an energetic supporter of the peace movement* một người mạnh mẽ ủng hộ phong trào hòa bình; *an energetic tennis player* một cầu thủ quần vợt hoạt bát.

energetically /ˌenə'dʒetikli/ *pht* [một cách] mạnh mẽ, [một cách] hoạt bát, [một cách] đầy sinh lực.

energize, energise /'enədʒaiz/ *dgt* **1.** tiếp sinh lực cho, tiếp nghị lực cho **2.** tiếp điện vào *(máy móc)*.

energy /'enədʒi/ *dt* **1.** sinh lực, nghị lực: *she's full of energy* chị ta đầy sinh lực; *it's a waste of time and energy* thật là một sự lãng phí thời gian và công sức **2. energies** *(snh)* sức lực: *apply one's energies to a task* để hết sức lực vào việc hoàn thành một nhiệm vụ **3.** *(lý)* năng lượng: *electrical energy* năng lượng điện, điện năng **4.** nguồn năng lượng, nhiên liệu: *an energy crisis* cuộc khủng hoảng về nhiên liệu.

enervate /'enəveit/ *dgt* làm mất sức, làm yếu: *a long, enervating illness* cơn bệnh kéo dài làm yếu người.

en famille /ˌɒnfæ'mi:/ *(tiếng Pháp)* ở nhà, ở trong gia đình: *I always enjoy winter evenings spent en famille* tôi luôn luôn thích thú ở nhà vào những buổi tối mùa đông.

enfant terrible /ˌɒnfɒnte-ri:bl/ *(tiếng Pháp)* *(snh* **enfants terribles**) *(thường dùa)* người khác thường *(về ý nghĩ, cách xử sự...)*: *her advanced ideas have made her the enfant terrible of the art world* tư tưởng tiến bộ của chị ta làm cho chị trở thành người khác thường trong giới nghệ thuật.

enfeeble /in'fi:bl/ *dgt* *(thường dùng ở dạng thụ động)* làm yếu, làm suy nhược: *enfeebled by a long illness* yếu đi vì ốm lâu ngày.

enfold /in'fəuld/ *dgt* (+ in, with) ôm: *he enfolded the child in an affectionate embrace* ông ta ôm lấy đứa bé trong vòng tay trìu mến.

enforce /in'fɔ:s/ *dgt* **1.** buộc thi hành: *Governments make laws and the police enforce them* chính phủ làm ra luật, cảnh sát thì buộc thi hành **2.** buộc, bắt buộc: *enforced discipline* kỷ luật bắt buộc **3.** củng cố: *have you any statistics that would enforce your argument?* anh ta có số liệu thống kê nào củng cố cho lý lẽ của anh không?

enforceable /in'fɔ:səbl/ *tt* có thể buộc thi hành: *such a strict law is not easily enforceable* một đạo luật nghiêm ngặt như thế không dễ gì buộc người ta thi hành.

enforcement /in'fɔ:smənt/ *dt* sự buộc thi hành: *strict enforcement of a new law* sự buộc thi hành nghiêm ngặt một đạo luật mới.

enfranchise /in'fræntʃaiz/ *dgt* *(chủ yếu dùng ở dạng bị động)* **1.** cho được quyền bầu cử: *in Britain women were enfranchised in 1918* ở Anh phụ nữ được quyền đi bầu vào năm 1918 **2.** giải phóng *(nô lệ)*.

enfranchisement /in'fræntʃaizmənt/ *dt* **1.** sự cho được quyền bầu cử **2.** sự giải phóng *(nô lệ)*.

Eng 1. *(vt của* engineer) kỹ sư **2.** *(vt của* engineering) kỹ thuật **3.** *(vt của* England, English) nước Anh; người Anh.

engage /in'geidʒ/ *dgt* **1.** thuê *(ai)* làm: *engage a new secretary* thuê một người thư ký mới; *she was engaged as an interpreter* chị ta được thuê làm phiên dịch **2.** thu hút *(sự chú ý)*; giành được *(tình cảm)*: *the woman's plight engaged our sympathy* cảnh ngộ của người phụ nữ giành được cảm tình của chúng tôi; *nothing engages his attention for long* chẳng có gì thu hút được lâu sự chú ý của anh ta **3.** giao chiến: *the two armies were fiercely engaged for several hours* hai đạo quân giao chiến với nhau ác liệt trong nhiều tiếng đồng hồ **4.** (+ with) [làm cho] mắc vào, [làm cho] gài vào: *the two cog-wheels engaged and the machine started* hai bánh răng gài vào nhau và cỗ máy bắt đầu chạy **5.** cam kết, hứa: *a lawyer engaged to undertake the sale of the house immediately* một luật sư cam kết sẽ đảm nhiệm việc bán nhà ngay lập tức. // **engage [somebody] in something** tham gia vào; tiến hành, làm dính líu vào: *be engaged in politics* tham gia vào chính trị, làm chính trị;

E

be engaged in business kinh doanh.

engaged /in'geidʒd/ *tt* **1.** mắc bận, bận việc: *I can't come to dinner Tuesday, I'm otherwise engaged* thứ ba tôi không thể đến dự cơm tối được, tôi bận việc khác **2.** *(Anh) (Mỹ* **busy***)* đang bận *(đường dây điện thoại):* *sorry! that number's engaged* xin lỗi số máy đó đang bận **3. engaged to somebody** đã đính hôn, đã hứa hôn với ai: *they are engaged [to be married]* họ đã hứa hôn với nhau; *an engaged couple* một cặp đã đính hôn **4.** có người, bận *(phòng vệ sinh)*; đã dành sẵn *(chỗ ngồi).*

engagement /in'geidʒmənt/ *dt* **1.** sự đính hôn, sự hứa hôn **2.** cuộc hẹn gặp: *I have several engagements for next week* tuần sau tôi có nhiều cuộc hẹn gặp; *the orchestra has several concert engagements* dàn nhạc có hẹn chơi một số buổi hòa nhạc **3.** sự cam kết; giấy cam kết: *he doesn't have enough money to meet all his engagements* nó không đủ tiền để thực hiện mọi cam kết của nó **4.** cuộc giao chiến: *the general tried to avoid an engagement with the enemy* viên tướng cố tránh một cuộc giao chiến với quân thù **5.** sự thuê, sự tuyển mộ *(người làm): the engagement of three new assistants* sự tuyển mộ ba trợ lý mới **6.** sự gài, sự mắc: *the engagement of gear* sự gài số *(xe ôtô).*

engagement ring /in'geidʒmənt riŋ/ nhẫn đính hôn.

engaging /in'geidʒiŋ/ *tt* lôi cuốn, hấp dẫn; duyên dáng: *an engaging smile* nụ cười hấp dẫn duyên dáng.

engender /in'dʒendə[r]/ *dgt* sinh ra, gây ra: *some people believe that poverty engenders crimes* một số người cho rằng nghèo đói sinh ra tội ác.

engine /'endʒin/ *dt* **1.** máy, động cơ: *a steam engine* động cơ hơi nước **2.** *(cg* **locomotive***)* đầu xe lửa: *I prefer to sit facing the engine* đi tàu tôi thích quay mặt về phía đầu máy hơn **3.** *(cổ)* máy móc, dụng cụ: *engines of war* dụng cụ chiến tranh; *siege engines* dụng cụ vây hãm.

engine driver /'endʒin,draivə[r]/ *dt (Mỹ* **engineer***)* người lái xe lửa.

engineer¹ /endʒi'niə[r]/ *dt* **1.** kỹ sư: *mechanical engineer* kỹ sư cơ khí **2.** người phụ trách máy *(trên tàu thủy...)* **3.** *(Mỹ) nh* engine driver **4.** công binh.

engineer² /endʒi'niə[r]/ *dgt* **1.** *(kng, xấu)* bố trí, sắp đặt *(một cách xảo trá hay bí mật): engineer a plot* bố trí một âm mưu **2.** xây dựng, thiết kế.

engineering /endʒi'niəriŋ/ *dt* **1.** kỹ thuật: *mechanical engineering* kỹ thuật cơ khí; *the new bridge is a triumph of engineering* chiếc cầu mới là một thắng lợi của kỹ thuật **2.** khoa công trình: *she's studying engineering at university* chị ta đang học khoa công trình ở đại học.

English¹ /'iŋgliʃ/ *dt* **1.** tiếng Anh: *he speaks excellent English* anh ta nói tiếng Anh giỏi lắm **2.** the English *(dgt, snh)* người Anh. // **in plain English** x plain¹; **the King's (the Queen's) English** tiếng Anh tiêu chuẩn: *she speaks a dialect, not the Queen's English* chị ta nói

tiếng địa phương chứ không phải tiếng Anh tiêu chuẩn.

English² /'iŋgliʃ/ *tt* [thuộc] Anh: *the English countryside* miền quê nước Anh; *English characteristics* nét đặt trưng người Anh; *he's studying English literature* anh ta đang nghiên cứu văn học Anh.

English breakfast /iŋgliʃ 'brekfəst/ điểm tâm theo kiểu Anh *(gồm có món ăn ngũ cốc, thịt lợn muối xông khói và trúng, bánh mì nướng, mứt cam và chè hoặc cà phê, khác với điểm tâm theo kiểu châu lục) (x* continental breakfast).

English Channel /,iŋgliʃ 'tʃænl/ the English Channel *(cg* the Channel) eo biển Manche *(giữa Anh và Pháp).*

Englishsman /'iŋgliʃmən/ *dt (snh* **Englishmen***, c* **Englishwoman***)* người Anh.

engrave /in'greiv/ *dgt* khắc, trổ: *his initials were engraved on the cigarette case; the cigarette case was engraved with his initials* hộp thuốc lá có khắc những con chữ đầu của tên anh; *memories of that terrible day are forever engraved on my mind (bóng)* ký ức về cái ngày khủng khiếp đó mãi mãi khắc sâu vào tâm trí tôi.

engraver /in'greivə[r]/ *dt* thợ khắc, thợ trổ.

engraving /in'greiviŋ/ *dt* **1.** sự khắc, sự trổ; *(bóng)* sự khắc sâu, sự in sâu **2.** bản in *[từ một bản]* khắc.

engross /in'grəʊs/ *dgt* **1.** *(thường dùng ở dạng bị động)* chiếm hết thời gian, thu hút *(sự chú ý):* *be engrossed in one's work* bị thu hút vào công việc; *an engrossing story* một câu chuyện thu hút hết sự chú ý, một câu chuyện hấp dẫn **2.** *(luật)* chép *(một tài liệu pháp lý)* bằng chữ to; chép *(một tài liệu pháp lý)* theo văn phong chính thống.

engulf /in'gʌlf/ *dgt (thường dùng ở dạng bị động)* vùi lấp, bao trùm: *a boat engulfed in (by) the sea* con thuyền bị sóng biển vùi lấp; *engulfed in silence* chìm trong im lặng.

enhance /in'hɔ:ns, *(Mỹ* in-'hæns)/ *dgt* làm tăng, nâng cao: *the clothes do nothing to enhance her appearance* quần áo ấy cũng chẳng làm tăng dáng vẻ bề ngoài của cô ta được chút nào; *enhance the reputation of somebody* làm tăng danh tiếng của ai.

enhancement /in'hɔ:nsmənt, *(Mỹ* in'hænsmənt)/ *dt* **1.** sự làm tăng, sự nâng cao *(phẩm chất của ai, của cái gì)* **2.** cái làm tăng, cái nâng cao.

enigma /i'nigmə/ *dt* điều bí ẩn; người khó hiểu.

enigmatic /,enig'mætik/ *tt* bí ẩn, khó hiểu: *an enigmatic smile* nụ cười bí ẩn.

enjoin /in'dʒɔin/ *dgt* ra lệnh, chỉ thị: *he enjoined obeisance on his followers* ông ta ra lệnh cho các môn đồ phải vâng lời ông; *the leader enjoined that the rules should be obeyed* người chỉ huy ra lệnh phải tuân theo luật lệ.

enjoy /in'dʒɔi/ *dgt* **1.** thích thú, khoái: *I enjoyed that meal* tôi thích bữa ăn đó; *she enjoys playing tennis* chị ta thích chơi quần vợt **2.** được hưởng, được, có được: *enjoy good health* có được sức khỏe tốt; *men and women should enjoy equal rights* đàn ông và đàn bà phải được hưởng quyền như nhau. // **enjoy oneself** vui

thích, khoái trá: *he enjoyed himself at the party* anh ta cảm thấy vui thích tại bữa tiệc; *the children enjoyed themselves playing in the water* trẻ con khoái trá đùa nghịch dưới nước.

enjoyable /in'dʒɔiəbl/ *tt* thú vị, thích thú: *an enjoyable weekend* một ngày nghỉ cuối tuần thích thú; *this film was quite enjoyable* bộ phim đó thật thú vị.

enjoyably /in'dʒɔiəbli/ *pht* [một cách] thú vị, [một cách] thích thú.

enjoyment /in'dʒɔimənt/ *dt* **1.** sự thích thú, sự khoái trá; điều thích thú, điều vui thích: *live only for enjoyment* sống để chỉ hưởng thụ; *gardening is one of her chief enjoyments* làm vườn là một trong những niềm thích thú của chị ta **2.** sự có được, sự được hưởng: *the enjoyment of equal rights* sự được hưởng quyền bình đẳng.

enkindle /in'kindl/ *dgt (cũ)* **1.** nhen nhóm, làm cho bùng lên *(lửa, tình cảm...)* **2.** kích động, khêu gợi.

enlarge /in'lɔ:dʒ/ *dgt* **1.** mở rộng; rộng ra: *I want to enlarge the lawn* tôi muốn mở rộng bồn cỏ ra **2.** phóng to *(ảnh)* **3.** (+ on) nói chi tiết thêm: *can you enlarge on what has already been said?* anh có thể nói chi tiết thêm về những gì đã nói không?

enlargement /in'lɔ:dʒmənt/ *dt* **1.** sự mở rộng; sự rộng ra **2.** bức ảnh phóng to: *enlargements of the wedding photographs* những bức ảnh cưới phóng to.

enlarger /in'lɔ:dʒə[r]/ *dt* máy phóng ảnh.

enlighten /in'laitn/ *dgt* làm sáng tỏ, khai sáng: *can you enlighten me as to the new*

procedure? anh có thể làm cho tôi sáng tỏ thủ tục mới không?

enlightened /in'laitnd/ *tt (chủ yếu dùng làm vị ngữ)* được soi sáng, được giải thoát khỏi sự ngu dốt; *enlightened opinions* những ý kiến đã được soi sáng.

enlightenment /in'laitnmənt/ *dt* **1.** sự làm sáng tỏ; sự sáng tỏ: *the teacher's attempts at the enlightenment failed; I remain as confused as before* cố gắng của thầy giáo nhằm làm sáng tỏ vấn đề đã thất bại, tôi vẫn thấy rối lên như trước; *age of enlightenment* thời đại văn minh **2. the Enlightenment** thời đại khai sáng *(thế kỷ mười tám, khi khoa học bắt đầu phát triển).*

enlist /in'list/ *dgt* **1.** đăng ký *(vào quân đội)*; tuyển *(quân)*: *he enlisted as a soldier in the army as soon as he was old enough* anh ta đã đăng ký vào quân đội ngay khi vừa đủ tuổi; *they enlist four hundred recruits for the navy* họ tuyển bốn trăm tân binh cho hải quân **2.** tranh thủ, nhờ vào: *I've enlisted the co-operation of most of my neighbours in my campaign* tôi đã nhờ vào sự cộng tác của phần lớn bà con láng giềng trong cuộc vận động của tôi; *we've enlisted a few volunteers to help clean the hall* chúng tôi đã nhờ được một vài người tình nguyện giúp dọn dẹp sảnh đường.

enlistment /in'listmənt/ *dt* **1.** sự tuyển quân **2.** sự tòng quân **3.** đợt tuyển quân.

enlisted man /in'listidmæn/ *(Mỹ)* binh nhất.

enliven /in'laivn/ *dgt* làm sôi nổi: *how can we enliven* *this party?* làm thế nào để buổi tiệc sôi nổi lên đây?

en masse /ˌɒn'mæs/ *(tiếng Pháp)* cả đám, cả cùng nhau: *the Joneses are coming for lunch en masse, all twelve of them!* cả nhà Jones sẽ cùng nhau đến ăn cơm trưa, mười hai người cả thảy.

enmesh /in'meʃ/ *đgt* (+ in) *(thường bóng)* làm mắc lưới, làm sa lưới: *he was enmeshed in a web of deceit and lies* anh ta sa vào một mớ những chuyện lừa đảo và dối trá.

enmity /'enməti/ *dt* sự thù hằn, sự thù ghét: *I don't understand his enmity towards his parents* tôi không hiểu được sự thù ghét của nó đối với cha mẹ nó.

ennoble /i'nəʊbl/ *đgt* **1.** làm thành quý tộc **2.** làm cho cao quý hơn: *in a strange way, she seemed ennobled by the grief she had experienced* thật lạ lùng, nỗi đau buồn mà chị ấy đã trải qua dường như đã khiến cho chị trở nên cao quý hơn.

ennui /ɒn'wi:/ *dt* sự buồn chán: *since losing his job, he has often experienced a profound sense of ennui* từ khi mất việc, anh ta thường cảm thấy rất là buồn chán.

enormity /i'nɔ:məti/ *dt* **1.** sự tàn ác dã man: *the enormity of the crime shocked even experienced policemen* sự tàn ác dã man của tội ác ấy làm căm phẫn cả những viên cảnh sát dày kinh nghiệm **2.** tội ác **3.** sự lớn lao: *the enormity of the task of feeding all the famine victims* sự lớn lao của công việc nuôi ăn tất cả nạn nhân của nạn đói.

enormous /i'nɔ:məs/ *tt* to lớn, lớn lao, khổng lồ: *an enormous amount of money* số tiền khổng lồ.

enormously /i'nɔ:məsli/ *pht* hết sức, cực kỳ, vô cùng: *I'm enormously grateful for your help* tôi vô cùng biết ơn sự giúp đỡ của anh.

enormousness /i'nɔ:məsnis/ *dt* sự to lớn, sự khổng lồ.

enough¹ /i'nʌf/ *dht* đủ, đủ dùng: *have we got enough sandwiches for lunch?* chúng ta có đủ bánh mì kẹp để ăn trưa không?; *we have time enough to get to the airport* chúng ta có đủ thời gian đi đến phi trường; *have you made enough copies?* anh đã nhân đủ bản chưa?

enough² /i'nʌf/ *dt* [số lượng] đủ: *six bottles of wine will be enough* sáu chai rượu là đủ; *is £100 enough for all your expenses?* 100 bảng có đủ cho tất cả chi tiêu của anh không? // **enough is enough** đủ rồi, nói thêm, làm thêm phỏng có ích gì; **have had enough [of something (somebody)]** hết mức chịu đựng; chán ngấy rồi: *after three years without promotion he decided he'd had enough and resigned* sau ba năm không được thăng cấp, anh ta quyết định là hết chịu đựng được nữa và xin thôi việc.

enough³ /i'nʌf/ *pht* (dùng sau *đgt, tt, pht*) **1.** đủ: *is the river deep enough for swimming (to swim in)?* sông có đủ sâu để bơi không? **2.** khá, tương đối: *she plays well enough for a beginner* cô ta chơi tương đối khá đối với một người mới tập chơi. // **curiously, oddly, strangely... enough** lạ thay: *strangely enough, I said the same thing to my wife only yesterday* lạ thay tôi đã nói cũng điều ấy với vợ tôi, mới ngày hôm qua thôi; **fair enough** *x* fair²; **sure enough** *x* sure².

en passant /ˌɒn'pæsɒn/ *(tiếng Pháp)* nhân tiện: *he mentioned en passant that he was going away* nhân tiện nó nói rằng nó sắp đi xa.

enquire, enquiry *x* inquire, inquiry.

enrage /in'reidʒ/ *đgt* làm giận điên lên, làm điên tiết.

enrapture /in'ræptə[r]/ *đgt* (chủ yếu dùng ở dạng bị động) làm vô cùng thích thú: *be enraptured with something* vô cùng thích thú cái gì.

enrich /in'ritʃ/ *đgt* (+ with) làm giàu, làm giàu thêm: *a nation enriched by the profit from tourism* một nước giàu lên nhờ lợi nhuận của ngành du lịch; *soil enriched by fertilizer* đất giàu lên [về chất dinh dưỡng] nhờ phân bón; *reading enriches the mind* đọc sách làm giàu trí tuệ lên.

enrichment /in'ritʃmənt/ *dt* **1.** sự làm giàu, sự làm giàu thêm **2.** cái làm giàu thêm.

enrol (*Mỹ, cg* **enroll**) /in'rəʊl/ *đgt* (-ll-) ghi tên [cho] vào, kết nạp vào: *enrol in evening classes* ghi tên vào lớp học đêm; *we enrolled him as a member of the society* chúng tôi kết nạp anh ta làm hội viên của hội.

enrolment (*Mỹ, cg* **enrollment**) /in'rəʊlmənt/ *dt* **1.** sự ghi tên [cho] vào, sự kết nạp: *the enrolment of five new members* sự kết nạp năm hội viên mới **2.** số người ghi tên vào, số người được tuyển; *this school has an enrolment of 800 pupils* trường này có 800 học sinh được tuyển vào học.

en route /ˌɒn'ruːt/ **en route from... to; en route for...** *(tiếng Pháp)* trên đường đi: *we stopped at Paris en route from Rome to London* chúng tôi dừng lại ở Paris trên đường đi từ Rome đến London; *they passed through Paris en route for Rome* họ ngang qua Paris trên đường đi đến Rome.

Ens *(vt của* Ensign) thiếu úy hải quân: *Ens [Peter] Dwyer* thiếu úy hải quân [Peter] Dwyer.

ensconce /in'skɒns/ *dgt (chủ yếu dùng ở dạng bị động)* **ensconce somebody (oneself) in something** náu, nép; ngồi thoải mái (ở thoải mái) *(ở một nơi an toàn)*: *he ensconced himself in a big armchair in front of the fire* anh ta ngồi thoải mái trên một chiếc ghế bành lớn trước lò sưởi.

ensemble /ɒn'sɒmbl/ *dt* **1.** toàn cảnh, ấn tượng chung: *the arrangement of the furniture formed a pleasing ensemble* cách sắp xếp đồ đạc tạo nên một ấn tượng chung dễ chịu **2.** bộ: *the coat, hat and shoes make an attractive ensemble* áo khoác, mũ và giày tạo thành một bộ rất hấp dẫn **3.** *(nhạc)* khúc đồng diễn **4.** *(skhấu)* nhóm nhạc: *a woodwind ensemble* nhóm nhạc kèn sáo gỗ.

enshrine /in'ʃrain/ *dgt* **1.** (+ in) lưu giữ *(ở nơi thiêng liêng)*: *memories enshrined in the heart* những ký ức được trân trọng lưu giữ trong lòng **2.** là nơi lưu giữ thiêng liêng *(vật gì đó)*: *the constitution enshrines the basic rights of all citizens* hiến pháp là nơi lưu giữ thiêng liêng các quyền cơ bản của mọi công dân.

enshroud /in'ʃraʊd/ *dgt* phủ kín; che lấp: *hills enshrouded in midst* những ngọn đồi phủ kín sương mù; *his background is enshrouded in mystery* lai lịch xuất thân của anh ta hãy còn phủ kín bí ẩn.

ensign /'ensən/ *dt* **1.** cờ hiệu **2.** *(Mỹ)* thiếu úy hải quân **3.** /'ensain/ *(Anh)* sĩ quan cầm cờ *(của trung đoàn, trước đây).*

enslave /in'sleiv/ *dgt* bắt làm nô lệ, nô dịch hóa *(đen, bóng)*: *her beauty enslaved many young men* sắc đẹp của nàng đã nô dịch hóa biết bao chàng trai.

ensnare /in'sneə[r]/ *dgt* (+ in) săn bẫy, đánh bẫy: *ensnare a rich husband* săn bẫy được một ông chồng giàu có.

ensue /in'sjuː, *(Mỹ* in'suː)/ *dgt* (+ from) sinh ra từ, tiếp sau: *bitter arguments ensued from this misunderstanding* những cuộc cãi vã gay gắt sinh ra từ sự hiểu lầm đó; *in the ensuing debate* trong cuộc tranh luận tiếp sau.

en suite /ˌɒn'swiːt/ *(tiếng Pháp)* tạo thành một đơn nguyên riêng biệt: *each bedroom in the hotel has a bathroom en suite* mỗi phòng ngủ trong khách sạn có một buồng tắm riêng [biệt].

ensure /in'ʃɔː[r], *(Mỹ* insure in'ʃʊər)/ *dgt* bảo đảm: *the book insures his success* quyển sách bảo đảm sự thành công của ông ta; *please insure that all the lights are switched off at night* xin bảo đảm rằng ban đêm mọi đèn đều tắt; *these pills should insure you a good night's sleep* những viên thuốc này sẽ bảo đảm cho anh một giấc ngủ ngon.

ENT /ˌiːen'tiː/ *(y) (vt của* ear, nose and throat) tai – mũi – họng: *an ENT specialist* chuyên gia tai mũi họng.

-ent *x* -ant.

entail¹ /in'teil/ *dgt* **1.** đòi hỏi, cần phải có: *this job entails a lot of hard work* công việc này đòi hỏi một lô công việc cực nhọc; *that will entail an early start tomorrow morning* việc đó đòi hỏi ngày mai phải bắt đầu từ sáng sớm **2.** *(luật)* cho thừa kế theo thứ tự *(không cho bán).*

entail² /in'teil/ *dt (luật)* **1.** sự cho thừa kế theo thứ tự **2.** tài sản thừa kế theo thứ tự.

entangle /in'tæŋgl/ *dgt* **1.** làm vướng vào: *her long hair entangled itself in the rose bush* làn tóc dài của nàng vướng vào bụi hồng; *a fishing line entangled among the weeds* dây câu bị vướng vào đám rong dại **2.** *(bóng)* vướng víu vào, dính líu vào: *become entangled in money problems* dính líu vào chuyện tiền bạc.

entanglement /in'tæŋglmənt/ *dt* **1.** sự vướng vào, sự dính vào **2.** *(thường snh)* tình huống vướng mắc: *entanglements with the police* vướng mắc với cảnh sát **3.** *(snh)* hàng rào cản quân dịch.

entente /ɒn'tɒnt/ *dt* **1.** sự hiểu biết thân thiện *(giữa một số nước)* **2.** khối nước thân thiện.

entente cordiale /ˌɒntɒnt kɔːdi'ɑːl/ quan hệ thân tình *(nhất là giữa Anh và Pháp).*

enter /'entə[r]/ *dgt* **1.** vào: *don't enter without knocking* đừng vào mà không gõ cửa; *the train entered the tunnel* con tàu tiến vào đường hầm; *where did the bullet enter* *the body?* viên đạn bắn vào người ở chỗ nào? **2.** *(skhấu)* ra: *Hamlet enters* Hamlet bước ra sân khấu **3.** *(không dùng ở dạng bị động)* gia nhập, vào: *enter the Army* vào bộ đội, gia nhập quân đội; *enter a college* vào đại học; *enter the Church* đi tu **4.** ghi vào: *all expenditures must be entered [up] in the account book* mọi chi tiêu phải được ghi vào sổ kế toán **5.** trình, đệ trình: *enter a protest* đệ trình một lời phản kháng. // **enter the lists [against somebody]** thách đấu; nhận đấu *(với ai)*.

enter into something a/ bắt đầu quan tâm đến, đi vào: *let's not enter into details at this stage* chúng ta đừng đi vào chi tiết ở giai đoạn này b/ tạo thành một bộ phận của cái gì *(không dùng ở dạng bị động):* *this possibility never entered into our calculations* khả năng đó không bao giờ nằm trong sự tính toán của chúng tôi; **enter into something [with somebody]** bắt đầu, bước vào: *enter into negotiations with a business firm* bước vào cuộc thương lượng với một hãng kinh doanh; **enter on (upon) something** a/ bắt đầu, khởi đầu: *the President has just entered upon another term of office* tổng thống vừa mới bắt đầu một nhiệm kỳ mới b/ *(luật)* bắt đầu tiếp nhận: *he entered on his inheritance when he was 21* ông ta bắt đầu tiếp nhận của thừa kế năm 21 tuổi; **enter [somebody] for something** ghi tên ai vào cuộc thi: *the teacher entered him for the examination* thầy giáo ghi tên cho nó dự thi; *enter a horse for a race* đăng ký con ngựa tham gia cuộc đua.

enteric /en'terik/ *tt* [thuộc] ruột: *enteric fever* bệnh thương hàn.

enteritis /ˌentə'raitis/ *dt (y)* viêm ruột.

enterprise /'entəpraiz/ *dt* **1.** việc làm khó khăn, việc làm táo bạo **2.** sự táo bạo, lòng dũng cảm: *a woman of great enterprise* một phụ nữ có lòng dũng cảm cao **3.** hoạt động kinh doanh **4.** công ty kinh doanh, hãng, doanh nghiệp.

enterprising /'entəpraiziŋ/ *tt* táo bạo, dám làm: *she may not have been the cleverest candidate but she was certainly the most enterprising* cô ta có thể không phải là ứng cử viên thông minh nhất nhưng chắc chắn đó là người dám làm nhất.

enterprisingly /'entəpraiziŋli/ *pht* [một cách] táo bạo, [một cách] dám làm.

entertain /ˌentə'tain/ *dgt* **1.** thết đãi, tiếp đãi, đãi: *he entertained us to dinner last night* tối qua nó đãi chúng tôi ăn cơm tối **2.** giải trí; tiêu khiển: *he entertained us for hours with his stories and jokes* anh ta đã tiêu khiển chúng tôi hàng giờ với những chuyện kể và lời nói đùa của anh **3.** *(không dùng ở thì tiếp diễn)* vui lòng xem xét: *he refused to entertain our proposition* ông ta từ chối xem xét đề nghị của chúng tôi **4.** ấp ủ trong lòng: *entertain ideas* ấp ủ những ý nghĩ.

entertainer /ˌentə'tainə[r]/ *dt* người làm trò vui *(chuyên nghiệp):* *he's a popular television entertainer* anh ta là một người làm trò vui được ưa thích trên truyền hình.

entertaining /ˌentə'teiniŋ/ *tt* thú vị: *a very entertaining film* một bộ phim rất thú vị.

entertainingly /ˌentə'teiniŋli/ *pht* [một cách] thú vị.

entertainment /ˌentə'tainmənt/ *dt* **1.** sự thết đãi, sự tiếp đãi: *the entertainment of a group of foreign visitors* sự tiếp đãi một nhóm khách nước ngoài **2.** sự giải trí, sự tiêu khiển **3.** trò tiêu khiển; buổi biểu diễn: *this week's entertainments* những buổi biểu diễn tuần này.

enthral *(cg Mỹ* **enthrall)** /in'θrɔ:l/ *dgt (-ll-)* *(chủ yếu dùng ở dạng bị động)* làm say đắm, làm say mê: *enthralled by her beauty* say đắm sắc đẹp của nàng.

enthralling /in'θrɔ:liŋ/ *tt* làm say đắm, làm say mê: *an enthralling performance* buổi trình diễn làm say mê khán giả.

enthralment, enthrallment /in'θrɔ:lmənt/ *dt* sự say đắm, sự say mê.

enthrone /in'θrəun/ *dgt* tôn lên ngôi vua.

enthronement /in'θrəunmənt/ *dt* sự tôn lên ngôi vua.

enthuse /in'θju:z, *(Mỹ* in'θu:z)/ *dgt* (+ about, over) tỏ ra thán phục, tán dương: *he hasn't stopped enthusing about his holiday since he returned* từ ngày đi nghỉ về, anh ta không ngừng tán dương về kỳ nghỉ đó.

enthusiasm /in'θju:ziæzəm, *(Mỹ* in'θu:ziæzəm)/ *dt* **1.** (+ for, about) sự nhiệt tình **2.** cái làm cho nhiệt tình, điều say mê: *one of my great enthusiasms is music* một trong những thú say mê lớn của tôi là âm nhạc.

enthusiast /in'θju:ziæst, *(Mỹ* in'θu:ziæst)/ *dt* (+ for, about) người nhiệt tình, người say mê: *an enthusiast* *for (about) all kinds of pop music* người say mê mọi loại nhạc pop.

enthusiastic /in,θju:zi'æstik, (Mỹ in,θu:zi'æstik)/ *tt* (+ about, over) đầy nhiệt tình: *he doesn't know much about the subject, but he's very enthusiastic* anh ta không biết nhiều về vấn đề, nhưng rất nhiệt tình.

enthusiastically /in,θju:zi-'æstikli, (Mỹ in,θu:zi'æs-tikli)/ *pht* [một cách] đầy nhiệt tình.

entice /in'tais/ *dgt* dụ dỗ, cám dỗ: *he enticed the young girl away from home* nó dụ dỗ cô gái bỏ nhà ra đi.

enticement /in'taismənt/ *dt* 1. sự dụ dỗ, sự cám dỗ 2. mồi cám dỗ; mồi nhử: *there were so many enticements offered that I could not refuse the job* có biết bao nhiêu mồi cám dỗ được đưa ra khiến tôi không thể nào từ chối công việc đó.

enticing /in'taisiŋ/ *tt* cám dỗ, quyến rũ: *an enticing offer* một lời mời chào thật quyến rũ; *an enticing smell came from the bakery* một mùi quyến rũ phát ra từ lò bánh mì.

enticingly /in'taisiŋli/ *pht* [một cách] cám dỗ, [một cách] quyến rũ.

entire /in'taiə[r]/ *tt* toàn bộ, hoàn toàn: *we are in entire agreement with you* chúng tôi hoàn toàn đồng ý với anh; *I have wasted an entire day on this* tôi đã mất vào đấy trọn cả một ngày.

entirely /in'taiəli/ *pht* [một cách] hoàn toàn: *entirely unnecessary* hoàn toàn không cần thiết; *entirely different* hoàn toàn khác.

entirety /in'taiəti/ *dt* trạng thái toàn vẹn: *we must examine the problem in its en-* tirety chúng ta phải xem xét toàn bộ vấn đề *(chứ không phải từng phần)*.

entitle /in'taitl/ *dgt* 1. đặt tựa đề, đặt tên cho *(sách...)*: *she read a poem entitled "The Apple Tree"* chị ta đọc một bài thơ tựa đề là "Cây táo" 2. cho quyền: *this ticket doesn't entitle you to travel first class* vé này không cho anh quyền đi ghế hạng nhất; *after a hard day's work, she felt entitled to a rest* sau một ngày làm việc cật lực, chị ta cảm thấy được quyền nghỉ ngơi.

entitlement /in'taitlmənt/ *dt* 1. sự cho quyền; sự được quyền 2. điều được quyền.

entity /'entəti/ *dt* 1. thực thể 2. sự tồn tại *(của một vật)*.

entomb /in'tu:m/ *dgt* 1. chôn cất, mai táng 2. chôn vùi: *many people were entombed in the rubble of the bombed building* nhiều người bị chôn vùi trong đống gạch vụn của ngôi nhà bị trúng bom 3. là mồ chôn của *(người, con vật)*.

entomological /,entəmə'lɔdʒikl/ *tt* [thuộc] côn trùng học.

entomologist /,entə'mɔlədʒist/ *dt* nhà côn trùng học.

entomology /,entə'mɔlədʒi/ *dt* côn trùng học.

entourage /,ɒntʊ'rɑ:ʒ/ *dt* đoàn tùy tùng, những người tháp tùng *(một nhân vật quan trọng)*: *the President and his entourage* ông tổng thống và đoàn tùy tùng của ông; *she always has an entourage of admiring young men* nàng luôn luôn có một đám tháp tùng trẻ tuổi theo ngưỡng mộ nàng.

entrails /entreilz/ *dt (snh)* lòng, ruột *(người, thú vật)*.

entrance¹ /'entrəns/ *dt* 1. cửa vào; lối vào 2. sự vào:

an actress must learn her entrances and exits một diễn viên phải học thuộc lúc nào vào, lúc nào ra sàn diễn 3. quyền được vào; sự gia nhập: *they were refused entrance to the club* họ bị từ chối không cho gia nhập câu lạc bộ; *a university entrance examination* cuộc thi nhập học đại học; *an entrance fee* tiền vé vào cửa *(xem triển lãm...)*; phí gia nhập *(câu lạc bộ...)*.

entrance² /in'trɑ:ns, (Mỹ in'træns)/ *dgt* (thường dùng ở thể bị động) làm mê mẩn *(như là bằng yêu thuật)*: *entranced at the beautiful sight* mê mẩn trước cảnh đẹp; *they sat entranced by her beauty* chúng nó ngồi mê mẩn trước sắc đẹp của nàng.

entrant /'entrənt/ *dt* 1. người đăng tên dự thi; con vật đăng ký dự thi: *there are fifty entrants for dog show* có năm mươi con chó đăng ký tham dự cuộc biểu diễn 2. **entrant to something** người bước vào nghề nào đó: *an entrant to diplomatic service* người bước vào nghề ngoại giao; *women entrants to the police force* phụ nữ gia nhập lực lượng cảnh sát.

entrap /in'træp/ *dgt* (-pp-) (thường dùng ở dạng bị động) 1. đánh bẫy, bẫy 2. lừa gạt, lừa: *he felt he had been entrapped into marrying her* ông ta cảm thấy bị lừa khi cưới cô ấy.

entreat /in'træp/ *dgt* nài nỉ, van xin: *may I entreat a favour of you?* tôi có thể van xin ông cho tôi một ân huệ được không?; *please don't go, I entreat you* xin đừng đi, tôi van em.

entreaty /in'tri:ti/ *dt* **1.** sự van xin **2.** lời van xin: *deaf to all entreaties* làm ngơ trước mọi lời van xin.

entrée /'ɒntrei/ *dt* **1.** quyền vào, quyền gia nhập: *her wealth and reputation gave her [an] entrée into upper-class circles* sự giàu có và danh tiếng của bà ta đã cho phép bà được quyền gia nhập giới thượng lưu **2.** món ăn xen (*ăn xen giữa món cá và món thịt*).

entrench (*cg* **intrench**) /in'trentʃ/ *dgt* (thường dùng ở thể bị động) **1.** đào hào bao quanh **2.** (*thường xấu*) ăn sâu vào; bám chắc lấy: *entrenched ideas* những ý tưởng đã ăn sâu vào đầu óc; *she is entrenched in her right-wing views* bà ta bám chắc lấy những quan điểm cánh hữu của mình.

entrenchment /in'trentʃ-mənt/ *dt* **1.** sự đào hào bao quanh **2.** hệ thống hào bảo vệ.

entrepôt /'ɒntrəpəʊ/ *dt* **1.** kho hàng quá cảnh **2.** trung tâm xuất nhập khẩu.

entrepreneur /,ɒntrəprə-'nɜ:[r]/ *dt* **1.** nhà doanh nghiệp, doanh nhân **2.** người thầu khoán.

entrepreneurial /,ɒntrəprə-'nɜ:riəl/ *tt* **1.** [thuộc] doanh nghiệp: *entrepreneurial flair* sự nhạy bén về doanh nghiệp **2.** [thuộc] thầu khoán.

entrust /in'trʌst/ *dgt* giao phó: *entrust an assistant with a task; entrust the task to an assistant* giao nhiệm vụ cho trợ lý; *he entrusted his children to me (to my care) for the day* anh ta giao phó con cái anh cho tôi chăm sóc trong ngày.

entry /'entri/ *dt* **1.** sự đi vào: *the children were surprised by the sudden entry of their teacher* tụi trẻ ngạc nhiên khi thầy giáo đột ngột bước vào; *the thieves had forced an entry into the building* bọn trộm đã phá một lối vào nhà **2.** quyền được vào: *you mustn't drive up a street with a No Entry sign* anh không được lái xe vào một đường phố có biển Cấm vào; *an entry visa* thị thực nhập cảnh **3.** cổng vào; lối vào **4.** mục từ (*ở từ điển*) **5.** mục vào sổ kế toán; việc vào sổ: *the entry of all expenditures is necessary* việc vào sổ mọi món chi tiêu là cần thiết **6.** người (vật) đăng ký thi đấu; danh sách người (vật) đăng ký thi đấu: *fifty entries for the 800 metres* năm mươi người đăng ký thi chạy 800 mét; *this painting is my entry for the art competition* bức tranh này là bức tôi đăng ký cuộc thi mỹ nghệ; *there's a large entry for the flower show this year* năm nay có một danh sách dài những người dự thi trưng bày hoa.

Entryphone /'entrifəʊn/ *dt* (*tên riêng*) điện thoại ở lối vào (*các chung cư, để khách có thể liên hệ với các hộ trong chung cư trước khi được mời vào*).

entwine /in'twain/ *dgt* bện, tết; quấn vào nhau: *entwine a garland of flowers* tết một vòng hoa; *they walked along with [their] arms entwined* họ bước đi tay khoác tay.

enumerate /i'nju:məreit, (Mỹ i'nu:məreit)/ *dgt* liệt kê: *she enumerates the items we had to buy: sugar, tea, soap, etc.* bà ta liệt kê các thứ chúng tôi phải mua: đường, trà, xà phòng v.v...

enumeration /i,nju:mə'reiʃn, (Mỹ i,nu:mə'reiʃn)/ *dt* sự liệt kê.

enunciate /i'nʌnsieit/ *dgt* **1.** đọc rõ, phát âm rõ ràng: *she enunciated each word slowly for her students* bà ta chậm rãi phát âm rõ ràng từng từ cho sinh viên của mình **2.** trình bày rõ ràng: *he is always willing to enunciate his opinion on the subject of politics* ông ta luôn luôn sẵn lòng trình bày rõ ý kiến của mình về đề tài chính trị.

enunciation /i,nʌnsi'eiʃn/ *dt* **1.** sự đọc rõ, sự phát âm rõ ràng **2.** sự trình bày rõ.

envelop /in'veləp/ *dgt* bọc, bao bọc, bao phủ, phủ: *mountains enveloped in clouds* những ngọn núi bị mây bao phủ; *a baby enveloped in a blanket* cháu bé phủ kín trong chăn.

envelope /'envələʊp, 'ɒnvələʊp/ *dt* bao bì; phong bì: *writing-paper and envelopes* giấy viết thư và phong bì.

envelopement /in'veləp-mənt/ *dt* **1.** sự bọc, sự bao bọc; sự bao phủ, sự phủ **2.** vỏ bao, vỏ bọc.

envenom /in'venəm/ *dgt* **1.** tẩm thuốc độc (*vũ khí...*) **2.** (*bóng*) chất chứa hận thù: *arguments envenomed with spite* lý lẽ chất chứa hận thù.

enviable /'enviəbl/ *tt* đáng ghen tị, đáng thèm thuồng: *an enviable examination result* kết quả thi đáng thèm thuồng.

enviably /'enviəbli/ *pht* đến phát ghen lên được: *enviably rich* giàu đến phát ghen lên được.

envious /'enviəs/ *tt* ghen tỵ, đố ky: *she cast envious glances at her sister's dress* cô ta liếc nhìn chiếc áo của chị cô với đôi mắt ghen ty; *he was envious of his brother's success* nó ghen với thành công của anh nó.

enviously /'enviəsli/ *pht* [một cách] ghen ty, [một cách] đố ky.

environment /in'vaiərənmənt/ *dt* **1.** môi trường: *a noisy smoke-fulled room is not the best environment to work in* một căn phòng ồn ào, đầy khói thuốc, không phải là môi trường làm việc tốt nhất **2. the environment** môi sinh.

environmental /invaiərən'mentl/ *tt* [thuộc] môi trường: *the environmental effect of this new factory could be disastrous* tác động môi trường của nhà máy mới này có khả năng là tai hại.

environmentalist /in,vaiərən'mentəlist/ *dt* nhà môi trường học.

environmentally /in,vaiərən'mentəli/ *pht* về mặt môi trường: *building a new factory there would be environmentally disastrous* xây một nhà máy mới ở đấy có thể tai hại về mặt môi trường.

environs /in'vaiərəns/ *dt snh* vùng phụ cận: *Hanoi and its environs* Hà Nội và những vùng phụ cận.

envisage /in'vizidʒ/ *dgt* hình dung, tưởng tượng: *nobody can envisage the consequences of total nuclear war* không ai có thể hình dung hậu quả của cuộc chiến tranh hạt nhân tổng lực.

envoi /'envɔi/ *dt* **1.** phái viên **2.** công sứ *(ngoại giao).*

envy¹ /'envi/ *dt* **1.** sự ghen ty, sự đố ky **2. the envy of somebody** cái làm cho ai ghen ty: *her many talents were the envy of all her friends* tài năng nhiều mặt

của cô ta là cái làm cho tất cả bạn bè của cô ghen ty; *he is the envy of the whole street* anh ta là người mà cả phố ghen ty.

envy² /'envi/ *dgt* **(envied)** ghen ty, đố ky: *I envy you* tôi ghen với anh; *I have always envied your good luck* tôi luôn luôn ghen ty với vận may của anh.

enzyme /'enzaim/ *dt (hóa, sinh)* enzim.

eon /'i:ən/ *dt x* aeon.

EP /i:'pi:/ *(vt của* extended play) đĩa hát chơi tốc độ chậm, đĩa hát EP.

epaulette *(Mỹ cg* **epaulet)** /'epəlet/ *dt (quân)* ngù vai.

épée /'eipei/ *dt* gươm, kiếm.

ephemera /i'femərə/ *dt snh* vật chóng tàn, vật phù du.

ephemeral /i'femərəl/ *tt* chóng tàn, phù du.

epic¹ /'epik/ *dt* **1.** sử thi **2.** phim dài mang tính sử thi; truyện dài mang tính sử thi **3.** *(đùa hoặc kng)* hành động đáng được coi là anh hùng: *mending the car became something of an epic* tu sửa chiếc xe trở thành một việc đáng được coi là anh hùng.

epic² /'epik/ *tt* như sử thi; kỳ thú: *an account of their epic journey across the desert* bài tường thuật cuộc hành trình kỳ thú của họ xuyên qua sa mạc.

epicentre *(Mỹ* **epicenter)** /'episentə[r]/ *dt* tâm ngoài: *earthquake's epicentre* tâm ngoài động đất.

epicure /'epikjuə[r]/ *dt* tay thích ăn uống: *this cookery book has been written by a real epicure* cuốn sách nấu nướng này do một tay thích ăn uống thực sự soạn ra.

epicurean¹ /,epikjʊ'ri:ən/ *tt* khoái lạc chủ nghĩa.

epicurean² /,epikjʊ'ri:ən/ *dt* kẻ theo khoái lạc chủ nghĩa.

epidemic¹ /,epi'demik/ *dt* bệnh dịch *(đen, bóng).*

epidemic² /,epi'demik/ *tt* [thuộc bệnh] dịch: *an epidemic disease* bệnh dịch.

epidermis /,epi'dɜ:mis/ *dt (sinh)* biểu bì.

epidural¹ /,epi'djuərəl/ *tt (y)* ngoài màng cứng.

epidural² /,epi'djuərəl/ *dt (y)* sự tiêm ngoài màng cứng *(để gây tê phần dưới của cơ thể, ví dụ tiêm cho phụ nữ khi đẻ con).*

epiglottis /,epi'glɒtis/ *dt (giải)* nắp thanh quản.

epigram /'epigræm/ *dt* **1.** thơ trào phúng **2.** lời nói dí dỏm.

epigrammatic /,epigrə'mætik/ *tt* trào phúng dí dỏm: *an epigrammatic style* văn phong trào phúng dí dỏm.

epilepsy /'epilepsi/ *dt (y)* động kinh.

epileptic¹ /,epi'leptik/ *tt (y)* [thuộc] động kinh.

epileptic² /,epi'leptik/ *dt* người [bị] động kinh.

epilogue /'epilɒg/ *(Mỹ* **epilog** /'epilɔ:g/) *dt* phần kết; lời bạt *(một cuốn sách, một cuốn phim, một vở kịch...).*

Epiphany /i'pifəni/ *dt (tôn)* lễ chào mừng Chúa hài đồng *(vào ngày 6 tháng giêng).*

episcopal /i'piskəpl/ *tt* [thuộc] giám mục. // **the Episcopal Church** nhà thờ Tân giáo.

episcopalian¹ /i,piskəpei'liən/ *tt* [thuộc] nhà nhờ Tân giáo.

episcopalian² /i,piskə'pei'liən/ *dt* người theo Tân giáo: *are you a Roman Catholic or an Episcopalian?* anh theo Thiên Chúa giáo hay Tân giáo?

episiotomy /ə,pi:zi'ɒtəmi/ *dt* (y) thủ thuật cắt âm hộ.

episode /'episəʊd/ *dt* đoạn, hồi, phần; tình tiết: *that's an episode in my life I'd rather forget* đó là một quãng đời mà tôi muốn quên đi cho rồi; *listen to the next episode tomorrow night* xin đón nghe phần tiếp theo trong chương trình tối mai.

episodic /,epi'sɒdik/ *tt* **1.** thất thường: *episodic fits of depression* những cơn chán nản thất thường **2.** gồm nhiều hồi đoạn: *an episodic style* văn phong theo kiểu hồi đoạn.

epistle /i'pisl/ *dt* bức thư: *her mother sends her a long epistle every week* mẹ cô hằng tuần viết cho cô một bức thư dài.

Epistle /i'pisl/ *dt* (thường snh) thư của Tông đồ (trong kinh Tân ước).

epistolary /i'pistələri, (Mỹ i'pistəleri)/ *tt* dưới hình thức thư, ở dạng thư: *an epistolary novel* cuốn tiểu thuyết dạng thư.

epitaph /'epita:f, (Mỹ 'epitæf)/ *dt* văn mộ chí.

epithet /'epiθet/ *dt* (ngôn) tính ngữ (tính từ đặt theo tên người, ví dụ *Alfred the Great*), tên hiệu.

epitome /i'pitəmi/ *dt* **1.** hình ảnh thu nhỏ: *the world's epitome* hình ảnh thu nhỏ của thế giới **2.** biểu hiện hoàn hảo: *she's the epitome of kindness* bà ta là biểu hiện hoàn hảo (là hiện thân) của lòng tử tế **3.** (cũ) bản tóm tắt.

epitomize, epitomise /i'pitəmaiz/ *dgt* là hình ảnh thu nhỏ của; là biểu hiện hoàn hảo của: *she epitomizes the loving mother* bà ta là biểu hiện hoàn hảo (là hiện thân) của một bà mẹ thương yêu.

EPNS /,i:pi:en'es/ (vt của electroplated nickel silver) kền, bạc mạ điện (ghi trên dao kéo...).

epoch /'i:pɒk, (Mỹ 'epək)/ *dt* kỷ nguyên: *make an epoch* mở ra một kỷ nguyên.

epoch-making /'i:pɒk,meikiŋ/ *tt* mở ra một kỷ nguyên, có tầm vóc lịch sử: *the epoch-making discovery of America* sự tìm ra Châu Mỹ, một phát hiện có tầm vóc lịch sử.

Epsom salts /,epsəm'sɔ:lts/ (y) muối Epsom (sunfat ma giê dùng làm thuốc xổ).

equable /'ekwəbl/ *tt* **1.** ôn hòa: *an equable climate* khí hậu ôn hòa **2.** điềm đạm: *an equable temperament* tính khí điềm đạm.

equably /'ekwəbli/ *pht* **1.** [một cách] ôn hòa **2.** [một cách] điềm đạm.

equal¹ /'i:kwəl/ *tt* **1.** ngang nhau, bằng nhau: *divide the cake into equal parts* chia cái bánh ngọt thành những phần bằng nhau **2.** đủ sức, có khả năng: *he feels equal to the task* anh ta thấy đủ sức gánh vác trách nhiệm ấy; *he doesn't seem equal to meeting our demands* anh ta có vẻ như không có khả năng đáp ứng yêu cầu của chúng ta. // **on equal terms [with somebody]** [nói chuyện...] ngang hàng với (ai); **other things being equal** x thing.

equal² /'i:kwəl/ *dt* người ngang hàng, người ngang tài, người ngang sức: *he's my equal in strengh* hắn là người ngang sức tôi; *she is the equal of her brother as far as intelligence is concerned* về mặt trí thông minh thì chị ta cũng ngang với anh chị.

equal³ /'i:kwl/ *dgt* (-ll-, Mỹ -l-) bằng, ngang: *equalling the Olympic record* ngang với kỷ lục O-lim-pích; *he is equalled by no one in kindness* không ai tử tế bằng ông ta cả.

equality /i'kwɒləti/ *dt* sự bằng nhau, sự ngang nhau; sự bình đẳng: *women were still struggling for true equality with men* phụ nữ vẫn tiếp tục đấu tranh cho sự bình đẳng thực sự với nam giới.

equalize, equalise /'i:kwəlaiz/ *dgt* làm cho bằng nhau, làm cho ngang nhau, san bằng tỷ số: *a small adjustment will equalize the temperature in the two rooms* một sự điều chỉnh nhỏ sẽ làm cho nhiệt độ hai phòng ngang nhau; *England equalized a few minutes before the end of the match* Anh quốc san bằng tỷ số chỉ ít phút trước khi kết thúc trận đấu.

equalization, equalisation /,i:kwəlai'zeiʃn, (Mỹ ,i:kwɒli'zeiʃn)/ sự làm cho bằng nhau, sự làm cho ngang nhau, sự san bằng.

equally /'i:kəli/ *pht* **1.** [một cách] bằng nhau, [một cách] ngang nhau: *they are equally clever* chúng nó thông minh như nhau **2.** đều, như nhau: *they share the housework equally between them* họ phân đều công việc nhà cho nhau **3.** cũng; đồng thời: *we must try to think about what is best for him; equally we must consider what he wants to do* ta phải cố nghĩ về cái gì tốt nhất cho anh ta, nhưng ta cũng phải xem xét đến cái anh ta muốn làm.

equanimity /,ekwə'niməti/ *dt* sự bình thản: *he received the bad news with surprising equanimity* anh ta nhận tin dữ với một thái độ bình thản đáng ngạc nhiên.

equate /i'kweit/ *dgt* coi ngang nhau, đặt ngang hàng: *we can't equate the education system of Britain to that of Germany* chúng ta không thể coi hệ thống giáo dục của Anh và của Đức ngang nhau.

equation /i'kweiʒn/ *dt* **1.** *(toán)* phương trình **2.** sự đánh đồng; sự làm cho ngang nhau: *the equation of wealth with happiness can be dangerous* sự đánh đồng giàu có và hạnh phúc có thể là nguy hiểm.

equator /i'kweitə[r]/ *dt* *(địa)* xích đạo.

equatorial /ekwə'tɔːriəl/ *tt* [thuộc] xích đạo; gần xích đạo: *an equatorial climate* khí hậu xích đạo.

equerry /i'kweri, 'ekwəri/ *dt* quan hầu *(trong cung vua...).*

equestrian¹ /i'kwestriən/ *tt* *(thường thngữ)* [thuộc sự] cưỡi ngựa: *equestrian skill* tài cưỡi ngựa; *an equestrian statue* pho tượng kỵ sĩ; *equestrian events at the Olympic Games* những cuộc thi cưỡi ngựa ở Thế vận hội.

equestrian² /i'kwestriən/ *dt* người giỏi cưỡi ngựa.

equi- *(dạng kết hợp)* bằng, ngang; đều: *x* equidistant, equilateral...

equidistant /i:kwi'distənt/ *tt* **1.** *(vị ngữ)* xa ngang nhau: *our house is equidistant from the two pubs in the village* nhà tôi cách hai quán rượu trong làng xa ngang nhau **2.** *(toán)* cách đều.

equilateral /i:kwi'lætərəl/ *tt* *(toán)* đều *(cạnh):* *an equilateral triangle* tam giác đều.

equilibrium /i:kwi'libriəm, ekwi'libriən/ *dt* **1.** cân bằng, thăng bằng: *this pair of scales is not in equilibrium* hai đĩa cân này không thăng bằng **2.** trạng thái thăng bằng tâm trí, sự điềm tĩnh: *she lost her usual equilibrium and shouted at him angrily* chị ta mất sự điềm tĩnh thường có của chị và la lối anh ta một cách giận dữ.

equine /'ekwain/ *tt* [thuộc] ngựa, như ngựa: *a long equine face* mặt dài như mặt ngựa.

equinoctial /i:kwi'nɒkʃl, ekwi'nɒkʃl/ *tt* [thuộc] phân điểm: *equinoctial tides* triều phân điểm.

equinox /'i:kwinɒks, 'ekwinɒks/ *dt* phân điểm: *(trong năm):* spring (vernal) equinox xuân phân; autumnal equinox thu phân.

equip /i'kwip/ *dgt* **(-pp-)** trang bị: *the soldiers were well equipped with weapons and ammunition* quân lính được trang bị vũ khí đạn dược đầy đủ; *they equipped themselves for the expedition* họ tự trang bị cho cuộc đi thám hiểm; *a good education should equip you for life* sự giáo dục tốt sẽ trang bị tốt cho bạn vào đời.

equipment /i'kwipmənt/ *dt* **1.** đồ trang bị, đồ dùng cần thiết: *a factory with modern equipment* một nhà máy với trang bị hiện đại; *office equipment* đồ dùng văn phòng **2.** sự trang bị: *the equipment of the photographic studio was expensive* sự trang bị cho phòng ảnh rất tốn tiền.

equipoise /'ekwipɔiz/ *dt* **1.** sự thăng bằng tâm trí **2.** đối trọng.

equitable /'ekwitəbl/ *tt* công bằng: *the most equitable solution to the dispute* giải pháp công bằng nhất cho cuộc tranh chấp.

equitably /'ekwitəbli/ *pht* [một cách] công bằng.

equity /'ekwəti/ *dt* **1.** sự công bằng: *the equity of the referee's decision was accepted by everyone* sự công bằng trong quyết định của trọng tài được mọi người chấp nhận **2.** *(Anh)* luật công lý *(hệ thống luật tồn tại song song và bổ sung cho luật thành văn)* **3. equities** *(snh)* cổ phần không có lãi cố định.

equivalence /i'kwivələns/ **1.** sự tương đương **2.** vật tương đương.

equivalent¹ /i'kwivələnt/ *tt* tương đương: *he changed his pounds for the equivalent amount in dollars* ông ta đổi tiền bằng Anh sang một số tiền bằng đôla tương đương.

equivalent² /i'kwivələnt/ *dt* vật tương đương; từ tương đương: *the metric equivalent of two miles* số mét tương đương với hai dặm; *is there a French word that is the exact equivalent of the English word "home"?* có từ tiếng Pháp nào tương đương với từ "home" của tiếng Anh không?

equivocal /i'kwivəkl/ *tt* lập lờ, nước đôi: *he gave an equivocal answer* ông ta trả lời lập lờ nước đôi **2.** đáng ngờ: *an equivocal conduct* cách cư xử đáng ngờ.

equivocate /i'kwivəkeit/ *dgt* nói lập lờ nước đôi, nói úp mở: *don't equivocate with me! I want a straight answer*

E

to a straight question tôi muốn được một câu trả lời thẳng thắng cho một câu hỏi thẳng thắn, đừng nói lập lờ nước đôi với tôi nữa!

equivocation /i,kwivə'keiʃn/ *dt* 1. sự nói lập lờ, sự nói nước đôi, sự nói úp mở 2. lời nói lập lờ nước đôi, lời nói úp mở.

ER (*vt của từ Latinh Eliza-beth Regina*) nữ hoàng Elizabeth.

-er (*tiếp tố*) 1. (*tạo dt với tt*) người, vật (*thực hiện cái gì đó*): *lover* người yêu; *computer* máy điện toán 2. (*tạo dt với dt*) a/ người (*làm công việc gì đó*): *astronomer* nhà thiên văn học; *philosopher* triết gia b/ người ở nơi nào đó: *villager* dân làng; *New Yorker* dân New York 3. (*với dt tạo dt thường dùng làm vị ngữ*) cái có (*cái gì đấy*): *a double-decker bus* xe buýt hai tầng.

era /'iərə/ *dt* 1. kỷ nguyên: *the Christian era* kỷ nguyên công giáo, công nguyên 2. thời đại: *we are living in the computer era* chúng ta đang sống trong thời đại máy điện toán.

eradicate /i'rædikeit/ *dgt* trừ tiệt: *smallpox has al-most been eradicated* bệnh đậu mùa hầu như đã bị trừ tiệt.

eradication /i,rædi'keiʃn/ *dt* sự trừ tiệt.

eradicator /i'rædikeitə[r]/ *dt* người trừ tiệt; chất trừ tiệt, chất tẩy: *a bottle of ink eradicator* một chai nước tẩy vết mực.

erase /i'reiz, (*Mỹ* i'reis)/ *dgt* tẩy, xóa: *erase pencil marks* tẩy các dấu bút chì; *she couldn't erase the incident from her memory* (*bóng*) chị ta không thể xóa sự việc

xảy ra ấy khỏi ký ức của mình.

eraser /i'reizə[r], (*Mỹ* i'reisər)/ *dt* (*Anh cg* **rubber**) cái tẩy.

eraser head /i'reizəhed/ đầu xóa (*ở cát-xét, video*).

erasure /i'reiʒə[r]/ *dt* 1. sự tẩy, sự xóa 2. từ [đã bị] xóa đi 3. chỗ tẩy, chỗ xóa: *erasures in a letter* những chỗ xóa trong một bức thư.

ere /eə[r]/ *lt, gt* (*cổ*) trước: *ere break of day* trước lúc rạng đông; *ere long* chẳng bao lâu nữa.

erect[1] /i'rekt/ *tt* 1. dựng đứng: *stand erect* đứng thẳng người 2. cương cứng (*dương vật...*).

erect[2] /i'rekt/ *dgt* dựng: *erect a monument* dựng một đài kỷ niệm; *erect a tent* dựng lều.

erectile /i'rektail, (*Mỹ* i'rektl)/ *tt* (*sinh*) cương cứng, cương.

erection /i'rekʃn/ *dt* 1. sự dựng: *the erection of the building took several months* sự dựng tòa nhà đã mất nhiều tháng 2. công trình xây dựng 3. sự cương cứng (*dương vật...*).

erectness /i'rektnis/ *dt* 1. sự dựng đứng, 2. sự cương cứng (*dương vật...*).

erg /3:g/ *dt* (*ý*) éc (*đơn vị năng lượng*).

ergo /3:gəu/ *pht* (*thường đùa*) bởi vậy, vì thế.

ergonomics /,3:gə'nɒmiks/ *dt* (*dgt số ít*) khoa tổ chức hợp lý lao động.

ermine /'3:min/ *dt* 1. (*snh kddi hoặc* **ermines**) (*động*) chồn ermine 2. da lông chồn ermine (*dùng viền áo quan toà...*).

erode /i'rəud/ *dgt* ăn mòn, xói mòn: *metals are eroded by acids* kim loại bị axít ăn

mòn; *the sea has eroded the cliff face over the years* biển đã xói mòn bề mặt của vách đá qua năm tháng; *the rights of the individual are being steadily eroded* (*bóng*) quyền cá nhân đang dần dần bị xói mòn.

erogenous /i'rɒdʒənəs/ *tt* kích dục: *erogenous zones* vùng kích dục (*trên cơ thể*).

erosion /i'rəuʒn/ *dt* sự ăn mòn, sự xói mòn: *attempts to reduce soil erosion* những cố gắng để giảm bớt sự xói mòn đất.

erosive /i'rəuʒsiv/ *tt* ăn mòn, xói mòn.

erotic /i'rɒtik/ *tt* khiêu dâm: *an erotic painting* bức vẽ khiêu dâm.

erotica /i'rɒtikə/ *dt* (*snh*) sách báo khiêu dâm; tranh ảnh khiêu dâm.

erotically /i'rɒtikli/ *pht* [một cách] khiêu dâm.

eroticism /i'rɒtisizəm/ *dt* 1. thói dâm dục 2. tính chất khiêu dâm: *the film's bla-tant eroticism* tính chất khiêu dâm trắng trợn của bộ phim.

err /3:[r], (*Mỹ* eər)/ *dgt* làm sai; sai lầm; phạm lỗi. // **err on the side of something** tỏ ra có nhiều đức tính nào đó: *it's better to err on the side of tolerance when deal-ing with young offenders* tốt hơn là nên tỏ ra khoan dung khi gặp phải tụi phạm tội trẻ tuổi; **to err is human [to forgive divine]** làm người ai mà chẳng có lúc sai phạm [nên càng rộng lòng tha thứ càng hay].

errand /'erənd/ *dt* 1. sự chạy việc vặt (*như đưa thư, mua thuốc lá...*): *go on errands; run [on] errands* chạy việc vặt 2. mục đích của chuyến chạy việc vặt: *I've come on a special errand* tôi đến vì một mục đích đặc biệt. //

E

an errand of merci chuyến đi cứu giúp người đang ở cảnh hiểm nguy; a fool's errand x fool¹.

errant /'erənt/ tt 1. (tngữ) sai lầm, phạm lỗi lầm: an errant husband người chồng phạm lỗi lầm (không chung thủy) 2. lang thang, phiêu bạt, giang hồ: a knight errant hiệp sĩ giang hồ.

erratic /i'rætik/ tt (thường xấu) thất thường: he's a very erratic tennis player anh ta là một người chơi quần vợt thất thường (khi chơi hay, khi chơi dở).

erratically /i'rætikli/ pht [một cách] thất thường: being out of practice the team played very erratically vì thiếu luyện tập, đội bóng chơi rất thất thường.

erratum /e'ra:təm/ dt (snh errata lỗi in, lỗi viết: a list of errata danh mục các lỗi in; an erratum slip bảng đính chính.

erroneous /i'rəʊniəs/ tt sai, sai lầm: erroneous conclusions những kết luận sai lầm.

erroneously /i'rəʊniəsli/ pht [một cách] sai, [một cách] sai lầm.

error /'erə[r]/ dt 1. sai sót, lỗi, sai lầm: printer's errors lỗi in; spelling errors lỗi chính tả; the letter was sent to you in error lá thư gửi nhầm đến tay ông 2. sai số: an error of 2 per cent sai số 2%. // an error of judgement sự đánh giá sai (tình hình...); the error of one's ways những sai lầm trong lối sống [cần thay đổi]: Jones used to be a thief, but now he's seen the error of his ways and is trying to rebuild his life Jones trước đây là tay trộm cắp, nhưng nay nó đã thấy rõ những sai lầm trong lối sống của nó và đang cố

gắng làm lại cuộc đời của mình; trial and error x trial.

ersatz /'easæts, 'ɜ:sɑ:ts/ dt (thường xấu) thế phẩm: ersatz coffee cà phê thế phẩm.

erudite /'eru:dait/ tt uyên bác: an erudite lecture bài thuyết trình uyên bác.

eruditely /'eru:daitli/ pht [một cách] uyên bác.

erudition /,eru:'diʃn/ dt học vấn uyên bác: a man of immense erudition một người học vấn uyên bác rộng lớn.

erupt /i'rʌpt/ dgt 1. phun trào (nói về núi lửa) 2. bùng nổ: the demonstration erupted into violence cuộc biểu tình bùng nổ thành bạo động; when I saw the size of the bill I simply erupted khi tôi thấy số tiền ghi trong hóa đơn, tôi bỗng giận sôi lên 3. nổi lên (trên mặt da, nói về mụn nhọt): a rash has erupted all over my back nốt ban nổi lên khắp lưng tôi.

eruption /i'rʌptʃn/ dt 1. sự phun trào (núi lửa) 2. sự bùng nổ (chiến tranh...) 3. (y) sự phát ban.

-ery (cg -ry) (tiếp tố) 1. (tạo dt với dgt và dt) nơi, chốn: bakery lò bánh mì; brewery nhà máy bia 2. (tạo dt với dt, với tt) a/ tình trạng, tính chất: bravery tính dũng cảm b/ nhóm, tập hợp: machinery máy móc; greenery cây cỏ.

erysipelas /,eri'sipələs/ dt (y) viêm quầng.

ESA /,i:es'ei/ (vt của European Space Agency) cơ quan vũ trụ Châu Âu.

escalate /'eskəleit/ dgt leo thang: house prices have escalated rapidly giá nhà đã leo thang nhanh chóng; the government escalated the war by starting to bomb enemy cities chính phủ leo thang chiến tranh bằng việc

bắt đầu giội bom xuống thành phố địch.

escalation /,eskə'leiʃn/ dt sự leo thang (giá cả, chiến tranh...).

escalator /'eskəleitə[r]/ dt cầu thang máy.

escalope /e'skælɒp/ dt lát thịt rán bao ruột bánh mì và trứng.

escapade /,eskə'peid/ dt hành động ngông cuồng.

escape¹ /i'skeip/ dgt 1. trốn thoát, thoát: a lion has escaped from its cage một con sư tử đã thoát khỏi chuồng; escape death thoát chết 2. thoát, xì ra: there's gas escaping somewhere, can you smell it? có ga xì ra ở đâu đó, anh có ngửi thấy không? 3. (không dùng ở dạng bị động) tránh, tránh né: escape punishment tránh được sự trừng phạt; you can't escape the fact that anh không thể tránh né sự thật là 4. (không dùng ở dạng bị động) bỏ qua, quên khuấy đi: nothing escapes you (your attention) không gì qua được mắt anh; her name escaped me tôi quên khuấy tên cô ta. // escape [somebody's] notice qua được mắt ai.

escape² /i'skeip/ dt 1. sự trốn thoát, sự thoát; vụ trốn thoát, vụ đào tẩu: there have been few successful escapes from this prison đã có ít vụ trốn thoát thành công khỏi nhà tù này; the fire-escape is at the back of the building lối thoát khi có hỏa hoạn ở phía sau tòa nhà; he listened to music as an escape from the pressure of work anh ta nghe nhạc như là một lối giải thoát khỏi công việc căng thẳng 2. sự rò rỉ (hơi, nước): an escape of gas sự rò rỉ ga. // make good one's escape tìm cách trốn thoát trót lọt.

escape clause /i'skeip klɔ:z/ (cg **get-out clause**) điều khoản thanh lý hợp đồng.

escapee /i,skei'pi:/ dt người trốn ngục, người vượt ngục.

escape-hatch /i,skeip hætʃ/ dt của thoát hiểm (ở máy bay, tàu thủy...).

escapement /i,skeipmənt/ dt cái hồi (ở đồng hồ).

escape-velocity /i'skeip vi,lɒsəti/ vận tốc thoát trọng trường (của tàu vũ trụ...).

escapism /i'skeipizəm/ dt (thường xấu) khuynh hướng thoát ly thực tế: *drug-taking, it is a form of escapism for some people* dùng ma túy là một hình thức tìm cách thoát ly thực tế ở một số người.

escapist /i'skeipist/ dt người theo khuynh hướng thoát ly thực tế.

escapology /,eskə'pɒlədʒi/ dt thuật thoát thân (từ hòm, túi, trong các buổi biểu diễn...).

escapologist /,eskə'pɒlədʒist/ dt kẻ chuyên làm trò thoát thân.

escarole /'eskərəʊl/ dt (Mỹ) nh endive.

escarpment /i'ska:pmənt/ dt dốc đứng, vách đứng (ngăn cách hai vùng ở bình độ khác nhau, như một cao nguyên ở trên và một đồng bằng ở dưới thấp).

eschatology /,eskə'tɒlədʒi/ dt (tôn) thuyết mạt thế.

eschew /is'tʃu:/ dgt tránh, tránh xa: *eschew political discussion* tránh các cuộc thảo luận về chính trị.

escort¹ /'eskɔ:t/ dt 1. người hộ tống, đoàn hộ tống; người tùy tùng; đoàn tùy tùng: *the Queen's yacht had an escort of ten destroyers* du thuyền của Nữ hoàng có mười tàu khu trục hộ tống

2. (cũ) người đàn ông đi kèm (một phụ nữ, trong dịp hội hè đặc biệt).

escort² /i'skɔ:t/ dgt 1. đi hộ tống: *a princess escorted by soldiers* một công chúa có lính đi hộ tống 2. đi kèm theo: *her brother's friend escorted her home* bạn của anh nàng đi kèm nàng về nhà.

escritoire /,eskri'twa:[r]/ dt bàn viết (có ngăn kéo).

escutcheon /i'skʌtʃən/ dt tấm khiên có gắn huy hiệu. // **a blot on one's escutcheon** x blot¹.

-ese (tiếp tố) 1. (tạo tt và dt từ các dt riêng) người; ngôn ngữ: *[the] Japanese* người Nhật; tiếng Nhật 2. (tạo dt từ dt) (xấu) theo lối văn, theo văn phong (của giới nào đó): *journalese* văn phong báo chí.

Eskimo /'eskiməʊ/ dt (snh không đổi hoặc Eskimos) (cg **Innuit, Inuit**) 1. người Eskimo 2. tiếng Eskimo.

ESL /,i:es'el/ (vt của English as a Second Language) tiếng Anh như ngôn ngữ thứ hai (dạy, học tập).

ESN /,i:es'en/ (vt của educationally subnormal) dưới mức bình thường về mặt giáo dục.

esophagus /i'sɒfəgəs/ dt (Mỹ) nh oesophagus.

esoteric /,esəʊ'terik, ,i:səʊ'terik/ tt bí truyền; huyền bí: *esoteric language* ngôn ngữ huyền bí.

ESP /,i:es'pi/ 1. (vt của English for Special (Specific) Purposes) tiếng Anh dùng cho những mục đích đặc biệt (như khoa học, kỹ thuật...) 2. (vt của extra-sensory perception) nhận thức ngoại cảm.

esp (vt của especially) đặc biệt là, nhất là.

espadrille /'espədril/ dt giày vải đế bằng thừng bện.

espalier /i'spæliə[r], (Mỹ) i'spælijər/ dt 1. giàn cây 2. cây có cành uốn thành giàn leo.

especial /i'speʃl/ tt 1. đặc biệt: *a matter of special interest* một vấn đề có tầm quan trọng đặc biệt 2. riêng biệt: *for your especial benefit* vì lợi ích riêng cho bạn.

especially /i'speʃəli/ pht [một cách] đặc biệt: *this is specially for you* cái này đặc biệt dành cho bạn; *I love the country especially in spring* tôi yêu miền quê, đặc biệt là vào mùa xuân.

Esperanto /,espə'ræntəʊ/ dt quốc tế ngữ.

espionage /'espiəna:ʒ/ dt hoạt động gián điệp: *engage in espionage* làm gián điệp.

esplanade /,esplə'neid/ dt bãi dạo chơi (nhất là gần biển).

espousal /i'spauzl/ dt (+ of) sự tán thành: *his recent espousal of communism* sự tán thành chủ nghĩa cộng sản mới đây của ông ta.

espouse /i'spauz/ dgt tán thành (một học thuyết, một phong trào).

espresso /e'spresəʊ/ dt (snh **espressos**) 1. cà phê ép (pha bằng cách ép nước qua bột cà phê) 2. tách cà phê ép: *two espressos, please!* cho hai tách cà phê ép!.

esprit /e'spri:/ dt (tiếng Pháp) tính dí dỏm.

esprit de corps /e,spri:də'kɔ:[r]/ tinh thần đồng đội.

espy /i'spai/ dgt (**espied**) (cũ hoặc đùa) trông thấy: *was it you I espied jogging in the park this morning?* sáng nay tôi thấy anh tập chạy ở công viên, đúng không?

Esq (vt của Esquire) Ngài (viết đằng sau tên họ, trên địa chỉ để trên thư): Edgar Broughton, Esq Ngài Edgar Broughton.

-esque (tiếp tố) (tạo tt từ dt) theo phong cách: Kiplingesque theo phong cách Kipling.

Esquire /i'skwaiə[r]/ dt (Anh) (vt **Esq**) Ngài (viết sau tên họ, trên địa chỉ để trên thư): he wrote "Peter Mitchell, Esp" on the envelope ông ta viết "Ngài Peter Mitchell" lên phong bì.

-ess (tiếp tố) (tạo dt từ dt) cái, nữ: lioness sư tử cái; actress nữ diễn viên.

essay[1] /'esei/ dt tiểu luận.

essay[2] /'esei/ đgt (cũ) thử làm, cố thử (làm gì): when the weather improved we essayed the ascent of the mountain khi nào thời tiết khá lên ta thử leo núi xem.

essay[3] /'esei/ dt (cũ) sự thử làm, sự cố thử: essay at (in) something sự cố thử làm việc gì.

essayist /'eseiist/ dt nhà văn tiểu luận.

essence /'esns/ dt 1. thực chất, bản chất: the essence of the problem thực chất của vấn đề 2. tinh chất: coffee essence tinh chất cà phê. // in essence về cơ bản: the two arguments are in essence the same về cơ bản hai lý lẽ đó là một; of the essence rất quan trọng: we must hurry, time is of the essence ta phải vội lên, thời gian là rất quan trọng.

essential[1] /i'senʃl/ tt thiết yếu; cốt yếu; cơ bản: we can live without clothes, but food and drink are essential ta có thể sống mà không có quần áo, nhưng thức ăn cái

uống là thiết yếu; what is the essential theme of the play? chủ đề cơ bản của vở kịch là gì?

essential[2] /i'senʃl/ dt điều thiết yếu, điều cốt yếu; điểm cơ bản: a knowledge of French is an absolute essential biết tiếng Pháp là điều tuyệt đối cốt yếu; the essentials of English grammar những điểm cơ bản của ngữ pháp tiếng Anh.

essentially /i'senʃəli/ pht 1. về cơ bản: he's essentially a very generous man về cơ bản ông ta là một con người rất hào phóng 2. nhất thiết: "must I do it today?" "not essentially" tôi có phải làm cái đó hôm nay không?" "không nhất thiết".

essential oil /i,senʃl'ɔil/ tinh dầu.

EST /,i:es'ti:/ vt 1. (Mỹ) (vt của Eastern Standard Time) giờ chuẩn miền Đông 2. (y) (vt của electro-shock treatment) liệu pháp sốc điện.

est (cg **estd**) vt 1. (vt của established) [được] thành lập: Hyde, Jekyll and Co, est 1902 công ty Hide, Jekyll thành lập năm 1902 2. (vt của estimate[d]) ước tính.

establish /i'stæbliʃ/ đgt 1. lập, thành lập, thiết lập: this business was established in 1860 doanh nghiệp này được thành lập năm 1860; establish a close relationship with somebody thiết lập mối quan hệ mật thiết với ai 2. ổn định [cuộc sống]; củng cố: we are now comfortably established in our new house nay chúng tôi đã ổn định một cuộc sống thoải mái trong căn nhà mới của chúng tôi; establish one's reputation củng cố thanh danh 3. xác minh: we've established his inno-

cence ([the fact] that he's innocent) chúng tôi đã xác minh được anh ta là vô tội; the police can't establish where he was at that time cảnh sát không thể xác minh lúc đó anh ta ở đâu 4. (chỉ dùng ở dạng bị động) làm cho thành nếp, làm cho thành lệ: established practices are difficult to change những thói quen đã thành nếp khó mà thay đổi.

established /i'stæbliʃt/ tt (tôn) đã chính thức hóa: the established religion of Egypt is Islam tôn giáo chính thức hóa ở Ai Cập là Đạo Hồi.

establishment /i'stæbliʃmənt/ dt 1. sự lập, sự thành lập, sự thiết lập 2. cơ sở (kinh doanh...); tổ chức (quân đội, hành chính): what made you come and work in this establishment? cái gì đã làm cho anh đến làm việc ở cơ sở này? 3. số nhân viên, số gia nhân: we have a large establishment chúng có rất nhiều nhân viên 4. the Establishment (Anh, thường xấu) giới quyền uy: an Establishment figure một nhân vật trong giới quyền uy.

estate /i'steit/ dt 1. bất động sản; cơ ngơi: he owns a large estate in Scotland ông ta có một cơ ngơi lớn ở Scotland 2. khu đất: a housing estate khu xây dựng nhà cửa; an industrial estate khu công nghiệp 3. tài sản; di sản: her estate was divived between her four children tài sản của bà ta được chia ra cho bốn đứa con 4. (cũ) đẳng cấp: the three Estates of the Realm ba đẳng cấp của vương quốc Anh (giáo sĩ, quý tộc và dân thường) 5. (cũ) tình trạng, cảnh ngộ: they were joined together in the holy state of matrimony họ kết lại với nhau trong hôn nhân.

estate agent /i'steit eidʒnt/ (Mỹ **realtor, real estate agent**) người mua bán nhà cửa [cho người khác].

estate car /isteitka:[r]/ (cg **shooting brake**), (Mỹ **station-wagon**) xe du lịch đít vuông.

estd vt x est.

esteem¹ /i'sti:m/ dgt (không dùng ở thì tiếp diễn) **1.** đánh giá cao; quý trọng: *I esteem his work highly* tôi đánh giá rất cao công trình của ông ta **2.** coi là, cho là: *I esteem it as a favour* tôi coi cái đó như là một ân huệ.

esteem² /i'sti:m/ dt sự đánh giá cao, sự quý trọng: *she is held in great (high) esteem by those who know her well* những người biết rõ cô ta rất quý trọng cô ta.

esthete /'isθi:t/ dt (Mỹ **aesthete**) x aesthete.

esthetic /i:s'θetik/ tt (Mỹ, **aesthetic**) x aesthetic.

estimable /'estiməbl/ tt đáng quý trọng.

estimate¹ /'estimət/ dt **1.** sự ước lượng, sự ước tính: *I can give you a rough esti-mate of the number of bricks you will need* tôi có thể cho anh biết sơ qua số lượng gạch anh sẽ cần đến **2.** bản dự trù giá cả (của thầu khoán) **3.** sự đánh giá: *I don't know her well enough to form an estimate of her abilities* tôi biết cô ta chưa rõ lắm để có thể đưa ra một sự đánh giá về năng lực của cô ta.

estimate² /'estimeit/ dgt **1.** ước lượng, ước tính: *we es-timate his income at (to be) about £8000 a year* chúng tôi ước lượng thu nhập của anh ta vào khoảng 8.000 bảng mỗi năm; *she esti-*

mated that the work would take three months bà ta ước tính công việc sẽ phải mất ba tháng **2.** (+ for) dự trù chi phí: *we ask our builder to estimate for the repair of the ceiling* chúng tôi yêu cầu người xây dựng dự trù chi phí sửa chữa trần nhà.

estimation /,esti'meiʃn/ dt sự đánh giá: *in my estima-tion, he's the more suitable candidate* theo sự đánh giá của tôi, ông ta là ứng cử viên thích hợp hơn. // **go up (down) in somebody's estima-tion** được ai đánh giá cao (thấp).

estrange /i'streindʒ/ dgt (chủ yếu dùng ở dạng bị động) làm cho xa lánh, ly gián: *they never see their estranged daughter* họ không bao giờ gặp lại cô con gái của họ đã bị họ xa lánh.

estrangement /i'streindʒ-mənt/ dt sự xa lánh: *the quarrel led to [a] complete estrangement [between her and her family]* cuộc cãi cọ đã làm cho cô ta hoàn toàn xa lánh gia đình.

estuary /'estʃuəri/, (Mỹ 'estʃueri/ dt cửa sông.

ETA (cg **eta**) /i:ti:'ei/ (vt của estimated time of arrival) thời gian đến dự tính: *leave London 10.05, eta Paris 12.30* rời Luân Đôn lúc 10g05, dự tính đến Paris lúc 12g30.

et al /,et'æl/ (kng) (vt của and other people or things) và những người khác, và những cái khác (tiếng Lat-inh là et alii (alia)): *the concert included work by Mozart et al* buổi hòa nhạc bao gồm các tác phẩm của Mozart và của những nhạc sĩ khác.

et cetera /it'setərə, et'se-tərə/ (thường viết tắt **etc**) vân vân.

etceteras /it'setərəz, et'se-tərəz/ dt (snh) (kng) những thứ linh tinh: *it's not just the food for the guest I have to think about, there are all the etceteras as well* tôi phải nghĩ đến không phải chỉ có thức ăn cho khách và còn bao thứ linh tinh khác nữa.

etch /etʃ/ dgt **etch something on (onto) something** khắc a-xít: *the incident remains etched on her memory for years* sự cố ấy vẫn còn khắc sâu trong ký ức của bà ta qua bao nhiêu năm tháng.

etcher /'etʃə[r]/ dt người khắc a-xít.

etching /'etʃiŋ/ dt **1.** thuật khắc a-xít **2.** bản khắc a-xít: *hanging on the wall was a fine etching of the church* treo trên tường là một bức tranh nhà thờ khắc a-xít rất đẹp.

ETD /i:ti:'di:/ (vt của esti-mated time of departure) thời gian khởi hành dự tính: *arrive Paris 12.30, etd [for] Lyons 14.00* đến Paris lúc 12 giờ 30, dự tính khởi hành đi Lyon lúc 14 giờ.

eternal /i'tɜ:nl/ tt **1.** bất diệt, vĩnh hằng: *the Eternal God* Chúa vĩnh hằng; *eternal love* tình yêu bất diệt **2.** không ngừng, thường xuyên: *eter-nal disputes* những cuộc cãi cọ không ngừng. // **the eternal triangle** mối tình tay ba; bộ ba cặp kè (hai người cùng yêu một người); **the eternal verities** nguyên lý đạo đức cơ bản; luật trời.

Eternal City /i,tɜ:nl'siti/ **the Eternal City** thành Roma.

eternally /i'tɜ:nəli/ pht **1.** mãi mãi **2.** (kng) luôn luôn: *I'll be eternally grateful to you* tôi sẽ luôn luôn biết ơn ông **3.** [một cách] thường xuyên: *he's eternally telephoning me early in the morning* nó thường gọi điện thoại cho tôi lúc sáng sớm.

eternity /i'tɜːnəti/ *dt* **1.** thời gian vô tận; cõi vĩnh hằng **2. an eternity** *(kng)* khoảng thời gian tưởng chừng vô tận: *it seemed an eternity before the police arrived* thời gian trước khi cảnh sát đến tưởng chừng vô tận.

eternity ring /i'tɜːnətiriŋ/ nhẫn vĩnh tồn *(nhẫn nạm ngọc tượng trưng cho sự bất diệt):* *he gave her an eternity ring when their son was born* anh tặng chị một chiếc nhẫn vĩnh tồn khi đứa con trai của họ ra đời.

ether /'iːθə[r]/ *dt* **1.** *(hóa)* ê-te **2.** *(cg* **aether**) *a/* chín tầng mây, thinh không *b/ (lý)* ê-te.

ethereal *(cg* **aetherial**) /i'θiəriəl/ *tt* **1.** siêu nhiên **2.** *(cổ)* trên các tầng mây *(nói về không khí trong lành).*

ethic /'eθik/ *dt* **1.** đạo lý **2.** **ethics** *(snh)* (đgt số ít) đạo đức học.

ethical /'eθikl/ *tt* **1.** [thuộc] đạo lý, [thuộc] đạo đức: *an ethical basis for education* cơ sở đạo đức cho việc giáo dục **2.** hợp đạo lý: *his behaviour has not been strictly ethical* hành vi của anh ta đã không hoàn toàn hợp đạo lý.

ethically /'eθikli/ *pht* **1.** về mặt đạo lý **2.** [một cách] hợp đạo lý.

ethnic /'eθnik/ *tt* **1.** [thuộc] dân tộc, [thuộc] bộ tộc: *ethnic communities* các cộng đồng dân tộc **2.** mang màu sắc dân tộc: *ethnic clothes* quần áo mang màu sắc dân tộc; *an ethnic restaurant* nhà hàng món ăn dân tộc.

ethnically /'eθnikli/ *pht* [về mặt] huyết tộc: *the two people are ethnically related* hai dân tộc ấy có quan hệ huyết tộc với nhau.

ethnographer /eθ'nɒgrəfə[r]/ *dt* nhà dân tộc học.

ethnographic /ˌeθnə'græfik/ *tt* [thuộc] dân tộc học.

ethnography /eθ'nɒgrəfi/ *dt* dân tộc học.

ethnological /ˌeθnə'lɒdʒikl/ *tt* [thuộc] dân tộc học.

ethnologist /ˌeθ'nɒlədʒist/ *dt* nhà dân tộc học.

ethnology /eθ'nɒlədʒi/ *dt* dân tộc học.

ethos /'iːθɒs/ *dt* đặc điểm đạo đức; bản chất tinh thần: *his book captures exactly the ethos of Elizabethan England* cuốn sách của ông ta thể hiện chính xác bản chất tinh thần của nước Anh thời Elizabeth.

ethyl alcohol /ˌeθil'ælkəhɒl/ rượu ethylic, rượu.

etiolate /'iːtiəʊleit/ *dgt* **1.** làm *(cây cối...)* úa vàng **2.** làm nhợt nhạt, làm xanh xao: *an etiolated adolescent* một thanh niên xanh xao; *an etiolated society* một xã hội bệnh hoạn.

etiolation /ˌiːtiəʊ'leiʃn/ *dt* **1.** sự úa vàng *(cây cỏ)* **2.** sự nhợt nhạt, sự xanh xao.

etiology /ˌiːti'ɒlədʒi/ *dt (Mỹ) nh* aetiology.

etiquette /'etiket, 'etikət/ *dt* lễ nghi, nghi thức: *legal etiquette* nghi thức pháp lý.

et seq /ˌet'sek/ *(snh* **et seqq**) và những trang (mục) tiếp theo *(tiếng Latinh* et requents (sequentia)): *for further information see pp 9 et seq* để có thêm tài liệu xem trang 9 và những trang tiếp theo.

-ette *(tiếp tố) (tạo dt từ dt)* **1.** nhỏ: *cigarette* điếu xì gà

nhỏ, điều thuốc lá; *kitchenette* gian bếp nhỏ **2.** vật mô phỏng: *leatherette* đồ mô phỏng da thuộc, đồ giả da **3.** cái, nữ: *ushrette* chị xếp chỗ *(trong rạp hát).*

etymological /ˌetimə'lɒdʒikl/ *tt* [thuộc] từ nguyên.

etymologist /ˌeti'mɒlədʒist/ *dt* nhà từ nguyên học.

etymology /ˌeti'mɒlədʒi/ *dt* **1.** từ nguyên **2.** từ nguyên học.

EU /iˈjuː/ *(vt của* European Union) Liên hiệp Châu Âu.

eucalyptus /juːkə'liptəs/ *dt* **1.** *(thực) (ct* **eucalyptus tree)** cây khuynh diệp **2.** *(cg* **eucalyptus oil)** dầu khuynh diệp.

eucharist /'juːkərist/ *dt* **the Eucharist** *(tôn) a/* lễ ban thánh thể *b/* bánh thánh; rượu thánh.

eugenics /juː'dʒeniks/ *dt* ưu sinh học.

eulogise /'juːlədʒaiz/ *dgt nh* eulogyze.

eulogist /'juːlədʒist/ *dt* người tán dương.

eulogistic /juːlə'dʒistik/ *tt* đầy lời ca ngợi, đầy lời tán dương: *eulogistic articles about his latest book* những bài báo ca ngợi cuốn sách mới nhất của ông ta.

eulogize /'juːlədʒaiz/ *dgt* ca ngợi, tán dương.

eulogy /'juːlədʒi/ *dt* lời ca ngợi, lời tán dương; bài ca ngợi, bài tán dương: *a eulogy to the royal family* một bài ca ngợi hoàng tộc.

eunuch /'juːnək/ *dt* hoạn quan.

euphemism /'juːfəmizəm/ *dt* **1.** lối nói trại **2.** lời nói trại, uyển ngữ.

euphemistic /ˌjuːfə'mistik/ *tt* theo lối nói trại, sử dụng uyển ngữ: *euphemistic terms* từ ngữ nói trại.

E

euphemistically /ju:fə'mis-tikli/ *pht* [một cách] nói trại.

euphonious /ju:'fəʊniəs/ *tt* nghe êm tai: *euphonious musical notes* những nốt nhạc [nghe] êm tai.

euphonium /ju:'fəʊniəm/ *dt* kèn euphonium (*một loại tuba*).

euphony /'ju:fəni/ *dt* 1. tính êm tai 2. âm thanh êm tai: *the euphony of a speaker's voice* giọng êm tai của diễn giả.

euphoria /ju:'fɔ:riə/ *dt* trạng thái phấn phở: *she was still in a state of euphoria hours after her victory* cô ta còn phấn phở hàng giờ sau thắng lợi của mình.

euphoric /ju:'fɒrik, (Mỹ ju:'fɔ:rik)/ *tt* phấn phở: *euphoric shouts of victory* những tiếng reo hò thắng lợi phấn phở.

Eurasia /jʊə'reiʒə/ *dt* [thuộc] Âu-Á.

Eurasian¹ /jʊə'reiʒn/ *dt* người lai Âu-Á.

Eurasian² /jʊə'reiʒn/ *tt* lai Âu-Á.

eureka /jʊə'ri:kə/ *tht* (dùa) [tìm] ra rồi!: *eureka! I have found the answer* ra rồi! tôi đã tìm được đáp số rồi.

eurhythmics, eurythmics /ju:'riðmiks/ *dt* (snh) (dgt số ít) 1. thể dục nhịp điệu 2. điệu khiêu vũ nhịp điệu.

Eur[o]- (dạng kết hợp) [thuộc] châu Âu, Âu: *Eurasian* lai Âu-Á.

Eurocheque /'jʊərəʊʃek/ *dt* séc châu Âu.

Eurocrat /'jʊərəkræt/ *dt* quan chức Cộng đồng kinh tế Châu Âu.

Eurodollar /'jʊərəʊdɒlə[r]/ *dt* đồng đô la Châu Âu.

European¹ /jʊərə'piən/ *tt* 1. [thuộc] Châu Âu; [có gốc] Châu Âu: *European lan-guages* các ngôn ngữ Châu Âu 2. ở Châu Âu; lan khắp Châu Âu: *a European repu-tation* tiếng tăm [lan] khắp Châu Âu.

European² /jʊərə'piən/ *dt* người Châu Âu.

the European Economic Com-munity /jʊərəpiən i:kə,nɒmik kə'mju:nəti/ cộng đồng kinh tế Châu Âu (*vt* EEC).

Eustachian tube /ju:,steiʃn-'tju:b, (Mỹ ju:,steiʃn-'tu:b)/ (*giải*) vòi Eustache.

euthanasia /ju:θə'neiziə, (Mỹ ju:θə'neiʒə)/ (y) sự chết không đau; phương pháp làm chết không đau.

evacuate /i'vækjʊeit/ *dgt* 1. sơ tán: *the children were evacuated to the country when the city was being bombed* trẻ em được sơ tán về nông thôn khi thành thị bị ném bom 2. rút khỏi: *the soldiers evacuate the area as the enemy advanced* quân lính rút khỏi khu vực đó khi quân địch tiến công 3. (+ of) bài xuất, thải ra (*từ trong ruột*).

evacuation /i,vækjʊ'eiʃn/ *dt* 1. sự sơ tán 2. sự rút khỏi.

evacuee /i,vækjʊi:/ *dt* người sơ tán.

evade /i'veid/ *dgt* 1. tránh, tránh khỏi: *evade the police* tránh khỏi cảnh sát 2. tránh né; lẩn tránh: *evade mili-tary service* tránh né nghĩa vụ quân sự; *the policeman evaded all the difficult ques-tions* viên cảnh sát lẩn tránh mọi câu hỏi khó.

evaluate /i'væljʊeit/ *dgt* đánh giá: *I can't evaluate his ability without seeing his work* tôi không thể đánh giá khả năng của anh ta mà không nhìn thấy việc làm của anh ta.

evaluation /i,væljʊ'eiʃn/ *dt* sự đánh giá.

evanescence /,i:və'nesn, (Mỹ evə'nesns)/ *dt* sự chóng phai mờ (*trong ký ức*).

evanescent /,i:və'nesnt, (Mỹ evə'nesnt)/ *tt* chóng phai mờ (*trong ký ức*): *a pop singer's evanescent fame* danh tiếng chóng phai mờ của một ca sĩ nhạc pop.

evangelical¹ /,i:væn'dʒelikl/ *tt* 1. [thuộc] kinh Phúc Âm 2. [thuộc] phái Phúc Âm.

evangelical² /,ivæn'dʒelikl/ *dt* tín đồ phái Phúc Âm.

evangelicalism /,i:væn'dʒə-likəlizəm/ *dt* thuyết Phúc Âm.

evangelist /i'vændʒelist/ *dt* 1. tác giả Phúc Âm 2. người truyền giảng Phúc Âm.

evangelistic /i,vændʒe'listic/ *tt* 1. [thuộc] kinh Phúc Âm 2. [thuộc] tác giả Phúc Âm 3. [thuộc] người truyền giảng Phúc Âm.

evangelize, evangelise /i'vændʒəlaiz/ *dgt* 1. truyền giảng kinh Phúc Âm (*cho ai nhằm mục đích cảm hóa*) 2. tranh thủ sự ủng hộ (*về một sự nghiệp*).

evaporate /i'væpəreit/ *dgt* 1. [làm] bay hơi: *heat evapo-rates water into steam* nhiệt làm nước biến thành hơi 2. tan biến, tiêu tan: *his hopes evaporated* hy vọng của anh ta đã tiêu tan.

evaporated milk /i,væpə-reitid milk/ *dt* sữa cô đặc (*chưa cho thêm đường, bán dưới dạng từng hộp*).

evaporation /i,væpə'reiʃn/ *dt* sự bay hơi.

evasive /i'veisiv/ *tt* lẩn tránh, tránh né: *an evasive answer to a question* câu trả lời tránh né câu hỏi. // **take evasive action** tìm cách tránh: *the pilot took evasive action to avoid a collision with the enemy aircraft* viên phi công tìm cách tránh né xung đột với máy bay địch.

evasively /i'veisivli/ *pht* [một cách] lảng tránh, [một cách] tránh né.

evasiveness /i'veisivnis/ *dt* sự lảng tránh, sự tránh né.

Eve /i:v/ *dt* Eve (*người đàn bà đầu tiên trên trái đất, theo Kinh thánh*): Adam and Eve Adam và Eve; *daughter of Eve* đàn bà.

eve /i:v/ *dt* **1.** ngày trước, đêm trước (*một lễ hội tôn giáo*): *Christmas Eve* đêm trước lễ Giáng sinh; *New Year's Eve* đêm giao thừa **2.** thời gian trước (*một sự kiện quan trọng*): *the eve of the election* thời gian trước cuộc bầu cử **3.** (*cổ*) tối: *a perfect summer eve* một tối mùa hè thật là tuyệt.

even[1] /'i:vn/ *tt* **1.** bằng, phẳng: *a billiard-table must be perfectly even* bàn bi-a phải hết sức phẳng **2.** đều, đều đều, đều đặn: *even breathing* hơi thở đều đặn; *the child's pulse is now even* bây giờ mạch của đứa bé đã đều đặn **3.** bằng nhau, ngang nhau: *our scores are now even* số điểm của chúng tôi hiện nay là ngang nhau; *an even game* trận đấu ngang sức **4.** chẵn (*số*): *4, 6, 8, 10 are even numbers* 4, 6, 8, 10 là số chẵn **5.** điềm đạm: *of an even disposition* có tính tình điềm đạm. // **an even chance [of doing something]** cơ may ngang nhau [khi làm việc gì]: *I'd say he has an even chance of winning the match* tôi cho rằng anh ta cũng có cơ may thắng trận ngang đối thủ; **be (get) even [with somebody]** trả đũa ai; **break even** hòa vốn; **even chances (odds; money)** a/ khả năng thắng thua ngang nhau

(*đánh cuộc*): *it's even money whether the new horse come first or last* con ngựa mới có thể về đầu mà cũng có khả năng về cuối b/ khả năng sắp xảy ra hay không xảy ra ngang nhau: *it's even odds (the odds are even) that he'll be late* anh ta có thể đến trễ mà cũng có thể đến sớm; **honours are even** x honour[1]; **on an even keel** a/ không tròng trành (*tàu thủy*) b/ ổn định cuộc sống: *it took him a long time to get back on an even keel after his wife died* phải mất một thời gian dài anh ta mới ổn định được cuộc sống sau cái chết của vợ anh.

even[2] /'i:vn/ *đgt* **1.** **even out** trở nên ngang bằng, trở nên bình thường: *the path ran steeply up the hill and then evened out* con đường mòn chạy ngược lên đồi rồi trở nên ngang bằng trở lại **2.** **even something out** trải ra đều nhau trong cả một thời gian; chia ra đều nhau: *the manager tried to even out the distribution of work among his employees* ông giám đốc cố gắng phân phối công việc đều nhau cho các nhân viên của ông; **even [something] up** làm cho bằng, làm cho ngang: *that will even things up a bit* cái đó sẽ làm cho mọi thứ ngang nhau hơn.

even[3] /'i:vn/ *pht* **1.** thậm chí, ngay cả: *he never even opened the letter* thậm chí anh ta chẳng hề bóc thư ra; *he didn't answer even my letter* anh ta không trả lời ngay cả thư của tôi **2.** còn, lại còn: *you know even less about it than I do* anh biết về chuyện đó còn ít hơn cả tôi; *Sally drives fast, but Olive drives even faster* Sally lái xe nhanh, nhưng

Olive lái lại còn nhanh hơn. // **even a worm will turn** x worm; **even** (*dùng như liên từ*) ngay cùng lúc: *even as he shouted the warning, the car skidded* ngay khi anh ấy thét lên thì chiếc xe trượt bánh; **even if; even though** (*dùng như liên từ*) cho dù, mặc dù: *even if I have to walk all the way I'll get there* cho dù có phải cuốc bộ suốt quãng đường ấy tôi cũng sẽ đến đấy; **even now; even then** a/ mặc dù thế *I've shown him the photographs but even now he won't believe me* tôi đã đưa nó xem các tấm ảnh ấy, mặc dù thế nó vẫn không tin tôi b/ (*chỉ dùng ở thì tiếp diễn*) ngay lúc đó: *the troops are even now preparing to march into the city* ngay lúc đó quân lính đang chuẩn bị tiến vào thành phố; **even so** (*dùng như một lt*) tuy thế, mặc dù vậy: *there are many spelling mistakes, even so it's quite a good essay* có nhiều lỗi chính tả, mặc dù vậy đó cũng là một tiểu luận tốt.

even-handed /,i:vn'hændid/ *tt* công bằng, không thiên vị: *even-handed justice* công lý không thiên vị.

evening /'i:vniŋ/ *dt* **1.** buổi tối (*thời gian trong ngày từ giữa buổi chiều và giờ đi ngủ*) **2.** dạ hội: *a musical evening* dạ hội hòa nhạc; *a theatre evening has been arranged* một dạ hội sân khấu đã được chuẩn bị **3.** (*bóng*) lúc xế bóng (*của cuộc đời*): *the evening of his life* lúc xế bóng đời ông.

evening dress /'i:vniŋdres/ **1.** trang phục buổi tối **2.** áo dạ hội (*của nữ*).

evening paper /,i:vniŋ'peipə[r]/ báo buổi chiều.

E

evening prayer /'i:vniŋ 'preə[r]/ nh even-song.

evening primrose /'i:vniŋ 'pri:mrəʊz/ (thực) cỏ lừa.

evenings /'i:vniŋz/ pht (Mỹ) các buổi chiều: *I'm always at home evenings* các buổi chiều tôi luôn luôn ở nhà.

the evening star /'i:vniŋ 'sta:[r]/ sao hôm.

evenly /'i:vnli/ pht [một cách] ngang nhau, [một cách] bằng nhau: *evenly distributed* phân phát bằng nhau.

evenness /'i:vnnəs/ dt 1. sự ngang nhau, sự bằng nhau 2. sự phẳng 3. sự đều đặn 4. tính điềm đạm.

evensong /'i:vnsɒŋ/ dt (cg **evening prayer**) lễ cầu kinh buổi chiều (giáo phái Anh): *we attended evensong as well as morning service* chúng tôi theo lễ cầu kinh buổi chiều cũng như lễ buổi sáng.

event /i'vent/ dt 1. sự kiện: *the chain of events that led to the Prime Minister's resignation* chuỗi sự kiện dẫn tới sự từ chức của thủ tướng 2. (thể) cuộc đấu, cuộc thi: *which events have you entered for?* anh dự thi những môn nào thế? // **at all events; in any event** dù sao; cuối cùng: *she had a terrible accident, but at all events she was not killed* cô ta bị một tai nạn ghê gớm, nhưng cuối cùng cô ta vẫn còn sống; **be wise after the event** x wise; **in either event** dù gì xảy ra đi nữa: *in either event, I'll be there to support you* dù gì xảy ra đi nữa, tôi cũng sẽ có mặt ở đấy để hỗ trợ anh; **a happy event** x happy; **in that event** nếu thế, trong trường hợp đó: *you could be right, and in that event they'll have to pay you back*

anh có thể đúng và nếu thế thì họ phải trả tiền lại cho anh; **in the event** khi điều đó xảy ra: *I was worried about the hotel bill, but in the event I had enough money to pay* tôi lo về hóa đơn thanh toán tiền khách sạn nhưng lúc sự việc đến tôi lại có đủ tiền để trả; **in the event of something** trong trường hợp [điều gì đó xảy ra]: *in the event of accident* trong trường hợp xảy ra tai nạn; *in the event of his death, Sheila will inherit the money* trong trường hợp ông ta chết, Sheila sẽ thừa hưởng số tiền đó.

eventful /i'ventfl/ tt có nhiều sự kiện quan trọng: *an eventful year* một năm có nhiều sự kiện quan trọng.

eventide /'i:vntaid/ dt (cổ) chiều hôm.

eventide home /'i:vntaid həʊm/ dưỡng đường cho người già.

eventing /i'ventiŋ/ dt môn đua ngựa ba ngày.

eventual /i'ventʃʊəl/ tt (thngữ) cuối cùng, sau rốt: *blunders leading to eventual disaster* những sai lầm dẫn đến tai họa cuối cùng.

eventuality /i,ventʃʊ'æləti/ dt tình huống có thể xảy ra: *we must consider every eventuality* chúng ta phải xem xét mọi tình huống có thể xảy ra.

eventually /i'ventʃʊəli/ pht cuối cùng, rốt cuộc: *he fell ill and eventually died* ông ta đã lâm bệnh và cuối cùng đã mất.

ever /'evə[r]/ pht 1. bao giờ: *if you ever visit London, you must come and stay with us* nếu bao giờ anh tới thăm Luân Đôn, anh phải đến ở với chúng tôi đấy nhé 2. có bao giờ: *have you ever seen*

a lion? anh đã có bao giờ thấy sư tử chưa? 3. (dùng với từ ở cấp so sánh) từ trước đến nay: *it's raining harder than ever* từ trước đến nay chưa bao giờ mưa to đến thế; *this is the best work you've ever done* đây là công trình tốt nhất mà từ trước tới nay anh đã làm được 4. **ever-** (trong từ ghép) luôn luôn, liên tục: *the ever-increasing cost of food* giá thực phẩm liên tục tăng lên (cũ, kng) (sau as... as, để làm mạnh nghĩa thêm): *work as hard as ever you can!* hãy ráng hết sức mình trong phạm vi anh có thể làm được 5. (dùng sau what, when) *when (where, how) ever did lose it?* anh đánh mất cái đó thế nào? (ở chỗ nào, như thế nào)? // **[as] bad (good) as ever; [as] badly (well) as ever** vẫn xấu (tốt) như trước đây (thường tỏ ý ngạc nhiên): *despite the good weather forecast, the next morning was as wet as ever* mặc dù thời tiết được báo là tốt, sáng nay trời vẫn ẩm ướt như những ngày trước; **did you ever...!** đời thuở nào lại (kng): *it costs 50p to go to the toilet, well, did you ever!* đi vệ sinh mà mất 50 xu, đời thuở nào lại thế nhỉ!; **ever and anon** (kng) thỉnh thoảng và đều đặn: **ever more** ngày càng nhiều: *she became ever more nervous as the interview continued* bà ta ngày càng bực dọc khi cuộc phỏng vấn vẫn cứ tiếp tục; **ever since** suốt từ (một thời điểm nào đó): *ever since I was at school* suốt từ đó tôi vẫn đi học; **ever so; ever such** [a] (Anh, kng) cực kỳ, hết sức: *he is ever so rich* ông ta giàu cực kỳ; *ever such a handsome man* một người đàn ông đẹp cực kỳ; **for ever and ever** *(tu từ hoặc đùa)* mãi mãi; **if ever there was one** không còn nghi ngờ gì nữa, chắc chắn là như thế: *that was a fine meal if ever there was one!* đó là một bữa ăn tuyệt vời, chắc chắn là như thế!; **yours ever; ever yours** bạn thân của anh *(công thức cuối thư)*.

evergreen¹ /'evəgri:n/ *tt* thường xanh *(cây cối)*.

evergreen² /'evəgri:n/ *dt* cây thường xanh, cây xanh quanh năm.

everlasting /,evə'lɑ:stiŋ/ *tt* **1.** mãi mãi, vĩnh viễn, đời đời: *everlasting fame* danh tiếng đời đời **2.** giữ nguyên dạng màu khi khô, xanh mãi *(cây cỏ)* **3.** không ngớt, dai dẳng: *I'm tired of his everlasting complaints* tôi đến mệt về những lời kêu ca không ngớt của nó **4. the Everlasting** Chúa, Thượng đế.

everlastingly /,evə'lɑ:stiŋli/ *pht* [một cách] không ngớt, [một cách] dai dẳng: *everlastingly complaining* không ngớt mồm kêu ca.

evermore /,evə'mɔ:[r]/ *pht* luôn luôn, muôn thuở: *for evermore* mãi mãi, đời đời.

every /'evri/ *dht* **1.** mỗi, mọi: *every child in the class passed the examination* mọi em trong lớp đều thi đậu; *we have every reason to think he may still be alive* chúng tôi có mọi lý do để nghĩ rằng có thể anh ta còn sống; *the buses go every 10 minutes* cứ [mỗi] mười phút, xe buýt chạy một chuyến **2.** từng [cái]: *I couldn't hear every word of his speech* tôi không nghe hết từng lời trong bài nói của ông ta; *they were watching her every movement* họ quan sát từng động tác của cô ta. // **every other** mọi người (cái) khác:

every other girl except me is wearing jeans trừ tôi ra mọi cô gái đều mặc quần bò; **every other week** hai tuần một lần: *they visit us every other week* hai tuần một lần họ đến thăm chúng tôi.

everybody /'evribɒdi/ *dt (cg* **everyone)** mọi người, mỗi người: *the police questioned everbody in the room* cảnh sát thẩm vấn mọi người trong phòng.

everyday /'evridei/ *tt* hằng ngày: *an everyday occurence* việc xảy ra hằng ngày; *a compact dictionary for everyday use* một cuốn từ điển rút gọn để dùng hằng ngày.

everyone /'evriwʌn/ *dt nh* everybody.

everyplace /'evripleis/ *pht (Mỹ, kng)* nh everywhere.

everything /'evriθiŋ/ *dt* mọi vật, mọi cái; mọi thứ: *everything was destroyed* mọi thứ đều bị phá hủy; *I'll tell you everything I know* tôi sẽ kể cho anh nghe mọi cái mà tôi biết.

everywhere /'evriweə[r], *(Mỹ* 'evrihweər)/ *pht* ở mọi nơi, khắp nơi: *I've looked everywhere* tôi đã nhìn khắp nơi.

evict /i'vikt/ *đgt* (+ from) đuổi ra *(khỏi nhà, đất thuê của người khác)*: *they were evicted from their flat for not paying the rent* họ bị đuổi ra khỏi nhà vì không trả tiền thuê.

eviction /i'vikʃn/ *dt* (+ from) **1.** sự đuổi ra; sự bị đuổi ra: *an eviction order* lệnh đuổi ra khỏi nhà **2.** vụ đuổi [ra khỏi] nhà: *there have been four evictions from this street recently* đã có bốn vụ đuổi nhà ở khu phố này trong thời gian gần đây.

evidence¹ /'evidəns/ *dt (luật)* **1.** bằng chứng, chứng

cứ: *there wasn't enonght evidence to prove him guilty* không có đủ bằng chứng chứng tỏ là nó có tội **2.** dấu hiệu, dấu vết: *the room bore evidence of a struggle* căn phòng có những dấu vết của một cuộc vật lộn. // **be in evidence** thấy rõ, trông dễ thấy: *he is the sort of man who likes to be very much in evidence at important meetings* anh ta là loại người muốn được người ta trông thấy rõ ở các cuộc họp quan trọng; **on the evidence of something** bằng vào cái gì; **turn King's (Queen's) evidence** *(Anh)* *(Mỹ* **turn State's evidence)** tố cáo đồng bọn *(mong được khoan hồng hơn)*; **weigh the evidence** x weigh.

evidence² /'evidəns/ *đgt* chứng minh bằng bằng chứng; là bằng chứng của, chứng tỏ: *his answer evidenced a guilty conscience* câu trả lời của hắn chứng tỏ một lương tâm tội lỗi.

evident /'evidənt/ *tt* hiển nhiên, rõ rệt: *he looked at his children with evident pride* ông ta nhìn đàn con của mình với một niềm hãnh diện rõ rệt.

evidently /'evidəntli/ *pht* [một cách] hiển nhiên, [một cách] rõ rệt.

evidential /evi'denʃl/ *tt* dựa trên bằng chứng; cung cấp bằng chứng: *evidential proof* sự chứng minh bằng bằng chứng.

evil¹ /'i:vl/ *tt* **1.** xấu, ác, độc địa: *evil thoughts* những ý nghĩ xấu; *an evil man* một người ác **2.** khó chịu, độc hại: *an evil smell* mùi độc hại. // **the evil day (hour...)** ngày (giờ...) xấu: *I know I need to go to the dentist but I've been putting off the evil* day as long as possible tôi biết tôi phải đến nha sĩ, nhưng tôi đã hoãn cái ngày chết tiệt ấy lại càng lâu càng hay; [give somebody] the evil eye nhìn ai với con mắt độc địa; the Evil One quỷ sứ; an evil tongue ác khẩu; one's good (evil) genius x genius; fall on evil days rủi ro, bất hạnh.

evil² /'i:vl/ dt 1. cái xấu, điều ác: the spirit of evil in man lòng xấu trong con người; return good for evil lấy ân trả oán 2. tai họa, điều tai hại; tệ nạn: war, famine and flood are terrible evils chiến tranh, nạn đói và lũ lụt là những tai họa khủng khiếp; the evils of drink tệ nạn nghiện rượu. // the lesser of two evils x lesser; a necessary evil x necessary.

evildoer /i:vl'du:ə[r]/ dt kẻ làm việc ác: thieves, murderers and other evildoers tụi trộm cắp, tụi giết người và những kẻ làm việc ác khác.

evilly /'i:vəli/ pht [một cách] độc địa: he eyed her evilly nó nhìn cô ta một cách độc địa.

evil-minded /i:vl'maindid/ tt ác độc, hiểm độc: a wicked evil-minded old man một lão già gian ác hiểm độc.

evince /i'vins/ dgt tỏ ra, lộ rõ: a child who evinces great intelligence đứa bé tỏ ra rất thông minh.

eviscerate /i'visəreit/ dgt moi ruột.

evocation /i:vəʊ'keiʃn/ dt 1. sự gợi lên, sự gợi nhớ 2. sự gây nên, sự tạo nên.

evocative /i'vɒkətiv/ tt gợi lên: the taste of the cakes was evocative of my childhood cái vị của bánh gợi lên những kỷ niệm thời thơ ấu của tôi.

evoke /i'vəʊk/ dgt 1. gợi lên, gợi nhớ: the music evoked memories of her youth điệu nhạc gợi lên ký ức về thời thanh xuân của cô 2. gây nên, tạo nên: evoke surprise gây nên sự ngạc nhiên.

evolution /i:və'lu:ʃn/, (Mỹ ,evə'lu:ʃn/) dt 1. sự tiến hóa: Darwin's theory of evolution thuyết tiến hóa của Darwin 2. quá trình tiến triển: the evolution of philosophical thought sự tiến triển của tư tưởng triết học.

evolutionary /i:və'lu:ʃənri, (Mỹ ,evə'lu:ʃəneri/) tiến hóa; tiến triển: evolutionary processes quá trình tiến hóa.

evolve /i'vɒlv/ dgt 1. phát triển: he has evolved a new theory after many years of research ông ta đã phát triển một học thuyết mới sau nhiều năm nghiên cứu 2. tiến triển: language is constantly evolving ngôn ngữ luôn luôn tiến triển.

ewe /ju:/ dt (động) cừu cái.

ewer /'ju:ə[r]/ dt bình đựng nước rộng miệng.

ex¹ /eks/ dt (kng) (snh **exes**, **ex's**) chồng cũ, vợ cũ, người tình cũ: he's one of her many exes anh ta là một trong nhiều người tình cũ của cô ta.

ex² /eks/ gt 1. từ, bán từ, bán tại: ex warehouse price [giá] xuất kho; ex works [giá] giao tại xưởng.

ex- (tiền tố) (dùng với dt) cựu, nguyên: ex-president cựu tổng thống; nguyên chủ tịch.

exacerbate /ig'zæsəbeit/ dgt làm cho tệ hại hơn, làm trầm trọng thêm: her mother's interference exacerbated the difficulties in their marriage sự can thiệp của mẹ cô ta làm cho cuộc hôn nhân của họ khó khăn thêm.

exacerbation /ig,zæsə'beiʃn/ dt sự làm cho tệ hại hơn, sự làm trầm trọng thêm.

exact¹ /ig'zækt/ tt chính xác, đúng: exact sciences khoa học chính xác; he's in his mid-fifties; well, fifty-six to be exact ông ta ở giữa tuổi ngũ tuần, chính xác hơn là năm mươi sáu tuổi.

exact² /ig'zækt/ dgt 1. đòi tiền, tống tiền: exact payment from a client đòi khách hàng trả tiền; the kidnappers exact a ransom of £10,000 from the family tụi bắt cóc đòi gia đình nộp 10.000 bảng tiền chuộc 2. đòi nhất thiết phải: exact obedience from one's staff đòi nhân viên nhất thiết phải vâng lời 3. đòi hỏi: her work exacts great care and attention to detail công việc của chị ta đòi hỏi phải cẩn thận và chú ý đến từng chi tiết.

exacting /ig'zæktiŋ/ tt đòi hỏi nhiều, đòi hỏi cố gắng nhiều: an exacting teacher một thầy giáo đòi hỏi nhiều ở học sinh; an exacting piece of work một công việc đòi hỏi phải cố gắng nhiều.

exaction /ig'zækʃn/ dt 1. sự đóng tiền; sự bắt phải đóng tiền: the exaction of income tax sự bắt phải đóng thuế thu nhập 2. số tiền phải đóng: unreasonable exactions những món tiền bất hợp lý phải đóng 3. sự đòi hỏi lớn (về thì giờ, sức lực...): the exactions of a senior post in government những đòi hỏi lớn về thì giờ, về năng lực của một chức vụ cao cấp trong chính phủ.

exactitude /ig'zæktitju:d, (Mỹ ig'zæktitu:d/) dt sự chính xác.

exactly /ig'zæktli/ pht 1. đúng là: that's exactly what I expected đấy đúng là cái tôi mong đợi **2.** [một cách] chính xác: *where exactly were you in France* chính xác thì anh ở vùng nào ở Pháp **3.** chính thế, đúng vậy *(dùng trong câu trả lời): "so she wants to sell the house and move to London?" "exactly"* "thế là bà ta muốn bán nhà và chuyển đến Luân Đôn?" "Đúng vậy". // **not exactly** *(kng, mỉa)* không một chút nào: *he wasn't exactly pleased to see us; in fact he refused to open the door* anh ta không thích gặp chúng tôi một chút nào, thực tế là anh ta không chịu mở cửa.

exactness /ig'zætnis/ *dt nh* exactitude.

exaggerate /ig'zædʒəreit/ *dgt* phóng đại, thổi phồng: *he always exaggerates to make his stories more amusing* hắn luôn luôn thổi phồng lên, làm cho câu chuyện của nó thêm buồn cười; *that dress exaggerates her height* chiếc áo này làm cho cô ta trông cao hơn.

exaggerated /ig'zædʒəreitid/ *tt* cường điệu, phóng đại: *he has an exaggerated sense of his own importance* ông ta có ý thức cường điệu về tầm quan trọng của mình; *with exaggerated politeness* với sự lễ độ quá mức.

exaggeratedly /ig'zædʒəreitidli/ *pht* [một cách] cường điệu, [một cách] quá mức.

exaggeration /ig,zædʒə'reiʃn/ *dt* **1.** sự cường điệu, sự phóng đại **2.** lời nói cường điệu, điều phóng đại: *a story full of exaggerations* một câu chuyện toàn những điều phóng đại.

exalt /ig'zɔ:lt/ *dgt* **1.** tán dương, ca tụng, tâng bốc:

exalt to the skies tâng bốc lên tận mây xanh **2.** thăng chức, đưa lên địa vị cao hơn.

exaltation /,egzɔ:l'teiʃn/ *dt* sự phấn chấn, sự hân hoan.

exalted /ig'zɔ:ltid/ *tt* cao (về địa vị): *person of exalted rank* một người ở thứ bậc cao; *from his exalted position in the firm* từ địa vị cao của ông trong công ty.

exam /ig'zæm/ *dt (kng)* sự thi cử, kỳ thi.

examination /ig,zæmi'neiʃn/ *dt* **1.** sự kiểm tra: *before we can offer you the job, you'll have to undergo a medical examination* trước khi chúng tôi có thể giao cho anh việc làm ấy, anh phải qua kiểm tra sức khỏe đã **2.** *(cg exam)* sự thi cử; kỳ thi: *pass (fail) an examination* đỗ (trượt) kỳ thi; *an oral examination* kỳ thi vấn đáp **3.** sự khám xét, sự thẩm tra: *a medical examination* sự thẩm tra sức khỏe; *an examination of business accounts* sự kiểm tra sổ sách kinh doanh **4.** *(luật)* sự thẩm vấn. // **under examination**) qua kiểm tra; được thẩm vấn: *the prisonner is still under examination* tên tù còn được thẩm vấn.

examine /ig'zæmin/ *dgt* **1.** xem xét, nghiên cứu: *examine an old manuscript* nghiên cứu một bản viết tay cổ **2.** khám bệnh: *the doctor examined her patient carefully* bác sĩ khám bệnh cho bệnh nhân một cách cẩn thận **3.** kiểm tra *(trình độ, kiến thức...): examine students in mathematics (on their knowledge of mathematics)* kiểm tra trình độ toán học của sinh viên **4.** *(luật)* thẩm vấn: *examine a witness in a court of law*

thẩm vấn một nhân chứng tại tòa. // **need, ect. one's head examined** *x* head[1].

examinee /ig,zæmi'ni:/ *dt* thí sinh.

examiner /ig'zæminə[r]/ *dt* người chấm thi, giám khảo. // **satisfy the examiners** *x* satisfy.

example /ig'za:mpl, *(Mỹ* ig'zæmpl)/ **1.** ví dụ, thí dụ: *this dictionary has many examples of how words are used* cuốn từ điển này có nhiều ví dụ về cách dùng từ **2.** mẫu, vật điển hình: *this church is a fine example of Norman architecture* nhà thờ này là một điển hình của lối kiến trúc Normandie **3.** [tấm] gương: *she was an example to the rest of the class* cô ta là tấm gương cho mọi học sinh khác trong lớp; *his bravery should be an example to all of us* lòng dũng cảm của anh ta là một tấm gương cho tất cả chúng ta **4.** lời cảnh cáo: *let this be an example to you* hãy xem hình phạt này như một lời cảnh cáo cho anh. // **follow somebody's example (lead)** *x* follow; **for example** *(vt* **eg)** ví dụ như, chẳng hạn như: *a lot of us want to leave now, for example Bill (Bill for example)* khối đứa chúng tôi cần đi bây giờ đây, chẳng hạn như Bill; **make an example of somebody** trừng phạt ai để làm gương cho kẻ khác; **set [somebody] an example; set a good (bad...) example [to somebody]** nêu gương [cho ai]: *the headmistress likes to arrive early at school to set [the other teachers] an example* bà hiệu trưởng thích đến trường sớm để nêu gương [cho các giáo viên khác].

E

exasperate /ig'zæspəreit/ *dgt* làm bực tức, làm điên tiết: *that child exasperated me!* thằng nhóc đó làm tôi bực tức quá; *she was exasperated at (by) his stupidity* bà ta điên tiết lên vì sự ngốc nghếch của nó.

exasperating /ig'zæspəreitŋ/ *tt* làm bực mình, làm điên tiết.

exasperatingly /ig'zæspəreitiŋli/ *pht* [một cách] bực mình, [một cách] điên tiết.

exasperation /ig,zæspə-'reiʃn/ *dt* sự bực mình, sự điên tiết: *"stop that noise",* *he cried out in exasperation* "thôi đừng có ầm ĩ nữa", anh ta điên tiết hét lên.

excavate /'ekskəveit/ *dgt* **1.** đào: *excavate a trench* đào một con hào **2.** khai quật: *excavate a buried city* khai quật một thành phố bị chôn vùi.

excavation /,ekskə'veiʃn/ *dt* **1.** sự đào; sự khai quật: *excavation of the site will begin tomorrow* việc khai quật địa điểm ấy sẽ bắt đầu ngày mai **2.** *(snh)* khu khai quật: *visit the excavations* thăm khu khai quật.

excavator /'ekskəveitə[r]/ *dt* **1.** người đào, người khai quật **2.** máy đào, máy xúc.

exceed /ik'si:d/ *dgt* vượt quá: *exceed the speed limit* vượt quá giới hạn tốc độ; *their success exceeded all expectations* thành công của họ vượt quá mọi điều mong đợi.

exceedingly /ik'si:diŋli/ *pht* quá chừng: *an exceedingly difficult problem* một vấn đề khó quá chừng.

excel /ik'sel/ *dgt* (-ll-) **1.** (+ in, at) trội, giỏi, xuất sắc: *he's never excelled at games* nó không bao giờ chơi [giỏi] hơn người khác; *excel in foreign languages* rất giỏi ngoại ngữ **2. excel oneself** giỏi hơn bao giờ hết, trội hơn bao giờ hết: *what marvellous meal, Jim! you're really excelled yourself* bữa cơm thực là tuyệt, Jim ạ, anh thực sự giỏi nấu ăn hơn bao giờ hết.

excellence /'eksələns/ *dt* **1.** (+ in, at) sự trội, sự xuất sắc: *know for excellence in (at) all forms of sport* chơi xuất sắc mọi môn thể thao **2.** điểm trội, điểm xuất sắc.

Excellency /'eksələnsi/ *dt* *His Excellency* Ngài; *Her Excellency* Phu nhân; *His Excellency the French Ambassador* ngài đại sứ Pháp.

excellent /'eksələnt/ *tt* xuất sắc, tuyệt vời: *an excellent meal* một bữa ăn tuyệt vời; *she speaks excellent French* cô ta nói tiếng Pháp tuyệt vời; *your examination results are excellent* kết quả thi của anh rất xuất sắc.

excellently /'eksələntli/ *pht* [một cách] xuất sắc, [một cách] tuyệt vời.

except¹ /ik'sept/ *gt* trừ, trừ ra: *the restaurant is open every day except Monday* cửa hàng ăn mở cửa hằng ngày trừ thứ hai; *the meal was excellent except for the first course* bữa ăn thật tuyệt trừ món đầu bữa.

except² /ik'sept/ *dgt* trừ, trừ ra: *we all had to take part in the training run with nobody excepted* tất cả chúng tôi đều phải tham gia cuộc tập chạy không trừ một ai. // **present company except** x present¹.

exception /ik'sepʃn/ *dt* cái trừ ra, cái loại ra, ngoại lệ: *most of the buildings in this town are rather unattractive, but this church is an exception* hầu hết tất cả nhà cửa ở thành phố này đều trông không hấp dẫn, nhưng ngôi nhà thờ này là một ngoại lệ; *an exception to a rule of grammar* một ngoại lệ trong quy tắc ngữ pháp. // **the exception proves the rule** các trường hợp ngoại lệ càng làm sáng tỏ quy tắc; **make an exception [of somebody (something)]** không có ngoại lệ đối với ai (với điều gì) cả: *we must all be here at 8 am; I can make no exception* tất cả chúng ta phải có mặt ở đây lúc 8 giờ sáng, không có ngoại lệ nào cả; **take exception to something** phản đối; bực tức về: *she took great exception to what I said* cô ta phản đối kịch liệt những gì tôi đã nói.

exceptionable /ik'sepʃənəbl/ *tt* có thể bị phản đối.

exceptional /ik'sepʃənl/ *tt* khác thường, kiệt xuất: *the firemen showed exceptional bravery* các đội viên đội chữa cháy tỏ ra dũng cảm khác thường.

exceptionally /ik'sepʃənəli/ *pht* [một cách] khác thường: *an exceptionally beautiful child* một đứa bé đẹp khác thường.

excerpt /'eksɜ:pt/ *dt* trích đoạn: *excerpts from a novel* trích đoạn từ một cuốn tiểu thuyết.

excess¹ /ik'ses/ *dt* **1.** sự quá mức, sự thái quá: *an excess of zeal* sự sốt sắng quá mức; *luggage in excess of 100kg will be charged extra* hành lý quá mức 100 kg sẽ bị tính thêm tiền cước **2.** số lượng vượt quá, số dôi: *she was charged an excess of £4 over the amount stated on the bill* chị ta phải trả thêm 4 bảng vượt quá số ghi trên hóa đơn **3. excesses** *(snh)* việc làm quá quắt: *the* excesses committed by the occupying troops will never be forgotten người ta sẽ không bao giờ quên những việc làm quá quắt của quân chiếm đóng. // **to excess** quá mức: he drinks to excess nó uống rượu quá mức.

excess² /'ekses/ tt (ngữ) thêm vào, phụ vào: excess fare tiền vé trả thêm (để đi xa hơn...).

excess baggage /,ekses'bæg-idʒ/ (cg **excess luggage**) hành lý quá mức cho phép.

excessive /ik'sesiv/ tt thái quá: an excessive enthusiasm for sport lòng nhiệt tình thái quá đối với thể thao.

excessively /ik'sesivli/ pht [một cách] thái quá.

excess postage /,ekses'pəʊstidʒ/ bưu phí tính thêm (thư dán chưa đủ tem).

exchange¹ /iks'tʃeindʒ/ dt **1.** sự trao đổi, sự đổi chác: exchange of prisoners of war sự trao đổi tù binh; an exchange of glances sự trao đổi ánh mắt; an exchange of gun-fire sự nổ súng bắn nhau **2.** sự tranh luận, lời qua tiếng lại: bitter exchanges between MP's in parliament lời qua tiếng lại gay gắt giữa các nghị sĩ trong nghị viện; exchange visits những cuộc viếng thăm trao đổi **3.** sự đổi tiền, sự hối đoái: rate of exchange tỷ giá hối đoái **4. Exchange** thị trường hối đoái: the Stock Exchange thị trường chứng khoán **5.** nh telephone exchange.

exchange² /iks'tʃeindʒ/ dgt trao đổi, đổi chác: he exchanged the blue jumper for a red one nó đổi chiếc áo len chui đầu màu xanh lấy một chiếc màu đỏ; the enemy countries exchanged prisoners các nước thù địch trao

đổi tù binh cho nhau; the two men exchanged greetings hai người đàn ông chào nhau. // **exchange [angry...] words** lời qua tiếng lại, cãi cọ nhau.

exchangeable /iks'tʃeindʒəbl/ tt có thể đổi được: sale goods in this shop are not exchangeable hàng bán ở cửa hiệu này không đổi lại được.

exchequer /iks'tʃekə[r]/ dt **1. the Exchequer** Bộ Tài chính Anh: the Chancellor of the Exchequer bộ trưởng bộ Tài chính Anh **2.** ngân khố quốc gia, kho bạc.

excise¹ /'eksaiz/ dt thuế tiêu dùng: the excise on beer, spirit, tobacco thuế bia, rượu, thuốc lá; customs and excise thuế quan và thuế tiêu dùng.

excise² /ik'saiz/ dgt cắt bỏ: the surgeon excised the lump from her breast bác sĩ cắt bỏ khối u trên ngực chị ta; the censor insisted on excising the passage from the film người kiểm duyệt cố đòi cắt bỏ đoạn ấy khỏi bộ phim.

excision /ik'siʒn/ dt **1.** sự cắt bỏ: the excision of a tumour sự cắt bỏ khối u **2.** cái bị cắt bỏ: the excisions have destroyed the literary value of the text những đoạn cắt bỏ đã phá hỏng giá trị văn học của bản văn.

excitability /ik,saitə'biləti/ dt tính dễ bị kích thích, tính dễ bị khích động.

excitable /ik'saitəbl/ tt dễ bị kích thích, dễ bị khích động: an excitable breed of dog một giống chó dễ bị khích động.

excite /ik'sait/ dgt **1.** kích thích; khích động: don't excite yourself đừng có tự kích thích quá (hãy bình tĩnh);

agitators were exciting the people to rebellion against their ruler bọn phiến loạn đang khích động dân chúng nổi dậy chống lại nhà cầm quyền **2.** làm dấy lên: excite public suspicion làm dấy lên sự ngờ vực của quần chúng; excite envy, admiration làm dấy lên lòng ghen ty, lòng ngưỡng mộ **3.** làm động dục: some people are sexually excited by pornographic magazines một số người bị tạp chí khiêu dâm làm động dục.

excited /ik'saitid/ tt bị kích thích; đầy hứng khởi: sexually excited bị kích thích về tình dục; their new record is nothing to get excited about kỷ lục cuối của họ chẳng có gì đáng hứng khởi cả.

excitedly /ik'saitidli/ pht [một cách] hứng khởi.

excitement /ik'saitmənt/ dt **1.** sự kích thích, sự khích động: the news caused great excitement tin đó gây khích động lớn **2.** điều kích thích, mối khích động: life will seem very quiet after the excitements of our holiday cuộc sống của chúng tôi dường như quá phẳng lặng sau những mối khích động của kỳ nghỉ vừa qua.

exciting /ik'saitin/ tt làm náo động, đầy hứng thú: an exciting story một câu chuyện đầy hứng thú.

excitingly /ik'saitinli/ pht [một cách] náo động, [một cách] đầy hứng thú.

exclaim /ik'skleim/ dgt thốt lên, kêu lên: "good heavens" he exclaimed "It is six o'clock already" anh ta kêu lên: "trời! đã sáu giờ rồi à!".

exclamation /,eksklə'meiʃn/ dt **1.** sự thốt lên, sự kêu

E

lên **2.** lời thốt lên, lời kêu lên.

exclamation mark /ekslə-'meiʃn/ dấu than.

exclude /ik'sklu:d/ *dgt* **1.** ngăn chặn: *exclude a person from membership of a society* ngăn không cho một người nhập hội; *all draughts must be excluded from the room* phải ngăn mọi luồng gió lùa không cho vào phòng **2.** loại trừ: *we must not exclude the possibility that the child has run away* chúng ta không thể loại trừ khả năng cháu bé đã chạy trốn **3.** không tính gộp vào, không kể: *lunch costs £5 per person, excluding drinks* cơm trưa mỗi người 5 bảng, không kể đồ uống.

exclusion /ik'sklu:ʒn/ *dt* sự ngăn chặn: *the exclusion of women from the temple* sự ngăn không cho phụ nữ vào thánh đường đó. // **to the exclusion of somebody (something)** trừ hết, bỏ hết (*những thứ khác*): *he spent his spare time gardening, to the exclusion of all other interests* ông ấy dùng thời gian rảnh để làm vườn, bỏ hết những mối quan tâm khác.

exclusive¹ /ik'sklu:siv/ *tt* **1.** riêng biệt, dành riêng: *he belongs to an exclusive club* ông ta thuộc một cuộc phỏng vấn riêng biệt; *an exclusive interview* một câu lạc bộ dành riêng (*cho một tờ báo...*) **2.** độc quyền: *an exclusive agency for the sale of Ford cars in this town* một hãng độc quyền bán xe Ford trong thành phố này **3.** duy nhất, độc nhất: *painting has not been her exclusive occupation* hội họa không phải là công việc duy nhất của bà ta **4.** loại trừ nhau: *the two plans are mu-*

tually exclusive hai kế hoạch ấy loại trừ lẫn nhau (*chấp nhận kế hoạch này thì phải bỏ kế hoạch kia*). // **exclusive of somebody (something)** không gộp vào, không kể đến: *the ship has a crew of 57 exclusive of officers* con tàu có thủy thủ đoàn 57 người, không kể sĩ quan.

exclusive² /ik'sklu:siv/ *dt* (*cg* **exclusive story**) truyện dành riêng (*cho một tờ báo*): *a Daily Mirror exclusive* truyện dành riêng cho tờ Daily Mirror.

exclusively /ik'sklu:sivli/ *pht* [một cách] chỉ riêng cho: *this room is exclusively for women* phòng này chỉ dành riêng cho nữ.

exclusiveness /ik'sklu:siv-nis/ *dt* tính riêng biệt, tính độc nhất: *the shop was proud of its exclusiveness* cửa hàng này tự hào về tính độc nhất của nó.

excommunicate /,ekskə-'mju:nikeit/ *dgt* (*tôn*) rút phép thông công.

excommunication /,ekskə-mju:ni'keiʃn/ *dt* (*tôn*) **1.** sự rút phép thông công **2.** lời công bố rút phép thông công.

excrement /'ekskrimənt/ *dt* phân.

excrescence /ik'skresns/ *dt* cục bướu, cục u: *the new office block is an excrescence on the landscape* khối nhà cơ quan mới trông như một khối u trong cảnh quan.

excreta /ik'skri:tə/ *dt* chất bài xuất.

excrete /ik'skri:t/ *dgt* bài xuất, thải ra.

excretion /ik'skri:ʃn/ *dt* **1.** sự bài xuất **2.** chất bài xuất.

excruciating /ik'skru:ʃieitiŋ/ *tt* nhói, buốt (*con đau*): *he has excruciating backache*

nó bị cơn đau lưng buốt nhói.

excruciatingly /ik'skru:ʃieiti-tiŋli/ *pht* [một cách] buốt, [một cách] nhức nhối.

exculpate /'ekskʌlpeit/ *dgt* giải tội, giải oan cho: *exculpate a person from a charge* giải oan cho ai khỏi bị buộc tội.

excursion /ik'skɜ:ʃn/, (*Mỹ* ik'skɜ:rʒn)/ *dt* **1.** cuộc đi chơi, cuộc tham quan **2.** cuộc đi, cuộc đi: *a shopping excursion* cuộc đi mua sắm.

excusable /ik'skju:zəbl/ *tt* có thể tha thứ.

excusably /ik'skju:zəbli/ *pht* [một cách] có thể tha thứ được.

excuse¹ /ik'skju:s/ *dt* sự xin lỗi; lý do xin lỗi: *he's always making excuses for being late* anh ta luôn luôn xin lỗi vì đến trễ; *he made his excuses and left the meeting* anh ta xin lỗi và rời cuộc họp; *please offer (give) them my excuses* xin vui lòng chuyển đến họ lời xin lỗi của tôi.

excuse² /ik'skju:z/ *dgt* **1.** tha lỗi, thứ lỗi, lượng thứ: *please excuse my late arrival* xin lỗi vì tôi đến muộn; *nothing can excuse such rudeness* không thể nào tha thứ cho một sự thô lỗ như thế; *she stood up, excused herself and walked out of the meeting* chị ta đứng dậy, xin lỗi và bước ra khỏi cuộc họp **2.** miễn cho, tha cho: *they may be excused/from doing/this exercise* chúng có thể được miễn làm bài tập này. // **excuse me** a/ xin lỗi: *excuse me, but I don't think that's quite true* xin lỗi, nhưng tôi không nghĩ điều đó hoàn toàn đúng b/ **excuse me?** xin làm ơn nhắc lại (*vì tôi chưa nghe rõ*); **excuse**

(pardon) my French x French; may I be excused? (Anh, trại) xin phép thầy (cô) cho em đi ngoài tí ạ (lời học trò nhỏ xin phép thầy cô đi vệ sinh).

ex-directory /ˌeksdə'rektəri/ tt (Mỹ **unlisted**) không ghi trong danh bạ (điện thoại, để giữ bí mật).

execrable /'eksikrəbl/ tt rất tồi tệ, kinh khủng: execrable weather thời tiết rất tồi tệ.

execrably /'eksikrəbli/ pht [một cách] rất tồi tệ.

execrate /'eksikreit/ dgt chửi rủa, ghét cay ghét đắng.

execration /ˌeksi'kreiʃn/ dt sự chửi rủa, sự ghét cay ghét đắng.

execute /'eksikju:t/ dgt 1. thực hiện, thi hành: execute somebody's commands thi hành mệnh lệnh của ai; execute a piece of work thực hiện một công việc 2. (luật) thực thi: execute a will thực thi một di chúc 3. hành hình: execute a murderer hành hình một tên sát nhân 4. thể hiện, biểu diễn: execute a dance step biểu diễn một điệu nhảy.

execution /ˌeksi'kju:ʃn/ dt 1. sự thực hiện, sự thi hành: the plans were finally put into execution các kế hoạch đó cuối cùng đã được thực hiện 2. (luật) sự thực thi di chúc 3. sự hành hình: execution by hanging sự hành hình bằng cách treo cổ 4. tài biểu diễn (bản nhạc...): the pianist's execution of the concerto was marvellous tài biểu diễn bản conxectơ của nhạc sĩ dương cầm thật là tuyệt vời. // a stay of execution x stay².

executioner /eksi'kju:ʃənə[r]/ dt người hành hình.

executive¹ /ig'zekjətiv/ tt 1. điều hành (đặc biệt là trong kinh doanh): possess executive ability có khả năng điều hành 2. hành pháp: the executive branch of the Government ngành hành pháp của chính phủ; the executive head of State người cầm đầu cơ quan hành pháp của một nước, tổng thống (Mỹ).

executive² /ig'zekjətiv/ dt 1. ban điều hành, ban quản trị; ủy viên ban điều hành, ủy viên ban quản trị: the executive has (have) been making decisions about the future of the company ban quản trị đã ra quyết định về tương lai của công ty 2. chấp hành; hành chính: executive officer viên chức hành chính 3. ngành hành pháp (của một chính phủ).

executor /ig'zekjətə[r]/ dt (luật) người thi hành di chúc.

exegesis /ˌeksi'dʒi:sis/ dt (snh **exegeses**) sự chú giải kinh thánh.

exemplary /ig'zempləri/ tt 1. gương mẫu, mẫu mực: an exemplary student một sinh viên gương mẫu; exemplary behaviour cách cư xử mẫu mực 2. để làm gương: exemplary punishment sự phạt để làm gương.

exemplification /ig,zemplifi:'keiʃn/ dt 1. sự minh họa bằng ví dụ 2. ví dụ minh họa.

exemplify /ig'zemplifai/ dgt (**exemplified**) 1. là ví dụ điển hình của: this painting exemplifies the artist's early style bức họa này là ví dụ điển hình của phong cách ban đầu của họa sĩ 2. minh họa bằng ví dụ: in this dictionary we often exemplify the use of a word trong cuốn từ điển này chúng tôi thường minh họa cách dùng từ bằng ví dụ.

exempt¹ /ig'zempt/ tt (vị ngữ) [được] miễn: goods exempt of tax hàng miễn thuế; exempt from military service miễn nghĩa vụ quân sự.

exempt² /ig'zempt/ dgt (+ from) miễn cho: his bad eyesight exempted him from military service thị lực kém khiến anh ta được miễn nghĩa vụ quân sự.

exemption /ig'zempʃn/ dt sự miễn (thuế...).

exercise¹ /'eksəsaiz/ dt 1. sự tập luyện; bài tập luyện: the doctor advised him to take more exercise bác sĩ khuyên anh ta tập luyện nhiều hơn; exercises for the flute bài tập luyện thổi sáo; the teacher set her class a mathematics exercise for homework cô giáo ra cho cả lớp một bài tập toán về làm ở nhà 2. sự vận dụng, sự sử dụng: the exercise of one's civil rights sự sử dụng quyền công dân của mình 3. (thường snh) đợt diễn tập: military exercises đợt diễn tập quân sự 4. **exercises** (snh) (Mỹ) lễ: opening exercises lễ khai mạc; graduation exercises lễ trao bằng tốt nghiệp.

exercise² /'eksəsaiz/ dgt 1. tập thể dục: he exercises twice a day anh ta tập thể dục hai lần mỗi ngày 2. tập luyện, rèn luyện: swimming exercises the whole body bơi lội rèn luyện toàn bộ cơ thể 3. sử dụng: exercise one's rights as a citizen sử dụng quyền hạn của mình với tư cách là một công dân 4. (thường ở dạng bị động) làm băn khoăn, làm lo lắng: I am very much exercised about the education of my son tôi rất băn khoăn lo lắng về việc học hành của con trai tôi.

exert /ig'zɜːt/ đgt 1. dùng, sử dụng (sức mạnh, ảnh hưởng...): he exerted all his influence to make them accept his plan ông ta đã sử dụng tất cả ảnh hưởng của mình để làm cho họ chấp nhận kế hoạch của ông 2. **exert oneself** (không dùng ở dạng thụ động) cố gắng, nỗ lực: you'll have to exert yourself more if you want to pass your exam muốn thi đậu anh phải cố gắng nhiều hơn nữa.

exertion /ig'zɜːʃn/, (Mỹ ig'zɜːrzn)/ dt 1. sự áp dụng: exertion of authority over others is not always wise, persuasion may be better áp dụng quyền hành đối với người khác không phải lúc nào cũng là khôn ngoan, thuyết phục có thể hay hơn 2. sự cố gắng, sự nỗ lực: he failed to lift the rock in spite of all his exertions anh ta không nâng được tảng đá mặc dù đã cố gắng hết sức.

exeunt /'eksiʌnt/ đgt (tiếng Latinh) (snh của exit) rời sân khấu: exeunt Mai and Ba Mai và Ba rời sân khấu.

ex gratia /,eks'greiʃə/ (tiếng Latinh) cho thêm, biếu thêm: an ex gratia payment món tiền thưởng thêm.

exhalation /,ekshə'leiʃn/ dt 1. sự thở ra 2. hơi nhả ra: an exhalation of smoke một luồng khói nhả ra.

exhale /eks'heil/ đgt 1. thở ra: exhale air from lungs thở không khí ở phổi ra 2. nhả ra: he lit his pipe and exhaled clouds of smoke anh ta châm tẩu hút và nhả ra những đám mây toàn là khói.

exhaust[1] /ig'zɔːst/ dt 1. khí thải, hơi thải, khói thải: the smell of the exhaust mùi khí thải; exhaust fumes khói thải ra 2. (cg **exhaust-pipe**) ống xả: my car needs a new exhaust chiếc xe của tôi cần một ống xả mới.

exhaust[2] /ig'zɔːst/ đgt 1. làm kiệt sức, làm mệt lử: the long cycle ride exhausted her cuốc đi xe đạp dài đã làm chị ta kiệt sức 2. dùng cạn kiệt, dốc hết ra: exhaust one's patience vận dụng hết lòng kiên nhẫn; exhaust a money supply tiêu sạch túi tiền 3. vét kiệt, làm cạn: exhaust a well vét kiệt nước giếng 4. nói hết mọi khía cạnh của (vấn đề gì): I think we've just exhausted that subject tôi nghĩ là chúng ta đã nói hết về vấn đề này rồi.

exhausted /ig'zɔːstid/ tt kiệt sức, mệt lử: the exhausted troops surrendered đội quân kiệt sức đầu hàng.

exhaustion /ig'zɔːstʃən/ dt 1. sự kiệt sức, sự mệt lử 2. sự dùng cạn kiệt: the rapid exhaustion of the earth's natural resources sự dùng cạn kiệt nhanh chóng các tài nguyên thiên nhiên của trái đất.

exhaustive /ig'zɔːstiv/ tt hết mọi khía cạnh, toàn diện: an exhaustive enquiry một cuộc điều tra toàn diện.

exhaustively /ig'zɔːstivli/ pht [một cách] toàn diện.

exhaust-pipe /ig'zɔːst paip/ dt x exhaust[1].

exhibit[1] /ig'zibit/ dt 1. vật triển lãm; bộ sưu tập triển lãm (ở nhà bảo tàng...): the museum has some interesting new exhibits from India nhà bảo tàng có một số vật triển lãm mới lý thú đưa từ Ấn Độ sang 2. tang vật: the first exhibit was a knife which the prosecution claimed was the murder weapon tang vật đầu tiên là một con dao mà bên truy tố cho là vũ khí của kẻ sát nhân.

exhibit[2] /ig'zibit/ đgt 1. trưng bày, triển lãm: exhibit flowers at a flower show trưng bày hoa ở một cuộc triển lãm hoa; the young painter has exhibited [his work] in several galleries nhà họa sĩ trẻ đã triển lãm [tác phẩm của mình] ở nhiều phòng tranh 2. biểu lộ, thể hiện: he exhibited total lack of concern for the child ông ta biểu lộ sự thiếu quan tâm hoàn toàn đến đứa con.

exhibition /,eksi'biʃn/ dt 1. cuộc triển lãm; bộ sưu tập triển lãm 2. sự biểu lộ, sự thể hiện: the quiz was a good opportunity for the exhibition of his knowledge cuộc thi đố trên đài là một dịp tốt để anh ta biểu lộ kiến thức của mình 3. cuộc thao diễn: a dancing exhibition cuộc thao diễn nghệ thuật khiêu vũ 4. (Anh) học bổng. // **make an exhibition of oneself** (xấu) giở trò dại dột lố bịch trước đám đông.

exhibitioner /,eksi'biʃənə[r]/ dt (Anh) sinh viên được học bổng.

exhibitionism /,eksi'biʃəni-zəm/ dt 1. thói thích phô trương 2. (y) chứng phô bày (chỗ kín của cơ thể ở nơi công cộng).

exhibitionist /,eksi'biʃənist/ dt người mắc chứng phô bày (phô bày chỗ kín của cơ thể ở nơi công cộng).

exhibitor /ig'zibitə[r]/ dt người trưng bày (tranh... ở một cuộc triển lãm).

exhilarate /ig'ziləreit/ *đgt* (*thường dùng ở dạng bị động*) làm phấn chấn, làm hồ hởi: *exhilarated by the news* hồ hởi trước tin đó.

exhilarating /ig'ziləreitiŋ/ *tt* làm phấn chấn, làm hồ hởi.

exhilaration /ig,zilə'reiʃn/ *dt* sự phấn chấn, sự hồ hởi.

exhort /ig'zɔ:t/ *đgt* cổ vũ, hô hào: *the teacher exhorted him to work hard* thầy giáo cổ vũ nó học hành tích cực.

exhortation /,egzɔ:'teiʃn/ *dt* 1. sự cổ vũ, sự hô hào 2. lời cổ vũ, lời hô hào.

exhumation /,ekshju:'meiʃn, (Mỹ ,egzu:'meiʃn)/ *dt* sự khai quật (*tử thi để khám nghiệm...*).

exhume /eks'hju:m, (Mỹ ig'zu:m)/ *đgt* khai quật (*tử thi để khám nghiệm...*).

exigency /'eksidʒənsi/ *dt* (*thường snh*) yêu cầu cấp bách; tình trạng khẩn cấp: *the people had to accept the harsh exigencies of war* dân chúng phải chấp nhận tình trạng khẩn cấp khắc nghiệt của chiến tranh.

exigent /'eksidʒənt/ *tt* 1. cấp bách, khẩn cấp 2. hay đòi hỏi, hay yêu sách, khó tính: *an exigent employer* một ông chủ khó tính.

exigently /'eksidʒəntli/ *pht* 1. [một cách] cấp bách, [một cách] khẩn cấp 2. [một cách] hay đòi hỏi, [một cách] khó tính.

exiguous /eg'zigjuəs/ *tt* ít ỏi, nhỏ nhoi: *the last of the old man's exiguous savings* món tiền cuối cùng trong khoản tiết kiệm nhỏ nhoi của ông cụ.

exile¹ /'eksail/ *dt* 1. sự đày, sự lưu đày: *be sent into exile* bị lưu đày; *a place of exile* chốn lưu đày 2. cuộc sống tha hương, cảnh tha hương (*sống xa quê hương*) 3. người sống lưu vong.

exile² /'eksail/ *đgt* đày ải: *he was exiled from his country because of his part in the plot against the government* ông ta bị đày khỏi quê hương vì tham gia vào âm mưu chống lại chính phủ.

exist /ig'zist/ *đgt* có, tồn tại: *do you believe fairies exist?* anh có tin là tiên có thật hay không?; *laws that have existed for hundreds of years* luật lệ đã tồn tại hàng trăm năm; *does life exist on Mars?* trên sao Hỏa có sự sống hay không?; *this plant exists only in Australia* giống cây ấy chỉ có ở Úc; *we cannot exist without food or water* ta không thể tồn tại nếu không có thức ăn hoặc nước.

existence /ig'zistəns/ *dt* 1. sự tồn tại, sự có: *do you believe in the existence of ghosts?* anh có tin là có ma không?; *this is the oldest Hebrew manuscript in existence* đây là bản viết tay Do Thái cổ nhất còn tồn tại 2. cuộc sống: *we led a happy enough existence as children* khi còn bé chúng tôi đã sống một cuộc sống khá hạnh phúc 3. sự sống còn: *the peasants depend on a good harvest for their very existence* sự sống còn của nông dân lệ thuộc vào thu hoạch tốt hay xấu. // **the bane of somebody's existence** x **bane**.

existent /ig'zistənt/ *tt* đang tồn tại; hiện có.

existential /,egzi'stenʃl/ *tt* 1. [thuộc] cuộc sống 2. [thuộc] chủ nghĩa hiện sinh.

existentialism /,egzi'stenʃəlizəm/ *dt* (*triết*) chủ nghĩa hiện sinh.

existentialist¹ /,egzi'stenʃəlist/ *dt* người theo chủ nghĩa hiện sinh.

existentialist² /,egzi'stenʃəlist/ hiện sinh [chủ nghĩa]: *an existentialist philosopher* nhà triết học hiện sinh.

exit¹ /'eksit/ *dt* 1. lối ra (*thường ghi ở cửa*): *how many exits are there from this cinema?* ở rạp chiếu bóng này có bao nhiêu lối ra? 2. sự rời khỏi, sự đi khỏi: *he made a quick exit when he heard the police coming* nó vội bỏ đi khi nó nghe cảnh sát tới; *an exit visa* thị thực xuất cảnh.

exit² /'eksit/ *đgt* đi ra, bỏ đi: *she exited pretty quickly when she heard him arriving* chị ta bỏ đi khá nhanh khi nghe anh ta tới.

exit³ /'eksit/ *đgt* (*snh* **exeunt**) rời sân khấu (*nói về diễn viên, ngôi thứ ba số ít viết không có s ở cuối*): *exit Macbeth* Macbeth rời sân khấu.

exit poll /'eksitpəʊl/ cuộc thăm dò ý kiến cử tri ngay khi cử tri rời phòng bỏ phiếu.

exo- (*dạng kết hợp*) ngoài, ngoại: *exogamous* ngoại hôn; *exocrine gland (sinh)* tuyến ngoại tiết.

exodus /'eksədəs/ *dt* 1. (*số ít*) sự rời đi hàng loạt: *the mass exodus of people to the sea and mountains for the summer days* sự lũ lượt kéo đến vùng biển và vùng núi vào các ngày mùa hè 2. **the Exodus** đoàn người Do Thái thiên di khỏi Ai Cập vào khoảng năm 1300 trước công nguyên 3. **Exodus** tập Thiên Di (*trong kinh thánh kể về cuộc thiên di đó*).

ex officio /,eksə'fiʃiəʊ/ *tt, pht* đương nhiên (*do chức vị*): *an ex officio member of the*

E

committee một thành viên đương nhiên của ủy ban; *present at the meeting ex officio* đương nhiên có mặt ở buổi họp.

exonerate /ig'zɒnəreit/ *dgt* miễn cho: *he was exonerated from all responsibility for the accident* anh ta được miễn mọi trách nhiệm về vụ tai nạn đó.

exoneration /ig,zɒnə'reiʃn/ *dt* sự miễn (tội...).

exorbitance /ig'zɔ:bitəns/ *dt* sự quá cao, sự quá mức.

exorbitant /ig'zɔ:bitənt/ *tt* quá cao, quá mức: *exorbitant rents* tiền thuê quá cao.

exorbitantly /ig'zɔ:bitəntli/ *pht* [một cách] quá cao, [một cách] quá mức: *exorbitantly expensive* quá đắt đỏ.

exorcize, exorcise /'eksɔ:saiz/ *dgt* xua đuổi tà ma: *a priest exorcized the ghost from the house* giáo sĩ đuổi tà ma ra khỏi nhà; *we gradually exorcized her feelings of panic and terror* (bóng) chúng tôi dần dần xua tan những cảm giác sợ hãi và kinh hoàng của cô ta.

exorcism /'eksɔ:sizəm/ *dt* phù phép trừ tà ma.

exorcist /'eksɔ:sist/ *dt* thầy pháp trừ tà ma.

exotic /ig'zɒtik/ *tt* 1. đưa từ ngoài vào, ngoại lai (cây cỏ, từ ngữ, mốt ăn mặc...) 2. kỳ lạ: *exotic plumage* bộ lông chim kỳ lạ.

expand /ik'spænd/ *dgt* 1. thở ra, phồng ra: *a tyre expands when you pump air into it* lốp xe phồng ra khi anh bơm không khí vào; *our foreign trade has expanded greatly in recent years* ngành ngoại thương của chúng ta đã phát triển mạnh trong những năm gần đây 2. trải ra, mở rộng: *the petals of the flower expanded in the sunshine* những cánh hoa đã trải ra dưới ánh mặt trời 3. trở nên cởi mở: *the guests expanded a little when they'd had a glass or two of wine* khách bắt đầu hơi cởi mở sau khi uống một vài cốc rượu. // **expand on something** phát triển, nói thêm về điều gì: *I don't quite follow your reasoning - Can you expand on it?* tôi không theo sát lý lẽ của anh. Anh có thể phát triển thêm một ít được không?

expanded metal /ik,spæn-did'metl/ tấm kim loại làm nòng bê tông.

expanse /ik'spæns/ *dt* dải rộng, vùng rộng (đất, biển): *the wide expanses of the Pacific* những vùng biển rộng lớn của Thái Bình Dương; *the blue expanses of the sky* những khoảng trời xanh mênh mông; *a broad expanse of brow* một vầng trán rộng.

expansion /ik'spænʃn/ *dt* sự nở ra, sự phồng ra, sự bành trướng, sự phát triển: *the expansion of gases when heated* sự nở của chất khí khi được đốt nóng; *the expansion of the school system* sự phát triển hệ thống trường học.

expansionism /ik'spænʃə-nizəm/ *dt* chủ nghĩa bành trướng.

expansionist¹ /ik'spænʃə-nist/ *dt* người theo chủ nghĩa bành trướng.

expansionist² /ik'spænʃə-nist/ *tt* bành trướng [chủ nghĩa]: *Hitler's expansionist policies* chính sách bành trướng của Hitler.

expansive /ik'spænsiv/ *tt* 1. có xu hướng mở rộng, có xu hướng bành trướng, có xu hướng phát triển: *he greeted us with an expansive gesture and a wide smile* anh ta đón chào chúng tôi với vòng tay rộng mở và nụ cười toe miệng 2. cởi mở, chan hòa: *be in an expansive mood after a few drinks* tỏ ra cởi mở sau vài ly rượu.

expansively /ik'spænsivli/ *pht* 1. với xu hướng bành trướng 2. [một cách] cởi mở, [một cách] chan hòa.

expansiveness /ik'spæn-sivnis/ *dt* 1. xu hướng bành trướng 2. sự cởi mở, sự chan hòa.

expatiate /ik'speiʃieit/ *dgt* (+ on, upon) nói tỉ mỉ về, viết tỉ mỉ về: *the chairman expatiated for two hours on his plans for the company* ông chủ tịch nói tỉ mỉ trong hai tiếng đồng hồ về kế hoạch của ông đối với công ty.

expatriate¹ /,eks'pætriət, (Mỹ ,eks'peitriət)/ *dt* người sống tha hương: *American expatriates in Paris* người Mỹ sống tha hương ở Paris.

expatriate² /eks'pætrieit/ *dgt* trục xuất khỏi xứ sở: *expatriated on suspicion of spying for the enemy* bị trục xuất vì bị tình nghi làm gián điệp cho địch.

expect /ik'spekt/ *dgt* 1. mong đợi, chờ mong; hy vọng: *this is the parcel which we have been expecting from New York* đây là cái gói mà chúng tôi đã mong đợi từ Nữu Ước; *I expect [that] I will be back on Sunday* tôi mong rằng chủ nhật tôi sẽ trở về; *don't expect any sympathy from me* đừng có hy vọng tôi có chút thiện cảm nào đối với anh 2. yêu cầu, đòi hỏi: *the sergeant expects obedience from his men; the sergeant expects his men to obey him* viên trung sĩ đòi hỏi quân lính phải tuân lệnh **3.** *(không dùng ở thì tiếp diễn) (kng)* cho là, nghĩ rằng: *"who has eaten all the cake?" "Tom, I expect" ("I expect [that] it was Tom")* "ai ăn hết cái bánh rồi?" "tôi nghĩ là Tom". // **be expecting [a baby (child)]** *(kng, trại)* đang có mang; **expect to much [of somebody]** hy vọng quá nhiều [ở ai]; **[only] to be expected** rất có thể xảy đến, là chuyện hoàn toàn bình thường: *a little tiredness after taking these drugs is to be expected* sau khi uống những thứ thuốc này mà thấy mệt là chuyện hoàn toàn bình thường.

expectancy /ik'spektənsi/ *dt* sự mong đợi, sự chờ mong, sự hy vọng.

expectant /ik'spektənt/ *tt* mong đợi, chờ mong, đầy hy vọng: *children with expectant faces waiting for the pantomime to start* bọn trẻ với bộ mặt mong chờ màn kịch câm bắt đầu.

expectantly /ik'spektəntli/ *pht* [một cách] mong đợi, [một cách] chờ mong, [một cách] hy vọng.

expectant mother /ik,spektənt'mʌðə[r]/ người phụ nữ có thai.

expectation /,ekspek'teiʃn/ *dt* **1.** sự trông chờ, sự hy vọng: *there's no expectation of snow tonight* tối nay khó mà có hy vọng là có tuyết: *he has little expectation of winning a prize* anh ta có ít hy vọng giành giải thưởng **2.** *(thường snh)* lòng mong đợi: *his parents have great expectations for his future* bố mẹ anh mong đợi rất nhiều vào tương lai của anh; *the holiday was beyond all expectations* kỳ nghỉ vượt

quá mọi sự mong đợi *(tốt hơn ta mong đợi nhiều).* // **against (contrary to) [all] expectations** trái với mọi sự mong đợi: *a gold medal that was against all expectations* một huy chương vàng hoàn toàn ngoài mọi sự mong đợi; **expectations of life** tuổi thọ dự tính *(theo thống kê);* **fall short of somebody's expectations; not come up to somebody's expectations** không được như mong đợi: *the restaurant he recommended fell far short of our expectations* cửa hàng anh ta giới thiệu còn xa mới được như chúng tôi mong đợi.

expected /ik'spektid/ *tt* được mong đợi, được chờ mong: *expected objections to the plan* những phản đối được trông chờ đối với kế hoạch.

expectorant /ik'spektərənt/ *dt (y)* thuốc long đờm.

expectorate /ik'spektəreit/ *dgt* khạc ra, nhổ ra: *in case of tuberculosis blood is expectorated* trong trường hợp ho lao, người ta khạc ra máu.

expedience /ik'spi:diəns/ *(cg* **expediency** /ik'spi:-diənsi/ thủ đoạn: *he acted from expediency, not from principle* anh ta hành động theo thủ đoạn chứ không theo nguyên tắc.

expedient[1] /ik'spi:diənt/ *tt (thường thngũ)* có lợi, thiết thực: *actions that were expedient rather than principled* hành động theo lối có lợi hơn là theo nguyên tắc.

expedient[2] /ik'spi:diənt/ *dt* thủ đoạn, mưu mô.

expediently /ik'spi:diəntli/ *pht* [một cách] thủ đoạn.

expedite /'ekspədait/ *dgt* xúc tiến: *please do what you can to expedite the building*

work xin ông hãy làm tất cả những gì có thể làm được để xúc tiến công việc xây dựng.

expedition /,ekspə'diʃn/ *dt* **1.** cuộc viễn chinh; đoàn viễn chinh **2.** cuộc thám hiểm; đoàn thám hiểm **3.** sự nhanh chóng, sự chóng vánh: *we carried out the captain's orders with all possible expedition* chúng tôi thực hiện các mệnh lệnh của thuyền trưởng với tất cả sự nhanh chóng có thể được.

expeditionary /,ekspə'diʃənəri, (Mỹ ,ekspi'diʃəneri/ *tt* viễn chinh; thám hiểm: *an expeditionary force* lực lượng viễn chinh.

expeditious /,ekspə'diʃəs/ *tt* nhanh: *an expeditious response* sự đáp lại mau lẹ.

expeditiously /,ekspə'diʃəsli/ *pht* [một cách] nhanh gọn, [một cách] lẹ làng.

expel /ik'spel/ *dgt* (-ll-) **1.** đuổi, trục xuất: *two attaché at the embassy were expelled from the country* hai tùy viên ở đại sứ quán đã bị trục xuất ra khỏi nước **2.** tống ra; xua đi: *expel smoke from the lungs* tống khói ra khỏi phổi; *a fan in the kitchen for expelling cooking smell* một cái quạt đặt trong bếp để tống mùi nấu nướng ra ngoài.

expend /ik'spend/ *dgt* **1.** tiêu dùng, dùng: *expend time and money on a project* tiêu dùng thời gian và tiền bạc vào một dự án **2.** dùng hết: *expend all one's stores* dùng hết tất cả đồ dự trữ.

expendable /ik'spendəbl/ *tt* có thể hủy diệt, có thể hy sinh *(cho một mục đích nào đó):* *the officer regarded his soldiers as expendable* viên sĩ quan coi binh lính của ông ta như có thể hy sinh

E

được (không cần bận tâm nếu họ có hy sinh).

expenditure /ik'spendi-tʃə[r]/ dt **1.** sự tiêu dùng: the expenditure of money on weapons sự tiêu dùng tiền vào vũ khí **2.** số tiền tiêu: an expenditure of £500 on new furniture số tiền 500 bảng chi tiêu cho việc sắm đồ đạc mới.

expense /ik'spens/ dt **1.** sự tiêu tốn; dịp tiêu tốn: an expense of time and cash sự tiêu tốn thời gian và tiền bạc: an annual holiday is a big expense kỳ nghỉ hằng năm là một dịp tiêu tốn lớn **2. expenses** (snh) phí tổn, chi phí: travelling expenses chi phí du lịch; who's meeting the expenses of our trip? ai trang trải chi phí cho chuyến đi của chúng ta? // **at somebody's expense** a/ do ai trả phí tổn: we were entertained at the editor's expense chúng ta được ông chủ bút thết đãi và thanh toán mọi phí tổn b/ trước sự lố bịch (ngờ nghệch) của ai: they had a good laught at Sam's expense họ đã được mẻ cười thỏa thuê trước sự lố bịch của Sam; **at great, little, no... expense [to somebody (oneselves)]** tốn nhiều tiền, ít tiền, không tốn gì cả: we can redecorate the room at little expense, if we use this old paint ta có thể trang trí lại căn phòng mà tốn ít tiền nếu ta dùng lại chỗ sơn cũ này; **at the expense of something** gây hao tổn cho ai: he built up a successful business but it was all done at the expense of his health ông ta đã xây dựng được một doanh nghiệp thành đạt, nhưng phải hao tổn biết bao là sức khỏe; **[all] expenses paid** do ông chủ trả tiền cho mọi khoản: she's

just returned from an all-expenses-paid trip to France chị ta vừa đi Paris về, một chuyến đi mà ông chủ thanh toán cho hết mọi khoản; **go to (put somebody to) the expense of something (doing something)** tiêu tiền (khiến cho ai tiêu tiền) vào việc gì: put somebody to a lot of expense khiến cho ai phải tiêu nhiều tiền; **no expense[s] spared** tốn bao nhiêu thì tốn: I'm going to take you out at dinner, no expense spared tôi sẽ đưa anh đi ăn tối, tốn bao nhiêu cũng được.

expense account /ik'spens ə,kəʊrt/ sổ ghi chi tiêu cho công việc (của nhân viên, sẽ được chủ trả lại).

expensive /ik'spensiv/ tt đắt tiền: an expensive car chiếc xe đắt tiền; houses are very expensive in this area giá nhà ở khu vực này rất đắt.

expensively /ik'spensivli/ pht [một cách] đắt tiền: an expensively dressed lady một bà ăn mặc toàn thứ đắt tiền.

experience[1] /ik'spiəriəns/ dt kinh nghiệm: does she have much experience of teaching? cô ta có nhiều kinh nghiệm giảng dạy không?; I know from experience that he'll arrive late qua kinh nghiệm tôi biết rằng nó sẽ đến trễ; he had many interesting experiences while travelling in Africa ông ta có nhiều kinh nghiệm lý thú khi đi du lịch ở Châu Phi.

experience[2] /ik'spiəriens/ dgt trải qua, nếm mùi: experience harsh trials trải qua những thử thách gay go; the child had never experienced kindness đứa bé

chưa bao giờ được nếm mùi đối đãi ân cần thương mến.

experienced /ik'spiəriənst/ có kinh nghiệm, từng trải; an experienced nurse một y tá có kinh nghiệm.

experiment[1] /ik'sperimənt/ dt thí nghiệm: perform an experiment tiến hành một cuộc thí nghiệm; the researchers are repeating the experiment on rats các nhà nghiên cứu đang lặp lại thí nghiệm này trên chuột.

experiment[2] /ik'sperimənt/ dgt (+ on, upon, with) làm thí nghiệm: experiment upon animals làm thí nghiệm trên động vật; experiment with new methods làm thí nghiệm theo những phương pháp mới.

experimental /iksperi'mentl/ tt **1.** dựa trên thí nghiệm; để thí nghiệm: experimental methods phương pháp thí nghiệm; experimental farm một nông trại thí nghiệm **2.** thực nghiệm: experimental philosophy triết học thực nghiệm.

experimentally /ik,speri'mentəli/ pht để thí nghiệm; [theo cách] thí nghiệm.

experimentation ik,speri-men'teiʃn/ dt sự thí nghiệm: experimentation methods phương pháp thí nghiệm.

expert[1] /'eksp3:t/ dt chuyên gia, chuyên viên: an agricultural expert một chuyên gia về nông nghiệp; an expert in psychology một chuyên gia về tâm lý học; an expert on ancient Greek vases một chuyên viên về các bình cổ Hy Lạp.

expert[2] /'eksp3:t/ tt (+ at, in, on) thành thạo: according to expert advice theo lời khuyên của những người thành thạo; he is expert in (at) cooking good cheap *meals* ông ta rất thạo việc nấu những món ăn rẻ mà ngon.

expertise /,eksp3:'ti:z/ *dt* sự thành thạo, kiến thức chuyên môn *(về một lãnh vực)*.

expertly /'eksp3:tli/ *pht* [một cách] thành thạo.

expertness /'eksp3:tnis/ *dt* sự thành thạo: *the expertness of her driving surprised him* sự lái xe thành thạo của cô ta đã làm anh ngạc nhiên.

expiate /'ekspieit/ *đgt* chuộc, đền *(tội)*.

expiation /,ekspi'eiʃn/ *dt* sự chuộc tội, sự đền tội: *large sums paid to the family in expiation of the wrongs done to them* những khoản tiền lớn trả cho gia đình bị hại.

expiration /,ekspə'reiʃn/ *dt* 1. sự hết hạn [hiệu lực]: *the expiration of an agreement* sự hết hạn của một hợp đồng 2. sự thở ra.

expire /ik'spaiə[r]/ *đgt* 1. hết hạn [hiệu lực]: *when does your driving licence expire?* bằng lái của anh khi nào hết hạn? 2. thở ra 3. *(cũ)* tắt thở.

expiry /ik'spaiəri/ *dt* sự hết hạn: *the expiry of a driving licence* sự hết hạn của bằng lái xe.

explain /ik'splein/ *đgt* 1. giải nghĩa: *a dictionary explains the meaning of words* từ điển giải thích nghĩa của từ 2. giải thích: *can you explain why you left?* anh có thể giải thích tại sao anh bỏ đi không? 3. thanh minh, lý giải: *he explained that his train had been delayed* anh ta thanh minh rằng chuyến tàu anh đi đã bị chậm giờ. // **explain oneself** a/ nói rõ ý mình: *I don't understand your argument.*

Could you explain yourself a bit more? tôi không hiểu ý của anh. Anh làm ơn nói rõ ý mình hơn một chút nữa b/ giải thích rõ hành động của mình: *in recent weeks you've been late everyday. Please explain yourself* trong mấy tuần gần đây, ngày nào anh cũng đến chậm. Hãy giải thích rõ tại sao; **explain something away** thanh minh: *you will find it difficult to explain away your use of such offensive language* anh sẽ thấy khó mà thanh minh cho cách ăn nói đầy lời lẽ xúc phạm của anh.

explanation /,eksplə'neiʃn/ *dt* 1. sự giải thích; lời giải thích: *had he anything to say in explanation of his behaviour?* anh ta có nói gì để giải thích cho cách xử sự của mình không? 2. sự thanh minh; lời thanh minh: *his explanations were always difficult to believe* lời thanh minh của anh ta lúc nào cũng khó mà tin được.

explanatory /ik'splænətri, *(Mỹ* ik'splænətɔ:ri/ để giải thích: *explanatory notes at the back of a book* lời ghi chú giải thích ở mặt sau cuốn sách.

expletive /ik'spli:tiv, *(Mỹ* 'eksplətiv)/ *dt* từ rủa: *"Damn" is an expletive* "Chết tiệt" là một từ rủa.

explicable /ik'splikəbl, 'eksplikəbl/ *tt* có thể giải thích: *his behaviour is explicable in the light of his recent illness* cách xử sự của anh ta có thể giải thích được nếu xét đến việc gần đây anh ta bị bệnh.

explicate /'eksplikeit/ *đgt* giải thích và phân tích kỹ *(một từ về văn học...)*.

explicit /ik'splisit/ *tt* 1. rõ ràng; rành mạch: *he gave me explicit directions on how to get there* anh ta cho tôi những chỉ dẫn rõ ràng để đi tới đó; *she was quite explicit about why she left* cô ta trình bày rõ ràng về lý do tại sao cô bỏ đi 2. lồ lộ: *explicit sex scenes in the film* những cảnh tình dục lồ lộ trong phim.

explicitly /ik'splisitli/ *pht* 1. [một cách] rõ ràng; [một cách] rành mạch 2. [một cách] lồ lộ.

explicitness /ik'splisitnis/ *dt* 1. sự rõ ràng; sự rành mạch 2. sự lồ lộ.

explode /ik'spləʊd/ *đgt* 1. [làm] nổ: *explode a bomb* cho nổ bom; *the firework exploded in his hand* viên pháo nổ trong tay nó 2. nổ ra, bùng lên: *she exploded with rage* cô ta đùng đùng nổi giận; *at last his anger exploded* cuối cùng cơn giận của ông ta đã bùng lên 3. bùng nổ *(dân số)* 4. phá bỏ, đập tan: *explode a superstition* phá bỏ một điều mê tín.

exploded diagram /ik,spləʊdid'daiəgræm/ biểu đồ bộ phận.

exploit¹ /'eksplɔit/ *dt* kỳ công, kỳ tích: *he performed many daring exploits, such as crossing the Atlantic Ocean in a rowing boat* anh ta đã thực hiện nhiều kỳ công táo bạo, chẳng hạn như vượt qua Đại Tây Dương trên một con thuyền chèo; *I'm not interested in hearing about Bill's amorous exploits (đùa)* tôi không thích thú nghe kể những kỳ tích ái tình của Bill.

exploit² /iks'plɔit/ *đgt* 1. khai thác: *exploit oil reserves* khai thác các trữ lượng dầu

2. bóc lột; lợi dụng: *child labour exploited in factories* lao động trẻ em bị bóc lột ở các nhà máy.

exploitable /ik'splɔitəbl/ *tt* **1.** có thể khai thác **2.** có thể bóc lột.

exploitation /,eksplɔi'teiʃn/ *dt* **1.** sự khai thác **2.** sự bóc lột: *the exploitation of child labour* sự bóc lột sức lao động của trẻ em.

exploration /,eksplə'reiʃn/ *dt* **1.** sự thám hiểm: *the exploration of space* sự thám hiểm không gian; *detail exploration of a subject* sự khảo sát tỉ mỉ một vấn đề **2.** cuộc thám hiểm.

exploratory /ik'splɔrətri/ (*Mỹ* ik'splɔrətə:ri/ [để] thám hiểm: *an exploratory expedition up the Amazon river* một chuyến thám hiểm ngược sông Amazon.

explore /ik'splɔ:[r]/ *dgt* **1.** thám hiểm **2.** khảo sát tỉ mỉ: *we explored several solutions to the problem* chúng tôi đã khảo sát tỉ mỉ nhiều giải pháp cho vấn đề ấy.

explorer /ik'splɔ:rə[r]/ *dt* nhà thám hiểm.

explosion /ik'spləuʒn/ *dt* **1.** sự nổ: *a bomb explosion* sự nổ bom **2.** sự nổ ra, sự bùng lên: *an explosion of rage* sự nổ cơn thịnh nộ **3.** sự bùng nổ: *a population explosion* sự bùng nổ dân số; *the explosion of oil prices* sự bùng nổ giá dầu.

explosive¹ /ik'spləusiv/ *tt* **1.** nổ; dễ nổ: *explosive materials* những chất liệu dễ nổ **2.** dễ bùng nổ: *politics can be an explosive subject* chính trị là một đề tài dễ bùng nổ; *an explosive temper* tính khí nóng nảy.

explosive² /ik'spləusiv/ *dt* chất nổ: *dynamite is an ex-*

plosive đinamit là một chất nổ.

explosively /ik'spləusivli/ *pht* [có khả năng] nổ tung.

exponent /ik'spəunənt/ *dt* **1.** người ủng hộ (*một học thuyết...*): *an exponent of free trade* người ủng hộ mậu dịch tự do **2.** người tài giỏi (*về một việc gì đó*): *she is a practised exponent of the sport of water-skiing* chị ta là một người giỏi môn thể thao lướt ván **3.** (*toán*) số mũ.

exponential /,ekspəu'nenʃl/ *tt* có số mũ; [thuộc] số mũ: *2⁴ is an exponential expression* 2^4 là một biểu thức số mũ; *an exponential function* hàm số số mũ.

exponentially /,ekspəu'nenʃəli/ *pht* theo số mũ: *increase exponentially* tăng theo số mũ.

export¹ /'ekspɔ:t/ *dt* **1.** sự xuất khẩu; ngành xuất khẩu: *export duties* thuế xuất khẩu **2.** (*thường snh*) hàng xuất khẩu: *what are the chief exports of Vietnam?* hàng xuất khẩu chính của Việt Nam là gì?

export² /ik'spɔ:t/ *dgt* xuất khẩu: *India exports tea and cotton to many different countries* Ấn Độ xuất khẩu trà và bông sang nhiều nước khác nhau.

exportation /,ekspɔ:'teiʃn/ *dt* sự xuất khẩu.

exporter /ik'spɔ:tə[r]/ *dt* nhà xuất khẩu; công ty xuất khẩu; nước xuất khẩu.

expose /ik'spəuz/ *dgt* **1.** phơi ra **2.** phơi bày ra, để lộ ra: *when he smiled he exposed a set of perfect white teeth* khi cười anh ta để lộ ra một hàm răng trắng muốt; *the soil was washed away by the flood, exposing bare rock* đất bị lũ cuốn đi, phơi

ra một lớp đá trần trụi; *expose one's skin to the sun* phơi mình dưới ánh mặt trời; *expose oneself to mockery* đưa mình ra hứng lấy những lời nhạo báng **3.** tiết lộ, vạch trần: *expose a plot* tiết lộ một âm mưu; *expose crime* vạch trần tội ác; *expose a criminal* vạch trần một tên tội phạm **4.** lộ sáng (*phim ảnh*) **5.** phơi bày chỗ kín của mình ra trước công chúng một cách sỗ sàng.

exposed /ik'spəuzd/ *tt* trống trải: *the cottage is in a very exposed situation at the top of the hill* túp nhà tranh ở một vị trí rất trống trải ở đỉnh đồi.

exposé /ek'spəuzei, (*Mỹ* ,ekspə'zei)/ *dt* **1.** bản trình bày, bản báo cáo **2.** sự để lộ (*chuyện xấu xa...*): *an exposé of corruption within the government* sự để lộ chuyện thối nát trong chính phủ.

exposition /,ekspə'ziʃn/ *dt* **1.** sự trình bày, sự giải thích **2.** cuộc triển lãm: *an industrial exposition* cuộc triển lãm hàng công nghiệp.

expostulate /ik'spɒstʃuleit/ *dgt* (+ with) phản đối; thuyết phục đừng làm: *they expostulated with him about the risks involved in his plan* họ thuyết phục ông ta đừng làm vì những nguy hiểm có thể gặp phải trong kế hoạch của ông.

expostulation /ik,spɒstʃu-'leiʃn/ *dt* sự phản đối; sự thuyết phục đừng nên làm.

exposure /ik'spəuʒə[r]/ *dt* **1.** sự phơi bày, sự để lộ ra: *exposure of the body to strong sunlight can be harmful* sự phơi người ra ngoài ánh nắng gắt có thể có hại; *the exposure of his ignorance* việc để lộ sự dốt nát của hắn; *the exposure* of photographic film to light sự lộ sáng phim ảnh **2.** sự vạch trần: *as a result of these exposures several ministers resigned from the government* do những sự vạch trần này, nhiều bộ trưởng trong chính phủ đã từ chức; *how many exposures have you got left?* trong máy ảnh của anh còn bao nhiêu pô nữa? **3.** quảng cáo (trên truyền hình...): *her new film has had a lot of exposure on television recently* bộ phim mới của cô ta gần đây được quảng cáo rất nhiều trên truyền hình.

exposure meter /ik'spəʊʒə ,miːtə[r]/ *dt* (*cg* **light meter**) lộ sáng kế.

expound /ik'spaʊnd/ *dgt* trình bày chi tiết: *expound a theory* trình bày chi tiết một học thuyết.

express[1] /ik'spres/ *tt* **1.** hỏa tốc, tốc hành: *an express train* xe lửa tốc hành; *an express letter* thư hỏa tốc **2.** nói rõ ra, rõ ràng: *an express order* mệnh lệnh rõ ràng.

express[2] /ik'spres/ *pht* [một cách] hỏa tốc: *the parcel was express* gói hành lý được gửi theo thể thức hỏa tốc (giao nhanh): *travel express* đi bằng xe lửa tốc hành.

express[3] /ik'spres/ *dt* **1.** (*cg* **express train**) xe lửa tốc hành **2.** (*Mỹ*) công ty giao hàng nhanh **3.** dịch vụ giao hàng nhanh; dịch vụ chuyển thư nhanh.

express[4] /ik'spres/ *dgt* **1.** bày tỏ, biểu lộ: *the guests expressed their thanks before leaving* khách tỏ lời cám ơn trước khi ra về; *he could not express his feelings of sadness to his mother* anh ta không thể biểu lộ nỗi buồn của mình với mẹ anh **2. express oneself** diễn đạt ý

kiến của mình: *he is still unable to express himself in English* anh ta vẫn còn chưa diễn đạt được ý kiến của mình bằng tiếng Anh **3.** (+ **from, out**) ép, vắt: *juice expressed from grapes* nước nho ép **4.** (*Anh*) gửi (thư...) theo lối giao nhanh.

expression /ik'spreʃn/ *dt* **1.** sự bày tỏ, sự biểu lộ: *to give expression to one's feelings* biểu lộ tình cảm của mình; *read with expression* đọc diễn cảm **2.** nét; vẻ (mặt...): *a happy expression* vẻ mặt hân hoan **3.** sự biểu cảm: *recite a poem with expression* ngâm một bài thơ với nhiều biểu cảm **4.** từ, từ ngữ; cách nói: *"stop talking" is not a polite expression* "câm miệng đi" không phải là một cách nói lịch sự **5.** (*toán*) biểu thức.

expressionism /ik'spreʃənizəm/ *dt* (*nghệ*) chủ nghĩa biểu hiện; xu hướng biểu hiện.

expressionist[1] /ik'spreʃənist/ *tt* người theo chủ nghĩa biểu hiện; người theo xu hướng biểu hiện.

expressionist[2] /ik'spreʃənist/ *tt* biểu hiện chủ nghĩa.

expressionless /ik'spreʃnlis/ *tt* không có tinh thần, đờ ra, ngây ra (mặt...); không diễn cảm (giọng nói...).

expressive /ik'spresiv/ *tt* **1.** biểu cảm: *an expressive face* bộ mặt biểu cảm **2.** (+ **of**) [để] biểu hiện, [để] nói lên: *a cry is expressive of pain* tiếng la biểu hiện sự đau đớn.

expressively /ik'spresivli/ *pht* [một cách] biểu cảm: *he reads his poems very expressively* ông ta đọc thơ của mình một cách rất biểu cảm.

expressiveness /ik'spresivnis/ *dt* tính biểu cảm, sức biểu cảm.

expressly /ik'spresli/ *pht* **1.** [một cách] rõ ràng, [một cách] dứt khoát: *you were expressly told not to touch my papers* anh đã được bảo rõ ràng là không được sờ vào giấy tờ của tôi đấy nhé **2.** cốt để: *a dictionary expressly compiled for foreign students of English* một cuốn từ điển soạn cốt để cho sinh viên nước ngoài học tiếng Anh.

expressway /ik'spreswei/ (*cg* **throughway**) *dt* (*Mỹ*) nh motorway: *a major accident on the expressway* một tai nạn lớn trên đường cao tốc.

expropriate /eks'prəʊprieit/ *dgt* **1.** trưng dụng: *the new government expropriated his eastate for military purposes* chính phủ mới đã trưng dụng tài sản của ông để dùng vào mục đích quân sự **2.** cướp đoạt, chiếm đoạt: *she was expropriated of her land* bà ta bị chiếm mất đất đai.

expropriation /eks,prəʊpri'eiʃn/ *dt* **1.** sự trưng dụng **2.** sự cướp đoạt, sự chiếm đoạt.

expulsion /ik'spʌlʃn/ *dt* **1.** sự đuổi, sự sa thải: *an expulsion order* lệnh sa thải **2.** trường hợp đuổi, trường hợp sa thải: *there have been three expulsions from the school this year* ở trường năm nay có ba trường hợp đuổi học.

expunge /ik'spʌndʒ/ *dgt* xóa; gạch (tên trong danh sách...): *her name was expunged from the list* tên cô ta đã bị gạch khỏi danh sách; *he could not expunge the incident from his memory* anh ta không thể xóa bỏ được biến cố đó ra khỏi ký ức anh.

expurgate /'ekspəgeit/ *dgt* sàng lọc, cắt bỏ *(những chỗ không thích hợp trong một cuốn sách)*: *an expurgated edition of a novel* ấn bản của một cuốn tiểu thuyết đã sàng lọc.

expurgation /,ekspə'geiʃn/ *dt* sự sàng lọc, sự cắt bỏ.

exquisite /'ekskwizit, cg ik'skwizit/ *tt* **1.** tinh tế, tuyệt vời: *an exquisite painting* một bức họa tuyệt vời **2.** thấm thía: *exquisite pain* nỗi đau thấm thía.

exquisitely /'ekskwizitli/ *pht* **1.** [một cách] tinh tế, [một cách] tuyệt vời **2.** [một cách] thấm thía.

exquisiteness /'ekskwizitnis/ *dt* **1.** sự tinh tế, sự tuyệt vời **2.** sự thấm thía.

ex-service /eks'sɜːvis/ *tt* đã từng phục vụ trong quân ngũ.

ex-serviceman /eks'sɜːvismən/ *dt* (*snh* **ex-servicemen**; *c* **ex-servicewoman** /eks'sɜːviswumən/, *snh* **ex-servicewomen** /eks'sə:viswimin/) cựu chiến binh.

ext (*vt*) **1.** (*vt của* exterior, external) ngoài, ngoại **2.** (*vt của* extension [number]) số máy *(điện thoại)* phụ.

extant /'ektænt, (*Mỹ* 'ek-stənt)/ *tt* hiện còn: *the earliest extant manuscript of this poem* bản thảo xưa nhất hiện còn của bài thơ này; *an ancient but extant law* một đạo luật cổ nhưng vẫn còn hiệu lực.

extemporaneous /ek,stempə'reiniəs/ *tt* ứng biến, ứng tác.

extemporaneously /ek-,stempə'reiniəsli/ *pht* [một cách] ứng biến, [một cách] ứng tác.

extempore /ek'stempəri/ *tt, pht* ứng biến, ứng tác: *an extempore speech* bài diễn văn ứng tác.

extemporization, extemporisation /ikstempərai'zeiʃn, (*Mỹ* ikstemperiə-'zeiʃn)/ sự ứng biến, sự ứng tác.

extemporize, extemporise /ikstempəraiz/ *dgt* ứng tác, ứng biến.

extend /ik'stend/ *dgt* **1.** kéo dài, mở rộng: *extend a railway* kéo dài đường xe lửa; *extend a garden* mở rộng khu vườn; *can you extend your visit a few days longer?* anh có thể kéo dài chuyến thăm viếng thêm ít ngày nữa không? **2.** duỗi thẳng *(tay, chân...)*, đưa ra, giơ ra: *the gymnast extended her arms horizontally* vận động viên thể dục duỗi tay ra ngang vai; *the bird extended its wings in flight* con chim duỗi cánh lượn bay **3.** dành cho *(sự đón tiếp...)*: *they extended the Queen a warm welcome* họ dành cho Nữ hoàng một cuộc đón tiếp nồng hậu **4.** kéo dài, trải dài: *my garden extends as far as the river* khu vườn của tôi trải dài ra tận sông; *the road extends for miles and miles* con đường kéo dài hàng dặm **5.** nối dài thêm, cho dài thêm: *extend the ladder* nối dài chiếc thang; *extend a cable between two posts* nối dài sợi cáp giữa hai cột **6.** tận dụng hết khả năng: *Jim didn't really have to extend himself in the examination* Jim thực ra chưa phải tận dụng hết khả năng trong kỳ thi.

extended family /ik,sten-did'fæməli/ đại gia đình *(như ở Phi Châu, bao gồm cả chú bác, cô, dì, anh chị*

em họ được xem như họ hàng gần và có nghĩa vụ giúp đỡ nhau).

extension /ik'stenʃn/ *dt* **1.** sự kéo dài, sự mở rộng: *the extension of the garden will take several weeks* sự mở rộng khu vườn sẽ phải nhiều tuần lễ mới xong; *the extension of scientific knowledge* sự mở rộng kiến thức khoa học **2.** phần kéo dài, phần mở rộng: *build an extension to a hospital* [xây một phần] mở rộng một bệnh viện **3.** khoảng thời gian kéo dài thêm: *extension of one's summer holidays* số ngày kéo dài thêm kỳ nghỉ hè **4.** số máy phụ *(điện thoại)*: *extension 316, please!* làm ơn cho số máy phụ 316; *she has an extension in the kitchen and in bedroom* điện thoại nhà bà ta có số phụ ở nhà bếp và trong phòng ngủ **5.** (*y*) sự duỗi *(tay, chân, ngón tay)*: *extension of the injured arm was painful* sự duỗi cánh tay bị thương đau lắm; *the leg is now at full extension* bây giờ chân đã duỗi thẳng được rồi.

extensive /ik'stensiv/ *tt* rộng, rộng lớn: *an extensive view* tầm nhìn rộng lớn; *the extensive grounds of a country house* đất rộng của một ngôi nhà ở nông thôn; *her knowledge of the subject is extensive* hiểu biết của bà ta về đề tài này thật rộng lớn.

extensively /ik'stensivli/ *pht* [một cách] rộng, [một cách] rộng lớn: *he has travelled extensively in Europe* anh ta đã đi du lịch nhiều nơi ở Châu Âu.

extensiveness /ik'sten-sivnis/ *dt* sự rộng lớn: *the extensiveness of his knowledge surprised them* tầm rộng lớn của kiến thức của ông ta đã làm họ ngạc nhiên.

extent /ik'stent/ *dt* tầm rộng; chiều dài: *from the roof we could see the full extent of the park* từ trên mái nhà, chúng ta có thể thấy toàn bộ công viên; *the new race track is nearly six miles in extent* đường chạy mới dài gần sáu dặm. // **to some, (what, such an, a certain...) extent** ở một mức độ nào đó: *to what extent can he be believed?* có thể tin nó đến mức độ nào?; *he's in debt to the extent of £200* nó nợ đến 200 bảng.

extenuate /ik'stenjʋeit/ *dgt* giảm nhẹ tội *(của ai)*: *because of extenuating circumstances, the court acquitted him of the crime* do có những tình tiết giảm tội, tòa đã tha bổng hắn.

extenuation /ik,stenjʋ'eiʃn/ *dt* sự giảm nhẹ tội.

exterior¹ /ik'stiəriə[r]/ *tt* ngoài: *paint the exterior walls of the house* sơn tường ngoài của một ngôi nhà.

exterior² /ik'stiəriə[r]/ *dt* **1.** bề ngoài, bên ngoài: *we're painting the exterior of the house* chúng tôi đang sơn mặt ngoài của ngôi nhà; *she maintained a calm exterior, though really she was furious* cô ta giữ một vẻ ngoài bình tĩnh, mặc dù thực ra cô ta rất giận dữ **2.** cảnh bên ngoài *(của một bức tranh)*.

exterminate /ik'st3:mineit/ *dgt* tiêu diệt: *exterminate all the inhabitants of the village* tiêu diệt toàn bộ dân làng; *exterminate rats to prevent the spread of disease* tiêu diệt chuột để đề phòng sự lan truyền bệnh.

extermination /ik,st3:mi'neiʃn/ *dt* sự tiêu diệt.

external¹ /ik'st3:nl/ *tt* **1.** ngoài, ở bên ngoài: *external world* thế giới bên ngoài; *for external use only* chỉ dùng bôi ngoài **2.** từ bên ngoài: *this programme covers only external events* chương trình này chỉ bao gồm tin về các sự kiện nước ngoài.

external² /ik'st3:nl/ *dt* **1.** *(kng) nh* external examiner **2. externals** *(snh)* vẻ ngoài, bề ngoài: *do not judge people by externals alone* đừng có chỉ trông bề ngoài mà đánh giá con người; *the externals of religion* những nghi thức bên ngoài của tôn giáo.

external evidence /ik,st3:nl 'evidəns/ chứng cứ ngoại lai.

external examination /ik,st3:nl ig'zæminəiʃn/ kỳ thi tự do.

external examiner /ik,st3:nl ig'zæminə[r]/ giám khảo kỳ thi tự do.

externalize, externalise /ik'st3:nəlaiz/ *dgt (triết)* thể hiện ra ngoài, ngoại hiện *(tình cảm...)*.

externally /ik'st3:nəli/ *pht* ở ngoài, bên ngoài.

exterritorial /,eks,teri'tɔ:riəl/ *tt nh* extraterritorial.

extinct /ik'stiŋkt/ *tt* **1.** tuyệt chủng *(loài vật)* **2.** tắt *(núi lửa, lòng say mê...)*: *nothing could rekindle her extinct passion* chẳng có gì có thể nhen nhóm lại lòng say mê đã tắt của nàng.

extinction /ik'stiŋkʃn/ *dt* **1.** sự tuyệt chủng: *a tribe threatened with (by) extinction* một bộ lạc bị đe dọa tuyệt chủng **2.** sự dập tắt: *the extinction of a political movement* sự dập tắt một phong trào chính trị.

extinguish /ik'stiŋgwiʃ/ *dgt* **1.** dập tắt, tắt: *they tried to extinguish the flames* họ cố dập tắt ngọn lửa; *nothing could extinguish his faith* không có gì có thể dập tắt lòng tin của anh **2.** thanh toán, trả hết *(nợ)*.

extinguisher /ik'stiŋgwiʃə[r]/ *dt nh* fire extinguisher.

extirpate /'ekstəpeit/ *dgt* trừ tiệt, trừ tận gốc: *extirpate social evils* trừ tiệt tệ nạn xã hội.

extirpation /,ekstə'peiʃn/ *dt* sự trừ tiệt, sự trừ tận gốc.

extol /ik'stəʋl/ *dgt* (-ll) tán dương, ca tụng: *extol somebody to the skies* tán dương ai lên tận mây xanh.

extort /ik'stɔ:t/ *dgt* cưỡng đoạt, ép: *extort money from somebody* tống tiền ai; *the police used torture to extort a confession from him* cảnh sát dùng tra tấn ép nó phải thú nhận.

extortion /ik'stɔ:ʃn/ *dt* sự cưỡng đoạt, sự tống tiền.

extortionate /ik'stɔ:ʃənət/ *tt* quá cao: *the prices in this shop are extortionate* giá ở cửa hàng này quá cao; *they are asking an extortionate amount of money for their house* họ đòi bán ngôi nhà của họ với giá quá cao.

extortionately /ik'stɔ:ʃənətli/ *pht* [một cách] quá cao: *they charged me extortionately for a simple job* họ đòi tôi trả một số tiền quá cao cho một công việc đơn giản thôi.

extortioner /ik'stɔ:ʃənə[r]/ *dt* kẻ tống tiền.

extortionist /ik'stɔ:ʃənist/ *dt* kẻ tống tiền: *extortionist methods* phương pháp tống tiền.

extra¹ /'ekstrə/ *tt* thêm, phụ, ngoại: *extra pay for*

extra work tiền trả thêm cho công việc thêm ngoài; *the football match went into extra time* trận bóng đá đã đá sang hiệp phụ.

extra² /'ekstrə/ *pht* **1.** thêm, phụ: *20% extra* thêm 20% **2.** hơn thường lệ, đặc biệt: *extrafine quality* chất lượng đặc biệt cao, chất lượng thượng hảo hạng.

extra³ /'ekstrə/ *dt* **1.** cái phụ, cái thêm, món phải trả thêm: *her school fees are £440 a term, music and dancing are extras* học phí ở trường của cô ta là 440 bảng một học kỳ, âm nhạc và khiêu vũ là món phải trả thêm **2.** vai phụ, vai đóng làm cảnh quay: *we need hundreds of extras for the battle scenes* chúng tôi cần hàng trăm vai phụ cho các cảnh đánh nhau này **3.** đợt phát hành đặc biệt *(báo): a late night extra* đợt phát hành buổi tối.

extra- *(tiền tố, dùng với tt)* **1.** ngoài: *extramarital* ngoài hôn nhân **2.** cực kỳ: *extrathin* cực kỳ mỏng.

extract¹ /ik'strækt/ *dgt* **1.** nhổ, rút ra: *have a tooth extracted* đi nhổ răng **2.** moi ra: *the police finally extracted the information after hours of questioning* cuối cùng cảnh sát cũng moi được thông tin sau hàng giờ tra hỏi **3.** vắt, ép, chiết: *extract juice from oranges* vắt nước cam **4.** trích: *poems extracted from a modern collection* thơ trích từ một bộ sưu tập hiện đại; *he extracted passages for the students to translate* ông ta trích một số đoạn cho sinh viên dịch.

extract² /'ekstrækt/ *dt* **1.** chất chiết xuất, chất vắt,

chất ép: *meat extract* nước thịt ép **2.** đoạn trích.

extraction /ik'strækʃn/ *dt* **1.** sự nhổ *(răng...)* **2.** sự rút ra **3.** sự moi *(thông tin...)* **4.** nguồn gốc, dòng giống: *an American of Hungarian extraction* người Mỹ gốc Hungari.

extractor /'ekstræktə[r]/ *dt* người vắt, cái [để] vắt: *he made fresh orange juice with an electric extractor* anh ta pha nước cam vắt với một cái vắt chạy bằng điện.

extractor fan /ik'træktəfæn/ quạt xua mùi hôi nhà bếp.

extracurricular /,ekstrə kə'rikjələ[r]/ *tt* ngoại khóa.

extradite /'ekstrədait/ *dgt* dẫn độ.

extradition /,ekstrə'diʃn/ *dt* sự dẫn độ.

extramarital /,ekstrə'mæritl/ *tt* ngoài hôn nhân: *have extramarital relations with somebody* có quan hệ ngoài hôn nhân (quan hệ ngoại tình) với ai.

extramural /,ekstrə'mjʊərəl/ *tt (thường thngữ)* **1.** ngoài trường đại học *(sinh viên, lớp học, theo một trường đại học nhưng không thuộc trường đại học đó): I attended extramural lectures organized by the University of Birmingham* tôi dự các bài giảng ngoài trường đại học do Đại học Birmingham tổ chức **2.** ngoài trụ sở: *the hospital provides extramural cares* bệnh viện có tổ chức chăm sóc cho bệnh nhân ngoài viện.

extraneous /ik'streiniəs/ *tt* (+ *to*) **1.** không liên quan: *extraneous information* thông tin không liên quan **2.** từ ngoài tới: *extraneous interference* sự can thiệp từ bên ngoài.

extraordinarily /ik'strɔ:dn rəli, (Mỹ ik'strɔ:dənerəli)/ *pht* [một cách] lạ thường, [một cách] khác thường.

extraordinary /ik'strɔ:dnri, (Mỹ ik'strɔ:dəneri)/ *tt* **1.** lạ thường, khác thường **2.** đặc biệt: *ambassador extraordinary* đại sứ đặc mệnh.

extrapolate /ik'stræpəleit/ *dgt* **1.** *(toán)* ngoại suy **2.** suy ra: *one can extrapolate the size of the building from the measurements of an average room* ta có thể suy ra kích thước của tòa nhà từ các số đo của một phòng trung bình.

extrapolation /ik,stræpə 'leiʃn/ *dt* (+ *from*) **1.** *(toán)* phép ngoại suy **2.** suy: *he estimated his income tax bill by extrapol ation from figures submitted in previous years* anh ta ước tính hóa đơn thanh toán thuế thu nhập bằng cách suy từ những con số của các năm trước.

extrasensory perception /,ektrə,sensəripə'sepʃn/ *(tâm)* tri giác phi giác quan.

extraterrestrial /,ekstrətə 'restriəl/ *tt* ngoài quả đất: *extraterrestrial beings* sinh vật ngoài quả đất.

extraterritorial /,ekstrə,te ri'tɔ:riəl/ *tt cg* **exterritorial** *(luật)* lãnh ngoại: *extraterritorial rights* quyền lãnh ngoại.

extravagance /ik'strævə gəns/ *dt* **1.** tính hay phung phí: *his extravagance explains why he is always in debt* tính hay phung phí của anh ta giải thích tại sao anh ta luôn luôn mắc nợ **2.** hành động ngông cuồng; lời nói vô lý.

extravagant /ik'strævəgənt/ *tt* **1.** phung phí: *an extravagant use of natural resources* sự sử dụng hoang phí tài nguyên thiên nhiên **2.** ngông cuồng; vô lý.

extravagantly /ik'strævə-gəntly/ *pht* **1.** [một] cách phung phí **2.** [một cách] ngông cuồng, [một cách] vô lý.

extravaganza /ik,strævə-'gænzə/ *dt* cuộc trình diễn lớn và tốn kém; cuộc phóng diễn.

extreme¹ /ik'stri:m/ *tt* **1.** cùng, cùng cực: *in the extreme north of a country* ở vùng cực bắc của một nước; *in extreme old age* ở tuổi cực già **2.** cực độ: *show extreme patience* tỏ vẻ kiên nhẫn cực độ **3.** *(thường xấu)* cực đoan: *hold extreme views* có quan điểm cực đoan; *a supporter of the extreme left* người ủng hộ phe cực tả.

extreme² /ik'stri:m/ *dt* *(thường snh)* thái cực; độ cùng cực; cực độ: *an extreme of poverty* cảnh nghèo cùng cực; *he could not tolerate the extremes of heat in the desert* nó không chịu nổi cái nóng cực độ ở sa mạc. // **go... to the extremes** hành động cực đoan; dùng đến những biện pháp cực đoan; **in the extreme** ở mức độ cao nhất, cực kỳ: *this is inconvenient in the extreme* cái này thật là cực kỳ bất tiện.

extremely /ik'stri:mli/ *pht* cực kỳ: *that's extremely interesting* cái đó cực kỳ lý thú.

extremism /ik'stri:mizəm/ *dt* chủ nghĩa cực đoan.

extremist /ik'stri:mist/ *dt* *(thường xấu)* người cực đoan: *extremist policies* những chính sách cực đoan.

extremity /ik'streməti/ *dt* **1.** điểm tận cùng, đầu mút: *extremities of the world* điểm tận cùng của thế giới **2.**

extremities *(snh)* chi, chân tay *(người)*: *cold affects the extremities first* cái giá lạnh ảnh hưởng trước hết đến các chi **3.** *(số ít)* cảnh cùng cực: *how can we help them in their extremity?* làm sao chúng ta có thể giúp họ trong cảnh cùng cực?; *reach an extremity of despair* lâm vào cảnh tuyệt vọng cùng cực **4.** *(thường snh)* hành động độc ác hung bạo: *both armies were guilty of extremities* quân lính của cả hai bên đều hành động độc ác hung bạo.

extricate /'ekstrikeit/ *dgt* (+ from) gỡ ra, giải thoát: *I managed to extricate myself from the situation by telling a small lie* tôi xoay xở tìm cách gỡ khỏi tình thế ấy bằng cách nói dối một tí chút.

extrinsic /ek'strinsik/ *tt* (+ to) tác động từ ngoài vào, ngoại lai: *extrinsic facts* sự kiện ngoại lai.

extroversion /ekstrə'vɜ:ʃn, *(Mỹ* ektrə'vɜ:rʒn)/ *dt* *(tâm)* sự hướng ngoại giới.

extrovert /'ekstrəvɜ:t/ *dt* **1.** *(tâm)* người hướng ngoại giới **2.** người vui vẻ; người hoạt bát.

extrude /ik'stru:d/ *dgt* **1.** bóp ra, ấn ra: *extrude glue from a tube* bóp hồ ra khỏi ống **2.** đùn qua khuôn thành sợi: *nylon extruded as very thin fibres* nylon đùn thành sợi mảnh.

extrusion /ik'stru:ʒn/ *dt* **1.** sự bóp ra, sự ấn ra **2.** sự đùn ra.

exuberance /ig'zju:bərəns/ *dt* tính hồ hởi; tính vui nhộn: *the natural exuberance of young children* tính hồ hởi vui nhộn tự nhiên của bọn trẻ; *the speaker's exuberance enlivened a bo-*

ring conference sự hồ hởi của diễn giả đã làm cho cuộc hội nghị buồn tẻ sôi nổi hẳn lên.

exuberant /ig'zju:bərənt, *(Mỹ* ig'zu:bərənt)/ *tt* **1.** hồ hởi; vui nhộn **2.** sum sê: *plant with exuberant foliage* cây cối cành lá sum sê.

exuberantly /ig'zju:bərəntli/ *pht* **1.** [một cách] hồ hởi; [một cách] vui nhộn **2.** [một cách] sum sê.

exudation /eksju:'deiʃn, *(Mỹ* eksu:'deiʃn)/ *dt* **1.** sự rỉ ra **2.** sự lộ, sự bộc lộ.

exude /ig'zju:d, *(Mỹ* ig'zu:d)/ *dgt* **1.** rỉ ra: *sweat exudes through the pores* mồ hôi toát ra (rỉ ra) qua lỗ chân lông; *the hot sun made him exude sweat* nắng nóng làm anh ta rỉ mồ hôi **2.** lộ, bộc lộ: *exude cheerfulness* lộ ra sự hoan hỉ.

exult /ig'zʌlt/ *dgt* hoan hỉ, hả hê: *he obviously exulted in winning* nó rõ ràng hoan hỉ khi thắng cuộc; *exult at her sister's success* hoan hỉ trước thành công của cô chị.

exultant /ig'zʌltənt/ *tt* hoan hỉ, hả hê: *exultant at one's success* hả hê về thành công của mình.

exultantly /ig'zʌltəntli/ *pht* [một cách] hoan hỉ, [một cách] hả hê: *exultantly proud* tự hào một cách hả hê.

exultation /,egzʌl'teiʃn/ *dt* sự hoan hỉ, sự hả hê: *the exultation of the winner* sự hả hê của người thắng cuộc.

ey *x* y¹.

eye¹ /ai/ *dt* **1.** mắt: *he is blind in one eye* nó mù một mắt; *she closed her eyes* cô ta nhắm mắt lại **2.** vật giống mắt: *the eye of a potato* mắt trên củ khoai tây; *the eye of a needle* lỗ kim **3.** khả năng nhìn; thị lực; con mắt:

she has sharp eyes cô ta có đôi mắt tinh tường. // **the apple of somebody's eye** *x* apple; **as far as the eye can see** *x* far[2]; **be all eyes** nhìn chằm chằm; **cast an eye (one's eye[s]) over somebody (something)** *x* cast[1]; **catch somebody's attention (eye)** *x* catch[1]; **clap (lay; set) eyes on somebody (something)** nhìn thấy ai (cái gì): *I hope I never set eyes on him again* tôi hy vọng sẽ không bao giờ nhìn thấy nó nữa; **close one's eyes to something** *x* close[3]; **cry one's eyes (heart) out** *x* cry[1]; **do somebody in the eye** *(kng)* xúc phạm ai; sỉ nhục ai; **easy on the ear (eye)** *x* easy[1]; **the evil eye** *x* evil[1]; **an eye for an eye** ăn miếng trả miếng; **the eye of the storm** tâm bão; **the eye of the wind** *(cg* **the wind's eye)** nơi [từ đó] gió thổi tới; **somebody's eyes are bigger than his stomach** no bụng đói con mắt; **eye right (left; front)** *(quân)* nhìn bên phải! (bên trái!; thẳng phía trước!); **feast one eye** *x* feast; **find (lose) favour with somebody (in somebody's eyes)** *x* favour[2]; **for somebody's eyes only** chỉ để riêng ai đọc hoặc xem: *the top secret file was marked "For the President' eyes only"* tài liệu tối mật chỉ trình riêng Tổng thống xem; **get one's eye (hand) in** *(thể)* theo dõi thành thạo đường đi của quả bóng; đánh bóng một cách chính xác; **give somebody (get) the glad eye** *(kng)* liếc mắt đưa tình; **glance one's eye down (over; through) something** *x* glance[1]; **a gleam in somebody's eye** *x* gleam[1]; **have an eye for something** có con mắt tinh đời về, rất tinh về; **have eyes in back of one's head** có mắt rất tinh, cái gì cũng nhìn thấy; **have (with) an eye to something (doing something)** lấy cái gì làm mục đích: *he always has an eye to business* ông ta lúc nào cũng tìm cơ hội kinh doanh; **have (with) an eye for (on; to) the main chance** chực cơ hội làm ra tiền; **have one's eyes on stalk** trố mắt nhìn; **hit somebody in eye** *x* hit[1]; **if you had half an eye** nếu anh không quá đần độn; **in the eyes of the law (world...)** chiếu theo pháp luật; **in the eyes of somebody; in somebody's eyes** theo cách đánh giá của ai, dưới con mắt ai; **in one's mind's eye** *x* mind[1]; **in the public eye** *x* public[1]; **in the twinkling of an eye** *x* twinkling; **keep a close eye (watch) on somebody (something)** *x* close[1]; **keep an eye on somebody (something)** để mắt đến: *could you keep an eye on my suitcase for a moment?* anh có thể để mắt đến chiếc va li của tôi một lát không?; **keep an eye open (out) [for somebody (something)]** *(kng)* lưu ý, để ý xem: *I've lost my ring, could you keep an eye out for it when you clean the house* tôi đánh mất chiếc nhẫn, chị làm ơn để ý cho khi chị lau nhà được không? **keep one's eyes peeled (skinned) [for somebody (something)]** canh phòng cẩn mật; quan sát kỹ lưỡng; **keep a weather eye open** *x* weather[1]; **lift one's eyes** *x* lift[1]. **[be unable to] look somebody in the eyes (face)** [không thể] nhìn thẳng vào mặt ai *(vì thẹn thùng, ngượng ngùng)*: *can you look me in the eyes and say you didn't break the window?* anh có dám nhìn thẳng vào mặt tôi và nói là anh không làm vỡ cửa sổ không? **make [sheep's] eyes at somebody** nhìn ai một cách say đắm: *the lovers are making sheep's eyes at each other* đôi tình nhân đang nhìn nhau một cách say đắm; **meet somebody's eye** *x* meet[1]; **the mote in somebody's eye** *x* mote; [all] **my eye** chuyện tào lao *(đâu có tin được)*: *she said she was only twenty-two, twenty-two my eye!* chị ta nói chị ta mới hai mươi hai tuổi, hai mươi hai, chuyện tào lao!; **the naked eye** *x* naked; **never (not) [be able to] take one's eyes off somebody (something)** không rời mắt khỏi: *he could not take his eyes of the beautiful becomer* anh ta không rời mắt khỏi cô gái xinh đẹp vừa mới đến; **not believe one's ear (eyes)** *x* believe; **not a dry eye in the house** *x* dry[1]; **one in the eye [for somebody (something)]** *(kng)* một thất bại đau lòng: *if she gets the job, that's one in the eye for Peter: he was desperate to get it* nếu cô ta nhận được công việc ấy thì thật là một đòn đau lòng cho Peter, anh không còn hy vọng nhận được công việc ấy nữa; **only have eyes for; have eyes only for somebody** chỉ để mắt đến, chỉ yêu ai: *it's no use asking Kim to go out with you; she only has eyes for* Ba rủ Kim đi chơi với anh thật là vô ích, cô ta chỉ yêu một mình Ba thôi; **open one's eyes [to something]** *x* open[2]; **out of the corner of one's eye** *x* corner[1]; **pull the wool over somebody's eyes** *x* pull[1]; **the scales fall somebody's eyes** *x* scale[1]; **[not] see eye to eye with somebody** [không] đồng tình với ai, [không] có quan điểm giống nhau: *Jim and I have never seen eye to eye on this matter* tôi và Jim chưa bao giờ có quan điểm giống nhau về vấn đề này; **see something with half any eye** chỉ thoáng nhìn là đã thấy; **shut (close) one's eyes to something** nhắm mắt làm ngơ, lờ đi: *she closed her eyes to her husband's infidelities* bà ta nhắm mắt làm ngơ trước sự bội bạc của chồng; **a sight for sore eye** x sight¹; **there's more in (to) somebody (something) than meets the eye** x meet¹; **throw dust in somebody's eye** x dust¹; **turn a blind eye** x blind¹; **under (before) one's very eyes** ngay trước mắt: *"Ladies and gentlemen" before your very eyes I will cut this man in half said the magician* nhà ảo thuật nói: *"Thưa quý ông quý bà, ngay trước mắt các vị, tôi sẽ cắt con người đàn ông này ra làm đôi"; he stole the stuff from under my very eyes* hắn đã trộm món đồ đó ngay trước mắt tôi; **[be] up to one's ears (eyes; eyebrows; neck) in something** x ear¹; **will one's eyes open** hoàn toàn có ý thức về việc mình làm: *I moved to this country with my eyes open; so I'm not complaining* tôi có ý thức đầy đủ khi chuyển đến vùng này, nên tôi chẳng có gì phàn nàn cả; **with one's eyes shut (closed)** nhắm mắt cũng làm được, rất dễ dàng. **eye²** /ai/ *đgt* 1. nhìn, quan sát: *he eyed me with suspicion* nó nhìn tôi ngờ vực 2. nhìn thèm thuồng; *the children were ey[e]ing the sweets* tụi trẻ đang nhìn thèm thuồng chỗ mứt kẹo. // **eye somebody up [and down]** (*kng*) nhìn đắm đuối (*phụ nữ...*). **eyeball** /'aibɔ:l/ *dt* (*giải*) nhãn cầu. // **eyeball to eyeball [with somebody]** (*kng*) mặt đối mặt, trực diện: *we must*

discuss the situation eyeball to eyeball chúng ta phải trực diện thảo luận tình hình. **eye-bath** /'aibɑ:θ/ *dt* chén rửa mắt. **eyebrow** /'aibrau/ *dt* lông mày. // **raise one's eyebrows** x raise; **up to one's ears (eyes; eyebrows; neck) in something** x ear¹. **eyebrow pencil** /'aibrau ˌpensl/ bút chì kẻ đường mày. **eye-catching** /'ai,kætʃiŋ/ *tt* khiến phải chú ý: *an eye-catching hat* chiếc mũ khiến cho ai trông thấy đều phải chú ý. **-eyed** (*yếu tố tạo tt*) có mắt theo kiểu nào đó: *a blue-eyed girl* cô gái mắt xanh; *an one-eyed man* người một mắt, người chột mắt. **eyefull** /'aiful/ *dt* 1. [lượng] đầy mắt: *get an eyeful of sand* bị cát vào đầy mắt 2. (*kng*) cảnh đẹp đáng ngắm, cảnh ưa nhìn: *she's quite an eyeful* cô ta quả là ưa nhìn. // **have (get) an eyeful [of something]** (*kng*) ngắm nhìn hồi lâu (*cái gì thích thú, hiếm thấy*). **eyeglass** /'aiglɑ:s/ *dt* mắt kính. **eyelash** /'ailæʃ/ *dt* (*cg* lash) lông mi. **eyelet** /'ailit/ *dt* lỗ xâu (*dây...*); lỗ khuy. **eyelevel** /'ailevl/ *tt* ngang tầm mắt. **eyelid** /'ailid/ *dt* (*cg* lid) mí mắt. // **not bat an eyelit** x bat⁵. **eye-liner** /'ailainə[r]/ *dt* (*cg* liner) chất tô [con] mắt. **eye-opener** /'ai,əupənə[r]/ *dt* điều bất ngờ; điều làm mở mắt ra: *my trip to India*

is quite an eye-opener chuyến đi Ấn Độ của tôi quả là một chuyến làm tôi mở mắt ra. **eyepiece** /'aipi:s/ *dt* thị kính (*ở kính hiển vi...*). **eyeshade** /'aiʃeid/ *dt* vành che mắt (*cho khỏi chói mắt*). **eyeshadow** /'aiʃædəu/ *dt* kem bôi mí mắt. **eyesight** /'aisait/ *dt* thị lực. **eyesore** /'aisɔ:[r]/ *dt* điều chướng mắt, vật chướng mắt: *that old block of flats is a real eyesore!* khối chung cư cũ đó quả thật là chướng mắt! **eye-strain** /'aistrein/ *dt* sự mỏi mắt. **eyetooth** /'aitu:θ/ *dt* (*snh* **eyeteeth** /'aiti:θ/) răng nanh hàm trên (*của người*). // **cut one's eyeteeth** có nhiều kinh nghiệm; thu được nhiều kinh nghiệm; **give one's eyeteeth for (to)** (*kng*) sẵn lòng bỏ ra hết để được (*cái gì đó*) *I'd give my eyeteeth to be able to play the piano like that* tôi sẵn lòng bỏ ra hết để được tài chơi dương cầm như thế. **eyewash** /'aiwɒʃ, 'aiwɔ:ʃ/ *dt* 1. nước rửa mắt, 2. (*kng*) lời nói phét; lời phỉnh phờ: *he pretends to care so much about his children, but it's all eyewash, he never even takes them out* anh ta nói là rất chăm sóc con cái, nhưng mà toàn là lời nói phét, chưa bao giờ anh ta đưa chúng đi chơi cả. **eyewitness** /'ai,witnis/ *dt nh* witness¹. **eyrie** (*cg* **eyry, aerie, aery**) /'aiəri, 'eəri/ *dt* tổ chim (*chim mồi*) làm trên hốc đá cao.

E

F[1], f[1] /ef/ *dt (snh* F's, f's /efs/)
1. F, f 2. *(nhạc)* fa.

F[2] *(vt)* 1. [độ] Fahrenheit:
water freezes at 32ºF nước
đóng băng ở 32 độ Fahren-
heit 2. *vt* của Fellow of
(thành viên ban giám hiệu
đại học): *FRCM (Fellow of
the Royal College of Music)*
thành viên ban Giám hiệu
nhạc viện hoàng gia 3. *(chỉ
trong bút chì)* có nét mảnh.

f[2] *(vt)* 1. *(cg* **fem**) *(vt của*
female) nữ *(trong các bản
khai)* 2. *(cg* **fem**) *(vt của*
feminine) [giống] cái 3.
(nhạc) (vt tiếng Ý forte)
mạnh.

FA /ˌefˈei/ *(vt của* Football
Association) Liên đoàn Bóng
đá: *the FA Cup* giải của
Liên đoàn Bóng đá.

fa *(cg* **fah**) /fɑ/ *dt (nhạc)* fa
(nốt nhạc).

fab /fæb/ *tt (cũ, Anh, lóng)*
kỳ diệu.

Fabian[1] /ˈfeibiən/ *dt* 1. người
theo chiến lược đánh lâu
dài 2. *(chính)* người theo
chiến lược cải cách từng
bước *(mà xây dựng chủ
nghĩa xã hội).*

Fabian[2] /ˈfeibiən/ *tt* 1. theo
chiến lược đánh lâu dài 2.
theo chiến lược cải cách
từng bước.

fable /ˈfeibl/ *dt* 1. truyện
ngụ ngôn 2. truyền thuyết:

a land famous in fable một
vùng đất nổi tiếng về truyền
thuyết 3. chuyện bịa: *dis-
tinguish fact from fable*
phân biệt sự kiện thực với
chuyện bịa.

fabled /ˈfeibld/ *tt* hư cấu,
hoang đường

fabric /ˈfæbrik/ *dt* 1. hàng
vải 2. **the fabric of** khung nhà
*(gồm sàn, tường, mái): the
entire fabric of the church
needs renovation* toàn bộ
khung nhà thờ cần làm mới
lại 3. cơ cấu: *the fabric of
society* cơ cấu xã hội.

fabricate /ˈfæbrikeit/ *dgt* 1.
bịa, bịa đặt: *fabricate an
accusation* bịa ra một lời
kết tội 2. làm giả; *a fabri-
cated voting paper* lá phiếu
bầu giả mạo.

fabrication /ˌfæbriˈkeiʃn/ *dt*
1. sự bịa đặt; sự giả mạo:
that's pure fabrication đó chỉ
là một sự bịa đặt hoàn toàn
2. điều bịa đặt; vật giả mạo:
*the whole story was a com-
plete fabrication* toàn bộ câu
chuyện chỉ là một điều bịa
đặt hoàn toàn.

fabulous /ˈfæbjʊləs/ *tt* 1. phi
thường: *fabulous wealth* sự
giàu có phi thường 2. tuyệt
vời: *it was a fabulous party*
đấy là một buổi liên hoan
tuyệt vời 3. huyền thoại:
fabulous monsters quái vật
huyền thoại.

fabulously /ˈfæbjʊləsli/ *pht*
[một cách] phi thường, [một
cách] cực kỳ: *fabulously
wealthy* cực kỳ giàu có.

façade /fəˈsɑːd/ *dt* 1. mặt
tiền *(của một ngôi nhà)* 2.
vẻ ngoài, bề ngoài: *a façade
of indifference* bề ngoài thờ
ơ.

face[1] /feis/ *dt* 1. mặt: *go
and wash your face* đi rửa
mặt đi; *he was so ashamed
that he hid his face in his
hands* anh ta xấu hổ quá

phải lấy tay che mặt 2. vẻ
mặt; bộ mặt: *a sad face* nét
mặt buồn bã 3. bề mặt: *the
face of the earth* bề mặt trái
đất; *a cut diamond has
many faces* viên kim cương
đã cắt gọt có nhiều mặt 4.
mặt chính: *the face of a
clock* mặt đồng hồ; *he put
the cards face down on the
table* anh ta úp [mặt] bài
xuống bàn. 5. *nh* type-face
// **be staring somebody in the
face** x stare[1]; **cut off one's
nose to spite one's face** x nose[1];
one's face falls mặt xịu xuống,
mặt sa sầm xuống: *her face
fell when she heard the news*
mặt nàng xịu xuống khi
nàng nghe tin đó; **face to
face with [somebody (some-
thing)]** mặt đối mặt với: *the
burglar turned the corner
and found himself face to
face with a policeman* tên
trộm rẽ vào góc phố và thấy
mình mặt đối mặt với một
viên cảnh sát; *she came face
to face with poverty for the
first time* chị ta lần đầu
tiên trực tiếp nếm mùi
nghèo khổ; **fall flat on one's
face** x flat[3]; **in the face of
something** x fly[2]; **grind the
faces of the poor** x grind;
**have... egg on (all over) one's
face** x egg[1]; **have the face (to
do something)** mặt dạn mày
dày mà làm việc gì: *how
can you have the face to ask
for more money when you
do so little work?* làm ít
việc thế mà sao anh còn
mặt dạn mày dày đòi thêm
tiền?; **have one's face lifted** đi
sửa đẹp gương mặt *(cho bớt
vết nhăn...)*; **in the face of
something** a/ mặc dù: *succeed
in the face of danger* thành
công mặc dù nguy hiểm b/
đứng trước: *we are powerless
in the face of such forces*
chúng tôi bất lực trước
những sức mạnh ấy; **keep**

a **straight face** x straight[1]; **laugh in somebody's face** x laugh[1]; **laugh on the other side of one's face** x laugh[1]; **a long face** x long[1]; **look somebody in the eye (face)** x eye[1]; **lose face** x lose; **make (pull) faces (a face)** [at somebody] nhăn mặt làm trò: *the schoolboy made a face at his teacher's back* chú học sinh nhăn mặt làm trò sau lưng thầy giáo; **not just a pretty face** x pretty; **on the face of it** (kng) xét theo bề ngoài: *on the face of it, he seems to be telling the truth though I suspect he's hiding something* xét theo bề ngoài thì anh ta có vẻ nói sự thật, nhưng tôi nghi anh ta còn giấu điều gì đó; **plain as the nose on one's face** x plain[1]; **put a bold (brave; good...) face on something** dũng cảm chấp nhận tin xấu, cố làm ra vẻ không đến nỗi nào: *her exam results were disappointing but she tried to put a brave face on it* kết quả thi của cô ta thật đáng thất vọng nhưng cô ta cố làm ra vẻ như sự việc không đến nỗi nào; **put one's face on** (kng, đùa) trát phấn tô son; **save [somebody's] face** x save[1]; **set one's face against somebody (something)** quyết chống đối lại; **show one's face** x show[2]; **shut (slam) the door in somebody's face** x door; **shut one's mouth (face)** x shut; **a slap in the face** x slap[2]; **till one is blue in the face** x blue[1]; **to somebody's face** [nói] thẳng vào mặt ai: *I'm so angry that I'll tell him to his face what I think of him* tôi giận đến nỗi nói thẳng vào mặt nó những gì tôi nghĩ về nó; *they called their teacher "Fatty" but never to his face* chúng nó gọi thầy giáo là "Ông Béo" nhưng không bao

giờ dám gọi thẳng vào mặt; **wipe something off the face of the earth** x wipe[1].

face² /feis/ đgt **1.** hướng về, đối diện với: *who's the man facing me?* người đối diện với tôi là ai thế?; *the window faces the street* cửa sổ trông ra đường phố; *"which way does your house face?" "it faces south"* "nhà bạn hướng về hướng nào thế?" "hướng nam" **2.** mặt đối mặt với; đương đầu với: *he turned to face his attackers* nó quay lại mặt đối mặt với những kẻ tấn công nó; *the problems that face the Government* những vấn đề chính phủ phải đương đầu **3.** bọc, phủ, tráng, trát: *face a wall with plaster* trát vữa lên tường. // **about (left; right...) face** (Mỹ) quay đằng sau (bên trái, bên phải)!; **face a charge [of something]; face charges** phải ra tòa và buộc tội [gì đó]: *face a charge of shoplifting* phải ra tòa và bị buộc tội ăn cắp ở các cửa hàng; **face the music** (kng) chịu sự chỉ trích và hậu quả xấu của việc mình làm: *you've been caught cheating, now you must face the music* anh bị bắt vì tội lừa đảo, bây giờ phải chịu lấy hậu quả xấu của việc mình làm; **let's face it** (kng) chúng ta phải thừa nhận rằng: *let's face it, we won't win whatever we do* chúng ta phải thừa nhận rằng chúng ta có làm gì chăng nữa cũng không thể thắng được.

face up to something đủ can đảm để chấp nhận (một sự thực phũ phàng): *he must face up to the fact that he is no longer young* ông ta phải đủ can đảm để thừa nhận thực tế là ông không còn trẻ nữa.

face-card /'feiskɑ:d/ dt (Mỹ) nh court-card.

face-cloth /'feisklɒθ/ cg face-flannel, flannel (Mỹ cg wash-cloth) khăn mặt.

face cream /'feiskri:m/ kem thoa mặt.

-faced /'feiskt/ (yếu tố tạo tt ghép) có mặt (như thế nào đó): red-faced có mặt đỏ.

faceless /'feislis/ tt không có gì đặc biệt, tầm thường: *faceless civil servants* những công chức tầm thường.

facelift /'feislift/ dt **1.** (cg **facelifting**) sự căng da mặt (cho bớt nếp nhăn, cho trông trẻ ra) **2.** (bóng) sự tân trang (một ngôi nhà...).

face-pack /'feispæk/ dt kem thoa mặt.

face-saver /'feisseivə[r]/ dt điều cứu vãn danh dự, điều giữ thể diện.

face-saving /'feisseiviŋ/ dt sự giữ thể diện.

facet /'fæsit/ dt **1.** mặt (của viên kim cương đã gia công...) **2.** (bóng) khía cạnh: *there are many facets to this question* có nhiều khía cạnh trong vấn đề này.

-faceted /fæsitid/ (yếu tố tạo tt ghép) có mặt (như thế nào đó); có khía cạnh (như thế nào đó); multifaceted đa diện.

facetious /fə'si:ʃəs/ tt (thường xấu) [hay] pha trò, [hay] bông lơn: *a facetious young man* một chàng trai hay pha trò.

facetiously /fə'si:ʃəsli/ pht [một cách] pha trò, [một cách] bông lơn.

facetiousness /fə'si:ʃəsnis/ dt tính hay pha trò, tính hay bông lơn.

face value /,feis'vælju:/ giá danh nghĩa, mệnh giá. // **take something (somebody) at**

F

its (his) **face value** đánh giá theo đúng cái thể hiện ra ngoài, đánh giá theo đúng bề ngoài: *she seems friendly enough but I shouldn't take her at [her] face value* cô ta tỏ vẻ khá thân thiện nhưng tôi không thể tin ở cái vẻ bề ngoài ấy.

facia (*cg* fascia) /'feiʃə/ *dt* **1.** *nh* dash-board **2.** biển cửa hiệu.

facial[1] /'feiʃl/ *tt* [thuộc] mặt: *she bears a strong facial resemblance to my sister* mặt cô ta rất giống mặt chị tôi.

facial[2] /'feiʃl/ *dt* sự sửa đẹp mặt: *I've made an appointment for a facial next week* tôi đã có hẹn sửa đẹp mặt vào tuần tới.

facially /'feiʃəli/ *pht* về gương mặt: *he resembles his father facially* mặt nó giống bố nó lắm.

facile /'fæsail, (*Mỹ* fæsl)/ *tt* **1.** (*thường xấu*) dễ dàng (*nên không có giá trị cao*): *a facile success* một thành công dễ dàng **2.** hời hợt: *a facile remark* lời nhận xét hời hợt. **3.** ăn nói lưu loát (*người*): *a facile speaker* một diễn giả lưu loát.

facilitate /fə'siliteit/ *đgt* làm cho dễ dàng, tạo điều kiện dễ dàng.

facilitation /fə'sili'teiʃn/ *dt* sự làm cho dễ dàng, sự tạo điều kiện dễ dàng.

facility /fə'siləti/ *dt* **1.** năng khiếu: *have [a] great facility for [learning] languages* có năng khiếu học ngoại ngữ **2. facilities** (*snh*) tiện nghi, phương tiện: *sports facilities* những tiện nghi thể thao (*như đường chạy, bể bơi...*).

facing /'feisiŋ/ *dt* lớp [phủ] ngoài (*như lớp sơn ở tường...*; lớp vải khác màu ngoài một bộ phận áo quần để trang trí hay cho bền thêm).

facsimile /fæk'siməli/ *dt* bản chép phóng.

fact /fækt/ *dt* **1.** sự kiện: *I don't want to argue about theories, just about facts* tôi không muốn tranh luận về lý thuyết mà chỉ trên sự kiện **2.** sự thực: *is this story fact or fiction?* truyện đó là sự thực hay hư cấu thế? **3.** thực tế: *as a matter of fact* thực tế là. // **accessory before (after) the fact** *x* accessory[1]; **an accomplished fact** *x* accomplish; **blink the fact** *x* blink[1]; **a fact of life** sự thật phũ phàng của cuộc sống: *we must all die some time, that's just a fact of life* đến một lúc nào đó, tất cả chúng ta ai cũng sẽ chết, đó là sự thật phũ phàng của cuộc sống; **the fact [of the matter is] [that]...; the fact remains [that]** thực tế vẫn là: *I agree that he tried hard but the fact remains that he has not finished the job in time* tôi đồng ý là anh ta đã rất cố gắng nhưng thực tế vẫn là anh ta không hoàn thành công việc đúng thời hạn; **facts and figures** (*kng*) thông tin chính xác: *before we make detailed plans, we need some more facts and figures* trước khi chúng ta lập kế hoạch chi tiết, chúng ta cần thêm một ít thông tin chính xác; **facts of life** (*trại*) chuyện tình dục (*kể cho trẻ em nghe*); **the facts speak for themselves** sự thật tự nó đã nói ra mà; **hard facts** *x* hard[1]; **in fact** thực sự, thực tế là; **in point of fact** *x* point[1].

fact-finding /'fæktfaindiŋ/ *dt* sự khám phá sự thật, sự tìm hiểu thực tế: *a fact-finding expedition* cuộc thám hiểm tìm hiểu thực tế.

faction /'fækʃn/ *dt* (*thường xấu*) bè phái, phe cánh: *rival factions within the party* phe cánh kình địch nhau trong đảng.

factious /'fækʃəs/ *tt* [thuộc] bè phái; [thích] bè phái: *a factious individual* một cá nhân thích bè phái.

factitious /fæk'tiəs/ *tt* giả tạo: *factitious enthusiasm* nhiệt tình giả tạo.

factor /'fæktə[r]/ *dt* **1.** nhân tố: *environmental factors* nhân tố môi trường **2.** (*toán*) thừa số **3.** đại lý doanh nghiệp.

factorial /fæk'tɔ:riəl/ *tt, dt* (*toán*) giai thừa.

factorization, factorisation /ˌfæktərai'zeiʃn, (*Mỹ* ˌfæktəri'zeiʃn)/ *dt* (*toán*) sự nhân tử hóa.

factorize, factorise /'fæktəraiz/ *đgt* (*toán*) nhân tử hóa.

factory /'fæktəri/ *dt* xí nghiệp; nhà máy: *factory workers* công nhân xí nghiệp.

factory farm /'fæktərifɑ:m/ nông trại chăn nuôi.

factory farming /'fæktəri ˌfɑ:miŋ/ lối chăn nuôi xí nghiệp.

factory ship /'fæktəriʃip/ tàu chế biến hải sản ngoài khơi.

factotum /fæk'təutəm/ *dt* (*đùa*) người [được thuê để] làm đủ mọi thứ việc, người tạp vụ.

factual /'fæktʃəl/ *tt* căn cứ trên sự kiện: *a factual account* một bản báo cáo dựa trên sự kiện.

factually /'fæktʃəli/ *pht* về mặt sự kiện: *factually correct* đúng về mặt sự kiện.

faculty /'fæklti/ *dt* **1.** khả năng: *faculty of speech* khả năng nói; *have a great faculty for learning languages* có nhiều khả năng học ngoại ngữ **2.** khoa Luật *(ở đại học): the Faculty of Law* Khoa Luật; *a faculty meeting* cuộc họp [toàn thể cán bộ giảng dạy một] khoa.

fad /fæd/ *dt* sự thích thú kỳ quặc; điều thích thú kỳ quặc: *will Tom continue to collect stamps or is it only a passing fad?* liệu Tom có tiếp tục sưu tập tem hay đó chỉ là một thích thú kỳ quặc nhất thời?

faddiness /'fædinis/ *dt* sự kỳ quặc về thú thích ăn uống.

faddish /'fædiʃ/ *tt (xấu)* có những yêu ghét kỳ quặc.

faddy /'fædi/ *tt (kng, xấu)* có những món ăn thích ghét kỳ quặc.

fade /feid/ *dgt* **1.** nhạt, phai, tàn: *the fading light of evening* ánh sáng nhạt đi của chiều hôm; *will [the colour in] this material fade?* vải này màu có phai không?; *flowers soon fade when cut* hoa cắt khỏi cây thì chóng tàn; *the strong sunlight had faded the curtains* ánh nắng gay gắt đã làm phai màu các bức màn cửa **2.** (+ *away*) mất dần, mờ dần, biến dần: *as evening came, the coastline faded into darkness* tối đến, bờ biển mờ dần vào bóng đêm; *all memory of her childhood had faded from her mind* mọi ký ức về thời thơ ấu đã nhòa dần trong tâm trí của nàng.

fade away a/ giải tán: *the crowd just faded away* đám đông vừa mới giải tán b/ chết: *she's fading away* bà ta đang tắt thở; **fade [something] in (out)** làm cho một hình ảnh *(diện ảnh, phát thanh)* tăng độ nét *(mờ dần đi);* làm cho âm thanh lớn *(nhỏ)* dần: *as the programme ended, their*

conversation was faded out khi chương trình kết thúc, tiếng trò chuyện của họ nhỏ dần.

fade-in /'feid in/ *dt* sự rõ nét dần *(hình diện ảnh, phát thanh)* sự lớn dần *(âm thanh).*

fade-out /'feidaut/ *dt* sự mờ dần *(hình diện ảnh, phát thanh),* sự nhỏ dần *(âm thanh).*

faecal *(Mỹ* **fecal)** /'fi:kl/ *tt* [thuộc] phân.

faeces *(Mỹ* **feces)** /'fi:si:z/ *dt snh* phân.

fag¹ /fæg/ *dt* **1.** *(kng)* công việc buồn chán; công việc vất vả: *I've got to tidy my room. What a fag!* tôi phải dọn dẹp phòng, công việc chán thật! **2.** *(Anh, kng)* thuốc lá **3.** *(Anh, cũ)* thằng đàn em *(học sinh lớp dưới phải phục vụ học sinh lớp trên ở một số trường trước đây)* **4.** *(Mỹ)* nh faggot³.

fag² /fæg/ *dgt* **(-gg-) 1.** fag **[away] [at something (at doing something)]** *(kng)* làm công việc vất vả: *fagging [away] in the office, at her work* làm việc vất vả ở cơ quan **2. fag for somebody** làm đàn em cho ai.

fag somebody (something) out *(kng)* làm cho *(một người, một con vật)* mệt nhoài: *running soon fags me out* chạy làm cho tôi chóng mệt nhoài ra.

fag-end /'fægend/ *dt* **1.** *(Anh, kng)* mẩu thuốc lá **2.** phần chẳng có giá trị gì *(trong một câu chuyện...):* *he only heard the fag-end of their conversation* nó chỉ nghe được phần chẳng có giá trị gì trong câu chuyện của họ.

faggot *(Mỹ* **fagot)** /'fægət/ *dt.* **1.** bó củi **2.** chả băm nướng, chả băm rán **3.** *(Mỹ*

cg fag) *(kng, xấu)* người đồng tính luyến ái nam.

fah /fɑ:/ *dt (nhạc)* nh fa.

Fahrenheit /'færənhait/ *tt* [theo thang nhiệt] Fahrenheit: *the temperature today is seventy degrees Fahrenheit* nhiệt độ hôm nay là bảy mươi độ Fahrenheit.

faience /,fai'ɑ:ns/ *dt* sành; sứ.

fail¹ /feil/ *dgt* **1.** thất bại: *if you don't work hard, you may fail* anh mà không làm việc cật lực thì có thể thất bại đấy; *I passed in maths but failed in French* tôi qua được môn toán nhưng trượt môn tiếng Pháp; *he failed to reach the semi-final* anh ta không vào được vòng bán kết **2.** đánh trượt, đánh hỏng *(thí sinh): the examiners failed half the candidates* giám khảo đánh trượt một nửa số thí sinh **3.** quên, sao lãng: *she never fails to write to his mother every week* cô ta không bao giờ quên viết thư cho mẹ hằng tuần **4.** thiếu, không đủ: *words fail me* tôi không tìm ra đủ từ ngữ để diễn tả; *our water supply has failed [us]* nguồn nước cung cấp cho chúng tôi bị thiếu hụt **5.** yếu đi *(sức khỏe...): his eyesight is failing* thị lực của ông ta yếu đi **6.** hỏng: *the brakes failed* phanh hỏng **7.** phá sản: *several banks failed during the depression* nhiều ngân hàng đã phá sản trong thời kỳ suy thoái.

fail² /feil/ *dt* sự thi trượt, sự thi hỏng: *I have three passes and one fail* tôi đỗ ba môn hỏng một. // **without fail** chắc chắn, nhất định: *I'll be there at two o'clock without fail* nhất định đúng hai giờ tôi sẽ có mặt ở đó.

failing¹ /'feiliŋ/ *dt* thiếu sót, nhược điểm.

failing² /'feiliŋ/ *gt* nếu không *(có cái gì)*; nếu vắng *(ai): you may find her in the cafeteria, or failing that, try the library* anh có thể tìm thấy cô ta ở quán ăn tự phục vụ, nếu không thử đến thư viện xem.

fail-safe /'feilseif/ *tt* tự phục hồi mức an toàn *(máy móc)*.

failure /'feiljə[r]/ *dt* **1.** sự thất bại; lần thất bại; người thất bại: *the enterprise was doomed to failure* xí nghiệp ấy tất sẽ thất bại; *all my efforts ended in failure* mọi cố gắng của tôi đều kết thúc thất bại; *success came after many failures* thành công đã đến sau nhiều lần thất bại; *he was a failure as a teacher* làm giáo viên ông ta đã không thành công **2.** sự hỏng hóc, sự trục trặc; ca hỏng hóc, ca trục trặc: *engine failures* hỏng hóc máy **3. failure to do something** sự quên, sự không làm việc gì: *repeated failures to appear in court* nhiều lần không ra hầu tòa.

faint¹ /feint/ *tt* (-er; -est) **1.** mờ nhạt, không rõ: *only faint traces of the tiger's tracks could be seen* chỉ thấy những vết mờ nhạt về vết chân cọp **2.** yếu, mỏng manh: *there is a faint hope that she may be cured* chỉ có một tia hy vọng mỏng manh là chị ta được chữa khỏi; *his breathing became faint* hơi thở của nó đã trở nên yếu **3.** kiệt sức, lả đi, xỉu đi: *the explorers were faint from hunger and cold* những người thám hiểm lả đi vì đói và rét **4.** yếu ớt, ít hiệu quả: *a faint show of resistance* sự chống cự yếu ớt. // **damn something**

(somebody) with faint praise *x* **damn¹**; **not have the faintest (foggiest) [idea]** *(kng)* không biết tý nào cả: *"do you know where she is?" "Sorry, I haven't the faintest"* "anh có biết cô ta ở đâu không?" "Xin lỗi, tôi không biết tý nào cả".

faint² /feint/ *dgt* ngất đi, xỉu đi, lả đi: *he fainted from hunger* hắn lả đi vì đói.

faint³ /feint/ *dt* sự ngất đi, sự xỉu đi, sự lả đi. // **in a [dead] faint** chết ngất: *he fell to the ground in a dead faint* nó ngã xuống đất, chết ngất đi.

faint-hearted /,feint'ha:tid/ *tt* nhát gan; nhút nhát.

faint-heartedly /,feint'ha:-tidli/ *pht* (một cách) nhát gan, [một cách] nhút nhát.

faint-heartedness /,feint-'ha:tidnis/ *dt* sự nhát gan, sự nhút nhát.

faintly /'feintli/ *pht* **1.** [một cách] mờ nhạt, [một cách] không rõ **2.** [một cách] yếu, [một cách] mỏng manh **3.** [một cách] kiệt sức, [một cách] lả đi, [một cách] xỉu đi **4.** [một cách] yếu ớt, [một cách] ít hiệu quả.

faintness /'feintnis/ *dt* **1.** sự mờ nhạt, sự không rõ **2.** sự yếu, sự mỏng manh **3.** sự kiệt sức, sự lả đi, sự xỉu đi **4.** sự yếu ớt, sự ít hiệu quả.

fair¹ /feə[r]/ *tt* **1.** công bằng, không thiên vị; đúng: *our teacher is not fair, he always gives the highest marks to his favourites* thầy giáo của chúng tôi không thật công bằng, khi nào thầy cũng cho những học trò mà thầy ưa thích nhất những điểm cao nhất; *it's not fair to give him the prize* trao giải thưởng cho anh ta là không đúng **2.** khá tốt; khá lớn:

his knowledge of French is fair, but ought to be better kiến thức của anh ta về tiếng Pháp là khá đấy nhưng cần phải hơn nữa mới được; *a fair number of people came along* khá nhiều người đã đến **3.** khô ráo *(thời tiết)*; thuận *(gió)* **4.** sáng màu *(da, tóc)* **5.** *(cổ)* đẹp: *a fair maiden* một cô gái đẹp. // **by fair means or foul** bằng mọi giá: *she's determined to win, by fair means or foul* chị ta quyết tâm thắng bằng mọi giá. // **by one's own fair hand** *(đùa)* tự mình, tự tay mình: *I hope you'll appreciate this: it's all done by my (mine) own fair hand* tôi hy vọng anh sẽ đánh giá đúng cái này, tự tay tôi làm ra cả đấy; **a fair cop** *(bóng)* sự bắt giữ hợp pháp *(thường là bắt giữ quả tang)*; **a fair crack of the whip** *(kng)* cơ hội dự phần vào việc gì, cơ hội thành công: *give him a fair crach of the whip* hãy cho anh ta một cơ hội đi; **a fair (square) deal** *x* **deal⁴**; **fair do (dos; do's)** *(Anh, kng) (dùng như một tht)* sự đối xử công bằng: *come on, fair dos, you've had a long go on the computer and now it's my turn* nào, ta hãy đối xử công bằng với nhau nào, anh đã dùng máy điện toán lâu rồi, bây giờ đến lượt tôi chứ; **fair game** cái đích trêu chọc: *the younger teachers were fair game for playing tricks on* thầy giáo trẻ thường được xem như một cái đích trêu chọc; **fair play** lối chơi sòng phẳng, thẳng thắn; **fair's fair** *(kng)* mọi người phải được đối xử công bằng *(câu nhắc nhở hay phản đối)*: *"Come on, Sarah, Give me a bit more, fair's fair"* "Nào Sarah cho tôi thêm ít nữa, mọi người phải được đối xử như nhau chứ!"; **have [more than] one's fair share of something** có nhiều hơn mong đợi, có nhiều hơn bình thường: *we got more than our fair share of rain on holiday* hôm ngày nghỉ, mưa đã nhiều hơn bình thườn;: **in a fair way to do something** như thể làm được việc gì đấy: *in a fair way to succeed* như thể có khả năng thành công; *in a fair way of business* có doanh nghiệp phát đạt; **set fair** đẹp và không có dấu hiệu thay đổi *(thời tiết).*

fair² /feə[r]/ *pht* [một cách] công bằng, [một cách] không thiên vị. // **fair and square** a/ trúng ngay mục tiêu b/ [một cách] chắc chắn: *the blame rests fair and square on my shoulder* trách nhiệm này chắc chắn đổ cả trên đầu tôi; **fair enough** *(dùng như tht) (kng)* được thôi *(chấp nhận một cách miễn cưỡng);* **play fair** chơi ngay thẳng; chơi không gian lận.

fair³ /feə[r]/ *dt* **1.** chợ phiên **2.** hội chợ.

fair copy /ˌfeəˈkɒpi/ bản chép sạch.

fair ground /ˈfeəgraʊnd/ bãi họp chợ phiên.

fair-haired /ˌfeəˈheəd/ *tt* có tóc vàng hoe.

fairly /ˈfeəli/ *pht* **1.** [một cách] công bằng; [một cách] đúng đắn **2.** *(trước tt, pht)* khá: *fairly good* khá tốt; *play fairly well* chơi khá tốt **3.** hoàn toàn; thật sự: *her suggestion fairly took me by surprise* gợi ý của chị ta thật sự đến với tôi một cách bất ngờ; *I fairly jumped for joy* tôi thực sự nhảy cẫng lên vì mừng rỡ; *the time fairly raced by* thời gian thật sự trôi qua vùn vụt. // **fairly and squarely** a/ trúng ngay

mục tiêu b/ [một cách] chắc chắn.

fair-minded /ˌfeəˈmaindid/ *tt* công bằng vô tư, không thiên vị.

the fair sex /ˌfeəˈseks/ *(cũ)* phái đẹp.

fair-to-middling /ˌfeətə-ˈmidliŋ/ *tt (kng)* trên trung bình.

fairway /ˈfeəwei/ *dt* **1.** đường lăn bóng *(sân đánh gôn)* **2.** kênh đào cho tàu bè đi lại.

fair-weather friend /ˌfeəwe-dəˈfrend/ bạn khi vui thì vỗ tay vào *(bỏ rơi bạn khi bạn gặp hoạn nạn).*

fairy /ˈfeəri/ *dt* **1.** tiên, tiên nữ **2.** *(lóng, xấu)* người đồng tính luyến ái nam.

fairy godmother /ˌfeəri-ˈgɒdmʌðə[r]/ cứu tinh bất ngờ.

fairyland /ˈfeərilænd/ **1.** tiên giới **2.** nơi tiên cảnh *(đẹp như ở tiên giới).*

fairy lights /ˈfeərilaits/ bóng đèn màu trang trí.

fairy story /ˈfeəristɔːri/ **1.** truyện thần tiên: *her marriage to the prince seemed like a fairy story romance* việc nàng lấy hoàng tử cứ như là truyện thần tiên lãng mạn **2.** chuyện bịa khó tin: *"now tell me the truth, I don't want anymore of your fairy stories"* "bây giờ thì kể cho tôi biết sự thực, tôi không muốn nghe thêm chuyện bịa của anh nữa đâu".

fairy tale /ˈfeəriteil/ *nh* fairy story.

fait accompli /ˌfeitəˈkɒmpli, *(Mỹ* feitəˈkɒmpliː)/ *(snh* **faits accomplis)** *(tiếng Pháp)* việc đã rồi.

faith /feiθ/ *dt* **1.** (+ in) sự tin tưởng, sự tin cậy; niềm tin: *put one's faith in God* đặt niềm tin vào Chúa; *have*

you much faith in what he said? anh có tin nhiều vào những gì anh ấy nói không? **2.** đức tin *(về tôn giáo)* **3.** tôn giáo: *the Christian faith* Công giáo. // **break (keep) faith with somebody** thất hứa (giữ lời hứa) với ai; **in good faith** đầy thiện ý.

faith-cure /ˈfeiθkjʊə[r]/ *dt* cách chữa bệnh bằng đức tin *(hơn là bằng thuốc).*

faithful /ˈfeiθfl/ *tt* **1.** (+ to) trung thành, chung thủy: *she was always faithful to her husband* bà ta luôn luôn chung thủy với chồng **2.** có thể tin cẩn; có lương tâm **3.** xác thực, trung thực: *faithful report* bản báo cáo trung thực.

the faithful /ˈfeiθfl/ *dt (dgt snh)* những người ngoan đạo.

faithfully /ˈfeiθfəli/ *pht* **1.** [một cách] trung thành; một mực trung thành: *he followed the instructions faithfully* ông ta một mực theo đúng lời chỉ dẫn **2.** [một cách] xác thực, [một cách] trung thực. // **yours faithfully** bạn trung thành của anh (chị) *(công thức cuối thư).*

faithfulness /ˈfeiθflnis/ *dt* **1.** sự trung thành; lòng trung thành **2.** sự xác thực, sự trung thực.

faith-healer /ˈfeiθˌhiːlə[r]/ *dt* người chữa bệnh bằng đức tin *(hơn là bằng thuốc).*

faith-healing /ˈfeiθˌhiːliŋ/ *dt nh* faith-cure.

faithless /ˈfeiθlis/ *tt* không trung thành, không chung thủy: *a faithless wife* người vợ không chung thủy.

faithlessly /ˈfeiθlisli/ *pht* [một cách] không trung thành, [một cách] không chung thủy.

faithlessness /ˈfeiθlisnis/ *dt* sự không trung thành, sự không chung thủy.

fake¹ /feik/ *dt* **1** đồ giả: *that's not a real diamond necklace, it's just a fake* đấy không phải là một dây chuyền kim cương thật, đấy chỉ là đồ giả **2.** người giả dạng, người giả trang.

fake² /feik/ *tt* **1.** giả: *fake jewellery* đồ kim hoàn giả **2.** giả dạng, giả trang: *a fake policeman* một viên cảnh sát giả trang.

fake³ /feik/ *đgt* **1.** làm giả, giả mạo: *he faked his father's signature* nó giả mạo chữ ký của bố nó **2.** giả bộ: *fake surprise* giả bộ ngạc nhiên.

faker /'feike[r]/ *dt* **1.** kẻ giả mạo **2.** kẻ giả bộ.

fakir' /'feikiə[r]/ *dt* thầy tu khất thực *(Ấn độ giáo, Hồi giáo).*

falcon /'fɔ:lkən, (Mỹ 'fæl-kən)/ *dt (động)* chim cắt.

falconer /'fɔ:lkənə[r]/ *dt* **1.** người luyện chim cắt săn mồi **2.** người nuôi chim cắt đã luyện thuần.

falconry /'fɔ:lkənri/ *dt* **1.** sự đi săn bằng chim cắt **2.** thuật nuôi và luyện chim cắt.

fall¹ /fɔ:l/ *đgt* (**fell; fallen**) **1.** rơi: *the rain was falling steadily* mưa rơi đều đều; *the leaves fall in autumn* lá rụng vào mùa thu; *the book fell off the table onto the floor* cuốn sách rơi từ trên bàn xuống sàn; *that parcel contains glass, don't let it fall* gói này đựng đồ thủy tinh, đừng để nó rơi **2.** (+ on, upon) rủ xuống, buông xuống: *darkness falls quickly in the tropics* màn đêm buông xuống nhanh ở các vùng nhiệt đới; *fear fell upon them* nỗi sợ hãi trùm lấy họ **3.** (+ down, over) đổ, đổ xuống, quy xuống: *many trees fell in the storm* trong

cơn bão có nhiều cây đổ; *she fell over and broke her leg* cô ta vấp ngã và gãy chân **4.** rủ xuống, xõa xuống: *her hair fell over her shoulders in a mass of curls* tóc chị ta xõa xuống vai thành một mớ lọn tóc quăn **5.** giảm xuống: *prices fell on the stock market* giá giảm trên thị trường chứng khoán; *her voice fell as they entered the room* giọng nàng hạ xuống khi họ bước vào phòng **6.** (+ away, off) dốc xuống: *beyond the hill, the land falls [away] sharply towards the river* ở bên kia quả đồi, mặt đất dốc hẳn xuống dòng sông **7.** đổ *(chính phủ)*; chết *(trong chiến đấu)*; bị hạ; thất thủ **8.** phạm tội, làm sai, sa ngã: *Eve tempted Adam and he fell* Eve đã quyến rũ Adam và Adam đã sa ngã **9.** (+ on, over) rơi vào, trùm lên: *which syllable does the stress of this word fall on?* trọng âm của từ này rơi vào âm tiết nào thế?; *a shadow fall over the room* một bóng tối trùm lên căn phòng **10.** bị *(rơi vào một tình trạng nào đó):* *the house fell into decay* ngôi nhà bị đổ nát; *fall ill* bị ốm; *fall into error* bị lầm lẫn **11.** xảy ra, nhằm vào: *Christmas Day falls on a Monday* lễ Giáng sinh nhằm vào ngày thứ hai **12.** buột nói ra, phát ra: *the news fell from his lips* tin đó hắn buột miệng nói ra đấy.

fall about *(kng)* cười ngặt nghẽo; cười rũ; **fall apart** vỡ, tan vỡ: *my car is falling apart* chiếc xe của tôi đã tan ra từng mảnh; *their marriage finally fell apart* hôn nhân của họ cuối cùng đã tan vỡ; **fall away** a/ bỏ, rời bỏ: *his supporters fell away as his popularity declined* những

người ủng hộ ông ta khi ông ta bớt tiếng tăm đi đã rời bỏ ông ta b/ biến mất, tiêu tan; **fall back** rút lui: *the enemy fell back as our troops advanced* quân ta tiến lên, quân thù rút lui; **fall back on somebody (something)** phải nhờ đến, phải cần đến: *at least we can fall back on candles if the electricity fails* ít nhất chúng ta cũng có thể dùng nến nếu mất điện; **fall behind [somebody (something)]** bị vượt: *France has fallen behind [Germany] in coal production* Pháp bị [Đức] vượt trong ngành sản xuất than; **fall behind with something** không trả đúng hạn, không thực hiện đúng thời gian: *don't fall behind with the rent or you'll be evicted* đừng có trả tiền thuê nhà không đúng hạn, nếu không anh sẽ bị đuổi ra khỏi nhà đấy; **fall down** thất bại, không thành: *the plan fell down because it proved to be too expensive* kế hoạch thất bại vì quá tốn kém; **fall down on something** *(kng)* không làm đúng; không thành công: *fall down one's promises* không thực hiện lời hứa; *he fell down on the job* nó không thành công trong công việc; **fall for somebody** *(kng)* mê ai: *they met, fell for each other and got married six weeks later* họ gặp nhau, mê nhau và sáu tuần sau thì cưới nhau; **fall for something** *(kng)* bị tán xiêu lòng: *the salesman said the car was in good condition, and I was foolish enough to fall for it* người bán hàng bảo xe còn tốt và tôi đã khá ngu mà xiêu lòng; **fall in** sụp, sụp đổ: *the roof of the tunnel fell in* mái đường hầm đã sụp; **fall (somebody) in** đứng vào hàng ngũ, dàn thành đội hình *(để diễu hành):* *the sergeant ordered* *his men to fall in* viên trung sĩ ra lệnh cho lính của mình dàn thành đội hình; **fall in with somebody (something)** a/ tình cờ gặp; giao du với: *he fell in with bad company* nó giao du với bọn người xấu b/ đồng ý; ủng hộ: *he fell in with my idea at once* cô ta đồng ý với tôi ngay lập tức; **fall into something** a/ có thể được chia thành: *the lecture series falls naturally into three parts* loạt bài thuyết trình đương nhiên có thể chia thành ba phần b/ phát triển; nhiễm phải: *fall into bad habits* nhiễm thói xấu c/ bị mắc bẫy: *we played a trick on them and they fell right into it* chúng tôi chơi cho họ một vố và họ đã bị mắc vào bẫy ngay; **fall off** giảm xuống: *attendance in my lectures has fallen off considerably* số thính giả dự các buổi thuyết trình của tôi đã giảm đi nhiều; **fall on (upon) somebody (something)** a/ tấn công hung dữ: *the soldiers fell on the enemy* quân lính đã tấn công hung dữ quân địch; *the hungry children fell on the food (bóng)* tụi trẻ bị đói xông vào vồ lấy các món ăn b/ do ai chịu hết, do ai gánh hết: *the full cost of the wedding fell on me* toàn bộ chi phí về tiệc cưới tôi gánh tất; **fall out** xảy ra, diễn ra: *we were pleased with the way things fell out* chúng tôi hài lòng về cung cách sự việc đã diễn ra; **fall [somebody] out** giải tán đội ngũ *(sau diễu binh...)*: *the men fell out quickly after their march* quân lính giải tán đội ngũ nhanh chóng sau cuộc hành quân; **fall out [with somebody]** cãi nhau với ai: *they fell out to each other just before their marriage* họ cãi nhau ngay trước ngày cưới; **fall over somebody (some-**

thing) vấp phải *(khi đi)*; **fall over oneself** lóng ngóng: *he was an awkward child, always falling over himself and breaking things* nó là một chú bé vụng về luôn luôn lóng ngóng và làm vỡ mọi thứ; **fall over oneself to do something** háo hức; **fall through** hỏng, không thành: *our holiday plans fell through because of transport strikes* kế hoạch đi nghỉ của chúng tôi đã không thành do đình công trong ngành giao thông vận tải; **fall to [doing something]** bắt đầu *(làm gì)*: *the meal's all ready, kids; now let's fall to!* bữa ăn đã sẵn sàng, này tụi bay ơi ta bắt đầu đi; **fall to somebody [to do something]** trở thành trách nhiệm của ai: *it fell to me to inform her of her son's death* tôi lãnh trách nhiệm báo cho bà ta biết về cái chết của con trai bà; **fall under something** được xếp vào, được liệt vào: *what heading do these items fall under?* các khoản này xếp vào đề mục nào thế?

fall² /fɔ:l/ *dt* **1.** sự rơi: *I had a fall from a horse and broke my arm* tôi ngã ngựa và gãy tay **2.** lượng rơi; khoảng cách rơi: *a heavy fall of rain* lượng mưa rơi nhiều; *a fall of twenty feet* độ rơi hai mươi bộ **3.** sự giảm xuống, sự tụt xuống *(giá trị, số lượng...)*: *a steep fall in prices* sự giảm nhanh giá cả; *a fall in the numbers attending* sự giảm số người tham dự **4.** *(số ít)* **fall of something** sự thất bại; sự sụp đổ *(về chính trị)*: *the fall of the Roman Empire* sự sụp đổ đế chế La Mã; *the fall of the government* sự sụp đổ của chính phủ **5.** *(Mỹ)* mùa thu: *in the fall*

of 1970 vào mùa thu 1970; *fall fashions* trang phục mùa thu **6.** sự mất đi *(phẩm chất tốt...)*, sự sa sút: *a fall from grace* sự mất đi vẻ duyên dáng **7.** the Fall *(kinh thánh)* sự sa ngã *(của Adam và Eve)* **8.** *(thường snh)* thác *(trong địa danh)*: *Niagara Falls* thác Niagara. // **pride comes (goes) before a fall** x pride¹; **ride for a fall** x ride².

fallacious /fə'leiʃəs/ *tt* lầm tưởng, sai lầm: *fallacious reasoning* lập luận sai lầm.

fallaciously /fə'leiʃəsli/ *pht* [một cách] lầm tưởng, [một cách] sai lầm.

fallacy /'fæləsi/ *dt* **1.** điều lầm tưởng: *it's a fallacy to suppose that wealth brings happiness* cho rằng của cải đem lại hạnh phúc là một điều lầm tưởng **2.** lý luận sai; lý lẽ sai.

fallen /'fɔ:lən/ *dttqk* của fall¹.

the fallen /'fɔ:lən/ *dt* những người ngã xuống ở chiến trường.

fall guy /'fɔ:lgai/ *(Mỹ)* **1.** nh scape-goat **2.** người dễ bị lừa.

fallibility /ˌfælə'biləti/ *dt* sự có thể mắc sai lầm.

fallible /'fæləbl/ *tt* có thể mắc sai lầm.

falling star /ˌfɔ:liŋ'sta:[r]/ *nh* shooting star.

Fallopian tube /fə,ləʊpiən 'tju:b, (Mỹ) fə,ləʊpiə'tu:b)/ *(giải)* vòi Fallope, vòi tử cung, vòi trứng.

fall-out /'fɔ:laʊt/ *dt* bụi phóng xạ *(sau một vụ nổ hạt nhân)*.

fallow¹ /'fæləʊ/ *tt* bỏ hóa: *allow land to lie fallow* để đất bỏ hóa.

fallow² /'fæləʊ/ *dt* đất bỏ hóa.

fallow deer /'fæləʊdiə[r]/ (động) hươu đama.

false[1] /'fɔ:ls/ tt 1. sai: a false idea ý kiến sai; a false note nốt nhạc sai 2. giả: false teeth răng giả; a false passport hộ chiếu giả; false evidence bằng chứng giả 3. phản trắc: a false friend người bạn phản trắc. // a false alarm sự báo động giả: the rumour of a petrole shortage turned out to be a false alarm tin đồn thiếu xăng dầu đã trở thành một báo động giả; [make] a false move hành động dại dột: "one false move and you are dead man", snarled the robber tên cướp gầm lên: "chỉ một hành động dại dột là toi mạng đấy"; [make] a false start a/ xuất phát trước khi có lệnh (vận động viên) b/ khởi đầu thất bại: after several false starts, she became a successful journalist sau mấy lần khởi đầu thất bại bà ta đã trở thành một nhà báo thành công; (take) a false step bước hụt; làm sai động tác: a false step could have cost the climbers, lives một bước hụt là có thể làm cho người leo núi mất mạng; in a false position ở vào thế trái cựa; on (under) false pretences bằng cách lừa dối: obtaining money on false pretences có được tiền bằng cách lừa dối; strike (sound) a false note nói sai, làm sai: he struck a false note when he arrived for the wedding in old clothes anh ta đã làm sai khi đến dự đám cưới mà mặc một bộ đồ cũ; [sail] under false colours a/ treo không đúng loại cờ b/ đánh lừa.

false[2] /fɔ:ls/ pht **play somebody false** lừa ai.

falsehood /'fɔ:lshud/ dt 1. lời nói dối 2. sự nói dối: guilty of false hood phạm tội nói dối.

falsely /'fɔ:lsli/ pht 1. [một cách] sai 2. [một cách] giả 3. [một cách] phản trắc.

falseness /'fɔ:lsnis/ dt 1. sự sai 2. sự giả 3. sự phản trắc.

falsetto /fɔ:l'setəʊ/ dt (snh **falsettos**) giọng kim; nam ca sĩ giọng kim.

falsies /'fɔ:lsiz/ dt snh (kng) vú độn; đồ độn vú.

falsification /,fɔ:lsifi'keiʃn/ dt 1. sự giả mạo 2. sự xuyên tạc, sự bóp méo 3. sự chứng minh là không có căn cứ.

falsify /'fɔ:lsifai/ dgt (-fied) 1. làm giả, giả mạo (tài liệu) 2. xuyên tạc, bóp méo 3. chứng minh là không có căn cứ.

falsity /'fɔ:lsəti/ dt 1. sự sai lầm 2. điều sai lầm.

falter /'fɔ:ltə[r]/ dgt 1. ngập ngừng (do sợ sệt, không quyết đoán) 2. ấp úng.

falteringly /'fɔ:təriŋli/ pht 1. [một cách] ngập ngừng 2. [một cách] ấp úng.

fame /feim/ dt danh tiếng, tiếng tăm: win fame nổi tiếng, lừng danh; the young musician rose quickly to fame người nhạc sĩ trẻ tuổi trở nên nổi tiếng nhanh chóng.

famed /'feimd/ tt (+ for) nổi tiếng, lừng danh: famed for their courage nổi tiếng gan dạ.

familiar[1] /fə'miliə[r]/ tt 1. (vị ngữ) (+ with) thông thạo, biết rõ: facts with which every schoolboy is familiar những sự việc mà mỗi nam sinh đều thông thạo; I am not very familiar with botanical names tôi không rõ lắm về các tên thực vật 2. (+ to) quen thuộc: the familiar voices of one's friends giọng nói quen thuộc của bạn bè 3. (+ with) thân tình, thân quen: I'm on familiar terms with my bank manager tôi thân quen với ông giám đốc ngân hàng của tôi 4. (+ with) thân quá trớn, suồng sã: the children are too familiar with their teacher tụi trẻ thân quá trớn với thầy giáo của chúng.

familiar[2] /fə'miliə[r]/ dt 1. bạn thân 2. thần linh quen thuộc: a witch's familiar thần linh quen thuộc của mụ phù thủy.

familiarity /fə,mili'ærəti/ dt 1. (+ with) sự thông thạo, sự biết rõ: his familiarity with the local languages surprised me sự thông thạo tiếng địa phương của anh ta làm tôi ngạc nhiên 2. (+ to, towards) sự thân mật quá trớn, sự suồng sã, hành động (lời nói) thân mật quá trớn. // familiarity breeds contempt thân quá hóa nhờn.

familiarization, familiarisation /fə,miliərai'zeiʃn/, (Mỹ fə,miliəri'zeiʃn)/ dt sự làm quen (với việc gì, vấn đề gì...).

familiarize, familiarise /fə'miliəraiz/ dgt làm quen: familiarizing oneself with a foreign language làm quen với một ngoại ngữ.

familiarly /fə'miliəli/ pht [một cách] thân tình, [một cách] thân mật: William, familiarly known as Billy William thân tình vẫn gọi là Billy.

family /'fæməli/ dt 1. gia đình: he's a friend of the family ông ta là bạn của gia đình; all my family enjoy skiing cả gia đình tôi đều thích trượt băng 2. dòng họ: some families have farmed in this area for hundreds of *years* một số dòng họ đã canh tác ở vùng này hàng trăm năm nay **3.** *(sinh, ngôn)* họ: *lions belong to the cat family* sư tử thuộc họ mèo; *Spanish belongs to the same language family as Italian, both being descended from Latin* tiếng Tây Ban Nha cùng họ với tiếng Ý, cả hai đều từ tiếng La-tinh mà ra. // **put somebody (be) in the family way** làm cho ai mang thai; có thai; **run in the family** là một đặc điểm di truyền trong gia đình: *red hair runs in his family* tóc đỏ là một đặc điểm di truyền trong gia đình anh ta.

family allowance /ˌfæməli ə'lauəns/ trợ cấp gia đình.

family circle /ˌfæməli'sɜ:kl/ nhóm thân thuộc gần.

family doctor /ˈfæməli'dɒktə[r]/ *dt* bác sĩ gia đình.

family likeness /ˈfæməli'laiknis/ nét giống nhau giữa các thành viên trong gia đình: *this must be your brother, I can see a family likeness* đây chắc là anh của anh, tôi thấy có nét giống anh.

family man /ˈfæməlimæn/ người vui thú cuộc sống gia đình.

family name /ˈfæməli neim/ họ.

family planning /ˌfæməli 'plæniŋ/ sự kế hoạch hóa gia đình.

family tree /ˌfæməli'tri:/ cây phả hệ.

famine /ˈfæmin/ *dt* nạn đói kém.

famished /ˈfæmiʃt/ *tt* *(thường vị ngữ) (kng)* đói đến chết: *when's lunch? I'm famished* bao giờ thì ăn trưa, tôi đói đến chết rồi đây.

famous /ˈfeiməs/ *tt* **1.** (+ for) nổi tiếng, nổi danh: *she is famous as a writer* bà ta là một nhà văn nổi tiếng **2.** *(cũ, kng)* cừ, chiến: *we've won a famous victory* chúng ta đã giành được một thắng lợi rất cừ. // **famous last words** *(đùa)* quân tử nhất ngôn đấy nhé!

famously /ˈfeiməsli/ *pht (kng)* [một cách] rất cừ. *he is getting on famously at his new school* nó đã tiến bộ rất cừ ở trường mới.

fan¹ /fæn/ *dt* **1.** cái quạt **2.** vật hình quạt **3.** quạt máy: *it's so hot, please turn the fan on* trời nóng quá, làm ơn bật quạt đi.

fan² /fæn/ *dgt* (-nn-) **1.** quạt: *cool one's face by fanning it with a newspaper* lấy tờ báo quạt cho mát mặt; *fan a fire* quạt lửa **2.** thổi hiu hiu lên: *the breeze fanned our faces* cơn gió thổi hiu hiu lên mặt chúng tôi **3.** (+ out) xòe *(bài)* ra như hình quạt. // **fan the flames [of something]** thổi *(tình cảm)* bùng lên.

fan out dàn rộng ra, trải rộng ra: *the troops fanned out as they advanced* quân lính vừa tiến lên vừa dàn rộng ra.

fan³ /fæn/ *dt* người say mê; người hâm mộ: *football fans* những người say mê bóng đá.

fanatic¹ /fə'nætik/ *dt* người cuồng tín: *a political fanatic* một người cuồng tín về chính trị.

fanatic² *(cg* **fanatical)** /fə'nætikl/ *tt* (+ about) cuồng tín.

fanatically /fə'nætikli/ *pht* [một cách] cuồng tín.

fanaticism /fən'ætisizəm/ *dt* sự cuồng tín.

fan belt /ˈfæn belt/ dây đai quay quạt làm nguội máy *(ở ô tô).*

fancier /ˈfænsiə[r]/ *dt (thường trong từ ghép)* người thích chơi: *a dog-fancier* người thích chơi chó.

fanciful /ˈfænsifl/ *tt* **1.** thích tưởng tượng viển vông **2.** kỳ lạ.

fancifully /ˈfænsifəli/ *pht* **1.** [một cách] viển vông **2.** [một cách] kỳ lạ.

fan club /ˈfænklʌb/ câu lạc bộ những người hâm mộ *(ai đó).*

fan heater /ˈfænhi:tə[r]/ máy thổi hơi ấm *(vào một phòng).*

fan mail /ˈfænmeil/ thư hâm mộ.

fancy¹ /ˈfænsi/ *dt* **1.** sức tưởng tượng: *the novelist's fancy* sức tưởng tượng của nhà viết tiểu thuyết **2.** điều tưởng tượng: *did I really hear someone come in, or was it only a fancy* không biết có thật tôi nghe thấy có ai đi vào hay đó chỉ là tưởng tượng? **3.** *(số ít)* (+ for) sở thích, ý thích: *I have a fancy for some wine tonight* tôi thích một ít rượu tối nay **4.** *(thường snh)* bánh ngọt nhỏ *(có trang trí hình trên bề mặt): fancies served with coffee* bánh ngọt dùng với cà phê // **catch (take) somebody's fancy** làm cho ai thích, hấp dẫn ai: *she saw a dress in the shop window and it caught her fancy immediately* cô ta thấy một chiếc áo trong tủ bày hàng và lập tức cô ta thấy thích ngay; **a flight of fancy** *x* flight¹: **take a fancy to somebody (something)** thích, khoái: *I've suddenly taken a fancy to detective stories* bỗng nhiên tôi thấy thích đọc truyện trinh thám.

fancy² /ˈfænsi/ *tt* **1.** cốt cho đẹp mắt; cốt cho hợp khẩu vị *(bánh ngọt...)* **2.** lạ lùng, không bình thường: *that's a very fancy pair of shoes* thật là một đôi giày lạ lùng **3.** quá mức: *fancy prices* giá quá mức **4.** (*Mỹ*) trên mức trung bình (*rau, quả...*) **5.** (*thngữ*) để làm cảnh: *fancy dogs* chó nuôi làm cảnh.

fancy³ /'fænsi/ *dgt* (**fancied**) **1.** nghĩ rằng, tin rằng, tưởng tượng rằng: *I fancy [that] it's going to rain today* tôi nghĩ rằng hôm nay trời sẽ mưa; *he fancied he heard footsteps behind him* nó tưởng tượng nghe thấy bước chân đi sau mình **2.** muốn, thích: *I fancy a cup of tea* tôi muốn một tách trà; *what do you fancy for supper?* ăn tối anh thích món gì? **3.** (*Anh, kng*) thấy (*ai đó*) hấp dẫn: *he rather fancies her* anh ta thấy cô nàng khá hấp dẫn **4.** (*dùng để diễn tả sự ngạc nhiên, sự sửng sốt...*): *fancy never having seen the sea!* chưa bao giờ thấy biển cơ à!. // **fancy oneself [as something]** (*kng*) tự phụ: *she rather fancies herself as a singer* cô ta tự phụ cho mình là một ca sĩ.

fancy dress /,fænsi'dres/ quần áo kỳ dị, quần áo giả trang (*mặc ngày hội*)....

fancy-free /,fænsi'fri:/ *tt* tự do, muốn làm gì thì làm, muốn yêu ai thì yêu (*vì chưa bị tình yêu ràng buộc*). // **foot-loose and fancy-free** *x* footloose.

fancy man /'fænsimæn/, **fancy woman** /'fænsiwumən/ (*xấu, hoặc kng đùa*) người tình.

fandango /fæn'dæŋgəu/ *dt* (*snh* **fandangoes**) **1.** điệu múa fanđango (*Tây Ban Nha*) **2.** nhạc cho điệu múa fanđango **3.** điều vô nghĩa.

fanfare /'fænfeə[r]/ *dt* khúc nhạc nghi lễ (*thường chơi bằng kèn*): *a fanfare was played as the queen entered* khi nữ hoàng bước vào, nổi lên tiếng nhạc kèn nghi lễ.

fang /fæŋ/ *dt* **1.** răng nanh (*chó, chó sói*) **2.** răng nọc (*của rắn*). // **draw somebody's (something's) fangs** *x* draw².

fanlight /'fænlait/ *dt* cửa sổ con (*trên cửa lớn hay một cửa con khác*).

fanny /'fæni/ *dt* **1.** (*Anh, lóng*) bộ phận sinh dục nữ **2.** (*Mỹ, lóng*) mông đít.

fantasia /fæn'teiziə, (*Mỹ* fæn'teizə)/ (*cg* **fantasy**) *dt* (*nhạc*) khúc phóng túng.

fantasize, fantasise /'fæntəsaiz/ *dgt* hoang tưởng, mộng tưởng, mơ tưởng: *he liked to fantasize that he had won a gold medal* anh ta thích mơ tưởng là mình đã đoạt được huy chương vàng.

fantastic /fæn'tæstik/ *tt* **1.** kỳ quái: *fantastic dreams* những giấc mơ kỳ quái **2.** không tưởng: *fantastic schemes* kế hoạch không tưởng **3.** (*kng*) kỳ diệu; tuyệt vời: *she's a fantastic swimmer* chị ta là một tay bơi tuyệt vời **4.** (*kng*) rất lớn, lớn kinh khủng: *their weddings cost a fantastic amount of money* đám cưới của họ tốn một khoản tiền lớn kinh khủng.

fantastically /fæn'tæstikli/ *pht* [một cách] tuyệt vời: *you did fantastically well in the exam* anh làm bài thi tuyệt vời.

fantasy (*cg* **phantasy**) /'fæntəsi/ **1.** sự hoang tưởng, sự mơ tưởng, sự mộng tưởng: *live in a fantasy world* sống trong một thế giới mộng tưởng **2.** điều hoang tưởng: *he lives in a world of fantasy* nó sống trong một thế giới hoang tưởng **3.** *nh* fantasia.

FAO /,ef ei'əu/ (*vt của* Food and Agriculture Organisation (*of the United Nations*)) Tổ chức Lương thực và nông nghiệp (*của Liên Hiệp Quốc*).

far¹ /fɑ:[r]/ *tt* (**farther, further; farthest, furthest**) (*thngữ*) **1.** (*cũ*) xa, xa xôi: *a far country* một đất nước xa xôi **2.** xa hơn: *at the far end of the street* ở đằng xa cuối phố; *he's on the far right* ông ta có quan điểm cực hữu. // **far cry from something (doing something)** (*kng*) xa lạ, khác xa cái đã quen: *life on a farm is a far cry from what I have been used to* đời sống ở nông trại rất xa lạ với cái tôi vốn đã quen.

far² /fɑ:[r]/ *pht* (**farther, further; farthest, furthest**) **1.** xa, xa xôi, xa xưa: *how far have we walked?* chúng ta đi bộ bao xa rồi?; *not far from here* cách đây không xa; *far back in history* xa xưa trong lịch sử; *live far beyond one's means* sống quá xa khả năng kiếm ra được **2.** nhiều: *a far better solution* một giải pháp tốt hơn nhiều; *he runs far faster than his brother* nó chạy nhanh hơn anh nó nhiều. // **as far as** a/ đến, đến tận: *I've read as far as the third chapter* tôi đã đọc đến chương ba; *I'll walk with you as far as the post office* tôi sẽ đi bộ với anh đến [tận] bưu điện nhé b/ đến chừng mực mà: *his parents supported him as far as they could* bố mẹ nó chu cấp cho nó tới chừng mực mà họ có thể c/ mới tới mức nào đó (*nhưng chưa quá mức đó*): *we've got as far as collecting our data, but we haven't analysed it yet* chúng tôi mới tới mức thu nhập các dữ kiện, nhưng chưa phân tích các dữ kiện đó; **as (so) far as in me lies** với hết khả năng của tôi, ở mức tối đa tôi có thể làm được; **as (so) far as it goes** ở một chừng mực nào đó: *your plan is a good one as far as it goes, but there are several points you've forgotten to consider* kế hoạch của anh ở một chừng mực nào đó là tốt, nhưng còn nhiều điểm anh quên lưu ý đến; **as (so) far as somebody (something) is concerned** đối với ai (cái gì): *the rise in interest rates will be desastrous as far as small firms are concerned* việc tăng lãi suất sẽ có hại đối với các hãng nhỏ; *as far as I'm concerned you can do what you like* đối với tôi anh muốn làm gì tùy ý; **as far as the eye can see** đến tận chân trời: *the prairies stretch on all sides as far as the eye can see* đồng cỏ trải ra tứ phía cho đến tận chân trời; **by far** hơn nhiều: *it is quicker by far to go by train* đi xe lửa nhanh hơn nhiều; *she is the best by far; she is by far the best* chị ta là người giỏi nhất, hơn xa những người khác; **carry (take) something too far** làm quá, đưa đi quá xa (*bóng*): *it's time to be serious, you've carried this joke far enough* đã đến lúc phải nghiêm chỉnh rồi đấy, anh đã đùa quá rồi; **far (farther, further) afield** x afield; **far and away** bỏ xa, hơn hẳn: *she's far and away the best actress I've seen* cô ta là diễn viên giỏi nhất mà tôi từng thấy, bỏ xa các diễn viên khác; **far and near (wide)** khắp nơi: *they searched far and wide for the missing child* họ tìm đứa bé bị thất lạc khắp nơi; **far be it from me to do something [but...]** không đời nào

tôi lại... nhưng...: *far be it from me to interfere in your affairs, but I would like to give you just a piece of advice* không đời nào tôi lại nhúng vào công việc của anh, nhưng tôi muốn khuyên anh chỉ một lời thôi; **far from doing something** thay vì; **far from something (doing something)** không chút nào: *the problem is far from easy* vấn đề không dễ chút nào; **far from it** (*kng*) hầu như ngược lại: "*are you happy here?*" "*no, far from it, I've never been so miserable in my life*" "ở đây anh có hạnh phúc không?" "đâu có, hầu như ngược lại, trong đời tôi chưa bao giờ khốn khổ đến như thế này; **few and far between** x few¹; **go as (so) far as to do something (as that)** đi xa đến mức: *I won't go so far as to say that he is dishonest* tôi muốn chưa đi xa đến mức nói ra rằng nó là bất lương; **go far** a/ mua được nhiều hàng (*nói về đồng tiền*): *a pound doesn't go very far nowadays* thời buổi này một đồng bảng có mua được bao nhiêu đâu b/ đủ dùng (*thực phẩm...*): *four bottles of wine won't go far among twenty people* hai mươi người mà có bốn chai rượu vang thì không đủ dùng được; **go far (a long way)** rất thành công (*nói về người*): *someone as intelligent as you should go far* một người thông minh như anh thì sẽ rất thành công; **go far (a long way) towards something (doing something)** giúp rất nhiều vào việc hoàn thành cái gì: *their promises don't go very far towards solving our present problems* lời hứa của họ không giúp gì nhiều vào việc giải quyết các vấn đề hiện nay của

chúng ta; **go too far** đi quá xa: *he's always been rather rude, but this time he's gone too far* nó vẫn thường vốn bất lịch sự, nhưng lần này thì nó đi quá xa rồi đấy; **in so far as** trong chừng mực mà: *this is the truth in so far as I know it* trong chừng mực mà tôi biết thì đó là sự thật; **not far off (out; wrong)** gần đúng; đúng: *your guess wasn't far out* anh đoán gần đúng đấy; **so far** cho đến nay: *so far the work has been easy but things may change* cho đến nay công việc dễ dàng thôi nhưng tình hình có thể thay đổi; **so far** (*kng*) chỉ đến mức nào thôi: *I trust you only so far [and no further]* tôi tin anh chỉ đến mức nào thôi [không hơn nữa đâu]; **so far, so good** cho đến bây giờ, mọi việc đều tốt đẹp.

far-away /'fɑ:(r)əwei/ *tt* 1. xa xôi: *far-away places* những nơi xa xôi 2. lơ đãng: *you have a far-away look in your eyes* anh có vẻ lơ đãng trong ánh mắt.

farce /fɑ:s/ *dt* 1. kịch hề 2. trò hề: *the prisoner's trial was a farce* vụ xét xử người tù ấy là một trò hề.

farcical /'fɑ:sikl/ *tt* lố bịch.

farcically /'fɑ:sikli/ *pht* [một cách] lố bịch.

fare¹ /feə[r]/ *dt* 1. tiền xe, tiền đò, tiền vé: *travel at half fare* đi tàu xe vé giảm nửa tiền 2. khách đi xe (*nhất là xe tắc xi*).

fare² /feə[r]/ *dt* thức ăn (*trong bữa ăn*): *simple fare* thức ăn đạm bạc.

fare³ /feə[r]/ *dgt* tiến bộ; sống, làm ăn: *how did you fare while you were abroad?* trong thời gian ở nước ngoài anh đã làm ăn ra sao?

fare-stage /'feəsteidʒ/ *dt* chặng tính vé *(xe buýt)*.

farewell[1] /ˌfeə'wel/ *tht* tạm biệt! // **[bid (say)] farewell to somebody (something)** thôi, xin tạm biệt: *you can say farewell to seaside holidays as we once knew them* thôi xin tạm biệt những ngày nghỉ ở bờ biển, chúng ta đã biết một lần là thế nào rồi mà.

farewell[2] /ˌfeə'wel/ *dt* lời tạm biệt: *a farewell party* buổi tiệc tiễn biệt.

farfetched /ˌfɑː'fetʃt/ *tt* *(thường xấu)* 1. không tự nhiên, gượng gạo *(sự so sánh)* 2. *(kng)* cường điệu, khó tin *(câu chuyện...)*.

far-flung /ˌfɑː'flʌn/ *tt* 1. trải rộng ra: *a far-flung network of contacts* một mạng lưới tiếp xúc trải rộng 2. xa: *his fame has reached the most far-flung corners of the globe* danh tiếng của ông ta vang tới những nơi xa xôi nhất trên địa cầu.

fargone /ˌfɑː'ɡɒn/ *tt* 1. rất yếu: *the injured man was fairly fargone by the time the ambulance arrived* người đàn ông bị thương đã rất yếu khi xe cứu thương tới 2. say mèm.

farinaceous /ˌfæri'neiʃəs/ *tt* có bột: *farinaceous foods* thức ăn có bột *(như bánh mì, gạo)*.

farm[1] /fɑːm/ *dt* trại, nông trại; trang trại: *we've lived on this farm for twenty years* chúng tôi đã sống ở nông trại này hai mươi năm nay; *a pig farm* trại nuôi lợn.

farm[2] /fɑːm/ *dgt* canh tác, chăn nuôi: *he is farming in Africa* ông ta canh tác, chăn nuôi ở châu Phi; *he farms 200 acres* ông ta canh tác 200 mẫu đất; *farm beef cattle* chăn nuôi bò. // **farm somebody out [to somebody]** giao cho ai nuôi: *the children were farmed out to nannies at an early age* tụi trẻ được giao cho vú nuôi từ nhỏ; **farm something out (to somebody)** giao cho ai làm: *we're so busy that we have to farm out a lot of work* chúng tôi bận đến nỗi phải giao khối việc cho người khác làm.

farmer /'fɑːmə[r]/ *dt* 1. nông dân 2. chủ nông trại.

farm hand /'fɑːm hænd/ nông trại viên.

farm house /'fɑːm haʊs/ nhà nông trại viên.

farming /'fɑːmin/ *dt* công việc nông trại: *pig farming* nghề nuôi lợn ở trại; *farming equipment* thiết bị nông trại, thiết bị nhà nông.

farmstead /'fɑːmsted/ khu nhà nông trại.

farmyard /'fɑːmjɑːd/ sân trại.

farrago /fə'rɑːɡəʊ/ *dt* *(snh* **farragos,** *Mỹ* **farragoes)** mớ hỗn độn: *a farrago of useless bits of knowledge* một mớ hỗn độn những mẫu kiến thức vô dụng.

far-off /ˌfɑː'ɒf/ *tt* xa xôi; xa xưa.

far-reaching /ˌfɑː'riːtʃin/ *tt* có tác động sâu rộng.

farrier /'færiə[r]/ *dt* thợ đóng móng ngựa.

farrow[1] /'færəʊ/ *dgt* đẻ *(lợn)*: *when will the sow farrow?* khi nào thì con lợn đẻ?

farrow[2] /'færəʊ/ *dt* 1. sự đẻ 2. lứa *(lợn đẻ ra)*: *10 at one farrow* đẻ một lứa lợn 10 con.

far-seeing /ˌfɑː'siːin/ *tt* nhìn xa trông rộng.

far-sighted /ˌfɑː'saitid/ *tt* 1. *nh* far-seeing 2. biết nhìn xa.

fart[1] /fɑːt/ *dgt* đánh rắm.

fart[2] /fɑːt/ *dt* 1. phát rắm 2. *(xấu, lóng)* người bị khinh ghét.

farther[1] /'fɑːðə[r]/ *tt* *(cấp so sánh của* far[1]*)* xa hơn: *the cinema was farther down the road than I thought* rạp chiếu bóng ở tận cuối đường xa hơn tôi tưởng.

farther[2] /'fɑːðə[r]/ *pht* *(cấp so sánh của* far[2]*)* xa hơn: *we can't go any farther without resting* chúng tôi không thể đi xa hơn nếu không nghỉ một lúc. // **far (farther; further) afield** *x* afield.

farthest[1] /'fɑːðist/ *tt* *(cấp so sánh cao nhất của* far[1]*)* xa nhất.

farthest[2] /'fɑːðist/ *pht* *(cấp so sánh cao nhất của* far[2]*)* 1. xa nhất 2. ở mức cao nhất: *she is the farthest advanced of all my students* cô ta là sinh viên tiên tiến [ở mức cao] nhất của tôi.

farthing /'fɑːðin/ *dt* đồng fađinh *(tiền xưa của Anh bằng 1/4 penni cũ)*. // **not care (give) a farthing** cóc cần, kệ.

fascia /'feiʃə/ *nh* facia.

fascinate /'fæsineit/ *dgt* 1. quyến rũ, hấp dẫn: *the children were fascinated by the toys in the shop window* tụi trẻ bị hấp dẫn bởi các đồ chơi bày trong tủ hàng 2. làm mất hồn hóa ra bất động *(bởi tác dụng của ánh sáng mạnh)* *the rabbit sat without moving, fascinated by the glare of our headlights* con thỏ rừng bị ánh đèn pha chói chang của xe chúng tôi làm mất hồn mà ngồi một chỗ không động đậy.

fascinating /'fæsineitin/ *tt* quyến rũ, hấp dẫn, mê hồn: *a fascinating voice* giọng nói quyến rũ.

fascinatingly /ˌfæsineitiŋli/ *pht* [một cách] quyến rũ, [một cách] hấp dẫn, [một cách] mê hồn.

fascination /ˌfæsi'neiʃn/ *dt* sự quyến rũ, sự hấp dẫn, sự mê hồn.

fascism (cg **Fascism**) /'fæʃizəm/ *dt* chủ nghĩa phát xít.

fascist¹ (cg **Fascist**) /'fæʃist/ *dt* (*thường xấu*) phần tử phát xít.

fascist² (cg **Fascist**) /'fæʃist/ *tt* (*thường xấu*) phát xít.

fashion¹ /'fæʃn/ *dt* **1.** kiểu, dáng: *he walks in a peculiar fashion* anh ta có dáng đi khác thường **2.** thời trang, mốt; phong cách: *dressed in the latest fashion* ăn mặc theo mốt mới nhất; *fashions in art and literature are changing constantly* phong cách trong nghệ thuật và văn học thay đổi không ngừng; *a fashion show* cuộc trình diễn thời trang. // **after a fashion** tàm tạm: *I can play the piano after a fashion* tôi có thể chơi piano tàm tạm; **after (in) the fashion of somebody** theo phong cách của ai: *she paints in the fashion of Picasso* cô ta vẽ tranh theo phong cách của Picasso; **[be] all the fashion (rage)** [là] mốt mới nhất: *suddenly collecting antiques is all the fashion* bỗng nhiên sưu tập đồ cổ trở thành mốt mới nhất; **come into (be) in fashion** trở nên thời thượng: *long skirts have come into fashion again* váy dài lại trở nên thời thượng; **go (be) out of fashion** trở nên lỗi thời.

fashion² /'fæʃn/ *đgt* **fashion A from B; fashion B into A** tạo thành; nặn thành: *fashion a doll [from a piece of wood]* tạo thành một con búp bê từ một mẩu gỗ; *fashion a lump of clay into a bowl* nặn một cục đất sét thành một cái bát.

fashionable /'fæʃnəbl/ *tt* đúng mốt, hợp thời trang; thời thượng: *it is fashionable to have short hairs nowadays* hiện nay để tóc ngắn là đúng mốt; *a fashionable resort* nơi nghỉ mát thời thượng.

fashionably /'fæʃnəbli/ *pht* [một cách] đúng mốt, [một cách] hợp thời trang, [một cách] thời thượng: *fashionably dressed* ăn mặc hợp thời trang.

fast¹ /fɑ:st, (Mỹ fæst)/ *tt* (**-er; -est**) **1.** nhanh; nhanh chóng: *a fast horse* con ngựa chạy nhanh; *a fast journey* một chuyến hành trình nhanh chóng (*ngắn ngày*); *that clock is ten minutes fast* chiếc đồng hồ đó nhanh mười phút; *a fast photographic film* phim ảnh bắt ánh sáng nhanh, phim nhạy sáng **2.** nhẵn (*có thể chuyển động nhanh trên đó*): *a fast road* con đường nhẵn **3.** (*cũ*) phóng đãng, trác táng (*người*): *lead a fast life* ăn chơi phóng đãng. // **fast and furious** sôi nổi, sống động (*tiệc tùng...*); **pull a fast one** x **pull²**.

fast² /fɑ:st, (Mỹ fæst)/ *pht* nhanh: *can't you run any faster than that?* anh không thể chạy nhanh hơn hay sao? *night was fast approaching* bóng đêm đang tới nhanh. // **run as fast as one's legs can carry one** vắt chân lên cổ mà chạy.

fast³ /fɑ:st, (Mỹ fæst)/ *tt* **1.** chặt, chắc: *the post is fast in the ground* chiếc cột được chôn chặt xuống đất; *make a boat fast* neo chặt thuyền lại **2.** (*cũ*) thân thiết, trung thành: *a fast friend (friendship)* người bạn thân thiết (*tình bạn trung thành*) **3.** bền, không phai (*màu*). // **hard and fast** x **hard¹**.

fast⁴ /fɑ:st, (Mỹ fæst)/ *pht* [một cách] chặt, [một cách] chắc: *the boat was stuck fast in the mud* chiếc thuyền mắc chặt vào bùn. // **hold fast to something** bám chặt vào, khăng khăng giữ (*một nguyên tắc...*); **play fast and loose [with somebody (something)]** thay đổi xoành xoạch với ai (về cái gì) một cách đùa giỡn; **stand fast (firm)** giữ vững ý kiến, kiên định; **thick and fast** x **thick²**.

fast⁵ /fɑ:st, (Mỹ fæst)/ *đgt* ăn chay.

fast⁶ /fɑ:st, (Mỹ fæst)/ *dt* tuần chay: *a fast of three days* tuần chay ba ngày; **fast days** những ngày ăn chay.

fasten /'fɑ:sn, (Mỹ 'fæsn)/ *đgt* **1.** đóng chặt, cài chặt, buộc chặt: *fasten down the lid of a box* đóng chặt nắp hộp lại; *fasten a parcel* buộc chặt một gói; *have you fastened all the doors and windows* anh đã đóng chặt tất cả các cửa ra vào và cửa sổ lại chưa; *please fasten your seat-belts* xin các vị buộc chặt dây an toàn ở ghế vào; *fasten [up] your coat* cài áo khoác của anh lại đi; *this dress fastens [up] at the back* chiếc áo này cài khuy ở sau lưng **2.** gắn vào, lắp vào: *fasten a lock on (to) the door* lắp ổ khóa vào cửa; *he fastened his eyes on me* anh ta dán mắt vào tôi; *they're trying to fasten the blame on others* chúng đang tìm cách đổ lỗi cho người khác. // **fasten on somebody (something)** nắm lấy, tóm lấy: *fasten on an idea* nắm

F

lấy một ý kiến; *he was looking for someone to blame and fastened on me* hắn đang tìm người để đổ lỗi và tóm ngay lấy tôi.

fastener /'fɑ:snə[r], *(Mỹ* 'fæsnər)/ *dt* cái đóng, cái chốt, cái buộc: *could you do up the fasteners on the back of my dress, please* anh làm ơn cài giùm khuy ở phía sau áo của tôi; *a zip-fastener* dây khóa kéo.

fastening /'fɑ:sniŋ, *(Mỹ* 'fæsniŋ)/ cái cài, cái chốt *(cửa và cửa số)*.

fast food /fɑ:st'fu:d/ thức ăn chuẩn bị nhanh *(để khách ăn tại chỗ hay mang về)*.

fastidious /fə'stidiəs, fæ-'stidiəs/ *tt* 1. khó tính, kén cá chọn canh 2. *(thường xấu)* khó chiều, chóng chán: *she is so fastidious about her food that I never invite her for dinner* chị ta khó chiều về món ăn đến mức tôi không bao giờ mời chị ta đi ăn tối cả.

fastidiously /fə'stidiəsli, fæ'stidiəsli/ *pht* 1. [một cách] khó tính 2. [một cách] khó chiều.

fastidiousness /fə'stidiəsnis, fæ'stidiəsnis/ *dt* 1. sự khó tính 2. sự khó chiều.

fast time /fɑ:st'taim/ *(Mỹ, kng) snh* summer time.

fastness[1] /'fɑ:stnəs, *(Mỹ* 'fæstnəs)/ *dt* độ bền (màu): *we guarantee the fastness of these dyes* chúng tôi bảo đảm độ bền của các chất nhuộm này.

fastness[2] /'fɑ:stnis, *(Mỹ* 'fæstnəs)/ *dt* thành lũy.

fat[1] /fæ/ *tt* (-tter; -ttest) 1. béo: *a fat baby* đứa trẻ béo 2. [có] nhiều mỡ: *fat meat* thịt nhiều mỡ 3. to; tròn trịa: *a big fat apple* quả táo to, tròn trịa 4. dày cộm, đầy: *a fat wallet* chiếc ví

dày cộm 5. màu mỡ: *fat lands* những vùng đất màu mỡ 6. *(kng)* nhiều, cao: *a fat price* giá cao; *a fat income* thu nhập cao. // **a fat lot (of good)** *(kng, mỉa)* nhiều góm, rất ít: *a fat lot I care* tớ cóc cần.

fat[2] /fæt/ *dt* mỡ *(nguồn gốc động vật cũng như thực vật)* dầu mỡ *(để nấu ăn)*. // **chew the fat (rag)** x chew[1]; **the fat is in the fire** *(kng)* tai họa đến nơi; tình hình dầu sôi lửa bỏng; **live off (on) the fat of the land** x live[2]; **run to fat** phát phì *(người)*.

fatal /'feitl/ *tt* (+ to) 1. [làm] chết người: *a fatal accident* tai nạn chết người 2. gây tai họa, tai hại: *his illness was fatal to our plans* ông ta ốm làm tổn hại đến kế hoạch của chúng tôi; *a fatal mistake* một lỗi lầm tai hại 3. [có tính chất] định mệnh, không tránh được: *the fatal day* cái ngày định mệnh không tránh được.

fatalism /'feitlizəm/ *dt* thuyết định mệnh.

fatalist /'feitəlist/ *dt* người theo thuyết định mệnh.

fatalistic /,feitə'listik/ *tt* tin theo thuyết định mệnh.

fatality /fə'tæləti/ *dt* 1. cái chết bất hạnh: *there have been ten swimming fatalities this summer* mùa hè này đã có mười trường hợp chết đuối 2. sự run rủi do định mệnh: *there was a strange fatality about their both losing their job on the same day* có một sự run rủi kỳ lạ do định mệnh, cả hai chúng nó mất việc cùng một ngày 3. tính chất gây tử vong: *the fatality of certain diseases* tính gây tử vong của một số bệnh.

fatally /'feitli/ *pht* [một cách] làm chết người, [một

cách] gây tai họa: *many people were fatally wounded during the bomb attack* nhiều người đã bị tử thương trong trận ném bom.

fat cat /,fætkæt/ *(Mỹ, kng)* người giàu và có thế lực.

fate[1] /feit/ *dt* 1. định mệnh 2. số phận: *I am resigned to my fate* tôi cam chịu số phận [của mình] 3. cái chết: *he met his fate bravely* anh ta đã chết một cách dũng cảm. // **a fate worse than death** *(đùa)* thà chết còn hơn: *having to watch their home movies all the evening was a fate worse than death* phải ngồi xem phim về cảnh gia đình họ suốt buổi tối thì thà chết còn hơn; **tempt fate (providence)** x tempt.

fate[2] /feit/ *dgt* (chỉ dùng ở dạng bị động) dành cho: *he was fated to die in poverty* số phận đã dành cho hắn cái nghiệp chết trong cảnh nghèo khổ.

fatefull /'feitfl/ *tt (thường thngũ)* 1. quan trọng và có tính chất quyết định: *fateful events* những sự kiện có tính chất quyết định; *a fateful dicision* một quyết định quan trọng 2. dẫn đến những sự kiện đáng ghét; đáng sợ: *his heart sank as he listened to the judge uttering the fateful words* lòng nó tê tái khi nghe quan tòa phán ra những lời đáng sợ.

fatefully /'feitfəli/ *pht* 1. [một cách] quan trọng và có tính chất quyết định 2. với kết cục xem chừng đáng sợ.

the Fates /feits/ *dt* nữ thần mệnh *(ba vị, thần thoại Hy Lạp La Mã)*.

fat head /'fæthed/ *kng* người ngốc nghếch.

father[1] /'fɑ:ðə[r]/ *dt* 1. cha, bố 2. *(thường snh)* tổ tiên:

the land of our fathers đất đai của tổ tiên chúng ta **3.** ông tổ: *the father of Vietnamese poetry* ông tổ của nền thơ ca Việt Nam **4.** Father Chúa Trời, Thượng Đế: *God the Father* Đức Chúa Cha **5.** cha, tu sĩ. // **be gathered to one's fathers** *x* gather; **the child is father of the man** *x* child; **from father to son** cha truyền con nối; **like father, like son** cha nào con nấy; **old enough to be somebody's mother (father)** *x* old¹; **the wish is father to the thought** *x* wish².

father² /'fɑːðə[r]/ *dgt* **1.** là cha, sinh ra: *father a child* là cha một đứa bé **2.** *(bóng)* lập ra: *father a project* lập ra một đề án. // **father somebody (something) on somebody** nói rằng ai đó là tác giả, là người khởi xướng ra: *it's not my scheme; try fathering it on somebody else* đây không phải là kế hoạch của tôi, tìm ai khác đứng tên là tác giả đi.

father Christmas /ˌfɑːðə'krismǝs/ ông già Nô-en.

father figure /'fɑːðəˌfigə[r]/ thủ lĩnh, cha già.

fatherhood /'fɑːðəhʊd/ *dt* cương vị làm cha.

father-in-law /'fɑːðəinlɔː/ *dt* (*snh* **fathers-in-law**) bố chồng; bố vợ.

fatherland /'fɑːðəlænd/ *dt* tổ quốc.

Father Time /ˌfɑːðə'taim/ thần thời gian.

fathom¹ /'fæðəm/ *dt* sải (đơn vị đo chiều sâu của nước bằng 1,8 mét): *the harbour is four fathoms deep* cảng sâu bốn sải.

fathom² /'fæðəm/ *dgt* **1.** đo độ sâu của nước **2.** hiểu thấu đáo, hiểu rõ: *I cannot fathom his remarks* tôi không hiểu rõ lời nhận xét

của anh ta. // **fathom something out** tìm ra lý do, giải thích: *can you fathom it out?* anh có thể giải thích được cái đó không?

fathomless /'fæðəmlis/ *tt* sâu thẳm: *the fathomless ocean* đại dương sâu thẳm.

fatigue /fə'tiːg/ *dt* **1.** sự mệt mỏi, sự mệt nhọc: *we were all suffering from fatigue at the end of the journey* cuối chuyến đi chúng tôi đều mệt **2.** *(kỹ)* sự mỏi; độ mỏi (của kim loại): *the aeroplane wing showed signs of metal fatigue* cánh máy bay đã cho thấy dấu hiệu mỏi kim loại **3.** *(quân)* công tác lao động phi quân sự (*như nấu ăn, lau chùi...*) **4. fatigues** (*snh*) *(Mỹ)* quần áo lao động; quần áo chiến trận.

fatigue² /fə'tiːg/ *dgt* làm [cho] mệt mỏi, làm [cho] mệt nhọc: *feeling fatigued* cảm thấy mệt mỏi.

fatigue-duty /fə'tiːg'djuːti/ *dt (quân) nh)* fatigue 3.

fatness /'fætnis/ *dt* **1.** sự béo, sự mập **2.** sự màu mỡ.

fatstock /'fætstɒk/ *dt* súc vật vỗ béo để giết thịt.

fatted /'fætid/ *tt* **kill the fatted calf** *x* kill¹.

fatten /'fætn/ *dgt* **1.** vỗ béo: *fatten cattle for [the] market* vỗ béo gia súc để đem ra chợ bán **2.** (+ up) lên cân: *fattening foods* món ăn ăn cho lên cân.

fattish /'fætiʃ/ *tt* hơi béo, khá mập.

fatty¹ /'fæti/ *tt* (-ier, -iest) **1.** như mỡ **2.** [có] nhiều mỡ: *fatty bacon* thịt lợn muối xông khói nhiều mỡ.

fatty² /'fæti/ *dt (kng, xấu)* (chủ yếu do trẻ con dùng) người mập.

fatuity /fə'tjuːəti, (Mỹ) fə'tuːəti)/ *dt* **1.** sự ngờ nghệch

2. lời nhận xét ngờ nghệch; hành động ngờ nghệch.

fatuous /'fætʃʊəs/ *tt* ngờ nghệch: *a fatuous person* người ngờ nghệch; *a fatuous remark* lời nhận xét ngờ nghệch.

fatuously /'fætʃʊəsli/ *pht* [một cách] ngờ nghệch.

fatuousness /'fætʃʊəsnis/ *dt* sự ngờ nghệch.

faucet /'fɔːsit/ *dt* **1.** vòi thùng rượu **2.** *(Mỹ)* vòi *(nước...)*.

fault¹ /fɔːlt/ *dt* **1.** thiếu sót, khuyết điểm: *I like him despite his faults* tôi thích anh ta bất chấp các thiếu sót của anh; *there is a fault in the electrical system* trong hệ thống điện có một chỗ hỏng **2.** lỗi: *whose fault is this?* lỗi này của ai đây? **3.** *(thể)* cú giao bóng sai **4.** *(địa)* phay. // **at fault** sai lầm; lầm lẫn: *my memory is at fault* trí nhớ của tôi lầm lẫn; **find fault** *x* find¹; **to a fault** quá: *she is generous to a fault* chị ta quá rộng lượng.

fault² /fɔːlt/ *dgt* tìm thấy thiếu sót (khuyết điểm) (*ở ai, ở việc gì*): *no one could fault his performance* không ai có thể tìm thấy thiếu sót trong buổi biểu diễn của ông ta.

fault finding /'fɔːlt, faindiŋ/ sự bới lỗi, sự bắt bẻ.

faultily /'fɔːltili/ *pht* [một cách] không hoàn hảo.

faultless /'fɔːltlis/ *tt* không có thiếu sót.

faultlessly /'fɔːltlisli/ *pht* [một cách] không có thiếu sót.

faulty /'fɔːlti/ *tt* có thiếu sót, không hoàn hảo: *a faulty switch* một cái chuyển mạch hỏng; *a faulty argument* một lý lẽ sai.

F

faun /fɔ:n/ *dt* thần đồng áng (*thần thoại La Mã, thân người có sừng và chân dê*).

fauna /'fɔ:nə/ *dt* (*snh* **faunas**) hệ động vật.

faux pas /,fəʊ'pɑ:/ *dt* (*tiếng Pháp (snh)*) faux pas /,fəʊ'pɑ:z/) lời nói lỡ.

favour[1] (*Mỹ* **favor**) /'feivə[r]/ *dt* 1. sự ua thích, sự tán thành: *win somebody's favour* giành được sự ua thích của ai 2. sự thiên vị: *he obtained his position more by favour than by merit or ability* anh ta được cương vị ấy là do thiên vị hơn là do công lao hoặc năng lực 3. đặc ân: *may I ask a favour of you?* tôi có thể xin ông một đặc ân không? 4. phù hiệu ủng hộ: *everyone at the rally wore red ribbons as favours* mọi người tại cuộc tập hợp đều mang băng đỏ để làm phù hiệu ủng hộ 5. **favours** (*snh*) đặc ân tình dục (*một phụ nữ ban cho một người đàn ông, ý nói đồng ý ăn nằm với người đàn ông đó*): *bestow one's favours on somebody* đồng ý để cho ai ăn nằm với mình. // **be (stand) high in somebody's favour** *x* **high**[3]; **be in (out of) favour [with somebody]; be in (out of) somebody's favour** được ai yêu mến; bị ai ghét bỏ; **curry favour** *x* **curry**[2]; **find (lose) favour with somebody (in somebody's eyes)** giành được sự ủng hộ của ai; mất sự ủng hộ của ai; **in favour of somebody (something)** a/ ủng hộ (*ai, cái gì*): *was he in favour of death penalty?* ông ta có ủng hộ hình phạt tử hình không? b/ có thể trả vào tài khoản nào đó (*nói về séc*); **in somebody's favour** có lợi cho ai: *the court decided in his favour* tòa quyết định có lợi

cho ông ta; **without fear or favour** *x* **fear**[1].

favour[2] (*Mỹ* **favor**) /'feivə[r]/ *dgt* 1. ủng hộ, thích hơn: *of the two possible plans I favour the first* trong hai kế hoạch có thể có, tôi ủng hộ kế hoạch thứ nhất 2. thiên vị: *she always favours her youngest child [more than the others]* bà ta bao giờ cũng thiên vị cậu con út [hơn các con khác] 4. giúp cho, làm cho dễ dàng: *the wind favoured their sailing at down* gió đã giúp họ giăng buồm ra khơi lúc rạng đông 5. (*cũ*) trông giống: *you can see that he favours his father* bạn có thể thấy là nó trông giống bố nó. // **favour somebody with something** (*cũ*) làm cái gì cho ai, giúp đỡ cho ai cái gì: *I should be grateful if you would favour me with an early reply* tôi rất biết ơn ông nếu ông trả lời sớm cho.

favourable (*Mỹ* **favorable**) /'feivərəbl/ *tt* 1. tỏ ý tán thành, thuận: *a favourable answer* câu trả lời thuận 2. thuận lợi: *conditions favorable for skiing* điều kiện thuận lợi cho việc trượt tuyết; *favourable winds* gió thuận.

favourably (*Mỹ* **favorably**) /'feivərəbli/ *pht* 1. [một cách] tán thành, [một cách] thuận: *he speaks favourably of you* anh ta nói tốt về anh 2. [một cách] thuận lợi.

favourite[1] (*Mỹ* **favorite**[1]) /'feivərit/ *dt* 1. người được mến chuộng; vật được ua thích 2. **the favourite** (*thể*) đấu thủ ai cũng chắc sẽ thắng; con ngựa ai cũng chắc sẽ được cuộc.

favourite[2] (*Mỹ* **favorite**[2]) /'feivərit/ *tt* được thích nhất:

my favourite occupation công việc thích nhất của tôi; *who is your favorite writer?* ai là tác giả mà anh thích nhất?

favouritism (*Mỹ* **favoritism**) /'feivəritizəm/ *dt* thói thiên vị.

fawn[1] /fɔ:n/ *dt* 1. hươu dưới một tuổi; nai dưới một tuổi 2. màu nâu vàng nhạt: *a raincoat in fawn* chiếc áo mưa màu nâu vàng nhạt.

fawn[2] /fɔ:n/ *tt* [có màu] nâu vàng nhạt: *a fawn raincoat* chiếc áo mưa màu nâu vàng nhạt.

fawn[3] /fɔ:n/ *dgt* 1. **fawn on somebody** vẫy đuôi mừng rỡ, mừng rỡ (*chó*) 2. bợ đỡ, xu nịnh: *fawning looks* vẻ mặt xu nịnh.

fax[1] /fæks/ *dgt* đánh phắc.

fax[2] /fæks/ *dt* 1. hệ thống chuyển bằng phắc 2. bản sao gửi bằng phắc.

FBI /,efbi:'ai/ (*vt của* Federal Bureau of Investigation) Cục điều tra liên bang: *FBI agent* nhân viên Cục điều tra Liên bang.

FC (*vt của* Football Club (Anh)) Câu lạc bộ bóng đá (Anh).

FCO /,efsi:'əʊ/ (*vt của* Foreign and Commonwealth Office) văn phòng ngoại vụ và khối thịnh vượng chung (Anh) (*hợp nhất năm 1968*).

FD /ef'di:/ (*cg* **Fig Def**) (*vt của* Defender of the Faith) (*ghi trên đồng tiền Anh*) Người bảo vệ đức tin (*tiếng Latinh Fidel Defensor*).

fealty /'fi:əlti/ *dt* (*cổ*) lời thề trung thành (*đối với chúa phong kiến*).

fear[1] /fiə[r]/ *dt* 1. sự sợ 2. nỗi sợ. // **for fear of something (of doing something; for fear [that]** sợ rằng, e rằng: *we spoke in whispers for fear* *of waking the baby (for fear [that] we might wake the baby)* chúng tôi nói thì thầm sợ đứa bé thức giấc; **hold no fears (terrors) for somebody** không làm ai sợ: *hang-gliding holds no fears for her* môn tàu lượn không làm chị ta sợ; **in fear and trembling** [một cách] run sợ: *they went to the teacher in fear and trembling to tell her that they'd broken a window* chúng nó run sợ đi đến cô giáo để nói với cô rằng chúng đã đánh vỡ kính cửa sổ; **in fear of somebody (something)** trong trạng thái lo sợ: *the thief went in constant fear of discovery* tên trộm luôn luôn lo sợ bị phát hiện; **in fear of one's life** lo sợ cho tính mạng của mình; **no fear** chắc chắn là không: *"are you coming climbing?" "no fear!"* "anh có đi leo núi không?" "chắc chắn là không"; **put the fear of God into somebody** *(kng)* làm cho ai hoảng sợ; **there's not much fear of something (that...)** chưa chắc *(việc gì đó)* sẽ xảy ra: *there's not much fear of an enemy attack* chưa chắc quân địch sẽ tấn công; **without fear or favour** tỏ ra không thiên vị.

fear² /fiə[r]/ *dgt* **1.** sợ: *fear death* sợ chết; *fear illness* sợ bệnh; *never fear, everything will be all right* đừng có lo sợ, mọi việc rồi sẽ ổn thỏa thôi; *"are you going to be late? I fear so!"* "Chúng ta có bị trễ không nhỉ?" "Tôi sợ rằng thế" **2.** kính sợ: *fear God* kính sợ Chúa. // **fear for somebody/something** lo về ai (cái gì): *I fear for her safety in this weather* thời tiết thế này tôi lo cho sự an toàn của chị ta lắm.

fearful /'fiəfl/ *tt* **1.** sợ: *fearful of waking the baby* sợ làm

đứa bé thức giấc **2.** đáng sợ, khủng khiếp: *a fearful railway accident* một tai nạn tàu hỏa khủng khiếp; *what a fearful mess!* *(kng)* một sự bề bộn sao mà khủng khiếp thế!

fearfully /'fiəfəli/ *pht* **1.** [một cách] lo sợ **2.** [một cách] đáng sợ, [một cách] khủng khiếp.

fearfulness /'fiəflnis/ *dt* **1.** sự lo sợ **2.** sự đáng sợ, sự khủng khiếp.

fearless /'fiəlis/ *tt* không sợ: *fearless of the consequences* không sợ hậu quả.

fearlessly /'fiəlisli/ *pht* [một cách] không sợ.

fearlessness /'fiəlisnis/ *dt* sự không sợ, sự dũng cảm.

fearsome /'fiəsəm/ *tt* dễ sợ: *the children were a fearsome sight after their mud fight* tụi trẻ sau trận ném bùn vào nhau trông thật dễ sợ.

feasibility /,fi:zə'biləti/ *dt* tính khả thi.

feasible /'fi:zəbl/ *tt* có thể làm được, khả thi: *a feasible scheme* một kế hoạch khả thi.

feasibly /'fi:zəbli/ *pht* [một cách] khả thi.

feast¹ /fi:st/ *dt* **1.** bữa tiệc **2.** ngày lễ hội: *the feast of Christmas* lễ hội Thiên Chúa giáng sinh **3.** *(bóng)* tập họp phong phú, rừng: *a feast of colours* một rừng màu sắc.

feast² /fi:st/ *dgt* **1.** tiệc tùng: *they celebrated by feasting all day* họ tổ chức lễ kỷ niệm bằng cách tiệc tùng suốt ngày **2.** đãi tiệc: *they feasted their guests with delicacies* họ đãi khách những món cao lương mỹ vị. // **feast one's eyes [on somebody (something)]** thích thú ngắm nhìn: *she feasted her*

eyes on the beauty of the valley nàng thích thú ngắm nhìn cảnh đẹp của thung lũng.

feat /fi:t/ *dt* kỳ công: *brilliant feats of engineering* những kỳ công chói lọi của kỹ thuật.

feather /'feðə[r]/ *dt* lông (của chim), lông vũ. // **birds of a feather** x bird; **[be] a feather in one's cap** [là] niềm hãnh diện; **light as air (as a feather)** x light³; **ruffle somebody's feathers** x ruffle¹; **show the white feather** x show²; **smooth somebody's ruffled feathers** x smooth²; **you could have knocked me down with a feather** x knock².

feather-bed¹ /,feðə 'bed/ nệm nhồi lông chim.

feather-bed² /'feðəbed/ *dgt* (-dd-) giúp đỡ, tạo điều kiện thuận lợi cho: *they have been so father-bedded in the past that they can't cope with hardship now* chúng đã từng được tạo điều kiện thuận lợi nên bây giờ chúng không đương đầu được với khó khăn.

feather-brained /'feðəbreind/ *tt* ngu ngốc, đần độn.

featherweight /'feðəweit/ *dt* **1.** võ sĩ quyền Anh hạng lông **2.** *(kng)* người nhẹ cân; vật nhẹ cân **3.** *(kng)* người ít giá trị; vật ít quan trọng.

feathery /'feðəri/ *tt* **1.** nhẹ tựa lông chim **2.** làm bằng lông; trang trí bằng lông *(mũ...).*

feature¹ /'fi:tʃə[r]/ *dt* **1.** nét (mặt): *his eyes are his most striking features* đôi mắt là nét nổi bật nhất trên khuôn mặt của anh ta **2.** *(snh)* gương mặt: *a woman of handsome features* chị phụ nữ có khuôn mặt đẹp **3.** nét đặc trưng: *an interesting feature of city life* một nét đặc trưng của đời sống đô thị; *many examples and extra grammatical information are among the special features of this dictionary* nhiều ví dụ và thông tin ngoài ngữ pháp là những nét trong các nét đặc biệt của cuốn từ điển này **4.** mục đặc biệt, chương trình đặc biệt *(trên báo, tivi...)* **5.** phim trọn bộ *(trong một chương trình chiếu phim): the main feature following the cartoon* phim chính tiếp theo bộ phim hoạt hình.

feature² /'fi:tʃə[r]/ *dgt* **1.** dành vai nổi bật cho: *a film that features a new French actress* bộ phim do một diễn viên mới người Pháp đóng vai chính **2.** đóng vai trò quan trọng: *fish figured largely in the diet of these islanders* món cá là món rất phổ biến trong chế độ ăn thường ngày của những người dân xứ đảo này.

featureless /'fi:tʃəlis/ *tt* không có nét đặc biệt; không đáng chú ý.

Feb (feb *trong cách dùng thân mật) (vt của* February) tháng hai: *18 Feb, 1934* ngày 18 tháng Hai 1934.

febrile /'fi:brail/ *tt* **1.** do sốt gây ra: *a febrile cough* cơn ho do sốt gây ra **2.** bị sốt: *a febrile patient* con bệnh bị sốt.

February /'februəri, *(Mỹ* 'februeri)/ *(vt* Feb) tháng hai.

feces /'fi:si:z/ *dt (Mỹ)* x faeces.

fecal /'fi:kl/ *dt (Mỹ)* x faecal.

feckless /'feklis/ *tt (xấu)* bất tài; vô trách nhiệm.

fecklessly /'feklisli/ *pht (xấu)* [một cách] bất tài, [một cách] vô trách nhiệm.

fecklessness /'feklisnis/ *dt (xấu)* sự bất tài, sự vô trách nhiệm.

fecund /'fi:kənd, 'fekənd/ *tt* sản xuất nhiều nông phẩm; đẻ nhiều: *a fecund imagination (bóng)* trí tưởng tượng phong phú.

fecundity /fi:'kʌndəti/ *dt* sự sản xuất nhiều nông phẩm; sự đẻ nhiều.

Fed /fed/ *(Mỹ, kng)* nhân viên FBI *(Mỹ).*

fed /fed/ *qk và đttqk của* feed¹.

federal /'fedərəl/ *tt* **1.** [thuộc] liên bang: *federal unity* sự thống nhất liên bang **2.** [thuộc] chính quyền trung ương *(trong một liên bang): the Trans-Canada highway is a federal responsibility* quốc lộ xuyên Canada là thuộc trách nhiệm liên bang **3. Federal** *(Mỹ)* ủng hộ đảng liên bang trong nội chiến ở Mỹ.

Federal Bureau of Investigation *(vt* FBI) Cục điều tra liên bang *(Mỹ).*

federalism /'fedərəlizəm/ *dt* chế độ liên bang.

federalist /'fedərəlist/ *dt* người ủng hộ chế độ liên bang.

federally /'fedərəli/ *pht* do chính quyền liên bang.

federate /'fedəreit/ *dgt* **1.** thống nhất thành liên bang **2.** hợp nhất thành liên đoàn.

federation /,fedə'reiʃn/ *dt* **1.** sự thành lập liên bang; liên bang **2.** sự thành lập liên đoàn; liên đoàn.

fed up /,fed'ʌp/ *tt (vị ngữ)* (+ about, with) *(kng)* chán, mệt mỏi, phiền muộn: *what's the matter? you look pretty fed up* có chuyện gì thế? trông anh có vẻ mệt mỏi đấy; *I'm fed up with waiting for her to telephone* tôi đã chán với việc chờ cô ta gọi điện thoại.

fee /fi:/ *dt* **1.** tiền thù lao *(trả cho luật sư, bác sĩ, thầy dạy tư...)* **2.** lệ phí, nguyệt phí *(trả khi nhập hội, trả hằng tháng cho hội...)* **3.** quyền thừa kế; của thừa kế.

feeble /'fi:bl/ *tt* (-r, -st) yếu, yếu ớt: *a feeble old man* ông già yếu ớt; *a feeble cry* tiếng kêu yếu ớt; *a feeble argument* lý lẽ yếu ớt.

feeble-minded /,fi:bl'maindid/ *tt* kém trí khôn, đần.

feebleness /'fi:blnis/ *dt* sự yếu, sự yếu ớt.

feebly /'fi:bli/ *pht* [một cách] yếu ớt.

feed¹ /fi:d/ *dgt* (fed) **1.** cho ăn, nuôi ăn: *she has a large family to feed* bà ta có cả một gia đình đông con phải nuôi; *have the pigs been fed yet?* lợn đã cho ăn chưa nhỉ?; *what do you feed your dog on?* anh cho chó của anh ăn gì?; *feed oats to horses* cho ngựa ăn yến mạch **2.** ăn *(nói về súc vật hoặc nói đùa về người): the cows were feeding on hay in the barn* bò đang ăn cỏ khô trong chuồng; *have you fed up yet?* anh đã ăn chưa? **3.** cung cấp *(chất liệu cho máy);* cho vào, đổ vào, đưa vào: *the lake is fed by several small streams* con hồ được nhiều nguồn suối nhỏ cung cấp nước; *feed the fire with wood* cho thêm củi vào lửa **4.** chuyền bóng *(bóng đá...).* // **bite the hand that feeds one** x bite¹; **feed on something** được nuôi dưỡng (được củng cố thêm) nhờ vào cái gì: *hatred feeds on envy* lòng căm ghét được củng cố trên cơ sở lòng đố ky; **feed somebody up** bồi dưỡng cho ai để tăng thể lực: *you look very pale, I think you need feeding up a bit* trông anh

F

rất xanh xao, tôi nghĩ anh cần bồi dưỡng thêm một chút.

feed² /fi:d/ *dt* **1.** bữa ăn *(trẻ em, súc vật): when is the baby's next feed?* bữa ăn sau của cháu bé là vào lúc nào thế? **2.** thức ăn, cái ăn *(cho súc vật): there isn't enough feed left for the hens* cái ăn còn lại cho gà không đủ **3.** nhiên liệu *(đưa vào máy);* ống dẫn nhiên liệu vào máy: *the petrol feed is blocked* ống dẫn xăng bị tắc.

feedback /'fi:dbæk/ *dt* **1.** ý kiến phản ánh của khách hàng *(về một sản phẩm)* **2.** *(kỹ)* sự hồi tiếp.

feedbag /'fi:dbæg/ *dt (Mỹ)* *nh* noseback.

feeder /'fi:də[r]/ *dt* **1.** *(đứng sau một tt)* người ăn, cây ăn màu, súc vật ăn *(như thế nào đó): a greedy feeder* con vật phàm ăn; cây ăn tốn màu **2.** bầu sữa *(cho trẻ em)* **3.** đường nhánh **4.** thiết bị cung cấp nhiên liệu *(cho máy).*

feeding bottle /'fi:diŋbɒtl/ bầu sữa *(cho trẻ em bú).*

feel¹ /fi:l/ *dgt* **(felt) 1.** sờ, mó: *can you feel the bump on my head?* anh có sờ thấy chỗ sưng trên đầu tôi không? **2.** thấy, cảm thấy: *I felt something crawl[ing] up my arm* tôi cảm thấy có cái gì bò trên cánh tay tôi; *feel cold* thấy lạnh; *feel hungry* thấy đói; *you'll feel better after a good night's sleep* anh sẽ thấy đỡ hơn sau một đêm ngủ ngon **3.** *(không dùng ở thì tiếp diễn)* tạo cảm giác như là, tạo ấn tượng như là: *the water feels warm* nước [tạo cảm giác] như là ấm; *the wallet feels to me like leather* cái ví này tôi có cảm giác như là bằng da; *it feels like rain* trời

như muốn mưa **4.** có khả năng cảm giác: *the dead cannot feel* người chết không có khả năng cảm giác **5.** sờ soạng, dò tìm: *I had to feel about in the dark for the light switch* tôi phải sờ soạng cái công tắc điện trong bóng tối. // **feel [to somebody] as if (as though)** tạo (có) cảm giác rằng: *I feel as if I'm going to be sick* tôi có cảm giác rằng tôi sẽ ốm; *it feels to me as if we ought to go* tôi có cảm giác là chúng ta phải đi; **be (feel) called to something** x call²; **feel free** *(kng)* *(dùng để nói là đồng ý): "may I use your phone?" "feel free"* "tôi gọi nhờ điện thoại của anh tý nhé?" "xin cứ tự nhiên"; **feel one's age** cảm thấy già; cảm thấy lạc hậu: *my children's skill with computers really make me feel my age* kỹ năng sử dụng máy điện toán của tụi trẻ nhà tôi làm cho tôi thực sự cảm thấy cái già và lạc hậu của mình; **feel one's ears burning** tưởng như người khác đang nói về mình; **feel good** cảm thấy sung sướng, tin tưởng: *it makes me feel good to know you like me* tôi cảm thấy sung sướng được biết rằng anh thích tôi; **feel [it] in one's bones [that...]** linh cảm [rằng...]: *I know I'm going to fail this exam - I can feel it in my bones* tôi biết tôi sẽ thi trượt kỳ này, tôi linh cảm như vậy mà; **feel like something (doing something)** thấy muốn gì; thấy thích làm gì: *I feel like [having] a drink* tôi muốn uống một chút gì; **if you feel like it** nếu anh muốn; **feel one's oats** *(kng)* hăng hái và sôi nổi; **feel oneself** cảm thấy sung sức khỏe mạnh: *I don't quite feel myself today* hôm

nay tôi thấy không được khỏe; **feel the pinch** *(kng)* [bắt đầu] túng thiếu tiền bạc: *the high rate of unemployment is making many families feel the pinch* tỷ lệ thất nghiệp cao làm cho nhiều gia đình cảm thấy túng thiếu tiền bạc; **feel (take) somebody's pulse** bắt mạch cho ai; **feel one's way** a/ dò dẫm đường đi *(trong bóng đêm...)* b/ tiến lên một cách thận trọng: *at this early stage of the negotiations both sides were still feeling their way* trong thời gian đầu của cuộc đàm phán, cả hai bên đều còn tỏ ra thận trọng; **look (feel) small** x small¹; **make one's presence felt** x presence; **feel for somebody** có thiện cảm với ai; **feel up to (doing) something** tin rằng mình có thể có đủ khả năng để làm gì: *if you feel up to it, we could walk into town after lunch* nếu anh cảm thấy đủ sức, ta sẽ đi bộ lên phố sau bữa ăn trưa.

feel² *dt (số ít)* **1.** sự sờ mó **2.** xúc giác **3.** cảm giác khi sờ mó: *you can tell it's silk by the feel* chỉ dựa vào cảm giác khi sờ vào, anh cũng biết đấy là lụa; *the feel of a place* cảm giác về một nơi, cảm tưởng về một nơi. // **get the feel of something (of doing something)** quen với cái gì, với việc làm gì: *you have not got the feel of the gears in this car* anh vẫn chưa quen sang số chiếc xe này đâu; **have a feel for something** *(kng)* có nhạy cảm với, có khiếu làm gì: *he has a good feel for languages* anh ta có khiếu học ngoại ngữ.

feeler /'fi:lə[r]/ *dt (động)* xúc tu, tua. // **put out feelers** dò ý, thăm dò: *I'll try to put out some feelers to gauge people's reactions to* *our proposal* tôi sẽ cố gắng thăm dò để biết được phản ứng của mọi người trước đề nghị của chúng ta.

feeler gauge /'fi:ləgeidʒ/ cái đo khe.

feeling¹ /'fi:liŋ/ *dt* **1.** cảm giác: *I've lost all feeling in my legs* tôi đã mất hết cảm giác ở chân; *a feeling of hunger* cảm giác đói; *a feeling of danger* cảm giác nguy hiểm **2.** thái độ; ý kiến: *the feeling of the meeting was against the proposal* ý kiến của buổi họp là chống lại đề nghị đó **3.** cảm xúc: *he plays the piano with great feeling* anh ta chơi pi-a-nô với cảm xúc dào dạt **4.** sự thông cảm: *you have no feeling for the sufferings of others* anh không thông cảm trước những đau khổ của người khác **5.** sự phẫn nộ: *she spoke with the feeling about the high rate of unemployment* bà ta phẫn nộ nói về tỷ lệ thất nghiệp cao **6. feelings** *(snh)* tình cảm *(hơn là lý trí)*: *the speaker appealed more to the feelings of her audience than to their reason* diễn giả kêu gọi tình cảm của cử tọa nhiều hơn là nhắm vào lý trí của họ. // **bad (ill) feeling** sự bất bình: *his rapid promotion caused much bad feeling among his colleagues* sự đề bạt anh ta một cách nhanh chóng đã gây nhiều bất bình trong các đồng nghiệp của anh; **have mixed feelings about somebody (something)** *x* mixed; **no hard feelings** *x* hard¹; **one's better feelings (nature)** *x* better¹; **relieve one's feelings** *x* relieve; **spare somebody's feeling** *x* spare³.

feeling² /'fi:liŋ/ *tt* **1.** đồng cảm: *she gave him a feeling look* chị ta nhìn anh ta với

một cái nhìn đồng cảm **2.** chân thành, thành tâm: *a feeling remark* lời nhận xét chân thành.

feelingly /'fi:liŋli/ *pht* [một cách] xúc động sâu sắc: *he spoke feelingly about his dismissal* ông ta nói một xúc động sâu sắc về việc ông ta bị sa thải.

feet /fi:t/ *snh* của foot¹.

feign /fein/ *đgt* giả bộ, giả vờ: *feign illness* giả bộ ốm.

feint¹ /feint/ *dt* động tác giả *(trong quyền Anh, đấu kiếm...)*.

feint² /feint/ *đgt* đánh đòn giả.

feint³ /feint/ *tt* có đường kẻ mờ *(giấy viết)*.

feisty /'fi:sti/ *tt* (-ier; -est) *(Mỹ, kng)* **1.** hăng say, mạnh mẽ **2.** *(xấu)* hay cáu, hay gây gổ.

feldspar /'feldspɑ:[r]/ *dt* *(khoáng)* fenspat.

felicitate /fə'lisiteit/ *đgt* khen ngợi; chúc mừng: *felicitate somebody on his success* chúc mừng vì ai được thắng lợi.

felicitation /fə,lili'teiʃn/ *dt* *(thường snh)* lời khen ngợi; lời chúc mừng.

felicitous /fə'lisitəs/ *tt* khéo chọn, khôn khéo *(lời nói)*; đắt *(từ ngữ)*: *felicitous remarks* những nhận xét khôn khéo.

felicitously /fə'lisitəsli/ *pht* một cách khéo chọn; [một cách] rất đắt *(từ ngữ)*.

felicity /fə'lisəti/ *dt* **1.** hạnh phúc lớn lao **2.** phong cách *(nói và viết)* hay: *he expressed himself with a great felicity* anh ta diễn đạt ý của mình một cách rất hay.

feline¹ /'fi:lain/ *dt* thú thuộc họ mèo.

feline² /'fi:lain/ *tt* như mèo: *walk with feline grace* đi uyển chuyển như mèo.

fell¹ /fel/ *qk* của fall¹.

fell² /fel/ *dt tt* *(cổ)* ác liệt; hủy diệt. // **at one fell swoop** một cú chết ngay.

fell³ /fel/ *dt* vùng đồi đá trơ trụi *(miền bắc nước Anh)*.

fell⁴ /fel/ *đgt* **1.** đốn, chặt *(cây)* **2.** đánh ngã, hạ đo ván: *he felled his enemy with a single blow* chỉ bằng một quả đấm ông ta hạ đo ván kẻ thù.

fellow /'feləʊ/ *dt* **1.** *(nhiều khi ở dạng ghép)* bạn, đồng chí: *bedfellow* bạn đồng sàng; *fellows in misery* bạn thuở hàn vi **2.** *(thngữ)* người cùng loại: *a fellow member* người cùng hội **3.** hội viên, thành viên, *(viện nghiên cứu)*; viện sĩ: *Fellow of the Royal Academy* Viện sĩ Viện Hàn Lâm Hoàng gia **4.** thành viên ban giám hiệu *(ở một số trường)* **5.** *(Mỹ)* nghiên cứu sinh **6.** chiếc *(trong một đôi)*: *here's one of my shoes, but where's its fellow?* đây là một chiếc giày của tôi, còn chiếc nữa ở đâu nhỉ? **7.** *(kng)* thằng cha, anh chàng, gã: *he's a nice fellow* nó là một thằng cha tốt; *poor fellow* thằng cha tội nghiệp. // **be hail-fellow-well-met [with somebody]** *x* hail³.

fellow feeling /,feləʊ'fi:liŋ/ *dt* sự thông cảm, sự hiểu nhau.

fellowship /'feləʊʃip/ *dt* **1.** tình bạn, tình bằng hữu; sự giao hảo: *fellowship in misfortune* tình bạn trong lúc bất hạnh **2.** nhóm; hội; hội viên, thành viên: *admitted to fellowship* được nhận làm thành viên **3.** chức vị thành viên ban giám hiệu *(đại học)* **4.** học bổng nghiên cứu sinh.

fellow-traveller /,feləʊ'træ-vlə[r]/ *dt* **1.** người cảm tình đảng **2.** bạn đồng hành.

felon /'felən/ *dt* người phạm tội ác.

felonious /fə'ləʊniəs/ *tt* **1.** [thuộc] tội ác **2.** phạm tội ác.

felony /'feləni/ *dt* tội ác (giết người...).

felspar /'felspɑ:[r]/ *dt nh* feldspar.

felt[1] *qk và dttqk* của feel[1].

felt[2] /felt/ *dt* nỉ, phớt: *felt hats* mũ nỉ.

felt-pen /felt'pen/ *dt* (*cg* **felt-tip** /felt'tip/); **felt-tipped pen** /felttip'pen/) bút phớt.

felucca /fə'lʌkə/ *dt* tàu feluc (có mái chèo hoặc có buồm hoặc cả hai, chạy ven Địa Trung Hải).

fem (*vt* của female, feminine) giống cái; con cái.

female[1] /'fi:meil/ *tt* **1.** cái, mái: *a female dog* con chó cái; *a female flower* hoa cái; *a female plug (điện)* cái phít cái (có lỗ để cắm) **2.** nữ: *female suffrage* quyền đi bầu của nữ.

female[2] /'fi:meil/ *dt* **1.** con cái; con mái; cây [mang hoa] cái **2.** (thường xấu) người đàn bà, người phụ nữ, con mụ: *who on earth is that female he's with?* hắn đi với con mụ nào thế?

feminine[1] /'femənin/ *tt* **1.** [thuộc] [phụ] nữ, như [phụ] nữ: *a feminine voice* giọng nữ **2.** (ngôn) [thuộc] giống cái: *"lioness" is the feminine form of "lion"* "lioness" là dạng giống cái của "lion".

feminine[2] /'femənin/ *dt* (ngôn) giống cái; từ giống cái.

femininity /,femə'ninəti/ *dt* nữ tính.

feminism /'femənizəm/ *dt* **1.** thuyết nam nữ bình quyền **2.** phong trào đòi bình quyền cho nữ.

feminist /'femənist/ *dt* người ủng hộ phong trào đòi bình quyền cho nữ.

femme fatale /,fæmfə'tɑ:l/ (*snh* **femmes fatales**) người đàn bà làm say đắm, làm khổ người người đàn ông.

femora /'femərə/ *dt snh* của femur.

femoral /'femərəl/ *tt* (giải) [thuộc] đùi.

femur /'fi:mə[r]/ *dt* (*snh* **femora**) (giải) xương đùi.

fen /fen/ *dt* vùng đầm lầy. // **the Fens** (*snh*) vùng đầm lầy miền đông nước Anh.

fence[1] /fens/ *dt* hàng rào. // **come down on one side of the fence or the other** *x* side[1]; **sit on the fence** *x* sit.

fence[2] /fens/ *dgt* ngăn [bằng] rào, rào lại: *his land was fenced with barbed wire* đất của ông ta được rào bằng dây thép gai; **fence somebody (something) in** a/ vây quanh ai, rào quanh cái gì bằng hàng rào b/ hạn chế sự tự do: *she felt fenced in by domestic routine* chị ta cảm thấy bị giam hãm trong công việc thường ngày ở gia đình; **fence something off** rào lại, ngăn ra: *one end of the garden was fenced off for chickens* một đầu cuối vườn được ngăn ra để nuôi gà.

fence[3] /fens/ *dgt* **1.** đánh kiếm **2.** lảng tránh, né tránh: *stop fencing with me-answer my question* thôi đừng lảng tránh nữa, hãy trả lời câu hỏi của tôi đi.

fence[4] /fens/ *dt* người buôn của ăn cắp.

fencer /'fensə[r]/ *dt* người đánh kiếm.

fencing[1] /'fensiŋ/ *dt* vật liệu làm hàng rào (như cọc, dây thép...).

fencing[2] /'fensiŋ/ *dt* thuật đánh kiếm.

fend /fend/ *dgt* **fend for oneself** tự chăm lo cho mình, tự lo liệu cho cuộc sống của mình: *it's time you left home and learnt to fend for yourself* đã đến lúc anh rời khỏi gia đình và học cách tự lo liệu cho cuộc sống của mình; **fend something (somebody) off** chống lại, đánh trả: *fend off a blow* chống đỡ cú đấm, gạt được cú đấm.

fender /'fendə[r]/ *dt* **1.** tấm chắn lửa (ở lò sưởi) **2.** đệm giảm sóc (ở thành tàu) **3.** cái chắn bùn (Mỹ, ở xe đạp; Anh, ở bánh xe ô tô).

fennel /'fenl/ *dt* (thực) cây tiêu hồi.

feral /'fiərəl, (Mỹ 'ferəl)/ *tt* hoang dã, hoang (động vật): *feral cats* mèo hoang.

ferment[1] /fə'ment/ *dgt* **1.** [làm] lên men: *cider is fermented apple juice* rượu táo là nước táo đã lên men **2.** [làm] náo động, [làm] sôi sục: *his speeches fermented trouble among the work force* những bài nói của ông ta đã làm náo động công nhân nhà máy.

ferment[2] /'fɜ:ment/ *dt* **1.** men **2.** (bóng) sự xôn xao, sự náo động: *the country was in a [state of] ferment* cả nước ở trong tình trạng náo động.

fermentation /,fɜ:men'teiʃn/ *dt* sự lên men.

fern /fɜ:n/ *dt* (thực) dương xỉ.

ferny /'fɜ:ni/ *tt* mọc đầy dương xỉ.

ferocious /fə'rəʊʃəs/ *tt* hung dữ, dữ tợn, tàn bạo: *a ferocious beast* con thú hung

F

dữ; *a ferocious campaign against us on the press* một cuộc vận động dữ dội chống chúng tôi trên báo chí.

ferociously /fə'rəʊʃəsli/ *pht* [một cách] hung dữ, [một cách] dữ tợn, [một cách] tàn bạo.

ferocity /fə'rɒsəti/ *dt* sự hung dữ, sự dữ tợn, sự tàn bạo.

ferret¹ /'ferit/ *dt (động)* chồn sương.

ferret² /'ferit/ *dgt* **1.** đi săn *(thỏ...)* bằng chồn sương **2.** (+ about, for) *(kng)* săn lùng, lục tìm: *I spent the day ferreting [about] in the attic for old photographs* tôi lục tìm cả ngày trên gác thượng để kiếm những bức ảnh cũ; **ferret something out** *(kng)* khám phá ra, tìm ra: *ferret out a secret* khám phá ra một bí mật; *ferret out the truth* tìm ra sự thật.

Ferris wheel /'feriswi:l, (Mỹ 'feris hwi:l)/ vòng đu quay.

ferroconcrete /,ferəʊ'kɒn-kri:t/ *dt (cg* **reinforced concrete)** bê tông cốt thép.

ferrous /'ferəs/ *tt (hóa)* **1.** có chứa sắt **2.** [thuộc] sắt II.

ferrule /'feru:l, (Mỹ 'ferəl)/ *dt* đầu bịt *(ở gậy, ô...).*

ferry¹ /'feri/ *dt* **1.** phà: *you can cross the river by ferry* anh ta có thể đi phà qua sông **2.** bến phà: *we waited at the ferry for two hours* chúng tôi đã đợi hai tiếng ở bến phà.

ferry² /'feri/ *dgt* **(ferried)** chở [như là] bằng phà: *the boatman ferried them across the river* người chèo thuyền chở họ qua sông; *every day I ferry the children to and from school in my car* mỗi ngày tôi chở tụi trẻ đến trường và từ trường về nhà bằng chiếc xe hơi của tôi.

ferryboat /'feribəʊt/ *dt* phà.

ferryman /'ferimən/ *dt* người chở phà.

fertile /'fɜ:tail, (Mỹ 'fɜ:rtl)/ *tt* **1.** màu mỡ, phì nhiêu *(đất)* **2.** cho thu hoạch cao *(cây ăn quả, vật nuôi)* **3.** đã thụ tinh *(trứng)* **4.** phong phú: *have a fertile imagination* có trí tưởng tượng phong phú.

fertility /fə'tiləti/ *dt* **1.** sự màu mỡ, sự phì nhiêu *(của đất)* **2.** khả năng sinh sản cao *(của động thực vật)* **3.** sự phong phú: *great fertility of mind* đầu óc có sức sáng tạo phong phú.

fertilization, fertilisation /,fɜ:təlai'zeiʃn, (Mỹ ,fɜ:tələ-'zeiʃn)/ **1.** sự thụ tinh **2.** sự làm cho *(đất)* màu mỡ; sự bón phân.

fertilize, fertilise /'fɜ:təlaiz/ *dgt* **1.** thụ tinh **2.** làm cho *(đất)* màu mỡ; bón phân.

fertilizer, fertiliser /'fɜ:tə-laizə[r]/ *dt* phân bón.

fervent /'fɜ:vənt/ *tt (cg* **fervid)** nồng nhiệt, tha thiết; sôi sục: *fervent love* tình yêu tha thiết; *a fervent admirer* người hâm mộ nồng nhiệt; *fervent hatred* lòng căm thù sôi sục.

fervently /'fɜ:vəntli/ *pht* [một cách] nồng nhiệt, [một cách] tha thiết, [một cách] sôi sục: *he fervently begged us not to go* anh ta tha thiết khẩn cầu chúng tôi đừng đi.

fervid /'fɜ:vid/ *tt nh* fervent.

fervidly /'fɜ:vidli/ *pht nh* fervently.

fervour (Mỹ **fervor)** /'fɜ:və[r]/ *dt* sự thiệt tình, sự sôi nổi: *speak with great fervour* nói rất nhiệt tình.

festal /'festl/ *tt* **1.** [thuộc] lễ hội **2.** vui vẻ, rộn ràng.

fester /'festə[r]/ *dgt* **1.** mưng mủ *(vết thương)* **2.** *(bóng)* day dứt: *the resentment festered in his mind* sự tức tối day dứt trong tâm trí anh ta.

festival /'festivl/ *dt* **1.** lễ hội: *Christmas and Easter are Christian festivals* lễ Giáng sinh và lễ Phục sinh là những ngày lễ hội của người Công giáo **2.** đại hội liên hoan: *jazz festival* đại hội liên hoan nhạc jazz.

festive /'festiv/ *tt* **1.** hợp với lễ hội; như lễ hội: *the festive season* mùa lễ hội (tức mùa Giáng sinh) **2.** vui vẻ.

festivity /fe'stivəti/ *dt* **1.** hội hè đình đám: *the royal wedding was an occasion of great festivity* đám cưới trong hoàng gia là một dịp hội hè đình đám lớn **2.** **festivities** *(snh)* lễ: *wedding festivities* lễ cưới.

festoon¹ /fe'stu:n/ *dt* tràng hoa lá *(để trang trí).*

festoon² /fe'stu:n/ *dgt* trang trí bằng tràng hoa lá.

fetal /'fi:tl/ *tt (Mỹ)* nh foetal.

fetch /fetʃ/ *dgt* **1.** tìm về, đem về: *fetch a doctor at once* đi tìm bác sĩ ngay; *please fetch the children from school* làm ơn đi đón tụi trẻ ở trường về hộ **2.** *(cũ)* làm trào ra, làm chảy ra: *fetch tears to the eyes* làm trào *(ứa)* nước mắt; *fetch a deep sigh* phát ra một tiếng thở dài **3.** được bán với giá là *(nói về hàng hóa)*: *the picture should fetch £2,000 at auction* bức tranh này bán đấu giá được đến 2.000 bảng đấy **4.** *(kng)* đấm, thụi, thoi: *fetch somebody a blow* thụi ai một quả. // **fetch and carry [for somebody]** phục dịch ai: *he expects his daughter to fetch and carry for him all day* ông ta hy vọng cô con gái ông sẽ phục dịch ông suốt ngày; **fetch up** *(kng)* đến *(noi nào đó mà không định trước): I feel asleep on the train and fetched up in Glasgow* ngồi trên tàu tôi buồn ngủ và tàu đến tận Glasgow.

fetching /'fetʃɪŋ/ *tt (cũ)* khêu gợi; hấp dẫn: *a fetching smile* nụ cười khêu gợi; *you look very fetching in that hat* chị đội chiếc mũ đó trông rất hấp dẫn.

fetchingly /'fetʃɪŋli/ *pht* [một cách] khêu gợi, [một cách] hấp dẫn.

fête¹ /feit/ *dt* ngày hội: *the school (village) fête* ngày hội trường, ngày hội làng.

fête² /feit/ *dgt* tiếp đón tưng bừng; tiếp đãi, khoản đãi: *the queen was fêted wherever she went* nữ hoàng đến đâu cũng được tiếp đón tưng bừng.

fetid /'fetid, 'fi:tid/ *tt* thối, hôi hám: *the fetid odour of the decomposing corpses* mùi hôi thối của các xác chết thối rữa.

fetish /'fetɪʃ/ *dt* 1. vật thần; vật thờ 2. điều tôn sùng quá đáng: *make a fetish of clothes* tôn sùng quá đáng cách ăn mặc 3. vật kích dục *(kích thích tình dục): women's underclothes are a common fetish* quần áo lót của phụ nữ là một thức vật kích dục thông thường.

fetishism /'fetɪʃɪzəm/ *dt* 1. bái vật giáo 2. thói kích dục: *magazines which cater to fetishism in men* tạp chí mua vui cho đàn ông có thói chuộng vật kích dục.

fetishist /'fetɪʃɪst/ *dt* 1. người theo bái vật giáo 2. người chuộng vật kích dục.

fetlock /'fetlɒk/ *dt* túm lông mắt cá *(ở chân ngựa).*

fetter¹ /'fetə[r]/ *dt (thường snh)* 1. cái cùm 2. *(bóng)* gông cùm, xiềng xích: *the fetters of poverty* gông cùm của cảnh nghèo, tù túng của cảnh nghèo.

fetter² /'fetə[r]/ *dgt* 1. cùm chân *(ai)* 2. trói buộc, cản trở: *I hate being fettered by petty rules and regulations* tôi ghét bị trói buộc bởi những luật lệ và quy tắc vụn vặt.

fettle /'fetl/ *dt* in fine (good,...) fettle sung sức; hào hứng: *the team are all in excellent fettle* cả đội đều rất sung sức.

fetus /'fi:təs/ *dt (Mỹ)* nh foetus.

feud¹ /fju:d/ *dt* mối hận thù, mối cừu hận: *be at deadly feud with someone* mang mối tử thù với ai.

feud² /fju:d/ *dgt* (+ with) mang mối cừu hận với *(ai): the two tribes are always feuding [with each other]* hai bộ lạc này luôn luôn hận thù nhau.

feudal /'fju:dl/ *tt* phong kiến: *feudal system* chế độ phong kiến.

feudalism /'fju:dəlizəm/ *dt* chế độ phong kiến.

feudalistic /ˌfju:də'listik/ *tt* phong kiến.

fever /'fi:və[r]/ *dt* 1. sốt: *he has a high fever* nó sốt cao 2. bệnh [gây] sốt: *typhoid fever* sốt thương hàn 3. *(bóng)* cơn sốt, sự bồn chồn kích động: *he was in a fever of impatience waiting for her to come* anh ta bồn chồn sốt ruột mong chờ nàng đến. // **at (to) fever pitch** tới mức kích động cao độ: *the speaker brought the crowd to fever pitch* diễn giả làm cho đám đông bị kích động cao độ.

fevered /'fi:vəd/ *tt* 1. sốt; lên cơn sốt 2. bồn chồn kích động: *a fevered imagination* trí tưởng tượng bồn chồn kích động.

feverish /'fi:vərɪʃ/ *tt* 1. sốt; do sốt; có sốt kèm theo: *the child's body felt feverish* thân thể đứa bé bị sốt; *during her illness she had feverish dreams* trong khi ốm chị ta có những lúc mê sảng do sốt 2. bị kích động, bồn chồn: *with feverish haste* bồn chồn vội vã.

feverishly /'fi:vərɪʃli/ *pht* [một cách] bồn chồn, [một cách] cuống cuồng: *searching feverishly for her missing jewels* cuống cuồng tìm các đồ nữ trang bị mất.

few /fju:/ *dht, tt, dt, dt* (-er; -est) ít, vài: *few people live to be 100* ít người sống đến 100 tuổi; *a man of few words* một người ít lời; *the few houses we have seen are in terrible conditions* vài ngôi nhà mà chúng tôi đã xem đều ở trong tình trạng khủng khiếp; *of the 150 passengers few escaped injury* trong số 150 hành khách có vài người không bị thương; *few of us still be alive in the year 2050* ít ai trong chúng ta còn sống đến năm 2050. // **a few** một số ít, vài: *a few days ago* cách đây vài ngày; *a few more* nhiều thêm một chút; **the few** thiểu số, số ít; **few and far between** thất thường, lúc có lúc không: *the buses to our village are few and far between* xe buýt chạy đến làng chúng tôi lúc có lúc không; **a good few; not a few** một số đáng kể; **have a few** đã uống vài chén, đã ngà ngà say.

fey /fei/ *tt* 1. *(scot)* có cảm giác sắp chết; có khả năng tiên đoán tai họa **2.** có sức mê hoặc kỳ lạ **3.** phù phiếm *(người, hành động)*.

feyness /'feinis/ *dt* **1.** khả năng tiên đoán tai họa **2.** sức mê hoặc **3.** tính phù phiếm.

fez /fez/ *dt (snh* **fezzes**) mũ đuôi seo *(của người Thổ Nhĩ Kỳ)*.

ff *vt* **1.** *(vt của* and the following) và những trang (dòng) tiếp theo **2.** *(vt của* tiếng *Ý* fortissimo) *(nhạc)* cực mạnh.

fiancé (*c* **fiancée**) /fi'ɒnsei, *(Mỹ* fi:ɒn'sei)/ chồng chưa cưới *(c* vợ chưa cưới).

fiasco /fi'æskəʊ/ *dt snh* **fiascos**, *(Mỹ*, **fiascoes**) sự thất bại hoàn toàn: *the party was a total fiasco because the wrong date was given on the invitations* buổi liên hoan là một thất bại hoàn toàn do giấy mời đề sai ngày tháng.

fiat /'faiæt, *(Mỹ* 'fi:ət)/ *dt* sắc lệnh; lệnh: *the matter was settled by presidential fiat* vấn đề đó đã được giải quyết bằng sắc lệnh của chủ tịch nước.

fib[1] /fib/ *dt (kng)* lời nói không thật *(nhất là về những chuyện không quan trọng)*, chuyện bịa: *stop telling such fibs!* thôi đừng có bịa những chuyện ngớ ngẩn như thế nữa!

fib[2] /fib/ *dgt* bịa chuyện: *stop fibbing!* thôi đừng có bịa chuyện nữa!

fibber /'fibə[r]/ *dt* người bịa chuyện.

fibre (*Mỹ* fiber) /'faibə[r]/ *dt* **1.** sợi, thớ: *a cotton fibre* sợi bông; *a wood fibre* thớ gỗ; *material of coarse fibre* vải [dệt bằng] sợi thô **2.** tính tình: *a man of coarse fibre* người tính tình thô lỗ.

fibreboard (*Mỹ* **fiberboard**) /'faibəbɔ:[r]d/ *dt* tấm sợi gỗ ép *(dùng trong xây dựng)*.

fibreglass (*Mỹ* **fiberglass**) /'faibəglɑ:s/ *dt (cg* **glass fibre**) sợi thủy tinh *(dùng làm thuyền nhỏ hay để ngăn nhiệt vào nhà)*.

fibre optics (*Mỹ* **fiber optics**) /,faibə'ɒptiks/ sợi *(thủy tinh hoặc chất nhựa)* truyền tín hiệu.

fibrosis /fai'brəʊsis/ *dt (y)* sự xơ hóa.

fibrositis /,faibrə'saitis/ *dt (y)* chứng viêm xơ.

fibula /'fibjʊlə/ *dt (snh* **fibulae** /'fibjʊli:/) *(giải)* xương mác.

fickle /'fikl/ *tt* hay thay đổi, không kiên định: *a fickle lover* người yêu không kiên định.

fickleness /'fiklnis/ *dt* tính hay thay đổi, tính thất thường: *the fickleness of the English climate* tính thất thường của khí hậu nước Anh.

fiction /'fikʃn/ *dt* **1.** văn hư cấu **2.** điều hư cấu.

fictional /'fikʃənl/ *tt* hư cấu: *fictional characters* những nhân vật hư cấu.

fictionalize, fictionalise /'fikʃənəlaiz/ *dgt* hư cấu hóa.

fictitious /fik'tiʃəs/ *tt* hư cấu, không có thật: *his account of the incident was totally fictitious* bài tường thuật của anh ta về việc xảy ra là hoàn toàn hư cấu.

Fid Def /,fid'def/ *vt x* FD.

fiddle[1] /'fidl/ *dt* **1.** *(kng)* đàn vi-ô-lông **2.** *(lóng)* điều bịp bợm: *it's all a fiddle!* toàn là chuyện bịp bợm. // **be on the fiddle** *(lóng)* hành động bất hợp pháp; hành động không lương thiện; **[as] fit as a fiddle** *x* fit[1]; **play second fiddle to [somebody (some-**

thing)] bị coi là kém quan trọng hơn *(ai, việc gì)*: *his family has had to play second fiddle to his political career* đối với ông ta, gia đình kém quan trọng hơn sự nghiệp chính trị.

fiddle[2] /'fidl/ *dgt* **1.** chơi đàn vi-ô-lông: *he learned to fiddle as a young boy* anh ta học chơi đàn pi-a-nô khi còn ít tuổi **2.** (+ about, around) chơi rong: *stop fidding [about] and do some work* thôi đừng rong chơi nữa mà làm việc gì đi nào **3. fiddle with something** nghịch vớ vẩn trong tay: *she fiddled with his watch so much that it broke* cô ta nghịch chiếc đồng hồ trong tay thành ra đánh vỡ nó **4.** *(kng)* giả mạo; lừa đảo, gian lận: *he fiddled a free ticket for the match* nó đã làm giả một chiếc vé vào cửa không mất tiền để xem trận đấu.

fiddler /'fidlə[r]/ *dt* **1.** người chơi đàn vi-ô-lông **2.** kẻ lừa đảo.

fiddlesticks /'fidlstiks/ *tht (cũ)* vớ vẩn!

fiddling /'fidliŋ/ *tt (kng)* nhỏ mọn, không quan trọng.

fiddly /'fidli/ *tt (kng)* khó làm; khó sử dụng: *this tin-opener is awfully fiddly* cái mở đồ hộp này khó dùng quá.

fidelity /fi'deləti, *(Mỹ* fai-'deləti)/ *dt* sự trung thành; sự trung thực: *fidelity to one's leader* sự trung thành với lãnh tụ; *fidelity to the text of the play* sự trung thành với kịch bản; *a high fidelity recording* sự ghi âm với độ trung thực cao.

fidget[1] /'fidʒit/ *dgt* cựa quậy sốt ruột: *stop fidgeting* thôi đừng có cựa quậy sốt ruột nữa; *hurry up, your father is beginning to fidget* nhanh lên, bố mày đã bắt đầu sốt ruột rồi đấy.

fidget² /'fidʒit/ *dt* **1.** người hay cựa quậy sốt ruột: *you're such a fidget!* mày cựa quậy sốt ruột dữ thế! **2. the fidgets** động tác cựa quậy sốt ruột: *I always get the fidgets during long meetings* tôi bao giờ cũng cựa quậy sốt ruột trong những cuộc họp kéo dài.

fidgety /'fidʒiti/ *tt* hay cựa quậy sốt ruột.

field¹ /fi:ld/ *dt* **1.** đồng, cánh đồng: *a fine field of wheat* một cánh đồng lúa mì xanh tốt **2.** *(thường trong từ ghép)* vùng, dải: *an ice-field* dải băng *(quanh Bắc Cực)*, băng nguyên **3.** sân bóng: *a baseball field* sân bóng chày **4.** *(thường trong từ ghép)* khu: *coal-fields* những khu mỏ than; *the field of battle (battlefield)* chiến trường, trận địa **5.** lĩnh vực: *in the field of politics (sciences)* trong lĩnh vực chính trị (khoa học) **6.** *(lý)* trường: *a magnetic field* từ trường **7.** tầm: *a gun with a good field of fire* khẩu súng có tầm bắn xa **8.** số người thi đấu, số người tranh tài *(về thể thao)*: *the field includes three world records holders* trong số người thi đấu có ba vận động viên hiện giữ kỷ lục thế giới **9.** *(thể)* hàng phòng ngự *(bóng chày, cricket)*. // **hold the field [against somebody (something)]** vẫn giữ vị trí độc tôn: *Einstein's ideas on physics have held the field for years* quan điểm về vật lý của Einstein vẫn giữ vị trí độc tôn hàng nhiều năm nay; **play the field** *(Mỹ, kng)* tránh né; **take the field** a/ xung trận; b/ *(thể)* ra sân.

field² /fi:ld/ *dgt* **1.** *(choi bóng chày và cricket)* chặn [bóng]:

he fields well anh ta chặn bóng hay; *she fielded the ball* chị ta chặn bóng **2.** *(bóng chày, cricket)* ở trong đội đến lượt chặn bóng **3.** *(bóng)* trả lời một cách tài tình: *the Minister had to field some tricky questions from the reporters* ông bộ trưởng phải trả lời một số câu hỏi lắc léo của các phóng viên nhà báo.

field-day /'fi:lddei/ *dt* **1.** ngày thao diễn **2.** thời gian sôi động xôn xao: *whenever there's government scandal, the newspaper has a field-day* mỗi khi có bê bối trong chính phủ là báo chí có dịp sôi động xôn xao **3.** *(Mỹ)* a/ ngày thể thao *(ở trường học)* b/ ngày nghiên cứu khoa học ngoài trời.

fielder /'fi:ldə[r]/ *dt nh* fieldsman.

field-events /'fi:ld i,vents/ *dt snh* môn điền kinh trên sân bãi *(như nhảy cao, ném đĩa...)*.

field-glasses /'fi:ld,glɑ:siz/ *dt* ống nhòm.

field hockey /'fil:d,hɒki/ *(Mỹ)* *nh* hockey.

Field Marshal /,fil:d'mɑ:ʃl/ *dt* *(quân)* đại nguyên soái *(Anh)*.

field officer /'fil:d,ɒfisə[r]/ *dt* sĩ quan cấp tá.

fieldsman /'fi:ldsmən/ *dt* *(snh* **fieldsmen** /'fi:ldsmən/ cầu thủ chặn bóng *(cricket...)*.

field sports /,fi:ldspɔ:t/ các môn thể thao ngoài trời *(như săn bắn, câu cá...)*.

field-test¹ /'fi:ldtest/ *dgt* thử nghiệm, kiểm lại: *the equipment has all been field-tested* trang bị đã được kiểm lại toàn bộ.

field-test² /'fi:ldtest/ *dt* sự thử nghiệm, sự kiểm tra lại.

field-work /'fi:ldwɜ:k/ *dt* **1.** sự khảo sát điền dã **2.** công sự tạm thời.

field-worker /'fi:ld ,wɜ:kə[r]/ người khảo sát điền dã.

fiend /fi:nd/ *dt* **1.** ma quỷ, quỷ: *the fiends of hell* quỷ sứ địa ngục **2.** người độc ác; người quái ác: *stop teasing her, you little fiend!* đừng chọc con bé nữa, đồ quái ác **3.** *(kng)* người thích: *a fresh-air fiend* người thích không khí mát mẻ.

fiendish /'fi:ndiʃ/ *tt* **1.** độc ác, hung dữ: *a fiendish temper* tính khí độc ác **2.** *(kng)* khôn khéo: *a fiendish plan* một kế hoạch khôn khéo **3.** *(kng)* khó chịu; khó khăn: *fiendish weather* thời tiết khó chịu; *a fiendish problem* một vấn đề khó khăn.

fiendishly /'fi:ndiʃli/ *pht* *(kng)* cực kỳ: *it's fiendishly cold outside* trời bên ngoài cực kỳ lạnh.

fierce /fiəs/ *tt* (-r, st) **1.** hung dữ, dữ tợn: *a fierce dog* con chó dữ **2.** dữ dội, mãnh liệt; gay gắt: *a fierce storm* cơn bão dữ dội; *a fierce desire* lòng ham muốn mãnh liệt; *his plan met with fierce opposition* kế hoạch của ông ta bị phản đối gay gắt.

fiercely /'fiəsli/ *pht* **1.** [một cách] hung dữ, [một cách] dữ tợn **2.** [một cách] dữ dội, [một cách] mãnh liệt; [một cách] gay gắt.

fierceness /'fiəsnis/ *dt* **1.** sự hung dữ, sự dữ tợn **2.** sự dữ dội, sự mãnh liệt; sự gay gắt.

fierily /'faiərili/ *pht* **1.** như lửa, như bốc lửa **2.** [một cách] cay nồng **3.** [một cách] dễ cáu, [một cách] dễ nổi giận **4.** [một cách] nhiệt tình [một cách] sôi nổi, [một cách] hăng hái.

F

fieriness /'faiərinis/ 1. vẻ như lửa, vẻ như bốc lửa 2. sự cay nồng 3. sự dễ cáu, sự dễ nổi giận 4. sự nhiệt tình, sự sôi nổi; sự hăng hái.

fiery /'faiəri/ tt 1. như lửa; bốc lửa: *fiery red hair* tóc đỏ như lửa; *fiery eyes* đôi mắt nảy lửa 2. cay nồng: *fiery liquor* rượu cay nồng 3. dễ cáu, dễ nổi giận (người, tính nết): *a fiery temper* tính khí dễ cáu 4. nhiệt tình, sôi nổi, hăng: *a fiery speech* bài nói sôi nổi; *a fiery horse* con ngựa hăng.

fiesta /fi'estə/ dt 1. lễ hội tôn giáo (ở các nước nói tiếng Tây Ban Nha) 2. ngày lễ, ngày hội.

FIFA /'fi:fə/ (vt của tiếng Pháp Fédération Internationale de Football Association) Liên đoàn bóng đá quốc tế.

fife /faif/ dt ống sáo gỗ (trong các đội quân nhạc): *a fife and drum band* băng nhạc sáo trống.

fifteen¹ /,fif'ti:n/ dt, dht mười lăm.

fifteen² /,fif'ti:n/ dt 1. con số mười lăm 2. đội bóng bầu dục (mười lăm người).

fifteenth¹ /,fif'ti:nθ/ dt, dht thứ mười lăm.

fifteenth² /,fif'ti:nθ/ dt một phần mười lăm.

fifth¹ /fifθ/ dt, dht thứ năm.

fifth² /fifθ/ dt một phần năm.

a fifth column /,fifθ'kɒləm/ đội quân thứ năm.

fifthly /'fifθli/ pht năm là.

fiftieth¹ /'fiftiəθ/ dt, dht thứ năm mươi.

fiftieth² /'fiftiəθ/ dt một phần năm mươi.

fifty¹ /'fifti/ dt, dht năm mươi.

fifty² /'fifti/ dt 1. con số năm mươi 2. the fifties số, năm, nhiệt độ trên năm mươi (từ 50 đến 59). // in one's fifties ở tuổi trên 50 (cho đến 59).

fifty-fifty /,fifti'fifti/ tt, pht (kng) chia đôi; ngang nhau: *a fifty-fifty chance of winning* cơ may chiến thắng ngang nhau; *we went fifty-fifty on dinner* chúng tôi đi ăn tối với nhau, mỗi người trả một nửa.

fifty pence /,fifti'pens/ (cg **fifty p, 50 p**) (Anh) đồng năm mươi xu.

fig¹ /fig/ 5. 1. quả sung 2. (cg **fig-tree**) cây sung. // not care (give) a fig [for somebody (something)] không coi là quan trọng, không coi là có giá trị, cóc cần: *I don't care a fig what others think of me* tớ cóc cần những gì người khác nghĩ về tớ.

fig² vt 1. (vt của figurative) bóng (nghĩa) 2. (vt của figure) hình, hình minh họa.

fight¹ /fait/ dgt 1. đấu tranh, chiến đấu; đánh nhau: *soldiers training to fight* quân lính tập chiến đấu; *do stop fighting, boys!* thôi tụi nhóc, đừng đánh nhau nữa!; *we must fight the enemy* chúng ta phải đánh lại quân thù; *the boxer has fought many opponents* tay võ sĩ quyền Anh đã đấu với nhiều đối thủ 2. tham gia, tiến hành (một cuộc chiến tranh...): *fight a war* tham gia cuộc chiến tranh, tham chiến; *the government has to fight several by-elections in the coming month* chính phủ phải tiến hành một số cuộc bầu cử bổ sung trong tháng tới 3. (+ against) đấu tranh chống, dẹp tan, ngăn cản: *fight [against] poverty (oppression)* đấu tranh chống nghèo khổ (áp

bức); *fight a fire* dập tắt đám cháy 4. giành được, đấu tranh được: *we had to fight [our way] through the crowded streets* chúng tôi phải len qua những đường phố đông đúc; *they fought the bill through Parliament* họ đấu tranh thông qua được dự luật ở nghị viện 5. (+ about, over) cãi cọ, tranh cãi: *it's a trivial matter and not worth fighting about* đó là một vấn đề không quan trọng, không đáng tranh cãi. // **fight like a tiger** tấn công quyết liệt, chống trả quyết liệt: *she fought like a tiger to get what she wanted* chị ta tấn công quyết liệt để được cái chị ta muốn; **fight a losing battle [against something]** đấu tranh không hy vọng thành đạt được việc gì (không ngăn cản được cái gì): *anyone who tries to resist the spread of new technology is fighting a losing battle* ai mà chống lại sự lan truyền của công nghệ mới là dấn thân vào một cuộc thất bại trong thấy; **fight shy of somebody (something)** né tránh: *he was unhappy in his job for years but always fought shy of telling his boss* hàng mấy năm anh ta không thích thú gì công việc của mình nhưng vẫn tránh né không dám nói với chủ; **fight to the finish** đấu tranh đến cùng; **fighting talk (words)** lời thách thức biểu lộ quyết tâm đấu tranh; **live like fighting cocks** x live²; **fight back** đánh lại, đánh trả lại: *don't let them bully you. Fight back!* đừng để chúng bắt nạt mày, đánh trả lại đi!; **fight something back (down)** kiềm chế: *fighting back tears* cầm nước mắt; **fight for something** đấu tranh cho: *fight for independence* đấu tranh cho độc lập; **fight somebody (something) off** đánh lui, đẩy lui: *fight off repeated enemy attacks* đẩy lui những đợt tấn công liên tiếp của quân địch; **fight something out** giải quyết *(một tranh. chấp...)* bằng đấu tranh (bằng đánh nhau): *I can't help them to resolve their quarrel - they must fight it out between them* tôi không thể giúp họ giải quyết vụ cãi lộn được, họ phải tự giải quyết với nhau thôi.

fight² /fait/ *dt* **1.** sự đấu tranh, sự chiến đấu; trận đánh nhau, trận đấu: *the fight against poverty* sự chiến đấu chống nghèo đói; *a prize fight* trận đấu giật giải *(như quyền Anh...)* **2.** ý chí chiến đấu, khả năng chiến đấu; quyết tâm: *in spite of many defeats, they still had plenty of fight left in them* mặc dù nhiều lần thất bại, họ hãy còn nhiều ý chí chiến đấu. // **a fight to the finish** cuộc chiến đấu đến cùng; **pick a fight (quarrel)** x pick³; **put up a good (poor...) fight** chiến đấu dũng cảm (không dũng cảm) và quyết tâm (không quyết tâm).

fighter /'faitə[r]/ *dt* **1.** chiến sĩ, chiến binh; đấu thủ *(thể thao)* **2.** máy bay tiêm kích.

fighting /'faitiŋ/ *dt* **1.** sự đấu tranh, sự chiến đấu **2.** cuộc đấu, cuộc chiến đấu.

fighting chance /,faitiŋ 'tʃɑːns/ cơ may thành công nếu cố gắng lớn.

fig-leaf /'figliːf/ *dt* lá sung *(dùng để che bộ phận sinh dục trong các tranh tượng)*.

figment /'figmənt/ *dt* điều tưởng tượng: *a figment of somebody's imagination* điều tưởng tượng của ai đó.

figurative /'figərətiv/ *tt (vt fig)* bóng: *in a figurative sense* theo nghĩa bóng.

figuratively /'figərətivli/ *pht* theo nghĩa bóng.

figure¹ /'figə[r], (Mỹ 'figjər)/ *dt* **1.** con số: *write the figure "7" for me* viết con số 7 cho tôi xem nào; *he has an income of six figures (a six-figure income)* anh ta có mức thu nhập tới 6 con số *(tức là 100.000 bảng trở lên)* **2.** *(thường số ít)* số tiền, giá: *we bought the house at a high figure* chúng tôi mua căn nhà với giá cao **3.** hình vẽ, hình; hình hình học: *the figure on page 22 shows a political map of Africa* hình ở trang 22 cho thấy bản đồ chính trị của Châu Phi; *the central figure in the painting is the artist's daughter* hình ở giữa bức tranh là hình con gái họa sĩ **4.** hình múa *(trong trượt băng...)* **5.** vóc dáng: *I'm dieting to keep my figure* tôi ăn theo chế độ để giữ vóc dáng đẹp; *I saw a figure approaching in the darkness* tôi thấy một hình dáng người tiến lại trong bóng tối **6.** nhân vật: *he was once a leading figure in the community, but now he has become a figure of fun* có lúc ông ta là một nhân vật lãnh đạo trong cộng đồng, nhưng nay đã trở thành một trò đùa cho thiên hạ **7.** **figures** *(snh)* số học: *are you good at figures"* anh có giỏi số học không? // **cut a fine (poor, sorry...) figure** có bề ngoài đẹp (xấu...); **facts and figures** x fact; **put a figure on something** nêu giá; nói rõ con số: *it's impossible to put a figure on the number of homeless after the flood* không thể nói rõ con số những người không nhà cửa sau trận lụt; **in round figures**

(numbers) *x* round¹; **single figures** *x* single¹.

figure² /'figə[r], (Mỹ 'figjər)/ *dgt* **1.** được nói đến, xuất hiện: *a character that figures in many of her novels* một nhân vật xuất hiện trong nhiều tiểu thuyết của bà ta **2.** *(Mỹ)* nghĩ; tính: *I figured [that] you wouldn't come* tôi cứ nghĩ là anh không đến; *it's what I figured* đó là điều tôi đã tính đến **3.** *(dùng với it hoặc that)* có thể hiểu được, dễ hiểu: *"John is not here today", "that figures, he looked very unwell yesterday"* "hôm nay John không đến đây", "cũng dễ hiểu thôi, hôm qua trông cậu ta không được khỏe lắm".

figure something in *(Mỹ)* tính gộp vào: *have you figured in the cost of food for our holiday?* em đã tính gộp cả chi phí của chúng ta nhân kỳ nghỉ chưa?; **figure on something** dự tính, tính: *I figure on being in New York in January* tôi tính là sẽ có mặt ở Nữu Ước trong tháng Giêng; **figure somebody (something) out** a/ hiểu ra, nghĩ ra: *I've never been able to figure him out* tôi chưa bao giờ hiểu nổi anh ta; *have you figured out what's wrong with your car?* anh đã hiểu ra xe của anh hỏng ở chỗ nào không? b/ tính toán ra: *have you figured out how much the holiday will cost?* anh đã tính toán kỳ nghỉ sẽ tốn bao nhiêu chưa?

figure-head /'figəhed, (Mỹ 'figjərhed)/ *dt* **1.** tượng nữ bán thân gắn ở mũi tàu thuyền **2.** *(bóng)* bù nhìn: *the President is just a figure-head, it's the party leader who has the real power* tổng thống chỉ là bù nhìn, lãnh tụ đảng mới là người có thực quyền.

figure of eight /ˌfigəəv'eit/ (*Mỹ* **figure eight**) hình số 8: *skating figures of eight on the ice* đường trượt băng hình số 8.

figure of speech /ˌfigə əv 'spi:tʃ/ (*ngôn*) hình thái tu từ.

figurine /'figəri:n, (*Mỹ* figjə-'ri:n)/ *dt* tượng trang trí nhỏ.

filament /'filəmənt/ *dt* **1.** sợi **2.** dây tóc (*bóng đèn*).

filch /filtʃ/ *dgt (kng)* thó, xoáy: *who's filched my pencil?* đứa nào thó cái bút chì của tớ rồi?

file¹ /fail/ *dt* cái giũa.

file² /fail/ *dgt* giũa: *file one's fingernails/* giũa móng tay. **file something down** giũa nhỏ vật gì.

file³ /fail/ *dt* **1.** ngăn kéo; hộp; ngăn (*để xếp hồ sơ giấy tờ*) **2.** hồ sơ, giấy tờ **3.** tập tin (*diện toán*): *source file* tập tin gốc. // **on file** giữ trong ngăn hồ sơ: *we have all your particulars on file* chúng tôi có tất cả những đặc điểm riêng của anh trong ngăn hồ sơ.

file⁴ /fail/ *dgt* **1.** (+ away) xếp vào ngăn hồ sơ: *file [away] letters in a drawer* xếp thư từ vào ngăn kéo **2.** nộp, đệ (*đơn...*): *file an application for divorce* đệ đơn xin ly hôn.

file⁵ /fail/ *dt* hàng, dãy (*người, vật*). // **in Indian (single) file** thành hàng một.

file⁶ /fail/ *dgt* (+ in, out, off, past) đi thành hàng một.

file clerk /'failklɜ:rk/ (*Mỹ*) *nh* filing clerk.

filet /'filei/ *dt* (*cg* **filet mignon** /ˌfilei'mi:njon/) *dt* (*Mỹ*) thịt thăn bò: *two filets mignons, please* xin cho hai suất thịt thăn bò.

filial /'filiəl/ *dgt* [thuộc] con: *filial duty* nhiệm vụ (bổn phận) làm con.

filibuster¹ /'filibʌstə[r]/ *dt* (*Mỹ*) **1.** người phát biểu dài để cản trở sự thông qua quyết định của nghị viện **2.** bài phát biểu dài nhằm để cản trở sự thông qua quyết định ở nghị viện.

filibuster² /'filibʌstə[r]/ *dgt* (*Mỹ*) nói dài nhằm cản trở sự thông qua quyết định ở nghị viện: *filibustering tactics* chiến thuật nói dài nhằm cản trở việc thông qua quyết định ở nghị viện.

filigree /'filigri:/ *dt* đồ trang sức bằng vàng bạc, đồ kim hoàn: *filigree ear-rings* hoa tai bằng vàng bạc.

filing clerk /'failiŋklɑ:k/ nhân viên văn thư.

filings /failiŋz/ *dt (snh)* mạt giũa.

fill¹ /fil/ *dgt* **1.** làm đầy, đổ đầy, rót đầy, đắp đầy: *fill a bottle with water* rót đầy nước vào chai; *smoke filled the room* khói đầy phòng; *the wind filled the sails* gió thổi căng buồm; *I am filled with admiration for your bravery* tôi đầy lòng khâm phục sự dũng cảm của anh **2.** đầy, tràn đầy: *the hall soon filled* chẳng mấy chốc mà hội trường đầy người; *the sails filled with wind* buồm căng gió **3.** lấp kín (*một lỗ hổng*), trám bịt: *fill a tooth* trám (hàn) một chiếc răng **4.** đảm nhận: *she fills the post satisfactorily* bà ta đảm nhận rất tốt chức vụ ấy **5.** bổ nhiệm: *the vacancy has already been filled* chỗ khuyết ấy đã có người bổ nhiệm vào. // **fill (fit) the bill** *x* bill¹; **fill somebody's shoes** kế nhiệm ai một cách xuất sắc.

fill in [for somebody] thế chân: *can you fill in for Ba tonight as he's ill?* anh có thể thế chân cho Ba vì tối nay nó ốm không?; **fill something in** a/ (*Mỹ cg*, **fill something out**) điền vào: *fill in an application form* điền vào đơn xin b/ lấp đầy, trám kín: *the hole has been filled in* cái lỗ đã được trám kín c/ giết thời gian: *he filled in the rest of the day watching television* anh ta giết thời gian còn lại trong ngày bằng cách xem tivi; **fill somebody in (on something)** cung cấp đầy đủ chi tiết cho ai về việc gì: *can you fill me on what has been happening?* anh có thể cung cấp cho tôi đầy đủ chi tiết về những gì đã xảy ra không?; **fill out** a/ lớn ra, bụ ra: *her cheeks began to fill out* má cô ta bắt đầu bụ ra; *he used to be a very thin child, but he's filled out a lot recently* nó vốn là một thằng bé gầy còm, nhưng mới đây nó lớn phổng hẳn lên; **fill something out** (*Mỹ*) x fill something in (*ngay trong mục từ này*); **fill [something] up** [làm cho đầy] tràn: *fill up the tank with petrol* đổ đầy xăng vào bình; *the gutter has filled with mud* rãnh nước đầy những bùn là bùn.

fill² /fil/ *dt* **1.** lượng đủ để làm đầy: *a fill of tobacco* lượng thuốc lá đủ để nhồi đầy tẩu **2.** one's fill [of something (somebody)] a/ lượng tối đa có thể ăn uống được: *no more tea, thank you, I've had my fill* cám ơn, dừng cho thêm trà nữa, tôi dùng đã đủ lắm rồi b/ mức tối đa có thể chịu đựng được: *the children are getting on my nerves, I've had my fill them for this evening* tụi trẻ làm thần kinh tôi căng thẳng, tối nay tôi đã chịu đựng chúng ở mức tối đa.

filler /'filə[r]/ *dt* vật để trám; chất liệu để nhồi đầy.

fillet¹ /'filit/ *dt* 1. thịt róc xương; cá róc xương 2. dải lụa (buộc đầu).

fillet² /'filit/ *dgt* róc xương và lạng (thịt, cá).

filling /'filiŋ/ *dt* sự trám răng, sự hàn răng 2. thức ăn kẹp (ở bánh xăng-uých).

filling station /'filiŋ,steiʃn/ trạm xăng, cây xăng.

fillip /'filip/ *dt* 1. sự kích thích: an advertising campaign to give a much needed fillip to sales một chiến dịch quảng cáo nhằm tạo ra sự kích thích cần thiết cho việc bán hàng 2. cái búng, cái bật (ngón tay).

filly /'fili/ *dt* ngựa cái non.

film¹ /film/ *dt* 1. màng: a film of dust một màng bụi; a film of oil on water một màng dầu trên mặt nước 2. phim (phim ảnh, phim chiếu bóng...): put a new film in one's camera lắp một cuộn phim mới vào máy ảnh; what's your favorite film? bộ phim anh thích nhất là phim gì?; my cousin is in films anh họ tôi làm việc trong ngành điện ảnh.

film² /film/ *dgt* 1. quay phim: they're filming a new comedy họ đang quay phim một vài vở hài kịch mới; they're been filming for six months họ quay phim đã sáu tháng nay 2. phủ một màng mỏng; phủ một lớp mỏng: thin ice filmed the lake một lớp băng mỏng phủ trên mặt hồ 3. (+ over) mờ đi, nhòa đi: as she cried, her eyes filmed over khi nàng khóc, mắt nàng nhòa lệ.

film star /'filmstɑ:[r]/ *dt* (Mỹ movie star) ngôi sao điện ảnh, minh tinh màn bạc.

film-strip /'filmstrip/ *dt* phim đèn chiếu.

film test /'filmtest/ *dt* sự trắc nghiệm qua ảnh chụp (xem có thích hợp với việc đóng phim không).

filmy /'filmi/ *tt* (-ier; -iest) mỏng nhẹ, mỏng nhìn suốt qua được: filmy mists lớp mù mỏng nhẹ.

filter¹ /'filtə[r]/ *dt* 1. cái lọc, đầu lọc: a coffee filter cái lọc cà phê; a cigarette filter đầu lọc điếu thuốc lá 2. màn lọc ánh sáng; kính lọc màu (chụp ảnh) 3. bộ lọc sóng âm 4. (gthông) đèn hiệu rẽ trái.

filter² /'filtə[r]/ *dgt* 1. lọc: it won't take long to filter the coffee lọc cà phê không mất nhiều thì giờ lắm đâu 2. (gthông) rẽ trái khi đèn đỏ. // **filter through** tiết lộ ra, lọt ra (tin tức...): the sunlight filtered through the curtains ánh nắng lọt qua màn cửa; the news slowly filtered through to everyone in the office tin đó dần dần được tiết lộ tới mọi người trong cơ quan.

filter-paper /'filtəpeipə[r]/ *dt* giấy lọc.

filter-tip /'filtətip/ *dt* 1. đầu lọc (ở điếu thuốc lá) 2. thuốc lá đầu lọc.

filter-tipped /,filtə'tipt/ *tt* có đầu lọc (thuốc lá).

filth /filθ/ *dt* vết bẩn: go and wash that filth off your hand đi rửa vết bẩn trên tay đi 2. lời lẽ tục tĩu; văn chương thô bỉ: how can you read such filth? sao anh lại đọc được cái thứ văn chương thô bỉ kia nhỉ?

filthily /'filθili/ *pht* 1. [một cách] bẩn thỉu, [một cách] dơ dáy, 2. [một cách] thô

bỉ, [một cách] tục tĩu 3. [một cách] rất khó chịu (thời tiết).

filthiness /'filθinis/ *dt* 1. sự bẩn thỉu, sự dơ dáy 2. sự thô bỉ, sự tục tĩu 3. sự rất khó chịu (thời tiết).

filthy¹ /'filθi/ *tt* (ier; -iest) 1. bẩn thỉu, dơ dáy: a beggar dressed in filthy rags một kẻ ăn xin ăn mặc rách rưới bẩn thỉu 2. thô bỉ, tục tĩu: filthy language ngôn ngữ tục tĩu 3. (kng) rất khó chịu (thời tiết): isn't it a filthy day? hôm nay thời tiết rất khó chịu phải không?

filthy² /'filθi/ *pht* 1. [một cách] bẩn thỉu 2. (kng) rất, hết sức: filthy rich rất giàu.

filthy lucre /,filθi'lu:kə[r]/ *dt* (hài; khoa trương) tiền, xìn.

filtrate /'filtreit/ *dt* nước lọc ra.

filtration /fil'treiʃn/ *dt* sự lọc.

fin /fin/ *dt* 1. vây cá 2. bộ thăng bằng (ở tên lửa, máy bay...).

finable /'fainəbl/ *tt* có thể bị phạt: a finable offence tội có thể bị phạt.

final¹ /fainl/ *tt* 1. cuối cùng, cuối: the final chapter of a book chương cuối của một cuốn sách 2. dứt khoát, tối hậu không thay đổi được: I'm not coming, and that's final tôi không đến đâu, đó là dứt khoát; the judge's ruling is final quyết định của quan tòa là tối hậu, không thay đổi được. // **in the last (final) analysis** x analysis; **the last (final) straw** x straw.

final² /fainl/ *dt* 1. trận chung kết, cuộc đấu chung kết 2. (thường snh) kỳ thi cuối khóa 3. đợt báo phát hành cuối cùng trong ngày.

finale /fi'nɑ:li, (Mỹ fi'næli)/ dt chương cuối (bản nhạc, bản kịch).

finalist /'fainəlist/ dt đấu thủ vào chơi chung kết.

finality /fai'næləti/ dt tính cuối cùng, tính dứt khoát: *she spoke with [an air of] finality* chị ta nói với vẻ dứt khoát.

finalization, finalisation /ˌfainəlai'zeiʃn, (Mỹ ˌfainəli-'zeiʃn)/ dt sự hoàn thành, sự kết thúc.

finalize, finalise /'fainəlaiz/ dgt hoàn thành, kết thúc.

finally /'fainəli/ pht **1.** sau cùng: *finally I would like to say...* sau cùng tôi muốn nói... **2.** dứt khoát: *we must settle this matter finally* chúng ta phải giải quyết dứt khoát vấn đề này **3.** cuối cùng, rốt cuộc: *after a long delay the performance finally started* sau một thời gian dài trì hoãn, cuối cùng buổi trình diễn cũng đã bắt đầu.

finance[1] /'fainæns, fi'næns/ dt **1.** tài chính: *the Minister of Finance* bộ trưởng bộ tài chính **2. finance for something** tiền tài trợ: *Finance for the National Health Service* tiền tài trợ cơ quan y tế nhà nước **3. finances** (snh) nguồn tài chính: *are the film's finances sound?* nguồn tài chính của hãng có vững không?

finance[2] /'fainæns, fi'næns/ dgt cấp vốn, tài trợ: *the scheme is partly financed by a government grant* kế hoạch này được chính phủ tài trợ cho một phần.

finance company /'fainæns ˌkʌmpəni/ dt (cg **finance house** /'fainæns haʊs/) công ty tài chính.

financial /fai'nænʃl, fi'nænʃl/ tt [thuộc] tài chính, về tài chính: *in financial difficulties* gặp khó khăn về tài chính; *Tokyo and New York are major financial centres* Tokyo và Nữu Ước là những trung tâm tài chính lớn.

financially /fai'nænʃənli, fi'nænʃəli/ pht về mặt tài chính.

financial year /fai,nænʃl 'jiə[r]/ dt (Mỹ **fiscal year**) năm tài chính.

financier /fai'nænsiə[r], (Mỹ ˌfinənsiər)/ nhà tư bản tài chính, nhà tài phiệt.

finch /finʃ/ dt (thường trong từ ghép) (động) chim thuộc họ Sẻ: *chaffinch* chim sẻ khướu; *bullfinch* chim sẻ ức đỏ.

find[1] /faind/ dgt (**found**). **1.** thấy, tìm thấy, bắt được: *I found a £5 note on the pavement* tôi nhặt được một tờ năm bảng trên hè đường; *he woke up and found himself in a hospital* nó tỉnh dậy và thấy mình ở trong một bệnh viện **2.** (+ for) tìm ra, phát hiện: *find an answer to a question* tìm ra câu trả lời cho một câu hỏi; *find a cure for cancer* tìm ra một cách chữa bệnh ung thư; *can you find a hotel for me?* anh tìm cho tôi một khách sạn được không? **3.** (+ for) tìm được, tìm lại được: *did you find the pen you lost?* anh đã tìm lại được cây bút đã mất hay chưa?; *I'll help you find your shoes* tôi sẽ giúp tìm lại đôi giày cho anh **4.** cung cấp, bỏ ra: *who will find the money to pay for this trip?* ai sẽ bỏ tiền ra để chi trả cho chuyến đi này đây? **5.** thấy, nhận thấy: *how do you find your new job?* anh thấy công việc mới của anh ra sao?; *we found the beds very comfortable* chúng tôi thấy mấy cái giường đó nằm rất thoải mái **6.** tới, đạt tới, trúng: *the blow found his chin* quả đấm đã trúng cằm hắn; *the arrow found its mark* mũi tên đã trúng đích **7.** (luật) phán quyết: *find somebody guilty* phán quyết ai có tội. // **be found wanting** bị nhận xét là không đủ khả năng, không đủ tư cách (làm việc gì); **find fault [with somebody (something)]** bới móc; bắt lỗi: *I have no fault to find with your work* tôi không có gì mà bới móc vào công việc của anh; *she's always finding fault with me* cô ta lúc nào cũng bắt lỗi tôi; **find (lose) favour with somebody (in somebody's eyes)** x favour[1]; **find one's feet** a/ đi đứng vững được: *after a six-week illness, it took me some time to find my feet again* sau sáu tuần bị bệnh, phải một thời gian nữa tôi mới đi đứng vững được b/ tự lực được: *I only recently joined the firm, so I'm still finding my feet* tôi mới vào làm việc ở hãng này, nên còn chưa tự lực được; [**not**] **find it in one's heart (oneself) to do something** (thường dùng với can, could) [không] nỡ lòng làm gì: *I cannot find it in myself to condemn a mother who steals for a hungry child* tôi không nỡ lòng kết tội một người mẹ ăn cắp vì đứa con bị đói; **find oneself** hiểu rõ bản thân; thấy được khả năng và ước muốn của mình; **find (meet) one's match** x match[2]; **find one's own level** hiểu rõ và liên kết với những người bằng vai với mình; **find (lose) one's voice (tongue)** có thể [không thể] bày tỏ ý kiến của mình; **find its way** đi đến (một cách tự nhiên): *rivers find their way to the sea* sông đều đổ ra biển; **find one's way [to...]** tìm đúng đường: *I hope you can find your way home* tôi hy vọng anh có thể tìm đúng đường về nhà; *she couldn't find her way out of the building* cô ta không tìm được lối ra khỏi tòa nhà; **take somebody as one finds him** chấp nhận hiện trạng mà không đòi hỏi gì hơn.

find something out tìm hiểu; hỏi xem ra sao: *can you find out what time the train leaves?* anh hỏi xem mấy giờ thì tàu chạy?; **find somebody out** phát hiện: *he had been cheating the taxman but it was years before he was found out* hắn đã lừa gạt nhân viên thu thuế nhưng nhiều năm sau mới bị phát hiện; **find for (against) somebody** *(luật)* phán quyết có lợi ích cho (chống lại) ai: *the jury found for the defendant* bồi thẩm đoàn phán quyết có lợi cho bị đơn.

find² /faind/ *dt* 1. người tìm thấy, vật tìm thấy: *our new gardener was a marvellous find* người làm vườn mới của chúng tôi làm một người tuyệt vời mà chúng tôi mới tìm được 2. sự tìm ra, sự khám phá: *an important archaeological find* một khám phá khảo cổ quan trọng.

finder /'faidə[r]/ *dt* 1. người tìm ra 2. kính viễn vọng định vị. // **finders keepers** ai tìm được là của người ấy.

fin de siècle /ˌfæn də 'sjek-lə/ *tt* [thuộc] cuối thế kỷ 19 *(thời kỳ suy thoái về văn học nghệ thuật).*

finding /'faidiŋ/ *dt (cg* **findings** *snh)* 1. điều khám phá ra 2. *(luật)* phán quyết của tòa.

fine¹ /fain/ *dt* tiền phạt.

fine² /fain/ *đgt* phạt tiền *(ai): fined for dangerous driving* bị phạt tiền vì lái xe nguy hiểm; *the court fined him £500* tòa phạt anh ta 500 bảng.

fine³ /fain/ *tt* (-r; -st) 1. tốt, đẹp: *a fine painting* bức tranh đẹp; *fine clothes* quần áo đẹp; *this is a fine mess we're in (mỉa)* chúng ta đang ở trong một tình trạng lộn xộn gớm! 2. trong sáng, đẹp trời: *it poured all morning but turned fine later* trời mưa như trút suốt buổi sáng nhưng sau đó đã trở nên trong sáng 3. mịn, mảnh: *fine flour* bột mịn; *fine thread* sợi chỉ mảnh 4. nguyên chất, ròng *(kim loại): fine gold* vàng ròng 5. tinh tế, tế nhị: *you are making very fine distinctions* anh phân biệt rất tinh tế; *a fine sense of hunour* óc hài hước tế nhị 6. hoa mỹ, bay bướm *(một cách không thành thực): his speech was full of fine words which meant nothing* bài nói của ông ta đầy lời hoa mỹ chẳng có ý nghĩa gì 7. khỏe khoắn, dễ chịu: *"how are you?" "fine, thanks"* "anh có khỏe không?" "kkỏe, cám ơn" 8. *(kng)* thỏa mãn, đầy đủ: *I'm not very hungry, a small snack is fine for me* tôi không đói lắm, một chút gì qua loa cũng đủ lắm rồi. // **chance would be a fine thing** *x* chance¹; **the finer points [of something]** những chi tiết tinh vi, những điều chi li: *I don't understand the finer points of snooker but I enjoy watching it on TV* tôi không hiểu những chi tiết tinh vi của môn chơi bi-a, nhưng tôi thích xem môn ấy trên tivi; **get something down to a fine art** *(kng)* học làm gì một cách sành sỏi: *she's got the* business of buying birthday presents down to a fine art cô ta rất sành mua quà sinh nhật; **not to put too fine a point on it** nói thẳng ra: *I don't much like modern music - in fact, not to put too fine a point on it, I hate it* tôi không thích nhạc hiện đại, nói thẳng ra, tôi ghét nhạc ấy; **one fine day** một ngày kia *(nói khi kể chuyện).*

fine⁴ /fain/ *pht* 1. *(kng)* rất tốt: *that suits me fine* cái đó rất hợp với tôi 2. *(trong từ ghép)* [một cách] tinh tế, [một cách] tế nhị: *fine-drawn distinctions* những sự phân biệt rất tinh tế. // **cut it (things) fine** để lại cho ai một thời gian tối thiểu: *if we only allow five minutes for catching our train, we'll be cutting it too fine* nếu chỉ được năm phút để đón tàu thì ít ỏi quá.

fine art /fain'a:t/ *(cg* **the fine arts, art)** mỹ thuật.

finely /'fainli/ *pht* 1. [một cách] đẹp đẽ: *finely dressed* ăn mặc đẹp đẽ 2. thành những mảnh nhỏ, vụn: *finely cut vegetables* rau thái nhỏ 3. [một cách] chính xác, [một cách] tinh vi: *a finely tuned engine* một cỗ máy điều chỉnh chính xác.

fineness /'fainnis/ *dt* 1. vẻ đẹp đẽ 2. sự đẹp trời 3. sự mịn; độ mịn 4. sự nguyên chất, sự ròng *(kim loại)* 5. sự tinh tế, sự tế nhị 6. sự hoa mỹ 7. sự khỏe khoắn 8. sự thỏa mãn, sự đầy đủ.

the fine print /'fainprint/ *dt nh* the smallprint.

finery /'fainəri/ *dt* trang phục lịch sự; đồ trang sức lộng lẫy: *court officials dressed in all their finery* các quan chức trong triều đình đều mặc trang phục lịch sự; *the garden looks*

F

beautiful in its summer finery khu vườn trông rất đẹp trong bộ cánh lộng lẫy mùa hè của nó.

finesse¹ /fi'nes/ *dt* **1.** sự khéo léo, sự khôn khéo: *he wheedled money from his father with considerable finesse* nó khéo léo moi tiền của bố nó **2.** sự ra quân bài không phải là cao nhất mình có để lừa đối phương.

finesse² /fi'nes/ *dgt* sử dụng mánh khóe ra quân bài không phải cao nhất mình có.

fine-tooth comb /,fain 'tu:θ kəum/ lược bí. // [go over (through...) something] with a **fine-tooth comb** rà xét kỹ càng chi tiết: *police experts are sifting all the evidence with a fine-tooth comb* các chuyên viên cảnh sát đang rà xét mọi chứng cứ một cách kỹ càng chi tiết.

finger¹ /fiŋgə[r]/ *dt* **1.** ngón tay: *little finger* ngón út; *ring finger* ngón áp út; *index finger* ngón trỏ; *thumb* ngón cái **2.** ngón (găng tay) **3.** ngón tay rượu (lượng rượu trong cốc bằng khoảng bề rộng một ngón tay): *he poured himself two fingers of whisky* anh ta rót cho mình khoảng hai ngón tay rượu uýt-ki. // **be all fingers and thumbs** vụng về lóng ngóng; **burn one's fingers; get one's fingers burn** x *burn¹*; **cross one's fingers** x *cross²*; **get (pull...) a (one's) finger out** *(kng)* thôi không lười nữa, làm khẩn trương hơn: *if you don't pull your finger out, you'll never get the job finished* anh mà không làm khẩn trương hơn thì công việc sẽ chẳng bao giờ xong được; **have a finger in every pie** *(kng)* nhúng tay vào mọi chuyện; **have (keep) one's fin-ger on the pulse** biết những tin, những diễn biến mới nhất; **have one's fingers in the till** *(kng)* ăn cắp tiền ở nơi làm việc: *he's had his fingers in the till for years* nó đã ăn cắp tiền ở nơi làm việc hàng bao nhiêu năm rồi; **lay a finger on somebody (something)** đụng nhẹ vào ai: *if you lay a finger on that boy I'll never forgive you* nếu mày đụng tới thằng bé đó, tao không bao giờ tha cho mày; **lift (raise) a finger (hand)** x *lift¹*; **point the finger** x *point²*; **put one's finger on something** xác định (vạch) rõ (lỗi lầm), chỉ ra (nguyên nhân): *I can't quite put my finger on the flaw in her argument* tôi không thể chỉ ra thật chính xác lỗi lầm trong lý lẽ của chị ta; **put the finger on somebody** *(lóng)* cung cấp tin tức cho cảnh sát biết (một tội phạm); **slip through one's fingers** x *slip²*; **snap one's fingers** x *snap¹*; **twist somebody round one's little finger** x *twist¹*; **work one's fingers to the bone** làm việc cật lực.

finger² /fiŋgə[r]/ *dgt* **1.** sờ, mó: *she fingered the silk to feel its quality* chị ta sờ tấm lụa để đánh giá chất lượng của nó; *I don't like eating food that's been fingered by someone else* tôi không thích ăn thức ăn mà người khác đã mó vào **2.** bấm ngón tay, búng dây đàn (để chơi một bản nhạc): *how do you finger this piece?* anh phải búng dây đàn để chơi bản nhạc này như thế nào? **3.** *(lóng)* cung cấp tin tức cho cảnh sát biết (về một tên tội phạm).

finger-board /fiŋgəbɔ:d/ *dt* bàn phím (đàn ghi-ta...).

finger-bowl /fiŋgəbɔ:l/ bát nước rửa tay (để người ăn rửa ngón tay trước hoặc sau bữa ăn).

fingering /fiŋgəriŋ/ *dt* (nhạc) ngón bấm.

finger-mark /fiŋgəma:k/ *dt* vết ngón tay: *leave finger-mark all over the shiny table* để lại vết ngón tay trên khắp mặt bàn sáng bóng.

finger-nail /fiŋgəneil/ *dt* móng tay.

fingerprint /fiŋgəprint/ *dt* dấu lăn tay, dấu điểm chỉ.

finger-stall /fiŋgəstɔ:l/ *dt* bao ngón tay (ngón tay bị thương).

fingertip /fiŋgətip/ *dt* đầu ngón tay. // **have something at one's fingertips** biết rõ như lòng bàn tay; **to one's fingertips** hoàn toàn, về mọi mặt: *she is an artist to her fingertips* cô ta là một nghệ sĩ xét về mọi mặt.

finicky /finiki/ *tt* (cg **finical** /finikl/, **finicking** /finikiŋ/) **1.** (xấu) cầu kỳ, kiểu cách (về cái ăn, quần áo...) **2.** quá tỉ mỉ: *this job is too finicky for me* công việc này quá tỉ mỉ đối với tôi.

finish¹ /finiʃ/ *dgt* **1.** chấm dứt, kết thúc, hoàn thành; làm xong: *finish one's work* làm xong công việc; *finish [reading] a book* đọc xong một cuốn sách; *she was leading for part of the race but finally finished fourth* chị ta đã có lúc dẫn đầu trong chặng đua, nhưng cuối cùng đã về đích thứ tư **2.** (+ off, up) ăn (uống, dùng) hết phần còn lại: *we might as well finish [up] the cake; there is not much left* chúng tôi cũng có thể ăn hết chiếc bánh, còn lại đâu có mấy **3.** hoàn chỉnh: *put the finishing touches to a work of art* tạo những nét hoàn chỉnh cuối cùng cho một tác phẩm nghệ thuật **4.** [+ off] làm kiệt sức hoàn toàn: *that bike ride absolutely finished me [off]* chuyến đi xe đạp ấy đã làm tôi kiệt sức hoàn toàn.

finish somebody (something) off *(kng)* kết liễu: *that fever nearly finished him off* cơn sốt ấy gần như kết liễu đời anh ta; *it would finish me off to see her with him (bóng)* thấy nàng đi với nó làm tôi muốn chết được; **finish with somebody (something)** a/ giải quyết xong công việc với ai; dùng xong, làm xong: *can you wait a minute? I haven't finished with Ba yet* anh có thể đợi cho ít phút không? tôi giải quyết công việc chưa xong với B; *please put the saucepan away if you've finished with it* làm ơn bỏ cái xoong ra chỗ khác khi đã dùng xong b/ đoạn tuyệt với; thôi: *she should finish with him, he treats her very badly* chị ta nên đoạn tuyệt với hắn thôi, hắn đối xử với chị rất tệ; *I've finished with smoking* tôi đã thôi hút thuốc; **finish [up] with something** kết thúc *(bằng cái gì đó)*: *we have had a quick lunch and finished up with a cup of coffee (and cup of cooffe to finish up with)* chúng tôi ăn xong nhanh bữa trưa và kết thúc bằng một tách cà phê; **finish up** *(tiếp sau là tt hoặc dt)* kết cục: *he could finish up dead or badly injured* kết cục anh ta có thể chết hoặc bị thương nặng.

finish² /'finiʃ/ *dt* **1.** phần cuối, phần kết thúc: *the finish of a race* phần cuối của cuộc đua, đích của cuộc đua **2.** sự sửa sang cuối cùng, sự hoàn thiện; sự trau chuốt lần cuối: *furniture with a fine finish* đồ đạc

với những nét sang sửa cuối cùng trau chuốt; *his manners lack finish* cách cư xử của anh ta thiếu tinh tế. // **be in at the finish** có mặt lúc kết thúc; **fight to the finish** x fight¹; **a fight to the finish** x finish².

finished /'finiʃt/ *tt* **1.** *(vị ngữ)* **finished** kết thúc, chấm dứt: *I'm not finished with you yet* tôi vẫn chưa chấm dứt mọi việc với anh đâu **2.** *(vị ngữ)* chấm hết: *everything is finished between her and him* mọi việc đã chấm hết giữa cô ta và cậu ta **3.** hoàn chỉnh: *the finished product* sản phẩm hoàn chỉnh.

finisher /'finiʃə[r]/ *dt* người về đích, ngựa về đích.

finishing school /'finiʃiŋ sku:l/ trường tư dạy cách ứng xử *(cho các thiếu nữ giàu có).*

finite /'fainait/ *tt* **1.** có hạn; hạn chế: *human knowledge is finite* kiến thức của con người là có hạn **2.** *(ngôn)* có ngôi *(động từ)*: *"am", "is", "were" are finite forms of "be"; "being", "been" are the non-finite forms* "am", "is", "were" là dạng có ngôi của động từ "be"; "being", "been" là dạng không ngôi.

fink /fiŋk/ *dt (Mỹ, lóng, xấu)* **1.** kẻ tố giác, chỉ điểm **2.** kẻ phá hoại đình công **3.** kẻ đáng khinh.

Finn /fin/ *dt* người Phần Lan.

finnan /'finən/ *dt (cg* **finnan haddock)** cá tuyết chấm đen hun khói.

Finnish¹ /'finiʃ/ *dt* tiếng Phần Lan.

Finnish² /'finiʃ/ *tt* **1.** [thuộc] người Phần Lan **2.** [thuộc] tiếng Phần Lan.

fiord *(cg* **fjord)** /fi'ɔ:d/ *dt* vịnh hẹp, fi-o *(như ở Na Uy).*

fir /fɜ:[r]/ *dt* **1.** *(cg* **fir tree)** cây lãnh sam **2.** gỗ lãnh sam.

fir-cone /'fɜ:kəʊn/ *dt* quả lãnh sam.

fire¹ /faiə[r]/ *dt* **1.** lửa **2.** vụ cháy, hỏa hoạn: *forest fire* vụ cháy rừng; *have you insured your house against fire?* anh đã bảo hiểm hỏa hoạn ngôi nhà của anh chưa? **3.** lò sưởi: *an electric fire* lò sưởi điện **4.** hỏa lực: *under enemy fire* dưới hỏa lực của địch **5.** ngọn lửa *(bóng)*: *the fire of patriotism* ngọn lửa yêu nước. // **a ball of fire** x ball¹; **a baptism of fire** x baptism; **between two fires** bị bắn từ hai phía lại; **catch fire** x catch¹; **draw somebody's fire** x draw²; **the fat is in the fire** x fat²; **fire and brimstone** sự tra tấn phải chịu ở địa ngục do đã làm Chúa giận: *she was breathing fire and brimstone (bóng)* bà ta nổi tam bành; **fire and sword** sự đốt cháy và chém giết *(trong chiến tranh)*; **get on like a house on fire** x house¹; **go through fire and water** xông pha lửa đạn; **hang fire** x hang¹; **have...many irons in the fire** x iron¹; **heap coals of fire on somebody's head** x heap²; **hold one's fire** hưu chiến; **make up a fire** cho thêm củi, than vào cho lửa cháy to hơn; **no smoke without fire** x smoke¹; **on fire** a/ cháy: *the house is on fire* nhà cháy b/ hừng hực; **open fire** x open³; **out of the frying-pan into the fire** x frying-pan; **play with fire** chơi với lửa *(đen, bóng)*; **set fire to something; set something on fire** làm cho cái gì bốc cháy; **[not (never)] set the Thames on fire** [chẳng bao giờ] làm được việc gì đáng kể: *he's a good student, but he won't ever set the Thames on fire* anh ta là một sinh viên giỏi nhưng chẳng bao giờ làm được việc gì đáng kể cả; **set the world on fire** x world; **under fire** a/ dưới làn mưa đạn dày đặc b/ bị chỉ trích nặng nề: *the government is under fire from all sides on its economic policy* chính phủ bị chỉ trích nặng nề từ mọi phía về chính sách kinh tế.

fire² /'faiə[r]/ *dgt* **1.** fire [something] [at somebody (something)]; fire (something) into something bắn, nổ súng: *"fire!" ordered the captain* viên đại úy ra lệnh "bắn!"; *the officer ordered his men to fire [at the enemy]* viên sĩ quan ra lệnh cho lính bắn [vào kẻ thù]; *police fired [several rubber bullets] into the crowd* cảnh sát bắn đạn cao su vào đám đông; *fire a 21-gun salute* bắn hai mươi mốt phát súng chào đón **2.** (+ at) nói liên hồi với ai, nói tới tấp: *fire insults at somebody* chửi ai tới tấp **3.** *(kng)* thải, đuổi, sa thải: *he was fired for stealing money from the till* anh ta bị đuổi vì ăn cắp tiền ở ngăn kéo **4.** đốt: *fire a haystack* đốt đống cỏ khô **5.** chạy (máy): *the engine fires evenly* máy chạy đều **6.** fire somebody with something; fire somebody into something (doing something) kích thích, thôi thúc: *adventure stories fired his imagination* truyện phiêu lưu kích thích trí tưởng tượng của anh ta **7.** nung: *fire pottery* nung đồ gốm; *fire bricks* nung gạch. // **working (firing) on all cylinders** x cylinder.

fire away *(thường dùng trong câu mệnh lệnh) (kng)* bắt đầu hỏi, bắt đầu nói: *"I've got a couple of questions I'd like to ask you" "Right, fire away"* "tôi có một số câu muốn hỏi

ông" "được rồi, hỏi đi"; **fire something off** bắn: *fire off a few rounds* bắn một vài loạt phát súng.

fire-alarm /'faiərə,la:m/ *dt* **1.** còi cứu hỏa, chuông cứu hỏa **2.** tiếng còi cứu hỏa, tiếng chuông cứu hỏa.

firearm /'faiəra:m/ *dt (thường snh)* súng cầm tay *(súng trường, súng lục)*.

fire-ball /'faiəbɔ:l/ *dt* **1.** sao băng **2.** quả cầu lửa *(ở trung tâm một vụ nổ bom nguyên tử)* **3.** người rất năng nổ.

fire-bomb /'faiəbɒm/ *dt* bom cháy.

fire-box /'faiəbɒks/ *dt* buồng đốt *(ở động cơ hơi nước...)*.

fire-brand /'faiəbrænd/ *dt* **1.** khúc củi đang cháy **2.** *(bóng)* kẻ xúi giục bạo động.

fire-break /'faiəbreik/ *dt* đai trắng phòng lửa.

fire-brick /'faiəbrik/ *dt* gạch chịu lửa.

fire brigade /'faiəbri'geid/ *dt (Mỹ fire department)* đội chữa cháy.

fire-clay /'faiəklei/ *dt* đất sét làm gạch chịu lửa.

fire-cracker /'faiə,krækə[r]/ *dt* pháo.

-fired *(yếu tố tạo tt ghép)* dùng nhiên liệu là: *gas-fired central heating* hệ thống sưởi trung tâm bằng ga; *a coal-fired power station* nhà máy điện chạy bằng than.

firedamp /'faiədæmp/ *dt (cg damp)* khí mỏ.

fire department /'faiədi,pa:tmənt/ *(Mỹ) nh* fire brigade.

firedog /'faiədɒg/ *dt nh* andiron.

fire drill /'faiədril/ *sự tập luyện chữa cháy (ở xưởng máy, trường học...)*.

fire-eater /'faiəi:tə[r]/ *dt* **1.** người làm trò nuốt lửa *(xiếc)*

2. người dễ nổi nóng, người hung hăng.

fire-engine /'faiə,endʒin/ *dt* xe chữa cháy.

fire-escape /'faiəi,skeip/ *dt* thang thoát cháy, lối thoát hỏa hoạn.

fire-extinguisher /'faiəik,stiŋgwiʃə[r]/ *dt (cg extinguisher)* bình chữa cháy.

fire-fighter /'faiə,faitə[r]/ *dt* lính chữa cháy.

firefly /'faiəflai/ *dt* con đom đóm.

fire-guard /'faiəga:d/ *dt* khung chắn lò sưởi.

fire-irons /'faiə,aiənz/ *dt snh* bộ đồ lò *(que cời, cái gắp...)*.

firelight /'faiəlait/ *dt* ánh sáng lò sưởi.

firelighter /'faiə,laitə[r]/ *dt* chất nhóm lửa.

fire man /'faiəmən/ *dt (snh* **firemen** /'faiəmən/) **1.** lính chữa cháy **2.** công nhân đốt lò.

fireplace /'faiəpleis/ *dt* lò sưởi.

fireplug /'faiəplʌg/ *dt* chỗ nắp vòi chữa cháy.

fire-power /'faiə,pauə[r]/ *dt* hỏa lực.

fireproof¹ /'faiəpru:f/ *tt* chịu lửa: *a fireproof door* cửa chịu lửa.

fireproof² /'faiəpru:f/ *dgt* làm cho chịu lửa.

fire-raising /'faiə,reiziŋ/ *dt* **1.** sự cố ý gây hỏa hoạn **2.** tội cố ý gây hỏa hoạn.

fire-raiser /'faiə,reizə[r]/ *dt* kẻ gây hỏa hoạn.

fireside /'faiəsaid/ *dt* chỗ cạnh lò sưởi *(thường tượng trưng cho sự vui thú của cuộc sống gia đình)*: *sitting at the fireside* ngồi cạnh lò sưởi; *a fireside scene* cảnh sống gia đình.

fire station /'faiə,steiʃn/ trạm chữa cháy.

fire-walker /'faɪə,wɔːkə[r]/ dt (tôn) kẻ đi chân trần trên đá nung (để tỏ đức tin của mình).

fire-walking /'faɪəwɔːkɪŋ/ dt (tôn) lễ đi chân trần trên đá nung (để tỏ đức tin của mình).

fire-watcher /'faɪə,wɒtʃə[r]/ dt người canh cháy (cháy do bom gây ra trong chiến tranh).

fire-water /'faɪə,wɔːtə[r]/ dt (đùa) rượu mạnh.

firewood /'faɪəwʊd/ dt củi.

firework /'faɪəwɜːk/ dt 1. pháo hoa 2. **fireworks** (snh) a/ cuộc đốt pháo hoa b/ cơn nổi nóng.

firing /'faɪərɪŋ/ dt 1. sự bắn: there was continuous firing to our left có súng bắn liên tục vào bên trái của chúng tôi 2. sự nung (đồ gốm).

firing line /'faɪərɪŋ laɪn/ dt chiến tuyến, tuyến lửa. // **be in the firing line** chịu sự phê bình khiển trách do trách nhiệm hoặc cương vị của mình: she'll have to be careful now - she's directly in the firing-line of the new director chị ta bây giờ phải thận trọng vì chịu sự phê bình trực tiếp của ông giám đốc mới.

firing-squad /'faɪərɪŋskwɒd/ dt đội xử bắn.

firm¹ /fɜːm/ tt (-er; -est) 1. chắc, rắn chắc: firm flesh thịt rắn chắc 2. vững chắc, bền vững: firm foundation nền tảng vững chắc 3. kiên quyết, dứt khoát: a firm decision một quyết định dứt khoát; a firm believer in socialism người kiên quyết tin vào chủ nghĩa xã hội 4. cương quyết: parents must be firm with their children bố mẹ phải cương quyết với con cái của mình; I don't want to be unkind, he said

in a firm voice ông ta nói giọng cương quyết rằng ông không muốn là người tàn nhẫn 5. (thường vị ngữ) **firm against something** vững giá (tiền tệ): the pound remained firm against the dollar, but fell against the yen đồng bảng vững giá với đồng đô-la, nhưng sụt giá với đồng yên. // **be on firm ground** tin chắc và giữ vững lập trường của mình (nhất là trong khi thảo luận); **a firm hand** kỷ luật chặt chẽ, sự kiểm soát chặt chẽ: that boy needs a firm hand to help him grow up chú bé này cần phải có sự kiểm soát chặt chẽ mới nên người được; **have a firm (tight) hold on something** x hold².

firm² /fɜːm/ đgt làm cho chắc; chắc lại: firm [up] soil nện đất cho chắc.

firm something up a/ hoàn thiện: firm up a contract hoàn thiện hợp đồng b/ làm cho chắc lại: exercise will firm up your muscles sự luyện tập sẽ làm cho bắp thịt của anh chắc lại.

firm³ /fɜːm/ pht **hold firm to something** giữ vững: hold firm to one's beliefs giữ vững niềm tin; **stand fast (firm)** x fast⁴.

firm⁴ /fɜːm/ dt hãng, công ty: she works for an engineering firm chị ta làm việc cho một công ty kỹ thuật.

firmament /'fɜːməmənt/ dt **the firmament** (cổ) bầu trời.

firmly /'fɜːmli/ pht 1. [một cách] vững chắc: the fence posts were fixed firmly in the ground các cọc hàng rào được cắm chắc vào đất 2. [một cách] kiên quyết, [một cách] dứt khoát: the suggestion was politely but firmly rejected by the chairman đề nghị đó đã bị ông chủ tọa

bác bỏ một cách lịch sự nhưng kiên quyết.

firmness /'fɜːnɪs/ dt 1. sự chắc, sự rắn chắc 2. sự vững chắc, sự bền vững 3. sự kiên quyết, sự dứt khoát 4. sự cương quyết.

first¹ /fɜːst/ đht 1. thứ nhất, đầu tiên: their first baby đứa con đầu lòng của họ; students in their first year at college sinh viên đại học năm thứ nhất; at the first opportunity ngay cơ hội đầu tiên 2. [lần] đầu: it was the first time they had ever met đấy là lần đầu họ gặp nhau. // **first (last) but one (two, three)** cách cái đầu (cái cuối) một (hai, ba) cái: take the first turning but one on your left hãy rẽ trái sau lối rẽ trái thứ nhất; hãy rẽ trái theo lối rẽ trái thứ hai; I live in the last house but two in this street tôi sống ở nhà thứ ba kể từ cuối phố; **first thing** trước tiên; ngay: I'm going shopping first thing tomorrow ngày mai trước tiên tôi phải lên phố mua sắm các thứ; **first things first** điều quan trọng phải làm trước tiên.

first² /fɜːst/ pht 1. trước nhất, trước đã: Susan came into the room first Susan vào phòng trước nhất; think first, then act hãy suy nghĩ trước đã rồi hãy hành động 2. lần đầu: when did you first meet him? anh gặp anh ta lần đầu lúc nào thế? 3. trước hết là, một là (khi đưa ra một danh sách): this method has two advantages, first it is cheaper and second[ly] it is quicker phương pháp này có hai cái lợi, một là rẻ hơn, hai là nhanh hơn 4. thà, chẳng thà: he said he'd resign first ông ta nói, ông ta thà từ chức còn hơn.

F

// **at first** lúc đầu: *at first I don't like him, but now I do* lúc đầu tôi không thích anh ta nhưng bây giờ thì thích; **come first** được xem là quan trọng hơn cả: *you know that your wife and children come first* anh biết rằng vợ con anh là quan trọng nhất chứ; **first and foremost** đầu tiên và trước hết: *he does a bit of writing, but first and foremost he's a teacher* ông ta có viết một ít, nhưng trước hết ông ta là một giáo viên; **first and last** từ đầu đến cuối, hoàn toàn: *he was a real gentleman, first and last* ông ta hoàn toàn là một người hào hoa phong nhã thực sự; **first come, first served** đến trước giải quyết trước; **first of all** trước hết: *first of all she just smiled, then she started to laugh* trước hết cô ta chỉ cười tủm tỉm, sau đó cô ta bật cười lên; **first off** (kng) trước hết: *first off, let's see how much it'll cost* trước hết hãy xem cái đó giá bao nhiêu đã; **head first** x head¹; **last in, first out** x last²; **put somebody (something) first** coi trọng hơn cả: *put one's career (children) first* coi trọng sự nghiệp (con cái) hơn những cái khác; **see somebody in hell first** x hell.

first³ /fɜːt/ *dt, dt* **1.** the first người đầu tiên, vật đầu tiên, điều đầu tiên: *Sheila is the first to arrive* Sheila là người đến đầu tiên **2.** (kng) thành tựu chưa từng thấy; sự kiện chưa từng thấy: *a real first for the German team* chiến thắng chưa từng thấy của đội Đức **3.** first [in something] bằng đại học cao nhất: *she got a first in maths at Exeter* chị ta đạt được bằng đại học cao nhất về toán ở Exeter **4.** số một (ở ô tô...): *go up the hill in first gear* cài số một lái xe lên đồi. // **from the [very] first** ngay từ đầu: *I found the idea attractive from the first and now I'm convinced it's the only solution* ngay từ đầu tôi đã thấy ý kiến đó là hấp dẫn và bây giờ tôi tin chắc rằng đó là giải pháp duy nhất; **from first to last** từ đầu đến cuối.

first aid /ˌfɜːstˈeɪd/ sự sơ cứu (người bị nạn).

first balcony /ˌfɜːstˈbælkəni/ (Mỹ) nh dress-circle.

first-born¹ /ˈfɜːstbɔːn/ *dt* con đầu lòng.

first-born² /ˈfɜːstbɔːn/ *tt* đầu lòng (con).

first class¹ /ˌfɜːstˈklɑːs/ *dt* **1.** hạng nhất (tàu hỏa, tàu thủy, máy bay...) **2.** thể thức gửi thư phát nhanh.

first class² /ˌfɜːstˈklɑːs/ *pht* **1.** theo hạng nhất: *I always travel first class* tôi luôn luôn đi vé hạng nhất **2.** theo thể thức phát nhanh (thư).

first-class³ /ˌfɜːstˈklɑːs/ *tt* **1.** [thuộc] hạng nhất: *a first-class ticket* vé hạng nhất **2.** có chất lượng hạng nhất: *your work is first-class, I'm very pleased with it* công việc anh là vào loại có chất lượng hạng nhất, tôi rất thích.

first cousin /ˌfɜːstˈkʌzn/ x cousin.

first-day cover /ˌfɜːstdeɪˈkʌvə[r]/ phong bì có dán bộ tem đặc biệt đóng dấu vào ngày đầu phát hành.

first degree /ˌfɜːstdɪˈɡriː/ mức độ một (bị bỏng; tội sát nhân): *he was charged with murder of the first degree (first-degree murder)* nó bị kết tội sát nhân mức độ một; *hot coffee can give first-degree burns* cà phê nóng

có thể gây bỏng mức độ một.

first-finger /ˈfɜːstfɪŋɡə[r]/ ngón [tay] trỏ.

first-floor /ˌfɜːstˈflɔː[r]/ (thường the first floor) **1.** (Anh) lầu một, tầng hai, gác một **2.** (Mỹ) tầng trệt, tầng một.

first footing /ˌfɜːstˈfʊtɪŋ/ sự xông nhà đầu năm.

first fruit /ˈfɜːst fruːt/ (thường snh) **1.** quả đầu mùa **2.** (bóng) thành quả đầu tiên.

first gear /ˌfɜːstˈɡɪə[r]/ số một (ở hộp số tốc độ xe ôtô...).

first-hand /ˌfɜːstˈhænd/ *tt, pht* trực tiếp từ nguồn: *first-hand information* tin tức trực tiếp từ nguồn, tin tức mắt thấy tai nghe.

first lady /ˌfɜːstˈleɪdi/ **1.** the First Lady (Mỹ) đệ nhất phu nhân (vợ tổng thống Mỹ); thống đốc phu nhân **2.** (thường số ít) người phụ nữ trội nhất (trong một lĩnh vực, một nghề nghiệp): *recognized as the first lady of romantic fiction* được công nhận là một phụ nữ trội nhất về tiểu thuyết lãng mạn.

firstly /ˈfɜːstli/ *pht* nhất là, thứ nhất là.

first name /ˈfɜːstneɪm/ tên thánh.

first night /ˌfɜːstˈnaɪt/ đêm công diễn đầu tiên.

first offender /ˌfɜːstəˈfendə[r]/ người phạm tội lần đầu.

first officer /ˈfɜːstˌɒfɪsə[r]/ thuyền phó (trên thương thuyền).

the first person /ðə ˈfɜːstˈpɜːsn/ **1.** (ngôn) ngôi thứ nhất **2.** lối kể chuyện theo cách tự sự.

first-rate¹ /,fɜːstˈreit/ *tt* thượng hạng: *this is first-rate beer* đây là loại bia thượng hạng.

first-rate² /,fɜːstˈreit/ *pht* rất khỏe khoắn: *feel first-rate* cảm thấy rất khỏe khoắn.

first refusal /,fɜːst riˈfjuːzl/ (*thương*) quyền ưu tiên chọn trước.

first school /ˈfɜːst skuːl/ trường tiểu học (*ở Anh*).

the First World War /,fɜːst wɜːldˈwɔːr/ (*cg* World War I) Thế chiến thứ I.

firth /fɜːθ/ *dt* 1. vịnh hẹp 2. cửa sông (*đặc biệt ở Ê-cốt*).

fiscal /ˈfiskl/ *tt* [thuộc] thuế khóa, tài chính: *the government's fiscal policy* chính sách tài khóa của chính phủ.

fiscal year /,fiskl ˈjiər/ *dt* (*Mỹ*) *nh* financial year.

fish¹ /fiʃ/ *dt* (*snh* **fish, fishes**) cá; thịt cá, món cá: *they caught several fish* họ bắt được nhiều cá; *fresh fish* cá tươi; *grilled fish* cá nướng. // **a big fish** *x* big¹; **a very different kettle of fish** *x* different; **drink like a fish** *x* drink²; **a fine... kettle of fish** *x* kettle; **a fish out of water** như cá trên cạn, lạc lõng bỡ ngỡ [trong môi trường mới]; **have bigger (other) fish to fry** có việc khác quan trọng hơn (thú vị hơn); **neither fish, flesh nor good red herring** môn chẳng ra môn, khoai chẳng ra khoai; **an odd (a queer) fish** (*kng*) người lập dị, người kỳ quặc; **play a fish** giật giật dây câu cho mệt cá; **there are [plenty of] other fish in the sea; there are [plenty] more [good] fish in the sea** của ấy còn khối.

fish² /fiʃ/ *dgt* 1. câu cá, đánh cá: *I often fish (go fishing) at weekends* cuối tuần tôi thường hay đi câu cá; *fish*

a lake đánh cá ở hồ 2. mò tìm, lục tìm: *fishing in the bag for the keys* lục tìm chìa khóa trong túi xách. // **fish in troubled waters** nước đục thả câu; nước đục béo cò.

fish for something câu, moi: *fish for information* moi thông tin; **fish [something] out [of something]** moi ra, lôi ra: *he fished a length of string out of his pocket* nó lôi trong túi ra một đoạn dây.

fish and chips /,fiʃ ənd ˈtʃips/ [món] cá tẩm bột rán [ăn với] khoai tây rán.

fishcake /ˈfiʃkeik/ *dt* bánh cá (*làm bằng cá luộc và khoai tây nghiền, mặt thường rắc vụn bánh mì*).

fisherman /ˈfiʃəmən/ *dt* người câu cá; người đánh cá, ngư dân.

fishery /ˈfiʃəri/ *dt* 1. (*thường snh*) vùng đánh cá, ngư nghiệp: *the Minister of Agriculture, Fisheries and Food* bộ trưởng nông nghiệp, ngư nghiệp và thực phẩm.

fish-eye lens /,fiʃai ˈlenz/ thấu kính mắt cá (*ở trong máy chụp ảnh*).

fish farm /ˈfiʃfɑːm/ ao thả cá; hồ thả cá.

fish finger /,fiʃˈfiŋgər/ (*Mỹ* **fish stick**) miếng cá [hình] ngón tay bao vụn bánh.

fish-hook /ˈfiʃhʊk/ *dt* lưỡi câu.

fishing /ˈfiʃiŋ/ *dt* 1. sự câu cá; sự đánh cá 2. nghề cá: *deep-sea fishing* nghề khơi.

fishing-line /ˈfiʃiŋlain/ *dt* dây câu.

fishing-rod /ˈfiʃiŋrod/ *dt* (*Mỹ* **fishing pole**) cần câu.

fishing-tackle /ˈfiʃiŋˌtækl/ *dt* đồ câu cá; đồ đánh cá.

fish-kettle /ˈfiʃˌketl/ *dt* xoong nấu cá (*hình bầu dục*).

fish-knife /ˈfiʃnaif/ *dt* dao cắt cá (*ở bàn ăn*).

fish-monger /ˈfiʃ,mʌŋgər/ *dt* người bán cá (*ở cửa hàng bán cá*).

fish-net /ˈfiʃnet/ *dt* 1. lưới đánh cá 2. vải tổ ong (*để may bao tay...*).

fish-plate /ˈfiʃpleit/ *dt* thanh đấu ray (*đường sắt*).

fish-slice /ˈfiʃslais/ *dt* cái xẻng trở cá (*công cụ nhà bếp*).

fish stick /ˈfiʃstik/ *dt* (*Mỹ*) *x* fish-finger.

fishwife /ˈfiʃwaif/ *dt* 1. chị hàng cá 2. (*xấu*) con mụ hàng tôm hàng cá (*chua ngoa*).

fissile /ˈfisail, (*Mỹ* ˈfisl)/ *tt* (*kng*) 1. có thể phân rã hạt nhân 2. có thể phân chẻ: *fissile wood* gỗ dễ chẻ.

fission /ˈfiʃn/ *dt* sự phân rã hạt nhân 2. (*sinh*) sự sinh sản phân đôi.

fissionable /ˈfiʃənəbl/ *tt* có thể phân rã hạt nhân (*chất liệu*).

fissiparous /fiˈsipərəs/ *tt* (*sinh*) sinh sản phân đôi.

fissure /ˈfiʃər/ *dt* vết nứt, khe (*đất, đá*).

fist /fist/ *dt* nắm đấm: *use one's fists* đấm nhau, thụi nhau. // **an iron fist (hand) in a velvet glove** *x* iron¹; **the mailed fist** *x* mail²; **make money hand over fist** *x* money.

fistful /ˈfistfʊl/ *dt* nắm (*số lượng nắm được trong tay*): *a fistful of ten-pound notes* một nắm giấy bạc mười bảng.

fisticuffs /ˈfistikʌfs/ *dt snh* (*cổ hoặc đùa*) sự đấm đá nhau: *engage in fisticuffs* đấm đá nhau.

fistula /ˈfistjʊlə/ *dt* (*y*) rò.

fit¹ /fit/ *tt* (**-tter; -ttest**) 1. (*thường vị ngữ*) **fit for somebody (something); fit to do**

F

something thích hợp: *the food was not fit for human consumption* thực phẩm không hợp cho người ăn **2.** *(thường vị ngữ)* **fit to do something** đến lúc phải, đến nỗi: *he is so angry that he's in no fit state to see anyone* ông ta giận đến mức không thể gặp bất cứ ai; *his shouting was fit to wake the dead* nó hét đến mức có thể dựng người chết dậy **3. fit for something (to do something)** mạnh khỏe, sung sức để làm việc gì *(nhất là do luyện tập thân thể đều đặn)*: *he's been ill and isn't fit for work yet* anh ấy bị ốm và chưa đủ mạnh khỏe để làm việc; *he keeps himself fit by running 5 miles every day* ông ta giữ cho mình được mạnh khỏe bằng cách chạy 5 dặm mỗi ngày **4.** hợp lý: *as George introduced Peter and Sarah it is only fit [and proper] that he should be best man at their wedding* vì George đã giới thiệu Peter với Sarah nên việc anh ta làm phù rể trong đám cưới của họ là hợp lý quá. // **[as] fit as a fiddle** rất khỏe khoắn; **see (think) fit [to do something]** thấy thích hợp: *the newspaper did not see fit to publish my letter* tờ báo đó thấy đăng bức thư của tôi là không thích hợp; *do as you think fit* hãy làm như điều mà anh thấy thích hợp.

fit² /fit/ *dgt* (-tt-) **fitted**, *(Mỹ cg* fit*)* **1.** vừa, đúng cỡ: *these shoes don't fit me* giày này tôi đi không vừa; *the key doesn't fit the lock* chìa khóa này tra không vừa ổ khóa **2.** mặc thử: *he went to the tailor's to be fitted for a coat* nó đi đến hiệu may để mặc thử chiếc áo khoác **3.** hợp với, khớp với: *the cooker won't fit in (into) your new

kitchen* cái bếp này sẽ không hợp với căn bếp mới nhà chị **4.** đủ chỗ cho: *the lift is so small that only three people could fit in* cái thang máy quá chật nên chỉ đủ chỗ cho ba người **5.** lắp, trang bị: *the room was fitted with a new carpet* căn buồng được lót một tấm thảm mới **6.** ráp vào: *fit the tail assembly to the fuselage* ráp bộ phận đuôi vào thân máy bay **7.** hợp với, phù hợp với: *all the facts certainly fit your theory* mọi sự kiện chắc chắn hợp với thuyết của anh; *the punishment ought to fit the crime* hình phạt phải xứng với tội phạm **8.** (+ for) làm cho hợp với, làm cho xứng với *(một nhiệm vụ...)*: *his experience fitted him for the job* kinh nghiệm của ông ta làm ông ta đáp ứng được công việc đó. // **fill (fit) the bill** x bill¹; **fit [somebody] like a glove** a/ vừa khít, rất vừa vặn *(nói về quần áo...)* b/ rất thích hợp: *"caution" is a description that certainly fits the new president like a glove* "thận trọng" chắc chắn là lời mô tả rất thích hợp đối với ông chủ tịch mới; **if the cap fits** x cap¹.

fit somebody (something) in; fit somebody (something) in (into) something thu xếp thời gian *(gặp ai, làm gì)*: *I'll try and fit you in after lunch* tôi sẽ thu xếp thời gian để gặp anh sau bữa ăn trưa; **fit in [with somebody (something)]** [ăn] khớp với: *do these plans fit in with your arrangements?* liệu các kế hoạch này có khớp với sự sắp đặt của anh hay không?; **fit somebody (something) out (up) [with something]** trang bị, sắm sửa: *fit out a ship before a long voyage* trang bị cho một con

tàu trước khi thực hiện một hành trình dài ngày; *I'm getting the children fit out with clothes for their new school* tôi đang sắm sửa quần áo cho các cháu vào trường học mới.

fit³ /fit/ *dt (số ít)* *(thường dùng với một tt đi trước)* kiểu vừa vặn: *the coat was a good (tight) fit* chiếc áo khoác này mặc vừa vặn (mặc bó chặt).

fit⁴ /fit/ *dt* cơn; trận: *an epileptic fit* cơn động kinh; *a fit of coughing* cơn ho; *a fit of laughter* trận cười rộ lên; *a fit of anger* cơn thịnh nộ. // **by (in) fits and starts** từng đợt: *because of other commitments I can only write my book by fits and starts* vì còn nhiều việc khác, tôi chỉ có thể viết cuốn sách của tôi từng đợt một; **have (throw) a fit** a/ lên cơn *(động kinh...)* b/ nổi cơn tam bành: *your mother would have a fit if she knew you were here* mẹ cô sẽ nổi cơn tam bành nếu bà biết cô ở đây.

fitful /'fitfl/ *tt* [xảy ra] từng cơn, [xảy ra] từng đợt, thất thường, chập chờn: *fitful showers of rain* mưa rào từng cơn; *a fitful night's sleep* giấc ngủ chập chờn.

fitfully /'fitfəli/ *pht* từng cơn, từng đợt, [một cách] chập chờn: *he slept fitfully* nó ngủ chập chờn.

fitment /'fitmənt/ *dt* *(thường snh)* đồ đạc: *kitchen fitments* đồ đạc nhà bếp *(như cái chạn...)*.

fitness /'fitnis/ *dt* **1.** sự mạnh khỏe, sự sung sức: *in many sports [physical] fitness is not as important as technique* trong một số môn thể thao, thể lực không quan trọng bằng kỹ thuật. **2. fitness for something (to do something) sự phù hợp, sự thích hợp: *her fitness for the job cannot be questioned* rõ ràng là cô ta thích hợp với công việc đó.

fitted /'fitid/ *tt* **1.** vừa khít *(thảm trải nhà; khăn trải giường...)* **2.** lắp vừa khít *(đồ đạc): fitted cupboards* những chiếc tủ đóng đúng kích thước lắp vừa khít vào tường **3.** có đồ đạc lắp vừa khít vào tường *(căn phòng).*

fitter /'fitə[r]/ *dt* **1.** thợ lắp ráp: *a gas fitter* thợ lắp ráp ống hơi đốt **2.** thợ sửa quần áo may sẵn cho vừa với khách.

fitting¹ /'fitiŋ/ *tt* thích đáng, thích hợp: *a fitting tribute to the dead soldiers* một lễ vật thích đáng đối với các binh sĩ đã tử trận.

fitting² /'fitiŋ/ *dt* **1.** *(thường snh)* thiết bị cố định *(nhưng có thể chuyển đi khi dọn nhà đi noi khác): stainless-steel electric light fitting* bộ phận điện bằng thép không gỉ **2.** sự thử quần áo *(quần áo may đo): I'm going to a fitting on Tuesday* thứ ba tôi đi thử quần áo.

five¹ /'faiv/ *dt, đht* năm: *look at page five* hãy xem ở trang năm; *everybody took the exam, but only five passed* mọi học sinh đều dự thi, nhưng chỉ có năm người thi đậu; *he's five (years old) today* hôm nay cậu bé lên năm.

five² /faiv/ *dt* con số năm: *a row of fives. on the blackboard* một dãy con số năm trên bảng đen; *five and five make ten* năm với năm là mười.

five- *(trong từ ghép)* năm: *a five-day week* tuần năm ngày làm việc; *a five-year contract* hợp đồng năm năm.

five o'clock shadow /ˌfaivə-klɒk'ʃædəʊ/ vết râu lún phún ở mặt vào buổi sáng một thời gian sau khi đã cạo râu.

five pence /ˌfaiv'pens/ *(cg* **five p, 5p)** *(Anh)* đồng năm xu.

fivepenny /'faivpeni/ *tt* giá năm xu.

fiver /'faivə[r]/ *dt (kng)* **1.** *(Anh)* đồng năm bảng **2.** *(Mỹ)* đồng năm đô-la.

fives /faivz/ *dt (dgt số ít) (thể)* bóng ném.

fix¹ /fiks/ *dgt* **1.** đóng, gắn, cắm chặt: *fix a post in the ground* đóng một cái cọc xuống đất; *fix somebody's name in one's mind* ghi sâu tên ai vào trong óc, ghi nhớ tên ai; *fix the blame on somebody* buộc trách nhiệm cho ai **2.** tập trung, dồn *(sự nhìn, sự chú ý...): fix one's eyes on something* dồn con mắt vào cái gì; *fix one's attention on what one is do-ing* tập trung sự chú ý vào việc đang làm **3.** định, quy định, ấn định: *fix a date for a meeting* định ngày giờ họp **4.** chỉnh lại, sửa lại: *my watch has stopped, it needs fixing* đồng hồ tôi bị chết rồi, phải chỉnh lại **5.** sang sửa: *let me fix my hair and I'll be ready* cho tôi sửa sang (chải lại) tóc một tý là tôi sẵn sàng ngay **6.** sắp xếp, bố trí: *I'll fix [up] a meeting* tôi sẽ bố trí một cuộc họp; *fix somebody up with a job* bố trí sắp xếp công việc cho ai **7.** chuẩn bị, dọn *(bữa ăn): he's just fixing a snack* anh ta chỉ mới chuẩn bị một bữa ăn qua loa; *can I fix you a drink?* tôi rót mời anh uống tý gì được không?; *let me fix supper for you* để anh dọn cơm tối cho em **8.** hăm

(ảnh, màu vải nhuộm), cố định lại **9.** *(chủ yếu dùng ở dạng bị động) (kng)* định trước *(bằng mua chuộc): I knew the race was fixed* tôi đã biết kết quả cuộc đua đã được định trước rồi (đã bị mua chuộc) **10.** *(kng)* khử, trừng phạt; trả thù *(ai)* **11.** *(lóng)* tự tiêm chích *(ma túy).*

fix on somebody (something) chọn, lựa chọn: *have you fixed on a date for the wed-ding?* anh đã chọn ngày làm lễ cưới chưa?; **fix something up** sửa sang, trang hoàng lại: *he fixed up the cottage before they moved in* ông ta sửa sang lại ngôi nhà trước khi họ chuyển đến ở; **fix some-body up (with something)** *(kng)* thu xếp, bố trí *(cho ai được cái gì): I'll fix you up with a place to stay* tôi sẽ thu xếp cho anh một chỗ để ở lại; *she's got herself fixed up with a cosy flat* chị ta đã tự thu xếp được một căn hộ ấm cúng; **fix somebody with some-thing** nhìn chằm chằm, tập trung sự chú ý vào: *he fixed her with an angry stare* nó nhìn chị ta chằm chằm với vẻ giận dữ.

fix² /fiks/ *dt* **1.** *(thường số ít) (kng)* tình thế khó khăn: *be in (get oneself) into a fix* lâm vào tình thế khó khăn **2.** sự xác định vị trí *(tàu thủy, máy bay);* vị trí xác định được **3.** *(số ít) (kng)* vụ việc sắp xếp một cách không trung thực: *her pro-motion was a fix, I'm sure* sự đề bạt chị ta là một việc sắp xếp không trung thực, tôi tin chắc như thế **4.** sự tiêm chích ma túy: *get one-self a fix* tự tiêm chích ma túy.

fixated /fik'seitid/ *tt (vị ngữ)* (+ on) gắn bó với, bám

F

víu vào: *he is fixated on things that remind him of his childhood* anh ta gắn bó với những cái gợi lại thời thơ ấu của anh.

fixation /fik'sei∫n/ *dt* sự gắn bó, sự bám víu; nỗi ám ảnh: *fixation about marriage* những nỗi ám ảnh về hôn nhân.

fixative /'fiksətiv/ *dt* **1.** thuốc hãm *(màu...)*; thuốc giữ mùi hương **2.** chất gắn: *dentures require a strong fixative* hàm răng giả cần có chất gắn chắc.

fixed /fikst/ *tt* **1.** cố định: *fixed prices* giá cố định **2.** khư khư: *he had the fixed idea that a woman's place was in the home* anh ta cứ khư khư giữ ý kiến cho rằng vị trí của người phụ nữ là ở trong gia đình **3.** chăm chú, chăm chằm *(cái nhìn)* **4.** được cấp, được cho: *how are you fixed for time?* anh được cho bao nhiêu thời gian. // **[of] no fixed abode (address)** không có chỗ ở thường xuyên, lang thang.

fixed assets /,fikst'æsets/ tài sản cố định.

fixed costs /,fikst'kɒsts/ chi phí cố định.

fixedly /'fiksidli/ *pht* [một cách] chăm chú, [một cách] chằm chằm.

fixed star /,fikst'stɑ:[r]/ *dt* định tinh.

fixer /'fiksə[r]/ *dt* **1.** người sắp xếp trước kết cục *(của một cuộc đấu...)* **2.** chất hãm *(màu...)*.

fixture /'fikst∫ə[r]/ *dt* **1.** *(thường snh)* đồ đạc cố định *(như bồn tắm, nhà xí, không chuyển đi được khi dọn nhà)* **2.** *(thể)* ngày đấu, ngày thi; cuộc đấu, cuộc thi **3.** *(kng)* người ở lì mãi một chỗ; điều bất di bất dịch: *professor Gravity now seems to have*

become an unwanted fixture in the college giáo sư Gravity nay dường như đã trở thành một người ở lì không cần đến nữa ở trường đại học.

fizz¹ /fiz/ *dgt* **1.** sủi bọt *(chất nước)* **2.** xì xì, xè xè: *the match fizzed* que diêm cháy xè xè.

fizz² /fiz/ *dt* **1.** bọt *(sủi lên)*: *this lemonade has lost its fizz* nước chanh này đã hết bọt rồi **2.** tiếng xì xì, tiếng xè xè **3.** *(kng)* rượu có ga; thức uống có ga.

fizziness /'fizinis/ *dt* sự sủi bọt, sự có ga *(thức uống)*.

fizzle /'fizl/ *dgt* kêu xì xì, kêu xè xè.

fizzle out xì hơi, xẹp *(bóng)*: *after a promising start, the project soon fizzled out* sau một sự khởi đầu đầy hứa hẹn, kế hoạch đã sớm xì hơi.

fizzy /'fizi/ *tt* **(-ier; -iest)** sủi bọt, có ga *(thức uống)*: *fizzy lemonade* nước chanh có ga.

fjord /fi'ɔ:d/ *dt* nh fiord.

fl *(vt của* floor) tầng *(nhà)*: *Accounts Office 3rd fl* phòng kế toán ở tầng ba.

flab /flæb/ *dt (kng, xấu)* thịt mềm nhão *(ở cơ thể người)*: *middle-age flab* thịt mềm nhão ở người trung niên.

flabbily /'flæbili/ *pht* **1.** [một cách] mềm nhão **2.** [một cách] yếu ớt.

flabbiness /'flæbinis/ *dt* **1.** sự mềm nhão **2.** sự yếu ớt.

flabby /'flæbi/ *tt* **(-ier; -est)** *(xấu)* **1.** mềm nhão; có thịt mềm nhão: *flabby muscles* bắp thịt mềm nhão **2.** yếu ớt: *a flabby argument* lý lẽ yếu ớt.

flabbergast /'flæbəgɑ:st, (Mỹ 'flæbəgæst)/ *dgt (thường dùng ở thể bị động) (kng)* làm sửng sốt, làm hết sức kinh ngạc: *he was flabbergasted when he heard that*

his friend had been accused of murder anh ta sửng sốt khi nghe tin bạn mình bị kết tội giết người.

flaccid /'flæksid/ *tt* mềm nhão *(thịt)*.

flaccidity /flæk'sidəti/ *dt* sự mềm, sự nhão *(thịt)*.

flag¹ /flæg/ *dt* **1.** cờ: *the ship was sailing under the Dutch flag* chiếc tàu ấy treo cờ Hà Lan; *the guard waved his flag and the train left the station* người gác vẫy cờ hiệu và đoàn tàu rời nhà ga; *the white flag is a symbol of a surrender* cờ trắng là tượng trưng cho sự đầu hàng **2.** cờ quyên tiền **3.** biển cho thuê *(xe tắc xi)*. // **a flag of convenience** *(hải)* cờ đăng ký nước ngoài; **fly (show; wave) the flag** vẫy cao ngọn cờ *(tỏ lòng ủng hộ hoặc lòng trung thành)*; **keep the flag flying** giữ vững ngọn cờ: *our exporters proudly kept the flag flying at the international trade exhibition* các nhà xuất khẩu của ta đã kiêu hãnh giữ vững ngọn cờ ở cuộc triển lãm thương mại quốc tế.

flag² /flæg/ *dgt* **(-gg-)** **1.** treo cờ, trang hoàng bằng cờ: *the streets were flagged to celebrate the royal wedding* đường phố treo cờ mừng đám cưới hoàng gia **2.** đánh dấu: *all the surnames in the list have been specially flagged so that the computer can print them out easily* tất cả các họ trong danh sách được đánh dấu đặc biệt để máy điện toán có thể in ra dễ dàng.

flag something down ra hiệu dừng lại, vẫy dừng lại: *flag down a taxi* vẫy xe tắc-xi dừng lại.

flag³ /flæg/ *dgt* **(-gg-)** **1.** yếu đi, giảm sút: *my enthusiasm* *is flagging* nhiệt tình của tôi đang giảm sút **2.** rũ xuống *(cây cối): roses will flag in the summer heat* hoa hồng sẽ héo rũ xuống trong cái nắng mùa hè.

flag⁴ /flæg/ *dt nh* flagstone.

flag⁵ /flæg/ *dt (thực)* cây đuôi diều.

flag day /'flægdei/ *dt (Mỹ* **tag day**) ngày quyên tiền *(những người đã quyên tiền được phát một lá cờ).*

flagellant /'flædʒəlnt/ *dt* người tự quất roi *(coi đó là một hình phạt tôn giáo).*

flagellate /'flædʒəleit/ *dgt* quất roi *(như là một hình phạt tôn giáo hay một hình thức kích động khoái lạc tình dục).*

flagellation /ˌflædʒə'leiʃn/ *dt* sự quất roi *(như là một hình phạt hay một hình thức kích động khoái lạc tình dục).*

flagged /'flægd/ *tt* được lát bằng đá *(đường...).*

flagon /'flægən/ *dt* **1.** hũ *(rượu): drink a flagon of wine* uống cả một hũ rượu **2.** bình rượu *(ở bàn ăn).*

flag-pole /'flægpəʊl/ *dt* cột cờ.

flagrant /'fleigrənt/ *tt* trắng trợn: *a flagrant breach of justice* sự vi phạm trắng trợn công lý.

flagrantly /'fleigrəntli/ *pht* [một cách] trắng trợn.

flagship /'flægʃip/ *dt* **1.** tàu đô đốc, kỳ hạm **2.** *(bóng)* vật quan trọng nhất: *this dictionary is the flagship of Oxford's range of learners' dictionaries* cuốn từ điển này là cuốn quan trọng nhất trong loạt từ điển Oxford dành cho người học tiếng Anh.

flagstaff *dt nh* flag-pole.

flagstone /'flægstəʊn/ *dt (cg* **flag**) phiến đá lát *(đường...).*

flag-waving /'flæg,weiviŋ/ *dt (bóng)* sự phất cờ *(bóng);* sự hô hào.

flail¹ /fleil/ *dt* cái néo *(để đập lúa).*

flail² /fleil/ *dgt* **1.** đập như đập bằng néo **2.** vung vẩy *(tay...): flail one's hands above one's head* vung tay lên trên đầu; *he ran down the hill at full speed, his arms flailing wildly* nó chạy hết tốc lực xuống đồi, hai tay vung vẩy lung tung.

flair /fleə[r]/ *dt* sự tinh, sự thính, sự nhạy bén; khiếu: *she has a real flair for languages* cô ta có khiếu thực sự về ngôn ngữ.

flak /flæk/ *dt* **1.** súng phòng không; hỏa lực phòng không **2.** *(kng)* sự chỉ trích kịch liệt: *the plans for the new tax have come in for a lot of flak* kế hoạch về thuế mới đã bị chỉ trích kịch liệt.

flake¹ /fleik/ *dt* vảy bong ra: *scrape off all the loose flakes of paint before redecorating* cạo hết các vảy sơn bong ra trước khi tân trang lại; *snowflakes* bông tuyết; *soapflakes* bọt xà phòng.

flake² /fleik/ *dgt* **1.** (+ off, away) bong ra, rơi ra từng mảnh: *the paint on the wall is beginning to flake [off]* sơn ở tường đang bắt đầu bong ra **2.** thái thành lát mỏng: *flaked fish* cá thái lát mỏng.

flake out *(kng)* gục xuống ngủ *(vì kiệt sức).*

flak jacket /'fleik dʒækit/ áo chống đạn.

flakiness /'fleikinis/ *dt* sự gồm nhiều lát mỏng; sự dễ bong ra thành lát.

flaky /'fleiki/ *tt* (-ier; -iest) gồm nhiều lát mỏng; dễ bong ra thành từng lát.

flambé /'flɒmbei, (Mỹ* fla:m-'bei/ *(tiếng Pháp) (dùng sau dt)* tẩm rượu *(thường là rượu brandi)* đốt *(nói về thức ăn): pancakes flambé* bánh kếp tẩm rượu đốt *(rồi dọn ra ăn).*

flamboyance /flæm'bɔiəns/ *dt* **1.** sự khoa trương **2.** sự lòe loẹt.

flamboyant /flæm'bɔiənt/ *tt* **1.** khoa trương: *flamboyant gestures* cử chỉ khoa trương **2.** lòe loẹt: *flamboyant clothes* quần áo lòe loẹt.

flamboyantly /flæm'bɔiəntli/ *pht* **1.** [một cách] khoa trương **2.** [một cách] lòe loẹt.

flame¹ /fleim/ *dt* **1.** ngọn lửa: *the candle flame flickered and went out* ngọn [lửa ở cây] nến bập bùng và tắt; *burst into flames* bốc cháy **2.** ánh hồng: *the flame of sunset* ánh hồng lúc mặt trời lặn **3.** cơn bừng bừng, ngọn lửa *(bóng): a flame of anger* cơn giận bừng bừng **4.** *(kng)* người yêu *(chủ yếu dùng trong kết hợp* an old flame *người yêu cũ).* // **add fuel to the flames** *x* add; **fan the flames** *x* fan²; **pour oil on the flames** *x* pour.

flame² /fleim/ *dgt* **1.** cháy, bốc cháy, cháy bùng **2.** bùng lên, rực lên: *his face flamed with anger* mặt anh ta bừng lên vì tức giận.

flamenco /fləmeŋkəʊ/ *dt (snh* **flamencos**) **1.** điệu vũ fla-men-cô *(gốc Tây Ban Nha)* **2.** nhạc cho điệu vũ fla-men-cô.

flame-thrower /'fleim ˌθrəʊə[r]/ *dt* súng phun lửa.

flaming /'fleimiŋ/ *tt (thngữ)* **1.** bừng bừng, hừng hực; kịch liệt: *a flaming row* cuộc cãi lộn kịch liệt **2.** *(kng)* quá chừng: *you flaming idiot!* mày ngu quá chừng!

flamingo /flə'miŋgəʊ/ *dt* (snh **flamingos**) *(động)* chim hồng lạc.

flammable /'flæməbl/ *tt* dễ cháy.

flan /flæn/ *dt* bánh flăng, bánh nhân kem.

flange /'flændʒ/ *dt* (dsắt) mép bánh xe, vành bánh xe.

flank¹ /flæŋk/ *dt* sườn *(của người, của một con vật, của dãy núi, của tòa nhà, của một cánh quân)*: *the enemy attacked us on the left flank* quân địch tấn công chúng ta bên sườn trái.

flank² /flæŋk/ *dgt (thường dùng ở dạng bị động)* đặt cạnh sườn, kèm cạnh sườn: *the prisoner was flanked by the two detectives* tên tù bị hai viên cảnh sát điều tra kèm cạnh sườn; *the garden is flanked to the north with large maple trees* ở sườn bắc của khu vườn, có nhiều cây thích lớn.

flannel¹ /'flænl/ *dt* **1.** vải flanen **2. flannels** *(snh)* quần dài đàn ông bằng vải flanen: *a pair of cricket flannels* quần dài bằng vải flanen để chơi cricket **3.** *nh* facecloth **4.** *(kng)* lời tâng bốc vòng vo: *he gave me a lot of flannel but I still don't know the answer to my question* nó nói vòng vo dài dòng tâng bốc tôi, nhưng tôi vẫn chưa biết hắn trả lời câu hỏi của tôi ra sao cả.

flannel² /'flænl/ *dgt* (-ll- Mỹ -l-) *dgt (kng)* nói vòng vo; viết dài dòng: *stop flanelling and give a straight answer* đừng có vòng vo nữa và trả lời thẳng đi.

flannelette /ˌflænə'let/ *dt* vải flanen bông: *flannelette*

pyjamas quần áo ngủ bằng vải flanen bông.

flap¹ /flæp/ *dt* **1.** nắp *(phong bì, túi...)* **2.** vành *(mũ)*; cánh *(bàn gấp)*, vạt *(áo)*, dái *(tai)* **3.** sự đập, sự vỗ **4.** cái phát đen đét, cái vỗ đen đét **5.** *nh* aileron *(cánh phụ ở máy bay)*. // **be in (get into) a flap** *(kng)* bối rối; lo lắng: *I got into a real flap when I lost my keys* tôi thực sự bối rối khi đánh mất chùm chìa khóa.

flap² /flæp/ *dgt* (-pp-) **1.** bay phần phật; vỗ đen đét: *the sails were flapping gently in the wind* cánh buồm nhẹ nhàng bay phần phật trong gió; *the bird flapped its wings and flew away* con chim vỗ cánh bay đi **2.** đập nhẹ, vụt nhẹ: *flap at a fly with a cloth; flap a cloth at a fly* lấy cái khăn đập nhẹ xua ruồi **3.** *(kt)* bối rối; lo lắng: *there's no need to flap!* không cần phải lo lắng thế!

flap across, away, by... vỗ cánh bay (qua, đi, ngang qua...): *the heron flapped slowly off across the lake* con diệc vỗ cánh bay từ từ ngang qua hồ.

flapjack /'flæpdʒæk/ *dt* **1.** bích-quy yến mạch **2.** *(Mỹ)* bánh kếp dày.

flapper /'flæpə[r]/ *dt* **1.** vỉ ruồi **2.** *(cũ, kng)* cô gái có tư tưởng mới *(vào những thập niên 1920).*

flare¹ /fleə[r]/ *dgt* **1.** lóe sáng: *the match flared in the darkness* que diêm lóe sáng trong bóng tối **2.** bùng lên: *tempers flared at the conference* những cơn giận đã bùng lên trong hội nghị.

flare up a/ bùng lên: *the fire flared up as I put more logs on it* ngọn lửa bùng lên khi tôi bỏ thêm củi vào; *violence has flared up again* bạo lực lại bùng lên b/ tái phát

(bệnh): *my back trouble has flared up again* chứng đau lưng của tôi lại tái phát.

flare² /fleə[r]/ *dt* **1.** ánh sáng lóe lên **2.** pháo sáng báo hiệu: *the captain of the sinking ship used flares to attract the attention of the coast guard* viên thuyền trưởng chiếc tàu đang chìm dùng pháo sáng báo hiệu để thu hút sự chú ý của đội gác biển.

flare³ /fleə[r]/ *dgt* loe ra, xòe ra: *flared trousers* quần ống loe.

flare⁴ /fleə[r]/ *dt* **1.** sự loe ra, sự xòe ra; dáng loe ra: *a skirt with a slight flare* cái váy hơi xòe **2. flares** *(snh, kng)* quần ống loe.

flare-path /'fleəpɑ:θ/ *dt* đường băng có đèn sáng.

flare-up /'fleəʌp/ *dt* **1.** sự bùng lóe lên **2.** sự bộc phát *(hành động, tình cảm).*

flash¹ /flæʃ/ *dt* **1.** sự lóe; ánh lóe lên, tia: *a flash of lightning* ánh chớp lóe lên; *a flash of intuition* một tia trực giác **2.** đèn nháy *(chụp ảnh)* **3.** *(quân)* phù hiệu **4.** *(kng)* sự phơi bày bộ phận sinh dục (nhất là đàn ông) **5.** *(kng, xấu)* mã lòe loẹt phô trương: *a flash sports car* một chiếc xe thể thao có cái mã lòe loẹt phô trương. // **a flash in the pan** thành công chói lọi nhất thời; **in a (like) a flash** rất nhanh, ngay tức khắc: *I'll be back in a flash* tôi sẽ trở lại ngay tức khắc; **quick as a flash** x quick¹.

flash² /flæʃ/ *dgt* **1.** lóe lên; làm lóe lên, rọi: *lightning flashed during the storm* chớp lóe lên trong cơn bão; *stop flashing that light in my face* thôi đừng rọi cái ánh sáng ấy vào mặt tôi nữa **2.** truyền bằng ánh sáng: *flash a signal to somebody with one's car headlights* chớp đèn pha xe hơi để báo hiệu cho ai 3. phát đi bằng radio, truyền hình...: *flash a message on the screen* phát đi một thông điệp trên màn hình 4. xuất trình, phô ra, xòe ra: *flash an identification card* xuất trình thẻ căn cước; *he's flashing his money around* nó đang xòe tiền ra khoe với mọi người.

flash along (by; past; through...) vụt qua: *an idea flashed into her mind* một ý nghĩ vụt qua đầu cô; *the train flashed by at high speed* đoàn tàu chạy vụt qua nhanh; **flash back** hồi tưởng, nhớ lại: *my mind flashed back to our previous meeting* trí óc tôi hồi tưởng lại cuộc gặp gỡ trước đây của chúng tôi.

flashback /'flæʃbæk/ *dt* (đ.ảnh) cảnh hồi tưởng: *the events that led up to the murder were shown in a series of flashbacks* những sự kiện dẫn đến vụ giết người đã được thể hiện lại bằng một loạt cảnh hồi tưởng.

flashbulb /'flæʃbʌlb/ *dt* bóng đèn (chớp), nháy.

flash card /'flæʃka:d/ thẻ ghi từ để học (*dùng như một hình thức bổ sung bằng mắt cho trí nhớ*).

flash cube /'flæʃkju:b/ bộ lập phương đèn nháy (*dùng chụp ảnh cái này sau cái kia*).

flasher /'flæʃə[r]/ *dt* 1. (*kng*) người phơi bày bộ phận sinh dục (nhất là nam) ra 2. đèn nháy báo đường rẽ; bộ điều khiển đèn nháy báo đường rẽ.

flash-flood /'flæʃflʌd/ *dt* cơn lũ đột ngột.

flash-gun /'flæʃgʌn/ *dt* thiết bị điều khiển đèn nháy.

flashily /'flæʃili/ *pht* [một cách] lòe loẹt, [một cách] sặc sỡ, [một cách] hào nhoáng: *flashily dressed* ăn mặc sặc sỡ.

flashlight /'flæʃlait/ *dt* 1. ánh đèn nháy; đèn nháy (để chụp ảnh, hoặc ở hải đăng...) 2. (Mỹ) (*cg* **torch**) đèn pin.

flash-point /'flæʃpɔint/ *dt* 1. điểm lóe lửa (của hơi một chất dầu..., mà không bốc cháy) 2. (bóng) điểm bùng nổ (bạo lực, con giận...): *community unrest is rapidly approaching the flash-point* tình trạng rối ren trong cộng đồng đang tiến nhanh tới điểm bùng nổ.

flashy /'flæʃi/ *tt* (**-ier; -est**) lòe loẹt, sặc sỡ, hào nhoáng: *flashy clothes* quần áo lòe loẹt; *a flashy car* chiếc xe hào nhoáng.

flask /fla:sk, (Mỹ flæsk)/ *dt* 1. bình, lọ (nhất là loại thót cổ dùng ở phòng thí nghiệm) 2. *nh* vacuum flask.

flat¹ /flæt/ *dt* (*cg Mỹ* **apartment**) dãy phòng cùng tầng, căn hộ: *they're renting a furnished flat on the third floor* họ đang thuê một căn hộ có đầy đủ đồ đạc ở tầng ba; *a block of flats* một tòa chung cư.

flat² /flæt/ *tt* (**-tter; -ttest**) 1. phẳng, bằng phẳng: *the countryside is very flat here* vùng đồng quê ở đây rất bằng phẳng (không có dồi); *flat roof* mái bằng 2. nông, cạn, dẹt: *flat dishes* những cái đĩa dẹt 3. xẹp, xì hơi (lốp xe) 4. nhạt, tẻ nhạt: *speak in a flat voice* nói với giọng tẻ nhạt 5. ế ẩm: *the market has been flat today* hôm nay chợ búa ế ẩm 6. ổn định, không lên xuống

(giá cả) 7. hết ga, hả (rượu, bia...): *flat beer* bia đã hả hết ga 8. hết điện (ắc quy...) 9. (nhạc) giáng: *B flat* xi giáng 10. (thường vị ngữ) [có] màu sắc không tương phản (tranh): *his paintings are deliberately flat, it's part of his style* tranh của ông ta dùng màu không tương phản một cách cố ý, đó là một phần trong phong cách của ông 11. không bóng loáng, xỉn (nước sơn...) 12. thẳng thừng: *give somebody a flat refusal* từ chối ai thẳng thừng 13. bẹt (bàn chân). // **and that's flat** dứt khoát là như vậy; đó là quyết định cuối cùng của tôi: *I'm not going out with you and that's flat* tôi sẽ không đi ra ngoài với anh đâu, dứt khoát là như vậy; **be in (go into) a flat spin; as flat as a pancake** hoàn toàn tẻ nhạt: *the whole landscape look as flat as a pancake* toàn bộ phong cảnh trông hoàn toàn tẻ nhạt.

flat³ /flæt/ *pht* 1. sõng soài, duỗi thẳng: *he knocked his opponent flat* hắn đánh đối thủ ngã sõng soài; *she lay flat on her back in the warm sunshine* chị ta nằm ngửa thẳng người dưới ánh nắng ấm áp 2. [một cách] thẳng thừng; [một cách] hoàn toàn: *I'm flat broke* tôi hoàn toàn sạch túi. // **fall flat** nhạt nhẽo, vô duyên; **fall flat on one's face** (kng) thất bại nhục nhã; **flat (stony) broke** x broke²; **flat out** a/ nhanh hết mức; gắng hết sức: *running flat out* chạy hết tốc lực b/ kiệt sức: *after running in the marathon, she was flat out for a week* sau khi chạy maratông; chị ta bị kiệt sức đến một tuần lễ; **in 10 seconds (5 minutes...) flat** đúng mười giây (5 phút...): *I can* *change a tyre in two minutes flat* tôi có thể thay lốp xe đúng hai phút.

flat⁴ /flæt/ *dt* **1.** mặt bẹt: *the flat of an oar* mặt bẹt của mái chèo; *the flat of a hand* lòng bàn tay **2.** *(thường snh)* bãi đất thấp *(nhất là ở gần nước)*: bãi bùn lầy; *salt flats* bãi đất mặn **3.** *(nhạc)* dấu giáng **4.** *(Mỹ, kng)* bánh xe xì hơi **5.** *(skhấu)* phông đóng khung nâng lên hạ xuống được.

flat-bottomed /ˌflæt'bɒtəmd/ *tt* [có] đáy bằng *(thuyền)*.

flat car /'flætkɑ:[r]/ *dt (Mỹ, dsắt)* toa trần.

flat-fish /'flæt,fiʃ/ *dt* cá dẹt mình *(như cá bon...).*

flat-footed /ˌflæt'fʊtid/ *tt* **1.** [có] bàn chân bẹt **2.** *(kng)* vụng về, lóng ngóng.

flat-iron /'flæt,aiən/ *dt* bàn là đốt than *(to, nặng để là đồ khăn vải).*

flatlet /'flætlit/ *dt* căn hộ nhỏ.

flatly /'flætli/ *pht* **1.** [một cách] buồn tẻ, [một cách] tẻ nhạt: *it's hopeless, he said flatly* hết hy vọng rồi, anh ta nói một cách buồn tẻ **2.** dứt khoát, thẳng thừng.

flatness /'flætnis/ *dt* **1.** sự bằng phẳng, sự phẳng **2.** sự nông, sự cạn, sự trệt **3.** sự xẹp, sự xì hơi **4.** sự nhạt, sự tẻ nhạt **5.** sự ế ẩm **6.** sự ổn định, sự không lên xuống *(giá cả)* **7.** sự hả hết ga *(rượu bia...)* **8.** sự hết điện *(ắc quy)* **9.** sự không có màu sắc tương phản **10.** sự xỉn **11.** sự thẳng thừng.

flat racing /'flætreisiŋ/ cuộc đua ngựa trên đường bằng *(không phải vượt rào...).*

flat spin /ˌflæt'spin/ *dt* sự bổ nhào xuống *(máy bay).* // **be**

in (go into) a flat spin *(kng)* bối rối, lúng túng.

flatten /'flætn/ *dgt* **1.** [làm] bẹt ra, san phẳng: *a field of wheat flattened by storms* ruộng lúa mì bị bão thổi rạp xuống; *flatten oneself against a wall to let people get by* ép mình sát vào tường để cho người ta đi qua **2.** đánh bại, đè bẹp; làm bẽ mặt: *he was totally flattened by her sarcasm* anh ta hoàn toàn bẽ mặt trước những lời châm chọc của cô ta.

flatter /'flætə[r]/ *dgt* **1.** tâng bốc, nịnh hót **2.** làm hãnh diện: *I was very flattered by your invitation to talk at the conference* tôi rất hãnh diện được các bạn mời nói chuyện tại hội nghị **3.** tôn [đẹp hơn] lên: *this photograph certainly doesn't flatter you (mỉa)* bức ảnh này hẳn là không tôn được vẻ đẹp của chị lên *(bức ảnh này trông chị xấu hơn)* **4.**

flatter oneself [that...] tự hào là, lấy làm hãnh diện *(thường là một cách sai lầm)* là: *he flatters himself that he speaks French well* nó tự hào là nói tiếng Pháp giỏi.

flatterer /'flætərə[r]/ *dt* người tâng bốc, người nịnh hót.

flattering /'flætəriŋ/ *tt* làm tôn vẻ đẹp lên: *that's a very flattering dress Ann's bearing* chiếc áo mà Ann đang mặc tôn vẻ đẹp của cô ta lên rất nhiều.

flattery /'flætəri/ *dt* sự tâng bốc, sự nịnh hót; lời tâng bốc, lời nịnh hót.

flatulence /'flætjʊləns/ *dt* **1.** hơi *(trong hệ tiêu hóa)*; sự đầy hơi: *suffer from flatulence* bị đầy hơi **2.** sự huênh hoang.

flatulent /'flætjʊlənt/ *tt* **1.** đầy hơi *(trong hệ tiêu hóa)* **2.** huênh hoang *(lời nói...).*

flaunt /flɔ:nt/ *dgt* phô trương, chưng diện: *flaunt one's new clothes* chưng diện quần áo mới; *he's always flaunting his wealth* ông ta luôn luôn phô trương sự giàu có của mình.

flautist /'flɔ:tist/ *(Mỹ* **flutist** /'flu:tist/) *dt* người thổi sáo *(nhất là thổi chuyên nghiệp).*

flavour¹ *(Mỹ* **flavor)** /'fleivə[r]/ *dt* **1.** mùi thơm, vị ngon, mùi vị: *sweets with different flavour* kẹo với nhiều mùi vị khác nhau **2.** *(bóng)* hương vị phảng phất: *a newspaper story with a flavour of romance* một truyện viết trên báo có phảng phất hương vị truyện tình lãng mạn.

flavour² *(Mỹ* **flavor)** /'fleivə[r]/ *dgt* làm tăng thêm mùi vị, cho thêm gia vị *(vào thức ăn...)*: *flavour stew with onions* bỏ hành vào làm tăng mùi vị thịt hầm.

-flavoured *(Mỹ* **-flavored)** /'fleivərəd/ *(yếu tố tạo tt ghép)* có mùi vị *(của món gì đó)*: *lemon-flavoured sweets* kẹo có mùi vị chanh.

flavouring *(Mỹ* **flavoring)** /'fleivəriŋ/ *dt* đồ gia vị: *the soup needs more flavoring* xúp này cần nhiều gia vị hơn nữa.

flavourless *(Mỹ* **flavorless)** *tt* không có mùi vị.

flaw¹ /flɔ:/ *t* **1.** vết nứt, chỗ rạn: *this vase would be perfect but for a few small flaws in its base* chiếc bình này có lẽ sẽ hoàn hảo nếu không có một vài vết rạn nhỏ ở đáy **2.** sai lầm, thiếu sót: *a flaw in someone's reasoning* một thiếu sót trong lập luận của ai **3.** điểm yếu: *pride was the greatest flaw in his* *personality* tính kiêu căng tự đắc là điểm yếu lớn nhất trong nhân cách của ông ta.

flaw² /flɔ:/ *đgt* làm cho có sai lầm thiếu sót: *a flawed masterpiece* một kiệt tác còn vài sai sót.

flawless /'flɔ:lis/ *tt* hoàn hảo: *a flawless performance* một buổi trình diễn hoàn hảo.

flax /'flæks/ *dt* **1.** *(thực)* cây lanh **2.** sợi lanh.

flaxen /'flæksn/ *tt* vàng nhạt *(tóc)*: *a flaxen-haired child* đứa bé tóc vàng nhạt.

flay /flei/ *đgt* **1.** lột da *(một con thú vật đã chết)* **2.** quất mạnh *(bằng roi)* **3.** phê bình nghiêm khắc.

flea /fli:/ *dt (động)* bọ chét: *the cat's got fleas* con mèo đó có bọ chét. // **with a flea in one's ear** bị mắng mỏ nặng, bị khiển trách nặng.

flea-bag /'fli:bæg/ *dt* **1.** người nhếch nhác; con vật bẩn thỉu **2.** *(Mỹ)* khách sạn bẩn thỉu rẻ tiền.

flea-bite /'fli:bait/ *dt* **1.** vết đốt *(của bọ chét)* **2.** điều bất tiện nhỏ nhưng phiền hà.

flea-market /'fli:'mɔ:kit/ *(kng)* chợ trời.

flea-pit /'fli:pit/ *dt (xấu)* ổ rệp *(từ dùng để chỉ các rạp hát, rạp chiếu bóng tối tàn bẩn thỉu)*.

fleck¹ /flek/ *dt* **1.** đốm, vết *(màu)*: *flecks of brown and white on a bird's breast* đốm nâu và trắng trên ức con chim **2.** hạt *(nhỏ)*: *flecks of dust, dandruff* hạt bụi, hạt gàu.

fleck² /flek/ *đgt* làm lốm đốm, điểm: *the grass under the trees was flecked with sunlight* cỏ dưới mấy cây to lốm đốm những điểm nắng.

fled /fled/ *qk và đttqk của* flee.

fledged /fledʒd/ *tt* đủ lông đủ cánh; có thể bay được rồi *(chim)*.

fledgeling *(cg* **fledgling)** /'fledʒliŋ/ *dt* **1.** chim non mới biết bay **2.** người non nớt thiếu kinh nghiệm.

flee /fli:/ *đgt* **(fled) 1.** bỏ trốn, chuồn: *the spectators fled in panic when the bull got loose* khán giả bỏ chạy khi con bò đực sổng ra; *we were forced to flee the country* chúng tôi buộc phải bỏ trốn khỏi đất nước **2.** tan biến, biến mất: *all hope had fled* mọi hy vọng đều tan biến.

fleece /fli:s/ *dt* **1.** bộ lông cừu: *these sheep have fine thick fleece* những con cừu này có bộ lông dày đẹp **2.** lượng len cắt mỗi đầu cừu mỗi lần **3.** vải lông cừu *(vải dệt mịn như lông cừu).*

fleecy /'fli:si/ *tt* **(-ier;-iest)** xốp nhẹ *(như lông cừu)*: *fleecy clouds* những đám mây xốp nhẹ.

fleet¹ /fli:t/ *dt* **1.** hạm đội **2.** đội tàu đánh cá **3.** *(thường* **the fleet)** hải quân **4.** đội phi cơ, đội xe buýt *(do cùng một tổ chức điều hành).*

fleet² /fli:t/ *tt (cũ)* nhanh: *fleet of foot* nhanh chân.

fleet admiral /'fli:t,ædmərəl/ thủy sư đô đốc *(Mỹ).*

fleeting /'fli:tiŋ/ *tt* lướt nhanh, thoáng qua: *fleeting impression* ấn tượng thoáng qua.

fleetingly /'fli:tiŋli/ *pht* [một cách] lướt nhanh, [một cách] thoáng qua.

fleetness /'fli:tnis/ sự nhanh chóng.

Fleet Street /'fli:tstri:t/ **1.** phố Báo chí *(ở Luân Đôn)* **2.** giới báo chí; giới báo chí Luân Đôn.

flesh¹ /fleʃ/ *dt* **1.** thịt: *a flesh-eating animal* con vật ăn thịt **2.** thịt, cùi *(trái cây)* **3. the flesh** thể xác: *the spirit is willing but the flesh is weak* lực bất tòng tâm **4. the flesh** xác thịt, thú nhục dục: *the pleasures of the flesh* thú vui nhục dục. // **flesh and blood** cơ thể bằng da bằng thịt; người trần mắt thịt: *it was more than flesh and blood could bear* điều đó quá sức chịu đựng của người trần mắt thịt; **go the way of all flesh** *x* way¹; **in the flesh** bằng xương bằng thịt, đích thân; **make one's (somebody's) flesh crawl (creep)** làm cho mình (cho ai) sởn gai ốc: *the mere sight of snakes makes my flesh creep* chỉ nhìn thấy rắn là tôi đã nổi gai ốc; **neither fish, flesh nor good red herring** *x* fish¹; **one's own flesh and blood** người máu mủ ruột thịt; **one's pound of flesh** *x* pound¹; **a thorn in somebody's flesh (side)** *x* thorn; **the world, the flesh and the devil** *x* world.

flesh² /fleʃ/ *đgt* **flesh something out** thêm chi tiết, thêm thông tin *(vào việc gì)*: *your summary will need fleshing out before you present it* bản tóm tắt của anh cần thêm chi tiết trước khi trình bày.

fleshly /'fleʃli/ *tt (kng)* [thuộc] xác thịt, [thuộc] nhục dục: *fleshy lusts* lòng ham muốn nhục dục.

flesh-pots /'fleʃpots/ *dt* **1.** nơi ăn chơi xa hoa **2.** nhà chứa, nhà thổ.

flesh-wound /'fleʃwu:nd/ *dt* vết thương phần mềm.

fleshy /'fleʃi/ *tt* [thuộc] thịt, như thịt; có da có thịt đẫy đà: *fleshy arm* cánh tay đẫy đà **2.** [có] nhiều thịt, [có] nhiều cùi *(trái cây).*

F

fleur-de-lis (*cg* **fleur-de-lys**) /ˌflɜːdəˈliː/ (*snh* **fleurs-de-lis**) huy hiệu hoa huệ tây (*của hoàng gia Pháp trước đây*).

flew /fluː/ *qk của* fly².

flex¹ /fleks/ *dt* (*Mỹ* **cord**) (*diện*) dây mềm (*dẫn diện đến các dụng cụ diện*).

flex² /fleks/ *dgt* gập lại, bẻ cong: *flex one's knee* gập đầu gối lại.

flexibility /ˌfleksəˈbiləti/ *dt* 1. tính chất dễ uốn 2. tính dễ uốn nắn 3. tính linh hoạt.

flexible /ˈfleksəbl/ *tt* 1. dễ uốn 2. dễ uốn nắn 3. linh hoạt, dễ thích ứng.

flexibly /ˈfleksəbli/ *pht* 1. [một cách] dễ uốn 2. [một cách] dễ uốn nắn 3. [một cách] linh hoạt, [một cách] dễ thích ứng.

flexitime /ˈfleksitaim/ *dt* hệ thống thời gian làm việc linh hoạt (*miễn là đủ số giờ hằng tuần hay hằng tháng*).

flibbertigibbet /ˌflibətidʒibit/ *dt* người ba hoa khờ dại vô trách nhiệm.

flick¹ /flik/ *dt* 1. cái quất nhẹ bằng roi; cái búng nhẹ 2. cái giật mạnh: *he hit the ball with just a flick of the wrist* anh ta đánh quả bóng bằng cú giật mạnh cổ tay.

flick² /flik/ *dgt* 1. flick A [with B]; flick B [at A] quất nhẹ, búng nhẹ: *he flicked his horse with his whip; he flicked his whip at the horse* anh ta quất nhẹ roi vào con ngựa; *the cow's tail flicked from side to side* đuôi con bò quất qua quất lại 2. **flick something [off, on...]** bật: *he flicked the light switch on* anh ta bật đèn lên. // **flick something away; flick something from (off) something** phủi đi: *the waiter flicked the crumbs off the table* anh

hầu bàn phủi vụn bánh trên bàn đi; **flick through something** lật nhanh (*trang sách...*), xem lướt qua: *Sam flicked through a magazine while he waited* Sam xem lướt qua một tờ tạp chí trong khi anh ngồi chờ.

flicker¹ /ˈflikə[r]/ *dgt* 1. bập bùng, lung linh: *candle flickers* ánh nến lung linh; *flickering flame* ngọn lửa bập bùng 2. (*bóng*) thoảng qua, le lói: (*cảm xúc*): *a slender hope still flickered within him* một hy vọng mong manh vẫn còn le lói trong anh 3. đu đưa, rung rinh: *the leaves flickered gently in the breeze* lá cây rung rinh trong làn gió nhẹ.

flicker² /ˈflikə[r]/ *dt* (*thường số ít*) 1. sự rung rinh; sự lung linh: *the flicker of pictures on the cinema screen* sự rung rinh của các hình trên màn ảnh 2. sự thoảng qua, sự le lói: *a flicker of hope* một tia hy vọng thoảng qua.

flick-knife /ˈfliknaif/ (*Mỹ* **switch-blade**) *dt* con dao bật lưỡi, dao bấm (*bấm nút thì lưỡi trong cán bật ra*).

flier (*cg* **flyer**) /ˈflaiə[r]/ *dt* 1. người lái máy bay, phi công 2. người đi nhanh như ngựa; con vật di chuyển nhanh; xe chạy nhanh 3. tờ quảng cáo nhỏ phát rộng rãi 4. *nh* high flier.

flies /flaiz/ *dt* **the flies** khoảng điều khiển phông màn (*ở phía trên sân khấu*).

flight¹ /flait/ *dt* 1. sự bay; đường bay; hướng bay: *the bird had been shot down in flight* con chim đã bị bắn rơi khi đang bay; *the age of supersonic flight* thời đại của máy bay siêu âm; *a flight of an arrows* loạt tên bay 2. chuyến bay: *all flights*

have been cancelled because of fog mọi chuyến bay đều bị hủy bỏ vì sương mù 3. máy bay: *we travelled aboard the same flight* chúng tôi đi cùng máy bay 4. sự bay vào vũ trụ; chuyến bay vào vũ trụ 5. phi đội: *an aircraft of the Queen's flight* một chiếc máy bay trong phi đội Nữ Hoàng 6. **flight of** đàn (*chim bay*); loạt (*đạn*): *a flight of geese* đàn ngỗng bay; **a flight of arrows** một loạt tên bay 7. dãy bậc cầu thang giữa hai tầng nhà: *there was no lift and we had to limb six flights of stairs* không có thang máy và chúng tôi đã phải leo sáu dãy bậc cầu thang 8. sự trôi nhanh, sự lướt qua (*thời gian*) 9. **flight of something** sự bay bổng, sự phiêu diêu: *wild flights of imagination* sự bay bổng của trí tưởng tượng. // **a flight of fancy** ý nghĩ viễn vông; **in the first (top) flight** dẫn đầu, đi đầu: *she is in the top flight of journalists* bà ta đứng hàng đầu trong các nhà báo.

flight² /flait/ *dgt* (*thể*) thay đổi hướng đi của bóng (*cricket*).

flight³ /flait/ *dt* sự bỏ chạy, sự rút chạy: *put the enemy to flight* làm cho quân địch bỏ chạy; *take [to] flight* bỏ chạy, chuồn vội; *the flight of capital* sự chảy tư bản ra nước ngoài (*trong con khủng hoảng tài chính*).

flight-deck /flait dek/ *dt* 1. sàn hạ cánh cất cánh (*trên tàu sân bay*) 2. buồng điều khiển (*của máy bay lớn*).

flightless /ˈflaitlis/ *tt* không bay được (*loài chim*).

flight lieutenant /ˌflaitlefˈtenənt/ trung úy phi công (*quân đội Anh*).

flight path /,flait'pɔ:θ/ hướng bay; đường bay.

flight recorder /,flaitri'kɔ:-də[r]/ (cg **black box**) hộp đen (ghi chi tiết một chuyến bay của phi cơ).

flight sergeant /'flait,sa:-dʒənt/ trung sĩ phi công (trong quân đội Anh).

flight simulator /'flait ,si-mjʊleitə[r]/ thiết bị mặt đất mô phỏng chuyến bay (để phi công tập luyện).

flighty /'flaiti/ tt (-ier; -iest) lông bông, đồng bóng (phụ nữ).

flimsily /'flimzili/ pht 1. [một cách] mỏng và nhẹ 2. [một cách] mỏng manh 3. [một cách] yếu ớt, [một cách] không có sức thuyết phục.

flimsiness /'flimzinis/ dt 1. sự mỏng và nhẹ (vải) 2. sự mỏng manh 3. sự yếu ớt, sự không có sức thuyết phục.

flimsy¹ /'flimzi/ tt 1. mỏng và nhẹ (vải) 2. mỏng manh: a flimsy cardboard box cái hộp bằng bìa mỏng manh 3. yếu ớt, không có sức thuyết phục: a flimsy excuse lời bào chữa không có sức thuyết phục.

flimsy² /'flimzi/ dt giấy pơ-luya (đánh máy).

flinch /flintʃ/ dgt 1. chùn lại, nao núng: flinch from difficulties chùn lại trước khó khăn 2. thoái thác, tránh né: I flinched from telling her the news tôi tránh kể tin đó cho chị ta.

fling¹ /fliŋ/ dgt (flung) 1. ném, vứt, quăng, liệng: fling a stone at a window; ném đá vào cửa sổ; fling something away ném vật gì đi; he was flung into prison hắn bị tống vào tù; he flung open the door nó đẩy tung cửa ra 2. vung ra, lao vào: he flung his arm out just

in time to stop her falling anh ta vung tay ra vừa kịp không để nàng ngã xuống; he flung himself in front of the car nó lao mình vào đầu xe 3. **fling something at somebody** phun ra, tuôn ra: you must be certain of your facts before you start flinging accusations [around] [at people] anh phải nắm chắc các sự kiện trước khi bắt đầu phun ra những lời buộc tội người ta; **fling oneself at somebody** lăn xả vào (đối thủ, vòng tay của ai); **fling oneself into something** hăng hái lao vào việc gì: she flung herself into her new job chị ta hăng hái lao vào công việc mới của mình; **fling off; fling out** lao ra; xông đến: he flung out of the room nó lao ra khỏi phòng; **fling something on** khoác vội vào: she flung on her coat and ran to the bus stop chị ta khoác vội áo khoác và chạy ra trạm xe buýt.

fling² /fliŋ/ dt 1. sự ném, sự vứt, sự quăng, sự liệng 2. (kng) đợt ăn chơi: have a (one's) fling ăn chơi; I had a few flings in my younger days thời trai trẻ tôi đã có vài cuộc ăn chơi lăng nhăng 3. điệu vũ sôi nổi: the Highland fling điệu vũ sôi nổi của miền núi Ê-cốt.

flint /flint/ dt 1. đá lửa: this layer of rock contains a lot of flint lớp đá này có nhiều đá lửa; he has a heart like a flint (bóng) anh ta có một trái tim như đá (nhẫn tâm và ương bướng) 2. viên đá lửa (trong bật lửa).

flintlock /'flintlɔk/ dt súng hỏa mai.

flinty /'flinti/ tt (-ier; -iest) 1. bằng đá lửa, như đá lửa, rất cứng 2. tàn bạo, nhẫn tâm.

flip¹ /flip/ dgt (-pp-) 1. búng: flip a coin búng đồng tiền; flip somebody's ear búng tai ai 2. (+ over) lật nhanh: flip the pages over lật nhanh các trang sách 3. bật nhẹ: he flipped the light on anh ta bật nhẹ cho đèn sáng lên 4. (lóng) nổi giận; phấn khởi; sôi nổi lên: my mother really flipped when I told her I was getting married mẹ tôi thực sự phấn khởi khi tôi báo với bà là tôi sắp lấy vợ. // **flip one's lid** (kng) điên tiết lên; **flip through something** nh flick through something (x flick²).

flip² /flip/ dt cái búng, cái búng tung lên: give a coin a flip búng tung đồng tiền lên.

flip³ /flip/ tt (kng) khiếm nhã: a flip comment lời bình khiếm nhã.

flip⁴ /flip/ tht trời! (tỏ ý khó chịu, ngạc nhiên).

flip-flop /'flipflɔp/ dt (Mỹ thong) dép tông Thái Lan.

flippancy /'flipənsi/ dt sự khiếm nhã, sự suồng sã.

flippant /'flipənt/ tt suồng sã, khiếm nhã: a flippant attitude thái độ khiếm nhã.

flippantly /'flipəntli/ ph [một cách] suồng sã, [một cách] khiếm nhã.

flipper /'flipə[r]/ dt 1. chân chèo (chân động vật biển biến đổi thích nghi để bơi lội) 2. chân [người] nhái (đeo vào bàn chân khi lội và bơi).

flipping /'flipiŋ/ tt, pht chết tiệt: I hate this flipping hotel tôi ghét cái khách sạn chết tiệt ấy.

flip side /'flipsaid/ mặt sau [của] đĩa hát (không có bài hát hoặc bản nhạc chính).

flirt¹ /flɜ:t/ dgt 1. ve vãn, tán tỉnh: he enjoys flirting *with the girls in the office* nó thích tán tỉnh các cô gái trong cơ quan **2.** (+ *with*) thoáng nghĩ đến: *I'm flirting with the idea of getting a job in Vietnam* tôi mới thoáng nghĩ đến chuyện kiếm một việc làm ở Việt Nam **3.** (+ *with*) đùa cợt: *flirt with danger* đùa với nguy hiểm.

flirt² /flɜːt/ *dt* người hay ve vãn, người hay tán tỉnh: *they say he's a terrible flirt* họ nói nó là một tay tán gái quá chừng.

flirtation /flɜːˈteiʃn/ *dt* **1.** sự ve vãn, sự tán tỉnh **2. flirtation with somebody** sự quan hệ yêu đương lăng nhăng với ai: *carry on (have) a flirtation with somebody* có quan hệ yêu đương lăng nhăng với ai **3. flirtation with something** sự nghĩ thoáng qua đến việc gì.

flirtatious /flɜːˈteiʃəs/ *tt* **1.** thích ve vãn, thích tán tỉnh **2.** ve vãn, tán tỉnh: *flirtatious twinkle* ánh mắt long lanh đầy vẻ ve vãn.

flit¹ /flit/ *dgt* (**-tt**) **1.** bay chuyền nhanh, di chuyển nhanh: *bees flitting [about] from flower to flower* ong bay nhanh từ hoa này sang hoa khác; *a thought flitted through my mind* (bóng) một ý nghĩ thoáng qua đầu óc tôi **2.** (Anh, kng) chuồn đi (nhất là để trốn nợ).

flit² /flit/ *dt* (Anh, kng) do a [moonlight] flit bí mật chuồn đi để tránh nợ.

float¹ /fləut/ *dgt* **1.** nổi: *wood floats [in water]* gỗ nổi trên mặt nước **2.** lềnh bềnh, lơ lửng: *a balloon floated across the sky* quả bóng lơ lửng trên bầu trời; *ideas float through his mind* (bóng) những ý nghĩ thoáng qua trong trí óc nó **3.** làm

cho nổi lên, thả trôi: *float a raft of logs down the river* thả bè gỗ trôi theo dòng sông; *we waited for the tide to float the boat off the sandbank* chúng tôi chờ nước triều lên để kéo thuyền khỏi bãi cát **3.** đề xuất, trình bày: *let me float a couple of ideas* để tôi trình bày hai ý kiến **4.** (+ *about, around*) quanh quẩn: *my weekend was boring, I just floated about the house or watched TV* ngày nghỉ cuối tuần của tôi thật là chán, tôi hết quanh quẩn trong nhà lại xem tivi **5.** phát hành cổ phiếu để khai trương một doanh nghiệp **6.** thả nổi (giá trị đồng tiền);

float about (around) (đặc biệt trong thì tiếp diễn) a/ lan truyền (tin đồn) b/ ở đâu đó: *have you seen my keys floating about [anywhere]?* anh có thấy chùm chìa khóa của tôi ở đâu đó không?

float² /fləut/ *dt* **1.** phao (ở dây câu...); phao cứu đắm, phao tập bơi, phao đóng vòi (khi nước qua vòi đã đạt một mức nhất định) **2.** xe rước, xe diễu hành **3.** xe chở (sữa...): *a milk float* xe chở sữa **4.** chi phí kinh doanh hằng ngày; tiền lẻ để thối lại khách hàng.

floating /ˈfləutiŋ/ *tt* **1.** không cố định; di động: *floating population* dân cư di động (thường xuyên chuyển chỗ từ nơi này sang nơi khác) **2.** (y) lạc vị: *a floating kidney* thận lạc vị.

floating capital /ˌfləutiŋ ˈkæpitl/ (kté) vốn luân chuyển.

floating rib /ˈfləutiŋrib/ (giải) xương sườn cụt.

flock¹ /flɒk/ *dt* **1.** đàn (chim, cừu...): *a flock of wild geese* một đàn ngỗng trời **2.** đám

đông: *people came in flocks to see the royal procession* dân chúng kéo đến rất đông để xem đám rước hoàng gia **3.** các con chiên, giáo dân: *a priest and his flock* giáo sĩ với các con chiên của mình.

flock² /flɒk/ *dgt* tụ tập, tập trung: *huge numbers of birds flocked together by the lake* vô số chim tập trung đến bên hồ.

flock³ /flɒk/ *dt* **1.** cụm, túm (bông, len...) **2.** len bông dùng nhồi nệm: *a flock mattress* tấm nệm nhồi bông.

floe /fləu/ *dt* tảng băng nổi.

flog /flɒg/ *dgt* (**-gg-**) **1.** quất roi, đánh đòn (như một hình phạt): *the boy was cruelly flogged for stealing* thằng bé bị đánh đòn một cách tàn nhẫn vì tội ăn cắp **2.** bán (cái gì cho ai): *we should be able to flog the car [to someone] for a good price* chúng tôi chắc sẽ có thể bán chiếc xe cho ai đó với giá hời. // **flog a dead horse** phí công vô ích; **flog something to death** (kng) lặp đi lặp lại đến chán tai: *I hope he won't tell that joke again, he's flogged it to death already* tôi hy vọng anh ta sẽ không nói chuyện đùa ấy nữa, anh ta đã lặp đi lặp lại đến chán tai rồi.

flogging /ˈflɒgiŋ/ *dt* sự đánh đòn; trận đòn bằng roi.

flood¹ /flʌd/ **1.** [làm] ngập lụt, bị lụt: *the river had burst its banks and flooded the valley* con sông đã vỡ bờ và làm ngập lụt thung lũng **2.** tràn đầy, tràn ngập: *streams flooded by violent storms* dòng nước đầy tràn do những cơn bão lớn; *be flooded with light* tràn ngập ánh sáng; *flooded with invitations* được mời tới tấp;

a great sense of relief flooded over him một cảm giác thanh thản đã tràn ngập lòng anh ta; *Japanese cars have flooded the American market* xe hơi Nhật tràn ngập thị trường Mỹ **3.** đổ quá đầy xăng vào chế hòa khí khiến động cơ không khởi động được.

flood in, flood into dồn dập, tới tấp, ồ ạt: *applications flooded into the office* đơn xin việc tới tấp gửi đến cơ quan; **flood somebody out** bị buộc phải rời khỏi nhà vì ngập lụt: *half the village was flooded by a burst water main* nửa làng phải rời khỏi nhà vì ống dẫn nước chính bị vỡ; **flood somebody (something) with something** đến tới tấp, đến dồn dập: *the office was flooded with complaints* đơn kiện dồn dập gửi đến cơ quan.

flood² /flʌd/ *dt* **1.** sự ngập lụt, trận lụt **2. the Flood** nạn Hồng thủy (Kinh thánh) **3. the flood of something** cơn tràn trề, cơn tới tấp: *a flood of anger* cơn giận đùng đùng; *a flood of letters* hàng loạt thư tới tấp; *a flood of refugees* lớp lớp người tị nạn; *the child was in floods of tears* đứa bé giàn giụa nước mắt **4.** nước triều lên. // **in flood** đang có lũ *(sông).*

floodgate /'flʌdgeit/ *dt* cống thủy lợi. // **open the floodgates** x open³.

flooding /'flʌdiŋ/ *dt* sự ngập lụt.

floodlight¹ /'flʌdlait/ *dt (thường snh)* đèn pha *(sân khấu, sân thể thao).*

floodlight² /'flʌdlait/ *dgt* (**floodlighted** hoặc **floodlit** /'flʌdlit/) rọi đèn pha, chiếu đèn pha.

floor¹ /flɔː[r]/ *dt* **1.** *(thường số ít)* sàn nhà: *there weren't*

enough chairs so I had to sit on the floor không đủ ghế nên tôi phải ngồi trên sàn **2.** nền, đáy: *the ocean floor* đáy đại dương: *the cave floor* nền động **3.** tầng *(nhà):* *her office is on the second floor* cơ quan của chị ta ở tầng hai **4. the floor** *(số ít)* a/ phòng họp *(quốc hội...)* b/ quyền phát biểu *(ở quốc hội...)* **5.** *(thường số ít)* sàn, mặt bằng: *the dance floor* sàn nhảy *(ở câu lạc bộ đêm); the shop floor* mặt bằng cửa hàng **6.** mức lương thấp nhất; giá thấp nhất. // **be (get in) on the ground floor** *x* ground floor; **hold the floor** chiếm diễn đàn *(phát biểu dài và dai):* *she held the floor for over an hour* bà ta chiếm diễn đàn trên một tiếng đồng hồ; **take the floor** a/ lên phát biểu ý kiến: *I now invite the President to take the floor* bây giờ tôi xin mời ngài chủ tịch lên phát biểu ý kiến b/ ra sân nhảy: *she took the floor with her husband* bà ta ra sàn nhảy khiêu vũ với chồng; **wipe the floor with somebody** *x* wipe¹.

floor² /flɔː[r]/ làm sàn, lát sàn: *floor a room with pine boards* làm sàn bằng gỗ thông cho một phòng **2.** đánh ngã xuống sàn, đánh đo ván **3.** *(kng)* đánh bại ai (làm ai bối rối) trong một cuộc tranh luận: *Tom was completely floored by two of the questions in the exam* Tom hoàn toàn rối trí trước hai câu hỏi trong kỳ thi.

floor-board /'flɔːbɔːd/ *dt* ván sàn.

flooring /'flɔːriŋ/ *dt* vật liệu làm sàn.

floor show /'flɔːʃəʊ/ tiết mục trình diễn trên sàn *(như*

hát, khiêu vũ ở câu lạc bộ đêm...).

floor-walker /'flɔːwɔːkə[r]/ *dt (Mỹ nh* shop-walker.)

floozie, floosie /'fluːzi/ *dt (kng, xấu)* con đĩ.

flop¹ /flɒ/ *dgt* (-pp-) **1.** ngồi phịch xuống, rơi phịch xuống: *exhausted, she flopped down in an arm-chair* cô ta kiệt sức ngồi phịch xuống ghế bành **2.** *(kng)* thất bại hoàn toàn *(nói về một cuốn sách, một vở kịch...).*

flop² /flɒp/ *dt* **1.** sự rơi phịch xuống; tiếng rơi phịch xuống. **2.** *(kng)* sự thất bại hoàn toàn: *the party was a complete flop* buổi liên hoan đã thất bại hoàn toàn.

flop³ /flɒp/ *pht* đánh phịch xuống: *fall flop into the water* rơi tõm xuống nước.

flop-house /'flɒphaʊs/ *dt (lóng)* quán trọ rẻ tiền.

floppy¹ /'flɒpi/ *tt* (-ier; -iest) mềm, nhẽo: *a floppy hat* chiếc mũ mềm.

floppy² /'flɒpi/ *dt (kng) nh* floppy disk.

floppy disk /'flɒpidisk/ (*cg* **floppy, diskette**) đĩa mềm *(máy điện toán).*

flora /'flɔːrə/ *dt (snh)* hệ thực vật.

floral /'flɔːrəl/ *tt* **1.** [thuộc] hoa, bằng hoa: *floral arrangements* kiểu cắm hoa **2.** có hoa [trang trí]: *floral wallpaper* giấy vẽ hoa dùng dán tường.

florid /'flɒrid, *(Mỹ* flɔːrid)/ *tt (thường xấu)* **1.** hoa mỹ, hoa hòe hoa sói: *a florid room* một căn phòng trang trí hoa hòe hoa sói **2.** hồng hào *(da mặt người):* *a florid complexion* nước da hồng hào.

florin /'flɒrin, *(Mỹ* flɔːrin)/ *dt* đồng florin, đồng hào *(của Anh).*

florist /'flɒrist, (Mỹ 'flɔ:rist)/ dt chủ quán [bán] hoa.

floss /flɒs, (Mỹ flɔ:s)/ dt **1.** tơ sồi **2.** (cg **floss silk**) sợi tơ thêu (không xe, dùng để thêu).

flotation /fləu'teiʃn/ dt sự phát hành cổ phiếu để khai trương một doanh nghiệp.

flotilla /flə'tilə/ dt **1.** đội thuyền **2.** đội chiến thuyền.

flotsam /'flɒtsəm/ dt mảnh tàu dắm; hàng hóa tàu dắm nổi lềnh bềnh. // **flotsam and jetsam** a/ dân lang thang không nhà cửa; dân tị nạn b/ vật tạp nhạp vô giá trị; đầu thừa đuôi thẹo.

flounce¹ /flauns/ dgt hầm hầm đi: he flounced out of the room, swearing loudly ông ta hầm hầm đi ra khỏi phòng, chửi rủa ầm lên.

flounce² /flauns/ dt sự giật nẩy mình: with a flounce of the head bằng một cái hất đầu nẩy người.

flounce³ /flauns/ dt đường viền ren (ở váy phụ nữ...)

flounced /flaunst/ tt viền ren: a flounced skirt chiếc váy viền ren.

flounder¹ /'flaundə[r]/ dgt **1.** loạng choạng, thì thụp: Ann couldn't swim and was left floundering [about (around)] in the deep end of the swimming pool Ann không biết bơi và bị bỏ lại thì thụp ở chỗ nước sâu của bể bơi **2.** chần chừ, lúng túng: I wasn't expecting the interviewer to ask about my private life and was left floundering for a while tôi không tính trước đến việc người phỏng vấn hỏi về đời tư của mình nên lúng túng mất một phút.

flounder² /'flaundə[r]/ dt (động) cá bơn trám.

flour¹ /'flauə[r]/ dt bột.

flour² /'flauə[r]/ dgt rắc bột lên: flour the pastry board rắc bột lên bàn nhồi bánh.

flourish¹ /'flʌriʃ/ dgt **1.** thành công, phát đạt, hưng thịnh: no new business can flourish in the present economic climate không một công việc kinh doanh mới nào có thể phát đạt trong không khí kinh tế hiện nay **2.** phát triển tốt; khỏe mạnh: this species of flower flourishes in a warm climate loài hoa này phát triển tốt ở nơi có khí hậu ấm; all the family are flourishing cả nhà đều khỏe mạnh **3.** vẫy qua vẫy lại (nhằm thu hút sự chú ý của người khác): "I've passed my exam", shouted the boy, flourishing d letter in his mother's face "con thi đỗ rồi", cậu bé hét lên, tay vẫy một lá thư trước mặt mẹ cậu.

flourish² /'flʌriʃ/ dt **1.** sự vung tay: he opened the door for her with a flourish anh ta vung tay đẩy cửa cho nàng vào **2.** nét bay bướm (trong trang trí, trong chữ viết) **3.** đoạn nhạc chơi to; hồi kèn hùng tráng (chủ yếu là để chào đón ai): a flourish of trumpets marked the Queen's arrival một hồi kèn hùng tráng chào đón Nữ hoàng ngự giá.

flout /flaut/ dgt coi thường, miệt thị: flout the law coi thường luật pháp; flout somebody's advice coi thường lời khuyên của ai.

flow¹ /fləu/ dgt (-ed) **1.** chảy: most rivers flow in the sea phần lớn các con sông đều chảy ra biển; her tears flowed freely down her cheeks nước mắt nàng chảy xuống má **2.** lưu thông: keep the traffic flowing giữ cho xe cộ lưu thông; blood flows round the body máu lưu thông khắp cơ thể **3.** rót đầy tràn; tràn trề: the party became lively when the drink began to flow bữa tiệc trở nên vui nhộn khi rượu được rót ra đầy tràn; land flowing with milk and honey vùng đất tràn trề sữa và mật ong **4.** rũ xuống, xõa xuống: hair flows down one's back tóc nàng xõa xuống ngang vai **5.** lên (thủy triều); **flow in (into) something** đến một cách đều đặn: the election results flowed in throughout the night kết quả bầu cử truyền đến đều đặn; **flow from something** bắt nguồn từ: many benefits will flow from this discovery nhiều lợi ích sẽ bắt nguồn từ phát hiện này; **flow out [of something]** chảy ra ngoài, thất thoát ra ngoài: profits are flowing out of the country lợi nhuận đang thất thoát ra ngoài đất nước; **flow over somebody** không tác động đến ai: office politics just seem to flow over him chuyện chính trị ở sở hầu như không tác động đến anh ta.

flow² /fləu/ dt **1.** dòng, luồng: a steady flow of traffic dòng xe cộ lưu thông đều đều; the government is trying to stop the increasing flow of refugees entering the country chính phủ đang cố chặn đứng dòng người tị nạn nhập vào đất nước ngày càng đông **2. flow of something** nguồn cung ứng: cut off the flow of oil cắt nguồn cung ứng dầu **3.** sự thao thao bất tuyệt: I interrupted him while he was in full flow tôi ngắt lời nó khi nó đang thao thao bất tuyệt **4.** thủy triều lên. // **the ebb and flow (of something)** x ebb².

flow chart /ˈfləʊtʃɑːt/ biểu đồ phát triển.

flow diagram /ˈfləʊdaiəgræm/ *nh* flow chart.

flower[1] /ˈflaʊə[r]/ *dt* 1. hoa 2. cây [trồng lấy] hoa; cành hoa 3. tinh hoa: *the flower of the country's youth* tinh hoa của tuổi trẻ đất nước; *in the flower of one's youth* đang độ nở hoa của tuổi xuân. // **in (into) flower** nở hoa, ra hoa: *the roses have been in flower for a week* hồng đã nở hoa được một tuần; *the crocuses are late coming into flower* mấy cây nghệ tây ra hoa muộn.

flower[2] /ˈflaʊə[r]/ *dgt* 1. ra hoa, nở hoa: *these plants will flower in the spring* mấy cây này sẽ nở hoa vào mùa xuân 2. phát triển đầy đủ, nở rộ *(bóng)*: *their friendship flowered while they were at college* tình bạn của họ đã nở rộ khi họ cùng học đại học.

flower-bed /ˈflaʊəbed/ *dt (cg* **bed)** luống hoa.

flower children /ˈflaʊəˌtʃildrən/ *(cg* **flower people)** đám thanh niên ủng hộ hòa bình thế giới *(mang hoa làm biểu tượng, vào khoảng thập niên 60).*

flowered /ˈflaʊəd/ *tt (thường thngữ)* [có vẽ] hoa: *flowered cloth* vải hoa.

flower-girl /ˈflaʊəgɜːl/ *dt* cô hàng hoa.

flowering /ˈflaʊəriŋ/ *dt (thường số ít)* sự phát triển đầy đủ *(của một phong trào chính trị, văn học...)*: *the gradual flowering of modern democracy* sự phát triển từng bước của nền dân chủ hiện đại.

flowerless /ˈflaʊəlis/ *tt* không có hoa, không ra hoa.

flower people /ˈflaʊəˌpiːpl/ *nh* flower children.

flowerpot /ˈflaʊəpɒt/ chậu hoa.

flower power /ˈflaʊˌpaʊə[r]/ niềm tin của đám thanh niên ủng hộ hòa bình thế giới.

flower show /ˈflaʊəʃəʊ/ cuộc triển lãm hoa.

flowery /ˈflaʊəri/ *tt* **(-ier;-iest)** 1. đầy hoa: *flowery fields* những cánh đồng đầy hoa 2. hoa mĩ: *a flowery speech* bài nói hoa mỹ.

flown /fləʊn/ *dttqk của* fly[2].

fl oz *vt (snh* **fl oz** *hoặc* **fl ozs** *vt của* fluid ounce) aoxơ chất lỏng: *5 fl oz* năm ao-xơ.

Flt Lt *(vt của* Flight Lieutenant) trung úy không quân.

flu /fluː/ *dt (kng) nh* influenza.

fluctuate /ˈflʌktʃʊeit/ *dgt* dao động: *the price fluctuates between £5 and £6* giá dao động giữa 5 và 6 bảng; *fluctuating opinions* ý kiến dao động.

fluctuation /ˌflʌktʃʊˈeiʃn/ *dt* sự dao động, sự thay đổi thất thường: *fluctuations in the state of his health* những thay đổi thất thường trong tình trạng sức khỏe của anh ta.

flue /fluː/ *dt* ống khói, ống hơi.

fluency /ˈfluːənsi/ *dt* sự lưu loát: *he speaks French with great fluency* anh ta nói tiếng Pháp rất lưu loát.

fluent /ˈfluːənt/ *tt* lưu loát: *be fluent in speech* nói lưu loát; *write fluent Russian* viết tiếng Nga lưu loát.

fluently /ˈfluːəntli/ *pht* [một cách] lưu loát.

fluff[1] /flʌf/ *dt* 1. nùi bông 2. lông tơ 3. *(kng)* cú thất bại, cú vấp váp. // **a bit of fluff** *x* bit[1].

fluff[2] /flʌf/ *dgt* 1. giũ nhẹ cho xù ra: *the bird fluffed [out] its feathers* con chim xù lông ra 2. *(kng)* thất bại; làm hỏng: *he really fluffed his exams* nó thực sự đã hỏng thi; *fluff a stroke* đánh hỏng một cú *(đánh gôn).*

fluffiness /ˈflʌfinis/ *dt* tính chất mịn mượt như lông tơ.

fluffy /ˈflʌfi/ *tt* 1. như lông tơ; phủ lông tơ: *a fluffy little kitten* con mèo con phủ đầy lông tơ 2. xốp nhẹ.

fluid[1] /ˈfluːid/ *tt* 1. lỏng: *a fluid substance* một chất lỏng 2. hay thay đổi: *fluid ideas* ý kiến hay thay đổi 3. uyển chuyển duyên dáng *(động tác).*

fluid[2] /ˈfluːid/ *dt* chất lỏng *(gồm chất nước và chất khí).*

fluidity /fluːˈidəti/ *dt* trạng thái lỏng; tính chất lỏng.

fluid ounce /ˌfluːidˈaʊns/ *(vt* **fl oz)** ao xơ chất lỏng.

fluke[1] /fluːk/ *dt (thường số ít) (kng)* điều thành công bất ngờ, cú đánh may mà trúng *(thể thao)*: *passing the exam was a real fluke, he didn't work for it at all* đỗ kỳ thi đó quả là một thành công bất ngờ, nó có học thi chút nào đâu; *that shot was a sheer fluke* phát đạn đó hoàn toàn là do may mà trúng.

fluke[2] /fluːk/ *dt* 1. đầu càng mỏ heo 2. thùy đuôi *(cá voi).*

fluke[3] /fluːk/ *dt* 1. cá bơn 2. sán lá gan.

flummox /ˈflʌməks/ *dgt (kng) (dùng chủ yếu ở dạng bị động)* làm bối rối, làm lúng túng: *the politician was completely flummoxed by the questions put to him* nhà chính khách hoàn toàn lúng túng trước những câu hỏi đặt ra cho ông.

F

flung /flʌŋ/ *qk và dttqk của* fling¹.

flunk /flʌŋk/ *dgt (Mỹ, kng)* **1.** hỏng, thi trượt: *flunk the examination* thi hỏng **2.** đánh hỏng, đánh trượt: *be flunk in chemistry* bị đánh hỏng môn hóa.

flunk out bị đuổi ra khỏi trường vì thi hỏng.

flunkey, flunky /'flʌŋki/ *dt* **1.** (snh **flunkeys, flunkies**) *(kng, xấu)* người hầu *(mặc đồng phục)* **2.** *(Mỹ)* người làm việc vặt.

fluoresce /flɔ:'res/ *dgt* phát huỳnh quang.

fluorescence /flɔ:'resns/ *dt (lý)* tính huỳnh quang.

fluorescent /flɔ:'resnt/ *tt* huỳnh quang: *flourescent lamp* đèn huỳnh quang; *wearing orange fluorescent clothing* mặc quần áo phát huỳnh quang màu cam.

fluoridate /'flɔrideit, (Mỹ 'fluərideit)/ cho chút ít flo vào nước *(để phòng sâu răng)*.

fluoride /'flɔraid, (Mỹ 'fluəraid)/ *dt (hóa)* florua.

fluoridation /,flɔ:ri'deiʃn, (Mỹ fluəri'deiʃn)/ *dt* sự cho chút ít flo vào nước *(để phòng sâu răng)*.

fluoridization, fluoridisation /,flɔ:ridei'zeiʃn, (Mỹ ,fluəri-dei'zeiʃn)/ *dt nh* fluoridation.

fluoridize, fluoridise /'flɔ:-ridaiz, (Mỹ 'fluəridaiz)/ *nh* flouridate.

fluorine /'flɔ:ri:n, (Mỹ 'fluə-rin)/ *dt (hóa)* flo.

flurry¹ /'flʌri/ *dt* **1.** trận gió bất chợt; cơn mưa bất chợt; trận tuyết rơi bất chợt **2.**

flurry of something cơn kích động: *I'm always in a flurry as deadlines get nearer* tôi luôn luôn bị kích động vì thời hạn chót đang đến gần.

flurry² /'flʌri/ *dgt* **(flurried)** làm náo động, làm rối lên: *keep calm! don't get flurried!* bình tĩnh nào, đừng rối lên như thế!

flush¹ /flʌʃ/ *dt* **1.** *(thường số ít)* sự đỏ mặt **2.** cơn bất chợt: *a flush of anger* cơn giận bất chợt **3.** sự giội rửa: *give the toilet a flush* giội rửa nhà vệ sinh đi **3.** mầm mới nhú *(cây cỏ)*. // **in the first (full) flush of youth...** lúc tuổi xuân... đang độ.

flush² /flʌʃ/ *dgt* **1.** đỏ mặt, đỏ bừng: *Mary flushed crimson with embarrassment* Mary đỏ mặt như quả gấc vì lúng túng; *fever flushed his cheeks* cơn sốt làm má nó đỏ bừng **2.** giội rửa: *please flush the toilet after you've used it* xin giội nhà vệ sinh sau khi dùng xong.

flush something away (down, through...) giội nước cho hết *(cho rơi xuống, cho trôi qua...)*.

flush³ /flʌʃ/ *dgt* **1.** xua cho bay ra: *flush a pheasant* xua cho con gà lôi bay ra **2.** bay vụt ra.

flush somebody out [of something] xua ra khỏi nơi ẩn nấp *(gián điệp, tội phạm...)*.

flush⁴ /flʌʃ/ *dt* dãy bài cùng hoa: *he won with a royal flush* nó thắng với dãy bài liên tục cùng hoa cao nhất.

flush⁵ /flʌʃ/ *tt* **1.** bằng phẳng; ngang bằng: *the door should be flush with the wall* cửa phải ngang bằng với tường **2.** *(vị ngữ)* dồi dào, dư dật *(tiền của)*: *flush with funds* dư dật tiền của.

flushed /flʌʃt/ *tt* **flushed with something** đầy hào hứng, đầy xúc động: *flushed with success* hào hứng vì thành công.

fluster¹ /'flʌstə[r]/ *dgt (chủ yếu dùng ở dạng bị động)* làm bối rối; làm hồi hộp; làm cuống lên: *don't get flustered* đừng có cuống lên!

fluster² /'flʌstə[r]/ *dt* sự bối rối, sự hồi hộp: *in a fluster* bối rối; hồi hộp.

flute¹ /flu:t/ *dt (nhạc)* ống sáo.

flute² /flu:t/ *dgt* làm rãnh máng *(ở cột)*: *fluted columns* cột có xoi rãnh máng.

fluting /'flu:tiŋ/ *dt* loạt rãnh máng *(tạo nên ở cột...)*.

flutter¹ /'flʌtə[r]/ *dgt* **1.** đập [cánh], vỗ [cánh]: *the bird fluttered its wings in the cage* con chim đập cánh trong lồng; *the wings of the bird still fluttered after it had been shot down* cánh chim còn đập đập sau khi nó đã bị bắn rơi **2.** phấp phới; đảo qua đảo lại: *a flag fluttering in the wind* lá cờ phấp phới trước gió; *she fluttered her eyelashes [at me]* cô ta chợt chớp mắt nhìn tôi **3.** đập yếu và không đều *(nói về tim, vì kích động)* xốn xang; **flutter the dovecotes** khuấy động cuộc sống yên tĩnh của ai.

flutter about (around, across...) a/ bay *(về một hướng nào đó)* với những lần đập cánh nhanh: *a moth was fluttering round the lamp* con bướm đêm bay chập chờn quanh đèn b/ rơi nhanh *(lá...)*; đi nhanh: *autumn leaves fluttering to the ground* lá thu rơi nhanh xuống đất; *she fluttered ner-vously about going from room to room* cô ta bồn chồn đi từ phòng này sang phòng khác.

flutter² /'flʌtə[r]/ *dt* **1.** sự vỗ *(cánh)* **2.** sự kích động, sự xốn xang: *all of a flutter* vô cùng xốn xang **3.** sự rung nguy hiểm của một bộ phận máy bay *(nhất là cánh)* **4.** sự thay đổi nhanh chóng độ cao âm thanh được ghi **5**. *(snh, kng)* **flutter on something** sự cược, sự đánh cá: *have a flutter on a horse at the races* sự đánh cá một con ngựa ở cuộc đua.

fluvial /ˈfluːviəl/ *tt* **1**. [thuộc] sông **2**. tìm thấy ở sông: *fluvial deposits of mud* lớp bùn ở đáy sông.

flux /flʌks/ *dt* **1**. sự thay đổi liên tục, sự không ổn định: *in a state of flux* ở trong tình trạng không ổn định **2**. *(số ít)* **flux of something** luồng, dòng: *a flux of neutrons* luồng nơtron; *magnetic flux* từ thông **3**. *(kỹ)* chất trợ dung *(luyện kim)*.

fly¹ /flai/ *dt* **1**. con ruồi **2**. *(thường ở dạng ghép, chỉ nhiều loài côn trùng bay được)* *dragonfly* con chuồn chuồn; *butterfly* con bướm **3**. ruồi giả *(làm mồi câu)*. // **die (fall; drop) like flies** chết như rạ; **a (the) fly in the ointment** con sâu làm rầu nồi canh; **a fly on the wall** người nghe trộm, người quan sát trộm: *I wish I could be a fly on the wall when they discuss my future* ước gì tôi nghe trộm được khi họ bàn về tương lai của tôi; **[there are] no flies on somebody** *(kng)* người thông minh không dễ bị lừa; **not harm (hurt) a fly** tốt bụng không muốn gây bất hạnh cho ai cả: *our dog may look fierce but he wouldn't hurt a fly* con chó của chúng tôi có thể trông dữ tợn, nhưng thật ra nó rất hiền.

fly² /flai/ *dgt* **(flew; flown) 1**. bay: *a large bird flew past us* một con chim lớn bay ngang qua chúng tôi; *I can hear a plane flying overhead* tôi có thể nghe thấy tiếng một máy bay bay trên đầu; *I'm flying [out] to Hong Kong tomorrow* ngày mai tôi bay đi Hồng Kông; *only experienced pilots fly large passenger aircraft* chỉ những phi công dày dạn kinh nghiệm mới lái loại máy bay chở khách lớn; *five thousand people were flown to Paris during Easter weekend* năm ngàn người đã bay tới Paris vào cuối tuần lễ Phục sinh; *fly the Atlantic* [đi máy] bay qua Đại Tây Dương **2**. ùa tới: *the children flew to meet their mother* tụi trẻ ùa tới đón mẹ; *it's late, I must fly* trễ rồi, tôi phải lẹ lên đây; *the dog flew down the road after the cat* con chó lao nhanh xuống đường, đuổi theo con mèo **3**. di chuyển bất thần và mạnh: *a large stone came flying through the window* một hòn đá lớn đã bay vèo qua cửa sổ **4**. vùn vụt bay qua *(thời gian)* **5**. a/ thả *(diều)* b/ giương cao, kéo *(cờ)*: *fly the Union Jack* kéo cờ nước Anh c/ phấp phới, tung bay: *her hair was flying about [in the wind]* tóc nàng tung bay trước gió **6**. chạy trốn, tẩu thoát: *the robbers have flown [the country]* tụi cướp đã chạy trốn [khỏi đất nước]. // **as the crow flies** x crow¹; **the bird has flown** x bird; **fly (show; wave) the flag** x flag¹; **fly high** có tham vọng; **fly in the face of something** trái với, ngược lại với điều gì: *his version of events flies in the face of all the evidence* cách giải thích sự kiện của anh ta đi ngược lại với các bằng chứng; **fly into a passion (rage; temper)** nổi giận; **fly a kite** *(Anh, kng)* thăm dò ý kiến; thử lòng; **[go] fly a (one's) kite!** *(Mỹ, kng)* cút đi, đừng quấy rầy nữa; **fly (go) off at a tangent** x tangent; **fly off the handle** *(kng)* nổi giận đùng đùng; **fly (go out of) the window** x window; **keep the flag flying** x flag¹; **let fly [at somebody (something)] [with something]** a/ bắn, ném mạnh: *he aimed carefully and then let fly* nó nhắm kỹ rồi bắn b/ quở trách, chỉ trích nặng lời; **make the fur (sparks) fly** gây ra cãi nhau, gây ra đánh nhau; **pigs might fly** x pig¹; **send somebody (something) flying** x send; **send things flying** x send.

fly at somebody lao vào tấn công ai.

fly³ /flai/ *dt* **1**. *(thường snh)* cửa quần: *John your flies are (fly is) undone* John, cửa quần của anh không cài kìa. **2**. mảnh vải che cửa lều.

fly⁴ /flai/ *tt (Anh, kng)* tỉnh táo, cảnh giác: *he's a very fly character* anh ta là một người rất cảnh giác.

fly-away /ˈflaiəwei/ *tt* **1**. bù xù **2**. lông bông, nhẹ dạ.

fly-blown /ˈflaibləʊn/ *tt* **1**. đầy trứng ruồi *(thịt)* **2**. thối, ươn *(thịt, cá)*.

fly-by /ˈflaibai/ *dt (snh* **fly-bys)** chuyến bay qua một mục tiêu đã định *(tàu vũ trụ)*: *fly-by of Jupiter* chuyến bay qua sao Mộc.

fly-by-night¹ /ˈflaibainait/ *dt (snh* **fly-by-nights)** người trốn nợ; người không đáng tin cậy.

fly-by-night² /ˈflaibainait/ *tt* không đáng tin cậy *(nhất là về mặt tài chính)*: *a fly-by-night company* một công ty không đáng tin cậy.

fly catcher /ˈflaiˌkætʃə[r]/ *dt (động)* chim đớp ruồi.

fly-fish /ˈflaifiʃ/ *dgt* câu *(cá)* bằng mồi ruồi nhân tạo.

F

fly-fishing /'flaifiʃiŋ/ dt sự câu cá bằng mồi ruồi nhân tạo.

fly-half /'flaihɑ:f/ dt (snh **fly-halves**) (nh) stand-off half.

flying[1] /'flaiiŋ/ tt bay, biết bay: *flying insects* côn trùng bay.

flying[2] /'flaiiŋ/ dt sự đi máy bay: *I don't like flying, it makes me feel sick* tôi không thích đi máy bay, nó làm cho tôi cảm thấy ốm.

flying buttress /ˌflaiiŋ'bʌtris/ (ktrúc) vòm chống.

flying colours /ˌflaiiŋ 'kʌləz/ cờ chiến thắng; cờ lễ. // **with flying colours** với thành công lớn: *he came through (passed) his exam with flying colours* anh ta đã thành công lớn trong kỳ thi.

flying column /ˌflaiiŋ'kɒləm/ đội quân cơ động.

flying doctor /ˌflaiiŋdɒk-tə[r]/ bác sĩ cấp tốc (gọi bằng radio và đi tới người bệnh bằng máy bay).

flying fish /'flaiiŋfiʃ/ (động) cá chuồn.

flying fox /ˌflaiiŋ'fɒks/ (động) dơi quạ.

flying jump /ˌflaiiŋ'dʒʌmp/ (cg **flying leap**) cú nhảy xa trong khi đang chạy nhanh.

flying officer /'flaiiŋ,ɒfisə[r]/ trung úy phi công (trong không lực Anh).

flying picket /ˌflaiiŋ'pikit/ công nhân xúi giục đình công.

flying saucer /ˌflaiiŋ'sɔ:sə[r]/ (cg **unidentified flying object**) đĩa bay.

flying squad /'flaiiŋ skwɒd/ đội cảnh sát hỏa tốc.

flying start /ˌflaiiŋ'stɑ:t/ (thể) sự xuất phát khi đang chạy. // **get off to a flying start** bắt đầu một cách tốt đẹp; có lợi thế ban đầu.

flying tackle /ˌflaiiŋ'tækl/ (thể) sự cản bóng của đối phương khi đang chạy, đang nhảy.

flying visit /ˌflaiiŋ'vizit/ cuộc viếng thăm chốc lát, cuộc viếng thăm vội vàng.

flyleaf /'flaili:f/ dt (snh **fly-leaves**) trang để trắng ở đầu và cuối sách.

flyover /'flaiəʊvə[r]/ dt **1.** (Mỹ **overpast**) cầu chui **2.** (Mỹ) nh flypast.

flypaper /'flaipeipə[r]/ dt giấy bẫy ruồi (có chất dính).

flypast /'flaipɑ:st, (Mỹ 'flai-pæst)/ dt (Mỹ **flyover**) chuyến bay biểu diễn.

flysheet /'flaiʃi:t/ dt **1.** tấm phủ thêm ngoài lều bạt (để chống mưa) **2.** cuốn sách nhỏ hai hoặc bốn trang.

flyspray /'flaisprei/ dt thuốc xịt ruồi.

flyweight /'flaiweit/ dt (thể) **1.** võ sĩ quyền Anh hạng ruồi **2.** đô vật hạng ruồi.

flywheel /'flaiwi:l/ dt (kỹ) bánh đà.

FM vt **1.** (vt của Field Marsal) thống chế, nguyên soái (quân đội Anh) **2.** /ˌef'em/ (vt của frequency modula-tion) (radiô) biến điệu tần số.

fm (vt của fathom[s]) sải (đơn vị đo độ sâu của nước).

FO /ˌef'əʊ/ (Anh, trước đây) (vt của Foreign Office) bộ ngoại giao.

foal[1] /'fəʊl/ dt ngựa con; lừa con. // **in (with) foal** có chửa (ngựa cái, lừa cái).

foal[2] /fəʊl/ dgt đẻ con (ngựa cái, lừa cái).

foam[1] /fəʊm/ dt **1.** bọt (nước biển, bia...) **2.** bọt nước dãi; giọt mồ hôi **3.** kem [làm] bọt: *shaving foam* kem bọt cạo râu.

foam[2] /fəʊm/ dgt sủi bọt, có bọt: *a glass of foaming beer* một cốc bia sủi đầy bọt; *after having to wait an hour, he was foaming [at the mouth] with rage* sau khi phải chờ một giờ đồng hồ, ông ta giận sùi bọt mép: *the sick dog foamed at the mouth* con chó ốm sùi bọt mép.

foam rubber /ˌfəʊm'rʌbə[r]/ cao su bọt, cao su xốp.

foamy /fəʊmi/ tt có bọt, đầy bọt.

fob[1] /fɒb/ dt **1.** dây đồng hồ bỏ túi **2.** vật trang trí mắc vào dây đồng hồ bỏ túi **3.** vật trang trí mắc vào chùm chìa khóa.

fob[2] /fɒb/ dgt (-bb-) **fob some-body off [with something]** đánh lừa: *you can't fob an expert off with cheap imitations* anh không thể đánh lừa một tay thành thạo với những đồ giả rẻ tiền này đâu; **fob something off on (onto) somebody** đánh tráo: *don't try fobbing off last year's goods on me* đừng có tìm cách đánh tráo hàng năm ngoái cho tôi nhé.

fob[3] /ˌefəʊ'bi:/ (thương) (vt của free on board) giao hàng tận bến.

focal /'fəʊkl/ tt (lý, toán) tiêu: *focal axis* trục tiêu.

focal length /ˌfəʊkl'leŋθ/ (cg **focal distance** /'fəʊkl'distəns/) (lý) tiêu cự.

focal point /'fəʊklpɔint/ [điểm] trung tâm: *reducing unemployment is the focal point of the government's plans* giảm nạn thất nghiệp là trung tâm trong các kế hoạch của chính phủ.

foci /'fəʊsai/ dt snh của focus.

fo'c's'le dt nh forecastle.

focus[1] /'fəʊkəs/ dt (snh **fo-cuses** hoặc **foci**) **1.** tụ điểm; tiêu điểm **2.** (lý) tiêu điểm

3. nút chỉnh tiêu điểm *(trên một lăng kính)*: *the focus on my camera isn't working properly* nút chỉnh tiêu điểm ở máy ảnh của tôi có trục trặc **4.** trung tâm chú ý; điểm trung tâm: *her beauty makes her the focus of attention* sắc đẹp của nàng làm cho nàng trở thành trung tâm chú ý của mọi người. // **be in focus; bring something (come) into focus** [điều chỉnh cho] vào tiêu điểm: *bring the object into focus if you want a sharp photograph* hãy điều chỉnh vật thể vào tiêu điểm nếu bạn muốn có một tấm ảnh sắc nét; **be (go) out of focus** trông không rõ, bị nhòa: *the children's faces were badly out of focus in the photograh* trong ảnh mặt của các cháu bé trông nhòe, không rõ.

focus² /'fəʊkəs/ *đgt* (-s-; -ss-) **1.** trở nên có khả năng thấy rõ: *his eyes focussed slowly in the dark room* mắt anh ta dần dần quen và thấy rõ trong bóng tối **2.** làm tụ vào: *if you focus the sun's rays through a magnifying glass on a dry leaf, it will start to burn* nếu anh dùng kính lúp tụ tia nắng mặt trời lên một lá khô thì lá sẽ bốc cháy **3. focus something [on something]** điều chỉnh tiêu điểm: *focus your camera on those trees* hãy điều chỉnh tiêu điểm máy ảnh của anh nhắm vào các cây kia kìa **4.** tập trung: *I'm so tired I can't focus on anything today* hôm nay tôi mệt đến nỗi không thể tập trung được vào bất cứ cái gì; *please focus your mind on the following problems* xin hãy tập trung tư tưởng vào các vấn đề sau đây.

fodder /'fɒdə[r]/ *dt* cỏ khô, thức ăn khô *(cho gia súc)*.

foe /fəʊ/ *dt (cũ)* kẻ thù.

foetal *(Mỹ* **fetal)** /'fiːtl/ *tt* [thuộc] bào thai, như bào thai: *she curled up her legs and arms into a foetal position* cô ta cuộn tròn chân tay lại [theo tư thế] như một bào thai.

foetus *(Mỹ* **fetus)** /'fiːtəs/ *dt* thai, bào thai.

fog¹ /fɒg, *(Mỹ* fɔːg)/ *dt* **1.** sương mù **2.** mảng mờ *(trên phim âm bản)*. // **in a fog** rối trí, mù mờ: *I'm in a complete fog about computer technology, I don't understand it at all* tôi hoàn toàn mù mờ về kỹ thuật máy điện toán, tôi chẳng hiểu gì vào đấy cả.

fog² /fɒg, *(Mỹ* fɔːg)/ *đgt* (-gg-) **1.** phủ sương mù, làm mờ: *steam has fogged the bathroom mirror* hơi nước đã làm mờ tấm gương trong buồng tắm **2.** làm mờ đi; bị mờ đi *(phim ảnh)* **3.** làm rối trí; làm rối rắm: *I'm a bit fogged by these instructions* tôi hơi rối trí trước những chỉ thị này; *complicated language that just fogs the real issues* ngôn ngữ phức tạp chỉ làm rối rắm các vấn đề thực chất cần bàn.

fog bank /'fɒgbæŋk/ đám sương mù dày đặc trên biển.

fog-bound /'fɒgbaʊnd/ *tt* bị trở ngại vì sương mù: *fog-bound planes* những máy bay không bay được vì sương mù; *a fog-bound airport* một phi cảng không hoạt động được vì sương mù.

fogey /'fəʊgi/ *dt* nh fogy.

foggy /'fɒgi/ *tt* (-ier; -iest) **1.** có sương mù: *a foggy day* một ngày có sương mù **2.** mơ hồ, không rõ rệt: *foggy ideas* ý kiến không rõ rệt.

foghorn /'fɒghɔːn/ *dt* còi báo sương mù *(cho tàu bè)*: *he's got a voice like a foghorn (đùa)* anh ta có giọng khác nào còi báo sương mù.

fog lamp /'fɒglæmp/ đèn pha [dùng] khi trời sương mù.

fogy, fogey /'fəʊgi/ *dt* (snh **fogies, fogys**) người cổ hủ.

foible /'fɔibl/ *dt* điểm yếu: *we all have our little foibles* chúng ta ai cũng có những điểm yếu nhỏ cả.

foil¹ /fɔil/ *dt* **1.** lá *(kim loại)*: *tin foil* lá thiếc **2.** người làm tôn người khác lên; cái làm tôn cái khác lên *(do tương phản nhau)*: *her sparkling jewellery served as the perfect foil for her fine complexion* đồ nữ trang lấp lánh càng làm tôn nước da đẹp của cô ta.

foil² /fɔil/ *đgt* ngăn chặn, cản trở; làm thất bại: *he was foiled in his attempt to deceive us; his attempt to deceive us was foiled* âm mưu của anh ta lừa đảo chúng tôi đã bị ngăn chặn.

foil³ /fɔil/ *dt* kiếm bịt đầu *(để tập đấu kiếm)*.

foist /fɔist/ *đgt* **foist something on somebody** ép buộc ai làm gì; gán ghép cái gì cho ai: *he's religious but he doesn't try to foist his beliefs on everyone* anh ta sùng đạo nhưng không gán ghép niềm tin của mình cho mọi người.

fold¹ /fəʊld/ *đgt* **1.** gấp, gập: *he folded the handkerchief and put it in his pocket* nó gấp cái khăn tay lại và bỏ vào túi; *a folding chair* chiếc ghế gập lại được; ghế xếp **2.** gói: *fold newspaper round this glass bowl* lấy báo bọc cái bát thủy tinh này lại **3.** ngừng, đình chỉ: *the company folded [up] last week* công ty này đã ngừng hoạt động tuần trước; *the play folded within a fortnight* vở

kịch ngưng diễn hai tuần.
// **fold one's arms** khoanh tay
lại; **fold somebody (something)
in one's arms** ôm ai (cái gì)
trong vòng tay của mình;
fold one's hands chắp tay lại;
fold something away gập lại;
**fold something in, fold some-
thing into something** trộn lại,
đánh cho dậy lên: *fold in
the beaten whites of two eggs*
đánh hai cái lòng trắng
trứng; **fold up** rũ ra (*vì kiệt
sức hay vì cười*): *the come-
dian had the audience fold-
ing up* diễn viên hài kịch
làm khán giả cười rũ ra.

fold² /fəʊld/ *dt* **1.** nếp gấp
(ở vải...) **2.** hốc núi **3.** (*địa*)
nếp oằn.

fold³ /fəʊld/ *dt* **1.** bãi rào
(nhốt cừu...) **2. the fold** đạo
hữu. // **return to the fold** *x*
return¹.

-fold (tiếp tố tạo thành tt
và pht với các số) gấp... lần:
tenfold gấp mười lần.

foldaway /ˈfəʊldəwei/ *tt* gập
gọn vào được: *a foldaway
bed* chiếc giường có thể gập
gọn vào được.

folder /ˈfəʊldə[r]/ *dt* bìa cặp
giấy, bìa để giấy rời.

foliage /ˈfəʊliidʒ/ *dt* bộ lá
(của cây).

folio /ˈfəʊliəʊ/ *dt* **1.** tờ (sách)
2. (*in*) khổ hai **3.** khổ lớn
(sách) **4.** số trang (của một
cuốn sách).

folk /fəʊk/ *dt* (cg *Mỹ* **folks**)
1. người: *some old folk[s]
have peculiar tastes* một vài
người già có những sở thích
riêng; *country fold* người
nông thôn; *well, folks, what
are we going to do today?*
này các người ơi, hôm nay
chúng ta sẽ làm gì đây?
(*cách nói thân mật*) **2. folks**
(*snh*) (*kng*) người thân
thuộc: *one's folks* họ hàng
thân thuộc; *old folks at
home* ông bà cha mẹ.

folk-dance /ˈfəʊkdɑːns/ *dt*
điệu vũ dân gian.

folklore /ˈfəʊklɔː/ *dt* văn hóa
dân gian.

folklorist /ˈfəʊklɔːrist/ nhà
[nghiên cứu] văn hóa dân
gian.

folk-music /ˈfəʊk,mjuːzik/
(cg **folk**) *dt* nhạc dân gian.

folk-song /ˈfəʊksɒŋ/ *dt* dân
ca.

folksy /ˈfəʊksi/ *tt* (*kng*) bình
dân.

folk-tale /ˈfəʊkteil/ *dt*
truyện dân gian.

foll (*vt của* following) tiếp
sau, sau đây.

follow /ˈfɒləʊ/ *dgt* **1.** theo
sau: *Monday follows Sun-
day* thứ hai tiếp theo sau
chủ nhật; *you go first and
I'll follow [on] later* anh cứ
đi trước đi, tôi sẽ theo sau;
*one misfortune followed an-
other* hết tai họa này đến
tai họa khác; *you should
follow our treatment with
plenty of rest in bed* anh
nên tuân theo cách điều trị
của chúng tôi, với nhiều
thời gian nghỉ trên giường
2. đuổi theo: *the police were
following him* cảnh sát đang
đuổi theo anh ta **3.** đi dọc
theo: *follow this road until
you get to the corner, then
turn left* đi dọc theo con
đường này cho đến chỗ góc
kia rồi rẽ trái **4.** làm theo,
thể theo, theo: *follow some-
body's advice* [làm] theo lời
khuyên của ai; *follow the
latest fashions* theo thời
trang mới nhất **5.** theo (một
ngành nghề): *follow a legal
career* theo một nghề trong
ngành luật **6.** nghe kịp, hiểu
kịp: *I couldn't follow his
argument at all* tôi không
hiểu chút nào trong lý luận
của anh ta cả **7.** theo dõi:
*the cat followed the mouse's
movements carefully* con

mèo theo dõi cẩn thận từng
cử động của con chuột; *have
you been following the bas-
ket ball tournament?* bạn có
theo dõi trận đấu bóng rổ
không đấy; *follow the text
while I read it out to you*
hãy theo dõi bản văn khi
tôi đọc cho các anh nghe **8.**
xảy ra (*như một hậu quả
tất yếu và lôgic*): *he's not
in the office but it doesn't
necessarily follow that he is
ill* ông ta không có ở cơ
quan nhưng [điều đó xảy
ra] không nhất thiết là do
ông ta ốm. // **as follows** như
sau (*dùng giới thiệu một
danh sách*); **follow one's [own]
bent** làm theo cái mình
thích; **follow the crowd** làm
theo mọi người; **follow some-
body's example (lead)** làm
theo ai, bắt chước ai: *I don't
want you follow my example
and rush into marriage* tôi
không muốn anh bắt chước
tôi và lao vào việc hôn nhân;
follow [the] hounds đi săn cáo
bằng chó; **follow in some-
body's footsteps** theo dấu
chân ai (*bóng*); **follow one's
[own] nose** a/ đi thẳng [về
phía trước] b/ hành động
theo bản năng; **follow suit**
xử sự như người trước đã
làm: *one of the major banks
has lower its interest rates
and the other banks are ex-
pected to follow suit* một
trong những ngân hàng lớn
đã hạ lãi suất và các ngân
hàng khác chắc cũng làm
theo; **to follow** đến món tiếp
theo (*dùng trong cửa hàng
ăn*): *to follow, we'll have
peaches and cream, please*
đến món tiếp theo làm ơn
cho đào và kem.

follow on; follow upon (*không
dùng ở dạng bị động*) là kết
quả của; là do: *her illness fol-
lowed on her mother's death*
bệnh của cô ta là do cái chết

của mẹ cô; **follow something through** hoàn tất, thực hiện đến cùng: *starting projects is one thing, following them through is another* bắt đầu dự án là một chuyện, thực hiện chúng đến cùng lại là chuyện khác; **follow something up** a/ có hành động tiếp (đối với việc gì): *you should follow up your letter with a phone call* tiếp sau bức thư, anh nên gọi điện thoại b/ điều tra kỹ nghiên cứu sát sao (cái gì): *follow up a rumour* điều tra kỹ một tin đồn.

follower /'fɒləʊə[r]/ *dt* **1.** người theo, môn đồ: *the followers of Mahatma Gandhi* những môn đồ của Mahatma Gandhi **2.** người đi theo: *he's a follower, not a leader* ông ta là một người đi theo không phải là lãnh đạo.

following[1] /'fɒləʊiŋ/ *tt* **1.** tiếp sau: *it rained on the day we arrived but the following day was sunny* hôm chúng tôi đến trời mưa, nhưng hôm sau trời nắng **2.** sau đây: *answer the following question* hãy trả lời câu hỏi sau đây.

following[2] /'fɒləʊiŋ/ *dt* **1.** (số ít) nhóm người ủng hộ: *our party has a large following on the south* đảng của chúng tôi có nhiều người ủng hộ ở miền nam **2. the following** (dgt số ít hay snh) cái sau đây: *the following is of the greatest importance* cái sau đây có tầm quan trọng nhất; *the following are extracts from the original article* những đoạn sau đây là những đoạn trích từ nguyên bản.

following[3] /'fɒləʊiŋ/ *gt* [tiếp theo] sau: *demonstrations following the murder*

of the union leader những cuộc biểu tình xảy ra tiếp theo sau vụ ám sát nhà lãnh đạo công đoàn.

follow-up /'fɒləʊ'ʌp/ *dt* công việc tiếp theo: *as a follow-up to the television series the BBC is publishing a book* tiếp theo loạt chương trình truyền hình, đài BBC đang xuất bản một cuốn sách.

folly /'fɒli/ *dt* **1. folly [to do something]** sự điên rồ: *it's utter folly to go swimming in this cold weather* trời lạnh thế này mà đi bơi thì thật là điên rồ **2.** hành động điên rồ, ý tưởng điên rồ **3.** tòa nhà xây dựng xa hoa nhưng ít công dụng thiết thực.

foment /fəʊ'ment/ *dt* **1.** kích động: *foment discord* kích động mối bất hòa **2.** chườm nóng (một bộ phận cơ thể cho đỡ đau).

fomentation /,fəʊmen'teiʃn/ *dt* **1.** sự kích động, sự xúi bẩy **2.** sự chườm nóng.

fond /fɒnd/ *tt* (-er; -est) **1.** trìu mến: *a fond look* cái nhìn trìu mến **2.** thích: *fond of music* thích âm nhạc; *John's extremely fond of pointing out other people's mistakes* John rất thích bới lỗi người khác; *fond of somebody* thích ai **3.** ngây ngô (hy vọng...): *fond hopes of success* hy vọng thành công ngây ngô.

fondant /'fɒndənt/ *dt* kẹo tan (ngậm thì tan ra trong miệng).

fondle /'fɒndl/ *dgt* vuốt ve âu yếm: *fondle a kitten* vuốt ve âu yếm một con mèo.

fondly /'fɒndli/ *pht* **1.** [một cách] âu yếm: *he held her hand fondly* anh âu yếm nắm tay nàng **2.** [một cách] ngây ngô: *she fondly ima-*

gined that she could pass her exam without working chị ta ngây ngô tưởng rằng chị ta có thể thi đỗ mà không cần học.

fondness /'fɒndnis/ *dt* sự trìu mến: *his fondness for his eldest grandchild* sự trìu mến của ông đối với đứa cháu lớn tuổi nhất.

fondue /'fɒndju:/ *dt* **1.** món chấm bánh mì (gồm pho-mát nấu chảy trộn với rượu vang và gia vị) **2.** nước xốt: *fish fondue* nước xốt cá.

font /fɒnt/ *dt* **1.** bồn nước rửa tội; âu nước thánh **2.** *nh* fount[2].

food /fu:d/ *dt* **1.** thức ăn; thực phẩm: *we cannot survive for long without food and drink* ta không thể tồn tại lâu mà không có thức ăn và nước uống; *frozen foods* thực phẩm đông lạnh. // **food for thought** vấn đề cần suy nghĩ nghiêm túc.

food chain /'fu:dtʃein/ dây chuyền thức ăn (trong giới sinh vật).

food poisoning /'fu:d,pɔizniŋ/ (*cg cũ* **ptomain poisoning**) sự ngộ độc thức ăn.

food processor /'fu:d,prəʊsesə[r]/ máy chế biến thức ăn (băm, trộn, thái...).

foodstuff /'fu:dstʌf/ *dt* thực phẩm: *essential foodstuffs* các thực phẩm thiết yếu.

food value /'fu:d,vælju:/ giá trị dinh dưỡng.

fool[1] /fu:l/ *dt* **1.** (xấu) thằng ngốc: *and I was fool enough to believe him* và tôi ngốc đến nỗi tin hắn **2.** (cũ) anh hề (của vua...). // **act (play) the fool** x act[2]; **be a fool for one's pains** nhọc nhằn mà chẳng được gì, làm đầy tớ không công; **be no fool; be nobody's fool** khôn ngoan, thông minh; **a fool and his money are soon parted** thằng ngốc thì có tiền cũng chẳng biết giữ; **[be sent (go on)] a fool's errand** được phái đi (đi) làm một nhiệm vụ vô nghĩa hay không có lợi; **be (live in) a fool's paradise** sống trong lâu đài xây trên cát; **make a fool of oneself** xử sự như một thằng ngốc; **[the] more fool somebody** (dùng như một thán từ) ngốc ơi!; **[there is] no fool like an old fool** có cái ngốc nào bằng cái ngốc của bố già; **not (never) suffer fools gladly** x suffer.

fool² /fu:l/ dgt 1. làm những việc dại dột ngốc nghếch: *stop fooling about with that knife or someone will get hurt* đừng có dại dột ngốc nghếch mà chơi với con dao đó, nếu không có kẻ bị thương đấy 2. chòng ghẹo, đùa chơi: *I was only fooling when I said I'd lost your keys* tôi chỉ đùa chơi khi tôi nói là tôi đã đánh mất chìa khóa của anh 3. lừa gạt: *you can't fool me!* anh không lừa được tôi đâu.

fool about (around) lãng phí thời gian: *I was meant to be working on Sunday, but I just fooled around all day* tôi đã định là làm việc cả ngày chủ nhật, nhưng rồi lại loanh quanh phí mất cả ngày.

fool³ /fu:l/ dt kem mứt quả nghiền.

foolery /ˈfu:ləri/ dt cách xử sự ngốc nghếch.

foolhardiness /ˈfu:lhɑ:dinis/ dt sự liều lĩnh; sự khinh suất.

foolhardy /ˈfu:lhɑ:di/ liều lĩnh; khinh suất: *it was foolhardy [of him] to go swimming alone* nó thật là khinh suất, dám đi bơi một mình.

foolish /ˈfu:liʃ/ tt 1. ngốc nghếch, ngớ ngẩn: *and I was foolish enough to believe*

him! và tôi đã ngốc nghếch đến nỗi tin nó; *a foolish reply* câu trả lời ngớ ngẩn 2. (thường vị ngữ) lố bịch: *he's afraid of looking foolish in front of all his friends* nó sợ bị coi là lố bịch trước mặt bạn bè.

foolproof /ˈfu:lpru:f/ tt rõ ràng; đơn giản: *a foolproof plan* một kế hoạch rõ ràng; *a foolproof method* một phương pháp đơn giản.

foolscap /ˈfu:lskæp/ dt giấy viết khổ rộng (330 x 200 mm hoặc 330 x 400 mm).

foot¹ /fut/ dt (snh **feet**) 1. bàn chân 2. phần bít tất bao bàn chân 3. (vt **ft**) bộ (đơn vị đo chiều dài của Anh bằng 12 insơ tức 2,54cm): *we're flying at 35000 feet* chúng tôi đang bay ở độ cao 35000 bộ; *"how tall are you?" "five foot nine"* "anh cao bao nhiêu?" "năm bộ chín insơ"; *a 6-foot high wall* bức tường cao sáu bộ 4. (số ít) **the foot of something** a/ chân, đáy, cuối: *they camped at the foot of the mountain* họ cắm trại ở chân núi; *at the foot of the stairs* ở chân cầu thang; *at the foot of the page* ở cuối trang; *she laid some flowers at the foot of her friend's grave* cô ta đặt mấy bông hoa ở chân mộ bạn cô 5. (cổ) bước đi; cách đi: *light fleet of foot* bước chân đi nhẹ nhàng 6. cụm âm tiết (ví dụ như for men/may come/and men/may go). // **be on one's feet** đứng: *I've been on my feet all day* tôi đã đứng cả ngày; **bind (tie) somebody hand and foot** x hand¹; **the boot is on the other foot** x boot¹; **catch somebody on the wrong foot** x catch¹; **cut the ground from under somebody's feet** x ground¹; **drag**

one's feet (heels) x drag²; **fall (land) on one's feet** hồi phục nhanh (sau trận ốm, sau một thất bại, nhất là nhờ may mắn); **find one's feet** x find¹; **from head to feet (toe)** x head¹; **get (have) a foot in the door** bước vào (một nghề...): *it's difficult to get a foot in the door of publishing* thật khó mà bước (chen) chân vào nghề xuất bản; **get (have) cold feet** x cold feet; **have feet of clay** có một số điểm yếu cơ bản, có một số khuyết điểm cơ bản; **have the ball at one's feet** x ball¹; **have one's (both) feet on the ground** khôn ngoan; có đầu óc thực tế; **have a foot in both camps** đứng giữa hai bên; **have one foot in the grave** kề miệng lỗ; **have two left feet** x left²; **in one's stocking feet** x stocking; **keep one's feet** giữ được vững không ngã (trên một mặt tron...); **land on one's feet** nh fall on one's feet (xem ở trên); **let the grass grow under one's feet** x grass¹; **my foot!** tào lao!; **on one's feet** hoàn toàn hồi phục (sau trận ốm, sau một thất bại...); **on foot** đi bộ (không phải là đi xe); **the patter of tiny feet** x patter²; **pull the carpet (rug) from under somebody's feet** x pull²; **put one's best foot forward** x best¹; **put one's feet up** nằm nghỉ; ngồi nghỉ; **put one's foot down** phản đối kịch liệt; **put one's foot in it** làm điều gì xúc phạm đến ai; nói điều gì làm ai bối rối; **put a foot wrong** (chủ yếu dùng trong câu phủ định) phạm lỗi, lầm lỗi: *I've never known him to put a foot wrong, no matter how delicate the issue* tôi chưa bao giờ thấy anh ta lầm lỗi, cho dù vấn đề khó xử đến đâu đi nữa; **rush (run) somebody [clean] off feet**

làm kiệt sức *(do làm việc nhiều quá): before Christmas the shop assistants are rushed off their feet* trước lễ Giáng sinh, các nhân viên bán hàng làm việc đến kiệt sức; **set foot in (on) something** đặt chân lên: *the first man to set foot on the moon* người đầu tiên đặt chân lên mặt trăng; *don't ever set foot in this house again* đừng bao giờ bước chân vào cái nhà ấy nữa; **set somebody (something) on his (its) feet** làm cho *(ai, cái gì)* trở thành độc lập; **shake the dust off one's feet** *x* shake[1]; **sit at somebody's feet** *x* sit; **stand on one's own [two] feet** tự lập; **start off on the right (wrong) foot** *x* start[2]; **sweep somebody off one's feet** *x* sweep[1]; **take the weight off one's feet** *x* weight[1]; **ten feet tall** hài lòng, mãn nguyện: *look ten feet tall* trông có vẻ mãn nguyện; **under one's feet** quần chân: *the children are under my feet all day* tụi trẻ quẩn chân tôi suốt ngày; **wait on somebody hand and foot** *x* wait[1]; **walk somebody off his feet** *x* walk[1].

foot[2] /fʊt/ *dgt* **foot the bill [for something]** chịu trách nhiệm thanh toán] mọi phí tổn: *who's going to foot the bill for all the repairs?* ai sẽ chịu phí tổn sửa chữa đây?; **foot it** *(kng)* cuốc bộ.

footage /'fʊtidʒ/ *dt* **1.** chiều dài tính bằng bộ; khoảng cách tính bằng bộ **2.** đoạn phim: *the film contained some old newsreel footage* bộ phim có một vài đoạn phim thời sự cũ.

foot-and-mouth disease /ˌfʊtən'maʊθdizi:z/ bệnh lở mồm long móng.

football /'fʊtbɔ:l/ *dt* **1.** quả bóng đá **2.** môn bóng đá.

footballer /'fʊtbɔ:lə[r]/ *dt* cầu thủ bóng đá.

football pools /'fʊtbɔ:lpu:lz/ *(cg* **the pools)** trò đánh cá bóng đá.

footbridge /'fʊt,bridʒ/ *dt* cầu dành cho người đi bộ *(nhỏ và hẹp).*

-footed *(yếu tố tạo từ ghép)* có chân *(như thế nào đấy):* four-footed có bốn chân; *flat-footed* có chân bẹt.

-footer /'fʊtə[r]/ *(yếu tố tạo từ ghép)* người (vật) có chiều ngang (chiều cao) là bao nhiêu bộ đấy: *a six-footer* một người cao sáu bộ; một vật bề ngang sáu bộ.

footfall /'fʊtfɔ:l/ *dt (văn)* tiếng chân.

foot-fault /'fʊtfɔ:lt/ *dt* lỗi giẫm vạch biên *(đánh quần vợt).*

foothill /'fʊt,hil/ *dt (địa) (thường snh)* đồi thấp ở chân dãy núi, thung.

foothold /'fʊthəʊld/ *dt* **1.** chỗ đặt chân *(để leo trèo)* **2.** chỗ trụ *(trong nghề nghiệp...): gain a firm foothold in the industry* có chỗ trụ vững trong ngành công nghiệp.

footing /'fʊtiŋ/ *dt* **1.** sự đứng vững chân: *he lost his footing on the wet floor and felt* nó trượt chân trên sàn ướt và ngã **2.** nền tảng, cơ sở: *this enterprise is now on a firm footing and should soon show profits* hãng này nay đã có cơ sở vững chắc và chắc sẽ sớm mang lại lợi nhuận **3.** vị trí, địa vị; quan hệ: *the workers want to be on an equal footing with (on the same footing as) the managers* công nhân muốn có quan hệ bình đẳng với các viên quản đốc.

footle /'fu:tl/ *dgt* (+ about, around) *(kng)* phí thời gian: *get on with your work and stop footling about* xúc tiến công việc đi, đừng có phí thời gian nữa.

footlights /'fʊtlaits/ *dt (snh)* hàng đèn dàn mặt *(trước sân khấu).*

footling /'fu:tliŋ/ *tt (xấu)* không có giá trị; không quan trọng: *footling little jobs* những công việc vặt vãnh.

footloose /'fʊtlu:s/ *tt* **footloose and fancyfree** hoàn toàn tự do, tha hồ bay nhảy.

footman /'fʊtmən/ *dt (snh* **footmen)** người hầu.

footmark /'fʊtma:k/ *dt nh* footprint.

footnote /'fʊtnəʊt/ *dt* chú thích cuối trang.

footpath /'fʊtpa:θ/ *dt (cg* **path)** đường mòn, đường nhỏ.

footplate /'fʊtpleit/ *dt* bục lái *(ở xe lửa).*

footprint /'fʊt,print/ *dt* dấu chân: *leave footprints in the snow* để lại dấu chân trên tuyết.

footslog /'fʊtslɒg/ *dgt* (-gg-) *(kng)* rã giò *(vì đi bộ nhiều).*

footsie /'fʊtsi/ *dt* **play footsie with somebody** *(kng)* dùng chân mình chạm nhẹ vào chân ai dưới bàn để tỏ tình.

footsore /'fʊtsɔ:[r]/ *tt* đau chân, sưng chân *(vì đi bộ nhiều).*

footstep /'fʊtstep/ *dt* **1.** *(thường snh)* tiếng chân đi; dấu chân **2.** bước chân *(khoảng cách đi được qua mỗi bước chân).* // **follow in somebody's footsteps** *x* follow.

footstool /'fʊtstu:l/ *dt (cg* **stool)** ghế để chân.

footway /'fʊtwei/ *dt nh* footpath.

footwear /'fʊtweə[r]/ *dt* đồ đi ở chân, giày dép.

footwork /'fʊtwɔ:k/ *dt* **1.** cách sử dụng chân *(trong quyền Anh, khiêu vũ...)* **2.**

F

(bóng) phản ứng nhanh: *thanks to agile footwork he always managed to escape his pursuers* nhờ có phản ứng nhanh, nó luôn luôn tìm cách thoát khỏi những kẻ truy lùng nó.

fop /fɒp/ *dt (xấu)* kẻ đỏm dáng, kẻ thích chưng diện.

foppish /ˈfɒpɪʃ/ *tt* đỏm dáng, thích chưng diện.

for¹ /fə[r], *(dạng nhấn mạnh* fɔ:[r])/ *gt* **1.** cho, dành cho: *a letter for you* một lá thư cho anh; *are all these presents for me?* tất cả những tặng phẩm là cho tôi à?; *save a piece for Mary* để dành một miếng cho Mary; *it's a book for children* đó là một cuốn sách cho trẻ em **2.** để, dùng để: *are you learning English for pleasure or for your work?* anh học Anh văn [để] cho vui hay vì công việc?; *for sales to increase, we must lower our price* để tăng số hàng bán ra, ta phải hạ giá **3.** đến, đi đến: *depart for home* đi về nhà; *is this the train for Glaskow?* có phải đây là chuyến tàu đi Glaskow không? **4.** để giúp cho; giùm: *please translate this letter for me* bạn làm ơn dịch giùm tôi lá thư này **5.** với giá là: *I bought a book for £3* tôi đã mua một cuốn sách với giá là ba bảng **6.** vì, do: *he got a medal for bravery* anh ta được huy chương vì lòng dũng cảm; *for several reasons, I'd rather not meet him* vì nhiều lý do tôi không gặp hắn thì hơn **7.** như để thay thế cái gì đó: *don't translate word for word* đừng có dịch từng từ một; *exchange one's car for a new one* đổi xe lấy một xe mới **8.** ủng hộ: *three cheers for the winner* ba

tràng hoan hô dành cho người chiến thắng; *I'm all for these plans* tôi hoàn toàn ủng hộ các kế hoạch ấy **9.** đại diện cho; thay cho: *I'm speaking for all the workers in this firm* tôi đang nói đại diện cho tất cả công nhân trong xí nghiệp; *who's the MP for Bradford?* ai là nghị viên của Bradford thế? **10.** để được: *search for treasure* tìm [để được] kho báu; *pray for peace* cầu nguyện cho hòa bình; *fish for trout* câu cá hồi sông **11.** *(sau một tt)* đối với, so với: *she's tall for her age* cô ta người cao so với tuổi của cô; *it's quite warm for January* đối với tháng Giêng thời tiết thế này là ấm lắm rồi **12.** *(sau tt so sánh)* sau: *you'll feel all the better for a good night's sleep* sau một đêm ngủ ngon, anh sẽ cảm thấy khỏe khoắn hơn **13.** tương đương với; đổi lấy: *you get a coupon for every three gallons of petrol* cứ ba galông xăng là anh có một phiếu **14.** cho, về: *anxious for somebody's safety* lo cho sự an toàn của ai; *fortunately for us, the weather changed* may mắn cho chúng tôi, thời tiết đã thay đổi **15.** vì: *for the following reasons* vì những lý do sau; *he didn't answer for fear of hurting her* nó không trả lời vì sợ chạm đến cô ta **16.** trong *(một thời gian nào đó)*: *I'm going away for a few days* tôi đi vắng [trong] vài ngày; *he was in prison for twenty years* nó ở tù trong hai mươi năm **17.** vào ngày, vào lúc: *the appointment is for 12 May* cuộc hẹn gặp là vào ngày 12 tháng Năm **18.** lần, dịp: *I'm warning you for the last time - stop talking!* tôi cảnh cáo các anh lần cuối

nhé, đừng có nói chuyện nữa **19.** suốt *(một khoảng cách nào đó)*: *he crawled on his hands and knees for 100 metres* nó bò bằng tay và đầu gối suốt 100 mét **20.** đối với: *his greatest wish was for his daughter to take over the business* điều mong ước lớn nhất của ông ta là cô con gái ông nối nghiệp mình; *it's useless for us to continue* [đối với] chúng ta tiếp tục nữa cũng vô ích; *nothing could be more desirable than for them both to get jobs in Leeds* không có gì đáng mong ước hơn đối với cả hai chúng nó là tìm được việc ở Leeds; *no need for you to go* anh không cần đi: *the box is too heavy for me to lift* đối với tôi cái hộp nặng quá, nhấc lên không nổi **21.** để [cho]: *letters for the manager to sign* thư để cho giám đốc ký. // **be for it** *(kng)* chờ đợi hình phạt; chờ đợi bị phiền hà: *the headmaster saw me draw the picture on the blackboard - I'm for it now* thầy hiệu trưởng đã trông thấy tôi vẽ cái hình kia lên bảng đen, tôi đang chờ hình phạt sẽ đến với tôi đây; **for all** cho dù: *for all you say, I think she's the best teacher we've got* cho dù bạn có nói gì đi nữa tôi vẫn nghĩ rằng cô ấy là cô giáo giỏi nhất của chúng ta.

for² /fə[r], *dạng nhấn mạnh* fɔ:[r]/ *(ít dùng) lt (không dùng ở đầu câu) (cũ)* bởi vì, tại vì: *we listened eagerly, for he brought news of our family* chúng tôi háo hức lắng nghe vì anh ta mang tin gia đình đến.

for³ /ˌefəʊˈɑːr/ *(vt của free on rail)* giao hàng trên toa tàu hỏa *(mà người mua không phải trả tiền thêm)*.

forage¹ /'fɒrɪdʒ, (Mỹ 'fɔ:rɪdʒ)/ dt **1.** rơm cỏ (cho súc vật ăn), thức ăn vật nuôi **2.** (thường số ít) sự tìm kiếm thức ăn; cuộc đi săn.

forage² /'fɒrɪdʒ, (Mỹ 'fɔ:rɪdʒ)/ dgt đi săn; đi tìm kiếm (nhất là thức ăn): one group left the camp to forage for firewood một nhóm rời trại đi kiếm củi; she foraged about in her handbag, but couldn't find her keys cô ta lục tìm trong túi xách, nhưng không thấy chùm chìa khóa.

forage crops /'fɒrɪdʒ krɒp/ cây trồng làm thức ăn gia súc.

forasmuch as /ˌfɔ:rəz'mʌtʃəz/ lt (cổ hoặc luật) bởi vì, vì lẽ, vì rằng.

foray¹ /'fɒreɪ, (Mỹ 'fɔ:reɪ)/ dt **1.** sự đột nhập: go on (make) a foray into enemy territory đột nhập lãnh thổ địch **2.** sự thử thâm nhập: after his unsuccessful foray in politics, he went back to his law practice sau khi thử thâm nhập chính trường mà không thành công, ông ta trở lại hành nghề luật của ông.

foray² /'fɒreɪ, (Mỹ 'fɔ:reɪ)/ dgt đột nhập.

forbad /fəbeid/; **forbade** /fə'bæd, (Mỹ fə'beɪd)/ qk của forbid.

forbear¹ /fɔ:'beə[r]/ dgt (forbore; foreborne) nhịn, chịu đựng: her mother's gentle and forbearing character tính dịu dàng và chịu đựng của mẹ anh ta; he could not forbear from expressing his disagreement anh ta không thể không nói lên sự bất đồng của mình.

forbear² /fɔ:'beə[r]/ dt nh forebear.

forbearance /fɔ:'beərəns/ dt tính chịu đựng, lòng khoan dung.

forbid /fə'bid/ dgt (forbade, forbad; forbidden) **1.** cấm: I can't forbid you (your seeing) that man again tôi không cấm anh gặp lại ông ấy; if you want to go, I can't forbid you nếu anh muốn đi, tôi không cấm; it is forbidden [for anyone] to smoke in this room cấm [bất cứ ai] hút thuốc trong phòng này; the law forbids building on this land luật pháp cấm xây dựng trên đất này **2.** ngăn cản, không cho phép: lack of time forbids further discussion at this point sự thiếu thì giờ không cho phép (vì thiếu thì giờ nên không thể) thảo luận thêm nữa về điểm này. // **God (Heaven) forbid [that...]** lạy trời đừng có (xảy ra chuyện gì).

forbidden fruit /fə,bidn 'fru:t/ quả cấm (thứ được ao ước vì bị cấm).

forbidden ground /fə,bidn 'graʊnd/ **1.** khu cấm **2.** lĩnh vực không được phép.

forbidding /fə'bidiŋ/ tt gớm guốc; hăm tài: a forbidding look cái nhìn hăm tài.

forbiddingly /fə'bidiŋli/ pht [một cách] gớm guốc, [một cách] hăm tài.

forbore /fɔ:'bɔ:[r]/ qk của forbear¹.

forborn /fɔ:'bɔ:n/ dttqk của forbear¹.

force¹ /fɔ:s/ dt **1.** sức mạnh, sức, lực: the force of the blow sức mạnh của quả đấm; he overcame his bad habits by sheer force of will anh ta thắng được các tật xấu của mình chỉ nhờ sức mạnh ý chí; the two main political forces of left and right hai thế lực chính trị chủ yếu cánh tả và cánh hữu; the force of gravity (lý) trọng lực; fighting against the forces of nature đấu tranh chống lại sức mạnh thiên nhiên **2.** cấp (gió): a force 9 gale cơn bão cấp chín **3.** lực lượng: both land and sea forces were employed in the attack on the island cả lực lượng bộ binh lẫn lực lượng hải quân đã được sử dụng để tấn công hòn đảo đó; the police force lực lượng cảnh sát **4.** hiệu lực; quyền lực: the law remains in force điều luật đó còn có hiệu lực; this decree has the force of law behind it sắc lệnh này có quyền lực pháp lý. // **break the force of something** làm giảm lực: the force of his fall was broken by the straw mats lực rơi của anh ta đã được nệm rơm làm giảm nhẹ; **bring something (come) into force** [làm cho] có hiệu lực: when the new safety rules come into force? khi nào thì những luật lệ mới về an toàn có hiệu lực?; **from (out of) force of habit** do thói quen; **in force** a/ với số lượng lớn (người): the police were present at the demonstration in [full] force cảnh sát có mặt rất đông ở cuộc biểu tình b/ (luật) có hiệu lực; được áp dụng: are the new charges for postage stamps in force yet? giá tem thư mới có còn được áp dụng không thế?; **join forces** x join.

force² /fɔ:s/ dgt **1.** ép buộc, cưỡng ép: force a statement out of somebody bắt ai phải khai ra (tuyên bố) cái gì; force something upon somebody ép ai phải nhận cái gì; force a woman hãm hiếp một phụ nữ **2.** ép, gượng: a forced smile nụ cười gượng ép **3.** chen, lách, nhồi nhét: force one's way through a crowd chen qua đám đông; force clothes into a bag nhét quần áo vào bao **4.** phá

F

(cửa); bẻ *(khóa)* **5.** thúc *(cho cây chóng lớn, cho quả chóng chín)*. // **force somebody's hand** ép ai làm điều người ta không muốn; ép ai phải hành động sớm hơn; **force the issue** hành động để có một quyết định ngay lập tức; **force the pace** tăng tốc trong cuộc đua để làm mệt các đối thủ.

force something back cố kiềm chế, cố kìm lại: *force back one's tears* cố cầm nước mắt; **force something down** a/ ép *(ai, bản thân mình)* phải ăn uống cái gì mặc dù không muốn: *after being ill I didn't feel like eating but I managed to force something down* sau khi ốm tôi không cảm thấy muốn ăn uống, nhưng tôi đã phải cố nuốt chút gì b/ buộc *(máy bay)* phải hạ cánh *(vì phát hiện ra một quả bom trên máy bay chẳng hạn)*; **force something on somebody** ép ai chấp nhận cái gì mà họ không muốn: *force one's ideas on somebody* buộc ai phải chấp nhận ý kiến của mình, áp đặt ý kiến của mình cho ai.

forced labour /ˌfɔːstˈleibə[r]/ lao động cưỡng bức, lao động khổ sai.

forced landing /ˌfɔːstˈlændiŋ/ sự hạ cánh khẩn cấp.

forced march /ˌfɔːstˈmɑːtʃ/ cuộc hành quân cấp tốc.

force-feed /ˈfɔːsfiːd/ *dgt* **(force-fed)** buộc *(người, súc vật)* phải ăn uống: *all the prisoners on hunger strike had to be force-fed* tất cả tù nhân đấu tranh tuyệt thực bị buộc phải ăn.

forceful /ˈfɔːsfl/ *tt* mạnh mẽ: *a forceful style* văn phong mạnh mẽ.

forcefully /ˈfɔːsfəli/ *pht* [một cách] mạnh mẽ.

forcefulness /ˈfɔːsflness/ *dt* sự mạnh mẽ.

force majeure /ˌfɔːsmæʒɜː[r]/ *(luật) (tiếng Pháp)* trường hợp bất khả kháng.

force meat /ˈfɔːsmiːt/ thịt băm để nhồi.

forceps /ˈfɔːseps/ *dt (snh) (y)* cái cặp thai.

force pump /ˈfɔːspʌmp/ *cg* **forcing pump** *(Mỹ)* bơm ép.

forcible /ˈfɔːsəbl/ *tt* **1.** bằng vũ lực: *a forcible entry into a building* sự xông vào nhà bằng vũ lực **2.** mạnh mẽ, đầy sức thuyết phục: *a forcible argument* một lý lẽ đầy sức thuyết phục.

forcibly /ˈfɔːsəbli/ *pht* **1.** bằng vũ lực **2.** [một cách] mạnh mẽ, [một cách] đầy sức thuyết phục.

ford¹ /fɔːd/ *dt* chỗ sông cạn *(có thể lội qua)*.

ford² /fɔːd/ *dgt* lội qua *(sông)* ở chỗ cạn; lái xe qua *(sông)* ở chỗ cạn.

fordable /ˈfɔːdəbl/ *tt* lội qua được; lái xe qua được *(chỗ cạn)*.

fore¹ /fɔː[r]/ *dt* mũi tàu *(tàu thủy, tàu hỏa, máy bay)*. // **be (come) to the fore** nổi lên, trở nên quan trọng: *after the election several new Members of Parliament came to the fore* sau cuộc bầu cử, nhiều nghị sĩ mới nổi bật lên.

fore² /fɔː[r]/ *tt, pht* ở mũi tàu.

fore³ /fə[r]/ *tht (chơi gôn)* coi chừng! *(để báo là cầu thủ sắp đánh quả bóng)*.

fore and aft /ˌfɔː[r] ənd ˈɑːft/ *tt* theo chiều dọc; suốt chiều dọc *(con tàu)*: *fore and aft sail* buồm dọc; buồm suốt chiều dọc tàu.

fore- *(tiền tố, tạo từ với dt và dgt)* trước: *foretell* đoán trước; *foreground* cận cảnh.

forearm¹ /ˈfɔːrɑːm/ *dt (giải)* cẳng tay.

forearm² /ˈfɔːrɑːm/ *dgt* chuẩn bị vũ khí trước, trang bị trước. // **forewarned is forearmed** *x* forewarn.

forebear *(cg* **forbear)** /ˈfɔːbeə[r]/ *dt (thường snh)* tổ tiên.

forebode /fɔːˈbəʊd/ *dgt* báo trước: *these developments forebode disaster* những diễn biến này báo trước tai họa sắp đến.

foreboding /fɔːˈbəʊdiŋ/ *dt* linh tính *(báo trước điềm gở)*: *she had a sinister foreboding that the plane would crash* bà có linh tính gở rằng máy bay sẽ rơi vỡ tan tành.

forecast¹ /ˈfɔːkɑːst, (Mỹ ˈfɔːkæst)/ *dgt* dự đoán, tiên đoán: *forecast that it will rain tomorrow* dự đoán mai trời mưa; *forecast what the outcome of the election will be* dự đoán kết quả bầu cử.

forecast² /ˈfɔːkɑːst, (Mỹ ˈfɔːkæst)/ *dt* sự dự đoán, sự tiên đoán: *according to the [weather] forecast it will be sunny tomorrow* theo dự báo thời tiết, ngày mai sẽ nắng.

forecaster /ˈfɔːkɑːstə[r]/ *dt* người dự báo thời tiết.

fore-castle *(cg* **fo'c's'le)** /ˈfəʊksl/ *dt* khoang thủy thủ *(phần phía trước của tàu, nơi thủy thủ sinh hoạt)*.

foreclose /fɔːˈkləʊz/ *dgt* **foreclose on somebody (something)** tịch thu tài sản thế chấp ở ngân hàng *(vì người có tài sản thế chấp không trả nợ)*; xiết nợ ai.

foreclosure /fɔːˈkləʊʒə[r]/ *dt* sự tịch thu tài sản *(thế chấp ở ngân hàng)*; sự xiết nợ.

forecourt /ˈfɔːkɔːt/ *dt* **1.** sân trước *(trạm bán xăng...)* **2.** sân trên *(chơi quần vợt)*.

foredoomed /fɔ:'du:md/ *tt* **foredoomed to something** [như thể] đã được số mệnh định sẵn cho là: *the plan was foredoomed to failure* kế hoạch như thể đã định sẵn là thất bại.

forefather /'fɔ:fɑ:ðə[r]/ *dt* *(thường snh)* tổ tiên, cha ông.

forefinger /'fɔ:,fiŋgə[r]/ *dt* ngón tay trỏ.

forefoot /'fɔ:fʊt/ *dt (snh* forefeet /'fɔ:fi:t/) bàn chân trước *(của động vật bốn chân).*

forefront /'fɔ:frʌnt/ *dt (số ít)* vị trí hàng đầu: *she has been in (at) the forefront in the struggle for women's rights* bà ta đã ở vị trí hàng đầu trong đấu tranh cho nữ quyền.

foregather /fɔ:'gæðə[r]/ *dgt* *nh* forgather.

foregoing[1] /'fɔ:gəʊiŋ/ *tt* đã nói ở trên, ở trên: *the foregoing paragraph is a brief summary of the situation; in what follows I shall go into more detail* đoạn trên chỉ là một bản tóm tắt ngắn tình hình, sau đây tôi sẽ trình bày chi tiết hơn.

foregoing[2] /'fɔ:gəʊiŋ/ *dt* **the foregoing** *(dgt số ít hay snh)* điều nói trên.

foregone conclusion /,fɔ:-gɒn,kən'klu:ʒn, *(Mỹ* ,fɔ:gɒn kən'klu:ʒn/ kết quả đoán trước là chắc chắn: *the outcome of the election is a foregone conclusion* kết quả của cuộc bầu cử đoán trước được một cách chắc chắn.

foreground /'fɔ:graʊnd/ *dt* **the foreground** *(số ít)* a/ lớp cảnh đầu *(trong một bức họa...)*: *a photograph of our town with the church in the foreground* một bức ảnh của thành phố ta với nhà thờ ở lớp cảnh đầu b/ *(bóng)* vị trí quan trọng nhất, vị trí nổi bật nhất: *she talks a great deal, because she likes to keep herself in the foreground* bà ta nói rất nhiều vì bà ta muốn nổi bật lên trên mọi người.

forehand /'fɔ:hænd/ *tt* cú tiu, cú vụt *(quần vợt... với lòng bàn tay hướng về phía đối phương).*

forehead /'fɒrid, 'fɔ:hed, *(Mỹ* 'fɔ:rid)/ *dt (cg* **brow)** trán.

foreign /'fɒrən, *(Mỹ* 'fɔ:rən)/ *tt* **1.** [thuộc] nước ngoài, ngoại: *foreign languages* ngoại ngữ; *foreign policy* chính sách đối ngoại; *foreign trade* ngoại thương; *foreign aid* ngoại viện **2.** xa lạ, ngoài: *dishonesty is foreign to his nature* tính bất lương là xa lạ đối với bản chất của anh ta **3.** (y) lạ, từ ngoài vào: *a foreign body in the eye* một vật lạ vào trong mắt.

the Foreign and Commonwealth Office /ðə,fɒrən ənd 'kɒmənwelθ ɒfis/ *(vt* **FCO)** *(Anh)* bộ ngoại giao.

foreigner /'fɒrənə[r]/ *dt* **1.** người nước ngoài **2.** người lạ.

foreign exchange /,fɒrən iks'tʃeindʒ/ *(kt́)* ngoại hối.

Foreign Secretary /,fɒrən 'sekrətri/ bộ trưởng ngoại giao.

foreknowledge /,fɔ:'nɒlidʒ/ *dt* sự biết trước.

foreland /'fɔ:lənd/ *dt* mũi đất *(nhô ra biển).*

foreleg /'fɔ:leg/ *dt* chân trước *(của động vật bốn chân).*

forelock /'fɔ:lɒk/ *dt* món tóc phía trên trán. // **touch (tug...) one's forelock** đưa tay lên trán chào kính trọng *(thuở xưa).*

foreman /'fɔ:mən/ *dt (snh* **foremen** /'fɔ:mən/; *c* **forewoman** /'fɔ:wʊmən/, *snh* **forewomen** /'fɔ:wimin/) **1.** đốc công; trưởng nhóm thợ **2.** chủ tịch bồi thẩm đoàn.

foremost /'fɔ:məʊst/ *tt, pht* [ở vị trí] hàng đầu: *he was the foremost conductor of his day* ông ta đã là nhạc trưởng hàng đầu ở thời ông.

forename /'fɔ:neim/ *dt* tên; tên thánh.

forenoon /'fɔ:nu:n/ *dt (Ê-cốt hoặc trong thông báo chính thức)* buổi sáng *(trước 12 giờ).*

forensic /fə'rensik, *(Mỹ* fə'renzik)/ *tt (thngữ)* [thuộc] pháp lý: *forensic medecine* pháp y.

foreordain /,fɔ:rɔ:'dein/ *dgt* *(thường ở dạng bị động)* định trước, tiền định *(nói về Chúa hay số mệnh):* *he believed his success was foreordained* hắn tin rằng thành công của hắn đã được tiền định.

foreplay /'fɔ:plei/ *dt* sự mơn trớn trước lúc giao hợp.

forerunner /'fɔ:rʌnə[r]/ *dt* người mở đường; sự kiện mở đường: *she was a forerunner of modern women's movement* bà ta là người mở đường cho phong trào phụ nữ ngày nay.

foresail /'fɔ:seil, 'fɔ:sl/ *dt* buồm mũi.

foresee /fɔ:'si:/ *dgt (foresaw* /fɔ:'sɔ:/; **foreseen** /fɔ:'si:n/) nhìn thấy trước; biết trước: *he foresaw that the job would take a long time* anh ta thấy trước rằng công việc đó sẽ mất một thời gian dài.

foreseeable /'fɔ:siəbl/ *tt* có thể nhìn thấy trước: *in the foreseeable future* trong một tương lai có thể thấy trước

F

được sự việc (thường là chỉ ngắn thôi).

foreshadow /fɔːˈʃædəʊ/ *dgt* báo hiệu, báo trước: *the increase in taxes have been foreshadowed in the minister's speech* việc tăng thuế đã được báo trước trong bài nói của ông bộ trưởng.

foreshore /ˈfɔːʃɔː[r]/ *dt* mép biên (giữa mức triều cao và mức triều thấp hoặc giữa biên và vùng đất có trồng trọt hoặc xây dựng).

foreshorten /fɔːˈʃɔːtn/ *dgt* vẽ thu nhỏ nhằm tạo một ấn tượng khoảng cách theo luật xa gần.

foresight /ˈfɔːsait/ *dt* sự lo xa thấy trước: *fail for want of foresight* thất bại vì không biết lo xa tính trước.

foreskin /ˈfɔːskin/ *dt* bao quy đầu.

forest /ˈfɒrist, (Mỹ ˈfɔːrist)/ *dt* rừng: *a pine forest* rừng thông; *a forest of television aerials* một rừng dây anten tivi.

forestall /fɔːˈstɔːl/ *dgt* chặn trước: *forestall a rival* chặn trước một địch thủ.

forested /ˈfɒristəd/ *tt* phủ rừng, có rừng.

forester /ˈfɒristə[r]/ *dt* 1. nhân viên lâm nghiệp 2. người sống ở rừng.

forestry /ˈfɒristri/ *dt* lâm học.

foretaste /ˈfɔːteist/ *dt* foretaste of something sự nếm trước (bóng); sự hình dung trước: *a foretaste of the fierce conflict to come* sự hình dung trước cuộc xung đột ác liệt sắp diễn ra.

foretell /fɔːˈtel/ *dgt* (foretold) đoán trước: *you can't foretell how the war will end* anh không thể đoán trước được chiến tranh sẽ kết thúc như thế nào.

forethought /ˈfɔːθɔːt/ *dt* sự suy tính trước: *with a little more forethought we could have bought the house we really wanted* nếu biết suy tính trước thêm tý nữa, chúng tôi đã mua được ngôi nhà mà chúng tôi thực sự đang cần rồi.

foretold /fɔːˈtəʊld/ *qk và dttqk* của foretell.

forever /fəˈrevə[r]/ *pht* 1. (cg **for ever**) mãi mãi: *I'll love you forever* anh sẽ yêu em mãi mãi 2. (dùng với dgt ở thì tiếp diễn) lúc nào cũng, luôn luôn: *why are you forever asking questions?* tại sao lúc nào anh cũng hỏi vậy?

forewarn /fəˈwɔːn/ *dgt* (+ of) báo trước: *we had been forewarned of the risk of fire (that fire could break out)* chúng tôi đã được báo trước là hỏa hoạn có thể xảy ra. // **forewarned is forearmed** một người hay lo bằng kho người hay làm.

foreword /ˈfɔːwɜːd/ *dt* lời nói đầu (sách).

forfeit¹ /ˈfɔːfit/ *dgt* để mất, bị mất: *forfeit someone's esteem* bị mất lòng quý trọng của ai; *forfeit happiness* mất hạnh phúc.

forfeit² /ˈfɔːfit/ *dt* 1. tiền phạt, tiền bồi thường 2. **forfeits** (động từ số ít) trò chơi nộp phạt bằng hiện vật.

forfeit³ /ˈfɔːfit/ *tt* (vị ngữ) (+ to) bị nộp phạt, bị trưng thu: *all goods may be forfeit to the State in time of war* thời chiến mọi hàng hóa có thể bị nhà nước trưng thu.

forfeiture /ˈfɔːfitʃə[r]/ *dt* sự tước đoạt, sự tịch thu, sự trưng thu: *[the] forfeiture of one's property* sự tịch thu tài sản.

forgather (*cg* **foregather**) /fɔːˈgæðə[r]/ *dgt* tụ họp, hội họp.

forgave /fəˈgeiv/ *qk của* forgive.

forge¹ /fɔːdʒ/ *dt* 1. lò rèn 2. xưởng luyện kim.

forge² /fɔːdʒ/ *dgt* 1. rèn: *forge a sword* rèn một thanh gươm 2. (bóng) tạo dựng, tạo: *forge an alliance* tạo dựng một khối liên minh 3. giả mạo, làm giả: *forge a banknote* làm giả giấy bạc; *forge a signature* giả mạo chữ ký.

forge³ /fɔːdʒ/ *dgt* tiến lên: *forge constantly onwards* luôn luôn tiến lên phía trước; *forge into the lead* tiến lên vị trí dẫn đầu. // **forge ahead** tiến lên dẫn đầu: *one horse forged ahead, leaving the others behind* một con ngựa tiến lên dẫn đầu, bỏ các con khác lại phía sau.

forger /ˈfɔːdʒə[r]/ *dt* kẻ làm giả (giấy tờ...).

forgery /ˈfɔːdʒəri/ *dt* 1. sự giả mạo; tội làm giả: *he spent 5 years in prison for forgery* hắn ngồi tù 5 năm vì tội làm giả 2. chữ ký giả; giấy tờ giả: *this famous painting was thought to be by Van Gogh, but it is in fact a forgery* bức tranh nổi tiếng này cứ tưởng là của Van Gogh, thực ra là của giả.

forget /fəˈget/ *dgt* (**forgot**; **forgotten**) quên: *he forgot [about] her birthday* anh ta quên ngày sinh của nàng; *I've forgotten his name* tôi quên tên anh ta; *don't forget to feed the cat* đừng quên cho mèo ăn nhé; *I forgot my umbrella* tôi đã quên mang ô theo; *try to forget about him* hãy cố quên hắn đi; *forget yourself and think* of someone else for a change hãy quên mình đi và thay vào đó nghĩ đến người khác đi; "how much do I owe you?" "forget it" "tôi nợ anh bao nhiêu nhỉ?" "ồ, quên chuyện đó đi". // **elephants never forget** x elephant; **forgive and forget** x forgive.

forgetful /fə'getfl/ tt 1. hay quên: *old people are sometimes forgetful* người già đôi lúc hay quên 2. *of (vị ngữ)* (+ of) quên: *be forgetful of one's duties* quên bổn phận.

forgetfully /fə'getfəli/ pht [một cách] hay quên.

forgetfulness /fə'getflnis/ dt tính hay quên.

forget-me-not /fə'getminɒt/ dt (thực) cây tai chuột, hoa lưu ly.

forging /'fɔ:dʒiŋ/ dt miếng kim loại rèn.

forgivable /fə'givəbl/ tt có thể tha thứ được (nói về sự vật): *it was a forgivable mistake* ấy là một sai lầm có thể tha thứ được.

forgive /fə'giv/ dgt (**forgave; forgiven**) 1. tha thứ, tha: *she forgave him his thoughtless remark* chị ta đã tha thứ cho anh ta về lời nhận xét thiếu suy nghĩ của anh; *forgive us our trespasses (tôn)* xin tha tội cho chúng con 2. thứ lỗi: *please forgive me for interrupting (my interrupting)* xin ông thứ lỗi cho tôi đã ngắt lời ông 3. xóa (nợ), xóa nợ (cho ai). // **forgive and forget** tha thứ và bỏ qua cho.

forgiveness /fə'givnis/ dt sự tha thứ; sự được tha thứ.

forgiving /fə'giviŋ/ tt sẵn sàng tha thứ; khoan dung.

forgivingly /fə'giviŋli/ pht [một cách] khoan dung.

forgo /fɔ:'gəu/ dgt (**forwent; forgone**) (Mỹ /fɔ:'gɔ:n/) từ bỏ, thôi không nhận: *you shouldn't forgo the opportunity of hearing this world-famous pianist* anh không nên bỏ cơ hội nghe tay dương cầm nổi tiếng thế giới ấy.

forgone /fɔ:'gɒn/ dttqk của forgo.

forgot /fə'gɒt/ qk của forget.

forgotten /fə'gɒtn/ dttqk của forget.

fork¹ /fɔ:k/ dt 1. cái nĩa (để xiên thức ăn) 2. cái chĩa (để gẩy rơm...) 3. cái chạc (cành cây) 4. ngã ba (đường, sông...); nhánh (của ngã ba): *go up to the fork and turn left* đi đến ngã ba và rẽ trái; *take the right fork* rẽ theo nhánh đường bên phải 5. (thường snh) cái phuốc (xe đạp, xe máy).

fork² /fɔ:k/ dgt 1. xúc bằng chĩa, đảo bằng chĩa: *fork over the garden before you plant the peas* hãy đảo đất ở vườn bằng chĩa trước khi trồng đậu 2. chia hai ngả (đường đi...); rẽ (theo ngả nào đó): *where the road forks* ở chỗ con đường chia ngả, ở chỗ ngã ba đường; *fork left at the church* đến nhà thờ rẽ trái.

fork out (kng) trả tiền, xùy tiền ra: *I had to fork out £200 for my last telephone bill* tôi đã phải xùy ra 200 bảng để trả giấy tính tiền điện thoại.

forked /fɔ:kt/ tt 1. hình chạc; chia nhánh, chẻ hai: *a bird with a forked tail* con chim có đuôi chẻ hai.

fork-lift truck /,fɔ:klift'trʌk/ máy trục nâng.

forlorn /fə'lɔ:n/ tt 1. bị bỏ rơi, cô đơn: *a forlorn child sitting on the street corner* một đứa bé bị bỏ rơi ngồi ở góc phố 2. bỏ hoang, bỏ không: *deserted forlorn farmhouses* những căn nhà nông trang bỏ không hoang vắng.

forlorn hope /fəlɔ:n 'həup/ hy vọng hão huyền.

forlornly /fə'lɔ:nli/ pht 1. [một cách] cô đơn 2. [một cách] hoang vắng.

forlorness /fə'lɔ:nlis/ dt 1. sự cô đơn 2. sự hoang vắng.

form¹ /fɔ:m/ dt 1. hình dạng, dáng: *the slender graceful form* dáng người mảnh mai duyên dáng của cô ta; *churches are often built in the form of a cross* nhà thờ thường được xây theo hình dạng một cây thánh giá 2. dạng; hình thức: *water in the form of ice* nước dưới dạng đóng băng; *in every form* dưới mọi hình thức; *form and content* hình thức và nội dung; *the plural form of "goose" is "geese"* dạng số nhiều của "goose" là "geese" 3. (ngôn) hình thái: *affirmative form* hình thái khẳng định 4. thể thức, nghi thức: *in due form* theo đúng thể thức 5. sự sung sức: *after six months training, the whole team is in superb form* sau sáu tháng luyện tập toàn đội đang rất sung sức 6. đã diễn tiến: *on current form, Spain will win tonight's match* theo cái đà diễn tiến hiện nay thì Tây Ban Nha sẽ thắng cuộc đấu tối nay 7. tâm trạng, tinh thần: *they were both in fine (good) form at dinner* lúc ăn cơm tối, cả hai đều ở tâm trạng hồ hởi 8. (Anh, lóng) hồ sơ phạm tội, tiền án tiền sự: *he's got no form* nó chưa có tiền án tiền sự 9. lớp: *the youngest children are in the first form* các cháu ít tuổi nhất học lớp một 10. ghế băng, ghế dài 11. mẫu đơn: *fill in an ap-*

plication form điều vào mẫu đơn xin việc **12.** hang thỏ rừng; hang thú rừng. // **bad (good) form** *(cũ)* lối xử sự khiếm nhã (đúng đắn): *it is considered very bad form to arrive to early at a dinner party* đi dự tiệc bữa tối mà đến sớm quá thì là khiếm nhã đấy; **a form of address** cách thức xưng hô, cách thức thưa gửi: *what form of address should one use when writing to a bishop?* viết cho giám mục thì xưng hô như thế nào nhỉ?; **in any shape or form** x shape¹; **on (off) form; in (out of) form** trong tình trạng tốt, sung sức (không tốt, không sung sức): *the team were on excellent form throughout the whole competition* đội đã rất sung sức trong suốt cuộc thi đấu; **on present form** x present¹; **true to form** như thường lệ: *true to form he arrived late* như thường lệ, nó đến trễ.

form² /fɔ:m/ *dgt* **1.** làm thành, tạo thành, nặn thành: *form a bowl from clay* nặn đất sét thành cái bát; *a plan began to form in his mind* một kế hoạch bắt đầu hình thành trong đầu óc anh ta; *his research formed the basis of his new book* công cuộc nghiên cứu của anh ta làm nền tảng cho cuốn sách mới của anh **2.** sắp xếp: *the teacher formed the children into a line* thầy giáo sắp xếp các cháu bé thành một hàng; *the volunteers formed [themselves] into three groups* những người tình nguyện đã tập hợp thành ba nhóm **3.** thành lập; hình thành: *form a company* thành lập một công ty; *the Labour leader was asked to form a government* thủ lãnh Công đảng được yêu cầu thành

lập chính phủ; *form a relationship* thiết lập một mối quan hệ; *ice forms at 0°C* nước đá hình thành ở 0° bách phân **4.** hướng dẫn, đào tạo: *a character formed by strict discipline* một tính nết được tạo nên do kỷ luật chặt chẽ **5.** *(ngôn)* cấu tạo, tạo: *form the plural of a noun by adding "s"* tạo dạng số nhiều của danh từ bằng cách thêm "s" vào.

form [somebody] up xếp thành hàng *(như trong duyệt binh).*

formal /fɔ:ml/ *tt* **1.** theo nghi thức: *formal dress* quần áo đúng nghi thức **2.** [có tính chất] hình thức: *a formal resemblance* sự giống nhau một cách hình thức **3.** chính thức: *a formal denial* sự từ chối chính thức **4.** chính quy: *the job does not require any formal training* công việc đó không đòi hỏi phải có một sự đào tạo chính quy nào cả.

formaldehyde /fɔ:'mældihaid/ *dt (hóa)* fomandehyt.

formaline /'fɔ:mәlin/ *dt (hóa)* fomalin.

formalisation /,fɔ:mәlai'zeiʃn/ *dt nh* formalization.

formalise /'fɔ:mәlaiz/ *dgt nh* formalize.

formalism /'fɔ:mәlizәm/ *dt* thói hình thức; chủ nghĩa hình thức.

formality /fɔ:'mælәti/ *dt* **1.** sự đúng quy cách, sự đúng thủ tục: *even with close friends he observes a certain formality* ngay cả đối với bạn thân, anh ta cũng theo thủ tục ở mức độ nào đó **2.** nghi lễ, nghi thức; quy cách: *comply with all the necessary formalities* tuân theo mọi nghi thức cần thiết **3.** tính chất hình thức: *they said the interview is a mere*

formality họ nói cuộc phỏng vấn chỉ là hình thức.

formalization /,fɔ:mәlai'zeiʃn/ *dt* sự chính thức hóa.

formalize /'fɔ:mәlaiz/ *dgt* chính thức hóa.

formally /'fɔ:mәli/ *pht* [một cách] chính thức: *at the police station he was formally charged with murder* ở trạm cảnh sát, nó bị chính thức buộc tội giết người.

format¹ /'fɔ:mæt/ *dt* **1.** khổ (sách, giấy...): *it's the same book, but a new format* cũng cuốn sách đó thôi, nhưng in khổ mới **2.** sự sắp xếp chung, kế hoạch chung: *the format of the meeting was such that everyone could ask a question* theo sự sắp xếp chung của cuộc họp, mỗi người có thể hỏi một câu **3.** sự sắp xếp dữ liệu (cho máy điện toán).

format² /'fɔ:mæt/ *dgt* (-tt-) sắp xếp trong một kế hoạch cho máy điện toán.

formation /fɔ:'meiʃn/ *dt* **1.** sự hình thành; sự thành lập: *the formation of a new government* sự thành lập một chính phủ mới **2.** *(địa)* thành hệ **3.** sự cấu tạo *(từ mới...)* **4.** đội hình: *aircraft flying in formation* máy bay bay theo đội hình.

formative /'fɔ:mәtiv/ *tt* [có] ảnh hưởng đến sự hình thành: *parents have the greatest formative effect on their children's behaviour* cha mẹ có tác dụng lớn nhất đến sự hình thành tư cách của con cái.

former¹ /'fɔ:mә[r]/ *tt* **1.** trước đây, nguyên, cựu: *in former times* thuở trước; *Mr X, former Prime Minister* ông X nguyên thủ tướng chính phủ **2.** trước *(trong hai người, hai cái):* *of Nigeria and Ghana, the former country*

F

had the larger population giữa Nigeria và Ghana, xứ trước *(tức Nigeria)* đông dân hơn. // **a shadow of one's (its) former self** x shadow¹.

former² /'fɔːmə[r]/ **the former** *dt* cái trước; người trước: *if I had to choose between fish and chicken I'd prefer the former* nếu tôi phải chọn giữa món cá và món thịt gà thì tôi thích món trước *(món cá)* hơn.

formerly /'fɔːməli/ *pht* trước đây: *formerly he worked in factory, but now he's a teacher* trước đây ông ta làm việc ở xí nghiệp, nhưng nay là giáo viên.

Formica /fɔː'maikə/ *dt* (tên riêng) focmica *(nhựa dùng làm tấm lợp)*.

formic acid /,fɔːmik 'æsid/ (hóa) axit focmic.

formidable /'fɔːmidəbl/ *tt* kinh khủng, ghê gớm: *formidable obstacles* những trở ngại kinh khủng; *a formidable athlete* một lực sĩ đáng gờm.

formidably /'fɔːmidəbli/ *pht* [một cách] kinh khủng, [một cách] ghê gớm.

formula /'fɔːmjʊlə/ *dt* (snh **formulas** hoặc trong khoa học **formulae**) 1. công thức: *the formula for water is* H_2O công thức của nước là H_2O 2. thể thức, cách thức: *know the formula for addressing bishops* biết cách thức xưng hô với giám mục 3. công thức pha chế: *a formula for a new drug* công thức pha chế một thứ thuốc mới 4. phương thức: *managers and workers are still working out a peace formula* các giám đốc và công nhân vẫn đang cùng nhau vạch ra một phương thức làm việc một cách hòa bình với nhau 5. kiểu xe đua; kiểu đua xe:

formula One cars are the most powerful kiểu xe đua thể thức 1 là kiểu mạnh nhất 6. (Mỹ) sữa bột *(cho trẻ em)*.

formulaic /,fɔːmjʊ'leiik/ *tt* gồm sáo ngữ và kết hợp từ công thức *(thơ văn...)*.

formulate /'fɔːmjʊleit/ *đgt* 1. đề ra: *formulate a theory* đề ra một học thuyết 2. trình bày, diễn đạt: *formulate one's thought carefully* trình bày ý nghĩ của mình một cách thận trọng.

formulation /,fɔːmjʊ'leiʃn/ *dt* 1. sự trình bày, sự diễn đạt 2. cách trình bày, cách diễn đạt: *choose another formulation* chọn một cách trình bày khác.

fornicate /'fɔːnikeit/ *đgt* gian dâm, thông dâm.

fornication /,fɔːni'keiʃn/ *dt* sự gian dâm, sự thông dâm.

forsake /fə'seik/ *đgt* (**forsook** /fə'sʊk/; **forsaken** /fə'seikən/) 1. bỏ, từ bỏ: *forsake one's former habits* bỏ những thói quen trước đây 2. bỏ rơi: *forsake one's family and friends* bỏ rơi gia đình và bạn bè.

forswear /fɔː'sweə[r]/ *đgt* (**forwore** /fɔː'swɔː[r]/; **forsworn** /fɔː'swɔːn/) 1. hứa bỏ: *he had forsworn smoking* anh ta hứa bỏ thuốc lá 2. (cg **perjure oneself**) bội thề.

forsythia /fɔː'saiθiə, (Mỹ fər'siθiə)/ *dt* (thực) cây liên kiều.

fort /fɔːt/ *dt* pháp đài, công sự. // **hold the fort** có trách nhiệm hoặc phải chăm nom *(ai, việc gì)* khi các người khác đi vắng.

forte¹ /'fɔːtei, (Mỹ fɔːrt)/ *dt* *(thường số ít)* mặt mạnh, điểm mạnh *(của ai)*: *mathematics was never my forte* toán học không bao giờ là điểm mạnh của tôi.

forte² /'fɔːtei/ *tt, pht* (vt **f**) *(nhạc)* mạnh, chơi mạnh *(bản nhạc)*.

forth /fɔːθ/ *pht* 1. (cổ) ra khỏi nhà, xa quê hương: *explorers who ventured forth to discover new lands* những nhà thám hiểm rời quê hương đi khám phá những vùng đất mới 2. trở đi, về sau: *from that day forth* từ ngày đó trở đi. // **and [so on and] so forth** vân vân; **back and forth** x back³.

forthcoming /,fɔːθ'kʌmiŋ/ *tt* 1. sắp đến, sắp tới: *the forthcoming elections* những cuộc bầu cử sắp tới; *a list of forthcoming books* danh sách các sách sắp ra 2. (vị ngữ) *(thường đi kèm một từ phủ định)* có sẵn; sẽ có khi cần: *the money we asked for was not forthcoming* số tiền chúng ta yêu cầu chưa sẵn có 3. sẵn lòng giúp đỡ (chỉ dẫn...); sốt sắng: *the secretary at the reception desk was not very forthcoming* người thư ký ngồi ở bàn tiếp khách không được sốt sắng cho lắm.

forthright /'fɔːθrait/ *tt* thẳng thắn: *he has a reputation of being a forthright critic* ông ta nổi tiếng là một người phê bình thẳng thắn.

forthwith /fɔːθ'wiθ, (Mỹ fɔːθ'wið)/ *pht* ngay lập tức: *Mr Jones will be dismissed forthwith* ông Jones sẽ bị sa thải ngay lập tức.

fortieth¹ /'fɔːtiəθ/ *dt, dht* thứ bốn mươi.

fortieth² /'fɔːtiəθ/ *dt* một phần bốn mươi.

fortification /,fɔːtifi'keiʃn/ *dt* 1. sự củng cố, sự làm cho vững chắc thêm 2. công sự.

fortified wine /,fɔːtifaid'wain/ rượu [làm được nặng

thêm bằng cách] pha rượu mạnh [vào].

fortify /'fɔ:tifai/ *dgt* (**fortified**) **1.** [xây công sự] củng số *(một thành phố..)* chống xăm lăng: *fortify a town against invasion* củng cố một thành phố chống xăm lăng **2.** tăng cường chống lại: *fortified against the cold by a heavy coat, he went out into the snow* được tăng cường chống rét với một áo khoác dày, anh ta đi ra ngoài dưới trời tuyết; *fortify oneself by prayer* tăng thêm tinh thần bằng cách cầu nguyện **3.** tăng chất bổ dưỡng *(cho thức ăn)*: *cereals fortified with extra vitamins* ngũ cốc được tăng chất bổ dưỡng bằng cách thêm vitamin.

fortissimo /fɔ:'tisiməʊ/ *tt, pht/ (vt ff) (nhạc)* cực mạnh.

fortitude /'fɔ:titju:d, (Mỹ 'fɔ:titu:d)/ *dt* sự dũng cảm chịu đựng: *he bore the pain with great fortitude* nó dũng cảm chịu đựng sự đau đớn.

fortnight /'fɔ:tnait/ *dt* *(thường số ít)* hai tuần: *a fortnight ago* hai tuần trước. // **this day fortnight** x **day.**

fortnightly /'fɔ:tnaitli/ *tt, pht* hai tuần một lần: *a fortnightly review* tạp chí ra hai tuần một lần; *go home fortnightly* hai tuần về nhà một lần.

FORTRAN (cg **Fortran**) /'fɔ:træn/ *(vt của formula translation)* ngôn ngữ FORTRAN *(máy diện toán).*

fortress /'fɔ:tris/ *dt* pháo đài.

fortuitous /fɔ:'tju:itəs, (Mỹ fɔ:'tu:təs)/ *tt* tình cờ, ngẫu nhiên: *a fortuitous meeting* cuộc gặp tình cờ.

fortunate /'fɔ:tʃənət/ *tt* may mắn: *I was fortunate to have (in having) a good teacher* tôi may mắn có được một ông giáo giỏi; *she's fortunate enough to enjoy good health* cô ta may mắn có sức khỏe tốt; *I made a fortunate choice and won* tôi may mắn chọn đúng và đã thắng.

fortunately /'fɔ:tʃənətli/ *pht* [một cách] may mắn, may thay: *I was late, but fortunately the meeting hadn't started* tôi đến trễ nhưng may thay cuộc họp chưa bắt đầu.

fortune /'fɔ:tʃu:n/ *dt* **1.** vận may; sự may mắn: *by a stroke of [good] fortune, he won the competition* nhờ vận may, nó đã thắng trong cuộc thi đấu; *be a victim of ill fortune* là nạn nhân của sự rủi ro **2.** vận mệnh, vận: *the party's fortunes were at their lowest level after the election defeat* vận của đảng đang ở mức thấp nhất sau cuộc bầu cử thất bại **3.** số mệnh: *I had my fortune told last week* tuần trước người ta đoán số mệnh cho tôi **4.** số tiền kếch xù, "gia tài" *(bóng)*: *that ring is worth (must have cost) a fortune* chiếc nhẫn này đáng giá cả một gia tài. // **the fortune[s] of war** vận may rủi trong chiến tranh: *made homeless by the fortunes of war* trở thành vô gia cư vì vận rủi trong chiến tranh; **a hostage to fortune** x **hostage**; **seek one's fortune** x **seek**.

fortune cookie /'fɔ:tʃu:n ˌkʊki/ *(Mỹ)* bánh quy ruột in chữ châm ngôn *(bán ở các tiệm Trung Quốc).*

fortune-hunter /'fɔ:tʃu:n ˌhʌntə[r]/ *dt (xấu)* kẻ đào mỏ.

fortune-teller /'fɔ:tʃu:nˌtelə[r]/ *dt* thầy bói.

forty¹ /'fɔ:ti/ *dt, dht* bốn mươi.

forty² /'fɔ:ti/ *dt* **1.** con số 40 **2. the forties/** *(snh)* những năm 40, những nhiệt độ 40. // **in one's forties** ở tuổi 40–49.

forty-five /'fɔ:ti'faiv/ (cg **45**) đĩa nhạc quay 45 vòng/phút.

forum /'fɔ:rəm/ *dt* **1.** *(thường số ít)* diễn đàn: *the letters page serves as a useful forum for the exchange of readers' views* trang thư là diễn đàn hữu ích cho việc trao đổi ý kiến bạn đọc **2.** *(cổ La Mã)* nơi hội họp.

forward¹ /'fɔ:wəd/ *tt* **1.** về phía trước: *forward movement* sự chuyển động về phía trước **2.** ở phía trước: *forward ranks of troops* các hàng quân ở phía trước; *the forward part of the train is for first-class passengers only* phần trước tàu hỏa chỉ dành cho khách đi vé hạng nhất **3.** phát triển sớm: *the summer crops were forward this year* vụ hè năm nay sớm hơn mọi năm; *a forward child* đứa bé phát triển sớm **4.** *(thương)* trước *(khi có hàng)*: *a forward contract* hợp đồng đặt mua trước **5.** sốt sắng: *be forward with one's work* sốt sắng với công việc của mình **6.** ngạo mạn: *a forward young girl* cô gái trẻ ngạo mạn.

forward² /'fɔ:wəd/ *pht* **1.** hướng tới trước: *rush forward* xông lên; *forward!* *(quân)* tiến lên!; *an important step forward* một bước tiến quan trọng **2.** về sau; trở về sau: *from this time forward* từ nay trở về sau; // **backward[s] and forward[s]** x **backwards**; **put the clock (clocks) foreward (back)** x **clock**¹.

forward³ /'fɔ:wəd/ *dgt* **1.** gửi *(thư)* chuyển tiếp *(tới một địa chỉ mới)*: *please forward* xin làm ơn gửi chuyển tiếp cho (nếu người nhận thư đã chuyển chỗ ở; lời ghi trên phong bì, gói hàng...) 2. gửi (hàng, tin tức...): we will forward the goods when we receive your cheque chúng tôi sẽ gửi hàng khi nhận được séc của ông; we have today forwarded you our new catalogue hôm nay chúng tôi đã gửi cho ông tập danh mục mới của chúng tôi 3. xúc tiến: forward a plan xúc tiến một kế hoạch.

forward⁴ /'fɔ:wəd/ dt (thể) tiền đạo (bóng đá...).

forwarding address /'fɔ:wə-diŋə'dres/ địa chỉ mới (theo đó thư từ được chuyển tiếp tới từ địa chỉ cũ).

forwarding agent /'fɔ:wə-diŋ,eidʒənt/ người nhận vận chuyển quá cảnh.

forward-looking /'fɔ:wəd ,lukiŋ/ tt tiến lên: a young forward-looking company một công ty mới thành lập có vẻ đang tiến lên.

forwardly /'fɔ:wədli/ pht [một cách] ngạo mạn.

forwardness /'fɔ:wədnis/ dt tính ngạo mạn.

forwards /'fɔ:wədz/ pht nh forward².

forwent /fɔ:'went/ qk của forgo.

fossil /'fɒsl/ dt 1. hóa thạch 2. (kng, xấu) người cổ hủ.

fossil fuel /'fɒslfju:əl/ nhiên liệu hóa thạch (như than đá, dầu mỏ).

fossilization, fossilisation /,fɒsəlai'zeiʃn/ dt sự hóa thạch.

fossilize, fossilise /'fɒsəlaiz/ dgt 1. hóa thạch hóa 2. [làm cho] trở thành cổ hủ.

foster /'fɒstə[r]/, (Mỹ 'fɔ:s-tər)/ dgt 1. khuyến khích, cổ vũ: foster the growth of local industries khuyến

khích sự phát triển của công nghiệp địa phương 2. nhận nuôi (con của người khác): we fostered the little girl for several months while her mother was in hospital chúng tôi nhận nuôi em bé trong nhiều tháng trong khi mẹ cháu nằm bệnh viện.

foster- (yếu tố tạo dt ghép) nuôi: a foster-mother mẹ nuôi; a foster-child con nuôi.

fought /fɔ:t/ qk và đttqk của fight¹.

foul¹ /faul/ tt 1. hôi; bẩn: a foul rubbish dump đống rác hôi thối 2. khó chịu; xấu xa: his boss had a foul temper ông chủ của ông ta khó chịu lắm; a foul crime một tội ác xấu xa 3. tục tĩu (ngôn ngữ) 4. mưa bão (thời tiết): the spring was foul this year - it was cold and wet for weeks năm nay mùa xuân mưa bão, trời rét và ẩm hàng tuần 5. (thể) trái luật: a foul blow cú đấm trái luật 6. bị tắc (ống điếu, ống khói...). // **by fair means or foul** x fair¹; **fall foul of somebody (something)** va chạm với (nhất là với nhà dương cục): fall foul of the tax authorities va chạm với nhà chức trách thuế quan.

foul² /faul/ dt (thể) cú trái luật.

foul³ /faul/ dgt 1. làm bẩn: dog are not permitted to foul the pavement chó không được phóng uế làm bẩn hè đường; the factories are responsible for fouling up the air for miles around nhà máy phải chịu trách nhiệm về việc nhiễm bẩn không khí hàng dặm quanh đó 2. (+ up) [làm cho] bị vướng, [làm cho] mắc vào: my fishing line got fouled [up] in an old net dây câu của tôi mắc vào một chiếc lưới cũ

3. (thể) chơi trái luật. // **foul one's [own] nest** làm ô danh gia đình (đất nước, nghề nghiệp); **foul something up** (kng) làm rối tung, làm hỏng bét: the weather has really fouled up my holiday plans thời tiết đã làm hỏng bét kế hoạch đi nghỉ của tôi.

foully /'faulli/ pht 1. [một cách] hôi thối, [một cách] bẩn thỉu 2. [một cách] tục tĩu, [một cách] xấu xa 3. (thể) [một cách] trái luật.

foul-mouthed /,faul'mauðd/ tt 1. ăn nói thô lỗ 2. ác khẩu.

foulness /'faunis/ dt 1. sự hôi thối, sự bẩn thỉu 2. sự tục tĩu, sự xấu xa 3. (thể) tính chất trái luật.

foul play /,faul'plei/ 1. (thể) lối chơi trái luật 2. hành động gian trá 3. hành động bạo lực dẫn tới sát nhân: the police suspect foul play rather than suicide cảnh sát nghĩ đây là một vụ sát nhân hơn là tự sát.

foul-up /'faulʌp/ dt tình trạng rối tung; sự việc làm rối tung: we'll finish the project on time if there are no more foul-ups chúng tôi sẽ hoàn thành kế hoạch đúng thời hạn nếu không còn những việc rối tung thêm nữa.

found¹ /faund/ qk và đttqk của find¹.

found² /faund/ dgt 1. thành lập, sáng lập: thiết lập; lập: the ancient Romans founded colonies throughout Europe những người La Mã cổ đã lập thuộc địa khắp châu Âu; found a research institute lập một viện nghiên cứu 2. (+ on) căn cứ vào, dựa trên: a morality founded on religious principles đạo lý dựa trên nguyên lý tôn giáo.

F

found³ /faʊnd/ *dgt* **1.** nấu chảy *(kim loại...)* **2.** đúc *(kim loại)*.

foundation /faʊn'deɪʃn/ *dt* **1.** sự thành lập, sự sáng lập, sự thiết lập, sự lập: *the foundation of the university* sự thành lập trường đại học **2.** tổ chức tài trợ, quỹ tài trợ: *the Ford Foundation* quỹ tài trợ Ford **3.** *(thường snh)* móng, đá móng: *lay the foundations of a building* đặt đá móng cho một tòa nhà **4.** nền móng; nền tảng; cơ sở: *the rumour was completely without foundation* lời đồn ấy hoàn toàn không có cơ sở **5.** *(cg* **foundation cream)** kem nền *(thoa lên mặt rồi mới thoa các mỹ phẩm lên trên)*.

foundation cream /faʊn'deɪʃn kri:m/ *x* foundation 5.

foundation course /faʊn'deɪʃnkɔ:s/ khóa học cơ bản *(ở trường đại học)*.

foundation stone /faʊn'deɪʃn stəʊn/ đá móng.

founder¹ /'faʊndə[r]/ *dt* người sáng lập.

founder² /'faʊndə[r]/ *dgt* **1.** thất bại, *(kế hoạch...)*: *the project foundered as a result of lack of finance* kế hoạch thất bại vì thiếu kinh phí **2.** chìm, đắm *(tàu)* **3.** quy xuống *(ngựa, vì làm việc quá sức)*.

founder-member /ˌfaʊndə'membə[r]/ *dt* hội viên sáng lập.

founding father /ˌfaʊndɪŋ 'fa:ðə[r]/ **1.** người sáng lập **2. Founding Father** người dự chính thức cuộc họp năm 1787 định ra nguyên lý cơ bản của hiến pháp Mỹ.

foundling /'faʊndlɪŋ/ *dt (cổ)* đứa bé bị bỏ rơi.

foundry /'faʊndri/ *dt* lò đúc, xưởng đúc.

fount¹ /'faʊnt/ *dt (văn hoặc cổ)* nguồn, nguồn gốc: *the fount of all wisdom* nguồn gốc của mọi sự tinh khôn.

fount² /'faʊnt/ *dt (cg* font) bộ chữ in cùng kiểu và cùng cỡ.

fountain /'faʊntin, (Mỹ) 'faʊntn/ *dt* **1.** vòi nước, vòi phun *(dùng làm vật trang trí ở các công viên...)* **2.** nh drinking-fountain **3.** *(văn hoặc cổ)* nh fount¹: *the fountain of justice* nguồn gốc công lý.

fountain-head /'faʊntinhed/ *dt* nguồn, nguồn gốc.

fountain-pen /'faʊntinpen/ *dt* bút máy.

four¹ /fɔ:[r]/ *dt, dht* bốn. // **on all fours** bò; **[be] on all fours [with somebody (something)]** cũng quan trọng ngang với; cùng chức năng ngang với.

four² /fɔ:[r]/ *dt* **1.** con số bốn **2.** bộ bốn *(người, vật)* **3.** nhóm chèo bốn người.

four- *(yếu tố tạo từ ghép)* [gồm] bốn [phần]; tứ: *a four-sided figure* hình tứ diện.

fourfold /'fɔ:fəʊld/ *tt, pht* **1.** gấp bốn lần: *the population in this area has increased fourfold* dân số vùng này đã tăng gấp bốn lần **2.** gồm bốn phần.

four-footed /'fɔ:fʊtid/ *tt* có bốn [bàn] chân *(động vật)*.

four-in-hand /ˌfɔ:in'hænd/ *dt* xe tứ mã.

four-legged /'fɔ:legd/ *tt* có bốn chân *(động vật)*.

four-letter word /ˌfɔ:letə'wɜ:d/ từ tục tĩu *(nói về tình dục, phần lớn gồm 4 con chữ)*.

four-ply /'fɔ:plai/ *tt* gồm bốn sợi *(len)*; gồm bốn lớp *(gỗ)*.

four-poster /ˌfɔ:'pəʊstə[r]/ *dt (cg* **fourposter bed)** giường bốn cọc.

foursome /'fɔ:səm/ *dt* **1.** *(thể)* trận đấu gôn giữa hai cặp **2.** nhóm hai cặp *(đi chơi với nhau...)*: *let's make a foursome and go out to a restaurant* nhóm hai cặp chúng ta đi ra hàng ăn đi.

four-square /ˌfɔ:'skəʊ[r]/ *tt* **1.** vuông **2.** vững vàng, kiên định, quyết tâm: *a four-square decision* một quyết định quyết tâm.

four-star /'fɔ:sta:[r]/ *tt* [ở cấp] bốn sao: *a four-star restaurant* tiệm ăn bốn sao.

fourteen¹ /ˌfɔ:'ti:n/ *dt, dht* mười bốn.

fourteen² /ˌfɔ:'ti:n/ *dt* con số mười bốn.

fourteenth¹ /ˌfɔ:'ti:nθ/ *tt* thứ mười bốn.

fourteenth² /ˌfɔ:'ti:nθ/ *dt* một phần mười bốn.

fourth¹ /fɔ:θ/ *dt, dht* thứ tư.

fourth² /fə:θ/ *dt* một phần tư.

fourth dimension /ˌfə:θdi'menʃn/ **the fourth dimension** thời gian.

fourthly /'fɔ:θli/ *pht* bốn là.

Fourth of July /ˌfə:θəvdʒu:'lai/ ngày 4 tháng Bảy, ngày tuyên bố độc lập của Mỹ *(năm 1776, khởi sự cai trị của Anh)*.

four-wheeler /ˌfɔ:'wi:lə[r]/ *dt* xe ngựa bốn bánh.

fowl¹ /faʊl/ *dt* **1.** *(snh không đổi hoặc* **fowls)** gà **2.** thịt chim **3.** *(cổ)* chim **4.** *(trong từ ghép)* chim, cầm *(thuộc loại nào đó)*: *waterfowl* chim ở nước; *barnyard fowl* gia cầm.

fowl² /faʊl/ *dgt thg* **go fowling** đi săn chim; đi bẫy chim.

fowl pest /'faʊl pest/ bệnh toi gà.

fox¹ /fɒks/ *dt* **1.** *(c* **vixen)** con cáo; bộ da lông cáo **2.**

(kng, xấu) người ranh ma, tay cáo già.

fox² /fɒks/ *đgt* **1.** quá khó hiểu đối với ai, làm bối rối: *he was completely foxed by her behaviour* anh ta hoàn toàn bối rối trước cách xử sự của nàng **2.** lừa gạt **3.** làm ố [thành màu] nâu: *this volume is foxed on the flyleaf* cuốn sách này bị ố nâu ở trang để trắng đầu sách và cuối sách.

foxglove /'fɒksglʌv/ *dt (thực)* cây dương địa hoàng.

foxhole /'fɒkshəʊ/ *dt (quân)* hố cá nhân.

foxhound /'fɒkshaʊnd/ *dt* chó săn cáo.

fox-hunting /'fɒkshʌntiŋ/ *dt (thể)* môn săn cáo bằng chó.

fox-terrier /'fɒks,teriə[r]/ *dt* chó sục cáo *(thường nuôi để chơi hơn là để đi săn)*.

fox-trot¹ /'fɒkstrɒt/ *dt* điệu nhảy foctrot.

fox-trot² /'fɒkstrɒt/ *đgt* nhảy foctrot.

foxy /'fɒksi/ *tt* **(-ier; -iest) 1.** xảo quyệt **2.** như cáo *(màu nâu đỏ; có mặt giống cáo) (lóng, Mỹ)* quyến rũ, khêu gợi *(nói về phụ nữ)*: *a foxy lady* một phụ nữ khêu gợi.

foyer /'fɔiei, (Mỹ 'fɔiər)/ *dt* sảnh đường *(ở nhà hát, khách sạn)*: *I'll meet you in the foyer at 7 o'clock* tôi sẽ gặp anh ở sảnh đường lúc 7 giờ.

FPA /,efpi:'ei/ *(Anh) (vt của* Family Planning Association) hiệp hội kế hoạch hóa gia đình.

Fr 1. *(tôn) (vt của* Father) cha [đạo] **2.** *(vt của* French) người Pháp.

fr *(vt của* franc) đồng frăng *(tiền Pháp)*.

fracas /'frækɑ:, (Mỹ 'frei-kəs)/ *dt (snh kđổi, Mỹ* **fracases**) *(thường số ít)* cuộc cãi nhau ầm ĩ; cuộc xô xát hỗn loạn.

fraction /'frækʃn/ *dt* **1.** phần nhỏ: *could you move a fraction closer?* anh có thể xích sát lại hơn được một tí nữa không? **2.** *(toán)* phân số.

fractional /'frækʃənl/ *tt* **1.** [thuộc] phân số **2.** rất nhỏ: *a fractional difference in prices* một sự khác nhau rất nhỏ về giá.

fractionally /'frækʃənəli/ *pht* ở mức độ rất nhỏ, tý chút: *the dancer was fractionally out of step* diễn viên múa đã sai bước tý chút.

fractious /'frækʃəs/ *tt* xấu tính xấu nết, cau có *(trẻ em)*.

fractiously /'frækʃəsli/ *pht* [một cách] cau có.

fractiousness /'frækʃənis/ *dt* tính cau có.

fracture¹ /'fræktʃə[r]/ *dt* sự gãy; sự gãy xương; chỗ gãy xương: *a fracture of the leg* sự gãy xương chân; *the flood was caused by a fracture in the water pipe* nước ngập do một chỗ gãy ở ống dẫn nước.

fracture² /'fræktʃə[r]/ *đgt* [làm] gãy: *her leg fractured in two places* xương ống chân chị ta bị gãy ở hai chỗ.

fragile /'frædʒail, (Mỹ 'frædʒl)/ *tt* **1.** dễ vỡ, dễ gãy; mỏng manh: *fragile china* đồ sứ dễ vỡ; *a fragile plant* cây dễ gãy; *human happiness is so fragile* hạnh phúc của con người mỏng manh đến thế **2.** *(kng)* mảnh dẻ; yếu mệt: *he's feeling a bit fragile after last night's party* ông ta cảm thấy hơi yếu mệt sau bữa tiệc tối qua.

fragility /frə'dʒiləti/ *dt* **1.** tính dễ vỡ, tính dễ gãy **2.** sự yếu mệt.

fragment¹ /'frægmənt/ *dt* **1.** mảnh vỡ, mảnh: *she dropped the bowl and it broke into tiny fragments* cô ta đánh rơi cái bát và bát vỡ làm nhiều mảnh nhỏ **2.** mẩu: *I heard only a fragment of their conversation* tôi chỉ nghe được một mẩu cuộc nói chuyện của họ; *there's not even the smallest fragment of truth in what he says* trong cái nó nói, không có ngay cả một mẩu sự thật nhỏ nhất.

fragment² /'frægmənt/ *đgt* **1.** vỡ thành từng mảnh **2.** *(thường ở dạng bị động)* chắp vá rời rạc: *we received a rather fragmented account of the incident* chúng tôi đã nhận được một bản tường thuật khá chắp vá và rời rạc về sự cố.

fragmentary /'frægməntri, (Mỹ 'frægmənteri)/ *tt* chắp vá rời rạc từng mẩu: *a fragmentary report* bản báo cáo chắp vá rời rạc.

fragmentation /,frægmen-'teiʃn/ *dt* sự vỡ ra từng mảnh.

fragmentation bomb /,frægmen'teiʃn bɒm/ bom mảnh *(nổ thì vỡ ra từng mảnh)*.

fragrance /'freigrəns/ *dt* **1.** hương thơm, mùi thơm **2.** sự thơm.

fragrant /'freigrənt/ *tt* có hương thơm: *fragrant flowers* hoa có hương thơm.

fragrantly /'freigrəntli/ *pht* [một cách] thơm.

frail /freil/ *tt* **1.** yếu *(về thể chất)*: *a frail child* đứa bé yếu sức **2.** dễ vỡ; dễ gãy **3.** *(bóng)* yếu đuối; mỏng manh: *frail human nature* bản tính yếu đuối của con người; *frail happiness* hạnh phúc mỏng manh.

F

frailty /'freilti/ *dt* **1.** sự yếu sức **2.** sự yếu đuối *(về tinh thần)*; khuyết điểm, thiếu sót: *she continued to love him despite his many frailties* cô ta vẫn cứ yêu nó mặc dù nó có nhiều thiếu sót.

frame¹ /freim/ *dt* **1.** khung: *a picture frame* khung bức tranh, khung ảnh; *a window frame* khung cửa sổ **2.** sườn: *the frame of a cupboard* sườn tủ búp-phê; *the frame of a car* sườn xe hơi **3.** *(thường snh)* gọng *(kính)*: *glasses with black frames* cặp kính có gọng đen **4.** *(thường số ít)* thân hình: *sobs shook her slender frame* tiếng thổn thức làm cho thân thể mảnh mai của nàng rung lên **5.** cơ cấu: *the frame of contemporary society* cơ cấu xã hội hiện đại **6.** ảnh *(trong phim chiếu bong)* **7.** *nh* cold frame. // **a frame of mind** trạng thái tinh thần, tâm trạng: *I'm not in the right frame of mind to start discussing money* tôi hiện nay không ở trong trạng thái minh mẫn nên không bàn chuyện tiền nong được; **a frame of reference** hệ quy chiếu; cơ sở tham chiếu: *sociological studies conducted within a Marxist frame of reference* những nghiên cứu xã hội học tiến hành trên cơ sở tham chiếu học thuyết của Mác.

frame² /freim/ *dgt* **1.** đặt vào khung; tạo khung: *frame a painting* đặt bức họa vào khung; *a dense mass of black hair framed his face* mớ tóc đen dày tạo khuôn cho bộ mặt anh ta **2.** trình bày: *frame a question* trình bày một vấn đề; *frame a theory* trình bày một học thuyết **3.** *(kng)* *(chủ yếu dùng ở dạng bị động)* đưa chứng cứ ngụy tạo để ghép tội: *the accused man said he had been framed* bị cáo nói là anh ta bị ghép tội sai.

frame-house /'freimhaʊs/ *dt* nhà toàn bằng gỗ *(sườn bằng gỗ, lợp bằng ván).*

frame-up /'freimʌp/ *dt (kng)* sự đưa chứng cớ ngụy tạo để ghép tội cho ai: *don't you see, it was all a frame-up* anh không thấy sao, toàn là ngụy tạo chứng cứ để ghép tội.

framework *dt* **1.** khung: *a bridge with a steel framework* chiếc cầu khung bằng thép **2.** cơ cấu xã hội: *civil unrest which shook the framework of the old system* sự bất ổn trong nước làm lung lay cơ cấu xã hội cũ **3.** khuôn khổ: *all the cases can be considered within the framework of existing rules* tất cả các vụ kiện có thể xem xét trong khuôn khổ các luật lệ hiện có.

franc /'fræŋk/ *dt* đồng frăng *(tiền Pháp, Thụy Sĩ, Bỉ).*

franchise¹ /'fræntʃaiz/ *dt* **1.** quyền bầu cử: *in England, women were given the franchise in 1918* ở Anh phụ nữ được quyền bầu cử năm 1918 **2.** quyền đại lý kinh doanh: *grant (withdraw) a franchise* cấp (rút) quyền đại lý kinh doanh.

franchise² /'fræntʃaiz/ *dgt* cấp quyền đại lý kinh doanh cho *(ai).*

Franciscan¹ /fræn'siskən/ *tt* [thuộc] dòng thánh Francis.

Franciscan² /fræn'siskən/ *dt* thầy tu dòng thánh Francis.

Franco- *(dạng kết hợp)* Pháp: *Francophile* [người] thân Pháp.

francophone /'fræŋkəʊfəʊn/ *dt, tt* [người] nói tiếng Pháp: *the francophone countries of West Africa* các nước nói tiếng Pháp ở Tây Phi.

frank¹ /fræŋk/ *tt* **frank [with somebody]; frank [about something]** thẳng thắn: *a frank exchange of views* một sự trao đổi quan điểm thẳng thắn; *to be frank with you, I think your son has little chance of passing the exam* thẳng thắn mà nói với anh, cậu con anh ít có khả năng thi đỗ.

frank² /fræŋk/ *dgt* đóng dấu bưu phí; dán tem *(lên thư, chứng tỏ bưu phí đã được thanh toán).*

frankfurter /'fræŋkfɜːtə[r]/ *dt* xúc xích Đức.

frankincense /'fræŋkinsens/ *dt* trầm hương.

franking machine /'fræŋkiŋ məʃiːn/ *dt* máy đóng dấu bưu phí.

frankly /'fræŋkli/ *pht* **1.** [một cách] thẳng thắn: *tell me frankly what's wrong* hãy thẳng thắn kể cho tôi biết cái gì đang có vấn đề **2.** [một cách] thật tình: *quite frankly, I'm not surprised* thật tình mà nói tôi không ngạc nhiên chút nào hết.

frankness /'fræŋnis/ *dt* sự thẳng thắn.

frantic /'fræntik/ *tt* cuống cuồng; điên cuồng: *the child's parents were frantic when she did not return home on time* bố mẹ em bé cuống cuồng khi em không về nhà đúng giờ; *frantic with anger* điên lên vì giận; *frantic activity* hoạt động điên cuồng.

frantically /'fræntikli/ *pht* [một cách] cuống cuồng, [một cách] điên cuồng: *shouting frantically for help* cuống cuồng lên kêu cứu.

fraternal /frə'tɜːnl/ *tt* [thuộc] anh em: *fraternal greetings from fellow trade-*

unionists lời chào anh em từ các bạn đoàn viên công đoàn.

fraternally /frə'tɜ:nəli/ *pht* [một cách] anh em.

fraternity /frə'tɜ:nəti/ *dt* **1.** tình anh em **2.** nhóm đồng nghiệp; nhóm đồng đạo: *the medical fraternity* nhóm đồng nghiệp ngành y **3.** (*Mỹ*) nhóm câu lạc bộ nam sinh viên.

fraternization, fraternisation /,frætənai'zeiʃn, (*Mỹ* ,frætəni'zeiʃn/ *dt* sự kết thân [như anh em].

fraternize, fraternise /'frætənaiz/ *dgt* (+ with) kết thân [như anh em].

fratricidal /,frætri'saidl/ *tt* giết anh, giết chị, giết em.

fratricide /'frætrisaid/ *dt* **1.** tội giết anh, tội giết chị, tội giết em **2.** người giết anh, người giết chị, người giết em.

fraud /frɔ:d/ *dt* **1.** sự lừa đảo: *get money by fraud* kiếm tiền bằng cách lừa đảo **2.** người lừa đảo: *this woman is a fraud, she has no medical qualifications at all* chị phụ nữ này là một kẻ lừa đảo, chị ta không có lấy một giấy tờ chứng nhận khả năng y khoa nào cả.

fraudulence /'frɔ:djʊləns, 'frɔ:dʒʊləns/ *dt* **1.** tội dối trá **2.** tội lừa đảo.

fraudulent /'frɔ:djʊlənt, (*Mỹ* 'frɔ:dʒʊlənt)/ *tt* **1.** dối trá: *a fraudulent display of sympathy* một sự thông cảm dối trá **2.** lừa đảo.

fraudulently /'frɔ:djʊləntli, (*Mỹ* 'frɔ:fʊləntli)/ *pht* **1.** [một cách] dối trá **2.** [một cách] lừa đảo.

fraught /frɔ:t/ *tt* **1.** (*vị ngữ*) (+ with) đầy: *fraught with danger* đầy nguy hiểm; *a silence fraught with mea-* *ning* sự im lặng đầy ý nghĩa **2.** (*kng*) lo âu: *there's no need to look so frought* không cần phải tỏ ra lo âu đến thế.

fray[1] /frei/ *dt* **the fray** (số ít) (*tu từ hoặc đùa*) cuộc đánh nhau, cuộc tranh cãi: *enter (join) the fray* tham gia vào cuộc tranh cãi; tham gia vào cuộc đánh nhau.

fray[2] /frei/ *dgt* **1.** [làm cho] bị sờn xơ ra: *this cloth frays easily* vải này dễ bị sờn xơ sợi ra **2.** [làm cho] trở nên căng thẳng, [làm] phát cáu lên: *relations between us have become frayed through a series of misunderstandings* quan hệ giữa chúng tôi đã trở nên căng thẳng qua một loạt những sự hiểu lầm.

frazzle /'fræzl/ *dt* **beaten (burnt; worn...) to a frazzle** hoàn toàn rã rời (cháy rụi, mòn vẹt...).

freak[1] /fri:k/ **1.** người bất bình thường (*theo như vẻ ngoài, cách xử sự...*) **2.** (*kng*) người say mê: *a jazz freak* người mê nhạc ja **3.** sự kiện lạ thường; hành động lạ thường: *a freak storm* cơn bão lạ thường **4.** (*cg* **freak of nature** người (cây, con vật) dị dạng.

freak[2] /fri:k/ *dgt* **freak out** a/ nhất thời mất tự chủ; hành động bất bình thường (*chủ yếu do tác dụng của ma túy*) b/ sống theo một lối sống trái với thói thường; **freak somebody out** [làm cho ai] sướng đê mê; [làm cho ai] bứt rứt khó chịu.

freakish /'fri:kiʃ/ *tt* bất bình thường: *freakish weather* thời tiết bất bình thường; *freakish behaviour* cách xử sự bất bình thường.

freakishly /'fri:kiʃli/ *pht* [một cách] bất bình thường.

freakishness /'fri:kiʃnis/ *dt* tính bất bình thường.

freak-out /'fri:caʊt/ *dt* sự đê mê (*nhất là do ma túy*).

freaky /'fri:ki/ *tt* bất bình thường; quái đản.

freckle[1] /'frekl/ *dt* (*thường snh*) nốt tàn nhang (ở da người).

freckle[2] /'frekl/ *dgt* [làm cho] có nốt tàn nhang: *do you freckle easily?* anh có dễ bị tàn nhang không?; *the boy's freckled arms* cánh tay bị tàn nhang của cậu bé.

free[1] /fri:/ *tt* (**freer; freest**) **1.** tự do: *after ten years in prison, he was a free man again* sau mười năm tù, anh ta lại được tự do; *in nature, all animals are wild and free* trong tự nhiên, tất cả loài vật đều sống hoang dã và tự do; *this is a free country* đây là một đất nước tự do; *free hydrogen* (hóa) hydro tự do **2.** lỏng, lỏng lẻo: *let the rope run free* hãy để sợi dây lỏng ra; *one of the wheels of the car has worked [itself] free* một trong các bánh xe đã lỏng ra **3.** thông suốt, không bị giới hạn: *is the way free?* đường đi có thông suốt không?; *a free flow of water came from the pipe* một dòng nước chảy ra từ ống không có gì ngăn chặn cả **4. free to do something** có quyền, được phép làm gì: *you are free to come and go as you please* anh có quyền đi đâu tùy thích; *a free access to secret information* quyền được biết những thông tin bí mật **5.** (*vị ngữ*) **free from (of) something** a/ thoát khỏi, không bị: *free from harm* không bị tổn hại b/ không bị ràng buộc, không bị hạn chế: *a holiday free from all responsibilities* một kỳ nghỉ không bị trách nhiệm ràng buộc **6.** miễn phí, miễn thuế, không phải trả tiền: *admission is free* vào cửa không phải trả tiền; *a free sample* hàng mẫu miễn thuế **7.** trống; rảnh: *the bathroom's free now* buồng tắm bây giờ trống rồi đó; *I'm usually free in the afternoon* tôi thường rảnh vào buổi chiều **8.** (*vị ngữ*) **free with something** rộng rãi, hào phóng: *he's bit too free with his compliments* ông ta hơi quá rộng rãi trong lời khen **9.** (*xấu*) suồng sã, sỗ sàng: *I don't like him, he is too free in his language and manner* tôi không thích hắn, hắn quá suồng sã trong cách ăn nói và trong cử chỉ **10.** [được dịch] thoát (*bài dịch*). // **feel free** *x* **feel¹**; [**get something**] **for free** cho không, không mất tiền: *I got this ticket for free from somebody, who didn't want it* tôi đã được cho không cái vé này từ một người không cần đến nó (đem cho tôi); **free and easy** tự do thoải mái: *the atmostphere in the office is quite free and easy* không khí trong cơ quan hoàn toàn tự do thoải mái; **free on board (rail)** giao hàng lên tàu thủy (xe lửa) không phải trả tiền; **get (have...) a free hand** được tự do chọn lựa: *my boss has given me a free hand in deciding which outside contractor to use* ông chủ cho tôi được phép quyết định nên chọn nhà thầu bên ngoài; **give (allow...) free play (rein) to somebody (something)** thả lỏng: *in this picture the artist certainly allowed his imagination free rein* trong bức tranh này, nghệ sĩ hắn đã thả lỏng trí tưởng tượng của mình; **have one's hands free (tied)** *x* **hand¹**;

make somebody free of something cho ai sử dụng cái gì một cách thoải mái: *he kindly made me free of his library for my research* ông ta có lòng tốt cho tôi sử dụng thoải mái thư viện của ông vào công cuộc nghiên cứu của tôi; **of one's own free will** tự ý, tự nguyện (*không bị ép buộc*): *I came here of my own free will* tôi đã tự nguyện đến đây.

free² /fri:/ *pht* không phải trả tiền: *children under five usually travel free on trains* trẻ em dưới năm tuổi thường đi xe lửa không phải trả tiền. // **make free with somebody (something)** tùy tiện: *he made free with all his girl-friend's money* nó sử dụng tất cả số tiền của cô bạn gái của nó một cách tùy tiện.

free³ /fri:/ *đgt* (**freed**) **1.** phóng thích, giải thoát, thả: *free the prisoner* thả tù nhân; *free an animal from a trap* giải thoát một con vật khỏi bẫy **2.** giải thoát khỏi, dứt bỏ: *try to free yourself from all prejudices* hãy cố gắng dứt bỏ mọi thành kiến **3.** gỡ ra: *it took hours to free the victims from the collapsed buildings* phải mất hàng giờ mới gỡ được nạn nhân ra khỏi tòa nhà sụp đổ **4.** cho phép: *retiring early from his job freed him to join several local clubs* việc về hưu sớm đã cho phép ông ta tham gia nhiều câu lạc bộ địa phương.

-free /fri:/ (*dạng kết hợp, tạo tt và pht*) không, vô; miễn: *carefree* vô tư lự; *duty-free* được miễn thuế.

free agent /ˌfri:'eidʒnt/ người được tự do hành động: *no one can force you to do that - you're a free agent*

không ai có thể ép anh làm việc đó, anh là một người được tự do hành động kia mà.

free association /ˌfri:əsəʊsi'eiʃn/ (*tâm*) sự liên tưởng tự do.

freebie /'fri:bi:/ *dt* (*kng, Mỹ*) vật tặng không, quà tặng: *I got these mugs as freebies at the supermarket* mấy cái ca này, tôi lấy ở siêu thị như là quà tặng.

Free Church /ˌfri:'tʃɜːtʃ/ giáo phái tự do (*không theo Quốc giáo, ở Anh*).

freed /fri:d/ *qk và đttqk của* free³.

freedom /'fri:dəm/ *dt* **1.** sự tự do; quyền tự do: *after 10 years in prison, he was given his freedom* sau 10 năm ở tù, nó đã được trả lại tự do; *freedom of speech* quyền tự do ngôn luận; *freedom of action* sự tự do hành động **2.** quyền tự do sử dụng: *I gave him the freedom of my house and belongings* tôi cho hắn quyền tự do sử dụng ngôi nhà của tôi cùng các đồ đạc bên trong **3.** (+ from) tình trạng không bị ảnh hưởng bởi: *freedom from fear* tình trạng không sợ hãi. // **give somebody his freedom** đồng ý ly hôn; **give (receive) the freedom of the city** cho (được) những quyền công dân đặc biệt (*coi như vinh dự dã có những công lao đóng góp*).

freedom fighter /'fri:dəmfaitə[r]/ chiến sĩ đấu tranh cho độc lập đất nước.

free enterprise /ˌfri:'entəpraiz/ sự kinh doanh tự do.

free fall /ˌfri:'fɔ:l/ sự rơi tự do.

Freefone /'fri:fəʊn/ *dt* hệ thống điện thoại người nhận trả tiền.

free-for-all /ˌfriːfəˈɔːl/ *dt* cuộc loạn đả (cuộc cãi cọ) được tham gia tự do.

free-hand /ˈfriːhænd/ *tt* bằng tay, không dùng dụng cụ *(như thước kẻ hay compa; nói về một bức phác họa...).*

free-handed /ˌfriːˈhændɪd/ *tt* hào phóng *(trong chi tiêu, hay khi cho ai tiền).*

freehold /ˈfriːhəʊld/ *dt, tt* *(luật)* [coi] quyền sở hữu *(một tài sản)* vô thời hạn.

freeholder /ˈfriːhəʊldə[r]/ *dt* chủ sở hữu đất đai vô thời hạn.

free house /ˌfriːhaʊs/ quán bia không liên kết, quán bia tự do.

free kick /ˌfriːˈkik/ *(thể)* cú đá không có người chặn, cú đá trực tiếp *(đá bóng, như cú đá phạt đền).*

freelance[1] /ˈfriːlɑːns/ *dt (cg* **freelancer**) nghệ sĩ tự do; nhà báo tự do.

freelance[2] /ˈfriːlɑːns/ *dgt* là nghệ sĩ tự do; là nhà báo tự do: *I've freelanced for several years* tôi đã làm nghề viết báo tự do trong nhiều năm.

free-living /ˌfriːˈliviŋ/ *dt* lối sống chè chén lu bù.

free-liver /ˌfriːˈlivə[r]/ *dt* người chè chén lu bù.

freeload /ˈfriːləʊd/ *dgt (kng, Mỹ)* ăn bám, ăn chạc.

freeloader /ˈfriːləʊdə[r]/ *dt* kẻ ăn bám, kẻ ăn chạc.

free love /ˌfriːˈlʌv/ *(cũ)* tình yêu tự do *(ăn nằm với nhau mà không cần cưới xin).*

freely /ˈfriːli/ *pht* **1.** [một cách] tự do **2.** [một cách] thẳng thắn **3.** [một cách] sẵn lòng **4.** [một cách] rộng rãi, [một cách] hào phóng.

freeman /ˈfriːmæn/ *dt* **1.** người tự do *(không phải là nô lệ)* **2.** người được hưởng

những quyền công dân đặc biệt *(của một thành phố...).*

Freemason /ˈfriːmeisn/ *dt* hội viên hội Tam Điểm.

Freemasonry /ˈfriːmeisnri/ *dt* **1.** thủ tục và nghi thức của hội Tam Điểm **2.** **freemasonry** sự thông cảm tự nhiên giữa những người cùng hội cùng thuyền: *the freemasonry of TV reporters* sự thông cảm tự nhiên giữa những người phóng viên truyền hình.

free port /ˌfriːpɔːt/ cảng tự do *(không hạn chế, thuế má gì cả).*

Freepost /ˈfriːpəʊst/ *dt* chế độ bưu phí do người nhận trả.

free-range /ˌfriːˈreindʒ/ *tt* do gà nuôi thả tự nhiên đẻ ra *(trứng) (không phải gà nuôi theo lối công nghiệp):* *free-range eggs* trứng do gà nuôi thả tự nhiên đẻ ra.

free speech /ˌfriːˈspiːtʃ/ quyền tự do ngôn luận.

freesia /ˈfriːziə, *(Mỹ)* ˈfriːʒə/ *dt (thực)* cỏ đuôi diều.

freestanding /ˌfriːˈstændiŋ/ *tt* đứng một mình không gắn với vật chống nào cả *(pho tượng...).*

freestyle /ˈfriːstail/ *dt* **1.** kiểu bơi tự do **2.** kiểu vật tự do.

free-thinker /ˌfriːˈθiŋkə[r]/ *dt* người độc lập tư tưởng.

free-thinking /ˌfriːˈθiŋkiŋ/ *tt* độc lập tư tưởng.

free trade /ˌfriːˈtreid/ mậu dịch tự do.

free verse /ˌfriːˈvɜːs/ thơ tự do.

free vote /ˌfriːˈvəʊt/ sự bỏ phiếu tự do *(không nhất thiết phải theo chủ trương của đảng).*

freeway /ˈfriːwei/ *dt (Mỹ)* *nh* motorway.

free-wheel[1] /ˌfriːˈwiːl/ *dt* cái líp *(xe đạp).*

free-wheel[2] /ˌfriːˈwiːl/ *dgt* **1.** thả cho chạy *(thường là xuống dốc, không đạp đối với xe đạp, không gài số đối với xe hơi)* **2.** hành động tự do vô trách nhiệm.

free will[1] /ˌfriːˈwil/ *dt* sự tự ý, sự tự nguyện, [sự tin vào] ý chí bản thân.

free-will[2] /ˌfriːˈwil/ *tt* tự nguyện.

freeze[1] /friːz/ *dgt* **(froze; frozen) 1.** [làm cho] đóng băng: *water freezed at 0°C* nước đóng băng ở 0°C; *the severe cold froze the pond* rét đậm làm nước ao đóng băng; *our [water] pipes froze [up] in such low temperatures* ở nhiệt độ thấp thế này các ống (dẫn nước) của chúng tôi đã đóng băng **2.** *(dùng với it)* lạnh cóng: *it's freezing outside!* ngoài trời lạnh cóng; *two men froze to death (were frozen to death) on the mountain* hai người đàn ông đã chết cóng trên núi **3.** ướp đông lạnh *(thực phẩm):* *strawberries don't taste nice if they've been frozen* dâu tây ướp đông lạnh ăn không ngon **4.** chết cứng người: *Ann froze with terror as the door opened silently* Ann sợ chết cứng người khi cánh cửa lặng lẽ mở ra **5.** [giữ cho] ổn định: *freeze prices* ổn định giá cả *(giữ cho ở một mức nhất định trong một thời gian); freeze wages* ổn định mức lương **6.** phong tỏa: *frozen assets* tài sản bị phong tỏa. // **freeze one's blood; make one's blood freeze** sợ chết cứng.

freeze somebody out *(kng)* cho ra rìa: *small shops are being frozen out by the big supermarkets* những cửa hiệu nhỏ bị những siêu thị lớn cho ra rìa; **freeze something over** phủ băng: *the lake was frozen over until late spring* hồ bị phủ băng cho đến cuối mùa xuân; **freeze (something) up** *(thường dùng ở dạng bị động)* đóng băng đông cứng: *the window has frozen up and I can't open it* cửa sổ đã đóng băng đông cứng và tôi không mở ra được nữa.

freeze² /fri:z/ *dt* **1.** *(cg* **freeze-up**) tiết đông giá *(nhiệt độ xuống dưới 0°C): last year's big freeze* tiết đông giá dữ năm ngoái **2.** sự ổn định *(giá cả, mức lương).*

freeze-dry /ˌfri:z'drai/ *dgt* **(freeze-dried)** ướp lạnh hong khô *(thực phẩm).*

freezer /'fri:zə[r]/ *dt* **1.** *(cg* **deep freeze**) phòng lạnh **2.** ngăn đá *(trong tủ lạnh).*

freeze-up /'fri:zʌp/ *dt x* freeze² 1.

freezing point /'fri:ziŋpoint/ *(cg* **freezing**) điểm đông: *tonight the temperature will fall to 3 degrees below freezing* tối nay nhiệt độ sẽ xuống 3 độ dưới điểm đông.

freight¹ /freit/ *dt* hàng hóa chuyên chở: *send goods by air freight* gửi hàng bằng đường hàng không.

freight² /freit/ *dgt* **1.** chuyên chở *(hàng hóa)* **2. freight something with something** chất hàng lên *(tàu...): a barge freighted with bananas* một chiếc xà lan chất đầy chuối.

freight car /'freitkɑ:/ *(Mỹ) nh* wagon 2.

freighter /'freitə[r]/ *dt* tàu thủy chở hàng; máy bay chở hàng.

freightliner /'freitˌlainə[r]/ *dt (cg* **liner train, liner**) xe lửa tốc hành chở hàng côngtenơ.

freight train /'freittrein/ *(Mỹ) (Anh* **goods train**) xe lửa chở hàng.

French¹ /frentʃ/ *dt* **1. the French** *(dgt snh)* người Pháp: *the French are renowned for their cooking* người Pháp nổi tiếng về nấu ăn **2.** tiếng Pháp. // **excuse (pardon) my French** *(kng, trại)* xin lỗi về những tiếng khiếm nhã tôi sẽ dùng: *excuse my French, but he's a bloody nuisance* xin lỗi về những tiếng khiếm nhã tôi sẽ dùng, nhưng nó là một thằng quái ác lắm kia; **take French leave** bỏ dở công việc mà không được phép, lỉnh đi.

French² /frentʃ/ *tt* [thuộc] Pháp: *the French countryside* miền quê nước Pháp.

French bean /ˌfrentʃ'bi:n/ đậu cô ve.

French bread /ˌfrentʃ'bred/ *nh* French loaf.

French Canadian /ˌfrentʃ kə'neidiən/ người Canada nói tiếng Pháp.

French chalk /ˌfrentʃ'tʃɔ:k/ phấn bột tan.

French dressing /ˌfrentʃ 'dresiŋ/ món xà lách trộn dầu giấm.

French fry /ˌfrentʃ'frai/ *(Mỹ) nh* chip¹ 3.

French horn /ˌfrentʃ'hɔ:n/ *(nhạc)* kèn co.

French letter /ˌfrentʃ 'letə[r]/ bao tránh thai.

French loaf /ˌfrentʃ'ləʊf/ bánh mì ổ dài.

Frenchman /'frentʃmən/ *(snh* **Frenchmen**) *(nữ* **Frenchwoman**) người Pháp.

French polish¹ /ˌfrentʃ 'poliʃ/ dầu véc-ni.

French-polish² /ˌfrentʃ 'poliʃ/ *dgt* đánh véc-ni.

French-seam /ˌfrentʃ'si:m/ đường khâu ráp theo kiểu Pháp.

French window /ˌfrentʃ 'windəʊ/ cửa kính theo kiểu Pháp *(nhìn ra vườn hay ra ban-công).*

Frenchwoman /'frentʃwumən/ *(snh* **Frenchwomen**) phụ nữ Pháp.

frenetic *(cg* **phrenetic**) /frə'netik/ cuồng nhiệt, điên cuồng: *frenetic activity* hoạt động điên cuồng.

frenetically /frə'netikli/ *pht* [một cách] cuồng nhiệt, [một cách] điên cuồng.

frenzied /frenzid/ *tt* điên cuồng.

frenziedly /frenizidli/ *pht* [một cách] điên cuồng.

frenzy /frenzi/ *dt (số ít)* sự điên cuồng: *a frenzy of despair* sự thất vọng đến điên cuồng.

frequency /'fri:kwənsi/ *dt* **1.** tính thường hay xảy ra: *the frequency of earth-quakes in Japan* sự thường hay xảy ra động đất ở Nhật Bản **2.** *(lý, toán, y)* tần số: *frequency of the pulse* tần số mạch đập; *word frequency* tần số xuất hiện của từ.

frequent¹ /'fri:kwənt/ *tt* thường xuyên, hay xảy ra: *his visits became less frequent as time passed* với thời gian trôi qua, những cuộc viếng thăm của anh ta cũng trở nên thưa hơn *(ít thường xuyên hơn).*

frequent² /fri:kwənt/ *dgt* thường xuyên lui tới: *he used to frequent the town's bars and night-clubs* nó quen lui tới các quán rượu và câu lạc bộ đêm ở thành phố.

frequently /'fri:kwəntli/ *pht* [một cách] thường xuyên: *buses run frequently from the city to the airport* xe buýt thường xuyên hay chạy từ thành phố đến phi cảng.

F

fresco /'freskəʊ/ *dt* (snh **frescos, frescoes** /'freskəʊz/) tranh nề, tranh tường.

fresh¹ /freʃ/ *tt* (-er; -est) **1.** mới: *fresh news* tin mới; *fresh evidence* chứng cứ mới; *fresh tracks on the snow* dấu vết còn mới trên tuyết **2.** tươi *(thực phẩm...):* *fresh eggs* trứng tươi; *fresh flowers* hoa tươi **3.** ngọt *(nước)* **4.** mới nguyên *(quần áo)* **5.** tươi sáng *(màu)* **6.** tươi tắn *(nước da)* **7.** trong lành *(không khí)* **8.** có gió, se lạnh *(thời tiết)*; mát và mạnh *(gió)* **9.** còn ướt *(sơn)* **10.** khỏe khoắn, sảng khoái: *I feel really fresh after my holiday* tôi thực sự cảm thấy khỏe khoắn sau kỳ nghỉ **11. fresh from (out of) something** vừa mới *(từ nơi nào đó)* ra: *students fresh from colleges* sinh viên vừa mới ra trường **12.** *(vị ngữ)* **fresh with somebody** sàm sỡ với ai: *he then started to get fresh with me* rồi anh ta bắt đầu sàm sỡ với tôi. // **break fresh (new) ground** x ground¹; **a breath of fresh air** x breath; [as] **fresh as a daisy** tươi như hoa; **new (fresh) blood** x blood¹.

fresh² /freʃ/ *pht* **fresh out of something** *(kng, Mỹ)* vừa hết, vừa cạn *(dư trữ về cái gì đó):* *we're fresh out of eggs* chúng tôi vừa mới hết dự trữ trứng.

fresh- /freʃ/ *(yếu tố tạo thành tt ghép)* mới: **fresh-cut flowers** hoa mới cắt.

freshen /'freʃn/ *dgt* **1.** làm cho mới ra, làm cho tươi mát: *a good clean will really freshen [up] the house* lau chùi sạch sẽ làm cho căn nhà trông mới ra **2.** mạnh thêm và rét hơn *(gió)* **3.** pha thêm rượu: *can I freshen your drink?* tôi có thể pha

thêm rượu vào thức uống của anh chứ?

freshen [oneself] up tắm rửa thay quần áo *(sau một cuộc đi dài ngày, hoặc trước một cuộc họp...).*

freshner /'freʃnə[r]/ cái làm cho tươi mát: *an air-freshener* bình xịt cho không khí trong phòng mát mẻ ra.

fresher /'freʃə[r]/ *dt* (Anh, kng) sinh viên năm thứ nhất.

freshly /'freʃli/ *pht* (thường kèm đttqk theo sau) mới: *freshly laid eggs* trứng mới đẻ.

freshman /'freʃmən/ *dt* (snh **freshmen** /'freʃmən/) (Mỹ) nh fresher.

freshness /'freʃnis/ *dt* **1.** sự mới **2.** sự tươi **3.** sự tươi sáng, sự tươi tắn **4.** sự tươi mát **5.** sự khỏe khoắn, sự sảng khoái.

freshwater /,freʃ'wɔ:tə[r]/ *dt* [thuộc] nước ngọt, ở nước ngọt: *freshwater fish* cá nước ngọt.

fret¹ /fret/ *dgt* (-tt-) **1.** lo lắng, bực dọc, cáu kỉnh: *don't fret, we'll get there on time* đừng lo, ta sẽ đến đó đúng giờ **2.** gặm, nhấm, ăn mòn: *a horse fretting its bit* con ngựa nhay nhay cái hàm thiếc; *rust has fretted the iron away* gỉ đã ăn mòn hết sắt.

fret² /fret/ *dt* sự lo lắng, sự bút rứt.

fret³ /fret/ *dgt* (ktrúc) (-tt-) trang trí bằng hoa văn chữ triện.

fret⁴ /fret/ *dt* phím đàn.

fretful /'fretfl/ *tt* cáu kỉnh, bực dọc: *a fretful child* đứa bé cáu kỉnh.

fretfully /'freitfəli/ *pht* [một cách] cáu kỉnh, [một cách] bực dọc.

fretsaw /'fretsɔ:/ *dt* (kỹ) cưa lượn.

fretwork /'fretwɜ:k/ *dt* công trình chạm trổ chữ triện.

Freudian /'frɔidiən/ *tt* [thuộc] học thuyết] Freud.

Freudian slip /,frɔidiən 'slip/ sự nói hớ.

Fri (vt của Friday) thứ Sáu: *Fri 7 March* thứ Sáu 7 tháng 3.

friability /,fraiə'biləti/ *dt* tính bở, tính mủn, tính dễ vụn.

friable /'fraiəbl/ bở, mủn, dễ vụn: *friable soil* đất bở.

friar /'fraiə[r]/ *dt* thầy dòng.

friary /'fraiəri/ *dt* tu viện thầy dòng.

fricassee /'frikəsi:/ *dt* món ragu thịt.

fricative¹ /'frikətiv/ *dt* (ngôn) phụ âm xát *(như f, v, 4).*

fricative² /'frikətiv/ *tt* (ngôn) xát *(phụ âm).*

friction /'frikʃn/ *dt* **1.** sự cọ xát; sự ma sát: *friction between two sticks can create a fire* sự cọ xát giữa hai cái que có thể tạo ra lửa; *the force of friction affects the speed at which spacecraft can re-enter the earth's atmosphere* lực ma sát ảnh hưởng đến tốc độ con tàu vũ trụ khi nó quay lại bầu khí quyển trái đất **2.** sự bất đồng ý kiến: *there is a great deal of friction between the management and the work force* có nhiều sự bất đồng ý kiến giữa ban quản đốc và lực lượng lao động.

Friday /'fraidi/ *dt* (vt **Fri**) ngày thứ Sáu *(trong tuần lễ).*

fridge /fridʒ/ *dt* (kng) tủ lạnh; phòng ướp lạnh.

fridge-freezer /,fridʒ'fri:-zə[r]/ *dt* tủ đông lạnh.

fried /fraid/ *qk và dttqk của* fry[1].

friend /frend/ *dt* **1.** bạn: *he is my friend* anh ta là bạn tôi; *a friend of the arts* một người bạn của nghệ thuật; *who goes there - friend or foe?* ai đấy? bạn hay thù?; *let's look it up in our old friend, the dictionary* ta hãy tìm trong từ điển, người bạn của chúng ta; *our friend from China will now tell us about his research* bây giờ người bạn Trung Hoa của chúng ta sẽ kể cho chúng ta về công cuộc nghiên cứu của bạn; *friends, it is with great pleasure that I introduce...* thưa các bạn tôi rất vui sướng giới thiệu...; *my learned friend* ông bạn thông thái của tôi *(cách xung của luật sư với một luật sư khác ở tòa án)*; *my honorable friend* ông bạn đáng kính của tôi *(cách xung hô của nghị sĩ với một nghị sĩ khác ở hạ nghị viện)* **2.** tín đồ phái Quây-cơ. // **be (make) friends [with somebody]** kết bạn với ai; **a friend in need is a friend indeed** bạn trong lúc hoạn nạn mới thật là bạn.

friendless /'frendlis/ *tt* không có bạn.

friendliness /'frendlinis/ *dt* **1.** sự thân thiện; tình hữu nghị **2.** tính chất giao hữu *(của một cuộc đấu...)*.

friendly[1] /'frendli/ *tt* **1.** thân thiện; hữu nghị: *friendly relations* quan hệ thân thiện; *friendly cooperation* sự hợp tác hữu nghị **2.** giao hữu: *a friendly game of football* một trận đá bóng giao hữu.

-friendly *(yếu tố tạo tt ghép)* dễ dùng *(máy điện toán)*: *a user-friendly computer system* một hệ thống máy điện toán dễ dùng.

friendly match *(cg* **friendly**[2]*)* trận đấu giao hữu.

Friendly Society /'frendli sə,saiəti/ *(cg* **Provident Society**) hội ái hữu.

friendship /'frendʃip/ *dt* tình bạn; tình bằng hữu; tình hữu nghị.

frier /'fraiə[r]/ *dt nh* fryer.

frieze /fri:z/ *dt (ktrúc)* diềm mũ cột.

frig /frig/ *dgt* **(-gg-) frig about (around)** *(kng)* lãng phí thì giờ: *I've been frigging about all day* tôi đã phí thì giờ cả ngày.

frigate /'frigət/ *dt (hải)* tàu hộ tống nhỏ.

frigging /'frigiŋ/ *tt, pht (lóng)* chết tiệt: *your frigging idiot!* đồ ngu chết tiệt nhà mày!

fright /frait/ *dt* **1.** sự hoảng sợ; nỗi sợ hãi: *you give me [quite] a fright suddenly coming in here like that* anh đột ngột vào đây như thế làm cho tôi sợ hết hồn **2.** người lố lăng; vật lố lăng: *she thinks that dress is pretty, I think she looks a fright in it* chị ta cho rằng chiếc áo ấy là đẹp, còn tôi thì cho rằng cô ta mặc áo ấy trông thật lố lăng. // **take the fright [at something]** hoảng sợ: *the horse took the fright at the sound of the explosion* con ngựa hoảng sợ khi nghe tiếng nổ.

frighten /'fraitn/ *dgt* làm hoảng sợ, làm sợ: *sorry, I didn't mean to frighten you* xin lỗi tôi không có ý làm cho bạn sợ. // **frighten (scare) somebody to death (out of his wits); frighten the life out of somebody** làm ai sợ hết hồn: *frighten (scare) the daylights out of somebody x* daylights; **frighten somebody (something) away (off)** làm cho *(một người, một con vật)* hoảng

sợ mà bỏ chạy; **frighten somebody into (out of) doing something** làm cho ai sợ mà làm (mà thôi không làm) việc gì.

frightened /'fraitnd/ *tt* hoảng sợ, sợ hãi: *frightened children were calling for their mother* lũ trẻ sợ hãi đang gọi mẹ; *they're frightened of losing power* họ sợ mất quyền lực.

frightening /'fraitniŋ/ *tt* gây sợ, làm hoảng sợ, đáng sợ: *a frightening situation* một tình thế đáng sợ; *it is frightening even to think of the horrors of nuclear war* chỉ nghĩ đến những khủng khiếp của chiến tranh hạt nhân cũng đủ làm cho người ta hoảng sợ rồi.

frighteningly /'fraitniŋli/ *pht* [một cách] dễ sợ: *the film was frighteningly realistic* cuốn phim hiện thực đến mức dễ sợ.

frightful /'fraitfl/ *tt* **1.** dễ sợ: *a frightful accident* một tai nạn dễ sợ **2.** *(kng)* kinh khủng: *they left the house in a frightful mess* họ để ngôi nhà trong một tình trạng lộn xộn kinh khủng.

frightfully /'fraitfəli/ *pht (kng)* cực kỳ, vô cùng: *I'm frightfully sorry, but I can't see you today* tôi lấy làm tiếc vô cùng, nhưng tôi không thể gặp anh hôm nay được.

frigid /'fridʒid/ *tt* **1.** lạnh buốt: *a frigid climate* khí hậu lạnh buốt **2.** không hứng tình, lãnh đạm tình dục *(nữ)* **3.** lạnh nhạt: *a frigid welcome* cuộc đón tiếp lạnh nhạt.

frigidity /'fridʒiditi/ *dt* **1.** sự lạnh buốt **2.** sự không hứng tình *(nữ)* **3.** sự lạnh nhạt.

frigidly /'fridʒidli/ *pht* **1.** [một cách] lạnh buốt **2.** [một cách] không hứng tình (nữ) **3.** [một cách] lạnh nhạt.

frill /fril/ *dt* **1.** diềm xếp nếp (ở áo...) **2.** (thường *snh*) những cái trang trí màu mè: *a straighforward presentation without frill* sự trình bày chân thật không màu mè.

frilled /frild/ *tt* có diềm xếp nếp trang trí (áo...).

frilly /'frili/ *tt* có nhiều nếp xếp trang trí: *a frilly petticoat* chiếc váy trong có nhiều nếp xếp trang trí.

fringe¹ /frindʒ/ *dt* **1.** (Anh) (Mỹ bang) **2.** tóc cắt để rũ ngang trán **3.** diềm tua trang trí **4.** rìa, lề: *the fringe of a forest* bìa rừng; *on the fringes of society* ở bên lề xã hội.

fringe² /'frindʒ/ *dgt* **1.** kết diềm tua: *fringe a shawl* kết diềm tua vào một chiếc khăn san **2. be fringed by (with) something** có cái gì đó vây quanh: *the estate was fringed with stately elms* vây quanh khu đất này là một rặng cây du oai vệ.

fringe benefit /'frindʒ,benifit/ phụ cấp ngoài (lĩnh ngoài tiền lương).

frippery /'fripəri/ *dt* **1.** sự trang trí lòe loẹt (ở quần áo) **2.** vật trang trí rẻ tiền.

Frisbee /'frizbi/ *dt* (tên riêng) đĩa ném (bằng nhựa trong trò chơi ném đĩa).

frisk¹ /frisk/ *dgt* **1.** lục soát, khám xét: *everyone was frisked before getting on the plane* mọi người đều bị lục soát trước khi lên máy bay **2.** tung tăng nhảy nhót: *lambs frisking [about] in the meadow* những con cừu non tung tăng nhảy nhót trên đồng cỏ.

frisk² /frisk/ *dt* **1.** (kng) sự lục soát, sự khám xét **2.** sự tung tăng nhảy nhót.

friskily /friskili/ *pht* [một cách] sung sức, [một cách] tràn đầy sức sống.

frisky /friski/ *tt* sung sức, tràn đầy sức sống: *I feel quite frisky this morning* sáng nay tôi cảm thấy hoàn toàn sung sức.

frisson /'fri:sɒn, (Mỹ fri:-'sɒn/ *dt* (tiếng Pháp) cảm giác bất chợt; sự rùng mình: *a frisson of delight* một niềm khoái cảm bất chợt.

fritter¹ /'fritə[r]/ *dgt* **fritter something away [on something]** phung phí (thời gian) một cách dại dột (vào những việc lặt vặt một cách vô ích): *fritter away time* phung phí thời gian.

fritter² /fritə[r]/ *dt* (thường gặp dưới dạng từ ghép) bánh rán nhân hoa quả, bánh rán nhân thịt: *banana fritters* bánh chuối rán.

frivolity /fri'vɒləti/ *dt* **1.** tính nhẹ dạ, tính nông nổi **2.** (thường *snh*) lời phê bình nông nổi; hành động nông nổi: *I can't waste time on such frivolities* tôi không thể lăng phí thì giờ vào những hành động nông nổi như thế.

frivolous /frivələs/ *tt* **1.** nhẹ dạ, nông nổi: *frivolous criticisms* những lời phê bình nông nổi **2.** ngờ nghệch; hoang phí: *she thought that reading romantic novels was a frivolous way of spending her time* chị ta nghĩ là đọc tiểu thuyết lãng mạn là hoang phí thời gian.

frivolously /frivələsli/ *pht* **1.** [một cách] nhẹ dạ, [một cách] nông nổi **2.** [một cách] ngờ nghệch; [một cách] hoang phí.

frizz¹ /friz/ *dgt* uốn quăn (tóc): *you have had your hair frizzed* bạn đã đi uốn tóc.

frizz² /friz/ *dt* tóc uốn.

frizzle¹ /'frizl/ *dgt* bện tóc thành từng lọn quăn.

frizzle² /'frizl/ *dgt* **1.** rán xèo xèo: *bacon frizzling in the pan* thịt lưng lợn rán xèo xèo trong chảo **2.** (+ up) rán quá lửa; cháy sém: *the bacon is all frizzled up* thịt lưng lợn rán đã cháy sém hết rồi.

frizzy /'frizi/ *tt* uốn quăn (tóc).

fro /frəʊ/ *pht* **to and fro** x to³.

frock /frɒk/ *dt* **1.** áo dài (nữ): *all my frocks are for the summer* tất cả áo dài của tôi là thuộc trang phục mùa hè **2.** áo thụng (thầy tu).

frock-coat /'frɒkkəʊt/ *dt* áo choàng (của đàn ông trước đây, nay chỉ mặc trong những dịp đặc biệt).

frog /frɒg, (Mỹ frɔ:g)/ *dt* **1.** (động) con ếch **2.** khuy khuyết thừa **3. frog** (kng) người Pháp. // **have a frog in one's throat** khản tiếng.

frogman /'frɒgmən/ *dt* (snh **frogmen** /'frɒgmən/) người nhái.

frog-march /'frɒgmɑ:tʃ/ *dgt* đi hai tay bị giữ chặt sau lưng: *all prisoners were frogmarched [out] into the compound* tất cả tù nhân đều bị giữ chặt hai tay sau lưng mà đi vào khu đất rào.

frog-spawn /'frɒgspɔ:n/ *dt* đám trứng ếch.

frolic¹ /'frɒlik/ *dgt* đùa nghịch: *children frolicking about in the swimming pool* trẻ em đùa nghịch trong bể bơi.

frolic² /'frɒlik/ *dt* sự đùa nghịch.

frolicsome /'frɒliksəm/ *tt* hay đùa nghịch: *a frolicsome kitten* chú mèo con hay đùa nghịch.

from /frəm/ *dạng nhấn mạnh* /frɒm/ *gt* **1.** từ: *go from Hanoi to Hue* đi từ Hà Nội đến Huế; *a wind from the North* cơn gió thổi từ phương bắc; *a child fell from the seventh floor of a block of flats* đứa trẻ rơi từ tầng bảy một tòa chung cư; *we lived in Scotland from 1960 to 1973* chúng tôi sống ở Ê-cốt từ 1960 đến 1973; *he was blind from birth* nó mù từ lúc mới sinh; *they come from the north* họ từ phương bắc tới; *draw water from a well* kéo nước từ giếng lên; *tickets cost from £3 to £11* vé giá từ 3 đến 11 bảng Anh; *translate from English to Spanish* dịch từ tiếng Anh sang tiếng Tây Ban Nha; *from being a librarian she is now an MP* từ chân thủ thư, bà ta bây giờ đã là một nghị sĩ; *steel is made from iron* thép được chế từ sắt; *from this angle it looks crooked* nhìn từ góc độ đó thì nó trông như là cong **2.** của *(ai gửi tới)*: *a letter from my brother* một lá thư của anh tôi; *a present from a friend* một món quà của bạn tặng **3.** cách: *10 miles from the coast* cách bờ biển 10 dặm **4.** khỏi: *release somebody from prison* thả ai ra khỏi tù; *save a boy from drowning* cứu một cháu bé khỏi chết đuối **5.** vì, do: *she felt sick from tiredness* chị ta cảm thấy ốm vì mệt mỏi **6.** căn cứ vào, theo như: *from her looks, I'd say she was Swedish* căn cứ vào diện mạo tôi cho rằng cô ta là người Thụy Điển **7.** so với: *Is Portuguese very different from Spanish?* tiếng Bồ Đào Nha có khác tiếng Tây Ban Nha lắm không? // **from on** kế từ, từ *(một thời gian nào đó)* trở đi: *from then on she knew she would win* kể từ đó [trở đi] chị ta biết rằng chị ta sẽ thắng.

frond /frɒnd/ *dt (thực)* lá lược *(của dương xỉ...)*.

front¹ /frʌnt/ *dt* **1. (the front)** mặt trước, phía trước: *the front of the building was covered with ivy* mặt trước (mặt tiền) của tòa nhà phủ đầy dây thường xuân; *the teacher made me move my seat to the front of the classroom* thầy giáo bắt tôi chuyển chỗ lên phía trước của lớp; *I prefer to travel in the front of the car* đi xe ôtô tôi thích ngồi ghế phía trước xe **2. (the front)** bờ *(hồ, biển)*: *walk along the sea front* đi bộ dọc theo bờ biển **3. (the front)** tiền tuyến, mặt trận: *be sent to the front* được điều ra mặt trận; *serve at the front* phục vụ ở tiền tuyến **4.** vẻ ngoài, bề ngoài: *we might argue among ourselves, but against the management we must present a united front* ta có thể tranh cãi giữa chúng ta với nhau, nhưng đối diện với ban giám đốc, ta phải có vẻ ngoài đoàn kết **5. a front for something** *(kng)* bình phong: *the jewellery firm is just a front for their illegal trade in diamonds* công ty kim hoàn chỉ là bình phong che đậy việc buôn bán kim cương trái phép của họ **6.** *(ktượng)* frông **7.** lĩnh vực, mặt trận: *on the financial front* về lĩnh vực tài chính, trên mặt trận tài chính; *the National Front* mặt trận dân tộc. // **back to front** *x* back¹; **eye right (left; front)** *x* eye¹; **in front** ở phía trước: *a small house with a garden in front* một ngôi nhà nhỏ với một khu vườn ở phía trước; **in front of** ở/ [phía] trước: *the car in front of me stopped suddenly and I had to brake* chiếc xe phía trước đột ngột dừng lại và tôi phải phanh xe tôi lại; *if you are phoning from outside Hanoi, dial 014 in front of the number* nếu anh gọi điện thoại từ một điểm ở ngoài Hà Nội thì hãy quay số 014 trước số cần gọi b/ trước mặt: *the cheques must be signed in front of the cashier at the bank* séc phải được ký trước mặt thủ quỹ ở ngân hàng; **out front** *(kng)* trong đám khán giả: *the author's family are out front this evening for the first performance of his new play* gia đình tác giả có mặt trong đám người xem nhân buổi diễn đầu tiên vở kịch của ông; **up front** *(kng)* trả trước: *we'll pay you half up front and the other half when you've finished the job* chúng tôi sẽ trả trước cho anh một nửa, còn một nửa nữa thì sẽ trả khi anh xong công việc.

front² /frʌnt/ *tt* trước, đầu, trên: *the front seats of a bus* những ghế phía trước ở xe buýt; *front teeth* răng cửa.

front³ /frʌnt/ *dgt* **1.** hướng về; trông ra: *hotels that front onto the sea* các khách sạn quay mặt ra biển; *attractive gardens fronted the houses* các ngôi nhà trông ra những khu vườn đẹp **2.** *(thường ở dạng bị động)* có bề mặt *(như thế nào đấy)*: *the house is fronted with stone* ngôi nhà tường trước được lát đá **3.** giới thiệu: *he has been chosen to front a new discussion* ông ta được chọn để giới thiệu một chương trình thảo luận mới.

frontage /'frʌntidʒ/ *dt* khoảng đất mặt tiền: *for sale, shop premises with frontages on two streets* cần bán của hiệu có hai khoảng mặt tiền nhìn ra hai đường phố.

frontal /'frʌntl/ *tt* **1.** [thuộc] mặt trước; [ở] phía trước: *a frontal attack* cuộc tấn công vào mặt trước, cuộc tiến công trực diện **2.** *(giải)* [thuộc] trán: *frontal lobes* thùy trán **3.** *(ktượng)* [thuộc] frông.

frontbench /,frʌnt'bentʃ/ *dt* hàng ghế trước *(dành cho bộ trưởng và các vị lãnh đạo đảng đối lập, ở nghị viện Anh).*

frontbencher /,frʌnt'bentʃə[r]/ *dt* nghị viện ngồi hàng ghế trước *(ở Anh).*

frontier /'frʌntiə[r], (Mỹ) frʌn'tiər)/ *dt* **1.** biên giới: *the frontier between Austria and Hungary* biên giới giữa Áo và Hung **2.** đất hoang vu; vùng biên giới *(ở Mỹ trước đây)* **3.** *(cg* **frontiers)** giới hạn cuối cùng: *they are pushing back the frontiers of medical knowledge* họ đã đẩy lùi giới hạn cuối cùng của kiến thức y học.

frontiersman /'frʌntiəzmən/ *dt (snh* **frontiersmen** /'frʌntiezmən/) **1.** dân biên giới **2.** người khai phá.

frontispiece /'frʌntispi:s/ *dt (thường số ít)* trang đầu sách.

frontline /'frʌntlain/ *dt* tuyến đầu: *frontline troops* bộ đội tuyến đầu; *in the frontline of research* trên tuyến đầu nghiên cứu.

front man /'frʌntmən/ **1.** người lãnh đạo; người đại diện *(một tổ chức)* **2.** người giới thiệu chương trình *(truyền thanh, truyền hình).*

front page /'frʌntpeidʒ/ trang nhất *(tờ báo):* *front-page news* tin trang nhất.

front runner /,frʌnt'rʌnə[r]/ người dẫn đầu: *who are the front runners in the Presidential contest?* những ai dẫn đầu trong cuộc tranh cử tổng thống thế?

frost¹ /frɒst, (Mỹ) frɔ:st)/ *dt* **1.** thời tiết băng giá **2.** sương giá: *there was a heavy frost night* đêm qua có sương giá đậm; *early frosts* những đợt sương giá sớm *(vào mùa thu); late frosts* những đợt sương giá muộn *(vào mùa xuân); the windscreen was covered with frost* kính chắn gió phủ đầy sương giá.

frost² /frɒst, (Mỹ) frɔ:st)/ *dgt* **1.** phủ sương giá: *frosted pavement* hè đường phủ sương giá **2.** *(thường ở dạng bị động)* làm chết *(cây cối)* vì sương giá **3.** *(Mỹ)* trang trí *(bánh)* bằng kem, bằng cách rắc đường phủ lên **4.** làm mờ *(kính)* như bị phủ sương giá: *frosted window-panes* những ô kính cửa sổ bị mờ như có phủ sương giá.

frost over (up) bị phủ sương giá.

frost-bite /'frɒstbait/ *dt* tổn thương vì cóng lạnh.

frost-bitten /'frɒstbitn/ *tt* bị tê cóng; chết cóng; bị tổn thương vì cóng lạnh.

frostbound /'frɒstbaʊnd/ *tt* cứng lại vì sương giá *(đất).*

frostily /'frɒstili/ *pht* **1.** [một cách] giá buốt **2.** [một cách] lạnh nhạt.

frostiness /'frɒstinis/ *dt* **1.** sự giá buốt **2.** sự lạnh nhạt.

frosting /'frɒstiŋ, (Mỹ) 'frɔ:stiŋ)/ *dt (Mỹ)* *nh* icing.

frosty /'frɒsti, (Mỹ) 'frɔ:sti)/ *tt* **(-ier, -iest) 1.** giá buốt: *frosty weather* thời tiết giá buốt **2.** bị phủ đầy sương giá **3.** lạnh nhạt: *a frosty welcome* sự đón tiếp lạnh nhạt.

froth¹ /frɒθ, (Mỹ) frɔ:θ)/ *dt* **1.** bọt *(rượu, bia...)* **2.** chuyện tầm phào: *their chatter was nothing but froth* họ nói huyên thuyên toàn chuyện tầm phào.

froth² /frɒθ, (Mỹ) frɔ:θ)/ *dt* [làm] nổi bọt, [làm] sủi bọt, [làm] tung bọt: *the water frothed as it tumbled down the rocks* nước đổ xuống vách đá tung bọt lên; *he was so angry he was almost frothing at the mouth* hắn giận sùi bọt mép.

frothily /'frɒθili/ *pht* **1.** [một cách] đầy bọt **2.** [một cách] sáo rỗng.

frothiness /'frɒθinis/ *dt* **1.** sự đầy bọt **2.** sự sáo rỗng.

frothy /'frɒθi/ *tt* **(-ier; -iest) 1.** đầy bọt: *frothy beer* bia đầy bọt **2.** sáo rỗng *(lời văn...).*

frown¹ /fraʊn/ *dgt* cau mày: *what's wrong? why are you frowning?* có gì thế? sao anh lại cau mày; *she read through the letter, frowning at its contents* chị ta đọc suốt bức thư, cau mày vì nội dung của thư.

frown on (upon) something không tán thành việc gì: *my parents always frown on late nights out* cha mẹ tôi luôn luôn không tán thành tôi đi chơi về khuya.

frown² /fraʊn/ *dt* sự cau mày; vẻ mặt cau mày: *I noticed a slight frown of disapproval on his face* tôi nhận thấy trên mặt ông ta thoáng có nét cau mày vì không tán thành.

frowsty /'fraʊsti/ *tt* hôi hám ngột ngạt *(nói về không khí trong phòng...).*

frowzy /'fraʊzi/ *tt* (Anh) **1.** bẩn thỉu tồi tàn **2.** hôi hám, có mùi mốc.

froze /frəʊz/ *qk của* freeze.

frozen /frəʊzn/ *dttqk của* freeze.

FRS /ˌef ɔːr'es/ (*vt của* Fellow of the Royal Society) người hoàng tộc: *Charles May FRS* Charles May thuộc hoàng tộc.

fructification /ˌfrʌktifi'keiʃn/ *dt* (thực) sự kết quả.

fructify /'frʌktifai/ *đgt* (thực) kết quả.

fructose /'frʌktəʊs, 'frʌktəʊz/ *dt* (hóa) [đường] fructoza.

frugal /'fruːgl/ *tt* **1.** căn cơ: *a frugal house-keeper* một người quản gia căn cơ **2.** thanh đạm: *a frugal existence* cuộc sống thanh đạm; *a frugal meal of bread and cheese* bữa ăn thanh đạm chỉ gồm có bánh và pho mát.

frugality /'fruː'gæləti/ *dt* **1.** tính căn cơ **2.** tính thanh đạm.

frugally /'fruːgəli/ *pht* **1.** một cách căn cơ **2.** [một cách] thanh đạm.

fruit[1] /fruːt/ *dt* **1.** trái cây, quả: *bananas, apples and oranges are all fruit* chuối, táo và cam đều là những trái cây; *fruit trees* cây ăn quả **2.** sản phẩm thực vật dùng làm thực phẩm: *the fruits of the earth* sản phẩm của đất (rau, ngũ cốc) **3.** **the fruits** thành quả: *enjoy the fruit[s] of one's labour* hưởng thành quả lao động của mình. // **bear fruit** *x* bear[2].

fruit[2] /fruːt/ *đgt* cho trái, ra quả: *these apple-trees have always fruited well* những cây táo này lúc nào cũng sai quả.

fruitcake /'fruːtkeik/ *dt* bánh nhân trái cây. // **nutty as a fruitcake** *x* nutty.

fruiterer /'fuiːtərə[r]/ *dt* người bán trái cây.

fruit fly /'fruːtflai/ *dt* ruồi quả.

fruitful /'fruːtfl/ *tt* **1.** sai quả (cây) **2.** có kết quả, thành công: *it was a very fruitful meeting; we made a lot of important decisions* ấy là một cuộc họp thành công; chúng tôi đã có nhiều quyết định quan trọng.

fruitfully /'fruːtfəli/ *pht* [một cách] có kết quả, [một cách] thành công.

fruitfulness /'fruːtfəlnis/ *dt* có kết quả, sự thành công.

fruition /fruː'iʃn/ *dt* **come to fruition; bring to fruition** đạt kết quả, thành công.

fruit-knife /'fruːtnaif/ *dt* dao cắt quả.

fruitless /'fruːtlis/ *tt* không có kết quả, thất bại.

fruitlessly /'fruːtlisli/ *pht* [một cách] không có kết quả, [một cách] thất bại.

fruitlessness /'fruːtlisnis/ *dt* sự không có kết quả, sự thất bại.

fruit-machine *dt* (Anh) (Mỹ **one-armed bandit**) máy đánh bạc.

fruit salad /ˌfruːt'sæləd/ món xà lách trái cây.

fruit tree /'fruːttriː/ cây ăn quả.

fruity /'fruːti/ *tt* (-ier; -iest) **1.** chứa nhiều trái cây; có mùi vị trái cây: *the medicine had a fruity taste* thuốc có vị trái cây **2.** trầm (giọng nói) **3.** chót nhả (lời nhận xét...).

frump /frʌmp/ *dt* người phụ nữ ăn mặc lỗi thời.

frumpish /'frʌmpiʃ/ *tt* ăn mặc lỗi thời: *a frumpish outfit* y phục lỗi thời.

frustrate /frʌ'streit, (Mỹ 'frʌstreit)/ *đgt* **1.** ngăn trở: *he had hoped to set a new world record but was frustrated by bad weather* anh ta hy vọng lập một kỷ lục thế giới mới, nhưng bị thời tiết xấu ngăn trở **2.** làm thất bại: *bad weather has frustrated plans to launch the spacecraft today* thời tiết xấu đã làm thất bại việc phóng phi thuyền hôm nay **3.** làm nản lòng, làm thất vọng: *I'm feeling rather frustrated in my present job, I need a change* tôi phần nào nản lòng trong việc làm hiện nay, tôi cần có sự thay đổi.

frustrated /frʌ'streitid/ *tt* **1.** thất vọng, không hài lòng **2.** không thành công trong nghề **3.** không được thỏa mãn về tình dục.

frustrating /frʌ'streitiŋ/ *tt* khó chịu, bực mình: *I find it frustrating that I can't speak other languages* tôi lấy làm bực mình không nói được những ngôn ngữ khác.

frustration /frʌ'streiʃn/ *dt* sự nản lòng: *every job has its frustrations* công việc nào cũng có những cái làm cho người ta nản lòng.

fry[1] /frai/ *đgt* (fried) rán, chiên: *fried chicken* gà rán. // **have bigger (other) fish to fry** *x* fish[1].

fry[2] /frai/ *dt* cá mới nở, cá bột.

fryer, frier /'fraiə[r]/ *dt* **1.** chảo rán lớn (để rán cá...) **2.** (Mỹ) gà vào độ tuổi thích hợp để rán, gà giò.

frying-pan /'fraiiŋpæn/ *dt* chảo rán. // **out of the frying-pan into the fire** tránh vỏ dưa gặp vỏ dừa.

fry-up /'fraiʌp/ *dt* (Anh) món rán: *we always have a fry-up for Saturday lunch* ăn trưa thứ Bảy, lúc nào chúng tôi cũng có món rán.

FT /efˈtiː/ (vt của Financial Times) (Anh) thời báo tài chính.

Ft (vt của Fort) pháo đài, công sự: *Ft William* công sự William.

ft (vt của feet, foot) bộ: *she was only 57 ft [tall]* cô ta chỉ cao 57 bộ.

fuchsia /ˈfjuːʃə/ dt (thực) cây hoa vân anh.

fuck¹ /fʌk/ dgt (lóng) **1.** giao hợp với ai **2.** đ. mẹ, mẹ kiếp: *fuck it!* mẹ kiếp!; *fuck you, I don't care if I never see you again* đ. mẹ mày, có gặp lại mày nữa hay không tao cũng cóc cần; *fuck the bloody thing, it won't work* đ. mẹ cái của chết tiệt này, nó không chạy nữa. // **fucking well** (dùng để nhấn mạnh một sự giận dữ, một mệnh lệnh) dứt khoát: *you are fucking well coming, whether you want to or not* dứt khoát là mày phải đến, dù muốn hay không.

fuck somebody about (around) đối xử tệ với ai: *this bloody company keeps fucking me about* cái công ty chết tiệt này vẫn đối xử tệ với tôi; **fuck off** (đặc biệt ở thức mệnh lệnh) cút đi, xéo đi; **fuck something up** làm hỏng, hủy hoại cái gì.

fuck² /fʌk/ dt (lóng) **1.** sự giao hợp **2.** bạn làm tình: *she's a good fuck* cô ả là một bạn làm tình hay lắm. // **not care (give) a fuck [about somebody (something)]** cóc cần: *he doesn't give a fuck about anyone else* nó cóc cần ai cả.

fuck-all /ˈfʌkɔːl/ dt (lóng) chẳng có gì cả: *you've done fuck-all today* hôm nay anh chẳng làm được gì cả.

fucker /ˈfʌkə[r]/ dt (lóng) thằng ngu, thằng ngốc.

fucking /ˈfʌkiŋ/ tt, pht (lóng) bỏ bố: *I'm fucking sick of the whole fucking lot of you* tao chán ngấy bỏ bố cả lũ chết tiệt chúng mày.

fuck-up /ˈfʌkʌp/ dt (lóng) tai họa; sự hỗn độn hoàn toàn: *what a fuck-up!* thật là một tai họa.

fuddle¹ /ˈfʌdl/ dgt (chủ yếu cùng ở dạng bị động) làm chếnh choáng: *in a fuddled state* trong tình trạng chếnh choáng hơi men; *one's mind fuddled with gin* đầu óc chếnh choáng vì rượu gin.

fuddle² /ˈfʌdl/ dt tình trạng chếnh choáng: *my brain's in a fuddle* đầu óc tôi chếnh choáng.

fuddy-duddy /ˈfʌdidʌdi/ dt (kng, xấu hoặc đùa) người hủ lậu: *you're such an old fuddy-duddy* anh đúng là một lão hủ lậu; *you and your fuddy-duddy ideas!* anh và những ý tưởng hủ lậu của anh!

fudge¹ /fʌdʒ/ dt kẹo mềm.

fudge² /fʌdʒ/ dgt **1.** làm quấy quá: *he had to fudge a reply because he didn't know the right* nó đã trả lời quấy quá vì nó không biết câu trả lời đúng **2.** lảng tránh, tránh né: *fudge a direct question* tránh né một câu hỏi trực diện.

fuel¹ /ˈfjuːəl/ dt **1.** chất đốt, nhiên liệu **2.** cái khích động: *his indifference was a fuel to her hatred* sự thờ ơ của nó càng khích động lòng căm ghét của nàng. // **add fuel to the flames** lửa cháy đổ thêm dầu.

fuel² /ˈfjuːəl/ dgt (-ll-) **1.** tiếp nhiên liệu: *all aircraft must fuel before a long flight* tất cả các phi cơ đều phải tiếp nhiên liệu trước một chuyến

bay dài **2.** cung cấp nhiên liệu: *fuelling a car with petrol* cung cấp xăng cho một chiếc xe; *inflation fuelled by big wage increases* lạm phát do tăng lương nhiều.

fug /fʌg/ dt (thường số ít) (kng) không khí ngột ngạt: *open the window there's quite a fug in here* mở cửa sổ ra, ở đây ngột ngạt quá.

fuggy /ˈfʌgi/ tt ngột ngạt.

fugitive¹ /ˈfjuːdʒətiv/ dt **fugitive [from somebody (something)]** người bỏ trốn: *fugitive from a country ravaged by war* những người bỏ trốn (lánh nạn) khỏi một nước bị chiến tranh tàn phá; *a fugitive from justice* một người trốn công lý!

fugitive² /ˈfjuːdʒətiv/ tt **1.** bỏ trốn: *a fugitive criminal* một tên tội phạm bỏ trốn **2.** thoáng qua: *fugitive impressions* những ấn tượng thoáng qua.

fugue /fjuːg/ dt (nhạc) bản fuga.

-ful tiếp tố **1.** (tạo tt từ dt và dgt) có, có tính chất, hay: *beautiful* [có sắc] đẹp, *forgetful* hay quên **2.** (tạo dt từ dt) lượng [chứa] đầy: *handful* một nắm [đầy], một vốc.

fulcrum /ˈfʊlkrəm/ dt (snh **fulcrums, fulcra** /ˈfʊlkrə/) điểm tựa (đòn bẩy).

fulfil (Mỹ **fulfill**) /fʊlˈfil/ dgt (-ll-) **1.** thực hiện, hoàn thành: *fulfil a promise* thực hiện một lời hứa **2.** thỏa mãn: *fulfil a need* thỏa mãn một nhu cầu **3.** đáp ứng: *fulfil the conditions of entry to a university* đáp ứng các điều kiện vào một trường đại học **4.** thi hành, hoàn tất: *fulfil a duty* hoàn tất một nhiệm vụ; *fulfil a command* thi hành một mệnh lệnh **5. fulfil oneself** phát triển đầy đủ khả năng và tính cách của mình: *he was able to fulfil himself through music* anh ta có thể phát triển đầy đủ khả năng của mình qua con đường âm nhạc.

fulfilled /fʊl'fɪld/ *tt* thỏa mãn: *he doesn't feel really fulfilled in his present job* nó chưa thật thỏa mãn với công việc hiện nay của nó.

fulfilment /fʊl'fɪlmən/ *dt* **1.** sự thực hiện, sự hoàn thành **2.** sự thỏa mãn.

full[1] /fʊl/ *tt* (-er; -est) **1.** [+ of] đầy: *my cup is full* chén của tôi đầy rồi; *the bin needs emptying; it is full of rubbish* thùng rác đầy rồi, phải đi đổ đi; *a room full of people* căn phòng đầy người; *she's full of vitality* chị ta tràn đầy sức sống **2.** (+ of) lúc nào cũng bận tâm đến: *she was full of the news* cô ta lúc nào cũng nói đến tin ấy **3.** [+ up] đủ (*ăn uống*): *no more thank, I'm full up* cảm ơn anh xin đừng cho thêm nữa, tôi đủ rồi **4.** đầy đủ, trọn vẹn: *give full details* cung cấp chi tiết đầy đủ; *I had to wait a full hour for the bus* tôi đã phải đợi xe buýt trọn cả một giờ **5.** tròn trĩnh, đầy đặn: *rather full in the face* mặt khá tròn trĩnh; *a full bust* ngực nở nang (*phụ nữ*) **6.** rộng (*quần áo*) **7.** trầm và ấm (*âm thanh*). // **at full stretch** hết sức: *working at full stretch* làm việc hết sức; **at half (full) cock** *x* cock[2]; **come full circle** trở lại điểm xuất phát sau bao biến cố; **come to a full stop** dừng hẳn lại: *the car came to a full stop at the traffic light* chiếc xe dừng hẳn lại ở chỗ đèn giao thông; **draw oneself up to one's full height** *x* draw[2]; **the first (full) flush of youth** *x* flush[1]; [at]

full blast hết cỡ, hết mức: *going full blast* đi nhanh hết mức; *shouting full blast* la hét hết sức to; **full of beans (life)** tràn đầy sức sống; **full of the joys of spring** sôi nổi vui vẻ; [at] **full length** nằm bẹp xuống, tay chân duỗi dài ra; sóng soài: *fall at full length* ngã sóng soài; **full of oneself** tự phụ; tự mãn; **full of one's own importance** tự cho là quan trọng; [at] **full pelt (tilt; speed)** rất mạnh; rất nhanh; **full speed (steam) ahead** hết tốc lực; mạnh hết sức: **give full (short) measure** *x* measure; **give somebody (something) full play** cho tự do hành động, cho tự do phát biểu; **have one's hands full** *x* hand[1]; **in full** đầy đủ: *write one's name in full* viết đầy đủ tên họ; **in full cry** sủa vang (*đàn chó, khi duổi theo con mồi*): *the pop group raced for their car, pursued by fans in full cry* (*bóng*) nhóm nhạc pốp chạy ra xe, đằng sau là cả một đám người hâm mộ hò reo ầm ĩ; **in full play** hoạt động hết mức; **in full sail** (*hải*) căng hết buồm; **in full swing** sôi nổi nhất: *the party was in full swing when we arrived* khi chúng tôi đến, buổi liên hoan đang sôi nổi nhất; **in full view [of somebody (something)]** hoàn toàn có thể trông thấy được: *he performed the trick in full view of the whole audience* hắn biểu diễn cái trò ấy trước mặt toàn bộ khán giả, ai cũng trông thấy rõ; **to the full** hết mức, cho đến mức tận cùng: *enjoy life to the full* tận hưởng cuộc sống.

full[2] /fʊl/ *pht* **1.** [một cách] trúng ngay vào: *John hit him full in the face* John đánh trúng ngay vào mặt nó **2.** rất: *as you know full*

well như anh đã biết rất rõ.

full back /fʊlbæk/ (*thể*) hậu vệ (*bóng đá...*).

full-blooded /ˌfʊl'blʌdɪd/ *tt* **1.** thuần chủng (*giống vật*) **2.** cường tráng: *a full-blooded person* một người cường tráng; *a full-blooded argument* một cuộc tranh luận sôi nổi.

full-blown /ˌfʊl'bləʊn/ *tt* nở to (*nói về hoa*): *full-blown roses* những bông hồng đã nở to.

full-board /ˌfʊl'bɔːd/ *sự* bao cả ba bữa ăn trong ngày (*ở khách sạn*): *the room with full board will be £60 a week* tiền phòng và cả ba bữa ăn là 60 bảng một tuần.

full-bodied /ˌfʊl'bɒdɪd/ *tt* đậm, có chất lượng cao: *a full-bodied red wine* một loại vang đỏ đậm.

fuller /fʊlə[r]/ *dt* thợ hồ vải.

fuller's earth /ˌfʊləz'ɜːθ/ đất [sét] hồ vải.

full house /ˌfʊl'haʊs/ **1.** phòng đầy người; sân bóng kín người **2.** (bài) mùn xấu (*một bộ ba và một đôi trong bài pô-ke*).

full-length /ˌfʊl'leŋθ/ *tt* **1.** cho thấy toàn thân người (*bức tranh, cái gương*) **2.** dài: *a full-length novel* cuốn tiểu thuyết dài.

full marks /ˌfʊl'mɑːks/ điểm tối đa (*trong kỳ thi...*).

full moon /ˌfʊl'muːn/ **1.** trăng tròn, trăng rằm **2.** tuần trăng tròn.

fullness /fʊlnɪs/ *dt* sự đầy đủ, sự trọn vẹn. // **in the fullness of time** vào thời gian thích hợp: *you may have to suffer hardships now, but in the fullness of time you will have your reward* bây giờ anh có thể gian khổ, nhưng rồi đến lúc thích hợp anh sẽ được đền bù thích đáng.

full-page /ˌfʊl'peidʒ/ *tt* chiếm trọn trang: *a full-page advertisement* quảng cáo chiếm trọn trang.

full point /ˌfʊl'pɔint/ *nh* full stop.

full-scale /ˌfʊl'skeil/ *tt* **1.** có kích thước như thật: *a full-scale plan* một đồ án có kích thước như thật **2.** hoàn toàn, toàn bộ: *a full-scale reorganization of the department* sự chỉnh đốn lại toàn bộ cả phòng.

full stop /ˌfʊl'stɒp/ *cg* **full point**, (*Mỹ* **period**) **1.** dấu chấm câu **2.** (*kng*) chấm hết: *I just think he is very unpleasant, full stop* tôi chỉ nghĩ rằng, nó là một thằng rất khó ưa, chấm hết!

full time¹ /ˌfʊl'taim/ sự kết thúc trận đấu (*bóng đá...*).

full-time² /ˌfʊl'taim/ *tt* cả ngày, cả tuần (*làm việc*): *a full-time job* một công việc làm cả ngày; một công việc làm cả tuần.

full-time³ /ˌfʊl'taim/ *pht* cả ngày, cả tuần; trọn ngày; trọn tuần: *work full-time* làm việc trọn tuần; làm việc trọn ngày.

fully /'fʊli/ *pht* **1.** [một cách] hoàn toàn: *fully satisfied* hoàn toàn hài lòng **2.** cả thảy; ít ra, chí ít: *the journey will take fully two hours* chuyến đi sẽ mất cả thảy hai tiếng đồng hồ. // **fully stretched** vận dụng hết năng lực và tài năng.

fully-fashioned /ˌfʊli'fæʃnd/ *tt* [được may cho] bó sát người (*quần áo nữ*).

fully-fledged /ˌfʊli'fledʒd/ *tt* **1.** đủ lông đủ cánh (*chim non*) **2.** hoàn chỉnh: *computer science is now a fully-fledged academic subject* ngày nay khoa điện toán

đã là một đề tài học thuật hoàn chỉnh.

fulminate /'fʌlmineit, (*Mỹ* fʊlmineit)/ *dgt* **fulminate against somebody (something)** phản đối một cách giận dữ ầm ĩ.

fulmination /ˌfʌlmi'neiʃn, (*Mỹ* fʊlmi'neiʃn)/ *dt* **1.** sự phản đối một cách giận dữ ầm ĩ **2.** lời phản đối giận dữ ầm ĩ; lời phê bình giận dữ và ầm ĩ.

fulness /'fʊlnis/ *dt nh* fulness.

fulsome /'fʊlsəm/ *tt* thái quá, quá mức (*lời khen...*): *fulsome compliments* lời khen quá mức; *be fulsome in one's praise* khen ngợi quá mức.

fulsomely /'fʊlsəmli/ *pht* [một cách] thái quá, [một cách] quá mức (*khen ngợi...*).

fulsomeness /'fʊlsəmnis/ *dt* sự thái quá, sự quá mức (*trong lời khen...*).

fumble¹ /'fʌmbl/ *dgt* **1.** cầm (nắm) một cách vụng về (lóng ngóng): *he fumbled the ball and then dropped it* nó cầm quả bóng một cách lóng ngóng và đánh rơi bóng **2.** (+ at, for, with) sờ soạng, lần tìm: *fumble in one's pocket for some coins* lần túi để tìm vài đồng tiền lẻ; *fumble for the light switch* sờ soạng tìm chỗ bật đèn; *fumble for the right thing to say* tìm điều thích hợp để nói **3.** (+ about, around) dò dẫm: *fumbling around in the dark* dò dẫm trong bóng tối.

fumble² /'fʌmbl/ *dt* **1.** sự vụng về, sự lóng ngóng **2.** sự sờ soạng, sự dò dẫm.

fume¹ /fju:m/ *dt* khói; hơi: *petrol fumes* hơi xăng; *tobacco fumes* khói thuốc lá.

fume² /fju:m/ *dgt* **1.** (+ at) nổi giận: *fume at the delay*

nổi giận vì sự chậm trễ **2.** bốc khói; bốc hơi **3.** hun khói, xông khói (*chủ yếu nói về gỗ, để làm cho gỗ sẫm màu hơn*): *fumed oak* gỗ sồi đã hun khói.

fumigate /'fju:migeit/ *dgt* hun khói, xông hơi (*để trừ sâu, trừ khuẩn*).

fumigation /ˌfju:mi'geiʃn/ *dt* sự hun khói, sự xông hơi (*để trừ sâu, trừ khuẩn*).

fun /fʌn/ *dt* **1.** sự vui; trò vui: *what fun it will be when we all go on holiday together* tất cả chúng ta cùng đi nghỉ với nhau thì vui biết mấy **2.** nguồn vui; thú vui: *sailing is a great fun* đi chơi thuyền buồm là một thú vui lớn **3.** tính hay vui đùa: *she's very lively and full of fun* cô ta rất hoạt bát và hay vui đùa **4.** (*Mỹ*) (*thng ữ*) ngộ nghĩnh: *a fun hat* chiếc mũ ngộ nghĩnh. // [just] for fun (for the fun of it); [just] in fun để đùa chơi, cho vui thôi: *I'm learning to cook, just for the fun of it* tôi học nấu nướng cho vui thôi; **fun and games** (*kng*) hoạt động đùa vui: *that's enough fun and games! Let's get down to work* đùa vui thế đủ rồi, hãy bắt tay vào việc đi; **make fun of somebody (something)** chế giễu; **poke fun at somebody (something)** *x* poke¹.

function¹ /'fʌŋkʃn/ *dt* **1.** chức năng: *the function of the heart is to pump blood through the body* chức năng của tim là bơm máu đi khắp cơ thể; *it is not the function of this committee to deal with dismissals* giải quyết các vụ sa thải không phải là chức năng của ủy ban này **2.** sự kiện xã hội quan trọng; buổi lễ chính thức: *heads of state attend numer-*

ous *functions every year* hằng năm, các nguyên thủ quốc gia tham dự nhiều buổi lễ lạt **3.** (*toán*) hàm, hàm số **4.** (*hóa*) chức.

function² /'fʌŋkʃn/ *dgt* **1.** hoạt động, chạy (*máy*): *this machine has stopped functioning* chiếc máy này đã ngừng chạy **2. function as something** thực hiện chức năng như, dùng như, dùng làm: *the sofa can also function as a bed* tràng kỷ có thể dùng làm giường.

functional /'fʌŋʃənl/ *tt* **1.** [thuộc] chức năng: *a functional disorder* (*y*) rối loạn chức năng **2.** thiết dụng (*không phải để trang trí*): *functional furniture* đồ đạc thiết dụng **3.** (*vị ngữ*) hoạt động, chạy: *is this machine functional?* chiếc máy này có chạy không?; *I'm hardly functional if I don't get eight hours' sleep* tôi khó mà hoạt động được (làm việc được) nếu không ngủ đủ tám tiếng.

functionalism /'fʌŋkʃənəlizəm/ *dt* thuyết chức năng.

functionalist¹ /'fʌŋkʃənəlist/ *dt* người theo thuyết chức năng.

functionalist² /'fʌŋkʃənəlist/ *tt* [thuộc] thuyết chức năng.

functionally /'fʌŋkʃənəli/ *pht* **1.** theo thuyết chức năng **2.** về mặt chức năng.

functionary /'fʌŋkʃənəri/, (*Mỹ* 'fʌŋkʃənəri/) *dt* (*thường xấu*) viên chức, công chức.

function key /'fʌŋkʃni:/ phím chức năng (*máy diện toán*).

fund¹ /fʌnd/ *dt* **1.** quỹ: *a disaster fund* quỹ cứu trợ thiên tai **2.** kho: *a fund of knowledge* một kho kiến thức **3. funds** nguồn tài chính, tiền bạc: *I'm short of funds so I'll pay you next*

week tôi đang thiếu tiền nên tôi sẽ trả anh tuần sau. // **in funds** có tiền tiêu pha.

fund² /fʌnd/ *dgt* **1.** tài trợ: *the scientist's search for a cure for this disease is being funded by the government* sự tìm một thứ thuốc chữa bệnh ấy đang được chính phủ tài trợ **2.** chuyển thành nợ dài hạn.

fundamental¹ /fʌndə'mentl/ *tt* cơ bản, chủ yếu: *there are fundamental differences between your religious beliefs and mine* có những khác nhau cơ bản về niềm tin tôn giáo giữa anh và tôi; *the fundamental rules of mathematics* quy tắc cơ bản của toán học; *his fundamental concern was for her welfare* mối quan tâm chủ yếu của anh ta là lo cho hạnh phúc của nàng; *hard work is fundamental for success* làm việc cật lực là điều cơ bản đưa đến thành công.

fundamental² /fʌndə'mentl/ *dt* (*thường snh*) nền tảng: *the fundamentals of philosophy* nền tảng của triết học.

fundamentalism /fʌndə'mentəlizəm/ *dt* (*tôn*) thuyết chính thống (*tin tuyệt đối kinh thánh*).

fundamentalist¹ /fʌndə'mentəlist/ *tt* (*tôn*) [theo thuyết] chính thống.

fundamentalist² /fʌndə'mentəlist/ *dt* (*tôn*) người theo thuyết chính thống.

fundamentally /fʌndə'mentəli/ *pht* [một cách] cơ bản, [một cách] chủ yếu.

funeral /'fju:nərəl/ *dt* **1.** đám tang **2.** đoàn người đưa tang. // **it's (that's) my (your) funeral** đó là việc của tôi (của anh) (*kng*): "*you are going to fail your exams if you don't work hard*" "*that's my funeral, not*

yours" "anh sẽ thi hỏng nếu không học dữ vào" "đó là việc của tôi, đâu phải của anh".

funeral director /'fju:nərəl di,rektər/ (*Mỹ*) *nh* undertaker.

funeral parlour /'fju:nərəl ,pa:lə[r]/ (*Mỹ* **funeral home**) nhà tang lễ.

funereal /fju:'niəriəl/ *tt* buồn thảm: *a funereal expression (atmosphere)* bộ mặt (bầu không khí) buồn thảm.

fungi /'fʌngai, 'fʌndʒai/ *snh* của fungus.

fungicide /'fʌndʒisaid/ *dt* thuốc diệt nấm.

fungoid /'fʌngɔid/ *tt* [có] dạng nấm.

fungous /'fʌngəs/ *tt* **1.** [có] dạng nấm **2.** do nấm: *fungous diseases* bệnh [do] nấm.

fungus /'fʌngəs/ *dt* (*snh* **fungi**) nấm: *the roses have fungus* hoa hồng có nấm; *a fungus infection* bệnh nhiễm nấm.

funicular /fju:'nikjələ[r]/ *dt* (*cg* **funicular railway**) đường sắt cáp kéo (*trên một sườn dốc*).

funk¹ /fʌnk/ *dt* (*kng*) **1.** (*số ít*) (*cg* **blue funk**) sự lo sợ: *she was in a funk about changing job* cô ta lo sợ thay đổi việc làm **2.** (*xấu*) kẻ nhát gan.

funk² /fʌnk/ *dgt* tránh (*làm gì*) vì sợ: *he funked telling her he had lost his job* anh ta tránh kể chuyện anh đã mất việc cho chị ta nghe.

funky /'fʌnki/ *tt* (**-ier; iest**) **1.** (*lóng*) truyền cảm (*như nhạc jazz*) **2.** (*kng*) rất hiện đại: *a funky car* một chiếc xe rất hiện đại.

funnel¹ /'fʌnl/ *dt* **1.** cái phễu **2.** ống khói (*tàu thủy...*).

funnel² /ˈfʌnl/ *dgt* (-ll-, Mỹ -l-) [làm cho] chảy qua phễu hay một khoang hẹp: *he funnelled the oil into the bottle* nó rót dầu vào chai; *the large crowd funnelled out of the gates after the football match* đám đông tuồn ra khỏi cổng sau trận đấu bóng đá.

funnily /ˈfʌnili/ *pht* [một cách] kỳ lạ: *funnily enough I met her just yesterday* lạ thật, tôi mới gặp chị ta hôm qua.

funniness /ˈfʌninis/ *dt* 1. sự buồn cười, sự ngộ nghĩnh 2. sự kỳ lạ, sự khó hiểu 3. sự hơi khó ở; sự tàng tàng.

funny /ˈfʌni/ *tt* (-ier; -iest) 1. buồn cười, ngộ nghĩnh: *funny stories* những chuyện buồn cười; *a funny man* một người đàn ông ngộ nghĩnh 2. kỳ lạ, khó hiểu: *the engine's making a funny noise* chiếc máy đang phát ra tiếng động kỳ lạ; *that's funny, he was here a moment ago and now he is gone* thật là khó hiểu, khi nãy nó mới ở đây mà bây giờ đã đâu mất 3. hơi khó ở; tàng tàng: *I feel a bit funny today, I don't think I'll go to work* hôm nay tôi cảm thấy hơi khó ở, tôi không nghĩ là tôi sẽ đi làm; *she went a bit funny after her husband died* bà ta trở nên lẩm cẩm sau cái chết của chồng. // **funny ha-ha** (kng) *nh* funny 1; **funny pecular** (kng) *nh* funny 2.

funny business /ˈfʌniˌbiznis/ (kng) việc bất chính: *I want none of your funny business* tôi không muốn dính đến những việc bất chính của anh.

fur¹ /fɜː[r]/ *dt* 1. bộ lông mao 2. bộ da lông thú (dùng để may áo...): *a coat made of fur* chiếc áo bằng da lông thú 3. áo da lông thú: *he gave her an expensive fur for her birthday* nó tặng nàng một chiếc áo da lông thú đắt tiền nhân ngày sinh nhật của nàng 4. vải giả da lông thú 5. (y) tưa (lưỡi) 6. (Anh) (Mỹ **scale**) cáu, cặn (ở đáy nồi hơi...). // **make the fur (sparks) fly** *x* fly².

fur² /fɜː[r]/ *dgt* (-rr-) (thường dùng ở thể bị động) 1. [làm cho] có tưa: *a furred tongue* lưỡi bị tưa 2. [làm cho] đọng cáu: *a furred kettle* cái ấm đun nước bị đọng cáu.

fur³ *vt* của furlong[s].

furbelows /ˈfɜːbiləʊz/ *dt snh* vật trang trí lòe loẹt (trên áo...): *frills and furbelows* diềm xếp nếp và vật trang trí lòe loẹt trên áo.

furbish /ˈfɜːbiʃ/ *dgt* [+ up] đánh bóng; tân trang: *furbish up an antique sword* đánh bóng một thanh gươm cổ.

furious /ˈfjʊəriəs/ *tt* 1. [with somebody, at something] giận dữ, điên tiết: *she was absolutely furious at his behaviour* chị ta hoàn toàn điên tiết lên vì cách cư xử của hắn 2. mãnh liệt, dữ dội: *a furious storm* cơn bão dữ dội; *he drove off at a furious speed* nó lái xe với một tốc độ kinh hồn. // **fast and furious** *x* fast¹.

furiously /ˈfjʊəriəsli/ *pht* 1. [một cách] giận dữ, [một cách] điên tiết 2. [một cách] mãnh liệt, [một cách] dữ dội.

furl /fɜːl/ *dgt* cuộn lại, gập lại (cờ, buồm...): *furl a sail* cuộn buồm lại; *this fan doesn't furl neatly* chiếc quạt này không gập gọn lại được.

furlong /ˈfɜːlɒŋ/, (Mỹ ˈfɜːlɔːŋ) *dt* phu lông (đơn vị đo chiều dài bằng 210 mét hoặc 220 yát hoặc một phần tám dặm).

furlough /ˈfɜːləʊ/ *dt* phép nghỉ (cho công chức, binh lính làm việc ở nước ngoài): *six month's furlough* phép nghỉ sáu tháng; *going home on furlough* về nước (từ nước ngoài) nghỉ phép.

furnace /ˈfɜːnis/ *dt* 1. lò sưởi (bằng hệ thống ống nước) 2. lò nung: *it's like a furnace here, can we open a window?* ở đây như trong lò nung, ta mở một cửa sổ ra có được không?

furnish /ˈfɜːniʃ/ *dgt* 1. trang bị đồ đạc cho: *furnish a house (an office)* trang bị đồ đạc cho một căn nhà (cho một cơ quan) 2. cung ứng, cung cấp: *furnish a village with supplies (furnish supplies to a village)* cung ứng hàng dự trữ cho một làng.

furnishings /ˈfɜːniʃiŋz/ *dt* (snh) đồ đạc, thiết bị, đồ trang trí (một căn phòng, một ngôi nhà).

furniture /ˈfɜːnitʃə[r]/ *dt* đồ đạc (trong nhà).

furore /fjuˈrɔːri/ (Mỹ **furor**) /ˈfjuːrɔːr/) *dt* sự xôn xao (vì tức giận hay khâm phục): *his last novel created a furore among the critics* cuốn tiểu thuyết gần đây nhất của ông ta đã gây nên một sự xôn xao trong các nhà phê bình.

furrier /ˈfʌriə[r]/ *dt* 1. người thuộc da lông thú 2. người bán hàng da lông thú.

furrow¹ /ˈfʌrəʊ/ *dt* 1. luống cày: *furrow ready for planting* những luống cày sẵn sàng để trồng cây 2. nếp nhăn (trên trán...). // **plough a lonely furrow** *x* plough².

furrow² /ˈfʌrəʊ/ *dgt* 1. cày 2. làm nhăn: *a forehead furrowed by old age* trán nhăn vì tuổi già.

F

furry /'fɜ:ri/ *tt* (**-ier; -iest**) **1.** như da lông thú **2.** bọc da lông thú: *a furry toy* đồ chơi bọc da lông thú.

further¹ /'fɜ:ðə[r]/ *tt* **1.** xa hơn: *the hospital is further down the road* bệnh viện ở xa mãi cuối đường **2.** thêm nữa: *need further help* cần sự giúp đỡ thêm nữa; *till further notice* cho đến khi có yết thị mới.

further² /'fɜ:ðə[r]/ *pht* **1.** xa hơn: *it's not safe to go any further* đi xa hơn nữa thì không an toàn; *think further back into your childhood* hãy hồi tưởng xa hơn nữa về thời thơ ấu của bạn **2.** thêm vào: *further, it has come to my attention* thêm vào đó, tôi nhận thấy rằng **3.** hơn nữa; *I can offer you £50, but I can't go any further than that* tôi có thể biếu anh 50 bảng, nhưng hơn nữa thì không được. // **far (farther, further) afield** *x* afield.

further³ /'fɜ:ðə[r]/ *dgt* thúc đẩy: *further the cause of peace* thúc đẩy sự nghiệp hòa bình.

furtherance /'fɜ:ðərəns/ *dt* sự thúc đẩy (*một sự nghiệp...*).

further education /,fə:ðə edjʊ'keiʃn/ bổ túc văn hóa.

furthermore /,fɜ:ðə'mɔ:[r]/ *pht* thêm vào đó; hơn nữa.

furthermost /'fɜ:ðəməʊst/ *tt* xa nhất.

furthest¹ /'fɜ:ðist/ *tt, nh* farthest¹.

furthest² /'fɜ:ðist/ *pht nh* farthest².

furtive /'fɜ:tiv/ *tt* [vụng] trộm, lén lút: *a furtive glance* cái nhìn trộm.

furtively /'fɜ:tivli/ *pht* [một cách] vụng trộm, [một cách] lén lút.

furtiveness /'fɜ:tivnis/ *dt* sự vụng trộm, sự lén lút.

fury /'fjʊəri/ *dt* **1.** cơn giận điên người; sự điên tiết **2.** sự dữ dội; sự ác liệt: *the fury of the storm abated* sự hung dữ của cơn bão đã dịu đi **3.** người phụ nữ nanh ác **4. the Furies** (*snh*) nữ thần tóc rắn (*thần thoại Hy Lạp*). // **like fury** (*kng*) mãnh liệt, như điên: *he ran like fury to catch the bus* nó chạy như điên để đuổi kịp xe buýt.

furse /fɜ:z/ *dt nh* gorse.

fuse¹ /fju:z/ *dt* **1.** ngòi nổ, kíp nổ **2.** (*Mỹ, cg* **fuze**) ngòi nổ hẹn giờ: *the bomb had been set with a four-hour fuse* quả bom đã được cài ngòi nổ để bốn giờ sau sẽ nổ. // **on a short fuse** *x* short¹.

fuse² /fju:z/ *dt* cầu chì.

fuse³ /fju:z/ *dgt* [làm] nổ cầu chì: *I've fused all the lights* tôi vừa làm nổ cầu chì, các đèn đều tắt.

fuse⁴ /fju:z/ *dgt* **1.** nấu chảy (*kim loại*) **2.** hàn: *fuse two pieces of wire together* hàn hai đoạn dây kim loại vào với nhau; *the two companies are fused by their common interests* hai công ty liên kết lại vì quyền lợi chung.

fuse-box /'fju:z bɒks/ *dt* hộp cầu chì.

fuselage /'fju:zəlɑ:ʒ/ *dt* thân máy bay.

fuse-wire /'fju:zwaiə[r]/ *dt* dây [cầu] chì.

fusible /'fju:zəbl/ *tt* nấu chảy được.

fusileer /,fju:zə'liə[r]/ *dt nh* fusilier².

fusilier /,fju:zə'liə[r]/ *dt* **1.** (*sử*) lính bắn súng hỏa mai **2.** (*cg Mỹ* **fusileer**) lính bắn súng trường trong trung đoàn **3. Fusiliers** (*snh*) trung đoàn lính súng trường (*trước đây*).

fusillade /,fju:zə'laid, (*Mỹ* fju:sə'laid)/ **1.** loạt súng bắn **2.** (*bóng*) sự tuôn ra hàng tràng (*câu hỏi, lời phê bình...*).

fusion /'fju:ʒn/ *dt* **1.** sự nấu chảy **2.** sự hợp bằng cách nấu chảy: *the fusion of copper and zinc to produce brass* trộn lẫn đồng và kẽm nấu chảy thành đồng thau **3.** sự hợp nhất, sự hợp: *nuclear fusion* sự hợp nhân nguyên tử (*kèm theo giải phóng năng lượng*); *a fusion of ideas* sự hợp nhất ý kiến.

fuss¹ /fʌs/ *dt* **1.** sự ồn ào, sự rối rít: *stop all this fuss and get on with your work* hãy thôi cái cảnh ồn ào này và tiếp tục làm việc đi **2.** cảnh ồn ào rối rít **3.** sự quan trọng hóa: *don't get into a fuss about nothing* đừng quan trọng hóa những chuyện không ra gì. // **make (kick up) a fuss [about (over) something]** làm ầm lên; **make a fuss of (over) somebody (something)** chú ý quá mức: *Mary always makes a great fuss of her nieces* Mary lúc nào cũng chú ý quá mức đến mấy cô cháu gái của mình.

fuss² /fʌs/ *dgt* **1.** rối rít lên (*thường là về những chuyện không đâu*): *stop fussing and eat your food!* thôi đừng rối rít lên nữa và ăn đi! **2.** quấy rầy: *don't fuss me while I'm driving* đừng có quấy rầy tôi khi tôi đang lái xe **3.** (+ **over**) chú ý quá mức: *he's always fussing over his grandchildren* ông ta lúc nào cũng chú ý quá mức tới lũ cháu của ông. // **not be fussed [about somebody (something)]** (*kng*) không quan tâm lắm: *"where do* *you want to go for lunch?"* *"I'm not fussed"* "anh muốn đi ăn trưa ở đâu?" "điều đó tôi không quan tâm lắm.

fussily /ˈfʌsili/ *pht* **1.** [một cách] rối rít **2.** [một cách] cầu kỳ kiểu cách.

fussiness /ˈfʌsinis/ *dt* **1.** tính hay rối rít **2.** sự cầu kỳ kiểu cách.

fusspot /ˈfʌspɒt/ *dt (kng)* người hay làm ồn ào rối rít.

fussy /ˈfʌsi/ *tt* (-ier; -iest) *(thường xấu)* **1.** hay rối rít: *fussy parents* những bậc cha mẹ hay rối rít **2.** chú ý quá mức đến chi tiết; cầu kỳ kiểu cách: *our teacher is very fussy about punctuation* thầy giáo chúng tôi rất hay chú ý dấu chấm câu; *don't be so fussy about your food* đừng có cầu kỳ về miếng ăn như thế.

fustian /ˈfʌstiən/, *(Mỹ* fʌstʃən)/ *dt* **1.** vải bông thô: *a jacket [made] of fustian; a fustian jacket* chiếc áo vét-tông bằng vải bông thô **2.** *(cũ)* lời lẽ khoa trương sáo rỗng.

fustiness /ˈfʌstinis/ *dt* **1.** sự ẩm mốc **2.** sự cổ lỗ, sự hủ lậu.

fusty /ˈfʌsti/ *tt* (-ier; iest) *(xấu)* **1.** ẩm mốc **2.** cổ lỗ, hủ lậu: *a fusty old professor* ông giáo sư già hủ lậu.

futile /ˈfjuːtail, (Mỹ* ˈfjuːtl)/ *tt* vô ích, vô tích sự, vô nghĩa: *a futile attempt* một cố gắng vô ích; *what a futile remark!* lời nhận xét mới vô tích sự làm sao!

futility /fjuːˈtiləti/ *dt* sự vô ích, sự vô tích sự, sự vô nghĩa: *the futility of war* sự vô nghĩa của chiến tranh.

future¹ /ˈfjuːtʃə[r]/ *dt* **1.** tương lai: *in the distant future* trong một tương lai xa; *history infuences both the present and the future* lịch sử ảnh hưởng đến cả hiện tại và tương lai; *her future is uncertain* tương lai của chị ta là không chắc chắn; *I gave up my job because there was no future in it* tôi bỏ việc vì thấy không có tương lai **2.** *futures (snh)* hàng hóa bán sẽ thanh toán và giao sau. // *in future* từ nay: *please be punctual in future* từ nay xin đúng giờ cho.

future² /ˈfjuːtʃə[r]/ *tt* tương lai: *future events* những sự cố tương lai; *future wife* vợ chưa cưới; *future tense (ngôn)* thì tương lai.

futureless /ˈfjuːtʃəlis/ *tt* không có tương lai: *a futureless career* một nghề không có tương lai.

futurism /ˈfjuːtʃərizəm/ *dt* thuyết vị lai.

fururist¹ /ˈfjuːtʃərist/ *dt* người theo thuyết vị lai.

futurist² /ˈfjuːtʃərist/ *tt* theo thuyết vị lai.

futuristic /ˌfjuːtʃəˈristik/ *tt* **1.** dành cho tương lai, rất hiện đại: *futuristic furniture* đồ đạc rất hiện đại **2.** vị lai chủ nghĩa.

futurity /fjuːˈtjʊərəti, (Mỹ* fjuːˈtʊərəti)/ *dt* **1.** tương lai: *gazing into futurity* nhìn về tương lai **2.** *(thường snh)* sự cố trong tương lai.

fuz /fjuːz/ *dt (Mỹ)* x fuse¹2.

fuzz¹ /fʌz/ *dt* **1.** lông tơ *(trên qua đào...)* **2.** nắm tóc xoăn.

fuzz² /fʌz/ *dt* the fuzz *(lóng)* cảnh sát.

fuzzily /ˈfʌzili/ *pht* **1.** [một cách] xoăn; [một cách] xù **2.** [một cách] mờ.

fuzziness /ˈfʌzinis/ *dt* **1.** sự xoăn; sự xù **2.** sự mờ.

fuzzy /ˈfʌzi/ *tt* (-ier; iest) **1.** xoăn; xù: *a fuzzy blanket* cái mền bông xù; *a fuzzy teddy bear* con gấu nhồi lông xù **2.** mờ: *these photograph have come out all fuzzy* mấy tấm ảnh này đã mờ quá.

fwd *(vt của* forward) **1.** hướng tới trước **2.** trở về sau.

-fy x –ify.

G, g[1] /dʒiː/ *dt* (*snh* G's, g's /dʒiːz/) **1.** G, g: *"God" begins with [a] G* từ God bắt đầu bằng con chữ G **2.** (*nhạc*) nốt xon.

g[2] *vt* **1.** *gram[s]* gram: *300g* ba trăm gram **2.** /dʒiː/ (*vt của* gravity) trọng lực; gia tốc trọng lực **3.** (*Mỹ*) (*lóng*) 1000 đô-la: *the thieves got away with 100 G from the local bank* tụi trộm lấy đi 100.000 đôla ở nhà ngân hàng địa phương.

gab[1] /gæb/ *dt* (*kng*) lời nói lém, lời nói bẻm mép: *stop your gab!* thôi dừng có bẻm mép nữa!. // **the gift of the gab** x gift.

gab[2] /gæb/ *dgt* (-bb-) (+ on, away) nói lém, bẻm mép.

gabardine (*cg* **gaberdine**) /ˈgæbədiːn, gæbəˈdiːn/ **1.** vải ga-ba-din **2.** áo [may bằng] ga-ba-din.

gabble[1] /ˈgæbl/ *dgt* **1.** (+ on, away) nói liến thoắng **2.** (+ out) nói quá nhanh nghe không hiểu.

gabble[2] /ˈgæbl/ *dt* lời nói nhanh khó hiểu.

gable /ˈgeibl/ *dt* đầu hồi (*nhà*).

gabled /ˈgeibld/ *tl* có đầu hồi: *a gabled house* nhà có đầu hồi.

gad /gæd/ *dgt* (-dd-) **gad about (around)** (*kng, xấu*) đi đó đây: *while they gad about the world, their children are neglected at home* trong khi họ đi chơi đó đây khắp thế giới, con cái họ ở nhà bị bỏ mặc không ai chăm sóc.

gadabout /ˈgædəbaut/ *dt* người hay đi đó đây, người hay đi chơi lang thang.

gadfly /ˈgædflai/ *dt* **1.** (*động*) con mòng **2.** (*xấu*) người hay châm chọc.

gadget /ˈgædʒit/ *dt* dụng cụ, đồ dùng: *a new gadget for opening tins* dụng cụ mới để mở đồ hộp.

gadgetry /ˈgædʒitri/ *dt* (*kng*) bộ dụng cụ: *lots of modern gadgetry* hàng lô dụng cụ mới.

Gaelic *tt* **1.** /ˈgeilik/ [thuộc] tiếng Celt ở Ai-len **2.** /ˈgælik, *cg* ˈgeilik/ [thuộc] tiếng Celt ở É-cốt.

gaff[1] /gæf/ *dt* lao [có] mấu (*để đánh cá lớn*).

gaff[2] /gæf/ *dgt* đánh (*cá*) bằng lao mấu.

gaff[3] /gæf/ *dt* **blow the gaff** x blow[1].

gaffe /gæf/ *dt* điều sai lầm ngớ ngẩn; việc làm hớ.

gaffer /ˈgæfə[r]/ *dt* (*kng*) (*đùa hoặc xấu*) **1.** lão già: *that gaffer going into the pub is 90 years old* lão già đang đi vào quán rượu đã 90 tuổi đấy **2.** (*Anh, lóng*) đốc công (*ở xưởng máy*).

gag[1] /gæg/ *dt* **1.** vật nhét miệng (*cho khỏi kêu la*); cái bịt miệng (*đen và bóng*) **2.** (*y*) cái banh miệng **3.** màn khôi hài (*nhất là một phần trong một lớp hài kịch*).

gag[2] /gæg/ *dgt* (-gg-) **1.** bịt miệng (*đen và bóng*): *the newspaper has been gagged, so nobody knows what really happened* tờ báo đã bị bịt miệng, nên chẳng ai biết những gì thực sự đã xảy ra **2.** (+ on) nghẹn (*khi nuốt thức ăn*) **3.** pha trò.

gaga /ˈgɑːgɑː/ *tt* (*thường vị ngữ*) lẩm cẩm: *he has gone quite gaga* ông ta đã lẩm cẩm lắm rồi.

gage /geidʒ/ *dt* x gauge[1].

gaggle /ˈgægl/ *dt* **1.** đàn ngỗng **2.** nhóm người ba hoa, nhóm người ồn ào.

gaiety /ˈgeiəti/ *dt* sự vui vẻ, sự tươi vui.

gaily /ˈgeili/ *pht* [một cách] vui vẻ, [một cách] tươi vui.

gain[1] /gein/ *dt* **1.** lợi, lợi lộc: *one man's loss is another man's gain* cái thiệt của người này là cái lợi của người khác **2.** sự tăng thêm: *a gain in weight of two pounds* sự tăng thêm trọng lượng hai pao.

gain[2] /gein/ *dgt* **1. gain something [for somebody]** thu được, đạt được; có thêm: *gain experience* thu được kinh nghiệm; *gain somebody's affection* chiếm được cảm tình của ai; *I gained the impression that the matter had been settled* tôi có cảm tưởng là vấn đề đã được giải quyết ổn thỏa; *his persistence gained him victory* sự bền gan đã mang lại thắng lợi cho anh ta; *gain experience* có thêm kinh nghiệm; *our campaign is gaining momentum* cuộc vận động của chúng tôi đang có thêm đà phát triển **2. gain by (from) [doing] something** rút ra được bài học từ (*cái gì đó*): *you can gain by watching how she works* nhìn cách thức cô ta làm, anh có thể rút được bài học đấy **3.** đạt tới: *after swimming for an hour, he finally gained the shore* sau khi bơi một giờ đồng hồ anh ta cuối cùng đã tới bờ **4.** chạy nhanh (*đồng hồ*): *my watch gains [by] several* *minutes a day* đồng hồ của tôi mỗi ngày nhanh vài phút. // **carry (gain) one's point** *x* point[1]; **gain credence** *x* credence; **gain ground** tiến bộ; bắt đầu có kết quả: *your campaign is gaining ground* cuộc vận động của bạn bắt đầu có kết quả; **gain (make up) ground** *x* ground[1]; **gain (win) somebody's hand** *x* hand[1]; **gain (win) one's laurels** *x* laurel; **gain time** kéo dài thời gian; **gain (get) the upper hand** *x* upper[1]; **nothing venture, nothing gain (win)** *x* venture[2].

gain in something thêm, lên, tăng thêm: *gain in beauty* đẹp thêm; *gain in weight* lên cân; *gain in knowledge* tăng thêm kiến thức; *gain in confidence* được tin cậy hơn; **gain on somebody (something)** tiến sát: *gain a leader on a race* tiến sát người dẫn đầu trong một cuộc chạy đua; *the Socialists are gaining on the Conservatives in the opinion polls* những người của Đảng xã hội đã tiến sát những người của Đảng bảo thủ trong cuộc thăm dò dư luận.

gainful /'geinfl/ *tt* mang lại lợi, có lợi: *gainful employment* việc làm có lợi.

gainfully /'geinfəli/ *pht* [một cách] có lợi lộc; [một cách] hữu ích.

gainsay /gein'sei/ *đgt* (**gainsaid** /gein'sed/ *(cổ) (thường dùng trong câu phủ định hay trong câu hỏi)* chối cãi, phủ nhận: *there's no gainsaying his honesty* tính trung thực của anh ta là điều không thể chối cãi được.

gait /geit/ *dt (số ít)* dáng đi: *an unsteady gait* dáng đi không vững.

gaiter /'geitə[r]/ *dt (thường snh)* ghệt: *a pair of gaiters* một đôi ghệt.

gal /gæl/ *dt (cũ, kng)* cô gái.

gala /'ga:lə, (Mỹ 'geilə)/ *dt* hội, hội hè: *a swimming gala* hội bơi.

galactic /gə'læktik/ *tt* [thuộc] Thiên hà.

galantine /'gæ'lənti:n/ *dt* món giò đông.

galaxy /'gæləksi/ *dt* 1. Thiên hà 2. **the Galaxy** *(cg* **the Milky Way**) Ngân hà *(hệ mặt trời ở trong đó)* 3. nhóm tinh hoa: *the galaxy of talent* nhóm tài hoa; *a galaxy of film stars* nhóm minh tinh màn bạc.

gale /geil/ *dt* 1. bão; gió bão: *the ship lost its masts in the gale* con tàu bị gãy cột buồm trong cơn gió bão 2. *(bóng)* sự bùng lên, sự phá lên: *gales of laughter* những tiếng cười phá lên.

gall[1] /gɔ:l/ *dt* 1. mật *(do gan tiết ra)* 2. *(bóng)* nỗi cay đắng; mối hiềm oán: *words full of venom and gall* những lời đầy nọc độc và hiềm oán 3. sự trơ tráo: *of all the gall!* thật là trơ tráo!

gall[2] /gɔ:l/ *dt* chỗ trầy da *(ở ngựa, do cọ xát với yên...).*

gall[3] /gɔ:l/ *đgt* 1. làm trầy da 2. làm nhục: *it galled him to ask for a loan* thật là nhục cho anh ta khi phải hỏi vay tiền.

gall[4] /gɔ:l/ *dt* mục cây; vú lá.

gall[5] *vt (snh kđổi hay* **galls**) *(vt của gallon)* ga-lông *(đơn vị đo lường chất lỏng, bằng 4,5 lít).*

gallant[1] /'gælənt/ *tt* 1. dũng cảm: *a gallant soldier* một quân nhân dũng cảm; *a galant struggle* cuộc chiến đấu dũng cảm 2. lộng lẫy;

uy nghi 3. *(cg* /gə'lænt/) lịch sự với phụ nữ.

gallant[2] /'gælənt, gə'lænt/ *dt* người lịch sự với phụ nữ.

gallantly /'gæləntli/ *pht* 1. [một cách] dũng cảm 2. [một cách] lịch sự với phụ nữ.

gallantry /'gæləntri/ *dt* 1. lòng dũng cảm 2. thái độ lịch sự với phụ nữ.

gall bladder /'gɔ:l,blædə[r]/ *dt (giải)* túi mật.

galleon /'gæliən/ *dt* thuyền buồm lớn *(Tây Ban Nha, thế kỷ 15-17).*

gallery /'gæləri/ *dt* 1. nhà trưng bày nghệ thuật: *a picture gallery* nhà trưng bày tranh 2. chuồng chim *(trong rạp hát, ở chỗ cao và rẻ tiền)*; khán giả chuồng chim: *four tickets for the gallery, please* làm ơn cho bốn vé chuồng chim 3. nhà cầu; hành lang 4. phòng *(hẹp và sâu, dùng vào một mục đích riêng)*: *shooting gallery* phòng tập bắn 5. đường hầm *(ở hầm mỏ).* // **play to the gallery** chạy theo thị hiếu quần chúng.

galley /'gæli/ *dt* 1. thuyền gale *(do nô lệ chèo, cổ Hy Lạp và cổ La Mã)* 2. bếp *(ở tàu thủy hay máy bay)* 3. khay sắp chữ *(ở nhà in).*

galley proof /'gælipru:f/ bản rập thử *(trước khi phân trang).*

galley-slave /'gæslisleiv/ *dt* 1. nô lệ chèo thuyền 2. *(bóng)* thân trâu ngựa.

Gallic /'gælik/ *tt* 1. [thuộc] dân Gô-loa 2. [thuộc] Pháp: *Gallic wit* tính dí dỏm của người Pháp.

Gallicism /'gælisizəm/ *dt* từ ngữ đặc Pháp *(dùng trong ngôn ngữ khác)*: *"Déjà vu" is a Gallicism often used in English* "Déjà vu" là một từ đặc Pháp thường dùng trong tiếng Anh.

galling /'gɔ:liŋ/ *tt (thường vị ngữ)* bực mình; bẽ mặt: *it was galling to have to apologize to a man she detested* thật là bẽ mặt phải xin lỗi một người mà cô ta ghét.

gallivant /ˌgæli'vænt, 'gæli-vænt/ *đgt* **gallivant about** *(kng, xấu)* rong chơi: *they should spend less time gallivanting about and more with their children* họ nên bớt phí thì giờ đi rong chơi mà dành nhiều thì giờ lo cho con cái.

gallon /'gælən/ *dt* ga-lông *(đơn vị đo lường chất lỏng, bằng 4,5 lít).*

gallop¹ /'gæləp/ *dt* **1.** *(số ít)* nước đại *(ngựa)*; thời gian phi nước đại *(ngựa): at full gallop* phi nước đại hết tốc lực; *to go for a gallop* cho ngựa chạy nước đại **2.** *(số ít) (bóng)* tốc độ ngựa phi *(rất nhanh): work at a gallop* làm việc với tốc độ ngựa phi *(rất nhanh); work at a gallop* làm việc với tốc độ ngựa phi, làm việc nhanh tựa ngựa phi.

gallop² /'gæləp/ *đgt* **1.** phi nước đại *(ngựa)* **2.** thúc *(ngựa)* phi nước đại: *he galloped the horse along the track* anh ta thúc ngựa phi nước đại dọc theo đường mòn. // **gallop ahead [of somebody]** tiến vượt bậc, tiến nhanh: *Japan is galloping ahead in the race to develop new technologies* Nhật Bản đang tiến vượt bậc trong cuộc chạy đua phát triển công nghệ mới; **gallop through something** hoàn thành nhanh chóng: *gallop through one's work* hoàn thành nhanh chóng công việc của mình.

gallows /'gæləʊz/ *dt (cg* **the gallows)** *(snh kđổi) (thường số ít với đgt số ít)* giá treo cổ: *to send a man to the gallows* xử treo cổ ai, xử giảo ai.

gallows humour /'gæləʊz ˌhju:mə[r]/ sự cười ra nước mắt.

gallstone /'gɔ:lstəʊn/ *dt (y)* sỏi mật.

Gallup poll /'gæləppəʊl/ sự thăm dò dư luận.

galore /gə'lɔ:[r]/ *pht (dùng sau dt)* rất nhiều: *have books (money...) galore* có rất nhiều sách (tiền...).

galoshes /gə'lɒʃiz/ *dt (snh)* ủng cao su *(xỏ ra ngoài giày khác, dùng khi trời mưa, ẩm).*

galumph /gə'lʌmf/ *đgt* **galumph up (down...)** *(kng, đùa)* chuyển dịch vụng về thình thịch: *the children came galumphing into the house like a herd of elephants* lũ trẻ đi thình thịch vào nhà như một đàn voi.

galvanic /gæl'vænik/ *tt* **1.** tạo dòng điện vì tác dụng hóa học: *a galvanic battery* bộ pin **2.** giật nẩy, như bị điện giật: *a galvanic movement* chuyển động giật nẩy.

galvanization, galvanisation /ˌgælvənai'zeiʃn/ *dt* **1.** sự mạ kẽm **2.** *(bóng)* sự khích động.

galvanize, galvanise /'gælvənaiz/ *đgt* **1.** mạ kẽm: *galvanized wire* dây kim loại mạ kẽm **2. galvanize somebody [into something (into doing something)** khích động ai: *the announcement of the general election galvanized the party members into activity* tin loan báo sắp có tổng tuyển cử đã khích động các đảng viên hoạt động mạnh lên.

gambit /'gæmbit/ *dt* **1.** sự thí quân *(đánh cờ)* **2.** *(bóng)* đòn mở đầu tính toán sao cho có lợi: *his opening gambit at the debate was a direct attack on Government policy* đòn mở đầu của ông ta trong cuộc tranh luận là một công kích trực tiếp chính sách của chính phủ.

gamble¹ /'gæmbl/ *đgt* **1.** đánh bạc **2.** ném vào cờ bạc: *he gambled all his winnings on the last race* anh ta ném vào cờ bạc tất cả tiền thắng cuộc trong cuộc đua ngựa vừa qua. // **gamble something away** thua bạc: *gamble away all one's money* thua bạc hết cả tiền; **gamble in oil [shares]** mạo hiểm bỏ vốn vào các cổ phần dầu hỏa; **gamble on something (doing something)** đặt hy vọng vào bất chấp khả năng thua thiệt: *I wouldn't gamble on the weather being fine* tôi không hy vọng là thời tiết sẽ tốt.

gamble² /'gæmbl/ *dt* trò đánh bạc; trò may rủi: *setting up this business was a bit of gamble* thực hiện việc kinh doanh này như là một trò may rủi. // **take a gamble [on something]** mạo hiểm, liều *(làm gì): the company took a gamble by cutting the price of their products, and it paid off* công ty đã mạo hiểm hạ giá sản phẩm và đã thành công về mặt tài chính.

gambler /'gæmblə[r]/ *dt* tay cờ bạc, con bạc.

gambling /'gæmbliŋ/ *dt* **1.** trò cờ bạc **2.** sự mạo hiểm ăn to: *have a taste for gambling* có óc mạo hiểm ăn to.

gamboge /gæm'bu:ʒ, *(Mỹ* gæm'bəʊʒ/ *dt* **1.** nhựa gôm gút *(màu vàng sẫm, dùng pha màu vẽ)* **2.** màu vàng sẫm.

gambol /'gæmbl/ *đgt* (**-ll-**, Mỹ cg **-l-**) nhảy nhót nô đùa: *children gambolling [about; around]* trẻ con nhảy nhót nô đùa.

game[1] /geim/ *dt* **1.** trò chơi: *a game of chance* trò chơi may rủi **2.** ván, trận; trò: *play a game of football* chơi một trận bóng đá; *a game of hide-and-seek* trò chơi ú tim **3. games** (*snh*) điền kinh và thể thao (*trong chương trình học ở trường*) **4.** (cg **the Games**) thi đấu điền kinh quốc tế: *the Olympic Games* thi đấu điền kinh thế vận **5.** ván (*trong trận đấu*): *they lost the first game of the second set* họ thua ván đầu hiệp nhì **6.** bộ đồ chơi (*chơi một trò chơi*) **7.** ý đồ, mưu đồ: *I wish I knew what her game is* tôi ước gì biết được ý đồ của chị ta ra sao **8.** trò; hoạt động: *the game of politics* hoạt động chính trị; *how long have you been in this game?* mày tham dự vào cái trò này bao lâu rồi thế? **9.** thú săn; chim săn: *pheasants and partridges are game birds* gà lôi và đa đa là những chim săn. // **beat somebody at his own game** x beat[1]; **easy game** x easy[1]; **fair game** x fair[1]; **fun and games** x fun; **the game is not worth the candle** không bõ công; **the game is up** lộ rồi; hỏng cả rồi (*người ta nói khi bị bắt...*); **give the game away** vô ý để tiết lộ bí mật; **the luck of the game** x luck; **a mug's game?** x mug; **the name of the game** x name[1]; **[be] off one's game** chơi kém mọi ngày; **[be] on the game** (*lóng*) dính líu vào chuyện trộm cắp, đĩ điếm; **play a cat-and-mouse game with somebody** x cat[1]; **play the game** a/ chơi đúng luật b/ hành động đúng đắn: *John*

only pretends to do his share of the work he is just not playing the game John chỉ giả vờ làm phần việc của mình thực ra anh ta không đứng đắn chút nào cả; **play somebody's game** giúp ai thực hiện được ý đồ của họ: *she didn't realize that by complaining she was only playing Peter's game* chị ta không biết rằng cứ than phiền như thế, chị đã giúp Peter thực hiện ý đồ của nó.

game[2] /geim/ *tt* **game [for something (to do something)]** dũng cảm, gan dạ, sẵn sàng làm (*một việc có phần mạo hiểm*): *a game little fellow* một anh chàng nhỏ nhắn nhưng gan dạ; *"who'll climb up to get it? "I am game [to try]"* "ai trèo lên để lấy vật đó?" "tôi xin sẵn sàng thử xem".

game[3] /geim/ *tt* (cũ, kng) què, thọt: *he is game in the leg; he has a game leg* anh ta què chân.

gamecock /'geimkɒk/ *dt* gà chọi.

gamekeeper /'geim,ki:pə[r]/ *dt* người canh không để săn trộm chim.

game reserve /'geimri,z3:v/ khu cấm săn bắn.

gamesmanship /'geimz-mənʃip/ *dt* nghệ thuật thắng bằng cách áp dụng luật chơi sao cho có lợi cho mình (*mà không thực sự gian lận*).

gamete /'gæmi:t/ *dt* (sinh) giao tử.

gametic /gə'metik/ *tt* (sinh) [thuộc] giao tử.

game-warden /'geim wɔ:dn/ người trông nom khu cấm săn bắn.

gaming /'geimiŋ/ *dt* (cũ hoặc luật) trò cờ bạc: *spending all night at gaming tables* cờ bạc suốt đêm.

gamma /'gæmə/ *dt* gama (*chữ cái Hy Lạp*).

gamma globulin /,gæmə 'glɒbjulin/ (y) gama globulin.

gamma radiation /,gæmə reidi'eiʃn/ (lý) bức xạ gama.

gamma ray /'gæmərei/ (lý) *thường snh*) tia gama.

gammon /'gæmən/ *dt* giăm-bông lợn hun khói.

gammy /'gæmi/ *tt* (kng) liệt (*vì bị thương hay bị đau*): *a gammy leg* chân liệt; *gammy knee* đầu gối cứng đơ (*không cử động được*).

gamut /'gæmət/ *dt* **the gamut** (số ít) thang bậc; cung bậc: *the whole gamut of human emotions from joy to despair* cung bậc tình cảm con người từ vui sướng đến thất vọng. // **run the gamut (of something)** trải qua: *in his short life he had run the entire gamut of crime from petty theft to murder* cuộc đời ngắn ngủi của hắn đã trải qua một loạt những tội ác từ ăn cắp vặt đến giết người.

-gamous (yếu tố tạo thành tt) x –gamy.

-gamously (yếu tố tạo thành pht) x –gamy.

-gamy (yếu tố tạo thành dt) hôn nhân: *monogamy* hôn nhân một vợ một chồng; *polygamy* chế độ đa thê.

gamy /'geimi/ *tt* có mùi vị thịt thú săn ôi.

gander /'gændə[r]/ *dt* **1.** ngỗng đực **2.** cái nhìn, cái liếc: *have (take) a gander at something* liếc cái gì. // **what's sauce for the goose is sauce for the gander** x sauce[1].

gang[1] /gæŋ/ *dt* **1.** băng tội phạm: *the gang are being hunted by the police* băng tội phạm ấy đang bị cảnh sát săn lùng **2.** băng nhóm thanh niên quấy phá: *gang* *warfare* cuộc thanh toán giữa các băng nhóm **3.** đội, toán *(công nhân)*: *a gang of roadmenders* đội cầu đường **4.** *(số ít) (kng)* bọn, nhóm, tụi: *don't go around with that gang or you'll come to no good* chớ có nhập bọn với tụi ấy, nếu không sẽ mang lụy vào thân đấy; *hi, gang! (Mỹ)* chào tụi bay.

gang² /gæŋ/ *đgt* **gang together; gang up [with somebody] [against somebody]** hùa nhau; hùa *(với ai)* để chống lại ai; **gang up on somebody** *(xấu)* xúm nhau lại để hiếp đáp ai: *older boys ganging up on younger ones* tụi lớn xúm lại hiếp đáp tụi ít tuổi hơn.

ganger /'gæŋə[r]/ *dt (Anh)* trưởng kíp công nhân.

gangland /'gæŋlænd/ *dt* giới tội phạm, giới anh chị: *gangland killings* những vụ chém giết nhau trong giới anh chị.

gangling /'gæŋliŋ/ *tt (cg* **gangly)** cao lêu đêu: *a gangling youth* một thanh niên cao lêu đêu.

ganglion /'gæŋgliən/ *dt (snh* **ganglions, ganglia** /'gæŋgliə/) *(giải)* hạch.

gangly /'gæŋgli/ *tt x* gangling.

gangplank /'gæŋplæŋk/ *dt* ván cầu *(để lên xuống tàu thuyền).*

gangrene /'gæŋgri:n/ *dt (y)* hoại thư.

gangrenous /'gæŋgrinəs/ *tt (y)* [thuộc] hoại thư.

gangster /'gæŋstə[r]/ *dt* găngxtơ.

gangway¹ /'gæŋwei/ *dt* **1.** cầu tàu **2.** *(Anh)* lối đi giữa hai hàng ghế *(trong rạp hát...).*

gangway² /gæŋwei/ *tht* tránh ra cho nhờ tí.

gangja /'gændʒə/ *dt nh* cannabis.

gannet /'gænit/ *dt (động)* chim điên.

gantry /'gæntri/ *dt* giàn cần cẩu; giàn tín hiệu đường sắt, giàn phóng tên lửa.

gaol¹ /dʒeil/ *dt (Mỹ* thường **jail)** nhà tù: *spend a year in gaol* bị tù một năm; *be sent to gaol* bị tống giam.

gaol² /dʒeil/ *đgt (Mỹ* thường **jail)** bỏ tù, tống giam: *he was gaoled for six months for his part in the robbery* nó bị bỏ tù sáu tháng về tội tham gia vụ cướp.

gaolbird /'dʒeilbɜ:d/ *dt (Mỹ* thường **jailbird)** kẻ tù ra tù vào, kẻ dạn dày cơm tù.

gaolbreak /'dʒeilbreik/ *dt (Mỹ* thường **jailbreak)** sự vượt ngục.

gaoler /'dʒeilə[r]/ *dt (Mỹ* thường **jailer, jailor)** cai ngục.

gap /gæp/ *dt* **1. gap in (between) something** lỗ hổng, kẽ hở: *a gap in a fence* lỗ hổng ở hàng rào **2.** khoảng cách: *a gap of five miles between towns* khoảng cách năm dặm giữa hai thành phố **3.** chỗ trống, chỗ gián đoạn, chỗ thiếu hụt: *a gap in a conversation* chỗ gián đoạn trong câu chuyện; *a gap in one's knowledge* lỗ hổng trong kiến thức; *a temporary job to fill the gap between school and university* một công việc tạm thời để lấp thời gian chờ đợi vào đại học; *there is a terrible gap in her life after her husband died* có một hụt hẫng dễ sợ trong cuộc sống của chị ta sau khi chồng chết **4.** sự khác nhau: *a wide gap between the opinions of two people* một sự khác nhau lớn trong ý kiến của hai người. // **bridge a (the) gap** *x* bridge².

gape¹ /geip/ *đgt* **1.** *(thường xấu)* **(+ at)** há hốc miệng ra mà nhìn: *gape at something* há hốc miệng ra mà nhìn cái gì **2.** há to miệng ra *(vết thương...)*: *a gaping wound* một vết thương há to miệng ra; *a shirt gaping open with a button missing* áo sơ mi hở toang vì mất một chiếc khuy.

gape² /geip/ *dt* cái nhìn há hốc miệng ra.

gap-toothed /'gæptu:θt/ *tt* [có] răng thưa, [có] răng hở.

garage¹ /'gæra:ʒ, 'gæridʒ, Mỹ gə'ra:ʒ/ *dt* **1.** nhà xe **2.** *(Anh) (Mỹ* **service station)** trạm cây xăng *(sửa chữa xe và bán xăng).*

garage² /'gæra:ʒ, 'gæridʒ, Mỹ gə'ra:ʒ/ *đgt* cho *(xe)* vào nhà xe.

garage sale /'gæra:ʒ,seil/ *(Mỹ) nh* carboot sale.

garb¹ /ga:b/ *dt* quần áo, y phục *(riêng cho một tầng lớp nào đó)*: *military garb* quần áo nhà binh, quân phục; *a man in priest's garb* một người mặc y phục giáo sĩ.

garb² /ga:b/ *đgt* ăn mặc *(theo kiểu nào đó)*: *women garbed in black* phụ nữ ăn mặc đồ đen.

garbage /'ga:bidʒ/ *dt (Mỹ) (Anh* **rubbish) 1.** đồ phế thải, rác; thùng rác; bãi rác: *garbage collection* việc thu gom rác; *throw any left-over food in the garbage* ném thức ăn thừa vào thùng rác **2.** *(bóng, kng)* điều rác rưởi, điều nhảm nhí: *you do talk a load of garbage!* cậu nói toàn chuyện rác rưởi nhảm nhí **3.** *(máy điện toán)* dữ liệu vô nghĩa. // **garbage in, garbage out** dữ liệu vào sai thì dữ liệu ra cũng sai *(máy điện toán).*

garbage can /'ga:bidʒkæn/ *dt (Mỹ) nh* dustbin.

garbage collector /'ga:bidʒ kə,lektə[r]/ *(Mỹ) nh* dustman.

garbage truck /'ga:bidʒtrʌk/ *(Mỹ) nh* duscart.

garbled /'ga:bld/ *tt* lẫn lộn, lộn xộn: *the injured man was still groggy and could only give a garbled account of the accident* nạn nhân hãy còn bị choáng nên chỉ kể lại vụ tai nạn một cách lộn xộn.

garden[1] /'ga:dn/ *dt* 1. vườn 2. **gardens** *(snh)* công viên, vườn: *botanical garden* vườn bách thảo; *zoological garden* vườn bách thú 3. quán ngoài trời: *beer garden* quán bia ngoài trời 4. *(số ít) (bóng)* vùng đất màu mỡ: *Kent is the garden of England* Kent là vùng đất màu mỡ của nước Anh. // **a bear garden** x bear[1]; **common or garden** x common[1]; **everything in the garden is lovely** mọi thứ đều hết ý; **lead somebody up the garden path** x lead[2].

garden[2] /'ga:dn/ *dgt* làm vườn: *she's outdoors gardening every afternoon* chiều nào bà ta cũng ra làm vườn.

garden centre /'ga:dn,sentə[r]/ *dt* nơi bán hạt giống, cây cối trồng vườn và dụng cụ làm vườn.

garden city /,ga:dn'siti/ thành phố có nhiều công viên và cây xanh.

gardener /'ga:dnə[r]/ *dt* người làm vườn.

gardening /'ga:dniŋ/ *dt* việc làm vườn.

garden of Eden /,ga:dn ev-'i:dn/ thiên đường hạ giới, lạc viên *(nơi Adam và Eva đã sống)*.

garden party /'ga:dn,pa:ti/ buổi chiều đãi ngoài vườn.

garden suburb /,ga:dn'sub-bə:b/ vùng ngoại ô nhiều công viên và cây xanh.

gardenia /ga:'di:niə/ *dt* dành dành *(cây, hoa)*.

gargantuan /ga:'gæntjʊən/ *tt* khổng lồ: *a gargantuan appetite (meal, person)* sự hết sức ngon miệng *(bữa ăn thịnh soạn, người khổng lồ)*.

gargle[1] /'ga:gl/ *dgt* (+ with) súc họng: *he always gargles with salt water before going to bed* nó bao giờ cũng súc họng bằng nước muối trước khi đi ngủ.

gargle[2] /'ga:gl/ *dt* 1. nước súc họng: *use a gargle of salt water* súc họng bằng nước muối 2. sự súc họng: *have a gargle with salt water* súc họng bằng nước muối.

gargoyle /'ga:gɔil/ *dt* miệng ống máng *(hình đầu thú hoặc đầu người theo kiểu kiến trúc gô-tích)*.

garish /'geəriʃ/ *tt* 1. lòe loẹt, sặc sỡ: *garish ornaments* đồ trang trí lòe loẹt 2. chói mắt: *garish light* ánh sáng chói mắt.

garishly /'geəriʃli/ *pht* 1. [một cách] lòe loẹt, [một cách] sặc sỡ 2. [một cách] chói mắt.

garishness /'geəriʃnis/ *dt* 1. sự lòe loẹt, sự sặc sỡ 2. sự chói mắt.

garland[1] /'ga:lənd/ *dt* vòng hoa: *a garland of victory* vòng nguyệt quế.

garland[2] /'ga:lənd/ *dgt* *(thường ở dạng bị động)* đội vòng hoa: *garlanded with roses* đội vòng hoa hồng.

garlic /'ga:lik/ *dt* tỏi *(cây, củ)*: *a clove of garlic* một tép (nhánh) tỏi.

garlicky /'ga:liki/ *tt* có mùi vị tỏi: *garlicky breath* hơi thở có mùi tỏi.

garment /'ga:mənt/ *dt* 1. *(đùa)* áo, quần: *nether garment* quần 2. *(bóng)* vỏ ngoài, mã ngoài: *in spring nature wears a new garment* mùa xuân thiên nhiên khoác lên mình một chiếc áo mới.

garner /'ga:nə[r]/ *dgt* thu thập, tích trữ: *garner [in, up] the grain for the winter* tích trữ thóc gạo cho mùa đông; *garner information* thu thập tin tức; *facts garnered from various sources* sự kiện thu thập được từ nhiều nguồn khác nhau.

garnet /'ga:nit/ *dt* ngọc hồng lựu.

garnish[1] /'ga:niʃ/ *dgt* cho thức bày kèm lên món ăn *(ớt, lát chanh, rau thơm...)*: *fish garnished with slices of lemon* cá có mấy lát chanh bày kèm lên mặt.

garnish[2] /'ga:niʃ/ thức bày kèm lên món ăn.

garret /'gærət/ *dt* gác thượng.

garrison[1] /'gærisn/ *dt* đơn vị đồn trú.

garrison[2] /'gerisn/ *dgt* 1. cho quân đồn trú bảo vệ: *the town was garrisoned with two regiments* thành phố có hai trung đoàn đồn trú bảo vệ 2. bố trí lực lượng đồn trú: *a hundred soldiers were garrisoned in the town* một trăm binh sĩ được bố trí đồn ngũ trong thành phố.

garrotte[1] *(cg garotte[1], Mỹ cg garote[1])* /gə'rət/ *dgt* 1. xử thắt cổ *(ai)* 2. thắt cổ *(ai)*.

garotte[2] *(cg garotte[2], Mỹ cg garote[2])* /gə'rət/ *dt* dây thắt cổ.

garrulity /gə'ru:ləti/ *dt nh* garrulousness.

garrulous /'gerələs/ *tt* ba hoa, lắm mồm: *becoming garrulous after a few glasses of wine* [trở nên] ba hoa sau vài ly rượu; *my garrulous neighbour had given away the secret* người hàng xóm lắm mồm của tôi đã tiết lộ bí mật.

garrulously /'gerələsli/ *pht* [một cách] ba hoa.

garrulousness /'gærələsnis/ *dt* tính ba hoa.

garter /'gɑ:tə[r]/ *dt* 1. nịt bít tất *(thường đàn hồi)* 2. **the Garter** tước Ga-tơ *(cao nhất trong hàng hiệp sĩ ở Anh)*: *be awarded the Garter* được phong tước Ga-tơ.

gas¹ /gæs/ *dt (snh* **gases**, *Mỹ cg* **gasses) 1.** chất khí: *hydrogen and oxygen are gases* hydro và oxy là những chất khí **2.** khí đốt, ga: *turn the gas on and we'll have a cup of tea* bật bếp ga lên, chúng ta sẽ có trà uống; *a gas lighter* cái bật lửa dùng ga **3.** khí tê, khí mê: *I was given gas when they pulled my tooth out* tôi đã được gây tê bằng khí tê khi họ nhổ răng cho tôi **4.** hơi ngạt: *a gas attack* cuộc tấn công bằng hơi ngạt **5.** *(Mỹ, kng) nh* petrol **6.** *(bóng, xấu)* chuyện tầm phào. // **step on the gas** x **step¹**.

gas² /gæs/ *dgt* **1.** (-ss-) [làm cho] thở hơi ngạt: *he was badly gassed in the war* ông ta hít nhiều khí độc trong chiến tranh; *gas oneself* tự tử bằng hơi ngạt **2.** *(kng)* nói tầm phào.

gasbag /'gæsbæg/ *dt* người ba hoa, người bép xép.

gas board /'gæsbɔ:d/ cơ quan khí đốt *(lo việc cung cấp khí đốt cho các gia đình trước đây)*.

gas bracket /'gæ,brækit/ ống dẫn khí đốt *(trong nhà)*.

gas chamber /'gæs,tʃeimbə[r]/ buồng hơi ngạt *(để giết thú vật hay người)*.

gas cylinder /'gæs,slində[r]/ bình chứa khí đốt.

gaseous /'gæsiəs, 'geisiəs/ *tt* có chứa khí; ở thể khí: *a gaseous mixture* hỗn hợp khí.

gas-fired /,gæsfaiəd/ *tt* chạy bằng khí đốt: *a gas-fired central heating* hệ thống sưởi trung tâm đốt bằng khí đốt.

gas-fitter /'gæs,fitə[r]/ *dt* thợ lắp ống dẫn khí đốt.

gas-fitting /'gæs,fitiŋ/ *dt (thường snh)* thiết bị sử dụng khí đốt.

gash¹ /gæʃ/ *dt* (+ in) vết cắt dài và sâu, vết thương dài và sâu: *a gash in the arm* vết thương dài và sâu ở cánh tay; *make a gash in the bark of tree with a knife* dùng dao rạch một vết dài và sâu trên vỏ cây.

gash² /gæʃ/ *dgt* cắt một vết dài và sâu: *gash one's arm on a piece of broken glass* bị mảnh kính vỡ cắt một vết dài và sâu vào cánh tay.

gasholder /'gæs,həuldə[r]/ *dt nh* gasometer.

gasify /'gæsifai/ *dgt* khí hóa.

gasket /'gæskit/ *dt (ký)* miếng đệm mối nối.

gaslit /'geslit/ *tt* được chiếu sáng bằng ánh sáng đèn khí; đốt sáng bằng đèn khí.

gasmain /'gæsmein/ *dt* ống dẫn khí đốt chính *(từ nơi cung cấp đến nơi tiêu thụ)*.

gasman /'gæsmæn/ *dt (snh* **gasmen** /'gæsmen/) *(kng)* nhân viên kiểm tra các thiết bị đốt trong nhà.

gas mask /'gæsmɑ:sk/ mặt nạ phòng hơi độc.

gas meter /'gæs,mi:tə[r]/ đồng hồ khí đốt *(do lượng khí đốt đã tiêu thụ)*.

gasoline *(cg* **gasolene)** /'gæsəli:n/ *dt (Mỹ) nh* petrol.

gasometer /ge'sɒmitə[r]/ *dt (cg* **gasholder)** bể chứa khí *(chứa khí đốt được phân phối qua đường ống đến nơi tiêu thụ)*.

gasp¹ /gɑ:sp/ *dgt* **1.** há hốc miệng *(vì kinh ngạc)*; há miệng thở hổn hển: *the exhausted runner was gasping for breath* người chạy đua kiệt sức đang há miệng thở hổn hển; *I gasped in (with) astonishment at the magician's skill* tôi há hốc miệng vì kinh ngạc trước tài của nhà ảo thuật **2.** (+ out) nói hổn hển, phều phào: *she managed to gasp out a few words* cô ta phều phào cố nói ra vài lời **3.** thèm: *I was gasping for a cigarette* tôi đang thèm một điếu thuốc lá.

gasp² /gɑ:sp/ *dt* sự há hốc miệng *(vì kinh ngạc)*; sự há miệng thở hổn hển. // **at one's last gap** x last¹.

gassiness /'gæsinis/ *dt* **1.** tính chất khí **2.** sự đầy [bọt] khí *(bia...)* **3.** sự ba hoa, sự lắm điều.

gas station /'gæs,steiʃn/ *dt (Mỹ) nh* petrol station.

gassy /'gæsi/ *tt* **1.** như khí **2.** đầy [bọt] khí: *I don't like this gassy beer* tôi không thích thứ bia đầy bọt khí này **3.** ba hoa, lắm điều: *a gassy old woman* một bà già lắm điều.

gas tap /'gæs tæp/ vòi điều chỉnh khí *(từ một ống dẫn ra)*.

gastric /'gæstrik/ *tt* [thuộc] dạ dày: *a gastric ulcer* loét dạ dày; *gastric juice* dịch vị.

gastritis /gæ'straitis/ *dt (y)* viêm dạ dày.

gastro-enteritis /ˌgæstrəʊentə'raitis/ *dt (y)* viêm dạ dày - ruột non.

gastronomic /ˌgæstrə'nɒmik/ *tt* [thuộc] nghệ thuật ăn ngon.

gastronomically /ˌgæstrə'nɒmikəli/ *pht* [một cách] ăn ngon: *a gastronomically outstanding meal* bữa ăn tuyệt ngon.

gastronomy /gæ'strɒnəmi/ *dt* nghệ thuật ăn ngon.

gate¹ /geit/ *dt* **1.** cổng: *a wooden gate* cổng gỗ; *the garden gate* cửa vườn; *the carriage passed through the palace gate* chiếc xe ngựa đi qua cổng lâu đài **2.** cửa cống, cửa đập **3.** số người mua vé vào xem *(trận đấu thể thao)* **4.** *(cg* **gatemoney)** tiền bán vé vào cổng: *today's gate will be given to charity* tiền bán vé hôm nay sẽ dành cho công việc từ thiện.

gate² /geit/ *dgt* phạt *(học sinh)* không cho ra ngoài.

gâteau /'gætəʊ, *(Mỹ* gæ'təʊ)/ *dt (tiếng Pháp) (snh* **gâteaux** *hoặc* **gâteaus)** bánh gatô.

gatecrash /'geitkræʃ/ *dgt (cg* **crash)** đến dự *(tiệc)* mà không được mời: *gatecrash a party* đến dự tiệc mà không được mời.

gatecrasher /'geitkræʃə[r]/ *dt* **1.** người lẻn vào cửa *(lậu vé)* **2.** khách không mời mà đến.

gatehouse /'geithaʊs/ *dt (snh* **gatehouses)** nhà gác cổng; chòi gác cổng.

gatekeeper /'geitˌki:pə[r]/ *dt* người gác cổng.

gateleg table /ˌgeitleg'teibl/ *(cg* **gatelegged table)** bàn cánh lật.

gatemoney /'geitmʌni/ *dt nh* gate¹ 4.

gatepost /'geitpəʊst/ *dt* cột cổng.

gateway /'geitwei/ *dt* **1.** cổng vào: *don't stand there blocking the gateway!* đừng có đứng đó mà cản lối ra vào **2.** cửa ngõ *(đen, bóng)*: *the port of Dover is England's gateway to Europe* cảng Dover là cửa ngõ của nước Anh vào Châu Âu; *hard work is the gateway to success* làm việc gian khổ là cửa ngõ dẫn đến thành công.

gather¹ /'gæðə[r]/ *dgt* **1.** tụ họp, tập họp: *a crowd soon gathered* chẳng mấy chốc đám đông đã tụ họp lại; *gather a crowd round one* tập hợp một đám đông quanh mình **2.** thu thập, thu gom: *give me a moment to gather my notes together* cho tôi một lát để tôi thu gom các ghi chú của tôi lại đã **3.** thu hoạch, hái, lượm: *gather flowers* hái hoa; *information gathered from various sources* tin tức lượm lặt được từ nhiều nguồn khác nhau **4.** hiểu, nắm được, suy ra: *I gather you want to see the director* tôi hiểu là anh muốn gặp giám đốc; *I gathered from the way she replied that she wasn't very enthusiastic* qua cách đáp của cô ta tôi hiểu là cô ta không mấy nhiệt tình **5.** quấn chặt: *she gathered the shawl round her shoulder* bà ta quấn chặt khăn san vào vai **6.** chun; nhăn: *a skirt gathered [in] at the waist* chiếc váy chun lại ở ngang thắt lưng; *gather the brows* nhăn mày **7.** tăng thêm: *the car gathered speed* xe tăng tốc độ **8.** dồn hết lại, tập trung lại: *gather all one's strength* tập trung hết sức lực. // **be gathered to one's fathers** *(cũ hoặc tu từ)* về

chầu tổ, chết; **gather (collect) one's wit** *x* wit; **gather dust** để phủ đầy bụi *(bị lãng quên hay không dùng đến đã từ lâu)*; **a rolling stone gathers no moss** *x* rolling stone.

gather² /'gæðə[r]/ *dt* nếp gấp *(ở quần áo)*.

gathering /'gæðəriŋ/ *dt* sự tụ tập; cuộc họp mặt *(đông người)*: *a family gathering* cuộc họp mặt gia đình; *a gathering of friends* cuộc họp mặt bạn bè.

GATT /gæt/ *(vt của* General Agreement of Tariffs and Trade) hiệp ước chung về thuế quan và thương mại *(ký năm 1947)*.

gauche /gəʊʃ/ *tt* vụng về: *a gauche person* người vụng về; *a gauche remark* lời nhận xét vụng về; *a rather gauche style* một phong cách phần nào vụng về.

gaucheness /gəʊʃnis/, **gaucherie** /'gəʊʃəri, *(Mỹ* ˌgəʊʃə'ri:)/ cách ứng xử vụng về.

gaucho /'gaʊtʃəʊ/ *dt (snh* **gauchos)** cao bồi Nam Mỹ *(nhất là ở thảo nguyên Argentina)*.

gaudily /'gɔ:dili/ *pht* [một cách] lòe loẹt.

gaudiness /'gɔ:dinis/ *dt* vẻ lòa loẹt.

gaudy /'gɔ:di/ *tt* **(-ier; -iest)** *(xấu)* lòe loẹt: *cheap and gaudy jewellery* đồ trang sức rẻ tiền và lòe loẹt.

gauge¹ *(Mỹ cg* **gage)** /geidʒ/ *dt* **1.** cỡ: *the gauge of a sheet of metal* cỡ của một lá kim loại; *what gauge of wire should we use for this job?* cỡ dây nào ta sẽ dùng cho công việc này nhỉ? **2.** khoảng cách đường ray: *standard gauge* khoảng cách đường ray tiêu chuẩn; *narrow-gauge railway* đường ray có khoảng cách hẹp **3.** máy đo *(sức gió, lượng mưa, mức thủy triều...)* **4.** tiêu chuẩn đánh giá: *is a person's behaviour under stress a reliable gauge of his character?* cách ứng xử của một người trong lúc căng thẳng có phải một tiêu chuẩn đáng tin cậy về tính cách của người ấy không?

gauge² /geidʒ/ *dgt* **1.** đo: *precision instruments which can gauge the diameter to a fraction of a millimetre* dụng cụ chính xác đo đường kính tới một phần của milimet **2.** ước lượng, ước tính: *he gauged the height of the tunnel with his eye* nó ước lượng bằng mắt chiều cao của đường hầm **3.** đánh giá: *gauging the strength of the wind from the movement of the trees* đánh giá sức mạnh của gió qua độ lay chuyển của cây cối.

gaunt /gɔ:nt/ *tt* **1.** hốc hác, hóp: *he had gaunt cheeks and hollow eyes after his long illness* nó có má hóp và mắt sâu hoắm sau thời gian dài bị bệnh **2.** hoang vắng: *the old house stood gaunt and empty, a complete ruin* ngôi nhà cũ kỹ đứng đó hoang vắng và trống không trong cảnh điêu tàn.

gauntlet¹ /'gɔ:ntlit/ *dt* **1.** *(sử)* găng sắt *(của chiến binh thời Trung đại)* **2.** bao tay: *motocyclists with leather gauntlets* những người đi xe môtô đeo bao tay bằng da. // **pick up (take up) the gauntlet** nhận lời thách đấu; **throw down the gauntlet** thách đấu.

gauntlet² /'gɔ:ntlit/ *dt* **run the gauntlet** hứng lấy, gánh chịu *(sự phê phán, sự phản đối)*: *he ran the gauntlet of newspaper attacks* ông ta phải hứng lấy sự công kích của báo chí.

gauntness /gɔ:ntnis/ *dt* **1.** sự hốc hác **2.** sự hoang vắng.

gauze /gɔ:z/ *dt* **1.** vải sa, luợt **2.** *(y)* gạc *(để băng vết thương)* **3.** *(kỹ)* lưới thép mịn.

gauzy /'gɔ:zi/ *tt* như sa, mỏng nhẹ như sa.

gave /geiv/ *qk* của give¹.

gavel /'gævl/ *dt* cái búa *(của người bán đấu giá...)*.

gavotte /gə'vɒt/ *dt* **1.** điệu nhảy gavot *(của Pháp thời trước)* **2.** nhạc cho điệu nhảy gavot.

gawk /gɔ:k/ *dgt* (+ at) trố mắt nhìn: *I hate being gawked at* tôi ghét người ta trố mắt nhìn tôi.

gawkily /'gɔ:kili/ *pht* [một cách] lêu nghêu lóng ngóng.

gawkiness /'gɔ:kinis/ *dt* sự lêu nghêu lóng ngóng: *despite her gawkiness she was clearly going to be a beautiful woman one day* mặc dù cao lêu nghêu và lóng ngóng, chắc chắn một ngày kia cô ta sẽ thành một phụ nữ đẹp.

gawky /'gɔ:ki/ *tt* cao lêu nghêu và lóng ngóng vụng về.

gawp /gɔ:p/ *dgt* (+ at) há hốc miệng ra mà nhìn: *crowds of onlookers coming to gawp at the wreckage of the aircraft* đám đông người xem kéo đến há hốc miệng ra mà nhìn những mảnh vỡ của chiếc máy bay bị nạn.

gay¹ /gei/ *tt* **1.** đồng tính luyến ái **2.** vui vẻ, vui tươi: *gay laughter* cái cười vui vẻ; *the streets look gay with bright flags and coloured light* đường phố trông vui tươi với những lá cờ rực rỡ và ánh sáng đèn màu **3.** không suy nghĩ, không đắn đo: *spending money with gay*

abandon tiêu tiền phung phí không suy nghĩ.

gay² /gei/ *dt* người đồng tính luyến ái.

gayness /'geinis/ *dt* sự đồng tính luyến ái.

gaze¹ /geiz/ *dgt* **1.** nhìn chằm chằm: *she gazed at me in disbelief when I told her the news* khi tôi nói cho cô ta biết tin ấy, cô ta nhìn tôi chằm chằm với vẻ không tin **2.** (+ on, upon) nhìn thấy: *she was the most beautiful woman he had ever gazed upon* chị ta là người phụ nữ đẹp nhất mà anh ta đã từng nhìn thấy.

gaze² /geiz/ *dt* cái nhìn chằm chằm.

gazebo /gə'zi:bəʊ/ *dt (snh* **gazebos**) nhà ngắm cảnh, vọng lâu.

gazelle /gə'zel/ *dt (snh kđổi* hoặc **gazelles**) *(động)* linh dương gazen.

gazette¹ /gə'zet/ *dt* **1.** công báo **2.** báo *(dùng trong tên báo)*: *the London Gazette* Báo Luân Đôn.

gazette² /gə'zet/ *dgt (thường ở dạng bị động)* **1.** đăng trên công báo: *his appointment was gazetted last week* việc bổ nhiệm ông ta đã được đăng trên công báo tuần trước **2.** phong cấp; bổ nhiệm vào một chức vị *(chủ yếu là chức vị quân sự)*: *he was gazetted captain* ông ta đã được phong cấp đại úy.

gazetteer /ˌgæzə'tiə[r]/ *dt* từ điển địa danh.

gazump /gə'zʌmp/ *dgt (Anh, kng, xấu) (thường ở dạng bị động)* lại lên giá *(sau khi đã thỏa thuận giá cả với người mua, chủ yếu nói về nhà cửa)*: *we shan't be buying the house; we've been gazumped [by the owner]* chúng ta sẽ không mua được ngôi nhà đâu, chủ nhà đã lại đòi lên giá.

gazumper /gə'zʌmpə[r]/ dt (Anh, kng, xấu) người lại đòi lên giá.

gauzumping /gə'zʌmpiŋ/ dt (Anh, kng, xấu) sự lại đòi lên giá.

GB /ˌdʒi:'bi:/ (vt của Great Britain) nước Anh, vương quốc Anh.

GC /ˌdʒi:'si:/ (vt của George Cross) huân chương chữ thập thánh George (tặng thưởng cho công dân dũng cảm).

GCE /ˌdʒi:si:'i:/ (vt của (Anh) General Certificate of Education) chứng chỉ giáo dục phổ thông: GCE A-level chứng chỉ phổ thông loại A (A = advanced: cấp cao).

GCSE /ˌgʒi:si:es'i:/ (vt của (Anh) General Certificate of Secondary Education) chứng chỉ giáo dục phổ thông trung học.

Gdn vt (snh Gdns) (vt của Gardens) công viên (trong tên đường phố): 7 WINDSOR Gdns số 7 đường Công viên Windsor.

GDP /ˌdʒi:di:'pi:/ (vt của Gross Domestic Product) tổng sản phẩm nội địa.

GDR /ˌdʒi:di:'ɑ:[r]/ (vt của German Democratic Republic) Cộng hòa dân chủ Đức (Đông Đức).

gear[1] /giə[r]/ dt 1. đồ, đồ lề: all his camping gear was packed in the rucksack tất cả đồ cắm trại của anh ta được bỏ vào trong cái ba lô ấy; we're going for two days, you don't need to bring so much gear chúng ta chỉ đi có hai ngày, anh không cần mang đi nhiều đồ đến thế 2. (trong từ ghép) thiết bị, bộ phận: the landing-gear has jammed bộ phận hạ cánh đã bị kẹt 3. bánh răng;

bộ số: the car has four forward and one reverse gear chiếc xe có bốn số tiến và một số lùi; the car is in gear chiếc xe đã gài số; change gear sang số 4. mức tốc độ; mức hiệu quả: the athlete changed gear and shot ahead of the others vận động viên đột nhiên tăng tốc độ và vọt lên trước những người khác.

gear[2] /giə[r]/ đgt gear something to (towards) something làm cho thích ứng với: industry must be geared to wartime needs công nghiệp phải được làm cho thích ứng với những nhu cầu của thời chiến; **gear down** xuống số (xe); **gear something down (to something)** giảm về cường độ: the period of exercise was geared down to ten minutes a day for men over 60 thời gian luyện tập được giảm xuống 10 phút một ngày đối với những người trên sáu mươi tuổi; **gear up [for (to) something]; gear somebody (something) up [for (to) something]** làm cho sẵn sàng; sẵn sàng: I was all geared up to go on holiday, and now it's been cancelled tôi đã háo hức chuẩn bị sẵn sàng để đi nghỉ, thế mà nay lại bị hủy bỏ.

gearbox /giəbɒks/ dt hộp số (ở xe ôtô).

gear-change /giətʃeindʒ/ dt sự sang số.

gearing /giəriŋ/ dt cơ cấu bánh răng; bộ số: the gearing of this machine is unusual cơ cấu bánh răng của cỗ máy này thật khác thường.

gear-lever /giəli:və[r]/ dt tay số (ở xe ôtô...).

gear-stick /giəstik/ dt nh gear-lever.

gearshift /giəʃift/ dt (Mỹ) nh gear-lever.

gearwheel /giəwi:l/ dt bánh răng (trong bộ số).

gecko /gekəʊ/ dt (snh geckos, geckoes) (động) con tắc kè.

gee[1] /dʒi:/ tht (cg gee-up /dʒi:'ʌp/) đi nào! (tiếng thúc ngựa).

gee[2] /dʒi:/ gee somebody (something) up thúc (ai, cái gì).

gee[3] /dʒi:/ tht (cg gee whiz /ˌdʒi:'wiz/) chà! (tỏ sự ngạc nhiên, sự khâm phục): gee, I like your new hat chà! tôi thích cái mũ mới của anh quá!

gee-gee /ˌdʒi:'dʒi:/ dt con ngựa (tiếng của nhi đồng).

geese /gi:s/ dt snh của goose.

geezer /gi:zə[r]/ dt người (nhất là một ông lão): that old geezer there ông lão kia kìa.

Geiger counter /gaigə ˌkaʊntə[r]/ đồng hồ Geiger (máy phát hiện và đo độ phóng xạ).

geisha /geiʃə/ dt kỹ nữ Nhật.

gel[1] /dʒel/ dt (hóa) chất quánh, chất keo: hair gel chất keo gội đầu.

gel[2] /dʒel/ đgt 1. đông quánh: this liquid gels faster in cold weather chất lỏng này đông nhanh hơn ở thời tiết lạnh 2. (bóng) định hình: my ideas are beginning to gel ý kiến của tôi đang bắt đầu định hình.

gelatine /dʒeləti:n, 'dʒelə-tin/ dt (cg Mỹ gelatin /'dʒe-latin/) gelatin.

gelatinous /dʒelætinəs/ tt như gelatin: a gelatinous substance một chất như gelatin.

G

geld /geld/ *dgt* thiến *(súc vật)*.

gelding /'geldiŋ/ *dt* con vật thiến; ngựa thiến.

gelignite /'dʒelignait/ *dt* chất nổ gelignit *(chế từ axit nitric và glyxerin)*.

gem /dʒem/ *dt* **1.** ngọc: *a crown studded with gems* một vương miện nạm ngọc **2.** *(bóng)* vật quý nhất: *this picture is the gem of the collection* bức tranh này là vật quý nhất trong bộ sưu tập; *a gem of a place* một nơi tuyệt vời; *she's a real gem* cô ta quả là một viên ngọc.

Geminean¹ /'dʒeminiən/ *tt* [thuộc] cung Song nam.

Geminean² /'dʒeminiən/ *dt* người cầm tinh cung Song nam.

Gemini /'dʒeminai/ *dt* **1.** cung Song nam *(trong hoàng đạo)* **2.** người cầm tinh cung Song nam.

gemstone /'dʒemstəʊn/ *dt* đá quý.

gen¹ /dʒen/ *dt (Anh, cũ, kng)* thông tin: *give me the gen on this new project* cho tôi biết thông tin về dự án mới ấy.

gen² /dʒen/ *dgt* **(-nn-)** gen [somebody] up [on something] thu thập (cung cấp) thông tin: *he is fully genned up on the new project* ông ta đã được cung cấp đầy đủ thông tin về dự án mới ấy.

Gen *(vt của* General) đại tướng.

gendarme /'ʒɒndɑːm/ *dt* sen đầm, hiến binh *(Pháp)*.

gendarmerie /ʒɒn'dɑːmeri/ *dt (dgt snh)* **1.** lực lượng sen đầm, lực lượng hiến binh **2.** sở sen đầm, sở hiến binh.

gender /'dʒendə[r]/ *dt* **1.** *(ngôn)* giống: *masculine gender* giống đực: *feminine gender* giống cái **2.** giới, giới tính: *the male and female genders* nam giới và nữ giới.

gene /dʒiːn/ *dt (sinh)* gen: *a dominant (recessive) gene* gen trội (gen lặn).

genealogical /ˌdʒiːniə'lɒdʒikl/ *tt* [thuộc] phả hệ: *a genealogical tree* cây phả hệ.

genealogically /ˌdʒiːniə'lɒdʒikli/ *pht* về mặt phả hệ, theo phả hệ.

genealogist /ˌdʒiːni'ælədʒist/ *dt* nhà phả hệ học.

genera /'dʒenərə/ *snh của* genus.

general¹ /'dʒenrəl/ *tt* **1.** chung, phổ biến: *work for general welfare* làm việc vì phúc lợi chung; *general opinion* ý kiến chung **2.** phổ thông; không chuyên sâu: *general knowledge* kiến thức phổ thông; *a general hospital* một bệnh viện đa khoa; *a general factotum* người giúp đủ thứ việc **3.** chung chung, đại khái: *speak (write) in general terms* nói (viết) bằng những từ ngữ chung chung; *his description was too general to be of much use* sự mô tả của anh ta chung chung đến mức chẳng có ích là mấy **4.** tổng: *a general election* cuộc tổng tuyển cử; *the general manager* tổng giám đốc; *Secretary General* tổng thư ký, tổng bí thư. // **as a general rule** trong phần lớn trường hợp; theo thường lệ; **be caviare to the general** *x* caviare; **in general** nói chung.

general² /dʒenrəl/ *dt* tướng: *a four-star general* vị tướng bốn sao; *General Roberts* tướng Roberts.

General Assembly /ˌdʒenrələ'sembli/ đại hội đồng *(Liên hiệp quốc...)*.

General Certificate of Education /ˌdʒenrəlsə,tifikətəvedis'keiʃn/ *x* GCE.

General Certificate of Secondary school /dʒenral sə,tifikət əv ,secəndri 'skuːl/ *x* GCSE.

general dealer /ˌdʒenrəl 'diːlə[r]/ *dt* người buôn bán bách hóa.

general delivery /ˌdʒenrəl di'livəri/ *(Mỹ)* *nh* poste restante.

general election /ˌdʒenrəl i'lekʃn/ cuộc tổng tuyển cử.

general headquarters /ˌdʒenrəlhed'kɔːtəz/ *(vt* GHQ) *(quân)* tổng hành dinh.

generalissimo /ˌdʒenrə'lisiməʊ/ *dt (snh generalissimos)* tổng tư lệnh.

generality /ˌdʒenə'ræləti/ *dt* **1.** cái chung chung: *unfortunately the treaty is full of generalities, and fails to get down to specifics* thật không may là hiệp ước đầy những cái chung chung mà không nêu những điều cụ thể **2.** **the generality** *(dgt snh)* đa số, phần lớn: *the generality of Swedes are blond* phần lớn người Thụy Điển đều có tóc hoe.

generalization, generalisation /ˌdʒenrəlai'zeiʃn, *(Mỹ* ˌdʒenrəli'zeiʃn)/ *dt* **1.** sự khái quát hóa **2.** điều khái quát.

generalize, generalise /'dʒenrəlaiz/ **1.** khái quát hóa: *you cannot generalize about the effects of the drug from one or two cases* anh không thể khái quát hóa tác dụng của thuốc đó chỉ từ một hay hai trường hợp **2.** nói chung chung: *perhaps you oughtn't to generalize about that* có lẽ anh không nên nói chung chung về vấn đề đó.

generalized, generalised /dʒenrəlaizd/ *tt* **1.** phổ biến: *use of this drug is now fairly generalized* việc dùng thứ thuốc này bây giờ đã khá phổ biến **2.** chung chung: *a sort of generalized malaise* một thứ khó chịu chung chung.

generally /dʒenrəli/ *pht* **1.** nói chung, đại thể: *generally speaking* nói chung **2.** thường, theo thường lệ: *I generally get up early* tôi thường dậy sớm.

General Post Office /dʒenrəl 'pəʊstɒfis/ (*vt* **GPO**) tổng cục bưu điện (*trước đây ở Anh, nay là* the Post Office).

general practice /dʒenrəl 'præktis/ việc chữa trị đa khoa.

general practitioner /dʒenrəl prak'tiʃənə[r]/ (*vt* **GP**) bác sĩ đa khoa.

general-purpose /dʒenrəl 'pɜːpəs/ *tt* (*thngữ*) đa năng: *a general-purpose vehicle* chiếc xe đa năng.

generalship /dʒenrəlʃip/ *dt* tài thao lược.

general staff /dʒenrəl'staːf/ bộ tổng tham mưu.

general strike /dʒenrəl 'straik/ cuộc tổng đình công.

generate /dʒenereit/ *dgt* tạo ra, phát ra: *generate heat* tạo nhiệt; *hatred generated by racial prejudices* hận thù này sinh do thành kiến chủng tộc.

generation /dʒenə'reiʃn/ *dt* **1.** sự tạo ra, sự phát ra: *the generation of heat by friction* sự tạo ra nhiệt bằng ma sát **2.** thế hệ, đời: *experience handed down from generation to generation* kinh nghiệm được truyền từ thế hệ này sang thế hệ

khác; *third-generation robot* người máy đời ba **3.** (*sinh*) sự sinh sản.

generation gap /dʒenə- 'reiʃngep/ khoảng cách thế hệ (*khiến người già người trẻ khó hiểu nhau*).

generative /dʒenərətiv/ *tt* **1.** có khả năng tạo ra, có khả năng phát ra: *generative processes* các quá trình phát sinh **2.** sản sinh: *a generative grammar* ngữ pháp tạo sinh **3.** (*sinh*) sinh sản: *generative organs* cơ quan sinh sản.

generator /dʒenə'reitə[r]/ *dt* (*Anh*) (*Mỹ* **dynamo**) **1.** máy phát điện **2.** máy phát (*hơi nước, khí...*) **3.** người tạo ra, người sinh ra: *a generator of new ideas* người khai sinh ra những tư tưởng mới.

generic /dʒi'nerik/ *tt* chung (*cho toàn nhóm, cho cả loại*): *the generic term for wine, spirits and beer is alcoholic beverages* thuật ngữ chung cho rượu vang, rượu trắng và bia là thức uống có rượu.

generically /dʒi'nerikli/ *pht* [một cách] chung (*cho toàn nhóm, cho cả loại*).

generosity /dʒenə'rɒsəti/ *tt* **1.** tính rộng rãi, tính hào phóng; hành động rộng rãi, hành động hào phóng **2.** tính rộng lượng, tính khoan hồng; hành động rộng lượng, hành động khoan hồng.

generous /dʒenərəs/ *tt* **1.** rộng rãi, hào phóng: *generous with one's money* hào phóng về tiền bạc **2.** rộng lượng, khoan hồng: *a generous and forgiving nature* tính rộng lượng và khoan dung.

generously /dʒenərəsli/ *pht* **1.** [một cách] rộng rãi, [một cách hào phóng **2.** [một cách] rộng lượng, [một cách] khoan hồng.

genesis /dʒenəsis/ *dt* (*snh* **geneses** /dʒenəsiːz/) **1.** căn nguyên, nguồn gốc: *the genesis of civilization* nguồn gốc của nền văn minh **2. Genesis** (*tôn*) cuốn Sáng thế (*trong bộ kinh Cựu ước*).

genetic /dʒi'netik/ *tt* (*sinh*) [thuộc] gen; [thuộc] di truyền học: *genetic information* thông tin di truyền học.

genetically /dʒi'netikli/ *pht* về mặt di truyền học.

genetic code /dʒi,netik 'kəʊd/ (*sinh*) mã di truyền.

genetic engineering /dʒi- ,netik endʒi'niəriŋ/ kỹ thuật di truyền.

geneticist /dʒi'netisist/ *dt* nhà di truyền học.

genetics /dʒi'netiks/ *dt* (*dgt số ít*) (*sinh*) di truyền học.

genial /dʒiːniəl/ *tt* **1.** tốt bụng, vui tính, chan hòa **2.** ôn hòa, ấm áp (*khí hậu*).

geniality /dʒiːni'æləti/ *dt* **1.** tính tốt bụng, tính vui vẻ, tính chan hòa; hành động tốt bụng **2.** tính ôn hòa (*khí hậu*).

genially /dʒiːniəli/ *pht* **1.** [một cách] tốt bụng, [một cách] chan hòa **2.** [một cách] ôn hòa ấm áp (*nói về khí hậu*).

genie /dʒiːni/ *dt* (*snh* **genies** hoặc **genii** /dʒiːniaɪ/) thần (*trong các truyện A-rập*).

genital /dʒenitl/ *tt* [thuộc] sinh dục: *genital herpes* mụn rộp sinh dục.

genitals /dʒenitlz/ *dt snh* (*cg* **genitalia** /dʒeni'teliə/) cơ quan sinh dục ngoài.

genitive[1] /dʒenətiv/ *dt* (*ngôn*) thuộc cách.

genitive[2] /dʒenətiv/ *tt* (*ngôn*) [thuộc] thuộc cách: *the genitive case* thuộc cách.

genius /dʒiːniəs/ *dt* (*snh* **geniuses**) **1.** thiên tài; bậc thiên tài: *a man of genius* một người thiên tài; *Einstein was a mathematical genius* Einstein là một bậc thiên tài về toán học **2.** thiên tư: *have a genius for mathematics* có thiên tư về toán học **3.** thần hộ mệnh **4.** tinh thần, cái thần: *the genius of English language* cái thần của tiếng Anh; *the genius of the age* tinh thần thời đại. // *one's good (evil) genius* thần thiện; thần ác *(coi như có ảnh hưởng lớn đối với ai về mặt thiện, mặt ác).*

genocide /'dʒenəsaid/ *dt* tội diệt chủng.

genre /'ʒɑ:nrə/ *dt* thể loại: *the novel and short history are different genres* tiểu thuyết và truyện ngắn là hai thể loại khác nhau.

genre-painting /'ʒɑ:nrə,peintiŋ/ *dt* phong cách tranh sinh hoạt.

gent /dʒent/ *dt* **1.** *(kng hoặc dùa)* ông: ngài: *this way please, gents!* xin mời các ngài theo lối này **2.** *gents (snh) (đề trong các cửa hiệu)* đàn ông: *a gents hairdresser* người cắt tóc nam **3. a (the) Gents** *(dgt thường số ít) (Anh, kng)* nhà vệ sinh nam: *where's the Gents?* nhà vệ sinh nam ở đâu?

genteel /dʒenti:l/ *tt* **1.** lịch sự [một cách] kiểu cách: *she is too genteel for words* bà ta ăn nói lịch sự kiểu cách **2.** *(cũ)* thuộc tầng lớp thượng lưu: *living in genteel poverty* sống trong cảnh nghèo mà vẫn có giữ nét thượng lưu, sống trong cảnh nghèo mà cố giữ lấy lễ.

genteelly /dʒen'ti:lli/ *pht* **1.** một cách lịch sự kiểu cách **2.** [một cách] cố giữ vẻ thượng lưu.

gentian /'dʒenʃn/ *dt (thực)* cây long đởm.

gentian violet /,dʒenʃn'vaiələt/ *(y)* tím long đởm, tím gentian *(dùng chữa vết bỏng).*

gentile¹ /'dʒen'tail/ *dt* người không phải là Do Thái.

gentile² /'dʒen'tail/ *tt* không phải là Do Thái *(người).*

gentility /dʒen'tiləti/ *dt* dáng vẻ lịch sự kiểu cách, dáng vẻ thượng lưu.

gentle /'dʒentl/ *tt* **(-r; -st) 1.** hiền lành, hòa nhã, dịu dàng: *a gentle person* người hiền lành; *a gentle voice* giọng nói dịu dàng; *a gentle manner* thái độ hòa nhã; *the gentle sex* phái yếu **2.** ôn hòa, mát mẻ *(khí hậu, thời tiết)* **3.** thoai thoải: *a gentle slope* dốc thoai thoải **4.** [thuộc] gia đình quyền quý: *Of gentle birth* thuộc dòng dõi quyền quý.

gentlefolk /'dʒentlfəuk/ *dt (dgt số nhiều)* người thuộc dòng dõi cao quý.

gentleman /'dʒentlmən/ *dt (snh* gentlemen /'dʒentlmən/) **1.** người thanh lịch, người hào hoa phong nhã: *thank you, you are a real gentleman* cảm ơn ông, ông thật là một người thanh lịch **2.** **gentlemen** *(snh) (dùng để xưng hô)* quý ông, quý ngài: *ladies and gentlemen* thưa quý bà quý ông **3.** người đàn ông, ông *(nói một cách lịch sự)*: *there's a gentleman at the door* có một ông ở ngoài cửa **4.** *(cô)* người quý tộc: *a country gentleman* người quý tộc ở nông thôn.

gentleman-at-arms /,dʒentlmənət'ɑ:m/ *dt* quan ngự lâm.

gentlemanly /'dʒentlmənli/ *tt* thanh lịch, hào hoa phong nhã: *gentlemanly behaviour* cách ứng xử thanh lịch.

a gentleman's agreement /,dʒentlmən ə'gri:mənt/ lời cam kết quân tử.

gentleness /'dʒentlnis/ *dt* **1.** sự hiền lành; sự hòa nhã, sự dịu dàng **2.** sự ôn hòa, sự mát mẻ **3.** sự thoải mái *(suờn dốc...).*

gentlewoman /'dʒentlwumən/ *dt (snh* **gentlewomen** /'dʒentlwimin/) *(có)* bà; phu nhân.

gently /'dʒentli/ *pht* **1.** [một cách] hiền lành, [một cách] hòa nhã, [một cách] dịu dàng **2.** [một cách] ôn hòa, [một cách] mát mẻ **3.** [một cách] thoải thoải. // **easy (gently) does it** x *easy².*

gentrify /'dʒentrifai/ *dgt* **(gentrified)** *(kng)* sửa sang *(nhà cửa...)* cho hợp với cư dân trung lưu.

gentry /'dʒentri/ *dt (thường* **the gentry)** tầng lớp quý tộc nhỏ.

genuflect /'dʒenju:flekt/ *dgt* quỳ gối *(đề lễ).*

genuflexion /,dʒenju:'flekʃn/ *dt* sự quỳ gối *(đề lễ).*

genuine /'dʒenjuin/ *tt* **1.** thật *(không phải giả)*, đích thực: *a genuine Ruybens* một bức tranh đích thực là của Ruybens; *a genuine pearl* một viên ngọc trai thật **2.** *(bóng)* thành thật, chân thật: *she's a very genuine person* chị ta là một người rất chân thật.

genuinely /'dʒenjuinli/ *pht* [một cách] thành thật, [một cách] chân thật: *genuinely sorry* lấy làm tiếc một cách chân thật.

genuineness /'dʒenjuinnis/ *dt* tính thành thật, tính chân thật.

genus /'dʒi:nəs/ *dt (snh* **genera)** **1.** *(sinh)* chi **2.** *(kng)* loại.

geo- *(dạng kết hợp)* trái đất, địa: *geography* địa lý; *geology* địa chất học; địa chất.

geocentric /ˌdʒiːəʊ'sentrik/ *tt* **1.** với trái đất là trung tâm **2.** [thuộc] tâm địa cầu.

geographer /dʒi'ɒɡrəfə[r]/ *dt* nhà địa lý.

geographical /ˌdʒiə'ɡræfikl/ *tt* [thuộc] địa lý: *a geographical map* bản đồ địa lý.

geographically /ˌdʒiə'ɡræfikli/ *pht* [về mặt] địa lý.

geography /dʒi'ɒɡrəfi/ *dt* **1.** địa lý học: *a geography book* một cuốn sách về địa lý học **2.** địa lý, cách bố trí *(một nơi nào đó)*: *getting to know the geography of a kitchen* tìm hiểu cách bố trí một căn nhà bếp.

geological /ˌdʒiə'lɒdʒikl/ *tt* [thuộc] địa chất: *a geological formation* thành hệ địa chất.

geologically /ˌdʒiə'lɒdʒikli/ *pht* về mặt địa chất.

geologist /dʒi'ɒlədʒist/ *dt* nhà địa chất.

geology /dʒi'ɒlədʒi/ *dt* địa chất học; địa chất.

geometric /ˌdʒiə'metrik/ *tt* *(cg* **geometrical)** [thuộc] hình học.

geometrically /ˌdʒiə'metrikli/ *pht* [về mặt] hình học.

geometric progression /ˌdʒiə'metrik prə,ɡreʃn/ *(toán)* cấp số nhân.

geometry /dʒi'ɒmətri/ *dt* *(toán)* hình học.

geophysical /ˌdʒiːəʊ'fizikl/ *tt* [thuộc] địa vật lý học; [thuộc] địa vật lý.

geophysicist /ˌdʒiːəʊ'fizəsist/ *dt* nhà địa vật lý.

geophysics /ˌdʒiːəʊ'fiziks/ *dt* *(dgt số ít)* địa vật lý.

geopolitical /ˌdʒiːəʊpə'litikl/ *tt* [thuộc] địa chính trị, [thuộc] địa lý chính trị.

geopolitics /ˌdʒiːəʊ'pɒlətiks/ *(dgt số ít)* địa chính trị, địa lý chính trị.

George /dʒɔːdʒ/ *dt* **by George** *(Anh, cũ) (dùng như một thán từ)* ái chà! chà chà!.

George Cross /ˌdʒɔːdʒ 'krɒs/, **George Medal** /ˌdʒɔːdʒ'medl/ *(Anh)* huân chương thánh George *(thường chủ yếu cho thường dân dũng cảm).*

georgette /dʒɔː'dʒet/ *dt* vải kếp.

Georgian /'dʒɔːdʒən/ *tt* *(Anh)* [thuộc] thời các vua George *(từ George I đến George IV, 1714-1830)*: *George furniture* đồ đạc kiểu thời các vua George.

geranium /dʒə'reiniəm/ *dt* *(thực)* cây mỏ hạc.

geriatric /ˌdʒeri'ætrik/ *tt* [thuộc] lão bệnh học: *the geriatric ward of a hospital* khu lão bệnh học của một bệnh viện.

geriatrician /ˌdʒeriə'triʃn/ *dt* bác sĩ lão bệnh học.

geriatrics /ˌdʒeri'ætriks/ *dt* *(dgt số ít)* *(y)* lão bệnh học.

germ /dʒəːm/ *dt* **1.** mầm, mống **2.** mầm bệnh, vi trùng **3.** *(bóng)* mầm mống: *the germ of an idea* mầm mống của một ý tưởng.

German[1] /'dʒɜːmən/ *tt* [thuộc] Đức: *German traditions* truyền thống Đức; *German grammar* ngữ pháp tiếng Đức.

German[2] /dʒɜːmən/ *dt* **1.** người Đức **2.** tiếng Đức.

germane /dʒɜː'mein/ *tt* thích hợp; phù hợp: *remarks that are germane to the discussion* những nhận xét phù hợp với cuộc thảo luận.

Germanic /dʒə'mænik/ *tt* [có tính cách] Đức: *Germanic features* những nét mang tính cách Đức; *the Germanic languages* nhóm ngôn ngữ Đức: *(gồm tiếng Đức, tiếng Hà Lan, tiếng Anh...).*

German measles /ˌdʒɜːmən 'miːzlz/ *(y)* bệnh rubêon.

German shepherd /ˌdʒɜːmən'ʃepəd/ *dt (Mỹ) nh* Alsatian.

germicidal /ˌdʒɜːmi'saidl/ *tt* sát trùng, diệt khuẩn.

germicide /'dʒɜːmisaid/ *dt* chất sát trùng, chất diệt khuẩn.

germinal /'dʒɜːminl/ *tt* ở thời kỳ phôi thai: *in a germinal form* dưới dạng phôi thai.

germinate /'dʒɜːmineit/ *dgt* [làm cho] nảy mầm: *heat and moisture will germinate the seed* nhiệt và độ ẩm sẽ làm cho hạt nảy mầm; *I don't know how the idea first germinate in my mind* *(bóng)* tôi không biết ý tưởng đó đã nảy sinh trong đầu óc tôi như thế nào.

germination /ˌdʒɜːmi'neiʃn/ *dt* sự nảy mầm.

germ warfare /ˌdʒɜːm'wɜːfeə[r]/ *dt nh* biological warfare.

gerontology /ˌdʒerɒn'tɒlədʒi/ *dt* *(y)* lão khoa.

gerrymander[1] /ˌdʒeri'mændə[r]/ *dgt (chính, xấu)* sắp xếp gian lận các khu vực bầu cử *(để được thắng cử).*

gerrymander[2] /ˌdʒeri'mændə[r]/ *dt (chính, xấu)* việc sắp xếp gian lận các khu vực bầu cử.

gerrymandering /ˌdʒeri'mændəriŋ/ *dt (chính, xấu)* sự sắp xếp gian lận các khu vực bầu cử.

gerund /'dʒerənd/ *dt (ngôn)* *(cg* **verbal noun)** động danh từ.

Gestapo /ɡe'staːpəʊ/ *dt* **the Gestapo** cơ quan mật vụ thời Đức quốc xã.

G

gestation /dʒe'steiʃn/ *dt* **1.** sự thai nghén; thời kỳ thai nghén **2.** *(bóng)* sự ấp ủ, sự thai nghén *(một ý tưởng...)*.

gesticulate /dʒe'stikjʊleit/ *đgt* khoa tay *(khi nói)*: he was wildly gesticulating at me, but I could not understand what he was trying to tell me anh ta khoa tay rối rít với tôi nhưng tôi không hiểu anh ta muốn nói gì với tôi.

gesticulation /dʒe,stikjʊ'leiʃn/ *dt* **1.** sự khoa tay **2.** động tác khoa tay: angry gesticulations động tác khoa tay giận dữ.

gesture¹ /'dʒestʃə[r]/ *dt* **1.** sự ra hiệu *(bằng tay, bằng đầu)*: communicating by gesture trao đổi với nhau bằng ra hiệu **2.** cử chỉ tỏ tình thân thiện: the invitation was meant as a friendly gesture sự mời này có nghĩa như là một cử chỉ thân thiện.

gesture² /'dʒestʃə[r]/ *đgt* diễn tả bằng điệu bộ, ra hiệu: gesture with one's hands làm điệu bộ bằng tay; she gestured her disapproval chị ta có những điệu bộ tỏ ra không tán thành; he gestured to them to keep quiet ông ta ra hiệu bảo họ im lặng.

get /get/ *đgt* **(got, (Mỹ) gotten)** **1.** nhận được, được: I got a letter from my sister this morning sáng nay tôi đã nhận được thư của chị tôi; he gets £25.000 a year anh ta kiếm được 25.000 bảng mỗi năm; school teachers get long holidays giáo viên có thời gian nghỉ dài; I got the impression that he was bored with his job tôi có cảm tưởng là anh ta chán công việc của mình **2.** lấy được, có được: did you manage to get tickets for the concert? anh đã tìm cách để có được vé đi dự buổi hòa nhạc chưa?; Johnson got the gold medal in the 100 metres Johnson đã đoạt huy chương vàng trong môn chạy 100 mét **3.** đi lấy, đến lấy; đi đón: go and get a dictionary and we'll look the word up đi lấy một cuốn từ điển và chúng ta sẽ tra từ đó; I have to go and get my mother from the station tôi phải đi đón mẹ tôi ở nhà ga về; can I get you a drink (get a drink for you)? tôi đi lấy chút gì anh uống được không? **4.** *(không dùng ở thể bị động)* bán được *(bao nhiêu tiền đấy)*: how much did you get for your old car? anh bán chiếc xe cũ được bao nhiêu thế? **5.** *(không dùng ở thể bị động)* nhận, lĩnh *(hình phạt)*: he gets ten years for armed robbery nó lĩnh án mười năm tù về tội cướp có vũ khí **6.** *(không dùng ở thể bị động)* có thể bắt được sóng *(phát thanh, truyền hình)*: we can't get Channel 4 on our television chúng tôi không thể bắt được kênh 4 trên máy truyền hình của chúng tôi **7.** liên lạc qua điện thoại: I wanted to speak to the manager but I got his secretary instead tôi cần nói chuyện với ông giám đốc nhưng thay vì thế chỉ gặp cô thư ký của ông ta **8.** *(không dùng ở thể bị động)* mua, đều đặn mua: do you get "The Times" or the "Guardian"? anh mua báo "The times" hay báo "Guardian" thế? **9.** *(không dùng ở thể bị động)* bị nhiễm, bị mắc phải *(bệnh)*: get flu bị cúm **10.** *(không dùng ở thể bị động)* đạt được *(điểm, số hạng trong kỳ thi...)*: she got the first in English at Oxford cô ta đạt hạng nhất về tiếng Anh ở đại học Oxford **11.** trở nên: get thinner trở nên gầy hơn; she's getting better cô ta đã [trở nên] khá hơn *(sau cơn bệnh)*; you'll soon get used to the climate here anh sẽ sớm [trở nên] quen với khí hậu ở đây **12.** làm cho mình ở vào hoàn cảnh, tình trạng nào đó: get dressed mặc quần áo; they plan to get married in the summer họ dự định sẽ cưới nhau vào mùa hạ **13.** được, bị *(dùng thay cho to be = tạo thành một cấu trúc bị động)*: do you think the Tories will get re-elected anh có nghĩ là đảng Bảo thủ sẽ lại đắc cử không? **14.** làm cho; khiến cho: don't get your new trousers dirty! đừng làm bẩn chiếc quần mới của con nhé; don't let the incident get you upset đừng để cho sự cố đó làm [cho] anh thất vọng; he got his wrist broken anh ta đã bị gãy cổ tay; she got her fingers caught in the door chị ta bị kẹt ngón tay vào cánh cửa; can you really get that old car going again? anh thật sự có thể làm cho chiếc xe cũ này chạy lại được sao?; you will never get him to understand anh sẽ không bao giờ làm cho nó hiểu được đâu **15.** bắt đầu; đến lúc *(làm gì)*: we got chatting and discovered we'd been at college together chúng tôi bắt đầu tán gẫu và phát hiện ra là chúng tôi đã học cùng một trường đại học; his drinking is getting to be a problem việc rượu chè của ông ta đang đến lúc trở thành vấn đề **16.** *(đặc biệt Mỹ)* được dịp, có dịp *(làm gì)*: did you get to see Louvre while you were *in Paris?* khi ở Pa-ri anh có dịp nào đi thăm điện Louvre không? **17.** di chuyển tới; làm cho di chuyển tới; đến, tới: *the general had to get his troops across the river* vị tướng phải chuyển quân của ông qua sông; *he got into the car* ông ta bước vào xe; *I'm getting off at the next station* tôi sẽ xuống ga sau; *we got to London at 7 o'clock* chúng tôi đã tới Luân Đôn lúc 7 giờ; *you got in (home) very late last night* đêm qua anh về nhà rất khuya **18.** *(không dùng ở thể bị động)* đi bằng *(phương tiện gì đó):* how do you come to work?" "I usually get the bus" *"anh đi làm bằng phương tiện gì?" "tôi thường đi xe buýt"* **19. get something for oneself (somebody)** chuẩn bị *(bữa ăn):* I have to go home and get the children their supper (get supper for the children) *tôi phải về để chuẩn bị bữa ăn tối cho tụi trẻ* **20.** bắt, tóm, nắm: *he was on the run for a week before the police got him* nó đã trốn một tuần lễ trước khi bị cảnh sát bắt; *get somebody by the arm* nắm bắt cánh tay ai **21.** đánh, làm bị thương *(ai);* ám hại, giết chết: *he thinks the Mafia are out to get him* nó nghĩ rằng bọn Mafia đang đi tìm giết nó; *the bullet got him in the neck* viên đạn đã làm ông ta bị thương ở cổ **22.** hiểu được; nghe được: *I don't get it; why would she do a thing like that?* tôi không hiểu sao nàng lại làm một điều như thế; *I didn't quite get what you said* tôi không nghe hết được những gì anh nói **23.** *(thường ở thể bị động) (kng)* làm bối rối, làm lúng túng: *I have got you there?* thế là

tôi đã làm cho anh bối rối lúng túng rồi nhé! **24.** làm bực tức: *it really gets me when she starts bossing people around* tôi thực sự bực mình khi bà ta bắt đầu lên giọng bà chủ với mọi người xung quanh. // **be getting on** a/ già đi: *grandmamma's getting on a bit and doesn't go out as much as she used to* bà đã già đi một ít và không đi ra ngoài nhiều như trước nữa b/ trễ, muộn: *the time's getting on; we ought to be going* đã muộn rồi chúng ta phải đi thôi; **be getting on for** gần, xấp xỉ *(tuổi nào đó, con số nào đó...):* he must be getting on for eighty *ông ta chắc xấp xỉ tám mươi;* **somebody can't (couldn't) get over something** *(kng)* ai đang (đã) sững sốt (ngạc nhiên) vì điều gì: *I can't get over how rude he was* tôi ngạc nhiên về thái độ thô lỗ đến thế của anh ta; **get along (away: on) [with you]** *(kng) (dùng tỏ sự ngạc nhiên, sự không tin vào điều gì)* thôi đi, đâu thế được: *"how old are you?" "I'm forty" "get along with you! you don't look a day over thirty five"* "anh bao nhiêu tuổi nhỉ?" "bốn mươi" "thôi đi anh khó mà hơn 35 lấy một ngày"; **get away from it all** *(kng)* đi nghỉ vài ngày *(ở một nơi xa nơi mình ở);* **get [somebody] anywhere (somewhere; nowhere)** *(kng)* khiến cho ai hoàn thành (không hoàn thành) cái gì; làm cho ai tiến bộ (không tiến bộ): *are you getting anywhere with your investigations?* công việc điều tra của anh có tiến triển chút nào không?; **get there** đạt mục đích; hoàn thành nhiệm vụ *(nhờ kiên nhẫn chịu khó):* writing a dictionary is a

long and difficult business but we are getting there soạn một cuốn từ điển là một công việc khó khăn và dài ngày, nhưng chúng tôi đã hoàn thành xong; **how selfish (stupid; ungrateful...) can you get** *(kng) (tỏ sự ngạc nhiên, sự không tin)* sao mà ích kỷ (ngốc nghếch; bạc nghĩa...) đến thế: *he wouldn't even lend me ten pence; how mean can you get?* thậm chí mười xu nó cũng không cho tôi mượn, sao mà bần tiện đến thế nhỉ?; **there's no getting away from something; one can't get away from something** phải chấp nhận sự thật *(thường là khó chịu)* là: *there's no getting away from the fact that the country's economy is suffering* phải chấp nhận sự thật là nền kinh tế của đất nước đang gặp khó khăn.

get about *(cg get around)* đi, đi lại: *he's getting about again after his accident* anh ta đã lại đi được sau vụ tai nạn; **get about (around; round)** lan truyền *(tin tức, tin đồn):* the news of her resignation soon got about *tin bà ta từ chức chẳng mấy chốc mà lan truyền khắp nơi;* **get above oneself** tự cao tự đại: *she's been getting a bit above herself since winning her award* cô ấy tỏ ra phần nào tự cao tự đại từ ngày đoạt được giải thưởng; **get [something] across [to somebody]** [làm cho] được hiểu rõ: *your meaning didn't really get across* ý của anh chưa thực sự được hiểu rõ; *he's not very good at getting his ideas across* anh ta không có tài trong việc diễn đạt ý tưởng của mình cho người ta hiểu rõ; **get ahead [of somebody]** tiến vượt qua *(ai):* by doing extra homework, he *soon got ahead of his class-mates* làm thêm bài tập ở nhà, không mấy chốc nó đã tiến vượt các bạn cùng lớp; **get along** a/ *(thường ở thì tiếp diễn)* rời khỏi, đi khỏi: *it's time we were getting along* đã đến lúc chúng ta phải đi thôi b/ *nh* get on (a) c/ *nh* get on (b); **get along with somebody; get along [together]** thân thiện, ăn ý: *do you get along with your boss?; do you and your boss get along?* anh và ông xếp của anh có ăn ý với nhau không?; **get along with something** *nh* get on with something; **get around** a/ *nh* get about b/ *nh* get about (around; round); **get around somebody** *nh* get round somebody; **get around something** *nh* get round something; **get around to something (doing something)** *nh* get round to something (doing something); **get at somebody** (*kng*) a/ *(thường ở thì tiếp diễn)* chê trách liên tiếp, rầy la: *he's always getting at his wife* hắn luôn luôn rầy la vợ hắn; *she feels she's being got at* chị ta cảm thấy đang bị chê trách b/ tác động đến ai (*nhiều khi một cách không đúng đắn hoặc không hợp pháp): one of the witnesses had been got at* một trong các nhân chứng đã bị mua chuộc; **get at somebody (something)** đến được với, tiếp xúc với: *the files are locked up and I can't get at them* giấy tờ đã bỏ vào tủ khóa lại, nên tôi không thể xem được; **get at something** a/ biết được, khám phá ra: *the truth is sometimes difficult to get at* đôi khi sự thực cũng khó mà biết được b/ (*kng) (chỉ ở thì tiếp diễn, đôi khi dưới dạng câu hỏi)* ngụ ý, ám chỉ: *What exactly are you getting at?* chính xác ra thì

anh muốn nói gì?; **get away** đi nghỉ: *we're hoping to get away a few days at Easter* chúng tôi hy vọng đi nghỉ vài ngày vào dịp lễ Phục sinh; **get away [from...]** rời khỏi, đi khỏi: *I won't be able to get away from the office before 7* tôi không thể rời khỏi cơ quan trước 7 giờ; **get away from somebody** trốn thoát khỏi tay ai: *two of the prisoners got away from their captors* hai tên trong số tù nhân đã trốn thoát khỏi tay những kẻ bắt giam chúng; **get away with something** a/ cuỗm đi: *thieves raided the bank and got away with a lot of money* kẻ trộm đã đột nhập vào ngân hàng và cuỗm đi rất nhiều tiền b/ nhận lĩnh (*hình phạt...): for such a serious offence, he was lucky to get away with a fine* với tội nghiêm trọng như thế, nó may mắn mà chỉ bị phạt một số tiền c/ (*cg* **get away with doing something**) (*kng*) không bị trừng phạt (*vì tội gì đấy): if you cheat in exam you'll never get away with it* gian lận trong kỳ thi anh không bao giờ khỏi phải trừng phạt; **get back** trở về, về nhà: *what time did you get back last night?* đêm qua anh về nhà lúc mấy giờ; **get something back** nhận lại, trả lại: *she's got her old job back* bà ta lại trở lại công việc cũ; *I never lend books; you never get them back* tôi không bao giờ cho mượn sách, các anh chẳng bao giờ trả lại sách mượn cả; **get back [in]** trở lại nắm quyền (*nói về đảng chính trị);* **get back at somebody** trả thù: *I'll find a way of getting back at him* tôi sẽ tìm cách trả thù hắn; **get back to some-body** trả lời lại (*bằng lời*

nói hoặc bằng thư): *I hope to get back to you on that question by next week* tôi hy vọng sẽ trả lời lại ông về vấn đề đó vào tuần sau; **get back to something** trở lại: *get back to a problem* trở lại một vấn đề; **get behind [with something]** chậm trễ: *I'm getting behind [with my work]* tôi chậm trễ trong công việc; *he got behind with his payments for the car* ông ta chậm [trễ trong việc] thanh toán tiền mua xe; **get by** được đánh giá là hay; được chấp nhận: *your work will get by, but try to improve it* công việc của anh sẽ được chấp nhận, nhưng hãy cố cải tiến thêm nữa; **get by [on something]** xoay sở (*để sống): how does she get by on such a small salary?* làm sao mà chị ta xoay xở để sống với đồng lương ít ỏi như thế?; **get down** rời khỏi bàn ăn sau khi ăn xong (*nói về trẻ em);* **get somebody down** làm ai thất vọng, làm ai mất tinh thần: *don't let the incident get you down too much* đừng để sự cố đó làm anh mất tinh thần quá; **get something down** a/ nuốt một cách khó khăn: *the medicine was so horrible I could hardly get it down* thứ thuốc này kinh quá, tôi khó mà nuốt nổi b/ ghi lại, viết lại: *did you get his telephone number down?* anh có ghi lại số điện thoại của ông ta không đấy?; **get down to something (doing something)** chú tâm vào: *it's time I got down to some serious work* đã đến lúc tôi phải chú tâm vào một công việc gì nghiêm chỉnh; **get in** tới nơi, đến nơi (*tàu hỏa, hành khách...): the train got in late* tàu đến chậm; *when do you normally* get in from work? thường anh đi làm về lúc mấy giờ?; **get in; get into something** trúng cử: *the Tory candidate stands good chance of getting in* ứng cử viên đảng Bảo thủ có nhiều cơ may được trúng cử; **get [somebody] in, get [somebody] into something** trúng tuyển: *he took the entrance exam but didn't get in* nó dự thi vào nhưng không trúng tuyển; **get somebody in** gọi ai đến nhà làm việc gì: *we'll have to get a plumber in to mend that burst pipe* ta phải gọi thợ ống nước đến chữa cái ống vỡ này; **get something in** a/ thu, thu hoạch: *get the harvest in* thu hoạch mùa màng b/ mua trữ: *get coal in for winter* mua trữ than cho mùa đông c/ tìm cách (nói, làm gì): *I got in an hour's gardening between the showers* tôi đã tranh thủ làm vườn được một tiếng đồng hồ giữa hai trận mưa rào; *she talks so much that it's impossible to get a word in* bà ta nói thao thao bất tuyệt đến mức không thể xen vào một lời nào cả; **get in on something** (kng) tham gia vào, tham dự vào (một hoạt động nào đó); **get in with somebody** (kng) làm thân với ai, lấy lòng ai (với mục đích vụ lợi): *have you noticed how he's trying to get in with the boss?* anh có để ý thấy nó đang cố lấy lòng ông chủ không?; **get into somebody** (kng) tác động đến ai (về tình cảm): *I don't know what's got into him recently; he's become very bad-tempered* tôi không hiểu gần đây có gì đã tác động đến ông ta, ông ta đã trở nên rất bẩn tính; **get into something** a/ mặc (quần áo); đi (giày) (nhất là một

cách khó khăn): *I can't get into these shoes; they are too small* tôi không tài nào đi đôi giày này được, giày bé quá b/ bắt đầu vào nghề (nào đó): *get into journalism* bắt đầu vào nghề nhà báo c/ dính líu vào (việc gì), bị lôi cuốn vào: *get into a fight* bị lôi cuốn vào một cuộc đánh nhau d/ quen với: *I haven't really got into my job yet* tôi thực sự chưa quen với công việc mới của tôi e/ nhiễm (thói gì): *get into bad habits* nhiễm những thói xấu f/ (kng) thích, mê: *I'm really getting into jazz these days* dạo này tôi thực sự mê nhạc ja; **get [oneself; somebody] into something** lâm vào, rơi vào (một tình trạng nào đó); trở nên: *get into a fury* nổi cơn tam bành; *he got into trouble with the police while he was still at school* hắn đã lâm vào chuyện rắc rối với cảnh sát ngay khi còn đi học **get [somebody] off** a/ [làm cho ai] rời khỏi một nơi, [làm cho ai] khởi hành: *we got off immediately after breakfast* chúng tôi đã khởi hành ngay sau khi ăn sáng b/ [làm cho ai] ngủ: *I had great difficulty getting off to sleep last night* tối qua tôi khó khăn lắm mới ngủ được; **get off [something]** nghỉ làm việc: *I normally get off [work] at 5.30* tôi thường nghỉ làm việc lúc 5 giờ 30; **get off something** ngừng thảo luận vấn đề gì: *please can we get off the subject of dieting?* thôi ta không bàn về đề tài ăn kiêng nữa, được không?; **get something off** gửi (cái gì) đi bằng con đường bưu điện: *I must get these letters off by the first post tomorrow* tôi phải gửi mấy lá thư này qua bưu điện

theo chuyến thư đầu tiên sáng mai; **get something off [something]** lấy ra, gỡ ra: *her finger was so swollen that she couldn't get the ring off* ngón tay chị ta sưng đến nỗi chị không lấy cái nhẫn ra được; **get off [with something]** qua khỏi (tai nạn...): *she was lucky to get off with just a few bruises* cô ta may mà qua khỏi tai nạn, chỉ bị có mấy vết bầm tím thôi; **get [somebody] off [with something]** (kng) [làm cho ai] thoát khỏi hình phạt: *he gets off with a small fine* nó thoát khỏi hình phạt, chỉ phải nộp một số tiền phạt nhỏ; **get off [with somebody]; get off [together]** dan díu với ai, có quan hệ tình dục với ai: *Steve got off with Tracey; Steve and Tracey get off [together]* Steve dan díu với Tracey; Steve và Tracey dan díu với nhau; **get on** a/ (cg **get along**) (theo sau có một pht hay trong câu hỏi sau how) làm việc (làm ăn) ra sao đó; tiến tới: *our youngest son is getting on well at school* đứa con trai út của chúng ta đang học hành tiến tới; *how are you getting along these days?* dạo này anh làm ăn ra sao? b/ thành đạt: *she's ambitious and eager to get on in the world* cô ta có nhiều tham vọng và háo hức muốn thành đạt trong cuộc sống c/ (cg **get along**) xoay sở, lo liệu: *I simply can't get along without a secretary* không có thư ký thì một mình tôi không xoay xở được; **get on to somebody** a/ gọi điện, viết thư (cho ai): *if you wish to lodge a complaint, you'd better get on to the manager* nếu anh kêu ca điều gì thì tốt hơn hết là nên điện thoại hay viết thư thẳng

G

cho ông giám đốc b/ phát hiện: *he had been stealing money from the company for years before the police got on to him* nó đã ăn cắp tiền của công ty hằng mấy năm nay trước khi cảnh sát phát hiện ra nó c/ bắt đầu thảo luận *(một đề tài mới)*: *it's time we got on to the question of costs* đã đến lúc chúng ta bắt đầu thảo luận vấn đề phí tổn; **get on with somebody**; **get on [together]** thân thiện *(với ai)*, ăn ý *(với ai)*: *she's never really got on with her sister; she and her sister have never really got on* cô ta chẳng bao giờ thực sự thân thiện (hòa thuận) với chị cô cả; **get on with something** a/ (cg **get along with something)** *(thường có pht đi sau, hoặc dùng trong câu hỏi với* how) tiến tới trong công việc: *how's your son getting on with his French?* thằng con trai của anh học tiếng Pháp ra sao?; *I'm not getting on very fast with this job* tôi tiến hành công việc này không nhanh lắm b/ tiếp tục *(nhất là sau một thời gian gián đoạn)*: *be quiet and get on with your work* hãy im lặng và tiếp tục công việc đi; **get out** bị lộ ra *(bí mật...)*: *the secret got out* bí mật đã bị lộ; **get [somebody] out** bị loại ra; loại *(ai)* ra *(trong môn chơi cricket)*; **get something out** a/ sản xuất ra; xuất bản: *will we get the dictionary out by the end of the year?* liệu chúng ta có thể xuất bản cuốn từ điển ấy vào cuối năm không? b/ ấp úng nói ra: *she managed to get out a few words of thanks* bà ta ấp úng mãi mới nói ra được vài lời cảm ơn; **get out [of something]** rời khỏi *(nơi*

nào để đi thăm nơi khác...)*; đi chơi: *we love to get out into the countryside at week-ends* chúng tôi thích đi về miền quê vào những ngày nghỉ cuối tuần; **get out of something (doing something)** a/ trốn, tránh *(làm việc gì)*: *I wish I could get out of [going to] that meeting* ước gì tôi trốn được cuộc họp đó b/ bỏ *(một thói quen...)*: *smoking is a habit she can't get out of* hút thuốc lá là một thói quen chị ta không bỏ được; **get something out of somebody** moi ra, ép phun ra: *the police have got a confession out of her* cảnh sát đã ép bà ta phun ra một lời thú nhận; *just try getting money out of him* hãy thử moi tiền của nó mà xem, đừng hòng *(nó rất bủn xỉn)* **get something out of somebody (something)** thu được, giành được: *I never get much from his lectures* tôi không bao giờ tiếp thu được gì nhiều qua các bài thuyết trình của ông ta; **get over something** vượt qua, chế ngự được; khắc phục được: *she can't get over her shyness* cô ta không khắc phục nổi tính bẽn lẽn của mình; *I can't get over how much your children have grown* tôi chưa hết ngạc nhiên là các cháu nhà bà đã lớn nhanh đến thế; **get over something (somebody)** trở lại mức sức khỏe (hạnh phúc) bình thường *(sau con bệnh, sau một cú sốc về tinh thần...)*: *he never got over the shock of losing his wife* anh ta không bao giờ trở lại được tâm trạng bình thường sau cú sốc mất vợ; **get something over [to somebody]** làm rõ *(điều gì cho ai)*: *she didn't really get her meaning over to her audience* bà ta thực

sự chưa làm cho cử tọa hiểu rõ ý của mình; **get something over with** *(kng)* hoàn thành *(một việc gì khó chịu nhưng cần thiết)*: *she'll be glad to get the exam over and done with* cô ta sẽ rất vui mừng khi thi cử xong xuôi; **get round** nh get about (around; round); **get round somebody** (cg **get around somebody)** *(kng)* thuyết phục ai *(đồng ý với việc gì, đồng ý làm gì, mà trước đó đã phản đối)*: *she knows how to get round her father* cô ta biết cách thuyết phục bố cô; **get round something** (cg **get around something)** a/ giải quyết thành công, khắc phục được: *do you see a way of getting round the problem?* anh có thấy cách nào để giải quyết vấn đề ấy không? b/ né tránh, lẩn tránh: *a clever lawyer might find ways of getting round this clause* một luật sư khôn khéo có thể tìm ra cách né tránh điều khoản đó; **get round to something (doing something)** (cg **get around to something (doing something)** cố làm sau khi giải quyết xong các vấn đề khác; tranh thủ [thời gian để] làm: *I'm very busy at the moment but I hope to get round to answering your letter next week* lúc này tôi rất bận, nhưng tôi hy vọng sẽ cố tranh thủ trả lời thư anh vào tuần tới; **get through something** a/ dùng hết, tiêu thụ hết: *she gets through forty cigarettes a day* bà ta hút hết bốn mươi điếu thuốc lá mỗi ngày b/ thu xếp để làm (hoàn thành) việc gì: *I've got a lot of correspondence today* hôm nay tôi đã giải quyết xong một lô thư từ; **get [somebody] through [something]** [giúp ai] qua được *(một kỳ thi)*: *Tom* failed but his sister get through Tom trượt nhưng em gái nó qua được kỳ thi; **get (something) through (something)** [làm cho] được chấp nhận (được thông qua): *do you think the Bill will get through (Parliament)?* anh có nghĩ rằng dự luật sẽ được Nghị viện thông qua không?; **get through [to somebody]** a/ đến tay ai: *thousands of refugees will die if these supplies don't get through [to them]* hàng ngàn người tị nạn sẽ chết nếu những hàng tiếp tế này không đến tay họ b/ tiếp xúc với ai qua điện thoại: *I tried ringing you several times yesterday but I couldn't get through [to you]* hôm qua tôi đã cố gọi điện thoại cho anh nhiều lần mà không tiếp xúc được với anh; **get through [to something]** lọt vào một đợt thi đấu mới (đội bóng, cầu thủ): *Everton have got through to the final* đội Everton đã lọt vào chung kết; **get through to somebody** làm cho ai hiểu được mình: *I find her impossible to get through to* tôi thấy tôi khó mà làm cho cô ta hiểu được ý tôi; **get through with something** hoàn thành: *as soon as I get through with my work I will join you* hễ hoàn thành công việc là tôi đến gặp anh ngay; **get to doing something** bắt đầu làm gì: *he got to thinking that she perhaps wouldn't come after all* anh ta bắt đầu suy nghĩ rằng cô ta rốt cuộc sẽ không đến; **get to somebody** (kng) làm khó chịu, quấy rầy, ảnh hưởng tới (ai): *her constant nagging is beginning to get to him* chị luôn luôn mè nheo đã bắt đầu làm anh khó chịu; **get somebody (something) together** tập hợp

lại: *rebel leaders hastily tried to get an army together* các thủ lĩnh phiến quân vội vã cố tập hợp một đội quân; *could you get your things together? we're leaving in five minutes* anh có thể tập hợp đồ đạc của anh lại một nơi không? năm phút nữa chúng ta sẽ đi đấy; **get together with somebody; get together** ngồi lại với nhau, họp bàn: *the management should get together with the union* ban giám đốc cần họp bàn với công đoàn; *we must get together for a drink sometimes* thỉnh thoảng chúng ta phải ngồi lại với nhau mà uống vài chén chứ; **get up** a/ đứng dậy: *the class got up when the teacher came in* cả lớp đứng dậy khi thầy giáo bước vào b/ nổi lên (gió); dâng lên (nước biển); **get [somebody] up** thức dậy; đánh thức: *she always gets up early* cô ta bao giờ cũng [thức] dậy sớm; *could you get me up at 6.30 tomorrow* mai anh đánh thức tôi lúc 6 giờ 30 nhé; **get oneself (somebody) up** (thường ở thể bị động) phục sức cho: *she was got up as an Indian princess* nàng phục sức như một công chúa Ấn Độ; **get something up** a/ sắp xếp, tổ chức: *we are getting up a party for her birthday* chúng tôi đang tổ chức một bữa tiệc mừng sinh nhật cô ta b/ học: *she's busy getting up the American constitution for tomorrow's exam* cô ta đang bận học bản hiến pháp Mỹ cho bài thi ngày mai; **get up to something** a/ đến (một điểm nào đó): *we got up to page 72 last lesson* bài trước chúng ta đã học đến trang 72 b/ đưa ra, giở ra (những cái thường là không hay): *what on earth*

will he get up next? không biết rồi nó lại sắp giở trò quỷ quái gì ra đây?

get-at-able /ˌgetˈætəbl/ tt (kng) có thể đạt tới được, có thể tới được.

getaway /ˈgetəweɪ/ dt sự chạy trốn, sự bỏ trốn (sau khi phạm tội...).

get-out clause /ˈgetaʊtklɔːz/ nh escape clause.

get-together /ˈgettəˌgəðə[r]/ dt cuộc họp mặt: *we're having a little get-together to celebrate David's promotion* chúng tôi có một cuộc họp mặt nhỏ để mừng David được thăng chức.

getup /ˈgettʌp/ dt (kng) quần áo (đặc biệt là thứ không thường thấy): *he looked absurd in that getup* mặc bộ quần áo ấy nó trông thật lố bịch.

get-up-and-go /ˌgetʌpənd-ˈgəʊ/ dt (kng) tính năng nổ: *she's got lots of get-up-and-go* cô ta rất năng nổ.

geum /dʒiːəm/ dt (thực) cây thủy dương mai.

geyser /ˈgiːzə[r], (Mỹ ˈgaɪzər)/ **1.** (địa) mạch nước phun **2.** thùng đun nước nóng (đun bằng ga).

ghastliness /ˈgɑːstlɪnɪs/ dt **1.** sự rùng rợn **2.** sự kinh tởm **3.** sự khó chịu trong người **4.** sự tái mét, sự nhợt nhạt.

ghastly /ˈgɑːstlɪ, (Mỹ ˈgæstlɪ)/ tt (-ier; -iest) **1.** rùng rợn: *a gastly accident* một tai nạn rùng rợn **2.** (kng) kinh tởm: *a ghastly error* một sai lầm kinh tởm **3.** khó chịu trong người: *I feel ghastly, I shouldn't have drunk so much* tôi thấy khó chịu trong người, lẽ ra tôi không nên uống nhiều rượu như thế **4.** tái mét, nhợt nhạt: *she had a ghastly pallor* cô ta xanh xao nhợt nhạt.

ghat (cg **ghaut**) /gɑ:t/ dt **1.** bến nước (ở bờ sông hồ, có bậc đi xuống) **2.** (thường snh) (cg **burning ghat**) bãi hỏa thiêu (Ấn Độ) **3.** hẻm núi, đèo (Ấn Độ).

ghee /gi:/ dt bơ lỏng (dùng nấu ăn ở Ấn Độ).

gherkin /'gɜ:kin/ dt dưa chuột ri (quả nhỏ và xanh, dùng ngâm giấm).

ghetto /'getəʊ/ dt (snh **ghettos**) **1.** khu Do Thái (ở một số nước trước đây) **2.** (thường xấu) khu dân nghèo, khu ổ chuột.

ghettoization, ghettoisation /ˌgetəʊaiˈzeiʃn, (Mỹ getəʊiˈzeiʃn)/ dt sự tách biệt ra.

ghettoize, ghettoise /'getəʊaize/ dgt (xấu) tách biệt ra.

ghetto blaster /'getəʊblɑː-stə[r]/ máy ghi âm từ tính xách tay.

ghost¹ /gəʊst/ dt **1.** ma, hồn ma: *I don't believe in ghosts* tôi không tin là có ma **2.** (số ít) **ghost of something** nét thoáng (của cái gì); một chút (cái gì): *put on a ghost of a smile* thoáng mỉm cười; *not a ghost of a doubt* không một chút nghi ngờ **3.** hình chồng (trên màn truyền hình). // **give up the ghost** a/ hồn lìa khỏi xác, chết b/ không chạy được nữa: *the car seems to have given up the ghost* chiếc xe dường như không chạy được nữa; **lay a ghost** a/ trừ ma b/ (kng) gỡ lại: *her gold medal victory laid the ghost of her shock defeat in the European Championships* chiến thắng giành huy chương vàng của chị đã gỡ lại trận thua choáng váng ở giải vô địch Âu Châu.

ghost² /gəʊst/ dgt viết thuê: *he ghosts for a number of sports personalities who* "write" *newspaper columns* anh ta viết thuê cho một số nhân vật thể thao vốn "đứng tên" là viết bài cho các cột báo.

ghostliness /'gəʊstlinis/ dt vẻ ma quái, hình bóng ma quái: *the ghostliness of the ship's outline* hình bóng ma quái của nét ngoài con tàu.

ghostly /'gəʊstli/ tt (**-ier; -iest**) [thuộc] ma quái; tựa ma quái: *a ghostly voice whispering in somebody's ear* một giọng nói tựa ma quái thì thầm bên tai ai.

ghost story /'gəʊststɔ:ri/ truyện ma quỷ.

ghost town /'gəʊst taʊn/ thành phố dân cư đã bỏ đi hết (vì không còn gì quý giá để nhặt nhạnh nữa).

ghost-write /'gəʊstrait/ dgt nh ghost².

ghost-writer /'gəʊst raitə[r]/ dt kẻ viết thuê.

ghoul /gu:l/ dt **1.** ma cà rồng **2.** (xấu) người thích xem những cảnh chết chóc tai biến: *these ghouls who come and stare at road accidents* những người thích xem những cảnh chết chóc tới trố mắt nhìn tai nạn giao thông.

ghoulish /'gu:liʃ/ tt như ma cà rồng; kinh tởm, quỷ quái: *ghoulish behaviour* cách ứng xử quỷ quái.

GHQ /ˌdʒi:eitʃˈkju:/ (vt của General Headquarters) tổng hành dinh: *orders received from GHQ* lệnh nhận được từ tổng hành dinh.

GI /ˌdʒi:ˈai/ dt (vt của Government Issue) lính Mỹ.

GI bride /ˌdʒi:aiˈbraid/ me lính Mỹ.

giant /'dʒaiənt/ dt **1.** (trong các truyện huyền thoại) người khổng lồ **2.** người to lớn phi thường; cây khổng lồ; con vật khổng lồ; công ty khổng lồ: *the multinational oil giants* những công ty dầu đa quốc gia khổng lồ **3.** (bóng) thiên tài: *Shakespeare is a giant among poets (the giant of poets)* Shakespeare là một thiên tài trong các nhà thơ.

giant panda /ˌdʒaiənt'pændə/ (động) nh panda.

giant-size /ˌdʒaiəntsaiz/ tt (cg giant-sized) [có] cỡ lớn: *a giant-sized packet of detergent* một gói bột tẩy cỡ lớn.

giantess /'dʒaiəntes/ dt người đàn bà khổng lồ.

gibber /'dʒibə[r]/ dgt **1.** nói lắp bắp; kêu chí chóe: *monkeys gibbering at one another in the tree-tops* bầy khỉ chí chóe với nhau trên ngọn cây; *he cowered in the corner, gibbering with terror* nó ngồi co rúm trong góc, miệng lắp bắp vì hoảng sợ **2.** (xấu) nói lăng nhăng: *what's he gibbering away about?* nó đang nói lăng nhăng cái gì vậy?

gibberish /'dʒibəriʃ/ dt tiếng lắp bắp, chuyện lăng nhăng: *don't talk gibberish!* đừng có nói lăng nhăng!

gibbet /'dʒibit/ dt (cổ) **1.** giá treo cổ **2.** giá phơi thây (người đã treo cổ chết).

gibbon /'gibən/ dt (động) con vượn.

gibe¹ (cg **jibe¹**) /dʒaib/ dgt (+ at) chế giễu, chế nhạo: *it's easy enough for you to gibe at them, but could you do any better?* chế giễu họ thì dễ, nhưng liệu anh có làm được hơn thế không?

gibe² (Mỹ **jibe²**) /dʒaib/ dt (+ about, at) sự chế giễu, sự chế nhạo: *a malicious gibe* lời chế giễu hiểm độc; *cheap gibes about her fat-*

ness những chế giễu rẻ tiền về sự béo mập của bà ta.

giblets /'dʒiblits/ *dt (snh)* lòng *(chim, gà)*.

giddily /'gidili/ *pht* [một cách] chóng mặt.

giddy /'gidi/ *tt* 1. chóng mặt, choáng váng; làm chóng mặt: *have a giddy feeling* cảm thấy chóng mặt; *travel at a giddy speed* đi với một tốc độ chóng mặt; *look down from a giddy height* nhìn xuống từ một độ cao chóng mặt 2. *(cũ, xấu)* lông bông, không nghiêm túc: *a giddy girl, who will never settle down to anything serious* một cô gái lông bông không bao giờ chuyên tâm với việc gì nghiêm túc.

giddiness /'gidinis/ *dt* sự chóng mặt; cảm giác chóng mặt.

gift /gift/ *dt* 1. quà [tặng], quà [biếu]; tặng phẩm: *a birthday gift* quà sinh nhật; *a gift of chocolates* món quà tặng sô-cô-la 2. **gift for something (doing something)** tài năng bẩm sinh; năng khiếu: *have a gift for music* có năng khiếu về âm nhạc; *the gift of making friends easily* có tài kết bạn một cách dễ dàng 3. *(thường số ít) (kng)* món mua hời; món ngon ơ *(bóng)*: *at that price it's an absolute gift* mua được ở giá đó quả là một món hời; *their second goal was a real gift* bàn thứ hai của họ quả là cú ngon ơ, *that exam question was an absolute gift* câu hỏi thi đó thật là một câu hỏi ngon ơ. // **a gift from the gods** của trời cho, phúc trời: *to have an easy examination paper was a gift from the gods* được bài thi dễ như vậy quả là phúc trời cho; **the gift of the gab** *(đôi khi xấu)* tài ăn nói; **in the**

gift of somebody trong phạm vi quyền hạn của ai: *a post in the sovereign's gift* một chức vị được nhà vua ban cho; **look a gift horse in the mouth** *(thường dùng với từ phủ định)* chê ỏng chê eo cái người ta tặng: *don't look a gift horse in the mouth* của người ta cho đừng có chê ỏng chê eo.

gift box /'gift bɒks/ hộp đựng tặng phẩm.

gift pack /'gift pæk/ gói quà tặng.

gifted /'giftid/ *tt* 1. (+ at, in) có năng khiếu 2. có tài: *a gifted musician* một nhạc sĩ có tài.

gift shop /'gift ʃɒp/ cửa hàng [bán các đồ] tặng phẩm.

gift token /'gift təʊkən/, **gift voucher** /'giftvaʊtʃə[r]/ phiếu đổi hàng.

gift-wrap /'giftræp/ *dgt* (-pp-) *(thường ở thể bị động)* gói món hàng làm quà *(trong một gói giấy đẹp đẽ)*.

gift-wrapping /'giftræpiŋ/ *dt* giấy gói quà tặng.

gig /gig/ *dt* 1. xe độc mã 2. *(kng)* sự biểu diễn một đêm nhạc *(nhạc jazz hay nhạc pop)*.

gigantic /dʒai'gæntik/ *tt* kếch xù, cực lớn: *a gigantic success* một thành công cực lớn.

gigantically /dʒai'gæntikli/ *pht* [một cách] kếch xù; [một cách] cực lớn: *gigantically successful* thành công cực lớn.

giggle[1] /'gigl/ *dgt* (+ at) cười khúc khích: *giggling at one of her silly jokes* cười khúc khích vì một trong những câu bông đùa ngớ ngẩn của cô ta.

giggle[2] /'gigl/ *dt* 1. tiếng cười khúc khích: *there was a giggle from the back of*

the class có tiếng cười khúc khích ở cuối lớp 2. điều làm vui cười: *I only did it for a giggle* tôi làm cái đó chỉ để vui cười thôi 3. **the giggles** *(snh)* tràng cười khúc khích: *get the giggles* cười khúc khích hàng tràng.

giggly /'gigli/ *tt (thường xấu)* 1. hay cười khúc khích: *a giggly schoolgirl* cô nữ sinh hay cười khúc khích 2. khúc khích: *giggly laughter* tiếng cười khúc khích.

gigolo /'ʒigələʊ/ *dt (snh gigolos)* 1. người *(đàn ông)* chuyên nhảy với các bà giàu có *(được thuê tiền để làm việc đó)* 2. đĩ đực.

gild /gild/ *dgt* 1. mạ vàng; sơn vàng vàng: *gild a picture frame* sơn vàng một khung tranh 2. *(bóng, tu từ)* làm cho ánh lên như có mạ vàng: *white walls of houses gilded by the mor-ning sun* những bức tường trắng của các nhà ánh lên trong tia mặt trời buổi sáng. // **gild the lily** tìm cách cải tiến cái gì đã hoàn hảo rồi; **gild the pill** bọc đường viên thuốc đắng *(làm cho cái gì khó chịu nhưng cần thiết bớt phần khó chịu)*.

gilded /'gildid/ *tt* giàu có quý phái.

gilder /'gildə[r]/ *dt* thợ mạ vàng.

gilding /'gildiŋ/ *dt* 1. sự mạ vàng; sự sơn vàng 2. chất mạ vàng; chất sơn vàng 3. mặt mạ vàng; mặt sơn vàng.

gill[1] /gil/ *dt (thường snh)* 1. mang *(cá)* 2. tia mũ nấm. // **white about the gill** mặt trắng bệch vì sợ.

gill[2] /gil/ *dt* gin *(đơn vị đo lường chất lỏng bằng một phần tư panh)* (x pint).

gillie /'gili/ *dt* tiểu đồng *(đi theo hầu trong các cuộc câu* *cá hay săn bắn có tính chất thể thao ở Ê-cốt).*

gilt /gilt/ *dt* **1.** vàng mạ, vàng thếp *(ngoài các đồ vật)*: *a gilt brooch* chiếc trâm mạ vàng **2. gilts** *(snh) (tài)* chứng khoán có bảo đảm. // **take the gilt off the gingerbread** làm xấu đi vẻ đẹp bề ngoài, làm mất hấp dẫn, làm giảm giá trị.

gilt-edged /ˌgilt'edʒd/ *tt (tài)* có bảo đảm: *gilt-edged securities* chứng khoán có bảo đảm.

gimbals /ˈdʒimblz/ *dt snh (co)* khớp cacđăng.

gimcrack /ˈdʒimkræk/ *tt* lòe loẹt rẻ tiền: *gimcrack ornaments* những đồ trang trí lòe loẹt rẻ tiền.

gimlet /ˈgimlit/ *dt* cái khoan. // **eyes like gimlets** mắt sắc như mũi khoan, mắt nhìn xoáy vào.

gimmick /ˈgimik/ *dt (thường xấu)* vật làm cảnh *(tự thân không có giá trị)*; mánh lới: *a publicity gimmick* mánh lới quảng cáo.

gimmickry /ˈgimikri/ *dt* trò dùng vật làm cảnh; trò mánh lới.

gimmicky /ˈgimiki/ *tt* [có tính chất] mánh lới.

gin[1] /dʒin/ *dt* **1.** cạm bẫy *(để bẫy thú vật)* **2.** *(cg* **cotton gin)** máy tẽ hạt bông.

gin[2] /dʒin/ *dt* rượu gin.

ginger[1] /ˈdʒindʒə[r]/ *dt* **1.** gừng **2.** sự năng nổ, sự hăng hái, sinh lực: *the football team needs a bit more ginger in it* đội bóng cần năng nổ hơn nữa **3.** màu gừng *(tóc).*

ginger[2] /ˈdʒindʒə[r]/ *tt* **1.** có gừng, tẩm gừng: *ginger cake* bánh có gừng **2.** có màu [vàng như] gừng: *a ginger cat* con mèo có lông màu gừng.

ginger[3] /ˈdʒindʒə[r]/ *đgt* **ginger somebody (something) up** làm sôi nổi lên, làm hào hứng lên: *some dancing would ginger up the party* khiêu vũ một lát sẽ làm cho buổi tiệc sôi nổi lên.

ginger-ale /ˌdʒindʒə'eil/ *dt nh* ginger-beer.

ginger-beer /ˌdʒindʒə'biə[r]/ *dt* nước gừng có ga, bia gừng.

gingerbread /ˈdʒindʒəbread/ *dt* bánh [có] gừng. // **take the gilt off the gingerbread** *x* gilt.

ginger group /ˈdʒindʒəgruːp/ nhóm tích cực *(trong một đảng...).*

ginger-nut /ˈdʒindʒənʌt/ *dt* bánh gừng hình quả hạch.

ginger-snap /ˈdʒindʒə snæp/ *dt* bánh quy gừng.

gingerly[1] /ˈdʒindʒəli/ *pht* [một cách] thận trọng; [một cách] rón rén.

gingerly[2] /ˈdʒindʒəli/ *tt* thận trọng, rón rén.

gingery /ˈdʒindʒəri/ *tt* như gừng: *a gingery flavour* mùi như gừng; *gingery hair* tóc màu vàng hoe như màu gừng.

gingham /ˈgiŋəm/ *dt* vải bông kẻ.

gingivitis /ˌdʒindʒi'vaitis/ *dt (y)* viêm lợi.

ginseng /ˈdʒinseŋ/ *dt* nhân sâm.

gipsy /ˈdʒipsi/ *dt nh* gypsy.

giraffe /dʒi:'rɑːf, *(Mỹ* dʒə-'ræf)/ *dt (snh kđổi hoặc giraffes) (động)* hươu cao cổ.

gird /gɜːd/ *đgt* (**girded** hoặc **girt)** **1. gird something [with something]** bao quanh: *the island girded by the sea* hòn đảo có biển bao quanh **2. gird somebody [with something]** mặc quần áo cho *(ai):* *he girded himself with armour for the battle* anh ta mặc áo giáp vào để ra trận.

// **gird [up] one's loins** *(tu từ hoặc đùa)* chuẩn bị hành động.

gird something on *(cổ)* thắt vào người, đeo vào người: *he girded on his sword* anh ta đeo gươm vào người.

girder /ˈgɜːdə[r]/ *dt* cái xà nhà; cái rầm cầu.

girdle[1] /ˈgɜːdl/ *dt* **1.** thắt lưng **2.** vành đai: *a girdle of green fields round a town* một vành đai cánh đồng xanh xung quanh thành phố **3.** *(giải)* đai: *pelvic girdle* đai chậu.

girdle[2] /ˈgɜːdl/ *đgt (tu từ)* bao quanh: *an island girdled about by deep blue water* một hòn đảo bao quanh là nước xanh ngắt.

girdle[3] /ˈgɜːdl/ *dt (Ê-cốt) nh* griddle.

girl /gɜːl/ *dt* **1.** cô gái: *there are more girls than boys in this school* ở trường này có nhiều gái hơn trai; *a girl in her early twenties* một cô gái tuổi mới đôi mươi **2.** con gái *(do mình sinh ra):* *their eldest girl's getting married* con gái lớn nhất của họ sắp lấy chồng **3.** đàn bà, phụ nữ: *she is the new girl in the office, so give her any help she needs* cô ta là người phụ nữ mới đến làm ở cơ quan, vậy nên hãy giúp đỡ cho cô ta khi cô ấy cần **4.** nữ nhân viên: *a shop girl* nữ nhân viên bán hàng; *a telephone girl* điện thoại viên nữ **5.** bạn gái; người yêu: *taking his girl home to meet his parents* đưa bạn gái về nhà gặp cha mẹ mình **6. girls** *(snh) (kng)* đám con gái, đám phụ nữ **7. the girls** *(snh)* đám bạn gái: *a night out with the girls* một đêm đi chơi với đám bạn gái.

Girl Friday /gɜːlˈfraidi/ người phụ nữ chức quyền cao trong cơ quan.

girl friend /ˈgɜːlfrend/ bạn gái; người tình.

Girl Guide /gɜːlˈgaid/ (*Anh cg* **Guide**, *Mỹ* **Girl scout**) nữ hướng đạo sinh.

girlhood /ˈgɜːlhʊd/ *dt* thời con gái.

girlie (*cg* **girly**) /ˈgɜːli/ *tt* (*thường xấu*) có nhiều tranh ảnh phụ nữ khêu gợi: *girlie magazines* những tạp chí có nhiều tranh ảnh phụ nữ khêu gợi.

girlish /ˈgɜːliʃ/ *tt* [thuộc] con gái; như con gái: *girlish manners* cử chỉ như con gái.

girlishly /ˈgɜːliʃli/ *pht* [một cách] như con gái.

girly /ˈgɜːli/ *tt* x girlie.

giro /ˈdʒairəʊ/ *tt* (*snh* **giros**) (*thường*) **1.** hệ thống chuyển tiền trực tiếp (*qua ngân hàng, bưu điện*) **2.** (*Anh*) séc chuyển khoản.

girt /gɜːt/ *qk và dttqk của* gird.

girth /gɜːθ/ *dt* **1.** đường vòng [quanh], chu vi: *a tree 1 metre in girth (with a girth of 1 metre)* một cây chu vi thân được 1 mét **2.** (*Mỹ* **cinch**) đai yên (*yên ngựa*).

gist /dʒist/ *dt* **the gist** điểm chính; ý tổng quát: *I haven't time to read this report, can you give me the gist of it?* tôi không có thì giờ đọc bản báo cáo này, anh có thể cho tôi biết điểm chính của báo cáo không?

give¹ /giv/ *dgt* (**gave**; **given**) **1.** cho, đưa; biếu, tặng: *I gave each of the boys an apple* tôi cho mỗi cậu bé một quả táo; *can I give you another slice of cake?* tôi có thể cắt cho ông một lát bánh ngọt nữa chứ?; *he gave the old lady his arm as they crossed the street* anh ta đưa tay đỡ bà cụ khi băng qua đường phố; *what are you giving [to] your brother for his birthday?* cậu sẽ mua gì tặng anh cậu nhân ngày sinh nhật của anh **2.** cấp tiền, phát tiền: *please give generously to famine relief* xin ông rộng lòng cấp tiền để cứu trợ nạn đói **3.** cho phép, cấp phép: *who give you the right to tell me who to do?* ai cho anh quyền bảo tôi phải làm gì? **4. give [somebody] something for something** trả [cho ai] một số tiền nào đó để được cái gì: *how much will you give me for my old car?* anh định trả bao nhiêu cho chiếc xe cũ của tôi thế? **5.** cấp, cung cấp: *the sun gave us warmth and light* mặt trời [cung cấp] cho ta hơi ấm và ánh sáng; *you may be called to give evidence at the trial* anh có thể bị gọi ra để cung cấp chứng cứ cho vụ xét xử; *they gave the name Roland to their first child* họ đặt tên cho đứa con đầu lòng của họ là Roland **6.** dành (*thời gian, suy nghĩ*) cho: *I've given the matter a lot of thought (given a lot of thought to the matter)* tôi đã dành nhiều thời gian suy nghĩ về vấn đề này **7.** xử phạt; bắt phải chịu: *the judge gave him a nine-month suspended sentence* quan tòa xử phạt nó chín tháng tù treo **8.** truyền (*bệnh*); làm lây (*bệnh*) sang: *you have given me your flu (given your flu to me)* anh đã làm lây bệnh cúm sang tôi **9.** viện cớ: *don't give me that rubbish about having a headache; I know you don't want to go to the party* đừng có viện cái cớ nhảm nhí đau đầu ấy ra, tôi biết là anh không muốn đi dự buổi tiệc ấy **10.** gọi (*điện thoại*) cho (*ai*): *I'll give you a ring tomorrow* mai tôi sẽ gọi điện thoại cho anh **11.** thừa nhận, công nhận: *it's too late to go to the party, I give you that. But we could go somewhere else* đi dự tiệc thì đã quá muộn, tôi thừa nhận điều đó. Nhưng ta có thể đi đâu đó một tí chứ **12.** trình diễn, diễn: *how many performances of the play are you giving?* vở kịch ấy các anh đã diễn bao nhiêu lần rồi? **13.** thết, đãi (*tiệc...*): *I'm giving a dinner party next Friday evening; would you like to come* tối thứ sáu tới, tôi sẽ thết tiệc, anh vui lòng đến dự chứ? **14.** thực hiện (*một hành động*): *he gave a start and woke up suddenly* nó giật mình và đột nhiên thức giấc; *she gave a shrug of her shoulders* chị ta nhún vai; *she gave him a kiss* nàng hôn chàng một cái; *do give your shoes a polish before you go out* hãy đánh giày đã rồi hãy đi ra ngoài **15.** phát ra, bật ra (*một âm thanh nào đó*): *give a laugh* bật ra tiếng cười **16.** nâng cốc chúc: *ladies and gentlemen, I give you his Royal Highness, the Prince of Wales* quý ông quý bà, xin nâng cốc chúc hoàng tử xứ Wales **17.** (*thể*) (*thường ở dạng bị động*) tuyên bố vận động viên hay quả bóng (*ở trong tình trạng nào đó*): *the centre-forward was given offside* trung phong bị tuyên bố là việt vị **18.** tạo (*cho ai*) cảm giác (*ra sao đó*): *all that heavy lifting has given me a pain in the back* tất cả công việc khuân vác nặng đó đã làm cho tôi cảm thấy đau lưng **19.** oằn xuống: *the branch began to give under*

G

his weight cành cây bắt đầu oằn xuống dưới sức nặng của anh ta; *unless one side gives, the strike could go on until Christmas* trừ phi một bên nhượng bộ, cuộc đình công có thể kéo dài đến tận lễ Giáng sinh **20.** *(kết hợp với một danh từ và có nghĩa như đgt ứng với danh từ ấy, ví dụ* give somebody a surprise = surprise somebody): *let me give you a piece of advice* cho tôi khuyên anh một lời; *I will give you all the help I can* tôi sẽ hết lòng giúp anh. // **somebody doesn't (couldn't) give a damn (a hoot...) [about somebody (something)]** *(kng)* ai đó cóc cần biết đến (cóc cần quan tâm đến) cái gì: *he couldn't give a damn whether he passes the exam or not* hắn cóc cần biết có thi đậu hay không; **give and take** biết tỏ ra khoan nhượng *(trong mối quan hệ với nhau)*: *for a marriage to succeed both partners must learn to give and take* muốn cho một cuộc hôn nhân được tốt đẹp hai bên phải biết khoan nhượng lẫn nhau; **give it to somebody** *(kng)* tấn công kịch liệt; công kích kịch liệt; quở trách gay gắt: *the boss will really give it to you if you miss the deadline for the job* ông chủ sẽ thực sự quở trách anh gay gắt nếu anh trễ hạn công việc; **give me something (somebody)** *(kng)* tôi thích *(cái gì, ai)* nhất: *I can't stand modern music; give me Bach and Mozart everytime!* tôi không chịu nổi nhạc hiện đại, cứ cho tôi Bach và Mozart lúc nào cũng được; **give or take something** hơn kém một số lượng (một thời gian) nào đó: *"how long will it take us to get to Oxford?" "about*

an hour and a half, give or take a few minutes" "đi đến Oxford phải mất bao nhiêu thời gian?" "khoảng một tiếng rưỡi, hơn kém vài phút đồng hồ"; **give somebody to believe (understand) that** *(thường dùng ở thể bị động)* làm cho ai tin (hiểu) cái gì: *I was given to understand that she was ill* người ta cho tôi hiểu rằng cô ta bị ốm; **what gives?** *(kng)* gì vậy? **give somebody away** *(trong lễ cưới)* dẫn cô dâu tới chú rể và "trao" cô cho cậu ta: *the bride was given away by her father* cô dâu được bố "trao" cho chú rể; **give something away** a/ cho, biếu không: *he gave away most of his money to charity* ông ta cho phần lớn tiền ông có cho việc thiện; *these watches are only a pound each; we're almost giving them away!* những đồng hồ này chỉ có một bảng mỗi cái, chúng tôi hầu như biếu không mà! b/ trao tặng: *the mayor gave away the prizes at the school sports day* ông thị trưởng đã trao tặng phần thưởng trong lễ hội thể thao ở trường c/ bỏ lỡ *(dịp may, cơ hội)*: *they gave away their last chance of winning the match* họ đã bỏ lỡ dịp may cuối cùng để thắng trong trận thi đấu này; **give something (somebody) away** để lộ, tiết lộ *(vô tình hay cố ý)*: *he gave away state secrets to the enemy* nó đã để lộ bí mật quốc gia cho quân thù; *his broad Liverpool accent gave him away* giọng nói năng của người Liverpool đã làm lộ anh; **give somebody back something; give something back [to somebody]** trả lại: *could you give me back my pen?* anh trả lại cho tôi cái

bút được không?; *the operation gave him back the use of his legs* phẫu thuật đã trả lại cho anh khả năng sử dụng đôi chân; **give something for something** đánh đổi; hy sinh để được: *I'd give a lot for the chance to go to Vietnam* tôi đã hy sinh nhiều thứ để được cơ hội đi Việt Nam; **give something forth** *(đùa)* phát ra, tỏa ra: *the engine gave forth a grinding noise then stopped* cỗ máy phát ra tiếng rít ken két rồi ngừng chạy; **give something in** nộp cho (trao cho) người được quyền nhận: *please give your examination papers in [to the teacher] when you've finished* làm bài thi xong yêu cầu các em nộp cho thầy giáo; **give something off** tỏa ra, bốc ra: *the cooker is giving off a funny smell* cái bếp đang tỏa ra một mùi là lạ; **give on to something** nhìn ra cái gì; dẫn trực tiếp đến cái gì: *the bedroom window give on to the street* cửa sổ phòng ngủ nhìn ra đường phố; **give out** a/ hết, cạn: *after a month their food supplies gave out* sau một tháng lương thực cung ứng hằng ngày của họ đã cạn kiệt; *her patience finally gave out* cuối cùng cô ta đã mất hết kiên nhẫn b/ ngừng chạy, chết *(máy, động cơ)*; **give something out** phân phát, phát: *the teacher gave out the examination papers* thầy giáo đang phát giấy thi c/ tỏa ra, bốc ra: *the radiator is giving out a lot of heat* lò sưởi đang tỏa ra nhiều nhiệt d/ *(thường ở thể bị thụ động)* loan báo: *it was given out that the President has been shot* có tin loan báo rằng Tổng thống đã bị bắn chết; **give over [doing something]** ngừng (hay dùng với động từ + ing): *give over complaining!* thôi đừng có than phiền nữa!; **give oneself over to something** đắm mình *(trong một tình trạng nào đó...): after his wife's death, he seemed to give himself over to despair* sau ngày vợ chết, ông ta dường như đắm mình trong tuyệt vọng; *in her later years, she gave herself over to writing full-time* trong những năm cuối đời, bà ta đã trọn ngày dồn hết sức vào việc viết lách; **give something over to something** *(thường ở thể bị động)* dùng cái gì vào mục đích gì, dùng cái gì vào việc gì: *the village hall is given over to meetings* hội trường làng được dùng làm nơi hội họp; **give up** bỏ cuộc: *they gave up without fight* họ bỏ cuộc không đấu với nhau; *I give up; tell me what the answer is* tôi xin chịu, hãy bảo tôi câu trả lời như thế nào là đúng; **give somebody up** a/ hết hy vọng *(ai sẽ trở lại, ai sẽ hồi phục): the doctors had given her up but she made a remarkable recovery* các bác sĩ đã hết hy vọng nhưng cô ta đã hồi phục một cách thật đặc biệt b/ cắt đứt [quan hệ]: *why don't you give him up?* sao chị không cắt đứt với anh ta cho rồi?; **give something up** bỏ, từ bỏ: *give up smoking* bỏ hút thuốc lá; *she didn't give up her job when she got married* cô ta không bỏ việc khi lấy chồng; **give oneself (somebody) up [to somebody]** không lẩn trốn nữa, ra đầu thú; **give something up [to somebody]** trao, nộp: *he had to give his passport up to the authorities* ông ta phải nộp hộ chiếu cho nhà chức trách; *he gave up his*

seat to a pregnant woman ông ta đã nhường chỗ ngồi của mình cho một chị phụ nữ có thai; **give up on somebody** *(kng)* mất hy vọng ở ai *(không còn tin ai sẽ thành công).*

give² /giv/ dt tính đàn hồi, tính co giãn.

give-and-take /ˌgivʌnd-'teik/ **1.** sự khoan dung và tha thứ cho nhau, sự nhân nhượng lẫn nhau: *if the dispute is to be resolved, there must be some give-and-take* muốn giải quyết vụ tranh chấp này, hai bên phải có ít nhiều nhân nhượng nhau **2.** sự trao đổi: *the lively give-and-take of ideas* sự trao đổi ý kiến một cách sôi nổi.

give-away /givəwei/ dt **1.** của biếu **2.** vẻ mặt (lời nhận xét...) vô tình để lộ bí mật: *she tried to hide her feelings, but the tears in her eyes were a dead give-away* cô ta cố giấu cảm xúc của mình, nhưng nước mắt của cô là dấu hiệu rõ ràng để lộ cảm xúc của cô.

given¹ /'givn/ dttqk của give¹.

given² /'givn/ tt được nêu lên, được chỉ rõ; đã quy định: *within a given period* trong một thời gian quy định. // **be given to something (doing something)** có thói quen làm gì: *she's much given to outbursts of temper* bà ta có thói rất hay nổi nóng.

given³ /'givn/ gt xét đến: *given the government record on unemployment, their chances of winning the election look poor* xét con số thống kê của chính phủ về nạn thất nghiệp, thì khả năng thắng của họ trong cuộc bầu cử xem ra mỏng

manh lắm; *given that she is interested in children, I'm sure teaching is the right career for her* xét đến việc cô ta yêu thích trẻ con, tôi chắc rằng nghề dạy học đúng là nghề thích hợp với cô ta.

given name /'givnneim/ dt *(Mỹ)* nh Christian Name.

giver /'givə[r]/ dt người cho: *a generous giver* một người cho hào phóng.

gizzard /'gizəd/ dt cái mề *(chim).* // **stick in one's craw (gizzard; throat)** x stick².

glacé /'glæsei, *(Mỹ)* glæ-'sei/ tt ngâm đường *(trái cây).*

glacial /'gleisiəl, *(Mỹ)* 'gleiʃl/ tt **1.** *(địa)* [thuộc] thời kỳ băng hà; do băng hà: *the glacial era* kỷ nguyên băng hà; *glacial deposits* trầm tích do băng hà để lại **2.** lạnh giá: *glacial winds* gió lạnh giá **3.** *(bóng)* lạnh lùng, lãnh đạm: *a glacial smile* nụ cười lạnh lùng.

glacially /'gleisiəli/ pht **1.** [một cách] lạnh giá **2.** [một cách] lạnh lùng, [một cách] lãnh đạm.

glaciation /ˌgleisi'eiʃn/ dt sự đóng băng.

glacier /'glæsiə[r]/ dt *(địa)* băng hà.

glad /glæd/ tt (-dder; -ddest) **1.** vui mừng; mừng: *I'm glad about your passing the test* tôi mừng là anh đã qua được kỳ kiểm tra; *I'm so glad I didn't agree to do it; it would have get me into serious trouble* tôi mừng là đã không chịu làm việc đó, nếu không thì đã khối rắc rối cho tôi rồi **2.** vui lòng: *I'd be glad to lend you the money* tôi rất vui lòng cho anh mượn tiền **3.** vui, vui vẻ: *glad news* tin vui, tin mừng; *a glad day* một ngày vui vẻ. // **I would be glad if** (mỉa) (dùng thay mệnh lệnh trực tiếp): *I'd be glad if you would go away!* cút đi!, xéo đi!

gladden /'glædn/ *dgt* làm vui mừng.

gladhand /,glæd'hænd, 'glædhænd/ *dgt* (cũ, kng) (thường xấu) tay bắt, mặt mừng không thật tâm.

gladiator /'glædieitə[r]/ *dt* (cổ) đấu sĩ (cổ *La Mã*).

gladiatorial /,glædiə'tɔ:riəl/ *tt* [thuộc] đấu sĩ.

gladioli /,glædi'əʊlai/ *dt snh* của gladiolus.

gladiolus /,glædi'əʊləs/ *dt* (snh **gladioli**) (thực) cây hoa lay-ơn.

gladness /'glædnis/ *dt* sự vui mừng.

glad rags /'glædrægs/ *dt* (Anh, kng) quần áo ngày hội: *put on one's glad rags* mặc quần áo ngày hội.

gladsome /'glædsəm/ *tt* (cổ) vui mừng.

glamor /'glæmər/ *dt* (Mỹ) *nh* glamour.

glamorization, glamorisation /,glæmərai'zeiʃn, (Mỹ ,glæməri'zeiʃn)/ *dt* sự làm cho hấp dẫn quyến rũ hơn.

glamorize, glamorise /'glæməraiz/ *dgt* làm cho hấp dẫn (quyến rũ) hơn: *television tends to glamorize acts of violence* truyền hình có xu hướng làm cho các hành động bạo lực hấp dẫn hơn.

glamorous /'glæmərəs/ *tt* hấp dẫn, quyến rũ: *glamorous film stars* những ngôi sao điện ảnh đầy quyến rũ.

glamorously /'glæmərəsli/ *pht* [một cách] hấp dẫn, [một cách] quyến rũ.

glamour (Mỹ) **glamor** /'glæmər/ *dt* 1. sức hấp dẫn, sức quyến rũ 2. vẻ đẹp hấp dẫn, vẻ đẹp quyến rũ: *a*

girl with lots of glamour một cô gái với nhiều vẻ đẹp quyến rũ.

glance¹ /glɑ:ns, (Mỹ glæns)/ *dgt* 1. liếc nhìn, liếc: *glance at one's watch* liếc nhìn đồng hồ; *glance round a room* liếc nhìn khắp phòng; *glance at the newspaper* liếc qua tờ báo 2. **glance at something** đề cập sơ qua về: *an article that only glances at a question* một bài báo chỉ đề cập sơ qua đến một vấn đề 3. (dùng ở thì tiếp diễn) lóe lên, lấp lánh: *water glancing in the sunlight* mặt nước lấp lánh dưới ánh mặt trời. // **glance one's eye down (over; through) something** (kng) liếc qua: *glance one's eye over the newspaper* liếc qua tờ báo; **glance off [something]** trượt qua, sướt qua: *the ball glanced off the goal post into the net* quả bóng sướt qua cột khung thành và lọt vào lưới; *the tree was so hard that blows of the axe simply glanced off* thân cây cứng đến nỗi các nhát rìu chỉ sượt qua mà thôi.

glance² /glɑ:ns, (Mỹ glæns)/ *dt* cái nhìn thoáng qua, cái liếc nhìn: *take (have) a glance at the newspaper headlines* liếc nhìn qua các đề mục tờ báo; *before the end of the programme let's take a glance at the sport news* trước khi kết thúc chương trình, ta hãy điểm qua các tin thể thao. // **at a [single] glance** nhìn một cái, chỉ nhìn qua: *he could tell at a glance what was wrong with the car* chỉ nhìn qua anh ta có thể nói xe hỏng ở bộ phận nào; **at first glance (sight)** thoạt nhìn: *at first glance the problem seemed easy* thoạt nhìn, vấn đề có vẻ dễ; *they fell in love at*

first glance mới nhìn nhau họ đã phải lòng nhau.

glancing /'glɑ:nsiŋ/ *tt* trượt qua, sướt qua (chứ không phải giáng hết sức): *strike somebody a glancing blow* đấm sướt nhẹ vào ai.

gland /glænd/ *dt* (giải) tuyến: *sweat glands* tuyến mồ hôi; *a snake's poison gland* tuyến nọc độc của rắn.

glandular /'glændjʊlə[r], (Mỹ 'glændjʊlər)/ *tt* (giải) [thuộc] tuyến.

glandular fever /,glændjʊlə'fi:və[r]/ (y) bệnh tăng bạch cầu đơn nhân nhiễm khuẩn.

glare¹ /gleə[r]/ *dt* 1. ánh sáng chói: *avoid the glare of car headlights* tránh ánh sáng chói đèn pha xe hơi 2. cái nhìn giận dữ, cái nhìn trừng trừng. // **the glare of publicity** sự chú ý thường xuyên của báo chí, truyền hình.

glare² /gleə[r]/ *dgt* 1. [+ down] chói sáng lòa: *the sun glaring [down] mercilessly from a clear sky* mặt trời chiếu ánh sáng chói lòa gay gắt từ một bầu trời quang đãng 2. (+ at) nhìn giận dữ, nhìn trừng trừng. // **glare defiance at somebody** nhìn trừng trừng với vẻ thách thức giận dữ ai.

glaring /'gleəriŋ/ *tt* 1. chói lòa: *this glaring light hurts my eyes* ánh sáng chói lòa ấy làm lóe mắt tôi 2. trừng trừng giận dữ: *glaring eyes* đôi mắt trừng trừng giận dữ 3. rành rành: *a glaring mistake* một lỗi lầm rành rành.

glaringly /'gleəriŋli/ *pht* 1. [một cách] chói lòa 2. [một cách] trừng trừng giận dữ 3. [một cách] rành rành.

glasnost /'glæznɒst/ *dt* (tiếng Nga) sự công khai.

glass¹ /glɑːs, (*Mỹ* glæs)/ *dt* **1.** kính; thủy tinh: *fit a new pane of glass to the window* lắp một miếng kính mới vào cửa sổ; *a glass bottle* cái chai thủy tinh **2.** (*thường ở dạng ghép*) cốc, ly: *a beer glass* cốc uống bia; *could I have a glass of water, please?* cho tôi xin một cốc nước nhé **3.** bát đĩa cốc chén bằng thủy tinh: *all our glass and china is kept in the cupboard* tất cả bát đĩa cốc chén bằng thủy tinh và bằng sứ được cất trong tủ ly **4.** (*số ít*) mặt kính (*đồng hồ...*) **5. glasses** (*cg* **spectacles**, (*kng*) **specs**) *snh* kính đeo mắt **6. glasses** (*cg* **field glasses**) (*snh*) ống nhòm **7. the glass** (*số ít*) khí áp kế, phong vũ biểu. // **raise one's glass to somebody** *x* raise.

glass² /glɑːs, (*Mỹ* glæs)/ *dgt* lợp kính, bọc kính: *a glassed - in verandha* mái hiên lợp kính.

glass-blower /glɑːsbləʊə[r]/ *dt* thợ thổi thủy tinh.

glass fibre /ˌglɑːsˈfaibə[r]/ *nh* fibre glass.

glassful /ˈglɑːsfʊl/ *dt* cốc đầy.

glasshouse /ˈglɑːshaʊs/ *dt* **1.** nhà kính (*để trồng cây*) **2.** (*kng*) nhà giam [của] quân đội. // **people in glasshouses shouldn't throw stones** *x* people.

glassily /ˈglɑːsili/ *pht* **1.** như kính, như thủy tinh **2.** [một cách] đờ đẫn.

glassiness /ˈglɑːsinis/ *dt* **1.** tính chất như kính, tính chất như thủy tinh **2.** sự đờ đẫn.

glassware /ˈglɑːsweə[r]/ *dt* đồ thủy tinh.

glass works /ˈglɑːs wɜːks/ *dt* (*snh kđổi*) (*dgt số ít hoặc snh*) nhà máy thủy tinh.

glassy /ˈglɑːsi/ *tt* **1.** như kính, như thủy tinh **2.** (*bóng*) đờ đẫn: *glassy eyes* đôi mắt đờ đẫn.

glassy-eyed /ˌglɑːsiˈaid/ *tt* với đôi mắt đờ đẫn: *a glassy-eyed look* cái nhìn đờ đẫn.

glaucoma /glɔːˈkəʊmə/ *dt* (*y*) bệnh tăng nhãn áp, bệnh glocom.

glaze¹ /gleiz/ *dgt* **1.** lắp kính: *glaze a window* lắp kính cửa sổ **2.** tráng men: *glaze pottery* tráng men đồ gốm; *glazed bricks* gạch tráng men. // **glaze over** đờ ra, đờ đẫn ra (*con mắt*).

glaze² /gleiz/ *dt* **1.** men, nước men (*đồ gốm, đồ sứ*) **2.** kem trang trí mặt bánh.

glazed /gleizd/ *tt* đờ đẫn (*mắt*): *eyes glazed with boredom* mắt đờ đẫn vì buồn chán.

glazier /ˈgleiziə[r]/, (*Mỹ* ˈgleizər)/ *dt* thợ lắp kính.

GLC /ˌdʒiːelˈsiː/ (*vt của* Greater London Council) hội đồng đại Luân Đôn (*trước đây*).

gleam¹ /gliːm/ *dt* **1.** tia sáng lóe lên; ánh phản chiếu: *the sudden gleam of a match in the darkness* tia sáng lóe lên của một que diêm trong bóng tối; *the gleam of moonlight on the water* ánh trăng phản chiếu trên mặt nước **2.** (*bóng*) tia, chút: *a gleam of hope in an apparently hopeless situation* một tia hy vọng trong một tình huống có vẻ như vô vọng.

gleam² /gliːm/ *dgt* ánh lên: *he had polished the table-top until it gleamed* nó đánh bóng mặt bàn cho tới khi mặt bàn ánh lên; *cat's eyes gleaming in the dark* đôi mắt con mèo ánh lên trong bóng tối.

gleaming /ˈgliːmiŋ/ *tt* ánh, bóng: *gleaming white teeth* răng trắng bóng.

glean /gliːn/ *dgt* **1.** mót (*lúa*) **2.** lượm lặt: *glean news* lượm lặt tin tức.

gleaner /ˈgliːnə[r]/ *dt* **1.** người đi mót (*lúa*) **2.** người lượm lặt (*tin tức...*).

gleanings /ˈgliːniŋz/ *dt snh* (*thường lóng*) **1.** tin tức lượm lặt được; mục tin lượm lặt trên báo **2.** lúa mót [được].

glee /gliː/ *dt* **1.** (+ **at**) niềm hân hoan: *he rubbed his hands with glee at the prospect of their defeat* hắn xoa tay hân hoan trước triển vọng thất bại của họ **2.** bài đồng ca ba bè; bài đồng ca bốn bè.

gleeful /ˈgliːfl/ *tt* hân hoan, khoái trá: *gleeful laughter* tiếng cười khoái trá.

glen /glen/ *dt* thung lũng hẹp (*ở Ê-cốt và Ai-len*).

glib /glib/ *tt* (**–bber; bbest**) (*xấu*) lém lỉnh: *a glib talker* người nói chuyện lém lỉnh.

glibly /ˈglibli/ *pht* [một cách] lém lỉnh.

glibness /ˈglibnis/ *dt* sự lém lỉnh.

glide¹ /glaid/ *dgt* **1.** lướt: *skiers gliding across the snow* những người trượt băng lướt trên tuyết; *a snake gliding along the ground* con rắn trườn trên mặt đất; *the days just glided by* ngày tháng trôi qua **2.** lượn: *the pilot managed to glide down to a safe landing* viên phi công lượn để tìm cách hạ cánh an toàn.

glide² /glaid/ *dt* **1.** sự lướt: *the graceful glide of a skater* động tác lướt duyên dáng của người trượt băng **2.** (*ngôn*) âm lướt.

glider /ˈglaidə[r]/ *dt* tàu lượn.

G

gliding /'glaidiŋ/ *dt (thể)* môn bay tàu lượn.

glimmer[1] /'glimə[r]/ *dgt* le lói *(ánh sáng): lights faintly glimmering in the distance* những ánh đèn yếu ớt le lói ở đằng xa.

glimmer[2] /'glimə[r]/ *dt* tia le lói: *a glimmer of light through the mist* tia sáng le lói qua màn sương; *a glimmer of hope (bóng)* tia hy vọng le lói; *not the least glimmer of intelligence* không một chút dấu hiệu thông minh nào cả.

glimmering /'gliməriŋ/ *dt* nh glimmer[2]: *we begin to see the glimmerings of a solution to the problem* chúng tôi bắt đầu thấy le lói một giải pháp cho vấn đề ấy.

glimpse[1] /glimps/ *dt (thường số ít)* cái nhìn lướt qua: *get a quick glimpse at the newspaper headlines* nhìn lướt qua các đầu đề tờ báo. // **catch sight (a glimpse) of somebody (something)** x catch[1].

glimpse[2] /glimps/ *dgt* nhìn lướt qua; thoáng thấy: *I glimpse her among the crowd just before she disappeared from sight* tôi thoáng thấy chị ta trong đám đông ngay trước khi chị biến mất không thấy nữa.

glint[1] /glint/ *dgt* **1.** lấp lánh: *she thought the diamond was lost until she saw something glinting on the carpet* chị ta nghĩ là viên kim cương đã mất cho đến khi chị thấy vật gì lấp lánh trên tấm thảm **2.** long lanh *(mắt): their eyes glinted when they saw the money* mắt họ long lanh khi họ thấy món tiền đó.

glint[2] /glint/ *dt* **1.** tia sáng lấp lánh, tia sáng lóe lên **2.** sự long lanh *(mắt): a*

glint of anger mắt long lanh vì giận dữ.

glissade[1] /gli'seid, (Mỹ gli-'sa:d)/ *dgt* **1.** *(thể)* trượt xuống dốc băng *(trượt tuyết)* **2.** bước lướt *(vũ ba-lê).*

glissade[2] /gli'seid, (Mỹ gli-'sa:d)/ *dt* **1.** *(thể)* sự trượt xuống dốc băng *(trượt tuyết)* **2.** bước lướt *(vũ ba-lê).*

glissando /gli'sændəʊ/ *dt (snh* **glissandos** *hoặc* **glissandi** /gli'sændi:/) *(nhạc)* sự vuốt, nốt vuốt: *a series of glissandi on the piano* một loạt nốt vuốt trên đàn pi-a-nô.

glisten /'glisn/ *dgt* lóng lánh: *dew-drops glistening in the grass* những giọt sương lóng lánh trên bãi cỏ.

glitter[1] /'glitə[r]/ *dgt* lấp lánh; long lanh: *a necklace glittering with diamonds* chuỗi hạt lấp lánh kim cương. // **all that glitters is not gold** chớ thấy lấp lánh mà ngỡ là vàng.

glitter[2] /'glitə[r]/ *dt* **1.** ánh lấp lánh: *the glitter of decorations on Christmas tree* ánh lấp lánh của những thứ trang trí trên cây Giáng sinh **2.** sự hấp dẫn bề ngoài: *the glitter of a show business career* sự hấp dẫn bề ngoài của nghề kinh doanh trò vui.

glitterati /ˌglitə'ra:ti/ *dt (snh) (lóng)* người ăn mặc hợp thời trang.

glittering /'glitəriŋ/ *tt* **1.** lấp lánh, long lanh **2.** tuyệt vời: *a glittering career* một nghề tuyệt vời.

glittery /'glitəri/ *tt nh* glittering: *little glittery eyes* cặp mắt nhỏ long lanh.

glitz /glits/ *dt* vẻ hấp dẫn bề ngoài.

glitzy /'glitsi/ *tt* hấp dẫn bề ngoài.

gloaming /'gləʊmiŋ/ *dt* the gloaming *(cổ)* hoàng hôn.

gloat /gləʊt/ *dgt* (+ about, over) hả hê: *stop gloating just because you won the game* thôi đừng hả hê chỉ vì thắng cuộc.

gloatingly /'gləʊtiŋli/ *pht* [một cách] hả hê.

global /'gləʊbl/ *tt* **1.** toàn cầu: *global warfare* chiến tranh toàn cầu **2.** bao trùm: *a global definition* một định nghĩa bao trùm.

globally /'gləʊbəli/ *pht* **1.** khắp toàn cầu **2.** [một cách] bao trùm.

globe /gləʊb/ *dt* **1.** quả địa cầu **2. the globe** địa cầu, trái đất: *travel round the globe* du hành vòng quanh trái đất **3.** vật hình cầu: *the oil-lamp needs a new globe* cây đèn dầu cần một bóng tròn *(hình cầu)* mới.

globe artichoke /ˌgləʊb 'a:ti-ʃəʊk/ *x* artichoke.

globe-fish /'gləʊbfiʃ/ *dt (động)* cá nóc nhím.

globe-trot /'gləʊb'trɒt/ *dgt* (-tt-) du hành khắp thế giới.

globe-trotter /'gləʊbtrɒtə[r]/ *dt* người du hành khắp thế giới.

globular /'glɒbjʊlə[r]/ *tt* [có] hình cầu.

globule /'glɒbju:l/ *dt* giọt; viên nhỏ: *globules of wax from a candle* những giọt nến từ cây nến.

glockenspiel /'glɒkənʃpi:l/ *dt (nhạc)* đàn gõ *(gồm nhiều thanh kim loại dài ngắn khác nhau, dùng búa gõ thành những âm thanh khác nhau).*

gloom /glu:m/ *dt* **1.** bóng tối **2.** sự u sầu.

gloomily /'glu:mili/ *pht* **1.** [một cách] tối tăm **2.** một cách u sầu.

gloominess /'glu:minis/ *dt* **1.** sự tối tăm **2.** sự u sầu.

gloomy /'glu:mi/ *tt* **1.** tối tăm: *a gloomy corner* một góc tối tăm; *a gloomy day* một ngày u ám **2.** u sầu: *a gloomy face* gương mặt u sầu.

glorification /ˌglɔ:rifi'keiʃn/ *dt* **1.** sự tôn lên, sự tô vẽ thêm **2.** sự tán dương, sự ca ngợi.

glorified /ˌglɔ:rifaid/ *tt* được tôn lên, được tô vẽ thêm: *a "holiday cottage" which is only a glorified barn* một nhà nghỉ mát ở nông thôn thực ra chỉ là một kho thóc được tô vẽ lên thôi.

glorify /'glɔ:rifai/ *dgt* (-fied) **1.** tôn lên, tô vẽ thêm: *a book which glorifies the horrors of war* một cuốn sách tô vẽ thêm cho các cảnh khủng khiếp của chiến tranh **2.** *(cổ)* ca ngợi, tán dương **3.** *(Kinh thánh)* thờ (ai): *glorify God* thờ Chúa.

glorious /'glɔ:riəs/ *tt* **1.** vinh quang, vẻ vang: *a glorious victory* một chiến thắng vẻ vang; *die a glorious death* chết vinh quang **2.** đẹp, lộng lẫy, huy hoàng: *glorious colours* những màu sắc lộng lẫy; *it's been really a glorious day* thật là một ngày đẹp trời **3.** thú vị: *what glorious fun!* trò vui mới thú vị làm sao! **4.** *(mỉa)* dễ sợ: *a glorious mess* một sự lộn xộn dễ sợ.

gloriously /'glɔ:riəsli/ *pht* **1.** [một cách] vinh quang, [một cách] vẻ vang **2.** [một cách] lộng lẫy, [một cách] huy hoàng **3.** [một cách] thú vị **4.** *(mỉa)* [một cách] dễ sợ.

glory¹ /'glɔ:ri/ *dt* **1.** sự vinh quang, sự vẻ vang: *glory won on the field of battle* vinh quang giành được trên chiến trường **2.** vẻ lộng lẫy, vẻ huy hoàng, vẻ rực rỡ: *the glory of a summer's day* vẻ rực rỡ của một ngày hè **3.** niềm tự hào, niềm vinh dự: *when that bush comes into flower it is the glory of the whole garden* khi bụi cây này ra hoa thì nó là niềm tự hào của toàn khu vườn. // **go to glory** *(cũ, trại)* từ trần; **cover oneself with glory** *x* cover¹.

glory² /'glɔ:ri/ *dgt* (+ in) *(xấu)* tự hào, hãnh diện: *glory in one's success* tự hào về sự thành công của mình.

glory-hole /'glɔ:ri həʊl/ *dt (Anh, kng)* nơi vứt ngổn ngang đồ không dùng tới.

gloss¹ /glɒs/ *dt* **1.** nước bóng, nước láng: *the gloss on a polished table* nước láng trên mặt bàn được đánh bóng; *the gloss on someone's hair* sự bóng mượt ở mái tóc ai **2.** chất tạo nước bóng *(trong từ ghép)*: *lip-gloss* son bôi bóng môi; *a tin of gloss* một hộp sơn [tạo] nước bóng **3.** *(bóng)* vẻ hào nhoáng bề ngoài: *they hide their dislike for each other under a surface gloss of good manners* họ che giấu sự ghét nhau dưới một vẻ hào nhoáng ứng xử tử tế bề ngoài với nhau.

gloss² /glɒs/ *dgt* **gloss over something** khoác cho một cái mã ngoài *(thường để che đậy thiếu sót hay để lừa người)*; che đậy: *the company's annual report tried to gloss over recent heavy losses* bản báo cáo hằng năm của công ty cố che đậy những thua lỗ lớn gần đây.

gloss³ /glɒs/ *dt* (+ on) lời chú giải; sự chú giải *(thường chú ở cuối trang)*: *some of Shakespeare's language is so different from today that I could never understand it without the gloss* một số ngôn từ của Shakespeare khác ngày nay đến mức không có lời chú giải thì tôi không hiểu nổi.

gloss⁴ /glɒs/ *dgt* chú giải; chú thích: *a difficult word that needs to be glossed* một từ khó cần được chú giải.

glossary /'glɒsəri/ *dt* mục chú giải *(ở cuối sách)*.

glossily /'glɒsili/ *pht* [một cách] bóng láng.

glossiness /'glɒsinis/ *dt* sự bóng láng.

glossy /'glɒsi/ *tt* (-ier; -iest) bóng láng: *glossy hair* tóc bóng mượt; *glossy magazines* tạp chí in giấy láng bóng *(với nhiều tranh ảnh minh họa, thường là về thời trang)*.

glottal /ˌglɒtl/ *tt (giải)* [thuộc] thanh môn.

glottis /'glɒtis/ *dt (giải)* thanh môn.

glove /glʌv/ *dt* găng tay: *a pair of gloves* một đôi găng tay. // **fit like a glove** *x* fit²; **the gloves are off** sơ găng; sẵn sàng đánh nhau; **hand in glove** *x* hand¹; **handle somebody with kid gloves** *x* kid¹; **an iron fist (hand) in a velvet glove** *x* iron¹.

gloved /glʌvd/ *tt* có đeo găng: *a gloved hand* tay có đeo găng.

glove puppet /'glʌvpʌpit/ con rối tay *(đeo vào tay và dùng ngón tay mà điều khiển)*.

glow¹ /gləʊ/ *dgt* **1.** rực sáng: *glowing charcoal* than nóng rực; *glowing metal in a furnace* miếng kim loại rực sáng trong lò; *a cigarette glowing in the dark* điếu thuốc lá lóe sáng trong bóng tối **2.** cảm thấy nóng rực, đỏ bừng *(sau lúc luyện tập hoặc bị kích thích)*: *her glow-*

ing cheeks cặp má đỏ bừng của cô ta; *glowing with health* đỏ bừng (hồng hào) do sung sức **3.** (+ with) rực rỡ *(màu sắc): the countryside glowed with autumn colours* đồng quê rực rỡ màu sắc mùa thu.

glow² /gləʊ/ *dt (số ít)* **1.** ánh lửa: *the fire cast a warm glow on the walls* bếp lửa tỏa ánh ấm áp lên tường **2.** cảm giác ấm áp: *be in a glow; be all of a glow* cảm thấy trong người ấm áp dễ chịu *(sau khi tập thể dục...)* **3.** sự hài lòng, sự thỏa mãn: *the special glow you get from a truly unselfish act* cảm giác hài lòng mà anh có được sau một hành động thực sự không vị kỷ.

glower /ˈglaʊə[r]/ *dgt* (+ at) trừng mắt nhìn: *he sat glowering at his opponent* nó ngồi trừng mắt nhìn đối thủ; *the glowering sky* bầu trời trông vẻ đe dọa *(với nhiều đám mây đen)*.

gloweringly /ˈglaʊərɪŋli/ *pht* [một cách] trừng trừng; với vẻ đe dọa.

glowing /ˈgləʊɪŋ/ *tt* nồng nhiệt ca ngợi: *describe something in glowing terms* mô tả bằng những lời nồng nhiệt ca ngợi.

glowingly /ˈgləʊɪŋli/ *pht* [một cách] nồng nhiệt ca ngợi.

glow-worm /ˈgləʊwɜːm/ *dt (động)* con sâu đóm.

glucose /ˈgluːkəʊs/ *dt (hóa)* glucoza.

glue¹ /gluː/ *dt* keo, hồ.

glue² /gluː/ *dgt* **glue A [to (onto) B]; glue A and B [together]** dán bằng keo (hồ): *glue wood onto (to) metal* dán gỗ vào kim loại; *glue two pieces of wood together* gắn hai miếng gỗ vào nhau. // **glued to something** dán vào *(bóng):*

he's glued to the television mắt nó cứ dán vào màn truyền hình.

gluey /ˈgluːi/ *tt* **1.** như keo hồ **2.** dính chặt.

glue sniffing *dt (y)* sự hít thở hơi làm say *(để tạo một trạng thái kích thích...).*

glum /glʌm/ *tt* (-mmer; mmest) rầu rĩ, buồn bã: *glum features* nét mặt buồn bã.

glumly /ˈglʌmli/ *pht* [một cách] rầu rĩ, [một cách] buồn bã: *"another rainy day", he remarked glumly* "lại một ngày mưa nữa", anh nhận xét một cách rầu rĩ.

glumness /ˈglʌmnɪs/ *dt* sự rầu rĩ, sự buồn bã.

glut¹ /glʌt/ *dgt* (-tt-) **1. glut something with something** làm tràn ngập, cung cấp thừa thãi: *glut the market with cheap apples from abroad* làm thị trường tràn ngập táo rẻ tiền đưa từ nước ngoài vào **2. glut oneself [with (on) something]** nhồi nhét, cho ăn thừa mứa: *glut oneself with rich food* nhồi nhét cho những thức ăn bổ dưỡng; *glutted with pleasure (bóng)* đắm mình trong hoan lạc.

glut² /glʌt/ *dt (thường số ít)* tình trạng tràn ngập (thừa mứa) *(cung lớn hơn cầu): a glut of fruit* tình trạng tràn ngập trái cây.

gluten /ˈgluːtn/ *dt (hóa)* gluten.

glutinous /ˈgluːtənəs/ *tt* [thuộc] gluten; như gluten; dính: *a glutinous substance* một chất dính; *the film's glutinous sentimentality (bóng)* tính đa cảm thái quá của bộ phim.

glutton /ˈglʌtn/ *dt* **1.** người phàm ăn, người háu ăn **2. glutton for something** *(kng)* người ham cái gì: *a glutton for work* người ham việc.

gluttonous /ˈglʌtənəs/ *tt* phàm ăn, háu ăn.

gluttonously /ˈglʌtənəsli/ *pht* [một cách] phàm ăn, [một cách] háu ăn.

gluttony /ˈglʌtəni/ *dt* tính ăn phàm, tính háu ăn.

glycerine /ˈglɪsəriːn/, *(Mỹ* ˈglɪsərɪn/) *dt (hóa)* glyxerin.

GM /dʒiː'em/ *(Anh) (vt của* George Medal) huy chương George.

gm *(cg* **gr**) *(snh không đổi hay* gms, grs) *(vt của* gram, gramme) gram *(đơn vị trọng lượng).*

GMT /ˌdʒiːem'tiː/ *(vt của* Greenwich Mean Time) giờ quốc tế GMT.

gnarled /nɑːld/ *tt* **1.** lắm mấu *(cành cây...)* **2.** xương xẩu *(tay...): hands gnarled with age* bàn tay xương xẩu vì tuổi già.

gnash /næʃ/ *dgt* nghiến *(răng): he was gnashing his teeth with rage* nó đang nghiến răng giận dữ.

gnashers /ˈnæʃəz/ *dt (snh) (đùa, lóng)* răng.

gnat /næt/ *dt (động)* muỗi vằn.

gnaw /nɔː/ *dgt* **1.** gặm: *a dog gnawing [at] a bone* con chó gặm mẩu xương **2.** [+ at] giày vò; làm cồn cào: *fear and anxiety gnawing [at] one's heart* khiếp sợ và lo âu đang giày vò trái tim; *the gnawing pains of hunger* sự cồn cào của con đói; *guilt gnawing [away] at one's conscience* tội lỗi đang cắn rứt lương tâm. // **gnaw something away (off)** gặm mòn, gặm: *rats gnawed off the lid of the box* chuột đã gặm nhắm cái nắp hộp.

gneiss /naɪs/ *dt (khoáng)* đá gơnai.

gnome /nəʊm/ *dt* **1.** thần lùn giữ của **2.** tượng thần lùn dị dạng (trong vườn) **3.** (thường xấu) chủ ngân hàng cỡ bự.

gnomic /'nəʊmik/ *tt* ngắn và tối nghĩa một cách bí ẩn (lời nhận xét...).

gnomically /'nəʊmikli/ *pht* ngắn gọn và tối nghĩa [một cách] bí ẩn.

GNP /,dʒi:en'pi:/ (*vt của* gross national product) tổng sản phẩm quốc dân.

gnu /nu:/ *dt* (*snh kđổi hoặc* **gnus**) (*cg* **wildebeest**) (*động*) linh dương đầu bò.

go¹ /gəʊ/ *đgt* **1.** đi: *are you going there by train or by plane?* anh định đi đến đấy bằng tàu hỏa hay máy bay?; *I think you ought to go to (to go and see) the doctor* tôi nghĩ là anh nên đi khám bác sĩ; *she has gone to see her sister this weekend* cô ta đi thăm chị cô cuối tuần này rồi; *I must go (be going) now* tôi phải đi bây giờ đây; *they came at six and went at nine* họ đến lúc sáu giờ và đi lúc chín giờ; *she has been gone an hour* cô ta đã đi [khỏi đây] một tiếng đồng hồ rồi; *I went to cinema with Nam last night* tôi đã đi xem chiếu bóng với Nam tối qua; *his dog goes everywhere with him* con chó của ông ta cứ đi theo ông khắp nơi; *go to hospital* đi bệnh viện; *go to market* đi chợ (*bán sản phẩm*); *go to church* đi [lễ ở] nhà thờ; *go to school* đi học; *go for a walk* đi dạo; *go fishing* đi câu cá; *he's not at work this week, he's gone on holiday* tuần này anh ta không đi làm, anh ta đi nghỉ rồi; *we had gone about fifty miles when the car broke down* chúng tôi đã đi được khoảng năm mươi dặm thì xe hỏng máy; *we still have five miles to go* chúng tôi còn phải đi năm dặm nữa; *she went sobbing up the stairs* cô ta vừa đi lên thang gác vừa khóc thổn thức **2.** được gửi đi, được chuyển đi: *will this letter go by tonight's post?* bức thư này có được chuyển đi trong chuyến thư tối nay không? **3.** dẫn đến, chạy đến: *the roots of this plant go deep* rễ của cây này ăn sâu xuống đất; *does this road go to London?* con đường này có dẫn đến Luân Đôn không? **4.** ở, được đặt ở, được dựng trong: *"where does this teapot go?" "in the cupboard"* "cái ấm này đặt ở đâu?" "trong tủ ly ấy"; *my clothes won't all go into that tiny suitcase* quần áo tôi bỏ vào cái vali bé tí này không hết đâu **5.** chia hết cho: *3 into 12 goes 4* 12 chia hết cho 3 được 4; *7 into 15 won't go* 15 không chia hết cho 7 **6.** (dùng với *pht hay trong câu hỏi sau* how) xảy ra, diễn ra; tiến triển: *"how did your holiday go?" "it went very well"* "ngày nghỉ của anh [diễn ra] như thế nào?" "rất tốt" **7.** (nhất là trong câu ra lệnh) bắt đầu: *I'll say "one, two, three, go! as a signal to you to start"* tôi sẽ hô: "một, hai, ba, bắt đầu!" như là một hiệu để các anh bắt đầu nhé **8.** (máy móc) chạy: *is your watch going?* đồng hồ anh có chạy không?; *this machine goes by electricity* máy này chạy bằng điện **9.** trở thành, trở nên: *go bald* trở nên hói đầu; *this milk had gone sour* sữa này đã trở chua **10.** ở, sống (trong một tình trạng nào đó): *she cannot bear the thought of children going hungry* bà ta không chịu đựng được ý nghĩ là trẻ con bị đói **11.** (dùng với một đttqk ở dạng phủ định để chỉ một hành động không diễn ra): *her absence went unnoticed* không ai để ý thấy sự vắng mặt của chị ta **12.** **go like something** (dùng trong câu hỏi với how) nghe, nghe như: *how does that song go?* bài hát ấy nghe thế nào?; *the national anthem goes like this...* bài quốc ca [nghe] như thế này này **13.** kêu, phát ra âm thanh (như thế nào đó): *the clock went "tick tock, tick tock"* đồng hồ kêu tích tắc, tích tắc; *the gun went "bang"* súng nổ "đùng" **14.** được phát ra làm tín hiệu báo trước: *the whistle goes at the end of the match* tiếng còi vang lên, báo hiệu kết thúc trận đấu **15.** biến đi, mất đi, hết đi: *has your headache gone yet?* anh đã hết nhức đầu chưa?; *I rubbed hard but the stain just wouldn't go* tôi đã cọ mạnh nhưng vết đó vẫn không mất **16.** (dùng sau must, have to hay can) bị bỏ đi, bị vứt đi, bị thải: *he's incompetent; he'll have to go* anh ta thiếu khả năng và sẽ bị thải thôi **17.** kém đi, bị mất: *his hearing went in his seventies* ở tuổi bảy mươi ông ta đã mất khả năng thính giác (đã bị điếc) **18.** hỏng: *I was driving into town when my brakes went* tôi đang lái xe vào thành phố thì phanh hỏng; *this light bulb has gone* bóng đèn này hỏng rồi **19.** (trại) chết, mất: *old Mrs Davis had gone* bà cụ Davis đã mất **20.** hết, đã tiêu hết (tiền): *all her earnings go on clothes* tất cả tiền kiếm được của cô ta đã được tiêu vào việc mua sắm quần áo **21.** được bán: *these socks are going at £1 a pair* tất này bán 1 bảng mỗi đôi; *the new dictionary is going well* cuốn từ điển mới này đang bán chạy lắm **22.** *(dùng ở trong câu mệnh lệnh phủ định, với một động từ ở dạng -ing, để bảo ai không được làm gì): don't go getting yourself in trouble* đừng có đưa mình vào vòng rắc rối **23.** *(dùng trong câu mệnh lệnh, để xua đuổi ai): go jump in a lake!* đi mà nhảy xuống hồ cho rồi! **24.** góp phần: *this all goes to prove my theory* tất cả những cái đó góp phần chứng minh học thuyết của tôi **25.** *(kng) (chỉ dùng ở thì tiếp diễn)* có thể kiếm, có thể có được: *there simply aren't any jobs going in this area* đơn giản là trong vùng này không thể kiếm được việc gì làm cả **26.** trôi qua, qua đi *(thời gian): hasn't the time gone quickly?* có phải thời gian trôi qua nhanh quá không? **27.** sẵn lòng trả *(bao nhiêu đó để được cái gì): I'll go to £1500 but no higher* tôi sẵn lòng trả 1500 bảng nhưng không trả cao hơn nữa **28.** *(không dùng ở thể bị động)* xuống *(quân bài, bài brít): go two spades* xuống hai con pích **29.** a/ *(+ to, into + dt, để chỉ người, vật đang ở tình trạng được dt chỉ định): she went to sleep* cô ta ngủ thiếp đi; *the company has gone into liquidation* công ty đã đến lúc thanh lý *(vỡ nợ)* b/ *(+ out of + dt, để chỉ người hay vật không còn ở trong tình trạng được dt đó chỉ định): flared trousers have gone out of fashion* quần ống loe không còn là mốt nữa. // **anything goes** cái gì cũng được chấp nhận *(mặc dù có trái thói thường): almost anything goes these days*

ngày nay mọi việc có trái thói thường cũng phải chấp nhận thôi; **as people (things...) go** so sánh với người (vật) trung bình: *twenty pounds for a pair of shoes isn't bad as things go* hai mươi bảng một đôi giày theo thời giá hiện nay đâu có đắt; **be going on [for] something** gần tới, xấp xỉ: *it must be going [for] midnight* chắc là đã xấp xỉ nửa đêm; *he must be going on for ninety* ông cụ chắc phải xấp xỉ chín mươi; *she's sixteen, going on seventeen* cô ta mười sáu tuổi, sắp sang mười bảy rồi; **be going to** sắp: *look at those black clouds; there's going to be a storm* hãy nhìn những đám mây đen kia kìa, sắp có bão đây; *I am going to be sick* tôi muốn (sắp) ốm đây; **enough (something) to be going on with** [số lượng] tạm đủ: *"how much money do you need?" "£50 should be enough to be going on with"* "anh cần bao nhiêu tiền" "50 bảng là tạm đủ rồi"; **go all out for something; go all out to do something** cố hết sức, nỗ lực: *the Labour Party are going all out for the victory (going all out to gain the election)* đảng Lao động đang cố hết sức giành phần thắng trong cuộc bầu cử; **go and do something** *(dùng để tỏ sự tức giận đối với ai đã làm điều gì ngu xuẩn): why did you [have to] go and upset your mother like that?* đồ quỷ sứ, sao mày làm khổ mẹ mày đến thế?; **go for nothing** uổng công: *all her hard work has gone for nothing* tất cả công việc khó nhọc của bà ta thật là uổng công; **go on [with] you** tôi xin ông *(cách trách nhẹ ai):* "how old are you?" "I am forty" "go on with you -

you don't look a day over thirty" "anh bao nhiêu tuổi?" "tôi bốn mươi" "xin anh, anh trông mới có ba mươi không quá một ngày!"; **go to it** *(dùng trong câu khuyến khích)* cố gắng hết mình: *go to it, John! you know you can beat him* cố lên John! anh biết là anh có thể đánh thắng nó mà; **here goes; here we go** *(kng)* nào *(để nói lên là mình sắp làm một việc gì mạo hiểm): well, here goes - wish me luck!* nào bắt đầu đây, chúc cho tôi may mắn đi!; **[have] a lot, plenty, not much, nothing... going for one** có nhiều (không nhiều) lợi thế: *you're young, intelligent, attractive; you have got a lot going for you!* chị có nhiều lợi thế: trẻ, hấp dẫn, thông minh; **no go** *(kng)* không thể được: *I tried to get him to increase my salary, but it was clearly no go* tôi cố xin ông ta tăng lương cho tôi, nhưng rõ ràng là không thể được; **there goes something** *(kng)* thế là đi đời *(tỏ ý tiếc cái gì đã mất): they've scored again - there go our chances of winning* họ lại ghi thêm một bàn, thế là đi đời hy vọng chiến thắng của chúng ta trong trận đấu *(hẳn là sẽ thua)*; **there somebody goes again** *(kng)* lại thế rồi: *there you go again, prying into other people's affairs!* mày lại thế rồi, cứ dính mũi vào việc của người khác; **to go** *(Mỹ, kng)* để mang đi [ăn ở nơi khác] *(món ăn): two pizzas to go!* cho hai chiếc bánh tráng Ý mang đi ăn nhé!; **what (whatever) somebody says, goes** *(kng)* ai đó có toàn quyền và phải được tuân theo: *my wife wanted the kitchen painted white and what she says, goes* vợ tôi muốn sơn trắng nhà bếp và bà nói là phải được tuân theo; **where does somebody go from here** bước phải làm tiếp *(đối với một người gặp khó khăn để cải thiện tình hình)*: *sales are down, redundancies are inevitable: where does the company go from here?* buôn bán đang ế ẩm, sự sa thải người làm là không tránh khỏi, công ty phải làm gì tiếp đây?; **who goes there?** ai đấy? *(tiếng hô của lính gác).*

go about a/ *x* go round (around; about) b/ đổi hướng *(tàu bè)*; **go about something** tiếp tục công việc gì, bận rộn với công việc gì: *despite the threat of war, people went about their work as usual* mặc dù chiến tranh đe dọa, mọi người vẫn bận rộn với công việc của mình như thường lệ; **go about something (doing something)** bắt đầu làm gì, bắt tay vào việc gì: *you're not going about the job in the right way* anh bắt đầu công việc không đúng cung cách rồi; *how should I go about finding the job?* tôi phải làm thế nào để tìm việc làm đây?; **go about with somebody** *x* go round (around; about) with somebody; **go after somebody** săn đuổi, rượt đuổi: *he went after the burglars* anh ta rượt đuổi bọn ăn trộm; **go after somebody (something)** cố giành cho được: *he goes after every woman he meets* gặp phụ nữ là nó theo tán tỉnh; *we're going after the same job* chúng tôi xin cùng một chỗ làm; **go against somebody** không có lợi cho ai; làm hại ai: *the jury's verdict went against him* phán quyết của tòa không có lợi cho anh ta; *the war is going against us* chiến tranh làm hại chúng ta; **go against**

somebody (something) chống lại: *don't go against your parents' wishes* đừng có chống lại mong muốn của cha mẹ; *he went against the advice of his colleagues and resigned* nó chống lại lời khuyên của đồng nghiệp và xin từ chức; **go against something** mâu thuẫn với, trái ngược với: *his thinking goes against all logic* suy nghĩ của ông ta ngược lại với lô-gích; **go ahead** diễn ra; được thực hiện: *despite the bad weather, the fête will go ahead* mặc dầu thời tiết xấu, lễ hội vẫn được tiến hành; **go ahead [with something]** làm không do dự: *"may I start now?" "yes, go ahead"* "tôi bắt đầu được chưa?" "được, bắt đầu đi"; **go along** a/ *(chủ yếu dùng sau as)* tiếp tục: *you may have some difficulty at first but you'll find it easier as you go along* lúc đầu anh có thể gặp một ít khó khăn, nhưng tiếp tục làm anh sẽ thấy công việc dễ hơn b/ tiến triển, phát triển: *things are going along nicely* công việc đang tiến triển tốt đẹp; **go along with (somebody, something)** đồng ý với; chấp nhận: *I can't go along with you on that point* tôi không thể đồng ý với anh về điểm đó; **go around** *x* go round (around; about); **go around with somebody** *x* go round (around; about) with somebody; **go at somebody** tấn công *(ai)*; **go at something** cố gắng làm gì; nỗ lực làm gì; **go away** a/ rời khỏi *(một nơi)*: *we're going away for a few days* chúng tôi sẽ đi [khỏi nơi này] vài hôm *(đi nghỉ chẳng hạn)* b/ biến mất: *the smell still hasn't gone away* mùi hương còn chưa bay mất; **go back [to]** trở lại: *the children have to go back to school next week* tuần sau

bọn trẻ phải trở lại trường; **go back [to something]** trở lại: *can I go back to what you said at the beginning of the meeting?* tôi có thể trở lại vấn đề anh đã nói lúc bắt đầu cuộc họp không?; **go back on something** không giữ *(lời hứa)*: *he never goes back on his word* anh ta không bao giờ giữ lời hứa; **go back to something (doing something)** a/ bắt đầu trở lại, trở lại: *she's decided to go back to teaching* cô ta quyết định trở lại nghề dạy học b/ đã có từ *(thời gian nào)*; đã có trong một thời gian nào: *how far does the tradition go back?* truyền thống ấy có từ thời nào thế?; **go before** đã có (xảy ra) trước đây: *the present crisis is more than any that have gone before* cuộc khủng hoảng hiện nay lớn hơn bất cứ cuộc nào đã xảy ra trước nay; **go before somebody (something)** được đưa ra để phân định *(trước ai, trước một ủy ban...)*: *my application goes before the planning committee next week* đơn xin việc của tôi sẽ được đưa ra trước ủy ban kế hoạch vào tuần tới; **go beyond something** vượt quá: *this year's sales figures go beyond all our expectations* con số bán ra năm nay vượt quá mọi mong đợi của chúng tôi; **go by** trôi qua, qua đi *(nói về thời gian)*: *as time goes by my memory seems to get worse* thời gian trôi qua, trí nhớ của tôi như càng ngày càng kém đi; **go by something** a/ làm theo: *I shall go entirely by what my solicitor says* tôi sẽ hoàn toàn làm theo những gì luật sư của tôi bảo làm b/ phán đoán: *have we enough evidence to go by?* ta có đủ bằng chứng để phán đoán chưa?; *it's not always wise to go by appearance* dựa

G

vào bề ngoài mà phán đoán không phải lúc nào cũng khôn ngoan đâu; **go down** a/ ngã xuống đất: *she tripped and went down with the bump* chị ta vấp chân và ngã phịch xuống đất b/ chìm, đắm *(tàu, thuyền)* c/ lặn *(mặt trời, mặt trăng)* d/ được nuốt: *this pill just won't go down* viên thuốc này không thể nuốt trôi được e/ xẹp đi; hạ xuống; giảm xuống: *the swelling has gone down a little* chỗ sưng phồng đã xẹp đi một ít; *the price of petrol is going down; petrol is going down in price* xăng dầu đang xuống giá; *we waited for the wind to go down* chúng tôi chờ cho gió dịu (giảm) đi; f/ suy sút: *this neigbourhood has gone down a lot recently* tình xóm giềng ấy đã suy sút rất nhiều thời gian gần đây; **go down [from]** rời trường đại học *(nhất là trường Cambridge và Oxford) (sau một niên học hoặc khi tốt nghiệp)*: *she went down [from Cambridge] in 1984* cô ta tốt nghiệp [đại học Cambridge] năm 1987; **go down [in something]** được ghi lại: *it all goes down in her notebook* tất cả những điều đó được ghi vào sổ tay của cô ta; *he will go down in history as a great statesman* ông ta sẽ được ghi vào sử sách như là một chính khách lớn; **go down [to somebody]** bị thua: *Connors went down [to Becker] by three sets to one* Connors thua [Becker] với tỷ số 3/1; **go down to [to...] [from...]** đi tới *(nhất là từ miền bắc nước Anh xuống Luân Đôn, hoặc từ thành phố lớn tới một thành phố bé hơn)*, xuôi: *we are going to London next week* chúng tôi sẽ xuôi Luân

Đôn vào tuần tới; *they have gone down to Brighton for a couple of days* họ đã xuôi Brighton hai ngày; **go down [with somebody]** *(dùng với pht hoặc trong câu hỏi sau how)* được ai đón nhận *(ra sao đó)*: *her speech went down well [with the conference]* bài nói của bà ta được [hội nghị] hoan nghênh; **go down to something** kéo dài tới *(thời gian nào đó)*: *this volume only goes down to 1945* cuốn sách này chỉ nói đến các sự kiện cho đến 1945 thôi; *go down with something* bị nhiễm *(bệnh gì đó)*; *our youngest boy has gone down with mumps* thằng con trai út của chúng tôi bị quai bị; **go for somebody** tấn công ai: *she went for him with a knife* bà ta cầm dao tấn công anh ấy; *the newspapers really went for him over his defence of terrorism* báo chí đã thực sự công kích ông về việc ông bênh vực chủ nghĩa khủng bố; **go for somebody (something)** a/ áp dụng cho: *what I said about Smith goes for you, too* những gì tôi nói về Smith cũng áp dụng cả cho anh nữa đấy b/ đi tìm về, đi lấy về: *shall I go for a doctor?* tôi đi tìm (mời) bác sĩ chứ?; *she has gone for some milk* bà ta đi mua ít sữa c/ mê; thích: *I don't go much for modern art* tôi không thích nghệ thuật hiện đại lắm; **go for something** a/ chọn cái gì: *I think I will go for the fruit salad* tôi nghĩ là tôi sẽ chọn món xà lách trái cây b/ cố, ráng sức: *she's going for world record in the high jump* chị ta đang cố đạt kỷ lục thế giới về môn nhảy cao; **go in** a/ khuất mây *(mặt trời, mặt trăng)* b/ vào vòng xuất phát

(bóng chày); **go in for something** a/ tham dự *(kỳ thi, cuộc đấu)*: *she's going for the Cambridge First Certificate* cô ta sẽ tham dự kỳ thi lấy chứng chỉ cấp một ở đại học Cambridge; *which events is he going in for at the Olympics?* nó tham dự những môn thi nào tại Thế vận hội thế? b/ chọn nghề: *have you ever thought of going in for teaching?* anh đã có bao giờ nghĩ đến việc chọn nghề dạy học chưa?; **go in for something (doing something)** ham mê cái gì: *go in for stamp-collecting* ham mê sưu tập tem; **go into something** a/ đâm vào *(nói về xe cộ)*: *the car skidded and went into a tree* chiếc xe trượt bánh và đâm vào gốc cây b/ tham gia, gia nhập: *go into the Army* gia nhập quân đội; *when Great Britain goes into Europe?* khi nào thì nước Anh gia nhập khối cộng đồng Châu Âu (EEC) c/ bắt đầu *(một động tác nào đó; nói về xe cộ, người lái)*: *the lorry went into a spin on a patch of ice* chiếc xe tải xoay vòng trên một vũng băng d/ bắt đầu *(hành động theo một kiểu nào đó)*: *he went into a long explanation of the affair* ông ta bắt đầu giãy bày dài dòng về câu chuyện; *she went into fits (peals) of laughter* cô nàng phá lên cười ngất e/ điều tra kỹ lưỡng, xem xét kỹ lưỡng: *the problem will need a lot of going into* vấn đề cần được xem xét kỹ lưỡng f/ được bỏ ra để làm việc gì *(tài nguyên, tiền bạc)*: *years of work have gone into the preparation of this dictionary* đã phải bỏ ra mấy năm làm việc để soạn nên cuốn từ điển này; **go off** a/

rời sân khấu, đi vào *(diễn viên)* b/ nổ *(bom, súng)*: *the gun went off by accident* súng bị cướp cò; *the bomb went off in a crowded street* quả bom đã nổ giữa một đường phố đông người c/ phát ra một tiếng nổ bất chợt; vang lên: *the thieves ran away when the burglar alarm went off* bọn ăn cắp đã bỏ chạy khi tiếng báo động mất cắp vang lên d/ ngừng hoạt động, tắt *(đèn, diện)*: *suddenly the lights went off* đột nhiên đèn phụt tắt e/ *(kng)* chợt ngủ, ngủ: *hasn't the baby gone off yet?* cháu bé đã ngủ chưa? f/ hỏng, thối *(thức ăn)*: *the milk has gone off* sữa bị hỏng rồi g/ kém phẩm chất đi; trở nên dở hơn: *her books have gone off in recent years* sách của bà ta những năm gần đây đã dở hơn trước h/ *(dùng với pht, hoặc trong câu hỏi sau* how) diễn ra *(theo cách nào đó)*: *the performance went off well* buổi biểu diễn diễn ra tốt đẹp; *how did the concert go off?* buổi hòa nhạc ra sao, có khá không?; **go off somebody (something)** không còn mê thích, chán: *Jane seems to be going off Peter* Jane xem chừng đã chán Peter; *I've gone off beer* tôi chán uống bia rồi; **go off with somebody** bỏ *(vợ, chồng)* đi theo người khác: *he went off with his best friend's wife* hắn bỏ vợ để theo vợ của người bạn thân nhất của nó; **go off with something** cuỗm đi: *he went off with £10.000 of the company* nó cuỗm đi số tiền 10.000 bảng của công ty; *who's gone off with my pen?* ai đã lấy cái bút của tôi thế?; **go on** a/ bước ra sân khấu *(diễn viên)*: *she doesn't go on till Act 2* mãi tới hồi

2, cô ta mới bước ra sân khấu b/ vào sân *(để thay người khác)*: *Allen went on [in place of Lineker] just before half-time* Allen vào sân [thay Lineker] ngay trước khi hết hiệp một c/ bắt đầu đánh *(bóng quần)* d/ bắt đầu hoạt động, sáng lên *(đèn)*: *suddenly all the lights went on* bỗng nhiên các đèn đều sáng lên; *why won't the heating go on?* sao lò sưởi không chạy nhỉ? e/ trôi qua *(thời gian)* f/ *(đặc biệt ở thì tiếp diễn)* diễn ra, xảy ra: *what's going on here?* chuyện gì đang xảy ra ở đây thế? g/ tiếp tục không thay đổi: *the present state of affairs can not be allowed to go on* tình trạng hiện nay không thể để tiếp tục như thế được h/ tiếp tục nói *(sau khi dừng một lúc ngắn)*: *she hesitated for a moment and then went on* chị ta ngập ngừng một lúc rồi tiếp tục nói i/ nào, cố lên *(để khuyến khích ai)*: *go on, have another drink!* nào cố lên, tiếp tục uống thêm nữa đi! **go on something** a/ bắt đầu nhận *(trợ cấp thất nghiệp)*; bắt đầu uống *(thuốc ngừa thai)*: *go on the dole* bắt đầu nhận tiền trợ cấp thất nghiệp; *go on the pill* bắt đầu uống thuốc ngừa thai đều đặn b/ *(dùng với một từ phủ định hoặc trong câu hỏi)* dựa vào một ý kiến *(nhận định (về việc gì)*: *the police don't have much evidence to go on* cảnh sát chưa có nhiều bằng chứng để dựa vào; **go on [about something (somebody)]** nói dai về cái gì *(về ai)*: *I know you don't like my smoking, but there's no need to go on about it* tôi biết anh không thích tôi hút thuốc, nhưng cần gì phải nói mãi về điều

đó; **go on [at somebody]** chê trách, phàn nàn *(ai)*: *she goes on at her husband continually* bà ta luôn mồm chê trách chồng; **go on [with something]** lại tiếp tục *(việc gì, sau một thời gian nghỉ)*: *go on coughing* lại tiếp tục ho; *if you go on drinking like this you will make yourself ill* nếu anh cứ tiếp tục uống rượu như thế thì anh sẽ ốm đấy; **go on to something** chuyển sang *(mục khác)*: *let's go on to the next item on the agenda* ta hãy tiếp tục chuyển sang mục tiếp sau trong chương trình nghị sự; **go on to go something** tiếp sang làm việc gì sau khi đã xong việc trước; **go out** a/ đi ra ngoài: *he goes out drinking most evenings* ông ta hầu như tối nào cũng đi ra ngoài uống rượu b/ xuống *(nói về thủy triều)* c/ đình công *(công nhân)* d/ được gửi đi: *have the invitations gone out yet?* giấy mời đã gửi đi chưa? e/ được phát thanh trên đài; được truyền hình f/ được công bố, được thông báo *(tin tức)*: *word went out that the Prime Minister had resigned* có tin công bố rằng thủ tướng đã từ chức g/ lỗi thời: *flare trousers went out years ago* quần loe đã lỗi thời nhiều năm nay rồi h/ tắt: *the fire has gone out* lửa đã tắt i/ kết thúc: *the year went out with blizzards and gales* năm đã kết thúc với những trận bão tuyết và gió mạnh; **go out [of something]** bị loại: *she went out in the first round of the tournament (went out of the tournament in the first round)* chị ta bị loại ở ngay vòng đầu cuộc đấu; **go out [to...]** bỏ xứ sở đi xa: *our daughter went out to Australia ten years*

G

ago con gái chúng tôi đã [bỏ xứ sở] đi Úc mười năm nay; **go out of something (somebody)** không còn nữa, biến mất *(tình cảm...)*: *all the fight seemed to go out of him* tất cả ý chí chiến đấu hình như không còn trong anh ta nữa; **go out to somebody** dành hết cho ai: *our sympathies go out to relatives of the victims* lòng thương cảm của chúng tôi dành hết cho thân nhân của các nạn nhân; **go out with somebody; go out [together]** *(kng)* dan díu với ai (với nhau): *Terry has been going out with Sharon for six weeks; Sharon and Terry have been going out [together] for six weeks* Sharon và Terry đã dan díu với nhau sáu tuần nay; **go over** *(dùng với pht hoặc trong câu hỏi sau how)* được đón nhận (thưởng thức) như thế nào đó: *how did her speech go over?* bài diễn văn của bà ta được đón nhận như thế nào?; **go over something** a/ xem xét kỹ, kiểm tra kỹ: *go over your work carefully before you hand it in* hãy kiểm tra kỹ bài làm của anh trước khi đưa nộp; *she went over her lines before the first night of the play* chị ta ôn lại lời của vai mình đóng trước khi diễn vở đêm đầu tiên b/ lau chùi sạch: *she went over the room with duster* chị ta lấy giẻ lau sạch bụi gian phòng; **go over [to..]** đi từ nơi này đến một nơi khác ở cách xa: *many of the Irish went over to America during the famine* nhiều người Ai-len đã qua Châu Mỹ trong thời kỳ có nạn đói; **go over to somebody (something)** chuyển sang *(một chương trình khác, nói về truyền thanh...)*:

we are now going over to the news desk for an important announcement bây giờ chúng ta chuyển sang phần tin tức với một thông báo quan trọng; **go over to something** chuyển sang *(một tổ chức khác, một ý kiến, thói quen khác...)*: *two Conservative MPs went over to Liberals* hai nghị sĩ Đảng bảo thủ đã chuyển sang Đảng tự do; *she's gone over to a milder brand of cigarettes* bà ta đã chuyển sang hút loại thuốc lá nhẹ hơn; **go round** a/ đi vòng: *the main road was flooded so we had to go round by country lanes* đường chính bị ngập lụt nên chúng tôi phải đi vòng theo những con đường làng hẹp b/ đủ cho mỗi người một phần: *is there enough food to go around?* có đủ đồ ăn cho mỗi người một phần không?; **go round (around; about)** *(dùng với tt hoặc đgt ở thể -ing)* đi lại, di chuyển: *she goes about barefoot* cô ta đi chân không; *it's unprofessional to go round critizing your colleagues* đi chê trách đồng sự là không hợp lẽ thói nghề nghiệp b/ lan truyền *(lời đồn đại...)*: *there's rumour going round that Sue and David have an affair* có tin đồn đang lan truyền là Sue và David dan díu với nhau c/ lây lan *(bệnh...)*: *there's a lot of flu going round at the moment* lúc này có dịch cúm đang lây lan đây; **go round to** đến thăm *(ai, địa điểm)*: *I'm going round to my parents' house later* tôi sẽ đến thăm nhà bố mẹ tôi sau; **go round (around; about) with somebody** hay đàn đúm với ai: *he goes round with a bunch of thugs* nó hay đàn đúm với một lũ côn đồ; **go through** a/ được

thông báo *(dự luật...)*: *the bill went through* dự luật đã được thông qua b/ xong; thành công: *the deal did not go through* việc giao dịch mua bán không xong; **go through something** a/ thủng lỗ: *I have gone through the elbows of my sweater* áo len chui đầu của tôi đã thủng lỗ ở khuỷu tay b/ xem xét kỹ *(để tìm cái gì)*: *I always start the day by going through my mail* tôi luôn luôn bắt đầu một ngày bằng việc xem xét kỹ thư từ của tôi; *I've gone through my pockets but I can't find my keys* tôi đã lục kỹ túi áo mà vẫn không tìm thấy chìa khóa đâu cả c/ thảo luận chi tiết, xem xét chi tiết d/ tiến hành, thực hiện: *certain formalities have to be gone through before one can emigrate* một số thủ tục phải được thực hiện trước thì mới nhập cư được e/ kinh qua, chịu đựng: *he's amazingly cheerful considering all that he's gone through* ông ta vẫn vui vẻ một cách đáng kinh ngạc sau tất cả những gì ông ta đã phải gánh chịu f/ đã qua *(bao nhiêu lần in đấy)*: *this dictionary has gone through ten editions* cuốn từ điển này đã qua mười lần xuất bản g/ tiêu dùng hết: *I seem to be going through a lot of money at the moment* hình như dạo này tôi tiêu hết khá nhiều tiền; **go through with something** thực hiện: *he's determined to go through with the marriage despite his parents' opposition* anh ta nhất quyết cứ kết hôn mặc dù bố mẹ phản đối; **go to somebody** được trao cho: *the first prize went to the youngest child in the class* giải nhất được trao cho cậu bé ít tuổi nhất lớp; *proceeds from the concert will go to charity* tiền thu được từ buổi hòa nhạc sẽ được hiến cho công cuộc từ thiện; **go together** *nh* **go with somebody, go with something; go towards something** góp thêm vào: *this money can go towards the new camera you're saving up for* số tiền này sẽ góp thêm vào số tiền anh đã dành dụm để mua một chiếc máy ảnh mới; **go under** a/ chìm nghỉm b/ *(kng)* phá sản: *the company went under completely* công ty đã hoàn toàn phá sản; **go up** a/ được kéo lên *(màn sân khấu)*: *the curtain goes up* màn kéo lên b/ được dựng lên, được xây lên: *new houses are going up everywhere* nhà mới được xây lên khắp nơi c/ bị phá hủy *(bằng bom, lửa...)*: *the whole building went up in the flames* tòa nhà mới bị lửa thiêu hủy hết d/ tăng lên; lên: *cigarettes are going up [in price]* thuốc lá tăng giá; *unemployment has gone up again* nạn thất nghiệp lại tăng lên; **go up [to...] [from...]** lên *(miền bắc nước Anh hoặc Luân Đôn)*: *we are going up to London next weekend* vào dịp cuối tuần sắp tới, chúng tôi sẽ lên Luân Đôn; **go with somebody; go together** *(lóng)* dan díu với ai; **go with something** tính gộp vào: *do the carpet and the curtain go with the house?* thảm và màn cửa có tính gộp vào giá nhà không?; **go with something; go together** a/ hợp với: *her blouse doesn't go with her skirt; her blouse and her skirt don't go [together]* áo của cô ấy không hợp với váy cô; *white wine goes well with fish* rượu vang trắng rất hợp với món

cá b/ đi cùng với, đi đôi với: *disease often goes with poverty; disease and poverty often go together* bệnh tật và nghèo đói thường đi đôi với nhau; **go without [something]** *(dùng sau* can, could *và* have to*)* nhịn, chịu: *I had to go without breakfast this morning as I was in a hurry* sáng nay tôi phải nhịn (không được) ăn sáng vì tôi rất vội; *she went without sleep for three days* cô ta đã không ngủ ba hôm nay.

go² /gəʊ/ *dt (snh* goes /gəʊz/*)* **1.** lượt *(trong các trò chơi...)*: *whose go is it?* đến lượt ai thế?; *it's your go* đến lượt anh đấy **2.** *(Anh, kng)* sức sống, sinh khí: *she's full of go; she's got a lot of go* chị ta tràn đầy sức sống **3.** cơn *(bệnh)*: *he's had a bad go of flu* anh ta bị cơn cúm nặng. // **at one go** chỉ một lần, chỉ một hơi: *blow out all the candles at one go* chỉ một hơi thổi tắt hết cả mấy ngọn nến; **be all go** *(Anh, kng)* rất bận rộn: *it's all go in the office today* hôm nay ở cơ quan rất là bận rộn; **be on the go** bận bịu: *I've been on the go all week* tôi bận bịu suốt tuần; **have a go [at something (doing something)]** *(kng)* cố sức làm việc gì: *he had several goes at the high jump before he succeeded in clearing it* hắn đã phải cố gắng nhiều lần trước khi vượt qua được xà; *I'll have a go at mending your bike today* hôm nay tôi phải cố sửa xong chiếc xe đạp cho anh; **make a go of something** *(kng)* thành công: *she's determined to make a go of her new career* cô ta quyết chí thành công trong nghề mới của mình.

goad¹ /gəʊd/ *dt* **1.** gậy thúc gia súc **2.** *(bóng)* động lực thúc đẩy.

goad² /gəʊd/ *dgt* **1.** thúc *(gia súc bằng gậy thúc)* **2.** thúc giục: *goad somebody into doing something* thúc giục ai làm gì.

go-ahead¹ /'gəʊəhed/ *dt* **the go-ahead** sự được phép; sự cho phép: *we've got the go-ahead from the council (the council have given us the go-ahead) to start building* chúng tôi đã được hội đồng cho phép khởi công xây dựng.

go-ahead² /'gəʊəhed/ *tt* năng nổ dám làm; hăng hái thử những phương pháp mới.

goal /gəʊl/ *dt* **1.** *(thể)* khung thành *(bóng đá...)* **2.** *(thể)* bàn thắng, điểm: *score a goal* ghi một bàn thắng **3.** *(bóng)* mục tiêu, mục đích: *reach one's goal in life* đạt được mục tiêu trong đời.

goal-area /'gəʊleəriə/ *dt* vùng cấm địa *(đá bóng)*.

goalie /'gəʊli/ *dt nh* goalkeeper.

goalkeeper /'gəʊlki:pə[r]/ *dt* thủ môn, thủ thành *(bóng đá...)*.

goal-kick /'gəʊlkik/ *dt* cú đá bóng trở lại sân *(sau khi bên tấn công đã đá bóng ra ngoài đường biên khung thành)*.

goalless /'gəʊllis/ *tt (thường thngũ)* không ghi bàn nào cả: *a goalless draw* trận đấu hòa không - không.

goal-line /'gəʊllain/ *dt* đường biên khung thành *(bóng đá)*.

goal-mouth /'gəʊlmaʊθ/ *dt* khu ngay trước khung thành, cửa khung thành *(bóng đá)*.

G

goal-post /'gəʊlpəʊst/ *dt* cột khung thành *(bóng đá)*.

goat /gəʊt/ *dt* **1.** con dê **2.** *(lóng)* lão dê cụ. // **act (play) the [giddy] goat** *(kng)* xử sự lông bông vô trách nhiệm; **get somebody's goat** *(kng)* quấy rầy ai; **separate the sheep from the goats** x separate[2].

goatee /gəʊ'ti:/ *dt* chòm râu dê *(ở người)*.

goatherd /'gəʊthɜ:d/ *dt* người chăn dê.

goatskin /'gəʊt, skin/ **1.** da dê *(đã thuộc)* **2.** bình đựng nước bằng da dê *(dụng rượu...)*.

goat's cheese /'gəʊtstʃi:z/ pho mát làm bằng sữa dê.

gob[1] /gɒb/ *dt (kng)* nước dãi, đờm dãi.

gob[2] /gɒb/ *dgt (kng)* khạc nhổ.

gob[3] /gɒb/ *dt (Anh, lóng, tục)* cái miệng: *shut your gob!* câm miệng đi!

gobbet /'gɒbit/ *dt (kng)* **1.** miếng lớn *(thức ăn...)* **2.** đoạn trích ngắn.

gobble[1] /'gɒbl/ *dgt* [+ up, down] ăn ngấu nghiến: *eat slowly and don't gobble* ăn từ từ chứ, đừng có ngấu nghiến như vậy. // **gobble something up** *(kng)* ngốn hết: *the rent gobbles up half my earnings* tiền thuê nhà ngốn hết một nửa thu nhập của tôi.

gobble[2] /'gɒbl/ *dgt* **1.** kêu gọp gọp *(gà tây trống)* **2.** nói nghe cứ ọp ọp *(người khi giận dữ hay nói nhanh)*.

gobble[3] /'gɒbl/ *dt* tiếng gọp gọp *(gà tây trống)*.

gobble-de-gook *(cg* **gobble-dy-gook)** /'gɒbldigu:k/ *dt (kng)* lối văn bản hành chính *(khó hiểu)*.

go-between /'gəʊbitwi:n/ *dt* người trung gian, người môi giới: *in some countries marriages are arranged by go-betweens* ở một số nước hôn nhân do người môi giới thu xếp.

goblet /'gɒblit/ *dt* cái ly *(có chân, để uống rượu)*.

goblin /'gɒblin/ *dt* yêu tinh *(trong truyện thần thoại)*.

go-by /'gəʊbai/ *dt* **give somebody the go-by** phớt lờ ai, lờ ai đi.

go-cart /'gəʊkɑ:t/ *dt (Mỹ)* xe đẩy tay.

god /gɒd/ *dt* **1.** thần: *they made a sacrifice to the god of rain* họ làm lễ hiến sinh thần mưa **2.** **God** *(số ít)* Chúa trời, Thượng đế, Trời: *God the Father, God the Son and God the Holy Ghost* đức Chúa Cha, đức Chúa Con và đức Chúa Thánh thần; *as God is my witness, that's the truth* có Trời chứng giám cho, đấy là sự thật **3.** thần tượng: *make a God of somebody* sùng bái ai như một thần tượng; *money is his god* tiền bạc là thần tượng của anh ta **4.** **the gods** *(snh)* ghế tầng thượng, ghế chuồng chim *(ở rạp hát, vào loại dắt tiền)*: *sitting in the gods* ngồi ở ghế tầng thượng. // **an act of God** thiên tai *(như bão, lụt...)*; **for God's sake** x sake[1]; **for the love of God** x love[1]; **God almighty; God in heaven; good God; [oh] [my] God** Trời!: *God, what a stupid thing to do!* Trời, việc làm mới ngốc nghếch làm sao!; **God (goodness; Heaven) knows** x know; **God (Heaven) forbid** x fobid; **God (Heaven) help somebody** x help[1]; **God willing** nếu đúng ý Chúa: *I'll be back next week, God willing* nếu đúng ý Chúa, tuần tới tôi sẽ về; **honest to God (goodness)** x honest; **in God's name** lạy Chúa *(tỏ sự ngạc nhiên, sự giận dữ)*: *what in God's name was that huge bang?* lạy Chúa tiếng nổ lớn ấy là tiếng gì vậy?; **in the lap of the Gods** x lap[1]; **a man of God** x man; **please God** x please; **put the fear of God into somebody** x fear[1]; **thank God** x thank; **to God (goodness, Hea-ven)** *(dùng sau dgt diễn tả sự mong ước)* lạy trời mong sao: *I wish to God he'd turn that radio down!* lạy trời mong sao nó vặn nhỏ bớt máy thu thanh cho; **ye Gods** *(cũ hoặc đùa)* trời! *(tỏ ý ngạc nhiên)*.

god-awful /'gɒdɔ:fl/ *tt* tồi tệ, kinh khủng: *what a god-awful day I have had!* tôi đã trải qua một ngày mới khủng khiếp làm sao!

godchild /'gɒdtʃail/ *dt* con đỡ đầu.

god-damned /'gɒddæmd/ *tt, pht* chết tiệt.

goddess /'gɒdis/ *dt* nữ thần.

godfather /'gɒdfɑ:ðə[r]/ *dt* cha đỡ đầu.

God-fearing /'gɒd,fiəriŋ/ *tt* ngoan đạo.

God-forsaken /'gɒdfə,seikən/ *tt* tồi tàn, tiêu điều *(nơi chốn)*.

godhead /'gɒdhed/ *dt* **the Godhead** *(số ít, kng)* Chúa: *worshipping the Godhead* thờ phụng Chúa.

godless /'gɒdlis/ *tt* vô thần.

godlessness /'gɒdlisnis/ *dt* thái độ vô thần.

godliness /'gɒdlinis/ *dt* sự sùng đạo.

godly /'gɒdli/ *tt* sùng đạo.

godmother /'gɒdmʌðə[r]/ *dt* mẹ đỡ đầu.

godown /'gəʊdaʊn/ *dt* nhà kho *(ở Á Châu)*.

godlike /'gɒdlaik/ *tt* như thiên thần: *his godlike*

beauty vẻ đẹp như thiên thần của cậu ta.

godparent /'gɒdpeərənt/ *dt* người đỡ đầu *(cha hoặc mẹ)*.

God's acre /gɒds'eikə[r]/ *(cổ)* nghĩa địa.

godsend /'gɒdsend/ *dt* của trời cho, phúc trời: *the rent was due, so your cheque came as an absolute godsend* tiền nhà đã đến kỳ hạn phải trả, vậy nên tấm séc của anh đến thực sự như của trời cho.

godspeed[1] /,gɒd'spi:d/ *pht* chúc lên đường may mắn! *(chúc ai lúc ra đi): wish (bid) somebody godspeed* chúc ai lên đường may mắn.

godspeed[2] /,gɒd'spi:d/ *dt* lời chúc lên đường may mắn.

goer /'gəʊə[r]/ *dt* **1.** *(kng)* người năng nổ **2.** người phụ nữ buông tuồng.

-goer *(dùng tạo từ ghép)* người năng đi: *cinema-goers* những người năng đi xem chiếu bóng.

go-getter /,gəʊ'getə[r]/ *dt* người xông xáo.

goggle /'gɒgl/ *dgt* (+ *at*) trọn tròn mắt nhìn: *he goggled at her in surprise* anh ta trọn tròn mắt ngạc nhiên nhìn nàng; *a frog with goggling eyes* con ếch mắt lồi.

goggle-box /'gɒglbɒks/ *dt* *(Anh, kng)* tivi, máy truyền hình.

goggle-eyed /'gɒglaid/ *tt* **1.** trố mắt **2.** [có] mắt lồi.

goggles /'gɒglz/ *dt* (*snh*) kính bảo vệ mắt *(khi đi môtô, khi hàn kim loại...)*.

going[1] /'gəʊiŋ/ *dt* **1.** *(số ít)* sự đi, sự ra đi: *we were all sad at her going* cô ta ra đi, chúng tôi tất cả đều buồn **2.** tình trạng đường sá: *the going is hard over this rough road* việc đi lại trên con đường gồ ghề này

rất khó khăn **3.** tốc độ [tiến bước]: *she was a company director before she was 25; that's not bad going* chị ta đã là giám đốc một công ty trước tuổi 25, đó là một tốc độ tiến bước đâu phải là tồi. // **comings and goings** x **coming**[1]; **get out (go; leave...) while the going is good** rời bỏ công việc khi công việc đang chạy (khi điều kiện còn đang cho phép); **heavy going** x **heavy**.

going[2] /'gəʊiŋ/ *tt* [**a going concern**] cơ sở kinh doanh đang phát đạt (đang hoạt động); **the going rate [for something]** mức phí lao động hiện hành, mức tiền công hiện hành *(cho một hoạt động nào đó)*.

going-over /'gəʊiŋ'əʊvə[r]/ *dt* (*snh* **goings-over**) **1.** *(kng)* sự rà lại toàn bộ: *the document will need a careful going-over before we make a decision* tài liệu cần phải rà lại toàn bộ trước khi chúng ta quyết định; *I gave the car a thorough going-over* tôi đã cho rà lại chiếc xe ôtô **2.** *(lóng)* sự đánh đập; trận đòn: *the thugs gave him a real going-over* bọn côn đồ đã cho anh ta một trận đòn ra trò.

goings-on /'gəʊiŋzɒn/ *dt* (*snh*) *(kng)* sự cố: *there were some strange goings-on next door last night* đêm qua ở nhà bên cạnh đã xảy ra những sự cố lạ thường.

goitre (*Mỹ* **goiter**) /'gɔitə[r]/ *dt* (*y*) bướu giáp, bướu cổ.

go-kart /'gəʊkɑːt/ *dt* xe đua mui trần.

gold /gəʊld/ *dt* **1.** vàng: *coins made of solid gold* những đồng tiền đúc bằng vàng; *pure gold* vàng ròng; *18-carat gold* vàng 18 ca-ra **2.** vàng bạc, của cải: *a miser*

and his gold kẻ keo kiệt và đống của cải của nó **3.** màu vàng: *hair of shining gold* tóc màu vàng óng **4.** (*thể*) huy chương vàng: *win a (the) gold* đoạt huy chương vàng. // **all that glitters is not gold** x **glitter**[1]; [**as**] **good as gold** tỏ ra có đạo đức tốt, tỏ ra có giáo dục: *the children were as good as gold while you were out* tụi trẻ tỏ ra rất ngoan khi anh vắng nhà; **a heart of gold** x **heart**; **strike gold (oil)** x **strike**[2]; **worth one's (its) weight in gold** x **worth**[1].

gold-digger /'gəʊld,digə[r]/ *dt (cũ)* gái bòn tiền.

gold-dust /'gəʊlddʌst/ *dt* vàng bột, kim nhũ: *good computer personnel are like gold-dust* nhân viên thao tác máy điện toán thì quý và hiếm như bụi vàng.

golden /'gəʊldən/ *tt* **1.** bằng vàng: *a golden ring* chiếc nhẫn vàng **2.** [có] màu vàng: *golden hair* tóc màu vàng **3.** quý như vàng: *a golden opportunity* cơ hội ngàn vàng. // **kill the goose that lays the golden egg** x **kill**; **silence is golden** x **silence**[1].

golden age /,gəʊldən'eidʒ/ thời đại hoàng kim.

golden eagle /,gəʊldən'i:gl/ chim đại bàng nâu vàng.

golden handshake /,gəʊldən 'hændʃeik/ tiền tiễn đưa *(một người có cương vị cao ở một công ty khi người đó rời khỏi cương vị ấy)*.

golden jubilee /,gəʊldən 'dʒuːbiliː/ lễ kỷ niệm năm mươi năm.

golden mean /,gəʊldən 'miːn/ **the golden mean** giải pháp trung dung: *find the golden mean between drunkenness and total abstinence* tìm một giải pháp trung dung giữa sự nghiện rượu và sự kiêng rượu hoàn toàn.

golden rule /ˌɡəʊldən'ruːl/ nguyên lý hàng đầu *(phải nhớ mà thi hành)*.

Golden Syrup /ˌɡəʊldən 'si-rəp/ *(tên riêng)* nước mật đường tinh chế *(dùng nấu nướng)*.

golden wedding /ˌɡəʊldən 'wedɪŋ/ lễ kim hôn.

goldfield /'ɡəʊld,fiːld/ *dt* vùng có vàng.

goldfinch /'ɡəʊld,fintʃ/ *dt (động)* chim hồng tước cánh vàng.

goldfish /'ɡəʊld,fiʃ/ cá vàng *(nuôi làm cảnh)*.

gold foil /ˌɡəʊld'fɔil/ *(cg* **gold leaf***)* vàng lá.

gold medal /ˌɡəʊld'medl/ huy chương vàng.

gold medalist /ˌɡəʊld'med-list/ người đoạt huy chương vàng.

goldmine /'ɡəʊldmain/ *dt* **1.** mỏ vàng **2.** nguồn lợi lớn: *this shop is a regular goldmine* cửa tiệm này là một nguồn lợi đều đặn.

goldplate /ˌɡəʊld'pleit/ bát đĩa bằng vàng.

gold rush /'ɡəʊldrʌʃ/ cuộc đổ xô đi tìm vàng.

goldsmith /'ɡəʊld,smiθ/ thợ kim hoàn.

gold standard /ɡəʊld ,stæn-dəd/ kim bản vị.

golf /ɡɒlf/ *dt (thể)* môn chơi gôn.

golf ball /'ɡɒlfbɔːl/ **1.** bóng chơi gôn **2.** phím *(ở máy chữ)*.

golf-club /'ɡɒlfklʌb/ *dt (thể)* gậy chơi gôn.

golf club /'ɡɒlfklʌb/ câu lạc bộ [những người chơi] gôn *(từ chỉ tổ chức đó và cơ sở vật chất của câu lạc bộ bao gồm sân chơi gôn và trụ sở câu lạc bộ)*.

golf-course /'ɡɒlfkɔːs/ *dt (cg* **golf-links** /'ɡɒlfkliŋs/) sân chơi gôn.

Goliath /ɡə'laiəθ/ *dt (tu từ)* người khổng lồ.

golliwog /'ɡɒliwɒg/ *(cg* **golly**[1] /'ɡɒli/ *dt* búp bê mặt đen tóc dày và cứng.

golly[2] /'ɡɒli/ *tht (kng)* trời! *(tỏ ý ngạc nhiên)*.

goloshes /ɡə'lɒʃiz/ *dt (snh)* nh galoshes.

-gon *(yếu tố tạo dt, chỉ số góc của một hình)* giác: *polygon* hình đa giác; *hexagon* hình lục giác.

-gonal /-ɡənəl/ *(yếu tố tạo tt ghép)* -giác, có... cạnh: *polygonal* đa giác; *hexagonal* lục giác; có sáu cạnh.

gonad /'ɡəʊnæd/ *dt (sinh)* bộ sinh dục.

gondola /'ɡɒndələ/ *dt* **1.** thuyền đáy bằng *(để đi trên các kênh ở Venice)* **2.** giỏ khí cầu **3.** giá bày hàng *(ở các cửa tiệm tự phục vụ)*.

gondolier /ˌɡɒndəliə[r]/ *dt* người chèo thuyền đáy bằng.

gone[1] /ɡɒn, *(Mỹ* ɡɔːn)/ *dttqk của* go[1].

gone[2] /ɡɒn, *(Mỹ* ɡɔːn)/ *tt* **1.** đã qua, đã mất, đã trôi qua *(thời gian...)* **2.** mang thai *(được một thời gian nào đó)*: *she's seven months gone* chị ta mang thai đã bảy tháng. // **be gone on somebody** *(kng)* mê ai, say mê ai; **going, going, gone** ai nữa, ai nữa, rồi! *(tiếng hô của người bán đấu giá cho thấy hàng đã bán xong)*.

gone[3] /ɡɒn, *(Mỹ* ɡɔːn)/ *gt* đã quá *(mấy giờ rồi...)*; đã qua: *it's gone six o'clock* đã quá sáu giờ rồi.

gong /ɡɒŋ/ *dt* **1.** cái cồng, cái chiêng, cái kẻng: *beat a gong* đánh kẻng; *do I hear the dinner gong?* có phải tiếng kẻng cơm trưa không

nhỉ? **2.** *(Anh, kng)* huy chương, mề đay *(quân sự)*.

gonna /'ɡɒnə/ *dt (Mỹ, kng)* sắp sửa, sắp: *we're gonna to win* chúng ta sắp thắng.

gonorrhoea *(cg* **gonorrhea***)* /ˌɡɒnə'riə/ *dt (y)* bệnh lậu.

goo /ɡuː/ *dt (kng)* **1.** chất nhờn, chất dính nhớp nháp: *a baby's face covered in goo* mặt bé dính đầy chất nhớp nháp **2.** *(xấu)* tình cảm ủy mị.

good[1] /ɡʊd/ *tt* (**better; best**) **1.** tốt; hay; giỏi: *good conduct* hạnh kiểm tốt; *the car has very good brakes* chiếc xe có phanh rất tốt; *a good teacher* một giáo viên giỏi; *good at mathematics* giỏi toán; *good with his hands* khéo tay; *he was very good to me when I was ill* anh ta rất tốt đối với tôi khi tôi ốm; *would you be good enough to carry this for me?* ông làm ơn mang giúp tôi cái này được không?; *sunshine is good for your plants* ánh nắng rất tốt đối với cây trồng của bạn **2.** vui; dễ chịu: *what good weather we're having!* lúc này thời tiết mới dễ chịu làm sao!; *have you heard the good news about my award?* anh đã nghe tin vui là tôi đoạt giải thưởng chưa? **3.** khỏe, còn tốt: *good teeth and bones* răng và xương còn tốt; *would you speak into my good ear, I can't hear in the other one* xin anh nói vào bên tai còn nghe rõ của tôi, tai kia tôi không nghe được nữa **4.** thật, không giả *(giấy bạc...)*: *this note is counterfeit, but that one's good* tờ giấy bạc này là giả, còn tờ kia là thật **5.** chỉ mặc trong lễ lạt: *wear your good clothes to go to the church* hãy mặc quần áo dành cho lễ lạt để đi đến nhà thờ **6.** ra trò, nên thân: *give somebody a good beating* cho ai một trận nên thân; *we had a good laugh at that* chúng tôi đã cười một trận ra trò về chuyện đó **7.** vui, buồn cười: *a good joke* câu đùa vui; *"that's a good one!" she said, laughing loudly* "thật là buồn cười!" cô ta nói và cười phá lên **8.** (+ for) thích hợp: *this beach is good for swimming but bad for surfing* bãi biển này bơi thì tốt nhưng lướt sóng thì không thích hợp; *she would be good for the job* cô ta chắc là hợp với công việc này **9.** (+ for) đủ sức để; có khả năng để: *you're good for a few years yet* ông còn đủ sức sống mấy năm nữa; *this car is good for many more miles* chiếc xe này còn có khả năng chạy nhiều dặm nữa **10.** còn giá trị, còn hiệu lực: *the return half of the ticket is good for three month* phần lượt về của chiếc vé này còn giá trị ba tháng nữa **11.** (dùng trong lời chào hỏi): *good morning (afternoon; evening)* chào buổi sáng!; chào buổi chiều!; chào buổi tối! **12.** (dùng trong cách xung hô lịch sự): *how is your good lady?* bà nhà có khỏe không thưa ông? **13.** (dùng để khen ngợi) cừ, tuyệt vời: *good old Fred!* lão Fred tuyệt vời! **14.** (dùng trong câu cảm thán) *good Heavens!* trời ơi! **15.** khá nhiều; khá lớn; cả (một lượng là bao nhiêu đó): *a good many people* khá nhiều người; *we've waited for a good hour* chúng tôi đã đợi cả một tiếng đồng hồ. // **as good as** gần như, coi như: *the matter is as good as settled* vấn đề coi như đã được giải quyết; **good and...**

(kng) hoàn toàn: *I won't go until I'm good and ready* tôi sẽ chưa đi chừng nào tôi chưa chuẩn bị xong mọi thứ; **a good few** nhiều: *"how many came?" "a good few"* "có bao nhiêu người đến?" "nhiều lắm"; **good for somebody (you; them...)** (kng) hay cho ai (anh, bọn họ) lắm: *she passed the exam? good for her!* cô ta thi đậu à? hay cho cô ta lắm.

good² /gʊd/ pht (Mỹ, kng) tốt, kỹ: *now you listen to me good!* bây giờ các em hãy nghe kỹ lời thầy nhé!

good³ /gʊd/ dt **1.** cái thiện: *the difference between good and evil* sự khác nhau giữa cái thiện và cái ác **2.** lợi ích: *work for the good of one's country* làm việc vì lợi ích của đất nước; *I'm giving you this advice for your own good* tôi khuyên anh lời khuyên này là vì lợi ích của chính anh **3.** the good (dgt snh) những người tốt, những người có đạo đức. // **be no (not much; any; some) good [doing something]** không có (không có nhiều; không có một tí nào) ích lợi: *it's no good [my] talking to him* [tôi] nói chuyện với anh ta chẳng được ích gì; *do [somebody] good* làm lợi [cho ai]: *this cough medicine tastes nice but it doesn't do much good* thuốc ho này có vị dễ chịu nhưng không mấy công hiệu; **for good [and all]** mãi mãi, vĩnh viễn: *she says that she's leaving the country for good* chị ta nói chị vĩnh viễn rời bỏ đất nước; **to the good** được lời, được lãi: *we are £500 to the good* chúng ta được lời 500 bảng; **up to no good** (kng) quấy phá, giở thói ma mãnh: *where is the naughty child now? I am sure he'll be up to no good wherever he is* thằng bé

nghịch ngợm ấy bây giờ ở đâu rồi? tôi chắc chắn rằng nó ở đâu thì giờ thói ma mãnh ra đấy.

goodbye¹ /ˌgʊd'bai/ tht tạm biệt!

goodbye² /ˌgʊd'bai/ dt lời chào tạm biệt. // **kiss something goodbye; kiss goodbye to something** x kiss¹.

good faith /ˌgʊd'feiθ/ thiện chí.

good-for-nothing¹ /ˌgʊdfə-'nʌθiŋ/ tt vô tích sự, đoảng.

good-for-nothing² /ˌgʊdfə-'nʌθiŋ/ dt người vô tích sự, người đoảng.

Good Friday /ˌgʊd'fraidi/ thứ Sáu trước lễ Phục sinh (theo đạo Cơ Đốc).

good humour /ˌgʊd'hju:-mə[r]/ tính vui vẻ; tâm trạng vui vẻ.

good-humoured /ˌgʊd'hju:-məd/ vui tính.

goodish /'gʊdiʃ/ tt **1.** khá tốt: *a goodish pair of shoes* một đôi giày khá tốt **2.** kha khá, khá: *it's a goodish step from here* từ đây đến đấy cũng khá xa.

good-looking /ˌgʊd'lʊkiŋ/ tt đẹp, xinh xắn: *she's terribly good-looking* cô ta cực kỳ đẹp.

good looks /ˌgʊd'lʊks/ vẻ ngoài đẹp đẽ, nét đẹp: *she's kept her good looks in old age* bà ta lúc tuổi già vẫn giữ được nét đẹp.

goodly /'gʊdli/ tt (-ier; -iest) **1.** (cổ) đẹp trai: *a goodly man* một người đẹp trai **2.** lớn, nhiều: *a goodly sum of money* một số tiền lớn.

good nature /ˌgʊd'neitʃə[r]/ bản chất tốt.

good-natured /ˌgʊd'neitʃəd/ tt có bản chất tốt, tốt bụng.

good neighbourliness /ˌgʊd'neibəlinis/ dt tình hàng xóm thân thiết.

goodness /'gʊdnis/ *dt* **1.** lòng tốt; sự tốt bụng **2.** tính chất, chất bổ: *much of the goodness in food may be lost in cooking* nhiều chất bổ trong thức ăn có thể mất đi khi nấu nướng; *soil with a lot of goodness* đất màu mỡ **3.** (dùng như một thán từ) trời: *Goodness me!* Trời ơi!. // **God (goodness; Heavens) know** x know[1]; **have the goodness to do something** vui lòng làm gì: *have the goodness to step this way* xin [vui lòng] đi theo lối này; **honest to God (goodness)** x honest; **to God (goodness; Heaven)** x god.

goods /,gʊdz/ *dt (snh)* **1.** của cải, động sản: *stolen goods* của cải bị mất cắp **2.** hàng hóa, hàng: *production of goods* sự sản xuất hàng hóa **3.** (Anh) (Mỹ **freight**) hàng hóa chuyên chở: *a goods wagon* toa chở hàng. // **come up with (deliver) the goods** (kng) thực hiện lời cam kết; **somebody's goods and chattels** (luật) đồ đạc riêng của ai; **the goods; a [nice] piece of goods** (cũ, kng) một món khá xinh và khêu gợi.

good sense /,gʊd'sens/ lương tri.

goods train /'gʊdz trein/ xe lửa chở hàng.

good-tempered /,gʊd'tempəd/ *tt* thuần tính, thuần hậu.

goodwill /,gʊd'wil/ **1.** thiện ý, thiện chí, lòng tốt: *show goodwill to (towards) somebody* tỏ thiện ý đối với ai **2.** khách hàng; sự tín nhiệm đối với khách hàng.

goody[1] /'gʊdi/ *dt (kng)* **1.** (thường snh) bánh kẹo **2.** cái thèm muốn: *I can now afford a new car, holidays abroad and lots of other goodies* bây giờ đây tôi có thể sắm một xe hơi mới, đi nghỉ ở nước ngoài và thỏa

mãn nhiều cái thèm muốn khác **3.** người tốt (trong một bộ phim): *is he one of the goodies or one of the baddies?* anh ta là một trong số nhân vật tốt hay xấu (trong phim...) thế?

goody[2] /'gʊdi/ *tht* (cg **goody gumdrops**) tuyệt! hết ý! (tiếng trẻ em thể hiện sự vui thích...).

goody-goody /'gʊdi,gʊdi/ *dt* (snh **goody-goodies**) (xấu) người ra vẻ đạo đức.

gooey /'gu:i/ *tt* (**gooier; gooiest**) **1.** (kng) nhờn, nhớp nháp: *a gooey face* mặt nhớp nháp **2.** (xấu) ủy mị, ướt át: *gooey music* khúc nhạc ướt át.

goof[1] /gu:f/ *dt* **1.** người ngu, người ngốc nghếch **2.** sai lầm ngu ngốc: *sorry, that was a bit of a goof on my part* xin lỗi, đó là một sai lầm ngu ngốc của tôi.

goof[2] /gu:f/ *dgt* làm sai, làm hỏng: *she had a great chance, but she goofed again* cô ta gặp một cơ hội lớn nhưng lại bỏ hỏng (bỏ lỡ) mất. // **goof about (around; off)** xử sự một cách ngốc nghếch; làm tắc trách.

goofy /'gu:fi/ *tt* (**-ier; -iest**) (kng) ngu ngốc, ngốc nghếch.

googly /'gu:gli/ *dt* (thể) bóng lăn lộn ngược (cricket).

goon /gu:n/ *dt* (kng) **1.** người ngu ngốc, người rồ dại **2.** (Mỹ) người đâm thuê chém mướn.

goose /gu:s/ *dt (snh* **geese**) **1.** con ngỗng; ngỗng mái (ngỗng đực là gander) **2.** (cũ) người ngu, người ngốc nghếch: *you silly goose!* đồ ngu. // **all somebody's geese are swans** cái gì (của ai đó) cũng là vàng cả; **cook somebody's goose** x cook[1]; **kill the goose that lays the golden eggs** x kill; **not say "boo" to a goose**

x say[1]; **what's sauce for the goose is sauce for the gander** x sauce[1].

gooseberry /'gʊzbəri, (Mỹ) 'gu:sberi/ *dt (thực)* **1.** cây lý gai; quả lý gai **2.** (kng) người thứ ba vô duyên (đối với một cặp tình nhân muốn ở riêng với nhau).

gooseberry fool /,gʊzberi 'fu:l/ món kem lý gai (ăn tráng miệng).

goose-flesh /'gu:sfleʃ/ *dt* gai ốc (xuất hiện ở da vì lạnh hay sợ hãi).

goose-pimples /'gu:spimplz/ *dt (snh)* nh goose-flesh.

goose-step /'gu:s step/ *dt* (số ít) (xấu) bước đi diễu hành chân duỗi thẳng (không gập đầu gối).

gopher /'gəʊfə[r]/ *dt (động)* chuột túi (Bắc và Trung Mỹ).

Gordian knot /'gɔ:diənnʊt/ vấn đề hóc búa, vấn đề nan giải. // **cut the Gordian knot** giải quyết một vấn đề bằng phương pháp trực tiếp mạnh mẽ, nhưng không chính thống.

gore[1] /gɔ:[r]/ *dt* máu đông (từ vết thương chảy ra): *a film with too much gore* một bộ phim có quá nhiều cảnh đổ máu.

gore[2] /gɔ:[r]/ *dgt* húc bằng sừng: *be gored to death* bị húc chết.

gore[3] /gɔ:[r]/ *dt* vạt chéo (áo, buồm, dù...).

gored /gɔ:d/ *tt* có vạt chéo: *a gored skirt* chiếc váy có vạt chéo.

gorge[1] /gɔ:dʒ/ *dt* **1.** hẻm núi **2.** (cũ) họng: *a fish bone stuck in his gorge* một cái xương cá mắc trong họng anh ta. // **make somebody's gorge rise** làm cho ai ớn người: *the sight of so many starving children made his gorge rise* cảnh tượng của quá nhiều trẻ con đói khát làm cho anh ta ốn người.

gorge² /gɔːdʒ/ *đgt* **gorge [oneself] [on (with) something]** ngốn (thức ăn): *gorging [herself] on cream cakes* ngốn bánh kem.

gorgeous /'gɔːdʒəs/ *tt (kng)* huy hoàng, lộng lẫy, tuyệt vời: *gorgeous weather* thời tiết tuyệt vời; *walls hung with gorgeous tapestries* tường treo những tấm thảm lộng lẫy.

gorgeously /'gɔːdʒəsli/ *pht* một cách huy hoàng, một cách lộng lẫy, một cách tuyệt vời: *gorgeously decorated* được trang hoàng lộng lẫy.

Gorgon /'gɔːgən/ *dt* **1.** nữ thần tóc rắn (*thần thoại Hy Lạp, nhìn ai là người đó hóa đá*) **2. gorgon** người đàn bà đáng sợ: *her stepmother, who hated her, was an absolute gorgon* dì ghẻ cô ta, vốn ghét cô ta, là một người đàn bà đáng sợ.

Gorgonzola /ˌgɔːgən'zəʊlə/ *dt* pho mát gogonzola (Ý).

gorilla /gə'rilə/ *dt (động)* vượn gorila.

gormandize /'gɔːməndaiz/ *đgt* háu ăn, phàm ăn.

gormandizer /'gɔːməndaizə[r]/ *dt* người háo ăn, người phàm ăn.

gormless /'gɔːmlis/ *tt* ngu ngốc, khờ dại: *a gormless fellow* một gã khờ dại.

gormlessly /'gɔːmlisli/ *pht* [một cách] ngu ngốc, [một cách] khờ dại.

gormlessness /'gɔːmlisnis/ *dt* sự ngu ngốc, sự khờ dại.

gorse /gɔːs/ *dt (thực)* cây kim tước.

gory /'gɔːri/ *tt* (**-ier; -iest**) (*tu từ*) đầy máu, đẫm máu: *a gory fight* cuộc chiến đấu đẫm máu.

gosh /gɒʃ/ *tht (kng)* chao ôi, trời ơi (*diễn tả sự ngạc nhiên, một cảm giác mạnh...*): *Gosh! I'm hungry* Trời ôi, tôi đói quá!

gosling /'gɒzliŋ/ *dt* ngỗng con, ngỗng non.

gospel /'gɒspl/ *dt* **1.** (*tôn*) sách Phúc âm **2.** nguyên tắc cơ bản: *health of body and mind is my gospel* giữ cho cơ thể và trí óc được lành mạnh là nguyên tắc sống của tôi **3.** (*kng*) sự thật: *you can take this as absolute gospel* anh có thể coi đấy là hoàn toàn thật **4.** (*cg* **gospel music**) nhạc gô-xpen (*nhạc tân giáo của người da đen*).

gossamer /'gɒsəmə[r]/ *dt* **1.** tơ nhện **2.** vải mỏng, the, sa: *a veil spun of the finest gossamer* tấm mạng che mặt làm bằng loại the mịn nhất; *the gossamer wings of a fly* cánh mỏng nhẹ của con ruồi.

gossip¹ /'gɒsip/ *dt* **1.** chuyện ngồi lê đôi mách **2.** chuyện đó đây (*đăng thành mục trên báo...*) **3.** chuyện tầm phào, chuyện tán gẫu **4.** (*xấu hoặc dùa*) người thích ngồi lê đôi mách, người thích tán gẫu.

gossip² /'gɒsip/ *đgt* **gossip [with somebody] [about something]** ngồi lê đôi mách, tán gẫu: *I can't stand here gossiping all day* tôi không thể đứng đây tán gẫu cả ngày.

gossipy /'gɒsipi/ *tt* tán gẫu: *a gossipy letter* một bức thư [toàn chuyện] tán gẫu.

got /gɒt/ *qk* và *đttqk* của get.

Gothic¹ /'gɒθik/ *tt* **1.** [thuộc] người Goth (*một dân tộc chống lại đế chế La Mã*) **2.** (*ktrúc*) theo kiến trúc Gô-tích (*vòm có đầu nhọn*) **3.** (*văn*) phiêu lưu hãi hùng (*một phong cách văn chương*

thế kỷ 18 miêu tả những cuộc phiêu lưu hãi hùng): *Gothic novels* tiểu thuyết phiêu lưu hãi hùng kiểu gothic **4.** (*in*) gô-tích (*chữ in*).

Gothic² /'kɒθik/ *dt* **1.** tiếng Gô-tích **2.** kiểu chữ in Gô-tích.

gotta /'gɒtə/ (*kng, Mỹ*) phải: *I've gotta go* tôi phải đi đây.

gotten /'gɒtn/ (*Mỹ*) *đttqk* của get.

gouache /gʊ'aːʃ/ *dt (họa)* bột màu.

Gouda /'gaʊdə/, (*Mỹ* *cg* 'guːdə/) *dt* pho mát Gouda (*Hà Lan*).

gouge¹ /gaʊdʒ/ *dt* cái đục máng (*đề đục lỗ tròn*).

gouge² /gaʊdʒ/ *đgt* (+ **in**) đục phá: *a maniac had gouged several holes in the priceless painting* một người điên đã đục phá nhiều lỗ vào bức tranh vô giá đó. // **gouge something out** moi ra, móc ra: *gouge out a stone from a horseshoe* moi một cục đá ra khỏi móng ngựa; *gouge somebody's eyes out* móc mắt ai ra.

goulash /'guːlæʃ/ *dt* món gulat (*ragu thịt bò theo kiểu Hungary*).

gourd /gʊəd/ *dt* **1.** cây bầu, cây bí; quả bầu, quả bí **2.** bầu đựng nước (*làm bằng quả bầu khô*).

gourmand /'gʊəmənd/ *dt* (*thường xấu*) người thích ăn ngon.

gourmet /'gʊəmei/ *dt* người sành ăn; người sành rượu.

gout /gaʊt/ *dt (y)* bệnh gút, bệnh thống phong.

gouty /'gaʊti/ *tt (y)* bị bệnh gút, bị bệnh thống phong.

Gov *vt* **1.** (*vt của* Governor) thống đốc, thủ hiến **2.** (*cg* **Govt**) (*vt của* Government) chính phủ.

govern /'gʌvn/ *đgt* **1.** cai trị; cai quản: *in Great Britain the Queen reigns, but elected representatives of the people govern the country* ở Anh, Nữ hoàng trị vì nhưng các đại biểu do dân bầu ra cai trị đất nước **2.** kiềm chế, chế ngự: *govern one's feelings* chế ngự cảm xúc của mình; *govern one's temper* kiềm chế cơn giận của mình **3.** chi phối: *self interest governs all his actions* tư lợi chi phối mọi hành động của anh ta; *a noun governed by a preposition* (ngôn) một danh từ do một giới từ chi phối.

governance /'gʌvənəns/ *dt* sự cai trị; sự cai quản: *the governance of Britain* sự cai trị nước Anh.

governess /'gʌvənis/ *dt* cô gia sư: *serve (act) as [a] governess to a family* làm gia sư cho một gia đình.

governing /'gʌvəniŋ/ *tt* cai trị; cai quản, quản trị: *the governing body of a school* hội đồng quản trị của một trường học.

government /'gʌvənmənt/ *dt* **1.** sự cai trị **2.** chính phủ: *form a government* lập chính phủ **3.** chính quyền: *central government* chính quyền trung ương; *local government* chính quyền địa phương **4.** chính thể: *democratic goverment* chính thể dân chủ. // **in government** cầm quyền: *the Labour Party was in government from 1964 to 1970* Công đảng đã cầm quyền từ năm 1964 đến 1970.

governmental /,gʌvn'mentl/ *tt* [thuộc] chính phủ; [thuộc] chính quyền: *governmental institutions* các cơ quan chính quyền.

Government House /'gʌvənmənthaʊs/ dinh thống đốc.

governor /'gʌvənə[r]/ *dt* **1.** thống sứ (ở thuộc địa); thống đốc (tiểu bang) **2.** người đứng đầu: *a prison governor* trưởng trại giam; *the board of governors of a school* hội đồng quản trị một trường học **3.** (Anh) (kng) (cg **guvnor**) ông chủ; bố: *I shall have to ask for permission from the (my) governor* tôi sẽ còn phải xin phép ông chủ tôi đã **4.** (cg **guv, guvnor**) ngài, ông: *can I see your ticket, guvnor?* xin ngài cho phép tôi xem vé? **5.** (kỹ) máy điều chỉnh; máy điều tốc.

Governor-General /,gʌvənə'dʒenrəl/ *dt* viên toàn quyền: *the Governor-General of Canada* viên toàn quyền Ca-na-đa.

Govt *vt* nh Gov 2.

gown /gaʊn/ *dt* **1.** áo dài (của nữ mặc trong những dịp đặc biệt): *a ball-gown* áo dài mặc dự vũ hội **2.** áo choàng [chỉ] nghề nghiệp (của luật sư, giáo sư, sinh viên đại học...): *the gown of a surgeon* áo choàng của bác sĩ phẫu thuật.

gowned /gaʊnd/ *tt* mặc áo choàng nghề nghiệp.

GP /,dʒi:'pi:/ (*vt* của general practitioner) bác sĩ đa khoa.

Gp Capt (*vt* của Group Captain) đội trưởng đội bóng.

GPO /,dʒi:pi:'əʊ/ (*vt* của General Post Office) (Anh, cũ) tổng cục bưu điện.

GR (*vt* của George trên đồng tiền) (tiếng La-tinh là Georgius Rex).

gr *vt* **1.** *nh* GM **2.** gross: gộp cả, tổng cộng: *gr income £15.000* tổng cộng thu nhập 15.000 bảng.

grab¹ /græb/ *đgt* (-bb-) **1.** chộp, giật, vồ, túm: *he just grabbed the bag from my hand and ran off* hắn giật cái túi ở tay tôi và chạy mất; *when I gave him the chance, he grabbed it at once* khi tôi tạo cho nó một dịp may là nó chộp lấy ngay; *he grabbed at the boy, but could not save him from falling* anh ta cố túm lấy thằng bé nhưng vẫn không cứu em khỏi ngã **2.** vớ lấy: *grab a seat and make yourself at home* vớ một cái ghế mà ngồi và cứ tự nhiên như ở nhà ấy; *let's grab a quick sandwich and watch TV!* bọn mình vớ nhanh mỗi đứa một bánh mì kẹp rồi xem truyền hình đi **3.** (lóng) gây ấn tượng kích thích; làm cho thích thú: *how does the idea of a holiday in Spain grab you?* anh có thích đi nghỉ một chuyến ở Tây Ban Nha không?

grab² /græb/ *dt* **1.** sự [cố] chộp (giật; vồ; túm): *make a grab at something* giật lấy cái gì **2.** (kỹ) gầu xúc, gầu ngoạm. // **up for grabs** (Mỹ, kng) có sẵn [cho ai muốn lấy]: *the job is up for grabs, why don't you apply now?* việc làm có sẵn đấy, sao anh không làm đơn xin ngay đi?

grabber /'græbə[r]/ *dt* người quơ vào cho mình.

grace¹ /greis/ *dt* **1.** vẻ duyên dáng, vẻ yểu điệu: *speak with grace* ăn nói có duyên **2.** ơn trời, ơn Chúa: *by God's grace* nhờ ơn trời, nhờ trời **3.** sự gia hạn: *payment is due today, but I gave her a week's grace* hôm nay là đến hạn trả tiền, nhưng tôi gia hạn cho chị ta một tuần nữa **4.** ân sủng: *he had been the king's favourite and his* *sudden fall from grace surprised everyone* ông ta vốn là người được vua sủng ái, vì thế mọi người đều ngạc nhiên khi ông thất sủng **5.** *(thường snh)* tài nghệ, tài: *well-versed in the social graces* có tài trong giao tiếp xã hội **6.** lời cầu nguyện ngắn *(trước và sau bữa ăn)* **7. His (Her; Your) Grace** Ngài *(khi xưng hô với tổng giám mục, công tước, nữ công tước):* *Their Graces, the Duke and Duchesse of Kent* ngài công tước xứ Kent và phu nhân **8. the Graces** *(snh)* thần Mỹ nữ *(thần thoại Hy Lạp; gồm ba vị).* // **airs and graces** x air¹; **have the grace to do something** đủ lễ độ để làm một việc gì: *he might have had the grace to say he was sorry* ít ra anh ta cũng tỏ ra lễ phép mà xin lỗi chứ; **in somebody's good graces** được ai sủng ái: *I'm not in her good graces at the moment* lúc này tôi không được bà ta sủng ái; **a saving grace** x saving²; **with [a] bad (good) grace** miễn cưỡng (sẵn sàng): *she apologized with [a] bad grace* chị ta miễn cưỡng xin lỗi; **year of grace** x year.

grace² /greis/ *dgt* **1.** làm cho đẹp thêm; trang hoàng: *five paintings graced the walls of the room* năm bức tranh đã làm cho tường căn phòng đẹp thêm **2.** (+ with) ban cho vinh dự: *the Queen is gracing us with her presence* sự có mặt của Nữ hoàng đã mang lại vinh dự cho chúng tôi; *the occasion was graced by the presence of the Queen* dịp này được vinh dự đón tiếp Nữ hoàng.

graceful /'greisfl/ *tt* **1.** duyên dáng, yểu điệu: *a graceful dancer* một vũ nữ duyên dáng **2.** lịch sự và chu đáo:

his refusal was worded in such a graceful way that we could not be offended ông ta từ chối bằng những lời lẽ lịch sự và chu đáo đến mức chúng tôi không thể phật lòng.

gracefully /'greisfəli/ *pht* **1.** [một cách] duyên dáng, [một cách] yểu điệu **2.** [một cách] lịch sự và chu đáo.

graceless /'greislis/ *tt* **1.** vô duyên, xấu xí: *a room cluttered with ugly graceless furniture* một căn phòng ngổn ngang đồ đạt xấu xí **2.** khiếm nhã, thô lỗ: *a graceless remark* một nhận xét khiếm nhã.

gracelessly /'greislisli/ *pht* **1.** [một cách] vô duyên xấu xí **2.** [một cách] khiếm nhã, [một cách] thô lỗ.

gracelessness /'greislisnis/ *dt* **1.** sự vô duyên xấu xí **2.** sự khiếm nhã, sự thô lỗ.

gracious /'greisəs/ *tt* **1.** tử tế, tốt bụng: *a gracious hostess* một bà chủ nhà tử tế; *it was gracious of the Queen to speak to the elderly patients* Nữ hoàng đã có lòng tốt nói chuyện với các bệnh nhân lớn tuổi **2.** *(từ ngữ dùng đối với những người trong hoàng tộc hoặc hành động của họ):* *her gracious Majesty the Queen* Nữ Hoàng; *by gracious permission of her Majesty* với sự chấp thuận của Nữ hoàng **3. gracious to somebody** nhân từ và bao dung *(nói về Chúa):* *he is kind and gracious to all sinners who repent* Chúa nhân từ và bao dung đối với tất cả những người có tội mà biết ăn năn **4.** giàu sang: *gracious living* cuộc sống giàu sang **5.** *(cũ)* *(dùng trong câu cảm thán, diễn tả sự ngạc nhiên):*

Good[ness]gracious! Trời ơi!; *Gracious me!* Chao ôi!

graciously /'greisəsli/ *pht* **1.** [một cách] tử tế, [một cách] tốt bụng **2.** [một cách] nhân từ và bao dung **3.** [một cách] giàu sang.

graciousness /'greisəsnis/ *dt* **1.** sự tử tế, sự tốt bụng **2.** sự nhân từ bao dung **3.** sự giàu sang.

gradation /grə'deiʃn/ *dt* **1.** sự phát triển từng bước, sự thay đổi từ từ: *note the subtle gradation of (in) colour in this painting* hãy lưu ý sự thay đổi từ từ một cách tinh tế về màu sắc trong bức tranh này **2.** giai đoạn, bậc, cấp **3.** độ chia: *the gradations on a thermometer* các độ chia trên một nhiệt kế.

grade¹ /greid/ *dt* **1.** cấp, bậc, mức, hạng, loại: *a person's salary grade* mức lương của một người; *low-grade civil servants* các công chức cấp thấp **2.** điểm *(của học sinh)*; hạng xếp loại: *pupils with 90% more are awarded Grade A* hơn 90% học sinh được xếp hạng A; *he's got Violin Grade 6* anh ta được xếp hạng 6 về kỹ năng chơi vi-ô-lông **3.** *(Mỹ)* lớp: *my son is in the third grade* con trai tôi học lớp ba **4.** *(Mỹ)* *nh* gradient. // **make the grade** *(kng)* đạt mức yêu cầu, thành công; **on the up (down) grade** tốt lên (xấu đi): *business is on the up grade* việc kinh doanh phát đạt hơn.

grade² /greid/ *dgt* **1.** sắp xếp theo loại hạng, phân loại, phân hạng: *the potatoes are graded by (according to) size* khoai tây được phân loại theo kích thước **2.** *(Mỹ)* chấm điểm: *the term papers have been graded* bài thi học kỳ đã được chấm điểm

3. sửa (*đường sá...*) cho có độ dốc thoai thoải.

grade crossing /ˈgreid,krɒsiŋ/ (*Mỹ*) *nh* level-crossing.

grade school /ˈgreidskuːl/ *nh* primary school.

grade teacher /ˈgreid,tiːtʃə[r]/ (*Mỹ*) giáo viên tiểu học.

gradient /ˈgreidiənt/ *dt* độ dốc (*đường sá...*): *a hill with a gradient of 1 in 4 (of 25%)* ngọn đồi có độ dốc 25%.

gradual /ˈgrædʒʊəl/ *tt* **1.** tuần tự, từng bước: *a gradual increase* sự tăng từng bước **2.** thoai thoải: *a gradual rise* dốc lên thoai thoải.

gradually /ˈgrædʒʊəli/ *pht* [một cách] tuần tự.

gradualness /ˈgrædʒʊəlnis/ *dt* sự tuần tự.

graduate[1] /ˈgrædʒʊət/ *dt* **1.** người tốt nhiệp đại học (*với bằng cử nhân*): *a graduate in law; a law graduate* cử nhân luật; *an Oxford graduate* người tốt nhiệp đại học Oxford; *a graduate student* sinh viên cao học (*đang học để lấy bằng cao học hoặc tiến sĩ, trên cử nhân*) **2.** (*Mỹ*) người tốt nghiệp một khóa học: *a graduate nurse* y tá đã tốt nghiệp một khóa học.

graduate[2] /ˈgrædʒʊeit/ *dgt* **1.** tốt nghiệp đại học, đậu cử nhân: *graduate in law at Oxford* đậu cử nhân ở đại học Oxford **2.** (*Mỹ*) hoàn thành một khóa học: *she's just graduated from the School of Cookery* cô ta vừa học xong một khóa học ở trường dạy nấu ăn **3.** (*Mỹ*) cấp bằng tốt nghiệp cho: *the college graduated 50 students from the science department last year* năm ngoái trường cao đẳng này đã cấp bằng tốt nghiệp khoa học cho 50 sinh viên **4.** phân

thành nhiều thang bậc: *in a graduated tax scheme the more one earns, the more one pays* trong biểu thuế thang bậc, cứ kiếm được càng nhiều tiền thì càng nộp nhiều thuế **5.** chia độ: *a ruler graduated in centimetres* một cái thước chia độ theo xentimet **6.** tiến lên (*một trình độ cao hơn*): *our son has just graduated from a tricycle to a proper bicycle* con trai chúng tôi vừa có một bước tiến từ đi xe ba bánh lên đi xe đạp.

graduated pension /ˌgrædʒʊeitid ˈpenʃn/ lương hưu theo bậc lương.

graduation /ˌgrædʒʊˈeiʃn/ *dt* **1.** sự tốt nghiệp đại học: *students without job to go to after graduation* những sinh viên không có việc làm sau khi tốt nghiệp **2.** lễ tốt nghiệp **3.** độ chia: *the graduations are marked on the side of the flask* độ chia được ghi ở phía ngoài lọ.

Graeco- (*Mỹ* *cg* **Greco-** (*dạng kết hợp của* **Greek**) [thuộc] Hy Lạp: *Graeco-Roman* Hy-La.

graffiti /grəˈfiːti/ *dt snh* hình vẽ lên tường, chữ viết lên tường (*thường có tính chất hài hước, tục tĩu...*).

graft[1] /graːft, (*Mỹ* græft)/ *dt* (*thực, y*) **1.** sự ghép **2.** (*thực*) cành ghép: (*y*) mảnh ghép.

graft[2] /graːft, (*Mỹ* græft)/ *dgt* (*thực, y*) ghép: *graft one variety of apple onto another* ghép một giống táo lên một giống táo khác; *trying to graft some innovations onto an outdated system* (*bóng*) cố ghép (*đưa*) một số cải tiến mới vào một hệ thống lỗi thời.

graft[3] /graːft, (*Mỹ* græft)/ *dt* **1.** sự hối lộ; tiền hối lộ **2.** (*Anh*) sự làm việc cật lực:

hard graft is the only way to succeed in business làm việc cật lực là cách duy nhất để thành công trong kinh doanh.

graft[4] /graːft, (*Mỹ* græft)/ *dgt* **1.** (*Mỹ*) ăn hối lộ **2.** [+ away] làm việc cật lực: *grafting [away] all day* làm việc cật lực cả ngày.

grafter /ˈgraːftə[r], (*Mỹ* ˈgræftər)/ *dt* người làm việc cật lực.

grail /greil/ *dt* (*thường* **the Holy Grail**) bát thánh (*cái bát Chúa dùng ăn bữa tối cuối cùng trước khi bị đóng đinh lên giá thập tự*).

grain /grein/ *dt* **1.** thóc lúa; lúa mì: *American's grain exports* lúa mì xuất khẩu của Mỹ **2.** hạt: *a grain of rice* hạt gạo; *grains of sand* hạt cát; *a stone of fine grain* đá mịn hạt **3.** một chút, mảy may: *there isn't a grain of truth in it* chẳng có một chút sự thật nào trong đấy cả **4.** thớ (*gỗ...*): *cut a piece of wood along the grain* cắt một miếng gỗ dọc theo thớ **5.** gren (*đơn vị trọng lượng bằng 0,065 gram*). // **be [go] against the grain** trái ý muốn: *it goes against the grain for me to borrow money* đi vay tiền thật là một điều trái ý muốn của tôi.

-grained /greind/ (*yếu tố tạo từ ghép*) có thớ (*hạt*) (*như thế nào đấy*): *coarse grained* có thớ thô, có hạt thô.

grainy /ˈgreini/ *tt* có hạt nổi rõ (*đặc biệt là bức ảnh*).

gram (*cg* **gramme**) /græm/ *dt* (*vt* **g**) gram (*đơn vị đo khối lượng theo hệ mét*).

-gram (*dạng kết hợp, tạo dt*) **1.** đơn vị trọng lượng (*theo hệ mét*): *kilogram* kilogram **2.** bàn viết; bức vẽ: *telegram* bức điện báo.

grammar /'græmə[r]/ *dt* **1.** ngữ pháp: *the rules of English grammar* các quy tắc ngữ pháp tiếng Anh; *is that grammar? (kng)* như vậy có đúng ngữ pháp không? **2.** sách ngữ pháp: *I want to buy a French grammar* tôi muốn mua một cuốn sách ngữ pháp tiếng Pháp.

grammarian /grə'meəriən/ *dt* nhà ngữ pháp.

grammar school /'græmə skuːl/ **1.** trường trung học phổ thông *(khác với trường trung học kỹ thuật, trước đây ở Anh)* **2.** *(Mỹ) nh* primary school.

grammatical /grə'mætikl/ *tt* [thuộc] ngữ pháp: *a grammatical error* một lỗi ngữ pháp; *that sentence is not grammatical* câu đó không đúng ngữ pháp.

grammatically /grə'mætikli/ *pht* về mặt ngữ pháp.

gramme /græm/ *dt x* gram.

gramophone /'græməfəun/ *dt (cũ) nh* record player.

grampus /'græmpəs/ *dt* **1.** *(động)* cá heo **2.** *(kng)* người thở phì phì.

gran /græn/ *dt (Anh, kng)* bà *(nội, ngoại)*.

granary /'grænəri/ *dt* **1.** kho thóc: *the Mid-West is American's granary (bóng)* miền Trung Tây là vựa lúa (kho thóc) của Mỹ **2.** *(Anh)* có nguyên hạt lúa mì *(bánh mì)*: *a granary loaf* một ổ bánh mì có nguyên hạt lúa mì.

grand¹ /grænd/ *tt* **(-er; -est) 1.** tráng lệ, huy hoàng: *it's not a very grand house, just a little cottage* ấy không phải là một ngôi nhà huy hoàng mà chỉ là một nhà tranh nhỏ **2.** đường bệ, ra vẻ ta đây: *she loves to play the grand lady* bà ta thích làm ra vẻ bà lớn **3.** *(cũ, kng*

hay Ai-len) tuyệt, hay, đẹp: *it's grand weather* thời tiết tuyệt đẹp; *I feel grand* tôi thấy sức khỏe tuyệt lắm; *you have done a grand job* anh đã làm một việc tuyệt vời **4. Grand** *(dùng trong chức tước của những người có địa vị cao)* đại, vĩ đại: *the Grand Vizier* ngài Đại Tể tướng *(Thổ Nhĩ Kỳ)*. // **a (the) grand old man [of something]** bậc lão thành *(trong một lĩnh vực nào đó)*: *the grand old man of the English theatre* vị lão thành trong nghề sân khấu nước Anh.

grand² /grænd/ *dt* **1.** *(snh kdổi) (lóng)* món tiền một nghìn đồng *(đồng đôla Mỹ hay bảng Anh)*: *it'll cost you 50 grand* cái đó anh phải trả 50 nghìn đồng đấy **2.** *nh* grand piano.

grand- *(yếu tố tạo dt ghép)* chỉ quan hệ gia đình.

grandchild /'græntʃaild/ *dt (snh* **grandchildren)** cháu *(của ông bà)*.

grand-dad *(cg* **grandad)** /'grændæd/ *dt (Anh, kng) nh* grandfather.

granddaughter /'grændɔːtə[r]/ *dt* cháu gái *(của ông bà)*.

grand duke /'grændjuːk/ đại công tước *(vua ở một số nước Âu Châu)*.

grandee /græn'diː/ *dt* nhà quý tộc bậc cao *(ở Tây Ban Nha, Bồ Đào Nha trước đây)*.

grandeur /'grændʒə[r]/ *dt* sự lộng lẫy, sự huy hoàng, sự tráng lệ, sự hùng vĩ: *the grandeur of the Swiss alps* sự hùng vĩ của những ngọn núi cao Thụy Sĩ. // **delusions of grandeur** *x* delusion.

grandfather /'grænfɑːðə[r]/ *dt* ông.

grandfather clock /'grænfɑːðəklɒk/ đồng hồ quả lắc đặt trong hộp gỗ cao.

grandiloquence /græn'diləkwəns/ *dt (xấu)* tính khoa trương, tính khoác lác.

grandiloquent /græn'diləkwent/ *tt (xấu)* khoa trương, khoác lác: *grandiloquent speaker (speech)* diễn giả *(bài nói)* khoa trương.

grandiose /'grændiəus/ *tt (thường xấu)* đồ sộ, đại qui mô: *grandiose building* tòa nhà đồ sộ; *a grandiose plan* kế hoạch đại quy mô.

G

grandma /'grænmɑː/ *dt* **1.** *nh* grandmother.

grand master /'grænmɑːstə[r]/ *dt* **1.** vô địch cờ vua **2. Grand Master** đại hiệp sĩ.

grandmother /'grænmʌðə[r]/ *dt* bà.

Grand National /ˌgræn 'næʃnəl/ đại hội đua ngựa vượt rào hằng năm *(tổ chức ở Liverpool)*.

grand opera /'grænɒprə/ *dt* nhạc kịch hát.

grandpa /'grænpɑː/ *dt (kng) nh* grandfather.

grandparent /'grænpeərənt/ *dt* ông, bà *(nội, ngoại)*. // **teach one's grandmother to suck eggs** trứng đòi khôn hơn vịt.

grand piano /græn'pijanəu/ đàn pianô cánh.

grand slam /ˌgrænslæm/ thắng lợi mọi vòng đua.

grandson /'grænsʌn/ *dt* cháu trai *(của ông bà)*.

grandstand /'grænstænd/ *dt* khán đài.

Grand Prix /graːn'priː/ *(tiếng Pháp)* giải thưởng lớn, đặc biệt là đua môtô.

grand total /'græːntəutl/ tổng số toàn bộ.

grand tour /'græːntvə[r]/ vòng du hành lớn khắp châu Âu *(của một thanh niên giàu* có, coi đó như là một đợt hoàn thiện nền giáo dục của mình).

grange /greindʒ/ *dt* trang trại.

granite /'grænit/ *dt* (khoáng) đá granit.

granny (cg **grannie**) /'græni/ *dt* (kng) bà.

granny flat /'græniflæt/ căn buồng cho người già (nhất là ở nhà một người bà con).

granny knot /'græninɒt/ nút thắt lỏng (vì thắt sai cách).

grant¹ /grɑːnt/ *dgt* **1**. cho, ban, cấp: *they granted him permission to go* họ cho phép anh ta đi; *grant a favour* ban ơn; *she was granted a pension* bà ta được [cấp] trợ cấp **2**. thừa nhận, công nhận: *grant the truth of what somebody says* thừa nhận sự thật trong những gì ai nói. // **take somebody (something) for granted** cho là dĩ nhiên: *he never praises his wife he just takes her for granted* anh ta không bao giờ khen vợ, anh ta coi đó là điều dĩ nhiên; **take for granted** coi điều gì như là đúng; cứ coi như là: *I take for granted you have read this book* tôi cứ coi như là anh đã đọc sách đó.

grant² /grɑːnt/ *dt* **grant to do something (towards something)** cái cấp cho, tiền trợ cấp: *you can get a grant to repair your house (towards the repair of your house)* anh có thể được cấp tiền để sửa chữa ngôi nhà của mình.

granted /'grɑːntid/ *pht* cứ coi là như vậy: *granted, it is a splendid car, but have you seen how much it costs?* cứ coi là như vậy, chiếc xe thật là tuyệt, nhưng anh ta đã biết giá của nó là bao nhiêu chưa?

granular /'grænjʊlə[r]/ *tt* **1**. [thuộc] hạt, [dưới dạng] hạt: *a granular substance* một chất dạng hạt **2**. xù xì, ráp: *a granular surface* một bề mặt ráp.

granulate /'grænjʊleit/ *dgt* (chủ yếu dùng ở dạng bị động) **1**. làm cho có dạng hạt nhỏ **2**. làm cho có bề mặt ráp.

granulated sugar /ˌgrænjʊleitid 'ʃʊgə[r]/ đường kết tinh.

granule /'grænjuːl/ *dt* hạt nhỏ: *instant-coffee granules* cà phê uống liền dạng hạt nhỏ.

grape /greip/ *dt* quả nho: *a bunch of grapes* một chùm nho.

grapefruit /'greipfruːt/ *dt* (thực) bưởi.

grape-shot /'greipʃɒt/ *dt* đạn chùm (của đại bác ngày xưa).

grape sugar /'greipʃʊgə[r]/ đường nho (gồm có glucoza, fructoza trong quả nho chín).

grapevine /'greipvain/ *dt* **1**. dây nho **2**. (thường **the grapevine**) tin đồn: *I heard on the grapevine that Jill is to be promoted* tôi nghe qua tin đồn rằng Jill sắp được đề bạt.

graph /grɑːf, (Mỹ græf/ *dt* đồ thị.

-graph (yếu tố tạo dt) **1**. máy ghi: *telegraph* máy điện báo **2**. bản ghi: *lithograph* bản in thạch bản.

-grapher /'græfə[r]/ (yếu tố tạo dt) người, nhà: *photographer* nhà nhiếp ảnh; *geographer* nhà địa lý.

-graphic[al] /'græfik[l]/ yếu tố tạo tt từ những dt tận cùng bằng -graph hoặc -graphy.

graphic /'græfik/ *tt* **1**. tạo hình: *the graphic arts* nghệ thuật tạo hình **2**. sinh động: *a graphic account of the football match* bài tường thuật sinh động về trận đấu bóng.

graphically /'græfikli/ *pht* **1**. bằng đồ thị **2**. [một cách] sinh động.

graphics /'græfiks/ *dt* (snh) đồ thị: *computer graphics* đồ thị máy điện toán.

graphite /'græfait/ *dt* (khoáng) grafit, than chì.

graphologist /grə'fɒlədʒist/ *dt* chuyên gia bói chữ.

graphology /grə'fɒlədʒi/ *dt* thuật xem tướng số qua chữ viết tay.

grapnel /'græpnəl/ *dt* **1**. (sử) móc sắt (để móc thuyền địch) **2**. (hải) neo móc.

grapple /'græpl/ *dgt* (+ with) **1**. túm chặt lấy; níu lấy: *he grappled with his assailant but he got away* anh ta níu chặt lấy kẻ tấn công anh nhưng nó đã chạy thoát **2**. (bóng) vật lộn: *he has been grappling with the problem for a long time* anh ta đã vật lộn với vấn đề đó một thời gian dài.

grappling-iron /'græpliŋ ˌaiən/ *nh* grapnel.

grasp /grɑːsp, (Mỹ græsp)/ *dgt* **1**. túm lấy; ngoạm lấy, chộp lấy: *she grasped the rope and pulled herself up* cô ta túm chặt sợi dây và đu mình lên; *grasp an opportunity* chộp (chớp) lấy cơ hội **2**. hiểu rõ, nắm vững: *I don't think you've quite grasped the seriousness of the situation* tôi không nghĩ rằng anh đã hiểu rõ tính nghiêm trọng của tình hình. // **grasp the nettle** dũng cảm đương đầu với khó khăn.

grasp at something cố túm lấy, cố bắt lấy: *grasp at a swing rope* cố bắt lấy một sợi dây đang đu đưa; *grasp at an opportunity* chớp lấy thời cơ.

grasping /'gra:spiŋ/ *tt* tham lam, keo kiệt: *a grasping capitalist* nhà tư bản tham lam keo kiệt.

graspingly /'gra:spiŋli/ *pht* [một cách] tham lam keo kiệt.

grass¹ /gra:s, (*Mỹ* græs)/ *dt* 1. cỏ: *a meadow covered with grass* một bãi phủ đầy cỏ 2. (*thực*) cây thân cỏ 3. bãi cỏ: *don't walk on the grass* đừng đi lên cỏ; *cattle put out to grass* súc vật thả ra đồng ăn cỏ 4. (*lóng*) cần sa 5. (*Anh, lóng, thường xấu*) tên chỉ điểm cho cảnh sát. // **the grass is [always] greener on the other side [of the fence]** đứng núi này trông núi nọ; [not] **let the grass grow under one's feet** [không] lần lữa khi làm việc gì; **put somebody out to grass** (*kng*) cho ai về vườn; **a snake in the grass** x snake¹.

grass² /gra:s, (*Mỹ* græs)/ *dgt* 1. **grass something [over]** a/ trồng cỏ lên b/ cho (*súc vật*) ăn cỏ 2. **grass [on somebody]** (*Anh, lóng, thường xấu*) chỉ điểm cho cảnh sát.

grasshopper /'gra:shopə[r], (*Mỹ* 'græshopər)/ *dt* (*động*) châu chấu. // **knee-high to a grasshopper** x knee-high.

grassland /'gra:slænd, 'gra:slənd/ *dt* (*cg* **grasslands**) (*snh*) đồng cỏ, bãi cỏ.

grass roots /'gra:sru:ts/ (*chính*) dân thường: *grass-roots opposition to the party's policy* sự phản đối của dân thường đối với chính sách của đảng.

grass snake /'gra:ssneik/ *dt* (*động*) rắn ráo.

grass widow /'gra:s,widəʊ/ *đt* (*thường dùa*) đàn bà nhất thời vắng chồng.

grassy /'gra:si/ *tt* (-ier; iest) có cỏ, đầy cỏ; *a grassy meadow* bãi cỏ.

grate¹ /greit/ *dt* 1. vỉ lò, ghi lò (*lò sưởi*) 2. lò sưởi.

grate² /greit/ *dgt* 1. xát; nạo: *grate carrot into small pieces* nạo cà rốt 2. kêu cọt kẹt, ken két: *the gate grates on its hinges* bản lề cổng rít ken két 3. làm khó chịu, làm gai người: *grate on (upon) the ear* làm chối tai.

grateful /'greitfl/ *tt* 1. biết ơn: *I am grateful to you for your help* tôi biết ơn anh đã giúp tôi 2. (*cũ*) dễ chịu, khoan khoái: *a grateful shade* bóng mát dễ chịu. // **be grateful (thankful) for small mercies** x small¹.

gratefully /'greitfəli/ *pht* [một cách] biết ơn.

gratefulness /'greiflnis/ *dt* sự biết ơn.

grater /'greitə[r]/ *dt* bàn xát, bàn mài: *a nutmeg grate* bàn xát nhục đậu khấu.

gratification /,græti fi'keiʃn/ *dt* 1. sự hài lòng; sự làm hài lòng: *the gratification of knowing one's plans have succeeded* sự hài lòng khi biết kế hoạch của mình đã thành công; *sexual gratification* sự thỏa mãn tình dục 2. điều làm hài lòng: *his family success was a great gratification to him in his old age* sự thành công của gia đình ông là một điều làm ông rất hài lòng lúc tuổi già.

gratify /'grætifai/ *dgt* (**gratified**) 1. làm hài lòng, làm vui lòng: *it gratified me to hear of your success* nghe nói anh thành công, tôi rất hài lòng 2. chiều theo: *gratify somebody's curiosity* chiều theo tính tò mò của ai.

gratifying /'grætifaiiŋ/ *tt* **gratifying to do something (that...)** làm hài lòng: *it is gratifying to see one's efforts rewarded* thật là hài lòng khi thấy cố gắng của mình được thưởng công.

gratifyingly /'grætifaiiŋli/ *pht* [một cách] hài lòng.

grating¹ /'greitiŋ/ *tt* kêu ken két, làm gai người: *her grating voice* tiếng nói làm gai người của cô ta.

grating² /'greitiŋ/ *dt* chấn song (*của cửa sổ...*).

gratis /'greitis/ *pht* không phải trả tiền: *be admitted to the exhibition gratis* được vào xem triển lãm không phải trả tiền.

gratitude /'grætitju:d, (*Mỹ* 'grætitu:d)/ *dt* lòng biết ơn: *express one's deep gratitude to somebody* tỏ lòng biết ơn sâu sắc đối với ai.

gratuitous /grə'tju:itəs, (*Mỹ* grə'tu:itəs)/ *tt* vô cớ: *a gratuitous insult* lời lăng mạ vô cớ.

gratuitously /grə'tju:itəli/ *pht* [một cách] vô cớ.

gratuitousness /grə'tju:itəsnis/ *dt* tính chất vô cớ.

gratuity /grə'tju:əti, (*Mỹ* grə'tu:əti)/ *dt* 1. tiền thưởng, tiền chè lá 2. (*Anh*) tiền thưởng khi về hưu.

grave¹ /greiv/ *tt* (-r; -st) 1. nghiêm trọng, trầm trọng: *grave danger* mối nguy hiểm nghiêm trọng; *a grave mistake* một lỗi lầm nghiêm trọng; *a sick person is in a grave condition* một người bệnh đang trong tình trạng trầm trọng 2. trang nghiêm, nghiêm nghị.

grave² /greiv/ *dt* 1. mồ, mả, phần mộ 2. sự chết; thế giới bên kia: *from the cradle to the grave* từ lúc sinh ra cho đến lúc chết; *is there life* *beyond grave?* ở thế giới bên kia có sự sống hay không? // **dig one's own grave** x dig¹; **have one foot in the grave** x foot¹; **turn in one's grave** đội mồ mà lên: *you can't go out dressed like that. It's enough to make your grandmother turn in her grave!* cậu không thể ăn mặc như thế mà đi ra ngoài được. Đến bà cậu cũng phải đội mồ mà lên đấy!

grave³ /graːv/ dt (cg **grave accent** dấu huyền.

gravel¹ /grævl/ dt sỏi: *a gravel path* đường mòn rải sỏi.

gravel² /grævl/ dgt (-ll, Mỹ cg -l-) rải sỏi: *gravel a road* rải sỏi một con đường; *a gravelled path* đường mòn rải sỏi.

gravelly /grævəli/ tt 1. có sỏi, đầy sỏi: *gravelly soil* đất có sỏi 2. khàn.

gravely /greivli/ pht [một cách] nghiêm trọng, [một cách] trầm trọng: *if you think that, you are gravely mistaken* nếu anh nghĩ thế, anh sai lầm một cách nghiêm trọng rồi đấy.

graven /greivn/ tt (+ in, on) (cổ) được khắc, được tạc: *graven on my memory* (bóng) được khắc sâu trong ký ức tôi.

graven image /ˌgreivn ˈimidʒ/ 1. (Kinh thánh) tượng thần 2. thần tượng (người được sùng bái).

gravestone /greivstəʊn/ dt bia mộ, mộ chí.

graveyard /greivjaːd/ dt nghĩa địa.

graving dock /greiviŋ dɒk/ bến chùi rửa tàu.

gravitate /græviteit/ dgt (+ to, towards) dồ về, bị hút về: *young people gravitated towards industrial areas* thanh niên dồ về các khu công nghiệp; *the conversation gravitated to sport* cuộc nói chuyện chuyển sang lĩnh vực thể thao.

gravitation /ˌgrævi'teiʃn/ dt sức hút, sức hấp dẫn: *effects of gravitation on bodies in space* tác dụng của sức hấp dẫn lên các vật thể trong không gian.

gravitational /ˌgrævi'teiʃə-nəl/ tt hút, hấp dẫn: *gravitational force* sức hút, sức hấp dẫn.

gravity /grævəti/ dt 1. trọng lực: *force of gravity* trọng lực; *centre of gravity* trọng tâm 2. tính nghiêm trọng, tính trầm trọng, tính hệ trọng: *I don't think you realize the gravity of the situation* tôi không nghĩ là anh thấy rõ tính nghiêm trọng của tình hình; *news of considerable gravity* tin hết sức hệ trọng 3. tính nghiêm trang, tính nghiêm nghị: *behave with due gravity at a funeral* xử sự trang nghiêm đúng mức trong đám tang.

gravy /greivi/ dt 1. nước thịt (tiết ra từ miếng thịt khi xào nấu) 2. món xốt nước thịt.

gravy-boat /greivibəʊt/ dt bát đựng nước xốt thịt (trên bàn ăn).

gravy train /greivitrein/ (lóng, đặc biệt Mỹ) cách kiếm tiền mất ít công sức (như tham nhũng...).

gray /grei/ tt, dt, dgt (đặc biệt Mỹ) nh grey.

graze¹ /greiz/ dgt 1. ăn cỏ (súc vật) 2. cho ra đồng ăn cỏ: *graze sheep* cho cừu ra đồng ăn cỏ 3. dùng bãi cỏ để chăn nuôi súc vật.

graze² /greiz/ dgt 1. (+ against, on) làm trầy: *graze one's arm against (on) a rock* làm trầy cánh tay vì sượt qua một khối đá 2. (+ against, along) sượt qua, sượt vào: *a bullet grazed his cheek* một viên đạn sượt qua má anh ta; *the car's tyres grazed [against] the kerb* lốp xe sượt vào lề đường.

graze³ /greiz/ chỗ trầy da, chỗ sướt da.

grazier /greiziə[r]/ dt 1. người chăn gia súc 2. (Úc) chủ trại nuôi cừu.

grazing land /greiziŋlænd/ đất đồng cỏ chăn nuôi gia súc.

grease¹ /griːs/ dt 1. mỡ động vật: *the grease from pork can be used for frying* mỡ lợn có thể dùng để rán 2. mỡ (bôi trơn): *axle-grease* mỡ bôi trục; *he puts grease on his hair to make it shiny* anh ta cho thuốc mỡ lên tóc để cho tóc bóng.

grease² /griːs/ dgt tra mỡ, bơm mỡ (vào máy). // **grease somebody's palm** đút lót ai, hối lộ ai.

greaser /griːsə[r]/ dt (Anh) thợ tra dầu mỡ (vào máy).

grease-gun /griːs-gʌn/ dt ống bơm dầu mỡ vào máy.

grease-paint /griːspeint/ dt (skhấu) phấn mỡ (để hóa trang).

grease-proof paper /ˌgriːs pruːf'peipə[r]/ giấy không thấm mỡ (để gói thực phẩm...).

greasily /griːsili/ pht 1. có dính mỡ, [một cách] nhờn 2. [một cách] béo ngậy, [một cách] thớ lợ.

greasiness /griːsinis/ dt 1. sự dính mỡ; tính chất nhờn 2. sự béo ngậy 3. sự thớ lợ.

greasy /griːsi/ tt 1. dính mỡ: *greasy fingers* ngón tay dính mỡ 2. nhờn: *greasy hair* tóc nhờn 3. béo, ngậy (thức ăn)

4. *(kng, xấu)* thớ lợ *(thái độ, lời nói).*

great¹ /greit/ *tt* (-er; -est) **1.** lớn, to lớn: *a great wind* cơn gió lớn; *the great powers* những nước lớn (cường quốc); *the great majority* đại đa số **2.** vĩ đại: *a great musician* một nhạc sĩ vĩ đại **3.** hết sức; rất: *with great care* cẩn thận hết sức; *pay great attention to* hết sức chú ý tới **4.** tuyệt, thú vị: *it's great that you can come* anh đến được thật là tuyệt; *what a great party!* buổi liên quan thật là tuyệt!; *we had a great time in Majorca* chúng tôi đã có một thời gian thú vị ở Majorca **5.** rất thích hợp, lý tưởng: *this little gadget's great for opening tins* dụng cụ này dùng mở đồ hộp thì rất thích hợp; *these are great shoes for muddy weather* đây là loại giày lý tưởng cho những lúc có mưa lầy lội **6.** *vị ngữ* (+ at) giỏi, cừ, thạo: *she's great at tennis* chị ta chơi quần vợt rất giỏi **7.** *(mỉa)* khổ chửa; khối ra đấy: *Oh great! I've missed the bus again* khổ chửa! tôi lại nhỡ chuyến xe buýt nữa rồi!; *you've been a great help, you have* anh đã giúp được khối ra đấy **8.** quan trọng, đáng ghi nhớ; độc nhất vô nhị: *the princess was getting married, and everyone is in town for the great occasion* công chúa lấy chồng và mọi người đã đổ vào thành phố trong dịp quan trọng này; *she had a great opportunity, but she let it slip* cô ta có một cơ hội độc nhất vô nhị, nhưng đã bỏ lỡ mất **9. the great** quan trọng nhất: *the great advantage of this metal is that it doesn't rust* lợi thế quan trọng nhất của kim loại này là nó không bị gỉ

10. hoàn toàn xứng danh là: *we are great friends* chúng ta hoàn toàn xứng danh là bạn của nhau; *he is a great one for complaining* nó đích thực là một kẻ hay kêu ca phàn nàn **11.** *(kng)* (dùng để làm nổi thêm ý nghĩa của một tt chỉ kích thước kèm theo) rất, đại: *what a great big idiot!* thật là một tên đại ngu! **12.** (thêm vào đầu từ chỉ quan hệ họ hàng để chỉ một bậc cao hoặc thấp hơn nữa): great-grandfather cố, cụ (ông của bố hay mẹ mình); great-grandson chắt trai (cháu trai của con trai hay con gái mình) **13.** (cô) (dùng trong câu cảm thán nói lên sự ngạc nhiên) ôi: *Great heavens!* ôi trời ơi! // **be no great snakes** bất tài, xoàng: *she's no great snakes as an actress* cô ta là một diễn viên xoàng; **going great guns** *(kng)* tiến triển mạnh mẽ và thành công; **a good (great) deal** x **deal²**; **great and small** giàu cũng như nghèo, mạnh cũng như yếu: *everyone, great and small, is affected by these changes* mọi người giàu cũng như nghèo đều chịu tác động của những thay đổi đó; **great with child** có mang, mang thai; **make great (rapid) strides** x **stride²**; **of great price** rất có giá trị; **your need is greater than mine** x **need³**.

great² /greit/ *dt* **1.** *(thường snh)* *(kng)* người tài giỏi: *Charlie Chaplin is one of the all-time greats of the cinema* Charlie Chaplin là một trong những người vĩ đại nhất của mọi thời đại trong lĩnh vực điện ảnh **2.** **the great** *(dgt snh)* những người vĩ đại, những người có thế lực.

the Great Bear /ˌgeit'beə[r]/ chòm sao Đại Hùng.

Great Britain /ˌgreit'britn/ *(vt* GB) *(cg* **Britain**) vương quốc Anh *(bao gồm Anh, xứ Wales và Ê-cốt).*

greatcoat /'greitkəʊt/ *dt* áo capot *(của quân nhân).*

Greater London /ˌgreitə'lʌndn/ Luân Đôn nội ngoại thành.

the Great Lakes /ˌgreit'leiks/ Ngũ hồ *(năm hồ lớn nằm giữa Canada và Mỹ).*

greatly /'greitli/ *pht* nhiều, lắm: *the reports were greatly exaggerated* các bản báo cáo đã phóng đại rất nhiều; *I revere him greatly* tôi tôn kính ông ta lắm.

greatness /'greitnis/ *dt* to lớn, sự vĩ đại, sự cao quý.

The Great War /ˌgreit'wɔ:[r]/ chiến tranh thế giới lần thứ nhất.

greaves /gri:vz/ *dt* *(snh)* ghệt, xà cạp *(trong bộ giáp của quân nhân thời xưa).*

grebe /gri:b/ *dt (động)* chim lặn chân viền.

Grecian /'gri:ʃn/ *tt* *(văn)* [thuộc] cổ Hy Lạp: *a Grecian urn* cái bình đựng tro hỏa táng kiểu cổ Hy Lạp.

greed /gri:d/ *dt* **1.** tính ham ăn; thói háu ăn **2.** lòng tham, sự hám danh lợi.

greedy /'gri:di/ *tt* tham lam; thèm thuồng, hám: *looking at the cakes with greedy eyes* nhìn thấy cái bánh với cặp mắt thèm thuồng; *greedy for power* hám quyền lực.

greedily /'gri:dili/ *pht* [một cách] tham lam; [một cách] thèm thuồng.

greediness /'gri:dinis/ *dt* lòng tham lam; sự thèm thuồng.

Greek¹ /gri:k/ *tt* [thuộc] Hy Lạp.

G

Greek² /gri:k/ *dt* **1.** người Hy Lạp **2.** tiếng Hy Lạp. // **it's all Greek to me** *(kng)* tôi không thể hiểu gì hết.

green¹ /gri:n/ *tt* (**-er; -est**) **1.** xanh lá cây, [có màu] lục **2.** còn xanh *(chưa chín)*; tươi, chưa khô: *apples too green to eat* táo còn quá xanh chưa ăn được; *green wood doesn't burn well* củi còn tươi cháy không đượm **3.** phủ cây xanh *(đồi, cánh đồng)* **4.** *(kng)* còn non nớt, chưa có kinh nghiệm, dễ bị lừa: *you must be green to believe that* anh thật là khờ mới tin điều đó **5.** *(thường vị ngữ)* nhợt nhạt *(màu da)*: *the passengers turn quite green with sea-sickness* hành khách nhợt nhạt đi vì say sóng **6.** *(vị ngữ)* ghen tức: *I was absolutely green [with envy] when I saw his splendid new car* tôi hết sức ghen tức khi thấy chiếc xe mới lộng lẫy của anh ta **7.** *(bóng, tu từ)* tươi vui, đầy sức sống: *live to a green old age* sống tới tuổi già đầy sức sống; *keep somebody's memory green* giữ tươi mãi kỷ niệm về ai **8.** *(chính)* có chính sách giữ xanh môi trường: *the Green party* Đảng xanh *(chủ trương bảo vệ môi trường)*. // **give somebody (get) the green light** bật đèn xanh cho ai; được bật đèn xanh; **the grass is greener on the other side** x **grass¹**.

green² /gri:n/ *dt* **1.** màu xanh lá cây, màu lục **2.** quần áo màu xanh lá cây: *a girl dressed in green* cô gái mặc quần áo màu xanh lá cây **3.** **greens** *(snh)* rau xanh *(như rau diếp, rau cải...)* **4.** cây xanh trang trí: *Christmas greens* cây Nô-en **5.** bãi cỏ *(chơi bóng quần...)*; thảm cỏ **6. Green** Đảng viên Đảng xanh.

greenback /'gri:bæk/ *dt* *(Mỹ, kng)* tiền giấy.

green belt /ˌgri:n'belt/ *(Anh)* vành đai xanh *(quanh thành phố)*.

greenery /'gri:nəri/ *dt* cây xanh *(trang trí)*: *the hall looks more festive with all that greenery in pots* đại sảnh đường trông vui mắt hơn với các chậu cây xanh trang trí ấy.

green-eyed monster /ˌgri:naid 'mɒnstə[r]/ lòng ghen tị, thói đố ky.

greenfinch /'gri:nfintʃ/ *dt* *(động)* chim sẻ lục.

green fingers /ˌgri:n'fiŋgəz/ *(kng)* tài làm vườn.

greenfly /'gri:nflai/ *dt* rệp xanh *(hại cây)*.

greengage /'gri:ngeidʒ/ *dt* quả mận *(có màu lục vàng nhạt)*.

greengrocer /'gri:nˌgrəʊsə[r]/ *dt* người bán rau quả.

greenhorn /'gri:nhɔ:n/ *dt* người non nớt khờ dại.

greenhouse /'gri:nhaʊs/ *dt* nhà kính [trồng cây].

greenhouse effect /'gri:nhaʊsiˌfekt/ hiệu ứng nhà kính.

greenish /'gri:niʃ/ *tt* hơi xanh lá cây, xanh xanh.

greenness /'gri:nis/ *dt* **1.** màu xanh lá cây, màu lục **2.** màu xanh tươi *(của cây cỏ)* **3.** trạng thái còn xanh **4.** sự non nớt thiếu kinh nghiệm; sự khờ dại.

Green Paper /ˌgri:n'peipə[r]/ sách xanh *(báo cáo sơ bộ của chính phủ đưa ra để thảo luận)*.

green pound /ˌgri:n'paʊnd/ đồng pao xanh *(giá trị đồng pao như là một đồng tiền trao đổi nông phẩm trong khối EEC)*.

green room /'gri:nru:m/ phòng nghỉ *(của diễn viên ở rạp hát, ở trường quay truyền hình)*.

green salad /ˌgri:n'sæləd/ món xà lách rau xanh.

green tea /ˌgri:n'ti:/ chè xanh *(khác với chè đen)*.

Greenwich Mean Time /ˌgrenidʒ'mi:n taim/ *(vt* **GMT)** *(cg* **Universal Time)** giờ quốc tế, giờ GMT.

greenwood /'gri:nwʊd/ *dt* *(cổ)* rừng lá rậm.

greet /gri:t/ *đgt* **1.** chào; đón chào: *he greeted me in the street with a friendly wave of the hand* anh ta chào tôi ngoài đường phố bằng một cái vẫy tay thân mật; *greeting her guests at the door* đón chào khách ở cửa; *the news was greeted by (with) cheering* tin ấy được đón nhận bằng những tiếng reo mừng **2.** đập vào mắt, vọng đến tai: *the views that greeted us at the top of the hill* quang cảnh đập vào mắt chúng tôi ở đỉnh đồi.

greeting /'gri:tiŋ/ *dt* sự chào hỏi; lời chào hỏi: *send one's greetings to somebody* gửi lời chào hỏi ai; *New Year's greetings* lời mừng năm mới *(Tết)*. // **the season's greetings** x **season**.

gregarious /gri'geəriəs/ *tt* **1.** thích đàn đúm, thích giao du **2.** sống thành đàn, bầy *(súc vật)*.

gregariously /gri'geəriəsli/ *pht* **1.** [với tính] thích đàn đúm, [với tính] thích giao du **2.** [sống] thành đàn, bầy.

Gregorian calender /griˌgɔ:riən 'kælində[r]/ lịch Gregory *(hiện nay sử dụng khắp thế giới)*.

Gregorian chant /griˌgɔ:riən 'tʃɑ:nt/ nhạc Gregory.

gremlin /'gremlin/ *dt* quỷ phá hoại máy móc *(theo sự tưởng tượng của một số* *người): the gremlins have got into the computer* quỷ đã lại chui vào phá máy điện toán rồi đó.

grenade /grə'neid/ *dt* lựu đạn.

grenadier /ˌgrenə'diə[r]/ *dt* **1.** lính ném lựu đạn *(trước đây)* **2. Grenadier Guards** trung đoàn vệ binh *(Anh)*.

grew /gru:/ *qk của* grow.

grey¹ *(Mỹ cg* **gray)** /grei/ *tt* **1.** xám: *a grey suit* bộ quần áo xám **2.** hoa râm; có tóc hoa râm: *grey hairs* tóc hoa râm; *he turned quite grey recently* gần đây tóc ông ta đã nhuốm màu hoa râm **3.** âm u: *a grey day* một ngày âm u **4.** tẻ nhạt, đơn điệu: *a grey existence* cuộc sống tẻ nhạt **5.** tái mét đi *(sắc mặt, vì sợ...)*: *his face turned grey as he heard the bad news* nghe tin dữ, mặt nó tái mét đi.

grey² *(Mỹ cg* **gray)** /grei/ *dt* **1.** màu xám **2.** quần áo màu xám: *dressed in grey* mặc quần áo màu xám.

grey³ *(Mỹ cg* **gray)** /grei/ *dgt* [làm cho] trở thành hoa râm: *he (his hair) has greyed a lot* tóc ông ta đã nhuốm màu hoa râm nhiều rồi.

grey area /ˌgrei'eəriə/ khía cạnh chưa rõ, mặt chưa hiểu rõ: *when the rules for police procedure were laid down, a lot of grey areas remained* khi thủ tục cảnh sát được đề ra, hãy còn nhiều khía cạnh chưa rõ.

greybeard /'greibiəd/ ông già, ông lão.

grey-headed /ˌgrei'hedid/ *tt* bạc đầu, già.

greyhound /'greihaʊnd/ *dt* chó đua *(chạy đua rất nhanh)*.

greyish *(Mỹ cg* **grayish)** /'greiiʃ/ *tt* hơi xám, xam xám.

grey matter /'grei ˌmætə[r]/ chất xám *(của não)*; trí tuệ, trí thông minh: *a boy without much grey matter* một cậu bé kém thông minh.

grid /grid/ *dt* **1.** lưới sắt: *a grid over a drain* lưới sắt trên rãnh thoát nước **2.** mạng lưới điện: *the national grid* mạng lưới điện quốc gia **3.** hệ thống đường kẻ ô vuông *(trên bản đồ, cho phép định vị chính xác một địa điểm)* **4.** vạch xuất phát *(trên đường đua ôtô)*.

griddle /'gridl/ *dt* *(Ê-cốt* **gridle)** vỉ nướng bánh.

gridiron /'gridaiən/ *dt* **1.** vỉ nướng *(chả)* **2.** *(Mỹ, thể)* sân đá bóng *(trong phạm vi đường biên)*.

grief /gri:f/ *dt* **1.** nỗi đau buồn, nỗi khổ tâm: *die of grief* chết vì đau buồn **2.** chuyện gây đau buồn: *his marriage to someone outside their faith was a great grief to his parents* việc anh ta lấy vợ khác tín ngưỡng đã làm cha mẹ anh ta đau buồn. // **come to grief** *(kng)* a/ kết thúc thất bại: *their plans came to grief when the bank refused to lend them more money* các kế hoạch của họ đều kết thúc thất bại khi ngân hàng từ chối không cho họ vay thêm tiền nữa b/ gặp tai nạn; ngã xuống: *several pedestrians had come to grief on the icy pavement* nhiều khách bộ hành đã ngã xuống hè đường tuyết đóng băng; **good grief** *(kng)* trời!; ối! *(tỏ sự ngạc nhiên hoặc hơi bực tức)*.

grief-stricken /'gri:fstrikən/ *tt* đau buồn, sầu não.

grievance /'gri:vns/ *dt* **1.** (+ against) lời kêu ca phàn nàn: *management agreed to settle the workers' grievances*

ban giám đốc đồng ý dàn xếp các lời kêu ca phàn nàn của công nhân **2.** nỗi bất bình: *he'd been nursing a grievance against his boss* anh ta đang ấp ủ một nỗi bất bình với ông chủ.

grieve /gri:v/ *dgt* **1.** làm đau buồn, gây khổ tâm: *it grieves me to have to say it, but you have only yourself to blame* tôi rất khổ tâm mà nói với anh điều đó, nhưng anh phải tự trách chính anh chứ còn trách ai nữa **2.** đau buồn, khổ tâm: *their daughter died over a year ago, but they are still grieving* con gái họ đã chết hơn một năm rồi mà họ vẫn còn đau buồn **3.** hối tiếc, ân hận: *it's no use grieving about past errors* hối tiếc về những lỗi lầm trong quá khứ thì cũng chẳng ích gì.

grievous /'gri:vəs/ *tt* **1.** làm đau buồn: *grievous losses* những mất mát làm đau buồn **2.** *(kng)* nghiêm trọng, trầm trọng: *a grievous error* một sai lầm nghiêm trọng.

grievous bodily harm /ˌgri:vəs ˌbodili 'ha:m/ *(vt* **GBH)** thương tích trầm trọng.

grievously /'gri:vəsli/ *pht* [một cách] nghiêm trọng, [một cách] trầm trọng: *if you think that, you are grievously in error* nếu anh nghĩ như thế thì anh sai lầm nghiêm trọng (lầm to) rồi đấy.

griffin /'grifin/ *dt (cg* **griffon, gryphon)** /'grifən/ quái vật sư tử có đầu, cánh và móng của chim đại bàng.

grill¹ /gril/ *dt* **1.** khoang nướng *(ở lò điện...)*: *put the bread under the grill for a minute to brown the tip* cho cái bánh mì vào khoang nướng một phút cho mặt trên nâu đi **2.** vỉ nướng **3.** thịt nướng **4.** (*cg* **grill-room**) phòng chả nướng (*ở quán ăn*): *let's meet in the first-floor grill-room* ta gặp nhau ở phòng chả nướng ở lầu một nhé.

grill² /gril/ *dgt* **1.** nướng; được nướng: *grilled steak* thịt bò nướng; *I'll grill you some fish* tôi sẽ nướng cho anh một ít cá **2.** phơi mình trước bếp lửa, trước tia nắng: *sit grilling [oneself] in the sun* ngồi phơi mình ra nắng **3.** (*kng*) tra hỏi: *the police grilled him [with non-stop questions] for over an hour* cảnh sát tra hỏi nó không ngớt trong hơn một giờ đồng hồ.

grille (*cg* **grill³**) /gril/ *dt* lưới sắt, chấn song: *the bank clerk peered at the customer from behind the grille* nhân viên ngân hàng nhìn khách hàng từ phía sau khung lưới sắt.

grim /grim/ *tt* (**-mmer; -mmest**) **1.** nghiêm nghị: *a grim face* bộ mặt nghiêm nghị **2.** khốc liệt: *their grim day-to-day struggle for survival* cuộc đấu tranh sống còn khốc liệt hằng ngày của họ **3.** làm phiền muộn; buồn chán: *we face the grim prospect of still higher unemployment* chúng ta phải đương đầu với triển vọng buồn chán của nạn thất nghiệp ngày càng tăng **4.** kiên quyết: *a grim smile* một nụ cười kiên quyết **5.** khủng khiếp: *a grim tale of torture and murder* một truyện khủng khiếp về tra tấn và giết chóc **6.** ảm đạm: *the grim walls of the prison* những bức tường ảm đạm của nhà giam **7.** (*vị ngữ*) (*kng*) ốm: *I feel pretty grim* tôi cảm thấy hơi ốm **8.** (*thường vị*

ngữ) (*kng*) tồi, dở, kém: *I've seen her so-called paintings, they're fairly grim, I can tell you* tớ đã xem những cái gọi là tranh vẽ của cô ta, tồi lắm, tớ có thể nói với cậu như vậy. // **like grim death** rất kiên quyết và kiên nhẫn, kiên trì; bất chấp khó khăn: *she stuck to her task like grim death* cô ta kiên trì bám chặt vào nhiệm vụ của mình, bất chấp mọi khó khăn.

grimace¹ /gri'meis, (*Mỹ* 'gri-məs)/ *dt* sự nhăn mặt, sự nhăn nhó: *make (give) a grimace of pain* nhăn nhó vì đau.

grimace² /gri'meis, (*Mỹ* 'grims)/ *dgt* nhăn mặt, nhăn nhó: *she grimaced with pain* chị ta nhăn nhó vì đau.

grime¹ /graim/ *dt* bụi đen, bụi bẩn: *the soot and grime of a big manufacturing town* muội khói và bụi bẩn ở một thành phố công nghiệp lớn; *a face covered with grime and sweat* mặt đầy bụi đen và mồ hôi.

grime² /graim/ *dgt* làm dính bụi đen: *a face grimed with dust* mặt dính đầy bụi đen.

grimly /'grimli/ *pht* **grimly determined** rất kiên quyết.

grimness /'grimnis/ *dt* **1.** vẻ nghiêm nghị **2.** tính khốc liệt **3.** tính kiên quyết không gì lay chuyển nổi.

grimy /'graimi/ *tt* dính đầy bụi đen: *grimy windowns* cửa sổ đầy bụi đen.

grin¹ /grin/ *dgt* (**-nn-**) **1.** (+ **at**) cười toe toét: *grin with delight* cười toe toét vì vui thích; *grin from ear to ear* cười toe toét miệng đến mang tai **2.** biểu lộ bằng nụ cười toe toét: *he grinned his approval* anh ta toe toét cười, biểu lộ đồng tình. //

grin and bear cắn răng mà chịu.

grin² /grin/ *dt* cái cười toe toét: *break into a broad grin* toe toét cười, toét miệng cười.

grind¹ /graind/ *dgt* (**ground**) **1.** xay, nghiền, tán: *grind coffee beans* xay cà phê; *grind something to [a fine] powder* xay cái gì thành bột [mịn]; *the corn grinds easily* hạt ngũ cốc dễ xay thành bột **2.** (*Mỹ*) băm (*thịt*): *ground beef* thịt bò băm **3.** mài, giũa: *grind a knife* mài dao **4.** xát, nghiến: *grind one's teeth* nghiến răng; *grind one's heel into the ground* dì dì gót chân xuống đất **5.** [+ **away**] kêu kèn kẹt, rít ken két: *the old engine ground and shuddered* chiếc máy cũ rít ken két và rung lên **6.** quay, xoay: *grind a coffee mill* quay cái cối xay cà phê **7.** [+ **at**] nhồi nhét: *grind away at one's studies* học nhồi nhét **8.** (*chủ yếu ở dạng bị động*) áp bức, đè nén: *people ground [down] by tyranny* nhân dân bị bạo tàn áp bức. // **grind the faces of the poor [into the dust]** làm cho người nghèo đau khổ và lấy thế làm thích; **grind to a halt (standing)** a/ kêu bình bịch và từ từ dừng lại b/ (*bóng*) từng bước ngừng lại: *the strike brought industry grinding to a halt* cuộc đình công làm cho công nghiệp từng bước ngừng lại; **have an axe to grind** x axe¹.

grind on kéo dài một cách buồn tẻ và đơn điệu: *the speaker grind on, oblivious of his listeners' boredom* diễn giả cứ lải nhải nói tiếp, không biết nỗi buồn chán của người nghe; **grind something out** a/ quay [để cho phát ra]: *grind out music from a barrel-organ* quay đàn hộp phát ra tiếng nhạc b/ *(xấu)* chơi *(nhạc)* tẻ nhạt c/ *(xấu)* nặn *(tạo)* ra một cách thiếu cảm hứng: *he has been grinding cheap romantic stories at the rate of one a week* ông ta cố nặn ra những truyện lãng mạn rẻ tiền với tốc độ mỗi tuần một truyện.

grind² /graind/ *dt (số ít)* **1.** sự xay, sự nghiền, sự tán **2.** cỡ hạt xay (nghiền; tán) ra: *a coarse grind* hạt xay thô **3.** *(kng)* công việc đơn điệu nhàm chán: *marking examination papers is a real grind* chấm bài thi quả là một công việc đơn điệu nhàm chán.

grinder /'graində[r]/ *dt* **1.** cối xay, máy nghiền: *a coffee grinder* cối xay cà phê **2.** răng hàm **3.** *(trong từ ghép)* người nghiền, người xay, người tán; người mài: *a knife-grinder* người mài dao.

grinding /'graindiŋ/ *tt* kêu kèn kẹt, rít ken két: *the car stretched to a halt with grinding brakes* chiếc xe phanh rít lên ken két mà dừng lại. // **bring something (come) to a grinding halt** *(kng)* [làm cho cái gì] dừng hẳn lại; **grinding poverty** *(tu từ)* cảnh nghèo xơ xác.

grindstone /'graindstəʊn/ *dt* đá mài. // **keep one's (somebody's) nose to the grindstone** x **nose¹**.

grip¹ /grip/ *dgt* (-pp-) **1.** giữ chặt, nắm chặt: *the frightened child gripped the mother's hand* đứa bé hoảng sợ nắm chặt lấy bàn tay mẹ nó; *the brakes fail to grip and the car ran into wall* phanh không ăn và xe đâm vào tường **2.** *(lóng)* cuốn hút *(sự chú ý)*: *an audience*

gripped by a play khán giả bị vở kịch cuốn hút.

grip² /grip/ *dt* **1.** *(số ít)* sự giữ chặt, sự nắm chặt: *take a grip on a rope* nắm chặt dây thừng; *the climber relaxed her grip and fell* chị leo núi lỏng tay bíu và ngã xuống **2.** sự cuốn hút *(sự chú ý)*: *the play is exciting at first but in the third act it lose its grip on the audience* vở kịch lúc đầu hấp dẫn nhưng sang hồi thứ ba thì không cuốn hút được sự chú ý của khán giả nữa **3.** sức bám, sức giữ chặt: *tyres which give [a] good grip on the road* bánh xe bám mặt đường **4.** chuôi, cán, tay cầm **5.** cái cặp tóc **6.** cái va-li, túi du lịch. // **come (get) to grips with somebody (something)]** a/ tóm chặt, chộp lấy *(đối thủ)* b/ bắt đầu giải quyết *(một vấn đề...)*; **get (keep; take) a grip (hold) on oneself** biết tự chủ; **lose one's grip** x lose.

gripe¹ /graip/ *dgt* [làm cho] cảm thấy đau quặn trong bụng.

gripe² /graip/ *dgt* (+ about) *(kng, xấu)* kêu ca, càu nhàu: *he keeps griping about having no money* nó cứ luôn mồm càu nhàu là không có tiền.

gripe³ /graip/ *dt* **1.** lời kêu ca, lời càu nhàu **2.** *(xấu)* sự kêu ca, sự càu nhàu: *he likes to have a good gripe from time to time* thỉnh thoảng anh ta thích làm một chầu càu nhàu kêu ca.

the gripes /graips/ *dt (snh)* *(kng)* cơn đau quặn bụng.

gripping /'gripiŋ/ *tt* cuốn hút [sự chú ý], hấp dẫn: *a gripping story* câu chuyện hấp dẫn.

grippingly /'gripiŋli/ *pht* [một cách] cuốn hút, [một cách] hấp dẫn.

grisly /'grizli/ *tt* khủng khiếp; rùng rợn: *a grisly story about people who ate human flesh* truyện rùng rợn về những người ăn thịt người.

grist /grist/ *dt (cổ)* thóc lúa đem xay. // **grist to the [somebody's] mill** cái có lợi cho ai: *I never refuse odd jobs to supplement my income, it's all grist to the mill* tôi không bao giờ từ chối những việc làm lặt vặt để tăng thêm thu nhập, thảy đều có lợi mà.

gristle /'grisl/ *dt* xương sụn: *I can't eat this meat, it's all gristle* tôi không ăn được thịt này đâu, toàn xương sụn là xương sụn.

gristly /'grisli/ *tt* như sụn; có nhiều sụn.

grit /grit/ *dt* hạt sạn: *spread grit on icy roads* rải sạn lên mặt đường đóng băng *(cho xe khỏi trượt)*; *I have got a piece of grit in my shoe* tôi bị một viên sạn vào trong giày. // **grit one's teeth** a/ nghiến răng b/ dồn hết tính gan góc, bền chí: *mountaineering in the blizzard needs a lot of grit* leo núi lúc trời bão tuyết đòi hỏi phải gan góc lắm mới được.

grits /grits/ *dt (snh)* yến mạch lứt *(chưa gia kỹ)*.

grittiness /'gritinis/ *dt* **1.** tình trạng có nhiều sạn **2.** tính gan dạ.

gritty /'griti/ *tt* **1.** có nhiều sạn: *cheap gritty bread* bánh mì có sạn rẻ tiền **2.** gan dạ: *a gritty fighter* một chiến ai gan dạ.

grizzle /'grizl/ *dgt* *(kng)* *(xấu)* **grizzle [about something]**

khóc nhè *(trẻ em): stop griz-zling!* thôi đừng có khóc nhè nữa!

grizzled /'grizld/ *tt* hoa râm *(tóc).*

grizzly¹ /'grizli/ khóc nhè; mếu máo sắp khóc nhè.

grizzly² /'grizli/ *dt (cg* **grizzly bear** /,grizli'beə[r]/) *(động)* gấu xám *(ở Bắc Mỹ).*

Gro *(vt của Grove)* đại lộ *(hai bên lề có trồng cây): 6 Lime Grove* số 6 đại lộ Lime.

groan¹ /grəun/ *dgt* 1. [+ at] rên rỉ: *groan in pain* rên rỉ vì đau đớn; *the audience groaned at his terrible jokes* khán giả rên lên vì những trò đùa quá dở của anh ta 2. a/ [with] trĩu xuống vì nặng: *a table groaning with food* chiếc bàn nặng trĩu món ăn b/ kêu kẽo kẹt 3. [+ on] [about (over)] than vãn: *she's always groaning on about how much work she has to do* bà ta luôn luôn than vãn vì có bao nhiêu việc phải làm 4. [+ beneath; under] bị đè nén, rên xiết: *poor people groaning beneath (under) the weight of heavy taxes* dân nghèo rên xiết dưới ách thuế má cao. // **groan inwardly** rên thầm trong bụng: *she groaned inwardly as she saw the fresh pile of work on her desk* chị ta rên thầm trong bụng khi thấy chồng giấy tờ công việc đặt trên bàn.

groan² /grəun/ *dt* 1. tiếng rên rỉ 2. tiếng kêu kẽo kẹt: *the chair gave a groan as he sat down in it* chiếc ghế kêu kẽo kẹt khi ông ta ngồi lên 3. *(thường số ít) (kng)* người (điều) làm cho rên rỉ kêu ca: *a joke that is a bit of a groan* một câu đùa khiến người ta rên rỉ kêu ca.

groats /grəuts/ *dt (snh)* yến mạch lứt, gạo lứt.

grocer /'grəusə[r]/ *dt* người bán hàng khô.

groceries /'grəusəriz/ *dt (snh)* hàng khô.

grocery /'grəusəri/ *dt* 1. việc buôn bán hàng khô: *a grocery store* cửa hàng bán hàng khô 2. *(Mỹ)* cửa hàng bán hàng khô.

grog /grɒg/ *dt (hải hoặc kng)* rượu grốc *(rượu rom pha nước).*

groggily /'grɒgili/ *pht* [một cách] chếnh choáng, [một cách] chệnh choạng.

grogginess /'grɒginis/ *dt* sự chếnh choáng, sự chệnh choạng.

groggy /'grɒgi/ *tt* chếnh choáng, chệnh choạng: *I feel a bit groggy after 15 hours on the plane* sau 15 tiếng đồng hồ ngồi máy bay tôi cảm thấy chếnh choáng một ít.

groin /grɔin/ *dt* 1. *(giải)* bẹn 2. *(ktrúc)* vòm nhọn 3. *(Mỹ)* *nh* groyne.

grommet /'grɒmit/ *dt (cg* **grummet)** vòng dây gia cố.

groom¹ /gru:m/ *dt* 1. người coi ngựa 2. *nh* bridegroom.

groom² /gru:m/ *dgt* 1. chải lông *(cho ngựa)*, coi sóc ngựa 2. hướng vào ngành nghề gì, hướng nghiệp: *groomed for stardom by ambitious parents* được cha mẹ đầy tham vọng hướng trở thành ngôi sao điện ảnh.

groomed /gru:md/ *tt (thường đi sau một pht)* có quần áo tóc tai *(như thế nào đó): she is always perfectly groomed* chị ta quần áo tóc tai lúc nào cũng chỉnh tề, chải chuốt.

groove /gru:v/ *dt* rãnh, khe *(ở đĩa hát, ở cửa trượt...): a groove for a sliding door*

khe cửa trượt; *the needle has jumped many grooves* cây kim máy hát đã nhảy qua nhiều rãnh đĩa hát. // **get into (be stuck in) a groove** theo vết đường mòn.

grooved /gru:d/ *tt* có rãnh, có khe.

groovy /'gru:vi/ *tt (cũ, lóng)* hấp dẫn; tuyệt vời.

grope¹ /grəup/ *dgt* 1. (+ for, after) sờ soạng tìm 2. dò dẫm, mò mẫm: *grope one's way in the dark* dò dẫm đường đi trong bóng tối 3. *(kng, xấu)* sờ soạng *(gái).* **grope one's way across (along)** dò dẫm tìm đường qua *(dọc theo): grope one's way along a darkened corridor* dò dẫm tìm đường dọc theo hành lang tối om.

gropingly /'grəupiŋli/ *pht* [một cách] dò dẫm, [một cách] mò mẫm.

gross¹ /grəus/ *dt (snh kđổi hoặc* **grosses)** gột, mười hai tá *(tức 144 cái): great gross* 144 tá.

gross² /grəus/ *tt* (-er; -est) 1. béo phị, phì nộn 2. thô lỗ: *gross manners* cách xử sự thô lỗ 3. *(đặc biệt luật)* rành rành: *gross negligence* sự cẩu thả rành rành 4. toàn bộ, tổng: *gross income* tổng thu nhập *(trước khi trừ thuế).* // **in [the] gross** nhìn khái quát.

gross³ /grəus/ *dgt* đạt được tổng số là: *her last film grossed a million pounds* cuốn phim mới đây của chị ta đạt được tổng số thu là một triệu bảng Anh.

grossly /'grəusli/ *pht* cực kỳ, hết sức, vô cùng: *grossly fat* béo vô cùng; *grossly exaggerated* phóng đại hết sức.

gross national product /,grəus ,næʃnəl 'prɒdʌkt/ *(vt* **GNP)** tổng sản phẩm quốc dân.

grossness /'grəʊsnis/ *dt* sự thô lỗ.

grotesque[1] /grəʊ'tesk/ *tt* **1.** quái dị: *tribal dancers wearing grotesque masks* các vũ nữ bộ tộc mang những chiếc mặt nạ quái dị **2.** lố bịch, kỳ cục: *a grotesque distortion of the truth* sự xuyên tạc sự thật một cách kỳ cục; *the grotesque sight of an old man trying to flirt with a young girl* cái cảnh lố bịch của một lão già cố ve vãn một thiếu nữ.

grotesque[2] /grəʊ'tesk/ *dt* **the grotesque** cái quái dị, cái lố bịch, cái kỳ cục: *he was a master of the grotesque in painting* ông ta là một bậc thầy trong việc thể hiện cái lố bịch trong hội họa.

grotesquely /grəʊ'teskli/ *pht* [một cách] quái dị, [một cách] lố bịch, [một cách] kỳ cục.

grotesqueness /grəʊ'tesknis/ *dt* sự quái dị, sự lố bịch, sự kỳ cục.

grotto /'grɒtəʊ/ *dt* (*snh* **grottoes, grottos**) hang, động.

grotty /'grɒti/ *tt* (**-ier; -iest**) (*kng*) tồi tàn, xấu, khó chịu: *she lives in a grotty little room with nowhere to cook* chị ta ở trong một phòng tồi tàn không có chỗ nấu ăn; *I felt pretty grotty* tôi cảm thấy hơi khó chịu trong người.

grouch[1] /graʊtʃ/ *đgt* (+ about) (*xấu*) kêu ca, cằn nhằn: *stop grouching about everything!* thôi đừng có cái gì cũng kêu ca nữa!

grouch[2] /graʊtʃ/ *dt* **1.** (+ about) sự kêu ca, sự cằn nhằn: *he's always having a grouch about something* hắn bao giờ cũng kêu ca về một cái gì đó **2.** (+ against) lời kêu ca **3.** (*xấu*) người hay kêu ca cằn nhằn.

grouchy /'graʊtʃi/ *tt* (**-ier; -iest**) hay kêu ca cằn nhằn.

ground[1] /graʊnd/ *dt* **1. the ground** mặt đất, đất: *sit on the ground* ngồi bệt xuống đất; *the aircraft hadn't enough power to get off the ground* chiếc máy bay không đủ sức cất cánh [khỏi mặt đất] **2.** bãi đất, khu đất, đất: *buy up some ground for building on* mua ít đất để xây nhà **3.** lớp đất, đất: *marshy ground* đất lầy **4.** sân, bãi: *a football ground* sân đá bóng **5. grounds** (*snh*) khu vực, khu: *hunting grounds* khu săn bắn **6. grounds** (*snh*) đất đai vườn tược: *the house has extensive grounds* ngôi nhà có đất đai vườn tược rộng **7.** lĩnh vực; vấn đề: *they managed to cover quite a lot of grounds in a short programme* họ cố giải quyết một lô vấn đề trong một chương trình ngắn ngủi **8.** lý do; cơ sở: *you have no grounds for complaint (for complaining)* anh không có lý do gì để phàn nàn cả; *on what grounds do you make that accusation?* anh dựa trên cơ sở nào mà buộc tội như vậy? **9.** nền: *a design of pink roses on a white ground* một họa tiết hoa hồng trên nền trắng **10.** đáy biển: *the ship touched ground a few yards from the shore* con tàu chạm đáy biển chỉ cách bờ vài mét **11. grounds** (*snh*) bã cà phê. // **above ground** ở bên trên mặt đất; **be on firm ground** x **firm[1]**; **below ground** trong lòng đất; **break fresh (new) ground** tìm ra (đưa ra) một phương pháp (hệ thống) mới; đưa cái mới vào; **cut the ground from under somebody's feet** đoán trước ý đồ của ai mà phá đi; **gain (make up) ground [on some-** **body (something)]** đuổi sát, đuổi kịp; *the police car was gaining ground on the robbers* xe của cảnh sát đang đuổi sát xe của tụi cướp; *how can we make up ground on our competitors?* làm thế nào để ta có thể đuổi kịp các đối thủ cạnh tranh của ta?; **get off the ground** mở đầu suôn sẻ, thành công [trong] bước đầu; **give (lose) ground [to somebody (something)]** tụt hậu: *the leader is losing ground as the rest of the runners accelerate* người dẫn đầu đang tụt dần lại trong khi những người chạy sau tăng tốc độ lên: **go (run) to earth (ground)** x **earth[1]**; **have (keep) a (one's) ear to the ground** x **ear[1]**; **have one's (both) feet on the ground** x **foot[1]**; **hold (keep; stand) one's ground** giữ nguyên ý định (ý kiến) không chịu nhường bước hoặc khuất phục; **on the ground** trong thường dân: *there's a lot of support for our policies on the ground* trong thường dân có sự ủng hộ mạnh mẽ đối với chính sách của chúng ta; **prepare the ground [for something]** tạo tiền đề cho, tạo cơ sở cho: *early experiments with military rockets prepared the ground for space travel* những thí nghiệm ban đầu về tên lửa quân sự đã tạo tiền đề cho công cuộc du hành vũ trụ; **run somebody (something) into the ground** làm cho kiệt quệ, dùng đến mức cạn kiệt: *by working 13 hours a day, she is running herself into the ground* với chế độ làm việc 13 tiếng đồng hồ mỗi ngày, cô ta đã đi đến chỗ kiệt quệ; *unable to afford a new car, we had to run the old one into the ground* không đủ sức sắm một chiếc xe mới, chúng tôi

G

đã phải dùng xe cũ cho đến cạn kiệt; **shift (change one's ground)** thay đổi ý kiến; **suit somebody down to the ground** x suit²; **thin on the ground** x thin¹; **to the ground** hoàn toàn: *the building was burn to the ground* tòa nhà đã bị cháy hoàn toàn.

ground² /graʊnd/ *dgt* **1.** [làm cho tàu] mắc cạn: *our ship grounded on a sandbank* tàu chúng tôi đã mắc cạn trên một bãi cát ngầm **2.** (*chủ yếu ở dạng bị động*) yêu cầu (bắt buộc) (*máy bay*) không được cất cánh: *all aircraft at London Airport was grounded by fog today* hôm nay tất cả máy bay ở phi cảng Luân Đôn không được cất cánh vì sương mù **3.** (*Mỹ*) *nh* earth 2. // **ground arms!** (*quân*) đặt súng xuống đất!

ground somebody in something truyền thụ kiến thức vững vàng về: *the teacher grounded his pupils in arithmetic* thầy giáo đã truyền thụ kiến thức vững vàng về số học cho học sinh của ông; **ground something on something** dựa trên cơ sở, căn cứ vào: *ground one's arguments on facts* dựa lý lẽ của mình trên sự kiện cụ thể: *a well-grounded theory* một lý thuyết có cơ sở vững vàng.

ground³ /graʊnd/ *gk và dttqk của* grind¹.

ground-bait /ˈgraʊndbeit/ *dt* mồi câu chìm (*vứt xuống đáy nước*).

ground-control /ˈgraʊnd kən,trəʊl/ *dt* hệ thống điều khiển từ mặt đất; nhân viên điều khiển từ mặt đất (*điều khiển máy bay, tàu vũ trụ*).

ground crew /ˈgraʊnd kru:/ nhân viên kỹ thuật ở sân bay.

ground floor /ˌgraʊndˈflɔ:[r]/ tầng một, tầng trệt. // **be (get in) on the ground floor** tham gia một tổ chức kinh doanh ngay từ đầu.

grounding /ˈgraʊndiŋ/ *dt* (*số ít*) **grounding [in something]** sự truyền thụ kiến thức cơ sở về vấn đề gì: *a thorough grinding in grammar* sự truyền thụ kiến thức cơ sở về ngữ pháp.

groundless /ˈgraʊndlis/ *tt* không có cơ sở, vô căn cứ: *groundless fears* những nỗi lo sợ vô căn cứ.

groundlessly /ˈgraʊndlisli/ *pht* [một cách] vô căn cứ.

ground-nut /ˈgraʊndnʌt/ *dt nh* peanut.

ground plan /ˈgraʊnd plæn/ (*ktrúc*) sơ đồ mặt bằng.

ground rent /ˈgraʊndrent/ tiền thuê đất xây dựng.

ground rule /ˈgraʊnd ru:l/ (*thường snh*) nguyên tắc cơ bản.

groundsel /ˈgraʊndsl/ *dt* (*thực*) cây cúc bạc.

groundsheet /ˈgraʊndʃi:t/ giấy lót nền không thấm nước (*để nằm trong một lều trại*).

groundsman /ˈgraʊndsmən/ *dt* người coi sân bãi (*thể thao*).

ground speed /ˈgraʊnd spi:d/ tốc độ (*của máy bay*) trên đường băng.

ground staff /ˈgraʊnd sta:f/ **1.** (*thể*) đội bảo dưỡng sân bãi **2.** *nh* ground crew.

ground swell /ˈgraʊndswel/ **1.** sóng dội (*của một trận động đất hay con bão gây ra còn dội lại*) **2.** làn sóng dư luận lan truyền nhanh: *opinion polls have detected a ground swell of support for the Socialists* những cuộc thăm dò dư luận đã phát hiện ra một làn sóng ủng

hộ các đảng viên Đảng Xã hội.

groundwork /ˈgraʊndwɜ:k/ *dt* công việc chuẩn bị tạo cơ sở (*cho việc gì*).

group¹ /gru:p/ *dt* **1.** nhóm: *group of girls* một nhóm cô gái; *blood group* nhóm máu **2.** ban nhạc pốp.

group² /gru:p/ *dgt* hợp thành nhóm, tập hợp: *people grouped [themselves] round the speaker* mọi người tập hợp quanh diễn giả; *group together in four!* tập hợp bốn người một đi!

group captain /ˌgru:p ˈkæptin/ trung tá không quân (*quân đội hoàng gia Anh*).

groupie /ˈgru:pi/ *dt* cô ái hâm mộ đi theo ban nhạc pốp lưu diễn.

grouping /ˈgru:piŋ/ *dt* nhóm, đội, phe: *various anti-leadership groupings within the party* các nhóm chống lãnh đạo trong nội bộ đảng.

group practice /ˌgru:ˈpræktis/ nhóm bác sĩ cùng làm việc chung với nhau ở cùng một cơ sở.

group therapy /ˌgru:pˈθerəpi/ (*y*) liệu pháp nhóm.

grouse¹ /graʊs/ *dt* (*snh kđổi*) (*động*) gà gô đen.

grouse² /graʊs/ *dgt* (+about) càu nhàu, cằn nhằn: *he's always grousing about the work-load* anh ta luôn luôn càu nhàu về công việc quá nhiều.

grouse³ /graʊs/ *dt* lời phàn nàn, lời kêu ca, lời càu nhàu.

grove /grəʊv/ *dt* lùm cây, bãi cây: *an olive grove* bãi cây ô-liu.

grovel /ˈgrɒvl/ *dgt* (-ll-, *Mỹ* -l-) (*xấu*) **1.** nằm phủ phục xuống đất (*trước vua chúa ngày xưa...*) **2.** (*bóng*) uốn gối, khúm núm: *I had to grovel to my boss before she* *should agree to let me go on holiday* tôi phải khúm núm trước bà chủ mới được bà đồng ý cho đi nghỉ.

grovel about (around) bò quanh: *grovelling around under the table looking for a pin* bò quanh dưới gầm bàn để tìm cái đinh ghim.

grovelling /'grɒvəliŋ/ *tt* quỵ lụy, khúm núm: *a grovelling apology* lời biện hộ khúm núm.

grow /grəʊ/ *dgt* **1.** lớn, lớn lên (*người*): *a growing child needs plenty of sleep* một đứa trẻ đang lớn cần được ngủ nhiều **2.** mọc: *rice does not grow in a cold climate* lúa không mọc được dưới khí hậu lạnh; *she wants to let her hair grow* cô ta muốn để tóc mọc dài **3.** phát triển: *tadpoles grow into frogs* nòng nọc phát triển thành ếch; *our national economy is growing* nền kinh tế quốc dân của ta đang phát triển **4.** trở nên, trở thành: *grow old[er]* trở nên già [hơn]; *grow weak[er]* trở nên yếu [hơn]; *it began to grow dark* trời đã bắt đầu tối **5.** làm cho mọc, trồng: *grow roses* trồng hoa hồng **6.** hóa ra, trở nên: *she has a hot temper, but you will grow to like her* cô ta tính khí nóng nảy, nhưng anh sẽ [trở nên] thích cô ta. // **big oaks from little a corn grow** x oak; **let the grass grow under one's feet** x grass[1]; **[not] grow on trees** [không] có nhiều; [không] dễ có được: *don't spend so much, money doesn't grow on trees* đừng có tiêu pha quá nhiều thế, tiền đâu có dễ kiếm anh ơi; **grow away from somebody** ít quan hệ gần gũi với ai, xa lánh ai: *a teenage girl growing away her mother* một cô gái ở

tuổi thanh thiếu niên ngày càng ít gần mẹ cô hơn; **grow into something** (*không dùng ở dạng bị động*) a/ trở nên, hóa thành: *she is growing into a beautiful young woman* cô bé đang trở thành một thiếu nữ xinh đẹp b/ lớn lên và mặc vừa (*quần áo*): *the coat is too big for him now, but he will grow into it* bây giờ cái áo ấy quá rộng đối với nó, nhưng rồi nó sẽ lớn lên và mặc vừa c/ quen dần với: *she is a good actress, but still needs time to grow into the part she is playing* cô ta là một diễn viên giỏi nhưng cũng cần phải có thời gian để quen dần với vai cô đang đóng; **grown on somebody** (*không dùng ở dạng bị động*) a/ ăn sâu: *a habit that grows on you if you are not careful* một thói quen sẽ ăn sâu vào anh nếu anh không cẩn thận b/ có sức thu hút ai, tranh thủ được sự thích thú của ai: *a book that grows on you* một cuốn sách làm cho anh thích thú; **grow out of something** a/ lớn quá không mặc vừa nữa: *grow out of one's clothes* lớn quá không mặc vừa quần áo nữa b/ thôi [làm việc gì] vì đã quá lớn; *grow out of children's games* thôi chơi những trò chơi trẻ con c/ (*không dùng ở thể bị động*) bắt nguồn từ, nảy sinh từ: *my interest in the art of India grew out of the time I spent there during the war* mối quan tâm của tôi đối với nghệ thuật Ấn Độ bắt nguồn từ lúc tôi ở bên đó trong chiến tranh; **grow up** a/ trưởng thành (*người, thú vật*) b/ nảy sinh: *a close friendship gradually grew up between them* một mối tình bạn thắm thiết nảy

sinh dần dần giữa họ với nhau.

grower /'grəʊə[r]/ *dt* (*thường gặp trong từ ghép*) **1.** người trồng: *a fruit grower* người trồng cây ăn quả; *rose-growers* những người trồng hoa hồng **2.** cây (*lớn lên như thế nào đó*): *a quick grower* cây mọc nhanh.

growing /'grəʊiŋ/ *tt* [càng ngày càng] tăng lên: *his growing indifference to her* sự lãnh đạm ngày càng tăng của anh ta đối với cô nàng.

growing pains /'grəʊiŋpeinz/ **1.** (*y*) đau đầu xương tuổi đang lớn (*của trẻ em ở chân*) **2.** (*bóng*) những vấn đề nảy sinh (*trong quá trình phát triển của một cơ sở kinh doanh*): *the business is still suffering from growing pains* công việc kinh doanh đang gặp phải nhiều khó khăn mới nảy sinh.

growl[1] /graʊl/ *dgt* **1.** gầm gừ; rền: *the dog growled at the intruder* con chó gầm gừ vì có người đột nhập; *the thunder growled in the distance* sấm rền ở đằng xa **2.** làu bàu, lầm bầm: *growl at somebody* làu bàu với ai.

growl[2] /graʊl/ *dt* **1.** tiếng vang rền **2.** tiếng làu bàu, tiếng lầm bầm.

grown /grəʊn/ *tt* lớn, trưởng thành: *a grown man* một người trưởng thành.

grown-up[1] /'grəʊnʌp/ *tt* đã lớn, đã trưởng thành: *his grown-up son* người con trai đã trưởng thành của ông ta.

grown-up[2] /'grəʊnʌp/ *dt* người lớn, người đã trưởng thành.

growth /grəʊθ/ *dt* **1.** sự lớn: *the rapid growth of plants* sự lớn nhanh của cây cối **2.** sự gia tăng: *the rapid growth of inflation* sự gia

G

tăng nhanh chóng của nạn lạm phát **3.** sự tăng trưởng: *Japan's growth rate* tốc độ tăng trưởng của nước Nhật **4.** *(sinh)* sự sinh trưởng **5.** cái đang sinh trưởng, khối đã mọc: *a thick growth of weeds* khối cỏ dại mọc dày **6.** *(y)* khối u, u.

groyne *(Mỹ* **groin**) /grɔin/ *dt* đê chắn sóng, đập chắn cát.

grub¹ /grʌb/ *dt* **1.** ấu trùng **2.** *(kng)* thức ăn: *grub's up!* bữa ăn đã sẵn sàng!

grub² /grʌb/ *dgt* **(-bb-)** (+ around, about) **1.** bới đất, ủi đất: *a dog grubbing for a bone* con chó bới đất tìm mảnh xương **2.** *(bóng)* lục tìm: *grub about in the library* lục tìm trong thư viện. // **grub something up (out)** đào ra, bới ra: *birds grubbing up worms* chim bới tìm sâu.

grubbiness /grʌbinis/ *dt* sự bẩn thỉu, sự dơ dáy.

grubby /grʌbi/ *tt* bẩn thỉu, dơ dáy: *grubby hands* tay bẩn thỉu; *a grubby scandale* một vụ bê bối bẩn thỉu (ghê tởm).

grudge¹ /grʌdʒ/ *dgt* làm một cách miễn cưỡng, cho một cách miễn cưỡng: *she would grudge a penny even to the poorest beggar* chị ta miễn cưỡng bỏ ra một xu dù là cho người ăn mày nghèo nhất.

grudge² /grʌdʒ/ *dt* (+ against) nỗi bực tức; mối hằn thù: *he has a grudge against me* hắn ta bực tức với tôi.

grudging /grʌdʒiŋ/ *tt* miễn cưỡng, bất đắc dĩ: *grudging praise* lời khen bất đắc dĩ.

grudgingly /grʌdʒiŋli/ *pht* [một cách] miễn cưỡng, [một cách] bất đắc dĩ: *the boss grudgingly raised my salary* ông chủ miễn cưỡng tăng lương cho tôi.

gruel /gruːəl/ *dt* cháo trắng, cháo suông.

gruelling *(Mỹ* **grueling)** /gruːəliŋ/ *tt* gay go, làm mệt nhoài: *a gruelling race* cuộc chạy đua làm mệt nhoài.

gruesome /gruːsəm/ *tt* kinh tởm, khủng khiếp: *a gruesome report about torture in a prison camp* một bản báo cáo khủng khiếp về cuộc tra tấn ở một trại nhà tù.

gruesomely /gruːsəmli/ *pht* [một cách] kinh tởm, [một cách] khủng khiếp.

gruesomeness /gruːsəmnis/ *dt* sự kinh tởm, sự khủng khiếp.

gruff /grʌf/ *tt* cộc cằn, thô lỗ: *beneath his gruff exterior, he's really very kind-hearted* dưới cái vẻ bề ngoài cộc cằn, anh ta thực sự rất tốt bụng.

gruffly /grʌfli/ *pht* [một cách] cộc cằn, [một cách] thô lỗ.

gruffness /grʌfnis/ *dt* sự cộc cằn, sự thô lỗ.

grumble¹ /grʌmbl/ *dgt* **1.** càu nhàu, lầm bầm: *why grumble at me about your own stupid mistakes?* sao lại càu nhàu với tôi về những sai lầm ngốc nghếch của chính cậu? **2.** gầm, rền: *thunder grumbling [away] in the distance* tiếng sấm rền ở đằng xa; *the sound of one's stomach grumbling* tiếng sôi bụng ùng ục.

grumble² /grʌmbl/ *dt* **1.** sự càu nhàu, sự lầm bầm; tiếng lầm bầm **2.** tiếng gầm, tiếng rền (sấm).

grumbler /grʌmblə[r]/ *dt* người hay càu nhàu.

grummet /grʌmit/ *dt nh* grommet.

grumpily /grʌmpili/ *pht* [một cách] cộc cằn, [một cách] cáu bẳn.

grumpiness /grʌmpinis/ *dt* tính cộc cằn, tính cáu bẳn.

grumpy /grʌmpi/ *tt* cộc cằn; cáu bẳn.

grunt¹ /grʌnt/ *dgt* **1.** ủn ỉn *(lợn)* **2.** càu nhàu, cằn nhằn: *grunt [out] an answer* càu nhàu trả lời **3.** lẩm bẩm: *when I ask her if she wanted some tea, she just grunted* khi tôi hỏi cô ta có dùng trà không, cô ta chỉ lẩm bẩm.

grunt² /grʌnt/ *dt* **1.** tiếng ủn ỉn **2.** tiếng càu nhàu, tiếng cằn nhằn **3.** tiếng lẩm bẩm.

gruyère /gruːjeə[r]/ *dt* pho mát gruye.

gryphon /grifən/ *dt nh* griffin.

G-string /dʒiːstriŋ/ *dt* khố đeo *(khố che bộ phận sinh dục của vũ nữ, treo vào một dây quanh mông).*

Gt /dʒiːtiː/ *(vt của* Great): *Gt Britain* Vương quốc Anh.

guano /gwaːnəʊ/ *dt* phân chim biển; phân gà vịt *(dùng làm phân bón).*

guarantee¹ /gærəntiː/ *dt* **1.** sự bảo hành: *the watch comes with a year's guarantee* chiếc đồng hồ được bảo hành một năm **2.** sự bảo lãnh; vật bảo lãnh; người bảo lãnh: *"what guarantee can you offer?" "I can offer my house as a guarantee"* "anh lấy gì để bảo lãnh?" "tôi xin lấy ngôi nhà của tôi để bảo lãnh?; *be somebody's guarantee for a loan from the bank* là người bảo lãnh cho ai vay tiền của ngân hàng **3.** sự bảo đảm, sự đoan chắc: *blue skies are not always a guarantee of fine weather* bầu trời xanh chưa chắc là thời tiết đã đẹp.

guarantee² /gærəntiː/ *dgt* **1.** bảo đảm: *I can guarantee it's true, I saw it myself* tôi bảo đảm cái đó là đúng, chính mắt tôi đã trông thấy **2.** bảo lãnh: *guarantee somebody's debt* bảo lãnh món nợ của ai **3.** bảo hành: *(hàng bán ra).* // **be guaranteed to do something** *(kng, mỉa)* chắc chắn là: *it's guaranteed to rain when you want to go out* khi anh muốn ra ngoài thì chắc chắn là trời mưa.

guarantor /ˌgæːrənˈtɔː[r]/ *dt* người bảo lãnh.

guaranty /ˈgæːrənti/ *dt (luật)* sự bảo hành.

guard¹ /gɑːd/ *dt* **1.** sự canh gác, sự gác: *a soldier on guard* một người lính đứng gác; *a guard dog* chó giữ nhà **2.** *(thể)* sự thủ thế, sự giữ miếng: *keep up one's guard* giữ thế thủ; *an awkward question which got through the minister's guard* một câu hỏi hóc búa khiến vị bộ trưởng không còn giữ miếng được nữa **3.** người canh gác, người gác: *the prisoner slipped past the guards and escaped* tên tù lướt qua các lính gác và trốn thoát; *border guards* lính biên phòng **4.** *(Mỹ) (Anh* **warder)** cai ngục **5.** toán lính gác: *the changing of the guard* sự thay toán lính gác, sự thay phiên gác **6. (the guard)** đội *(danh dự...):* on *his arrival the president inspected the guard of honour* khi đến, tổng thống duyệt đội quân danh dự **7. the Guards** đội vệ binh *(ở Anh và một số nước khác)* **8.** *(Anh)* trưởng tàu **9.** *(trong dt ghép)* thiết bị bảo vệ, tấm chắn: *a fire-guard* tấm chắn lò sưởi; *a mudguard* cái chắn bùn *(ở xe đạp...).* // **mount guard** *x* mount; **off one's guard** mất cảnh giác: *be on one's guard against saying the wrong thing* cảnh

giác không nói điều sai trái; **stand guard [over somebody (something)]** đứng gác: *four soldiers stood guard over the coffin* bốn người lính đứng gác bên cạnh quan tài.

guard² /gɑːd/ *đgt* gác, canh; bảo vệ: *guard a camp* bảo vệ doanh trại; *guard one's reputation* bảo vệ thanh danh; *guard prisoners* canh tù. // **guard against something** phòng ngừa, phòng: *guard against disease* phòng bệnh.

guarded /ˈgɑːdid/ *tt* thận trọng, giữ gìn: *a guarded reply* câu trả lời thận trọng; *be guarded in what one says* giữ gìn lời ăn tiếng nói.

guardedly /ˈgɑːdidli/ *pht* [một cách] thận trọng.

guardhouse /ˈgɑːdhaʊs/ *dt* **1.** nhà gác, đồn gác **2.** phòng giam *(ở đồn công an...).*

guardian /ˈgɑːdiən/ *dt* **1.** người gác, người bảo vệ: *the police are guardian of law and order* cảnh sát là những người bảo vệ luật pháp và trật tự **2.** người giám hộ *(tài sản...).*

guardian angel /ˌgɑːdiən ˈeindʒl/ thần hộ mệnh.

guardianship /ˈgɑːdiənʃip/ *dt* **1.** sự bảo vệ, trách nhiệm bảo vệ **2.** sự giám hộ; trách nhiệm giám hộ.

guard rail /ˈgɑːdreil/ thành lan can *(ở cầu thang).*

guardroom /ˈgɑːdrum/ *dt nh* guardhouse.

guardsman /ˈgɑːdzmən/ *dt (snh* **guardsmen)** vệ binh.

guard's van /ˈgɑːdzvæn/ *(Mỹ* **caboose)** toa [của đội] bảo vệ [tàu].

guava /ˈgɑːvə, *(Mỹ* ˈgwɑːvə)/ *dt* ổi *(cây, hoa).*

gubernatorial /ˌguːbənəˈtɔːriəl/ *tt* [thuộc] thống đốc tiểu bang *(Mỹ, Nigeria...).*

gudgeon /ˈgʌdʒən/ *dt (động)* cá đục *(thường làm mồi câu).*

guelder rose /ˈgeldəˈraʊz/ *(thực)* giáng của nụ tuyết *(cây, hoa).*

guerrilla *(cg* **guerilla)** /gəˈrilə/ *dt* du kích: *guerrilla warfare* chiến tranh du kích.

guess¹ /ges/ *đgt* **1.** (+ at) đoán, phỏng đoán: *guess right (wrong)* đoán đúng (sai); *can you guess her age (how old she is)?* anh có thể đoán cô ta bao nhiêu tuổi không?; *I knew by her smile that she had guessed what I was thinking* qua nụ cười của cô ta, tôi biết là cô đã đoán được tôi đang nghĩ gì **2.** *(không dùng ở dạng bị động) (Mỹ, kng)* chắc rằng: *I guess it's going to rain* tôi chắc rằng trời sắp mưa. // **keep somebody guessing** *(kng)* giữ cho ai không biết rõ kế hoạch của mình.

guess² /ges/ *dt* sự đoán; sự phỏng đoán; ý kiến phỏng đoán: *my guess is that it will rain* tôi đoán là trời sắp mưa. // **anybody's guess** điều không ai dám chắc: *what will happen is anybody's guess* điều gì sẽ xảy ra, chẳng ai dám chắc hết; **at a guess** theo sự phỏng đoán: *"how old is she?" "at a guess, about 30"* "cô ta bao nhiêu tuổi?" "theo phỏng đoán thì khoảng 30"; **an educated guess** *x* educated.

guesstimate /ˈgestimət/ *dt (kng)* sự đoán định.

guesswork /ˈgeswɜːk/ *tt* sự phỏng đoán.

guest¹ /gest/ *dt* **1.** khách, khách mời: *the guest of honour at a banquet* vị khách danh dự tại một buổi tiệc; *an uninvited guest* khách không mời mà đến; *a guest singer* ca sĩ khách mời; *the* scientists are visiting this country as guests of the government những nhà khoa học đến thăm đất nước này với tư cách là khách mời của chính phủ **3**. khách trọ *(khách sạn)*: *this hotel has accommodation for 500 guests* khách sạn này có đủ phòng tiếp nhận 500 khách trọ. // **be my guest** xin cứ tự nhiên *(dùng để trả lời đồng ý cho một yêu cầu)*: *"may I see the newspaper?" "be my guest"* "tôi xem nhờ tờ báo được không ạ?" "xin cứ tự nhiên".

guest² /gest/ *dgt* (+on) *(kng)* xuất hiện như là một khách mời *(trên vô tuyến truyền hình hoặc chương trình phát thanh)*.

guest-house /'guesthaʊs/ *dt* nhà trọ.

guest-night /'gestnait/ *dt* đêm liên hoan có mời khách *(ở một câu lạc bộ...)*.

guest-room /'gestrum/ *dt* buồng ngủ dành cho khách *(trong một gia đình)*.

guffaw /gə'fɔ:/ *dgt (xấu)* cười hô hố.

guffaw /gə'fɔ:/ *dt* tiếng cười hô hố.

guidance /'gaidns/ *dt* sự chỉ đạo, sự hướng dẫn: *be under somebody guidance* được ai chỉ đạo; *a missile guidance system* một hệ thống hướng dẫn tên lửa.

guide¹ /gaid/ *dt* **1**. người dẫn đường; người chỉ dẫn, người hướng dẫn: *I know the place well, so let me be your guide* tôi biết rõ nơi ấy, vì vậy để tôi hướng dẫn cho anh; *we engaged a guide to show us the way across the mountain* chúng tôi thuê một người hướng dẫn để chỉ cho chúng tôi đường đi qua núi **2**. điều chỉ dẫn **3**. *(cg* **guidebook)** sách chỉ dẫn: *a*

parent's guide to children's diseases sách chỉ dẫn cho cha mẹ về bệnh của trẻ **4**. sách tra cứu: *a guide to French wines* sách tra cứu về các loại rượu vang Pháp **5**. **Guide** *nh* Girl Guide.

guide² /gaid/ *dgt* **1**. chỉ đường, dắt dẫn; dẫn: *I guided him to his chair* tôi dẫn ông ta tới ghế của ông **2**. hướng dẫn, chỉ dẫn.

guided /'gaidid/ *tt (thường thngũ)* có người hướng dẫn: *a guided tour* một chuyến du lịch có người hướng dẫn.

guided missile /,gaidid'misail/ tên lửa điều khiển.

guide-dog /'gaiddɒg/ *dt* chó dẫn đường cho người mù.

guide-line /'gaidlain/ *dt* nguyên tắc chỉ đạo, đường lối chỉ đạo.

guild /gild/ *dt* phường, phường hội *(thời Trung đại)*.

guild-hall /,gild'hɔ:l/ *dt* **1**. trụ sở phường hội **2**. **the Guild-hall** phòng khánh tiết *(của hội đồng thành phố Luân Đôn)*.

guilder /'gildə[r]/ *dt* (cg **gulden)** đồng gun-đơ *(tiền Hà Lan)*.

guile /gail/ *dt* sự đánh lừa, sự xảo trá: *a man full of guile* con người đầy thủ đoạn xảo trá.

guileful /'gailfl/ *tt* xảo trá, lừa lọc.

guilefully /'gailfəli/ *pht* [một cách] xảo trá, [một cách] lừa lọc.

guileless /'gaillis/ *tt* chân thật.

guilelessly /'gaillisli/ *pht* [một cách] chân thật.

guilemot /'gilimɒt/ *dt (động)* chim panh-goanh mỏ mảnh.

guillotine¹ /'giləti:n/ *dt* **1**. máy chém **2**. máy xén giấy; máy cắt kim loại **3**. *(Anh,*

chính) sự hạn định thời gian thông qua từng khoản dự luật *(ở nghị viện để tránh ách tắc do thảo luận quá nhiều một khoản nào đó)*.

guillotine² /'giləti:n/ *dgt* **1**. chém đầu *(ai)* **2**. *(Anh)* hạn chế thảo luận ở nghị viện.

guilt /gilt/ *dt* **1**. tội, tội lỗi **2**. sự phạm tội **3**. mặc cảm tội lỗi.

guiltily /'giltili/ *pht* [một cách] có tội.

guiltiness /'giltinis/ *dt* sự có tội, sự phạm tội.

guiltless /'giltlis/ *tt* vô tội.

guilty /'gilti/ *tt* (-ier; -iest) có tội, tội lỗi: *a guilty person* người có tội; *a guilty act* hành vi tội lỗi.

guinea /'gini/ *dt* đồng ghinê *(tiền vàng của nước Anh, giá trị tương đương 21 silinh)*.

guinea-fowl /'ginifaʊl/ *dt (snh kđổi) (động)* gà Nhật.

guinea-pig /'ginipig/ *dt* **1**. *(động)* chuột lang **2**. vật thí nghiệm: *they are using us as guinea-pig for their experiment* họ đang dùng chúng tôi làm vật thí nghiệm cho các cuộc thử nghiệm của họ.

Guinness /'ginis/ *dt (tên riêng)* bia đắng, bia Guinness.

guise /gaiz/ *dt* **1**. *(cổ)* kiểu áo: *in the guise of knight* mặc kiểu áo hiệp sĩ **2**. chiêu bài, lốt, vỏ: *under the guise of friendship* dưới chiêu bài hữu nghị, dưới vỏ hữu nghị; *under the guise of religion* đội lốt tôn giáo.

guitar /gi'ta:[r]/ *dt* đàn ghi-ta.

guitarist /gi'ta:rist/ *dt* người chơi ghi-ta.

gulch /gʌltʃ/ *dt (Mỹ) (địa)* thung lũng đá sâu.

gulden /'gəldən/ *dt (snh kđổi hoặc* **guldens**) *nh* guilder.

gulf /gʌlf/ *dt* 1. vịnh: *the gulf of Mexico* vịnh Mexico 2. hố sâu, vực thẳm 3. *(bóng)* hố sâu [ngăn cách]: *the gulf between the two leaders cannot be bridged* hố sâu ngăn cách hai lãnh tụ không thể nào lấp đi được.

the Gulf Stream /'gulfstri:m/ dòng Gulf Stream *(dòng nước nóng chảy từ vịnh Mexico về châu Âu qua Đại Tây dương).*

gull[1] /gʌl/ *dt (cg* **seagull**) *(động)* mòng biển *(chim).*

gull[2] /gʌl/ *dgt (cổ)* lừa, lừa bịp *(ai).*

gull[3] /gʌl/ *dt (cổ)* người dễ bị lừa, người ngờ nghệch.

gullet /'gʌlit/ *dt (giải)* họng: *a bone stuck in one's gullet* cái xương mắc vào họng.

gullibility /ˌgʌlə'biləti/ *dt* tính cả tin, tính dễ bị lừa.

gullible /'gʌləbl/ *tt* cả tin, dễ bị lừa.

gullibly /'gʌləbli/ *pht* [một cách] cả tin, [một cách] dễ bị lừa.

gully /'gʌli/ *dt* khe nước, rãnh, máng, mương.

gulp[1] /gʌlp/ *dgt* 1. nuốt, nuốt vội, nốc: *gulp one's cup of tea* nốc một tách trà 2. nuốt ực một cái *(vì căng thẳng, sợ sệt)* 3. hít thở sâu *(như thể để bù lại sự ngạt thở).* // **gulp something back** nuốt *(để đè nén cảm xúc):* *she gulped back her tears and tried to smile* chị ta nuốt nước mắt và cố mỉm cười.

gulp[2] /gʌlp/ *dt* 1. sự nuốt 2. ngụm, hớp: *a gulp of cold milk* một ngụm sữa lạnh. // **at a gulp** một hơi: *empty a glass of beer at a gulp* nốc một hơi cạn cốc bia.

gum[1] /gʌm/ *dt (thường snh)* lợi *(răng).*

gum[2] /gʌm/ *dt* 1. chất gôm *(ở cây)* 2. keo, hồ, nhựa dán 3. *nh* chewing-gum 4. *(cg* **gum-drop**) kẹo gôm 5. *nh* gum-tree.

gum[3] /gʌm/ *dgt (-mm-)* phết hồ; dán bằng hồ: *gum down the flap of an envelope* dán cái nắp phong bì lại. // **gum up the works** *(kng)* làm chết máy; **gum something up** làm dính chặt không nhúc nhích được.

gum[4] /gʌm/ *dt (Anh, kng)* *(dùng trong lời thề)* Chúa: *by gum!* lạy Chúa!

gumbo /'gʌmbəʊ/ *dt (Mỹ)* xúp mướp tây.

gumboot /'gʌmbu:t/ *dt* ủng cao su.

gum-drop /'gʌmdrɒp/ *dt* kẹo gôm.

gumption /'gʌmpʃn/ *dt (kng)* tính tháo vát: *have plenty of gumption* rất tháo vát.

gum-tree /'gʌmtri:/ *dt* cây nhựa trám. // **up a gum-tree** *(kng)* gặp khó khăn.

gummy /'gʌmi/ *tt (-ier; -iest)* có nhựa dính, dính.

gun[1] /gʌn/ *dt* 1. súng 2. *(thể)* súng lệnh [xuất phát]: *wait for the gun!* hãy chờ lệnh súng xuất phát! 3. ống xịt, bình bơm xì: *a grease gun* bình bơm mỡ 4. người chơi súng thể thao; người chơi súng săn 5. *(Mỹ, kng) nh* gunman. // **going great guns** *x* great; **jump the gun** *x* jump[2]; **spike somebody's gun** *x* spike[2]; **stick to one's guns** *x* stick[2].

gun[2] /gʌn/ *dgt (-nn-)* **be gunning for somebody** *(kng)* tìm dịp để phê phán, công kích ai.

gun somebody down *(kng)* bắn gục ai *(khiến người bị bắn chết hoặc bị thương nặng).*

gunboat /'gʌnbəʊt/ *dt* pháo hạm nhỏ.

gunboat diplomacy /ˌgʌnbəʊtdi'pləʊməsi/ [chính sách] ngoại giao họng súng, [chính sách] ngoại giao pháo hạm.

gun-carriage /'gʌnˌkærridʒ/ *dt* xe chở pháo.

gun cotton /'gʌnkɒtn/ thuốc nổ bông.

gun-dog /'gʌnˌdɒg/ *dt* chó theo săn *(theo người đi săn để nhặt chim bắn rơi...).*

gun-fire /'gʌnfaiə[r]/ hỏa lực; loạt đạn.

gunge /gʌndʒ/ *dt (Anh, kng)* chất bẩn sền sệt: *what's this horrible gunge in the bottom of the bucket?* chất bẩn gì sền sệt kinh tởm ở đáy xô thế?

gunman /'gʌnmən/ *dt (snh* **gunmen** /'gʌnmən/) kẻ cướp có súng; kẻ giết người có súng: *terrorist gunmen* những kẻ khủng bố có súng.

gun-metal /'gʌnˌmetl/ *tt* 1. hợp kim đồng thiếc kẽm *(dùng đúc súng...)* 2. màu xanh xám đậm.

gunner /'gʌnə[r]/ *dt (Anh)* 1. *(quân)* pháo thủ 2. *(hải)* thượng sĩ phụ trách khẩu pháo.

gunnery /'gʌnəri/ *dt* thuật bắn đại bác: *gunnery practice* sự tập bắn đại bác.

gunpoint /'gʌnpoint/ *dt* **at gunpoint** trước họng súng: *rob a bank at gunpoint* chĩa họng súng ra cướp ngân hàng.

gunpowder /'gʌnpaʊdə[r]/ *dt* thuốc súng.

gunroom /'gʌnrum/ *dt* phòng cất súng thể thao *(ở trong một trang trại lớn ở nông thôn...).*

G

gun-runner /'gʌn,rʌnə[r]/ *dt* người buôn lậu súng.

gun-running /'gʌn,rʌniŋ/ *dt* sự buôn lậu súng.

gunshot /'gʌnʃɒt/ *dt* **1.** phát súng: *the sound of gunshots* tiếng súng **2.** tầm súng, tầm bắn: *be out of (within) gunshot* ở ngoài (trong) tầm bắn.

gunsmith /'gʌn,smiθ/ *dt* thợ súng (*chế tạo và sửa chữa súng*).

gunwale /'gʌnl/ *dt* (*hái*) mép trên mạn tàu.

gurgle¹ /'gɜ:gl/ *dt* tiếng ùng ục, tiếng ồng ộc (*nước chảy từ miệng chai hẹp*); tiếng ríu rít (*người*): *gurgles of delight* tiếng ríu rít mừng vui.

gurgle² /'gɜ:gl/ *dgt* ùng ục, ồng ộc; ríu rít: *the water gurgled as it ran down the plug-hole* nước chảy ồng ộc qua lỗ xả (*ở bồn rửa mặt...*); *the baby was gurgling happily* đứa bé ríu rít mừng rỡ.

Gurkha /'gɜ:kə/ *dt* lính Gurkha (*lính lê dương người Nepal trong quân đội Anh hoặc Ấn Độ*).

guru /'guru:, (*Mỹ* gə'ru:)/ *dt* **1.** người thầy tinh thần (*của người Hindu*) **2.** (*bóng, kng*) người thầy có uy tín; quan chức có thế lực.

gush¹ /gʌʃ/ *dgt* **1.** phọt ra: *blood gushing out from a wound* máu phọt ra từ vết thương **2.** (+ over) tuôn ra hằng tràng, bộc lộ tràn trề: *a young mother gushing over a baby* bà mẹ trẻ tuôn ra hàng tràng lời nựng con.

gush² /gʌʃ/ *dt* sự phọt ra: *a gush of oil* sự phọt dầu ra; *a gush of anger* cơn giận đùng đùng.

gusher /'gʌʃə[r]/ *dt* giếng dầu phun.

gushing /'gʌʃiŋ/ *tt* tràn trề, dồn dập: *gushing compliments* những lời khen dồn dập.

gushingly /'gʌʃiŋli/ *pht* [một cách] tràn trề, [một cách] dồn dập.

gusset /'gʌsit/ *dt* miếng vải đệm (*cho chắc*); miếng vải can (*để nói rộng quần áo ra*).

gust¹ /gʌst/ *dt* **1.** cơn gió mạnh **2.** cơn bột phát, cơn bùng lên (*giận dữ...*): *a gust of rage* cơn thịnh nộ bùng lên.

gust² /gʌst/ *dgt* thổi từng cơn: *winds gusting up to 60mph* gió thổi từng cơn tới 60 dặm mỗi giờ.

gusto /'gʌstəʊ/ *dt* (*kng*) lòng nhiệt tình mạnh mẽ: *singing the choruses with great gusto* hát những bài đồng ca với lòng nhiệt tình mạnh mẽ.

gusty /'gʌsti/ *tt* (-ier; iest) có những cơn gió mạnh: *a gusty wind* một cơn gió mạnh; *a gusty day* một ngày dông bão.

gut¹ /gʌt/ **1.** guts (*snh*) (*kng*) a/ nội tạng; bụng: *a pain in the guts* cơn đau bụng b/ các bộ phận máy móc thiết yếu (*của cái gì*): *remove the guts of a clock* tháo các bộ phận thiết yếu của một chiếc đồng hồ **2.** guts (*snh*) sự gan dạ quyết tâm: *a man with plenty of guts* một người gan dạ quyết tâm; *have the guts to do something* có gan dạ quyết tâm làm gì **3.** a/ (*giải*) ruột b/ (*kng*) bụng, dạ dày: *his huge beer gut* cái bụng phệ bia của ông ta **4.** guts (*dgt số ít hoặc snh*) (*kng*) người phàm ăn: *he's a real greedy guts* ông ta quả thực là một tay phàm ăn tham lam **5.** dây ruột động vật, dây cước (*dùng làm dây đàn, vợt*

đánh bóng, khâu vết mổ...). // **hate somebody's guts** *x* hate¹; **slog (sweat) one's guts out** (*kng*) làm việc cật lực.

gut² /gʌt/ *dgt* (-tt-) **1.** moi ruột (*của con cá...*) **2.** phá hủy bên trong (*của một căn phòng, một ngôi nhà*): *a warehouse gutted by fire* kho hàng bị lửa thiêu hủy sạch bên trong.

gut³ /gʌt/ *tt* (*thngữ*) theo bản năng (*hơn là dựa trên lý tính*): *a gut reaction* một phản ứng theo bản năng.

gutless /'gʌtlis/ *tt* hèn nhát.

gutsy /'gʌtsi/ *tt* (-ier; -iest) gan dạ quyết tâm: *a gutsy fighter* một chiến sĩ gan dạ quyết tâm.

gutta-percha /gʌtə 'pɜ:tʃə/ *dt* nhựa két.

gutter¹ /'gʌtə[r]/ *dt* **1.** máng xối (*dưới mái nhà*) **2.** rãnh nước (*hai bên đường phố...*) **3.** (*bóng*) mức thấp nhất và nghèo nhất trong xã hội, chốn bùn lầy nước đọng: *take the child out of the gutter* đưa đứa bé ra khỏi nơi bùn lầy nước đọng.

gutter² *dgt* cháy chập chờn (*ngọn nến*).

guttering /'gʌteriŋ/ *dt* hệ thống cống rãnh.

gutter-press /'gʌtə,pres/ *dt* báo lá cải.

guttersnipe /'gʌtəsnaip/ *dt* (*xấu*) đứa bé bụi đời.

guttural /'gʌtərəl/ *tt* [thuộc] yết hầu: *guttural consonants* (*ngôn*) phụ âm yết hầu.

guv, guvnor *vt* *x* governor 3.

guy¹ /gai/ *dt* **1.** (*kng*) anh chàng, gã: *who's that guy?* anh chàng ấy là ai thế?; *the guys at the office* các chàng trai ở cơ quan; *her guy* bạn trai của cô ta; chồng cô ta **2.** bù nhìn Guy (*đốt ở Anh vào ngày 5 tháng 11* *hằng năm để tưởng nhớ Guy Fawckes).*

guy² /gai/ *dgt* nhại *(ai) (để chế giễu)*.

guy³ /gai/ *dt* dây buộc, dây thừng *(buộc lều vải cho chắc...)*.

guy rope /'gairəup/ dây thừng, dây buộc.

guzzle /'gʌzl/ *dgt* phàm ăn tục uống; nốc; ngốn: *he's always guzzling* hắn ta lúc nào cũng phàm ăn tục uống; *guzzle beer* nốc bia; *the children guzzled down all the cakes* tụi trẻ đã ngốn hết cả bánh ngọt.

guzzler /'gʌzlə[r]/ *dt* người phàm ăn tục uống.

gybe *(Mỹ* **jibe)** /dʒaib/ *dgt* trở buồm.

gym /dʒim/ *dt (kng)* **1.** phòng tập thể dục: *exercices in the gym* những bài tập ở phòng tập thể dục **2.** môn thể dục *(nhất là ở trường phổ thông)*: *I don't like gym*

tôi không thích môn thể dục; *a gym mistress* cô giáo dạy thể dục.

gymkhana /dʒim'ka:nə/ *dt* hội thi cưỡi ngựa; cuộc thi lái xe.

gymnasium /'dʒim'neiziəm/ *dt (snh* **gymnasiums** hoặc **gymnasia** /dʒim'neiziə/) phòng tập thể dục.

gymnast /'dʒimnæst/ *dt* chuyên viên thể dục.

gymnastic /dʒim'næstik/ *tt* [thuộc] thể dục.

gymnastics /dʒim'næstiks/ *dt (snh)* môn thể dục: *mental gymnastics (bóng)* sự rèn luyện trí não.

gynaecological *(Mỹ* **gynecological)** /ˌgainə'kɒlədʒikl/ *tt (y)* [thuộc] phụ khoa.

gynaecologist *(Mỹ* **gynecologist)** /ˌgainə'kɒlədʒist/ *dt (y)* bác sĩ phụ khoa.

gynaecology *(Mỹ* **gynecology)** /ˌgainə'kɒlədʒi/ *dt (y)* phụ khoa.

gyp /dʒip/ **give somebody gyp** *(Anh, kng)* a/ mắng ai thậm tệ; phạt ai nghiêm khắc b/ làm cho ai đau đớn: *my rheumatism's being given me gyp* bệnh thấp khớp làm tôi rất đau đớn.

gypsum /'dʒipsəm/ *dt (snh* **gypsums, gypsa** /'dʒipsə/) *(khoáng)* thạch cao.

gypsy *(cg* **gipsy, Gypsy)** /'dʒipsi/ *dt* dân du cư gipxi (ở Ấn Độ).

gyrate /dʒai'reit, *(Mỹ* 'dʒaireit)/ *dgt* hồi chuyển.

gyration /ˌdʒai'reiʃn/ *dt* sự hồi chuyển.

gyro /'dʒaiərəu/ *dt (snh* **gyros)** *(kng)* nh gyroscope.

gyroscope /'dʒairəskəup/ *dt* con quay hồi chuyển.

gyroscopic /ˌdʒairə'skɒpik/ *tt* hồi chuyển: *a gyroscopic compass* la bàn hồi chuyển.

G

Hh

H[1],h /eitʃ/ *dt (snh* H's, h's /'eitʃiz/ H, h: *"hat begins with [an]* h *từ "hat" bắt đầu bằng con chữ "h".*

H[2] /eitʃ/ (*vt của* hard) cứng *(chỉ độ cứng của ruột chì trong bút chì): a 2H pencil* bút chì có độ cứng 2H.

ha[1] /ha:/ *tht* 1. a!, ha! *(dùng để tỏ ý ngạc nhiên, vui sướng hay đắc thắng)* 2. *(cg* **ha! ha!)** *(khi nói tỏ ý mỉa mai, khi viết chỉ tiếng cười)* ha ha!

ha[2] (*vt của* hectare[r]) héc-ta.

habeas corpus /ˌheibiəs'kɔː-pəs/ *(cg* **writ of habeas corpus)** *(luật)* lệnh định quyền giam giữ.

haberdasher /'hæbədæŋʃ[r]/ *dt* 1. người bán hàng kim chỉ, người hàng xén 2. *(Mỹ)* người bán quần áo đàn ông.

haberdashery /'hAbOdA-2Ori/ *dt* 1. hàng kim chỉ, hàng xén; cửa hàng xén 2. hàng quần áo đàn ông.

habit[1] /'hæbit/ *dt* 1. tập quán, thói quen; lệ thường: *he has the irritating habit of smoking during meals* anh ta có thói quen khó chịu là hút thuốc lá trong bữa ăn; *I only do it out of habit* tôi làm điều đó chỉ theo lệ thường 2. áo dài *(của tu sĩ).* // **be in (fall into;** **get into) the habit of doing something** có thói quen *(nhiễm thói quen)* làm gì: *he's not in the habit of drinking a lot* anh ta không có thói quen uống rượu nhiều; *I've got into the habit of switching on the TV as soon as I get home* tôi có thói quen là cứ về đến nhà là bật tivi lên ngay; **break somebody (oneself) off a habit** khiến cho ai *(bản thân)* bỏ được một thói quen; **a creature of habit** x creature; **fall (get) into bad habits** nhiễm thói xấu; **fall (get) out of the habit of doing something** mất thói quen làm gì; **from (out of) force of habit** x force[1]; **kick the habit** x kich[1]; **make a habit (practice of something/ doing something)** có thói quen *(làm việc gì): I make a habit to never lending money to strangers* tôi có thói quen không bao giờ cho người lạ mượn tiền.

habitability /ˌhæbitə'biləti/ *dt* tính ở được.

habitable /'hæbitəbl/ *tt* [có thể] ở được: *this house is no longer habitable* căn nhà này không thể ở được nữa.

habitat /'hæbitæt/ *dt* 1. môi trường sống, nơi sống *(của động vật cây cối)* 2. nhà, chỗ ở *(người): I prefer to see animals in their natural habitat rather than in zoos* tôi thích thấy động vật trong môi trường tự nhiên của chúng hơn là ở vườn thú.

habitation /ˌhæbi'teiʃn/ *dt* 1. sự ở, sự cư trú 2. nơi ở, nơi cư trú.

habitual /hə'bitʃuəl/ *tt* 1. thường lệ, quen thuộc: *his habitual place at the table* chỗ ngồi quen thuộc của anh ta ở bàn ăn 2. quen thói, thường xuyên: *their habitual moaning* sự than văn

thường xuyên của họ; *a habitual drunkard* tay quen thói nát rượu.

habitually /hə'bitʃuəli/ *pht* [một cách] thường lệ, thường: *Tam is habitually late for school* Tam thường đi học trễ giờ.

habituate /həb'bitʃueit/ *dgt* **habituate somebody (oneself) to something** làm cho ai *(bản thân)* quen với: *habituate oneself to hard work (a cold climate)* làm cho tự mình quen với công việc nặng nhọc *(khí hậu lạnh).*

habitué /hə'bitʃuei/ *dt (tiếng Pháp)* người thường xuyên lui tới *(nơi nào)*; khách hàng quen thuộc: *a habitué of the Café Royal* khách hàng quen thuộc của tiệm cà phê Hoàng Gia.

hacienda /ˌhæsi'endə/ *dt* ấp, trại; trang trại *(ở các nước nói tiếng Tây Ban Nha).*

hack[1] /hæk/ *dgt* 1. (+ at) đốn, đẽo, chặt, chém: *he hacked (away) at the branch until it fell off* nó chặt cành cây cho đến khi cành gãy rời ra 2. đá mạnh: *hack the ball* đá mạnh quả bóng; *hack somebody's shin* đá mạnh vào ống chân ai 3. ho khan. // **hack something off [something]** chặt rời ra, chặt đứt: *hack a leg off the carcass* chặt một đùi ở thân con vật đã mổ thịt; **hack one's way across (out of; through...) [something]** phát quang mở đường đi qua.

hack[2] /hæk/ *dt* 1. sự đốn, sự chặt, sự chém 2. cú đá bằng mũi giày.

hack[3] /hæk/ *dgt* lấy dữ liệu mà không được phép *(máy điện toán).*

hack[4] /hæk/ *dt* 1. ngựa để cưỡi *(không dùng trong các cuộc thi)*; ngựa cho thuê 2. người làm thuê công việc nặng nhọc; người viết văn thuê: *hack work* công việc làm thuê; *a hack journalist* nhà báo viết thuê **3.** *(Mỹ), kng)* xe tắc-xi; tài xế tắc-xi.

hack⁵ /hæk/ *đgt* **1.** *(Anh)* cưỡi ngựa đi thung dung *(đi bước bình thường, không chạy)* **2.** *(Mỹ, kng)* lái xe tắc xi.

hacker /'hækə[r]/ *dt* người thích lập chương trình máy điện toán, người thích dùng máy điện toán.

hacking cough /ˌhækiŋ'kɒf/ ho khan.

hackles /'hæklz/ *dt (snh)* lông cổ *(gà trống...)*; lông gáy *(chó...)*. // **make somebody's hackles rise** làm cho ai nổi giận; **with one's hackles up** sửng cổ lên.

hackney carriage /'hækni ˌkærɪdʒ/ *dt cg* hackney cab /'hæknikæb/ *(Anh, cũ)* xe tắc-xi.

hackneyed /'hæknid/ *tt* nhàm *(lời lẽ, cách nói...)*.

hacksaw /'hæksɔ:/ *dt* cái cưa kim loại.

had /h‚əd nhấn mạnh hæd/ *qk và đttqk của* have.

haddock /'hædək/ *dt (snh kđổi) (động)* cá tuyết chấm đen.

Hades /'heidi:z/ *dt* âm phủ *(trong thần thoại Hy Lạp).*

hadji *(cg* **hajji)** /'hædʒi/ *dt* tín đồ Hồi giáo đã từng hành hương đến Mecca.

hadn't /'hædnt/ *dạng rút ngắn của* had not.

haematologist *(Mỹ cg* **hematologist)** /hi:mə'tɒ lədʒist/ *dt* nhà huyết học.

haematology *(Mỹ cg* **hematology)** /hi:mə'tɒlədʒi/ *dt (y)* huyết học.

haem[o-] *(Mỹ cg* **hem[o-])** *dạng kết hợp của máu x* haematology, haematologist.

haemoglobin *(Mỹ* **hemoglobin)** /hi:mə'gləʊbin/ *dt* hemoglobin.

haemophilia *(Mỹ cg* **hemophilia)** /hi:mə'filiə/ *dt (y)* bệnh ưa chảy máu.

haemophiliac *(Mỹ cg* **hemophiliac)** /ˌhi:mə'filiæ/ *dt (y)* người bị bệnh ưa chảy máu.

haemorrhage¹ *(Mỹ cg* **hemorrhage)** /'himəridʒ/ *dt (y)* sự xuất huyết.

haemorrhage² *(Mỹ, cg* **hemorrhage)** /'himəridʒ/ *dgt (y)* bị xuất huyết.

haemorrhoids *(Mỹ cg* **hemorrhoids)** /'heməridz/ *(cg* **piles)** *dt (snh) (y)* trĩ.

haft /ha:ft, *(Mỹ* hæft/ *dt* cán *(dao, rìu...)*.

hag /hæg/ *dt (xấu)* mụ già xấu xí; mụ phù thủy.

haggard /'hægəd/ *tt* phờ phạc *(vì mệt mỏi, mất ngủ, lo lắng...)*.

haggis /'hægis/ *dt* món haghi *(dạ dày cừu nhồi tim gan phổi, món ăn Xcốt-len)*.

haggle /'hægl/ *đgt* mặc cả: *it's not worth haggling over few pence* mặc cả vài xu thì không bõ công.

hagiographie /ˌhægi'ɒgrəfi/ *dt* **1.** [sách] tiểu sử các vị thánh **2.** bản tiểu sử quá tâng bốc.

hagridden /'hægridn/ *tt* **1.** bị ác mộng ám ảnh **2.** rất lo lắng: *a hagridden look* vẻ mặt rất lo lắng.

ha-ha /'ha:ha:/ *dt* hào có tường thấp *(bao quanh công viên...)*.

hail¹ /heil/ *dt* **1.** mưa đá **2.** *(bóng)* loạt, tràng dồn dập, trận tới tấp: *a hail of questions* một tràng câu hỏi dồn dập; *hail of bullets* một trận mưa đạn.

hail² /heil/ *đgt* **1.** mưa đá: *it is hailing* trời đang mưa đá **2.** đổ xuống dồn dập,

trút xuống như mưa: *they hailed curses down on us* họ chửi rủa chúng tôi như tát nước vào mặt.

hail³ /heil/ *đgt* **1.** gọi, réo, hò *(đò...)*: *within hailing distance* trong tầm gọi nghe được **2.** vẫy *(xe tắc xi)* dừng lại **3.** (+ as) tung hô, hoan nghênh: *crowds hailing him as a hero* đám đông hoan nghênh ông như một vị anh hùng; *the book was hailed as a masterpiece* cuốn sách được hoan nghênh như một kiệt tác **4.** (+ from) tới *(từ đâu)*: *a ship hailing from Sanghai* chiếc tàu từ Thượng Hải tới. // **be hail-fellow-well-met [with somebody]** xởi lởi *(với mọi người, nhất là với người lạ)*.

hail⁴ /heil/ *tht (cổ)* hoan hô: *Hail, Caesar!* hoan hô Caesar!

hail⁵ /heil/ *dt* **within hail** trong tầm gọi nghe thấy được.

hailstone *dt* hạt mưa đá.

hailstorm /'heilstəʊn/ *dt* trận bão mưa đá.

hair /heə[r]/ *dt* sợi tóc, mái tóc; lông, bộ lông *(thú vật)*: *have long, black hair* có mái tóc đen dài; *a cat with a fine coat of hair* một con mèo với bộ lông mượt; *have one's hair cut* cắt tóc. // **get (have) somebody by the short hairs** *x* short¹; **get in somebody's hair** là gánh nặng cho ai; gây phiền phức cho ai; **a (the) hair of the dog [that bit you]** *(kng)* lấy rượu trị nghiện rượu; **hang by a hair (a thread)** *x* hang¹; **[not] harm a hair of somebody's head** [không] đụng đến một sợi tóc của ai, không hại ai tý nào; **have a good head of hair** *x* head¹; **keep your hair on** đừng nổi nóng, hãy giữ bình tĩnh; **let one's hair-down** *(kng)* thư giãn, xả hơi; **make somebody's hair curl** (kng) làm ai sởn tóc gáy, làm cho ai kinh khiếp; **make one's hair stand on end** kinh khiếp, dựng tóc gáy lên; **neither hide no hair of somebody (something)** x hide[2]; **not turn a hair** không chút sợ hãi ngạc nhiên, phớt tỉnh; **split hairs** x split[1]; **tear one's hair** x tear[2].

hair breadth /'heəbreiθ/ x hair's breadth.

hairbrush /'heəbrʌtʃ/ dt bàn chải tóc.

haircloth /'heəklɒθ/ vải bằng sợi trộn lông thú.

haircut /'heəkʌt/ dt 1. sự cắt tóc 2. kiểu tóc: *do you like my new haircut?* anh có thích kiểu tóc mới của tôi không?

hair-do /'heədu/ dt (snh **hair-dos**) kiểu tóc (nữ).

hairdresser /'heə,dresə[r]/ dt thợ làm đầu.

hairdressing /'heə,dresiŋ/ dt sự làm đầu.

hair-drier (cg **hair-dryer**) /'heə,draiə/ dt máy sấy tóc.

-haired /heəd/ (trong tt ghép) có tóc (như thế nào đấy): *a curly-haired girl* một cô gái tóc quăn.

hairiness /'heərinis/ dt 1. sự có tóc, sự có lông 2. sự rậm tóc, sự rậm lông.

hairless /'heəlis/ tt không có tóc, hói.

hair-line /'heəlain/ dt 1. đường chân tóc (ở mặt) 2. đường rất mảnh: *a hair-line crack* vết nứt rất mảnh.

hairnet /'heənet/ dt lưới bao tóc, mạng tóc.

hair-oil /'heəɔil/ dt dầu xức tóc.

hair-piece /'heəpi:s/ dt mái tóc giả.

hairpin /'heəpin/ dt cái cài tóc.

hairpin bend /,heəpin 'bend/ khúc cua gấp (trên đường).

hair-raising /'heəreiziŋ/ tt làm sởn tóc, rùng rợn.

hair-restorer /'heəri,stɔ:-rə[r]/ dt chất kích thích mọc tóc.

hair's breadth /'heəzbreiθ/ khoảng cách rất ngắn. // **by a hair's breadth** chỉ một ly; chỉ trong gang tấc: *we escaped by a hair's breadth* chúng tôi thoát nạn chỉ trong gang tấc.

hairshirt /'heəʃɜ:t/ dt áo vải tóc (của các thầy tu khổ hạnh).

hair-slide /'heəslaid/ dt cái trâm.

hair-splitting /'heəsplitiŋ/ dt sự chẻ sợi tóc làm tư.

hair-spring /'heɒspriŋ/ dt dây tóc (trong đồng hồ).

hair-style /'heəstail/ dt kiểu tóc.

hair-stylist /'heəstailist/ dt thợ uốn tóc.

hair-trigger /,heə'trigə[r]/ dt cò súng rất nhạy (bấm nhẹ là đã nhả đạn).

hairy /'heəri/ tt (-ier; -iest) 1. [thuộc] tóc; như tóc; như lông 2. rậm tóc; rậm lông 3. (lóng) khó khăn; không thích thú: *driving on icy roads can be pretty hairy* lái xe trên đường đóng băng có thể khá khó khăn.

hajji /'hædʒi/ dt nh hadji.

hake /heik/ dt (snh kđổi) (động) cá tuyết than.

halal[1] (cg **hallal[1]**) /ha:'la:l/ dgt giết (thú vật để lấy thịt theo như luật Hồi giáo quy định).

halal[2] (cg **hallal[2]**) /ha:'la:l/ dt thịt thú vật bị giết theo như luật Hồi giáo quy định.

halcyon /'hælsiən/ tt (cũ hoặc tu từ) thanh bình và hạnh phúc: *the halcyon days of youth* những ngày thanh bình và hạnh phúc của tuổi thanh xuân.

hale /heil/ **hale and hearty** khỏe mạnh, tráng kiện.

half[1] /ha:f, (Mỹ hæf)/ dt (snh **halves**) 1. nửa: *I broke the chocolate into halves, here's your half* tớ đã bẻ miếng sôcôla làm đôi, đây là nửa của cậu; *the second half of the book is more exciting than the first* nửa sau cuốn sách hấp dẫn hơn nửa đầu; *two and half miles* hai dặm rưỡi 2. phân nửa (cuộc đấu thể thao, buổi hòa nhạc): *no goals were scored in the first half* hiệp một không có bàn thắng nào cả 3. vé nửa tiền (cho trẻ em trên xe buýt, tàu hỏa...): *two and two halves to the city centre, please* làm ơn cho hai vé người lớn, và hai vé nửa tiền tới trung tâm thành phố 4. nh half-back: *playing [at] left half* chơi ở vị trí tiền vệ trái (bóng đá...) 5. (Anh, kng) nửa panh (bia): *two halves of bitter, please* làm ơn cho hai nửa panh bia đắng. // **and a half** (kng) hết ý, quan trọng vượt bực: *that was a game and a half* đó là một cuộc đấu quan trọng vượt bậc; **one's better half** x better[1]; **do nothing (not do anything) by halves** không làm gì nửa vời: *he's not a man who does thing by halves, either he donates a huge sum to a charity or he gives nothing* ông ta là con người không làm cái gì chỉ nửa vời thôi, hoặc là ông cho hội từ thiện một số tiền lớn, hoặc là không cho gì cả; **break (chop; cut; tear...) something in half** bẻ (chẻ; cắt; xẻ...) vật gì làm đôi; **go half and half (go halves) [with somebody]** chia đôi phí tổn với nhau: *that was an expensive meal – let's go* *halves* bữa ăn ấy đắt lắm, mỗi người chia một nửa (ta hãy chia đôi phí tổn) nhé; **the half of it** *(kng)* phần quan trọng nhất; **how the other half lives** cách sống của những người thuộc tầng lớp xã hội khác mình xa: *he's been lucky all his life and has never had to find out how the other half lives* ông ta đã may mắn suốt đời và chẳng bao giờ phải tìm hiểu cách sống của những người thuộc tầng lớp xã hội khác mình xa.

half² /hɑ:f, *(Mỹ* hæf)/ *đht* nửa: *half the men* nửa số người; *half an hour; a half-hour* nửa tiếng đồng hồ. // **half a minute (second; tick...)** *(kng)* tích tắc, chút xíu: *I'll be ready in half a minute* chút xíu nữa tôi sẽ sẵn sàng ngay; **half past one (two...)**; *(Mỹ* **half after one (two...)** một (hai...) giờ rưỡi; **half one (two...)** *(Anh, kng)* nh half past one (two...).

half³ /hɑ:f, *(Mỹ* hæf)/ *dt* một nửa: *half of six is three* một nửa của sáu là ba; *half of the money is mine* một nửa số tiền ấy là của tôi; *out of 30 children, half passed* trong số 30 cháu, một nửa đã thi đỗ. // **too clever... by half** cực kỳ thông minh.

half⁴ /hɑ:f, *(Mỹ* hæf)/ *pht* **1.** nửa: *half full* đầy một nửa **2.** một phần; dở: *I'm half inclined to agree* tôi một phần thiên về đồng ý; *half built* xây dở. // **half as many (much...) again** nhiều gấp rưỡi: *there aren't enough chairs for the meeting, we need half as many again* không có đủ ghế cho cuộc họp, ta cần gấp rưỡi thế; *I'd like the photograph so that it's half as big again* tôi muốn phóng to gấp rưỡi

bức ảnh này; **not half** a/ *(kng)* không chút nào: *it's not half bad, your new flat* căn hộ mới của anh không tồi chút nào cả b/ *(lóng)* hết sức, vô cùng: *"was she annoyed?" "not half"* "cô ta có bực mình không?" "bực mình hết sức".

half-and-half /,hɑ:fənd'hɑ:f/ *tt (thường vị ngữ)* nửa này nửa nọ: *"how do you like your coffee?" "half and half please"* "anh muốn uống cà phê thế nào?" "nửa cà phê nửa sữa" *(tức là cà phê sữa).*

half-back /'hɑ:fbæk/ *dt (thể)* tiền vệ *(bóng đá).*

half-baked /,hɑ:f'beikt/ *tt (kng)* ngốc nghếch: *a half-baked idea* một ý kiến ngốc nghếch.

half board /,hɑ:f'bɔ:d/ *sự* thuê khách sạn gồm tiền phòng, bữa điểm tâm và chỉ một bữa ăn chính.

half-brother /'hɑ:f,brʌðə[r]/ *dt* anh (em) cùng cha khác mẹ; anh (em) cùng mẹ khác cha.

half-bread /'hɑ:fbri:d/ *dt* nh half-caste.

half-caste /'hɑ:fkɑ:st/ *dt (cg* **half-breed)** *(đôi khi xấu)* người lai.

half-cock /'hɑ:fkɒk/ *dt* vị trí cò súng lên một nửa. // **go off at half cock** thất bại vì không chuẩn bị tốt.

half-crazed /,hɑ:fkreizd/ *tt (cg* **crazed)** điên dại, mất trí.

half-crown /,hɑ:f'kraʊn/ *dt (cg* **half a crown)** đồng nửa curon *(Anh, trước 1971).*

half-hardy /,hɑ:fhɑ:di/ *tt* có thể mọc ngoài trời *(trừ khi sương giá quá lạnh, nói về cây cối).*

half-hearted /,hɑ:f'hɑ:tid/ *tt* thiếu nhiệt tình; yếu ớt.

half-heartedly /,hɑ:fhɑ:tidli/ *pht* [một cách] thiếu nhiệt tình; [một cách] yếu ớt.

half holiday /,hɑ:fhɒlədei/ ngày được nghỉ buổi chiều.

half-hourly /,hɑ:f'aʊəli/ *tt, pht* nửa giờ một lần: *the buses ran half-hourly* xe buýt cứ nửa giờ có một chuyến.

half-length /,hɑ:f'leŋθ/ *tt* bán thân *(bức chân dung).*

half-life *dt* /,hɑ:flaif/ *(lý)* chu kỳ nửa [phân] rã.

half-light /,hɑ:flait/ *dt (số ít)* ánh sáng mờ mờ.

half-mast /,hɑ:f'mɑ:st/ *dt* at **half-mast** a/ treo rủ *(cờ)* b/ *(đùa)* ngắn quá lòi cả mắt cá *(quần dài).*

half moon /,hɑ:f'mu:n/ **1.** trăng bán nguyệt **2.** thời kỳ trăng bán nguyệt **3.** vật hình bán nguyệt.

half nelson /,hɑ:f'nelsn/ thế ghì lưng *(đấu vật).*

half-note /'hɑ:fnəʊt/ *dt (Mỹ) nh* minim.

half pay /,hɑ:f'pei/ mức lương ít hơn bình thường *(trả cho người không làm đủ giờ làm việc nhưng cũng chưa về hưu).*

halfpense /'heipəns/ *dt* số tiền nửa pensi.

halfpennies /heipniz/ *dt snh* những đồng nửa penni.

halfpenny /heipni/ *dt* đồng nửa penni *(trước 1971).*

halfpennyworth /'heipniw3:θ/ *dt (Anh* **haporth)** vật đáng giá nửa penni *(nửa xu);* lượng rất ít.

half-price /,hɑ:f 'prais/ *pht* nửa tiền: *children are [admitted] half-price* trẻ em chỉ phải trả nửa tiền [để vào].

half-seas-over /,hɑ:f si:z 'əʊvə/ *tt (vị ngữ) (cũ, kng)* say chếnh choáng.

half-sister /'ha:f sistə[r]/ *dt* chị (em) cùng cha khác mẹ, chị (em) cùng mẹ khác cha.

half-size /'ha:f saiz/ *tt* nửa cỡ thường.

half-term /,ha:f't3:m/ *dt* đợt nghỉ giữa học kỳ.

half-timbered /,ha:f 'timbəd/ *tt* nửa gỗ *(ngôi nhà có khung bằng gỗ bít bằng gạch, vữa...).*

half-time /,ha:f 'taim/ *dt (số ít)* giờ nghỉ giữa hai hiệp *(bóng đá...): the score at half-time was 2-2* tỷ số lúc nghỉ giữa hai hiệp là 2-2.

half-tone /'ha:f təun/ *dt* **1.** bức họa đen trắng **2.** *(Mỹ) nh* semitone.

half-track /'ha:ftræk/ *dt* xe ô tô xích, xe haptrắc.

half-truth /'ha:f'tru:θ/ *dt* lời nói có phần phản ánh sự thật nhưng chủ yếu là để lừa dối.

half-way /',ha:fwei/ *tt, pht* ở nửa đường, giữa đường: *meet half-way* gặp giữa đường. // **meet somebody half-way** *x* meet¹.

half-wit /'ha:fwit/ *dt* người khờ khạo.

half-witted /'ha:fwitid/ *tt* khờ khạo.

half-yearly /,ha:f'jəli/ *tt, pht* nửa năm một lần, sáu tháng một lần: *meetings held at half-yearly intervals* các cuộc họp được tổ chức nửa năm một lần.

halibut /'hælibət/ *dt (snh kđổi) (động)* cá bơn.

halide /'heilaid/ *dt (hóa)* halogenua.

halitosis /,hæli'təusis/ *dt* chứng hôi mồm.

hall /hɔ:l/ *dt* **1.** *(cg* **hallway)** tiền sảnh *(ở các lâu đài...): leave your coat in the hall* xin để áo khoác ở sảnh đường **2.** phòng họp lớn, tòa nhà lớn, đại sảnh đường: *the Town Hall* tòa thị chính **3.** *nh* hall of residence **4.** phòng ăn lớn *(ở một số trường đại học Anh): dine in hall* ăn ở phòng ăn lớn **5.** *(Anh)* tòa nhà điền chủ *(ở nông thôn, thường là của điền chủ lớn nhất trong vùng).* // **Liberty Hall** *x* liberty.

hallal¹ /ha:la:l/ *dgt nh* halal¹.

hallal² /ha:la:l/ *dt nh* halal².

hallelujah /,hæli'lu:jə/ *dt x* alleluia.

halliard /'hælijəd/ *dt nh* hallyard.

hallmark¹ /'hɔ:l ma:k/ *dt* **1.** dấu độ tuổi *(trên các đồ bằng kim loại quý chỉ độ ròng của kim loại làm ra các vật đó)* **2.** dấu hiệu xác nhận phẩm chất; biểu hiện ưu việt: *attention to detail is a hallmark of a fine craftsman* sự chú ý đến chi tiết là biểu hiện của một nghệ nhân lành nghề.

hallmark² /'hɔ:lma:k/ *dgt* đóng dấu xác nhận độ tuổi *(của kim loại quý).*

hallo *(cg* **hello, hullo)** /hə'ləu/ *tht* chào!; này!: *hello, how are you?* chào, anh khỏe không?; *hallo, can you hear me?* này anh có nghe rõ tôi nói không?

hall of residence /,hɔ:l əv 'reisidəns/ *(cg* **hall)** ký túc xá sinh viên đại học.

halloo¹ /hə'lu:/ *tht* xuyt xuyt! *(xuyt chó săn hay làm cho người ta chú ý).*

halloo² /hə'lu:/ *dt* tiếng xuyt xuyt.

halloo³ /hə'lu:/ *dgt* xuyt xuyt *(chó săn).*

hallow /'hæləu/ *dgt* thánh hóa: *hallowed ground* đất thánh.

Hallowe'en /,hæləu'i:n/ *dt* đêm 31 tháng 10 trước ngày lễ Các thánh.

hall-stand /'hɔ:lstænd/ *dt* giá treo mũ áo *(ở hành lang hay ở cửa vào để treo áo khoác, mũ... trước khi vào phòng).*

hallucinate /hə'lu:sineit/ *dgt* có ảo giác: *drug addicts often hallucinate* những người nghiện ma túy thường có ảo giác.

hallucination /hə,lu:si'neiʃn/ *dt* **1.** ảo giác **2.** cái nhìn thấy qua ảo giác; cái nghe thấy qua ảo giác.

hallusinatory /hə'lu:sinətri, hə,lu:si'neitəri, *(Mỹ* hə'lu:sinətɔ:ri)/ *tt* [thuộc] ảo giác, gây ảo giác: *a hallucinatory drug* chất ma túy gây ảo giác.

hallucinogen /hə'lu:sinədʒn/ *dt* chất ma túy gây ảo giác.

hallucinogenic /hə,lu:sinədʒenik/ *tt* gây ảo giác.

hallway /'hɔ:lwei/ *dt nh* **1.** hall **2.** *(Mỹ)* hành lang.

halo /'heiləu/ *dt (snh* **halos** hoặc **haloes**) *(cg* **aureola, aureole)** **1.** vầng hào quang *(quanh đầu các vị thánh ở trong các bức tranh)* **2.** *nh* corona.

halogen /'hælədʒən/ *dt (hóa)* halogen.

halt¹ /hɔ:lt/ *dt* **1.** *(số ít)* sự tạm dừng, sự tạm ngừng: *work was brought (came) to a halt when the machine broke down* công việc tạm ngưng khi máy bị hỏng **2.** sự dừng hành quân một lúc **3.** ga xép. // **bring something (come) to a grinding halt** *x* grinding; **call a halt** *x* call²; **grind to a halt (standstill)** *x* grind¹.

halt² /hɔ:lt/ *dgt* [làm cho] tạm dừng: *the officer halted his troops for a rest* viên sĩ quan cho binh lính tạm dừng nghỉ chân.

halter /'hɔːltə[r]/ *dt* **1.** dây đầu *(ở ngựa, để dắt hoặc buộc nó)* **2.** dây thắt cổ **3.** *(cg* **halter-neck)** cái yếm *(của nữ).*

halting /'hɔːltiŋ/ *tt* ngập ngừng: *speak in a halting voice* nói với giọng ngập ngừng.

haltingly /'hɔːltiŋli/ *pht* [một cách] ngập ngừng: *speak haltingly* nói ngập ngừng.

halve /hɑːv, *(Mỹ* hæv)/ *dgt* **1.** chia đôi: *halved an apple* chia đôi quả táo **2.** giảm một nửa: *the latest planes have halved the time needed for crossing the Atlantic* những máy bay kiểu mới nhất giảm một nửa thời gian bay qua Đại Tây Dương.

halves /hɑːvz, *(Mỹ* hævz)/ *snh của* half¹.

halyard *(cg* **halliard)** /'hæljəd/ *dt* **1.** *(hải)* dây lèo **2.** dây kéo cờ.

ham¹ /hæm/ *dt* **1.** giăm bông: *several hams hanging on hooks* nhiều chiếc giăm bông treo ở móc; *a slice of ham* một lát giăm bông **2.** bắp đùi *(súc vật)* **3.** *(lóng)* diễn viên tồi **4.** người thao tác một đài phát thanh nghiệp dư.

ham² /hæm/ *dgt* **(-mm-)** ham it (something) [up] diễn xuất một cách cố ý cường điệu: *the actors were really hamming it up to amuse the audience* các diễn viên đã thực sự cố ý cường điệu để làm khán giả cười vui.

hamburger /'hæmbɜːgə[r]/ *dt* **1.** *(cg* **burger)** bánh ham-bơgơ, bánh xăng-uých thịt bò băm viên **2.** *nh* mince².

ham-fisted /,hæm'fistid/ *tt (kng)* vụng về, lóng ngóng.

ham-handed /,hæm'hæn-did/ *tt (kng) nh* ham-fisted.

hamlet /'hæmlit/ *dt* thôn, xóm.

hammer¹ /'hæmə[r]/ *dt* **1.** cái búa **2.** đầu cần *(đàn pi-a-nô)* **3.** kim hỏa *(súng)* **4.** búa gỗ *(của người bán đấu giá)* **5.** *(thể)* tạ ném: *the hammer* môn ném tạ **6.** xương búa *(trong tai).* // **be (go at it; each other) hammer and tongs** cãi nhau ầm ĩ, đánh nhau loạn xạ; **come (go) under the hammer** bị đem bán đấu giá.

hammer² /'hæmə[r]/ *dgt* **1.** quai búa, nện búa, đóng búa: *hammer a nail in* dùng búa đóng đinh; *hammer a piece of metal flat* đập dẹt mảnh kim loại **2.** đập mạnh, nện: *hammer at the door* nện vào cửa **3.** đánh bại: *Manchester United were hammered 5.1* Manchester United bị đánh bại *(thua)* 5-1. // **hammer away at something** gắng sức làm việc gì; **hammer something down (off...)** đạp ngã: *hammer the door down* đạp ngã cửa; *hammer something flat (straight...)* đập dẹt *(uốn thẳng)* vật gì; **hammer something home** a/ đóng *(đinh)* ngập hết vào b/ nhấn mạnh *(một điểm...)* để cho hiểu rõ; **hammer something in** dùng búa đóng vào: *hammer a nail in; hammer in a nail* dùng búa đóng đinh vào; **hammer something into somebody** nhồi nhét: *they have had English grammar hammered into them* họ đã bị nhồi nhét ngữ pháp tiếng Anh vào đầu; **hammer something into something** a/ đóng *(đinh...)* vào b/ gò: *hammer copper into pots and pans* gò đồng thành xoong nồi; **hammer something out** a/ gò lại *(một vết lõm...)* bằng búa b/ tìm ra một giải pháp sau một thời gian nỗ lực: *after much discussion the negotiators hammered out a compromise settlement* sau khi đã thảo luận nhiều, các nhà thương lượng đã tìm ra một giải pháp thỏa hiệp.

hammer and sickle /,hæmə[r] ənd'sikl/ búa liềm *(biểu tượng của Liên Xô).*

hammering /'hæməriŋ/ *dt* **1.** sự đập búa ầm ầm, sự gò ầm ĩ **2.** *(kng)* sự thất bại hoàn toàn: *our team took a terrible hammering* đội chúng tôi bị một trận thất bại hoàn toàn.

hammock /'hæmək/ *dt* cái võng.

hamper¹ /'hæmpə[r]/ *dt* **1.** cái làn lớn *(dựng thức ăn đồ uống)* **2.** *(Anh)* hộp quà: *a Christmas hamper* hộp quà Giáng sinh.

hamper² /'hæmpə[r]/ *dgt* làm vướng, cản trở: *the progress was hampered by appalling weather conditions* sự tiến lên của chúng tôi đã bị thời tiết rất xấu cản trở.

hamster /'hæmstə[r]/ *dt (động)* chuột hang.

hamstring¹ /'hæmstriŋ/ *dt (giải)* gân kheo *(ở người và súc vật).*

hamstring² /'hæmstriŋ/ *dgt* **(hamstringed** hoặc **hamstrung) 1.** cắt gân kheo cho què đi **2.** *(bóng)* phá hỏng, làm què quặt: *the project was hamstrung by lack of funds* dự án bị hỏng bởi thiếu tiền.

hand¹ /hænd/ *dt* **1.** [bàn] tay: *lead somebody by the hand* dắt tay ai; *have one's hands in one's pockets* đút hai bàn tay vào túi **2.** a hand [bàn tay] giúp đỡ: *please lend a hand* xin giúp cho một tay; *do you want (need) a hand?* anh có cần được giúp một tay không?

H

3. kim (đồng hồ...): *the hour hand of a watch* kim giờ của một cái đồng hồ **4.** công nhân, nhân công (nhà máy, nông trường); thủy thủ: *all hands on desk!* tất cả thủy thủ lên boong! **5.** (số ít) sự khéo tay: *have a hand at pastry* khéo tay làm bánh ngọt **6.** tay bài; ván bài: *have a good hand* có tay bài tốt; *let's play one more hand* ta chơi một ván nữa đi **7.** kiểu chữ viết tay: *he has (writes) a good hand* anh ta viết chữ đẹp **8.** (số ít, cũ) sự hứa hôn: *he asked for her hand* anh ta cầu hôn cô ấy; *she gave him her hand [in marriage]* cô ta đã hứa hôn với cậu ấy **9.** bề ngang bàn tay (đơn vị bằng 10,16cm dùng đo chiều cao của ngựa) **10.** nải (chuối). // **all hands to the pump** ai cũng phải góp tay góp sức vào: *we've an urgent job on this week, so it's [a case of] all hands to the pump* chúng ta có công việc phải làm gấp tuần này vì thế ai cũng phải góp tay góp sức vào; **at first, (second) hand** một cách trực tiếp (gián tiếp): *I only heard the news at second hand* tin đó chúng tôi chỉ nghe [qua một nguồn] gián tiếp thôi; **[close (near)] at hand** a/ gần, sát cạnh: *he lives close at hand* anh ta sống sát cạnh đây b/ sắp xảy ra, sắp tới nơi: *your big moment is at hand* giây phút quan trọng của anh sắp tới nơi rồi; **at somebody's hands** từ [tay] ai: *I did not expect such unkind treatment at your hands* tôi không nghĩ rằng [từ] anh lại có cách đối xử không tử tế như vậy; **be a dab [an old (a poor...)] hand [at something]** khéo tay, có kinh nghiệm (không khéo tay, không có kinh nghiệm

về việc gì): *he's an old hand at this game* ông ta là một tay có tài trong trò chơi này; *I was never much of a hand at cookery* tôi chưa bao giờ là một tay nấu ăn khéo tay; **bind (tie) somebody hand and foot** trói chân trói tay ai (nghĩa đen và nghĩa bóng); **a bird in the hand is worth two in the bush** x bird; **bite the hand that feeds one** x bite¹; **blood on one's hands** x blood¹; **bring somebody (something) up by hand** nuôi (ai, một con vật) bằng sữa bình, nuôi bộ; **by hand** a/ bằng tay: *made by hand* làm bằng tay b/ trao tay (thư... không qua bưu điện): *the note was delivered by hand* bức thư được trao tay; **by one's own fair hand** x fair¹; **cap in hand** x cap; **change hands** x change¹; **the devil makes work for idle hands** x devil¹; **eat out of somebody's hand** x eat; **fall into somebody's hands** rơi vào tay ai: *the town fell into enemy hands* thành phố đã rơi vào tay địch; **a firm hand** x firm¹; **fold one's hands** x fold; **force somebody's hand** x force²; **from hand to hand** từ người này sang người khác: *buckets of water were passed from hand to hand to put the fire out* những xô nước đã được chuyển từ người này sang người khác để dập tắt lửa; **gain (win) somebody's hand** hứa hôn được với ai; **gain (get) the upper hand** x upper¹; **get one's eye (hand) in** x eye¹; **get (have) a free hand** x free¹; **give somebody (get) a big hand** x big¹; **give one's hand on something** bắt tay đồng ý (về điều gì); **[be] hand in glove with** hợp tác chặt chẽ với; tiếp tay cho: *he was found to be hand in glove with the enemy* ông ta bị phát hiện là tiếp tay

cho địch; **hand in hand** a/ tay nắm tay b/ gắn bó [bó chặt chẽ] với nhau: *war and suffering go hand in hand* chiến tranh và đau khổ gắn (đi đôi) với nhau; **hand over hand** dùng tay này tiếp tay kia (như khi leo trèo); **hands off [something (somebody)]** (kng) không đụng vào, không can thiệp vào (ai, cái gì): *hands off my sandwiches!* đừng có đụng (mó) vào mấy cái bánh mì kẹp của tao đấy!; **hands up** giơ tay lên (để trả lời là đồng ý; để đầu hàng); **hand to hand** giáp lá cà (đánh nhau); **have (take) a hand in [something]** nhúng tay vào (việc gì); **have one's hand free (tied)** được rảnh tay, muốn làm gì thì làm (bị trói tay); **have one's hands full** bận rộn, không hở tay; **have somebody in the palm of one's hand** x palm¹; **have time on one's hands (time to kill)** x time¹; **have the whip hand** x whip; **a heavy hand** x heavy¹; **a helping hand** x help¹; **hold somebody's hand** an ủi (người đang buồn); giúp đỡ (người gặp khó khăn); **hold hands [with somebody]** nắm tay: *two lovers holding hands* hai người yêu nắm tay nhau; **in hand** a/ có trong tay: *I still have some money in hand* tôi còn có một ít tiền trong tay b/ nắm được, làm chủ được: *we have the situation well in hand* chúng tôi nắm chắc tình hình c/ trong tay, đang được giải quyết: *the job in hand* việc làm trong tay; **in one's (somebody's) hands** trong tay ai; thuộc quyền giải quyết của ai: *the affair is no longer in my hands* việc đó không còn nắm trong tay tôi nữa; *put the matter in the hands of a solicitor* hãy trao vấn để cho một luật sư lo cho; **in capable (good...) hands** vào tay người điều hành giỏi: *I've left the department in Bill's very efficient hands* tôi đã giao công việc của sở này vào bàn tay điều hành giỏi của Bill; **an iron fist (hand) in a velvet glove** x iron¹; **join hands** x join; **keep one's hand in** tập luyện để duy trì kỹ năng: *I like to play tennis regularly, just to keep my hand in* tôi thích chơi quần vợt đều cốt là để duy trì kỹ năng; **know a place like the back of one's hand** x know; **lay one's hands on somebody (something)** a/ tìm thấy ai (vật gì): *the book's somewhere, but I can't lay my hands on it just now* cuốn sách ở đâu đây thôi, nhưng ngay lúc này tôi không tìm thấy được thôi b/ (kng) vớ được ai (vật gì): *If I ever lay my hands on the thief, he will be sorry* tôi mà vớ được tên trộm thì nó sẽ hối tiếc đấy c/ đặt hai bàn tay lên đầu ai (để ban phúc, phong chức, nói về tu sĩ); **lift (raise) a finger (hand) to do something** x lift; **lift (raise) a (one's) hand against somebody** đe dọa ai; tấn công ai; **live from hand to mouth** sống lần hồi: *a hand-to-mouth existence* cuộc sống lần hồi; **make money hand over fist** x money; **many hands make light work** mỗi người một tay thì công việc chóng hoàn thành; **not do a hand's turn** chẳng làm gì cả; **off one's hand** không còn chịu trách nhiệm nữa: *they'll glad to get their son of their hand* họ sẽ vui mừng bỏ được trách nhiệm đối với cậu con của họ; **offer one's hand** x offer; **on either (every) hand** về cả hai (mọi) mặt; **on hand** có trong tay; **on**

one's **hand** có trách nhiệm, phải cáng đáng; **on the one hand... on the other [hand]** một mặt thì... mặt khác thì; **out of hand** không kiểm soát được nữa, vô trật tự: *the football fans have got completely out of hand* các tay mê bóng đá hoàn toàn trở nên vô trật tự ngay lập tức; *the proposal was rejected out of hand* đề nghị đã bị bác bỏ ngay lập tức; **out of one's hands** không thuộc quyền kiểm soát của ai nữa: *I can't help you, I'm afraid – the matter is out of my hand* tôi sợ không giúp được anh, vấn đề đó không thuộc quyền kiểm soát của tôi nữa; **overplay one's hand** x overplay; **play into somebody's hands** làm cái gì lợi cho (đối phương); **put one's hand in one's pocket** sẵn sàng chi trả; sẵn sàng cho tiền; **putty in somebody's hands** x putty; **see... somebody's hand in something** thấy... bàn tay (bóng) của ai trong việc gì: *do I detect your hand in this?* liệu tôi có thể phát hiện bàn tay của anh trong việc này không?; **set one's hand to something** (cũ) ký: *set one's hand to a treaty* ký một hiệp ước; **shake somebody's hand (shake hands; shake somebody by the hand)** x shake¹; **show one's hands (cards)** x show²; **sit on one's hands** x sit; **sleight of hand** x sleight; **take one's courage in both hands** x courage; **take somebody in hand** cho ai vào khuôn phép; **take the law into one's own hands** x law; **take one's life in one's hands** x life; **take matters into one's own hands** x matter¹; **throw one's hand in** (kng) bỏ cuộc; **time hangs (lies) heavy on one's hand** x time¹; **to hand** a/ trong tầm tay, trong tay b/

(thường) đã đến tay: *your letter is to hand* thư ông đã đến tay chúng tôi; **try one's hand** x try¹; **turn one's hand to something** [có thể] nhận làm (công việc gì) có thể cáng đáng: *she can turn her hand to all sorts of jobs* chị ta có thể cáng đáng đủ mọi thứ công việc; **wait on somebody hand and foot** x wait¹; **wash one's hands of somebody (something)** x wash²; **win hands down** x win¹; **wring one's hands** x wring¹.

hand² /hænd/ dgt trao, đưa bằng tay: *please hand me that book* làm ơn đưa cho tôi cuốn sách ấy. // **hand (give) somebody (something) on a plate** x plate¹.

hand something down [to somebody] a/ truyền lại cho ai (do truyền thống, thừa kế...) lưu truyền: *stories handled down from generation to generation* những truyện lưu truyền từ đời này sang đời khác b/ (Mỹ) công bố: *hand down a legal decision* công bố quyết định pháp lý; **hand something in [to somebody]** nộp; đệ trình: *hand in your examination papers now* bây giờ các em nộp bài kiểm tra đi; *she handed in her resignation* cô ta đệ đơn xin từ chức; **hand something on [to somebody]** gởi, chuyển (cho ai): *please hand on the magazine to your friends* làm ơn chuyển tờ tạp chí này cho các bạn anh; **hand something out [to somebody]** phân phát (cái gì cho ai): *relief workers were handing out emergency rations [to the survivors]* nhân viên cứu trợ đang phân phát những khẩu phần thiết yếu [cho những người sống sót]; **hand [something] over [to somebody]** chuyển giao (quyền lực...) cho ai: *hand over power to an elected go-*

vernment chuyển giao quyền lực cho một chính phủ được bầu lên; **hand somebody over to somebody** nhường quyền nói cho ai: *I'm handing you over now to our home affairs correspondent* bây giờ tôi xin nhường lời cho phóng viên về các vấn đề trong nước của chúng tôi; **hand somebody (something) over [to somebody]** giao *(ai, cái gì)* cho *(nhà chức trách...)*: *they handed him (their weapons) over to the police* họ đã giao nó *(vũ khí của họ)* cho cảnh sát; **hand it to somebody** *(kng)* *(bao giờ cũng dùng với* must *hoặc* have [got]) khen ai một cách xứng đáng *(với giá trị của họ)*: *you have got to hand it to her - she's damned clever* anh phải khen cô ta một cách xứng đáng, cô ta cực kỳ thông minh.

handbag /ˈhændbæg/ *dt* túi xách, ví xách tay *(của nữ)*.

hand-baggage /ˈhænd,bæ-gidʒ/ *dt (Mỹ)* nh **hand-lug-gage**.

hand-ball /ˈhændbɔ:l/ *dt (thể)* môn bóng ném.

hand-barrow /ˈhænd,bærəʊ/ *dt* xe cút kít hai bánh.

handbill /ˈhændbil/ *dt* thông cáo phát tay, quảng cáo phát tay *(cho người qua đường)*.

handbook /ˈhændbʊk/ *dt* sách chỉ nam.

handbrake /ˈhændbreik/ *dt* phanh tay *(ở xe...)*.

handcart /ˈhændka:t/ *dt* xe ba gác.

handclap /ˈhændklæp/ *dt* sự vỗ tay.

handcuff /ˈhændkʌf/ *dgt* còng tay, xích tay *(ai)*.

handcuffs /ˈhændkʌfs/ *dt* cái còng tay.

-handed (dùng trong từ ghép) **1.** có bàn tay *(như*

thế nào đó): *big-handed* có bàn tay to **2.** thuận tay *(trái hoặc phải)*: *right-handed people* những người thuận tay phải **3.** bằng tay *(nào đó)*: *a left-handed blow* cú đấm tay trái.

handful /ˈhændful/ *dt (snh* **handfuls)** **1.** vốc: *pick up a handful of sand* một vốc cát **2.** nhúm: *a handful of people* một nhúm người.

hand-grenade /ˈhændgrə-'neid/ *dt* lựu đạn.

hand-gun /ˈhændgʌn/ *dt (Mỹ)* súng lục.

hand-held /ˌhænd'held/ *tt* cầm tay *(máy quay phim...)*.

hand-hold /ˈhændhəʊld/ *dt* chỗ bíu tay *(để trèo)*.

handicap[1] /ˈhændikæp/ *dt* **1.** điều bất lợi, điều thiệt thòi: *deafness can be a serious handicap* điếc có thể là một điều bất lợi nghiêm trọng **2.** cuộc thi có chấp; điều chấp *(trong cuộc thi)*.

handicap[2] /ˈhændikæp/ *dgt* **(-pp-)** *(chủ yếu dùng ở thể bị động)* gây bất lợi cho; là điều bất lợi cho: *be handi-capped by a lack of educa-tion* bị bất lợi vì không được học.

handicapped[1] /ˈhændikæpt/ *tt* bị thiệt thòi vì tật nguyền.

handicapped[2] /ˈhændikæpt/ *dt* **the handicapped** những người tật nguyền.

handicraft /ˈhændikra:ft, *(Mỹ* ˈhændikræft)/ thủ công: *an exhibition of handi-craft[s]* cuộc triển lãm hàng thủ công.

handily /ˈhændili/ *pht* [một cách] tiện lợi: *we're handily placed for the shopping cen-ter* chỗ chúng tôi ở rất gần với trung tâm mua sắm, thuận tiện lắm.

handiness /ˈhændinis/ *dt* **1.** sự tiện dụng **2.** sự tiện lợi **3.** sự khéo tay.

handiwork /ˈhændiwɜ:k/ *dt* **1.** việc thủ công; hàng thủ công **2.** *(thường mỉa)* tác phẩm: *is that drawing your handiwork, Clare?* này Clare, bức vẽ kia có phải là tác phẩm của cậu không?

handkerchief /ˈhæŋkətʃif, ˈhæŋkətʃi:f/ *dt (snh* **handker-chieves** /ˈhæŋkətʃi:vz/) khăn tay, khăn mùi soa.

handle[1] /ˈhændl/ *dt* **1.** cán, tay cầm, quai: *carry a bucket by the handle* nắm quai mà xách cái xô **2.** *(bóng)* điểm có thể bị lợi dụng: *his in-discretions gave his enemies a handle to use against him* những hành động hớ hênh của anh ta có thể bị kẻ địch lợi dụng chống lại anh **3.** *(lóng)* tước hiệu, danh hiệu: *have a handle to one's name* có tước hiệu gắn với tên mình *(như "Sir", "Lord"...)*. // **fly off the handle** x **fly**[2].

handle[2] /ˈhændl/ *dgt* **1.** sờ tay vào, cầm bằng tay: *wash your hands before you han-dle food* hãy rửa tay trước khi cầm thức ăn; *fragile — handle with care* hàng dễ vỡ, hãy cầm cẩn thận **2.** điều khiển, xử lý, vận dụng: *an officer must know how to handle his men* một sĩ quan phải biết cách điều khiển lính của mình; *this port handles 100 million tons of cargo each year* cảng này hằng năm bốc dỡ 100 triệu tấn hàng **3.** chạy *(như thế nào đó)* *(xe cộ)*: *this car handles well* chiếc xe này chạy tốt **4.** đối xử, đối đãi: *handle somebody roughly* đối xử thô bạo với ai, ngược đãi ai **5.** mua bán, buôn: *this shop does not handle* *such goods* của hiệu này không buôn những hàng như vậy.

handlebar /'hændlbɑ:[r]/ *dt (thường snh)* tay lái, ghi-đông *(xe máy, xe đạp).*

handlebar moustache /ˌhændlbɑ: məˈstɑ:f/ ria vểnh lên, ria ghi-đông.

-handled /'hændlid/ *(trong tt ghép)* có cán (tay cầm, quai...) *(như thế nào đó): a bone-handled knife* cái dao có cán bằng xương.

handler /'hændlə[r]/ *dt* người luyện thú vật *(nhất là chó của cảnh sát).*

hand-luggage /'hænd,lʌgidʒ/ *dt* hành lý xách tay.

hand-made /ˌhændˈmeid/ *tt* làm bằng tay.

handmaid /'hændmeid/ *dt (cổ)* người hầu gái, con sen.

hand-me-downs /'hændmi-ˌdaʊnz/ *dt (cg* reach-me-downs*)* quần áo mặc thừa.

hand-out /'hændaʊt/ *dt* **1.** của bố thí **2.** tờ thông cáo phát tay **3.** bản tuyên bố viết sẵn *(của một chính khách trao cho các nhà báo).*

hand-over /'hændəʊvə[r]/ *dt* thời kỳ chuyển giao; sự chuyển giao *(quyền lực, trách nhiệm...).*

hand-picked /ˌhændˈpikt/ *tt* chọn lọc: *a hand-picked audience* cử tọa chọn lọc.

handrail /'hændreil/ *dt* lan can cầu thang.

handsaw /'hændsɔ:/ *dt* cưa tay.

handshake /'hændʃeik/ *dt* cái bắt tay.

handsome /'hænsəm/ *tt* **1.** đẹp *(nam)*; thanh tú *(nữ)* **2.** [có bề ngoài] đẹp: *a handsome horse (car)* con ngựa (chiếc xe) đẹp **3.** hậu hĩ: *a handsome present* món quà hậu hĩ **4.** đáng kể, lớn: *a handsome fortune* một tài

sản lớn. // **handsome is as handsome does** cái nết đánh chết cái đẹp.

handsomely /'hænsəmli/ *pht* [một cách] hậu hĩ: *she was handsomely rewarded for her efforts* cô ta được thưởng một cách hậu hĩ, xứng đáng với những cố gắng của cô.

handsomeness /'hænsəmnis/ *dt* **1.** sự đẹp trai; nét thanh tú *(ở nữ)* **2.** sự đẹp, vẻ đẹp **3.** sự hậu hĩ **4.** lượng lớn, lượng đáng kể.

hands-on /'hænsɒn/ *tt* [về] thực hành: *have hands-on experience on a computer keyboard* có kinh nghiệm thực hành về thao tác bàn phím máy điện toán.

handspring /'hændspriŋ/ *dt* sự nhào lộn cho tay tiếp đất trước, sự nhào lộn tung người.

handwriting /'hændraitiŋ/ *dt* **1.** sự viết tay **2.** dạng chữ *(của một người)*, tự dạng.

handwritten /'hændritn/ *tt* viết tay: *letters of application must be handwritten* thư xin việc phải viết tay.

handy /'hændi/ *tt* (**-ier; -iest**) **1.** tiện dụng **2.** tiện tay, vừa tầm tay **3.** *(thường vị ngữ)* khéo tay. // **come in handy** cần đến lúc này hay lúc khác: *don't throw that cardboard box away – it may come in handy* đừng vứt cái hộp các-tông ấy đi, có lúc cần đến đấy.

handyman /'hændimæn/ *dt (snh* **handimen** /'hændimen/*)* **1.** người khéo tay làm những việc lặt vặt trong nhà **2.** người thuê để làm việc lặt vặt.

hang¹ /hæŋ/ *dgt* (**hung**, ở nghĩa 3 và 7 là **hanged**) **1.** treo: *hang your coat [up] on that hook* hãy treo áo

choàng vào cái móc đó; *she was hanging her washing [out] of on the line* cô ta đang treo *(phoi)* quần áo giặt xong lên dây; *the curtains were hanging in folds* các bức màn cửa treo buông xuống thành nếp; *his portrait [was] hung above the fireplace* chân dung anh ta treo phía trên lò sưởi; *the rooms were hung with tapestries* các phòng đều được treo thảm; *how long has this meat [been] hung for?* thịt này treo *(để dành ăn dần)* bao nhiêu lâu rồi? **2.** dán *(giấy dán tường)* lên tường **3.** treo cổ; bị xử treo cổ: *he was hanged for murder* nó bị treo cổ vì tội giết người; *you can't hang for such a crime* anh không thể bị [xử] treo cổ vì một tội như thế **4.** lắp *(cánh cửa)* vào bản lề *(cho cửa quay được tự do)* **5.** [làm cho] cong xuống, [làm cho] gục xuống, [làm cho] cụp xuống: *she hang her head in shame* chị ta gục đầu xuống xấu hổ; *the dog's tongue was hanging out* lưỡi con chó thè lè ra **6.** (+ above, over) lơ lửng trong không khí: *smoke hung in the sky [over the city]* khói lơ lửng trong không khí ở trên thành phố **7.** *(kng) (dùng dưới dạng thán từ để tỏ sự bực bội...)*: *do it and hang the expense!* làm cái đó đi, kệ các chi tiêu!; *hang it!* đồ chết tiệt! // **go hang** *(lóng)* bất chấp, cóc cần; **hang by a hair (a [single] thread)** treo đầu sợi tóc; **hang fire** a/ chậm bắn *(súng)* b/ tiến triển chậm: *the project had hung fire for several years because of lack of funds* dự án chậm tiến triển đã nhiều năm nay do thiếu tiền; **hang in the balance** đạt điểm tới hạn *(khi mà sự việc có thể đổi hướng);* **hang on somebody's lips (words); hang on somebody's every word** chăm chú lắng nghe ai: *let it all hang out (lóng)* hoàn toàn không bị chế ngự; **one may (might) as well be hanged (hung) for a sheep as for a lamb** nếu tội trọng bị xử lý nhẹ hơn tội nhẹ thì cứ phạm tội trọng cho rồi; **a peg to hang something on** *x* peg¹; **[and] thereby hangs a tale** có một chuyện lý thú nữa có liên quan đến những gì vừa mới nói; **time hangs (lies) heavy on one's hands** *x* time¹; **with one's tongue hanging out** *x* tongue.

hang about (around) đi lang thang, la cà: *unemployed people hanging about [the streets]* dân thất nghiệp lang thang [trên đường phố]; **hang back [from something]** do dự, lưỡng lự; **hang on** a/ bám chắc, nắm chặt: *hang on tight – we were off* bám chắc vào, ta đi đây b/ chờ một lúc: *hang on a mi-nute – I'm nearly ready* chờ chút, tôi sắp xong đây c/ giữ máy *(điện thoại): the line was engaged and the operator asked if I'd like to hang on* đường dây đang bị bận và người phụ trách tổng đài hỏi tôi có muốn giữ máy hay không; **hang on something** tùy thuộc vào: *a great deal hangs on this decision* rất nhiều chuyện tùy thuộc vào quyết định này; **hang on to something** a/ nắm chặt, bám chắc: *hang on to that rope and don't let go* hãy bám chắc vào dây thừng ấy và đừng có buông tay ra b/ giữ kỹ: *I should hang on those old photographs - they may be valuable* tôi sẽ giữ kỹ những bức ảnh này, có thể chúng có giá trị; **hang out** *(kng)* năng lui tới; trú ngụ, ở *(tại nơi*

nào): he hangs out in Green Street nó ở đường Green Street; *they normally hang out in the pub* chúng thường năng lui tới quán rượu; **hang something out** phơi *(quần áo đã giặt)* lên dây cho khô; **hang together** a/ hỗ trợ giúp đỡ nhau b/ khớp nhau: *their account of what happened don't hang together* tường thuật của họ về những gì đã xảy ra không khớp nhau; **hang up [on somebody]** *(kng)* đặt ống nghe xuống, chấm dứt cuộc nói chuyện qua điện thoại; **be (get) hung up [about (on) somebody (something)]** *(lóng)* phải lòng *(ai)*, mê *(ai, cái gì): she's really hung up on that guy* cô ta thực sự phải lòng cu cậu ấy rồi; **be (get) hung up [by something]** bị trì hoãn *(vì khó khăn nào đó).*

hang² /hæŋ/ *dt (số ít)* cách treo, cách rủ: *the hang of a skirt* cách rủ của một chiếc váy. // **get the hang of something** *(kng)* a/ học cách thao tác; học cách làm: *I'm trying to get the hang of the new telephone system* tôi đang cố gắng học cách thao tác hệ thống điện thoại mới b/ nắm được ý nghĩa *(của cái gì nói ra hoặc viết ra): I didn't quite get the hang of his argument* tôi đã không nắm được ý nghĩa của lý lẽ của anh ta; **not care give a hang [about something (somebody)]** *(kng)* cóc cần.

hangar /hæŋə[r]/ *dt* nhà để máy bay.

hangdog /hæŋdɒg/ *tt* len lét: *his hangdog expression* vẻ mặt len lét của anh ta.

hanger /hæŋə[r]/ *dt (cg* **cloth-hanger, coat-hanger)** 1. cái mắc áo 2. móc treo, vòng dây treo.

hanger-on /ˌhæŋəˈɒn/ *dt (snh* **hangers-on)** *(thường xấu)* kẻ theo đóm ăn tàn.

hang-glider /hæŋˌglaidə[r]/ *dt (thể)* tàu lượn.

hang-gliding /hæŋˌglaidiŋ/ *dt (thể)* môn tàu lượn.

hanging /hæŋiŋ/ *dt* 1. sự treo cổ; vụ treo cổ: *sentence somebody to death by hanging* kết án ai tử hình bằng treo cổ 2. **hangings** *(snh)* màn; trướng; rèm.

hangman /hæŋmən/ *dt (snh* **hangmen** /hæŋmən/) người treo cổ *(những người bị kết án tử hình bằng treo cổ).*

hangnail /hæŋneil/ *dt (cg* **agnail)** xước mang rô *(ở cạnh móng tay).*

hang-out /hæŋaʊt/ *dt* nơi thường hay lui tới; nơi ở *(của ai).*

hangover /hæŋəʊvə[r]/ 1. dư vị khó chịu của bữa rượu say 2. tàn dư: *this procedure is a hangover from the old system* thủ tục này là một tàn dư của chế độ cũ.

hang-up /hæŋʌp/ *dt (kng)* sự rối loạn tâm thần; sự khó chịu: *she's got a real hang-up about her freckles* cô ta thực sự khó chịu về những nốt tàn nhang của mình.

hank /hæŋk/ *dt* búi *(len, chỉ): wind a hank of wool into balls* cuộn một búi len thành cuộn.

hanker /hæŋkə[r]/ *dgt* **hanker after (for) something (to do something)** khao khát, thèm muốn: *hanker to become famous* khao khát tiếng tăm; *hanker after wealth* thèm muốn của cải.

hankering /hæŋkəriŋ/ *dt* (+ after; for) nỗi khát khao, lòng thèm muốn: *have a* *hankering for a cigarette* thèm một điếu thuốc lá.

hanky /'hæŋki/ *dt (kng)* khăn tay, khăn mùi soa.

hanky-panky /,hæŋki'pæŋki/ *dt (kng)* **1.** trò xỏ lá ba que **2.** hành vi hư đốn *(nhất là về tình dục).*

Hansard /,hænsa:d/ *dt (số ít)* biên bản chính thức về các cuộc họp của nghị viện Anh.

hansom /'hænsəm/ *dt (cg* **hansom cab)** xe ngựa hai chỗ ngồi *(người đánh xe ngồi cao ở phía sau, thông dụng ở Anh quãng 1835).*

haphazard /hæp'hæzəd/ *tt* bừa bãi, vô tổ chức: *books piled on shelves in a haphazard fashion* sách xếp chồng trên giá một cách bừa bãi.

haphazardly /hæp'hæzədli/ *pht* [một cách] bừa bãi, [một cách] vô tổ chức.

hapless /'hæplis/ *tt (thngũ)* *(cổ hoặc tu từ)* rủi ro, bất hạnh: *a hapless fate* một số phận rủi ro.

ha'p'orth /'heipəθ/ *dt (Anh, kng)* x **halfpenny-worth**.

happen /'hæpən/ *dgt* **1.** xảy ra, diễn ra; xảy ra với: *how did the accident happen?* tai nạn đã xảy ra như thế nào?; *what happened next?* tiếp đó chuyện gì đã xảy ra?; *if anything happens to him, let me know!* nếu có điều gì xảy ra với hắn thì cho tôi biết nhé! **2.** may mà; không may mà: *it happened that she was out when he called* may mà cô ta không có ở nhà khi anh ta gọi điện **3.** (+ on) ngẫu nhiên tìm thấy: *I happened on just the thing I'd been looking for* tôi ngẫu nhiên tìm thấy cái mà tôi đang tìm kiếm. // **accidents will happen** *x* accident; **as it happens (happened)** ngẫu nhiên mà, tình

cờ mà: *we met her only yesterday, as it happens* mới hôm qua chúng tôi tình cờ mà gặp chị ta.

happening /'hæpəniŋ/ *dt* **1.** *(thường snh)* sự kiện, việc xảy ra, sự cố: *there have been strange happenings here lately* gần đây có những chuyện kỳ lạ xảy ra ở đây **2.** sự kiện đặc biệt; buổi trình diễn tự phát.

happily /'hæpili/ *pht* **1.** [một cách] hạnh phúc, [một cách] sung sướng **2.** may mắn là, thật là phúc mà: *happily this never happen* may mắn là chuyện đó không bao giờ xảy ra **3.** [một cách] thích hợp, [một cách] đúng kiểu: *white wine goes happily with fish* rượu vang trắng đi với cá là đúng kiểu.

happiness /'hæpinis/ *dt* **1.** hạnh phúc, sự sung sướng **2.** sự may mắn **3.** câu nói khéo chọn; từ dùng thích hợp.

happy /'hæpi/ *tt* **(-ier; -iest) 1.** hạnh phúc, sung sướng: *a happy marriage* cuộc hôn nhân hạnh phúc **2.** *(trong lời chúc)* vui vẻ: *happy birthday!* chúc sinh nhật vui vẻ **3.** *(vị ngữ)* **happy to do something** vui sướng làm gì: *I shall be happy to accept your invitation* tôi vui sướng nhận lời mời của ông **4.** may mắn, tốt phúc: *he is in the happy position of never having to worry about money* ông ta ở vào địa vị may mắn là không bao giờ phải lo về chuyện tiền nong cả **5.** *(từ ngữ, ý tưởng, cách xử sự)* rất đúng, phải phép, rất thích hợp: *a happy retort* câu đối đáp rất thích hợp, câu đối đáp tài tình. // **as happy as the day is long (as a sandboy; as Larry)** rất sung sướng; sướng như tiên; **a**

happy event sự chào đời của một em bé; **a (the) happy medium** giải pháp chiết trung: *find (seek) a happy medium* tìm ra *(tìm kiếm)* một biện pháp chiết trung; **many happy returns [of the day]** chúc hạnh phúc *(trong ngày sinh nhật).*

happy-go-lucky /,hæpigəu-'lʌki/ *tt* vô tư lự, được đến đâu hay đến đó: *she goes through life in a happy-go-lucky fashion* cô ta sống vô tư lự, được đến đâu hay đến đó.

hara-kiri /,hærə'kiri/ *dt* sự mổ bụng tự sát *(Nhật Bản).*

harangue[1] /hə'ræŋ/ *dt* bài diễn thuyết hô hào.

harangue[2] /hə'ræŋ/ *dgt* diễn thuyết hô hào: *haranguing the troops before a battle* diễn thuyết hô hào binh sĩ trước trận đánh.

harass /'hærəs, (Mỹ hə'ræs)/ *dgt* **1.** quấy nhiễu **2.** quấy rối *(quân địch).*

harassment /'hærəsmənt, hə'ræsmənt/ *dt* **1.** sự quấy nhiễu **2.** sự quấy rối *(quân địch).*

harbinger /'ha:bindʒə[r]/ *dt* người báo hiệu, vật báo hiệu; dấu hiệu: *the crowing of the cock is a harbinger of dawn* gà gáy báo hiệu trời sáng.

harbour[1] (*Mỹ* **harbor**[1]) /'ha:bə[r]/ *dt* **1.** bến tàu, cảng **2.** *(bóng)* nơi an toàn; nơi trú ẩn.

harbour[2] (*Mỹ* **harbor**[2]) /'ha:bə[r]/ *dgt* **1.** che giấu; cho ẩn náu: *harbour a criminal* che giấu một tên tội phạm **2.** nung nấu: *harbour thoughts of revenge* nung nấu ý chí phục thù **3.** bỏ neo ở cảng, đậu ở cảng *(tàu thủy).*

H

harbourage (*Mỹ* **harborage**) /'hɑ:bəridʒ/ *dt* nơi ẩn náu, chỗ trú.

harbour-master /'hɑ:bə ,mɑ:stə[r]/ *dt* trưởng cảng.

hard¹ /hɑ:d/ *tt* (-er; -est) **1.** cứng, rắn; rắn chắc: *ground made hard by frost* đất cứng lại vì băng giá; *their bodies were hard and muscular after much training* cơ thể của họ rắn và chắc do tập luyện nhiều **2.** khó (*làm, hiểu, trả lời...*): *a hard task* một công việc khó làm; *a hard book* cuốn sách khó hiểu; *she found it hard to decide* cô ta cảm thấy khó quyết định **3.** gay go, khó khăn: *be hard to convince* khó mà thuyết phục; *a hard problem* một vấn đề gay go **4.** siêng năng, cần cù: *a hard worker* một công nhân cần cù **5.** (*chính*) cực đoan: *the hard left* phái cực tả **6.** mạnh mẽ, gay gắt: *hard knocks* những cú đấm mạnh mẽ; *hard words* những lời lẽ gay gắt **7.** gian khổ: *have a hard childhood* có một tuổi thơ gian khổ **8.** khắc nghiệt (*thời tiết*): *a hard winter* một mùa đông khắc nghiệt **9.** nghiêm khắc, nghiệt ngã (*người*): *a hard father* người cha nghiêm khắc **10.** chối tai (*âm thanh*); chói mắt (*màu*) **11.** cứng (*phụ âm*): *the letter "g" is hard in "gun" and soft in "gin"* con chữ "g" là cứng trong "gun" và mềm trong "gin" **12.** có nồng độ rượu cao, mạnh (*rượu*): *hard liquor* rượu mạnh. // **be hard on somebody** a/ đối xử nghiêm khắc; chỉ trích nặng nề: *don't be too hard on her, she's very young* đừng đối xử quá nghiêm khắc đối với em bé đó, nó còn rất trẻ b/ tỏ ra bất công với: *the new law is a bit hard on those* who were born abroad luật mới có phần bất công với những người sinh ở nước ngoài; **drive a hard bargain** *x* drive¹; **hard and fast** cứng nhắc, không linh hoạt: *hard regulations* những quy tắc cứng nhắc; **[as] hard as nails** nhẫn tâm; **[as] hard as stone** rắn như đá; rắn chắc; **hard at it** làm việc cật lực; **hard facts** thông tin chính xác (*không thêm thắt ý kiến cá nhân*); **hard going** khó hiểu, chán quá (*cuốn sách*); **hard lines; hard luck (on somebody)** (*kng*) số không may (*dùng để tỏ lòng thông cảm với sự không may của ai*): *you failed your driving test, I hear hard lines!* tôi nghe anh đã trượt kỳ thi lấy bằng lái, thật là không may!; **a hard (tough) nut to crack** *x* nut; **hard to take** khó chấp nhận: *I find his attitude very hard to take* tôi thấy thái độ của anh ta rất khó chấp nhận; **the hard way** con đường khó khăn nhất, con đường bất tiện nhất (*để đạt đến cái gì*): *find out the hard way* tìm ra bằng con đường khó khăn nhất; **made hard work of something** làm cho một hoạt động có vẻ khó khăn hơn thực tế: *no hard feelings* không có hận thù, không có sự chống đối; *we were enemies once, but there are no hard feelings between us now* chúng tôi một thời đã là kẻ thù của nhau, nhưng hiện nay giữa chúng tôi không có mối hận thù nào cả; **play hard to get** (*kng*) làm cao; **take a hard line [on (over) something]** khư khư giữ, bảo thủ; **too much like hard work** quá mệt nhọc, mất quá nhiều công sức.

hard² /hɑ:d/ *pht* **1.** cật lực; mạnh: *work hard* làm việc cật lực; *push hard* đẩy mạnh **2.** [một cách] khó khăn; [một cách] chật vật: *our victory was hard won* chúng ta đã chật vật lắm mới chiến thắng **3.** [một cách] nặng; dữ: *raining hard* trời mưa dữ **4.** [một cách] gấp: *turn hard left* quẹo gấp sang trái. // **be hard put [to it] [to do something]** cảm thấy khó khăn: *he was hard put [to it] to explain her disappearance* anh ta cảm thấy khó giải thích sự biến mất của cô ta; **be hard up** túng tiền; **be hard up for something** thiếu, bí (*cái gì*): *he's hard up for ideas* anh ta bí không nghĩ ra được ý kiến gì cả; **die hard** *x* die²; **hard by [something]** (*cổ*) gần, bên cạnh: *hard by the river* gần sông; **hard done by** bị đối xử bất công: *she feels rather hard done by* cô ta cảm thấy bị đối xử bất công; **hard on something** ngay sau: *his death followed hard on hers* chàng chết ngay sau khi nàng mất; **hard on somebody's heels** theo sát ai: *he ran ahead, with the others hard on his heels* anh ta chạy đầu, các người khác theo sát anh; **hit somebody (something) hard** *x* hit¹; **take something hard** rất đau buồn về điều gì: *when their child died they took it very hard* khi con họ chết, họ rất đau buồn.

hard-back /'hɑ:dbæk/ *dt* sách bìa cứng.

hard-bitten /,hɑ:d'bitn/ *tt* chai lì, dày dạn (*người*).

hardboard /'hɑ:dbɔ:d/ *dt* ván gỗ ép.

hard-boiled /,hɑ:d'bɔild/ *tt* **1.** luộc chín (*trứng*) **2.** chai sạn.

hard copy /'hɑ:d,kɒpi/ bản in sao trên giấy (*trái với* soft copy, ở máy điện toán).

hard core /'ha:dkɔ:[r]/ **1.** đá sỏi gạch vụn *(dùng làm đường...)* **2.** lực lượng nồng cốt *(của một tổ chức...).*

hard court /'ha:dkɔ:t/ sân cứng *(không phải sân có cỏ; chơi quần vợt).*

hard-covered /'ha:d,kʌvəd/ *tt* đóng bìa cứng *(sách).*

hard currency /,ha:d'kʌrənsi/ đồng tiền mạnh.

hard disk /ha:d'disk/ đĩa cứng *(máy điện toán).*

hard drink /,ha:d'driŋk/ rượu mạnh.

hard drug /,ha:d'drʌg/ ma túy mạnh *(dễ gây nghiện).*

harden /'ha:dn/ *đgt* **1.** [làm cho] cứng; [làm cho] cứng rắn: *the varnish takes a few minutes to harden* lớp véc-ni phải mất vài phút mới cứng lại; *attitudes to the strike have hardened on both sides* thái độ đối với cuộc đình công của hai phía đều đã trở nên cứng rắn **2.** làm cho chai cứng lì lợm: *a hardened criminal* một tội phạm chai cứng lì lợm. // **harden [something] off** làm cho cây con *(nhất là cây mọc lên từ hạt)* cứng cáp hơn để trồng ra ngoài trời.

hard-headed /,ha:d'hedid/ *tt* thiết thực, không để tình cảm chi phối.

hard-hitting /,ha:d'hitiŋ/ *tt* mạnh mẽ, thẳng cánh: *a hard-hitting speech* bài diễn văn nói thẳng cánh.

hardiness /'ha:dinis/ *dt* sự rắn rỏi.

hard labour /,ha:'leibə[r]/ lao động khổ sai; sự bị tù khổ sai: *be sentenced to ten year's hard labour* bị kết án mười năm tù khổ sai.

hard-line /,ha:d'lain/ không khoan nhượng, cứng rắn: *a hard-line socialist* một đảng viên đảng xã hội cứng rắn.

hard-liners /,ha:d'lainəz/ *dt socialist hard-liners* những người cứng rắn thuộc đảng Xã hội.

hard-luck story /,ha:d'lʌkstɔ:ri/ chuyện không may, kể lại mong được sự giúp đỡ.

hardly /'ha:dli/ *pht* **1.** vừa mới: *we had hardly begun* chúng tôi vừa mới bắt đầu thôi **2.** khó mà: *you can hardly expect me to lend you money again* anh khó mà mong tôi lại cho anh vay tiền nữa **3.** hầu như không: *he hardly ever goes to bed before midnight* hầu như không bao giờ anh ta đi nghỉ trước nửa đêm.

hard-nosed /,ha:d'nəuzd/ *tt* *(kng, Mỹ)* cứng cỏi: *a hard-nosed businessman* một nhà kinh doanh cứng cỏi.

hard of hearing /,ha:d əv 'hiəriŋ/ nặng tai, hơi điếc.

hard porn /,ha:d 'pɔ:n/ sách báo khiêu dâm nặng; tranh phim khiêu dâm nặng.

hard-pressed /,ha:d'prest/ *tt* **1.** bị theo sát, bị theo riết **2.** rất bận.

hard sauce /,ha:d'sɔ:s/ *(Mỹ)* nước xốt bơ đường *(ăn với bánh pu-đinh).*

hard sell /,ha:d'sel/ sự bán hàng nài ép cho bằng được *(trái với* soft sell*).*

hardship /'ha:dʃip/ *dt* [sự] gian khổ: *bear (suffer) great hardship* chịu đựng nhiều gian khổ.

hard shoulder /,ha:d'ʃəuldə[r]/ bãi đỗ khi cấp thiết *(xe có thể đỗ khi cấp thiết, còn trên xa lộ thì xe không được đỗ).*

hard-top /'ha:dtop/ *dt* xe [có] mui [bằng] kim loại.

hardware /'ha:dweə[r]/ *dt* **1.** đồ ngũ kim **2.** vũ khí: *military hardware* vũ khí quân

sự **3.** phần cứng *(máy điện toán).*

hard water /,ha:d'wɔ:tə[r]/ nước cứng.

hard-wearing /,ha:d'weəriŋ/ *tt* bền *(vải vóc...).*

hardwood /'ha:dwud/ *dt* **1.** gỗ cứng: *hardwood doors* cửa bằng gỗ cứng **2.** *(trái với* softwood*);* cây gỗ cứng.

hard-working /,ha:d'wɜ:kiŋ/ *tt* siêng năng.

hardy /'ha:di/ *tt* **(-ier; -iest) 1.** rắn rỏi **2.** chịu được rét, có thể mọc ngoài trời suốt mùa đông *(cây cối).*

hardy annual /,ha:di'ænjuəl/ **1.** cây một năm chịu được rét *(có thể trồng ngoài trời)* **2.** *(bóng, đùa)* vấn đề hết tái lại hồi.

hare[1] /heə[r]/ *dt (động)* thỏ rừng. // **mad as a March hare** *x* mad; **run with the hare and hunt with the hounds** cố giữ thân thiện với cả hai bên *(trong một vụ bất hòa);* **raise (start) a hare** gợi chuyện, đá một câu *(để kích thích cuộc trò chuyện hay để đánh lạc hướng cuộc thảo luận khỏi vấn đề chính).*

hare[2] /heə[r]/ *đgt* chạy rất nhanh: *he hared off down the street* nó chạy rất nhanh xuôi đường phố.

harebell /'heəbel/ *dt (Tô cách lan* bluebell*) (thực)* cây hoa chuông.

hare-brained /'heəbreind/ *tt* điên rồ, dại dột: *a hare-brained scheme (person)* một kế hoạch *(người)* điên rồ.

harelip /,heə'lip/ *dt* tật sứt môi *(bẩm sinh).*

harem /'ha:rim, *(Mỹ* 'hærəm)/ *dt* **1.** hậu phòng *(dành cho phụ nữ trong một ngôi nhà Hồi giáo)* **2.** phụ nữ hậu phòng.

haricot /'hærikəu/ *dt (cg* **haricot bean**) *(thực)* đậu tây.

H

hark /ha:k/ *đgt (cổ)* nghe. // **hark at somebody** *(thường ở thể mệnh lệnh)* lắng nghe ai: *just hark at him! who does he think he is?* hãy lắng nghe hắn xem! hắn nghĩ hắn là ai vậy?; **hark back [to something]** *(kng, đôi khi xấu)* trở lại, lại bàn đến: *to hark back to what we were discussing earlier* để trở lại vấn đề chúng ta đã bàn trước đây.

harlequin¹ /'ha:likwin/ *dt* vai hề *(trong các vở kịch câm)*.

harlequin² /'ha:likwin/ *tt* có màu sắc vui mắt.

harlequinade /,ha:likwi-'neid/ *dt* tiết hề *(trong một vở kịch câm do anh hề đóng vai chính)*.

harlot /'ha:lət/ *dt (cổ hoặc xấu)* đĩ, gái điếm.

harm¹ /ha:m/ *dt* tai hại, tổn hại: *he meant no harm* nó không có ý muốn làm hại ai cả. // **come to harm** *(thường ở dạng phủ định)* bị hại *(về thể xác, tinh thần, đạo đức)*: *I'll go with her to make sure she comes to no harm* tôi sẽ đi với chị ta để cho chắc chắn là chị ta không bị hại; **do more harm than good** hại nhiều hơn lợi: *if we interfere, it may do more harm than good* nếu chúng ta can thiệp thì hại có thể nhiều hơn lợi; **out of harm's way** ở nơi an toàn: *put that vase out of harm's way so the children can't break it* để cái bình kia vào nơi an toàn, sao cho tụi trẻ không thể làm vỡ; **there is no harm in [somebody's] doing something; it does no harm [for somebody] to do something** chẳng có mất mát gì mà đôi khi còn có lãi nữa: *he may not be able to help but there's no harm in asking him* có thể ông

ta không giúp được, nhưng hỏi ông ta thì có mất mát gì đâu.

harm² /ha:m/ *đgt* làm hại, gây tai hại: *an event which has harmed relations between the two countries* một sự kiện gây tai hại cho quan hệ giữa hai nước; *were the hostage harmed?* các con tin có bị hại không?. // **not harm (hurt) a fly** x fly¹.

harmful /'ha:mfl/ *tt* (+ to) gây tai hại cho, có hại cho: *the harmful effects of smoking* tác dụng tai hại của việc hút thuốc lá; *smoking is harmful to your health* hút thuốc lá có hại cho sức khỏe của anh.

harmfully /'ha:mfəli/ *pht* [một cách] có hại.

harmless /'ha:mlis/ *tt* 1. vô hại: *harmless snakes* những con rắn vô hại *(không độc)*; *harmless fun* trò đùa vô hại 2. vô tội: *the bomb blast killed several harmless passers-by* vụ nổ bom đã giết hại nhiều người qua đường vô tội.

harmlessly /'ha:mlisli/ *pht* 1. [một cách] vô hại 2. [một cách] vô tội.

harmlessness /'ha:mlisnis/ *dt* 1. tính vô hại 2. sự vô tội.

harmonic¹ /ha:'mɒnik/ *dt (nhạc)* âm bội.

harmonic² /ha:'mɒnik/ *tt* hài hòa, du dương.

harmonica /ha:'mɒnikə/ *dt (nhạc) nh* mouth-organ.

harmonious /ha:'məʊniəs/ *tt* 1. hòa thuận; hòa hợp: *a harmonious community* một cộng đồng hòa thuận; *a harmonious atmosphere* một không khí hòa hợp 2. hài hòa: *a harmonious group of buildings* một nhóm tòa nhà bố trí hài hòa 3. du dương,

êm tai: *harmonious sounds* những âm thanh êm tai.

harmoniously /ha:'məʊniə-sli/ *pht* 1. [một cách] hòa thuận, [một cách] hòa hợp 2. [một cách] hài hòa 3. [một cách] du dương, [một cách] êm tai.

harmonium /ha:'məʊniəm/ *dt (nhạc)* đàn đạp hơi.

harmonization, harmonisation /,ha:mənai'zeiʃn, (Mỹ 'ha:mənizeiʃn)/ 1. sự làm cho hài hòa 2. *(nhạc)* a/ sự phối hòa âm b/ sự hát bè.

harmonize, harmonise /'ha:mənaiz/ *đgt* 1. [làm cho] hài hòa: *the cottages harmonize well with the landscape* mấy căn nhà tranh rất hài hòa với phong cảnh ấy 2. hát bè: *that group harmonizes well* nhóm đó hát bè rất ăn ý.

harmony /'ha:məni/ *dt* 1. sự hòa thuận, sự hòa hợp 2. sự hài hòa: *harmony of colour in nature* sự hài hòa màu sắc trong thiên nhiên 3. *(nhạc)* hòa âm. // **in harmony with** hòa thuận với, hòa hợp với; hài hòa với: *live together in perfect harmony* sống rất hòa thuận với nhau.

harness¹ /'ha:nis/ *dt* 1. bộ yên cương *(ngựa)* 2. trang bị *(của người nhảy dù...)*. // **die in harness** x die²; **in double harness** x double¹.

harness² /'ha:nis/ *đgt* 1. thắng yên cương *(vào ngựa)*; thắng *(ngựa vào)*: *harness a horse to a wagon* thắng ngựa vào xe 2. khai thác để sản xuất điện: *harness a waterfall* khai thác một thác nước để sản xuất điện.

harp /ha:p/ *dt (nhạc)* đàn hạc.

harpist /'ha:pist/ *dt* người chơi đàn hạc.

harpoon[1] /'hɑːpuːn/ *dt* cái lao móc *(để đánh cá voi)*.

harpoon[2] /'hɑːpuːn/ *dgt* phóng lao móc vào.

harpsichord /'hɑːpsikɔːd/ *dt* *(nhạc)* đàn clavico.

harpy /'hɑːpi/ *dt* **1.** nữ yêu đầu và mình người, cánh và chân chim *(thần thoại Hy Lạp)* **2.** người đàn bà độc ác nhẫn tâm.

harridan /'hæridən/ *dt* mụ già bẳn tính.

harrier /'hæriə[r]/ *dt* **1.** chó săn thỏ **2.** người chạy việt dã **3.** *(động)* chim diều mướp.

harrow[1] /'hærəʊ/ *dt* cái bừa.

harrow[2] /'hærəʊ/ *dgt* **1.** bừa *(ruộng...)* **2.** làm *(ai)* đau khổ.

harrowing /'hærəʊiŋ/ *tt* làm đau khổ; đau lòng: *a harrowing experience* một kinh nghiệm đau khổ; *a harrowing history* một chuyện đau lòng.

harry /'hæri/ *dgt* **(harried)** **1.** quấy nhiễu: *harried by press reporters* bị các phóng viên báo quấy nhiễu **2.** cướp bóc, tàn phá: *the Vikings harried the English coasts* bọn cướp Vikinh đã cướp bóc vùng bờ biển nước Anh.

harsh /hɑːʃ/ *tt* **1.** thô, ráp, xù xì: *be harsh to the touch* sờ thấy khó chịu **2.** chói *(tai, mắt)*; có vị chát: *be harsh to the ear* chói tai **3.** khe khắt, cay nghiệt; nhẫn tâm: *a harsh judge* quan tòa khe khắt; *a harsh judgement* lời phán xét cay nghiệt.

harshly /'hɑːʃli/ *pht* **1.** [một cách] thô ráp, [một cách] xù xì **2.** [một cách] chói tai, [một cách] chói mắt **3.** [một cách] khe khắt, [một cách] cay nghiệt; [một cách] nhẫn

tâm: *be harshly treated* bị đối xử nhẫn tâm.

harshness /'hɑːʃnis/ *dt* **1.** sự thô ráp, sự xù xì **2.** sự chói tai, sự chói mắt **3.** sự khe khắt, sự cay nghiệt; sự nhẫn tâm.

hart /hɑːt/ *dt* *(snh kđổi hoặc* **harts**) *(động)* hươu đực; nai đực.

hartebeest /'hɑːtəbiːst/ *dt* *(động)* linh dương sừng cong *(Châu Phi)*.

harum-scarum /,heərəm'skeərəm/ *tt* ngông cuồng và khinh suất.

harvest[1] /'hɑːvist/ *dt* **1.** việc thu hoạch; việc gặt **2.** vụ thu hoạch, vụ gặt **3.** thu hoạch, kết quả gặt hái được *(bóng)*: *reap the harvest of one's hard work* gặt hái kết quả của việc làm vất vả của mình.

harvest[2] /'hɑːvist/ *dgt* thu hoạch, gặt hái *(đen, bóng)*: *the peasants are out harvesting [the corn]* nông dân ra đồng thu hoạch ngô.

harvester /'hɑːvistə[r]/ *dt* **1.** người thu hoạch; người gặt **2.** máy gặt.

harvest festival /,hɑːvist'festəvl/ lễ tạ ơn Chúa sau vụ gặt.

harvest home /,hɑːvist'həʊm/ hội mùa.

harvest moon /,hɑːvist'muːn/ trăng trung thu.

has /hæz, həz, əz, z/ ngôi thứ ba số ít thì hiện tại của have.

has-been /'hæzbiːn/ *dt (kng, xấu)* người đã hết thời; vật đã hết thời.

hash[1] /hæʃ/ *dt* **1.** món thịt chín băm **2.** mớ hỗn hợp, mớ lộn xộn; đồ cũ dùng lại. // **make a hash of something** *(kng)* làm việc gì một cách tồi; **settle somebody's hash** x settle[2].

hash[2] /hæʃ/ *dgt* [+ up] **1.** băm *(thịt)* **2.** *(lóng)* làm rối tung lên; làm cái gì một cách tồi: *I'm sorry I hash up the arrangements* xin lỗi tôi đã làm rối tung mọi sự sắp xếp.

hash[3] /hæʃ/ *dt (kng)* nh hashish.

hashish /'hæʃiːʃ/ *dt* cần sa, hasit.

hasn't /'hæzənt/ *dạng viết chập của* has not.

hasp /hɑːsp, (Mỹ hæsp)/ *dt* then móc *(cửa)*.

hassle[1] /'hæsl/ *dt (kng)* **1.** tình thế khó khăn; sự đấu tranh: *changing trains with all that luggage was a real hassle* đổi tàu với tất cả hành lý ấy quả thật là một việc khó khăn **2.** sự cãi vã; cuộc cãi vã: *do as you are told and don't give me any hassle* hãy làm như người ta đã bảo anh và đừng có cãi vã với tôi.

hassle[2] /'hæsl/ *dgt* **1.** cãi vã *(với ai)* **2.** quấy rầy *(ai)*: *don't keep hassling me!* đừng có quấy rầy tôi mãi thế!

hassock /'hæsək/ *dt* chiếc gối quỳ *(ở nhà thờ)*.

haste /heist/ *dt* sự vội vàng: *why all the haste?* sao lại vội vàng thế? // **in haste** vội vàng; **make haste!** nhanh lên! gấp lên!; **marry in haste, repent at leisure** x marry; **more haste less speed** dục tốc bất đạt *(chậm mà chắc)*; **with all speed (haste)** x speed.

hasten /'heisn/ *dgt* **1.** vội vã, hấp tấp: *he hastened [away] to the office* nó vội vã đến cơ quan **2.** thúc giục: *artificial heating hastens the growth of plants* sự sưởi ấm nhân tạo thúc cho cây mọc nhanh.

hastily /'heistili/ *pht* [một cách] vội vàng, [một cách] hấp tấp.

hastiness /'heistinis/ *dt* sự vội vàng, sự hấp tấp.

hasty /'heisti/ *tt* (-ier; -iest) vội vàng, hấp tấp: *a hasty departure* sự ra đi vội vàng; *you shouldn't be too hasty in deciding to get married* anh không nên quá hấp tấp trong việc quyết định lập gia đình.

hat /hæt/ *dt* 1. cái mũ *(thường có vành)* 2. *(kng)* chức vị: *wear two hats* đội hai mũ *(bóng)*, có hai chức vị. // **at the drop of a hat** *x* drop¹; **I will eat my hat** *x* eat; **keep something under one's hat** giữ bí mật điều gì; **knock somebody (something) into a cocked head** *x* knock²; **my hat!** thế à! *(tỏ ý ngạc nhiên, không tin)*; **old hat** *x* old¹; **out of the (a) hat** được chọn một cách ngẫu nhiên: *prizes went to the first three out of the hat* giải thưởng về tay ba người đứng đầu được chọn một cách ngẫu nhiên; **pass the hat round** *x* pass²; **take one's hat off to somebody** ngả mũ trước ai, rất thán phục ai; **talk through one's hat** *x* talk².

hatband /'hætbænd/ *dt* băng mũ.

hatch¹ /hætʃ/ *dt* 1. (cg **hatchway**) cửa khoang *(tàu thủy)* 2. ô cửa trên tường *(giữa nhà bếp và phòng ăn để chuyển món ăn)* 3. cửa *(ở máy bay, tàu vũ trụ)* 4. cửa bật.

hatch² /hætʃ/ *dgt* 1. [+ out] [làm] nở: *the chickens have hatched [out]* gà con đã nở; *when will the eggs hatch [out]?* khi nào thì trứng nở?; *the hen hatches [out] her young by sitting on the eggs* gà mái ấp lên trứng cho con nở 2. [+ out, up] ngấm ngầm dự tính, âm mưu *(làm việc gì)*: *what mischief are those children hatching [up]?* tụi trẻ đang ngấm ngầm dự tính trò nghịch ngợm gì thế?

hatch³ /hætʃ/ *dt* tô nét chải *(ở hình vẽ)*.

hatchback /'hætʃbæk/ *dt* xe đuôi cửa lật.

hatchery /'hætʃəri/ *dt* nơi ương trứng *(cá)*: *a trout hatchery* nơi ương trứng cá hồi sông.

hatchet /'hætʃit/ *dt* cái rìu nhỏ. // **bury the hatchet** *x* bury.

hatchet-faced /'hætʃit ,feist/ *tt* [có] mặt lưỡi cày.

hatchet job /'hætʃit,dʒɔb/ sự đả kích ác ý.

hatchet man /'hætʃitmən/ kẻ đâm thuê chém mướn.

hatchway /'hætʃwei/ *dt* cửa khoang *(tàu thủy)*.

hate¹ /heit/ *dgt* 1. ghét, căm ghét: *my cat hates dogs* con mèo của tôi ghét chó lắm; *her hated rival* đối thủ mà cô ta rất căm ghét; *she hates anyone listening when she's telephoning* cô ta ghét bất cứ ai cứ lắng nghe khi cô gọi điện thoại 2. rất tiếc; miễn cưỡng: *I would hate you to think I didn't care* tôi rất tiếc là anh nghĩ rằng tôi đã không quan tâm. // **hate somebody's guts** *(kng)* ghét cay ghét đắng.

hate² /heit/ *dt* 1. sự ghét, sự căm ghét: *feel hate for somebody* căm ghét ai 2. người đáng ghét; vật đáng ghét: *one of my pet hates* một trong những con vật cưng chiều đáng ghét của tôi.

hateful /'heitfl/ *tt* đáng ghét, đáng căm ghét: *a hateful remark* một nhận xét đáng ghét; *all tyranny is hateful to us* chúng ta căm ghét mọi hành động bạo ngược.

hatpin /'hætpin/ *dt* kim cài mũ *(của nữ)*.

hatred /'heitrid/ *dt* (+ for, of) lòng căm ghét: *she has a profound hatred of fascism* cô ta căm thù sâu sắc chủ nghĩa phát-xít.

hatter /'hætə[r]/ *dt* người làm mũ; người bán mũ. // **mad as a hatter** *x* mad.

hat trick /'heit trik/ *(thể)* ba thắng lợi liên tiếp *(chơi cricket)*.

haughtily /'hɔːtili/ *pht* [một cách] kiêu kỳ, [một cách] ngạo nghễ.

haughtiness /'hɔːtinis/ *dt* tính kiêu kỳ, tính ngạo nghễ; thái độ kiêu kỳ, thái độ ngạo nghễ.

haughty /'hɔːti/ *tt* kiêu kỳ, ngạo nghễ: *a haughty young lady* một bà trẻ tuổi kiêu kỳ.

haul¹ /hɔːl/ *dgt* 1. kéo mạnh, lôi mạnh: *elephants hauling logs* voi kéo gỗ; *haul a car out of the mud* kéo chiếc xe ra khỏi bùn 2. chuyên chở bằng xe tải. // **haul somebody over the coals** *(kng)* mắng, khiển trách nặng lời: *I was hauled over the coals for being late* tôi bị khiển trách nặng lời vì đến muộn; **haul somebody up [before somebody]** đưa ra xét xử, đưa ra khiển trách: *he was hauled up before the local magistrates for disorderly conduct* anh ta bị đưa ra trước tòa án địa phương xét xử về hành vi gây rối.

haul² /hɔːl/ *dt* 1. sự kéo mạnh, sự lôi mạnh 2. quãng đường phải đi: *long haul aircraft* máy bay bay đường xa; *our camp is only a short haul from here* trại của chúng tôi chỉ cách đây một quãng ngắn 3. mẻ lưới; mẻ vó được: *the fishermen had a good haul* các ngư dân đã đánh được một mẻ cá lớn; *the thief got away with a huge haul* tên trộm đã chuồn đi với một mẻ vó bẩm. // **a long haul** x long¹.

haulage /'hɔ:lidʒ/ dt **1.** sự chuyển chở hàng hóa: *the road haulage industry* ngành vận tải đường bộ **2.** phí chuyên chở: *how much is haulage?* phí chuyển chở là bao nhiêu?

haulier /'hɔ:liə[r], (Mỹ hauler)/ người chuyên chở hàng bằng đường bộ; hãng chuyên chở hàng bằng đường bộ.

haunch /hɔ:ntʃ/ dt **1.** vùng mông và đùi *(của người và thú vật)*: *sit on one's haunches* ngồi xổm **2.** đùi *(nai..., để ăn thịt).*

haunt¹ /hɔ:nt/ dgt **1.** thường lui tới *(nơi nào đó, nói về hồn ma...)*: *a haunted house* ngôi nhà có ma; *this is one of the cafes I used to haunt* đây là một trong những quán cà phê mà trước đây tôi thường lui tới **2.** ám ảnh: *a wrong doer haunted by fear of discovery* kẻ làm điều bất hợp pháp bị ám ảnh bởi nỗi lo sợ bị phát hiện.

haunt² /hɔ:nt/ dt nơi thường lui tới: *revisit the haunts of one's youth* thăm lại những nơi thường lui tới thời trai trẻ.

haute couture /ˌəʊtku:-'tju[r]/ *(tiếng Pháp)* **1.** mốt thời thượng **2.** hãng chế tạo thời trang.

haute cuisine /ˌəʊtkwi'zi:n/ *(tiếng Pháp)* nghệ thuật nấu ăn thượng hạng.

hauteur /əʊ'tɜ:[r]/ dt tính kiêu căng, tính ngạo mạn.

Havana /hə'vænə/ dt xì gà Cu Ba.

have¹ /hæv/ trđ *(dùng với đttqk để tạo các thì hoàn thành):* *I have finished my work* tôi đã làm xong công việc của tôi; *he has gone home, hasn't he?* anh ta đã về nhà rồi phải không?; *had they left before you got there?* có phải họ đã đi khỏi trước khi anh tới không?

have² /hæv/ dgt *(Anh cg* **have got**) *(không dùng ở thì tiếp diễn)* **1.** có: *he has a house in London* ông ta có một ngôi nhà ở Luân Đôn; *they have got two cars* họ có hai chiếc ô tô; *how many glasses have we got?* chúng ta có bao nhiêu chiếc cốc?; *she has a good memory* cô ta có trí nhớ tốt; *giraffes have long neck* hươu cao cổ có cổ dài; *you have got a cut on your chin* anh bị đứt ở cằm; *they have two children* họ có hai con; *she has no real power* bà ta không có thực quyền; *she had the impression that she had seen him before* cô ta có cảm tưởng là đã gặp anh ta trước đây; *surely she didn't have the nerve to say that to him* chắc chắn là cô ta không có gan nói điều đó với anh ta **2.** mắc, bị *(bệnh)*: *she has got appendicitis* cô ta bị viêm ruột thừa; *he says he has a headache* nó nói nó [bị] nhức đầu **3.** trông nom, chăm sóc: *are you having the children tomorrow afternoon?* chiều mai chị có phải trông các con không?; *we usually have my mother for a month in the summer* chúng tôi mùa hè thường đón mẹ tôi về với chúng tôi [để chúng tôi chăm sóc mẹ] **4.** lấy, chọn *(ai làm việc gì)*: *who can we have as treasurer?* chúng ta có thể chọn ai làm thủ quỹ đây? **5.** giữ *(ở tư thế nào đó)*: *he had his head down as he walked out of the court* nó cúi đầu khi đi ra khỏi tòa **6.** phải: *he has a lot of homework [to do] tonight* hắn có một lô bài tập phải làm tối nay; *she's got a family to feed* chị ta phải nuôi cả gia đình. // **have it [that]** cho rằng, nói rằng: *rumour has it that we'll have a new manager soon* có tin đồn rằng chúng ta sắp có một giám đốc mới; **have [got] it (that) coming** có thể đoán biết trước: *it was no surprise when he was sent to prison – everyone knew he had it coming [to him]* không có gì đáng ngạc nhiên khi hắn bị vào tù, ai ai cũng đoán biết trước điều đó; **have it in for somebody** *(kng)* định trùng phạt ai, định chơi khăm ai: *she's had it in for him ever since he called her a fool in public* cô ta định chơi khăm anh ta, từ khi anh ta gọi cô là một con ngốc trước quần chúng; **have it in one [to do something]** *(kng)* có thể, có khả năng *(làm gì)*: *do you think she's got it in her to be a dancer?* anh có nghĩ là cô ta có khả năng trở thành vũ nữ không?; **have something in** có dự trữ ở nhà: *have we got enough food in?* ở nhà chúng ta còn [dự trữ] đủ thực phẩm không?; **have something on** mặc, mang, đội: *she has a red jacket on* cô ta mặc một cái áo vét màu đỏ; *he's got a tie on today* hôm nay anh ta thắt cà vạt; **have something on somebody** *(kng)* *(không dùng ở thể thu động)* có bằng chứng để gán tội cho ai: *have the police get anything on him?* cảnh sát có bằng chứng gì để gán tội cho anh ta không?; **have somebody (something) to one-**

self có thể sử dụng một mình, có thể thụ hưởng một mình: *with my parents away, I've got the house to myself* khi cha mẹ tôi đi vắng, tôi có thể sử dụng ngôi nhà một mình.

have³ /hæv/ *dgt* 1. thực hiện *(một hành động do dt di theo sau chỉ ra)*: *have a swim* [thực hiện một cuộc] bơi; *let me have a try* để tôi thử xem; *have breakfast* ăn điểm tâm; *we have coffee at 11* chúng tôi uống cà phê lúc 11 giờ 2. nhận, được, phải, bị: *I had a letter from my brother this morning* sáng nay tôi đã nhận được thư của anh tôi; *she'll have an accident one day* một ngày nào đó chị ta sẽ bị tai nạn cho mà xem; *she's having an operation on her leg* chị ta đang được mổ chân 3. kinh qua, gặp phải: *I have never had a worse morning than today* tôi chưa bao giờ gặp một buổi sáng tồi như hôm nay 4. sinh, đẻ: *our dog has pupies twice already* con chó của chúng tôi đã đẻ hai lứa rồi 5. bảo, ra lệnh: *I'll have the gardener plant some trees* tôi sẽ bảo người làm vườn trồng một số cây; *have the driven bring the car round at 4* hãy bảo lái xe đánh xe đến vào khoảng 4 giờ 6. *(dùng với dt + dttqk)* khiến có việc gì đó được thực hiện: *why don't you have your hair cut?* tại sao anh không cắt tóc đi?; *they're going to have their house painted* họ sắp sơn lại nhà cửa của họ 7. bị: *he had his pocket picked* anh ta bị móc túi; *they have had their request refused* lời yêu cầu của họ đã bị từ chối 8. *(dùng trong câu phủ định, đặc biệt sau will not, cannot...)* chấp nhận, cho

phép: *she won't have boys arriving late* chị ta không cho phép học sinh đến trễ giờ 9. làm cho, khiến cho: *the news had me worried* tin đó làm cho tôi lo lắng 10. mời: *we're having friends [over] for dinner* chúng tôi mời bạn bè đến ăn tối 11. lừa: *I'm afraid you've been had* tôi e rằng anh đã bị lừa 12. có lợi thế, thắng, hơn: *you had me there!* anh đã hơn tôi rồi đó! 13. *(lóng)* ăn nằm với: *have you had her yet?* anh đã ăn nằm với cô ta chưa thế?. // **have had it** *(lóng)* a/ không nhận được, không hưởng được: *if he was hoping for a lift home, I am afraid he's had it* nếu anh ta hy vọng đi nhờ xe về nhà được, thì tôi e là anh ta không được như ý muốn b/ sẽ phải khốn đốn: *when they were completely surrounded by police they realize they'd had it* khi chúng nó bị cảnh sát bao vây hoàn toàn, chúng nó nhận ra là sẽ phải khốn đốn; **have it off (away) [with somebody]** *(lóng)* ăn nằm [với ai]: *she was having it off with a neighbour while her husband was away on business* chị ta ăn nằm với một ông hàng xóm trong khi chồng chị đi làm vắng; **what have you** *(kng)* những người khác cùng loại, những vật khác cùng loại: *there's room in the cellar to store unused furniture and what you have* dưới hầm có chỗ để chứa đồ đạc không dùng đến và những thứ khác cùng loại.

have somebody back cho phép vợ *(chồng)* đã chia tay quay về: *I'll never have her back* tôi sẽ không bao giờ cho phép cô ta quay về nữa; **have something back** nhận lại cái đã cho ai mượn (cái đã mất cắp): *let*

me have it back soon mau trả lại cái đó cho tôi nhé; **have somebody in** có [muốn] ai làm trong nhà: *we had the builders in all last week* nhà chúng tôi có thợ xây làm trong suốt tuần qua; **have somebody on** *(kng)* thuyết phục ai tin *(thường là để dùa vui)*: *you really won all that money on a horse? you are not having me on?* anh thực đã được toàn bộ số tiền ấy bằng cách cá một con ngựa ư? anh không định dùa với tôi đấy chứ?; **have something out** cắt bỏ, nhổ bỏ: *have one's appendix out* cắt bỏ ruột thừa; *have a tooth out* nhổ một chiếc răng; **have something out [with somebody]** cãi nhau thẳng thừng, nói cho ra lẽ: *after weeks of silent hostility they've at last had it out with each other* sau nhiều tuần lễ ngấm ngầm thù địch nhau, cuối cùng họ đã cãi nhau thẳng thừng; **have somebody up [for something]** *(kng) (thường dùng ở dạng bị động)* đưa ra xử tội tại tòa.

haven /'heivn/ *dt* 1. nơi trú, nơi ẩn náu 2. *(cũ)* cảng.

have-nots /ˌheiv'nɒts/ *dt the have-nots* người nghèo.

haven't /'hævənt/ dạng viết chập của have not.

haver /'heivə[r]/ *tt* 1. chần chừ 2. *(Ê-cốt)* nói vớ vẩn.

haversack /'hævəsæk/ *dt* túi dết.

haves /hævz/ *dt the haves* người giàu.

have to /'hævtə,'hæftə/ *dgth* 1. phải *(chỉ sự bắt buộc)*: *he had to pass an examination before he can start work* anh ta phải thi đậu rồi mới có thể bắt đầu làm việc; *you don't have to knock-just walk in* anh không cần gõ cửa, cứ vào đi; *did you have to pay a* *fine?* anh có phải nộp phạt không thể? **2.** nên: *you simply have to get a new job* anh nên tìm một công việc mới mà làm **3.** chắc hẳn là, phải là: *this has to be part of the original manuscript* đây chắc hẳn là một phần của bản thảo gốc. // **have (has) got to** *(Anh, kng)* a/ phải: *why have you to take these tablets?* tại sao anh phải uống mấy viên thuốc này? b/ nên: *you've got to try this new recipe -it's delicious* anh nên thử món chế biến mới này, thật là ngon lắm.

havoc /'hævək/ *dt* sự tàn phá: *the floods created havoc* lũ lụt tàn phá dữ. // **make havoc of something; play (wreak) havoc with something** phá hỏng: *the bad weather played havoc with our plans* thời tiết xấu đã phá hỏng kế hoạch của chúng tôi.

haw[1] /hɔ:/ *dt* quả đào gai.

haw[2] /hɔ:/ *dgt* **hum and haw** *x* hum.

hawk[1] /hɔ:k/ *dt* **1.** *(động)* chim cắt **2.** *(chính)* tên diều hâu, kẻ hiếu chiến.

hawk[2] /hɔ:k/ *dgt* **1.** bán *(hàng)* rong **2.** *(bóng)* tung *(tin)*: *who's been hawking gossip about?* ai đã tung tin đồn nhảm thế?

hawker /'hɔ:kə[r]/ *dt* kẻ bán hàng rong.

hawk-eyed /,hɔk'aid/ *tt* **1.** có mắt tinh **2.** theo dõi kỹ, theo dõi sát sao.

hawkish /'hɔ:kiʃ/ *tt (chính)* hiếu chiến, diều hâu *(bóng)*.

hawkishness /'hɔ:kiʃnis/ *dt (chính)* tính hiếu chiến.

hawser /'hɔ:zə[r]/ *dt (hải)* dây cáp.

hawthorn /'hɔ:θə:n/ *dt (thực)* cây đào gai.

hay /hei/ *dt* cỏ khô *(cho súc vật ăn)*. // **hit the hay (sack)** *x* hit[1]; **make hay of somebody (something)** làm đảo lộn lung tung: *she made hay of my argument* cô ta làm lý lẽ của tôi rối tung lên; **make hay while the sun shines** tận dụng cơ hội.

hay fever /'heifi:və[r]/ *(y)* chứng sổ mũi mùa.

hayfork /'heifɔ:k/ *dt* cái chĩa [để] xóc cỏ khô.

haymaker /'hei,meikə[r]/ *dt* **1.** người cắt và phơi cỏ; máy cắt và phơi cỏ **2.** *(kng, Mỹ)* cú đấm choáng người.

haymaking /'hei,meikiŋ/ *dt* sự cắt và phơi cỏ [thành cỏ khô].

haystack /'heistæk/ *dt* *(cg* **hayrick**) *dt* đống cỏ khô. // **look for a needle in a haystack** *x* needle.

haywire /'heiwaiə[r]/ *tt* **be (go) haywire** *(kng)* lung tung, rối rắm: *since I dropped it on the floor, my watch has gone completely haywire* đồng hồ tôi chạy lung tung từ khi tôi đánh rơi nó xuống sàn.

hazard[1] /'hæzəd/ *dt* **1.** mối nguy: *smoking is a serious health hazard* hút thuốc lá rất nguy cho sức khỏe; *wet roads are a harzard to drivers* đường ướt là một mối nguy cho các lái xe **2.** chướng ngại trên sân bãi đánh gôn.

hazard[2] /'hæzəd/ *dgt* **1.** liều, mạo hiểm: *hazard one's life* liều mạng **2.** đánh bạo: *I don't know where he is but I could hazard a guess* tôi không biết nó ở đâu, nhưng tôi xin đánh bạo thử đoán xem.

hazardous /'hæzədəs/ *tt* nguy hiểm: *the journey was hazardous* cuộc đi đó thật nguy hiểm.

haze[1] /heiz/ *dt* **1.** sương mù mỏng **2.** sự rối rắm, sự hoang mang: *my mind was in a complete haze* trí óc tôi đang rối tung cả lên.

haze[2] /heiz/ *dgt* **haze over** a/ bị phủ sương mù mỏng b/ lơ mơ, mơ mộng: *his eyes hazed over when he thought of her* mắt anh ta lơ mơ khi nghĩ đến cô nàng.

haze[3] /heiz/ *dgt (Mỹ)* ăn hiếp, bắt nạt.

hazel[1] /'heizl/ *dt (thực)* cây phỉ.

hazel[2] /'heizl/ *tt* có màu nâu đỏ; có màu vàng nâu nhạt.

hazel-nut /'heizl nʌt/ *dt* quả phỉ.

hazily /'heizili/ *pht* [một cách] lờ mờ: *remember something hazily* nhớ điều gì một cách lờ mờ.

haziness /'heizinis/ *dt* **1.** sự mù sương **2.** sự lờ mờ *(ký úc...)* **3.** sự rối trí.

hazy /'heizi/ *tt* (-ier; -iest) **1.** mù sương: *we couldn't see far because it was so hazy* chúng tôi đã không thể nhìn xa vì trời [đầy] mù sương **2.** lờ mờ: *hazy memories* những ký ức lờ mờ **3.** rối trí, lúng túng: *I'm a bit hazy about what to do next* tôi hơi lúng túng không biết phải làm gì tiếp sau.

HB /,eitʃ'bi:/ *(vt của* hard black) đen cứng, cứng vừa *(nói về bút chì)*: *an HB pencil* bút chì cứng vừa.

H-bomb /'eitʃbʌm/ *dt* bom H, bom khinh khí.

he[1] /hi:/ *dt* **1.** nó, hắn, ông ấy, anh ấy...: *"where's your brother?" "he is in Paris"* "anh trai anh ở đâu?" "anh ấy ở Pa-ri" **2.** người *(nam hay nữ)*, ai: *he who hesitates is lost* ai mà chần chừ thì hỏng việc, trâu chậm uống nước đục.

he² /hi:/ *dt (số ít)* con đực, con trống: *what a sweet puppy! is it a he or a she?* con chó con mới xinh làm sao! là chó đực hay chó cái thế?

he- /hi:/ *(yếu tố tạo từ ghép)* đực: *a he-goat* con dê đực.

HE 1. (*vt của* high explosive) chất nổ [có sức công phá] mạnh **2.** /'eitʃi:/ (*vt của* His (Her) Excellency) Ngài (Bà): *HE the British Ambassador* Ngài Đại sứ Anh.

head¹ /hed/ *dt* **1.** đầu: *the ball hit her on the head* quả bóng trúng đầu chị ta; *Tam is taller than Ba by a head* Tam cao hơn Ba một cái đầu; *the title at the head of the page* tựa đề ở đầu trang; *stand at the head of the stairs* đứng ở đầu cầu thang; *place the pillows at the head of the bed* đặt gối ở đầu giường; *be at the head of a queue* đứng ở đầu hàng **2.** chứng nhức đầu: *I've got a terrible head this morning* sáng nay tôi đã bị nhức đầu kinh khủng **3.** đầu óc: *reckon in one's head* tính thầm trong óc **4.** (*số ít*) năng khiếu: *have a good head for mathematics* có năng khiếu về toán; *have no head for heights* không chịu được độ cao **5.** **heads** (*đgt số ít*) mặt ngửa (*đồng tiền*): *we tossed a coin and it came down head* chúng tôi tung một đồng tiền và nó rơi mặt ngửa lên trên **6.** đầu (*người, súc vật*): *dinner at £15 a head* bữa ăn 15 bảng mỗi đầu người; *a hundred head of cattle* một trăm đầu gia súc **7.** cụm hoa lá (*hình đầu*): *cut off the dead heads of the rose* cắt bỏ những cụm hoa hồng đã chết; *a cabbage-head* cái bắp cải **8.** bọt (*rượu bia*) **9.** đầu chuyển

tiếng (*máy ghi âm*) **10.** ngòi (*nhọt...*) **11.** người đứng đầu; trưởng, chủ: *the head of the family* chủ gia đình; *a meeting of the heads of government* cuộc họp các vị đứng đầu chính phủ **12.** (*cg* Head) hiệu trưởng **13.** cột nước, thác nước (*để chạy cối xay nước...*) **14.** (*thường số ít*) (*trong địa danh*) mũi (*đất*): *Beachy Head* mũi Beachy **15.** tiêu đề, đề mục: *a speech arranged under five heads* bài nói sắp xếp theo năm đề mục. // **above (over) one's head** quá khó, không hiểu nổi; **bang one's head against a brick wall** (*kng*) húc đầu vào tường (*bóng*) (*tiếp tục cố gắng làm cái gì mặc dù đã không thành công*); **be (stand) head and shoulders above somebody (something)** thông minh hơn (*người khác*); hơn (*các thứ khác*); **bite somebody's head off** x bite¹; **bother one's head (oneself) about something** x bother¹; **bring something (come) to a head** đưa cái gì tới (đạt tới) tột đỉnh: *the atmosphere in the office had been tense for some time but this latest dismissal brought matter to a head* không khí trong cơ quan vốn đã căng thẳng ít lâu nay, nhưng vụ sa thải mới đây đã đẩy mọi chuyện lên tới tột đỉnh; **by a short head** x short¹; **drive something into somebody's head** x drive¹; **drum something into somebody (somebody's) head** x drum²; **from head to foot (toe)** từ đầu đến chân: *the children were covered in mud from head to toe* tụi trẻ lấm đầy bùn từ đầu đến chân; **get it into one's head that** nhận thức được rằng: *I wish he'd get it into his head that exams are important* tôi mong nó

sẽ nhận thức được rằng thi cử là quan trọng; **give somebody his head** cho ai di động hoặc hành động tự do; **go to one's head** làm chếnh choáng (*nói về rượu*); làm ngây ngất (*nói về những thành công*); **[not] harm a hair of somebody's head** x hair; **have eyes in the back of one's head** x eye¹; **have a good head of hair** có mái tóc dày; **have a good head on one's shoulders** có óc suy xét, có khả năng thực tiễn; **have one's head in the clouds** suy nghĩ viển vông; **have one's head screwed on [the right way]** (*kng*) nhanh nhạy; **have a level head** x level¹; **have a swollen head** x swell¹; **have a thick head** x thick¹; **head first** a/ lao mình đầu xuống trước b/ gấp gáp, vội vã; **head over heels** a/ lăn lông lốc b/ hoàn toàn: *she's head over heels in love [with him]* cô nàng hoàn toàn say đắm anh ta; **heads I win, tails you lose** đằng nào tôi cũng thắng; **heads or tails?** ngửa hay sấp?; **heads will roll [for something]** sẽ có người bị trừng phạt [về điều gì đó]; **heap coals of fire on somebody's head** x heap²; **hit the nail on the head** x hit; **hold one's head high** hãnh diện, ngẩng cao đầu; **hold a pistol to somebody's head** x pistol; **in one's head** trong trí nhớ, trong đầu: *how do you keep all those telephone numbers in your head?* làm sao mà anh nhớ được tất cả các số điện thoại đó [trong đầu] nhỉ? **keep one's head** giữ bình tĩnh; **keep one's head above water** giữ không để mắc nợ, giữ không bị khó khăn: *I'm managing to keep my head above water, though I'm not earning much* tôi cố để cho khỏi mắc nợ, mặc dù tôi cũng không kiếm được nhiều; **keep one's head down** tránh nguy hiểm; tránh sự sao lãng; **knock somebody's block (head) off** x knock²; **knock your (their) heads together** x knock²; **laugh (scream...) one's head off** (kng) cười phá lên, hét toáng lên; **like a bear with a sore head** x bear¹; **lose one's head** x loose; make head or tail of hiểu: *I can't make head or tail of these instructions* tôi không thể hiểu chút gì về những chỉ dẫn này; **need... [to have] one's head examined** (kng) tỏ ra ngốc nghếch, điên rồ: *he swims in the sea in winter – he ought to have one's head examined* nó bơi ở biển vào mùa đông, chắc là điên rồ; **not right in the (one's) head** x right¹; **off one's head** điên rồ, ngu xuẩn; **off the top of one's head** x top¹; **an old head** x old¹; **on somebody's (one's) [own] head be it** chịu trách nhiệm *(về những hậu quả không hay):* *you want to try this new route, not me, so on your head be it* anh muốn thử tuyến đường này chứ không phải tôi, vì vậy anh phải chịu lấy trách nhiệm; **over somebody's head** ở một vị trí quyền lực cao hơn: *I could not help feeling jealous when she was promoted over my head* tôi không khỏi cảm thấy ganh tị khi chị ta được đề bạt lên một vị trí quyền lực cao hơn tôi; **a price on somebody's head reward** x price¹; **put one's head in the noose** đưa đầu vào tròng; **put our (your; their) heads together** trao đổi ý kiến, hội ý với nhau; **put something into somebody's head** làm cho ai tin điều gì; gợi ý chuyện gì với ai; **put something out of somebody's (one's) head** [làm cho] quên *(cái gì)* đi; **scratch one's head** x scratch¹;

shake one's head x shake¹; **[do something] standing on one's head** (kng) [làm điều gì] rất dễ dàng: *she could pass the exam standing on her head* cô ta có thể dễ dàng thi đậu; **stand (turn) something on its head** làm đảo ngược trật tự *(của cái gì)*; **take it into one's head to do something [that...]** quyết định *(một việc gì bất ngờ hay ngông cuồng):* *she suddenly took it to dye her hair green* cô ta tự nhiên quyết định đi nhuộm tóc thành màu xanh lục; **talk one's (somebody's) head off** x talk²; **turn somebody's head** làm cho ai tự phụ: *the success of his first novel completely turn his head* sự thành công của cuốn tiểu thuyết đầu tiên của anh ta làm cho anh ta tự phụ; **two heads are better than one** hai người cùng làm thì bao giờ cũng hơn một người đơn độc; **weak in the head** x weak¹.

head² /hed/ *dgt* **1.** đi đầu, đứng đầu: *head a procession* đi đầu đám rước; *Smith's name headed the list* tên của Smith đứng đầu danh sách **2.** cầm đầu, dẫn đầu, lãnh đạo: *head a rebellion* cầm đầu một cuộc nổi loạn; *head a delegation* dẫn đầu một phái đoàn **3.** *(chủ yếu dùng ở thể bị động)* đặt tựa đề là: *the chapter was headed "My Early Life"* chương sách được đặt tựa đề là "Tuổi thơ ấu của tôi" **4.** tiến về, đi về, hướng về: *head away from the town* đi xa khỏi thành phố; *where are you heading (headed)?* anh đi đâu đó? **5.** *(thể)* đánh đầu *(bóng đá).* // **head (top) the bill** x bill¹; **head for** đi về phía, chuyển động về phía: *he headed straight for the bar* anh ta đi thẳng tới

quán rượu; *is the world heading for disaster?* có phải thế giới này đang đi tới chỗ thảm họa không?; **head somebody (something) off** chặn đầu để bắt quay lại: *head off enemy troops* chặn đầu quân địch; *head off a quarrel (bóng)* ngăn chặn một cuộc cãi nhau.

headache /hedak/ *dt* **1.** chứng nhức đầu **2.** người làm đau đầu, vật làm đau đầu: *their son is a constant headache to them* đứa con trai của họ là một mối làm họ đau đầu thường xuyên.

headband /'hedbænd/ *dt* dải buộc đầu, băng buộc đầu.

headboard /'hedbɔ:d/ *dt* thành đầu giường.

head cheese /'hedtʃi:z/ *dt* *(Mỹ)* nh brawn².

head-dress /'heddres/ *dt* khăn trùm đầu.

-headed /'hedid/ *tt (yếu tố tạo từ ghép)* có đầu tóc *(như thế nào đó):* *a bald-headed man* người hói đầu.

header /'hedə[r]/ *dt* **1.** *(kng)* cái nhảy lao đầu xuống trước *(ở bể bơi...)* **2.** sự đánh đầu *(bóng đá).*

headgear /'hedgiə[r]/ *dt* đồ đội đầu, khăn trùm đầu.

head-hunter /'hedhʌntə[r]/ *dt* **1.** người thu thập đầu quân thù *(ở một bộ lạc)* **2.** người săn tìm người làm có năng lực *(trả lương cao).*

head-hunting /'hedhʌtiŋ/ *dt* **1.** sự thu thập đầu quân thù *(ở một bộ lạc)* **2.** sự săn tìm người làm có năng lực.

heading /'hedi1/ *dt* đề mục, tiêu đề.

headlamp /'hedlæmp/ *dt nh* headlight.

headland /'hedlənd/ *dt* mũi đất.

headless /'hedlis/ tt không có đầu: *the headless body of a man was found in the woods* người ta tìm được một cái xác không có đầu của một người đàn ông trong rừng.

headlight /'hedlait/ dt đèn pha (ô tô...).

headline /'hedlain/ dt **1.** đề mục, tít (ở báo...) **2. the headlines** (snh) bản tóm tắt những tin quan trọng (phát ra ở đầu buổi phát thanh...). // **hit (make; reach) the headlines** trở thành tin tức quan trọng, được lan truyền rộng rãi.

headlong /'hedlɒŋ/ tt, pht **1.** đầu xuống trước: *fall headlong* ngã đâm đầu xuống **2.** vội vã, hấp tấp.

headman /'hedmæn/ dt (snh **headmen** /'hedmen/) trưởng làng; tù trưởng.

headmaster /,hed'mɑːstə[r]/ dt ông hiệu trưởng.

headmistress /,hed'mistris/ dt bà hiệu trưởng.

Head of State /,hedəv'steit/ nguyên thủ quốc gia.

head-on /,hed'ɒn/ tt, pht **1.** húc đầu vào nhau (lái xe hơi...) **2.** đâm đầu vào, tông vào (một gốc cây...): *the car hit the tree head-on* chiếc xe đâm vào một gốc cây.

headphones /'hedfəʊnz/ dt snh tai nghe (radiô, điện thoại...).

headquarters /'hed,kɔːtəz/ dt (đgt số ít hoặc snh) tổng hành dinh.

head-rest /'hedrest/ dt cái tựa đầu (ở trong xe ô tô...).

headroom /'hedrʊm/ dt khoảng cao (ở một chiếc cầu để xe cộ đi lọt qua): *there is not enough headroom for buses to go under this bridge* cầu này không đủ khoảng cao cho xe buýt đi qua.

headscarf /'hedskɑːf/ dt (snh **headscarves**) khăn trùm đầu (buộc vào dưới cằm).

headset /'hedset/ dt nh headphone.

headship /'hedʃip/ dt cương vị hiệu trưởng.

head-shrinker /'hedʃriŋkə[r]/ dt (lóng) thầy thuốc tâm thần.

head start /,hed'stɑːt/ dt lợi thế ban đầu.

headstone /'hedstəʊn/ dt mộ chí.

headstrong /'hedstrɒŋ/, (Mỹ 'hedstrɔːŋ/) bướng bỉnh, ương ngạnh.

head-waters /'hed,wɔːtəz/ dt thượng nguồn (sông).

headway /'hedwei/ dt **make headway** tiến, tiến triển tốt (trong hoàn cảnh khó khăn): *we are making little headway with the negotiations* chúng ta chẳng tiến được là bao trong cuộc thương lượng.

head wind /'hedwind/ dt gió ngược.

headword /'hedwɜːd/ dt mục từ (trong từ điển).

heady /'hedi/ tt (-ier; -iest) **1.** nặng, dễ làm say (rượu) **2.** kích thích mạnh: *a heady perfume* hương thơm kích thích mạnh; *the heady days of one's youth* những ngày sôi nổi của tuổi trẻ **3.** ngây ngất, say sưa: *be heady with success* ngây ngất với thành công **4.** bốc đồng (hành động...).

heal /hiːl/ đgt **1.** chữa khỏi (bệnh), làm lành (vết thương): *the cut soon healed, but it left a scar* vết đứt sớm lành, nhưng nó sẽ để lại một cái sẹo **2.** chấm dứt; xoa dịu: *heal a quarrel* chấm dứt một cuộc cãi cọ; *time heals all sorrow* thời gian xoa dịu mọi nỗi buồn phiền

3. head somebody [of something] chữa cho ai khỏi: *the holy man healed them of their sickness* vị thánh nhân kia chữa cho họ khỏi bệnh.

healer /'hiːlə[r]/ dt người chữa bệnh; tác nhân chữa bệnh: *time is a great healer* thời gian là một tác nhân chữa bệnh thần diệu.

health /helθ/ dt sức khỏe: *exercise is good for the health* luyện tập [thể dục] là rất tốt đối với sức khỏe; *your [very] good health!* chúc sức khỏe (nói khi nâng cốc chúc mừng ai); *he retired early for health reason* ông ta về hưu sớm vì lý do sức khỏe; *be bursting with health and vitality* tràn trề sức khỏe và sinh lực. // **a clean bill of health** x clean[1]; **drink somebody's health; drink a health to somebody** x drink[2]; **in rude health** x rude; **propose a toast (somebody's health)** x propose.

health centre /'helθsentə[r]/ (Anh) trung tâm y tế.

health farm /,helθfɑːm/ trại dưỡng sinh.

health food /,helθfuːd/ thức ăn lành (thức ăn tự nhiên không pha chế chất nhân tạo).

healthful /'helθfl/ tt có lợi cho sức khỏe; lành (không khí...).

healthily /'helθili/ pht **1.** [một cách] khỏe mạnh **2.** [một cách] có lợi cho sức khỏe **3.** [một cách] lành mạnh.

healthiness /'helθinis/ dt **1.** sự khỏe mạnh **2.** sự có lợi cho sức khỏe **3.** tính chất lành mạnh.

health service /'helθ,sɜːvis/ dịch vụ y tế.

health visitor /'helθ,vizitə[r]/ y tá thăm bệnh tại nhà.

healthy /ˈhelθi/ *tt* (-ier; -iest) **1.** khỏe mạnh: *a healthy child!* *(tree)* đứa bé khỏe mạnh; một cây mọc khỏe **2.** có lợi cho sức khỏe: *a healthy climate* một khí hậu có lợi cho sức khỏe **3.** cho thấy có sức khỏe tốt: *have a healthy appetite* ăn ngon miệng cho thấy có sức khỏe tốt **4.** lành mạnh: *a healthy way of living* một lối sống lành mạnh.

heap[1] /hi:p/ *dt* **1.** đống: *a heap of sand* một đống cát **2. heaps of something** hàng đống, rất nhiều: *there is heaps more to say on this question* còn có hàng đống điều để nói về vấn đề này; *heaps of people* rất nhiều người **3.** *(kng)* chiếc xe hơi cũ nát. // **heaps better, more, older...** tốt hơn, nhiều hơn, cũ hơn nhiều.

heap[2] /hi:p/ *dgt* **1.** *(thường + up)* chất đống: *heap [up] stones to form a dam* chất đống đá làm thành một con đập; *heap up riches* chất đống của cải, tích lũy của cải **2.** xếp đầy, chất đầy: *heap food on one's plate; heap one's plate with food* lấy đầy thức ăn vào đĩa của mình; *heap praises, insults on somebody (bóng)* khen ai hết lời, chửi rủa ai thậm tệ. // **heap coals of fire on somebody's head** lấy ơn trả oán.

hear /hiə[r]/ *dgt* (**heard**) **1.** nghe thấy: *she doesn't hear very well* bà ấy nghe không rõ lắm; *we listened but could hear nothing* chúng tôi lắng nghe nhưng không nghe thấy gì cả; *I heard someone laughing* tôi nghe thấy có ai đó cười **2.** nghe theo: *he will not hear of it* nó chẳng chịu nghe theo đâu **3.** lắng nghe và xử *(ở tòa)*: *the court*

heard the evidence tòa lắng nghe bằng chứng; *which judge will hear the case?* quan tòa nào sẽ xử vụ này đấy? **4.** nghe nói: *I've heard that it's a good film* tôi nghe nói đấy là một bộ phim hay **5.** chấp nhận *(một lời khẩn cầu).* // **hear! hear!** đúng! đúng!; hay lắm! *(tỏ sự đồng ý và chấp thuận)*; **hear (see) the last of somebody (something)** x last[1]; **hear a pin drop** nghe cả tiếng ruồi bay; *the audience was so quiet that you could have heard a pin drop* khán giả im phăng phắc đến nỗi có thể nghe cả tiếng ruồi bay; **hear tell of something** nghe nói về điều gì: *I've often heard tell of such things* tôi thường nghe nói về những chuyện như thế; **make one's voice heard** x voice[1]; **not (never) hear the end of something** còn lê thê mãi: *if we don't give her what she wants, we'll never hear the end of it* nếu ta không cho chị ta cái chị muốn thì còn lê thê mãi; **hear about something** được tin, nghe báo về điều gì: *I've only just heard about his dismissal* tôi vừa mới được tin anh ta bị sa thải; **hear from somebody** nhận được thư tín (thư từ, cú điện thoại...) của ai; **hear of somebody (something)** nghe nói đến *(ai, cái gì)*: *I've never heard of the place* tôi chưa hề nghe nói đến địa điểm đó; **not hear of something** *(thường dùng với* will, would) không để cho: *I can't let you pay my debts - I won't hear of such a thing* tôi không thể để anh trả nợ cho tôi, tôi không thể để cho có chuyện như vậy; **hear somebody out** nghe ai nói hết điều muốn nói: *I know you don't believe me*

but please hear me out tôi biết anh không tin tôi nhưng xin anh hãy nghe tôi nói hết đã.

heard /hɜ:d/ *qk và dttqk của* hear.

hearer /ˈhiərə[r]/ *dt* thính giả.

hearing /ˈhiəriŋ/ *dt* **1.** thính giác: *be hard (quick) of hearing* nặng (thính) tai **2.** tầm nghe: *within hearing* trong tầm (gần) có thể nghe thấy **3.** sự nghe, dịp được người ta nghe: *I never gained a hearing* chẳng ai muốn nghe tôi cả **4.** phiên tòa *(chỉ có một quan tòa, không có hội đồng)*: *the defendant's family were present at the hearing* gia đình bị cáo có mặt tại phiên tòa.

hearing-aid /ˈhiəriŋ eid/ *dt* máy trợ thính *(của người điếc).*

hearken /ˈhɑ:kən/ *dgt* **hearken to somebody (something)** *(cổ)* lắng nghe.

hearsay /ˈhiəsei/ *dt* tin đồn: *you shouldn't believe that — it's just hearsay* anh không nên tin vào cái đó, chỉ là tin đồn thôi.

hearse /hɜ:s/ *dt* xe tang.

heart /hɑ:t/ *dt* **1.** tim: *his heart stopped beating and he died soon afterwards* tim nó ngừng đập và nó chết ngay sau đó **2.** trái tim, lòng, tấm lòng: *a kind heart* lòng tốt; *after one's heart* hợp với lòng *(ý)* mình **3.** lòng nhiệt tình, sự hăng say: *I want you to put more heart into your singing* tôi muốn cô hát hăng say hơn nữa **4.** ruột, tâm; phần giữa: *in the heart of the forest* ở giữa rừng **5.** vật hình tim **6.** lá bài cơ, **hearts** *(snh) (dgt số ít hoặc snh) (bài)* cơ **7.** người yêu quý, cưng: *dear heart* em yêu quý của anh.

// **after one's own heart** thuộc đúng loại mà mình thích nhất: *he likes good wine too – he's obviously a man after my own heart* anh ta cũng thích rượu vang ngon, thật là cùng hội cùng thuyền với nhau; **at heart** về thực chất: *I'm a country girl at heart* về thực chất tôi là một cô gái nông thôn; **bare one's heart (soul)** x bare²; **break somebody's (one's) heart** làm tan nát lòng ai (mình): *it broke her heart when he left* nàng tan nát cõi lòng khi chàng bỏ đi; **by heart** thuộc lòng, nhập tâm: *know a poem by heart* nhớ thuộc lòng một bài thơ; **a change of heart** x change²; **close (dear; near) to somebody's heart** quen thuộc gắn bó với ai: *this subject is very close to my heart* vấn đề này rất quen thuộc với tôi; **cross my heart** x cross²; **cry one's eyes (heart) out** x cry¹; **do one's heart good** làm cho cảm thấy hồ hởi phấn khởi: *it does my heart good to see the children enjoying themselves* tôi hồ hởi khi thấy tụi trẻ vui đùa; **eat one's heart out** x eat; **find it in one's heart (oneself) to do something** x find¹; **from the [bottom of one's] heart** tự đáy lòng; **give one's heart to somebody (something)** yêu ai, yêu thích cái gì; **have something at heart** quan tâm lo lắng đến cái gì: *he has your welfare at heart* anh ta quan tâm đến hạnh phúc của anh; **have a heart** (kng) tỏ lòng thông cảm; **have the heart (to do something)** (thường trong câu phủ định hoặc nghi vấn với can hoặc could) nỡ lòng: *I had not the heart to refuse* tôi nỡ lòng nào mà từ chối; **have one's heart in one's boots** u sầu, nản chí; **have one's heart in one's mouth** sợ hết hồn; **have one's heart in the right place** chân thật, tốt bụng; **have one's heart set on something** rất muốn cái gì và mong đạt được hoặc làm được cái đó; *the children have set their hearts on going to the zoo, so we can't disappoint them* bọn trẻ rất muốn đi vườn thú, cho nên chúng tôi không thể làm chúng thất vọng; **heart and soul** hết lòng, hết sức thiết tha: *devote oneself heart and soul to one's work* hết lòng với công việc; **one's heart bleeds for somebody** (thường mỉa) thương xót ai; **one's heart goes out to somebody** thương hại ai; **a heart of gold** tấm lòng vàng; **a heart of stone** trái tim sắt đá; **one's heart is in something** tỏ vẻ thiết tha với việc gì: *I want her to take the exam again but her heart's not in it* tôi muốn cô ta thi lại lần nữa, nhưng cô ta không tỏ vẻ thiết tha với chuyện đó; **one's heart sinks** cảm thấy chán ngán: *when I saw the pile of dirty dishes, my heart sinks* khi tôi thấy chồng đĩa bẩn, tôi cảm thấy chán ngán; **in good heart** khỏe mạnh; phấn chấn; **in one's heart [of hearts]** trong thâm tâm: *he knew in his heart that he was doing the wrong thing* trong thâm tâm anh ta biết rằng đã làm điều sai trái; **lose heart** x lose; **lose one's heart to somebody (something)** x lose; **open one's heart (mind) to somebody** x open³; **search one's heart (conscience)** x search¹; **set one's heart on (having; doing) something** rất muốn điều gì; **sick at heart** x sick¹; **strike fear... into somebody (somebody's heart)** x strike²; **take heart [at something]** trở nên mạnh dạn và tự tin hơn; **take something to heart** bị cái gì tác động, bị cái gì làm cho bối rối: *I took your criticism very much to heart* lời phê bình của anh đã làm tôi suy nghĩ nhiều; **to one's heart's contents** như mong ước, như mong đợi; **wear one's heart on one's sleeve** x wear²; **with all one's heart (one's whole heart)** với tất cả tấm lòng của mình: *I hope with all my heart that you succeed* tôi mong với tất cả tấm lòng của mình là anh sẽ thành công; **young at heart** x young¹.

heartache /'hɑːteik/ *dt* nỗi đau buồn.

heart attack /'hɑːtətæk/ cơn đau tim.

heartbeat /'hɑːtbiːt/ nhịp [đập của] tim.

heart-break /'hɑːtbreik/ nỗi đau buồn xé ruột.

heart-breaking /'hɑːtbreikiŋ/ làm đau lòng xé ruột.

heart-broken /'hɑːtbrəʊkən/ [cảm thấy] đau lòng xé ruột.

heartburn /'hɑːtbɜːn/ *dt* (y) chứng ợ nóng.

-hearted (yếu tố tạo tt ghép) có tấm lòng (như thế nào đó): *kind-hearted* có lòng tốt, tốt bụng.

hearten /'hɑːtn/ *dgt* cổ vũ, động viên: *we are much heartened by the latest developments* chúng tôi được cổ vũ nhiều bởi những phát triển gần đây nhất.

heartening /'hɑːtniŋ/ *tt* cổ vũ, động viên: *heartening news* tin tức cổ vũ mọi người.

hearteningly /'hɑːtniŋli/ *pht* [một cách] cổ vũ.

heart failure /'hɑːtfeiljə[r]/ sự ngưng đập (tim).

heartfelt /'hɑːtfelt/ *tt* chân thành: *heartfelt gratitude* lòng biết ơn chân thành.

hearth /ha:θ/ *dt* **1.** nền lò sưởi **2.** thềm trước lò sưởi **3.** tổ ấm, gia đình.

hearthrug /'ha:θrʌg/ *dt* thảm trải trước lò sưởi.

heartily /'ha:tili/ *pht* **1.** [một cách] nồng nhiệt [một cách] sảng khoái: *laugh heartily* cười sảng khoái **2.** rất; thực sự: *be heartily glad* thực sự vui mừng.

heartiness /'ha:tinis/ *dt* **1.** sự nồng nhiệt, sự hồ hởi **2.** sự ồn ào vui vẻ **3.** sự thịnh soạn *(bữa ăn)* **4.** sự khỏe mạnh, sự tráng kiện *(người già)*.

heartland /'ha:tlænd/ *dt* [khu] trung tâm: *Germany's industrial heartland* trung tâm công nghiệp của nước Đức.

heartless /'ha:tlis/ *tt* nhẫn tâm.

heartlessness /'ha:tlisnis/ *dt* sự nhẫn tâm.

heart-lung machine /,ha:t 'lʌŋ məʃi:n/ *(y)* máy tim phổi *(dùng khi giải phẫu tim phổi.*

heart-rending /'ha:trendiŋ/ *tt* não lòng, xé ruột: *heart-rending poverty* cảnh nghèo não lòng; *a heart-rending cry* tiếng kêu xé ruột.

heart-searching /'ha:tsɜ:-tʃiŋ/ *dt* sự xem xét bản thân một cách kỹ lưỡng, sự suy xét kỹ.

heartsick /'ha:tsik/ *tt* chán nản, thất vọng.

heart-strings /'ha:tstriŋz/ *dt* sợi tơ lòng.

heart-throb /'ha:tθrɒb/ *dt* người khêu gợi, người yêu: *he is my heart-throb* anh ta là người yêu của tôi.

heart-to-heart /,ha:ttə'ha:t/ *dt* cuộc nói chuyện tâm tình.

heart-warming *tt* làm ấm lòng: *a heart-warming gift* món quà làm ấm lòng.

hearty¹ /'ha:ti/ *tt* **1.** nồng nhiệt, hồ hởi: *give one's hearty approval* hồ hởi chấp thuận **2.** ồn ào vui vẻ **3.** thịnh soạn *(bữa ăn)* **4.** khỏe mạnh, tráng kiện (người già). // **hale and hearty** *x* hale.

hearty² /'ha:ti/ *dt* người nhiệt tình. // **my hearties** *(cổ, kng)* các bạn ơi *(dùng để xưng hô, nhất là trong các thủy thủ)*: *heave ho, my hearties!* hò dô ta, nào các bạn ơi!

heat¹ /hi:t/ *dt* **1.** sức nóng, hơi nóng: *feel the heat of the sun's rays* cảm thấy sức nóng của tia nắng; *this fire doesn't give out much heat* lò sưởi này không tỏa đủ sức nóng **2.** thời tiết nóng, sự nóng nực: *I can't walk about in this heat* tôi không thể dạo quanh trong thời tiết nóng nực này **3.** sự sôi nổi, sự hừng hực: *in the heat of the argument* vào lúc sôi nổi của cuộc tranh luận; *he tried to take the heat out of the situation* anh ấy cố làm cho tình hình bớt căng thẳng **4.** *(thể)* cuộc đấu vòng loại: *be eliminated in the first heat* bị loại ở vòng đầu. // **be on heat** *(Mỹ* **be in heat)** động dục *(con vật cái);* **in the heat of the moment** trong lúc nhất thời bừng giận.

heat² /hi:t/ *đgt* [+ up] [làm] nóng, đun nóng, sưởi ấm: *heating these offices is expensive* sưởi ấm các phòng làm việc này rất tốn tiền; *is it a heated swimming-pool?* đấy có phải là hồ bơi nước nóng không?

heat barrier /'hi:t,bæriə[r]/ hàng rào nhiệt độ *(giới hạn vận tốc của máy bay vì nhiệt phát sinh do ma sát của không khí).*

heated /'hi:tid/ *tt* giận dữ, sôi nổi: *a heated argument* cuộc tranh cãi sôi nổi.

heater /'hi:tə[r]/ *dt* bếp lò, lò *(để sưởi, hâm thức ăn...)*: *a gas heater* bếp ga; *the heater in my car doesn't work properly* thiết bị sưởi trong xe của tôi bị trục trặc.

heath /hi:θ/ *dt* **1.** trảng cây bụi **2.** *(thực)* cây thạch nam.

heathen /'hi:ðn/ *dt* **1.** người tà giáo *(đối với đạo Cơ Đốc, đạo Hồi, đạo Do Thái).* **2.** người vô đạo.

heathenish /'hi:ðəniʃ/ *tt* vô đạo.

heather /'heðə[r]/ *dt (thực)* cây thạch nam.

Heath Robinson /,hi:θ'rɒ-binsən/ rối rắm và chưa chắc đã được việc gì *(thiết bị).*

heating /'hi:tiŋ/ *dt* hệ thống sưởi ấm: *switch the heating on – I'm cold* bật hệ thống sưởi ấm lên, tôi thấy lạnh.

heat rash /'hi:t ræʃ/ *(y)* nốt phát ban do nóng.

heat shield /'hi:tʃi:ld/ thiết bị chống nóng quá mức *(trên tàu vũ trụ, nhất là khi tàu trở về khí quyển).*

heat-stroke /'hi:t strəʊk/ *dt* sự lả đi vì nóng.

heat wave /'hi:tweiv/ đợt nóng.

heave¹ /hi:v/ *đgt* (**heaved,** *hoặc đặc biệt trong hàng hải* **hove)** **1.** nhấc lên, nâng lên *(vật nặng)* **2.** kéo, kéo lên: *heave [up] anchor* kéo neo lên, nhổ neo **3.** ném, quăng: *heave a brick through a window* ném hòn gạch qua cửa sổ **4.** thốt ra, bật ra: *heave a sigh* thốt ra một tiếng thở dài **5.** nhấp nhô, phập phồng *(sóng, lồng ngực...)* **6.** [+ up] bị ốm nặng; nôn mửa. // **heave in sight** hiện ra: *a ship hove in sight* một con tàu hiện ra; **heave**

[something] to [làm] dừng lại: *we hove to* chúng tôi dừng lại; *we hove the vessel to* chúng tôi dừng tàu lại; **heave ho!** *(hải)* hò dô ta!

heave² /hi:v/ *dt* **1.** sự nhấc lên, sự nâng lên **2.** sự kéo, sự kéo lên **3.** sự ném, sự quăng **4.** sự thốt ra **5.** sự nhấp nhô, sự phập phồng: *steady heave of the waves* sóng nhấp nhô đều đặn.

heaven /'hevn/ *dt* **1.** thiên đường: *go to heaven* lên thiên đường **2.** *(cg Heaven) (số ít)* Trời, Chúa: *it was the will of Heaven* đó là ý Trời **3.** niềm hạnh phúc thần tiên: *sitting here with you is heaven* ngồi đây với em là hạnh phúc thần tiên **4.** **the heavens** *(snh)* bầu trời, khoảng trời: *rain fell from the heavens* mưa trên bầu trời rơi xuống. // **for God's (goodness); Heaven's sake** x sake¹; **God (heaven) forbid** x forbid; **God (Heaven) help somebody** x help¹; **God in Heaven** x god; **God (goodness; Heaven) knows** x know¹; **[Good] Heavens!; Heavens above!** trời!, trời ơi!; **the heavens opened** trời bắt đầu mưa như trút nước; **move heaven and earth** x move²; **seventh heaven** *(kng)* [trạng thái] sướng ngây ngất; **smell... to high heaven** x high¹; **to God (goodness; Heaven)** x god.

heavenly /'hevnli/ *tt* **1.** [thuộc] trời, [thuộc] thiên đường: *a heavenly angel* một vị thiên thần **2.** [thuộc] bầu trời: *heavenly bodies* các thiên thể **3.** *(kng)* tuyệt trần: *this cake is heavenly* cái bánh này ngon tuyệt trần.

heaven-sent /,hevn'sent/ *tt* [của] trời cho, rất may mắn: *a heaven-sent opportunity* cơ hội trời cho.

heavenward /'hevnwəd/, **heavenwards** /'hevnwədz/ *pht* [hướng] lên trời.

heavily /'hevili/ *pht* [một cách] nặng: *heavily loaded lorry* xe tải chất nặng; *be heavily taxed* bị đánh thuế nặng; *she lost heavily at cards* cô ta đánh bạc thua nặng.

heaviness /'hevinis/ *dt* **1.** sự nặng **2.** tính chất **3.** tình trạng lầy lội khó đi **4.** sự kinh khủng **5.** sự buồn bã.

Heaviside layer /,hevisaid 'leiə[r]/ *(lý)* tầng khí quyển phản xạ sóng tần số trung bình.

heavy¹ /'hevi/ *tt* (-ier; -iest) **1.** nặng: *lead is a heavy metal* chì là một kim loại nặng; *the box is too heavy for me to carry* hộp đó quá nặng tôi khiêng không nổi **2.** nhiều, lớn, trọng, bội: *heavy artillery* trọng pháo: *a heavy crop* một vụ mùa bội thu; *suffer heavy losses* bị mất mát lớn; *have heavy expenses* chi phí nhiều **3.** bận rộn: *a heavy day* một ngày bận rộn **4.** *(vị ngữ)* **heavy on something** *(kng)* sử dụng tốn: *my car is rather heavy on petrol* xe tôi chạy hơi tốn xăng **5.** rơi mạnh, đập mạnh: *a heavy blow* cú đấm mạnh; *heavy rain* mưa to; *heavy sea* biển động **6.** dày đặc, chắc: *a heavy mist* sương mù dày đặc; *heavy bread* bánh mì không nở **7.** lầy lội, nhớp nháp: *heavy soil* đất lầy lội **8.** khó tiêu *(thức ăn):* *a heavy meal* một bữa ăn khó tiêu **9.** nghiêm khắc: *don't be too heavy on her* chớ nghiêm khắc quá với chị ta **10.** chán, tẻ ngắt: *this article makes heavy reading* bài báo này đọc rất chán **11.** vụng về, vô duyên *(dáng vẻ, cách di chuyển...):*

heavy features nét mặt vô duyên **12.** thờ thẫn, rũ ra: *be heavy with sleep* rũ ra vì buồn ngủ **13.** u ám đầy mây *(bầu trời)* **14.** *(lóng, Mỹ)* nguy hiểm, kinh khủng: *a heavy scene* một cảnh kinh khủng **15.** buồn bã: *a heavy heart* lòng nặng trĩu. // **heavy going** rất khó khăn: *I find the work heavy going* tôi thấy công việc quá khó khăn; **a heavy hand** sự điều hành khắt khe: *he runs his department with a heavy hand* ông ta điều hành phòng của mình một cách khắt khe; **make heavy weather of something** làm rách việc; **take a heavy toll; take its toll** x toll¹.

heavy² /'hevi/ *pht* **lie heavy on something** x lie²; **time hangs (lies) heavy on one's hands** x time¹.

heavy³ /'hevi/ *dt* **1.** *(skhấu)* vai nghiêm nghị khắc khổ **2.** tay vệ sĩ to lớn: *a gangster protected by his heavies* tên găngxtơ được những vệ sĩ to lớn bảo vệ.

heavy-duty /,hevi'dju:ti/ *tt* dãi dầu mưa nắng, bền: *a heavy-duty tyre* lốp xe dày bền.

heavy-handed /,hevi'hændid/ *tt* **1.** vụng về: *heavy-handed compliments* lời khen vụng về **2.** áp bức: *a heavy-handed regime* một chế độ áp bức.

heavy hydrogen /,hevi'haidrədʒən/ *(hóa)* hydrô nặng.

heavy industry /,hevi'indəstri/ công nghiệp nặng.

heavy-laden /,hevi'leidn/ chở nặng, có trọng tải lớn.

heavy water /,hevi'wɔ:tə[r]/ *(hóa)* nước nặng.

heavyweight /,hevi'weit/ *dt* **1.** võ sĩ quyền Anh hạng nặng **2.** người nặng cân *(trên* *trung bình)* **3.** người có tiếng nói có trọng lượng.

Hebraic /hi:'breiik/ *tt* [thuộc ngôn ngữ, dân tộc] Hê-brơ.

Hebrew /'hi:bru:/ *dt* **1.** người Hê-brơ **2.** tiếng Hê-brơ *(một dạng tiếng Do Thái hiện đại được sử dụng ở Israel).*

heck¹ /hek/ *tht* quỷ thần ôi!: *oh heck! I'm going to be late! I'm going to be late!* quỷ thần ôi! tôi sẽ bị trễ mất thôi!

heck² /hek/ *dt* quái: *it is rather expensive, but what the heck!* hơi đắt một chút, nhưng là cái quái gì!

heckle /'hekl/ *dgt* ngắt lời và truy hỏi.

heckler /'heklə[r]/ *dt* người ngắt lời và truy hỏi.

hectare /'hekteə[r]/ *dt (vt* **ha)** hécta *(100 a).*

hectic /'hektik/ *tt* bận rộn; rối rít: *hectic last-minute preparations* những chuẩn bị rối rít vào giờ chót; *today was hectic* hôm nay bận rộn quá.

hect[o]- (dạng kết hợp) trăm *(x hectare, hectogram).*

hectogram /'hektəgræm/ *dt* hectogram *(100 gram).*

hector /'hektə[r]/ *dgt* hăm dọa, bắt nạt: *a hectoring tone of voice* giọng nói bắt nạt.

he'd /hi:d/ dạng viết chập của he had, he would.

hedge¹ /hedʒ/ *dt* **1.** hàng rào, bờ giậu **2.** (+ against) biện pháp phòng ngừa: *buy gold as a hedge against inflation* mua vàng để phòng ngừa nạn lạm phát.

hedge² /hedʒ/ *dgt* **1.** rào lại, quây hàng rào chung quanh **2.** nói loanh quanh: *answer "yes" or "no" – stop hedging* trả lời "có" hay "không", đừng loanh quanh nữa. // **hedge one's bets** ủng hộ không chỉ một bên trong

một cuộc đua để tránh thua thiệt; **hedge somebody (something) about (around) [with something]** hạn chế, giới hạn: *my life is hedged about petty regulations* cuộc đời của tôi bị giới hạn bởi những quy định vụn vặt; **hedge somebody in** hạn chế quyền tự do của ai.

hedgehog /'hedʒhɒg, (Mỹ 'hedʒhɔ:)/ *dt (động)* con nhím Âu *(thuộc loại ăn sâu bọ).*

hedge-hop /'hedʒhɒp/ *dgt* **(-pp-)** bay rà thấp *(máy bay, khi phun thuốc trừ sâu...).*

hedgerow /'hedʒrəʊ/ *dt* hàng rào cây xanh.

hedge-sparrow /'hedʒˌspæ-rəʊ/ *dt (động)* chim chích bờ giậu.

hedonism /'hi:dənizəm/ *dt* chủ nghĩa khoái lạc.

hedonist /'hi:dənist/ *dt* người theo chủ nghĩa khoái lạc.

hedonistic /ˌhi:də'nistik/ *tt* khoái lạc chủ nghĩa.

heebie-jeebies /ˌhi:bi'dʒi:-biz/ *dt (snh) (kng)* sự hoảng sợ: *being alone in the dark gives me the heebie-jeebies* một mình trong chỗ tối làm tôi hoảng sợ.

heed¹ /hi:d/ *dgt* chú ý, lưu ý: *heed a warning* chú ý lời cảnh cáo; *heed what somebody says* lưu ý điều ai nói.

heed² /hi:d/ *dt* sự chú ý, sự lưu ý. // **pay heed to** *x* pay²; **take heed [of something]** ghi nhớ và nghe theo: *take heed of your doctor's advice* hãy ghi nhớ và nghe theo lời chỉ bảo của bác sĩ.

heedful /'hi:dfl/ *tt (thường vị ngữ)* chú ý: *you should be more heedful of advice* anh phải chú ý hơn nữa đến lời người ta khuyên anh.

heedless /'hi:dlis/ *tt (thường vị ngữ)* không chú ý, coi

thường: *heedless of danger* coi thường nguy hiểm.

hee-haw /'hi:hɔ:/ *dt* be be *tiếng lừa kêu).*

heel¹ /hi:l/ *dt* **1.** gót *(chân, giày, bít tất...)* **2.** đồ đê tiện, tên lưu manh. // **an (one's) Achilles heel** *x* Achilles; **at (on) somebody's heels; on the heels of something** theo sát gót: *the thief ran off with an angry crowd at his heels* tên trộm bỏ chạy trước một đám đông tức giận đuổi theo sát gót; *famine often follows on the heels of war* nạn đói thường theo sát gót chiến tranh; **bring something (somebody) to heel; come to heel** a/ [bắt ai] phải phục tùng: *the rebels have been brought to heel* tụi phiến loạn đã bị buộc phải phục tùng b/ [làm cho con chó] theo sát chủ: *I'm training my dog to come to heel* tôi đang dạy con chó của tôi theo sát chủ nó; **cool one's heels** *x* cool³; **dig one's heels (toes) in** *x* dig¹; **down at heel** a/ mòn gót *(giày dép)* b/ nhếch nhác *(người)*; **drag one's feet (heels)** *x* drag²; **hard on somebody's heels** *x* hard²; **head over heels** *x* head¹; **hot on somebody's heels** *x* hot; **kick one's heels** *x* kick¹; **kick up one's heels** hồ hởi *(nhất là để biểu lộ niềm vui được tự do);* **show a clean pair of heels** *x* show²; **take to one's heels** bỏ chạy; **tread on somebody's heels** *x* tread¹; **turn on one's heel** quay gót bỏ đi; **under the heel of somebody** bị ai chế ngự.

heel² /hi:l/ *dgt* sửa gót *(giày)*: *these shoes need soling and heeling* đôi giày này cần đóng đế và sửa gót.

heel³ /hi:l/ *dgt* [+ over] nghiêng về một bên *(tàu thuyền)*: *the boat heeled over* *in the strong wind* gió to làm con tàu nghiêng về một bên.

heel bar /'hi:lbɑ:[r]/ quầy sửa giày *(trong một tiệm lớn, sửa giày lấy ngay).*

-heeled *(yếu tố tạo tt ghép)* có gót *(kiểu nào đó):* high-heeled shoes giày cao gót.

heftily /'heftili/ pht **1.** [một cách] lực lưỡng, [một cách] vạm vỡ **2.** [một cách] to và nặng **3.** nhiều.

hefty /'hefti/ tt (-ier; -iest) **1.** lực lưỡng, vạm vỡ *(người)* **2.** to và nặng *(đồ vật): a hefty suitcase* chiếc vali to và nặng **3.** mạnh, như trời giáng: *deal somebody a hefty blow* nện cho ai một cú như trời giáng **4.** lớn, nhiều: *she earns a hefty salary* cô ta có mức lương cao.

hegemony /hi'gemᵊni, *(Mỹ* 'hedʒᵊmᵊuni)/ dt quyền bá chủ: *the hegemony of the proletariat* quyền bá chủ của giai cấp vô sản.

Hegira *(cg* **Hejira** /'hedʒirᵊ, hi'dʒaiᵊrᵊ/ dt the Hegira kỷ nguyên Hồi giáo.

heifer /'hefᵊ[r]/ dt bò cái tơ.

heigh-ho /ˌhei'hᵊu/ tht hừ! (tỏ ý mệt mỏi, chán chường).

height /hait/ dt **1.** bề cao; độ cao: *what is the height of the mountain?* ngọn núi ấy cao bao nhiêu?; *he is two metres in height* nó cao hai mét; *she can see over the wall because of her height* cô ta nhìn qua được bức tường vì người cô ta cao; *fly at a height of 6,000 metres* bay ở độ cao 6.000 mét **2.** *(thường snh)* nơi cao, vùng cao: *be afraid of heights* sợ những nơi ở vùng cao **3.** *(bóng)* tột đỉnh, cực điểm: *the height of one's ambition* cực điểm của tham vọng.

heighten /'haitn/ dgt nâng cao, tăng thêm: *music to*

heighten the dramatic effect âm nhạc để làm tăng thêm kịch tính.

heinous /'heinᵊs/ tt rất tàn ác: *heinous criminal* tội phạm rất tàn ác.

heinously /'heinᵊsli/ pht [một cách] rất tàn ác.

heinousness /'heinᵊsnis/ dt tính chất rất tàn ác.

heir /eᵊ[r]/ dt người thừa kế.

heir apparent /ˌeᵊᵊ'pærᵊnt/ dt *(snh* **heirs apparent)** người có quyền thừa kế tuyệt đối.

heiress /'eᵊris, eᵊ'res/ dt người nữ thừa kế.

heirloom /'eᵊlu:m/ dt vật gia truyền, của gia bảo.

heir presumptive /ˌeᵊpri-'zʌmptiv/ dt *(snh* **heirs presumptive)** người thừa kế trước mắt.

heist[1] /haist/ dt *(Mỹ, lóng)* nạn trộm cướp.

heist[2] /haist/ dgt trộm cướp.

Hejira /'hedʒirᵊ, hi'dʒaierᵊ/ dt x Hegira.

held /held/ qk và đttqk của hold[1].

helical /'helikl, 'hi:likl/ tt xoắn ốc.

helices /'hi:lisi:z/ dt snh của helix.

helicopter /'helikɒptᵊ[r]/ dt máy bay trực thăng.

heliotrop /'hi:liᵊtrᵊup/ dt **1.** *(thực)* cây vòi voi **2.** màu tía nhạt.

heliport /'heli:pɔ:t/ dt sân bay trực thăng.

helium /'hi:liᵊm/ dt *(hóa)* heli.

helix /'hi:liks/ dt *(snh* **helices)** hình xoắn ốc, đường xoắn ốc.

hell /hel/ dt **1.** *(không có a, the)* địa ngục *(đen, bóng): hell on earth* địa ngục trần gian **2.** đồ chết tiệt *(trong câu cảm thán để chỉ sự bực*

bội hoặc để nhấn mạnh): *who the hell is he?* hắn là tên chết tiệt nào thế? // **a (one) hell of a...** *(cg* **a helluva)** *(dùng để nhấn mạnh)* a/ ra trò: *one hell of a row* một vụ cãi lộn ra trò b/ rất: *it's a hell of a long way* đường rất xa, đường xa ơi là xa; **all hell broke (was let) loose** ầm ĩ lên, toáng lên; **beat (knock) hell out of somebody (something)** *(kng)* nện cho một trận ra trò; **a cat in hell's chance** x cat[1]; **for the hell of it** *(kng)* chỉ để đùa cho vui; **give somebody hell** la mắng ai; phạt ai; quấy rầy ai: *the boss really give me hell today* hôm nay ông chủ đã la mắng tôi một trận ra trò; *this tooth is giving me hell* chiếc răng này làm cho tôi khốn khổ; **hell for leather** chạy hết tốc độ: *drive hell for leather* lái xe chạy hết tốc độ; *ride hell for leather* cho ngựa phi nước đại; **[come] hell or high water** không ngại khó khăn; **like a bat out of hell** x bat[1]; **like hell** a/ *(kng)* *(dùng để nhấn mạnh): drive like hell* lái xe như bị ma đuổi b/ *(lóng, mỉa)* không tý nào: *"you can pay" "like hell I will"* anh có thể trả tiền rồi đấy" "tôi thì không tý nào đâu!"; **not have a hope in hell** x hope[1]; **play hell with somebody (something)** *(kng)* làm rối loạn một cách nghiêm trọng; **raise Cain (hell; the roof)** x raise; **the road to hell is paved with good intentions** x road; **see somebody [damned] in hell first** *(kng)* không đời nào: *lend him money? I'll see him in hell first* cho nó mượn tiền ư? không đời nào; **there will be (was) hell to pay** *(kng)* sẽ (đã) có sự trừng phạt nghiêm khắc: *there'll be hell to pay if we're caught* nếu bị bắt chúng ta sẽ bị trừng phạt nghiêm khắc đấy; **to hell with somebody (something)** nguyền rủa *(ai, cái gì): to hell with the lot of you, I'll do what I please* mặc mẹ chúng mày, tao sẽ làm cái tao thích.

he'll /hi:l/ *dạng rút ngắn của* he will.

hell-bent /,hel'bent/ *tt (vị ngữ)* **hell-bent on something** liều lĩnh quyết định làm gì: *he seems hell-bent on drinking himself to death* ông ta có vẻ liều lĩnh uống rượu cho đến chết.

hell-cat /'helkæt/ *dt* con mụ nanh ác.

Hellene /'heli:n/ *dt* 1. người Hy Lạp 2. người gốc Hy Lạp cổ.

Hellenic /'heli:nik, *(Mỹ* he'lenik)/ *tt* [thuộc] Hy Lạp.

Hellenistic /,heli'nistik/ *tt* [thuộc] ngôn ngữ và văn hóa Hy Lạp cổ.

hellish[1] /'heliʃ/ *tt* 1. [thuộc] địa ngục; như địa ngục 2. *(kng)* cực kỳ khó chịu.

hellish[2] /'heliʃ/ *pht (kng)* cực kỳ: *hellish expensive* cực kỳ đắt.

hellishly /'heliʃli/ *pht* 1. [một cách] rất tồi tệ: *be hellishly treated* bị đối xử rất tàn tệ 2. *(kng)* cực kỳ: *a hellishly difficult problem* một vấn đề cực kỳ khó.

hello /hə'ləʊ/ *tht, dt x* hallo[1], hallo[2].

helluva /'heləvə/ *x* hell *(trong* a (one) hell (of) a...).

helm /helm/ *dt* 1. bánh lái *(tàu thuyền)* 2. cương vị lãnh đạo: *how long has the present director been at the helm?* ông giám đốc hiện nay đã ở cương vị lãnh đạo bao nhiêu lâu rồi?; *the helm of state* chính phủ.

helmet /'helmit/ *dt* mũ sắt *(của quân lính...),* mũ cứng bảo hộ *(của người lái xe máy, của cảnh sát...).*

helmeted /'helmitid/ *tt* đội mũ sắt, đội mũ cứng bảo hộ.

helmsman /'helmzmən/ *dt (snh* **helmsmen**) người lái tàu thủy.

help[1] /help/ *đgt* 1. giúp đỡ, cứu giúp, giúp: *may I help with a washing-up?* tôi giúp chị rửa bát được không?; *your advice helped [me] a lot* lời khuyên của anh giúp tôi rất nhiều 2. **help oneself (somebody) [to something]** tự phục vụ *(phục vụ)* ai *(thức ăn, thức uống): help yourself to a cigarette* hút một điếu thuốc đi; *may I help you some more meat?* cho phép tôi mời ông thêm ít thịt nữa, được không ạ? 3. **help oneself to something** tự tiện lấy: *he's been helping himself to my stationery* nó đã tự tiện lấy mấy cái đồ dùng văn phòng của tôi 4. làm cho [xảy ra dễ dàng hơn]: *drugs that help to take away pain* thuốc giúp làm cho giảm đau. // **can (could) [not] help [doing] something** có thể *(không thể)* ngăn chặn *(tránh)* [làm] cái gì: *I can't help thinking he's still alive* tôi không thể không nghĩ rằng nó còn sống; *she burst out laughing, she couldn't help it* cô ta bật cười, cô không nhịn cười được; **God (Heaven) help somebody** cầu Chúa phù hộ cho *(để diễn tả nỗi lo sợ cho sự an toàn của ai): God help you if the teacher finds out* Chúa phù hộ cho cậu nếu thầy giáo phát hiện thấy; **help a lame dog over a stile** giúp đỡ ai đang gặp khó khăn rắc rối; **a helping hand** bàn tay cứu

giúp, sự cứu giúp: *give (lend) [somebody] a helping hand* chìa tay cứu giúp [ai]; **so help me [God** tôi xin thề: *I never stole the money, so help me [I didn't]* tôi chẳng bao giờ ăn cắp tiền, tôi xin thề *(là tôi không ăn cắp).*

help somebody off (on) with something giúp ai cởi *(mặc)* quần áo: *can I help you on with your coat?* tôi giúp anh mặc áo khoác, được không?; **help somebody out** giúp ai *(ai)* thoát khỏi khó khăn hoạn nạn: *he's always willing to help us out when we're short of staff* anh ta luôn luôn sẵn sàng giúp chúng ta khi chúng ta thiếu nhân viên.

help[2] /help/ *dt* 1. sự giúp đỡ, sự cứu giúp: *thank you for your kind help* xin cảm ơn sự giúp đỡ tốt bụng của ông; *can I be of any help to you?* tôi có thể giúp gì các bạn được không? 2. *(số ít)* **a help [to somebody]** người giúp đỡ; vật giúp ích: *her advice was a great help* lời khuyên của cô ta giúp ích rất nhiều; *you are a great help, I must say* phải nói là anh giúp đỡ rất nhiều 3. *(cg* **daily help**) người thuê giúp việc nhà; người làm: *the help hasn't come this morning* sáng nay người làm không đến 4. cách tránh né, cách ngăn chặn *(điều gì);* phương cứu chữa *(điều gì): there's no help for it* thật là vô phương cứu chữa.

helper /'helpə[r]/ *dt* người giúp đỡ.

helpful /'helfl/ *tt* giúp đỡ, giúp ích; hữu ích: *a helpful suggestion* một gợi ý hữu ích; *he's always very helpful to his mother* anh ta luôn luôn giúp đỡ mẹ mình.

helpfully /'helfəli/ *pht* [một cách] giúp đỡ, [một cách] giúp ích, [một cách] hữu ích.

helpfulness /'helflnis/ *dt* sự giúp đỡ, sự giúp ích; tính chất hữu ích.

helping /'helpiŋ/ *dt* suất thức ăn: *second helping* suất thức ăn lấy lần thứ hai.

helpless /'helplis/ *tt* **1.** cần được giúp đỡ, không tự lực được: *a helpless invalid* người tàn tật cần được giúp đỡ **2.** bất lực: *without proper defences, we'd be helpless to prevent an enemy attack* không có công trình phòng vệ thích hợp chúng tôi sẽ bất lực trước một cuộc tấn công của quân địch.

helplessly /'helplisli/ *pht* **1.** [một cách] không tự lực được **2.** [một cách] bất lực.

helplessness /'helplisnis/ *dt* **1.** sự không tự lực được **2.** sự bất lực.

helpmate /'helpmeit/ *dt* **1.** bạn đồng sự **2.** bạn đời.

helter-skelter¹ /,heltə'skel-tə[r]/ *pht* [một cách] hỗn loạn.

helter-skelter² /,heltə'skel-tə[r]/ *dt* tháp trượt xoáy (ở chợ phiên...).

helve /helv/ *dt* cán (rìu, búa...).

hem¹ /hem/ *dt* đường viền; gấu (quần áo): *I took the hems of my dresses up to make them shorter* tôi lên gấu các áo váy của tôi cho ngắn bớt.

hem² /hem/ *dgt* (**-mm-**) viền mép: *hem a handkerchief* viền mép chiếc khăn tay. // **hem somebody about (around)** bao quanh, vây quanh: *be hemmed about by obstacles* bị trở ngại vây quanh; **hem somebody in** bao vây: *the enemy troops were hemming us in* quân lính địch đang bao vây chúng tôi; *he felt*

hemmed in by convention anh ta cảm thấy bị vây hãm bởi tập tục.

hem³ /hem/ *tht* (*cg* **h'm**) e hèm!

hem⁴ /hem/ *dgt* (**-mm-**) e hèm.

he-man /'hi:mæn/ *dt* (*snh* **he-men** /'himen/) đấng mày râu.

hemisphere /'hemisfiə[r]/ *dt* bán cầu: *the Northern Hemisphere* bắc bán cầu; *the right hemisphere of the brain* (*giải*) bán cầu não bên phải.

hemispherical /,hemi'sfe-rikl/ *tt* [có hình] bán cầu.

hemlock /'hemlɒk/ *dt* **1.** (*thực*) cây độc cần **2.** chất độc cần.

hem[o] x haem[o].

hemp /hemp/ *dt* **1.** (*thực*) cây gai dầu **2.** cần sa (*một thứ ma túy*).

hempen /'hempən/ *tt* bằng sợi gai dầu: *a hempen rope* dây thừng [làm bằng] sợi gai dầu.

hen /hen/ *dt* **1.** gà mái **2.** con mái (*chim*): *a guinea hen* gà mái Nhật; *a guinea pheasant* gà lôi mái.

hence /hens/ *pht* **1.** sau đây, kể từ đây: *a week hence* sau đây một tuần lễ **2.** vì thế, vì vậy: *I fell off my bike yesterday hence the bruises* hôm qua tôi ngã xe đạp vì thế mới có nốt bầm **3.** (*cổ*) từ nơi này.

henceforth /,hens'fɔ:θ/ (*cg* **henceforward** /,hens'fɔ:wəd/) từ nay trở đi.

henchman /'hentʃmən/ *dt* (*snh* **henchmen** /'hentʃmən/) tay chân: *the dictator and his henchmen* nhà độc tài và tay chân của ông ta.

hen-coop /'henku:p/ *dt* lồng gà.

hen-house /'henhaʊs/ *dt* chuồng gà.

hen-party /'hen,pɑ:ti/ *dt* (*kng*) bữa tiệc toàn phụ nữ.

henna /'henə/ *dt* **1.** (*thực*) cây lá móng **2.** chất nhuộm tóc nâu đỏ (*lấy từ cây lá móng*).

hennaed /'henəd/ *tt* nhuộm màu nâu đỏ (*tóc*).

hepatitis /,hepə'taitis/ *tt* (*y*) viêm gan.

heptagon /'heptəgən, (*Mỹ* 'heptəgɒn)/ *dt* hình bảy cạnh.

heptagonal /hep'tægənl/ *tt* [có] bảy cạnh.

her¹ /hɜ:[r]/ *dt* **1.** cô ấy, chị ấy, bà ta: *please give her my regards* xin cho tôi gửi lời thăm hỏi chị ta **2.** (*nói về xe cô, đất nước, được coi như là thuộc giống cái*): *I know that ship well, I've often sailed in her* tôi biết con tàu ấy lắm, tôi vẫn thường lái nó.

her² /hɜ:[r]/ *đht* của cô ấy, của chị ấy, của bà ta: *Mary's mother is dead but her father is still alive* mẹ Mary đã mất nhưng bố [của chị ấy] còn sống.

herald¹ /'herəld/ *dt* **1.** người đưa tin truyền lệnh (*trước đây*) **2.** người báo; điềm báo: *in England the cuckoo is the herald of spring* ở nước Anh, tiếng kêu của chim cu cu là báo hiệu mùa xuân **3.** (*Anh*) viên sĩ quan giữ lý lịch các gia đình quý tộc có huy hiệu.

herald² /'herəl/ *dgt* là điềm báo trước, báo hiệu (*việc gì*): *this invention herald [in] the age of computer* phát minh này báo hiệu thời đại [máy] điện toán.

heraldic /he'rældik/ *tt* [thuộc] huy hiệu.

heraldry /he'rældri/ *dt* khoa huy hiệu.

herb /hɜ:b/ *dt* **1.** cây thân thảo, cỏ **2.** dược thảo.

herbaceous /hɜ:'beiʃəs, (*Mỹ* ɜr:'beiʃəs)/ *tt* **1.** [thuộc] cây thân thảo, [thuộc] cỏ **2.** có dạng cây thảo.

herbage /'hɜ:bidʒ, (*Mỹ* 'ə:rbidʒ)/ *dt* cây thân thảo, cỏ (nhất là cỏ cho súc vật ăn).

herbal /'hɜ:bl/ *tt* [thuộc] cây thân thảo, [thuộc] cỏ.

herbalist /'hɜ:bəlist, (*Mỹ* 'hɜ:rbəlist)/ **1.** người trồng dược thảo **2.** người bán dược thảo **3.** nhà nghiên cứu dược thảo.

herbicide /'hɜ:bisaid, (*Mỹ* 'ɜ:rbisaid)/ *dt* thuốc diệt cỏ.

herbivore /'hɜ:bivə[r], (*Mỹ* 'ɜ:rbivə[r])/ *dt* động vật ăn cỏ.

herbivorous /hɜ:'bivɔ:rəs, (*Mỹ* 'ɜ:rbivɔ:rəs)/ *tt* (*về loài vật*) ăn cỏ.

herculean /ˌhɜ:kju'li:ən/ *tt* đòi hỏi nhiều sức lực: *a herculean task* một nhiệm vụ đòi hỏi nhiều sức lực.

herd[1] /hɜ:d/ *dt* **1.** bầy, đàn: *a herd of cows* một đàn bò **2. the herd** (*thường xấu*) bầy lũ, bọn: *the vulgar herd* bọn dân thường.

herd[2] /hɜ:d/ *đgt* **1.** dồn thành đàn, tập họp thành đàn (*gia súc*); dồn (*người*) vào (*một nơi nào đó*): *the prisoners were herded [together] on the train* đám tù nhân bị dồn cả lên tàu hỏa **2.** chăn (*gia súc*): *a shepherd herding his flock* người chăn cừu chăn dắt đàn cừu của mình.

herd instinct /'hɜ:dinstənt/ bản năng hòa đàn.

herdsman /'hɜ:dzmən/ *dt* (*snh* **herdsmen** /'hɜ:dzmən/) người chăn gia súc.

here[1] /hiə[r]/ *pht* **1.** (*đi kèm đgt hoặc sau gt, hoặc đặt đầu câu để nhấn mạnh*) đây, ở đây: *come here!* lại đây!; *put the box here* đặt cái hộp xuống đây; *here they are* họ đây rồi **2.** tại điểm này, đến đây (*trong một hành động, một dãy sự kiện...*): *here the speaker paused to have a drink* đến đây, người nói ngừng lại để uống một hớp **3.** (*dùng ngay sau dt để nhấn mạnh, hoặc trước dt theo kiểu khẩu ngữ*): *my friend here saw it happen* chính bạn tôi đã thấy điều đó xảy ra; *what do you make of this here letter?* anh hiểu lá thư này như thế nào thế? // **here and there** đó đây; **here below** (*tu từ*) trên trái đất này (*trái với trên thiên đường*); **here goes!** (*kng*) nào! (*để tuyên bố sắp làm điều gì có phần liều lĩnh*): *I have never been on a horse before-well, here goes!* tôi chưa bao giờ ngồi trên lưng ngựa, nào để tôi thử xem!; **here's to somebody (something)** nâng cốc (chúc sức khỏe, chúc thành công): *here's to the bride!* chúc sức khỏe cô dâu!; *here's to your future happiness!* chúc hạnh phúc tương lai của anh!; **here, there and everywhere** khắp nơi!; **look here!** mở mắt ra mà xem này!: *now look here! that's not what I promised at all* bây giờ mở mắt ra mà xem này! đấy đâu phải là điều tôi đã hứa với anh; **neither here nor there** không quan trọng: *the fact that I don't like your fiancé is neither here nor there — what matters is what you feel* việc mình không thích chồng chưa cưới của cậu không quan trọng, vấn đề là ở chỗ cậu cảm thấy thế nào.

here[2] /hiə[r]/ *tht* **1.** này: *here, let me carry it* này, để tôi mang cái đó cho **2.** (*dùng để trả lời khi điểm danh*) có mặt, có.

hereabouts /ˌhiərə'bauts/ *pht* (*cg* **hereabout**) quanh đây, gần đây.

hereafter[1] /ˌhiər'ɑ:ftə[r]/, (*Mỹ* /ˌhiər'æftə[r]/ *pht* sau đây, trong tương lai.

hereafter[2] /ˌhiər'ɑ:ftə[r]/, (*Mỹ* /ˌhiər'æftə[r]/) **the hereafter** *dt* tương lai; kiếp sau.

hereby /ˌhiə'bai/ *pht* **1.** bằng cách này **2.** do đó.

hereditary /hi'reditri, (*Mỹ* hi'rediteri)/ *tt* **1.** di truyền, cha truyền con nối: *hereditary beliefs* tín ngưỡng cha truyền con nối; *the disease is hereditary* bệnh này là một bệnh di truyền **2.** kế truyền: *a hereditary ruler* một kẻ thống trị kế truyền.

heredity /hi'redəti/ *dt* tính di truyền; sự di truyền.

herein /ˌhiə'rin/ *pht* trong này, trong tài liệu này.

hereof /ˌhier'ɒv/ *pht* (*cổ*) về điều này.

here's /'hiəz/ *dạng viết chập của* here is.

heresy /'herəsi/ *dt* **1.** dị giáo **2.** sự theo dị giáo: *be guilty of heresy* bị có tội theo dị giáo.

heretic /'herətik/ *dt* người theo dị giáo.

heretical /hi'retikl/ *tt* [thuộc] dị giáo.

hereto /ˌhiə'tu:/ *pht* (*cổ*) theo đây, đính theo đây.

heretofore /ˌhiətu:'fɔ:[r]/ *pht* cho đến nay; trước đây.

herewith /ˌhiə'wið, hiə'wiθ/ *pht* (*thương*) kèm theo đây: *please fill in the form enclosed herewith* xin điền vào mẫu đơn kèm theo đây.

heritable /'heritəbl/ *tt* **1.** có thể thừa kế (*tài sản*) **2.** có tư cách thừa kế (*người*).

heritage /'heritidʒ/ *dt* **1.** di sản: *our literary heritage* di sản văn học của chúng ta **2.** *(cũ)* tài sản thừa kế.

hermaphrodite /hɜ:'mæfrədait/ *dt* người lưỡng tính; con vật lưỡng tính.

hermaphroditic /hɜ:ˌmæfrə'ditik/ *tt* lưỡng tính.

hermetic /hɜ:'metik/ *tt* kín hơi, kín.

hermetically /hɜ:'metikli/ *pht* [một cách] kín hơi, [một cách] kín: *hermetically sealed containers* những côngtenơ hàn kín.

hermit /'hɜ:mit/ *dt* tu sĩ ở ẩn.

hermitage /'hɜ:mitidʒ/ *dt* nơi ở ẩn.

hernia /'hɜ:niə/ *dt (y)* thoát vị.

hero /'hiərəʊ/ *dt* **1.** [người] anh hùng: *he died a hero's death* anh ta chết một cái chết anh hùng **2.** nhân vật nam chính *(trong một tác phẩm văn học...)*.

heroic /hi'rəʊik/ *tt* **1.** anh hùng; quả cảm **2.** có cỡ khác thường: *a statue on a heroic scale* một bức tượng có cỡ khác thường.

heroically /hi'rəʊikli/ *pht* [một cách] anh hùng.

heroics /hi'rəʊiks/ *dt snh* **1.** lời nói huênh hoang; hành vi huênh hoang **2.** *nh* heroic verse.

heroic verse /hiˌrəʊik'vɜ:s/ *dt (cg* **heroic couplets)** thơ anh hùng ca *(mỗi dòng mười âm tiết và năm trọng âm, thành từng cặp vần)*.

heroin /'herəʊin/ *dt (dược)* hêrôin.

heroine /'herəʊin/ *dt* nữ anh hùng.

heroisme /'herəʊizəm/ *dt* **1.** tính chất anh hùng **2.** chủ nghĩa anh hùng.

heron /'herən/ *dt (động)* chim diệc.

heronry /'herənri/ *dt* bãi diệc (nơi chim diệc sinh đẻ).

hero-worship[1] /'herəʊˌwɜ:ʃip/ *dt* sự tôn sùng anh hùng.

hero-worship[2] /'herəʊˌwɜ:ʃip/ *dgt* **(-pp-)** tôn sùng *(ai)*: *pop-stars hero-worshipped by their fans* những ngôi sao nhạc pốp được những người hâm mộ tôn sùng.

herpes /'hɜ:piz/ *dt (y)* bệnh éc-pét, bệnh mụn rộp.

herpes zoster /ˌhɜ:piz'zəʊstə[r]/ *nh* shingles.

Herr /heə[r]/ *dt (snh* **Herren** /'herən/) Ngài *(tiếng Đức)*.

herring /'heriŋ/ *dt (động)* cá trích. // **neither fish, flesh nor good red herring** *x* fish[1]; **a red herring** *x* red[1].

herring-bone /'heriŋbəʊn/ *dt* kiểu khâu chữ chi, kiểu thêu hình chữ chi *(giống hình xương cá trích)*.

herring gull /'heriŋɡʌl/ *(động)* chim mòng biển đầu cánh màu sẫm.

hers /hɜ:z/ *dt* cái của cô ấy, cái của chị ấy, cái của bà ta...: *if this is not Susan's book that one must be hers* nếu cuốn sách này không phải là của Susan thì cuốn kia hẳn là của cô ấy.

herself /hɜ:'self/ *dt* **1.** *(đại từ phản thân)* tự cô ấy, tự chị ấy, tự bà ta...: *she hurt herself* cô ấy tự làm mình đau **2.** *(đại từ nhấn mạnh)* chính cô ấy, đích thân chị ấy, đích thị bà ta...: *the Prime Minister herself was at the meeting* đích thân bà thủ tướng đã đến họp; *I saw Jane herself in the supermarket* tôi thấy đích thị Jane ở siêu thị mà. // **[all] by herself** *a/* một mình, đơn độc: *she lives by herself* chị

ta sống đơn độc *b/* tự mình, không có ai giúp đỡ: *she can mend the fridge by herself* cô ta có thể tự mình chữa được tủ lạnh.

hertz /hɜ:ts/ *dt (lý)* héc.

he's /hi:z/ dạng viết chập của he is, he has.

hesitancy /'hezitənsi/ *dt* trạng thái do dự, sự lưỡng lự, sự chần chừ.

hesitant /'hezitənt/ *tt* do dự, lưỡng lự, chần chừ: *I'm rather hesitant about signing this* tôi cứ thấy do dự khi ký vào đây.

hesitantly /'hezitəntli/ *pht* [một cách] do dự, [một cách] lưỡng lự, [một cách] chần chừ.

hesitate /'heziteit/ *dgt* do dự, lưỡng lự, chần chừ: *she replied without hesitating* chị ta trả lời không chút chần chừ.

hesitation /ˌhezi'teiʃn/ *dt* **1.** sự do dự, sự lưỡng lự, sự chần chừ **2.** hành động lưỡng lự; lời nói ngập ngừng: *his frequent hesitations annoyed the audience* ông nói mà hay ngập ngừng làm thính giả bực mình.

hessian /'hesiən, *(Mỹ* 'heʃn)/ *dt* vải bao bố *(bằng đay hay gai)*.

het /het/ *tt* **[be (get)] het up [about (over) something]** *(kng)* bị kích động: *what are you getting so het up about?* có gì mà anh kích động thế?

hetero- *(dạng kết hợp)* khác: *heterosexual* khác giới.

heterodox /'hetərədɒks/ *tt* không chính thống; dị giáo.

heterodoxy /'hetərədɒksi/ *dt* **1.** tính không chính thống; tính dị giáo **2.** tư tưởng không chính thống.

heterogeneity /ˌhetərədʒi'ni:əti/ *dt* tính không thuần nhất, tính không đồng nhất.

heterogeneous /ˌhetərə-'dʒi:niəs/ *tt* không thuần nhất, không đồng nhất: *the heterogeneous population of the USA* dân cư không thuần nhất của nước Mỹ *(gồm nhiều chủng tộc khác nhau)*.

heterogeneously /ˌhetərə-'dʒi:niəsli/ *pht* [một cách] không thuần nhất, [một cách] không đồng chất.

heterosexual¹ /ˌhetərə-'sekʃʊəl/ *tt* có tình dục khác giới.

heterosexual² /ˌhetərə-'sekʃʊəl/ *dt* người tình dục khác giới.

heterosexuality /ˌhetərə-sekʃuˈæləti/ bản năng tình dục khác giới.

heuristic /hjəʊˈristik/ *tt* tự phát hiện *(phương pháp trong giáo dục)*.

heuristics /hjʊəˈristiks/ *dt* phương pháp tự phát hiện.

hew /hju:/ *dgt* (**hewed; hewed** hay **hewn**) **1.** chặt, đốn: *hewing wood* đốn cây; *he hewed his enemy to pieces* ông ta chặt kẻ thù thành từng mảnh **2.** đẽo: *roughly hewn timber* gỗ đã đẽo sơ sơ **3.** giáng, bổ: *he was hewing away at the trunk of the tree* anh ta bổ rìu vào thân cây.

hew something across (through...) something đốn chặt *(cái gì)* mà tạo thành *(cái gì)*: *they hewed a path through the jungle* họ chặt cây tạo thành một con đường xuyên rừng rậm; **hew something away (off...)** chặt bỏ đi: *hew off dead branches* chặt bỏ các cành đã chết; **hew something out** dày công tạo dựng: *hew out a career for oneself* dày công tạo dựng cho mình một sự nghiệp.

HEW *vt* *(Mỹ)* (*vt của* Department of Health, Educa-tion and Welfare) Bộ y tế, giáo dục và phúc lợi.

hewer /ˈhju:ə[r]/ *dt* **1.** người chặt, người đốn *(cây)*, người đẽo *(đá)* **2.** thợ gương lò *(mỏ than)*.

hex[a]- *(dạng kết hợp)* sáu: *hexameter* thơ sáu âm tiết.

hexagon /ˈheksəgən, *(Mỹ)* ˈheksəgɒn)/ *dt* hình sáu cạnh, hình lục giác.

hexagonal /hekˈsægənl/ *tt* có sáu cạnh.

hexameter /hekˈsæmitə[r]/ *dt* thơ sáu âm tiết.

hey /hei/ *tht* (*cg* **hi**) này!, xem này! *(dùng để gọi sự chú ý hoặc để biểu lộ sự ngạc nhiên)*: *hey! come and look at this* này! lại mà xem cái này này.

hey presto /ˌheiˈprestəʊ/ *tht* hấp!: *I just turn the piece of wire in the lock and hey presto, the door open* tôi vừa ngoáy một mẩu dây thép vào ổ khóa, thế là hấp! cánh của mở ra.

heyday /ˈheidei/ *dt* thời vàng son: *she was a great singer in her heyday* bà ta là một ca sĩ nổi tiếng vào thời vàng son của bà; *steam railways had their heyday in the 19th century* xe hỏa chạy bằng hơi nước đã có một thời vàng son ở thế kỷ mười chín.

HF /ˌeitʃˈef/ (*vt của* high fre-quency (radiô)) tần số cao.

HG /ˌeitʃˈdʒi:/ (*vt của* Her (His) Grace) phu nhân, ngài.

HGV /ˌeitʃdʒi:ˈvi:/ (*vt của* heavy goods vehicle) xe tải nặng.

HH /ˈeitʃ eitʃ/ **1.** (*vt của* His (Her) Highness) công chúa; hoàng thân **2.** (*vt của* His Holiness) Đức giáo hoàng.

hi /hai/ *tht (kng)* **1.** *(Mỹ)* nh hallo **2.** *(Anh)* nh hey.

hiatus /haiˈeitəs/ *dt* **1.** chỗ gián đoạn *(trong một loạt sự việc, một bài tường thuật...)* **2.** *(ngôn)* chỗ vấp hai nguyên âm.

hibernate /ˈhaibəneit/ *dgt* ngủ đông *(động vật)*.

hibernation /ˌhaibəˈneiʃn/ *dt* sự ngủ đông *(động vật)*.

hibiscus /hiˈbiskəs, *(Mỹ)* haiˈbiskəs)/ *dt (thực)* cây dâm bụt.

hiccup¹ (*cg* **hiccough¹**) /ˈhikʌp/ *dt* **1.** cái nấc **2.** trục trặc: *there's been a slight hiccup in our mailing sys-tem* có hơi trục trặc trong hệ thống chuyển thư từ của chúng ta.

hiccup² (*cg* **hiccough²**) /ˈhikʌp/ *dgt* nấc.

hick /hik/ *dt (Mỹ, kng, xấu)* **1.** người quê mùa ngốc nghếch **2.** *(thng)* [có tính chất] tỉnh lẻ, quých.

hickey /ˈhiki/ *dt (Mỹ, kng)* **1.** dụng cụ, đồ dùng **2.** mụn nhọt; tật.

hickory /ˈhikəri/ *dt* **1.** *(thực)* cây hồ đào **2.** gỗ hồ đào: *a hickory walking stick* chiếc gậy bằng gỗ mạy châu.

hide¹ /haid/ *dgt* (**hid; hidden**) **1.** che, che khuất; giấu: *the sun was hidden by the clouds* mây che khuất mặt trời; *he hid the gun in his pocket* nó giấu khẩu súng trong túi **2.** núp, trốn: *the child was hiding behind the sofa* cháu bé núp sau chiếc tràng kỷ; *the wanted man hid [away] in the forest* kẻ bị truy nã đã trốn vào rừng **3.** che giấu, che đậy: *she tried to hide her feeling* chị ta cố che giấu tình cảm của mình; *his words had a hid-den meaning* lời anh ta có ẩn ý. // **cover (hide) a multitude of sins** x multitude; **hide one's light under a bushel** khiêm nhường, không khoe khoang tài năng.

hide² /haid/ *dt (Anh) (Mỹ* **blind**) nơi núp *(để rình thú hoang).*

hide³ /haid/ *dt* **1.** da sống *(thú vật)* **2.** *(kng, dùa)* da người. // **have a hide (skin) like a rhinoceros** *x* rhinoceros; **neither hide nor hair of somebody (something)** không có tí dấu vết nào *(của ai, cái gì): I've not seen hide nor hair of him all week* cả tuần tôi chẳng thấy tăm hơi nó đâu cả; **save one's hide** *x* save¹; **tan somebody's hide** *x* tan¹.

hide-and-seek /ˌhaidnˈsiːk/ *dt* trò chơi trốn tìm *(den, bóng).*

hideaway /ˈhaidəwei/ *dt (kng) (Mỹ) nh* hide-out.

hidebound /ˈhaidbaund/ *tt (xấu)* cố chấp, bảo thủ, hẹp hòi: *hidebound views* quan điểm bảo thủ.

hideous /ˈhidiəs/ *tt* gớm ghiếc, kinh khủng: *a hideous crime* tội ác kinh khủng, *a hideous face* bộ mặt gớm ghiếc.

hideously /ˈhidiəsli/ *pht* [một cách] gớm ghiếc, [một cách] kinh khủng.

hide-out /ˈhaidaut/ *dt (Mỹ* **hideaway**) nơi ẩn náu, chỗ trú ẩn.

hiding¹ /ˈhaidiŋ/ *dt* **go into (come out) of hiding** giấu mình (ló ra).

hiding² /ˈhaidiŋ/ *dt (kng)* sự đánh đòn: *his dad gave him a good hiding* bố nó đã đánh nó một trận đòn nên thân. // **on a hiding to nothing** không chút hy vọng thành công.

hiding-place /ˈhaidiŋ pleis/ *dt* nơi ẩn náu; nơi cất giấu.

hie /hai/ *dgt (qk* **hied**, *dttht* **hieing** *hoặc* **hying**) **hie oneself to something** *(cổ hoặc dùa)* [làm cho] đi nhanh: *I will hie [me (myself)] to the market* tôi sẽ đi nhanh ra chợ.

hierarchical /ˌhaiəˈrɑːkikl/ *tt* có thứ bậc, có tôn ti: *a hierarchical society* một xã hội có tôn ti.

hierarchy /ˈhaiərɑːki/ *dt* hệ thống cấp bậc; thứ bậc tôn ti: *there is a rigid hierarchy in the Civil service* trong ngành dân chính có một hệ thống tôn ty cứng nhắc.

hieroglyph /ˈhaiərəglif/ *dt* **1.** chữ viết tượng hình *(trong tiếng Ai Cập cổ...)* **2.** ký hiệu ẩn nghĩa.

hieroglyphic /ˌhaiərəˈglifik/ *tt* viết bằng chữ tượng hình.

hieroglyphics /ˌhaiərəˈglifiks/ *dt snh* [hệ thống] chữ tượng hình: *his writing is so bad it just looks like hieroglyphics to me* chữ nó xấu đến mức như là chữ tượng hình đối với tôi.

hifi¹ /ˈhaifai/ *tt (thường thngữ) (kng) (cg* **high fidelity**) có độ trung thực cao.

hifi² /ˈhaifai/ *dt (kng)* độ trung thực cao.

higgledy-piggledy /ˌhigldi ˈpigldi/ *tt, pht* lung tung, bừa bãi: *files were scattered all higgledy-piggledy about the office* hồ sơ giấy tờ để bừa bãi khắp phòng.

high¹ /hai/ *tt* (**-er**; **-est**) **1.** cao: *a high fence* hàng rào cao; *a high forehead* trán cao; *the wall is six feet high* bức tường cao sáu bộ; *a high ceiling* trần nhà cao; *fly at a high altitude* bay cao; *a high dive* cú lao người từ trên cao; *refer a case to a higher court* chuyển vụ kiện lên tòa cấp cao hơn để xử; *a high price* giá cao; *a high standard of living* mức sống cao; *a high degree of accuracy is needed* cần độ chính xác cao; *my highest*

card is a ten con bài cao nhất của tôi là con mười; *indulge in high living* sống cuộc sống cao sang; *have high ideals* có lý tưởng cao cả; *the high voice of a child* giọng cao của một đứa trẻ; *you can change into higher gear now* bây giờ anh có thể sang số cao hơn **2.** thú vị: *the high point of the evening party* thời điểm thú vị của buổi dạ hội **3.** đúng giữa: *high noon* đúng giữa trưa **4.** *(vị ngữ)* bắt đầu ươn *(thịt): some game birds are kept until they are high before cooking* một vài loài chim săn được để cho bắt đầu ươn mới nấu để ăn. // **5.** *(thường vị ngữ)* bị ngấm *(ma túy, rượu...)*, say: **be (get) high on cannabis** bị say gai dầu. // **be (get) on one's high horse** *(kng)* hành động kiêu kỳ; **have (give somebody) a high old time** *(kng)* khoái trá; tiếp đãi ai một cách vui nhộn; **hell or high water** *x* hell; **high and dry** mắc cạn *(tàu thuyền): he left her high and dry in a strange country without any money* anh ấy để cô ta ở lại bơ vơ không một xu dính túi giữa một đất nước xa lạ; **high and mighty** *(kng)* kiêu kỳ, xấc xược; **high days and holidays** lễ hội và những dịp đặc biệt; nghịch ngợm; **a high (low) profile** *x* profile; **high (about) time** *x* time¹; **in high dudgeon** tức giận: *he stalked off in high dudgeon* ông ta tức giận bỏ đi; **in high places** trong giới có quyền lực, trong giới có thế lực: *she has friends in high places* bà ta có bạn bè trong giới có thế lực; **smell (stink...) to high heaven** a/ hôi thối b/ đồi bại; kinh tởm.

high² /hai/ *dt* **1.** mức cao nhất, con số cao nhất: *profits* *reached a new high last year* năm ngoái lợi nhuận đã đạt một mức cao nhất mới **2.** vùng khí áp cao **3.** *(lóng)* cảm giác khoái cảm *(do dùng ma túy...).* // **on high** a/ ở vùng cao, ở nơi cao b/ trên trời cao, ở nơi cao xanh: *the disaster was seen as a judgement from on high* thảm họa ấy được coi như là một phán quyết của trời cao.

high³ /hai/ *pht* [một cách] cao, ở mức cao: *he never got very high in the company* ông ta chẳng bao giờ leo lên chức vị cao trong công ty; *aim high* có tham vọng cao; *I can't sing that high* tôi không thể hát cao thế được. // **be (stand) high in somebody's favour** được ai đánh giá cao; **fly high** x fly²; **high and low** khắp mọi nơi: *I've searched high and low for my lost pen* tôi đã tìm khắp nơi cây bút tôi đã đánh mất; **hold one's head high** x head¹; **play high** đánh lớn *(cờ bạc);* **ride high** x ride²; **run high** a/ lên *(nước thủy triều)* b/ lên cao *(tình cảm).*

high-and-mighty /,haiən-'maiti/ *tt* ngạo nghễ.

highball /'haibɔːl/ *dt* rượu mạnh pha xô đa uống cốc vại.

highborn /'haibɔːn/ *tt* [thuộc] dòng dõi quý phái.

highboy /'haibɔi/ *dt (Mỹ)* nh tallboy.

highbrow¹ /'haibrau/ *dt (thường xấu)* người ngỡ là trí thức.

highbrow² /'haibrau/ *tt* ngỡ là cho trí thức cao: *a high-brow drama* kịch ngỡ là cho trí thức cao.

high chair /hai'tʃeə[r]/ ghế cao cho trẻ em *(ngồi ăn ở bàn ăn).*

High Church /,hai'tʃɜːtʃ/ phái giáo hội Anh chuộng nghi thức.

High-Churchman /,hai'tʃɜːtʃ-mən/ *dt (snh* **High-Churchmen** /,hai'tʃɜːtʃmən/) tín đồ phái giáo hội Anh chuộng nghi thức.

high-class /,hai'klɑːs/ *tt* **1.** thượng hạng, cao cấp: *a high-class restaurant* cửa hàng ăn cao cấp **2.** thượng lưu.

high colour /,hai'kʌlə[r]/ mặt đỏ bừng *(một cách bất thường).*

High Commission /,haikə-'miʃn/ ủy ban đại sứ *(tương đương đại sứ quán ở các nước trong khối thịnh vượng chung với nhau).*

High Commissioner /,hai kə'miʃənə[r]/ ủy viên đại sứ *(ở các nước trong khối thịnh vượng chung với nhau).*

High Court /,hai'kɔːt/ *(cg* **High Court of Justice**) tòa án tối cao.

higher /'haiə[r]/ *(dạng so sánh hơn của high)* cao hơn: *higher animals* động vật bậc cao; *higher plants* thực vật bậc cao.

higher education /,haiə edʒʊ'keiʃn/ giáo dục đại học.

high explosive /,haiiks-pləusiv/ chất nổ mạnh.

high-falutin /,haifə'luːtn/ *tt* khoa trương.

high fidelity /,haifi'deləti/ *(cg* **hi fi**) độ trung thực cao *(máy thu).*

high-flown /,hai'fləun/ *tt* bay bổng *(văn chương).*

high flyer *(cg* **high flier**) người nhiều hoài bão.

high frequency /,hai'friː-kwensi/ *(vt* **H F**) cao tần.

High German /,hai'dʒɜːmən/ tiếng Đức tiêu chuẩn.

high-grade /,hai'greid/ *tt* hảo hạng, cao cấp: *high-grade petrol* dầu xăng hảo hạng.

high-handed /,hai'hændid/ *tt* cậy quyền cậy thế: *a high-handed action (person)* hành động *(người)* cậy quyền cậy thế.

high-handedly /,hai'hæn-didli/ *pht* [một cách] cậy quyền cậy thế.

high-handedness /,hai'hæn-didness/ *dt* sự cậy quyền cậy thế.

high-jinks /haidʒiŋks/ *(kng)* trò vui ầm ĩ nghịch ngợm.

the high jump /'haidʒʌmp/ *(thể)* môn nhảy cao. // **be for the high jump** *(kng)* bị trừng phạt nặng.

highland¹ /'hailənd/ *tt* **1.** ở miền núi cao **2.** *(Highland)* ở miền núi cao Xcốt-len.

highland² /'hailənd/ *dt* **1.** miền núi cao **2. the Highlands** miền núi cao Xcốt-len.

highlander /'hailəndə[r]/ *dt* dân miền núi cao Xcốt-len.

Highland fling /,hailənd-'fliŋ/ điệu vũ Ê-cốt.

high-level /,hai'levl/ *tt* [ở] cấp cao.

high-level language /,hai-levl 'læŋgwidʒ/ ngôn ngữ bậc cao *(máy điện toán).*

high life /'hailaif/ điệu vũ nhạc Tây Phi.

highlight /'hailait/ *dt* **1.** pha thú vị nhất; pha gay cấn nhất: *the highlights of the match will be shown on TV tonight* những pha gay cấn nhất trong trận đấu sẽ được đưa lên truyền hình tối nay **2.** *(thường snh)* chỗ sáng *(trên bức tranh).*

highlighter /'hailaitə[r]/ *dt* bút dùng tô những chữ cần làm nổi bật trong một bản viết.

highly /'haili/ *pht* **1.** cực kỳ, rất: *a highly amusing film* một phim rất vui **2.** [một cách] rất coi trọng: *think highly of somebody* coi trọng ai.

highly strung /ˌhaili'strʌŋ/ *tt* dễ xúc động, dễ bị kích động thần kinh.

high-minded /ˌhai'maindid/ *tt* cao thượng và đức độ.

high-mindedly /ˌhai'maindidli/ *pht* [một cách] cao thượng và đức độ.

high-mindedness /ˌhai'maindidnis/ *dt* tâm hồn cao thượng đức độ.

highness /'hainis/ *dt* (*thường* **Highness**) hoàng thân: *their Royal Highness the Duke and Duchess of Kent* hoàng thân công tước và nữ công tước xứ Kent.

high-octane /ˌhai'ɒktein/ *tt* có nồng độ octan cao (*dầu xăng loại tốt*).

high-pitched /ˌhai'pitʃ/ **1.** cao, the thé (*âm thanh...*) **2.** dốc (*mái nhà*).

high-powered /ˌhai'pauəd/ *tt* **1.** mạnh, có công suất lớn (*máy*) **2.** năng nổ (*người*).

high pressure /ˌhai'preʃər/ **1.** tình trạng có áp suất cao (*khí quyển*) **2.** sự nỗ lực cao: *work at high pressure* làm việc nỗ lực cao.

high-priced /ˌhai'praist/ *tt* đắt tiền.

high priest /ˌhai'priːst/ **1.** tu sĩ trưởng, thầy cả **2.** (*bóng*) bậc thầy: *the high priest of modern technology* bậc thầy về công nghệ hiện đại.

high-principled /ˌhai'prinsəpld/ *tt* đáng tôn kính, đáng kính trọng.

high-ranking /ˌhai'ræŋkiŋ/ cao cấp: *a high-ranking army officer* sĩ quan cao cấp.

high-rise[1] /ˌhai'raiz/ *tt* cao tầng (*nhà*): *a high-rise office block* khối nhà cơ quan cao tầng.

high-rise[2] /'hairaiz/ *dt* nhà cao tầng.

high road /'hairəud/ **1.** đường chính, đường cái **2.** (+ the) (*bóng*) đường ngắn nhất: *take the high road to happiness* chọn đường ngắn nhất đi tới hạnh phúc.

high school /'haiskuːl/ trường trung học.

the high sea /ˌhai'siː/ (*cg* **the high seas**) biển cả.

high season /ˌhai'siːzn/ mùa đông khách (*du lịch*): *hotels usually raise their prices in [the] high season* các khách sạn thường tăng giá vào mùa đông khách.

high-sounding /'haisaundiŋ/ *tt* bay bổng (*văn chương...*).

high-speed /ˌhai'spiːd/ *tt* cao tốc: *a high-speed train* xe hỏa cao tốc.

high-spirited /ˌhai'spiritid/ *tt* **1.** hăng hái; hoạt bát (*người*) **2.** nhảy cỡn (*ngựa*).

high spot /'haispɒt/ (*kng*) sự kiện nổi bật; nét quan trọng: *the excursion was the high spot of our holiday* cuộc đi tham quan là sự kiện nổi bật trong kỳ nghỉ của chúng tôi.

high street /'haistriːt/ đường phố chính (*trong tên đường phố*): *Oxford high street* đường phố chính Oxford; *high-street shops* các cửa hàng ở đường phố chính.

high table /ˌhai'teibl/ bàn trên (*dành cho khách quý ngồi ăn*), mâm trên.

high tea /ˌhai'tiː/ bữa trà mặn (*có kèm một ít thức ăn*).

high-tech /ˌhaih'tek/ *tt* (*kng*) **1.** đòi hỏi công nghệ cao **2.** sử dụng những vật liệu công nghiệp hiện đại (*trang trí nội thất...*).

high technology /ˌhaitek'nɒlədʒi/ công nghệ cao (*trong công nghiệp*).

high tension /ˌhai'tenʃn/ cao áp (*điện*).

high tide /ˌhai'taid/ nước lớn; độ cao nước lớn.

high treason /ˌhai'triːzn/ tội phản quốc.

high-up /ˌhai'ʌp/ *dt* (*kng*) nhân vật cao cấp.

high water /ˌhai'wɔːtə[r]/ *nh* high tide. // **high-water mark** a/ ngấn nước lớn b/ (*bóng*) mức thành tựu cao nhất.

high way /'haiwei/ **1.** quốc lộ **2.** đường thẳng (*trên bộ, trên không, trên biển*): *we are on the high way to progress* (*bóng*) chúng ta đang thẳng tiến trên con đường tiến bộ.

Highway Code /ˌhaiwei'kəud/ luật giao thông đường bộ (*Anh*).

highwayman /'haiweimən/ *dt* (*snh* **highwaymen** /ˌhaiweimən/) kẻ cướp đường.

highwire /ˌhai'waiə[r]/ *dt* dây căng trên cao (*làm xiếc*).

hijack[1] /'haidʒæk/ *dgt* **1.** bắt cóc (*máy bay*): *the plane was hijacked while on a flight to Dehli* máy bay bị bắt cóc trên đường tới Dehli **2.** chặn xe cướp (*của*).

hijack[2] /'haidʒæk/ *dt* **1.** sự bắt cóc máy bay **2.** sự chặn xe cướp của.

hijacker /'haidʒækə[r]/ *dt* **1.** tên không tặc **2.** kẻ chặn xe cướp của.

hijacking /'haidʒækiŋ/ *dt* **1.** sự cướp máy bay; vụ không tặc **2.** sự (vụ) chặn xe cướp của.

hike[1] /haik/ *dt* **1.** cuộc đi bộ đường dài (*để luyện tập hay để tiêu khiển*): *a ten-mile hike* cuộc đi bộ đường dài mười dặm **2.** (*kng*) sự tăng giá: *the union demands* *a 7% wage hike* công đoàn đòi tăng lương 7%.

hike² /haik/ *dgt* **1.** đi bộ đường dài **2.** tăng *(giá...):* *hike [up] an insurance claim* tăng số tiền đòi bảo hiểm.

hiker /'haikə[r]/ *dt* người đi bộ đường dài *(để luyện tập hay để tiêu khiển).*

hilarious /hi'leəriəs/ *tt* **1.** rất thích thú: *a hilarious account of their camping holiday* bài tường thuật buổi đi cắm trại ngày nghỉ của họ **2.** vui nhộn: *a hilarious party* buổi liên hoan vui nhộn.

hilariously /hi'leəriəsli/ *pht* **1.** [một cách] rất thích thú **2.** [một cách] vui nhộn.

hilarity /hi'lærəti/ *dt* sự vui nhộn: *the announcement was greeted with much hilarity and mirth* lời công bố được đón nhận một cách vui nhộn và hân hoan.

hill /hil/ *dt* đồi, gò, đống, ụ: *the house is on the side of a hill* ngôi nhà ở trên sườn đồi; *an anthill* tổ kiến; *a molehill* ụ đất chuột chũi đùn lên. // **a hill of beans** *(Mỹ, kng)* vật ít giá trị: *it's not worth a hill of beans* cái đó chẳng có mấy giá trị; **old as the hill** *x* old¹; **over the hill** *(kng)* đã già; **up hill and down dale** khắp nơi, mọi chốn: *we've been changing up hill and down dale trying to find you* chúng tôi đã chạy khắp nơi mọi chốn để cố tìm ra anh.

hill-billy /'hilbili/ *dt (Mỹ, kng)* dân quê vùng núi.

hillock /'hilək/ đồi nhỏ, gò.

hillside /'hilsaid/ *dt* sườn đồi.

hilltop /'hiltɒp/ *dt* đỉnh đồi.

hilly /'hili/ *tt* có nhiều đồi gò: *hilly countryside* vùng quê có nhiều đồi gò.

hilt /hilt/ *dt* cán *(kiếm, dao găm).* // **up to the hilt** hoàn toàn: *I'll support you up to the hilt* tôi sẽ ủng hộ anh hoàn toàn; *be up to the hilt in debt* nợ ngập đầu.

him /him/ *dt* nó, hắn, ông ấy, anh ấy: *when did you see him?* anh gặp nó bao giờ?; *I'm taller than him* tôi cao hơn nó; *that's him over there* nó ở đằng kia kìa.

himself /him'self/ *dt (dùng để nhấn mạnh)* tự nó; đích thân: *he cut himself* nó [tự làm] đứt tay; *did you see the manager himself?* anh có gặp đích thân ông giám đốc không?. // **[all] by himself** một mình; không ai giúp đỡ: *he lives all by himself in that large house* nó sống một mình trong căn nhà lớn ấy; *the baby can walk by himself now* cháu bé bây giờ đã tự đi một mình được.

hind¹ /haind/ *tt* sau; ở đằng sau: *hind legs* chân sau; *hind wheel* bánh xe sau. // **on one's hind legs** *(đùa)* đứng: *get up on your hind legs and do some work!* đứng dậy và đi làm việc gì đi chứ!; **talk the hind legs off a donkey** *x* talk².

hind² /haind/ *dt (snh* kđổi hoặc **hinds)** con hươu cái.

hinder /'hində[r]/ *dgt* **hinder somebody (something) from something (doing something)** cản trở: *hinder somebody from working* cản trở không để ai làm việc; *production is hindered by lack of material* sản xuất bị đình trệ vì thiếu nguyên liệu.

Hindi¹ /'hindi:/ *dt* tiếng Hindi *(ở Ấn Độ).*

Hindi² /'hindi:/ *tt* [thuộc] tiếng Hin-đi.

hindmost /'haindməust/ *tt* sau cùng. // **the devil take the hindmost** *x* devil¹.

hindquarters /'haind,kwɔ:-təz/ *dt snh* thân sau *(kể cả chân, của động vật bốn chân).*

hindrance /'hindrəns/ *dt* **hindrance to somebody (something)** vật cản trở; người cản trở. // **without let or hindrance** *x* let³.

hindsight /'haindsait/ *dt* sự nhận thức muộn *(nhận thức sau khi sự việc đã xảy ra):* *we failed and with [the benefit of] hindsight I now see where we went wrong* chúng tôi đã thất bại và bây giờ với một nhận thức muộn mới thấy sai ở chỗ nào.

Hindu¹ /ˌhin'du:, *(Mỹ* 'hindu:)/ *dt* người Hin-du.

Hindu² /ˌhin'du:/ *tt* [thuộc người] Hin-du.

Hinduism /'hindu:izəm/ *dt* đạo Hin-du, Ấn Độ giáo.

hinge¹ /hindʒ/ *dt* bản lề: *the gate hinges need oiling, they're squeaking* bản lề cánh cổng cần phải tra dầu, chúng đã kêu ken két.

hinge² /hindʒ/ *dgt* **1.** lắp bản lề vào: *the cupboard is hinged on the right* cánh của tủ được lắp bản lề bên phải; **2.** phụ thuộc vào: *everything hinges on the outcome of these talks* mọi việc đều phụ thuộc vào kết quả của những cuộc đàm phán ấy.

hint¹ /hint/ *dt* **1.** sự gợi ý: *she coughed to give him the hint that he should go* chị ta ho để gợi ý với anh ta là anh nên đi đi **2.** dấu hiệu; dấu vết: *the calm sea gave no hint of the storm that was coming* biển lặng, không có dấu hiệu gì của cơn bão đang tới **3.** lời khuyên, lời mách nước: *helpful hints for plant lovers* lời khuyên bổ ích cho những người yêu thích cây cỏ. //

H

drop a hint *x* drop²; **take a hint** hiểu ý, hiểu ra: *I thought they'd never go – some people just can't take a hint!* tôi nghĩ họ chẳng bao giờ đi, đúng là có một số người không hiểu ra ý của họ.

hint² /hint/ *đgt* (+ at) nói bóng gió, ám chỉ, gợi ý: *the possibility of an early election had been hinted at* người ta nói bóng nói gió rằng có khả năng có bầu cử sớm.

hinterland /ˈhintəlænd/ *dt* nội địa.

hip¹ /hip/ *dt (giải)* hông, eo: *one's hip measure* số đo vòng eo *(của một người); he stood with his hands on his hips* anh ta đứng chống nạnh.

hip² /hip/ *dt (cg* **rose-hip**) quả tầm xuân.

hip³ /hip/ *tht (thường* **hip, hip, hurrah**) *(hurray)!* hoan hô!

hip⁴ /hip/ *tt (cũ, lóng)* đúng mốt; [theo] đời mới nhất.

hip-bath /ˈhipbɑːθ/ *dt* bồn tắm nửa người.

hip-bone /ˈhipbəʊn/ *dt (giải)* xương chậu.

hip flask /ˈhipflɑːsk/ bầu rượu hông *(bầu rượu nhỏ có thể bỏ vào túi bên hông).*

hippie *(cg* **hippy**) /ˈhipi/ *dt (Mỹ)* thanh niên lập dị *(vào khoảng nửa sau thập kỷ 1960),* hippi.

hippo /ˈhipəʊ/ *dt (snh* **hippos**) *(kng) nh* hippopotamus.

hip-pocket /ˌhipˈpɒkit/ *dt* túi hông *(ở quần).*

Hippocratic oath /ˌhipəkˈrætikˈəʊθ/ lời thề y nghiệp *(của các bác sĩ khi tốt nghiệp).*

hippodrome /ˈhipədrəʊm/ *dt* 1. *(đặc biệt trong tên riêng)* hí trường: *Brighton Hippodrome* Hý trường Brighton 2. *(cổ)* trường đua ngựa; trường đua xe ngựa.

hippopotamus /ˌhipəˈpɒtəməs/ *dt (snh* **hippopotamuses** /ˌhipəˈpɒtəməsiz/ *hay* **hippotami** /ˈhipəˈpɒtəmai/) *(cg* **hippo**) *(động)* hà mã.

hippy /ˈhipi/ *dt x* hippie.

hire¹ /ˈhaiə[r]/ *đgt* 1. thuê, mướn: *hire a bicycle* cho thuê xe đạp; *a hired assassin* kẻ giết mướn 2. [+ out] cho thuê, cho mướn: *we hire out our vans for the day* chúng tôi cho thuê xe tải tính theo ngày.

hire² /ˈhaiə[r]/ *dt* 1. sự thuê, sự cho thuê: *have the hire of a car for a week* thuê chiếc xe một tuần lễ; *this suit is on hire* bộ quần áo này là để cho thuê 2. tiền thuê, tiền mướn: *work hire* làm thuê lĩnh tiền. // **ply for hire** *x* ply².

hireable /ˈhaiərəbl/ *tt* có thể thuê; có thể cho thuê.

hired hand /ˌhaiədˈhænd/ *(Mỹ)* lao công trang trại.

hireling /ˈhaiəliŋ/ *dt (thường xấu)* tay sai.

hire-purchase /ˌhaiəˈpɜːtʃəs/ *dt (Anh) (vt* **hp** *(Mỹ* **instalment plan**) thể thức mua trả góp.

hirsute /ˈhɜːsjuːt, (Mỹ* ˈhɜːsuːt)/ *tt* xồm xoàm: *Richard, are you growing a beard? you are looking very hirsute* Richard, anh để râu đấy à, trông anh xồm xoàm quá.

his¹ /hiz/ *đht* của nó, của hắn, của ông ấy...: *his hat* cái mũ của hắn; *James has sold his car* James đã bán chiếc xe của nó.

his² /hiz/ *dt* cái của nó, cái của hắn, cái của ông ấy: *that book is his* cuốn sách này là của nó.

Hispanic /hiˈspænik/ *tt* 1. [thuộc] Tây Ban Nha và Bồ Đào Nha 2. [thuộc] Tây Ban Nha; [thuộc] các nước nói tiếng Tây Ban Nha.

hiss¹ /his/ *đgt* 1. kêu xì xì, kêu xèo xèo: *the steam escaped with a loud hissing noise* hơi nước thoát ra tạo tiếng xì xì lớn; *the fire hisses if water is thrown on it* đống lửa xèo xèo khi rảy nước lên 2. [+ at] huýt sáo chê, xuýt *(chê)*: *hiss [at] a new play* huýt sáo chê một vở kịch mới 3. rít lên: *"stay away from me!" she hissed* bà ta rít lên: "cút khỏi chỗ tao ngay!". // **hiss somebody off [something]** huýt sáo *(xuyt)* diễn viên *(diễn giả)* ra khỏi sàn diễn *(rời khỏi bục).*

hiss² /his/ *dt* 1. tiếng xì xì, tiếng xèo xèo 2. tiếng huýt sáo chê, tiếng xuyt.

histamin /ˈhistəmiːn/ *(hóa; sinh)* histamin.

histogram /ˈhistəgræm/ *dt nh* bar chart.

histology /hiˈstɒlədʒi/ *dt (sinh)* mô học.

historian /hiˈstɔːriən/ *dt* nhà sử học.

historic /hiˈstɒrik, (Mỹ* hiˈstɔːrik)/ *tt* có tính chất lịch sử, nổi tiếng trong lịch sử: *this is a (an) historic occasion* đây là một cơ hội [có tính chất] lịch sử.

historical /hiˈstɒrikl, (Mỹ* hiˈstɔːrikl)/ *tt* [thuộc] lịch sử; có liên quan đến lịch sử: *historical studies* công trình nghiên cứu lịch sử; *historical materialism* duy vật lịch sử.

historically /hiˈstɒrikli, (Mỹ* hiˈstɔːrikli)/ *pht* về phương diện lịch sử: *the book is historically inaccurate* cuốn sách không chính xác về phương diện lịch sử.

historic present /hi,stɒrik 'preznt/ *(ngôn)* thì hiện tại lịch sử.

history /'histri/ *dt* **1.** sử, sử học: *my history teacher* thầy dạy sử của tôi **2.** lịch sử: *modern history* lịch sử hiện đại; *have a strange history* có một lịch sử kỳ lạ **3.** *(kng)* chuyện xa xưa: *they had an affair once, but that's ancient history now* họ đã từng có quan hệ ân ái với nhau, nhưng nay thì đã là chuyện xa xưa rồi. // **make (go down) in history** đáng được ghi vào lịch sử: *a discovery that made medical history* một phát minh đáng được ghi vào lịch sử y học.

histrionic /,histri'ɒnik/ *tt* **1.** *(thường xấu)* có vẻ đóng kịch, điệu bộ: *histrionic behaviour* cách xử sự có vẻ đóng kịch **2.** [thuộc] diễn xuất: *her histrionic talents* tài diễn xuất của nàng.

histrionically /,histri'ɒnikli/ *pht (thường xấu)* như là đóng kịch: *wave one's arms histrionically* vẫy tay như là đóng kịch.

histrionics /,histri'ɒniks/ *dt snh (thường xấu)* kiểu cách như là đóng kịch, kiểu cách điệu bộ.

hit¹ /hit/ *dgt* (-tt-) (hit) **1.** đánh, đấm trúng, ném trúng: *she hit him on the head with a book* cô ta đánh cuốn sách vào đầu nó; *hit the nail with the hammer* đóng đinh bằng búa **2.** va vào, đâm vào: *the lorry hit the lamp-post with a crash* chiếc xe tải đâm sầm vào cột đèn; *he hit his forehead [against] the wall as he fell* nó ngã va trán vào tường **3.** đánh *(bóng)* bằng gậy *(đánh cricket)* **4.** chạm tới, tác động tới: *how the new law hit the unemployed?* đạo luật mới tác động đến người thất nghiệp như thế nào? **5.** tìm thấy, gặp *(một cách bất ngờ)*; đạt được: *follow the footpath and you'll eventually hit the road* theo con đường mòn này cuối cùng anh gặp *(ra)* đường cái; *the yen hit the record high in trading today* đồng yên đạt mức cao kỷ lục trên thương trường hôm nay **6.** gặp phải: *if you go now, you're likely to hit the rush hour* nếu anh đi bây giờ anh có thể gặp phải giờ cao điểm đấy **7.** *(kng)* tấn công, đột kích: *hit the enemy when they least expect it* tấn công quân thù khi chúng không ngờ nhất. // **hit the bottle** *(kng)* thường uống nhiều rượu, nghiện ngập rượu chè; **hit the ceiling roof** *(kng)* nổi giận, cáu tiết; **hit the deck** *(Mỹ, kng)/ a/* ngã xuống đất *b/* ra khỏi giường, ngủ dậy *c/* sẵn sàng hành động; **hit (knock) somebody for six** giáng một đòn choáng váng vào ai; tác động mạnh đến ai: *he was knocked completely for six by his sudden dismissal* anh ta bị một đòn choáng váng khi bị sa thải đột ngột; **hit somebody (something) hard** giáng một đòn mạnh vào, tác động xấu đến: *television has hit the cinema industry very hard* truyền hình đã giáng một đòn rất mạnh tới công nghiệp điện ảnh; *old people are hardest hit by the rising cost of living* người già chịu tác động nhiều nhất của cuộc sống ngày càng đắt đỏ; **hit the hay (sack)** *(kng)* đi ngủ; **hit (make; reach) headlines** x headline; **hit (strike) home** x home³; **hit someody in the eye** đập vào mắt ai; **hit it** *nh* hit the nail on the head; **hit if off [with somebody** *(kng)* ăn ý, ý hợp tâm đầu với ai; **hit the jackpot** trúng quả; **hit (kick) a man when he's down** x man¹; **hit (miss) the mark** x mark¹; **hit the nail on the head** nói trúng; đoán trúng; **hit (touch) a nerve** x nerve¹; **hit the road;** *(Mỹ)* **hit the trail** *(kng)* lên đường, khởi hành.

hit at somebody (something) nhằm đánh vào *(ai, cái gì)*; **hit back at [somebody (something)]** giáng trả mạnh mẽ *(những lời công kích của đối phương)* phản bác; **hit somebody (something) off** miêu tả chính xác; **hit on (upon) something** nghĩ ra một giải pháp về điều gì một cách bất chợt: *she hit upon a good title for her new novel* bà ta bất chợt nghĩ ra một tên hay cho cuốn tiểu thuyết mới của bà; **hit out [at somebody (something)]** đánh tới tấp; công kích tới tấp: *in a rousing speech the President hit out against the trade union* trong một bài diễn văn khích động, tổng thống đã công kích công đoàn tới tấp; **not know what hit one** x know¹.

hit² /hit/ *dt* **1.** cú đánh (đấm, ném, bắn), trúng đòn: *that was a clever hit* đó là một đòn đánh hay **2.** phát bắn trúng: *a final score of two hits and six misses* tỷ số cuối cùng là hai phát trúng, sáu phát trật **3.** **hit at somebody** lời châm chích cay độc: *that last remark was a hit at me* nhận xét cuối cùng là một lời chỉ trích cay độc nhằm vào tôi **4.** người nổi tiếng; việc thành công: *her new film is quite a hit* cuốn phim mới của chị ta rất thành công; *hit songs* những bài hát nổi tiếng. // **make a hit [with somebody]** gây ấn tượng tốt đối với ai: *you've made quite a hit with Bill* anh đã gây ấn tượng tốt đối với Bill rồi đó.

hit-and-miss /ˌhitənd'mis/ *tt* (*cg* **hit-or-miss**) tùy thuộc vào may rủi; không trù tính cẩn thận.

hit-and-run /ˌhitənd'rʌn/ *tt* gây tai nạn rồi bỏ chạy (*người lái mô-tô, ô-tô*).

hitch[1] /hitʃ/ *đgt* **1.** đi quá giang: *can I hitch a lift with you as far as the station?* anh có thể cho tôi quá giang đến nhà ga không? **2.** cột, buộc, móc: *hitch a horse to a fence* buộc ngựa vào hàng rào. // **get hitched** (*cũ, lóng*) lập gia đình. // **hitch something up** kéo lên, vén lên (*quần áo*): *he hitched up his trousers before sitting down* ông ta kéo quần lên trước khi ngồi xuống; *she hitched up her skirt to as not so get it wet* chị ta vén váy lên cho khỏi bị ướt.

hitch[2] /hitʃ/ *dt* **1.** trở ngại, trục trặc: *the launch was delayed by a technical hitch* sự hạ thủy phải hoãn lại vì một trục trặc kỹ thuật **2.** cái bỗng nhiên giật mạnh, cái bỗng nhiên đẩy mạnh **3.** nút buộc, nút thắt.

hitch-hike /'hitʃhaik/ *đgt* đi quá giang.

hither /'hiðə[r]/ *pht* (*cũ*) ở đây, đến đây. // **hither and thither** khắp nơi, khắp mọi hướng: *blown hither and thither by the wind* bị gió thổi bay khắp mọi hướng.

hitherto /ˌhiðə'tu:/ *pht* cho đến nay, đến bây giờ: *a hitherto unknown species of butterfly* một loài bướm đến nay vẫn chưa được biết.

hit list /'hit list/ danh sách (*người, tổ chức*) bị nhằm vào (*trong những hành động xấu*).

hit man /'hitmən/ (*Mỹ, lóng*) kẻ giết người thuê.

hit-or-miss /ˌhitɔ:'mis/ *tt* hit-and-miss.

hit parade /'hitpə'reid/ danh sách những đĩa hát được dân chúng ưa thích bán chạy nhất.

hive[1] /haiv/ *dt* **1.** (*cg* beehive) thùng ong, tổ ong **2.** đàn ong (*trong một đõ*) **3.** chỗ đông người náo nhiệt: *a hive of industry* khu công nghiệp náo nhiệt.

hive[2] /haiv/ *đgt* đưa ong vào đõ (*để nuôi*); vào đõ (*ong*).

hive off tách ra thành một bộ phận độc lập; **hive something off [to (into) something]** chuyển thành một bộ phận tách biệt và độc lập: *hive parts off a nationalized industry to private owner - ship* chuyển từng phần của công nghiệp quốc doanh sang sở hữu tư nhân.

hives /haivz/ *dt* (*snh*) chứng mề đay.

hiya /'haijə/ *tht* (*Mỹ, kng*) chào!

h'm *tht* x hem[3].

HM (*vt của* His (Her) Majesty) Hoàng thượng, Nữ hoàng: *HM the Queen* Nữ hoàng.

HMG (*vt của* His (Her) Majesty's Government) chính phủ Hoàng gia.

HMI /ˌeitʃem'ai/ (*vt của* His (Her) Majesty's Inspector [of schools]) ngài thanh tra [học đường].

HMS /ˌeitʃem'es/ (*vt của* His (Her) Majesty's ship) tàu Hoàng gia (*chỉ nói về tàu chiến*).

HMSO /ˌeitʃemes'əu/ (*vt của* His (Her) Majesty's Stationery Office) Sở thiết bị văn phòng Hoàng gia.

HNC /ˌeitʃen'si:/ (*vt của* Higher National Certificate) chứng chỉ quốc gia.

HND /ˌeitʃen'di:/ (*vt của* Higher National Diploma) văn bằng tương đương cử nhân.

ho /həu/ *tht* **1.** ồ! (*để diễn tả sự ngạc nhiên, khâm phục, vui đùa...*) **2.** này (*để làm cho chú ý đến cái gì*): *land ho!* này đất liền kia kìa!

hoar /hɔ:[r]/ *tt* (*cũ*) (*cg* **hoary**) hoa râm (*tóc*): *a hoar-headed old man* một ông già tóc hoa râm.

hoard[1] /hɔ:d/ *dt* sự tích trữ, sự trữ; chỗ trữ: *a squirrel's board of nuts* chỗ trữ quả của một con sóc.

hoard[2] /hɔ:d/ *đgt* tích trữ, trữ: *hoard food* trữ thực phẩm.

hoarder /'hɔ:də[r]/ *dt* người tích trữ, người trữ.

hoarding /'hɔ:diŋ/ *dt* **1.** (*Anh*) (*Mỹ* **billboard**) panô [để] dán quảng cáo **2.** hàng rào ván tạm thời quanh công trường xây dựng.

hoar-frost /'hɔ:frost, (*Mỹ* 'hɔ:frɔ:st/) *dt* sương muối.

hoariness /'hɔ:rinis/ *dt* **1.** màu hoa râm **2.** tuổi già.

hoarse /hɔ:s/ *tt* **1.** khàn khàn, khàn (*tiếng nói*): *talk oneself hoarse* nói đến khản cả tiếng **2.** có giọng nói khàn khàn (*người*).

hoarsely /'hɔ:sli/ *pht* [một cách] khàn khàn.

hoarseness /'hɔ:snis/ *dt* sự khàn khàn; giọng khàn khàn.

hoary /'hɔ:ri/ *tt* (-ier; -iest) **1.** hoa râm; bạc (*tóc*) **2.** (*bóng*) cổ lỗ sĩ: *a hoary old joke* một câu đùa cổ lỗ sĩ.

hoax[1] /həuks/ *dt* trò đánh lừa, trò chơi xỏ.

hoax[2] /həuks/ *đgt* đánh lừa, chơi xỏ.

hoaxer /'həuksə[r]/ *dt* người đánh lừa, người chơi xỏ.

hob /hɒb/ *dt* **1.** mâm bếp (*tấm phẳng đặt xoong chảo để nấu ở bếp ga, bếp điện...*) **2.** ngăn bên (*của lò sưởi để giữ nóng thức ăn*).

hobble¹ /'hɒbl/ *dgt* **1.** đi khập khiễng, đi cà nhắc **2.** buộc chặng hai chân (*ngựa để ngựa khỏi đi xa nơi buộc chân*).

hobble² /'hɒbl/ *dt* (*số ít*) bước đi khập khiễng, bước đi cà nhắc.

hobby /'hɒbi/ *dt* thú tiêu khiển riêng: *my hobby is stamp collecting (collecting stamps)* thú tiêu khiển riêng của tôi là sưu tập tem.

hobby-horse /'hɒbi hɔ:s/ *dt* **1.** gậy đầu ngựa (*một thứ đồ chơi của trẻ em*) **2.** đề tài ưa thích; ý kiến hay nhắc lại (*khi nói chuyện*).

hobgoblin /hɒb'gɒblin/ *dt* yêu quái.

hobnail /'hɒbneil/ *dt* đinh đầu to (*đóng đế ủng*).

hobnailed /'hɒbneild/ *tt* có đóng đinh đầu to (*đế ủng*).

hob-nob /'hɒbnɒb/ *dgt* [+ with, together] (*đôi khi xấu*) kết thân (*với người cao sang hơn mình*): *hob-nob with the rich and famous* kết thân với người giàu có và danh giá.

hobo /'həʊbəʊ/ *dt* (*snh* **hobos, hoboes** /'həʊbəʊz/) **1.** thợ đi làm rong **2.** kẻ lang thang.

Hobson's choice /,hɒbsnz 'tʃɔis/ sự lựa chọn bất đắc dĩ (*vì không có cách nào khác*).

hock¹ /hɒk/ *dt* khuỷu chân sau (*ngựa, bò...*).

hock² /hɒk/ *dt* rượu vang trắng Đức.

hock³ /hɒk/ *dgt* cầm, cầm cố.

hock⁴ /hɒk/ *dt* sự cầm cố: *get something out of hock* chuộc lại vật đã cầm. // **in hock** a/ đang cầm cố: *her jewellery is all in hock* tất cả nữ trang của chị ta đã đem đi cầm hết b/ bị nhốt trong tù, ở tù c/ mắc nợ: *I'm in hock to the tune of £5000* tôi hiện mắc nợ tới 5000 bảng.

hockey /'hɒki/ *dt* **1.** (Anh) (Mỹ thường **field hockey**) (*thể*) môn hốc cây **2.** (*Mỹ*) *nh* ice hockey.

hockey stick gậy đánh hốc cây. // **jolly hockey sticks** *x* jolly.

hocus-pocus /,həʊkəspəʊkəs/ *dt* mánh khóe đánh lạc hướng.

hod /hɒd/ *dt* **1.** sọt, âu (*dụng gạch vữa trong xây dựng*) **2.** thùng đựng than (*than dùng trong nhà*).

hodgepodge /'hɒdʒpɒdʒ/ *nh* hotchpotch.

hoe¹ /həʊ/ *dt* cái cuốc.

hoe² /həʊ/ *dgt* (**hoed; hoeing**) cuốc (*đất*); cuốc sạch; giẫy (*cỏ*); làm cỏ (*một luống rau...*).

hog¹ /hɒg, (Mỹ hɔ:g) *dt* **1.** lợn thiến; lợn **2.** (*kng*) người ích kỷ; người tham lam. // **go to the whole hog** *x* whole¹.

hog² /hɒg, (Mỹ hɔ:g)/ *dgt* (**-gg-**) lấy quá phần: *hog [the middle of] the road* lấn lòng đường (*khiến xe sau không vượt lên được*); *hog the bathroom* chiếm buồng tắm lâu quá (*không để người khác vào*).

hoggish /'hɒgiʃ/ *tt* tham lam và ích kỷ.

Hogmanay /'hɒgmənei/ *dt* ngày cuối năm (*ở Xcốt-len và những hội hè vào ngày đó*).

hogshead /'hɒgzhed, (Mỹ 'hɔ:gzhed)/ *dt* **1.** thùng lớn đựng bia **2.** thùng (*đơn vị chất lỏng hoặc chất khô*, bằng khoảng 50 galông Anh hoặc 62 galông Mỹ).

hogwash /'hɒgwɒʃ, 'hɑ:gwɔ:ʃ/ *dt* (*Mỹ*) chuyện nhảm nhí.

hoick /'hɔik/ *dgt* nhấc lên, nạy lên: *she hoicked her bike onto the car roof* chị ta nhấc chiếc xe đạp lên mui xe; *he tried to hoick the meat out of the tin with a fork* anh ta dùng nĩa cố nạy hộp thịt.

hoi-polloi /,hɔi pə'lɔi/ (*Anh*) **the hoi-polloi** dân chúng.

hoist¹ /hɔist/ *dgt* kéo lên, giương lên: *hoist a flag* kéo cờ; *hoist the sails* kéo buồm lên, giương buồm lên. // **[be] hoist with one's own petard** gậy ông đập lưng ông.

hoist² /hɔist/ *dt* **1.** (*thường số ít*) sự kéo lên, sự giương lên: *give me a hoist [up]* kéo tôi lên với (*khi trèo tường...*) **2.** cần trục.

hoiti-toity /,hɔiti'tɔiti/ *tt* (*kng, xấu*) ngạo nghễ.

hokum /'həʊkəm/ *dt* (*Mỹ, kng*) **1.** kịch bản xoàng **2.** điều vô nghĩa: *talking complete hokum* nói những điều hoàn toàn vô nghĩa.

hold¹ /həʊld/ *dgt* (**held**) **1.** cầm, nắm: *hold a pen* cầm cây viết; *hold an office* nắm một chức vụ **2.** giữ: *try to hold the thief until the police arrive* cố giữ tên trộm cho đến khi cảnh sát tới; *the dam gave way, it was not strong enough to hold the flood waters* chiếc đập đã vỡ, nó không đủ sức kìm giữ nước lũ; *it took three nurses to hold him down while they gave him the injection* phải ba y tá giữ ông ấy khi họ tiêm thuốc cho ông; *hold yourself still for a moment while I take your photograph* hãy giữ yên một chút để tôi chụp ảnh nhé; *she has held the post of Prime Minister longer than* *anyone* bà ta giữ ghế thủ tướng lâu hơn ai hết; *he holds the world record for the long jump* anh ta giữ kỷ lục thế giới về môn nhảy xa; *he holds strange views on religion* ông ta giữ những quan điểm lạ lùng về tôn giáo **3.** giữ nguyên, kéo dài: *how long will this fine weather hold?* thời tiết đẹp này còn kéo dài bao lâu nữa?; *how long will the anchor hold?* tàu thả neo bao lâu đấy nhỉ?; *the argument still holds* lý lẽ đó vẫn giữ nguyên giá trị **4.** bám *(đường, nói về bánh xe)*: *my new car holds the road well* chiếc xe mới của tôi bám đường tốt **5.** có đủ chỗ cho, chứa được: *this barrel holds 25 litres* cái thùng này chứa được 25 lít; *I don't think the car will hold you all* tôi không nghĩ là chiếc xe đó chứa được hết tất cả các anh; *my brain can't hold so much information at one time* đầu óc tôi không thể nào nhớ được bấy nhiêu thông tin cùng một lúc; *who knows what the future holds for us (bóng)* ai mà biết được tương lai sẽ dành những gì cho chúng ta **6.** cố thủ, giữ: *hold a fort* cố thủ một pháo đài; *the Tory candidate held the seat, but with a greatly reduced majority* ứng cử viên đảng Bảo thủ vẫn giữ được ghế của mình nhưng số đông ủng hộ giảm đi nhiều **7.** bắt giữ: *police are holding two men in connection with last Thursday's bank robbery* cảnh sát đang bắt giữ hai người có liên quan tới vụ cướp nhà băng thứ năm vừa rồi; *he was held prisoner throughout the war* anh ta bị bắt làm tù binh suốt cuộc chiến tranh **8.** thu hút,

làm cho chú ý: *a good teacher must be able to hold her pupils' attention* một cô giáo giỏi phải thu hút được sự chú ý của học sinh **9.** cho rằng, xem như: *I hold the parents responsible for their child's behaviour* tôi cho rằng cha mẹ phải chịu trách nhiệm về cách ăn ở của con họ **10.** tổ chức, tiến hành *(cuộc họp...)*: *we hold a general election every five years* cứ năm năm một lần chúng tôi tổ chức tổng tuyển cử **11.** tiếp tục: *the ship is holding a south-easterly course* con tàu tiếp tục chạy về hướng đông nam; *hold a high note* tiếp tục hát nốt cao **12.** chờ *(nói qua điện thoại)*: *Mr Ba's extension is engaged at the moment, will you hold (the line)?* lúc này máy của ông Ba đang bận, ông chờ cho một tí được không. // **hold good** vẫn đúng, vẫn có giá trị: *the same argument doesn't hold good in all cases* cùng một lý lẽ không thể đúng trong mọi trường hợp. // **hold it** *(kng)* chờ *(một lát)*: *hold it a second - I don't think everyone's arrived yet* hãy chờ một lát, tôi không nghĩ rằng mọi người đã tới đông đủ; **there is no holding somebody** kiềm chế ai: *once she gets into the subject of politics, there's no holding her* khi bàn đến đề tài chính trị thì chẳng kiềm chế được bà ta. **hold something against somebody** *(kng)* để hành động gì đó của ai ảnh hưởng đến ý kiến về người đó: *don't hold it against him that he's been in prison* đừng để cho việc anh ta đã bị tù ảnh hưởng tới việc đánh giá anh; **hold back [from something]** do dự, ngại ngừng: *she held back from telling him what she thought*

of him nàng ngại không dám nói cho anh biết nàng nghĩ gì về anh; **hold somebody back** cản trở sự phát triển của ai: *you could become a good musician but your lack of practice is holding you back* anh có thể trở thành một nhạc sĩ giỏi, nhưng sự thiếu thực hành đang cản trở sự phát triển tài năng của anh; **hold something back** a/ giữ nguyên tại chỗ, không cho di chuyển: *they built banks of earth to hold back the rising flood waters* họ đắp đê để giữ cho nước lên khỏi tràn vào b/ kiềm chế cho khỏi lộ ra *(tình cảm...)*: *he was able to hold back his anger and avoid a fight* nó kiềm chế được cơn giận và tránh được ẩu đả nhau c/ giấu: *you must tell us the whole story, don't hold [anything] back* anh phải nói cho chúng tôi biết toàn bộ sự việc, đừng có giấu gì hết; **hold somebody down** áp bức: *the people were held down by a heartless secret police* nhân dân bị một tụi cảnh sát mật tàn nhẫn áp bức; **hold something down** a/ giữ ở mức thấp: *the rate of inflation must be held down* lạm phát phải giữ ở mức tỷ lệ thấp b/ đủ sức đảm đương *(một công việc)*: *he couldn't hold down a job after his breakdown* anh ta không còn đủ sức đảm đương một công việc lâu dài sau cú thất bại; **hold forth** *(thường xấu)* nói dông dài; **hold something (oneself) in** kiềm chế; tự kiềm chế: *hold in one's anger* kiềm chế cơn giận; *he's incapable of holding himself in* nó không thể tự kiềm chế được; **hold off** a/ không xảy ra *(mưa bão...)*: *the rain held off enough for us to have our picnic* trời tạnh không mưa đủ lâu để chúng tôi hoàn thành được một cuộc picnic b/ kiềm chế bản thân không tấn công *(ai)*: *let's hope the gunmen will hold off for the duration of the cease-fire* chúng ta hãy hy vọng rằng các tay súng sẽ tự kiềm chế mình trong thời gian ngừng bắn; **hold somebody (something) off** chống trả lại, chống lại *(cuộc tấn công...)*: *though outnumbered, they held off [repeated attack by] the enemy* mặc dù ít quân hơn, họ đã chống lại được những cuộc tấn công liên tiếp của quân địch; **hold off something (doing something)** hoãn: *could you hold off [making] your decision until next week?* anh có thể hoãn quyết định lại đến tuần sau không?; **hold on** a/ *(kng) (thường ở thức mệnh lệnh)* chờ; dừng lại: *hold on a minute while I get my breath back!* dừng một phút cho tôi thở cái đã! b/ trụ lại, bám giữ: *they managed to hold on until help arrived* họ trụ lại chờ cho đến lúc tiếp viện được gửi đến; **hold something on** giữ cho bám vào, không để rời ra: *these nuts and bolts hold the wheels on* những đai ốc và bu-lông này giữ cho bánh xe ở nguyên vị trí; **hold on [to somebody (something)]** nắm chặt; giữ chặt: *he held on [to the rock] to stop himself slipping* nó nắm chặt vào mỏm đá để khỏi trượt xuống; **hold on to something** *(kng)* giữ lại *(không cho, không bán)*: *I'd hold on to that house for the time being; house prices are rising sharply at the moment* lúc này tôi sẽ giữ lại không bán ngôi nhà đó, giá nhà đang tăng vọt; **hold out** a/ hãy còn: *we can stay here for as long as your supplies hold out* chúng tôi có thể ở lại đây chừng nào thực phẩm hãy còn b/ chống lại cuộc tấn công: *they held out bravely against repeated enemy bombing* họ đã dũng cảm chống lại những cuộc oanh kích liên tiếp của kẻ thù; **hold something out** tạo cơ hội, tạo khả năng: *the forthcoming talks hold out the hope of real arms reductions* những cuộc thương thuyết sắp tới sẽ tạo ra hy vọng giải trừ quân bị thực sự; **hold out for something** nh stick out for something *(x* stick²*)*; **hold out on somebody** *(kng)* giữ kín, giấu: *I'm not holding out on you, I honestly don't know where he is* tôi không giấu anh đâu, tôi thành thật không biết hiện nay nó ở đâu; **hold something over** *(thường dùng ở dạng bị động)* hoãn lại: *the matter was held over until the next meeting* vấn đề được hoãn lại cho đến kỳ họp sau; **hold to something** bám lấy, giữ vững: *she always holds to her convictions* cô ta luôn luôn bám lấy (giữ vững) niềm tin của mình; **hold somebody to something** làm cho ai giữ *(lời hứa)*: *he promised her a honeymoon in Paris when they got married and she held him to it* anh ta hứa với cô ấy sẽ qua tuần trăng mật ở Paris khi họ cưới nhau, và cô nhắc với anh ta phải thực hiện lời hứa đó; **hold together** a/ còn là một thể nguyên vẹn: *the car's bodywork scarcely holds together* thân xe chắc là không còn là nguyên vẹn b/ vẫn thống nhất: *the Tory party always hold together in times of crisis* Đảng bảo thủ luôn luôn vẫn thống nhất trong những lúc khủng hoảng; **hold something together** làm cho đoàn kết gắn bó với nhau: *the country needs a leader who will hold the nation together* đất nước cần một nhà lãnh đạo liên kết được toàn dân; **hold somebody (something) up** a/ đưa ra làm ví dụ: *the old man always held up his youngest son as a model of hard work* ông lão luôn luôn đưa đứa con trai trẻ tuổi nhất của ông ra làm một kiểu mẫu lao động cần cù b/ cản trở; trì hoãn: *road works on the motorway are holding up traffic* công trình sửa đường trên xa lộ đang cản trở giao thông; *our flight was held up by fog* chuyến bay của chúng tôi bị trì hoãn vì sương mù; **hold up something** ăn cướp, cướp: *hold up a bank* cướp ngân hàng; **hold with something** *(trong câu phủ định hay câu hỏi)* đồng ý, tán thành: *I don't hold with his views on education* tôi không tán thành quan điểm của ông ta về giáo dục.

hold² /həʊld/ *dt* **1.** sự cầm, sự nắm; kiểu ôm, cú nắm: *she kept a firm hold of her little boy's hand as they crossed the road* bà ta nắm chặt tay cháu bé khi băng qua đường; *wrestling holds* cú nắm [đối phương] trong môn vật **2.** *(số ít)* (+ on, over) ảnh hưởng: *he has a tremendous hold over his younger brother* nó có ảnh hưởng lớn đối với em trai nó **3.** *(số ít)* (+ on) quyền lực; sự kiểm soát: *the military has tightened its hold on the country* quân đội đã siết chặt sự kiểm soát đất nước **4.** chỗ bíu; chỗ bám: *there are very few holds on the cliff face* có rất ít chỗ bíu trên vách đá. // **catch (get; grab; seize; take...) hold of somebody (something)** a/ nắm trong tay: *I threw the rope and he caught hold of it* tôi ném sợi dây và anh ta nắm được nó; *I managed to grab hold of the jug before it fell* tôi cố nắm cho được chiếc bình trước khi nó rơi;

wherever did you get hold of that idea? anh đào ở đâu ra cái ý đó thế? b/ tiếp xúc; gặp *(ai): I've been trying to get hold of her for days but she's never at home* tôi đã cố gặp chị ta mấy hôm nay nhưng chị ta chẳng bao giờ có nhà cả.

holdall /'həʊldɔːl/ *dt (Mỹ* **carry-all)** túi du lịch.

holder /'həʊldə[r]/ *dt (thường là yếu tố tạo từ ghép)* **1.** người giữ, người sở hữu: *the holder of the world record* người giữ kỷ lục thế giới; *an account holder* chủ tài khoản; *holders of high office* những người nắm chức vụ cao **2.** vật giữ, vật đỡ: *a cigarette-holder* cái bót thuốc lá; *a pen-holder* quản bút.

holding /'həʊldɪŋ/ *dt* **1.** ruộng đất, tài sản **2.** cổ phần: *holdings in a bussiness company* cổ phần trong một công ty kinh doanh.

holding company /'həʊldɪŋ ˌkʌmpəni/ công ty cổ phần mẹ.

hold-up /'həʊldʌp/ *dt* **1.** tình trạng tắc nghẽn *(giao thông)* **2.** sự cướp; vụ cướp: *after the hold-up the gang made their getaway in a stolen car* sau vụ cướp, tụi cướp đã chuồn trên một chiếc xe chúng lấy được.

hole¹ /'həʊl/ *dt* **1.** lỗ: *a hole in a tooth* lỗ sâu răng; *roads full of holes* đường đầy ổ gà; *my socks are in holes (full of holes)* tất tôi đã thủng nhiều lỗ **2.** hang: *a fox's hole* hang cáo **3.** nhà ổ chuột **4.** tình thế khó xử, tình thế lúng túng: *be in [a bit of] a hole* ở vào tình thế lúng túng khó xử **4.** lỗ *(trong một số môn chơi, như choi bi, choi gôn).* // **have an ace in the hole** *x* ace; **a hole**

in the wall cửa tiệm nhỏ, quán hàng; **make a hole in something** *(kng)* tiêu dùng với số lượng lớn: *the hospital bills made a big hole in his savings* hóa đơn thanh toán viện phí đã gây một khoản tiêu dùng lớn trong số tiền anh ta dành dụm được; **money burns a hole in somebody's pockets** *x* money; **pick holes in something** bới lông tìm vết.

hole² /'həʊl/ *đgt* **1.** đào lỗ, đục lỗ, đâm thủng: *the ship was holed by an iceberg* chiếc tàu bị một núi băng trôi đâm thủng **2.** (+ **out**) đánh vào lỗ *(đánh gôn): she holed out from forty yards* chị ta đánh bi vào lỗ từ khoảng cách bốn mươi yát.

hole up *(Mỹ, lóng)* ẩn nấp: *after the bank robbery, the criminals holed up in the mountains* sau vụ cướp ngân hàng, bọn tội phạm vào ẩn nấp trong núi.

hole-and-corner /ˌhəʊ lənd'kɔːnə[r]/ *tt (kng, xấu)* lậu, lén lút: *a hole-and-corner business* một vụ kinh doanh lén lút.

holiday¹ /'hɒlədei/ *dt* **1.** ngày nghỉ lễ, ngày nghỉ **2.** (*Mỹ* **vacation)** *(thường snh)* kỳ nghỉ: *the school holidays* kỳ nghỉ hè; *I'm entitled to 20 days/holidays a year* tôi được phép nghỉ mỗi năm hai mươi ngày; *holiday clothes* quần áo mặc ngày lễ. // **a busman's holiday** *x* busman; **high days and holidays** *x* high¹; **on holiday; on one's holidays** đang nghỉ phép: *the typist is away on holiday this week* người đánh máy tuần này nghỉ phép.

holiday² /'hɒlədei/ *đgt (Anh)* (*cg Mỹ* **vacation)** nghỉ lễ, đi nghỉ: *they are holidaying on*

the west coast họ đang đi nghỉ ở bờ biển phía tây.

holiday camp /'hɒlədei kæmp/ (*cg* **holiday center)** nơi nghỉ, nơi cắm trại kỳ nghỉ.

holiday maker /'hɒlədei ˌmeikə[r]/ *dt* người đi nghỉ.

holier-than-thou /ˌhəʊliə ðan/ *tt (kng, xấu)* tự cho mình đạo đức hơn người; tự cho là đúng đắn.

holiness /'həʊlinis/ *dt* **1.** tính chất thần thánh, tính chất thiêng liêng **2.** *His (Your) Holiness* Đức Giáo hoàng *(tiếng tôn xưng).*

holler /'hɒlə[r]/ *đgt (Mỹ, kng)* la hét.

hollow¹ /'hɒləʊ/ *tt* **1.** rỗng: *a hollow tree* một cây có thân rỗng **2.** hóp; sâu: *hollow cheeks* má hóp; *hollow-eyed from lack of sleep* mắt sâu hoắm vì thiếu ngủ **3.** *(thường thngũ)* ồm ồm; vang vọng *(như từ một nơi rỗng phát ra, nói về âm thanh)* **4.** gượng gạo, sáo rỗng; rỗng tuếch: *a hollow promise* lời hứa hão; *hollow laughter* tiếng cười gượng gạo; *hollow words* những lời rỗng tuếch. // **beat somebody hollow** *x* beat¹; **he's got hollow legs** nó uống [rượu] như hũ chìm.

hollow² /'hɒləʊ/ *dt* **1.** chỗ trũng; thung lũng, lòng chảo **2.** chỗ rỗng: *she held the small bird in the hollow of her hand* nó cầm giữ con chim trong lòng bàn tay.

hollow³ /'hɒləʊ/ *đgt* làm rỗng, khoét trũng. // **hollow out** moi ra, khoét ra: *hollow out a nest in a tree trunk* moi ra một tổ chim từ trong một thân cây rỗng.

hollowly /'hɒləʊli/ *pht* **1.** [một cách] rỗng **2.** [một cách] sâu hoắm **3.** [một cách] rỗng tuếch.

hollowness /'hɒləʊnis/ *dt* **1.** sự rỗng **2.** sự sâu hoắm **3.** sự rỗng tuếch.

holly /'hɒli/ *dt* **1.** *(thực)* cây nhựa ruồi. **2.** cành nhựa ruồi *(dùng trang trí trong dịp lễ Giáng sinh).*

hollyhock /'hɒlihɒk/ *dt* *(thực)* cây thục quỳ hồng.

holm-oak /həʊməʊk/ *dt* *(thực)* cây sồi xanh.

holocaust /'hɒləkɔ:st/ *dt* **1.** sự thiêu hủy hàng loạt **2.** **the Holocaust** *(số ít)* sự tàn sát người Do Thái trong thế chiến II *(do bọn phát-xít tiến hành).*

hologram /'hɒləgræm/ *dt* ảnh chụp giao thoa la-ze.

holograph /'hɒləgrɑ:f, *(Mỹ* 'hɒləgræf)/ *dt* văn bản tự tay tác giả viết ra.

hols /hɒlz/ *dt (Anh, Kng)* kỳ nghỉ.

holster /'həʊlstə[r]/ *dt* bao súng ngắn *(thường đeo vào dây thắt lưng).*

holy /'həʊli/ *tt* **(-ier; -iest) 1.** thần thánh, linh thiêng: *the Holy Bible (Scriptures)* kinh thánh; *a holy war* cuộc chiến tranh thần thánh *(bảo vệ cái gì thiêng liêng)* **2.** sùng đạo; trong sạch *(về mặt đạo lý)*: *live a holy life* sống một cuộc sống trong sạch.

the Holy City /ˌhəʊli'siti/ thành phố Jerusalem.

Holy Communion lễ ban thánh thể.

the Holy Father /ˌhəʊli'fɑ:ðə[r]/ Đức Giáo hoàng.

the Holy Ghost /ˌhəʊli'gəʊst/ Chúa thánh thần.

the Holy Grail /ˌhəʊli'greil/ *x* grail.

the Holy Land /ˌhəʊli'lænd/ đất thánh.

the holy of holies /ˌhəʊliəv'həʊliz/ **1.** đền thượng **2.** *(bóng, thường đùa)* nơi linh thiêng.

holy orders /ˌhəʊli'ɔ:dəz/ **be in holy orders** *x* order¹.

the Holy See /ˌhəʊli'si:/ **1.** tòa thánh Vatican **2.** cương vị giáo hoàng.

the Holy Spirit /ˌhəʊli'spirit/ Chúa thánh thần.

Holy Week /ˌhəʊli'wi:k/ tuần trước ngày chủ nhật Phục sinh.

Holy Writ /ˌhəʊli'rit/ **1.** Kinh thánh **2.** sách thánh, văn bản thiêng liêng.

homage /'hɒmidʒ/ *dt* sự tôn kính, lòng thành kính: *many came to do the dead man homage* nhiều người đã đến để tỏ lòng thành kính đối với người đã khuất.

Homburg /'hɒmbɜ:g/ *dt* mũ phớt Homburg *(của đàn ông).*

home¹ /həʊm/ *dt* **1.** nhà: *the nurse visits patients in their home* y tá đến thăm bệnh nhân tại nhà; *he left home at sixteen* anh ta bỏ nhà ra đi hồi mười sáu tuổi; *house to let* nhà [để] cho thuê **2.** quê nhà, quê hương: *she was born in London, but she now looks on Paris as her home* chị ta sinh ở Luân Đôn nhưng hiện nay xem Pari như quê nhà của mình **3.** nhà *(nhà trẻ, nhà hộ sinh...)*; viện *(dưỡng lão...)*; trại *(trẻ mồ côi...)*; nhà tập thể *(của công nhân...)* **4.** nơi cất giữ: *I must find a home for all these tins* tôi phải tìm một chỗ cất những hộp này **5.** nơi sinh sống *(sinh vật)*: *the tiger's home is in the jungle* nơi sinh sống của cọp là trong rừng rậm **6.** nơi xuất xứ: *Greece is a home of democracy* Hy Lạp là nơi xuất xứ của chế độ dân chủ **7.** đích, điểm đích *(trong một số trò chơi).* // **at home** a/ có ở nhà: *is there anybody at home?* có ai ở nhà không đấy? b/ tự nhiên như ở nhà mình: *make yourself at home* xin cứ tự nhiên như ở nhà vậy c/ thi đấu tại sân nhà *(bóng đá...)*: *is our next at home or away?* trận đấu sắp tới đá ở sân nhà hay sân khác thế? d/ mong có khách và tiếp đãi khách tử tế: *Mrs Hill is not a home to anyone except close relatives* bà Hill chẳng bao giờ đón khách tử tế ngoài bà con họ hàng gần ra cả; **at home in something** tự nhiên, thoải mái: *is it difficult to feel at home in a foreign language?* sử dụng một ngoại ngữ được tự nhiên có khó không?; **charity begins at home** *x* charity; **close (near) to home** gần như: *the threat of war is coming steadily nearer to home* nguy cơ chiến tranh đang gần như đến gần hơn; **eat somebody out of house and home** *x* eat; **a home bird** người thích ở nhà; **a home from home** nơi thoải mái như ở nhà; **a home truth** sự thật chua cay *(về ai)*; **one's spiritual home** *x* spiritual¹; **there's no place like home** *x* place¹; **when he's (it's...) at home** *(dùng để nhấn mạnh câu hỏi)*: *who's Gloria Button when she's at home?* Gloria Button là ai thế?

home² /həʊm/ *tt* **1.** trong nhà; [thuộc] gia đình: *for home use* để dùng trong nhà; *home life* cuộc sống gia đình **2.** nội địa, trong nước: *the home market* thị trường nội địa; *home news* tin tức trong nước **3.** *(thể)* chơi tại sân nhà: *the home team* đội nhà; *home match* trận thi đấu tại sân nhà.

home³ /həʊm/ *pht* **1.** ở nhà: *go home* về nhà; *stay home (Mỹ)* ở nhà **2.** về nước, hồi hương: *send somebody home* cho ai hồi hương **3.** hết mức:

drive a nail home đóng đinh cho lút hết. // **nothing to write home about** x write; **bring home the bacon** *(kng)* hoàn thành thắng lợi, thành công; **bring something home to somebody** làm cho nhận thấy rõ: *the television pictures brought home to us all the plight of the refugees* màn ảnh truyền hình cho ta thấy rõ cảnh ngộ của những người tị nạn; **come home to somebody** *(kng)* trở nên rõ ràng một cách đau đớn; **come home to roost** tác động đến người nói *(lời lẽ)*; **drive something home** x drive¹; **hit (strike) home** trúng đích: *I could see from her expression that his sarcastic comments had hit home* tôi có thể thấy qua vẻ mặt của cô ta rằng những lời bình phẩm mỉa mai của hắn đã đánh trúng đích; **[be] home and dry** thắng lợi *(sau một thời gian khó khăn)*; **invalid somebody home** x invalid³; **press home** x press²; **romp home (in)** x romp¹; **till the cows come home** x cow¹; **when one's ship comes home (in)** x ship¹.

home⁴ /həʊm/ *đgt* bay về *(chim bồ câu đưa thư)*. // **home in [on something]** hướng về, di chuyển về phía: *the torpedo homed in on its target* quả ngư lôi hướng về mục tiêu của nó.

home-brewed /ˌhəʊm-ˈbruːd/ *tt* làm tại nhà *(không phải ở nhà máy)*.

home-coming /ˌhəʊmˈkʌmɪŋ/ *dt* sự trở về nhà *(sau một thời gian đi vắng)*.

the Home Counties /ˌhəʊmˈkaʊnmtiz/ các hạt quanh Luân Đôn.

home-cured /ˌhəʊmˈkjʊəd/ *tt* hun khói; ướp muối *(thịt)*.

home economics /ˌhəʊm-iːkəˈnɒmiks/ môn nghiên cứu quản lý gia đình.

home farm /ˌhəʊmˈfɑːm/ trang trại tự quản.

the home front /ˌhəʊm ˈfrʌnt/ thường dân *(ở một nước có chiến tranh)*.

home-grown /ˌhəʊm ˈgrəʊn/ *tt* trồng trong nước; trồng ở vườn *(không phải là nhập nội hoặc mua ở chợ)*: *are these lettuces home-grown or did you buy them in the market?* rau diếp này là trồng lấy ở vườn hay mua ở chợ thế?; *the team includes several foreign players because of the shortage of home-grown talent* đội bóng có nhiều cầu thủ nước ngoài vì thiếu tài năng trong nước.

the Home Guard /ˌhəʊm ˈgɑːd/ đội quân tình nguyện *(ở Anh vào năm 1940 thành lập để chống quân xâm lược)*.

home help /ˌhəʊmˈhelp/ người giúp việc nhà.

homeland /ˈhəʊmlænd/ *dt* **1.** quê hương, đất nước **2.** khu da đen *(ở Nam Phi)*.

homeless /ˈhəʊmlis/ *tt* không nhà cửa, vô gia cư.

the homeless /ˌhəʊmlis/ *dt (đgt snh)* dân không nhà cửa, dân vô gia cư.

homelessness /ˈhəʊmlisnis/ *dt* tình trạng không nhà cửa, tình trạng vô gia cư.

homely /ˈhəʊmli/ *tt* **(-ier, -iest) 1.** *(Anh)* giản dị, chất phác *(người)* **2.** *(Anh)* dễ chịu *(nơi, không khí)* **3.** *(Mỹ, xấu)* xấu, thô kệch *(người, nét mặt)*.

home-made /ˌhəʊmˈmeid/ *tt* nhà làm lấy *(mứt, bánh...)*.

the Home Office /ˌhəʊm ˌɒfis/ bộ Nội vụ.

homeopath /ˈhəʊmiəˌpæθ/ *dt* x homoeopath.

homeopathy /ˌhəʊmiˈɒpəθi/ *dt* x homopathy.

Home Rule /ˌhəʊmˈruːl/ sự tự quản, sự tự trị.

Homeric /həʊˈmerik/ *tt* [thuộc] các tác phẩm, các nhân vật [của] Homer.

Home Secretary /ˌhəʊm ˈsekrətri/ bộ trưởng bộ Nội vụ.

homesick /ˈhəʊmˌsik/ *tt* nhớ nhà.

homesickness /ˈhəʊmˌsiknis/ *dt* nỗi nhớ nhà: *suffer from homesickness when abroad* nhớ nhà khi ở nước ngoài.

homespun¹ /ˈhəʊmspʌn/ *tt* **1.** bằng sợi xe lấy ở nhà *(vải)* **2.** đơn sơ: *homespun philosophy* triết lý đơn sơ.

homespun² /ˈhəʊmspʌn/ *dt* vải thô dệt bằng sợi xe ở nhà.

homestead /ˈhəʊmsted/ *dt* **1.** ấp, trại **2.** *(Mỹ)* đất cấp cho để [tự] trồng trọt.

homesteader /ˈhəʊmstedə[r]/ *dt (Mỹ)* người được cấp đất để [tự] trồng trọt.

the home straight /ˌhəʊm ˈstreit/ *(Mỹ* **the home stretch)** **1.** chặng cuối cuộc đua **2.** *(bóng)* phần cuối công việc.

homeward /ˈhəʊmwəd/ *tt, pht* về nhà, hướng về nhà: *the homeward journey* chuyến đi về nhà; *we're homeward bound* chúng tôi đang đi về nhà.

homewards /ˈhəʊmwəds/ *pht nh* homeward.

homework /ˈhəʊmwɜːk/ **1.** bài làm ở nhà **2.** *(bóng, kng)* sự chuẩn bị: *the politician had clearly not done his homework* vị chính khách đó rõ ràng chẳng chuẩn bị gì cả.

homey /ˈhəʊmi/ *tt* x homy.

homicidal /ˌhɒmiˈsaidl/ *tt* giết người.

homicide /ˈhɒmisaid/ *dt* 1. tội giết người 2. kẻ giết người.

homily /ˈhɒmili/ *dt* 1. (*thường xấu*) bài thuyết giáo dông dài 2. bài thuyết pháp.

homing /ˈhəumiŋ/ *tt* 1. có bản năng bay về nhà; được huấn luyện để bay về nhà 2. tự động tìm mục tiêu (*tên lửa...*).

homo- (*yếu tố tạo từ ghép*) đồng: *homogenous* đồng nhất; *homosexual* đồng tính luyến ái.

homoeopath (*Mỹ* **homeopath**) /ˈhəumiəpæθ/ *dt* (y) thầy thuốc vi lượng đồng căn.

homoeopathic (*Mỹ* **homeopathic**) /ˈhəumiə ˈpæθik/ (y) theo liệu pháp vi lượng đồng căn.

homoeopathy (*Mỹ* **homeopathy**) /ˌhəumiˈɒpθi/ (y) liệu pháp vi lượng đồng căn.

homogeneous /ˌhɒməˈdʒiːnəs/ *tt* tính đồng nhất, thuần nhất.

homogeneity /ˌhɒmədʒiˈniəti/ *dt* tính đồng nhất, tính thuần nhất.

homogenize, homogenise /həˈmɒdʒənaiz/ *đgt* 1. đồng nhất hóa, thuần nhất hóa 2. đánh (*sữa*) cho kem tản đều ra.

homograph /ˈhɒməgrɑːf, (*Mỹ* ˈhɒməgræf)/ *dt* từ cùng cách viết (*nhưng đọc và nghĩa khác nhau*).

homonyme /ˈhɒmənim/ *dt* từ đồng âm đồng mặt chữ (*như see[1] và see[2]*).

homophone /ˈhɒməfəun/ *dt* đồng âm khác mặt chữ (như *some* và *sum*, *knew* và *new*).

Homo sapiens /ˌhəuməu ˈsæpienz/ (*tiếng La tinh*) (*sinh*) người tinh khôn, người hiện đại.

homosexual[1] /ˌhɒməˈsekʃuəl/ *tt* người đồng tính luyến ái.

homosexual[2] /ˌhɒməˈsekʃuəl/ *dt* người đồng tính luyến ái.

homosexuality /ˌhɒməsekʃuˈæləti/ *dt* sự đồng tính luyến ái.

homy (*Mỹ*) **homey** /ˈhəumi/ *tt* (**-ier, -iest**) như ở nhà, ấm cúng thoải mái như ở nhà.

Hon /ɒn/ *vt* 1. (*vt của* Honorary) danh dự: *the Hon chairman* chủ tịch danh dự 2. (*vt của* Honourable) Ngài (*tiếng tôn xưng*): *the Hon Emily Smythe* Ngài Emily Smythe.

hone[1] /həun/ *dt* đá mài.

hone[2] /həun/ *đgt* mài bằng đá mài.

honest[1] /ˈɒnist/ *tt* 1. trung thực, chân thật: *an honest witness* một nhân chứng trung thực; *give an honest opinion* đưa ra một ý kiến chân thật; *do you like my dress? please be honest!* anh có thích cái áo của tôi không? hãy nói thật đi!; *he looks honest enough but can we trust him?* anh ta có vẻ chân thật, nhưng liệu ta có thể tin anh ta được không? 2. [kiếm được một cách] lương thiện (*lương, tiền*): *make an honest living* kiếm sống một cách lương thiện. // *earn* (**turn**) *an honest penny* kiếm tiền bằng cách lao động ra trò; **honest to God** (**goodness**) (*kng*) thành thực: *honest to goodness, I didn't do it* thành thực mà nói, tôi không làm việc đó; **make an honest woman of somebody** (*cũ, đùa*) cưới một phụ nữ tử tế sau khi ăn nằm với người ta; **be [quite] honest [about it (with you)]** (*dùng để nhấn mạnh*) thành thực mà nói, thực đấy: *to be honest, I don't think we have a chance of winning* thành thực mà nói, tôi nghĩ là chúng ta không có cơ may thắng cuộc.

honest[2] /ˈɒnist/ *pht* (*kng*) [một cách] thành thực, [một cách] thật thà, thật mà: *it wasn't me, honest* không phải tôi đâu, thật mà.

honestly /ˈɒnistli/ *pht* 1. [một cách] trung thực, [một cách] chân thật: *deal honestly with somebody* đối xử trung thực với ai 2. (*để nhấn mạnh*) thật mà: *I don't honestly know* tôi không biết thật mà 3. (*để tỏ thái độ không đồng tình hay sự sốt ruột*) trời!: *honestly! what a fuss!* trời! sao mà ồn ào rối rít thế!

honest-to-goodness /ˌɒnis tə ˈgudnis/ *tt* (*thngữ*) chân thật, thẳng thắn.

honesty /ˈɒnisti/ *dt* 1. tính trung thực, tính chân thật 2. (*thực*) cây cải âm. // **in all honesty** thành thực mà nói: *I can't in all honesty deny it* thành thực mà nói tôi không thể khước từ điều đó được.

honey /ˈhʌni/ *dt* 1. mật ong 2. màu mật ong, màu vàng nâu: *honey-coloured hair* mái tóc màu vàng nâu 3. sự ngọt ngào, sự dịu dàng 4. (*Mỹ, kng*) cưng, người tuyệt vời; điều tuyệt vời: *our babysitter is an absolute honey* chị trông bé nhà tôi thật là một người tuyệt vời; *that computer game's a honey* trò chơi máy điện toán đó thật là tuyệt vời.

honey-bee /ˈhʌnibiː/ *dt* ong mật.

honeycomb /ˈhʌnikəum/ *dt* (*cg* **comb**) tầng ong 2. hình trang trí tổ ong.

honeycombed /'hʌnikəʊmb/ *tt* đầy những hang hốc như lỗ tổ ong *(hang động...)*.

honeydew melon /ˌhʌnidju:'melən/ *(thực)* dưa tây mật.

honeyed /'hʌnid/ *tt* đường mật, ngọt ngào *(lời lẽ)*.

honeymoon[1] /'hʌnimu:n/ *dt* 1. tuần trăng mật 2. khí thế ban đầu *(của một công việc...)*.

honeymoon[2] /'hʌnimu:n/ *dgt* hưởng tuần trăng mật: *they are honeymooning in Paris* họ đang hưởng tuần trăng mật ở Pa-ri.

honeymooner /'hʌni:mu:nə[r]/ *dt* người hưởng tuần trăng mật.

honeysuckle /'hʌnisʌkl/ *dt* *(thực)* cây kim ngân.

honk[1] /'hɒŋk/ *dt* 1. tiếng kêu của ngống trời 2. tiếng còi xe *(loại xe kiểu cổ)*.

honk[2] /'hɒŋk/ *dgt* 1. [làm cho] kêu *(ngống trời)*: *the honking cry of migrating geese* tiếng kêu của những con ngống trời di trú 2. bóp [còi]: *the driver honked [his horn] at me to get out of the way* lái xe bóp còi báo cho tôi tránh đường cho xe chạy.

honky-tonk /'hɒnkitɒnk/ *dt (kng)* 1. loại nhạc rắc *(x ragtime)* chơi trên piano 2. quán đêm rẻ tiền.

honor /'ɒnə[r]/ *dt, dgt (Mỹ)* x honour.

honorable /'ɒnərəbl/ *tt (Mỹ)* x honourable.

honorarium /ˌɒnə'reəriəm/ *dt (snh* **honorariums**) tiền thù lao.

honorary /'ɒnərəri, (Mỹ 'ɒnəreri)/ *tt* danh dự: *be awarded an honorary doctorate* được phong tiến sĩ danh dự, *the honorary President* chủ tịch danh dự.

honorific /ˌɒnə'rifik/ *tt* danh dự: *honorific titles* những tước hiệu danh dự.

honour[1] *(Mỹ* honor) /'ɒnə[r]/ *dt* 1. danh dự: *the seat of honour at the head of table* chỗ ngồi danh dự ở đầu bàn 2. vinh dự: *it's a great honour to be invited* được mời là một vinh dự lớn 3. tiếng tăm, danh tiếng: *fight for the honour of one's country* chiến đấu vì danh tiếng của tổ quốc 4. lòng tôn kính: *they stood on silence as a mark of honour to her* họ đứng im lặng để tỏ lòng tôn kính đối với bà ta 5. **an honour to something (somebody)** cái (người) mang lại uy tín cho *(cái gì, người nào)*: *she is an honour to her profession* bà là người mang lại uy tín cho nghề của bà 6. *(thường snh)* nghi lễ danh dự: *bury a person with full military honours* chôn cất một người với đầy đủ nghi lễ danh dự nhà binh 7. **honours** bằng danh dự *(cho học sinh giỏi một môn nào đó ở đại học)*: *take honours in history* thi lấy bằng danh dự về sử học 8. **your (his; her) honour** Ngài, Tướng công, Các hạ *(tiếng tôn xưng)*; **Your Honour; His Honour** thưa Ngài, thưa Tướng công 9. *(thường snh)* con bài cao nhất 10. quyền đánh trước *(choi gôn)*. // **a debt of honour** x debt; **do somebody honour** tỏ lòng kính trọng ai: *fifty heads of state attended the Queen's coronation to do her honour* năm mươi nguyên thủ quốc gia dự lễ đăng quang của Nữ hoàng để tỏ lòng kính trọng Người; **do somebody an honour; do somebody the honour [of doing something]** dành cho ai một vinh dự: *will you do me the honour of*

dining with me? ông có thể dành cho một vinh dự là dùng cơm tối với tôi không?; **do the honours** *(kng)* thực hiện một nghi lễ nhỏ: *"who's going to pour the tea?"* - *"shall I do the honours?"* "ai rót trà đây?" - "để tôi thực hiện nghi lễ đó được không?"; **have the honour of something** được vinh dự, được đặc huệ *(làm cái gì đó)*: *may I have the honour of this dance?* tôi có được đặc huệ nhảy [với cô] điệu vũ này chứ?; **[there is] honour among thieves** trộm cướp cũng có luật giang hồ; **honour are even** [trận đấu] ngang sức; **[in] honour bound [to do sonething]** vì đạo lý: *I feel honour bound to attend because I promised I would* tôi cảm thấy vì đạo lý mà tôi phải có mặt vì tôi đã hứa như thế; **in honour of somebody (something);** **in somebody's (something's) honour** để tỏ lòng kính trọng đối với ai (cái gì): *a ceremony in honour of those killed in battle* một buổi lễ để tỏ lòng kính trọng những người đã hy sinh trong trận chiến; **on one's honour [to do something]** vì đạo lý mà phải làm gì; **a point of honour** điểm danh dự, vấn đề lương tâm; **put somebody on his... honour** bắt ai phải hứa danh dự; **one's word of honour** lời hứa danh dự.

honour[2] *(Mỹ* honor) /'ɒnə[r]/ *dgt* 1. tôn kính; đưa lại vinh dự cho: *will you honour me with a visit?* ông có cho tôi cái danh dự được ông đến thăm không? 2. *(thương)* nhận thanh toán khi hết hạn: *honour a cheque* nhận thanh toán một tấm séc khi hết hạn.

honourable *(Mỹ* honorable) /'ɒnərəbl/ *tt* 1. đáng tôn kính;

đáng vinh dự: *an honourable person* một người đáng tôn kính; *conclude an honourable peace* ký kết hòa bình trong danh dự **2.** (*the honourable, vt* Hon) Ngài (*tiếng xưng hô*), Phu nhân.

honourably /'ɒnərəbli/ *pht* **1.** [một cách] đáng tôn kính **2.** [một cách] vinh dự, trong vinh dự.

Hons /ɒnz/ (*vt của* **honours**) bằng cử nhân danh dự.

Hon Sec /ɒn'sek/ (*vt của* Honorary Secretary) bí thư danh dự.

hooch /huːtʃ/ *dt (Mỹ, kng)* rượu nấu lậu.

hood¹ /hʊd/ *dt* **1.** mũ trùm đầu (*ở áo khoác*) **2.** áo học vị **3.** khăn trùm đầu: *the robbers all wore hoods to hide their faces* tất cả bọn cướp đều có khăn trùm đầu để giấu mặt đi **4.** mui xe gập được **5.** cái chụp (*úp trên máy để bảo vệ máy...*).

hood² /hʊd/ *dt (Mỹ, lóng) nh* hoodlum 2.

-hood (*tiếp tố*) **1.** tình trạng: *childhood* thời thơ ấu **2.** giới, nhóm người: *priesthood* giới tu sĩ.

hooded /hʊdid/ *tt* **1.** có mũ trùm đầu (*áo mưa...*) **2.** đội mũ trùm đầu: *hooded monks* các thầy tu đội mũ trùm đầu.

hoodlum /'huːdləm/ *dt* **1.** lưu manh **2.** du côn; găngxtơ.

hoo-doo¹ /'huːduː/ *dt (snh* **hoo-doos**) *(Mỹ)* (+ on) người xúi quẩy; vật xúi quẩy.

hoo-doo² /huːduː/ *dgt (Mỹ)* làm cho (*ai*) gặp rủi.

hoodwink /'hʊdwiŋk/ *dgt* (+ into): lừa: *I am hoodwinked into buying false jewels* tôi bị lừa mua phải đồ nữ trang giả.

hooey /'huːi/ *tht* chuyện nhảm nhí: *that's a lot of hooey!* toàn là chuyện nhảm nhí.

hoof¹ /huːf/ *dt (snh* **hoofs** hoặc **hooves**) *(động)* móng guốc (*của ngựa, hươu...*). // **on the hoof** còn sống (*vật nuôi*): *bought on the hoof and then slaughtered* mua còn sống và đem về giết thịt (*gia súc*).

hoof² /huːf/ *dgt* **hoof it** (*lóng*) cuốc bộ: *the last bus had gone so we had to hoof it home* chuyến xe buýt cuối cùng đã chạy mất rồi nên chúng tôi phải cuốc bộ về nhà.

hoo-ha /'huːhaː/ *dt (số ít)* sự phản đối nhặng xị om sòm (*về một việc không quan trọng*): *there is a terrific hoo-ha [going on] about who should pay* có chuyện phản đối nhặng xị om sòm về chuyện ai phải trả tiền.

hook¹ /hʊk/ *dt* **1.** cái móc, cái mắc: *a fish-hook* cái móc câu, cái lưỡi câu; *hang your towel on a hook* treo cái khăn của anh lên móc đi; *a reaping hook* cái liềm (*gặt lúa*) **2.** mũi đất; khúc cong (*sông*) **3.** cú móc hất bóng (*bóng gôn, cricket*) **4.** cú đấm móc (*đánh quyền Anh*): *a left hook to the jaw* cú đấm móc tay trái vào hàm. // **by hook or by crook** bằng đủ mọi cách; **hook, line and sinker** hoàn toàn, toàn bộ: *what I said was untrue but he fell for it (swallowed it) hook, line and sinker* những cái tôi nói là không thật, nhưng anh ta tin toàn bộ; **off the hook** không đặt ống nghe vào chỗ của nó: *he left the phone off the hook so that he wouldn't be disturbed* ông ta không đặt ống nghe vào chỗ của nó nên chẳng có ai

quấy rầy ông ta được nữa; **[let somebody (get)] off the hook** (*kng*) thoát khỏi khó khăn phiền muộn: *she was winning easily, but then she started to get careless and let her opponent off the hook* chị ta đang thắng dễ dàng nhưng rồi chị bắt đầu khinh suất khiến đối thủ của chị tránh được thua trông thấy; **sling one's hook** *x* sling².

hook² /hʊk/ *dgt* **1.** móc vào, mắc vào: *a dress that hook (is hooked) at the back* một chiếc áo móc (cài) khuy sau lưng; *my shirt got hooked on a thorn* áo sơ-mi của tôi bị móc vào gai **2.** bắt được bằng móc: *hook a large fish* câu được một con cá lớn; *hook a husband (a wife)* (*đùa*) câu được một ông chồng; câu được một bà vợ **3.** uốn cong (*thành hình móc*): *hook one's fingers* quặp ngón tay vào **4.** (*lóng*) ăn cắp, xoáy **5.** (*thể*) móc một cú; móc hất về đằng sau (*bóng bầu dục*). // **be hooked on somebody** (*lóng*) phải lòng ai; **be (get) hooked [on something]** mắc nghiện; sa vào: *get hooked on heroin* mắc nghiện bạch phiến; *get hooked on television* nghiện xem truyền hình; *she's completely hooked on the idea of a camping on holiday* cô ta hoàn toàn sa vào ý nghĩ về một ngày nghỉ đi cắm trại.

hook something (somebody) with cài bằng móc (*mép áo, cho ai*): *hook up the dress* cài móc áo; *please will you hook me up at the back* làm ơn cài áo giùm tôi đằng sau lưng; **hook [something] up [with something]** móc (*phương tiện truyền thanh*) để phát thanh: *the BBC is hooked up by satellite to the American network* đài BBC được móc nối

H

vào mạng lưới truyền thanh Mỹ bằng vệ tinh.

hookah /'hʊkə/ *dt cg* **hubble-bubble**) điếu ống.

hook and eye /,hʊkənd'ai/ móc và vòng cài (*để cài áo*).

hooked /hʊkd/ *tt* quặp hình móc câu: *a hooked beak* mỏ quặp.

hooker /'hʊkə[r]/ *dt* 1. (*Mỹ, lóng*) gái điếm 2. (*thể*) đấu thủ giành móc hất bóng (*bóng bầu dục*).

hookey (*cg* **hooky**) /'hʊki/ *dt* **play hookey** trốn học.

hook-nosed /,hʊk'nəʊzd/ *tt* [có] mũi khoằm.

hook-worm /'hʊkwɜːm/ *dt* 1. giun móc 2. bệnh giun móc.

hook-up /'hʊkʌp/ *dt* kênh nối sóng truyền (*để truyền cùng một chương trình*): *a satellite hook-up between the major European networks* vệ tinh nối các mạng sóng truyền lớn Châu Âu.

hooky /'hʊki/ *dt x* hookey.

hooligan /'huːligən/ *dt* du côn, côn đồ.

hooliganism /'huːligənism/ *dt* thói du côn, thói côn đồ.

hoop¹ /huːp/ *dt* vành đai (*làm dai thùng...*): *a barrel bound with iron hoops* chiếc thùng có vành đai sắt 2. vòng xiếc (*để cho súc vật nhảy qua...*) 3. vòng gỗ (*cho trẻ con chơi*) 4. (*thể*) vòng cung (*để đánh bóng qua trong môn bóng vồ*). // **put somebody (go) through the hoops** thử thách (*chịu thử thách*).

hoop² /huːp/ *dgt* đánh đai (*thùng...*).

hoopla /huːplɑː/ *dt* trò chơi ném vòng.

hoopoe /'huːpuː/ (*động*) chim đầu rìu.

hooray /hʊ'rei/ *tht nh* hurrah.

hoot¹ /huːt/ *dt* 1. tiếng cú kêu 2. tiếng húp húp (*còi xe...*) 3. tiếng huýt (*phản đối*): *his suggestion was greeted with hoots of laughter* lời gợi ý của ông ta được chào đón bằng những tràng cười huýt lên 4. chuyện nực cười: *what a hoot!* thật là một chuyện nực cười. // **not care (give) a hoot (two hoots)** (*kng*) không quan tâm chút nào, không chú ý chút nào.

hoot² /huːt/ *dgt* 1. kêu (*chim cú...*); húp húp (*còi xe...*); huýt lên phản đối: *the eery sound of an owl hooting* âm thanh ghê rợn của tiếng cú kêu; *the crowd was hooting and jeering at the speaker* đám đông đang huýt và chế giễu diễn giả 2. huýt còi: *the driver hooted his horn at us* người lái xe huýt còi báo cho chúng tôi biết có xe chạy qua. // **hoot something (somebody) down (off)**; **hoot somebody off something** bác bỏ cái gì (tống khứ ai đi) bằng cách chế giễu: *the proposal was hooted down* lời đề nghị bị chế giễu và bác bỏ; *hoot a speaker off (a platform)* huýt đuổi diễn giả khỏi diễn đàn.

hooter /'huːtə[r]/ *dt* 1. còi tầm 2. còi xe 3. (*Anh, lóng*) cái mũi.

Hoover /'huːvə[r]/ *dt* (*tên riêng*) máy hút bụi Hoover.

hoover /'huːvə[r]/ *dgt* hút bụi bằng máy: *hoover the floor* hút bụi sàn nhà.

hooves /huːvz/ *dt snh* của hoof¹.

hop¹ /hɒp/ *dgt* (-pp-) 1. nhảy lò cò (*người*); nhảy cả bốn vó (*động vật*): *several frogs were hopping about on the lawn* nhiều con ếch đang nhảy loanh quanh trên bãi cỏ 2. nhảy qua (*hào, hố...*) 3. **hop across (over)** [to...] đi

một chuyến ngắn ngày: *I'm hopping over to Paris for the weekend* tôi đi Pa-ri nghỉ cuối tuần một chuyến ngắn ngày. // **hop it** (*lóng*) chuồn đi, biến đi: *when the burglar heard their car he hopped it out of the window* khi tên trộm nghe tiếng xe của họ, nó chuồn qua cửa sổ. // **hopping mad** (*kng*) điên tiết.

hop in (into) something; hop out (out of something) lên xe; xuống xe: *hop in I'll give you a lift to the station* lên xe đi, tôi sẽ cho anh đi quá giang tới nhà ga; **hop on (onto) something; hop off [something]** nhảy lên (nhảy xuống) (*xe buýt...*).

hop² /hɒp/ *dt* 1. sự nhảy lò cò; bước nhảy 2. (*kng*) chuyến bay ngắn; chặng trong chuyến bay dài: *we flew from London to Bombay in one hop* chúng tôi bay một mạch từ Luân Đôn tới Bombay 3. (*kng*) cuộc khiêu vũ đệm nhạc dân tộc. // **on the hop** (*kng*) bận rộn: *I've been on the hop all day* tôi bận rộn suốt ngày; **[catch somebody] on the hop** [vớ được ai] trong lúc bất ngờ (*trong lúc không chuẩn bị gì cả*).

hop³ /hɒp/ *dt* 1. cây hoa bia 2. (*snh*) hoa bia khô (*dùng để chế rượu bia*).

hope¹ /həʊp/ *dt* 1. hy vọng: *a ray of hope* tia hy vọng; *don't give up hopes yet* đừng vội mất hy vọng 2. (*thường số ít*) niềm hy vọng; nguồn hy vọng: *you are my last hope; if you can't help, I'm ruined* anh là niềm hy vọng cuối cùng của tôi, nếu anh không thể giúp tôi, tôi sẽ bị phá sản. // **be beyond hope** vô vọng, hết hy vọng; **build up (raise) somebody's hopes** làm (*ai*) hy vọng: *don't raise his hopes too much* đừng có làm cho nó hy vọng quá nhiều; **dash (shatter) somebody's hopes** làm cho *(ai)* mất hy vọng: *all our hopes were dashed by the announcement* mọi hy vọng của chúng tôi đều tan theo tin loan báo đó; **have a hope [of doing something]** có cơ may *(thành công...)*: *he has no hope of winning* nó không có cơ may thắng cuộc; **hold up [some; not much; little; no...] hope [of something (that...)]** không còn [mấy] hy vọng: *the doctors held out no hope of recovery* các bác sĩ không còn hy vọng thấy bệnh nhân hồi phục; **in the hope of something (that...)** với hy vọng là: *I called in the hope of finding her at home* tôi đã gọi điện thoại với hy vọng là chị ta có ở nhà; **live in hope; live in hope[s] of something** *x* live²; **not have a hope in hell** không còn chút cơ may nào; **not a hope; some hope!** còn lâu [mới xảy ra chuyện đó]!.

hope² /hæup/ *dgt* hy vọng, mong: *she hopes to go to university next year* cô ta hy vọng sang năm sẽ vào đại học; *"will it rain tomorrow?" "I hope not"* "mai trời mưa không nhỉ?" "tôi mong là không". // **hope against hope that** vẫn hy vọng hão; **hope for the best** mong được như ý, mong được toại nguyện.

hope chest /'həuptʃest/ *nh* bottom drawer.

hopeful¹ /'həupfl/ *tt* **1.** *(thường vị ngữ)* đầy hy vọng: *be hopeful about the future* đầy hy vọng ở tương lai **2.** đầy hứa hẹn, đầy triển vọng: *the future seems very hopeful* tương lai có vẻ hứa hẹn lắm; *a hopeful pupil* một học sinh có triển vọng.

hopeful² /'həupfl/ *dt* người có triển vọng.

hopefully /'həupfəli/ *pht* **1.** [một cách] đầy hy vọng: *"I'm sure we'll find it"*, *he said hopefully* "tôi chắc là chúng ta sẽ tìm ra", anh ta nói thế một cách đầy hy vọng **2.** hy vọng là: *hopefully, we'll arrive before dark* hy vọng là chúng ta sẽ tới trước khi trời tối.

hopefulness /'həupfəlnis/ *dt* sự chứa chan hy vọng.

hopeless /'həuplis/ *tt* **1.** vô vọng: *hopeless tears* những giọt nước mắt vô vọng **2.** không có triển vọng: *he is hopeless at maths* anh ta không có triển vọng về môn toán; *a hopeless cook* người đầu bếp dở.

hopelessly /'həuplisli/ *pht* **1.** [một cách] vô vọng: *a hopelessly ill patient* người bệnh vô vọng; người bệnh khó lòng cứu chữa **2.** [một cách] tuyệt vọng: *be hopelessly in love* tuyệt vọng đường tình ái.

hopelessness /'həuplisnis/ *dt* **1.** sự vô vọng **2.** sự tuyệt vọng.

hopper¹ /'hɒpə[r]/ *dt* sâu bọ nhảy.

hopper² /'hɒpə[r]/ *dt* cái phễu *(đổ than vào lò, thóc vào máy xát...)*.

hopscotch /'hɒpskɒtʃ/ *dt* trò chơi ô lò cò *(của trẻ em)*.

horde /hɔ:d/ *dt (đôi khi xấu)* bầy, đám, lũ: *horde of fans* những đám người hâm mộ.

horizon /hə'raizn/ *dt* **1. the horizon** *(số ít)* chân trời **2.** *(thường snh)* tầm nhìn, tầm hiểu biết, phạm vi kiến thức: *a woman of narrow horizon* một chị có tầm nhìn hẹp; *travel broadens one's horizons* du lịch làm mở mang kiến thức con người.

// **on the horizon** xảy ra đến nơi *(sự việc...)*.

horizontal¹ /ˌhɒri'zɒntl, *(Mỹ* ˌhɔ:ri'zɒntl)/ *tt* nằm ngang: *horizontal plane* mặt phẳng nằm ngang.

horizontal² /ˌhɒri'zɒntl, *(Mỹ* ˌhɔ:ri'zɒntl)/ *dt* đường nằm ngang; thanh nằm ngang; mặt nằm ngang; tư thế nằm ngang.

hormonal /hɔ:'məunl/ *tt* [thuộc] hoócmôn.

hormone /'hɔ:məun/ *dt (sinh)* hoócmôn.

horn¹ /hɔ:n/ *dt* **1.** sừng *(trâu bò...)*; gạc *(hươu nai...)* **2.** chất sừng: *comb made of horn* lược làm bằng sừng **3.** *(nhạc)* kèn co **4.** tù và **5.** còi *(ô tô...)*: *sound the horn to alert a cyclist* bóp còi báo hiệu cho người đi xe đạp **6.** râu *(sâu bọ)* **7.** đầu nhọn trăng lưỡi liềm. // **draw in one's horns** co vòi lại; **on the horns of a dilemma** trong thế tiến thoái lưỡng nan; **take the bull by the horns** *x* bull¹.

horn² /hɔ:n/ *dgt* **horn in [on something]** giây vào *(một việc có lợi..., mà không được mời)*.

hornbeam /'hɔ:nbi:m/ *dt (thực)* cây duyên.

hornbill /'hɔ:nbil/ *dt (động)* chim hồng hoàng.

horned /'hɔ:nd/ *tt (thường ở dạng ghép)* có sừng: *long-horned cattle* gia súc có sừng dài.

hornless /'hɔ:nlis/ *tt* không có sừng.

hornlike /'hɔ:nlaik/ **1.** [có] hình sừng **2.** như [chất] sừng, giống sừng.

hornet /'hɔ:nit/ *dt (động)* ong bầu. // **a hornet nest** cuộc xô xát kịch liệt, cuộc cãi nhau dữ dội.

horn of plenty /ˌhɔ:nəv'planti/ *nh* cornucopia.

H

horn-pipe /'hɔːnpaip/ *dt* **1.** điệu múa thủy thủ *(thường là múa đơn)* **2.** nhạc cho điệu múa thủy thủ.

horn-rimmed /,hɔːn'rimd/ *tt* có gọng sừng *(kính đeo mắt).*

horny /'hɔːni/ *tt* (**-ier; -iest**) **1.** làm bằng sừng **2.** cứng như sừng; chai cứng: *horny hand* bàn tay chai cứng **3.** *(lóng)* hứng tình.

horoscope /'hɒrəʊskəʊp, (*Mỹ* 'hɔːrəʊskəʊp)/ *dt* **1.** sự xem số tử vi **2.** lá số tử vi.

horrendous /'hɒrendəs/ *tt* kinh khủng, khủng khiếp: *horrendous queues* dãy người xếp hàng kinh khủng.

horrendously /'hɒrendəsli/ *ph* [một cách] kinh khủng, [một cách] khủng khiếp.

horrible /'hɒrəbl, (*Mỹ* 'hɔː-rəbl)/ *tt* **1.** khủng khiếp: *a horrible crime* một tội ác khủng khiếp **2.** *(kng)* hết sức khó chịu, quá lắm: *horrible weather* thời tiết hết sức khó chịu; *don't be so horrible [to me]* đừng có khó chịu như thế đối với tôi.

horribly /'hɒrəbli, (*Mỹ* 'hɔː-rəbli)/ *pht* [một cách] khủng khiếp: *he died horribly and in great pain* ông ta chết một cách khủng khiếp và đau đớn.

horrid /'hɒrid, (*Mỹ* 'hɔːrid)/ *tt* **1.** khủng khiếp, đáng sợ: *horrid cruelty* sự tàn ác đáng sợ **2.** rất khó chịu; quá quắt: *horrid weather* thời tiết rất khó chịu; *don't be so horrid to your little sister* đừng có quá quắt như thế đối với cô em của chị.

horridly /,hɒridli/ *pht* **1.** [một cách] khủng khiếp, [một cách] đáng sợ **2.** [một cách] rất khó chịu, [một cách] quá quắt.

horridness /'hɒridnis/ *dt* **1.** sự khủng khiếp, sự dễ sợ

2. sự rất khó chịu, sự quá quắt.

horrific /'hə'rifik/ *tt* **1.** kinh khủng, khủng khiếp: *a horrific crash* vụ đụng xe khủng khiếp **2.** quá đáng, đáng sợ: *horrific prices* giá cao dễ sợ.

horrifically /hə'rifikli/ *pht (kng)* **1.** [một cách] kinh khủng, [một cách] khủng khiếp **2.** [một cách] quá đáng, [một cách] dễ sợ: *the hotel was horrifically expensive* khách sạn này đắt dễ sợ.

horrify /'hɒrifai, (*Mỹ* 'hɔːri-fai)/ *đgt* (**horrified**) làm khiếp sợ: *we are horrified by what we see* chúng tôi khiếp sợ trước những gì mà chúng tôi thấy.

horrifying /'hɒrifaiŋ/ *tt* làm khiếp sợ, kinh khủng, khủng khiếp: *a horrifying sight* một cảnh làm khiếp sợ.

horrifyingly /'hɒrifaiŋli/ *pht* [một cách] khủng khiếp.

horror /'hɒrə[r], (*Mỹ* 'hɔː-rə[r])/ *dt* **1.** sự khiếp sợ: *I cried out in horror as I saw him fall in front of the car* tôi thét lên vì khiếp sợ khi tôi thấy nó ngã trước mũi xe **2.** sự căm ghét; sự kinh tởm **3.** điều khủng khiếp; người đáng sợ: *the horrors of war* những điều khủng khiếp của chiến tranh **4.** người tinh quái; thằng bé tinh nghịch **5. the horrors** *(Anh) (kng)* cơn hốt hoảng *(trong cơn mê sảng của những người nghiện rượu nặng...)* **6.** *(thngữ)* ly kỳ rùng rợn: *horror films* phim ly kỳ rùng rợn.

horrors /'hɒrəz/ *tht (thường dùa)* khiếp thật!

horror-stricken /'hɒrə,stri-kən/ **horror struck** /'hɒrə ,strʌk/ *tt* khiếp sợ.

hors de combat /,ɔ:də'kɒmba:/ *tt (tiếng Pháp)* bị loại khỏi vòng chiến đấu *(vì bị thương).*

hors-d'oeure /,ɔ:də'vrə, (*Mỹ* ,ɔ:'də:v)/ *dt (snh không đổi* hoặc **hors-d'oeuvres**) *(tiếng Pháp)* món khai vị.

horse[1] /hɔːs/ *dt* **1.** con ngựa **2.** ngựa đực giống **3.** *(thể)* ngựa gỗ *(cg* **vaulting-horse**) **4.** ky binh: *a detachment of horse* phân đội ky binh **5.** cái giá: *a clothes-horse* giá treo quần áo **6.** *(lóng)* bạch phiến. // **be (get) on one's high horse** *x* high[1]; **back the wrong horse** *x* back[4]; **change (swap) horses in midstream** thay ngựa giữa dòng; **drive a coach and horses through something** *x* drive[1]; **eat like a horse** *x* eat; **flog a dead horse** *x* flog; **[straight] from the horse's mouth** *(kng)* theo nguồn tin đáng tin cậy; **hold one's horse's** chờ một lát; **you can take... a horse to water, but you can't make him drink** ép người còn dễ, nhưng ép việc thì khó; **lock... the stable door after the horse has bolted** *x* stable[2]; **look a gift horse in the mouth** *x* gift; **put the cart before the horse** *x* cart[1].

horse[2] /hɔːs/ *đgt* **horse about (around)** *(kng)* cớt nhả ồn ào.

horse-and-buggy /,hɔːs ənd 'bʌgi/ *tt (Mỹ, kng)* cổ lỗ *(trước thời xe cộ lắp động cơ):* *horse-and-buggy educational methods* phương pháp giáo dục cổ lỗ.

horseback /'hɔːsbæk/ *dt (Mỹ)* **on horseback** *(Mỹ)* cưỡi ngựa.

horseback /'hɔːsbæk/ *tt, pht* cưỡi ngựa: *do you like to ride horseback* anh có thích cưỡi ngựa không?; *horseback riding* sự cưỡi ngựa.

horse-box /'hɔːsbɒks/ *dt* xe thùng chở ngựa.

horse-chestnut /ˌhɔːstʃes-nʌt/ *dt (thực)* **1.** cây kẹn Ấn Độ **2.** hạt kẹn Ấn Độ.

horseflesh /'hɔːsfleʃ/ *dt* **1.** (*cg* **horse-meat**) thịt ngựa **2.** ngựa (*nói chung*): *a good judge of horseflesh* người xem ngựa giỏi.

horse-fly /'hɔːsflai/ *dt (động)* ruồi trâu.

Horse Guards /'hɔːsɡɑːdz/ đội cận vệ ky binh hoàng gia Anh.

horsehair /'hɔːsheə[r]/ *dt* lông bờm ngựa; lông đuôi ngựa.

horselaugh /'hɔːslɑːf/ *dt* tiếng cười hô hố.

horseman /'hɔːsmən/ (*snh* **horsemen** /'hɔːsmən/) *dt* người cưỡi ngựa [giỏi].

horsemanship /'hɔːsmənʃip/ *dt* thuật cưỡi ngựa; tài cưỡi ngựa.

horseplay /'hɔːsplei/ *dt* sự vui đùa ồn ào.

horsepower /'hɔːspauə[r]/ *dt (kỹ)* mã lực.

horse-race /'hɔːsreis/ *dt* cuộc đua ngựa.

horse-racing /'hɔːsreisiŋ/ *dt* sự đua ngựa.

horse-radish /'hɔːsrædiʃ/ *dt* cải gia vị (cây, củ).

horse sense /'hɔːsens/ lẽ thường.

horseshoe /'hɔːsʃuː/ *dt (cg* **shoe**) **1.** sắt bịt móng ngựa **2.** vật hình sắt bịt móng ngựa.

horse-trading /'hɔːsˌtreidiŋ/ *dt* **1.** sự mặc cả, sự thương lượng **2.** óc kinh doanh nhạy bén.

horsewhip[1] /'hɔːswip/ *dt* roi ngựa.

horsewhip[2] /'hɔːswip/ *đgt* quất roi ngựa.

horsewoman /'hɔːswumən/ *dt* (*snh* **horsewomen** /'hɔːswumən/) chị cưỡi ngựa [giỏi].

horsy /'hɔːsi/ *tt* **1.** như ngựa: *he had a long rather horsy face* anh ta có khuôn mặt dài như mặt ngựa **2.** thích ngựa; thích đua ngựa.

horticultural /ˌhɔːtiˈkʌltʃərəl/ *tt* [thuộc] nghề làm vườn: *horticultural society* hội những người làm vườn.

horticulture /'hɔːtikʌltʃə[r]/ *dt* nghề làm vườn.

horticulturist /ˌhɔːtikʌltʃə-rist/ *dt* người làm vườn.

hosanna[1] /həʊˈzænə/ *tht* lạy Chúa tôi!

hosanna[2] /həʊˈzænə/ *dt* lời tung hô lạy Chúa.

hose[1] /həʊz/ *dt (cg* **hose-pipe**) ống, vòi: *rubber hoses* ống cao su; *the firemen played their hoses on the burning building* lính cứu hỏa chỉa vòi nước vào tòa nhà đang cháy.

hose[2] /həʊz/ *đgt* xịt bằng vòi, rửa bằng vòi, tưới bằng vòi: *hose the flower-beds* tưới các luống hoa bằng vòi; *hose down the car* xịt vòi nước rửa xe.

hose[3] /həʊz/ *dt (đgt snh)* **1.** bít tất dài; bít tất ngắn; đồ lót **2.** quần chẽn.

hosier /'həʊziə[r]/ *dt* người bán bít tất, đồ lót.

hosiery /'həʊziəri/ *dt* hàng bít tất đồ lót.

hospice /'hɒspis/ *dt* **1.** bệnh viện cho người hấp hối **2.** nhà tế bần **3.** nhà nghỉ chân.

hospitable /hɒ'spitəbl, 'hɒs-pitəbl/ *tt* (+ to, towards) mến khách.

hospitably /hɒ'spitəbli/ *pht* [một cách] mến khách.

hospital /'hɒspitl/ *dt* bệnh viện: *be taken to (released from) hospital* nhập (xuất) viện.

hospitalisation, hospitalise /ˌhɒspitəlaiˈzeiʃn, 'hɒspitə-laiz/ *dt, đgt x* hospitaliza-tion, hospitalize.

hospitality /ˌhɒspiˈtæləti/ *dt* lòng mến khách: *thank you for your kind hospitality* xin cảm ơn ông về lòng hiếu khách của ông: *a hospitality room* phòng dành cho khách (ở khách sạn, trường quay...).

hospitalization /ˌhɒspitə-laiˈzeiʃn/ *dt* **1.** sự đưa vào bệnh viện **2.** sự nằm viện: *a long period of hospitali-zation* một kỳ nằm viện dài ngày.

hospitalize /'hɒspitəlaiz/ *đgt (thường ở dạng bị động)* **1.** đưa đi nằm [bệnh] viện **2.** nằm [bệnh] viện.

host[1] /həʊst/ *dt (cg* **hostess**) **1.** chủ nhà: *Mr and Mrs Ba are such good hosts* ông bà Ba quả là những người chủ nhà tốt bụng; *the host na-tion* nước chủ nhà **2.** (*c* **host-ess**) người dẫn chương trình truyền hình **3.** (*cũ hoặc khôi hài*) chủ đất: *mine host* chủ mỏ **4.** (*sinh*) vật chủ, cây chủ: *host organisms* sinh vật chủ. // **be (play) host to some-body** tiếp đãi ai.

host[2] /həʊst/ *dt* **1.** loạt; đám: *he has hosts of friends* anh ta có hàng đám bạn **2.** (*cổ*) quân lính, quân đội.

host[3] /həʊst/ *dt* **the Host** bánh thánh.

hostage /'hɒstidʒ/ *dt* con tin. // **a hostage to fortune** con tin cho số mệnh; con cái vợ con; **take (hold) some-body hostage** bắt (giữ) ai làm con tin.

hostel /ˌhɒtl/ *dt* **1.** ký túc xá (*cho sinh viên...*) **2.** nhà trọ.

hosteller (*Mỹ* **hosteler**) /'hɒstelə[r]/ người lang

thang các nơi, thường nghỉ ở các nhà trọ.

hostelry /'hɒstəlri/ *dt* nhà trọ, quán trọ.

hostess /'həʊtis/ *dt* **1.** nữ chiêu đãi viên, nữ tiếp viên **2.** nữ tiếp viên hàng không **3.** người nữ dẫn viên chương trình truyền hình.

hostile /'hɒstail/ *tt* **1.** thù địch; của kẻ thù: *hostile aircraft* máy bay địch **2.** chống đối: *be hostile to reform* chống đối việc cải cách.

hostility /hɒ'stiləti/ *dt* sự thù địch: *feel no hostility towards anyone* không thấy thù địch đối với bất cứ ai **2.** sự chống đối: *his suggestion met with some hostility* gợi ý của anh ta bị một số chống đối lại **2.** hostilities (*snh*) chiến sự: *at the outbreak of hostilities* lúc chiến sự bùng nổ; *suspend hostilities* ngưng chiến.

hot[1] /hɒt/ *tt* (**-ier; -iest**) **1.** nóng, nóng bức: *a hot day* một ngày nóng nực; *hot weather* thời tiết nóng bức; *this coffee is too hot to drink* cà phê này uống nóng quá **2.** nóng ran: *be in a hot sweat* nóng ran toát mồ hôi **3.** cay nồng (*ớt...*) **4.** nóng nảy: *have a hot temper* tính khí nóng nảy **5.** nồng nặc, còn ngửi thấy rõ (*mùi thú săn*) **6.** nóng hổi (*tin tức*) **7.** điêu luyện, gây ấn tượng (*đấu thủ, diễn viên*) **8.** khó bán (*của ăn cắp, vì vụ cắp đó đã bị cảnh sát báo đi các nơi*): *this painting is too hot to handle* bức tranh [ăn cắp này] khó bán lắm **9.** giật gân (*nhạc*) **10.** (*lóng*) phóng xạ **11.** (*kng*) dễ phát hiện, dễ đoán trúng (*trò chơi trẻ em*). // **be hot at (in; on) something** (*kng*) giỏi, có khiếu về cái gì: *I'm good at history but not so hot in*

arithmetics tôi giỏi sử nhưng không có khiếu về số học; **be hot on somebody** (*kng*) ngưỡng mộ ai; **be in (get into) hot water** (*kng*) gặp khó khăn rắc rối; **blow hot and cold** x blow[1]; **go (sell) like hot cakes** bán chạy như tôm tươi; **hot air** (*kng*) chuyện tầm phào; **[all] hot and bothered** (*kng*) lo lắng vì sợ, vì công việc thúc bách, vì cần gấp; **too hot for somebody** quá khó khăn không thể đương đầu nổi: *when the pace got too hot for him, he disappeared* khi nhịp độ công việc quá căng anh ta chuồn mất; **[be] hot on somebody's heels** theo sát, bám sát (*ai*); **[be] hot on somebody's tracks (trail)**; **[be] hot on the trail of something** đuổi bắt (*ai*) gần được, tìm (*cái gì*) gần đúng chỗ; **hot under the collar** (*kng*) giận dữ, tức nghẹn họng; bối rối; **like a cat on hot breaks** x cat[1]; **not so (too; that) hot** (*kng*) a/ không khỏe: *"how do you feel?" "not so hot"* "anh thấy sức khỏe như thế nào?" "không được khỏe lắm" b/ không được tốt: *her exam results aren't too hot* kết quả bài thi của cô ta không được tốt; **piping hot** x piping.

hot[2] /hɒt/ *dgt* (**-tt-**) **hot up** (*kng*) sôi nổi hơn; nguy kịch căng thẳng hơn; tăng cường hơn: *the election campaign is hotting up* chiến dịch tranh cử đang sôi nổi.

hot air /hɒt'eə[r]/ (*kng, xấu*) câu chuyện rỗng tuếch; ý tưởng rỗng tuếch.

hot-air balloon /hɒt'eəbə-lu:n/ khí cầu.

hotbed /'hɒtbed/ *dt* **1.** luống bón phân chưa thật hoai (*để trồng hoa...*) **2.** lò, ổ: *a hotbed of disease* ổ bệnh tật; *a hotbed of war* lò lửa chiến tranh.

hot-blooded /ˌhɒt'blʌdid/ *tt* **1.** dễ nổi giận **2.** nồng nhiệt, nồng nàn: *a hot-blooded lover* người yêu nồng nàn.

hot cake /'hɒtkeik/ (*Mỹ*) nh pancake.

hotchpotch /'hɒtʃpɒtʃ/ *dt* mớ hỗn tạp: *his essay was a hotchpotch of other people's ideas* luận văn của nó là một mớ pha trộn hỗn tạp ý của những người khác.

hot-cross bun /ˌhɒtkrɒs'bʌn/ bánh nướng chữ thập (*nhân nho, ăn vào thứ sáu trước lễ Phục sinh*).

hot dog /ˌhɒt'dɒg/ **1.** bánh mì kẹp xúc xích **2.** (*Mỹ, kng, dùng như thán từ để tỏ sự vui sướng hoặc ngạc nhiên*) lạy Chúa!

hotel /'həʊ'tel/ *dt* khách sạn.

hotelier /həʊ'teliə[r]/ *dt* chủ khách sạn.

hot favourite /ˌhɒt'feivərit/ đấu thủ được xem như có khả năng thắng nhất.

hotfoot[1] /ˌhɒt'fʊt/ *pht* mau lẹ, hăm hở: *the children came running hotfoot when they heard tea was ready* tụi trẻ hăm hở chạy vào nhà khi nghe là buổi tiệc trà đã chuẩn bị xong.

hotfoot[2] /ˌhɒ'fʊt/ *dgt* **hotfoot it** nhanh chân, vội vã: *we hotfoot it down to the beach* chúng tôi vội vã chạy ra bãi biển.

hot-gospeller /ˌhɒt'gɒspə-lə[r]/ *dt* người thuyết giáo say sưa nhiệt tình.

hothead /'hɒthed/ *dt* người nóng vội, người bốc.

hot-headed /'hɒthdid/ *tt* nóng vội, bốc đồng.

hot-headedly /'hɒthedli/ *pht* [một cách] nóng vội, [một cách] bốc đồng.

hot-headedness /'hɒthe-didnis/ *dt* sự nóng vội, sự bốc đồng.

hothouse /'hɒthaʊs/ *dt* nhà kính [trồng cây].

hot line /'hɒtlain/ *dt* đường dây nóng *(điện thoại)*.

hotly /'hɒtli/ *pht* **1.** [một cách] sôi nổi, [một cách] giận dữ: *a hotly debated topic* một vấn đề được tranh cãi sôi nổi; *"nonsense!" he replied hotly* "điều vô nghĩa!" anh ta đáp lại một cách giận dữ **2.** sát gót *(thường trong kết hợp): hotly pursued* bị bám theo sát gót).

hot money /,hɒt'mʌni/ tiền nóng *(quay vòng liên tục từ trung tâm tài chính này sang trung tâm khác với mục đích sinh lãi cao).*

hotplate /'hɒtpleit/ *dt* mâm bếp điện.

hotpot /'hɒtpɒt/ *dt* món thịt cừu hầm.

hot potato /,hɒtpə'teitəʊ/ *(kng)* điều khó xử; tình thế nguy hiểm.

hot rod /'hɒtrɒd/ xe gắn máy động cơ cải tiến để đạt tốc độ cao.

hot seat /'hɒtsi:t/ vị thế khó khăn phải quyết định.

hotshot /'hɒtʃɒt/ *dt (Mỹ, kng)* người có tài công kích.

hot spot /'hɒtspɒt/ điểm nóng.

hot spring /,hɒt'spriŋ/ suối nước nóng.

hot stuff /,hɒt'stʌf/ *(kng)* **1.** người có khả năng; vật có chất lượng cao **2.** người khêu gợi và nguy hiểm; vật khêu gợi và nguy hiểm.

hot-tempered /,hɒt'tem-pəd/ *tt* nóng tính, nóng nảy.

hot-water bottle /,hɒtwɔ:-tə'bɒtl/ bình chườm nóng *(ở giường).*

hound¹ /haʊnd/ *dt* chó săn. // **follow [the] hounds** *x* follow; **ride to hounds** *x* ride²; **run with the hare and hunt with the hounds** *x* hare¹.

hound² /haʊnd/ *dgt* săn lùng: *be hounded by reporters* bị các phóng viên săn lùng. // **hound somebody (something) down** săn lùng, truy lùng; **hound somebody out [of something]** buộc ai phải rời khỏi cái gì: *he was hounded out of his job by jealous rivals* anh ta buộc phải bỏ việc do có đối thủ ghen tị anh.

hour /'aʊə[r]/ *dt* **1.** giờ, tiếng [đồng hồ]: *a three hours' journey/a three-hour journey* chuyến đi ba tiếng đồng hồ; *work a fourty-hour week* làm việc tuần bốn mươi tiếng; *it's twenty-one thirty hours* bây giờ là hai mươi mốt giờ ba mươi *(tức chín gì rưỡi tối)* **2. hours** *(snh)* giờ làm việc: *office hours are from 8 am to 4 pm* giờ hành chính từ 8 giờ sáng đến 4 giờ chiều **3.** khoảng cách đi được trong một tiếng đồng hồ: *London is only two hours away* đường đi Luân Đôn chỉ độ hai tiếng **4.** giờ đã hẹn: *he comes at the agreed hour* anh ấy đến đúng giờ đã hẹn **5.** giờ phút, lúc: *she helped me in my hour of need* chị ta giúp đỡ tôi vào những lúc cần thiết; *the country's finest hour* những giờ phút đẹp nhất của đất nước. // **after hours** trễ hơn giờ làm việc bình thường; **at (till) all hours** vào bất cứ lúc nào *(mặc dù bất tiện hoặc không thích hợp): he's inclined to telephone at all hours of the day or night* anh ta có thói gọi điện thoại vào bất cứ lúc nào trong ngày hay trong đêm; **at the eleventh hour** vào giờ chót:

the president's visit was called off at the eleventh hour vào giờ chót chuyến viếng thăm của tổng thống bị hoãn lại; **an eleventh-hour decision** một quyết định vào giờ chót; **the early hours** *x* early; **keep late (early; regular...) hour** đi ngủ (làm việc) muộn, sớm, vào những giờ đều đặn; **on the hour** đúng 1 (2, 3...) giờ: *my appointment was for 9 am and I arrived on the hour* tôi hẹn gặp vào 9 giờ sáng và tôi đã đến đúng ngay giờ hẹn; **out of hours** a/ ngoài giờ làm việc b/ *(Anh)* vào lúc quán không còn phục vụ rượu nữa; **one's waking hours** *x* wake¹.

hourglass /'aʊəglɑ:s/ *dt* đồng hồ cát.

hour-hand /'aʊəhænd/ *dt* kim [chỉ] giờ *(ở đồng hồ).*

houri /'həʊri/ *dt* tiên nữ *(thiên đường Hồi giáo).*

hourly¹ /'aʊəli/ *pht* **1.** hằng giờ, từng giờ, mỗi giờ một lần: *this medicine is to be taken hourly* thuốc này phải uống mỗi giờ một lần **2.** hằng giờ hằng phút; vào bất cứ lúc nào: *we are expecting news hourly* chúng tôi mong tin hằng giờ hằng phút.

hourly² /'aʊəli/ *tt* **1.** từng giờ, sau mỗi tiếng đồng hồ: *trains leave at hourly intervals* tàu cứ một tiếng đồng hồ xuất phát một chuyến **2.** tính theo giờ: *be paid on an hourly basis* được trả công tính theo giờ **3.** liên tục... thường xuyên: *live in hourly dread of being discovered* sống trong nỗi sợ hãi thường xuyên bị phát hiện.

house¹ /haʊs/ *dt (snh* **houses** /haʊsiz/) **1.** nhà; người ở trong nhà: *be quiet or you* will wake the whole house giữ yên lặng, nếu không sẽ làm cả nhà thức dậy **2.** (ở dạng ghép) nhà; chuồng: *an opera-house* nhà hát nhạc kịch; *a store-house* nhà kho; *a hen-house* chuồng gà **3.** ký túc xá **4.** nhóm, đội (học sinh, trong trò chơi thể thao, trong học tập...) **5.** (thường **House**) nghị viện: *the House of Commons* hạ nghị viện; *the House of Lords* thượng nghị viện **6.** (**the House** (số ít) (kng) (Anh) nghị viện: *enter the House* trở thành nghị viên **7. the House** (Mỹ) hạ nghị viện **8.** (Anh) thị trường chứng khoán **9.** công ty doanh nghiệp: *fashion house* công ty thời trang **10.** (thường **House**) dòng họ, triều đại: *the House of Windsor* hoàng tộc Windsor (Anh) nhà hát; khán giả; buổi diễn; *is there a doctor in the house?* có ai là bác sĩ trong số khán giả ở đây không thể?; *the second house starts at 8 o'clock* suất diễn thứ hai bắt đầu lúc 8 giờ **11.** cung (chiêm tinh). // **bring the house down** làm cho khán giả cười rộ lên; làm cho khán giả vỗ tay ầm lên; **eat somebody out of house and home** x eat; **get on like a house on fire** (kng) hòa mình nhanh; nhanh chóng trở thành thân thiết; **keep house** quán xuyến việc nhà, tề gia nội trợ; **keep open house** x open¹; **the lady of the house** x lady; **master in one's own house** x master¹; **move house** x move²; **not a dry eye in the house** x dry¹; **on the house** biếu không; không lấy tiền: *the landlord give us a drink on the house* chủ quán thết chúng tôi một chầu rượu không lấy tiền; **put (set) one's [own] house in order** khéo thu xếp công việc của mình; **safe**

as house x safe¹; **set up house [together]** sống với nhau như vợ chồng.

house² /hauz/ *đgt* cho ở, cho trọ: *we can house you if the hotels are full* chúng tôi có thể cho ông trọ nếu khách sạn đã đầy người **2.** làm chuồng cho (súc vật) **3.** cất: *house one's old books in the attic* cất sách cũ lên gác thượng.

house-agent /'haus,eidʒənt/ *dt nh* estate-agent.

house arrest /'hausə,rest/ sự quản thúc tại gia: *be [kept] under house arrest* bị kết án quản thúc tại gia.

houseboat /'hausbəut/ *dt* nhà thuyền.

house-bound /'hausbaund/ *tt* nằm nhà (vì bệnh...).

housebreaker /'hausbrei-kə[r]/ *dt* kẻ đột nhập vào nhà.

housebreaking /'hausbrei-king/ *dt* sự đột nhập vào nhà.

housecoat /'hauskəut/ *dt* áo khoác mặc ở nhà (của phụ nữ).

housecraft /'hauskra:t/ *dt* nghệ thuật nội trợ.

house-dog /'hausdɒg/ *dt* chó nhà.

house-father /'hausfɑ:ðə[r]/ *dt* bố bảo trợ (bảo trợ trẻ ở trại mồ côi).

house-fly /'hausflai/ *dt* (snh **house-flies**) con ruồi.

houseful /'hausful/ *dt* [một] nhà đầy: *have a houseful of guests* có khách đầy nhà.

household /'haushəud/ *dt* gia đình; hộ: *household duties* nghĩa vụ gia đình. // **a household name (word)** tên quen thuộc; tên cửa miệng: *the product was so successful that its name became a household word* sản phẩm đã thành công đến mức tên

của nó đã trở thành một tên quen thuộc.

householder /'haushəul-də[r]/ *dt* **1.** người có nhà cửa (không phải sống ở khách sạn) **2.** chủ hộ.

household troops /,haus-həuld'tru:ps/ quân ngự lâm.

housekeeper /'hauski:pə[r]/ *dt* quản gia.

housekeeping /'hauski:-ping/ *dt* **1.** sự quản gia **2.** tiền [dành cho việc] quản gia.

house lights /'hauslaits/ đèn hội trường (nhà hát).

housemaid /'hausmeid/ *dt* chị hầu phòng.

housemaid's knee /,haus-meid'zni:/ chứng sưng đầu gối (do quỳ quá lâu).

houseman /'hausmən/ *dt* (snh **housemen** /'hausmən/) (Mỹ **intern**) bác sĩ nội trú.

house-martin /'hausma:tin/ *dt* (động) chim nhạn [xây tổ ở] tường nhà.

housemaster /'haus,ma:-stə[r]/ *dt* (c **housemistress**) giáo viên phụ trách nhà ký túc (ở một trường nội trú).

house-mother /'haus,mʌ-ðə[r]/ *dt* mẹ bảo trợ (bảo trợ trẻ ở trại mồ côi) bảo mẫu.

house of cards /,hausəv-ka:dz/ **1.** tháp lá bài (tháp xây lên bằng lá bài dựng vào nhau) **2.** kế hoạch bấp bênh.

the House of Commons /,hausəv'kɒmənz/ (cg **the Commons**) hạ nghị viện (Anh, Canada) (cg chỉ cả tòa nhà Hạ nghị viện).

House of God /,hausəvgɒd/ nhà thờ.

the House of Lords /,hausəv'lɔ:dz/ Thượng nghị viện (cũng chỉ cả tòa nhà Thượng nghị viện).

the House of Representatives /,hausəvrepri'zentətivz/ Hạ nghị viện (*Mỹ, Úc, Tân Tây lan*).

house party /'haʊspɑ:ti/ liên hoan trang trại (*kéo dài hàng mấy ngày*).

house physician /'haʊsfi,ziʃn/ bác sĩ nội trú.

house-proud /'haʊspraʊd/ *tt* hay quan tâm đến việc tô điểm sửa sang nhà cửa.

house-room /'haʊsru:m/ *dt* **not give somebody (something) house-room** không muốn có (*ai, cái gì*) trong nhà mình: *I wouldn't give that table house-room* tôi không muốn có chiếc bàn ấy trong nhà tôi.

the House of Parliament /ˌhaʊsɒv'pɑ:ləmənt/ Quốc hội (*gồm Hạ nghị viện và Thượng nghị viện; chỉ cả tòa nhà Quốc hội*).

house-sparrow /ˌhaʊs'spæ-rəʊ/ *dt* (*cg* **sparrow**) (*động*) chim sẻ.

house surgeon /'haʊss3:-dʒən/ bác sĩ phẫu thuật nội trú.

house-to-house /ˌhaʊs'tə-'haʊs/ *tt* từng nhà, lần lượt từng nhà: *the police made house-to-house enquiries* cảnh sát mở cuộc điều tra từng nhà một.

house-tops /'haʊstɒps/ *dt* **[proclaim (shout...) something] from the house-tops** [công bố] cho mọi người biết.

house-trained /'haʊstreind/ *tt* được dạy không ỉa đái ra nhà (*chó, mèo*): *his manners were appalling before he got married, but his wife soon got him house-trained* (*bóng*) trước khi lấy vợ cách xử sự của cậu ta thật kinh khủng, nhưng chị vợ chẳng bao lâu đã rèn cậu vào khuôn phép.

house-warming /'haʊswɔ:-miŋ/ *dt* tiệc mừng nhà mới.

housewife /'haʊswaif/ *dt* (*snh* **housewives**) bà nội trợ.

housewifely /'haʊswaifli/ *tt* nội trợ: *housewifely skills* tài khéo nội trợ.

housewifery /'haʊswaifəri/ *dt* công việc nội trợ.

housework /'haʊsw3:k/ *dt* việc nội trợ.

housing /'haʊsiŋ/ *dt* **1.** nhà, nơi ăn ở: *the housing problem* vấn đề nhà ở; *poor housing conditions* điều kiện ăn ở nghèo nàn **2.** sự cung cấp nhà ở **3.** vỏ bảo vệ (*máy*): *a car's rear axle housing* vỏ bảo vệ trục sau xe hơi.

housing association /'haʊziŋ əsəʊsi,eiʃn/ hội xây nhà.

housing estate /'haʊziŋ i'steit/ khu liên cư.

hove /həʊv/ *pk và đttqk của* heave[1] (*dạng dùng trong hàng hải*).

hovel /'hɒvl, (*Mỹ* 'hʌvl)/ *dt* (*xấu*) căn nhà tồi tàn, túp lều.

hover /'hɒvə[r], (*Mỹ* 'hʌvər)/ *dgt* **1.** bay lượn: *there was a helicopter hovering over-head* có một chiếc máy bay trực thăng đang lượn trên đầu **2.** lảng vảng, quanh quất: *he hovered about out-side, too afraid to go in* anh ấy lảng vảng bên ngoài, sợ không dám vào trong **3.** lơ lửng, mấp mé: *a country hovering on the brink of war* một đất nước mấp mé bên bờ chiến tranh.

hovercraft /'hɒvəkrɑ:ft/ *dt* (*snh kđổi*) xe lướt nước đệm khí.

how[1] /haʊ/ *pht* **1.** như thế nào, ra sao: *how is the word spelt?* từ ấy viết thế nào?; *how did you escape?* anh đã trốn như thế nào?; *how are things going at the moment?* lúc này đời sống ra sao?;

how are the children? tụi trẻ ra sao? **2.** (*trước một tt hay pht*) bao nhiêu, bao: *how old is she?* chị ta bao nhiêu tuổi rồi?; *how long did you wait?* anh chờ bao lâu rồi? **3.** (*dùng trong câu cảm thán*) biết bao, xiết bao: *how dirty that child is!* đứa bé này bẩn biết bao! *how well he plays the violin!* anh ta chơi vi-ô-lông hay biết bao! // **and how** (*kng*) chứ sao: *"did they enjoy them-selves?" "and how!"* "họ có thích thú không?" "có, chứ sao?"; **how about?** anh nghĩ thế nào (*để đưa ra một đề nghị*): *how about going for a walk?* ta đi bộ một tý, anh nghĩ thế nào?; **how's that?** a/ thế nào?: *how's that? please repeat!* thế nào? xin nhắc lại cho b/ phải không?: *how's that for punctuality?* phải đúng giờ, phải không?

how[2] /haʊ/ *lt* (*kng*) theo cách mà, ra sao: *I can dress how I like in my own house* ở trong nhà tôi muốn mặc ra sao thì mặc chứ!

howdah /'haʊdə/ *dt* bành (*đặt trên lưng voi*).

however[1] /haʊ'evə[r]/ *pht* **1.** dù thế nào [đi nữa]: *you won't move that stone, how-ever strong you are* dù anh có khỏe đến thế nào đi nữa thì anh cũng không thể di chuyển được hòn đá này **2.** mặc dù; tuy nhiên: *his first response was to say no; later, however, he changed his mind* đầu tiên anh ta trả lời là không; tuy nhiên về sau anh ta đã thay đổi ý kiến.

however[2] /haʊ'evə[r]/ *lt* bằng cách nào: *however did you get here without a car?* bằng cách nào anh tới được đây khi không có xe?

H

howitzer /'havitsə[r]/ *dt* súng cối.

howl[1] /haʊl/ *dt* **1.** tiếng tru *(chó sói)* **2.** tiếng hú *(người)*: *let out a howl of laughter* cười rú lên **3.** tiếng rít *(gió)*

howl[2] /haʊl/ *dgt* **1.** tru lên *(chó sói)*; rú *(người)*; rít lên *(gió)*: *wolves howling in the forest* chó sói đang tru lên trong rừng; *howl with laughter* rú lên cười; *the wind howled through the trees* gió rít qua răng cây **2.** khóc gào lên: *the baby howled all night* cháu bé khóc gào lên suốt đêm. // **howl somebody down** hét lên không cho nói la ó *(nói về cử tọa đối với người nói)*.

howler /'haʊlə[r]/ *dt (cũ, kng)* sai lầm lớn.

howling /'haʊlɪŋ/ *tt (kng)* rất lớn: *a howling injustice* một điều bất công rất lớn; *a howling shame* một điều xấu hổ vô cùng.

hoyden /'hɔidn/ *dt (xấu)* cô gái ngông cuồng bừa bãi.

hoydenish /'hɔidəniʃ/ *tt* ngông cuồng bừa bãi.

hp *(cg* **HP)** /,eitʃ'pi:/ *vt* **1.** *(Anh)* (*vt* của hire-purchase) thể thức mua trả góp **2.** (*vt* của horsepower) mã lực.

HQ /,eitʃ'kju:/ (*vt* của headquarters) tổng hành dinh.

hr *vt (snh* **hrs)** (*vt* của hour) giờ: *the train leaves at 15.00 hrs* tàu khởi hành lúc 15 giờ.

HRH /,eitʃ a:[r]'eitʃ/ (*vt* của His (Her) Royal Highness) Hoàng thân.

hub /hʌb/ *dt* **1.** trục bánh xe **2.** *(bóng)* trung tâm: *a hub of industry* một trung tâm công nghiệp; *he thinks that Boston is the hub of the universe* nó nghĩ rằng Boston là trung tâm của vũ trụ.

hubble-bubble /'hʌbl bʌbl/ *dt (kng) nh* hookah.

hubbub /'hʌbʌb/ *dt* **1.** sự ồn ào huyên náo **2.** cảnh hỗn loạn.

hubby /'hʌbi/ *dt (Anh, kng)* ông xã, bố cháu.

hub-cap /'hʌbkæp/ *dt* nắp trục xe.

hubris /'hju:bris/ *dt* sự ngạo mạn, sự xấc xược.

huckleberry /'hʌklbəri, (Mỹ 'hʌklberi/ *dt (thực)* cây ổi ảnh.

huckster /'hʌktə[r]/ *dt* người bán hàng rong.

huddle[1] /'hʌdl/ *dgt (chủ yếu dùng ở dạng bị động)* túm tụm lại; chất đống lên: *sheep huddling [up] together for warmth* cừu túm tụm lại cho ấm; *the clothes lay huddled up in a pile in the corner* quần áo chất thành một đống ở góc phòng. // **huddle up [against (to) somebody (something)]** co ro: *Tom was cold so he huddled up against the radiator* Tom lạnh nên co ro sát lò sưởi.

huddle[2] /'hʌdl/ *dt* đám lộn xộn: *people stood around in small huddles, sheltering from the rain* người ta túm tụm thành từng đám nhỏ lộn xộn để trú mưa; *their clothes lay in a huddle on the floor* quần áo của họ vứt thành một đống lộn xộn trên sàn nhà. // **go into a huddle [with somebody]** *(kng)* họp kín [với ai].

hue[1] /hju:/ *dt* màu sắc, sắc thái: *birds of many different hues* chim nhiều màu khác nhau; *add orange paint to get a warmer hue* cho thêm sơn màu cam để tạo sắc thái ấm hơn.

hue[2] /hju:/ *dt* **hue and cry** tiếng la ó *(phản đối...)*.

-hued /hju:d/ *(yếu tố tạo tt ghép)* có màu *(như thế nào đó)*: *dark-hued* có màu sẫm.

huff[1] /hʌf/ *dt (thường số ít)* cơn giận *(dùng chủ yếu trong các kết hợp sau)*: *be in huff* giận dữ; *get (go) into a huff* nổi giận.

huff[2] /hʌf/ *dgt* thở hổn hển. // **huff and puff** *a/* thở hồng hộc: *when I got to the top I was puffing and puffing* lên tới đỉnh tôi đã thở hồng hộc *b/* nạt nộ.

hug[1] /hʌg/ *dgt* (**-gg-**) **1.** ôm chặt, ghì chặt **2.** đi sát *(tàu xe)*: *hug the shore (the kerb)* đi sát bờ biển (lề đường) **3.** bó sát *(thân hình, nói về quần áo)* **4.** bám chặt, ôm ấp *(một ý kiến...)*: *hug one's cherished beliefs* ôm ấp những niềm tin ấp ủ trong lòng.

hug[2] /hʌg/ *dt* sự ôm chặt, sự ghì chặt *(nhất là để tỏ tình yêu)*.

huge /hju:dʒ/ *tt* rất lớn, khổng lồ: *a huge house* ngôi nhà rất lớn; *a huge amount of money* một số tiền khổng lồ; *have a huge appetite* ăn rất ngon miệng.

hugely /'hju:dʒli/ *pht* [một cách] khổng lồ.

hugeness /'hju:dʒnis/ *dt* sự khổng lồ.

hugger-mugger /'hʌgəmʌgə[r]/ *tt, pht* **1.** [một cách] thầm lén, [một cách] giấu giếm **2.** [một cách] hỗn độn.

Huguenot /'hju:gənəʊ/ *dt (cũ)* tín đồ Tin Lành Pháp *(trước đây)*.

huh /hʌ/ *tht (dùng chỉ sự khinh bỉ, sự nghi vấn...)* hử, hả: *you think you know the answer, huh?* anh nghĩ là anh biết trả lời, hả?

hulk /hʌlk/ *dt* **1.** thân tàu cũ không còn dùng nữa **2.**

người to lớn vụng về; vật to dùng.

hulking /'hʌlkiɳ/ *tt* to lớn nặng nề; to lớn vụng về.

hull¹ /hʌl/ *dt* thân tàu thủy.

hull² /hʌl/ *dt* vỏ trái cây (đỗ, hồ đào...).

hull³ /hʌl/ *dgt* bóc vỏ (*trái cây*): *rice is gathered, cleaned and hulled before being sold* gạo được thu gom lại, quạt sạch trước khi đưa bán.

hullabaloo /ˌhʌləbə'lu:/ *dt* (*snh* **hullabaloos**) tiếng la ó ồn ào; sự làm rùm beng: *make (raise) a hullabaloo* làm rùm beng.

hullo /hə'ləʊ/ *tht, dt nh* hallo¹, hallo².

hum¹ /hʌm/ *dgt* -mm- 1. kêu o o, kêu vo ve (*sâu bọ...*) 2. ấm ứ, nói lúng búng 3. ngậm miệng ngân nga (*đoạn nhạc*): *I don't know the words of the song, but I can hum it to you* tôi không biết lời của bài hát đó, nhưng có thể ngân nga cho anh nghe 4. (*kng*) hoạt động: *the whole place was humming [with life] when we arrived* toàn bộ nơi đó hoạt động nhộn nhịp khi chúng tôi đến 2. (*lóng*) có mùi khó ngửi, hôi thối. // **hum and ha; hum and haw** (*kng*) do dự, lưỡng lự, chần chừ.

hum² /hʌm/ *dt* 1. (*thường số ít*) tiếng o o, tiếng vo ve: *the hum of the bees* tiếng ong vo ve; *the hum of conversation in the next room* tiếng nói chuyện rì rầm ở phòng bên 2. (*lóng*) mùi hôi.

hum³ /hʌm/ *pht* hừ (*tỏ vẻ do dự*).

human¹ /'hju:mən/ *tt* 1. [thuộc] con người, [thuộc] loài người: *human being* con người; *human nature* bản tính con người, nhân tính 2. có tính người, nhân hậu:

she'll understand and forgive: she's really quite human cô ta sẽ hiểu và tha thứ, cô ta thực sự nhận hậu. // **the milk of human kindness** *x* milk; **to err is human** *x* err.

human² /'hju:mən/ *dt nh* human being.

human being /ˌhju'mən 'bɪʌɪɳ/ con người, người.

humane /hju:'mein/ *tt* 1. nhân đạo 2. nhân văn (*các ngành học thuật*): *humane studies* khoa học nhân văn.

humane killer /hju:,mein 'kilə[r]/ dụng cụ giết mổ nhân đạo không gây đau đớn.

humanely /hju:mainəli/ *pht* [thuộc] nhân đạo.

human interest /ˌhju:mən 'intrəst/ vấn đề con người được quan tâm (*trong một truyện, trên báo...*).

humanism /'hju:mənizəm/ *dt* 1. chủ nghĩa nhân đạo 2. chủ nghĩa nhân văn 3. văn hóa Hy-La.

humanist /'hju:mənist/ *dt* 1. nhà nhân đạo chủ nghĩa 2. nhà nhân văn chủ nghĩa 3. nhà nghiên cứu văn hóa Hy-La.

humanistic /ˌhju:mə'nistik/ *tt* 1. nhân đạo chủ nghĩa 2. nhân văn chủ nghĩa.

humanitarian¹ /hju:ˌmæni'teəriən/ *tt* [mang tính] nhân đạo: *humanitarian ideals* lý tưởng nhân đạo.

humanitarian² /hju:ˌmæni'teəriən/ *dt* người nhân ái.

humanitarianism /hju:mæni'teəriənizəm/ chủ nghĩa nhân văn.

humanity /hju:'mænəti/ *dt* 1. nhân loại, loài người: *crimes against humanity* tội ác đối với nhân loại 2. lòng nhân đạo 3. bản chất con người, nhân tính 4. humani-

ties (*snh*) khoa học nhân văn.

humanization, humanisation /ˌhju:mənai'zeiʃn/ *dt* sự nhân tính hóa.

humanize, humanise /'hju:mənaiz/ *dgt* nhân tính hóa.

humankind /ˌhju:mən'kaind/ *dt* loài người, nhân loại.

humanly /'hju:mənli/ *pht* bằng phương tiện thông thường của con người, trong phạm vi khả năng của con người: *do everything that is humanly possible* làm tất cả gì con người có thể làm được.

human nature /ˌhju:mən 'neitʃə[r]/ bản chất con người.

the human race /ˌhju:mən 'reis/ loài người, nhân loại.

human rights /ˌhju:mən 'raits/ nhân quyền.

humble¹ /'hʌmbl, (*Mỹ, id*) 'ʌmbl/ *tt* 1. khiêm tốn, nhún nhường: *in my humble opinion* theo thiển ý 2. thấp hèn, hèn mọn: *be of humble birth* xuất thân từ tầng lớp thấp hèn 3. xoàng xĩnh, tầm thường: *a humble house* ngôi nhà xoàng xĩnh. // **eat humble pie** *x* eat.

humble² /'hʌmbl, (*Mỹ, td*) 'ʌmbl/ *dgt* 1. làm nhục 2. hạ thấp: *humble oneself* tự hạ mình.

humbly /'hʌmbli, (*Mỹ, td*) 'ʌmbli/ *pht* [một cách] thấp hèn: *live humbly* sống thấp hèn.

humbug¹ /'hʌmbʌg/ *dt* 1. trò bịp bợm 2. kẻ bịp bợm 3. (*Anh*) kẹo bạc hà cứng.

humbug² /'hʌmbʌg/ *dgt* (-gg-) humbug somebody into (out of) something (doing something) lừa gạt ai, bịp ai.

humdinger /ˌhʌm'diɳə[r]/ *dt* (*lóng*) người cừ khôi; vật

H

tuyệt vời: *we had a humdinger of an argument* chúng tôi có một lý lẽ tuyệt vời.

humdrum /'hʌmdrʌm/ *tt* nhàm, chán, buồn tẻ: *a humdrum life* cuộc sống buồn tẻ.

humerus /'hju:mərəs/ *dt* (*snh* **humeri** /'hju:mərai/) (*giải*) xương cánh tay.

humid /'hju:mid/ *tt* ẩm, ẩm ướt: *humid atmosphere* bầu không khí ẩm ướt.

humidifier /hju:'midifaiə[r]/ *dt* máy giữ độ ẩm không khí.

humidify /hju:'midifai/ *dgt* (-fied) làm ẩm ướt.

humidity /hju:'midəti/ *dt* độ ẩm.

humiliate /hju:'milieit/ *dgt* làm nhục, làm nhục nhã: *a country humiliated by defeat* một đất nước nhục nhã vì bại trận.

humiliating /hju:'milieitiŋ/ *tt* làm nhục, làm nhục nhã.

humiliation /hju:mili'eiʃn/ *dt* sự làm nhục.

humility /hju:'miləti/ *dt* thái độ khiêm nhường: *a person of great humility* một người rất khiêm nhường.

humming-bird /'hʌmiŋb3:d/ *dt* (*động*) chim ruồi.

humming-top /'hʌmiŋ tɒp/ *dt* con quay.

hummock /'hʌmək/ *dt* gò, đống.

humorist /'hju:mərist/ *dt* nhà văn hài hước; người hóm hỉnh.

humorous /'hju:mərəs/ *tt* hài hước; hóm hỉnh: *a humorous writer* nhà văn hài hước; *a humorous remark* một nhận xét hóm hỉnh.

humorously /'hju:mərəsli/ *pht* [thuộc] hài hước; [thuộc] hóm hỉnh.

humour¹ (*Mỹ*) **humor¹** /'hju:mə[r]/ *dt* 1. sự hài hước; sự hóm hỉnh 2. sự biết hài hước, sự biết đùa 3. tâm trạng: *be in [an] excellent humour* trong tâm trạng rất vui vẻ 4. (*cổ*) khí chất. // **out of humour** (*cũ*) bực bội.

humour² (*Mỹ*) **humor²** /'hju:mə[r]/ *dgt* chiều ý, làm vừa lòng: *it's always best to humour him when he's in one of his bad humour* mỗi khi ông ta nổi nóng thì tốt nhất là chiều theo ý ông ta.

-humoured (*Mỹ*) **-humo-red** (*yếu tố tạo tt ghép*) ở trong tâm trạng (*nào đó*): *good-humoured* trong tâm trạng vui vẻ; *ill-humoured* trong tâm trạng bực bội.

humourless (*Mỹ*) **humorless** /'hju:məlis/ *tt* không hài hước.

hump¹ /hʌmp/ *dt* 1. cái bướu (*lạc đà, người gù lưng*) 2. mô đất, gò đất. // **give somebody the hump** làm buồn phiền ai; **over the hump** qua được nhiều khó khăn nhất của một công việc.

hump² /hʌmp/ *dgt* 1. [+ up] dồn thành đống, làm thành u: *hump up the bed clothes* dồn các khăn trải giường thành đống 2. vác lên vai, vác lên lưng: *hump one's swag* vác gói quần áo lên vai 3. (*lóng*) ăn nằm với (*ai*).

humpback /'kʌmpbæk/ *dt* 1. lưng gù 2. người gù lưng.

humpbacked /'hʌmpbækt/ *tt* gù lưng.

humpbacked bridge /ˌhʌmpbækt bridʒ/ cầu vòm.

humph /hʌmf/ *pht* hừ! hừm! (*tỏ ý nghi ngờ hoặc không hài lòng*).

humus /'hju:məs/ *dt* mùn, đất mùn.

Hun /hʌn/ *dt* 1. (*sử*) rợ Hung 2. (*xấu*) người Đức.

hunch¹ /hʌntʃ/ *dt* linh cảm: *have a hunch that* có linh cảm rằng.

hunch² /hʌntʃ/ *dgt* [+ up] khom xuống, gập cong: *stand straight, don't hunch your shoulders!* đứng thẳng đường có khom vai; *she sat all hunched up over the small fire* cô ta ngồi co ro bên đống lửa nhỏ.

hunchback /'hʌntʃbæk/ *dt* *nh* humpback.

hunchbacked /'hʌntʃbækt/ *tt* *nh* humpbacked.

hundred¹ /'hʌndrəd/ *dt, dht* (*dùng sau a, one, hoặc một từ chỉ số lượng*): *two hundred* hai trăm; *there is a (one) hundred [people] in the room* có một trăm người trong phòng; *this antique is worth several hundred pounds* món đồ cổ này đáng giá hàng trăm bảng; *he's a hundred [years old] today* hôm nay ông ta một trăm tuổi.

hundred² /'hʌndrəd/ *dt* (*dùng sau a, one hoặc một từ chỉ số lượng*) trăm: *how many hundreds are there in a thousand?* một nghìn gồm mấy trăm?; *there are hundreds [of people] who need new housing* có hàng trăm người cần chỗ ở mới.

hundred- (*yếu tố tạo từ ghép*) gồm một trăm (*cái gì đó*): *a hundred-year lease* hợp đồng cho thuê một trăm năm.

hundredfold /'hʌndrədfəuld/ *tt, pht* 1. gấp trăm lần 2. gồm một trăm phần.

hundredth¹ /'hʌndrədθ/ *dt, dht* thứ một trăm.

hundredth² /'hʌndrədθ/ *dt* một phần trăm.

hundredweight /ˈhʌndtrədweit/ *dt (snh kđổi)* (*vt* **CWT**) tạ (*ở Anh bằng 50,8kg, ở Mỹ bằng 45,3kg).

hung /hʌŋ/ *qk, dttqk của* hang[1].

hunger[1] /ˈhʌŋgə[r]/ *dt* **1.** sự đói; cơn đói: *he died of hunger* anh ta chết vì đói; *satisfy one's hunger* thỏa mãn cơn đói của mình **2.** (*số ít*) **hunger for something** sự khát khao: *a hunger for adventure* sự khát khao phiêu lưu.

hunger[2] /ˈhʌŋgər[r]/ *đgt* đói. // **hunger for (after)** khát khao, thèm khát: *she hungered for his love* nàng khát khao tình yêu của chàng.

hunger march /ˈhʌŋgəmɑːtʃ/ cuộc đi bộ biểu tình kêu đói của những người thất nghiệp.

hunger strike /ˈhʌŋgəstraik/ cuộc đình công tuyệt thực.

hunger striker /ˈhʌŋgəstraikə[r]/ người đình công tuyệt thực.

hung-over /ˌhʌŋˈəʊvə[r]/ *tt* (*kng*) chếnh choáng: *II feel a bit hung-over this morning* sáng nay tôi cảm thấy hơi chếnh choáng.

hung parliament /ˌhʌŋˈpɑːləmənt/ nghị viện không đảng nào chiếm đa số rõ rệt.

hungrily /ˈhʌŋgrəli/ *pht* **1.** [thuộc] đói ăn **2.** [thuộc] khát khao, [thuộc] thèm khát.

hungry /ˈhʌŋgri/ *tt* (-ier; -iest) **1.** đói: *let's eat soon – I'm hungry* ta đi ăn mau lên, tôi đói lắm rồi; *the hungry masses* những đám người đói ăn **2.** (*vị ngữ*) khát khao, thèm khát: *the orphan was hungry with affection* đứa bé mồ côi thèm khát tình thương **3.** gây đói, làm cho đói: *a hungry work* một công việc làm cho chóng đói bụng.

// **go hungry** bị đói, chịu đói: *thousands are going hungry because of the failure of the harvest* hàng ngàn người bị đói vì mùa màng thất bát; *I'd rather go hungry than eat that!* tôi thà chịu đói còn hơn ăn thứ đó!

hunk /hʌŋk/ *dt* **1.** miếng to, khoanh to, khúc to (*thường là thức ăn, cắt ra từ một miếng to hơn*): *a hunk of bread* một khoanh bánh mì to **2.** (*lóng*) người đàn ông lực lưỡng (*và thường là hấp dẫn*).

hunkers /ˈhʌŋkəz/ *dt* (*snh*) (*kng*) hông. // **on one's hunkers** ngồi xổm.

hunt[1] /hʌnt/ *đgt* **1.** săn, săn bắn: *go hunting* đi săn; *wolves hunt in packs* chó sói đi săn mồi theo bầy **2.** săn lùng, lùng sục; *police are hunting an escaped criminal* cảnh sát đang săn lùng một tội phạm vượt ngục; *I've hunted everywhere but I can't find it* tôi đã lùng sục khắp nơi mà không tìm thấy cái đó **3.** xua đuổi, rượt đuổi: *hunt the neighbour's cat out of the garden* rượt đuổi mèo của hàng xóm ra khỏi vườn **4.** đi săn bằng chó săn (*người đi săn thường cưỡi ngựa*) **2.** [làm người] phụ trách đàn chó săn. // **run with the hare and hunt with the hounds** x hare[1].

hunt somebody (something) down săn lùng đến cùng: *hunt down a criminal* săn lùng đến cùng một tội phạm; **hunt something out** tìm cho ra (*vật mất, vật lâu ngày không dùng đến*): *hunt out an old diary* lục tìm cho ra cuốn nhật ký cũ; **hunt something up** tìm kiếm, lùng sục: *hunt up reference in the library* tìm kiếm tài liệu tham khảo trong thư viện.

hunt[2] /hʌnt/ *dt* **1.** (*thường từ ghép*): *a fox-hunt* cuộc săn cáo **2.** sự lùng sục, sự tìm kiếm: *he found it after a long hunt* anh ta đã tìm ra cái đó sau khi tìm kiếm lâu **3.** (*Anh*) khu vực săn bắn; đoàn người đi săn.

hunter /ˈhʌntə[r]/ *dt* **1.** (*thường trong từ ghép*) người đi săn **2.** người đi lùng, người đi tìm kiếm **3.** ngựa săn **4.** đồng hồ có nắp (*che kín mặt kính*).

hunting /ˈhʌntiŋ/ *dt* sự đi săn; (*thể*) môn săn bắn.

hunting-ground /ˌhʌntiŋˈgraʊnd/ *dt* nơi săn bắn. // **a happy hunting-ground for** nơi thuận lợi: *crowded shops are happy hunting-ground for pickpockets* những cửa hiệu đông khách là nơi thuận lợi cho bọn móc túi.

huntress /ˈhʌntris/ *dt* (*cũ*) người đàn bà đi săn.

huntsman /ˈhʌntsmən/ *dt* (*snh* **huntsmen**) **1.** người đi săn **2.** người phụ trách đàn chó săn (*trong một cuộc săn*).

hurdle[1] /ˈhɜːdl/ *dt* **1.** rào (*đua ngựa...*): *five furlongs over hurdles* cự ly năm phu-lông (*mỗi phu-lông bằng 210 mét*) vượt rào; *a hurdle race* cuộc chạy vượt rào **1. hurdles** (*snh*) cuộc chạy vượt rào: *he won the 400 meters hurdles* anh ta thắng cuộc chạy vượt rào cự ly 400 mét **3.** (*bóng*) vật chướng ngại, điều trở ngại: *I've past the written test, the interview is the next hurdle* tôi đã qua được kỳ thi viết, trở ngại tiếp theo phải vượt qua là cuộc phỏng vấn **4.** rào quây tạm (*để quây súc vật*).

hurdle[2] /ˈhɜːdl/ *đgt* thi chạy vượt rào.

hurdler /ˈhɜːdlə[r]/ *dt* vận động viên chạy vượt rào.

H

hurdy-gurdy /'hɜːdigθ:di/ *dt (nhạc)* **1.** đàn viên *(một thứ đàn quay)* **2.** *(kng)* nh barrel-organ.

hurl /hɜːl/ *dgt* **1.** ném, mạnh phóng lao: *rioters hurling stones at the police* những kẻ gây náo loạn ném đá vào cảnh sát; *he hurled himself into his work* anh ta lao mình vào công việc **2.** *(bóng)* la hét, gào thét: *hurl insults to somebody* la hét chửi rủa ai.

hurling /'hɜːliŋ/ *dt (cg* **hurley** /'hɜːli/) *(thể)* môn hốc cây Ai-len.

hurl-burly /'hɜːlibθ:li/ sự ồn ào huyên náo.

hurrah[1] /hʊ'rɑː/ *pht (cg* **hurray, hooray** /hʊ'rei/) *(+ for)* hoan hô: *hurrah for the holidays!* hoan hô kỳ nghỉ. // **hip, hip, hurrah!** x hip[3].

hurrah[2] /hʊ'rɑː/ *dt (cg* **hurray** /hʊ'rei/) tiếng hoan hô.

hurricane /'hʌrikən/, *(Mỹ* 'hʌrikein)/ *dt* bão *(gió cấp 8)*.

hurricane lamp /'hʌrikən læmp/ *(cg* **storm-lantern**) đèn bão.

hurried /'hʌrid/ *tt* vội vàng, gấp gáp: *write a few hurried lines* viết vội vài hàng.

hurriedly /'hʌridly/ *pht* [thuộc] vội vàng gấp gáp: *we have to leave rather hurriedly* chúng tôi phải ra đi khá vội vàng.

hurry[1] /'hʌri/ *dt* **1.** sự vội vàng, sự hấp tấp: *in his hurry to leave, he forgot his passport* trong khi vội vàng ra đi anh ta đã bỏ quên hộ chiếu; *what's the hurry?* gì mà vội vàng thế?. // **in a hurry** a/ vội vàng, hấp tấp: *she dressed in a hurry* cô ta vội vàng mặc quần áo b/ nóng lòng: *he was in a hurry to leave* anh ta nóng lòng muốn ra đi c/ *(kng)* dễ

gì: *she won't forget it is a hurry* cô ta chẳng dễ gì quên việc đó; **in no hurry; not in any hurry** không vội vàng: *I don't mind waiting – I'm not in a particular hurry* tôi đợi cũng được, tôi đâu có vội vàng gì **2.** không sẵn lòng: *I'm in no hurry to see him again* tôi chẳng muốn gặp lại hắn.

hurry[2] /'hʌri/ *dgt* **1.** vội vàng, hấp tấp: *don't hurry, there's plenty of time* không việc gì mà phải hấp tấp, còn khối thì giờ; *hurry along, children!* mau lên các con! **2.** giục, thúc giục: *I was hurried into making an unwise decision* bị thúc giục quá, tôi đã có một quyết định không khôn ngoan **3.** [+ along, up] làm vội, làm gấp gáp: *this work needs care, it mustn't be hurried* công việc này đòi hỏi phải cẩn thận, không được làm gấp. // **hurry up** tiến hành nhanh lên: *I wish the train would hurry up and come* tôi muốn tàu chạy nhanh lên và đến cho rồi; *hurry up and get ready, we're waiting* nhanh lên và chuẩn bị sẵn sàng, chúng tôi đang chờ đây; **hurry somebody (something) up** giục, thúc giục: *he's a good worker but he needs hurrying up* anh ta là một công nhân giỏi nhưng cần phải được thúc giục.

hurt[1] /hɜːt/ *dgt* (**hurt**) **1.** làm bị thương, làm đau: *are you badly hurt?* anh bị thương có nặng không?; *she was more frightened than hurt* chị ta sợ hãi nhiều hơn là bị đau **2.** cảm thấy đau; gây đau đớn: *my leg hurts* chân tôi đau; *my shoes hurt, they are too tight* giày làm chân tôi đau vì chật quá **3.** gây tác hại, làm hại: *rain has*

hurt the crop mưa đã gây tác hại cho mùa màng **4.** làm tổn thương, xúc phạm: *hurt somebody's reputation* xúc phạm thanh danh của ai; *hurt somebody's pride* xúc phạm lòng hãnh diện của ai. // **it won't (wouldn't) hurt [somebody] (something) [to do something]** [làm điều đó] đâu có hại gì cho *(ai, cái gì)*: *it won't hurt to postpone the meeting* hoãn cuộc họp đó thì đâu có hại gì; **not harm (hurt) a fly** x fly[1].

hurt[2] /hɜːt/ *dt* **1. hurt to something** sự đau khổ; nỗi đau lòng: *the experience let me with feeling of deep hurt* điều đó đã để lại cho tôi một cảm giác đau lòng sâu sắc **2.** sự làm tổn thương, sự xúc phạm: *it was a severe hurt to her pride* đấy là một sự xúc phạm dữ dội đến lòng hãnh diện của cô ta **3.** sự đau đớn, cơn đau.

hurtful /'hɜːtfl/ gây đau khổ; làm đau lòng; ác: *hurtful remarks* những nhận xét làm đau lòng; *she can be very hurtful sometimes* đôi lúc cô ta cũng tỏ ra rất ác.

hurtfully /'hɜːtfəli/ *pht* [thuộc] gây tổn thương *(về tinh thần)*.

hurtfulness /'hɜːtfəlnis/ *dt* sự gây tổn thương *(về tinh thần)*.

hurtle /'hɜːtl/ *dgt* chuyển động rít ầm lên; đổ sầm xuống: *during the gale roof tiles came hurtling down* trong cơn lốc ngói ở mái nhà rơi ầm xuống; *she slipped and went hurtling downstairs* chị ta trượt chân và ngã sầm xuống cầu thang.

husband[1] /'hʌzbənd/ *dt* chồng. // **husband and wife** cặp vợ chồng: *they lived together as husband and wife* *for years* họ đã sống với nhau như vợ chồng nhiều năm nay.

husband² /'hʌzbənd/ *dgt* tiết kiệm, dành dụm: *husband one's resources* tiết kiệm tài nguyên.

husbandry /'hʌzbəndri/ *dt* 1. nghề nông: *animal husbandry* nghề chăn nuôi 1. sự quản lý: *through careful husbandry, we survived the winter* nhờ quản lý cẩn thận, chúng tôi đã sống qua được mùa đông khắc nghiệt.

hush¹ /hʌʃ/ *dgt* [làm cho] im lặng: *he hushed the baby to sleep* anh ta dỗ đứa bé ngủ im đi; *hush!* im lặng! // **hush something up** giấu đi, im đi: *hush up a scandal* ỉm một vụ bê bối đi.

hush² /hʌʃ/ *dt* sự im lặng: *in the hush of night* trong sự im lặng của đêm tối.

hush-hush /'hʌʃhʌʃ/ *tt* kín, bí mật: *a hush-hush affair* một chuyện kín.

hush-money /'hʌ,mʌni/ *dt* tiền đấm mõm; tiền đút lót (*để ỉm chuyện gì đi*).

husk¹ /hʌsk/ *dt* 1. (*thực*) vỏ quả đậu, trấu (*thóc*): *rice in the husk* thóc [chưa xát trấu] 2. (*bóng*) vỏ ngoài vô giá trị.

husk² /hʌsk/ *dgt* bóc vỏ; xay (*thóc*).

husky¹ /'hʌski/ *tt* (**-ier; -iest**) 1. khản, khàn (*người, tiếng nói*): *I'm still a bit husky after my recent cold* tôi còn hơi khản giọng sau trận cảm cúm gần đây 2. (*kng*) vạm vỡ: *a husky fellow* một chàng trai vạm vỡ.

husky² /'hʌski/ *dt* chó Ét-ki-mô (*kéo xe trượt tuyết ở vùng cực*).

hussar /hʊ'za:[r]/ *dt* kỵ binh nhẹ.

hussy /'hʌsi/ *dt* 1. đứa con gái trơ tráo 2. người phụ nữ đĩ rạc: *you brazen hussy!* đồ đĩ rạc!

hustings /'hʌstiŋz/ *dt* **the hustings** (*snh*) cuộc vận động tranh cử (*vào nghị viện*).

hustle¹ /hʌsl/ *dgt* 1. xô đẩy, ẩy: *the police hustled the thief out of the house and into their van* cảnh sát đẩy tên trộm ra khỏi nhà và đẩy nó lên xe của họ 2. **hustle somebody [into something (doing something)]** thúc ép [ai làm việc gì]: *I was hustled into [making] a hasty decision* tôi bị thúc ép đã quyết định vội vã 3. hối hả: *people hustling and bustling all around us* nhiều người xô đẩy hối hả quanh chúng tôi 4. (*Mỹ*) (*kng*) xoay xở (*để làm tiền, để chạy việc...*) 2. (*Mỹ, lóng*) làm đĩ.

hustle² /'hʌsl/ *dt* sự hối hả nhộn nhịp: *I hate all the hustle of Saturday shopping* tôi ghét cái cảnh hối hả nhộn nhịp của việc mua sắm vào ngày thứ bảy.

hustler /'hʌslə[r]/ *dt* 1. người xoay xở 2. gái điếm.

hut /hʌt/ *dt* túp lều.

hutch /hʌtʃ/ *dt* chuồng thỏ.

hutment /'hʌtmənt/ *dt* cụm lều (*nhất là cho binh lính*).

hutted /'hʌtid/ *tt* có lều: *a hutted camp* một trại có lều.

hyacinth /'haiəsinθ/ *dt* (*thực*) cây huệ dạ hương.

hyaena /hai'i:nə/ *dt nh* hyena.

hybrid¹ /'haibrid/ *tt* lai.

hybrid² /'haibrid/ *dt* 1. lai (*con vật lai; cây lai*) 2. từ ghép lai.

hybridize, hybrydise /'haibridaiz/ *dgt* lai giống.

hydra /'haidrə/ *dt* 1. rắn nhiều đầu (*thần thoại Hy Lạp, chặt đầu này mọc đầu khác*) 2. (*bóng*) cái khó trừ tiệt.

hydrangea /hai'dreindʒə/ *dt* (*thực*) cây hoa tú cầu.

hydrant /'haidrənt/ *tt* vòi nước cho vòi ròng (*để lấy nước rửa đường, dập tắt lửa...*).

hydrate¹ /'haidreit/ *dt* (*hóa*) hyđrat.

hydrate² /'haidreit/ *dgt* 1. hyđrat hóa, thủy hợp 2. làm cho (*một chất*) hút nước.

hydration /hai'dreiʃn/ 1. sự hyđrat hóa, sự thủy hóa 2. sự làm cho thấm nước.

hydraulic /hai'drɔ:lik/ *tt* [thuộc] thủy lực: *a hydraulic lift* thang máy thủy lực; *hydraulic cement* xi măng thủy lực.

hydraulically /hai'drɔ:liki/ *pht* bằng thủy lực.

hydraulics /hai'drɔ:liks/ *dt* (*dgt số ít hoặc snh*) thủy lực học.

hydr[o]- (*yếu tố tạo từ ghép*) 1. [thuộc] nước; [thuộc] thủy: *hydroelectricity* thủy điện 2. kết hợp với clohydric.

hydrocarbon /,haidrə'ka:bən/ *tt* (*hóa*) hydrocacbua.

hydrochloric /,haidrə'klɔrik/ *tt* (*hóa*) clohydric: *hydrochloric acid* axit clohydric.

hydroelectric /,haidrəi'lektrik/ *tt* [thuộc] thủy điện: *a hydroelectric plant* nhà máy thủy điện.

hydroelectrically /,haidrəi'lektrikli/ bằng thủy điện.

hydroelectricity /,haidrəilek'trisəti/ *dt* thủy điện.

hydrofoil /'haidrəfɔil/ *dt* 1. xuồng bay 2. giàn bay (*ở xuồng bay*).

hydrogen /'haidrədʒen/ *dt* (*hóa*) hydro.

hydrogen bomb /'haidrədʒenbɒm/ (*cg* **Hbomb**) bom

hydro, bom khinh khí, bom H.

hydrogen peroxide /ˌhai-dədʒen pəˈrɒksaid/ *dt (hóa)* x peroxide 2.

hydrometer /haiˈdrɒmi-tə[r]/ *dt* tỷ trọng kế chất lỏng.

hydrophobia /ˌhaidrəˈfəʊ-biə/ *dt* **1.** chứng sợ nước *(một dấu hiệu của bệnh dại ở người)* **2.** bệnh dại *(ở người)*.

hydroplane /ˈhaidrəplein/ *dt* **1.** xuồng máy lướt mặt nước **2.** thiết bị nâng hạ *(tàu ngầm)*.

hydroponics /ˌhaidrəˈpɒ-niks/ *dt (dùng với dgt số ít)* thuật trồng cây trong nước *(có pha chất dinh dưỡng)*.

hydrotherapy /ˌhaidrəʊˈθe-rəpi/ *dt (y)* thủy điện pháp.

hyena *(cg **hyaena**)* /haiˈiːnə/ *dt (động)* linh cẩu.

hygiene /ˈhaidʒiːn/ *dt* vệ sinh.

hygienic /haiˈdʒiːnik, *(Mỹ* haidʒiˈenik, *cg* haiˈdʒenik)/ *tt* [hợp] vệ sinh: *hygienic conditions* điều kiện vệ sinh.

hymen /ˈhaimən/ *dt (giải)* màng trinh.

hymn[1] /him/ *dt* **1.** bài hát ca tụng **2.** bài thánh ca.

hymn[2] /him/ *dgt* hát thánh ca.

hymnal /ˈhimnəl/, *cg* **hymnbook** *dt* sách thánh ca.

hype[1] /haip/ *dt (lóng)* sự quảng cáo rùm beng.

hype[2] /haip/ *dgt* **hype something up** quảng cáo rùm beng: *the movie has been hyped up far beyond its worth* bộ phim đã được quảng cáo rùm beng quá xa đối với giá trị của nó.

hyped-up /ˌhaiptˈʌp/ *tt* **1.** phóng đại, làm rùm beng **2.** bị kích thích [như] vì ma túy.

hyper- *(tiền tố tạo từ với tt và dt)* quá: *hypersensitive* quá đa cảm.

hyperactive /ˌhaipə[r]ˈæk-tiv/ *tt* quá hiếu động *(trẻ em)*.

hyperactivity /ˌhaipə[r]æk-ˈtiviti/ *dt* tính quá hiếu động.

hyperbola /haiˈpɜːbələ/ *dt (toán)* hypecbon.

hyperbole /haiˈpɜːbəli/ *dt* lời ngoa dụ.

hyperbolic /ˌhaipəˈbɒlik/ *tt (toán)* [thuộc] hypecbon.

hypercritical /ˌhaipəˈkritikl/ *tt* chỉ trích quá khắc khe *(bắt bẻ cả những lỗi lặt vặt)*.

hypercritically /ˌhaipəˈkri-tikli/ *pht* [một cách] quá khe khắt trong chỉ trích.

hypermarket /ˈhaipəmɑːkit/ *dt* bội siêu thị.

hypersensitive /ˌhaipəˈsen-sətiv/ *tt* **1.** (+ to, about) bội cảm **2.** quá nhạy cảm *(đối với thuốc men)*.

hypersensitivity /ˌhaipə-sensəˈtivəti/ *dt* **1.** tính bội cảm **2.** tính quá nhạy cảm *(đối với thuốc men)*.

hypertension /ˌhaipəˈtenʃn/ *dt* **1.** chứng tăng huyết áp **2.** sự quá căng thẳng về cảm xúc.

hyphen[1] /ˈhaifn/ *dt* dấu nối *(như trong **long-legged** có chân dài; a ten-dollar bill* giấy bạc mười đô la).

hyphen[2], **hyphenate** /ˈhai-fəneit/ *dgt* gạch dấu nối *(trong từ ghép)*.

hyphenation /ˌhaifəˈneiʃn/ *dt* sự gạch dấu nối *(trong từ ghép)*.

hypnosis /hipˈnəʊsis/ *dt* sự thôi miên: *put a person under hypnosis* thôi miên ai.

hypnotic[1] /hipˈnɒtik/ *tt* **1.** [thuộc] thôi miên: *be in hypnotic trance* ở trong trạng thái xuất thần thôi miên **2.** gây buồn ngủ.

hypnotic[2] /hipˈnɒtik/ *dt* thuốc ngủ; tác động gây buồn ngủ.

hypnotism /ˈhipnɒtizəm/ *dt* thuật thôi miên.

hypnotist /ˈhipnətist/ *dt* nhà thôi miên.

hypnotize, hypnotise /ˈhip-nətaiz/ *dgt* **1.** thôi miên *(ai)* **2.** *(bóng)* mê hoặc, làm cho mê mẩn: *he was hypnotized by her beauty* anh ta bị sắc đẹp của nàng làm cho mê mẩn.

hypo /ˈhaipəʊ/ *dt (snh* **hypos**) *(nh)* hypodermic[2].

hyp[o] *(tiền tố)* dưới: *hypodermic* dưới da.

hypochondria /ˌhaipəˈkɒn-driə/ *dt* chứng bệnh tưởng.

hypochondriac[1] /ˌhaipə-ˈkɒndriæk/ *dt* người mắc chứng bệnh tưởng.

hypochondriac[2] /ˌhaipə-ˈkɒndriæk/ *tt* [mắc chứng] bệnh tưởng.

hypocrisy /hiˈpɒkrəsi/ *dt* thói đạo đức giả.

hypocrite /ˈhipəcrit/ *dt* kẻ đạo đức giả.

hypodermic[1] /ˌhaipəˈdɜːmik/ *tt* dưới da: *a hypodermic injection* mũi tiêm dưới da; *a hypodermic needle* kim tiêm dưới da.

hypodermic[2] /ˌhaipəˈdɜːmik/ *dt (cg kng* **hypo**) *dt* **1.** ống tiêm dưới da **2.** mũi tiêm dưới da.

hypodermic syringe /ˌhai-pədɜːmik siˈrindʒ/ *(cg* **syringe**) ống tiêm dưới da.

hypotenuse /haiˈpɒtənjuːz, *(Mỹ* haiˈpɒtənuːs)/ *dt* cạnh huyền *(trong tam giác vuông)*.

hypothermia /ˌhaipəˈθəːmiə/ *dt* sự giảm thân nhiệt.

hypothesis /haiˈpɒθəsis/ *dt* giả thuyết.

hypothesize, hypothesise
/hai'pɒθəsaiz/ đưa ra giả
thuyết.

hypothetical /ˌhaipə'θetikl/
tt có tính chất giả thuyết;
dựa trên giả thuyết.

hysterectomy /ˌhistə'rek-
təmi/ *dt (y)* thủ thuật cắt
bỏ tử cung.

hysteria /hi'stiəriə/ *dt* 1. *(y)*
chứng icteri 2. *(bóng)* sự
cuồng loạn.

hysterical /hi'sterikl/ *tt* 1.
mắc chứng icteri 2. cuồng
loạn 3. *(kng)* rất vui nhộn.

hysterically /hi'sterikli/ *pht*
1. [thuộc] cuồng loạn 2.
[thuộc] rất vui nhộn.

hysterics /hi'steriks/ *dt*
(snh) 1. cơn cuồng loạn 2.
tiếng cười cuồng loạn.

Hz *(vt của* Hertz) *(lý)* héc.

I i

I¹, i /ai/ *dt* (*snh* I's i's /aiz/) I, i (*con chữ thứ chín trong bảng chữ cái tiếng Anh*): "Image" begins by an I "Image" bắt đầu bằng con chữ I. // **dot one's (the) i's and cross one's (the) t's** *x* **dot²**.

I² /ai/ *dt* (*dùng làm chủ ngữ của một dgt*) tôi: *I said so* tôi nói vậy; *my husband and I are glad to be here* chồng tôi và tôi rất vui mừng có mặt tại đây.

I³ /ai/ (*vt của* Island, Isle) đảo: *CI (the Channel Islands)* quần đảo eo biển Manche.

I⁴ *ký hiệu số 1 La Mã.*

-ial (*tiếp tố tạo tt*) mang đặc điểm của, mang tính chất: *dictatorial* [mang tính chất độc tài].

-ially (*tiếp tố tạo thành pht*) [một cách]: *officially* [một cách] chính thức.

iambic /ai'æmbik/ *tt* [thuộc] thơ iambơ; theo nhịp thơ ambơ.

iambics /ai'æmbiks/ *dt* (*snh*) dòng thơ iambơ.

iambus /ai'æmbəs/ *dt* (*snh* **iambuses** hoặc **iambi** /ai'æmbi/) *cg* **iamb** /ai'æm/ hoặc /ai'æmb/ nhịp thơ iambơ (*hai âm tiết, một ngắn một dài hoặc một mạnh một yếu như trong* alive).

-ian (*cg an*) **1.** (*tiếp tố tạo thành dt và tt từ dt riêng*) người: *Bostonian* người Boston; *Shakespearian* theo lối văn Shakespeare **2.** (*với dt tận cùng bằng ics tạo thành dt*) chuyên viên: *optician* kỹ thuật viên kính.

-iana (*cg ana*) (*tiếp tố*) (*cùng dt riêng tạo thành dt*) sưu tập về tác phẩm của: *Mozartiana* sưu tập tác phẩm của Mozart.

-iatric (*tiếp tố tạo thành tính từ*) [thuộc] khoa: *paediatric* [thuộc] nhi khoa.

-iatrics (*tiếp tố tạo thành dt*) khoa: *paediatrics* nhi khoa.

-iatry (*tiếp tố tạo thành dt*) ngành học: *psychiatry* bệnh học tâm thần.

IBA /,aibi:'ei/ (*Anh*) (*vt của Independent Broadcasting Authority*) cơ quan phát thanh độc lập.

ibex /'aibeks/ *dt* (*snh kđổi* hoặc **ibexes**) (*động*) dê rừng núi Alpes.

ibidem /ibidem/ *pht* (*tiếng Latinh*) (*vt* **ibid**) trong cùng cuốn sách (đoạn văn...) này.

ibis /'aibis/ *dt* (*động*) cò quăm.

IBM /,aibi:'em/ (*vt của International Business Machines*) công ty quốc tế điện toán.

i/c /,ai'si:/ (*vt của* in charge [of], in command [of]) phụ trách; chỉ huy: *who is i/c ticket sales?* ai phụ trách bán vé thế?

-ic /ik/ **1.** (*tiếp tố tạo thành tt với dt*) [thuộc]: *poetic* [thuộc] văn học **2.** (*với dgt tận cùng bằng y tạo tt*) mang tính chất: *specific* [mang tính] đặc trưng.

-ical /ikl/ (*tiếp tố tạo thành tt*) comical buồn cười.

-ically /ikli/ (*tiếp tố tạo thành pht*) comically [một cách] buồn cười.

ICBM /aisi:bi:'em/ (*vt của Intercontinental ballistic missile*) hỏa tiễn đạn đạo liên lục địa.

ice¹ /ais/ *dt* **1.** nước đá, băng: *pipes blocked by ice in winter* đường ống bị băng đóng tắc vào mùa đông; *is the ice thick enough for skating?* lớp băng đủ dày để trượt không? **2.** xê cố (*một loại kem nước đá*): *two choc-ices, please* làm cho hai xê cố sô-cô-la. // **be skating on thin ice** *x* skate²; **break the ice** phá tan cái không khí ngượng ngùng dè dặt ban đầu; **cut no ice [with somebody]** ít có ảnh hưởng (tác dụng) đến ai; không ăn thua gì; **on ice** a/ ướp nước đá (*nói về rượu*) b/ để dành để dùng về sau (để xem xét về sau) c/ do người trượt băng nghệ thuật biểu diễn: *Cinderella on ice* vở Cinderella trình diễn trên băng d/ (*kng*) hoàn toàn chắc chắn *the deal's on ice* cuộc thỏa thuận chắc chắn thực hiện được.

ice² /ais/ *dgt* **1.** làm lạnh, ướp lạnh: *iced beer* bia ướp lạnh **2.** phết kem lên mặt bánh. // **ice [something] up (over)** phủ băng; bị phủ băng: *the pond was iced over during the cold spell* ao bị phủ băng trong đợt lạnh; *the wing of the aircraft had iced up* cánh máy bay bị thủng băng.

ice age /'ais eidʒ/ thời kỳ băng hà.

ice axe /'ais æks/ *dt* rìu phá băng (*của những người leo núi*).

iceberg /'aisbɜ:g/ *dt* núi băng trôi.

ice-blue¹ /,ais'blu:/ *dt* màu xanh rất nhạt.

ice-blue² /ˌaisˈblu:/ *dt* [có màu] xanh rất nhạt.

ice-bound /ˈaisbaʊnd/ *tt* bị kẹt băng *(con tàu...)*.

icebox /ˈaisbɒks/ *dt* **1.** thùng ướp lạnh [thức ăn] **2.** ngăn nước đá *(tủ lạnh)* **3.** *(Mỹ) nh* refrigerator.

ice-breaker /ˈaisbreikə[r]/ *dt* tàu phá băng.

ice-cap /ˈaiskæp/ *dt* mũ băng thường xuyên *(ở địa cực)*.

ice-cold /ˌaisˈkəʊld/ *tt* băng giá, giá lạnh: *an ice-cold drink* thức uống ướp lạnh.

ice-cream /ˌaisˈkri:m, (Mỹ 'aiskri:m)/ *dt* kem: *a strawberry ice-cream* kem dâu.

ice-cube /ˈaiskju:b/ *dt* cục đá *(trong khuôn làm nước đá ở tủ lạnh)*.

ice-dancing /ˌaisˈda:nsiŋ/ *dt* môn múa trên băng.

icefall /ˈaisfɔ:l/ *dt* thác băng.

icefield /ˈaisfi:ld/ *dt* đồng băng, băng nguyên.

ice-floe /ˈaisfləʊ/ *dt* tảng băng nổi.

ice-free /ˈaisfri:/ *tt* không có băng *(hải cảng)*.

ice hockey /ˈaishɒki/ *dt (thể)* hốc-cây trên băng.

ice lolly /ˌaisˈlɒli/ *(Mỹ* **Popsicle)** kem que.

ice-pack /ˈaispæk/ túi chườm nước đá.

ice-pick /ˈaispik/ cuốc phá băng.

ice-rink /ˈaisriŋk/ sân băng *(thường có mái che để chơi hốc-cây, để trượt băng...)*.

ice-show /ˈaisʃəʊ/ *dt* buổi trình diễn múa trên băng.

ice-skate /ˈaiskeit/ *dt* giày trượt băng.

ice-skating /ˈaisˌskeitiŋ/ *dt* sự trượt băng; môn trượt băng.

ice tray /ˈaistrei/ khay đá *(ở tủ lạnh để làm đá)*.

ice-water /ˈais wɔ:tə[r]/ *dt* nước ướp lạnh *(để uống)*.

ichneumon /ikˈnju:mən, (Mỹ ikˈnu:mən)/ *dt (cg* **ichneumon fly)** *(động)* con tò vò.

ICI /ˌaisi:ˈai/ *(vt của* Imperial Chemical Industries).

icicle /ˈaisikl/ *dt* giọt băng.

icily /ˈaisili/ *pht* **1.** [một cách] lạnh giá **2.** có lớp băng phủ **3.** [một cách] lạnh lùng.

iciness /ˈaisinis/ *dt* **1.** sự lạnh giá **2.** sự phủ băng **3.** sự lạnh lùng.

icy /ˈaisi/ *tt* (-ier; -iest) *tt* **1.** lạnh giá **2.** phủ băng: *icy roads* đường phủ băng **3.** lạnh lùng: *an icy welcome* sự tiếp đón lạnh lùng.

id /id/ *dt (tâm)* bản năng vô thức.

I'd /aid/ *vt của* I had, I should, I would.

ID /ˌaiˈdi:/ *(Mỹ) vt của* a/ identification: sự nhận dạng b/ identity (*x* identity).

-ide *(hóa)* tiếp tố: chloride clorua; *sulfide* sunfua.

idea /aiˈdiə/ *dt* **1.** ý nghĩ, ý kiến: *he's full of good ideas* ông ta có những ý kiến hay **2.** ý niệm, khái niệm; ý tưởng: *this book gives you some idea (a good idea) of life in ancient Greece* cuốn sách này sẽ cho anh một khái niệm [hay] về đời sống Hy Lạp cổ đại; *he has some very strange ideas* anh ta có những ý tưởng thật lạ lùng **3.** sự hình dung, sự tưởng tượng; điều tưởng tượng: *I had no idea you could do it* tôi không tưởng tượng được là anh có thể làm điều đó **4. the idea** *(số ít)* ý định: *The idea of the game is to get all your pieces to the other side of the board* ý định của trò chơi là dồn hết quân của anh sang phía bàn bên kia **2.** *(dùng trong* câu cảm thán để chỉ một cái gì đó ngốc nghếch): *what an idea!* đúng là một ý kiến ngốc nghếch!. // **buck one's ideas up** *x* buck²; **get the idea** hiểu, nắm được: *where do you get the idea that she doesn't like you?* anh đào đâu ra cái ý nghĩ là chị ta không thích anh?; **give somebody ideas** gợi cho ai hy vọng; **have no idea** không biết cách, không thạo: *he has no idea how to manage people* ông ta không biết cách điều khiển người ta ra thế nào cả; **not have the first idea about something** không biết gì về việc gì; **one's idea of something** ý kiến về điều gì; **run away with the idea that** nhầm tưởng: *don't run away with the idea that this job is going to be easy* đừng có nhầm tưởng rằng công việc ấy sẽ dễ dàng; **the young idea** *x* young¹.

ideal¹ /aiˈdiəl/ *tt* **1.** lý tưởng: *it's an ideal place for a holiday* thật là một nơi đi nghỉ lý tưởng **2.** không tưởng: *ideal plans for reform* những kế hoạch cải tổ không thực tế; *in an ideal world* trong một thế giới không tưởng.

ideal² /aiˈdiəl/ *dt* **1.** lý tưởng **2.** điều lý tưởng; vật lý tưởng **3.** chuẩn mực lý tưởng: *he finds it hard to live up to his ideals* hắn thấy khó mà sống theo chuẩn mực lý tưởng của mình.

idealism /aiˈdiəlizəm/ *dt* **1.** chủ nghĩa duy tâm **2.** chủ nghĩa lý tưởng *(trong nghệ thuật...)*.

idealist /aiˈdiəlist/ *dt* người lý tưởng chủ nghĩa.

idealistic /ˌaidiəˈlistik/ *tt* lý tưởng chủ nghĩa.

idealistically /ˌaidiəˈlistikli/ *pht* [một cách] lý tưởng chủ nghĩa.

idealization, idealisation /ai,diəlai'zeiʃn/ *dt* sự lý tưởng hóa.

idealize, idealise /ai'diəlaiz/ *dgt* lý tưởng hóa.

ideally /ai'diəli/ *pht* [một cách] lý tưởng: *she's ideally suited to the job* chị ta hợp với công việc một cách lý tưởng, chị ta rất thích hợp với công việc của mình.

identical /ai'dentikl/ *tt* 1. đúng, chính: *this is the identical room we stayed in last year* đây đúng là căn phòng mà chúng ta đã ở hồi năm ngoái 2. (+ to, with) giống hệt, đồng nhất: *they're wearing identical clothes* họ đang mặc quần áo giống hệt nhau.

identically /ai'dentikli/ *pht* [một cách] giống hệt; [một cách] đồng nhất.

identical twins /ai,dentikl 'twinz/ *dt (snh)* cặp sinh đôi đồng trứng.

identification /ai,dentifi-'keiʃn/ *dt* 1. sự nhận ra, sự nhận diện, sự nhận dạng: *the identification of the accident victims took some time* sự nhận diện các nạn nhân tai nạn đã mất một số thời gian 2. (*vt* ID) thẻ căn cước, chứng minh thư. // **identification parad** sự xếp hàng để cho nhân chứng nhận diện.

identify /ai'dentifai/ *dgt* 1. nhận ra, nhận diện, nhận dạng: *can you identify your umbrella among this lot?* anh có thể nhận ra chiếc ô của anh trong số ô này không? 2. đồng nhất hóa: *one cannot identify happiness with wealth* ta không thể đồng nhất hóa hạnh phúc với sự giàu có. // **identify [oneself] with somebody (something)** liên kết với, ủng hộ: *he refused to identify*

himself (become identified) with the new political party ông ta đã khước từ việc liên kết với đảng chính trị mới; **identify with somebody** đồng hóa với ai; hòa nhập với ai: *I found it hard to identify with any of the characters of the film* tôi cảm thấy khó mà hòa nhập với bất cứ nhân vật nào trong phim.

Identikit /ai'dentikit/ *dt* hình khuôn mặt ghép *(theo sự mô tả các nhân chứng)* để nhận dạng *(tên tội phạm...)*.

identity /ai'dentəti/ *dt* 1. nét riêng biệt, nét nhận dạng: *this is a clear case of mistaken identity* rõ ràng đây là một trường hợp nhận dạng nhầm lẫn 2. sự đồng nhất.

identity card /ai'dentətika:d/ (*cg* **ID card**) thẻ căn cước, chứng minh thư.

identity disc /ai'dentətidisk/ *(quân)* phù hiệu căn cước.

ideogram /'idiəgræm/ *dt (cg* **ideograph** /'idiəgra:f, (*Mỹ* 'idiəgræf/) 1. ký hiệu ghi ý *(như trong chữ Hán, chứ không ghi âm)* 2. ký hiệu.

ideographic /,idiə'græfik/ *tt* ghi ý *(chữ viết)*.

ideological /aidi'ɒlədʒikl/ *tt* [thuộc] tư tưởng.

ideologically /aidi'ɒlədʒikli/ *pht* về mặt tư tưởng.

ideology /ai'di'ɒlədʒi/ *dt* hệ tư tưởng: *according to bourgeois ideology* theo hệ tư tưởng tư sản.

idiocy /'idiəsi/ *dt* 1. sự ngu ngốc, sự ngu xuẩn 2. hành động ngu ngốc; lời nói ngu xuẩn.

idiolect /'idiəlekt/ *dt* vốn từ: *is the word "pychosis" part of your idiolect?* từ "pychosis" có trong vốn từ của anh không?

idiom /'idiəm/ *dt* 1. thành ngữ 2. đặc ngữ: *the French idiom* đặc ngữ Pháp 3. lối biểu đạt: *Shakespeare's idiom* lối biểu đạt của Shakespeare.

idiomatic /idiə'mætik/ *tt* 1. [thuộc] thành ngữ; có tính chất thành ngữ: *idiomatic language* ngôn ngữ có nhiều thành ngữ.

idismatically /idiə'mætikli/ *pht* theo kiểu thành ngữ.

idiosyncrasy /,idiə'siŋkrəsi/ *dt* phong cách riêng, thói riêng: *one of her little idiosyncrasies is always washing in cold water* một trong những thói riêng nhỏ của cô ta là rửa ráy bằng nước lạnh.

idiosyncratic /,idiəsiŋ'kræ-tik/ *tt* [thuộc] phong cách riêng, [thuộc] thói riêng.

idiot /'idiət/ *dt (kng)* thằng ngốc: *what an idiot I was to leave my suitcase on the train* tôi thật là ngốc đã bỏ quên vali trên tàu hỏa.

idiotic /,idi'ɒtik/ *tt* ngu ngốc, ngu xuẩn.

idiotically /,idi'ɒtikli/ *pht* [một cách] ngu ngốc, [một cách] ngu xuẩn.

idle[1] /'aidl/ *tt* **-r; -st** 1. nhàn rỗi; thất nghiệp 2. để không, không chạy *(máy)*: *the factory machines lay idle during the workers strike* máy móc của xí nghiệp để không trong thời gian công nhân đình công 3. vô công rồi nghề: *we spent many idle hours just sitting in the sun* chúng tôi đã để ra nhiều giờ vô công rồi nghề ngồi phơi nắng 4. biếng nhác *(người)*: *an idle student* một sinh viên biếng nhác 2. vô giá trị, không có tác dụng: *an idle promise* lời hứa vô giá trị; *idle curiosity* sự tò mò không đâu. // **the devil**

makes work for idle hands *x* devil¹.

idle² /'aidl/ *đgt* **1.** ngồi không: *stop idling and help me clean up* thôi đừng ngồi không thế, giúp tôi dọn dẹp với **2.** chạy không *(máy móc)*. // **idle something away** phí *(thời giờ)*: *idle away the hours watching TV* phí thời giờ xem truyền hình.

idleness /'aidlnis/ *dt* sự ăn không ngồi rồi, sự nhàn rỗi.

idler /'aidlə[r]/ *dt* người ăn không ngồi rồi, người nhàn rỗi.

idly /'aidli/ *pht* [một cách] nhàn rỗi.

idol /'aidl/ *dt* tượng thần *(thường khắc vào đá, vào gỗ và dùng làm vật cúng tế, (bóng) người được sùng bái, vật được tôn sùng)*: *the Beatles were the pop idols of the 60's* ban nhạc the Beatles là thần tượng nhạc pop của những năm 60.

idolater /ai'dɒlətə[r]/ *dt (cg* **idolatress** /ai'dɒlətris/) người sùng bái thần tượng.

idolatrous /ai'dɒlətrəs/ *tt* sùng bái: *an idolatrous love of material wealth* sự đam mê sùng bái của cải vật chất.

idolatrously /ai'dɒleitrəsli/ *pht* [một cách] sùng bái.

idolatry /ai'dɒlətri/ *dt* sự sùng bái thần tượng: *he supports his local team with a fervour that borders on idolatry* anh ta ủng hộ đội nhà như là sùng bái thần tượng.

idolization, idolisation /ˌaidəlai'zeiʃn/ thần tượng hóa.

idolize, idolise /'aidəlaiz/ *đgt* thần tượng hóa.

idyll /'idil, (Mỹ 'aidl/ *dt* **1.** thơ điền viên **2.** cảnh điền viên, cảnh đồng quê.

idyllic /i'dilik, (Mỹ ai'dilik)/ **1.** như thơ điền viên **2.** thanh bình.

idyllically /i'dilikli/ *pht* [một cách] thanh bình.

ie /ai'i:/ *(vt của tiếng Latinh* id est) có nghĩa là, nói cách khác.

ie *x* y² 2.

if¹ /if/ *lt* **1.** nếu: *if you have finished eating you may leave the table* nếu anh ăn xong rồi thì anh có thể rời bàn ăn; *if you learned to type you would easily find a job* nếu anh học đánh máy thì anh sẽ dễ tìm việc làm; *if you will sit down for a few moments I'll tell the manager you're here* mời ông ngồi một lát, tôi sẽ báo với ông giám đốc là ông hiện ở đây; *I'm sorry if I'm disturbing you* xin lỗi nếu như tôi quấy rầy ông **2.** liệu, thử, có... không: *I wonder if I should wear a hat?* tôi tự hỏi liệu có nên đội mũ hay không? **3.** *(cg* **even if**) cho dù, mặc dù: *if she's poor, at least she's honest* mặc dù nghèo, chị ta ít nhất cũng trung thực; *we will go even if it rains* chúng ta sẽ đi cho dù trời mưa **4.** *(dùng trước* you think, ask, remember *để đề nghị ai nghe theo ý kiến của mình)*: *if you remember, Mary was always fond of animals* anh nên nhớ là Mary lúc nào cũng thích súc vật. // **if and when** nếu một lúc nào đó: *if and when we ever meet, I hope he remember to thank me* nếu một lúc nào đó chúng ta lại gặp nhau, tôi hy vọng là nó sẽ nhớ cảm ơn tôi; *if I were you; if I was (were) in your shoes (place)* nếu tôi ở địa vị anh; **if anything** nếu có thể nói như vậy: *I'd say he was more like his father, if anything* tôi đã nói mà, ông ta đối với nó hơn cả một người cha, nếu có thể nói như vậy; **if not** nếu không: *I'll go if you are going – if not I'd rather stay at home* tôi sẽ đi nếu anh cùng đi, nếu không thà tôi ở nhà còn hơn; *are you ready? If not I'm going without you* em đã sẵn sàng chưa? Nếu không anh sẽ đi một mình đấy; **if only** a/ giá mà: *if only I knew her name* giá mà tôi biết được tên nàng b/ phải chi: *if only he'd remembered to buy some fruit* phải chi anh ta nhớ mua một ít trái cây; **only if** chỉ khi nào *(nếu đứng đầu câu thì ở câu sau sẽ đưa chủ từ ra sau đgt)*: *only if a teacher has given permission is the student allowed to enter the room* chỉ khi nào thầy giáo cho phép thì sinh viên mới được vào phòng.

if² /if/ *dt (kng)* cái "nếu", cái không chắc chắn: *if he wins–and it's a big if – he will be the first Englishman to win for twenty years* nếu anh ta thắng, và đó là một cái "nếu" rất lớn, thì anh ta là người Anh đầu tiên thắng cuộc trong vòng hai mươi năm nay. // **ifs and buts** những cái "nếu" và những cái "nhưng"; lý do nêu ra để trì hoãn điều gì: *I don't want any ifs and buts, just make sure the goods are delivered tomorrow* tôi không cần "nếu" và "nhưng" chi cả, hãy làm sao cho ngày mai hàng chắc chắn được giao thì làm.

igloo /'iglu:/ *dt* lều [xây bằng] tuyết *(của người Eskimo)*.

igneous /'igniəs/ *tt (địa)* tạo từ dung nham (đá).

ignite /ig'nait/ *dgt* **1.** bắt lửa: *petrol ignites very easily* dầu xăng bắt lửa rất dễ dàng **2.** châm lửa: *he struck a match and ignited the fuse* anh ta đánh diêm và châm ngòi.

ignition /ig'niʃn/ *dt* **1.** sự đốt cháy, sự bốc cháy **2.** sự mồi lửa **3.** bộ phận đánh lửa *(trong máy)*.

ignoble /ig'nəʊbl/ *tt* đê tiện, hèn mạt: *an ignoble person* người đê tiện; *an ignoble action* hành động đê tiện.

ignobly /ig'nəʊbli/ *pht* [một cách] đê tiện, [một cách] hèn mạt.

ignominious /ignə'miniəs/ *tt* ô nhục, nhục nhã: *an ignominious defeat* một thất trận nhục nhã.

ignominiously /ignə'miniəsli/ *pht* [một cách] ô nhục, [một cách] nhục nhã.

ignominy /'ignəmini/ *dt* sự ô nhục, sự nhục nhã.

ignoramus /ignə'reiməs/ *dt (snh* **ignoramuses** /'ignəreiməsiz/) người ngu dốt.

ignorance /'ignərəns/ *dt* **1.** sự dốt nát **2.** sự không biết: *we are in complete ignorance of your plans* chúng tôi hoàn toàn không biết các kế hoạch của các anh.

ignorant /'ignərənt/ *tt* **1.** dốt nát **2.** không biết: *to say you were ignorant of the rules is no excuse* nói rằng anh không biết gì về qui tắc không phải là một lý do tạ lỗi **3.** *(kng)* thô lỗ.

ignorantly /'ignərəntli/ *pht* **1.** [một cách] dốt nát **2.** [một cách] thô lỗ.

ignore /ig'nɔ:[r]/ **1.** làm ngơ, bỏ qua: *ignore criticism* làm ngơ những điều chỉ trích **2.** lờ *(ai)* đi: *I said hello to her but she ignored me com-*

pletely tôi chào cô ta, nhưng cô ta phớt lờ tôi hoàn toàn.

iguana /i'gwɑ:nə/ *dt (động)* con nhông.

ikon /'aikɒn/ *dt nh* icon.

il *x* in².

ilex /'aileks/ *dt (snh* **ilexes)** *(thực)* **1.** cây nhựa ruồi **2.** *(cg* **holm-oak)** cây sồi xanh.

ilk /ilk/ *dt* of that (the same; his; her...) ilk *a/* cùng tên: *Guthrie of that ilk* chàng Guthrie ở thành phố Guthrie *b/* cùng loại, cùng một giuộc: *I can't stand him or any other of that (his) ilk* tôi không thể chịu nổi nó hoặc bất cứ đứa nào cùng một giuộc với nó.

ill¹ /il/ *pht* **1.** *(chủ yếu dùng trong từ ghép)* [một cách] xấu, [một cách] tồi, [một cách] kém: *an ill-written book* một cuốn sách [viết] tồi; *think ill of somebody* nghĩ xấu về ai **2.** khó mà, hầu như không thể: *we can ill afford the time or money for a holiday* chúng tôi khó mà có thể có thì giờ hay tiền bạc để đi nghỉ một chuyến. // **augur well (ill) for something (somebody)** *x* augur²; **bode well (ill)** *x* bode; **deserve well (ill) of somebody** *x* deserve; **ill at ease** không thoải mái, lúng túng; **wish somebody well (ill)** *x* wish¹.

ill² /il/ *tt* **1.** *(Mỹ thường* **sick)** ốm: *be seriouslly ill* bị ốm nặng; *look ill* có vẻ ốm **2.** xấu, tồi; ác: *ill health* sức khỏe kém; *ill fame* tiếng xấu; *ill management* sự quản lý kém **3.** không may, rủi: *ill fortune* vận rủi; *bird of ill omen* con chim báo điều rủi. // **it's an ill wind [that blows nobody any good]** trong cái xấu cũng có chút ít điều tốt.

ill³ /il/ *dt* **1.** điều xấu, điều hại: *I wish him no ill* tôi

mong nó không gặp điều xấu **2.** *(thường snh)* điều rủi, điều bất hạnh: *the various ills of life* những điều bất hạnh khác nhau trong cuộc sống.

I'll /ail/ *dạng rút gọn của* I will, I shall.

ill-advised /iləd'vaizid/ *tt* khờ dại, không khôn ngoan.

ill-advisedly /iləd'vaizidli/ *pht* [một cách] khờ dại, [một cách] không khôn ngoan.

ill-assorted /ilə'sɔ:tid/ *tt* không xứng hợp: *they make an ill-assorted couple* họ là một cặp vợ chồng không xứng đôi.

ill-bred /il'bred/ *tt* mất dạy, vô giáo dục.

ill-considered /ilkən'sidəd/ *tt* thiếu suy nghĩ, thiếu cân nhắc *(hành động)*.

ill-defined /ildi'faind/ *tt* **1.** không rõ ràng, mập mờ **2.** lờ mờ: *an ill-defined lump of rock on the horizon* một khối đá lờ mờ ở chân trời.

ill-disposed /ildis'pəʊzd/ *tt* (+ towards) có ác ý, có ý xấu *(với ai)*.

illegal /i'li:gl/ *tt* bất hợp pháp, trái luật.

illegality /ili'gæləti/ *dt* **1.** sự bất hợp pháp; tính bất hợp pháp **2.** hành động bất hợp pháp.

illegally /i'li:gəli/ *pht* [một cách] bất hợp pháp, [một cách] trái luật: *an illegally parked car* xe đỗ trái luật.

illegibility /i,ledʒə'biləti/ *dt* sự khó đọc; tính khó đọc.

illegible /i'ledʒəbl/ *tt (cg* **unreadable)** khó đọc *(chữ viết...)*.

illegibly /i'ledʒəbli/ *pht* [một cách] khó đọc.

illegitimacy /ili'dʒitiməsi/ *dt* **1.** tình trạng ngoài giá thú *(con)* **2.** sự không được hợp pháp **3.** sự thiếu lôgic (*của một kết luận...*).

illegitimate /ˌili'dʒitimət/ *tt* **1.** sinh ngoài giá thú (*con*) **2.** không hợp pháp **3.** thiếu lôgic (*kết luận...*).

illegitimately /ˌili'dʒitimətli/ *pht* **1.** ngoài giá thú **1.** [một cách] không hợp pháp **3.** [một cách] thiếu lôgic.

ill-fated /ˌilfeitid/ *tt* xấu số, bất hạnh, xui xẻo: *an ill-fated expedition* một cuộc thám hiểm xui xẻo.

ill-favoured /ˌil'feivəd/ *tt* xấu, vô duyên (*người*).

ill-founded /ˌil'daʊndid/ *tt* thiếu cơ sở: *ill-founded suspicions* những sự nghi ngờ thiếu cơ sở.

ill-gotten /ˌil'gɒtn/ *tt* [kiếm được bằng cách] phi nghĩa: *ill-gotten gains* của phi nghĩa.

illiberal /i'libərəl/ *tt* **1.** không phóng khoáng, hẹp hòi: *illiberal attitudes* thái độ hẹp hòi **2.** thiếu văn hóa **3.** bần tiện, bủn xỉn, không hào phóng: *illiberal helpings of food* những suất lương thực cứu trợ bủn xỉn.

illiberality /ilibə'ræliti/ *dt* **1.** tính không phóng khoáng, tính hẹp hòi **2.** sự thiếu văn hóa **3.** tính bần tiện, tính không hào phóng.

illiberally /i'libərəli/ *pht* **1.** [một cách] không phóng khoáng, [một cách] hẹp hòi **2.** [một cách] thiếu văn hóa **3.** [một cách] bần tiện, [một cách] không hào phóng.

illicit /i'lisit/ *tt* **1.** trái phép: *illicit sale of drug* sự buôn bán ma túy trái phép **2.** lậu, vụng trộm: *an illicit relation* mối quan hệ vụng trộm.

illicitly /i'lisitli/ *pht* **1.** [một cách] trái phép **2.** [một cách] lậu, [một cách] vụng trộm.

illiteracy /i'litərəsi/ *dt* nạn mù chữ; tình trạng thất học.

illiterate[1] /i'litərət/ *tt* **1.** mù chữ, thất học **2.** dốt, không hiểu biết gì: *be scientifically illiterate* không hiểu biết gì về khoa học.

illiterate[2] /i'litərət/ *dt* người mù chữ.

ill-judged /ˌil'dʒʌdʒd/ *tt* thiếu khôn ngoan: *an ill-judged rescue attempt* một cố gắng giải cứu thiếu khôn ngoan.

ill-mannered /ˌil'mænəd/ thô lỗ, bất lịch sự.

ill-natured /ˌil'neitʃəd/ *tt* xấu tính; bẩn tính.

illness /'ilnes/ *dt* **1.** sự ốm **2.** bệnh; thời gian bị bệnh: *serious illnesses* những bệnh trầm trọng; *recovering after a long illness* phục hồi sau một thời gian bệnh dài.

illogical /i'lɒdʒikl/ *tt* không lôgic, phi lý: *an illogical conclusion* một kết luận phi lý.

illogicality /iˌlɒdʒi'kæləti/ *dt* tính không lôgic, tính phi lý.

illogically /i'lɒdʒikli/ *pht* [một cách] không lôgich, [một cách] phi lý.

ill-omened /ˌil'əʊmend/ *tt* không may, xui.

ill-starred /ˌil'stɑːd/ *tt* nh ill-omened.

ill-timed /ˌil'taimd/ *tt* không đúng lúc: *an ill-timed remark* một nhận xét không đúng lúc.

ill-treat /il'triːt/ *dgt* bạc đãi, ngược đãi; hành hạ.

ill-treatment /ˌil'triːtmənt/ *dt* sự bạc đãi, sự ngược đãi; sự hành hạ.

illuminate /i'luːmineit/ *dgt* **1.** chiếu sáng, rọi sáng: *a room illuminated by neon lights* căn buồng có đèn nê-ông rọi sáng **2.** kết đèn chiếu sáng (*nhân một dịp đặc biệt nào đó*): *illuminate a street* kết đèn chiếu sáng một đường phố **3.** tô màu rực rỡ (*vào một trang sách, theo kiểu trước đây*) **4.** giảng giải: *illuminate a difficult passage in a book* giảng giải một đoạn khó trong một cuốn sách.

illuminating /i'luːmineitiŋ/ *tt* làm sáng tỏ; hữu ích: *an illuminating analyse* một bản phân tích làm sáng tỏ.

illumination /iˌluːmi'neiʃn/ *dt* **1.** sự chiếu sáng, sự rọi sáng **2.** illuminations sự kết đèn chiếu sáng (*vào một dịp đặc biệt nào đó*) **3.** (*thường snh*) màu tô rực rỡ (*vào một cuốn sách cổ*).

ill-usage /ˌil'juːsidʒ/ *dt* nh ill-treatment.

ill-use /ˌil'juːz/ *dgt* nh ill-treat.

illusion /i'luːʒn/ *dt* **1.** ảo tưởng: *indulge in illusions* nuôi ảo tưởng **2.** ảo giác, ảo ảnh: *an optical illusion* ảo thị; *in the hot sun the surface of the road seems wet, but that is only an illusion* dưới ánh mặt trời nóng bức, mặt đường trông như là ướt, nhưng đó chỉ là ảo giác. // **be under an (the) illusion [that...]** có ảo tưởng là, lầm tưởng rằng: *I was under the illusion that he was honest until he was caught stealing some money* tôi lầm tưởng rằng nó đứng đắn mãi cho đến khi nó bị bắt ăn cắp tiền.

illusionist /i'luːʒənist/ *dt* nhà ảo thuật.

illusive /i'luːsiv/, **illusory** /i'luːsəri/ *tt* dối trá; hão.

illustrate /'iləstreit/ *dgt* **1.** minh họa: *illustrate a lecture* minh họa một bài thuyết trình; *a well-illustrated textbook* một cuốn sách giáo khoa có minh họa illustration 776 imitation

tốt **2.** minh chứng: *to illustrate my point I have done a comparative analysis* để minh họa cho vấn đề của tôi, tôi đã làm một sự phân tích so sánh **2.** minh chứng: *the behaviour illustrates your selfishness* lối xử sự như vậy đã minh chứng cho tính ích kỷ của anh.

illustration /ˌiləˈstreiʃn/ *dt* **1.** sự minh họa **2.** tranh ảnh minh họa **3.** ví dụ minh họa.

illustrative /ˈiləstrətiv, (*Mỹ* iˈlʌstrətiv)/ *tt* **1.** [để] minh họa **2.** [để] minh chứng: *that outburst was illustrative of her bad temper* cơn giận ấy minh chứng cho tính cáu gắt của bà ta.

illustrator /ˈiləstreitə[r]/ *dt* họa sĩ minh họa.

illustrious /iˈlʌstriəs/ *tt* lừng danh.

illustriously /iˈlʌstriəsli/ *pht* [một cách] lừng danh.

ILO /ˌaielˈəʊ/ (*vt của* International Labour Organisation) Tổ chức Lao động Quốc tế.

im- *x* **in**[1] **in-**[2].

I'm /aim/ dạng rút ngắn của I am.

image /ˈimidʒ/ *dt* **1.** ảnh, hình ảnh: *image seen in a mirror* hình ảnh thấy trong gương; *how can we improve our public image?* làm thế nào để chúng ta cải thiện được hình ảnh của chúng ta trong quần chúng? **2.** hình tượng: *I have this image of you as always being cheerful* tôi có cái hình tượng về anh như là một người luôn luôn phấn khởi; *a poem full of startling images* bài thơ đầy những hình tượng làm sửng sốt. // **be the [very (living; spitting)] image of somebody (something)** (*kng*) giống như đúc (ai, cái gì):

she's the [spitting] image of her mother cô ta giống mẹ như đúc.

imagery /ˈimidʒəri/ *dt* hình tượng: *Shakespeare's poetry is rich in imagery* thơ Shakespeare giàu hình tượng.

imaginable /iˈmædʒinənl/ *tt* có thể tưởng tượng được.

imaginary /iˈmædʒinəri, (*Mỹ* iˈmædʒəneri)/ *tt* tưởng tượng: *a imaginary disease* bệnh tưởng tượng.

imagination /iˌmædʒiˈneiʃn/ *dt* **1.** sự tưởng tượng; trí tưởng tượng **2.** điều tưởng tượng: *I can't have seen a ghost, it must have been imagination* tôi chưa hề thấy ma, đó hẳn chỉ là điều tưởng tượng. // **the mind (imagination) boggles** *x* **boggle**; **not by any (by no) stretch of the imagination** *x* **stretch**[2].

imaginative /iˈmædʒinətiv, (*Mỹ* iˈmædʒeneitiv)/ *tt* **1.** tưởng tượng (*không có thực*) **2.** giàu tưởng tượng: *an imaginative writer* nhà văn giàu tưởng tượng.

imaginatively /iˈmædʒinətivli/ *pht* [một cách] giàu tưởng tượng.

imagine /iˈmædʒin/ *dgt* **1.** tưởng tượng, hình dung: *can you imagine what it would be like to live without electricity?* anh có thể tưởng tượng được rằng sống mà không có điện thì sẽ ra sao không? **2.** nghĩ rằng, cho rằng: *I imagine [that] he'll be there* tôi cứ nghĩ rằng ông ta sẽ có ở đấy.

imam /iˈmɑːm/ *dt* thầy tế (Hồi giáo) **2. Imam** Đức Imam (lãnh tụ Hồi giáo).

imbalance /ˌimˈbæləns/ *dt* sự thiếu cân đối: *a serious trade imbalance between the two countries* sự thiếu cân

đối nghiêm trọng trong mậu dịch giữa hai nước.

imbecile[1] /ˈimbəsiːl, (*Mỹ* ˈimbəsl)/ *dt* người khờ dại, người đần.

imbecile[2] /ˈimbəsiːl, (*Mỹ* ˈimbəsl)/ **imbecilic** /ˌimbəˈsilik/ khờ dại, ngu đần: *an imbecile remark* một nhận xét khờ dại: *an imbecile fellow* một người ngu đần.

imbecility /ˌimbəˈsiləti/ *dt* **1.** sự khờ dại, sự ngu đần **2.** hành động khờ dại; nhận xét khờ dại.

imbibe /imˈbaib/ *dgt* (*đùa*) nốc: *are you imbibing?* cậu đang nốc rượu đấy à? **2.** tiếp nhận, hấp thụ: *imbibe fresh air* tiếp nhận (hít) không khí trong lành; *imbibe knowledge* hấp thụ kiến thức.

imbroglio /imˈbrəʊliəʊ/ *dt* (*snh* **imbroglios**) tình trạng hỗn độn (*về chính trị, tình cảm...*).

imbue /imˈbjuː/ *dgt* (+ **with**) thấm đầy, thấm nhuần: *imbue with ambition* thấm đầy tham vọng.

IMF /ˌaiemˈef/ (*vt của* International Monetary Fund) Quỹ tiền tệ quốc tế.

imitate /ˈimiteit/ *dgt* **1.** bắt chước: *James can imitate his father's speech perfectly* James có thể bắt chước rất giống cách nói của bố nó **2.** giống với, trông giống với: *the stage was designed to imitate a prison cell* sân khấu được bố trí giống như một phòng nhà tù.

imitation /ˌimiˈteiʃn/ *dt* **1.** vật bắt chước, vật mô phỏng; phiên bản: *that's not an original Rembrandt, it's an imitation* đó không phải là một nguyên bản của Rembrandt mà là một phiên bản **2.** sự bắt chước: *the house was built in imitation of a*

Roman villa ngôi nhà được xây dựng [bắt chước] theo kiểu một biệt thự La Mã **3**. đồ giả: *imitation leather* da giả **4**. sự nhại (giọng, cử chỉ của ai).

imitative /'imitətiv, (*Mỹ* 'imiteitiv)/ *tt* bắt chước: *be as imitative as a monkey* hay bắt chước như khỉ.

imitator /'imiteitə[r]/ *dt* người bắt chước.

immaculate /i'mækjʊlət/ *tt* **1**. không có vết, sạch bong: *an immaculate uniform* bộ đồng phục sạch bong **2**. hoàn hảo: *an immaculate performance* buổi trình diễn hoàn hảo.

the Immaculate Conception /i'mækjʊlətkən'sepʃn/ (tôn) sự thụ thai tinh khiết của Đức Mẹ đồng trinh.

immaculately /i'mækjʊlətli/ *pht immaculately dressed* ăn mặc sạch bong.

immanence /'imənəns/ *dt* **1**. sự vốn có, sự cố hữu **2**. sự có mặt mọi nơi.

immanent /'imənənt/ *tt* **1**. vốn có, nội tại: *he believed that beauty was not something imposed, but something immanent* anh ta tin rằng sắc đẹp không phải là cái gì được áp đặt mà là vốn có **2**. có mặt mọi nơi (Chúa).

immaterial /ˌimə'tiəriəl/ *tt* **1**. không quan trọng: *the cost is immaterial* phí tổn không quan trọng **2**. phi vật chất, vô hình: *as immaterial as a ghost* vô hình như một bóng ma.

immature /ˌimə'tjʊə[r]/ *tt* **1**. non nớt: *the immature minds of children* đầu óc non nớt của trẻ con **2**. chưa phát triển đầy đủ: *immature plants* cây chưa phát triển đầy đủ.

immaturity /ˌimə'tjuərəti, (*Mỹ* ˌimə'tʊərəti)/ *dt* **1**. sự non nớt **2**. sự chưa phát triển đầy đủ.

immeasurable /i'meʒərəbl/ *tt* không đo được, vô hạn: *the immeasurable love for one's fatherland* lòng yêu vô hạn đối với tổ quốc.

immeasureably /i'meʒərəbli/ *pht* [một cách] vô hạn, vô cùng: *the task seems immeasureably difficult* nhiệm vụ xem chừng vô cùng khó khăn.

immediacy /i'mi:diəsi/ *dt* **1**. sự lập tức, sự tức thì **2**. sự gần gũi **3**. sự cấp thiết: *the immediacy of the problem* sự cấp thiết của vấn đề.

immediate /i'mi:diət/ *tt* **1**. ngay lập tức, tức thì: *I want an immediate reply* tôi muốn được trả lời ngay **2**. [cấp thiết] trước mắt: *our immediate concern is for the families of those who died* mối quan tâm trước mắt của chúng tôi dành cho các gia đình của những người đã mất **3**. gần nhất: *what are your plans for the immediate future?* kế hoạch của anh cho tương lai gần nhất là gì thế?; *one's immediate family* gia đình gần gũi nhất (gồm có cha mẹ, anh em ruột) **4**. trực tiếp: *an immediate cause* nguyên nhân trực tiếp.

immediately /i'mi:diətli/ *pht* **1**. ngay lập tức **2**. ngay: *in the years immediately after the war* trong những năm ngay sau chiến tranh; *I recognized her immediately when I saw her* tôi nhận ra cô ta ngay khi thấy cô ta **3**. [một cách] trực tiếp: *the houses most immediately affected by the motorway* những ngôi nhà chịu ảnh

hưởng trực tiếp nhất của con đường cao tốc.

immemorial /ˌimə'mɔriəl/ *tt* xa xưa. // *from (since) immemorial* (kng) từ xửa từ xưa.

immense /i'mens/ *tt* mênh mông, bao la, rất lớn: *immense difficulties* khó khăn rất lớn; *of immense importance* có tầm quan trọng rất lớn.

immensely /i'mensli/ *pht* vô cùng, hết sức: *immensely rich* giàu vô cùng; *immensely successful* thành công hết sức.

immensity /i'mensəti/ *dt* sự mênh mông, sự bao la, sự rộng lớn.

immerse /i'mɜ:s/ *dgt* (+ in) **1**. ngâm, nhúng: *immerse the plant [in water] for a few minutes* nhúng cây vào nước trong vài phút **2**. đắm mình trong, mải mê (công việc, suy nghĩ).

immersion /i'mɜ:ʃn, (*Mỹ* i'mɜ:ʒn)/ *dt* **1**. sự ngâm, sự nhúng **2**. sự ngâm mình [vào nước để] rửa tội.

immersion heater /i'mɜ:ʃn ˌhi:tə[r]/ que đun nước (nhận chìm xuống nước).

immigrant /'imigrənt/ *dt* dân nhập cư: *illegal immigrants* dân nhập cư bất hợp pháp; *the immigrant population* dân nhập cư.

immigrate /'imigreit/ *dgt* nhập cư.

immigration /ˌimi'greiʃn/ *dt* **1**. sự nhập cư **2**. *nh immigration control*.

immigration control /imi'greiʃn kəntrəʊl/ trạm kiểm soát nhập cư (ở phi cảng...).

imminence /'iminəns/ *dt* **1**. sự xảy ra đến nơi **2**. điều xảy ra đến nơi, điều nhất định sẽ đến.

imminent /'iminənt/ *tt* [xảy ra] đến nơi: *be faced with* *imminent death* sắp chết đến nơi.

imminently /'iminəntli/ *tt* đến nơi rồi.

immobile /'imə'bail, (Mỹ 'iməʊbl)/ *tt* bất động.

immobility /,iməʊbiləti/ *dt* sự bất động.

immobilization, immobilisation /i,məʊbəlai'zeinʃn, (Mỹ i,məʊbəli'zeinʃn)/ **1.** sự làm cho bất động, sự giữ cố định *(tay chân gãy)* **2.** sự làm cho không hoạt động được, sự làm cho không di chuyển được.

immobilize, immobilise /i'məʊbəlaiz/ *dgt* **1.** làm cho bất động, sự giữ cố định *(tay chân gãy để chóng hồi phục)* **2.** làm cho không di chuyển (hoạt động) được *(quân đội, xe cộ..): immobilized by bad weather* bị thời tiết xấu làm cho không di chuyển được; *the company was immobilized by lack of finance* công ty không hoạt động được vì thiếu tài chính.

immoderate /'imɒdərət/ *tt* quá độ, thái quá: *immoderate drinking and eating* sự chè chén quá độ.

immoderately /i'mɒdərətli/ *pht* [một cách] quá độ, [một cách] thái quá.

immodest /i'mɒdist/ *tt* **1.** khiếm nhã, không đoan trang: *immodest behaviour* cách xử sự không đoan trang *(nói về nữ); an immodest dress* chiếc áo không đoan trang **2.** thiếu khiêm tốn, tự phụ.

immodestly /i'mɒdistli/ *pht* **1.** [một cách] khiếm nhã, [một cách] không đoan trang **2.** [một cách] thiếu khiêm tốn, [một cách tự phụ.

immodesty /i'mɒdisti/ *dt* **1.** sự khiếm nhã, sự không đoan trang **2.** sự thiếu khiêm tốn, sự tự phụ.

immolate /'iməleit/ *dgt* hiến sinh *(giết súc vật để cúng tế).*

immolation /,imə'leiʃn/ *dt* sự hiến sinh *(giết súc vật để cúng tế).*

immoral /i'mɒrəl, (Mỹ i'mɔ:rəl)/ *tt* **1.** vô đạo: *using other people for one's own profit is immoral* lợi dụng người khác để thu lợi cho mình là vô đạo **2.** vô luân *(về mặt tình dục): some people still think it is immoral to have sex before marriage* một số người còn cho rằng có quan hệ tình dục trước khi cưới nhau là vô luân; *immoral (earnings)* tiền kiếm được một cách vô luân *(ví dụ do mại dâm mà có).*

immorality /,imə'ræləti/ *dt* **1.** sự vô đạo; điều vô đạo **2.** sự vô luân.

immorally /,imɒrəli/ *tt* **1.** [một cách] vô đạo **2.** [một cách] vô luân.

immortal[1] /im'mɔ:tl/ *tt* **1.** bất tử: *the immortal gods* những vị thần bất tử **2.** bất hủ: *an immortal poem* bài thơ bất hủ **3.** bất diệt: *immortal glory* vinh quang bất diệt.

immortal[2] /i'mɔ:tl/ *dt (thường snh)* **1.** danh nhân bất tử: *Beethoven is regarded as one of the immortals of classic music* Beethoven được xem như là một danh nhân bất tử về nhạc cổ điển **2.** vị thần bất tử *(thời Hy La cổ đại...).*

immortality /imɔ:'tæləti/ *dt* sự bất tử; sự bất hủ; sự bất diệt.

immortalize, immortalise /i'mɔ:təlaiz/ *dgt* làm thành bất tử, lưu danh muôn thuở.

immovable /i'mu:vəbl/ *tt* **1.** không di chuyển được, không xê dịch được, bất động **2.** không lay chuyển được, kiên định *(lập trường...).*

immovably /i'mu:vəbli/ *pht* **1.** [một cách] bất động **2.** [một cách] kiên định.

immune /i'mju:n/ *tt (thường vị ngữ)* **1.** (+ to, against) miễn dịch: *I'm immune to smallpox as a result of vaccination* tôi được miễn dịch chống bệnh đậu mùa do đã được tiêm chủng **2.** (+ to) không bị ảnh hưởng bởi: *immune to criticism* không bị ảnh hưởng bởi lời chỉ trích **3.** (+ from) được miễn *(cái gì): immune from additional taxes* được miễn thuế phụ thu.

immunity /i'mju:nəti/ *dt* **1.** (+ to, against) sự miễn dịch: *immunity to measles* sự miễn dịch chống bệnh sởi **2.** (+ to) sự không bị ảnh hưởng: *immunity to criticism* sự không bị ảnh hưởng bởi lời chỉ trích **3.** (+ from) sự được miễn, sự miễn trừ: *diplomatic immunity* quyền miễn trừ ngoại giao.

immunization, immunisation *dt* /,imjʊnai'seiʃn, (Mỹ ,imjʊni'zeiʃn)/ sự tạo miễn dịch.

immunize, immunise /'imjʊnaiz/ *dgt* tạo miễn dịch: *have you been immunized against smallpox yet?* anh đã tiêm chủng để được miễn dịch chống bệnh sởi chưa?

immunology /,imjʊ'nɒlədʒi/ *dt (y)* miễn dịch học.

immure /i'mjʊə[r]/ *dgt* bỏ tù, nhốt, giam hãm: *immured in a cold dungeon* bị nhốt trong một hầm tù lạnh lẽo; *he immured himself in a small room to work undisturbed* anh ta tự nhốt trong một phòng nhỏ để làm việc mà không bị quấy rầy.

immutability /i,mju:tə'bi-ləti/ *dt* tính không thay đổi, tính bất biến.

immutable /i'mju:təbl/ *tt* không thay đổi, bất biến.

immutably /i'mju:təbli/ *pht* [một cách] không thay đổi, [một cách] bất biến.

imp /imp/ *dt* tiểu yêu **2.** đứa bé tinh nghịch.

impact[1] /'impækt/ *dt* **1.** sự va chạm, sự đụng mạnh; sức va chạm: *the bomb exploded on impact* quả bom bị chạm mà nổ **2.** (+ on, upon) sự tác động: *the impact of new methods* sự tác động của các phương pháp mới; *her speech made a tremendous impact on everyone* bài diễn văn gây một tác động to lớn lên mọi người.

impact[2] /im'pækt/ *dgt* **1.** đóng chặt vào, lèn chặt vào **2.** (+ on) tác động mạnh vào.

impacted /im'pæktid/ *tt* mọc lộ xỉ (răng).

impair /im'peə[r]/ *dgt* làm nguy hại, làm suy yếu: *loud noise can impair your hearing* tiếng động lớn có thể làm nguy hại đến thính giác của anh; *impair somebody's health* làm suy yếu sức khỏe của ai.

impairment /im'peəmənt/ *dt* sự làm nguy hại, sự làm suy yếu.

impala /im'pa:lə/ *dt* (động) linh dương chân đen (Tây Phi).

impale /im'peil/ *dgt* xiên vào, đâm xiên qua: *in former times, prisoner's heads were impaled on pointed stakes* ngày xưa thủ cấp tù nhân bị xiên vào những cọc nhọn.

impalpable /im'pælpəbl/ *tt* **1.** không thể sờ thấy: *impalpable darkness* bóng đêm không thể sờ thấy được **2.** không thể hiểu thấu.

impanel /im'pænl/ *dgt* x empanel.

impart /im'pa:t/ *dgt* **1.** tạo một nét riêng biệt: *her presence imparted an air of elegance to the ceremony* sự có mặt của chị ta đã tạo một nét thanh lịch cho buổi lễ **2.** thông báo (tin tức...): *I have no news to impart to you* tôi không có tin gì để thông báo cho anh cả.

impartial /im'pa:ʃl/ *tt* không thiên vị, vô tư: *an impartial judge (judgement)* một quan tòa (một phán quyết) không thiên vị.

impartiality /,impa:ʃi'æləti/ *dt* sự không thiên vị, sự vô tư.

impartially /im'pa:ʃəli/ *pht* [một cách] không thiên vị, [một cách] vô tư: *treat prisoner impartially* đối xử vô tư đối với các tù nhân.

impassable /im'pa:səbl, (Mỹ im'pæsəbl)/ *tt* không thể đi qua được: *country lanes that are often impassable in winter* những con đường làng thường không qua được về mùa đông; *roads made impassable by fallen trees* đường không đi qua được vì có cây đổ.

impasse /'æmpa:s, (Mỹ im'pæs)/ *dt* thế bế tắc; ngõ cụt: *the negotiations had reached an impasse, with both sides refusing to compromise* các cuộc thương lượng đã đi đến ngõ cụt (đến thế bế tắc) vì cả hai bên đều không chịu thỏa hiệp.

impassioned /im'pæʃnd/ *tt* say sưa; tha thiết: *an impassioned plea for mercy* lời tha thiết xin được dung thứ.

impassive /im'pæsiv/ *tt* không xúc cảm, thản nhiên.

impassively /im'pæsivli/ *pht* [một cách] không xúc cảm, [một cách] thản nhiên.

impassiveness /im'pæsivnis/, **impassivity** /,impæ'siveti/ *dt* sự không xúc cảm, sự thản nhiên.

impatience /im'peiʃns/ *dt* **1.** sự thiếu kiên nhẫn, sự nôn nóng, sự hay sốt ruột: *his impatience to set out* sự nôn nóng ra đi của anh ta **2.** (+ of) sự không chịu đựng được: *his impatience of delay* sự không chịu đựng được việc chậm trễ của anh ta.

impatient /im'peiʃnt/ *tt* **1.** thiếu kiên nhẫn, nôn nóng, hay sốt ruột: *impatient for the summer holidays to come* nôn nóng chờ những ngày nghỉ hè sắp tới **2.** (+ of) không chịu đựng được: *impatient of delay* không chịu đựng được sự chậm trễ.

impatiently /im'peiʃntli/ *pht* [một cách] thiếu kiên nhẫn, [một cách] nôn nóng, [một cách] sốt ruột: *we sat waiting impatiently for the film to start* chúng tôi sốt ruột ngồi chờ cuốn phim bắt đầu chiếu.

impeach /im'pi:tʃ/ *dgt* **1.** kết tội (một quan chức, một chính trị gia): *the committee decided to impeach the President* ủy ban quyết định kết tội tổng thống; *impeach a judge for taking bribes* kết tội một quan tòa về tội nhận hối lộ **2.** đặt nghi vấn: *his veracity cannot be impeached* không ai có thể có nghi vấn về tính chân thật của ông ta.

impeachable /im'pi:tʃəbl/ *tt* **1.** có thể bị kết tội **2.** có thể đặt nghi vấn.

impeachment /im'pi:tʃmənt/ *dt* **1.** sự kết tội **2.** sự đặt nghi vấn.

impeccable /im'pekəbl/ *tt* hoàn hảo, không chê vào đâu được: *your English is impeccable* tiếng Anh của anh không chê vào đâu được.

impeccably /im'pekəbli/ *pht* [một cách] hoàn hảo, [một cách] không chê vào đâu được.

impecunious /,impi'kju:niəs/ *tt* túng tiền.

impecuniously /,impi'kju:niəsli/ *pht* [một cách] túng tiền.

impecuniousness /,impi'kju:niəsnis/ *dt* cảnh túng tiền.

impedance /im'pi:dəns/ *dt* (điện) trở kháng.

impede /im'pi:d/ *dgt* **1.** ngăn trở, cản trở: *the rescue attempt was impeded by bad weather* sự cố gắng giải cứu đã bị thời tiết xấu cản trở.

impediment /im'pedimənt/ *dt* **1.** vật ngăn trở, vật cản trở **2. impediment in one's speech** sự nói lắp.

impedimenta /im,pedi'mentə/ *dt (snh)* quân trang quân dụng lỉnh kỉnh (*của một đội quân*): *he came with his wife, six children, four dogs and other various impedimenta (bóng, hài)* anh ta đến cùng với vợ, sáu đứa con, bốn con chó và nhiều thứ lỉnh kỉnh khác.

impel /im'pel/ *dgt* buộc [phải] thúc đẩy: *I felt impelled to investigate the matter further* tôi cảm thấy buộc phải điều tra vấn đề đó thêm nữa.

impending /im'pendiŋ/ *tt* sắp xảy đến, xảy ra đến nơi, sắp đến: *the impending exams* những kỳ thi sắp tới.

impenetrability /im,peni-trə'biləti/ *dt* **1.** tính không thể vào được, tính không

thể xuyên qua được **2.** tính không thể hiểu thấu; tính không thể giải quyết được.

impenetrable /im'penitrəbl/ *tt* **1.** không thể vào được, không thể xuyên qua được: *an impenetrable jungle* rừng rậm không thể vào được **2.** không thể hiểu thấu; không thể giải quyết: *an impenetrable difficulty* một khó khăn không thể giải quyết.

impenetrably /im'peni-trəbli/ *pht* **1.** [một cách] không thể vào được, [một cách] không thể xuyên qua được **2.** [một cách] không thể hiểu thấu, [một cách] không thể giải quyết.

impenitence /im'penitəns/ *dt* sự không ăn năn hối hận.

impenitent /im'penitənt/ *tt* không ăn năn hối hận.

impenitently /im'penitəntli/ *pht* [một cách] không ăn năn hối hận.

imperative¹ /im'perətiv/ *tt* **1.** (*thường vị ngữ*) rất cấp bách; rất quan trọng: *it is imperative that we make a quick decision* điều rất cấp bách là chúng ta có một quyết định nhanh chóng **2.** [có tính chất] mệnh lệnh: *an imperative tone of voice that had to be obeyed* một giọng mệnh lệnh phải tuân theo; *the imperative mood* (ngôn) lối mệnh lệnh.

imperative² /im'perətiv/ *dt* **1.** (ngôn) lối mệnh lệnh **2.** điều thiết yếu, điều cấp bách: *a moral imperative* một điều thiết yếu về mặt đạo đức.

imperatively /im'perətivli/ *pht* **1.** [một cách] rất cấp bách, [một cách] rất quan trọng **2.** theo kiểu mệnh lệnh; ở thức mệnh lệnh.

imperceptible /impə'sep-təbl/ *tt* không thể cảm nhận

thấy (*vì quá bé, nhẹ...*): *an imperceptible change in temperature* thay đổi không thể cảm nhận thấy về nhiệt độ.

imperceptibly /impə'septə-bli/ *pht* [một cách] không thể cảm nhận thấy.

imperfect¹ /im'pɜ:fikt/ *tt* **1.** không hoàn hảo, không đầy đủ: *imperfect knowledge* kiến thức không đầy đủ **2.** (ngôn) [thuộc] thì quá khứ chưa hoàn thành.

imperfect² /im'pɜ:fikt/ *dt* **the imperfect** thì quá khứ chưa hoàn thành (*ví dụ như I was walking*).

imperfection /,impɜ:fekʃn/ *dt* **1.** sự không hoàn hảo **2.** khuyết tật, sai sót: *the house's structural imperfections* sai sót về mặt cấu trúc của ngôi nhà.

imperfectly /im'pɜ:fiktli/ *pht* [một cách] không hoàn hảo, [một cách] không đầy đủ.

imperial /im'piəriəl/ *tt* **1.** [thuộc] hoàng đế: *the imperial palace* cung điện hoàng gia **2.** như của hoàng đế, huy hoàng: *with imperial generosity* với lòng hào phóng như của hoàng đế **3.** [thuộc] hệ thống đo lường Anh: *imperial acre* mẫu Anh.

imperialism /im'piəriəli-zəm/ *dt (thường xấu)* chủ nghĩa đế quốc.

imperialist /im'piəriəlist/ *dt* người theo chủ nghĩa đế quốc.

imperialistic /im,piəriə'lis-tik/ *tt* đế quốc chủ nghĩa.

imperially /im'piəriəli/ *pht* như hoàng đế; [một cách] đế vương.

imperil /im'perəl/ *dgt* (-ll, Mỹ *cg* -l-) làm lâm nguy: *the security of the country had been imperilled* nên an ninh của đất nước đã bị lâm nguy.

imperious /im'piəriəs/ *tt* hống hách: *an imperious gesture* điệu bộ hống hách.

imperiously /im'piəriəsli/ *pht* [một cách] hống hách.

imperiousness /im'piəriəsnis/ *dt* tính hống hách.

imperishable /im'periʃəbl/ *tt* bất hủ, bất diệt: *imperishable glory* vinh quang bất diệt.

impermanence /im'pɜːmənəns/ *dt* sự không thường xuyên, sự tạm thời.

impermanent /im'pɜːmənənt/ *tt* không thường xuyên, tạm thời.

impermeable /im'pɜːmiəbl/ *tt* không thấm nước, không thấm: *impermeable cotton* bông không thấm nước.

impermissible /,impə'misəbl/ *tt* không được phép, bị cấm.

impersonal /im'pɜːsənl/ *tt* **1.** không có cá tính con người, không tình cảm: *a cold impersonal stare* cái nhìn lạnh lùng không tình cảm **2.** khách quan: *an impersonal discussion* cuộc thảo luận khách quan.

impersonally /im'pɜːsənəli/ *pht* **1.** [một cách] không tình cảm **2.** [một cách] khách quan.

impersonate /im'pɜːsəneit/ *dgt* **1.** đóng vai, thủ vai: (*ai, trên sâu khấu*): *he can impersonate many well-known politicians* anh ta có thể thủ vai nhiều chính khách nổi tiếng **2.** mạo nhận, giả danh (*là ai để lừa bịp*): *he was caught trying to impersonate a military officer* anh ta bị bắt khi đang tìm cách giả danh một sĩ quan quân đội.

impersonation /im,pɜːsə'neiʃn/ *dt* **1.** sự đóng vai, sự thủ vai: *he does some brilliant impersonation of the president* nó đã mấy lần thủ vai tổng thống một cách rất tài.

impersonator /im'pɜːsəneitə[r]/ *dt* người đóng vai, người thủ vai: *a famous female impersonator* người đàn ông thủ vai nữ rất hay.

impertinence /im'pɜːtinəns/ *dt* sự xấc láo, sự hỗn xược.

impertinent /im'pɜːtinənt/ *tt* xấc láo, hỗn xược.

imperturbability /impə,tɜːbə'biləti/ *dt* tính không thể lay chuyển, tính điểm tĩnh.

imperturbable /,impə'tɜːbəbl/ *tt* không thể lay chuyển, điểm tĩnh.

imperturbably /,impə'tɜːbəbli/ *pht* [một cách] điểm tĩnh.

impervious /im'pɜːviəs/ *tt* **1.** không thấm: *this material is impervious to rain water* vải này không thấm nước mưa **2.** trơ ra, trơ trơ: *impervious to criticism* chỉ trích cũng cứ trơ ra.

impetigo /,impi'taigəʊ/ *dt* (*y*) chốc lở.

impetuosity /im,petʃʊ'ɒsəti/ *dt* tính bốc, tính hăng.

impetuous /im'petʃʊəs/ *tt* bốc, hăng: *impetuous behaviour* thái độ bốc.

impetuously /im'petʃʊəsli/ *pht* [một cách] bốc, [một cách] hăng.

impetus /'impitəs/ *dt* **1.** sự đẩy tới, sự thúc đẩy **2.** lực đẩy.

impiety /im'paiəti/ *dt* **1.** sự không kính Chúa **2.** (*thường snh*) hành động bất kính đối với Chúa.

impinge /im'pindʒ/ *dgt* (+ on, upon) tác động; ảnh hưởng: *the effects of the recession are impinging on every aspect of our lives* suy thoái ảnh hưởng tới mọi mặt của cuộc sống chúng ta.

impious /'impiəs/ *tt* không kính Chúa.

impiously /'impiəsli/ *pht* [một cách] bất kính đối với Chúa.

impish /'impiʃ/ *tt* [thuộc] ma quỷ; như ma quỷ; tinh quái: *an impish boy* thằng bé tinh quái.

impishly /'impiʃli/ *pht* [một cách] tinh quái.

impishness /'impiʃnis/ *dt* sự tinh quái.

implacable /im'plækəbl/ *tt* không thể chịu được, khôn nguôi: *implacable hatred* lòng thù hận khôn nguôi; *an implacable enemy* kẻ thù không đội trời chung.

implacably /im'plækəbli/ *pht* [một cách] khôn nguôi: *implacably opposed to the plan* một mực chống đối kế hoạch đó.

implant[1] /im'plɑːnt, (*Mỹ* im'plænt)/ *dgt* **1.** ghi khắc vào tâm trí, in sâu vào tâm trí: *implant religious beliefs in young children* ghi khắc tín ngưỡng tôn giáo vào tâm trí tụi trẻ **2.** (*y*) cấy vào cơ thể: *implant a new lens in the eye* cấy một thủy tinh thể mới vào mắt.

implant[2] /'implɑːnt, (*Mỹ* im'plænt)/ *dt* (*y*) mảnh cấy vào cơ thể.

implantation /,implɑːn'teiʃn, (*Mỹ* ,implæn'teiʃn)/ *dt* **1.** sự ghi khắc vào tâm trí, sự in sâu vào tâm trí **2.** sự cấy vào cơ thể.

implausible /im'plɔːzəbl/ *tt* có vẻ không thật, không có sức thuyết phục: *an implausible excuse* lời cáo lỗi không có sức thuyết phục.

implement¹ /'implimənt/ *dt* dụng cụ; vật dụng: *kitchen implements* dụng cụ nhà bếp.

implement² /'implimənt/ *dgt* thi hành, thực hiện: *implement a programme of reforms* thực hiện một chương trình cải tổ.

implementation /,impliмən'teiʃn/ *dt* sự thi hành, sự thực hiện.

implicate /'implikeit/ *dgt* làm cho liên can vào; làm cho dính líu vào: *a letter implicating him in the robbery* một bức thư làm cho anh ta dính líu vào một vụ cướp.

implication /,impli'keiʃn/ *dt* **1.** sự ngụ ý; ẩn ý: *what are the implication of the statement?* những ẩn ý của tuyên bố này là gì thế? **2.** sự liên can, sự dính líu.

implicit /im'plisit/ *tt* **1.** ngầm: *an implicit threat* mối đe dọa ngầm **2.** hoàn toàn, tuyệt đối: *implicit obedience* sự tuân theo tuyệt đối.

implicitly /im'plisitli/ *pht* [một cách] hoàn toàn, [một cách] tuyệt đối: *trust somebody implicitly* tuyệt đối tin ai.

implode /im'pləʊd/ *dgt* nổ (vào một nơi có áp suất thấp): *the light bulb explode* bóng đèn nổ (không tung ra ngoài).

implore /im'plɔ:[r]/ *dgt* van xin, khẩn nài: *implore somebody's forgiveness* van xin ai tha thứ; *they implored her to stay* họ khẩn nài chị ta nán lại.

imploring /im'plɔ:riŋ/ *tt* van xin, khẩn nài: *she gave him an imploring look* chị ta nhìn ông bằng cái nhìn khẩn nài.

imploringly /im'plɔ:riŋli/ *pht* [một cách] van xin, [một cách] khẩn nài.

implosion /im'pləʊʒn/ *dt* sự nổ (vào một nơi có áp suất thấp).

imply /im'plai/ *dgt* ngụ ý, ý nói, hàm ý: *silence implied consent* im lặng là ngụ ý bằng lòng.

impolite /,impə'lait/ *tt* vô lễ.

impolitely /,impə'laitli/ *pht* [một cách] vô lễ.

impoliteness /,impə'laitnis/ *dt* sự vô lễ.

impolitic /im'pɒlətik/ *tt* không khôn ngoan; thất sách: *it might be impolitic to refuse his offer* khước từ đề nghị của ông ta có thể là thất sách.

imponderable¹ /im'pɒndərəbl/ *tt* không thể lường được (sự quan trọng, hiệu quả...).

imponderable² /im'pɒndərəbl/ *dt* cái không thể đo lường được: *the great imponderable of love and power* sức mạnh không đo lường được của tình yêu và quyền lực.

import¹ /im'pɔ:t/ *dgt* nhập khẩu, nhập, du nhập (hàng hóa, tư tưởng): *cars imported from Japan* xe hơi nhập từ Nhật Bản; *the latest pop music imported from America* nhạc pop mới nhất du nhập từ Mỹ.

import² /'impɔ:t/ *dt* **1.** hàng hóa nhập khẩu; dịch vụ nhập khẩu: *Britain's food imports* hàng thực phẩm nhập khẩu vào Anh **2.** sự nhập khẩu: *the import of coal* sự nhập khẩu than đá.

import³ /im'pɔ:t/ *dgt* có tầm quan trọng, hệ trọng: *what did these developments import to them?* những sự phát triển này có tầm quan trọng như thế nào đối với họ?

import⁴ /im'pɔ:t/ *dt* **1.** tầm quan trọng, ý nghĩa: *matters of great import* những vấn đề có tầm quan trọng lớn **2.** ý nghĩa ẩn bên trong; ẩn ý: *the hidden import of his speech* ẩn ý của bài nói của ông ta.

importance /im'pɔ:tns/ *dt* sự quan trọng; tầm quan trọng. // *full of one's own importance* x full¹.

important /im'pɔ:tnt/ *tt* quan trọng: *an important decision* một quyết định quan trọng; *she was clearly an important person* bà ta rõ ràng là một nhân vật quan trọng.

importantly /im'pɔ:tntli/ *pht* [một cách] quan trọng: *strut about importantly* vênh vang ra vẻ quan trọng; *more importantly, can he be depended on?* quan trọng hơn, anh ta có thể tin được không?

importunate /im'pɔ:tʃʊnət/ *tt* nài nỉ, đòi dai: *importunate people* những người hay nài nỉ.

importunately /im'pɔ:tʃʊnətli/ *pht* [một cách] nài nỉ, [một cách] đòi dai.

importune /impɔ:'tju:n/ *dgt* **1.** nài nỉ, đòi dai **2.** gạ gẫm (khách, nói về gái làm tiền): *arrested for importuning* bị bắt vì gạ gẫm khách làng chơi.

importunity /,impɔ:'tju:nəti/ *dt* (thường *snh*) sự nài nỉ, sự đòi dai: *irritated by his constant importunities* phát cáu lên vì sự nài nỉ.

impose /im'pəʊz/ *dgt* **1.** đánh (thuế): *impose heavy taxes on luxury goods* đánh thuế nặng vào hàng xa xỉ phẩm **2.** ấn định: *impose a further tax on wines and spirits* ấn định thêm một món thuế vào rượu mạnh

3. áp đặt: *impose restrictions on trade* áp đặt những điều hạn chế mậu dịch; *she imposed her ideas on the group* bà ta áp đặt ý tưởng của mình lên cả nhóm; *he imposed his presence on us for the weekend* anh ta bắt chúng tôi phải chịu đựng sự có mặt của hắn vào dịp cuối tuần. // **impose on (upon) somebody (something)** lợi dụng ai *(điều gì): I hope it's not imposing on you (your hospitality), but I could stay to dinner?* tôi hy vọng rằng đây không phải là lợi dụng lòng hiếu khách của anh, nhưng tôi có thể ở lại dùng bữa tối được chứ?

imposing /im'pəʊziŋ/ *tt* **1.** nguy nga đồ sộ: *an imposing building* một tòa nhà nguy nga đồ sộ **2.** đường bệ: *an imposing person* một người đường bệ.

imposingly /im'pəʊziŋli/ *pht* **1.** [một cách] nguy nga đồ sộ **2.** [một cách] đường bệ.

imposition /,impə'ziʃn/ *dt* (+ on) **1.** sự đánh thuế **2.** sự bắt chịu, sự làm phiền: *I'd like to stay if it's not too much of an imposition on you* tôi thích nán lại nếu điều đó không quá phiền hà cho anh.

impossibility /im,pɒsə'biləti/ *dt* **1.** sự không thể được; việc không làm được **2.** sự không thể có được; điều không thể có được, điều không thể xảy ra.

impossible /im'pɒsəbl/ *tt* **1.** không thể làm được **2.** không thể có được **3.** quá quất, không thể chịu được: *their son is impossible* đứa con trai của họ thật quá quất.

the impossible /im'pɒsəbl/ *dt* điều không thể đạt được: *attempt do the impossible* cố

thử làm một điều không thể đạt được.

impossibly /im'pɒsəbli/ *pht* [một cách] không thể làm được: *impossibly difficult* khó không thể làm được.

impostor /im'pɒstə[r]/ *dt* kẻ mạo danh lừa đảo.

imposture /im'pɒstʃə[r]/ *dt* sự mạo danh lừa đảo.

impotence /im'pɒtəns/ *dt* **1.** sự bất lực **2.** sự liệt dương.

impotent /'impɒtənt/ *tt* **1.** *(thường vị ngữ)* bất lực **2.** liệt dương.

impotently /im'pɒtentli/ *pht* [một cách] bất lực.

impound /im'paʊnd/ *dgt* **1.** tịch thu; sung công: *impound property* tịch thu tài sản **2.** cho xe *(đỗ không đúng luật)* vào bãi; nhốt súc vật lạc vào bãi *(cho đến khi chủ nhân đến xin về).*

impoverish /im'pɒvəriʃ/ *dgt* **1.** bần cùng hóa **2.** làm kiệt màu *(đất)*; làm tồi tệ hơn: *our lives have been impoverished if we had not known our dear friend* cuộc sống của chúng ta đã tồi tệ hơn nếu chúng ta không gặp ông bạn quý hóa này.

impracticability /im,præktikə'biləti/ *dt* tính không thể thi hành được.

impracticable /im'præktikəbl/ *tt* không thể thi hành được, không thể thực hiện được: *an impracticable scheme* một kế hoạch không thể thực hiện được.

impracticably /im'præktikəbli/ *pht* [một cách] không thể thực hiện được.

impractical /im'præktikl/ *tt* không thực tế: *it was impractical to think that we could build the house in one month* thật là không thực tế khi nghĩ rằng ta có thể xây ngôi nhà trong một

tháng **2.** thiếu thực tế: *an academically clever but totally impractical young man* một thanh niên giỏi về mặt học thuật nhưng hoàn toàn thiếu thực tế.

impraticality /,impræti'kæləti/ *dt* **1.** sự không thực tế **2.** sự thiếu thực tế.

impractically /im'præktikli/ *pht* **1.** [một cách] không thực tế **2.** [một cách] thiếu thực tế.

imprecation /,impri'keiʃn/ *dt* lời nguyền rủa, lời chửi rủa: *mutter imprecations* lầm bầm những lời nguyền rủa.

imprecise /,impri'sais/ *tt* không chính xác, không đúng.

imprecisely /,impri'saisli/ *pht* [một cách] không chính xác.

imprecision /,impri'siʒn/ *dt* sự không chính xác.

impregnability /im,pregnə'biləti/ *dt* **1.** sự không thể đánh chiếm được, kiên cố **2.** sự vững chắc.

impregnable /im'pregnəbl/ *tt* **1.** không thể đánh chiếm được *(pháo đài...)* sự kiên cố **2.** vững chắc *(lý lẽ, cách phòng thủ...).*

impregnably /im'pregnəbli/ *pht* **1.** [một cách] kiên cố **2.** [một cách] vững chắc.

impregnate /'impregneit, (Mỹ im'pregneit)/ *dgt* **1.** làm thấm đẫy; làm bão hòa: *water impregnated with salt* nước bão hòa muối **2.** làm nhiễm: *impregnate with wrong ideas* nhiễm những ý tưởng sai **3.** thụ tinh; thụ thai.

impresario /,impri'sɑ:riəʊ/ *dt* ông bầu *(gánh hát...).*

impress¹ /im'pres/ *dgt* **1.** gây ấn tượng; làm cảm động, làm cảm kích: *the girl* impressed her fiancé's family with her liveliness cô gái gây ấn tượng tốt đối với gia đình hôn phu bằng cử chỉ hoạt bát của mình **2.** ghi sâu, khắc sâu: *impress something on the memory* ghi sâu cái gì vào ký ức **3.** đóng (*dấu*); đóng dấu vào: *impress the wax with a stamp* đóng dấu vào miếng sáp.

impress² /ˈimpres/ *dt* **1.** dấu (*đóng vào, in vào*) **2.** (*bóng*) dấu ấn: *a work bearing an impress of genius* tác phẩm mang dấu ấn của một thiên tài.

impression /imˈpreʃn/ *dt* **1.** ấn tượng: *make a strong impression on somebody* gây một ấn tượng mạnh đối với ai **2.** cảm giác; cảm tưởng: *I had the distinct impression that I was being followed* tôi có cảm giác rõ ràng là mình đang bị theo dõi; *be under the impression that* có cảm tưởng rằng; *the room's lighting conveys an impression of spaciousness* cách bố trí ánh sáng của căn phòng tạo cho nó ấn tượng là rộng rãi **3. impression of somebody** sự nhại điệu bộ của ai: *the students did some marvellous impressions of the teachers at the end-of-term party* trong buổi liên hoan cuối kỳ học sinh viên đã nhại giáo viên rất hay **4.** dấu vết, dấu ấn: *the impression of a leaf in a fossil* dấu của một chiếc lá trong một hóa thạch **5.** sự in; lần in: *the fifth impression* lần in thứ năm. // **be under the impression that** cứ tưởng rằng, cứ đinh ninh rằng: *I was under the impression that you were coming tomorrow* tôi cứ đinh ninh rằng ngày mai anh sẽ đến.

impressionability /imˌpreʃənəˈbiləti/ *dt* tính mẫn cảm.

impressionable /imˈpreʃənəbl/ *tt* mẫn cảm.

impressionism /imˈpreʃənizəm/ *dt* (*thường* **Impressionism**) (*họa*) trường phái ấn tượng.

impressionist¹ /imˈpreʃənist/ *tt* (*thường* **Impressionist**) họa sĩ theo trường phái ấn tượng

impressionist² /imˈpreʃənist/ *tt* (*thường* **Impressionist**) theo trường phái ấn tượng: *impressionist painters* họa sĩ theo trường phái ấn tượng.

impressive /imˈpresiv/ *tt* gây ấn tượng mạnh mẽ; hùng vĩ, bề thế: *an impressive building* tòa nhà bề thế; *an impressive scene* cảnh hùng vĩ; *his collection of paintings is most impressive* bộ sưu tập tranh của ông ta gây ấn tượng hết sức mạnh mẽ.

impressively /imˈpresivli/ *pht* với ấn tượng mạnh mẽ; [một cách] hùng vĩ; [một cách] bề thế.

impressiveness /imˈpresivnis/ *dt* sự gây ấn tượng mạnh mẽ; sự hùng vĩ, sự bề thế.

imprimatur /ˌimpriˈmeitə[r]/ *dt* **1.** giấy phép cho in (*sách của nhà thờ La Mã*) **2.** (*bóng*) sự cho phép, sự chấp thuận.

imprint¹ /imˈprint/ *dgt* (+ in, on) in vết, in dấu ấn vào: *imprint one's hand in soft cement* in vết tay lên xi-măng còn mềm; *details imprinted on his memory* (*bóng*) những chi tiết in dấu ấn vào ký ức của nó.

imprint² /ˈimprint/ *dt* **1.** (+ in, on) dấu in, dấu ấn: *the imprint of a foot in the sand* dấu [in của] chân trên cát **2.** vết hằn: *her face bore*

the deep imprint of suffering gương mặt chị ta mang vết hằn sâu của đau khổ **3.** chi tiết xuất bản (*tên nhà xuất bản, ngày xuất bản, số lượng... thường ghi ở đầu sách*).

imprison /imˈprizn/ *dgt* bỏ tù, cầm tù, tống giam.

imprisonment /imˈpriznmənt/ *dt* sự ở tù: *sentenced to one year's imprisonment* bị kết án [ở] tù một năm.

improbability /imˌprobəˈbiləti/ *dt* sự không chắc có thực, sự không chắc sẽ xảy ra.

improbable /imˈprobəbl/ *tt* không chắc có thực, không chắc sẽ xảy ra: *it is very improbable that the level of unemployment will fall* mức độ thất nghiệp sẽ giảm ư, khó chắc lắm.

improbably /imˈprobəbli/ *pht* [một cách] không chắc có thực, [một cách] không chắc sẽ xảy ra.

impromptu¹ /imˈpromtju:, (*Mỹ* imˈprʌmptu:)/ *tt, pht* không chuẩn bị trước, ứng biến, ứng khẩu: *an impromptu speech* bài nói ứng khẩu; *an impromptu performance* buổi trình diễn ứng biến.

impromptu² /imˈpromtju:, (*Mỹ* imˈprʌmptu:)/ *dt* (*nhạc*) khúc tức ứng.

improper /imˈpropə[r]/ *tt* **1.** không thích hợp, sai: *improper use of word* sự dùng từ ngữ không thích hợp **2.** không phải cách, không hợp: *laughing, and joking are considered improper behaviour at a funeral* cười đùa trong đám ma là không phải cách **3.** xảo trá: *improper business practices* những ngón kinh doanh xảo trá.

improper fraction /ɪmˌprɒpə'frækʃn/ (toán) phân số lớn hơn 1.

improperly /ɪm'prɒpəli/ pht **1.** [một cách] không thích hợp, [một cách] sai **2.** [một cách] không phải cách, [một cách] không hợp **3.** [một cách] xảo trá.

impropriety /ˌɪmprə'praɪəti/ dt **1.** sự sai trái; cách xử sự sai trái **2.** sử xảo trá; hành vi xảo trá.

improve /ɪm'pruːv/ dgt cải tiến, cải thiện; trở nên tốt hơn: *his work is improving slowly* công việc của nó đang dần dần tốt hơn lên; *he studied harder to improve his French* nó học chăm chỉ hơn để trau giồi tiếng Pháp của nó; *a new improved washing powder* một loại bột giặt mới được cải tiến. // **improve on (upon) something** nâng cao hơn: *the German girl improved on her previous best performance in the 100 metres* cô gái Đức đã nâng thành tích cao nhất trước đây của mình ở cự ly 100 mét.

improvement /ɪm'pruːvmənt/ dt **1.** (+ on, him) sự cải tiến; sự được cải tiến, sự trở nên tốt hơn: *cause a marked improvement in working conditions* tạo được tiến bộ rõ rệt về điều kiện làm việc; *this year's car is an improvement on last year's model* kiểu xe hơi năm nay là một cải tiến so với kiểu xe năm ngoái **2.** phần cải tiến, phần tu bổ: *a road improvement scheme* một kế hoạch tu bổ đường sá.

improvidence /ɪm'prɒvɪdəns/ dt sự không biết lo xa, sự không dự liệu.

improvident /ɪm'prɒvɪdənt/ tt không biết lo xa, không dự liệu.

improvisation /ˌɪmprəvaɪ'zeɪʃn/ dt **1.** sự ứng tác, sự ứng khẩu **2.** sự ứng biến, sự làm ngay tại chỗ.

improvise /'ɪmprəvaiz, (Mỹ) ˌɪmprə'vaiz/ **1.** ứng tác, ứng khẩu, nói cương: *an improvised speech* một bài nói ứng khẩu **2.** ứng biến, làm ngay tại chỗ: *as we've not got the proper materials, we'll just have to improvise* vì không có vật liệu thích hợp, chúng tôi phải tùy cơ ứng biến.

imprudence /ɪm'pruːdəns/ dt **1.** sự không thận trọng, sự khinh suất **2.** hành động thiếu thận trọng, hành động khinh suất.

imprudent /ɪm'pruːdənt/ tt không thận trọng, khinh suất.

impudence /'ɪmpjʊdəns/ dt tính trâng tráo, tính xấc xược.

impudent /'ɪmpjʊdənt/ tt trâng tráo, xấc xược.

impudently /'ɪmpjʊdəntli/ pht [một cách] trâng tráo, [một cách] xấc xược.

impugn /ɪm'pjuːn/ dgt đặt thành vấn đề nghi ngờ: *impugn somebody's motives* đặt thành vấn đề nghi ngờ động cơ hành động của ai.

impulse /'ɪmpʌls/ dt **1.** cảm hứng đột ngột, ý muốn bất chợt: *he felt an irresistible impulse to jump* nó chợt có ý muốn nhảy lên không cưỡng được **2.** sự bốc đồng; con bốc đồng: *a man of impulse* người bốc đồng **3.** sức đẩy tới; sự thúc đẩy: *give an impulse to industrial expansion* thúc đẩy sự bành trướng công nghiệp **4.** xung động: *nerve impulses* xung động thần kinh. // **on impulse** bất chợt: *on impulse, I picked up the phone and rang my sister in Australia* bất chợt, tôi nhấc ống điện thoại và gọi cho chị tôi ở Australia.

impulse buying /'ɪmpʌls ˌbaiiŋ/ sự mua sắm tùy hứng.

impulsion /ɪm'pʌlʃn/ dt sự thôi thúc; nỗi khát khao mãnh liệt: *the impulsion to break away and make a new life* sự thôi thúc muốn vất bỏ tất cả và xây một cuộc sống mới.

impulsive /ɪm'pʌlsiv/ tt bốc đồng: *an impulsive man* người bốc đồng; *an impulsive decision* một quyết định bốc đồng.

impulsively /ɪm'pʌlsivli/ pht [một cách] bốc đồng.

impulsiveness /ɪm'pʌlsivnis/ dt tính bốc đồng.

impunity /ɪm'pjuːnəti/ dt **with impunity** không bị tổn thương, không bị trừng phạt: *you cannot break the law with impunity* anh không thể vi phạm pháp luật mà không bị trừng phạt.

impure /ɪm'pjʊə[r]/ tt **1.** không trong trắng, đồi bại; đen tối: *impure motives* động cơ đen tối **2.** có pha trộn, không ròng: *impure metals* kim loại không ròng.

impurity /ɪm'pjʊərəti/ dt **1.** sự không trong trắng, sự đồi bại **2.** tạp chất: *remove impurities from silver* loại tạp chất ra khỏi bạc.

imputation /ˌɪmpjuː'teɪʃn/ dt sự quy tội (cho ai); tội quy cho (ai).

impute /ɪm'pjuːt/ dgt (+ to) quy (tội): *how can they impute such dishonourable motives to me?* sao họ lại có thể quy cho tôi những động cơ nhục nhã đến thế nhỉ?

in¹ /in/ *pht* **1.** trong, vào trong: *the top drawer is the one with the cutlery in* ngăn trên cùng là ngăn có dao nĩa trong đó; *she opened the bedroom door and went in* chị ta mở cửa phòng ngủ và bước vào **2.** ở nhà, ở cơ quan (người): *nobody was in when we called* khi chúng tôi gọi cửa không có ai ở nhà cả; *I'm afraid the manager isn't in today* tôi e hôm nay ông giám đốc không có ở cơ quan **3.** ở ga, ở bến (tàu hỏa, xe buýt...): *the train was in when we got to the station* khi chúng tôi đến ga thì tàu hỏa đã ở đấy **4.** đưa về trại (từ cánh đồng, nói về gia súc, mùa màng): *the cows will be in for milking soon* đàn bò cái sẽ được lùa về trại sớm để vắt sữa; *we need help to get the wheat in* chúng tôi cần trợ giúp để đưa lúa mì về trại **5.** ở mức cao nhất, đang lên (nước triều): *is the tide coming in or going out?* nước triều đang lên hay xuống thế?; *my luck's in - I won a new car in a raffle* (bóng) vận may của tôi đang lên, tôi vừa trúng một chiếc xe hơi trong cuộc xổ số **6.** đã nhận được (thư từ, đơn từ): *applications must be in by 30 April* đơn từ phải tới nơi nhận trước 30 tháng 4 **7.** hợp thời trang: *miniskirts are [coming] in again* váy mini lại hợp thời trang **8.** có bán (cá, trái cây): *do you have a fresh salmon in at the moment?* lúc này chị có cá hồi tươi bán không? **9.** được bầu: *Labour com in after the war* Đảng Lao động lên cầm quyền sau chiến tranh; *the club president has been in since 1979* ông chủ tịch câu lạc bộ này được bầu lên từ năm 1979 **10.**

(thể) phát bóng (cricket, bóng chày); vào trong vạch (quần vợt...); vào khung thành (bóng đá...): *it's in - we're got a goal!* vào rồi - ta thắng một bàn rồi! **11.** đang cháy (than, củi...): *the fire was still in when we got home* khi chúng tôi về nhà, lửa còn đang cháy. // **be in for something** (kng) a/ trải qua, gặp phải (nhất là điều không hay): *I'm afraid we're in for a storm* tôi e rằng chúng ta sẽ gặp bão b/ tham gia: *I'm in for the 1000 metres* tôi sẽ tham gia cuộc chạy cự ly 1000 mét; **be (get) in on something** (kng) tham gia vào, đóng góp vào: *I'd like to be in on the scheme* tôi muốn tham gia vào kế hoạch này; **be [well] in with somebody** (kng) hầu với ai: *he's well in with the boss* anh ta rất hầu với ông chủ; **have [got] it in for somebody** (kng) muốn trả thù ai; có ác ý đối với ai: *that teacher has always had it in for me* thầy giáo đó lúc nào cũng muốn trù tôi; **in and out [of something]** ra ra vào vào (nơi nào đó): *he's been in and out of the hospital all year* anh ta quanh năm cứ ra ra vào vào bệnh viện.

in² /in/ *gt* **1.** trong, ở trong: *swimming in the pool* bơi trong hồ; *the biggest shop in town* cửa hiệu lớn nhất trong thành phố; *leave the key in the lock* hãy để chìa khóa trong ổ **2.** vào [trong]; vào [thời gian]: *he dipped his pen in the ink* nó chấm bút vào mực; *in the twentieth century* vào thế kỷ hai mươi; *in spring* vào mùa xuân; *in the morning* vào buổi sáng **3.** trong vòng, sau: *return in a few minutes* trở lại trong vòng ít phút **4.**

trong (một thời gian bao lâu đấy): *it's the first letter I've had in 10 days* đây là bức thư đầu tiên tôi nhận được trong mười ngày nay **5.** [chưa] trong: *seven days in a week* bảy ngày trong một tuần **6.** trên (chỉ tỷ số): *a slope of one in five* độ dốc một trên năm; *taxed at the rate of 15p in the pound* đánh thuế ở mức 15 xu [trên] một pao **7.** ăn mặc (ra sao đó): *dressed in rags* ăn mặc rách rưới tả tơi; *the man in the hat* người đàn ông đội mũ; *the woman in white* người phụ nữ mặc đồ trắng; *in high-heeled shoes* đi giày cao gót **8.** trong, dưới (thời tiết ra sao đó): *go out in the rain* đi ra ngoài dưới trời mưa **9.** ở tình trạng, ở trạng thái (ra sao đó): *in poor health* trong tình trạng sức khỏe kém; *in order* có thứ tự, ngăn nắp; *in a rage* trong cơn thịnh nộ **10.** theo, thành (chỉ hình dáng, cách sắp xếp): *stand in groups* đứng thành từng nhóm; *sit in rows* ngồi theo hàng **11.** bằng (chỉ chất liệu, phương tiện): *pay in cash* trả bằng tiền mặt; *written in pencil* viết bằng bút chì; *printed in italics* in bằng chữ nghiêng **12.** ở, với (chỉ một người cụ thể): *you will always find a good friend in me* anh luôn luôn tìm thấy ở tôi một người bạn tốt **13.** về (mặt nào đó): *equal in strengh* ngang nhau về sức; *a country poor in minerals* một đất nước nghèo khoáng sản **14.** trong (nghề nào đó, hoạt động nào đó): *in the army* trong quân đội; *killed in action* chết trong trận mạc, tử trận. // **in that** ở chỗ là vì: *privatization is thought to be beneficial in* that it promotes competition tư hữu hóa được xem là có lợi ở chỗ nó thúc đẩy sự cạnh tranh.

in³ /in/ *dt* **the ins and outs [of something]** chi tiết *(của một vấn đề)*: *know all the ins and outs (of a problem)* biết mọi chi tiết của một vấn đề.

in⁴ *vt (snh kđổi hoặc* **ins)** *(vt của* **inch)** in *(đơn vị chiều dài Anh)*.

in-¹ *(cg* **im)** *tiền tố* **1.** *(tạo dgt với dgt và dt)* vào, lên: *imprint* in vết lên **2.** *(tạo dgt với dt)* đưa vào tình thế *(nào đó)*: *imperil* đưa vào tình thế nguy hiểm, làm lâm nguy.

in-² *(cg* **il-, im, ir-)** *(tiền tố tạo tt, pht và dt)* không, vô: *infinite* vô hạn; *immorally* [một cách] vô đạo; *irrelevance* tính không thích đáng.

-in *(yếu tố tạo dt ghép) (cũ) (thường ghép với một đgt để chỉ một hoạt động có nhiều người tham gia)*: a *sit-in* cuộc biểu tình ngồi; *teachs-in* cuộc hội thảo.

inability /,inə'biləti/ *dt* **inability to do something** sự thiếu khả năng làm gì.

inaccessibility /,inæksesə-'biləti/ *dt* sự khó gần, sự khó tiếp xúc; sự khó với tới.

inaccessible /,inæk'sesəbl/ *tt* khó gần, khó tiếp xúc: *an inaccessible mountain retreat* chỗ ẩn dật trên núi khó tới gần được; *philosophical theories that are inaccessible to ordinary people* lý thuyết triết học khó hiểu mà người thường khó với tới.

inaccuracy /in'ækjərəsi/ *dt* sự không đúng đắn, sự không chính xác.

inaccurate /in'ækjərət/ *tt* không đúng, không chính xác: *an inaccurate report* bản tường trình không chính xác.

inaccurately /in'ækjərətli/ *pht* [một cách] không đúng, [một cách] không chính xác.

inaction /in'ækʃn/ *dt* sự không hoạt động; sự ăn không ngồi rồi.

inactive /in'æktiv/ *tt* **1.** không hoạt động, thiếu hoạt động: *if you weren't so inactive, you wouldn't be so fat!* nếu anh không thiếu hoạt động như thế thì anh không béo như thế kia! **2.** không chạy, hỏng: *an inactive machine* cỗ máy hỏng **3.** ít hoạt động: *inactive members of the music society* hội viên ít hoạt động của hội âm nhạc.

inactivity /,inæk'tivəti/ *dt* sự không hoạt động, sự thiếu hoạt động.

inadequacy /in'ædikwəsi/ *dt* **1.** sự thiếu sót, sự không thỏa đáng: *the inadequacy of our resources* sự thiếu tài nguyên của chúng ta **2.** điểm không thỏa đáng: *inadequacies of the present voting system* những điểm không thỏa đáng trong hệ thống bầu cử của chúng ta.

inadequate /in'ædikwət/ *tt* **1.** không thỏa đáng: *the safety precautions are totally inadequate* biện pháp an toàn hoàn toàn không thỏa đáng **2.** không đủ khả năng, không đủ tự tin: *feel inadequate when faced by a difficult problem* cảm thấy không đủ khả năng khi gặp phải một vấn đề khó.

inadequately /in'ædikwətli/ *pht* [một cách] không thỏa đáng.

inadmissibility /,inədmisə-'biləti/ *dt* sự không thể chấp nhận được.

inadmissible /,inəd'misəbl/ *tt* không thể chấp nhận được.

inadmissibly /,inəd'misəbli/ *pht* [một cách] không thể chấp nhận được.

inadvertence /,inəd'vɜ:təns/ *dt* sự vô ý.

inadvertent /,inəd'vɜ:tənt/ *tt* vô ý.

inadvertently /,inəd'vɜ:təntli/ *pht* [một cách] vô ý.

inadvisability /,inədvaizə-'biləti/ *dt* tính không khôn ngoan, tính không hợp lý.

inadvisable /,inəd'vaizəbl/ *tt* không khôn ngoan, không hợp lý.

inalienable /in'eiliənəbl/ *tt* không thể chuyển nhượng: *inalienable rights* quyền không thể chuyển nhượng được.

inane /i'nein/ *tt* vô nghĩa; ngớ ngẩn: *an inane remark* một nhận xét ngớ ngẩn.

inanely /i'neinli/ *pht* [một cách] vô nghĩa, [một cách] ngớ ngẩn.

inanimate /in'ænimət/ *tt* **1.** vô tri vô giác: *a stone is an inanimate object* cục đá là một vật vô tri vô giác **2.** thiếu sinh khí, tẻ nhạt: *an inanimate conversation* cuộc nói chuyện nhạt nhẽo.

inanity /i'neiniti/ *dt* **1.** sự ngớ ngẩn **2.** lời nhận xét ngớ ngẩn, hành động ngớ ngẩn.

inapplicability /in,æplikə-'biləti/ *dt* sự không thể áp dụng được.

inapplicable /in'æplikəbl/ *tt* không thể áp dụng được: *the rules seem to be inapplicable to this situation* những luật lệ đó có vẻ không áp dụng được cho tình huống này.

inapplicably /in'æplikəbli/ *pht* [một cách] không thể áp dụng được.

inappropriate /,inə'prəʊpriət/ *tt* không thích hợp: *an inappropriate comment* lời bình luận không thích hợp; *clothes inappropriate to the occasion* quần áo không thích hợp vào dịp đó.

inappropriately /,inə'prəʊpriətli/ *pht* [một cách] không thích hợp: *inappropriately dressed for the funeral* ăn mặc không hợp với buổi lễ tang.

inappropriateness /,inə'prəʊpriətnis/ *dt* sự không thích hợp.

inapt /in'æpt/ *tt* không thích hợp; không đủ khả năng: *an inapt remark* một nhận xét không thích hợp.

inaptitude /in'æptitju:d, (Mỹ in'æptitu:d)/ *dt* (+ for) sự không đủ khả năng.

inaptness /in'æptnis/ *dt* sự không thích hợp.

inarticulate /,inɑ:'tikjʊlət/ *tt* 1. không diễn đạt được rõ ràng: *a clever but inarticulate mathematician* nhà toán học giỏi nhưng không diễn đạt được ý mình một cách rõ ràng (cho người ta hiểu) 2. phát biểu không rõ ràng: *an inarticulate speech* bài nói phát biểu không rõ ràng 3. không nói nên lời: *her actions were an inarticulate cry for help* hành động của chị ta là tiếng kêu cứu không thành lời.

inarticulately /,inɑ:'tikjʊlətli/ 1. [một cách] không phát biểu rõ ràng 2. [một cách] không nên lời.

inarticulateness /,inɑ:'tikjʊlətnis/ *dt* 1. sự không phát biểu rõ ràng 2. sự không nói nên lời.

inasmuch as /,inəz'mʌtʃəz/ *lt* bởi vì, vì: *inasmuch as he cannot come, I propose that the meeting be postponed* vì ông ta không đến được, tôi đề nghị hoãn cuộc họp.

inattention /,inə'tenʃn/ *dt* sự thiếu chú ý, sự lơ là: *work marred by inattention to detail* công việc hỏng vì thiếu chú ý đến chi tiết.

inattentive /inə'tentiv/ *tt* thiếu chú ý, lơ là: *inattentive to the needs of others* thiếu chú ý đến nhu cầu của người khác.

inattentively /inə'tentivli/ *pht* [một cách] thiếu chú ý, [một cách] lơ là.

inattentiveness /inə'tentivnis/ *dt* sự thiếu chú ý, sự lơ là.

inaudibility /in,ɔ:də'biləti/ *dt* tính không thể nghe thấy.

inaudible /in'ɔ:dəbl/ *tt* không thể nghe thấy: *speak in an almost inaudible voice* nói giọng hầu như không nghe thấy.

inaudibly /in'ɔ:dəbli/ *pht* [một cách] không thể nghe thấy.

inaugural /i'nɔ:gjʊrəl/ *tt* [thuộc lễ] nhậm chức, [thuộc lễ] khai mạc: *an inaugural meeting* buổi họp khai mạc.

inaugurate /i'nɔ:gjʊreit/ *đgt* 1. [làm lễ] tấn phong: *inaugurate a President* làm lễ tấn phong một vị tổng thống 2. khai mạc: *inaugurate an exhibition* khai mạc một cuộc triển lãm 3. mở đầu: *inaugurate an era* mở đầu một kỷ nguyên.

inauguration /i,nɔ:gjʊ'reiʃn/ *dt* 1. lễ nhậm chức: *the President's inauguration speech* bài diễn văn nhậm chức của tổng thống 2. lễ khai mạc 3. sự mở đầu *một kỷ nguyên...).*

inaugurator /i'nɔ:gjʊreitə[r]/ *dt* 1. người khai mạc 2. người mở đầu.

inauspicious /,inɔ:'spiʃəs/ *tt* báo điềm xấu; không may: *an inauspicious event* một sự kiện báo điềm xấu; *an inauspicious commencement* sự bắt đầu không may.

inauspiciously /,inɔ:'spiʃəsli/ *pht* [một cách] không may.

inauspiciousness /,inɔ:'spiʃəsnis/ *dt* sự gở, sự không may, sự rủi ro bất hạnh.

inboard /'inbɔ:d/ *tt, pht* bên trong (tàu thủy, máy bay...): *an inboard motor* một động cơ bên trong.

inbred /,in'bred/ *tt* 1. bẩm sinh 2. lai cùng dòng: *the long nose on these dogs is an inbred characteristic* mũi dài ở những con chó này là một đặc điểm do lai cùng dòng mà có.

inbreeding /'inbri:diŋ/ *dt* sự lai cùng dòng.

in-built /,in'bilt/ *tt nh* built-in.

Inc (cg inc /iŋk/ (vt của Incorporated Manhattan Drugstores Inc (Mỹ)) Công ty liên hợp Dược phẩm Manhattan.

incalculable /in'kælkjʊləbl/ *tt* 1. không đếm xuể, nhiều vô kể: *do incalculable harm to somebody's reputation* gây tác hại vô kể đến thanh danh của ai 2. hay thay đổi, thất thường: *a person of incalculable moods* một người tính khí thất thường.

incalculably /in'kælkjʊləbli/ *pht* 1. [một cách] nhiều vô kể 2. [một cách] thất thường.

incandescence /,inkæn'desns/ *dt* sự nóng sáng.

incandescent /,inkæn'desnt/ *tt* nóng sáng.

incandescent lamp /,inkæn-desnt'læmp/ đèn nóng sáng.

incantation /,inkæn'teiʃn/ *dt*
1. thần chú 2. sự niệm thần
chú.

incapability /in,keipə'biləti/
dt 1. sự không thể 2. sự
bất tài, sự kém cỏi.

incapable /in'keipəbl/ *tt* 1.
không thể: *incapable of [tell-ing] a lie* không thể nói dối
2. bất tài, kém cỏi; *as a lawyer she's totally incapa-ble* bà ta là một luật sư
rất tồi. // **drunk and incapable**
say không còn biết trời đất
là gì nữa.

incapably /in'keipəbli/ *pht*
[một cách] bất tài, [một
cách] kém cỏi.

incapacitate /,inkə'pæsiteit/
dgt 1. **incapacitate somebody
for something (from doing
something)** làm ai mất khả
năng: *incapacitate somebody
for work (from working)* làm
cho ai mất khả năng lao
động 2. làm mất tư cách
(làm gì), tước quyền: *be in-capacitated from voting* bị
tước quyền bầu cử.

incapacity /inkə'pæsəti/ *dt*
sự mất khả năng: *his in-creasing incapacity for work*
sự mất khả năng lao động
ngày càng trầm trọng của
anh ta.

incarcerate   /in'ka:səreit/
dgt bỏ tù, tống giam.

incarceration /in,ka:sə'reiʃn/
dt sự bỏ tù, sự tống giam.

incarnate[1] /in'ka:neit/ *tt (đi
sau dt)* là hiện thân của:
he is a devil incarnate hắn
là hiện thân của quỷ dữ;
virtue incarnate hiện thân
của đạo đức.

incarnate[2] /in'ka:neit/ *dgt*
biểu hiện, thể hiện: *he in-carnates all the qualities of
a succesful manager* ông ta
thể hiện tất cả phẩm chất
của một giám đốc thành
công.

incarnation /,inka:'neiʃn/ *dt*
1. hiện thân: *be the incar-nation of courage* là hiện
thân của lòng dũng cảm 2.
hóa thân: *he believed he had
been a prince in a previous
incarnation* nó nghĩ rằng
trong lần hóa thân trước
(trong kiếp trước) nó là một
vị hoàng tử 3. *(tôn)* the In-carnation sự hiện thân của
Chúa.

incautious   /in'kɔ:ʃəs/ *tt*
không thận trọng, khinh
suất.

incautiously /in'kɔ:ʃəsli/ *pht*
[một cách] không thận
trọng, [một cách] khinh
suất.

incendiary[1] /in'sendiəri,
(Mỹ in'sendieri)/ *tt* 1. gây
cháy: *incendiary bomb* bom
[gây] cháy 2. kích động: *in-cendiary speech* bài nói kích
động.

incendiary[2] /in'sendiəri,
(Mỹ in'sendieri)/ *dt* bom
cháy.

incense[1] /insens/ *dt* hương,
nhang; khói hương, khói
nhang.

incense[2] /in'sens/ *dgt (chủ
yếu dùng ở dạng bị động)*
làm nổi giận, làm tức điên
lên: *he felt deeply incensed
by (at) the way he had been
treated* anh ta tức điên lên
về cách họ đã đối xử với
anh.

incentive /in'sentiv/ *dt* **in-centive [to do something]** cái
khuyến khích, vật khích lệ:
material incentive khuyến
khích vật chất.

inception /in'sepʃn/ *dt (số
ít)* sự khởi đầu: *the pro-gramme has been successful
since its inception* chương
trình đã thành công ngay
từ lúc khởi đầu.

incessant /in'sesnt/ *tt* không
ngừng, không dứt, liên
miên: *a week of almost in-cessant rain* một tuần lễ
mưa hầu như liên miên.

incessantly /in'sesntli/ *pht*
[một cách] không ngừng,
[một cách] không ngớt, [một
cách] liên miên: *complain
incessantly* luôn mồm kêu
ca.

incest /'insest/ *dt* sự loạn
luân.

incestuous /in'sestjʊəs, (Mỹ
in'sestʃʊəs)/ *tt* 1. loạn
luân 2. có quan hệ khép kín:
*theatre people are a rather
incestuous group* dân sân
khấu thường làm thành một
nhóm khép kín, ít khi có
người ngoài tham dự.

incestuously /in'sestjʊəsli/
pht [một cách] loạn luân.

inch[1] /intʃ/ *dt* 1. *(vt in)* in
*(đơn vị chiều dài Anh bằng
2,54 cm hay 1/12 bộ)*: *a
pile of books 12 inches high*
chồng sách cao 12 in; *three
were 3 inches of rainfall in
Manchester last night* tối
qua ở Manchester trời mưa
tới 3 in nước 2. một chút,
một chút xíu, một tấc *(đất)*:
*to dispute every inch of
ground* tranh nhau từng tấc
đất. // **by inches** suýt nữa:
the car missed me by inches
chiếc xe suýt nữa thì đâm
vào tôi; **every inch** a/ khắp
nơi trong vùng: *the police
examined every inch of the
house for clues* cảnh sát
kiểm tra khắp mọi nơi trong
nhà để tìm manh mối b/ về
mọi mặt, hoàn toàn, hệt
như: *he looked every inch a
sailor* anh ta trông y hệt
như một thủy thủ; **give some-body an inch [and he will take
a mile (yard)]** cho nó được
đằng chân nó sẽ lân đằng
đầu; **inch by inch** dần dần,
từng tí một; **within an inch
of something (doing something)**
suýt nữa: *he came within*

an inch of being killed suýt nữa thì ông ta bị giết.

inch² /intʃ/ *dgt* lần từng bước một, nhích dần qua: *he inches [his way] through the narrow passage* anh ta nhích dần qua lối đi chật hẹp; *inch the car forward* nhích dần chiếc xe lên phía trước.

inchoate /in'kəʋeit, 'inkəʋeit/ *tt* còn phôi thai: *inchoate ideas* những ý tưởng còn phôi thai.

incidence /'insidəns/ *dt (số ít)* **1.** mức độ xảy ra, mức tác động: *this area has a high incidence of crime* vùng này có mức độ tội phạm cao **2.** *(lý)* sự tới: *angle of incidence* góc tới.

incident¹ /'insidənt/ *dt* sự cố: *he could remember every incident in great detail* ông ta có thể nhớ mọi sự cố đến từng chi tiết; *border incidents* sự cố biên giới; *the demonstration procedeed without incident* cuộc biểu tình tiến hành không có sự cố.

incident² /'insidənt/ *tt (vị ngữ)* (+ to, upon) gắn liền với: *the risks incident to a life of a test pilot* những nguy hiểm gắn liền với mạng sống của một viên phi công thử nghiệm; *responsibilities incident upon one as a parent* trách nhiệm gắn liền với người làm cha làm mẹ.

incidental /,insi'dentl/ *tt* **1.** phụ, không quan trọng: *incidental expenses* những món chi tiêu phụ **2.** phụ trợ: *incidental music for a play* nhạc phụ trợ (nhạc đệm) cho một vở kịch **3.** *(vị ngữ)* (+ to) xảy ra vì, xảy ra khi: *the risks that are incidental to exploration* những nguy hiểm có thể xảy ra khi thám hiểm **4.** tình cờ, ngẫu nhiên.

incidentally /,insi'dentli/ *pht* **1.** tiện thể: *I must go now. Incidentally if you want that book I'll bring it next time* tôi phải đi bây giờ. Tiện thể xin nói là nếu anh cần cuốn sách đó tôi sẽ mang đến sau đây **2.** [một cách] tình cờ.

incinerate /in'sinəreit/ *dgt* đốt ra tro, thiêu.

incineration /in,sinə'reiʃn/ *dt* sự đốt ra tro, sự thiêu.

incinerator /in'sinəreitə[r]/ *dt* lò đốt rác; lò thiêu.

incipient /in'sipiənt/ *tt* mới chớm, mới phát: *incipient cancer* ung thư mới chớm.

incise /insaiz/ *dgt* **1.** rạch **2.** khắc, chạm.

incision /in'siʒn/ *dt* sự rạch; đường rạch: *make a deep incision in the thigh* rạch một đường sâu ở đùi.

incisive /in'saisiv/ *tt* **1.** sắc, bén **2.** sắc sảo, sâu sắc: *an incisive mind* trí óc sắc sảo; *incisive criticism* lời phê bình sâu sắc.

incisively /in'saisivli/ *pht* **1.** [một cách] sắc, [một cách] bén **2.** [một cách] sắc sảo, [một cách] sâu sắc.

incisiveness /in'saisivnis/ *dt* **1.** sự sắc bén **2.** sự sắc sảo, sự sâu sắc.

incisor /in'saizə[r]/ *dt* răng cửa.

incite /in'sait/ *dgt* xúi giục, kích động: *incite the workers against government* xúi giục công nhân chống lại chính phủ.

incitement /in'saitmənt/ *dt* sự xúi giục, sự kích động.

incivility /,insi'viləti/ *dt* **1.** sự bất lịch sự, sự vô lễ **2.** hành động vô lễ (bất lịch sự); lời nói vô lễ.

incl (*vt* của including, inclusive) bao gồm cả; kể cả: *total £29.35 incl tax* tổng số 29,53 bảng kể cả thuế.

inclemency /in'klemənsi/ *dt* sự khắc nghiệt.

inclement /in'klemənt/ *tt* khắc nghiệt: *inclement weather* thời tiết khắc nghiệt.

inclination /,inkli'neiʃn/ *dt* **1.** thiên hướng, khuynh hướng; chiều hướng: *have inclination to (towards; for) something* có khuynh hướng thiên về cái gì **2.** chiều hướng, xu thế: *he has an inclination to stoutness* nó có chiều hướng béo ra **3.** dốc; độ dốc: *the inclination of the roof* độ dốc của mái nhà **4.** sự nghiêng, sự cúi: *an inclination of the head* sự cúi đầu (chào...).

incline¹ /in'klain/ *dgt* **1.** nghiêng: *the land inclines towards the shore* đất nghiêng về phía bờ biển **2.** cúi: *she inclined her head in prayer* cô ta cúi đầu cầu nguyện **3.** khiến cho (ai) có chiều hướng (như thế nào đó): *his sincerity inclines me to trust him* lòng thành thật của anh ta khiến tôi tin anh ta **4.** có chiều hướng, có ý thiên về: *he inclines to laziness* nó có chiều hướng làm biếng.

incline² /'inklain/ *dt* **1.** mặt nghiêng **2.** con đường dốc.

inclined /in'klaind/ *tt (vị ngữ)* **1.** có ý thiên về, có chiều hướng: *I'm inclined to trust him* tôi thiên về ý nghĩ tin tưởng anh ta; *he's inclined to be lazy* anh ta có chiều hướng làm biếng; *I'm inclined to believe he's innocent* tôi thiên về ý nghĩ anh ta vô tội **2.** có năng khiếu: *An is very musically inclined* An rất có năng khiếu về nhạc.

inclined plane /in,klain'plein/ mặt phẳng nghiêng.

inclose /in'kləʊz/ *dgt nh* enclose.

inclosure /in'kləʊʒə[r]/ *dt nh* inclosure.

include /in'klu:d/ *dgt* **1.** bao gồm, gồm có: *his conclusion includes all our ideas* kết luận của anh ta bao gồm tất cả ý kiến của chúng tôi **2.** tính đến, kể cả: *we all went, me (myself) included* chúng tôi đều đi, kể cả tôi.

including /in'klu:diŋ/ *gt* kể cả, bao gồm cả: *there are twelve, including the children* có mười hai người kể cả trẻ con; *up to and including December 31st* tính đến 31 tháng Mười Hai, kể cả ngày đó.

inclusion /in'klu:ʒn/ *dt* sự bao gồm: *the inclusion of the clause in the contract* sự bao gồm điều khoản đó vào hợp đồng.

inclusive /in'klu:siv/ *tt* kể cả a/ (+ of): *the price is £800, inclusive of tax* giá là 800 bảng, kể cả thuế b/ (di sau *dt*): *from Monday to Friday inclusive* từ thứ hai đến thứ sáu kể cả ngày thứ sáu.

inclusively /in'klu:sivli/ *pht* kể cả.

incognito[1] /,iŋkɒg'ni:təʊ, (Mỹ iŋ'kɒgnətəʊ)/ *tt pht* giấu tên, cải dạng: *travel incognito* cải trang đi du lịch; *do good incognito* làm việc thiện giấu tên.

incognito[2] /,iŋkɒg'ni:təʊ, (Mỹ iŋ'kɒgnətəʊ)/ *dt (snh* **incognitos**) **1.** sự cải dạng **2.** tên giả: *he travelled under the incognito of X* ông ta đi du lịch với cái tên giả là X.

incoherence /,iŋkəʊ'hiərəns/ *dt* sự không mạch lạc; sự không rõ ràng.

incoherent /,iŋkəʊ'hiərənt/ *tt* không mạch lạc; không rõ ràng.

incoherently /,iŋkəʊ'hiərəntli/ *pht* [một cách] không mạch lạc; [một cách] không rõ ràng.

incombustible /,iŋkəm'bʌstəbl/ *tt* không cháy được.

income /'iŋkʌm/ *dt* thu nhập.

income tax /'iŋkʌm tæks/ thuế thu nhập.

incoming /'inkʌmiŋ/ *tt* **1.** vào, đến: *the incoming year* năm mới; *the incoming tide* nước triều lên; *incoming calls* những cú điện thoại gọi đến **2.** mới được bầu; mới được bổ nhiệm: *the incoming president* tổng thống mới đắc cử.

incommensurable /,iŋkə'menʃərəbl/ *tt* **1.** (cg **incommensurate**) không thể so theo cùng một tiêu chuẩn: *coins and trees are incommensurable* đồng tiền và cây không thể so theo cùng một tiêu chuẩn **2.** *nh* incommensurable.

incommensurate /,iŋkə'menʃərət/ *tt* **1.** không xứng: *his abilities are incommensurate to the task* khả năng của anh ta không xứng với nhiệm vụ **2.** *nh* incommensurable.

incommode /,iŋkə'məʊd/ *dgt* làm phiền, gây rắc rối.

incommodious /,iŋkə'məʊdiəs/ *tt* bất tiện.

incommodiousness /,iŋkə'məʊdiəsnis/ *dt* sự bất tiện.

incommunicable /,iŋkə'mju:nikəbl/ *tt* không thể truyền đạt được.

incommunicado /,iŋkəmju:ni'ka:dəʊ/ *tt* không được phép liên lạc; bị giam riêng: *hold a prisoner incommunicado* giam riêng một người tù.

incomparability /in,kɒmpərə'biləti/ *dt* tính không gì sánh được, tính vô song.

incomparable /in,kɒmpərəbl/ *tt* không gì sánh kịp, vô song.

incomparably /in,kɒmprəbli/ *pht* [một cách] vô song.

incompatibility /,iŋkəmpætə'biləti/ *dt* **1.** sự không tương hợp, sự ky nhau **2.** sự không hợp nhau, sự xung khắc nhau.

incompatible /,iŋkəm'pætəbl/ *tt* **1.** không tương hợp, ky nhau **2.** không hợp nhau, xung khắc nhau.

incompetence /in'kɒmpitəns/ *dt* **1.** sự kém cỏi, sự bất tài **2.** sự thiếu tư cách, sự không đủ thẩm quyền.

incompetent /in'kɒmpitənt/ *tt* **1.** kém cỏi, bất tài **2.** thiếu tư cách, không đủ thẩm quyền: *incompetent to judge* không đủ thẩm quyền xét xử.

incompetently /in'kɒmpitəntli/ *pht* **1.** [một cách] kém cỏi, [một cách] bất tài **2.** [một cách] thiếu tư cách, [một cách] không đủ thẩm quyền.

incomplete /,iŋkəm'pli:t/ *tt* không đầy đủ: *an incomplete set of results* một tập hợp kết quả không đầy đủ.

incompletely /,iŋkəm'pli:tli/ *pht* [một cách] không đầy đủ.

incompleteness /,iŋkəm'pli:tnis/ *dt* sự không đầy đủ.

incomprehensibility /in,kɒmprihensə'biləti/ *dt* sự không thể hiểu được, sự khó hiểu.

incomprehensible /in,kɒmpri'hensibl/ *tt* không thể hiểu được, khó hiểu.

incomprehensibly
/in,kɒmpri'hensibli/ *pht* [một cách] không thể hiểu được, [một cách] khó hiểu.

incomprehension
/in'kɒmpri'henʃn/ *dt* sự không hiểu được.

incompressible
/,iŋkəm'presəbl/ *tt* không nén được: *incompressible liquids* những chất lỏng không nén được.

inconceivable /,iŋkən'si:vəbl/ *tt* 1. khó tin 2. khó tưởng tượng được: *the inconceivable vastness of space* sự bao la rộng lớn không thể tưởng tượng được của không gian.

inconceivably /,iŋkən'si:vəbli/ *pht* 1. [một cách] khó tin 2. [một cách] khó tưởng tượng được.

inconclusive /,iŋkən'klu:siv/ *tt* không đi đến kết luận: *inconclusive discussions* những cuộc thảo luận không đi đến kết luận.

inconclusively /,iŋkən'klu:sivli/ *pht* [một cách] không đi đến kết luận.

inconclusiveness /,iŋkən'klu:sivnis/ *dt* sự không đi đến kết luận.

incongruity /,inkɒŋ'gru:əti/ *dt* 1. sự lạc lõng 2. điều lạc lõng.

incongruous /in'kɒŋgruəs/ *tt* lạc lõng: *slow traditional methods that seem rather incongruous in the modern technical age* những phương pháp cổ truyền chậm chạp dường như lạc lõng trong thời đại kỹ thuật hiện đại ngày nay.

incongruously /in'kɒŋgruəsli/ *pht* [một cách] lạc lõng.

inconsequence /in'kɒnsikwəns/ *dt* 1. sự không lôgic 2. sự không quan trọng.

inconsequent /in'kɒnsikwənt/ *tt* 1. không lôgic 2. *nh* inconsequential.

inconsequential /in,kɒnsi'kwenʃl/ *tt* nhỏ nhặt, không quan trọng.

inconsequently /in'kɒnsikwəntli/ *pht* 1. [một cách] không lôgich 2. [một cách] không quan trọng.

inconsequentially /in,kɒnsi'kwenʃəli/ *pht* 1. [một cách] không lôgic 2. [một cách] không quan trọng.

inconsiderable /,iŋkənsi'drəbl/ *tt* không đáng kể.

inconsiderate /,iŋkənsi'dərət/ *tt* thiếu suy nghĩ, khinh suất.

inconsiderately /,iŋkənsi'dərətli/ *pht* [một cách] thiếu suy nghĩ, [một cách] khinh suất.

inconsiderateness /,iŋkən'sidərətnis/ *dt* sự thiếu suy nghĩ, sự khinh suất.

inconsistency /,inkən'sistənsi/ *dt* 1. sự trước sau không như một, sự trước sau không kiên định 2. điều trước sau không kiên định.

inconsistent /,inkən'sistənt/ *tt* 1. không phù hợp: *such behaviour is inconsistent with her high-minded principles* cách cư xử như thế là không phù hợp với những nguyên tắc cao thượng của bà ta 2. không nhất quán, không kiên định.

inconsistently /,inkən'sistəntli/ *pht* 1. [một cách] không phù hợp 2. [một cách] không nhất quán, [một cách] không kiên định.

inconsolable /,inkən'səʊləbl/ *tt* không thể an ủi được; khôn nguôi: *inconsolable grief* nỗi buồn khôn nguôi.

inconsolably /,inkən'səʊləbli/ *pht* [một cách] không thể an ủi được: *weep inconsolably* khóc không dỗ được.

inconspicuous /,iŋkən'spikjʊəs/ *tt* không lộ rõ, không dễ thấy: *a small inconspicuous crack in the vase* một vết nứt nhỏ không dễ thấy ở chiếc bình.

inconspicuously /,iŋkən'spikjʊəsli/ *pht* [một cách] không lộ rõ, [một cách] không dễ thấy.

inconspicuousness /,iŋkən'spikjʊəsnis/ *dt* sự không lộ rõ, sự không dễ thấy.

inconstancy /in'kɒnstənsi/ *dt* 1. tính hay thay đổi 2. tính không chung thủy.

inconstant /in'kɒnstənt/ *tt* 1. hay thay đổi *(về số lượng hay giá trị)* 2. không chung thủy.

incontestable /,iŋkən'testəbl/ *tt* không thể chối cãi được.

incontestably /,iŋkən'testəbli/ *pht* [một cách] không thể chối cãi được.

incontinence /in'kɒntinəns/ *dt* 1. sự không kìm được ỉa đái 2. sự không kiểm chế được tình dục.

incontinent /in'kɒntinənt/ *tt* không kìm được ỉa đái 2. không kiểm chế được tình dục.

incontrovertibility /in,kɒntrəvɜ:tə'biləti/ *dt* tính không thể bàn cãi, tính rành rành.

incontrovertible /,inkɒntrə'vɜ:təbl/ *tt* không thể bàn cãi, rành rành: *incontrovertible evidence* chứng cứ rành rành.

incontrovertibly /inkɒntrə'vɜ:təbli/ *pht* [một cách] không thể bàn cãi, [một cách] rành rành: *incontrovertibly true* đúng đến mức hết bàn cãi.

inconvenience[1] /,iŋkən'vi:niəns/ *dt* sự bất tiện, sự phiền phức: *cause inconve-*

nience to somebody gây phiền phức cho ai, làm phiền ai.

inconvenience² /ˌɪnkənˈviː- nɪəns/ *dgt* gây phiền phức: *the companies were greatly inconvenienced by the postal delays* các công ty gặp nhiều phiền phức do chậm trễ trong thư tín.

inconvenient /ˌɪnkənˈviː- nɪənt/ *tt* bất tiện, phiền phức: *if not inconvenient to you* nếu không có gì phiền cho anh.

inconveniently /ˌɪnkənˈviː- nɪəntli/ *pht* [một cách] bất tiện, [một cách] phiền phức.

incorporate¹ /ɪnˈkɔːpəreit/ *dgt* 1. hợp nhất, sáp nhập: *many of your suggestions have been incorporated in the new plan* nhiều ý kiến của anh đã được hợp nhất vào kế hoạch mới 2. *(Mỹ)* thành lập một công ty hợp pháp: *we had to incorporate the company for tax reason* chúng tôi phải thành lập một công ty hợp pháp vì lý do thuế má.

incorporate² /ɪnˈkɔːpərət/ *tt* hợp nhất, kết hợp chặt chẽ.

incorporated /ɪnˈkɔːpəreit- tid/ *tt (Mỹ) (vt Inc) (đi sau tên một công ty)* công ty liên hợp: *Nelson Inc* công ty liên hợp Nelson.

incorporation /ɪnˌkɔːpəˈreiʃn/ *dt* sự hợp nhất, sự sáp nhập.

incorporeal /ˌɪnkɔːˈpɔːriəl/ *tt* vô hình, vô thể.

incorrect /ˌɪnkəˈrekt/ *tt* không đúng, sai: *an incorrect answer* câu trả lời sai; *incorrect behaviour* cách xử sự không đúng.

incorrectly /ˌɪnkəˈrektli/ *pht* [một cách] không đúng, [một cách] sai: *answer incorrectly* trả lời sai.

incorrectness /ˌɪnkəˈrektnis/ *dt* sự không đúng, sự sai.

incorrigibility /ɪnˌkɒridʒə- ˈbiləti/ *dt* tính không thể sửa được.

incorrigible /ɪnˈkɒridʒəbl/ *(Mỹ* ɪnˈkɔːridʒəbl)/ *tt* không thể sửa được: *an incorrigible liar* kẻ nói dối không sửa được; *incorrect habits* những thói quen không thể sửa được.

incorrigibly /ɪnˈkɒridʒəbli/ *pht* [một cách] không thể sửa được.

incorruptibility /ˌɪnkərʌptə- ˈbiləti/ *dt* 1. tính không thể mua chuộc được 2. tính không thể phân hủy, tính không thể rữa được.

incorruptible /ˌɪnkəˈrʌptəbl/ *tt* 1. không thể mua chuộc được 2. không thể phân hủy.

incorruptibly /ˌɪnkəˈrʌp- təbli/ *pht* 1. [một cách] không thể mua chuộc được 2. [một cách] không thể phân hủy.

increase¹ /ɪnˈkriːs/ *dgt* tăng: *the rate of inflation has in- creased by 2%* tỷ lệ lạm phát đã tăng 2%; *he in- creased his speed to overtake the lorry* anh ta tăng tốc độ để vượt chiếc xe tải.

increase² /ˈɪnkriːs/ *dt* sự tăng; lượng tăng: *an in- crease of nearly 50% over (on) last year* một lượng tăng gần 50% so với năm ngoái. // **on the increase** có chiều hướng tăng lên: *the number of burglaries in the area seems to be on the increase* số vụ trộm bẻ khóa trong vùng có vẻ có chiều hướng tăng lên.

incredibility /ɪnˌkredəˈbiləti/ *dt* 1. sự không thể tin được 2. điều không thể tin được.

incredible /ɪnˈkredəbl/ *tt* 1. không thể tin được: *what an incredible story* thật là

một chuyện không thể tin được 2. *(kng)* khó tưởng tượng nổi, tuyệt vời: *he earns an incredible amount of money* ông ta kiếm được một số tiền khó tưởng tượng nổi; *she's an incredible ac- tress* chị ta là một diễn viên tuyệt vời.

incredibly /ɪnˈkredəbli/ *pht* 1. [một cách] khó tin: *in- credibly, no one had never thought of such a simple idea before* thật khó tin là trước đây không ai nghĩ đến một ý kiến đơn giản đến dường ấy 2. cực kỳ, hết sức: *incredibly hot weather* thời tiết cực kỳ nóng.

incredulity /ˌɪnkriˈdjuːləti, *(Mỹ* ɪnkriˈduːləti)/ *dt* sự hoài nghi, sự ngờ vực.

incredulous /ɪnˈkredjʊləs, *(Mỹ* ɪnˈkredʒuːləs)/ *tt* hoài nghi, ngờ vực.

incredulously /ɪnˈkredjʊləsli, *(Mỹ* ɪnˈkredʒuːləsli)/ *pht* [một cách] hoài nghi, [một cách] ngờ vực.

increment /ˈɪnkrəmənt/ *dt* số tiền tăng thêm *(vào lương...)*: *your salary will be £12,000 a year, with annual increments of £500* tiền lương của anh sẽ là 12000 bảng, cộng số tiền tăng thêm là 500 bảng mỗi năm.

incremental /ˌɪnkrəˈmentl/ *tt* tăng thêm: *incremental increases* các khoản tiền tăng thêm.

incrementally /ˌɪnkrəˈmen- təli/ *pht* [bằng cách] tăng thêm.

incriminate /ɪnˈkrimineit/ *dgt* buộc tội.

incrimination /ɪnˌkrimi- ˈneiʃn/ *dt* sự buộc tội.

incriminatory /ɪnˈkrimi- nətri, ɪnˈkrimineitri/ *tt* buộc tội.

incrustation /ˌinkrʌ'steiʃn/ *dt* **1.** sự khảm **2.** lớp phủ (hình thành dần dần): *incrustations of barnacles on the hull* lớp động vật chân tơ bám vào vỏ tàu thủy.

incubate /'iŋkjʊbeit/ *dgt* **1.** ấp [trứng]: *a bird incubating [her eggs]* con chim đang ấp trứng **2.** ủ (bệnh) **3.** cấy: *incubate germs in a laboratory* cấy mầm bệnh trong phòng thí nghiệm **4.** (bóng) ấp ủ: *plans that had long been incubated in their minds* những kế hoạch đã được ấp ủ từ lâu trong đầu óc của họ.

incubation /ˌinkjʊ'beiʃn/ *dt* **1.** sự ấp [trứng]: *artificial incubation* sự ấp trứng nhân tạo **2.** (cg **incubation period**) thời kỳ ủ bệnh; (bóng) thời kỳ ấp ủ (kế hoạch...).

incubator /'inkjʊbeitə[r]/ *dt* **1.** lò ấp trứng **2.** lồng ấp (nuôi trẻ em đẻ thiếu tháng).

incubus /'iŋkjʊbəs/ *dt* **1.** dâm yêu **2.** (bóng) cơn ác mộng.

inculcate /'inkʌlkeit/ *dgt* khắc sâu vào trí não: *inculcate young people with a respect for the law* khắc sâu vào trí não giới trẻ lòng tôn trọng pháp luật.

incumbency /in'kʌmbənsi/ *dt* thời kỳ đương nhiệm.

incumbent[1] /in'kʌmbənt/ *tt* (vị ngữ) (+ on, upon) là phận sự của: *it's incumbent on you to warn them* anh có phận sự phải báo cho họ biết.

incumbent[2] /in'kʌmbən/ *dt* **1.** người giữ chức: *the present incumbent of the White House* người đang giữ chức ở Nhà trắng (tức là tổng thống Mỹ) **2.** người giữ một thánh chức.

incur /in'kɜ:[r]/ *dgt* (-rr-) gánh chịu, bị: *incur great expense* chịu phí tổn lớn; *incur somebody's anger* hứng chịu cơn giận của ai.

incurable[1] /in'kjʊrəbl/ *tt* không chữa được: *incurable diseases, habits* những bệnh, những thói quen không chữa được.

incurable[2] /in'kjʊrəbl/ *dt* người mắc bệnh nan y.

incurably /in'kjʊrəbli/ *pht* vô phương cứu chữa, hết chỗ nói: *incurably ill* ốm vô phương cứu chữa; *incurably stupid* ngốc nghếch hết chỗ nói.

incurious /inkjʊəriəs/ *tt* không tò mò.

incursion /in'kɜ:ʃn, (Mỹ in-'kɜ:ʒn)/ *dt* (+ into, on, upon) cuộc đột nhập: *repel a sudden incursion of enemy troops [into (on) one's territory]* đẩy lùi một cuộc xâm nhập bất thần của quân địch vào lãnh thổ của mình.

incurved /ˌin'kɜ:vd/ *tt* cong vào.

Ind (vt của Independent (candidate)) (ứng cử viên độc lập): *Tom Lee (Ind)* Tom Lee, ứng cử viên độc lập.

indebted /in'detid/ *tt* **indebted to somebody [for something]** mang nợ, mang ơn (ai): *be deeply indebted to somebody for his help* mang ơn sâu nặng về sự giúp đỡ của ai.

indebtedness /in'detidnis/ *dt* sự mang nợ, sự mang ơn.

indecency /in'di:snsi/ *dt* **1.** sự không đứng đắn **2.** cử chỉ bất lịch sự.

indecent /in'di:snt/ *tt* **1.** không đứng đắn: *that short skirt of hers is positively indecent* chiếc váy ngắn của cô ta rõ ràng là không đứng đắn **2.** bất lịch sự, khiếm nhã: *he left with indecent haste* nó bỏ đi một cách vội vàng khiếm nhã.

indecent exposure /inˌdi:snt ik'spəʊʒə[r]/ sự để hở hang ở nơi công cộng.

indecipherable /ˌindi'saifrəbl/ *tt* không đọc ra được, không giải đoán được: *indecipherable scribble* chữ viết nguệch ngoạc không đọc ra được.

indecision /ˌindi'siʒn/ *dt* sự lưỡng lự.

indecisive /ˌindi'saisiv/ *tt* **1.** không dứt điểm: *an indecisive answer* câu trả lời không dứt điểm **2.** lưỡng lự.

indecisively /ˌindi'saisivli/ *pht* **1.** [một cách] không dứt điểm **2.** [một cách] lưỡng lự.

indecorous /in'dekərəs/ *tt* không phải phép, bất lịch sự.

indecorously /in'dekərəsli/ *pht* [một cách] không phải phép, [một cách] bất lịch sự.

indecorum /ˌindi'kɔ:rəm/ *dt* sự không phải phép; cách xử sự bất lịch sự.

indeed /in'di:d/ *pht* thực, quả thực; thực tình: *I was indeed very glad to hear the news* tôi quả thực rất vui mừng khi nghe tin ấy; *thank you very much indeed* thật hết sức cảm ơn anh; *yes indeed!* thật hết sức cảm ơn anh; *I was annoyed, indeed furious, over what happened* tôi rất bực mình, thật tình là tức giận, về chuyện đã xảy ra.

indefatigable /ˌindi'fæti-gəbl/ *tt* không biết mệt mỏi: *indefatigable workers* những công nhân không biết mệt mỏi; *an indefatigable campaigner for civil rights* một người đấu tranh không biết mệt mỏi cho quyền công dân.

indefensible /,indi'fensəbl/ *tt* không thể bào chữa, không thể biện hộ, không thể thanh minh: *indefensible behaviour* lối xử sự không thể thanh minh được.

indefinable /,indi'fainəbl/ *tt* không thể định rõ, mơ hồ: *an indefinable air of mystery* một vẻ bí ẩn mơ hồ.

indefinably /,indi'fainəbli/ *pht* [một cách] không thể định rõ, [một cách] mơ hồ.

indefinite /in'definət/ *tt* **1.** mập mờ, không rõ ràng: *an indefinite answer* câu trả lời mập mờ **2.** vô thời hạn: *she'll be away for an indefinite period* chị ta sẽ đi xa trong một thời gian vô hạn định.

indefinite article /in,definət a:tikl/ *(ngôn)* mạo từ phiếm.

indefinitely /in'definətli/ *pht* vô thời hạn: *you may have to wait indefinitely* anh có thể phải chờ vô thời hạn *(không biết đến bao giờ).*

indelible /in'deləbl/ *tt* không thể gột sạch, không thể tẩy xóa: *an indelible pencil* bút chì nét không thể tẩy sạch; *indelible shame (lóng)* nỗi nhục không thể gột sạch; *an indelible memory* ký ức khó phai mờ.

indelibly /in'delibli/ *pht* [một cách] khó gột sạch, [một cách] khó tẩy xóa.

indelicacy /in'delikəsi/ *dt* **1.** sự thiếu tế nhị, sự khiếm nhã **2.** hành vi *(lời nhận xét...)* thiếu tế nhị *(khiếm nhã).*

indelicate /in'delikət/ *tt* thiếu tế nhị, khiếm nhã: *an indelicate remark* một nhận xét thiếu tế nhị.

indemnification /in,demnifi'keiʃn/ *dt* **1.** sự bảo đảm **2.** sự bồi thường; tiền bồi thường.

indemnify /in'demnifai/ *đgt* **1.** đảm bảo **2.** bồi thường.

indemnity /in'demnəti/ *dt* **1.** sự đảm bảo: *banker's indemnity* sự đảm bảo của chủ ngân hàng **2.** tiền bồi thường.

indent¹ /'indent/ *đgt* **1.** cắt khía răng cưa: *an indented coastline* bờ biển có nhiều chỗ lồi lõm **2.** in thụt vào *(chữ đầu một đoạn)* **3.** đặt mua hàng *(ra nước ngoài).*

indent² /'indent/ *dt (Anh)* đơn đặt hàng ra nước ngoài.

indentation /,inden'teiʃn/ *dt* **1.** sự cắt khía răng cưa **2.** sự in thụt vào; chỗ in thụt vào *(ở đầu dòng một đoạn)* **3. indentation in something** chỗ khía lõm vào: *the deep indentations of the Norwegian coastline* những chỗ lõm sâu vào ở bờ biển Na Uy.

indenture /in'dentʃə(r)/ *đgt* ký giao kèo học nghề: *his son was indentured to the local blacksmith* con trai ông ta đã ký giao kèo học nghề với ông thợ rèn trong vùng.

indentures /in'dentʃəz/ *dt (snh) (cũ)* giao kèo học nghề.

independence /,indi'pendəns/ *dt* sự độc lập; nền độc lập.

Independence Day /,indi-pendəns'dei/ ngày độc lập, ngày quốc khánh *(của nước Mỹ, vào ngày 4 tháng 7).*

independent¹ /,indi'pendənt/ *tt* **1.** độc lập: *an independent state* một nước độc lập **2.** riêng rẽ: *two independent investigators have reached virtually the same conclusions* hai người điều tra nghiên cứu riêng rẽ hầu như đã đi đến những kết luận giống nhau **3.** do tư nhân *(không phải là nhà nước)* bỏ vốn: *independent television* hãng truyền hình tư nhân **4.** tự nó đã có giá trị: *independent evidence* chứng cứ tự nó đã có giá trị **5.** công bằng, không thiên vị: *an independent witness* một nhân chứng không thiên vị.

independent² /,indi'pendənt/ *dt (vt* **Ind**) *(chính)* ứng cử viên *(vào quốc hội...)* độc lập.

independent clause /,independənt 'klɔ:z/ *(ngôn)* mệnh đề độc lập.

independently /,indi'pendəntli/ *pht* [một cách] độc lập.

independent means /,indipendənt 'mi:nz/ thu nhập riêng đủ sống: *a woman of independent means* một phụ nữ có thu nhập riêng đủ sống.

indescribable /,indi'skraibəbl/ *tt* không thể tả được, không sao tả xiết: *indescribable squalor* sự bẩn thỉu không sao tả xiết.

indescribably /,indi'skraibəbli/ *pht* [một cách] không thể tả được, [một cách] không sao tả xiết: *indescribably beautiful* đẹp không tả xiết.

indestructibility /indi,strʌk-tə'biləti/ *dt* sự không thể phá hủy.

indestructible /,indi'strʌk-təbl/ *tt* không thể phá hủy: *furniture for young children needs to be indestructible* đồ đạc dành cho trẻ em cần phải khó phá hủy *(khó vỡ).*

indeterminate /,indi'tɜ:mi-nət/ *tt* **1.** không thể xác định được **2.** không thể giải quyết được *(vụ tranh chấp...).*

indeterminacy /,indi'tɜ:mi-nəsi/ *dt* **1.** sự không rõ, sự mơ hồ **2.** *(toán)* sự vô định.

indeterminate /,indi'tɜ:mi-nət/ *tt* **1.** không rõ, mơ hồ: *a sort of indeterminate co-*

lour, halfway between grey and brown một thứ màu không rõ, nửa xám nửa nâu **2.** *(toán)* vô định: *indeterminate equation* phương trình vô định.

index¹ /'indeks/ *dt (snh in-dexes;* ở nghĩa 2 và 3 **indexes** hoặc **indices** /'indisi:z/; ở nghĩa 4 **indices) 1.** bảng tra *(cuốn sách);* (cg **card index)** thư mục **2.** chỉ số: *the cost-of-living index* chỉ số giá sinh hoạt **3.** dấu hiệu: *the increasing sale of luxury goods is an index of the country's prosperity* số lượng hàng xa xỉ bán ra tăng lên là dấu hiệu thịnh vượng của đất nước **4.** *(toán)* số mũ.

index² /'indeks/ *dgt* **1.** lập bảng tra: *the book is not well indexed* cuốn sách lập bảng tra chưa được tốt **2.** ghi vào mục lục: *index all the quoted names in a book* ghi vào mục lục tất cả các tên được nêu trong sách **3. index something [to something]** chỉ số hóa *(tiền lương...)* theo giá sinh hoạt.

indexation /,indek'seiʃn/ *dt* sự chỉ số hóa *(lương...)* theo giá sinh hoạt.

index finger /'indeks fiŋgə/ ngón tay trỏ.

index-linked /'indeks liŋkt/ *tt* có chỉ số hóa theo giá sinh hoạt *(lương bổng...).*

Indian¹ /'indiən/ *tt* **1.** [thuộc] Ấn Độ **2.** [thuộc] người da đỏ Mỹ: *an Indian ceremony* một lễ hội người da đỏ Mỹ.

Indian² /'indiən/ *dt* **1.** người Ấn Độ **2.** người da đỏ Mỹ.

Indian club /,indiən 'klʌb/ cái chùy tung hứng *(vật hình chai ném trong trò tung hứng...).*

Indian corn /,indiən'kɔːn/ **1.** cây ngô **2.** bắp ngô; hạt ngô.

Indian file /,indiən'fail/ hàng một *(xếp hàng).*

Indian hemp /,indiən'hemp/ cây cần sa.

Indian ink /,indiən'iŋk/ mực nho.

Indian summer /,indiə'sʌmə[r]/ **1.** cuối thu **2.** lúc thành đạt muộn màng.

indiarubber /,indiə'rʌbə[r]/ *dt* cái tẩy.

indicate /'indikeit/ *dgt* **1.** chỉ: *a sign indicating the right road to follow* dấu hiệu chỉ đường đi; *a red sky at night (indicates fine weather the following day indicates that the following day will be fine)* bầu trời màu đỏ vào ban đêm chỉ cho biết ngày tiếp sau sẽ đẹp trời; *the speedometer was indicating 95mph* đồng hồ tốc độ chỉ 95 dặm/giờ; *a diagnosis of advanced cancer indicating an emergency operation* sự chẩn đoán bệnh ung thư đang tiến triển chỉ cho thấy cần phải phẫu thuật gấp **2.** ra hiệu xin đường cho xe rẽ: *why don't you indicate?* sao anh không ra hiệu xin đường cho xe rẽ?

indication /,indi'keiʃn/ *dt* **1.** sự chỉ; số chỉ **2.** sự biểu thị; dấu hiệu: *there are indications that the situation may be improved* có những dấu hiệu cho thấy tình hình có thể sẽ sáng sủa hơn.

indicative¹ /in'dikətiv/ *tt* **1.** *(ngôn) the indicative mood* lối trình bày **2.** tỏ ra, biểu thị: *his presence is indicative of his willingness to help* sự có mặt của anh là dấu hiệu tỏ ra anh ta sẵn sàng giúp đỡ.

indicative² /in'dikətiv/ *dt* *(ngôn)* lối trình bày.

indicator /'indikeitə[r]/ *dt* **1.** người chỉ; vật chỉ, vật biểu

thị: *altitude indicator* cái chỉ độ cao **2.** bảng giờ giấc đi đến *(ở nhà ga, sân bay)* **3.** đèn hiệu *(ở ô tô, xe máy):* *his left-hand indicator is flashing* đèn hiệu bên trái của xe anh ta đang nháy.

indices /'indisi:z/ *dt snh của* index.

indict /in'dait/ *dgt* truy tố, buộc tội: *he was indicted for murder* anh ta bị buộc tội giết người.

indictable /in'ditəbl/ *tt* có thể bị truy tố, có thể bị buộc tội: *indictable offences* những tội có thể bị truy tố.

indictment /in'daitmənt/ *dt* **1. indictment against somebody** bản cáo trạng: *bring in an indictment against somebody* đưa bản cáo trạng buộc tội ai **2. indictment of somebody (something)** lý do để lên án: *the rise in deliquency is an indictment of our society and its values* sự gia tăng phạm pháp là một lý do để lên án xã hội của chúng ta và các giá trị của nó **3.** sự buộc tội; sự bị buộc tội.

indifference /in'difrəns/ *dt* sự thờ ơ, sự lãnh đạm: *her indifference to their appeals* sự thờ ơ của cô ta trước lời kêu gọi của họ.

indifferent /in'difrənt/ *tt* **1.** *(thường vị ngữ)* (+ to) thờ ơ; lãnh đạm: *how can you be indifferent to the sufferings of starving people?* sao anh có thể thờ ơ trước những nỗi khổ của đám người nghèo đói **2.** xoàng, tồi: *an indifferent meal* bữa cơm xoàng.

indifferently /in'difrəntli/ *pht* **1.** [một cách] thờ ơ, [một cách] lãnh đạm: *he nodded indifferently* ông ta thờ ơ gật đầu **2.** [một cách] xoàng, [một cách] dở: *the team* *played indifferently today* hôm nay đội ấy chơi dở quá.

indigenous /in'didʒinəs/ *tt* bản địa, bản xứ: *the indigenous culture* nền văn hóa bản địa.

indigence /'indidʒəns/ *dt* sự nghèo khổ.

indigent /'indidʒənt/ *tt* nghèo khổ.

indigestibility /,indidʒestə-'biləti/ *dt* tính khó tiêu, tính không tiêu hóa được.

indigestible /,indi'dʒestəbl/ *tt* khó tiêu, không thể tiêu hóa được *(thức ăn)*: *indigestible statistics (bóng)* bảng thống kê khó hiểu.

indigestion /,indi'dʒestʃn/ *dt* chứng khó tiêu: *suffer from indigestion* bị đầy bụng.

indignant /in'dignənt/ *tt* căm phẫn, phẫn nộ: *be (feel) indignant at something* phẫn nộ về việc gì; *be indignant with somebody* căm phẫn ai.

indignantly /in'dignəntli/ *pht* [một cách] căm phẫn, [một cách] phẫn nộ.

indignation /,indig'neiʃn/ *dt* sự căm phẫn, sự phẫn nộ: *waves of indignation* những làn sóng phẫn nộ.

indignity /in'dignəti/ *dt* sự sỉ nhục, sự làm nhục: *treat somebody with indignity* làm nhục ai.

indigo /'indigəʊ/ *dt* **1.** thuốc nhuộm chàm **2.** màu chàm.

indirect /,indi'rekt, indai-'rekt/ *tt* gián tiếp: *indirect lighting* sự chiếu sáng gián tiếp *(ví dụ bằng ánh sáng phản chiếu)*; *an indirect cause* nguyên nhân gián tiếp.

indirectly /,indi'rektli/ *pht* [một cách] gián tiếp.

indirect object /,indi'rekt 'ɒbdʒikt/ *(ngôn)* bổ ngữ gián tiếp.

indirect speech /,indi'rekt 'spi:tʃ/ *(ngôn)* nh reported speech.

indirect tax /,indirekt'tæks/ thuế gián thu.

indiscernible /,indi'sɜ:nəbl/ *tt* không thể phân biệt được, không thể thấy rõ: *an indiscernible difference* điểm khác nhau không thể phân biệt được.

indiscipline /in'disiplin/ *dt* sự vô kỷ luật.

indiscreet /,indi'skri:t/ *tt* không kín đáo, hay hở chuyện, hớ hênh: *don't tell her any secrets; she's so indiscreet* đừng có nói với cô ta bất cứ điều bí mật gì, cô ta chúa là hay hở chuyện.

indiscreetly /,indi'skri:tli/ *pht* [một cách] không kín đáo, một cách hay hở chuyện, [một cách] hớ hênh.

indiscretion /,indi'skreʃn/ *dt* **1.** sự không kín đáo, sự hay hở chuyện, sự hớ hênh **2.** hành động hớ hênh; lời nói hớ hênh **3.** lối xử sự vi phạm quy ước xã hội: *committing youthful indiscretions* phạm những lỗi của giới trẻ vi phạm quy ước xã hội.

indiscriminate /,indi'skriminət/ *tt* không suy xét cẩn thận, bừa bãi: *indiscriminate in his choice of friends* thiếu suy xét của anh ta trong việc chọn bạn.

indiscriminately /,indi'skriminətli/ *pht* [một cách] thiếu suy xét, [một cách] bừa bãi.

indispensable /,indi'spensəbl/ *tt* không thể thiếu được, thiết yếu: *air, food and water are indispensable to life* không khí, thức ăn và nước là những thứ không thể thiếu đối với cuộc sống.

indisposed /,indi'spəʊzd/ *tt (vị ngữ)* **1.** hơi ốm, khó ở **2.** không thích, không sẵn lòng, không muốn: *I felt indisposed to help him* tôi cảm thấy không muốn giúp nó.

indisposition /,indispə'ziʃn/ *dt* **1.** sự khó ở **2. indisposition to do something** sự không thích, sự không muốn *(làm gì)*.

indisputable /,indi'spju:təbl/ *tt* không thể tranh cãi, hẳn là.

indisputably /,indi'spju:-təbli/ *pht* [một cách] không thể tranh cãi, hẳn là: *indisputably the best tennis player in the world* hẳn là đấu thủ quần vợt xuất sắc nhất thế giới.

indissolubility /,indisɒljʊ-'biləti/ *dt* tính không thể tan vỡ, tính bền vững.

indissoluble /,indi'sɒljʊbl/ *tt* không thể tan vỡ, bền vững: *indissoluble bonds of friendship between the two men* quan hệ bạn bè bền vững giữa hai người.

indissolubly /,indi'sɒljʊbli/ *pht* [một cách] không thể tan vỡ, [một cách] bền vững.

indistinct /,indi'stiŋkt/ *tt* không rõ, lờ mờ: *indistinct sounds* âm thanh không rõ; *indistinct memories* ký ức lờ mờ.

indistinctly /,indi'stiŋktli/ *pht* [một cách] không rõ, [một cách] lờ mờ.

indistinctness /,indi'stiŋkt-nis/ *dt* sự không rõ, sự lờ mờ.

indistinguishable /,indi'stiŋwiʃəbl/ *tt* (+ from) không thể phân biệt: *its colour makes the moth indistinguishable from the branch it rests on* màu sắc con bướm đêm khiến cho nó không thể phân biệt với cành cây nó đậu.

indistinguishably /ˌindiˈs-tiŋwiʃəbli/ *pht* [một cách] không thể phân biệt.

indium /ˈindiəm/ *dt (hóa)* indi *(nguyên tố hóa học)*.

individual¹ /ˌindiˈvidʒʊəl/ *tt* 1. *(đặc biệt sau* each) mỗi, từng: *each individual person is responsible for his own arrangements* mỗi người đều chịu trách nhiệm về công việc chuẩn bị của mình 2. cá nhân: *food served in individual portions* thực phẩm dọn theo khẩu phần cá nhân; *individual effort* sự cố gắng cá nhân 3. độc đáo: *an individual style of dress* kiểu áo độc đáo; *he writes in a very individual way* ông ta viết theo một phong cách rất độc đáo.

individual² /ˌindiˈvidʒʊəl/ *dt* 1. cá nhân: *the rights of the individual* quyền cá nhân 2. *(kng)* gã: *an unpleasant individual* một gã khó chịu 3. người lập dị: *he's quite an individual* hắn đúng là một anh chàng lập dị.

individualism /ˌindiˈvidʒʊə-lizəm/ *dt* chủ nghĩa cá nhân.

individualist /ˌindiˈvidʒʊə-list/ *dt* 1. người cá nhân chủ nghĩa 2. người theo chủ nghĩa cá nhân.

individualistic /ˌindividʒʊə-ˈlistik/ *tt* cá nhân chủ nghĩa, cá nhân.

individualistically /ˌindivi-dʒʊəˈlistikli/ *pht* [một cách] cá nhân.

individuality /ˌindividʒʊˈæ-ləti/ *dt* 1. cá tính: *a man of marked individuality* một người có cá tính rõ nét 2. tình trạng sống riêng lẻ tách rời 3. **individualities** *(snh)* sở thích cá nhân.

individualize, individualise /ˌindiˈvidʒʊəlaiz/ *dgt* cá biệt hóa: *individualize writing paper* giấy viết thư cá biệt

(của ai đó, ở đầu có in tên và địa chỉ).

individually /ˌindiˈvidʒʊəli/ *pht* riêng biệt từng cá nhân một: *speak to each member of a group individually* nói riêng biệt với từng thành viên của một nhóm.

indivisibility /ˌindivizəˈbi-ləti/ *dt* tính không thể chia.

indivisible /ˌindiˈvizəbl/ *tt* không thể chia.

indivisibly /ˌindiˈvizəbli/ *pht* [một cách] không thể chia.

Indo- *(dạng kết hợp của* India Ấn Độ): *the Indo-Pakistan border* biên giới Pakistan - Ấn Độ.

indoctrinate /inˈdɒktrineit/ *dgt* truyền thụ: *teachers who indoctrinate children with antisocial theories* những thầy giáo truyền thụ cho trẻ em những lý thuyết phản xã hội.

Indo-European /ˌindəʊjʊə-rəˈpiːən/ *tt* [thuộc] Ấn-Âu *(nhóm ngôn ngữ).*

indolence /ˈindələns/ *dt* sự lười biếng.

indolent /ˈindələnt/ *tt* lười biếng.

indolently /ˈindələntli/ *pht* [một cách] lười biếng.

indomitable /inˈdɒmitəbl/ *tt* không thể khuất phục, bất khuất: *an indomitable spirit in the face of adversity* tinh thần bất khuất trước khó khăn.

indomitably /inˈdɒmitəbli/ *pht* [một cách] bất khuất.

indoor /ˈindɔː[r]/ *tt* trong nhà: *indoor games* các môn thi đấu trong nhà; *indoor clothes* quần áo mặc trong nhà; *an indoor swimming pool* một hồ bơi trong nhà.

indoors /ˌinˈdɔːz/ *pht* ở nhà: *kept indoors all week by bad weather* ở nhà suốt tuần vì thời tiết xấu.

indorse /inˈdɔːs/ *dgt* *nh* endorse.

indrawn /ˌinˈdrɔːn/ *tt* hít vào: *all that betrayed his surprise was a sharply indrawn breath* tất cả những gì biểu lộ sự ngạc nhiên của anh ta là một hơi hít vào sâu.

indubitable /inˈdjuːbitəbl, *(Mỹ* inˈduːbitəbl)/ *tt* không thể nghi ngờ, rành rành.

indubitably /inˈdjuːbitəbli/ *pht* không nghi ngờ gì nữa.

induce /inˈdjuːs, *(Mỹ* inˈduːs)/ *dgt* 1. thuyết phục: *we couldn't induce the old lady to travel by air* chúng tôi không thể thuyết phục bà già ấy đi bằng máy bay 2. xui, xui khiến: *what induced you to do such a stupid thing?* cái gì đã xui khiến anh làm một điều ngốc nghếch như thế? 3. gây ra, đem lại: *induce sleep* gây buồn ngủ 4. kích thích cho *(một phụ nữ)* đẻ bằng cách dùng thuốc: *she had to be induced because the baby was four weeks late* chị ta phải cho dùng thuốc để đẻ vì đứa bé đã chửa quá bốn tuần rồi.

inducement /inˈdjuːsmənt/ *dt* 1. *inducement to do something* sự thuyết phục làm gì 2. *(trại)* tiền đấm mõm, của đút lót: *offer somebody an inducement* đút lót ai.

inducible /inˈdjuːsəbl/ *tt* có thể thuyết phục.

induct /inˈdʌkt/ *dgt* *(tôn)* bổ nhiệm *(vào một giáo chức)*: *be inducted as a priest to a small country* được bổ nhiệm vào một giáo chức ở nông thôn.

induction /inˈdʌkʃn/ *dt* 1. sự bổ nhiệm vào một giáo chức 2. sự hướng dẫn vào nghề: *an induction course* khóa huấn luyện vào nghề *(cho* *nhân viên mới)* **3.** sự kích thích để bằng thuốc **4.** phương pháp quy nạp **5.** *(diện)* sự cảm ứng **6.** *(kỹ)* sự nạp *(nhiên liệu vào xylanh của một động cơ đốt trong):* a fuel-induction system* hệ thống nạp nhiên liệu.

induction-coil /in'dʌkʃnkɔil/ *dt (diện)* cuộn cảm ứng.

induction motor /in'dʌkʃn məʊtə[r]/ động cơ điện cảm ứng.

inductive /in'dʌktiv/ *tt* **1.** quy nạp: *the inductive method* phương pháp quy nạp **2.** cảm ứng: *inductive current* dòng điện cảm ứng.

inductively /in'dʌktivli/ *pht* bằng quy nạp.

indulge /in'dʌldʒ/ *dgt* **1.** nuông chiều: *they indulge their child too much, it's bad for his character* họ nuông chiều cậu con trai của họ quá, như thế có ảnh hưởng xấu tới tính tình của nó **2.** cho phép tiếp tục: *if you will indulge me for one moment, I think I can explain the matter to you* nếu ông cho phép tôi nói tiếp một lúc nữa, tôi nghĩ là tôi có thể giải thích rõ vấn đề với ông **3.** làm thỏa mãn; chiều: *will you indulge my curiosity and tell me how much it cost?* anh có thể chiều tính tò mò của tôi mà cho tôi biết cái đó giá bao nhiêu không nhỉ? **4.** (+ in) cho phép mình hưởng *(cái thú gì đó)*: *indulge in [the luxury of] a long hot bath* cho mình hưởng niềm khoái trá được tắm nước nóng lâu.

indulgence /in'dʌlʒəns/ *dt* **1.** sự được nuông chiều: *a life of self-indulgence* cuộc sống dễ dãi tự nuông chiều; *if I crave your indulgence for one moment* nếu tôi xin anh

được nói tiếp một tí nữa **2.** sự thỏa mãn: *constant indulgence in bad habits brought about his ruin* sự luôn luôn thỏa mãn các thói quen xấu sẽ làm anh ta hư hỏng **3.** điều thích thú, cái thú: *a cigar after dinner is my only indulgence* một điều xì gà sau bữa cơm tối là cái thú duy nhất của tôi **4.** *(tôn)* sự xá tội.

indulgent /in'dʌlʒənt/ *tt* hay nuông chiều: *indulgent parents* những bố mẹ hay nuông chiều con.

indulgently /in'dʌlʒəntli/ *pht* [một cách] hay nuông chiều.

industrial /in'dʌstriəl/ *tt* [thuộc] công nghiệp: *industrial workers* công nhân công nghiệp; *industrial development* sự phát triển công nghiệp; *industrial diamonds* kim cương công nghiệp; *an industrial country* một nước công nghiệp.

industrial action /in'dʌstriəl'ækʃn/ sự đình công: *take industrial action* đình công.

industrial alcohol /in'dʌstriəl'ælkəhɒl/ cồn công nghiệp.

industrial dispute /in'dʌstriəl di'spjuːt/ tranh chấp chủ thợ.

industrial estate /in'dʌstriəl i'steit/ khu công thương.

industrialism /in'dʌstriəlizəm/ *dt* chủ nghĩa công nghiệp.

industrialist /indʌstriəlist/ *dt* nhà tư bản công nghiệp.

industrialization, industrialisation /in,dʌstriəlai'zeiʃn, (Mỹ industriəli'zeiʃn)/ *dt* sự công nghiệp hóa.

industrialize, industrialise /in'dʌstriəlaiz/ *dgt* công nghiệp hóa.

industrially /in'dʌstriəli/ *pht* về mặt công nghiệp.

industrial relations /in,dʌstriəl ri'leiʃn/ quan hệ chủ thợ.

the Industrial Revolution /in,dʌstriəl revə'luːʃn/ cách mạng công nghiệp *(ở Anh và Phương Tây vào thế kỷ 18 và 19).*

industrious /in'dʌstriəs/ *tt* cần cù, siêng năng.

industriously /in'dʌstriəsli/ *pht* [một cách] cần cù siêng năng.

industriousness /in'dʌstriəsnis/ *dt* tính cần cù siêng năng.

industry /in'dʌstri/ *dt* **1.** công nghiệp: *heavy industry* công nghiệp nặng; *light industry* công nghiệp nhẹ **2.** *nh* industriousness. // **a captain of industry** x captain[1].

inebriated /i'niːbrieitid/ *tt* *(thường vị ngữ)* say rượu: *inebriated by his success* *(bóng)* say sưa ngây ngất với thành công của anh ta.

inebriate[1] /i'niːbrieit/ *tt* hay say rượu.

inebriate[2] /i'niːbrieit/ *dt* người hay say rượu.

inebriation /i,niːbri'eiʃn/ *dt* sự say rượu.

inedible /in'edibl/ *tt* không ăn được *(vì độc...).*

ineffable /in'efəbl/ *tt* không diễn tả nổi: *ineffable beauty* vẻ đẹp không diễn tả nổi.

ineffably /in'efəbli/ *pht* [một cách] không diễn tả nổi.

ineffective /,ini'fektiv/ kém hiệu quả: *ineffective method* phương pháp kém hiệu quả; *she is totally ineffective as a teacher (bóng)* chị ta mà làm giáo viên thì kém cỏi lắm.

ineffectively /,ini'fektivli/ [một cách] kém hiệu quả.

ineffectiveness /,ini'fektiv-nis/ *dt* sự kém hiệu quả.

ineffectual /,ini'fektʃʊəl/ *tt* vô hiệu quả, vô ích: *make ineffectual attempts to do something* cố gắng làm việc gì một cách vô ích.

ineffectually /,inifektʃʊəli/ *pht* [một cách] vô hiệu quả, [một cách] vô ích.

inefficiency /,ini'fiʃnsi/ *dt* sự không có khả năng, sự làm việc kém hiệu quả: *dismissed for inefficiency* bị sa thải vì làm việc kém hiệu quả.

inefficient /,ini'fiʃnt/ *tt* **1.** không có khả năng; làm việc kém hiệu quả *(người)* **2.** không có hiệu suất cao *(máy).*

inefficiently /,ini'fiʃntli/ *pht* **1.** [một cách] không có khả năng **2.** [một cách] không có hiệu suất cao.

inelastic /,ini'læstik/ *tt* cứng nhắc, không mềm dẻo: *this timetable is too inelastic. You must allow for possible modifications* thời khóa biểu này quá cứng nhắc. Anh phải cho phép có những điều chỉnh ở những chỗ có thể được.

inelegance /in'eligəns/ *dt* **1.** sự không thanh nhã **2.** cái không thanh nhã.

inelegant /,in'eligənt/ *tt* không thanh nhã.

inelegantly /,in'eligəntli/ *pht* [một cách] không thanh nhã.

ineligibility /in,elidʒə'biləti/ *dt* sự không đủ tư cách, sự không đủ tiêu chuẩn.

ineligible /in'elidʒəbl/ *tt* không đủ tư cách, không đủ tiêu chuẩn: *ineligible for the job* không đủ tư cách làm công việc ấy.

ineluctable /,ini'lʌktəbl/ *tt* không thể tránh khỏi: *the*

victim of ineluctable fate nạn nhân của số mệnh không thể tránh khỏi.

ineluctably /,ini'lʌktəbli/ *pht* [một cách] không thể tránh khỏi.

inept /i'nept/ *tt* **1.** vụng về: *I made a rather inept attempt to remedy the situation* tôi đã làm một cố gắng khá vụng về để mong cứu chữa tình hình **2.** lạc lõng: *an inept remark* một nhận xét lạc lõng.

ineptitude /i'neptitju:d, (Mỹ i'neptitu:d)/ *dt* **1.** sự vụng về, hành động vụng về; lời nói vụng về **2.** sự lạc lõng; hành động lạc lõng; lời nói lạc lõng.

ineptly /i'neptli/ *pht* **1.** [một cách] vụng về **2.** [một cách] lạc lõng.

inequality /,ini'kwɒləti/ *dt* **1.** sự không bằng nhau, sự bất bình đẳng: *fight against racial inequality* đấu tranh chống bất bình đẳng về chủng tộc **2.** điều bất bình đẳng.

inequitable /in'ekwitəbl/ *tt* không công bằng, bất công: *an inequitable division of profits* một sự chia lợi nhuận bất công.

inequitably /in'ekwitəbli/ *pht* [một cách] bất công.

inequity /in'ekwəti/ *dt* **1.** sự không công bằng, sự bất công **2.** điều bất công.

ineradicable /,ini'rædikəbl/ *tt* không thể trừ diệt được: *ineradicable prejudices* những thành kiến không thể trừ tiệt được.

ineradicably /,ini'rædikəbli/ *pht* [một cách] không thể trừ tiệt được.

inert /i'nɜ:t/ *tt* **1.** trơ: *she lay there inert, I thought she must be dead* cô ta nằm trơ ra đó, tôi nghĩ là cô ta

có thể chết rồi; *inert gases* (lý) khí trơ **2.** (xấu) trơ ì, trì trệ: *an inert management team* một đội ngũ quản trị trì trệ.

inertia /i'nɜ:ʃə/ *dt* **1.** tính trơ, tính trơ ì, tính trì trệ: *the inertia of a system* tính trơ ì của một chế độ **2.** (lý) quán tính.

inertial /i'nɜ:ʃl/ *tt* [thuộc] quán tính; do quán tính; theo quán tính: *a missile's inertial guidance system* hệ thống hướng dẫn tên lửa theo quán tính.

inertia reel /i,nɜ:ʃə'ri:l/ cuộn quán tính *(ở dây an toàn trong xe hoi...).*

inertia seat-belt /i,nɜ:ʃə'si:-tbel/ dây an toàn có lắp cuộn quán tính.

inertia selling /i,nɜ:ʃə'seliŋ/ thể thức bán gửi hàng cho người mua không đặt hàng *(với hy vọng người mua chấp nhận và thanh toán tiền).*

inertly /i'nɜ:tli/ *pht* [một cách] trơ ì.

inertness /i'nɜ:tness/ *dt* sự trơ ì.

inescapable /,ini'skeipəbl/ *tt* không thể tránh được: *be forced to the inescapable conclusion that he is a liar* buộc phải đi tới kết luận không thể tránh được rằng nó là một kẻ nói dối.

inescapably /,ini'skeipəbli/ *pht* [một cách] không thể tránh được.

inestimable /in'estiməbl/ *tt* vô giá: *the value of your assistance is inestimable* sự giúp đỡ của anh thật là vô giá.

inestimably /in'estiməbli/ *pht* [một cách] vô giá.

inevitability /in,evitə'biləti/ *dt* tính không thể tránh được.

inevitable /in'evitəbl/ *tt* **1.** không thể tránh được: *it seems inevitable that they'll loose* họ thua, điều đó có vẻ như không thể tránh được **2.** *(kng, thường dùa)* không thể thiếu được, quen thuộc: *a tourist with his inevitable camera* nhà du lịch với chiếc máy ảnh quen thuộc của ông ta.

the inevitable /in'evitəbl/ *dt* điều không thể tránh khỏi: *accept the inevitable* chấp nhận điều không thể tránh khỏi.

inevitably /in'evitəbli/ *pht* [một cách] không thể tránh khỏi, chắc là: *the train was inevitably delayed by the accident* xe lửa chắc là bị trễ do tai nạn.

inexact /,inig'zækt/ *tt* không đúng, không chính xác: *weather forecasting is an inexact science* dự báo thời tiết là một khoa học không chính xác.

inexactitude /,inig'zækti-tju:d, (Mỹ ,inig'zæktitu:d)/ *dt* **1.** tính không đúng, tính không chính xác **2.** điều không đúng, điều không chính xác: *a terminological inexactitude (dùa, trại)* lời nói dối.

inexcusable /,inik'skju:zəbl/ *tt* không thể tha thứ được.

inexcusably /,inik'skju:zəbli/ *pht* [một cách] không thể thứ được: *inexcusably late* chậm trễ một cách không thể thứ được.

inexhaustible /,inig'zɔ:stəbl/ *tt* không thể kiệt, vô tận: *an inexhaustible supply of something* một nguồn cung cấp vô tận; *my patience is not inexhaustible* lòng kiên nhẫn của tôi cũng chỉ có hạn thôi.

inexhaustibly /,inig'zɔ:stə-bli/ *pht* [một cách] không thể kiệt, [một cách] vô tận.

inexorability /in,eksərə'bi-ləti/ *dt* sự không lay chuyển được.

inexorable /in'eksərəbl/ *tt* không lay chuyển được: *inexorable pressures* những áp lực không lay chuyển được.

inexorably /in'eksərəbli/ *pht* [một cách] không lay chuyển được.

inexpediency /,inik'spi:-diənsi/ *dt* sự không có lợi, sự không thiết thực.

inexpedient /,inik'spi:diənt/ *tt* không có lợi, không thiết thực: *it would be inexpedient to inform them at this stage* báo cho họ biết lúc này có thể là không có lợi.

inexpensive /,inik'spensiv/ *tt* không đắt, rẻ.

inexpensively /,ink'spen-sivli/ *pht* [một cách] không đắt, [một cách] rẻ.

inexperience /,inik'spiə-riəns/ *dt* sự thiếu kinh nghiệm: *failure due to inexperience* thất bại do thiếu kinh nghiệm.

inexperienced /,inik'spiə-riənst/ *tt* thiếu kinh nghiệm: *inexperienced in love* thiếu kinh nghiệm về yêu đương.

inexpert /in'ekspɜ:t/ *tt* chưa thành thạo: *his inexpert attempts to cook* những cố gắng chưa thành thạo tập nấu ăn của anh ta.

inexpertly /in'ekspɜ:tli/ *pht* [một cách] chưa thành thạo.

inexpiable /in'ekspiəbl/ *tt* không thể đền, không thể chuộc được *(tội)*.

inexplicability /,iniksplikə-'biləti/ *dt* tính không thể giải thích được.

inexplicable /,inik'splikəbl/ *tt* không thể giải thích được.

inexplicably /,inik'splikəbli/ *pht* [một cách] không thể giải thích được.

inexpressible /inik'spresəbl/ *tt* không thể tả được, khôn tả: *inexpressible joy* niềm vui khôn tả.

inexpressibly /,inik'spresə-bli/ *pht* [một cách] khôn tả.

inextinguishable /,inik-'stiŋgwiʃəbl/ *tt* không thể dập tắt được: *inextinguishable desire* nỗi khát khao không thể dập tắt.

inextinguisably /,inik'stiŋg-wiʃəbli/ *pht* [một cách] không thể dập tắt.

in extremis /,inik'strimis/ *pht (tiếng La tinh)* **1.** lúc khẩn cấp: *this alarm button is only to be used in extremis* cái nút báo động này chỉ dùng khi khẩn cấp **2.** *(tôn)* sắp chết, hấp hối: *administer the last sacrament to somebody in extremis* làm lễ ban thánh thể cho ai lúc sắp chết.

inextricable /,inik'strikəbl, in'ekstrikəbl/ *tt* **1.** không thể gỡ ra, gắn bó chặt chẽ: *in the Middle Ages, philosophy and theology were inextricable* thời Trung cổ, triết học và thần học gắn bó chặt chẽ với nhau **2.** không thể thoát ra được: *inextricable difficulties* khó khăn không thể thoát ra được.

inextricably /,inik'strikəbli, in'ektrikəbli/ *pht* [một cách] gắn bó chặt chẽ: *the country's high birthrate and low life expectancy are inextricably linked* mức sinh cao và tuổi thọ thấp gắn bó chặt chẽ với nhau.

inf *(vt của tiếng Latinh infra)* dưới đây.

infallibility /in,fælə'biləti/ *dt* **1.** tính không thể sai **2.** tính hiệu quả tuyệt đối.

infallible /in'fæləbl/ *tt* **1.** không thể sai: *none of us is infallible* ai mà chẳng có lúc sai **2.** có hiệu quả tuyệt đối, rất công hiệu: *an infallible remedy* một phương thuốc rất công hiệu.

infallibly /in'fæləbli/ *pht* **1.** [một cách] không thể sai **2.** [một cách] rất công hiệu.

infamous /'infəməs/ *tt* **1.** khét tiếng: *a king infamous for his cruelty* một ông vua khét tiếng tàn bạo **2.** bỉ ổi: *his infamous treatment of her* sự đối xử bỉ ổi của anh ta đối với chị ta.

infamously /'infəməsli/ *pht* **1.** [một cách] khét tiếng **2.** [một cách] bỉ ổi.

infamy /'infəmi/ *dt* **1.** sự bỉ ổi; hành vi bỉ ổi **2.** sự ô nhục: *his name will be in infamy* tên tuổi của ông ta sẽ bị ô nhục.

infancy /'infənsi/ *dt* **1.** tuổi ấu thơ **2.** (Anh, luật) tuổi vị thành niên **3.** (bóng) lúc mới phôi thai: *the project was cancelled while it was still in its infancy* dự án ấy đã bị hủy bỏ ngay khi còn mới phôi thai.

infant /'infənt/ *dt* **1.** trẻ nhỏ: *infants, older children and adults* trẻ nhỏ, thiếu niên và người trưởng thành; *infant mortality rate* tỷ lệ tử vong ở trẻ nhỏ; *in the first general election, the infant Social Democratic Party won few seats* trong cuộc tổng tuyển cử đầu tiên, Đảng Dân chủ Xã hội non trẻ đã giành được ít ghế **2.** (Anh, luật) trẻ vị thành niên.

infanticide /in'fæntisaid/ *tt dt* **1.** tội giết trẻ nhỏ **2.** kẻ giết trẻ nhỏ.

infantile /'infəntail/ *tt* **1.** [thuộc] trẻ nhỏ, [thuộc] trẻ em: *infantile diseases* bệnh trẻ em **2.** (xấu) ấu trĩ: *infantile behaviour* cách xử sự ấu trĩ.

infantile paralysis /,infəntail pə'ræləsis/ (y) bệnh bại liệt trẻ em.

infantilism /in'fæntilizəm/ *dt* tính con trẻ, tính nết trẻ con.

infant prodigy /,infənt 'prodidʒi/ thần đồng.

infantry /'infəntri/ *dt* bộ binh: *an infantry regiment* một trung đoàn bộ binh.

infantryman /'infəntrimən/ *dt* (snh **infantrymen** /'infəntrimæn/) lính bộ binh.

infant school /'infənt,sku:l/ trường mẫu giáo.

infatuated /in'fætʃʊeitid/ say đắm, say sưa: *she's really infatuated with that boy* cô ta thực sự say đắm anh chàng đó; *he's infatuated with his own importance* anh ta ngây ngất với ý tưởng bản thân quan trọng của mình.

infatuation /in,fætʃʊ'eiʃn/ *dt* sự say đắm, sự say sưa: *his infatuation with her lasted six months* anh ta say đắm cô nàng đến sáu tháng; *develop an infatua-tion for somebody* si mê ai.

infect /in'fekt/ *dgt* (thường dùng ở dang bị động) **1.** nhiễm khuẩn: *the laboratory animals had been infected with the bacteria* các con vật làm thí nghiệm đã được cho nhiễm vi khuẩn; *an infected wound* một vết thương đã nhiễm khuẩn **2.** tiêm nhiễm: *a mind infected with racial prejudice* một đầu óc tiêm nhiễm thành kiến chủng tộc **3.** (bóng) làm lây lan: *her cheerful spirit infected the whole class* tinh thần phấn khởi của nàng đã làm cho cả lớp vui lây.

infection /in'fekʃən/ *dt* **1.** sự nhiễm khuẩn **2.** (thường xấu) sự tiêm nhiễm: *the infection of young people with dangerous ideologies* sự tiêm nhiễm những tư tưởng nguy hiểm vào giới trẻ **3.** bệnh lây nhiễm: *a waterborne (airborne) infection* bệnh lây nhiễm qua nước (không khí).

infectious /in'fekʃəs/ *tt* **1.** nhiễm khuẩn **2.** lây, lây lan: *flu is highly infectious* cúm rất dễ lây; *while you have this rash you are still infectious* anh còn có nốt ban là còn có thể lây bệnh cho người khác; *infectious enthusiasm* nhiệt tình dễ lan sang người khác; *an infectious laugh* tiếng cười dễ lây.

infectiously /in'fekʃəsli/ *dt* [một cách] lây lan.

infectiousness /in'fekʃəsnis/ *dt* sự nhiễm khuẩn.

infer /in'fɜ:[r]/ *dgt* (-rr-) **1.** suy diễn, suy ra: *it is possible to infer two completely opposite conclusions of this set of facts* từ những sự kiện này có thể suy ra hai kết luận hoàn toàn trái ngược nhau.

inference /'infərəns/ *dt* **1.** sự suy diễn, sự suy ra **2.** điều suy diễn, điều suy ra.

inferential /infə'renʃl/ *tt* suy diễn: *inferential proof* chứng cứ suy diễn.

inferentially /infə'renʃəli/ *pht* [một cách] suy diễn.

inferior[1] /in'fiəriə[r]/ *tt* thấp, hạ đẳng: *a captain is inferior to a major* đại úy thấp hơn thiếu tá; *inferior workmanship* tay nghề thấp.

inferior[2] /in'fiəriə[r]/ *dt* người cấp dưới.

inferiority /in,fiəri'ɒrəti, (Mỹ in,fiəri'ɔ:rəti)/ *dt* sự thấp hơn, sự kém hơn.

inferiority complex /infiə-riˈɒrəti ˌkɒmpleks/ *(tâm)* mặc cảm tự ty.

infernal /inˈfɜ:nl/ *tt* **1.** [thuộc] địa ngục **2.** ghê tởm: *infernal cruelty* sự tàn bạo ghê tởm **3.** quỷ quái; khó chịu: *that infernal telephone hasn't stopped ringing all day!* cái điện thoại quỷ quái này không ngừng reo suốt ngày.

infernally /inˈfɜ:nəli/ *pht* [một cách] quỷ quái, [một cách] khó chịu: *infernally rude* thô lỗ một cách khó chịu.

inferno /inˈfɜ:nəʊ/ *(snh* **infernos** /inˈfɜ:nəʊz/) **1.** địa ngục; cảnh rùng rợn: *the inferno of war* cảnh rùng rợn của chiến tranh **2.** biển lửa: *the place was a blazing inferno* nơi đó là cả một biển lửa rực cháy.

infertile /inˈfɜ:tail/, *(Mỹ* inˈfɜ:tl/) **1.** cằn cỗi: *infertile land* vùng đất cằn cỗi **2.** vô sinh: *an infertile couple* một cặp vợ chồng vô sinh.

infertility /infəˈtiləti/ *dt* sự cằn cỗi *(của đất).*

infest /inˈfest/ *dgt (xấu)* đầy dẫy, lúc nhúc: *a warehouse infested with rats* một nhà kho đầy dẫy chuột; *a garden infested with weeds* một khu vườn đầy dẫy cỏ dại.

infestation /ˌinfeˈsteiʃn/ *dt* sự đầy dẫy: *an infestation of cockroaches* sự đầy dẫy gián.

infidel /ˈinfidəl/ *dt (cổ, xấu)* người không theo đạo, người không tín ngưỡng.

infidelity /ˌinfiˈdeləti/ *dt* sự không chung thủy *(trong nghĩa vợ chồng).*

infield /ˈinfi:ld/ *dt* **the infield** *(thể)* **1.** *(số ít)* sân trong *(bóng chày)* **2.** *(dgt snh)* cầu thủ sân trong.

infielder /ˈinfi:ldə[r]/ *(thể)* cầu thủ sân trong.

infighting /ˈinfaitiŋ/ *dt* **1.** sự đánh giáp lá cà *(quyền Anh)* **2.** *(bóng, kng)* sự đấu tranh nội bộ quyết liệt.

infill /ˈinfil/ *dt (cg* **infilling**) **1.** sự lấp đầy *(chỗ hổng)* **2.** vật dùng lấp đầy.

infiltrate /ˈinfiltreit/ *dgt* **1.** ngấm qua; làm ngấm qua: *the thick fog seemed to have infiltrated through the very walls into the room* sương mù dày đặc như ngấm qua ngay cả các bức tường mà vào trong phòng; *infiltrate poison into the water supply* cho thuốc độc ngấm vào nguồn cung cấp nước **2.** (+ through, into) thâm nhập: *troops infiltrating through enemy lines into occupied territory* quân đội thâm nhập qua phòng tuyến của địch vào vùng bị địch chiếm đóng **3.** tung vào, cài người vào: *infiltrate spies into a country* tung gián điệp vào một nước; *infiltrate an organization with one's own man* cài người của mình vào một tổ chức.

infiltration /ˌinfilˈtreiʃn/ *dt* **1.** sự ngấm qua: *infiltration of poisonous chemicals into the water supply* sự ngấm hóa chất độc vào nguồn cung cấp nước **2.** sự tung vào, sự cài vào; vụ cài vào: *the infiltration of spies into an area* sự tung gián điệp vào một vùng.

infiltrator /ˈinfiltreitə[r]/ *dt* người cài vào.

infinite /ˈinfinət/ *tt* vô tận, vô hạn, vô cùng: *infinite space* không gian vô tận; *the infinite goodness of God* lòng từ tâm vô hạn của Chúa; *you need infinite patience for this job* anh cần vô cùng kiên nhẫn với công việc này.

the Infinite /ˈinfinət/ *dt* Chúa Trời.

infinitely /ˈinfinətli/ *pht* **1.** vô cùng: *infinitely large* lớn vô cùng **2.** *(dùng đi đôi với tt ở dạng so sánh hơn)* rất nhiều: *infinitely better* tốt hơn rất nhiều.

infinitesimal /ˌinfiniˈtesiml/ cực nhỏ: *an infinitesimal increase* một gia tăng cực nhỏ.

infinitesimally /ˌinfiniˈtesiməli/ *pht* [một cách] cực nhỏ.

infinitive /inˈfinətiv/ *dt (ngôn)* dạng nguyên thể. // **split an infinitive** *x* split[1].

infinitude /inˈfinitju:d/, *(Mỹ* inˈfinitu:d/) *dt* **1.** sự vô tận, sự bao la: *the vast infinitude of space* sự bao la của không gian **2.** vô cùng lớn, vô số: *an infinitude of small particles* vô số các hạt nhỏ bé.

infinity /inˈfinəti/ *dt* **1.** tính vô tận: *the infinity of space* tính vô tận của không gian **2.** vô số, vô vàn: *an infinity of stars* vô vàn vì sao.

infirm /inˈfɜ:m/ *tt* **1.** ốm yếu, yếu ớt: *walk with infirm steps* bước những bước yếu ớt **2.** (+ of) thiếu *(sức mạnh về cái gì đó)*: *infirm of will* thiếu ý chí.

the infirm /inˈfɜ:m/ *dt (dgt snh)* người ốm yếu: *support for the aged and infirm* trợ cấp những người già cả và ốm yếu.

infirmary /inˈfɜ:məri/ *dt* **1.** bệnh viện **2.** trạm y tế *(ở trường học).*

infirmity /inˈfɜ:məti/ *dt* **1.** sự ốm yếu **2.** tật nguyền do ốm yếu: *deafness and failing eyesight are among the infirmities of old age* tai nghễnh ngãng, mắt mờ là những tật nguyền đi đôi với tuổi già. // **infirmity of purpose**

sự không có khả năng định đoạt.

inflame /in'fleim/ *dgt* khích động: *a speech that inflamed the crowd with anger (to a high pitch of fury)* bài nói khích động sự giận dữ của đám đông.

inflamed /in'flaimd/ *tt* (+ by, with) 1. viêm, tấy: *a nose inflamed by an infection* mũi bị viêm vì nhiễm trùng 2. bị khích động mạnh: *inflamed with passion* bị khích động mạnh vì lòng đam mê.

inflammable /in'flæməbl/ *tt* 1. dễ cháy: *petrol is highly inflammable* dầu xăng rất dễ cháy 2. dễ bị khích động: *a man with an inflammable temper* một người tính tình dễ bị khích động.

inflammation /,inflə'meiʃn/ *dt* (y) viêm: *an inflammation of the lungs* viêm phổi.

inflammatory /in'flæmətri, (Mỹ in'flæmətɔ:ri/) *tt* 1. khích động: *inflammatory remarks* những nhận xét [có tính chất] khích động 2. viêm; dễ bị viêm: *an inflammatory condition of the lungs* tình trạng dễ bị viêm của phổi.

inflatable /in'fleitəbl/ *tt* có thể thổi phồng, có thể bơm phồng: *an inflatable dinghy* chiếc xuồng cứu hộ có thể bơm phồng lên.

inflate /in'fleit/ *dgt* 1. thổi phồng, bơm phồng; phồng lên; căng lên: *a fully inflated tyre* chiếc bánh xe đã bơm phồng căng lên 2. (bóng) làm tự mãn 3. (ktế) lạm phát.

inflated /in'fleitid/ *tt* 1. được bơm phồng lên 2. tự mãn: *an inflated opinion of oneself* quan niệm tự mãn về bản thân 3. tăng lên một cách giả tạo như là bị lạm phát (giá cả).

inflation /in'fleiʃn/ *dt* 1. sự [được] bơm phồng 2. sự lạm phát: *galoping inflation* lạm phát với tốc độ phi mã.

inflationary /in'fleiʃnri, (Mỹ in'fleiʃneri/) *tt* do lạm phát; gây lạm phát: *inflationary wage claims* những đòi hỏi tăng lương do lạm phát.

inflect /in'flekt/ *dgt* 1. (ngôn) biến cách (các từ, để chỉ chức năng ngữ pháp của chúng trong câu): *most English verbs are inflected with "ed" in the past tense* phần lớn động từ tiếng Anh đều biến cách phần đuôi với "ed" để chỉ thời quá khứ 2. lên xuống giọng khi nói (để khiến thính giả chú ý...).

inflected /in'flektid/ *tt* có nhiều từ biến cách (nói về một ngôn ngữ): *Latin is a more inflected language than English* tiếng Latinh là một thứ tiếng biến cách nhiều hơn tiếng Anh.

inflection (cg **inflexion**) /in'flekʃn/ 1. (ngôn) sự biến cách; biến tố 2. sự lên xuống giọng (khi nói).

inflectional /in'flekʃənl/ *tt* (ngôn) [thuộc] biến tố: *inflectional forms* những dạng biến tố.

inflexibility /in,fleksə'biləti/ *dt* 1. tính không uốn được, tính không thể bẻ cong được 2. tính cứng rắn 3. tính cứng nhắc.

inflexible /in'fleksəbl/ *tt* 1. không uốn được, không bẻ cong được 2. cứng rắn: *an inflexible will* ý chí cứng rắn 3. cứng nhắc: *an inflexible rule* một quy tắc cứng nhắc.

inflexibly /in'fleksəbli/ *pht* 1. [một cách] không thể uốn được, [một cách] không thể bẻ cong được 2. [một cách] cứng rắn 3. [một cách] cứng nhắc.

inflexion /in'flekʃn/ *dt* x inflection.

inflict /in'flikt/ *dgt* 1. giáng cho: *inflict a crushing defeat on the enemy* giáng cho quân thù một trận thua tả tơi 2. bắt (ai) phải chịu đựng sự có mặt của người nào (mà họ không thích): *apologize for inflicting one's company on somebody* xin lỗi vì sự có mặt không đúng lúc của mình.

infliction /in'flikʃn/ *dt* 1. sự bắt phải chịu đựng 2. điều phải chịu đựng; điều phiền toái phải trải qua.

inflight /,in'flait/ *tt* (thường thngữ) trong chuyến bay: *inflight refuelling* sự tiếp nhiên liệu trong chuyến bay.

inflorescence /,inflɔ:'resəns/ *dt* (thực) 1. kiểu phát hoa 2. cụm hoa.

inflow /'infləʊ/ *dt* 1. sự chảy vào; dòng chảy vào: *an inflow of 25 litres per hour* một dòng chảy vào 25 lít/giờ 2. (bóng) sự đổ dồn vào: *a big inflow of refugees* một dòng người tị nạn đổ dồn vào; *the inflow of money to the bank* sự đổ dồn tiền vào ngân hàng.

influence[1] /'influəns/ *dt* 1. ảnh hưởng: *the influence of the climate on agricultural production* ảnh hưởng của khí hậu đến sản xuất nông nghiệp; *the influence of parents on their children* ảnh hưởng của cha mẹ lên con cái; *she has great influence with the manager and could no doubt help you* chị ta có ảnh hưởng lớn đối với ông giám đốc nên chắc hẳn là giúp được anh 2. uy thế; quyền lực: *his parents no longer have any real influence over him* bố mẹ anh ta không còn quyền lực thực sự đối với anh ta. // **under**

the influence of alcohol *(đùa)* quá chén: *be charged with driving under the influence of alcohol* bị phạt vì lái xe khi quá chén.

influence² /'influəns/ *đgt* **1.** ảnh hưởng, tác động đến: *it's clear that her painting has been influenced by Picasso* rõ ràng là bức tranh của chị ta đã chịu ảnh hưởng của Picasso **2.** khiến, thúc đẩy: *what influenced you to behave like that?* điều gì đã khiến anh xử sự như vậy?

influential /,influ'enʃl/ *tt* **1.** có ảnh hưởng, có tác động: *factors that are influential in reaching a decision* yếu tố có ảnh hưởng đi đến một quyết định **2.** có uy thế, có quyền lực: *influential union leaders* lãnh tụ công đoàn có thế lực.

influenza /,influ'enzə/ *đt (y)* *(kng* **flu)** bệnh cúm.

influx /'inflʌks/ *đt* sự dồn tới: *frequent influxes of visitors* dòng du khách dồn tới không ngớt.

inform /in'fɔ:m/ *đgt* **1.** thông báo, báo cho biết: *he informed the police that some money was missing* hắn thông báo cho cảnh sát biết một ít tiền đã bị mất **2.** (+ *against, on)* khai báo; tố cáo: *one of the criminals informed against (on) the rest of the gang* một trong các tội phạm đã khai báo về đồng bọn của nó **3.** lan tỏa, tỏa khắp: *the sense of justice which informs all her writings* ý thức về công lý lan tỏa khắp các bài viết của bà ta.

informal /in'fɔ:ml/ *tt* không chính thức, [mang tính chất] khẩu ngữ, thông tục: *an informal tone* giọng điệu thông tục; *an informal visit*

cuộc viếng thăm không mang tính nghi thức (thân mật).

informality /,infɔ:'mæləti/ *đt* **1.** sự không chính thức **2.** hành vi không chính thức.

informally /in'fɔ:məli/ *pht* [một cách] không chính thức.

informant /in'fɔ:mənt/ *đt* **1.** người cung cấp tin: *the journalist did not want to reveal the identity of his informant* ông nhà báo không muốn tiết lộ tên người cung cấp tin cho ông **2.** *(ngôn)* người bản địa cung cấp tư liệu về ngôn ngữ của họ cho nhà nghiên cứu.

information /,infə'meiʃn/ *đt* **1.** sự thông tin: *this book gives all sorts of useful information on how to repair cars* cuốn sách này cho mọi thông tin cần thiết về cách sửa xe ôtô **2.** thông tin: *acting on information received, the police has arrested two suspects* theo thông tin được báo cho biết cảnh sát đã bắt hai kẻ bị tình nghi. // **a mine of information** *x* mine².

information science /infə-,meiʃn'saiəns/ *nh* information technology.

information technology /infə,meiʃn tek'nɒlədʒi/ công nghệ thông tin.

informative /in'fɔ:mətiv/ *tt* cung cấp nhiều thông tin bổ ích: *an informative book* cuốn sách cung cấp nhiều thông tin bổ ích.

informed /in'fɔ:md/ *tt* có hiểu biết: *an informed critic* nhà phê bình có hiểu biết; *informed criticism* sự phê bình có hiểu biết.

informer /in'fɔ:mə[r]/ *đt* người chỉ điểm.

infra /'infrə/ *pht (tiếng Latinh)* ở dưới (trong một cuốn sách...): *see infra* xem ở dưới.

infra- *(tiền tố)* dưới, hạ: *infrastructure* kiến trúc hạ tầng.

infraction /in'frækʃn/ *đt* **1.** sự vi phạm **2.** trường hợp vi phạm: *a minor infraction of the rules* trường hợp vi phạm luật không nghiêm trọng.

infra dig /infrə'dig/ *tt* làm hạ nhân phẩm của mình.

infra-red /,infrə'red/ *tt (lý)* hồng ngoại.

infrastructure /,infrə'strʌk-tʃə[r]/ *đt* cơ sở hạ tầng.

infrequency /in'fri:kwənsi/ *đt* sự hiếm khi xảy ra, sự không thường xuyên.

infrequent /in'fri:kwənt/ *tt* hiếm khi xảy ra, không thường xuyên: *infrequent visits* những cuộc viếng thăm không thường xuyên.

infrequently /in'fri:kwəntli/ *pht* [một cách] không thường xuyên.

infringe /in'frindʒ/ *đgt* vi phạm; xâm phạm: *infringe upon the rights of other people* xâm phạm các quyền của người khác.

infringement /in'frindʒ-mənt/ *đt* **1.** sự vi phạm; sự xâm phạm: *infringement of the law* sự vi phạm luật **2.** vụ vi phạm, vụ xâm phạm.

infuriate /in'fjuərieit/ *đgt* làm cho ai điên tiết lên.

infuriating /in'fjuərieitiŋ/ *tt* làm điên tiết lên.

infuriatingly /in'fjuərieitiŋli/ *pht* [một cách] đáng điên tiết: *infuriatingly, I just miss my plane* thật là đáng điên tiết, tôi vừa trễ chuyến bay.

infuse /in'fju:z/ *đgt* **1.** truyền *(sự phấn khởi, sức sống...)*: *infuse new energy into the workers; infuse the workers with new energy* truyền cho công nhân nguồn sinh lực mới **2.** hãm (trà...): don't drink the tea until it has finished infusing đừng uống trà khi hãm nó chưa ra hết.

infusion /in'fju:ʒn/ dt **1.** sự truyền: this company needs an infusion of new blood công ty này cần một lớp công nhân mới **2.** sự hãm (trà, dược thảo...); nước hãm.

ingenious /in'dʒi:niəs/ tt khéo léo, tài tình: ingenious at solving difficult crossword puzzles tài tình giải các trò chơi ô chữ khó; an ingenious solution một giải pháp tài tình.

ingeniously /in'dʒi:niəsli/ pht [một cách] khéo léo, [một cách] tài tình.

ingénue /'ænʒeinju:, (Mỹ 'ændʒənu:)/ dt cô gái ngây thơ: an ingénue role vai cô gái ngây thơ.

ingenuity /,indʒe'nju:əti, (Mỹ ,indʒə'nu:əti)/ dt sự khéo léo, sự tài tình.

ingenuous /in'dʒenjʊəs/ tt chân thật, ngây thơ: an ingenuous smile nụ cười ngây thơ.

ingenuously /in'dʒenjʊəsli/ pht [một cách] chân thật, [một cách] ngây thơ.

ingenuousness /in'dʒenjʊəsnis/ dt tính chân thật, tính ngây thơ.

ingest /in'dʒest/ dgt **1.** ăn vào, nuốt **2.** hấp thụ, tiếp nhận: ingest information tiếp nhận thông tin.

inglenook /'iŋlnʊk/ dt ngách lò sưởi.

inglorious /in'glɔ:riəs/ tt **1.** nhục nhã: an inglorious defeat một thất bại nhục nhã **2.** không có tiếng tăm: an inglorious name một cái tên không có tiếng tăm.

ingloriously /in'glɔ:riəsli/ pht **1.** [một cách] nhục nhã

2. [một cách] không có tiếng tăm.

ingoing /'inəʊiŋ/ tt (thngữ) đi vào: the ingoing tenant of a flat người mới đến thuê căn hộ.

ingot /'iŋgət/ dt thỏi (vàng, bạc).

ingrained /in'greind/ tt ăn sâu vào: ingrained prejudices thành kiến ăn sâu; deeply ingrained dirt vết bẩn đã ăn sâu vào.

ingratiate /in'greiʃieit/ dgt (không dùng ở dạng bị động) (xấu): ingratiate oneself with somebody nịnh nọt lấy lòng ai.

ingratiating /in'greiʃieitiŋ/ tt khéo nịnh nọt lấy lòng.

ingratitude /in'grætitju:d, (Mỹ in'grætitu:d)/ dt sự vong ơn, sự bội nghĩa.

ingredient /in'gri:diənt/ dt **1.** thành phần: the ingredients of a cake thành phần của một chiếc bánh ngọt **2.** thành tố: imagination and hard work are the ingredients of success trí tưởng tượng và sự làm cật lực là thành tố của thành công.

ingress /'ingres/ dt sự vào; quyền vào.

ingroup /'ingru:p/ dt (thường xấu) nhóm.

ingrowing /'ingrəʊiŋ/ tt mọc vào trong: an ingrowing toenail móng chân mọc đâm vào thịt.

inhabit /in'hæbit/ dgt ở, sống ở: an island inhabited only by birds một hòn đảo chỉ có chim sống ở đó.

inhabitable /in'hæbitəbl/ tt có thể ở, có thể cư trú.

inhabitant /in'hæbitənt/ dt cư dân, vật cư trú: the oldest inhabitants of the island những cư dân già nhất ở đảo.

inhale /in'heil/ dgt **1.** hít vào: miners who have inhaled coal dust into their lungs thợ mỏ đã hút bụi than vào phổi **2.** nuốt khói (thuốc lá).

inhaler /in'heilə[r]/ dt bình hít (để hít hơi thuốc vào phổi) đặc biệt dành cho người bị suyễn.

inharmonious /,inhɑ:'məʊniəs/ tt không hài hòa.

inharmoniously /,inhɑ:-'məʊniəsli/ pht [một cách] không hài hòa.

inharmoniousness /,inhɑ:-'məʊniəsnis/ dt sự không hài hòa.

inherent /in'hiərənt, in-'herənt/ tt gắn liền với, vốn có: the power inherent in the office of the president quyền lực gắn liền với chức vị tổng thống.

inherently /in'hiərentli/ pht [một cách] cố hữu.

inherit /in'herit/ dgt thừa kế; thừa hưởng: she inherited the land from her grandfather chị ta thừa kế đất đai của ông chị; the government claims it has inherited all its difficulties from the previous administration chính phủ cho là đã thừa hưởng mọi khó khăn từ lối điều hành của chính phủ trước.

inheritance /in'heritəns/ dt **1.** sự thừa kế: the title passes by inheritance to the eldest son chức tước được chuyển cho người con cả thừa kế **2.** của thừa kế; di sản.

inheritor /in'heritə[r]/ dt người thừa kế.

inhibit /in'hibit/ dgt **1.** ngăn chặn, kiểm chế: shyness inhibited him from speaking sự nhút nhát đã ngăn hắn mở miệng **2.** ức chế: an enzyme which inhibits a chemical reaction một enzim ức chế một phản ứng hóa học.

inhibited /in'hibitid/ *tt* **1.** bị ức chế: *I feel too inhibited to laugh freely* tôi bị ức chế đến nỗi không cười được thoải mái **2.** không được tự nhiên: *an inhibited smile* nụ cười không tự nhiên.

inhibitedly /in'hibitidli/ *pht* [một cách] không được tự nhiên.

inhibition /,inhi'biʃn, ,ini'biʃn/ *dt* **1.** sự kiềm chế **2.** sự ức chế.

inhospitable /,inhɒ'spitəbl/ *tt* **1.** không hiếu khách **2.** không trú ngụ được, không đáng nghỉ lại (noi chốn): *an inhospitable coast* một bờ biển không đáng nghỉ lại.

inhospitably /,inhɒ'spitəbli/ *pht* **1.** [một cách] không hiếu khách **2.** [một cách] không đáng nghỉ lại.

inhuman /in'hju:mən/ *tt* vô nhân đạo, bất nhân: *it was inhuman to refuse him permission to see his wife* không cho phép anh ta thăm vợ thì thật là bất nhân.

inhumane /,inhju:mein/ *tt* độc ác; nhẫn tâm: *inhumane treatment of prisoners* sự đối xử độc ác với tù binh.

inhumanely /,inhju:meinli/ *pht* [một cách] độc ác; [một cách] nhẫn tâm.

inhumanity /,inhju:'mænəti/ *dt* sự (tính) vô nhân đạo; sự (tính) nhẫn tâm: *man's inhumanity to man* sự vô nhân đạo của người đối với người.

inimical /i'nimikl/ *tt (thường vị ngữ)* **1.** (+ to) không thân thiện, thù địch: *countries that are inimical to us* những nước thù địch với ta **2.** làm tổn hại đến: *actions that are inimical to friendly relations between countries* những hành động làm tổn

hại đến quan hệ hữu nghị giữa các nước.

inimically /i'nimikəli/ *pht* **1.** [một cách] thù địch **2.** [một cách] có hại.

inimitable /i'nimitəbl/ *tt* không thể bắt chước *(vì quá sức thông minh hiểu biết của mình).*

inimitably /i'nimitəbli/ *pht* [một cách] không thể bắt chước.

iniquitous /i'nikwitəs/ *tt* **1.** bất công: *an iniquitious regime* một chế độ bất công **2.** quá đáng (giá cả...): *have you seen this bill? It's iniquitous* anh đã thấy cái giấy tính tiền ấy chưa? thật là quá đáng.

iniquitously /i'nikwitəsli/ *pht* **1.** [một cách] bất công **2.** [một cách] quá đáng.

iniquity /i'nikwəti/ *dt* **1.** sự bất công **2.** hành vi bất công. // **a den of iniquity (vice)** *x* den.

initial¹ /i'niʃl/ *tt* đầu, đầu tiên: *the initial letter of a word* con chữ đầu của một từ; *my initial reaction was to refuse* phản ứng đầu tiên của tôi là từ chối.

initial² /i'niʃl/ *dt* **1.** con chữ đầu của một từ **2.** *(snh)* con chữ đầu tiên: *George Bernard Shaw was well-known by his initals GBS* George Bernard Show được người ta biết đến với các con chữ đầu tiên GBS.

initial³ /i'niʃl/ *dgt* (-ll-, *Mỹ* -l-) ký tên viết tắt vào: *initial here, please* xin ký tên viết tắt vào chỗ này này; *initial a treaty* ký tên viết tắt vào một hiệp ước.

initially /i'niʃəli/ *pht* lúc đầu, ban đầu; mới đầu: *she came initially to spend a few days, but in the end she stayed for a whole month* mới đây chị ta đến để nghỉ

vài ngày, nhưng rồi chị ta ở lại cả một tháng.

initiate¹ /i'niʃieit/ *dgt* **1.** bắt đầu, khởi xướng: *initiate social reforms* khởi xướng những cải cách xã hội; *initiate proceedings against somebody* tiến hành tố tụng chống lại ai **2.** kết nạp: *initiate somebody into a secret society* kết nạp ai vào một hội kín **3.** truyền cho *(ai)* những hiểu biết về *(việc gì)*: *initiate somebody into the mysteries of a religion* truyền cho ai những điều huyền bí về một đạo giáo.

initiate² /i'niʃiət/ *dt* người được kết nạp vào một hội.

the initiated /i'niʃieitid/ *dt (dgt snh)* người biết một số bí mật riêng.

initiation /i,niʃi'eiʃn/ *dt* **1.** (+ of) sự bắt đầu, sự khởi xướng: *the initation of an investigation* sự bắt đầu một cuộc điều tra **2.** (+ into) sự kết nạp: *an initiation ceremony* lễ kết nạp.

initiative /i'niʃətiv/ *dt* **1.** sáng kiến: *it is hoped that the government's initiative will bring the strike to an end* hy vọng rằng sáng kiến của chính phủ sẽ kết thúc cuộc đình công **2. the initiative** *(số ít)* thế chủ động: *hold the initiative* nắm thế chủ động. // **on one's initiative** chủ động theo ý mình: *in the absence of my commanding officer, I acted on my own initiative* viên sĩ quan chỉ huy của tôi đi vắng, tôi đã chủ động hành động theo ý mình; **take the initiative** khởi xướng *(việc gì).*

inject /in'dʒekt/ *dgt* **1.** tiêm, chích: *a drug that can be injected or taken by mouth* một thứ thuốc có thể tiêm hoặc uống; *inject penicillin* into somebody's arm; *inject somebody' arm with penicillin* tiêm pênixilin vào tay ai **2.** (bóng) đưa vào: *try to inject a bit of enthusiasm in your performance* hãy cố đưa một ít nhiệt tình thêm nữa vào cuộc biểu diễn của anh.

injection /in'dʒekʃn/ *dt* **1.** sự tiêm, sự chích: *the morphine was administered by injection* người ta sử dụng moócfin bằng cách tiêm; *a fuel-injection system* hệ thống bơm nhiên liệu **2.** mũi tiêm, phát tiêm; *the firm would be revitalized by an injection of new funds* hãng này sẽ được tiếp thêm sức sống nhờ có vốn mới được đầu tư vào.

injudicious /ˌindʒu:'diʃəs/ *tt* không thích hợp; thiếu cân nhắc: *injudicious remarks* những nhận xét không thích hợp.

injudiciously /ˌindʒu:'diʃəsli/ *pht* [một cách] không thích hợp; [một cách] thiếu cân nhắc.

injudiciousness /ˌindʒu:'diʃəsnis/ *dt* sự không thích hợp, sự thiếu cân nhắc.

injunction /in'dʒʌŋkʃn/ *dt* lệnh cho phép; lệnh cấm: *the court has issued an injunction forbidding them to strike for a week* tòa đã ra lệnh cấm họ đình công trong một tuần.

injure /'indʒə[r]/ *dgt* làm tổn thương; làm hại: *be slightly injured in the crash* bị thương nhẹ trong vụ đụng xe; *injure one's health by smoking* làm tổn thương sức khỏe do hút thuốc lá; *malicious gossip which seriously injured her reputation* chuyện ngồi lê đôi mách ác ý đã làm tổn thương nghiêm

trọng thanh danh của bà ta.

injured¹ /indʒəd/ *tt* **1.** bị thương: *an injured leg* cái chân bị thương **2.** bị đối xử bất công **3.** bị tổn thương: *an injured voice* giọng nói bị tổn thương.

injured² /indʒəd/ *dt* (dgt snh) người bị thương (trong tai nạn): *counting the dead and injured* đếm số người chết và người bị thương; *on the injured list* trong danh sách người bị thương.

injurious /in'dʒʊəriəs/ *tt* **1.** (+ to) có hại, tác hại: *smoking is injurious to the health* hút thuốc lá có hại cho sức khỏe **2.** sỉ nhục; thóa mạ: *injurious remarks* những nhận xét có tính chất thóa mạ.

injury /indʒəri/ *dt* (+ to) **1.** sự tổn thương: *excessive dosage of this drug can result in injury to the liver* dùng quá mức thứ thuốc này có thể gây tổn thương cho gan; *an injury to one's pride* sự tổn thương niềm kiêu hãnh của mình **2.** vết thương; điều tổn thương: *in the crash he suffered severe injuries to the head and arms* trong lần đụng xe, anh ta bị những vết thương nặng ở đầu và tay; *injuries to one's reputation* những tổn thương về thanh danh của mình. // **add insult to injury** x add; **do somebody (oneself) an injury** (thường đùa) gây cho ai (cho mình) tổn thương về thể xác: *if you try and lift this suicase you'll do yourself an injury* nếu anh cố nâng cái va-li đó lên thì anh có thể bị thương đấy.

injury time /indʒəri,taim/ (thể) thời gian đấu thêm (bóng đá, bóng bầu dục...) trong trường hợp có đấu

thủ bị thương (và mất thì giờ chăm sóc các đấu thủ đó).

injustice /in'dʒʌstis/ *dt* **1.** sự bất công **2.** việc bất công.

ink¹ /iŋk/ *dt* mực: *written in ink* viết bằng mực; *a pen-and-ink drawing* bức vẽ bằng [bút và] mực; *cuttlefish ink* chất mực của cá mực.

ink² /iŋk/ *dgt* bôi mực vào (trục lăn của máy in). // **ink something in** tô nét mực lên (một chữ viết, một bức vẽ bằng bút chì).

ink-bottle /'iŋkbɒtl/ *dt* chai mực; lọ mực.

inkling /'iŋkliŋ/ *dt* **inkling of something (that...)** sự hiểu biết qua loa; ý niệm mơ hồ: *can you give me some inkling of what is going on?* anh ta có thể cho tôi biết sơ qua về những gì đang xảy ra không?

ink-pad /'iŋkpæd/ *dt* (cg pad) hộp mực [để] đóng dấu.

ink-pot /'iŋkpɒt/ *dt* lọ mực.

inkstand /'iŋkstænd/ *dt* giá để lọ mực.

ink-well /'iŋkwel/ *dt* lọ mực ở lỗ khoét trên bàn.

inky /'iŋki/ *tt* (-ier; -iest) **1.** vấy mực, dính mực **2.** đen như mực.

inlaid /in'leid/ dát, khảm: *a floor with inlaid tiles* nền nhà lát đá lát.

inland¹ /'inlənd/ *tt* nội địa, ở sâu trong đất liền: *inland cities* những thành thị nội địa; *island trade* nội thương.

inland² /ˌin'lænd/ *pht* ở nội địa: *they live inland* họ sống ở nội địa.

Inland Revenue /ˌinlənd're-vənju:/ (snh) sở thuế.

in-laws /'inlɔ:z/ *dt snh (kng)* bà con bên vợ; bà con bên chồng: *all my in-laws live far away* tất cả bà con bên vợ (bên chồng) nhà tôi đều ở xa.

inlay[1] /,in'lei/ *đgt* (**inlaid**) dát; khảm: *ivory inlaid with gold* ngà voi khảm vàng.

inlay[2] /,in'lei/ *dt* sự dát; sự khảm: *an inlaid floor* nền nhà dát hình trang trí.

inlet /'inlet/ *dt* 1. lạch, vịnh nhỏ 2. lỗ rót (*xăng dầu...*).

in loco parentis /,in,ləʊkəʊ pə'rentis/ (*tiếng Latinh*) thay mặt cha mẹ.

inmate /'inmeit/ *dt* người cùng ở (*trong bệnh viện, nhà tù...*).

in memoriam /,inmə'mɔːriəm/ (*tiếng Latinh*) để tưởng niệm ai đó (*câu ghi trên mộ chí...*).

inmost /'inməʊst/ *tt* 1. ở tận trong cùng: *the inmost depths of the cave* nơi tận cùng trong hang sâu 2. ở tận đáy lòng, trong thâm tâm.

inn /in/ *dt* (*Anh*) quán trọ, lữ quán.

innards /'inədz/ *dt (snh)* 1. dạ dày, ruột: *a pain in my innards* đau bụng 2. phần bên trong: *to mend this engine I'll have to have its innards out* muốn chữa chiếc máy này, tôi phải tháo ra cho các phần bên trong ra ngoài mới được.

innate /i'neit/ *tt* bẩm sinh: *innate beauty* sắc đẹp bẩm sinh.

innately /i'neitli/ *pht* [một cách] bẩm sinh.

inner /'inə[r]/ *tt* 1. bên trong: *an inner room* căn phòng bên trong 2. trong thâm tâm, thầm kín: *she suspected his comments had an inner meaning* cô ta nghi những lời bình luận của anh ta có một ý nghĩa thầm kín.

inner circle /,inə'sɜːkl/ nhóm giật dây (*trong một tổ chức*).

inner city /,inə'siti/ khu phố cổ.

inner lane /,inə'lein/ *nh* inside lane.

inner man /,inə'mæn/ (*c inner woman*) 1. tâm hồn (*của ai*) 2. (*đùa*) sự thèm ăn.

innermost /'inəməʊst/ *tt nh* inmost.

inner tube /,inə'tjuːb/ săm xe, ruột xe.

inning /'iniŋ/ *dt* (*snh innings*) (*thể*) lượt chơi (*trong môn bóng chày*).

innings /'iniŋz/ *dt (snh kdổi)* lượt chơi (*trong môn cricket*). // **have had a good innings** (*Anh, kng*) sống thọ và hạnh phúc.

innocence /'inəsns/ *dt* 1. sự vô tội 2. sự trong trắng 3. sự ngây thơ.

innocent[1] /'inəsnt/ *tt* 1. vô tội: *they have imprisoned an innocent man* họ đã bỏ tù một người vô tội 2. ngây thơ: *don't be so innocent as to believe everything they tell you* đừng có quá ngây thơ mà tin mọi điều chúng nó nói với anh 3. vô hại: *innocent amusement* trò giải trí vô hại. // **innocent of something** thiếu, không có cái gì: *windows innocent of glass* cửa sổ không có kính.

innocent[2] /'inəsnt/ *dt* 1. người vô tội 2. người ngây thơ.

innocently /'inəsntli/ *pht* 1. [một cách] vô tội 2. [một cách] ngây thơ.

innocuous /i'nɒkjʊəs/ *tt* 1. không có hại; vô hại: *innocuous snakes* rắn không độc, rắn lành 2. không có ý làm mếch lòng: *an innocuous remark* lời nhận xét không có ý làm mếch lòng.

innocuously /i'nɒkjʊəsli/ *pht* 1. [một cách] không có hại, một cách vô hại 2. không có ý làm mếch lòng.

innocuousness /i'nɒkjʊəsnis/ *dt* 1. không có hại, sự vô hại 2. sự không có ý làm mếch lòng.

innovate /'inəveit/ *đgt* đổi mới, canh tân.

innovation /,inə'veiʃn/ *dt* 1. sự đổi mới, sự canh tân 2. điều đổi mới, điều canh tân: *technical innovations in industry* những đổi mới kỹ thuật trong công nghiệp.

innovative /'inəvətiv/ *tt* (*cg* **innovatory** /,inə'veitəri/) đưa vào nhiều đổi mới: *an innovative firm* một hãng áp dụng nhiều đổi mới.

innovator /'inəveitə[r]/ *dt* người đổi mới, người canh tân.

innuendo /,inju:'endəʊ/ *dt* (*snh* **innuendos**) (*xấu*) lời nói cạnh, lời nói bóng gió.

Innuit (*cg* **Inuit**) /'inu:it, 'inju:it/ *dt (snh kdổi)* nh Eskimo.

innumerable /i'nju:mərəbl/ *tt* vô số.

innumeracy /i'nju:mərəsi/ *dt* sự mù tịt về toán.

innumerate /i'nju:məreit/ *tt* mù tịt về toán.

inoculate /i'nɒkjʊleit/ *đgt* chủng, tiêm chủng: *inoculate somebody against cholera* tiêm chủng ngừa bệnh dịch tả cho ai.

inoculation /i,nɒkjʊ'leiʃn/ *dt* 1. sự tiêm chủng 2. mũi tiêm chủng: *have inoculations against cholera and yellow fever* được tiêm chủng phòng dịch tả và bệnh sốt vàng.

inoffensive /,inə'fensiv/ *tt* vô hại; không làm mếch lòng ai: *an inoffensive little man* một gã đàn ông nhỏ bé vô hại; *an offensive remark* một nhận xét không làm mếch lòng ai.

inoffensively /,inə'fensivli/ *pht* [một cách] vô hại.

inoffensiveness /,inə'fen-sivnis/ *dt* tính chất vô hại.

inoperable /in'ɒpərəbl/ *tt* **1.** không thể phẫu thuật được **2.** không thể thực hiện được: *an inoperable solution to a problem* một giải pháp không thể thực hiện được cho một vấn đề.

inoperative /in'ɒpəreitiv/ *tt* **1.** không hoạt động: *an air service that is inoperative* tuyến hàng không không hoạt động **2.** không có hiệu quả: *an inoperative medicine* một loại thuốc không có hiệu quả.

inopportune /,in'ɒpətju:n, (Mỹ in'ɒpətu:n)/ *tt* không đúng lúc.

inopportunely /,in'ɒpətju:nli/ *pht* [một cách] không đúng lúc: *arrive inopportunely* đến không đúng lúc.

inordinate /in'ɔ:dinət/ *tt* quá giới hạn, quá mức: *the inordinate demands of the tax collector* những đòi hỏi quá mức của người thu thuế.

inordinately /in'ɔ:dinətli/ *pht* [một cách] quá mức.

inorganic /,inɔ:'gænik/ *tt* **1.** (hóa) vô cơ **2.** (bóng) nhân tạo: *an inorganic form of society* một hình thái xã hội nhân tạo.

inorganically /,inɔ:'gænikli/ *pht* [một cách] vô cơ.

inorganic chemistry /,inɔ:-'gænik 'kemistri/ hóa học vô cơ.

in-patient /'inpeiʃn/ *dt* bệnh nhân nội trú.

input[1] /'inpʊt/ *dt* (+ into, to) **1.** sự đưa vào, sự đặt vào; vật đưa vào: *the input of energy to a system* sự đưa

năng lượng vào một hệ thống **2.** đầu vào (máy diện toán): *tape input* đầu vào bằng băng.

input[2] /'inpʊt/ *dgt* (**input** hoặc **inputted**) nhập, đưa vào (máy diện toán).

input circuit /'inpʊt sɜ:kit/ mạch vào (máy diện toán).

input device /'inpʊtdivais/ thiết bị vào (máy diện toán).

inquest /'iŋkwest/ *dt* (+ on, into) cuộc điều tra. // **great (last) inquest** (tôn) phán quyết cuối cùng (của Chúa).

inquietude /inkaiətju:d/ *dt* **1.** sự lo lắng **2.** (snh) mối lo lắng.

inquire (cg **enquire**) /in'kwaiə[r]/ *dgt* hỏi, dò hỏi: *inquire somebody's name* dò hỏi tên ai; *inquire about trains to London* hỏi về các chuyến xe lửa đi Luân Đôn.

inquire after somebody hỏi thăm ai; **inquire into something** điều tra, thẩm tra: *we must inquire further into the matter* chúng ta phải điều tra vấn đề thêm nữa.

inquirer /in'kwaiərə[r]/ *dt* người điều tra.

inquiring /in'kwairiŋ/ *tt* điều tra, dò hỏi, dò xét: *an inquiring mind* đầu óc dò xét, tìm tòi; *an inquiring look* cái nhìn dò hỏi.

inquiringly /in'kwairiŋli/ *pht* [một cách] dò hỏi, [một cách] dò xét.

inquiry (cg **enquiry**) /in-'kwaiəri, (Mỹ 'in:kwəri)/ *dt* **1.** sự hỏi (về ai, về cái gì): *in answer to your recent inquiry, the book you mention is not in stock* để trả lời thư của ông hỏi, cuốn sách ông nói đến không còn trong kho nữa; *an inquiry desk* bàn chỉ dẫn **2.** sự điều tra, vụ điều tra: *on inquiry I found it was true* qua điều

tra tôi thấy rằng cái đó là đúng.

inquiry agent /in'kwaiəri 'eidʒənt/ thám tử tư.

inquisition /,inkwi'ziʃn/ *dt* **1. the Inquisition** (cg **the Holy Office**) (sử) Tòa án dị giáo **2.** (+ into) cuộc thẩm vấn: *I was subjected to a lengthy inquisition into the state of my marriage* tôi bị thẩm vấn lâu về tình trạng hôn nhân của tôi.

inquisitive /in'kwizətiv/ *tt* tò mò, tọc mạch: "*What is that you are hiding?*" "*don't be so inquisitive!*" "Anh đang giấu cái gì thế?" "Đừng có tò mò như thế!".

inquisitively /in'kwizətivli/ *pht* [một cách] tò mò.

inquisitiveness /in'kwizə-tivnis/ *dt* sự tò mò, sự tọc mạch.

inquisitor /in'kwizətə[r]/ **1.** người thẩm vấn **2.** (sử) quan tòa tòa án dị giáo.

inquisitorial /inkwizə-'tɔ:riəl/ *tt* thẩm vấn; thẩm tra.

inquisitorially /inkwizə'tɔ:-riəli/ *pht* [theo lối] thẩm vấn; [bằng] thẩm tra.

inroad /'inrəʊd/ *dt* (thường snh) cuộc đột nhập: *inroads into enemy territory* cuộc đột nhập vào lãnh thổ quân địch. // **make inroads into (on) something** dùng hết dần: *already the children had made considerable inroads on the food* tụi trẻ đã dùng hết dần chỗ thực phẩm đó rồi.

inrush /'inrʌʃ/ *dt* (thường số ít) sự ùa vào, sự đổ xô vào: *an inrush of water* dòng nước ùa vào; *an inrush of tourists* sự đổ xô vào của khách du lịch.

insalubrious /insə'lu:briəs/ *tt* có hại cho sức khỏe: *in-salubrious slums* những khu nhà ổ chuột có hại cho sức khỏe.

insane /in'sein/ *tt* điên, mất trí: *an insane person* một người điên; *an insane decision* một quyết định điên rồ.

the insane /in'sein/ *dt* người điên, người mất trí.

insane asylum /in'sein ə'sailəm/ *(cũ) nh* mental home.

insanely /in'seinli/ *pht* [một cách] điên rồ.

insanitary /in'sænətri, *(Mỹ* in'sænəteri)/ *tt* mất vệ sinh: *insanitary living conditions* điều kiện sống mất vệ sinh.

insanity /in'sænəti/ *dt* tình trạng bị điên, tình trạng mất trí: *a plea of insanity* lời bào chữa [rằng bị cáo] mất trí.

insatiable /in'seiʃəbl/ *tt* không tài nào thỏa mãn được: *an insatiable curiosity (appetite)* sự tò mò (sự thèm ăn) không tài nào thỏa mãn được.

insatiably /in'seiʃəbli/ *pht* [một cách] không tài nào thỏa mãn được.

insatiate /in'seiʃiət/ *tt* không bao giờ thỏa mãn.

inscribe /in'skraib/ *đgt* viết, khắc, ghi *(chữ, tên)*: *inscribe verses on a tombstone; inscribe a tombstone with verses* ghi những câu thơ lên bia mộ.

inscription /in'skripʃn/ *dt* câu viết, câu khắc, câu ghi *(trên bia...)*.

inscrutability /in,skru:tə'biləti/ *dt* tính khó hiểu; tính bí hiểm.

inscrutable /in'skru:təbl/ *tt* khó hiểu, bí hiểm: *an inscrutable smile* cái cười khó hiểu.

inscrutably /in'skru:təbli/ *pht* [một cách] khó hiểu, [một cách] bí hiểm.

insect /'insekt/ *dt (động)* sâu bọ, côn trùng.

insecticidal /in,sekti'saidl/ *tt* trừ sâu.

insecticide /in'sektisaid/ *dt* thuốc trừ sâu.

insectivore /in'sektivɔ:r/ *dt* loài [động vật] ăn côn trùng.

insectivorous /,insek'tivərəs/ *tt* ăn côn trùng: *swallows are insectivorous* chim nhạn là loài ăn côn trùng.

insecure /,insi'kjʊə[r]/ *tt* 1. không an toàn, không chắc, bấp bênh: *an insecure plan* một kế hoạch bấp bênh 2. cảm thấy không an toàn, thiếu tin tưởng: *she feels very insecure about her marriage* cô ta cảm thấy thiếu tin tưởng vào cuộc hôn nhân của mình.

insecurely /,insi'kjʊəli/ *pht* [một cách] không chắc: *insecurely fastened* trói không chắc.

insecurity /,insi'kjʊərəti/ *dt* tình trạng không an toàn: *suffer from feelings of insecurity* có cảm giác thấp thỏm không an toàn.

inseminate /in'semineit/ *đgt* thụ tinh: *inseminate a cow* thụ tinh một con bò cái.

insemination /in,semi'neiʃn/ *dt* sự thụ tinh: *artificial insemination* sự thụ tinh nhân tạo.

insensate /in'senseit/ *tt* 1. vô tri: *insensate rocks* những hòn đá vô tri 2. điên rồ; thiếu suy nghĩ: *insensate rage* cơn thịnh nộ điên rồ.

insensately /in'senseitli/ *pht* 1. [một cách] vô tri 2. [một cách] điên rồ thiếu suy nghĩ.

insensibility /in,sensə'biləti/ *dt* 1. sự bất tỉnh, sự mê 2. sự không cảm nhận: *insensibility to pain, to music* sự

không cảm nhận được đau đớn, âm nhạc 3. *(xấu)* sự thờ ơ: *he showed total insensibility to the animal's fate* ông ta hoàn toàn tỏ vẻ thờ ơ đối với số phận con vật.

insensible /in'sensəbl/ *tt* 1. bất tỉnh, mê man: *knocked insensible by a falling rock* bị hòn đá rơi trúng vào người làm bất tỉnh 2. không cảm nhận: *be insensible of one's danger* không cảm nhận thấy mối nguy hiểm đối với mình 3. *(vị ngữ)* (+ to) không có cảm giác *(về đau, lạnh...)*: *insensible to cold* không có cảm giác (không cảm thấy) lạnh 4. không thể nhận thấy *(vì quá nhỏ, vì xảy ra từ từ...)*: *by insensible degrees* theo những mức độ rất nhỏ bé không thể nhận thấy được.

insensibly /in'sensəbli/ *pht* 1. [một cách] bất tỉnh, [một cách] mê man 2. [một cách] không thể nhận thấy 3. [một cách] không có cảm giác.

insensitive /in'sensətiv/ *tt* 1. sơ ý: *it was rather insensitive of you to mention his dead wife* anh thật sơ ý nói đến người vợ đã quá cố của anh ta 2. (+ to) không cảm thấy, như cứ lờ đi: *he's insensitive to criticism* anh ta như cứ lờ đi trước những lời chỉ trích.

insensitivity /in,sensə'tivəti/ *dt* 1. sự sơ ý 2. sự không cảm thấy.

insensitively /in'sensətivli/ *pht* 1. [một cách] sơ ý 2. [một cách] không cảm thấy.

inseparability /,inseprə'biləti/ *dt* tính không thể tách rời được.

inseparable /in'seprəbl/ *tt* không thể tách rời được: *rights are inseparable from duties* quyền lợi không thể tách rời nhiệm vụ; *inseparable friends* những người bạn không thể rời nhau.

insert¹ /in's3:t/ *dgt* cài vào, lồng vào, đưa vào: *insert an advertisement in a newspaper* đưa một mục quảng cáo vào một tờ báo; *insert a key into a lock* cho chìa khóa vào ổ khóa.

insert² /'insə:t/ *dt* phụ đính, phụ trương.

insertion /in's3:ʃn/ *dt* **1.** sự cài vào, sự lồng vào: *the insertion of a coin into a slot* sự đút đồng tiền (kim loại) vào khe máy **2.** mục quảng cáo, mục thông báo trên báo.

in-service /'ins3:vis/ *tt* tại chức: *the in-service training of teachers* sự bồi dưỡng tại chức cho giáo viên.

inset¹ /'inset/ *dt* tranh cài (vào góc một bức tranh lớn).

inset² /'inset/ *dgt* (**inset**) (-tt-) cài vào (góc một bức tranh...).

inshore¹ /ˌin'ʃɔ[r]/ *tt* ven bờ [biển]: *inshore fisheries* nghề đánh cá ven bờ, nghề lộng.

inshore² /ˌin'ʃɔ[r]/ *pht* ven bờ: *fishing inshore or out at sea* đánh cá ven bờ hay ngoài khơi.

inside¹ /ˌin'said/ *dt* **1.** mặt trong, phía trong: *the inside of the box was lined with silk* mặt trong hộp được lót một lớp lụa; *the room had been locked from (on) the inside* căn phòng đã bị khóa ở bên trong **2.** phần đường sát lề **3.** (số ít) (cg **insides**) dạ dày; ruột: *a pain in his inside* đau trong ruột; *my insides are crying out for food* dạ dày tôi đang đòi ăn đây. // **inside out** *a/* lộn trong ra ngoài: *wearing his socks inside out* đi tất lộn trong ra ngoài b/ hoàn toàn; tường tận: *know a subject inside*

out biết tường tận một vấn đề; *turn a drawer inside out* lục tung ngăn kéo; **on the inside** *a/* trong nội bộ: *the thieves must have had someone on the inside to help them breaking* tụi trộm hẳn phải có người trong nội bộ (người tay trong) giúp chúng nó đột nhập vào nhà b/ ở làn đường xa nhất kể từ tâm của mặt đường.

inside² /in'said/ *tt* **1.** ở trong: *he kept his wallet in an inside pocket* ông ta để ví ở túi trong **2.** nội bộ, nội gián: *acting on inside information, the police were able to arrest the gang before the robbery occured* nhờ có tin nội gián, cảnh sát đã bắt được bọn cướp trước khi vụ cướp xảy ra.

inside³ /in'sai/ (Mỹ cg **inside of**) *gt* **1.** trong: *go inside the house* đi vào trong nhà; *inside the box there was a gold coin* trong hộp có một đồng tiền vàng; *you'll feel better with a good meal inside you* anh sẽ cảm thấy khỏe hơn nếu được ăn một bữa ăn ngon vào người **2.** Trong vòng (nói về thời gian): *the job is unlikely to be finished inside [of] a year* công việc xem chừng khó xong trong vòng một năm.

inside⁴ /in'said/ *pht* ở trong: *the coat has detachable lining inside* chiếc áo choàng có một lớp lót tháo ra được ở mặt trong; *she shook it to make certain there was nothing inside* chị ta lắc vật đó để biết chắc là ở trong không có gì cả.

inside lane /ˌin'said'lein/ làn đường [xe] chạy chậm.

inside left /ˌin'said'left/ (thể) tả biên (bóng đá).

insider /in'said[r]/ *dt* người của nội bộ.

insider dealing /inˌsaidə'di:liŋ/ *dt* (cg **insider trading** /inˌsaidə'treidiŋ/) sự mua bán nội bộ.

inside right /ˌin'said'rait/ (thể) hữu biên (bóng đá).

insidious /in'sidiəs/ *tt* (xấu) âm ỉ, ngấm ngầm: *an insidious disease* bệnh âm ỉ; *insidious jealousy* sự ghen tuông ngấm ngầm.

insidiously /in'sidiəsli/ *pht* [một cách] âm ỉ, [một cách] ngấm ngầm.

insidiousness /in'sidiəsnis/ *dt* sự âm ỉ, sự ngấm ngầm.

insight /'insait/ *dt* **1.** sự hiểu thấu; điều hiểu thấu: *show insight into human character* tỏ ra hiểu thấu được bản tính con người; *a book full of remarkable insights* một cuốn sách đầy những điều hiểu biết sâu sắc **2.** sự chợt hiểu ra: *have (gain) an insight into a problem* chợt hiểu ra một vấn đề.

insightful /'insaitful/ *tt* sâu sắc, sáng suốt: *an insightful remark* một nhận xét sáng suốt.

insignia /in'signiə/ *dt* **1.** biểu hiện **2.** huy hiệu.

insignificance /ˌinsig'nifikens/ *dt* sự không đáng kể.

insignificant /ˌinsig'nifikənt/ *tt* không đáng kể, tầm thường: *an insignificant-looking little man who turned out to be the managing director* một người trông bé nhỏ tầm thường hóa ra lại là ông giám đốc điều hành.

insignificantly /ˌinsig'nifikəntli/ *pht* [một cách] không đáng kể.

insincere /ˌinsin'siə[r]/ *tt* không thành thật, giả dối.

insincerely /,insin'siəli/ *pht* [một cách] không thành thật, [một cách] giả dối.

insincerity /,insin'serəti/ *dt* 1. tính không thành thực, tính giả dối 2. lời nói không thành thực; hành động giả dối.

insinuate /in'sinjʊeit/ *dgt* 1. **insinuate something [to somebody]** nói bóng gió, nói ám chỉ: *are you insinuating that I'm a liar?* có phải anh đang nói bóng gió rằng tôi là một thằng nói dối không? 2. **insinuate something (oneself) into something** lách vào, luồn vào: *insinuate oneself into somebody's favour* khéo luồn lọt lấy lòng ai.

insinuation /in,sinjʊ'eiʃn/ *dt* 1. lời bóng gió, lời ám chỉ 2. sự luồn lách, sự khéo luồn lọt.

insipid /in'sipid/ *tt* 1. không mùi vị, nhạt nhẽo: *insipid food* món ăn nhạt nhẽo 2. tẻ nhạt: *insipid colours* màu sắc tẻ nhạt; *an insipid performance of the symphony* một buổi trình diễn giao hưởng tẻ nhạt.

insipidity /,insi'pidəti/ *dt* 1. sự nhạt nhẽo 2. sự tẻ nhạt.

insipidly /in'sipidli/ *pht* 1. [một cách] nhạt nhẽo 2. [một cách] tẻ nhạt.

insipidness /in'sipidnis/ *dt nh* insipidity.

insist /in'sist/ *dgt* 1. cố nài, khăng khăng đòi: *"you really must go" "all right, if you insist"* "anh cần phải đi" "được thôi, nếu anh cố nài" 2. nhấn đi nhấn lại, khẳng định: *she kept insisting on her innocence* chị ta cứ khăng khăng khẳng định là chị ta vô tội.

insistence /in'sistəns/ *dt* sự cố nài, sự khăng khăng đòi; sự cứ nhất định.

insistent /in'sistənt/ *tt* cố nài, khăng khăng đòi; cứ nhất định.

insistently /in'sistəntli/ *pht* cứ khăng khăng đòi.

in situ /,in'sitju:/ *(tiếng Latinh)* ở nguyên vị.

insofar as /,insə'fɑ:rəz/ *nh* in so far as (*x* far[2]).

insole /'insəʊl/ *dt* đế trong (của giày; bằng li-e, phớt...).

insolence /'insələns/ *dt* sự xấc láo; tính xấc láo.

insolent /'insələnt/ *tt* xấc láo.

insolently /'insələntli/ *pht* [một cách] xấc láo.

insoluble /in'sɒljəbl/ *tt* 1. không hòa tan 2. không giải quyết được: *an insoluble problem* một vấn đề không giải quyết được.

insolvency /in'sɒlvənsi/ *dt* tình trạng không trả được nợ.

insolvent[1] /in'sɒlvənt/ *tt* không trả được nợ.

insolvent[2] /in'sɒlvənt/ *dt* người không trả được nợ.

insomnia /in'sɒmniə/ *dt* chứng mất ngủ.

insomniac /in'sɒmniæk/ *dt* người bị chứng mất ngủ.

in-so-much /,insəʊ'mʌtʃ/ *pht* 1. đến mức mà: *he worked very fast, in-so-much that he was through in an hour* nó làm rất nhanh, đến mức chỉ một tiếng là xong 2. **in-so-much as** *nh* inasmuch.

insouciance /in'su:siəns/ *dt* tính vô tư lự, tính vô tâm.

insouciant /in'su:siənt/ *tt* vô tư lự, vô tâm.

Insp (*vt* của Inspector) viên thanh tra cảnh sát.

inspect /in'spekt/ *dgt* 1. kiểm tra, xem xét kỹ: *the customs officer inspected my passport suspiciously* nhân viên hải quan kiểm tra hộ chiếu của tôi một cách ngờ vực; *inspect somebody's head for lice* vạch tóc ai để bắt chấy; *inspect an object for fingerprints* xem kỹ một vật để tìm dấu tay 2. thanh tra: *inspect a school* thanh tra trường học.

inspection /in'spekʃn/ *dt* 1. sự kiểm tra, sự xem xét kỹ; cuộc kiểm tra 2. sự thanh tra; cuộc thanh tra.

inspector /in'spektə[r]/ *dt* 1. viên thanh tra 2. viên thanh tra cảnh sát 3. nhân viên kiểm soát vé tàu xe.

inspectorate /in'spektərət/ *dt* giới thanh tra.

inspector of taxes /in'spektə[r] əv'tæksiz/ viên thanh tra thuế vụ.

inspiration /,inspə'reiʃn/ *dt* cảm hứng: *I set down to write my essay, but found I was completely without inspiration* tôi ngồi xuống để viết bài luận văn của tôi, nhưng cảm thấy hoàn toàn không có cảm hứng; *this woman's an inspiration to all of us* chị phụ nữ này là nguồn cảm hứng cho tất cả chúng tôi.

inspirational /,inspə'reiʃənl/ *tt* truyền cảm hứng; do cảm hứng: *an inspirational piece of writing* một bài viết do cảm hứng.

inspire /in'spaiə[r]/ *dgt* 1. gây cảm hứng: *the Lake District scenery inspired Wordsworth to write his greatest poetry* cảnh vật vùng Lake District gây cho Wordsworth cảm hứng viết nên áng thơ tuyệt tác của ông 2. gây (*cảm hứng, hy vọng, phấn khởi...*): *inspire enthusiasm in somebody* gây phấn khởi cho ai, làm cho ai phấn khởi.

inspired /in'spaiəd/ *tt (khen)* 1. đầy năng lực sáng tạo:

an inspired artist một nhà nghệ sĩ đầy năng lực sáng tạo **2.** đầy nhiệt huyết **3.** do cảm hứng: *an inspired work of art* một tác phẩm nghệ thuật do cảm hứng.

inspiring /in'spaiəriŋ/ *tt* **1.** truyền cảm hứng, truyền cảm **2.** lôi cuốn, hấp dẫn: *a book on a not very inspiring subject* một cuốn sách về một đề tài không mấy hấp dẫn.

Inst 1. (*vt của* Institute) học viện **2.** (*vt của* Institution) hội từ thiện.

instability /,instə'biləti/ *dt* tính (sự) không ổn định: *mental instability* sự không ổn định về tâm thần; *the inherent instability of this chemical* tính không ổn định vốn có của chất hóa học này (*có thể nổ hoặc bắt lửa*).

install (*Mỹ cg* **instal**) /in'stɔ:l/ *đgt* **1.** đặt, lắp (*thiết bị, máy móc*): *install a heating system in a building* lắp một hệ thống sưởi trong một tòa nhà; *I'm having a shower installed* tôi đang cho lắp vòi tắm hoa sen **2.** đặt (*ai*) vào nơi nào: *be comfortably installed in a new home* được xếp đến ở một ngôi nhà mới; *she installed herself in her father's favourite armchair* cô ta đặt mình ngồi xuống chiếc ghế bành mà bố cô vẫn thích **3.** làm lễ nhậm chức cho: *install a priest in office* làm lễ nhậm chức cho một giáo sĩ.

installation /,instə'leiʃn/ *dt* **1.** sự đặt, sự lắp (*thiết bị...*) **2.** trang thiết bị, máy móc: *a heating installation* thiết bị sưởi ấm; *attacking the enemy missile installations* tấn công các cứ điểm hỏa tiễn của địch **3.** sự làm lễ nhậm chức của (*ai*).

instalment (*Mỹ thường* **installment** /in'stɔ:lmənt/) *dt* **1.** kỳ (*đăng một bài chia làm nhiều kỳ trên báo*): *a story that will appear in instalments* một truyện sẽ đăng thành nhiều kỳ **2.** tiền trả góp: *pay for a bicycle by instalments* thanh toán tiền mua xe đạp bằng cách trả góp theo kỳ.

instalment plan /in'stɔ:l-mənt plæn/ (*đặc biệt Mỹ*) *nh* hire-purchase.

instance[1] /'instəns/ *dt* trường hợp: *in most instances the pain soon goes away* trong phần lớn trường hợp con đau nhanh chóng dịu đi. // **at the instance of somebody** theo lời thỉnh cầu [cấp thiết] của ai; **for instance** ví dụ như; **in the first instance** lúc đầu, đầu tiên: *in the first instance I was inclined to refuse, but then I reconsidered* lúc đầu tôi có ý từ chối, nhưng sau có tôi đã nghĩ lại.

instance[2] /'instəns/ *đgt* đưa ra làm ví dụ, dẫn chứng.

instant[1] /'instənt/ *tt* **1.** ngay [tức khắc]: *feel instant relief after treatment* cảm thấy đỡ ngay sau khi điều trị; *instant hot water* nước nóng ngay khi vặn vòi **2.** ăn liền, uống liền: *instant coffee* cà phê uống liền **3.** (*vt* **inst**) (*thường, cũ*) [của] tháng này: *in reply to your letter of the 9th inst* trả lời bức thư của ông đề ngày 9 tháng này **4.** cấp bách, khẩn cấp: *in instant need of help* đang cần được sự giúp đỡ cấp bách.

instant[2] /'instənt/ *dt* **1.** thời điểm chính xác, lúc: *come here this instant!* hãy lại đây ngay [lúc này]!; *he left [at] that [very] instant* anh ta ra đi ngay lúc đó **2.** giây

lát, chốc lát: *I shall be back in an instant* tôi sẽ trở lại trong chốc lát.

instantaneous /,instən'tei-niəs/ *tt* tức thì; ngay: *death was instantaneous* cái chết đến ngay tức thì.

instantaneously /,instən'te-iniəsli/ *pht* [một cách] tức thì, ngay lập tức.

instead /in'sted/ *pht* để thay vào: *we've no coffee. Would you like tea instead?* chúng tôi không có cà phê. Anh dùng trà để thay vào được không?; *An was ill so I went instead* An ốm nên tôi đi thay.

instead of /in'stedəv/ *gt* thay vì: *let's play cards instead of watching television* ta hãy chơi bài thay vì xem truyền hình đi.

instep /'instep/ **1.** mu bàn chân **2.** da mu (*giày*).

instigate /'instigeit/ *đgt* khởi xướng; xúi giục: *instigate a strike* khởi xướng một cuộc đình công.

instigation /,insti'geiʃn/ *dt* sự khởi xướng, sự xúi giục: *at his instigation we concealed the facts from the authorities* theo sự xúi giục của hắn chúng tôi đã che giấu không cho nhà chức trách biết các sự kiện.

instigator /'instigeitə[r]/ *dt* người xúi giục, người xúi bẩy (*làm việc gì xấu*): *the instigators of violence in our society* những kẻ xúi bẩy bạo động trong xã hội chúng ta.

instil (*Mỹ* **instill**) /in'stil/ *đgt* (-ll-) làm cho thấm nhuần dần: *instil a sense of responsibility [in (into)] one's children* làm cho con cái mình thấm nhuần dần ý thức trách nhiệm.

instillation /,insti'lei∫n/ *dt* sự làm cho thấm nhuần dần.

instinct /'instiŋk/ *dt* bản năng: *by (from) instinct* theo bản năng.

instinctive /in'stiŋktiv/ *tt* theo bản năng: *an instinctive reaction* một phản ứng theo bản năng.

instinctively /in'stiŋktivli/ *pht* theo bản năng: *I instinctively raised my arm to protect my face* theo bản năng tôi đã giơ cánh tay lên để che mặt.

institute[1] /'institju:t, (*Mỹ* 'institu:t)/ *dt* học viện, viện: *a research institute* một viện nghiên cứu.

institute[2] /'institju:t, (*Mỹ* 'institu:d)/ *dgt* **1.** lập, mở; tiến hành: *institute an inquiry* mở một cuộc điều tra; *institute a lawsuit* tiến hành một vụ kiện **2.** phong *(làm giáo sĩ)*.

institution /,insti'tju:∫n, (*Mỹ* ,insti'tu:∫n)/ *dt* **1.** sự lập, sự mở, sự tiến hành **2.** sự phong *(làm giáo sĩ)* **3.** hội từ thiện, nhà dưỡng lão, trại mồ côi... **4.** tập quán lâu đời: *drinking tea at 4 pm is a popular British institution* uống trà vào 4 giờ chiều là một tập quán lâu đời phổ biến ở nước Anh **5.** người quen thuộc *(của một tổ chức)*: *my uncle has become quite an institution at the club* chú tôi đã trở thành một bộ mặt quen thuộc ở câu lạc bộ.

institutional /,insti'tju:∫ənl/ [thuộc] hội từ thiện (nhà dưỡng lão, trại mồ côi...).

institutionalization, institutionalisation /,insti,tju:∫ənəlai'zei∫n, (*Mỹ* ,insti'tu:∫ənəli'zei∫n/) **1.** sự biến thành tập quán **2.** sự đưa vào sống nhà dưỡng lão **3.** làm cho quen với nếp sống ở nhà dưỡng lão.

institutionalize, institutionalise /,insti'tju:∫ənəlaiz/ *dgt* **1.** biến thành tập quán **2.** đưa vào sống ở nhà dưỡng lão... **3.** làm cho quen với nếp sống ở nhà dưỡng lão.

instruct /in'strʌkt/ *dgt* **1.** (+ in) dạy, huấn luyện: *instruct a class in history* dạy một lớp về sử **2.** (+ about) chỉ dẫn, bảo: *I've instructed them to keep the room locked* tôi đã bảo họ luôn luôn khóa cửa phòng **3.** cho hay, cho biết: *we are instructed by our clients that you owe them £300* chúng tôi đã được khách hàng của chúng tôi cho hay là ông nợ họ 300 bảng **4.** *(luật)* nhờ *(luật sư)* biện hộ cho: *who are the instructing solicitors in this case?* ai là luật sư biện hộ trong vụ này đây?

instruction /in'strʌk∫n/ *dt* **1.** sự dạy; kiến thức truyền dạy: *in this course, students receive instruction on basic engineering* trong khóa học này, sinh viên được truyền dạy kiến thức cơ bản về kỹ thuật **2.** chỉ thị; lệnh: *carry out an instruction* thi hành một chỉ thị; *instruction* lệnh máy *(diện toán)* **3.** **instructions** *(snh)* lời chỉ dẫn: *follow the instructions in a car repair manual* theo lời chỉ dẫn trong một cuốn sổ tay sửa chữa ô tô.

instructional /in'strʌk∫ənl/ *tt* dạy học, giáo dục: *instructional films* phim dạy học.

instructive /in'strʌktiv/ *tt* cung cấp nhiều thông tin bổ ích *(không dùng để chỉ người)*: *instructive books* sách cung cấp nhiều thông tin bổ ích.

instructively /in'strʌktively/ *pht* với nhiều thông tin bổ ích.

instructor /in'strʌktə[r]/ *dt* huấn luyện viên: *a driving instructor* huấn luyện viên lái xe.

instrument /'instrumənt/ *dt* **1.** dụng cụ: *a surgical instrument* dụng cụ phẫu thuật; *instruments of torture* dụng cụ tra tấn **2.** nhạc cụ: *learning to play an instrument* học chơi một nhạc cụ **3.** máy móc thiết bị *(trên một con tàu...)* **4.** công cụ; tác nhân: *we humans are merely the instruments of fate* loài người chúng ta chỉ là công cụ của số mệnh; *the organization he had built up eventually became the instrument of his downfall* tổ chức mà anh ta đã gây dựng nên cuối cùng lại là tác nhân làm cho anh suy vi **5.** văn kiện, tài liệu: *the king signed the instrument of abdication* nhà vua đã ký văn kiện thoái vị.

instrumentation /,instrumen'tei∫n/ *dt* **1.** sự phối nhạc **2.** (*nh* instrument 3) máy móc thiết bị.

instrumental /,instrə'mentl/ *tt* **1.** *(vị ngữ)* **instrumental in doing something** là [một phần] nguyên nhân của: *his information on instrumental in catching the criminal* thông tin của anh ta đã giúp cho việc bắt được tội phạm **2.** để cho nhạc cụ *(không phải để hát; nói về nhạc)*: *instrumental music* nhạc đàn.

instrumentalist /,instru'mentəlist/ *dt* nhạc công.

instrumentality /,instrumen'tæləti/ *dt* phương tiện: *by the instrumentality of somebody* thông qua ai.

insubordinate /,insə'bɔ:di-nət/ *tt* không chịu phục tùng.

insubordination /,insəbɔ:-di'neiʃn/ *dt* 1. sự không chịu phục tùng, sự bất phục tùng 2. điều không chịu phục tùng.

insubstantial /,insəb'stænʃl/ *tt* 1. không có thực: *an insubstantial vision* một ảo ảnh không có thực 2. không vững chắc, yếu ớt: *early aircraft were unsubstantial constructions of wood and glue* những chiếc máy bay đầu tiên là những cấu trúc yếu ớt bằng gỗ dán keo; *an insubstantial accusation* lời kết tội không vững chắc.

insufferable /in'sʌfrəbl/ *tt* 1. không chịu đựng được, không chịu được: *insufferable insolence* sự xấc láo không chịu được 2. không ai chịu nổi: *he really is insufferable* ông ta thực sự là một người không ai chịu nổi.

insufferably /in'sʌfrəbli/ *pht* 1. [một cách] không chịu được 2. [một cách] không ai chịu nổi.

insufficiency /,insə'fiʃnsi/ *tt* sự không đủ, sự thiếu.

insufficient /,insə'fiʃnt/ *tt* không đủ, thiếu: *the case was dismissed because of insufficient evidence* vụ kiện bị bác không xét vì thiếu chứng cứ.

insufficiently /,insə'fiʃntli/ *pht* [một cách] không đủ, [một cách] thiếu.

insular /'insjulə[r], (Mỹ 'insələr)/ *tt* 1. [thuộc] đảo, ở đảo: *an insular climate* khí hậu ở đảo 2. thiển cận, hẹp hòi: *an insular attitude* thái độ hẹp hòi.

insularity /,insju'lærəti, (Mỹ ,insə'lærəti)/ *dt* 1. tính chất

người ở đảo 2. tính chất thiển cận hẹp hòi.

insulate /'insjuleit, (Mỹ 'insəleit)/ *dgt* cách ly: *material that insulates well* vật liệu cách ly (cách điện, cách nhiệt, cách âm...) tốt; *children carefully insulated from harmful experiences* trẻ em được cách ly cẩn thận khỏi những việc làm có hại.

insulated /,insjuleitid/ *tt* được cách ly: *an insulated wire* dây điện có bọc chất cách điện; *a well-insulated house* căn nhà được cách nhiệt tốt.

insulating /,insjuleitiŋ/ *tt* cách ly (cách điện; cách nhiệt; cách âm...) *insulating materials* vật liệu cách ly (cách điện, cách nhiệt, cách âm...).

insulating tape /'insjuleitiŋ teip/ băng dính cách điện.

insulation /,insju'leiʃn, (Mỹ insə'leiʃn)/ *dt* 1. sự cách ly (cách điện, cách nhiệt, cách âm...) 2. vật liệu cách ly: *pack the wall cavity with insulation* bít các lỗ ở tường bằng vật liệu cách ly.

insulator /'insjuleitə[r], (Mỹ 'insəleitər)/ *dt* chất cách ly, vật cách ly (cách điện...).

insulin /'insjulin, (Mỹ 'insəlin)/ *dt (sinh)* insulin.

insult¹ /in'sʌlt/ *dgt* lăng mạ, sỉ nhục.

insult² /in'sʌlt/ *dt* lời lăng mạ, lời sỉ nhục. // **add insult to injury** *x* add; **a calculated insult** *x* calculate; **an insult to somebody's intelligence** việc quá dễ không xứng đáng với khả năng của ai.

insulting /in'sʌltiŋ/ *tt* lăng mạ, sỉ nhục: *insulting remarks* những nhận xét có tính chất sỉ nhục.

insuperable /in'su:pərəbl, (Anh in'sju:pərəbl)/ *tt* không

thể vượt qua được, không thể khắc phục được: *insuperable obstacles* những cản trở không thể vượt qua được.

insuperably /in'su:pərəbli/ *pht* [một cách] không thể vượt qua; [một cách] không thể khắc phục.

insupportable /,insə'pɔ:təbl/ *tt* không thể chịu đựng được: *insupportable rudeness* sự khiếm nhã không thể chịu đựng được.

insurance /in'ʃɔ:rəns, (Mỹ in'ʃuərəns)/ *dt* 1. sự bảo hiểm; hợp đồng bảo hiểm: *an insurance against fire* bảo hiểm hỏa hoạn; *an insurance company* công ty bảo hiểm 2. công việc bảo hiểm, nghề bảo hiểm: *her husband works in insurance* chồng chị ta làm việc trong ngành bảo hiểm 3. tiền đóng bảo hiểm; tiền bảo hiểm được hưởng: *when her husband died, she received £50.000 in insurance* khi chồng mất bà ta nhận được 50.000 bảng tiền bảo hiểm 4. (bóng) biện pháp phòng hờ: *he's applying for two other jobs as an insurance against not passing the interview for this one* anh ta đang nộp đơn xin việc ở hai nơi khác, phòng khi không qua được kỳ phỏng vấn vào làm việc này.

insurance broker /in'ʃɔ:rəns ,brəukə[r]/ người môi giới bảo hiểm.

insurance policy /in'ʃɔ:rəns 'pɒləsi/ hợp đồng bảo hiểm: *they regard nuclear weapons as an insurance policy against conventional attack* (bóng) họ xem vũ khí nguyên tử như là một hợp đồng bảo hiểm chống sự tấn công bằng vũ khí quy ước.

insurance premium /in'ʃɔ:rəns ,pri:miəm/ phí bảo hiểm.

insure /in'ʃɔ:[r], (Mỹ in'ʃʊər)/ đgt 1. bảo hiểm: *insure one's house against fire* bảo hiểm hỏa hoạn 2. *nh* ensure.

the insured /in'ʃɔ:d/ dt (đgt số ít hay snh) người được lĩnh bảo hiểm.

insurer /in'ʃɔ:rə[r], (Mỹ in'ʃʊərər)/ dt người nhận bảo hiểm; công ty bảo hiểm.

insurgent¹ /in'sɜ:dʒənt/ tt nổi dậy; nổi loạn.

insurgent² /in'sɜ:dʒənt/ dt người nổi dậy; quân nổi loạn.

insurmountable /,insə'maʊntəbl/ tt không thể vượt qua được: *insurmountable ibstacle* những chướng ngại không thể vượt qua được.

insurrection /,insə'rekʃn/ dt 1. sự nổi dậy, sự khởi nghĩa 2. cuộc nổi dậy, cuộc khởi nghĩa.

insurrectionist /insə'rekʃənist/ dt người nổi dậy, người khởi nghĩa.

int 1. (vt của interior, internal) trong, nội 2. (vt của international) quốc tế.

intact /in'tækt/ tt còn nguyên vẹn: *a box recovered from an accident with its contents intact* chiếc hộp nhặt được trong vụ tai nạn với các thứ bên trong vẫn còn nguyên; *he can scarcely survive this scandal with his reputation intact* qua vụ tai tiếng này, thanh danh của ông ta khó mà còn nguyên vẹn được.

intaglio /in'ta:liəʊ/ dt (snh **intaglios** /in'ta:liəʊz/) 1. nghệ thuật chạm chìm (nhất là ở đồ trang sức) 2. hình chạm chìm; đồ trang sức có hình chạm chìm.

intake /'inteik/ dt 1. sự lấy vào; điểm lấy vào (của nhiên liệu vào máy...) 2. vật lấy vào; số lượng lấy vào: *an annual intake of 100,000 men for military service* con số người 100.000 lấy vào làm nghĩa vụ quân sự hằng năm.

intangibility /in,tændʒə'biləti/ dt 1. tính không thể sờ thấy; tính không thể hiểu thấu được 2. tính không tồn tại dưới dạng vật chất; tính vô hình.

intangible /in'tændʒəbl/ tt 1. không thể sờ thấy; không thể hiểu thấu được: *the old building had an intangible air of sadness about it* tòa nhà cổ có một không khí buồn bã không hiểu thấu nổi 2. không tồn tại dưới dạng vật chất, vô hình: *the intangible value of a good reputation* giá trị vô hình của một thanh danh tốt.

intangibly /in'tændʒəbli/ pht 1. [một cách] không thể hiểu được 2. [một cách] vô hình.

integer /'intidʒə[r]/ dt (toán) số nguyên.

integral /'intigrəl/ tt 1. cần thiết cho trọn vẹn: *the arms and legs are integral parts of the human body* tay và chân là những bộ phận cần thiết cho sự trọn vẹn của cơ thể 2. trọn vẹn, đầy đủ: *an integral design* một bản thiết kế trọn vẹn 3. như là một bộ phận cấu thành, không phải là đưa từ ngoài vào: *a machine with an integral power source* một cỗ máy chứa trong nó một nguồn năng lượng.

integral calculus /'intigrəl 'kælkjʊləs/ (toán) phép tính tích phân.

integrally /'intigrəli/ pht 1. [một cách] trọn vẹn 2. có trong bản thân nó (không phải là đưa từ ngoài vào).

integrate /'intigreit/ đgt 1. hợp nhất: *integrating private school into the state education system* hợp nhất trường học tư vào hệ thống giáo dục nhà nước 2. hòa hợp: *the buildings are well integrated with the landscape; the buildings and the landscape are well integrated* các tòa nhà hòa hợp với cảnh quan 3. hội nhập: *foreign immigrants who don't integrate well* những người nước ngoài nhập cư chưa thật hội nhập với dân địa phương.

integrated /'intigreitid/ tt 1. hợp nhất: *an integrated transport scheme* dự án vận chuyển hợp nhất (xe buýt, xe tắc-xi, tàu hỏa... phối hợp với nhau) 2. hội nhập.

integrated circuit /,intigreitid'sɜ:kit/ (lý) mạch tích hợp.

integration /,inti'greiʃn/ dt 1. sự hợp nhất 2. sự hội nhập.

integrity /in'tegrəti/ dt 1. tính chính trực, tính liêm khiết 2. sự toàn vẹn, tình trạng nguyên vẹn: *preserve a nation's territorial integrity* giữ gìn sự nguyên vẹn lãnh thổ của một quốc gia.

integument /in'tegjʊmənt/ dt vỏ bọc ngoài (thường là tự nhiên, như vỏ trấu, vỏ đậu, vỏ ốc...).

intellect /'intəlekt/ dt 1. trí tuệ, trí năng: *intellect distinguishes humans from other animals* trí tuệ phân biệt con người với các động vật khác 2. người tài trí: *he was one of the most formidable intellect of his time* ông ta trước đây là người tài trí nhất thời ông sống.

intellectual¹ /,intə'lektʃʊəl/ tt 1. [thuộc] trí tuệ: *intel-*

lectual faculties khả năng trí tuệ **2.** có tri thức, tài trí: *intellectual people* những người trí thức.

intellectual² /,intə'lektʃʊəl/ *dt* người trí thức.

intellectually /,intə'lektʃʊəli/ *pht* [một cách] trí thức, [về mặt] tài trí.

intelligence /in'telidʒəns/ *dt* **1.** sự thông minh; trí óc: *when the water pipe burst, she had the intelligence to turn off the water at the main* khi ống nước vỡ, cô ta đã thông minh biết khóa đường ống chính lại **2.** tình báo: *intelligence have reported that the enemy is planning a new attack* tình báo đã báo là quân địch đang lập kế hoạch một cuộc tấn công mới.

intelligence test /in'telidʒəns test/ thử nghiệm trí thông minh.

intelligent /in'telidʒənt/ *tt* thông minh: *an intelligent child* đứa bé thông minh; *intelligent answers* những câu trả lời thông minh.

intelligently /in'telidʒəntli/ *pht* [một cách] thông minh.

intelligentsia /in,teli'dʒentsiə/ *dt the intelligentsia* giới trí thức.

intelligibility /in,telidʒə'biləti/ *dt* **1.** tính dễ hiểu **2.** điều dễ hiểu.

intelligible /in'telidʒəbl/ *tt* dễ hiểu.

intelligibly /in'telidʒəbli/ *pht* [một cách] dễ hiểu.

intemperance /in'tempərəns/ *dt* **1.** sự vô độ **2.** sự quá mức.

intemperate /in,tempərət/ *tt* **1.** vô độ: *intemperate habits* những thói quen vô độ (*nhất là nói về thói rượu chè*) **2.** quá mức: *an intem-*

perate remark một nhận xét quá mức.

intemperately /in'tempərətli/ *pht* **1.** [một cách] vô độ **2.** [một cách] quá mức.

intend /in'tend/ *dgt* **1.** định, có ý định: *I hear they intend to marry* tôi nghe nói họ có ý định lấy nhau; *he intends you no harm* nó không có ý định hại anh **2.** định nhằm vào: *I think the bomb was intended for me* tôi nghĩ là quả bom nhằm mưu sát tôi **3.** định nói, ý muốn nói: *What did he intend by that remark?* bằng lời nhận xét này anh ta ý muốn nói gì thế?

intended /in'tendid/ *tt* **1.** có ý định; theo ước muốn: *the intended result* kết quả theo ước muốn **2.** dự định dành cho: *a book intended for children* cuốn sách dự định dành cho trẻ em.

intense /in'tens/ *tt* (-r; -st) **1.** mạnh, có cường độ lớn: *intense heat* nóng gắt; *intense pain* cơn đau dữ dội **2.** mãnh liệt **3.** dễ xúc cảm mạnh mẽ (*người*).

intensely /in'tensli/ *pht* [một cách] **1.** [một cách] mạnh **2.** [một cách] mãnh liệt.

intensification /in,tensifi'keiʃn/ *dt* sự tăng cường; sự gia tăng.

intensifier /in'tensifaiə[r]/ *dt* (ngôn) từ tăng cường (*làm mạnh nghĩa, như* so, such, very).

intensify /in'tensifai/ *dgt* tăng cường; gia tăng: *the terrorists have intensified their bombing campaign* tụi khủng bố đã gia tăng chiến dịch đánh bom của chúng.

intensity /in'tensəti/ *dt* **1.** cường độ **2.** độ mãnh liệt (*của xúc cảm*): *I didn't realize the intensity of people's*

feeling on this issue tôi không nhận thức được độ mãnh liệt xúc cảm của nhân dân về vấn đề này.

intensive¹ /in'tensiv/ *tt* **1.** tập trung, sâu: *intensive bombardment of a town* sự ném bom tập trung vào một thị trấn; *they teach you English in an intensive course lasting just a week* họ dạy tiếng Anh cho anh trong một khóa tập trung chỉ có đúng một tuần lễ **2.** cực kỳ kỹ lưỡng: *an intensive search fails to reveal any clues* một cuộc lục soát cực kỳ kỹ lưỡng đã không cho thấy bất cứ một manh mối nào cả **3.** (ngôn) nhấn mạnh (*từ ngữ*).

intensive² /in'tensiv/ *dt* (ngôn) từ nhấn mạnh.

-intensive (*yếu tố tạo thành từ ghép*) cần tập trung nhiều (*cái gì đó*): *a capital-intensive industry* ngành công nghiệp cần tập trung nhiều vốn.

intensive care /in'tensiv 'keə[r]/ sự chăm sóc tập trung (*ở bệnh viện, đối với bệnh nhân ốm nguy kịch*).

intensive farming /in,tensiv'fɑːmiŋ/ (nông) thâm canh.

intensively /in'tensivli/ *pht* [một cách] tập trung.

intent¹ /in'tent/ *tt* **1.** chăm chú: *watch with an intent look* theo dõi với cái nhìn chăm chú **2.** có ý định: *he intends you no harm* nó không có ý định hại anh **3.** miệt mài, mải mê: *I was so intent [up] on my work that I didn't notice the time* tôi miệt mài với công việc đến mức quên cả thời gian.

intent² /in'tent/ *dt* ý định, chủ đích: *act with criminal intent* hành động với chủ đích phạm tội; *fire a weapon* *with intent to kill* nổ súng với ý định giết người. // **to all intents [and purposes]** hầu như, thực tế là: *his new statement was to all intents and purposes not different from the old one* lời tuyên bố mới của ông ta hầu như chẳng khác gì lời tuyên bố trước.

intention /in'tenʃn/ *dt* **1.** ý định: *I came with the intention of staying, but now I've decided to leave* tôi đến với ý định ở lại, nhưng nay tôi quyết định rời đi **2.** sự cố ý, sự cố tình: *I'm sorry I offended you; it wasn't my intention* tôi xin lỗi đã xúc phạm đến anh, tôi không cố ý; *what do you think was the author's intention in this passage?* theo anh, tác giả có ý định nói gì trong đoạn này? **3.** *(cổ)* tình ý: *Peter asked the young man if his intention was honorable* Peter hỏi chàng thanh niên sự tỏ tình của chàng với cô con gái ấy có chân thật không?. // **the road to hell is paved with good intentions** x road; **with the best of intentions** x best³.

intentional /in'tenʃənl/ *tt* có chủ đích, cố tình, cố ý: *if I hurt your feelings, it was not intentional* nếu tôi xúc phạm đến tình cảm của anh thì đó không phải là cố ý.

intentionally /in'tenʃənəli/ *pht* [một cách] cố tình, [một cách] cố ý.

-intentioned *(yếu tố tạo tt ghép)* có ý định *(như thế nào đó)*: *well-intentioned* có ý định tốt; *ill-intentioned* có ý định xấu.

intently /in'tentli/ *pht* [một cách] chăm chú; [một cách] miệt mài.

intentness /in'tentnis/ *dt* sự chăm chú; sự miệt mài.

inter /in'tɜ:[r]/ *dgt* (-rr-) chôn cất, mai táng.

inter- *(tiền tố kết hợp với dt, dgt, tt)* **1.** ở giữa: *interface* bề mặt chung *(cho hai vật)*; *international* giữa các quốc gia, quốc tế **2.** cùng nhau; lẫn nhau; qua lại: *interchange* trao đổi lẫn nhau; *interact* tác động qua lại.

interact /ˌintər'ækt/ *dgt* **1.** tác động qua lại: *chemicals that interact to form a new compound* hóa chất tác động qua lại tạo ra một hợp chất mới **2.** hợp tác với nhau.

interaction /ˌintər'ækʃn/ *dt* **1.** sự hợp tác với nhau: *increased interaction between different police forces would improve the rate of solving crimes* sự hợp tác gia tăng giữa các lực lượng cảnh sát khác nhau sẽ đẩy nhanh tốc độ giải quyết các vụ tội phạm **2.** vụ hợp tác với nhau.

interactive /ˌintər'æktiv/ *tt* **1.** (+ with) tác động qua lại, ảnh hưởng lẫn nhau **2.** tương giao [giữa người và máy] *(máy diện toán)*.

inter alia /ˌintər'eiliə/ *(tiếng Latinh)* trong số những điều khác.

interbreed /ˌintə'bri:d/ *dgt (động)* (+ with) giao phối, lai giống *(với giống khác)*: *these two types of dog can be interbred with each other* hai giống chó này có thể lai giống với nhau.

intercede /ˌintə'si:d/ *dgt* **1.** can thiệp giúp *(ai)*, nói giùm *(ai)* **2. intercede between A and B** đứng ra làm trung gian hòa giải giữa A và B.

intercept /ˌintə'sept/ *dgt* chắn, chặn: *reporters intercepted him as he tried to leave by the rear entrance* các phóng viên đã chặn ông

ta khi ông đang tìm cách ra bằng cửa hậu.

interception /ˌintə'septʃn/ *dt* **1.** sự chắn, sự chặn **2.** hành động chắn lại.

interceptor /ˌintə'septə[r]/ *dt* **1.** người chặn; cái chắn **2.** máy bay đánh chặn *(máy bay địch)*.

intercession /ˌintə'seʃn/ *dt* **1.** sự đứng ra làm trung gian hòa giải **2.** sự can thiệp giúp, sự nói giùm *(ai)*.

interchange /ˌintə'tʃeindʒ/ *dgt* **1.** đổi lẫn nhau: *we interchanged partners; he danced with mine, and I danced with his* chúng tôi đổi bạn nhảy với nhau, anh ta nhảy với người cùng nhảy với tôi và tôi thì nhảy với người cùng nhảy với anh ta **2.** đổi chỗ, hoán đổi: *interchange the front and rear tyres of a car* đổi lốp xe bánh trước ra đằng sau **3.** ngã tư [đường có] đường hầm [và] cầu chui.

interchangeable /ˌintə'tʃeindʒəbl/ *dt* có thể đổi lẫn cho nhau: *true synonyms are entirely interchangeable* những từ đồng nghĩa thật sự có thể hoàn toàn đổi lẫn cho nhau được.

interchangeably /ˌintə'tʃeindʒəbli/ *pht* [một cách] có thể đổi lẫn cho nhau.

intercity¹ /ˌintə'siti/ *tt* tốc hành liên thị: *an intercity train* xe lửa tốc hành liên thị.

intercity² /ˌintə'siti/ *dt* phương tiện tốc hành liên thị: *travel by intercity* đi bằng phương tiện tốc hành liên thị.

intercollegiate /ˌintəkə'li:dʒiət/ *tt* liên [trường] đại học: *intercollegiate games* những cuộc thi đấu liên đại học.

intercom /'intəkɒm/ *dt* hệ thống thông tin bằng micrô và loa (*như ở trên máy bay, trong một tòa nhà lớn...*).

intercommunicate /,intə-kə'mju:nikeit/ *dgt* 1. trao đổi thông tin với nhau, liên lạc với nhau 2. thông với nhau: *we had intercommunicating rooms* chúng tôi ở những căn phòng thông với nhau.

intercommunication /,intə-kə,muni'keiʃn/ *dt* 1. sự trao đổi thông tin với nhau, sự liên lạc với nhau 2. sự thông với nhau, sự ăn thông nhau.

intercommunion /,intəkə-'mju:niən/ *dt* nhóm liên tôn.

interconnect /,intə'kə'nekt/ *dgt* 1. liên kết với nhau 2. thông với nhau.

interconnected /,intəkə-'nektid/ *tt* liên kết với nhau, liên hệ với nhau: *I see these two theories as somehow interconnected* tôi thấy hai thuyết này có điểm liên hệ với nhau.

interconnecting /,intəkə-'nektiŋ/ *tt* thông với nhau, nối liền nhau: *an interconnecting corridor* một hành lang nối liền các phòng với nhau.

intercontinental /,intəkən-ti'nentl/ *tt* liên lục địa; xuyên lục địa: *intercontinental travel* cuộc du hành liên lục địa.

intercontinental ballistic missile /,intəkənti'nentl bə,listik'misail/ tên lửa xuyên lục địa.

intercourse /'intəkɔ:s/ *dt* 1. (*cg* **sexual intercourse**) sự giao hợp 2. sự giao dịch, sự giao thiệp: *social intercourse* sự giao thiệp trong xã hội.

interdenominational /,intədi,nɒmi'neiʃənl/ *tt* (*tôn*) liên giáo.

interdepartmental /,intə-,di:pa:t'mentl/ *tt* liên cục, liên vụ, liên sở.

interdepartmentally /,intə-,di:pa:tmentəli/ *pht* theo liên cục, theo liên vụ, theo liên sở.

interdependence /,intədi-'pendəns/ *pht* phụ thuộc lẫn nhau.

interdependent /,intədi-'pendənt/ *tt* phụ thuộc lẫn nhau.

interdependently /,intədi-'pendəntli/ *pht* [một cách] phụ thuộc lẫn nhau.

interdict /,intə'dikt/ *dgt* 1. (*luật*) cấm, cấm chỉ 2. (*tôn*) cấm dự thánh lễ (*giáo hội công giáo La Mã*).

interdiction /,intə'dikʃn/ *dt* 1. sự cấm, sự cấm chỉ 2. (*tôn*) lệnh cấm dự thánh lễ (*giáo hội công giáo La Mã*).

interdisciplinary /,intə-,disə'plinəri/ *tt* liên [bộ] môn, liên ngành: *interdisciplinary studies* những nghiên cứu bao gồm nhiều bộ môn.

interest¹ /'intrəst/ *dt* 1. sự quan tâm, sự chú ý: *show [an] interest in something* biểu lộ sự quan tâm đến cái gì 2. sự hấp dẫn: *the subject may be full of interest to you, but it holds no interest for me* chủ đề này có thể rất hấp dẫn đối với anh, nhưng tôi thì không? 3. sự thích thú; điều thích thú, sở thích: *a person of narrow interests* một người có sở thích hạn hẹp 4. (*thường snh*) lợi, mối lợi: *look after one's own interests* chăm lo mối lợi riêng của mình 5. lợi tức; quyền chia lợi tức 6. lãi, tiền lời: *interest at 10%* lãi 10%; *the rate of interest* lãi suất 7. (*thường snh*) nhóm người có quyền lợi chung: *landed interests* nhóm điền chủ. // **in some-**

body's **interest[s]** vì lợi ích của ai: *something that is not in the public interest* điều gì không vì lợi ích chung; **in the interest[s] of something** vì lợi ích (*của cái gì*): *in the interest[s] of safety, no smoking is allowed* vì lợi ích của sự an toàn, không được hút thuốc lá; **have a vested interest in something** x vest²; **repay (return) something with interest** a/ trả lại tiền có thêm tiền lãi b/ trả đũa lại, đền đáp lại mạnh mẽ hơn: *return a kindness with interest* đền đáp nhiều hơn lòng tử tế của ai.

interest² /'intrəst/ *dgt* **interest oneself (somebody) [in something]** a/ làm cho quan tâm, làm cho chú ý, làm cho thích thú: *politics doesn't interest me* chính trị không làm cho tôi thích thú b/ làm cho thích mua (*ăn, làm...*) gì: *can I interest you in our latest computer?* tôi có thể giới thiệu với ông kiểu máy điện toán đời mới nhất của chúng tôi không ạ?

interested /'intrəstid/ *tt* 1. lộ vẻ quan tâm (chú ý, thích thú): *are you interested in history?* anh có thích môn sử học không?; *interested listeners* những người thính giả chăm chú lắng nghe 2. có liên quan, có dính dáng; không khách quan: *as an interested party, I was not allowed to vote* vì là một bên có liên quan, tôi không được phép bỏ phiếu.

interesting /'intrəstiŋ/ *tt* thú vị: *interesting books* những cuốn sách thú vị.

interestingly /'intrəstiŋli/ *pht* [một cách] thú vị.

interface /'intəfeis/ *dt* 1. bề mặt chung (*cho hai vật*) 2.

khớp nối; giao diện *(máy diện toán)* **3.** *(bóng)* điểm chung, diện chung: *the interface of chemistry and physics* diện chung của hóa học và vật lý.

interfere /ˌintəˈfiə[r]/ *dgt* **1.** can thiệp vào, xen vào: *it's unwise to interfere between husband and wife* can thiệp vào chuyện vợ chồng nhà người ta thì thật là dại dột **2.** mó vào làm hỏng: *who's been interfering with the clock? It's stopped* ai đã mó vào đồng hồ thế? Nó đã ngừng chạy **3.** gây cản trở: *interfere with somebody else's plans* gây cản trở cho kế hoạch của ai; *don't allow pleasure to interfere with duty* đừng để sự vui chơi cản trở nhiệm vụ **4.** quấy rầy: *don't interfere with him while he's working* đừng quấy rầy ông ta trong khi ông ta làm việc **5.** *(Anh, trại)* hiếp dâm: *the police reported that the murdered child had not been interfered with* cảnh sát cho hay đứa trẻ bị giết không bị hiếp dâm.

interference /ˌintəˈfiərəns/ *dt* **1.** sự can thiệp: *I don't want any interference from you* tôi không muốn bất cứ sự can thiệp nào của anh **2.** *(radiô, máy tính)* sự nhiễu **3.** *(thể, Mỹ)* sự cản trái luật *(chơi hốc cây...).*

interfering /ˌintəˈfiəriŋ/ *tt* thích can thiệp *(vào việc của người khác).*

interferon /ˌintəˈfiərən/ *dt (sinh, hóa)* interferon.

interim[1] /ˈintərim/ *dt* **in the interim** trong thời gian đó: *"my new job starts in May" "What are you doing in the interim?"* "công việc mới của tôi bắt đầu từ tháng năm"

"từ nay đến đấy anh làm gì?".

interim[2] /ˈintərim/ *tt* tạm thời, tạm: *interim measures* biện pháp tạm thời.

interior /inˈtiəriə[r]/ *dt* **1.** *(thường số ít)* phần trong, phía trong *(nhà...)* **2. the interior** nội địa **3. the interior** nội vụ: *Ministry of the Interior* Bộ Nội Vụ.

interior decorator /inˈtiəriə ˈdekəreitə[r]/ người trang trí nội thất.

interior design /inˌtiəriə diˈzain/ thiết kế nội thất.

interior designer /inˌtiəriə diˈzainə[r]/ nhà thiết kế nội thất.

interject /ˌintəˈdʒekt/ *dgt* nói xen vào làm ngắt lời người nói: *"I don't agree at all" he interjected* anh ta nói xen vào: "tôi không đồng ý chút nào cả".

interjection /ˌintəˈdʒekʃn/ *dt (ngôn)* thán từ.

interlace /ˌintəˈleis/ *dgt* kết vào nhau, đan vào nhau: *interlacing branches* cành cây đan vào nhau.

interlard /ˌintəˈlaːd/ *dgt* xen lẫn: *essays liberally interlarded with quotations from the poets* những bài tiểu luận pha lẫn nhiều câu trích dẫn của các thi sĩ.

interleave /ˌintəˈliːv/ *dgt* xen *(những trang giấy trắng)* vào giữa các trang sách: *the exercise book has plain pages interleaved between its lined ones* cuốn sách bài tập có những trang trắng xen với những trang có dòng kẻ.

interline /ˌintəˈlain/ *dgt* **1.** may thêm lần lót giữa *(vào một áo quần dã có tầng lót rồi cho thêm ấm)* **2.** *(cg* **interlineate** /ˌintəˈlinieit/) viết xen vào các dòng chữ; in xen vào giữa các dòng chữ:

interline a book with notes viết xen những lời ghi chú vào giữa các dòng chữ.

interlining /ˌintəˈlainiŋ/ *dt* lần vải lót giữa, lần vải dụng.

interlinear /ˌintəˈliniə[r]/ *tt* [viết, in] giữa các dòng chữ.

interlink /ˌintəˈliŋk/ *dgt* **1.** móc nối vào nhau; *chains which interlink (are interlinked)* những dây xích móc nối vào nhau **2.** kết hợp chặt chẽ với nhau: *transport systems that interlink with each other* những hệ thống vận tải kết hợp chặt chẽ với nhau; *destinies that are interlinked* những số phận gắn quyện vào nhau.

interlock[1] /ˌintəˈlɒk/ *dgt* cài chặt vào nhau: *a system of interlocking parts* một hệ thống gồm những bộ phận cài chặt vào nhau; *they walked along holding hands, their fingers interlocked* họ đi tay nắm tay, ngón tay cài chặt vào nhau.

interlock[2] /ˈintəlɒk/ *dt* cái khóa *(máy diện toán).*

interlocutor /ˌintəˈlɒkjutə[r]/ *dt* người đối thoại.

interloper /ˈintələupə[r]/ *dt* kẻ chõ mũi vào việc của người khác.

interlude /ˈintəluːd/ *dt* **1.** thời gian nghỉ chuyển tiếp; tiết mục chuyển tiếp **2.** thời gian giữa hai sự việc khác nhau; sự kiện xảy ra ở thời gian giữa: *a brief interlude of democracy before a return to military rule* một thời gian dân chủ ngắn ngủi trước khi trở lại thống trị quân sự.

intermarriage /ˌintəˈmæridʒ/ *dt* **1.** hôn nhân khác chủng tộc (khác tôn giáo) **2.** hôn nhân họ gần.

intermarry /ˌintəˈmæri/ *dgt* **1.** kết hôn khác chủng tộc (khác tôn giáo) **2.** kết hôn họ gần.

intermediary¹ /,intə'mi:-diəri, (Mỹ ,intə'mi:dieri)/ *dt* người trung gian.

intermediary² /,intə'mi:-diəri, (Mỹ ,intə'mi:dieri)/ *tt* trung gian, trung gian hòa giải: *play an intermediary role in a dispute* đóng vai trò trung gian hòa giải trong một cuộc tranh chấp.

intermediate /,intə'mi:diət/ *tt* **1.** ở giữa, trung gian: *at an intermediate point* tại điểm giữa; *the pupa is at an intermediate stage of development between the egg and the adult butterfly* nhộng là hình thái trung gian giữa trứng và con bướm trưởng thành **2.** trung cấp (*giữa sơ cấp và cao cấp*): *an intermediate course* khóa học trung cấp.

intermidiately /,intə'mi:diətly/ *pht* ở giữa; [một cách] trung gian.

intermediate-range [ballistic] missile /,intə'mi:diət reindʒ bə,listik'misail/ hỏa tiễn tầm trung.

interment /in'tɜ:mənt/ *dt* sự chôn cất, sự mai táng.

intermezzo /,intə'metsəu/ *dt* (*snh* **intermezzos; intermezzi**) (*nhạc*) **1.** khúc trung gian **2.** khúc hòa tấu.

interminable /in'tɜ:minəbl/ *tt* (*thường xấu*) vô tận, liên miên: *an interminable debate* cuộc tranh luận liên miên.

interminably /in'tɜ:minəbli/ *pht* [một cách] vô tận, [một cách] liên miên: *we had to wait interminably* chúng tôi đã phải chờ mãi thôi.

intermingle /,intə'miŋgl/ *dgt* trộn lẫn: *oil and water will not intermingle* dầu và nước không trộn lẫn với nhau được; *a busy trading port,* *where people of all races intermingle [with each other]* một hải cảng buôn bán sầm uất, nơi hòa trộn người đủ mọi chủng tộc.

intermission /,intə'miʃn/ *dt* thời gian ngừng: *a short intermission halfway through a film* một thời gian ngừng ngắn giữa cuốn phim; *the fever lasted five days without intermission* cơn sốt kéo dài năm ngày không dứt phút nào.

intermittent /,intə'mitənt/ *tt* cách quãng, gián đoạn, từng cơn: *an intermittent fever* sốt từng cơn cách quãng.

intermittently /,intə'mitəntli/ *pht* [một cách] cách quãng, từng cơn.

intermix /,intə'miks/ *dgt* trộn lẫn.

intermixture /,intə'miksktʃə[r]/ *dt* sự trộn lẫn; mớ trộn lẫn: *confusing mixture of fact and fiction* một mớ trộn lẫn lộn xộn giữa sự thực và hư cấu.

intern¹ /in'tɜ:n/ *dgt* giam giữ.

intern² (*cg* **interne**) /'in'tɜ:n/ *dt* (Mỹ) (Anh **houseman**) bác sĩ thực tập nội trú.

internal /in'tɜ:nl/ *tt* **1.** ở bên trong; nội bộ: *holding an internal inquiry to find out who is responsible* tiến hành một cuộc điều tra nội bộ để tìm ra ai là người chịu trách nhiệm; *an internal angle* góc trong (*của tam giác*) **2.** ở bên trong cơ thể, [thuộc] nội tạng: *internal organs* cơ quan bên trong cơ thể, nội tạng **3.** [thuộc] nội tâm: *wrestling with internal doubts* giằng vặt những mối nghi ngờ trong nội tâm **4.** trong nước (*về chính trị, kinh tế*): *internal trade* nội thương **5.** nội tại: *internal evidence* chứng cứ nội tại.

internalization, internalisation /in,tɜ:nəlai'zeiʃn/ *dt* sự nội thức hóa.

internalize, internalise /in'tɜ:nəlaiz/ *dgt* nội thức hóa.

internal-combustion /in,tɜ:nl kʌm'bʌstʃən/ *tt* đốt trong (*động cơ*): *internal-combustion engine* động cơ đốt trong.

Internal Revenue /in'tɜ:nl 'revənju:/ (Mỹ) sở thuế nội địa.

international¹ /,intə'næʃnəl/ *tt* quốc tế.

international² /,intə'næʃnəl/ *dt* **1.** cuộc thi đấu quốc tế **2.** đấu thủ quốc tế **3.** **International** Quốc tế cộng sản.

the Internationale /,intə-'næʃnal/ *dt* quốc tế ca.

internationalisation /,intə-'næʃnəlai'zeiʃn/ *dt nh* internationalization.

internationalise /,intə'næ-ʃnəlaiz/ *dgt nh* internationalize.

internationalism /,intə'næ-ʃnəlizəm/ *dt* chủ nghĩa quốc tế.

internationalist /,intə'næ-ʃnəlist/ *dt* người theo chủ nghĩa quốc tế.

internationally /,intə'næ-ʃnəli/ *pht* ở cấp độ thế giới: *an internationally known pianist* nghệ sĩ dương cầm nổi tiếng thế giới.

internecine /,intə'ni:sain/ *tt* sát hại lẫn nhau: *internecine war* cuộc chiến tranh hai bên sát hại lẫn nhau.

internee /,intɜ:'ni:/ *dt* người bị giam giữ.

internment /in'tɜ:nmənt/ *dt* sự giam giữ: *an internment camp* trại giam.

interpellate /in'tɜ:peleit, (Mỹ ,intɜ'peleit)/ chất vấn (*một thành viên chính phủ tại nghị viện*).

interpellation /in,tɜ:pə'leiʃn/ *dt* sự chất vấn *(một thành viên chính phủ tại nghị viện).*

interpenetrate /,intə'penitreit/ *dgt* thâm nhập: *two cultures, originally distinct, which have so interpenetrated (each other) as to become virtually a single culture* hai nền văn hóa nguyên khác biệt nhau đã hầu như thâm nhập vào nhau, tạo nên một nền văn hóa duy nhất.

interpenetration /,intə,peni'treiʃn/ *dt* sự thâm nhập.

interpersonal /,intə'pɜ:sənl/ *tt* giữa cá nhân với nhau, giữa cá nhân với cá nhân: *interpersonal relations* mối quan hệ giữa cá nhân với cá nhân.

interplanetary /,intə'plænitri, (Mỹ ,intə'plæniteri)/ *tt* giữa các hành tinh với nhau, liên hành tinh: *an interplanetary flight* chuyến bay liên hành tinh.

interplay /'intəplei/ *dt* **interplay of A and B, between A and B** tác động qua lại: *the subtle interplay of colours in Monet's painting* sự tác động qua lại tinh vi của màu sắc trong các bức họa của Monet.

Interpol /'intəpɒl/ *dt* (*vt của* International Police Commission) tổ chức cảnh sát quốc tế.

interpolate /in'tɜ:pəleit/ *dgt* **1.** nói xen vào: *if I may interpolate a comment, before you continue your speech* nếu tôi được phép thêm một lời nhận xét trước khi ông tiếp tục phát biểu **2.** tự ý thêm vào *(nội dung một bài viết...): close inspection showed that many lines had been interpolated into the manuscript at a later date* xem xét cho kỹ người ta thấy rằng đã có nhiều dòng được thêm về sau vào bản thảo.

interpolation /in,tɜ:pə'leiʃn/ *dt* **1.** sự nói xen vào; lời nói xen vào **2.** sự tự ý thêm vào; đoạn tự ý thêm vào *(nội dung một bài viết...).*

interpose /,intə'pəʊz/ *dgt* **1.** đặt xen vào giữa: *he interposed his considerable bulk between me and the window, so that I could not see out* thân hình to lớn của anh ta án ngữ cửa sổ, khiến tôi nhìn ra ngoài không thấy gì cả **2.** nói xen vào, ngắt lời: *but how do you know that? he interposed* sao anh biết được điều đó thế?, ông ta ngắt lời.

interposition /,intəpə'ziʃn/ *dt* **1.** sự đặt xen vào giữa **2.** vật đặt xen vào giữa.

interpret /in'tɜ:prit/ *dgt* **1.** giải thích: *interpret an inscription* giải thích một câu khắc trên bia **2.** diễn, diễn xuất, diễn tấu, trình diễn: *interpret a piece of music* diễn tấu một bản nhạc; *interpret a role in a play* diễn xuất một vai trong vở kịch **3.** hiểu *(điều gì theo cách nào đó): interpret an answer as an agreement* hiểu một câu trả lời là đồng ý **4.** phiên dịch: *will you please interpret for me?* anh vui lòng phiên dịch cho tôi được không?.

interpretation /in,tɜ:pri'teiʃn/ *dt* **1.** sự giải thích; cách giải thích **2.** sự diễn xuất, sự trình diễn.

interpretative /in'tɜ:pritətiv/ *tt (Anh) (Mỹ, cg* **interpretive)** [về] diễn xuất, [về] trình diễn: *the pianist's considerable interpretative skills* tài diễn xuất cao của nhạc sĩ dương cầm.

interpreter /in'tɜ:pritə[r]/ *dt* người phiên dịch.

interpreting /in'tɜ:pritiŋ/ *dt* sự phiên dịch.

interpretive /in'tɜ:pritive/ *tt* x interpretative.

interracial /,intə'reiʃl/ *tt* giữa các chủng tộc: *interracial conflict* sự xung đột giữa các chủng tộc.

interregnum /,intə'regnəm/ *dt* (*snh* **interregnums, interregna** /,intə'regnə/) **1.** thời kỳ không có người trị vì **2.** thời kỳ không có người cầm đầu **3.** thời kỳ tạm ngừng, thời kỳ gián đoạn.

interrelate /,intəri'leit/ *dgt* có quan hệ qua lại mật thiết với: *many would say that crime and poverty interrelate (are interrelated with one another)* nhiều người cho rằng tội ác và nghèo đói có quan hệ qua lại mật thiết với nhau.

interrelated /,intəri'leitid/ *tt* có quan hệ qua lại mật thiết [với nhau], liên kết [với nhau]: *a complex network of interrelated parts* một mạng phức tạp các bộ phận có quan hệ qua lại mật thiết với nhau.

interrelation /,intəri'leiʃn/, **interrelationship** /,intəri'leiʃnʃip/ *dt* quan hệ qua lại.

interrogate /in'terəgeit/ *dgt* hỏi, thẩm vấn: *interrogate a prisoner* tra hỏi một tù nhân.

interrogation /in,terə'geiʃn/ *dt* sự hỏi, sự thẩm vấn.

interrogative¹ /,intə'rɒgətiv/ *tt* **1.** hỏi; thẩm vấn: *interrogative look* cái nhìn dò hỏi **2.** *(ngôn)* nghi vấn: *interrogative pronouns* đại từ nghi vấn.

interrogative² /,intə'rɒgətiv/ *dt (ngôn)* từ nghi vấn.

interrogatively /,intə'rɒgə-tivli/ *pht* [theo kiểu] hỏi; [theo kiểu từ] nghi vấn.

interrogator /,intərə'geitə[r]/ *dt* 1. người hỏi 2. người hỏi cung.

interrogatory /,intə'rɒgətri/, (*Mỹ* ,intə'rɒgətɔ:ri/) hỏi, thẩm vấn: *in an interrogative tone* bằng một giọng hỏi.

interrupt /,intə'rʌpt/ *dgt* 1. làm gián đoạn, làm đứt quảng: *trade between the two countries was interrupted by the war* mối giao thương giữa hai nước bị gián đoạn vì chiến tranh 2. quấy: *don't interrupt me while I'm busy* đừng quấy tôi lúc tôi đang bận 3. ngắt lời: *don't interrupt the speaker now, he will answer questions later* đừng có ngắt lời diễn giả ngay bây giờ, ông ta sẽ trả lời câu hỏi sau 4. án ngữ, che khuất: *these new flats will interrupt our view of the sea* những căn hộ mới này sẽ che khuất tầm nhìn của chúng ta ra biển.

interrupteur /,intə'rʌptə[r]/ *dt* 1. cái ngắt điện 2. người ngắt lời.

interruption /,intə'rʌpʃn/ *dt* 1. sự làm gián đoạn; sự đứt quảng 2. sự ngắt lời; sự bị ngắt lời 3. (*điện*) sự ngắt.

intersect /,intə'sekt/ *dgt* 1. cắt ngang nhau; giao nhau: *intersecting paths* những con đường cắt ngang nhau 2. *intersecting lines* (toán) những đường giao nhau.

intersecting /,intə'sektiŋ/ *tt* cắt ngang nhau; giao nhau.

intersection /,intə'sekʃn/ *dt* 1. sự cắt ngang; sự bị cắt ngang 2. giao điểm 3. điểm giao lộ, ngã ba, ngã tư đường.

intersperse /,intə'spɜ:s/ *dgt* xen lẫn vào: *intersperse*

flower-beds among (between) the trees xen những luống hoa vào giữa các hàng cây; *a day with sunshine interpersed with occasional showers* một ngày nắng thỉnh thoảng có [xen] những trận mưa rào rải rác.

interstate /,intə'steit/ *tt* giữa các tiểu bang (*Mỹ*); liên tiểu bang: *interstate highways* các quốc lộ liên tiểu bang.

interstellar /,intə'stelə[r]/ *tt* giữa các vì sao.

interstice /in'tɜ:stis/ *dt* khe hở, khe nứt: *the interstices between the bricks let in cold air* các kẽ hở giữa các viên gạch để khí lạnh lọt vào.

intertribal /,intə'traibl/ *tt* giữa các bộ lạc: *intertribal wars* chiến tranh giữa các bộ lạc.

intertwine /,intə'twain/ *dgt* đan vào nhau, bện vào nhau: *they intertwine their fingers* họ đan ngón tay vào nhau; *our fates seemed inextricably intertwined (bóng)* số phận của chúng ta như đan vào nhau.

interval /'intəvl/ *dt* 1. khoảng, quãng: *the interval between a flash of lightning and the sound of thunder* khoảng thời gian giữa ánh chớp và tiếng sấm 2. lúc nghỉ, lúc ngớt, lúc ngừng: *an interval of 15 minutes after the second act* một thời gian nghỉ mười lăm phút sau màn hai của vở kịch; *he returned to work after an interval in hospital* anh ta trở lại làm việc sau một thời gian ở bệnh viện 3. khoảng thời gian, lúc: *she's delirious, but has lucid intervals* bà ta mê sảng nhưng cũng có những lúc tỉnh táo 4. (*nhạc*) quãng: *an interval of one octave* quãng tám. //

at intervals a/ chốc chốc: *at intervals she would stop for a rest* chốc chốc bà ta lại ngừng để nghỉ b/ cách nhau một khoảng là: *the trees were planted at 20 ft intervals* cây được trồng cách nhau một khoảng là 20 bộ.

intervene /,intə'vi:n/ *dgt* 1. ở giữa, xảy ra ở giữa: *during the years that intervened* trong những năm ở giữa 2. xảy ra gây trở ngại: *I will come if nothing intervenes* tôi sẽ đến nếu không có gì trở ngại 3. can thiệp vào: *intervene in somebody's affairs* can thiệp vào công việc của ai.

intervening /,intə'vi:niŋ/ *tt* [xảy ra] ở giữa: *when she came back, she found that much had changed in the intervening years* khi chị ta trở về, chị ta thấy đã có nhiều thay đổi trong những năm qua.

intervention /,intə'venʃn/ *dt* sự can thiệp vào: *armed intervention by one country in the affairs of another* sự can thiệp vũ trang của một nước vào công việc một nước khác.

interventionist /,intə'venʃənist/ *dt* người ủng hộ việc can thiệp vào công việc nước khác.

interview[1] /'intəvju:/ *dt* cuộc phỏng vấn (*xin việc làm; của phóng viên báo...*): *an interview between the job applicant and the director* cuộc phỏng vấn người xin việc với giữa giám đốc; *a newspaper interview* cuộc phỏng vấn báo chí.

interview[2] /'intəvju:/ *dgt* phỏng vấn.

interviewee /,intəvju:'i:/ *dt* người được phỏng vấn.

interviewer /'intəvju:ə/ *dt* người phỏng vấn.

interweave /,intə'wi:v/ *dgt* (**interwove** /,intə'wəʊv/ **interwoven** /,intə'wəʊvn/) **1.** dệt lẫn vào nhau, đan lẫn vào nhau: *interweave wool with cotton* dệt lẫn len với sợi bông **2.** gắn bó; quyện vào nhau: *your destiny is interwoven with mine* số phận của anh gắn bó với số phận của tôi; *our lives are interwoven* cuộc đời của chúng tôi gắn bó với nhau; *primitive dance rythms interwoven with folk melody* những điệu vũ cổ xưa quyện vào giai điệu dân gian.

intestacy /in'testəsi/ *dt* (luật) tình trạng chết không để lại di chúc.

intestate /in'testeit/ *tt* (luật) không để lại di chúc: *he died intestate* ông ta chết không để lại di chúc.

intestinal /in'testinəl, (Anh) in'testainl/ *tt* [thuộc] ruột.

intestine /in'testin/ *dt* (thường snh) ruột: *small intestine* ruột non; *large intestine* ruột già, *a pain in the intestines* đau đường ruột.

intimacy /'intiməsi/ *dt* **1.** sự thân thiết, sự mật thiết **2.** (tu từ) quan hệ tình dục **3.** **intimacies** (snh) cử chỉ âu yếm.

intimate¹ /'intimət/ *tt* **1.** thân thiết, mật thiết: *intimate friends* bạn thân thiết; *intimate friendship* tình bạn mật thiết **2.** (tu từ) có quan hệ tình dục (với ai), ăn ngủ với ai: *she was accused of being intimate with several men* bà ta bị lên án là ăn ngủ với nhiều người đàn ông **3.** ấm cúng gợi tình: *an intimate atmosphere* một không khí ấm cúng gợi tình **4.** riêng tư: *tell a friend the*

intimate details of one's life kể cho bạn nghe những chi tiết riêng tư về cuộc đời của mình **5.** uyên thâm, sâu rộng (nói về kiến thức): *an intimate knowledge of African religions* hiểu biết sâu rộng về các tôn giáo Châu Phi. // **be (get) on intimate terms [with somebody]** là chỗ thân thiết với ai.

intimate² /'intimət/ *dt* bạn thân.

intimate³ /'intimeit/ *dgt* báo cho biết riêng (một cách kín đáo): *she has intimated [to us] that she no longer wishes to be considered for the post* bà ta đã báo cho chúng tôi biết riêng rằng bà ta không muốn được xét vào chức vị đó nữa.

intimately /'intimeitli/ *pht* [một cách] thân thiết.

intimation /,inti'meiʃn/ *dt* **1.** sự báo cho biết riêng **2.** sự gởi cho biết: *he has given us no intimation of his intentions (what he intends to do)* anh ta không hề cho chúng tôi biết về ý định của anh (về những gì anh định làm).

intimidate /in'timideit/ *dgt* hăm dọa: *intimidate a witness into silence (into keeping quiet)* hăm dọa người làm chứng bắt phải im miệng.

intimidating /in'timideitin/ *tt* đầy hăm dọa: *an intimidating pile of dirty dishes* một chồng dĩa dơ đáng sợ (đầy hăm dọa).

intimidation /in,timi'deiʃn/ *dt* sự hăm dọa: *give way to intimidation* chịu khuất phục trước sự hăm dọa.

intimidatory /in,timi'deitəri/ *tt* hăm dọa.

into /'intə, trước nguyên âm và ở cuối 'intu:/ *gt* **1.** vào, vào trong: *throw it into the*

fire hãy ném cái đó vào lửa **2.** về hướng: *driving into the sun, we had to shade our eyes* lái xe về hướng mặt trời, chúng tôi đã phải [đeo kính] che mắt **3.** đụng phải; sát vào: *I nearly ran into a bus when it stopped suddenly in front of me* tôi gần như đụng phải xe buýt khi xe buýt bất ngờ dừng lại ngay trước mặt tôi; *a lorry drove into a line of parked cars* một chiếc xe tải đâm ngay vào một dãy xe đang đỗ **4.** [kéo dài] cho đến tận: *he carried on working long into the night* ông ta tiếp tục làm việc cho đến tận khuya **5.** thành (một hình dạng khác): *cut the paper into strips* cắt tờ giấy thành những băng dài; *fold the napkin into a triangle* gấp chiếc khăn ăn thành hình tam giác; *collect the rubbish into a heap* gom rác thành đống **6.** thành phải: *frighten somebody into confession*. làm ai sợ hãi [thành] phải thú tội **7.** (toán) chia cho: *5 into 25 is 5* 25 chia cho 5 là 5. // **be into something** (kng) say mê (việc gì): *be into stamp collecting* say mê sưu tập tem.

intolerable /in'tɒlərəbl/ *tt* không thể chịu nổi: *intolerable noise* tiếng ồn không thể chịu nổi; *this is intolerable I've been kept waiting for three hours* thật không chịu nổi, tôi đã chờ suốt ba tiếng đồng hồ.

intolerably /in'tɒlərəbli/ *pht* [một cách] không thể chịu nổi: *intolerably rude* thô lỗ đến mức không thể chịu nổi.

intolerance /in'tɒlərəns/ *dt* tính không khoan dung: *religious intolerance* tính không khoan dung về tôn giáo.

intolerant /in'tɒlərənt/ *tt* (+ of) không khoan dung: *intolerant of opposition* không khoan dung đối với sự chống đối.

intolerantly /in'tɒlərəntli/ *pht* [một cách] không khoan dung.

intonation /,intə'neiʃn/ *dt* **1.** sự ngâm nga: *the intonation of a prayer* sự đọc kinh ngâm nga **2.** (ngôn) ngữ điệu **3.** giọng: *speak English with a Welsh intonation* nói tiếng Anh với giọng xứ Welsh **4.** (nhạc) âm điệu.

intone /in'təʊn/ *dgt* **1.** ngâm nga (đọc kinh...) **2.** nói (điều gì) một cách trịnh trọng.

in toto /in'təʊtəʊ/ (tiếng La tinh) toàn bộ, hết thảy.

intoxicant /in'tɒksikənt/ *dt* chất làm say (như rượu...).

intoxicate /in'tɒksikeit/ *dgt* **1.** làm say **2.** (bóng) làm cho say sưa: *intoxicated by success* say sưa với thành công.

intoxication /in,tɒksi'keiʃn/ *dt* tình trạng say, sự say.

intra (tiền tố) (kết hợp với tt) ở bên trong: *intramuscular* trong cơ; *intravenous* trong tĩnh mạch.

intractability /in,træktə'biləti/ *dt* tính cứng đầu cứng cổ, tính khó bảo.

intractable /in'træktəbl/ *tt* cứng đầu cứng cổ, khó bảo.

intractably /in'træktəbli/ *pht* [một cách] khó bảo.

intramural /,intrə'mjʊərəl/ *tt* **1.** cho sinh viên nội trú (khóa học, nghiên cứu...) **2.** của nội bộ trường (trận đấu thể thao...).

intramuscular /,intrə'mʌskjʊlə[r]/ *tt* trong cơ: *intramuscular injection* mũi tiêm trong cơ, tiêm bắp thịt.

intransigence /in'trænsidʒəns/ *dt (xấu)* sự không khoan nhượng.

intransigent /in'trænsidʒənt/ *tt* không khoan nhượng.

intransigently /in'trænsidʒəntli/ *pht* [một cách] không khoan nhượng.

intransitive /in'trænsətiv/ *tt* (ngôn) nội động (động từ).

intransitively /in'trænsətivli/ *pht* (ngôn) [theo kiểu] nội động từ.

intrastate /,intrə'steit/ *tt* trong bang (của Mỹ): *intrastate highways* các quốc lộ trong tiểu bang.

intra-uterine /,intrə'ju:tərain/ *tt* (y) trong tử cung.

intra-uterine device /,intrə-ju:tərain di'vais/ (y) (cg IUD, cg IUCD, cg COIL) (vt của intra-uterine [contraceptive] device) vòng tránh thai.

intravenous /intrə'vi:nəs/ *tt* (y) trong tĩnh mạch: *an intravenous injection* mũi tiêm [trong] tĩnh mạch.

intravenously /intrə'vi:nəsli/ *pht* (y) [vào] tĩnh mạch.

in-tray /'intrei/ *dt* khay đựng giấy tờ chưa giải quyết (của một viên phụ trách cơ quan...).

intrench /in'trentʃ/ *dgt* x entrench.

intrepid /in'trepid/ *tt* gan dạ, dũng cảm.

intrepidity /,intri'pidəti/ *dt* lòng gan dạ, sự dũng cảm.

intrepidly /in'trepidli/ *pht* [một cách] gan dạ, [một cách] dũng cảm.

intricacy /'intrikəsi/ *dt* **1.** tính rắc rối, tính phức tạp **2. intricacies** (snh) điều rắc rối, điều phức tạp.

intricate /'intrikət/ *tt* rắc rối, phức tạp: *an intricate piece of machinery* một bộ phận máy cấu tạo phức tạp;

a novel with an intricate plot cuốn tiểu thuyết với cốt truyện phức tạp.

intricately /'intrikətli/ *pht* [một cách] rắc rối, [một cách] phức tạp.

intrigue¹ /in'tri:g/ *dgt* **1.** dùng mánh khóe, âm mưu: *some of the members had been intriguing to get the secretary dismissed* một số hội viên đã âm mưu làm cho viên thư ký bị đuổi việc **2.** kích thích tính tò mò, gợi thích thú: *what you say intrigues me; tell me more* những gì anh nói kích thích tính tò mò của tôi, kể thêm cho tôi nghe nữa đi.

intrigue² /'intri:g, ,in'tri:g/ *dt* **1.** sự âm mưu; mưu đồ **2.** sự tằng tịu (với người có chồng).

intriguer /in'tri:gə[r]/ *dt* người âm mưu.

intriguing /in'tri:giŋ/ *tt* hấp dẫn, gây hứng thú: *what an intriguing story!* câu chuyện mới hấp dẫn làm sao!

intrinsic /in'trinsik, in'trinzik/ *tt* [thuộc] bản chất; bên trong: *the intrinsic value of a coin* giá trị thực của một đồng tiền kim loại (giá trị của lượng kim loại dùng làm nên đồng tiền đó); *a man's intrinsic worth* giá trị thực chất của một người đàn ông (như tính chất thực lòng, lòng can đảm... chứ không phải tài sản của ông ta).

intrinsically /in'trinsikli/ *pht* về bản chất: *he is not intrinsically bad* về bản chất, anh ta không tồi.

intro /'intrəʊ/ *dt* (snh **intros**) (kng) sự giới thiệu (ai với ai): *I'd like an intro to that girl you were talking to* tôi muốn được giới thiệu với cô gái mà anh vừa nói chuyện.

introduce /ˌintrəˈdjuːs, (Mỹ ˌintrəˈduːs)/ *đgt* **1.** giới thiệu *(ai với ai): allow me to introduce my wife* cho phép tôi giới thiệu vợ tôi; *the next programme is introduced by Mary Davidson* chương trình tiếp theo do Mary Davidson giới thiệu; *the first lecture introduces new student to the broad outlines of the subject* bài giảng đầu tiên giới thiệu với sinh viên mới những nét đại cương của môn học **2.** trình ra *(để thảo luận): introduce a bill before Parliament* trình một dự luật trước nghị viện **3.** tập *(cho ai)* quen với, dẫn dắt *(ai)* đến với: *introduce young people to alcohol* dẫn dắt thanh niên đến với rượu chè **4.** đưa vào *(cái gì ra dùng lần đầu...): introduce computers into schools* đưa máy điện toán vào nhà trường; *potatoes were introduced into Europe from South America* khoai tây được đưa từ Nam Mỹ vào Châu Âu **5.** đưa *(cái gì vào cái gì): introduce a hypodermic needle into a vein* cho kim tiêm dưới da vào tĩnh mạch; *introduce a subject into a conversation* đưa một chủ đề vào cuộc hội thoại **6.** mở đầu: *introduce a lecture with an anecdote* mở đầu bài nói chuyện bằng một mẩu giai thoại.

introduction /ˌintrəˈdʌkʃn/ *dt* **1.** sự giới thiệu; lời giới thiệu: *a letter of introduction* thư giới thiệu; *a person who needs no introduction* một người không cần giới thiệu *(vì là người quá nổi tiếng)* **2.** phần mở đầu: *the introduction explains how the chapters are organized* phần mở đầu giải thích bố cục của các chương sách **3.** sách nhập môn: *an Introduction*

to Astronomy sách Thiên văn học nhập môn **4.** bước đầu làm quen với: *his introduction to modern jazz* sự bước đầu làm quen của anh ta với nhạc jaz hiện đại **5.** sự đưa vào dùng lần đầu tiên: *the introduction of new manufacturing methods* sự đưa vào áp dụng lần đầu tiên các phương pháp sản xuất mới **6.** giống vật được nhập vào, giống cây được đưa vào: *the rabbit is a relatively recent introduction in Australia* thỏ là giống mới nhập vào Châu Úc gần đây **7.** *(nhạc)* khúc mở đầu; nhạc mở đầu.

introductory /ˌintrəˈdʌktəri/ *tt* mở đầu: *an introductory chapter* chương mở đầu.

introspect /ˌintrəˈspekt/ *đgt* *(tôn)* nội quan.

introspection /ˌintrəˈspekʃn/ *dt (tôn)* sự nội quan.

introspective /ˌintrəˈspektiv/ *tt (tôn)* nội quan.

introversion /ˌintrəˈvɜːʃn/ *dt (tâm)* sự hướng nội.

introvert /ˈintrəvɜːt/ *dt (tâm)* người hướng ngã.

introverted /ˈintrəvɜːtid/ *tt (tâm)* hướng ngã.

intrude /inˈtruːd/ *đgt* xâm nhập; không mời mà đến: *I don't wish to intrude, but could I talk to you for a moment?* tôi không dám không mời mà đến, nhưng liệu tôi có thể nói chuyện với ông một lúc được không?

intruder /inˈtruːdə[r]/ *dt* người xâm nhập.

intrusion /inˈtruːʒn/ *dt* (+ on, upon, into) sự xâm nhập, sự xâm phạm: *this newspaper article is a disgraceful intrusion into my private life* bài báo này là một sự xâm phạm nhục nhã vào đời sống riêng tư của tôi.

intrusive /inˈtruːsiv/ *tt* xâm nhập, xâm phạm: *most people pronounce an intrusive "r" at the end of "law" in "law and order"* hầu hết mọi người phát âm thêm "r" cuối "law" trong "law and order".

intuit /inˈtjuːit, (Mỹ inˈtuːit)/ *đgt* trực cảm.

intuition /ˌintjuːˈiʃn, (Mỹ ˌintuːˈiʃn)/ *dt* sự trực cảm; sự trực giác; trực cảm, trực giác; điều trực cảm, điều trực giác.

intuitive /inˈtjuːitiv, (Mỹ inˈtuːitiv)/ *tt* trực cảm, trực giác.

intuitively /inˈtjuːitivli/ *pht* [một cách] trực cảm.

intumescence /ˌintjuːˈmesns, (Mỹ intuːˈmesns)/ *dt (y)* **1.** sự sưng phồng, sự cương **2.** khối phồng, khối cương.

Inuit /ˈinuːit, ˈinjuːit/ *dt x* Innuit.

inundate /inˈʌndeit/ *đgt* **1.** làm ngập lụt **2.** *(bóng)* làm ngập mình: *we are inundated with enquiries* chúng tôi bị hỏi dồn dập như bị ngập mình vào đấy.

inundation /ˌinʌnˈdeiʃn/ *dt* **1.** sự ngập lụt **2.** trận lụt.

inure /iˈnjʊə[r]/ *đgt* (+ to) làm quen với; chịu đựng được: *after living here for years I've become inured to the cold climate* sau nhiều năm sống ở đây, tôi đã làm quen được với khí hậu lạnh.

invade /inˈveid/ *đgt* **1.** xâm lăng: *Hitler invaded Poland in 1939* Hitler xâm lăng Ba Lan vào năm 1939 **2.** xâm phạm: *invade somebody's rights* xâm phạm quyền của ai **3.** lan tràn, tràn ngập: *a city invaded by tourists* một thành phố tràn ngập khách du hành; *a mind invaded with anxieties* tâm hồn tràn ngập lo âu.

invader /in'vaidə[r]/ *dt* kẻ xâm lăng.

invalid¹ /in'vælid/ *tt* **1.** vô căn cứ: *an invalid argument* một lý lẽ vô căn cứ **2.** vô giá trị, vô hiệu lực: *a passport that is out of date is invalid* một giấy thông hành đã quá hạn thì vô giá trị.

invalid² /'invəlid, 'invəli:d/ người tàn phế: *an invalid chair* ghế lăn dành cho người tàn phế.

invalid³ /'invəlid, 'invəli:d/ *dgt* **invalid somebody home** cho ai giải ngũ *(nhất là từ nước ngoài)* vì lý do sức khỏe; **invalid somebody out [of something]** cho ai giải ngũ vì tàn phế.

invalidate /in'vælideit/ *dgt* vô hiệu hóa.

invalidation /in,væli'deiʃn/ *dt* sự vô hiệu hóa.

invalidism /in'vælidizəm/ *dt* tình trạng tàn phế.

invalidity /,invə'lidəti/ *dt* **1.** sự tàn phế, sự tàn tật: *an invalidity pension* tiền trợ cấp tàn tật **2.** tính vô hiệu, sự không còn giá trị: *the invalidity of his passport* sự không còn giá trị của hộ chiếu của anh ta.

invaluable /in'væljəʊbl/ *tt* có giá trị rất cao, vô cùng quý báu, vô giá: *invaluable advice* lời khuyên vô cùng quý báu.

invariability /in,veəriə'biləti/ *dt* tính không thay đổi, tính bất biến.

invariable /in'veəriəbl/ *tt* không thay đổi, bất biến: *an invariable pressure* một áp suất không thay đổi; *a noun with an invariable plural* một danh từ có số nhiều không thay đổi.

invariably /in'veəriəbli/ *pht* [một cách] không thay đổi, [một cách] bất biến; luôn

luôn: *she invariably arrives late* cô ta luôn luôn đến trễ.

invasion /in'veiʒn/ *dt* **1.** sự xăm lăng **2.** cuộc xăm lăng.

invasive /in'veisi:v/ *tt* xâm lăng, lan tràn: *invasive cancer cells* tế bào ung thư ăn lan ra.

invective /in'vektiv/ *dt* lời công kích dữ dội; lời thóa mạ thậm tệ: *let out a stream of invective* tuôn ra một tràng thóa mạ thậm tệ.

inveigh /in'vei/ *dgt* đả kích: *inveigh against the system* đả kích chế độ.

inveigle /in'veigl/ *dgt* phỉnh: *she inveigled him into the house and robbed him while he slept* chị ta phỉnh cho hắn vào nhà và lấy trộm khi hắn ngủ; *he inveigled them into buying a new car, even though they didn't really want one* nó phỉnh cho họ mua một chiếc xe mới mặc dù họ không thực sự muốn mua.

invent /in'vent/ *dgt* **1.** phát minh, sáng chế **2.** bịa ra: *can't you invent a better excuse?* anh không bịa ra được một lý do xin lỗi nào hay hơn sao?

invention /in'venʃn/ *dt* **1.** sự phát minh, sự sáng chế; vật sáng chế, điều phát minh: *the invention of radio by Marconi* sự phát minh ra máy thu thanh bởi Marconi; *the scientific inventions of the 20th century* những phát minh khoa học của thế kỷ 20 **2.** sự bịa ra. // **necessity is the mother of invention** *x* neccessity.

inventive /in'ventiv/ *tt* **1.** phát minh, sáng chế **2.** có tài phát minh sáng chế, sáng tạo: *an inventive mind* đầu óc sáng tạo.

inventor /in'ventə[r]/ *dt* nhà phát minh, nhà sáng chế.

inventory¹ /'invəntri, (*Mỹ* 'invəntɔ:ri)/ *dt* bảng kiểm kê.

inventory² /'inventri, (*Mỹ* 'invəntɔ:ri)/ *dgt* (**-ried**) lập bảng kiểm kê, kiểm kê.

inverse¹ /,in'vɜ:s/ *tt* ngược, nghịch, nghịch đảo: *the number of copies the paper sells seems to be in inverse proportion to the amount of news it contains* số lượng tờ báo bán ra có vẻ như tỷ lệ nghịch với lượng tin tức báo đăng tải *(càng nhiều tin tức càng bán được ít)*.

inverse² /'invɜ:s/ *dt* **the inverse** *(số ít)* **1.** điều ngược lại **2.** *(toán)* số nghịch đảo.

inversely /in'vɜ:sli/ *pht* [một cách] nghịch [đảo]: *inversely proportional to each other* tỷ lệ nghịch với nhau.

inversion /in'vɜ:ʃn/ *dt* **1.** sự đảo: *an inversion of word order* sự đảo thứ tự từ **2.** *(nhạc)* sự đảo âm.

invert /in'vɜ:t/ *dgt* đảo ngược, lộn ngược, xoay ngược: *invert a glass* đặt lộn ngược chiếc cốc; *invert the word order in a sentence* đảo ngược thứ tự từ trong câu.

inverted commas /in,vɜ:tid 'kɔməz/ dấu ngoặc kép: *in inverted commas* trong dấu ngoặc kép.

inverted snob /in,vɜ:tid 'snɒb/ kẻ ngưỡng mộ những gì của tầng lớp thấp và ghét sự giàu sang.

inverted snobbery /in,vɜ:tid 'snɒbəri/ thái độ ngưỡng mộ những gì thuộc tầng lớp thấp và ghét sự giàu sang.

invertebrate¹ /in'vɜ:tibreit/ *dt* động vật không xương sống.

invertebrate² /in'vɜ:tebreit/ *tt (động)* không xương sống.

invest /in'vest/ *dgt* **1.** đầu tư: *invest [one's money] in a business enterprise* đầu tư [tiền] vào một công ty kinh doanh; *invest all one's efforts in passing an exam (bóng)* đầu tư (dành) mọi nỗ lực vào một kỳ thi **2.** mua *(một món hàng đắt tiền nhưng có ích)*: *I'm thinking of investing in a new car* tôi đang suy tính mua một chiếc xe mới **3.** thụ phong cho; trao quyền cho: *the governor has been invested with full authority to act* ông thống đốc đã được trao toàn quyền hành động **4.** bao trùm *(một không khí như thế nào đó)*, khoác cho một bộ mặt *(ra sao đó)*: *the crimes committed there invested the place with an air of mystery and gloom* các tội ác đã xảy ra nơi này khoác cho nó một bộ mặt bí ẩn và ảm đạm **5.** bao vây *(một pháo đài, một thị trấn...)*.

investigate /in'vestigeit/ *dgt* **1.** điều tra dò xét: *the police are investigating the murder* cảnh sát đang điều tra vụ giết người **2.** điều tra lý lịch: *applicants for government posts are always thoroughly investigated before being appointed* những người xin việc vào chức vị trong chính quyền đều phải được điều tra lý lịch kỹ lưỡng trước khi được thu nhận **3.** tìm hiểu *(thị trường): investigate the market for a product* tìm hiểu thị trường về một sản phẩm **4.** xem qua, xét qua: *"what was that noise outside?" "I'll just go and investigate"* "gì mà ở ngoài kia ồn thế?" "tôi sẽ đi xem xét".

investigation /in,vesti'geiʃn/ *dt* **1.** sự điều tra dò xét **2.** cuộc điều tra dò xét, cuộc điều tra.

investigative /in'vestigətiv, *(Mỹ* in'vestigeitiv)/ *tt* điều tra: *investigative methods used by the police* các phương pháp điều tra của cảnh sát; *investigative journalism* phóng sự điều tra.

investigator /in'vestigeitə[r]/ *dt* người điều tra, nhân viên điều tra.

investigatory /in'vestigeitəri, *(Mỹ* in'vestigətɔːri)/ *tt nh* investigative.

investiture /in'vertitʃə[r], *(Mỹ* in'vestitʃʊər)/, *cg* **investment** *dt* lễ thụ phong.

investment /in'vestmənt/ *dt* **1.** sự đầu tư, vốn đầu tư; cơ sở được đầu tư **2.** *nh* investiture.

investor /in'vestə[r]/ *dt* người đầu tư.

inveterate /in'vetərət/ *tt* thâm căn cố đế, thành cố tật: *inveterate smoker (drinker)* tay nghiện thuốc lá (rượu) thành cố tật.

inveterately /in'vetərətli/ *pht* [một cách] thành cố tật.

invidious /in'vidiəs/ *tt* gây ghen ghét; làm mếch lòng: *an invidious comparison* một sự so sánh gây mếch lòng.

invidiously /in'vidiəsli/ *pht* [một cách] làm mếch lòng.

indiviousness /in'vidiəsnis/ *dt* sự gây ghen ghét, sự làm mếch lòng.

invigilate /in'vidʒileit/ *dgt* (+ at) *(Anh)* coi thi: *invigilate [at] a history exam* giám thị kỳ thi môn sử.

invigilation /in,vidʒi'leiʃn/ *dt* sự coi thi.

ingivilator /in'vidʒileitə[r]/ *dt* người coi thi.

invigorate /in'vigəreit/ *dgt* tiếp sinh lực cho; làm cho thêm khỏe khoắn hoạt bát: *I feel invigorated by all this fresh air* tôi cảm thấy khỏe khoắn hơn trong bầu không khí mát mẻ này.

invigorating /in'vigəreitiŋ/ *tt* làm cho khỏe khoắn hoạt bát lên: *an invigorating climate* khí hậu làm khỏe khoắn hoạt bát lên.

invincibility /in,vinsə'biləti/ *dt* tính vô địch.

invincible /in'vinsibl/ *tt* vô địch, không ai thắng nổi.

invincibly /in'vinsəbli/ *pht* [một cách] vô địch.

inviolability /in,vaiələ'biləti/ *dt* tính không thể vi phạm, tính không thể xâm phạm.

inviolable /in'vaiələbl/ *tt* (+ from) không thể vi phạm; không thể xâm phạm: *the people possess inviolable rights* nhân dân có những quyền không thể xâm phạm được (bất khả xâm phạm); *an inviolable treaty* một hiệp ước không thể vi phạm.

inviolably /in'vaiələbli/ *pht* [một cách] không thể vi phạm; [một cách] không thể xâm phạm.

inviolate /in'vaiələt/ *tt* *(thường vị ngữ)* (+ from) không bị vi phạm; không bị xâm phạm: *the treaty remained inviolate* hiệp ước vẫn được giữ đúng không bị vi phạm; *they considered themselves inviolate from attack* họ tự cho mình là không thể bị tấn công xâm phạm.

invisibility /in,vizə'biləti/ *dt* tính không nhìn thấy được, tính vô hình.

invisible /in'vizəbl/ *tt* không nhìn thấy được, vô hình: *distant stars that are invisible to the naked eyes* các ngôi sao ở xa không thể nhìn thấy bằng mắt thường; *invisible exports* xuất khẩu vô hình *(không phải dưới* dạng hàng hóa mà dưới dạng dịch vụ).

invisible ink /in,vizəbl'iŋk/ mực hóa học (không thể nhìn, đọc được trước khi được xử lý một cách đặc biệt).

invisible mending /in,vizəbl'mendiŋ/ sự mạng sang sợi.

invisibly /in'vizəbli/ *pht* [một cách] vô hình.

invitation /,invi'teiʃn/ *dt* sự mời; lời mời; giấy mời: *admission is by invitation only* có giấy mời mới vào; *an open window is an invitation to burglars* (bóng) của sổ mở khác nào một sự mời mọc đối với bọn trộm.

invite¹ /in'vait/ *dgt* **1.** mời: *invite somebody for (to) dinner* mời ai xơi cơm; *I've been invited to give talk at the conference* tôi đã được mời nói chuyện ở hội nghị; *leaving the windows open is inviting thieves to enter* để cửa sổ mở khác nào như mời kẻ trộm vào nhà **2.** đem lại: *carelessness invites accidents* sự cẩu thả thường đem lại tai nạn. // **invite somebody along** mời ai đi cùng; **invite somebody away** mời ai đi xa cùng với mình (*ví dụ trong kỳ nghỉ*); **invite somebody back** a/ mời ai cùng về nhà mình với mình: *shall we invite them back after the theatre?* sau buổi xem hát ta có mời họ cùng về nhà với mình không thế? b/ mời ai tới nhà mình với tư cách là khách mời để đáp lại việc mình đã là khách mời của họ; **invite somebody down** mời ai đến thăm một nơi xa (*như miền quê, vùng biển...*): *they've invited us down to their country cottage for the weekend* họ đã mời chúng tôi về thăm

nhà ở quê vào dịp cuối tuần; **invite somebody in** mời ai vào nhà; **invite somebody out** mời ai đi chơi với mình (*như đi dạo, đi xem hát...*) để tán tỉnh; **invite somebody over (round)** mời ai tới thăm nhà mình; **invite somebody up** mời ai lên lầu.

invite² /'invait/ *dt (kng)* giấy mời (*dự tiệc...*): *did you get an invite?* anh có nhận được giấy mời không?

inviting /in'vaitiŋ/ *tt* chào mời, hấp dẫn: *an inviting smell* một mùi hấp dẫn; *an inviting prospect* một viễn cảnh hấp dẫn.

invitingly /in'vaitiŋli/ *pht* [một cách] mời mọc hấp dẫn.

in vitro /,in'vi:trəʊ/ (*tiếng Latinh*) (*sinh*) trong ống nghiệm, ngoài cơ thể (*sự thụ tinh*).

invocation /,invə'keiʃn/ *dt* **1.** sự vận, sự dẫn **2.** sự cầu khẩn **3.** sự cầu khẩn **4.** sự triệu hồn, sự gọi hồn.

invoice¹ /'invɔis/ *dgt* **1.** lập hóa đơn **2.** gửi hóa đơn đòi tiền.

invoke² /in'vəʊk/ *dgt* **1.** viện ra, dẫn ra: *the government invoked "reasons for national security" in order to justify arresting its opponents* chính phủ viện "lý do an ninh quốc gia" để biện bộ cho việc bắt giam các đối thủ của họ **2.** sự cầu khẩn (*trời, thương đế*) **3.** cầu khẩn (*xin giúp đỡ...*) **4.** gọi cho hiện lên (*hồn ma*).

involuntarily /in'vɒləntrəli, (*Mỹ* in,vɒlən'terəli/ *pht* [một cách] không chủ tâm, [một cách] không cố ý.

involuntariness /in'vɒləntrinis, (*Mỹ* in'vɒlənterinis/ *dt* sự không chủ tâm, sự không chú ý.

involuntary /in'vɒləntri, (*Mỹ* in'vɒləntəri/ *tt* không chủ tâm, không cố ý.

involute /'invəlu:t/ *tt (cg* **involuted) 1.** rắc rối, phức tạp **2.** (*thực*) cuốn trong (*lá*).

involution /,invə'lu:ʃn/ *dt* **1.** sự rắc rối, sự phức tạp **2.** (*thực*) sự cuốn trong.

involve /in'vɒlv/ *dgt* **1.** đòi hỏi phải: *the job involved me (my living) in London* công việc đòi hỏi tôi phải ở Luân Đôn **2.** bao gồm; bao hàm: *the strike involved many people* cuộc đình công bao gồm nhiều người tham gia **3.** lôi kéo vào; làm cho rơi vào: *he was involved in a heated argument* ông ta bị lôi cuốn vào một cuộc tranh luận sôi nổi **4.** làm liên can đến: *the witness's statement involves him in the robbery* lời khai của nhân chứng cho thấy nó có liên can đến vụ cướp.

involved /in'vɒlvd/ *tt* **1.** phức tạp: *an involved explanation* một lời giải thích phức tạp **2. involved in something** liên can đến, dính líu đến: *get involved in criminal actions* dính líu vào hoạt động tội phạm **3. involved with somebody** có quan hệ mật thiết với: *become emotionally involved with somebody* có quan hệ mật thiết với ai về mặt tình cảm.

involvement /in'vɒlvmənt/ *dt* **1.** sự gồm, sự bao hàm, **2.** sự dính líu vào.

invulnerability /in,vʌlnərə'biləti/ *dt* **1.** tính không thể làm thương tổn **2.** tính an toàn.

invulnerable /in'vʌlnərəbl/ *tt* **1.** không thể làm bị thương, không thể làm thương tổn **2.** (*bóng*) an toàn: *in an invulnerable position* ở vị trí an toàn.

inward[1] /'inwəd/ *tt* **1.** ở trong, bên trong, nội tâm: *inward thoughts* những ý nghĩ nội tâm; *somebody's inward nature* bản chất bên trong của ai **2.** xoay về phía trong: *an inward curve* một đường cong về phía trong.

inward[2] /'inwəd/ *pht* (*cg* **inwards**) **1.** về phía trong **2.** trong nội tâm.

inwardly /'inwədli/ *pht* trong nội tâm, trong lòng: *inwardly grateful* biết ơn trong lòng. // **groan inwardly** x **groan[1]**.

inwardness /'inwədnis/ *dt* tính sâu sắc, ý nghĩa sâu sắc: *the true inwardness of Christ's teaching* ý nghĩa sâu sắc chân chính của lời dạy của Chúa.

inwards /'inwədz/ *pht nh* **inward[2]**.

iodine /'aiədi:n, (*Mỹ* 'aiə-dain)/ *dt* **1.** (*hóa*) i-ốt **2.** (*dược*) cồn i-ốt.

iodize, iodise /'aiədaiz/ *dgt* bôi cồn i-ốt (vào vết thương...).

IOM (*vt của* Isle Of Man) đảo Man (*ở vùng biển Ai-len của nước Anh*).

ion /'aiən (*Mỹ cg* 'aiɒn)/ *dt* (*lý*) ion.

ionization, ionisation /'aiənai'zeiʃn, (*Mỹ* 'aiəni-'zeiʃn)/ *dt* (*lý*) sự ion hóa.

ionize, ionise /'aiənaiz/ *dgt* (*lý*) ion hóa.

-ion (*cg* -ation, -ition, -sion, -tion, -xion) (*tiếp tố tạo dt*) sự; tình trạng: *hesitation* sự do dự, sự lưỡng lự.

Ionic /ai'ɒnik/ *tt* (*ktrúc*) [thuộc kiểu] ionic.

ionosphere /ai'ɒnəsfiə[r]/ *dt* tầng điện ly.

iota /ai'əutə/ **1.** iota (*chữ cái Hy Lạp*), chữ i **2.** (*đặc biệt trong câu phủ định*) mảy may, một chút: *not an iota*

of truth in the story không một chút sự thật trong câu chuyện đó.

IOU /aiəu'ju;/ (*kng*) (*vt của* I owe you) giấy nợ: *I haven't any cash on me, can I give you an IOU for the £25?* tôi không có đồng nào trong người cả, tôi có thể viết giấy nợ mượn anh 25 bảng không?.

IOW (*vt của* Isle of Wight) đảo Wight (*ngoài khơi phía nam nước Anh*).

IPA /,aipi:ei/ (*vt của* International Phonetic Alphabet) chữ cái phiên âm quốc tế.

ipso facto /,ipsəu'fæktəu/ (*tiếng Latinh*) bởi tự bản thân nó, tự khắc.

IQ /,ai'kju:/ (*tâm*) (*vt của* Intelligence Quotient) hệ số thông minh (*so với người bình thường*).

ir- *nh* in-[2].

IRA /'ai a:r'ei/ (*vt của* Irish Republican Army) quân đội cộng hòa Ai-len.

irascibility /i,ræsə'biləti/ *dt* tính nóng, tính dễ nổi giận.

irascible /i,ræsə'bl/ *tt* nóng tính, dễ nổi giận.

irascibly /i'ræsəbli/ *pht* [một cách] nóng tính, [một cách] dễ nổi giận.

irate /ai'reit/ *tt* giận dữ.

irately /ai'reitli/ *pht* [một cách] giận dữ.

IRBM /,aia:bi:'em/ (*vt của* Intermediate-range ballistic missile) hỏa tiễn đạn đạo tầm trung.

ire /'aiə[r]/ *dt* (*văn*) sự giận dữ.

iridescence /,iri'desns/ *dt* sự óng ánh nhiều màu.

iridescent /,iri'desnt/ **1.** phát ngũ sắc, óng ánh **2.** lấp lánh: *jewels sparkling with iridescent colours* đồ nữ trang lấp lánh đủ màu.

iridium /i'ridiəm/ *dt* (*hóa*) iriđi.

iris /'aiəris/ *dt* **1.** (*giải*) mống mắt, tròng đen **2.** (*thực*) cây đuôi diều.

Irish[1] /'aiəriʃ/ *tt* [thuộc] Ai-len: *the Irish Republic* nước cộng hòa Ai-len.

Irish[2] /'aiəriʃ/ *dt* **1.** the Irish dân tộc Ai-len **2.** (*cg* **Erse**) tiếng Ai-len.

Irish coffee /,aiəriʃ'kɒfi/ cà phê Ai-len (*cà phê pha uýt-ki và có lớp kem ở mặt*).

Irishman /'aiəriʃmən/, **Irish-woman** /aiəriʃwimən/ *dt* (*snh* **Irishmen** /'aiəriʃmən/, **Irish-women** /'aiəriʃwimin/ người Ai-len.

Irish setter /,aiəriʃ'setə[r]/ *dt* (*cg* **redsetter**) giống chó lông xù màu hung đỏ.

Irish stew /,aiəriʃ'stju:/ món cừu hầm Ai-len.

irk /ɜ:k/ *dgt* (*thường dùng với* it): làm phiền lòng, làm khó chịu; *it irks me to see money being wasted* thấy tiền bạc bị hoang phí tôi thật thấy khó chịu.

irksome /'ɜ:ksəm/ *tt* làm phiền lòng, làm khó chịu; chán ngấy: *an irksome task* một nhiệm vụ chán ngấy.

iron[1] /'aiən, (*Mỹ* 'aiərn)/ *dt* **1.** sắt: *as hard as iron* cứng như sắt; *an iron bar* thanh sắt **2.** chất sắt (*thuốc bổ*) **3.** bàn là **4.** đồ [dùng bằng] sắt: *fire-irons* bộ đồ lò (*que cời, cái gắp*) bằng sắt **5.** gậy chơi gôn **6.** nẹp sắt (*dùng bó xương*) **7.** irons (*snh*) xiềng xích **8.** sắt đá: *an iron will* ý chí sắt đá. // **an iron fist (hand) in a velvet glove** bàn tay sắt bọc nhung (*nghiêm khắc hoặc quyết tâm dưới một bề ngoài dịu dàng*); **have many irons in the fire** có nhiều việc cùng một lúc; có nhiều tài xoay sở; **rule with a rod**

of iron x rule²; **strike while the iron is hot** x strike².

iron² /'aiən, (Mỹ 'aiərn/ *đgt* là: *this material irons easily* vải này dễ là; *I prefer iron my shirts while they are still damp* tôi thích là áo sơ-mi của tôi khi áo còn ẩm. // **iron something out** a/ là cho hết (*nếp nhăn*) b/ (*bóng*) giải quyết bằng bàn bạc với nhau: *iron out misunderstandings* giải quyết những sự hiểu lầm bằng bàn bạc với nhau.

the Iron Age /'aiəneidʒ/ (*sử*) thời kỳ đồ sắt.

the Iron Curtain /,aiən'kɜ:tein/ bức màn sắt (*ngăn cách Liên Xô và các nước Đông Âu trước đây với các nước phương Tây*).

iron foundry /'aiən faundri/ xưởng đúc sắt.

iron-grey¹ /,aiən'grei/ *dt* màu xám sắt.

iron-grey² /,aiən'grei/ *tt* [có màu] xám sắt.

ironic /ai'rɒnik/ *tt* (*cg* **ironical** /ai'rɒnikl/ mỉa mai, châm biếm: *an ironic smile* cái cười mỉa mai.

ironically /ai'rɒnikli/ *pht* 1. [một cách] mỉa mai: *he smiled ironically* ông ta cười mỉa mai 2. mỉa mai thay, nực cười thay: *ironically, his cold got better on the last day of his holiday* mỉa mai thay, ngày cuối kỳ nghỉ cơn cảm lạnh của nó mới đỡ bớt.

ironing /'aiəniŋ/ *dt* 1. sự là quần áo: *do the ironing* là quần áo 2. quần áo là (*cần là hoặc mới là*).

ironing board /'aiəniŋ bɔ:d/ bàn để là quần áo.

iron lung /,aiən'lʌŋ/ (*y*) phổi nhân tạo.

ironmonger /'aiənmʌŋgə[r]/ *dt* (Anh) (Mỹ **hardware** dealer) người bán dụng cụ và đồ dùng gia đình.

ironmongery /'aiənmʌŋgəri/ *dt* (Anh) (Mỹ **hardware**) dụng cụ kim loại và đồ dùng gia đình.

iron-mould (Mỹ **iron-mold**) /'aiən mould/ vết gỉ sắt.

iron rations /,aiən'ræʃnz/ khẩu phần dự trữ cuối cùng (*của người leo núi, anh bộ đội...*).

ironstone /'aiənstəun/ *dt* 1. (*cg* **ironstone china**) sứ trắng (*có tráng men*) 2. quặng sắt cứng.

ironware /'aiənweə[r]/ *dt* đồ gia dụng bằng sắt.

ironwork /'aiənwɜ:k/ *dt* đồ bằng sắt (*như đường ray...*).

ironworks /'aiənwɜ:ks/ *dt* (*dùng như số ít*) xưởng làm đồ bằng sắt.

irony /'aiərəni/ *dt* sự mỉa mai, sự châm biếm 2. điều trớ trêu: *the irony of fate* điều trớ trêu của số mệnh.

irradiate /i'reidieit/ *đgt* 1. chiếu, rọi (*bức xạ*) 2. (+ with) làm sáng ngời, làm rạng rỡ: *faces irradiated with joy* những gương mặt rạng rỡ niềm vui.

irrational /i'ræʃənl/ *tt* 1. phi lý: *a completely irrational decision* một quyết định hoàn toàn phi lý 2. không có lý trí: *behave like an irrational animal* xử sự như một con vật không có lý trí.

irrationality /i,ræʃə'næləti/ *dt* 1. tính phi lý 2. điều phi lý.

irrationally /i'ræʃənəli/ *pht* [một cách] phi lý.

irreconcilable /i'rekənsailəbl, (Mỹ i,rekən'sailəbl/ *tt* không thể hòa giải được: *we can never agree – our views are irreconcilable* chúng tôi không bao giờ nhất trí với nhau được, quan điểm của chúng tôi không thể hòa giải được.

irreconcilably /i'rekənsailə- bli, i,rekən'sailəbli/ *pht* [một cách] không thể hòa giải được.

irrecoverable /,iri'kʌvərəbl/ *tt* không thể phục hồi được, không thể bù đắp được: *suffer irrecoverable losses* bị những mất mát không thể bù đắp được.

irrecoverably /,iri'kʌvərəbli/ *pht* [một cách] không thể phục hồi được, [một cách] không thể bù đắp được.

irredeemable /,iri'di:məbl/ *tt* 1. không thể hoàn trả được (*trái phiếu...*) 2. không thể chuyển sang tiền đồng được 3. không thể phục hồi được, không thể cứu vãn được: *an irredeemable loss* một thất thiệt không thể cứu vãn được.

irredeemably /,iri'di:məbli/ *pht* 1. [một cách] không thể hoàn trả được 2. [một cách] không chuyển sang tiền đồng được 3. [một cách] không thể phục hồi được, [một cách] không thể cứu vãn được.

irreducible /,iridju:səbl/ *tt* 1. không thể giảm bớt: *expenditure on road repairs has been cut to an irreducible minimum* chi phí sửa chữa đường đã cắt giảm xuống một mức tối thiểu không thể giảm bớt hơn nữa 2. không thể làm cho đơn giản hơn: *a problem of irreducible complexity* một vấn đề không thể bớt phức tạp hơn nữa.

irreducibly /,iri'dju:səbli/ *pht* 1. [một cách] không thể giảm bớt 2. [một cách] không thể làm cho đơn giản hơn.

irrefutable /,iri'fju:təbl, i'refjutəbl/ *tt* không thể bác được *(lý lẽ...)*: *irrefutable evidence* chứng cứ không thể bác được.

irrefutably /,iri'fju:təbli, i'refjʊtəbli/ *pht* [một cách] không thể bác được.

irregular /i'regjʊlə[r]/ *tt* **1.** không đều: *a coast with an irregular outline* một bờ biển lồi lõm không đều; *an irregular pulse* mạch không đều; *be irregular in attending class* đi học không đều, đi học thất thường **2.** *(ngôn)* bất quy tắc: *irregular verbs* động từ bất quy tắc.

irregular /i'regjʊlə[r]/ *dt* *(thường snh)* *(quân)* quân không chính quy.

irregularity /i,regjʊ'lærəti/ *dt* **1.** tính không đều **2.** vật không đều, chỗ không đều: *the irregularities of the earth surface* những chỗ không đều trên bề mặt trái đất **3.** *(ngôn)* tính bất quy tắc; trường hợp bất quy tắc.

irregularly /i'regjʊləli/ *pht* **1.** [một cách] không đều, [một cách] thất thường **2.** [một cách] bất quy tắc.

irrelevance /i'reləvəns/ *dt* sự không thích hợp, sự không liên quan đến.

irrelevancy /i'reləvənsi/ *dt* **1.** *nh* irrelevence **2.** điều không thích; điều không liên quan.

irrelevant /i'reləvənt/ *tt* không thích hợp; không liên quan tới: *irrelevant remarks* những nhận xét không thích hợp; *what you say is irrelevant to the subject* những cái anh nói không liên quan gì đến chủ đề đó.

irrelevantly /i'reləvəntli/ *pht* [một cách] không thích hợp; [một cách] không liên quan.

irreligious /,iri'lidʒəs/ *tt* không tín ngưỡng.

irremediable /,iri'mi:diəbl/ *tt* không chữa được; không cứu chữa được: *irremediable damage* thiệt hại không cứu chữa được.

irremediably /,iri'mi:diəbli/ *pht* [một cách] không cứu chữa được.

irremovable /,iri'mu:vəbl/ *tt* không thể di chuyển được.

irreparable /i'repərəbl/ *tt* không thể văn hồi được.

irreplaceable /,iri'pleisəbl/ *tt* không thay thế được *(khi mất đi...).*

irrepressible /,iri'presəbl/ *tt* không thể kiểm chế được, không thể nén được: *irrepressible laughter* tiếng cười không nín được.

irrepressibly /,iri'presəbli/ *pht* [một cách] không thể kiểm chế được, [một cách] không thể nén được.

irreprochable /,iri'prəʊtʃəbl/ *tt* không thể chê trách được.

irreprochably /,iri'prəʊtʃəbli/ *pht* [một cách] không thể chê trách được.

irresistible /,iri'zistəbl/ *tt* không chống lại được; không cưỡng lại được: *an irresistible temptation* một sự cám dỗ không cưỡng lại được.

irresistibly /,iri'zistəbli/ *pht* [một cách] không chống lại được, [một cách] không cưỡng lại được.

irresolute /i'rezəlu:t/ *tt* do dự, phân vân, lưỡng lự.

irresolutely /i'rezəlu:tli/ *pht* [một cách] do dự, [một cách] phân vân, [một cách] lưỡng lự.

irresolution /i,rezə'lu:ʃn/ *dt* sự do dự, sự phân vân, sự lưỡng lự.

irrespective /,iri'spektiv/ *irrespective of* không kể, không phân biệt *(ai, cái gì)*: *the laws apply to everyone irrespective of race, creed or colour* luật áp dụng cho mọi người, không phân biệt chủng tộc, tôn giáo hoặc màu da.

irresponsibility /,iri,spɒnsə'biləti/ *dt* sự không có ý thức trách nhiệm, sự vô trách nhiệm.

irresponsible /,iri'spɒnsəbl/ *tt* không có ý thức trách nhiệm, vô trách nhiệm.

irresponsibly /,iri'spɒnsəbli/ *pht* [một cách] vô trách nhiệm.

irretrievable /,iri'tri:vəbl/ *tt* **1.** không thể bù lại được: *an irretrievable loss* một mất mát không thể bù lại được **2.** không thể phục hồi lại được: *the breakdown of their marriage was irretrievable* sự tan vỡ không thể cứu vãn được cuộc hôn nhân của họ.

irretrievably /,iri'tri:vəbli/ *pht* **1.** [một cách] không thể bù lại được **2.** [một cách] không thể phục hồi lại được.

irreverence /i'revərəns/ *dt* **1.** sự thiếu tôn kính **2.** hành động thiếu tôn kính.

irreverent /i'revərənt/ *tt* thiếu tôn kính.

irreverently /i'revərəntli/ *pht* [một cách] thiếu tôn kính.

irreversible /,iri'vɜ:səbl/ *tt* không thể đảo ngược lại, không thể thay đổi: *he suffered irreversible brain damage in the crash* ông ta bị tổn thương não không thể chữa khỏi được qua vụ đụng xe.

irreversibly /,iri'vɜ:səbli/ *pht* [một cách] không thể đảo ngược được.

irrevocable /i'revəkəbl/ *tt* không thể quay trở lại được, không thể thay đổi được: *an irrevocable decision* một quyết định không thể thay đổi được.

irrevocably /i'revəkəbli/ *pht* [một cách] không thể quay trở lại được, [một cách] không thể thay đổi được.

irrigable /'irigəbl/ *tt* có thể tưới, có thể dẫn nước vào tưới được.

irrigate /'irigeit/ *dgt* tưới, dẫn nước vào tưới: *irrigate desert areas to make them fertile* dẫn nước vào tưới vùng sa mạc để làm cho đất trở nên màu mỡ; *irrigate a wound* (y) rửa vết thương bằng dòng nước chảy mạnh.

irrigation /,iri'geiʃn/ *dt* sự tưới: *irrigation canals* kênh dẫn nước tưới.

irritability /,iritə'biləti/ *dt* tính dễ cáu, tính cáu bẳn.

irritable /'iritəbl/ *tt* dễ cáu, cáu bẳn.

iritably /'iritəbli/ *pht* [một cách] cáu bẳn.

irritant¹ /'iritənt/ *tt* kích thích.

irritant² /'iritənt/ *dt* chất kích thích.

irritate /'iriteit/ *dgt* 1. làm phát cáu 2. kích thích, làm rát *(da...)*; làm cay *(mắt...)*.

irritation /iri'teiʃn/ *dt* 1. sự phát cáu, sự cáu giận 2. sự kích thích, sự làm rát *(da...)*; sự làm cay *(mắt)*.

irruption /i'rʌpʃn/ *dt* sự đột nhập; sự xông vào: *the irruption of a noisy group of revellers* sự đột nhập của một đám người vui chơi ồn ào.

is /iz/ ngôi 3 số ít thì hiện tại của be.

Is (*vt của* Island[s], Isle[s]) đảo, quần đảo: [the] *Windward Is* đảo Winward; [the] *British Is* quần đảo Anh quốc.

ISBN /,ai es bi:'en/ (*vt của* International Standard Book Number) mã số sách theo tiêu chuẩn quốc tế *(in trên bìa sách).*

ISD /,ai es di:/ (*vt của* International Subscriber Dialling) điện thoại quốc tế đường dài.

-ise x -ize.

-ish *tiếp tố* 1. *(với dt hình thành dt, tt)* ngôn ngữ, người nước nào đó: *Danish* tiếng Đan Mạch; người Đan Mạch 2. *(với dt hình thành tt) (thường xấu)* như kiểu, có tính chất như: *childish* như kiểu trẻ con 3. *(với tt)* hơi hơi; khoảng chừng: *reddish* hơi hơi đỏ; *twentyish* gần hai mươi tuổi.

-ishly *tiếp tố (thành lập pht)* [một cách] như [kiểu]: *childishly* [một cách] như trẻ con.

isinglass /'aizingla:s, (Mỹ 'aizinglæs)/ *dt* keo bong bóng cá *(dùng làm keo dán).*

Islam /iz'la:m, (Mỹ 'isla:m)/ *dt* 1. Hồi giáo, đạo Hồi 2. dân Hồi giáo.

islamic /iz'læmik, (Mỹ is'la:mik)/ *tt* [thuộc] Hồi giáo.

island /'ailənd/ *dt* 1. (*vt* I, Is) đảo 2. *nh* traffic island.

islander /'ailəndə[r]/ *dt* người ở đảo.

isle /ail/ *dt* (*vt* I, Is) *(đặc biệt trong thơ ca và trong tên riêng)* đảo: *the Isle of Wight* đảo Wight; *the British Isles* quần đảo Anh.

islet /'ailit/ *dt* đảo nhỏ.

ism /'izəm/ *dt (thường xấu)* chủ nghĩa, thuyết: *behaviourism and all the other isms of the twentieth century* chủ nghĩa hành vi và tất cả chủ nghĩa khác của thế kỷ hai mươi.

-ism *(tiếp tố)* 1. kết hợp với các đgt tận cùng bằng -ize để lập dt: *criticism* sự chỉ trích 2. *(kết hợp với dt tạo dt): heroism* chủ nghĩa anh hùng 3. *(kết hợp với dt riêng tạo thành các dt không đếm được) Buddhism* Phật giáo 4. *(kết hợp với dt)* chỉ bệnh, chứng: *alcoholism* chứng nghiện rượu 5. *(kết hợp với dt)* chỉ chủ nghĩa, thói: *racism* thói phân biệt chủng tộc.

isn't /iznt/ *vt của* is not.

is[o] *(dạng kết hợp)* đồng, đẳng: *isobar* đường đẳng áp; *isomorphe* đẳng hình.

ISO /,aies'əʊ/ (*vt của* International Standardization (Standards) Organization) tổ chức tiêu chuẩn quốc tế.

isobar /'aisəba:[r]/ *dt (ktượng)* đường đẳng áp.

isolate /'aisəleit/ *dgt* cô lập, cách ly, tách ra: *when a person has an infectious disease, he is usually isolated [from other people]* khi một người mắc bệnh nhiễm khuẩn anh ta thường được cách ly [khỏi các người khác]; *scientists have isolated the virus causing the epidemic* các nhà khoa học đã tách ra được vi-rút gây bệnh dịch.

isolated /'aisəleitid/ *tt* riêng lẻ: *an isolated outbreak of smallpox* một trường hợp bệnh đậu mùa phát ra riêng lẻ; *an isolated building* tòa nhà đứng riêng lẻ; *lead an isolated existence* sống một cuộc sống đơn độc *(riêng lẻ).*

isolation /,aisə'leiʃn/ *dt* sự cô lập. // **in isolation [from somebody (something)]** riêng biệt: *examine each piece of evidence in isolation* xét từng chứng cứ riêng biệt.

isolation hospital /aisə'leiʃnhɒspitl/ bệnh viện lây.

isolationism /,aisə'leiʃənizəm/ *dt* chủ nghĩa biệt lập.

isolationist¹ /ˌaisə'leiʃənist/ *tt* biệt lập chủ nghĩa.

isolationist² /ˌaisə'leiʃənist/ *dt* người theo chủ nghĩa biệt lập.

isolation ward /aisə'leiʃn wɔːd/ *dt* khu lây (ở bệnh viện).

isometric /ˌaisə'metrik/ *tt* **1.** đẳng thước **2.** (toán) đẳng cự.

isomorph /'aisəmɔːf/ *dt* thể đồng hình.

isomorphic /ˌaisə'mɔːfik/, **isomorphous** /ˌaisə'mɔːfəs/ *tt* đồng hình.

isosceles /ai'sɒsəliːz/ *tt* (toán) cân (tam giác).

isotherm /'aisəθɜːm/ *dt* (ktượng, lý) đường đẳng nhiệt.

isotope /'aisətəup/ *dt* (hóa) chất đồng vị.

issue¹ /'iʃuː, 'isjuː/ *dt* **1.** sự phát ra, sự thoát ra, sự chảy ra: *an issue of blood* sự chảy máu **2.** sự phát: *the issue of ammunition to troops* sự phát đạn dược cho quân đội; *emergency issues of blankets to refugees* sự phát khẩn cấp chăn mền cho người tị nạn **3.** sự phát hành; kỳ phát hành: *the issue of a new edition of this dictionary* sự phát hành lần xuất bản mới của cuốn từ điển này **4.** kết quả: *bring a campaign to a successful issue* đưa một chiến dịch tới [kết quả] thành công **5.** vấn đề (đang tranh cãi...): *raise a new issue* nêu lên một vấn đề mới **6.** dòng dõi, con cái: *die without issue* chết không có người nối dõi. // [the matter, point...] at issue [vấn đề, điểm...] đang được tranh cãi; **force the issue** x force²; **make an issue [out] of something** bé xé ra to: *it's only a small disagreement – let's not make an issue of it* đó chỉ là một sự bất đồng nhỏ, ta đừng có bé xé ra to; **take issue with somebody [about (on; over) something]** tranh cãi với ai về vấn đề gì; không đồng ý với ai về vấn đề gì.

issue² /'iʃuː, 'isjuː/ *dgt* **1.** phát ra, để chảy ra; chảy ra: *blood issuing from a wound* máu chảy ra từ vết thương; *smoke issuing [forth] from a chimney* khói phun ra từ ống khói **2.** phát, phân phát: *issue visas to foreign visitors* cấp dấu thị thực cho khách nước ngoài; *issue warm clothing to the survivors* phát quần áo ấm cho những người sống sót **3.** phát hành (sách...) **4.** công bố: *the minister issued a statement to the press* ngài bộ trưởng ra (công bố) một bản tuyên bố với báo chí **5.** (+ from) là kết quả của; bắt nguồn từ.

-ist (tiếp tố) **1.** (với dgt tận cùng bằng -ize, tạo dt) người (làm nghề gì, chuyên việc gì đó): *dramatist* nhà soạn kịch **2.** (với dt tận cùng bằng -ism, tạo dt) người theo (chủ thuyết nào đó): *socialist* người theo chủ nghĩa xã hội **3.** (với dt tạo dt) người làm việc gì đó: *physicist* nhà vật lý học.

isthmus /'isməs/ *dt* (địa) eo đất.

it¹ /it/ *dt* **1.** nó (cái đó, con vật đó, đứa bé đó): *fill a glass with water and dissolve this tablet in it* đổ đầy nước vào cốc và hòa tan viên thuốc này trong đó; *the baby next door kept me awake; it cried all night* đứa bé nhà bên cạnh làm tôi không ngủ được, nó khóc suốt đêm **2.** điều đó, cái đó, nó: *when the factory closes, it will mean 500 redundan-cies* xí nghiệp đóng cửa, điều đó có nghĩa là sẽ dôi ra 500 người [phải sa thải] **3.** đó; đấy: *it's Peter on the phone* đó là Peter gọi ở điện thoại.

it² /it/ *dt* **1.** (không dịch): *it's impossible [for us] to get there in time* chúng tôi không thể đến đấy đúng giờ được **2.** (đặt ở vị trí chủ từ để tạo câu chỉ thời gian, khoảng cách, thời tiết): *it's ten past twelve* bây giờ là mười hai giờ mười phút; *it is holiday today* hôm nay là ngày nghỉ; *it was raining this morning* sáng nay trời mưa **3.** (dùng nhấn mạnh một phần nào đó trong câu): *it's Spain that they are going to on holiday* Tây Ban Nha chính là nơi họ sắp đi nghỉ.

IT /ˌai'tiː/ (vt của Information Technology) công nghệ thông tin.

ita /ˌaitiː'ei/ (vt của initial teaching alphabet) hệ ngữ âm dạy tập đọc.

Italian¹ /i'tæliən/ *tt* [thuộc] Ý.

Italian² /i'tæliən/ *dt* người Ý.

Italianate /i'tæljəneit/ *tt* theo phong cách Ý, theo kiểu Ý.

italic /i'tælik/ *tt* **1.** nghiêng (chữ in): *this sentence is in italic type* câu này in theo kiểu chữ nghiêng **2.** italic: *write in italic script* viết theo kiểu chữ italic.

italicize, italicise /i'tælisaiz/ *dgt* in [chữ] nghiêng.

italics /i'tæliks/ *dt snh* chữ in nghiêng: *examples in this dictionary are in italics* ví dụ trong từ điển này in chữ nghiêng.

Italo- (dạng kết hợp) thuộc nước Ý: *Italo-Swiss frontier* đường biên giới Ý – Thụy Sĩ.

itch¹ /itʃ/ *dt* **1.** sự ngứa, bệnh ngứa: *suffer from an itch* bị bệnh ngứa **2.** *(số ít)* **itch for something (to do something)** *(kng)* sự ngứa ngáy muốn làm gì, sự nóng lòng muốn có cái gì: *have an itch for adventure* ngứa ngáy muốn phiêu lưu. // **the seven-year itch** *(kng, dùa)* lòng ham của lạ sau khoảng bảy năm kết hôn.

itch² /itʃ/ *dgt* **1.** làm cho ngứa; ngứa: *scratch where it itches* gãi chỗ bị ngứa; *are your mosquito bites still itching?* nốt muỗi đốt anh còn ngứa không? **2. itch for something (to do something)** ngứa ngáy muốn làm gì, nôn nóng muốn làm gì: *pupils itching for the lesson to end* những cậu học sinh nôn nóng mong cho bài học chấm dứt; *I'm itching to tell you the news* tôi nôn nóng muốn kể tin đó cho anh. // **have an itching palm** thèm khát tiền bạc.

itchiness /ˈitʃinis/ *dt* sự ngứa, sự ngứa ngáy.

itchy /ˈitʃi/ *tt* (**-ier** /ˈitʃiə[r]/, **-iest** /itʃiist/) ngứa, ngứa ngáy: *an itchy scalp* da đầu bị ngứa *(vì có gàu chẳng hạn).*

itchy feet /ˌitʃiˈfiːt/ sự ngứa chân muốn đi chơi không ngồi yên một chỗ.

it'd /itəd/ *dạng viết chập của it had; it would.*

-ite *(tiếp tố tạo dt từ dt riêng) Labourite* đảng viên Công Đảng *(Anh) Thatcherite* người ủng hộ bà Thacher.

item¹ /ˈaitəm/ *dt* **1.** khoản *(ghi sổ...);* món *(ghi trong đơn hàng);* tiết mục **2.** mẩu tin tức: *there's an important news item (item of news) in today's paper* trong báo hôm

nay có một mẩu tin quan trọng.

item² /ˈaitəm/ *pht (dùng trong một danh mục)* thêm vào đó, cũng.

itemize, itemise /ˈaitəmaiz/ *dgt* ghi theo từng khoản, ghi thành từng món: *an itemized list* một danh mục có ghi theo từng khoản.

iterate /ˈitəreit/ *dgt* **iterate something [to somebody]** nhắc đi nhắc lại, lặp đi lặp lại *(một thỉnh cầu, một lời kết tội...).*

iteration /ˌitəˈreiʃn/ *dt* sự nhắc đi nhắc lại.

itinerant /aiˈtinərənt, iˈtinərənt/ *tt* lưu động: *an itinerant ambassador* đại sứ lưu động.

itinerary /aiˈtinərəri, iˈtinərəri, (Mỹ aiˈtinəreri, iˈtinəreri)/ kế hoạch hành trình; nhật ký hành trình.

-ition *x* -ion.

-itis *(tiếp tố)* **1.** *(tạo dt không đếm dược với dt):* *appendicitis* viêm ruột thừa **2.** *(kng, dùa)* sự quan tâm quá mức: *world Cup-itis* sự quan tâm quá mức đến cúp bóng đá quốc tế.

it'll *dạng viết chập của it will.*

ITN /ˌaitiːˈen/ *vt của* Independent Television News *(Anh)* buổi tin tức của Đài truyền hình độc lập: *news at 10 on ITN* bản tin 10 giờ của đài truyền hình độc lập.

its /its/ *tt của nó: we wanted to buy the table but its surface was damaged* chúng tôi muốn mua cái bàn đó nhưng mặt của nó bị hỏng; *the baby threw its food on the floor* đứa bé ném thức ăn của nó xuống sàn nhà.

itself /itˈself/ *dt* **1.** *(dt phản thân)* tự nó, bản thân nó:

the wounded horse could not raise itself from the ground con ngựa bị thương không tự nó đứng dậy được **2.** *(dt nhấn mạnh)* chính [cái đó]: *the name itself sounds foreign* chính cái tên đó nghe cũng xa lạ thật. // **by itself** *a/* [một cách] tự động: *the machine will start by itself in a few seconds* cổ máy sẽ tự khởi động trong vài giây nữa *b/* [một cách] đơn độc: *the statue stands by itself in the square* pho tượng đứng đơn độc trên quảng trường.

ITT /ˌaitiːˈtiː/ *(vt của* International Telephone and Telegraph Corporation) Công ty điện thoại điện tín quốc tế.

ITV /ˌaitiːˈviː/ *(vt của (Anh)* Independent Television) Đài truyền hình độc lập.

-ity *(tiếp tố) (với tt tạo dt): purity* sự trong sạch; *oddity* tính kỳ cục.

IUD /ˌaijuːˈdiː/ *dt (cg* **IUCD** /ˌaijuːsiːˈdiː/) *(vt của* intrauterine [contraceptive] device) vòng tránh thai.

I've /aiv/ *dạng viết chập của* I have.

-ive *(tiếp tố) (với dgt tạo dt và tt)* có khuynh hướng về, có phẩm chất *(của cái gì đó): explosive* chất nổ; *captive* bị bắt giữ; *descriptive* để mô tả.

ivory /ˈaivəri/ *dt* **1.** ngà *(voi): an ivory statuette* bức tượng nhỏ bằng ngà **2.** đồ vật [làm] bằng ngà **3.** màu ngà: *an ivory skin* da trắng ngà.

ivory tower /ˌaivəriˈtaʊə[r]/ tháp ngà: *lead an ivory tower existence* sống trong tháp ngà.

ivy /ˈaivi/ *dt (thực)* dây thường xuân.

Ivy League /ˌaiviˈliːg/ *tt* [thuộc nhóm đại học] Ivy

League (*nổi tiếng ở Đông Bắc nước Mỹ*): *Ivy League clothes* quần áo nhóm Ivy League.

-ize, -ise (*tiếp tố, với dt và tt tạo thành đgt*) **1.** trở nên, làm như, hóa: *dramatize* kịch hóa **2.** hành động như: *deputize* thay mặt ai **3.** đóng vào: *containerize* đóng vào công-te-nơ

-ization, -isation (*tạo thành dt*): *immunization* sự tạo miễn dịch.

-izationally, -isationally (*tạo thành tt*) *organizationally* [về mặt] tổ chức.

J¹, j /dʒei/ *dt (snh* J's, j's /dzeiz/) J, j' *(con chữ thứ mười trong bảng chữ cái tiếng Anh).*

J² *(vt của* joule*) (điện)* jun.

jab¹ /dʒæb/ *dgt* **(-bb-)** chọc, thúc, thọc, đâm: *he jabbed at his opponent* nó thọc mạnh vào đối thủ; *she jabbed me in the rib with her elbow* chị ta thọc cùi tay vào sườn tôi. // **jab something into somebody (something)** thọc mạnh vật gì *(vào ai, vào vật nào khác)*: *he jabbed his elbow into my side* nó thọc mạnh cùi tay vào hông tôi; **jab something out** moi vật gì ra, móc vật gì ra: *be careful with that umbrella, you nearly jabbed my eye out* coi chừng cái ô này, suýt nữa thì anh móc mắt tôi ra rồi đó.

jab² /dʒæb/ *dt* **1.** cú chọc mạnh, cú thúc mạnh, cú thọc mạnh, nhát đâm mạnh: *a jab in the arm* nhát đâm mạnh vào cánh tay **2.** mũi tiêm, mũi chủng: *have you had your cholera jabs yet?* anh đã tiêm phòng dịch tả chưa?

jabber¹ /ˈdʒæbə[r]/ *dgt* nói lắp bắp; nói liến thoắng: *he jabbered out what I assumed was an apology* nó nói lúng búng những gì đó mà tôi cho là một lời xin lỗi.

jabber² /ˈdʒæbə[r]/ *dt* lời nói lắp bắp, lời nói lúng búng.

jabot /ˈʒæbəʊ/ *dt* ren trang trí ngực áo.

jack¹ /dʒæk/ *dt* **1.** cái kích *(để nâng khung xe lên mà thay bánh xe)* **2.** *(hải)* cờ hiệu *(mang quốc tịch)* **3.** Jack *(cách gọi thân mật của tên* John*)* **4.** *(bài) (cg* **knave)** quân J **5.** quả bóng đích *(trong trò chơi bóng quần).* // **before you can (could) say Jack Robinson** x say¹; **every man jack** x man¹; **a jack of all trades** người biết qua nhiều nghề.

jack² /dʒæk/ *dgt* **jack something in** bỏ dở việc gì; **jack something up** a/ kích một vật lên b/ nâng, tăng *(giá lương...)* c/ *(kng)* sắp xếp lại: *everything falling apart, the whole system needs jacking up* mọi thứ rơi vãi tứ tung, tất cả đều phải sắp xếp lại.

jackal /ˈdʒækɔːl, *(Mỹ* ˈdʒækl/ *dt (động)* chó rừng.

jackanapes /ˈdʒækəneips/ *dt (snh kđổi) (cũ)* kẻ xấc láo, đứa bé ngỗ ngáo.

jackass /ˈdʒækæs/ *dt* **1.** con lừa đực **2.** *(bóng, kng)* chàng ngốc.

jackboot /ˈdʒækbuːt/ *dt* **1.** ủng *(cao đến trên đầu gối)* **2.** sự đàn áp bằng quân sự.

jackdaw /ˈdʒækdɔː/ *dt (động)* quạ gáy xám.

jacket /ˈdʒækit/ *dt* **1.** áo vét-tông, áo vét *(nữ)* **2.** bao giữ nhiệt *(cho máy móc)* **3.** nh dust-jacket **4.** vỏ *(khoai tây)*: *potatoes boiled in their jackets* khoai tây luộc để cả vỏ.

jack-in-office /ˈdʒækinɒfis/ *dt (xấu)* viên chức hợm hĩnh.

Jack Frost /ˈdʒækˈfrɒst, *(Mỹ* ˈdʒækˈfrɔːst)/ *(đùa)* chàng sương giá *(sương giá nhân cách hóa).*

jack-in-the-box /ˈdʒækinðə-bɒks/ *dt (snh* **jack-in-the-boxes)** hộp bật hình *(hộp có hình trong, mở nắp hộp thì hình bật ra).*

jack-knife /ˈdʒæknaif/ *(snh* **jack knives)** /dʒæk-naivz/ **1.** dao xếp *(bỏ túi)* **2.** kiểu nhảy lặn cá chép *(nhảy xuống nước gập cong người rồi duỗi thẳng ra).*

jack-knife /ˈdʒæknaif/ *dgt* gãy gập *(xe tải bị tai nạn)*: *a heavy lorry has jack-knifed on the motorway, causing long delays* một chiếc xe tải nặng đã bị tai nạn gãy gập trên xa lộ, gây ách tắc giao thông một thời gian dài.

jack-o-lantern /ˌdʒækə-ˈlæntə/ đèn ma *(quả bí moi ruột khắc mặt người, đặt ngọn nến bên trong để vui đùa).*

jackpot /ˈdʒækpɒt/ tiền đặt cược cộng thêm tiền được *(trong một số trò bài bạc).* // **hit the jackpot** trúng quả.

jack-rabbit /ˈdʒæk,ræbit/ *dt* thỏ rừng tai to *(ở Bắc Mỹ).*

Jack tar /ˌdʒæˈtɑː[r]/ *dt (cg* **tar)** *(cũ, kng)* lính thủy.

Jacobean /ˌdʒækəˈbiən/ *tt* [thuộc] triều vua James I *(1603-1625 ở Anh)*: *Jacobean architecture* kiểu kiến trúc James I.

Jacobite /ˈdʒækəbait/ *dt* người phò tá vua James II *(Anh quốc): (1685-1688) (sau khi vua đã bị truất ngôi)*: *the first Jacobite rebellion* cuộc nổi dậy lần đầu của những người phò tá vua James II.

Jacuzzi /dʒəˈkuːzi/ *dt (tên riêng)* lối tắm bằng tia nước phun.

jade¹ /dʒeid/ *dt* **1.** ngọc thạch: *a jade necklace* vòng đeo cổ bằng ngọc thạch; *jade-green eyes* đôi mắt màu lục ngọc thạch **2.** đồ trang sức bằng ngọc thạch.

jade² /dʒeid/ *dt* **1.** ngựa già ốm yếu **2.** *(cũ, xấu hoặc đùa)* con mụ, ả; oắt con: *you saucy little jade!* con nhóc con láo kia!

jaded /'dʒeidid/ *tt (xấu hoặc đùa)* mệt rã rời: *looking jaded after an all night party* mệt rã rời sau bữa tiệc thâu đêm.

jag /dʒæg/ *dt (kng)* **1.** bữa chè chén **2.** lúc căng thẳng *(về hoạt động, về cảm xúc).*

jagged /'dʒægid/ *tt* có mép sắc lởm chởm *(như răng cưa): jagged rocks* đá lởm chởm; *a piece of glass with a jagged edge* mảnh kính có cạnh mép sắc lởm chởm.

jaguar /'dʒægjʊə[r]/ *dt (động)* báo đốm *(Trung Mỹ).*

jail /dʒeil/ *dt (Mỹ)* nh gaol¹.

jalopy /dʒə'lɒpi/ *dt (kng)* chiếc xe ô-tô cọc cạch.

jam¹ /dʒæm/ *dt* mứt. // **money for jam (old rope)** *x* money.

jam² /dʒæm/ *dgt* (**-mm-**) **1.** kẹt chặt, lèn chặt: *sitting in a railway carriage jammed between two fat men* ngồi trong toa xe lửa, kẹt giữa hai người béo mập; *don't park there – you'll probably get jammed in* đừng có đỗ xe ở nơi đó, anh có thể bị kẹt đấy; *the key turned halfway and then jammed* chìa khóa quay nửa vời rồi bị kẹt **2.** ấn, nhét: *the newspapers were so tightly jammed in the let-ter-box he could hardly get them out* báo được nhét chặt vào hòm thư đến mức anh ta khó lấy ra được **3.** làm tắc nghẽn *(đường sá...): the holiday traffic is jamming the road* lưu thông trong kỳ nghỉ làm tắc nghẽn đường sá **4.** phá, làm nhiễu *(một*

chương trình phát thanh...). // **jam something on** bóp *(phanh)* nhanh và mạnh, hãm kẹt lại: *as soon as she saw the child in the road, she jammed on his brakes* vừa thấy cháu bé trên đường là chị ta hãm kẹt phanh lại.

jam³ /dʒæm/ *dt* **1.** sự tắc nghẽn, sự kẹt: *a traffic jam in a town* tắc nghẽn giao thông trong một thị trấn; *a jam in the dispatch depart-ment* sự ách tắc ở ban điều vận **2.** tình thế khó khăn: *how am I going to get out of this jam?* làm sao mà tôi thoát ra được tình thế khó khăn này; *be in (get) into a jam* vướng vào thế kẹt.

jamb /dʒæm/ *dt* thanh dọc *(khung cửa sổ...).*

jamboree /,dʒæmbə'ri:/ *dt* **1.** hội liên hoan **2.** đại hội hướng đạo.

jammy /'dʒæmi/ *tt* (**-ier; -iest**) *(kng)* **1.** dính đầy mứt: *don't wipe your jammy fingers on the table-cloth* đừng có chùi ngón tay dính đầy mứt của em vào khăn bàn nhé **2.** may mắn **3.** dễ dàng: *this is one of the jammiest jobs I've ever had* đây là một trong những công việc dễ dàng nhất mà tôi đã từng làm.

jam-packed /,dʒæm'pækt/ *tt (thường vị ngữ) (kng)* (+ **with**) đông nghịt, chật cứng: *a stadium jam-packed with spectators* sân vận động đông nghịt khán giả.

jam session /'dʒæm,seʃn/ buổi trình diễn nhạc jaz.

Jan /dʒæn/ *trong cách dùng thân mật* (vt của January) tháng giêng: *1 Jan 1932* mồng một tháng giêng năm 1932.

jangle¹ /'dʒæŋgl/ *dgt* [làm cho] kêu chói tai: *the fire-*

alarm kept jangling [away] còi cứu hỏa kêu chói tai. // **jangle on something** kích thích *(thần kinh...)* làm chói *(tai...): her voice jangles on my ears* tiếng nói chị ta làm chói tai tôi.

jangle² /'dʒæŋgl/ *dt* tiếng chói tai.

janitor /'dʒænitə[r]/ *dt (Mỹ)* nh caretaker.

January /'dʒænjʊəri, (Mỹ 'dʒænjʊeri)/ *dt* (vt **Jan**) tháng giêng.

japan¹ /dʒə'pæn/ *dt* sơn mài.

japan² /dʒə'pæn/ *dgt* (**-nn-**) sơn sơn mài lên *(đồ gỗ, đồ kim loại).*

jape /dʒeip/ *dt (cũ, kng)* lời nói đùa.

japonica /dʒə'pɒnikə/ *dt (thực)* cây mộc qua Nhật *(có hoa màu đỏ, dùng để trang trí).*

jar¹ /dʒɑ:[r]/ *dt* **1.** bình, lọ: *a jam jar* lọ [để đựng] mứt; *a jar of plum jam* một lọ mứt mận *(cái chứa ở trong)* **2.** vại: *we're going to the pub for a few jars* chúng tôi ra quán uống vài vại bia.

jar² /dʒɑ:[r]/ *dgt* (**rr-**) **1.** làm gai người, làm khó chịu: *his whistling jarred on my nerves* tiếng huýt gió của nó làm thần kinh tôi khó chịu **2.** không hòa hợp, không hài hòa: *his harsh criticism jarred with the friendly tone of the meeting* lời phê bình thô bạo của anh ta không hợp với cái không khí thân thiện của buổi họp **3.** làm đau điếng choáng váng: *he jarred his back badly when he fell* lưng anh ta bị đau điếng khi anh ta ngã. // **jar against (on) something** cọ vào vật gì gây tiếng động ken két: *the ship jarred against the quayside*

J

con tàu cọ ken két vào ke bến cảng.

jar³ /dʒɑ:[r]/ *dt (số tt)* **1.** tiếng động chói tai; tiếng ken két gai người: *the side of the boat hit the quay with a grinding jar* mạn tàu cọ vào bến gây nên tiếng ken két gai người **2.** cú điếng người, cú gai người: *he gave his back a nasty jar when he fell* lưng anh ta bị một cú đau điếng khi anh ta ngã.

jargon /ˈdʒɑ:gən/ *dt (thường xấu)* biệt ngữ.

jasmine /ˈdʒæsmin, (Mỹ dˈʒæzmən)/ *dt (thực)* cây hoa nhài.

jasper /ˈdʒæspə[r]/ *dt* ngọc thạch anh, jatpe.

jaundice /ˈdʒɔ:ndis/ *dt* **1.** *(y)* bệnh vàng da **2.** *(bóng)* sự ghen tức; sự hằn học, sự nghi kỵ.

jaundiced /ˈdʒɔ:ndist/ *tt (thường xấu)* ghen tức; hằn học; nghi kỵ: *he has rather a jaundiced view of life* anh ta có cái nhìn đời khá hằn học.

jaunt /dʒɔ:nt/ *dt* cuộc đi chơi: *she's gone on a jaunt into town* cô ta vào chơi trong thị trấn

jauntily /ˈdʒɔ:ntili/ *pht* [một cách] vui vẻ; [một cách] hoạt bát, [một cách] lanh lợi.

jauntiness /ˈdʒɔ:ntinis/ *dt* sự vui vẻ; sự hoạt bát; sự lanh lợi.

jaunty /ˈdʒɔ:nti/ *tt (-ier; -iest)* vui vẻ; hoạt bát, lanh lợi: *a jaunty wave of the hand* cái vẫy tay vui vẻ.

javelin /ˈdʒævlin/ *dt (thể)* **1.** cái lao **2. the javelin** môn ném lao: *she came second in the javelin* cô ta xếp thứ nhì trong môn ném lao.

jaw¹ /dʒɔ:/ *dt* **1.** hàm, quai hàm: *the upper jaw* hàm trên; *the lower jaw* hàm dưới; *a handsome man with a square jaw* một người đàn ông đẹp trai có quai hàm vuông; *out of the jaws of death* ngoài hàm tử thần; *the punch broke the boxer's jaw* cú đấm đã đánh vỡ hàm nhà võ sĩ quyền anh; *the jaws of a vice* hàm êtô, **2. jaws** *(snh)* lối vào hẹp *(vào thung lũng, eo biển...)* **3.** lời thuyết giảng **4.** sự ba hoa tầm phào. // *one's jaw drops (kng)* há hốc mồm *(vì ngạc nhiên hay thất vọng)*.

jaw² /dʒɔ:/ *dgt (kng)* nói lải nhải về; ba hoa tầm phào.

jawbone /ˈdʒɔ:bəʊn/ *dt (giải)* xương hàm.

jay /dʒei/ *dt (động)* chim quạ khống.

jaywalk /ˈdʒeiwɔ:k/ *dgt* đi ẩu trên đường phố không chú ý luật lệ giao thông.

jaywalker /ˈdʒeiwɔ:kə[r]/ *dt* người đi ẩu trên đường phố không chú ý luật lệ giao thông.

jazz¹ /dʒæz/ *dt* **1.** nhạc jaz **2.** *(lóng, xấu)* câu chuyện vớ vẩn: *don't give me that jazz!* đừng kể cho tôi cái chuyện vớ vẩn ấy nữa. // **and all that jazz** *(lóng, thường xấu)* và những chuyện tương tự: *I'm fed up with being told about rules, responsibilies, duties, and all that jazz* tôi đã chán ngấy nghe nói về luật lệ, trách nhiệm, nhiệm vụ và những thứ tương tự.

jazz² /dʒæz/ *dgt* chơi theo kiểu nhạc jaz; chuyển thể theo điệu jaz: *a jazzed up version of an old tune* một điệu cổ chuyển thể theo nhạc jaz. // **jazz something up** làm sôi nổi lên, làm sinh động hơn: *jazz up a party* làm cho buổi tiệc sôi nổi lên.

jazzy /ˈdʒæzi/ *tt* **1.** [có tính chất nhạc] jaz; như nhạc jaz **2.** lòe loẹt, hào nhoáng: *jazzy colours* màu sắc lòe loẹt; *jazzy clothes* quần áo hào nhoáng.

jealous /ˈdʒeləs/ *tt* **1.** ghen, ghen tuông, ghen tị, ghen tức: *a jealous husband* người chồng ghen tuông; *he was jealous of Tam's success* nó ghen tức sự thành công của Tam **2.** bo bo giữ chặt: *keeping a jealous eye on one's property* khư khư giữ lấy tài sản của mình.

jealously /ˈdʒeləsli/ *pht* [một cách] ghen tuông, [một cách] ghen tị, [một cách] ghen tức.

jealousy /ˈdʒeləsi/ *dt* lòng ghen tuông, lòng ghen tị, lòng ghen tức.

jeans /dʒi:nz/ *dt (snh)* quần gin, quần bò: *she was wearing a pair of tight blue jeans* cô ta mặc quần gin xanh bó sát người.

Jeep /dʒi:p/ *dt (tên riêng)* xe gíp.

jeer¹ /dʒiə/ *dgt* chế nhạo, chế giễu: *they jeered [at] the speaker* họ chế nhạo diễn giả.

jeer² /dʒiə/ *dt* lời chế nhạo, lời chế giễu.

jeering /ˈdʒiəriŋ/ *dt* sự chế nhạo, sự chế giễu: *he had to face the jeering of his classmates* nó phải đương đầu với sự chế nhạo của các bạn cùng lớp của nó.

Jehovah /dʒiˈhəʊvə/ *dt* **the Jehovah** Đức Chúa Trời *(tên dùng trong Kinh Cựu ước)*.

Jehovah's Witness /dʒiˌhəʊvəˈwitnis/ *(tôn)* nhân chứng Jehova *(thành viên một tổ chức tôn giáo tin rằng ngày tận thế đã đến gần và chỉ những thành viên của tổ chức đó mới được cứu rỗi)*.

jejune /dʒi'dʒuːn/ *tt* **1.** tẻ nhạt, không hấp dẫn, vô vị *(tác phẩm văn chương)* **2.** trẻ con, ngây ngô.

Jekyll and Hyde /ˌdʒeklən'haid/ người hai mặt *(một tốt (Jekyll), một xấu (Hyde)).*

jell /dʒel/ *dgt* **1.** đông lại; làm cho đông lại: *this jam is still runny, I can't get it to jell* mứt này còn lỏng, tôi không thể làm cho nó đông lại **2.** *(bóng)* hình thành rõ rệt, thành hình: *my ideas are beginning to jell* ý của tôi đang bắt đầu thành hình.

jellied /'dʒelid/ *tt* [được] nấu đông: **jellied eels** lươn nấu đông.

jelly /'dʒeli/ *dt* **1.** chất nước nấu đông, thạch: *all the strawberry jellies had been eaten* tất cả nước dâu nấu đông đã ăn hết **2.** nước thịt nấu đông **3.** mứt nước quả đông: *blackcurrant jelly* mứt nước quả lý chua đông.

jelly baby /'dʒeli beibi/ kẹo đông hình chú bé.

jellyfish /'dʒelifiʃ/ *dt* *(snh kdổi hoặc* **jellyfishes)** *(động)* con sứa.

jelly roll /'dʒeliˌrəʊl/ *(Mỹ) nh* Swiss roll.

jemmy /'dʒemi/ *(Mỹ* **jimmy** /dʒimi/) *dt* thanh nạy cửa *(của kẻ trộm).*

je ne sais quoi /ʒənəsei'kwɑː/ *(tiếng Pháp)* tính chất khó mô tả *(thường là dễ chịu);* cái gì đó hay hay: *his new play has a certain je ne sais quoi* vở kịch mới của ông ta có cái gì đó hay hay.

jeopardize, jeopardise /'dʒepədaiz/ *dgt* làm nguy hại đến, gây nguy hiểm cho: *if you're rude to him it may jeopardize your chances of promotion* anh mà khiếm nhã với ông ta thì có thể có hại cho khả năng anh được đề bạt đấy.

jeopardy /'dʒepədi/ *dt* **in jeopardy** có nguy cơ bị hại, lâm vào cảnh nguy hiểm: *his foolish behaviour may put his whole future in jeopardy* cách xử sự ngu xuẩn của nó có thể làm cho toàn bộ tương lai của nó có nguy cơ bị nguy hại.

jerboa /dʒɜː'bəʊə/ *dt (động)* chuột nhảy.

jeremiad /ˌdʒeri'mɑiæd/ *dt* lời than văn.

jerk¹ /dʒɜːk/ *dt* **1.** cái giật mạnh, cái đẩy mạnh, cái thúc mạnh, cái ném mạnh: *he gave his tooth a sharp jerk and it came out* nó giật mạnh chiếc răng và chiếc răng tuột ra **2.** sự co giật: *a jerk of an eyelid* sự giật mí mắt **3.** *(kng, xấu)* kẻ ngu ngốc.

jerk² /dʒɜːk/ *dgt* **1.** giật mạnh, kéo mạnh, đẩy mạnh, ném mạnh: *he jerked the fishing rod out of water* nó giật mạnh cần câu ra khỏi nước; *jerk the door open* giật của mở ra; *jerk oneself free* giật mạnh để thoát ra **2.** giật giật: *the train jerked to a halt* xe lửa giật giật rồi dừng lại; *try not to jerk the camera when taking a photograph* cố giữ đừng có làm rung máy ảnh khi chụp ảnh. // **jerk [oneself] off** *(Anh, lóng)* thủ dâm *(đàn ông);* **jerk something out** nói dằn từng tiếng: *jerk out an apology* nói dằn từng tiếng một lời xin lỗi.

jerkily /'dʒɜːkili/ *pht* **1.** [một cách] giật giật **2.** [một cách] nhát gừng *(nói...).*

jerkin /'dʒɜːkin/ *dt* áo chẽn không tay *(của nam và nữ).*

jerkiness /'dʒɜːkinis/ *dt* **1.** sự giật giật **2.** tính chất nhát gừng *(của lời nói).*

jerky /'dʒɜːki/ *tt* **1.** giật giật **2.** nhát gừng: *his jerky way of speaking* lối nói nhát gừng của anh ta.

jerry-build /'dʒeribild/ *dgt* xây dựng cẩu thả *(nhà cửa).*

jerry-builder /'dʒeribildə[r]/ *dt* người xây dựng cẩu thả.

jerry-building /'dʒeribildiŋ/ *dt* sự xây dựng cẩu thả.

jerry-built /'dʒeribilt/ *tt* [được] xây dựng cẩu thả.

jerrycan /'dʒerikæn/ *dt* cái can *(dựng nước, dầu...).*

Jersey /'dʒɜːzi/ *dt* giống bò sữa Jersey.

jersey /'dʒɜːzi/ *dt (snh* **jerseys) 1.** *(cg* **jumper, pullover, sweater)** áo len chui đầu **2.** *(cg* **jersey-wool)** hàng len giéc-xây.

jest¹ /dʒest/ *dt* lời đùa cợt, trò đùa cợt. // **in jest** đùa cợt: *his reply was taken half seriously, half in jest* câu đáp lại của anh ta nửa nghiêm túc, nửa đùa cợt.

jest² /dʒest/ *dgt* nói đùa, nói giỡn; hành động cợt nhã: *don't jest about such important matters!* đừng có giỡn về những chuyện quan trọng như thế!

jester /'dʒestə[r]/ *dt* anh hề *(trong cung đình ngày xưa).*

Jesuit /'dʒezjʊit, *(Mỹ* 'dʒeʒəwət/ *dt* **1.** giáo sĩ dòng Tên *(thuộc giáo hội công giáo La Mã)* **2.** *(xấu)* người lừa gạt; người xảo quyệt.

Jesuitical /ˌdʒezjʊ'itikl, *(Mỹ* ˌdʒeʒʊ'itikl)/ *tt (xấu)* lừa đảo; xảo quyệt: *a Jesuitical scheme* một âm mưu xảo quyệt.

Jesus /'dʒiːzəs/ *dt nh* Christ¹.

jet¹ /dʒet/ *dt* **1.** *(cg* **jet aircraft)** máy bay phản lực **2.** tia *(máu, nước, hơi)* **3.** vòi *(ống nước...).*

jet² /dʒet/ *dgt* đi máy bay phản lực. // **jet [something] from (out of) something, jet [something] out** làm phọt ra, làm vọt ra thành tia.

jet³ /dʒet/ *dt* chất huyền: *as black as jet* đen như hạt huyền.

jet-black¹ /ˌdʒet'blæk/ *tt* đen hạt huyền.

jet-black² /ˌdʒet'blæk/ *dt* màu đen hạt huyền.

jet engine /ˌdʒet'endʒin/ động cơ phản lực.

jet lag /dʒet læg/ cơ mệt mỏi sau một chuyến bay đường dài.

jet-lagged /ˈdʒetlægd/ *tt* mệt mỏi sau một chuyến bay đường dài.

jet-propelled /ˌdʒetprə'peld/ [đẩy bằng động cơ] phản lực: *jet-propelled plane* máy bay phản lực.

jet propulsion /ˌdʒetprə'pʌlʃn/ sự đẩy bằng phản lực.

jetsam /ˈdʒetsəm/ *dt* hàng hóa vứt xuống biển cho tàu nhẹ bớt khi gặp nạn. // **flotsam and jetsam** x flotsam.

the jet set /ˈdʒetset/ bọn giàu sang chuyên du ngoạn thế giới vì kinh doanh hay du lịch.

jet-setter /ˈdʒetsetə[r]/ *dt* người trong bọn giàu sang chuyên du ngoạn thế giới vì kinh doanh hay du lịch.

jettison /ˈdʒetisn/ *dgt* 1. vứt bỏ *(hàng hóa, thiết bị)* ra khỏi tàu *(tàu thủy, tàu bay)* khi gặp nạn 2. loại bỏ: *jettison a plan* loại bỏ một kế hoạch.

jetty /ˈdʒeti/ *dt* kè chắn sóng.

Jew /dʒu:/ *dt* người Do Thái; người theo Do Thái giáo.

jewel /ˈdʒu:əl/ *dt* 1. ngọc, đá quý 2. đồ châu báu; đồ nữ trang 3. chân kính *(ở đồng hồ)* 4. viên ngọc *(bóng) (vật quý; người có phẩm giá cao).*

jewel box /ˈdʒu:əlbɒks/ hộp nữ trang, hộp đồ châu báu.

jewel case /ˈdʒu:əlkeis/ *nh* jewel box.

jewelled *(Mỹ* **jeweled)** /ˈdʒu:əld/ *tt* nạm ngọc: *a jewelled ring* chiếc nhẫn nạm ngọc.

jeweller *(Mỹ* **jeweler)** /ˈdʒu:ələ[r]/ *dt* thợ kim hoàn.

jewellery *(cg* **jewelery)** /ˈdʒu:əlri/ *dt* đồ châu báu, đồ kim hoàn.

Jewess /ˈdʒu:is/ *dt* người phụ nữ Do Thái.

Jewish /ˈdʒu:iʃ/ *tt* [thuộc] Do Thái: *the local Jewish community* cộng đồng Do Thái địa phương.

Jewry /ˈdʒʊəri/ *dt* 1. dân Do Thái: *world Jewry* dân Do Thái trên thế giới 2. tôn giáo Do Thái; văn hóa Do Thái.

Jew's harp /ˈdʒu:izha:p/ đàn hạc Do Thái.

Jezebel /ˈdʒezəbl, ˈdʒezəbel/ *dt (xấu)* mụ đàn bà mưu mô trơ trẽn.

jib¹ /dʒib/ *dt* 1. *(hải)* buồm nhỏ hình tam giác trước buồm chính 2. cần *(của máy cần trục).* // **the cut of somebody's jib** x cut².

jib² /dʒib/ *dgt* (-bb-) 1. đứng sững lại *(không chịu đi tiếp; nói về ngựa...)* 2. không chịu tiếp tục *(làm gì)*, ngần ngại: *he jibbed a bit when I told him the price, but eventually he agreed* nó ngần ngại một chút khi tôi nói cho nó biết giá cả, nhưng cuối cùng nó đã đồng ý.

jib-boom /ˈdʒibbu:m/ *dt* sào căng buồm trước buồm chính.

jibe /dʒaib/ *dgt, dt nh* gibe¹, gibe².

jiffy /ˈdʒifi/ *dt (kng)* chốc, lát, thoáng: *in a jiffy* chỉ trong một thoáng, ngay lập tức; *wait [half] a jiffy* hãy chờ một lát.

jig¹ /dʒig/ *dt* 1. điệu nhảy gích; nhạc [cho điệu] nhảy gích 2. *(kỹ)* cái dưỡng.

jig² /dʒig/ *dgt* (-gg-) 1. nhảy điệu gích 2. nhảy cẫng lên: *jigging up and down in excitement* nhảy cẫng lên vì kích động.

jigger /ˈdʒigə[r]/ *dt* 1. cốc đong rượu 2. cốc rượu nhỏ.

jiggered /ˈdʒigəd/ *tt (vị ngữ) (kng)* 1. *(cũ)* khỉ gió: *well I'm jiggered* quái, mình khỉ thật 2. nhừ người: *I was completely jiggered* tôi mệt nhừ người ra rồi.

jiggery-pokery /ˌdʒigəri-'pəʊkəri/ *dt (Anh, kng)* âm mưu; trò lừa gạt: *he began to suspect that some jiggery-pokery was going on* nó bắt đầu nghi là có một âm mưu nào đó đang diễn ra.

jiggle /ˈdʒigl/ *dgt* [làm] lắc lư nhẹ, lắc lắc nhẹ: *jiggle the key in the lock and see if it'll open the door* lắc lắc nhẹ chiếc khóa trong ổ khóa, lựa chiều cho khóa mở cửa ra.

jigsaw /ˈdʒigsɔː/ *dt* 1. *(cg* **jigsaw puzzle)** trò chơi chắp hình 2. cưa lượn.

jihad /dʒi'ha:d, dʒihæd/ thánh chiến Hồi giáo *(giữa những người Hồi giáo và những người không theo Hồi giáo).*

jilt /dʒilt/ *dgt* bỏ rơi người yêu, phụ tình: *a jilted lover* người yêu bị tình phụ.

Jim Crow /ˌdʒim'krəʊ/ *dt (Mỹ, xấu)* người da đen: *Jim Crow buses* xe buýt dành cho người da đen.

jim-jams /'dʒimdʒæmz/ *dt*
the jim-jams *(snh) (lóng)* sự
hốt hoảng.

jimmy /'dʒimi/ *dt (Mỹ) nh*
jemmy.

jingle¹ /'dʒiŋgl/ *dt* **1.** *(số ít)*
tiếng leng keng, tiếng xủng
xoẻng *(của tiền kim loại,
chìa khóa trong túi, của
chuông nhỏ...)*: *the jingle of
coins in his pocket* tiếng
xủng xoẻng của tiền kim
loại trong túi anh ta **2.** bài
hát nhắc sự chú ý *(ở mục
quảng cáo trên đài...)*.

jingle² /'dʒiŋgl/ *đgt* rung
leng keng, rung xủng xoẻng;
kêu leng keng, kêu xủng
xoẻng: *the coins jingled in
his pocket* tiền kim loại kêu
xủng xoẻng trong túi nó.

jingoism /'dʒiŋgəʊizəm/ *dt*
chủ nghĩa sô vanh hiếu
chiến.

jingoist /'dʒiŋgəʊist/ *dt*
người theo chủ nghĩa sô
vanh hiếu chiến.

jingoistic /ˌdʒiŋgəʊ'istik/ *tt*
sô vanh hiếu chiến.

jink /dʒiŋk/ *dt* sự tránh, sự
né tránh.

jinnee /dʒi'ni:/ *(cg* **djinn, jinn**
/dʒin/) *dt (snh* **jinn**) **1.** thần
*(có khả năng hiện thành
hình người hay hình con
vật)* **2.** *nh* genie.

jinx¹ /dʒiŋks/ *dt (thường số
ít)* **jinx [on somebody (some-
thing)]** *(kng)* [người] hãm tài;
[vật] xúi quảy: *there's a jinx
(someone put a jinx) on this
car – it always gives trouble*
chiếc xe này thật là hãm
tài, nó luôn luôn gây rắc
rối cho tôi.

jinx² /dʒiŋks/ *đgt (thường bị
động) (kng)* mang lại xúi
quảy cho *(ai, cái gì)*: *I think
this computer must be jinxed
– it's always breaking down*
tôi nghĩ chiếc máy điện toán
này có thể là mang lại xúi
quảy, nó luôn luôn bị hỏng.

jitter /'dʒitə[r]/ *đgt (kng)*
bồn chồn lo sợ; hốt hoảng.

jitterbug¹ /'dʒitəbʌg/ *dt*
người nhảy điện gitobuc.

jitterbug² /'dʒitəbʌg/ *đgt*
nhảy điệu gitobuc.

the jitters /'dʒitəz/ *dt snh (kng)*
nỗi bồn chồn lo sợ, nỗi hốt
hoảng: *give somebody the jit-
ters* làm ai hốt hoảng; *get the
jitters* bồn chồn lo sợ; hốt
hoảng; *I always get the jitters
before I go on stage* tôi luôn
luôn bồn chồn lo sợ trước khi
ra sàn diễn.

jittery /'dʒitəri/ *tt* hốt
hoảng, bồn chồn lo sợ.

jive¹ /dʒaiv/ *dt* điệu nhảy
xuynh *(loại nhạc nhanh, sôi
động, nhịp mạnh)*.

jive² /dʒaiv/ *đgt* nhảy điệu
xuynh.

Jnr *(cg* **Jr, Jun**) *(vt (Mỹ)* của
Junior) em; con: *John
Brown Jnr* John Brown em;
John Brown con.

Job /dʒəʊb/ *dt* **the patience
of Job** x patience.

job /dʒɒb/ *dt* **1.** việc làm *(có
trả lương đều đặn)*: *thou-
sands of workers lost their
jobs when the factory closed*
hàng ngàn công nhân mất
việc làm khi nhà máy đóng
cửa; *the government is trying
to create new jobs* chính phủ
đang cố gắng tạo ra việc
làm mới **2.** phần việc, công
việc: *pay somebody by the
job* trả lương cho ai theo
phần việc họ đã làm; *writing
a book was a more difficult
job than he'd thought* viết
một cuốn sách là một công
việc khó nhiều hơn là nó
tưởng **3.** *(thường số ít)* phận
sự, trách nhiệm: *it's not my
job to lock up* khóa cửa
không phải là nhiệm vụ của
tôi **4.** *(kng)* kiểu sản phẩm:
*your new car is a neat little
job, isn't it?* chiếc xe mới
của anh là một kiểu sản

phẩm xinh xắn, có phải
không? **5.** *(kng)* hành động
tội phạm *(đặc biệt là trộm
cắp)*; hành động bất lương:
a bank job vụ trộm ngân
hàng. // **do the job (trick)** làm
thành công như ý muốn,
đạt yêu cầu: *this extra
strong glue should do the
job nicely* thứ keo cực chắc
này có lẽ làm được việc theo
như ý muốn; **give somebody
(something) up as a bad job** từ
bỏ vì coi là không còn hy
vọng nữa: *after waiting an
hour for the bus she decided
to give it up as a bad job*
sau khi chờ xe buýt một
tiếng đồng hồ, chị ta quyết
định không đợi, coi như
không còn hy vọng nữa; **a
good job** *(kng)* công việc tốt
đẹp, điều may mắn: *she's
stopped smoking, and a good
job too* chị ta thôi hút thuốc,
và thế cũng là tốt; *it's a
good job you were there to
help - we couldn't have ma-
naged without you* thật là
may mắn đã có anh ở đó
để giúp đỡ, không có anh
chúng tôi không xoay xở
nổi; **have a devil of a job doing
something** x devil¹; **jobs for
the boys** *(kng)* sự giao việc
có trả lương cho bà con bạn
bè; **just the job (ticket)** *(kng)*
đúng cái đang cần; **make a
bad (excellent, good, poor...)
job of something** làm việc gì
tốt (xấu); *Mark's a difficult
child and I think they're
making a good job of bring-
ing him up* Mark là một
cháu bé khó bảo, và tôi
nghĩ rằng họ đã dạy dỗ
được nó là cả một việc tốt;
make the best of a bad job x
best³; **on the job** a/ đang làm
việc: *on-the-job training* sự
đào tạo tại chỗ [làm việc]
b/ *(Anh, lóng)* giao hợp; **out
of a job** thất nghiệp, không
có việc làm: *he was out of*

a job for six months nó đã thất nghiệp sáu tháng nay.

jobber /ˈdʒɒbə[r]/ *dt* người buôn bán cổ phần ở sở giao dịch chứng khoán *(không giao dịch trực tiếp với con buôn)*.

jobbery /ˈdʒɒbəri/ *dt (xấu)* sự xoay sở.

jobbing /ˈdʒɒbiŋ/ *tt* làm việc vặt: *a jobbing printer* người thợ in in những thứ lặt vặt.

jobcentre /ˈdʒɒb,sentə[r]/ *(Anh) (cg cũ* **Labour Exchange**) trung tâm giới thiệu việc làm.

job creation /ˈdʒɒbkri:'eiʃn/ sự tạo việc làm cho người thất nghiệp.

job description /ˈdʒɒbdi-'skripʃn/ bản mô tả trách nhiệm của một công việc.

jobless /ˈdʒæblis/ *tt* thất nghiệp.

the jobless *dt (dgt snh)* những người thất nghiệp.

joblessness /ˈdʒɒblisnis/ *dt* sự thất nghiệp.

job lot /ˈdʒɒblɒt/ hàng kém phẩm chất bán từng mớ.

job satisfaction /ˈdʒɒbsæ-tisˈfækʃn/ nỗi thỏa mãn hoàn thành công việc.

job's comforter /ˌdʒəʊbs-ˈkʌmfətə[r]/ người an ủi mà lại làm tăng thêm nỗi khổ của người khác.

job sharing /ˌdʒɒbˈʃeəriŋ/ sự chia sẻ việc làm *(công việc của một người cho hai người để mỗi người chỉ làm việc nửa thời gian)*.

jockey¹ /ˈdʒɒki/ *dt (snh* **jockeys**) dô kề, nài ngựa đua.

jockey² /ˈdʒɒki/ *dgt* **jockey for something** dùng thủ đoạn để đạt cái gì: *jokey for power* dùng thủ đoạn để giành quyền lực; **jockey somebody into (out of) something** lừa phỉnh ai làm *(không làm gì)*: *they jockeyed Fred out*

of his position on the board họ lừa phỉnh đẩy Fred ra khỏi chức vị trong ban giám đốc.

jock-strap /ˈdʒɒkstræp/ *dt* khố *(bảo vệ bộ phận sinh dục khi chơi thể thao)*.

jocose /dʒəʊˈkəʊs/ *tt* hài hước; khôi hài.

jocosely /dʒəʊˈkəʊsli/ *pht* [một cách] khôi hài.

jocosity /dʒəʊˈkɒsəti/ *dt* sự khôi hài.

jocular /ˈdʒɒkjʊlə[r]/ *tt* vui đùa.

jocularity /ˌdʒɒkjʊˈlærəti/ *dt* sự vui đùa.

jocularly /ˈdʒɒkjʊləli/ *pht* [một cách] vui đùa: *Philip, jocularly known as Flip* Philip [được biết dưới cái tên] gọi đùa là Flip.

jocund /ˈdʒɒkənd/ *tt (cũ)* vui, vui vẻ.

jocundity /dʒəʊˈkʌndəti/ *dt* sự vui, sự vui vẻ.

jodhpurs /ˈdʒɒdpəz/ *dt (snh)* quần đi ngựa *(bó sát từ đầu gối đến mắt cá chân)*.

jog¹ /dʒɒg/ *dgt* (**-gg-**) **1.** đẩy nhẹ, hích nhẹ: *don't jog me, or you'll make me spill something* đừng có đẩy tôi, nếu không tôi sẽ đánh đổ vật gì đó cho mà xem **2.** *(thường* **go jogging**) chạy bộ *(chậm và đều, như là một môn thể dục)*: *he goes jogging every evening* chiều nào anh ta cũng chạy bộ **3.** đi lắc lư: *the wagon jogged along a rough track* chiếc xe ngựa chạy lắc lư trên con đường gồ ghề **4.** chạy nước kiệu chậm *(ngựa)*. // **jog somebody's memory** khơi dậy ký ức của ai: *this photograph may jog your memory* tấm ảnh này có thể giúp cho anh nhớ lại; **jog along (on)** tiến triển làng nhàng: *for years the business just kept*

jogging along đã nhiều năm công việc làm ăn cứ tiến triển làng nhàng thôi.

jog² /dʒɒg/ *dt* **1.** sự đẩy nhẹ, sự hích nhẹ: *I gave him a jog to wake him up* tôi đẩy nhẹ để đánh thức nó; *give somebody's memory a jog* khơi dậy ký ức của ai **2.** *(thể)* môn chạy bộ.

jogger /ˈdʒɒgə[r]/ *dt (thể)* người chạy bộ thể dục.

jogging /ˈdʒɒgiŋ/ *dt (thể)* thể dục chạy bộ.

joggle /ˈdʒɒgl/ *dgt* lắc nhẹ; xóc xóc nhẹ.

jog trot /ˈdʒɒtrɒt/ **1.** bước đi chậm **2.** nước kiệu chậm *(ngựa)*.

john /ˈdʒɒn/ *dt (Mỹ, lóng)* nhà vệ sinh.

John Bull /ˌdʒɒnˈbʊl/ *(cũ)* **1.** nước Anh **2.** người Anh điển hình.

johnny /ˈdʒɒni/ *dt (Anh)* **1.** *(cũ, kng)* người, gã **2.** *(lóng)* bao cao su.

joie de vivre /ˈʒwa:də'vi:-vrə/ *(tiếng Pháp)* niềm vui cuộc sống: *full of joie de vivre* tràn đầy niềm vui cuộc sống.

join¹ /dʒɔin/ *dgt* **1.** **join something onto something (on)**; **join A to B**; **join A and B** nối, kết hợp: *two extra carriages were joined onto the train (joined on at York)* hai toa được nối thêm vào đoàn tàu ở York; *join one section of pipe to the next* nối một đoạn ống vào đoạn sau; *join two sections of pipe together* nối hai đoạn ống với nhau; *the island is joined to the mainland by a bridge* hòn đảo được nối với đất liền bằng một cái cầu; *join two people [together] in marriage* kết hai người lại với nhau trong hôn nhân **2.** (+ **up**) liên kết, hợp nhất: *the place where the two rivers join* nơi hai con sông đó hợp nhất; *the firm joined up with a small delivery company to reduce costs* nhà máy đã liên kết với một công ty giao hàng nhỏ để giảm bớt chi phí; *the road joins the motorway at Newtown* con đường hợp nhất với xa lộ ở Newtown **3.** gia nhập, nhập bọn; tham gia: *ask him to join us for lunch* bảo nó hãy nhập bọn với chúng ta mà ăn trưa; *Mary has just joined her family in Australia* Mary vừa mới đoàn tụ gia đình ở Úc; *they joined the train at Huế* họ lên tàu hỏa ở Huế; *join the navy* gia nhập hải quân; *join a union* tham gia nghiệp đoàn; *join a queue* nhập vào hàng người xếp nối đuôi nhau; *mother joins [with] me in sending you our best wishes* mẹ em cùng em gởi đến anh những lời chúc mừng tốt đẹp nhất. // **if you can't beat them join them** x beat¹; **join battle [with somebody]** bắt đầu giao chiến [với ai]; **join the club** cũng như tôi rồi *(nói khi một việc không hay đã xảy ra với mình lại xảy ra với người khác): you've got a parking ticket? well join the club* anh bị phạt đậu xe hả? thế thì cũng như tôi rồi; **join forces [with somebody]** hợp lực với ai; **join hands** nắm chặt tay nhau; **join in [something (doing something)]** tham gia, tham dự: *can I join in [the game]?* tôi có thể tham gia trò chơi được không?; **join up** gia nhập quân đội, nhập ngũ.

join² /dʒɔin/ *dt* chỗ nối, đường nối, mối nối: *the two pieces were stuck together so well that you could hardly see the join* hai mảnh được ghép vào nhau khéo đến nỗi anh khó mà thấy mối nối.

joiner /ˈdʒɔinə[r]/ *dt* thợ lắp những phần mộc trong ngôi nhà.

joinery /ˈdʒɔinəri/ *dt* nghề lắp phần mộc trong ngôi nhà.

joint¹ /dʒɔint/ *dt* **1.** khớp (xương): *knee joint* khớp [đầu] gối **2.** chỗ nối, mối hàn: *check that the joints of the pipes are sealed properly* kiểm tra những chỗ nối các ống đã được hàn đúng cách chưa **3.** súc thịt pha ra **4.** *(lóng, xấu)* ổ lưu manh, ổ gái điếm, hắc điếm **5.** *(lóng)* thuốc lá có cần sa. // **case the joint** x case³; **out of joint** a/ trật khớp xương: *she fell and put her knee out of joint* chị ta ngã trật khớp xương đầu gối b/ trục trặc; đảo lộn lung tung: *the delays put the whole schedule out of joint* sự chậm trễ đã làm cho toàn bộ chương trình đảo lộn lung tung; **put somebody's nose out of joint** x nose¹.

joint² /dʒɔint/ *dgt* **1.** nối, ghép: *a jointed fishing-rod* cần câu ghép nối **2.** chia *(súc thịt)* ra từng mảnh, chặt *(súc thịt)* ra từng mảnh tại các chỗ khớp: *a jointed chicken* thịt gà chặt ra từng miếng.

joint³ /dʒɔint/ *tt* **1.** chung (giữa hai hay nhiều người): *joint ownership* sở hữu chung; *a joint effort* sự nỗ lực chung **2.** đồng: *joint authors* đồng tác giả.

jointly /ˈdʒɔintli/ *pht* cùng chung: *a jointly owned business* một doanh nghiệp cùng chung sở hữu (cùng hùn vốn).

joint-stock company /ˌdʒɔint'stɒk ˌkʌmpəni/ *nh* stock company.

joist /dʒɔist/ *dt (ktrúc)* rầm (nhà).

joke¹ /dʒəʊk/ *dt* **1.** lời nói đùa, câu nói đùa: *tell [some-body]* a joke nói đùa (ai) **2.** trò cười: *his attempts at cooking are a complete joke* những cố gắng nấu ăn của anh ta quả rõ là một trò cười. // **be no joke; be (get) beyond a joke** không phải chuyện đùa: *trying to find a job these days is no joke, I can tell you* tôi có thể nói với anh rằng cố tìm cho được một việc làm lúc này, đâu phải là chuyện đùa; *all your teasing of poor Michael is getting beyond a joke* những trò bạn chọc ghẹo anh chàng Michael tội nghiệp như thế là đã quá trớn rồi đấy; **have a joke with somebody** cùng cười đùa với ai: *he's someone I have an occasional chat and joke with* hắn là một người mà tôi đã có dịp cùng đùa vui; **the joke's on him (her)** nó cố làm cho người ta thành trò cười của thiên hạ nhưng chính nó lại trông lố bịch quá; **make a joke about (of) somebody (something)** nói đùa ai (cái gì) một cách nhẹ nhàng; **play a joke (prank; trick) on somebody** đánh lừa ai làm cho họ có vẻ lố bịch; **see the joke** hiểu tại sao lại buồn cười: *I'm sorry but I can't see the joke* xin lỗi nhưng tôi không hiểu tại sao lại buồn cười; **take a joke** chịu được lời nói đùa một cách vui vẻ.

joke² /dʒəʊk/ *dgt* joke [with somebody] [about something] nói đùa: *I was only joking* tôi chỉ nói đùa thôi; *for Pat to lose his job is nothing to joke about* đối với Pat, mất việc làm đâu phải là chuyện đùa. // **joking apart** nói một cách nghiêm chỉnh: *joking apart, you ought to smoke fewer cigarettes, you know* nói một cách nghiêm chỉnh, anh phải hút thuốc ít đi;

you must be (have) got to be joking anh nói đùa đấy hả *(tỏ sự hồ nghi): "Jackie's passed her driving test" "you must be joking – she can't even steer straight"* "Jackie thi đỗ lấy bằng lái xe rồi đấy" "anh hẳn là nói đùa, cô ta thậm chí lái xe chạy thẳng cũng không xong nữa là".

joker /'dʒəʊkə[r]/ *dt* **1.** người thích nói đùa, người hay pha trò **2.** *(kng)* anh chàng, thằng cha **3.** quân bài J.

jokey /'dʒəʊki/ *tt* **1.** vui đùa **2.** buồn cười.

jokingly /'dʒəʊkiŋli/ *pht* [một cách] đùa bỡn.

jollification /,dʒɒlifi'keiʃn/ *dt (cũ)* trò vui, cuộc vui chơi.

jollity /'dʒɒləti/ *dt (cũ)* sự sung sướng vui vẻ.

jolly¹ /'dʒɒli/ *tt* (-ier; -iest) **1.** sung sướng vui vẻ: *a jolly person* một người sung sướng vui vẻ; *a jolly laugh* tiếng cười sung sướng vui vẻ **2.** *(cũ, kng)* dễ chịu, thú vị: *a jolly song* điệu hát thú vị; *jolly weather* thời tiết dễ chịu **3.** ngà ngà say. // **jolly hockey sticks** phong cách sống vui vẻ trẻ trung.

jolly² /'dʒɒli/ *pht* rất: *she's a jolly good teacher* bà ta là một giáo viên rất giỏi. // **jolly well** nhất định: *"will you come back for me?" "no – if you don't come now, you can jolly well walk home"* "anh có quay lại với tôi không?" "không, nếu anh không đến bây giờ thì nhất định anh sẽ phải cuốc bộ về nhà đấy".

jolly³ /'dʒɒli/ *dgt* (jollied) **jolly somebody along** *(kng)* động viên ai một cách vui vẻ thân thiện: *he wasn't very keen to finish the job, but I jollied him along* nó không hăng hái hoàn thành công

việc, nhưng tôi đã động viên nó một cách vui vẻ thân thiện; **jolly something up** làm cho sáng sủa vui mắt *(một nơi chốn): this room needs jollying up, how about yellow and red wallpaper?* căn phòng cần làm cho sáng sủa vui mắt một tí, dán giấy tường màu vàng và đỏ có được không?

jolly-boat /'dʒɒlibəʊt/ *dt* xuồng nhỏ *(trên tàu thủy).*

the Jolly Roger /dʒɒli'rɒdʒə[r]/ cờ đen *(của tàu cướp biển, có hình đầu lâu và hai cái xương bắt chéo).*

jolt¹ /dʒəʊlt/ *dgt* [làm] xóc nẩy lên: *the old bus jolted along [a rough track]* chiếc xe buýt xóc nẩy lên trên con đường gồ ghề. // **jolt somebody into (out) of something** làm cho ai choàng tỉnh: *he was jolted out of his lethargy and into action when he realized he had only a short time to finish the article* anh ta choàng tỉnh khỏi cơn ngủ lịm và lao vào hành động khi anh ta nhận ra rằng chỉ còn một thời gian ngắn để viết xong bài báo.

jolt² /dʒəʊlt/ *dt* **1.** cái xóc nẩy: *stop with a jolt* dừng lại với một cái xóc nẩy **2.** *(bóng)* cú sốc: *the news of the accident gave her quite a jolt* tin tai nạn làm cho cô ta bị một cú sốc điếng người.

jolty /'dʒəʊlti/ *tt* xóc nẩy.

Joneses /'dʒəʊnziz/ *dt snh* **keep up with the Joneses** *x* keep¹.

jonquil /'dʒɒŋkwil/ *dt* **1.** *(thực)* cây thủy tiên bấc **2.** hoa thủy tiên bấc.

josh /dʒɒʃ/ *dgt (Mỹ, kng)* **1.** đùa vui **2.** chòng ghẹo *(ai).*

joss-stick /'dʒɒstik/ *dt* nén hương.

jostle /'dʒɒsl/ *dgt* **1.** xô đẩy, chen lấn: *be jostled by the crowd* bị đám đông chen lấn **2.** **jostle [with somebody] [for something]** tranh giành: *advertisers jostling [with each other] for the public's attention* các nhà quảng cáo tranh giành nhau sự chú ý của công chúng.

jot¹ /dʒɒt/ *dgt* (-tt-) **jot something down** ghi nhanh: *he jotted her address down on his newspaper* anh ta ghi nhanh lên tờ báo địa chỉ của nàng.

jot² /dʒɒt/ *dt (số ít)* chút, chút xíu, tí: *not a jot* không chút nào, không tí nào.

jotter /'dʒɒtə[r]/ *dt* sổ tay ghi chép.

jottings /'dʒɒtiŋz/ *dt (snh)* lời ghi chép ngắn.

joule /dʒu:l/ *dt (điện)* (vt J) jun.

journal /'dʒɜ:nl/ *dt* **1.** báo, tập san: *a medical journal* tập san y học **2.** nhật ký: *I kept a journal of my visit to China* tôi đã giữ một cuốn nhật ký về cuộc đi thăm Trung Quốc.

journalese /,dʒɜ:nə'li:z/ *dt (xấu)* thể văn báo chí.

journalism /'dʒɜ:nəlizəm/ *dt* nghề làm báo.

journalist /'dʒɜ:nəlist/ *dt* nhà báo, phóng viên.

journalistic /,dʒɜ:nə'listik/ *tt* [thuộc] báo chí.

journey¹ /'dʒɜ:ni/ *dt (snh* **journeys) 1.** cuộc hành trình: *go on a long train journey* thực hiện một cuộc hành trình dài bằng tàu hỏa **2.** thời gian cuộc hành trình: *it's a day's journey by car* đi xe hơi phải một ngày đường.

journey² /'dʒɜ:ni/ *dgt* thực hiện một cuộc hành trình: *journeying overland across*

North America thực hiện một cuộc hành trình bằng đường bộ xuyên Bắc Mỹ.

journeyman /'dʒɜ:nimən/ *dt* (*snh* **journeymen** /'dʒɜ:nimən/) **1.** người làm thuê (*đã thạo việc, đối lập với người mới học nghề*) **2.** thợ loại thường (*làm được công việc nhưng không xuất sắc*): *a journeyman artist* một nghệ sĩ loại thường.

joust /dʒaʊst/ *dgt* cưỡi ngựa đấu thương (*hiệp sĩ thời Trung đại*).

Jove /dʒəʊv/ *dt* **by Jove** (*cũ, kng*) chà! trời ơi! (*chỉ sự ngạc nhiên hoặc để nhấn mạnh*): *by Jove, I think, you're right!* chà! tôi nghĩ là anh đúng rồi!

jovial /'dʒəʊviəl/ *tt* vui vẻ, vui tính: *a jovial old man* một ông lão vui tính; *in a jovial mood* trong tâm trạng vui vẻ.

joviality /,dʒəʊvi'æləti/ *dt* tính vui vẻ; tâm hồn vui vẻ.

jovially /'dʒəʊviəli/ *pht* [một cách] vui vẻ.

jowl /dʒaʊl/ *dt* (*thường snh*) nếp da thịt vùng cằm. // **cheek by jowl** *x* cheek¹.

joy /dʒɔi/ *dt* **1.** niềm vui sướng, niềm hân hoan: *jump for joy* nhảy lên vì vui sướng; *shout for joy* la hét vì sung sướng **2.** nguồn vui sướng: *one of the simple joys of life* một trong những nguồn vui sướng giản dị trong cuộc sống. // **full of the joys of spring** *x* full¹; **[get (have)] no joy [from somebody]** không thành công; không thỏa mãn; **somebody's pride and joy** *x* pride¹.

joyful /'dʒɔifl/ *tt* vui sướng, vui hân hoan: *on this joyful celebration* nhân dịp vui này.

joyfully /'dʒɔifəli/ *pht* [một cách] vui sướng, [một cách] hân hoan.

joyfulness /'dʒɔiflnis/ *dt* sự vui sướng, sự hân hoan.

joyless /'dʒɔilis/ *tt* không vui, buồn; khổ sở: *a joyless marriage* cuộc hôn nhân không hạnh phúc.

joylessly /'dʒɔilisli/ *pht* [một cách] không vui; [một cách] buồn.

joylessness /'dʒɔilisnis/ *dt* sự không vui, sự buồn.

joyous /'dʒɔiəs/ *tt* vui sướng: *a joyous sense of freedom* cảm giác vui sướng được tự do.

joyously /'dʒɔiəsli/ *pht* [một cách] vui sướng.

joyousness /'dʒɔiəsnis/ *dt* sự vui sướng.

joyride /'dʒɔiraid/ *dt* (*kng*) cuộc đi chơi lén bằng xe hơi của người khác.

joyrider /'dʒɔiraidə[r]/ *dt* người đi chơi lén bằng xe hơi của người khác.

joyriding /'dʒɔiraidiŋ/ *dt* sự đi chơi lén bằng xe hơi của người khác.

joystick /'dʒɔistik/ *dt* cần lái (*máy bay*); cần điều khiển, cần chỉnh hướng (*máy tính*).

JP /,dʒei'pi:/ (*luật*) (*vt của* Justice of the Peace) thẩm phán tòa hòa giải địa phương.

Jr (*vt*) *nh* Jnr.

jubilant /'dʒu:bilənt/ *tt* (+ about, at, over) rất vui sướng, hân hoan: *Liverpool were in a jubilant mood after their cup victory* Liverpool hân hoan sau khi đoạt cúp.

jubilantly /'dʒu:biləntli/ *pht* [một cách] rất vui sướng, [một cách] hân hoan.

jubilation /,dʒu:bi'leiʃn/ *dt* sự rất vui sướng, sự hân hoan.

jubilee /'dʒu:bili:/ *dt* lễ kỷ niệm: *diamond jubilee* lễ kỷ niệm sáu mươi năm; *golden jubilee* lễ kỷ niệm năm mươi năm; *silver jubilee* lễ kỷ niệm hai mươi lăm năm.

Judaic /dʒu:'deiik/ *tt* [thuộc] Do Thái.

Judaism /'dʒu:deiizəm, (*Mỹ* 'dʒu:diizəm)/ *dt* Do Thái giáo.

Judas /'dʒu:dəs/ *dt* kẻ phản bội.

judder¹ /'dʒʌdə[r]/ *dgt* lắc mạnh, rung mạnh: *the plane juddered to a halt* máy bay rung mạnh rồi dừng lại.

judder² /'dʒʌdə[r]/ *dt* (*số ít*) sự lắc mạnh, sự rung mạnh: *the engine gave a sudden judder* máy đã bỗng nhiên rung mạnh.

judge¹ /dʒʌdʒ/ *dt* **1.** thẩm phán, quan tòa **2.** người phân xử, trọng tài **3.** người am hiểu, người sành sỏi: *a good judge of wine* một người sành sỏi về rượu. // **sober as a judge** *x* sober¹.

judge² /dʒʌdʒ/ *dgt* **1.** (+ by, from) xét, xét đoán, đánh giá, nhận định: *judge by appearances* xét theo bề ngoài; *it is difficult to judge the full extent of the damage* khó mà đánh giá được toàn bộ mức độ thiệt hại; *I judged him to be about 50* tôi đoán ông ta khoảng chừng 50 tuổi **2.** xét xử, phân xử: *judge a murder case* xử một vụ giết người **3.** phê bình, chỉ trích: *you're no better than they are; who are you to judge other people?* anh chẳng hơn gì họ đâu, anh là ai mà đi chỉ trích kẻ khác? **4.** quyết định kết quả (*trong một cuộc thi*): *judge a talent contest* quyết định kết quả trong một cuộc thi tài.

judgement (*cg đặc biệt trong pháp luật* **judgment**) /dʒʌdʒmənt/ **1.** (+ **of, about**) sự đánh giá, ý kiến: *my judgement is that* (*in my judgement*) *the plan is ill-conceived* ý kiến của tôi là (theo ý tôi) kế hoạch đã được vạch ra không đúng cho lắm **2.** quyết định của tòa, phán quyết, án: *the judgement was given in favour of the accused* quyết định của tòa có lợi cho bị cáo (*bị cáo được nhận định là vô tội*) **3.** óc phán đoán, óc suy xét: *he lacks sound judgement* nó thiếu óc suy xét đúng đắn **4.** sự xét xử: *errors of judgement* những sai lầm trong việc xét xử **5.** (*số ít*): **a judgement on somebody** sự trừng phạt: *this failure is a judgement on you for being so lazy* thất bại này là một trừng phạt anh về tội lười biếng đến thế. // **against one's better judgement** x **better**[1]; **an error of judgement** x **error**; **reserve one's judgement on** x **reserve**[1]; **sit in judgement** x **sit**.

Judgement Day /dʒʌdʒmənt dei/ (*cg* **the Day of Judgement, the Last Judgement**) (*tôn*) ngày phán quyết cuối cùng.

judicature /dʒu:dikətʃə[r]/ *dt* **1.** bộ máy tư pháp **2.** giới quan tòa.

judicial /dʒu:diʃl/ *tt* **1.** [thuộc] tòa án; [thuộc] quan tòa; [thuộc] tư pháp: *a judicial inquiry* cuộc thẩm vấn của quan tòa; *a judicial system* hệ thống tư pháp **2.** có phán đoán; có suy xét; có phê phán: *a judicial mind* óc phán đoán.

judicially /dʒu:diʃəli/ *pht* [về mặt] pháp luật.

judicial murder /dʒu:,diʃl 'mɜ:də[r]/ án tử hình do tòa quyết định (*nhưng vẫn có thể coi là sai*).

judicial separation /dʒu:,diʃlsepə'reiʃn/ quyết định ly thân của tòa.

judiciary /dʒu:'diʃəri, (*Mỹ* dʒu:'diʃieri)/ *dt* thẩm phán đoàn.

judicious /dʒu:'diʃəs/ *tt* sáng suốt, đúng đắn: *a judicious choice, decision* một sự lựa chọn đúng đắn, một quyết định đúng đắn.

judiciously /dʒu:'diʃəsli/ *pht* [một cách] sáng suốt, [một cách] đúng đắn.

judiciousness /dʒu:'diʃəsnis/ *dt* sự sáng suốt, sự đúng đắn.

judo /'dʒu:dəʊ/ *dt* võ giu đô (*Nhật Bản*).

jug[1] /dʒʌg/ *dt* **1.** (*Mỹ* **pitcher**) bình (*có tay cầm và vòi để chứa và rót chất lỏng*): *pour milk from a jug* rót sữa trong bình ra; *spill a whole jug of juice* làm đổ cả một bình nước ép trái cây **2.** (*lóng*) nhà tù: **three months in jug** ba tháng trong tù.

jug[2] /dʒʌg/ *dgt* (**-gg-**) (*thường dùng ở dạng bị động*) hầm (*thịt*): *jugged hare* thịt thỏ hầm.

juggernaut /'dʒʌgənɔ:t/ *dt* **1.** (*Anh, xấu*) xe tải có khớp móc **2.** sức mạnh tàn phá: *the juggernaut of bureaucracy* sức mạnh tàn phá của chế độ quan liêu.

juggle /'dʒʌgl/ *dgt* **1.** tung hứng: *juggle* [**with**] *balls* tung hứng mấy quả bóng **2.** thay đổi cách sắp xếp để lừa gạt: *the government has been juggling* [**with**] *the figures to hide the latest rise in unemployment* chính phủ đã thay đổi các số liệu để che giấu nạn gia tăng thất nghiệp gần đây.

juggler /'dʒʌglə[r]/ *dt* nghệ sĩ tung hứng.

jugular[1] /'dʒʌgjələ[r]/ *tt* (*giải*) [thuộc] cổ.

jugular[2] /'dʒʌgjələ[r]/ *dt* (*cg* **jugular vein**) (*giải*) động mạch cảnh. // **go for the jugular** (*kng*) đập mạnh vào điểm yếu trong lý lẽ của đối phương.

juice /dʒu:s/ *dt* **1.** nước ép, nước vắt (*từ thịt, trái cây*): *one tomato juice and one soup, please* làm ơn cho một nước cà chua và một xúp nhé **2.** (*sinh*) dịch: *gastric juice* dịch vị **3.** (*kng*) dòng điện: *turn on the juice* bật điện lên **4.** dầu xăng: *we ran out of juice on the motorway* chúng tôi đã cạn xăng khi đang chạy xe trên xa lộ. // **stew in one's juice** x **stew**[1].

juiciness /'dʒu:sinis/ *dt* **1.** tính có nhiều nước (*trái cây, thịt...*) **2.** tính lý thú **3.** tính béo bở.

juicy /'dʒu:si/ *tt* **1.** có nhiều nước (*trái cây, thịt...*) **2.** lý thú (*đặc biệt vì bê bối*): *tell me all the juicy details!* hãy kể cho tôi nghe tất cả chi tiết lý thú đó đi! **3.** béo bở: *a nice juicy contract* một hợp đồng béo bở lắm.

ju-jitsu /dʒu:'dʒitsu:/ *dt* nhu thuật (*võ Nhật Bản*).

ju-ju /'dʒu:dʒu:/ *dt* **1.** vật thần (*vật thờ cúng ở Tây Phi*) **2.** thần lực (*của vật thần*).

jujube /'dʒu:dʒu:b/ *dt* (*thực*) táo ta (*cây, quả*).

jukebox /'dʒu:kbɒks/ *dt* máy hát tự động (*cho đồng tiền vào, máy sẽ chạy*).

Jul (*vt của* **July**) tháng bảy: *21 Jul 1965* ngày 21 tháng bảy năm 1965.

julep /'dʒu:lip/ *dt* rượu uýt-ki đá pha bạc hà.

Julian calender /ˌdʒuːliən
'kælində[r]/ lịch Julius *(do
Julius Caesar cải biên)*.

July /dʒu'lai/ *dt* (*vt* **Jul**)
tháng bảy.

jumble[1] /'dʒʌmbl/ *đgt* trộn
lẫn lộn: *toys, books, shoes
and clothes were jumbled
[up] on the floor* đồ chơi,
sách vở, giày dép và quần
áo để lẫn lộn lung tung
trên sàn.

jumble[2] /'dʒʌmbl/ *dt* **1.** (số
ít) **jumble of something** mớ
lộn xộn: *a jumble of books
on the table* một mớ lộn xộn
sách trên bàn **2.** *(Anh)* hàng
hóa tạp nhạp bày bán.

jumble sale /'dʒʌmbl seil/
(Anh) (*Mỹ* **rummage sale**) sự
bán hàng hóa tạp nhạp để
gây quỹ từ thiện.

jumbo[1] /'dʒʌmbəʊ/ *tt* (*kng*)
(*cg* **jumbo-sized**) to khác
thường, cực lớn: *a jumbo
[-sized] packet of washing-
powder* một gói bột giặt to
khác thường.

jumbo[2] /'dʒʌmbəʊ/ *dt* (*snh*
jumbos) (*cg* **jumbo jet**) máy
bay phản lực khổng lồ *(chở
được mấy trăm người)*.

jump[1] /dʒʌmp/ *dt* **1.** sự
nhảy, cái nhảy: *a parachute
jump* sự nhảy dù; *a superb
jump* cái nhảy tuyệt vời **2.**
chướng ngại vật phải nhảy
qua: *the horse fell at the
last jump* con ngựa đã ngã
khi nhảy qua chướng ngại
vật cuối cùng; *the water-
jump is the most difficult
part of the race* rào có nước
phải nhảy qua là chướng
ngại vật khó nhất trong cuộc
đua **3.** sự nhảy vọt (*về giá
cả...*): *the country's great
jump forward to a new tech-
nological era* bước nhảy vọt
của đất nước tới một thời
đại công nghệ mới **4. the
jumps** (*snh*) (*kng*) sự giật
mình: *get (have) the jumps*

giật mình. // **get the jump on
somebody** (*kng*) giành lợi thế
hơn ai; **give somebody a jump**
(*kng*) làm ai giật mình; **keep
one jump ahead [of somebody]**
bỏ xa ai; **take a running jump**
x running jump.

jump[2] /dʒʌmp/ *đgt* **1.** nhảy:
jump over the wall nhảy
qua tường; *the children were
jumping up and down* tụi
trẻ nhảy cẫng lên; *she can
jump 2.2 metres* chị ta có
thể nhảy qua 2 mét **2.** *a
typewriter that jumps* chiếc
máy đánh máy nhảy (bỏ
sót) chữ; *I couldn't under-
stand his lecture because he
kept jumping from one topic
to the next* tôi đã không
hiểu bài nói của ông ta vì
ông cứ nhảy từ vấn đề này
sang vấn đề khác **2.** giật
nẩy, bật (*người lên*): *the loud
bang made me jump* tiếng
nổ lớn đã làm tôi giật nẩy
người **3.** nhảy vọt, tăng vọt:
*prices jumped [by] 60% last
year* năm ngoái giá cả tăng
vọt lên 60% **4.** (*kng*) tấn
công bất thình lình: *the gang
jumped an old woman in
the subway* bọn cướp bất
thình lình tấn công một bà
cụ già dưới đường xe điện
ngầm **5.** đi lậu vé (*xe lửa*):
jump a freight train đi tàu
chở hàng lậu vé. // **climb
(jump) on the bandwagon** *x*
bandwagon; **go [and] jump in
the (a) lake** (*cũ, kng*) đi đi
(*thường dùng ở mệnh lệnh*);
jump bail không ra trước tòa
sau khi đã đóng tiền bảo
hiểm tại ngoại; **jump down
somebody's throat** (*kng*) lớn
tiếng với ai; **jump for joy** vui
mừng nhảy cẫng lên; **jump
the gun** a/ xuất phát (*trong
cuộc chạy đua*) trước khi có
súng hiệu b/ làm (*cái gì*)
quá sớm (*trước thời hạn
thích hợp*): *they jumped the
gun by building the garage*

*before permission had been
given* họ xây nhà xe quá
sớm, trước khi có giấy phép;
jump the lights vượt đèn đỏ;
jump out of one's skin rất ngạc
nhiên; **jump the queue** (*Anh*)
chen ngang (*vào hàng người
đang xếp nối đuôi nhau chờ;
lấy hoặc hưởng cái gì chưa
đến lượt mình*); **jump the rails
(track)** đột ngột trật đường
ray (*xe hỏa*); **jump ship** bỏ
tàu mà đi (*mà không được
phép*); **jump to conclusion**
quyết định vội vã; **jump to
it** (*thường dùng ở thức mệnh
lệnh*) (*kng*) nhanh lên: *the
bus will be leaving in five
minutes, so jump to it!* xe
buýt chỉ năm phút thì chạy,
nhanh lên nào!; **wait for the
cat to jump (to see which way
the cat jumps)** *x* wait[1]; **jump
at something** chớp thời cơ;
jump on somebody (*kng*) chỉ
trích ai gay gắt.

jumped-up /'dʒʌmptʌp/ *tt*
(*Anh, kng, xấu*) mới phất
lên và tự cao tự đại.

jumper /'dʒʌmpə[r]/ *dt* **1.**
(*Anh*) nh jersey[1] **2.** (*Mỹ, nh*
pinafore) **3.** thú nhảy, sâu
bọ nhảy.

jumpily /'dʒʌmpili/ *pht* [một
cách] hốt hoảng bồn chồn.

jumpiness /'dʒʌmpinis/ *dt*
sự hốt hoảng bồn chồn.

jumping-off place /dʒʌmpiŋ
'ɒfpleis/ (*cg* **jumping-off point**)
điểm xuất phát (*một chuyến
đi, một kế hoạch...*).

jump-jet /'dʒʌmpdʒet/ *dt*
máy bay trực thăng phản
lực.

jump-lead /'dʒʌmpliːd/ *dt*
(*thường snh*) cáp chuyền
điện (*cho ắc quy xe hơi*).

jump-off /'dʒʌmpɒf/ *dt* vòng
đua thêm (*để quyết định
hơn thua giữa những con
ngựa cùng số điểm*).

jump-start[1] /'dʒʌmpstaːt/
đgt đẩy (*xe*) cho nổ máy.

J

jump-start² /'dʒʌmpstɑːt/ *dt* sự đẩy *(xe)* cho nổ máy.

jump suit /'dʒʌmpsjuːt, 'dʒʌmpsuːt/ *dt* áo liền quần.

Jun 1. (*vt của* June) tháng sáu: *12 Jun 1803* 12 tháng sáu năm 1803 **2.** *nh* JNR.

junction /'dʒʌŋkʃn/ *dt* **1.** sự gặp nhau *(của hai con đường)* **2.** nơi gặp nhau *(giữa hai con đường)*, ga đầu mối *(xe hỏa)*.

junction box /'dʒʌŋkʃnbɒks/ *(điện)* hộp nối mạch.

juncture /'dʒʌŋktʃə[r]/ *dt* **at this juncture** trong lúc này, ở vào bước ngoặt này: *it is very difficult at this juncture to predict the company's future* lúc này thật khó mà tiên đoán tương lai của công ty sẽ ra sao.

June /dʒuːn/ *dt* (*vt* **Jun**) tháng sáu.

jungle /'dʒʌŋgl/ *dt* **1.** rừng rậm *(nhiệt đới)* **2.** mớ hỗn độn: *the jungle of tax laws* một mớ hỗn độn những luật lệ thuế má. // **the law of the jungle** *x* law.

jungle fever /'dʒʌŋgl'fiːvə[r]/ *dt* sốt rét rừng.

jungly /'dʒʌŋgli/ *tt* [thuộc] rừng rậm, từ rừng rậm.

junior¹ /'dʒuːnɪə[r]/ *tt* **1. junior [to somebody]** [ở] cấp dưới: *junior colleague* một đồng nghiệp cấp dưới **2. Junior** (*vt* **Jnr, Jr, Jun**) em, con *(ghi sau tên họ người)*: *John Brown Junior* John Brown em, John Brown con **3.** [thuộc] lớp tuổi từ 7 đến 11: *junior school* trường phổ thông cấp 1, trường tiểu học.

junior² /'dʒuːnɪə[r]/ *dt* **1.** nhân viên cấp dưới: *the office junior* nhân viên văn phòng cấp dưới **2.** người ít tuổi hơn: *he is three years her junior (her junior by three years)* anh ta ít tuổi hơn cô nàng ba tuổi **3.** học sinh tiểu học, học sinh phổ thông cấp 1 **4.** *(Mỹ)* sinh viên năm áp chót **5.** *(Mỹ, kng)* con, cu *(tiếng gọi người con trai trong gia đình)*: *come here, junior!* lại đây, thằng cu của bố!

juniper /'dʒuːnɪpə[r]/ *dt* *(thực)* cây bách xù.

junk¹ /dʒʌŋk/ *dt* **1.** đồ đồng nát, đồ cũ, đồ tạp nhạp bỏ đi: *I bought this old table in a junk shop* tôi mua chiếc bàn này trong một cửa hàng đồ cũ **2.** *(lóng)* ma túy, heroin.

junk² /dʒʌŋk/ *dt* thuyền mành.

junket¹ /'dʒʌŋkɪt/ *dt* **1.** sữa đông **2.** cuộc du ngoạn do chính quyền đài thọ **3.** cuộc cắm trại ngoài trời.

junket² /'dʒʌŋkɪt/ *dgt* vui chơi tiệc tùng.

junketing /'dʒʌŋkɪtɪŋ/ *dt* *(Mỹ, xấu)* cuộc vui chơi tiệc tùng.

junk food /'dʒʌŋkfuːd/ *(kng, xấu)* quà vặt *(ăn cho vui miệng và được coi như là không đủ chất dinh dưỡng)*.

junkie /'dʒʌŋki/ *dt* *(lóng)* dân nghiện, dân nghiện heroin.

Junoesque /,dʒuːnəʊ'esk/ *tt* đẹp trang nghiêm *(như nữ thần Juno của người La Mã, nói về nữ)*.

junta /'dʒʌntə, (Mỹ hʊntə)/ *dt* *(xấu)* nhóm đảo chính, quân quản.

Jupiter /'dʒuːpɪtə[r]/ *dt* sao Mộc.

juridical /dʒʊə'rɪdɪkl/ *tt* [thuộc] pháp lý.

jurisdiction /,dʒʊərɪs'dɪkʃn/ **1.** quyền xét xử, quyền tài phán **2.** phạm vi quyền hạn: *come within (fall outside) somebody's jurisdiction* nằm trong (nằm ngoài) phạm vi quyền hạn của ai.

jurisprudence /,dʒʊərɪs'pruːdns/ *dt* khoa luật pháp, luật học.

jurist /'dʒʊərɪst/ *dt* nhà luật học, luật gia.

juror /'dʒʊərə[r]/ *dt* viên bồi thẩm.

jury /'dʒʊəri/ *dt* **1.** bồi thẩm đoàn **2.** ban giám khảo.

jury-box /'dʒʊəribɒks/ *dt* ghế bồi thẩm.

juryman /'dʒʊərimən/ *dt* (*cg* **jurywoman** /'dʒʊəriwʊmən/) viên bồi thẩm *(nam)*.

just¹ /dʒʌst/ *tt* **1.** công bằng, đúng: *a just decision* một quyết định đúng; *a just society* một xã hội công bằng **2.** có cơ sở: *a just complaint* lời phàn nàn có cơ sở **3.** chính đáng, hợp lẽ phải: *just cause* sự nghiệp chính đáng, chính nghĩa **4.** đích đáng: *a just punishment* sự trừng phạt đích đáng.

just² /dʒʌst/ **the just** *dt* (*dgt snh*) người công minh chính trực. // **sleep the sleep of the just** *x* sleep².

just³ /dʒʌst/ *pht* **1.** đúng: *it's just two o'clock* hai giờ đúng; *this hammer is just the thing I need* cái búa này đúng là cái tôi cần; *just on target* đúng ngay đích; *just what I wanted* đúng cái tôi cần **2. just as** a/ đúng như: *it's just as I thought* đúng như tôi đã nghĩ b/ ngay lúc: *just as I arrived* ngay lúc tôi đến c/ bằng, không kém; cũng như: *just as beautiful as her sister* cũng đẹp như em *(chị)* cô ta; *you can get there just as cheaply by air as by train* anh có thể đến đấy bằng máy bay cũng rẻ như bằng xe lửa **3.** *(đặc biệt sau* only) a/ vừa vặn; suýt nữa: *I can [only] just reach the shelf, if I stand on tiptoe* nhón gót lên thì tôi vừa với được tới cái giá sách; *just manage to pass the entrance exam* vừa đủ đậu kỳ thi nhập học b/ *(dùng với thời hoàn thành; (Mỹ) (với quá khứ đơn)* vừa mới: *I have [only] just seen John* tôi vừa mới thấy John; *by the time you arrive, he will have just finished* lúc anh tới, hắn cũng vừa xong **4.** ngay khi đó, ngay lập tức: *I'm just coming* tôi đến ngay đây **5.** *just about (going) to do something* sắp: *I was just about to tell you when you interrupted* tôi sắp nói với anh thì anh ngắt lời tôi **6.** a/ một cách đơn giản: *you could just ask me for help* anh có thể đơn giản yêu cầu tôi giúp đỡ b/ hãy: *just try to understand!* hãy cố mà hiểu đi!; *just listen to what I'm saying* hãy nghe tôi nói đây! **7. just [for something (to do something)]** chỉ: *just for fun* chỉ là để vui đùa **8.** *(kng)* thật là: *the weather is just marvellous* thời tiết thật là kỳ diệu. // **it is just as [well that...]** đó là một điều hay: *it's just as well that we didn't go out in this rain* thật là hay, ta đã không đi ra ngoài lúc trời mưa như thế này; **it is (would be) just as well [to do something]** nên: *it would be just as well to lock the door when you go out* nên khóa cửa khi bạn ra ngoài; **just about** *(kng)* a/ hầu như: *I've met just about everyone* tôi đã gặp hầu hết mọi người b/ gần, xấp xỉ: *he should be arriving just about now* xấp xỉ khoảng này nó phải đến; **[not] just any** [không thể] gì cũng được: *you don't ask just anybody to the party* anh không thể mời ai tới dự tiệc cũng được; **just as**

one (it) is có sao để y như vậy, y nguyên: *the trousers are rather long, but I'll take them just as they are* chiếc quần hơi dài, nhưng tôi sẽ để y nguyên thôi; *tell her to come to the party [dressed] just as she is* bảo chị ta đến dự tiệc, có sao mặc vậy không cần ăn diện gì đâu; **just in case** để phòng khi cần đến: *the sun is shining, but I'll take an umbrella just in case* trời đang nắng, nhưng tôi mang theo ô để phòng khi cần đến; **just like that** đột ngột, không báo trước, không giải thích: *he walked out on his wife just like that* anh ta bỏ vợ [con] ra đi đột ngột mà không nói gì cả; **just now** a/ ngay bây giờ: *come and see me later, but not just now* đến gặp tôi sau, nhưng không phải ngay bây giờ b/ trong lúc này: *business is good just now* công việc kinh doanh lúc này khá lắm c/ vừa mới đây thôi: *I saw him just now* tôi thấy hắn vừa mới đây thôi; **just on** *(kng)* đúng, chính xác: *it's just on six o'clock* đúng sáu giờ; *she's just on ninety years* bà ta đúng chín mươi tuổi; **just the same** a/ y hệt nhau: *these two pictures are just the same [as one another]* hai bức tranh này y hệt nhau b/ tuy vậy: *the sun's out, but I'll take a raincoat just the same* trời nắng, tuy vậy tôi vẫn cứ mang áo mưa theo; **just so** a/ hoàn toàn đúng: *"your name is Ba, is it?" "just so"* "tên bạn là Ba phải không?" "hoàn toàn đúng" b/ sắp xếp đâu vào đấy: *she cannot bear on untidy desk, everything must be just so* chị ta không chịu được một bàn làm việc bừa bãi, mọi thứ phải sắp xếp

đâu vào đấy; **just such a something** điều gì giống y như cái gì đó: *it was on just such a day [as this] that we left for France* thật giống y như cái ngày ta đi Pháp; **[it's (that's)] just too bad** *(kng)* thật là vô phương cứu chữa: *"I've left my purse at home" "that's just too bad, I'm afraid!"* "tôi bỏ quên ví tiền ở nhà rồi" "tôi e là vô phương cứu chữa!"; **one might just as well be (do) something** đáng lẽ làm gì đó thì hơn: *the weather was so bad on holiday we might just as well have stayed at home* ngày nghỉ mà thời tiết xấu thế, đáng lẽ ta ở nhà thì hơn; **not just yet** ngay bây giờ thì chưa *(nhưng có thể là rất sớm)*: *"are you ready?" "not just yet"* "anh đã sẵn sàng chưa?" "ngay bây giờ thì chưa".

justice /ˈdʒʌstɪs/ dt **1.** sự công bằng: *efforts to achieve complete social justice* những nỗ lực nhằm đạt tới công bằng xã hội **2.** công lý, tư pháp: *a court of justice* tòa án [tư pháp] **3. Justice** quan tòa tòa án tối cao *(chỉ chức vị)*: *Mr Justice Smith* quan tòa tòa án tối cao Smith **4.** *(Mỹ)* quan tòa, thẩm phán. // **bring somebody to justice** bắt giữ và xử ai trước tòa; **do oneself justice** dốc hết tài năng ra làm gì: *he didn't do himself justice in the exams* nó chưa dốc hết tài năng ra trong kỳ thi; **do justice to somebody (something)** a/ đánh giá đúng ai (cái gì): *to do her justice, we must admit that she did deserve to win* đánh giá đúng tài năng cô ta, ta phải thừa nhận là cô ta xứng đáng thắng giải b/ xử sự đúng đắn với ai (cái gì): *since we'd already eaten, we* *couldn't do justice to her cooking* vì chúng tôi đã ăn rồi, chúng tôi không thể đánh giá đúng tài nấu ăn của cô ta.

Justice of the Peace /,dʒʌs-tisəvðə'pi:s/ (*vt* **JP**) thẩm phán tòa hòa giải địa phương.

justifiable /,dʒʌsti'faiəbl/ *tt* có thể bào chữa, có thể biện bạch; hợp lý, chính đáng: *justifiable homicide* tội giết người có thể biện bạch (*vì lý do tự vệ chính đáng*).

justifiably /,dʒʌsti'faiəbli/ *pht* [một cách] có thể bào chữa, [một cách] có thể biện bạch.

justification /,dʒʌstifi'keiʃn/ *dt* **1.** sự bào chữa, sự biện bạch; lý lẽ bào chữa, lý lẽ biện bạch **2.** sự sắp chữ cho các dòng bằng đầu bằng đuôi (*trong nghề in*). **in justification [for (of) somebody (something)]** để bào chữa cho: *I suppose that, in justification, he could always claim he had a family to support* tôi cho rằng để bào chữa anh ta có thể luôn luôn kiếm cớ là có cả một gia đình phải nuôi nấng.

justified /'dʒʌstifaid/ *tt* **1. justified in doing something** có lý do chính đáng để làm việc gì: *as the goods were damaged she felt fully justified in asking for her money back* vì hàng hóa đã bị hư hỏng, cô ta cảm thấy hoàn toàn có lý do chính đáng để đòi lại tiền **2.** chính đáng: *justified suspicion* sự nghi ngờ chính đáng.

justify /'dʒʌstifai/ *dgt* **1.** bào chữa, biện bạch: *you can't justify neglecting your wife and children* anh không thể biện bạch cho việc anh lơ là vợ con đâu **2.** sắp chữ cho các dòng bằng đầu bằng đuôi (*trong nghề in*); **the end justifies the means** x *end*[1].

jut /dʒʌt/ *dgt* (**-tt-**) **jut out** lòi ra, chìa ra, nhô ra: *a balcony that juts out [over the garden]* một cái ban lơn nhô ra trên vườn nhà; *a headland juts out into the sea* mũi đất nhô ra biển.

jute /dʒu:t/ *dt* **1.** sợi đay **2.** (*thực*) cây đay.

juvenile[1] /'dʒu:vənail/ *dt* **1.** thanh thiếu niên **2.** diễn viên thủ vai thanh thiếu niên: *play the juvenile lead* thủ vai thanh thiếu niên.

juvenile[2] /'dʒu:vənail/ *tt* **1.** [thuộc] thanh thiếu niên **2.** (*xấu*) trẻ con, chưa chín chắn: *stop being so juvenile!* thôi cái trò trẻ con như thế đi!

juvenile court /,dʒu:vənail 'kɔ:t/ tòa án thanh thiếu niên.

juvenile delinquency /,dʒu:vənaildi'liŋkwənsi/ tình trạng thanh thiếu niên phạm pháp.

juvenile delinquent /,dʒu:-vənaildi'liŋkwənt/ tội phạm thanh thiếu niên.

juxtapose /,dʒʌkstə'pəuz/ *dgt* đặt cạnh nhau (*để thấy sự khác nhau*): *we tried to juxtapose the sculptures to give the best effect* chúng tôi thử để các bức chạm cạnh nhau để đạt ấn tượng tốt nhất.

juxtaposition /,dʒʌkstəpə-'ziʃn/ *dt* sự đặt cạnh nhau (*để thấy sự khác biệt*): *the juxtaposition of [different] ideas* sự đặt hai ý tưởng cạnh nhau (*để thấy sự khác nhau*).

K¹, k /kei/ *dt* (*snh* K's, k's /keiz/) K, k (*con chữ thứ 11 trong bảng chữ cái tiếng Anh*): "king" begins with [a] "k" "king" bắt đầu bằng con chữ "k".

K² /kei/ *vt* **1.** (*vt của* kelvin) độ Kelvin **2.** (*kng*) (*tiếng Hy Lạp* kilo-) một ngàn: *she earns 12K a year* chị ta kiếm được 12000 bảng Anh một năm.

kaffir /'kæfə[r]/ *dt* (*thường xấu*) người da đen Châu Phi.

kaftan /'kæftæn/ *dt* nh caf-tan.

Kaiser /'kaizə[r]/ *dt* hoàng đế Đức (*khoảng thời gian 1871-1918*).

kale (*cg* kail) /keil/ *dt* (*thực*) cải xoăn.

kaleidoscope /kə'laidəs-kəʊp/ *dt* **1.** kính vạn hoa **2.** (*bóng*) (*thường số ít*) sự biến ảo màu sắc: *his paintings are a kaleidoscope of gorgeous colours* tranh của anh ta là một sự biến ảo màu sắc lộng lẫy.

kaleidoscopic /kə,laidə-'skɒpik/ *tt* biến ảo màu sắc.

kaleidoscopically /kəlaidə-'skɒpikli/ *pht* [một cách] biến ảo màu sắc.

kamikaze /,kæmi'ka:zi/ *dt* **1.** máy bay cảm tử (*của Nhật Bản trong đại chiến II*) **2.**

phi công [lái máy bay] cảm tử.

kangaroo /,kæŋgə'ru:/ *dt* (*động*) (*snh* **kangaroos**) thú nhảy, con can-gu-ru.

kangaroo court /,kæŋgə-ru:'kɔ:t/ tòa án nội bộ (*do một số công nhân, người đình công... lập ra để xử những tranh chấp giữa họ với nhau*).

kaolin /'keiəlin/ *dt* cao lanh, đất sét trắng.

kapok /'keipɒk/ *dt* bông gòn, bông gạo.

kaput /kə'pʊt/ *tt* (*vị ngữ*) (*lóng*) bị hỏng, bị tiêu rồi: *the car's kaput, we'll have to walk* xe hỏng, chúng ta phải cuốc bộ thôi.

karat /'kærət/ *dt* (*Mỹ*) nh carat 2.

karate /kə'ra:ti/ *dt* môn võ caratê (*của Nhật Bản*): *a karate chop* cú chặt bàn tay (*cú đánh cạnh bàn tay*).

karma /'ka:mə/ *dt* **1.** (*tôn*) nghiệp (*đạo Phật*) **2.** (*đùa*) số phận, số: *it's my karma always to fall in love with brunettes* cái số của tôi là luôn luôn phải lòng những cô gái tóc đen da ngăm đen.

kart /ka:t/ *dt* nh go-kart.

kayak /'kaiæk/ *dt* **1.** xuồng bọc da hải cẩu (*của người Etkimo*) **2.** (*thể*) xuồng kaiac.

kazoo /kə'zu:/ *dt* (*snh* **kazoos**) kèn kazu (*đồ chơi*).

KB /,kei'bi:/ (*luật, Anh*) (*vt của* King's Bench) phân viện Hoàng gia (*ở tòa án tối cao Anh*).

KBE /,keibi:'i:/ (*Anh*) (*vt của* Knight Commander [of the Order] of the British Empire) hiệp sĩ vương quốc Anh.

KC /,kei'si:/ (*luật, Anh*) (*vt của* King's Counsel) luật sư [thay mặt] hoàng gia.

kebab /ki'bæb/ *dt* chả nướng: *lamb kebabs* chả cừu nướng.

kedgeree /'kædʒəri, kedʒə-'ri:/ *dt* món cơm cá trứng luộc, món két-ri.

keel¹ /ki:l/ *dt* sống (*tàu thuyền*): *lay down a keel* đặt sống tàu, khởi công đóng tàu. // **on an even keel** x even¹.

keel² /ki:l/ *dgt* **keel over 1.** lật úp (*tàu thuyền*) **2.** (*bóng*) lật nhào, đổ nhào: *after a couple of drinks he just keeled over on the floor* sau hai cốc rượu, nó đổ nhào ra sàn nhà.

keen¹ /ki:n/ *tt* (-er, -est) **1.** **keen [to do something (that...)]** say mê, nhiệt tình: *a keen swimmer* một tay bơi nhiệt tình; *I'm not keen to go again* tôi không nhiệt tình đi nữa **2.** mãnh liệt, nồng nhiệt: *a keen desire* lòng khao khát mãnh liệt **3.** tinh, thính (*giác quan*): *dogs have a keen sense of smell* chó có khứu giác tinh **4.** nhạy bén, sắc sảo (*trí óc*): *a keen intelligence* trí thông minh sắc sảo **5.** sắc, bén: *a keen blade* một lưỡi dao sắc **6.** lạnh buốt (*gió*) **7.** thấp, có thể cạnh tranh được (*giá cả*). // **[as] keen as mustard** (*kng*) rất hăng hái nhiệt tình; **keen on somebody (something)** a/ mê: *keen on [playing] tennis* mê chơi quần vợt; *he seemed mad keen on my sister* nó có vẻ mê em gái tôi; *I'm not too keen on jazz* tôi không mê nhạc ja lắm b/ thiết tha, nhiệt tình: *Mrs Hill is keen on Tom's marrying Susan* bà Hill thiết tha chuyện Tôm lấy Susan.

keen² /ki:n/ *dgt* (*thường dùng ở thì tiếp diễn*) than khóc (*một người chết*): *keening over her murdered son*

than khóc cậu con trai bị giết.

keen³ /ki:n/ *dt* bài hát tang (*của người Ai-len*).

keenly /'ki:nli/ *pht* **1.** [một cách] nhiệt tình, [một cách] say mê **2.** [một cách] mãnh liệt, [một cách] nồng nhiệt **3.** [một cách] tinh, [một cách] thính **4.** [một cách] sắc sảo **5.** [một cách] sắc.

keenness /'ki:nnis/ *dt* **1.** sự nhiệt tình, sự say mê **2.** sự mãnh liệt, sự nồng nhiệt **3.** sự tinh, sự thính **4.** sự sắc sảo **5.** sự sắc bén.

keep¹ /ki:p/ *dgt* **1.** giữ: *she has the ability to keep calm in an emergency* chị ta giữ được bình tĩnh trong trường hợp khẩn cấp; *add some more coal to keep the fire going* thêm ít than nữa để giữ cho lò cháy tiếp; *you can keep that book; I don't want it back* anh có thể giữ lại cuốn sách tôi đã cho anh mượn, tôi không cần đòi lại đâu; *could you keep my place in the queue [for me]?* anh có giữ hộ chỗ xếp hàng cho tôi không?; *I keep all her letters* tôi giữ tất cả các thư của chị ta; *let's not eat all the sandwiches now – we can keep some for later* đừng có ăn hết cả bánh mì kẹp, phải giữ lại một ít cho về sau nhé **2. keep [on] going something** vẫn cứ, cứ: *how can I trust you if you keep lying to me?* làm sao tôi có thể tin anh được khi mà anh cứ nói dối tôi?; *my shoe laces keep [on] coming undone* dây giày của tôi cứ tuột hoài; *keep straight on until you get to the church* cứ đi thẳng cho đến khi anh tới nhà thờ **3.** quản lý, trông nom: *her father kept a grocer's shop for a number of years* bố cô ta quản lý

một cửa hiệu bán hàng khô từ mấy năm nay **4.** để được lâu, bảo quản được lâu: *do finish off the fish pie; it won't keep* ăn cho hết bánh nhân cá đi, thứ đó không để được lâu đâu **5.** nuôi: *keep bees (goats, hens)* nuôi ong (dê, gà mái) **6.** có thường xuyên để bán: *"do you sell Turkish cigarettes?" "I'm sorry, we don't keep them"* "ông có thuốc lá Thổ Nhĩ Kỳ bán không?" "rất tiếc, chúng tôi không có bán thường xuyên" **7.** (*dùng với một pht, hay trong câu hỏi sau* how) ra sao về sức khỏe: *"how are you keeping?" "I am keeping well, thanks"* "sức khỏe anh ra sao?" "tôi khỏe, cám ơn anh" **8.** ghi, ghi chép: *she kept a diary for over twenty years* cô ta ghi nhật ký hơn hai mươi năm nay; *keeping an account of what one spends each week* ghi chép bản kê những món tiêu mỗi tuần **9.** nuôi: *he scarcely earns enough to keep himself and his family* nó vừa văn kiếm đủ tiền để nuôi sống mình và nuôi gia đình **10.** bảo vệ: *keep goal* bảo vệ khung thành (*bóng đá*) **11.** (+ from) phù hộ: *she prayed to God to keep her son from harm* bà ta cầu nguyện xin Chúa phù hộ cho con bà khỏi bị hại **12.** tuân theo, giữ đúng: *keep an appointment* giữ đúng hẹn. // **keep it up** giữ vững thành tích ở mức cao: *excellent work, Crips – keep it up!* này Crips, công việc tuyệt lắm, cố giữ vững nhé!; **keep up with the Joneses** /'dʒəʊniz/ (*kng, thường xấu*) đua đòi.

keep [somebody] at something [làm cho ai] kiên trì tiếp tục làm gì: *come on, keep at it, you've nearly finished* tiếp

tục đi, hãy kiên trì mà làm, em làm gần xong rồi đấy; **keep [somebody (something)] away** tránh xa: *police warned bystanders to keep away from the blazing building* cảnh sát bảo những người đứng xem hãy tránh xa ngôi nhà đang rực lửa; *her illness kept her away from work for several weeks* do bị ốm chị ta đã không đi làm mấy tuần nay; **keep something back** a/ chặn lại, cầm lại: *millions of gallons of water are kept by the dam* hàng triệu ga-lông nước đã bị con đập chặn lại; *she was unable to keep back her tears* cô ta không cầm nước mắt được b/ giữ lại không trả: *a certain percentage of your salary is kept back by your employer as an insurance payment* một số phần trăm lương của anh bị ông chủ giữ lại để trả bảo hiểm; **keep something back [from somebody]** giấu, không nói ra; **keep [somebody] back [from somebody (something)]** chặn lại, giữ ở một khoảng cách xa: *barricades were erected to keep back the crowds* vật chướng ngại được dựng lên để chặn đám đông lại; **keep down** không ló mặt ra (*cứ cúi xuống, cứ ngồi...*): *keep down, you mustn't let anybody see you* đừng có ló mặt ra, anh không được để cho bất cứ ai thấy anh; **keep somebody down** đè nén ai, áp bức ai; **keep something down** a/ không ngước (*một bộ phận cơ thể lên*): *keep your head down* không được ngước đầu lên b/ giữ không cho tăng lên: *keep down prices* giữ không cho giá cả tăng lên; *keep your voices down; your mother's trying to get some sleep* nói khẽ chứ, mẹ anh đang cố ngủ một tí đấy c/ kìm hãm sự phát triển: *use chemicals to keep pests down* dùng hóa chất để kìm hãm sự phát triển của chuột bọ; **keep oneself (somebody) from something (doing something)** ngăn, cản trở: *the church bells keep me from sleeping* chuông nhà thờ làm tôi không ngủ được; *I hope I'm not keeping you from your work* tôi hy vọng tôi không cản trở công việc của anh; **keep [oneself] from doing something** nén được, giữ được, nhịn được: *she could hardly keep [herself] from laughing* cô ta khó lắm mới nhịn cười được; **keep something from somebody** giấu kín không nói với ai điều gì: *they don't keep anything from each other* họ không giấu nhau điều gì cả; **keep somebody in** phạt giữ lại lớp sau giờ học: *she was kept in for an hour for talking in class* cô ta bị phạt giữ lại trường một tiếng đồng hồ vì nói chuyện trong lớp; **keep something in** nén lại: *he could scarcely keep in his indignation* anh ấy khó nén được lòng căm phẫn; **keep oneself (somebody) in something** tự cung cấp (cung cấp cho ai) đều đặn cái gì: *she earns enough to keep herself and all the family in good clothes* chị ta kiếm được đủ sắm cho mình và gia đình quần áo tươm tất; **keep in with somebody** *(kng)* giữ hòa khí, vẫn thân thiện với: *have you noticed how he tries to keep in with the boss?* anh có thấy ông ta cố giữ thân thiện với ông chủ như thế nào không?; **keep off** chưa bắt đầu *(mưa, tuyết)*: *the fête will go ahead provided the rain keeps off* ngày hội sẽ vẫn cứ tiếp tục miễn là chưa mưa; **keep off [somebody, something]** tránh

xa; **keep off something** a/ không dùng, kiêng: *keep off cigarettes* không hút thuốc lá b/ tránh nói đến *(vấn đề gì)*; **keep somebody (something) off somebody (something)** làm cho không tới gần, làm cho không chạm vào: *they lit a fire to keep wild animals off* họ đốt lửa để dã thú không tới gần *(tránh xa)*; *keep your hands off me!* đừng có chạm vào tôi!; **keep on** tiếp tục đi: *keep on past the church; the stadium is about half a mile further on* đi tiếp đến quá nhà thờ, sân vận động cách đấy độ nửa dặm; **keep on [doing something]** tiếp tục: *she kept on working although she was tired* chị ta tiếp tục làm việc mặc dù đã mệt; *the rain kept on all night* mưa cứ tiếp tục cả đêm; **keep somebody on** tiếp tục sử dụng ai: *he's incompetent and not worth keeping on* anh ta thiếu khả năng và không đáng giữ lại làm việc; **keep something on** a/ tiếp tục mang *(đeo, mặc)*: *you don't need to keep your hat on indoors* ở trong nhà anh không cần phải đội mũ đâu b/ thuê tiếp, cho thuê tiếp *(một căn nhà...)*: *we're planning to keep the cottage on over the summer* chúng tôi đang tính thuê tiếp căn nhà suốt mùa hè; **keep on [at somebody] [about somebody (something)]** cáu gắt với ai *(về việc gì)*; **keep out [of something]** a/ ở ngoài, không vào: *the notice says "Keep out"* bảng hiệu đề là "Không vào" b/ ngăn không cho vào: *keep that dog out of my study!* đừng cho con chó kia vào phòng làm việc của tôi!; *she wore a hat to keep the sun out of her eyes* chị ta đội mũ để ánh nắng không

chói vào mắt; **keep [somebody] out of something** [làm cho ai] tránh cái gì: *do keep out of the rain if you haven't a coat* hãy tránh mưa nếu không có áo mưa; *that child seems incapable of keeping out of mischief* thằng bé này xem chừng không tránh được trò tinh nghịch; **keep to something** a/ giữ theo, theo đúng, bám theo: *keep to the track, the moor is very boggy around here* hãy bám theo đường mòn, quanh đây đất hoang rất lầy lội; *keep the subject* bám sát chủ đề; *keep your opinions to yourself in future!* (trong câu mệnh lệnh khi quở trách ai) lần sau hãy giữ lấy ý kiến của mình [đừng có nói ra nữa nhé!] b/ giữ lấy nơi nào, ru rú ở nơi nào: *she's old and infirm and has to keep to the house* bà ta già và tàn tật, cả ngày cứ ru rú trong nhà; **keep [oneself] to oneself** sống tách biệt: *nobody knows much about him, he keeps himself [very much] to himself* không ai biết nhiều về nó, nó sống [rất] tách biệt; **keep something to oneself** giữ kín điều gì: *I'd be grateful if you kept this information to yourself* tôi rất biết ơn nếu anh giữ kín tin này; **keep somebody under** áp bức, đàn áp: *the local population is kept under by a brutal army of mercenaries* dân địa phương bị một đội quân lính đánh thuê tàn bạo đàn áp; **keep something under** khống chế, ngăn chặn: *firemen managed to keep the fire under* lính cứu hỏa đã tìm được cách khống chế ngọn lửa; **keep up** tiếp tục, duy trì *(mưa, tuyết, thời tiết...)*: *let's hope the sunny weather keeps up for Saturday's tennis match* hy vọng là thời

K

tiết vẫn nắng ráo cho đến ngày thi đấu quần vợt; **keep somebody up** làm ai thức khuya: *I do hope we're not keeping you up* tôi rất mong là chúng tôi không làm anh phải thức khuya; **keep something up** a/ giữ chặt, giữ vững, giữ: *wear a belt to keep one's trousers up* mang thắt lưng để giữ chặt quần; *the high cost of raw materials is keeping prices up* giá nguyên liệu cao làm cho giá giữ ở mức cao; *they sang songs to keep their morale up* họ hát để giữ vững tinh thần của họ b/ duy trì, tiếp tục: *the enemy kept up their bombardment day and night* quân địch duy trì sự oanh tạc của họ suốt ngày đêm; *do you still keep up your Spanish?* bạn còn tiếp tục học tiếng Tây Ban Nha không? c/ trông nom, bảo dưỡng (*nhà cửa...*): *the house is becoming too expensive for them to keep up* việc bảo dưỡng ngôi nhà đang trở nên quá tốn kém đối với họ; **keep up [with somebody (something)]** bắt kịp, theo kịp: *slow down – I can't keep up with you* chậm chậm nào, tôi không bắt kịp anh; *I can't keep up with all the changes in computer technology* tôi không theo kịp mọi sự thay đổi trong công nghệ máy điện toán; **keep up [with something]** tăng kịp, theo kịp: *workers' incomes are not keeping up with inflation* thu nhập của công nhân không theo kịp lạm phát; **keep up with somebody** giữ liên hệ với ai: *how many of your old school-friends do you keep up with?* anh còn giữ liên hệ với bao nhiêu bạn học cùng trường cũ?; **keep up with something** theo dõi (*tin tức...*): *she likes*

to keep up with the latest fashions cô ta thích theo dõi những kiểu thời trang mới nhất.

keep² /kiːp/ *dt* **1.** nhu cầu sinh hoạt, cái nuôi thân: *it's time you got a job and started paying for your keep* đã đến lúc anh phải kiếm việc làm và bắt đầu tự cung ứng cho nhu cầu sinh hoạt của mình; *does that old car still earn its keep?* chiếc xe cũ này có đáng công bảo dưỡng sửa chữa nữa không? **2.** (*cũ*) tháp pháo đài. // **for keeps** (*kng*) mãi mãi: *can I have it for keeps or do you want it back?* tôi có thể giữ mãi mãi cái đó hay anh muốn đòi lại?

keeper /'kiːpə[r]/ *dt* **1.** người trông nom (*vườn thú, viện bảo tàng*) **2.** (*trong từ ghép*) người giữ, người gác: *a lighthouse-keeper* người gác hải đăng; *a shopkeeper* người chủ hiệu **3.** (*kng*) nh goalkeeper. // **finders keepers** x finder.

keeping /'kiːpiŋ/ *dt* **in somebody's keeping** nhờ ai trông nom cất giữ cho: *I'll leave the keys in your keeping* tôi sẽ gửi chìa khóa bà giữ cho; **in (out of) keeping [with something]** phù hợp (không phù hợp) với: *a development wholly in keeping with what we expected* một sự phát triển hoàn toàn phù hợp với điều chúng ta mong đợi; *this tie is not quite in keeping* chiếc cà vạt này thật không hợp chút nào.

keepsake /'kiːpseik/ *dt* vật lưu niệm.

keg /keg/ *dt* thùng (*chứa khoảng 40 lít*).

keg beer /'kegbiə[r]/ (*Anh*) bia hơi.

kelp /kelp/ *dt* (*thực*) tảo giạt.

kelvin /'kelvin/ *dt* **the Kelvin scale** thang nhiệt Kenvin.

ken¹ /ken/ *dt* **beyond (outside) one's ken** ngoài tầm hiểu biết: *the workings of the Stock Exchange are beyond most people's ken* các hoạt động của thị trường chứng khoán vượt quá tầm hiểu biết của đa phần quần chúng.

ken² /ken/ *dgt* (**-nn-**; *qk* **kenned, kent**; *dttqk* **kenned**) (*Ê-cốt*) biết.

kennel¹ /'kenl/ *dt* **1.** cũi chó cảnh **2.** chuồng chó săn **3.** **kennels** (*dgt số ít hay snh*) chuồng chó: *we put the dog into kennels when we go on holiday* chúng tôi để con chó trong chuồng khi đi nghỉ.

kennel² /'kenl/ *dgt* (**-ll-**, *Mỹ* **-l-**) nhốt (*chó*) trong chuồng.

kent /kent/ *qk* của ken².

kepi /'kepi/ *dt* mũ kepi.

kept /kept/ *qk và dttqk của* keep¹.

kept woman /ˌkept'wumən/ (*cũ hoặc dùa*) gái bao.

kerb /kɜːb/ *dt* (*Mỹ cg* **curb**) bờ lề đường (*lát đá hay bê-tông đúc*).

kerb-crawler /'kɜːb,krɔːlə[r]/ *dt* kẻ dụ dỗ phụ nữ lên xe để hiếp dâm.

kerb-crawling /'kɜːb,krɔːliŋ/ *dt* sự dụ dỗ phụ nữ lên xe để hiếp dâm.

kerbdrill /'kɜːbdril/ *dt* quy tắc sang đường an toàn.

kerbstone /'kɜːbstəun/ *dt* đá lát lề đường; phiến bê-tông lát lề đường.

kerchief /'kɜːtʃif/ *dt* **1.** khăn vuông trùm đầu (*của nữ*) **2.** nh handkerchief.

kerfuffle /kə'fʌfl/ *dt* (*Anh, kng*) sự om sòm, sự huyên náo: *what's the kerfuffle [about]?* làm gì mà om sòm lên thế?

kernel /'kɜːnl/ *dt* **1.** *(thực)* nhân *(trong quả hạnh)* **2.** hạt *(lúa, mì, gạo...)* **3.** *(bóng)* cốt lõi: *the kernel of her argument* cốt lõi trong lý lẽ của chị ta.

kerosene, kerosine /'kerəsiːn/ *dt* dầu hỏa: *a kerosene lamp* đèn dầu hỏa.

kestrel /'kestrəl/ *dt (động)* chim cắt.

ketch /ketʃ/ *dt* thuyền hai cột buồm.

ketchup /'ketʃəp/ *dt* nước xốt cà chua.

kettle /'ketl/ *dt* cái ấm, cái siêu *(để đun nước)*: *boil [water in] the kettle and make some tea* đun ấm nước pha trà. // **a very different kettle of fish** *x* different; **a fine (pretty...) kettle of fish** tình huống rắc rối hỗn độn; **the pot calling the kettle black** *x* pot[1].

kettledrum /'ketldrʌm/ *dt (nhạc)* trống định âm.

key[1] /kiː/ *dt* **1.** chìa khóa: *turn the key in the lock* xoay chìa khóa trong ổ khóa; *the car keys* chìa khóa xe hơi **2.** khóa *(lên dây đàn, dây cót đồng hồ...)*: *the key of C major (nhạc)* khóa đô trưởng **3.** *(bóng)* giọng: *her speech was all in the same key* bài nói của cô ấy cứ đều đều một giọng **4.** bàn phím, bộ phím *(đàn pianô, máy đánh chữ...)* **5.** lời giải, lời chú giải *(bản đồ, biểu đồ...)* **6. key to something** chìa khóa *(bóng)*, bí quyết, mấu chốt: *diet and exercise are the key to good health* chế độ ăn uống và tập luyện là bí quyết giữ sức khỏe; *the key to the whole affair was his jealousy* mấu chốt của toàn bộ sự việc là do sự đố ky của hắn mà ra **7.** *(số ít)* mặt xù xì làm chỗ bám *(cho sơn, cho vữa...)*: *gently sand* the plastic to provide a key for the paint chà cát nhẹ nhàng lên miếng nhựa để tạo ra mặt xù xì cho sơn làm chỗ bám. // **under lock and key** *x* lock[2].

key[2] /kiː/ *tt* chủ chốt, then chốt: *a key industry* ngành công nghiệp chủ chốt; *a key position* vị trí then chốt.

key[3] /kiː/ *đgt* **1. key something in** nhập *(vào máy điện toán)* qua bàn phím **2.** chà để tạo mặt xù xì cho sơn làm chỗ bám. // **key something to something** điều chỉnh hợp với: *the course is keyed to the needs of school leavers* lớp học đã được điều chỉnh cho hợp với đòi hỏi của những người đã thôi học; **key somebody up** *(thường dùng ở dạng thụ động)* làm ai lo lắng căng thẳng: *the manager warned us not to get too keyed up before the match* ông bầu đã khuyên chúng tôi là không được để cho mình bị quá lo lắng căng thẳng trước cuộc đấu.

key[4] *(cg* **cay)** /kiː/ *dt* đá ngầm *(ngoài khơi Florida...)*.

keyboard[1] /'kiːbɔːd/ *dt* bàn phím *(đàn pianô...)*, bàn chữ *(máy chữ)*.

keyboard[2] /'kiːbɔːd/ *đgt* **1.** làm chế bản in qua bàn phím **2.** nhập dữ liệu *(vào máy điện toán)* qua bàn phím.

keyboarder /'kiːbɔːdə[r]/ *dt* **1.** người làm chế bản in **2.** người nhập dữ liệu qua bàn phím *(vào máy điện toán)*.

keyhole /'kiːhəʊl/ *dt* lỗ khóa.

key money /'kiːmʌni/ *dt* tiền lót tay trao chìa khóa *(dọn nhà đến ở)*.

keynote /'kiːnəʊt/ *dt* **1.** ý chủ đạo, chủ đề chính: *unemployment has been the keynote of the conference* thất nghiệp là chủ đề chính của hội nghị **2.** *(nhạc)* âm chủ.

keypad /'kiːpæd/ *dt* bàn phím nhỏ *(có thể cầm tay)*.

key ring /'kiːrɪŋ/ *dt* vòng [đeo] chìa khóa.

key signature /'kiːsɪgnətʃə[r]/ *(nhạc)* nét khóa nhạc.

keystone /'kiːstəʊn/ *dt* **1.** *(ktrúc)* đá đỉnh vòm **2.** *(thường số ít) (bóng)* nguyên tắc cơ bản, yếu tố chủ chốt *(trong một kế hoạch, một chính sách...)*.

KG /,keiˈdʒiː/ *(vt của* Knight [of the Order] of the Garter) hầu tước cấp Garter *(cấp cao nhất)*.

kg *(vt của* kilogram[s]) kilogram.

KGB /,keidʒiːˈbiː/ *vt của* Ủy ban an ninh quốc gia *(Liên Xô cũ)*.

khaki /'kɑːki/ *dt, tt* [vải] [có màu] kaki *(may quân phục)*.

kHz *(vt của* kilohertz) kilohec.

kibbutz /ki'bʊts/ *dt (snh* **kibbutzim** /,kibʊt'siːm/) trang trại, khu định cư, kibut *(ở Israel)*.

kibbutznik /kibʊtsnik/ *dt* trại viên trang trại.

kibosh /'kaibɒʃ/ *dt nh* kybosh.

kick[1] /kik/ *đgt* **1.** đá: *he kicked me on the leg* nó đá vào cẳng tôi; *the boy kicked the ball* thằng bé đá quả bóng; *he kicked a hole in the fence* nó đá thủng một lỗ ở hàng rào; *be careful of that horse – it often kicks* cẩn thận với con ngựa đó nhé, nó thường hay đá đấy **2. kick oneself** tự dằn vặt: *I discovered I'd come for the appointment on the wrong day, I could have kicked myself* khi tôi thấy là tôi đã đến sai ngày hẹn, tôi tự dần vặt mình 3. sút ghi (bàn thắng): *kick a goal* sút ghi một bàn thắng 4. giật (súng). // **alive and kicking** x alive; **hit (kick) a man when he's down** x man; **kick against the pricks** kháng cự vô ích, chỉ chuốc lấy cái khổ, cái đau đớn vào thân; **kick the bucket** (*lóng*) củ, ngoẻo; **kick the habit** (*kng*) chừa, cai: *doctors should try to persuade smokers to kick the habit* bác sĩ cố thuyết phục dân nghiện cai thuốc lá; **kick one's heels** ngồi chờ: *she had to kick her heels for hours because the train was so late* chị ta phải ngồi chờ hàng mấy tiếng đồng hồ vì xe hỏa trễ giờ quá; **kick over the traces** không chịu vào khuôn phép; **kick up (raise) a dust** x dust¹; **kick up a fuss (row; shindy; stink...)** (*kng*) phản đối ầm ĩ; **kick up one's heels** nhảy cẫng lên; **kick somebody upstairs** (*kng*) đề bạt lên để tống khứ đi cho rồi.

kick against something chống đối: *it's no use kicking against the rule* chống đối luật lệ thì có ích lợi gì; **kick around** (*kng*) có mặt ở, lẳng vảng, quanh quẩn: *I've been kicking around Europe since I saw you last* từ khi gặp anh lần trước, tôi vẫn quanh quẩn ở Châu Âu; *an idea which has been kicking around for some considerable time* một ý nghĩ vẫn lởn vởn trong óc một thời gian dài; **kick something around (round)** (*kng*) bàn luận về: *we'll kick some ideas around and make a decision tomorrow* chúng tôi sẽ bàn luận một số ý kiến và quyết định vào ngày mai; **kick something in** đạp tung ra: *kick in a door* đạp tung cửa; *kick somebody's teeth in* đá gãy răng

ai; **kick off** ra bóng (*bắt đầu trận đấu bóng đá*); **kick [something] off** khai mạc, mở đầu: *I'll ask Tam to kick off [the discussion]* tôi sẽ yêu cầu Tam mở đầu cuộc thảo luận; **kick something off** đá văng đi: *kick off one's shoes* đá văng giày của mình đi; **kick somebody out [of something]** (*kng*) tống cổ ra: *they kicked him out [of the club] for fighting* họ tống cổ nó ra khỏi câu lạc bộ vì tội đánh nhau.

kick² /kik/ *dt* 1. cái đá, cú đá: *give somebody a kick up the backside* đá đít ai; *if the door won't open give it a kick* của không mở thì đạp tung nó ra 2. (*kng*) sự vui thích, sự rộn ràng, sự hồi hộp: *I get a big kick from motor racing* cuộc đua xe làm tôi rất rộn ràng; *she gets her kick from skiing* cô ta thích thú môn trượt tuyết 3. (*kng*) sức bật, hơi sức: *he has no kick left in him* anh ta không còn chút hơi sức nào nữa. // **a kick in the teeth** (*kng*) đòn khó chịu (*thường là bất ngờ*): *the Government's decision is a real kick in the teeth for the unions* quyết định của chính phủ là một đòn khó chịu đối với các nghiệp đoàn.

kickback /'kikbæk/ *dt* (*kng*) tiền đền ơn.

kicker /'kikə[r]/ *dt* 1. người đá 2. con ngựa hay đá hậu.

kick-off /'kikɒf/ *dt* cú ra bóng (*bóng đá*).

kick-start¹ /'kikstɑ:t/ *dgt* đạp cho khởi động (*máy*).

kick-start² /'kikstɑ:t/ *dt* (*cg* **kick-starter**) cần khởi động máy (*xe động cơ hai bánh*).

kid¹ /kid/ *dt* 1. (*kng*) đứa trẻ: *how are your wife and kids?* chị nhà với các cháu khỏe chứ?; *half the kids*

round here are unemployed một nửa số cậu trẻ ở đây đều thất nghiệp 2. (*thngũ*) (*kng, đặc biệt Mỹ*) trẻ hơn, em: *his kid brother* em trai nó 3. con dê non, da dê non: *a pair of kid gloves* một đôi găng tay bằng da dê non. // **handle (treat..) somebody with kid gloves** đối xử với ai rất nhẹ nhàng tế nhị.

kid² /kid/ *dgt* (**-dd-**) đùa giỡn, trêu chọc: *you must be kidding me!* anh hẳn đùa giỡn tôi đấy thôi! // **no kidding** (*kng*) không giỡn đâu!: *yes, it's true, no kidding!* vâng điều đó là thật, không giỡn đâu.

kiddy (*cg* **kiddie**) /'kidi/ *dt* (*kng*) đứa trẻ, thằng bé.

kid-glove /'kidglʌv/ *tt* nhẹ nhàng, tế nhị: *a kid-glove treatment* cách đối xử tế nhị.

kidnap¹ /'kidnæp/ *dgt* (**-pp-**, Mỹ **-p-**) bắt cóc: *two businessmen have been kidnapped by terrorists* hai nhà doanh nghiệp đã bị tụi khủng bố bắt cóc.

kidnap² /'kidnæp/ *dt* sự bắt cóc: *a kidnap victim* nạn nhân vụ bắt cóc.

kidnapper /'kidnæpə[r]/ *dt* kẻ bắt cóc.

kidnapping /'kidnæpiŋ/ *dt* sự bắt cóc, vụ bắt cóc: *the kidnapping occurred in broad daylight* vụ bắt cóc xảy ra giữa ban ngày ban mặt.

kidney /'kidni/ *dt* (*snh* **kidneys**) *dt* 1. (*giải*) thận 2. quả cật, quả bầu dục (*của lợn, làm thức ăn*): *two kilos of lamb's kidney* hai ký quả cật cừu.

kidney bean /'kidnibi:n/ (*thực*) đậu lửa.

kidney machine /'kidnimə-ʃi:n/ (*y*) thận nhân tạo.

kill¹ /kil/ *dgt* **1.** giết, giết chết, gây chết người: *careless driving kills!* lái xe ẩu sẽ gây chết người!; *cancer kills thousands of people every year* bệnh ung thư giết chết hàng ngàn người mỗi năm; **2.** *(kng) (dùng ở thì tiếp diễn)* làm đau đớn: *my feet are killing me* chân tôi đang làm tôi đau đớn **3.** chặn đứng quả bóng *(bóng đá)* bằng chân; đánh một cú đối phương không đánh trả được *(quần vợt)* **4.** làm tiêu tan, làm mất: *kill somebody's affection* làm tiêu tan cảm tình của ai; *the goal that killed Brazil's chances of winning* bàn thắng làm tiêu tan cơ may thắng trận của Brazil **5.** bác bỏ: *kill a proposal* bác bỏ một đề nghị **6.** tắt đi: *kill a light (the radio)* tắt đèn, tắt máy thu thanh **7.** át màu: *the bright red of the curtains kills the brown of the carpet* màu đỏ chói của màn cửa át mất màu nâu của tấm thảm. // **be dressed to kill** x dress²; **curiosity killed the cat** x curiosity; **have time to kill** x time¹; **kill the fatted calf** mổ bò ăn mừng *(ai trở về hay ai tới thăm)*; **kill the goose that lays the golden egg** tham lợi trước mắt mà bỏ lợi lâu dài; **kill oneself [doing something (to do something)]** *(kng)* cố gắng quá sức; **kill or cure** sự thể được ăn cả ngã về không: *the tough measures on drug abuse are likely to be a case of kill or cure* những biện pháp cứng rắn chống lạm dụng ma túy có thể là một sự thể được ăn cả ngã về không; **kill time; kill two (a few...) hours** giết thì giờ; **kill two birds with one stone** một công đôi việc; **kill [somebody] with kindness** làm hại [ai] vì quá nuông chiều;

kill [somebody, something] off diệt, loại trừ, tiêu diệt: *kill off weeds* tiêu diệt cỏ dại; *he killed off all his political opponents* ông ta đã loại trừ được hết mọi đối thủ chính trị.

kill² /kil/ *dt* **1.** sự giết: *the lion made only one kill that day* hôm đó con sư tử chỉ giết được có một con mồi **2.** *(thường số ít)* thú săn được. // **go (move) in for the kill** chuẩn bị kết liễu một đối thủ; **[be] in at the kill** có mặt lúc cao điểm *(của sự suy sụp một sự nghiệp...).*

killer /'kilə[r]/ *dt* kẻ giết người: *police are hunting her killer* cảnh sát săn lùng kẻ giết bà ta; *heroin is a killer* bạch phiến là một thứ giết người; *a killer disease* căn bệnh giết người.

killing¹ /'kiliŋ/ *dt* **make a killing** thành công lớn về tài chính, vớ bẫm.

killing² /'kiliŋ/ *tt (kng)* **1.** làm kiệt sức, làm mệt đứt hơi: *walk at a killing pace* đi theo nhịp bước làm mệt đứt hơi **2.** rất buồn cười: *a killing joke* một lời nói đùa rất buồn cười.

killingly /'kiliŋli/ *pht (kng)* hết sức, cực kỳ: *a killingly funny film* một phim hết sức buồn cười.

kiln /kiln/ *dt* lò *(nung vôi, gạch)*: *a brick kiln* lò gạch.

kilo /'ki:ləʊ/ *dt (snh kilos)* kilogram.

kilo- *(dạng kết hợp)* ngàn, kilo: *kilometre* kilomét.

kilocycle /'kiləsaikl/ *dt* kiloxich *(cũ)* nh kilohertz.

kilogram *(cg kilogramme)* /'kiləgræm/ *dt (vt kg)* kilogram.

kilohertz /'kiləhɜ:ts/ *dt (snh kđổi) (cg kilocycle)* kilohec.

kilometre *(Mỹ kilometer)* /'kiləmi:tə[r], ki'lɒmitə[r]/ *dt (vt km)* kilomet.

kilowatt /'kiləwɒt/ *dt (vt kW, kw)* kilo-oat.

kilt /kilt/ *dt* váy *(của người Ê-cốt; của đàn bà, trẻ em).*

kilted /'kiltid/ *tt* mặc váy.

kimono /ki'məʊnəʊ, (Mỹ ki'məʊnə)/ *dt (snh kimonos)* áo kimônô *(Nhật Bản).*

kin /kin/ *dt (dgt snh) (cũ)* gia đình và bà con họ hàng: *all his kin were at the wedding* tất cả gia đình và bà con họ hàng ông ta đều có mặt ở lễ cưới; *he's my kin* ông ta là bà con với tôi; *we are near kin* chúng tôi là họ hàng gần. // **kith and kin** x kith; **no kin to somebody** không có họ với ai.

kind¹ /kaind/ *tt* tử tế, có lòng tốt: *a kind man* một người có lòng tốt; *a kind thought* một ý nghĩ tử tế; *it was very kind of you to visit me when I was ill* anh thật là tốt đã đến thăm tôi khi tôi ốm.

kind² /kaind/ *dt* loại, hạng, thứ, giống: *fruit of various kinds; various kinds of fruit* nhiều loại trái cây khác nhau; *don't trust him: I know his kind* đừng có tin nó, tôi biết cái loại người hắn rồi; *she's not the kind of woman to lie* chị ta không phải loại người dối trá. // **in kind** a/ bằng hiện vật *(nói về việc chi trả)*: *when he had no money, the farmer used to pay me in kind* khi không có tiền mặt, ông chủ trại quen trả cho tôi bằng hiện vật *(tức là bằng nông sản)* b/ *(lóng)* bằng cái đúng như thế: *repay insults in kind* lấy lăng mạ đáp lại lăng mạ, ăn miếng trả miếng; **a kind of** *(kng)* một cái gì mang máng như là

K

(để diễn tả sự không chắc): I had a kind of feeling this might happen tôi đã mang máng cảm thấy điều này có thể xảy ra lắm; **kind of** phần nào: *I am not sure why, but I feel kind of sorry for him* tôi không biết tại sao, nhưng tôi cảm thấy phần nào tiếc cho anh ta; **nothing of the kind (sort)** a/ hoàn toàn không như vậy, khác hẳn: *people had told me she was very pleasant, but she's nothing of the kind* người ta nói với tôi là chị ta rất dễ thương, nhưng chị ta hoàn toàn không như vậy; **of a kind** a/ giống hệt nhau, cùng loại: *father and son are two of a kind, they are both very generous* bố con cùng loại với nhau, cả hai đều rất hào phóng b/ thuộc loại không thật tốt: *it was advice of a kind, but it wasn't very helpful* đó cũng là một loại lời khuyên đấy, nhưng không bổ ích lắm; **something of the kind** cái gì đó tương tự như thế: *did you say they are moving? I'd heard something of the kind* có phải anh nói họ dọn nhà đi không, tôi cũng nghe tương tự như thế.

kindergarten /'kindəga:tn/ dt vườn trẻ.

kind-hearted /kaind'ha:tid/ tt tốt bụng.

kindle /'kindl/ đgt 1. [làm cho] bắt lửa, bốc cháy: *this wood is too wet to kindle* củi này quá ẩm không cháy được 2. khơi dậy *(tình cảm...):* kindle hopes khơi dậy niềm hy vọng 3. **kindle [with something]** ánh lên, ngời lên: *her eyes kindled with happiness* mắt cô ta ngời lên vì sung sướng.

kindliness /kaindlinis/ dt lòng tử tế, sự tốt bụng.

kindling /kindliŋ/ dt củi nhóm lửa, củi mồi lửa.

kindly¹ /'kaindli/ tt (-ier; -iest) tử tế, tốt bụng.

kindly² /'kaindli/ pht 1. [một cách] tử tế: *treat somebody kindly* đối xử tử tế với ai 2. xin vui lòng *(trong lời yêu cầu lễ độ hoặc trong một mệnh lệnh mỉa mai):* kindly leave me alone xin vui lòng để tôi một mình. // **take kindly to somebody** niềm nở với ai; **take kindly to something** ưa, thích *(điều gì):* she didn't take kindly to being called plump cô ta không ưa người ta bảo cô là tròn trĩnh mụ mẫm.

kindness /'kaindnəs/ dt 1. sự tử tế, lòng tốt 2. điều tốt. // **do (show) somebody a kindness** tử tế đối với ai; **kill somebody with kindness** x kill¹; **the milk of human kindness** x milk².

kindred¹ /kindrəd/ dt 1. quan hệ thân thuộc, quan hệ họ hàng 2. bà con anh em, họ hàng thân thích: *most of his kindred live in Ireland* phần lớn họ hàng thân thích của nó vẫn sống ở Ai-len.

kindred² /kindrəd/ tt *(thngữ)* cùng họ hàng bà con: *kindred families* họ hàng quyến thuộc; *English and Dutch are kindred languages* tiếng Anh và tiếng Hà Lan là có họ hàng với nhau; *frost and kindred phenomena* sương muối và các hiện tượng tương tự.

kinetic /ki'netik/ tt [thuộc] động lực, do động lực: *kinetic energy* động năng.

kinetically /ki'netikli/ pht [về mặt] động học.

kinetic art /ki,netik'a:t/ nghệ thuật sử dụng bộ phận di động *(trong điêu khắc).*

kinetics /ki'netiks/ dt *(dgt số ít)* động học.

king /kiŋ/ dt 1. vua, quốc vương: *the King of Denmark* vua Đan Mạch 2. chúa tể, vua: *the King of beasts of the jungle* chúa tể muôn loài trong rừng rậm, chúa tể rừng xanh; *Barolo is the King of Italian red wines* Barolo là vua rượu vang đỏ Ý 3. loại lớn, chúa: *king cobra* hổ mang chúa 4. quân tướng, quân chúa *(cờ)* 5. lá bài K. // **the King's (Queen's) English** x English¹; **a king's ransom** một số tiền khổng lồ: *that painting must be worth a king's ransom* bức tranh đó phải trị giá một số tiền khổng lồ; **turn King's (Queen's) evidence** x evidence.

kingcup /'kiŋkʌp/ dt *(thực)* cây khuy vàng.

kingdom /'kiŋdəm/ dt 1. vương quốc: *the United Kingdom* vương quốc Anh; *the kingdom of heaven* thiên đường 2. *(sinh)* giới: *the animal kingdom* giới động vật 3. *(bóng)* địa hạt: *the kingdom of thought* địa hạt tư tưởng; *the kingdom under the waves* biển cả. // **till (until) kingdom come** *(kng)* rất lâu, một thời gian rất dài: *you'll have to wait until kingdom come* anh sẽ phải chờ rất lâu; **to kingdom come** sang thế giới bên kia: *gone to kingdom come* chết.

kingfisher /'kiŋfiʃə[r]/ dt *(động)* chim bồng chanh.

kingliness /'kiŋlinis/ dt vẻ vương giả.

kingly /'kiŋli/ tt 1. [thuộc] vua 2. xứng danh vua.

kingmaker /'kiŋmeikə[r]/ dt quan chức coi việc bổ nhiệm các chức vụ chính trị cao cấp.

kingpin /'kiŋpin/ dt 1. cái chốt cái *(trong xây dựng)* 2.

nòng cột, trụ cột, nhân vật chính.

kingship /'kɪnʃɪp/ *dt* vương vị.

kingsize /'kɪnsaɪz/ *tt* (*cg* **kingsized**) có cỡ to hơn cỡ bình thường, ngoại cỡ: *a kingsize bed* chiếc giường to ngoại cỡ.

King's (Queen's) Bench (*vt* **KB, QB**) x KB.

King's (Queen's) Counsel (*vt* **KC, QC**) x KC.

kink[1] /kɪŋk/ *dt* 1. nút, chỗ thắt nút, chỗ xoắn (*ở dây, dây cáp*) 2. (*bóng, thường xấu*) điểm lệch lạc (*về thần kinh, về tinh thần*), điểm quái đản.

kink[2] /kɪŋk/ *đgt* thắt nút, xoắn lại: *keep the wire stretched tight – don't let it kink* giữ sợi dây cho thẳng, đừng để nó xoắn lại.

kinkiness /'kɪŋkɪnɪs/ *dt* sự quái đản.

kinky /'kɪŋkɪ/ *tt* quái đản: *there's lots of straight sex in the film, but nothing kinky* trong phim có nhiều pha làm tình trực diện, nhưng không có gì là quái đản.

kinsfolk /'kɪnzfəʊk/ *dt* (*đgt snh*) *nh* kin.

kinship /'kɪnʃɪp/ *dt* 1. quan hệ họ hàng 2. sự hợp tính hợp nết, mối thiện cảm: *even after meeting only once, they fell a kinship* dù mới chỉ gặp nhau có một lần, họ đã thấy có thiện cảm với nhau.

kinsman /'kɪnzmən/ *dt* (*snh* **kinsmen** /'kɪnzmən/) người bà con (*nam*).

kinswoman /'kɪnz,wʊmən/ *dt* (*snh* **kinswomen** /'kɪnzwʊmən/) người bà con (*nữ*).

kiosk /'kiːɒsk/ *dt* 1. quán, ki-ốt (*bán báo, giải khát...*) 2. quầy điện thoại công cộng.

kip[1] /kɪp/ *dt* (*lóng, Anh*) giấc ngủ: *have a kip* ngủ một giấc; *get some kip* ngủ một tí.

kip[2] /kɪp/ (**-pp-**) ngủ, nằm ngủ: *could I kip here tonight?* tối nay tôi nằm ngủ đây được không?; *kip down on the floor* ngủ dưới đất; *kip out in a field* ngủ ngoài đồng.

kipper /'kɪpə[r]/ *dt* cá trích muối hun khói, cá trích muối sấy khô.

kirk /kɜːk/ *dt* nhà thờ (*Ê-cốt*): *go to [the] kirk* đi lễ nhà thờ.

kirsch /'kɪəʃ/ *dt* rượu trắng anh đào.

kismet /'kɪzmet, 'kɪsmet/ *dt* số phận, số mệnh.

kiss[1] /kɪs/ *đgt* hôn: *they kissed passionately when she arrived* khi cô ta đến, họ hôn nhau say đắm; *she kissed him on the lips* nàng hôn vào môi chàng; *kiss the children goodnight* hôn các con chúc ngủ yên. // **kiss somebody goodbye; kiss goodbye to somebody** (*lóng*) đành vĩnh biệt (*bóng*) với: *you can kiss goodbye to a holiday this year – we've no money* anh có thể vĩnh biệt với ý nghĩ đi nghỉ năm nay, chúng ta không có tiền; **kiss something away** hôn để làm vơi đi (bớt đi): *let mummy kiss your tears away* để mẹ hôn con cho vơi nước mắt con đi nào.

kiss[2] /kɪs/ *dt* nụ hôn, cái hôn: *give somebody a kiss* hôn ai. // **blow one's kiss** x blow[1].

kissable /'kɪsəbl/ *tt* trông muốn hôn: *kissable lips* đôi môi trông muốn hôn, đôi môi trông mà thèm hôn.

kisser /'kɪsə[r]/ *dt* (*lóng*) cái miệng, cái mồm: *a punch*

in the kisser một quả đấm vào mồm.

the kiss of death /,kɪsəv'deθ/ (*kng, đùa*) cái hôn của tử thần (*việc làm bề ngoài thuận lợi nhưng chắc chắn là thất bại*).

the kiss of life /,kɪsəv'laɪf/ sự hà hơi (*cho người chết đuối*).

kit[1] /kɪt/ *dt* 1. quân trang: *they marched twenty miles in full kit* họ hành quân hai mươi dặm với đầy đủ quân trang 2. đồ lề, đồ trang bị: *a repair kit* đồ lề sửa chữa 3. bộ đồ lắp ráp: *a model aircraft kit* bộ đồ lắp ráp thành phi cơ đồ chơi.

kit[2] /kɪt/ *đgt* (**-tt-**) **kit somebody out (up) [with something]** trang bị cái gì cho ai: *he was all kitted out to go skiing* anh ấy đã được trang bị đầy đủ để đi trượt tuyết.

kitbag /'kɪtbæg/ *dt* túi quân trang, ba lô (*của bộ đội*).

kitchen /kɪtʃɪn/ *dt* nhà bếp. // **everything but the kitchen sink** (*kng, đùa*) đủ mọi thứ có thể mang theo được: *he's only staying three days, but he arrived with everything but the kitchen sink* nó ở có ba ngày mà nó đã tới với đủ mọi thứ có thể mang theo được.

kitchenette /,kɪtʃɪ'net/ *dt* gian bếp, buồng bếp.

kitchen garden /,kɪtʃɪn 'gɑːdn/ vườn rau.

kitchen sink-drama /,kɪtʃn sɪŋk 'drɑːmə/ loại hình kịch về đời sống gia đình công nhân (*trong cuối thập kỷ 1950 và thập kỷ 1960*).

kite /kaɪt/ *dt* 1. cái diều 2. (*động*) con diều hâu. // **fly a kite** x fly[2]; **[go] fly a (one's) kite** x fly[2].

kite-flying /'kaɪtflaɪŋ/ *dt* 1. trò chơi thả diều 2. (*kng*) sự tung tin để thăm dò dư luận.

Kitemark /'kaitmɑːk/ *dt* dấu chất lượng con diều *(đóng trên hàng hóa do viện tiêu chuẩn Anh công nhận).*

kith /kiθ/ *dt* **kith and kin** bè bạn họ hàng.

kitsch /kitʃ/ *dt* **1.** *(xấu)* thứ lòe loẹt rẻ tiền: *that new lamp they've bought is pure kitsch* cái đèn mới mà họ đã mua chỉ là thứ lòe loẹt rẻ tiền **2.** loại nghệ thuật lòe loẹt rẻ tiền; kiểu dáng lòe loẹt rẻ tiền.

kitten /'kitn/ *dt* con mèo con. // **have kittens** rất lo lắng bồn chồn: *my mum'll have kittens if I'm not home by midnight* mẹ tôi rất lo lắng bồn chồn nếu nửa đêm tôi không về nhà.

kittenish /'kitniʃ/ *tt (thường xấu)* õng ẹo như mèo con *(nói về phụ nữ).*

kitty[1] /'kiti/ **1.** tiền láng *(chơi bài)* **2.** tiền hùn nhau.

kitty[2] /'kiti/ *dt* mèo, mèo con *(tiếng nói của nhi đồng).*

kiwi /'kiːwiː/ *dt* **1.** *(động)* chim kivi *(không bay được)* **2. Kiwi** *(kng)* lính Tân Tây Lan; đội viên đội thể thao Tân Tây Lan.

kiwi fruit /kiˈwiːfruit/ quả kivi.

KKK /ˌkeikeiˈkei/ *(Mỹ) (vt của* Ku-Klux-Klan) đảng 3K.

Klaxon /'klæksn/ *dt (tên riêng)* còi điện.

Kleenex /'kliːneks/ *dt (snh kđổi hoặc* **Kleenexes**) *(tên riêng)* khăn giấy *(dùng làm khăn tay): a packet of Kleenex* một gói khăn giấy.

kleptomania /ˌkleptəˈmeiniə/ *dt* xung động ăn cắp.

kleptomaniac /ˌkleptəˈmeniæk/ *tt [bị]* xung động ăn cắp.

km *(snh kđổi hoặc* **kms**) *(vt của* kilometre) kilomet.

kn *(vt của* knot[s]) hải lý/giờ, nót.

knack /næk/ *dt* **1.** *(số ít)* sở trường, tài riêng; sự khéo tay: *I used to be able to skate quite well, but I've lost the knack* tôi vốn trượt tuyết rất giỏi, nhưng nay tôi đã mất sở trường đó **2. knack of doing something** quen tật: *my car has knack of breaking down just when I needed it most* chiếc xe của tôi quen tật hay hỏng đúng vào lúc tôi cần nó nhất.

knacker[1] /'nækə[r]/ *dt* **1.** người mổ ngựa *(mua ngựa thải loại và mổ để bán thịt)* **2.** người mua nhà cũ để dỡ bán vật liệu.

knacker[2] /'nækə[r]/ *dgt (Anh, lóng)* làm cho mệt lử, làm cho kiệt sức.

knackered /'nækəd/ *tt (chủ yếu làm vị ngữ)* mệt lử, kiệt sức.

knacker's yard /'nækəzjɑːd/ **1.** lò mổ ngựa thải loại **2.** nơi buôn bán vật liệu cũ dỡ ở nhà ra.

knapsack /'næpsæk/ *dt (cũ)* (cg **rucksack**) cái ba-lô.

knave /neiv/ *dt* **1.** *(bài)* quân J (cg **jack**): *the knave of hearts* con J cơ **2.** *(cổ)* kẻ bất lương.

knavery /'neivəri/ *dt (cổ)* **1.** thói bất lương **2.** hành động bất lương.

knavish /'neiviʃ/ *tt (cổ)* bất lương.

knavishly /'neiviʃli/ *pht (cổ)* [một cách] bất lương.

knead /niːd/ *dgt* **1.** nhào trộn *(bột để làm bánh; đất sét)* **2.** xoa bóp.

knee[1] /niː/ *dt* **1.** đầu gối **2.** đầu gối quần: *these trousers are torn at the knee* quần này rách đầu gối. // **be (go)**

down on one's knees quỳ gối; **the bee's knees** *x* bee[1]; **bring somebody to his knees** buộc ai phải quỳ gối phục tùng; **on bended knee** *x* bend[1]; **weak at the knees** *x* weak[1].

knee[2] /niː/ *dgt* (**kneed**) thúc đầu gối vào: *knee somebody [in the groin]* húc đầu gối vào *(bẹn)* ai; *knee the door open* húc đầu gối làm cửa mở ra.

knee-breeches /'niːˌbritʃiz/ *dt (snh)* quần ngắn tới đầu gối.

kneecap[1] /'niːkæp/ *dt (giải)* xương bánh chè.

kneecap[2] /'niːkæp/ *dgt* (-pp-) đánh vỡ (bắn vỡ) đầu gối *(của ai) (hành động khủng bố).*

kneecapping /'niːkæpiŋ/ *dt* sự đánh vỡ (bắn vỡ) đầu gối *(của ai).*

knee-deep[1] /ˌniːˈdiːp/ *tt* **1.** sâu đến đầu gối: *the water is knee-deep* nước sâu đến đầu gối **2. knee-deep in something** *(bóng)* ngập đầu vào việc gì.

knee-deep[2] /ˌniːˈdiːp/ *pht* sâu tới đầu gối: *he went knee-deep in the icy water* nó lội trong nước lạnh sâu tới đầu gối.

knee-high /ˌniːˈhai/ *tt* cao tới đầu gối: *knee-high grass* cỏ cao tới đầu gối. // **knee-high to a grasshoper** *(đùa)* còn bé tí: *I've known him since he was knee-high to a grasshoper* tôi biết hắn từ hồi hắn còn bé tí.

knee-jerk /'niːdʒɜːk/ *dt* **1.** *(y)* phản xạ khớp gối **2.** *(dùng làm thngữ) (xấu)* máy móc, không suy nghĩ: *his knee-jerk reaction to feminism* phản ứng máy móc của anh ta trước vấn đề nam nữ bình quyền.

kneel /niːl/ *dgt* (**knelt**, *Mỹ* **kneeled**) [+ down] quỳ gối:

she knelt in prayer bà ta quỳ gối cầu nguyện.

knee-length /'ni:leŋθ/ *tt* dài tới đầu gối: *a knee-length skirt* váy dài tới đầu gối.

knees-up /'ni:zʌp/ *dt* buổi liên hoan có khiêu vũ.

knell /nel/ *dt (thường số ít)* 1. hồi chuông báo tử 2. điềm cáo chung: *his decision sounds the death knell for all our hopes* quyết định của ông ta là điềm cáo chung mọi hy vọng của chúng tôi.

knelt /nelt/ *qk và đttqk của* kneel.

knew /nju:/ *qk của* know.

knickerbockers /'nikəbɒkəz/ (*Mỹ* **knickers** /'nikəz/) *dt snh* quần chẽn gối.

knickers /'nikəz/ *dt snh* 1. quần chẽn gối (*nữ*) 2. (*Mỹ*) *nh* knickerbockers. // **get one's knickers in a twist** (*Anh, lóng*) nổi khùng.

knick-knack (*cg* **nick-nack**) /'niknæk/ *dt (thường snh) (đôi khi xấu)* đồ trang trí ít giá trị (*thường là để trang trí nhà cửa*).

knife¹ /naif/ *dt (snh* **knives**) con dao: *a table knife* dao ăn; *sharpen a blunt knife* mài con dao đã cùn. // **get one's knife into somebody; have one's knife in somebody** cố làm hại ai một cách hằn học; **like a knife through butter** dễ dàng, trót lọt; **under the knife** (*cổ hoặc đùa*) bị giải phẫu.

knife² /knaif/ *dgt* đâm bằng dao, cắt bằng dao: *the victim had been knifed in the chest* nạn nhân đã bị đâm bằng dao vào ngực.

knife-edge /'knaifedʒ/ *dt* mép lưỡi dao. // **on a knife-edge** *a/* bồn chồn: *he's on a knife-edge about his exam results* nó bồn chồn về kết

quả thi b/ có kết quả không có gì chắc: *the success or failure of the plan was balanced on a knife-edge* sự thành công hay thất bại của kế hoạch không có gì là chắc.

knight¹ /nait/ *dt* 1. (*vt* **Kt**) hiệp sĩ (*Anh, tước hiệu thấp hơn tòng nam tước, với "Sir" đặt trước tên gọi*): *Sir James Hill* (**Kt**) hiệp sĩ James Hill 2. (*sử*) hiệp sĩ (*thời trung đại*) 3. (*vt* **Kt**) quân mã (*trong cờ vua*).

knight² /nait/ *dgt (chủ yếu dùng ở dạng bị động)* phong hiệp sĩ (*cho ai, ở Anh*).

knight errant /,nait'erənt/ (*snh* **knights errant**) hiệp sĩ giang hồ.

knighthood /'naithʊd/ *dt* chức danh hiệp sĩ: *the Queen conferred a knighthood on him* Nữ hoàng phong cho ông ta chức danh hiệp sĩ.

knightly /'naitli/ *tt (thường thngữ)* như hiệp sĩ, hào hiệp: *knightly conduct* cách ăn ở hào hiệp.

knit /nit/ *dgt* (-tt-) (**knitted**: ở nghĩa 3 thường **knit**) 1. đan: *do you know how to knit?* chị biết đan không?; *she knitted her son a sweater* chị ta đan cho con trai chị một chiếc áo len chui đầu 2. đan trơn, đan thường: *knit one, purl one* đan trơn một mũi, đan móc một mũi 3. [+ together] kết lại với nhau: *the broken bones have knit [together] well* xương gãy đã liền lại với nhau; *the two groups are knit together by common interests* hai nhóm kết chặt với nhau vì quyền lợi chung. // **knit one's brow[s]** cau mày.

knitter /'nitə[r]/ *dt* người đan.

knitting /'nitiŋ/ *dt* đồ đan: *oh dear, I've left my knitting*

on the bus anh ơi em đã quên hết đồ đan trên xe buýt.

knitting machine /'nitiŋmə-'ʃi:n/ máy đan, máy dệt kim.

knitting needle /'nitiŋ'ni:dl/ que đan.

knitwear /'nitweə[r]/ đồ đan; hàng dệt kim: *knitwear factory* nhà máy dệt kim.

knob /nɒb/ *dt* 1. quả nắm (*của ngăn kéo*) 2. núm điều chỉnh (*máy TV...*) 3. chỗ phồng; bướu 4. cục, viên (*bơ, than...*). // **with knobs on** chẳng kém, còn hơn thế (*dùng để đáp lại một lời lăng nhục*): *"you're a selfish pig!" "and the same to you, with knobs on"* "mày là đồ lợn ích kỷ" "anh cũng là như thế, chẳng kém".

knobby /'nɒbi/ *tt* có nhiều nốt phồng, nổi cục: *knobby knees* đầu gối nổi cục.

knock¹ /nɒk/ *dt* 1. tiếng gõ: *a knock at the door* tiếng gõ cửa; *if you're not up by eight o'clock I will give you a knock* nếu tám giờ anh chưa dậy, tôi sẽ gõ cửa thúc anh 2. tiếng lọc xọc (*của máy bị gio...*) 3. lượt chơi (*cricket*). // **take a knock** (*kng*) bị một cú choáng người (*về mặt tài chính hay tình cảm*): *she took a bad knock when her husband died* chị ta bị một cú choáng người khi chồng chị mất.

knock² /nɒk/ *dgt* 1. đập: *mind you don't knock your head [on this low beam]* anh coi chừng đụng đầu [vào cái xà thấp này] 2. gõ: *knock three times at the door* gõ ba lần vào cửa 3. hạ gục: *he knocked me flat with one punch* nó hạ gục tôi bằng một cú đấm 4. đập: *knock a hole in the wall* đập thủng một cái lỗ ở tường 5. chỉ trích; lăng mạ: *he's always* *knocking the way I do things* hắn luôn luôn chỉ trích cách tôi làm. // **beat (knock) the daylights out of somebody** x daylights; **beat (knock) hell out of somebody (something)** x hell; **get (knock) somebody (something) into shape** x shape¹; **hit (knock) somebody for six** x hit¹; **knock somebody's block (head) off** nện cho một trận *(dùng trong câu de dọa)*; **knock the bottom out of something** làm sụp đổ: *she knocked the bottom out of our argument* chị ta làm sụp đổ lý lẽ của chúng tôi; **knock your (their) heads together** *(kng)* bắt phải thôi cãi nhau và xử sự hợp lẽ phải hơn; **knock somebody (something) into a cocked hat** đánh bại; vượt hẳn *(ai, cái gì): a true professional could knock my efforts into cocked hat* một tay thực sự chuyên nghiệp có thể làm thất bại những cố gắng của tôi; **knock it off** *(lóng) (dùng trong câu mệnh lệnh)* ngừng ồn ào, ngừng tranh cãi: *knock it off kids, I'm trying to sleep* thôi đừng ồn ào nữa các con, ba đang cố ngủ một tí đây; **knock somebody off his pedestal (perch)** *(kng)* đánh bại ai, hạ bệ ai; **knock somebody's sideways** đánh bại ai, làm ai kinh ngạc; **knock spots off somebody (something)** hơn hẳn *(ai, cái gì): in learning foreign languages the girls knock spots off the boys every time* học ngoại ngữ, tụi con gái lúc nào cũng hơn hẳn con trai; **knock the stuffing out of somebody** *(kng)* làm cho ai yếu đi, làm cho ai mất tinh thần; **knock them in the aisles** *(kng)* rất thành công *(buổi diễn)*; **you could have knocked me down with a feather** *(kng)* anh làm tôi

sửng sốt *(dùng như một lời ta thán).*

knock about *(kng)* sống nay đây mai đó: *spend a few years knocking about [in] Europe* sống nay đây mai đó ở Châu Âu trong mấy năm; **knock about with somebody (together)** *(kng)* thường cặp kè nhau; **knock somebody (something) about** va đụng tới tấp, đối xử tàn tệ: *she get knocked about by her husband* chị ta bị chồng đối xử tàn tệ; *the car's been knocked about a bit, but it still goes* chiếc xe đã bị va đụng nhiều rồi, nhưng vẫn chạy được; **knock something back** *(kng)* nốc vội: *knock back a pint of beer* nốc vội một panh bia; **knock somebody down** đánh ngã gục: *he knocked his opponent down three times in the first round* ở hiệp nhất anh ta đã đánh ngã gục ba lần đối thủ của mình; **knock something down** phá hủy: *these old houses are going to be knocked down* mấy ngôi nhà cũ này sắp bị phá bỏ đi; **knock something down [to somebody]** *(kng)* bán đấu giá: *the painting was knocked down [to an American dealer] for £5000* bức tranh được bán đấu giá [cho một người Mỹ] với giá là 5000 bảng Anh; **knock something (somebody) down** kéo giá xuống: *I managed to knock his price (him) down from £500 to £450* tôi kéo được giá xuống *(từ 500 xuống còn 450 bảng Anh);* **knock something in; knock something into something** đóng vào: *knock in a few nails* đóng vào vài cái đinh; **knock off [something]** nghỉ, ngừng: *what time do you knock off [work]?* mấy giờ thì anh nghỉ làm việc?; **knock somebody off** *(lóng)* giết ai, khử ai; **knock something off**

a/ khấu bớt đi: *it costs me £10 but I'll knock off 20% as it's no longer new* cái đó giá 10 bảng, nhưng tôi sẽ khấu bớt đi 20% vì nó không còn mới nữa b/ *(kng)* hoàn tất nhanh chóng: *knock off two whole chapters in an hour* hoàn tất cả hai chương trong một tiếng đồng hồ c/ *(lóng)* xoáy, nẳng: *knock off some watches from a shop* xoáy mấy cái đồng hồ ở một cửa hiệu; **knock something off [something]** đập văng đi: *knock somebody's glass off the table* đập văng cái cốc của ai ra khỏi bàn; **knock [something] on** đập tay vào bóng sai luật *(chơi bóng bầu dục);* **knock somebody out** a/ cho đo ván, đánh cho nốc ao b/ làm cho ngất đi *(vì cú đánh, vì uống rượu say...)* c/ làm cho kinh ngạc; **knock somebody (oneself) out** làm cho mệt lả, làm cho phát ốm: *she's knocking herself out with all that work* cô ta mệt lả đi vì tất cả công việc ấy; **knock somebody out [of something]** đánh bại ai và loại ai ra khỏi một cuộc thi đấu: *France knocked Belgium out [of the European cup]* Pháp loại Bỉ [ra khỏi cúp Châu Âu]; **knock something out [on something]** gõ *(ống điếu...)* cho *(thuốc ở trong nõ)* rơi vào cái gì; **knock somebody (something) over** làm đổ ra: *you've knocked over my drink* anh làm đổ cốc rượu của tôi rồi; **knock something together** ghép vội: *knock a few scenes together to make a play* ghép vội vài cảnh thành một vở kịch; *knock bookshelves together from old planks* ghép vội các tấm ván cũ thành kệ sách; **knock up** đập bóng khởi động trước khi vào trận đấu *(quần vợt...);* **knock somebody up** a/ *(Anh, kng)* gõ cửa đánh thức ai: *would you please knock me up at 7 o'clock?* anh có thể gõ cửa đánh thức tôi dậy lúc 7 giờ được không? b/ *(lóng, Mỹ)* làm cho *(một phụ nữ)* có mang; **knock something up** a/ thu xếp vội vàng: *even though they weren't expecting us, they managed to knock up a marvellous meal* mặc dù họ không mong chờ chúng tôi, họ cũng đã thu xếp vội vàng một bữa ăn tuyệt vời b/ ghi nhanh điểm thắng *(chơi cricket)*.

knockabout /'nɒkəbaʊt/ *tt* vui nhộn, tếu: *knockabout humour* sự hài hước vui nhộn.

knockdown /'nɒkdaʊn/ *tt* 1. rất thấp *(giá cả)* 2. tháo ra lắp vào dễ dàng *(đồ đạc...)*.

knocker /'nɒkə[r]/ *dt* 1. vòng sắt [để] gõ cửa 2. *(kng)* người phê bình kịch liệt, người chỉ trích gay gắt 3. **knockers** *(Anh, lóng)* bộ ngực phụ nữ: *a nice pair of knockers* một bộ ngực đẹp.

knock-kneed /'nɒkni:d/ *tt* có chân vòng kiềng.

knock-on /ˌnɒk'ɒn/ *dt* sự đập tay sai luật vào bóng *(bóng bầu dục)*. // **knock-on effect** tác động gián tiếp: *the closure of the car factory had a knock-on effect on the tyre manufacturers* sự đóng cửa nhà máy xe hơi có tác động gián tiếp đến các nhà sản xuất lốp xe.

knockout[1] /'nɒkaʊt/ *dt* 1. cú đấm nốc ao 2. *(thngữ)* gây mê, gây ngủ *(thuốc)*: *knock-out pills* viên thuốc ngủ 3. cuộc đấu loại trực tiếp 4. *(kng)* người lỗi lạc; vật khác thường.

knockout[2] /'nɒkaʊt/ *dgt* hạ đo ván *(đánh quyền Anh)*.

knock-up /'nɒkʌp/ *dt* thời gian khởi động *(trước khi chơi quần vợt...)*.

knoll /nəʊl/ *dt* đồi nhỏ, gò.

knot[1] /nɒt/ *dt* 1. nút thắt, gút: *make a knot at the end of the rope* thắt một cái gút ở đầu sợi dây 2. mớ sợi rối: *comb a knot out of one's hair* chải mớ tóc rối 3. mắt *(gỗ)* 4. nhóm, cụm, tốp: *a knot of people arguing outside the pub* một nhóm người cãi nhau ngoài quán rượu. // **cut the Gordian knot** x Gordian knot; **tie somebody (oneself) in knots** x tie[2].

knot[2] /nɒt/ *dgt* (-tt-) thắt nút, buộc: *knot two ropes together* thắt nút hai dây lại với nhau; *knot one's tie loosely* thắt cà vạt lỏng lẻo.

knot[3] /nɒt/ *dt* (hải) (thường snh) hải lý; giờ, nút. // **at a rate of knots** x rate[1].

knot hole /'nɒthəʊl/ hốc mắt *(ở gỗ)*.

knotty /'nɒti/ *tt* (-ier, -iest) 1. có nhiều mắt *(gỗ)* 2. khó khăn, hóc búa: *a knotty problem* một vấn đề hóc búa.

know[1] /nəʊ/ *dgt* (**knew; known** /nəʊn/) biết: *I'm not guessing – I know* tôi không đoán đâu, tôi biết; *she doesn't know your address* chị ta không biết địa chỉ của anh; *he is sometimes been known to sit there all day* được biết là đôi khi anh ta ngồi đấy suốt ngày; *Do you know Bob Hill?* anh có biết Bob Hill không?; *I know Paris better than Rome* tôi biết Pa-ri rành hơn Rome; *we know John Smith as a fine lawyer and a good friend* chúng tôi biết John Smith là một luật sư giỏi và một người bạn tốt; *a heavy-weight boxer known as The Greatest* một võ sĩ

quyền Anh hạng nặng được biết dưới danh hiệu "người vĩ đại nhất"; *know right from wrong* biết phân biệt phải trái; *know Japanese* biết tiếng Nhật; *know how to swim* biết bơi; *a man who has known both poverty and riches* một người đã biết *(nếm mùi)* cả cảnh giàu lẫn cảnh nghèo khó. // **before one knows where one is** rất nhanh; bất thình lình; **be known to somebody** quen thuộc với ai: *he's known to the police* cảnh sát đã quen mặt anh ta; **better the devil you know** x better[2]; **for all one knows** theo chỗ mình biết: *for all I know, he could be dead* theo chỗ tôi biết, anh ta đã chết rồi; **for reasons (some reason) best known to oneself** x reason[1]; **God (goodness; Heaven) knows** có trời biết: *God knows what's happened to them* có trời biết cái gì đã xảy ra với họ; **have (know) all the answers** *(kng, xấu)* ra tuồng khôn ngoan hiểu biết hơn người; **have (know) something off pat** x pat[1]; **know something as well as I (you) do** biết thừa, hiểu rõ: *you know as well as I do that you're being unreasonable* anh cũng biết thừa ra rằng là anh vô lý; **know something backwards** *(kng)* biết thuộc lòng: *you've read that book so many times you must know it backwards by now!* anh đã đọc cuốn sách đó nhiều lần đến mức bây giờ đã thuộc lòng đi rồi!; **know best** biết rõ hơn ai hết; **know better than that (than to do something)** đủ khôn ngoan và tỉnh táo để không làm điều gì, biết thừa đi: *you ought to know better [than to trust her]* anh biết thừa đi là không nên tin cô ta; **know somebody by**

K

sight biết mặt ai (nhận ra ai) *(mà không thân)*; **know different (otherwise)** *(kng)* biết không phải thế: *he says he was at the cinema, but I know different* nó bảo là nó ở rạp chiếu bóng, nhưng tôi biết không phải thế; **know how many beans make five** sắc sảo nhạy bén trong những vấn đề thực tế; **know something inside out (like) the back of one's hand** *(kng)* biết rõ như lòng bàn tay: *he's a taxi driver, so he knows London like the back of his hand* anh ta là một lái xe tắc-xi, cho nên anh ta biết Luân Đôn rõ như lòng bàn tay của mình; **know no bounds** rất lớn, không có giới hạn: *when she heard the news her fury knew no bounds* khi chị ta nghe tin, sự giận dữ của chị thật không có giới hạn; **know one's onions (stuff)** *(kng)* giỏi, thạo việc; **know one's own mind** biết cái mình cần, biết cái mình định làm; **know the score** *(kng)* biết rõ thực trạng của công việc;

know a thing or two [about somebody (something)] *(kng)* biết nhiều về: *she's been married five times, so she should know a thing or two about men* chị ta có năm đời chồng, vì thế chị biết nhiều về đàn ông lắm; **know somebody through and through** hiểu ai một cách hoàn toàn; **know one's way around** biết rõ *(nơi nào, để tài gì)*; **know what it is (what it's like) [to be (do) something]** đã trải qua, đã nếm mùi: *many famous people have known what it is to be poor* nhiều người nổi tiếng đã nếm mùi cảnh nghèo; **know what one's talking about** *(kng)* nói dựa vào kinh nghiệm; **know what's what** *(kng)* thạo đời, biết cách ứng

xử: *you are old enough now to know what's what* nay anh đã đủ lớn tuổi để biết được cách ứng xử; **know which side one's bread is buttered** *(kng)* biết rõ quyền lợi của mình ở đâu và cái gì sẽ có lợi cho mình; **let somebody know** [thông báo] cho ai biết; **make oneself known to somebody** tự giới thiệu mình với ai; **not know any better** vụng ứng xử *(do thiếu kinh nghiệm hay không được giáo dục đầy đủ)*: *don't blame the children for their bad manners - they don't know any better* đừng trách trẻ nhỏ về những thói xấu của chúng, chúng vụng ứng xử lắm; **not know one's arse from one's elbow** *(lóng, xấu)* hoàn toàn ngu dốt bất tài; **not know the first thing about somebody (something; doing something)** không biết gì cả: *I'm afraid I don't know the first thing about gardening* tôi sợ rằng tôi không biết gì về làm vườn cả; **know somebody from Adam** *(kng)* không biết người nào đó là ai cả; **not know what hit one** a/ bị làm hại *(bị giết)* bất thình lình: *the bus was moving so fast she never knew what hit her* chiếc xe buýt chạy nhanh khiến cô ta bị hại bất thình lình b/ *(kng, bóng)* bị bàng hoàng, bị sửng sốt: *the first time I heard their music I didn't know what had hit me* lần đầu tiên tôi nghe nhạc của họ, tôi cảm thấy bàng hoàng; **not know where (which way) to look** bối rối, ngượng ngịu: *when he started undressing in public I didn't know where to look* khi nó bắt đầu cởi hết quần áo trước công chúng tôi ngượng ngịu không biết nhìn đi đâu; **not want to know** x want[1]; **old enough to know better** x old[1]; **show somebody (know, learn)**

the ropes x rope[1]; **have seen (known) better days** x better[1]; **tell (know) A and B apart** x apart; **that's what I'd like to know** x like[1]; **there's no knowing** khó biết, không thể biết: *there's absolutely no knowing how he'll react* hoàn toàn không thể biết anh ta sẽ phản ứng như thế nào; **[well] what do you know [about that]?** *(Mỹ)* *(kng)* anh (chị) nói sao?; sao? *(dùng để diễn tả nỗi ngạc nhiên khi nghe tin gì đó)*; **you know** *(kng)* a/ anh biết không *(dùng để nhắc nhở ai việc gì)*: *guess who I've just seen? Marcia! you know, Jim's ex-wife* anh đoán xem tôi vừa gặp ai? Marcia, vợ cũ của Jim, anh biết không! b/ anh biết đấy *(dùng để đệm khi nói, hầu như vô nghĩa)*: *I was feeling a bit bored, you know, and so...* tôi cảm thấy buồn chán một ít, anh biết đấy, và thế là...; **you know something (what)?** *(kng)* anh biết gì không?: *you know something? Cathy and Jim are engaged* anh biết gì không? Cathy và Jim đã đính hôn; **you never know** anh không thể biết chắc, biết đâu: *"it's sure to rain tomorrow" "oh, you never know, it could be a lovely day"* "ngày mai chắc chắn là trời mưa" "ồ, làm sao mà anh biết chắc được, [biết đâu] có thể là một ngày đẹp trời".

know about something hiểu biết về điều gì: *not much is known about his background* về xuất thân của anh ta không mấy ai biết được nhiều; *do you know about Jack getting arrested?* anh có biết Jack bị bắt không?; **know of somebody (something)** biết về: *"isn't tomorrow a holiday?" "not that I know of"* "mai có phải là ngày nghỉ không?" "theo như tôi biết thì không"; *I don't know him personally, though I know of him* tôi không thực sự quen biết anh ta, nhưng có biết về anh ta *(qua những lời người ta nói về anh).*

know² /nəʊ/ *dt* **in the know** *(kng)* nắm được nhiều thông tin hơn mọi người.

know-all /'nəʊɔːl/ *dt (kng, xấu)* người làm như thể cái gì cũng biết.

know-how /'nəʊhaʊ/ *dt (kng)* khả năng thực hành, kiến thức thực tế.

knowing /'nəʊiŋ/ *tt* **1.** ra vẻ hiểu biết: *he said nothing but gave us a knowing look* nó không nói gì cả nhưng nhìn chúng tôi bằng một cái nhìn ra vẻ hiểu biết **2.** sắc sảo.

knowingly /'nəʊiŋli/ *pht* chủ tâm, có dụng ý: *it appears that what I said was untrue, but I did not knowingly lie to you* có vẻ như những điều tôi nói là không đúng, nhưng tôi không có dụng ý nói dối anh.

know-it-all /'nəʊit,ɔːl/ *dt nh* know-all.

knowledge /'nɒlidʒ/ *dt* **1.** sự biết: *have no knowledge of* không biết về; *to my knowledge* theo chỗ tôi biết; *without my knowledge* tôi không hay biết; *not to my knowledge* theo tôi biết thì không **2.** sự hiểu biết, kiến thức: *my knowledge of French is poor* vốn hiểu biết của tôi về tiếng Pháp rất nghèo nàn **3.** tri thức: *all branches of knowledge* tất cả mọi ngành của tri thức. // **be common (public) knowledge** ai cũng biết: *it's common knowledge that he is a compulsive gambler* ai cũng biết nó là một tay đam mê cờ bạc; **come to somebody's knowledge** được ai biết: *it*

has come to our knowledge that you have been cheating the company chúng tôi được biết rằng anh đã lừa đảo công ty; **to one's knowledge** theo người ta biết: *to my knowledge, she has never been late* theo chỗ tôi biết, chị ta chưa bao giờ trễ giờ; **to the best of one's belief (knowledge)** x best³; **with (without) somebody's knowledge** có *(không)* cho ai biết: *he sold the car without his wife's knowledge* ông ta bán xe mà không cho vợ biết.

knowledgeable /'nɒlidʒəbl/ *tt* **knowledgeable [about something]** am hiểu: *she's very knowledgeable about art* cô ta rất am hiểu về nghệ thuật.

knowledgeably /'nɒlidʒəbli/ *pht* [một cách] am hiểu: *speak knowledgeably on the subject* nói về chủ đề đó một cách am hiểu.

knuckle¹ /'nʌkl/ *dt* **1.** khớp đốt ngón tay **2.** khuỷu chân *(của thú vật):* pig's knuckles giò lợn. // **a rap on (over) the knuckles** x rap¹; **near the knuckle** gần đi đến chỗ thô tục bất lịch sự *(câu chuyện, câu nói đùa...).*

knuckle² /'nʌkl/ *dgt* **knuckle down [to something]** *(kng)* nghiêm chỉnh bắt tay vào: *if you want to pass that exam, you'll have to knuckle down [to some hard work]* nếu anh muốn thi đỗ thì anh phải nghiêm chỉnh học tập chăm chỉ; **knuckle under** *(kng)* đầu hàng, chịu thua.

KO /ˌkei'əʊ/ *(kng) (vt của* knock-out) hạ đo ván *(quyền Anh): he was KO'd in the second round* anh ta đã bị hạ đo ván ở hiệp hai.

koala /kəʊ'ɑːlə/ *dt (cg* **koala bear)** *(động)* gấu có túi.

kobo /'kɒbəʊ/ *tt (snh kđổi)* đồng kobo (tiền Nigeria).

kohl /kəʊl/ *dt* phấn côn *(dùng để đánh mắt màu đen, của người A-rập).*

kohlrabi /ˌkəʊl'rɑːbi/ *dt (thực)* su hào.

kola /'kəʊlə/ *dt nh* cola.

kook /kuːk/ *dt (Mỹ, lóng, xấu)* kẻ kỳ cục; kẻ lập dị.

kooky /'kuːki/ *tt (Mỹ, lóng, xấu)* kỳ cục; lập dị.

kookaburra /'kʊkəbʌrə/ *dt (cg* **laughing jackas)** *(động)* chim bóng chanh khổng lồ *(ở Úc).*

kopeck *(cg* **kopek)** /'kəʊpek, 'kɒpek/ *dt nh* copeck.

koppie *(cg* **kopje)** /'kɒpi/ *dt* đồi, gò *(ở Nam Phi).*

Koran /kə'rɑːn, *(Mỹ* kə'ræn)/ *dt* kinh Co-ran *(đạo Hồi).*

Koranic /kə'rænik/ *tt* [thuộc] kinh Co-ran.

kosher /'kəʊʃə[r]/ *tt* **1.** phục vụ việc ăn kiêng *(của người Do Thái): a kosher meal* bữa ăn kiêng; *a kosher restaurant* quán [ăn bán món] ăn kiêng **2.** chính cống, chính đáng: *something not quite kosher about the way he made his money* cái gì đó không được thật chính đáng trong cách kiếm tiền của anh ta.

koumiss /'kuːmis/ *dt nh* ku-mis.

kowtow /ˌkaʊ'taʊ/ *dgt* **1.** quỳ lạy **2.** *(bóng)* quy lụy: *be polite, but don't kowtow [to him]* hãy tỏ ra lễ độ, nhưng đừng quy lụy ông ta.

kph /ˌkeipiː'eitʃ/ *(vt của* kilometres per hour) kilomet-giờ.

kraal /krɑːl, *(Mỹ* krɔːl)/ *dt* **1.** làng có rào quanh *(của dân Nam Phi)* **2.** bãi quây súc vật.

K

Kremlin /'kremlin/ *dt* **1.** điện Krem-linh **2. the Kremlin** chính phủ Liên Xô *(trước đây)*.

krill /kril/ *dt (dgt snh)* vỉa tôm cua *(thức ăn của cá voi)*.

kris /kri:s/ *dt* dao găm *(của người Malay, Indonesia)*.

krona /'krəʊnə/ *dt* **1.** *(snh* **kronor** /'krʊənə[r]/) đồng cuaron *(tiền Thụy Điển)* **2.** *(snh* **kronur** /'krəʊnə[r]/) đồng cuaron *(tiền Island)*.

krone /'krəʊnə/ *dt (snh* **kroner** /'krəʊnə[r]/) đồng cuaron *(tiền Đan Mạch và Na-uy)*.

krugerrand /'kru:gərænd/ *dt* đồng tiền vàng krugoran *(tiền Nam Phi nặng 1 aoxo)*.

krypton /'kriptən/ *dt (hóa)* kripton.

Kt *(vt của* Knight) hiệp sĩ: *Sir James Bailey* Kt ngài hiệp sĩ James Bailey.

kudos /'kju:dɒs, *(Mỹ* 'ku:dɒs)/ *dt (kng)* danh tiếng: *she did most of the work, but all the kudos went to him* chị ta làm phần lớn công việc, nhưng mọi danh tiếng lại dồn về cho anh ta.

Ku-klux-klan /,ku:klʌks-'klæn/ *dt (vt* **KKK**) đảng Ku-klux-klan, đảng 3K.

kukri /'kʊkri/ *dt* dao quắm lớn.

kumis *(cg* **koumiss, kumiss**) /'ku:mis/ *dt* rượu cu-mít *(chế bằng sữa ngựa)*.

kummel /'kʊmel/ *dt* rượu cu-men *(có vị hạt các-vi)*.

kumquat /'kʌmkwɒt/ *dt (thực)* quả quất.

kungfu /,kʌŋ'fu:/ võ kungfu *(của Trung Quốc)*.

kvass /kvæs/ *dt* nước cơ vát *(thức uống như bia nhẹ của người Nga)*.

kW *(cg* **kw**) *(vt của* kilo-watt[s]) kilo oát: *a 2kw electric heater* lò sưởi điện 2 kilo oát.

kwashiorkor /kvæʃi'ɔ:kɔ[r]/ *dt (y)* bệnh qua-si-ô-co.

kwela /'kweilə/ *dt* nhạc cu-ê-la *(một loại nhạc ja, Nam Phi)*.

kybosh *(cg* **kibosh**) /'kaibɒʃ/ **put the kybosh on somebody (something)** *(lóng)* ngăn cản, cản trở: *when he broke his leg it put the kybosh on his holiday* ông ta gãy chân, việc đó đã ngăn cản ông không đi nghỉ được.

L¹, l¹ /el/ *dt* (*snh* **L's, l's**) L, l (*con chữ thứ 12 trong bảng chữ cái tiếng Anh*).

L² *vt* **1.** (*vt của* Lake) hồ (*trên bản đồ*): *L Windermere* hồ Windermere **2.** /el/ (*vt của* learner-driver) (*Anh*) (*trên xe ôtô*) lái xe tập lái **3.** (*vt của* large [size]) cỡ lớn (*quần áo...*) **4.** (*Anh, chính*) (*vt của* Liberal Party) Đảng Tự Do **5.** (*vt của* lira) đồng lia (*tiền Ý, Thổ Nhĩ Kỳ*): *L.6000* sáu nghìn lia **6.** (*điện*) (*vt của* live) có điện.

L³ (*cg* l) (*chữ số La Mã*) 50.

l² *vt* **1.** (*vt của* left) bên trái **2.** (*snh* ll) (*vt của* line) dòng, hàng: *p2, l19* trang 2 dòng 19 **3.** (*vt của* litre[s]) lít.

la /lɑ:/ *dt* (*cg* **lah**) (*nhạc*) nốt la.

LA /,el'ei/ (*vt của* Los Angeles) Los Angeles (*ở California*).

laager /'lɑ:gə[r]/ *dt* (*Nam Phi*) **1.** doanh trại nằm trong một vòng xe (*trước đây*) **2.** (*bóng*) vị trí phòng thủ: *retreat into the laager* rút vào vị trí phòng thủ.

lab /læb/ *dt* (*kng*) (*vt của* laboratory) phòng thí nghiệm: *I'll meet you outside the science lab* tôi sẽ gặp anh ngoài phòng thí nghiệm [khoa học].

Lab /læb/ (*chính*) (*vt của* Labour Party) Công đảng.

label¹ /'leibl/ *dt* **1.** nhãn hiệu, nhãn: *put a label on a specimen* gắn nhãn lên một mẫu hàng **2.** danh hiệu (*gán cho*); chiêu bài: *under the label of freedom* dưới chiêu bài tự do.

label² /'leibl/ *dgt* (-ll-, *Mỹ* -l-) dán nhãn: *a machine for labelling wine bottles* máy dán nhãn vào chai rượu vang **2.** *label somebody (something) as something* (*bóng*) gán cho là, liệt vào loại: *his work is difficult to label accurately* tác phẩm của anh ta khó mà xếp được vào loại nào; *she is usually labelled [as] an Impressionist* bà ta thường được cho là một người thuộc phái ấn tượng.

labia /'leibiə/ *dt snh* (*giải*) môi (*âm hộ*).

labial¹ /'leibiəl/ *tt* **1.** [thuộc] môi **2.** [tạo] qua môi: *labial sounds* âm môi.

labial² /'leibiəl/ *dt* (*ngôn*) âm môi.

labiate /'leibieit/ *tt* (*thực*) [có] hình môi.

laboratory /lə'bɒrətri, (*Mỹ* 'læbrətɔ:ri)/ *dt* phòng thí nghiệm.

laborious /lə'bɔ:riəs/ *tt* **1.** khó nhọc: *a laborious task* một công việc khó nhọc **2.** nặng nề, không thanh thoát (*hành văn*).

laboriously /lə'bɔ:riəsli/ *pht* **1.** [một cách] khó nhọc **2.** [một cách] không thanh thoát.

laboriousness /lə'bɔ:riəsnis/ *dt* **1.** sự khó nhọc **2.** sự không thanh thoát.

labour¹ (*Mỹ* **labor**) /'leibə[r]/ *dt* **1.** lao động: *manual labour* lao động chân tay **2.** (*thường snh*) công việc: *tired after one's labours* mệt nhọc sau [khi làm] công việc **3.** nhân công: *shortage of labour* sự thiếu nhân công **4.** sự chuyển dạ (*đẻ*): *she had a difficult labour* chị ta chuyển dạ khó khăn **5.** **Labour** (*vt* **Lab**) (*chính*) Công đẳng (*Anh*). // **a labour of Hercules** công việc khổng lồ (*đòi hỏi nhiều sức lực*); **a labour of love** việc làm thích thú (*không phải vì lợi hoặc vì cần thiết*).

labour² (*Mỹ* **labor**) /'leibə[r]/ *dgt* **1.** dốc sức, nỗ lực: *labour on (at) a task* dốc sức hoàn thành một nhiệm vụ **2.** di chuyển khó khăn, lắc lư tròng trành (*tàu bè*), ì ạch: *the old men laboured up the hillside* ông lão khó khăn leo lên sườn đồi; *the ship laboured through the rough seas* con tàu tròng trành trên biển động. // **labour the point** nhắc đi nhắc lại, nói đi nói lại (*điều người ta đã hiểu*): *your argument was clear to us from the start – there's no need to labour the point* lý lẽ của anh chúng tôi đã rõ ngay từ đầu, không cần nói đi nói lại làm gì; **labour under something** a/ chịu đau khổ thiệt thòi: *people labouring under the handicaps of ignorance and superstition* những người bị đau khổ thiệt thòi trong vòng ngu dốt và mê tín b/ bị lừa, bị lạc đường lạc lối: *he labours under the delusion that he's a fine actor* ông ta có ảo tưởng rằng ông ta là một diễn viên giỏi.

labour camp /'leibəkæmp/ *dt* trại tù khổ sai.

Labour Day (*Mỹ* **Labor Day**) /'leibədei/ ngày lễ Lao động (*tức ngày mồng một tháng năm; ở Mỹ là ngày thứ hai đầu tiên của tháng chín*).

laboured (*Mỹ* **labored**) /'leibəd/ *tt* **1.** khó nhọc: *laboured breathing* thở khó nhọc **2.** không thanh thoát: *a laboured style of writing* lối hành văn không thanh thoát.

labourer (*Mỹ* **laborer**) /'leibərə[r]/ *dt* người lao động chân tay.

Labour Exchange /'leibəriks,tʃeindʒ/ (*Anh, cũ*) sở giới thiệu việc làm.

labour-intensive /,leibərin,tensiv/ *tt* cần nhiều công nhân (*ngành công nghiệp*).

Labour Party /'leibəpa:ti/ Công đảng (*Anh*).

labour-saving /'leibə,seiviŋ/ *tt* tiết kiệm [được] sức lao động: *labour saving devices* thiết bị tiết kiệm được sức lao động.

labour union /'leibəju:niən/ *dt* (*Mỹ*) công đoàn.

laburnum /lə'bɜ:nəm/ *dt* (*thực*) cây đậu chổi mun.

labyrinth /'læbərinθ/ *dt* mê cung: *the old building was a labyrinth of dark corridors* tòa nhà cổ là cả một mê cung hành lang tối om; *go through a real labyrinth of procedures to get a residence permit* qua bao nhiêu thủ tục rườm rà để có được một giấy phép cư trú.

labyrinthine /,læbə'rinθain, (*Mỹ* ,læbə'rinθin)/ *tt* rối ren phức tạp; chằng chịt khó lần.

lace[1] /leis/ *dt* **1.** ren, đăng ten **2.** dây giày: *broken lace* dây giày bị đứt.

lace[2] /leis/ *dgt* **1.** [+ up] buộc bằng dây: *a blouse that laces [up] at the front* chiếc áo sơ-mi nữ buộc ở phía trước; *lace [up] one's shoes* buộc dây giày **2.** [+ with] pha thêm rượu mạnh: *a glass of milk laced with rum* một cốc sữa pha thêm rượu rum.

lace into somebody (*kng*) tấn công ai, công kích ai.

lacerate /'læsəreit/ *dgt* **1.** xé, xé rách: *the sharp stones lacerated his foot* những hòn đá sắc cạnh đã làm rách chân nó **2.** (*bóng*) làm tan nát cõi lòng: *lacerate the heart* làm tan nát cõi lòng.

laceration /,læsə'reiʃn/ *dt* **1.** sự xé rách **2.** (*y*) vết rách: *facial lacerations* những vết rách ở mặt.

lace-ups /'leisʌps/ *dt snh* giày thắt dây: *she was to wear lace-ups at school* ở trường cô ta phải đi giày thắt dây.

lachrymal /'lækriml/ *tt* [thuộc] nước mắt: *lachrymal glands* tuyến nước mắt.

lachrymose /'lækriməus/ *tt* mau nước mắt; sướt mướt.

lack[1] /læk/ *dgt* **1.** thiếu: *lack courage* thiếu can đảm; *they lacked the money to send him to university* họ thiếu (không có đủ) tiền cho nó vào đại học. **2.** (+ for) (*không dùng ở dạng bị động*) cần: *they lacked for nothing* họ chẳng cần gì cả. // **be lacking** không có sẵn: *money for the project is still lacking* tiền cho dự án hãy còn chưa có; **be lacking in something** không có đủ; **have (lack) the courage of one's convictions** x **courage**.

lack[2] /læk/ *dt* sự thiếu: *a lack of money* sự thiếu tiền; *the project had to be abandoned for lack of funds* dự án phải bỏ vì thiếu ngân quỹ.

lackadaisical /,lækə'deizikl/ *tt* thiếu quyết tâm, thiếu nhiệt tình.

lackadaisically /,lækə'deizikli/ *pht* [một cách] thiếu quyết tâm, [một cách] thiếu nhiệt tình.

lackey /'læki/ *dt* **1.** người hầu, đầy tớ (*trước đây*) **2.** (*xấu*) tay sai, tay chân.

lacklustre /'læklʌstə[r]/ *tt* (*xấu*) nhạt nhẽo, thiếu sinh động: *they gave a lacklustre performance* họ đã trình diễn thiếu sinh động.

laconic /lə'kɒnik/ *tt* ngắn gọn, súc tích: *a laconic remark* lời nhận xét ngắn gọn; *a laconic style* văn phong súc tích.

laconically /lə'kɒnikli/ *pht* [một cách] ngắn gọn, [một cách] súc tích.

lacquer[1] /'lækə[r]/ *dt* **1.** sơn bóng **2.** (*đang cũ dần*) thuốc xịt giữ tóc.

lacquer[2] /'lækə[r]/ *dgt* **1.** sơn bóng: *a lacquered table* chiếc bàn sơn bóng **2.** xịt thuốc giữ tóc.

lacrosse /lə'krɒs, (*Mỹ* lə'krɔ:s)/ *dt* (*thể*) môn bóng la-crốt.

lactation /læk'teiʃn/ *dt* **1.** sự tạo sữa, sự sinh sữa **2.** thời gian có sữa.

lactic /'læktik/ *tt* [thuộc] sữa; [từ] sữa.

lactic acid /,læktik'æsid/ (*hóa*) axit lactic.

lactose /'læktəus, 'læktəuz/ *dt* (*hóa*) lactoza, đường sữa.

lacuna /lə'kju:nə/ *dt* (*snh* **lacunae** /lə'kju:ni/ hoặc **lacunas**) chỗ thiếu, chỗ khuyết, chỗ sót (*trong một cuốn sách, một lý lẽ...*): *a lacuna in the manuscript* chỗ sót trong bản thảo.

lacy /'leisi/ *tt* (**-ier; -iest**) [thuộc] đăng-ten; như đăng ten.

lad /læd/ *dt* **1.** chàng trai, cậu bé: *the town's changed a lot since I was a lad* thành phố đã thay đổi nhiều từ thời tôi còn là một cậu bé **2.** (*kng*) thằng, thằng cha: *the lads at the office have* sent you an invitation card mấy thằng ở cơ quan đã gửi cho anh chiếc thiếp mời **3.** *(Anh, kng)* người đàn ông liều lĩnh: *he is quite [a bit of] a lad* hắn là một người đàn ông hoàn toàn (hơi) liều lĩnh.

ladder¹ /'lædə[r]/ *dt* **1.** cái thang **2.** *(Mỹ run)* đường tuột chỉ *(ở bít tất...)* **3.** *(bóng)* nấc thang *(danh vọng...)*.

ladder² /'lædə[r]/ *dgt* **1.** tuột chỉ *(tất...)* **2.** làm cho tuột chỉ: *she laddered her new tights climbing the fence* cô ta làm tụt chỉ chiếc quần nịt mới của cô khi leo qua hàng rào.

laddie /'lædi/ *dt (kng, Ê-cốt)* chàng trai; cậu con trai.

laden /'leidn/ *tt (thường vị ngữ)* nặng trĩu: *trees laden with apples* những cây táo nặng trĩu quả; *a lorry laden with supplies* xe tải chất đầy hàng hóa; *laden with grief* nặng lòng sầu khổ.

ladida /lɑ:di'dɑ:/ *tt (kng, thường xấu)* màu mè, kiểu cách: *I can't stand her or her ladida friends* tôi không sao chịu nổi cô ta lẫn những người bạn kiểu cách của cô ta.

ladies /'leidiz/ *dt (dgt số ít)* phòng vệ sinh nữ.

ladle¹ /'leidl/ *dt* cái muôi.

ladle² /'leidl/ *dgt* múc bằng muôi: *ladling out the stew* múc món hầm ra bằng muôi. // **ladle something out** *(kng)* phân phát một cách phung phí: *he ladles out compliments to everyone, but he's really sincere* ông ta không tiếc lời khen mọi người, nhưng thực là thành thật.

lady /'leidi/ *dt* **1.** phu nhân, phụ nữ quý phái: *she was a lady by birth* bà ta thuộc dòng dõi trâm anh **2.** bà:

the lady at the tourist office told me it opened at 1 pm bà ở phòng du lịch nói cho tôi biết phòng mở cửa lúc 1 giờ chiều; *a lady doctor* bà bác sĩ, nữ bác sĩ **3.** *(dùng xưng hô): hey lady, you can't park there!* này bà, bà không đỗ xe ở đấy được đâu! **4.** **Lady** bà, phu nhân, công nương: *Lady Mayoress* thị trưởng phu nhân; *Lady President* tổng thống phu nhân. // **the lady of the house** bà chủ nhà; **one's young lady (young man)** người bạn gái *(người bạn trai của mình)*.

ladybird /'leidibɜ:d/ *dt (Mỹ* **ladybug** /'leidibʌg/) *(động)* bọ rùa.

Lady Chapel /'leiditʃæpl/ nhà nguyện Đức Bà *(trong các nhà thờ lớn)*.

Lady Day /'leididei/ lễ hội Truyền tin *(25 tháng ba)*.

lady-in-waiting /,leidi in 'weitiŋ/ *dt (snh* **ladies-in-waiting**) thị nữ, thị tỳ *(theo hầu công chúa hoặc nữ hoàng)*.

lady-killer /'leidikilə[r]/ *dt* anh chàng đào hoa.

ladylike /'leidilaik/ *tt* có dáng vẻ phụ nữ, thanh lịch nhẹ nhàng.

ladyship *(cg* **Ladyship)** /'leidiʃip/ *dt* lệnh bà: *her ladyship; your ladyship* tâu lệnh bà.

lady's man *(cg* **ladies'man)** /'leidizmæn/ *dt* anh chàng thích gái.

lag¹ /læg/ *dgt (-gg-)* đi chậm trễ, tụt lại sau: *the small boy soon became tired and lagged far behind [the rest of the walkers]* cậu bé chẳng mấy chốc đã mệt và đi tụt lại sau những người khác; *why this country is lagging behind in the development of space technology?* tại sao nước này lại tụt lại đằng sau trong công nghệ vũ trụ?

lag² /læg/ *dt nh* time-lag.

lag³ /læg/ *dgt (-gg-)* bọc một lớp chất liệu cách nhiệt *(vào ống dẫn... để giảm mất nhiệt)*.

lager /'lɑ:gə[r]/ *dt* **1.** bia lagơ *(bia nhẹ màu nhạt)* **2.** cốc bia lagơ; chai bia lagơ.

laggard /'lægəd/ *dt* người tụt hậu.

lagging /'lægiŋ/ *dt* chất liệu cách nhiệt.

lagoon /lə'gu:n/ *dt* **1.** đầm nước mặn, phá **2.** *(Mỹ, Úc, Tân Tây Lan)* vùng nước ngọt.

lah *(cg* **la)** *dt (nhạc)* nốt la.

laid /leid/ *qk và dttqk của* lay¹.

laid-back /,leid'bæk/ *tt (kng)* thư thái, ung dung: *a laid-back manner* phong độ ung dung.

lain /lein/ *dttqk của* lie³.

lair /leə[r]/ *dt* **1.** hang *(của thú rừng)* **2.** sào huyệt: *the kidnappers' lair was an old farm in the hills* sào huyệt của tụi bắt cóc là một trang trại cũ ở trên đồi.

laird /leəd/ *dt (Ê-cốt)* điền chủ.

laisser-faire *(cg* **laissez-faire)** /,leisei'feə[r]/ *dt (tiếng Pháp)* chính sách tự do kinh doanh *(không có sự kiểm soát của nhà nước)*.

laity /'leiəti/ *dt* **the laity** a/ những người không chức sắc trong giáo hội b/ những người ngoài ngành nghề.

lake¹ /leik/ *dt* hồ: *Lake Victoria* hồ Victoria. // **go [and] jump in the (a) lake** x jump².

lake² /leik/ *dt (cg* **crimson lake)** chất màu đỏ thẫm.

the Lake District /'leikdistrikt/ *(cg* **the Lakes)** vùng Hồ *(vùng có nhiều hồ núi ở tây bắc nước Anh)*.

Lake Poets /'leik pəʊits/ các nhà thơ lãng mạn vùng Hồ

(Wordsworth, Coleridge, Southey...).

lakh /læk, lɑːk/ *dt* một trăm ngàn (ở Ấn Độ và Pakixtan): 50 lakhs of rupees 5 triệu rupi.

lam¹ /læm/ *dgt* (-mm-) (*lóng*) đánh, quất, vụt. // **lam into somebody** nện cho ai một trận, quật cho ai một trận: *my father really lammed into me for damaging his car* bố tôi quạt cho tôi một trận nên thân về tội làm hỏng xe của ông.

lam² /læm/ *dt* (*Mỹ, lóng*) sự chuồn đi. // **on the lam** trốn tránh (*sự truy lùng của cảnh sát...*), ẩn náu.

lama /ˈlɑːmə/ *dt* lạt ma (*tu sĩ Phật giáo ở Tây Tạng*).

lamaseri /ˈlɑːməsəri, (*Mỹ* ˈlɑːməseri)/ *dt* tu viện lạt ma.

lamb¹ /læm/ *dt* **1.** cừu non; thịt cừu non **2.** (*kng*) người ngây thơ, cừu non (*bóng*). // **one may (might) as well be hanged (hung) for a sheep as for a lamb** *x* hang¹; **like a lamb to the slaughter** không chống cự, không phản đối; **mutton dressed as lamb** *x* mutton.

lamb² /læm/ *dgt* **1.** đẻ con (*nói về cừu*) **2.** chăm sóc cừu đẻ (*nói về nông dân...*).

lambaste /læmˈbeist/ *dgt* **1.** đánh, quật (*ai*) liên hồi **2.** khiển trách nặng nề.

lambency /ˈlæmbənsi/ *dt* **1.** sự lướt nhẹ (*ngọn lửa*) **2.** sự ánh lên dịu dàng (*con mắt...*) **3.** sự hóm hỉnh dịu dàng.

lambent /ˈlæmbənt/ *tt* **1.** lướt nhẹ (*ngọn lửa*) **2.** ánh lên dịu dàng (*mắt, mặt trời...*) **3.** hóm hỉnh dịu dàng.

lambskin /ˈlæmˌskin/ *dt* **1.** da lông cừu **2.** da cừu thuộc.

lamb's-wool /ˈlæmzwʊl/ *dt* len cừu.

lame¹ /leim/ *tt* **1.** què, khập khiễng: *the accident made him lame in the left leg* tai nạn đã làm anh ta què chân trái **2.** yếu ớt, không đủ sức thuyết phục (*lý lẽ, lời xin lỗi...*). // **help a lame dog over a stile** *x* help¹.

lame² /leim/ *dgt* làm què: *lamed in a riding accident* bị què trong một tai nạn ngã ngựa.

lamé /ˈlɑːmei, (*Mỹ* lɑːˈmei)/ *dt* vải dệt xen kim (ngân) tuyến: *a gold lamé skirt* chiếc váy bằng vải dệt xen kim tuyến.

lame duck /ˌleimˈdʌk/ **1.** vịt què (*bóng*), (*người hoặc tổ chức khập khiễng đang cần sự giúp đỡ*) **2.** người sắp hết nhiệm kỳ (*tổng thống...*).

lamely /ˈleimli/ *pht* **1.** [một cách] què quặt khập khiễng **2.** [một cách] yếu ớt không đủ sức thuyết phục.

lameness /ˈleimnis/ *dt* **1.** sự què, tật què **2.** sự yếu ớt, sự không đủ sức thuyết phục.

lament¹ /ləˈment/ *dgt* [+ for, over) than vãn, rên rỉ, than khóc: *lament [for] a dead friend* than khóc một người bạn qua đời; *she's always lamenting the lack of sports facilities in town* cô ta luôn luôn than vãn về chuyện thiếu tiện nghi thể thao trong thành phố.

lament² /ləˈment/ *dt* **1.** lời than vãn **2.** bài điếu ca.

lamentable /ˈlæməntəbl/ *tt* đáng thương, thảm thương: *a lamentable lack of foresight* sự thiếu tiên liệu đáng thương.

lamentably /ˈlæməntəbli/ *pht* [một cách] đáng thương, [một cách] thảm thương.

lamentation /ˌlæmənˈteiʃn/ *dt* **1.** sự than khóc, sự xót thương: *much lamentation followed the death of the president* người ta than khóc thảm thiết sau cái chết của vị tổng thống **2.** lời than khóc.

lamented /ləˈmentid/ *tt* được than khóc, được xót thương: *our late lamented friend* người bạn quá cố mà chúng tôi xót thương.

laminate¹ /ˈlæminət/ *dgt* **1.** ép dính từng lá: *laminated plastic* chất dẻo được ép dính từng lá **2.** cán mỏng.

laminate² /ˈlæminət/ *dt* **1.** vật liệu được ép dính **2.** vật liệu được cán mỏng.

lamp /læmp/ *dt* đèn: *electric lamp* đèn điện; *oil lamp* đèn dầu; *table lamp* đèn để bàn; *an infra-red lamp* (y) đèn hồng ngoại.

lampblack /ˈlæmpblæk/ *dt* muội đen.

lamplight /ˈlæmplait/ *dt* ánh sáng đèn.

lamplighter /ˈlæmplaitə[r]/ *dt* người gác đèn đường (*ngày xưa*).

lampoon¹ /læmˈpuːn/ *dt* bài văn đả kích.

lampoon² /læmˈpuːn/ *dgt* viết văn đả kích.

lamp-post /ˈlæmppəʊst/ *dt* cột đèn đường.

lamprey /ˈlæmpri/ *dt* (*động*) cá mút đá.

lampshade /ˈlæmpʃeid/ *dt* chao đèn.

lance¹ /lɑːns, (*Mỹ* læns)/ *dt* **1.** cái lao (*để đánh cá...*) **2.** cái thương (*vũ khí xưa*).

lance² /lɑːns, (*Mỹ* læns)/ *dgt* (y) chích bằng lưỡi dao chích: *lance an abscess* chích một cái áp-xe.

lance-corporal /ˌlɑːnsˌkɔːpərəl/ *dt* hạ sĩ (*trong lục* *quân Anh hay lính thủy đánh bộ Mỹ).*

lancer /'lɑ:nsə[r]/ *dt* ky binh đánh thương.

lancet /'lɑ:nsit, (*Mỹ* 'lænsit/ *dt* **1.** *(y)* lưỡi dao chích **2.** *(ktrúc)* vòm đỉnh nhọn.

land[1] /lænd/ *dt* **1.** đất, đất liền: *come in sight of land* trông thấy đất liền; *go by land* đi đường bộ; *barren land* đất cằn cỗi; *farming land* đất canh tác; *the city suffers from a shortage of building land* thành phố đang thiếu nhiều đất đai xây dựng **2. the land** a/ đất trồng trọt: *working the land* làm đất b/ đất đai vườn tược: *many farmers are leaving the land to work in industry* nhiều nông dân đang bỏ đất đai vườn tược để đi vào ngành công nghiệp **3.** đất đai, điền sản: *how far does your land extend?* đất đai của ông trải dài tới đâu? **4.** đất nước: *my native land* đất nước quê hương tôi. // **in the land of the living** *(đùa)* còn sống; **the land of Nod** *(đùa)* giấc ngủ; **the lie of the land** x lie[4]; **live off the land** x live[3]; **live off (on) the fat of the land** x live[3]; **make land** *(hải)* đến bờ; **[be (go)] on the land** làm nghề nông; **the promised land** x promise[2]; **see... how the land lies** chờ xem sự thể ra sao *(rồi mới hành động...)*; **spy out the land** x spy[2].

land[2] /lænd/ *dgt* **1.** lên bờ; đổ bộ: *we landed at Dover* chúng tôi lên bờ ở Dover; *troops have been landed at several points* quân đã đổ bộ tại nhiều điểm **2.** hạ cánh **3.** rơi xuống đất *(quả bóng)* **4.** đánh bắt *(cá)*: *fewer herring than usual have been landed this year* năm nay cá trích đánh bắt được

ít hơn mọi khi **5.** đạt được, giành được: *land a prize* giành được một giải thưởng **6.** *(lóng)* đưa; giáng, đánh: *land a blow in somebody's eye* giáng một quả đấm vào mắt ai; *land a ball in the goal* đưa bóng vào khung thành. // **fall (land) on one's feet** x foot[1]; **land somebody one** *(lóng)* đánh ai, đấm ai: *he landed him one in the eye* anh ta đấm nó một quả vào mắt; **land somebody (oneself) in something** *(kng)* đặt ai vào, đẩy ai vào *(một tình thế khó khăn...)*; **land up [in...]** rơi xuống *(tình trạng nào đó)*: *you'll land up in prison at this rate* cứ đà này thì anh sẽ vào tù thôi; **land up doing something** *(kng)* cuối cùng vẫn phải làm cái gì đó: *why is it that I always land up cleaning the bath?* sao cuối cùng tôi luôn luôn phải cọ rửa bồn tắm nhỉ?; **land somebody with something (somebody)** *(kng)* đẩy, dồn: *don't try to land me with your responsibilities* đừng có cố đẩy trách nhiệm của anh sang tôi.

land-agent /'lænd,eidʒənt/ *dt* người quản lý ruộng đất.

land-breeze /'lændbri:z/ *dt* gió từ đất liền ra biển *(thường là sau lúc mặt trời lặn).*

landed /'lændid/ *tt* sở hữu nhiều đất đai: *landed classes* các giai cấp sở hữu nhiều đất đai.

landfall /'lændfɔ:l/ *dt* **1.** sự trông thấy đất liền *(từ trên tàu biển, sau một thời gian đi tàu)* **2.** đất liền, nơi cập bến.

land-form /'lænd fɔ:m/ *dt (địa)* địa mạo.

landholder /'lænhəʊldə[r]/ *dt* người chủ đất.

landing /'lændiŋ/ *dt* **1.** sự ghé vào bờ, sự đổ bộ; sự hạ cánh: *because of engine trouble the plane had to make an emergency landing* vì động cơ trục trặc, máy bay đã phải hạ cánh khẩn cấp **2.** *(cg* **landing-place***)* bến; bãi hạ cánh **3.** thềm *(cầu thang).*

landing-craft /'lændiŋkrɑ:ft/ *dt* xuồng đổ bộ.

landing-field /'lændiŋfi:ld/ *dt (cg* **landing-strip***) nh* airstrip.

landing-gear /'lændiŋgiə[r]/ *dt nh* undercarriage.

landing-net /'lændiŋnet/ *dt* vợt hứng cá *(khi cá đã cắn câu).*

landing-stage /'lændiŋ steidʒ/ *dt* bến tàu.

landing-strip /'lændiŋ strip/ *dt nh* landing-field.

landlady /'lændleidi/ *dt* **1.** bà chủ nhà *(nhà cho thuê)* **2.** bà chủ quán.

landless /'lændləs/ *tt* không có ruộng đất.

landlocked /'lændlɒkt/ *tt* ở giữa đất liền: *Switzerland is completely landlocked* Thụy Sĩ nằm ở giữa (nằm sâu) trong đất liền.

landlord /'lændlɔ:d/ *dt* **1.** ông chủ nhà *(nhà cho thuê)* **2.** ông chủ quán.

landlubber /'lænd,lʌbə[r]/ *dt* người không quen đi tàu thuyền.

landmark /'lændmɑ:k/ *dt* mốc: *the Empire State Building is a famous landmark on the New York skyline* tòa nhà Empire State là một cái mốc nổi bật trên đường chân trời Nữu Ước; *a landmark in the history of modern art* một mốc trong lịch sử nghệ thuật hiện đại.

land mass /'lænd mæs/ *dt* vùng đất rộng: *the European*

L

land mass vùng đất rộng Châu Âu.

landmine /'lændmain/ *dt* quả mìn.

landowner /'lændəunə[r]/ *dt* điền chủ.

Land-rover /'lænd ,rəuvə[r]/ *dt (tên riêng)* xe cho địa hình mấp mô, xe lanrôvơ.

landscape¹ /'lændskeip/ *dt* 1. phong cảnh 2. tranh phong cảnh đồng quê 3. nghệ thuật tranh phong cảnh.

landscape² /'lændskeip/ *dgt* tô điểm bằng kiến trúc phong cảnh.

landscape gardening /,lændskeip 'ga:dniŋ/ kiến trúc phong cảnh.

landslide /'lændslaid/ 1. (*cg* **landslip**) sự sụt lở đất 2. (*bóng*) sự thắng phiếu lớn.

landsman /'lændsmən/ *dt* (*snh* **landsmen**) người sống ở đất liền.

landward /'lændwəd/ *tt* về phía bờ, về phía đất liền: *on the landward side of the island* ở phía đảo hướng về đất liền.

landwards /'lændwədz/ *pht* về phía đất liền.

lane /lein/ *dt* 1. đường làng 2. đường hẻm, [ngõ] hẻm. *Drury Lane* hẻm Drury 3. làn đường dành cho xe cộ đi hàng một 4. đường hàng hải; đường bay 5. đường đua (cho mỗi vận động viên): *the world champion is in lane four* nhà vô địch thế giới ở đường đua 4.

language /'læŋgwidʒ/ *dt* ngôn ngữ, tiếng: *the development of language skills in young children* sự phát triển kỹ năng ngôn ngữ ở trẻ em; *one's native language* ngôn ngữ gốc, tiếng mẹ đẻ; *the language of science* ngôn ngữ khoa học;

this theory can only be expressed in mathematical language học thuyết này chỉ có thể diễn đạt bằng ngôn ngữ toán học; *high level programming language (tin học)* ngôn ngữ lập trình bậc cao. // **speak the same language** *x* speak.

language laboratory /'læŋgwidʒ ləbɒrətri/ phòng học tiếng.

languid /'læŋgwid/ *tt* uể oải, lờ đờ: *languid movements* cử động uể oải.

languidly /'læŋgwidli/ *pht* [một cách] uể oải, [một cách] lờ đờ.

languish /'læŋgwiʃ/ *đgt* 1. ốm mòn; suy giảm: *since the war the industry has gradually languished* từ khi có chiến tranh công nghiệp đã suy giảm dần 2. (+ for) mòn mỏi đợi chờ; héo hon đi vì mong mỏi: *languish for love* héo hon vì tình 3. (+ in, under) sống khổ cực: *languishing under foreign domination* sống khổ cực dưới ách đô hộ của nước ngoài.

languishing /'læŋgwiʃiŋ/ *tt* héo hon, ảo não: *a languishing sigh* tiếng thở dài ảo não.

languor /'læŋgə[r]/ *dt* 1. sự suy nhược (*về cơ thể*); sự bạc nhược (*về tinh thần*) 2. (*số ít*) cảm giác thích thú mơ màng: *music that induces a delightful languor* điệu nhạc đem lại một cảm giác thích thú mơ màng 3. sự yên lặng nặng nề: *the languor of a summer's afternoon* sự yên lặng nặng nề của một buổi chiều mùa hạ.

langourous /'læŋgərəs/ *tt* 1. ẻo lả, yếu đuối 2. uể oải, lừ đừ 3. nặng nề, u ám (*trời, thời tiết*).

langourously /'læŋgərəsli/ *pht* 1. [một cách] ẻo lả, [một cách] yếu đuối 2. [một cách] uể oải, [một cách] lừ đừ 3. [một cách] nặng nề, [một cách] u ám.

lank /læŋk/ *tt* 1. thẳng và rũ xuống (*tóc*) 2. khẳng khiu (*người*).

lankiness /'læŋkinis/ *dt* sự cao lêu đêu.

lanky /'læŋki/ *tt* (-ier; -iest) cao lêu đêu (*người*).

lanolin (*cg* **lanoline**) /'lænəlin/ *dt* lanolin, mỡ lông cừu (*dùng chế kem thoa da*).

lantern /'læntən/ *dt* 1. đèn lồng 2. (*ktrúc*) cửa trời (*ở mái nhà, để lấy ánh sáng và thông hơi*).

lantern jaws /'læntən dʒɔ:z/ má hóp.

lantern jawed /'læntəndʒɔ:d/ *tt* có má hóp.

lanthanide /'lænθənaid/ *dt* (*hoá*) kim loại họ lantan, kim loại đất hiếm.

lanthanum /'lænθənəm/ *dt* (*hóa*) lantan.

lanyard /'lænjəd/ *dt* 1. dây buộc dao quanh cổ (*của thủy thủ*) 2. (*hải*) dây buộc thuyền.

lap¹ /læp/ *dt* 1. lòng: *come and sit on Grandpa's lap* lại đây ngồi vào lòng ông 2. vạt áo, vạt váy: *she gathered the fallen apples and carried them in her lap* chị ta nhặt táo rụng và đựng vào vạt áo. // **drop (dump) something in somebody's lap** đổ trách nhiệm cho ai: *you've got to deal with this - don't try and dump it in my lap* anh phải xử lý việc đó, đừng có đổ trách nhiệm cho tôi; **in the lap of the gods** có trời biết (*nói về các biến cố trong tương lai*); **in the lap of luxury** trong cảnh xa hoa.

lap² /læp/ *dgt* (-pp-) **1. lap A round B; lap B in A** quấn A xung quanh B: *lap a bandage round the wrist; lap the wrist in a bandage* quấn băng quanh cổ tay **2.** gối lên: *each row of tiles laps the one below* mỗi hàng ngói đều gối lên hàng ngói nằm ở dưới **3.** chạy hơn một hay nhiều vòng *(trong cuộc đua)*: *she's lapped all the other runners* cô ta vượt tất cả các vận động viên chạy đua khác.

lap³ /læp/ *dt* **1.** vật phủ; phần bị phủ **2.** vòng chạy: *the leading car crashed midway through the tenth lap* chiếc xe dẫn đầu đã đâm sầm lúc nửa đường trên vòng đua thứ mười **3.** chặng đường: *the next lap of our trip takes us in the mountains* chặng tiếp sau của chuyến đi sẽ đưa chúng ta lên núi. // **the last lap** x last¹.

lap⁴ /læp/ *dgt* (-pp-) **1. lap something [up]** liếm, tớp *(bằng lưỡi)* **2.** vỗ rì rào *(sóng)*: *waves lapping against the side of a boat* sóng vỗ rì rào vào mạn tàu.

lap something up tin lấy tin để: *he tells her all those lies and she just laps them up* nó nói với cô ta tất cả những điều dối trá ấy và cô ta cứ tin lấy tin để; *lap up knowledge* háo hức tiếp thu kiến thức.

lap-dog /læpdɒg/ *dt* chó cảnh.

lapel /lə'pel/ *dt* ve áo: *what is that badge on your lapel?* huy hiệu gì trên ve áo của anh thế?

lapidary¹ /'læpidəri, (Mỹ 'læpideri)/ *tt* **1.** [thuộc] nghệ thuật chạm trổ đá, [thuộc] nghệ thuật chạm ngọc **2.** súc tích: *a lapidary speech* bài diễn văn súc tích.

lapidary² /'læpidəri, (Mỹ 'læpideri)/ *dt* thợ chạm ngọc.

lapis lazuli /læpis'læzjʊli, (Mỹ læpis'læzəli)/ *dt* **1.** đá da trời **2.** màu xanh da trời, màu thanh thiên.

lapping /'læpiŋ/ *dt* tiếng vỗ rì rào: *the gentle lapping of the waves* tiếng vỗ rì rào của sóng.

lapse¹ /læps/ *dt* **1.** sự sai sót, sự lầm lỗi: *a brief lapse in the final costs her the match* một sai sót chốc lát ở hiệp cuối khiến chị ta thua trận đấu **2.** sự sa ngã, sự truỵ lạc: *a lapse from virtue* sự sa ngã về đạo đức **3.** khoảng, quãng, lát: *a lapse of time* một khoảng thời gian. **4.** *(luật)* sự mất hiệu lực.

lapse² /læps/ *dgt* **1. lapse [from something] [into something]** sa vào, sa ngã: *lapse back into bad habits* lại sa vào các thói xấu **2. lapse into something** chìm vào: *she lapsed into a coma* cô ta đã chìm vào cơn hôn mê **3.** *(luật)* mất hiệu lực: *he didn't get any compensation because his insurance policy had lapsed* nó đã không được bồi hoàn gì cả vì hợp đồng bảo hiểm của nó đã mất hiệu lực.

lapse rate /'læpsreit/ tỷ lệ suy giảm nhiệt độ không khí theo độ cao.

lapwing /'læpwiŋ/ *dt (cg peewit, pewit)* *dt (động)* chim te te.

larcenous /'lɑ:sənəs/ *tt* ăn cắp.

larceny /'lɑ:səni/ *dt* sự ăn cắp.

larch /lɑ:tʃ/ *dt* **1.** *(thực)* cây thông rụng lá **2.** gỗ thông rụng lá.

lard¹ /lɑ:d/ *dt* mỡ lợn.

lard² /lɑ:d/ *dgt* **1.** nhét mỡ *(vào thịt)* để rán **2.** *(bóng)* thêm thắt: *a lecture larded with obscure quotations* bài giảng được thêm thắt những trích dẫn tối nghĩa.

large¹ /lɑ:dʒ/ *tt* **1.** to, lớn; rộng: *a large family needs a large house* gia đình lớn cần một ngôi nhà rộng; *she inherited a large fortune* bà ta thừa hưởng một gia tài lớn; *official with large powers* một quan chức có quyền rộng lớn. // **[as] large as life** xuất hiện bằng da bằng thịt, không thể nhầm lẫn được: *and there she was as large as life* và rồi cô ta đã đích thân xuất hiện; **bulk large** x bulk²; **by and large** xét mọi mặt: *by and large, the company's been pretty good to me* xét mọi mặt, công ty ấy khá tốt đối với tôi; **writ large** x writ².

large² /lɑ:dʒ/ *dt* **at large** a/ tự do, không bị giam cầm; sổ chuồng; thả rong: *the escaped prisoner is still at large* tên tù trốn thoát vẫn còn tự do b/ với đầy đủ chi tiết: *the question is discussed at large in my report* trong báo cáo của tôi vấn đề đó được đề cập với đầy đủ chi tiết c/ *(dùng sau một dt)* nói chung: *the people at large* nhân dân nói chung.

largely /'lɑ:dʒli/ *pht* ở mức độ lớn, một phần lớn: *his success was largely due to luck* thành công của nó một phần lớn là do may mắn.

largeness /'lɑ:dʒnis/ *dt* sự to, sự lớn, sự rộng.

large-scale /'lɑ:dʒskeil/ *tt* **1.** *(chủ yếu thngữ)* trên phạm vi rộng lớn, trên quy mô lớn: *a large-scale police search* cuộc lục tìm của cảnh sát trên quy mô lớn **2.** theo một tỷ lệ lớn *(bản đồ...)*.

largess (*cg* **largesse**) /lɑːˈdʒes/ *dt* **1.** của làm phúc, của bố thí **2.** sự hào phóng.

largish /ˈlɑːdʒɪʃ/ *tt* khá lớn; khá rộng.

largo¹ /ˈlɑːgəʊ/ *pht* (*nhạc*) (*Mỹ*) chơi cực chậm.

largo² /ˈlɑːgəʊ/ *dt* (*snh* **largos**) (*nhạc*) điệu cực chậm, khúc lacgô.

lariat /ˈlærɪət/ *dt* (*Mỹ*) **1.** dây cột ngựa **2.** dây thòng lọng bắt ngựa (bò).

lark¹ /lɑːk/ *dt* (*động*) chim chiền chiện. // **be (get) up with the lark** thức dậy sớm.

lark² /lɑːk/ *dt* **1.** (*thường số ít*) (*kng*) sự đùa nghịch, trò đùa nghịch: *the boys didn't mean any harm – they were only having a lark* tụi trẻ không có ý hại ai đâu, chúng chỉ đùa nghịch thôi **2.** (*Anh*) trò gây khó chịu, trò làm bực bội: *I don't much like this queuing lark* tôi không thích cái trò nối đuôi nhau xếp hàng như thế này.

lark³ /lɑːk/ *đgt* [+ about, around] đùa nghịch: *stop larking about and get on with your work* thôi cái trò đùa nghịch ấy đi và hãy bắt tay vào việc đi.

larkspur /ˈlɑːkspɜː[r]/ *dt* cây hoa tai thỏ.

larva /ˈlɑːvə/ *dt* (*snh* **larvae** /ˈlɑːviː/) (*động*) ấu trùng.

larval /ˈlɑːvl/ *tt* (*động*) [thuộc] ấu trùng: *in the larval state* (*bóng*) ở giai đoạn phôi thai, lúc còn trứng nước.

laryngitis /ˌlærɪnˈdʒaɪtɪs/ *dt* (*y*) viêm thanh quản.

larynx /ˈlærɪŋks/ *dt* (*snh* **larynges** /ləˈrɪndʒiːz/) (*giải*) (*cg* **voice-box**) thanh quản.

lasagne (*cg* **lasagna**) /ləˈzænjə/ *dt* **1.** bột sợi dẹt **2.** món bột sợi dẹt.

Lascar /ˈlæskə[r]/ *dt* thủy thủ người Đông Ấn.

lascivious /ləˈsɪvɪəs/ *tt* dâm đật.

lasciviously /ləˈsɪvɪəsli/ *pht* [một cách] dâm đật.

lasciviousness /ləˈsɪvɪəsnɪs/ *dt* sự dâm đật.

laser /ˈleɪzə[r]/ *dt* máy la-de: *laser beams* chùm tia la-de; *a laser-guided missile* tên lửa điều khiển bằng tia la-de.

lash¹ /læʃ/ *dt* **1.** đầu roi **2.** cái quất (bằng roi): *be sentenced to the lash* bị phạt roi; *feel the lash of somebody's tongue* bị ai xỉ vả **3.** **the lash** (*số ít*) hình phạt đánh roi, sự đòn roi: *sailors sentenced to the lash* thủy thủ bị phạt đòn roi (*trước đây*).

lash² /læʃ/ *đgt* **1.** đánh bằng roi, quất: *lash a horse with a whip* quất ngựa bằng roi; *rain lashing [down] against the windows* mưa quất vào cửa sổ; *waves lashing the shore* sóng vỗ vào bờ; *politicians regularly lashed in the press* những nhà chính trị thường xuyên bị công kích trên báo chí; *a tiger lashing its tail angrily* con hổ quất đuôi một cách giận dữ **2.** kích động: *a speech cleverly designed to lash the audience into a frenzy* bài diễn văn được trù tính khôn khéo nhằm kích động thính giả đến điên cuồng lên **3.** **lash A to B; lash A and B together** buộc chặt lại với nhau bằng dây.

lash something down cột chặt: *lash down the cargo on the deck* buộc chặt hàng hóa lên boong tàu; **lash out [at (against) somebody (something)]** đá bất ngờ (*ngựa*), bất ngờ tung ra lời đả kích: *the horse lashed with its back legs* con ngựa bất ngờ đá hậu; *he lashed out at the opposition's policies* ông ta bất ngờ tung ra lời đả kích chính sách của phe đối lập; **lash out [on something]** (*kng*) vung tiền ra (*một cách hào phóng hoặc ngông cuồng*): *let's lash out and have champagne* nào ta hãy chơi ngông vung tiền làm một chầu sâm-banh đi.

lashing /ˈlæʃɪŋ/ *dt* **1.** sự quất roi: *he gave the poor donkey a terrible lashing* nó đã quất một trận roi ghê gớm lên con lừa khốn khổ **2.** dây buộc **3.** **lashings** (*snh*) (*Anh, kng*) rất nhiều: *lashings of meat* rất nhiều thịt.

lass /læs/ *dt* (*cg* **lassie** /ˈlæsi/) (*Ê-cốt, miền Bắc nước Anh*) cô gái, thiếu nữ.

lassitude /ˈlæsɪtjuːd, (*Mỹ* /ˈlæsɪtuːd/) *dt* sự mỏi mệt, sự chán nản.

lasso¹ /læˈsuː/ *dt* (*snh* **lassos** hoặc **lassoes**) dây thòng lọng (*dùng để bắt thú vật*).

lasso² /læˈsuː/ *đgt* bắt bằng dây thòng lọng: *lassoing wild horses* bắt ngựa hoang bằng dây thòng lọng.

last¹ /lɑːst, (*Mỹ* læst/ *tt* **1.** cuối cùng: *December is the last month of the year* tháng 12 là tháng cuối cùng trong năm; *the last time I saw her* lần cuối cùng tôi gặp cô ta; *the last two (the two last) people to arrive* hai người đến cuối cùng **2.** vừa qua, qua; trước: *last night* đêm qua; *last month* tháng trước; *last year* năm ngoái **3.** cực kỳ; tột bực: *a question of the last importance* một vấn đề cực kỳ quan trọng. // **at one's last gap** dồn sức cố gắng lần cuối cùng: *the team were at their last gap when the whistle went* đội bóng đang dồn sức lần cuối cùng thì tiếng còi nổi lên;

be on one's (its) last legs yếu sức, trong tình trạng xấu: *my car's on its last legs, it keeps breaking down* chiếc xe của tôi tồi lắm rồi, nó hỏng luôn; **draw one's first (last) breath** x draw²; **every last (single) one** đến từng chút; đến từng người: *we spent every last penny we had in the house* chúng tôi đã tiêu vào cái nhà này từng đồng xu mà chúng tôi có; **famous last words** x famous; **first (last) but one (two; three)** x first¹; **first (last) thing** x thing; **have the last laugh** cuối cùng vẫn thắng các địch thủ, thắng những người chỉ trích; **have the last word** có tiếng nói cuối cùng: *we can all make suggestions, but the manager has the last word* tất cả chúng ta đều có thể đưa ra ý kiến gợi ý, nhưng giám đốc có tiếng nói cuối cùng; **in the last (final) analysis** x analysis; **in the last resort; [as] a (one's) last resort** [như là] phương sách cuối cùng; **one's last ditch** lần nỗ lực cuối cùng (*để tránh thất bại...*); **the last minute; the last moment** phút chót: *change one's plans at the last minute* đổi kế hoạch vào phút chót; **the last (final) straw** x straw; **the last word [in something]** cái mới nhất: *ten years ago this dress was the last word in elegance* mười năm trước, chiếc áo này là kiểu thanh lịch nhất; **the last word [on something]** tiếng nói cuối cùng về vấn đề gì: *a book which may fairly claim to be the last word on the subject* một quyển sách có thể xem như là tiếng nói cuối cùng về vấn đề đó; **say (be) one's last word [on something]** nói lên (*là*) tiếng nói cuối cùng [về vấn đề gì]: *I've*

said my last word, take it or leave it* tôi đã nói tiếng nói cuối cùng của tôi, chấp nhận hay gạt bỏ tùy ý; **to a man; to the last man** x man¹; **a week last Monday** x week.

last² /lɑːst, (Mỹ læst)/ *dt* the last [of somebody (something)] người cuối cùng, vật cuối cùng: *these are the last of our apples* đấy là những quả táo cuối cùng của chúng ta. // **at [long] last** cuối cùng, rốt cuộc: *at long last a compromise was agreed on* cuối cùng một thỏa hiệp đã được chấp thuận; **breathe one's last** x breathe; **from first to last** x first³; **hear (see) the last of somebody (something)** a/ nhìn lần cuối, nghe lần cuối: *that was the last I ever saw of her* đấy là lần cuối tôi gặp nàng b/ không còn phải nhắc tới, không còn phải nghĩ tới: *it should be a mistake to assume we've heard the last of this issue* sẽ là một sai lầm khi ta cho rằng không còn phải nhắc tới vấn đề đó nữa; **to (till) the last** cho đến phút cuối cùng, cho đến cùng: *he died protesting his innocence to the last* ông ta mất đi, quả quyết đến cùng rằng ông ta vô tội.

last³ /lɑːst, (Mỹ læst)/ *pht* **1.** cuối cùng: *he came last in the race* nó về cuối cùng trong cuộc chạy đua **2.** lần cuối cùng: *I last saw him in New York two years ago* tôi gặp nó lần cuối cùng ở Nữu Ước cách đây hai năm. // **first and last** x first²; **he who laughs last laughs longest** x laugh¹; **last but not least** xếp cuối cùng nhưng không kém phần quan trọng; **last in, first out** những người được tuyển dụng mới nhất sẽ là những người bị sa thải đầu tiên, nếu cần.

last⁴ /lɑːst, (Mỹ læst)/ *đgt* **1.** tồn tại, kéo dài: *last out the night* kéo dài hết đêm, sống qua đêm (*người bệnh*); *this wine will not last* thứ rượu vang này không để được lâu; *the war lasted [for] five years* chiến tranh đã kéo dài năm năm **2.** [+ out]; [+ for] đủ dùng, đủ: *will the petrol last [out] till we reach London?* liệu xăng có đủ cho ta tới được Luân Đôn không? **3.** [+ out] đủ sức chịu đựng: *he's very ill and probably won't last [out] the night* ông ta ốm rất nặng và chắc là không qua khỏi đêm nay.

last⁵ /lɑːst, (Mỹ læst)/ *dt* khuôn, phom (*mũ, giày*). // **stick to one's last** x stick².

lasting /'lɑːstiŋ/ *tt* bền vững, lâu dài: *his policies had a lasting effect on our country's economy* chính sách của ông ta có ảnh hưởng lâu dài tới nền kinh tế của nước ta.

the Last Judgement /,lɑːst 'dʒʌdʒmənt/ *nh* Judgement Day.

lastly /'lɑːstli/ *pht* cuối cùng: *lastly we are going to visit Athens, and fly home from there* cuối cùng chúng tôi đi tham quan Athens và từ đó bay về nhà.

last name /'lɑːstneim/ *nh* surname.

the last post /lɑːst'pəʊst/ hồi kèn quân nhạc (*thổi lúc mặt trời lặn, lúc tổ chức lễ tang...*).

the last rites /lɑːst'raits/ nghi lễ tôn giáo cho người hấp hối.

the Last Supper /lɑːst'sʌpə[r]/ bữa ăn tối cuối cùng của Chúa.

lat (*vt của* latitude) vĩ độ.

latch¹ /lætʃ/ *dt* **1.** chốt cửa, then cửa **2.** khóa rập ngoài

3. on the latch cài then *(nhưng không khóa; nói về cửa).*

latch² /læt∫/ *đgt* chốt, cài then *(cửa).*

latch on [to something] *(kng)* hiểu ra: *he's a bit slow but in the end he latches* anh ta hơi chậm nhưng cuối cùng cũng hiểu ra; **latch on to somebody** bám theo ai: *he always latches on to me when he sees me at a party* nó luôn luôn bám theo tôi mỗi khi gặp tôi ở một buổi tiệc.

latchkey /'læt∫ki:/ *dt* chìa khóa cửa ra vào nhà. // **latchkey child** *(ai)* trẻ em bị nhốt ở trong nhà một mình *(bố mẹ đi làm vắng).*

late¹ /leit/ *tt* (-r; -est) **1.** trễ, muộn: *my flight was an hour late* chuyến bay của tôi trễ một tiếng đồng hồ; *a late marriage* đám cưới muộn màng; *a late riser* người dậy muộn **2.** về cuối, vào khoảng cuối: *in late summer* vào cuối mùa hè **3.** gần đây, mới đây *(thường dùng ở cấp so sánh cao nhất):* *the latest news* tin tức mới nhất; *the latest fashion* kiểu thời trang mới nhất; *her latest novel* cuốn tiểu thuyết mới nhất của bà ta **4.** cựu, nguyên: *the late Prime Minister* nguyên thủ tướng, cựu thủ tướng **5.** [đã] quá cố: *her late husband* người chồng quá cố của bà ta. // **at the latest** muộn nhất là: *passengers should check in one hour before their flight time at the latest* hành khách phải đăng ký muộn nhất là một giờ trước chuyến bay; **an early (late) night** *x* night; **it's never too late to mend** sửa cái xấu thì không bao giờ muộn cả; **of late** mới đây.

late² /leit/ *pht* **1.** trễ, muộn: *get up (go to bed) late* dậy (đi ngủ) muộn; *she married late* chị ta lấy chồng muộn **2.** vào cuối: *it happened in the late last century – in 1895 to be exact* việc đó đã xảy ra vào cuối thế kỷ trước, chính xác là vào năm 1895. // **better late than never** *x* better²; **late in the day** đã quá muộn: *it's rather late in the day to say you are sorry – the harm's done now* bây giờ anh mới xin lỗi thì đã quá muộn, tai hại đã xảy ra rồi; **later on** sau đó: *a few days later on* mấy ngày sau đó; **sooner or later** sớm hay muộn; sớm muộn gì cũng.

latecomer /'leit,kʌmə[r]/ *dt* người đến trễ.

lately /'leitli/ *pht* mới đây, gần đây: *it's only lately that she's been well enough to go out* cô ta khỏe và đi ra ngoài được cũng mới đây thôi.

latency /'leitənsi/ *dt* **latency period** *(tâm)* thời kỳ phát triển cá tính *(từ 4-5 tuổi đến tuổi dậy thì).*

latent /'leitnt/ *tt* tiềm tàng, ẩn, âm ỉ: *latent diseases* bệnh âm ỉ.

latent heat /,leitnt'hi:t/ ẩn nhiệt.

latent image /,leitnt'imidʒ/ ẩn hình *(trên phim ảnh, khi phim chưa được rửa).*

latent period /'leitnt,piə-riəd/ *(y)* thời kỳ ủ bệnh.

lateral /'lætərəl/ *tt* [ở] bên: *lateral branches* cành bên.

laterite /'lætərait/ *dt* laterit, đá ong.

latex /'leiteks/ *dt* *(thực)* nhựa mủ *(ở cây cao su...).*

lath /lɑ:θ, (Mỹ læθ)/ *dt snh* **laths** /lɑ:dz, (Mỹ læðz)/ **1.** mè *(ở mái nhà để giữ ngói lợp)*

2. nẹp gỗ *(để giữ lớp trát thạch cao).*

lathe /leið/ *dt* máy tiện.

lather¹ /'lɑ:ðə[r], (Mỹ 'læðər)/ *dt* **1.** bọt *(xà phòng...)* **2.** mồ hôi bọt *(của ngựa)* **3.** sự kích động, sự hồi hộp.

lather² /'lɑ:ðə[r], (Mỹ 'læðər)/ *đgt* **1.** tạo bọt, có bọt: *soap will not lather in sea water* xà phòng không tạo bọt trong nước biển **2.** xoa xà phòng: *lather one's chin before shaving* xoa xà phòng lên cằm trước khi cạo râu **3.** *(cũ, kng)* đánh, quật.

Latin¹ /'lætin, (Mỹ 'lætn)/ *dt* tiếng Latinh.

Latin² /'lætin, (Mỹ 'lætn)/ *tt* [thuộc] Latinh: *the Latin peoples* những người dân tộc thuộc nền văn hóa La tinh *(Pháp, Tây Ban Nha, Ý, Bồ Đào Nha...).*

Latin America /,lætinə'merikə/ Châu Mỹ Latinh.

Latin American¹ /,lætinə-'merikən/ *tt* [thuộc] Châu Mỹ Latinh.

Latin American² /,lætin ə'merikən/ *dt* người Mỹ Latinh.

the Latin Church /,lætin 'tʃɜ:tʃ/ giáo hội Thiên Chúa giáo La Mã.

Latin cross /,lætin'krɒs/ giá thập tự.

Latinist /'lætinist/ *dt* nhà Latinh học.

the Latin Quarter /'lætin ,kwɔːtə[r]/ khu Latinh *(quy tụ các trường đại học, ở phía Nam sông Seine, Paris).*

latitude /'lætitjuːd, (Mỹ 'lætituːd)/ *dt* **1.** vĩ độ **2.** **latitudes** *(snh)* miền, vùng *(khí hậu):* *high (low) latitudes* vùng xa (gần) xích đạo **3.** sự tự do *(ứng xử, giữ ý kiến...):* *they allow their chil-*

dren too much latitude, in my view they should be stricter họ để cho con cái quá nhiều tự do, theo ý tôi họ nên nghiêm khắc hơn.

latitudinal /ˌlæti'tju:dinl, (*Mỹ* læti'tu:dənl)/ [theo] vĩ độ: *latitudinal variation* sự biến đổi theo vĩ độ.

latitudinarian /ˌlætitjudi-'neəriən, (*Mỹ* ˌlætitu:dn'eə-riən)/ tt khoan dung rộng rãi (*nhất là về khía cạnh tôn giáo*).

latrine /lə'tri:n/ dt hố xí (*ở doanh trại...*).

latter /'lætə[r]/ tt sau cùng, gần cuối kỳ: *the latter half of the year* sáu tháng cuối năm.

the latter /'lætə[r]/ dt cái sau; người sau: *many support the former alternative, but personnally I favour the latter [one]* nhiều người ủng hộ phương án trước, nhưng riêng tôi thì tôi ủng hộ phương án sau.

latterly /'lætəli/ pht gần đây, mới đây.

latter-day /'lætədei/ tt hiện đại: *latter-day technology* công nghệ hiện đại. // **Latter-day Saints** Thánh thời nay (*tên tự xưng của tín đồ giáo phái Mormon*).

lattice /'lætis/ dt (*cg* **lattice-work**) tấm mắt cáo.

lattice window /ˌlætis'win-dəʊ/ dt cửa sổ mắt cáo.

laud /lɔ:d/ dgt (*tu từ*) tán dương, ca ngợi: *laud somebody to the skies* ca ngợi ai lên tận mây xanh.

laudable /'lɔ:dəbl/ tt đáng tán dương, đáng ca ngợi: *her work for charity is highly laudable* công cuộc từ thiện của bà ta thật đáng ca ngợi.

laudably /'lɔ:dəbli/ pht [một cách] đáng tán dương, [một cách] đáng ca ngợi.

laudanum /'lɔ:dənəm/ dt (y) cồn thuốc phiện.

laudatory /'lɔ:dətəri, (*Mỹ* 'lɔ:dətɔ:ri)/ tt tán dương, ca ngợi.

laugh¹ /lɑ:f, (*Mỹ* læf)/ dgt cười, vui cười: *laugh oneself into convulsions* cười đau cả bụng; *burst out laughing* cười phá lên; *laugh a bitter laugh* cười chua chát; *a man who laughs in the face of danger* người vẫn tươi cười trước hiểm nguy; *she hasn't got much to laugh about, poor woman* tội nghiệp bà ấy, bà ta chẳng có mấy khi được tươi cười. // **he who laughs last laughs longest** cười sau cười được lâu hơn; **laugh in somebody's face** cười vào mặt ai; **laugh like a drain** (*kng*) cười ha hả; **laugh on the other side of one's face** dở khóc dở cười: *he'll be laughing on the other side of his face when he reads this letter* đọc thư này nó sẽ dở khóc dở cười; **laugh somebody (something) out of court** (*kng*) gạt bỏ một cách khinh bỉ; **laugh oneself silly (sick)** cười đến phát rồ lên; **laugh till (until) one cries** cười đến chảy nước mắt; **laugh somebody (something) to scorn** cười nhạo ai; **laugh up one's sleeve [at somebody (something)]** (*kng*) cười thầm.

laugh at somebody (something) a/ cười: *laugh at a comedian (a joke)* cười một diễn viên hài kịch (*cười một câu nói đùa*) b/ cười nhạo, giễu cợt: *we all laughed at Jane when she said she believed in ghosts* chúng tôi ai cũng cười nhạo Jane khi chị ta nói chị ấy tin là có ma c/ xem thường: *laugh at danger* xem thường nguy hiểm; **laugh something away** cười để xua đi (*nỗi sợ hãi...*): *he tried without success to laugh her fears away* anh ta cố cười để xua tan nỗi sợ của nàng mà không ăn thua gì; **laugh somebody (something) down** cười át đi: *laugh down a speaker (a proposal)* cười át lời một diễn giả (*cười át đi một đề nghị*); **laugh something off** (*kng*) cười trừ; **laugh somebody out of something** làm cho ai cười mà quên đi (*nỗi lo của mình...*).

laugh² /lɑ:f, (*Mỹ* læf)/ dt 1. tiếng cười, nụ cười, giọng cười: *break into a loud laugh* bật cười to lên; *I recognized him by his raucous laugh* tôi nhận ra anh ấy qua giọng cười khàn khàn 2. (*kng*) người buồn cười; việc buồn cười: *and he didn't realize it was you? what a laugh!* và anh ta không nhận ra đó là anh à? thật là buồn cười!. // **have the last laugh** x last¹; **raise a laugh (smile)** x raise¹.

laughable /'lɑ:fəbl/ tt nực cười.

laughably /'lɑ:fəbli/ pht [một cách] nực cười.

laughing /'lɑ:fiŋ, (*Mỹ* 'læfiŋ)/ tt tươi cười: *laughing faces* những bộ mặt tươi cười. // **be laughing** (*lóng*) sướng, thỏa mãn: *it's all right for you, with a good job and a nice house - you're laughing* với anh mọi sự đều tốt đẹp, việc làm tốt, nhà ở xinh xắn, anh sướng quá; **be no laughing matter** là chuyện nghiêm túc, không phải chuyện đùa; **die laughing** x die².

laughing gas /'lɑ:fiŋgæs/ dt khí tê (*dùng khi chữa răng*).

laughingly /'lɑ:fiŋli/ pht [một cách] buồn cười.

laughing stock /'lɑːfɪŋstɒk/ *dt (số ít)* trò cười *(người hoặc vật bị chế nhạo)*: his constant blunders made him the laughing-stock of the whole class những sai lầm ngớ ngẩn thường xuyên đã làm cho nó trở thành trò cười của cả lớp.

laughter /'lɑːftə[r]/, *(Mỹ* 'læftə)/ *dt* sự cười, tiếng cười: burst (break) into laughter cười phá lên; a house full of laughter căn nhà rộn rã tiếng cười.

launch¹ /lɔːntʃ/ *dgt* 1. phóng, ném, quăng, liệng: launch a blow (a satellite) phóng một đòn (một vệ tinh nhân tạo); launch threats *(bóng)* ném ra những lời đe dọa 2. hạ thủy: the life-boat was launched immediately to rescue the four men chiếc xuồng cấp cứu được hạ thủy ngay tức khắc để cứu bốn người lâm nạn 3. mở, tung ra, đưa ra: the company is launching a new model next month tháng tới công ty sắp tung ra một mẫu mới; launch an attack mở một cuộc tấn công. // **launch [out] into something** lao vào, bắt đầu dấn vào: she wants to be more than just a singer and is launching out into films cô ta không muốn chỉ là ca sĩ và lao vào nghề điện ảnh; **launch out at somebody** tấn công, công kích *(ai)*: he suddenly launched out at me for no reason at all đột nhiên nó công kích tôi chẳng có lý do gì cả.

launch² /lɔːntʃ/ *dt* sự hạ thủy *(tàu)*, sự phóng *(tên lửa...)*, sự tung ra *(một sản phẩm mới...)*.

launch³ /lɔːntʃ/ *dt* xuồng lớn.

launching pad /'lɔːntʃɪŋpæd/ *dt (cg* **launch pad**) bệ phóng *(tên lửa...)*.

launder /'lɔːndə[r]/ *dgt* 1. giặt là: send these shirts to be laundered đưa mấy cái sơ-mi này đi giặt là đi 2. tẩy sạch *(đồng tiền kiếm được một cách bất hợp pháp)*: the gang laundered the stolen money through their chain of restaurants băng cướp tẩy sạch đồng tiền chúng kiếm được qua hệ thống các cửa hàng ăn của chúng.

laundress /'lɔːndəris/ *dt* chị thợ giặt.

launderette *(cg* **laundrette**) /lɔːdəˈret, lɔːnˈdret/ hiệu giặt tự động.

laundromat /'lɔːndrəmæt/ *dt (tên riêng) (Mỹ)* nh launderette.

laundry /'lɔːndri/ *dt* 1. tiệm giặt là 2. phòng giặt là *(ở khách sạn...)* 3. quần áo đưa giặt là; quần áo đã giặt là.

Laureate /'lɒriət, (Mỹ* 'lɔːriət)/ *dt nh* Poet Laureate.

laurel /'lɒrəl, (Mỹ* 'lɔːrəl)/ *dt* 1. cây nguyệt quế 2. *(cg* **laurels**) vòng nguyệt quế. // **gain (win) one's laurels** công thành danh toại; **look to one's laurels** lưu tâm bảo vệ vinh dự đã đạt được; **rest on one's laurels** x rest¹.

lav /læv/ *dt (kng)* nhà vệ sinh.

lavatory /'lævətri, (Mỹ* 'lævətɔːri)/ *dt (cg, cũ* **water-closet**) nhà vệ sinh.

lavender /'lævəndə[r]/ *dt* 1. *(thực)* cây oải hương 2. hoa oải hương khô *(dùng ướp quần áo cho thơm)* 3. màu hoa oải hương, màu tía nhạt.

lavender-water /'lævəndə,wɔːtə[r]/ *dt* nước hoa oải hương.

lavish¹ /'læviʃ/ *tt* 1. lavish + in, of, with; lavish in doing something hào phóng: he was lavish with his praise for (lavish in praising) the project ông ta không tiếc lời khen kế hoạch đó 2. phong phú, hậu hĩ: a lavish display một cuộc trưng bày phong phú.

lavish² /'læviʃ/ *dgt* **lavish something on (upon) somebody (something)** cho rộng rãi: lavish care on an only child nuông chiều đứa con một.

lavishly /'læviʃli/ *pht* [một cách] hào phóng, [một cách] hậu hĩ.

law /lɔː/ *dt* 1. luật, pháp luật: the law of supply and demand luật cung cầu; I didn't know I was breaking the law tôi không biết là tôi đã phạm pháp [luật] 2. luật học, nghề luật: study law at university học luật ở đại học; he gave up law to become a writer ông ta bỏ nghề luật để trở thành một nhà văn 3. luật lệ *(thể thao...)* 4. định luật: the law of gravity định luật trọng lực 5. **the law** *(số ít) (kng)* cảnh sát, công an: watch out – here come the laws! coi chừng - cảnh sát đến kia kìa! // **the [long] arm of the law** x arm¹; **be a law unto oneself (itself)** làm theo ý mình, bất chấp luật lệ: my car's a law unto itself – I can't rely on it chiếc xe của tôi trở chứng luôn, tôi không thể tin cậy vào nó được; **go to law against somebody** nhờ pháp luật phân xử; **have the law on somebody** *(kng)* kiện cáo ai, đưa ai ra tòa; **law and order** an ninh trật tự; **the law of averages** luật quân bình, luật bù trừ; **the law of the jungle** luật rừng *(ai mạnh nấy được)*; **lay down the law** nói giọng oai quyền; **the letter of the law** *x* letter; **possession is nine points of the law** *x* possession; **take the law into one's own hand** thâu tóm luật pháp trong tay; **there's no law against something** *(kng)* chẳng có luật nào cấm cả: *I'll stay in bed as long as I like, there's no law against it* tôi thích nằm trên giường bao nhiêu lâu thì nằm, chẳng có luật nào cấm việc đó cả.

law-abiding /'lɔ:ə,baidiŋ/ *tt* tôn trọng luật pháp: *law-abiding citizens* những công dân tôn trọng luật pháp.

law agent /'lɔ:,eidʒənt/ *dt* cố vấn pháp luật, luật sư.

law-breaker /'lɔ:,breikə[r]/ *dt* kẻ phạm pháp.

law court /'lɔ:kɔ:t/ *dt (cg* **court of law)** tòa án.

lawful /'lɔ:fl/ *tt* hợp pháp: *take powers by lawful means* giành quyền bằng phương sách hợp pháp; *his lawful heir* người thừa kế hợp pháp của ông ta.

lawfully /'lɔ:fəli/ *pht* [một cách] hợp pháp.

lawless /'lɔ:ləs/ *tt* **1.** không có pháp luật *(một đất nước, một vùng)* **2.** coi thường pháp luật: *a lawless mob looting and destroying shops* một đám đông coi thường pháp luật cướp phá các cửa tiệm.

lawlessly /'lɔ:ləsli/ *pht* **1.** [một cách] vô luật pháp **2.** [một cách] coi thường pháp luật.

lawlessness /'lɔ:ləsnis/ *pht* sự vô luật pháp, sự coi thường pháp luật.

law lord /'lɔ:lɔ:d/ *(Anh)* thượng nghị sĩ.

lawmaker /'lɔ:meikə[r]/ *dt* người làm luật; thành viên cơ quan lập pháp.

lawn¹ /lɔ:n/ *dt* bãi cỏ.

lawn² /lɔ:n/ *dt* vải batit *(một thứ vải gai mịn).*

lawnmower /'lɔ:nməʊə[r]/ *dt* máy xén cỏ.

lawn tennis /,lɔ:n'tenis/ *nh* tennis.

lawsuit /'lɔ:su:t/ *dt* việc kiện cáo, việc tố tụng: *enter (bring in) a lawsuit against somebody* đệ đơn kiện ai.

lawyer /'lɔ:jə[r]/ *dt* **1.** luật sư **2.** luật gia.

lax /læks/ *tt* lỏng lẻo: *lax discipline* kỷ luật lỏng lẻo; *he is too lax with his pupils* ông ta quá dễ dãi với học sinh của mình.

laxity /'læksəti/ *dt* sự lỏng lẻo.

laxly /'læksli/ *pht* [một cách] lỏng lẻo.

laxative¹ /'læksətiv/ *tt* nhuận tràng.

laxative² /'læksətiv/ *dt* thuốc nhuận tràng.

lay¹ /lei/ *dgt* **(laid) 1.** đặt, để: *lay the book on the table* đặt cuốn sách lên bàn; *lay oneself down to sleep* đặt mình xuống ngủ; *he laid his hand on my shoulder* anh ta đặt tay lên vai tôi; *lay the table* bày bàn ăn **2.** trải, phủ: *lay a carpet* trải thảm **3.** làm lắng xuống, làm xẹp xuống: *sprinkle water to lay the dust* rảy nước làm cho bụi lắng xuống; *the storm laid the crops flat* cơn bão thổi rạp mùa màng **4.** làm giảm bớt: *lay somebody's suspicions* làm giảm bớt nỗi nghi ngờ của ai **5.** đánh cược: *I'll lay you £5 that she won't come* tôi cược với anh năm bảng là bà ta sẽ không đến **6.** ăn nằm với *(phụ nữ)* **7.** để

trứng *(chim, côn trùng)*: *the hens are not laying well at the moment* lúc này gà đẻ không được nhiều lắm; *the cuckoo lays its eggs in other birds' nests* chim cu cu để trứng vào ổ chim khác **8.** *(khi kết hợp với dt + gt, thì cùng nghĩa với đgt có liên quan hình thái với dt đó):* *lay the emphasize on certain points (emphasize certain points)* nhấn mạnh một số điểm. // **lay it on [thick (with a trowel)]** quá khen, tâng bốc: *to call him a genius is laying it on a bit [too thick]* gọi anh ta là một thiên tài thì có phần tâng bốc đấy.

lay about one [with something] dùng cái gì đánh ra tứ phía: *as we approached him, he laid about him with a stick* khi chúng tôi lại gần hắn, hắn dùng gậy đánh ra tứ phía; **lay about somebody (something) [with something]** tấn công bằng cú đánh; công kích bằng lời: *she laid about him, calling him a liar and a cheat* bà ta công kích ông ấy, gọi ông là đồ nói dối và lừa đảo; **lay something aside** a/ để sang một bên: *I laid my book aside, turned off the light and went to sleep* tôi để quyển sách sang một bên và tắt đèn đi ngủ b/ bỏ, từ bỏ: *lay aside one's studies* bỏ học, thôi không học nữa; c/ *(cg* **lay something by)** để dành: *lay some money aside for one's old age* để dành một ít tiền cho tuổi già; **lay something away** *(Mỹ)* đặt tiền cọc; **lay something down** a/ trữ *(rượu)* trong hầm b/ khởi công xây dựng: *lay down a new ship* khởi công đóng một chiếc tàu c/ ngừng, thôi, bỏ: *lay down one's duties* bỏ nhiệm vụ; **lay something down; lay it down that...** đặt ra, để ra: *it is laid down that all applicants* *must sit a written exam* đã quy định là mọi người xin việc đều phải qua một kỳ thi viết; **lay something in** dự trữ: *lay in food, coal* dự trữ thực phẩm, than; **lay into somebody (something)** *(kng)* tiến công dữ dội bằng cú đánh; công kích dữ dội bằng lời: *he really laid into her, saying she was arrogant and unfeeling* anh ta thực sự công kích bà ta, nói rằng bà ta ngạo mạn và nhẫn tâm; **lay off [somebody]** *(kng)* ngưng làm phiền ai, ngưng làm ai bực bội: *lay off! you're messing up my hair!* ngưng đi thôi, làm rối hết tóc người ta rồi! **lay off [something]** *(kng)* bỏ: *I've smoked cigarettes for years, but now I'm going to lay off [them]* tôi đã hút thuốc lá đã bao nhiêu năm rồi, nhưng bây giờ tôi sẽ bỏ thôi; **lay somebody off** tạm cho nghỉ việc: *they were laid off because of the lack of new orders* họ bị tạm cho nghỉ việc vì không có đơn đặt hàng mới; **lay something on** a/ lắp đặt *(ống hơi đốt, ống dẫn nước)*: *we can't move in until the electricity has been laid* chúng tôi chưa thể dọn đến cho đến khi dây điện được lắp xong b/ *(kng)* thu xếp, sắp đặt: *lay on a trip* sắp đặt một chuyến đi; *lay on drink and food* thu xếp thức uống món ăn; *sightseeing tours are laid on for visitors* các chuyến tham quan được sắp đặt cho khách; **lay somebobdy out** đánh ngã bất tỉnh: *the boxer was laid out in the fifth round* người võ sĩ quyền Anh bị đánh ngã bất tỉnh ở hiệp năm; **lay something out** a/ trưng bày, bày: *beautiful jewellery let out in the shop window* đồ kim hoàn đẹp trưng bày trong tủ kính b/ *(thường dùng ở dạng bị*

động) bố trí, trình bày: *a well-laid out magazine* tờ tạp chí trình bày đẹp c/ *(kng)* tiêu: *I had to lay out a fortune on that car* tôi đã tiêu cả một gia tài vào chiếc xe đó d/ liệm *(xác chết để đưa di chôn)*; **lay over** dừng chân, nghỉ lại: *we laid over in Arizona on the way to California* chúng tôi nghỉ lại ở Arizona trên đường đi California; **lay somebody up** *(thường dùng ở dạng phủ định)* làm cho ai nằm liệt giường *(không làm việc được...)*: *she's laid up with a broken leg* chị ta bị nằm liệt giường với một chiếc chân gãy; **lay something up [for oneself]** a/ trữ, để dành *(nhiên liệu...)* b/ bỏ xó *(xe cộ...)*: *my car's laid up at the moment* hiện nay chiếc xe của tôi đang còn bỏ xó đấy; **lay something up [for oneself]** chuốc lấy phiền toái: *you're only laying up trouble [for yourself] by not mending that roof now* không sửa lại mái nhà lúc này bạn sẽ chuốc lấy phiền phức cho mà xem.

lay² /lei/ *dt (lóng)* người tình: *an easy lay* người tình dễ tính *(sẵn sàng ăn nằm với người khác)*.

lay³ /lei/ *tt* **1.** thế tục **2.** không chuyên; không chuyên khoa *(về y, luật...)*: *speaking as a lay person* nói năng rõ là người không chuyên.

lay⁴ /lei/ *dt* bài ca, khúc balat.

lay⁵ /lei/ *qk của* lie³.

layabout /'leiəbaut/ *dt (Anh, kng)* người vô công rồi nghề.

layaway /'leiəwei/ *dt* thể thức mua có đặt cọc trước.

lay-by /'leibai/ *dt (snh lay-bys) (Anh)* *(Mỹ rest stop)* góc [thụt vào để] đỗ xe *(ở đường phố)*.

layer¹ /'leiə[r]/ *dt* **1.** lớp: *a layer of dust on the furniture* một lớp bụi trên đồ đạc; *remove layers of old paint* cạo bỏ lớp sơn cũ **2.** *(thường có tt đứng trước)* mái đẻ *(gà)*: *a good layer* mái đẻ tốt **3.** cành chiết *(cho ăn xuống đất mà vẫn không tách khỏi cây mẹ)*.

layer² /'leiə[r]/ *đgt* **1.** xếp thành từng lớp: *layer lime and garden clippings to make compost* xếp vôi và cây lá để ủ thành phân ủ **2.** chiết cành *(mà không cho tách khỏi cây mẹ)*.

layer cake /'leiəkeik/ bánh ngọt nhiều lớp xen kem.

layette /lei'et/ *dt* tã lót.

lay figure /,lei'figə[r]/ *dt* người mẫu *(bằng gỗ, có chân tay cử động được, thường nghệ sĩ hay dùng làm mẫu)*.

layman /'leimən/ *dt (snh* **laymen** /'leimən/) **1.** người không chuyên **2.** người thế tục.

lay-off /'leiɒf/ *dt* **1.** sự tạm cho *(thợ)* nghỉ việc **2.** thời kỳ cho thợ tạm nghỉ việc.

layout /'leiaut/ *dt* sơ đồ bố trí, makét.

layover /'leiəuvə[r]/ *dt* thời gian tạm nghỉ *(trong một chuyến đi dài)*.

lay reader /,lei'ri:də[r]/ *x* reader⁷.

laze /leiz/ *đgt* **1.** laze [around (about)] đi chơi rong: *spend the afternoon lazing around the house* mất cả buổi chiều đi chơi rong quanh nhà **2.** *laze away one's time* lãng phí thời gian.

lazily /'leizili/ *pht* **1.** [một cách] lười biếng **2.** [một cách] uể oải: *a river flowing lazily beside the meadow* con sông lững lờ chảy bên đồng cỏ.

laziness /'leizinis/ *dt* **1.** sự lười biếng **2.** sự uể oải.

lazy /'leizi/ *tt* **1.** lười **2.** uể oải.

lazybones /'leizibəʊnz/ *dt* *(kng)* anh chàng đại lãn.

lazy Susan /'leizisu:zn/ *(dt (Mỹ) nh* dumb waiter.

lb *(vt của* pound) pao, cân Anh: *apples 20p per lb* táo giá 20 xu một pao.

LCD /e lsi: 'di/ *(vt của* Liquid Crystal Display) màn hình tinh thể lỏng *(điện tử học).*

LCpl *(vt của* Lance-Corporal) hạ sĩ *(trong lục quân Anh hay lính thủy đánh bộ Mỹ).*

lea /li:/ *dt (cổ)* cánh đồng cỏ.

LEA /,el i: 'ei/ *(vt của* Local Education Authority) bậc giáo dục địa phương.

leach /li:tʃ/ *dgt* **1.** cho *(một chất nước)* lọc qua *(đất, tro...)* **2.** (+ from, out, away) lọc lấy *(chất hòa tan được trong nước): leach minerals from the soil* lọc lấy chất khoáng trong đất.

lead[1] /led/ *dt* **1.** chì **2.** than chì *(làm bút chì)* **3.** *(hải)* dây dọi dò sâu *(của nước dưới một con tàu)* **4. leads** /ledz/ *snh* a/ tấm lợp bằng chì; mái lợp tấm chì b/ khung chì để lắp kính *(ở cửa sổ mắt cáo). //* **swing the lead** *x* swing[1].

lead[2] /li:d/ *dt* **1.** sự lãnh đạo, sự dẫn đầu **2.** vị trí dẫn đầu: *have the lead in a race* dẫn đầu trong cuộc chạy đua **3.** phần chính trong một vở kịch; diễn viên thủ vai chính: *the lead guitarist of the group* tay chơi ghi-ta chính của nhóm **4.** đầu mối: *the police are investigating an important new lead* cảnh sát đang điều tra một đầu mối mới quan trọng **5.** *(bài)* quyền đánh trước: *whose lead is it?* ai được quyền đánh trước thế? **6.** *(cg* leash) dây dắt chó **7.** *(diện)* dây dẫn chính. // follow somebody's example (lead) *x* follow; **give [somebody] a lead** a/ làm gương cho ai b/ đưa ra một gợi ý về cách giải quyết vấn đề; **take the lead [in doing something]** nêu gương cho kẻ khác theo.

lead[3] /li:d/ *dgt* (lead) **1.** dẫn, hướng dẫn: *lead a guest to his room* dẫn khách đến phòng của ông ta; *lead a blind across the road* dẫn người mù qua đường; *what led you to this conclusion?* cái gì đã dẫn anh đến kết luận này? **2.** dẫn đường đến: *this door leads into the garden* của này dẫn ra vườn **3. lead to something** dẫn đến, đi đến: *your work seems to be leading nowhere* công việc của anh xem ra chẳng đi đến đâu cả **4.** trải qua, kéo dài: *lead a miserable existence* sống một cuộc sống đau khổ **5. lead [somebody (something)] [in something]** đứng đầu: *the champion is leading by eighteen seconds* nhà vô địch dẫn đầu với khoảng cách mười tám giây **6. lead [somebody (something)] into [something]** lãnh đạo, chỉ huy: *lead an army, an expedition* chỉ huy một đạo quân, một cuộc thám hiểm **7.** *(bài)* đánh *(quân bài)* đầu tiên: *lead the two of clubs* đánh quân hai nhép đầu tiên **8. lead with something** a/ cho đăng trên trang nhất *(báo): we'll lead with the dock strike* chúng ta sẽ cho đăng cuộc đình công ở bến tàu lên trang nhất b/ bắt đầu ra đòn *(quyền Anh):* **lead with one's left (right)** ra đòn bằng tay trái (phải). //

all roads lead to Rome *x* road; **the blind leading the blind** *x* blind[2]; **lead somebody by the nose** dắt mũi ai; **lead somebody a [merry] dance** làm tình làm tội ai; **lead a dog's life** sống khổ như chó; **lead somebody a dog's life** làm cho ai sống khốn khổ; **lead somebody to the altar** *(cổ hoặc đùa)* lấy ai, kết duyên với ai; **lead somebody to believe that** lừa ai tin rằng; **lead somebody up the garden path** lừa dối ai; **lead the way to something** mở đường: *these scientists are leading the way in space research* những nhà khoa học này đã mở đường cho việc nghiên cứu vũ trụ.

lead [something] off bắt đầu: *her recital led off (she led off her recital) with a Haydn sonata* buổi biểu diễn độc tấu của bà ta bắt đầu bằng khúc xo-nát của Haydn; **lead somebody on** *(kng)* lừa phỉnh ai; **lead up to something** chuẩn bị cho cái gì; đến trước cái gì: *the events leading up to the outbreak of war* những sự kiện dẫn đến chiến tranh.

leaded /ledid/ *tt* bọc chì; lợp chì; có khung bằng chì: *leaded windows* cửa sổ có khung bằng chì.

leaded light /,ledid'lait/ ô kính màu trong khung chì *(để lát cửa sổ).*

leaden /'ledn/ *tt* **1.** nặng nề: *the leaden atmosphere of the museum* không khí nặng nề của viện bảo tàng; *moving at a leaden pace* cất bước nặng nề **2.** có màu chì, xám xịt: *leaden clouds promising rain* mây xám xịt báo hiệu trời mưa **3.** *(cũ)* bằng chì: *leaden pipes* ống dẫn bằng chì.

leader /'li:də[r]/ *dt* **1.** người lãnh đạo, lãnh tụ: *the leader*

L

of the Opposition lãnh tụ phe đối lập **2.** (nhạc) (Mỹ **concert-master**) nhạc sĩ dương cầm chính (của một dàn nhạc) **3.** luật sư chính (trong một vụ kiện) **4.** nh leading article **5.** đầu băng trắng (của một cuộn phim..., để mắc vào máy) **6.** (thực) mầm chính (của cây ăn quả...).

leaderless /'li:dələs/ tt vô tổ chức, không có người cầm đầu: a leaderless rabble đám đông vô tổ chức.

leadership /'li:dəʃip/ dt **1.** sự lãnh đạo: under the leadership of the Communist Party dưới sự lãnh đạo của đảng Cộng sản **2.** khả năng lãnh đạo **3.** bộ phận lãnh đạo, tập thể lãnh đạo.

lead-in /'li:d in/ dt sự mào đầu: he told an amusing lead-in to the serious part of his speech ông ta đã kể một chuyện vui để mào đầu cho phần nghiêm túc của bài nói của ông.

leading¹ /'li:diŋ/ tt (thngữ) **1.** quan trọng nhất: play a leading role in something đóng vai trò quan trọng nhất trong việc gì **2.** dẫn đầu: the leading runners những vận động viên chạy dẫn đầu.

leading² /'li:diŋ/ dt khoảng cách dòng (in).

leading article /ˌli:diŋ'a:tikl/ (cg **leader**) bài xã luận.

leading edge /ˌli:diŋ'edʒ/ gờ trước của cánh (máy bay).

leading lady /ˌli:diŋ'leidi/ diễn viên nữ chính (trong một vở kịch...).

leading light /ˌli:diŋ'lait/ nhân vật quan trọng nhất: one of the leading lights of our club một trong những nhân vật quan trọng nhất ở câu lạc bộ chúng tôi.

leading man /ˌli:diŋ'mæn/ diễn viên nam chính (trong một vở kịch...).

leading question /ˌli:diŋ 'kwestʃn/ câu hỏi gợi ý (dẫn đến câu trả lời theo ý người hỏi).

leading rein /ˌli:diŋ rein/ **1.** dây cương ngựa **2.** (cg **walking rein**) dây tập đi (cho em bé).

lead pencil /ˌled'pensl/ bút chì.

lead-poisoning /ˌled'poizniŋ/ dt sự ngộ độc chì.

lead story /li:d 'stɔ:ri/ bài báo chính.

leaf¹ /li:f/ dt (snh **leaves**) **1.** lá cây, lá (vàng...): cabbage leaves lá cải bắp; sweep up the dead leaves quét dọn lá khô; gold leaf lá vàng **2.** tờ (giấy...): carefully turn over the leaves of the precious volume cẩn thận giở từng tờ cuốn sách quý báu **3.** tấm ghép (có thể bỏ đi hoặc lắp vào mặt bàn cho mặt bàn rộng thêm). // **come into (be in) leaf** ra lá, mọc lá; **shake like a leaf** x shake¹; **take a leaf out of somebody's book** bắt chước ai; **turn over new leaf** x new.

leaf² /li:f/ đgt **leaf through something** lật nhanh, lướt nhanh: leaf idly through a magazine while waiting lơ đãng lướt nhanh các trang tạp chí trong khi chờ đợi.

leafage /'li:fidʒ/ dt bộ lá.

leafless /'li:fləs/ tt không có lá, trụi lá.

leaflet /'li:flət/ dt **1.** tờ quảng cáo rời **2.** (thực) lá chét.

leaf mould /'li:f məʊld/ dt đất mùn.

leafy /'li:fi/ tt (-ier; -iest) **1.** rậm lá: a leafy forest rừng rậm lá **2.** dưới hình thức lá: leafy vegetables rau ăn

lá **3.** rợp lá: a leafy shade bóng râm lá cây.

league¹ /li:g/ dt liên minh, liên đoàn: football league liên đoàn bóng đá. // **in league with** liên minh với, liên kết với, câu kết với.

league² /li:g/ dt dặm, lý (bằng khoảng 4,8km): marine league hải lý.

leak¹ /li:k/ dt **1.** lỗ rò, khe hở: a leak in the gas pipe lỗ rò ở ống hơi đốt; a leak in the roof chỗ dột trên mái nhà **2.** chất lỏng rò ra, chất khí rò ra: smell a gas leak ngửi thấy mùi hơi đốt xì ra **3.** sự rò điện **4.** sự để lộ (bí mật) **5.** (bóng) sự đi tiểu: have (take, go for) a leak đi tiểu. // **spring a leak** x spring³.

leak² /li:k/ đgt **1.** bị rò, bị dột; để rò ra: the rain's leaking in nước mưa dột xuống; air leaked out of the balloon hơi xì ra khỏi quả bóng **2.** tiết lộ: who leaked this to the press? ai lộ tin đó cho báo chí thế? // **leak out** lọt ra ngoài (tin mật...).

leakage /'li:kidʒ/ dt **1.** sự rò rỉ: a leakage of toxic waste sự rò rỉ chất thải độc; a leakage of technological secrets sự để lọt ra các bí mật công nghệ **2.** chất bị rò rỉ; điều để lọt ra ngoài.

leaky /'li:ki/ tt có lỗ rò, có khe hở: a leaky ship (roof) chiếc tàu có lỗ rò, mái nhà có chỗ dột.

lean¹ /li:n/ tt (-er; -est) **1.** thon thả khỏe mạnh (người, con vật) **2.** nạc, không dính mỡ (thịt): lean beef thịt bò nạc **3.** nghèo nàn, đói kém: a lean year một năm đói kém mất mùa; a lean season for good films mùa ít phim hay.

lean² /li:n/ dt phần nạc (của thịt): a lot of fat but not much *lean* khối mỡ nhưng nạc chẳng có mấy.

lean³ /li:n/ *đgt* (**leant** hoặc **leaned** /li:nd/) **1.** nghiêng, cúi, ngả: *lean out of the window* nghiêng mình ra ngoài cửa sổ; *lean back in one's chair* ngả lưng vào ghế tựa **2.** dựa, tựa, chống: *lean against the wall* dựa vào tường; *the old man leant upon his stick* cụ già chống lên gậy **3.** dựa vào, dựng vào: *the workmen leant their shovels against the fence and went to lunch* các công nhân dựng xẻng vào hàng rào và đi ăn trưa. // **bend (lean) over backwards** *x* backwards.

lean on somebody (*Mỹ, kng*) dọa dẫm ai, đe dọa ai; **lean [up] on somebody (something) [for something]** dựa vào: *lean on his friends' advice* dựa vào lời khuyên của các bạn anh ta; **lean towards something** thiên về: *lean towards socialism* thiên về chủ nghĩa xã hội.

leaning /li:niŋ/ *dt* thiên hướng, khuynh hướng.

leanness /li:nəss/ *dt* sự không có nạc (*thịt*).

leant /lent/ *qk và dttqk của* lean³.

lean-to /li:ntu:/ *dt* chái nhà: *they keep hens in a lean-to at the end of the garden* họ nhốt gà trong chái nhà ở cuối vườn.

leap¹ /li:p/ *đgt* (**leapt** hoặc **leaped**) nhảy vọt, nhảy: *the cat leaped from the chair* con mèo nhảy vọt lên khỏi chiếc ghế; *a frog leapt out* con ếch nhảy vọt ra **2.** lao vào, nhảy vào: *leap to telephone* lao về phía máy điện thoại; *leap into one's car* nhảy vào xe hơi **3.** nhảy qua: *leap a ditch* nhảy qua con mương; *leap a horse over a fence* thúc ngựa nhảy qua

hàng rào. // **jump (leap) to conclusions** *x* jump²; **look before you leap** cân nhắc hậu quả trước khi hành động.

leap at something vồ lấy, chộp lấy: *she leapt at the chance to go to America* cô ta chộp lấy cơ hội đi Mỹ một chuyến; *leap at an invitation* vồ lấy lời mời.

leap² /li:p/ *dt* **1.** sự nhảy, bước nhảy: *he crossed the garden in three leaps* nó nhảy vọt ba bước qua khu vườn **2.** sự tăng vọt, sự nhảy vọt: *a leap in prices* sự tăng vọt giá cả. // **by (in) leaps and bounds** rất nhanh: *her health is improving by leaps and bounds* sức khoẻ cô ta hồi phục rất nhanh; **a leap (shot) in the dark** *x* dark¹.

leap-frog¹ /li:pfrɒg/ *dt* trò chơi nhảy cừu.

leap-frog² /li:pfrɒg/ *đgt* nhảy cừu.

leaping /li:piŋ/ *tt* nhấp nhô, bập bùng: *leaping waves* những ngọn sóng nhấp nhô; *leaping flames* ngọn lửa bập bùng.

leapt /lept/ *qk và dttqk của* leap¹.

leap year /li:pjiə[r]/ năm nhuận.

learn /lɜ:n/ *đgt* (**learnt** hoặc **learned**) **1.** học: *I can't drive yet – I'm still learning* tôi chưa biết lái xe, tôi còn đang học; *learn a poem by heart* học thuộc lòng một bài thơ; *learn [how] to swim* học bơi **2.** nghe thấy, được nghe, được biết: *learn a piece of news from somebody* được biết một tin qua ai; *learn what it means to be poor* nếm mùi nghèo khổ. // **learn one's lesson** rút kinh nghiệm, khôn ra: *I'll never do that again, I've learned my lesson* tôi sẽ không bao giờ lặp lại việc đó, tôi rút

kinh nghiệm rồi; **show somebody (know, learn) the ropes** *x* rope¹; **you (we) live and learn** *x* live².

learned /lɜ:nid/ *tt* **1.** thông thái, uyên bác: *a learned man* nhà thông thái **2.** của các học giả, đòi hỏi có học vấn: *the learned professions* những nghề đòi hỏi có học vấn; *my learned friend* (*luật*) bạn đồng nghiệp của tôi (*cách nói lịch sự*).

learnedly /lɜ:nidli/ *pht* [một cách] thông thái.

learner /lɜ:nə[r]/ *dt* học trò, người học: *a quick learner* người học sáng trí; *that car's being driven by a learner* chiếc xe này do một người đang học lái.

learner driver /,lɜ:nə'draivə[r]/ người học lấy bằng lái xe.

learning /lɜ:niŋ/ *dt* kiến thức: *a man of great learning* một người có kiến thức rộng.

lease¹ /li:s/ *dt* hợp đồng cho thuê (*nhà, đất*). // **a new lease of life** *x* new.

lease² /li:s/ *đgt* cho thuê; thuê [theo hợp đồng]: *we will lease you the house for a year* tôi sẽ cho ông thuê ngôi nhà này một năm.

leasehold¹ /li:shəuld/ *dt* (+ on, of) sự thuê: *have a leasehold on a house* thuê một căn nhà.

leasehold² /li:shəuld/ *tt, pht* thuê, [bằng cách] thuê [theo hợp đồng]: *a leasehold property* tài sản thuê; *own a flat leasehold* có một căn hộ [bằng cách] thuê theo hợp đồng.

leaseholder /li:shəuldə[r]/ *dt* người thuê (*một bất động sản theo hợp đồng*).

leash /li:ʃ/ *dt* (*cg* lead) dây dắt chó. // **hold something in**

L

leash kiềm chế: *I managed to hold my anger in leash until she had gone* tôi gắng kiềm chế cơn giận cho đến khi chị ta đi khỏi; **strain at the leash** *x* strain[1].

least[1] /li:st/ *dht (dùng coi như cấp so sánh cao nhất của little)* nhỏ nhất, ít nhất: *there is not the least wind today* hôm nay không có tí gió nào; *least common multiple (toán)* bội số chung nhỏ nhất.

least[2] /li:st/ *dt* cái nhỏ nhất, cái ít nhất: *that's the least of my anxieties* đó là cái mà tôi lo lắng ít nhất. // **not in the least** không một tí nào, không một chút nào.

least[3] /li:st/ *pht* ít nhất, tối thiểu: *she chose the least expensive of the hotels* chị ta chọn khách sạn rẻ tiền nhất. // **at least** a/ ít ra, dù sao: *she may be slow but at least she's reliable* cô ta có thể là chậm chạp, nhưng ít ra cũng đáng tin cậy b/ ít nhất, tối thiểu: *at least three months* ít nhất ba tháng; **least of all** ít hơn cả, kém hơn cả; **not least** đặc biệt, nhất là: *the film caused a lot of bad feeling, not least among the workers whose lives it described* bộ phim gây ra những cảm nghĩ xấu, nhất là trong đám công nhân có cuộc sống được bộ phim mô tả; **last but not least** *x* last[3].

leastways /'li:stweiz/ *pht (kng)* ít ra cũng.

leastwise /'li:stwaiz/ *pht (kng) nh* leastways.

leather /'leðə[r]/ *dt* 1. da thuộc 2. đồ da. // **hell for leather** *x* hell.

leatherette /ˌleðə'ret/ *dt* da giả.

leather-jacquet /'leðə,dʒæ-kit/ *dt (động)* ấu trùng muỗi nhện.

leathery /'leðəri/ *tt* dai nhách: *leathery meat* thịt dai nhách.

leave[1] /li:v/ *dgt* **(left)** 1. bỏ đi, rời đi: *the train leaves Hanoi for Hue at 12.35* xe lửa rời Hà Nội đi Huế vào lúc 12 giờ 35; *he left England in 1964* ông ta rời nước Anh năm 1964; *many children leave school at 16* nhiều trẻ em bỏ học từ năm 16 tuổi 2. để, giữ: *leave the door open, please* làm ơn để cửa mở 3. bỏ quên: *I've left my gloves on the bus* tôi bỏ quên găng tay trên xe buýt 4. để lại: *the accident left a scar on her leg* tai nạn đã để lại vết sẹo trên chân cô ta 5. gửi lại: *someone left this note for you* có người gửi lại cho anh bức thư ngắn này 6. để lại (tài sản... sau khi qua đời...): *leave all one's money to charity* để toàn bộ tiền của mình cho công cuộc từ thiện; *he leaves a widow and two children* ông ta để lại bà vợ góa và hai con nhỏ 7. giao, giao phó: *leave an assistant in charge of the shop; leave the shop in an assistant's charge* giao phó cửa hiệu cho một nhân viên bán hàng 8. (+ till, until) hoãn: *let's leave the washing-up till the morning* hãy để bát đĩa đó sáng mai rửa 9. còn lại: *seven from ten (ten minus seven) leaves three* 10 trừ 7 còn [lại] ba; *there are six days left before we go* còn sáu ngày nữa ta mới đi. // **be left at the post** bị bỏ xa ngay từ đầu (trong một cuộc thi); **keep (leave) one's options open** *x* option; **leave (let) somebody (something) alone (be)** để yên: *leave me be!* go

away! để tôi yên! cút đi!; *I have told you to leave my things alone* tôi đã bảo anh để yên các đồ đạc của tôi mà; **leave a bad (nasty) taste in the mouth** để lại cảm giác xấu (ghê tởm); **leave somebody cold** làm cho ai dửng dưng lạnh nhạt; *her emotional appeal left him completely cold* anh dửng dưng lạnh nhạt trước lời kêu gọi xúc động của chị ta; **leave the door open** để ngỏ: *although talks have broken down the door has been left open* mặc dù các cuộc đàm phán đã đổ vỡ, cánh cửa vẫn còn để ngỏ; **leave go (hold) [of something]** buông ra, bỏ ra: *leave go of my arm you are hurting* bỏ tay tôi ra, anh làm tôi đau; **leave somebody holding the baby** (kng) trao cho ai những trách nhiệm mà người đó không muốn; **leave somebody in the lurch** bỏ rơi ai lúc khó khăn; **leave (make) one's (its) mark** *x* mark[1]; **leave it at that** (kng) để mặc thế, không nói thêm làm thêm gì nữa: *we'll never agree, so let's just leave it all that* chúng ta sẽ không bao giờ đồng ý thôi cứ để mặc thế; **leave a lot (much, something, nothing) to be desired** có những điểm (chẳng có điểm nào) không đáng hài lòng; **leave the room** (trại) đi vệ sinh; **leave no stone unturn [to do something]** dùng đủ mọi cách, cố gắng hết sức; **leave something out of account (consideration)** xem nhẹ; **leave somebody be (go) out on a limb** *x* limb; **leave somebody to his own devices (to himself)** để mặc ai tự giải quyết vấn đề (tự xoay xở lấy); **leave somebody (something) to the tender mercy (mercies) of somebody (something)** (mỉa) giao phó cho: *never* leave a silk shirt to the tender mercies of an automatic washing-machine đừng bao giờ giao phó sơ-mi lụa cho máy giặt tự động; **leave (let) well alone** x well⁴; **leave word with somebody** dặn lại, nhắn lại: please give word with my secretary if you can't come làm ơn nhắn lại thư ký của tôi nếu anh không đến được.

leave something aside bỏ sang một bên, không tính đến: leaving the expense aside, do we actually need a second car? bỏ chuyện chi phí sang một bên, chúng ta có thực sự cần một chiếc xe thứ hai không?; **leave somebody (something) behind** a/ bỏ lại: wait, don't leave me behind! hãy chờ với, đừng bỏ tôi lại!; it won't rain, you can leave your umbrella behind trời không mưa đâu, anh bỏ ô lại được đấy b/ để lại: leave a good name behind để lại tiếng thơm, lưu danh; **leave somebody (something) for somebody (something)** bỏ, từ bỏ: leave advertising for a job in publishing bỏ nghề quảng cáo sang nghề xuất bản; **leave somebody (something) out [of something]** a/ loại trừ ra, không bao gồm: leave me out of this quarrel, I don't want to get involved làm ơn trừ tôi ra trong cuộc cãi cọ này, tôi không muốn dính líu vào đó b/ bỏ sót, sót: this word is wrongly spelt, you have left out a letter từ này viết sai, anh đã bỏ sót một con chữ; **leave something over** hoãn lại, để lại về sau chưa giải quyết: these matters will have to be left over until the next meeting những vấn đề này sẽ hoãn lại cho đến kỳ họp sau.

leave² /liːv/ dt **1.** sự nghỉ phép, thời gian nghỉ phép: be on leave nghỉ phép; absent without leave (quân) nghỉ không phép **2.** sự cho phép, sự cho phép nghỉ: be given leave to visit one's mother được phép nghỉ đi thăm mẹ; it was done without leave from me (without) my leave) họ làm cái đó không được phép của tôi. // **beg leave to do something** x beg; **by (with) your leave** được phép của anh (chị, ông, bà...); **take French leave** x French; **leave of absence** phép được vắng mặt (nói về người ở trong quân đội hay người giữ một chức vụ trong chính quyền); **on leave** nghỉ phép; **take [one's] leave [of somebody]** chào tạm biệt ai; **take leave of one's senses** (tu từ hoặc đùa) mất trí, điên: have you all taken leave of your senses? tất cả chúng mày điên cả rồi hay sao?; **without as (so) much as a by your leave** (kng) không xin phép; một cách khiếm nhã.

-leaved (yếu tố tạo tt ghép) có lá (như thế nào đó hoặc có bao nhiêu lá, nói về cây cối): broad-leaved plant cây có lá rộng; a three-leaved clover cỏ ba lá.

leaven¹ /ˈlevn/ dt **1.** men (cho vào bột ủ làm bánh) **2.** (bóng) chất xúc tác, chất men: a lively artist community, acting as the leaven in society một cộng đồng nghệ thuật sôi nổi, tác động như một chất men trong xã hội.

leaven² /ˈlevn/ dgt **1.** cho men vào: leavened bread bánh mì bột có ủ men **2.** làm cho sôi nổi.

leaves /liːvz/ snh của leaf¹.

leave-taking /ˈliːvteikiŋ/ dt sự chào tạm biệt.

leavings /ˈliːviŋz/ dt snh những cái còn thừa, những cái còn lại: give our leavings to the dog cho chó những thức ăn thừa của chúng ta.

lecher /ˈletʃə[r]/ dt (xấu) kẻ dâm đăng.

lecherous /ˈletʃərəs/ tt dâm đăng.

lecherously /ˈletʃərəsli/ pht [một cách] dâm đăng.

lechery /ˈletʃəri/ dt sự dâm đăng.

lectern /ˈlektən/ dt giá để bài (của người diễn thuyết, của giáo sĩ giảng kinh...).

lecture¹ /ˈlektʃə[r]/ dt **1.** bài thuyết trình; bài lên lớp **2.** lời quở trách, lời "lên lớp" (bóng).

lecture² /ˈlektʃə[r]/ dgt **1.** thuyết trình; lên lớp, giảng bài **2.** "lên lớp" (bóng): lecture one's children for being untidy "lên lớp" con cái về thói luộm thuộm.

lecturer /ˈlektʃərə[r]/ dt **1.** người thuyết trình **2.** trợ lý giảng dạy đại học.

lectureship /ˈlektʃəʃip/ dt chức vị trợ lý giảng dạy đại học.

led /led/ qk của lead³.

LED /ˌel i: ˈdi:/ (vt của light emitting diode) điốt phát quang.

ledge /ledʒ/ dt gờ, rìa: a window ledge gờ cửa sổ (ở phía dưới cửa sổ); a ledge for chalk beneath the blackboard gờ để phấn ở bảng đen **2.** dải đá ngầm (ở gần bờ biển).

ledger /ˈledʒə[r]/ dt **1.** sổ cái **2.** nh leger.

lee /li:/ dt **1.** chỗ khuất gió, phía dưới gió: under the lee of a house được một ngôi nhà che cho khuất gió **2.** mạn khuất gió: the lee side of a ship mạn khuất gió của một con tàu.

leech /li:tʃ/ dt **1.** con đỉa **2.** (bóng, xấu) kẻ ăn bám **3.** (cổ hoặc đùa) thầy thuốc. //

L

cling (stick) to somebody like a leech bám vào ai dai như đỉa.

leek /li:k/ *dt* tỏi tây.

leer[1] /liə[r]/ *dt (thường số ít)* cái liếc mắt đểu cáng; cái liếc mắt dâm dật.

leer[2] /liə[r]/ *đgt (+ at)* nhìn với vẻ đểu cáng; nhìn với vẻ dâm dật.

leery /'liəri/ *tt (vị ngữ)* leery of somebody (something) *(kng)* nghi ngờ cảnh giác: *I tend to be a bit leery of cut-price bargains* tôi đâm ra phần nào cảnh giác với việc mua được những món hàng giảm giá...

lees /li:z/ *dt snh* cặn: *don't shake the bottle or you will disturb the lees* đừng có lắc chai, nếu không anh sẽ làm cặn khuấy lên đấy.

lee shore /,li:'ʃɔː[r]/ bờ biển hứng gió.

leeward[1] /'li:wəd/, hoặc 'luəd/ *(trong hàng hải) pht* ở phía dưới gió.

leeward[2] /'li:wəd/, hoặc 'lu:əd/ *dt* phía dưới gió.

leeway /'li:wei/ *dt* 1. khả năng xoay trở: *the new law allows landlords much less leeway in fixing the amount of rent they can charge tenants* đạo luật mới cho địa chủ ít khả năng xoay trở về số tô mà chúng bắt tá điền phải trả 2. sự giạt *(máy bay, thuyền bè, do gió)*. // make up leeway lấy lại thời gian đã mất, trở về vị trí cũ: *she's been off school for a month, so she has a lot of leeway to make up* cô ta đã nghỉ học một tháng, nên phải cố gắng nhiều để bù vào thời gian đã mất.

left[1] /left/ *qk và dttqk của* leave[1].

left[2] /left/ *tt, pht* [bên] trái: *the left hand* tay trái; *turn*

left here rẽ trái chỗ này; *left back (thể)* hậu vệ trái. // about (left, right) face *x* face[2]; about (left, right) turn *x* turn; eyes right (left, front) *x* eye[1]; have two left feet *(kng)* rất vụng về; left, right and centre khắp nơi, khắp mọi chỗ; right and left *x* right[6].

left[3] /left/ *dt* 1. bên trái, cánh trái 2. cú đấm tay trái *(quyền Anh)* 3. the Left *(chính)* phe cánh tả.

Left bank /,left'bæŋk/ tả ngạn *(sông)*.

left-hand /'lefthænd/ *tt* [bên] trái: *the left-hand side of the street* bên tay trái của đường phố; *a left-hand drive car* xe hơi tay lái bên trái.

left-handed[1] /,left'hændid/ *tt* 1. thuận tay trái *(người)* 2. bằng tay trái *(cú đấm)* 3. để dùng tay trái *(dụng cụ)* 4. xoay trái *(đinh ốc)*. // a left-handed compliment lời khen nhập nhằng châm biếm.

left-handed[2] /,left'hædid/ *pht* bằng tay trái: *write left-handed* viết tay trái.

left-handedness /,left'hændidnis/ *dt* sự thuận tay trái.

left-hander /,left'hændə[r]/ *dt* 1. người thuận tay trái 2. cú đấm tay trái.

leftie /'lefti/ *nh* lefty.

leftist[1] /'leftist/ *dt (chính)* người phái tả.

leftist[2] /'leftist/ *tt* [thuộc] phái tả.

left-luggage office /,left'lʌgidʒ,ɒfis/ *(Mỹ* baggage-room) phòng lưu giữ hành lý *(ở nhà ga)*.

leftward /'leftwəd/ *tt* [về] bên trái.

leftwards /'leftwədz/ *pht* về bên trái.

left wing /,left'wiŋ/ *(chính)* cánh tả.

left-wing /,left'wiŋ/ *tt (chính)* [thuộc] cánh tả.

left-winger /,left'wiŋə[r]/ *dt (chính)* người cánh tả.

lefty /'lefti/ *dt (cg* leftie) *(kng)* 1. *(xấu)* người cánh tả 2. *(Mỹ)* người thuận tay trái.

leg[1] /leg/ *dt* 1. chân *(người, con vật, bàn ghế...)* 2. đùi *(thức ăn): a leg of lamb* một đùi cừu 3. ống quần 4. đoạn, chặng: *the last leg of our trip was the most tiring* chặng cuối chuyến đi của chúng ta là chặng mệt nhất 5. *(thể)* ván. // as fast as one's legs can carry one *x* fast[2]; be all legs có chân dài ngoằng, chỉ thấy chân là chân; be on one's (its) last legs *x* last[1]; be on one's legs a/ *(đùa)* đứng *(mà diễn thuyết)* b/ *(kng)* đã đi lại được *(sau trận ốm)*; give somebody a leg up *(kng)* a/ đỡ chân ai *(lên ngựa, trèo lên tường...)* b/ *(bóng)* nâng đỡ ai *(bằng thế lực, đồng tiền...)*; he's got hollow legs *x* hollow[1]; have one's tail between one's legs *x* tail[1]; not have a leg to stand on không có lý lẽ gì để biện minh; pull somebody's legs *x* pull[2]; shake a leg *x* shake[1]; show a leg *x* show[2]; stretch one's legs *x* stretch[1]; talk the hind legs off a donkey *x* talk[2]; walk one's legs off *x* walk[1]; walk somebody off his feet (legs) *x* walk[1].

leg[2] /leg/ *đgt* leg it *(kng)* cuốc bộ: *it's no use, the car won't start — we'll have to leg it* vô ích thôi, xe không khởi động, ta phải cuốc bộ vậy.

legacy /'legəsi/ *dt* di sản: *leave a legacy for* để lại một di sản cho ai; *the cultural legacy of the Renaissance* di sản văn hóa của thời Phục hưng.

legal /'li:gl/ *tt* **1.** hợp pháp; theo luật pháp: *the legal age for voting* tuổi được bầu cử theo luật định **2.** [thuộc] luật pháp; dùng đến luật pháp: *take legal action* tố tụng.

legal aid /ˌli:gl'eid/ *trợ* cấp pháp lý.

legalism /'li:gəlizəm/ *dt* (*thường xấu*) sự tuân thủ pháp luật quá mức.

legalistic *tt* tuân thủ pháp luật quá mức.

legalize, legalise /'li:gəlaiz/ *dgt* hợp pháp hóa.

legality /li:'gæləti/ *dt* sự hợp pháp, tính hợp pháp.

legally /'li:gəli/ *pht* về mặt pháp lý: *be legally responsible for something* chịu trách nhiệm pháp lý về việc gì.

legal proceedings /ˌli:gl prə'si:diŋz/ việc kiện cáo, việc tố tụng: *take legal proceedings against somebody* kiện ai.

legal tender /ˌli:gl'tendə[r]/ *dt* tiền tệ chính thức.

legate /'legət/ *dt* giáo sĩ đại diện giáo hoàng.

legatee /ˌlegə'ti:/ *dt* (*luật*) người thừa kế.

legation /li'geiʃn/ *dt* **1.** đoàn đại diện ngoại giao **2.** tòa công sứ.

legato /li'ga:təʊ/ *dt, tt, pht* (*nhạc*) luyến âm.

legend /'ledʒənd/ *dt* **1.** truyền thuyết **2.** tập truyền thuyết **3.** (*kng*) huyền thoại: *her daring work behind the enemy is now a legend* việc làm táo bạo của cô ta trong vùng địch hậu nay đã trở thành huyền thoại; *a legend in one's [own] lifetime* một người đã trở thành huyền thoại ngay khi còn sống **4.** lời chú giải (*tranh, bản đồ*). // **a living legend** x living[1].

legendary /'ledʒəndri, (*Mỹ* 'ledʒənderi)/ *tt* **1.** [có tính chất] truyền thuyết; đã đi vào truyền thuyết: *legendary heroes* những anh hùng đã đi vào truyền thuyết **2.** nổi tiếng: *this restaurant is legendary for its fish* tiệm ăn này nổi tiếng về món cá.

leger /'ledʒə[r]/ *dt* (*cg* **leger line, ledger, ledger line**) (*nhạc*) dòng kẻ phụ.

legerdemain /ˌledʒədə'mein/ *dt* **1.** trò ảo thuật, trò bài tây **2.** trò ma ranh.

-legged /'legd/ (*yếu tố tạo từ ghép*) có chân (*như thế nào đó*): *a three-legged stool* chiếc ghế đẩu ba chân; *cross-legged* chân bắt chéo.

leggings /'legiŋz/ *dt snh* xà cạp: *a pair of leggings* đôi xà cạp.

leggy /'legi/ *dt* **1.** có chân dài, có cẳng dài **2.** (*thực*) có thân dài mảnh.

legibility /ˌledʒə'biləti/ *dt* sự dễ đọc.

legible /'ledʒəbl/ *tt* dễ đọc (chữ viết, chữ in).

legibly /'ledʒəbli/ *pht* [một cách] dễ đọc.

legion[1] /'li:dʒən/ *dt* **1.** quân đoàn (*cổ La Mã*) **2.** lính lê dương: *the French Foreign Legion* lính lê dương (*Pháp*) **3.** đông đảo: *this new film will please his legions of admirers* phim mới này sẽ làm vừa lòng đông đảo người xem.

legion[2] /'li:dʒən/ *tt* (*vị ngữ*) nhiều vô kể: *their crimes are legion* tội ác của chúng nhiều vô kể.

legionary[1] /'li:dʒənəri, (*Mỹ* 'li:dʒəneri)/ *dt* lính quân đoàn (*cổ La Mã*).

legionary[2] /'li:dʒənəri, (*Mỹ* 'li:dʒəneri)/ *tt* [thuộc] lính quân đoàn (*cổ La Mã*).

legionaire /ˌli:dʒə'neə[r]/ *dt* lính lê dương (*Pháp*).

legionaires' disease /ˌli:dʒə-'neəzdiˌzi:z/ (*y*) bệnh viêm phổi do vi khuẩn.

legislate /'ledʒisleit/ *dgt* làm luật, xây dựng luật: *it is impossible to legislate for every contingency* khó mà xây dựng luật cho mọi trường hợp ngẫu nhiên được; *legislate against racial discrimination* xây dựng luật chống phân biệt chủng tộc.

legislation /ˌledʒis'leiʃn/ *dt* **1.** việc làm luật, việc xây dựng luật **2.** luật ban hành.

legislative /'ledʒislətiv, (*Mỹ* 'ledʒisleitiv)/ *tt* lập pháp: *a legislative body* hội đồng lập pháp.

legislator /'ledʒisleitə[r]/ *dt* thành viên cơ quan lập pháp.

legislature /'ledʒisleitʃə[r]/ *dt* cơ quan lập pháp.

legit /li'dʒit/ (*lóng*) hợp pháp.

legitimate /li'dʒitimət/ **1.** hợp pháp: *the legitimate heir* người thừa kế hợp pháp; *a legitimate child* đứa con hợp pháp (*không phải sinh ngoài giá thú*) **2.** hợp lý, có lý: *a legitimate argument* lý lẽ có lý **3.** chính thống: *legitimate theatre* nhà hát kịch chính thống (*không phải là ca nhạc kịch, kịch thời sự...*).

legitimately /li'dʒitimətli/ *pht* **1.** [một cách] hợp pháp **2.** [một cách] hợp lý **3.** [một cách] chính thống.

legitimize, legitimise /li'dʒi-təmaiz/ *dgt* hợp pháp hóa.

legless /'legləs/ *tt* **1.** không có chân **2.** (*vị ngữ*) (*bóng*) say mèm.

leg-pull /'legpʊl/ *dt* (*kng*) mẹo lừa, trò chơi xỏ.

L

leg-pulling /'legpʊliŋ/ dt (kng) sự đánh lừa, sự chơi xỏ.

leg-rest /'legrest/ dt cái để chân (cho chân một người ngồi).

legroom /'legrʊm/ dt chỗ duỗi chân: there is not much legroom in this car xe này không có mấy chỗ để duỗi chân.

legume /'legjuːm, li'gjuːm/ dt 1. (thực) cây họ đậu 2. hạt đậu.

leguminous /li"gjuːminəs/ tt (thực) [thuộc họ] đậu.

leg-warmers /'legwɔːməz/ snh tấm phủ chân (phủ từ đầu gối đến mắt cá).

legwork /'legwɜːk/ (kng) công tác đòi hỏi phải đi đây đó (của người phát thư, của một thám tử...).

lei /lei/ dt vòng hoa quàng quanh cổ (để chào đón).

leisure /'leʒə[r], (Mỹ 'liːʒər/ dt 1. thì giờ rảnh rỗi: we have been working all week without a moment's leisure chúng tôi đã làm việc suốt tuần không lúc nào rảnh rỗi. // all leisure a/ rảnh rỗi: they are seldom at leisure họ ít khi rảnh rỗi 2. thong thả, nhàn hạ: I'll take the report home and read it at leisure tôi sẽ đem bản báo cáo về nhà và đọc thong thả. // marry in haste, repent at leisure x marry.

leisure centre /'leʒəsentə[r]/ trung tâm giải trí.

leisured /'leʒəd/ tt có nhiều thì giờ rỗi rãi, nhàn hạ: leisured classes những tầng lớp nhàn hạ.

leisurely /'leʒəli/ tt, pht rỗi rãi, nhàn hạ.

leitmotiv, leitmotif /'laitməʊtiːf/ dt 1. (nhạc) nét chủ đạo 2. chủ đề quán xuyến: the leitmotiv of her speech was the need to reduce expenditure chủ đề quán xuyến trong bài nói của bà ta là sự cần thiết phải giảm chi tiêu.

lemming /'lemiŋ/ dt (động) chuột lemmut (di trú từng đoàn, nhiều con chết trong quá trình đó).

lemon /'lemən/ dt 1. quả chanh; (cg **lemon tree**) cây chanh 2. (cg **lemon yellow**) màu vàng chanh (vàng nhạt) 3. (lóng) vật vô tích sự (thường nói về xe ô-tô).

lemonade /ˌlemə'neid/ dt 1. nước ngọt có ga 2. nước chanh.

lemon curd /ˌlemən'kɜːd/ (cg **lemon cheese**) pho mát chanh (ăn với bánh mì).

lemon sole /ˌlemən'səʊl/ (động) cá bơn limăng.

lemon squash /ˌlemən'skwɒʃ/ (Anh) nước chanh.

lemon squeezer /'lemən ˌskwiːzə[r]/ cái [để] vắt chanh.

lemon tree /'lemən triː/ cây chanh.

lemur /'liːmə[r]/ dt (động) vượn cáo.

lend /lend/ dgt (lent) 1. cho mượn; cho vay: can you lend me £10 until tomorrow anh có thể cho tôi vay 10 bảng mai tôi sẽ trả; I lend this record to John but never get it back tôi cho John mượn cái đĩa hát đó nhưng chẳng bao giờ lấy lại được; lend money at interest cho vay [tiền] lấy lãi 2. góp thêm phần: his presence lent dignity to the occasion sự có mặt của ông ta làm cho dịp đó thêm phần trang trọng. // **give (lend) colour to something** x colour[1]; **lend an ear [to somebody (something)]** lắng nghe; **lend somebody a helping hand [with something]** chìa tay ra giúp đỡ ai; **lend oneself (one's name) to something** để mình liên can vào việc gì: she lent her name to many worthy causes cô ta gắn tên tuổi của mình với nhiều sự nghiệp rất xứng đáng; **lend itself to something** thích hợp với, có thể dùng làm: a novel which lends well to dramatization for television một cuốn tiểu thuyết có thể chuyển thành kịch cho vô tuyến truyền hình.

lender /'lendə[r]/ dt người cho mượn, người cho vay.

length /leŋθ/ dt 1. chiều dài, bề dài, độ dài: a river 300 miles in length con sông [có chiều] dài 300 dặm; a book the length of "War and Peace" cuốn sách dài như cuốn "Chiến tranh và Hòa bình"; a speech of considerable length bài nói chuyện khá dài 2. chiều dài thân hình (dùng làm đon vị đo): the horse won the race by two lengths con ngựa thắng cuộc đua, với một khoảng cách bằng hai lần chiều dài thân hình nó 3. khúc, đoạn: timber sold in lengths of 5, 10 metres gỗ bán theo từng súc 5, 10 mét. // **at arm's length** x arm[1]; **at length** a/ sau một thời gian dài, cuối cùng: at length the bus arrived, forty minutes late cuối cùng xe buýt đã đến, chậm mất bốn mươi phút b/ lâu; chi tiết, đầy đủ: discuss something at great length thảo luận vấn đề gì rất chi tiết; **[at] full length** x full[1]; **go to any (some, great...) lengths [to do something]** chuẩn bị làm bất cứ (một vài, nhiều) điều gì: they went to absurd lengths to keep the affair secret họ đã chuẩn bị chi ly quá mức để giữ bí mật sự việc; there are no lengths to which an addict will not go to obtain his drug không có việc gì người nghiện không làm để có được ma túy; **keep somebody at arm's length** x arm¹; **the length and breath of something** khắp mọi chỗ trong cái gì: *travel the length and breath of the British Isles* đi du lịch khắp quần đảo Anh quốc; **measure one's length** x measure¹.

-length *(yếu tố thành lập tt ghép)* dài *(bao nhiêu đấy)*: *a knee-length dress* chiếc áo dài đến đầu gối; *floor-length curtains* màn cửa dài chấm sàn; *a feature-length film* cuốn phim truyện dài khoảng hai tiếng.

lengthen /'leŋθən/ *đgt* kéo dài ra; dài ra: *the days start to lengthen in March* tháng ba ngày bắt đầu dài ra; *length a skirt* khâu cho một chiếc váy dài ra.

lengthily /'leŋθili/ *pht* [một cách] dài dòng.

lengthways /'leŋθweiz/ *pht, tt (cg* **lengthwise, longways, longwise)** theo chiều dọc: *the tables were laid lengthways* bàn được xếp theo chiều dọc *(chiều ngang xếp đấu vào nhau).*

lengthy /'leŋθi/ *tt* 1. dài: *lengthy negotiations* những cuộc thương lượng dài 2. *(xấu)* dài dòng: *lengthy speeches* những bài nói dài dòng.

lenience /'li:niəns/ *dt (cg* **leniency** /'li:niənsi/ tính nhân hậu, tính khoan dung.

lenient /'li:niənt/ *tt* nhân hậu, khoan dung: *I hope the judge will be lenient* tôi hy vọng quan tòa sẽ khoan dung; *treat somebody leniently* đối xử khoan dung với ai.

lens /lenz/ *dt (snh* **lenses)** 1. *(lý)* thấu kính 2. *(giải)* thủy tinh thể.

Lent /lent/ *dt (tôn)* mùa chay: *give up chocolates, smoking, meat for Lent* kiêng sôcôla, thuốc lá và thịt trong mùa chay.

Lenten /'lentən/ *tt* [thuộc] mùa chay: *Lenten services* những buổi lễ trong mùa chay.

lent /lent/ *qk và đttqk của* lend.

lentil /'lentl/ *dt* đậu lăng *(cây, hạt): lentil soup* xúp đậu lăng.

lento /'lentəʊ/ *tt, pht (nhạc)* chậm.

Leo /'li:əʊ/ *dt* 1. cung Sư tử 2. *(snh* **leos)** người cầm tinh Sư tử.

leonine /'li:ənain/ *tt* [thuộc] sư tử; như sư tử: *leonine dignity* vẻ chững chạc như sư tử.

leopard /'lepəd/ *dt (động)* con báo.

leotard /'li:əta:d/ *dt* quần áo nịt *(bó sát người, của diễn viên xiếc, múa).*

leper /'lepə[r]/ *dt* 1. người hủi, người bị bệnh phong 2. người bị hắt hủi ruồng bỏ: *his unpopular views made him a social leper* quan điểm không được quần chúng ưa thích của ông khiến ông bị xã hội hắt hủi ruồng bỏ.

leprechaun /'leprəkɔ:n/ ông tiên con *(hình thù bé nhỏ; trong thần thoại Ai-len).*

leprosy /'leprəsi/ *dt* bệnh hủi, bệnh phong.

lesbian¹ /'lezbiən/ *dt* người phụ nữ đồng tính luyến ái.

lesbian² /'lezbiən/ *tt* đồng tính luyến ái nữ: *a lesbian relationship* quan hệ đồng tính luyến ái nữ.

lesbianism /'lezbiənizəm/ *dt* thói đồng tính luyến ái nữ.

lèse-majesté *(cg* **lese-majesty)** /,leiz'mæʒestei, (Mỹ ,li:z'mædʒisti)/ 1. tội khi

quân 2. *(đùa)* tội phạm thượng; tội thiếu kính trọng thượng cấp.

lesion /'li:ʒn/ *dt (y)* thương tổn.

less¹ /les/ *đht, đt (cấp so sánh của* little) kém, ít hơn: *I received less money than the others did* tôi lĩnh được ít tiền hơn những người khác; *you ought to smoke fewer cigarettes and drink less beer* anh phải bớt hút thuốc và uống bia ít hơn; *it's not far, it'll take less than an hour to get there* không xa đâu, đi đến đấy không hết (ít hơn) một tiếng đồng hồ.

less² /les/ *pht* **less than** ít hơn, không bằng: *it rains less in London than in Manchester* ở London, mưa ít hơn ở Manchester. // **any [the] less** *(dùng sau* not) kém phần; **even (much, still) less** nói chi đến: *he's too shy to ask a stranger the time, still less speak to a room full of people* anh ta nhút nhát đến mức không dám hỏi giờ người lạ, nói chi đến dám lên tiếng ở một phòng đông người; **less and less** càng ngày càng ít hơn: *he played the piano less and less as he grew older* càng về già, ông ta chơi dương cầm càng ít hơn; **the less more, the less more** x the; **more or less** x more²; **no less [than]** không ít hơn: *we won no less than £500 in a competition* chúng tôi được không ít hơn 500 bảng trong một cuộc thi đấu.

less³ /les/ *gt* khấu đi, trừ đi, kém đi: *a year less two months* một năm kém hai tháng.

-less /-ləs/ *(tiếp tố)* không có: *hopeless* không có hy vọng, vô vọng; *treeless* không có cây cối.

-lessly /-ləsli/ *(tiếp tố tạo pht) meaninglessly* [một cách] vô nghĩa.

-lessness /-ləsnis/ *(tiếp tố tạo dt, chỉ tình trạng)*: *childlessness* tình trạng không có con.

lessee /le'si:/ *dt* người thuê *(nhà, đất)* theo hợp đồng.

lessen /'lesn/ *dgt* **1.** giảm đi: *the pain was already lessening* cơn đau đã giảm đi **2.** làm giảm: *lessen the strain* làm giảm sự căng thẳng.

lesser /'lesə[r]/ *tt* ít hơn, nhỏ hơn: *he's stubborn, and so is she, but to a lesser degree* nó ngang bướng, và cô ta cũng thế, nhưng đỡ hơn một chút. // **the lesser of two evils** tai họa còn đỡ hơn trong hai tai họa.

lesson /'lesn/ *dt* **1.** bài học; buổi học: *my yoga lesson begins in five minutes* buổi học yoga của tôi năm phút nữa sẽ bắt đầu; *she gives piano lessons* bà ta dạy đàn dương cầm; *his courage is a lesson to us all* lòng can đảm của anh ta là một bài học cho tất cả chúng ta **2.** đoạn kinh đọc to khi hành lễ ở nhà thờ. // **learn one's lesson** x learn.

lessor /'lesɔ:[r]/ *dt* chủ cho thuê *(nhà, đất)* theo hợp đồng.

lest /lest/ *lt* **1.** để khỏi; để không: *he ran away lest he should be seen* nó bỏ chạy để người ta khỏi trông thấy **2.** [e] rằng, [sợ] rằng *(dùng sau fear, be afraid, be anxious...)*: *she was afraid lest he might drown* chị ta sợ rằng nó có thể bị chết trôi.

let¹ /let/ *dgt* (let) (-tt) **1.** cho phép, để: *don't let your child play with matches* đừng để cho con chơi diêm; *my father just had his operation and they won't let me see him* bố tôi vừa mới mổ và họ không cho tôi vào thăm; *let somebody into the house* để cho ai vào nhà; *don't let the dog out [of the room]* đừng để chó ra khỏi phòng; *windows let in light and air* cửa sổ để ánh sáng và không khí vào nhà **3.** hãy: *let's go to the cinema* ta hãy đi xem chiếu bóng đi; *let the work be done immediately* hãy làm công việc ngay đi **4.** [+ out, off] cho thuê: *house to let* nhà cho thuê. // **let somebody (something) be** để mặc *(không dính vào)*: *let me be, I want a rest* để mặc tôi, tôi cần nghỉ một tí; **let somebody (something) go; let go of somebody (something)** thả ra, buông ra: *let the rope go; let go of the rope* thả dây ra; *let me go!* buông tôi ra!; *let oneself go* thả mình, buông mình; *go on, enjoy yourself, let yourself go* tiếp tục đi, cứ tha hồ thả mình tận hưởng đi; *he has let himself go a bit since he lost his job* anh ta có hơi buông thả mình từ khi anh mất việc làm; **let it go [at that]** không nói thêm gì nữa, mặc kệ: *I don't agree with all you say, but I'll let go at that* tôi không đồng ý với tất cả những điều anh nói, nhưng thôi mặc kệ vậy; **let somebody have it** *(lóng)* chơi ai một mẻ: *hold this bucket of water, and when he comes round the corner let him have it* cầm lấy xô nước này và khi hắn đến góc đường giội cho nó một mẻ; **let me see** để tôi xem: *let me see – where did I leave my hat?* để tôi xem, tôi đã để cái mũ ở đâu rồi nhỉ?; **let us say** chẳng hạn: *if the price is £500, let us say, is that too much?* nếu giá là 500 bảng chẳng hạn, thì có quá không?

let somebody down không giúp đỡ được ai, làm ai thất vọng: *this machine won't let you down* cỗ máy này sẽ không làm ông thất vọng đâu *(chạy tốt)*; **let something down** a/ hạ, thả xuống: *we let the bucket down by a rope* chúng tôi thả chiếc gàu xuống bằng một dây thùng b/ xì hơi, xả hơi: *let somebody's tyres down* xì hơi bánh xe của ai; **let something in** làm cho *(quần áo...)* mặc sát người hơn: *this skirt needs letting in at the waist* chiếc váy này cần sửa cho sát người ở chỗ eo lưng; **let somebody (oneself) in for something** *(kng)* làm cho phải chịu *(điều gì không hay)*: *you're letting yourself in for trouble by buying that rusty old car* mua cái xe cũ đã gỉ này anh đang rước lấy khổ vào thân; **let somebody in on (into) something** *(kng)* tiết lộ, cho biết: *are you going to let them in on the plans?* anh có tiết lộ cho họ biết kế hoạch không đấy?; **let something into something** lắp vào, đặt vào: *window let into a wall* cửa sổ lắp vào tường; **let somebody off [with something]** trừng phạt nhẹ, nương nhẹ: *she was let off with a fine instead of being sent to prison* chị ta chỉ bị phạt vạ thay vì phải vào tù; *let these criminals off lightly* đừng có nương nhẹ đối với những tội phạm ấy; **let somebody off [something]** không bắt ai làm gì, cho nghỉ: *we've been let off school today because our teacher is ill* hôm nay chúng tôi được nghỉ vì thầy giáo ốm; **let something off** đốt cháy, làm nổ: *the boys were letting off fireworks* tụi trẻ đốt pháo hoa; **let on [about something (that...)] [to somebody]** *(kng)* tiết lộ bí mật: *I'm getting married next week, but please don't let on [to anyone] [about it], will you?* tuần sau tôi sẽ cưới vợ, nhưng chớ có tiết lộ [cho ai biết điều đó] nhé!; **let out** tha cho: *the teacher said only Ba, Tích and Nam were to be punished, so that let me out* thầy giáo nói chỉ có Ba, Tích và Nam bị phạt và thế là tha cho tôi; **let something out** a/ nói ra: *he's getting so fat that his trousers have to be let out round the waist* ông ta mập ra đến nỗi quần của ông phải nói rộng ra ngang eo b/ thốt ra: *she let out a scream of terror* bà ta thốt ra một tiếng thét hãi hùng c/ tiết lộ: *don't let it out about me losing my job, will you?* đừng có tiết lộ cái tin (cho ai biết) là tớ đã mất việc đấy nhé!; **let somebody through** cho qua *(một kỳ thi...)*, cho đỗ: *I'm a hopeless driver, but the examiner let me through* tớ là một tay lái xe không chút triển vọng, vậy mà ông giám khảo đã cho tớ đỗ; **let up** bớt dần, giảm dần cố gắng: *we musn't let up, even though we're winning* chúng ta không nên ngừng cố gắng mặc dù chúng ta đang thắng; *will the rain ever let up?* liệu trời có ngớt mưa không?

let² /let/ *dt (Anh)* sự cho thuê: *I can't get a let for my house* tôi không làm sao tìm được ai để cho thuê căn nhà của tôi cả.

let³ /let/ *dt (thể)* cú giao bóng chạm lưới *(phải đánh lại) (quần vợt)*. // **without let or hindrance** không có gì trở ngại, không bị ngăn trở: *please allow the bearer of this passport to pass freely without let or hindrance* xin cho người mang hộ chiếu

này đi qua mà không bị ngăn trở.

-let *(tiếp tố thành lập dt từ dt)* nhỏ: *booklet* cuốn sách nhỏ; *piglet* con lợn con.

let-down /'letdaʊn/ *dt* sự thất vọng, sự chán ngán: *the party was a big let-down* bữa tiệc là cả một thất vọng lớn.

lethal /'li:θl/ *tt* **1.** gây chết người, giết người: *a lethal dose of poison* một liều thuốc độc gây chết người **2.** có hại, chí tử: *the closure of the factory dealt a lethal blow to the town* sự đóng cửa của nhà máy giáng một đòn chí tử vào thành phố; *this wine's pretty lethal* rượu này mạnh lắm, uống có hại đấy.

lethargic /lə'θɑ:dʒik/ *tt* bơ phờ, đờ đẫn: *hot weather makes me lethargic* thời tiết nóng làm tôi bơ phờ.

lethargically /lə'θɑ:dʒikli/ *pht* [một cách] bơ phờ, [một cách] đờ đẫn.

lethargy /'leθədʒi/ *dt* sự bơ phờ, sự đờ đẫn.

let's *dạng rút gọn của* let us *(x* let¹ *3).*

letter /'letə[r]/ *dt* **1.** con chữ: *"B" is the second letter of the alphabet* "B" là con chữ thứ hai trong bảng con chữ tiếng Anh; *fill your answers in capital letters, not small letters* hãy điền câu trả lời bằng chữ hoa, không bằng chữ thường **2.** thư, thư tín: *are there any letters for me?* có lá thư nào cho tôi không? **3. letters** *(snh)* văn chương: *a man of letters* nhà văn, văn sĩ. // **a bread-and-butter letter** *x* bread-and-butter; **the letter of the law** nghĩa mặt chữ *(đối lập với tinh thần) của một đạo luật;* **to the letter** chú ý từng li từng tí, tỉ mỉ: *carry out an order to*

the letter thực hiện tỉ mỉ một mệnh lệnh.

letter bomb /'letə ˌbɒm/ *dt* bom thư *(bom cài trong thư).*

letter box /'letə bɒks/ *dt* thùng thư.

letterhead /'letəhed/ *dt cg* **letter heading** /'letəˌhediŋ/ tiêu đề *(ở trên đầu giấy viết thư...).*

lettering /'letəriŋ/ *dt* chữ in, chữ viết *(xét về mặt tác động đến thị giác)*: *the lettering on the poster is very eye-catching* chữ trên áp phích quảng cáo nhìn rất hấp dẫn.

letter of credit /ˌletəəv'kredit/ thư tín dụng.

letter-perfect /ˌletəpɜ:fikt/ *(Mỹ) nh* word-perfect.

letterpress /'letəpres/ *dt* **1.** phần chữ *(đối với phần tranh ảnh, trong một cuốn sách)* **2.** phương pháp in bằng chữ nổi *(theo lối sắp chữ để tạo chế bản).*

letting /'letiŋ/ *dt* tài sản đã thuê; tài sản cho thuê: *a furnished letting* nhà cho thuê có sẵn đồ đạc.

lettuce /'letis/ *dt* rau diếp.

let-up /'letʌp/ *dt* sự bớt dần: *there is no sign of let-up in the hijack crisis* không có dấu hiệu gì là đã bớt dần nạn bắt cóc máy bay.

leucocyte *(Mỹ)* **leukocyte** /'lu:kəsait/ *dt (sinh)* bạch cầu.

leucotomy /lu:'kɒtəmi/ *dt (Anh) nh* lobotomy.

leukaemia *(Mỹ)* **leukemia** /lu:'ki:miə/ *dt (y)* bệnh bạch cầu.

levee¹ /'levi/ *dt (cổ)* đám khách.

levee² /'levi/ *dt (Mỹ)* con đê.

level¹ /'levl/ *tt* **1.** phẳng, bằng: *level ground* đất bằng phẳng; *add one level tablespoon of sugar* cho thêm một thìa xúp đường gạt ngang (không đầy có ngọn) **2.** ngang mức nhau: *the two pictures are not quite level, that one is higher than the other* hai bức tranh này treo không thật ngang nhau, bức này cao hơn bức kia; *France took an early lead but Wales drew level before half-time* Pháp dẫn bàn rất sớm, nhưng Wales san bằng tỷ số trước cuối hiệp một **3.** vững chắc; kiên định: *a level stare* cái nhìn chằm chằm. // **have a level head** giỏi xét đoán; **level pegging** tiến bộ ở mức ngang nhau.

level² /levl/ *dt* **1.** mức, mực: *1,000 metres above sea level* 1.000 mét trên mức nước biển, 1000 mét trên mặt biển; *a multi-level car park* bãi đỗ xe nhiều tầng **2.** mức độ: *levels of unemployment vary from region to region* mức độ thất nghiệp thay đổi từ vùng này sang vùng khác **3.** cấp: *high-level negotiations* những cuộc đàm phán ở cấp cao **4.** tầng, lớp: *the archaeologists found gold coins and pottery in the lowest level of the site* các nhà khảo cổ tìm thấy những đồng tiền vàng và đồ gốm ở tầng đất thấp nhất của di chỉ **5. levels** (*snh*) (*Anh*) vùng đất cao **6.** *nh* spirit-level. // **find one's own level** *x* find¹; **on a level [with somebody (something)]** ngang mức với: *the water rose until it was on a level with the river banks* nước lên cho đến khi ngang mức mặt bờ sông; **on the level** (*kng*) thật thà, lương thiện: *are you sure that deal is on the level?* anh có chắc rằng vụ giao dịch này là thật thà không?

level³ /levl/ *dgt* (-ll, *Mỹ* -l-) **1.** san bằng: *the ground should be levelled before you*

plant a lawn đất phải san cho bằng trước khi anh trồng thành bãi cỏ; *she needs to win this point to level the score* chị ta phải thắng điểm này mới san bằng tỷ số; *a town levelled by an earthquake* một thành phố bị động đất san bằng; **level at** chĩa, nhằm (*súng, lời đả kích...*): *level a gun at (against) somebody* chĩa súng vào ai; *level criticisms at (against) somebody* nhằm ai mà phê bình; **level something down (up)** hạ cái cao nhất, nâng cái thấp nhất cho bằng nhau, san bằng; **level off (out)** a/ bay song song với mặt đất (*máy bay, phi công*) b/ trở nên ổn định sau khi biến động: *house prices show no sign of levelling off* giá nhà vẫn không có dấu hiệu gì là ổn định mà tiếp tục lên (xuống); **level with somebody** (*kng*) nói thiệt tình với ai, xử sự thật lòng với ai.

level crossing /levl 'krosiŋ/ *dt* (*Mỹ* **grade crossing**) nơi chắn tàu.

level-headed /levl'hedid/ *tt* bình tĩnh; có khả năng xét đoán đúng đắn.

leveller (*Mỹ* **leveler**) /levələ[r]/ *dt* người chủ trương san bằng mọi khác biệt xã hội: *death the great leveller* (*bóng*) cái chết, lực lượng san bằng tất cả.

level pegging /levl'pegiŋ/ tiến bộ với tốc độ ngang nhau.

lever¹ /li:və[r], (*Mỹ* levər)/ *dt* **1.** đòn bẩy: *this latest incident may be the lever needed to change government policy* (*bóng*) sự cố gần đây nhất có thể là cái đòn bẩy thúc đẩy chính phủ thay đổi chính sách **2.** cái cần (*để vận hành máy...*): *move this lever to change gear* gạt cái cần này để sang số.

lever² /li:və[r], (*Mỹ* 'levər)/ *dgt* bẩy lên: *lever a crate open* bẩy cái nắp thùng lên.

leverage /li:vəridʒ/ *dt* **1.** sức đòn bẩy **2.** sức mạnh; ảnh hưởng: *her wealth gives her enormous leverage in social circles* sự giàu có của bà ta đã khiến bà có ảnh hưởng to lớn trong các giới xã hội.

leveret /levərit/ *dt* con thỏ con.

leviathan /lə'vaiəθn/ *dt* **1.** thủy quái (*kinh thánh*) **2.** vật khổng lồ, vật có sức mạnh lớn.

Levis /li:vaiz/ *dt* (*snh*) (*tên riêng*) quần gin, quần bò.

levitate /leviteit/ *dgt* bay bổng lên và phất phơ trong gió (*như bởi lực siêu nhiên*).

levitation /,levi'teiʃn/ *dt* sự bay bổng lên và phất phơ trong gió (*như bởi lực siêu nhiên*).

levity /levəti/ *dt* sự thiếu nghiêm túc, sự khinh suất.

levy¹ /levi/ *dgt* (**levied**) **levy something [on somebody]** thu (*thuế*); **levy on something** đánh thuế: *levy on somebody's property* đánh thuế tài sản của ai.

levy² /levi/ *dt* **1.** sự thu thuế **2.** tiền thu được.

lewd /lju:d, (*Mỹ* lu:d)/ *tt* dâm dục; dâm đãng.

lewdly /lju:dli, (*Mỹ* 'lu:dli)/ *pht* [một cách] dâm dục; [một cách] dâm đãng.

lewdness /lju:dnis, (*Mỹ* 'lu:dnis/ *dt* sự dâm dục; sự dâm đãng.

lexical /leksikl/ *tt* [thuộc] từ vựng: *lexical items* các khoản từ vựng (*tức từ và các nhóm từ của một ngôn ngữ*).

lexically /leksikli/ *pht* về mặt từ vựng.

lexicographical /ˌleksikə-ˈgræfikl/ *tt* [thuộc] từ điển học.

lexicography /ˌleksiˈkɒɡrəfi/ *dt* từ điển học.

lexicon /ˈleksikən, (Mỹ ˈleksikɒn)/ *dt* **1.** từ điển (đặc biệt là từ điển của một ngôn ngữ cổ, như từ điển Hy Lạp) **2.** từ vựng.

ley /lei/ *dt* đất tạm thời trồng cỏ.

LF /ˈelˈef/ (radiô) (vt của low frequency) tần số thấp.

lh (vt của left hand) tay trái.

liability /ˌlaiəˈbiləti/ *dt* **1.** trách nhiệm pháp lý, nghĩa vụ pháp lý: *liability for military service* nghĩa vụ tòng quân **2.** (kng) cái gây khó khăn trở ngại, cái của nợ. *because of his injury Jones was just a liability to the team* vì bị thương Jones chỉ còn là một cái nợ đời cho cả đội **3. liabilities** (snh) tiền nợ, khoản phải trả.

liable /ˈlaiəbl/ *tt* **1.** (+ for) chịu trách nhiệm về: *is a wife liable for her husband's debts?* vợ có chịu trách nhiệm trả nợ cho chồng không? **2.** (+ to) có khả năng bị: *offenders are liable to fines of up to £100* những người vi phạm có thể bị phạt tới 100 bảng **3. liable to do something** có thể (làm cái gì đó): *we're all liable to make mistakes when we're tired* mọi người chúng ta đều có thể phạm sai lầm khi chúng ta mệt mỏi.

liaise /liˈeiz/ *dgt* **liaise with somebody, liaise between A and B** giữ liên lạc.

liaison /liˈeizn, (Mỹ ˈliəzɒn)/ *dt* **1.** mối liên lạc: *a liaison officer* sĩ quan liên lạc **2.** (thường xấu) người liên lạc **3.** (thường xấu) sự tằng tịu.

liana /liˈɑːnə/ *dt* (thực) dây leo.

liar /ˈlaiə[r]/ *dt* kẻ nói dối.

lib /lib/ *dt* (kng) (trong từ ghép) sự giải phóng: *women's lib* sự giải phóng phụ nữ.

Lib /lib/ *dt* (chính, Anh) (vt của Liberal Party) đảng Tự Do: *a Lib-Lab pact* thỏa ước giữa đảng Tự Do và Công đảng.

libation /laiˈbeiʃn/ *dt* **1.** sự rót rượu cúng (ngày xưa) **2.** (đùa) thức uống có rượu.

libber /ˈlibə[r]/ *dt* (trong từ ghép) người giải phóng: *is she a women's libber?* bà ta có phải là một người đấu tranh đòi giải phóng phụ nữ không?

libel¹ /ˈlaibl/ *dt* **1.** bài [viết có tính chất] nhục mạ. (luật) tội nhục mạ: *libel proceedings* sự kiện tội nhục mạ **3. libel on somebody** điều nhục mạ, điều bôi nhọ.

libel² /ˈlaibl/ *dgt* (-ll-, Mỹ -l-) bôi nhọ (ai).

libellous (Mỹ **libelous** /ˈlaibələs/ *tt* **1.** có tính chất bôi nhọ: *a libellous statement* lời tuyên bố bôi nhọ **2.** hay [đăng những bài] bôi nhọ: *a libellous magazine* tờ tạp chí hay bôi nhọ.

liberal¹ /ˈlibərəl/ *tt* **1.** rộng rãi, bao dung: *a liberal attitude to divorce and remarriage* thái độ rộng rãi đối với việc ly hôn và tái giá (và tục huyền) **2.** hào phóng: *she's very liberal with promises but much less so with money* chị ta rất hào phóng về lời hứa nhưng về tiền nong thì không mấy hào phóng; *a liberal sprinkling of sugar* rắc rất nhiều đường **3.** nhằm mở rộng kiến thức hơn là chuyên sâu (nền giáo dục) **4.** thoát, không chặt chẽ từng chữ: *a liberal*

translation giving a general idea of the writer's intention bản dịch thoát cho thấy một ý niệm tổng quát về ý định của tác giả **5. Liberal** (chính) thuộc Đảng Tự Do: *Liberal housing policy* chính sách nhà ở của Đảng Tự Do.

liberal² /ˈlibərəl/ *dt* **1.** người có tư tưởng phóng khoáng **2. Liberal** (vt **Lib**) đảng viên Đảng Tự Do.

liberalisation /ˌlibrəlaiˈzeiʃn/ *dt nh* liberalization.

liberalise /ˈlibrəlaiz/ *dgt nh* liberalize.

liberalism /ˈlibərəlizəm/ *dt* chủ nghĩa tự do.

liberality /ˌlibəˈræləti/ *dt* **1.** tính rộng rãi, tính hào phóng **2.** tính bao dung, tính rộng lượng.

liberalization /ˌlibrəlaiˈzeiʃn/ *dt* sự mở rộng tự do, sự giải phóng.

liberalize /ˈlibrəlaiz/ *dgt* mở rộng tự do, giải phóng: *there is a move to liberalize literature and the arts* có một phong trào đòi giải phóng văn học và nghệ thuật.

liberally /ˈlibərəli/ *pht* **1.** [một cách] hậu hĩ, [một cách] nhiều: *rolls spread liberally with butter* những ổ bánh mì phết nhiều bơ **2.** [một cách] tự do phóng khoáng.

Liberal Party /ˈlibərəl pɑːti/ Đảng Tự Do (Anh).

liberate /ˈlibəreit/ *dgt* (+ from) giải phóng; phóng thích: *liberate an occupied country* giải phóng một nước bị chiếm đóng; *liberate prisoners* phóng thích tù nhân.

liberated /ˈlibəreitid/ *tt* có đầu óc phóng khoáng (về mặt xã hội, mặt tình dục).

liberation /ˌlibəˈreiʃn/ *dt* sự giải phóng, sự phóng thích: *the national liberation move-*

ment phong trào giải phóng dân tộc.

liberator /'libəreitə/ *dt* người giải phóng.

libertine /'libəti:n/ *dt* người sống phóng túng.

liberty /'libəti/ *dt* 1. sự tự do 2. quyền tự do 3. *(thường snh)* quyền, đặc quyền: *liberties enjoyed by all citizens* quyền mọi công dân được hưởng. // **at liberty** tự do: *you are at liberty to say what you like* anh được tự do nói cái gì anh thích; **take liberties with** lả lơi với *(ai)*; **take the liberty of doing something** tự tiện làm gì.

libidinous /li'bidinəs/ *tt* dâm dục.

libido /li'bi:dəu, 'libidəu/ *dt* 1. dục tình 2. dục năng; sinh lực.

Libra /'li:brə/ *dt* 1. cung Thiên bình 2. người cầm tinh Thiên bình.

Libran[1] /'li:brən/ *dt* người cầm tinh Thiên bình.

Libran[2] /'li:brən/ *tt* cầm tinh Thiên bình.

librarian /lai'breəriən/ *dt* thủ thư.

librarianship /lai'breəriən-ʃip/ *dt* công tác thủ thư.

library /'laibrəri, (Mỹ 'lai-breri)/ 1. thư viện 2. bộ sưu tập *(băng từ, phim...)* trình bày cùng kiểu: *a recording to add to your library* một bản ghi âm thêm vào bộ sưu tập của anh.

librettist /li'bretist/ *dt* người viết lời nhạc kịch.

libretto /li'bretəu/ *dt* lời nhạc kịch.

lice /lais/ *dt snh* của louse.

licence[1] *(Mỹ* license[1]*)* /'lai-sns/ *dt* 1. giấy phép; bằng: *a shooting licence* giấy phép săn bắn; *a driving licence* bằng lái xe 2. sự cho phép: *why give these people licence*

to enter the place at will? sao lại cho phép những người này tùy ý vào nơi ấy? 3. sự tùy tiện 4. sự phóng túng về niêm luật *(trong thơ, họa)*. // *a licence to print money (kng)* kế hoạch quá tốn kém.

licence plate *(Mỹ* **license plate**)* /'lisənspleit/ *dt* biển số xe, biển đăng ký xe.

licence[2] *(cg* **license**[2]*)* /'lai-sns/ *dgt* cấp giấy phép: *shop licensed to sell tobacco* cửa hàng được cấp giấy phép bán thuốc lá; *licensed premises* nơi được phép bán rượu.

licensee /,laisən'si:/ *dt* người được cấp giấy phép *(đặc biệt là bán rượu)*.

licensing laws /'laisnsiŋlɔ:/ luật hạn chế địa điểm và thời gian bán rượu.

licentiate /lai'senʃiət/ *dt* người có giấy phép hành nghề: *a licentiate in dental surgery* người có giấy phép hành nghề khoa răng.

licentious /lai'senʃəs/ *tt* phóng đăng.

licentiously /lai'senʃəsli/ *pht* [một cách] phóng đăng.

lichen /'laikən/ *dt (thực)* địa y.

lichgate *(cg* **lychgate**)* /'litʃgeit/ cổng vào nghĩa địa *(có mái che)*.

lick[1] /lik/ *dgt* 1. liếm: *lick the back of a postage stamp* liếm mặt sau chiếc tem thư; *the cat was licking its fur* con mèo đang liếm lông; *he licked the spoon clean* nó liếm sạch cái thìa 2. bén, lém *(lửa, sóng)*: *flames beginning to lick the furniture* ngọn lửa bắt đầu bén sang đồ gỗ 3. *(lóng)* đánh bại *(ai)*. // **lick somebody's boots** *(kng)*; **lick somebody's arse** liếm gót ai; **lick somebody (something) into shape** *(kng)* đưa vào khuôn phép, uốn

nắn; **lick (smack) one's lips (chops)** *(kng)* liếm mép thèm thuồng; **lick one's wounds** cố lấy lại sức, cố lấy lại tinh thần *(sau một thất bại)*.

lick something from (off) something liếm sạch: *lick blood from a cut* liếm sạch máu ở vết đứt; *lick honey off a spoon* liếm sạch mật ong ở thìa; **lick something up** liếm vào miệng: *the cat licked up its milk* con mèo liếm vào chỗ sữa dành cho nó.

lick[2] /lik/ *dt* 1. cái liếm 2. *(số ít)* sự phết sơ một lớp *(sơn...)*: *the boat would look better with a lick of paint* chiếc thuyền hẳn sẽ trông khá hơn sau khi phết qua một lớp sơn 3. *(số ít) (lóng)* tốc độ: *going at quite a lick* đi rất nhanh 4. *nh* salt-lick. // **a lick and a promise** *(kng)* sự lau chùi qua loa.

licking /'likiŋ/ *dt* 1. *(số ít) (lóng)* sự đánh bại: *give somebody a [right] licking* đánh bại ai 2. sự đánh đập: *if your father hears about this he'll give you such a licking!* bố cậu mà nghe được, ông cho cậu một trận nên thân đấy!

licorice /'likəris/ *dt (Mỹ) nh* liquorice.

lid /lid/ *dt* 1. nắp, vung 2. mí mắt *(cg* **eyelid**). // **flip one's lid** *x* flip[1]; **put the [tin] lid on something (things)** *(kng)* [là sự kiện cuối cùng] làm bùng nổ; **take (lift, blow...) the lid off something** tiết lộ, để lộ ra.

lidded /'lidid/ *tt (thường thngữ)* 1. có nắp đậy 2. có mí mắt *(như thế nào đó)*: *heavily lidded eyes* mắt có mí dày.

lidless /'lidlis/ *tt* không có nắp đậy.

lido /'li:dəʊ/ *dt (snh* **lidos) 1.** bãi bơi công cộng ngoài trời **2.** bãi biển *(nghỉ mát, tắm).*

lie[1] /lai/ *dgt* **(lied; laying) 1.** nói dối: *she lies about her age* chị ta nói dối tuổi chị ta **2.** lừa dối: *the camera cannot lie* máy ảnh không thể nào lừa dối được. // **lie in one's teeth (throat)** *(kng)* nói dối một cách trâng tráo; **lie one's way into (out of) something** lâm vào (thoát khỏi) một tình trạng do nói dối: *he's lied his way into a really plum job* nó nói dối mà vớ được một việc làm thật béo bở.

lie[2] /lai/ *dt* lời nói dối: *their explanation sounded convincing, but it was just a pack (a tissue) of lies* sự giải thích của họ nghe có vẻ có sức thuyết phục nhưng thực ra chỉ là một mớ nói dối. // **give the lie to something** cho thấy là không thật: *these figures give the lie to reports that business is declining* những con số này cho thấy là các báo cáo nói rằng công việc kinh doanh đang xuống dốc chỉ là chuyện không thật.

lie[3] /lai/ *dgt* **(lay, lain; lying) 1.** nằm: *lie on one's back (side, front)* nằm ngửa, nằm nghiêng, nằm sấp; *these machines have lain idle since the factory closed* những cỗ máy này vẫn nằm không từ khi nhà máy đóng cửa; *I'd rather use my money than leave it lying in the bank* tôi thà dùng tiền đi còn hơn là để nó nằm ở ngân hàng; *the town lies on the coast* thành phố nằm trên bãi biển **2.** trải dài: *the valley lay at our feet* thung lũng trải dài dưới chân chúng tôi **3.** nằm trong, ở trong: *I only wish it lay*

within my power to help you tôi chỉ mong việc giúp anh nằm trong quyền hạn của tôi **4.** *(luật)* có thể chấp nhận được, có thể tán thành: *an action that will not lie* vụ kiện không được tán thành. // **as (so) far as in me lies** *x* far[2]; **as one makes one's bed so one must lie in it** *x* bed[1]; **keep (lie) close** *x* close[1]; **let sleeping dogs lie** *x* sleep[2]; **lie at somebody's door** có thể quy cho ai: *I accept that the responsibility for this lie squarely at my door* tôi thừa nhận rằng trách nhiệm về việc này có thể dứt khoát quy cho tôi; **lie doggo** *(kng)* nằm im; **lie heavy on something** gây khó chịu: *the rick meal lay heavy on my stomach* bữa ăn béo bổ quá làm cho bụng tôi khó chịu; *a crime lying heavy on one's conscience* tội ác đè nặng lên lương tâm; **lie in state** đặt ở chỗ công cộng cho mọi người thấy trước khi chôn *(xác chết)*; **lie in wait [for somebody]** mai phục: *arrested by the police who had been lying in wait* bị cảnh sát mai phục bắt được; **lie low** lặng thinh; nấp kín: *he's being lying low ever since I asked him for the money he owes me* nó lặng thinh kể từ khi tôi đòi nó món tiền nó nợ tôi; **see how the lands lie** *x* land[1]; **take something lying down** chịu nhục, nuốt nhục; **time hangs (lies) heavy on one's hands** *x* time[1].

lie behind something là cái giải thích điều gì: *what behind this strange outburst?* cái gì giải thích cho cơn giận bộc phát này?; **lie back** ngả mình nghỉ ngơi; **lie down** nằm nghỉ: *he lay down on the sofa and soon fell asleep* anh ta nằm nghỉ trên ghế tràng kỷ và chẳng mấy chốc đã ngủ

thiếp đi; **lie down under something** cam chịu, đành chịu: *we have no intention of lying down under these absurb allegations* chúng tôi không có ý định cam chịu những luận điệu vô lý ấy; **lie in** a/ *(Mỹ* **sleep in)** *(kng)* ngủ dậy trưa: *it's a holiday tomorrow, so you can lie in* mai là ngày lễ, anh có thể ngủ dậy trưa được b/ *(cũ)* nằm chờ sinh con: *a lying-in hospital* nhà hộ sinh; **lie over** gác lại, hoãn lại: *these items can lie over till our next meeting* những khoản này có thể gác lại cho đến kỳ họp sau của chúng ta; **lie to** *(hải)* thả neo *(với mũi thuyền hướng về phía gió thổi đến)*; **lie up** nằm bẹp ở giường *(vì ốm)*; **lie with somebody [to do something]** là trách nhiệm của ai: *it lie with you to accept or reject the proposal* chấp thuận hay bác bỏ lời đề nghị đó là trách nhiệm của anh.

lie[4] /lai/ *dt* **1.** cách nằm; tư thế nằm **2.** *(thường số ít) (thể)* điểm dừng bóng *(choi gôn).* // **the lie of the land** *(Mỹ* **the lay of the land)** a/ đặc trưng tự nhiên của một vùng b/ *(kng)* sự thể: *I'll need several weeks to discover the lie of the land before I can make any decisions about the future of the business* tôi cần vài tuần lễ để biết sự thể ra sao trước khi có bất cứ một quyết định nào về tương lai của doanh nghiệp.

lied /li:d/ *dt (snh* **lieder** /'li:də[r]/ *(nhạc)* bài hát lít *(để hát đơn ca hay độc tấu piano).*

lie detector /'laidi,tektə[r]/ *(cg* **polygraph)** máy phát hiện nói dối.

lie-down /'laidaʊn/ *dt* sự ngả lưng chốc lát.

lie-in /lai in/ *dt* sự ngủ dậy trưa.

liege /li:dʒ/ *dt* **1.** (*cg* **liege lord**) lãnh chúa (*thời phong kiến*) **2.** (*cg* **liege-man**) chư hầu.

lien /'li:ən/ *dt* (*luật*) **lien** [**on** (**upon**) **something**] quyền giữ vật thế nợ.

lieu /lu:, (*hoặc Anh* lju:)/ **in lieu** [**of something**] thay vì.

Lieut (*cg* **Lt**) (*vt của* Lieutenant) trung úy; đại úy hải quân.

lieutenant /lef'tenənt, (*Mỹ* lu:'tenənt)/ *dt* **1.** (*quân*) trung úy **2.** (*hải*) đại úy hải quân **3.** (*trong từ ghép*) viên phó: *lieutenant-governor* phó thống đốc.

lieutenancy /lef'tenənsi, (*Mỹ* lu:'tenənsi)/ *dt* cấp bậc trung úy.

life /laif/ *dt* (*snh* **lives**) **1.** sự sống **2.** đời sống, sinh mệnh, tính mệnh **3.** đời người: *have lived in a place all one's life* đã sống nơi nào suốt cả đời; *for life* suốt đời; *hard labour for life* tội khổ sai chung thân **4.** cuộc sống; sự sinh sống, sự sinh tồn: *we are building a new life* chúng ta đang xây dựng một cuộc sống mới; *the struggle for life* cuộc đấu tranh sinh tồn **5.** cách sống, cách sinh hoạt, đời sống: *the country life* đời sống ở nông thôn, cách sinh hoạt ở nông thôn **6.** sinh khí, sinh lực; sự hoạt động: *be full of life* dồi dào sinh lực, hoạt bát **7.** tiểu sử, thân thế: *the life of Newton* tiểu sử Newton **8.** tuổi thọ: *the life of a machine* tuổi thọ một cỗ máy **9.** nhân sinh: *the philosophy of life* triết học nhân sinh; *the problem of life* vấn đề nhân sinh **10.** vật sống, biểu hiện của sự sống: *no life to be seen* không

một biểu hiện của sự sống, không một bóng người, không một bóng sinh vật. // **at my (your, his...) time of life** x **time**[1]; **the bane of somebody's existence (life)** x **bane**; **the breath of life** x **breath**; **bring somebody (something) to life** làm cho sống động: *let's invite Ted he knows how to bring a party to life* ta hãy mời Ted tham dự, hắn biết cách làm cho buổi liên hoan thêm phần sống động; **the change of life** (*trại*) sự mãn kinh; **come to life** trở nên sôi nổi: *you are very cold with your brother, but with your friends you really come to life* anh lạnh lùng đối với anh của anh nhưng với bạn bè thì anh thực sự trở nên sôi nổi; **depart [from] this life** x **depart**; **end one's days (life)** x **end**[2]; **expectation of life** x **expectation**; **a fact of life** x **fact**; **for dear life (one's life)** để thoát chết: *run for your life!* hãy chạy thoát thân đi; **for the life of one** dù cố gắng đến mấy: *I cannot for the life of me remember her name* dù cố gắng đến mấy, tôi cũng không nhớ ra tên chị ta; **frighten the life out of somebody** x **frighten**; **full of beans (life)** x **full**[1]; **have the time of one's life** x **time**[1]; **in fear of one's life** x **fear**[1]; **in peril of one's life** x **peril**; **[as] large as life** x **large**[1]; **lay down one's life [for somebody (something)]** hy sinh cả cuộc đời cho (*tổ quốc...*); **lead a dog's life** x **lead**[3]; **lead somebody a dog's life** x **lead**[3]; **life and limb** sự sống sót (*sau tai nạn...*); **the life and soul of something** linh hồn (*của một buổi liên hoan...*); **the love of somebody's life** x **love**[1]; **make [somebody's] life a misery** làm cho cuộc sống nặng nề, khó thở: *having unpleasant*

neighbours can make one's life an absolute misery có hàng xóm khó ưa cuộc sống thật là nặng nề khó chịu; **a matter of life and death** x **matter**[1]; **a new lease of life** x **new**; **not on your [sweet] life** (*kng*) chắc chắn là không; **put an end to one's life (oneself)** x **end**[1]; **sell one's life dearly** x **sell**[1]; **spring to life** x **spring**[3]; **the staff of life** x **staff**[1]; **take one's own life** tự tử; **take somebody's life** giết ai; **to the life** như thật: *draw somebody to the life* vẽ ai trông như thật; **walk of life** x **walk**[2]; **a (somebody's) way of life** x **way**[1].

life-and-death /ˌlaifən'deθ/ *tt* (*cg* **life-or-death**) một mất một còn, sống mái.

life annuity /ˌlaifə'nju:əti/ tiền trợ cấp suốt đời.

life assurance /'laifəʃɔ:rəns/ bảo hiểm nhân mạng.

lifebelt /'laifbelt/ *dt cg* **life-buoy** đai cứu đắm.

lifeblood *dt* **1.** máu huyết **2.** nhân tố quyết định, huyết mạch: *trade is the lifeblood of most modern states* thương nghiệp là huyết mạch của phần lớn các quốc gia hiện đại.

lifeboat /'laifbəʊt/ *dt* **1.** thuyền cứu hộ **2.** xuồng cứu cấp.

lifebuoy /'laifbɔi/ *dt* phao cứu đắm.

life cycle /'laifsaikl/ (*snh*) vòng đời (*của những sinh vật có biến thái trong chu kỳ sống, như bướm...*).

life expectancy /ˌlaifik'spektənsi/ tuổi thọ trung bình (*của một hạng người, theo thống kê*).

life-giving /laifgiviŋ/ *tt* (*chủ yếu thngữ*) phục hồi sinh khí.

lifeguard /'laifgɑ:d/ *dt* người cứu đắm *(ở bể bơi, bãi biển)*.

Life-Guards /'laifgɑ:dz/ trung đoàn ky binh *(trong quân đội Anh)*.

life history /,laif'histri/ *(sinh)* lịch sử vòng đời.

life interest /,laif'intrəst/ lợi tức suốt đời.

life jacket /'laif,dʒækit/ *dt* áo cứu đắm.

lifeless /'laifləs/ *tt* 1. không có sự sống: *a lifeless planet* một hành tinh không có sự sống 2. chết: *the lifeless bodies of the slaughtered animals* xác chết của các con vật bị giết thịt 3. thiếu sinh khí, chán ngắt: *a lifeless performance* buổi trình diễn chán ngắt.

lifelessly /'laiflisli/ *pht* 1. [một cách] chết 2. [một cách] thiếu sinh khí, [một cách] chán ngắt.

lifelessness /'laiflisnis/ *dt* 1. tình trạng không có sự sống 2. sự thiếu sinh khí, sự chán ngắt.

lifelike /'laiflaik/ *tt* giống như thật: *a lifelike statue* bức tượng giống như thật; *a lifelike toy* món đồ chơi giống như thật.

lifeline /'laiflain/ *dt* 1. *(hải)* dây an toàn 2. *(bóng)* cứu tinh: *he's severely disabled, so the telephone is his lifeline to the world* nó bị tàn tật nặng, cho nên điện thoại là cứu tinh của nó để liên hệ với thế giới bên ngoài.

lifelong /'laiflɒŋ/ *tt* suốt đời: *my lifelong friend* người bạn suốt đời của tôi.

life peer /,laif 'piə[r]/ công khanh một đời *(chỉ dòi mình thôi không được truyền lại cho con cháu)*.

life preserver /'laif pri'zɜ:-və[r]/ *dt (Mỹ)* nh life-jacket.

lifer /'laifə[r]/ *dt (lóng)* người bị kết án tù chung thân.

life raft /'laifrɑ:ft/ bè cứu đắm *(có thể bơm phồng lên)*.

lifesaver /'laifseivə[r]/ *dt* 1. *(Úc, Tân Tây Lan)* nh lifeguard 2. vật hữu ích: *the clothes-dryer was a life-saver during the wet weather* máy sấy quần áo thật là hữu ích khi trời ẩm.

life sciences /'laifsaiəns/ ngành sinh học.

life-size[d] /'laifsaiz[d]/ *tt* to như vật thật: *the statue is twice life-size* bức tượng to bằng hai người thật.

lifespan /'laifspæn/ *dt* tuổi thọ, thời gian sống: *some insects have a life-span of no more than a few hours* một số côn trùng có thời gian sống không quá vài tiếng đồng hồ.

life story /'laif,stɔ:ri/ *dt* tiểu sử: *she told me her life story* cô ta kể cho tôi nghe tiểu sử của mình.

lifestyle /'laifstail/ *dt* lối sống: *he and his brother have quite different lifestyles* nó và anh nó có lối sống hoàn toàn khác nhau.

life-support /,laifsə'pɒt/ *tt* duy trì sự sống *(trong tàu vũ trụ hoặc khi các chức năng bị hỏng sau tai nạn...)* *(nói về thiết bị giúp cho việc đó)*.

life-support system /,laifsə-'pɔ:tsistəm/ hệ thống duy trì sự sống *(trong một số điều kiện đặc biệt; x life-support)*.

lifetime /'laiftaim/ *dt* đời, cả cuộc đời: *in your lifetime you must have seen many changes* trong đời anh, anh hẳn đã chứng kiến biết bao thay đổi. // **a chance of lifetime** dịp đặc biệt.

lifework /,laif'wɜ:k/ *dt (cg* **life's work**) sự nghiệp của cả cuộc đời.

lift¹ /lift/ *dgt* 1. nâng lên, nhấc lên: *I can't lift this bag, it's too heavy* tôi không thể nhấc cái túi này lên được, nặng quá; *this piece of luck lifted his spirit* sự may mắn đó đã nâng tinh thần anh ta lên; *lift a box into a lorry* bốc cái thùng lên xe tải 2. tan đi: *the mist began to lift* mù bắt đầu tan 3. đào bới: *lift potatoes* bới khoai tây 4. ăn cắp: *she was caught lifting make-up from the supermarket* cô ta bi bắt khi đang ăn cắp đồ son phấn ở siêu thị; *many of his ideas were lifted from other authors* nhiều ý kiến của ông ta là ăn cắp của những tác giả khác 5. bãi bỏ *(sự cấm đoán...)*; chấm dứt *(sự phong tỏa...)*: *lift an embargo* bãi bỏ lệnh cấm vận 6. chở bằng máy bay: *fresh tomatoes lifted in from the Canary Islands* cà chua tươi chở bằng máy bay từ quần đảo Canary. // **have one's face lifted** x face¹; **lift (raise) a finger (hand) [to do something]** mó tay làm việc gì: *she never lifts a finger round the house* chị ta không bao giờ mó tay làm việc gì trong nhà; **lift (raise a (one's) hand) against somebody** x hand¹; **lift [up] one's eyes [to something]** *(tu từ)* ngước nhìn lên; **lift (raise) one's voice** cất cao giọng lên *(khi hát...)*.

lift² /lift/ *dt* 1. sự nâng lên, sự nhấc lên: *give him a lift, he is too small to see anything* bế nó lên, nó quá bé nên chẳng thấy gì cả 2. *(Anh)* *(Mỹ* **elevator**) thang máy 3. sự đi nhờ xe, sự đi boóng xe: *I'll give you a lift to the station* tôi sẽ cho anh đi nhờ xe ra ga **4.** sức nâng *(của không khí tác động lên máy bay đang bay)* **5.** *(số ít)* cảm giác phấn chấn: *winning the scholarship gave her a tremendous lift* giành được học bổng, cô ta hết sức phấn chấn.

lift-attendant /'liftətəndənt/ *dt* *(Mỹ* **elevator operator)** người vận hành thang máy.

lift-off *dt* sự phóng thẳng đứng lên *(từ bệ phóng, nói về tàu vũ trụ...).*

ligament /'ligəmənt/ *dt (giải)* dây chằng.

ligature /'ligətʃə[r]/ *dt* **1.** *(y)* chỉ buộc băng *(dùng trong phẫu thuật)* **2.** *(nhạc)* luyến âm **3.** chữ ghép *(như oe).*

light[1] /lait/ *dt* **1.** ánh sáng: *the light of the sun (of a lamp)* ánh sáng mặt trời; ánh [sáng] đèn; *the flickering light of candles* ánh sáng chập chờn của các ngọn nến; *a soft light came into her eyes as she looked at him (bóng)* mắt nàng ánh lên một tia sáng dịu dàng khi nàng nhìn chàng; *in the light of these facts* dưới ánh sáng của những sự kiện ấy **2.** nguồn ánh sáng, đèn, đuốc, nến: *traffic lights* đèn giao thông; *that car has not got its lights on* xe đó chưa bật đèn pha; *a light was still burning in his study* đèn còn sáng trong phòng học của anh ta **3.** lửa, tia lửa; diêm, đóm: *give me a light, please* làm ơn cho tôi tí lửa **4.** *(ktrúc)* *(dùng ở dạng ghép)* cửa lấy ánh sáng, lỗ lấy ánh sáng: *skylight* cửa mái *(ở mái nhà)* **5.** *(thường số ít)* chỗ sáng *(trên bức tranh, bức ảnh...)*: *light and shade* chỗ sáng và chỗ tối. // **according to one's lights** theo lòng tin, theo khả năng, theo hiểu biết của mình: *we can't blame him: he did his best according to his lights* chúng ta không thể trách anh ấy được, anh ta đã làm hết sức trong phạm vi khả năng của mình; **be (stand) in somebody's light** che lấp ánh sáng của ai, chắn sáng ai: *can you move? you are in my light and I can't read* anh có thể dịch đi một tí không? anh che lấp ánh sáng của tôi, tôi không đọc được; **the bright lights** *x* bright[1]; **bring something to light** tiết lộ điều gì, đưa cái gì ra ánh sáng; **by the light of nature** theo thiên tính, bẩm sinh; **cast (shed; throw) light on something** soi sáng, soi rọi: *recent research has shed new light on the cause of the disease* nghiên cứu mới đây đã soi rọi rõ nguyên nhân của bệnh; **come to light** ra ánh sáng, bị phanh phui ra; **give somebody (get) the green light** *x* green[1]; **go out like a light** *(kng)* xỉu đi, bỗng chốc ngủ thiếp đi; **hide one's light under a bushel** *x* hide[1]; **in a good (bad; favourable) light** a/ trông thấy đẹp, xấu *(nói về bức tranh)*: *two pictures have been hung in a bad light* hai bức tranh treo trông rất xấu b/ một cách tốt đẹp *(tồi tệ; thuận lợi)*: *press reports make his actions appear in the worst possible light* các bài báo đã làm cho hành động của ông ta hiện ra tồi tệ hết mức; **in the light of something**; *(Mỹ)* **in light of something** dưới ánh sáng của việc gì: *review the proposals in the light of past experience* xem xét lại các đề nghị dưới ánh sáng của kinh nghiệm đã qua; **jump the lights** *x* jump[2]; **light at the end of the tunnel** ánh sáng ở cuối đường hầm *(thành công, hạnh phúc đạt được sau một thời gian dài gian nan vất vả)*; **lights out** giờ tắt đèn *(ở trại lính, ký túc xá...)*: *no talking after lights out* không được nói chuyện sau giờ tắt đèn; **lights out!** tắt đèn đi!; **see the light** a/ hiểu ra, chấp nhận *(cái gì)* sau một thời gian khó khăn ngờ vực) b/ quy [theo] đạo; **see the light [of day]** a/ được sinh ra b/ được hình thành, được đưa ra công khai: *the notion of a Channel Tunnel first saw the light of day more than a century ago* ý niệm về một đường hầm qua eo biển Manche đã được hình thành từ một thế kỷ trước đây; **set light to something** làm bùng cháy; **strike a light** *x* strike[2]; **sweetness and light** *x* sweetness.

light[2] /lait/ *tt* **1.** có nhiều ánh sáng; sáng: *a light airy room* căn phòng thoáng và sáng **2.** nhạt: *light green curtains* những bức màn màu lục nhạt.

light[3] /lait/ *dgt* **(lit** hoặc **lighted)** (lighted được dùng đặc biệt như một *tt*: lighted candles, *nhưng* he lit the candle *và* the candles were lit) **1.** châm, đốt: *light a cigarette* châm một điếu thuốc lá; *this wood is so damp it won't light* củi này ướt quá không cháy được **2.** bật lên *(đèn điện...)*: *light the torch, I can't see the way* bật đèn pin lên, tôi không thấy đường **3.** chiếu sáng: *these streets are very poorly lit* những đường phố này đèn không được sáng; *nowadays, houses are mostly lit by electricity* ngày nay phần lớn các nhà thắp sáng bằng điện **4.** soi đường: *a candle to light your way* một cây nến để soi đường cho anh đi.

light [something] up (kng) châm: *light up a pipe* châm lửa một tẩu thuốc lá; **light up [with something]** ngời sáng: *her eyes lit up with joy* mắt cô ta sáng ngời niềm vui; **light something up** a/ chiếu sáng: *flashes of lightning lit up the sky* tia chớp lóe lên làm sáng cả bầu trời b/ làm sáng ngời, làm rạng rỡ: *a rare smile lit up her stern features* một nụ cười hiếm hoi làm rạng rỡ nét mặt nghiêm khắc của chị ta.

light⁴ /lait/ tt (-er; -est) **1.** nhẹ: *carry this bag - it's the lightest* xách cái túi này, nó là nhẹ nhất đấy; *this coat is light but very warm* áo khoác này nhẹ nhưng mặc rất ấm; *light wine* rượu vang nhẹ; *a light tap on the shoulder* cái vỗ nhẹ lên vai; *a light knock on the door* tiếng gõ cửa nhẹ; *since her accident she can only do light work* từ khi bị tai nạn, chị ta chỉ có thể làm công việc nhẹ; *light music* nhạc nhẹ; *the company was fined £1000, which critics said was too light* công ty bị phạt 1000 bảng, mức mà những người chỉ trích cho là quá nhẹ; *light showers of rain* những trận mưa rào nhẹ; *the plant will only grow in light soil* cây đó chỉ mọc được ở đất xốp; *a light supper* bữa ăn tối nhẹ; *light ale* bia nhẹ **2.** không sâu (giấc ngủ): *please don't make any noise - my mother's a very light sleeper* xin đừng làm ồn, mẹ tôi rất tỉnh ngủ đấy (có giấc ngủ không sâu) **3.** thư thái: *with a light heart* thư thái trong lòng. // **[as] light as air (as a feather)** nhẹ tựa lông hồng; **light relief** mối giải khuây, điều làm bớt căng thẳng: *his humour provided some welcome light*

relief lối hài hước của anh ta làm cho không khí bớt căng thẳng; **make light of something** coi nhẹ, xem thường: *he made light of his injury* cậu ta xem thường vết thương của cậu; **make light work of something** làm không cố gắng lắm, làm qua loa: *we made light work of tidying up* chúng tôi đã làm qua loa công việc xếp dọn; **many hands make light work** x hand¹.

light⁵ /lait/ pht với hành lý gọn nhẹ: *travel light* đi với hành lý gọn nhẹ.

light⁶ /lait/ dgt (**lit** hoặc **lighted**) **light into somebody** (lóng) tấn công ai, công kích ai; **light on (upon) somebody (something)** tình cờ tìm thấy: *luckily, I lit on a second-hand copy of the book* may thay tôi tình cờ tìm được một bản cũ của cuốn sách ấy; **light out** (Mỹ, lóng) chuồn, lỉnh: *I lit out for home* tôi chuồn về nhà.

light bulb /'laitbʌlb/ bóng đèn điện.

light-coloured /'laitkʌləd/ tt có màu nhạt: *I prefer light-coloured fabrics* tôi thích vải màu nhạt.

lighten¹ /'laitn/ dgt **1.** làm nhẹ bớt: *lighten a pack* làm nhẹ bớt một kiện hàng; *lighten somebody's duties* làm nhẹ bớt nhiệm vụ của ai **2.** trở nên nhẹ nhàng hơn: *my mood gradually lightened* tâm trạng của tôi dần dần nhẹ nhõm đi.

lighten² /'laitn/ dgt **1.** làm sáng hơn: *these new windows have lightened the room considerably* những cửa sổ mới này đã làm cho căn phòng sáng hơn nhiều **2.** sáng lên, tươi lên: *her face lightened as she apolo-*

gized mặt cô ta tươi lên khi cô ta tạ lỗi.

lighter¹ /'laitə[r]/ dt cái bật lửa.

lighter² /'laitə[r]/ dt sà lan, thuyền bốc dỡ hàng.

lighterage /'laitəridʒ/ dt **1.** sự chở hàng bằng sà lan **2.** chi phí chở hàng bằng sà lan.

lighterman /'laitəmən/ dt (snh **lightermen**) người chở sà lan.

light-fingered /ˌlait'fiŋgəd/ tt hay ăn cắp vặt.

light-headed /ˌlait'hedid/ tt chóng mặt; choáng váng.

light-headidly /ˌlaithedidli/ pht [một cách] chóng mặt; [một cách] choáng váng.

light-headedness /ˌlait'he-didnis/ sự chóng mặt; sự choáng váng.

light-hearted /ˌlait'hɑːtid/ tt **1.** vô tư lự **2.** khinh suất.

light-heartedly /ˌlait'hɑː-tidli/ pht **1.** [một cách] vô tư **2.** [một cách] khinh suất.

light-heartedness /ˌlait'hɑː-lidnis/ dt **1.** sự vô tư lự **2.** sự khinh suất.

light heavyweight /ˌlaithe-viweit/ (thể) hạng cân vừa (quyền Anh).

lighthouse /ˌlaithaʊs/ dt hải đăng.

light industry /ˌlait'indəstri/ công nghiệp nhẹ.

lighting /'laitiŋ/ dt **1.** hệ thống chiếu sáng: *street lighting* hệ thống chiếu sáng đường phố **2.** ánh sáng.

lighting-up time /ˌlaitiŋ'ʌp-taim/ giờ [xe cộ phải] lên đèn (trên đường giao thông).

lightly /'laitli/ pht **1.** [một cách] nhẹ, [một cách] nhẹ nhàng **2.** [một cách] nông nổi: *marriage is not something to be undertaken lightly* hôn nhân không phải là một việc có thể làm một cách nông nổi. // **get off lightly (cheaply)** *(kng)* thoát được một cách vô sự.

light meter /'laitmi:tə[r]/ *nh* exposure meter.

lightness /'laitnis/ *dt* sự nhẹ, sự nhẹ nhàng: *great lightness of touch* sự lướt phím nhẹ nhàng *(khi chơi đàn piano).*

lightning¹ /'laitniŋ/ *dt* tia chớp: *as quick as lightning* nhanh như chớp; *lightning war* chiến tranh chớp nhoáng; *be struck by lightning* bị sét đánh. // **lightning never strikes in the same place twice** cơ may nào tới hai lần.

lightning² /'laitniŋ/ *tt* chớp nhoáng: *police made a lightning raid on the house* cảnh sát đột kích chớp nhoáng vào ngôi nhà. // **with lightning speed** chớp nhoáng.

lightning bug /'laitniŋbʌg/ *(Mỹ)* con đom đóm.

lightning conductor /'laitniŋkəndʌktə[r]/ *(Anh)* *(Mỹ* **lightning rod)** cột thu lôi.

light pen /'laitpen/ *(cg* **wand)** bút sáng *(ở máy điện toán).*

lightning strike /ˌlaitniŋ'straik/ cuộc đình công đột ngột.

lights /laits/ *dt (snh)* phổi *(cừu, lợn... dùng làm thức ăn).*

lightship /'laitʃip/ *dt* thuyền có đèn hiệu *(có tác dụng như hải đăng).*

lightweight¹ /'laitweit/ *tt (thể)* [thuộc] hạng cân nhẹ *(quyền Anh).*

lightweight² /ˌlaitweit/ *tt (thể)* [thuộc] hạng cân nhẹ.

light year /'laitiə[r]/ *dt* **1.** *(thiên)* năm ánh sáng **2. light years** *(snh) (kng)* thời gian rất dài, rất lâu nữa: *genine racial equality still seems light years away* sự bình

đẳng chủng tộc thực sự còn rất lâu nữa mới đạt được.

ligneous /'ligniəs/ *tt (thực)* có thân gỗ *(cây).*

lignite /'lignait/ *dt* than nâu.

like¹ /laik/ *đgt* **1.** thích, ưa: *do you like fish?* anh có thích món cá không?; *she likes him but doesn't love him* cô ta chỉ thích mà không yêu anh ta **2.** *(dùng với* would, should, *hay trong câu phủ định)* muốn: *she doesn't like asking for help* cô chẳng muốn nhờ ai giúp đỡ; *"how do you like your tea?" "I like it rather weak"* "anh thích uống trà ra sao?" "tôi muốn trà hơi nhạt"; *I didn't like to disturb you* tôi không muốn quấy rầy anh tí nào; *we would like you to come and visit us* chúng tôi muốn anh đến thăm chúng tôi **3.** *(kng)* không hợp *(cho sức khỏe)*: *I like lobster but it doesn't like me* tôi thích tôm hùm, nhưng tôi ăn món đó không hợp. // **I like his nerve (check...)** *(mỉa) (dùng để than phiền thái độ của ai)* thật là trơ tráo: *she has written to demand an apology, I like her nerve* cô ta viết thư đòi xin lỗi, thật là trơ tráo; **I like that** *(dùng để tỏ ý phản đối một điều sai sự thật)* nghe có ớn không?: *she called you a cheat! well I like that* chị ta gọi anh là đồ lừa đảo, nghe có ớn không?; **if you like** nếu anh thích *(dùng để trả lời đồng ý hay để đưa ra một đề nghị)*: *"shall we stop now?" "if you like"* "chúng ta dừng lại chứ?" "nếu anh thích"; *if you like we could go out this evening* nếu anh thích tối nay chúng ta đi ra ngoài nhé; **like the look (sound) of somebody**

(something) có ấn tượng tốt, có cảm tình: *I like the look of your new assistant, she should do very well* tôi có ấn tượng tốt về cô trợ lý mới của anh, chắc là cô sẽ được việc; **that's what I'd like to know** *(kng) (dùng để tỏ ý nghi ngờ)* tôi muốn biết điều đó đấy: *where's all the money coming from? that's what I'd like to know* tất cả số tiền đó ở đâu ra, tôi muốn biết điều đó đấy.

like² /laik/ *gt* **1.** giống, như: *wearing a hat like mine* đội chiếc mũ giống mũ của tôi; *don't talk like that* đừng nói như vậy; *run like the wind* chạy [nhanh] như gió **2.** ví dụ như: *there are several people interested, like Mrs An and Dr Anh* có nhiều người quan tâm, ví dụ như bà An và bác sĩ Anh **3.** là đặc trưng cho, vốn: *it's just like her to tell everyone about it* cô ta vốn có tính hay nói với mọi người về chuyện đó. // **like anything** *(kng)* rất *(nhanh, nhiều...)*: *I had to run like anything to catch the bus* tôi đã phải chạy rất nhanh để đuổi kịp xe buýt.

like³ /laik/ *lt (kng)* **1.** giống, như: *don't think you can learn grammatical rules like you learn multiplication tables* đừng có nghĩ là anh học qui tắc ngữ pháp cũng như học bản cửu chương **2.** *(Mỹ)* như thể là: *she acts like she owns the place* bà ta làm như [thể] bà ta là chủ nơi ấy.

like⁴ /laik/ *tt* giống, tương tự: *mice, rats and like creatures* chuột nhắt, chuột nhà và những con vật tương tự. // **[as] like as two peas (as peas in a pod)** giống nhau như hai giọt nước, giống như đúc.

like⁵ /laik/ *pht* [as] **like as not; like enough; most (very) like** *(cổ)* [hoàn toàn, rất] có thể là: *it'll rain this afternoon, as like as not* chiều nay rất có thể là trời mưa.

like⁶ /laik/ *dt (số ít)* người giống, vật tương tự *(người, vật khác)*: *jazz, rock and the like* nhạc ja, nhạc rốc và những thứ tương tự như vậy. // **the likes of somebody (something)** người tương tự, vật tương tự. *he's a bit of a snob - won't speak to the likes of me* anh ta hơi hợm mình, anh ta không nói chuyện với những người như loại tôi.

-like *(tiếp tố hình thành tt từ dt)* [tương tự] như: *childlike* như trẻ con.

likeable *(cg* **likable)** /laikəbl/ *tt* dễ thương.

likelihood /laiklihʊd/ *dt* sự có khả năng, sự có thể là: *there's no likelihood of that happening* không thể nào có chuyện đó xảy ra.

likely¹ /laikli/ *tt* (**-ier; iest) 1.** có khả năng, có thể: *it isn't likely to rain* có thể trời không mưa **2.** thích hợp: *this looks a likely field for mushrooms* cánh đồng này có vẻ thích hợp để trồng nấm; *a likely-looking candidate* một ứng cử viên có vẻ sẽ trúng cử. // **a likely story** *(mỉa)* chuyện cứ như thật ấy *(tỏ ý không tin lời ai hoặc tỏ ý khinh miệt)*: *he says he just forgot about it - a likely story!* nó nói nó đã quên chuyện đó rồi - chuyện cứ như thật!

likely² /laikli/ *pht* **as likely as not; most (very) likely** có lẽ, rất có thể: *as likely as not she's forgotten all about it* rất có thể chị ta đã quên

hết về chuyện đó; **not [bloody...] likely** *(kng)* chắc chắn là không: *Me? join the army? not likely* tôi mà nhập ngũ ư? chắc chắn là không.

liken /laikən/ *đgt* **liken something to something** vạch ra sự giống nhau, thấy không khác nào: *life has often been likened to a journey* đời người thường được xem như không khác nào một cuộc hành trình.

likeness /laiknəs/ *dt* **1.** sự giống nhau **2.** *(số ít) (dùng sau tt)* vật giống như tạc: *that photo is a good likeness of Tam* bức ảnh này trông giống Tam như tạc.

likes /laiks/ *dt (snh)* **likes and dislikes** điều thích và điều không thích: *he has so many likes and dislikes that it's impossible to please him* nó có quá nhiều thứ thích và thứ không thích, không thể nào vừa lòng nó được.

likewise /laikwaiz/ *pht* cũng thế, cũng vậy: *"I'm very pleased to meet you" "likewise"* "tôi rất sung sướng được gặp ông" "tôi cũng thế"; *the food was excellent, [and] likewise the wine* thức ăn thật tuyệt, rượu cũng vậy.

liking /laikiŋ/ *dt* **have a liking for something** thích cái gì: *I've always had a liking for the sea* tôi lúc nào cũng thích biển. // **to somebody's liking** làm ai hài lòng; hợp với ý thích của ai.

lilac¹ /lailək/ *dt* **1.** cây tử đinh hương; hoa tử đinh hương **2.** màu tía nhạt.

lilac² /lailək/ *tt* [có] màu tía nhạt.

lilliputian /ˌlili'pju:ʃn/ *tt (văn)* nhỏ xíu: *a model railway layout peopled with lilliputian figures* một makét

đường xe lửa với những hình người nhỏ xíu.

lilo /lailəʊ/ *dt (snh* **lilos)** *(Anh)* nệm bơm hơi lilo *(dùng nằm ở bãi biển)*.

lilt /lilt/ *dt (số ít)* **1.** giọng nói trầm bổng **2.** nhịp điệu nhạc trầm bổng.

lilting /liltiŋ/ *tt* trầm bổng.

lily /lili/ *dt* hoa huệ tây, hoa loa kèn. // **gild the lily** *x* gild.

lily-livered /ˌlili'livəd/ *tt (cũ)* nhát gan; hèn nhát.

lily of the valley /liliəvðə'væli/ *(thực)* cây huệ chuông.

limb /lim/ *dt* **1.** tay, chân **2.** cành chính *(của một cây to)*. // **life and limb** *x* life; **out on a limb** *(kng)* bơ vơ, không nơi nương tựa: *leave somebody (be, go) on a limb* bỏ ai bơ vơ, bị bơ vơ; **sound in wind and limb** *x* sound¹; **tear somebody limb from limb** *x* tear².

-limbed /limd/ *(yếu tố tạo tt ghép)* có tay chân như thế nào đó: *long-limbed* có tay chân dài; *weary-limbed* rã rời chân tay.

limber¹ /limbə[r]/ *tt (cũ)* mềm dẻo, dễ uốn.

limber² /limbə[r]/ *đgt* **limber up** *(thể)* khởi động *(trước khi vào trận đấu)*.

limbo¹ /limbəʊ/ *dt* **in limbo** gác lại; quên lãng: *the project must remain in limbo until the committee makes its decision* dự án phải gác lại cho đến khi ủy ban quyết định.

limbo² /limbəʊ/ *dt (snh* **limbos)** điệu vũ trườn qua dưới thanh ngang hạ thấp dần, điệu vũ limbo.

lime¹ /laim/ *dt* **1.** *(cg* **quicklime)** vôi **2.** *(cg* **birdlime)** nhựa bẫy chim.

lime² /laim/ *đgt* bón vôi cho đất.

L

lime³ /laim/ *dt* (*cg* **lime-tree, linden**) cây đoạn.

lime⁴ /laim/ *dt* **1.** chanh lá cam **2.** (*cg* **lime green**) màu vàng chanh lá cam.

lime-juice /'laimdʒu:s/ *dt* nước chanh quả.

lime-kiln /'laimkiln/ *dt* lò vôi.

limelight /'laimlait/ *dt* **be in the limelight** được mọi người chú ý tới; nổi bật, nổi tiếng.

limerick /'limərik/ *dt* thơ trào phúng năm câu, thơ limerich.

limestone /'laimstəun/ *dt* đá vôi.

limey /'laimi/ *dt* (*snh* **limeys**) (*Mỹ, lóng, thường xấu*) người Anh (*thường là đàn ông*).

limit¹ /'limit/ *dt* giới hạn: *within the city limits* trong giới hạn thành phố; *the speed limit on this road is 70mph* giới hạn tốc độ trên con đường này là 70 dặm một giờ. // [**be**] **the limit** (*lóng*) [là] người quá quắt, [là] điều quá quắt: *really you are the limit* anh thật quá quắt; **off limit** (*Mỹ*) *nh* out of bounds (x bounds); **the sky's the limit** x sky¹; **within limits** trong chừng mực nào đó, có mức độ; **without limits** không có giới hạn, tha hồ.

limit² /'limit/ *dgt* hạn chế, giới hạn: *we must try and limit our expenditure* chúng ta phải cố hạn chế chi tiêu.

limitation /ˌlimi'teiʃn/ *dt* **1.** sự hạn chế, sự giới hạn: *impose limitations on import* áp đặt những hạn chế về nhập khẩu **2.** mặt hạn chế, nhược điểm: *he knows his limitations* anh ta biết các mặt hạn chế của mình.

limited /'limitid/ hạn chế, có hạn: *his intelligence is rather limited* trí thông minh của nó hạn chế thôi; **limited edition** lần xuất bản hạn chế.

limited liability company /ˌlimitid laiəbiləti'kʌmpəni/ (*vt* Ltd) công ty trách nhiệm hữu hạn.

limiting /'limitiŋ/ *tt* định giới hạn, hạn chế: *time is the limiting factor* thời gian là nhân tố giới hạn.

limitless /'limitləs/ *tt* không có giới hạn, vô hạn: *limitless ambition* tham vọng vô hạn.

limousine /'liməzi:n, ˌlimə'zi:n/ *dt* xe limuzin, xe hòm (*loại xe sang có tấm kính ngăn cách người lái với hành khách*).

limp¹ /limp/ *tt* **1.** mềm, không chắc: *a limp edition* cuốn sách đóng bìa mềm **2.** yếu ớt: *a limp handshake* cái bắt tay yếu ớt.

limp² /limp/ *dgt* **1.** đi khập khiễng: *the injured footballer limped slowly off the field* cầu thủ bị thương đi khập khiễng dần dần ra khỏi sân **2.** bay rề rề, chạy ì ạch (*máy bay, tàu thủy sau tai nạn*).

limp³ /limp/ *dt* sự đi khập khiễng.

limpet /'limpit/ *dt* (*động*) con sao sao: *hold on to somebody [something] like a limpet* bám (*ai, cái gì*) dai như đỉa.

limpid /'limpid/ *dt* trong (*chất lỏng...*): *limpid eyes* đôi mắt trong.

limpidity /'limpiditi/ *dt* trạng thái trong.

limpidly /'limpidli/ *pht* [một cách] trong.

limply /'limpli/ *pht* **1.** [một cách] mềm, [một cách] không chắc **2.** [một cách] yếu ớt.

limpness /'limpnis/ *dt* sự mềm, sự không chắc **2.** sự yếu ớt.

linchpin /'lintʃpin/ *dt* **1.** đinh chốt trục xe **2.** điểm chủ chốt; người rường cột.

linden /'lindən/ *dt nh* lime³.

line¹ /lain/ *dt* **1.** đường, đường kẻ: *draw a line* kẻ một đường; *a straight line* đường thẳng; *a curved line* đường cong **2.** lằn, nếp: *the old man's face was covered in lines and wrinkles* mặt ông già đầy nét hằn và nếp nhăn **3.** đường nét, nét vẽ: *line and colour are both important in portrait painting* đường nét và màu sắc cả hai đều quan trọng trong hội họa chân dung **4. lines** (*snh*) hình nét, hình dáng: *the graceful lines of the car* hình nét duyên dáng của chiếc xe **5. the line** (*thể*) vạch: *if the ball crosses the line it is out* nếu bóng lăn khỏi vạch là nó ra ngoài đấy **6.** biên giới: *cross the line from Mexico into the US* vượt biên giới Mexico sang Mỹ **7. the Line** đường xích đạo **8.** tuyến: *a safe position well behind the lines* một vị trí an toàn ở xa phía sau tiền tuyến **9.** hàng, dãy: *a line of customers queuing* một dãy khách mua đứng xếp hàng; *a long line of low hills* một dãy dài các ngọn đồi thấp **10.** dòng, dòng dõi: *a line of kings* một dòng vua **11.** dòng: *page 5, line 13* trang 5 dòng 13 **12.** (*kng*) thư: *just a short line to say thank* chỉ một bức thư cảm ơn ngắn **13. lines** (*snh*) lời (*lời của một vai kịch*): *have you learnt your lines yet?* anh đã học lời vai anh đóng chưa? **14. lines** (*snh*) hình phạt chép một số dòng (*phạt học sinh*): *the maths teacher* was furious and gave me 50 lines thầy dạy toán điên tiết lên và phạt tôi chép 50 dòng **15**. dây: *hang (out) the clothes on the line* phơi quần áo lên dây; *fishing-line* dây câu cá **16**. đường dây điện thoại: *I'm sorry the line is engaged* xin lỗi, đường dây đang bận **17**. đường xe lửa; tuyến xe lửa: *the train was delayed because of ice on the line* tàu hàng bị chậm vì băng đóng trên đường; *a branch line* tuyến xe lửa nhánh **18**. *(số ít)* đường lối; lối: *don't take that line with me* đừng giở cái lối ấy ra với tôi; *she always takes a Marxist line* bà ta luôn luôn theo đường lối Mát-xít **19**. hướng: *the line of march of an army* hướng hành quân của một đạo quân; *the line of fire* hướng bắn **20**. đường, tuyến: *an air line* tuyến đường hàng không **21**. **the lines** *(snh)* dãy lều trại *(của quân đội...)* **22**. **the line** *(số ít) (quân)*· trung đoàn bộ binh chính quy **23**. *(quân)* quân xếp hàng đôi đứng cạnh nhau **24**. *(số ít)* ngành hoạt động; nghề kinh doanh: *her line is more selling than production* hoạt động kinh doanh của cô ấy là bán hàng hơn là sản xuất hàng **25**. *(số ít)* mặt hàng: *this shop has nice line in winter coats* của hiệu này có nhiều mặt hàng áo khoác mùa đông rất đẹp. // **all along the line** ở mọi điểm, ở mọi lúc: *I've trusted you all along line and now you've let me down* tôi lúc nào cũng tin ở anh, thế mà nay anh lại làm tôi thất vọng; **along (on the same) lines** theo cùng cách [như thế]: *could you write another programme on the same lines?* anh có thể viết một chương trình khác cũng

theo cung cách như thế không?; **be in the firing line** *x* firing line; **bring something (come, fall, get, move...) into line [with somebody (something)]** làm cho hợp với, làm theo: *he'll have to fall into line with the others* rồi nó sẽ phải làm theo những người khác; **draw the line at something (doing something)** *x* draw²; **drop somebody a line** *x* drop²; **[reach] the end of the line (road)** *x* end¹; **get (have) one's line crossed** a/ không gọi điện thoại được cho ai vì trục trặc kỹ thuật: *I can't get through - the line must be crossed* tôi gọi điện thoại không được, chắc là đường dây có trục trặc chi đó b/ *(kng)* không hiểu rõ ai; **give somebody (get, have) a line on something** cung cấp (có được) thông tin về việc gì; **hard lines** *x* hard¹; **hold the line** giữ máy [điện thoại] không bỏ ra: *hold the line while I see if she's here* cứ giữ máy để tôi xem chị ta có đấy không; **hook, line and sinker** *x* hook¹; **in [a] line [with something]** để ngang với, để thẳng hàng với; **[stand] in (on) line** *(Mỹ)* xếp hàng nối đuôi nhau; **in line for something** chắc là đạt được: *she is in line for promotion* bà ta chắc là sắp được đề bạt; **in line with something** giống như, hợp với: *in line with the others* giống như những người khác; **in the line of duty** trong khi làm nhiệm vụ; **lay it on the line** *(kng)* nói thẳng thắn và cởi mở: *let me lay it on the line - I think you're cheating* cho tôi nói thẳng và cởi mở, tôi nghĩ là anh đang gian lận đấy; **[choose, follow, take] the line of least resistance** chọn (theo) cách làm dễ nhất; **[put something] on the line** *(kng)* gặp nguy

[hiểm]: *if this goes wrong your job's on the line* nếu việc này mà hỏng thì nguy cho công việc của anh đấy; **out of line [with somebody (something)]** a/ không ngay hàng thẳng lối: *one of·the soldiers is out of line* một anh bộ đội đứng không ngay hàng thẳng lối b/ khác một cách không thể chấp nhận được: *our prices are out of line with those of our competitors* giá cả của chúng ta khác giá của đối phương một cách khó mà chấp nhận; **read between the lines** *x* read¹; **shoot a line** *x* shoot¹; **sign on the dotted line** *x* sign²; **[somewhere] along the line** đến một giai đoạn nào đó, một lúc nào đó: *she started off enthusiastically but at some point along the line boredom set in* anh ta đã bắt đầu một cách nhiệt tình, nhưng đến một lúc nào đó trở nên chán nản; **step out of line** *x* step¹; **take a firm line [on (over) something]** kiên quyết làm gì; **take a hard line** *x* hard¹; **toe the line** *x* toe².

line² /lain/ *đgt (chủ yếu dùng ở dạng bị động)* **1**. kẻ dòng *(một tờ giấy...)*: *lined paper* giấy kẻ dòng; *a face lined with age and worry* mặt hằn nếp nhăn vì tuổi già và lo âu **2**. xếp thành hàng: *a road lined with trees* con đường hai bên có hàng cây.

line up for something *(Mỹ)* xếp hàng nối đuôi nhau; **line [somebody] up** bắt đứng thành hàng; **line something up** *(kng)* sắp xếp, tổ chức *(việc gì)*.

line³ /lain/ *đgt (chủ yếu ở dạng bị động)* **line something [with something]** lót: *an overcoat lined with silk* một chiếc áo khoác lót lụa. //

line one's own (somebody's) pocket[s] [làm cho ai] hái ra tiền bằng thủ đoạn mờ ám.

lineage /ˈliniidʒ/ *dt* dòng giống, dòng dõi: *be of humble lineage* thuộc dòng dõi thấp hèn.

lineal /ˈliniəl/ *tt* **1.** [thuộc] trực hệ: *a lineal heir to the title* người thừa kế tước hiệu trực hệ **2.** *nh* linear.

lineally /ˈliniəli/ *pht* [theo] trực hệ: *lineally descended from somebody* là con cháu trực hệ của ai.

lineaments /ˈliniəmənts/ *dt* (*snh*) nét mặt; nét: *the lineaments of the situation* những nét chủ yếu của tình hình.

linear /ˈliniə[r]/ *tt* **1.** bằng nét kẻ: *a linear diagram* một biểu đồ bằng nét kẻ **2.** [thuộc] chiều dài: *linear measure* đơn vị đo chiều dài.

line-drawing /ˈlaidrɔːiŋ/ *dt* hình vẽ bằng đường vạch (*thực hiện với bút chì, bút viết*).

lineman /ˈlainmən/ *dt* (*Mỹ*) *nh* linesman.

linen /ˈlinin/ *dt* **1.** vải lanh **2.** đồ khăn vải (*khăn bàn, khăn ăn, khăn trải giường*). // **wash one's dirty linen in public** vạch áo cho người xem lưng.

line-out /ˈlainaʊt/ *dt* (*thể*) vạch ném bóng.

line printer /ˈlain,printə[r]/ máy in dòng.

liner[1] /ˈlainə[r]/ *dt* **1.** tàu thủy lớn chở khách: *an ocean liner* tàu thủy chở khách vượt đại dương **2.** *nh* freightliner **3.** *nh* eye-liner.

liner[2] /ˈlainə[r]/ *dt* cái lót: *bin-liners* túi chất dẻo lót thùng rác.

linesman /ˈlainzmən/ *dt* (*Mỹ* **lineman**) **1.** (*thể*) trọng tài

biên **2.** người mắc dây điện thoại.

line-up /ˈlainʌp/ *dt* **1.** hàng người **2.** đội hình, đội ngũ; chương trình: *a film completes this evening's TV line-up* một bộ phim kết thúc chương trình TV tối nay.

ling[1] /liŋ/ *dt* (*thực*) cây thạch nam.

ling[2] /liŋ/ *dt* (*động*) cá tuyết.

-ling tiếp tố *a*/ (*tạo dt từ dt*) nhỏ: *duckling* vịt con *b*/ (*tạo dt từ dgt*) (*thường xấu*) người hay vật có liên quan: *nursling* trẻ con còn bú, con thơ.

linger /ˈliŋgə[r]/ *dgt* **1.** nấn ná: *linger at home after leave* nấn ná ở lại nhà sau kỳ nghỉ phép **2.** la cà: *linger on the way* la cà trên đường đi **3.** còn thoi thóp; còn rơi rớt lại: *though desperately ill he could linger on for months* mặc dù ốm đến mức tuyệt vọng, ông ta còn thoi thóp hàng tháng nữa; *the custom still linger [on] in some villages* phong tục ấy vẫn còn rơi rớt lại ở một số làng.

lingerer /ˈliŋgərə[r]/ *dt* kẻ la cà.

lingering /ˈliŋgəriŋ/ *tt* **1.** dai dẳng, kéo dài: *a lingering illness* căn bệnh dai dẳng **2.** còn sót lại: *a few lingering doubts* một vài ngờ vực còn sót lại.

lingeringly /ˈliŋgəriŋli/ *pht* [một cách] dai dẳng.

lingo /ˈliŋgəʊ/ *dt* (*snh* **lingoes**) (*kng, đùa hoặc xấu*) **1.** ngoại ngữ: *if you live abroad it helps to know the local lingo* nếu anh sống ở nước ngoài, biết tiếng địa phương nơi sống thì có ích biết mấy **2.** biệt ngữ: *don't use all that technical lingo, try and explain in plain English* đừng có dùng

những biệt ngữ kỹ thuật như thế, hãy có gắng giải thích bằng tiếng Anh dễ hiểu.

lingua franca /ˌliŋgwəˈfræŋkə/ *dt* ngôn ngữ chung (*cho một số dân tộc, như tiếng Swahili ở Đông Phi*).

linguist /ˈliŋgwist/ *dt* **1.** nhà ngôn ngữ học **2.** người biết nhiều thứ tiếng nước ngoài.

linguistic /liŋˈgwistik/ *tt* [thuộc] ngôn ngữ học.

linguistics /liŋˈgwistiks/ *dt* ngôn ngữ học.

liniment /ˈlinəmənt/ *dt* (*y*) thuốc xoa bóp.

lining /ˈlainiŋ/ *dt* **1.** lớp vải lót (*áo, mũ...*) **2.** vải lót **3.** (*giải*) niêm mạc: *the stomach lining* niêm mạc dạ dày. // **every cloud has a silver lining** x cloud[1].

link[1] /liŋk/ *dt* **1.** mắt xích; vòng xích **2.** mối liên kết, mối liên hệ: *police suspect there may be a line between the two murders* cảnh sát ngờ là có mối liên hệ trong hai vụ giết người đó; *cultural links* mối liên hệ văn hóa **3.** mắt dây đo đạc (*trước đây, khoảng 0,20 mét*).

link[2] /liŋk/ *dgt* **1.** nối, liên kết: *the crowd linked arms to form a barrier* đám đông nối tay nhau thành một hàng rào; *a new road to link [up] the two motorways* một con đường mới nối liền hai xa lộ; *the two spacecraft will link up [with each other] in orbit* hai con tàu vũ trụ sẽ nối với nhau trên quỹ đạo.

linkage /ˈliŋkidʒ/ *dt* **1.** sự nối, sự liên kết **2.** thiết bị [để] liên kết.

linkman /ˈliŋkmæn/ *dt* (*snh* **linkmen**) người điều hành chương trình.

links /liŋks/ *dt* **1.** *nh* golf-links; golf-course **2.** *(snh)* *(đặc biệt Ê-cốt)* đồi cát mọc đầy cỏ gần bờ biển.

link-up /'liŋkʌp/ *dt* sự nối, sự liên kết, sự ghép lại với nhau: *the first link-up of two satellites in space* lần ghép đầu tiên hai vệ tinh nhân tạo không gian.

linnet /'linit/ *dt (động)* chim hồng tước.

lino /'lainəʊ/ *dt (kng) nh* linoleum.

linocut /'lainəʊkʌt/ *dt* **1.** họa tiết vải nhựa **2.** bản in họa tiết vải nhựa, bản in linô.

linoleum /li'nəʊliəm/ *dt (kng cg* **lino**) vải nhựa lót sàn.

linseed /ˌlinsi:d/ *dt* hạt lanh.

linseed oil /ˌlinsi:d 'ɔil/ dầu lanh.

lint /lint/ *dt* sợi giẻ; nùi bông *(để băng bó vết thương).*

lintel /'lintl/ *dt* rầm trên *(của khung cửa),* lanhtô.

lion /'laiən/ *dt* **1.** con sư tử **2.** *(cũ)* người nổi tiếng: *a literary lion* người nổi tiếng trong làng văn. // **beard the lion in his den** *x* beard[2]; **the lion's share** phần lớn nhất *(của cái gì khi đem chia ra):* as usual, the lion's share of the budget is for defence thường thì phần lớn nhất trong ngân sách được dành cho quốc phòng.

lioness /'laiənes/ *dt* sư tử cái.

lion-hearted /ˌlaiən'hɑ:tid/ *tt* dũng mãnh, dũng cảm.

lionize, lionise /'laiənaiz/ *dgt* tôn sùng như một danh nhân.

lip /lip/ *dt* **1.** môi: *the lower lip* môi dưới; *the upper lip* môi trên; *kiss somebody on the lips* hôn vào môi ai **2.**

miệng: *the lip of a cup* miệng cốc; *the lip of a crater* miệng núi lửa **3.** sự hỗn xược: *less of your lip!* hỗn xược vừa vừa chứ!. // **bite one's lip** *x* bite; **button one's lips** *x* button; **curl one's lip** *x* curl[2]; **hang on somebody's lips** *x* hang[1]; **lick (smack) one's lips (chops)** *x* lick[1]; **one's lips are sealed** bịt kín miệng, không được hé môi: *I'd like to tell you what I know but my lips are sealed* tôi muốn kể cho anh nghe những điều tôi biết, nhưng tôi không được hé môi. // **there's many a slip twixt cup and lip** *x* slip[1].

-lipped *(yếu tố tạo từ ghép)* có môi như thế nào đó: *thin-lipped* có môi mỏng; *tight-lipped* [có] môi mím chặt.

lip-read /'lipri:d/ *dgt* (**lip-read** /'lipred/) hiểu qua [quan sát] mấp máy môi *(người bị điếc...).*

lip-reading /'lipri:diŋ/ *dt* sự hiểu qua [quan sát] mấp máy môi.

lipsalve /'lipsælv/ *dt* thuốc mỡ ngừa nẻ môi.

lip-service /'lipsəvi:s/ *dt* **give (pay) lip service to something** chỉ khéo cái mồm, chỉ đãi bôi: *he pays lip-service to feminism but his wife still does all the housework* ông ta chỉ nói đãi bôi về nam nữ bình quyền, thực ra vợ ông phải làm mọi việc nội trợ.

lipstick /'lipstik/ *dt* thỏi son môi.

liquefaction /ˌlikwi'fækʃn/ *dt* sự hóa lỏng: *the lique-faction of gases* sự hóa lỏng của khí.

liquefy /'likwifai/ *dgt* (**liquefied**) [làm cho] hóa lỏng: *liquefied wax* nến hóa lỏng; có thể hóa lỏng.

liquescent /li'kwesnt/ *tt* hóa lỏng; có thể hóa lỏng.

liqueur /li'kjʊə[r]/, *(Mỹ* li'kɜ:[r])/ *dt* rượu mùi: *a liqueur glass* cốc rượu mùi *(nhỏ hơn cốc thường).*

liquid[1] /'likwid/ *dt* **1.** chất lỏng **2.** *(ngôn)* âm nước.

liquid[2] /'likwid/ *tt* **1.** lỏng: *liquid food* thực phẩm lỏng **2.** trong trẻo: *eye of liquid blue* mắt xanh trong trẻo; *the liquid song of a myna* tiếng hót trong trẻo của con sáo **3.** *(tài)* dễ hoán chuyển thành tiền mặt.

liquid gas /ˌlikwid'gæs/ ga lỏng *(ga ở dạng nước).*

liquidate /'likwideit/ *dgt* thanh toán, thanh lý: *liquidate one's political opponents* thanh toán *(bóng)* các đối thủ chính trị.

liquidation /ˌlikwi'deiʃn/ sự thanh lý, sự thanh toán. // **go into liquidation** bị đóng cửa và thanh toán tài sản.

liquidator /'likwideitə[r]/ *dt* người thanh lý.

liquidity /li'kwidəti/ **1.** *(tài)* khả năng thanh toán tiền mặt **2.** trạng thái lỏng.

liquidize, liquidise /'likwidaiz/ *dgt* **1.** làm cho hóa lỏng **2.** nghiền cho nhuyễn, xay cho nhuyễn.

liquidizer /'likwidaizə[r]/ *dt (Mỹ, cg* **blender**) cái xay thức ăn.

liquor /'likə[r]/ *dt* **1.** *(Anh)* rượu **2.** *(Mỹ)* rượu mạnh: *she drinks wine and beer but no liquor* chị ta uống rượu vang và bia chứ không uống rượu mạnh **3.** nước thức ăn để thoát ra khi nấu nướng.

liquorice *(Mỹ* **licorice**) /'likəris/ *dt* **1.** cam thảo **2.** kẹo cam thảo **3.** cây cam thảo.

lira /'liərə/ *dt (snh* **lire** /'liərə/ hoặc **liras**) *(vt* L) đồng lia *(của Ý).*

lisle /lail/ *dt* chỉ bông lin (*dùng dệt tất và găng tay*).

lisp[1] /lisp/ *dt* sự nói ngọng.

lisp[2] /lisp/ *dgt* nói ngọng.

lispingly /'lispiŋli/ *pht* [với giọng] nói ngọng.

lissom (*cg* **lissome**) /'lisəm/ *tt* mềm mại, uyển chuyển.

lissomness /'lisəmnis/ *dt* sự mềm mại, sự uyển chuyển.

list[1] /list/ *dt* danh sách, bản kê: *a shopping list* bản kê các thứ mua sắm; *take somebody off the list* loại tên ai ra khỏi danh sách. // **on the danger list** *x* danger.

list[2] /list/ *dgt* 1. lập danh sách, liệt kê: *list one's engagements for the week* liệt kê các cuộc hẹn gặp trong tuần 2. đưa vào danh sách, xếp vào danh mục: *the books are listed alphabetically* sách đã được đưa vào danh mục theo thứ tự a, b, c.

list[3] /list/ *dgt* nghiêng về một bên (*tàu thuyền*): *the ship lists to port* chiếc tàu nghiêng về bên trái.

list[4] /list/ *dt* (*số ít*) tư thế nghiêng về một bên.

listed building /,listid'bildiŋ/ *dt* (*Anh*) công trình được xếp hạng.

list price /'listprais/ giá theo bảng: *selling something for less than the list price* bán món gì thấp hơn giá theo bảng.

listen[1] /'lisn/ *dgt* 1. nghe, lắng nghe: *you're not listening to what I'm saying* anh không lắng nghe những gì tôi đang nói 2. nghe, nghe theo: *she never listens to me (to my advice)* cô ta không bao giờ nghe tôi (nghe theo lời khuyên của tôi). // **listen to (hear) reason** nghe theo lẽ phải; **listen [out] for something** chú ý nghe: *please listen out of the phone while I'm in*

the bath làm ơn chú ý nghe chuông điện thoại trong khi tôi đang tắm; **listen in [to something]** a/ nghe phát thanh: *listening in to BBC world service* nghe chương trình thế giới của đài BBC b/ nghe lỏm, nghe trộm: *the criminal did not know the police were listening in* tụi tội phạm không biết là cảnh sát đang nghe trộm họ.

listen[2] /lisn/ *dt* sự lắng nghe: *have a listen and see if you can hear anything* hãy lắng nghe xem có thể nghe được gì không.

listener /'lisənə[r]/ *dt* 1. người nghe 2. người nghe đài phát thanh: *good morning, listeners!* xin chào buổi sáng các bạn nghe đài!

listless /'listləs/ *tt* bơ phờ: *heat makes some people listless* nóng nực làm cho một số người bơ phờ.

listlessly /'listləsli/ *pht* [một cách] bơ phờ.

listlessness /'listləsnis/ *dt* sự bơ phờ.

lit /lit/ *qk* và *đttqk* của light[3,6].

litany /'litəni/ *dt* 1. a/ lời cầu nguyện b/ kinh cầu nguyện 2. (*bóng*) **litany (of something)** chuỗi lời kể dài dòng, tràng: *a litany of complaints* một tràng lời than phiền.

litchi /,lai'tʃi:, 'laitʃi:/ *dt nh* lychee.

liter /'li:tə[r]/ *dt* (*Mỹ*) *nh* litre.

literacy /'litərəsi/ *dt* sự biết viết biết đọc.

literal[1] /'litərəl/ *tt* 1. theo đúng nguyên văn: *a literal translation* bản dịch theo từng chữ nguyên văn 2. theo nghĩa từng chữ, theo nghĩa đen: *his story is incredible in the literal sense of the*

word câu chuyện của nó, theo nghĩa đen mà nói, là không tin được 3. tầm thường, quá theo câu chữ: *don't be so literal-minded - you know what I meant!* đầu óc đừng có tầm thường thế, anh biết tôi muốn nói gì rồi chứ!

literal[2] /'litərəl/ *dt* (*cg* **literal error**) lỗi in.

literally /'litərəli/ *pht* 1. theo từng chữ, [một cách] chính xác: *idioms usually cannot be translated literally in another language* thành ngữ thường không thể dịch từng chữ sang một ngôn ngữ khác được 2. (*dùng để nhấn mạnh*) thật sự, đúng là: *I was literally bored to death* tôi thật sự buồn đến chết đi được.

literalness /'litərəlnis/ *dt* 1. sự theo đúng nguyên văn 2. sự theo nghĩa từng chữ 3. sự quá theo câu chữ.

literary /'litərəri, (*Mỹ*) 'litəreri/ *tt* 1. [thuộc] văn chương, [thuộc] văn học: *literary criticism* phê bình văn học; *a literary man* nhà văn 2. văn hoa, hoa mỹ: *his style is a bit too literary for my taste* văn phong của ông ta hơi quá văn hoa đối với tôi.

literate /'litərət/ *tt* 1. biết đọc biết viết: *though nearly twenty he was barely literate* dẫu đã gần hai mươi tuổi, anh ta chỉ mới biết đọc biết viết 2. có học thức.

literati /,litə'ra:ti/ *dt* (*snh*) giới trí thức.

literature /'litrətʃə[r]/, (*Mỹ* 'litrətʃuər/ *dt* 1. văn chương, văn học; nền văn học: *18th century English literature* nền văn học Anh thế kỷ 18 2. văn liệu: *musical literature* văn liệu âm nhạc 3. (*kng*) tài liệu in (*truyền đơn, quảng cáo...*).

-lith *(yếu tố tạo dt)* đá: *monolith* đá nguyên khối.

lithe /laið/ *tt* mềm mại: *the lithe bodies of the dancers* thân thể mềm mại của các diễn viên múa.

-lithic *(yếu tố tạo tt) palaeolithic* [thuộc thời kỳ] đồ đá cũ.

lithium /'liθiəm/ *dt (hóa)* liti *(nguyên tố hóa học)*.

litho /'laiðəʊ/ *dt (kng)* kỹ thuật in litô.

lithograph¹ /'liθəgrɑːf, (Mỹ 'liθəgræf/ *dt* tờ in litô *(tranh ảnh...)*.

lithograph² /'liθəgrɑːf, (Mỹ 'liθəgræf/ *dgt* in litô.

lithographic /ˌliθə'græfik/ *tt* in litô.

lithography /li'θɒgrəfi/ *dt (cg kng litho)* kỹ thuật in litô.

litigant /'litigənt/ *dt* người kiện.

litigate /'litigeit/ *đgt* kiện cáo.

litigation /ˌliti'geiʃn/ *dt* sự kiện cáo.

litigious /li'tidʒəs/ *tt* **1.** [thuộc] kiện cáo **2.** có thể dẫn đến kiện cáo **3.** *(thường xấu)* thích kiện cáo.

litmus /'litməs/ *dt (hóa)* quỳ.

litmus paper /'litməspeipə[r]/ *dt (hóa)* giấy quỳ.

litotes /'laitəʊtiːz/ *dt (văn)* lối nói giảm *(ví dụ nói: it wasn't easy* thay vì *it was very difficult)*.

litre *Mỹ* **liter** /'liːtə[r]/ *dt* lít *(đơn vị đo thể tích)*.

lits /lits/ *dt (snh) (cũ)* trường đấu.

Litt D /ˌlit'diː/ *vt nh* D Litt.

litter¹ /'litə[r]/ *dt* **1.** rác rưởi *(loại nhẹ như giấy vụn, chai...)*: *please do not leave litter* xin đừng xả rác **2.** *(số ít)* sự lộn xộn, sự bừa bộn: *his desk was covered in a litter of books and papers* bàn nó bừa bộn những sách và giấy **3.** ổ rơm *(cho súc vật)* **4.** lứa đẻ *(chó, mèo...)* **5.** cáng, kiệu *(trước đây)*.

litter² /'litə[r]/ *dgt* **1.** viết bừa; bày bừa: *he's always littering up the room with his old magazines* nó luôn luôn vứt bừa tạp chí cũ ra cả phòng **2.** (+ down) rải ổ *(cho súc vật)* **3.** đẻ *(chó, mèo...)*: *the sow's about to litter* con lợn sắp đẻ.

litter-basket /'litəbɑːskit/ *dt* giỏ rác.

litter bin /'litəbin/ *dt* thùng rác.

litter lout /'litəlaʊt/ *dt (kng, xấu)* người vứt rác bừa bãi ra nơi công cộng.

litterbug /'litəbʌg/ *dt (Mỹ) nh* litter-lout.

little¹ /'litl/ *tt* **1.** *(hiếm littler, littlest)* nhỏ: *a little house* một căn nhà nhỏ **2.** ngắn *(thời gian, khoảng cách)*; ít: *you may have to wait a little while* anh có thể phải đợi một lúc; *too little time* ít thời gian quá **3.** *(thường sau* nice, pretty, sweet, nasty... *để tỏ cảm nghĩ thân thương, bực dọc... của người nói)*: *a sweet little child* một cháu bé xin xắn đáng yêu; *a funny little restaurant* một quán ăn nho nhỏ dễ thương **4.** không quan trọng, không đáng kể: *we only had a little snack at lunchtime* chúng tôi chỉ ăn trưa qua loa thôi **5.** nhỏ hơn, bé hơn những cái khác: *little finger* ngón tay út. // **big oaks from little acorns grow** *x* oak; **in little** trên quy mô nhỏ: **a little bird told me [that...]** *(đùa)* tôi biết nhưng sẽ không nói với anh từ đâu và làm sao mà tôi biết; **twist somebody round one's little finger** *x* twist¹.

little² /'litl/ *đht (dùng với dt)* một số lượng nhỏ, không đủ: *I have very little time for reading* tôi có rất ít thời gian để đọc sách; *we had little rain all summer* cả mùa hè trời mưa quá ít.

little³ /'litl/ *dt (dùng như dt khi ở trước có* the*)*; số lượng nhỏ, ít: *the little that I have seen of his work is satisfactory* phần nhỏ công việc của anh ta mà tôi đã thấy là đáng hài lòng.

little⁴ /'litl/ *pht* ít: *I slept very little last night* đêm qua tôi ngủ rất ít. // **little by little** từng ít một: *little by little the snow disappeared* từng ít một tuyết tan biến đi; **little or nothing** chẳng mấy tí, rất ít: *she said little or nothing about her experience* bà ta chẳng nói mấy tí về kinh nghiệm của mình; **make little of something** a/ *nh* make light of something *(x* light⁴*)* b/ hiểu được ít, đọc khó khăn: *it's in Chinese - I can make little of it* cái này viết bằng tiếng Trung Quốc, tôi chỉ hiểu được ít thôi.

a little¹ *đht (dùng với dt)* một ít: *a little milk* một ít sữa; *it caused not a little confusion* cái đó đã gây ra không ít lẫn lộn.

a little² *dt* một ít; một phần nhỏ: *there was a lot of food but I only ate a little* nhiều đồ ăn nhưng tôi chỉ ăn một ít; *a little of the conversation was about politics* một phần nhỏ cuộc chuyện trò là bàn về chính trị. // **after (for) a little** [sau] một lúc: *after a little he got up and left* chỉ sau một lúc là nó đứng dậy và bỏ đi.

L

a little³ *pht* hơi, có phần: *these shoes are a little too big for me* giầy này hơi rộng đối với tôi.

the Little Bear /ˌlitl'beə[r]/ chòm sao Tiểu hùng.

the little folk /ˌlitl'fəʊk/ *nh* the little people.

the little people /ˌlitl'pi:pl/ các vì tiên.

littoral¹ /'litərəl/ *dt* bờ biển.

littoral² /'litərəl/ *tt* dọc theo bờ biển.

lit-up /'litʌp/ *tt* (lóng) say mèm.

liturgical /li'tɜ:dʒikl/ *tt* [thuộc] nghi thức tế lễ.

liturgically /li'tɜ:dʒikli/ *pht* theo nghi thức tế lễ.

liturgy /'litədʒi/ *dt* nghi thức tế lễ.

live¹ /laiv/ *tt* **1.** sống: *live fish* cá sống **2.** thật, thật sự: *we saw a live rattlesnake* chúng tôi đã thấy một con rắn chuông thật **3.** đang cháy đỏ: *live coal* than đang cháy đỏ **4.** chưa nổ: *a live bomb* bom chưa nổ **5.** có điện, mang điện: *the live rail* đường ray tàu điện **6.** nóng hổi, có tính chất thời sự: *pollution is still very much a live issue* ô nhiễm vẫn còn là một vấn đề nóng hổi **7.** tại chỗ, trực tiếp: *live coverage of the World Cup* sự tường thuật tại chỗ trận đấu tranh cúp thế giới; *live recording made at Covent Garden in 1962* băng nhạc thu tại chỗ ở Covent Garden năm 1962. // **a live wire** người năng nổ.

live² /laiv/ *pht* tại chỗ, [một cách] trực tiếp: *this show is going out live* buổi diễn đang được truyền hình tại chỗ.

live³ /liv/ *dgt* sống: *live to be old (to a great age)* sống đến tuổi già; *some trees can live for hundreds of years* nhiều cây có thể sống đến hàng trăm năm; *how long do elephants live?* voi sống được bao nhiêu lâu?; *where do you live?* anh sống ở đâu?; *live and die a bachelor* sống độc thân cho đến chết; *the memory will live in my heart for ever* (bóng) kỷ niệm đó sẽ sống mãi trong tôi. // **how the other half lives** *x* half¹; **live and let live** sống dĩ hòa vi quý; **live beyond (within) one's means)** tiêu xài quá mức [trong chừng mực] kiếm được; **live by one's wits** kiếm tiền bằng mánh khóe; **live from hand to mouth** sống lần hồi; **live in hope[s] [of something]** vẫn hy vọng: *the future looks rather gloomy, but we live in hope* tương lai xem có vẻ u ám, nhưng chúng tôi vẫn hy vọng; **live in the past** sống tựa như quá khứ vẫn là đây; **live in sin** (cũ hoặc đùa) sống với nhau như vợ chồng; **live it up** (kng) sống phung phí: *now you have been left some money you can afford to live it up a bit* bây giờ anh được thừa hưởng một số tiền, anh có thể sống phung phí một chút; **live like fighting cocks** thưởng thức của ngon vật lạ; **live like a lord** sống như ông hoàng; **live off (on) the fat of the land** tận hưởng thú vui và của ngon vật lạ; **live off the land** sống nhờ vào hoa màu; **live rough** sống vất vưởng; **you (we) live and learn** có sống mới biết (để diễn tả sự ngạc nhiên được một tin bất ngờ).

live by doing something kiếm sống bằng nghề gì; **live something down** để thời gian xóa nhòa: *live down one's sorrow* để thời gian làm quên nỗi buồn; **live for something** sống vì cái gì, coi cái gì như mục đích sự sống; *after she died, he had nothing to live for* sau khi chị ta qua đời, anh ta không còn gì làm mục đích cho cuộc sống của mình nữa.; **live in (out)** [of an employee] sống ở (ngoài) chỗ làm (nói về người làm công); **live on** còn sống: *she lived on for many years after her husband died* bà ta còn sống nhiều năm sau khi chồng chết; *Mozart is dead but his music lives on* Mozart đã mất nhưng nhạc của ông còn sống mãi; **live on something** a/ sống bằng: *live on [a diet of] fruit and vegetables* sống bằng chế độ kiêng khem chỉ ăn hoa quả và rau b/ sống nhờ vào: *live on one's salary* sống nhờ vào đồng lương; **live through something** sống sót qua, sống qua: *he lived through both world wars* ông ta sống qua hai cuộc chiến tranh thế giới; **live together** a/ sống chung (trong một nhà...) b/ sống chung như thể vợ chồng; **live up to something** sống đúng theo: *failed to live up to his principles* sống không đúng theo nguyên tắc của mình; *failed to his parent's expectations* sống không đúng với kỳ vọng của cha mẹ; **live with somebody** *nh* live together; **live with something** chấp nhận điều gì: *you'll have to learn to live with it, I'm afraid* tôi e rằng anh rồi đến phải chấp nhận điều đó thôi.

liveable (*cg* livable) /'livəbl/ *tt* **1.** ở được (ngôi nhà) **2.** chịu được: *the pain is bad, but it's liveable* đau lắm, nhưng có thể chịu được.

liveable-in /'livəblin/ *dt* (kng) ở được (ngôi nhà).

liveable-with /'livəblwið/ *tt* (kng) dễ sống chung (người).

live birth /'laivbɜ:θ/ thai nhi sống (khi dẻ ra).

livelihood /'laivlihʊd/ *dt* cách sinh nhai, sinh kế: *farming is his sole livelihood* nghề nông là sinh kế độc nhất của ông ta.

liveliness /'laivlinis/ *dt* **1.** sự như thật (*bức tranh...*) **2.** sự linh hoạt, sự năng nổ.

livelong /'livlɒŋ, (Mỹ 'laiv-lɔːŋ/ *tt* **the livelong day (night)** trọn ngày (đêm), suốt ngày (đêm).

lively /'laivli/ *tt* (**-ier-; -iest-**) **1.** sống, như thật (*bức tranh...*) **2.** linh hoạt, sống động, năng nổ **3.** động (*biển*): *the sea is quite lively today* hôm nay biển động mạnh. // **look lively** tỏ ra năng nổ: *we'd better look lively if we're to finish in time* chúng ta phải năng nổ nhiều hơn nữa nếu chúng ta muốn hoàn thành đúng thời hạn; **make it (things) lively for somebody** làm cho ai thất điên bát đảo lên.

liven /'laivn/ *dgt* **liven [somebody (something)] up** làm cho trở nên sống động, làm cho sôi động: *put on some music to liven thing up* hãy mở nhạc ra cho sôi động một tí; *do liven up a bit!* hãy sôi động lên một tí nào!

liver[1] /'livə[r]/ *dt* (*giải*) gan (*của người, của súc vật*).

liver[2] /'livə[r]/ *dt* người sống (*theo một kiểu nào đó*): *a quiet liver* người sống bình lặng.

liveried /'livərid/ *tt* mặc chế phục: *a liveried chauffeur* một người tài xế mặc chế phục.

liverish /'livəriʃ/ *cg* **livery** *tt* **1.** bị bệnh gan **2.** cáu kỉnh, nóng nảy.

liver sausage /'livə'sɒsidʒ/ xúc xích gan.

liverwurst /'livəwɜːst/ *dt* (*Mỹ*) *nh* liver sausage.

livery[1] /'livəri/ *tt* *nh* liverish.

livery[2] /'livəri/ *dt* **1.** chế phục **2.** (*tu từ*) bộ áo: *trees in their spring livery* cây trong bộ áo mùa xuân.

livery company /'livəri ˌkʌmpəni/ phường hội có chế phục riêng (*ở Luân Đôn, ngày xưa*).

liveryman /'livərimən/ *dt* (*snh* **liverymen** /'livərimən/) hội viên phường hội có chế phục riêng (*ở Luân Đôn ngày xưa*).

livery stable /'livəri steibl/ chuồng giữ ngựa; chuồng ngựa cho thuê.

lives /laivz/ *dt snh* của life.

livestock /'laivstɒk/ *dt* thú nuôi, gia súc.

livid /'livid/ *tt* **1.** xám xịt: *livid bruise* vết thâm xám xịt **2.** (*thường thngữ*) giận điên lên.

lividly /'lividli/ *pht* **1.** [một cách] xám xịt **2.** [một cách] điên người (*giận*).

living[1] /'liviŋ/ *tt* **1.** sống, còn sống: *the finest living pianist* nghệ sĩ dương cầm giỏi nhất còn sống **2.** đang được dùng: *living languages* sinh ngữ. // **a living legend** nhân vật huyền thoại sống; **be living proof of something** là bằng chứng sống của cái gì; **within (in) living memory** mà người sống còn nhớ được: *wages were six-pence a week within living memory* tiền công lúc ấy là sáu xu mỗi tuần theo như người sống còn nhớ được.

living[2] /'liviŋ/ *dt* **1.** (*thường số ít*) kế sinh nhai, cách kiếm sống: *earn one's living as a journalist* kiếm sống bằng nghề viết báo; *it may not be the best job in the world, but it's a living* có thể đó không phải là việc làm tốt nhất, nhưng mà là một cách kiếm sống **2.** cách sống: *understand the art of living* am hiểu nghệ thuật sống, biết cách sống **3.** (*tôn*) phẩm trật (*của tu sĩ, qui định thu nhập*).

the living /'liviŋ/ *dt* (*đgt số nhiều*) người sống: *the living and the dead* người đang sống và người đã chết. // **in the land of the living** *x* land[1].

living death /ˌliviŋ'deθ/ thời gian sống mà như chết, thời gian sống dở chết dở.

living room /'liviŋruːm/ *dt* phòng ngoài (*ở đó có thể ngồi chơi với nhau, tiếp khách...*).

living wage /ˌliviŋ'weidʒ/ đồng lương chỉ đủ sống.

lizard /'lizəd/ *dt* (*động*) con thằn lằn.

'll /l/ *vt* của will: *I'll* = I will; *that'll* that will.

llama /'lɑːmə/ *dt* (*động*) lạc đà không bướu.

LLB, LLD, LLM (*vt của* Bachelor, Doctor, Master) cử nhân, tiến sĩ, cao học luật: *David Grafton LLB* cử nhân luật David Grafton.

lo /ləʊ/ *tht* (*cổ*) trông kìa, nhìn kìa. // **lo and behold!** (*đùa*) trông lạ chưa kìa; quái lạ thay: *as soon as we went out, lo and behold, it began to rain* chúng tôi vừa ra khỏi nhà, lạ chưa kìa, trời bắt đầu đổ mưa.

load[1] /ləʊd/ *dt* **1.** vật nặng, gánh nặng: *carry heavy load* gánh một gánh nặng **2.** (*thường trong từ ghép*) lượng chuyên chở: *coach-loads of tourists* xe chất đầy khách du lịch **3.** sự tải; tải; trọng tải; điện tải **4.** (*thường số ít*) gánh nặng (*trách nhiệm, lo âu...*): *a heavy load of guilt* gánh nặng tội lỗi **5.** **loads of** nhiều, hàng gánh: *loads of friends* nhiều bạn; *loads of money* hàng gánh tiền; *"have you got any change?" "loads!"* "anh có thay đổi gì không?" "nhiều lắm". // **be (take) a load (weight) off somebody's mind** x mind¹; **a load of [old] rubbish** *(kng)* chuyện rác rưởi: *I've never heard such a load of garbage* tôi chưa bao giờ nghe những chuyện rác rưởi như thế; **get a load of somebody (something)** *(kng)* để ý, lưu ý đến: *get a load of that old bloke with the funny hat* hãy chú ý cái lão già cục mịch với chiếc mũ ngộ nghĩnh kia kìa.

load² /ləʊd/ *dgt* **1.** chất: *load a lorry [up] with bricks, load bricks onto a lorry* chất gạch lên xe tải; *load somebody with honour* dồn vinh dự cho ai **2.** chất hàng; ăn hàng: *the boat is still loading* chiếc thuyền hãy còn ăn hàng **3.** cho chì vào cho nặng thêm: *a loaded cane* cây gậy có đổ chì *(dùng làm vũ khí)*; *loaded dice* con súc sắc đổ chì *(để rơi theo một mặt nhất định, dùng đánh bạc bịp)* **4.** lắp [phim], nạp [đạn]: *load a new film into the camera* lắp một phim mới vào máy chụp hình; *be careful, that gun's loaded* cẩn thận súng đã nạp đạn đấy **5.** nạp, nhập vào bộ nhớ *(máy diện toán)*. // **load the dice against somebody** đẩy ai vào tình thế thua thiệt: *having lost both his parents when he was a child he always felt that the dice were loaded against him* bố mẹ mất từ khi còn nhỏ, nó luôn luôn cảm thấy rằng mình bị thua thiệt.

loaded /ləʊdid/ *tt* **1.** chở nặng **2.** *(lóng)* giàu sụ.

load-shedding /ləʊdʃediŋ/ *dt* sự cắt điện ở một số đường dây khi điện quá tải.

loadstar /ləʊdstɑ:[r]/ *dt nh* lodestar.

loadstone /ləʊdstəʊn/ *dt (cg* **lodestone) 1.** oxít sắt từ tính **2.** nam châm: *she seems to be a loadstone for people in trouble* cô ấy dường như là một cục nam châm thu hút những ai cần giúp đỡ.

loaf¹ /ləʊf/ *dt (snh* **loaves)** ổ bánh mì lớn. // **half a loaf is better than none (than no bread)** có ít còn hơn không.

loaf² /ləʊf/ *dgt* phí thời gian một cách vô ích: *don't stand there loafing - there's work to be done* đừng có đứng đó phí thời gian vô ích, có nhiều việc phải làm đấy; *loaf around the house all day* quanh quẩn trong nhà suốt ngày.

loafer /ləʊfə[r]/ *dt* **1.** người ăn không ngồi rồi **2.** *(Mỹ)* giày hạ.

loaf sugar /ləʊʃugə[r]/ đường miếng *(đóng thành khối vuông)*.

loam /ləʊm/ *dt* đất nhiều mùn.

loamy /ləʊmi/ *tt* có nhiều mùn: *loamy land* đất nhiều mùn.

loan¹ /ləʊn/ *dt* **1.** tiền vay: *bank loan* tiền vay ngân hàng **2.** sự vay, sự mượn; sự cho vay, sự cho mượn: *may I have a loan of your bicycle* tôi có thể mượn xe đạp của anh được không?; *it's not my book, I've got it on loan from the library* không phải sách của tôi, tôi mượn ở thư viện đó.

loan² /ləʊn/ *dgt* **loan something [to somebody]** *(chủ yếu* Mỹ) cho mượn.

loan-collection /ləʊnkəlekʃn/ *dt* bộ sưu tập tác phẩm nghệ thuật mượn để trưng bày.

loan-word /ləʊnwɜ:d/ *dt* từ vay mượn.

loath (cg **loth)** /ləʊθ/ *tt (vị ngữ* **loath to do something** miễn cưỡng: *he seemed somewhat loath to depart* nó có vẻ miễn cưỡng ra đi. // **nothing loath** háo hức, hăm hở.

loathe /ləʊð/ *dgt* ghê, ghét, kinh tởm: *I loathe having to go to these conferences* tôi rất ghét phải đi dự những hội nghị như thế.

loathing /ləʊðiŋ/ *dt* sự ghét, sự kinh tởm: *feel intense loathing for somebody (something)* kinh tởm ai (cái gì).

loathsome /ləʊðsəm/ *tt* đáng ghét, ghê tởm.

loaves /ləʊvz/ *dt snh* của loaf¹.

lob¹ /lɒb/ *dt (thể)* cú lốp *(quần vợt...)*.

lob² /lɒb/ *dgt* **(-bb-)** *(thể)* lốp bóng.

lobby¹ /lɒbi/ *dt* **1.** hành lang; tiền sảnh: *the lobby of a hotel* tiền sảnh của một khách sạn **2.** hành lang nghị viện **3.** nhóm người vận động: *the anti-nuclear lobby is (are) becoming stronger* nhóm người chống chiến tranh hạt nhân ngày càng mạnh mẽ hơn.

lobby² /lɒbi/ *dgt* **(lobbied)** vận động ở hành lang nghị viện. // **lobby something through [something]** vận động thông qua *(một dạo luật...)*.

lobbyist /lɒbiist/ *dt* người vận động chính trị ở hành lang.

lobe /ləʊb/ *dt* thùy: *lobe of leaf* thùy lá; *lobe of brain* thùy não.

lobed /ləʊbd/ *tt* có thùy.

lobotomy /ləʊ'bɒtəmi/ *dt (Anh cg* **leucotomy)** *(y)* thủ thuật mở thùy não.

lobster /'lɒbstə[r]/ *dt (động)* tôm hùm.

lobster pot /'lɒbstəpɒt/ giỏ bắt tôm hùm.

local¹ /'ləʊkl/ *tt (thngữ)* **1.** [thuộc] địa phương: *a local train* xe lửa địa phương **2.** (y) cục bộ, chỉ phát trên từng vùng: *is the pain local?* có phải cơn đau chỉ cục bộ không (*không lan ra cả cơ thể*).

local² /'ləʊkl/ *dt* **1.** người địa phương **2.** quán rượu gần nhà: *pop into the local for a pint* tạt vào quán rượu gần nhà làm một vại bia **3.** (Mỹ) chi nhánh nghiệp đoàn. **4.** tàu xe (*tàu hỏa, xe buýt*) địa phương.

local anaesthetic /ˌləʊkl ænisθetik/ (y) thuốc gây tê cục bộ.

local authority /ˌləʊklɔ:'θɔrəti/ nhà đương cục địa phương.

local call /ˌləʊkl kɔ:l/ điện thoại trong vùng.

local colour /ˌləʊkl kʌlə[r]/ màu sắc địa phương.

locale /ləʊ'ka:l, (Mỹ ləʊ'kæl/ cảnh dàn dựng: *he is looking for a suitable locale for his new film* ông ta đang tìm một cảnh thích hợp cho việc dàn dựng bộ phim mới của ông.

local government /ˌləʊkl'gʌvənmənt/ chính quyền địa phương.

locality /ləʊ'kæləti/ *dt* địa phương, vùng: *there are several cinemas in the locality* vùng này có nhiều rạp chiếu bóng.

localization, localisation /ˌləʊkəlai'zeiʃn/ *dt* sự khoanh lại (*một bệnh dịch...*).

localize, localise /ˌləʊkəlaiz/ *đgt* khoanh lại (*một chỗ nhiễm trùng...*).

local option /ˌləʊkl 'ɒpʃn/ quyền bỏ phiếu địa phương (*để quyết định một việc gì trong phạm vi địa phương*).

local time /ˌləʊkl taim/ giờ địa phương.

locate /ləʊ'keit, (Mỹ ləʊ'keit/ *đgt* **1.** xác định vị trí; định vị: *locate a town on a map* xác định vị trí một thành phố trên bản đồ; *I'm trying to locate Mr Smith, do you know where he is?* tôi đang cố tìm ông Smith ở đâu, anh có biết ông ấy ở đâu không? **2.** [được] đặt ở vị trí (*nào đó*): *the information office is located in the city centre* cơ quan thông tin nằm ở trung tâm thành phố; *the company has located on the West Coast* công ty đóng ở bờ biển phía tây.

location /ləʊ'keiʃn/ *dt* **1.** vị trí, địa điểm: *a suitable location for new houses* một địa điểm thích hợp cho những ngôi nhà mới **2.** sự tìm vị trí, sự định vị: *responsible for the location of the missing yatch* có trách nhiệm tìm vị trí chiếc thuyền buồm đua bị lạc. // *on location* (diện ảnh) được quay ở hiện trường, được quay theo cảnh thật.

loccit /ˌlɒk'sit/ (*vt của tiếng Latinh* loco citato) trong đoạn văn đã trích dẫn.

loch /lɒk; lɒx/ *dt* (Ê-cốt) **1.** hồ **2.** vịnh nhỏ.

loci /ˈləʊsai/ *snh của* locus.

lock¹ /lɒk/ *dt* **1.** lọn tóc **2. locks** *snh* mái tóc: *hoary locks* mái tóc bạc.

lock² /lɒk/ *dt* **1.** khóa **2. locks** của cống **3.** miếng khóa (*thế võ*): *have somebody's arm in a lock* đã khóa được tay ai **4.** khóa nòng (*súng*) **5.** tình trạng bế tắc: *come to a dead lock* lâm vào tình trạng bế tắc. // *lock, stock and barrel*

bao gồm mọi thứ, hoàn toàn; *under lock and key* bị khóa chặt, bị giam giữ kỹ (*phạm nhân...*).

lock³ /lɒk/ *đgt* **1.** khóa: *is the door locked?* cửa đã khóa chưa?; *be sure to lock your bicycle* nhớ khóa xe đạp lại; *this suitcase doesn't lock* chiếc va-li này không khóa được **2.** siết chặt, kẹp chặt: *the brakes locked, causing the car to skid* phanh siết chặt làm cho xe trượt; *two nations locked in mortal combat* (bóng) hai nước lăn xả vào một cuộc tử chiến; *the two lovers locked in each other's arms* đôi tình nhân ghì siết nhau trong vòng tay của nhau. // **lock the stable door after the horse has bolted** x stable².

lock something away khóa cất kỹ: *lock away one's jewellery* khóa cất kỹ đồ châu báu kim hoàn; **lock onto something** tự động bám theo mục tiêu (*nói về tên lửa...*); **lock somebody (oneself) out [of something] (in)** khóa lại mà nhốt ai (nhốt mình) (không cho ra hoặc vào): *at 9pm the prisoners are locked in for the night* từ 9 giờ tối tù nhân bị nhốt suốt đêm; *I've lost my key and I'm locked out* tôi mất chìa khóa và bị ở ngoài nhà không vào được; **lock [something] up** khóa các cửa: *don't forget to lock up before leaving home* đừng có quên khóa các cửa trước khi rời khỏi nhà; **lock somebody up** cho ai vào tù; cho ai vào bệnh viện tâm thần; **lock something up** a/ nh lock something away b/ cho kẹt vào bất động sản (*để tiền mặt khỏi bị huy động*): *all their capital is locked up in land* tất cả vốn liếng của họ, họ đều cho kẹt vào bất động sản.

lockable /'lɒkəbl/ *tt* có thể khóa được: *a lockable steering-wheel* bánh lái có thể khóa được.

locker /'lɒkə[r]/ *dt* **1.** tủ *(để quần áo ở bể bơi...)* **2.** *(hải)* hòm, khoang *(để cất giữ quần áo, đạn dược...)*. // **be in (go to) Davy Jone's locker** chết đuối ở biển.

locker room /'lɒkəru:m/ *dt* phòng thay quần áo *(ở các câu lạc bộ, có tủ để quần áo)*.

locket /'lɒkit/ tấm lắc *(deo ở cổ)*.

lock-gate /'lɒkgeit/ *dt* cửa cống.

lockjaw /'lɒkdʒɔ:/ *dt* (y) chứng cứng khít hàm.

lock-keeper /'lɒkki:pə[r]/ *dt* người coi cửa cống.

lock-nut /'lɒknʌt/ *dt* đai ốc hãm.

lockout /'lɒkaut/ *dt* sự đóng cửa nhà máy làm áp lực *(buộc công nhân phải chịu theo một số điều kiện nhất định)*.

locksmith /'lɒksmiθ/ *dt* thợ [làm] khóa.

lockstitch /'lɒkstitʃ/ *dt* mũi khâu không thể rút chỉ được.

lock-up¹ /'lɒkʌp/ *dt* **1.** nhà tạm giam; nhà tù **2.** *(Anh)* quán hàng *(chủ quán không ở tại chỗ)*.

lock-up² /'lɒkʌp/ *tt* có thể khóa cửa lại: *a lock-up garage* nhà xe có thể khóa cửa lại.

loco¹ /'ləukəu/ *dt (snh* **locos**) *(kng)* đầu máy xe lửa.

loco² /'ləukəu/ *tt (vị ngữ) (lóng, Mỹ)* điên.

locomotion /,ləukə'məuʃn/ *dt* sự di động.

locomotive¹ /'ləukəməutiv/ *dt* làm di động; có khả năng di động: *locomotive power* sức di động.

locomotive² /,ləukə'məutiv/ *dt* đầu máy xe lửa: *electric locomotive* đầu máy xe lửa chạy điện.

locum /'ləukəm/ *dt (cg* **locum tenens** /,ləukəm'ti:nenz, ləukəm'tenenz/ viên phó *(người thay thế bác sĩ hay giáo sĩ khi họ vắng mặt)*.

locus /'ləukəs/ *dt (snh* **loci**) nơi, vị trí *(của vật gì)*.

locus classicus /,ləukəs'klæsikəs/ *(tiếng Latinh)* đoạn văn kinh điển [(về một vấn đề).

locust /'ləukəst/ *dt (động)* châu chấu di cư.

locution /lə'kju:ʃn/ *dt* **1.** cách nói; cách dùng từ **2.** quán ngữ, ngữ.

lode /ləud/ *dt* mạch mỏ.

lodestar *(cg* **loadstar**) /'ləudsta:[r]/ *dt* **1.** sao bắc cực **2.** *(bóng)* kim chỉ nam *(hành động)*.

lodestone /'ləudstəun/ *dt nh* **loadstone**.

lodge¹ /lɒdʒ/ *dt* **1.** nhà ở cổng *(công viên, tòa nhà lớn...) (để người gác cổng... ở)* **2.** nhà nghỉ mùa: *hunting lodge* nhà nghỉ mùa săn **3.** hội viên một chi nhánh đoàn thể; nơi họp một chi nhánh đoàn thể *(như của hội Tam điểm chẳng hạn)* **4.** hang thú **5.** túp lều *(người da đỏ ở Bắc Mỹ)*.

lodge² /lɒdʒ/ *đgt* **1.** cấp chỗ ở, cho ở: *the refugees are being lodged in an old army camp* dân tị nạn được cho ở trong một trại lính cũ; tạm trú: *I'm lodging at Mrs Brown's [house]* (*with Mrs Brown*) tôi đang tạm trú ở nhà bà Brown **3.** bắn vào, đặt vào: *the bullet [was] lodged in his brain* viên đạn đã bắn vào óc anh ta **4.** gửi vào nơi an toàn: *lodge one's valuables in the bank* gửi đồ quý giá vào nhà băng

5. đệ trình, đưa ra: *lodge a complaint with the police against one's neighbours* đệ đơn lên cảnh sát kiện hàng xóm; *lodge an appeal* đưa ra một lời kêu gọi.

lodger /'lɒdʒə[r]/ *dt* người ở trọ.

lodgement *(cg* **lodgment**) /'lɒdʒmənt/ *dt* **1.** sự đệ trình, sự đưa ra *(lời phàn nàn...)* **2.** cáu đọng lại: *a lodgement of dirt in a pipe* cáu đọng lại trong chiếc điếu hút thuốc.

lodging /'lɒdʒiŋ/ *dt* **1.** chỗ trọ tạm thời: *full board and lodging* chỗ trọ kể cả ăn **2.** **lodgings** *(snh)* phòng trọ: *it's cheeper to live in lodgings than in a hotel* ở phòng trọ rẻ hơn ở khách sạn.

lodging house /'lɒdʒiŋhauz/ nhà trọ *(thường cho thuê từng tuần)*.

loess /'ləues/ *dt (địa)* hoàng thổ, đất lót.

loft¹ /lɒft, *(Mỹ* lɔ:ft)/ *dt* **1.** gác xếp **2.** giảng đàn.

loft² /lɒft, *(Mỹ* lɔ:ft)/ *đgt (thể)* đánh vồng bóng lên, đánh lốp.

lofted /lɒftid/ *tt* được tạo dáng để đánh được bóng lên cao *(nói về gậy đánh gôn)*.

loftily /'lɒftili, *(Mỹ* 'lɔ:ftili)/ *pht* **1.** [một cách] cao quý **2.** [một cách] kiêu kỳ **3.** [một cách] cao ngất *(không dùng cho người)*.

loftiness /'lɒftinis, *(Mỹ* 'lɔ:tinis)/ *dt* **1.** sự cao quý **2.** sự kiêu kỳ **3.** sự cao ngất *(không dùng cho người)*.

lofty /'lɒfti, *(Mỹ* lɔ:fti)/ **1.** cao quý: *lofty sentiments* những tình cảm cao quý **2.** kiêu kỳ: *in a lofty manner* với thái độ kiêu kỳ **3.** cao ngất *(không dùng cho người)*: *a* *lofty mountain* ngọn núi cao ngất.

log¹ /lɒg, (Mỹ lɔːg)/ *dt* **1.** khúc gỗ mới đốn **2.** khúc củi. // **easy as falling off a log** *x* **easy¹**; **sleep like a log (top)** *x* **sleep².**

log² /lɒg, (Mỹ lɔːg)/ *dt* **1.** phao đo tốc độ (kéo theo sau tàu, trước đây) **2.** sổ nhật ký hàng hải; sổ nhật ký chuyến bay.

log³ /lɒg, (Mỹ lɔːg)/ *dgt* (-gg-) **1.** ghi sổ nhật ký (nhật ký hàng hải, nhật ký chuyến bay) **2.** ghi khoảng cách, tốc độ, số giờ đã đi được: *the pilot had logged over 200 hours in the air* phi công đã ghi 200 giờ bay.

log⁴ /lɒg, (Mỹ lɔːg)/ *dt (toán, kng)* loga.

-log /lɔːg/ (Mỹ) *nh* -logue.

loganberry /'ləʊgənbəri, (Mỹ 'ləʊgənberi)/ quả ngấy dâu.

logarithm /'lɒgəriðəm, 'lɔː-gəriðəm/ *dt (toán)* loga.

logarithmic /ˌlɒgə'riðmik, (Mỹ ˌlɔːgəriðmik)/ *(toán)* [thuộc] loga.

logarithmically /lɒgəriðmi-kli, (Mỹ 'lɔːgəriðmikli)/ *pht (toán)* về mặt loga.

logbook /ˈlɒgbʊk/ *dt* **1.** nhật ký hàng hải; nhật ký chuyến bay **2.** sổ lộ trình (xe ôtô).

log cabin /'ləʊkæbin/ túp lều làm bằng gỗ súc.

loggerheads /lɒgəhedz/ *dt snh* **at loggerheads [with somebody]** bất hòa với ai.

loggia /'ləʊdʒə, 'lɒdʒiə/ *dt* hành lang ngoài; lotgia.

logging /'lɒdʒiŋ/ *dt* sự đốn cây lấy gỗ súc: *a logging camp* trại đốn cây lấy gỗ súc.

logic /'lɒdʒik/ *dt* lô gích.

logical /'lɒdʒikl/ *tt* lô gích, hợp lý.

logicality /ˌlɒdʒi'kæləti/ *dt* tính lô gích.

logically /'lɒdʒikli/ *pht* [một cách] lô gích.

logician /lə'dʒiʃn/ *dt* nhà lô gích học.

logistic, logistical /lə'dʒistik/ *dt (toán, quân)* logictic.

logistically /lə'dʒistikli/ *pht* về mặt logictic.

logistics /lə'dʒistiks/ *dt (dgt snh hoặc số ít)* khoa logictic.

logjam /'lɒgdʒæm/ *dt* chỗ bế tắc, ngõ cụt.

log-rolling /'lɒg rəʊliŋ/ *dt (Mỹ, xấu)* sự giúp nhau đồng lần.

-logic[al] *(yếu tố tạo tt)* [thuộc] môn gì đó: *physiologic[al]* [thuộc] sinh lý học.

-logist *(yếu tố tạo dt)* nhà (gì đó): *geologist* nhà địa chất học.

logo /'ləʊgəʊ/ *dt (snh* **logos**) biểu tượng: *the Longman logo, a small sailing ship, is on the cover of the book* một chiếc thuyền buồm nhỏ, biểu tượng của nhà Longman, in ở bìa sách.

-logue (Mỹ **-log**) *(yếu tố tạo dt)* sự nói; bài nói: *monologue* độc thoại (nói một mình).

-logy *(yếu tố tạo dt)* **1.** môn, khoa: *mineralogy* khoáng vật học; *zoology* động vật học **2.** bài nói; bài viết: *trilogy* tác phẩm bộ ba.

loin /lɔin/ *dt* **1.** chỗ thắt lưng **2.** miếng thịt lưng (bò, bê...) **3.** (snh) hông; (trại) bộ phận sinh dục. // **gird [up] one's loins** *x* gird.

loincloth /'lɔinklɒθ/ *dt* cái khố.

loiter /'lɔitə[r]/ *dgt* **1.** (+ around, about) đi nhởn nhơ: *loitering at street corners* đi nhởn nhơ ở các góc phố **2.** đi la cà: *don't loiter*

on the way home trên đường về nhà đừng có la cà.

loll /lɒl/ *dgt* **1.** (+ about, around) đứng ngồi uể oải: *she was lolling in a chair* chị ta đang ngồi uể oải trên chiếc ghế **2.** (+ in) thè (lưỡi); thè ra (lưỡi).

lollipop /'lɒlipɒp/ *dt* kẹo que.

lollipop man /'lɒlipɒpmən/ (c **lollipop woman, lollipop lady**) người cầm biển chắn xe cho trẻ con qua đường.

lollop /'lɒləp/ *dgt Anh, kng* đi lê bước: *lolloping along the road* đi lê bước dọc theo đường.

lolly /'lɒli/ *dt (Anh)* **1.** kẹo que **2.** (lóng) xìn, tiền.

lone /ləʊn/ *tt* đơn chiếc, hiu quạnh. // **a lone wolf** người thích [sống và làm việc] một mình.

loneliness /'ləʊnlinis/ *dt* **1.** sự buồn vì sống cô đơn **2.** sự đơn độc **3.** sự hiu quạnh (nơi chốn).

lonely /'ləʊnli/ *tt* **1.** buồn vì sống cô đơn đang tìm bạn trăm năm **2.** đơn độc **3.** hẻo lánh (nơi chốn). // **plough a lonely furrow** *x* plough².

lonely hearts /'ləʊnli'hɑːts/ những quả tim cô đơn đang tìm bạn trăm năm: *a lonely hearts column* cột tìm bạn trăm năm (trên báo).

loner /'ləʊnə[r]/ *dt* người sống lẻ loi cô đơn.

lonesome /'ləʊnsəm/ *tt (Mỹ)* **1.** lẻ loi cô đơn **2.** hẻo lánh. // **by (on) one's lonesome** một mình.

long¹ /lɒŋ, (Mỹ lɔːŋ)/ *tt* **1.** dài, xa: *your hair is longer than mine* tóc anh dài hơn tóc tôi; *is it a long way to your house?* đường đi đến nhà anh xa phải không?; *he's been ill for a long time* ông ta ốm đã một thời gian dài; *ten long years* mười năm dài đằng đẵng, mười năm ròng **2.** nhớ dai *(trí nhớ)*. // **at the longest** dài nhất là, lâu nhất là: *he's only away for short periods - a week at the longest* ông ta chỉ đi một thời gian ngắn, một tuần là lâu nhất; **go far; go a long way** tiến xa, thành đạt: *that girl will go a long way, I'm sure* tôi chắc là cô gái ấy sẽ tiến xa; **go far (go a long way) towards doing something** góp phần đáng kể vào: *the new legislation does not go far enough towards solving the problem* luật mới ban hành không góp phần gì vào việc giải quyết vấn đề đó; **go a long way** a/ dùng được một thời gian dài *(nói về tiền nong, thực phẩm...)*: *she makes a little money go a long way* bà ta có ít tiền nhưng chi tiêu được một thời gian dài; *a little of this paint goes a long way* một ít sơn mà sơn được một mảng lớn b/ ở mức cao nhất mà người ta có thể chịu đựng được: *a little of his company goes a long way* anh ta có mặt một lúc thôi cũng đã là mức chịu đựng cao nhất cho người khác; **as happy as the day is long** x happy; **have come a long way** có nhiều tiến bộ: *we've come a long way since those early days of the project* chúng tôi đã đẩy công việc tiến triển nhiều ngay từ những ngày đầu của đề án; **have a long arm** có quyền lực rộng; **in the long run** sau cùng, rút cục; **in the long (short) term** x term¹; **it's as broad as it's long** x broad¹; **[put on, have, wear] a long face** mặt dài ra mặt thườn ra; **a long haul** công việc lâu dài và khó khăn: *it's been a long haul but at*

last this dictionary is published đó là một công việc lâu dài và khó khăn nhưng cuối cùng cuốn từ điển đó cũng đã được xuất bản; **a long shot** một phỏng đoán (cố gắng) thiếu đắn đo suy nghĩ; **long in the tooth** *(đùa)* khá già: *he's getting a bit long in the tooth to be playing football* anh ta đã khá già rồi, mà còn chơi bóng đá; **long time no see** *(kng)* *(dùng làm câu chào hỏi)* đã lâu không gặp; **not by a long chalk;** *(Anh)* **not by a long shot** chưa hề: *we're not beaten yet, [not] by a long chalk* chúng tôi chưa hề thua trận nào cả; **take a long (cool, hard) look at something** cân nhắc cẩn thận, xem xét kỹ lưỡng *(việc gì)*; **take the long view** nhìn xa, lo xa; **to cut a long story short** nói tóm gọn vấn đề lại.

long² /lɒŋ, *(Mỹ* lɔ:ŋ)/ *dt* **1.** thời gian lâu: *will you be away for long?* anh đi có lâu không? **2.** nguyên âm dài; âm tiết dài *(trong đánh Moóc...)*: *a long and two shorts* một dài hai ngắn. // **the long and (the) short of it** tóm lại; nói gọn lại.

long³ /lɒŋ, *(Mỹ* lɔ:ŋ)/ *pht* **1.** lâu, trong thời gian dài: *stay as long as you like* cứ ở lâu bao nhiêu tùy thích; *he died not long after [that]* sau đó không lâu ông ta đã qua đời **2.** suốt, cả: *all day long* cả ngày: *I've waited for this moment my whole life long* tôi đã đợi giây phút này suốt cả đời. // **as (so) long as** *(dùng như lt)* a/ với điều kiện là, miễn là: *you can go out, as long as you promise to be back before 11 o'clock* anh có thể đi ra ngoài với điều kiện là hứa sẽ về trước 11 giờ b/ chừng nào mà; **be not long for this**

world có vẻ gần đất xa trời; **no (any; much) longer** sau một lúc lâu: *I can't wait any much longer* tôi không thể chờ [một lúc] lâu hơn nữa; **he who laughs last laughs longest** x laugh¹; **so long!** *(cũ, kng)* tạm biệt!

long⁴ /lɒŋ, *(Mỹ* lɔ:ŋ)/ *dgt* mong mỏi, ước ao: *I'm longing to see you again* tôi rất mong gặp lại anh.

long⁵ *(vt của* longitude) kinh độ.

longboat /'lɒŋbəʊt/ *dt* xuồng lớn *(ở thuyền buồm)*.

longbow /'lɒŋbəʊ/ *dt* cái cung.

long-distance /,lɒŋ'distəns/ *tt, pht* [cho] đường dài: *a long-distance lorry driver* người lái xe tải đường dài; *phone long-distance* gọi điện thoại đường dài.

long-drawn-out /,lɒŋdrɔ:n'aʊt/ *tt* kéo dài không cần thiết: *long-drawn-out negotiations* những cuộc thương lượng kéo dài không cần thiết.

long drink /'lɒŋ'drɪŋk/ cốc đầy thức uống *(bia...)*.

longevity /lɒŋ'dʒevəti/ *dt* tuổi thọ.

longhand /'lɒŋhænd/ *dt* chữ viết tay *(trái với tốc ký, đánh máy...)*.

long hop /'lɒŋhɒp/ *(thể)* quả bóng nẩy dễ đánh *(chơi cricket)*.

longitude /'lɒndʒɪtju:d, *(Mỹ* 'lɒŋgɪtu:d)/ *dt (địa)* kinh độ.

longitudinal /,lɒndʒɪ'tju:dɪnl, *(Mỹ* ,lɑ:ndʒə'tu:dnl)/ *tt* **1.** [thuộc] kinh tuyến **2.** theo chiều dọc: *longitudinal stripes* sọc dọc *(trên lá cờ...)*.

longitudinally /,lɒndʒɪ'tju:dɪnəli/ *pht* **1.** theo kinh tuyến **2.** theo chiều dọc.

longing¹ /'lɒŋɪŋ, *(Mỹ* 'lɔ:ŋɪŋ)/ *dt* **longing for** sự khao khát:

a longing for home sự khao khát về quê hương.

longing² /'lɒŋiŋ/, (Mỹ /'lɔ:ŋiŋ/) *tt* khao khát: *gaze with longing eyes* nhìn với đôi mắt khao khát.

longingly /'lɒŋiŋli/, (Mỹ /'lɔ:ŋiŋli/) *pht* [một cách] khao khát.

long johns /'lɒŋdʒɒnz/ quần lót dài: *a warm pair of long johns* một chiếc quần lót dài mặc ấm.

long jump /'lɒŋdʒʌmp/ *(thể)* (Mỹ **board jump**) sự nhảy xa.

long-life /ˌlɒŋ'laif/ *tt* để được lâu: *long-life milk* sữa để được lâu.

long-lived /ˌlɒŋ'livd/ *tt* sống lâu; bền lâu: *a long-lived family* một gia đình sống lâu: *a long-lived friendship* tình hữu nghị bền lâu.

long odds /ˌlɒŋ ɒdz/ sự chênh lệch rất lớn *(trong cá cược, ví dụ 50 ăn 1)*.

long-playing record /ˌlɒŋ pleiiŋ ri'kɔ:d/ (cg cũ **long-player** /ˌlɒŋpleiə[r]/ (vt **LP**)) quay lâu hết *(30 phút mỗi mặt, nói về đĩa hát...)*.

long-range /ˌlɒŋ'reindʒ/ *tt* **1.** dài hạn: *a long-range weather forecast* dự báo thời tiết dài hạn **2.** [có] tầm xa: *long-range gun* súng bắn tầm xa.

longshoreman /'lɒŋʃɔ:mən/, (Mỹ /'lɔ:ŋʃɔ:mən/) *dt* (snh **longshoremen** (Mỹ) người bốc xếp hàng trên bờ.

long-sighted /ˌlɒŋ'saitid/ (Mỹ, cg **far-sighted**) **1.** viễn thị **2.** nhìn xa trông rộng.

long-standing /ˌlɒŋ'stæn-diŋ/ [tồn tại] lâu dài; lâu đời: *long-standing friendship* tình hữu nghị lâu đời.

longstop /'lɒŋstɒp/ *dt* người chặn bóng đứng ngay sau thủ môn *(chơi cricket)*.

long-suffering /ˌlɒŋ'sʌfəriŋ/ *tt* nhẫn nhục.

long suit /'lɒŋ'su:t/ *dt* **1.** bộ quân bài cùng hoa *(có trên tay)*: *play the highest card in your longest suit* hãy chơi con cao nhất trong bộ quân bài dài nhất của anh **2.** sở trường: *modesty is now his longsuit* tính khiêm tốn đâu phải là sở trường của anh ta.

long-term /ˌlɒŋ't3:m/ *tt* dài hạn: *a long-term commitment* một cam kết dài hạn.

long-time /ˌlɒŋ'taim/ *tt* lâu ngày: *long-time friendship* tình bạn lâu dài.

long ton /ˌlɒŋ'tʌn/ tấn Anh *(bằng 2240 pao)*.

long wave /ˌlɒŋ'weiv/ (vt **LW**) sóng dài *(trên 1000m)*: *a long-wave broadcast* buổi phát thanh trên làn sóng dài.

longways /'lɒŋweiz/, (Mỹ /'lɔ:ŋweiz/) (cg **longwise**) *nh* lengthways.

long weekend /ˌlɒŋwi:kend/ *dt* kỳ nghỉ cuối tuần dài *(thêm một ngày trước hoặc sau ngày cuối tuần)*.

long-winded /ˌlɒŋ'windid/ *tt* dài dòng: *a long-winded speaker (speech)* người nói (bài nói) dài dòng.

long-windedness /ˌlɒŋ'win-didnis/ *dt* sự dài dòng.

loo /lu:/ *dt* (snh **loos**) (Anh, kng, trại) *nh* lavatory.

loofah (cg Mỹ **luffa**) /'lu:fə/ *dt* xơ mướp.

look¹ /lʊk/ *dgt* **1.** nhìn, ngó: *we looked but saw nothing* chúng tôi nhìn nhưng không thấy gì cả; *I was looking the other way when the goal was scored* tôi đang nhìn phía khác thì khung thành bị thủng lưới; *she blushed and looked down at the floor* nàng đỏ mặt và nhìn xuống sàn **2.** xem: *look at the time! we should have been at the theatre ten minutes ago* xem mấy giờ rồi! lẽ ra chúng ta phải ở rạp hát mười phút rồi; *look what Denise has given me for Christmas!* hãy xem Denise tặng tôi những gì ngày lễ Giáng sinh! **3.** trông có vẻ; trông giống như: *look healthy* trông có vẻ khỏe mạnh; *that book looks interesting, that looks an interesting book* cuốn sách này có vẻ hay đấy; *"how do I look in this dress?" "you look very nice [in it]"* "tôi mặc chiếc áo này trông ra sao?" "trông xinh đẹp lắm"; *you made me look a complete fool* anh làm tôi trông như một thằng ngu xuẩn hoàn toàn; *that photograph doesn't look like her at all* bức ảnh đó không giống cô ta chút nào; *it looks like rain; it looks as if it's going to rain* trời có vẻ như sắp mưa; *it doesn't look to me as if the Socialists will win the election* tôi thấy như là những người của đảng Xã hội sẽ không thắng trong cuộc tuyển cử này **4.** (+ **for**) tìm kiếm, tìm: *are you still looking for a job?* anh vẫn đang tìm việc đấy à?; *"I can't find the book" "well keep looking"* "tôi không tìm thấy cuốn sách đó" "thì cứ tiếp tục tìm thêm"; *the youths are clearly looking for a fight* tụi thanh niên rõ là đang kiếm chuyện đánh nhau **5.** trông ra, nhìn ra: *the hotel looks towards the sea* khách sạn này nhìn ra biển. // **be looking to do something** cố làm gì: *the government will be looking to reduce inflation by a further two per cent this year* chính phủ sẽ cố giảm mức lạm phát năm nay thêm hai

L

phần trăm nữa; **look bad; not look good** không phải lẽ và làm cho người ta nghĩ sai về mình: *it looks bad not going to your own brother's wedding* anh thật không phải lẽ và làm cho người ta nghĩ sai về mình khi không đi dự đám cưới của anh trai mình; **look bad [for somebody]** có chiều hướng tồi tệ đối với ai: *he's had a severe heart attack; things are looking bad for him, I'm afraid* ông ta bị một cơn đau tim cấp phát, tôi e có chiều hướng tồi tệ đối với ông ta; **look good** xem ra có nhiều hứa hẹn: *this year's sales figures are looking good* con số bán ra năm nay đang tỏ ra có nhiều hứa hẹn; **look here** này, nghe đây này: *now look here, it wasn't my fault that we missed the train* này, chúng ta lỡ tàu không phải là lỗi tại tôi đâu nhé; **[not] look oneself** [không] có vẻ ngoài bình thường (khỏe mạnh): *you're not looking yourself today* hôm nay trông anh sắc mặt có vẻ không bình thường (ốm, mệt mỏi...); **look somebody up and down** nhìn kỹ ai, nhìn ai từ đầu đến chân: *I didn't like the way he looked me up and down before speaking* tôi không ưa nó nhìn tôi từ đầu đến chân trước khi nói với tôi như thế; **never (not) look back** (kng) tiếp tục làm ăn phát đạt, tiếp tục thành công: *her first novel was published three years ago and since then she hasn't looked back* cuốn tiểu thuyết đầu tay của bà ta được xuất bản ba năm trước đây và từ đấy bà ta tiếp tục thành công; **to look at somebody (something)** đánh giá theo bề ngoài, nhìn bề ngoài: *to look*

at him you'd never think he was a successful business- man nhìn bề ngoài, anh không bao giờ nghĩ rằng ông ta là một nhà doanh nghiệp thành đạt; **not be much to look at** (kng) nhìn bề ngoài không hấp dẫn lắm: *the house isn't much to look at but it's quite spa- cious inside* ngôi nhà nhìn bên ngoài không hấp dẫn lắm nhưng bên trong rất rộng.

look after oneself (somebody) chăm sóc: *who will look after the children while their mother is in hospital?* ai chăm sóc lũ trẻ khi mẹ chúng nằm bệnh viện?; **look after something** chịu trách nhiệm về việc gì: *our neighbours are looking .after the garden while we are away* hàng xóm sẽ chịu trách nhiệm trông nom khu vườn trong khi chúng tôi đi vắng; **look ahead** suy nghĩ trước: *have you looked ahead to what you'll be doing in five years' time?* anh có nghĩ tới những gì anh sẽ làm trong năm năm tới không?; **look at something** a/ xem, xem xét: *your ankle is badly swollen, I think the doctor ought to look at it* mắt cá chân anh sưng nặng, tôi nghĩ phải được bác sĩ xem cho; *I'm taking my car to the garage to be looked at* tôi cho xe vào nhà xe để xem sao; *the committee wouldn't even look at my proposal* Uy ban thậm chí chẳng thèm xem xét đề nghị của tôi b/ coi, nhìn, quan niệm: *the Americans look at life differently from the British* người Mỹ nhìn cuộc đời theo cách khác người Anh; **look back [on something]** nhìn lại, nhớ về: *look back on one's childhood* nhìn lại thời thơ ấu của mình; **look down on somebody**

(something) (kng) coi thường, khinh miệt: *she looks down on people who've never been to university* chị ta coi thường những ai chưa qua đại học; *he was looked down on because of his humble background* nó bị khinh miệt vì thành phần xuất thân hèn kém; **look for something** hy vọng, mong chờ: *we look for improvement in your work* chúng tôi mong chờ sẽ có cải tiến trong công việc của anh; **look forward to something (do- ing something)** mong đợi: *look forward to one's holiday* mong đợi kỳ nghỉ; *we are so much looking forward to see- ing you again* chúng tôi rất mong gặp lại anh; **look in [on somebody (at...)]** ghé thăm: *the doctor will look in again this evening* bác sĩ sẽ lại ghé thăm chiều nay; *I may look in at the party on my way home* tôi sẽ ghé vào buổi liên hoan trên đường về nhà; **look into something** điều tra, xem xét (việc gì): *a working party has been set up to look in the problem* một nhóm công tác đã được thành lập để xem xét vấn đề; **look on [là người]** chứng kiến (một sự kiện...): *passers-by just looked on as a man was viciously attacked* người qua đường chứng kiến được cảnh một người bị tấn công một cách tàn ác; **look on somebody (something) as somebody (something)** xem ai (việc gì) như: *she's looked on as the leading authority on the subject* bà ta được xem như là người có uy tín hàng đầu về đề tài này; **look on somebody (something) with something** xem (theo một cách thường biểu thị sau with): *I look on him (on his behaviour) with comtempt* tôi xem khinh anh ấy (hành vi của anh ấy); **look out**

(thường dùng ở thức mệnh lệnh) coi chừng: *look out! there's a car coming* coi chừng! có xe đằng kia tới đấy; **look out for** coi chừng, để ý: *look out for pickpocket* coi chừng tụi móc túi; *police will be looking out for trouble-makers at today's match* cảnh sát sẽ phải canh chừng tụi gây rối trong trận đấu hôm nay; **look something out [for somebody (something)]** tìm, chọn: *look out a dress for a party* chọn một chiếc áo mặc đi dự tiệc; **look over something** kiểm tra, xem xét: *we must look over the house before we decide to rent it* ta phải xem xét ngôi nhà trước khi quyết định thuê; **look something over** xem xét kỹ: *here's the mail, I've looked it over* thư từ nhận được đây này, tôi đã xem kỹ rồi; **look round** a/ ngoảnh lại: *she looked round when she heard the noise behind her* chị ta ngoảnh lại khi nghe tiếng động sau lưng b/ tham quan, thưởng ngoạn: *shall we look round the cathedral this afternoon?* chiều nay ta có đi tham quan nhà thờ lớn không?; **look through somebody** lờ ai đi: *I tried to tell him about it, but he just looked through me* tôi thử nói với nó về việc đó, nhưng nó lờ tôi đi; **look through something** xem lướt qua: *she looked through her notes before the examination* cô ta xem lướt qua vở ghi chép của mình trước khi đi thi; **to look something through** xem xét cẩn thận: *he looked the proposals through before approving them* ông ấy xem xét cẩn thận các đề nghị trước khi chuẩn y; **look to somebody for something; look to somebody to do something** hy vọng vào ai, trông cậy vào ai:

many people are looking to the new government to reduce unemployment nhiều người đang trông vào chính phủ mới hạ thấp mức thất nghiệp xuống; **look to something** giữ gìn cẩn thận, bảo đảm an toàn: *you should look to your health* anh phải chú ý giữ gìn sức khỏe; **look up** a/ ngước mắt nhìn lên b/ (kng) trở nên tốt hơn, được cải thiện (công việc kinh doanh...): *inflation is coming down, things are definitely looking up* lạm phát đang giảm, mọi thứ có vẻ trở nên tốt hơn; **look somebody up** thăm ai sau một thời gian xa cách: *do look me up the next time you are in London* lần sau tới Luân Đôn, nhớ ghé thăm tôi nhé; **look something up** tra, tìm tư liệu về (một từ...): *look up the word in the dictionary* hãy tra từ điển mà tìm từ đó; *look up the time of the next train in the time table* tìm xem giờ chuyến tàu sau ở bảng giờ tàu; **look up to somebody** khâm phục, kính trọng ai: *she has always looked up to her father* cô ta luôn luôn kính trọng cha mình.

look² /lʊk/ tht này!: *look, don't you think you're over-reacting slightly?* này, anh không nghĩ là anh phản ứng hơi quá hay sao?

look³ /lʊk/ dt 1. (thường số ít) cái nhìn, cái ngó: *I took one look at the coat and decided I would have to buy it* tôi liếc nhìn chiếc áo khoác và quyết định là mua áo đó 2. sự tìm kiếm: *I've had a good look [for it] but I can't find it anywhere* tôi đã tìm kỹ [cái đó] mà không thấy ở đâu cả 3. vẻ mặt, dáng vẻ: *a look of fear* vẻ mặt sợ hãi; *the house has a Mediterranean look* ngôi

nhà trông có dáng vẻ kiểu nhà Địa trung hải 4. kiểu, mốt: *the broad-shoulder look is in this year* năm nay vai rộng là mốt thịnh hành; *I like your new-look hair-style* tôi thích kiểu tóc mới của chị 5. **looks** (snh) vẻ ngoài, dáng dấp (của một người): *good looks* vẻ đẹp; *she's starting to lose her looks* nhan sắc chị ta bắt đầu xuống nước. // **by (from) the look of somebody (something)** xét theo bề ngoài: *taxes are going to go up, by the look of it* cứ theo bề ngoài mà xét thì thuế rồi sẽ tăng thôi; **give somebody (get) dirty look** x dirty¹; **like the look (sound) of somebody (something)** x like¹; **take a long look at something** x long¹.

lookalike /'lʊkəlaik/ dt người giống (người khác); vật giống (vật khác): *the Prime Minister's lookalike* người trông giống thủ tướng.

looker /'lʊkə[r]/ dt người phụ nữ hấp dẫn.

looker-on /ˌlʊkər'ɒn/ dt (snh **lookers-on**) người xem, người đứng xem.

look-in /'lʊkin/ dt **[not] give somebody (get; have) a look-in** [không] có cơ may thành công; [không] có cơ hội tham gia: *she talks so much that the rest of us never gets a look-in* chị ta nói nhiều đến nỗi những người chúng tôi còn lại không chen được chữ nào cả; *he'd love to play for the school team but he never gets a look-in* nó thích chơi cho đội của trường nhưng chưa bao giờ có cơ hội nào cả.

looking-glass /'lʊkiŋgla:s/ dt (cũ) gương soi.

lookout /'lʊkaʊt/ dt 1. nơi gác, nơi canh: *a lookout tower* tháp canh 2. người canh gác: *we posted several look-outs* chúng tôi đã bố trí nhiều người canh gác. // **be a bad (grim; poor) lookout [for somebody (something)]** là triển vọng xấu cho: *it's a bleak look-out for the coal industry as the number of pit closures increases* đó là triển vọng ảm đạm cho ngành công nghiệp than vì số hầm lò phải đóng cửa tăng lên; **be somebody's look-out** *(kng)* là thuộc trách nhiệm của ai, là thuộc quyền riêng của ai *(nói về một hành động có thể xem là vô trách nhiệm)*: *if you want to waste your money, that's your own look-out* nếu anh muốn hoang phí tiền bạc thì đó là quyền của anh; **be on the look-out for somebody (something); keep a lookout for somebody (something)** coi chừng; để ý.

look-over /'lʊkəʊvə[r]/ *dt (số ít)* sự kiểm tra qua, sự xem xét qua.

look-through /'lʊkθru:/ *dt* sự xem lướt qua.

loom¹ /lu:m/ *dt* máy dệt; khung cửi.

loom² /lu:m/ *đgt/* **1.** hiện ra lờ mờ: *the mountain range dimly loomed in the thin veil of morning mist* dãy núi hiện ra lờ mờ trong màn sương mỏng của buổi ban mai **2.** xuất hiện đầy hăm dọa: *the prospect of war loomed large in everyone's mind* nguy cơ chiến tranh hiện ra đầy hăm dọa trong đầu óc mọi người.

loony¹ /'lu:ni/ *dt* người điên; người kỳ cục.

loony² /'lu:ni/ *tt* điên rồ; kỳ cục: *he does have some loony ideas* nó có những ý nghĩ thật kỳ cục.

loony-bin /'lu:nibin/ *dt* bệnh viện tâm thần.

loop¹ /lu:p/ *dt* **1.** vòng, thòng lọng: *a double loop like a figure eight* một dây cuốn chéo hai vòng như hình con số tám **2.** vòng nhào lộn *(của máy bay)* **3.** *(điện)* cuộn; mạch: *closed loop* mạch kín **4.** vòng lặp, chu trình *(máy điện toán)*.

loop² /lu:p/ *đgt* **1.** thắt thành vòng **2.** móc lại **3.** nhào lộn *(máy bay)*.

loophole /'lu:phəʊl/ *dt* **1.** kẽ hở: *a good lawyer can always find a loophole* một luật sư giỏi bao giờ cũng tìm được một kẽ hở trong pháp luật **2.** lỗ châu mai.

loop-line /'lu:plain/ *dt* đường vòng nhánh *(đường xe lửa...)*.

loopy /'lu:pi/ *tt (lóng)* điên, rồ.

loose¹ /lu:s/ *tt* (-r; -st) **1.** lỏng, chùng; lung lay, long ra: *be careful with that saucepan, the handle's loose* hãy cẩn thận với cái xoong ấy, cán lỏng đấy; *a loose tooth* chiếc răng lung lay; *a loose screw* vít vặn lỏng **2.** lỏng lẻo, không sát: *a loose confederation of states* một cấu trúc liên bang lỏng lẻo; *a loose translation* bản dịch không sát **3.** không chắc *(da thịt)*, không chặt *(cổ áo...)* **4.** dệt thưa *(vải)*, tơi xốp *(đất)* **5.** không đứng đắn, buông tuồng: *lead a loose life* sống buông tuồng; *a loose woman* người phụ nữ sống buông tuồng. // **at hell broke (was let) loose** *x* hell; **at a loose end** *(Mỹ cg* **at loose ends)** không có gì để mà làm; không biết làm gì; rảnh rỗi: *come and see us if you're at a loose end* khi nào anh rảnh rỗi, hãy đến thăm chúng tôi; **break loose [from somebody (something)]** thoát khỏi *(sự giam giữ, sự kiểm*

chế): *the dog was broken loose* con chó đã tụt xích; *break loose from tradition* thoát khỏi sự ràng buộc của truyền thống; **come (work) loose** lỏng, không chặt *(nút buộc...)*; **cut loose** *(kng)* nói toạc ra: *he really cut loose and told me what he thought of me* anh ta thực sự nói toạc ra với tôi là anh đã nghĩ về tôi như thế nào; **cut something (somebody) loose [from something]** tách ra khỏi cái gì: *cut oneself loose from one's family* thoát ly khỏi gia đình; **have a loose tongue** ăn nói ba hoa, nói năng bừa bãi; **have a screw loose** *x* screw¹; **let somebody (something) loose** thả, phóng thích: *don't let that dog loose among the sheep* đừng có thả con chó này ra giữa đàn cừu; *just close your eyes and let loose your imagination* hãy nhắm mắt lại và thả cho trí tưởng tượng của anh được tha hồ phiêu diêu; **let somebody loose on something** thả lỏng, cho tự do muốn làm gì thì làm: *I daren't let Ba loose on the garden, he'd pull up all the flowers* tôi không dám để Ba tự do ngoài vườn, nó sẽ nhổ hết các cây hoa; **play fast and loose [with somebody]** đối xử thiếu trung thực với ai; lừa dối ai.

loose² /lu:s/ *đgt* thả ra, tháo ra: *loose the dogs* thả chó ra. // **loose [something] off [at somebody (something)]** bắn ra, phóng ra: *loose off a few bullets at the enemy* nhả đạn vào quân thù.

loose³ /lu:s/ *dt* [be] on the loose buông thả mình, ăn chơi thỏa thích.

loose- *(trong từ ghép)* [một cách] lỏng lẻo: *loose-fitting* *clothes* quần áo mặc rộng thùng thình.

loose box /ˌluːsˈbɒks/ *dt* tàu ngựa.

loose covers /ˌluːsˈkʌvəz/ tấm phủ ghế (có thể lấy đi dễ dàng).

loose-leaf /ˌluːsˈliːf/ *tt* (chủ yếu dùng làm thngữ) tháo ra từng tờ và ráp lại được (sổ tay...).

loosely /ˈluːsli/ *pht* [một cách] lỏng lẻo: *loosely translated* dịch thoát (không dịch thật sát).

loosen /ˈluːsn/ *dgt* nói lỏng ra: *this knot keeps loosening* nút buộc này hãy còn lỏng; *medicine to loosen a cough* thuốc ho long đờm. // **loosen (tighten) the purse strings** *x* purse[1]; **loose somebody's tongue** làm cho ai nói một cách thoải mái: *wine soon loosened his tongue* rượu chẳng mấy chốc đã cho ông ta nói năng thoải mái.

loosen [something] up thư giãn: *you should loosen up [your muscles] before playing any sport* anh cần cho cơ bắp thư giãn trước lúc chơi bất cứ môn thể thao nào.

looseness /ˈluːsnis/ *dt* **1.** sự lỏng, sự lỏng lẻo **2.** sự tơi xốp (của đất) **3.** sự buông tuồng.

loot[1] /luːt/ *dt* **1.** của cướp được; của ăn trộm được **2.** (kng) tiền, xìn; của cải.

loot[2] /luːt/ *dgt* cướp bóc, cướp phá: *soldiers killing and looting wherever they went* tụi lính đến đâu giết người cướp của đến đấy.

looter /ˈluːtə[r]/ *dt* kẻ cướp.

lop /lɒp/ *dgt* (-pp-) tỉa cành, xén cành (của cây). // **lop something off (away)** xén, tỉa: *he had his arm lopped off by an electric saw* tay anh ta bị cưa điện xén cụt.

lope[1] /ləʊp/ *dgt* chạy nhanh bằng những bước nhảy dài; phóng nhanh: *the tiger loped off into the jungle* con hổ phóng nhanh vào rừng rậm.

lope[2] /ləʊp/ *dt* (thường số ít) sự chạy với những bước nhảy dài.

lop-eared /ˌlɒpˈied/ *tt* có tai thõng xuống: *a lop-eared rabbit* con thỏ có tai thõng xuống.

lopsided /ˌlɒpˈsaidid/ không cân, bên to bên nhỏ, bên cao bên thấp: *a lop-sided grin* nụ cười méo xệch miệng.

loquacious /ləˈkweiʃəs/ *tt* hay nói, ba hoa.

loquaciously /ləˈkweiʃəsli/ *pht* [một cách] ba hoa.

loquat /ˈləʊkwɒt, ˈlɒkwæt/ *dt* cây sơn tra Nhật Bản; quả sơn tra Nhật Bản.

lord[1] /lɔːd/ *dt* **1.** chúa tể: *lord of the region* chúa tể cả vùng **2.** vua (tư bản độc quyền nắm một ngành công nghiệp nào đó): *steel lord* vua thép **3.** Chúa, Thiên Chúa: *Lord bless us* cầu Chúa phù hộ chúng ta; *Our Lord* Chúa chúng ta **4.** ngài, chúa công (tiếng tôn xưng): *the Lords* các thượng nghị sĩ (ở Anh); *Lord Mayor* ngài thị trưởng (thành phố Luân Đôn); *My Lord* thưa Chúa công, thưa ngài Thị trưởng, thưa ngài Chánh án tối cao, thưa Giám mục; *the House of Lords* thượng nghị viện (Anh). // **drunk as a lord** say túy lúy; **good Lord!** trời! trời ơi!; **live like a lord** *x* live[3]; **one's lord and master** (đùa) đức ông chồng; **Lord knows** có trời biết: *Lord knows where he dug up that dreadful story* có trời biết nó moi câu chuyện khủng khiếp đó ở đâu ra; **year of our Lord** *x* year.

lord[2] /lɔːd/ *dgt* **lord it over somebody** sai bảo, ra oai, hống hách: *he likes to lord it over the junior staff* ông ta thích ra oai với đám nhân viên cấp dưới.

the lord of the manner /ˌlɔːd əv ðə ˈmænə[r]/ trang chủ (thời Trung đại).

lordliness /ˈlɔːdlinis/ *dt* **1.** sự hống hách **2.** sự đồ sộ nguy nga.

lordly /ˈlɔːdli/ *tt* **1.** hống hách: *a lordly manner* thái độ hống hách **2.** đồ sộ nguy nga: *a lordly mansion* lâu đài đồ sộ nguy nga.

the Lord's Day /ˈlɔːdzdei/ ngày chủ nhật.

lordship /ˈlɔːdʃip/ *dt* **1.** đức ông (tiếng tôn xưng): *your lordship* bẩm đức ông; *would your lordship like a cup of tea* đức ông mời ngài dùng một tách trà ạ **2.** (+ over) (cũ) quyền uy.

the Lord's Prayer /ˈlɔːdspreə[r]/ (cg **Our Father**) kinh lạy Chúa Cha.

Lords spiritual /ˈlɔːdzˌspiritʃʊəl/ hàng giám mục và tổng giám mục trong thượng nghị viện (Anh).

Lords temporal /ˈlɔːdzˌtempərəl/ hàng quý tộc trong thượng nghị viện Anh (quý tộc trọn đời).

lore /lɔː[r]/ *dt* kho tàng tri thức (về một vấn đề): *bird lore* toàn bộ tri thức về các loài chim, điểu học; *folklore* văn hóa dân gian.

lorgnette /lɔːˈnjet/ *dt* kính cầm tay.

lorn /lɔːn/ *tt* (cổ hoặc đùa) cô quạnh.

lorry /ˈlɒri, (Mỹ ˈlɔːri)/ *dt* (Anh) (Mỹ cg **truck**) xe tải.

lose /luːz/ *dgt* (**lost**) **1.** mất: *lose a leg in an industrial accident* mất một chân trong một tai nạn lao động; *he*

L

lost both his sons in the war ông ta mất cả hai người con trong chiến tranh; *lose one's job* mất việc; *lose one's confidence* mất lòng tin; *he's lost ten pounds in weight* ông ta sút mất mười pao [trọng lượng]; *I've lost my keys* tôi đã làm mất chìa khóa; *she lost her husband in the crowd* cô ta lạc mất chồng trong đám đông; *poetry always loses [something] in translation* thơ dịch ra bao giờ cũng mất hay; *you will lose nothing by telling the truth* anh nói ra sự thật thì có mất gì đâu; *his carelessness lost him the job* tính cẩu thả của nó làm nó mất việc làm **2.** thoát khỏi, tránh: *"you see that car following us?" - "well, lose it"* "anh có thấy chiếc xe đang bám theo chúng ta không?" "cố mà thoát đi" **3.** thua, bại: *lose a lawsuit* thua kiện; *lose a battle* bại trận **4.** bỏ phí: *lose time in gambling* bỏ phí thì giờ vào quân bài lá bạc **5.** chậm *(đồng hồ)*: *the watch loses about two minutes a day* đồng hồ chậm khoảng hai phút mỗi ngày **6.** chìm đắm: *be lost in meditation* chìm đắm trong trầm ngâm. // **fight a losing battle** x fight[1]; **find (lose) favour with somebody (in somebody's eyes)** x favour[1]; **find (lose) one's voice (tongue)** x find[1]; **give (lose) ground** x ground[1]; **heads I win, tails you lose** x head[1]; **keep (lose) one's balance; keep (lose) one's cool** x cool[2]; **keep (lose) one's temper** x temper[1]; **keep (lose) track of somebody (something)** x track; **lose all season** trở nên phi lý; **lose one's bearings** mất phương hướng, bối rối; **lose one's breath** đứt hơi; **lose caste [with (among) somebody]** mất lòng kính trọng; **lose courage** chán

nản; **lose face** mất thể diện; **lose one's grip [on something]** không nắm được, không làm chủ được tình thế; **lose one's head** bối rối, quá kích động; **lose heart** nản lòng; **lose one's heart [to somebody (something)]** yêu, phải lòng; **lose one's life** bị giết, mất mạng; **lose one's marbles** *(lóng)* phát điên; **lose (waste) no time in doing something** x time[1]; **lose one's place** không tìm thấy chỗ đánh dấu đã đọc rồi; **lose one's rag** *(kng)* nổi nóng; **lose one's seat** a/ mất chỗ ngồi, bị người khác chiếm mất chỗ ngồi b/ không được tái đắc cử *(nghị viên)*; **lose one's shirt** *(kng)* thua sạch, mất sạch *(do đánh cá cược...)*: *he lost his shirt on the horse* anh ta đánh cá ngựa thua sạch tiền; **lose sight of somebody (something)** a/ mất hút: *lose sight of land* mất hút dần đất liền *(khi đi ra khơi)* b/ bỏ qua: *we must not lose sight of the fact that* chúng ta không được bỏ qua thực tế là; **lose the thread [of something]** không theo được một câu chuyện, một lý lẽ; **lose one's touch** không còn khả năng thành công; **lose touch [with somebody (something)]** mất liên lạc với ai, mất liên hệ với việc gì: *I've lost touch with all my old friends* tôi đã mất liên lạc với tất cả bạn cũ của tôi; *let us not lose touch with reality* ta hãy chớ mất liên hệ với thực tế; **lose one's way** lạc đường: *we lost our way in the dark* trong đêm tối, chúng tôi đã lạc đường; **lose (take off) weight** x weight[1]; **a losing battle (game)** cuộc đấu (cuộc chơi) đã thấy rõ là thất bại: *it's losing battle trying to persuade Henry to make more exercise* cố

thuyết phục Henry phải tập luyện thêm thì chỉ là thất bại mà thôi; **not lose sleep (lose no sleep) over something** đừng lo việc gì đến mất ăn mất ngủ: *it's not worth losing sleep over* cái đó thật không đáng lo đến mất ăn mất ngủ; **win (lose) by a neck** x neck[1]; **win or lose** x win[1]; **win (lose) the toss** x toss[2]. **lose oneself in something** hoàn toàn bị cuốn hút vào: *I soon lost myself in the excitement of the film* chẳng mấy chốc tôi đã bị sức kích động của bộ phim cuốn hút hoàn toàn; **lose out [on something]** *(kng)* bị thua thiệt: *if things go wrong I'm the one who'll lose out, not you* nếu mọi việc không tiến triển tốt thì người bị thua thiệt là tôi chứ không phải là anh; **lose out somebody [something]** *(kng)* bị át đi, bị thế chỗ: *has the cinema lost out to TV?* phải chăng chiếu bóng đã bị truyền hình thế chỗ?

loser /'lu:zə[r]/ *dt* người thua: *a good loser* người thua nhưng không bực dọc; *a bad loser* người thua bực dọc; *a born loser* người luôn luôn thất bại trong đời.

loss /lɒs, *(Mỹ)* lɔ:s/ *dt* **1.** sự mất: *loss of money* sự mất tiền; *a loss of prestige* sự mất uy tín; *the loss of his wife was a great blow to him* bà vợ anh ta qua đời là một đòn nặng đánh vào đời anh **2.** tổn thất, thiệt hại: *the enemy suffered heavy losses* địch bị tổn thất nặng **3.** tiền thua lỗ: *send something at a loss* bán lỗ vốn. // **at a loss** bối rối, lúng túng: *I'm at a loss what to do next* tôi bối rối không biết làm gì sau đó; **cut one's losses** từ bỏ một kế hoạch để khỏi thua thiệt nhiều.

loss-leader /'lɒsli:də[r]/ *dt* món hàng bán lỗ vốn để câu khách.

lost¹ /lɒst, (*Mỹ* lɔ:st)/ *qk và dttqk của* lose.

lost² /lɒst, (*Mỹ* lɔ:st)/ *tt* **1.** mất: *lost keys* chìa khóa đã mất **2.** lạc đường: *lost in the snow* lạc đường trong lớp tuyết dày **3.** đã qua; đã để qua: *one's lost youth* thời trai trẻ đã qua; *a lost opportunity* một cơ hội đã bỏ qua **4.** (+ to) không để ý tới: *he was reading his book completely lost to the world* anh ta đọc cuốn sách, hoàn toàn không để ý gì đến thế giới bên ngoài **5.** (+ on, upon) không có tác dụng, vô bổ: *good advice is lost on him* lời khuyên hay đối với nó cũng không có tác dụng gì (cũng vô bổ). // **all is not lost** chưa phải đã là hết hy vọng; **be lost in something** mải mê, chìm đắm: *to be lost in thought* chìm đắm trong suy tư; **be lost on somebody** không có ảnh hưởng gì đến ai: *our hints were not lost on him* những lời nói bóng gió của chúng ta không phải không ảnh hưởng gì đến cậu ta; **be lost to something** không bị ảnh hưởng của cái gì: *when he listens to music he's lost to the world* khi nó mà nghe nhạc thì nó chẳng biết gì đến mọi thứ trên đời nữa; **get lost** (*lóng*) biến đi, xéo đi; **give somebody up for lost** không còn hy vọng gì gặp lại ai, coi như ai đã chết; **make up for lost time** vội vã để bù lại thời gian đã mất; **there's little (no) love lost between A and B** *x* love¹.

lost cause /'lɒstkɔ:z/ sự nghiệp nắm chắc là thất bại.

lost property /,lɒst'prɒpəti/ đồ đạc thất lạc: *a lost-pro-perty office* trạm giữ đồ đạc thất lạc.

lot¹ /lɒt/ *dt* **the lot; all the lot; the whole lot** cả lô, cả thảy, tất cả: *take all the lot if you want* lấy tất cả nếu anh muốn; *I want the lot of you to get out off my house* tôi muốn tất cả tụi anh ra khỏi nhà tôi; *he expects a good salary, a car, first-class air tralvel - the lot* nó muốn có lương cao, có xe ô tô, vé đi máy bay hạng nhất, cái gì cũng muốn cả.

lot² /lɒt/ *dt* **a lot, lots** (*kng*) nhiều, số lượng lớn: *have you some more pie, there's lot left* anh dùng một ít bánh nướng nữa nhé, còn nhiều lắm; *"how many do you want?" "a lot (lots)"* "anh cần bao nhiêu?" "nhiều lắm".

lot³ /lɒt/ **a lot of** *dht* (*cg kng* **lots of**) số lượng lớn, lượng lớn, nhiều: *I haven't got a lot of time* tôi không có nhiều thì giờ; *a lot of people were queuing for the film* nhiều người xếp hàng mua vé xem phim.

lot⁴ /lɒt/ *pht* (*kng*) **1. a lot, lots** (*dùng với tt và pht*) nhiều: *I'm feeling a lot better today* hôm nay tôi cảm thấy khá hơn nhiều **2. a lot** (*dùng với dgt*) a/ rất nhiều: *I care about you a lot* tôi quan tâm lo lắng đến các anh rất nhiều b/ thường: *I play tennis quite a lot in the summer* tôi thường hay chơi quần vợt vào mùa hè.

lot⁵ /lɒt/ *dt* **1.** lô, mớ: *lot 46: six chairs* lô hàng 46: sáu cái ghế; *a parking lot* lô đất để đỗ xe **2.** số, phận, số phận: *her lot has been a hard one* số cô ta vất vả; *I would not want to share his lot* tôi không muốn cùng chia số phận với anh ta **3.** thăm; việc rút thăm: *she was chosen by lot to represent us* cô ta đã được chúng tôi bỏ thăm chọn làm người đại diện cho chúng tôi. // **a bad egg (lot)** *x* egg¹; **cast (draw) lots [for something]** rút thăm, bỏ phiếu (*quyết định việc gì*): *they drew lots for the right to go first* họ bỏ thăm quyết định ai được quyền đi trước; **fall to somebody's lot to do something** rơi vào trách nhiệm (phận sự) của ai phải làm; **throw in one's lot with somebody** quyết định cùng ai chia sẻ số phận.

loth /ləʊθ/ *dt nh* loath.

lotion /'ləʊʃn/ *dt* thuốc nước thoa da: *soothing lotions for insect bites* thuốc xoa vết đốt côn trùng.

lottery /'lɒtəri/ *dt* **1.** cuộc xổ số **2.** cuộc may rủi: *some people think that marriage is a lottery* nhiều người nghĩ rằng hôn nhân là một cuộc may rủi.

lotto /'lɒtəʊ/ *dt* trò chơi lôtô.

lotus /'ləʊtəs/ *dt* (*snh* **lotuses**) **1.** hoa sen **2.** quả hưởng lạc (*thần thoại Hy Lạp*).

lotus position /'ləʊtəspə,ziʃn/ thế ngồi hoa sen (*khi thiền định...*).

loud¹ /laʊd/ *dt* (-er; -est) **1.** [kêu] to, âm vang: *loud laughs* tiếng cười to; *that music's too loud, please turn it down* nhạc nghe to quá, làm ơn vặn nhỏ bớt **2.** lòe loẹt (*quần áo*). // **be loud in one's praise[s] of [somebody (something)]** khen ngợi ai hết mức.

loud² /laʊd/ *pht* (-er; est) (*dùng với* talk, sing, laugh...) to: *laugh loud and long* cười to hồi lâu; *speak louder, I can't hear you* nói to hơn, tôi nghe anh không rõ. //

actions speak louder than words
x action; **for crying out loud**
x cry[1]; **out loud** to, oang oang:
don't whisper, if you have
got something to say, say it
out loud đừng có nói thầm,
nếu anh có điều gì cần nói
thì cứ nói to lên.

loudhailer /ˌlaʊdˈheɪlə[r]/
(Anh) (Mỹ **bullhorn**) loa tăng
âm.

loudly /ˈlaʊdli/ *pht* **1.** một
cách to, [một cách] ầm lên:
a dog barking loudly con
chó sủa ầm lên **2.** [một cách]
lòe loẹt: *loudly dressed* ăn
mặc lòe loẹt.

loudmouth /ˈlaʊdmaʊθ/ *dt*
(kng) người to mồm.

loud-mouthed /ˈlaʊdmaʊθd/
(kng) to mồm.

loudness /ˈlaʊdnɪs/ *dt* **1.** sự
ầm to **2.** sự lòe loẹt.

loudspeaker /ˌlaʊdˈspiːkə/
dt (cg **speaker**) loa, loa phóng
thanh.

lough /lɒk; lɒx/ *dt* (Ai-len)
hồ; vịnh nhỏ.

lounge¹ /laʊndʒ/ *đgt* đứng
ngồi uể oải; quanh quẩn:
lounge about (around) the
house đi quanh quẩn trong
nhà.

lounge² /laʊndʒ/ *dt* **1.** phòng
đợi (ở phi cảng...): *the de-*
parture lounge phòng đợi
xuất phát **2.** phòng ngồi chơi
(ở khách sạn...) **3.** (Anh)
phòng khách **4.** *nh* lounge
bar.

lounger /ˈlaʊndʒə[r]/ *dt* kẻ
lười biếng.

lounge bar /ˈlaʊndʒbɑː[r]/ *dt*
(Mỹ **saloon bar**) quầy rượu
(ở khách sạn, thường sang
hơn và dắt hơn quầy ở quán
rượu).

lounge suit /ˈlaʊndʒ suːt/
(Anh) (Mỹ **business suit**) quần
áo làm việc, quần áo ngày
thường.

lour (cg **lower**) /ˈlaʊə[r]/ *đgt*
1. lour [at (on) somebody (some-
thing)] nhìn một cách de dọa;
cau mày nhìn **2.** tối sầm
lại (trời, mây) như sắp có
dông bão: *the sky lours.*

louse¹ /laʊs/ *dt* **1.** (snh **lices**)
rận, chấy **2.** (snh **louses**)
(lóng) người không ra gì.

louse² /laʊs/ *đgt* **louse some-**
thing up (kng) làm hỏng:
you're really loused things
up this time lần này anh
đã thật sự làm hỏng việc.

lousy /ˈlaʊzi/ *tt* **1.** có rận,
có chấy **2.** (kng) tồi tệ; ốm:
a lousy holiday một kỳ nghỉ
tồi tệ; *I feel lousy* tôi cảm
thấy muốn ốm **3.** (vị ngữ)
lousy with something (some-
body) (lóng) chen chúc, đầy:
in August the place is lousy
with tourists tháng tám, nơi
này đầy khách du lịch.

lout /laʊt/ *dt* người vụng về
thô lỗ.

loutish /ˈlaʊtɪʃ/ *tt* vụng về
thô lỗ: *loutish behaviour*
cách xử sự vụng về thô lỗ.

louvre (cg **louver**) /ˈluːvə[r]/
dt **1.** cửa chớp **2.** thanh cửa
chớp.

louvred (cg **louvered**) /ˈluːvəd/
tt có cửa chớp.

lovable /ˈlʌvəbl/ *tt* đáng
yêu, dễ thương: *a lovable*
puppy con chó con dễ
thương; *he's such a lovable*
rascal thật là một thằng
ranh con đáng yêu.

love¹ /lʌv/ *dt* **1.** tình yêu,
tình thương: *a mother's love*
for her children tình thương
của mẹ đối với con cái; *love*
of [one's] country tình yêu
đất nước; *she has a great*
love for animals chị ta rất
thương loài vật; *their love*
has cooled tình yêu của họ
đã nguội lạnh **2.** người yêu;
người đáng yêu, vật đáng
yêu: *take care, my love* cẩn
thận đấy, em yêu; *what a*

love her daughter is! con
gái bà ta thật đáng yêu
làm sao!; *isn't this hat per-*
fect love? cái mũ này có
đáng yêu không? **3.** (tôn)
lòng nhân từ của Chúa (đối
với nhân loại) **4.** lòng say
mê: *a love of music* lòng
say mê âm nhạc **5.** (thể) kết
quả không (quần vợt): *love*
all không - không; *the score*
is thirty-love tỉ số trận đấu
là 30 đều. // **be in love [with**
somebody] yêu ai; **be in love**
with something thích, mê (cái
gì); **cupboard love** *x* cupboard;
fall in love [with somebody]
phải lòng ai; **[just] for love**
(for the love of something) vì
thích mà làm, không cần
thưởng công: *they're all vol-*
unteers, doing it just for the
love of the thing họ hết thảy
là người tình nguyện, thích
mà làm không phải thưởng
công; **for the love of God** (dùng
tỏ sự ngạc nhiên hay thúc
giục ai làm gì) lạy Chúa;
give (send) somebody one's love
gửi lời chào (tới ai): *please*
give your sister my love xin
cho gửi lời chào chị anh
nhé; **a labour of love** *x* labour[1];
the love of somebody's life a/
người yêu nhất trên đời b/
niềm say mê, lòng yêu thích:
sailing is the love of his life
bơi xuồng là món yêu thích
của anh; **make love [to some-**
body] a/ làm tình, ăn nằm
(với ai); **not for love or money**
bằng bất cứ cách nào cũng
được: *we couldn't find a ho-*
tel room for love and money
chúng tôi không sao tìm
được một phòng khách sạn;
there's little (no) love lost be-
tween A and B A và B không
ưa nhau.

love² /lʌv/ *đgt* **1.** yêu, yêu
thương, yêu mến: *love one*
another yêu thương nhau;
love one's parents yêu cha
mẹ; *love one's country* yêu

đất nước; *love one's wife* yêu vợ **2.** thích, ưa thích: *love music* thích âm nhạc; *he loves to be praised* nó thích được khen; *he loves his pipe* ông ta thích cái tẩu của ông lắm; *we'd love you to come to dinner* chúng tôi mong anh đến dùng cơm tối với chúng tôi. // **love me, love my dog** yêu ai yêu cả tông chi họ hàng.

love affair /'lʌvə,feə[r]/ *dt* chuyện tình.

lovebird /'lʌvbɜ:d/ *dt* **1.** (*động*) vẹt xanh **2.** (*thường snh*) (*kng*) kẻ si tình.

love child /'lʌvtʃaild/ *dt* con hoang.

love-hate relationship /lʌv'heitrileiʃnʃip/ quan hệ yêu ghét lẫn lộn.

loveless /'lʌvləs/ *tt* không tình yêu: *a loveless marriage* một cuộc hôn nhân không tình yêu.

love letter /'lʌvletə[r]/ *dt* thư tình.

loveliness /'lʌvlinəs/ *dt* **1.** sự đẹp, sự hấp dẫn **2.** sự thú vị.

lovelorn /'lʌvlɔ:n/ *tt* thất tình.

lovely¹ /'lʌvli/ *tt* (-ier; -iest) **1.** đẹp, hấp dẫn: *a lovely woman* một người phụ nữ đẹp; *a lovely voice* giọng nói hấp dẫn **2.** (*kng*) thú vị: *a lovely time* một thời gian thú vị.

lovely² /'lʌvli/ *dt* (*kng*) người phụ nữ đẹp.

lovemaking /'lʌvmeikiŋ/ *dt* sự làm tình.

love match /'lʌvmætʃ/ *dt* cuộc hôn nhân vì tình yêu.

love-potion /'lʌv,pəʊʃn/ *dt* (*cg* **love philtre**) thức uống [làm] sinh tình (*trong chuyện cổ tích*).

lover /'lʌvə[r]/ *dt* **1.** người yêu, người tình **2. lovers** (*snh*)

cặp tình nhân **3.** người thích, người ưa thích: *a lover of music* người thích âm nhạc.

love seat /'lʌvsi:t/ *dt* ghế ngồi đối mặt nhau (*có hai chỗ ngồi*).

lovesick /'lʌvsik/ *tt* [ốm] tương tư.

love-song /'lʌvsɒŋ/ *dt* tình ca.

love-story /'lʌv,stɔ:ri/ *dt* truyện tình.

loving /'lʌviŋ/ *tt* thương yêu, âu yếm; tỏ tình: *loving words* lời tỏ tình.

loving-cup /'lʌviŋkʌp/ *dt* chén rượu thân tình (*chuyền tay nhau ở bàn tiệc để tỏ lòng thân tình*).

loving kindness /'lʌviŋ kaindnis/ (*cổ*) sự chăm sóc âu yếm.

lovingly /'lʌviŋli/ *pht* [một cách] thương yêu; [một cách] âu yếm.

low¹ /ləʊ/ *tt* (-er; -est) **1.** thấp: *a low wall* bức tường thấp; *a low brow* trán thấp; *low wages* lương thấp; *low temperature* nhiệt độ thấp; *low cloud* mây thấp; *of low birth* sinh ra từ tầng lớp thấp (tầng lớp dưới); *low forms of life* những dạng thấp của sự sống **2.** thô lỗ; tầm thường: *low manners* cử chỉ thô lỗ; *low tastes* thị hiếu tầm thường **3.** trầm (*giọng*) **4.** yếu, suy nhược, thiếu sức sống: *in a low state of health* tình trạng sức khỏe yếu **5.** thấp nhưng mạnh (*tốc độ*): *you'll need to change into a lower gear when going up this hill* anh phải sang số thấp hơn khi cho xe lên ngọn đồi này. // **at a low ebb** trong tình trạng sa sút: *her spirits were at a very low ebb* tinh thần cô ta sa sút nghiêm trọng; **be (run) low [on something]** cạn kiệt, hết: *the petrol's running low* xe

đang cạn xăng; **a high (low) profile** *x* profile; **lay somebody (something) low** a/ hạ ai nằm dài ra: *he laid his opponent low with a single punch* chỉ bằng một quả đấm, anh ta đã hạ đối thủ nằm dài ra b/ làm suy yếu, hủy hoại: *the whole family was laid low by (with) flu* cả nhà nằm liệt vì bị cúm.

low² /ləʊ/ *pht* (-er; -est) **1.** [một cách] thấp, ở mức thấp: *throw low* ném thấp; *play low* ra quân bài thấp; *buy low and sell high* mua giá thấp bán giá cao **2.** [một cách trầm; khẽ: *I can't sing as low as that* thôi không thể hát trầm như vậy được; *speak lower or she'll hear you!* nói khẽ hơn, nếu không cô ta nghe mất đấy!. // **lie low** *x* lie³; **be brought low** sa sút (*về sức khỏe, về của cải, về địa vị*): *many rich families were brought low by the financial crisis* nhiều gia đình giàu có đã sa sút do cơn khủng hoảng tài chính; **high and low** *x* high³; **stoop so low** *x* stoop¹.

low³ /ləʊ/ *dt* **1.** mức thấp, số thấp: *the [value of the] pound has fallen to a new low against the dollar* đồng bảng Anh đã xuống một mức thấp mới so với đồng đôla **2.** vùng khí áp thấp.

low⁴ /ləʊ/ *dt* tiếng rống (*của trâu bò*).

low⁵ /ləʊ/ *đgt* rống (*trâu bò*).

low-born /,ləʊ'bɔ:n/ *tt* xuất thân từ tầng lớp dưới.

lowbrow /,ləʊbraʊ/ *tt* kém học thức, kém trí tuệ: *a lowbrow person* người kém học thức; *a lowbrow discussion* cuộc thảo luận thiếu trí tuệ.

Low Church /,ləʊ'tʃɜ:tʃ/ phái giáo hội Anh ít chuộng nghi thức.

L

Low-Churchman /ˌləʊtʃɜ:-tʃmən/ *dt* (*snh* Low-Churchmen) tín đồ phái giáo hội Anh ít chuộng nghi thức.

low-class /ˌləʊ'klɑːs/ *tt* **1.** có chất lượng thấp (*hàng hóa*) **2.** [thuộc] tầng lớp dưới.

low-down[1] /ˈləʊdaʊn/ *tt* (*xấu*) ti tiện, đốn mạt: *a dirty low-down trick* thủ đoạn lừa đảo đốn mạt.

low-down[2] /ˈləʊdaʊn/ *dt* **give somebody (get) the low-down [on somebody (something)]** nói hết sự thật (*về ai, việc gì*): *give me the low-down on her divorce* hãy nói hết với tôi sự thật về vụ ly hôn của chị ta.

lower[1] /ˈləʊə[r]/ *dgt* **1.** hạ xuống, thả xuống: *lower a flag* hạ cờ xuống; *lower supplies to the stranded men* thả đồ cứu trợ cho những người mắc cạn; *he lowered four pints of beer in an hour* (*kng*) nó nốc hết bốn panh bia trong một tiếng đồng hồ **2.** hạ thấp: *lower the roof of a house* hạ thấp bớt mái nhà **3.** hạ, làm giảm, làm yếu đi: *lower one's voice to a whisper* hạ giọng xuống chỉ còn như tiếng thì thầm **4. lower oneself [by doing something]** hạ mình (*làm việc gì*): *don't lower yourself by asking him for help* đừng có hạ mình xuống xin nó giúp đỡ. // **raise (lower) one's sight** x sight[1].

lower [something] away (*hải*) hạ (buồm...).

lower[2] /laʊə/ *dt nh* lour.

lower case /ˈləʊə'keis/ chữ nhỏ, chữ thường.

Lower Chamber /ˌləʊə 'tʃeimbə[r]/ hạ [nghị] viện.

the lower deck /ˌləʊə'dek/ cấp thấp trong hải quân (*không phải sĩ quan*).

lowermost /ˈlaʊəməʊst/ *tt* thấp nhất.

low frequency /ˌləʊ'fri:-kwənsi/ (*vt* **LF**) tần thấp.

low-key /ˌləʊ'ki:/ *tt* (*cg* **low-keyed**) có chừng mực (*không xúc động mãnh liệt*): *the wedding was a very low-key affair* hôn lễ diễn ra rất có chừng mực.

lowland /ˈləʊlənd/ *dt* (*thường snh*) vùng đất thấp.

lowlander /ˈləʊləndə[r]/ *dt* dân vùng đất thấp.

low-level language /ˌləʊlevl 'læŋgwidʒ/ ngôn ngữ bậc thấp (*máy điện toán*).

lowliness /ˈləʊlinis/ *dt* sự tầm thường, sự hèn mọn.

lowly /ˈləʊli/ *tt* (**-ier; -iest**) tầm thường, hèn mọn.

low-lying /ˌləʊ'laiiŋ/ *tt* ở ngang mặt nước biển: *fog in low-lying areas* sương mù ở những vùng thấp ngang mặt nước biển.

low-paid /ˌləʊ'peid/ *tt* được trả lương thấp: *they are among the lowest-paid [workers] in the country* họ là trong số công nhân được trả lương thấp nhất nước.

low-pitched /ˌləʊ'pitʃt/ *tt* trầm (*âm thanh*).

low-rise /ˌləʊ'raiz/ *tt* thấp, ít tầng (*nhà*).

low season /ˌləʊ'si:zn/ mùa vắng khách.

low tide /ˌləʊ'taid/ *dt* (*cg* **low water**) **1.** nước ròng **2.** lúc nước ròng.

low-water mark /ˌləʊ'wɔ:tə-ˌmɑ:k/ **1.** ngấn nước ròng. **2.** lúc tệ hại nhất: *the low-water mark of the company fortunes* lúc tệ hại nhất trong vận mệnh của công ty.

loyal /ˈlɔiəl/ *tt* trung thành: *loyal to one's principles* trung thành với nguyên tắc của mình; *a loyal supporter of the Labour Party* người

ủng hộ trung thành Công đảng.

loyalist /ˈlɔiəlist/ *dt* người trung thành (*nhất là đối với vua*); tôi trung.

loyally /ˈlɔiəli/ *pht* [một cách] trung thành.

loyalty /ˈlɔiəlti/ *dt* lòng trung thành: *swear an oath of loyalty to the King* thề trung thành với nhà vua.

lozenge /ˈlɒzindʒ/ *dt* **1.** hình thoi **2.** (*dược*) viên ngậm: *a throat lozenge* viên ngậm trị viêm họng.

LP /el'pi:/ (*vt của* long playing) quay lâu hết (*30 phút mỗi mặt*) (*nói về đĩa hát...*).

L-plate /ˈelpleit/ *dt* (*Anh*) biển xe tập lái.

LSD /ˌel es 'di:/ *vt* **1.** (*cg* *lóng* **acid**) lysecgit (*một thứ ma tuý gây ảo giác*) **2.** (*cg* **lsd**) *Anh, cũ, kng*) (*vt của* tiếng Latinh librae, solidi, denarii) tiền: *I'm rather short of LSD - can you lend me some?* tôi hơi thiếu tiền, anh có thể cho tôi mượn một ít được không?

Lt (*vt của* Lieutenant) trung úy.

LTA /ˌelti:'ei/ (*vt* (*Anh*) Lawn Tennis Association) hội quần vợt.

Ltd (*vt của* limited liability company) công ty trách nhiệm hữu hạn (*nay chỉ dùng cho công ty tư nhân*): *Canning Bros Ltd* công ty trách nhiệm hữu hạn Canning Bros.

lubber /ˈlʌbə[r]/ *dt* (*cũ*) người cục mịch ngốc nghếch.

lubberly /ˈlʌbəli/ *tt* cục mịch ngốc nghếch.

lubricant /ˈluːbrikənt/ *dt* chất bôi trơn, dầu nhờn.

lubricate /ˈluːbrikeit/ *dgt* tra dầu mỡ, bôi trơn: *lubricate the wheels* tra dầu mỡ vào trục bánh xe; *my throat* *needs lubricating* cổ họng tôi cần được thông trơn *(tức là uống rượu).*

lubrication /ˌluːbrɪˈkeɪʃn/ *dt* sự tra dầu mỡ, sự bôi trơn.

lubricious /luːˈbrɪʃəs/ *tt* dâm dục, dâm đãng.

lucerne /luːˈsɜːn/ *dt (thực)* cỏ linh lăng.

lucid /ˈluːsɪd/ *tt* 1. sáng sủa, rõ ràng: *lucid explanation* sự giảng giải rõ ràng 2. sáng suốt, minh mẫn: *a lucid mind* trí óc sáng suốt; *lucid intervals* những lúc minh mẫn *(người bị bệnh tâm thần).*

lucidity /luːˈsɪdəti/ *dt* 1. sự sáng sủa, sự rõ ràng 2. sự sáng suốt, sự minh mẫn.

lucidly /ˈluːsɪdli/ *pht* 1. [một cách] rõ ràng: *lucidly explained* được giảng giải rõ ràng 2. [một cách] minh mẫn.

luck¹ /lʌk/ *dt* 1. vận, sự may rủi: *good luck* vận may; *bad luck* vận rủi 2. vận may, vận đỏ: *be in luck* gặp may; *be out of luck* không may. // **as [good (ill)] luck would have it** may (rủi) thay; **[what] bad, rotten... luck** *(dùng để nói lên sự thông cảm)* sao rủi thế; **be bad (hard) luck [on somebody]** rủi ro cho ai: *it was very hard [on you] to get ill on your holiday* thật rủi cho anh ngày nghỉ lễ lại ốm; **be down on one's luck** *(kng)* gặp lúc rủi ro đen đủi; **beginner's luck** *x* beginner; **be in (out of) luck** gặp may (gặp rủi ro); **better luck next time** *x* better¹; **the devil's on own luck** *x* devil¹; **good luck [to somebody]** chúc [ai] may mắn: *good luck in your exams!* chúc đi thi may mắn!; **just one's luck** đúng là cái số đen đủi của mình: *it was just my luck to go to the play the day the star was ill* đúng là cái số đen đủi của mình, đi xem lại đúng vào ngày diễn viên ngôi sao bị ốm; **one's luck is in** gặp may; **the luck of the draw** số phận; **the luck of the game** yếu tố may rủi *(chứ không phải tài năng trong một trò chơi)*; **no such luck** rủi thay là không; **push one's luck** *x* push¹; **take pot luck** *x* pot¹; **try one's luck (fortune)** thử vận may; **worse luck** *x* worse¹.

luck² /lʌk/ *dgt* **luck out** *(Mỹ, kng)* may mắn; thành công.

luckily /ˈlʌkɪli/ *pht* [một cách] may mắn, may mà: *I arrived late but luckily the meeting had been delayed* tôi đến trễ nhưng may mà cuộc họp đã bị hoãn lại.

luckless /ˈlʌkləs/ *tt* không may.

lucky /ˈlʌki/ *tt* may mắn; gặp may: *you are very lucky to be alive after that accident* anh thật là may còn sống sót sau vụ tai nạn đó; *it's lucky she's still here* may thật cô ấy vẫn còn đây; *a lucky break* một dịp may. // **strike lucky** *x* strike¹; **thank one's lucky stars** *x* thank; **you'll be lucky; you should be so lucky** *(mỉa)* điều mà anh mong có thể sẽ không bao giờ đến.

lucky dip /ˌlʌkiˈdɪp/ *(Anh)* hòm chơi rút hàng *(may ra rút được thứ đắt hơn món tiền đã trả).*

lucrative /ˈluːkrətɪv/ *tt* sinh lợi: *a lucrative business* một công việc sinh lợi.

lucratively /ˈluːkrətɪvli/ *pht* [một cách] sinh lợi.

lucrativeness /ˈluːkrətɪvnɪs/ *dt* sự sinh lợi.

lucre /ˈluːkə[r]/ *dt (xấu)* lợi, lợi lộc: *the lure of lucre* cái bả lợi lộc, cái mồi lợi lộc.

Luddite¹ /ˈlʌdaɪt/ *dt (xấu)* người thủ cựu *(trong công nghiệp).*

Luddite² /ˈlʌdaɪt/ *tt (xấu)* thủ cựu *(trong công nghiệp).*

ludicrous /ˈluːdɪkrəs/ *tt* nực cười, lố lăng: *a ludicrous idea* một ý tưởng nực cười.

ludicrously /ˈluːdɪkrəsli/ *pht* [một cách] nực cười, [một cách] lố lăng: *his trousers were ludicrously short* quần của anh ta ngắn một cách lố lăng.

ludo /ˈluːdəʊ/ *dt* trò chơi lu-đô.

luff /lʌf/ *dgt* lái *(tàu thuyền)* về phía gió.

luffa /ˈluːfə/ *dt (Mỹ)* nh loofah.

lug¹ /lʌg/ *dgt* (-gg-) kéo lê, lôi: *lugging a heavy suitcase up the stairs* kéo lê một cái va-li nặng lên cầu thang; *she had to lug the kids around (about; along) all day (bóng)* chị ta phải dắt tụi trẻ đi quanh quẩn (đó đây) suốt cả ngày.

lug² /lʌg/ *dt* 1. *(kỹ)* giá đỡ, giá treo 2. *(cg lug-hole) (Anh, lóng)* tai.

luge /luːʒ/ *dt* xe trượt băng cá nhân.

luggage /ˈlʌgɪdʒ/ *dt (Mỹ baggage)* hành lý.

luggage rack /ˈlʌgɪdʒræk/ giàn hành lý *(trên xe lửa...).*

luggage van /ˈlʌgɪdʒvæn/ toa hành lý *(trên xe lửa...).*

lugger /ˈlʌgə[r]/ *dt* thuyền buồm [có buồm] hình thang.

lughole /ˈlʌghəʊl/ *dt* nh lug² 2.

lugubrious /ləˈguːbrɪəs/ *tt* sầu thảm, bi thảm: *why are you so lugubrious?* sao anh trông có vẻ sầu thảm thế?

lugubriously /ləˈguːbrɪəsli/ *pht* [một cách] sầu thảm, [một cách] bi thảm.

L

lugubriousness /lə'guːbriəs-nis/ *dt* sự sầu thảm, sự bi thảm.

lugworm /'lʌgwɜːm/ *dt* giun cát *(dùng làm mồi câu)*.

lukewarm /luːk'wɔːm/ *tt* **1.** ấm, âm ấm: *heat the milk until it is just lukewarm* đun sữa cho âm ấm thôi nhé **2. lukewarm [about somebody (something)]** nhạt nhẽo, thiếu nhiệt tình: *get a lukewarm reception* đón tiếp thiếu nhiệt tình; *her love had grown lukewarm* mối tình của nàng đã trở nên nhạt nhẽo.

lull¹ /lʌl/ *dgt* **1.** (+ to) ru: *lull a baby to sleep* ru ngủ em bé **2.** (+ into) dụ dỗ, ru ngủ *(bóng)*: *yellow trade unions try to lull the workers's struggle into inactivity* công đoàn vàng tìm cách ru ngủ cuộc đấu tranh của công nhân **3.** tạm lặng *(bão...)*, lặng sóng *(biển)...*

lull² /lʌl/ *dt (thường số ít)* thời gian tạm lắng, cơn lặng tạm thời, thời gian yên ả: *a lull before the storm* thời gian yên ả trước cơn bão.

lullaby /'lʌləbai/ *dt* bài hát ru con.

lumbago /lʌm'beigəʊ/ *dt* chứng đau lưng.

lumbar /'lʌmbə[r]/ *tt [thuộc]* thắt lưng; [ngang] thắt lưng: *lumbar pains* đau ngang thắt lưng.

lumbar puncture /'lʌmbə pʌŋkl:ʃə[r]/ *(y)* sự rút nước tủy xương sống ngang lưng.

lumber¹ /'lʌmbə[r]/ *dt* **1.** *Anh* đồ bỏ đi, đồ tập tàng **2.** *(Mỹ) nh* timber¹ 1.

lumber² /'lʌmbə[r]/ *dgt* **1.** làm phiền, gây khó khăn: *it looks as though we're going to be lumbered with Uncle Bill for the whole weekend* có vẻ như là chúng ta sẽ phải chịu đựng chú Bill suốt cả kỳ nghỉ cuối tuần **2.** chất đống bề bộn: *a room lumbered with all sorts of rubbish* căn phòng chất đống đủ thứ đồ tập tàng; *a mind lumbered with useless facts* đầu óc chứa chất những chuyện vô bổ **3.** *(đặc biệt Mỹ)* xẻ gỗ.

lumber³ /'lʌmbə[r]/ *dgt* di chuyển nặng nề: *elephants lumbering past* những con voi nặng nề đi qua.

lumberjack /'lʌmbədʒæk/ *dt (cg lumber-man) (Mỹ, Canada)* thợ rừng.

lumberjacket /'lʌmbəjækit/ *dt* áo vét cài kín cổ.

lumber-room /'lʌmbərum/ *dt* buồng chứa đồ tập tàng.

luminary /'luːminəri, (Mỹ 'luːmineri)/ *dt* **1.** ngôi sao sáng, danh nhân **2.** thể sáng *(như mặt trời, mặt trăng)*.

luminosity /ˌluːmi'nɒsəti/ sự sáng chói; độ sáng.

luminous /'luːminəs/ *tt* **1.** sáng, sáng chói, phát quang: *luminous paint* sơn phát quang *(ở kim đồng hồ dạ quang...)* **2.** *(bóng)* dễ hiểu, rõ ràng: *a luminous explanation* lời giải thích rõ ràng.

luminously /'luːminəsli/ *pht* **1.** [một cách] sáng rõ **2.** *(bóng)* [một cách] dễ hiểu, [một cách] rõ ràng.

lumme, lummy /'lʌmi/ *tht (Anh, lóng, cũ)* ồ! trời! *(để tỏ sự ngạc nhiên)*.

lump¹ /lʌmp/ *dt* **1.** cục, tảng, miếng: *a lump of clay* cục đất sét; *a lump of sugar* miếng đường **2.** cái bướu, chỗ sưng u lên **3.** *(kng)* người đần độn, anh thộn. // **have a lump in one's (the) throat** cảm thấy cổ họng như nghẹn lại.

lump² /lʌmp/ *dgt* **1.** gộp lại, gom lại **2.** đóng cục lại, vón lại: *stir the sauce to prevent it lumping* khuấy nước xốt cho nó khỏi vón lại.

lump³ /lʌmp/ *dgt* **lump it** chịu đựng, ngậm đắng nuốt cay: *if you don't like it you will have to lump it* anh không thích cái đó thì cũng phải chịu đựng vậy thôi.

lumpish /'lʌmpiʃ/ *tt* đần độn, thộn.

lump sugar /lʌmp'ʃʊgə[r]/ đường miếng.

lump sum /'lʌmpsʌm/ số tiền trọn gói.

lumpy /'lʌmpi/ *tt* (-ier; -iest) **1.** có nhiều chỗ sưng u lên **2.** thành cục, vón lại: *lumpy gravy* nước xốt vón lại.

lunacy /'luːnəsi/ *dt* **1.** tình trạng điên rồ, tình trạng mất trí **2.** cách xử sự dại dột: *it's sheer lunacy driving in this weather* lái xe trong thời tiết như thế này thì thật là dại dột **3.** *(thường snh)* hành động điên rồ.

lunar /'luːnə[r]/ *tt [thuộc]* mặt trăng, nguyệt: *a lunar eclipse* nguyệt thực.

lunar module /luːnə'mɒdjuːl/ khoang phi thuyền có thể tự tách ra hạ xuống mặt trăng và quay về.

lunar month /ˌluːnə'mʌnθ/ tháng âm lịch.

lunatic¹ /'luːnətik/ *tt* **1.** *(cũ)* người điên, người mất trí **2.** người rồ dại: *you're driving on the wrong side of the road, you lunatic!* anh đang lái xe sai phía đường đấy, đồ rồ dại ơi!

lunatic² /'luːnətik/ *tt* **1.** *(cũ)* điên, mất trí **2.** rồ dại: *a lunatic proposal* lời đề nghị rồ dại.

lunatic asylum /'luːnətik əˌsailəm/ *(cũ)* bệnh viện tâm thần.

the lunatic fringe /ˌluːnətik 'frindʒ/ nhóm cực đoan *(trong một đảng...)*

lunch¹ /lʌntʃ/ *dt* **1.** ăn bữa trưa **2.** *(Mỹ)* bữa ăn nhẹ: *we'll have a lunch after the show* sau buổi biểu diễn ta sẽ dùng một bữa ăn nhẹ.

lunch² /lʌntʃ/ *dgt* **1.** ăn bữa trưa **2.** đãi ăn trưa.

lunch room /'lʌntʃrum/ phòng ăn trưa.

lunch time /'lʌntʃtaim/ giờ ăn trưa.

luncheon /'lʌntʃən/ *dt* bữa ăn trưa *(nh* lunch).

luncheon meat /'lʌnʃənmiːt/ thịt hộp.

luntcheon voucher /'lʌnʃən ,vautʃə[r]/ *(vt* **LV**) *(Anh)* *(Mỹ* **meal ticket**) phiếu ăn *(đưa cho công nhân như một phần lương và có thể đổi thành thực phẩm tại một số quán ăn).*

lung /lʌŋ/ *dt* phổi: *lung cancer* ung thư phổi. // **good lungs** giọng nói khỏe; giọng hát khỏe.

lunge¹ /lʌndʒ/ *dt* sự lao tới, sự nhào tới tấn công.

lunge² /lʌndʒ/ *dgt* lao tới, nhào tới tấn công: *he lunged wildly at his opponent* anh ta nhào tới tấn công địch thủ như điên.

lung-power /'lʌŋpauə[r]/ khả năng nói khỏe hát to.

lupin *(Mỹ* **lupine**) /'luːpin/ *dt* *(thực)* đậu lupin.

lurch¹ /lɜːtʃ/ *dt* **leave somebody in the lurch** *x* leave¹.

lurch² /lɜːtʃ/ *dt* **1.** sự tròng trành *(tàu thuyền)* **2.** *(số ít)* sự loạng choạng.

lurch³ /lɜːtʃ/ *dgt* **1.** tròng trành *(tàu thuyền)* **2.** loạng choạng: *a drunken man lurching along the street* người say rượu đi loạng choạng dọc đường phố.

lure¹ /luə[r]/ *dt* **1.** chim giả *(tung lên để gọi chim bay đến mà bắn, mà bắt)* **2.** mồi, bẫy, kế gian **3.** sự cám

dỗ; sức cám dỗ: *the lure of fame* sức cám dỗ của đầu óc danh vọng.

lure² /luə[r]/ *dgt* cám dỗ, nhử: *the pleasures of city life lure him away from studies* những thú vui của thành thị đã cám dỗ anh ta mất cả học hành.

lurid /'luərid/ *tt* **1.** đầy màu sắc: *a lurid sunset* một buổi mặt trời lặn đầy màu sắc **2.** giật gân: *lurid tale* câu chuyện giật gân.

luridly /'luəridli/ *pht* **1.** [một cách] đầy màu sắc **2.** [một cách] giật gân.

luridness /'luəridnis/ *dt* **1.** sự đầy màu sắc **2.** sự giật gân.

lurk /lɜːk/ *dgt* **1.** ẩn nấp, núp: *a suspicious-looking man lurking in the shadow* một người đàn ông có vẻ khả nghi đang ẩn nấp trong bóng tối **2.** [tồn tại] ngấm ngầm: *a lurking suspicion* một sự nghi ngờ ngấm ngầm.

luscious /'lʌʃəs/ *tt* **1.** ngọt ngào; thơm ngát, ngon lành: *the luscious taste of ripe peaches* vị ngon lành của những quả đào chín **2.** êm dịu *(nhạc...)*: *the luscious tone of the horns* tiếng kèn êm dịu **3.** khêu gợi: *a luscious blonde* một cô gái tóc vàng khêu gợi.

lusciously /'lʌʃəsli/ *pht* **1.** [một cách] ngọt ngào, [một cách] thơm ngát, [một cách] ngon lành **2.** [một cách] êm dịu **3.** [một cách] khêu gợi.

lusciousness /'lʌʃəsnis/ *dt* **1.** sự ngọt ngào, sự thơm ngát, sự ngon lành **2.** sự êm dịu **3.** sự khêu gợi.

lush¹ /lʌʃ/ *tt* **1.** sum sê: *lush vegetation* cây cối sum sê **2.** *(bóng)* lộng lẫy: *lush carpets* những tấm thảm lộng lẫy.

lush² /lʌʃ/ *dt* *(Mỹ, lóng)* người nát rượu.

lust¹ /lʌst/ *dt* *(thường xấu)* **1.** tính dâm dật, tính dâm đãng **2.** lòng tham; sự ham muốn, sự thèm khát: *a lust of honours* sự thèm khát danh vọng; *a lust for gold* lòng tham vàng.

lust² /lʌst/ *dgt* (+ after, for) thèm khát, khát khao: *lust after women* thèm khát phụ nữ.

lustful /'lʌstfl/ đầy dục vọng, đầy khát vọng.

lustfully /'lʌstfəli/ *pht* [một cách] đầy dục vọng, [một cách] đầy khát vọng.

lustre *(Mỹ* **luster**) /'lʌstə[r]/ *dt* **1.** ánh sáng rực rỡ; sự rực rỡ huy hoàng **2.** *(bóng)* sự vẻ vang, sự lừng lẫy: *it added new lustre to his fame* cái đó làm cho danh tiếng của ông ta thêm lừng lẫy.

lustrous /'lʌstrəs/ *tt* láng, bóng: *lustrous hair* tóc láng bóng.

lustrously /'lʌstrəsli/ *pht* [một cách] láng bóng.

lustily /'lʌstili/ *pht* [một cách] cường tráng, [một cách] mạnh mẽ: *sing lustily* hát mạnh mẽ.

lusty /'lʌsti/ *tt* cường tráng, mạnh mẽ, đầy sức sống: *a lusty young man* một thanh niên cường tráng.

lute¹ /luːt/ *dt* *(nhạc)* đàn luýt, đàn quả lê.

lute² /luːt/ *dt* nhựa gắn, mát-tít.

lute³ /luːt/ *dgt* gắn nhựa, gắn mát-tít.

lutenist, lutanist /'luːtənist/ *dt* người chơi đàn luýt.

Lutheran /'luːθərən/ *dt* người theo giáo phái Tin lành Martin Luther.

luxuriance /lʌg'ʒuəriəns/ *dt* sự sum sê.

L

luxuriant /lʌg'ʒʊəriənt/ *tt* sum sê: *luxuriant tropical vegetation* cây cối sum sê vùng nhiệt đới; *the poem's luxuriant imagery (bóng)* hình tượng phong phú của bài thơ.

luxuriantly /lʌgʒʊəriəntli/ *pht* [một cách] sum sê.

luxuriate /lʌg'ʒʊərieit/ *dgt* (+ in, on) vui hưởng, tắm mình trong: *luxuriate in the warm spring sunshine* tắm mình trong ánh nắng ấm áp mùa xuân.

luxurious /lʌg'ʒʊəriəs/ *tt* 1. sang trọng, xa hoa: *luxurious life* đời sống xa hoa 2. thích xa hoa: *luxurious habits* những thói quen [thích] xa hoa.

luxuriously /lʌg'ʒʊəriəsli/ *pht* [một cách] xa hoa.

luxury /'lʌkʃəri/ *dt* 1. sự sang trọng, sự xa hoa: *live a life of luxury* sống một cuộc sống xa hoa 2. hàng xa xỉ: *we can't afford many luxuries* ta không đủ sức xài những món hàng xa xỉ. // **in the lap of luxury** *x* lap[1].

LV /ˌelviː/ *(Anh)* (vt của luncheon voucher) (x mục tương ứng).

LW (rađiô) (vt của long wave) sóng dài.

-ly /-li/ *tiếp tố* 1. (tạo tt từ dt) có tính chất: *cowardly* [có tính chất] nhát gan, nhút nhát: *scholarly* uyên bác 2. (tạo pht từ dt): *daily* hằng ngày 3. (tạo pht từ tt) một cách: *happily* [một cách] hạnh phúc, [một cách] sung sướng.

lycée /'liːsei, (Mỹ li'ːsei/ *dt* trường trung học (Pháp).

lychee (cg **litchi**) /ˌlai'tʃiː, 'laitʃiː/ *dt* cây vải; quả vải.

lych-gate /'litʃgeit/ *dt nh* lichgate.

lye /lai/ *dt* nước tro (dùng giặt, rửa).

lying /'laiiŋ/ *dttht của* lie[3].

lymph /limf/ *dt (sinh, y)* bạch huyết.

lymphatic /lim'fætik/ *tt* 1. [thuộc] bạch huyết: *lymphatic system* hệ bạch huyết 2. lờ phờ, uể oải (người).

lynch /lintʃ/ *dgt* hành hình kiểu lin-sơ (do quần chúng quyết định, không qua xét sử).

lynch law /'lintʃlɔː/ *dt* luật hành hình kiểu linsơ.

lynx /liŋks/ *dt (động)* mèo linh, linh miêu.

lynx-eyed /ˌliŋksaid/ *tt* tinh mắt.

lyre /'laiə[r]/ *dt (nhạc)* đàn thiên cầm, đàn lia.

lyre-bird /'laiəbɜːd/ *dt (động)* chim thiên cầm.

lyric[1] /'lirik/ *tt* 1. trữ tình (thơ) 2. soạn để hát.

lyric[2] /'lirik/ *dt* 1. bài thơ trữ tình 2. (thường snh) lời ca (trong một vở nhạc kịch...).

lyrical /'lirikl/ *tt* 1. nh lyric 2. say mê: *she waxed lyrical about the beauties of the scenery* cô ta trở nên say mê bức tranh đẹp của cảnh vật.

lyrically /'lirikli/ *pht* [một cách] trữ tình.

lyricism /'lirisizəm/ *dt* 1. tính chất trữ tình 2. tình cảm say mê cuồng nhiệt.

lyricist /'lirisist/ *dt* người viết lời cho bài hát trữ tình.

M¹, m¹ /em/ *dt (snh* **M's, m's)** /emz/ M, m *(con chữ số 13 trong bảng chữ cái Anh):* "Moscow" starts with [an] "M" "Moskow" bắt đầu bằng con chữ "M".

M² *vt* **1.** *(cg* **med)** *(vt của* medium) cỡ trung *(đồ may mặc)* **2.** *(cg* **m)** *(vt của tiếng Latinh* mille) số 1000 La Mã **3.** /em/ *(Anh) (vt của* motorway) đường cao tốc: *heavy traffic on the M25* giao thông dày đặc trên đường cao tốc 25.

m² *vt* **1.** *(vt của* male) nam, giống đực **2.** *(vt của* married) đã lập gia đình **3.** *(cg* **masc)** giống đực *(về ngữ pháp)* **4.** *(vt của* metre[s]) mét: *run in the 5000m* chạy cự li 5000 mét; *800m long wave* sóng dài 800 mét **5.** *(vt của* million[s]) triệu: *population 10m* dân số 10 triệu.

ma /ma:/ *dt (kng) (thường dùng để thưa gọi)* mẹ, má: *I'm going now, ma* con đi đây má ạ; *he always does what his ma tells him* hắn luôn làm những gì mà mẹ nó bảo.

MA /,em'ei/ *(Mỹ AM) (vt của* Master of Arts) Cao học văn chương.

ma'am /mæm *hoặc* ma:m/ *dt (số ít) (dạng rút ngắn của* madame) **1.** lệnh bà, phu nhân **2.** [thưa bà]: *can I help you, ma'am?* thưa bà tôi có thể giúp bà không?

mac¹ *(cg* **mack)** /mæk/ *dt (Anh, kng) nh* mackintosh.

mac² /mæk/ *dt (số ít) (Mỹ, kng)* ông *(dùng để gọi một người đàn ông mà mình không biết tên):* hey, mac! *what do you think you're doing* này ông! ông có hiểu ông đang làm gì đấy không?

macabre /mə'ka:brə/ *tt* rùng rợn: *a macabre ghost story* một truyện ma rùng rợn.

macadam /mə'kædəm/ *dt* mặt đường bằng đá giăm nện: *a macadam road* đường rải đá giăm nện.

macadamize, macadamise /mə'kædəmaiz/ *dgt* rải đá giăm nện: *macadamized roads* những con đường rải đá giăm nện.

macaroni /,mækə'rəʊni/ *dt* mì ống.

macaroni cheese /,mækə-rəʊni'tʃi:z/ món mì ống rưới nước xốt pho-mát.

macaroon /,mækə'ru:n/ *dt* bánh hạnh nhân.

macaw /mə'kɔ:/ *dt (động)* vẹt đuôi dài, vẹt ara.

mace¹ /meis/ *dt (sử)* **1.** cái chùy **2.** trượng, gậy quyền.

mace² /meis/ *dt* nhục đậu khấu.

macerate /'mæsəreit/ *dgt* ngâm, giầm.

maceration /,mæsə'reiʃn/ *dt* sự ngâm, sự giầm.

Mach /ma:k, mæk/ *dt* Mác *(tỷ lệ giữa tốc độ máy bay và tốc độ âm thanh):* an aircraft flying at Mach two chiếc máy bay với tốc độ Mác 2 *(bay ở tốc độ gấp 2 lần tốc độ âm thanh).*

machete /mə'tʃeti, (Mỹ mə-'ʃeti)/ *dt* dao rựa.

machiavellian *(cg* **Machia-vellian)** /,mækiə'veliən/ [có] mánh khóe xảo quyệt.

machination /,mæʃi'neiʃn/ *dt* **1.** *(thường snh)* âm mưu, mưu đồ **2.** sự âm mưu, sự mưu toan.

machine¹ /mə'ʃi:n/ *dt (hay gặp trong từ ghép)* **1.** máy, máy móc: *sewing-machine* máy khâu; *a washing-machine* máy giặt; *machines have replaced human labour in many industries* máy móc đã thay sức người trong nhiều ngành công nghiệp; *years of doing the same dull job can turn you into a machine (bóng)* bao năm vẫn làm một việc buồn tẻ như vậy có thể biến anh thành một cái máy **2.** bộ máy đầu não: *the [political] party machine* bộ máy đầu não của chính đảng. // **a cog in the machine** *x* cog.

machine² /mə'ʃi:n/ *dgt* **1.** làm bằng máy; sản xuất bằng máy; gia công bằng máy **2.** may bằng máy may.

machine code /mə'ʃi:n,kəʊd/ mã máy.

machine-gun¹ /mə'ʃi:ngʌn/ *dt* súng máy, súng liên thanh.

machine-gun² /mə'ʃi:ngʌn/ *dgt* (-nn-) bắn súng máy, bắn súng liên thanh: *they machine-gunned the advancing troops* họ bắn súng máy vào đội quân đang tiến lên.

machine-made /məʃi:n'meid/ *tt* làm bằng máy.

machine-readable /mə,ʃi:n 'ri:dəbl/ *tt [mà]* máy [điện toán] đọc được.

machinery /mə'ʃi:nəri/ *dt* **1.** cơ cấu máy, máy: *the machinery of a clock* máy đồng hồ **2.** máy móc: *much new machinery has been installed* nhiều máy móc mới

M

đã được lắp đặt **3.** guồng máy, bộ máy: *the machinery of government* bộ máy nhà nước.

machine tool /mə'ʃi:n,tu:l/ máy công cụ.

machinist /mə'ʃi:nist/ *dt* **1.** người thao tác máy; người khâu (may) máy **2.** người chế tạo máy công cụ; người sửa chữa máy công cụ.

machismo /mə'tʃizməʊ, mə-'kizməʊ/ *dt* niềm kiêu hãnh nam nhi.

macho /'mætʃəʊ/ *(kng, xấu)* hung hăng theo kiểu nam nhi: *he thinks it's macho to drink a lot and got into fights* nó cho rằng uống nhiều rượu và lao vào đánh nhau mới là hung hăng theo kiểu nam nhi.

mackerel /'mækrəl/ *dt (động)* cá thu đao. // **set a sprat to catch a mackerel** *x* sprat.

mackerel sky /,mækrəl'skai/ trời đầy mây vằn.

mackintosh /'mækintɒʃ/ *dt (cg* **mac, mack** /mæk/) áo mưa.

macro- *(tiếp tố)* lớn; vĩ: *macrocosm:* thế giới vĩ mô.

macrobiotic /,mækrəʊ,bai-'ɒtik/ *tt* [thuộc] chế độ ăn chay: *macrobiotic food* thức ăn chay.

macrobiotics /,mækrəʊbai-'ɒtiks/ *dt* khoa dinh dưỡng ăn chay.

macrocosm /'mækrəʊkɒzəm/ *dt* **1.** *the microcosm* vũ trụ **2.** thế giới vĩ mô.

mad /mæd/ *tt* (**-dder;-ddest**) **1.** điên: *go mad* phát điên, hóa điên; *you must be mad to drive so fast!* anh điên sao mà lái xe nhanh như vậy! **2.** say mê, mê a/ (+ about, on): *mad on pop music* mê nhạc pop; *he's mad about her* nó mê cô

ta b/ *(đi sau dt):* be cricket mad mê [môn] cricket **3.** (+ with) điên loạn: *mad with pain* đau điên người **4.** *(kng)* (+ a, with) giận điên lên: *his obstinacy drives me mad* sự bướng bỉnh của nó làm tôi giận điên lên; *mad at (with) the dog for eating her shoe* giận con chó điên lên vì đã gặm giày của nàng **5.** mắc bệnh dại *(chó).* // **hopping mad** *x* hop[1]; **like mad** *(kng)* nhiều, nhanh, như điên: *run like mad* chạy như điên; *smoke like mad* hút thuốc như điên; **[as] mad as a hatter (a March hare)** *(kng)* hoàn toàn mất trí; **mad keen [on somebody (something)]** *(kng)* rất mê: *she's mad on hockey* chị ta rất mê hốc-cây; **stark raving (staring) mad** *x* stark[2].

madam /'mædəm/ *dt (cg* **Madam)** *(số ít)* (tiếng xưng hô một người phụ nữ một cách lịch sự)* bà, phu nhân: *Dear Madam* kính thưa bà *(lời chào ở đầu bức thư);* *Madam Chairman, can I be allowed to speak?* thưa bà chủ tọa; tôi có được phép phát biểu không ạ?

Madame /mə'da:m, *(Mỹ* mə'dæm)/ *(snh* **Mesdames)** bà: *Madame Lee from Hongkong* bà Lee từ Hồng Kông đến.

madcap[1] /'mædkæp/ *tt* liều lĩnh, khinh suất.

madcap[2] /'mædkæp/ *dt* người liều lĩnh, người khinh suất.

madden /'mædn/ *đgt* làm *(ai)* tức điên người: *it maddens me that she was chosen instead of me* cô ta được chọn chứ không phải tôi, điều đó làm tôi tức điên người lên.

maddening /'mædniŋ/ *tt* làm tức điên người; làm bực

mình: *maddening delays* những sự chậm trễ làm tức điên người lên.

maddeningly /'mædniŋli/ *pht* [một cách] điên người, [một cách] bực mình: *maddeningly stupid* ngốc nghếch một cách bực mình.

madder /'mædə[r]/ *dt* thuốc nhuộm [lấy từ rễ cây] thiên thảo.

made /meid/ *qk và đttqk* của make[1].

Mademoiselle /,mædəm-wə'zel/ *(snh* **Mesdemoiselles)** cô: *Mademoiselle Dubois* Cô Dubois.

Madeira /mə'diərə/ *dt* rượu vang [trắng] Madeira *(từ đảo Madeira).*

Madeira cake /mə'diərə keik/ bánh ngọt xốp Madeira.

madhouse /'mædhaʊs/ *dt* bệnh viện tâm thần.

madly /'mædli/ *pht* **1.** [một cách] điên cuồng [một cách] điên loạn: *people were rushing madly in all directions* người ta điên loạn lao lên theo mọi hướng **2.** như điên, cực kỳ: *she's madly in love with him* cô ta yêu hắn như điên.

madman /'mædmən/ *dt* người điên, người mất trí.

madness /'mædnəs/ *dt* **1.** chứng điên **2.** sự dại dột: *it is madness to climb in such bad weather* trời xấu thế này mà leo núi thì thật là dại dột. // **method in one's madness** *x* method.

Madonna /mə'dɒnə/ *dt* **1.** *the Madonna* (số ít) đức Mẹ đồng trinh, thánh mẫu **2.** (thường **madonna)** tượng Thánh mẫu; tranh Thánh mẫu.

madrigal /'mædrigl/ *dt* thơ huê tình.

maelstrom /'meilstrom/ *dt* (thường số ít) **1.** xoáy nước

2. *(bóng)* cơn lốc: *she was drawn into a maelstrom of revolution* chị ta bị cuốn hút vào cơn lốc cách mạng.

maestro /'maistrəʊ/ *dt (snh* **maestros** hoặc **maestri** /'maistri/) *(viết hoa khi có kèm tên ở sau)* bậc thầy nghệ thuật; nhà soạn nhạc đại tài; nhạc trưởng đại tài; thầy dạy nhạc giỏi.

Mafia /'mæfiə, *(Mỹ* mɑ:fiə)/ *dt* **1. the Mafia** tổ chức Ma-fi-a **2. mafia** *(xấu hoặc đùa)* nhóm người có ảnh hưởng, nhóm mafia: *the town hall mafia will prevent this plan going through* nhóm có ảnh hưởng trong tòa thị chính sẽ ngăn cản sự thông qua kế hoạch này.

Mafioso /ˌmæfi'əʊsəʊ/ *dt (snh* **Mafiosi** /ˌmæfi'əʊsi/) thành viên Mafia.

magazine¹ /ˌmægə'zi:n, *(Mỹ* 'mægəzi:n)/ *dt* tạp chí.

magazine² /ˌmægə'zi:n, *(Mỹ* 'mægəzi:n)/ *dt* **1.** nhà kho vũ khí **2.** ổ đạn *(trong súng)* **3.** ổ nạp phim *(ở máy ảnh).*

magenta¹ /mə'dzentə/ *dt* magenta, fucsin *(thuốc nhuộm).*

magenta² /mə'dzentə/ *tt* [có] màu fucsin, đỏ tía.

maggot /'mægət/ *dt* con giòi.

maggoty /'mægəti/ *tt* có giòi, đầy giòi: *maggoty meat* thịt có giòi.

Magi /'mædzai/ *dt snh* **the Magi** ba nhà thông thái phương Đông mang quà tặng Chúa Hài Đồng.

magic¹ /'mædzik/ *dt* **1.** ma thuật, phép màu: *this soap works like magic - the stains just disappear* xà phòng này tác dụng như có phép màu, vết bẩn đã biến hết **2.** ảo thuật: *she's very good at magic; she can conjure a* rabbit out of a hat chị ta làm ảo thuật rất tài, chị có thể cho một con thỏ chui từ một cái mũ ra **3.** sự thần diệu; điều thần diệu: *the magic of Shakespeare's poetry* sự thần diệu của thơ Skakespeare.

magic² /'mædzik/ *tt* **1.** có phép màu: *a magic spell* câu thần chú có phép màu **2.** *(lóng)* tuyệt: *that music is really magic* nhạc đó thật là tuyệt.

magic³ /'mædzik/ *dgt* (**magicked**) **magic something away** làm biến mất đi bằng ảo thuật: *the conjurer magicked the bird away* nhà làm trò ảo thuật đã làm cho con chim biến đi; **magic something from (out of) something** làm hiện ra bằng ảo thuật: *she magicked a rabbit out of a hat* chị ta dùng ảo thuật lôi một con thỏ từ trong mũ ra.

magical /'mædzikl/ *tt* **1.** [thuộc] ma thuật, có ma thuật: *a wizard's magical hat* chiếc mũ có ma thuật của thầy phù thủy **2.** *(kng)* làm say mê: *a magical view* cảnh làm say mê.

magically /'mædzikli/ *pht* **1.** [một cách] có ma thuật **2.** [một cách] làm say mê.

magic carpet /mædzik'kɑ:-pit/ chiếc thảm bay *(trong chuyện thần thoại).*

magic eye /mædzikai/ *(kng)* tế bào quang điện.

magician /mə'dziʃn/ *dt* **1.** pháp sư **2.** nhà ảo thuật.

magisterial /ˌmædzi'stiəriəl/ *tt* **1.** có quyền uy **2.** [thuộc] quan tòa; do quan tòa: *magisterial decisions* những quyết định do quan tòa.

magisterially /ˌmædzi'stiə-riəli/ *pht* [một cách] có quyền uy.

magistracy /'mædzistrəsi/ *dt* **1.** chức quan tòa, chức thẩm phán **2.** thẩm phán đoàn: *he's been elected to the magistracy* ông ta đã được bầu vào thẩm phán đoàn.

magistrate /'mædzistreit/ *dt* quan tòa, thẩm phán.

magma /'mægmə/ *dt (địa)* macma.

magnanimity /ˌmægnə'ni-məti/ *dt* tính hào hiệp.

magnanimous /mæg'næni-məs/ *tt* hào hiệp.

magnanimously /mæg'næ-niməsli/ *pht* [một cách] hào hiệp.

magnate /'mægneit/ *dt* người có quyền thế lớn: *an industrial magnate* trùm công nghiệp.

magnesia /mæg'ni:ʃə/ *dt (hóa, y)* magiê oxyt.

magnesium /mæg'ni:zəm/ *dt (hóa)* magiê.

magnet /'mægnət/ *dt* **1.** nam châm **2.** (+ for, to) cái thu hút: *Buckingham Palace is a great magnet for tourists* cung điện Buckingham khác nào như nam châm thu hút khách du lịch.

magnetic /mæg'netik/ *tt* **1.** [thuộc] nam châm **2.** có từ tính **3.** có sức thu hút mạnh mẽ, có sức quyến rũ: *a magnetic smile* nụ cười quyến rũ.

magnetically /mæg'netikli/ *pht* như nam châm, với sức thu hút mạnh mẽ.

magnetic compass /ˌmæg-netik'kʌmpəs/ *(cg* **compass**) la bàn.

magnetic field /ˌmægnetik 'fi:ld/ từ trường.

magnetic mine /ˌmægnetik 'main/ mìn từ tính.

magnetic needle /mægne-tik'ni:dl/ kim nam châm.

M

magnetic north /mægnetik 'nɔ:θ/ phương bắc từ.

magnetic tape /mægnetik 'teip/ băng từ.

magnetism /'mægnətizəm/ *dt* **1.** từ học **2.** sức quyến rũ; sức thu hút mạnh mẽ.

magnetize, magnetise /'mægnətaiz/ *dgt* **1.** từ hóa **2.** (bóng) thu hút mạnh mẽ; lôi cuốn: *her speech magnitized the crowd* bài nói của bà ta thu hút mạnh mẽ đám đông.

magneto /mæg'ni:təʊ/ *dt* (*snh* **magnetos**) (*điện*) ma-nhê-tô.

Magnificat /mæg'nifikæt/ (*tôn*) bài Mac-ni-fi-cat (*bài hát của Đức Mẹ ca tụng Chúa*).

magnificence /mæg'nifisns/ *dt* sự tráng lệ, sự lộng lẫy: *the magnificence of the ceremony* sự lộng lẫy của buổi lễ.

magnificent /mæg'nifisnt/ *tt* tráng lệ, lộng lẫy: *a magnificent Renaissance palace* lâu đài tráng lệ thời Phục hưng.

magnificently /mæg'nifisntli/ *pht* [một cách] tráng lệ, [một cách] lộng lẫy.

magnification /,mægnifi-'keiʃn/ *dt* **1.** sự phóng to **2.** độ phóng to: *this object has been photographed at magnification of x 3* vật này đã chụp phóng to ba lần.

magnifier /'mægnifaiə[r]/ *dt* kính phóng to.

magnify /'mægnifai/ *dgt* (**magnified**) **1.** phóng to: *bacteria magnified to 1000 times their actual size* vi khuẩn được phóng to 1000 lần kích thước thật **2.** phóng đại: *the importance of his remarks has been magnified out of all proportion* sự quan trọng của nhận xét của ông

ta đã được phóng đại cực độ **3.** (*cổ*) dâng lời ngợi khen Chúa.

magnifying glass /'mægni-faiiŋ glɑ:s/ kính lúp.

magniloquence /mæg'nilə-kwəns/ *dt* tính hay khoe khoang khoác lác.

magniloquently /mæg'nilə-kwəntli/ *pht* [một cách] khoe khoang khoác lác.

magniloquent /mæg'nilək-wənt/ *tt* hay khoe khoang khoác lác.

magnitude /'mægnitju:d, (*Mỹ* 'mægnitu:d)/ *dt* **1.** tầm cỡ; tầm quan trọng: *I hadn't realized the magnitude of the problem* tôi chưa thấy rõ tầm quan trọng của vấn đề **2.** độ sáng (*của sao*): *a star of the second magnitude* ngôi sao sáng độ hai.

magnolia /mæg'nəʊliə/ *dt* (*thực*) cây mộc lan.

magnum /'mægnəm/ *dt* chai đại (*chai chứa 1,5 lít rượu*): *a magnum of champagne* một chai đại sâm banh.

magnum opus /,mægnəm-'əʊpəs/ (*tiếng Latinh*) tác phẩm lớn nhất (*của một tác giả*).

magpie /'mægpai/ *dt* **1.** chim ác là **2.** (*xấu*) người hay sưu tập **3.** (*xấu*) người ba hoa.

Magyar[1] /'mægjɑ:[r]/ *dt* **1.** người bộ tộc Magyar (*bộ tộc chính ở Hung-ga-ri*) **2.** tiếng Magyar.

Magyar[2] /'mægjɑ:[r]/ *tt* [thuộc] bộ tộc Magyar (*ở Hung-ga-ri*).

maharaja[h] /,mɑ:hə'rɑ:dʒə/ *dt* hoàng tử Ấn Độ.

maharani, maharanee /,mɑ:hə'rɑ:ni/ **1.** vợ hoàng tử Ấn Độ **2.** hoàng hậu, công chúa cùng vị thứ với vợ hoàng tử.

maharishi /mɑ:hə'riʃi:, (*Mỹ* mə'hɑ:rəʃi:)/ *dt* nhà thông thái Hin-đu.

mahatma /mə'hɑ:tmə, *Mỹ* mə'hætmə)/ *dt* thánh: *Mahatma Gandhi* thánh Gandhi.

mahlstick /'mɔ:lstik/ *dt* nh maulstick.

mahogany[1] /mə'hɒgəni/ *dt* **1.** cây dái ngựa **2.** gỗ dái ngựa: *this table is mahogany* chiếc bàn này bằng gỗ dái ngựa.

mahogany[2] /mə'hɒgəni/ *tt* có màu gỗ dái ngựa, nâu đỏ: *mahogany skin* da màu nâu đỏ.

mah-jong[g] /,mɑ:'dʒɒŋ, (*Mỹ* mɑ:'dʒɑ:ŋ)/ mạt chược.

mahout /mə'haʊt, (*Mỹ* mə'haʊt)/ *dt* quản tượng.

maid /meid/ *dt* **1.** đầy tớ gái, người hầu gái **2.** cô gái: *love between a man and a maid* tình yêu trai gái.

maiden /'meidn/ *dt* **1.** (*cổ*) cô gái, phụ nữ chưa chồng, gái trinh **2.** ngựa chưa đoạt giải lần nào.

maiden aunt /'meidn'ɑ:nt/ bà cô [chưa chồng].

maidenhair /,meidn heə[r]/ *dt* (*thực*) cây tóc thần (*dương xỉ*).

maidenhead /'meidnhed/ *dt* (*cổ*) **1.** màng trinh **2.** sự trinh bạch.

maidenhood /'meidnhʊd/ **1.** thời kỳ còn là con gái **2.** thời kỳ còn trinh bạch.

maidenly /'meidnli/ *tt* dịu hiền như một trinh nữ; trong trắng.

maiden name /'meidn neim/ tên con gái (*trước khi lấy chồng*).

maiden speech /'meidn'spi:tʃ/ bài diễn văn đầu tiên (*của một đại biểu quốc hội*).

maiden voyage /meidn 'vɔiidʒ/ chuyến đi biển đầu tiên *(của một con tàu)*.

maid of honour /ˌmeid əv-'ɒnə[r]/ *dt* **1.** cô phù dâu chính **2.** thị nữ, thị tỳ.

maid servant /'meid,sɛ:vənt/ *dt (cũ)* chị hầu gái.

mail¹ /meil/ *dt* **1.** thư từ; bưu kiện; bưu phẩm **2.** chuyến thư **3.** bưu điện **4.** xe thư, toa thư.

mail² /meil/ *dgt* (+ to) gửi qua bưu điện: *I'll mail it to you tomorrow* mai tôi sẽ gửi cái đó cho anh qua bưu điện.

mail³ /meil/ *dt* áo giáp.

mailbag /'meilbæg/ *dt* túi thư *(bằng vải chắc, dựng thư từ trong lúc vận chuyển)*.

mailbox /'meilbɒks, 'meilba:ks/ *dt* **1.** *(cg* **letter-box)** thùng thư *(ở gia đình)* **2.** *(cg* **post-box)** hòm thư.

mailer /meilə[r]/ *dt* gói bưu phẩm *(gửi qua bưu điện)*.

mailed /meild/ *tt* **the mailed fist** *(cũ)* [sự đe dọa sử dụng] bàn tay sắt, vũ lực.

mailing list /'meiliŋ list/ danh sách những địa chỉ nhận thông tin bằng thư: *I will put you on our mailing list, sir* thưa ông tôi sẽ ghi tên ông vào danh sách những địa chỉ nhận thông tin bằng thư của chúng tôi.

mailman /'mailmæn/ *dt snh* **mailmen** /ˌmeilmən/ *(Mỹ)* bưu tá.

mail order /'meilɔ:də[r]/ thư đặt hàng *(gửi bằng đường bưu điện)*.

mailshot /'meilʃɒt/ *dt* **1.** tờ quảng cáo gửi qua bưu điện cho nhiều người **2.** việc gửi tờ quảng cáo qua bưu điện cho nhiều người.

maim /meim/ *dgt* làm tàn tật: *he was maimed in a*

First World War battle anh ta bị tàn tật trong một trận đánh hồi chiến tranh thế giới lần thứ nhất.

main¹ /mein/ *tt (dùng làm thuộc ngữ, không có thể so sánh hoặc thể so sánh cao nhất)* chính, chủ yếu, quan trọng nhất: *the main thing to remember* điều quan trọng nhất phải nhớ; *the main street of a town* đường phố chính của một thành phố; *the main meal of the day* bữa ăn chính trong ngày; *the main course [of a meal]* món ăn chính trong bữa. // **have an eye for (on; to) the main chance** *x* eye¹; **in the main** phần lớn, phần nhiều, nhìn chung: *these businessmen are in the main honest* những doanh nhân này nói chung đều chân thật.

main² /mein/ *dt* **1.** ống dẫn chính *(nước, hơi đốt...)* **2.** *(số ít) (cổ hoặc tu từ)* biển cả: *ships on the main* những con tàu ngoài biển cả **3. the mains** *(dgt số ít hoặc snh)* nguồn điện nước cung cấp cho một ngôi nhà: *my new house is not yet connected to the mains* ngôi nhà mới của tôi chưa được bắt nguồn điện nước.

main³ /mein/ *dt* **with might and main** *x* might³.

mainbrace /'meinbreis/ *dt* **splice the mainbrace** *x* splice¹.

main clause /'meinklɔ:z/ *(ngôn)* mệnh đề chính.

main deck /'meindek/ boong chính *(của tàu thủy)*.

main drag /'meindræg/ *(kng, ·Mỹ)* phố chính *(của một thị trấn, một thành phố...)*.

mainframe /'meinfreim/ *dt (cg* **mainframe computer)** máy điện toán lớn.

mainland /'meinlænd/ *dt* đất liền.

main line /'mein lain/ đường sắt chính, tuyến xe lửa.

mainline /'meinlain/ *dgt* tiêm chích *(ma túy)*: *she mainlined heroin [into a vein of her arm]* cô ta chích heroin vào một tĩnh mạch ở cánh tay cô.

mainly /'meinli/ *pht* chính, chủ yếu: *the people in the streets were mainly tourists* người trên đường phố chủ yếu là khách du lịch.

mainmast /'meinma:st/ *dt* cột buồm chính.

mainsail /'meinsl, meinseil/ *dt* buồm chính.

mainspring /'meinspriŋ/ *dt* **1.** dây cót chính *(của đồng hồ)* **2.** *(bóng)* động cơ chính, lý do chính: *her jealousy is the mainspring of the novel's plot* lòng ghen tuông của cô ta là động cơ chính cho cốt truyện của cuốn tiểu thuyết.

mainstay /'meinstei/ *dt* **1.** dây néo cột buồm chính. **2.** *(bóng)* trụ cột: *he is the mainstay of our theatre group* anh ta là trụ cột của nhóm sân khấu của chúng tôi.

mainstream /'meinstri:m/ *dt* xu hướng chủ đạo: *the mainstream of political thought* xu hướng chủ đạo trong tư duy chính trị.

maintain /mein'tein/ *dgt* **1.** giữ, duy trì: *maintain friendly relations* duy trì quan hệ hữu nghị; *maintain law and order* giữ gìn an ninh trật tự **2.** chu cấp, cưu mang: *earn enough to maintain a family in comfort* kiếm đủ tiền chu cấp gia đình sống thoải mái; *she maintains two sons at university* bà ta chu cấp cho hai con học đại học **3.** bảo quản, bảo dưỡng: *maintain*

M

the roads bảo dưỡng đường sá; *a well-maintained house* một căn nhà được bảo quản tốt **4.** bảo vệ, xác nhận: *maintain one's innocence* xác nhận mình là vô tội.

maintenance /ˈmeintənəns/ *dt* **1.** sự giữ, sự duy trì: *maintenance of good relations between countries* sự giữ mối quan hệ tốt đẹp giữa các nước; *price maintenance* sự giữ vững giá cả **2.** tiền chu cấp: *he has to pay maintenance to his ex-wife* anh ta phải trả tiền chu cấp cho người vợ cũ.

maintenance order /ˈmeintənəns ˌoːdə[r]/ *(luật)* lệnh trả tiền chu cấp.

maisonette, maisonnette /ˌmeizəˈnet/ *dt* **1.** căn hộ hai tầng *(trong một khối nhà)* **2.** *(cũ)* ngôi nhà nhỏ.

maize /meiz/ *dt (thực)* ngô, bắp.

Maj *(vt của Major)* thiếu tá: *Maj-Gen* trung tướng.

majestic /məˈdʒestik/ *tt* oai phong, hùng vĩ: *majestic views* cảnh vật hùng vĩ.

majestically /məˈdʒestikli/ *pht* [một cách] oai phong, [một cách] hùng vĩ.

majesty /ˈmædʒəsti/ *dt* **1.** vẻ oai phong, vẻ hùng vĩ: *the majesty of the mountain scenery* vẻ hùng vĩ của cảnh núi non **2. Majesty** *(dùng kèm dt sở hữu trong tiếng tôn xưng một vị vua chúa)* bệ hạ: *very well Your Majesty* tâu bệ hạ, rất tốt; *their Majesties have arrived* hoàng thượng và hoàng hậu đã tới.

major¹ /ˈmeidʒə[r]/ *tt* **1.** lớn [hơn], trọng đại, chủ yếu: *a major road* con đường chính; *a major operation* ca đại phẫu thuật; *for the major part* phần lớn, phần nhiều **2.** *(Anh, cũ hoặc đùa)* *(dùng*

ở các trường tư) anh, lớn: *Smith major* Smith anh **3.** *(nhạc)* trưởng: *the major key* khóa trưởng.

major² /ˈmeidʒə[r]/ *dgt (+ in)* *(Mỹ)* chuyên về *(một môn nào đó ở trường đại học hoặc cao đẳng)*: *she majored in maths and physics [at university]* cô ta chuyên về toán lý ở trường đại học.

major³ /ˈmeidʒə[r]/ *dt* **1.** *(số ít)* *(nhạc)* điệu trưởng **2.** *(Mỹ)* môn chính: *her major is French* môn chính của cô ta là tiếng Pháp; *she's a French major* cô ta học môn tiếng Pháp là chính **3. majors** *(cg* **major leagues)** *(Mỹ, thể)* liên đoàn.

major⁴ /ˈmeidʒə[r]/ *dt (quân)* thiếu tá.

major general /ˌmeidʒəˈdʒenərəl/ *(quân)* trung tướng.

major league /ˌmeidʒəˈliːg/ *x* major³ 3.

major premise /ˌmeidʒəˈpremis/ tiền đề *(của tam đoạn luận)*.

majority /məˈdʒɒrəti, *(Mỹ)* məˈdʒɔːrəti/ *dt* **1.** phần đông, đa số: *the majority was (were) in favour of the proposal* phần đông ủng hộ lời đề nghị đó **2.** đa số phiếu bầu **3.** tuổi thành niên: *the age of majority is eighteen* tuổi thành niên là 18 tuổi. // **be in the (a) majority** là đa số: *among the members of the committee those who favour the proposal changes are in the majority* trong các thành viên hội đồng, những người ủng hộ những thay đổi được đề nghị ra chiếm đa số phiếu; **the silent majority** đa số thầm lặng *(của những người ôn hòa không muốn bày tỏ công khai ý kiến của mình)*.

majority verdict /məˌdʒɒrəti ˈvɜːdikt/ *(luật)* sự tuyên án của đa số hội thẩm.

make¹ /meik/ *dgt* **(made) 1.** làm, chế tạo: *make a cake* làm một chiếc bánh ngọt; *make a car* chế tạo một chiếc xe hơi; *God made man* Chúa đã tạo ra con người; *she makes her own clothes* cô ta may lấy quần áo cho mình; *what is your bracelet made of?* chiếc vòng tay của chị làm bằng gì thế?; *glass is made into bottles* thủy tinh được chế tạo thành chai; *make tea* pha trà; *the stone made a dent in the roof of my car* hòn đá làm thành một vết lõm trên mui xe tôi; *these regulations were made to protect children* những quy định này được đặt ra để bảo vệ trẻ em; *make one's will* làm di chúc **2.** dọn, dọn dẹp: *please make your beds before breakfast* đề nghị dọn giường chiếu trước bữa ăn sáng **3.** làm cho, gây ra: *make a noise* gây ra tiếng ồn; *the news made her happy* tin đó làm cho cô ta vui sướng; *can you make yourself understand in English?* anh có thể nói tiếng Anh cho người ta hiểu không? **4.** bắt, bắt phải: *they made me repeat the story* họ bắt tôi kể lại câu chuyện **5.** khiến cho: *her jokes made us all laugh* những câu nói đùa của cô ta khiến cho tất cả chúng tôi cười **6.** bổ nhiệm, chỉ định: *she made him her assistant* bà ta chỉ định ông ấy làm trợ lý cho bà; *make somebody king* tôn ai lên làm vua **7.** [làm cho] trở nên, [làm cho] trở thành: *don't make a habit of it; don't make it a habit* đừng để cái đó trở thành thói quen; *if you train hard,* *you'll make a good footballer* nếu anh tập hết sức mình, anh sẽ trở thành một cầu thủ bóng đá giỏi **8.** trở thành, thành: *this hall would make an excellent theatre* sảnh đường này có thể chuyển thành một nhà hát tuyệt vời; *5 and 7 make 12* 5 và 7 cộng thành 12 **9.** coi như, tính ra là: *that makes the tenth time he's failed his driving test!* tính ra anh ta thi hỏng lấy bằng lái xe là lần thứ mười **10.** kiếm được, đạt được: *she makes £15000 a year* chị ta kiếm được mỗi năm 15000 bảng **11.** ghi được trong trò chơi bài, ăn được: *she made her ten of hearts* chị ta đã ăn được nước bài bằng con mười cơ **12.** trang bài: *it's my turn to make* đến lượt tôi trang bài **13.** *(lóng)* thành công trong việc ăn nằm với một phụ nữ **14.** ước lượng: *I make the distance about 70 miles* tôi ước lượng khoảng cách khoảng 70 dặm; *how large do you make the audience?* anh ước lượng khán giả đông bao nhiêu? **15.** đi được *(một đoạn nào đó)*: *we've made 100 miles today* hôm nay chúng ta đã đi được 100 dặm **16.** đến, tới: *do you think we will make Oxford by midday?* anh có nghĩ là ta sẽ tới Oxford vào buổi trưa không?; *I'm sorry I couldn't make our party last night* tôi tiếc là không đến dự bữa tiệc của anh tối qua; *he made sergeant in six months* anh ta được phong trung sĩ trong vòng sáu tháng **17.** đề xuất, nêu ra: *make a proposal* đưa ra một đề nghị; *has she made you an offer for your car?* cô ta có đề xuất giá chiếc xe của

anh là bao nhiêu không? **18.** bảo đảm cho sự thành công của: *a good wine can make a meal* rượu ngon bảo đảm cho bữa ăn được ngon **19.** làm như thể là sắp: *he made as if to strike her* nó làm như thể là sắp đánh cô ta **20.** ăn *(bữa ăn)*: *we make a good breakfast before leaving* chúng tôi đã ăn một bữa sáng ngon lành trước khi ra đi **21.** *(dùng với một dt trong một kết hợp có nghĩa tương ứng với dt)*: *make a decision* quyết định *(như* decide); *make a guess* đoán *(như* guess). // **make do with something; make [something] do** sử dụng cái gì mặc dù không thích hợp: *we were in a hurry so we had to make do with a quick snack* chúng tôi vội nên phải ăn qua loa vài miếng cho xong bữa; **make good** trở nên giàu có và thành công: *a local boy made good* một chàng trai địa phương trở nên giàu có và thành công; **make something good** a/ đền bù: *make good the damage* đền bù chỗ hư hại b/ tiến hành, thực hiện *(việc gì)*: *make good a promise* thực hiện một lời hứa; **make it** *(kng)* thành công trong nghề nghiệp của mình: *he never really made it as an actor* anh ta chưa bao giờ thành công trong nghề diễn viên; **make the most of something (somebody; oneself)** tận dụng: *make the most of one's opportunities* tận dụng thời cơ; **make much of something (somebody)** a/ *(trong câu phủ định và câu hỏi)* hiểu, nắm được: *I couldn't make much of his speech, it was all in Russian* tôi không hiểu nhiều về bài nói của ông ta, một bài nói toàn bằng tiếng Nga b/ coi là quan trọng, nhấn mạnh: *he always*

makes much of his humble origins anh ta luôn luôn nhấn mạnh nguồn gốc thấp hèn của anh; **make nothing of something** coi thường việc gì; **make or break somebody (something)** có tính chất quyết định trong sự thành công hay thất bại *(của ai, của cái gì)*: *the council's decision will make or break the local theatre* quyết nghị của hội đồng sẽ có tính chất quyết định đối với việc xây nhà hát địa phương.

make after somebody (something) đuổi theo: *the policeman made after the burglar* viên cảnh sát đuổi theo tên trộm; **make at somebody** tiến về phía ai: *his attacker made at him with a knife* kẻ tấn công tiến về phía anh ta với con dao trong tay; **make away with oneself** tự tử, tự sát; **make away with something** lấy cắp cái gì rồi chuồn đi *(cg* **make off with something**); **make for somebody (something)** tiến về phía: *the ship made for the open sea* con tàu tiến ra biển cả; *it's getting late, we'd better turn and make for home* đã trễ rồi, ta nên quay bước về nhà thì hơn; **make for something** giúp vào, góp phần vào: *the large print makes for easier reading* chữ in to giúp ta đọc dễ hơn; **be made for somebody (each other)** hợp với ai, hợp nhau: *Ann and Robert seem [to be] made for each other* Ann và Robert có vẻ hợp nhau; **make somebody (something) into somebody (something)** biến đổi: *we're making our attic into an extra bedroom* chúng tôi biến đổi gác thượng thành một buồng ngủ phụ; **make something of somebody (something)** hiểu rõ bản chất của ai, hiểu rõ ý nghĩa và bản chất của việc gì: *what do you make of the new manager?* anh hiểu thế nào về ông giám đốc mới?; *I can make nothing of this scribble* tôi chẳng hiểu gì qua bài báo viết ngoáy này cả; **make off** *(kng)* chuồn, cuốn gói: *the thieves made off in a stolen car* các tên cắp đã dùng xe cuỗm được mà chuồn đi; **make off with something** *(kng)* lấy cắp và chuồn đi: *two boys made off with our case when we weren't looking* hai thằng đã lấy mất va-li của chúng tôi khi chúng tôi không để ý tới; **make out** *(kng)* (thường dùng trong câu hỏi sau how): *how did he make out while his wife was away?* nó xoay xở ra sao khi vợ vắng nhà; *how are you making out with Mary?* anh giải quyết thế nào [mối quan hệ của anh] với Mary?; **make somebody out** hiểu [tư cách tính nết của] ai: *I can't make her out at all* tôi thật không hiểu cô ta chút nào; **make somebody (something) out** nhìn thấy, đọc được: *can you make out what that sign says?* anh có đọc được biển hiệu ấy nói gì không?; **make something out** viết cái gì: *application must be made out in triplicate* đơn xin phải viết ra ba bản; **make something out; make out if (whether)** hiểu việc gì: *I can't make out what she wants* tôi không hiểu chị ta muốn gì; **make out that...;** **make oneself (somebody, something) out to be** xác nhận, khẳng định: *she's not as rich as peope make out (as people make her out to be)* cô ta không giàu như người ta tưởng; **make somebody (something) over [into something]** đổi thành, chuyển thành: *the basement has been made over into a workshop* tầng hầm đã được chuyển thành

xưởng làm việc; **make something over [to somebody (something)]** chuyển quyền sở hữu: *the estate was made over to the eldest son* tài sản đã được chuyển quyền sở hữu cho người con trai cả; **make up; make oneself (somebody) up** trang điểm, hóa trang; **make something up** a/ cấu thành: *animal bodies are made up of cells* cơ thể động vật do tế bào cấu thành b/ gói ghém: *make up a bundle of old clothes for a jumble sale* gói ghém một bọc quần áo cũ để bán gây quỹ từ thiện c/ pha chế *(thuốc):* *the pharmacist made up the prescription* dược sĩ pha chế thuốc theo đơn d/ cắt may *(vải)* thành quần áo e/ chuẩn bị *(giường cho khách...):* *they made up a bed for me on the sofa* họ chuẩn bị cho tôi giường nằm trên ghế tràng kỷ f/ thêm nhiên liệu: *the fire needs making up* cần thêm than vào lửa g/ gia cố *(mặt đường)* cho xe cơ giới đi lại được h/ lên khuôn *(để in)* i/ bịa ra: *make up an excuse* bịa ra lý do để tạ lỗi; *stop making things up!* thôi đừng có bịa chuyện nữa! j/ bổ sung cho đủ: *we have ten players, so we need one more to make up a team* chúng tôi có mười cầu thủ, nên chúng tôi cần một cầu thủ nữa cho đủ một đội k/ thay thế, bù vào: *you must make up the time you wasted this afternoon by working late tonight* anh phải bù vào thời gian đã lãng phí chiều nay và đêm nay làm việc khuya hơn; **make up for something** đền bù, bù vào: *hard work can make up for a lack of intelligence* sự làm việc cật lực có thể bù vào sự thiếu thông minh; *nothing can make up for the loss of a child* chết mất một đứa con,

có gì mà đền bù được vào mất mát đó; **make up [to somebody] for something** chuộc lại, đền bù vào *(lỗi lầm):* *how can I make up for the way I've treated you?* làm sao tôi có thể chuộc lại lỗi đã đối xử tệ với anh; **make up to somebody** *(kng)* chiều ý, lấy lòng: *he's always making up to the boss* anh ta luôn luôn chiều ý ông xếp; **make it up to somebody** *(kng)* trả lại hoàn lại *(số tiền):* *thank for buying my ticket - I'll make it up to you later* cảm ơn anh đã mua vé cho tôi, tôi sẽ hoàn tiền lại anh sau; **make [it] up [with somebody]** dàn hòa, làm lành: *why don't you two kiss and make up?* tại sao hai người không hôn nhau và làm lành với nhau?; **make with something** *(Mỹ, lóng)* *(thường dùng ở thức mệnh lệnh)* đưa ra nhanh chóng; cung cấp một cách nhanh chóng: *make with the beers, buster!* này cậu! mang nhanh bia ra nhé!; **make it with somebody** *(lóng)* ăn nằm được với ai; làm tình được với ai.

make² /meik/ *dt* make [of something] 1. kiểu: *a coat of excellent make* áo khoác kiểu tuyệt trần 2. nơi sản xuất; nhãn hiệu: *cars of all makes* xe hơi đủ mọi nhãn hiệu. // **on the make** *(kng, xấu)* a/ tìm cách kiếm lợi cho mình b/ ăn nằm với người ta để người ta ban ân huệ cho.

make-believe /'meik bi,li:v/ *dt* 1. sự giả bộ: *indulge in make-believe* giả bộ thích thú 2. việc tưởng tượng: *live in a make-believe world* sống trong một thế giới tưởng tượng.

maker /'meikə[r]/ *dt* 1. ông tạo, thượng đế 2. *(nhất là trong từ ghép)* người làm *(ra cái gì đó): a dress-maker* thợ may. // **meet one's Maker** x meet[1].

makeshift[1] /'meikʃift/ *dt* cái thay thế tạm thời: *use an empty crate as a makeshift* dùng một cái thùng làm bàn tạm thời.

makeshift[2] /'meikʃift/ *dt* thay thế tạm thời: *a make-shift table* cái bàn tạm thời.

make-up /'meikʌp/ *dt* **1.** đồ hóa trang, son phấn **2.** tính chất, bản chất: *jealousy is not part of his make-up* ghen tị không phải là bản chất của anh **3.** cấu tạo, thành phần: *there are plans to change the make-up of the committee* có những dự kiến thay đổi thành phần của Ủy ban. **4.** *(thường số ít)* sự lên khuôn *(in ấn)*.

makeweight /'meikweit/ *dt* **1.** lượng bù vào cho đủ cân **2.** người lấp chỗ trống; vật lấp chỗ trống.

making /'meikiŋ/ *dt* **be the making of somebody** làm cho ai thành công, làm cho ai phát triển tốt: *these two years of hard work will be the making of him* hai năm làm việc cật lực ấy sẽ làm cho anh ta thành công; **have the making of something** có những phẩm chất cần thiết để trở thành: *he has the makings of a good lawyer* anh ta có những phẩm chất cần thiết để trở thành một luật gia giỏi; **in the making** trong tiến trình chế tạo, trong quá trình hình thành: *this first novel is the work of a writer in the making* cuốn tiểu thuyết này là công trình của một nhà văn đang trong quá trình trưởng thành.

mal- *(yếu tố cấu tạo từ)* không, bất; tồi, sai: *malad-justed* không thích nghi

được; *malcontent* bất bình; *maladministration* sự quản lý tồi.

malachit /'mæləkit/ *dt* *(khoáng)* malachit.

maladjusted /,mælə'dʒʌstid/ *tt* không thích nghi được *(vì có tâm lý không bình thường)*: *a school for mal-adjusted children* trường dành cho trẻ em không thích nghi được.

maladjustment /,mælə'dʒʌstmənt/ *dt* sự không thích nghi được *(vì tâm lý không bình thường)*.

maladministration /,mæləd,mini'streiʃn/ *dt* sự quản lý tồi.

maladroit /,mælə'drɔit/ *tt* *(thường vị ngữ)* vụng về, không khôn khéo.

maladroitly /,mælə'drɔitli/ *pht* [một cách] vụng về.

maladroitness /,mælə'drɔit-nis/ *dt* sự vụng về.

malady /'mælədi/ *dt* **1.** bệnh tật **2.** *(bóng)* tệ nạn: *social maladies* tệ nạn xã hội.

malaise /mə'leiz/ *dt* sự khó chịu; nỗi khó chịu.

malapropism /'mæləprɒprizəm/ *dt* sự nhầm lẫn từ *(phát âm tương tự nhưng hoàn toàn khác nhau)* một cách buồn cười, ví dụ nói *an ingenuous (thay vì ingenious) machine for peeling potatoes* máy gọt khoai tây ngây thơ *(đáng ra phải nói tinh xảo).*

malaria /mə'leəriæ/ *dt* bệnh sốt rét.

malarial /mə'leəriəl/ *tt* **1.** [thuộc] bệnh sốt rét **2.** bị bệnh sốt rét: *a malarial patient* một bệnh nhân bị bệnh sốt rét.

malcontent[1] /'mælkəntənt/ *dt* người bất bình.

malcontent[2] /'mælkəntənt/ *tt* bất bình.

male /meil/ *tt* trai; đực; trống; **a male horse (human; bird)** con ngựa đực, người con trai; con chim trống: *a male plant* cây đực *(hoa chỉ có nhị, không có nhụy)*; *a male electrical plug* cái phít cắm điện *(cắm vào ổ điện).*

male chauvinism /'meil'ʃəuvinizəm/ *(xấu)* tư tưởng trọng nam khinh nữ, thói coi thường phụ nữ.

male chauvinist /'meil'ʃəuvinist/ *(xấu)* kẻ trọng nam khinh nữ, kẻ theo thói coi thường phụ nữ, kẻ sô-vanh nam giới.

malediction /,mæli'dikʃn/ *dt* lời nguyền rủa.

malefactor /'mælifæktə[r]/ *dt* người làm điều ác, kẻ bất lương.

maleficence /mə'lefisns/ *dt* tính hiểm ác, ác tâm.

maleficent /mə'lefisnt/ *tt* hiểm ác, có ác tâm.

male voice choir /,meil vɔis 'kwaiə[r]/ đội nam đồng ca hát giọng nam.

malevolence /mə'levələns/ *dt* ác tâm.

malevolent /mə'levələnt/ *tt* hiểm ác.

malevolently /mə'levələntli/ *pht* [một cách] hiểm ác.

malformation /,mælfɔ:'meiʃn/ *dt* **1.** tật **2.** chỗ dị dạng: *a malformation of the spine* chỗ dị dạng của cột sống.

malformed /,mæl'fɔ:md/ *tt* bị tật; dị dạng.

malfunction[1] /,mæl'fʌŋkʃn/ *dgt* trục trặc: *the computer malfunctioned and printed out the wrong data* máy điện toán trục trặc và in ra những dữ kiện sai.

malfunction[2] /,mæl'fʌŋkʃn/ *dt* sự chạy trục trặc.

malice /'mælis/ *dt* **malice [toward somebody]** tính hiểm độc, ác tâm: *she did it out* of *malice* chị ta làm cái đó với lòng ác tâm.

malicious /mə'liʃəs/ tt hiểm độc, đầy ác tâm: *malicious gossip* chuyện ngồi lê đôi mách đầy ác ý; *a malicious smile* nụ cười hiểm độc.

maliciously /mə'liʃəsli/ pht [một cách] hiểm độc, [một cách] đầy ác tâm.

maliciousness /mə'liʃəsnis/ dt tính hiểm độc; ác tâm.

malign¹ /mə'lain/ dgt nói xấu; vu khống: *malign an innocent person* vu khống một người vô tội.

malign² /mə'lain/ tt độc ác, thâm hiểm: *a malign intention* một ý đồ thâm hiểm.

malignancy /mə'lignənsi/ dt 1. tính ác, tính thâm hiểm, ác tâm, ác ý 2. (y) ác tính (khối u...).

malignant /mə'lignent/ tt 1. thích làm điều ác, hiểm, độc 2. ác tính (khối u...).

malignantly /mə'lignəntli/ pht 1. [một cách] hiểm ác 2. [một cách] ác tính.

malignity /mə'lignəti/ dt sự độc ác, sự thâm hiểm.

malinger /mə'liŋgə[r]/ dgt giả ốm để trốn việc.

malingerer /mə'liŋgərə[r]/ dt (xấu) người giả ốm để trốn việc.

mall /mæl; mɔ:l/ dt khu phố buôn bán (xe ô tô không được vào).

mallard /'mæla:d, (Mỹ 'mælərd/ dt (snh kd) vịt trời.

malleability /,mæliə'biləti/ dt 1. tính dễ dát (kim loại) 2. tính dễ uốn nắn (trẻ em...).

malleable /'mæliəbl/ tt 1. dễ dát (kim loại) 2. dễ uốn nắn (trẻ em...).

mallet /'mælit/ dt 1. cái vồ; cái dùi đục 2. (thể) cái vồ (để chơi bóng vồ).

mallow /'mæləʊ/ dt (thực) cây cẩm quỳ.

malmsey /'ma:mzi/ dt rượu mamzi (loại rượu ngọt sản xuất ở Hy Lạp, Madeira...).

malnourished /,mæl'nʌriʃt, (Mỹ mæl'nɜ:riʃt)/ tt kém dinh dưỡng, thiếu ăn.

malnutrition /mælnju:'triʃn, (Mỹ 'mæl'nu:'triʃn)/ dt sự kém dinh dưỡng, sự thiếu ăn.

malodorous /,mæl'əʊdərəs/ tt hôi, nặng mùi.

malpractice /,mæl'præktis/ dt (luật) 1. sự hành động sai trái, sự hành động bất chính 2. hành động sai trái, hành động bất chính: *various malpractices by police officers were brought to light by the enquiry* những hành động sai trái của cảnh sát đã được đưa ra ánh sáng qua cuộc điều tra.

malt¹ /mɔ:lt/ dt 1. mạch nha 2. rượu uýt-ki mạch nha.

malt² /mɔ:lt/ dgt ủ mạch nha.

malted milk /mɔ:ltid'milk/ sữa mạch nha (thức uống chế bằng sữa khô và mạch nha).

Maltese¹ /,mɔ:l'ti:z/ tt [thuộc] đảo Malta.

Maltese² /,mɔ:l'ti:z/ dt 1. người Malta 2. tiếng Malta.

maltreat /,mæl'tri:t/ dgt ngược đãi.

maltreatment /,mæl'tri:t-mənt/ dt sự ngược đãi.

mama /mə'ma:/ dt (cũ, Anh, kng) má, mạ, mẹ.

mamba /'mæmbə/ dt (động) rắn lục Châu Phi.

mamma /'ma:mə/ dt (Mỹ, kng) má, mạ, mẹ.

mammal /'mæml/ dt (động) động vật có vú, loài thú.

mammalian /mæ'meiliən/ tt (động) [thuộc] động vật có vú, [thuộc] loài thú.

mammary /'mæməri/ tt [thuộc] vú: *the mammary gland* tuyến vú.

mammon, Mammon dt (số ít) (thường xấu) ông thần tài: *those who worship mammon* những người tôn thờ ông Thần tài.

mammoth¹ /'mæməθ/ dt (động) voi mamut (nay đã tiệt chủng).

mammoth² /'mæməθ/ tt to lớn, khổng lồ: *a mammoth task* một nhiệm vụ to lớn.

mammy /'mæmi/ dt 1. (Mỹ) má, mẹ (tiếng của nhi đồng) 2. (cũ) vú em người da đen.

man¹ /mæn/ dt (snh men /men/) 1. đàn ông, nam nhi: *clothes for men* quần áo đàn ông; *behave like a man* xử sự như một trang nam nhi 2. người, con người: *he's a tall man* anh ta là một người cao; *growing old is something a man has to accept* già đi là điều mà con người phải chấp nhận 3. (số ít) loài người, nhân loại: *the origin of man* nguồn gốc loài người 4. chồng; người yêu; bạn trai: *be made man and wife* thành chồng vợ 5. (thường snh) người (quân lính trong một đơn vị, công nhân nam trong một xí nghiệp...): *an army of 10,000 men* một đạo quân 10.000 người 6. người làm trai, đầy tớ trai: *my man will drive you home* tài xế của tôi sẽ lái xe đưa ông về nhà 7. sinh viên (cựu sinh viên một trường đại học có tên tuổi): *a Cambridge man* sinh viên [cũ] trường đại học Cambridge 8. cậu, cậu cả (tiếng xưng hô thân mật hay khi bực dọc): *hurry up, man, we are late* nhanh lên cậu cả, muộn rồi đó 9. quân cờ: *capture all somebody's men* bắt hết quân cờ của ai. //

an angry young man x angry; as good as the next man x next[1]; as one man trăm người như một, nhất trí; be somebody' man là người thích hợp với công việc: *if you need a driver, I'm your man* nếu ông cần tài xế thì tôi là người ông cần; be man enough [to do something] đáng mặt nam nhi [làm việc gì]: *you're not man enough to fight me!* anh không đáng mặt nam nhi đủ sức đánh với tôi đâu!; be one's own man có khả năng tự thu xếp được: *he's his own man but he doesn't ignore advice* anh ta là người có khả năng tự thu xếp được nhưng cũng không bỏ qua lời khuyên đâu; be twice the man (woman) x twice; the child is father of the man x child; a dirty old man x dirty[1]; every man for himself [and the devil take the hindmost] mỗi người phải lo cho bản thân mình; every man jack (xấu) mỗi người, mọi người: *every man jack of them ran off and left me!* mọi người trong bọn họ đều bỏ tôi chạy trốn!; the grand old man x grand; hit (kick) a man when he is down đánh người đã ngã, tấn công người đã thất thế; make a man [out] of somebody biến chàng trai thành người trưởng thành: *the army will make a man of him* quân đội sẽ rèn luyện cho anh ta thành người trưởng thành; a man about town tay ăn chơi; man and boy từ bé đến lớn, cả cuộc đời: *he has worked for the firm, man and boy, for thirty years* anh ta đã làm việc ở hãng này ba mươi năm, từ thời niên thiếu đến giờ; the man in the street; the man on the Clapham omnibus (Anh) người dân thường (cả nam lẫn nữ); a

man of God (tu từ) tu sĩ; a man (woman) of [many] parts x part[1]; the man of the match cầu thủ xuất sắc: *be voted man of the match* được bầu là cầu thủ xuất sắc của trận đấu; a man of straw (tu từ) người rơm, bù nhìn, người không có thực quyền; a man (woman) of the word x word; man to man thẳng thắn: *let's talk man to man* ta hãy nói chuyện thẳng thắn với nhau; *a man to man talk* cuộc nói chuyện thẳng thắn; a marked man x mark²; the odd men (one) out x odd; the poor man's somebody (something) x poor[1]; sort out the men from the boys x sort²; time and tide wait for no man x time[1]; to a man; to the last man tất cả không trừ một ai: *to a man they answered "Yes"* tất cả không trừ một ai đều trả lời "có"; one's young lady (young man) x young[1].

man² /mæn/ tht (Mỹ, kng) (tiếng dùng để diễn tả sự ngạc nhiên, sự thán phục) chà: *man! that's huge!* chà, thật là khổng lồ!

man³ /mæn/ dgt (-nn-) cung cấp người để làm việc gì đó: *a warship manned by experienced officers* những sĩ quan có kinh nghiệm được đưa tới chỉ huy chiếc tàu chiến.

-man (yếu tố tạo danh từ ghép) **1.** (với dt) người công dân (ở vùng nào đó): *countryman* người nông dân **2.** (với tt và dt) người quê ở, người sinh ở: *Irishman* người Ai-len **3.** (với dt) nhân, người (có liên quan đến công việc gì đó): *businessman* thương nhân; *postman* người bưu tá.

manacle¹ /'mænəkl/ dt (thường snh) xiềng, cùm.

manacle² /'mænəkl/ dgt cùm lại.

manage /'mænidʒ/ dgt **1.** quản lý, điều hành, trông nom: *manage a shop* trông nom một cửa hàng; *he manages the finances here* ông ta quản lý tài chính ở đây **2.** chế ngự, kiềm chế; trông nom (trẻ con...): *manage a difficult horse* chế ngự một con ngựa bất kham; *can you manage children well?* anh có thể trông nom trẻ được tốt không? **3.** xoay xở được, tìm được cách: *how could you manage that business?* anh làm thế nào để [tìm được cách] giải quyết công việc ấy? **4.** (thường + can, could) thành công, làm được: *I haven't been learning French for long, so I can only manage a few words* tôi học tiếng Pháp chưa lâu, nên chỉ sử dụng được một số từ; *can you manage lunch on Tuesday?* anh có thể thu xếp đến dùng cơm trưa vào thứ ba được không?

manageable /'mænidʒəbl/ tt có thể quản lý, có thể điều hành, có thể trông nom: *a business of manageable size* một công cuộc kinh doanh ở quy mô có thể quản lý được.

management /'mænidʒmənt/ dt **1.** sự quản lý, sự điều hành: *the failure was caused by bad management* thất bại là do điều hành tồi **2.** ban quản trị, ban điều hành **3.** sự khôn khéo, sự khéo xử, mánh lới: *she gets them to accept these changes by tactful management* bà ta đã làm cho họ chấp nhận những thay đổi ấy nhờ vào cách xử sự khôn khéo.

manager /'mænidʒə[r]/ dt **1.** người quản lý, người điều

M

hành **2.** ông bầu *(gánh hát, đội thể thao...).*

manageress /,mænidʒə'res/ *dt* bà quản lý, bà điều hành *(cửa hàng, khách sạn...).*

managerial /,mænə'dʒiəriəl/ *tt* [thuộc] ban quản trị, [thuộc] giám đốc; [thuộc] người quản lý: *a managerial decision* một quyết định của giám đốc.

managing director /,mænə-dʒiŋ di'rektə[r]/ *dt* giám đốc điều hành.

man-at-arms /,mænəta:mz/ *dt (snh* **men-at-arms)** ky binh mang giáp và vũ khí nặng *(thời Trung đại).*

mandarin /'mændərin/ *dt* **1.** *Mandarin* tiếng Phổ thông Trung Quốc, tiếng Quan thoại **2.** quan lại *(thời xưa)* **3.** *(cg* **mandarin orange)** quả quýt **4.** *(cg* **mandarin duck)** vịt Bắc Kinh.

mandate¹ /'mændeit/ *dt (thường số ít)* **1. mandate to do something** sự ủy nhiệm, sự ủy thác **2.** sự ủy trị **3.** lệnh; nhiệm vụ: *the government gave the police a mandate to reduce crime* chính phủ giao cho cảnh sát nhiệm vụ làm giảm tội ác.

mandate² /'mændeit/ *dgt* **1.** đặt dưới sự ủy trị: *the mandated territories* các lãnh thổ ủy trị **2.** giao quyền ủy trị: *Britain was mandated to govern the former colony of German East African* nước Anh được giao quyền ủy trị các nước Đông Phi nguyên thuộc địa của Đức.

mandatory /'mændətəri, *(Mỹ* 'mændətɔ:ri)/ *tt* bắt buộc: *it's mandatory to pay the debt within six months* món nợ ấy bắt buộc phải trả trong vòng sáu tháng.

mandible /'mændibl/ *dt* **1.** hàm dưới *(động vật có vú*

và cá) **2.** mỏ *(chim)* **3.** hàm trên *(sâu bọ...).*

mandolin /'mændəlin, ,mændə'lin/ *dt (nhạc)* đàn măng-đô-lin.

mandragora /mæn'dræ-gərə/ *dt (cg* **mandrake** /'mæn-dreik/) *(thực)* cây khoai ma *(dùng chế thuốc ngủ).*

mandrill /'mændril/ *dt (động)* khỉ mặt xanh.

mane /mein/ *dt* **1.** bờm *(ngựa, sư tử)* **1.** *(hài)* mái tóc dài *(ở người):* *a young man with a thick mane hanging over his shoulders* một chàng trai với mái tóc dài xõa trên vai.

man-eater /'mæn,i:tə[r]/ *dt* **1.** người ăn thịt người; thú ăn thịt người **2.** *(đùa)* người phụ nữ như sư tử.

man-eating /'mæn,i:tiŋ/ *tt* ăn thịt người.

maneuver /mə'nu:və[r]/ *dt (Mỹ)* nh **manoeuvre.**

man Friday /,mæn'fraidi/ viên trợ lý *(ở cơ quan).*

manful /'mænfl/ *tt* dũng mãnh; can trường; kiên quyết.

manfully /'mænfəli/ *pht* [một cách] dũng mãnh, [một cách] can trường; [một cách] kiên quyết.

managanese /'mæŋgəni:z/ *dt (hóa)* mangan.

mange /meindʒ/ *dt* bệnh lở ghẻ *(ở thú có lông).*

mangel-wurzel /'mæŋglwɜ:zl/ *dt* củ cải to dùng làm thức ăn cho gia súc.

manger /'meindʒə[r]/ *dt* máng ăn *(ngựa, bò...).* // **a dog in the manger** x **dog¹.**

mangle¹ /'mæŋgl/ *dt* máy vắt quần áo.

mangle² /'mæŋgl/ *dgt* vắt quần áo bằng máy.

mango /'mæŋgəʊ/ *dt (snh* **mangos, mangoes)** **1.** quả xoài **2.** cây xoài.

mangrove /'mæŋgrəʊv/ *dt (thực)* cây đước.

mangy /'meindʒi/ *tt* **(-ier; -iest) 1.** bị ghẻ lở *(chó...)* **2.** dơ dáy, xơ xác: *a mangy blanket* chiếc chăn xơ xác.

manhandle /'mænhændl/ *dgt* **1.** khiêng, vác: *we manhandle the piano up the stairs* chúng tôi khiêng cái đàn piano lên gác **2.** đối xử thô bạo *(với ai):* *the drunk had been manhandled by a gang of youths* người say rượu bị một tốp thanh niên đối xử thô bạo.

manhole /'mænhəʊl/ *dt* lỗ cống *(có nắp đậy):* *manhole cover* nắp đậy lỗ cống.

manhood /'mænhʊd/ *dt* **1.** tuổi trưởng thành: *reach manhood* đến tuổi trưởng thành **2.** đặc tính nam nhi; lòng can đảm, dũng khí: *have doubts about one's manhood* nghi ngờ về lòng dũng cảm của mình **3.** đàn ông *(nói chung, của một nước):* *the whole manhood of the country* toàn thể những người đàn ông của đất nước.

man-hour /'mænaʊə[r]/ *dt* giờ công *(khối lượng công việc giao cho làm trong một giờ).*

mania /'meiniə/ *dt* **1.** chứng điên, chứng cuồng **2.** tật sính: *have a mania for collecting stamps* có tật sính sưu tập tem thư.

-mania *(yếu tố tạo dt)* thói; chứng: *nymphomania* chứng cuồng dâm *(nữ).*

maniac /'meiniæk/ *dt* **1.** người điên **2.** người đam mê, người có tật sính làm gì: *she's a football maniac* chị ta là một người đam mê bóng đá **3.** người rồ dại: *that maniac drives far too fast* anh chàng rồ dại kia lái xe quá nhanh.

-maniac (*yếu tố tạo dt và tt*) cuồng, sính: *pyromaniac* người mắc chứng cuồng phóng hỏa.

maniacal /mə'naiəkl/ *tt* **1.** điên, cuồng **2.** say mê; có tật sính (*làm gì*).

maniacally /mə'naiəkli/ *pht* [một cách] cuồng nhiệt.

manic /'mænik/ *tt* buồn vui thất thường.

manic-depressive /,mænik di'presiv/ *dt* người bị chứng buồn vui thất thường, người bị chứng hưng trầm cảm.

manicure /'mænikjʊə[r]/ *dt* sự cắt sửa móng tay.

manicure /'mænikjʊə[r]/ *dgt* cắt sửa móng tay (*cho ai, cho tay ai*).

manicurist /'mænikjʊərist/ *dt* thợ cắt sửa móng tay.

manifest¹ /'mænifest/ *tt* **manifest [to somebody]** rõ ràng, hiển nhiên: *a manifest truth* sự thật hiển nhiên; *a manifest difference* sự khác biệt rõ ràng.

manifest² /'mænifest/ *dgt* biểu lộ, bày tỏ, tỏ: *manifest fear* biểu lộ sự sợ hãi; *she manifested little interest in her studies* cô ta tỏ ra ít hứng thú trong học tập. // **manifest itself (themselves)** hiện ra, xuất hiện: *the sysmptoms manifest themselves ten days later* triệu chứng đã xuất hiện sau đó mười ngày.

manifest³ /'mænifest/ *dt* bản kê hàng chở trên tàu: *the passenger manifest of a ship* bản kê hành khách trên tàu.

manifestation /,mænife'steiʃn/ *dt* **1.** sự biểu lộ, sự biểu hiện: *this riot is only one manifestation of people's discontent* sự dấy loạn ấy chỉ là một biểu hiện của

bất bình của dân chúng **2.** sự hiện hình (*hồn ma*).

manifestly /'mænifestli/ *pht* [một cách] hiển nhiên, [một cách] rõ ràng.

manifesto /,mæni'festəʊ/ *dt* (*snh* **manifestos, manifestoes**) bản tuyên ngôn.

manifold /'mænifəʊld/ *tt* dưới nhiều vẻ khác nhau, dưới nhiều dạng khác nhau: *a machine with manifold uses* một cỗ máy có nhiều công dụng khác nhau.

manifold /'mænifəʊld/ *dt* ống góp, khoang góp (*ở xe hơi...*).

manikin /'mænikin/ *dt* (*cũ*) người lùn.

Manila, Manilla /mə'nilə/ *dt* **1.** (*cg* **Manilla hemp**) sợi [cây] chuối sợi (*để bện thừng*) **2. manila** (*cg* **manilla**) giấy chuối sợi (*chế bằng sợi cây chuối sợi, để làm giấy gói*).

manioc /'mæniɒk/ *dt* **1.** cây sắn **2.** `sắn; bột sắn.

manipulate /mə'nipjʊleit/ *dgt* **1.** thao tác (*máy...*) **2.** lôi kéo, vận động: *a clever politician who knows to manipulate public opinion* nhà chính trị khôn khéo biết vận dụng dư luận quần chúng.

manipulation /mə,nipjʊ'leiʃn/ *dt* **1.** sự thao tác **2.** (*xấu*) sự lôi kéo, sự vận động.

manipulative /mə'nipjələtiv, (*Mỹ* mə'nipʊleitiv)/ **1.** thao tác **2.** lôi kéo, vận động.

manipulator /mə'nipjʊleitə[r]/ *dt* (*xấu*) người lôi kéo, người vận động (*bằng mánh khóe*).

mankind *dt* **1.** /mæn'kaind/ loài người, nhân loại **2.** /'mænkaind/ nam giới, đàn ông.

manlike /'mænlaik/ *tt* như con người, giống con người:

a manlike creature about four feet tall một sinh vật giống con người, cao khoảng bốn bộ.

manliness /'mænlinis/ *dt* **1.** vẻ đàn ông (*nói về đàn bà*) **2.** sự hợp với đàn ông (*đồ dùng*).

manly /'mænli/ *tt* **1.** có tính chất đàn ông **2.** có vẻ đàn ông (*nói về đàn bà*) **3.** hợp với đàn ông (*đồ .dùng*).

man-made /,mæn'meid/ *tt* nhân tạo: *man-made fibres* sợi nhân tạo.

manna /'mænə/ *dt* lương thực trời ban (*Chúa ban cho người dân Israel trên sa mạc sau khi họ thoát khỏi Ai Cập*). // **like manna [from heaven]** như lộc trời cho: *I needed that money so desperately, it was like manna from heaven when he arrived* tôi hết sức cần số tiền đó, nó tới lúc đó khác gì lộc trời cho.

mannequin /'mænikin/ *dt* **1.** người mẫu thời trang **2.** giá chiêu mẫu; man-nơ-canh (*ở hiệu may, to bằng người thật, cho mặc quần áo để quảng cáo*).

manner /'mænə[r]/ *dt* **1.** (*số ít*) cách, lối: *I don't object to what she says, but I strongly disapprove of her manner of saying it* tôi không phản đối những gì chị ấy nói, nhưng tôi không tán thành cách chị ta nói; *he objected in a forceful manner* anh ta phản đối một cách mạnh mẽ **2.** (*số ít*) thái độ: *he has an aggressive manner* anh ta có thái độ hung hăng **3. manners** (*snh*) cách xử sự, lối ứng xử: *good (bad) manners* cách ứng xử tốt (xấu); *it's bad manners to stare at people* nhìn chằm chằm vào người khác là cách ứng xử

M

thiếu lịch sự **4.manners** (snh) tập quán: *according to the manners of the time* theo tập quán thời bấy giờ **5.** (số ít) loại, hạng: *what manner of man is he?* anh ta là hạng người nào thế?. // **all manner of somebody (something)** mọi loại (*người, vật*): *all manner of vehicles were used* mọi loại xe đã được sử dụng; **bedside manner** x bedside; **in a manner of speaking** có thể nói là, theo một mặt nào đó mà nói: *his success is in a manner of speaking our success, too* thành công của anh ta, theo một mặt nào đó cũng là thắng lợi của chúng ta; **in the manner of somebody** theo phong cách (*của ai*): *a painting in the manner of Raphael* một bức tranh theo phong cách Raphael; **not by any manner of means; by no manner of means** không chút nào: *she hasn't won yet, [not] by any manner of means* chị ta chưa thắng, chưa một chút nào cả; **[as (as if)] to the manner born** như thể đã thạo việc gì: *she isn't a practised public speaker, but she faced her audience as [if] to the manner born* cô ta không phải là người có kinh nghiệm nói trước đám đông, nhưng khi đứng trước cử tọa dường như đã tỏ ra thạo lắm.

mannered /'mænəd/ *tt* kiểu cách, cầu kỳ: *a mannered way of speaking* cách nói kiểu cách.

-mannered (yếu tố tạo *tt* ghép) có phong cách (*như thế nào đó*): *rough-mannered* có phong cách thô bạo.

mannerism /'mænərizəm/ *dt* **1.** thói kiểu cách **2.** (*xấu*) sự sử dụng quá mức phong cách riêng.

mannish /'mæniʃ/ *tt (xấu)* **1.** giống đàn ông, như đàn ông (*đàn bà*) **2.** có tính đàn ông (hơn là đàn bà): *a mannish voice* giọng nói (như đàn ông); *a mannish jacket* áo vét hợp với đàn ông hơn.

mannishly /'mæniʃli/ *pht* như đàn ông.

mannishness /'mæniʃnis/ *dt* **1.** sự giống đàn ông, dáng vẻ đàn ông **2.** sự hợp với đàn ông hơn.

manoeuvrability (*Mỹ* **maneuverability**) /mə'nu:vərə'biləti/ *dt* khả năng điều khiển dễ dàng (*tàu, xe*).

manoeuvrable (*Mỹ* **maneuverable**) /mə'nu:vərəbl/ *tt* có thể điều khiển [dễ dàng] (*tàu, xe*).

manoeuvre (*Mỹ* **maneuver**) /mə'nu:və[r]/ **1.** (*quân*) sự điều động **2.** (**manoeuvres**) sự thao diễn, sự diễn tập: *the army is on manoeuvres on the desert* quân đội đang diễn tập ở sa mạc **3.** động tác khéo léo tài tình: *a rapid manoeuvre by the driver prevented an accident* một động tác khéo léo nhanh lẹ của người lái xe đã tránh được tai nạn **4.** thủ đoạn: *this was a crafty manoeuvre to outwit his pursuers* đây là một thủ đoạn xảo trá nhằm đánh lừa những kẻ săn đuổi anh.

manoeuvre (*Mỹ* **maneuver**) /mə'nu:və[r]/ *đgt* **1.** điều khiển: *his skill in manoeuvring a motorcycle* tài điều khiển môtô của anh ta; *the driver manoeuvred [the car] into the garage* lái xe điều khiển xe vào nhà xe **2.** sử dụng thủ đoạn: *she manoeuvred her friends into positions of power* bà ta dùng thủ đoạn đặt bạn bè của bà vào những chức vị có quyền thế **3.** (*quân*) thao

diễn, diễn tập: *the fleet is manoeuvring in the Baltic* hạm đội đang diễn tập ở biển Baltic.

man of letters /,mænəv'letəz/ nhà văn.

man-of-war /,mænəvwɔ:[r]/ *dt* (*snh* **men-of-war**) tàu chiến.

manometer /mə'nɒmitə[r]/ *dt* (*kỹ*) áp kế.

manor /'mænə[r]/ *dt* **1.** thái ấp **2.** *cg* **manor house** điền trang **3.** (*Anh, lóng*) khu vực phụ trách (*của một trạm cảnh sát*).

manpower /'mænpaʊə[r]/ *dt* **1.** nhân sự: *there's not enough qualified manpower to staff all the hospitals* không đủ nhân sự có đủ trình độ chuyên môn để bố trí cho tất cả các bệnh viện **2.** sức người, nhân lực: *a treadmill driven by manpower rather than water power* một cối xay đạp chạy bằng sức người thay vì chạy bằng sức nước.

manqué /'mɒŋkei/ *tt (tiếng Pháp)* hụt (*đúng ra làm nghề gì đó, nhưng đã không đạt được*): *an actor manqué* một diễn viên hụt.

mansard /'mænsɑ:d/ *dt* (*cg* **mansard roof**) (*ktrúc*) mái hai mảng (*mảng trên có độ dốc lớn hơn mảng dưới*).

manse /mæns/ nhà mục sư (*ở Scotland...*).

manservant /'mænsɜ:vənt/ *dt* đầy tớ trai.

-manship (yếu tố tạo *dt*) kỹ năng, phẩm chất: *craftsmanship* sự điêu luyện kỹ năng, sự lành nghề.

mansion /'mænʃn/ *dt* **1.** ngôi nhà lớn **2. Mansions** (*snh*) (*dùng kèm tên riêng*) khu chung cư: *49 Victoria Mansions, Grove Road, London*

49 khu chung cư Victoria, phố Grove, Luân Đôn.

man-size /'mænsaiz/ *tt* (*cg* **man-sized**) **1.** vừa cho một người: *a man-sized beefsteak* miếng bít-tết vừa một người ăn **2.** theo cỡ người lớn.

manslaughter /'mænslɔ:tə[r]/ *dt* tội giết người; (*luật*) tội ngộ sát.

mantel /'mæntl/ *dt* (*cũ*) *nh* mantelpiece.

mantelpiece /'mæntlpi:s/ *dt* (*cg* **chimney-piece**) mặt lò sưởi.

mantilla /main'tilə/ *dt* khăn trùm (*che đầu và vai, của phụ nữ Tây Ban Nha*).

mantis /'mæntis/ *dt* (*cg* **praying mantis**) *dt* (*động*) con bọ ngựa.

mantle¹ /'mæntl/ *dt* **1.** a/ áo choàng không tay b/ (*bóng*) bộ áo, cái che phủ: *hills with a mantle of snow* những quả đồi với lớp tuyết bao phủ **2.** (*số ít*) **the mantle of something** (*tu từ*) trọng trách: *assume (take on; inherit) the mantle of supreme power* đảm nhiệm trọng trách quyền lực tối cao **3.** măng-song đèn **4.** (*số ít*) (*địa*) vỏ trái đất.

mantle² /'mæntl/ *dgt* (*văn*) phủ, bao bọc: *snow mantled the hills* tuyết phủ các ngọn đồi; *an ivy-mantled wall* một bức tường phủ đầy dây thường xuân.

mantrap /'mæntræp/ *dt* bẫy người (*ngày xưa dùng để bắt những kẻ săn trộm...*).

manual /'mænjʊəl/ *tt* [thuộc] tay; làm bằng tay: *manual labour* lao động chân tay; *a manual gear-box* hộp số điều khiển bằng tay.

manually /'mænjʊəli/ *pht* bằng tay: *manually operated* thao tác bằng tay.

manufacture¹ /,mænjʊ'fæktʃə[r]/ *dgt* **1.** chế tạo, sản xuất: *manufacture shoes, cement* sản xuất giày, xi-măng **2.** (*thường xấu*) bịa đặt: *she manufactured a false story to hide the facts* chị ta bịa ra một chuyện giả để che giấu sự thật.

manufacture² /,mænjʊ'fæktʃə[r]/ *dt* **1.** sự chế tạo, sự sản xuất: *goods of foreign manufacture* hàng sản xuất ở nước ngoài **2. manufactures** (*snh*) hàng chế tạo ra.

manufacturer /,mænjʊ'fæktʃərə[r]/ *dt* người chế tạo, hãng chế tạo: *a car manufacturer* hãng chế tạo xe hơi.

manumission /,mænjʊ'miʃn/ *dt* (*sử*) sự giải phóng (*nô lệ*).

manumit /,mænjʊ'mit/ *dgt* (**-tt-**) (*sử*) giải phóng (*nô lệ*).

manure¹ /mə'njʊə[r]/ *dt* phân: *dig manure into the soil* bón phân vào đất.

manure² /mə'njʊə[r]/ *dgt* bón phân cho: *manuring the roses* bón phân cho những cây hồng.

manuscript /'mænjʊskript/ *dt* **1.** bản viết tay: *a manuscript copy of a typed letter* bản sao viết của một bức thư đánh máy **2.** bản thảo: *submit a manuscript to an editor* nộp một bản thảo cho chủ bút. // **in manuscript** chưa in.

Manx¹ /mæŋks/ *tt* [thuộc] đảo Man, [thuộc người] Man, [thuộc] tiếng Man.

Manx² /mæŋks/ *dt* tiếng [đảo] Man, ngôn ngữ [đảo] Man.

Manx cat /,mæŋk'kæt/ mèo [đảo] Man, mèo không đuôi.

Manxman /mæŋksmən/, **Manxwoman** /'mæŋkswʊmən/ *dt* người [quê quán ở] đảo Man (*nam, nữ*).

many¹ /'meni/ *dht, dt* (*dùng với dt hoặc dgt snh*) **1.** nhiều: *many people find this kind of film unpleasant* nhiều người cho loại phim ấy là khó chịu; *many of the students were from Japan* nhiều sinh viên đã từ Nhật Bản đến; *did you know many of them?* anh có biết nhiều người trong số họ không? **2. many a** nhiều (*dùng với dt số ít, động từ số ít*): *I've been to the top of the Eiffel Tower many a time* tôi đã ở trên đỉnh tháp Eiffel nhiều lần. // **be one... too many [for something]** thừa ra một...: *there are six of us - two too many for this game* chúng ta có sáu người - thừa hai người đối với trò chơi ấy; **a good (great) many** rất nhiều; **have had one too many** (*kng*) hơi say rượu; **many's the somebody (something) who (that)...** có nhiều người (nhiều cái) như thế nào đó: *many's the promise that has been broken* có nhiều lời hứa đã không được thực hiện.

many² /'meni/ **the many** *dt* số đông: *a government which improves conditions for the many* một chính phủ lo cải thiện điều kiện cho số đông.

many-sided /,meni'saidid/ *tt* [có] nhiều mặt, [từ] nhiều phía: *we are faced with a many-sided problem* chúng ta phải đối phó với một vấn đề nhiều mặt.

Maori¹ /'maʊri/ *dt* **1.** thổ dân Maori, (*ở Tân Tây Lan*) **2.** tiếng Maori, ngôn ngữ Maori.

Maori² /'maʊri/ *tt* [thuộc] thổ dân Maori; thuộc ngôn ngữ Maori: *Maori customs* phong tục tập quán Maori.

M

map¹ /mæp/ *dt* bản đồ: *a map of Vietnam* bản đồ Việt Nam; *a street map of London* bản đồ đường phố Luân Đôn. // **put somebody (something) on the map** làm cho nổi tiếng; làm cho thành quan trọng: *her performance in that play really put her on the map as a comedy actress* cách diễn xuất của chị ta trong vở kịch đã thực sự làm cho chị trở thành một diễn viên kịch nổi tiếng; **wipe something off the map** *x* wipe¹.

map² /mæp/ *dgt* (-pp-) **1.** vẽ lên bản đồ: *an unexplored country that hasn't yet been mapped* một vùng đất chưa khai phá chưa được ghi trên bản đồ **2.** (+ out) a/ sắp xếp, xếp đặt; vạch ra: *map out a strategy* vạch ra một chiến lược b/ trình bày một cách chi tiết: *he mapped out his ideas on the new project* anh ta trình bày một cách chi tiết ý kiến của mình về dự án mới.

maple /'meipl/ *dt* **1.** (cg **maple tree**) cây thích **2.** gỗ thích: *a maple desk* chiếc bàn bằng gỗ thích.

maple sugar /meipl'ʃʊgə[r]/ đường [chế từ] nhựa thích.

maple syrup /meipl'sirəp/ xi-rô nhựa thích.

map-reader /'mæpri:də[r]/ *dt* người xem bản đồ mà đi.

maquis /mæki:, (Mỹ 'ma:ki:)/ *dt* **the maquis; the Maquis** du kích (của Pháp trong chiến tranh thế giới thứ hai).

mar /ma:[r]/ *dgt* (-rr-) làm hư, làm hỏng, làm hại: *a mistake that could mar his career* một sai lầm có thể làm hỏng sự nghiệp của anh ta.

Mar (vt của March) tháng ba: *3 Mar 1946* mồng ba tháng ba năm 1946.

marabou /'mærəbu:/ *dt* **1.** (động) cò già (chim) **2.** lông cò già (trang sức mũ).

maraschino /ˌmærə'skinəʊ/ *dt* (snh **maraschinos**) **1.** rượu anh đào đen **2.** anh đào ngâm rượu để trang trí món ăn.

marathon /'mærəθən, (Mỹ 'mærəθɑ:n)/ **1.** (cg **Marathon**) cuộc chạy ma-ra-tông **2.** (bóng) nỗi khó chịu kéo dài; cuộc tra tấn kéo dài: *my job interview was a real marathon* cuộc phỏng vấn xin việc của tôi quả là một cuộc tra tấn kéo dài.

marauder /mə'rɔ:də[r]/ *dt* kẻ cướp.

marauding /mə'rɔ:diŋ/ *tt* cướp bóc: *the countryside was overrun by marauding bands* nông thôn bị các băng cướp tràn vào cướp phá.

marble¹ /'ma:bl/ *dt* **1.** đá cẩm thạch: *these steps are made of marble* các bậc cầu thang này là bằng đá cẩm thạch; *a marble statue* một bức tượng bằng đá cẩm thạch **2. marbles** (snh) bộ sưu tập tượng [bằng đá] cẩm thạch; tác phẩm nghệ thuật bằng đá cẩm thạch **3.** a/ hòn bi (trẻ em chơi) b/ **marbles** trò chơi bi: *let's have a game of marbles* ta hãy chơi một ván bi đi. // **lose one's marbles** *x* lose.

marble² /'ma:bl/ *tt* như cẩm thạch: *marble skin* da trắng mịn như cẩm thạch; *a marble heart* một trái tim trơ như đá.

marbled /'ma:bld/ *tt* có vân [như] cẩm thạch: *a book with marbled covers* cuốn sách có bìa vân cẩm thạch.

marbling /'ma:bliŋ/ *dt* vân đá, vân cẩm thạch.

marcasite /'ma:kəsait/ *dt* (khoáng) macazit.

March /ma:tʃ/ *dt* (vt **Mar**) tháng ba. // **[as] mad as a March hare** *x* mad.

march¹ /ma:tʃ/ *dgt* **1.** bước đều, bước; diễu hành: *quick march!* bước đều, bước!; *demonstrators marched through the streets* những người biểu tình diễu qua các phố **2.** dẫn bước: *they marched the prisoner away* họ dẫn tù nhân đi; *he was marched into a cell* chị ta bị dẫn vào xà lim. // **get one's marching order; give somebody his marching orders** (kng hoặc đùa) được báo là (bảo ai) đi đi; được báo là (cho ai) thôi việc.

march past [somebody] diễu hành qua (trước mặt ai).

march² /ma:tʃ/ *dt* **1.** cuộc hành quân: *a ten-mile march* cuộc hành quân mười dặm **2.** cuộc tuần hành, cuộc diễu hành **3.** khúc quân hành, hành khúc **4.** (số ít) sự tiến triển: *the march of events* sự tiến triển của sự việc; *the march of time* sự trôi đi của thời gian. // **on the march** đang tiến quân.

marcher /'ma:tʃə[r]/ *dt* người diễu hành (đòi cái gì đó): *freedom marchers* những người diễu hành đòi tự do.

march past /'ma:tʃpa:st/ cuộc diễu hành (ngang qua ai).

marches /'ma:tʃiz/ *dt* biên giới, bờ cõi (đặc biệt giữa Anh với Scotland, Anh với xứ Wales).

marchioness /ˌma:ʃə'nes/ *dt* hầu tước phu nhân; nữ hầu tước.

Mardi Gras /ˌma:di 'gra:/ ngày thứ ba ăn mặn (trước Tuần chay).

mare¹ /'meə[r]/ *dt* ngựa cái; lừa cái. // **on Shank's pony (mare)** *x* shank.

mare² /'ma:ri/ *dt* *(thiên)* *(snh* maria) vùng tối *(trên mặt trăng, trên sao Hỏa, có lúc đã được xem như là biển)*.

mare's nest /'meənest/ *dt* phát minh hão huyền vô giá trị.

margarine /,ma:dʒə'ri:n, *(Mỹ* 'mɑrdʒərin)/ *dt (Anh) kng, cg* marge /ma:dʒ/) ma-garin.

margin /'ma:dʒin/ *dt* 1. lề, mép *(giấy)*: *notes written on the margin* lời ghi chú ở lề; *the margin of a lake* mép hồ 2. số *(thời gian, điểm, phiếu bầu)* trội hơn: *she won the seat by a margin of ten votes* bà ta giành được ghế đó với mười phiếu trội hơn 3. giới hạn, khoảng cách: *leave a good safety margin between your car and the next* hãy giữ một khoảng cách an toàn giữa xe anh và xe tiếp sau 4. lời, lãi: *a business operating on tight margins* công việc kinh doanh ít lãi.

marginal¹ /'ma:dʒinl/ *tt* 1. [thuộc] lề; ở lề: *marginal notes* ghi chú ở lề 2. không đáng kể: *this once important social group is becoming more and more marginal* nhóm xã hội đã từng một thời quan trọng ấy đang trở thành ngày càng không đáng kể 3. trồng không có lợi *(trừ phi giá nông sản cao lên)* *(nói về đất đai)* 4. *(Anh, chính)* thắng được chỉ bằng đa số phiếu ít ỏi, thắng sát nút: *a marginal seat* ghế thắng được chỉ bằng đa số phiếu ít ỏi.

marginal² /'ma:dʒinl/ *dt* ghế thắng được chỉ bằng đa số phiếu ít ỏi; khu vực thắng

được chỉ bằng đa số phiếu ít ỏi: *a Labour marginal* khu vực đảng Lao Động thắng chỉ bằng đa số phiếu ít ỏi.

marginally /'ma:dʒinəli/ *pht* hơi: *a marginally bigger area* một khu vực hơi lớn hơn.

marguerite /,ma:gə'ri:t/ *dt (thực)* cúc mắt bò.

marigold /'mærigəʊld/ `dt (thực)* cúc xu xi.

marijuana *(cg* marihuana) /,mærə'wa:nə/ *dt* cần sa.

marimba /mə'rimbə/ *dt (nhạc)* đàn marimba *(giống đàn mộc cầm)*.

marina /mə'ri:nə/ *dt* bến tàu *(cho các du thuyền)*.

marinade /,mæri'neid/ *dt* nước xốt ướp thịt *(trước khi nấu)*; cá thịt ướp nước xốt.

marine¹ /mə'ri:n/ *tt* 1. [thuộc] biển: *a marine plant* cây mọc ở biển; *a marine painter* họa sĩ chuyên vẽ cảnh biển 2. [thuộc] tàu bè; [thuộc] hải quân: *marine insurance* bảo hiểm tàu bè.

marine² /mə'ri:n/ *dt* 1. lính thủy đánh bộ; thủy quân lục chiến 2. the Marines binh chủng lính thủy đánh bộ. // **tell that to the marines** *x* tell.

mariner /'mærinə[r]/ *dt (cũ)* thủy thủ.

marionette /,mæriə'net/ *dt* con rối.

marital /'mæritl/ *tt* [thuộc] chồng; [thuộc] vợ; [thuộc] hôn nhân: *marital vows* lời thề chung thủy.

marital status /'mæritl,steitəs/ tình trạng gia đình *(đã có vợ có chồng, độc thân, hoặc ly thân)*.

maritime /'mæritaim/ *tt* 1. [thuộc] hàng hải: *maritime law* luật hàng hải 2. ven biển: *the maritime provinces*

of Canada những tỉnh ven biển của Ca-na-da.

marjoram /'ma:dʒərəm/ *dt (thực)* cây kinh giới ô.

mark¹ /ma:k/ *dt* 1. dấu, vết, đốm: *black marks on white trousers* vết đen trên quần trắng; *a horse with a white mark on its head* con ngựa có đốm trắng ở đầu; *punctuation marks* chấm câu; *white marks painted on the trees show the route* những dấu sơn trắng trên cây chỉ đường đi 2. dấu hiệu; dấu biểu hiện: *marks of suffering* những dấu hiệu của sự đau khổ; *please accept this gift as a mark of our respect* xin nhận cho món quà này, món quà biểu hiện lòng kính trọng của chúng tôi 3. điểm: *get a good mark in maths* được điểm cao về toán 4. dấu chữ thập thay chữ ký *(đối với những người không biết chữ)* 5. đích, mục tiêu: *the arrow reached its mark and the bird fell dead* mũi tên trúng mục tiêu và con chim rơi xuống chết 6. điểm xuất phát, vạch xuất phát *(trong cuộc chạy dua...)*: *be slow off the mark* xuất phát chậm. // **be (fall) wide of the mark** *x* wide¹; **hit (miss) the mark** thành công (thất bại); **leave (make) one's (its) mark on something (somebody)** để lại dấu ấn: *war has left its mark on the country* chiến tranh đã để lại dấu ấn trên đất nước; *make one's mark* trở nên nổi tiếng; thành công: *an actor who has made his mark in films* một diễn viên đã trở thành nổi tiếng trong các cuốn phim; **not be (feel) [quite] up to the mark** không được khỏe như thường ngày: *I've got flu, so I'm not quite up to the mark* tôi bị cúm nên không được khỏe như thường ngày; **on**

M

your marks, [get] set, go! vào vị trí, xuất phát! *(lời của người điều khiển cuộc đua)*; **overshoot the mark** *x* over-shoot; **overstep the mark** *x* overstep; **up to the mark** đạt yêu cầu: *her school work isn't quite up to the mark* việc học tập ở trường của cô ta hoàn toàn không đạt yêu cầu.

mark² /mɑːk/ *đgt* **1. mark A [with B]; mark B on A** đánh dấu, ghi [dấu]: *prices are marked on the goods* giá được ghi lên hàng hóa; *a face marked by small pox* mặt mang dấu sẹo đậu mùa **2.** chỉ, đánh dấu *(bóng)*: *his death marked the end of an era* cái chết của ông ta đánh dấu sự kết thúc một kỷ nguyên **3.** cho điểm; chấm: *mark examination papers* chấm bài thi **4.** ghi [bằng] dấu: *mark somebody absent* đánh dấu bên cạnh tên người vắng mặt **5.** đặc trưng: *a style marked by precision and wit* một văn phong mang đặc trưng chính xác và hóm hỉnh **6.** chú ý, ghi nhớ: *mark my words!* hãy chú ý những lời tôi nói, hãy ghi nhớ những lời tôi nói **7.** bám sát, kèm *(đối thủ)*: *our defence had him closely marked throughout the first half* hậu vệ của chúng tôi đã kèm anh ta trong suốt hiệp đầu. // **a marked man** người bị để ý, người bị theo dõi; **mark time** a/ giậm chân b/ *(bóng)* làm cho qua ngày: *I'm just marking time in this job, I'm hoping to become an actor* tôi làm công việc này cho qua ngày thôi, tôi hy vọng trở thành diễn viên kia; **mark you** tuy nhiên; thế nhưng: *she hasn't had much success yet. Mark you she does try hard* chị ta chưa mấy thành công, thế

nhưng chị ta rất cố gắng; **mark somebody down** giảm điểm, hạ điểm *(trong kỳ thi...)*: **mark something down** giảm giá *(một mặt hàng)*; **mark something off** chia [ra bằng một] ranh giới: *we have marked the playing area with a white line* chúng tôi đã chia sân chơi bằng một vạch trắng; **mark somebody out for something** chọn lựa, tuyển *(ai để làm gì)*: *he was marked out for special training* hắn được tuyển để đào tạo đặc biệt; **mark something out** vạch đường ranh [giới]: *mark out a tennis court* vạch ranh giới một sân quần vợt; **mark somebody up** nâng điểm thi *(cho ai)*: *if we mark him up a tiny bit, he'll just get through* nếu ta nâng điểm cho nó lên một chút thì nó sẽ đậu; **mark something up** tăng giá: *whisky is marked up by 15%* rượu uýt-ki tăng giá 15%; *cars have been marked up recently* mới đây xe hơi đã tăng giá.

mark³ /mɑːk/ *dt* đồng mác *(tiền Đức)*: *a ten-mark note* tờ bạc mười mác.

markdown /'mɑːkdaʊn/ *dt (thường số ít)* mức hạ giá; *a markdown of 20%* mức hạ giá 20%.

marked /mɑːkt/ *tt* rõ ràng, rõ rệt: *a marked difference* sự khác nhau rõ rệt.

markedly /'mɑːkɪdli/ *pht* [một cách] rõ ràng, [một cách] rõ rệt: *he was markedly more pleasant than before* anh ta rõ ràng vui vẻ dễ thương hơn trước.

marker /'mɑːkə[r]/ *dt* **1.** người ghi, người đánh dấu; vật để ghi, vật để đánh dấu **2.** người ghi điểm *(trong một số trò chơi)* **3.** người chấm thi **4.** mốc *(đánh dấu vị trí)*:

a marker buoy phao tiêu mốc.

market¹ /'mɑːkɪt/ *dt* **1.** chợ: *she went to [the] market to sell what she has made* bà ta đi chợ bán những thứ đã làm ra; *a market day* ngày phiên chợ **2.** thị trường: *the gold market is steady* thị trường vàng ổn định; *we must find new markets for our products* chúng ta phải tìm thị trường mới để bán sản phẩm của ta; *the market determines what goods are made* thị trường quyết định sản xuất mặt hàng nào **3.** yêu cầu: *a good market for motorcars* yêu cầu nhiều về xe hơi; *there is not much [of a] market for these goods* không có nhiều yêu cầu về những mặt hàng này. // **come onto the market** đưa ra bán: *this product only came onto the market yesterday* sản phẩm này hôm qua mới đưa ra chào hàng để bán; **a drug on the market** *x* drug¹; **flood the market** tràn ngập thị trường; **in the market for something** *(kng)* nghĩ đến việc mua thứ gì: *I'm not in the market for an expensive car* tôi không nghĩ đến việc mua một chiếc xe hơi đắt tiền; **on the market** đưa ra bán, có bán: *these computers are not yet on the market* những máy điện toán này còn chưa bán trên thị trường; **play the market** *(kng)* mua bán cổ phần để kiếm lời; **price oneself (something) out of the market** *x* price².

market² /'mɑːkɪt/ *đgt* **1.** bán ở chợ: *market vegetables* bán rau ở chợ **2. market something [to somebody]** quảng cáo để bán: *we need somebody to market* chúng tôi cần người quảng cáo để bán hàng cho chúng tôi.

marketability /,ma:kitə'biləti/ *dt* khả năng tiêu thụ ở thị trường.

marketable /'ma:kitəbl/ *tt* có khả năng tiêu thụ ở thị trường.

market-day /'ma:kitdei/ *dt* ngày phiên chợ.

marketeer /,ma:ki'tiə[r]/ *dt* (thường dùng trong kết hợp ghép): black-marketeer người buôn bán chợ đen.

market garden /,ma:kit 'ga:dn/ (Mỹ **truck farm**) vườn trồng rau để bán chợ.

market gardener /,ma:kit 'ga:dənə[r]/ người trồng vườn rau để bán chợ.

market gardening /,ma:kit 'ga:dniŋ/ sự trồng rau để bán chợ.

market hall /'ma:kit hɔ:l/ khu nhà họp chợ.

marketing /'ma:kitiŋ/ *dt* sự tiếp cận thị trường, sự tiếp thị.

marketplace /'ma:kitpleis/ **1.** (cg **market square**) nơi họp chợ **2. the market place** (số ít) việc buôn bán; ngành thương mại.

market price /,ma:kit 'prais/ giá thị trường.

market research /,ma:kit ri'sɜ:tʃ/ việc nghiên cứu thị trường.

market share /,ma:kit'ʃeə[r]/ thị phần.

market town /'ma:kit taʊn/ phố chợ.

market value /'ma:kitvælju:/ giá thị trường.

marking /'ma:kiŋ/ *dt* đốm (lông, da...): the leopard has beautiful markings con báo có những đốm đẹp.

marking ink /'ma:kiŋ iŋk/ mực đánh dấu quần áo.

marksman /'ma:ksmən/ *dt* (snh **marksmen**) tay thiện xạ.

marskmanship /'ma:ksmənʃip/ *dt* tài thiện xạ.

mark-up /'ma:kʌp/ *dt* sự tăng giá; tiền tăng giá (khi bán lẻ...): a 10% mark-up on cigarettes sự tăng giá thuốc lá 10%.

marl /ma:l/ *dt* mác-lơ, đất sét vôi (dùng bón cho đất).

marlin /'ma:lin/ *dt* (động) (snh kđổi) cá tuyết than.

marmalade /'ma:məleid/ *dt* mứt cam.

marmoreal /ma:'mɔ:riəl/ *tt* [thuộc] cẩm thạch; như cẩm thạch: marmoreal skin da trắng mịn.

marmoset /'ma:məzet/ *dt* (động) khỉ đuôi sóc.

marmot /'ma:mət/ *dt* (động) sóc [ở] hang.

maroon[1] /mə'ru:n/ *tt* [có màu] đỏ nâu.

maroon[2] /mə'ru:n/ *dt* màu đỏ nâu.

maroon[3] /mə'ru:n/ *dgt* bỏ rơi (ai) ở nơi xa xôi hoang vắng: sailors marooned on a remote island thủy thủ bị bỏ rơi ngoài đảo xa; without a car, she was marooned at home for days (bóng) không có xe, chị ta bị giam chân ở nhà hàng mấy ngày.

maroon[4] /mə'ru:n/ *dt* pháo hiệu.

marque /ma:k/ *dt* nhãn, mác (của một mặt hàng đặc biệt tốt): the Mercedes marque mác Mercedes.

marquee /ma:'ki:/ *dt* **1.** lều bạt (dựng lều để tổ chức bữa tiệc ngoài trời...) **2.** (Mỹ) mái cửa vào (nhà hát, rạp chiếu bóng, khách sạn...).

marquetry /'ma:kitri/ *dt* hoa văn gỗ dát (dát vào mặt đồ đạc để trang trí).

marquis (cg **marquess**) /'ma:kwis/ *dt* hầu tước.

marram /'mærəm/ *dt* (cg **marram grass**) (thực) cỏ cát.

marriage /'mæridʒ/ *dt* **1.** hôn nhân, sự kết hôn: an offer of marriage lời cầu hôn; a marriage feast tiệc cưới **2.** hôn lễ, lễ cưới, đám cưới. // **give somebody in marriage [to somebody]** gả con cho ai; **take somebody in marriage** kết hôn với ai.

marriageability /,mæridʒə-'biləti/ *dt* sự đến tuổi kết hôn, sự đến tuổi lập gia đình.

marriageable /'mæridʒəbl/ *dt* đến tuổi kết hôn, đến tuần cập kê.

marriage certificate /'mæridʒsə, tifikət/ giấy giá thú.

marriage guidance /,mæridʒ'gaidns/ lời hướng dẫn hôn nhân.

marriage licence /'mæridʒ ,laisns/ giấy đăng ký kết hôn.

marriage lines /'mæridʒ lainz/ giấy giá thú.

marriage of convenience /,mæridʒ əv kən'vi:niəns/ hôn nhân vụ lợi.

married /'mærid/ *tt* **1.** có chồng; có vợ; đã kết hôn: a married couple một cặp vợ chồng; he's married to a famous writer ông ta kết hôn với một bà văn sĩ nổi tiếng **2.** [thuộc] hôn nhân; [thuộc] vợ chồng: married life đời sống vợ chồng **3.** (vị ngữ) **married to something** (lóng) hiến dâng cho việc gì: married to one's work hiến đời mình cho công việc.

marrow[1] /'mærəʊ/ *dt* **1.** tủy (ở trong xương) **2.** cái cốt tủy: the marrow of his statement cái cốt tủy trong lời tuyên bố của ông ta. // **to the marrow** thấu tới xương tủy: I felt frozen to the marrow tôi cảm thấy lạnh thấu tới xương tủy.

marrow[2] /'mærəʊ/ *dt* (Anh, cg **vegetable marrow**) (Mỹ cg

marrow squash) 1. quả bí, bí *(thịt quả bí làm món ăn)* **2.** hạt đậu vuông.

marrowbone /'mærəʊbəʊn/ *dt* xương có tủy [ăn được], xương ống.

marrowfat /'mærofæt/ *dt* *(cg* **marrowfat pea)** hạt đậu vuông.

marry /'mæri/ *dgt* **(married) 1.** kết hôn, lấy vợ, lấy chồng: *they married [when they were] young* họ lấy nhau khi còn trẻ tuổi; *he married again six months after the divorce* sáu tháng sau khi ly hôn ông ta lại lấy vợ; *Jane is going to marry John* Jane sắp lấy John **2.** làm lễ cưới cho, làm phép cưới cho **3.** *(bóng)* (+ with) kết hợp chặt chẽ: *training that marries well with the needs of the job* việc huấn luyện kết hợp chặt chẽ với nhu cầu của công việc; *she marries wit and (with) scholarship in her writing* bà ta kết hợp sự dí dỏm với kiến thức uyên bác trong bài viết của bà. // **marry in haste, repent at leisure** cưới xin vội vã, hối tiếc dài lâu; **marry money** lấy người giàu có, đào mỏ.

marry into something gia nhập *(một gia đình)* qua quan hệ hôn nhân: *he married into the French aristoracy* qua quan hệ hôn nhân mà nó gia nhập tầng lớp quý tộc Pháp; **marry somebody off** gả quách con gái đi; lấy vợ cho con trai cho rồi; **marry up** *(kng)* khớp với nhau, xứng hợp: *the two versions of the story don't quite marry up* hai lối thuật lại truyện này không hoàn toàn khớp nhau.

Mars /mɑːz/ *dt (thiên)* sao Hỏa, Hỏa tinh.

Marsala /mɑːˈsɑːlə/ *dt* rượu Marsala, rượu uống tráng miệng.

marsh /mɑːʃ/ *dt* đầm lầy.

marsh gas /'mɑːʃgæs/ *nh* methane.

marshal¹ /'mɑːʃl/ *dt* **1.** *(thường gặp trong dt ghép)* nguyên soái, thống chế: *Field-Marshal* thống chế lục quân; *Air-Marshal* thống chế không quân **2.** phụ trách trật tự *(trong các cuộc đua xe đạp trong các buổi lễ lạt)* **3.** quận trưởng; cảnh sát trưởng; đội trưởng cứu hỏa.

marshal² /'mɑːʃl/ *dgt* (-ll-, *Mỹ* -l-) **1.** sắp đặt, xếp *(vào hàng ngũ)*: *the children were marshalled into straight lines* trẻ em được xếp thành những hàng thẳng; *marshal one's thoughts* xếp đặt ý tưởng của mình.

marshal somebody into (out of, past...) something dẫn ai vào *(ra, ngang qua)* một cách cung kính theo nghi thức.

marshalling yard /'mɑːʃəliŋjɑːd/ bãi xe lửa chở hàng.

marshmallow /ˌmɑːʃˈmæləʊ/ *dt* **1.** *(thực)* cây thục quỳ **2.** keo gelatin *(ngày xưa vốn có chứa rễ thục quỳ).*

marshy /'mɑːʃi/ *tt* (-ier; -iest) sình lầy, lầy: *marshy countryside* vùng quê sình lầy.

marsupial /mɑːˈsuːpiəl/ *dt (động)* thú có túi.

mart /mɑːt/ *dt (cũ)* **1.** chợ **2.** trung tâm thương mại: *London is an international mart for stocks and shares* Luân Đôn là trung tâm thương mại chứng khoán cổ phần.

marten /'mɑːtin, *(Mỹ)* 'mɑːtn/ *dt* **1.** *(động)* chồn mactet **2.** da lông chồn mactet.

martial /'mɑːʃl/ *tt* [thuộc] quân sự, [thuộc] chiến tranh: *martial music* quân nhạc.

martial art /ˌmɑːʃlˈɑːts/ các môn vũ thuật *(như võ giu-đô...).*

martial law /ˌmɑːʃlˈlɔː/ *dt* tình trạng thiết quân luật.

Martian¹ /'mɑːʃn/ *tt* [thuộc] sao Hỏa.

Martian² /'mɑːʃn/ *dt* người sao Hỏa *(giả định là sống trên sao Hỏa).*

martin /'mɑːtin, *(Mỹ)* 'mɑːtn/ *dt (động)* chim nhạn.

martinet /ˌmɑːtiˈnet, *(Mỹ)* ˌmɑːtˈnet/ *(thường xấu)* người bắt theo và áp đặt kỷ luật chặt chẽ.

Martini *(cg* **martini)** /mɑːˈtiːni/ rượu mác-ti-ni *(rượu gin pha rượu véc-mút).*

martyr¹ /'mɑːtə[r]/ *dt* **1.** người tử vì đạo: *she died as a martyr in the cause of progress* bà ta chết như một người tử vì đạo cho sự nghiệp tiến bộ **2.** *(thường xấu)* người giả vờ đau khổ hy sinh *(để được tán dương hoặc thương hại)*: *don't make such a martyr of yourself* thôi đừng giả bộ đau khổ như thế nữa **3. martyr to something** *(kng)* luôn luôn bị cái gì hành hạ: *she's a martyr to rheumatism* chị luôn luôn bị bệnh thấp khớp hành hạ.

martyr² /'mɑːtə[r]/ *dgt (thường ở dạng bị động)* giết *(ai)* như giết kẻ tử vì đạo; hành hạ *(ai)* như hành hạ kẻ tử vì đạo.

martyrdom /'mɑːtədəm/ *dt* sự chết của kẻ tử vì đạo; sự đau khổ của kẻ tử vì đạo.

marvel /'mɑːvl/ *dt* **1.** điều kỳ diệu; *(snh)* điều tuyệt vời: *the marvels of modern science* những điều kỳ diệu của khoa học hiện đại; *it's a marvel that he escaped unhurt* ông ta đã thoát được bình an vô sự, thật là kỳ diệu; *the doctor's treatment* *has worked marvels: the patient had recovered completely* cách chữa trị của bác sĩ thật là tuyệt vời, người bệnh đã bình phục hoàn toàn **2.** *(số ít)* **marvel of something** người tuyệt vời; vật tuyệt vời: *he's a marvel of patience* ông ta là người kiên nhẫn tuyệt vời.

marvellous *(Mỹ* **marvelous)** /'ma:vələs/ *tt* kỳ diệu: *it's marvellous how he's managed to climb that far* thật là kỳ diệu, làm sao mà ông ta leo được cao như thế; *a marvellous writer* nhà văn kỳ tài.

marvellously *(Mỹ* **marvelously)** *pht* [một cách] kỳ diệu.

Marxism /'ma:ksizəm/ *dt* chủ nghĩa Mác.

Marxism-Leninism /'ma:ksizəm 'leninizəm/ *dt* chủ nghĩa Mác-Lenin.

Marxist¹ /'ma:ksist/ *dt* người theo chủ nghĩa Mác.

Marxist² /'ma:ksist/ *tt* [thuộc] chủ nghĩa Mác, mác-xít: *have Marxist views* có quan điểm mác-xít.

marzipan /'ma:zipæn, ,ma:zi'pæn/ *dt* bột hạnh nhân trộn đường *(dùng làm bánh kẹo).*

mas *(vt của* masculine) *(ngôn)* giống đực.

mascara /mæ'ska:rə, *(Mỹ* mæ'skærə)/ *dt* thuốc tô lông mi.

mascot /'mæskət, 'mæskɒt/ *dt* người đem lại may mắn, vật đem lại may mắn.

masculine¹ /'mæskjəlin/ *tt* **1.** có dáng dấp đàn ông: *she looks rather masculine in that suit* chị ta trông có dáng dấp hơi đàn ông trong bộ quần áo đó **2.** *(ngôn)* [thuộc] giống đực: *"he" and "him" are masculine pro-*

nouns "he" và "him" là đại từ giống đực.

masculine² /'mæskjəlin/ *dt (ngôn)* **1.** từ giống đực **2. the masculine** giống đực.

masculinity /,mæskju'linəti/ *dt* tính chất đực; tính chất đàn ông.

maser /'meizə[r]/ *dt (y)* máy ma-de.

mash¹ /mæʃ/ *dt* **1.** gạo cám nấu trộn *(cho vật nuôi)* **2.** chất nhừ nghiền nhuyễn **3.** khoai tây luộc nghiền nhuyễn **4.** mạch nha trộn nước nóng để ủ bia.

mash² /mæʃ/ *dgt* nghiền: *mashed potatoes* khoai tây nghiền.

masher /'mæʃə[r]/ *dt* máy nghiền *(dụng cụ nhà bếp).*

mask¹ /ma:sk, *(Mỹ* mask)/ *dt* **1.** mặt nạ: *a bank robber wearing a mask* tên cướp ngân hàng mang mặt nạ **2.** *nh* gas mask **3.** khẩu trang *(của bác sĩ phẫu thuật...)* **4.** *(lóng)* bộ mặt che đậy: *he conceals his worries behind a mask of nonchalance* ông ta che đậy nỗi lo lắng của mình sau một bộ mặt thờ ơ.

mask² /ma:sk, *(Mỹ* mæsk)/ *dgt* **1.** đeo mặt nạ *(vào mặt):* *a masked robber* tên cướp đeo mặt nạ **2.** che đậy, ngụy trang: *mask one's fear by a show of confidence* che đậy nỗi sợ hãi của mình bằng cách làm ra vẻ tự tin.

masked ball /,ma:skt'bɔ:l/ vũ hội ngụy trang mặt nạ.

masking tape /'ma:skiŋ,teip/ băng che *(che những phần không muốn sơn trên một vật đang sơn):* *he put masking tape round the edges of the glass while he painted the window frame* ông ta dán băng che vào quanh tấm kính khi ông sơn khung cửa sổ.

masochism /'mæsəkizəm/ *dt* thói thống dâm.

masochist /'mæsəkist/ *dt* kẻ thống dâm.

masochistic /,mæsə'kistik/ *tt* thống dâm.

mason /'meisn/ *dt* **1.** thợ nề **2. Mason** hội viên hội Tam điểm.

masonic *(cg* **Masonic)** /mə'sɒnik/ *tt* [thuộc] hội Tam điểm: *masonic ritual* nghi thức hội Tam điểm.

masonry /'meisnri/ *dt* **1.** phần nề *(của một ngôi nhà)* **2.** *(cg* **Masonry)** *nh* freemasonry.

masque /ma:sk, *(Mỹ* mæsk)/ *dt* ca vũ nhạc kịch *(thịnh hành ở Anh vào thế kỷ 16 và 17).*

masquerade /,ma:skə'reid, *(Mỹ* ,mæskə'reid)/ *dt* **1.** sự giả bộ, sự giả vờ: *her sorrow is just a masquerade* sự buồn rầu của cô ta chỉ là một sự giả vờ **2.** vũ hội đeo mặt nạ.

masquerade /,ma:skə'reid, *(Mỹ* ,mæskə'reid)/ *dgt* (+ as) giả bộ, giả trang: *masquerade as a policeman* giả trang thành cảnh sát.

masquerader /,ma:skə'reidə[r], *(Mỹ* mæskəreidər)/ *dt* người giả trang.

Mass /mæs/ *dt (cg* **mass)** *(tôn)* **1.** lễ Mát *(lễ về bữa ăn cuối cùng của Chúa Giêsu)* **2.** nhạc cho lễ Mát.

mass¹ /mæs/ *dt* **1. mass of something** khối, đống: *there were masses of dark clouds in the sky* có nhiều khối mây đen trên trời; *the flowers made a mass of colour against the stone wall* hoa tạo thành một khối màu sắc trên nền bức tường đá **2.** đám đông, khối: *a mass of spectators* đám đông khán giả; *I got masses of cards on my birthday* tôi đã nhận được khối thiếp vào ngày sinh nhật của tôi; *a mass murderer* tên giết người hàng loạt **3.** *(lý)* khối lượng **4. the masses** *(snh)* quần chúng nhân dân: *a revolutionary who urged the masses to overthrow the government* nhà cách mạng thúc giục quần chúng nhân dân lật đổ chính phủ **5.** *(số ít)* **the mass of** phần lớn, đa số: *the mass of workers do not want this strike* đa số công nhân không muốn có cuộc đình công này. // **be a mass** là cả một khối: *the garden was a mass of colour* khu vườn là cả một khối màu sắc; **in the mass** cả bọn, cả lũ, gộp cả lại: *she says she doesn't like the children in the mass* chị ta nói chị ta không thích lũ trẻ con.

mass² /mæs/ *dgt* chất đống, tập trung: *clouds massing on the horizon* mây tập trung về phía chân trời; *the general massed his troops for a final attack* viên tướng tập trung quân cho trận tấn công cuối cùng.

massacre¹ /'mæsəkə[r]/ *dt* **1.** sự tàn sát; cuộc tàn sát: *the massacre of thousands of people for their religious beliefs* sự tàn sát hàng ngàn người vì tín ngưỡng **2.** *(kng)* sự đại bại; sự thua đậm: *the game was a 10-0 massacre* kết quả của trận đấu là một đại bại 0-10.

massacre² /'mæsəkə[r]/ *dgt* **1.** tàn sát **2.** bị đại bại, bị thua đậm: *we were massacred in the final* trong trận chung kết chúng tôi đã thua đậm.

massage¹ /'mæsɑːʒ, *(Mỹ* mə'sɑːʒ)/ *dt* sự xoa bóp; sự đấm bóp: *give somebody a relaxing massage* xoa bóp làm cho ai thư giãn.

massage² /'mæsɑːʒ, *(Mỹ* mə'sɑːʒ)/ *dgt* xoa bóp, đấm bóp.

mass communications /,mæs kə,mjuːni'keiʃn/ *nh* mass media.

masseur /mæ'sɜː[r]/ *dt* (c
masseuse /mæ'sɜːz/) [làm nghề] xoa bóp.

mass hysteria /,mæshi'stiəriə/ sự cuồng loạn của quần chúng.

massif /mæ'siːf/ *dt (địa)* khối núi.

massive /'mæsiv/ *tt* **1.** đồ sộ, khổng lồ; rất lớn: *massive rock* khối đá khổng lồ; *she drank a massive amount of alcohol* chị ta uống một lượng rượu rất lớn **2.** thô: *the gorilla had a massive forehead* giống vượn gorila có trán thô.

massively /'mæsivli/ *pht* [một cách] đồ sộ, [một cách] khổng lồ; [một cách] rất lớn.

massiveness /'mæsivnis/ *dt* sự đồ sộ, sự khổng lồ; sự rất lớn.

mass media /,mæs'miːdiə/ phương tiện truyền thông đại chúng.

mass-produce /,mæsprə'djuːs/ *dgt* sản xuất đại trà.

mass production /,mæsprə'dʌkʃn/ *dt* sự sản xuất đại trà.

mast¹ /mɑːst, *(Mỹ* mæst)/ *dt* **1.** cột buồm **2.** cột cao và thẳng *(như cột cờ chẳng hạn)* **3.** cột an-ten. // **before the mast** *(cổ hoặc tu từ)* là thủy thủ thường: *he spent ten years before the mast* anh ta đã mười năm làm thủy thủ thường; **nail one's colours to the mast** x nail¹.

mast² /mɑːst, *(Mỹ* mæst)/ *dt* quả rừng làm thức ăn cho lợn *(như quả sồi chẳng hạn)*.

mastectomy /mæ'stektəmi/ *(dt) (y)* phẫu thuật cắt bỏ vú *(của nữ)*.

-masted *(yếu tố dùng trong từ ghép, chỉ số cột buồm)*: *a three-masted ship* tàu ba cột buồm.

master¹ /'mɑːstə[r]/ *dt* **1.** chủ, chủ nhân: *master and men* chủ và thợ **2.** *(hải)* thuyền trưởng *(thuyền buôn)* **3.** thầy, thầy giáo: *a mathematics master* thầy giáo toán **4. Master** cậu *(tiếng xưng hô lễ phép với một chàng trai)*: *Master Charles Smith* cậu Charles Smith **5. Master** cao học: *Master of Arts* cao học văn chương **6.** người tinh thông, bậc thầy: *make oneself a master of many foreign languages* trở thành người tinh thông nhiều ngoại ngữ **7.** người kiềm chế, người làm chủ: *be the master of one's fate* tự mình làm chủ được số mệnh của mình **8.** thợ cả **9.** trưởng, chủ, người đứng đầu *(x Master of Ceremonies)* **10.** nghệ sĩ bậc thầy **11.** hiệu trưởng một số trường đại học **12.** phim ảnh gốc; băng ghi âm gốc: *take the master and make 20 copies by tomorrow* lấy bản gốc và sao ra 20 bản. // **master is one's own house** tự mình là chủ công việc của mình *(không có sự can thiệp của ai cả)*; **one's lord and master** x lord; **[be] one's own master (mistress)** tự do độc lập: *she likes being her own mistress, and not having to work for someone else* chị ta muốn tự do độc lập không phải làm việc cho ai cả; **serve two masters** x serve¹.

master² /'mɑːstə[r], *(Mỹ* mæstər)/ *dgt* **1.** làm chủ, kiềm chế: *master one's feeling* làm chủ được cảm nghĩ của mình **2.** tinh thông, thành thạo: *master a foreign language* thành thạo một ngoại ngữ; *he has mastered* *the saxophone* nó chơi kèn xắc-xô thành thạo.

masterclass /'ma:stəkla:s/ lớp nhạc cao cấp.

masterful /'ma:stəfl, (*Mỹ* 'mæstərfl)/ *tt* hách, đầy quyền uy: *a masterful tone* giọng nói đầy quyền uy.

masterfully /'ma:stəfəli/ *pht* [một cách] hách, [một cách] đầy quyền uy.

master key /'ma:stəkei/ *dt* (*cg* **pass-key**) chìa khóa vạn năng.

masterly /'ma:stəli, (*Mỹ* 'mæstərli)/ [vào loại] bậc thầy, tài giỏi.

mastermind¹ /'ma:stəmaind, (*Mỹ* 'mæstərmaind)/ *dt* người quân sư, người đạo diễn (*bóng*): *the mastermind behind the project* người quân sư đằng sau dự án.

mastermind² /'mæ:stəmaind, (*Mỹ* 'mæstərmaind)/ *dgt* làm quân sư, điều khiển, chỉ huy: *mastermind a campaign* chỉ huy một chiến dịch.

Master of Ceremonies /,ma:stə əv 'seriməni/ viên chủ nghi lễ.

masterpiece /'ma:stəpi:s, 'mæstərpi:s/ kiệt tác.

Master's degree /'mæ:stəz digri:/ (*cg* **Master's**) học vị cao học.

master sergeant /ma:stə 'sa:dʒənt/ (*quân*) trưởng trung sĩ.

master stroke /'ma:stəstrəʊk/ *dt* tài khéo: *settling the dispute needed a diplomatic master stroke* dàn xếp tranh chấp này đòi hỏi phải có tài ngoại giao khéo léo.

mastery /'ma:stəri/ *dt* **1.** **mastery [of something]** sự tinh thông, sự nắm vững: *he shows complete mastery of that subject* ông ta tỏ ra rất tinh thông vấn đề đó **2.** **mastery [over somebody/some-**

thing] sự kiểm soát: *which side will get the mastery?* bên nào sẽ nắm được quyền kiểm soát thế?

masthead /'ma:sthed/ *dt* **1.** đỉnh cột buồm (*thường dùng làm trạm quan sát*) **2.** tiêu đề của tờ báo (*in phía trên cùng trang đầu*).

mastic /'mæstik/ *dt* mát tít.

masticate /'mæstikeit/ *dgt* nhai (*thức ăn*).

mastication /,mæsti'keiʃn/ *dt* sự nhai.

mastiff /'mæstif/ *dt* (*động*) chó ngao.

mastitis /mæ'staitis/ *dt* (*y*) viêm vú.

mastodon /'mæstədɒn/ *dt* (*động*) voi răng mấu (*nay đã tuyệt diệt*).

mastoid /'mæstɔid/ *dt* (*giải*) xương chũm (*sau mang tai*).

mastoiditis /,mæstɔi'daitis/ *dt* (*giải*) viêm xương chũm.

masturbate /'mæstəbeit/ *dgt* thủ dâm.

masturbation /,mæstə'beiʃn/ *dt* sự thủ dâm.

masturbatory /,mæstə'beitəri, (*Mỹ* mæstəbə'tɔ:ri)/ *tt* [thuộc] thủ dâm.

mat¹ /mæt/ *dt* **1.** thảm, chiếu: *a doormat* thảm chùi chân (*ở cửa*) **2.** nệm lót sàn (*phòng tập võ*) **3.** miếng lót cốc chén (*ở bàn ăn*): *a beer mat* miếng lót cốc bia **4.** mớ rối (*gồm những vật xoắn xít vào nhau*): *a mat of thread* mớ chỉ rối.

mat² /mæt/ *dgt* (**-tt-**) (*chủ yếu dùng ở thể bị động*) bện, tết: *matted hair* tóc tết vào nhau.

mat³ /mæt/ *tt* nh matt.

matador /'mætədɔ:[r]/ *dt* người hạ sát bò (*trong cuộc đấu bò*).

match¹ /'mætʃ/ *dt* que diêm: *strike a match* đánh một que diêm.

match² /'mætʃ/ *dt* **1.** cuộc thi đấu: *a match of football* cuộc thi đấu bóng đá **2.** (*số ít*) **match for somebody; somebody's match** đối thủ, người ngang sức: *meet one's match* gặp đối thủ **3.** hôn nhân: *she made a good match when she married him* cô ta lấy anh ta thật là một cuộc hôn nhân đẹp đôi **4.** (*số ít*) vật xứng hợp, người xứng hợp: *the new curtains are a perfect match for the carpet* mấy tấm màn cửa mới thật xứng hợp với thảm trải nhà **5.** (*số ít*) vật y hệt, người y hệt: *I've found a vase that's an exact match with the one we already have* tôi đã tìm được một cái bình y hệt cái chúng tôi đã có. // **find (meet) one's match [in somebody]** gặp kỳ phùng địch thủ: *he thought he could beat anyone at tennis, but he's met his match in her* anh ta nghĩ là anh ta có thể hạ bất cứ ai về quần vợt, nhưng đã gặp cô ta là một kỳ phùng địch thủ; **a good (bad) match** (*cũ*) người xứng hợp, vợ, chồng, đám: *the young heiress was a good match* cô thừa kế trẻ tuổi kia là một đám thật xứng hợp; **the man of the match** x man¹; **a slanging match** x slang².

match³ /mætʃ/ *dgt* **1.** xứng, hợp: *the curtains and the carpets match perfectly* màn cửa và thảm trải nền hoàn toàn phù hợp với nhau; *a well-matched couple* một cặp xứng đôi vừa lứa **2.** tìm thứ xứng hợp: *can you match this wallpaper?* anh có thể tìm được thứ giấy dán tường hợp với loại này không? **3.** ngang tài, ngang sức: *nobody can match her at chess* không ai đánh cờ ngang sức với nàng được.

match somebody (something) with somebody (something) tìm cái thích hợp, tìm cái xứng hợp: *we try to match the applicants with appropriate vacancies* chúng tôi cố sắp xếp người xin việc vào những chỗ trống thích hợp; **match something (somebody) against (with) something (somebody)** cho đối chọi với: *I'm ready to match my strength against yours* tôi sẵn sàng đấu sức với anh; **match up** ăn khớp, khớp: *the two statements don't match up* hai lời tuyên bố không khớp nhau; **match something up (with something)** ghép để tạo nên một tổng thể toàn vẹn: *matching up the torn pieces of the photographs* ghép lại các mảnh xé ra của bức ảnh; **match up to somebody (something)** ngang với: *the film didn't match up to my expectations* cuốn phim không ngang với những gì tôi mong đợi (không hay như tôi mong đợi).

matchbox /'mætʃbɒks/ *dt* bao diêm.

matchless /'mætʃləs/ *tt* vô song: *matchless beauty* sắc đẹp vô song.

matchmaker /'mætʃmei-kə[r]/ *dt* người làm mối, bà mối.

matchmaking /'mætʃmei-king/ *dt* sự làm mối.

match point /'mætʃpɔint/ (thể) điểm quyết định (*sự thắng trong cuộc đấu*).

matchstick /'mætʃstik/ que diêm (*nhất là que đã quẹt rồi*): *two thin legs like matchsticks* hai chân gầy như que diêm.

matchwood /'mætʃwʊd/ *dt* 1. gỗ làm que diêm 2. vỏ bào; gỗ vụn.

mate[1] /meit/ *dt* 1. bạn, bạn nghề: *I'm off for a drink with my mates* tôi ra ngoài làm một chầu với mấy người bạn; *my room-mate* bạn cùng phòng của tôi; *her class-mates* bạn cùng lớp của cô ta 2. bạn đời; vợ, chồng; con trống, con mái (*chim...*): *the male hunts for food while his mate guards the nest* con trống đi kiếm miếng ăn, bạn đời của nó (con mái) canh tổ 3. ông bạn, cậu (*tiếng xưng hô với đàn ông*): *where are you off to, mate?* này cậu đi đâu thế? 4. người phụ việc: *a plumber's mate* anh thợ ống nước và người giúp việc của anh 5. phó thuyền trưởng (*thuyền buôn*).

mate[2] /meit/ *dgt* 1. ghép đôi (để sinh sản, nói về động vật) 2. cho ghép đôi, cho đi tơ, cho đi phủ: *they mated a horse with a donkey* họ cho một con ngựa đi tơ với một con lừa.

mate[3] /meit/ *dt nh* checkmate.

material[1] /mə'tiəriəl/ *dt* 1. vật liệu: *building materials* vật liệu xây dựng; *he is not officer material* anh ta không có cái thớ sĩ quan chút nào 2. vải: *enough material to make two dresses* đủ vải may hai chiếc áo váy 3. tư liệu: *materials for a book* tư liệu để viết một cuốn sách.

material[2] /mə'tiəriəl/ *tt* 1. [thuộc] vật chất: *material world* thế giới vật chất 2. [thuộc] thể chất: *material needs* nhu cầu thể chất, nhu cầu vật chất 3. **material to something** chủ yếu, quan trọng: *food is most material to man* thức ăn hết sức quan trọng đối với con người.

materialism /mə'tiəriəlizəm/ *dt* 1. chủ nghĩa duy vật: *dialectical materialism* duy vật biện chứng; *historical materialism* duy vật lịch sử 2. (*xấu*) chủ nghĩa vật chất.

materialist /mə'tiəriəlist/ *dt* 1. người duy vật chủ nghĩa 2. người vật chất chủ nghĩa.

materialistic /mə,tiəriə'listik/ *tt* 1. duy vật chủ nghĩa 2. vật chất chủ nghĩa, duy vật chất.

materialistically /mətiəriə-'listikli/ *pht* 1. [một cách] duy vật 2. [một cách] duy vật chất.

materialization, materialisation /mə,tiəriəlai'zeiʃn, (Mỹ mə,tiriələ'zeiʃn) *dt* 1. sự thành sự thật, sự thực hiện 2. sự hiện ra, sự xuất hiện.

materialize, materialise /mə'tiəriəlaiz/ *dt* 1. thành sự thật, thực hiện: *our plans did not materialize* kế hoạch của chúng ta đã không thực hiện được 2. hiện ra, xuất hiện: *he claimed that he could make ghosts materialize* nó tự cho là có thể làm cho ma hiện ra; *he failed to materialize* (*bóng*) nó đã không đến.

materially /mə'tiəriəli/ *pht* [một cách] có ý nghĩa; [một cách] thiết yếu: *this is not materially different from the old system* cái này không khác mấy so với thệ thống cũ.

maternal /mə't3:nl/ *tt* 1. [thuộc] mẹ: *maternal affection* lòng thương yêu của mẹ 2. [về] đằng mẹ, ngoại: *maternal grandfather* ông ngoại.

maternally /mə't3:nəli/ *pht* như mẹ.

maternity /mə't3:nəti/ *dt* tính cách làm mẹ: *a maternity dress* áo mặc khi có mang; *a maternity hospital* nhà hộ sinh.

matey /'meiti/ *tt* **matey with somebody** (*kng*) thân mật, thân thiết: *don't get too matey with him - he's a rogue* đừng có thân mật quá với hắn, hắn là một thằng xỏ lá đấy.

mathematical /,mæθə'mætikl/ *tt* [thuộc] toán học: *a mathematical formula* một công thức toán học.

mathematically /,mæθə'mætikli/ *pht* [về] toán học: *she's not mathematically inclined* cô ta không có khiếu về toán học.

mathematician /,mæθəmə'tiʃn/ *dt* nhà toán học.

mathematics /,mæθə'mætiks/ *dt (dgt số ít hoặc snh)* Anh, *kng, cg* **maths** *(dgt số ít hoặc snh)*, (Mỹ **math**) *(dgt số ít)* toán học.

matinée (Mỹ *cg* **matinee**) /'mæti,nei, (Mỹ ,mætn'ei)/ buổi biểu diễn chiều *(chiếu bóng)*: *a matinée idol* diễn viên thần tượng của phụ nữ.

mating /'meitiŋ/ *dt* sự ghép đôi để sinh sản: *the mating season* mùa giao phối *(của chim...).*

matins, mattins /'mætinz, (Mỹ 'mætnz)/ *dt (dgt số ít hoặc snh)* lễ cầu kinh buổi sáng *(Anh giáo).*

matri- *(yếu tố tạo từ)* mẹ, mẫu: *matricide* tội giết mẹ.

matriarch /'meitria:k/ *dt* nữ gia trưởng; nữ tộc trưởng; nữ trưởng bộ lạc.

matriarchal /,meitri'a:kl/ *tt* [thuộc] mẫu quyền.

matriarchy /'meitria:ki/ *dt* chế độ mẫu quyền.

matrices /'meitrisi:z/ *dt snh* của matrix.

matricide /'mætrisaid/ *dt* **1.** tội giết mẹ **2.** kẻ giết mẹ.

matriculate /mə'trikjuleit/ *dgt* **1.** tuyển vào đại học **2.** trúng tuyển vào đại học.

matriculation /mə,trikju'leiʃn/ *dt* **1.** sự tuyển vào đại học **2.** sự trúng tuyển vào đại học.

matrimonial /,mætri'məuniəl/ *tt* [thuộc] hôn nhân: *a matrimonial dispute* cuộc tranh chấp hôn nhân.

matrimony /'mætriməni, (Mỹ 'mætriməuni)/ *dt* hôn nhân: *unite a couple in holy matrimony* làm thánh lễ hôn nhân cho một cặp vợ chồng.

matrix /'meitriks/ *dt (snh* **matrices**) **1.** khuôn đúc **2.** khối đá chứa quặng quý **3.** *(toán, máy điện toán)* ma trận.

matrix printer /'meitriks ,printə[r]/ máy in ma trận.

matron /'meitrən/ *dt* **1.** bà quản lý **2.** nữ y tá trưởng *(nay gọi là* senior nursing officer) **3** *(văn hoặc cũ)* bà *(khá lớn tuổi, có chồng, có vẻ đoan trang).*

matronly /'meitrənli/ *tt* đoan trang: *a matronly manner* cung cách đoan trang.

matron of honour /,meitrən əv'ɒnə[r]/ bà phù dâu *(trong lễ cưới).*

matt, mat (Mỹ, *cg* **matte**) *tt* xỉn mặt, mờ: *will this paint give a gloss or a mat finish?* sơn này khi khô sẽ có mặt bóng láng hay xỉn đây?

matter /'mætə[r]/ *dt* **1.** vấn đề, sự việc, chuyện: *the root of the matter* gốc rễ của vấn đề; *money matters* vấn đề tiền bạc; *a matter I know little about* một vấn đề tôi hiểu biết ít thôi **2.** chất, vật chất: *the universe is composed of matter* vũ trụ cấu tạo từ vật chất; *waste matter* chất thải **3.** đề, chủ đề; nội dung: *the matter of a poem* chủ đề của một bài thơ **4.** chất mủ. // **as a matter of fact** *(dùng để nhấn mạnh)* thật ra, nói thực: *I'm going there tomorrow as a matter of fact* thật ra ngày mai tôi sẽ đến đó; **be no laughing matter** x laughing; **for that matter** và cả với; và... cũng thế: *don't talk like that to your mother, or to anyone else for that matter* đừng nói như vậy với mẹ anh, và với bất cứ ai khác cũng thế; **in the matter of something** *(cũ)* về chuyện *(gì đó)*: *I want to speak to her in the matter of my salary* tôi muốn nói chuyện với bà ta về chuyện lương bổng của tôi; **it's all, only... a matter of time [before...]** chỉ là về vấn đề thời gian, trước sau gì cũng: *it's simply a matter of time before the rebels are crushed* trước sau gì tụi phiến loạn cũng sẽ bị dẹp tan; **let the matter drop (rest)** cho qua, không bàn cãi nữa: *she reluctantly agreed to let the matter drop* bà ta miễn cưỡng đồng ý cho qua vấn đề; **make matters worse** làm cho tệ hơn, đổ dầu vào lửa: *her attempts to calm them down only made matters worse* những cố gắng của chị ta làm họ nguôi đi chỉ tổ đổ thêm dầu vào lửa; **[as] a matter of course** như thường lệ: *I check my in-tray every morning as a matter of course* như thường lệ, mỗi buổi sáng, tôi soát khay công văn giấy tờ; **[be] the matter [with somebody (something)]** [có] việc gì, sự cố gì: *what's the matter with him?* có việc gì với nó thế?; *there is nothing the matter with it* chẳng có việc gì đâu; **a matter of hours, minutes, days etc...; a matter of pounds, feet, ounces, etc...** a/ chỉ khoảng độ: *I'll be back in a matter of hours* chỉ độ một vài tiếng đồng hồ tôi sẽ quay trở lại b/ không ít hơn; ít nhất phải: *it may be a matter of months before it's ready* ít nhất phải vài tháng nữa mới xong được; **a matter of life and death** vấn đề sống còn: *of course this must have priority - it's a matter of life and death* dĩ nhiên phải dành ưu tiên cho việc này, một vấn đề sống chết mà; **a matter of opinion** là ý kiến riêng *(chưa nhất trí)*: *"she's a fine singer" "that's matter of opinion"* chị ta là một ca sĩ hát hay" "đó là ý kiến riêng của anh"; **[be] a matter of something (doing something)** sự thể còn tùy thuộc vào *(cái gì đó)*: *success in business is simply a matter of knowing when to take a chance* thành công trong kinh doanh thường tùy thuộc vào khả năng nắm bắt thời cơ; **mind over matter** *x* mind¹; **no matter; be (make) no matter [to somebody] [that (whether)...]** không quan trọng; *(đối với ai)* không thành vấn đề; không sao: *"I can't do it" "no matter, I'll do it myself"* "tôi không làm được việc ấy đâu" "không sao, tôi sẽ tự làm lấy"; *it is no matter to me whether you arrive early or late* anh đến sớm hay muộn, đối với tôi không thành vấn đề; **no matter who, what, where...** bất kỳ ai, bất kỳ việc gì, bất kỳ ở đâu: *don't trust him, no matter what he says* nó nói bất kỳ điều gì cũng đừng tin nó; **not mince matters (words)** *x* mince¹; **take matters into one's own hand** tự mình hành động, không chờ người khác hành động.

matter² /'mætə[r]/ *dgt* *(dùng trong câu nghi vấn và phủ định có chứa những từ như* what, who, where,

if... *thường có it làm chủ ngữ)* là quan trọng: *what does it matter whether he comes or goes* anh ta đến hay đi có gì là quan trọng đâu; *does it matter if we're a bit late?* chúng tôi đến chậm một chút, có sao không?

matter-of-fact /,mætə əv fækt/ *tt* thản nhiên: *she told us the news in a very matter-of-fact way* cô ta báo tin ấy cho chúng tôi một cách thản nhiên.

matting /'mætiŋ/ *dt* nguyên liệu thô làm thảm, làm bao bì: *floors covered with coconut-matting* sàn nhà phủ thảm làm bằng xơ dừa.

mattins /'mætinz, *(Mỹ* 'mætnz)/ *dt nh* matins.

mattock /'mætək/ *dt* cuốc chim.

mattress /'mætrəs/ *dt* nệm *(ở giường ngủ)*.

maturation /,mætʃʊ'reiʃn/ *dt* sự chín; sự trưởng thành.

mature¹ /mə'tjʊ[r], *(Mỹ* mə'tʊr)/ *tt* **1.** chín, trưởng thành: *mature years* tuổi trưởng thành, tuổi thành niên **2.** chín chắn, kỹ càng: *after mature deliberation* sau khi suy nghĩ kỹ càng **3.** *(thương)* đến kỳ hạn thanh toán *(hóa đơn...)*, tới hạn.

mature² /mə'tjʊ[r], *(Mỹ* mə'tʊr)/ *dgt* **1.** chín; trở nên chín chắn: *her character matured during these years* trong mấy năm nay tính tình cô ta chín chắn hơn; *cheese matures slowly* pho mát chín chậm **2.** *(thương)* tới hạn.

maturely /mə'tjʊəli/ *pht* [một cách] chín chắn, [một cách] kỹ càng.

maturity /mə'tjʊərəti, *(Mỹ* mə'tʊrəti)/ *dt* sự chín; sự trưởng thành.

maudlin /'mɔ:dlin/ *tt* sướt mướt *(khi say rượu...)*, lề nhề.

maul /mɔ:l/ *dgt* **1.** đối xử thô bạo: *her novel has been badly mauled by the critics* cuốn tiểu thuyết của bà ta đã bị các nhà phê bình đả kích một cách thô bạo **2.** cấu xé *(một người, một con vật)*: *he died after being mauled by a tiger* anh ta bị cọp cấu xé mà chết.

maulstick /'mɔ:lstik/ *dt* (*cg* **mahlstick**) que đỡ tay *(của họa sĩ khi vẽ)*.

maunder /'mɔ:ndə[r]/ *dgt* **1.** (+ on) nói lan man, nói không mạch lạc: *the drunk sat there maundering [on] about his troubles* anh say rượu ngồi đó kể lan man về những điều lo lắng của mình **2.** (+ about) **3.** đi lại vẩn vơ: *don't just maunder about, do some work* đừng đi lại vẩn vơ nữa, làm việc gì đi chứ!

Maundy Thursday /,mɔ:ndi 'θɜ:zdi/ thứ năm trước lễ Phục Sinh.

mausoleum /,mɔ:sə'li:əm/ *dt* lăng.

mauve¹ /məʊv/ *dt* màu hoa cà.

mauve² /məʊv/ *tt* [có] màu hoa cà.

maverick /'mævərik/ *dt* **1.** con bê chưa đóng dấu **2.** người hoạt động chính trị không theo khuôn mẫu.

maw /mɔ:/ *dt* dạ dày; họng *(của súc vật)*: *swallowed up in the maw of battle* (bóng) bị nuốt chửng trong [họng của] trận mạc.

mawkish /'mɔ:kiʃ/ *tt* ủy mị.

mawkishly /'mɔ:kiʃli/ *pht* [một cách] ủy mị.

mawkishness /'mɔ:kiʃnis/ *dt* sự ủy mị.

max /mæks/ (*vt của* maximum) tối đa: *temperature 60⁰ max* nhiệt độ tối đa 60⁰.

maxim /'mæksim/ *dt* châm ngôn.

maxima /'mæksimə/ *dt snh của* maximum.

maximal /'mæksiml/ *tt* tối đa, tột độ.

maximization, maximisation /,mæksimai'zeiʃn/ *dt* 1. sự tăng tối đa 2. sự tận dụng tối đa.

maximize, maximise /'mæksimaiz/ *đgt* 1. tăng tối đa: *we must maximize profits* chúng ta phải tăng tối đa lợi nhuận 2. tận dụng tối đa: *maximize one's opportunities* tận dụng tối đa các thời cơ.

maximum¹ /'mæksiməm/ *dt* (*snh* **maxima** /'mæksimə/) (*vt* **max**) [mức] tối đa: *obtain 81 marks out of a maximum of 100* đạt 81 điểm trên tối đa là 100.

maximum² /'mæksiməm/ *tt* tối đa: *maximum temperature* nhiệt độ tối đa.

May /mei/ *dt* tháng năm.

may¹ /mei/ *đgt* (*phủ định* **may not**, *ít khi giản lược thành* **mayn't** /meint/; *qk* **might**, *phủ định* **might not**, *ít khi giản lược thành* **mightn't**; *không có dttqk*) 1. có thể (*được phép*): *you may come if you wish* nếu anh muốn, anh có thể đến; *may I come in?* tôi có thể vào không? 2. có thể, có lẽ: *it may be* điều đó có thể xảy ra; *they may arrive tomorrow* có lẽ ngày mai họ sẽ đến 3. để [mà], để [cho]: *I'll write today so that he may know when to expect us* tôi sẽ viết thư hôm nay để nó biết lúc nào có thể mong chờ chúng ta đến 4. (*cũ*) (*dùng hỏi để biết*): *well, who may you be?* à, thế ông là

ai ạ? 5. chúc, cầu mong: *may you both be very happy* cầu mong cả hai đều rất hạnh phúc.

may² /mei/ *dt* hoa [cây] đào gai.

May-beetle /'meibi:tl/ **May-bug** /'meibʌg/ *dt* (*động*) con bọ da.

maybe /'meibi/ *pht* có lẽ, có thể: *maybe he'll come, maybe he won't* có thể anh ta sẽ đến, có thể không; *"is that true?" "maybe, I'm not sure"* "đúng không?" "có lẽ đúng, tôi không chắc lắm".

May Day /'meidei/ ngày mồng 1 tháng 5, ngày quốc tế lao động.

mayday (*cg* **Mayday**) /'meidei/ *dt* tín hiệu cấp cứu (*máy bay, tàu thủy*).

mayfly /'meiflai/ *dt* (*động*) con phù du.

mayhem /'meihem/ *dt* 1. sự hỗn loạn: *there was absolute mayhem when the cow get into the village hall* con bò xông vào phòng họp của làng đã gây ra một cảnh hỗn loạn tột độ 2. (*cũ hoặc Mỹ*) tội cố ý gây thương tật (*cho người khác*).

mayonnaise /,meiə'neiz, (*Mỹ* 'meiəneiz)/ *dt* 1. nước xốt may-o-ne 2. món may-o-ne: *egg mayonnaise* món trứng may-o-ne.

mayor /meə[r], (*Mỹ* 'meiər)/ *dt* thị trưởng.

mayoral /'meərəl, (*Mỹ* 'meiərəl)/ *tt* [thuộc] thị trưởng: *mayoral robes* áo choàng thị trưởng.

mayoralty /'meərəlti, (*Mỹ* 'meiərəlti)/ *dt* chức thị trưởng.

mayoress /meə'res, (*Mỹ* 'meiərəs)/ *dt* (*cg* **lady mayor**) 1. bà nữ thị trưởng 2. thị trưởng phu nhân; nữ phụ tá thị trưởng.

maypole /'meipəʊl/ *dt* cây nêu mồng 1 tháng 5.

maze /meiz/ *dt* (*thường số ít*) 1. mê cung 2. mớ rối rắm: *finding one's way through the maze of rules and regulations* tìm lối thoát qua mớ luật lệ và quy định rối rắm.

mazurka /mə'zɜ:rkə/ điệu nhảy ma-ju-ca (*gốc Ba Lan*).

MB /,em 'bi:/ (*vt của* Bachelor of Medicine) cử nhân y khoa.

MBA /,em bi: 'ei/ (*vt của* Master of Business Administration) cao học quản lý kinh doanh.

MC /,em 'si:/ (*vt của* Master of Ceremonies) viên chủ nghi lễ.

MCC /,em si: 'si:/ (*vt của* Marylebone Cricket Club) câu lạc bộ bóng chày Marylebone.

Mc. Carthyism /mə'ka:θiizəm/ *dt* chính sách chống cộng điên cuồng Mc. Carthy.

Mc.Coy /mə'kɔi/ *dt* **the real Mc.Coy** x real.

MCP /,em si: 'pi:/ (*vt của* male chauvinist pig) người xem thường phụ nữ.

MD /,em 'di:/ 1. (*vt của* Doctor of Medicine) (*tiếng Latinh là* Medicinae Doctor) bác sĩ y khoa 2. (*vt của* Managing Director) giám đốc điều hành 3. (*vt của* mentally deficient) giảm sút tâm thần.

MDT /,em di: 'ti:/ (*Mỹ*) (*vt của* Mountain Daylight time) thời gian ban ngày ở miền núi.

me¹ /mi:/ tôi, tao, tớ: *give it to me* đưa cái đó cho tôi; *that's me on the left of the photograph* tôi ở bên trái tấm ảnh đấy.

me² /mi:/ *dt* (*nhạc*) mi.

mead¹ /mi:d/ *dt* rượu mật ong.

mead² /mi:d/ *dt (cổ) nh* meadow.

meadow /'medəʊ/ *dt* đồng cỏ.

meadow lark /'medəʊlɑ:k/ *(đông)* chim sẻ đồng (Bắc Mỹ).

meagre (*Mỹ* **meager**) /'mi:-gə[r]/ *tt* **1.** đạm bạc, ít ỏi: *a meagre meal* bữa ăn đạm bạc; *her meagre contribution to our funds* phần đóng góp ít ỏi của cô ta vào quỹ của chúng ta **2.** gầy còm, khẳng khiu.

meagrely /'mi:gəli/ *pht* **1.** [một cách] đạm bạc, [một cách] ít ỏi **2.** [một cách] gầy còm, [một cách] khẳng khiu.

meagreness /'mi:gənis/ *dt* **1.** sự đạm bạc, sự ít ỏi **2.** sự gầy còm, sự khẳng khiu.

meal¹ /mi:l/ *dt* bữa ăn: *breakfast, the first meal of the day* bữa ăn sáng, bữa ăn đầu tiên trong ngày. // **make a meal of something** *(kng)* phí công sức vào việc gì: *she always makes such a meal of it - I could do it in half the time* cô ta bao giờ cũng phí công sức vào việc đó, tôi chỉ cần nửa thời gian là tôi làm xong.

meal² /mi:l/ *(thường trong từ ghép)* bột xay thô: *oatmeal* bột yến mạch thô.

mealie /'mi:li/ *dt (Nam Phi)* **1.** mealies *(snh)* ngô, bắp **2.** bắp ngô.

meals-on-wheels /mi:lzɒn-'wi:lz/ dịch vụ đưa cơm tận nhà (cho *người già, người ốm)*, cơm hộp.

meal ticket /'mi:ltikit/ **1.** *nh* luncheon voucher **2.** *(bóng)* nguồn nuôi ăn: *his rich wife is his meal ticket* bà vợ giàu của anh ta là nguồn nuôi ăn anh ta.

mealtime /'mi:ltaim/ *dt* giờ ăn.

mealy /'mi:li/ *tt* (**-ier; -iest**) *(thường ở dạng ghép)* **1.** như bột, phủ bột, chứa bột **2.** khô và có bột *(khoai tây luộc)*.

mealy-mouthed /,mi:li 'maʊðd/ *tt (xấu)* nói quanh co: *don't be so mealy-mouthed, say what you mean* đừng có quanh co thế nữa, muốn gì thì nói đi.

mean¹ /mi:n/ *dgt* (**meant**) **1.** có nghĩa [là]: *what does this sentence mean?* câu này nghĩa là gì? **2.** muốn nói: *what do you mean?* ý anh muốn nói gì? **3.** định, có ý định, muốn, có ý muốn: *does he really mean to do it?* hắn có thật sự có ý định làm cái đó không?; *she never meant to be a teacher* chị ta chẳng bao giờ có ý định trở thành cô giáo; *his father meant him to be an engineer* ba hắn muốn hắn sẽ thành kỹ sư, *what did he mean by that remark?* hắn có ý định nói gì qua nhận xét đó? **4.** có giá trị, có tầm quan trọng *(đối với ai)*: *£20 means a lot to a poor person* 20 bảng là một món tiền [có giá trị] lớn đối với một người nghèo; *money means nothing to him* tiền bạc đối với ông ta chẳng có nghĩa lý gì cả. // **mean business** *(kng)* không đùa đâu, hành động với những ý định thật sự nghiêm túc: *he means business, he really will shoot us if we try to escape* hắn không đùa đâu, hắn hành động với những ý định nghiêm túc, hắn sẽ bắn vào ta thật nếu ta tìm cách trốn; **mean mischief** có những ý định xấu, có ác ý; **mean well** có ý định tốt, dù không có khả năng thực hiện; **mean**

well by somebody có thiện chí đối với ai.

mean² /mi:n/ *tt* (**-er; -iest**) **1.** thấp kém, tầm thường: *be no mean scholar* là một học giả tầm thường **2.** tồi tàn, tiều tụy, tang thương, khốn khổ: *a mean house in a mean street* ngôi nhà tiều tụy trong một đường phố tồi tàn **3.** hèn hạ, bần tiện, bủn xỉn: *be mean over money matters* bủn xỉn về vấn đề tiền nong **4.** *(kng)* cừ, chiến: *a mean chess-player* tay đánh cờ rất cừ. // **no mean something** cái gì (việc gì) rất tốt, cái gì (việc gì) xuất chúng, không tồi: *she's no mean player* cô ta là một đấu thủ xuất sắc; *that was no mean achievement* đấy là một thành quả không tồi.

mean³ /mi:n/ *tt* trung bình: *the mean annual temperature* nhiệt độ trung bình hằng năm.

mean⁴ /mi:n/ *tt* **1.** trung gian, trung dung, chiết trung: *you must find a mean between too lenient treatment and too severe punishment* anh phải tìm ra một phương cách trung gian giữa cách đối xử nhân hậu và lối trừng phạt nghiêm khắc **2.** *(toán)* số trung bình. // **the happy (golden) mean** phương cách ôn hòa.

meander /mi'ændə[r]/ *dgt* **1.** chảy ngoằn ngoèo uốn khúc *(con sông...)* **2.** đi lang thang *(người)* **3.** kéo dông dài: *the discussion meandered [on] four hours* cuộc thảo luận kéo dông dài đến bốn tiếng đồng hồ.

meanderingly /mi'ændriŋli/ *pht* **1.** [một cách] ngoằn ngoèo **2.** [một cách] dông dài.

meanderings /mi'ændriŋz/ *dt snh* **1.** khúc quanh ngoằn ngoèo **2.** cuộc đi dạo lang thang.

meanie (*cg* **meany**) /'mi:ni/ *dt* kẻ keo kiệt, kẻ bủn xỉn.

meaning¹ /'mi:niŋ/ *dt* nghĩa, ý nghĩa: *a word with many distinct meanings* một từ có nhiều nghĩa khác nhau; *a glance full of meaning* cái liếc nhìn đầy ý nghĩa.

meaning² /'mi:niŋ/ *tt* có ý nghĩa: *a meaning look* cái nhìn có ý nghĩa.

meaningful /'mi:niŋfl/ *tt* đầy ý nghĩa.

meaningless /'mi:niŋləs/ *tt* vô nghĩa.

meanly /'mi:nli/ *pht* [một cách] keo kiệt, [một cách] bủn xỉn.

meanness /'mi:nis/ *dt* **1.** sự keo kiệt, sự bủn xỉn **2.** việc bủn xỉn.

means¹ /'mi:nz/ *dt* phương cách, cách: *use illegal means to get a passport* dùng cách bất hợp pháp để lấy hộ chiếu; *all possible means have been tried* mọi phương cách có thể được đều đã thử cả. // **by all means** tất nhiên là được: *"can I see it?" "by all means"* "tôi xem cái đó có được không?" "tất nhiên là được"; **by fair means or foul** x fair¹; **by means of something** nhờ vào, bằng cách: *lift the load by means of a crane* nhấc khối nặng lên bằng cần trục; **by no manner of means** x manner; **by no means; not by any means** chẳng tí nào: *she is by no means poor; in fact she's quite rich* bà ta chẳng nghèo một tí nào, thực ra bà ta giàu lắm; **the end justifies the means** x end¹; **a means to an end** phương tiện để đạt được một mục đích: *he regarded his marriage merely as a*

means to an end [*he just wanted his wife's wealth*] nó chỉ xem cuộc hôn nhân của nó như là một phương tiện để đạt một mục đích, thực ra nó cần tài sản của vợ nó.

means² /'mi:nz/ *snh* tiền bạc, của cải: *a man of means* một người lắm tiền của, một người giàu có; *she lacks the means to support a large family* bà ta thiếu tiền bạc để chu cấp cho một gia đình đông người. // **live beyond (within) one's means** x live³.

means test /'mi:nztest/ sự thẩm tra thu nhập và tài sản *(trước khi cho hưởng trợ cấp)*.

meant /ment/ *qk và đttqk của* mean¹.

meantime¹ /'mi:ntaim/ *pht* trong khi đó: *I continued working. Meantime, he went out shopping* tôi tiếp tục làm. Trong khi đó nó đi ra ngoài mua sắm các thứ.

meantime² /'mi:ntaim/ *dt* **in the meantime** [trong] lúc này: *the next programme starts in five minutes: in the meantime, here's some music* chương trình sau năm phút nữa sẽ bắt đầu, lúc này xin quý vị thưởng thức mấy bản nhạc.

meanwhile /'mi:nwail/, (*Mỹ* 'mi:nhwail)/ *pht* trong thời gian đó: *she's due to arrive on Thursday. Meanwhile, what do we do?* chị ta phải đến vào thứ năm, từ đây đến đó ta làm gì đây?

meany /'mi:ni/ *dt nh* meanie.

measles /'mi:zlz/ *dt* (*dgt số ít*) bệnh sởi.

measly /'mi:zli/ *tt* không ra gì: *what a measly birthday present* món quà sinh nhật không ra gì.

measurable /'meʒərəbl/ *tt* **1.** đo được **2.** đáng kể, [có thể] thấy rõ.

measurably /'meʒərəbli/ *pht* **1.** [một cách] đo được **2.** [một cách] đáng kể.

measure¹ /'meʒə[r]/ *dgt* **1.** đo: *measure the width of a door* đo chiều rộng của cửa; *the tailor measured me [up] for a suit* người thợ may đo người tôi để may cho tôi một bộ quần áo **2.** đo được: *the room measures 10 metres across* căn phòng đo được 10 mét chiều ngang **3.** cân nhắc, thận trọng: *he is a man who measures his words* ông ta là người thận trọng trong lời nói của mình **4.** so với, đọ với: *measure one's strength against somebody else* đọ sức mình với người khác. // **measure one's length** (*dùa*) ngã sóng soài, vồ ếch; **measure one's strength [with (against) somebody]** đọ sức [với ai].

measure something off đo và lấy ra: *she measured off two metres of cloth* chị ta đo và cắt ra 2 mét vải; **measure something out** lấy ra: *measure out a dose of medicine* lấy ra một liều thuốc; **measure up to something** có đủ năng lực: *I'm afraid he just didn't measure up to the job* tôi e nó không xem mình có đủ năng lực ngang tầm công việc hay không.

measure² /'meʒə[r]/ *dt* **1.** sự đo; đơn vị đo; cái để đo: *a metre is a measure of length* mét là đơn vị đo chiều dài **2.** phạm vi, chừng mực: *in some measure* trong một chừng mực nào đó; *in a great (large) measure* trong một phạm vi rộng lớn **3.** cái để đánh giá, thước đo *(bóng)*: *a chain's weakest link is the measure of its*

M

strength mắt xích yếu nhất là cái để đánh giá sức chịu lực của dây xích **4.** biện pháp, cách xử trí: *take measure* tìm một cách xử trí; *take strong measures against* dùng những biện pháp kiên quyết để chống lại. // **beyond measure** hết sức lớn: *her joy was beyond measure* niềm vui của cô ta là hết sức lớn; **for good measure** thêm vào: *after I'd weighed the apples, I put in another one for good measure* sau khi tôi đã cân mớ táo, tôi bỏ thêm vào một quả nữa; **get (take) the measure of somebody** đánh giá [khả năng, tính tình của] ai; **give full (short) measure** cân, đong, đo đủ (thiếu): *I'm sure the shopkeeper gave me short measure when she weighed out the potatoes* tôi chắc là người chủ của hàng đã cân thiếu khoai tây cho tôi; **half-measure** nửa vời, nửa chừng: *this job must be done properly - I want no half measure* công việc này phải làm nghiêm chỉnh, tôi không thích lối nửa vời như thế này; **in great (large, some...) measure** ở một mức độ lớn: *his success is in no small measure the result of luck* thành công của anh ta một phần lớn là do vận may; **make something to measure** may đo: *a made-to-measure suit* một bộ quần áo may đo.

measured /'meʒəd/ *tt* **1.** thận trọng, có cân nhắc: *measured words* lời lẽ thận trọng **2.** khoan thai đều đặn: *with a measured tread* với bước chân khoan thai đều đặn.

measureless /'meʒəlis/ *tt* vô tận.

measurement /'meʒəmənt/ *dt* **1.** sự đo, sự đo lường: *the system of measurement* hệ thống đo lường **2.** kích thước, số đo: *what is your waist measurement?* số đo vòng eo của chị là bao nhiêu nhỉ?

measuring tape /'meʒəriŋ teip/ *dt nh* tape-measure.

meat /mi:t/ *dt* **1.** thịt: *fresh meat* thịt tươi; *frozen meat* thịt đông lạnh; *a skinny boy without much meat on him* một chú bé chỉ có da bọc xương (chẳng có tí thịt nào) **2.** phần chủ yếu, phần quan trọng: *this chapter contains the meat of the writer's argument* chương này chứa lý lẽ chính của tác giả **3.** *(cổ)* thức ăn: *meat and drink* thức ăn đồ uống. // **be meat and drink to somebody** đưa lại vui thú cho ai; là nguồn vui của ai: *gossip is meat and drink to him* ngồi lê đôi mách là nguồn vui của nó.

meatball /'mi:tbɔ:l/ *dt* viên thịt băm.

meaty /'mi:ti/ *tt* **(-ier; -iest)** **1.** như thịt; có nhiều thịt: *a meaty pork chop* miếng sườn lợn nhiều thịt **2.** quan trọng: *a meaty discussion* cuộc thảo luận quan trọng.

Mecca, mecca /'mekə/ *dt* nơi nhiều người muốn đến thăm, "thánh địa": *Stratford-on-Avon, the Mecca of tourists in Britain* Stratford-on-Avon, "thánh địa" của khách du lịch ở Anh.

mechanic /mə'kænik/ *dt* thợ máy.

mechanical /mə'kænikl/ *tt* **1.** [thuộc] máy móc, [thuộc] cơ khí: *a mechanical engineer* kỹ sư cơ khí **2.** máy móc, không suy nghĩ: *mechanical movements* động tác máy móc.

mechanically /mə'kænikli/ *pht* **1.** bằng máy móc *(vận hành...)* **2.** [một cách] máy móc: *he performed the movement very mechanically* hắn thực hiện những động tác đó một cách rất máy móc.

mechanics /mə'kæniks/ *dt* **1.** *(dgt số ít)* cơ học **2. the mechanics** *(snh)* a/ máy móc, bộ máy: *the mechanics of the pump are very old* máy móc của chiếc bơm đã rất cũ b/ quy trình: *the mechanics of staging a play are very complicated* quy trình đưa một vở kịch lên sân khấu là phức tạp.

mechanism /'mekənizəm/ *dt* **1.** máy móc, bộ máy: *the clock doesn't go, there's something wrong with the mechanism* đồng hồ không chạy, có cái gì đó không ổn trong bộ phận máy rồi **2.** cơ cấu; cơ chế: *mechanism of government* cơ cấu chính quyền **3.** cơ chế.

mechanistic /,mekə'nistik/ *tt* cơ giới: *a mechanistic view of the universe* cách nhìn cơ giới về vũ trụ.

mechanization, mechanisation /,mekənai'zeiʃn, ,mekənə'zeiʃn/ *dt* **1.** sự cơ khí hóa **2.** *(quân)* sự cơ giới hóa.

mechanize, mechanise /'mekənaiz/ *dgt* **1.** cơ khí hóa: *highly mechanized industrial processes* những quá trình công nghiệp được cơ khí hóa cao độ **2.** *(quân)* cơ giới hóa: *a mechanized army unit* một đơn vị quân đội cơ giới hóa.

MEd /,em'ed/ *(vt của* Master of Education) cao học sư phạm.

med *(vt của* medium) cỡ trung *(đồ may mặc).*

medal /'medl/ *dt* huy chương: *an Olympic gold medal* huy chương vàng thế vân hội; *award medals for long service* thưởng huân chương vì đã phục vụ lâu năm.

medallion /mi'dæliən/ *dt* **1.** huy chương lớn **2.** *(vật tương tự như huy chương)* dây chuyền đeo hình huy chương ở cổ, khoanh thịt...: *medallions of veal* những khoanh thịt bê.

medallist *(Mỹ* **medalist)** *(dt)* người đoạt huy chương: *an Olympic gold medallist* người đoạt huy chương vàng Thế vận hội.

meddle /medl/ *dgt (xấu)* **1.** (+ in) xen vào, can thiệp vào: *don't meddle in my affairs* đừng có xen vào việc của tôi **2.** (+ with) lục lọi; nghịch: *who's being meddling with my papers?* ai vừa lục lọi giấy tờ của tôi đây?; *don't meddle with the electrical wiring: you're not an electrician* đừng có nghịch dây điện, cậu có phải là thợ điện đâu.

meddler /medlə[r]/ *dt* **1.** người hay xen vào việc kẻ khác **2.** người hay nghịch ngợm táy máy.

meddlesome /medlsəm/ *dt* **1.** thích xen vào việc người khác **2.** thích nghịch ngợm táy máy.

media /mi:diə/ *dt* **the media** *(snh)* phương tiện truyền thông đại chúng *(như báo chí, truyền thanh, truyền hình...).*

mediaeval /,medi'i:vl/ *tt* x medieval.

medial /mi:diəl/ *tt* **1.** ở giữa: *occupy a medial postition* chiếm vị trí giữa; *a medial consonant* phụ âm ở giữa hai nguyên âm **2.** [có] cỡ trung bình.

medially /mi:diəli/ *pht* **1.** ở giữa **2.** theo cỡ trung bình.

median[1] /mi:diən/ *tt* ở giữa; qua điểm giữa: *a median point* điểm giữa; *a median line* trung tuyến.

median[2] /mi:diən/ *dt* điểm giữa; trung tuyến; số trung bình.

mediate /mi:dieit/ *dgt* hòa giải, dàn xếp: *mediate between two countries which are at war* làm trung gian hòa giải hai nước đang đánh nhau; *the army leaders have mediated a cease-fire* các vị lãnh đạo quân tham chiến đã dàn xếp một cuộc ngừng bắn.

mediation /,mi:di'eiʃn/ *dt* sự hòa giải, sự dàn xếp: *all offers of mediation were rejected* mọi đề nghị hòa giải đều đã bị bác bỏ.

mediator /mi:dieitə[r]/ *dt* người hòa giải, người dàn xếp.

medic /medik/ *dt (kng)* bác sĩ y khoa; sinh viên y khoa.

medical[1] /medikl/ *tt* **1.** [thuộc] y khoa: *a medical student* sinh viên trường y khoa; *a medical examination* sự khám sức khỏe **2.** [thuộc] nội khoa; trị liệu: *the hospital has a medical ward and a surgical ward* bệnh viện có một khu trị liệu (khu nội khoa) và một khu phẫu thuật (khu ngoại).

medical[2] /medikl/ *dt* sự khám sức khỏe toàn diện *(trước khi nhập ngũ...).*

medically /medikli/ *pht* về mặt y khoa: *medically sound* khỏe mạnh về mặt y khoa, khỏe mạnh không bệnh tật gì.

medical orderly /,medikl ɔ:dəli/ *nh* orderly[2].

medicament /mə'dikəmənt/ *dt* thuốc, dược phẩm.

Medicare /medikeə[r]/ *dt (Mỹ)* chương trình chăm sóc

sức khỏe *(đặc biệt cho người già).*

medicated /medikeitid/ *tt* có pha thuốc, có tẩm thuốc: *medicated gauze* gạc có tẩm thuốc; *medicated soap* xà phòng có pha thuốc.

medication /,medi'keiʃn/ *dt* **1.** sự bốc thuốc, sự cho thuốc **2.** sự ngâm thuốc, sự pha thuốc **3.** thuốc, dược phẩm.

medicinal /mə'disinl/ *tt* có tính chữa bệnh; dùng làm thuốc: *medicinal herbs* cây cỏ dùng làm thuốc, dược thảo; *used for medicinal purposes* dùng để làm thuốc.

medicine /medsn, *(Mỹ* medisn)/ *dt* **1.** y học, y khoa: *a Doctor of Medicine* bác sĩ y khoa **2.** thuốc *(để trị bệnh)*: *don't take too much medicine* đừng dùng nhiều thuốc thế; *cough medicine[s]* thuốc ho. // **some, a little, a taste... of one's own medicine** cách đối xử ăn miếng trả miếng: *the smaller boys badly wanted to give the bully a dose of his own medicine* tụi trẻ bé hơn muốn ăn miếng trả miếng với kẻ đã bắt nạt chúng; **take one's medicine [like a man]** *(thường đùa)* ngậm đắng nuốt cay.

medicine chest /medsntʃest/ túi thuốc, tủ thuốc *(gia đình).*

medicine man /medsnmæn/ *nh (cg* **witch-doctor)** thầy mo.

medico /medikəʊ/ *dt (kng)* *(snh* **medicos)** bác sĩ; sinh viên y khoa.

medieval, mediaeval /,medi'i:vl, *(Mỹ* ,mi:di'i:vl)/ *tt* [thuộc] thời trung đại: *medieval literature* văn học trung đại.

mediocre /,mi:di'əʊkə[r]/ *tt* xoàng: *a mediocre actor* diễn viên xoàng; *a mediocre meal* bữa cơm xoàng.

M

mediocrity /ˌmiːdiˈɒkrəti, cg ˌmediɒkrəti/ dt **1.** tính chất xoàng **2.** người xoàng: *a government of mediocrities* một chính phủ gồm những người xoàng.

meditate /ˈmediteit/ đgt **1.** (+ on, upon) suy ngẫm, trầm tư **2.** trù tính: *meditate revenge* trù tính trả thù.

meditation /ˌmediˈteiʃn/ dt **1.** sự suy ngẫm, sự trầm tư **2.** (thường snh) (+ on) những suy ngẫm về (về việc gì đó, thường được viết ra): *meditations on the cause of society's evils* những suy ngẫm về nguyên nhân điều ác trong xã hội.

meditative /ˈmeditətiv, (Mỹ ˈmediteitiv)/ suy ngẫm, trầm tư: *you're very meditative today* hôm nay trông anh rất trầm tư.

meditatively /ˈmeditətivli, (Mỹ ˈmediteitivli) pht [một cách] trầm tư.

Mediterranean /ˌmeditə-ˈreiniən/ tt [thuộc] Địa Trung Hải: *a Mediterranean [-type] climate* khí hậu kiểu Địa Trung Hải.

medium[1] /ˈmiːdiəm/ snh **mediums** hoặc **media** /ˈmiːdiə/ **1.** (snh thường **media**) phương tiện truyền đạt: *commercial television is an effective medium for advertising* truyền hình thương mại là một phương tiện hữu hiệu để quảng cáo; *in this country English is the medium of instruction* ở đất nước này tiếng Anh là phương tiện truyền đạt kiến thức **2.** (snh **mediums**) trung dung: *find the medium between severity and leniency* tìm ra cái trung dung giữa nghiêm khắc và khoan dung **3.** (snh thường **media**) môi trường: *bacteria growing in a sugar medium* vi khuẩn sống trong môi trường đường **4.** (snh **mediums**) bà đồng, đồng cốt. // **a (the) happy medium** x happy.

medium[2] /ˈmiːdiəm/ tt trung, trung bình, vừa: *a man of medium height* một người cao trung bình; *a medium-sized firm* một xí nghiệp cỡ trung.

medium wave /ˈmiːdiəm weiv/ (vt **MW**) làm sóng trung: *a medium-wave broadcast* chương trình phát thanh (truyền hình) trên làn sóng trung.

medlar /ˈmedlə[r]/ dt **1.** quả nhót tây **2.** cây nhót tây.

medley /ˈmedli/ dt (nhạc) **1.** khúc hổ lốn **2.** sự hổ lốn; sự hỗn tạp: *the medley of races in Hawaii* sự hỗn tạp giống người ở Ha-oai.

meek /miːk/ tt hiền lành, nhu mì: *as meek as a lamb* hiền như bụt.

meekly /ˈmiːkli/ pht [một cách] hiền lành, [một cách] nhu mì: *she nodded meekly* cô ta cúi đầu một cách hiền lành.

meekness /ˈmiːknis/ dt sự hiền lành, sự nhu mì.

meerschaum /ˈmiəʃəm/ dt (cg **meerschaum pipe**) tẩu bằng đất sét trắng (để hút thuốc).

meet[1] /miːt/ đgt **1.** gặp: *meet somebody in the street* gặp ai ngoài phố; *he's an interesting man, would you like to meet him?* anh ta là một người rất hay, anh có muốn gặp anh ta không?; *meet a difficulty* gặp khó khăn; *the champion and the challenger meet next week* nhà vô địch và người thách đấu sẽ gặp nhau vào tuần lễ sau **2.** nhóm họp: *the Cabinet meets regularly* nội các nhóm họp đều đặn **3.** đi đón: *meet somebody at the station* đi đón ai ở ga **4.** đáp ứng, thỏa mãn: *meet somebody's wishes* thỏa mãn nguyện vọng của ai **5.** cầm; chạm: *his hands met hers* tay chàng cầm tay nàng; *the vertical line meets the horizontal one here* đường thẳng đứng gặp đường nằm ngang tại đây **6.** thanh toán: *the cost will be met by the company* chi phí sẽ do công ty thanh toán. // **find (meet) one's match** x match[2]; **make ends meet** x end[1]; **meet the case** thích đáng, làm hài lòng: *this proposal of yours hardly meets the case* đề nghị của ông khó mà được thỏa mãn (làm người ta hài lòng); **meet somebodys' eye** nhìn vào mắt ai: *she was afraid to meet my eye* chị ta ngại nhìn vào mắt tôi; **meet the eye (ear)** đập vào tai (mắt), được nghe (nhìn) thấy: *all sorts of strange sounds met the ear* mọi thứ âm thanh kỳ lạ đã đập vào tai; **meet somebody half-way** thỏa hiệp với ai: *if you can drop your price a little, I'll meet you half-way* nếu ông có thể hạ giá một ít, thì tôi có thể thỏa hiệp được với ông; **meet one's Maker** (đùa) châu tổ, chết: *poor Fred: he's gone to meet his Maker* tội nghiệp thằng Fred, nó đã châu tổ rồi. // **meet one's Waterloo** thua một trận đấu quyết định; **there is more in (to) somebody (something) than meets the eye** ai đó (cái gì đó) phức tạp (thú vị...) hơn là ta tưởng lúc ban đầu.

meet up [with somebody] tình cờ gặp ai; **meet with somebody** (Mỹ) gặp ai để thảo luận (vấn đề gì đó, trong một cuộc gặp gỡ thân mật, ví dụ vào một bữa ăn sáng cùng nhau); **meet with something** gặp phải, vấp phải: *meet with obstacles (difficulties)* gặp trở ngại (khó khăn).

meet² /miːt/ *dt* **1.** *(Anh)* sự tập hợp lại để đi săn cáo **2.** *(Mỹ)* cuộc thi đấu: *an athletics meet* cuộc thi đấu điền kinh.

meet³ /miːt/ *tt* *(cổ)* *(vị ngữ)* thích hợp.

meeting /'miːtiŋ/ *dt* **1.** cuộc họp, hội nghị: *we've had three meetings, and still we haven't reached agreement* chúng tôi đã có ba cuộc họp mà vẫn chưa đạt được thỏa thuận **2.** cuộc mít tinh, cuộc biểu tình; những người dự mít tinh: *a political meeting* cuộc mít tinh chính trị; *Miss Smith will now address the meeting* bây giờ cô Smith sẽ nói chuyện với những người dự mít tinh **3.** cuộc tụ tập thi đấu thể thao: *an athletics meeting* cuộc tụ tập thi đấu điền kinh **4.** sự gặp nhau: *our meeting in Tokyo was quite by chance* chúng tôi gặp nhau ở Tokyo là hoàn toàn ngẫu nhiên. // **a meeting of minds** sự đồng cảm ngay khi gặp nhau lần đầu.

meeting house /'miːtiŋhaʊs/ *dt* nhà thờ *(của những tín đồ phái Quây-cơ).*

meeting place /'miːtiŋpleis/ *dt* nơi họp.

mega- *(dạng kết hợp)* **1.** mega, triệu: *megawatt* megaoat (triệu oát) **2.** rất lớn: *megastar* ngôi sao lớn *(điện ảnh...)*, siêu sao.

megadeath /'megə'deθ/ *dt* cái chết triệu người *(trong chiến tranh hạt nhân).*

megacycle /'megəsaikl/ *dt* *(cg* **megahertz)** megaxic.

megahertz /'megəhɜːts/ *dt* *(cg* **megacycle)** megahec.

megalith /'megəliθ/ *dt (kcổ)* cự thạch.

megalithic /ˌmegə'liθik/ *tt* **1.** bằng cự thạch: *a megalithic tomb* một ngôi mộ bằng cự thạch **2.** [thuộc] thời cự thạch: *the megalithic era* kỷ nguyên cự thạch.

megalomania /ˌmegələ'mei-niə/ *dt (y)* hoang tưởng tự đại.

megalomaniac /ˌmegələ-'meiniæk/ *dt (y)* người hoang tưởng tự đại.

megaphone /'megəfəʊn/ *dt* loa tăng âm.

megaton /'megətʌn/ *dt* sức nổ bằng một triệu tấn TNT: *a one-megaton bomb* quả bom một triệu tấn.

meiosis /mai'əʊsis/ *dt* **1.** *(sinh)* sự phân bào giảm nhiễm **2.** *nh* litotes.

melancholia /ˌmelən'kəʊliə/ *dt* bệnh u sầu.

melancholic /ˌmelən'kɒlik/ *tt* u sầu.

melancholy¹ /'melənkɒli/ *dt* sự u sầu.

melancholy² /'melənkɒli/ *tt* **1.** u sầu: *a melancholy person* người u sầu **2.** đau buồn: *melancholy news* những tin đau buồn.

mélange /'meilɑːnʒ, *(Mỹ)* mei'lɑːnʒ/ *dt (tiếng Pháp)* sự pha trộn, sự hỗn hợp.

melanin /'melənin/ *dt (sinh)* hắc tố, melanin.

mêlée /'melei, *(Mỹ* 'meilei)/ *dt (tiếng Pháp)* cuộc loạn đả: *there was a scuffle and I lost my hat in the mêlée* đã xảy ra ẩu đả và tôi đã mất chiếc mũ trong cuộc loạn đả đó.

mellifluence /me'liflʊəns/ *dt* sự ngọt ngào.

mellifluous /me'liflʊəs/ *tt* *(cg* **mellifluent** /me'liflʊənt/*)* ngọt như mật, ngọt ngào: *mellifluous words* những lời ngọt ngào.

mellifluently /me'liflʊəntli/ *pht* một cách ngọt ngào.

mellifluously /me'liflʊəsli/ *pht nh* mellifluently.

mellow¹ /'meləʊ/ *tt* **(-er; -est)** **1.** ngọt dịu: *mellow fruit* trái cây ngọt dịu **2.** êm dịu: *a mellow colour* màu sắc êm dịu; *the mellow tones of a violin* tiếng đàn viôlông êm dịu **3.** chín chắn, già dặn *(tính tình)* **4.** làm ngà ngà say.

mellow² /'meləʊ/ *dgt* **1.** trở thành chín ngọt *(trái cây)* **2.** [làm cho] trở thành ngọt dịu: *wine mellows with age* rượu vang để lâu trở thành ngọt dịu **3.** [làm cho] trở nên êm dịu hơn *(màu sắc, âm thanh)* **4.** [làm cho] trở nên chín chắn hơn: *age has mellowed his attitude* tuổi tác đã làm cho thái độ của hắn chín chắn hơn.

mellowly /'meləʊli/ *pht* **1.** [một cách] ngọt dịu **2.** [một cách] êm dịu **3.** [một cách] chín chắn già dặn.

mellowness /'meləʊnis/ *dt* **1.** sự ngọt dịu **2.** sự êm dịu **3.** sự chín chắn già dặn.

melodic /mə'lɒdik/ *tt* [thuộc] giai điệu.

melodious /mə'ləʊdiəs/ *tt* du dương, êm tai.

melodiously /mə'ləʊdiəsli/ *pht* [một cách] du dương, [một cách] êm tai.

melodiousness /mə'ləʊ-diəsnis/ *dt* sự du dương, sự êm tai.

melodrama /'melədrɑːmə/ *dt* **1.** kịch mêlô **2.** sự kiện *(thái độ, ngôn ngữ)* kịch tính.

melodramatic /ˌmelədrə-'mætik/ *tt* lâm ly.

melodramatically /ˌmelə-drə'mætikli/ *pht* [một cách] lâm ly.

M

melody /'melədi/ *dt* **1.** giai điệu **2.** bài hát, điệu hát: *old Irish melodies* những bài hát cổ Ai-len.

melon /'melən/ *dt (thực)* **1.** dưa tây *(cây, quả)* **2.** *(cg* **water-melon)** dưa hấu *(cây, quả).*

melt /melt/ *dgt* **1.** [làm] tan ra, [làm] chảy ra: *the ice melted when the sun shone on it* băng tan ra khi có tia mặt trời chiếu vào; *it is easy to melt butter* làm cho bơ chảy ra thật dễ; *this cake melts in the mouth* chiếc bánh ngọt này tan ra trong miệng; *sugar melts in hot tea* đường [hòa] tan trong nước chè **2.** [làm] se lòng, [làm] mủi lòng: *his heart melted with pity* trái tim anh ta se lại vì thương hại. // **butter wouldn't melt in somebody's mouth** *x* butter[1].

melt [something] away [làm] tan biến đi: *the sun has melted the snow away* mặt trời đã làm tan biến băng đi; *the crowd melted away when the storm broke* đám đông biến mất khi cơn bão ập tới; **melt something down** nấu chảy *(kim loại)*; **melt into something** a/ biến đổi dần thành: *one colour melted into another* một màu ngả dần sang màu khác b/ biến mất vào: *the ship melted into the darkness* con tàu biến mất vào màn đêm.

meltdown /'meltdaʊn/ *dt* sự chảy tan lõi lò phản ứng hạt nhân *(gây ra phóng xạ).*

melting /'meltiŋ/ *tt (thường thngữ)* làm mủi lòng: *a melting voice* giọng nói làm mủi lòng.

melting point /'meltiŋpɔint/ *dt* điểm nóng chảy.

melting pot /'meltiŋpɒt/ nơi hỗn nhập nhiều chủng tộc khác nhau. // **be in (go into)** **the melting pot** đổi khác: *all our previous ideas are now in the melting pot: our jobs are bound to change radically* tất cả những ý kiến trước đây của chúng tôi phải đổi khác, công việc chúng tôi phải thay đổi tận gốc.

member /'membə[r]/ *dt* **1.** thành viên: *every member of her family came to the wedding* mọi thành viên trong gia đình chị ta đã tới dự đám cưới; *a founding member of the club* một thành viên sáng lập câu lạc bộ **2.** bộ phận *(của một cấu trúc lớn hơn):* a steel supporting member* rầm đỡ bằng thép **3.** *(giải)* chi: *lose a vital member, such as an arm* mất một chi cốt tử, như cánh tay **4.** *(trại)* dương vật.

Member of Parliament /,membə əv 'pɑ:ləmənt/ *(vt* **MP)** nghị sĩ.

membership /'membəʃip/ *dt* **1.** tư cách thành viên, tư cách hội viên: *apply for membership of the association* xin làm hội viên của hội **2.** [số] hội viên: *the membership numbers 800* số hội viên là 800; *the membership is (are) very annoyed at your suggestion* hội viên rất bất bình về đề nghị của ông; *a club with a large membership* một câu lạc bộ có đông hội viên.

membrane /'membrein/ *dt* màng: *a mucous membrane* màng nhầy.

membranous /'membrənəs/ *tt* [có dạng] màng; [thuộc] màng.

memento /mə'mentəʊ/ *dt (snh* **mementos** *hoặc* **mementoes)** vật lưu niệm.

memo /'meməʊ/ *dt (snh* **memos)** *(kng) nh* memorandum.

memoir /'memwɑ:[r]/ *dt* **1.** ký sự: *she wrote a memoir of her stay in France* bà ta viết một tập ký sự về thời gian bà ta ở Pháp **2. memoirs** *(snh)* hồi ký.

memorable /'memərəbl/ *tt* đáng ghi nhớ, không thể nào quên: *memorable verses by Keats* những câu thơ đáng ghi nhớ của Keats; *a memorable trip* một chuyến du ngoạn không thể nào quên.

memorandum /,memə'rændəm/ *dt (snh* **memoranda** *hoặc* **memorandums) 1.** sổ ghi, sổ tay **2.** thư báo **3.** bị vong lục **4.** bản thỏa thuận viết *(chứ không phải nói miệng).*

memorial /mə'mɔ:riəl/ *dt* đài tưởng niệm, tượng tưởng niệm, bia tưởng niệm; lễ tưởng niệm: *this statue is a memorial to a great statesman* bức tượng này là tượng tưởng niệm một vị chính khách lớn; *the church service was the memorial to the disaster victims* buổi lễ nhà thờ là để tưởng niệm các nạn nhân của cuộc thảm họa; *a memorial sculpture* bức chạm tưởng niệm.

Memorial Day /me'mɔ:riəl dei/ *(Mỹ)* ngày tưởng niệm liệt sĩ *(thường vào cuối tháng 5).*

memorize, memorise /'meməraiz/ *dgt* ghi nhớ, nhớ, thuộc lòng: *an actor must be able to memorize his lines* một diễn viên phải có khả năng thuộc lòng lời của vai mình đóng.

memory /'meməri/ *dt* **1.** trí nhớ, ký ức: *he has a good memory for dates* anh ta có tài nhớ ngày tháng; *paint from memory* vẽ theo trí nhớ, *happy memories of childhood* những ký ức vui sướng của thời thơ ấu **2.** sự tưởng niệm, sự tưởng nhớ: *his memory will always remain with us* chúng tôi lúc nào cũng tưởng nhớ tới ông ấy **3.** bộ nhớ *(máy điện toán)* // **if memory serves** nếu tôi còn nhớ đúng; **in memory of somebody; to the memory of somebody** để tưởng nhớ ai; **jog somebody's memory** x jog; **refresh one's (somebody's) memory** x refresh; **to the best of my memory** x best[3]; **within (in) living memory** x living[1].

memsahib /'memsa:b/ bà, phu nhân *(tiếng trước đây dùng ở Ấn Độ để xưng hô hay gọi một phụ nữ phương Tây).*

men /men/ *snh của* man[1].

menace[1] /'menəs/ *dt* mối đe dọa: *a menace to world peace* mối đe dọa cho hòa bình thế giới; *that low beam is a menace! I keep hitting my head on it* cái xà thấp này là một mối đe dọa, tôi cứ đụng đầu vào nó mãi.

menace[2] /'menəs/ *dgt* đe dọa: *countries menaced by (with) war* những nước bị chiến tranh đe dọa.

menacingly /'menəsiŋli/ *pht* [một cách] đe dọa.

ménage /mei'na:ʒ/ *dt* gia đình, hộ.

mé nage à trois /,meina:ʒ ɑ: 'trwɑ:/ *(tiếng Pháp)* gia đình tay ba.

menagerie /mə'nædʒəri/ *dt* bầy thú *(ở đoàn xiếc...).*

mend[1] /mend/ *dgt* **1.** sửa chữa, vá: *mend shoes* chữa giày; *mend a broken chair* chữa chiếc ghế gãy; *mend socks* vá bít tất **2.** hồi phục *(sức khỏe)*: *the injury is mending slowly* chỗ bị thương đang hồi phục dần. // **it's never too late to mend** sửa chữa lỗi lầm thì có bao giờ là chậm đâu; **least said**

soonest mended x say[1]; **mend one's way** sửa chữa nết hư tật xấu, sửa lối sống, tu tỉnh.

mend[2] /mend/ *dt* chỗ vá, chỗ mạng: *the mends were almost invisible* chỗ mạng hầu như không trông thấy. // **on the mend** *(kng)* đang hồi phục *(sức khỏe).*

mendacious /men'deiʃəs/ *tt* sai sự thật: *a mendacious report* bản báo cáo sai sự thật, bản báo cáo láo.

mendacity /men'dæsəti/ *dt* **1.** sự sai sự thật, sự nói láo **2.** lời nói sai sự thật, lời nói láo.

Mendelian /men'di:liən/ *tt* [thuộc] học thuyết Mendel *(về sinh vật học).*

mender /'mendə[r]/ *dt* thợ sửa chữa: *a watch mender* thợ sửa đồng hồ.

mendicant[1] /'mendikənt/ *dt* kẻ ăn xin.

mendicant[2] /'mendikənt/ *tt* ăn xin: *mendicant friars* thầy tu khất thực.

mending /'mendiŋ/ *dt* **1.** sự vá, sự mạng *(quần áo)* **2.** quần áo đưa vá mạng: *a pile of mending* một chồng quần áo đưa vá mạng.

menfolk /'menfəʊk/ *dt (snh)* *(kng)* cánh đàn ông *(của một gia đình)*: *the menfolk have all gone out fishing* cánh đàn ông đã đi câu cá cả.

menial[1] /'mi:niəl/ *tt (thường xấu)* thích hợp cho người hầu *(khó nhọc, nhưng giản đơn)*: *menial chores like dusting and washing up* việc mệt nhọc hằng ngày như lau chùi bụi bặm, giặt giũ.

menial[2] /'mi:niəl/ *dt (thường xấu)* người hầu, đầy tớ.

meningitis /,menin'dʒaitis/ *dt (y)* viêm màng não.

meniscus /mə'niskəs/ *dt (snh* **menisci** /mə'nisai/ *hoặc* **meniscuses** /mə'niskəsəz/) *(lý)* mặt khum *(của một chất nước trong một ống nhỏ).*

menopausal /'menəpɔ:zl/ *tt* **1.** [thuộc] mãn kinh **2.** đang thời kỳ mãn kinh.

menopause /'menəpɔ:z/ *dt* **the menopause** *(số ít)* thời kỳ mãn kinh *(ở phụ nữ).*

menses /'mensi:z/ *dt* **the menses** *(snh)* kinh nguyệt.

menstrual /'menstruəl/ *tt* [thuộc] kỳ kinh nguyệt.

menstruate /'menstrueit/ *dgt* thấy kinh.

menstruation /,menstru'eiʃn/ *dt* **1.** sự thấy kinh **2.** kỳ kinh nguyệt.

mensuration /,mensju'reiʃn/ *dt (cũ)* **1.** phép đo lường **2.** sự đo lường.

-ment *(tiếp tố) (tạo dt từ dgt)* [chỉ] kết quả; phương tiện: *development* sự phát triển; *government* chính phủ.

-mental *(tiếp tố tạo tt).*

mental /'mentl/ *tt* **1.** [thuộc] tâm thần, [thuộc] tinh thần: *this experience caused him much mental suffering* sự nếm trải đó đã gây cho ông ta biết bao đau khổ về tinh thần **2.** *(kng, xấu)* điên: *you must be mental to drive so fast!* anh điên hay sao mà lái xe nhanh thế!

mental age /'mentleidʒ/ tuổi trí tuệ.

mental arithmetic /,mentl ə'riθmətik/ tính nhẩm.

mental home /'mentlhəʊm/ *(cg* **mental hospital** /'mentl 'hɒspitl/) bệnh viện tâm thần.

mentality /men'tæləti/ *dt* **1.** trạng thái tâm lý: *he has many years' experience of the criminal mentality* anh ta đã nhiều năm kinh qua

M

trạng thái tâm lý tội phạm **2.** trí lực: *a woman of poor mentality* một phụ nữ kém trí lực.

mentally /'mentəli/ *pht* trong tâm trí; về mặt tinh thần: *mentally deficient* kém trí lực.

-mentally *(tiếp tố tạo pht từ tt).*

mental patient /'mentl peiʃnt/ bệnh nhân tâm thần.

menthol /'menθɒl/ *dt (hóa)* mentola.

mentholated /'menθəleitid/ *tt* có chứa mentola.

mention[1] /'menʃn/ *đgt* nói đến, kể đến, đề cập đến: *that was not mentioned in this letter* điều đó không được đề cập đến trong bức thư này; *whenever I mention playing football, he says he is too busy* mỗi khi tôi nói đến chơi bóng đá, hắn nói là hắn rất bận. // **don't mention it** không dám; có gì đâu a *(dùng đáp lại một lời khen):* "you are so kind!" "don't mention it" "ông rất tốt bụng" "không dám, có gì đâu ạ"; **mentioned in dispatches** được nêu tên trong bài thuật một trận đánh *(nói về binh lính, vì chiến đấu, dũng cảm...);* **not to mention** chưa kể là: *he has a big house and an expensive car, not to mention a villa in France* ông ta có một ngôi nhà lớn và một chiếc xe đắt tiền, chưa kể là ông còn có một biệt thự ở Pháp.

mention[2] /'menʃn/ *dt* **1.** sự nói đến, sự kể đến, sự đề cập đến: *there was no mention of her contribution* đã không nói gì đến sự đóng góp của chị ta; *did the concert get a mention in the paper?* buổi hòa nhạc có được nói đến trong báo không?

-mentioned *(yếu tố dùng tạo tt ghép)* được đề cập đến: *above-mentioned* được đề cập đến ở trên.

mentor /'mentɔ:[r]/ *dt* người hướng dẫn *(cho người chưa có kinh nghiệm).*

menu /'menju:/ *dt* thực đơn: *what's on the menu tonight?* tối nay trong thực đơn có gì thế?; *menu driven program* bảng thực đơn để lựa chọn *(trên máy điện toán).*

MEP /,em i: 'pi:/ *(vt của* **Member of the European Parliament)** ủy viên nghị viện Cộng đồng Châu Âu.

mephistophelean /,mefistə'fi:liən/ *tt* **1.** [thuộc] quỷ Mephistopheles, như quỷ Mephistopheles /,mefi'stɒfəli:z/ *(con quỷ trong một truyện Đức)* **2.** độc ác: *a mephistophelean trick* thủ đoạn độc ác.

mercantile /'mɜ:kəntail, (Mỹ 'mɜ:kənti:l)/ *tt* buôn, buôn bán.

mercantile marine /,mɜ:kəntail mə'ri:n/ đội thương thuyền.

Mercator's projection /mə,keitəz prə'dʒekʃn/ phép chiếu Mercator *(một phương pháp vẽ bản đồ).*

mercenary[1] /'mɜ:sənəri, (Mỹ 'mɜ:rsəneri)/ *tt* vụ lợi, vì tiền: *his actions are entirely mercenary* hành động của ông ta hoàn toàn vì tiền.

mercenary[2] /'mɜ:sənəri, (Mỹ 'mɜ:rsəneri)/ *dt* lính đánh thuê.

mercerize, mercerise /'mɜ:səraiz/ *đgt* chuội bóng *(sợi, bằng cách ngâm kiềm).*

merchandise[1] /'mɜ:tʃəndaiz/ *dt* hàng hóa.

merchandise[2] /'mɜ:tʃəndaiz/ *đgt* buôn bán *(hàng hóa);* đẩy mạnh việc bán hàng

hóa: *we merchandise our furniture by advertising in newspapers* chúng tôi đẩy mạnh việc bán mặt hàng nội thất bằng cách quảng cáo trên báo.

merchandising /'mɜ:tʃəndaiziŋ/ *dt* sự buôn bán hàng hóa; sự đẩy mạnh việc bán hàng hóa.

merchant /'mɜ:tʃənt/ *dt* **1.** thương gia, nhà buôn *(nhất là người buôn bán với nước ngoài):* *an import-export merchant* thương gia xuất nhập khẩu; *a coal-merchant* nhà buôn than **2.** *(lóng, xấu)* người say mê: *a speed merchant* người mê lái xe nhanh.

merchant bank /,mɜ:tʃənt 'bæŋk/ ngân hàng thương mại.

merchant marine /,mɜ:tʃən mə'ri:n/ đội thương thuyền.

merchant navy /,mɜ:tʃənt neivi/ *nh* merchant marine.

merchant seaman /,mɜ:tʃənt'si:mən/ thủy thủ tàu buôn.

merchant ship /,mɜ:tʃənt'ʃip/ tàu buôn.

merchant shipping /,mɜ:tʃənt'ʃipiŋ/ tàu buôn.

merciful /'mɜ:sifl/ *tt* (+ to, towards) nhân từ: *he was merciful to the prisoners* ông ta nhân từ với tù nhân.

mercifully /'mɜ:sifəli/ *pht* [một cách] nhân từ.

merciless /'mɜ:siləs/ *tt* nhẫn tâm, tàn nhẫn.

mercilessly /'mɜ:siləsli/ *pht* [một cách] nhẫn tâm, [một cách] tàn nhẫn.

mercurial /mɜ:'kjuriəl/ *tt* **1.** hay thay đổi *(nói về người hay tâm trạng của họ)* **2.** lanh lợi, nhanh trí: *she has a mercurial turn of conversation* chị ta ứng đối giỏi **3.** [thuộc] thủy ngân, có chứa thủy ngân: *a mercurial ointment* thuốc bôi dẻo có chứa thủy ngân.

Mercury /'mɜ:kjəri/ *dt (thiên)* sao Thủy.

mercury /'mɜ:kjəri/ *dt (cg* **quicksilver***)* thủy ngân.

mercy[1] /'mɜ:si/ *dt* **1.** lòng nhân từ, từ tâm: *a tyrant without mercy* tên bạo chúa không chút từ tâm **2.** điều may mắn: *it's a mercy she wasn't hurt in the accident* thật là may mắn, chị ta không hề hấn gì trong tai nạn; *his death was a mercy* ông ta chết đi là cả một sự may mắn *(dược thoát khỏi dau dớn giày vò)*. // **at the mercy of somebody (something)** dưới quyền sinh sát của; phó mặc cho: *the ship was at the mercy of the storm* con tàu đã phó mặc cho cơn bão; **be grateful (thankful) for small mercies** *x* small[1]; **an errand of mercy** *x* errand; **leave somebody (something) to the mercy (mercies) of somebody (something)** *x* leave[1]; **throw oneself on somebody's mercy** cầu xin lòng nhân từ của ai.

mercy[2] /'mɜ:si/ *tht (cũ)* trời! *(dùng để nói lên sự ngạc nhiên hay kinh hoàng giả vò):* mercy [on us]! what a noise!* trời! sao mà ồn ào thế!.

mercy killing /'mɜ:sikiliŋ/ *(kng) nh* euthanasia.

mere[1] /miə[r]/ *tt* chỉ là: *she's a mere child* em gái đó chỉ là một đứa bé. // **the merest something** điều nhỏ nhất, điều không quan trọng nhất: *the merest noise is enough to wake him* tiếng động nhỏ nhất cũng đủ làm anh ta thức dậy.

mere[2] /miə[r]/ *dt (kèm theo địa danh)* hồ nhỏ, ao.

merely /'miəli/ *pht* chỉ: *I merely ask his name* tôi chỉ hỏi tên ông ta mà thôi; *I meant it merely as a joke* tôi nói điều đó chỉ là đùa thôi mà.

meretricious /,merə'triʃəs/ *tt* chỉ hào nhoáng bề ngoài *(nhung thực ra vô giá trị):* a meretricious style* một phong cách chỉ hào nhoáng bề ngoài.

meretriciously /,meri'triʃəsli/ *pht* [một cách] chỉ hào nhoáng bề ngoài.

meretriciousness /,meri'triʃəsnis/ *dt* tính chất chỉ hào nhoáng bề ngoài.

merge /mɜ:dʒ/ *dgt* hòa lẫn, lẫn vào, nhập vào; sáp nhập: *the two marching columns move closer and finally merged [together]* hai hàng quân diễu hành lại gần nhau hơn và cuối cùng đã hòa vào nhau; *we can merge our two small businesses [together] into one larger one* chúng ta có thể cho hai cơ sở kinh doanh nhỏ của chúng ta nhập vào nhau thành một cơ sở lớn hơn; *twilight merged into total darkness* hoàng hôn hòa dần vào màn đêm.

merger /'mɜ:dʒə[r]/ *dt* sự sáp nhập *(hai công ty thương mại với nhau):* a merger between two breweries* sự sáp nhập hai công ty bia.

meridian /mə'ridiən/ *dt (thiên, địa)* kinh tuyến.

meridiem /mə'ridiəm/ *dt x* ante meridiem, post meridiem.

meridional /mə'ridiənl/ *tt* [thuộc] miền nam *(dặc biệt miền nam châu Âu).*

meringue /mə'ræŋ/ *dt* **1.** bánh trứng đường **2.** lớp phủ trứng đường giòn *(lên mặt bánh nướng...).*

merino /mə'ri:nəʊ/ *dt (snh* **merinos***)* **1.** cừu merino *(giống cừu có lông dài mịn)* **2.** vải merino.

merit[1] /'merit/ *dt* giá trị: *they recognized her merit and promoted her* họ công nhận giá trị của chị ta và đề bạt chị.

merit[2] /'merit/ *dgt* đáng, xứng đáng: *merit reward* đáng thưởng.

meritocracy /,meri'tɒkrəsi/ *dt (chính)* chế độ tài năng đắc dụng.

meritorious /,meri'tɔ:riəs/ *tt* đáng khen, đáng thưởng: *a prize for meritorious conduct* một phần thưởng cho hạnh kiểm đáng khen.

meritoriously /,meri'tɔ:riəsli/ *pht* [một cách] đáng khen, [một cách] đáng thưởng.

merlin /'mɜ:lin/ *dt (động)* chim cắt xám nâu.

mermaid /'mɜ:meid/ *dt* cô gái mình người đuôi cá *(trong truyện thần thoại).*

merman /'mɜ:mæn/ *dt (snh* **mermen***)* người cá.

merrily /'merəli/ *pht* [một cách] vui, [một cách] vui vẻ.

merriment /'merimənt/ *dt* sự vui vẻ; sự vui chơi.

merry /'meri/ *tt* **1.** vui, vui vẻ: *a merry laugh* tiếng cười vui vẻ; *wish somebody a merry Christmas* chúc ai một kỳ Giáng sinh vui vẻ **2.** *(kng)* ngà ngà say: *we were already merry after only two glasses of wine* mới uống có hai cốc rượu mà chúng tôi đã ngà ngà say **3.** dễ chịu: *the merry month of May* tháng năm dễ chịu. // **make merry** *(cũ)* ca hát cười đùa, tiệc tùng.

merry-go-round /'merigəʊ,raʊnd/ *dt (Anh) (Mỹ* **carousel***) nh* roundabout[2].

M

merry-maker /'meri,mei-kə[r]/ *dt* người dự hội hè đình đám.

merrymaking /'merimeikiŋ/ *dt* hội hè đình đám.

mesa /'meisə/ *dt* (*địa*) núi mặt bàn (*ở tây nam Hoa Kỳ*).

mésalliance /,mei'zæliɑːns/ *dt* (*tiếng Pháp*) (*xấu*) sự kết hôn không môn đăng hộ đối.

mescaline (*cg* **mescalin**) /'meskəlin/ *dt* metcalin (*chất gây ảo giác, rút ra từ một loại xương rồng*).

Mesdames /mei'dɑːm/ *snh* của Madam.

Mesdemoiselles /,meidəm-wə'zel/ *snh* của Mademoiselle.

mesh¹ /meʃ/ *dt* 1. mắt lưới; tấm lưới: *a wine mesh on the front of the chicken coop* tấm lưới ở mặt trước chuồng gà 2. (*thường snh*) lưới đánh cá: *entangled in the meshes of political intrigue* (*bóng*) bị vướng vào cạm bẫy (*lưới*) chính trị. // **in mesh** khớp vào nhau (*bánh xe truyền động*).

mesh² /meʃ/ *dgt* 1. khớp vào nhau (*bánh răng cưa*) 2. (*bóng*) hợp nhau, khớp nhau: *their characters just don't mesh* tính tình của chúng không hợp nhau.

mesmeric /mez'merik/ *tt* thôi miên.

mesmerism /'mezmərizəm/ *dt* (*cũ*) thuật thôi miên.

mesmerist /'mezmerist/ *dt* nhà thôi miên.

mesmerize, mesmerise /'mezməraiz/ *dgt* (*thường ở dạng bị động*) thôi miên; mê hoặc, quyến rũ: *an audience mesmerized by her voice* khán giả như bị giọng hát của chị thôi miên.

mess¹ /mes/ *dt* 1. tình trạng bừa bộn; tình trạng bẩn thỉu: *this kitchen's a mess* nhà bếp này thật là bừa bộn; *the spilt milk made a terrible mess on the carpet* sữa đổ đã gây ra một vết nhớp nháp trên tấm thảm 2. (*kng, trại*) phân (*chó, mèo*): *who will clean up the cat's mess in the bedroom?* ai sẽ dọn chỗ phân mèo trong buồng ngủ đây? 3. tình trạng rối ren: *my life's [in] a real mess* cuộc sống của tôi thật là rối ren 4. người có thói quen bừa bãi bẩn thỉu: *get cleaned up! you two are a mess* hãy dọn dẹp đi! hai anh thật là bừa bãi bẩn thỉu.

mess² /mes/ *dgt* (*kng*) để bừa bộn; làm rối ren: *don't mess your hair!* đừng để đầu bù tóc rối thế.

mess about (around) a/ làm những việc vớ vẩn mất thì giờ: *stop messing about and come and help* thôi đừng làm những việc vớ vẩn mất thì giờ nữa, lại đây giúp tôi một tay b/ làm những việc lặt vặt: *I love just messing about in the garden* tôi thích làm những việc lặt vặt ngoài vườn; **mess somebody about (around); mess about (around) with somebody** đối xử với ai một cách thiếu quan tâm; **mess something about (around); mess about (around) with something** làm lung tung lên; tí toáy: *somebody's been messing about with the radio and now it doesn't work* có ai đã tí toáy chiếc máy phát thanh để bây giờ nó không chạy nữa; **mess something up** a/ làm rối tung lên: *don't mess up my hair; I just combed it* đừng có làm rối tung tóc tôi lên, tôi vừa mới chải đấy b/ làm rối tung bẩn thỉu: *who messed up my*

clean kitchen? ai làm rối tung và bẩn thỉu nhà bếp của tôi thế? c/ làm hỏng bét: *I was asked to organize the trip, but I messed it up* tôi được giao tổ chức chuyến du ngoạn, nhưng tôi đã làm hỏng bét; **mess with somebody (something)** (*kng*) can thiệp vào: *don't mess with her, she has a violent temper* đừng có can thiệp vào công chuyện của bà ta, bà ta tính khí nóng nảy lắm đấy.

mess³ /mes/ *dt* 1. nhóm người ăn bếp tập thể (*đặc biệt trong quân đội*) 2. (*Mỹ cg* **mess hall**) nhà ăn (*đặc biệt trong quân đội*).

mess⁴ /mes/ *dgt* ăn chung (*với nhau*): *he messed with me (we messed together) when we were in the Navy* anh ta ăn chung với tôi (*chúng tôi ăn chung với nhau*) khi chúng tôi cùng ở trong hải quân.

message /'mesidʒ/ *dt* 1. bức điện: *we've had a message [to say] that your father is ill* chúng tôi đã nhận được một bức điện báo cha anh ốm; *the ship sent a radio message asking for help* chiếc tàu đã đánh đi một bức điện bằng radio xin cứu cấp 2. (*số ít*) lời truyền lại, lời tiên báo (*của nhà tiên tri...*). // **get the message** (*lóng*) hiểu ý.

messenger /'mesindʒə[r]/ *dt* người đưa tin, sứ giả.

Messiah /mə'saiə/ *dt* 1. (*cg* **messiah**) vị cứu tinh: *he believes in every new political messiah* anh ta tin vào mọi vị cứu tinh chính trị mới 2. **the Messiah** (*số ít*) a/ Chúa cứu thế b/ Đấng cứu thế (*của dân tộc Do Thái*).

Messieurs /mei'sjɜː[z]/ *dt snh* của Monsieur.

Messrs /'mesəz/ vt (tiếng Pháp Messieurs, được dùng như snh của Mr) các ông: *Messrs Smith, Brown and Robinson* các ông Smith, Brown và Robinson.

messy /'mesi/ tt (-ier;-iest) 1. bừa bộn; bẩn thỉu: *a messy kitchen* một nhà bếp bừa bộn bẩn thỉu 2. gây bừa bộn bẩn thỉu: *a messy job* một công việc gây bừa bộn bẩn thỉu.

Met¹ /met/ tt (Anh, kng) [thuộc] khí tượng: *the Met Office* nha khí tượng; *the latest Met report* bản tin khí tượng mới nhất.

Met² /met/ **the Met** dt (Anh, kng) (vt của the Metropolitan Police) cảnh sát Luân Đôn.

met /met/ qk, đttqk của meet¹.

meta- (dạng kết hợp) 1. vượt lên trên, siêu: *metalanguage* siêu ngôn ngữ; *metaphysics* siêu hình học 2. biến đổi: *metabolism* sự trao đổi chất; *metamorphosis* biến thái.

metabolic /,metə'bɒlik/ tt (sinh) [thuộc] trao đổi chất: *a metabolic process* quá trình trao đổi chất.

metabolism /mə'tæbəlizəm/ dt (sinh) sự trao đổi chất.

metabolize, metabolise /mə'tæbəlaiz/ dgt (sinh) trao đổi chất.

metacarpal¹ /,metəka:pəl/ dt (giải) xương bàn tay.

metacarpal² /,metəka:pəl/ tt (giải) [thuộc] xương bàn tay.

metacarpus /,metəka:pəs/ dt (giải) xương bàn tay.

metal¹ /'metl/ dt 1. kim loại 2. nh road-metal 3. **metals** (snh) đường sắt, đường ray.

metal² /'metl/ dgt (-ll, Mỹ -l-) rải đá giăm (một con đường).

metalanguage /'metəlæŋgwidʒ/ dt siêu ngôn ngữ.

metallic /mə'tælik/ tt [thuộc] kim loại; như kim loại: *a metallic sheet* tấm kim loại.

metallurgical /,metəlɜ:dʒikl/ tt [thuộc] luyện kim: *metallurgical industry* công nghiệp luyện kim; *a metallurgical furnace* lò luyện kim.

metallurgist /mə'tælədʒist, (Mỹ 'metlɜ:rdʒist)/ dt nhà luyện kim.

metalwork /'metlwɜ:k/ dt tác phẩm nghệ thuật bằng kim loại; tác phẩm tinh xảo bằng kim loại.

metalworker /'metlwɜ:kə[r]/ dt thợ ngũ kim.

metamorphose /,metə'mɔ:fəʊz/ dgt 1. (+ into) biến [thành], biến hóa: *the magician metamorphosed the frog into a prince* nhà ảo thuật biến con ếch thành một hoàng tử 2. (sinh) biến thái.

metamorphosis /,metə'mɔ:fəsis/ dt (snh **metamorphoses** /,metə'mɔ:fəsi:z/) 1. sự biến hóa 2. (sinh) [sự] biến thái.

metaphor /'metəfə[r]/ dt phép ẩn dụ; ẩn dụ.

metaphorical /,metə'fɒrikl/ tt ẩn dụ.

metaphorically /,metə'fɒrikli/ pht [theo lối] ẩn dụ.

metaphysical /,metə'fizikl/ tt 1. siêu hình 2. tư biện.

metaphysics /,metə'fiziks/ dt 1. siêu hình học 2. triết học tư biện.

metatarsal /,metə'ta:sl/ tt [thuộc] xương bàn chân.

metatarsus /,metə'ta:səs/ dt (snh **metatarsi** /,metə'ta:si/) (giải) xương bàn chân.

mete /mi:t/ dgt **mete something out [to somebody]** đưa ra (hình phạt, khen thưởng...): *the judge meted out severe penalties* quan tòa đã đề ra những hình phạt nghiêm khắc.

meteor /'mi:tiə[r]/ dt sao băng.

meteoric /,mi:ti'ɒrik, (Mỹ ,mi:ti'ɔ:rik)/ tt 1. [thuộc] sao băng 2. thành công nhanh chóng (nói về một sự nghiệp...).

meteorically /,mi:ti'ɒrikli/ pht với độ thành công nhanh chóng.

meteorite /'mi:tiərait/ dt (thiên) thiên thạch.

meteorological /,mi:tiərə'lɒdʒikl, (Mỹ ,mi:tiərə'ladʒikl)/ [thuộc] khí tượng, [thuộc] thời tiết.

meteorologist /,mi:tiə'rɒlədʒist/ dt nhà khí tượng học.

meter¹ /'mi:tə[r]/ dt (thường trong từ ghép) đồng hồ đo: *a gas meter* đồng hồ đo ga.

meter² /'mi:tə[r]/ dgt đo bằng đồng hồ đo: *meter somebody's consumption of gas* đo mức tiêu thụ ga của ai.

meter³ /'mi:tər/ dt (Mỹ) nh metre.

-meter (yếu tố tạo dt) 1. kế: *thermometer* nhiệt kế 2. vần luật; âm tiết (trong thơ văn): *hexameter* thơ sáu âm tiết.

methadone /'meθədəʊn/ dt metadon (thuốc dùng cai nghiện bạch phiến và làm thuốc giảm đau).

methane /'mi:θein/ dt (hóa) (cg **marsh gas**) metan.

method /'meθəd/ dt 1. phương pháp, phương thức: *modern methods of teaching arithmetic* phương pháp hiện đại dạy số học; *various methods of payment* phương thức trả tiền khác nhau (bằng tiền mặt, bằng séc...) 2. sự sắp xếp ngăn nắp: *he's a man of accuracy and*

M

strict method ông ta là một người chính xác và trật tự ngăn nắp. // **have... method in one's madness** điên ăn người *(không phải là điên thật)*.

methodical /mə'θɒdikl/ **1.** có phương pháp: *methodical work* công việc làm có phương pháp **2.** có thứ tự, ngăn nắp.

methodically /mə'θɒdikli/ *pht* **1.** [một cách] có phương pháp **2.** [một cách] ngăn nắp thứ tự.

methodological /,meθədə-'lɒdʒikl/ *tt* [thuộc] phương pháp học.

methodologically /,meθə-də'lɒdʒikli/ *pht* về mặt phương pháp học.

methodology /,meθə'dɒlədʒi/ *dt* phương pháp học.

Methodism /'meθədizəm/ *dt (tôn)* dòng Giám lý.

Methodist /'meθədist/ *dt (giáo đồ)* dòng Giám lý.

meths /meθs/ *dt (Anh, kng)* cồn metilic.

methyl alcohol /,meθil'æl-kəhɒl/ rượu metilic.

methylated spirits /,meθə-leitid 'spirits/ cồn metilic.

meticulous /mə'tikjələs/ *tt* **meticulous in [doing] something** tỉ mỉ: *meticulous work* công việc tỉ mỉ; *a meticulous worker* công nhân tỉ mỉ.

meticulously /mə'tikjələsli/ *pht* [một cách] tỉ mỉ.

meticulousness /mi'tikjʊləsnis/ *dt* sự tỉ mỉ.

métier /'metier/ *dt (tiếng Pháp)* nghề nghiệp; sở trường: *don't ask me how to make an omelette; cooking isn't my métier* đừng hỏi tôi cách làm trứng tráng như thế nào, nấu ăn không phải là sở trường của tôi.

metre¹, *(Mỹ)* **meter** /'mi:tə[r]/ *dt* mét.

metre², *(Mỹ)* **meter** /'mi:tə[r]/ *dt* vận luật *(trong thơ)*.

-metre, *(Mỹ)* **-meter** *(dạng kết hợp, chỉ một phần hay một bội số của mét)* *centimetre* xentimet; *kilometre* kilomet.

metric /'metrik/ *tt* **1.** [thuộc] hệ mét: *x metric system* **2.** được đo tính bằng mét: *the petrol pumps have gone metric* các máy bơm dầu tính bằng lít **3.** *nh* metrical.

metrical /'metrikl/ *tt (cg* **metric**) có vận luật *(thơ, ca)*, bằng thơ: *a metrical translation of the Iliad* bản dịch bằng thơ của tác phẩm Iliad.

metricate /'metrikeit/ *dgt* đổi sang hệ mét.

metrication /,metri'keiʃn/ *dt* sự đổi sang hệ mét.

the metric system /ðə'metrik ,sistəm/ hệ mét.

metric ton /,metrik'tʌn/ tấn, nghìn kilogam.

metro /'metrəʊ/ *dt* **the Metro** xe điện ngầm *(nhất là ở Paris)*: *the Leningrad Metro* xe điện ngầm Leningrad; *can you get there by metro?* anh có thể đi đến đấy bằng xe điện ngầm không?

metronome /'metrənəʊm/ *dt (nhạc)* máy nhịp.

metropolis /mə'trɒpəlis/ *dt (snh* **metropolises**) thủ đô, thủ phủ: *a great metropolis like Tokyo* một thủ đô lớn như Tokyo; *working in the metropolis* làm việc ở thủ đô *(đối với người Anh là Luân Đôn)*.

metropolitan¹ /,metrə'pɒli-tən/ *tt* [thuộc] thủ đô; ở thủ đô.

metropolitan² /,metrə'pɒli-tən/ *dt* **1.** người dân thủ đô **2.** *(tôn)* Metropolitan *(cg* **Metropolitan bishop**) tổng giám mục.

Metropolitan France /,metrə'pɒlitən 'frɑːns/ chính quốc Pháp *(không kể thuộc địa)*.

the Metropolitan Police /ðə,metrəpɒlitən pə'li:s/ lực lượng cảnh sát Luân Đôn.

mettle /'metl/ *dt* dũng khí: *a man of mettle* một người có dũng khí. // **be on one's mettle** được khuyến khích làm hết sức mình, bị buộc phải làm hết sức mình; **put somebody on his mettle** khuyến khích ai làm hết sức mình, buộc ai làm hết sức mình.

mettlesome /'metlsəm/ *tt* hăng máu lên *(ngựa)*.

mew¹ /mju:/ *dt* meo meo *(tiếng mèo kêu)*.

mew² /mju:/ *dgt* kêu meo meo *(mèo)*.

mews /mju:z/ *dt (snh kđổi)* *(Anh)* chuồng ngựa cải tạo thành nhà *(làm chỗ để xe hay làm căn hộ)*.

mezzanine /'mezəni:n/ *dt* **1.** gác lửng **2.** những dãy ghế đầu tiên ở ban-công thấp nhất *(trong rạp hát)*.

mezzo¹ /'metsəʊ/ *pht (nhạc)* vừa: *mezzo forte* mạnh vừa; *mezzo piano* nhẹ vừa.

mezzo² /'metsəʊ/ *dt (kng)* *nh* mezzo-soprano.

mezzo-soprano /,metsəʊ sə'prɑːnəʊ/ *dt (nhạc)* **1.** giọng nữ trung **2.** ca sĩ có giọng nữ trung **3.** phần nhạc dành cho giọng nữ trung *(trong một bản nhạc)*.

mezzotint /'metsəʊtint/ *dt* **1.** phương pháp in khắc nửa màu **2.** bản in khắc nửa màu.

MF /,em'ef/ *(radio)* *(vt của medium frequency)* tần số trung bình.

mg /,em'dʒi:/ *(vt của milligram[s])* miligram.

Mgr /ˌemdʒiːɑːˈ[r]/ (vt của Monsignor) Đức Ông.

MHz /ˌemeitˈzed/ (vt của megahertz) megahec.

mi dt (cg **me**) /miː/ (nhạc) mi.

MI 5 /ˌemaiˈfaiv/ vt của (Anh) National Security Division of Military Intelligence Sở An ninh (của cục Quân báo).

MI 6 /ˌemaiˈsiks/ vt của (Anh) sở phản gián của cục Quân báo.

miaow¹ /miˈaʊ/ (cg **mew**) dt meo meo (tiếng mèo kêu).

miaow² /miˈaʊ/ dgt (cg **mew**) kêu meo meo (mèo).

miasma /miˈæzmə/ dt **1.** hơi độc, chướng khí: a miasma rose from the marsh hơi độc bốc lên từ đầm lầy **2.** (bóng) không khí ngột ngạt: a miasma of despair một bầu không khí tuyệt vọng ngột ngạt.

mica /ˈmaikə/ dt mi-ca.

mice /mais/ dt snh của mouse.

Michaelmas /ˈmiklməs/ dt ngày lễ thánh Michael (ngày 29 tháng 9).

Michaelmas daisy /ˌmiklməs ˈdeizi/ (thực) cúc tây.

mick /mik/ dt (thường xấu)/ người Ai-len.

mickey /ˈmiki/ dt **take the mickey [out of somebody]** (kng) giễu cợt, trêu chọc (ai).

micro /ˈmaikrəʊ/ dt (snh **micros**) (kng) máy vi tính.

micro- (yếu tố tạo từ) **1.** rất nhỏ, vi, micro: micro-element nguyên tố vi lượng; micro-organism vi sinh vật **2.** một phần triệu, micro: microgram microgram.

microbe /ˈmaikrəʊb/ dt vi trùng, vi sinh vật.

microbiologist /ˌmaikrəʊbaiˈɒlədʒist/ dt nhà vi sinh vật học.

microbiology /ˌmaikrəʊbaiˈɒlədʒi/ dt vi sinh vật học.

microchip /ˈmaikrəʊtʃip/ dt (cg **chip**) chip, microchip.

microcomputer /ˈmaikrəʊkəmpjuːtə[r]/ dt máy vi tính.

microcosm /ˈmaikrəʊkɒzəm/ dt thế giới vi mô. // **in microcosm** thu nhỏ lại.

microdot /ˈmaikrəʊdɒt/ dt bức ảnh (thường là chụp tài liệu mật) thu nhỏ thành một chấm.

microelectronics /ˌmaikrəʊiˌlekˈtrɒniks/ dt (dgt số ít) vi điện tử.

microfiche /ˈmaikrəʊfiːʃ/ dt vi phiếu, tờ vi phim.

microfilm¹ /ˈmaikrəʊfilm/ dt vi phim.

microfilm² /ˈmaikrəʊfilm/ dgt chụp [bằng] vi phim: microfilm secret papers chụp vi phim những giấy tờ mật.

microform /ˈmaikrəʊfɔːm/ dt dạng thu nhỏ, dạng micro.

microlight /ˈmaikrəʊlait/ dt phi cơ nhỏ siêu nhẹ.

micrometer /ˈmaikrəʊmiːtə[r]/ dt trắc vi kế.

micron /ˈmaikrɒn/ dt micron (một phần triệu mét).

micro-organism /ˌmaikrəʊˈɔːgənizəm/ dt vi sinh vật.

microphone /ˈmaikrəfəʊn/ dt micrô.

microprocessor /ˌmaikrəʊˈprəʊsesə[r]/ dt bộ vi xử lý (máy điện toán).

microscope /ˈmaikrəskəʊp/ dt kính hiển vi.

microscopic /ˌmaikrəˈskɒpik/, **microscopical** /ˌmaikrəˈskɒpikl/ **1.** rất nhỏ **2.** [thuộc] kính hiển vi; bằng kính hiển vi: microscopic examination of traces of blood sự khảo sát các vết máu bằng kính hiển vi.

microscopically /ˌmaikrəˈskɒpikli/ pht **1.** [một cách] rất nhỏ **2.** bằng kính hiển vi.

microwave /ˈmaikrəweiv/ dt **1.** sóng cực ngắn, vi ba **2.** (cg **microwave oven**) bếp lò vi ba: microwave cookery sự nấu ăn bằng bếp lò vi ba.

mid /mid/ tt giữa: from mid July to mid August từ giữa tháng bảy đến giữa tháng tám; in mid winter vào giữa mùa đông.

mid- (yếu tố tạo từ) giữa: midsummer giữa mùa hè; a mid-air collision sự va nhau ở giữa không trung.

midday /ˌmidˈdei/ dt giữa ngày, buổi trưa: midday meal bữa cơm trưa.

midden /ˈmidn/ dt đống phân, đống rác.

middle¹ /ˈmidl/ dt **1.** giữa: in the middle of our century ở giữa thế kỷ của chúng ta; right in the middle ở chính giữa **2.** (kng) giữa người, chỗ thắt lưng, chỗ eo: fifty inches round the middle vòng eo 50 in. // **the middle of nowhere** (kng) ở nơi xa xôi hẻo lánh: she lives on a small farm in the middle of nowhere bà ta sống ở một nông trại xa xôi hẻo lánh; **pig in the middle** x pig¹.

middle² /ˈmidl/ tt ở giữa, trung: the middle house of the three ngôi nhà ở giữa trong số ba ngôi nhà. // **[take (follow)] a middle course** giữ thái độ trung dung.

middle age /ˌmidlˈeidʒ/ tuổi trung niên.

middle-aged /ˌmidlˈeidʒid/ tt trung niên: a middle-aged man một người trung niên. // **middle-age[d] spread** (kng) mập bụng ở tuổi trung niên.

the Middle Ages /ˌmidlˈeidʒiz/ thời Trung cổ (trong lịch sử Châu Âu).

M

middlebrow /'midlbrau/ dt (*thường xấu*) có tri thức trung bình.

middle C /,midl'si:/ (*nhạc*) đô (*ở giữa bàn phím đàn viôlông*).

middle class /,midl'kla:s/ giai cấp trung lưu.

middle-distance /,midl'distəns/ tt **1.** có cự ly trung bình (*nói về cuộc chạy đua từ 800 đến 1500 mét*) **2.** [tham gia cuộc] chạy đua cự ly trung bình.

the middle distance /ðə,midl'distəns/ phần phía sau (*ở phần của bức tranh, của cảnh quan... giữa cảnh xa và cảnh gần*).

middle ear /,midl'iə[r]/ (*giải*) tai giữa: *an infection of the middle ear* sự nhiễm khuẩn tai giữa.

the Middle East /ðə,midl'i:st/ vùng Trung Đông.

middle finger /,midl'fiŋgə[r]/ ngón tay giữa.

middleman /'midlmæn/ dt (*snh* middlemen) **1.** người [mua bán] trung gian **2.** người [đứng làm] trung gian.

middle name /'midl'neim/ tên lót (*ví dụ như Bernard trong George Bernard Shaw*). // **be somebody's middle name** là đặc điểm chính của ai: *Charm is her middle name* nét quyến rũ là đặc điểm của cô ta.

middle-of-the-road /,midl əv ðə 'rəud/ tt ôn hòa, không cực đoan (*quan điểm chính trị...*).

middle school /,midl'sku:l/ trường trung học cơ sở.

middleweight /'midlweit/ dt võ sĩ quyền Anh hạng trung.

the Middle West /,midl'west/ nh the Midwest.

middling /'midliŋ/ tt **1.** [có kích thước] trung bình: *a*

man of middling height một người cao trung bình **2.** trung bình, kha khá (*sức khỏe*): *he says he's only [feeling] middling today* ông ta nói hôm nay sức khỏe của ông cũng kha khá.

midfield /,mid'fi:ld/ dt khu trung tuyến (*sân đá bóng*): *a midfield player* trung vệ.

midge /midʒ/ dt (*động*) ruồi nhuế.

midget¹ /'midʒit/ dt người lùn.

midget² /'midʒit/ tt rất nhỏ: *a midget submarine* chiếc tàu ngầm rất nhỏ.

midland /'midlənd/ tt [thuộc] trung phần: *midland economy* nền kinh tế miền trung phần.

the Midlands /'midləndz/ dt (*dgt số ít hay snh*) miền trung phần nước Anh.

midnight /'midnait/ dt nửa đêm. // **burn the midnight oil** x burn².

the midnight sun /,midnait 'sʌn/ mặt trời nửa đêm (*mặt trời thấy được vào lúc nửa đêm về mùa hè ở Bắc cực và Nam cực*).

midriff /'midrif/ dt **1.** bụng: *a punch in the midriff* một quả đấm vào bụng **2.** (*giải*) cơ hoành.

midships /'midʃips/ pht nh amidships.

midst /midst/ dt (*dùng sau một gt*) ở giữa: *in the midst of the crowd* ở giữa đám đông.

midstream /,mid'stri:m/ dt giữa dòng nước: *there's a fast current in midstream* ở giữa dòng nước chảy xiết. // **change (swap) horses in midstream** x horse¹; **in midstream** ở giữa chừng, nửa chừng: *the speaker stopped in midstream, coughed, then started up again* người nói

dừng lại nửa chừng, ho một tiếng rồi lại tiếp tục.

Midsummer's Day /,midsʌmə'dei/ ngày hạ chí (*khoảng 21 tháng sáu*).

midsummer madness /,midsʌmə'mædnis/ (*kng*) sự điên khùng tột bậc.

midway /,mid'wei/ tt, pht **midway between something and something** ở nửa đường, giữa cái gì với cái gì; giữa đường: *the two villages are a mile apart, and my house lies midway between them* hai làng cách nhau một dặm, và nhà tôi ở nửa đường khoảng cách đó.

midweek¹ /,mid'wi:k/ dt ngày giữa tuần, ngày thứ tư: *a midweek meeting* cuộc họp giữa tuần.

midweek² /,mid'wi:k/ pht ở giữa tuần: *travel midweek* đi du lịch giữa tuần.

the Midwest /ðə,mid'west/ dt (*số ít*) (*cg* the Middle West) miền Trung Tây (*Hoa Kỳ*).

midwife /'midwaif/ dt (*snh* midwives) nữ hộ sinh, bà đỡ, bà mụ.

midwifery /'midwifəri/, (*Mỹ* 'midwaifəri)/ dt nghề hộ sinh, nghề bà đỡ.

midwinter /,mid'wintə[r]/ dt giữa mùa đông, đông chí (*21 tháng 12*).

mien /mi:n/ dt vẻ mặt; vẻ: *with a sorrowful mien* với vẻ mặt buồn rầu.

miffed /mift/ tt mếch lòng, phật ý: *she was a bit miffed that he's forgotten her name* cô ta hơi mếch lòng vì anh ta đã quên tên cô.

might¹ /mait/ dgt (*phủ định* **might not**, *rút ngắn là* **mightn't**) có thể a/ (*nói trong câu xin phép*): *might I make a suggestion?* tôi có thể đưa ra một gợi ý được không? b/ có thể: *he might get here* *in time, but I can't be sure* nó có thể đến đây đúng giờ, nhưng tôi không chắc c/ có thể *(hỏi tin tức): how long might that take?* việc ấy có thể đến bao lâu thì xong? d/ *(dùng để thỉnh cầu hay kêu gọi một cách lễ phép): I think you might at least cry for help!* tôi nghĩ là ít ra anh cũng có thể kêu cứu chứ!

might² /mait/ *qk của* may¹.

might³ /mait/ *dt* sức mạnh; lực *(của thân thể, của tinh thần): by might* bằng sức mạnh, bằng vũ lực. // **with might and main** với tất cả sức lực, dốc hết sức; **might is right** lẽ phải bao giờ cũng thuộc về kẻ mạnh.

mightily /'maitili/ *pht* **(-ier; -iest)** **1.** [một cách] mạnh mẽ, [một cách] mãnh liệt **2.** rất, cực kỳ: *mightily pleased* rất hài lòng.

mighty¹ /'maiti/ *tt* **(-ier; -iest)** **1.** mạnh, hùng mạnh: *a mighty wind* gió mạnh; *a mighty nation* một quốc gia hùng cường **2.** to lớn, bao la, hùng vĩ: *mighty mountain peaks* những đỉnh núi hùng vĩ; *the mighty ocean* đại dương bao la. // **high and mighty** *x* high¹; **the pen is mightier than the sword** *x* pen¹.

mighty² /'maiti/ *(kng, Mỹ)* rất; cực kỳ: *mighty good* rất tốt; *he's mighty pleased with himself* ông ta rất hài lòng với chính mình.

migraine /'mi:grein, *(Mỹ* 'maigrein)/ *dt (y)* chứng đau nửa đầu.

migrant¹ /'maigrənt/ *tt* di trú: *migrant birds* chim di trú.

migrant² /'maigrənt/ *dt* người di trú; chim di trú.

migrate /mai'greit, *(Mỹ* 'maigreit)/ *dgt (cg* **transmigrate)** di trú *(người, chim)*.

migration /mai'greiʃn/ *dt* **1.** *(cg* **transmigration)** sự di trú **2.** số người di trú; số con vật di trú.

migratory /'maigrətri, mai'greitəri, *(Mỹ* 'maigrətɔ:ri)/ di trú: *migratory birds* chim di trú; *the migratory instinct* bản năng di trú.

mikado /mi'kɑ:dəʊ/ *dt (snh* **mikados)** Nhật hoàng.

mike /maik/ *dt (kng)* nh microphone.

milage /'mailidʒ/ *dt* nh mileage.

milch /miltʃ/ *tt (cū)* nuôi lấy sữa: *milch cow* con bò sữa *(đen, bóng)*.

mild¹ /maild/ *tt* **(-er; -est)** **1.** hòa nhã, dịu dàng: *mild temper* tính khí dịu dàng; *he gave a mild answer, in spite of his annoyance* ông ta trả lời hòa nhã mặc dù bực tức **2.** ôn hòa, ấm áp *(khí hậu)* **3.** êm, không gắt *(mùi vị)*.

mild² *dt (cg* **mild-ale)** rượu bia nhẹ.

mildew¹ /'mildju:, *(Mỹ* 'mildu:)/ *dt* nấm sương phấn, nấm mindiu *(ăn hại cây, gặp trên da thuộc...): roses ruined by mildew* hoa hồng bị nấm sương phấn.

mildew² /'mildju:, *(Mỹ* 'mildu:)/ *dgt (chủ yếu dùng ở thể bị động)* [làm cho] bị nấm sương phấn: *mildewed fruit* trái cây bị nấm sương phấn.

mildly /'maildli/ *pht* [một cách] hòa nhã dịu dàng: *she spoke mildly to us* cô ta nói hòa nhã dịu dàng với chúng tôi. // **put it mildly** nói nhẹ đi, nói giảm đi: *at 6'4", she's tall, to put it mildly* nói giảm đi, chứ 6'4" thì cô ta cao đấy chứ.

mildness /'maildnis/ *dt* **1.** sự hòa nhã, sự dịu dàng *(người)*

2. sự ôn hòa, sự ấm áp *(khí hậu)* **3.** sự êm, sự không gắt *(mùi vị): a mild curry* món ca-ri ít cay.

mild steel /,maild'sti:l/ *dt* thép dễ dát *(chứa ít các-bon)*.

mile *dt* **1.** dặm: *a 39-mile journey* cuộc hành trình 39 dặm **2.** *(đặc biệt ở dạng snh)* số lượng lớn; khoảng cách lớn; nhiều: *he's miles older than she is* ông ta lớn tuổi hơn cô ta nhiều; *you missed the target by a mile (by miles)* anh ta bắn trật mục tiêu nhiều lắm **3. the mile** *(số ít)* cuộc chạy đua cự ly một dặm: *the world mile record* kỷ lục cuộc chạy đua quốc tế cự ly một dặm. // **miles from anywhere (nowhere)** ở một nơi xa xôi hẻo lánh; **a miss is as good as a mile** *x* miss¹; **run a mile [from somebody (something)]** tránh xa ai (cái gì): *I'd sooner run a mile than be interviewed on television* tôi thà tránh xa còn hơn là bị phỏng vấn trên truyền hình; **see (tell) something a mile off** *(kng)* nhìn thấy cái gì rất dễ dàng; kể cái gì rất dễ dàng: *he's lying, you can see that a mile off* nó đang nói dối, anh có thể thấy điều đó một cách rất dễ dàng; **stand (stick) out a mile** rất nổi bật, rất dễ nhận thấy: *it stands out a mile that she's telling the truth* cô ta đang nói sự thật, điều đó rất dễ nhận thấy.

mileage *(cg* **milage)** /'mailidʒ/ *dt* **1.** tổng số dặm đã đi: *a car with a low (high) mileage* chiếc xe đã chạy ít (nhiều) **2.** *(cg* **mileage allowance)** phụ cấp đi đường *(tính theo dặm)* **3.** lợi ích: *he doesn't think there's any mileage in that type of ad-*

M

vertising theo ông ta nghĩ loại quảng cáo đó không có ích lợi gì cả.

mileometer /'mailɒmitə[r]/ *dt nh* milometer.

miler /mailə[r]/ *dt (kng)* vận động viên chạy đua một dặm; ngựa đua chạy cự ly một dặm.

milestone /'mailstəʊn/ *dt* **1.** cột dặm *(đánh dấu dặm đường trên đường đi)* **2.** *(bóng)* giai đoạn rất quan trọng; sự kiện rất quan trọng: *this victory was a milestone in our country's history* chiến thắng này là một sự kiện rất quan trọng trong lịch sử đất nước ta.

milieu /mi:'ljə:, (Mỹ ,mi:'ljз:)/ *dt* môi trường.

militancy /'militənsi/ *dt* tinh thần chiến đấu.

militant¹ /'militənt/ *tt* chiến đấu: *the strikers were in a militant mood* những người đình công đã ở trong tâm trạng sẵn sàng chiến đấu.

militant² /'militənt/ *dt* chiến sĩ.

militarism /'militərizəm/ *dt (xấu)* chủ nghĩa quân phiệt.

militarist /'militərist/ *dt* kẻ quân phiệt.

militaristic /,militə'ristik/ *tt* quân phiệt.

militarize, militarise /'militəraiz/ *dgt* quân sự hóa: *a militarized zone* khu quân sự hóa.

military¹ /'militri, (Mỹ 'militeri)/ *tt* [thuộc] quân sự, [thuộc] quân đội: *military discipline* kỷ luật quân đội; *military service* nghĩa vụ quân sự; *the military police* quân cảnh.

military² /'militri, (Mỹ 'militeri)/ **the military** *dt (dgt số ít hoặc snh)* quân đội: *the military were called in to deal with the riot* quân đội đã được gọi đến để đối phó với cuộc náo loạn.

militate /'militeit/ *dgt* cản trở: *bad weather militated against our plan* thời tiết xấu đã cản trở kế hoạch của chúng ta.

militia /mə'liʃə/ *dt* dân quân.

militiaman /mə'liʃəmən/ *dt (snh* **militiamen)** anh dân quân.

milk¹ /milk/ *dt* **1.** sữa **2.** nhựa mủ; nước dừa **3.** nước dược thảo *(dùng làm thuốc).* // *cry over spilt milk* x cry¹; **milk and water** *(xấu)* bài nói chuyện vô vị; ý kiến ủy mị; **the milk of human kindness** tính bản thiện của con người.

milk² /milk/ *dgt* **1.** vắt sữa *(bò, dê...)* **2.** cho sữa: *the cows are milking well* những con bò ấy cho nhiều sữa **3.** trích, lấy *(nhựa của cây...):* *milk a tree of its sap* trích nhựa của cây **4.** bòn rút: *his illegal deals were steadily milking the profits from the business* những thỏa thuận bất hợp pháp của ông ta sẽ [bòn] rút hết lợi nhuận của doanh nghiệp. // **milk (suck) somebody (something) dry** x dry¹.

milk bar /'milk bɑ[r]/ quán sữa kem *(không bán thức uống có rượu).*

milk chocolate /,milk'tʃɒklət/ sôcôla sữa.

milk churn /'milk tʃз:n/ thùng đựng sữa *(để chuyên chở sữa).*

milker /'milkə[r]/ *dt* **1.** người vắt sữa **2.** con vật cho sữa: *that cow is a good milker* con bò này cho nhiều sữa.

milk float /'milkfləʊt/ *dt (Anh)* xe giao sữa tận nhà *(xe nhỏ chạy bằng ắc-quy).*

milkiness /'milkinis/ *dt* **1.** tính chất như sữa **2.** sự làm bằng sữa; sự pha sữa **3.** sự trắng đục *(như sữa) (nói về đồ trang sức, chất nước...).*

milking machine /'milkiŋ ,məʃi:n/ máy vắt sữa.

milk-loaf /'milkləʊf/ *dt snh* **milk-loaves** bánh mì sữa *(bánh mì ngọt bằng bột và sữa).*

milkmaid /'milkmeid/ *dt* chị vắt sữa.

milkman /'milkmən/ *dt (snh* **milkmen)** người giao sữa tận nhà.

milk pudding /,milk'pʊdiŋ/ *(Anh)* bánh puđinh sữa.

milk round /'milk raʊnd/ lộ trình [của người] giao sữa tận nhà.

milk run /'milkrʌn/ *(bóng, kng)* công việc đều đặn hằng ngày: *I do the milk run every day taking the children to schood* tôi làm công việc đều đặn hằng ngày, đưa mấy đứa trẻ đến trường.

milkshake /'milkʃeik/ sữa khuấy *(sữa khuấy hương liệu).*

milksop /'milksɒp/ *dt (xấu)* đứa trẻ yếu đuối nhút nhát; anh chàng yếu đuối nhút nhát.

milk tooth /'milktu:θ/ *dt (Mỹ cg* **baby tooth)** răng sữa.

milkweed /'milkwi:d/ *dt* cỏ sữa.

milk white /,milk'wait/ *tt* [có màu] trắng sữa.

milky /'milki/ *tt* **1.** như sữa **2.** làm bằng sữa; pha sữa **3.** trắng đục *(như sữa) (nói về đồ trang sức, chất nước...).*

the Milky Way /,milki'wei/ *(thiên)* Ngân hà.

mill¹ /mil/ *dt* **1.** cối xay, máy xay; nhà máy xay: *a coffee mill* cối xay cà phê; *a water mill* nhà máy xay chạy bằng sức nước; *a wind mill* cối xay chạy bằng sức gió 2. xưởng, nhà máy *(về một số nghề như làm giấy, xẻ gỗ...)*: *a cotton mill* nhà máy bông; *a sawmill* nhà máy cưa. // **grist to the (somebody's) mill** x grist.

mill² /mil/ *đgt* 1. xay, nghiền, cán: *mill flour* xay bột; *mill steel* cán thép 2. khắc cạnh, khía răng cưa, tạo gờ *(cho đồng tiền...)*. // **mill about (around)** loanh quanh thành một đám lộn xộn: *groups of fans were milling about in the streets after the match* sau trận đấu các nhóm người hâm mộ cứ loanh quanh ngoài phố.

mill-board /'mibɔ:d/ *dt* bìa *(sách)* cứng.

mill-dam /'mildæm/ *dt* đập máy xay.

millenarian /,mili'neəriən/ *dt* người tin sẽ có thời đại hoàng kim.

milennial /,mi'lenjəl/ *tt* gồm một nghìn năm, dài một thiên niên kỷ.

millennium /mi'leniəm/ *dt* (*snh* **millennia** *hoặc* **milleniums**) 1. nghìn năm, mười thế kỷ; thiên niên kỷ 2. **the millennium** thời đại hoàng kim.

millepede /'milipi:d/ *dt* *(động)* động vật nhiều chân.

miller /'milə[r]/ *dt* chủ cối xay *(cối xay nước hay cối xay gió)*.

millet /'milit/ *dt* 1. *(thực)* cây kê 2. hạt kê.

mill-hand /'milhænd/ *dt* công nhân xưởng máy.

milli- *(yếu tố tạo từ trong hệ mét)* mili *(một phần nghìn)*: *millimetre* milimet; *milligram* miligram.

milliard /'miliɑ:d/ *dt* (*Anh*) tỷ *(nghìn triệu)*.

millibar /'milibɑ:[r]/ *dt* *(lý)* milibarơ.

milligram[me] /'miligræm/ *dt* miligram.

millimetre /'mili,mi:tə[r]/ *dt* milimet.

milliner /'milinə[r]/ *dt* người làm mũ và đồ trang sức mũ; người bán mũ và đồ trang sức mũ *(mũ của phụ nữ)*.

millinery /'milinəri, (*Mỹ* 'milineri)/ nghề làm mũ và đồ trang sức mũ *(mũ của phụ nữ)*.

million /'miljən/ *đht, dt, đt* triệu: *three million pounds* ba triệu bảng Anh; *there were millions of people there* ở đấy có đến hàng triệu người. // **one... in a million** trong muôn một, hiếm: *she's a wife in a million* bà ấy là một người vợ hiếm thấy.

million- *(yếu tố tạo từ ghép)* triệu: *a million-dollar lawsuit* vụ kiện chi phí hết một triệu đô-la.

millionth¹ /'miljənθ/ *tt* thứ một triệu.

millionth² /'miljənθ/ *dt* một phần triệu.

millionaire /,miljə'neə[r]/ *dt* (*c* **millionairess**) nhà triệu phú.

millipede /'milipi:d/ *dt* nh millepede.

millpond /'milpɒnd/ *dt* bể nước máy xay.

mill-race /'milreis/ *dt* dòng nước chạy máy xay.

millstone /'milstəʊn/ *dt* thớt cối xay. // **a millstone round one's (somebody's) neck** gánh nặng; trách nhiệm nặng nề; đá đeo vào cổ: *my debts were like a millstone round my neck* nợ nần của tôi chồng chất khác nào đá đeo vào cổ.

mill wheel /'milwi:l/ *dt* bánh guồng nước cối xay.

milometer (*cg* **mileometer**) /'mailɒmitə[r]/ (*Mỹ* **odometer**) *dt* đồng hồ đo dặm đường *(ở xe ôtô...)*.

milord /mi'lɔ:d/ *dt* (*cũ*) *(tiếng Pháp)* người quý tộc Anh; người nhà giàu Anh.

millwright /'milrait/ *dt* thợ máy xay.

milt /milt/ *dt* (*cg* **soft roe**) sẹ *(tinh dịch cá)*.

mime¹ /maim/ *dt* 1. sự dùng điệu bộ để diễn tả: *a play acted entirely in mime* một vở toàn diễn bằng điệu bộ; *a mime artist* diễn viên kịch câm 2. cuộc trình diễn dùng điệu bộ.

mime² /maim/ *đgt* diễn bằng điệu bộ: *the actor was miming the movements of a bird* diễn viên đang diễn bằng điệu bộ cử động của một con chim.

mimeograph¹ /'mimiəgrɑ:f, (*Mỹ* 'mimiəgræf)/ *dt* (*cũ*) máy in rônêô.

mimeograph² /'mimiəgrɑ:f, (*Mỹ* 'mimiəgræf)/ *đgt* in rônêô.

mimetic /mi'metik/ *tt* bắt chước; có tài bắt chước: *mimetic skills* tài bắt chước *(ví dụ của một số loài chim...)*.

mimic¹ /'mimik/ *đgt* (**mimicked**) 1. nhại: *Tom mimicked his uncle's voice and gestures perfectly* Tom nhại tiếng nói và cử chỉ của chú nó rất tài 2. giống hệt: *wood painted to mimic marble* gỗ được sơn giống hệt cẩm thạch.

mimic² /'mimik/ *dt* người có tài bắt chước; con vật có tài bắt chước: *this parrot is an amazing mimic* con vẹt này là một con vật bắt chước rất giỏi.

mimic³ /'mimik/ *tt* giả *(tập trận)*; ngụy trang: *mimic*

M

warfare tập trận giả; *mimic colouring* màu sắc ngụy trang *(của sâu bọ...)*.

mimicry /'mimikri/ *dt* sự ngụy trang: *protective mimicry* sự ngụy trang để tự bảo vệ.

mimosa /mi'məʊzə, (*Mỹ* mi'məʊsə)/ *dt (thực)* cây trinh nữ.

min *(vt)* **1.** *(vt của* minimum) tối thiểu: *temperature 50° min* nhiệt độ tối thiểu 50° **2.** *(vt của* minutes[s]) phút: *fasted time 6 mins* thời gian nhanh nhất là sáu phút.

minaret /,minə'ret/ *dt* tháp giáo đường *(ở giáo đường Hồi giáo)*.

minatory /'minətəri, (*Mỹ* 'minətɔːri)/ *tt* đe dọa, hăm dọa: *minatory actions* hành động đe dọa.

mince¹ /mins/ *dgt* **1.** băm, xay *(thịt)* **2.** *(xấu)* õng ẹo, uốn éo: *she minced into the room wearing very high heels* cô ta õng ẹo vào phòng, chân đi đôi giày gót rất cao. // **not mince matters; not mince [one's] words** nói thẳng, nói chẻ hoe *(nhất là khi lên án ai, cái gì)*: *I won't mince words [with you]: I think your plan is stupid* tôi sẽ nói thẳng với anh, tôi cho kế hoạch của anh là ngu xuẩn.

mince² /mins/ *dt (Mỹ* hamburger) thịt băm, thịt xay.

mincemeat /'minsmiːt/ *tt* nhân làm bánh *(gồm có nho, táo, thịt xay, đường...)*. // **make mincemeat of somebody (something)** đánh bại hoàn toàn, đánh đập tơi bời: *the Prime Minister made mincemeat of his opponent's arguments* ông thủ tướng đã đập tơi bời lý lẽ của đối thủ.

mince pie /minspai/ *dt* bánh patê nhân thịt.

mincer /'minsə[r]/ *dt (cg* **mincing machine**) máy xay thịt.

mincing /'minsiŋ/ *tt* õng ẹo, uốn éo: *take mincing steps* bước đi õng ẹo.

mincingly /'minsiŋli/ *pht* [một cách] õng ẹo, [một cách] uốn éo.

mincing machine /'minsiŋ məʃiːn/ *nh* mincer.

mind¹ /maind/ *dt* **1.** đầu óc: *have complete peace of mind* đầu óc hoàn toàn thanh thản; *have a brilliant mind* có đầu óc lỗi lạc; *don't let your mind wander!* đừng để đầu óc anh phân tán vào chuyện khác! **2.** nhà thông thái xuất chúng: *he is one of the greatest minds of the age* ông ta là nhà thông thái xuất chúng của thời đại **3.** ký ức, trí nhớ: *I can't think where I left my umbrella, my mind's a complete blank* tôi không thể nhớ tôi đã để cây dù ở đâu, trí nhớ tôi hoàn toàn rỗng **4.** tâm trí, tinh thần: *mind and body* tinh thần và thể chất. // **absence of mind** *x* absence; **at the back of one's mind** *x* back¹; **be in two minds about something (doing something)** phân vân về việc gì *(về làm gì)*; **be (take) a load (weight) off somebody's mind** [làm cho] trút bỏ được gánh nặng lo âu khỏi tâm trí ai; **be of one's mind about somebody (something)** đồng ý, nhất trí *(về ai, về việc gì)*; **be of the same mind** *x* same; **be on one's mind; have something on one's mind** đang lo lắng về việc gì: *my deputy has resigned, so I got a lot on my mind just now* người thay quyền tôi đã từ chức, cho nên hiện nay tôi đang rất

lo lắng; **be out of one's mind** mất trí, điên: *you must be out of your mind if you think I'm going to lend you £50* mày hẳn là điên nếu mày nghĩ rằng tao sẽ cho mày mượn 50 bảng Anh; **bear in mind that** *x* bear²; **bear (keep) somebody (something) in mind** nhớ đến *(ai, cái gì)* trong trí: *we have no vacancies now, but we'll certainly bear your application in mind* hiện nay chúng tôi không chỗ trống, nhưng chắc chắn là chúng tôi sẽ nhớ đến đơn xin việc của anh; **bend one's mind to** *x* bend¹; **blow one's (somebody's) mind** *x* blow¹; **boggle somebody's (the) mind** *x* boggle; **bring (call) somebody (something) to mind** nhớ lại: *I know her face but I can't call her name to mind* tôi biết mặt cô ta nhưng không nhớ lại được tên cô ta; **cast one's mind back [to something]** *x* cast¹; **change one's (somebody's) mind** *x* change¹; **close one's mind to something** *x* close³; **come (spring) to mind** nảy ra trong đầu óc: *"have you any suggestions?" "nothing immediately springs to mind"* "anh có gợi ý gì không?" "ngay bây giờ chưa có ý gì nảy ra trong đầu óc tôi cả"; **concentrate the (one's) mind** *x* concentrate¹; **cross one's mind** *x* cross²; **ease somebody's conscience (mind)** *x* ease²; **frame of mind** *x* frame¹; **give one's mind to something** tập trung tâm trí vào; **give somebody a piece of one's mind** *x* piece¹; **go out of (slip) one's mind** bị lãng quên; **have... an enquiring... turn of mind** *x* turn²; **have a memory (mind) like a sieve** *x* sieve; **have a mind of one's own** có khả năng độc lập đưa ra ý kiến; có khả năng quyết định độc lập; **have a**

[good] mind to do something rất muốn làm điều gì; **have half a mind to do something** muốn làm gì một cách vừa phải; **have (keep) an open mind** x open[1]; **have it in mind to do something** có ý định làm điều gì; **have somebody (something) in mind [for something]** cho (ai, cái gì) là thích hợp (cho công việc gì); **in one's mind's eye** trong trí tưởng tượng; trong ký ức; **keep one's mind on something** tiếp tục chú tâm vào điều gì: *keep your mind on the job* hãy tiếp tục chú tâm vào công việc; **know one's own mind** x know; **make up one's mind** đi đến một quyết định, quyết định: *have you made your mind up where to go for your holiday?* anh đã quyết định đi nghỉ ở đâu chưa?; **make up one's mind to [doing] something** đành chấp nhận [làm] điều gì: *as we can't afford a bigger house we must make up our minds to staying here* vì không đủ khả năng có được một ngôi nhà lớn hơn, chúng tôi đành chấp nhận ở lại đây; **a meeting of minds** x meeting; **the mind (imagination) boggles** x boggle; **mind over matter** sức mạnh tinh thần cao hơn sức mạnh thể chất và vật chất: *keeping to a strict diet is a question of mind over matter* giữ một chế độ ăn kiêng nghiêm ngặt là một vấn đề đòi hỏi ý chí tinh thần nhiều hơn là một vấn đề vật chất; **of unsound mind** x unsound; **open one's heart (mind) to somebody** x open[3]; **out of sight out of mind** x sight[1]; **poison A's mind against B** x poison[2]; **presence of mind** x presence; **prey on somebody's mind** x prey[2]; **put somebody in mind of somebody (something)** làm ai nhớ lại ai (điều gì): *her*

way of speaking put me in mind of her mother cách nói của chị làm tôi nhớ lại mẹ chị; **put (set) one's (somebody's) mind at ease (rest)** trấn an ai, làm cho ai yên lòng; **put (set, turn) one's mind to something** hết mực chú tâm đeo đuổi việc gì: *you could be a very good writer if you set your mind to it* anh có thể trở thành một nhà văn giỏi nếu anh chú tâm đeo đuổi nghề văn; **speak one's mind** x speak; **stick in one's mind** x stick[2]; **take one's (somebody's) mind off something** giúp quên đi những nỗi buồn phiền về cái gì: *hard work always takes your mind off domestic problems* làm việc siêng năng bao giờ cũng làm cho ta quên chuyện gia đình đi; **to my mind** theo ý kiến của tôi, theo tôi: *to my mind, it's all a lot of nonsense* theo tôi đấy toàn là những điều vô lý; **turn something over in one's mind** nghiền ngẫm việc gì.

mind[2] /maind/ *dgt* **1.** lưu ý, để ý; coi chừng: *mind the step!* chú ý! có cái bậc đấy; *mind my bike while I go into the shop, please* làm ơn trông giùm chiếc xe đạp trong khi tôi vào quầy hàng; *mind the dog* coi chừng chó dữ **2.** phản đối, phiền, khó chịu: *do you mind the noise?* anh có khó chịu về tiếng ồn không? *I would not mind a drink* tôi rất sẵn lòng dùng một chén rượu; *do you mind if I smoke?* tôi hút thuốc có phiền ông không? **3.** lo lắng; quan tâm: *I mind what people think about me* tôi quan tâm tới những gì người ta nghĩ về tôi **4.** trông nom, chăm sóc: *mind the house* trông nom nhà cửa. // **do you mind?** *(mỉa)* thôi

cái trò ấy đi: *"do you mind"*, *she said, as he pushed into the queue in front of her* "thôi cái trò ấy đi" cô ta nói khi anh ta len vào hàng đứng trước cô; **I don't mind if I do** *(kng, mỉa)* (nói khi chấp nhận lời mời uống rượu) tôi rất sẵn lòng: *Will you have a drink? I don't mind if I do"* "Ông có vui lòng uống với tôi một cốc rượu?" "Tôi rất sẵn lòng"; **mind one's own business** *(đặc biệt dùng trong câu mệnh lệnh)* hãy lo công việc của anh đi, đừng nhúng mũi vào việc của người khác; **mind one's p's and q's** ăn nói thận trọng lễ phép; **mind (watch) one's step** x step[2]; **mind you; mind** *(thường dùng như một thán từ)* xin hãy chú ý; anh biết không: *I'm afraid I failed my exam. Mind you, I didn't have much time to study* tôi sợ thi hỏng. Anh biết không tôi không có nhiều thì giờ để học; **never mind** đừng lo lắng: *did you miss the bus? Never mind, there'll be another one in five minutes* anh trật chuyến xe buýt à? Đừng lo, sẽ có chuyến khác sau năm phút; **never mind [doing] something** đừng làm việc gì, ngừng làm việc gì: *never mind saying you're sorry, who's going to pay for the damage you have done?* thôi đừng có nói xin lỗi nữa, ai sẽ trang trải những hư hỏng mà anh đã gây ra đây?; **never you mind** *(kng)* đừng hỏi (người ta sẽ không nói cho anh biết đâu): *never you mind how I found it, it's true, isn't it?* đừng có hỏi tôi đã phát hiện việc đó ra sao, việc đó là có thật, có phải không nào?

mind out *(kng) (chủ yếu dùng ở thể mệnh lệnh)* để

cho ai đi qua: *mind out [of the way] you are blocking the passage* xin để cho đi qua, anh đang làm nghẽn lối đi đó; **mind out (for somebody (something))** cẩn thận: *mind out for the traffic when you cross the road* đi qua đường anh hãy cẩn thận đấy.

mind-bending /'maind bendiŋ/ *tt (kng)* nát óc, hắc búa: *a mind-bending problem* một vấn đề nghĩ đến nát óc.

mind-blowing /'maind bləʊiŋ/ *tt (kng)* gây đê mê *(nói về thuốc, về cảnh dị thường)*.

mind-boggling /'maind bɒgliŋ/ *tt* làm sửng sốt: *distances in space are quite mind-boggling* khoảng cách vũ trụ nghe nói đến mà sửng sốt cả người.

minded /'maindid/ *tt (vị ngữ)* **minded to do something** thích làm gì: *he could do it if he were so minded* nó có thể làm việc đó nếu nó thích.

-minded 1. *(yếu tố tạo tt hoặc pht ghép)* có đầu óc *(ra sao đó): narrow-minded* có đầu óc hẹp hòi **2.** *(yếu tố tạo tt ghép từ dt)* có ý thức về tầm quan trọng *(của cái gì đấy): she has become very food-minded since her holiday in France* từ chuyến đi nghỉ ở Pháp về, chị ta rất có ý thức về tầm quan trọng của món ăn.

mindful /'maindfl/ *tt (vị ngữ)* **mindful of somebody (something)** quan tâm, chăm sóc tới, lưu ý tới: *mindful of one's family* quan tâm đến gia đình.

mindless /'maindləs/ *tt* **1.** không cần đến trí thông minh: *mindless drudgery* công việc cực nhọc không

cần trí thông minh **2.** *(xấu)* ngu ngốc: *mindless vandals* những kẻ phá hoại văn vật ngu ngốc **3.** *(vị ngữ)* (+ of) không để ý tới, không quan tâm tới: *mindless of personal risk* không để ý tới những bất trắc cho bản thân.

mindlessly /'maindləsli/ *pht* **1.** [một cách] không cần đến trí thông minh **2.** *(xấu)* [một cách] ngu ngốc **3.** [một cách] không để ý tới, [một cách] không quan tâm tới.

mindlessness /'maindlisnis/ *dt* **1.** sự không cần đến trí thông minh **2.** *(xấu)* sự ngu ngốc **3.** sự không để ý tới, sự không quan tâm tới.

mind-reader /'maind ri:də[r]/ *dt* người đọc được ý nghĩ của người khác.

mind-reading /'maindri:diŋ/ *dt* sự đọc được ý nghĩ của người khác.

mine[1] /main/ *dt* cái của tôi: *this book is mine* cuốn sách này là của tôi.

mine[2] /main/ *dt* **1.** mỏ: *a coal-mine* mỏ than **2.** quả mìn; thủy lôi: *lay mines* đặt mìn; thả thủy lôi **3. a mine of information about (on) somebody (something)** một kho hiểu biết về ai (việc gì): *my grandmother is a mine of information about our family's history* bà tôi là cả một kho hiểu biết về lịch sử của gia tộc chúng tôi.

mine[3] /main/ *dgt* **1.** khai *(mỏ): mine the earth for coal* khai mỏ than; *mine for gold* khai mỏ vàng **2.** đặt mìn; thả thủy lôi **3.** trúng mìn; trúng thủy lôi: *the cruiser was mined and sank in five minutes* chiếc tuần dương hạm trúng mìn và chìm nghỉm trong năm phút.

mine-detector /'maindi,tektə[r]/ máy dò mìn.

minefield /'mainfi:ld/ *dt* **1.** bãi mìn **2.** địa hạt có nhiều điều nguy hiểm tiềm ẩn.

minelayer /'mainleiə[r]/ *dt* **1.** tàu thả thủy lôi **2.** máy bay thả thủy lôi.

minelaying /'mainleiiŋ/ *dt* sự thả thủy lôi.

miner /'mainə[r]/ *dt* công nhân mỏ: *coal-miners* công nhân mỏ than.

mineral /'minərəl/ *dt* **1.** chất khoáng **2.** khoáng vật **3.** *(thường snh)* nước khoáng.

mineral oil /'minərəlɔil/ **1.** dầu khoáng **2.** *(Mỹ)* parafin lỏng.

mineralogical /,minərə'lɒdʒikl/ *tt* [thuộc] khoáng vật học.

mineralogist /,minə'rælədʒist/ *dt* nhà khoáng vật học.

mineralogy /,minə'rælədʒi/ *dt* khoáng vật học.

mineral water /'minərəl ,wɔ:tə[r]/ nước khoáng.

minestrone /,minə'strəʊni/ *dt* món thịt hầm mì rau *(của Ý)*.

minesweeper /'mainswi:pə[r]/ *dt* tàu quét thủy lôi.

minesweeping /'mainswi:piŋ/ *dt* sự quét thủy lôi.

mingle /'miŋgl/ *dgt* **1.** trộn lẫn, hòa lẫn: *the waters of the two rivers mingled [together] to form one river* nước của hai con sông hòa lẫn vào nhau làm một **2.** lẫn lộn: *truth mingled with falsehood* thật giả lẫn lộn **3.** trà trộn: *security men mingled with the crowd* nhân viên an ninh trà trộn vào đám đông.

mingy /'mindʒi/ *tt (-ier; -iest)* *(Anh, kng)* keo kiệt: *he's so mingy with his money* ông ta tiêu tiền keo kiệt lắm; *this restaurant serves very mingy portions* quán ăn này dọn ra những suất ăn ít ỏi.

mini /'mini/ *dt (snh* **minis)** *(kng)* **1.** xe Mini *(một loại xe hơi nhỏ)* **2.** váy mini, váy cộc.

mini- *(yếu tố tạo từ)* nhỏ, ngắn; mini: *minibus* xe buýt mini; *miniskirt* váy mini.

miniature /'minətʃə[r], *(Mỹ* 'minətʃʊr)/ *dt* **1.** bức tiểu họa **2.** ngành tiểu họa **3.** mô hình thu nhỏ. // **in miniature** thu nhỏ lại: *she is just like her mother in miniature* cô ta đúng là hình ảnh thu nhỏ của mẹ cô.

miniaturist /'minətʃərist/ *dt* họa sĩ tiểu họa.

minibus /'minibʌs/ *dt* xe buýt mini: *hire a self-drive minibus* thuê chiếc xe buýt mini tự lái.

minicab /'minikæb/ *dt (Anh)* xe tắc-xi mini *(gọi được bằng điện thoại).*

minicomputer /'minikəmpju:tə[r]/ *dt* máy điện toán mini.

minim /'minim/ *dt* **1.** *(Anh)* *(Mỹ* **half note)** *(nhạc)* nốt trắng **2.** giọt *(chất nước).*

minima /'minimə/ *dt snh* của minimum.

minimal /'miniməl/ *tt* tối thiểu.

minimally /'miniməli/ *pht* [một cách] tối thiểu.

minimize, minimise /'minimaiz/ *dgt* **1.** giảm đến mức tối thiểu **2.** giảm thấp: *he minimized the value of her contribution to his research so that he got all the praise* ông ta giảm thấp công đóng góp của bà ta vào công cuộc nghiên cứu của ông để tranh hết sự khen ngợi về ông.

minimum[1] /'miniməm/ *dt (snh* **minima) 1.** mức tối thiểu **2.** *(vt* **min)** số lượng tối thiểu: *the class needs a minimum of 6 pupils to continue* lớp học cần tối thiểu sáu học sinh thì mới duy trì được.

minimum[2] /'miniməm/ *tt* tối thiểu: *minimum temperature* nhiệt độ tối thiểu.

minimum lending rate /,miniməm 'lendiŋ reit/ lãi suất cho vay tối thiểu *(của ngân hàng).*

minimum thermometer /,miniməm θə'mɒmitə[r]/ nhiệt kế [chỉ nhiệt độ] tối thiểu.

minimum wage /,miniməm weidʒ/ lương tối thiểu.

mining /'mainiŋ/ *dt* sự khai mỏ: *opencast mining* sự khai mỏ lộ thiên; *a mining engineer* kỹ sư mỏ.

minion /'miniən/ *dt (xấu)* tay sai: *the dictator and his minions* tên độc tài và tay sai của ông ta.

minister[1] /'ministə[r]/ *dt* **1.** *(Mỹ* **secretary)** bộ trưởng: *the Minister of Education* Bộ trưởng Bộ Giáo dục; **the Prime Minister** Thủ tướng **2.** *(ngoại)* công sứ **3.** *(tôn)* mục sư.

minister[2] /'ministə[r]/ *dgt* (+ to) giúp đỡ, chăm sóc: *nurses ministering to [the needs of] the sick and wounded* y tá chăm sóc người ốm và người bị thương. // **a ministering angel** thiên thần cứu hộ.

ministerial /,mini'stiəriəl/ *tt* **1.** [thuộc] Bộ trưởng: *a decision taken at ministerial level* một quyết định ở cấp Bộ [trưởng] **2.** [thuộc] phái ủng hộ chính phủ (nội các); dành cho phái ủng hộ chính phủ (nội các): *the ministerial benches* ghế dự họp dành cho Bộ trưởng.

ministerially /,mini'stiəriəli/ *pht* **1.** về mặt bộ trưởng **2.** [một cách] ủng hộ chính phủ (nội các).

Minister of State /,ministə əv 'steit/ *dt (Anh)* quốc vụ khanh.

ministrant[1] /'ministrənt/ *tt* giúp đỡ, trợ giúp; giúp lễ, trợ tế.

ministrant[2] /'ministrənt/ *dt* người trợ tế.

ministrations /,mini'streiʃn/ *dt* sự giúp đỡ, sự trợ giúp; sự chăm sóc: *the ministrations of my wife restored me to health* sự chăm sóc của vợ tôi đã làm tôi hồi phục sức khỏe.

ministry /'ministri/ *dt* **1.** *(Mỹ* **department)** bộ: *the Ministry of Defence* bộ Quốc phòng **2.** mục sư đoàn *(đạo Tin Lành)*; nhiệm vụ và nhiệm kỳ của mục sư: *enter the ministry* trở thành mục sư, đi tu.

mink /miŋk/ *dt* **1.** *(động)* chồn vizon **2.** da lông chồn vizon; áo choàng bằng da lông chồn vizon.

minnow /'minəʊ/ *dt (snh* **kđổi hoặc** **minnows)** *(động)* cá tuế *(họ cá chép).*

minor[1] /'mainə[r]/ *tt* **1.** nhỏ [hơn], không quan trọng, thứ yếu: *minor repairs* sửa chữa nhỏ; *minor injuries* vết thương nhẹ; *a minor operation* tiểu phẫu thuật; *a minor part (role) in a play* vai phụ trong vở kịch **2.** *(Anh, cũ)* em: *Smith minor* Smith em **3.** *(nhạc)* thứ: *Smith interval* quãng thứ.

minor[2] /'mainə[r]/ *dt* **1.** vị thành niên **2.** *(Mỹ)* môn học phụ *(ở đại học).*

minor[3] /'mainə[r]/ *dgt* **minor in something** học *(môn gì)* như là môn phụ.

minority /mai'nɒrəti, *(Mỹ* mai'nɔ:rəti)/ *dt* **1.** thiểu số: *a small minority voted against the motion* một thiểu số nhỏ bỏ phiếu chống lại đề nghị **2.** dân tộc thiểu

M

số **3**. lứa tuổi vị thành niên: *be in one's minority* còn trong tuổi vị thành niên. // **be in a (the) minority** bị thiểu số *(trong một cuộc bỏ phiếu...)*.

minority government /mai-ˌnɒrəti 'gʌvənmənt/ chính phủ của thiểu số *(so với số phiếu bầu của các phe đối lập)*.

minor planet /ˌmainə'plæ-nit/ tiểu hành tinh.

minor suit /ˌmainə'su:t/ hoa rô hoặc hoa nhép *(bài brít)*.

minster /'minstə[r]/ dt nhà thờ lớn.

minstrel /'minstrəl/ dt **1**. người hát rong *(thời Trung đại)* **2**. *(cg snh)* đoàn người hát rong *(hát những bài hát của dân da đen)*.

minstrelsy /'minstrəlsi/ dt **1**. nghệ thuật hát rong **2**. bài hát rong.

mint¹ /mint/ dt **1**. cây bạc hà; bạc hà: *mint sauce* nước xốt bạc hà **2**. *nh* pepper-mint 2: *do you like mints?* anh có thích kẹo bạc hà không?

mint² /mint/ dt **1**. sở đúc tiền **2**. *(số ít) (kng)* số tiền rất lớn: *she made an abso-lute mint [of money] in the fashion trade* cô ta kiếm được ối tiền trong nghề kinh doanh hàng thời trang. // **in mint condition** ở trong tình trạng rất tốt, như là mới tinh *(trong việc sưu tập)*: *postage stamps in mint con-dition* tem thư như là còn mới tinh.

mint³ /mint/ dgt **1**. đúc *(tiền)*: *newly-minted £1 coins* những đồng tiền một bảng mới đúc **2**. đặt ra *(một từ mới)*: *I've just minted a new word* tôi vừa mới đặt ra một từ mới.

minuet /ˌminjʊ'et/ dt **1**. điệu vũ minuet **2**. nhạc [cho điệu vũ] minuet.

minus¹ /'mainəs/ gt **1**. trừ: *7 minus 3 is [equal to] 4* bảy trừ ba còn bốn **2**. dưới 0; âm: *a temperature of mi-nus ten degrees centigrade* nhiệt độ âm 10°C **3**. *(kng)* thiếu, mất: *he came back from the war minus a leg* từ cuộc chiến trở về, anh ta mất đi một chân; *I'm minus my car today* hôm nay tôi không có xe đi.

minus² /'mainəs/ tt **1**. *(toán)* âm: *a minus quantity* số lượng âm **2**. trừ *(số điểm)*: *I got B minus (B) in the test* tôi được điểm B trừ (B) trong lần sát hạch.

minus³ /'mainəs/ dt **1**. *(cg* **minus sign)** dấu trừ **2**. *(kng)* điều bất lợi, trở ngại: *let's consider the pluses and mi-nuses of moving house* ta hãy cân nhắc điều lợi và điều bất lợi trong việc dọn nhà.

minuscule /'minəskju:l/ tt nhỏ xíu, bé tí.

minute¹ /'minit/ dt **1**. phút: *it's ten minutes past (to) six* sáu giờ mười phút (kém mười phút); *37 degrees 30 minutes* góc 37 độ 30 phút **2**. chốc lát: *wait a minute!* xin đợi cho một lát; *at that very minute, Tom opened the door* ngay chốc lát (ngay lúc) đó, Tom mở cửa **3**. *(snh)* biên bản: *the minutes of the meeting* biên bản cuộc họp; *who will take the minutes?* ai sẽ ghi biên bản đây?. // **[at] any minute (moment) [now]** *(kng)* trong giây lát; **in a minute** tí nữa: *our guests will be here in a minute* tí nữa khách của chúng ta sẽ có mặt ở đây; **just a minute** *(kng)* một phút thôi: *just a minute! let me put your tie straight* một phút thôi, để tôi sửa cái cà vạt của anh cho ngay ngắn; **the last min-ute (moment)** *x* last¹; **not for a (one) minute (moment)** *(kng)* không chút nào: *I never sus-pected for a minute that you were married* tôi không nghĩ chút nào là anh đã lập gia đình; **the minute (moment) that** ngay khi: *I want to see him the minute [that] he arrives* tôi muốn gặp ông ta ngay khi ông ta đến; **there's one born every minute** *x* born; **to the minute** [một cách] chính xác: *the train arrived at 9.05 to the minute* tàu hỏa đã tới đúng 9 giờ 5 phút; **up to the minute** *(kng)* a/ hợp thời trang, đúng mốt: *her clothes are always right up to the minute* quần áo cô ta luôn luôn đúng mốt b/ chứa những thông tin sốt dẻo: *an up to the minute news bulletin* nội san với những tin tức sốt dẻo.

minute² /'minit/ dgt ghi vào biên bản: *your suggestion will be minuted* gợi ý của ông phải được ghi vào biên bản.

minute³ /mai'nju:t, *(Mỹ* mi'nu:t)/ tt (**-er; -st**) **1**. rất nhỏ *(về kích thước hoặc số lượng)*: *minute particles of gold dust* những hạt bụi vàng rất nhỏ; *water contain-ing minute quantities of lead* nước chứa một lượng chì rất thấp **2**. rất chi tiết, chính xác: *a minute description* sự mô tả rất chi tiết.

minute-book /'minitbʊk/ dt sổ biên bản.

minute-gun /'minit gʌn/ dt tiếng súng bắn cách quãng một phút *(như ở đám tang...)*.

minute-hand /'minithænd/ dt kim phút *(đồng hồ)*.

minutely /mai'nju:tli/ *pht* **1.** [một cách] rất bé nhỏ **2.** [một cách] rất chi tiết, [một cách] rất chính xác.

minute-man /minitmən/ *dt* (*snh* **minute-men**) (*Mỹ, sử*) dân quân (*trong thời kỳ chiến tranh giành độc lập*).

minute steak /'minitsteik/ miếng thịt nướng ăn liền (*nướng chín rất nhanh*).

minuteness /mai'nju:tness/ *dt* **1.** sự rất bé nhỏ **2.** sự rất chi tiết, sự chính xác.

minutiae /mai'nju:ʃii:, (*Mỹ* mi'nu:ʃii/ *dt* (*Anh*) những chi tiết vụn vặt.

minx /miŋks/ *dt* (*xấu hoặc dùa*) con mụ ranh ma.

miracle /'mirəkl/ *dt* **1.** phép màu, phép thần diệu **2.** điều thần diệu: *the doctor said her recovery was a miracle* bác sĩ bảo bà ta bình phục được là một điều thần diệu **3.** (*số ít*) (*kng, bóng*) điều đặc biệt, điều không ngờ tới: *it's a miracle when you weren't killed in that car crash* anh không thiệt mạng trong tai nạn đụng xe đó, thật là điều không ngờ tới **4. miracle of something** kỳ công: *the compact disc is a miracle of modern technology* đĩa com-pắc là một kỳ công của công nghệ hiện đại. // **do (work) miracles (wonders) [for (with) somebody (something)]** đem lại kết quả thần diệu cho (*ai, cái gì*): *this tonic will work miracles for your depression* thuốc bổ này sẽ đem lại kết quả thần diệu cho sự suy sút của anh.

miracle play /'mirəklplei/ (*sử*) kịch tôn giáo (*hay diễn thời Trung đại*).

miraculous /mi'rækjələs/ *tt* **1.** thần diệu, như có phép thần: *make a miraculous recovery* bình phục một cách thần diệu **2.** (*kng*) kỳ lạ, phi thường: *it's miraculous how much weight you've lost!* thật là kỳ lạ, anh đã sút biết bao nhiêu cân!

miraculously /mi'rækjələsli/ *pht* **1.** (một cách) thần diệu **2.** [một cách] kỳ lạ, [một cách] phi thường.

mirage /'mira:ʒ, mi'ra:ʒ/ *dt* **1.** ảo tượng, ảo ảnh **2.** (*bóng*) ảo vọng.

mire /'maiə[r]/ *dt* bãi lầy: *sink into (get stuck) in the mire* sa bãi lầy. // **drag somebody (somebody's) name through the mire (mud)** *x* drag².

mirror¹ /'mirə[r]/ *dt* **1.** (*thường trong từ ghép*) gương: *a hand mirror* gương soi cầm tay; *a driving-mirror* gương chiếu hậu (*ở xe ô tô*); *she glanced at herself in the mirror* cô ta liếc nhìn mình trong gương **2.** (*bóng*) hình ảnh trung thực (*của cái gì*): *this newspaper claimed to be the mirror of public opinion* tờ báo này tự cho là hình ảnh trung thực của dư luận.

mirror² /'mirə[r]/ *dgt* **1.** phản chiếu: *the trees were mirrored in the still water of the lake* cây cối soi bóng trên mặt hồ yên tĩnh **2.** phản ánh: *a novel that mirrors modern society* một cuốn tiểu thuyết phản ánh xã hội hiện đại.

mirror image /,mirə[r]'imidʒ/ hình trong gương (*bên trái nhìn hóa thành bên phải và ngược lại*).

miry /'maiəri/ *tt* lầy bùn.

mirth /mɜ:θ/ *dt* sự đùa vui, sự nô giỡn: *her funny costume caused much mirth among the guests* bộ quần áo buồn cười của chị ta đã gây đùa vui trong đám khách mời.

mirthful /'mɜ:θfl/ *tt* vui vẻ, cười đùa.

mirthless /'mɜ:θləs/ *tt* rầu rĩ: *a mirthless laugh* nụ cười rầu rĩ.

mis- (*tiền tố đi với đgt và dt*) xấu; sai; không: *misdirect* chỉ dẫn sai; *misconduct* hạnh kiểm xấu; *mistrust* không tin.

misadventure /,misəd'ventʃə[r]/ *dt* **1.** sự rủi ro, sự bất hạnh **2.** tai nạn bất ngờ (*gây chết người, làm bị thương nặng*): *death by misadventure* cái chết do tai nạn bất ngờ.

misanthrope /'misənθrəʊp/ *dt nh* misanthropist.

misanthropic[al] /,misən'θrɒpik[l]/ *tt* ghét người.

misanthropist /mi'sænθrəpist/ *dt* kẻ ghét người.

misanthropy /mi'sænθrəpi/ *dt* tính ghét người.

misapplication /,misæpli'keiʃn/ *dt* sự dùng sai, sự áp dụng sai.

misapply /,misə'plai/ *đgt* (**misapplied**) dùng sai, áp dụng sai: *misapplied talents* tài năng đã dùng sai.

misapprehend /,misæpri'hend/ *đgt* hiểu sai, hiểu lầm (*lời nói, con người*).

misapprehension /,misæpri'henʃn/ *dt* **under a misapprehension** hiểu lầm: *I thought you wanted to see me but I was clearly under a complete misapprehension* tôi cứ nghĩ là anh muốn gặp tôi, nhưng tôi thấy là tôi đã hoàn toàn hiểu lầm.

misappropriate /,misə'prəʊprieit/ *đgt* lạm tiêu, sự biển thủ.

misappropriation /,misəprəʊpri'eiʃn/ *dt* sự lạm tiêu, sự biển thủ.

misbegotten /,misbi'gɒtn/ *tt* **1.** thiếu kế hoạch; thiếu chín

M

chắn: *misbegotten schemes* kế hoạch thiếu chín chắn 2. *(cũ)* sinh ngoài giá thú, hoang *(con)* 3. đáng khinh *(người)*.

misbehave /ˌmisbiˈheiv/ *dgt* **misbehave oneself** cư xử không phải phép, cư xử xấu.

misbehaviour *(Mỹ* **misbehavior)** /ˌmisbiˈheivjə[r]/ cách cư xử xấu; hạnh kiểm xấu.

misc (*vt của* miscellaneous) *x* miscellaneous.

miscalculate /ˌmisˈkælkjuleit/ *dgt* tính sai, tính nhầm.

miscalculation /ˌmiskælkjuˈleiʃn/ *dt* sự tính sai, sự tính nhầm.

miscarriage /misˈkæridʒ, ˈmiskæridʒ/ *dt* 1. sự sẩy thai 2. sự thất lạc *(thư từ, hàng hóa)*: *miscarriage of goods* sự thất lạc hàng hóa 3. sự thất bại *(kế hoạch...)*: *the miscarriage of one's schemes* sự thất bại về kế hoạch.

miscarriage of justice /misˌkæridʒ əv ˈdʒʌstis/ vụ án xử sai.

miscarry /misˈkæri/ *dgt* 1. sẩy thai 2. thất lạc *(thư từ, hàng hóa)* 3. thất bại *(kế hoạch...)*.

miscast /ˌmisˈkɑːst, *(Mỹ* misˈkæst)/ *dgt* (miscast) 1. phân công *(diễn viên)* đóng vai không thích hợp: *the young actor was badly miscast as Lear* anh diễn viên trẻ đã được phân công không hợp với vai vua Lia 2. phân vai không thích hợp *(trong một vở kịch)*: *the film was thoroughly miscast* cuốn phim đã được phân vai không thích hợp.

miscegenation /ˌmisidʒəˈneiʃn/ *dt* hôn nhân khác chủng tộc *(như da đen với da trắng...)*.

miscellaneous /ˌmisəˈleiniəs/ *tt* 1. tạp, linh tinh:

miscellaneous goods tạp hóa 2. pha tạp, hỗn hợp: *Milton's miscellaneous prose works* các tác phẩm văn xuôi gồm nhiều thể loại khác nhau của Milton.

miscellany /miˈseləni, *(Mỹ* ˈmisəleini)/ *dt* 1. sự pha tạp, sự hỗn hợp: *the show was a miscellany of song and dance* cuộc biểu diễn là một hỗn hợp hát và múa 2. hợp tuyển.

mischance /ˌmisˈtʃɑːns, misˈtʃæns/ *dt* sự không may, sự rủi ro, sự bất hạnh: *by sheer mischance the letter was sent to the wrong address* bức thư được gửi tới một địa chỉ sai lạc chỉ vì rủi ro.

mischief /ˈmistʃif/ *dt* 1. thói tinh nghịch: *those girls are fond of mischief* những cô gái ấy rất thích tinh nghịch; *she's always getting into mischief* cô ta luôn luôn có thói tinh nghịch 2. người thích trò tinh nghịch: *where have you hidden my book, you little mischief?* chú bé tinh nghịch kia, chú giấu cuốn sách của tôi đâu thế? 3. trò ranh mãnh: *there was mischief in her eyes* đôi mắt cô ta đầy vẻ ranh mãnh 4. mối phiền lụy: *his malicious gossip caused much mischief until the truth became known* chuyện ngồi lê đôi mách có ác ý của anh ta đã gây ra nhiều phiền lụy cho đến khi người ta biết được sự thật. // **do somebody (oneself) a mischief** *(kng hoặc đùa)* làm ai bị thương: *you could do yourself a mischief on that barbed-wire fence* hàng rào dây thép gai ấy có thể làm anh bị thương đấy; **make mischief [between]** *(cũ)* gây bất hòa *(giữa ai với ai)*; **mean mischief** *x* mean¹.

mischief-maker /ˈmistʃif meikə[r]/ *dt* người gây bất hòa.

mischief-making /ˈmistʃif meikiŋ/ *dt* sự gây bất hòa.

mischievous /ˈmistʃivəs/ *tt* 1. tinh nghịch, tinh quái 2. ranh mãnh, láu lỉnh: *a mischievous trick* trò chơi ranh mãnh 3. hay làm hại, có ác ý: *a mischievous rumour* tin đồn ác ý.

mischievously /ˈmistʃivəsli/ *pht* 1. [một cách] tinh nghịch, [một cách] tinh quái 2. [một cách] ranh mãnh, [một cách] láu lỉnh 3. [một cách] ác ý.

mischievousness /ˈmistʃivænis/ *dt* 1. tính tinh nghịch, tính tinh quái 2. sự ranh mãnh, sự láu lỉnh 3. sự ác ý.

miscible /ˈmisəbl/ *tt* **miscible [with] something]** có thể trộn lẫn với: *oil and water are not miscible* dầu và nước không thể trộn lẫn được.

misconceive /ˌmiskənˈsiːv/ *dgt* quan niệm sai, nhận thức sai: *the plan to privatize the railways is wholly misconceived* dự định tư nhân hóa ngành đường sắt là hoàn toàn quan niệm sai.

misconception /ˌmiskənˈsepʃn/ *dt* sự nhận thức sai, sự quan niệm sai; nhận thức sai, quan niệm sai.

misconduct¹ /ˌmiskɒnˈdʌkt/ *dt* 1. hành vi sai trái *(nhất là về nghiệp vụ hay tình dục)*: *she sued for divorce on the ground of her husband's alleged misconduct with his secretary* chị ta kiện đòi ly hôn vì chồng tằng tịu với cô thư ký 2. sự quản lý tồi: *misconduct of the company's affairs* sự quản lý tồi công việc của công ty.

misconduct² /ˌmiskən'dʌkt/ *dgt* **1. misconduct oneself [with somebody]** tăng tịu với ai **2.** quản lý tồi.

misconstruction /ˌmiskən-'strʌkʃn/ *dt* sự hiểu sai, sự giải thích sai: *it is possible to place (put) a misconstruction on the words* có thể có sự hiểu sai về những từ này.

misconstrue /ˌmiskən'stru:/ *dgt* hiểu sai, giải thích sai: *you have completely misconstrued me (my words; what I said)* anh đã hoàn toàn hiểu sai những lời tôi nói.

miscount¹ /miskaʊnt/ *dg* đếm sai, tính sai: *the teacher miscounted the number of boys* thầy giáo đếm sai số học sinh.

miscount² /miskaʊnt/ *dt* sự đếm sai, sự tính sai *(nhất là số phiếu bầu)*: *the miscount in the election results* sự đếm sai số phiếu bầu.

miscreant /ˌmiskriənt/ *dt* *(cũ)* kẻ vô lại, kẻ đê tiện.

misdate /mis'deit/ *dgt* **1.** cho sai ngày tháng *(một sự kiện)* **2.** để sai ngày tháng *(bức thư...).*

misdeal¹ /ˌmis'di:l/ *dgt* chia bài sai.

misdeal² /ˌmis'di:l/ *dt* sự chia bài sai; tay bài chia sai: *I've got 14 cards, it's a misdeal* tôi được 14 quân bài, chia sai rồi.

misdeed /ˌmis'di:d/ *dt* hành động xấu; tội ác: *punished for one's many misdeeds* bị trừng trị vì đã gây nhiều tội ác.

misdemeanour *(Mỹ* **misdemeanor)** /ˌmisdi'mi:nə[r]/ *dt* **1.** *(kng hoặc dùa)* sai trái nhỏ **2.** *(luật)* tội nhẹ *(ở Anh trước đấy).*

misdirect /ˌmisdə'rekt, mis-dai'rekt/ *dgt* **1.** chỉ dẫn sai chỗ; gửi sai địa chỉ: *misdirect somebody to the bus station instead of the coach station* chỉ dẫn cho ai ra bến xe buýt thay vì đến bến xe ca; *the letter was misdirected to our old address* bức thư được gửi nhầm đến địa chỉ cũ của chúng tôi **2.** *(chủ yếu dùng ở thể bị động)* dùng sai; hướng sai: *your talents are misdirected - study music, not maths* tài năng của anh hướng sai rồi, học nhạc đi thay vì toán **3.** hướng dẫn sai về luật *(cho một hội đồng, nói về một thẩm phán).*

misdirection /ˌmisdə'rekʃn, misdai'rekʃn/ *dt* **1.** sự chỉ dẫn sai chỗ; sự gửi sai địa chỉ **2.** sự dùng sai, sự hướng sai **3.** hướng dẫn sai về luật *(nói về một thẩm phán).*

misdoing /ˌmis'du:iŋ/ *dt* *(thường snh)* hành động xấu; việc làm sai trái.

mise-en-scène /ˌmi:zɒn'sen, mi:zɑn'sen/ *dt* *(tiếng Pháp)* *(snh* **mise-en-scenes)** **1.** sự dàn cảnh **2.** *(bóng)* quang cảnh tổng quát *(của một sự kiện):* *the magnificent mise-en-scène of the Royal Wedding* quang cảnh lộng lẫy của đám cưới hoàng gia.

miser /'maizə[r]/ *dt* người keo kiệt, người bủn xỉn.

miserable /'mizrəbl/ *tt* **1.** khốn khổ: *miserable from cold and hunger* khốn khổ vì đói và rét; *he makes her life miserable* hắn làm cho đời nàng khốn khổ **2.** nghèo nàn, đạm bạc: *what a miserable meal that was!* bữa cơm sao mà nghèo nàn thế! **3.** thảm thương: *the plan was a miserable failure* kế hoạch đã là một thất bại thảm thương. // **[as] miserable (ugly) as sin** x *sin¹.*

miserably /'mizrəbli/ *pht* **1.** [một cách] khốn khổ **2.** [một cách] nghèo nàn **3.** [một cách] thảm thương: *be miserably poor* nghèo một cách thảm thương.

miserliness /'mizəlinis/ *dt* tính keo kiệt, tính bủn xỉn.

miserly /'maizəli/ *tt* keo kiệt, bủn xỉn.

misery /'mizəri/ *dt* **1.** sự khốn khổ: *suffer the misery of toothache* khốn khổ vì đau răng; *lead a life of misery* sống một cuộc sống khốn khổ **2.** *(cg snh)* những nỗi khốn khổ: *the miseries of unemployment* những nỗi khốn khổ do thất nghiệp gây ra **3.** *(Anh, kng)* người luôn luôn tỏ vẻ khốn khổ và hay than văn: *you old misery!* này ông bạn thân mến, ông luôn luôn tỏ vẻ khốn khổ và hay than văn!. // **make somebody's life a misery** x *life;* **put somebody out of his misery** a/ chấm dứt nỗi khốn khổ cho ai, giết ai b/ chấm dứt nỗi lo âu hồi hộp cho ai: *put me out of my misery - tell me if I've passed or not* hãy chấm dứt nỗi lo âu hồi hộp cho tôi đi, cho tôi biết tôi có đỗ hay không; **put an animal, bird... out of its misery** chấm dứt sự đau đớn khổ sở cho một con vật bằng cách giết nó đi.

misfire¹ /ˌmis'faiə[r]/ *dgt* **1.** không nổ *(phát đạn, động cơ...)* **2.** tịt *(đạn)* **3.** *(bóng, kng)* không đạt hiệu quả mong muốn: *the joke misfired completely* lời nói đùa vô duyên.

misfire² /ˌmis'faiə[r]/ *dt* **1.** sự không nổ, sự tịt **2.** *(bóng, kng)* sự không đạt hiệu quả mong muốn.

misfit /'misfit/ *dt* **1.** người không thích nghi với công việc; người không thích nghi

M

với hoàn cảnh: *he always felt a bit of a misfit in the business world* ông ta luôn luôn cảm thấy hơi lạc lõng trong giới doanh thương **2.** quần áo không vừa.

misfortune /ˌmisˈfɔːtʃuːn/ *dt* **1.** sự rủi ro, sự bất hạnh: *they had the misfortune to be hit by a violent storm* họ không may bị một cơn bão mạnh **2.** điều không may, nỗi bất hạnh: *she bore her misfortune bravely* chị ta dũng cảm gánh chịu những nỗi bất hạnh của mình.

misgiving /ˌmisˈgiviŋ/ *dt* **1.** nỗi lo âu, nỗi e sợ **2.** mối nghi ngại, mối nghi ngờ: *I have serious misgivings about taking the job* tôi nghi ngại thực sự không biết có nên nhận việc làm này hay không.

misgovern /ˌmisˈgʌvn/ *dgt* cai trị dở, quản lý nhà nước tồi.

misgovernment /misˈgʌvnmənt/ sự cai trị dở, sự quản lý nhà nước tồi.

misguided /ˌmisˈgaidid/ *tt* **1.** bị lầm lạc, bị sai lầm *(trong suy nghĩ...)*: *his untidy clothes give one a misguided impression of him* quần áo lôi thôi lếch thếch của nó khiến người ta có ấn tượng sai lầm về nó **2.** sai lầm trong hành động, dại dột trong hành động *(vì nhận định tồi...)*: *the thief made a misguided attempt to rob a policewoman* tên cướp đã dại dột trong hành động khi đánh cướp một nữ cảnh sát.

misguidedly /ˌmisˈgaididli/ *pht* **1.** [một cách] bị lầm lạc *(trong suy nghĩ)* **2.** [một cách] dại dột *(trong hành động)*.

mishandle /ˌmisˈhændl/ *dgt* **1.** nặng tay với, ngược đãi

(ai): *a sensitive child should not be mishandled* không nên đối xử nặng tay với một em bé nhạy cảm **2.** giải quyết sai, giải quyết không có hiệu quả: *our company lost an important order because the directors mishandled the negotiations* công ty chúng ta đã mất một đơn đặt hàng quan trọng vì các vị giám đốc đã thương lượng không được tốt.

mishap /ˈmishæp/ *dt* việc rủi ro, việc không may; tai nạn: *arrive home after many mishaps* về tới nhà sau nhiều rủi ro.

mishear /ˌmisˈhiə[r]/ *dgt* **(misheard)** nghe lầm.

misheard /ˌmisˈhɜːd/ *qk và dttqk của* mishear.

mishit¹ /ˌmisˈhit/ *dgt* **(-tt-)** **(mishit)** *(thể)* đánh hỏng *(bóng)*.

mishit² /ˈmishit/ *dt* cú đánh hỏng bóng.

mishmash /ˈmiʃmæʃ/ *dt (số ít)*: **mishmash of something** *(kng, xấu)* mớ hỗn độn; đống tạp nhạp.

misinform /ˌmisinˈfɔːm/ *dgt* **(+ about)** báo tin sai: *I regret you have been misinformed [about that]* tôi rất tiếc báo để anh biết là anh đã được báo tin sai.

misinformation /ˌmisinfə-ˈmeiʃn/ sự tung tin giả.

misinterpret /ˌmisinˈtɜːprit/ *dgt* hiểu sai: *he misinterpreted her silence as indicating agreement* anh ta hiểu sai sự im lặng của cô ta coi đó là một sự đồng ý.

misinterpretation /ˌmisin-tɜːpriˈteiʃn/ *dt* sự hiểu sai.

misjudge /ˌmisˈdʒʌdʒ/ *dgt* xét sai, đánh giá sai, ước lượng sai: *I'm sorry, I mis-juged your motives* tôi rất

tiếc là đã đánh giá sai động cơ của anh.

misjudgement, misjudgment /ˌmisˈdʒʌdʒmənt/ sự xét sai, sự đánh giá sai.

mislay /ˌmisˈlei/ *dgt* **(mislaid** /ˌmisˈleid/) *(thường trại)* để thất lạc, để lẫn mất *(giấy tờ...)*: *I seem to have mislaid my passport - have you seen it?* hình như tôi để thất lạc hộ chiếu đâu rồi đấy, anh có trông thấy đâu không?

mislead /ˌmisˈliːd/ *dgt* **(misled** /ˌmisˈled/) **1.** làm cho *(ai)* nghĩ không đúng về: *you mislead me as to your intentions* anh làm tôi nghĩ không đúng về ý định của anh **2.** dẫn ai lạc đường: *we were misled by the guide* chúng tôi đã bị người dẫn đường đưa đi lạc lối; *misled by bad companions* bị bạn xấu lôi kéo vào con đường lầm lạc.

mislead somebody into doing something đánh lừa ai: *he misled me into thinking he was rich* nó làm cho tôi cứ tưởng rằng nó giàu lắm.

misleading /ˌmisˈliːdiŋ/ *tt* làm cho lạc đường, làm cho lạc lối; lừa dối, lừa bịp: *misleading instructions* những chỉ dẫn lừa bịp.

misleadingly /ˌmisˈliːdiŋli/ *pht* với vẻ lừa dối, với vẻ lừa bịp.

mismanage /ˌmisˈmænidʒ/ *dgt* quản lý tồi, quản lý kém: *mismanage one's business affairs* quản lý tồi công việc kinh doanh của mình.

mismanagement /ˌmisˈmæ-nidʒmənt/ *dt* sự quản lý tồi, sự quản lý kém.

mismatch¹ /ˌmisˈmætʃ/ *dgt* ghép không xứng (hợp): *mismatching colours* màu sắc không hợp nhau.

mismatch² /ˌmisˈmætʃ/ *dt* sự không xứng đôi: *their*

marriage was a mismatch hôn nhân của họ không xứng đôi.

misname /ˌmis'neim/ *đgt* đặt tên sai, gọi tên không đúng.

misnomer /ˌmis'nəʊmə[r]/ *dt* sự dùng tên sai, sự dùng từ ngữ sai: *"first-class hotel" was a complete misnomer for the tumbledown farmhouse we stayed in* "khách sạn hạng nhất" là một sự gọi sai cái căn nhà trại xiêu vẹo mà chúng tôi đã ở.

misogynist /mi'sɒdʒinist/ *dt* người ghét đàn bà.

misogyny /mi'sɒdʒini/ *dt* thói ghét đàn bà.

misplace /ˌmis'pleis/ *đgt* (*thường trong câu bị động*) để không đúng chỗ (*đen, bóng*): *I've misplaced my glasses - they're not in my bag* tôi đã để kính của tôi không đúng chỗ rồi, không có trong xắc của tôi; *misplaced admiration* sự khâm phục đặt không đúng chỗ; *a misplaced remark* một nhận xét không đúng chỗ.

misprint¹ /ˌmis'print/ *đgt* in sai: *they misprinted John for Jhon* họ in sai John thành Jhon.

misprint² /'misprint/ *dt* lỗi in.

mispronounce /ˌmisprə-'naʊns/ *đgt* đọc sai, phát âm sai: *she mispronounced "ship" as "sheep"* cô ta đọc sai "ship" thành "sheep".

mispronouncication /ˌmis-prənʌnsi'eiʃn/ *dt* sự đọc sai, sự phát âm sai.

misquotation /ˌmiskwəʊ-'teiʃn/ *dt* sự trích dẫn sai.

misquote /ˌmis'kwɒt/ *đgt* trích dẫn sai: *you misquote me (what I said)* anh đã trích dẫn sai những gì tôi đã nói.

misread /ˌmis'ri:d/ *đgt* (**misread** /ˌmis'red/) **1.** đọc sai: *he misread "the last train" as "the fast train"* anh ta đọc sai "chuyến tàu cuối cùng" thành "chuyến tàu nhanh" **2.** hiểu sai: *the general misread the enemy's intentions, and didn't anticipate the attack* viên tướng hiểu sai ý đồ của quân thù và không lường trước được cuộc tấn công.

misreading /ˌmis'ri:diŋ/ *dt* **1.** sự đọc sai: *a misreading of the gas meter* sự đọc sai đồng hồ khí đốt **2.** sự hiểu sai.

misrepresent /ˌmis,repri-'zent/ *đgt* (+ **as**) miêu tả sai, trình bày sai: *she was misrepresented in the press as [being] a militant* cô ta được báo chí miêu tả sai là một chiến sĩ.

misrepresentation /ˌmis,re-prizen'teiʃn/ *dt* sự miêu tả sai, sự trình bày sai: *a gross misrepresentation of the facts* sự miêu tả sai sự kiện một cách trắng trợn.

misrule /ˌmis'ru:l/ *dt* sự cai trị tồi, sự yếu kém, sự hỗn loạn: *the country suffered years of misrule under a weak king* đất nước chịu nhiều năm hỗn loạn dưới sự cai trị tồi của một ông vua yếu kém.

miss¹ /mis/ *dt* sự trượt, sự không trúng đích: *ten hits and one miss* mười đòn trúng một đòn trượt. // **give somebody (something) a miss** tránh ai (cái gì): *I think I'll give the fish course a miss* tôi nghĩ tôi sẽ bỏ không ăn món cá b/ không thấy ai, không làm việc gì đó, không đi nơi nào đó: *give the cinema a miss tonight* tối nay không đi xem chiếu bóng; **a miss is as good as a mile**

trượt là trượt, đã trượt thì dù chỉ một ly cũng vẫn là trượt; **a near miss** x near¹.

miss² /mis/ **1. Miss** a/ nương nương, cô: *I'll take your luggage to your room, Miss* thưa cô tôi mang hành lý vào phòng nhé; *Good morning, Miss!* Chào cô! (*học sinh xưng hô với cô giáo*) b/ hoa hậu: *the Miss World contest* cuộc thi hoa hậu thế giới **2. miss** cô gái: *she's a saucy little miss* cô ta là một cô bé láu lắm.

miss³ /mis/ *đgt* **1.** trượt, trệch, không trúng: *miss one's aim* bắn trệch đích; không đạt mục đích; *the goalkeeper just missed [stopping] the ball* thủ môn bắt hụt quả bóng **2.** quên, không thấy, không nghe, không nắm được: *the house is on the corner; you can't miss it* nhà ở góc đường, anh không thể không trông thấy; *I'm sorry, I missed that (what) you said* xin lỗi, tôi đã quên những gì anh đã nói **3.** lỡ, bị trễ: *miss a class* trễ giờ học; *he missed the 9.30 train* anh ấy bị lỡ chuyến tàu 9 giờ 30 **4.** bỏ lỡ: *an opportunity not to be missed* một cơ hội không nên bỏ lỡ **5.** cảm thấy thiếu ai, cảm thấy mất cái gì: *when did you first miss your purse?* vào lúc nào trước tiên anh phát hiện ra là mình mất ví **6.** tránh khỏi, thoát khỏi: *if you go early you'll miss the traffic* anh đi sớm thì tránh được lúc lưu lượng xe cộ rất lớn; *we only just missed having a nasty accident* chúng tôi vừa thoát khỏi một tai nạn nguy hiểm **7.** không nổ (*nói về một động cơ*). // **hit (miss) the mark** x mark¹; **miss the boat (bus)** (*kng*) bỏ lỡ cơ hội (*vì quá chậm chạp*); **not miss much;**

not miss a trick (*kng*) rất tỉnh táo, rất cảnh giác; **[be] too good to miss** quá hấp dẫn, khó mà từ chối: *the offer of a year abroad with all expenses paid seemed too good to miss* đề nghị cho đi nước ngoài một năm với mọi phí tổn được thanh toán thật hấp dẫn, khó mà từ chối được.

miss somebody (something) out không bao gồm ai (cái gì): *we'll miss out the last two verses* chúng ta sẽ không ngâm hai vần thơ cuối; *the printers have missed out a whole line here* thợ in đã bỏ sót cả một dòng ở đây này; **miss out [on something]** (*kng*) mất một cơ hội được lợi; mất một cơ hội được thích thú: *if I don't go to the party, I shall find I'm missing out* nếu tôi không đi dự cuộc liên hoan, tôi sẽ cảm thấy là mình mất một cơ hội được thích thú.

missal /'misl/ *dt* (*tôn*) sách kinh lễ Mát (*giáo hội công giáo La Mã*).

misshapen /,mis'ʃeipən/ *tt* méo mó xấu xí (*nói chủ yếu về cơ thể, tay chân...*).

missile /'misail, (*Mỹ* 'misl)/ *dt* 1. vật phóng xa, vũ khí phóng xa 2. tên lửa: *an air-to-air missile* tên lửa không đối không; *missile bases* căn cứ phóng tên lửa.

missing¹ /'misiŋ/ *tt* 1. thiếu, khuyết, mất tích, vắng mặt, thất lạc: *the book had two pages missing (two missing pages)* cuốn sách thiếu mất hai trang; *he's always missing when there's work to be done* anh ta luôn luôn vắng mặt khi có công việc phải làm; *the child had been missing for a week* đứa bé đã mất tích một tuần nay; *two planes were reported missing* tin cho hay hai phi

cơ đã được báo là mất tích. // **a (the) missing link** mất xích thiếu, vật thiếu (*trong một bộ*) 2. dạng vượn người quá độ.

missing² /'misiŋ/ *dt* **the missing** (*dgt snh*) những người mất tích: *Captain Ba is among the missing* đại úy Ba ở trong số những người mất tích.

mission /'miʃn/ *dt* 1. sứ mệnh, nhiệm vụ: *the mission of the poets* sứ mệnh của các nhà thơ; *to complete one's mission successfully* hoàn thành nhiệm vụ một cách thắng lợi; *air mission* đợt bay, phi vụ 2. sự đi công cán, sự đi công tác 3. phái đoàn: *an economic mission* phái đoàn kinh tế; *a diplomatic mission* phái đoàn ngoại giao 4. sự truyền giáo; hội truyền giáo; khu truyền giáo.

missionary /'miʃənri, (*Mỹ* 'miʃəneri)/ *dt* nhà truyền giáo: *Catholic missionary* nhà truyền giáo đạo Thiên Chúa; *speak with missionary zeal* nói với tất cả nhiệt tình của một nhà truyền giáo.

missis /'misiz/ *dt nh* missus.

missive /'misiv/ *dt* thư tín công văn.

misspell /,mis'spel/ *dgt* (**misspelled** *hoặc* **misspelt**) viết sai chính tả.

misspelling /,mis'speliŋ/ *dt* lỗi chính tả.

misspend /,mis'spend/ *dgt* (**mispent**) tiêu phí, bỏ phí: *misspent youth* tuổi xuân bị bỏ phí.

misspent /,mis'spent/ *qk và đttqk của* mispend.

misstate /,mis'steit/ *dgt* phát biểu sai, trình bày sai: *be careful not to misstate your case* hãy cẩn thận đừng

trình bày sai trường hợp của anh.

misstatement /,mis'steitmənt/ sự phát biểu sai, sự trình bày sai.

missus (*cg* **missis**) /'misiz/ *dt* 1. bà xã, vợ: *how's the missus?* bà xã anh thế nào? 2. (*lóng*) bà; thưa bà (*dùng trong câu thưa gửi*): *are these your kids, misssus?* đây có phải là mấy cháu bé của bà không thưa bà?

missy /'misi/ *dt* (*cũ, kng*) cô (*cách nói thân mật lịch sự*): *well, missy, what do you want?* được, thế cô cần gì nào?

mist¹ /mist/ *dt* 1. mù: *the mountain top was covered in mist* đỉnh núi bị mù phủ kín 2. sương đọng lại trên kính của sổ 3. màn che mờ: *she saw his face through a mist of tears* chị thấy mặt anh qua màn lệ 4. màn bụi nước: *a mist of perfume hang on the air* một màn bụi nước thơm lơ lửng trong không trung (*như khi xịt nước hoa...*).

mist² /mist/ *dgt* che mờ đi; bị che mờ: *his eyes misted with tears* mắt anh ta mờ lệ.

mist over mờ đi: *when I drink tea my glasses mist over* khi tôi uống trà kính của tôi mờ đi; **mist [something] up** [bị] che phủ bằng một màn hơi nước: *our breath is misting up the car windows* hơi thở của chúng ta phủ một màn hơi nước lên kính xe hơi.

mistake¹ /mi'steik/ *dt* 1. sự ngộ nhận, sự sai lầm: *you can't arrest me! there must be some mistake* ông không thể bắt giữ tôi! hẳn là có sự sai lầm nào đó 2. sai lầm: *it was a big mistake to leave my umbrella at home* tôi để dù ở nhà không mang theo, thật là một sai lầm lớn. // **by mistake** do nhầm lẫn: *I took your bag instead of mine by mistake* tôi lấy nhầm cái túi xách của anh; **and no mistake** *(kng)* không còn nghi ngờ gì nữa: *it's hot today and no mistake!* không còn nghi ngờ gì nữa, hôm nay trời nóng; **make no mistake [about something]** *(kng)* không còn nghi ngờ gì nữa; đừng có tưởng lầm: *Sue seems very quiet, but make no mistake [about it], she has a terrible temper* Sue có vẻ rất trầm lặng, nhưng đừng có tưởng lầm, cô ta tính khí khiếp lắm đấy.

mistake² /mi'steik/ *dgt* (**mistook, mistaken**) **1.** hiểu sai, hiểu lầm: *I must have mistaken what you meant* tôi chắc đã hiểu sai điều anh muốn nói; *we have mistaken the house* chúng ta đến lầm nhà **2.** lầm, lầm lẫn: *she is often mistaken for her twin sister* người ta thường lầm lẫn cô với người chị sinh đôi của cô. // **there's no mistaking somebody (something)** không thể nào lầm lẫn được: *there is no mistaking what ought to be done* không thể nào lầm lẫn được về những gì phải làm.

mistaken¹ /mi'steikən/ *dttqk* của mistake².

mistaken² /mi'steikən/ *tt* **1.** sai lầm *(trong ý kiến):* if *I'm not mistaken, that's the man we saw on the bus* nếu tôi không lầm đó là người chúng ta đã gặp trên xe buýt **2.** hiểu lầm; tưởng lầm: *I helped him in the mistaken belief that he needed me* tôi đã giúp đỡ nó vì tưởng lầm là nó cần tôi **3.** được áp dụng thiếu khôn ngoan:

mistaken zeal lòng sốt sắng áp dụng thiếu khôn ngoan.

mistakenly /mi'steikənli/ *pht* [một cách] sai lầm, do nhầm lẫn.

mister /'mistə[r]/ *dt* ông *(dùng để xưng gọi một người đàn ông):* "*what's the time mister?*", *asked the little boy* "thưa ông mấy giờ rồi ạ?", cậu bé hỏi.

mistily /'mistili/ *pht* **1.** [một cách] mù sương, với nhiều mù sương **2.** [một cách] mập mờ, [một cách] không rõ ràng.

mistime /,mis'taim/ *dgt* *(thường dttqk)* nói không đúng lúc, làm không đúng lúc: *a mistimed remark* một nhận xét không đúng lúc; *the government's intervention was badly mistimed* sự can thiệp của chính phủ là hoàn toàn không đúng lúc.

mistiness /'mistinis/ *dt* **1.** trạng thái mù sương **2.** sự mập mờ, sự không rõ ràng.

mistletoe /'misltəʊ/ *dt (thực)* cây tầm gửi.

mistook /mi'stʊk/ *qk* của mistake².

mistral /'mistrəl, mi'stræl/ *dt* the mistral *(số ít)* gió mix-tran.

mistranslate /,mistræns'leit/ *dgt* dịch sai.

mistranslation /,mistræns-'leiʃn/ *dt* **1.** sự dịch sai **2.** bản dịch sai.

mistreat /,mis'tri:t/ *dgt* ngược đãi: *I hate to see books being mistreated* tôi ghét thấy sách bị vứt bỏ lung tung.

mistreatment /,mis'tri:t-mənt/ *dt* sự ngược đãi.

mistress /'mistrəs/ *dt* **1.** bà chủ nhà, bà chủ: *she wants to be mistress of her own affairs* bà ta muốn làm chủ công việc của mình *(tổ chức*

lấy cuộc sống của mình); *is the mistress of the house in?* bà chủ nhà có nhà không?; *Venice was called the "Mistress of the Adriatic" (bóng)* Venice được mệnh danh là "bà Chúa của Adriatic" **2.** nữ chủ nhân *(của con mèo, con chó...)* **3.** *(đặc biệt Anh)* bà giáo, cô giáo; bà giáo dạy tiếng Pháp **4.** bồ, mèo: *have a mistress* có bồ. // **be one's own mistress (master)** *x* master¹.

mistrial /,mis'traiəl/ *dt (luật)* **1.** vụ án xử sai thủ tục **2.** *(Mỹ)* vụ án *(mà các quan tòa)* không nhất trí *(với nhau).*

mistrust¹ /,mis'trʌst/ *dgt* không tin, ngờ vực, hồ nghi: *mistrust one's own judgement* không tin ý kiến của mình; *mistrust somebody's motives* ngờ vực động cơ của ai.

mistrust² /,mis'trʌst/ *dt* sự thiếu tin tưởng, sự ngờ vực, sự hồ nghi: *she has a deep mistrust of anything new or strange* chị ta có lòng ngờ vực sâu sắc đối với bất cứ cái gì mới lạ.

mistrustful /,mis'trʌstfl/ *dt* không tin, ngờ vực, hồ nghi.

mistrustfully /,mis'trʌsfəli/ *pht* [một cách] không tin, [một cách] ngờ vực, [một cách] hồ nghi.

misty /'misti/ *tt* **1.** đầy mù, mù sương **2.** *(bóng)* mập mờ, không rõ ràng: *a misty idea* ý nghĩa không rõ ràng.

misunderstand /,misʌndə-'stænd/ *dgt* (**misunderstood**) hiểu lầm, hiểu sai.

misunderstanding /,misʌndə'stændiŋ/ *dt* sự hiểu lầm: *clear up a misunderstanding between colleagues* làm tiêu tan sự hiểu lầm giữa các bạn đồng nghiệp; *we had a slight misunderstanding*

M

over the time chúng tôi có một hiểu lầm nhỏ về thời gian.

misuse¹ /,mis'ju:s/ *đgt* **1.** dùng sai: *misuse a word* dùng sai một từ; *misuse public funds* dùng sai công quỹ **2.** ngược đãi, hành hạ: *he felt misused by the company* anh ta đã cảm thấy bị công ty ngược đãi.

misuse² /,mis'ju:s/ *dt* sự dùng sai: *the misuse of power* sự dùng sai quyền lực.

mite¹ /mait/ *dt* **1.** phần nhỏ: *contribute one's mite to* góp phần nhỏ bé của mình vào **2.** con vật nhỏ bé: *(thân)* em bé: *poor little mite* em bé đáng thương.

mite² /mait/ *dt (động)* mạt bột, con nhậy.

mite³ /mait/ **a mite** *pht (kng)* một chút: *not a mite* không một chút nào; *this curry is a mite too hot for me* món cà-ri này hơi cay một chút đối với tôi.

mitigate /'mitigeit/ *đgt* giảm nhẹ, làm dịu bớt: *mitigate somebody's suffering* làm dịu bớt nỗi đau của ai; *mitigate the effects of inflation* làm dịu bớt hậu quả của lạm phát.

mitigating /'mitigeitiŋ/ *tt* làm nhẹ, làm dịu bớt: *mitigating circumstances* tình tiết giảm tội.

mitigation /,miti'geiʃn/ *dt* sự làm nhẹ, sự làm dịu: *say something in mitigation of somebody's faults* nói cái gì để làm nhẹ bớt lỗi của ai.

mitre¹ *(Mỹ* **miter¹**) /'maitə[r]/ *dt* **1.** mũ tế *(của giám mục)* **2.** *cg* **mitre-joint** mộng vuông góc *(đồ gỗ).*

mitre² *(Mỹ* **miter²**) /'maitə[r]/ *đgt* ghép mộng vuông góc.

mitt /mit/ *dt* **1.** găng tay bọc riêng ngón cái tách khỏi các ngón kia **2.** găng tay *[của người]* bắt bóng chày **3.** *(kng)* găng đánh quyền Anh **4.** *(thường snh) (lóng)* tay, bàn tay.

mitten /'mitn/ *dt* **1.** *nh* mitt **1** **2.** găng hở ngón *(chỉ che lòng và mu bàn tay).*

mix¹ /miks/ *đgt* **1.** trộn, trộn lẫn; pha lẫn: *mix mortar* trộn vữa; *mix cocktails* pha rượu cốc-tay; *the chemist mixed [up] some medicine for me* dược sĩ pha cho tôi một ít thuốc; **2.** *mix the sugar with the flour* trộn đường với bột; *oil and water don't mix* dầu và nước không trộn với nhau được; *if you mix red and yellow, you get orange* trộn màu đỏ với màu vàng anh được màu da cam; *many races are mixed together in Brazil* nhiều chủng tộc đã pha trộn với nhau ở nước Bra-xin **3.** (+ with) giao thiệp: *in my job, I mix with all sorts of people* trong công việc tôi giao thiệp với đủ hạng người. // **be (get) mixed up in something** *(kng)* dính dáng đến việc gì: *I don't want to be mixed up in the affair* tôi không muốn dính dáng đến việc đó; **be (get) mixed up with somebody** *(kng)* hợp tác với ai, giao du với ai *(nhất là những kẻ có thành tích bất hảo)*: *don't get mixed with him - he is a crook!* đừng có giao du với nó, nó là một thằng lừa đảo!; **mix it [with somebody]** *(Mỹ)*; **mix it up [with somebody]** gây sự cãi lộn, gây cuộc đánh nhau: *don't try mixing it with me - I've got a gun!* đừng có gây sự với tao, tao có súng đây!

mix something in pha trộn *(đặc biệt là trong việc nấu*

nướng): *mix in the butter when melted* trộn bơ vào khi bơ đã tan; **mix something into something** *a/* trộn: *mix the yeast into the flour* trộn men vào bột mì *b/* nhào: *mix the flour and water into a smooth paste* nhào bột với nước thành một thứ bột nhồi mượt; **mix somebody (something) up [with somebody (something)]** lẫn lộn, nhầm lẫn: *you're always mixing up with my twin sister* anh luôn luôn nhầm tôi với cô em sinh đôi của tôi; *I got the tickets mixed up and gave you mine* tôi đã đưa vé lẫn lộn và đưa anh cái vé của tôi.

mix² /miks/ *dt* **1.** sự trộn, sự trộn lẫn: *a good social mix* sự pha trộn quan hệ xã hội tốt **2.** chất pha trộn sẵn mang về làm món ăn: *cake mix* bột trộn sẵn mua về làm bánh.

mixed /mikst/ *tt* **1.** pha trộn, lẫn lộn; ô tạp: *mixed feelings* cảm giác buồn vui lẫn lộn; *mixed company* bọn người ô hợp **2.** hỗn hợp: *a mixed school* trường hỗn hợp *(cho cả trai lẫn gái).*

mixed bag /,mikst'bæg/ tập hợp lẫn lộn người (vật) có phẩm chất khác nhau.

mixed blessing /,mikst'blesiŋ/ điều may mà cũng không may.

mixed doubles /,mikst'dʌblz/ trận đánh đôi nam nữ *(quần vợt, bóng bàn...).*

mixed farming /,mikst'fɑ:miŋ/ công việc đồng áng kết hợp trồng trọt với chăn nuôi *(ở nông trại...).*

mixed grill /,mikst'gril/ đĩa thịt nướng nhiều loại.

mixed marriage /,mikst'mæridʒ/ sự kết hôn khác chủng tộc; sự kết hôn khác tôn giáo.

mixed metaphor /ˌmikst-'metəfə[r]/ sự sử dụng nhiều ẩn dụ chéo nhau *(gây tác dụng buồn cười).*

mixed-up /ˌmikst'ʌp/ *tt* bối rối, lúng túng: *she feels very mixed-up since her divorce* từ ngày ly hôn chị ta cảm thấy rất lúng túng trong cuộc sống.

mixer /'miksə[r]/ *dt* **1.** máy trộn: *a food-mixer* máy trộn thức ăn **2.** người hòa đồng *(giỏi hay kém)* với người khác: *be a good (bad) mixer* là người hòa đồng giỏi (kém) với người khác **3.** chất không phải rượu để hòa với rượu thành thức uống: *we've got bitter lemon as mixer* chúng tôi đã dùng chanh đắng làm chất hòa với rượu để pha thức uống **4.** bộ trộn *(rađiô).*

mixture /'mikstʃə[r]/ *dt* **1.** sự trộn, sự pha trộn **2.** vật pha trộn: *the city was a mixture of old and new buildings* thành phố là cả một mớ pha trộn nhà cũ với mới **3.** *(số ít) (hóa)* hỗn hợp: *air is a mixture, not a compound, of gases* không khí là một hỗn hợp chứ không phải là một hợp chất khí.

mix-up /'miksʌp/ *dt (kng)* tình trạng lẫn lộn: *there's been an awful mix-up over the dates* đã có một sự lẫn lộn đáng sợ về ngày tháng.

mizzen *(cg mizen)* /'mizn/ *dt* **1.** *nh* mizzen-mast **2.** *(hải) (cg mizzen-sail)* buồm nhỏ phía lái.

mizzen-mast /'mizn ma:st/ *dt (hải)* cột buồm phía lái.

Mk **1.** *(vt của mark)* **1.** đồng mác *(tiền Đức): Mk 300* 300 mác **2.** *(vt của mark)* kiểu, loại: *Ford Granada Ghia Mk II:* Ford Granada Ghia kiểu II.

ml *(snh kđổi mls)* **1.** *(Mỹ mi)* *(vt của mile)* dặm: *distance*

to village 3mls khoảng cách từ đây đến làng 3 dặm **2.** *(vt của millilitre)* mi-li-lít.

M Litt /ˌem'lit/ *(vt của Master of Letters)* cao học văn chương *(tiếng Latinh là Magister Litterarum).*

mm *(snh kđổi hoặc mms)* mi-li-mét, ly: *rainfall 6mm* lượng mưa 6 ly.

mnemonic¹ /ni'mɒnik/ *tt* [thuộc] trí nhớ; giúp trí nhớ: *mnemonic verses* những câu thơ giúp trí nhớ.

mnemonic² /ni'mɒnik/ *dt* **1.** từ giúp trí nhớ; câu thơ giúp trí nhớ **2. mnemonics** *(dgt số ít)* thuật nhớ.

mo¹ /məʊ/ *dt (snh* **mos)** *(Anh, kng) (dạng rút ngắn của* moment) chốc lát, chút xíu: *half a mo, I'm not quite ready* chờ chút xíu, tôi chưa thật sẵn sàng.

mo² *vt (Mỹ) nh* mth.

MO /ˌem 'əʊ/ **1.** *(vt của* Medical Officer) quân y sĩ **2.** *(vt của* money order) phiếu chuyển tiền *(qua bưu điện).*

moan¹ /məʊn/ *dt* tiếng than vãn, tiếng rền rĩ, tiếng than phiền: *the moan of the wounded* tiếng than vãn của những người bị thương; *the moan of the wind through the trees (bóng)* tiếng rì rào của gió qua kẽ lá.

moan² /məʊn/ *dgt* than vãn, rền rĩ, than phiền: *where's the doctor? he moaned* anh ta rền rĩ: bác sĩ đâu rồi?; *the wind was moaning through the trees* gió rì rào qua kẽ lá; *he's always moaning [on] about how poor he is* anh ta luôn luôn than vãn sao mà anh ta nghèo thế!

moat /məʊt/ *dt* hào *(xung quanh thành trì... xung quanh nơi thả thú ở vườn bách thảo...).*

moated /'məʊtid/ *tt* có hào bao quanh: *lions in a moated enclosure* sư tử trong bãi rào có hào bao quanh.

mob¹ /mɒb/ *dt* **1.** đám đông hỗn tạp **2. the mob** quần chúng, thường dân **3.** băng đảng tội phạm: *whose mob he is with?* nó ở băng đảng nào thế?

mob² /mɒb/ *dgt* **(-bb-)** vây quanh đông đảo và ầm ĩ *(để hoan hô hoặc tấn công): the pop singer was mobbed by teenagers* nhóm thiếu niên vây quanh ca sĩ nhạc pốp mà hoan hô.

mob cap /'mɒbkæb/ *dt* mũ trùm kín đầu *(của phụ nữ thế kỷ 18).*

mobile¹ /'məʊbail, *(Mỹ* 'moʊbl, 'məbi:l)/ **1.** di động, cơ động, lưu động: *mobile artillery* pháo binh cơ động: *a mobile library* thư viện lưu động **2.** dễ biến đổi, biến đổi nhanh *(nét mặt...)* **3.** *(kng)* có phương tiện đi lại, có xe hơi: *can you give me a lift if you're mobile* anh có thể cho tôi đi nhờ được nếu anh có xe không?

mobile² /'məʊbail, *(Mỹ* 'moʊbl, 'məbi:l)/ *dt* dây trang trí [mà các bộ phận cấu thành có thể] di động theo chiều gió.

mobile home /ˌməʊbail 'həʊm/ nhà lưu động.

mobility /məʊ'biləti/ *dt* tính di động, tính cơ động, tính lưu động.

mobilization, mobilisation /ˌməʊbilai'zeiʃn, *(Mỹ* ˌmoʊbələ'zeiʃn)/ *dt* sự huy động, sự động viên: *mobilization orders* lệnh động viên.

mobilize, mobilise /'məʊbəlaiz/ *dgt* huy động, động viên: *mobilize the army* huy động quân đội.

M

mobster /'mɒbstə[r]/ *dt* tên kẻ cướp, tên găng-xtơ.

mocassin /'mɒkəsin/ *dt* giày da mềm *(của thổ dân Bắc Mỹ).*

mocha /'mɒkə, *(Mỹ* 'məʊkə)/ *dt* cà phê mô-ca.

mock[1] /mɒk/ *đgt* **1. mock [at somebody (something)]** chế nhạo, nhạo báng: *a mocking laugh* tiếng cười nhạo báng; *mock [at] somebody's fears* chế nhạo những nỗi sợ hãi của ai **2.** *(thường dùng nghĩa bóng)* thách thức: *the heavy steel doors mocked our attempt to open them* cánh cửa thép nặng nề như thách ta mở chúng ra.

mock[2] /mɒk/ **make [a] mock of somebody (something)** chế nhạo ai, nhạo báng ai.

mock[3] /mɒk/ *tt* giả: *a mock battle* trận giả; *mock modesty* khiêm tốn giả.

mocker /'mɒkə[r]/ *dt* người hay chế nhạo, người hay nhạo báng. // **put the mockers on somebody** *(lóng)* mang rủi ro đến cho ai.

mockery /'mɒkəri/ *dt* **1.** sự chế nhạo, sự nhạo báng **2.** trò hề: *the performance was an utter mockery* cuộc biểu diễn hoàn toàn là một trò hề **3.** người bị chế nhạo; vật bị chế nhạo. // **make a mockery of something** làm cái gì trở nên một trò hề: *the unfair and hasty decision of the court made a mockery of the trial* quyết định thiên vị và hấp tấp của tòa biến cuộc xét xử thành một trò hề.

mockingbird /'mɒkiŋbɜːd/ *dt* chim nhại *(nhại tiếng chim khác, thuộc họ chim két, ở Bắc Mỹ).*

mockingly /'mɒkiŋli/ *pht* [một cách] chế nhạo, [một cách] nhạo báng.

mock turtle soup /,mɒktɜːtl 'suːp/ xúp giả xúp rùa.

mock-up /mɒkʌ/ *dt* mô hình, ma-két: *do a mock-up of a book cover* làm ma-két bìa sách.

mod /mɒd/ *dt (cg* **Mod)** *(Anh)* thành viên nhóm mod *(ăn mặc hợp thời trang, thích đi xe máy xcu-tơ, vào những năm 1960 ở Anh).*

MOD /,em əʊ 'diː/ *vt (Anh)* Bộ Quốc phòng.

modal[1] /'məʊdl/ *dt (cg* **modal verb, modal auxiliary, modal auxiliary verb)** động từ tình thái *(như can, may, might, must và should).*

modal[2] /'məʊdl/ *tt* **1.** *(ngôn)* [thuộc] hình thái **2.** [thuộc] cách thức, [thuộc] phương thức.

mod cons /,mɒd 'kɒnz/ *(Anh) (kng)* tiện nghi sinh hoạt hiện đại *(thường dùng trong quảng cáo):* *a house with all mod cons* một ngôi nhà có đủ tiện nghi sinh hoạt hiện đại.

mode /məʊd/ *dt* **1.** cách thức, phương thức, lối: *a mode of life* lối sống **2.** mốt, thời trang: *the latest mode* mốt mới nhất **3.** *(nhạc)* điệu.

model[1] /'mɒdl/ *dt* **1.** mô hình: *a model of the proposed new airport* mô hình phi cảng được đề nghị **2.** mẫu, mẫu mã: *all this year's new models are displayed at the motor show* tất cả mẫu mã mới của năm nay đều được trưng bày tại cuộc triển lãm ô tô; *a fashion model* người mẫu thời trang **3.** kiểu mẫu: *the nation's constitution provided a model that other countries followed* hiến pháp của quốc gia đó là một mẫu mà các nước khác noi theo **4.** người gương mẫu; vật làm gương: *a model of industry* một người gương mẫu về tính cần cù; *a model husband*

người chồng gương mẫu; *a model farm* một nông trại kiểu mẫu **5.** mẫu thời trang: *wear the latest Paris models* mặc những mẫu thời trang mới nhất của Pa-ri.

model[2] /'mɒdl/ *đgt* (-ll-, *Mỹ* -l-) **1.** (+ on) làm theo, theo gương: *model oneself on somebody* làm theo ai; theo gương ai, bắt chước ai **2.** làm nghề mặc quần áo mẫu; mặc làm mẫu **3.** làm mô hình, đắp khuôn, nặn kiểu: *model a man's head in clay* làm mô hình đầu người bằng đất sét.

modeller *(Mỹ* **modeler)** /'mɒdələ[r]/ người làm mô hình, người làm khuôn tượng.

modelling *(Mỹ* **modeling)** /'mɒdəliŋ/ *dt* **1.** nghệ thuật làm mô hình, nghệ thuật làm khuôn tượng **2.** nghề mặc mẫu thời trang.

modem /'məʊdem/ *dt* bộ biến điệu *(ở máy điện toán).*

moderate[1] /'mɒdərət/ *tt* **1.** vừa phải, phải chăng; có mức độ: *moderate prices* giá cả phải chăng; *travelling at a moderate speed* đi với tốc độ vừa phải; *a moderate-sized bathroom* buồng tắm cỡ vừa; *a moderate drinker* người uống rượu vừa phải **2.** ôn hòa, không quá khích: *a man with moderate views* một người có quan điểm ôn hòa.

moderate[2] /'mɒdərət/ *dt* người ôn hòa.

moderate[3] /'mɒdəreit/ *đgt* [làm] giảm nhẹ, [làm] bớt đi, [làm] dịu đi: *moderate one's anger* bớt giận; *the wind is moderating* gió dịu đi.

moderately /'mɒdərətli/ *pht* [một cách] vừa phải, [một cách] phải chăng: *she only did moderately well in the* *exam* cô ta làm bài thi chỉ tốt vừa phải thôi.

moderation /ˌmɒdəˈreɪʃn/ *dt* sự điều độ; sự tiết chế: *moderation in eating and drinking* sự ăn uống điều độ. // *in moderation* một cách điều độ *(trong việc hút thuốc, uống rượu...)*: *whisky can be good for you if taken in moderation* rượu uýt-ki có thể tốt nếu uống có điều độ.

moderator /ˈmɒdəreɪtə[r]/ *dt* 1. người hòa giải 2. vị phúc khảo *(trong kỳ thi)* 3. chủ tịch tòa án giáo hội 4. *(lý)* chất tiết chế *(phản ứng dây chuyền)*.

modern[1] /ˈmɒdn/ *tt* 1. hiện đại: *in the modern world (age)* trong thế giới hiện đại, trong thời đại hiện đại; *modern dance* điệu múa hiện đại 2. cận đại: *modern history* lịch sử cận đại.

modern[2] /ˈmɒdn/ *dt (cũ)* người thời hiện đại.

modernism /ˈmɒdənizəm/ *dt* quan điểm hiện đại; phương pháp hiện đại *(trong nghệ thuật...)*.

modernist[1] /ˈmɒdənist/ *dt* người tin tưởng cái mới; người ủng hộ cái mới.

modernist[2] /ˈmɒdənist/ *tt* [thuộc quan điểm, phương pháp] hiện đại.

modernistic /ˌmɒdəˈnistik/ *tt* cho thấy rõ là hiện đại.

modernity /məˈdɜːnəti/ *dt* tính hiện đại.

modernization, modernisation /ˌmɒdənaiˈzeiʃn/ *dt* sự hiện đại hóa, sự đổi mới.

modernize, modernise /ˈmɒdənaiz/ *dgt* hiện đại hóa, đổi mới: *modernize a transport system* hiện đại hóa một hệ thống giao thông; *if the industry doesn't modernize it will not survive* nếu ngành công nghiệp không đổi mới, nó sẽ không tồn tại được.

modern language /ˈmɒdn ˈlæŋgwidʒ/ ngôn ngữ hiện đại *(như tiếng Anh, tiếng Pháp, tiếng Đức, tiếng Tây Ban Nha...)*.

modest /ˈmɒdist/ *tt* 1. khiêm tốn, nhún nhường, nhã nhặn: *be modest about one's achievements* khiêm tốn về những thành tựu của mình 2. không phô trương, giản dị; nhỏ: *live in a modest little house* sống trong một ngôi nhà nhỏ giản dị; *might I make a modest suggestion?* tôi xin có một đề nghị nhỏ được không ạ? 3. thùy mị, nhu mì *(nói về cô gái)*; kín đáo: *a modest neckline* đường viền cổ kín đáo.

modestly /ˈmɒdistli/ *pht* [một cách] khiêm tốn.

modesty /ˈmɒdəsti/ *dt* tính khiêm tốn, tính nhún nhường, tính nhã nhặn.

modicum /ˈmɒdikəm/ *dt (số ít)* số lượng nhỏ, chút ít: *achieve success with a modicum of effort* giành được thành công với rất ít cố gắng; *anyone with even a modicum of intelligence would have realized that* với chút ít thông minh, ai cũng có thể nhận ra điều đó.

modification /ˌmɒdifiˈkeiʃn/ *dt* sự sửa đổi, sự thay đổi: *the plan was approved, with some minor modifications* kế hoạch đã được thông qua với một vài sửa đổi nhỏ.

modifier /ˈmɒdifaiə[r]/ *dt (ngôn)* từ bổ nghĩa.

modify /ˈmɒdifai/ *dgt* (-fied) 1. thay đổi, sửa đổi: *the union has been forced to modify its position* công đoàn đã phải thay đổi lập trường của mình 2. *(ngôn)* bổ nghĩa: *in "the black cat"* the adjective "black" modifies the noun "cat" trong "the black cat", tính từ "black" bổ nghĩa cho danh từ "cat".

modish /ˈmɒdiʃ/ *tt (đôi khi xấu)* hợp thời trang, đúng mốt.

modishly /ˈmɒdiʃli/ *ph* [một cách] hợp thời trang.

modular /ˈmɒdjulə[r], *(Mỹ* ˈmɑːdʒələr)/ *tt* 1. [thuộc] mo đun 2. gồm nhiều đơn vị giáo trình *(trong đó sinh viên được chọn một số)*.

modulate /ˈmɒdjuleit, *(Mỹ* ˈmɑːdʒəleit)/ *dgt* 1. biến điệu 2. chuyển gam *(nhạc)* 3. điều biến *(sóng rađiô)*.

modulation /ˌmɒdjuˈleiʃn, *(Mỹ* ˌmɑːdʒəˈleiʃn)/ *dt* 1. sự biến điệu 2. sự chuyển gam *(nhạc)* 3. sự điều biến.

module /ˈmɒdjuːl, *(Mỹ* ˈmɑːdʒʊl)/ *dt* 1. mô đun, đơn thể: *free module* mô đun rỗi 2. đơn vị giáo trình *(sinh viên theo học có thể chọn một số)*.

modus operandi /ˌməʊdəs ˌɒpəˈrændi/ *(tiếng La-tinh)* 1. cách làm *(việc gì)* 2. cách vận hành.

modus vivendi /ˌməʊdəs viˈvendi/ *(tiếng La-tinh)* 1. tạm ước 2. cách sống.

moggie *(cg* **moggy**) /ˈmɒgi/ *(cg* **mog** /mɒg/) *dt (Anh, kng, đùa)* con mèo.

mogul /ˈməʊgl/ *dt* ông trùm: *a television mogul* ông trùm truyền hình.

MOH /ˌeməʊˈeitʃ/ *(vt của* Medical Officer of Health) *(Anh)* quan chức y tế *(phụ trách một vùng)*.

mohair /ˈməʊheə[r]/ *dt* vải lông dê An-go-ra.

Mohammedan /meˈhæmidən/ *tt, dt nh* Muhammadan.

M

moiety /'mɔiəti/ *dt (thường số ít)* **moiety of something** *(luật)* [một] nửa.

moist /mɔist/ *tt* ẩm, ẩm ướt: *moist eyes* mắt ướt; *water the plant regularly to keep the soil moist* tưới đều đặn cho cây để giữ cho đất ẩm.

moisten /'mɔisn/ *dgt* làm ẩm, làm ướt, dấp nước: *she moistened her lips with her tongue* cô ta liếm ướt môi.

moisture /'mɔistʃə[r]/ *dt* hơi ẩm; nước ẩm đọng lại.

moisturize, moisturise /'mɔistʃəraiz/ *dgt* xức kem cho [da] bớt khô.

moisturizer, moisturiser /'mɔistʃəraizə[r]/ *dt* kem giữ cho da bớt khô.

moke /məʊk/ *dt (Anh) (kng, dùa)* con lừa.

molar /'məʊlə[r]/ *dt* răng hàm.

molasses /mə'læsiz/ *dt* rỉ đường.

mold /məʊld/ *dt, dgt (Mỹ) nh* mould.

molder /'məʊldə[r]/ *dt (Mỹ) nh* moulder.

molding /'məʊldiŋ/ *dt (Mỹ) nh* moulding.

moldy /'məʊldi/ *tt (Mỹ) nh* mouldy.

mole[1] /məʊl/ *dt* nốt ruồi.

mole[2] /məʊl/ *dt* **1.** *(động)* chuột chũi **2.** điệp viên.

mole[3] /məʊl/ *dt* đê chắn sóng.

molecular /mə'lekjʊlə[r]/ *tt* [thuộc] phân tử: *molecular weight* trọng lượng phân tử; *molecular biology* sinh vật học phân tử.

molecule /'mɒlikju:l/ *dt (hóa)* phân tử.

molehill /'məʊlhil/ *dt* đất chuột chũi đùn lên. // **make a mountain out of a molehill** *(xấu)* việc bé xé ra to.

moleskin /'məʊlskin/ *dt* **1.** da lông chuột chũi **2.** vải bông [dày trông giống] lông chuột: *moleskin trousers* quần bằng vải lông chuột.

molest /mə'lest/ *dgt* **1.** tấn công và gây hại: *an old man molested and robbed by a gang of youths* một ông già bị một băng thanh niên trấn lột và gây hại **2.** cưỡng dâm: *he was found guilty of molesting a young girl* nó đã bị kết tội cưỡng dâm một em gái.

molestation /ˌmɒle'steiʃn/ **1.** sự tấn công và gây hại **2.** sự cưỡng dâm.

molester /mə'lestə[r]/ *dt* **1.** người tấn công và gây hại **2.** người cưỡng dâm: *a child molester* kẻ cưỡng dâm trẻ em.

moll /mɒl/ *dt (lóng)* bồ của một tên găng-xtơ.

mollification /ˌmɒlifi'keiʃn/ *dt* sự làm dịu đi, sự xoa dịu.

mollify /'mɒlifai/ *dgt* làm dịu *(con giận...)*, xoa dịu: *he tried to find ways of mollifying her* nó cố tìm cách xoa dịu cô ta.

mollusc *(Mỹ, cg* **mollusk**) /'mɒləsk/ *dt (động)* nhuyễn thể.

mollycoddle /'mɒlikɒdl/ *dgt (xấu)* nuông chiều.

Molotov cocktail /ˌmɒlətɒf 'kɒkteil/ lựu đạn xăng.

molt /məʊlt/ *dgt (Mỹ) nh* moult.

molten /'məʊltən/ *tt* bị nung chảy *(ở nhiệt độ cao)*: *molten steel* thép bị nung chảy.

molto /'mɒltəʊ, (Mỹ* 'məʊltəʊ)/ *tt (nhạc)* rất: *molto allegro* rất nhanh.

molybdenum /mə'libdənəm/ *dt (hóa)* mo-lip-đen.

mom /mɒm/ *dt (Mỹ, kng) (cg* **mum**) má, mẹ, ma.

moment /'məʊmənt/ *dt* **1.** chốc, lúc, lát: *he thought for a moment and then spoke* nó suy nghĩ một lúc rồi nói; *can you wait a moment or two, please?* xin đợi cho một lát, được không ạ?; *I'll be back in a moment* tôi sẽ trở lại ngay; *at that [very] moment, the phone rang* ngay lúc đó điện thoại reo; *in moments of great happiness* vào những lúc rất hạnh phúc **2.** *(thường số ít) (lý)* mô-men: *the moment of a force* mô-men của một lực. // **any minute (moment)** *x* minute[1]; **at the moment** lúc này, bây giờ; **for the moment (present)** lúc này, tạm thời: *we're happy living in a flat for the moment but we may want to move to a house soon* lúc này chúng tôi sung sướng được ở trong một căn hộ nhưng có thể chẳng bao lâu nữa chúng tôi lại muốn chuyển đến ở hẳn một ngôi nhà; **have one's (its) moments** có những giây phút thú vị: *my job is not a very glamorous one but it does have its moment* công việc của tôi không được hấp dẫn cho lắm nhưng cũng có những giây phút thú vị; **in the heat of the moment** *x* heat[1]; **in a moment** ngay: *I'll come in a moment* tôi sẽ đến ngay; **the last minute (moment)** *x* last[1]; **the man, woman, boy, girl, etc... of the moment** người, được ưa chuộng nhất lúc này; người quan trọng nhất lúc này; **the minute (moment) that** *x* minute[1]; **the moment of truth** lúc phải có một quyết định quan trọng; **not for a (one) minute (moment)** *x* minute[1]; **of moment** quan trọng: *this is a matter of some (great, little) moment* đây là một vấn đề khá quan trọng (có tầm quan trọng lớn, không mấy quan trọng); **on the spur of the moment** *x* spur[1]; **the psychological moment** *x* psychological; **a week moment** *x* week[1].

momentarily /'məʊməntrəli, (*Mỹ* ,məʊmən'terəli)/ *pht* **1.** trong chốc lát **2.** (*Mỹ*) ngay lập tức: *the doctor will see you momentarily* bác sĩ sẽ đến với anh ngay lập tức.

momentary /'məʊməntri, (*Mỹ* 'məʊmənteri)/ *tt* [trong] chốc lát, thoáng qua: *a momentary pause* sự tạm ngừng chốc lát.

momentous /mə'mentəs/ *tt* rất quan trọng; rất nghiêm trọng: *a momentous decision* một quyết định rất quan trọng.

momentum /mə'mentəm, məʊ'mentəm/ *dt* **1.** động lượng: *the sledge gained momentum as it ran down the hill* xe trượt tuyết tích được động lượng khi nó chạy xuống đồi **2.** đã phát triển: *the movement to change the Union's constitution is slowly gathering momentum* cuộc vận động thay đổi hiến pháp đang lấy đà một cách chậm chạp.

momma /'mɒmə/ (*cg* **mommy**) /'mɒmi/ (*Mỹ, kng*) *nh* mummy.

Mon (*vt của* Monday) thứ hai (*trong tuần*): *Mon 21 June* thứ hai hai mươi mốt tháng sáu.

monarch /'mɒnək/ *dt* vua, quốc vương, nữ hoàng: *the reigning monarch* quốc vương đang trị vì.

monarchic /mə'nɑːkik/, **monarchical** /mə'nɑːkikl/ *tt* [thuộc] quốc vương, [thuộc] quân chủ.

monarchism /'mɒnəkizəm/ *dt* chủ nghĩa quân chủ.

monarchist /'mɒnəkist/ *dt* người theo chủ nghĩa quân chủ.

monarchy /'mɒnəki/ *dt* **1.** (*thường* **the monarchy**) nền quân chủ, chủ nghĩa quân chủ **2.** nước quân chủ.

monastery /'mɒnəstri, (*Mỹ* 'mɑːnəsteri)/ *dt* tu viện.

monastic /mə'næstik/ *tt* **1.** [thuộc] tu sĩ, [thuộc] tu viện: *a monastic community* cộng đồng tu sĩ **2.** [theo kiểu] tu sĩ: *he lives a life of monastic simplicity* ông ta sống một cuộc sống giản dị như tu sĩ.

monasticism /mə'næstisizəm/ *dt* lối sống tu sĩ.

monaural /,mɒn'ɔːrəl/ *tt nh* monophonic.

Monday /'mʌndi/ *dt* (*vt* **Mon**) thứ hai (*trong tuần*): *last (next) Monday* thứ hai rồi (tới); *"when did they meet?" "on Monday"* khi nào thì họ gặp nhau thế? "vào thứ hai"; *Monday morning (afternoon; evening)* sáng (trưa, chiều) thứ hai; *Monday week* thứ hai tuần sau nữa.

monetarism /'mʌnitərizəm/ *dt* chính sách ổn định tiền tệ (*coi đó là cách ổn định nền kinh tế quốc gia một cách tốt nhất*).

monetarist[1] /'mʌnitərist/ *dt* người bênh vực chính sách ổn định tiền tệ.

monetarist[2] /'mʌnitərist/ *tt* [thuộc] chính sách ổn định tiền tệ; về chính sách ổn định tiền tệ: *monetarist policy* chính sách ổn định tiền tệ.

monetary /'mʌnitri, (*Mỹ* 'mʌniteri)/ *tt* [thuộc] tiền tệ.

money /'mʌni/ *dt* **1.** tiền, tiền tệ: *have money in one's pocket* có tiền trong túi; *earn a lot of money* kiếm được khối tiền; *change English money into French money* đổi tiền Anh ra tiền Pháp **2.** tiền của: *marry somebody for his money* lấy ai vì tiền [của] **3.** (*snh*) moneys; monies (*có hoặc luật*) những món tiền: *collect all moneys due* thu thập tất cả những món tiền đến hạn phải trả. // **be in the money** (*kng*) ngồi trên đống tiền, giàu có; **coin it (money)** *x* coin[2]; **easy money** *x* easy[1]; **even chances (odds, money)** *x* even[1]; **a fool and his money are soon parted** *x* fool[1]; **for my money** (*kng*) theo [ý] tôi: *for my money An's idea is better than Ba's* theo tôi, ý kiến của An hơn ý kiến của Ba; **get one's money worth** trả bằng tiền mặt hay dịch vụ; **good money** tiền nhiều; tiền kiếm được bằng mồ hôi nước mắt: *earn good money* kiếm được nhiều tiền; *cost good money* đáng đồng tiền bát gạo; **have money to burn** có nhiều tiền để tiêu xài thoải mái; **a licence to print money** *x* licence; **made of money** (*kng*) rất giàu có: *I'm not made of money, you know!* tôi giàu có gì đâu, anh biết đấy; **make money** kiếm tiền, làm ra tiền; **make money hand over fist** kinh doanh lãi lớn; **marry money** *x* marry; **money burns a hole in somebody's pocket** tiền tiêu vung vãi; **money for jam (old rope)** (*kng*) làm chơi ăn thật; **money talks** bạo vì tiền; miệng nhà giàu có danh có thép; **not for love or money** *x* love[1]; **put money into something** đầu tư tiền vào: *put money into stocks and shares* đầu tư tiền vào chứng khoán và cổ phần; **put one's money on somebody (something)** a/ cược rằng con chó, con ngựa nào đó sẽ thắng cuộc b/ tin tưởng chờ

M

đợi ai đó (cái gì) sẽ thành công; **put one's money where one's mouth is** (kng) ủng hộ một cách thiết thực chứ không phải bằng lời nói suông; **a run for one's money** x run²; **see the colour of somebody's money** x colour¹; **there's money in something** có thể thu được lợi về cái gì; **throw one's money about** ném tiền qua cửa sổ; **you pay your money and you take your choice** x pay².

money-back guarantee /'mʌni bæk gærən,ti:/ sự bảo đảm hoàn tiền lại nếu khách hàng không bằng lòng.

money-bags dt (snh kđổi) (kng, xấu) tên giàu sụ.

moneybox /'mʌni,bɒks/ dt hộp tiền tiết kiệm.

money-changer /'mʌni,tʃeindʒə[r]/ dt người đổi tiền.

moneyed /'mʌnid/ tt có nhiều tiền, giàu có: a moneyed man người giàu có.

money-grubber /'mʌni grʌbə[r]/ dt kẻ xoay xở làm giàu.

money-grubbing /'mʌni,grʌbiŋ/ tt xoay xở làm giàu.

moneylender /'mʌni,lendə[r]/ kẻ cho vay lãi.

moneyless /'mʌnilis/ tt không có tiền, không một đồng xu dính túi.

moneymaker /'mʌnimeikə[r]/ dt 1. người làm được nhiều tiền 2. (kng, thường khen) món hái ra tiền.

moneymaking /'mʌnimeikiŋ/ tt hái ra tiền: a money-making plan một kế hoạch hái ra tiền.

money market /'mʌni,ma:kit/ dt thị trường tiền tệ.

money order /'mʌni,ɔ:də[r]/ dt giấy ủy nhiệm chi, bưu phiếu, ngân phiếu.

money-spinner /'mʌni,spinə[r]/ dt (kng, thường Anh) món hái ra tiền: her new book is a real money-spinner cuốn sách mới của bà ta thật là hái ra tiền.

the money supply tổng lượng tiền lưu hành.

monger /'mʌŋgə[r]/ dt 1. người buôn, lái buôn (chủ yếu dùng trong từ ghép): fishmonger người buôn cá 2. kẻ làm điều xấu ai cũng biết: a gossip monger kẻ chuyên ngồi lê đôi mách.

mongol /'mɒŋgəl/ dt (thường xấu) người bị hội chứng Down.

mongolism /'mɒŋgəlizəm/ dt (thường xấu) hội chứng Down.

mongoose /'mɒŋgu:s/ dt (động) chồn đèn.

mongrel /'mɒŋgrəl/ dt 1. chó lai 2. cây lai; vật lai.

monitor¹ /'mɒnitə[r]/ dt 1. máy dò, máy đo: a heart monitor máy đo tim; a monitor for radioactivity máy dò phóng xạ 2. kiểm thính viên (đài phát thanh nước ngoài) 3. phòng giám sát (đài truyền hình) 4. màn hình kiểm soát máy tính 5. (c **monitress** /'mɒnitris/) trưởng lớp 6. (động) con kỳ đà.

monitor² /'mɒnitə[r]/ dgt 1. quan sát, theo dõi: monitor somebody's progress theo dõi sự tiến bộ của ai; monitor a patient's pulse theo dõi mạch của một bệnh nhân 2. kiểm thính (đài phát thanh nước ngoài).

monk /mʌŋk/ dt thầy tu, thầy tăng.

monkey¹ /'mʌŋki/ dt 1. con khỉ 2. (kng) đứa bé tinh nghịch: come here at once, you little monkey lại đây ngay, nhóc con tinh nghịch 3. (lóng) 500 bảng Anh; 500 đôla.

monkey² /'mʌŋki/ dgt monkey about (around) (kng) làm trò khỉ: stop monkeying about! thôi đừng làm trò khỉ nữa; **monkey about (around)** (kng) táy máy: monkey about a fire extinguisher táy máy chiếc bình chữa cháy.

monkey business /'mʌŋki,biznis/ hành động ranh ma; cách cư xử ranh ma, trò khỉ.

monkey-nut /'mʌŋkinʌt/ dt nh peanut.

monkey-puzzle /'mʌŋkipʌzl/ dt (cg **monkey-puzzle tree**) (thực) cây bách tán.

monkey-wrench /'mʌŋki rentʃ/ dt chìa vặn điều cữ.

monkish /'mʌŋkiʃ/ tt [thuộc] thầy tu, [thuộc] thầy tăng.

mono¹ /'mɒnəʊ/ tt (kng) nh monophonic.

mono² /'mɒnəʊ/ dt (kng) âm thanh thu đơn kênh.

mon[o]- (yếu tố kết hợp) đơn, một: monogamy chế độ một vợ một chồng.

monochrome¹ /'mɒnəkrəʊm/ tt đơn sắc; đen trắng: a monochrome photograph ảnh đen trắng.

monochrome² /'mɒnəkrəʊm/ dt 1. nghệ thuật vẽ tranh đen trắng 2. bức tranh (bức ảnh) trắng đen.

monocle /'mɒnəkl/ dt kính một mắt.

monocotyledon /'mɒnə,kɒti'li:dən/ dt (thực) cây một lá mầm.

monogamy /mə'nɒgəmi/ dt chế độ một vợ một chồng.

monogamous /mə'nɒgəməs/ tt [theo] chế độ một vợ một chồng.

monogram /'mɒnəgræm/ dt chữ lồng tên.

monogrammed /'mɒnəgræmd/ tt có thêu (in) chữ lồng tên: a monogrammed *shirt* áo sơ-mi có thêu chữ lồng tên.

monograph /'mɒnəgrɑ:f, (Mỹ 'mɒnəgræf)/ *dt* chuyên khảo.

monolingual /,mɒnə'liŋgwəl/ *tt* chỉ dùng một ngôn ngữ, đơn ngữ: *monolingual dictionary* cuốn từ điển đơn ngữ.

monolith /'mɒnəliθ/ *dt* đá nguyên khối.

monolithic /,mɒnə'liθik/ *tt* 1. gồm đá nguyên khối: *monolithic monument* một đài tưởng niệm bằng đá nguyên khối 2. vững chắc (như đá nguyên khối): *the monolithic structure of the state* kết cấu vững chắc của Nhà nước.

monologue (Mỹ *cg* **monolog**) *dt* độc thoại.

monomania /,mɒnəʊ'meiniə/ *dt* (y) thao cuồng đơn ý.

monomaniac /,mɒnəʊ'meiniæk/ *dt* (y) người bị thao cuồng đơn ý.

monophonic /,mɒnə'fɒnik/ *tt* (cg *kng* **mono**) thu đơn kênh (âm thanh).

monophthong /'mɒnəθɒŋ/ *dt* (ngôn) nguyên âm đơn.

monoplane /'mɒnəplein/ *dt* máy bay một lớp cánh.

monopolist /mə'nɒpəlist/ *dt* người nắm độc quyền.

monopolistic /mə,nɒpə'listik/ *tt* nắm độc quyền.

monopolization, monopolisation /mə,nɒpəlai'zeiʃn/ *dt* sự nắm độc quyền.

monopolize, monopolise /mə'nɒpəlaiz/ *dgt* nắm độc quyền.

monopoly /mə'nɒpəli/ *dt* 1. độc quyền 2. hàng hóa được độc quyền; dịch vụ được độc quyền: *in some countries tobacco is a government monopoly* ở một số nước thuốc

lá là một món hàng độc quyền của chính phủ.

monorail /'mɒnəʊreil/ *dt* đường một ray (đường xe lửa).

monosodium glutamate /,mɒnə,səʊdiəm 'glu:təmeit/ bột ngọt, mì chính.

monosyllabic /'mɒnəsi'læbik/ *tt* đơn tiết: *a monosyllabic word* từ đơn tiết.

monosyllabically /'mɒnəsi'læbikli/ *pht* [một cách] đơn tiết.

monosyllable /'mɒnəsiləbl/ *dt* (ngôn) từ đơn tiết.

monotheism /'mɒnəʊθiizəm/ *dt* thuyết một thần.

monotheist /'mɒnəʊθiist/ *tt* theo thuyết một thần.

monotheistic /,mɒnəʊθi'istik/ *dt* người theo thuyết một thần.

monotone[1] /'mɒnətəʊn/ *dt* giọng đều đều.

monotone[2] /'mɒnətəʊn/ *tt* đều đều.

monotonous /mə,nɒtənəs/ *tt* đều đều; đơn điệu: *a monotonous voice* giọng nói đều đều; *a monotonous life* cuộc sống đơn điệu.

monotonously /mə'nɒtənəsli/ *pht* [một cách] đều đều, [một cách] đơn điệu.

monoxide /mɒ'nɒksaid/ *dt* (hóa) mo-no-xit: *carbon monoxide* mo-no-xit các-bon.

Monsieur /mə:sjɜ:[r]/ *dt* (vt **M**) (snh **Messieurs**) (tiếng Pháp) 1. ngài, ông: *M Hercule Poirot* ông Hercule Poirot 2. thưa Ngài, thưa ông: *yes, monsieur* vâng, thưa ông.

Monsignor /mɒn'si:njə[r]/ *dt* (vt **Mgr**) đức cha.

monsoon /,mɒn'su:n/ *dt* 1. gió mùa 2. mùa mưa (đến cùng với gió mùa tây nam).

monster /'mɒnstə[r]/ *dt* 1. quái vật: *prehistoric mon-*

sters những con quái vật thời tiền sử 2. (kng) con vật (cây, vật) khổng lồ: *his dog is huge - a real monster* con chó của anh ta to lớn, một con vật khổng lồ thật sự; *a monster potato* củ khoai tây khổng lồ.

monstrosity /mɒn'strɒsəti/ *dt* vật quái đản: *that new multistorey car park is an utter monstrosity* tòa nhà đỗ xe nhiều tầng mới xây ấy hoàn toàn là một vật quái đản.

monstrous /'mɒnstrəs/ *tt* 1. quái dị, quái đản 2. gớm guốc, ghê tởm; tàn ác (tội ác...) 3. khổng lồ.

monstrously /'mɒnstrəsli/ *pht* 1. [một cách] quái dị, [một cách] quái đản 2. [một cách] gớm guốc, [một cách] ghê tởm 3. [một cách] khổng lồ.

montage /'mɒntɑ:ʒ, (Mỹ ,mɑ:n'tɑ:ʒ)/ *dt* 1. bản trích đoạn ghép (phim, âm nhạc, sách...) 2. sự dựng phim.

month /mʌnθ/ *dt* (cg **calendar month**) tháng: *lunar month* tháng âm lịch; *solar month* tháng dương lịch; *the rent is £300 per calendar month* tiền thuê nhà 300 bảng mỗi tháng; *the baby is three months old* cháu bé ba tháng tuổi; *a six-month contract* một hợp đồng sáu tháng. // **for (in) a month of Sundays** (trong câu phủ định) đã lâu: *I've not seen her for (in) a month of Sundays* đã lâu tôi không gặp chị ta.

monthly[1] /'mʌnθli/ *tt, pht* hằng tháng: *a monthly meeting* cuộc họp hằng tháng; *a monthly magazine* tờ nguyệt san; *a monthly income of £800* lợi tức hằng tháng 800 bảng; *be paid monthly* được trả lương hằng tháng.

M

monthly² /'mʌnθli/ *dt* **1.** nguyệt san **2.** vé xe tháng.

monument /'mɒnjʊmənt/ *dt* **1.** đài tưởng niệm, bia tưởng niệm, công trình tưởng niệm: *a monument erected to soldiers killed in the war* đài tưởng niệm dựng lên để tưởng nhớ các chiến sĩ đã hy sinh trong chiến tranh **2.** di tích: *an ancient monument* một di tích cổ. // **monument to something** chứng tích: *the whole city is a monument to his skill as a planner* toàn bộ thành phố này là một chứng tích về tài năng hoạch định kế hoạch của ông ta.

monumental /ˌmɒnjʊ'mentl/ *tt* **1.** [thuộc] đài kỷ niệm, [thuộc] công trình kỷ niệm: *a monumental inscription* chữ khắc lên đài tưởng niệm **2.** đồ sộ, vĩ đại: *a monumental work* một tác phẩm vĩ đại **3.** kỳ lạ, lạ thường: *monumental ignorance* sự ngu dốt lạ thường.

monumentally /ˌmɒnjʊ'mentəli/ *pht* cực kỳ: *monumentally stupid* cực kỳ ngốc nghếch.

monumental mason /ˌmɒnjʊmentəl 'meisn/ thợ làm bia mộ.

moo¹ /mu:/ *dt* tiếng bò rống.

moo² /mu:/ *dgt* rống (nói về bò).

moocow /'mu:kaʊ/ bò cái (tiếng trẻ em hay dùng để nói với trẻ em).

mooch /mu:tʃ/ *dgt* xin: *mooch money off somebody* xin tiền ai. // **mooch about (around)** *(kng)* đi lang thang, thơ thẩn: *mooching around the house with nothing to do* đi thơ thẩn quanh nhà không có việc gì làm.

mood¹ /mu:d/ *dt* **1.** tâm trạng; tính khí: *be in a merry mood* ở tâm trạng vui vẻ; *a man of moods* người tính khí thất thường **2.** cơn nóng giận: *he's in mood* ông ta nóng giận. // **be in the mood for [doing] something (to do something)** thích làm điều gì, muốn làm điều gì: *I'm not in the mood to disagree with you* tôi không có ý muốn bất đồng ý kiến với anh; **[be] in no mood for [doing] something (to do something)** không thích (không muốn) làm điều gì: *he's in no mood for [telling] jokes (to tell jokes)* anh ta không thích [nói] đùa.

mood² /mu:d/ *dt (ngôn)* lối: *the indicative mood* lối trình bày.

moodily /'mu:dili/ *pht* **1.** với tâm tính thay đổi thất thường **2.** [một cách] cáu kỉnh; [một cách] ủ rũ.

moodiness /'mu:dinis/ *dt* **1.** sự thay đổi tâm tính thất thường **2.** sự cáu kỉnh; sự ủ rũ.

moody /'mu:di/ *tt* **1.** có tâm tính thay đổi thất thường **2.** cáu kỉnh; ủ rũ.

moon¹ /mu:n/ *dt* **1.** *(số ít) (thường* **the moon)** mặt trăng: *explore the surface of the moon* thám hiểm bề mặt mặt trăng; *there's no moon tonight* đêm nay không có trăng; *a crescent moon* trăng lưỡi liềm; *a full moon* trăng tròn, trăng rằm **2.** vệ tinh: *how many moons does Jupiter have?* sao Mộc có bao nhiêu vệ tinh? // **many moons ago** cách đây đã lâu: *all that happened many moons ago* tất cả chuyện đó xảy ra cách đây đã lâu; **once in a blue moon** *x* once¹; **over the moon** *(kng)* hết sức vui mừng phấn khởi; **promise the earth (moon)** *x* promise².

moon² /mu:n/ *dgt* (+ about, around) đi lang thang vơ vẩn: *stop mooning and get on with some work* thôi đừng đi lang thang vơ vẩn nữa và làm một việc gì đi chứ. // **moon over somebody** *(kng)* mơ tưởng đến người mình yêu.

moonbeam /'mu:nbi:m/ *dt* tia sáng trăng.

moon-face /'mu:nfeis/ *dt* mặt tròn như trăng rằm.

moonless /'mu:nləs/ *tt* không [có] trăng: *a moonless night* đêm không trăng.

moonlight¹ /'mu:nlait/ *dt* ánh sáng trăng: *a moonlight night* đêm sáng trăng. // **do a moonlight flit** dọn nhà chuồn đi ban đêm để quỵt tiền thuê nhà.

moonlight² /'mu:nlait/ *dgt* **(moonlighted)** *(kng)* có việc làm thêm ban đêm.

moonlit /'mu:nlit/ *tt* có ánh trăng soi: *a moonlit night* đêm trăng.

moonshine /'mu:nʃain/ *dt* **1.** lời nói dại dột, lời nói vớ vẩn; chuyện vớ vẩn **2.** *(Mỹ)* rượu lậu.

moonshot /'mu:nʃɒt/ *dt* sự phóng tàu vũ trụ lên mặt trăng.

moonstone /'mu:nstəʊn/ *dt (khoáng)* đá mặt trăng *(làm đồ trang sức)*.

moonstruck /'mu:nstrʌk/ *tt (kng)* hâm hâm.

moony /'mu:ni/ *tt* mơ màng đờ đẫn: *a moony look* cái nhìn mơ màng đờ đẫn.

moor¹ /mɔ:[r], *(Mỹ* mʊər)/ *dt* truông, trảng: *go for a walk on the moor[s]* đi dạo trên truông.

moor² /mɔ:[r], *(Mỹ* mʊər)/ *dgt* buộc, cột *(tàu thuyền)*; thả neo: *the boat was moored to a post on the river bank* thuyền đã được buộc vào một cột trên bờ sông.

Moor /mʊə[r]/ *dt* dân tộc Mô-rơ.

moorhen /'mɔ:hen/ *dt* (động) gà nước (con mái).

mooring /'mɔ:riŋ, (Mỹ 'mʊə-riŋ)/ *dt* **1. moorings** (snh) dây neo (tàu thuyền), mỏ neo **2.** bến tàu: *private mooring* bãi neo tàu thuyền tư nhân; *mooring ropes* dây neo tàu thuyền.

Moorish /mʊəriʃ/ *tt* [thuộc] dân tộc Mô-rơ; [thuộc] nền văn hóa Mô-rơ.

moorland /'mʊələnd/ *dt* đất truông, đất trảng.

moose /mu:s/ *dt (snh kđổi)* (Mỹ) nh elk.

moot[1] /mu:t/ *tt* **a moot point (question)** điểm (vấn đề) chưa rõ ràng: *it's a moot point whether men or women are better drivers* một điểm chưa rõ ràng là đàn ông hay đàn bà lái xe tốt hơn.

moot[2] /mu:t/ *dgt* đưa ra để thảo luận: *the question was first mooted many years ago* vấn đề đã được đưa ra thảo luận lần đầu tiên cách đây nhiều năm.

mop[1] /mɒp/ *dt* **1.** que lau nhà; cái rửa bát đĩa **2.** mớ tóc dày (thường rối bù): *a mop of curly hair* một mớ tóc quăn rối bù.

mop[2] /mɒp/ *dgt* (-pp-) **1.** lau bằng que lau; rửa bằng giẻ rửa **2.** lau (mồ hôi, nước mắt) bằng khăn mặt: *mop tear [from one's face] with a handkerchief* lau nước mắt [ở mặt] bằng khăn tay. // **mop something (somebody) up** a/ lau đi với một chất hút nước hay bằng que lau: *she mopped up the pools of water on the bathroom floor* chị ta lau các vũng nước trên sàn buồng tắm; *mop up one's gravy with a piece of bread* dùng một mẩu bánh mì vét sạch chỗ nước thịt ở đĩa b/ hoàn tất: *mop up the last few bits of work* hoàn tất các việc lặt vặt cuối cùng c/ quét sạch (đám quân còn kháng cự): *mop up isolated pockets of resistance* quét sạch các ổ đề kháng riêng lẻ.

mope[1] /məʊp/ *dgt* buồn rầu, ủ rũ. // **mope about (around)** quanh quẩn với tâm trạng ủ rũ: *he's been moping around [the house] all day* anh ta suốt ngày cứ quanh quẩn quanh nhà với tâm trạng ủ rũ.

mope[2] /məʊp/ *dt* **1.** người buồn rầu ủ rũ **2.** (số ít) chuyện buồn phiền: *have a bit of a mope* có chút chuyện buồn phiền.

moped /'məʊped/ *dt* xe mô-bi-lét, xe gắn máy.

moquette /mɒ'ket, (Mỹ məʊ'ket)/ vải nhung thảm, vải nhung bọc ghế.

moraine /mɒ'rein, mə'rein/ *dt* (địa) băng tích.

moral[1] /'mɒrəl, (Mỹ 'mɔ:rəl)/ *tt* **1.** [thuộc] đạo đức. [thuộc] luân lý: *moral principles* nguyên lý đạo đức, đạo lý **2.** có đạo đức, hợp đạo đức: *live a moral life* sống một cuộc sống có đạo đức **3.** biết phân biệt phải trái, có lương tri: *human beings are moral individuals* con người là sinh vật có lương tri **4.** [về] tinh thần: *moral responsibility* trách nhiệm về tinh thần.

moral[2] /'mɒrəl, (Mỹ 'mɔ:rəl)/ *dt* **1.** bài học, lời răn dạy: *the moral of the fable* lời răn dạy của truyện ngụ ngôn **2. morals** (snh) đạo đức; phẩm hạnh: *a person of loose morals* một người đạo đức buông thả, một người sống phóng đãng.

moral certainty /ˌmɒrel 'sɜtnti/ điều chắc chắn khó mà nghi ngờ được.

morale /mə'ra:l, (Mỹ mə-'ræl)/ *dt* tinh thần, chí khí: *affect somebody's morale* tác động đến tinh thần của ai; *the news is good for the team's morale* tin đó thật tốt lành cho tinh thần của đội.

moralist /'mɒrəlist, (Mỹ 'mɔ:rəlist)/ *dt (thường xấu)* kẻ dạy đời.

moralistic /ˌmɒrə'listik, (Mỹ ˌmɔ:rə'listik)/ *tt (thường xấu)* khắt khe về mặt đạo đức.

morality /mə'ræləti/ *dt* **1.** nguyên tắc xử thế, đạo đức **2.** giá trị đạo đức; ý nghĩa đạo đức; bài học đạo đức **3.** hệ thống giáo lý: *Christian morality* hệ thống giáo lý đạo Cơ đốc.

morality play /mə'ræləti plei/ *(sử)* kịch luân lý *(thời Trung đại)*.

moralize, moralise /'mɒrə-laiz, (Mỹ 'mɔ:rəlaiz)/ *dgt* (+ about, on) *(thường xấu)* răn dạy về mặt luân lý: *he's always moralizing about the behaviour of young people* ông ta luôn luôn lên mặt răn dạy đám thanh niên về cách ăn ở.

moral support /ˌmɒrəlsə-'pɔ:t/ sự ủng hộ về tinh thần.

moral victory /'mɒrəl'vik-təri/ sự thắng lợi về tinh thần.

morass /mə'ræs/ *dt (thường số ít)* bãi lầy: *be caught up in a morass of bureaucratic procedures (bóng)* bị sa vào bãi lầy các thủ tục quan liêu.

moratorium /ˌmɒrə'tɔ:riəm, (Mỹ ˌmɔ:rətɔ:riəm)/ *dt (snh* **moratoria** /mɒ:rə'tɔ:riə/) **1.** sự đình (một hoạt động một cách chính thức): *declare*

M

moratorium on arms sales tuyên bố đình việc buôn bán vũ khí **2.** lệnh hoãn trả nợ.

morbid /'mɔ:bid/ *tt* **1.** bệnh tật, ốm yếu **2.** bệnh hoạn, không lành mạnh: *a morbid imagination* trí tưởng tượng bệnh hoạn.

morbidity /mɔ:'bidəti/ *dt* **1.** sự bệnh tật **2.** sự bệnh hoạn.

morbidly /'mɔ:bidli/ *pht* **1.** [một cách] bệnh tật **2.** [một cách] bệnh hoạn.

mordant /'mɔ:dnt/ *tt* chua cay, cay độc: *mordant criticism* lời chỉ trích cay độc.

more¹ /mɔ:[r]/ *dht, dt* **1.** nhiều hơn *a/ (dht) more people* nhiều người hơn; *I know many more people who'd like to come* tôi biết có nhiều người hơn muốn đến *b/ (dt) thank you, I couldn't possibly eat any more* cảm ơn, tôi không thể nào ăn thêm được nữa; *I hope we'll see more of you* tôi hy vọng chúng tôi sẽ gặp anh nhiều hơn **2.** ngày càng nhiều hơn: *he's always hungry - he seems to want more and more to eat* nó luôn luôn đói, có vẻ như càng ngày càng muốn ăn nhiều hơn.

more² /mɔ:[r]/ *pht* **1.** *(dùng để lập các thể so sánh của những tt và pht có hai âm tiết trở lên)* hơn: *more expensive* đắt hơn; *more intelligent* thông minh hơn; *more generous* hào phóng hơn **2.** nhiều hơn: *try and concentrate more on your work* hãy cố gắng tập trung nhiều hơn nữa vào công việc của anh. // **more and more** ngày càng: *I am becoming more and more irritated by his selfish behaviour* tôi ngày càng cáu về tính khí ích kỷ của nó; **more or less** *a/* ít nhiều, hầu như: *I've more or less finished reading the*

book tôi hầu như đã đọc xong cuốn sách ấy *b/* khoảng chừng: *it took more or less a whole day to paint the ceiling* quét sơn trần nhà cũng phải mất khoảng chừng cả một ngày; **more than happy (glad; willing...) [to do something]** rất sung sướng (vui mừng; vui lòng...) [làm gì]: *I'm more than happy to take you there in my car* tôi rất sung sướng được đưa cô đến đấy bằng xe của tôi; **no more** *a/* cũng không: *he couldn't lift the table and no more could I* nó không nhấc nổi cái bàn và tôi cũng không *b/* không hơn: *you're no more capable of speaking French than I am* anh nói tiếng Pháp cũng không hơn gì tôi; *it's no more than a mile to the shops* không hơn một dặm nữa thì đến các cửa hiệu; **what is more** ngoài ra; quan trọng hơn nữa, hơn thế: *he's dirty and what's more he smells* anh ta bẩn và hơn thế còn hôi hám nữa.

moreover /mɔ:'rəuvə[r]/ *pht* hơn nữa, ngoài ra: *they knew the painting was a forgery. Moreover, they knew who had painted it* họ biết bức tranh là một bức tranh giả; hơn thế nữa họ biết cả ai đã vẽ bức tranh đó.

mores /'mɔ:reiz/ *dt snh* tập tục: *social mores* tập tục xã hội.

morganatic /ˌmɔ:gə'nætik/ *tt* không đăng đối *(hôn nhân giữa một người quý tộc với một người bình dân)*.

morganatically /ˌmɔ:gə'nætikli/ *pht* [một cách] không đăng đối.

morgue /mɔ:g/ *dt* nhà xác.

moribund /'mɒribʌnd/, *(Mỹ* 'mɔ:ribʌnd)/ *tt* hấp hối; suy

tàn: *a moribund civilisation* nền văn minh suy tàn.

Mormon¹ /'mɔ:mən/ *dt* người theo giáo phái Mormon *(ở Mỹ)*.

Mormon² /'mɔ:mən/ *tt* theo giáo phái Mormon *(Mỹ)*.

mormonism /'mɔ:mənizəm/ *dt (tôn)* giáo lý Mormon.

morn /mɔ:n/ *dt (thường số ít) (cổ, tho)* buổi sáng.

morning /'mɔ:niŋ/ *dt* **1.** buổi sáng: *I'll see him tomorrow morning* sáng mai tôi sẽ gặp ông ta; *he swims every morning* ông ta đi bơi mỗi buổi sáng **2.** sáng *(thời gian từ nửa đêm đến trưa)*: *he died in the early hours of Sunday morning* ông ta mất lúc sáng sớm chủ nhật. // **good morning** chào [buổi sáng] *(có khi rút gọn thành* **morning**); **in the morning of life** vào buổi bình minh của cuộc đời; lúc tuổi thanh xuân; **the morning after [the night before]** *(kng)* buổi sáng sau một đêm chè chén say sưa.

morning-after pill /ˌmɔ:niŋ 'a:ftəpil/ viên thuốc ngừa thai *(uống sau khi giao hợp)*.

morning coat /'mɔ:niŋkəut/ áo đuôi tôm [trong bộ y phục] buổi sáng.

morning dress /'mɔ:niŋdres/ bộ lễ phục ban ngày.

morning glory /ˌmɔ:niŋ 'glɔ:ri/ *(thực)* cây bìm bìm hoa xanh.

Morning Prayer /ˌmɔ:niŋ 'preə[r]/ lễ cầu kinh buổi sáng *(nhà thờ Anh giáo)*.

mornings /'mɔ:niŋz/ *pht (Mỹ)* vào buổi sáng; mỗi buổi sáng.

morning sickness /'mɔ:niŋ ˌsiknis/ ốm nghén *(hay nôn ọe vào buổi sáng)*.

the morning star /ˌmɔ:niŋ 'sta:[r]/ sao mai.

morocco /mə'rɒkəʊ/ *dt* da môrôcô, da dê thuộc *(dùng làm bìa sách...)*.

moron /'mɔ:rɒn/ *dt* **1.** *(kng, xấu)* người rất ngốc nghếch **2.** người trì độn *(người lớn mà trí óc chỉ bằng đứa bé 8-12 tuổi)*.

moronic /'mə'rɒnik/ *tt* trì độn, ngờ nghệch: *a moronic laugh* cái cười ngờ nghệch.

morose /mə'rəʊs/ *tt* rầu rĩ, ủ ê: *a morose expression* vẻ mặt rầu rĩ.

morosely /mə'rəʊsli/ *pht* [một cách] rầu rĩ, [một cách] ủ ê.

moroseness /mə'rəʊsnis/ *dt* sự rầu rĩ, sự ủ ê.

morpheme /'mɔ:fi:m/ *dt* *(ngôn)* hình vị.

morphia /'mɔ:fiə/ *dt (cũ)* nh morphine.

morphine /'mɔ:fi:n/ *dt (dược)* mocphin.

morphological /,mɔ:fə'lɒdʒikl/ *dt (sinh, ngôn)* [thuộc] hình thái học.

morphology /mɔ:'fɒlədʒi/ *dt (sinh, ngôn)* hình thái học.

morris dance /'mɒris dɑ:ns, (Mỹ 'mɔ:ris dæns)/ điệu vũ mo-rít *(vũ dân gian của Anh)*.

morris dancer /'mɒris dɑ:nsə[r], (Mỹ 'mɔ:ris dænsər)/ người nhảy điệu mo-rít.

morrow /'mɒrəʊ, (Mỹ 'mɔ:rəʊ)/ *dt* the morrow *(số ít) (cổ hoặc tu từ)* ngày hôm sau: *on the morrow* vào ngày hôm sau. // **good morrow** *(cổ)* xin chào.

Morse /mɔ:s/ *dt (cg Morse code)* mã Moóc: *send a passage in Morse* đánh một bức điện bằng mã Moóc.

morsel /'mɔ:sl/ *dt* **morsel of something** miếng, mẩu: *a choice morsel of food* một miếng thực phẩm hảo hạng; *not have a morsel of com-* mon sense không có một tí lương tri nào cả.

mortal¹ /'mɔ:tl/ *tt* **1.** chết, phải chết, không thể sống mãi: *man is mortal* con người ai cũng chết **2.** gây chết: *a mortal wound* vết thương gây chết người; *the collapse of the business was a mortal blow to him and his family* việc kinh doanh bị sụp đổ là một đòn chí tử đối với ông và gia đình ông **3.** nguy đến tính mạng, tử: *a mortal enemy* kẻ tử thù; *a mortal fight* cuộc chiến đấu một mất một còn, cuộc tử chiến **4.** ghê gớm, cực kỳ: *a mortal fright* cơn hoảng sợ ghê gớm **5.** *(cũ, kng)* chết tiệt *(dùng để nhấn mạnh ý theo sau)*: *they stole every mortal thing in the house* chúng đã xoáy mọi thứ trong nhà.

mortal² /'mɔ:tl/ *dt* con người *(đối lập với thánh thần)*: *we're all mortals, with our human faults and weakness* chúng ta đều là những con người với mọi thiếu sót và nhược điểm của chúng ta.

mortality /mɔ:'tæləti/ *dt* **1.** sự chết, sự tử vong **2.** *(cg* **mortality rate)** tỷ lệ tử vong **3.** *(cg* **mortality table)** bảng tử vong.

mortality rate /mɔ:'tæləti reit/ x mortality².

mortality table /mɔ:'tæləti teibl/ x mortality³.

mortally /'mɔ:təli/ *pht* **1.** đến mức có thể chết: *mortally wounded* bị thương đến mức có thể chết được, bị tử thương **2.** cực kỳ: *mortally afraid* cực kỳ sợ hãi.

mortal sin /,mɔ:tl'sin/ trọng tội *(trong giáo hội Thiên Chúa giáo La Mã)*.

mortar¹ /'mɔ:tə[r]/ *dt* vữa, hồ.

mortar² /'mɔ:tə[r]/ *dgt* trát vữa vào.

mortar³ /'mɔ:tə[r]/ *dt* **1.** súng cối: *under mortar fire* dưới hỏa lực của súng cối **2.** cối [để] giã.

mortar board /'mɔ:təbɔ:d/ mũ vuông *(của giáo sư đại học đội vào những dịp long trọng)*.

mortgage¹ /'mɔ:gidʒ/ *dt* **1.** sự cầm cố, sự thế chấp: *it's difficult to get a mortgage on an old house* khó mà thế chấp một ngôi nhà cũ để vay tiền **2.** tiền thế chấp: *we've got a mortgage of £20000* chúng tôi đã vay được 20000 bảng Anh có thế chấp.

mortgage² /'mɔ:gidʒ/ *dgt* cầm cố, thế chấp: *he mortgaged his house in order to start a business* ông ta thế chấp căn nhà của mình để lấy vốn kinh doanh.

mortgagee /,mɔ:gi'dʒi:/ *dt* người (tổ chức) cho vay tiền có thế chấp.

mortgager /'mɔ:gidʒə[r]/, *(luật)* **mortgagor** /,mɔ:gi-dʒɔ:[r]/ *dt* người vay tiền có thế chấp.

mortice /'mɔ:tis/ *dt, dgt* x mortise.

mortician /mɔ:'tiʃn/ *dt (Mỹ)* nh undertaker.

mortification /,mɔ:tifi'keiʃn/ *dt* sự mất thể diện, sự tủi nhục.

mortify /'mɔ:tifai/ *dgt (chủ yếu dùng ở dạng bị động)* làm mất thể diện, làm tủi nhục: *he was/ felt mortified* nó cảm thấy tủi nhục.

mortise¹ *(cg mortice)* /'mɔ:tis/ *dt* lỗ mộng.

mortise² *(cg mortice)* /'mɔ:tis/ *dgt* **1.** ghép bằng mộng: *the cross-piece is mortised into the upright post* thanh giằng được ghép bằng mộng vào cây cột đứng **2.** đục lỗ mộng vào.

mortise lock /'mɔ:tislɒk/ khóa mộng *(đục vào cạnh cửa, không bắt bằng vít).*

mortuary¹ /'mɔ:tʃəri, *(Mỹ* 'mɔ:tʃʊeri)/ *dt* nhà xác.

mortuary² /'mɔ:tʃəri, *(Mỹ* 'mɔ:tʃʊeri)/ *tt* [thuộc sự] chết, [thuộc việc] tang; *mortuary rites* tang lễ.

mosaic /məʊ'zeiik/ *dt* tranh ghép mảnh; đồ trang trí ghép mảnh; đồ khảm.

Mosaic /məʊ'zeiik/ *tt* [thuộc] Moses *(một nhà lãnh đạo Do Thái thời xưa):* Mosaic law Luật Moses.

moselle /məʊ'zel/ *dt* rượu vang Môzen *(Đức).*

mosey /'məʊzi/ *đgt (Mỹ, kng)* đi thong thả.

Moslem /'mɒzləm/ *dt, tt nh* Muslim.

mosque /mɒsk/ *dt* đền thờ Hồi giáo.

mosquito /məs'ki:təʊ, *(Anh cg* mɒs'ki:təʊ)/ *dt (snh* **mosquitoes)** con muỗi.

mosquito net /məs'ki:təʊnet/ *dt* màn, mùng.

moss /mɒs, *(Mỹ* mɔ:s)/ *dt* rêu. // **a rolling stone gathers no moss** x rolling stone.

mossback /'mɒsbæk, *(Mỹ* 'mɔ:sbæk)/ *(dt (Mỹ, kng)* người thủ cựu.

moss-grown /'mɒsgrəʊn/ *tt* [bị] phủ rêu.

mossy /'mɒsi/ *tt* **1.** phủ đầy rêu: *mossy bark* vỏ cây phủ đầy rêu **2.** như rêu: *mossy green* màu xanh rêu.

most¹ /məʊst/ *dht, dt (dùng như mức so sánh cao nhất của many, much²)* **1.** nhiều nhất a/ *(dht) who do you think will get [the] most votes?* anh cho ai sẽ được nhiều phiếu nhất? b/ *(dt) Harry got 6 points, Susan got 8 points but Alison got*

most Harry được 6 điểm, Susan 8 điểm, nhưng Alison được nhiều nhất **2.** đa số, phần lớn a/ *(dht) most European countries are democratic* phần lớn các nước Châu Âu đều theo thể chế dân chủ; *the new tax law affects most people* luật thuế mới ảnh hưởng đến hầu hết mọi người b/ *(dt) as most of you know, I have decided to resign* như phần lớn các anh biết, tôi đã quyết định từ chức. // **at [the] most** tối đa: *there were 50 people there, at the very most* tối đa có 50 người ở đó.

most² /məʊst/ *pht* **1.** *(dùng để tạo cấp so sánh cao nhất của các tt và pht có hai âm tiết trở lên)* nhất, hơn cả: *most beautiful* đẹp nhất; *what did you most enjoy?* anh thích thú cái gì nhất **2.** a/ rất: *it was most kind of you to take me to the airport* anh rất tử tế, anh đã đưa tôi đến phi cảng b/ tất nhiên, chắc chắn: "can we expect to see you at church?" "most certainly" "chúng tôi có thể mong gặp ông ở nhà thờ không ạ?" "chắc chắn là như vậy" **3.** *(Mỹ, kng)* hầu như: *I go to the shop most everyday* tôi đến cửa hàng hầu như mỗi ngày.

-most *(tiếp tố tạo tt từ gt và tt)* nhất: *inmost* ở trong cùng nhất; *uppermost* cao nhất.

MOT /,em əʊ 'ti:/ *vt (Anh)* **1.** *(vt của Ministry of Transport)* bộ Giao thông vận tải **2.** *(cg* **MOT test)** sự kiểm tra định kỳ *(các xe cô):* she took her car in for its MOT chị ta đưa xe đi kiểm tra định kỳ.

mote /məʊt/ *dt* bụi, hạt bụi. // **the mote in somebody's eye**

lỗi lầm nhỏ của ai so với lỗi lầm lớn của mình.

motel /məʊtel/ *dt* khách sạn có chỗ để xe ôtô gần các phòng.

motet /məʊ'tet/ *dt (nhạc)* khúc mô-tét, khúc nhạc hát.

moth /mɒθ, *(Mỹ* mɔ:θ)/ *dt (động)* **1.** con bướm đêm **2.** *(cg* **clothes moth)** con nhậy *(cắn quần áo).*

mothball /'mɒθbɔ:l/ *dt* viên băng phiến. // **in mothballs** bị bỏ xó: *old aircraft kept in mothballs* phi cơ cũ bị bỏ xó.

moth-eaten /'mɒθ,i:tn/ *tt* **1.** bị nhậy cắn **2.** *(kng, xấu)* a/ cũ rích, rách tả tơi b/ lỗi thời: *moth-eaten ideas* ý tưởng lỗi thời.

mother¹ /'mʌðə[r]/ *dt* mẹ, má: *his mother and father are both doctors* mẹ nó và cha nó cả hai đều là bác sĩ; *necessity is the mother of invention (bóng)* sự cần thiết là mẹ đẻ của phát minh; có khó mới sinh khôn. *Mother Superior (tôn)* mẹ bề trên. // **old enough to be somebody's father (mother)** x old¹.

mother² /'mʌðə[r]/ *đgt* chăm sóc nuôi nấng như người mẹ, che chở chăm sóc như người mẹ: *piglets mothered by a sow* lợn con được lợn mẹ chăm sóc nuôi nấng.

Mothering Sunday /'mʌðəriŋ ,sʌndi/ *(cg* **Mother's Day)** ngày bà mẹ *(chủ nhật thứ bốn trong mùa Chay, ngày con cái hay tặng quà cho mẹ).*

mother country /'mʌðə ,kʌntri/ **1.** tổ quốc, quê hương **2.** mẫu quốc *(đối với các thuộc địa).*

motherhood /'mʌðəhʊd/ *dt* chức năng làm mẹ; đạo làm mẹ.

mother-in-law /'mʌðəinlɔː/ dt (snh mothers-in-law) mẹ chồng; mẹ vợ.

motherland /'mʌðəlænd/ dt tổ quốc.

motherless /'mʌðələs/ tt không có mẹ; mồ côi mẹ.

motherlike /'mʌðəlaik/ tt như mẹ: a motherlike smile nụ cười trìu mến [như của mẹ].

motherliness /'mʌðəlinis/ dt tính chất người mẹ; tình cảm người mẹ.

motherly /'mʌðəli/ tt [thuộc] mẹ; như của mẹ: motherly love tình thương của mẹ.

Mother Nature /,mʌðə'neitʃə[r]/ (thường hài) Mẹ thiên nhiên, tạo hóa: leave the cure to Mother Nature, She knows best hãy để Mẹ Thiên nhiên chữa trị cho, Người biết hơn ai hết.

mother-of-pearl /,mʌðə əv 'pɜːl/ dt xà cừ.

mother's boy /'mʌðəzbɔi/ dt (kng) cậu con cưng lúc nào cũng bám lấy mẹ.

Mother's Day /'mʌðəz dei/ dt nh Mothering Sunday.

mother ship /'mʌðəʃip/ con tàu mẹ (cung cấp đồ tiếp tế cho các tàu con).

mother-to-be /,mʌðətəbi/ dt (snh **mothers-to-be**) người phụ nữ có thai.

mother tongue /,mʌðə'tʌŋ/ tiếng mẹ đẻ.

mothproof¹ /'mɒθpruːf/ tt được xử lý chống nhậy (quần áo).

mothproof² /'mɒθpruːf/ dgt xử lý (quần áo) chống nhậy.

motif /məʊ'tiːf/ dt 1. mẫu hình trang trí: an eagle motif on the curtains mẫu hình đại bàng trang trí trên màn cửa 2. (văn, nhạc) chủ đề.

motion¹ /'məʊʃn/ dt 1. sự chuyển động, sự di động: parts of the film were shown again in slow motion một số phần của bộ phim đã được chiếu lại theo chuyển động chậm; motion to and fro sự chuyển động qua lại 2. sự cử động; điệu bộ, cử chỉ, dáng đi đứng: a very graceful motion dáng đi đứng rất duyên dáng 3. đề nghị; bản kiến nghị: put forward a motion đưa ra một đề nghị 4. sự đi ngoài; phân thải ra. // **go through the motions [of doing something]** (kng) giả bộ làm điều gì; làm chiếu lệ: he went through the motions of welcoming her friends but then quickly left the room anh ta giả bộ đón tiếp nồng nhiệt bạn hữu của bà ta nhưng rồi nhanh chóng lỉnh khỏi phòng; **put (set) somebody in motion** khởi động, mở [máy]: set machinery in motion mở cho máy chạy; put the new campaign in motion mở chiến dịch mới.

motion² /'məʊʃn/ dgt (+ to) ra hiệu (cho ai làm gì): motion to somebody to go out ra hiệu cho ai đi ra.

motionless /'məʊʃnləs/ tt không cử động, không nhúc nhích: stand motionless đứng im.

motion picture /,məʊʃn'piktʃə[r]/ phim điện ảnh.

motivate /'məʊtiveit/ dgt 1. thúc đẩy: be motivated by greed bị thúc đẩy bởi lòng tham 2. (thường bị động) là lý do thúc đẩy: this murder was motivated by hatred vụ giết người này là do thù hằn [thúc đẩy].

motivated /'məʊtiveitid/ tt được thúc đẩy: a politically motivated murder vụ giết người do động lực chính trị thúc đẩy; be highly motivated được thúc đẩy mạnh mẽ làm điều gì, rất sốt sắng làm điều gì.

motivation /,məʊti'veiʃn/ dt 1. sự thúc đẩy 2. động lực thúc đẩy.

motive¹ /'məʊtiv/ dt (+ for) động lực; lý do (của một hành động): the police could not find a motive for the murder cảnh sát không tìm ra lý do của vụ giết người.

motive² /'məʊtiv/ tt [gây] chuyển động, [gây] vận động: the wind provides the motive power that turns this wheel gió đã tạo ra lực làm chuyển động (làm quay) bánh này.

motiveless /'məʊtivless/ tt không có động lực, không có lý do: an apparently motiveless crime một tội ác bề ngoài xem như không có động lực thúc đẩy (không có lý do).

motley¹ /'mɒtli/ tt 1. pha tạp, táp nham: a motley crowd đám đông táp nham 2. [có màu] sặc sỡ: a motley coat chiếc áo choàng sặc sỡ.

motley² /'mɒtli/ dt áo anh hề (trước đây, có màu sặc sỡ): wear the motley mặc áo như thằng hề; thủ vai hề.

motor¹ /'məʊtə[r]/ dt 1. động cơ, mô tơ: an electric motor mô tơ điện; an outboard motor môtơ gắn ngoài (ở phía đuôi thuyền) 2. (Anh, cũ) xe hơi.

motor² /'məʊtə[r]/ tt 1. có gắn động cơ: motor vehicles xe có gắn động cơ 2. [thuộc] xe hơi: motor insurance bảo hiểm xe hơi 3. [gây ra] vận động: motor nerves dây thần kinh vận động.

motor³ /'məʊtə[r]/ dgt đi bằng xe hơi: they spent a pleasant afternoon motoring through the countryside họ đã lái xe thoải mái cả một buổi chiều xuyên suốt đồng quê.

motorbike /'məʊtəbaik/ dt (Anh, kng) nh motorcycle.

motor boat /'məʊtəbəʊt/ dt thuyền máy, xuồng máy.

motorcade /'məʊtəkeid/ dt (Mỹ) đoàn xe hộ tống (một nhân vật cao cấp).

motor car /'məʊtəka:[r]/ dt ôtô, xe hơi.

motorcycle /'məʊtəsaikl/ dt xe môtô.

motorcyclist /'məʊtəsaiklist/ dt người đi xe môtô.

motoring /'məʊtəring/ dt sự lái xe hơi: a motoring offence sự vi phạm luật lái xe hơi.

motorist /'məʊtərist/ dt người lái xe hơi.

motorize, motorise /'məʊtəraiz/ dgt 1. lắp động cơ vào; gắn máy vào: motorized vehicles xe gắn máy 2. cơ giới hóa: motorized infantry bộ binh cơ giới hóa.

motor scooter /'məʊtə,sku:-tə[r]/ xe xcút-tơ (xe môtô bánh nhỏ loại vetpa).

motorway /'məʊtəwei/ dt đường cao tốc.

mottled /'mɒtld/ tt lốm đốm; có vằn: the mottled skin of a snake da có vằn của con rắn.

motto /'mɒtəʊ/ dt (snh mottoes) 1. phương châm; khẩu hiệu: my motto is "live each day as it comes" phương châm của tôi là "cuộc sống thế nào chấp nhận thế ấy" 2. đề từ (của cuốn sách, một bản nhạc).

mould¹ (Mỹ mold) /məʊld/ dt 1. khuôn đúc 2. tính cách đặc biệt: they are all cast in a same (a similar) mould (bóng) chúng nó có những tính cách giống nhau như cùng một khuôn đúc ra; chúng nó cùng một giuộc.

mould² (Mỹ mold) /məʊld/ dgt 1. đổ khuôn, đúc bằng khuôn, nặn hình: mould a head out of (in) clay nặn hình một cái đầu bằng đất sét 2. uốn nắn (tính tình...) 3. bó sát: her wet clothes moulded round her body quần áo ướt bó sát người cô.

mould³ (Mỹ mold) /məʊld/ dt meo, mốc.

mould⁴ (Mỹ mold) /məʊld/ dt đất mùn, đất xốp: leaf mould đất mùn lá mục.

moulder (Mỹ molder) /'məʊldə[r]/ dgt nát vụn ra, đổ nát: the mouldering ruins of an old castle phế tích nát vụn của một tòa lâu đài cổ.

moulding (Mỹ molding) /'məʊldiŋ/ dt 1. sự đổ khuôn, sự đúc bằng khuôn 2. sự uốn nắn (tính nết...): the moulding of young people's characters sự uốn nắn tính nết của thanh niên 3. (ktrúc) đường chỉ viền trang trí.

mouldy (Mỹ moldy) /'məʊldi/ tt 1. phủ đầy meo mốc 2. (kng, xấu) cũ và mục nát 3. (Anh, kng) tẻ nhạt, chán ngắt: we had a mouldy holiday - it rained everyday chúng tôi đã qua một kỳ nghỉ chán ngắt, ngày nào cũng mưa.

moult¹ (Mỹ molt) /məʊlt/ dgt 1. thay lông (chim) 2. rụng lông (chó, mèo): a dog that moults all over the house con chó rụng lông khắp nhà.

moult² (Mỹ molt) /məʊlt/ dt sự thay lông, sự rụng lông; thời kỳ thay lông, thời kỳ rụng lông.

mound /maʊnd/ dt 1. mô đất, gò đất, đồi nhỏ 2. đống; chồng (đĩa bát): a mound of washing and ironing một đống quần áo giặt và là.

mount¹ /maʊnt/ dt (cổ, trừ trường hợp trong tên riêng) (vt Mt) núi, đồi: Mt Everest núi Everest.

mount² /maʊnt/ dgt 1. leo, trèo: mount a hill trèo lên một ngọn đồi; mount a ladder trèo thang; a blush mounted to the child's face máu dồn lên mặt đứa trẻ (làm đứa trẻ đỏ mặt lên) 2. lên (ngựa): he quickly mounted [his horse] and rode away nó nhanh chóng lên ngựa và cho ngựa phóng đi; he mounted the boy on the horse nó cho cậu bé lên ngựa 3. lên đến (số lượng, cường độ nào đó): the death toll mounted to 100 tổn thất về nhân mạng lên đến 100 người 4. lắp, ráp, dán, đóng vào: mount a collection of stamps in an album dán bộ sưu tập tem vào an-bum 5. dựng lên, tổ chức: mount an exhibition tổ chức một cuộc triển lãm 6. (+ on, round) bố trí canh gác: mount sentries round a palace bố trí lính gác quanh một cung điện 7. phủ, nhảy [cái] (nói về thú vật lớn như bò...) // mount guard [at (over) somebody (something)] bố trí canh gác: soldiers mounting guard at (over) the palace lính được bố trí canh gác tòa lâu đài; mount the throne lên ngôi (vua, nữ hoàng).

mount³ /maʊnt/ dt 1. khung, giá; kính soi (để đặt vật lên mà soi ở kính hiển vi) 2. ngựa cưỡi.

mountain /'maʊntin, (Mỹ 'maʊntn)/ dt 1. núi 2. (bóng) núi, đống: mountain of gold hàng đống vàng; mountain of debts hàng đống nợ 3. hàng tồn đọng nhiều: a butter mountain bơ tồn kho rất nhiều. // **make a mountain out**

of a molehill (xấu) việc bé xé ra to.

mountain ash /,maʊntin'æʃ/ (thực) cây lê đá chim.

mountain chain /,maʊntin-,tʃein/ dãy núi, rặng núi.

mountaineer /,maʊnti'niə[r], (Mỹ ,maʊntn'iər/ dt người tài leo núi.

mountaineering /,maʊnti-'niəriŋ, (Mỹ ,maʊntn'iəriŋ/ (thể) môn leo núi.

mountain lion /,maʊntin 'laiən/ (động) nh puma.

mountainous /'maʊntinəs, (Mỹ 'maʊntənəs)/ tt 1. [có] lắm núi 2. to; cao như núi: mountainous waves những ngọn sóng cao như núi.

mountain range /,maʊntin 'reindʒ/ nh moutain chain.

mountain sickness /,maʊntin 'siknis/ chứng say núi.

mountainside /'maʊntin said/ dt sườn núi.

mountebank /maʊntibæŋk/ dt (cũ hoặc tu từ, xấu) kẻ khoác lác lừa người.

mounted /'maʊntid/ tt 1. cưỡi ngựa: mounted police-men cảnh sát cưỡi ngựa 2. được đóng khung: a mounted photograph bức ảnh được đóng khung.

Mountie /'maʊnti/ dt (kng) cảnh sát cưỡi ngựa (Canada).

mounting /'maʊntiŋ/ tt gia tăng: mounting tension sự căng thẳng gia tăng.

mourn /mɔːn/ dgt than khóc, thương tiếc: she mourned [for (over)] her dead child for many years bà ta than khóc trong nhiều năm đứa con đã mất của bà.

mourner /'mɔːnə[r]/ tt người đưa tang.

mournful /'mɔːnfl/ tt buồn rầu, ảm đạm; thê lương.

mournfully /'mɔːnfəli/ pht [một cách] buồn rầu, [một cách] ảm đạm; [một cách] thê lương.

mournfulness /'mɔːnflnis/ dt sự buồn rầu, sự ảm đạm; sự thê lương.

mourning /'mɔːniŋ/ dt 1. sự đau buồn (khi có thân nhân chết...) 2. tang, đồ tang: be in mourning có tang, mặc đồ tang; go into mourning để tang; go out of mourning; leave off mourning hết tang.

mouse /maʊs/ dt (snh mice) 1. chuột: a house mouse chuột nhà; a field mouse chuột đồng 2. người rụt rè 3. con chuột (ở máy diện toán). // play cat and mouse (a cat-and-mouse game) with somebody x cat[1]; quiet as a mouse x quiet[1].

mouser /maʊsə[r]/ dt mèo bắt chuột (không phải chỉ nuôi làm cảnh).

mousetrap /'maʊstræp/ dt bẫy chuột.

mouse-trap cheese /'maʊsə træp ,tʃiːz/ phó mát loại tồi (chỉ dáng để bẫy chuột).

moussaka /mu:sɑ:kə/ dt món muxaca (món ăn của người Hy Lạp).

mousse /mu:s/ dt 1. món kem mút 2. kem xức tóc.

moustache /mə'stɑːʃ/, (Mỹ) mustache /'mʌstæʃ/ dt 1. râu mép, ria 2. moustaches (snh) râu mép dài.

mousy /'maʊsi/ tt (-ier; -iest) 1. rụt rè 2. nâu xỉn (nói về tóc).

mouth[1] /maʊθ/ dt (snh mouths /maʊðz/) 1. miệng, mồm: "open your mouth a little wider", said the dentist nha sĩ nói: "há to miệng ra tý nữa!"; every time I open my mouth he contradicts me cứ mỗi lần tôi mở miệng ra nói là ông ta bác bỏ lời

tôi; at the mouth of a cave ở miệng hang 2. cửa sông (đổ ra biển) 3. miệng ăn: she's got five mouths to feed bà ta phải nuôi năm miệng ăn 4. (kng, xấu) lời nói nhăng nói cuội; lời nói thô lỗ: he's all mouth and no action anh ta chỉ nói nhăng nói cuội chứ không hành động gì cả; I don't want any mouth from you! tôi không muốn nghe những lời nói thô lỗ của anh chút nào cả. // born with a silver spoon in one's mouth x born[1]; by word of mouth x word[1]; down in the mouth chán nản; from the horse's mouth x horse[1]; keep one's mouth shut giữ kín miệng; leave a bad (nasty) taste in the mouth x leave[1]; live from hand to mouth x live[3]; look a gift horse in the mouth x gift; look as if (as though) butter would not melt in one's mouth x butter[1]; out of the mouths of babes and sucklings [tinh khôn] như từ miệng trẻ; put one's money where one's mouth is x money; put words into somebody's mouth x word[1]; shut one's mouth (face) x shut; shut somebody's mouth x shut; take the bread out of somebody's mouth x bread; take the words out of somebody's mouth x word[1].

mouth[2] /maʊð/ dgt 1. máy môi nói lầm bầm trong miệng 2. nói đãi bôi, nói đưa đẩy.

mouthed /maʊðd/ (yếu tố tạo tt ghép) 1. có miệng như thế nào đó: small-mouthed có miệng nhỏ 2. (thường xấu) có lối nói như thế nào đó: loud-mouthed [có lối nói] to mồm.

mouthful /'maʊθfʊl/ dt 1. miếng [đầy mồm] 2. (kng, dùa) câu (chữ) quá dài khó đọc: Timothi Thwistleth-

waite! that's a bit of a mouthful Timothi Thwist-lethwaite, khó đọc đấy!

mouth organ /'maʊθ,ɔ:gən/ *dt* (*cg* **harmonica**) kèn acmonica.

mouthpiece /'maʊθpi:s/ *dt* **1.** miệng (*kèn, ống sáo, ống nói điện thoại...*) **2.** cái loa (*bóng*): *a newspaper which is merely the mouthpiece of the Tory party* một tờ báo chỉ là cái loa của Đảng Bảo thủ.

mouth-to-mouth /'maʊθ tə ,maʊθ/ hà hơi bằng đường miệng (*để cứu kẻ chết đuối*).

mouthwash /'maʊθwɒʃ/ *dt* nước súc miệng.

mouthwatering /'maʊθɔ:-tərɪŋ/ *tt* làm thèm nhỏ dãi (*món ăn*).

movable /'mu:vəbl/ *tt* **1.** có thể di động, động: *toy soldiers with movable arms and legs* đồ chơi là bộ đội có chân tay chuyển động được **2.** thay đổi ngày hàng năm (*lễ lạt, ví dụ lễ Phục sinh*).

movables /'mu:vəblz/ *dt* (*snh*) động sản.

move¹ /mu:v/ *dt* **1.** sự chuyển động, sự di chuyển, sự xê dịch **2.** sự chuyển chỗ (*nơi ở, nơi làm việc*) **3.** nước (*cờ*) **4.** lượt (*trong trò chơi*): *whose move is it?* đến lượt ai thế? **5.** biện pháp; bước: *we've tried peaceful persuasion; what's our next move?* chúng ta đã thử biện pháp thuyết phục hòa bình, bước tiếp theo của chúng ta là gì đây?. // **get a move on** (*kng*) làm gấp, tiến hành gấp rút; **make a move** a/ khởi hành, rời đi: *it's getting dark, we'd better make a move* trời sắp tối, ta khởi hành đi thì hơn b/ hành động: *we're waiting to see what our competitors do be-*fore *we make a move* chúng tôi đang đợi xem đối thủ của chúng tôi làm gì trước khi hành động; [make] a false **move** *x* false; **on the move** đang di chuyển: *the army is on the move* đoàn quân đang di chuyển; *don't jump off a train when it's on the move* đừng nhảy ra khỏi tàu hỏa khi tàu đang chạy.

move² /mu:v/ *đgt* **1.** chuyển động, xê dịch: *move troops from one place to another* chuyển quân từ chỗ này sang chỗ khác; *the leaves were moving in the breeze* lá cây lay động trong làn gió nhẹ; *move a chair nearer to the fire* dịch ghế lại gần lò sưởi hơn; *she is too ill to be moved* chị ta bệnh quá nặng không thể đi lại được **2.** đổi chỗ ở, dọn nhà: *we're moving to Scotland* chúng tôi đã dọn nhà đến Scotland; *he couldn't pay his rent, so he had to move out* anh ta phải dọn đi vì không trả được tiền nhà **3.** (+ ahead, on) tăng tiến: *work which moves [ahead] steadily* công việc tăng tiến vững vàng; *time moves [on] slowly* thời gian chầm chậm trôi qua **4.** đi (*một nước cờ...*): *it's your turn to move* đến lượt anh đi đấy **5.** làm xúc động, làm cảm động: *be moved to tears* cảm động đến rơi nước mắt; *the story of their suffering moved us deeply* chuyện về đau khổ của họ làm cho chúng tôi xúc động sâu sắc **6.** thúc đẩy: *he works as the spirit moves him* nó làm việc khi tinh thần thúc đẩy nó **7.** đề nghị (*đưa việc gì ra thảo luận, quyết định*): *the MP moved an amendment to the Bill* ông nghị sĩ đề nghị một khoản bổ sung vào dự luật **8.** làm cho (*ai*) thay đổi ý kiến: *she's made up her mind and nothing can move her* chị ta đã quyết tâm và không có gì có thể làm cho chị thay đổi ý kiến được **9.** hành động: *unless the employers move quickly, there will be a strike* giới chủ không hành động nhanh chóng thì sẽ có đình công **10.** làm nhuận (*tràng*). // **get moving** bắt đầu; ra đi...: *it is late; we'd better get moving* trễ rồi, chúng ta nên bắt đầu đi thôi; **get something moving** làm cho cái gì tiến lên mạnh mẽ; **go (move) in for the kill** *x* kill²; **move the goal-posts** (*Anh, kng*) thay đổi giới hạn của một vấn đề; **move heaven and earth** dùng trăm phương nghìn kế (*để đạt cho được mục đích*); **move house** dọn nhà.

move across (along; down; over; up) dịch ra, xê ra (*để có chỗ cho người khác*): *move over so I can get into bed* dịch ra cho tôi nằm với; **move for something** (*Mỹ, luật*) đề nghị, yêu cầu: *Your Honour, I move for an adjournment* thưa ngài, tôi xin đề nghị hoãn cuộc họp; **move in something** sống, hoạt động trong một nhóm xã hội nào đó: *move in high society* sống trong xã hội thượng lưu; **move in on somebody (something)** kéo về một cách hăm dọa: *the police moved in on the [house occupied by the] terrorists* cảnh sát tiến về phía ngôi nhà bị bọn khủng bố chiếm giữ; **move off** bắt đầu ra đi, lên đường (*đặc biệt nói về xe cô*): *the signal was given and the procession moved off* hiệu lệnh được phát ra và đoàn diễu hành bắt đầu đi; **move on** a/ đi tiếp b/ đi đi, không đứng ùn lại; **move somebody on** bảo ai tránh xa nơi xảy ra tai nạn (*lệnh của cảnh sát...*).

movement /'mu:vmənt/ *dt* **1.** sự chuyển động, sự cử động: *lie still without [making] any movement* nằm im không một cử động, nằm yên bất động **2.** sự hoạt động, sự linh hoạt: *a play that lacks movement* vở kịch thiếu linh hoạt **3.** sự thay đổi vị trí; cuộc điều động quân: *troop movements can be observed from space by satellite* những cuộc điều động quân có thể quan sát từ vệ tinh trong không gian **4. movements** *(snh)* hoạt động: *the police have been keeping a close watch on the suspects' movements* cảnh sát theo dõi sát hoạt động của những kẻ bị tình nghi **5.** *(số ít)* **movement away (from; towards)** xu hướng: *the movement towards greater freedom in fashion styles* xu hướng tự do hơn trong kiểu cách ăn mặc **6.** sự biến động: *not much movement in oil shares* sự biến động không nhiều lắm trong cổ phần dầu hỏa **7. movement to do something** phong trào: *poets of the Romantic movement* các nhà thơ thuộc phong trào (trường phái) lãng mạn **8.** *(nhạc)* phần: *the first movement of a symphony* phần thứ nhất của bản giao hưởng **9.** bộ phận chuyển động, máy móc: *the movement of a clock* bộ phận máy của đồng hồ **10.** sự đi ngoài, sự đi ỉa.

mover /'mu:və[r]/ *dt* **1.** người chuyển động (như thế nào đó): *she's a lovely mover* chị ta là người có dáng đi uyển chuyển (ví dụ khiêu vũ đẹp...) **2.** người đưa ra đề nghị.

movie /'mu:vi/ *dt (Mỹ)* **1.** phim chiếu bóng: *go to [see] a movie* đi xem chiếu bóng; *movie star* minh tinh màn bạc **2.** a/ **the movies** *(snh)* *(cg* **movie house, movie theater)** rạp chiếu bóng: *go to the movies* đi xem chiếu bóng b/ công nghiệp phim ảnh.

moviegoer /'mu:vigəʊə[r]/ *dt* người đi xem chiếu bóng đều đặn.

moving /'mu:viŋ/ *tt* **1.** di động **2.** gây xúc động, cảm động: *his speech was very moving* bài nói của ông ta rất cảm động.

movingly /'mu:viŋli/ *pht* **1.** [một cách] di động **2.** [một cách] cảm động.

moving picture /,mu:viŋ 'piktʃə[r]/ phim chiếu bóng.

moving staircase /,mu:viŋ 'steəkeis/ cầu thang tự động.

mow /məʊ/ *dgt* **(mowed; mown** /məʊn/ hoặc **mowed)** cắt, gặt *(cỏ... bằng liềm, hái).*

mow somebody down tàn sát, làm chết như rạ: *soldiers mown down by machine-gun fire* binh sĩ bị hỏa lực súng máy làm chết như rạ.

mower /'məʊə[r]/ *dt* **1.** thợ cắt, thợ gặt **2.** máy cắt, máy gặt: *mowers and reapers* máy cắt và máy gặt.

MP /,em 'pi:/ **1.** *(vt của* Member of Parliament) nghị sĩ **2.** *(vt của* military police[man]) quân cảnh.

mpg /,em pi: 'dʒi:/ *(vt của* miles per gallon) số dặm [chạy được khi tiêu tốn] mỗi ga-lông xăng: *this car does 40 mpg* xe này chạy được 40 dặm mỗi ga-lông xăng.

mph /,em pi: 'eitʃ/ *(vt của* miles per hour) dặm mỗi giờ: *a 70 mph speed limit* tốc độ giới hạn 70 dặm mỗi giờ.

Mphil /,em'fil/ *(vt của* Master of Philosophy) cao học:

be an Mphil in English có bằng cao học về tiếng Anh.

Mr /'mistə[r]/ *(vt của* Mister) **1.** ông: *Mr and Mrs Brown* ông bà Brown **2.** ngài: *Mr President* ngài Tổng thống.

MRBM /,emɑ:bi:'em/ *(vt của* medium range ballistic missile) tên lửa đạn đạo tầm trung.

MRC /,emɑ:si:/ *(vt của* Medical Research Council) hội đồng nghiên cứu y học.

Mrs /'misiz/ *vt* bà: *Mrs [Jane] Brown* bà [Jane] Brown.

MS /,em 'es/ *vt (snh* MSS) bản viết tay; bản thảo.

MSc /,em es 'si:/ *(vt của* Master of Science) cao học khoa học.

MST /,em es 'ti:/ *(vt của* Mountain Standard Time) giờ tiêu chuẩn vùng núi.

Mt *(vt của* Mount) núi: *Mt Kenya* núi Kenya.

mth *(Mỹ* mo) *(snh* mths, *(Mỹ* mos) tháng: *6 mths old* sáu tháng tuổi.

much¹ /mʌtʃ/ *đht, dt (dùng với dgt nghi vấn hoặc phủ định hoặc sau as, how, so, too)* nhiều **1.** *(đht) I haven't got much money* tôi không có nhiều tiền; *did you have much difficulty finding the house?* anh tìm nhà có gặp nhiều khó khăn không?; *how much petrol do you need?* ông cần bao nhiêu xăng? **2.** *(dt) she never eats much for breakfast* cô ta không bao giờ ăn nhiều vào bữa sáng; *eat as much as you can* ăn được [nhiều] bao nhiêu thì anh cứ ăn; *how much is it?* giá bao nhiêu thế? // **not much of a** là người không giỏi; là vật không giỏi: *he's not much of a cricketer* anh ta là một người chơi cricket không giỏi; **this**

much cái tôi sắp nói: *this much is certain, you will never walk again* cái tôi sắp nói là điều chắc chắn, anh sẽ không bao giờ bước đi được nữa; **[with] not (without) so much as something** x so¹.

much² /mʌtʃ/ *pht* nhiều **1.** (*thường dùng với dgt ở thể phủ định*): *she didn't enjoy the film [very] much* cô ta không thích phim đó lắm; *I would very much like you to come to dinner next week* tôi rất muốn tuần sau anh tới ăn cơm tối **2.** (*dùng với dttqk dùng như tt, cũng như với* afraid, alive, aware...) *he was [very] much surprised to find us here* thấy chúng tôi ở đây anh ta ngạc nhiên lắm **3.** (*dùng với từ ở cấp so sánh hoặc cấp so sánh cao nhất*): *much harder* cứng hơn nhiều; *that was much the best meal I've ever tasted* đó là bữa ăn ngon hơn hết mà tôi đã được thưởng thức. // **as much** [bằng] như thế: *please help me get this job - you know I would do as much for you* giúp tôi xin được việc ấy, anh biết đấy tôi sẽ làm như thế đối với anh; **as much as somebody can do** mức tối đa mà ai đó có thể làm được; **much as** mặc dù, tuy rằng: *much as I would like to stay, I really must go home* tôi thực là phải về, mặc dù tôi muốn lưu lại; **much the same** vẫn thế (*không thay đổi*): *the patient is much the same this morning* sáng nay người bệnh vẫn thế; **not much good at something** không giỏi lắm (*khi làm cái gì*): *I'm not much good at tennis* tôi chơi quần vợt không giỏi lắm; **not so much something as something** x so¹.

mucilage /'mju:slidʒ/ *dt* (*sinh*) chất nhầy.

mucilaginous /'mju:si,læ-dʒinəs/ *tt* **1.** nhầy **2.** sản sinh chất nhầy.

muck¹ /mʌk/ *dt* **1.** phân chuồng **2.** (*kng, Anh*) đồ dơ dáy: *I don't want my name dragged through the muck* tôi không muốn tên tôi bị sa vào việc dơ dáy ấy. // **common as dirt (muck)** x common¹; **in a muck** (*Anh, kng*) [ở trong tình trạng] luộm thuộm nhếch nhác: *you can't leave your room in a muck like that* anh không thể để buồng anh [trong tình trạng] luộm thuộm nhếch nhác như thế được; **make a muck of something** (*kng*) a/ vấy bẩn b/ làm hỏng: *I made a real muck of that exam* kỳ thi này tôi đã làm hỏng bét.

muck² /mʌk/ *dgt* **muck about (around)** sống phất phơ, phí thời gian vào những hoạt động vô ích: *stop mucking about and finish your work* thôi đừng mất thời gian vào những việc vô ích nữa và làm xong việc đi; **muck in** (*Anh, kng*) chia đều công việc cũng như chỗ ăn ở: *the officers had to muck in with their men* sĩ quan ăn ở chung với binh sĩ của họ; **muck something out** dọn sạch (*chuồng ngựa...*); **muck something up** (*kng, Anh*) a/ làm bẩn: *muck up one's clothes* làm bẩn quần áo b/ làm hỏng việc: *I really mucked up my chances by doing badly in the interview* tôi thực sự làm hỏng cơ may của mình vì đã tỏ ra kém cỏi trong cuộc phỏng vấn tuyển người làm.

muckraker /'mʌkreikə[r]/ *dt* người hay bới móc.

muckraking /'mʌkreikiŋ/ *dt* sự bới móc.

muck-up /'mʌkʌp/ *dt* (*thường số ít*) tình trạng bừa bộn; hành động làm hỏng (*cái gì*): *make a complete muck-up of something* làm hỏng hoàn toàn việc gì.

mucky /'mʌki/ *tt* (-ier; -iest) **1.** bẩn, bẩn thỉu: *my hands are all mucky* tay tôi bẩn cả rồi **2.** (*Anh*) mưa bão (*thời tiết*).

mucous /'mju:kəs/ *tt* nhầy.

mucous membrane /,mju:-kəs 'membrein/ (*sinh*) màng nhầy.

mucus /'mju:kəs/ *tt* nước nhầy, nước nhớt: *a nose blocked with mucus* mũi tắc vì nhớt mũi.

mud /mʌd/ *dt* bùn: *my shoes are covered (plastered) in (with) mud* giày tôi lấm đầy bùn. // **[as] clear as mud** x clear¹; **drag somebody (somebody's name) through the mire (mud)** x drag²; **fling (sling; throw mud) [at somebody]** bôi nhọ ai; **mud sticks** tiếng dữ lâu quên; **somebody's name is mud** x name¹.

mudbath /'mʌdba:θ/ *dt* (*y*) sự tắm bùn (*trị tê thấp*): *the pitch was a mudbath after the heavy rain* (*bóng*) sau trận mưa to, sân bóng khác nào một bãi tắm bùn.

muddiness /'mʌdinis/ *dt* **1.** sự lấm bùn **2.** sự đục ngầu; sự xám xịt (*như bùn*).

muddle¹ /'mʌdl/ *dgt* **1.** làm rối tung lên, lục tung lên: *my papers were all muddled up together* giấy tờ của tôi đã rối tung lên cả rồi **2.** **muddle somebody up** làm ai rối trí: *stop talking or you'll muddle me [up] completely* thôi đừng nói nữa, nếu không anh làm tôi rối tung lên bây giờ **3.** **muddle somebody (something) up** làm lẫn lộn: *I muddle up the dates and arrived three days late* tôi lẫn lộn ngày tháng và đến trễ ba ngày **4. muddle A [up] with B; muddle A and B [up]** lẫn lộn A và B, không phân biệt được A với B: *you must be muddling me up with my twin brother* anh hẳn là lẫn lộn tôi với người anh sinh đôi của tôi. // **muddle along** *(xấu)* sống không có lý tưởng; **muddle through** *(thường dùa)* mày mò đạt được mục đích mặc dầu không có thiết bị thích hợp.

muddle² /'mʌdl/ *dt* **1. muddle about (over) something 1.** sự bừa bãi lộn xộn: *your room's in a real muddle* phòng anh thật là bừa bãi lộn xộn **2.** *(số ít)* sự rối rắm tâm trí.

muddled /'mʌdld/ *tt* rối rắm, lộn xộn.

muddle-headed /ˌmʌdl'he-did/ *tt* lẫn lộn, lú lẫn.

muddle-headedness /ˌmʌdl'hedidnis/ *dt* sự lẫn lộn, sự lú lẫn.

muddling /'mʌdliŋ/ *tt* rối rắm.

muddy¹ /'mʌdi/ *tt* **(-ier; -iest) 1.** lấm đầy bùn **2.** lầy bùn, lầy lội **3.** xỉn, xám xịt, đục ngầu **4.** *(bóng, xấu)* rối rắm: *muddy thinking* tư duy rối rắm.

muddy² /'mʌdi/ *dgt* **(muddied)** làm lấm bùn *(giày dép, quần áo).* // **muddy the water** làm cho tình hình rối tung lên.

mudflat /'mʌdflæt/ *dt* bãi lầy ven biển *(nước triều lên thì bị ngập lút).*

mudguard /'mʌdgɑ:d/ *dt* cái chắn bùn *(ở xe cô).*

mudhut /'mʌdhʌt/ *dt* túp lều vách bùn.

mudpack /'mʌdpæk/ *dt* kem dưỡng da mặt.

mud-slinging /'mʌdˌsliŋiŋ/ *dt* sự bôi xấu.

muesli /'mju:zli/ *dt* món điểm tâm mu-et-li.

muezzin /mu:'ezin, *(Mỹ* mju:'ezin)/ *dt* thầy tu báo giờ *(thầy tu Hồi giáo, giữ việc báo giờ cầu nguyện cho tín đồ).*

muff¹ /mʌf/ *dt* bao tay *(để giữ ấm tay lúc trời lạnh).*

muff² /mʌf/ *dgt* trượt, lỡ, hụt: *the fielder muffed an easy catch* người chặn bóng *(cricket)* trượt một quả rất dễ; *she had a wonderful opportunity, but she muffed it* cô ta đã có một cơ hội tuyệt vời nhưng đã bỏ lỡ mất.

muffin /'mʌfin/ *dt* bánh muphin *(ăn với bơ).*

muffle /'mʌfl/ *dgt* **1.** (+ in) ủ, bọc, quấn: *muffle one's throat* quấn khăn quàng cổ **2.** (+ with) chặn lại, làm cho bớt kêu: *the sound of the bell was muffled by the curtains* tiếng chuông bị các bức màn của chặn mà bớt kêu.

muffled /'mʌfld/ *tt* không nghe rõ vì bị chặn.

muffler /'mʌflə[r]/ *dt* **1.** khăn choàng cổ **2.** *(Mỹ, nh* **silencer)** bộ tiêu âm *(ở xe).*

mufti /'mʌfti/ *dt* thường phục: *officers in mufti* sĩ quan mặc thường phục.

mug¹ /mʌg/ *dt* **1.** ca, cốc, vại: *a coffee mug* cốc uống cà phê; *a mug of coffee* một cốc cà phê **2.** *(lóng, xấu, hoặc dùa)* bộ mặt: *what an ugly mug!* bộ mặt mới xấu xí làm sao!

mug² /mʌg/ *dt (kng)* người dễ bị lừa. // **a mug's game** *(Anh, xấu)* việc làm không chắc thành công, trò ngốc: *trying to sell overcoats in midsummer is a real mug's game* tìm cách bán áo khoác vào giữa mùa hè thì thật là một trò ngốc.

mug³ /mʌg/ *dgt* **(-gg-) mug something up** *(Anh, kng)* học gạo: *mug up the Highway Code before a driving test* học gạo luật giao thông trước khi thi bằng lái xe.

mug⁴ /mʌg/ *dgt* **(-gg-)** trấn lột: *an old lady mugged by a gang of youths in the park* một bà già bị một toán thanh niên trấn lột ở công viên.

mugful /'mʌgful/ *dt* ca đầy, cốc đầy, vại đầy.

mugger /'mʌgə[r]/ *dt* kẻ trấn lột.

mugginess /'mʌginis/ *dt* sự oi bức.

mugging /'mʌgiŋ/ *dt* sự trấn lột; vụ trấn lột.

muggins /'mʌginz/ *dt (số ít) (Anh, kng, dùa)* thằng ngốc: *don't do that, you silly muggins!* đừng làm như thế, ngốc ơi!

muggy /'mʌgi/ *tt* **(-ier; -iest)** oi bức.

Muhammad /mə'hæmid/ *dt* Mô-ha-met *(nhà tiên tri và sáng lập ra Đạo Hồi).*

Muhammadan /mə'hæmidən/ *(cg* **Muhammedan, Mohammedan)** *dt, tt* [người] theo đạo Hồi.

Muhammadanism *(cg* **Muhammedanism, Mohammedanism)** /mə'hæmidənizəm/ *dt* đạo Hồi, Hồi giáo.

mulatto /mju:'lætəʊ, *(Mỹ* mə'lætəʊ)/ *dt (snh* **mulattos,** hoặc *Mỹ* **mulattoes)** người lai da đen - da trắng.

mulberry /'mʌlbəri, *(Mỹ* 'mʌlberi)/ *dt* **1.** *(thực)* cây dâu tằm **2.** quả dâu tằm.

mulch¹ /mʌltʃ/ *dt (nông)* bổi phủ gốc cây *(để giữ ẩm...).*

mulch² /mʌltʃ/ *dgt (mông)* phủ bổi vào gốc *(cây mới trồng).*

mule¹ /mju:l/ *dt* **1.** *(động)* con la **2.** *(bóng, kng)* người

M

ương bướng. // **as obstinate (stubborn) as a mule** rất ương bướng.

mule² /mju:l/ *dt* dép lê.

muleteer /,mju:lə'tiə[r]/ *dt (cũ)* người dắt la.

mulish /'mju:liʃ/ *tt* ương bướng.

mulishly /'mju:liʃli/ *pht* [một cách] ương bướng.

mulishness /'mju:liʃnis/ *dt* tính ương bướng.

mull¹ /mʌl/ *dgt* hâm nóng và pha chế *(rượu)*: *mulled claret* rượu Bordeaux hâm nóng và pha chế.

mull² /mʌl/ *(địa)* mũi [đất] nhô ra biển.

mull³ /mʌl/ *dgt* **mull something over** ngẫm nghĩ, suy tính: *I haven't decided yet, I'm mulling it over* tôi chưa quyết định, tôi còn suy tính xem đã.

mullah /'mʌlə/ *dt* thầy dạy giáo lý đạo Hồi.

mullet /'mʌlit/ *dt (động)* cá đối.

mulligatawny /,mʌligə'tɔ:ni/ *dt (cg* **mulligatawny soup)** xúp cay.

mullion /'mʌliən/ *dt* đố [của sổ].

mullioned /'mʌliənd/ *tt* có đố *(cửa sổ).*

multi- *(dạng kết hợp)* nhiều: *multicoloured* có nhiều màu; *multiracial community* cộng đồng nhiều chủng tộc; *a multistory car park* nhà để xe nhiều tầng.

multifarious /,mʌlti'feəriəs/ *tt* nhiều dạng, đủ loại: *the multifarious rules and regulations of the bureaucracy* quy tắc và luật lệ đủ loại của chế độ quan liêu.

multilateral /,mʌlti'lætərəl/ *tt* nhiều bên, đa phương: *a multilateral agreement* thỏa hiệp nhiều bên.

multilingual /,mʌlti'liŋgwəl/ *tt* **1.** sử dụng nhiều ngôn ngữ: *India is a multilingual country* Ấn Độ là một nước sử dụng nhiều ngôn ngữ **2.** [gồm] nhiều thứ tiếng; đa ngữ: *a multilingual dictionary* từ điển đa ngữ.

multinational¹ /,mʌlti'næʃnəl/ *tt* đa quốc gia: *a multinational organization* một tổ chức đa quốc gia.

multinational² /,mʌlti'næʃnəl/ *dt* công ty đa quốc gia.

multiple¹ /'mʌltipl/ *tt* nhiều: *the driver of the crashed car received multiple injuries* người lái chiếc xe đụng nhau bị nhiều thương tổn.

multiple² /'mʌltipl/ *dt (toán)* bội số: *least common multiple* bội số chung nhỏ nhất.

multiple-choice /,mʌltipl 'tʃɔis/ *tt* được chọn trong nhiều câu trả lời có thể có *(nói về câu hỏi thi).*

multiple sclerosis /,mʌltipl sklə'rəusis/ *(y) (vt* **MS)** bệnh xơ cứng nhiều bộ phận, bệnh đa xơ.

multiplex /'mʌltipleks/ *tt (thường thngữ)* [gồm] nhiều bộ phận: *the multiplex eye of the fly* con mắt gồm nhiều bộ phận của con ruồi.

multiplication /,mʌltipli'keiʃn/ *dt* **1.** sự nhân **2.** con tính nhân: *children learning to do multiplication and division* trẻ con học làm tính nhân và tính chia.

multiplication table /,mʌltipli'keiʃn ,teibl/ bảng cửu chương.

multiplicity /,mʌlti'plisəti/ *dt* **multiplicity of something** vô số: *a computer with a multiplicity of uses* một máy điện toán với vô số công dụng *(máy điện toán đa năng).*

multiply /'mʌltiplai/ *dgt* **1.** nhân: *children learning to multiply and divide* trẻ em học nhân và chia; *3 and 2 multiply to make 6; 2 multiplied by 3 makes 6* 2 nhân 3 bằng 6 **2.** tăng thêm *(về số lượng)*: *buy lot of raffles tickets and multiply your chance of success* mua nhiều vé số để tăng cơ may trúng số **3.** sinh sản, nhân giống: *rabbits multiply rapidly* thỏ sinh sản nhanh; *it's possible to multiply bacteria in the laboratory* có thể nhân giống vi khuẩn trong phòng thí nghiệm.

multitude /'mʌltitju:d, (Mỹ* 'mʌtitu:d)/ *dt* **1.** đám rất nhiều người, đám rất nhiều vật; vô số: *a large multitude had assembled to hear him preach* một đám rất đông người đã tụ họp để nghe ông ta giảng đạo; *vast multitude of birds visit this lake in spring* hàng đàn chim đến hồ này vào mùa xuân; *just one of a multitude of problems* chỉ là một trong vô số vấn đề **2. the multitude** *(đôi khi xấu)* đám dân thường, quần chúng: *the voice of the multitude* tiếng nói quần chúng. // **cover (hide) a multitude of sins** che giấu một thực trạng *(thường là khó chịu).*

multitudinous /,mʌlti'tju:dinəs/ *tt* nhiều vô kể, đông vô kể: *multitudinous debts* nợ nhiều vô kể.

mum¹ /mʌm/ *tt (Anh, kng)* im lặng: *keep mum* im lặng, lặng thinh *(không nói gì cả).* // **mum's the word** *(Anh, kng)* im lặng, đừng nói gì với ai nhé!

mum² /mʌm/ *dt (Mỹ thường* **mom** /mɒm/) má, mạ, mẹ.

mumble¹ /'mʌmbl/ đgt nói lầm bầm: *what are you mumbling about? I can't understand a word!* anh lầm bầm cái gì thế? Tôi chẳng hiểu gì cả.

mumble² /'mʌm'bl/ dt (số ít) tiếng lầm bầm: *an undistinct mumble* tiếng lầm bầm không rõ.

mumbler /'mʌmblə[r]/ dt người lầm bầm.

mumbo jumbo /ˌmʌmbəʊ 'dʒʌmbəʊ/ **1.** nghi lễ chẳng có ý nghĩa gì; lễ bái lố lăng **2.** ngôn ngữ rắc rối vô nghĩa.

mummer /'mʌmə[r]/ dt diễn viên kịch câm.

mumming /'mʌmɪŋ/ dt sự diễn kịch câm.

mummification /ˌmʌmɪfi-'keɪʃn/ dt sự ướp xác.

mummify /'mʌmɪfaɪ/ đgt ướp (xác): *a mummified body* xác ướp.

mummy¹ /'mʌmi/ dt xác ướp: *an Egyptian mummy* một xác ướp Ai-cập.

mummy² /'mʌmi/ dt (Mỹ thường **mommy**) (kng; ngôn ngữ nhi đồng) má, mẹ, mạ.

mumps /mʌmps/ dt (đgt số ít) bệnh quai bị.

munch /mʌntʃ/ đgt (+ at, on) nhai rau ráu: *munch [at (on)] an apple* nhai rau ráu một quả táo.

mundane /mʌn'deɪn/ tt (thường xấu) tầm thường, vô vị: *lead a mundane life* sống một cuộc sống vô vị; *a mundane book* một cuốn sách tầm thường.

municipal /mju:'nɪsɪpl/ tt [thuộc] thành phố, [thuộc] đô thị: *municipal council* hội đồng thành phố.

municipality /mju:ˌnɪsɪ'pæ-ləti/ **1.** thành phố, đô thị **2.** chính quyền thành phố; chính quyền đô thị.

munificence /mju:'nɪfɪsns/ dt tính hào phóng.

munificent /mju:'nɪfɪsnt/ tt hào phóng.

munificently /mju:'nɪfɪsntli/ pht [một cách] hào phóng.

muniments /'mju:nɪmənts/ dt (snh) (luật) tài liệu chứng nhận quyền.

munition /mju:'nɪʃn/ đgt cung cấp đạn dược vũ khí cho.

munitions /mju:'nɪʃnz/ dt (snh) đạn dược, vũ khí.

mural¹ /'mjʊərəl/ dt bức tranh tường, bích họa.

mural² /'mjʊərəl/ tt [thuộc] tường, trên tường: *mural decoration* trang trí tường.

murder¹ /'mɜ:də[r]/ dt **1.** sự giết người; tội giết người **2.** vụ án mạng: *six murders in one week* sáu án mạng trong một tuần **3.** (xấu) vụ thảm sát (trong chiến tranh...) **4.** cái gây thiệt hại, cái gây khó chịu lớn: *this hot weather's murder on my feet* tiết trời nóng bức thế này thật là khó chịu đối với chân tôi. // **get away with murder** (kng, dùa) coi thường luật lệ quy tắc mà không sao cả: *his latest book is rubbish. He seems to think that because he's a famous author he can get away with murder* cuốn sách mới nhất của ông ta thực là tồi, ông ta có vẻ nghĩ rằng ông ta là một văn sĩ nổi tiếng nên có thể coi thường độc giả mà không sao cả; **murder will out** tội lớn như tội giết người thì sao mà giấu được; **scream etc... blue murder** x blue¹.

murder² /'mɜ:də[r]/ đgt **1.** giết, ám sát: *he murdered his wife with a knife* nó đã dùng dao giết chết vợ **2.** (bóng) làm hỏng (vì thiếu kỹ năng): *murder a piece of music* chơi hỏng một bản nhạc.

murderer /'mɜ:dərə[r]/ dt kẻ giết người.

murderess /'mɜ:dəris/ dt người phụ nữ giết người.

murderous /'mɜ:dərəs/ tt **1.** giết người: *murderous weapons* vũ khí giết người **2.** chết người: *I couldn't withstand the murderous heat* tôi không chịu nổi cái nóng chết người này.

murderously /'mɜ:dərəsli/ pht [một cách] chết người.

murk /mɜ:k/ dt (văn) bóng tối.

murkily /'mɜ:kili/ pht **1.** [một cách] tối tăm, [một cách] u ám **2.** [một cách] đục ngầu **3.** [một cách] đáng ngờ (về đạo lý).

murky /'mɜ:ki/ tt **1.** tối tăm, u ám: *a murky night, with no moon* đêm tối tăm, không có trăng **2.** đục ngầu (nước): *she threw it into the river's murky depths* chị ta ném cái đó xuống dòng sông đục ngầu **3.** đáng ngờ (về mặt đạo lý).

murmur¹ /'mɜ:mə[r]/ dt **1.** tiếng rì rầm, tiếng rì rào: *the murmur of the wind* tiếng rì rào của gió **2.** tiếng thì thầm **3.** tiếng lầm bầm: *there were murmurs of discontent from the work-force* có tiếng lầm bầm bất mãn của lực lượng lao động **4.** tiếng ran (trong ngực, do suy tim...): *systolic murmur* tiếng tâm thu; *diastolic murmur* tiếng tâm trương. // **without a murmur** không một lời phàn nàn, không phàn nàn gì: *he paid the extra cost without a murmur* anh ta trả tiền phụ phí mà không phàn nàn gì cả.

murmur² /'mɜ:mə[r]/ đgt **1.** rì rầm, rì rào, vo ve, thì thầm: *a murmuring brook* con suối rì rầm; *the wind murmured in the trees* gió thì thầm qua lá cây; *murmuring word of love into her ear* thì thầm lời yêu đương vào tai nàng **2.** (+ against) than phiền ngấm ngầm: *for some years the people had been murmuring against the government* đã mấy năm nay dân chúng than phiền ngấm ngầm về chính phủ.

murmurous /'mɜ:mərəs/ *tt* (tu từ) rì rào, vo ve: *the murmurous hum of bees* tiếng ong vo ve.

muscat /'mʌskæt/ *dt* nho xạ.

muscatel /,mʌskətel/ *dt* **1.** nho xạ **2.** rượu nho xạ.

muscle¹ /'mʌsl/ *dt* **1.** (giải) bắp thịt, [bắp] cơ: *arm muscle* bắp cơ cánh tay; *exercices to develop the muscles* động tác thể dục làm phát triển bắp cơ **2.** sức mạnh cơ bắp: *have plenty of muscle but no brain* có nhiều sức mạnh cơ bắp nhưng không có đầu óc **3.** sức mạnh; thế lực (buộc người ta phải theo): *political muscle* sức mạnh chính trị; *a trade union with plenty of muscle* một nghiệp đoàn có nhiều thế lực.

muscle² /'mʌsl/ *dgt* **muscle in [on somebody (something)]** xông vào xí phần: *I wrote the book and now she's trying to muscle in on its success by saying she gave me the ideas* tôi viết cuốn sách đó, và nay cô ta xông vào xí phần, bảo là cô ta đã gợi ý cho tôi.

muscle-bound /'mʌslbaʊnd/ *dt* có bắp cơ to và rắn (do luyện tập quá mức).

muscleman /'mʌslmæn/ *dt* (snh **musclemen**) (kng, đôi khi xấu) người vạm vỡ.

muscular /'mʌskjʊlə[r]/ *tt* **1.** [thuộc] bắp thịt, [thuộc] bắp cơ: *muscular contraction* sự co cơ **2.** nổi bắp thịt, vạm vỡ: *his powerful muscular arms* cánh tay nổi bắp thịt của nó.

muscular dystrophy /,mʌskjʊlə'distrəfi/ (y) chứng loạn dưỡng cơ.

muscularity /,mʌskjʊ'lærəti/ *dt* sự nổi bắp [cơ], sự vạm vỡ.

muse¹ /mju:z/ *dt* **1.the Muses** nữ thần nghệ thuật (trong thần thoại Hy Lạp hay La Mã, gồm chín vị) **2.** (tu từ) nàng thơ: *his muse has deserted him, and he could no longer write* nàng thơ đã bỏ anh ta và anh không còn viết lách gì nữa.

muse² /mju:z/ *dgt* **1.** (+ about; over; on; upon) ngẫm nghĩ: *she sat musing for hours* chị ta ngồi ngẫm nghĩ hàng giờ; *muse upon a distant scene* ngẫm nghĩ tới một cảnh xa xăm **2.** trầm ngâm nói một mình: *"I wonder if I shall ever see them again"*, *he mused* ông ta trầm ngâm nói một mình không biết có bao giờ ta gặp lại họ nữa không.

museum /mju:'ziəm/ *dt* nhà bảo tàng.

museum piece /mju:'ziəmpi:s/ **1.** vật đáng trưng bày ở bảo tàng **2.** (đùa, xấu) vật đáng cho vào bảo tàng (vì quá cổ lỗ): *this old radio of yours is a bit of a museum piece; it's about time you got a new one* chiếc đài cổ của anh hơi cổ lỗ rồi đấy, thật đáng đưa vào bảo tàng, đã đến lúc anh phải sắm một cái mới.

mush /mʌʃ/ *dt* **1.** (thường xấu) khối đặc sệt: *the vegetables had been boiled to a mush, and were quite un-* eatable rau đã nấu thành một khối đặc sệt không tài nào ăn được **2.** cháo ngô **3.** chuyện ướt át ủy mị; văn phong ủy mị: *I have never read such a load of mush* tôi chưa hề bao giờ đọc một chuyện ướt át ủy mị như thế.

mushroom¹ /'mʌʃrʊm, 'mʌʃru:m/ *dt* nấm: *fried mushrooms* nấm xào; *mushroom soup* xúp nấm.

mushroom² /'mʌʃrʊm, 'mʌʃru:m/ *dgt* **1.** (thường): **go mushrooming** hái nấm **2.** (đôi khi xấu) phát triển nhanh như nấm: *new blocks of flats and offices murshrooming all over the city* những tòa nhà chung cư và trụ sở cơ quan mọc lên như nấm khắp thành phố.

mushroom cloud /'mʌʃrʊm claʊd/ đám mây hình nấm (sau vụ nổ nguyên tử).

music /'mju:zik/ *dt* **1.** âm nhạc, nhạc: *study music* học nhạc; *a music teacher* thầy dạy nhạc **2.** khúc nhạc: *Mozarts music* những khúc nhạc của Mozarts **3.** bản [chép] nhạc. // **face the music** x **face²**; **music to one's ears** tin vui; **put (set) something to music** phổ nhạc.

musical¹ /'mju:zikl/ *tt* **1.** [thuộc] nhạc, [thuộc] âm nhạc: *musical instruments* nhạc cụ; *musical talents* tài năng âm nhạc **2.** thích âm nhạc; có khiếu về nhạc: *she's very musical* cô ta rất có khiếu về nhạc **3.** du dương, êm tai: *he has quite a musical voice* anh ta có giọng nói thật êm tai.

musical² /'mju:zikl/ *dt* (cg **musical comedy**) ca vũ nhạc kịch.

musical box /'mju:zik bɒks/ hộp nhạc *(khi bỏ nắp đi sẽ phát ra nhạc).*

musical chairs /,mju:zikl 'tʃeəz/ trò chơi giành ghế theo nhạc.

musically /'mju:zikli/ *pht* **1.** về nhạc, về âm nhạc, trong âm nhạc: *musically gifted* có khiếu về nhạc **2.** [một cách] du dương, [một cách] êm tai.

music box /'mju:zikbɒks/ *nh* musical box.

music centre /'mju:zik,sentə[r]/ dụng cụ nghe nhạc bộ ba.

music hall /'mju:zikhɔ:l/ nhà hát tạp kỹ ca múa nhạc *(cuối thế kỷ 19, đầu thế kỷ 20).*

musician /mju:'ziʃn/ *dt* nhạc sĩ.

musicianship /mju:'ziʃnʃip/ *dt* tài năng chơi nhạc; tài năng sáng tác nhạc.

musicological /,mju:zikə-'lɒkdʒikl/ *tt* [thuộc] âm nhạc học.

musicologist /,mju:zi'kɒlədʒist/ *dt* nhà âm nhạc học.

musicology /,mju:zi'kɒlədʒi/ *dt* âm nhạc học.

music-stand /'mju:zikstænd/ *dt* giá nhạc.

music-stool /'mju:zikstu:l/ *dt* ghế ngồi chơi pi-a-nô.

musk /mʌsk/ *dt* **1.** xạ hương **2.** cây có mùi xạ hương.

musk-deer /'mʌsk diə[r]/ *dt (động)* hươu xạ.

musket /'mʌskit/ *dt (sử)* súng hỏa mai.

musketeer /,mʌskitiə[r]/ *dt* lính mang súng hỏa mai.

musketry /'mʌskitri/ *dt* thuật bắn súng nhỏ.

musk-melon /'mʌskmelən/ *dt* dưa xạ *(cây, quả).*

musk-rat /'mʌskræt/ *dt (động) (cg* **musquash**) chuột nước.

musk-rose /'mʌskrəʊz/ *dt* hồng leo *(cây, hoa).*

Muslim[1] /'mʊzlim, *(Mỹ)* mʌzləm/ *dt (cg* **Moslem**) tín đồ Hồi giáo.

Muslim[2] /'mʊzlim, *(Mỹ)* mʌzləm/ *tt (cg* **Moslem**) [thuộc] Hồi giáo.

muslin /'mʌzlin/ *dt* vải mu-xlin *(một thứ vải bông mịn).*

musquash /'mʌskwɒʃ/ *dt* **1.** *nh* musk-rat **2.** da lông chuột nước: *a musquash coat* áo khoác bằng da lông chuột nước.

muss /mʌs/ *đgt* **muss something [up]** *(kng) (Mỹ)* làm rối bù: *don't muss my hair* đừng làm rối bù tóc tôi.

mussel /'mʌsl/ *dt (động)* con vẹm.

must[1] /məst/ *đgt* **1.** phải, cần phải, nên: *I must go to the bank to get some money* tôi phải ra ngân hàng lấy ít tiền; *I'm very sorry, but I must go at once* tôi rất lấy làm tiếc, nhưng tôi phải đi ngay; *you simply must read this book, it's so funny* cuốn sách này buồn cười lắm, anh phải đọc đi mới được **2.** chắc hẳn: *she must be having a lot of problems with the language* chị ta chắc hẳn gặp nhiều khó khăn về ngôn ngữ đó.

must[2] /məst/ *dt (kng)* cái cần phải làm, cái cần phải xem, cái cần phải nghe...: *his new novel is a must for all lovers of crime fiction* cuốn tiểu thuyết mới ra của ông ta là cuốn mà tất cả những ai yêu thích tiểu thuyết về tội ác cần xem.

must[3] /mʌst/ *dt* nước nho ép *(để chế rượu vang).*

mustache /'mʌstæʃ/ *dt (Mỹ) nh* moustache.

mustachio /mə'sta:ʃiəʊ/ *dt* ria rậm và dài.

mustang /'mʌstæŋ/ *dt (động)* ngựa hoang thảo nguyên *(ở Bắc Mỹ).*

mustard /'mʌstəd/ *dt* **1.** *(thực)* cải cay, mù tạt **2.** *(cg* **mustard powder)** bột cải cay **3.** tương cải cay **4.** màu cải cay *(như màu nước xốt cải cay)* màu vàng sẫm: *a mustard [yellow] sweater* áo len chui đầu màu cải cay. // **keen as mustard** *x* keen[1].

mustard gas /'mʌstədgæs/ hơi cải cay *(làm cháy da, dùng trong chiến tranh thế giới I).*

muster[1] /'mʌstə[r]/ *dt* sự tập hợp; sự tập trung: *a muster of troops* sự tập trung quân. // **pass master** *x* pass[2].

muster[2] /'mʌstə[r]/ *đgt* tập hợp, tập trung: *he mustered all the troops* ông ta tập trung toàn thể quân sĩ. // **muster something [up]** tập trung, dồn: *muster public support for something* tập trung mọi hậu thuẫn của quần chúng cho việc gì.

mustiness /'mʌstinis/ *dt* mùi mốc; tình trạng ẩm mốc.

mustn't /'mʌsnt/ *dạng viết chập của* must not.

musty /'mʌsti/ *tt* **1.** ẩm mốc; có mùi mốc: *musty books* sách đầy mốc; *a musty room* gian phòng ẩm mốc **2.** *(bóng, xấu)* cũ kỹ, lạc hậu: *the same musty old ideas presented as if they were new* vẫn những tư tưởng cũ kỹ lạc hậu ấy được trình bày như thể là mới.

mutability /,mju:tə'biləti/ *dt* tính thay đổi.

M

mutable /'mju:təbl/ *tt* hay thay đổi.

mutant[1] /'mju:tənt/ *dt* (sinh) cá thể đột biến.

mutant[2] /'mju:tənt/ *tt (sinh)* đột biến.

mutation /mju:'teiʃn/ *dt* (sinh) 1. sự đột biến 2. thể đột biến.

mutate /mju:'teit, (Mỹ 'mju:teit/ đột biến: *cells that mutate (are mutated)* tế bào đột biến; *organisms that mutate into new forms* cơ thể đột biến thành những dạng mới.

mutatis mutandis /mu:,ta:tis mu:'tændis/ *(tiếng Latinh)* với những thay đổi tương ứng thích hợp: *what I have said about the army also applies, mutatis mutandis, to the navy* những gì tôi nói về lục quân, với những thay đổi tương ứng thích hợp, cũng có thể áp dụng cho hải quân.

mute[1] /'mju:t/ *tt* câm, lặng thinh: *stand mute* đứng lặng thinh; *mute e (ngôn)* e câm.

mute[2] /mju:t/ *dt* 1. *(cũ)* người câm 2. *(nhạc)* cái chặn tiếng.

mute[3] /mju:t/ *dgt (nhạc)* *(chủ yếu ở dạng bị động)* chặn tiếng, chặn: *muted strings* dây đàn bị chặn.

muted /'mju:tid/ *tt* 1. khẽ và không rõ *(âm thanh)* 2. thầm lặng, ngầm: *muted criticism* sự phê phán ngầm 3. *(nhạc)* bị chặn *(dây đàn)* 4. dịu *(màu sắc)*.

mutely /'mju:tli/ *pht* [một cách] câm; [một cách] lặng thinh.

muteness /'mju:tnis/ *dt* sự câm; sự lặng thinh.

mutilate /'mju:tileit/ *dgt* cắt; cắt xẻo; cắt xén: *the invaders cut off their prisoners' arms and legs and*

threw their mutilated bodies in the ditch quân xâm lược chặt tay chân của các tù nhân của họ và vứt xác đã cắt xẻo xuống hào; *the editor mutilated my text by removing whole paragraphs from it (bóng)* ông chủ bút đã cắt xén cả hàng đoạn văn trong bài của tôi.

mutilation /,mju:ti'leiʃn/ *dt* 1. sự cắt xẻo, sự què cụt: *thousands suffered death or mutilation as a result of a bomb attack* hàng ngàn người chết hoặc què cụt do cuộc ném bom 2. thương tổn.

mutineer /,mju:ti'niə[r]/ *dt* kẻ phản loạn, kẻ nổi loạn.

mutinous /'mju:tinəs/ *tt* tạo phản, nổi loạn: *mutinous workers* những công nhân nổi loạn.

mutinously /'mju:tinəsli/ *pht* [một cách] phản loạn, [một cách] nổi loạn.

mutiny[1] /'mju:tini/ *dt* 1. sự phản loạn, sự nổi loạn 2. cuộc phản loạn, cuộc nổi loạn, cuộc binh biến.

mutiny[2] /'mju:tini/ *dgt* (+ against) nổi loạn: *a crew that mutinies [against its captain; against bad living conditions]* thủy thủ nổi loạn [chống lại thuyền trưởng, chống lại điều kiện sinh hoạt tồi tệ].

mutt /mʌt/ *dt* 1. *(kng)* kẻ ngu si, kẻ vụng về bất tài 2. *(xấu)* con chó lai; *what an ugly mutt!* con chó lai xấu xí thế?

mutter[1] /'mʌtə[r]/ *dgt* 1. nói thì thầm: *don't mutter! I can't hear you* đừng thì thầm làm gì! tôi không nghe bạn nói đâu 2. nói làu bàu: *Sarah was muttering away to herself as she did the washing-up* Sarah nói làu bàu một mình khi rửa bát

3. ì ầm, rền vang *(tiếng sấm)*.

mutter[2] /'mʌtə[r]/ *dt* *(thường số ít)* 1. sự thì thầm; tiếng thì thầm 2. sự làu bàu; tiếng làu bàu.

mutterer /'mʌtərə[r]/ *dt* 1. người nói thì thầm 2. người làu bàu.

muttering /'mʌtəriŋ/ *dt (cg* **mutterings**) tiếng làu bàu.

mutton /'mʌtn/ *dt* thịt cừu: *a leg of mutton* thịt đùi cừu; *boiled mutton* thịt cừu luộc; *mutton stew* thịt cừu hầm. // **dead as mutton** *x* dead; **mutton dressed [up] as lamb** *(kng, xấu)* già mà ăn mặc quần áo với người trẻ.

mutton-head /'mʌtnhed/ *dt* người ngu đần.

mutual /'mju:tʃuəl/ *tt* lẫn nhau, qua lại, hỗ tương: *mutual affection* tình yêu thương lẫn nhau; *we are mutual friends* chúng tôi là bạn của nhau; *our mutual friend* người bạn chung của chúng tôi. // **a mutual admiration society** *(xấu)* sự tâng bốc lẫn nhau.

mutual insurance company /,mju:tʃuəl in'ʃə:rəns kʌmpəni/ công ty bảo hiểm hỗ tương.

mutually /'mju:tʃuəli/ *pht* lẫn nhau: *the two assertions are mutually exclusive* hai điều khẳng định đó loại trừ lẫn nhau *(không thể cùng đúng cả hai)*.

Muzak /'mju:zæk/ *dt* *(thường xấu)* nhạc cửa tiệm.

muzzily /'mʌzili/ *pht* 1. [một cách] mờ 2. [một cách] mụ mẫm.

muzziness /'mʌzinis/ *dt* 1. sự mờ, sự không rõ 2. sự mụ mẫm.

muzzle[1] /'mʌzl/ *dt* 1. mõm *(chó, cáo...)* 2. cái rọ bịt mõm *(chó, ngựa)* 3. họng súng.

muzzle² /'mʌzl/ đgt **1.** bịt rọ vào mõm (chó, ngựa) **2.** (bóng, xấu) khóa miệng: accuse the government of muzzling the press lên án chính phủ khóa miệng báo chí.

muzzle velocity /'mʌzlvi,lɒsəti/ vận tốc họng súng (của viên đạn khi rời khỏi họng súng).

muzzy /'mʌzi/ tt **1.** mờ, không rõ (hình trên TV...) **2.** mụ mẫm (vì bệnh, vì rượu...).

MV /,em'vi:/ (vt của motor vessel) thuyền máy.

MW (vt của medium wave) sóng trung (radiô).

my /mai/ đht **1.** [của] tôi: my feet are cold chân tôi lạnh; where is my hat? mũ tôi đâu rồi; my darling! em yêu quý của anh! **2.** (dùng trong lời cảm thán): my goodness, what a surprise! trời ơi, thật là bất ngờ quá!

mycology /mai'kɒlədʒi/ dt (sinh) khoa nấm.

myelithis /,maiə'laitis/ dt (y) viêm tủy sống.

mynah (cg **myna, mina**) /'mainə/ dt (động) chim sáo.

myopia /mai'əupiə/ dt **1.** (y) tật cận thị **2.** (bóng) tật thiển cận: ministers charged with myopia những ông bộ trưởng thiển cận.

myopic /mai'ɒpik/ tt **1.** (y) cận thị **2.** (bóng) thiển cận: a government with myopic policies một chính phủ với những chính sách thiển cận.

myopically /mai'ɒpikli/ pht [một cách] thiển cận.

myriad¹ /'miriəd/ dt hằng hà sa số: each galaxy contains myriads of stars mỗi thiên hà chứa hằng hà sa số ngôi sao.

myriad² /'miriəd/ tt (thngũ) hằng hà sa số: a butterfly's wing with its myriad tiny scales cánh bướm với hằng hà sa số vảy li ti.

myrmidon /'mɜ:midən, (Mỹ 'mɜ:midɒn)/ dt (xấu hoặc đùa) người thi hành mệnh lệnh một cách máy móc; tay sai.

myrrh /mɜ:[r]/ dt nhựa trầm hương (dùng chế nước hoa...).

myrtle /'mɜ:tl/ dt (thực) cây mia (thuộc họ Sim).

myself /mai'self/ đt **1.** tự tôi: I cut myself with a knife tự tôi để dao làm đứt tay **2.** chính tôi: I myself said so chính tôi nói như thế. // [all] **by myself** một mình: I finished the crossword [all] by myself một mình tôi đã giải xong ô chữ.

mysterious /mi'stiəriəs/ tt huyền bí; bí ẩn: the mysterious disappearance of my brother upset everyone sự biến mất đầy bí ẩn của anh tôi làm mọi người lo ngại; she gave me a mysterious look cô ta nhìn tôi với cái nhìn đầy bí ẩn.

mysteriously /mi'stiəriəsli/ pht [một cách] huyền bí, [một cách] bí ẩn.

mysteriousness /mi'stiəriəsnis/ dt tính chất huyền bí; tính chất bí ẩn.

mystery /'mistəri/ dt **1.** điều huyền bí; điều bí ẩn: the mysteries of nature những điều bí ẩn của tạo vật **2.** vẻ bí hiểm: you are full of mystery tonight tối nay trông anh có vẻ bí hiểm lắm **3. mysteries** (snh) nghi lễ tôn giáo bí truyền **4.** câu chuyện (vở kịch) về một tội ác bí hiểm.

mystery play /'mistəriplei/ nh miracle play.

mystic¹ /'mistik/ (cg **mystical**) tt **1.** huyền bí, thần bí; bí ẩn **2.** kinh dị: mystic beauty vẻ đẹp kinh dị.

mystic² /'mistik/ dt người hòa đồng thần linh.

mystical /'mistikl/ x mystic¹.

mystically /'mistikli/ pht **1.** [một cách] huyền bí, [một cách] thần bí; [một cách] bí ẩn **2.** [một cách] kinh dị.

mysticism /'mistisizəm/ dt thuyết hòa đồng thần linh.

mystification /,mistifi'keiʃn/ dt **1.** sự làm bối rối mà không nắm được **2.** sự tung hỏa mù (để làm cho khó hiểu).

mystify /'mistifai/ đgt làm bối rối mà không nắm được: I'm mystified; I just can't see how he did it tôi bị hoang mang và không hiểu được ông ta đã làm điều đó như thế nào.

mystique /mi'sti:k/ dt (số ít) sự thần bí, sự kỳ diệu: the mystique of the British monarchy sự kỳ diệu của nền quân chủ nước anh.

myth /miθ/ dt **1.** huyền thoại: ancient Greek myths những chuyện huyền thoại Hy Lạp cổ **2.** người tưởng tượng, vật tưởng tượng: the rich uncle of whom he boasts is only a myth ông bác giàu có mà nó thường khoe khoang chỉ là một nhân vật tưởng tượng.

mythical /'miθikl/ tt **1.** [chỉ] có trong huyền thoại **2.** hoang đường, tưởng tượng.

mythological /,miθə'lɒdʒkl/ tt **1.** [thuộc] huyền thoại **2.** nh mythical 1.

mythologist /mi'θɒlədʒist/ dt nhà huyền thoại học.

mythology /mi'θɒlədʒi/ dt **1.** huyền thoại học **2.** [truyện] huyền thoại: the mythologies of primitive races những huyền thoại của các chủng tộc nguyên thủy.

M

N¹,n¹ /en/ (snh **N's, n's** /enz/)
n (con chữ thứ mười bốn
trong bảng chữ cái tiếng
Anh): "Nicholas" begins with
[an] N "Nicholas" bắt đầu
bằng [con chữ] N.

N² vt 1. (vt của name) tên
(trên các mẫu khai...) 2.
(ngôn) (vt của neuter) trung
(giống).

n² vt 1. (vt của north[ern])
(Mỹ cg No.) bắc: N Yorkshire
bắc Yorkshire 2. (vt của neu-
tral) trung tính (trên phít
diện).

NAACP /,eneieisi:'pi:/ (vt của
National Association for the
Advancement of Colored
People) Liên minh quốc gia
vì tiến bộ của các dân tộc
da màu (Mỹ).

NAAFI /'næfi/ (vt của Navy,
Army and Air Force Insti-
tute) Cơ quan phục vụ Hải,
Lục, Không quân) (chăm lo
căng-tin... cho quân nhân
trong nước và ở hải ngoại)
(Anh).

nab /næb/ đgt (-bb-) (kng)
chộp, tóm: he was nabbed
[by the police] for speeding
nó bị cảnh sát chộp được
lúc cho xe chạy quá tốc độ.

nacelle /næ'sel/ dt vỏ động
cơ máy bay.

nacre /'neikə[r]/ dt xà cừ.

nadir /'neidiə[r]/, (Mỹ)
'neidər/ dt 1. (thiên) thiên

để 2. (bóng) điểm thấp
nhất, lúc bĩ nhất: this
failure was the nadir of his
carrer thất bại ấy là lúc
bĩ nhất trong đời hoạt động
của ông ta.

naff /næf/ tt (lóng) không
hợp thời trang; không đúng
kiểu: that suit's pretty naff
bộ quần áo này có phần
không hợp thời trang nữa.

nag¹ /næg/ dt (kng; thường
xấu) con nghẽo: it's a waste
of money betting on that old
nag! đánh cá vào con nghẽo
ấy thật là phí tiền!

nag² /næg/ đgt (-gg-) 1. nag
at somebody rầy la ai hoài;
mè nheo ai: she nagged [at]
him all day long chị ta mè
nheo anh suốt ngày 2. làm
khó chịu; làm đau; day dứt:
a nagging pain nỗi đau khó
chịu; the problem had been
nagging me for weeks vấn
đề ấy đã day dứt tôi hàng
mấy tuần.

naiad /'naiæd/ dt (snh nai-
ads hoặc naiades /'naiədi:z/)
nữ thủy thần (trong thần
thoại Hy Lạp).

nail¹ /neil/ dt 1. móng (tay,
chân): finger-nail móng tay;
toe-nail móng chân 2. cái
đinh: to drive a nail đóng
đinh. // a nail in somebody's
coffin cái làm cho ai chóng
chết; a nail in something's cof-
fin cái làm cho việc gì suy
sụp; cái thúc mau sự thất
bại của công cuộc gì: the
long strike proved to be the
last nail in the company's
coffin cuộc bãi công kéo dài
[tỏ ra] là cái làm cho công
ty ấy suy sụp; fight tooth
and nail x tooth; hard as nail
x hard; hit the nail on the
head x hit; on the nail (kng)
ngay, không chậm trễ (việc
trả tiền): I want cash on
the nail tôi cần ngay tiền

mặt; [as] tough as nails x
tough.

nail² /neil/ đgt 1. (kng) tóm,
bắt, vớ: have the police
nailed the man who did it?
cảnh sát đã tóm được người
làm việc đó chưa?; she fi-
nally nailed me in the cor-
ridor cô ta cuối cùng đã vớ
được tôi trong hành lang 2.
(kng) tỏ rõ (điều gì) là đúng;
khám phá ra: I've finally
nailed the myth of his in-
fallibility cuối cùng tôi đã
khám phá ra huyền thoại
về sự không bao giờ sai lầm
của ông ta (khám phá ra
rằng ông ta cũng có thể sai
lầm). // nail one's colours to
the mast tuyên bố công khai
và kiên quyết điều mình
tin tưởng hoặc người mình
ủng hộ.

nail something down 1. đóng
chắc (tấm thảm, nắp hòm...)
vào bằng đinh **2.** xác định rõ
vật gì; **nail somebody down to
something** làm cho ai nói rõ
là nghĩ gì hoặc cần làm điều
gì: she says she'll come, but I
can't nail her down to a spe-
cific time cô ta nói là cô ta sẽ
đến, nhưng tôi không thể bảo
cô ta nói rõ là vào giờ nào;
**nail something on; nail some-
thing on (onto; to) something**
đóng [chặt bằng] đinh: nail a
lid on đóng chặt nắp bằng
đinh; nail a sign to the wall
đóng đinh một cái biển vào
tường; **nail something up 1.**
đóng đinh vật gì treo (vào
tường, vào cột) **2.** đóng đinh
không cho mở ra được nữa
(cửa sổ, cửa...).

nail-brush /'neilbrʌʃ/ dt bàn
chải móng tay.

nail-file /'neilfail/ dt cái
giũa móng tay.

nail-scissors /'neil,sizəz/ dt
snh kéo cắt móng tay.

nail varnish /'neil,va:niʃ/ (cg
varnish) dt (Mỹ **nail polish**)

thuốc đánh móng tay móng chân.

naira /'nairə/ *dt (snh kđổi)* đồng nai-ra *(tiền Ni-giê-ri-a).*

naive /nai'i:v/ *tt (cg* **naïve)** 1. ngây thơ; chất phác 2. *(thường xấu)* nhẹ dạ: *you weren't so naive as to believe him, were you?* anh không đến nỗi nhẹ dạ mà tin nó chứ? 3. *(thường xấu)* ngờ nghệch; khờ khạo: *a naive remark* một nhận xét ngờ nghệch; *a naive person* người khờ khạo.

naively /nai'i:vli/ *pht (cg* **naïvely)** 1. [một cách] ngây thơ; [một cách] chất phác 2. *(thường xấu)* [một cách] nhẹ dạ 3. *(thường xấu)* [một cách] ngờ nghệch; [một cách] khờ khạo.

naivety /nai'i:vti/ *dt (cg* **naïvety** /nai'i:vti/, **naiveté** /nai'i:vtei/) 1. tính ngây thơ, tính chất phác 2. *(thường xấu)* tính nhẹ dạ 3. *(thường xấu)* tính ngờ nghệch; tính khờ khạo 4. lời nhận xét ngờ nghệch; hành động ngờ nghệch.

naked /'neikid/ *tt* 1. trần, trần truồng: *a naked body* thân mình trần truồng; *a naked sword* gươm trần *(không có bao); fight with naked fists* đấu bằng nắm tay trần *(không mang găng tay); naked light* bóng đèn trần không có chao; *the naked truth (bóng)* sự thật trần trụi 2. trụi; trơ trụi: *naked trees* cây trụi lá. // **the naked eye** mắt trần *(không dùng kính hiển vi..):* microbes are too small to be seen by the naked eye* vi trùng nhỏ quá không thể nhìn thấy bằng mắt trần.

nakedly /'neikidli/ *pht* 1. [một cách] trần; [một cách]

trần truồng 2. [một cách] trơ trụi.

nakedness /'neikidnis/ *dt* 1. sự trần truồng 2. sự trơ trụi.

namby-pamby¹ /,næmbi 'pæmbi/ *tt (xấu)* [có tình cảm] ướt át.

namby-pamby² /,næmbi 'pæmbi/ *dt (xấu)* người có tình cảm ướt át.

name¹ /neim/ *dt* 1. tên, danh: *my name is Nam* tên tôi là Nam; *under the name of* mang tên, lấy tên là; *what is the name of the town where you live?* thành phố anh ở [tên] là thành phố gì nhỉ? 2. *(số ít)* tiếng; tiếng tăm: *have a good name* có tiếng tốt; *have a name for courage* nổi tiếng là dũng cảm 3. *(thngữ) (Mỹ)* có tiếng; nổi tiếng: *a name brand of soap* một loại xà phòng nổi tiếng 4. người có tên tuổi; danh nhân: *the great names of history* những danh nhân trong lịch sử. // **answer to the name of something** *x* answer²; **be somebody's middle name** *x* middle; **by name** [bằng] tên; [theo] danh: *the teacher knows all his students by name* thầy giáo biết tên tất cả sinh viên của ông; *I only know her by name* tôi chỉ biết danh cô ta thôi *(nghe qua người khác nói đến, chứ chưa đích thân quen biết);* **by (of) the name of** [dưới] tên là: *someone of the name of Henry wants to see you* có ai đó tên là Hen-ri muốn gặp anh; **call somebody names** *x* call²; **drag somebody (somebody's) name through the mire (the mud)** *x* drag²; **drop name** *x* drop²; **enter one's name (put one's name down) for something** ghi tên xin theo học *(một trường, một khóa*

học...); **give a dog a bad name** *x* dog¹; **give one's name to something** có phát minh sáng tạo mang tên tuổi của mình: *he gave his name to a well-known brand of frozen food* có món thức ăn đông lạnh mang tên tuổi của ông; **a household name word** *x* household; **in the name of** a/ nhân danh: *I greet you in the name of the President* tôi đón chào ông nhân danh ông Chủ tịch; *I arrest you in the name of the law* tôi bắt giữ anh nhân danh pháp luật; *they did it all in the name of friendship* họ làm tất cả các thứ đó nhân danh tình bạn b/ có *(ai, cái gì)* chứng cho: *In God's name, what are you doing?* có Chúa chứng cho, anh đang làm gì thế?; **in name only** chỉ trên danh nghĩa: *he is leader in name only* ông ta là lãnh tụ chỉ trên danh nghĩa; **lend one's name to something** *x* lend; **make a name for oneself; make one's name** làm nên danh tiếng; trở nên nổi tiếng: *she first made a name for herself as an actress* chị ta đầu tiên trở nên nổi tiếng qua nghề diễn viên; **somebody's name is mud** danh tiếng ai bị hoen ố *(thường là nhất thời, do một việc gì đó);* **name names** *x* name²; **the name of the game** mục đích chính của một hoạt động; mặt quan trọng nhất của một hoạt động: *hard work is the name of the game if you want to succeed in business* làm cật lực là điều quan trọng nhất nếu anh muốn thành công trong công việc; **a name to conjure with** một cái tên có ảnh hưởng lớn và được kính trọng *(người, tổ chức);* **not have something to one's name** không có lấy một tí nào

N

(thường là tiền): she hasn't a penny to her name bà ta không có lấy một đồng một chữ nào *(rất nghèo);* **put a name to somebody (something)** biết tên *(người nào; vật gì);* nhớ lại tên *(người nào; vật gì): I've heard that tune before, but I can't put a name to it* tôi đã nghe điệu ấy trước đây, nhưng không nhớ tên là điệu gì; **take somebody's name in vain** lợi dụng tên ai *(đặc biệt là Chúa)* một cách thiếu cung kính; **under the name of something** dưới tên là gì đó: *He writes under the name of Nimrod* ông ta viết sách dưới tên là Nimrod.

name² /neim/ *đgt* **1. name after;** *(Mỹ,* **name for)** đặt theo tên: *the child is named after his father* đứa bé được đặt theo tên của cha nó **2.** nói tên, gọi tên: *can you name all the plants in this garden?* anh có thể gọi tên tất cả các cây trong vườn này không? **3.** định rõ; nói rõ: *we have named a date for the party* chúng tôi đã định rõ ngày cho buổi liên hoan; *name your price* hãy nói rõ giá đi, hãy cho giá đi; *the young couple have named the day* đôi trẻ kia đã định ngày cưới nhau **4. name somebody for (as) something** bổ nhiệm ai vào chức vụ gì: *he has been named for the directorship; he has been named as the new director* ông ta đã được bổ nhiệm vào chức vụ giám đốc. // **name names** nêu đích danh: *he said someone had lied but wouldn't name names* nó nói có ai đó đã nói dối, nhưng không nêu đích danh ai cả; **to name but a few** chỉ nêu ra một ít làm thí dụ: *Lots of our friends are coming: Anne, Ken and George,*

to name but a few khối bạn của chúng ta đã đến, này Anne, này Ken, này Georges đó là chỉ nêu một số làm thí dụ; **you name it** mọi cái, mọi chỗ anh có thể nêu tên; mọi cái mọi chỗ anh có thể nghĩ tới: *he can make anything: chairs, tables, cupboards you name it* nó có thể làm bất cứ cái gì: ghế, bàn, tủ, cho đến mọi cái mà anh có thể nghĩ tới.

name-day /'neimdei/ *dt* ngày tên thánh *(ngày lễ vị thánh đã được lấy tên đặt cho mình khi làm lễ rửa tội).*

name-drop /'neimdrop/ *dgt* nêu tên những người có danh tiếng mà mình khoe là quen biết để lòe người.

name-dropping /'neimdrɒpiŋ/ *dt* thói nêu tên những người có danh tiếng mà mình khoe là quen biết để lòe người.

nameless /'neimlis/ *tt* **1.** không [nêu] tên; vô danh: *a nameless grave* nấm mồ vô danh; *a nameless 13th century poet* một thi sĩ vô danh thế kỷ 13; *he has received information from a nameless source in the government* ông ta đã nhận được tin từ một nguồn không nêu tên trong chính phủ **2.** khó tả; khôn tả xiết *(vì quá khủng khiếp): a nameless longing* nỗi khao khát khó tả; *the nameless horrors of the prison camp* những cảnh rùng rợn khôn tả xiết ở các trại giam.

namely /'neimli/ *pht* là; đó là: *only one boy was absent, namely Harry* chỉ có một cậu vắng mặt, đó là Harry.

name-part /'neimpɑ:t/ *dt* vai chính *(mà tên được lấy đặt cho vở kịch): he's got the name-part in Hamlet* nó

được phân vai chính trong vở Ham-lét.

name-plate /'neimpleit/ *dt* tấm để tên *(ở cửa).*

namesake /'neimseik/ *dt* người trùng tên; vật cùng tên.

name-tape /'neimteip/ *dt* băng nhãn *(ở quần áo).*

nanny /'næni/ *dt* **1.** vú em **2.** *(kng)* bà *(đối với cháu).*

nanny-goat /'nænigəʊt/ *dt* con dê cái.

nap¹ /næp/ *dt* giấc ngủ chợp *(thường là vào ban ngày): have (take) a quick nap after lunch* ngủ chợp một chốc sau bữa ăn trưa.

nap² /næp/ *dgt* (-pp-) ngủ chợp một chốc. // **catch somebody napping** x catch¹.

nap³ /næp/ *dt* tuyết *(trên mặt hàng nhung, hàng nỉ...): against the nap* ngược chiều tuyết.

nap⁴ /næp/ *dt* lối chơi bài náp.

napalm /'neipɑ:m/ *dt* napan: *a napalm bomb* bom napan.

nape /neip/ *dt* *(thường* the nape of the neck) gáy: *he kissed her on the nape of her neck* anh ta hôn vào gáy nàng.

naphthalene /'næfθəli:n/ *dt* băng phiến; naptalin.

napkin /'næpkin/ *dt* **1.** *(cg* **table napkin)** khăn ăn; giấy lau miệng **2.** *(kng) nh* nappy.

nappy /'næpi/ *dt* *(cg (kng)* napkin; *Mỹ* diaper) tã lót *(cho trẻ nhỏ): a disposable nappy* tã lót dùng xong vứt luôn.

narcissism /'nɑ:sisizəm/ *dt* *(tlý)* lòng quá tự mê.

narcissistic /'nɑ:si'sistik/ *tt* *(tlý)* quá tự mê.

narcissus /nɑ:'sisəs/ *dt* *(snh* **narcissuses** /nɑ:'sisəsiz/, **narcissi** /nɑ:sisai/) *(thực)* thủy tiên.

narcotic¹ /nɑːˈkɒtik/ *dt* **1.** thuốc ngủ: *the juice of this fruit is a mild narcotic* nước vắt từ thứ quả này là một thứ thuốc ngủ nhẹ **2.** *(thường snh)* chất nacotic *(ảnh hưởng tới tâm thần)*: *narcotics are a major threat to health* nacotic là một mối đe dọa lớn đối với sức khỏe; *a narcotics agent* một tác nhân nacotic.

narcotic² /nɑːˈkɒtik/ *tt* có tác dụng gây ngủ: *a narcotic effect* tác dụng gây ngủ; *a narcotic substance* chất gây ngủ.

nark¹ /nɑːk/ *dt (lóng)* chỉ điểm; mật thám.

nark² /nɑːk/ *dgt (lóng) (thường ở dạng bị động)* làm bực mình: *feeling narked about being ignored* cảm thấy bực mình vì bị phớt lờ.

narrate /nəˈreit, *(Mỹ)* ˈnæreit/ *dgt* kể lại, thuật lại; tường thuật: *narrate one's adventures* kể lại các cuộc phiêu lưu của mình.

narration /nəˈreiʃn/ *dt* **1.** sự kể lại; sự thuật lại; sự tường thuật **2.** chuyện kể; bài tường thuật.

narrative¹ /ˈnærətiv/ *dt* **1.** chuyện kể; bài tường thuật **2.** thể văn kể chuyện; thể văn tường thuật: *a master of narrative* một bậc thầy về thể văn kể chuyện **3.** phần tường thuật *(trong một cuốn sách)*: *the novel contains more narrative than dialogue* trong cuốn tiểu thuyết có nhiều tường thuật hơn là đối thoại.

narrative² /ˈnærətiv/ *tt* dưới hình thức kể chuyện, dưới hình thức tường thuật; [thuộc hình thức] kể chuyện, [thuộc hình thức] tường thuật: *narrative literature* văn kể chuyện *(gồm truyện,* tiểu thuyết); *a writer of great narrative power* một nhà văn có khả năng tường thuật lớn.

narrow¹ /ˈnærəʊ/ *tt* **(-er; -est) 1.** hẹp; hạn hẹp: *a narrow path* một đường mòn hẹp; *the road was too narrow for cars to pass* con đường quá hẹp ô tô không thể qua được; *a narrow circle of friends* một nhóm bạn bè hạn hẹp; *he has a very narrow mind* ông ta có đầu óc rất hẹp hòi; *what does the word mean in its narrowest sense?* từ này theo nghĩa hẹp nhất của nó thì nghĩa là gì nhỉ? **2.** vừa sát nút; *elected by a narrow majority* được bầu theo một đa số vừa sát nút; *a narrow escape from death* sự thoát chết vừa sát nút; suýt nữa thì mất mạng. // **a narrow squeak** tình thế may mà tránh được *(hiểm nguy, thất bại);* **the straight and narrow** x straight.

narrow² /ˈnærəʊ/ *dgt* thu hẹp; hẹp lại: *the road narrows here* con đường ở chỗ này hẹp lại; *the gap between the two parties narrowed considerably* cái hố ngăn cách hai bên đã hẹp lại đáng kể; *in order to widen the road they had to narrow the pavement* để mở rộng lòng đường, họ đã phải thu hẹp hè đường.

narrowly /ˈnærəʊli/ *pht* **1.** vừa sát nút: *we won narrowly* chúng tôi đã thắng vừa sát nút **2.** suýt, suýt nữa: *he narrowly escaped drowning* nó suýt bị chết đuối **3.** sát sao: *to watch someone narrowly* để ý theo dõi ai sát sao.

narrow-minded /ˈnærəʊ ˈmaindid/ *tt* [có đầu óc] hẹp hòi.

narrow-mindedly /ˈnærəʊ ˈmaindidli/ *pht* [một cách] hẹp hòi.

narrow-mindedness /ˈnærəʊ ˈmaindidnis/ *dt* tính hẹp hòi.

narrowness /ˈnærəʊ nis/ *dt* **1.** sự hẹp, sự hạn hẹp **2.** tính hẹp hòi.

narrows /ˈnærəʊz/ *dt snh* **1.** chỗ eo sông; kênh hẹp *(nối hai con sông)* **2.** chỗ hẹp *(ở hẽm núi, ở một khúc sông).*

narwhal /ˈnɑːwəl/ *dt (động)* kỳ lân biển.

NASA /ˈnæsə/ *(vt của* National Aeronautics and Space Administration) Cơ quan hàng không vũ trụ quốc gia *(Mỹ).*

nasal¹ /ˈneizl/ *tt* [thuộc] mũi; *nasal sounds* âm mũi; *nasal voice* giọng mũi; *suffer from nasal catarrh* bị viêm chảy mũi.

nasal² /ˈneizl/ *dt* âm mũi.

nasalize; nasalise /ˈneizəlaiz/ *dgt* phát âm giọng mũi; mũi hóa.

nasally /ˈneizəli/ *pht* theo giọng mũi.

nascent /ˈnæsnt/ *tt* mới nảy sinh; mới nở: *a nascent talent* tài mới nở; *a nascent industry* nền công nghiệp mới nảy sinh.

nasturtium /nəˈstɜːʃəm, *(Mỹ)* næˈstɜːʃəm/ *(thực)* cây sen cạn.

nastily /ˈnɑːstili, *(Mỹ)* ˈnæstili/ *pht* **1.** [một cách] khó ưa; [một cách] khó chịu; [một cách] kinh tởm **2.** [một cách] không tử tế; [một cách] xấu bụng; [một cách] đầy ác ý **3.** [một cách] xấu xa **4.** [một cách] nguy hiểm **5.** [một cách] đau đớn; [một cách] dữ dội.

nastiness /ˈnɑːstinis, *(Mỹ)* ˈnæstinis/ *dt* **1.** tính chất khó ưa; tính chất khó chịu;

tính chất kinh tởm **2.** sự không tế nhị; sự xấu bụng; sự đầy ác ý **3.** sự xấu xa **4.** sự nguy hiểm **5.** sự đau đớn; sự dữ dội.

nasty /'na:sti, (Mỹ 'næsti)/ *tt* (**-ier; -iest**) **1.** khó ưa; khó chịu; kinh tởm: *a nasty smell* mùi khó chịu; *a nasty sight* cảnh tượng kinh tởm **2.** không tử tế; xấu bụng; đầy ác ý: *what a nasty man!* con người mới xấu bụng làm sao!; *don't be nasty to your little brother* đừng có xấu bụng với em **3.** xấu xa: *a person with a nasty mind* con người có đầu óc xấu xa **4.** nguy hiểm: *this is a nasty corner* đây là một góc quành nguy hiểm *(đối với xe chạy nhanh)* **5.** đau đớn; dữ dội: *a nasty wound* vết thương đau đớn; *the news gave me a nasty shock* tin đó làm tôi choáng váng dữ dội. // **leave a nasty taste in the mouth** *x* leave; **a nasty piece of work** *(kng)* người khó ưa; người không đáng tin cậy.

nation /'neiʃn/ *dt* **1.** dân tộc **2.** quốc gia: *the Association of South-East Asian Nations* Hiệp hội các quốc gia Đông Nam Á; *the United Nations* Liên hiệp quốc.

national¹ /'næʃnəl/ *tt* *(thường thngũ)* **1.** [thuộc] dân tộc: *the national liberation movement* phong trào giải phóng dân tộc **2.** [thuộc] quốc gia: *the National Assembly* quốc hội.

national² /'næʃnəl/ *dt* công dân *(một quốc gia nào đó)*: *he's a French national working in Italy* anh ta là công dân Pháp làm việc ở I-ta-li-a.

national anthem /'næʃnəl æ'nθəm/ *dt* quốc ca.

national assistance /'næiʃnəl 'əsistəns/ *dt (cũ)* tiền

trợ cấp của chính phủ *(cho người nghèo)*, *(bây giờ gọi là* supplementary benefit*)*.

the National Debt /'næʃnəl 'det/ *dt* nợ của nhà nước.

National Guard /'næʃnəl'ga:d/ *dt (Mỹ)* dân quân quốc gia.

National Health Service /'næʃnəl 'helθs:vis/ *dt (vt* NHS) cục bảo vệ sức khỏe quốc gia: *I got my hearing aid on the National Health Service* tôi được cấp cái máy nghe này ở Cục bảo vệ sức khỏe quốc gia.

National Insurance /'næʃnəl in'ʃuərəns/ *dt (vt* NI) Bảo hiểm quốc gia *(Anh)*.

nationalism /'næʃnəlizəm/ *dt* **1.** chủ nghĩa dân tộc; chủ nghĩa quốc gia **2.** phong trào đòi độc lập dân tộc.

nationalist /'næʃnəlist/ *dt* người ủng hộ phong trào đòi độc lập dân tộc: *Scottish nationalists* những người ủng hộ phong trào đòi độc lập Ê-cốt.

nationalistic /ˌnæʃə'nælistik/ *dt* dân tộc chủ nghĩa; quốc gia chủ nghĩa.

nationality /ˌnæʃə'næləti/ *dt* **1.** quốc tịch: *there were diplomats of all nationalities in Geneva* có các nhà ngoại giao thuộc mọi quốc tịch ở Giơ-ne-vơ **2.** dân tộc; sắc tộc: *the two main nationalities in Czechoslovakia* hai dân tộc chính ở Tiệp Khắc trước đây.

nationalization, nationalisation /ˌnæʃnəlai'zeiʃn, (Mỹ ˌnæʃnəli'zeiʃn)/ *dt* **1.** sự quốc hữu hóa: *the nationalization of the railways* sự quốc hữu hóa đường sắt **2.** sự nhập quốc tịch; sự cho nhập quốc tịch.

nationalize, nationalise /'næʃnəlaiz/ *dgt* **1.** quốc hữu hóa: *nationalize the steel industry* quốc hữu hóa công

nghiệp thép **2.** cho nhập quốc tịch: *nationalized Greeks in the USA* những người Hy Lạp được cho nhập quốc tịch Mỹ.

nationally /'næʃnəli/ *pht* **1.** theo tính chất dân tộc; theo tính chất quốc gia **2.** về mặt dân tộc; về mặt quốc gia.

national park /'næʃnəl'pa:k/ *dt* vườn quốc gia.

national service /'næʃnl 's3:vis/ *dt* kỳ nghĩa vụ quân sự: *do one's national service* đi nghĩa vụ quân sự.

National Trust /'næʃnəl'trʌst/ *dt* hội bảo vệ điểm thắng cảnh và điểm lịch sử.

nation-wide /ˌneiʃn'waid/ *tt, pht* toàn quốc: *a nation-wide campaign* một chiến dịch toàn quốc; *the police are looking for him nation-wide* cảnh sát truy lùng nó trên toàn quốc.

native¹ /'neitiv/ *dt* **1.** người quê ở, người gốc ở: *a native of Hanoi* người quê ở Hà Nội **2.** *(với ý miệt thị)* người địa phương, thổ dân: *the first meeting between Captain Cook and the natives of Australia* cuộc gặp đầu tiên giữa thuyền trưởng Cook với thổ dân Ô-xtra-li-a **3.** loài *(vật, cây)* địa phương, loài nguyên sản: *the kangaroo is a native of Australia* con canguru là một loài vật nguyên sản ở Ô-xtra-lia.

native² /'neitiv/ *tt* **1.** [thuộc] nơi sinh; [thuộc] nguyên quán: *one's native land* miền đất nơi mình sinh ra; quê hương **2.** bẩm sinh: *native ability* khả năng bẩm sinh **3.** (+ to) có nguồn gốc từ: *plants native to America* những cây có nguồn gốc từ châu Mỹ *(như khoai tây, thuốc lá...)*. // **go native** *(thường dùa)* hòa nhập với người địa phương *(người di* *cu...): he has emigrated to the USA and gone completely native* anh ta di cư tới Mỹ và đã hòa nhập hoàn toàn với người địa phương; *native speaker* người vốn nói một thứ tiếng nào đó từ bé; *her English accent is so good, you would think she was a native speaker* giọng tiếng Anh của cô ta tuyệt đến nỗi anh phải tưởng rằng cô ta vốn nói tiếng Anh từ bé.

nativity /nəˈtivəti/ *dt* **1.** *the Nativity* sự giáng sinh của Chúa Giê-xu **2.** *Nativity* tranh giáng sinh.

Nativity play /nəˈtivətiplei/ *dt* kịch giáng sinh.

NATO /ˈneitəʊ/ *vt* của North Atlantic Treaty Organisation (*cg* **Nato**) tổ chức Liên minh quân sự Bắc Đại Tây Dương, khối Na-tô.

natter[1] /ˈnætə[r]/ *dgt* (+ on, about) tán chuyện: *he nattered on (about) his work* nó tán chuyện về công việc của nó.

natter[2] /ˈnætə[r]/ *dt* cuộc tán chuyện.

nattily /ˈnætili/ *pht (thường xấu)* [một cách] đẹp và lịch sự gớm: *nattily dressed* ăn mặc đẹp và lịch sự gớm.

natty /ˈnæti/ *tt* (**-ier; -iest**) *(kng)* **1.** đẹp và lịch sự: *a natty new uniform for policewomen* bộ đồng phục mới của nữ cảnh sát viên đẹp và lịch sự **2.** khéo nghĩ ra; khéo léo: *a natty little machine* một cỗ máy nhỏ khéo nghĩ ra; *a natty solution to a problem* một giải pháp khéo léo cho một vấn đề.

natural[1] /ˈnætʃrəl/ *tt* **1.** [thuộc] tự nhiên, [thuộc] thiên nhiên: *natural phenomena* hiện tượng tự nhiên; *the natural world* thế giới tự nhiên; *animals living in their natural state* động vật sống ở trạng thái tự nhiên; *natural resources* tài nguyên thiên nhiên **2.** tự nhiên, bẩm sinh: *natural charm* vẻ duyên dáng tự nhiên; *natural gift* năng khiếu bẩm sinh **3.** tự nhiên, bình thường: *die of natural causes* chết do những nguyên nhân bình thường; *die a natural death* chết một cái chết bình thường **4.** tự nhiên, không ngượng ngùng lúng túng: *natural manners* tác phong tự nhiên, *it is difficult to be natural when one is tense* khó mà giữ được tự nhiên khi người ta bị căng thẳng **5.** *(nhạc)* thường (*nốt nhạc, không thăng cũng không giáng*) **6.** có quan hệ huyết thống: *he is not our natural son, we adopted him when he was three* nó không phải là con đẻ của chúng tôi, chúng tôi đã nhận nuôi nó làm con nuôi khi nó mới lên ba **7.** [để] hoang (*con*): *a natural child* đứa con hoang.

natural[2] /ˈnætʃrəl/ *dt* **1.** *(nhạc)* nốt nhạc thường (*không thăng cũng không giáng*) **2.** *(nhạc)* dấu hoàn (*đặt trước nốt thường*) **3.** (+ for) người có khiếu tự nhiên (*về ngành gì*): *he is a natural for the role of Lear* anh ta là người có khiếu tự nhiên thủ vai Lia.

natural childbirth /ˌnætʃrəl ˈtʃaildbɜːθ/ *dt (y)* phương pháp để tự nhiên.

natural gas /ˌnætʃrəlˈgæs/ *dt* khí đốt tự nhiên.

natural history /ˌnætʃrəl ˈhistri/ *dt* tự nhiên học.

naturalisation /ˌnætʃrəlaiˈzeiʃn, (*Mỹ* nætʃrəliˈzeiʃn)/ *dt* x naturalization.

naturalise /ˈnætʃrəlaiz/ *dt* x naturalize.

naturalism /ˈnætʃrəlizəm/ *dt* **1.** xu hướng tự nhiên (*trong văn học nghệ thuật*) **2.** *(triết)* thuyết tự nhiên, chủ nghĩa tự nhiên.

naturalist /ˈnætʃrəlist/ *dt* nhà tự nhiên học.

naturalistic /ˌnæʃrəˈlistik/ *tt* tự nhiên chủ nghĩa: *a naturalistic style* phong cách tự nhiên chủ nghĩa, *a naturalistic painter* nhà họa sĩ tự nhiên chủ nghĩa.

naturalization, naturalisation /ˌnætʃrəlaiˈzeiʃn, (*Mỹ* ˌnætrəliˈzeiʃn)/ *dt* **1.** sự nhập quốc tịch: *naturalization papers* giấy tờ chứng nhận đã nhập quốc tịch (*một nước nào đó*) **2.** sự nhập (*một giống cây, một giống vật, một từ ngữ*).

naturalize, naturalise /ˈnætʃrəlaiz/ *dgt* cho nhập quốc tịch: *a naturalized American who was born in Poland* một người sinh ở Ba Lan nhập quốc tịch Mỹ; *she's a German who was naturalized in Canada* bà ta là người Đức nhập quốc tịch Canada.

natural law /ˌnætʃrəlˈlɔː/ *dt* phép xử thế tự nhiên.

naturally /ˈnætʃrəli/ *pht* **1.** [một cách] tự nhiên: *her hair curls naturally* tóc cô ta quăn tự nhiên **2.** [một cách] tự nhiên, bẩm sinh, vốn: *she's naturally musical* cô ta vốn có khiếu âm nhạc **3.** [một cách] tự nhiên, đương nhiên, tất nhiên: *Did you answer her letter? - Naturally!* Anh có trả lời thư cô ta không? -Tất nhiên là có **4.** [một cách] tự nhiên không ngượng ngùng lúng túng: *try to act naturally, even if you're tense* hãy cố gắng hành động một cách tự nhiên, dù có bị căng thẳng **5.** [một cách] tự nhiên, dễ dàng: *he's such a good athlete that most sports come naturally to him* anh ta là một vận động viên tài giỏi đến nỗi mọi môn thể thao đã đến với anh một cách tự nhiên.

natural philosophy /ˌnætʃrəlfiˈlɒsəfi/ *dt (cũ)* vật lý học; vật lý học và động lực học.

natural selection /ˌnætʃrəl siˈlekʃn/ *dt (sinh)* sự chọn lọc tự nhiên.

nature /ˈneitʃə[r]/ *dt* 1. thiên nhiên, tự nhiên, tạo hóa: *the struggle with Nature* sự đấu tranh với thiên nhiên; *draw from nature (nghệ)* vẽ theo tự nhiên; *give away all one's possessions and return to nature* cho tất cả các tài sản đi và trở lại với tự nhiên 2. bản chất: *she is proud by nature* cô ta vốn bản chất kiêu ngạo; *chemists study the nature of gases* các nhà hóa học nghiên cứu bản chất của các chất khí 3. loại: *things of that nature do not interest me* những cái thuộc loại đó không làm cho tôi quan tâm. // **against nature** 1. trái [với] tự nhiên 2. trái đạo lý; **one's better nature** x better; **a call of nature** x call; **in the nature of** vào loại như, như kiểu: *his speech was in the nature of an apology* bài nói của ông ta như kiểu một bài biện hộ; **in a state of nature** x state; **second nature (to somebody)** cái dường như tự nhiên, cái dường như thuộc bản năng (của ai): *after a while, driving becomes second nature to you* sau một lúc, lái xe đối với anh sẽ dường như là tự nhiên thôi.

-natured /ˈneitʃəd/ *(dùng tạo tt ghép)* có bản chất

(như thế nào đó): *good-natured* có bản chất tốt.

nature study /ˈneitʃəstʌdi/ *dt* sự nghiên cứu giới tự nhiên (ở nhà trường).

nature trail /ˈneitʃətreil/ *dt* con đường ven theo một vùng có giới tự nhiên phong phú.

naturism /ˈneitʃərizəm/ *dt* thói khỏa thân.

naturist /ˈneitʃərist/ *dt* người theo thói khỏa thân *(thường là vì lý do sức khỏe)*.

naturopath /ˈneitʃrəpæθ/ *dt (y)* người chữa bệnh theo liệu pháp tự nhiên *(khuyên nên thay đổi chế độ ăn, tập luyện... mà không dùng thuốc)*.

naturopathic /ˌneitʃrəˈpæθik/ *tt (y)* theo liệu pháp tự nhiên.

naturopathically /ˌneitʃrəˈpæθikli/ *pht (y)* bằng liệu pháp tự nhiên.

naturopathy /ˌneitʃəˈrɒpəθi/ *dt (y)* liệu pháp tự nhiên.

naught /nɔːt/ *dt* x nought 2.

naughtily /ˈnɔːtili/ *pht* 1. [một cách] hư, [một cách] hư đốn 2. [một cách] choáng váng.

naughtiness /ˈnɔːtinis/ *dt* 1. sự hư, sự hư đốn 2. sự choáng váng.

naughty /ˈnɔːti/ *tt* 1. hư, hư đốn *(trẻ con)*: *he is a terribly naughty child* nó là một đứa bé hư quá chừng 2. làm choáng váng, ác: *a naughty joke* câu nói đùa ác.

nausea /ˈnɔːsiə/, *(Mỹ* nɔːʃə) *dt* 1. sự buồn nôn 2. sự ghê tởm: *filled with nausea at the sight of cruelty to animals* thấy cảnh tàn ác đối với súc vật mà ghê tởm.

nauseate /ˈnɔːsieit/, *(Mỹ* ˈnɔːzieit)/ *dgt* 1. làm buồn nôn: *the idea of eating raw shellfish nauseates me* nghĩ

đến việc ăn sò sống cũng đã làm cho tôi buồn nôn 2. làm cho ghê tởm.

nauseating /ˈnɔːsieitiŋ/ *tt* 1. làm buồn nôn: *nauseating food* món ăn làm buồn nôn 2. làm ghê tởm: *a nauseating person* một người làm cho người ta ghê tởm.

nauseatingly /ˈnɔːsieitiŋli/ *ph* 1. [một cách] buồn nôn 2. [một cách] ghê tởm.

nauseous /ˈnɔːsiəs/, *(Mỹ* nɔːʃəs)/ *tt* 1. làm buồn nôn 2. làm ghê tởm 3. *(Mỹ)* cảm thấy buồn nôn: *she was nauseous during the sea crossing* cô ta đi biển cảm thấy buồn nôn 4. *(Mỹ)* cảm thấy ghê tởm.

nautical /ˈnɔːtikl/ *tt* [thuộc] hàng hải: *nautical almanac* niên lịch hàng hải.

nautical mile /ˌnɔːtiklˈmail/ *dt (cg* **sea mile**) hải lý *(bằng 1852 mét)*.

nautilus /ˈnɔːtiləs/, *(Mỹ* ˈnɔːtələs)/ *dt (snh* **nautiluses**) *(động)* ốc anh vũ.

naval /ˈneivl/ *tt* [thuộc] hải quân: *a naval officer* sĩ quan hải quân; *a naval uniform* bộ đồng phục hải quân; *a naval power* cường quốc hải quân.

nave /neiv/ *dt* gian giữa *(giáo đường)*.

navel /ˈneivl/ *dt* rốn *(ở bụng người)*.

navel orange /ˌneivlˈɒrindʒ/ *dt* cam naven *(có một chỗ lõm hình lỗ rốn ở đầu)*.

navigability /ˌnævigəˈbiləti/ *dt* 1. tình trạng tàu bè đi lại được *(sông, biển)* 2. tình trạng có thể chạy được *(tàu bè)*.

navigable /ˈnævigəbl/ *tt* 1. [để] tàu bè qua lại được 2. chạy được, lái cho chạy được *(tàu bè)*.

navigate /'nævigeit/ *dgt* **1.** *(hải)* định vị *(định vị trí của tàu thuyền trên bản đồ): which officer in the ship navigates* sĩ quan nào trên tàu định vị thế?; *I'll drive the car, you navigate* tôi lái xe, anh hướng dẫn đường đi nhé **2.** lái *(tàu, máy bay)* **3.** đi thuyền qua, vượt *(sông, biển): who first navigated the Atlantic?* ai là người đầu tiên đã vượt Đại Tây Dương? **4.** tìm lối [đường] đi qua, len qua: *I don't like having to navigate London's crowded streets* tôi không thích len qua các phố xá đông đúc của Luân Đôn **5.** đem thông qua: *navigate a bill through Parliament* đem thông qua một bản dự luật ở nghị viện.

navigation /,nævi'geiʃn/ **1.** nghệ thuật hàng hải, khoa học hàng hải **2.** hàng hải, hàng không **3.** luồng vận hành tàu trên biển, luồng vận hành máy bay trên không: *there has been an increase in navigation through the canal* đã có sự gia tăng luồng tàu qua kênh.

navigator /'nævigeitə[r]/ *dt* **1.** nhà hàng hải, nhà hàng không **2.** nhà thám hiểm bằng thuyền *(trước đây): the 16th-century Spanish and Portuguese navigators* các nhà thám hiểm bằng thuyền người Tây Ban Nha và Bồ Đào Nha thế kỷ 16.

navvy /'nævi/ *dt* công nhân không có tay nghề *(làm trong ngành xây dựng).*

navy /'neivi/ *dt* **1.** hạm đội: *naval exercises involving six navies* diễn tập hải quân với sáu hạm đội **2.** *(the Navy, the navy)* hải quân: *join the navy* gia nhập hải quân **3.** *nh* navy blue.

navy blue /,neivi'blu:/ *dt (cg* **navy)** màu xanh đồng phục hải quân, màu xanh nước biển.

nay /nei/ *pht* **1.** *(cũ hoặc tu từ)* và hơn thế: *I suspect, nay, I am certain, that he is wrong* tôi nghi là, hơn thế tôi chắc là anh ta sai **2.** *(cổ)* không *(trái với yea).*

Nazi¹ /'nɑːtsi/ *dt* đảng viên Đảng Quốc xã *(Đức).*

Nazi² /'nɑːtsi/ *tt* Quốc xã.

Nazism /'nɑːtsizəm/ *dt* chủ nghĩa quốc xã.

NB /,en'biː/ *(vt của* nota bene *(tiếng La tinh) (cg* **nb)** chú ý.

NBC /,enbiː'siː/ *(vt của* National Broadcasting Company) hãng phát thanh quốc gia, hãng NBC (Mỹ).

NCO /,ensiː'əʊ/ *(vt của* non-commissioned officer) hạ sĩ quan.

NE *(vt của* North-East[ern]) đông bắc.

Neanderthal /niː'ændətɑːl/ *tt* [thuộc] giống người Nê-an-đéc-tan *(sống ở Châu Âu vào thời kỳ đồ đá): Neanderthal man* người Nê-an-đéc-tan; *Neanderthal culture* văn hóa Nê-an-đéc-tan.

neap /niːp/ *dt (cg* **neap-tide** /'niːptaid/) triều thực thế, kỳ triều kém.

Neapolitan¹ /niə'pɔlitən/ *tt* **1.** [thuộc] Naples **2.** *(neapolitan)* gồm nhiều lớp khác màu và khác vị *(kem).*

Neapolitan² /niə'pɔlitən/ *dt* dân Naples.

near¹ /niə[r]/ *tt* **(-er; -est) 1.** gần: *the post office is quite near* bưu điện rất gần đây; *where's the nearest bus-stop?* điểm đỗ xe buýt gần nhất ở chỗ nào?; *the market is very near [to] the station* chợ rất gần ga; *we hope to move to the country in the near future* chúng tôi hy vọng chuyển về nông thôn trong tương lai gần đây **2.** thân, gần: *a near friend* bạn thân; *a near relative* bà con gần **3.** giống, sát: *we don't have that colour in stock, this is the nearer* chúng tôi không có màu này tồn kho, đây là màu giống nhất; *a near translation* bản dịch sát nghĩa **4.** *nh* nearside. // **near to somebody's heart** *x* heart; **a near thing** *x* thing; **one's nearest and dearest** *(đùa)* gia đình thân cận nhất: *I always spend Christmas with my nearest and dearest* tôi bao giờ cũng ăn Nô-en với gia đình thân cận nhất của tôi; **or near[est] offer** *(vt* **ono)** hoặc một giá đề nghị nào khác gần nhất *(thấp hơn giá đã ghi): I'll accept £350 for the car or nearest offer* tôi sẽ chấp nhận giá chiếc xe là 350 bảng Anh hoặc một giá đề nghị nào khác gần nhất; **a near miss 1.** phát bắn gần trúng, trái bom thả gần trúng *(chỉ chệch một ít)* **2.** [tình thế] thoát nguy sát nút: *luckily the van ahead of us skidded off the road on our left, but it was a very near miss* may mà chiếc xe tải nhỏ trước mặt chúng tôi trượt sang bên trái, thật là thoát nguy sát nút.

near² /niə[r]/ *dgt* tới gần, nhích lại gần, sắp tới: *the ship was nearing land* tàu tới gần đất liền; *the old man was nearing his end* ông lão sắp tới ngày tận số.

near³ /niə[r]/ *gt* gần: *don't sit near the door* đừng ngồi gần cửa; *my birthday is very near Christmas* ngày sinh của tôi rất gần lễ Giáng sinh; *Hadong is near Hanoi*

Hà Đông ở gần Hà Nội; *the day is near to breaking* trời gần sáng // **be (come) near to (doing) something** gần [đạt tới], hầu như, suýt [đến mức]: *she was near to tears* cô ta suýt khóc.

near⁴ /niə[r]/ *pht* gần: *success comes near* thắng lợi đến gần rồi; *are you all sitting near enough to see the screen?* các bạn đã ngồi đủ gần để thấy màn ảnh chưa? // **as near as dammit; as near as makes no difference** hơn kém không mấy *(nói về số lượng, số đo...)*: *it's 500 miles from here, or as near as makes no difference* cũng phải đến 500 dặm kể từ đây, có hơn kém cũng không mấy; **far and near** *x* far²; **not anywhere (nowhere) near** hẳn là không, còn xa [mới]: *the hall was nowhere near full* đại sảnh còn xa mới đầy người; *there wasn't anywhere near enough to eat and drink* hẳn là không có đủ cái để ăn và uống; **so near and yet so far** tưởng gần mà lại còn xa *(thành công, thắng lợi)*; sắp được mà lại tuột mất.

near- *(dùng tạo tt ghép)* gần, hầu như: *near-perfect* hầu như hoàn hảo, *near-vertical* gần thẳng đứng.

near by /niə'bai/ *pht* gần, ở gần: *the beach is quite near by* bãi biển ở gần ngay đây.

nearby /niə'bai/ *tt* gần, gần bên: *a nearby church* nhà thờ gần bên.

the near distance /ðə ˌniə 'distəns/ cảnh giữa *(ở cảnh phông sân khấu)*: *you can see the river in the near distance and the mountains beyond* anh có thể thấy con sông ở cảnh giữa và trái núi ở xa hơn.

the Near East /ˌniə'i:st/ Cận Đông.

nearly /'niəli/ *pht* gần, suýt: *it's nearly one o'clock* gần một giờ; *it's nearly time to leave* đã gần đến giờ phải đi rồi; *we nearly won first prize* chúng tôi suýt đoạt giải nhất. // **not nearly** còn xa mới: *there's not nearly enough money for a new car* còn xa mới đủ tiền mua một chiếc xe mới.

nearness /'niənis/ *dt* 1. tình trạng ở gần 2. tình trạng thân cận *(bạn bè)*, tình trạng gần *(về quan hệ bà con)*.

nearside /'niəsaid/ *tt* (cg **near**) [bên] trái: *the nearside front wheel* bánh xe trước bên trái; *the nearside lane of traffic* làn đường bên trái, *the near foreleg of a horse* chân trước bên trái của một con ngựa.

near-sighted /ˌniə'saitid/ *tt* cận thị.

near-sightedness /ˌniə'saitidnis/ *dt* tật cận thị.

neat /ni:t/ *tt* 1. ngăn nắp, gọn gàng: *a neat room* căn buồng gọn gàng; *a neat worker* người thợ ngăn nắp 2. rành mạch, ngắn gọn: *a neat answer* câu trả lời rành mạch; *a neat writing* bài viết ngắn gọn 3. giản dị và trang nhã *(quần áo)* 4. và bề ngoài dễ ưa: *she has a neat figure* cô ta có vóc dáng dễ ưa 5. khéo léo: *a neat way of doing the job* một cách khéo léo làm công việc; *a neat solution to the problem* một giải pháp khéo léo cho vấn đề 6. *(Mỹ, kng)* đẹp: *a neat idea* một ý đẹp; *a neat movie* phim chiếu bóng tuyệt vời 7. *(Mỹ)* straight nguyên chất, không pha *(rượu)*: *a neat whisky* rượu uýt-ky nguyên chất; *drink*

one's whisky neat uống uýt-ky không pha nước.

neatly /'ni:tli/ *pht* 1. [một cách] ngăn nắp, [một cách] gọn gàng 2. [một cách] rành mạch, [một cách] ngắn gọn 3. [một cách] giản dị và trang nhã 4. [một cách] dễ ưa 5. [một cách] khéo léo.

neatness /'ni:tnis/ *dt* 1. ngăn nắp, sự gọn gàng 2. sự rành mạch, sự ngắn gọn 3. sự giản dị và trang nhã 4. nét dễ ưa 5. sự khéo léo.

nebula /'nebjulə/ *dt* (snh **nebulae** /'nebjuli:/, **nebulas** /'nebjuləz/) *(thiên)* tinh vân.

nebular /'nebjulə[r]/ *tt* *(thiên)* [thuộc] tinh vân.

nebulous /'nebjuləs/ *tt* 1. mây mù, mù mịt 2. *(bóng)* lờ mờ, không rõ ràng: *nebulous concepts* khái niệm lờ mờ.

necessaries /'nesəsəriz/ *dt snh* những thứ cần thiết: *the necessaries of life* những thứ cần thiết cho cuộc sống.

necessarily /ˌnesə'serəli/ hoặc thông thường /'nesəsərəli/ *pht* tất yếu, nhất thiết: *big men aren't necessarily strong men* những người to lớn không nhất thiết (chưa hẳn) là những người mạnh.

necessary /'nesəsəri/ *tt* 1. cần thiết, cần: *sleep is necessary to (for) one's health* giấc ngủ là cần thiết cho sức khỏe; *she hasn't the experience necessary for the job* chị ta chưa có kinh nghiệm cần cho công việc; *it is necessary for us to meet (necessary that we meet)* chúng ta cần gặp nhau 2. tất yếu: *the necessary consequences* hậu quả tất yếu. // **a necessary evil** điều tai hại vẫn phải chấp nhận: *the loss of jobs is regarded by some as a necessary evil in the fight* *against inflation* tình trạng mất việc làm được một số người xem như một điều tai hại vẫn phải chấp nhận trong cuộc đấu tranh chống lạm phát.

necessitate /ni'sesiteit/ *dgt* đòi hỏi phải, cần phải: *your proposal necessitates borrowing more money* đề nghị của anh đòi hỏi phải vay nhiều tiền hơn; *it's an unpopular measure, but the situation necessitates it* đó là một biện pháp không được lòng người, nhưng tình thế đòi hỏi phải thế.

necessitous /ni'sesitəs/ *tt* nghèo túng, túng thiếu: *in necessitous circumstances* trong hoàn cảnh túng thiếu.

necessity /ni'sesəti/ *dt* **1.** sự cần thiết, hoàn cảnh bắt buộc: *he felt a great necessity to talk about his problems* nó cảm thấy cần nói về các vấn đề của nó; *she was driven by necessity to steal food for her starving children* chị ta bị dồn vào hoàn cảnh bắt buộc phải ăn cắp cái ăn cho các con đang đói là của chị **2.** đồ cần thiết: *food, clothing and shelter are all basic necessities of life* cái ăn, cái mặc và chỗ ở đều là những thứ cần thiết cơ bản cho cuộc sống **3.** *(số ít)* lẽ tất yếu: *is it a necessity that higher wages will lead to higher prices?* lương cao thì giá hàng tăng, đó phải chăng là lẽ tất yếu? // **make a virtue of necessity** *x* virtue; **necessity is the mother of invention** cái khó ló cái khôn; **of necessity** cần thiết; tất yếu.

neck¹ /nek/ *dt* **1.** cổ: *wrap a scarf round one's neck* quàng khăn quanh cổ; *giraffes have very long neck* hươu cao cổ có cổ rất dài;

the neck of a bottle cổ chai **2.** cổ [áo]: *my shirt is rather tight in the neck* áo sơ mi của tôi hơi chật cổ **3.** [thịt] cổ: *buy some neck of lamb* mua một ít thịt cổ cừu. // **break one's neck doing something (to do something)** *(kng)* è cổ ra mà làm việc gì (ý nói làm cật lực vất vả); **breathe down one's neck** *x* breathe; **get it in the neck** *(kng)* bị quở trách; trừng phạt nặng: *you'll get it in the neck if you're caught stealing* mày sẽ bị trừng phạt nặng nề nếu người ta chộp được mày đang ăn cắp; **a millstone round one's neck** *x* millstone; **neck and crop** hoàn toàn: *his shot beat the goalkeeper neck and crop* cú sút của nó đã đánh bại thủ thành hoàn toàn; **neck and neck** ngang nhau *(chạy đua, đua ngựa, đấu nhau)*: *the two contestants are neck and neck with 20 points each* hai đấu thủ ngang nhau và đều được hai mươi điểm; **neck of the woods** *(kng)* vùng: *what are you doing in this neck of the woods?* anh làm gì ở vùng này?; **neck or nothing** liều lắm: *she drove neck or nothing to get there on time* cô ta lái xe liều lắm để đến đấy kịp giờ; **a pain in the neck** *x* pain; **risk one's neck** liều mạng; **save one's neck** thoát chết; thoát nạn: *he saved his own neck by fleeing the country* nó thoát chết bằng cách bỏ nước mà chuồn đi, **stick one's neck out** *x* stick²; **[be] up one's neck in something** dính líu sâu vào (ngập sâu vào) việc gì: *even as a young man he was up to his neck in crime* còn trẻ mà nó đã ngập sâu vào tội lỗi; **win (lose) by a neck** thắng (thua) sát nút *(đua ngựa...)*;

wring somebody's neck *x* wring.

neck² /nek/ *dgt (kng)* ôm ghì nhau mà hôn thắm thiết: *the two of them were necking on a park bench* hai cô cậu ôm ghì nhau mà hôn thắm thiết trên chiếc ghế ở công viên.

neckband /'nekbænd/ *dt* vòng cổ áo.

neckerchief /'nekətʃif/ *dt* khăn quàng cổ.

necklace /'neklis/ *dt* chuỗi hạt *(đeo ở cổ)*.

necklet /'neklit/ *dt* **1.** vòng cổ; kiềng; chuỗi hạt *(đeo ở cổ)* **2.** khăn quàng cổ bằng lông thú.

neckline /'neklain/ *dt* đường khoét cổ *(ở áo phụ nữ)*: *a dress with a plunging neckline* áo với đường khoét cổ sâu; áo cổ để hở sâu.

necktie /'nektai/ *dt (cũ hoặc Mỹ)* *(nh* tie¹ 1) cà vạt.

neckwear /'nekweə[r]/ *dt* khăn quàng cà vạt *(đồ đeo ở cổ bày bán ở cửa hàng)*.

necr[o]- *(yếu tố tạo từ)* [thuộc] sự chết, [thuộc] người chết *x* necromancy, necropolis.

necromancer /'nekrəʊmænsə[r]/ *dt* thầy đồng gọi hồn.

necromancy /'nekrəʊmænsi/ *dt* thuật gọi hồn.

necropolis /nə'krɒpəlis/ *dt* *(snh* **necropolises** /ni'krɒpəlisiz/) nghĩa trang *(thường là loại lớn và cổ)*.

nectar /'nektə[r]/ *dt* **1.** *(thực)* mật hoa **2.** rượu tiên *(trong thần thoại Hy Lạp và La Mã)*: *on a hot summer day a cool drink is like nectar* ngày nóng nực mùa hè mà có thức uống mát thì khác nào rượu tiên *(bóng)*.

nectarine /'nektərin/ *dt* *(thực)* đào mận *(cây, quả)*.

N

NEDC /,eni:di:'si:/ (vt của National Economic Development Council) (cg kng **Neddy** /'nedi/) Hội đồng phát triển kinh tế quốc gia.

née /nei/ tt [có] nhũ danh là; [có] tên con gái là (một phụ nữ đã có chồng): [Mrs] Jane Smith, née Brown [bà] Janes Smith, nhũ danh là Brown.

need¹ /ni:d/ đgt (phủ định **need not** viết chập là **needn't** /'ni:dnt/ cần **1.** (chỉ dùng ở câu phủ định và câu hỏi, sau if, wether, hoặc với scarcely, hardly, no one...): need I come? tôi có cần đến không?; no, you needn't không cần; khỏi cần (nếu trả lời khẳng định thì là: Yes, you must); I need hardly tell you that the work is dangerous tôi khỏi cần bảo anh là công việc nguy hiểm đấy **2.** (dùng với have + một đttqk để chỉ rằng hành động trong quá khứ đã là không cần thiết); you needn't have hurried anh đã không cần vội vàng mà làm gì; she needn't have come in person cô ta không cần đích thân đến; need they have sold the farm? họ có cần bán trang trại đi không?

need² /ni:d/ đgt **1.** cần, đòi hỏi: do you need any help? anh có cần giúp đỡ gì không?; I need to consult a dictionary tôi cần tra từ điển; this plant needs to be watered twice a week cây này cần tưới hai lần một tuần; what that child needs is a good spanking (mỉa) cái mà thằng bé này cần (đáng phải chịu) là một trận phát vào mông ra trò **2.** cần phải (chỉ bổn phận): what do you need to take with you on holiday? ngày nghỉ anh cần mang theo những

gì?; I didn't need to go to the bank, I borrowed some money from Mary tôi đã không cần ra ngân hàng, tôi đã vay được ít tiền của Mary; will we need to show our passports? chúng tôi có [cần] phải hộ chiếu không ạ?

need³ /ni:d/ dt **1.** (+ for; to) sự cần: there is a great need for a new book on the subject rất cần một cuốn sách mới về vấn đề đó; I feel a need to talk to you about it tôi cảm thấy cần nói với anh về việc ấy; there's no need for you to start yet anh chưa cần lên đường bây giờ đâu **2.** (snh) thứ cần thiết, nhu cầu: the daily needs những thứ cần thiết hằng ngày; I don't live in luxury, but I have enough to satisfy my needs tôi không sống xa hoa, nhưng có đủ để thỏa mãn các nhu cầu của tôi **3.** cảnh nghèo túng; lúc bất hạnh: he helps me in my hour of need anh ta giúp đỡ tôi trong giờ phút nghèo túng. // **a friend in need** x friend; **if need be** nếu cần: if need be, I can do extra work at the weekend nếu cần tôi có thể làm việc thêm vào kỳ cuối tuần. // **your need is greater than mine** (tục ngữ) chúng ta đều cần cái đó, nhưng anh phải được vì anh cần hơn.

needful /'ni:dfl/ tt cần, cần thiết: promise to do what is needful hứa làm những gì cần thiết. // **do the needful** làm mọi thứ cần thiết (nhất là xuất tiền ra để làm việc gì).

needfully /'ni:dfəli/ pht [một cách] cần thiết.

needle¹ /'ni:dl/ dt **1.** kim (để may, để đan, để tiêm, để chạy đĩa máy hát, ở mặt

la bàn...): the eye of a needle lỗ kim; thread a needle xâu kim; knitting needles kim đan **2.** (Mỹ, kng) mũi tiêm: she was given a needle for obstinate cough người ta tiêm cho chị một mũi [tiêm] vì chị ho dai dẳng mãi **3.** lá kim (của cây thuộc loại thông) **4.** chỏm nhọn hình kim (của núi, của cột tháp...) **5.** (kng) sự kình địch: a certain amount of needle has crept into this game một ít ngón kình địch đã dần dần len lỏi vào cuộc đấu. // **give somebody the needle** (lóng) làm ai bực mình; **get the needle** (lóng) bực mình; **look for a needle in a haystack** (tục ngữ) đáy biển mò kim; **sharp as a needle** x sharp.

needle² /'ni:dl/ đgt (kng) trêu chọc, làm bực mình (ai, thường là bằng lời nói): stop needling him or he might hit you thôi đừng trêu chọc nó nữa, nếu không nó có thể đánh anh đấy.

needlecraft /'ni:dlkra:ft/ dt tài kim chỉ, tài thêu may.

needless /'ni:dlis/ tt không cần thiết: needless work việc làm không cần thiết; needless worry sự lo lắng không cần thiết. // **needless to say** khỏi phải nói; như anh đã biết; như anh có thể mong chờ: needless to say, he kept his promise như anh mong chờ, nó giữ lời hứa đấy; needless to say, I survived như anh đã biết, tôi sống sót đấy.

needlessly /'ni:dlisli/ pht [một cách] không cần thiết.

needlewoman /'ni:dlwʊmən/ dt (snh **needlewomen**) chị may vá thuê, chị thợ may.

needlework /'ni:dlwɜ:k/ dt việc thêu may.

needs /ni:dz/ *pht (cổ hoặc tu từ) (chỉ dùng với* must) phải; nhất thiết phải: *he needs must go away just when I wanted him* đúng vào lúc tôi cần đến nó thì nó nhất thiết phải đi; *he needs must break a leg just before we go on holiday* nó phải gãy cho được một chân trước khi chúng tôi đi nghỉ mới xong *(với ý châm chọc mỉa mai)*. // **needs must when the devil drives** *(tục ngữ)* túng thì phải tính.

needy /'ni:di/ *tt* (-ier; -iest) túng thiếu: *a needy family* một gia đình túng thiếu; *help the poor and needy* giúp đỡ những người nghèo và túng thiếu.

ne'er /neə[r]/ *pht (cổ) nh* never.

ne'er-do-well /'neədu:wel/ *dt* người vô tích sự.

nefarious /ni'feəriəs/ *tt* 1. ác hiểm 2. bất chính: *nefarious deeds* hành động bất chính.

nefariously /ni'feəriəsli/ *pht* 1. [một cách] ác hiểm 2. [một cách] bất chính.

nefariousness /ni'feəriəsnis/ *dt* 1. tính ác hiểm 2. sự bất chính.

neg *vt của* negative.

negate /ni'geit/ *dgt* phủ nhận, phủ định: *how can you negate God?* sao anh phủ nhận Chúa được? *the facts negate your theory* những sự kiện đó phủ định thuyết của anh.

negation /ni'geiʃn/ *dt* sự phủ nhận, sự phủ định, sự từ chối, sự khước từ: *shaking the head is a sign of negation* lắc đầu là biểu hiện của từ chối.

negative¹ /'negətiv/ *tt* 1. phủ nhận; phủ định; từ chối; khước từ: *give somebody a negative answer* trả lời

khước từ ai; *a negative answer* trả lời khước từ ai; *a negative sentence* câu phủ định 2. tiêu cực: *he has a very negative attitude to his work* nó có thái độ rất tiêu cực trong công việc; *negative criticism* sự phê bình tiêu cực 3. âm tính: *the results of her pregnancy test were negative* kết quả thử nghiệm thai nghén của cô ta là âm tính 4. âm: *negative pole (lý)* âm cực; *negative film* phim âm bản; *negative sign (toán)* dấu âm.

negative² /'negətiv/ *dt* 1. từ phủ định *(như* no, not...) 2. phim âm bản. // **in the negative** từ chối; có chứa từ "không" *(câu)*: *she answered in the negative* chị ta trả lời là không.

negative³ /'negətiv/ *dgt* 1. bác; phủ quyết: *negative a request* bác lời thỉnh cầu 2. chứng minh là không đúng; bẻ lại 3. làm mất tác dụng, vô hiệu hóa.

negatively /'negətivli/ *pht* 1. [với ý] từ chối; là không được: *answer negatively* trả lời là không được 2. [một cách] tiêu cực.

neglect¹ /ni'glekt/ *dgt* 1. sao lãng, lơ là: *neglect one's studies* sao lãng việc học hành 2. bỏ bê *(công việc)* 3. quên: *don't neglect writing to your mother* chớ quên viết thư cho mẹ cậu nhé.

neglect² /ni'glekt/ *dt* 1. sự sao lãng; sự lơ là: *she was severely criticized for neglect of duty* chị ta bị phê bình nghiêm khắc vì sao lãng nhiệm vụ 2. sự bỏ bê: *the garden was in a state of total neglect* mảnh vườn ở trong tình trạng hoàn toàn bị bỏ bê.

neglected /ni'glektid/ *tt* 1. cẩu thả, xuềnh xoàng: *a*

neglected appearance bề ngoài xuềnh xoàng 2. bỏ bê: *the house looks very neglected* ngôi nhà có vẻ bị bỏ bê quá chừng.

neglectful /ni'glektfl/ *tt* (+ of) quen thói xao lãng, quen thói lơ là: *neglectful of one's responsibilities* quen thói xao lãng trách nhiệm; *neglectful of one's family* quen thói lơ là gia đình.

neglectfully /ni'glefktfəli/ *pht* [một cách] xao lãng, [một cách] lơ là.

neglectfulness /ni'glektflnis/ *dt* sự xao lãng, sự lơ là.

né gligé , negligee /'negliʒei, *(Mỹ* ,negli'ʒei)/ *dt* áo mỏng khoác ngoài *(của phụ nữ mặc trong nhà)*.

negligence /'neglidʒəns/ *dt* tính cẩu thả; tính chểnh mảng: *the accident is due to his negligence* tai nạn xảy ra do nó cẩu thả.

negligent /'neglidʒənt/ *tt* cẩu thả, chểnh mảng: *he was negligent of his duties* nó chểnh mảng nhiệm vụ; *he is negligent in his work* nó cẩu thả trong công việc.

negligently /'neglidʒəntly/ *pht* [một cách] cẩu thả; [một cách] chểnh mảng.

negligible /'neglidʒəbl/ *tt* không đáng kể: *a negligible amount* một lượng không đáng kể; *a negligible error* một sai lầm không đáng kể; *losses in trade this year were negligible* thua lỗ trong buôn bán năm nay không đáng kể.

negotiable /ni'gəuʃiəbl/ *tt* 1. có thể điều đình, có thể thương lượng 2. có thể chuyển đổi *(đổi thành tiền hoặc chuyển nhượng cho người khác)*: *negotiable securities* chứng khoán có thể chuyển đổi 3. có thể đi qua được (đường sá, sông...): *that mountain track is negotiable, but only with difficulty* con đường mòn trên núi ấy có thể đi qua được, nhưng có phần khó khăn.

negotiate /ni'gəʒieit/ *dgt* **1.** (+ with) điều đình; thương lượng; đàm phán: *we've decided to negotiate with the employers about our wage claim* chúng tôi đã quyết định thương lượng với giới chủ về đòi hỏi lương bổng của chúng tôi; *negotiate a treaty* đàm phán để ký một hiệp ước; *a negotiated settlement* một cuộc dàn xếp qua thương lượng **2.** chuyển đổi (chứng khoán, hối phiếu) **3.** vượt qua (chướng ngại vật...): *the horse negotiated the fence with ease* con ngựa vượt qua bức rào một cách dễ dàng. // **the negotiating table** bàn thương lượng (cuộc gặp chính thức để thương lượng về lương bổng, điều kiện...): *both sides still refuse to come to the negotiating table* cả hai bên đều còn từ chối tới bàn thương lượng.

negotiation /ni,gəuʃi'eiʃn/ *dt* sự điều đình, sự thương lượng; sự đàm phán: *be in negotiation with somebody* thương lượng với ai; *enter into (carry on, open, resume) negotiations with somebody* mở một cuộc thương lượng với ai.

negotiator /ni'gəuʃieitə[r]/ *dt* người điều đình; người thương lượng; người đàm phán.

Negress /'ni:gres/ *dt* phụ nữ da đen.

Negro /'ni:grəu/ *dt* (*snh* **Negroes** /'ni:grəuʒ/) người da đen.

Negroid¹ /'ni:grɔid/ *tt* [có] dạng da đen: *a Negroid face* khuôn mặt dạng da đen.

Negroid² /'ni:grɔid/ *dt* người dạng da đen.

neigh¹ /nei/ *dt* tiếng hí (ngựa).

neigh² /nei/ *dgt* hí (ngựa).

neighbour¹ (*Mỹ* **neighbor¹**) /'neibə[r]/ *dt* **1.** người hàng xóm; người láng giềng: *we're next-door neighbours* chúng tôi là láng giềng sát vách nhau; *they are close neighbours of ours* họ là hàng xóm ở gần chúng tôi **2.** người bên cạnh; vật bên cạnh; nước láng giềng: *we were neighbours at dinner* lúc ăn cơm tối chúng tôi ngồi bên cạnh nhau; *Britain's nearest neighbour is France* Pháp là nước láng giềng gần nhất của nước Anh **3.** người đồng loại: *love your neighbour* hãy yêu thương đồng loại của anh.

neighbour² (*Mỹ* **neighbor**) /'neibə[r]/ *dgt* (+ on) ở cạnh: *the wood neighbours on the lake* khu rừng ở cạnh hồ.

neighbourhood (*Mỹ* **neighborhood**) /'neibəhud/ *dt* **1.** [dân] hàng xóm: *she is liked by the whole neighbourhood* chị ta được hàng xóm ưa thích **2.** vùng, vùng lân cận: *we live in a rather rich neighbourhood* chúng tôi ở một vùng khá giàu; *we want to live in the neighbourhood of London* chúng tôi muốn ở vùng lân cận Luân Đôn. // **in the neighbourhood of** khoảng chừng: *a sum in the neighbourhood of 500 dollars* một số tiền khoảng chừng 500 đôla.

neighbouring (*Mỹ* **neighboring**) /'neibəriŋ/ *tt* (thngữ) bên cạnh, láng giềng: *the neighbouring country* nước láng giềng.

neighbourliness (*Mỹ* **neighborliness**) /'neibəlinis/ *dt* tình tử tế hòa thuận (như của những kẻ láng giềng tốt).

neighbourly (*Mỹ* **neighborly**) /'neibəli/ *tt* tử tế hòa thuận (như những kẻ láng giềng tốt).

neither¹ /'naiðə[r]/, (*Mỹ* 'ni:ðə) *dht, dt* không cái nào (trong hai cái); không người nào (trong hai người): *neither boy is to blame* không cháu nào là đáng khiển trách cả; *neither answer is correct* không câu trả lời nào đúng cả; *I saw neither Mr nor Mrs Smith at church* tôi không thấy ông mà cũng không thấy bà Smith ở nhà thờ; *I chose neither of them* tôi không chọn cái nào trong các cái đó cả.

neither² /'naiðə[r]/ *pht* **1.** cũng không: *he doesn't like that book and neither do I* nó không thích cuốn sách đó và tôi cũng không **2.** **neither... nor** không... mà cũng không: *the hotel is neither spacious nor comfortable* khách sạn không rộng mà cũng không đủ tiện nghi.

nelly /'neli/ *dt* **not on your nelly** (lóng) tất nhiên là không.

nem con /nem'kɒn/ (vt của nemine contradicente) (tiếng La tinh) không ai phản đối; nhất trí: *the resolution was carried nem con* nghị quyết đã được nhất trí thông qua.

nemesis /'neməsis/ *dt* (snh **nemesises** /'neməsiz/) sự trừng phạt đích đáng không tránh khỏi: *meet one's nemesis* bị trừng phạt đích đáng không tránh khỏi được.

neo- (yếu tố tạo từ) mới x neolithic, neocolonialism.

neoclassical /,ni:əu'klæsikl/ *tt* tân cổ điển.

neocolonialism /ˌniːəʊkə-ˈləʊniəlizəm/ *dt* chủ nghĩa thực dân mới.

neolithic /ˌniːəʊˈliθik/ *tt* [thuộc] thời kỳ đồ đá mới.

neologism /niːˈɒlədʒizəm/ *dt* 1. từ mới 2. sự tạo từ mới, sự dùng từ mới: *an author with a fondness for neologism* một tác giả thích tạo (dùng) từ mới.

neon /ˈniːɒn/ *dt (hóa)* neon: *a neon lamp* đèn neon.

neophyte /ˈniːəfait/ *dt* 1. tín đồ mới 2. người mới vào nghề.

nephew /ˈnevjuː, ˈnefjuː/ *dt* cháu trai *(con anh, con chị, con em)*.

nephritis /niˈfraitis/ *dt (y)* viêm thận.

Neptune /ˈneptjuːn, *(Mỹ)* ˈneptuːn/ *dt* sao Hải vương.

nerve¹ /nɜːv/ *dt* 1. dây thần kinh 2. *(snh) (kng)* trạng thái dễ bị kích thích: *suffer from nerves* ở trạng thái dễ bị kích thích; *he doesn't know what nerves are* anh ta không bị biến cố nào kích động nổi; *he has nerves of steel* anh ta có thần kinh vững như thép *(điềm tĩnh trước mọi hoàn cảnh)* 3. sự gan dạ; dũng khí: *a first-class skier with a lot of nerve* một tay trượt tuyết hạng nhất rất gan dạ; *rock-climbing is a test of nerve and skill* leo vách đá là một thử nghiệm về lòng gan dạ và tài khéo léo; *I wouldn't have the nerve to try anything so dangerous* tôi hẳn là đã không có đủ dũng khí để thử một điều nguy hiểm đến thế 4. *(kng, xấu)* sự táo gan, sự trâng tráo: *what a nerve!* mới trâng tráo làm sao; *he's got a nerve, going to work dressed like that!* nó trâng tráo thật, đi làm mà ăn mặc như thế!; *he had the nerve to say I was cheating* nó trâng tráo dám bảo tôi là thằng lừa đảo 5. *(thực)* gân *(lá)*. // **a bundle of nerves** *x* bundle; **get on somebody's nerves** *(kng)* chọc tức ai; làm ai bực mình; **hit (touch) a [raw] nerve** nói đến một vấn đề làm ai bực mình: *you hit a raw nerve when you mentioned his first wife* nhắc đến chuyện cô vợ trước của anh ta, cậu đã chạm đến một vấn đề làm anh ta bực mình đấy; **strain every nerve** *x* strain; **a war of nerves** *x* war.

nerve² /nɜːv/ *dgt* **nerve somebody for something** truyền sức mạnh *(can đảm, quyết tâm)* cho ai làm gì: *her support helped nerve us for the fight* sự ủng hộ của nàng đã truyền cho chúng tôi sức mạnh chiến đấu; *I nerved myself to face my accusers* tôi đã lấy đủ can đảm để đương đầu với các kẻ buộc tội tôi.

nerve-cell /ˈnɜːvsel/ *dt* tế bào thần kinh.

nerve-centre /ˈnɜːvsentə[r]/ *dt* 1. trung khu thần kinh 2. *(bóng)* trung tâm chỉ đạo: *the nerve-centre of an election campaign* trung tâm chỉ đạo một chiến dịch bầu cử.

nerveless /ˈnɜːvlis/ *tt* yếu, cứng đờ: *the knife fell from her nerveless fingers* con dao rơi từ những ngón tay cứng đờ của cô ta.

nervelessly /ˈnɜːvlisli/ *pht* [một cách] yếu; không cử động được.

nerve-racking /ˈnɜːvrækiŋ/ *tt* gây căng thẳng thần kinh: *a nerve-racking wait for exam results* một sự chờ đợi kết quả thi đầy căng thẳng [thần kinh].

nervous /ˈnɜːvəs/ *tt* 1. [thuộc] thần kinh: *nervous disorder* rối loạn thần kinh 2. *(of something, doing something)* sợ sệt rụt rè: *I'm nervous of [being in] large crowds* tôi sợ sệt khi ở trong đám đông; *are you nervous in the dark?* trong bóng tối anh có sợ không?; *she gave a nervous laugh* cô ta cười một cách sợ sệt 3. bị kích thích, căng thẳng.

nervous breakdown /ˌnɜːvəs ˈbreikdaʊn/ *dt* sự suy sút thần kinh.

nervously /ˈnɜːvəsli/ *pht* 1. [một cách] sợ sệt, [một cách] rụt rè 2. [một cách] căng thẳng.

nervousness /ˈnɜːvəsnis/ *dt* 1. sự sợ sệt, sự rụt rè 2. sự căng thẳng.

nervous system /ˈnɜːvəs ˈsistəm/ *dt* hệ thần kinh.

nervy /ˈnɜːvi/ *tt* **(-ier; -iest)** *(kng)* 1. bực bội, bứt rứt, bồn chồn 2. *(Mỹ)* trâng tráo.

-ness *(tiếp vĩ tố) (cùng tt tạo thành dt chỉ tính chất, trạng thái)* dryness, nervousness...

nest¹ /nest/ *dt* 1. tổ: *a bird's nest* tổ chim, *a wasp's nest* tổ ong vẽ 2. ổ: *a nest of thieves* một ổ kẻ cắp: *a nest of crime* một ổ tội ác; *a machine-gun nest* một ổ súng máy 3. bộ đồ xếp lồng vào nhau: *a nest of bowls* một bộ bát chồng lồng vào nhau.

nest² /nest/ *dgt* 1. làm tổ *(chim)*: *sparrows are nesting in the garage* chim sẻ làm tổ trong nhà xe 2. *(thường* **go nesting** tìm tổ chim *(để lấy trứng)*.

nest-egg /ˈnesteg/ *dt* món tiền để dành: *a tidy nest-egg of 5000 dollars* một món tiền để dành kha khá là 5000 đôla.

nestle /ˈnesl/ *dgt* 1. nép [mình], náu [mình], rúc vào:

nestle into bed rúc vào giường; *the child nestled close to its mother* em bé nép mình vào mẹ **2.** ấp ủ; ôm chặt: *she nestled the baby in her arms* chị ta ôm chặt em bé trong vòng tay. // **nestle something against (on) something** rúc (đầu, vai...) một cách âu yếm vào: *she nestled her head on his shoulder* chị rúc đầu một cách âu yếm vào vai anh; **nestle up against (to) somebody (something)** tựa (ngả mình) vào một cách thoải mái: *the child nestled up to its mother and fell asleep* đứa bé ngả mình thoải mái vào lòng mẹ và ngủ thiếp đi.

nestling /'nestliŋ/ *dt* chim non *(chưa rời tổ).*

net¹ /net/ *dt* **1.** lưới: *a wire-net fence* hàng rào bằng lưới dây thép; *fishing-nets* lưới đánh cá; *a tennis net* lưới quần vợt; *a hair-net* lưới bao tóc; *a mosquito net* cái màn *(để chống muỗi); escape the police net* thoát lưới cảnh sát **2.** mạng lưới *(giao thông...)* // **cast one's net wide** x cast¹; **spread one's net** x spread.

net² /net/ *đgt* (-tt-) **1.** bắt *(bằng lưới);* đánh *(bằng lưới);* thu được *(như bằng lưới):* *they netted a good haul of fish* họ đánh được một mẻ lưới lớn; *the deal netted him a handsome profit* vụ giao dịch ấy đã đưa lại cho ông ta (đã giúp ông ta thu được) một món lợi lớn **2.** bao *(quả trên cây)* bằng lưới *(để phòng chim ăn)* **3.** *(thể)* đánh vào lưới khung thành, ném vào lưới khung thành.

net³ /net/ *tt (cg* **nett)** **1.** ròng: *net profit* lãi ròng; *net weight* trọng lượng ròng **2.** *(thuộc ngữ)* cuối cùng: *the*

net result of the long police investigation is that the identity of the killer is still a complete mystery kết quả cuối của cuộc điều tra dài ngày của cảnh sát là lai lịch của kẻ sát nhân vẫn còn là điều bí ẩn hoàn toàn.

net⁴ /net/ *đgt (tt)* được lãi ròng *(là bao nhiêu đó):* *she netted £5 from the sale* vụ bán ấy chị ta được lãi ròng 5 bảng.

netball /'netbɔ:l/ *dt (thể)* bóng lưới.

nether /'neðə[r]/ *tt (cổ hoặc đùa)* dưới, thấp: *nether garments* quần áo mặc dưới quần áo ngoài *(như sơ mi...); nether world* thế giới của những người chết, âm phủ.

nethermost /'neðəməʊst/ *tt* thấp nhất; ở dưới cùng.

netting /'netiŋ/ *dt* dây kết thành lưới; lưới: *windows screened with netting* cửa sổ có che lưới.

nettle¹ /'netl/ *dt (thực)* cây tầm ma. // **grasp the nettle** x grasp.

nettle² /'netl/ *đgt* làm phát cáu: *my remarks clearly nettled him* các nhận xét của tôi rõ ràng đã làm anh ta phát cáu.

nettle-rash /'netlræʃ/ *dt (y)* chứng mày đay.

network /'netwɜ:k/ *dt* **1.** mạng lưới: *a network of raiklways* mạng lưới đường sắt, *a network of shops all over the country* mạng lưới cửa hàng trên toàn đất nước **2.** mạng lưới truyền thanh. // **the old-boy network** x old boy.

neural /'njʊərəl/ *tt* [thuộc] thần kinh.

neuralgia /njʊə'rældʒə, (Mỹ* nʊ'rældʒə)/ *(y)* chứng đau dây thần kinh.

neuralgic /njʊə'rældʒik/ *tt (y)* [thuộc chứng] đau dây thần kinh.

neurasthenia /njʊərəs'θi:niə, (Mỹ* nʊrəs'θi:niə)/ *dt (y)* chứng suy nhược thần kinh.

neurasthenic /,njʊərəs'θenik/ *tt (y)* suy nhược thần kinh.

neuritis /njʊə'raitis/ *dt (y)* viêm dây thần kinh.

neur[o]- *(yếu tố tạo từ)* thần kinh, x neuralgia, neurosis.

neurological /njʊə'rəlɔdʒikl, (Mỹ* nʊə'rələdʒikl)/ *tt* [thuộc] thần kinh học.

neurologist /njʊə'rɒlədʒist, (Mỹ* nʊə'rɒlədʒist)/ *dt* bác sĩ [chuyên khoa] thần kinh.

neurology /njʊə'rɒlədʒi, (Mỹ* nʊə'rɒlədʒi)/ *dt* thần kinh học.

neurosis /njʊə'rəʊsis, (Mỹ* nʊə'rəʊsis)/ *(snh* **neuroses** /njʊə'rəʊsi:z/) *(y)* chứng loạn thần kinh.

neurotic¹ /njʊə'rɒtik, (Mỹ* nʊə'rɒtik)/ *tt* **1.** *(y)* loạn thần kinh **2.** *(kng)* băn khoăn một cách không bình thường, dễ bị ám ảnh một cách không bình thường: *she's neurotic about switching lights off at home to save electricity* cô ta băn khoăn về việc tắt đèn trong nhà để tiết kiệm điện.

neurotic² /njʊə'rɒtik, (Mỹ* nʊə'rɒtik)/ *dt (y)* người loạn thần kinh.

neurotically /njʊə'rɒtikli/ *pht* về mặt loạn thần kinh; với các biểu hiện loạn thần kinh.

neuter¹ /'nju:tə[r], (Mỹ* 'nu:tər)/ *tt* **1.** *(ngôn)* [thuộc] giống trung: *a neuter noun* danh từ giống trung **2.** *(sinh)* vô tính **3.** không [phát triển về mặt] sinh sản *(nói về sâu bọ, như kiến quân, mối thợ...).*

neuter² /'nju:tə[r], (Mỹ 'nu:tər)/ dt **1.** (ngôn) giống trung; danh từ giống trung **2.** sâu bọ không [phát triển về mặt] sinh sản **3.** con vật bị thiến: *my cat is a neuter* con mèo của tôi là một con mèo đã bị thiến.

neutral¹ /'nju:trəl, (Mỹ 'nu:trəl)/ tt **1.** trung lập: *a neutral country* nước trung lập; *be (remain) neutral* đứng (giữ thái độ) trung lập **2.** trung tính; không rõ nét: *he is rather a neutral character* anh ta phần nào là một gã không có gì rõ nét (không có ưu điểm hoặc khuyết điểm rõ ràng); *a neutral tie can be worn with a shirt of any colour* cà-vạt có màu trung tính (màu ghi hay màu nâu vàng nhạt) thì đi với áo sơ mi màu nào cũng được **3.** (cơ) ở điểm chết, ở số không; không gài số: *leave a car in neutral gear* để xe không gài số **4.** (hóa) trung tính.

neutral² /'nju:trəl, (Mỹ 'nu:trəl)/ dt **1.** nước trung lập; người trung lập **2.** (cơ) vị trí số không; vị trí không gài số: *the car's in neutral* xe không gài số.

neutrality /nju:'træləti (Mỹ nu:'træləti)/ dt sự trung lập: *armed neutrality* sự trung lập [có] vũ trang.

neutralization, neutralisation /ˌnju:trəlai'zeiʃn, (Mỹ ˌnju:trəli'zeiʃn)/ dt **1.** sự trung hòa **2.** sự trung lập hóa.

neutralize, neutralise /'nju:trəlaiz, (Mỹ 'nju:trilaiz)/ dgt **1.** trung hòa: *neutralize an acid* trung hòa một a-xít **2.** trung lập hóa: *a neutralized zone* một vùng trung lập hóa.

neutrally /'nju:trəli/ pht **1.** pht **1.** [một cách] trung lập

2. [một cách] trung tính; [một cách] không rõ nét.

neutron /'nju:tron, (Mỹ 'nu:tron)/ dt (lý) notron.

neutron bomb /'nju:tron bom/ dt bom notron.

never¹ /'nevə[r]/ pht **1.** không bao giờ: *she never goes to the cinema* chị ta không bao giờ đi xem chiếu bóng; *I am tired of your never-ending complaints* tôi đã chán ngấy những lời than phiền không bao giờ dứt của anh; *I shall never stay at that hotel again* tôi sẽ không bao giờ lưu lại ở khách sạn ấy lần nữa **2.** (dùng nhấn mạnh) không; đừng: *that will never do* cái đó không xong đâu, cái đó không ổn đâu; *never fear!* đừng có sợ. // **on the never-never** (lóng, đùa) theo hình thức mua trả góp: *buy something on the never-never* mua vật gì theo hình thức trả góp; **well, I never [did]!** ủa! (chỉ sự ngạc nhiên, sự không tán thành...).

never² /'nevə[r]/ tht (kng) không đời nào: *I got the job! Never!* tôi đã nhận việc làm ấy ư? không đời nào.

nevermore /ˌnevə'mɔ:[r]/ pht (cổ) không bao giờ nữa, không khi nào nữa.

nevertheless /ˌnevəðə'les/ pht, lt tuy nhiên, mặc dù vậy: *he is often rude to me, but I like him nevertheless* nó thường xuyên thô lỗ đối với tôi nhưng mặc dù vậy tôi vẫn mến nó; *there was no news, nevertheless we went on hoping* không có tin tức gì cả, tuy nhiên chúng tôi vẫn nuôi hy vọng.

new /nju:, (Mỹ nu:)/ tt (-er, -est) mới: *a new car* cái xe mới; *a new invention* một phát minh mới; *new clothes* quần áo mới; *new bread* bánh mì mới [ra lò]; *the newest fashions* mốt mới nhất; *learn new words in a foreign language* học những từ mới trong một ngoại ngữ; *a new star* một ngôi sao mới [phát hiện ra]; *he is still new to the work* công việc đó còn mới đối với nó; *new friends* những người mới; *the new rich* những người mới giàu lên; *a new era in the history of our country* một kỷ nguyên mới trong lịch sử đất nước ta; *start a new life* bắt đầu một cuộc đời mới. // **brave new world** x brave; **break new ground** x ground¹; **clean as a new pin** x clean¹; **new blood** x blood¹; **[as] good as new** [tốt] như mới: *I'll just sew up that tear, and the coat will be as good as new* tôi chỉ cần khâu chỗ rách lại, là chiếc áo choàng lại như mới; **a new broom [sweeps clean]** (tục ngữ) người phụ trách mới [hăm hở muốn thay đổi và cải tiến lề lối cũ] (và thường bị nhân viên trách oán); **a new deal** chương trình cải cách chính trị, xã hội và kinh tế; **a new lease of life;** (Mỹ) **a new lease on life** cơ may sống thọ hơn; cơ may sống khỏe mạnh thỏa thích hơn: *since recovering from her operation, she's had a new lease of life* từ khi mổ xong phục hồi lại sức khỏe, chị ta có cơ may sống khỏe mạnh thỏa thích hơn; *a bit of oil and some paint could give that old bike a new lease of life* (bóng) một tí dầu và một ít sơn sẽ làm cho chiếc xe đạp cũ ấy như mới ra và chạy tốt cho mà xem; **ring out the old year and ring in the new** x ring²; **teach an old dog new tricks** x teach; **turn over a new leaf** cải tà quy chính:

N

the thief was determined to turn over a new leaf once he was released from prison tên kẻ trộm ấy đã quyết tâm cải tà quy chính một khi được tha tù.

new- (*yếu tố tạo tính từ ghép*) mới: *a new-born baby* đứa bé mới sinh; *new-laid eggs* trứng mới đẻ.

newcomer /'nju:kʌmə[r]/ *dt* người mới đến.

newel /'njʊəl, (*Mỹ* 'nu:əl)/ *dt* *dt (ktrúc)* 1. trụ giữa cầu thang vòng 2. trụ cuối ở tay vịn cầu thang.

newfangled /'nju:fæŋgld/ *tt* (*thường thngữ, xấu*) tân tiến: *you and your newfangled notions!* các anh và những khái niệm tân tiến của các anh!

newly /'nju:li/ *pht* [một cách] mới: *a newly married couple* một cặp vợ chồng mới cưới; *newly arranged furniture* đồ đạc mới sắp xếp.

newly-wed /'nju:liwed/ *dt* (*thường snh*) người mới thành hôn: *the young newlyweds* những người mới thành hôn trẻ tuổi.

new moon /nju:mu:n/ *dt* 1. trăng thượng tuần 2. thượng tuần (*tháng âm lịch*).

newness /'nj:nis/ *dt* tính chất mới.

news /'nju:z, (*Mỹ* nu:z)/ *dt* 1. tin; tin tức: *what is the latest news?* tin giờ chót có gì thế?; *have you heard the news?* anh có nghe tin trên đài không?; *it's news to me* cái đó tôi chưa hề nghe trước đây; *a news bulletin* bản tin; *the news media* phương tiện truyền thông 2. *the news* (*dgt số ít*) chương trình phát tin (*lời của phát thanh viên*); *the news lasts half an hour* chương trình phát tin lâu nửa tiếng đồng

hồ 3. người được đưa tin (*trên đài, trên tivi*): *pop stars are always news* những ngôi sao nhạc pop luôn luôn là những người được đưa tin. // **break the news to somebody** là người đầu tiên đưa tin (*thường là không hay hoặc ít nhiều giật gân*) cho ai; **no news is good news** (*tục ngữ*) không có tin tức gì tức là bình yên.

news agency /'nju:zeidʒənsi/ *dt* hãng tin.

newsagent /'nju:zeidʒənt/ *dt* (*Mỹ* **news dealer**) người bán báo (*ở quầy bán báo*).

newscast /'nju:zkɒst/ *dt* bản tin phát thanh.

newscaster /'nju:zkɑstə[r]/ *dt* (*cg* **newsreader**) người phát thanh bản tin.

newsdealer /'nju:zdi:lə[r]/ *dt* (*Mỹ*) x newsagent.

newsflash /'nju:zflæʃ/ *dt* (*cg* **flash**) tin đặc biệt.

news-letter /'nju:zletə[r]/ *dt* bản thông báo tin tức (*gửi đều đặn cho thành viên một câu lạc bộ...*).

newsmonger /'nju:zmʌŋgə[r]/ *dt* người hay ngồi lê đôi mách.

newspaper /'nju:speipə[r]/ *dt* 1. báo: *daily newspaper* báo hằng ngày 2. giấy báo: *a parcel wrapped in newspaper* một gói bọc trong giấy báo.

newsprint /'nju:zprint/ *dt* giấy in báo.

news-reader /'nju:zri:də[r]/ *dt* x newscaster.

newsreel /'nju:zri:l/ *dt* phim thời sự.

news-room /'nju:zru:m/ *dt* phòng tin tức (*nhận, xử lý và chuẩn bị tin để in hay phát thanh, trong một tòa báo, một trạm phát thanh hay truyền hình*).

news-sheet /'nju:zʃi:t/ *dt* tờ tin tức (*báo ít trang*).

news-stand /'nju:zstænd/ *dt* (*Mỹ*) x bookstall.

news-vendor /'nju:zvendə[r]/ *dt* người bán báo.

newsworthy /'nju:zwɜːði/ *tt* đáng đưa tin trên báo: *a newsworthy scandal* một vụ gây tai tiếng đáng đưa tin trên báo.

newt /nju:t, (*Mỹ* nu:t)/ *dt* (*động*) sa giông. // **pissed as a newt** say khướt.

the New Testament /nju: 'testəmənt/ *dt* (*tôn*) kinh Tân Ước.

Newtonian /nju:'təʊniən, (*Mỹ* nu:'təʊniən)/ *tt* [thuộc thuyết] Niu-tơn: *Newtonian physics* vật lý học Niu-tơn.

new town /'nju:taʊn/ *dt* tân thị (*thành phố xây dựng ngay trong thời gian ngắn với sự tài trợ của chính phủ*).

the New World /nju:'wɜːld/ *dt* Tân thế giới.

new year /nju:jiə[r]/ *dt* Năm mới, tết. // **New Year's Day** (*Mỹ* **New Year's**) mồng một tháng giêng dương lịch; **New Year's Eve** ngày 31 tháng 12 dương lịch.

next¹ /nekst/ *tt* sau; tới; tiếp 1. (*thngữ*) the next name on the list tên tiếp sau trong danh sách; *how far is it to the next petrol station?* từ đây đến trạm xăng sau bao xa?; *the next train to Vinh is at ten* tàu đi Vinh chuyến sau là lúc 10 giờ; *the next six months will be the hardest* sáu tháng sau sẽ là những tháng khó khăn gian khổ nhất 2. (*không có the ở trước*) next year năm sau; *next week* tuần sau; *next Thursday is 12 April* thứ năm sau là ngày 12 tháng Tư. // **better luck next time** x better; **next (first, last) but one,**

two, three... *x* first; **as good (well, far, much) as the next man** cũng như mọi người bình thường, cũng như ai: *I can enjoy a joke as well as the next man, but this is going too far* tôi có thể thưởng thức một câu nói đùa như mọi người bình thường, nhưng đằng này lại đi quá xa mất rồi; **the next world** thế giới kiếp sau, thế giới bên kia, cõi âm.

next² /nekst/ **the next** *dt* người tiếp sau; cái tiếp sau.

next³ /nekst/ **next to** *gt* 1. [bên] cạnh: *Ba sat next to Xuan on the sofa* Ba ngồi cạnh Xuân trên trường kỷ 2. sau: *next to skiing her favourite sport was icehockey* sau trượt tuyết, khúc côn cầu trên băng là môn thể thao cô ta ưa thích;*Birmingham is the largest city in Britain next to London* Birmingham là thành phố của Anh rộng lớn nhất sau Luân Đôn 3. hầu như: *my horse came next to last in the race* con ngựa của tôi đã về hầu như chót trong cuộc đua; *next to nothing* hầu như không.

next⁴ /nekst/ *pht* 1. sau đó; sau đấy: *What did you do next?* sau đó anh làm gì?; *what comes next?* sau đấy là gì? 2. tiếp sau: *the next oldest building is the church* tòa nhà cổ thứ hai là nhà thờ 3. ủa (dùng để tỏ sự ngạc nhiên): *you're learning to be a parachutist! Whatever next!* ủa sao! cậu đang học nhảy dù đấy à?

next-best /,neks'best/ *tt* tốt thứ nhì: *the next-best solution is to abandon the project altogether* giải pháp tốt nhất thứ nhì là bỏ đề án hoàn toàn.

next door /,nekst'dɔ:[r]/ 1. ở nhà bên cạnh; ở phòng bên cạnh: *she lives next door* chị ta ở phòng bên cạnh; *our next-door neighbours* những người hàng xóm sát bên cạnh chúng tôi 2. **next door to** ở đây phòng sát bên cạnh: *next door to us there's a couple from the USA* ở dãy phòng sát cạnh chúng tôi là một đôi vợ chồng người Mỹ; *such ideas are next door to madness* (bóng) những ý kiến như thế là gần như rồ dại.

next of kin /,nekstəv'kin/ *(với dgt ở snh hay số ít)* bà con ở gần nhất: *her next of kin have been informed* bà con ở gần nhất của chị ta đã được báo cho biết.

nexus /'neksəs/ *dt* (*snh* **nexuses** /'neksəsiz/) mối liên hệ, mối quan hệ; nhóm liên kết: *the causal nexus* mối quan hệ nhân quả.

NHS /,eneitʃ'es/ (*vt của* National Health Service) Cục bảo vệ sức khỏe quốc gia (*Anh*).

NI *vt* 1. (*vt của* National Insurance) Bảo hiểm quốc gia (*Anh*) 2. (*vt của* Northern Ireland) Bắc Ai-len.

niacin /'naiəsin/ *dt* niaxin (*vitamin tìm thấy trong thịt, men bia và một vài ngũ cốc*).

nib /nib/ *dt* đầu ngòi bút.

nibble¹ /'nibl/ *dgt* 1. nhấm; rỉa: *mice have nibbled all the cheese away* chuột đã nhấm hết cả pho mát; *fish nibbling [at] the bait* cá rỉa mồi 2. ăn vài miếng, nhấm nháp: *no nibbling between meals!* giữa các bữa ăn đừng có nhấm nháp gì nhé! // **nibble at something** tỏ ra thích một cách thận trọng: *he nibbled at my idea, but would not make a definite decision* anh ta tỏ ra thích một cách thận trọng ý kiến của tôi, nhưng không đi đến một quyết định rõ ràng.

nibble² /'nibl/ *dt* 1. sự nhấm; sự rỉa: *I felt a nibble on the end of my line* tôi cảm thấy có cá rỉa ở cuối dây câu 2. lượng thức ăn nhỏ; một ít thức ăn: *drinks and nibbles will be served* thức uống và một ít thức ăn sẽ được dọn ra.

nibs /nibz/ *dt* **his nibs** (*kng, đùa*) tướng công (*nói với một người có thói tưởng mình là quan trọng*): *please tell his nibs that we'd like his help with the washing-up* phiền thưa với tướng công là chúng tôi muốn ngài giúp rửa bát đĩa cho đấy.

nice /nais/ *tt* (**-r; st**) 1. thú vị, dễ chịu: *nice weather* tiết trời dễ chịu; *we had a nice time at the beach* chúng tôi đã được một thời gian thú vị ở bãi biển 2. xinh, đẹp: *a nice little girl* cô bé xinh đẹp 3. tử tế, đối xử tốt: *he was very nice to me* anh ta đã rất tử tế với tôi 4. (*mỉa*) tệ hại; hay ho gớm: *this is a nice mess you've got us into!* thật anh đã đẩy chúng tôi vào một tình trạng hay ho gớm! 5. tinh tế, tinh vi; tế nhị: *a nice distinction* một sự phân biệt tinh vi; *nice shades of meaning* những sắc thái nghĩa rất tinh tế 6. khó tính; câu nệ: *too nice in one's dress* quá câu nệ trong y phục; *too nice about one's food* khảnh ăn. // **nice and** (*kng*) (*dùng trước tt*) [một cách] dễ chịu: *nice and cool in the woods* mát một cách dễ chịu trong rừng; **nice work if you can get it** (*tục ngữ*) hay ho gì đâu, may mà được thôi! (*nói dễ* tỏ sự ghen tị trước thành công của ai đó).

nicely /'naisli/ *pht* **1.** [một cách] thú vị, [một cách] dễ chịu **2.** [một cách] xinh, [một cách] đẹp: *nicely dressed* ăn mặc đẹp **3.** *(kng)* cực kỳ; hoàn toàn: *that will suit me nicely* cái đó sẽ hoàn toàn hợp với tôi: *the patient is doing nicely* người bệnh đã khá hơn nhiều.

niceness /'naisnis/ *dt* **1.** sự thú vị, sự dễ chịu **2.** sự xinh, sự đẹp **3.** sự tử tế, sự đối xử tốt **4.** sự tinh tế, sự tinh vi; sự tế nhị **5.** sự khó tính; tính câu nệ.

nicety /'naisəti/ *dt* **1.** sự chính xác: *nicety of judgement* sự phán đoán chính xác; *a point of great nicety* một điểm cần phải cân nhắc cho thật chính xác **2.** *(thường snh)* sự phân biệt tinh vi; chi tiết tinh vi: *I can't go into all the niceties of the meaning* tôi không thể đi vào tất cả các chi tiết tinh vi của nghĩa từ. // **to a nicety** [một cách] hoàn toàn chính xác: *he judged the distance to a nicety* anh ta ước lượng khoảng cách hoàn toàn chính xác.

niche /nitʃ, niːʃ/ hốc tường *(để đặt tượng...)*: *a niche with a shelf* hốc tường có đặt kệ sách.

nick¹ /nik/ *dt* khắc, khía: *make a nick in the cloth with the scissors* dùng kéo tạo một cái khắc ở vải. // **in good (bad) nick** trong hoàn cảnh tốt (xấu); có sức khỏe tốt (xấu); **in the nick of time** vừa đúng lúc; vào phút chót: *you got here in the nick of time, the train's just leaving* anh đến đây vừa đúng lúc, tàu đang chuyển bánh khởi hành.

nick² /nik/ *dgt* cắt khắc; khía: *nick one's chin when shaving* cạo râu nhỡ khía vào cằm.

nick³ /nik/ *dt* **the nick** *(lóng)* nhà tù; bót cảnh sát: *he spent a year in the nick* nó đã mất một năm ở tù; *the burglar was taken to the local nick* tên trộm đã bị bắt vào bót cảnh sát địa phương.

nick⁴ /nik/ *dgt* **1.** bắt *(ai)*: *he was nicked for stealing* nó bị bắt vì tội ăn cắp **2.** ăn cắp, đánh cắp *(cái gì của ai)*: *he nicked 5 dollars from his friend* nó đánh cắp 5 đô-la của bạn nó.

nickel¹ /nikl/ *dt* **1.** nicken, kền *(kim loại)*: *nickel-plated* [được] mạ kền **2.** đồng năm xu *(tiền Mỹ, Ca-na-da)*.

nickel² /nikl/ *dgt* mạ kền.

nickel silver /'nikl'silvə[r]/ *dt* mayso *(hợp kim kền, kẽm và đồng)*.

nick-nack /'niknæk/ *dt nh* knick-knack.

nickname¹ /'nikneim/ *dt* biệt hiệu; tên giễu: *as he was always cheerful he had the nickname "Smiler"* vì tính nó luôn luôn hớn hở, nên nó có biệt hiệu là "chàng tươi cười".

nickname² /'nikneim/ *dgt* đặt biệt hiệu cho; đặt tên giễu cho ai: *he was nick-named Shorty because he was so tall!* nó được đặt cái tên giễu là "Lùn tịt" vì nó cao to nhường ấy.

nicotine /'nikətiːn/ *dt* nicotin *(chất có trong thuốc lá)*: *nicotine-stained finger* ngón tay nhuốm nicotin *(của người nghiện thuốc lá)*; *cigarettes with a low nicotine content* thuốc lá có hàm lượng nicotin thấp.

niece /niːs/ *dt* cháu gái *(con anh, con chị, con em)*.

niff /nif/ *dt (lóng)* mùi hôi, mùi thối: *what a niff!* mùi thối thế!

niffy /'nifi/ *dt (lóng)* hôi, thối, có mùi [hôi]: *that meat's a bit niffy* thịt ấy đã hơi có mùi rồi.

nifty /'nifti/ *tt* (-ier; -iest) *(kng)* **1.** giỏi; khéo léo: *a footballer's nifty footwork* động tác chân khéo léo của một cầu thủ bóng đá **2.** hữu hiệu, có ích; tiện lợi: *a nifty little gadget for peeling potatoes* một dụng cụ nhỏ gọt vỏ khoai tây tiện lợi **3.** bảnh bao; sộp: *wearing a nifty new outfit* bận một bộ quần áo mới bảnh bao.

niggard /'nigəd/ *dt* người keo kiệt.

niggardliness /'nigədlinis/ *dt* **1.** tính keo kiệt **2.** tính chất nhỏ mọn *(của món quà...)*.

niggardly /'nigədli/ *tt* **1.** keo kiệt **2.** nhỏ mọn *(món quà...)*: *a niggardly contribution to the fund* một đóng góp nhỏ mọn vào quỹ.

nigger /'nigə[r]/ *dt (xấu, thường khinh thị)* người da đen.

niggle /'nigl/ *dgt* **1.** tỉ mẩn; chi li: *stop niggling about every penny we spend* thôi đừng quá chi li từng xu về những món ta đã tiêu **2.** làm bực mình: *his untidiness constantly niggled her* sự luộm thuộm của nó đã làm cho chị ta luôn luôn bực mình.

niggling /'nigliŋ/ *tt* **1.** vặt, vặt vãnh: *don't waste time on niggling details* đừng có phí thì giờ vào những chi tiết vặt vãnh **2.** làm bực mình một cách dai dẳng: *niggling criticism* lời phê bình làm bực mình một cách dai dẳng.

nigh /nai/ *pht, gt* (**-er; -est**) *(cổ)* gần, ở gần: *the end of the world is nigh!* ngày tận thế gần thôi!

night /nait/ *dt* đêm: *on Sunday night* vào đêm chủ nhật; *night fell* màn đêm đã buông xuống; *he stayed three nights at the hotel* ông ta đã lưu lại khách sạn này ba đêm; *good night!* tạm biệt, chúc ngủ ngon; *the first night of a play* đêm diễn đầu của một vở kịch. // **all night long** suốt đêm; **all right on the night** *x* right; **at night** ban đêm; vào [ban] đêm: *these animals only come out at night* những động vật này chỉ ra ngoài vào ban đêm; *10 o'clock at night* mười giờ đêm; **by night** [về] đêm: *travel by day and rest by night* ngày đi đêm nghỉ; **an early (a late) night** một đêm đi ngủ sớm (một đêm ngủ muộn); **have a good (bad) night** qua một đêm ngủ ngon (qua một đêm ngủ không yên giấc); **in the dead of night** *x* dead; **like a thief in the night** *x* thief; **the livelong night** *x* livelong; **make a night of** vui chơi cả đêm; mở hội đêm; **night after night** đêm đêm; **night and day; day and night** suốt ngày đêm; liên tục: *machines kept running night and day* máy cho chạy suốt ngày đêm; **a night out** một đêm vui chơi vắng nhà; **ships that pass in the night** *x* ship[1]; **in the still of night** *x* still[1]; **spend a night with somebody** *x* spend; **things that go bump in the night** *x* thing; **turn night into day** lấy đêm làm ngày.

night-bird /ˈnaitbɜːd/ *dt* chim ăn đêm (*như cú...; chỉ cả người hoạt động về đêm là chính*).

night-blindness /ˌnaitˈblaindnis/ *dt (y)* chứng quáng gà.

nightcap /ˈnaitkæp/ *dt* **1.** mũ [trùm đi] ngủ **2.** rượu uống trước khi đi ngủ.

night-club /ˈnaitklʌb/ *dt* câu lạc bộ đêm (*mở đến tận khuya để vui chơi, uống rượu, khiêu vũ...*).

night-dress /ˈnaitdres/ *dt* (*cg kng* **nightie, nighty**) áo ngủ (*của phụ nữ, trẻ em*).

nightfall /ˈnaitfɔːl/ *dt* lúc chập tối, lúc hoàng hôn: *we hope to be back by nightfall* chúng tôi hi vọng sẽ trở về lúc chập tối.

nightgown /ˈnaitgaun/ *dt nh* night-dress.

nightie /ˈnaitai/ *dt nh* night-dress.

nightingale /ˈnaitiŋgeil/, (*Mỹ* ˈnaitngeil/) *dt (động)* chim sơn ca.

nightjar /ˈnaitdʒɑːr/ *dt (động)* cú muỗi.

night-life /ˈnaitlaif/ *dt* hoạt động vui chơi về đêm: *there's not much night-life in this small town* ở thành phố nhỏ này, không có mấy hoạt động vui chơi về đêm.

night-light /ˈnaitlait/ *dt* đèn ngủ.

night-line /ˈnaitlain/ *dt* cần câu [cắm qua] đêm.

night-long /ˈnaitlɒŋ/ *tt pht* suốt đêm, thâu đêm.

nightly /ˈnaitli/ *tt, pht* về đêm, đêm đêm: *nightly performances* những buổi trình diễn về đêm; *appearing nightly at the local theatre* xuất hiện về đêm ở nhà hát địa phương (*nói về một diễn viên*).

nightmare /ˈnaitmeər/ *dt* **1.** cơn ác mộng: *I have nightmares about falling off a cliff* tôi có những cơn ác mộng thấy mình rơi từ trên vách đá **2.** *(kng)* nỗi hoảng sợ, điều khó chịu (*đã kinh qua*): *driving during the blizzard was a nightmare* lái xe trong cơn bão tuyết thật là đáng sợ.

nightmarish /ˈnaitmeəriʃ/ *tt* **1.** như một cơn ác mộng **2.** gây hoảng sợ; gây khó chịu.

night porter /ˈnaitpɔːtə[r]/ *dt* người gác cổng ban đêm (*ở khách sạn...*).

nights /naits/ *pht (Mỹ)* mấy đêm liền: *I can't sleep nights* tôi mất ngủ mấy đêm liền.

night-safe /ˈnaitseif/ *dt* két an toàn (*ở ngoài trụ sở ngân hàng ở đấy khách có thể gửi tiền một cách an toàn khi ngân hàng đóng cửa*).

night-school /ˈnaitskuːl/ *dt* lớp học ban đêm; trường học ban đêm.

nightshade /ˈnaitʃeid/ *dt (thực)* **1.** cây nụ áo **2.** *deadly nightshade* cây cà độc dược.

night shift /ˈnaitʃift/ *dt* ca đêm (*chỉ cả nhóm làm ca đêm và thời gian làm đêm*): *the night shift comes off at dawn* ca đêm ra về lúc rạng đông; *be on the night shift* làm ca đêm.

night-shirt /ˈnaitʃɜːt/ *dt* áo ngủ (*của đàn ông, con trai*).

night-soil /ˈnaitsɔil/ *dt (trại)* phân đổ thùng; phân người.

nightstick /ˈnaitstik/ *dt* dùi cui (*của cảnh sát*).

night-time /ˈnaittaim/ *dt* ban đêm: *in the night-time* [lúc] ban đêm.

night-watch /ˈnaitˈwɒtʃ/ *dt* **1.** sự canh đêm **2.** người canh đêm; người gác đêm; đội canh đêm; đội gác đêm.

night-watchman /ˈnaitˈwɒtʃmən/ *dt (snh* **night-watchmen**) người gác đêm.

nihilism /ˈnaiilizəm, ˈnihilizəm/ *dt [triết]* thuyết hư vô.

nihilist /'naiilist, 'nihilist/ *dt* người theo thuyết hư vô.

nihilistic /'naiilistik, nihi'listik/ *tt* [thuộc] thuyết hư vô; hư vô.

nil /nil/ *dt* không (*chủ yếu dùng để tính điểm trong các cuộc thi đấu*): *Our team won the game three nil* đội chúng tôi thắng 3-0.

nimble /'nimbl/ *tt* (-r; -st) 1. lanh lẹ, nhanh nhẹn: *sewing with nimble fingers* khâu nhanh tay, khâu khéo tay 2. linh lợi (*trí óc*); nhanh trí: *a lad with nimble wits* một chàng trai trí óc linh lợi.

nimbleness /'nimblnis/ *dt* 1. sự lanh lẹ, sự nhanh nhẹn 2. sự linh lợi (*trí óc*) sự nhanh trí.

nimbly /'nimbli/ *pht* 1. [một cách] lanh lẹ, [một cách] nhanh nhẹn 2. [một cách] linh lợi; [một cách] nhanh trí.

nimbus /'nimbəs/ *dt* (snh **nimbuses** /'nimbəsiz/, **nimbi** /'nimbai/) 1. vầng hào quang (*quanh đầu các thánh trong các bức vẽ...*) 2. (*ktượng*) mây mưa.

nincompoop /'niŋkəmpu:p/ *dt* (kng) người ngốc nghếch, người khờ dại.

nine¹ /nain/ *dt, dht* chín. // **nine to five** giờ hành chính (*từ chín giờ sáng đến năm giờ chiều*): *I work nine to five* tôi làm việc từ chín giờ sáng đến năm giờ chiều, tôi làm việc theo giờ hành chính; *a nine-to-five job* một công việc làm theo giờ hành chính.

nine² /nain/ *dt* con số 9. // **dressed up to the nines** x **dress²**.

nine- (*trong từ ghép*) có chín cái (*như nêu trong yếu tố tiếp sau*): *a nine-hole golf-*course sân chơi gôn có chín lỗ.

ninepin /'nainpin/ *dt* **ninepins** (đgt số ít) trò chơi ki chín con. // **go down like ninepins** ngã hàng loạt, bị va ngã hàng loạt: *there's a lot of flu about, people are going down like ninepins* đây đó có dịch cúm, thiên hạ mắc hàng loạt.

nineteen¹ /,nain'ti:n/ *dt, dht* mười chín.

nineteen² /,nain'ti:n/ *dt* con số 19.

nineteenth¹ /,nain'ti:nθ/ *dt, dht* thứ mười chín.

nineteenth² /,nain'ti:nθ/ *dt* một phần mười chín.

ninetieth¹ /'naintiəθ/ *dt, dht* thứ chín mươi.

ninetieth² /'naintiəθ/ *dt* một phần chín mươi.

ninety¹ /'nainti/ *dt, dht* chín mươi.

ninety² /'nainti/ *dt* 1. con số 90 2. **the nineties** những năm 90, những số từ 90 đến 99, những nhiệt độ từ 90 đến 99 độ. // **in one's nineties** tuổi trên 90 (*từ 90 đến 100 tuổi*); **ninety-nine times out of a hundred** hầu như.

ninny /'nini/ *dt* (kng) người ngốc nghếch, người khờ dại: *don't be such a ninny* đừng có ngốc nghếch thế.

ninth¹ /nainθ/ *dt, dht* thứ chín.

ninth² /nainθ/ *dt* một phần chín.

ninthly /'nainθli/ *pht* chín là.

nip¹ /nip/ *đgt* (-pp-) 1. kẹp, quắp, cắn, nhay nhay: *a crab nipped my finger* con cua kẹp ngón tay tôi; *she nipped her finger in the door* chị ta kẹp ngón tay vào cửa; *the dog nipped me in the leg* con chó cắn vào chân tôi; *the dog nipped at her* ankles con chó nhay nhay vào mắt cá chân chị ta 2. làm thui chột, làm lụi đi (*cây cối, nói về sương giá, gió rét...*): *the icy breeze nipped the young blooms* gió buốt đã làm các hoa mới nở lụi đi 3. đi nhanh, vội: *she has nipped out to the bank* cô ta chạy vội ra ngân hàng. // **nip and tuck** ganh đua nhau từng tí một: *the two runners contested the race closely; it was nip and tuck all the way* hai người chạy đua tranh nhau rất sát, họ ganh đua nhau từng tí một; **nip something in the bud** bóp chết ngay từ trong trứng, bóp chết ngay từ khi còn trứng nước: *she wanted to be an actress, but her father soon nipped that idea in the bud* cô ta muốn trở thành diễn viên, nhưng cha cô đã sớm bóp chết ý định ấy ngay từ trong trứng; **nip something in** (*in sewing*) khâu hẹp bớt: *nip in the sides of a dress* khâu hẹp bớt một cái áo; **nip something off** ngắt: *nip the shoots off a plant* ngắt chồi cây.

nip² /nip/ *dt* 1. cú kẹp, cú cắn, cú nhay: *a cold nip in the air* con giá rét trong không khí như cắn vào da vào thịt 2. (kng) hớp, ngụm (*rượu*): *a nip of brandy* một ngụm rượu brandi.

nipper /'nipə[r]/ *dt* 1. (*thường snh*) càng (cua) 2. **nippers** (kng) cái kìm; cái kẹp (cg **pair of nippers**) 3. (kng) chú bé, thằng nhóc: *a mother with two young nippers* một bà mẹ với hai chú bé còn nhỏ tuổi; *he's a cheeky little nipper* nó là một thằng nhóc con trâng tráo.

nipple /'nipl/ *dt* 1. núm vú. (*ở người*) 2. đầu vú cao su (ở bầu sữa) **3.** vật hình núm vú, núm.

nippy /'nipi/ *tt* (**-ier; iest**) *(kng)* **1.** lanh lẹ, nhanh: *a nippy little car* chiếc xe con chạy nhanh **2.** lạnh, giá lạnh: *it's jolly nippy today, isn't it?* hôm nay giá lạnh lắm, phải không?

nirvana /niə'vɑːnə/ *dt (tôn)* Nát bàn.

Nissen hut /'nisn hʌt/ *dt* lều đường hầm.

nit /nit/ *dt* **1.** trứng chấy, trứng rận; chấy, rận **2.** *(kng)* kẻ ngu xuẩn, thằng ngốc.

nit-pickling[1] /'nitpikliŋ/ *tt* xoi mói: *nit-pickling criticism* lời phê bình xoi mói.

nit-pickling[2] /'nitpikliŋ/ *dt* sự xoi mói, thói xoi mói.

nitrate /'naitreit/ *dt (hóa)* nitrat.

nitre (*Mỹ* **niter**) /'naitə[r]/ *dt (hóa)* nitrat kali, xanpet; nitrat natri.

nitric /'naitrik/ *tt (hóa)* nitric: *nitric acid* axit nitric.

nitrogen /'naitrədʒən/ *dt (hóa)* nitơ, nitrogen, đạm.

nitrogenous /'nai'trɑdʒinəs/ *tt* có ni tơ, có đạm.

nitroglycerine /naitrəʊ'glisəri:n/ *dt* (*Mỹ* **nitro-glycerin** /naitrəʊ'glisərin/) *(hóa)* nitroglyxerin.

nitrous /'naitrəs/ *tt (hóa)* nitrơ.

nitrous oxide /,naitrəs'ɑksaid/ *dt* (*cg* **laughing-gas**) oxit nitro (*có khi dùng làm khí gây tê để chữa răng*).

nitty-gritty /niti'griti/ *dt* **the nitty-gritty** *(kng)* sự kiện cơ bản; thực tế cơ bản (*của một việc*): *let's get down to [discussing] the nitty-gritty* ta hãy đi vào thảo luận thực tế cơ bản của vấn đề.

nitwit /'nitwit/ *dt* (*cg* **nit**) *(kng)* kẻ ngu xuẩn, thằng ngốc: *why did you do that,* *you nitwit?* này thằng ngu, sao mày làm thế?

nitwitted /,nit'witid/ *tt (kng)* ngu xuẩn, ngốc.

nix /niks/ *dt (lóng)* không, không chút nào: *it costs me absolutely nix* cái đó tôi chả phải trả đồng nào cả.

no[1] /nəʊ/ *dht* **1.** không: *no words can express my grief* không từ ngữ nào có thể diễn tả hết nỗi sầu của tôi; *no one knows* không ai biết; *it is no joke* không phải là chuyện đùa; *he's no fool* nó không ngu đâu (*nó thông minh đấy*) **2.** không được, cấm: *no parking* cấm đỗ xe; *no smoking* không được hút thuốc.

no[2] /nəʊ/ *tht* không: *is it raining? - no, it isn't* trời mưa đấy à? không, không mưa; *haven't you finished? - no, not yet* anh đã xong chưa? - chưa, chưa xong.

no[3] /nəʊ/ *pht* không: *he is no longer here* ông ta không còn ở đây nữa; *if you're no better by tomorrow I'll call the doctor* nếu mai anh không khá hơn thì tôi sẽ đi mời thầy thuốc vậy; *no sooner said than done* nói xong là làm ngay.

No *vt* **1.** (*Mỹ*) bắc (*đối với nam*) **2.** (*cg* **no**) (*snh* Nos, nos) (*Mỹ ký hiệu* #) số: *room no 145* phòng số 145 (*ở khách sạn...*).

nob /nɑb/ *dt (lóng, xấu)* quan to; ông lớn, người thượng lưu: *he acts as if he were one of the nobs* nó hành động như thể nó là một ông lớn.

no-ball[1] /nəʊ'bɔːl/ *dt (thể)* quả bóng lăn không hợp cách (*chơi cricket*).

no-ball[2] /nəʊ'bɔːl/ *dgt (thể)* (*thường ở dạng bị động*) tuyên bố là cầu thủ đã có quả bóng lăn không hợp cách (*nói về trọng tài cricket*).

nobble /'nɑbl/ *dgt (lóng)* **1.** tác động vào (*ngựa đua*) làm cho mất khả năng thắng cuộc **2.** dùng thủ đoạn để tranh thủ (*ai*); mua chuộc: *nobble the judge before a trial* mua chuộc quan tòa trước vụ xử án **3.** dùng thủ đoạn mà chiếm lấy; xoáy **4.** bắt (*kẻ tội phạm*).

Nobel Prize /nəʊ,bel'praiz/ *dt* giải thưởng Nobel.

nobility /nəʊ'biləti/ *dt* **1.** tính cao quý, tính cao thượng, tính thanh cao: *her nobility of character made her much admired* tính tình cao thượng của bà đã làm cho bà rất được ngưỡng mộ **2.** the nobility [giới] quý tộc: *a member of the British nobility* một thành viên trong giới quý tộc Anh.

noble[1] /'nəʊbl/ *tt* (**-r; -st**) **1.** [thuộc] quý tộc; quý phái: *a family of noble descent* một gia đình thuộc dòng dõi quý tộc **2.** cao quý, cao thượng, thanh cao: *noble sentiments* tình cảm cao thượng; *it was noble of you to accept a lower salary to help the company* nhận đồng lương thấp hơn để giúp đỡ cho công ty, anh thật là cao thượng **3.** huy hoàng, nguy nga, lộng lẫy, oai vệ: *a noble building* tòa nhà nguy nga; *a man with a noble bearing* một ông với tác phong oai vệ.

noble[2] /'nəʊbl/ *dt* nhà quý tộc; người quý phái.

nobleman /'nəʊblmən/ *dt* (*snh* **noblemen**) nhà quý tộc; người quý phái (*nam giới*).

noblesse oblige /'nəʊbles ə'bliːʒ/ (*ngạn ngữ Pháp*) vì cương vị mà phải gánh lấy trách nhiệm.

N

noblewoman /'nəʊblwumən/ dt (snh noblewomen) bà quý tộc; bà quý phái.

nobly /'nəʊbli/ pht 1. [từ gốc tích] quý tộc: nobly born sinh ra từ một gia đình quý tộc 2. [một cách] cao quý; [một cách] cao thượng; [một cách] thanh cao: thoughts nobly expressed ý nghĩ được phát biểu một cách cao thượng 3. [một cách] huy hoàng, [một cách] nguy nga, [một cách] lộng lẫy; [một cách] oai vệ.

nobody[1] /'nəʊbədi/ dt (cg **no one** /'nəʊwʌn/) không ai, không người nào: nobody came to see me không ai tới thăm tôi cả; when I arrived there was nobody there khi tôi tới, không ai có đấy cả.

nobody[2] /'nəʊbədi/ dt người chẳng ra gì; người không quan trọng: your friends are all just a bunch of nobodies tụi bạn cậu đúng là một lũ người chẳng ra gì.

no-claims bonus /,nəʊ kleim 'bəʊnəs/ dt tiền thưởng (được khấu trừ trên tiền bảo hiểm xe) sau một năm không có trường hợp khiếu nại.

nocturnal /nɒk'tɜ:nl/ tt [thuộc] đêm; về đêm: a nocturnal trip cuộc dạo chơi ban đêm; nocturnal birds chim ăn đêm.

nocturnally /nɒk'tɜ:nli/ pht về đêm; ban đêm.

nocturne /'nɒktɜ:n/ dt 1. (nhạc) khúc nhạc đêm 2. bức họa cảnh đêm.

nod[1] /nɒd/ dgt (-dd-) 1. gật đầu; hất đầu ra hiệu; cúi đầu (chào): the teacher nodded in agreement thầy giáo gật đầu đồng ý; he nodded his approval anh ta gật đầu tán thành 2. gà gật: the old lady sat nodding by the fire bà lão ngồi gà gật bên lò sưởi 3. cong xuống và lắc

lư (bông hoa...): nodding pansies những bông hoa bướm cong xuống và lắc lư 4. phạm sai lầm vì sơ ý; phạm sai lầm vì kém nhanh nhẹn. // **have a nodding acquaintance with** biết (ai, việc gì) sơ sơ: I have no more than a nodding acquaintance with his novels tôi chỉ mới biết sơ sơ về các tiểu thuyết của ông ta; **Homer [sometimes] nods** (tục ngữ) vua chúa cũng có khi nhầm; **nod off** (kng) ngủ thiếp đi: I often nod off for a little while after lunch sau bữa trưa tôi thường ngủ thiếp đi trong chốc lát.

nod[2] /nɒd/ dt cái gật đầu; cái hất đầu ra hiệu; cái cúi đầu (chào): she gave me a nod as she passed đi qua tôi, nàng gật đầu với tôi. // **The Land of Nod** x land[1]; **a nod is as good as a wink [to a blind horse]** (tục ngữ) gợi ý thường được tiếp thu mà không cần nói ra thành lời; **on the nod** (kng) a/ được tán đồng mà không phải qua thảo luận: the proposal went through on the nod đề nghị đã được thông qua bằng nghi thức tán đồng mà không phải qua thảo luận b/ chịu (tiền): buy something on the nod mua chịu cái gì.

nodal /'nəʊdl/ tt 1. (thực) [thuộc] mắt, [thuộc] mấu 2. (giải) (thuộc) hòn 3. (thuộc) nút: nodal point điểm nút.

noddle /'nɒdl/ dt (kng) đầu.

node /nəʊd/ dt 1. (thực) mắt, mấu 2. (giải) hòn 3. (toán) nút.

nodular /'nɒdjʊlə[r]/, (Mỹ 'nɒdʒu:lə[r])/ dt (giải, y) có hòn.

nodulated /'nɒdjʊleitid/ (Mỹ 'nɒdʒu:leitid)/ tt, nh nodular.

nodule /'nɒdju:l/, (Mỹ 'nɒdʒu:l)/ dt (giải, y) hòn.

Noel /nəʊ'el/ dt lễ Nô-en, lễ Giáng sinh.

noes /nəʊz/ dt snh tổng số người bỏ phiếu chống: the noes have it đa số bỏ phiếu chống.

noggin /'nɒgin/ dt 1. panh rượu (x pint) 2. (kng) đầu.

no-go area /nəʊ'gəʊeəriə/ dt vùng cấm vào (cấm đối với một số người, một số nhóm người).

nohow /'nəʊhaʊ/ pht (dph hoặc kng) không có cách nào; không một chút nào: I can't do it nohow tôi không có cách nào làm được cái đó.

noise[1] /nɔiz/ dt 1. tiếng, tiếng ồn: what's that noise? tiếng gì thế nhỉ?; don't make so much noise đừng làm ồn như thế 2. noises (snh) nhận xét: she made polite noises about my work chị ta có những nhận xét lễ độ về công việc của tôi. // **a big noise** x big; **make a noise about something** làm ầm lên vì chuyện gì: she made a lot of noise about poor food chị ta làm ầm làm ĩ lên vì chuyện thức ăn tồi.

noise[2] /nɔiz/ dgt **noise something abroad** (cũ) đồn, loan: it is being noised abroad that he has been arrested người ta đồn rằng nó đã bị bắt.

noiseless /'nɔizlis/ tt ít gây tiếng ồn, im lặng, lặng lẽ: noiseless footsteps những bước chân lặng lẽ.

noiselessly /'nɔizlisli/ pht [một cách] im lặng, [một cách] lặng lẽ.

noiselessness /'nɔizlisnis/ dt sự im lặng, sự lặng lẽ.

noisily /'nɔizili/ *pht* [một cách] ồn ào; [một cách] om sòm, [một cách] ầm ĩ.

noisiness /'nɔizinis/ *tt* sự ồn ào, sự om sòm, sự ầm ĩ.

noisome /'nɔisəm/ *tt* khó chịu, hôi thối, ghê tởm: *a noisome smell* mùi hôi thối; *a noisome sight* cảnh ghê tởm.

noisy /'nɔizi/ *tt* (-ier; -iest) làm ồn, ồn ào, om sòm, ầm ĩ: *noisy children* những đứa trẻ hay làm ồn; *a noisy class-room* một lớp học ồn ào.

nomad /'nəʊmæd/ *dt* 1. dân du cư, dân du mục 2. (bóng) người lang thang, người nay đây mai đó.

nomadic /nəʊ'mædik/ *tt* 1. du cư, du mục 2. (bóng) lang thang, nay đây mai đó: *nomadic existence* cuộc sống du cư, cuộc sống nay đây mai đó.

no man's land /'nəʊ mænz lænd/ *dt* (quân) khu vực giữa hai trận tuyến.

nom de plume /,nɒm də 'pluːm/ *dt* (snh noms de plume /,nɒmdə'pluːm/) bút danh (của một nhà văn).

nomenclature /nə'menklə-tʃə[r], (Mỹ 'nəʊmənklei-tʃə[r])/ *dt* 1. danh pháp: *the nomenclature of chemistry* danh pháp hóa học 2. tên [dùng trong] danh pháp.

nominal /'nɒminl/ *tt* 1. [trên] danh nghĩa: *he is only the nominal chairman, the real work is done by somebody else* ông ta chỉ là chủ tọa danh nghĩa, công việc điều khiển thực sự là do một người khác; *the nominal value of the shares* giá trị danh nghĩa của các cổ phần; *she charged only a nominal fee for her work* bà ta chỉ đòi một số tiền thù lao danh nghĩa (không đáng kể) về

công việc của mình 2. (ngôn) [thuộc] danh từ.

nominate /'nɒmineit/ *đgt* 1. chỉ định, bổ nhiệm: *I nominate An to make the tea* tôi chỉ định An pha trà; *he has been nominated [as candidate] for the Presidency* ông ta được chỉ định là ứng cử viên tổng thống; *nominate somebody for a post* bổ nhiệm ai vào một chức vị 2. chính thức định (ngày, địa điểm họp...): *19 July has been nominated as the day of the election* 19 tháng Bảy đã được chính thức định là ngày bầu cử.

nomination /,nɒmi'neiʃn/ *dt* 1. sự chỉ định, sự bổ nhiệm, sự được chỉ định, sự được bổ nhiệm 2. trường hợp chỉ định, trường hợp bổ nhiệm: *how many nominations have there been?* đã có mấy trường hợp được bổ nhiệm thế?

nominative¹ /'nɒminətiv/ *dt* (ngôn) danh cách.

nominative² /'nɒminətiv/ *tt* (ngôn) [thuộc] danh cách; ở dạng danh cách.

nominee /,nɒmi'niː/ *dt* người được chỉ định (vào một chức vị gì); người được bổ nhiệm.

non- (tiền tố) không (x non-sense, non-aggression...).

nonage /'nəʊnidʒ/ *dt* tình trạng chưa đến tuổi luật định, tình trạng chưa [đến tuổi] thành niên: *be still in one's nonage* còn chưa đến tuổi thành niên.

nonagenarian¹ /,nanədʒi-'neəriən/ *tt* thọ chín mươi tuổi.

nonagenarian² /,nanədʒi-'neəriən/ *dt* người thọ chín mươi tuổi.

non-aggression /,nanə'greʃn/ *dt* (thường dùng làm thng̃ư) sự không xâm lược, sự bất

tương xâm: *a non-aggression treaty* hiệp ước bất tương xâm.

non-aligned /,nanə'laind/ *tt* không· liên kết: *the non-aligned nations* các nước không liên kết.

non-alignment /,nanə'lain-mənt/ *dt* chính sách không liên kết.

nonce /nɒns/ *dt* **for the nonce** (cũ hoặc tu từ) 1. chỉ dịp này 2. trong lúc này.

nonce-word /,nɒnswɜːd/ *dt* từ ngữ tạo ra trong một trường hợp đặc biệt.

nonchalance /'nɒnʃələns/ *dt* sự uể oải: *beneath his apparent nonchalance he is as nervous and excited as the rest of us* dưới bề ngoài uể oải, nó cũng dễ bị căng thẳng và kích động như chúng tôi thôi.

nonchalant /'nɒnʃələnt/ *tt* uể oải.

non-combatant /,nan'kɒm-bətənt/ *tt* (quân) không trực tiếp chiến đấu (như thầy thuốc...).

non-commissioned /,nɒn-kə'miʃənd/ *tt* chưa được sắc chỉ phong sĩ quan. // **non-commissioned officer** hạ sĩ quan.

non-committal /,nankə'mitl/ *tt* không cam kết, không tự buộc mình; không rõ ý; giữ gìn ý tứ: *a non-committal reply* câu đáp lại không rõ ý; *she was very non-committal about my suggestion* cô ta đã không giữ gìn ý tứ đối với lời gợi ý của tôi.

non-committally /,nankə-'mitli/ *pht* không cam kết, không tự buộc mình; không rõ ý; [một cách] giữ gìn ý tứ.

non-compliance /,nankəm-'plaiəns/ *dt* sự từ chối tuân

N

theo, sự không tuân theo *(một mệnh lệnh...).*

non compos mentis /,nɒn ,kɒmpəs 'mentis/ *tt (tiếng La tinh)* **1.** *(luật)* không chịu trách nhiệm về mặt pháp lý vì bị mất trí **2.** *(kng)* không có khả năng suy nghĩ tỉnh táo: *I had a few beers and was completely non compos mentis* tôi đã uống một ít bia và hoàn toàn không còn khả năng suy nghĩ tỉnh táo.

non-conductor /,nɒnkən-'dʌktə[r]/ *dt* chất không dẫn nhiệt; chất không dẫn điện.

non-conformism /,nɒnkən-'fɔ:mizm/ *dt* **1.** thái độ không theo lề thói **2.** *(sử)* giáo lý không theo quốc giáo *(ở Anh).*

non-conformist¹ /,nɒnkən-'fɔ:mist/ *tt* **1.** không theo lề thói **2.** *(sử)* [thuộc] giáo phái không theo quốc giáo *(ở Anh).*

non-conformist² /,nɒnkən-'fɔ:mist/ *dt* **1.** người không theo lề thói **2.** *(sử)* người không theo quốc giáo *(ở Anh).*

non-conformity /,nɒnkən-'fɔ:miti/ *dt* **1.** *nh* non-conformism **2.** sự thiếu tương ứng *(giữa các vật với nhau).*

non-contributory /,nɒnkən-'tribjʊtri, *(Mỹ* ,nɒnkən-'tribjʊtɔ:ri/ *tt* không bao gồm các khoản đóng góp *(tiền trợ cấp...).*

nondescript¹ /'nɒndiskript/ *tt* không có đặc tính rõ rệt: *a nondescript voice* giọng nói không có đặc tính rõ rệt.

nondescript² /'nɒndiskript/ *dt* người không có đặc tính rõ rệt; việc không có đặc tính rõ rệt: *he's such a non-descript you'd never notice him in a crowd* nó là một đứa không có đặc tính rõ rệt đến mức anh không bao giờ nhận ra nó trong đám đông.

none¹ /nʌn/ *đt* không ai, không người nào, không con nào; không cái gì: *we had three cats once, none [of them] is (are) alive now* chúng tôi trước kia đã có ba con mèo, nay không con nào còn sống cả; *none of them has (have) come back yet* chưa ai trong họ đã về cả; *I wanted some string but there was none in the house* tôi cần ít sợi dây, nhưng ở nhà chẳng còn sợi nào cả; *I want none of our cheek* thôi đừng có hỗn xược nữa. // **none but** chỉ: *choose none but the best* chỉ chọn những cái tốt nhất; **none other than** không ai khác là, chính là: *the new arrival is none other than the President* người mới đến chính là ông chủ tịch.

none² /nʌn/ *pht* **1.** (+ *the*) không chút nào cả: *after hearing her talk, I am afraid, I am none the wiser* sau khi nghe bài nói chuyện của cô ta, tôi sợ rằng tôi không còn lịch duyệt chút nào cả **2.** (+ *too* và *tt* hoặc *pht*) không... lắm: *the salary they pay me is none too high* tiền công họ trả cho tôi không cao lắm đâu.

nonesuch (*cg* **nonsuch**) /'nʌnsʌtʃ/ *dt* người không ai sánh kịp, vật không gì sánh kịp, vật có một không hai.

nonentity /nɒ'nentəti/ *dt* **1.** người chẳng có chút tài nào; người không đáng kể: *how could such a nonentity become chairman of the company?* sao con người không có chút tài nào ấy lại trở thành chủ tịch ban quản trị của công ty nhỉ? **2.** vật [chỉ có trong trí] tưởng tượng.

none the less /,nʌnðə'les/ tuy nhiên, tuy thế, tuy vậy: *it's no cheap but I think we should buy it none the less* không rẻ đâu, nhưng tôi nghĩ là chúng tôi vẫn muốn mua.

non-event /,nɒni'vent/ *dt (kng)* điều vỡ mộng; điều thất vọng: *the party was a non-event, hardly anyone came!* cuộc liên hoan đã là một cú vỡ mộng, hầu như chẳng có ai đến cả.

non-existent /,nɒn ,ig'zis-tənt/ *tt* không có [thực], không tồn tại: *a non-existent danger* mối nguy không có thực; *a non-existent enemy* một kẻ thù không có thực.

non-fiction /,nɒn'fikʃn/ *dt* văn tả thực *(phân biệt với văn tả những tình huống hư cấu):* *I prefer non-fiction to fiction* tôi thích văn tả thực hơn là văn hư cấu; *the non-fiction shelves in the library* các kệ sách tả thực trong thư viện.

non-flammable /,nɒnflæ-məbl/ *tt* không dễ bắt lửa, không cháy *(vải...).*

non-interference /,nɒnintə-fiərəns/ *dt nh* non-intervention.

non-intervention /,nɒnin-tə'venʃn/ *dt* sự không can thiệp: *a strict policy of non-intervention in the internal affairs of other countries* một chính sách nghiêm ngặt không can thiệp vào công việc nội bộ của các nước khác.

non-iron /,nɒn'aiən, *(Mỹ* ,nɒn'aiərn)/ *tt* không cần là, không cần ủi: *a non-iron shirt* sơ-mi không cần là.

non-observance /nɒn əb'zɜ:-vəns/ *dt* sự không tuân theo *(một luật lệ, một phong tục).*

no-nonsense /'nəʊnɒnsns, *(Mỹ* 'nəʊ'nɒnsens)/ *tt (thng)* thẳng thắn; đứng đắn và nghiêm chỉnh: *let's have a clear no-nonsense agreement to start work as soon as possible* chúng ta hãy thỏa thuận rõ ràng và thẳng thắn để có thể bắt đầu công việc càng sớm càng tốt.

nonpareil¹ /ˌnɒnpəˈreil, (Mỹ ˌnɒnpəˈrel)/ *dt* người vô song; vật vô song.

nonpareil² /ˌnɒnpəˈreil/ *tt* vô song.

non-payment /ˌnɒnˈpeimənt/ *dt* sự không trả [tiền]: *non-payment of debts* sự không trả nợ.

nonplus /nɒnˈplʌs/ *dgt* (-ss-; (Mỹ) -s-) làm bối rối; làm sửng sốt: *I was completely nonplussed by his sudden appearance* anh ta xuất hiện đột ngột đã làm cho tôi hoàn toàn sửng sốt.

non-proliferation /ˌnɒnprə-lifəˈreiʃn/ *dt* sự cấm phổ biến (*vũ khí hạt nhân...*).

non-resident¹ /ˌnɒnˈrezi-dənt/ *tt* 1. không ở tại chỗ: *the block of flats has a non-resident caretaker* khối nhà này có một người trông nom không ở tại chỗ 2. (*cg* **non-residential**) không ở ngay nhiệm sở: *a non-resident[ial] post* một chức vị mà người phụ trách không ở ngay nhiệm sở.

non-resident² /ˌnɒnˈrezi-dənt/ *dt* người không ở (*một khách sạn...*), khách không lưu trú: *the bar is open to non-residents* quầy rượu này cho khách không lưu trú.

non-residential /ˌnɒnrezi-ˈdenʃl/ *x* non-risident *tt*.

nonsense /ˈnɒnsns, (Mỹ ˈnɒnsens)/ *dt* 1. lời nói vô nghĩa; câu vô nghĩa: *jumble up the words in a sentence to produce nonsense* làm lộn xộn trật tự các từ trong câu, tạo nên một câu vô nghĩa 2. lời nói dại dột; ý nghĩa dại dột; hành động dại dột: *you're talking nonsense!* anh đang nói những lời dại dột đấy!; *stop that nonsense, children, and get into bed!* các cháu thôi những chuyện dại dột ấy đi và vào giường đi ngủ đi! // **stuff and nonsense** *x* stuff¹.

nonsensical /nɒnˈsensikl/ *tt* vô nghĩa; vô lý: *a nonsensical sentence* một câu vô nghĩa; *a nonsensical suggestion* một gợi ý vô lý.

nonsensically /nɒnˈsensikli/ *pht* [một cách] vô nghĩa; [một cách] vô lý.

non sequitur /ˌnɒnˈsekwi-tə[r]/ *dt* (*La-tinh*) lời phát biểu trái khoáy: *this non sequitur invalidates his argument* lời phát biểu trái khoáy ấy đã vô hiệu hóa lý lẽ của anh ta.

non-skid /ˌnɒnˈskid/ *tt* không trượt (*lốp xe, do có khía...*).

non-smoker /nɒnˈsməʊkə[r]/ *dt* 1. người không hút thuốc 2. phòng (toa...) cấm hút thuốc.

non-smoking /ˌnɒnˈsməʊkiŋ/ *tt* không hút thuốc; cấm hút thuốc: *a non-smoking section in the cinema* khoảng cấm hút thuốc trong rạp chiếu bóng.

non-starter /ˌnɒnˈstɑːtə[r]/ *dt* 1. ngựa có ghi tên trong cuộc đua nhưng không chạy 2. (*bóng, kng*) người không có cơ may thành công; việc khó thành công: *your proposal is absurd, it's an absolute non-starter* đề nghị của anh vô lý quá, thật là hoàn toàn khó thành công.

non-stick /ˌnɒnˈstik/ *tt* không dính (*chảo, khi rán món ăn*): *it is very difficult to make pancakes without a non-stick frying-pan* thật

khó mà làm bánh kếp nếu không có chảo rán không dính.

non-stop /nɒnˈstɒp/ *tt, pht* 1. không đỗ lại; thẳng một mạch (*tàu hỏa, máy bay...*): *a non-stop flight to Tokyo* bay thẳng một mạch tới Tô-ki-ô; *fly non-stop from New-York to Paris* bay thẳng một mạch từ Niu-oóc tới Pari 2. không ngớt; không ngừng: *a non-stop work* một công việc làm không ngừng (liên tục); *he chattered non-stop all the way* nó nói huyên thuyên không ngớt suốt dọc đường.

nonsuch /ˈnʌnsʌtʃ/ *x* none-such.

non-U /ˌnɒnˈjuː/ *tt* (*kgn*) [không mang dấu ấn] tầng lớp trên: *non-U manners* phong độ không mang tính chất tầng lớp trên.

non-union /ˌnɒnˈjuːniən/ *tt* (*thường thng*) 1. không phải đoàn viên công đoàn (nghiệp đoàn) 2. không có tổ chức công đoàn (nghiệp đoàn) (*công ty, xí nghiệp...*): *a non-union factory* một xí nghiệp không có tổ chức công đoàn.

non-violence /ˌnɒnˈvaiələns/ *dt* sự bất bạo động, sự không dùng bạo lực.

non-violent /ˌnɒnˈvaiələnt/ *tt* bất bạo động, không dùng bạo lực: *a non-violent protest* sự phản kháng bất bạo động.

non-white /ˌnɒnˈwait/ *dt* người không phải da trắng: *these policies will affect non-whites, especially* những chính sách ấy sẽ đặc biệt ảnh hưởng đến những người không phải là da trắng.

noodle¹ /ˈnuːdl/ *dt* (*thường snh*) mì dẹt.

noodle² /ˈnuːdl/ *dt* (*cũ, kng*) người ngốc nghếch, người khờ dại.

nook /nʊk/ *dt* góc, xó, xó xỉnh: *a shady nook in the garden* một góc có bóng râm trong vườn. // **every nook and cranny** (*kng*) mọi nơi, mọi xó xỉnh: *I've searched every nook and cranny but I still can't find the keys* tôi đã tìm khắp mọi nơi mà vẫn chưa thấy chùm chìa khóa.

noon /nʊːn/ *dt* (*dùng không có a hoặc the*) trưa, buổi trưa: *they arrived at noon* họ đã tới lúc trưa; *she stayed until noon* cô ta ở lại cho đến trưa.

noonday /nʊːndei/ *dt* (*cũ hoặc tu từ*) giữa trưa, buổi trưa: *the noonday sun* mặt trời buổi trưa.

no one /ˈnəʊwʌn/ *dt* không ai, không người nào.

noontide /nʊːntaid/ *dt nh* noonday.

noose /nuːs/ *dt* thòng lọng: *he's facing the hangman's noose* nó đang chờ đợi bị treo cổ (*vào dây thòng lọng*). // **put one's head into the noose** *x* head[1].

nope /nəʊp/ *tht* (*lóng*) không!

nor /nɔː[r]/ *lt, pht* (*dùng sau* neither *hoặc* not) mà cũng không: *he can neither read nor write* nó không biết đọc mà cũng không biết viết; *he can't do it, nor can I* nó không thể làm cái đó, mà tôi cũng không.

nor' /nɔː/ *x* nor'west, (north-west), nor'east (north-east).

Nordic /ˈnɔːdik/ *tt* **1.** [thuộc] Bắc Âu **2.** [thuộc] kiểu người Bắc Âu (*to lớn, mắt xanh, tóc hung*): *Nordic features* những nét người Bắc Âu.

nor'east /nɔːˈriːst/ *dt, tt, pht* *x* north-east.

norm /nɔːm/ *dt* **1.** chuẩn mực; chuẩn: *you must adapt to the norms of the society*

you live in anh phải thích nghi với các chuẩn mực của xã hội anh sống trong đó **2.** định mức (*trong một số ngành công nghiệp*): *fulfil one's norm* hoàn thành định mức.

normal[1] /ˈnɔːml/ *tt* thường; bình thường; thông thường: *the normal temperature of the body* nhiệt độ bình thường của thân thể; *normal views* quan điểm thông thường; *people who commit crimes like that aren't normal* những người phạm tội ác như thế là không bình thường (*bị rối loạn trí óc hay bị xúc cảm mạnh...*).

normal[2] /ˈnɔːml/ *dt* trạng thái bình thường; mức bình thường: *his temperature is above (below) normal* nhiệt độ của nó trên (dưới) mức bình thường.

normalcy /ˈnɔːmlsi/ *dt* (*Mỹ*) *nh* normality.

normalisation /ˌnɔːməlaiˈzeiʃn, (*Mỹ* ˌnɔːməliˈzeiʃn)/ *dt nh* normalization.

normalise /ˈnɔːməlaiz/ *dgt nh* normalize.

normality /nɔːˈmæləti/ *dt* trạng thái bình thường.

normalization /ˌnɔːməlaiˈzeiʃn, (*Mỹ* nɔːməliˈzeiʃn)/ *dt* **1.** sự bình thường hóa **2.** sự chuẩn hóa.

normalize /ˈnɔːməlaiz/ *dgth* **1.** bình thường hóa: *relations between our two countries have normalized* quan hệ giữa hai nước chúng ta đã bình thường hóa **2.** chuẩn hóa: *the editors have normalized the author's rather unusual spelling* những người xuất bản đã chuẩn hóa lối viết phần nào khác thường của tác giả.

normally /ˈnɔːməli/ *pht* [một cách] thường; [một cách]

bình thường; [một cách] thông thường.

Norman /ˈnɔːmən/ *tt* **1.** (*ktrúc*) [thuộc] kiểu Noóc-măng: *a Norman cathedral* một nhà thờ kiểu [kiến trúc] Noóc-măng **2.** [thuộc] người Noóc-măng (*người vùng Normandie của Pháp, chinh phục nước Anh vào thế kỷ 11*): *the Norman Conquest* cuộc chinh phục nước Anh của người Noóc-măng.

Normans /ˈnɔːmətiv/ *dt* (*sử*) quân Noócmăng (*người Pháp, chinh phục nước Anh vào thế kỷ 11*).

normative /ˈnɔːmətiv/ *tt* [có tính chất] chuẩn tắc; chuẩn: *a normative grammar of a language* ngữ pháp chuẩn của một ngôn ngữ.

Norse[1] /nɔːs/ *dt* (*cg* **Old Norse**) (*ngôn*) tiếng Na-uy cổ.

Norse[2] /nɔːs/ *tt* (*chủ yếu làm thngữ*) [thuộc] cổ Na-uy: *Norse legends* truyện cổ tích cổ Na-uy.

north[1] /nɔːθ/ *dt* (*vt* **N.**) **1.** (*thường* + the) phương bắc; hướng bắc; phía bắc; *cold winds from the north* gió lạnh từ hướng bắc; *he lives to the north of here* anh ta sống ở phía bắc nơi này **2.** **the north, the North** miền Bắc: *the North of Vietnam* miền bắc Việt Nam.

north[2] /nɔːθ/ *tt* bắc: *the North Pole* Bắc cực; *the north wall* bức tường phía bắc; *a north wind* gió bắc.

north[3] /nɔːθ/ *pht* về hướng bắc; về phía bắc: *walk north* đi về phía bắc.

northbound /ˈnɔːθbaund/ đi về phía bắc, hướng về phía bắc: *northbound traffic* luồng xe đi về phía bắc.

the North Country /nɔːθ kʌntri/ miền Bắc nước Anh.

North-countryman /ˌnɔːθ 'kʌntrimən/ *dt* người miền Bắc nước Anh.

north-east¹ /nɔːθ'iːst/ *dt* (*vt* NE; *có khi viết* nor'-east, *nhất là về hàng hải*) **1.** hướng đông bắc **2.** miền đông bắc.

north-east² /nɔːθ'iːst/ *tt* đông bắc.

north-east³ /nɔːθ'iːst/ *pht* về hướng đông bắc.

north-easter /ˌnɔːθ'iːstə[r]/ *dt* gió đông bắc; gió bắc.

north-easterly¹ /ˌnɔːθ'iːstəli/ *tt* **1.** [từ hướng] đông bắc (*gió*) **2.** về phía đông bắc (*phương hướng*).

north-easterly² /ˌnɔːθ'iːstəli/ *dt* gió đông bắc, gió bắc.

north-eastern /ˌnɔːθ'iːstən/ *tt* **1.** [thuộc] hướng đông bắc **2.** [từ] hướng đông bắc **3.** [ở] phía đông bắc.

north-eastward[s] /ˌnɔːθ'iːstwəd[z]/ *pht* hướng về đông bắc; về phía đông bắc.

northerly¹ /'nɔːðəli/ *tt* **1.** [từ hướng] bắc (*gió*) **2.** về phía bắc: *travel in a northerly direction* đi về phía bắc.

northerly² /'nɔːðəli/ *dt* gió bắc.

northern /'nɔːðən/ *tt* (*thường thngữ*) [thuộc phương] bắc; [ở] phương bắc: *the northern climate* khí hậu phương bắc; *the northern hemisphere* bán cầu bắc.

northerner /'nɔːðənə[r]/ *dt* người phương bắc.

the northern lights /ˌnɔːðən'laits/ *dt* (*địa*) bắc cực quang.

northernmost /'nɔːðənməʊst/ *tt* (*thường thngữ*) cực bắc.

the North Pole /ˌnɔːθ'pəʊl/ *dt* Bắc cực.

northward[s] /'nɔːθwəd[z]/ *pht* hướng về phía bắc; về phía bắc.

north-west¹ /ˌnɔːθ'west/ *dt* (*vt* NW; *có khi viết* nor'-west, *nhất là về hàng hải*) **1.** hướng tây bắc **2.** miền tây bắc.

north-west² /ˌnɔːθ'west/ *tt* tây bắc.

north-west³ /ˌnɔːθ'west/ *pht* về hướng tây bắc.

north-wester /ˌnɔːθ'westə[r]/ *dt* gió tây bắc.

north-westerly¹ /ˌnɔːθ'westəli/ *tt* **1.** [từ hướng] tây bắc (*gió*) **2.** về phía tây bắc (*phương hướng*).

north-westerly² /ˌnɔːθ'westəli/ *dt* gió tây bắc.

north-western /ˌnɔːθ'westən/ *tt* **1.** [thuộc] hướng tây bắc **2.** [từ] hướng tây bắc **3.** [ở] phía tây bắc.

north-westward[s] /ˌnɔːθ'westwəd[z]/ *pht* hướng về tây bắc; về phía tây bắc.

nor'-west /nɔː'west/ *dt, tt, pht x* north-west.

Nos. (*cg* nos.) *vt* của numbers.

nose¹ /nəʊz/ *dt* **1.** mũi: *hit somebody on the nose* đánh ai vào mũi; *aquiline nose* mũi khoằm; *flat nose* mũi tẹt; *turned-up nose* mũi hếch; *the bridge of the nose* sống mũi; *an aircraft's nose* mũi (đầu) máy bay **2.** sự đánh hơi; khứu giác: *a dog with a good nose* con chó đánh hơi giỏi **3.** sự thính, sự nhạy bén: *a reporter with a nose for news* một phóng viên thính tin. // **be no skin off one's nose** *x* skin; **blow one's nose** *x* blow¹; **by a nose** sát nút: *the horse won by a nose* con ngựa thắng sát nút; *the candidate lost the election by a nose* ứng cử viên thua sát nút trong cuộc bầu cử; **cut off one's nose to spite one's face** (*kng*) tìm cách trả thù lại hóa ra hại mình: *if you refuse her help be-cause you're angry with her, you're cutting off your nose to spite your face* nếu anh từ chối sự giúp đỡ của cô ta vì anh giận cô ta thì tự anh lại hóa ra hại mình đấy; **follow one's nose** *x* follow; **get up somebody's nose** (*lóng*) làm bực mình: *his cheeky remarks really get up my nose* những nhận xét trâng tráo của nó thực sự làm tôi bực mình; **have one's nose in something** (*kng*) chúi mũi đọc cái gì: *An's always has his nose in a book* An luôn luôn chúi mũi vào đọc sách; **keep one's nose clean** (*kng*) giữ trong sạch, tránh không làm những điều không hay hoặc không hợp pháp; **keep one's (somebody's) nose to the grindstone** (*kng*) buộc mình (bắt ai) làm việc cật lực; **lead somebody by the nose** *x* lead; **look down one's nose at** coi khinh (*ai, vật gì*); **on the nose** (*Mỹ, lóng*) [một cách] chính xác: *you've hit in on the nose* anh đã mô tả (đã hiểu) cái đó một cách chính xác đấy; **pay through the nose** *x* pay²; **plain as the nose on one's face** *x* plain¹; **poke (stick) one's nose into** (*kng*) chõ mũi vào; **put somebody's nose out of joint** (*bóng*) làm cho ai lúng túng; làm cho ai mếch lòng; làm cho ai bực mình; **rub somebody's nose in it** *x* rub²; **thumb somebody's nose at** *x* thumb; **turn one's nose up at** (*kng*) coi khinh; [**right**] **under somebody's [very] nose** (*kng*) **1.** ngay trước mũi ai, ngay trước mặt ai **2.** ngay trước mắt mà không nhận thấy; **with one's nose in the air** (*kng*) vác mặt lên với vẻ kiêu kỳ hợm hĩnh: *she walked past us with her nose in the air* cô ta đi qua chúng tôi vác

N

mặt lên với vẻ kiêu kỳ, hợm hĩnh.

nose² /nəʊz/ *dgt* [làm cho] tiến lên một cách chậm chạp: *the car nosed carefully round the corner* chiếc xe thận trọng chầm chậm quẹo góc; *he nosed the car into the garage* ông ta cho xe chậm chạp vào nhà xe. // **nose about (around)** *(kng)* lục lọi; sục sạo; thóc mách: *don't nose about in other people's affairs* đừng thóc mách chuyện của người khác; **nose into something** *(kng)* chõ mũi vào việc gì; **nose something out** *(kng)* **1.** đánh hơi thấy: *the dog nosed out a rat* con chó đánh hơi thấy một con chuột **2.** *(lóng)* moi ra được *(tin tức...)*.

nosebag /'nəʊzbæg/ *dt (Mỹ* **feedbag)** giỏ thức ăn cho ngựa *(đeo ở cổ ngựa)*.

nosebleed /'nəʊzbli:d/ *dt* sự chảy máu mũi, sự chảy máu cam.

nose-cone /'nəʊzkəʊn/ *dt* đầu hình nón *(của tên lửa...)*.

-nosed *(yếu tố tạo tính từ ghép)* có mũi *(như thế nào do)*: *flat-nosed* có mũi tẹt.

nosedive¹ /'nəʊzdaiv/ *dt* **1.** sự bổ nhào xuống *(máy bay)* **2.** *(lóng)* sự lao xuống đột ngột; sự hạ xuống đột ngột: *prices have taken a nosedive* giá cả đã hạ xuống đột ngột.

nosedive² /'nəʊzdaiv/ *dgt* **1.** bổ nhào xuống *(máy bay)* **2.** *(lóng)* hạ xuống đột ngột: *demand for oil has nose-dived* nhu cầu về dầu đã hạ xuống đột ngột.

nose-flute /'nəʊzflu:t/ *dt (nhạc)* sáo mũi *(sáo thổi bằng mũi)*.

nosegay /'nəʊzgei/ *dt* bó hoa *(thường là hoa thơm)*.

nosering /'nəʊzriŋ/ *dt* vòng mũi *(ở bò, để dắt)*.

nose-wheel /'nəʊzwi:l/ *dt* bánh mũi *(bánh hạ cánh ở mũi máy bay)*.

nosey /'nəʊzi/ *tt* **(-ier; -iest)** *(kng, thường xấu)* thóc mách, tò mò.

Nosey Parker /ˌnəʊzi'pɑːkə[r]/ *dt (kng, xấu)* người quá tò mò; người hay chõ mũi vào việc của người khác.

nosh¹ /nɒʃ/ *dt (lóng)* **1.** thức ăn; món ăn: *there was lots of nosh at the party* ở bữa tiệc có khối món ăn đấy **2.** *(số ít)* bữa ăn qua loa vội vàng: *we'll have a [quick] nosh, then start out* chúng tôi ăn qua loa vội vàng rồi lên đường.

nosh² /nɒʃ/ *dgt (lóng)* ăn.

nosh-up /'nɒʃʌp/ *dt (lóng)* bữa ăn; bữa ăn linh đình: *we had a great nosh-up at Bill's wedding* chúng tôi ăn một bữa linh đình nhân lễ cưới của Bill.

no-show /nəʊ'ʃəʊ/ *dt (lóng)* người có vé tàu *(một chuyến đi máy bay, tàu thủy hay (xe lửa)* nhưng chưa sử dụng.

nostalgia /nɒ'stældʒə/ *dt* nỗi luyến tiếc những điều đã qua.

nostalgic /nɒ'stældʒik/ *tt* luyến tiếc những điều đã qua: *a nostalgic song* điệu hát gây luyến tiếc những điều đã qua.

nostalgically /nɒ'stældʒikli/ *pht* [một cách] luyến tiếc những điều đã qua.

nostril /'nɒstrəl/ *dt* lỗ mũi.

nostrum /'nɒstrəm/ *dt (xấu)* **1.** thuốc lang băm **2.** biện pháp trẻ con *(quá ư đơn giản đưa ra hòng giải quyết những vấn đề chính trị hoặc xã hội)*: *a nostrum put forward as a cure for unemployment* một biện pháp trẻ

con đưa ra hòng giải quyết nạn thất nghiệp.

nosy /'nəʊzi/ *tt nh* nosey.

not /nɒt/ *pht* không a/ *(dùng với trđ và đgth để tạo dạng phủ định)*: *they are not here* họ không ở đây; *I did not say so* tôi không hề nói như vậy b/ *(dùng sau* believe, expect, hope, trust... *thay vì một câu có* that *và ở dạng phủ định)*: *Will it rain? – I hope not* liệu trời có mưa không? – tôi hy vọng là không c/ *(dùng để chỉ ý phủ định sau câu hỏi với* are you, can you, shall we...)*: *is she ready or not?* cô ta có sẵn sàng hay không? d/ *(dùng để trả lời là không)*: *are you hungry? – Not hungry, just very tired* anh có đói không? – Không, chỉ mệt lắm thôi e/ *(dùng để phủ nhận ý nghĩa của từ hay câu tiếp theo)*: *not all the students have read the book* không phải tất cả các sinh viên đã đọc cuốn sách đó; *a town that is not a million miles from here* một thành phố không phải cách xa đây triệu dặm *(rất gần thôi)*. // **not only... [but] also** không những chỉ... mà còn: *not only the grandparents were there but also the aunts, uncles and cousins* không những chỉ có ông bà ở đấy, mà còn có cả các bà cô, bà thím, bà bác, các chú, các bác, các anh em họ nữa.

notability /ˌnəʊtə'biləti/ *dt* người có danh vọng; thân hào; nhân sĩ.

notable¹ /'nəʊtəbl/ *tt* đáng chú ý; lỗi lạc: *a notable discovery* một phát minh đáng chú ý; *a notable writer* một nhà văn lỗi lạc.

notable² /'nəʊtəbl/ *dt* người có danh vọng; thân hào; nhân sĩ.

notably /'nəʊtəbli/ *pht* [một cách] đặc biệt; rất: *notably successful* rất thành công.

notary /'nəʊtəri/ *dt* (*cg* **notary public**) công chứng viên.

notation /nəʊ'teiʃn/ *dt* **1.** hệ thống ký hiệu **2.** ký pháp: *musical notation* ký pháp nhạc.

notch¹ /nɒtʃ/ *dt* **1.** vết khắc (*hình V*): *make a notch in a stick* khắc một khắc ở cái gậy **2.** nấc, mức **3.** (*Mỹ*) hẻm núi.

notch² /nɒtʃ/ *dgt* khắc, khía. // **notch something up** (*kng*) đạt được; giành được: *with this performance, he has notched up his third championship title* với thành tích ấy anh ta đã giành được danh hiệu quán quân lần thứ ba.

note¹ /nəʊt/ *dt* **1.** lời ghi, lời ghi chép (*để cho nhớ*): *he sat taking notes of everything that was said* nó ngồi ghi chép mọi lời người ta nói ra **2.** bức thư ngắn: *he wrote me a note asking if I would come* nó viết cho tôi một bức thư ngắn hỏi tôi có đến không **3.** (*nggiao*) công hàm **4.** lời chú, lời chú thích: *a new edition of Hamlet with copious notes* một lần xuất bản mới cuốn Hamlét mới với nhiều chú thích phong phú **5.** (*cg* **banknote**, (*Mỹ*) **bill**) giấy bạc: *do you want the money in notes or coins?* anh cần tiền giấy hay tiền đồng? **6.** (*nhạc*) nốt **7.** điệu; vẻ: *there is a note of anger in his voice* giọng nói của anh ta có vẻ tức giận; *his speech sounds the note of war* bài nói của ông ta sặc điệu chiến tranh **8.** sự lưu ý, sự chú ý: *take note*

of what he says hãy lưu ý những lời ông ta nói. // **compare notes** x compare; **of note** quan trọng; xuất sắc; nổi tiếng: *a singer of some note* một ca sĩ khá nổi tiếng; *nothing of particular note happened* không có gì đặc biệt quan trọng đã xảy đến; **strike (sound) a note (of something)** tỏ, toát ra (*một cảm nghĩ, một ý tưởng như thế nào đó*): *he sounded a note of warning in her speech* trong bài nói của mình, ông ta để toát ra một ý tưởng nhắc nhở; **strike (sound) a false note** x false.

note² /nəʊt/ *dt* chú ý; lưu ý: *please note my words* xin lưu ý những lời tôi nói; *she noted [that] his hands were dirty* cô ta lưu ý thấy tay anh ta bẩn; *note how I do it, then copy me* hãy lưu ý xem tôi làm cái đó như thế nào, rồi phỏng theo mà làm.

notebook /'nəʊtbʊk/ *dt* sổ tay.

notecase /'nəʊtkeis/ *dt* ví (*dụng tiền giấy*).

noted /'nəʊtid/ *tt* (+ **for**; **as**) nổi tiếng: *a town noted for its fine buildings* một thành phố nổi tiếng về những tòa nhà đẹp; *a town noted as a health resort* một thành phố nổi tiếng là nơi nghỉ ngơi dưỡng sức.

notepad /'nəʊtpæd/ *dt* tập giấy ghi chép.

notepaper /'nəʊtpeipə[r]/ *dt* giấy viết thư.

noteworthy /'nəʊtwɜːði/ *tt* đáng chú ý; đặc biệt.

nothing /'nʌθiŋ/ *dt* không [có] gì: *nothing gives me more pleasure than listening to Mozart* không gì làm tôi thích thú hơn là nghe nhạc Mô-da; *there's nothing interesting in the newspaper* không có gì lý thú trong tờ

báo cả; *come to nothing* không đi đến đâu cả. // **be nothing to somebody** là người mà ai đó không có chút tình cảm nào cả; không là gì cả đối với ai: *what is she to you? – She's nothing to me* cô ta là thế nào đối với anh? – Không là gì đối với tôi cả; **for nothing** a/ không phải trả tiền, không mất tiền: *children under 5 can travel for nothing* trẻ em dưới 5 tuổi có thể đi không mất tiền; *we could have got in for nothing, nobody was collecting tickets* chúng ta có thể vào mà không phải trả tiền, không ai thu vé cả b/ chẳng được gì cả; chẳng vì cái gì cả: *all that preparation was for nothing because the visit was cancelled* tất cả những sự chuẩn bị đó đều chẳng được gì cả, vì cuộc viếng thăm đã bị hủy bỏ; **have nothing on somebody** (*kng*) a/ không tài giỏi bằng: *he has nothing on you, you're a real detective* nó không tài giỏi bằng anh đâu, anh là một thám tử thực sự b/ không thu lượm được thông tin gì để bắt người (*cảnh sát*): *they've got nothing on me, I've got an alibi* chúng nó chẳng thu lượm được thông tin gì về tôi cả, tôi đã có được chứng cứ ngoại phạm; **have nothing to do with** không dính líu gì với; tránh xa: *he's a thief and a liar, I'd have nothing to do with him, if I were you* nó là một thằng kẻ cắp và dối trá, nếu tôi là anh thì tôi không dính líu gì với nó (tôi tránh xa nó); **nothing but** chỉ: *nothing but a miracle can save her now* chỉ có phép mầu mới có thể cứu cô ta bây giờ; **nothing if not** (*kng*) rất; hết sức; **nothing less than** hoàn toàn:

N

his negligence was nothing less than criminal sự cẩu thả của nó hoàn toàn là có tội; **nothing like** *(kng)* a/ không chút nào: *It looks nothing like a horse* trông không giống con ngựa chút nào cả b/ hoàn toàn không: *her cooking is nothing like as good as yours* cách nấu nướng của chị ta hoàn toàn kém cô; **nothing more than** chỉ: *It was nothing more than a shower* chỉ là một trận mưa rào thôi; **nothing much** không nhiều *(cái gì)*; không có gì có giá trị lớn, không có gì quan trọng: *I got up late and did nothing much all day* tôi ngủ dậy muộn và cả ngày cũng chẳng làm gì được nhiều; **[there's] nothing to it** [cái đó] rất đơn giản: *I did the cross-word in half an hour, there was nothing to it* tôi đã làm trò chơi ô chữ trong nửa tiếng đồng hồ, rất đơn giản thôi; **there is (was) nothing** [else] for it but [to do something] không có cách nào khác ngoài: *there was nothing else for it but to resign* đã không có cách nào khác ngoài cách từ chức.

nothingness /'nʌθiŋnis/ *dt* hư vô; hư không.

notice¹ /'nətis/ *dt* **1.** thông báo: *put up a notice* dán một thông báo; *notices of births, deaths and marriages in the newspapers* thông báo về sinh, tử, giá thú trên báo **2.** sự báo trước *(cho biết trước thời gian)*; giấy báo cho thôi việc: *receive two months notice to leave a job* được báo trước hai tháng cho thôi việc; *at short notice* chỉ được báo trước một thời gian ngắn; *leave at only ten days' notice* thôi việc chỉ được báo trước mười ngày; *he gave her a*

month's notice ông ấy đã gửi cho cô ta giấy báo cho thôi việc sau một tháng **3.** bài điểm ngắn; bài tường thuật *(trên báo): the play received good notices* vở kịch được tường thuật trên báo với lời lẽ tốt đẹp. // **be beneath one's notice** là cái mà người ta có thể lờ đi, là cái có thể phớt đi: *he regarded all these administrative details as beneath his notice* ông ta coi tất cả những chi tiết hành chính ấy là cái có thể lờ phớt đi; **bring something to somebody's notice** kể cho ai biết, chỉ cho ai biết việc gì: *it was Ban who brought the problem to our notice* chính Ban đã cho chúng tôi biết vấn đề đó; **come to somebody's notice** được biết, được nghe thấy: *it has come to my notice that you have been stealed* tôi nghe nói là anh đã bị ăn trộm; **escape notice** *x* escape; **sit up and take notice** *x* sit; **take no notice; not take any notice** không chú ý tới: *don't take any notice of what he says!* đừng có chú ý tới những gì nó nói!

notice² /'nətis/ *dgt* **1.** nhận thấy: *didn't you notice? he has dyed his hair* anh có nhận thấy không? nó đã nhuộm tóc đấy; *did you notice him coming (come) in?* anh có nhận thấy nó đi vào không?; *sorry, I didn't notice you* rất tiếc là tôi đã không thấy có anh **2.** chú ý *(chủ yếu là ở dạng bị động)*: *a young actor trying to be noticed by the critics* một diễn viên trẻ tìm cách để được các nhà phê bình chú ý.

noticeable /'nəutisəbl/ *tt* dễ nhận thấy; rõ rệt: *there's been a noticeable improvement in her handwriting* đã

có tiến bộ rõ rệt trong chữ viết của cô ta.

noticeably /'nəutisəbli/ *pht* [một cách] dễ nhận thấy; [một cách] rõ rệt.

notice-board /'nəutisbɔ:d/ *dt (Mỹ* **bulletin board**) bảng thông báo.

notifiable /'nəutifaiəbl/ *tt (chủ yếu dùng làm thngữ)* phải báo cho nhà chức trách y tế biết, phải khai báo *(bệnh dịch): cholera is an example of a notifiable disease* bệnh dịch tả là một ví dụ về bệnh phải khai báo.

notification /ˌnəutifi'keiʃn/ *dt* sự báo, sự khai báo *(sinh, tử, bệnh dịch): there have been no more notifications of cholera cases in the last week* tuần trước đã không còn trường hợp bệnh dịch tả được khai báo nữa.

notify /'nəutifai/ *dgt* **notify somebody of something, notify something to somebody** báo; khai báo: *have the authorities been notified of this?* nhà chức trách đã được báo về việc đó chưa?; *notify the police of a loss; notify a loss to the police* báo một vụ mất mát với cảnh sát; *he notified us that he was going to leave* nó báo cho chúng tôi biết là nó sắp thôi việc.

notion /'nəuʃn/ *dt* **1.** khái niệm; ý niệm: *a system based on the notions of personal equality and liberty* một chế độ đặt cơ sở trên khái niệm bình đẳng và tự do cá nhân; *your head is full of silly notions* đầu óc anh đầy rẫy những ý niệm ngớ ngẩn; *she has no notion of the difficulty of this problem* cô ta chẳng có chút khái niệm nào về sự khó khăn của vấn đề ấy **2. notions** *(snh) (Mỹ)* hàng kim chỉ *(để khâu vá)*.

notional /'nəʊʃənl/ *tt* [theo] ý tưởng ức đoán: *my calculation is based on notional figures, since the actual figures are not yet available* tính toán của tôi chỉ dựa trên những con số ức đoán, vì những con số có thực còn chưa sử dụng được.

notoriety /,nəʊtə'raiəti/ *dt (xấu)* sự khét tiếng: *his crimes earned him considerable notoriety* tội ác của nó đã làm cho nó khét tiếng.

notorious /nəʊ'tɔːriəs/ *tt (xấu)* khét tiếng: *a notorious criminal* tên tội phạm khét tiếng; *she's notorious for her wild behaviour* cô ta khét tiếng vì cách ăn ở man rợ của cô; *he was notorious as a rake* nó khét tiếng về chơi bời phóng túng.

notoriously /nəʊ'tɔːriəsli/ *pht (xấu)* [một cách] khét tiếng.

notwithstanding¹ /,nɒtwɪθ-'stændɪŋ/ *gt* mặc dù, bất kể: *notwithstanding a steady decline in numbers, the school has had a very successful year* mặc dù số học sinh giảm sút đều đều, trường học này vẫn đạt được một năm học thành công; *language difficulties notwithstanding, he soon grew to love the country and its people* bất kể những khó khăn về mặt ngôn ngữ, anh ta đã đâm ra yêu xứ sở và dân tộc ấy.

notwithstanding² /,nɒtwɪθ-'stændɪŋ/ *pht* tuy nhiên; ấy thế mà: *many people told her not to try, but she went ahead notwithstanding* nhiều người đã bảo cô ta đừng có thử, ấy thế mà cô ta cứ lao vào.

nougat /'nuːɡɑː;'nʌɡət, (Mỹ 'nuːɡət)/ kẹo nu ga.

nought /nɔːt/ *dt* **1.** con số không: *write three noughts on the blackboard* viết ba con số không lên bảng đen; *nought point one* không phẩy một (0,1) **2.** (*cg* **naught**) (*cổ*) không [có] gì: *his assiduity gained him nought* sự chăm chỉ cũng không làm cho nó được cái gì hết.

noun /naʊn/ *dt (ngôn)* danh từ.

nourish /'nʌriʃ/ *dgt* **1.** nuôi; nuôi dưỡng (*người, vật, cây*): *most plants are nourished by water drawn up through their roots* phần lớn cây cối được nuôi dưỡng bằng nước hút qua rễ; *well-nourished children* trẻ được nuôi dưỡng tốt **2.** (*lóng*) nuôi, ấp ủ (*hy vọng, hoài bão*): *nourish hopes* ấp ủ hy vọng.

nourishing /'nʌriʃɪŋ/ *tt* bổ: *nourishing food* thức ăn bổ.

nourishment /'nʌriʃmənt/ *dt* đồ ăn; thực phẩm.

nous /naʊs/ *dt (kng)* sự khôn ngoan; tài tháo vát.

nouveau riche /,nuːvəʊ'riːʃ/ *dt (snh* **nouveaux riches** /,nuːvəʊ'riːʃ/) kẻ mới phát.

Nov (*vt của* November) tháng mười một (*dương lịch*): *21 Nov 1983* ngày 21 tháng 11 năm 1983.

nova /'nəʊvə/ *dt (snh* **novas** hoặc **novae** /'nəʊviː/) (*thiên*) sao mới [lóe lên].

novel¹ /'nɒvl/ *tt* mới lạ: *a novel idea* một ý mới lạ; *a novel fashion* một kiểu thời trang mới lạ.

novel² /'nɒvl/ *dt* tiểu thuyết; truyện: *historical novels* truyện lịch sử.

novelette /,nɒvə'let/ *dt* truyện ngắn (*thường chất lượng thấp*).

novelist /'nɒvəlist/ *dt* người viết tiểu thuyết; người viết truyện.

novelty /'nɒvlti/ *dt* **1.** tính mới lạ **2.** điều mới lạ: *a British businessman who can speak a foreign language is still something of a novelty* một nhà kinh doanh người Anh mà nói được một thứ tiếng nước ngoài hiện nay vẫn còn là một cái gì đó mới lạ **3.** đồ chơi nhỏ rẻ tiền; đồ trang sức nhỏ rẻ tiền.

November /nəʊ'vembə[r]/ *dt (vt* **Nov**) tháng mười một (*dương lịch*).

novice /'nɒvis/ *dt* **1.** người mới vào nghề: *he's a complete novice as a reporter* anh ta hoàn toàn là một phóng viên mới vào nghề; *a novice cook* anh nấu bếp mới vào nghề **2.** (*tôn*) người mới tu, người sơ tu (*chưa phát lời nguyền cuối cùng*).

noviciate, novitiate /nə'viʃiət/ *dt (tôn)* **1.** sự mới tu **2.** thời kỳ sơ tu.

now¹ /naʊ/ *pht* **1.** bây giờ, lúc này; ngày nay: *where are you living now?* bây giờ anh ở đâu?; *it is now possible to put a man on the moon* bây giờ (ngày nay) đã có thể đưa người lên mặt trăng rồi; *I'm busy now* lúc này tôi bận; *until now I hadn't heard from him* cho đến lúc này tôi chưa nhận được tin nó **2.** ngay bây giờ, ngay tức khắc: *do it now!* làm ngay bây giờ đi!; *now or never* ngay bây giờ hoặc không bao giờ hết **3.** nào; này: *now listen to me!* nào, hãy nghe tôi nói!. // [**every**] **now and again;** [**every**] **now and then** thỉnh thoảng: *I like to go to the theatre, now and then* tôi thích thỉnh thoảng đi xem hát; **now... now; now... then** lúc thì... lúc thì: *now hot, now cold* lúc nóng lúc lạnh; **now... now; now then**

nào, này: *now, now, stop quarrelling* nào! thôi cãi nhau đi chứ; **now then**, *that's enough noise* này, làm ồn thế đủ rồi đấy; **now for** bây giờ ta hãy chuyển sang *(một đề tài mới...)*: *and now for some travel news* và bây giờ ta hãy chuyển sang phần tin về du lịch.

now² /naʊ/ *lt* now [that] vì, vì chưng; do: *now [that] the weather is warmer, we can go camping* do thời tiết đã ấm hơn, chúng ta có thể đi cắm trại được.

nowadays /'naʊədeiz/ *pht* ngày nay, thời nay, thời buổi này *(đối lại với trước đây, với quá khứ)*: *nowadays, children often prefer watching TV to reading* ngày nay, trẻ con thích xem truyền hình hơn là đọc sách.

nowhere /'nəʊweə[r], *(Mỹ* 'nəʊhweər)/ *pht* không nơi nào, không ở đâu: *the boy was nowhere to be seen* chẳng thấy thằng bé ở đâu cả; *he was getting nowhere with his homework until his sister helped him* nó làm bài làm ở nhà chẳng đi đến đâu cả cho đến lúc chị nó giúp nó mới xong. // **the middle of nowhere** *x* middle; **nowhere near** *x* near.

noxious /'nɒkʃəs/ *tt* độc; độc hại: *noxious gases* hơi độc.

noxiously /'nɒkʃəsly/ *pht* [một cách] độc; [một cách] độc hại.

noxiousness /'nɒkʃəsnis/ *dt* tính độc; tính độc hại.

nozzle /'nɒzl/ *dt* miệng (ống); vòi (ấm nước).

nr *(vt của* near) gần *(ghi trên địa chỉ...)*: *Warpsgrove, nr Chalgrove, Oxfordshire* Warpsgrove, gần Chalgrove, Oxfordshire.

NSB /,en es' bi:/ *(vt của* National Savings Bank) Quỹ tiết kiệm quốc gia *(Anh)*.

NSPCC /,en es pi: si: 'si:/ *(vt của* National Society for the Prevention of Cruelty to Children) Hội quốc gia ngăn ngừa hành động tàn ác đối với trẻ em.

NT *(vt của* New Testament) Kinh Tân ước.

nth /enθ/ *tt (thngữ)* [ở] thứ n; cuối cùng *(trong một danh sách dài)*: *you are the nth person to ask me that* anh là người thứ n hỏi tôi việc đó. // **to the nth degree** [đến] tột độ: *he's methodical to the nth degree* ông ta ngăn nắp đến tột độ.

Nth *(vt của* North) bắc: *Nth Pole* Bắc cực.

nuance /'nju:ɑ:ns, *(Mỹ* 'nu:ɑ:ns)/ *dt* sắc thái: *nuances of meaning* sắc thái nghĩa *(của một từ...)*.

nub /nʌb/ *dt* **the nub** (of something) điểm trung tâm; điểm chính *(của một vấn đề)*: *the nub of the problem is our poor export performance* điểm chính của vấn đề là mức xuất khẩu của ta kém cỏi.

nubile /'nju:bail, *(Mỹ* 'nu:bl)/ *tt* **1.** tới tuần cập kê *(con gái)* **2.** khêu gợi *(về mặt tình dục)*: *a photograph of a nubile young woman* bức ảnh của một thiếu phụ trẻ khêu gợi.

nuclear /'nju:kliə[r], *(Mỹ* 'nu:kliər)/ *tt (thường thngữ)* **1.** [thuộc] hạt nhân *(nguyên tử)*: *nuclear physics* vật lý hạt nhân; *nuclear weapons* vũ khí hạt nhân **2.** [sản ra năng lượng] hạt nhân; [sử dụng, chạy bằng] năng lượng hạt nhân: *a nuclear missile* tên lửa hạt nhân; *nuclear-powered submarines*

tàu ngầm chạy bằng năng lượng hạt nhân.

nuclear disarmament /,nju:kliə dis'ɑ:məmənt/ *dt* sự giải trừ quân bị hạt nhân, sự giảm quân bị hạt nhân.

nuclear energy /,nju:kliə 'enədʒi/ *dt (cg* nuclear power) năng lượng hạt nhân.

nuclear family /,nju:kliə 'fæməli/ *dt* gia đình hạt nhân *(chỉ gồm cha, mẹ và các con)*.

nuclear-free /,nju:kliə'fri:/ *tt (thường thngữ)* phi hạt nhân: *they have declared their country a nuclear-free zone* họ đã tuyên bố nước họ là một vùng phi hạt nhân.

nuclear power /,nju:kliə 'paʊə[r]/ *dt x* nuclear energy.

nuclear war /,nju:kliə'wɔ:[r]/ *dt* chiến tranh hạt nhân, chiến tranh nguyên tử.

nuclear winter /,nju:kliə 'wintə[r]/ *dt* mùa đông nguyên tử *(thời kỳ không ánh sáng, không sức nóng, không sinh trưởng, tiếp sau một cuộc chiến tranh nguyên tử)*.

nucleic acid /nju:,kli:ik'æsid, *(Mỹ* nu:,kli:ik'æsid)/ *dt (hóa, sinh)* axit nucleic.

nucleus /'nju:kliəs, *(Mỹ* 'nu:kliəs)/ *dt (snh* **nuclei** /'nju:kliai/) **1.** trung tâm, hạt nhân *(bóng)*: *the fortress was the nucleus of the ancient city* pháo đài là trung tâm của thành cổ; *these paintings will form the nucleus of a new collection* những bức tranh này sẽ là hạt nhân của một bộ sưu tập mới **2.** *(lý)* hạt nhân *(nguyên tử)* **3.** *(sinh)* nhân *(tế bào)*.

nude¹ /nju:d, *(Mỹ* nu:d)/ *tt* trần; trần truồng; khỏa thân: *the nude torso* thân mình trần.

nude² /nju:d, *(Mỹ* nu:d)/ *dt* tranh khỏa thân; ảnh khỏa thân. // **in the nude** trần; trần truồng: *swimming in the nude* cởi truồng mà bơi.

nudge¹ /nʌdʒ/ *dgt* **1.** hích bằng khuỷu tay; hích tay *(để gọi sự chú ý của ai)* **2.** xô; đẩy; thúc: *he accidentally nudged the gatepost with the front of the car* anh ta bất ngờ thúc đầu xe vào cột cổng.

nudge² /nʌdʒ/ *dt* cú hích bằng khuỷu tay: *he gave me a nudge in the ribs* nó hích khuỷu tay vào sườn tôi.

nudism /'nju:dizəm, *(Mỹ* 'nu:dizəm)/ *dt (cg* **naturism)** thói khỏa thân.

nudist /'nju:dist, *(Mỹ* 'nu:dist)/ *dt (cg* **naturist)** người theo thói khỏa thân.

nudist camp /'nju:distkæmp/ *dt (cg* **nudist colony)** khu khỏa thân.

nudist colony /'nju:distkɒləni/ *dt nh* nudist camp.

nudity /'nju:dəti, *(Mỹ* 'nu:dəti)/ *dt* tình trạng khỏa thân.

nugatory /'nju:gətəri, *(Mỹ* 'nu:gətɔ:ri)/ *tt* vô giá trị; vô hiệu lực: *a nugatory argument* lý lẽ vô giá trị.

nugget /'nʌgit/ *dt* **1.** vàng cục tự nhiên *(tìm thấy trong đất)* **2.** *(bóng)* vật nhỏ nhưng có giá trị; mẩu có giá trị: *a book full of nuggets of useful information* một cuốn sách đầy những mẩu thông tin bổ ích.

nuisance /'nju:sns, *(Mỹ* 'nu:sns)/ *dt* cái (điều, người) gây bực bội; cái (điều, người) khó chịu: *you are a confounded nuisance, stop pestering me* cậu là một thằng gây bực bội quái ác, thôi đừng có quấy rầy tớ nữa; *the noise was so loud that it was a nuisance to the neighbours* tiếng ồn lớn đến nỗi làm khó chịu hàng xóm.

null /nʌl/ **null and void** *(luật)* không có giá trị pháp lý, vô giá trị *this contract is null and void* hợp đồng này không có giá trị pháp lý.

nullification /,nʌlifi'keiʃn/ *dt* **1.** sự làm mất giá trị pháp lý **2.** sự vô hiệu hóa.

nullify /'nʌlifai/ *dgt* **1.** làm mất giá trị pháp lý *(của một thỏa thuận...)* **2.** vô hiệu hóa: *how can we nullify the enemy's propaganda?* bằng cách nào ta có thể vô hiệu hóa sự tuyên truyền của địch được nhỉ?

nullity /'nʌləti/ *dt* sự thiếu giá trị pháp lý; sự vô giá trị: *the nullity of a marriage* sự thiếu giá trị pháp lý của một cuộc hôn nhân; *a nullity suit* vụ kiện đòi ly hôn.

numb¹ /nʌm/ *tt* **1.** cóng, tê cóng: *fingers numb with cold* ngón tay cóng vì lạnh **2.** *(bóng)* chết lặng đi: *he was numb with terror* nó chết lặng đi vì khiếp sợ.

numb² /nʌm/ *dgt* **1.** làm cóng, làm tê cóng: *his fingers were numbed by the cold* ngón tay nó cóng đi vì lạnh **2.** *(bóng)* làm chết lặng đi: *he was completely numbed by the shock of his father's death* nó hoàn toàn chết lặng đi vì choáng váng về tin bố chết.

number¹ /'nʌmbə[r]/ *dt* **1.** số: *an even number* số chẵn; *an odd number* số lẻ; *plural number* (ngôn) số nhiều **2.** số lượng, số *(dgt snh khi chủ ngữ có một tt đứng trước):* *a considerable number of animals have died* một số lượng lớn động vật đã chết; *the enemy won by force of numbers* quân địch đã thắng vì đông hơn; *a large number of books has been stolen from the library* một số lượng lớn sách ở thư viện đã bị ăn trộm; *the number of books stolen from the library is large* số sách bị trộm đi ở thư viện là rất lớn; *we were fifteen in number* chúng tôi [về số lượng] có mười lăm người **3.** đám, bọn, nhóm số: *one of our number* một trong số chúng tôi; *among their number* trong số chúng nó **4.** *vt* No, no, *(Mỹ* ký hiệu #) số hiệu, số: *room number 145* phòng số 145; *he's living at No 4* nó ở nhà số 4 **5.** số *(báo, tạp chí):* *the current number of a magazine* số tạp chí kỳ này **6.** tiết mục, điệu *(múa, hát trong một buổi biểu diễn):* *sing a romantic number* hát một điệu lãng mạn **7.** **numbers** *(snh) (kng)* số học: *he's not good at numbers* nó không giỏi số học. // **a cushy number** x cushy; **have got somebody's number** *(lóng)* biết tỏng ai; nắm tỏng ý đồ của ai: *he pretends to be friendly but I have got his number: he just likes to know everything* nó giả vờ thân mật nhưng tôi biết tỏng ý đồ của nó chính là muốn biết mọi chuyện; **in round numbers** x round¹; **somebody's number is up** *(lóng)* ai đã đến ngày chầu trời; ai đã đến ngày sạt nghiệp: *when the wheel came off the car I thought my number is up!* khi bánh xe bật ra khỏi xe, tôi nghĩ là tôi đã đến ngày chầu trời; **number one** *(kng)* a/ bản thân: *look only after number one* chỉ chăm chút bản thân mình b/ người (vật) quan trọng nhất, người (vật) số một: *this company is number one in the oil business* công ty này là công ty quan trọng nhất trong ngành

N

kinh doanh buôn bán dầu mỏ; *the number one problem* vấn đề quan trọng nhất, vấn đề số một; **there's safety in numbers** x safety; **time without number** x time¹; **weight of numbers** x weight¹.

number² /'nʌmbə[r]/ *dgt* **1.** đánh số, ghi số: *the doors were numbered 2, 4, 6 and 8* các cửa được đánh số 2, 4, 6 và 8 **2.** lên tới [con số là]: *we numbered 20 in all* chúng tôi [lên tới con số] là 20 người cả thảy. // **somebody's (something's) days are numbered** x day; **number (somebody, something) among something** xếp, kể *(ai, cái gì)* vào loại (vào nhóm) nào đó: *I number her among my closest friends* tôi kể cô ta vào nhóm các bạn thân nhất; **number off** *(quân)* tuần tự xướng số hiệu của mình: *the soldiers numbered off, starting from the right-hand man* lính tuần tự xướng số hiệu của mình bắt đầu từ người bên phải.

numberless /'nʌmbəlis/ *tt* [nhiều] vô kể, vô số: *numberless stars* vô số sao.

number-plate /'nʌmbəpleit/ *dt* *(Mỹ cg* **licence plate, license plate**) biển số xe; biển đăng ký *(xe)*.

numbly /'nʌmbli/ *pht* **1.** [một cách] cóng, [một cách] tê cóng **2.** chết lặng đi.

numbness /'nʌmnis/ *dt* **1.** sự cóng, sự tê cóng **2.** sự chết lặng đi.

numbskull /'nʌmskul/ *dt nh* numskull.

numeral /'nju:mərəl/, *(Mỹ* 'nu:mərəl)/ *dt* số, chữ số: *Roman numerals* chữ số La Mã; *Arabic numerals* chữ số A-rập.

numeracy /'nju:mərəsi/, *(Mỹ* 'nu:mərəsi)/ *dt* sự có kiến thức toán học.

numerate /'nju:mərət, *(Mỹ* 'nu:mərət)/ *tt* có kiến thức toán học: *the importance of making children numerate* tầm quan trọng của việc làm cho trẻ có kiến thức toán học.

numeration /'nju:mə'reiʃn, *(Mỹ* ,nu:mə'reiʃn)/ *dt* **1.** phép đếm; sự đếm; cách đếm **2.** sự ghi số bằng chữ.

numerator /'nju:məreitə[r], *(Mỹ* ,nu:məreitər)/ *dt* *(toán)* tử số *(của một phân số)*.

numerical /nju:'merikl, *(Mỹ* nu:'merikl)/ *tt* [thuộc] chữ số; bằng số: *in numerical order* theo thứ tự chữ số.

numerically /nju:'merikli, *(Mỹ* nu:'merikli)/ *pht* về số: *the enemy were numerically superior* quân địch đông hơn.

numerous /'nju:mərəs, *(Mỹ* 'nu:mərəs)/ *tt* rất nhiều; rất đông: *on numerous occasions* trong rất nhiều dịp; *her numerous friends* bạn bè rất đông của cô ta.

numinous /'nju:minəs, *(Mỹ* 'nu:minəs)/ *tt* *(tôn)* gây kinh sợ; thiêng liêng.

numismatics /,nju:miz'mæ-tiks, *(Mỹ* ,nu:miz'mætiks)/ *dt* *(dgt ở số ít)* khoa nghiên cứu tiền đúc.

numismatist /,nju:miz'mə-tist, *(Mỹ* ,nu:miz'mətist)/ *dt* **1.** nhà nghiên cứu tiền đúc **2.** nhà sưu tập tiền đúc.

numskull /'nʌmskul/ *dt* *(cg* **numbskull**) người ngốc.

nun /nʌn/ *dt* nữ tu sĩ; ni cô; bà phước.

nunnery /'nʌnəri/ *dt* tu viện nữ.

nuncio /'nʌnsiəu/ *dt* *(cg* **nuncios**) sứ thần của giáo hoàng.

nuptial /'nʌpʃl/ *tt* *(thngữ)* [thuộc lễ] cưới: *nuptial ceremony* lễ cưới; *the nuptial day* ngày cưới.

nuptials /'nʌpʃlz/ *dt snh* *(đùa)* lễ cưới: *the day of his nuptials* ngày cưới của nó.

nurse¹ /nɜ:s/ *dt* **1.** y tá; nữ y tá **2.** *(cg* **nursemaid**) cô giữ trẻ, chị bảo mẫu **3.** *(cg* **wet-nurse**) vú em.

nurse² /nɜ:s/ *dgt* **1.** săn sóc; trông nom *(người bệnh...)*: *nurse a patient* săn sóc người bệnh; *she nurses her aged mother* cô ta săn sóc mẹ già **2.** cho bú; bú: *the baby was nursing (being nursed) at its mother's breast* em bé bú mẹ **3.** bế, ẵm: *nurse a child* ẵm em bé **4.** chăm chút: *nurse young plants* chăm chút cây non; *nurse a constituency* thăm nom một khu vực bầu cử *(để được, để giữ được phiếu bầu)*; *nurse a cold* nằm trong giường giữ ấm để chữa cảm lạnh được nhanh chóng **5.** ấp ủ *(thù hận, hy vọng)*: *nurse feelings of revenge* ấp ủ thù hận; *nurse a grievance* ấp ủ mối bất bình.

nursemaid /'nɜ:smeid/ *dt* cô giữ trẻ, chị bảo mẫu.

nursery /'nɜ:səri/ *dt* **1.** nhà trẻ **2.** phòng cho trẻ nhỏ *(trong một ngôi nhà)* **3.** *(thường snh)* vườn ươm *(cây)*: *I'm going to the nurseries to buy some plants* tôi đi ra vườn ươm mua một ít cây đây.

nurseryman /'nɜ:sərimən/ *dt* *(snh* **nurserymen**) người trông nom vườn ương.

nursery nurse /'nɜ:sərinɜ:s/ *dt* cô giữ trẻ.

nursery rhyme /'nɜ:səriraim/ *dt* bài hát cho trẻ nhỏ; thơ ca cho trẻ nhỏ.

nursery school /'nɜ:sərisku:l/ *dt* vườn trẻ.

nursery slope /'nɜ:sərisləup/ *dt* dốc thoai thoải, dốc không gắt *(cho người trượt tuyết chưa thạo)*.

nursery stakes /'nɜːsəris-teiks/ *dt* cuộc đua ngựa hai tuổi.

nursing /'nɜːsiŋ/ *dt* sự săn sóc *(người ốm...)*.

nursing-home /'nɜːsiŋhəum/ *dt* nhà chữa bệnh *(tư)*.

nursing mother /,nɜːsiŋ 'mʌðə[r]/ *dt* bà mẹ tự nuôi lấy con mình *(bằng sữa của chính mình)*.

nurture¹ /'nɜːtʃə[r]/ *đgt* 1. nuôi dưỡng; bồi dục: *a well-nurtured child* em bé được nuôi dưỡng tốt; *nurture delicate plants* bồi dục những cây yếu 2. *(bóng)* hậu thuẫn: *we want to nurture the new project* chúng ta cần hậu thuẫn cho đề án mới.

nurture² /'nɜːtʃə[r]/ *dt* 1. sự nuôi dưỡng; sự bồi dục: *the nurture of a delicate child* sự nuôi dưỡng một đứa trẻ yếu 2. sự hậu thuẫn: *the nurture of new talent* sự hậu thuẫn cho tài năng mới.

nut /nʌt/ *dt* 1. *(thực)* quả hạch 2. *(kỹ)* êcu, đai ốc 3. *(lóng)* đầu *(người)*: *he cracked his nut on the ceiling* nó tông đầu vào trần nhà 4. **nuts** *(snh)* cục than nhỏ 5. **nuts** *(snh)* *(Mỹ, lóng)* hòn dái: *kick somebody in the nuts* đá ai vào dái 6. *(lóng, xấu)* *(cg* **nutter**) người điên: *he drives like a nut, he'll kill himself one day* nó lái như một thằng điên, sẽ có ngày nó tự giết mình cho mà xem 7. *(lóng, xấu)* *(với một danh từ ở trước)* người ham thích, người say mê *(cái gì)*: *a movie nut* người ham thích chiếu bóng. // **do one's nut** *(lóng)* rất giận: *she'll do her nut, when she sees the broken window* cô ta sẽ rất giận khi thấy cửa sổ bị vỡ; **for nuts; for peanuts**

(lóng, xấu) *(dùng ở câu phủ định)* chút nào: *he can't play football for nuts* nó chẳng chơi bóng đá được chút nào cả; **a hard (tough) nut [to crack]** *(kng)* 1. việc hóc búa; tình thế gay go: *the exam was a tough nut* cuộc thi quả là gay go 2. kẻ khó chơi; kẻ mặt sắt đen sì: *he's a tough nut to crack, I don't think he'll give us permission* ông ta là một kẻ mặt sắt đen sì, tôi không nghĩ là ông ta sẽ cho phép chúng ta; **the nuts and bolts** *(kng)* chi tiết thực tế cơ bản *(của một đề án...)*; **off one's nut** *(lóng)* điên, hóa điên: *you must be off your nut!* anh hóa điên rồi phỏng!

nut-brown /,nʌt'braun/ *tt* [có màu] nâu sẫm *(như màu quả phỉ)* *(nói về rượu bia...)*.

nut-case /'nʌtkeis/ *dt* *(lóng)* người điên; người kỳ cục.

nutcrackers /'nʌtkrækəz/ *dt* *snh* cái kẹp quả hạch *(để làm vỡ quả ra mà lấy nhân trong quả)*.

nut-house /'nʌthaus/ *dt* *(lóng)* bệnh viện tâm thần.

nutmeg /,nʌtmeg/ *dt* 1. hạt nhục đậu khấu 2. nhục đậu khấu.

nutrient¹ /'njuːtriənt], *(Mỹ* 'nuːtriənt)/ *dt* chất dinh dưỡng: *plants draw nutrients from the soil* cây hút chất dinh dưỡng từ đất.

nutrient² /'njuːtriənt, *(Mỹ* 'nuːtriənt)/ *tt* bổ; dinh dưỡng.

nutriment /'njuːtrimənt, *(Mỹ* 'nuːtrimənt)/ *dt* chất nuôi dưỡng; chất dinh dưỡng.

nutrition /njuː'triʃn, *(Mỹ* nuː'triʃn)/ *dt* 1. sự dinh dưỡng 2. *(y)* khoa dinh dưỡng.

nutritional /njuː'triʃənl, *(Mỹ* nuː'triʃənl)/ *tt* dinh dưỡng:

the nutritional value of a food giá trị dinh dưỡng của một thức ăn.

nutritionally /njuː'triʃənəli, *(Mỹ* nuː'triʃənəli)/ *pht* về mặt dinh dưỡng.

nutritionist /njuː'triʃənist, *(Mỹ* nuː'triʃənist)/ *dt* chuyên gia dinh dưỡng.

nutritious /njuː'triʃəs, *(Mỹ* nuː'triʃəs)/ *tt* bổ, có chất bổ.

nutritive /'njuːtrətiv, *(Mỹ* 'nuːtrətiv)/ *tt* 1. dùng làm thức ăn 2. [thuộc] sự dinh dưỡng: *the nutritive process* quá trình dinh dưỡng.

nuts /nʌts/ *tt* *(vị ngữ)* *(lóng)* 1. điên, mất trí 2. **nuts about (on) something; nut about somebody** mê say *(cái gì, ai)*: *he's nuts about (on) cars* nó mê say xe ô-tô lắm; *she's beautiful, he's nut about her* cô ta đẹp, cậu ta mê say cô lắm.

nutshell /'nʌtʃel/ *dt* vỏ quả hạch. // **put something in a nutshell** nói rất ngắn gọn: *to put it in a nutshell, we're bankrupt* nói rất ngắn gọn thì chúng tôi phá sản.

nutter /'nʌtə[r]/ *dt* người điên *(x* nut 6).

nutty /'nʌti/ *tt* (-ier; -iest) 1. có hạch quả phỉ; có mùi vị hạt phỉ 2. *(lóng)* điên; kỳ cục. // **[as] nutty as a fruitcake** *(lóng)* điên quá mức; hết sức kỳ cục.

nuzzle /'nʌzl/ *(đgt)* hít hít *(bằng mũi)*: *the horse nuzzled my shoulder* con ngựa hít hít vào vai tôi. // **nuzzle up to somebody (something)**; **nuzzle [up] against somebody (something)** húc nhẹ vào đầu; húc nhẹ mũi vào *(ai, vật gì)*: *the dog nuzzled up to (against) me on the sofa* con chó húc nhẹ mũi vào tôi trên ghế tràng kỷ.

N

NW (*vt của* North-West-[ern]) tây bắc: *NW Australia* tây bắc Ô-xtra-li-a.

NY (*vt của* New York) Nữu Ước.

NYC (*vt của* New York City) thành phố Nữu Ước.

nylon /'nai lơn/ *dt* **1.** nilông **2. nylons** (*snh*) tất dài nữ: *a pair of nylons* một đôi tất dài nữ.

nymph /nimf/ *dt* **1.** nữ thần (*ở sông, núi, cây cỏ, theo truyền thuyết Hy Lạp và La Mã*) **2.** (*tho*) nàng con gái đẹp, nàng tiên **3.** (*động*) nhộng trần.

nymphet /nim'fet/ *dt* (*kng; đùa*) cô gái khêu gợi.

nympho /'nimfəʊ/ *dt* (*snh* **nymphos**) (*kng*) người phụ nữ cuồng dâm.

nymphomania /ˌnimfə'mei-niə/ *dt* chứng cuồng dâm (*phụ nữ*).

nymphomaniac[1] /ˌnimfə-'meiniæk/ *dt* người phụ nữ cuồng dâm.

nymphomaniac[2] /ˌnimfə-'meiniæk/ *tt* cuồng dâm.

NZ (*vt của* New Zealand) Tân Tây Lan.

O o

O¹, o /əʊ/ *dt (snh* **O's; o's** /əʊz/) **1.** [con chữ] O: *there are two O's in Oxford* có hai [con chữ] O ở từ Oxford **2.** hình O; dấu hình O: *the child's mouth formed a big O in surprise* miệng chú bé ngạc nhiên há to thành hình O **3.** [số] không *(khi xướng lên số điện thoại...)*: *my number is six 0 double three* số của tôi là 6033; *he is in room one 0 two* ông ta ở phòng 102.

O² /əʊ/ *tht* **1.** chà, ôi chao; ồ: *O how tired I am!* chà, tôi mệt làm sao! **2.** ôi: *O God!* Trời ôi!

o' /ə/ *gt vt của* of: *10 o'clock* 10 giờ; *man-o'-war* tàu chiến.

oaf /əʊf/ *dt (snh* **oafs**) người đần độn hậu đậu *(thường là nam giới)*: *why did she marry that great oaf?* sao chị ta lại lấy cái thằng đần độn hậu đậu hạng nặng ấy?

oafish /əʊfiʃ/ *tt* đần độn hậu đậu; thô lỗ: *oafish behaviour* cách xử sự thô lỗ.

oak /əʊk/ *dt* **1.** *(cg* **oak-tree)** cây sồi: *a forest of oaks; an oak forest* rừng sồi **2.** gỗ sồi: *the table is [of] solid oak* chiếc bàn làm bằng gỗ sồi chắc; *an oak table* chiếc bàn [bằng] gỗ sồi **3. the Oaks** *dgt ở số ít)* cuộc đua ngựa hàng

năm ở Epsom *(gần Luân Đôn)*. // **big (tall, great, large) oaks from little acorns grow** *(tục ngữ)* cái sảy nảy cái ung.

oak-apple /əʊkæpl/ *dt* mụn sồi; vú lá sồi *(do sâu bọ gây ra trên thân hoặc lá sồi)*.

oaken /əʊkən/ *tt (thngũ)* bằng gỗ sồi.

oak-tree /əʊktri:/ *dt x* oak¹.

OAP /ˌəʊei'pi:/ *(vt của* old-age pensioner) người hưởng trợ cấp tuổi già.

oar /ɔ:[r]/ *dt* mái chèo. // **put (shove, stick) one's oar in; put (shove; stick) in one's oar** xen vào; can thiệp vào: *I know how to get out of difficulties and I don't need you shoving your oar in!* tôi biết cách xoay xở và không cần anh xen vào đâu!

oarlock /ɔ:lɒk/ *dt (Mỹ)* cọc chèo.

oarsman /ɔ:zmən/ *dt (snh* **oarsmen)** người chèo thuyền, người bơi thuyền *(nam giới)*.

oarswoman /ɔ:zwumən/ *dt (snh* **oarswomen)** người chèo thuyền, người bơi thuyền *(nữ)*.

OAS /ˌəʊei'es/ *(vt của* Organization of American States) Tổ chức các nước châu Mỹ.

oases /əʊ'eisi:z/ *dt snh của* oasis.

oasis /əʊ'eisis/ *dt (snh* **oases)** ốc đảo: *an oasis in a desert* một ốc đảo trong hoang mạc; *the study was an oasis of calm in a noisy household* phòng học là một ốc đảo yên tĩnh *(bóng)* trong một gia đình ồn ào.

oast /əʊst/ *dt* lò sấy hoa bia.

oasthouse /əʊsthaus/ *dt* nhà sấy hoa bia.

oath /əʊθ/ *dt (snh* **oaths** /əʊðz/) **1.** lời thề; lời tuyên thệ **2.** lời nguyền rủa; lời rủa: *he hurled a few oaths at his wife and walked out, slamming the door* nó hướng về vợ mà buông mấy lời rủa rồi đóng sầm cửa lại và ra đi. // **be on (under) oath** *(luật)* đã tuyên thệ trước tòa: *the judge reminded the witness that she was still under oath* quan tòa nhắc người làm chứng là chị ta đã tuyên thệ trước tòa; **on my oath** *(cũ)* tôi thề là như vậy: *I didn't tell anyone, on my oath* tôi chưa nói với ai đâu, tôi thề là như vậy; **put (place) somebody on (under) oath** *(luật)* yêu cầu ai tuyên thệ: *the witnesses were placed under oath* những người làm chứng đã được yêu cầu tuyên thệ; **swear (take) an oath** *(luật)* tuyên thệ: *before giving evidence the witness had to take an oath* trước khi ra làm chứng, nhân chứng phải tuyên thệ.

oatcake /əʊtkeik/ *dt* bánh yến mạch: *oatcake served with butter and cheese* bánh yến mạch dọn ăn với bơ và pho-mát.

oatmeal /əʊtmi:l/ *dt* bột yến mạch.

oats /əʊts/ *dt snh* **1.** *(dgt có khi số ít)* yến mạch: *give the horse some oats* cho ngựa một ít yến mạch; *oats is a crop grown widely in Europe* yến mạch là một cây trồng rộng rãi ở châu Âu **2.** *(dgt ở số ít hoặc số nhiều)* cháo bột yến mạch: *is (are) porridge oats on the breakfast menu?* cháo bột yến mạch có trong thực đơn bữa ăn sáng không? // **feel one's oats** *x* feel¹; **be getting one's oats** *(kng)* sinh hoạt tình dục đều đặn; **[be] off one's oats**

ăn không ngon miệng: *he's been a bit off his oats since his illness* anh ta ăn không ngon miệng lắm kể từ khi bị ốm; **sow one's wild oats** x sow².

OAU /,əʊei'ju:/ (*vt của* Organization of African Unity) Tổ chức thống nhất châu Phi.

ob (*vt của tiếng La-tinh* obiit) đã chết.

obbligati /,ɒbli'ga:ti/ *dt snh của* obbligato.

obbligato¹ /,ɒbli'ga:təʊ/ *dt* (*snh* **obligatos** *hoặc* **obbligati**) (*nhạc*) phần đệm bắt buộc.

obbligato² /,ɒbli'ga:təʊ/ *tt* bắt buộc; phải được bao gồm trong buổi diễn.

obduracy /'ɒbdjuərəsi, (*Mỹ* 'ɒbdərəsi)/ *dt* sự cứng rắn, sự ngoan cố.

obdurate /'ɒbdjuərət/ *tt* cứng rắn, ngoan cố: *he remained obdurate, refusing to alter his decision* ông ta vẫn cứng rắn, không chịu đổi quyết định.

obdurately /'ɒbdjuərətli/ *pht* [một cách] cứng rắn; [một cách] ngoan cố: *obdurately refusing to go* ngoan cố không chịu đi.

OBE /,əʊbi:'i:/ (*vt của* Officer [of the Order] of the British Empire) sĩ quan vương quốc Anh: *be made an OBE* được phong sĩ quan vương quốc Anh.

obedience /ə'bi:diəns/ *dt* sự vâng lời; sự vâng theo; sự tuân theo: *act in obedience to orders* vâng theo lệnh.

obedient /ə'bi:diənt/ *tt* biết vâng lời, biết vâng theo; ngoan ngoãn: *obedient children* những đứa trẻ biết vâng lời.

obediently /ə'bi:diəntli/ *pht* [một cách] ngoan ngoãn: *he whistled and the dog came*

obediently anh ta huýt sáo, và con chó ngoan ngoãn đi tới.

obeisance /əʊ'beisns/ *dt* (*cũ*) sự cúi đầu (*để tỏ lòng tôn kính hoặc phục tùng*). // **do (pay, make) obeisance to somebody** tỏ lòng tôn kính ai; tỏ lòng tôn thờ ai: *he made obeisance to the King* nó tỏ lòng tôn thờ nhà vua.

obelik /'ɒbəlisk/ *dt* cột tháp (*trên đài kỷ niệm...*).

obese /əʊ'bi:s/ *tt* béo phì: *obese patients are advised to change their diet* các bệnh nhân béo phì được khuyên nên thay đổi chế độ ăn của họ.

obesity /əʊ'bi:səti/ *dt* sự béo phì.

obey /ə'bei/ *dgt* vâng lời, vâng theo; tuân theo: *obey without question* ngoan ngoãn vâng lời; *obey the law* tuân theo pháp luật; *obey orders* tuân lệnh.

obfuscate /'ɒbfəskeit/ *dgt* làm rối rắm; làm thành khó hiểu: *the writer often obfuscates the real issues with petty details* tác giả đôi khi làm cho sự kiện rối rắm lên bằng những chi tiết vặt.

obiter dictum /,ɒbitə'diktəm/ *dt* (*snh* **obiter dicta** /,ɒbitə'diktə/) (*luật*) lời nhận xét bất chợt không thiết yếu; lời tuyên bố bất chợt không thiết yếu (*đối với lý lẽ chính*).

obituary /ə'bitʃuəri, (*Mỹ* ə'bitʃueri)/ (*kng* obit) *dt* lời cáo phó (*thường có kèm tiểu truyện người chết*): *he writes obits for the local newspaper* ông ta viết cáo phó cho tờ báo địa phương; *obituary notices* thông báo cáo phó.

object¹ /'ɒbdʒikt/ *dt* 1. đồ vật; vật: *glass, wooden and plastic objects* những đồ vật bằng thủy tinh, bằng gỗ và

bằng nhựa; *there were several objects on the floor of the room* có nhiều đồ vật trên sàn của căn phòng 2. đối tượng; (*triết*) khách thể: *an object of admiration* đối tượng ngưỡng mộ 3. mục tiêu: *his only object in life is to earn as much money as possible* mục tiêu duy nhất ở đời của nó là kiếm được càng nhiều tiền càng tốt; *attain (achieve) one's object* đạt được mục tiêu 4. (*kng*) người lố lăng; vật lố lăng: *what an object you look in that old hat?* anh đội cái mũ cũ ấy trông thật lố lăng! 5. (*ngôn*) bổ ngữ: *a direct object* bổ ngữ trực tiếp (*như* the money *trong* he took the money). // **expense (money...) no object** chi tiêu (*tiền bạc...*) không thành vấn đề: *he always travels first class, expense is no object* ông ta bao giờ cũng đi xe tàu hạng nhất, phí tổn không thành vấn đề.

object² /əb'dʒekt/ *dgt* 1. phản đối: *I object to such treatment (to being treated like this)* tôi phản đối cách đối xử như thế 2. viện cớ để phản đối: *he objected that I was too young for the job* anh ta viện cớ là tôi còn quá trẻ đối với công việc để phản đối; *"but he's too young" I objected* tôi nêu cớ để phản đối rằng: "nhưng nó còn trẻ quá".

object glass /'ɒbdʒiktgla:s, (*Mỹ* 'ɒbdʒiktglæs)/ *dt* (*lý*) vật kính (*ở kính hiển vi...*).

objection /əb'dʒekʃn/ *dt* 1. sự phản đối: *raise no objection* không phản đối 2. lời phản đối; lý do phản đối: *objections to the plan have been listened to sympathetically* những lời phản đối kế hoạch đó đã được lắng nghe một cách đồng tình; *my main objection to the plan is that it would be too expensive* lý do chính của tôi phản đối kế hoạch ấy là nó rất tốn kém.

objectionable /əb'dʒekʃə-nəbl/ *tt* có thể bị phản đối; không ai ưa; khó chịu: *an objectionable smell* mùi khó chịu; *objectionable remarks* những nhận xét khó chịu.

objectionably /əb'dʒekʃə-nəbli/ *pht* [một cách] khó chịu.

objective¹ /əb'dʒektiv/ *tt* **1.** khách quan: *an objective report* bản tường trình khách quan; *he finds it difficult to remain objective where his son is concerned* ông ta thấy khó mà khách quan khi con ông có dính líu vào đấy; *objective existence (triết)* sự tồn tại khách quan **2.** *(ngôn)* [thuộc] bổ ngữ.

objective² /əb'dʒektiv/ *dt* **1.** mục tiêu: *Everest is the climber's next objective* đỉnh E-vơ-rét là mục tiêu tiếp theo của nhà leo núi; *all our objectives were gained* chúng ta đã giành được tất cả mục tiêu *(trong chiến tranh...)* **2.** *(lý)* *(cg object glass, object lens)* vật kính.

objectively /əb'dʒektivli/ *pht* [một cách] khách quan: *judge things objectively* xét đoán sự vật một cách khách quan.

objectivism /əb'dʒektivizəm/ *dt* chủ nghĩa khách quan.

objectivity /ˌæbdʒek'tivəti/ *dt* tính khách quan.

object lens /'ɒbdʒiklenz/ *dt* *nh* object glass.

object lesson /'ɒbdʒiktlesn/ *dt* bài học [làm gương]: *let this accident be an object lesson in the dangers of drinking and driving* hãy

để cho tai nạn đó làm bài học cho những nguy hiểm của việc say rượu lái xe.

objector /əb'dʒektə[r]/ *dt* người phản đối. // **conscientious objector** *x* mục riêng.

objet d'art /ˌɒbʒei'dɑ:/ *dt* *(snh* **objets d'art** /ˌɒbʒei'dɑ:/) *(tiếng Pháp)* mỹ nghệ phẩm.

oblate /'ɒbleit/ *tt* dẹt ở hai cực *(hình cầu)*: *the earth in an oblate sphere* quả đất là một hình cầu dẹt ở hai cực.

obligate /'ɒbligeit/ *dgt* bắt buộc; buộc: *we were obligated to attend the opening ceremony* chúng ta bắt buộc phải tới dự lễ khai trương.

obligation /ˌɒbli'geiʃn/ *dt* **1.** nghĩa vụ: *the obligations imposed by parenthood* những nghĩa vụ do cương vị làm cha mẹ mà buộc phải có **2.** sự bắt buộc; sự buộc: *we attended the party more out of sense of obligation than any else* chúng ta dự tiệc vì ý thức trách nhiệm hơn là vì bất cứ cái gì khác. // **be under an (no) obligation (to somebody, to do something)** bị buộc phải (không buộc phải) *(làm gì)* có nghĩa vụ (không có nghĩa vụ) *(với ai, phải làm gì)*: *you're under no obligation to pay for goods which you did not order* anh không buộc phải trả tiền những món hàng mà anh đã không đặt; **place (put) somebody under an (no) obligation (to somebody, to do something)** buộc (không buộc) ai *(phải làm gì)*; làm cho ai (không làm cho ai) chịu ơn *(ai)*: *damaging the goods puts you under an obligation to buy them* làm hỏng hàng hóa buộc anh phải mua các hàng đó; *his kindness places us under an obligation to him* lòng tốt

của ông ta làm cho chúng ta phải chịu ơn ông.

obligatory /ə'bligətri/ *tt* bắt buộc: *attendance at school is obligatory* sự có mặt ở trường là bắt buộc.

oblige /ə'blaidʒ/ *dgt* **1.** bắt buộc; buộc: *they are obliged to sell their house in order to pay their debts* họ đã buộc phải bán nhà đi để trả nợ **2.** làm ơn *(giúp ai việc gì)*: *please oblige me by closing the door* làm ơn đóng giúp tôi cánh cửa; *could you oblige us with a song?* chị có thể làm ơn hát giúp cho một bài được không?

obliged /ə'blaidʒd/ *tt (làm vị ngữ)* biết ơn; chịu ơn: *I'm much obliged to you for helping us* tôi rất biết ơn anh đã giúp đỡ chúng tôi. // **much obliged** xin cảm ơn: *"Much obliged", he said as I opened the door for him* anh ta nói: "Xin cảm ơn", khi tôi mở cửa cho anh ta.

obliging /ə'blaidʒiŋ/ *tt* ân cần giúp đỡ: *obliging neighbours* những người hàng xóm ân cần giúp đỡ.

oblique¹ /ə'bli:k/ *tt* **1.** xiên; chếch: *an oblique line* một đường xiên **2.** không đi thẳng vào; gián tiếp: *he made oblique references to her lack of expenrience* anh ta đề cập một cách gián tiếp đến sự thiếu kinh nghiệm của cô.

oblique² /ə'bli:k/ *(cg* **oblique stroke)** *dt* dấu gạch xiên *(như trong 4/5...).*

oblique angle /əˌbli:k'æŋgl/ *dt* góc xiên *(góc nhọn hay góc tù; không phải góc vuông).*

obliquely /ə'bli:kli/ *pht* [một cách] xiên; [một cách] chếch.

obliqueness /ə'bli:knis/ *dt* *nh* obliquity.

oblique stroke /ə,bli:k 'strəʊk/ *dt* dấu gạch xiên (*như trong 4/5...*).

obliquity /ə'blikwəti/ *dt* **1.** sự xiên; sự chếch **2.** độ xiên; độ chếch.

obliterate /ə'blitəreit/ *dgt* **1.** xóa, xóa sạch: *she tried to obliterate all memory of her father* cô ta cố gắng xóa sạch mọi ký ức về bố mình; *the view was obliterated by the fog* cảnh vật bị sương mù xóa mờ đi **2.** phá sạch: *the entire village was obliterated by the tornado* toàn bộ làng đã bị vòi rồng phá sạch.

obliteration /ə,blitə'reiʃn/ *dt* **1.** sự xóa, sự xóa sạch **2.** sự phá sạch.

oblivion /ə'bliviən/ *dt* **1.** sự quên, sự lãng quên: *alcoholics often suffer from periods of oblivion* người nghiện rượu thường có những thời kỳ lãng quên **2.** sự bị quên; sự bị lãng quên: *his work fell (sank) into oblivion after his death* công trình của ông ta bị lãng quên đi sau khi ông qua đời.

oblivious /ə'bliviəs/ *tt* (+ of, to) không chú ý tới; quên: *oblivious of one's surroundings* không chú ý tới xung quanh mình; *oblivious to what was happening* quên những gì đã xảy ra.

obliviousness /ə'bliviəsnis/ *dt* sự không chú ý tới, sự quên.

oblong¹ /'ɒblɒŋ/, (Mỹ 'ɒblɔ:ŋ)/ *tt* [có] hình chữ nhật: *an oblong table* chiếc bàn hình chữ nhật.

oblong² /'ɒblɒŋ/, (Mỹ 'ɒblɔ:ŋ)/ *dt* hình chữ nhật.

obloquy /'ɒbləkwi/ *dt* sự ô danh; sự ô nhục.

obnoxious /əb'nɒkʃəs/ *tt* rất khó chịu; kinh tởm: *an ob-*noxious smell* mùi kinh tởm; *he is the most obnoxious man I know* nó là người khó chịu nhất mà tôi biết.

obnoxiously /əb'nɒkʃəsli/ *pht* [một cách] rất khó chịu; [một cách] kinh tởm.

obnoxiousness /əb'nɒkʃəsnis/ *dt* tính chất khó chịu; tính chất kinh tởm.

oboe /'əʊbəʊ/ *dt (nhạc)* kèn ôboa.

oboist /'əʊbəʊist/ *dt (nhạc)* người chơi kèn ôboa.

obscene /əb'si:n/ *tt* tục tĩu; tục tĩu dâm ô: *obscene language* ngôn ngữ tục tĩu.

obscenely /əb'si:nəli/ *pht* [một cách] tục tĩu dâm ô.

obscenity /əb'senəti/ *dt* **1.** sự tục tĩu dâm ô **2.** lời tục tĩu dâm ô; hành động tục tĩu dâm ô.

obscurantism /,ɒbskjʊə'ræntizəm/ *dt* chính sách ngu dân.

obscure¹ /əb'skjʊə[r]/ *tt* **1.** tối; tối tăm: *an obscure corner* xó tối **2.** tối nghĩa: *is the meaning still obscure to you?* có còn tối nghĩa đối với anh nữa không? **3.** không mấy ai biết đến; ít ai biết đến: *an obscure poet* một nhà thơ không mấy ai biết đến; *an obscure village in the country* một làng ở nông thôn ít ai biết đến.

obscure² /əb'skjʊə[r]/ *dgt* che tối; che mờ: *the moon was obscured by clouds* mặt trăng bị mây che tối; *mist obscured the view* sương mù che mờ tầm nhìn.

obscurely /əb'skjʊərəli/ *pht* **1.** [một cách] tối; [một cách] tối tăm **2.** [một cách] tối nghĩa **3.** không mấy ai biết đến, ít ai biết đến.

obscurity /əb'skjʊərəti/ *dt* **1.** sự tối; sự tối tăm **2.** sự tối nghĩa **3.** tình trạng ít ai biết đến **4.** vật (điều) không rõ ràng; điểm tối nghĩa: *a philosophical essay full of obscurities* một bài tiểu luận triết học đầy những điểm tối nghĩa.

obsequies /'ɒbsikwiz/ *dt, snh* lễ tang; đám ma.

obsequious /əb'si:kwiəs/ *tt* khúm núm; xun xoe: *a worker who is obsequious to the boss* người công nhân khúm núm trước ông chủ.

obsequiously /əb'si:kwiəsli/ *pht* [một cách] khúm núm; [một cách] xun xoe.

obsequiousness /əb'si:kwiəsnis/ *dt* sự khúm núm; sự xun xoe.

observable /əb'zɜ:vəbl/ *tt* (*thường làm thngữ*) có thể quan sát thấy được; đáng kể: *an observable improvement* một sự cải thiện đáng kể.

observance /əb'zɜ:vəns/ *dt* **1.** sự tuân theo, sự tuân thủ: *the observance of customs* sự tuân theo tập quán **2.** sự cử hành, sự làm lễ: *the observance of Christmas Day* sự tổ chức ngày lễ Nôen **3.** nghi thức: *religious observances* nghi thức tôn giáo.

observant /əb'zɜ:vənt/ *tt* **1.** nhanh mắt; tinh ý: *journalists are trained to be observant* nhà báo được luyện cho tinh ý **2.** cẩn thận tuân theo: *observant of the rules* cẩn thận tuân theo quy tắc.

observantly /əb'zɜ:vəntli/ *pht* **1.** [một cách] nhanh mắt, [một cách] tinh ý **2.** [một cách] cẩn thận tuân theo.

observation /,ɒbzə'veiʃn/ *dt* **1.** sự quan sát, sự theo dõi: *observation of an animal's behaviour* sự quan sát tập tính của một động vật; *observation of a patient* sự theo dõi người bệnh **2.** khả năng quan sát, năng lực quan sát: *a man of no observation* một người không có năng lực quan sát **3.** lời nhận xét: *make a few observations on* có một vài nhận xét về **4.** *(snh)* những điều quan sát thấy; thông tin thu thập được: *he has just published his observations of British bird life* ông ta vừa mới công bố những điều quan sát thấy về đời sống của chim ở Anh. // **be under observation** bị theo dõi: *he was under observation by the police* nó đã bị cảnh sát theo dõi; *keep somebody under observation* theo dõi ai; *the patient is seriously ill and is being kept under continuous observation* người bệnh ốm nặng và đang được theo dõi liên tục; **take an observation** quan sát vị trí của mặt trời *(của một thiên thể)* để xác định vị trí của mình.

observation car /əbzə'veiʃn kɑ:[r]/ *dt (dsắt)* toa [có cửa sổ rộng để] ngắm phong cảnh.

observation post /əbzə'veiʃn pəʊst/ *dt* trạm quan sát: *an observation post in a border fortress* một trạm quan sát ở pháo đài biên phòng.

observatory /əb'zɜ:vətri/ *dt* đài thiên văn.

observe /əb'zɜ:v/ *dgt* **1.** quan sát, theo dõi: *observe the behaviour of birds* quan sát tập tính của chim; *the police observed the man entering (enter) the bank* cảnh sát theo dõi kẻ đi vào ngân hàng **2.** tuân theo, tuân thủ: *observe the speed limit* tuân thủ giới hạn tốc độ **3.** cử hành, làm *(lễ kỷ niệm...)*: *observe someone's birthday* làm lễ kỷ niệm ngày sinh

của ai **4.** nhận xét: *he observed that it would probably rain* nó nhận xét là trời chắc hẳn sẽ mưa.

observer /əb'zɜ:və[r]/ *dt* **1.** người quan sát, người theo dõi **2.** người tuân theo, người tuân thủ: *a poor observer of speed restrictions* một người ít tuân thủ mức hạn chế về tốc độ **3.** quan sát viên; dự thính viên: *an observer at a summit conference* quan sát viên ở một hội nghị thượng đỉnh.

obsess /əb'ses/ *dgt* ám ảnh: *obsessed by (with) the fear of unemployment* bị ám ảnh bởi nỗi sợ thất nghiệp.

obsession /əb'seʃn/ *dt* **1.** sự bị ám ảnh **2.** điều ám ảnh; mối ám ảnh: *he has many obsessions* nó có nhiều mối ám ảnh.

obsessional /əb'seʃənl/ *tt (xấu)* [thuộc] ám ảnh, bị ám ảnh; gây ám ảnh: *an obsessional character* tính hay bị ám ảnh.

obsessive¹ /əb'sesiv/ *tt (xấu)* ám ảnh: *he's obsessive about punctuality* nó hay bị tính đúng giờ ám ảnh.

obsessive² /əb'sesiv/ *dt (y)* bệnh nhân bị ám ảnh.

obsessively /əb'sesivli/ *pht* [một cách] ám ảnh.

obsolescence /ˌɒbsə'lesns/ *dt* sự không còn dùng mấy nữa; sự trở nên lỗi thời.

obsolescent /ˌɒbsə'lesnt/ *tt* không còn dùng mấy nữa, trở nên lỗi thời: *obsolescent technology* công nghệ không còn dùng mấy nữa; công nghệ đang trở nên lỗi thời.

obsolete /'ɒbsəli:t/ *tt* không dùng nữa, cũ; lỗi thời: *obsolete words* từ không dùng nữa, từ cũ.

obstacle /'ɒbstəkl/ *dt* vật chướng ngại; trở ngại; trở

lực: *obstacles on the racecourse* vật chướng ngại ở trường đua ngựa; *obstacles to world peace* những trở ngại cho hòa bình thế giới.

obstacle race /'ɒbstəklreis/ *dt (thể)* cuộc chạy đua vượt chướng ngại.

obstetric /əb'stetrik/ *(cg obstetrical)* *tt* [thuộc] sản khoa.

obstetrical /əb'stetrikl/ *tt nh* obstetric.

obstetrician /ˌɒbstə'triʃn/ *dt* bác sĩ sản khoa.

obstetrics /əb'stetriks/ *dt snh (dgt ở số ít) (y)* sản khoa: *she specializes in obstetrics* chị ta chuyên về sản khoa.

obstinacy /'ɒbstənəsi/ *dt* sự (tính) bướng bỉnh; sự (tính) ngoan cố: *his obstinacy was irritating* sự bướng bỉnh của nó làm người ta phát cáu lên.

obstinate /'ɒbstənət/ *tt* **1.** bướng bỉnh; ngoan cố: *the obstinate old man refused to go to hospital* ông cụ bướng bỉnh không chịu đi bệnh viện **2.** dai dẳng; khó chữa; khó tẩy: *obstinate resistance* sự kháng cự dai dẳng; *an obstinate stain on the carpet* một dấu khó tẩy ở tấm thảm. // **obstinate as a mule** *x* mule.

obstreperous /əb'strepərəs/ *tt* ầm ĩ; om sòm: *he becomes obstreperous when he's had a few drinks* uống vài chút là anh ta trở nên ầm ĩ.

obstreperously /əb'strepərəsli/ *pht* [một cách] ầm ĩ; [một cách] om sòm: *obstreperously drunk* say rượu làm ầm ĩ lên.

obstreperousness /əb'strepərəsnis/ *dt* sự ầm ĩ; sự om sòm.

obstruct /əb'strʌkt/ *dgt* **1.** làm tắc; làm nghẽn: *obstruct* *the traffic* làm tắc nghẽn giao thông **2.** cản; cản trở: *obstruct a player on a football field* cản một cầu thủ trên sân bóng đá; *obstruct the passage of a bill through Parliament* cản trở sự thông qua một dự luật ở nghị viện.

obstruction /əb'strʌkʃn/ *dt* **1.** sự làm tắc; sự làm nghẽn; sự tắc, sự nghẽn: *your car is causing an obstruction* xe của anh làm nghẽn đường **2.** cái cản trở; trở lực: *obstructions on the road* những vật cản trở đường đi *(như cây đổ...)* **3.** *(thể)* sự cản; sự chèn: *commit an obstruction* cản, chèn *(cầu thủ đối phương).*

obstructionism /əb'strʌkʃənizəm/ *dt* chủ trương phá rối *(ở nghị trường).*

obstructionist /əb'strʌkʃənist/ *dt* nghị viên phá rối *(ở nghị trường).*

obstructive /əb'strʌktiv/ *tt* làm tắc; cản trở.

obstructively /əb'strʌktivli/ *pht* **1.** như là làm tắc; [theo lối] cản trở.

obtain /əb'tain/ *dgt* **1.** đạt được, giành được, thu được: *he always manages to obtain what he wants* nó luôn luôn xoay xở để đạt được những gì nó muốn có **2.** đang tồn tại; hiện hành: *the practice still obtains in some areas of England* thói quen đó hãy còn đang tồn tại ở một vài vùng nước Anh.

obtainable /əb'tainəbl/ *tt* có thể đạt được, có thể giành được, có thể thu được: *are his records still obtainable?* thành tích của anh ta hiện nay hãy còn đạt được không?

obtrude /əb'tru:d/ *dgt* bắt phải chịu, bắt phải theo, áp đặt: *obtrude one's opinion*

on (upon) others bắt người khác phải theo ý kiến của mình; *he persisted in obtruding himself despite our efforts to get rid of him* nó cứ dai dẳng tự áp đặt mặc dù chúng tôi cố tống khứ nó đi.

obtrusion /əb'tru:ʒn/ *dt* **1.** sự bắt phải chịu; sự bắt phải theo, sự áp đặt **2.** điều áp đặt: *unwelcome obtrusions* những điều áp đặt không được hoan nghênh.

obtrusive /əb'tru:siv/ *tt* lộ liễu: *try to wear a colour that is less obtrusive* cố gắng mặc một màu ít lộ liễu hơn.

obtrusively /əb'tru:sivli/ *pht* [một cách] lộ liễu.

obtrusiveness /əb'tru:sivenis/ *dt* tính chất lộ liễu.

obtuse /əb'tju:s/ *tt* *(xấu)* chậm hiểu; đần độn.

obtusely /əb'tju:sli/ *pht* [một cách] đần độn.

obtuseness /əb'tju:snis/ *dt* sự chậm hiểu; sự đần độn.

obtuse angle /əb,tju:s'æŋgl/ *dt* *(toán)* góc tù.

obverse /'ɒbvɜ:s/ *dt* **1.** mặt phải; mặt trước; mặt chính: *the obverse of a coin (of a medal)* mặt phải của đồng tiền (của huy chương) **2.** cái đối lập, cái trái ngược lại: *the obverse of love is hate* cái trái ngược lại với tình yêu là lòng căm ghét.

obviate /'ɒbvieit/ *dgt* phòng ngừa; tránh: *obviate dangers* tránh nguy hiểm; *obviate difficulties* tránh khó khăn; *the new road obviates the need to drive through the town* con đường mới tránh cho ta khỏi phải lái xe qua thành phố.

obvious /'ɒbviəs/ *tt* rõ ràng; hiển nhiên: *it was obvious to everyone that the child had been badly treated* mọi

người thấy rõ là cháu bé đã bị đối xử tồi tệ; *an obvious truth* sự thật hiển nhiên.

obviously /'ɒbviəsli/ *pht* [một cách] rõ ràng; rõ ràng là, [một cách] hiển nhiên, hiển nhiên là: *obviously, she needs help* rõ ràng là cô ta cần được giúp đỡ; *he was obviously drunk* anh ta rõ ràng là say rượu.

obviousness /'ɒbviəsnis/ *dt* tính rõ ràng; tính hiển nhiên.

ocarina /,ɒkə'ri:nə/ *dt* *(nhạc)* kèn trứng ngỗng.

occasion[1] /ə'keiʒn/ *dt* **1.** dịp; cơ hội: *on this occasion* trong dịp này; *I've met him on several occasions* tôi đã gặp ông ta trong nhiều dịp **2.** lý do: *you have no occasion to be angry* anh chẳng có lý do gì mà giận dữ cả **3.** nguyên nhân trước mắt; duyên cớ trực tiếp: *the real cause of the riot was unclear, but the occasion was the arrest of two men* nguyên nhân thực của vụ tụ tập phá rối này chưa rõ, nhưng nguyên nhân trước mắt thì là sự bắt giữ hai người. // **on occasion** nếu gặp dịp; khi cần; thỉnh thoảng; **on the occasion of** nhân dịp: *on the occasion of his daughter's wedding* nhân dịp lễ cưới con gái ông ta; **[have] a sense of occasion** [có] ý thức về [cái thích hợp cho từng] hoàn cảnh: *he wore his shabbiest clothes to the party, he has no sense of occasion* nó đã mặc những quần áo trơ khố tải nhất để đi dự tiệc, nó thật chẳng có chút ý thức nào về hoàn cảnh cả.

occasion[2] /ə'keiʒn/ *dgt* là nguyên nhân của; gây ra: *what occasioned such an an-*

gry response? cái gì đã gây ra sự phản ứng giận dữ đến thế?

occasional /ə'keiʒənl/ *tt* **1.** thỉnh thoảng: *he pays me occasional visits* thỉnh thoảng nó ghé thăm tôi; *I drink an occasional cup of coffee, but usually I take tea* thỉnh thoảng tôi uống một tách cà phê, nhưng thường thì tôi uống trà **2.** theo tình huống; vào dịp đặc biệt: *occasional verses* thơ sáng tác vào dịp đặc biệt *(như nhân lễ kỷ niệm sinh nhật...).*

occasionally /ə'keiʒənəli/ *pht* thỉnh thoảng: *he visits me occasionally* nó thỉnh thoảng đến thăm tôi.

occasional table /ə'keiʒənl teibl/ *dt* chiếc bàn sử dụng tùy tình huống: *the coffee cups were placed on an occasional table* các tách cà phê được đặt trên một chiếc bàn sử dụng tùy tình huống.

Occident /'ɒksidənt/ *dt the Occident* Phương Tây.

Occidental /ˌɒksi'dentl/ *dt* người phương Tây.

occidental /ˌɒksi'dentl/ *tt* [thuộc] phương Tây; từ phương Tây.

occult /ɒ'kʌlt, (Mỹ ə'kʌlt)/ *tt* bí ẩn; huyền bí.

the occult /ði ɒ'kʌlt/ *dt* thuật huyền bí, ma thuật; nghi lễ huyền bí, sức huyền bí.

occultist /ɒ'kʌltist/ *dt* nhà huyền bí.

occupancy /'ɒkjupənsi/ *dt* **1.** sự chiếm; sự [chiếm] giữ; sự ở: *sole occupancy of the house* sự ở một mình trong ngôi nhà **2.** thời gian chiếm; thời gian [chiếm] giữ: *during her occupancy, the garden was transformed* trong thời gian bà ta chiếm giữ, ngôi vườn đã được biến đổi khác đi.

occupant /'ɒkjupənt/ *dt* **1.** người chiếm giữ, người ở *(một ngôi nhà...)* **2.** người giữ *(một chức vụ...)* **3.** người chiếm giữ, người chiếm đóng.

occupation /ˌɒkju'peiʃn/ *dt* **1.** sự chiếm, sự ở *(một ngôi nhà...)*: *the occupation of a house by a family* sự ở một ngôi nhà bởi một gia đình **2.** sự chiếm đóng: *an army of occupation* đội quân chiếm đóng **3.** sự chiếm giữ *(xưởng máy để biểu tình phản đối...)* **4.** thời hạn ở; thời hạn chiếm đóng **5.** nghề nghiệp; công việc; việc làm: *what is your occupation?* anh làm nghề gì?; *his favourite occupation is reading* việc mà nó thích nhất là đọc sách.

occupational /ˌɒkju'peiʃənl/ *tt* [thuộc] nghề nghiệp; [thuộc] việc làm: *occupational advice service* dịch vụ tư vấn việc làm.

occupational disease /ˌɒkju'peiʃənl di'ziːz/ *dt* bệnh nghề nghiệp: *skin disorders are common occupational diseases among factory workers* rối loạn da là bệnh nghề nghiệp thông thường của công nhân xí nghiệp.

occupational hazard /ˌɒkju'peiʃənl 'hæzəd/ *dt* nguy hiểm nghề nghiệp: *explosions, though infrequent, are an occupational hazard for coal-miners* nổ ở hầm mỏ, tuy là ít xảy ra, nhưng vẫn là một nguy hiểm đối với thợ mỏ.

occupational therapy /ˌɒkju'peiʃənl 'θerəpi/ *dt (y)* liệu pháp lao động.

occupational therapist /ˌɒkju'peiʃənl 'θerəpist/ *dt* thầy thuốc liệu pháp lao động.

occupied /'ɒkjupaiəd/ *tt* **1.** chiếm; giữ: *this table is already occupied* bàn này đã có người rồi **2.** bận: *he is occupied at the moment, he cannot speak to you* lúc này ông ta bận, không nói chuyện với anh được.

occupier /'ɒkjupaiə[r]/ *dt* người chiếm giữ, người ở: *the letter was addressed to the occupier of the house* bức thư được gửi cho người ở trong ngôi nhà.

occupy /'ɒkjupai/ *dgt* **1.** chiếm; ở: *they occupy the house next door* họ ở ngôi nhà bên cạnh **2.** chiếm đóng: *the army occupied the enemy's capital* đạo quân chiếm đóng kinh đô quân địch **3.** choán, chiếm *(thời giờ, khoảng không)*: *the speech occupied three hours* bài nói chiếm ba tiếng đồng hồ; *a bed occupied the corner of the room* cái giường choán góc phòng; *many worries occupied his mind* nhiều nỗi lo lắng choán cả đầu óc anh ta **4. occupy oneself (with something, in doing something)** bận rộn (làm gì) **5.** giữ *(một chức vị)*: *occupy an important position in the government* giữ một chức vị quan trọng trong chính phủ **6.** chiếm giữ *(để phản đối...)*: *the striking workers have occupied the whole factory* công nhân đình công đã chiếm giữ toàn bộ xí nghiệp.

occur /ə'kɜː[r]/ *dgt* (-rr-) **1.** xảy ra, xảy đến: *when did the accident occur?* tai nạn đã xảy ra lúc nào? **2.** có; tìm thấy: *misprints occur on every page* lỗi in tìm thấy ở mọi trang in **3.** nảy ra: *it occurred to me that* tôi chợt nảy ra ý nghĩ là.

occurence /ə'kʌrəns/ *dt* **1.** việc xảy ra; sự cố: *an eve-*

ryday occurrence việc xảy ra hằng ngày **2.** sự xảy ra; tần số xảy ra: *of frequent occurrence* thường xảy ra.

ocean /'əʊʃn/ *dt* **1.** đại dương: *the Atlantic Ocean* Đại Tây Dương; *the Pacific Ocean* Thái Bình Dương **2. oceans of** vô vàn, vô số: *oceans of money* vô số tiền. // **a drop in the ocean** x drop¹.

ocean-going /'əʊʃngəʊiŋ/ *tt* đi biển *(tàu bè).*

oceanic /,əʊʃi'ænik/ *tt* [thuộc] đại dương; như đại dương: *oceanic plant life* đời sống các thực vật đại dương.

ocean lane /,əʊʃn'lein/ *dt* đường tàu biển.

oceanographer /,əʊʃə'nɒgrəfə[r]/ *dt* nhà hải dương học.

oceanography /,əʊʃə'nɒgrəfi/ *dt* hải dương học.

ocelot /'əʊsilɒt, (Mỹ 'ɒsələt)/ *dt (động)* mèo rừng Nam Mỹ.

ochre (*Mỹ cg* **ocher**) /'əʊkə[r]/ *dt* **1.** đất son **2.** màu đất son *(nâu vàng): he paints the wall ochre* ông ta tô tường màu đất son.

o'clock /ə'klɒk/ *pht* giờ: *he left at five o'clock* anh ta đã đi lúc năm giờ; *go to bed after eleven o'clock* đi ngủ sau mười một giờ.

Oct (*vt của* October) tháng mười (dương lịch) *6 Oct 1935* mồng sáu tháng mười năm 1935.

oct (*cg* **8vo**) (*vt của* octavo) (*in*) **1.** khổ tám **2.** sách khổ tám.

octagon /'ɒktəgən, (Mỹ 'ɒktəgɒn)/ *dt (toán)* hình bát giác.

octagonal /ɒk'tægənl/ *tt* bát giác: *an octagonal table* cái bàn [hình] bát giác.

octane /'ɒktein/ *dt (hóa)* octan.

octane number /'ɒteinnʌmbə[r]/ *dt (cg* **octane rating** /'ɒteinreitiŋ/) chỉ số octan (*chỉ chất lượng của dầu xăng).*

octave /'ɒktiv/ *dt* **1.** *(nhạc)* quãng tám **2.** (*cg* **octet**) tám câu đầu *(của thơ xonê);* thơ tám câu.

octavo /ɒk'teivəʊ/ *dt (snh* **octavos**) (*vt* oct, 8vo) (*in*) **1.** khổ tám **2.** sách khổ tám.

octet (*cg* **octette**) /ɒk'tet/ *dt* **1.** *(nhạc)* bộ tám; bài hát cho bộ tám; bài nhạc cho bộ tám **2.** *nh* octave 2.

oct /o/ *(dạng kết hợp)* [có] tám; [gồm] tám (*x* octagon; octogenarian)...

October /ɒk'təʊbə[r]/ *dt (vt* Oct) tháng mười (dương lịch).

octogenarian /,ɒktədʒi'neəriən/ *dt* người thọ tám mươi tuổi.

octopus /'ɒktəpəs/ *dt (snh* **octopuses**) *(động)* con tuộc, con mực phủ *(có tám xúc tu).*

ocular /'ɒkjʊlə[r]/ *tt* **1.** [thuộc] mắt, [cho] mắt; [bằng] mắt: *ocular defects* khuyết tật mắt **2.** thấy được: *ocular proof* chứng cứ thấy được.

oculist /'ɒkjʊlist/ *dt* thầy thuốc nhãn khoa.

odd /ɒd/ *tt* (**-er; -est**) *tt* **1.** kỳ cục: *what an odd man!* con người mới kỳ cục làm sao! **2.** lẻ: *1, 3, 5 are odd numbers* 1, 3, 5 là những số lẻ **3.** lẻ đôi; lẻ bộ: *an odd shoe* chiếc giày lẻ đôi; *two odd volumes of an encyclopedia* hai tập lẻ của một bộ bách khoa **4.** thừa: *she made a cushion out of odd bits of material* chị ta làm một cái nệm từ những mẩu vải thừa **5.** có lẻ: *five hundred odd* năm trăm có lẻ *(hơn năm trăm một ít)* **6.** không thường

xuyên, thỉnh thoảng; [vào những lúc] nhàn rỗi: *weed the garden at odd times* thỉnh thoảng làm cỏ khu vườn; *I take the odd bit of exercise, but nothing regular* tôi thỉnh thoảng tập luyện một tí nhưng chẳng thường xuyên gì cả; *do you have an odd minute to help me with this?* anh có lúc nào nhàn rỗi giúp tôi việc đó được không? // **an odd fish** x fish; **an (the) odd man (one) out** a/ người (vật) dư ra, vật lẻ đôi: *there's always an odd one out when I sort out my socks* lúc nào cũng có một chiếc lẻ đôi khi tôi xếp tất của tôi; *that boy is always the odd man out when the children are divided into teams* chú bé này lúc nào cũng dư ra khi người ta xếp trẻ em thành đội b/ người khác, các người khác; vật khác, các vật khác: *banana, apple, grape, which of these is the odd one out* chuối, táo, nho, mỗi thứ một khác so với các thứ kia c/ (*kng*) người khó hòa nhập vào xã hội (vào cộng đồng): *his formal clothes made him the odd one out in the club* quần áo đúng nghi thức của nó đã làm nó khó hòa nhập vào đám người ở câu lạc bộ.

oddball /'ɒdbɔ:l/ *dt (kng)* người kỳ cục: *your friend is a bit of an oddball* bạn anh là một gã hơi kỳ cục đấy.

oddity /'ɒditi/ *dt* **1.** (*cg* **oddness**) sự kỳ cục: *I am puzzled by the oddity of her behaviour* tôi thật khó xử trước thái độ kỳ cục của cô ta **2.** người kỳ cục; vật kỳ cục; sự việc kỳ cục: *he's something of an oddity in the neighbourhood* anh ta là một người hơi kỳ cục trong đám người hàng xóm ở quanh đấy.

odd jobs /,ɒd'dʒɒbz/ việc vặt: *he did odd jobs around the house during his holiday* ngày nghỉ anh ta làm những việc vặt trong nhà; *the old man does odd jobs in my father's garden* ông lão làm việc vặt trong mảnh vườn của bố tôi.

odd-looking /'ɒdlukiŋ/ tt trông kỳ cục.

oddly /'ɒdli/ pht [một cách] kỳ cục: *behave oddly* xử sự kỳ cục; *be oddly dressed* ăn mặc kỳ cục; *oddly enough, we were just talking about the same thing* kỳ cục thật, chúng tôi cũng vừa nói về việc đó.

oddment /'ɒdmənt/ dt (thường snh) **1.** cái còn lại; vật còn lại: *a chair sold as an oddment at the end of the sale* chiếc ghế, vật còn lại vào lúc cuối cuộc bán đấu giá **2.** đầu thừa đuôi theo: *a patchwork made out of oddments* miếng vải chắp mảnh may bằng những mẩu vải đầu thừa đuôi theo.

oddness /'ɒdnis/ dt sự kỳ cục: *his oddness frightened her* sự kỳ cục của anh ta làm nàng sợ.

odds /ɒdz/ dt snh **1.** khả năng [có thể xảy ra]; cơ may: *the odds are in your favour because you have more experience* anh có khả năng thành công vì anh có nhiều kinh nghiệm hơn; *the odds are that he'll win* có khả năng là nó sẽ thắng **2.** sự chênh lệch, sự so le: *they were fighting against heavy odds* họ chiến đấu chống lại một kẻ thù có sức mạnh rất chênh lệch đối với họ *(mạnh hơn họ nhiều)*; *make odds even* làm cho hết chênh lệch, làm cho đều nhau **3.**

số lần được ăn *(trong đánh cược)*: *the odds are five to one on that horse* đánh cược vào con ngựa này sẽ được ăn năm đối một, *(được thì lĩnh số tiền bằng 5 lần số tiền đặt cược)*; *I bet three pounds on a horse running at twenty to one and won sixty pounds* tôi đã đánh cược ba bảng vào một con ngựa theo suất hai mươi đối một và đã được sáu mươi bảng. // **against [all] the odds** mặc dù có sự phản đối mạnh mẽ; mặc dù mọi khó khăn bất lợi: *against all the odds she achieved her dream of becoming a ballerina* mặc dù mọi khó khăn bất lợi, chị ta đã thực hiện được giấc mơ trở thành một diễn viên ba lê; **be at odds (with somebody, over (on) something)** bất đồng ý kiến, bất hòa *(với ai, về việc gì)*: *he's always at odds with his brother over politics* nó luôn luôn bất đồng ý kiến với anh nó về chính trị; **even odds** x even[1]; **give (receive) odds** *(thể)* chấp (được chấp); **have the odds stacked against one** x stack; **it makes no odds** không sao, không có gì quan trọng: *it makes no odds to me whether you go or stay* anh đi hay ở, cái đó không quan trọng đối với tôi; **lay somebody odds of** đánh cược với ai ăn mấy lần *(về việc gì)*: *I'll lay odds of three to one that he gets the job* tôi sẽ cược ba ăn một rằng nó được việc làm ấy; **odds and ends;** *(kng)* **odds and sods** những mẩu lặt vặt; đầu thừa đuôi theo; **over the odds** *(kng)* nhiều hơn mong đợi; nhiều hơn cần thiết: *we offered over the odds for the house to make sure we got it* chúng tôi đã đề nghị một giá cao hơn cần thiết để

nắm chắc là thuê được ngôi nhà ấy; **what's the odds?** *(kng)* thì có gì là quan trọng?: *he's left her? what's the odds? he was never at home anyhow!* nó bỏ cô ta rồi à? thì có gì là quan trọng? dù sao chăng nữa thì từ trước nó vẫn chẳng bao giờ ở nhà cả kia mà!

odds-on /,ɒdz'ɒn/ tt chắc hơn bao giờ hết; chắc *(ăn, thắng)*: *it's odds-on that he'll be late* chắc là hắn sẽ trễ giờ.

ode /əud/ dt thơ ca ngợi: *Keat's Ode to Autumn* thơ ca ngợi mùa thu của Keat.

odious /'əudiəs/ tt bỉ ổi; ghê tởm: *what an odious man!* con người mới bỉ ổi làm sao!; *I find his flattery odious* tôi thấy cách ninh hót của nó ghê tởm thật! // **comparisons are odious** x comparison.

odiousness /'əudiəsnis/ dt tính bỉ ổi; tính ghê tởm.

odium /'əudiəm/ dt sự ghét; sự ghê tởm: *behaviour that exposed him to odium* thái độ làm cho người ta ghét nó.

odometer /əu'dɒmitə[r], əu'dɒmitɛ[r]/ dt *(Mỹ)* nh milometer.

odor /'əudər/ dt *(Mỹ)* nh odour.

odorous /'əudərəs/ tt *(cũ)* có mùi *(thơm hay khó chịu)*.

odour /'əudə[r]/ dt *(Mỹ* **odor)** mùi: *the delicious odour of freshly - made coffee* mùi thơm tho của cà phê mới pha; *a pungent odour* mùi hắc; *an odour of graft and corruption hangs about him (bóng)* quanh nó phảng phất một mùi tham nhũng. // **be in good (bad) odour with somebody** được tiếng tốt (bị tiếng xấu) với ai: *he's in rather bad odour* *with his boss at the moment* lúc này nó phần nào bị tiếng xấu với ông chủ của nó.

odourless /'əʊdəlis/ *tt* không có mùi: *an odourless liquid* một chất nước không có mùi; *our new product will keep your bathroom clean and odourless* sản phẩm mới của chúng tôi giữ cho buồng tắm của ông sạch và không có mùi [hôi].

odyssey /'ɒdisi/ *dt* cuộc hành trình phiêu lưu dài ngày.

OECD /,əʊiːsiː'diː/ (*vt của* Organization for Economic Co-operation and Development) Tổ chức hợp tác và phát triển kinh tế.

oecumenical /,iːkjuː'menikl, ,ekjuː'menikl/ *nh* ecumenical.

Oedipus complex /'iːdipəs kompleks, (*Mỹ* 'edipəs- kompleks)/ (*tlý*) phức cảm Ơ-đíp (sự thèm muốn tình dục của con với cha (hoặc mẹ) và lòng ghen tuông của mẹ (hoặc cha).

o'er /ɔː[r]/ *pht, gt (cổ) nh* over: *o'er valleys and hills* qua thung lũng vượt đồi.

oesophagus (*cg Mỹ* **esopha-gus**) /iː'sɒfəgəs/ *dt (giải)* thực quản: *cancer of the oesopha-gus* ung thư thực quản.

oestrogen /'iːstrədʒən/ *dt* extrogen, hócmôn gây động dục.

of /əv; *dạng nhấn mạnh* ɒv/ *gt* **1.** của: *the works of Shakespeare* những tác phẩm của Shakespeare **2.** thuộc: *a man of humble ori-gin* một người thuộc dòng dõi thấp kém; *we of the working class* chúng ta những người thuộc giai cấp vô sản **3.** trong [số]: *one of my friends* một trong những người bạn của tôi; *he is not of the best* anh ta không

nằm trong số những người giỏi nhất **4.** về: *think of someone* nghĩ về ai; *he told us of his travels* anh ta kể cho chúng tôi nghe về các chuyến du lịch của anh **5.** vì: *die of tuberculosis* chết vì bệnh lao **6.** bằng: *a house of wood* ngôi nhà bằng gỗ; *built of brick* xây bằng gạch **7.** gồm; có: *a family of eight* một gia đình gồm tám người; *a man of ability* một người có khả năng **8.** cách: *within 50km of Hanoi* cách Hà Nội trong vòng 50km **9.** từ; ở: *come from a good family* xuất thân từ một gia đình tốt; *expect something from somebody* mong đợi điều gì ở ai **10.** khỏi; mất: *cure somebody of a disease* chữa cho ai khỏi bệnh; *be robbed of one's money* bị lấy trộm mất tiền **11.** về phần (có khi không dịch): *it's kind of you to come* [về phần] anh đến được thật là tốt quá **12. of a...** (*đứng sau một dt ngụ ý tính chất của ai, cái gì, không dịch*): *a fool of a man* một người đại dột; *a beauty of a girl* một cô gái đẹp **13.** (*chỉ cái dược đo đếm, chỉ quan hệ giữa bộ phận và toàn bộ, chỉ ngày tháng; dứng trước một danh từ định nghĩa cho một danh từ khác; dứng sau một danh hiệu về học vị, dứng sau một tính từ chỉ tính chất của cái gì..., không dịch*): 2 *kilos of potatoes* 2 ki-lô khoai tây; *a member of a football team* một thành viên đội bóng đá; *the first of May* ngày mồng một tháng năm; *a quarter of eleven* mười giờ bốn mươi lăm phút; *the city of Hanoi* thành phố Hà Nội; *the rays of the sun* tia mặt trời; *a glass of wine* cốc rượu vang; *Doctor of Law* tiến sĩ luật;

be blind of an eye mù một mắt; *be hard of hearing* tai nghễnh ngãng **14.** (*cũ*) vào: *they used to visit me of a Sunday* họ thường hay đến thăm tôi vào ngày chủ nhật; *often, of an evening, we'd hear the sirens* thường vào buổi tối, chúng tôi hay nghe tiếng còi tầm.

off¹ /ɒf, (*Mỹ* ɔːf)/ *tt* **1.** (*cg* **offside**) (*thngữ*) phải; bên phải (*xe ngựa*): *the off front wheel of a car* bánh xe trước bên phải **2.** (*vị ngữ*) (*kng*) vô lễ; không thân thiện (*với ai*): *she sounded rather off on the phone* cô ta nói điện thoại hơi vô lễ một tí; *he was a bit off with me this morning* sáng nay anh ta hơi vô lễ với tôi **3.** (*vị ngữ*) ươn, ôi: *the fish is off* cá đã ươn; *the meat is a bit off* thịt đã hơi ôi.

off² /ɒf, (*Mỹ* ɔːf)/ *pht* **1.** xa; cách: *the town is still five miles off* thành phố còn cách xa năm dặm; *Tet is not far off* Tết không còn xa nữa (*sắp đến Tết rồi*); *off wish you!* cút xa ra, cút đi! **2.** ra; rời ra: *take off one's coat* cởi áo choàng ra; *cut some-thing off* cắt rời cái gì ra; *don't leave the toothpaste with the top off* đừng để ống kem đánh răng rời nắp ra (*phải dậy nắp lại*) **3.** đi, ra đi, xuất phát (*cuộc đua*): *they are off* họ đã đi rồi; *she off to Hanoi tomorrow* mai cô ta đi Hà Nội; *they're off* họ đã xuất phát rồi (*cuộc chạy dua dã bắt dầu*) **4.** (*kng*) hủy: *the wedding is off* lễ cưới đã bị hủy **5.** cắt: tắt: *the electricity is off* điện đã bị cắt; *the light is off* đèn đã tắt **6.** hết (*một món ăn trong thực don*): *soup's off* món súp hết rồi **7.** nghỉ [làm] việc: *she's off today* hôm nay bà ta nghỉ việc;

I think I'll take the afternoon off tôi nghĩ là tôi sẽ nghỉ làm việc chiều nay **8.** giảm giá; rẻ hơn: *buy a calender 50% off* mua một cuốn lịch giảm giá 50% **9.** *(sân khấu)* sau sàn diễn; bên cạnh sàn diễn *(không phải trên sàn diễn)*: *noises off* tiếng ồn sau *(bên cạnh)* sàn diễn. // **be off for something** *(kng)* có nguồn dự trữ về cái gì: *how are you off for cash?* anh có nguồn dự trữ về tiền mặt ra sao?; anh có bao nhiêu tiền mặt?; **off and on; on and off** lúc lúc; chốc chốc; thỉnh thoảng: *it rained on and off all day* cả ngày trời chốc lại mưa.

off³ /ɒf, *(Mỹ* ɔ:f)/ *dt (số ít)* **1.** *the off* sự xuất phát *(trong cuộc đua)*: *they're ready for the off* họ sẵn sàng xuất phát **2.** *the off (chơi crickê)* nửa sân trước mặt vận động viên chờ nhận bóng: *play the ball to the off* chơi bóng ra phía nửa sân trước mặt.

off⁴ /ɒf, *(Mỹ* ɔ:f)/ *gt* **1.** khởi; cách; xa: *the ball rolled off the table* quả bóng lăn khỏi bàn; *the island is off the coast* đảo cách xa bờ; *scientists are still a long way off finding a cure* các nhà khoa học còn xa mới tìm ra được phương thuốc chữa bệnh; *fall off a ladder* ngã xuống khỏi thang, từ trên thang ngã xuống **2.** *(kng)* không thích; cai nghiện: *I was off my food for a week* tôi đã không thích ăn (ăn không ngon miệng) một tuần nay; *he's finally off drugs* cuối cùng nó đã cai nghiện ma túy.

off- /ɒf, *(Mỹ* ɔ:f)/ *(tiền tố)* khởi, cách; xa (x *offshore*, *off-key*, *off-load...*).

offal /ɒfl, *(Mỹ* 'ɔ:fl)/ *dt* lòng ruột óc gan *(của con vật giết thịt, dùng làm thức ăn,* coi như kém giá trị so với thịt).

off-beat /ɒf'bi:t, *(Mỹ* ,ɔ:f-'bi:t)/ *tt (kng)* khác thường: *off-beat humour* tính khí khác thường.

off chance /ɒftʃɑ:ns/ *dt* khả năng nhỏ, khả năng ít ỏi, khả năng may ra thì: *there is still an off chance that the weather will improve* ít có khả năng là thời tiết sẽ tốt lên; *he came on the off chance of finding me at home* anh ta đến với ít khả năng gặp tôi ở nhà (không đi vắng).

off-cut /ɒfkʌt, *(Mỹ* 'ɔ:fkʌt)/ *dt* mẩu thừa *(còn lại của súc gỗ, tờ giấy, sau khi đã lấy phần chính đi)*: *she bought some timber off-cuts to build kitchen shelves* bà ta mua một ít mẩu gỗ thừa để đóng giá để đồ làm bếp.

off-day /ɒfdei, *(Mỹ* 'ɔ:fdei)/ *dt (kng)* ngày dữ, ngày nặng vía *(làm việc hay hỏng, tay chân vung về, ít gặp may)*: *Monday is always an off-day for me* thứ hai luôn luôn là ngày nặng vía đối với tôi.

offence *(Mỹ* **offense)** /ə'fens/ *dt* **1.** sự vi phạm; tội: *capital offence* tội có thể bị tử hình; *because it was his first offence, the punishment wasn't too severe* vì là lần đầu nó phạm tội nên hình phạt đã không nghiêm khắc quá **2.** sự xúc phạm, sự làm mếch lòng; hành động *(điều)* xúc phạm; hành động *(điều)* làm mếch lòng: *I'm sure he didn't mean to cause offence to you* tôi chắc chắn là anh ta không ý định xúc phạm ông; *the new shopping centre is an offence to the eye* tiệm bán hàng mới là một cảnh xúc phạm con mắt mọi người *(là một cảnh gai mắt)* **3.** sự tấn công: *weapons of* offence *rather than defence* vũ khí [để] tấn công hơn là [để] tự vệ. // **no offence (to somebody)** không có ý làm phật lòng *(ai, dùng để tạ lỗi)*: *I'm moving out, no offence to you or the people who live here, but I just don't like the atmosphere* tôi dọn nhà đi, không có ý làm phật lòng ông hoặc những người ở tại đây, mà chỉ vì tôi không thích cái không khí ở đây; **take offence (at something)** mếch lòng *(vì cái gì)*: *she's quick to take offence* cô ta dễ mếch lòng lắm!

offend /ə'fend/ *dgt* **1.** *(chủ yếu dùng ở dạng bị động)* xúc phạm, làm mếch lòng: *she may be offended if you don't reply to her invitation* cô ta có thể mếch lòng nếu anh không đáp lại lời mời của cô ta **2.** làm chướng *(tai)*; làm gai *(mắt)*: *sounds that offend the ear* những âm thanh làm chướng tai; *an ugly building that offends the eye* tòa nhà xấu xí làm gai mắt **3.** (+ *against*) phạm vào; vi phạm: *his conduct offended against the rules of decent behaviour* cách cư xử của nó phạm vào các quy tắc ứng xử lịch sự.

offender /ə'fendə[r]/ *dt* **1.** người vi phạm: *an offender against the law* người vi phạm pháp luật **2.** người phạm tội: *a first offender* người phạm tội lần đầu.

offense /ə'fens/ *dt* **1.** *(Mỹ, thể)* đội tấn công **2.** *(Mỹ, thể)* đội tấn công; bộ phận tấn công; cách tấn công **2.** *(Mỹ) nh* offence.

offensive¹ /ə'fensiv/ *tt* **1.** xúc phạm; nhục mạ: *offensive remarks* những nhận xét có tính chất nhục mạ **2.** khó

O

chịu, chướng tai gai mắt; hôi hám: *an offensive smell* mùi hôi hám khó chịu; *she finds tobaco smoke offensive* cô ta thấy mùi thuốc lá thật là khó chịu 3. tấn công: *offensive weapons* vũ khí tấn công.

offensive² /ə'fensiv/ *dt* sự tấn công; cuộc tấn công; thế tấn công: *launch an offensive* mở cuộc tấn công; *hold the offensive* giữ thế tấn công. // **be on the offensive** ở thế tấn công: *it is difficult to make friends with her, she's constantly on the offensive* khó mà kết bạn với cô ta, cô ta luôn luôn ở thế tấn công; **go on (take) the offensive** bắt đầu tấn công: *In meetings he always take the offensive before he can be criticized* trong các cuộc họp, nó luôn luôn bắt đầu tấn công trước khi nó có thể bị chỉ trích.

offensively /ə'fensivli/ *pht* [một cách] khó chịu, [một cách] chướng tai gai mắt: *offensively ugly buildings* những tòa nhà xấu xí gai mắt.

offensiveness /ə'fensivnis/ *dt* 1. tính chất sỉ xúc phạm; tính chất sỉ nhục 2. tính chất khó chịu, tính chất chướng tai gai mắt.

offer¹ /'ɒfə[r], (*Mỹ* ɔ:fər)/ *dgt* 1. đề nghị: *the company has offered a high salary* công ty đề nghị trả lương cao; *she offered a reward for the return of her lost bracelet* cô ta đề nghị một số tiền thưởng cho ai đưa lại cho cô chiếc vòng tay bị mất; *he offered her a cigarette* anh ta mời cô nàng một điếu thuốc lá 2. tỏ ý [muốn]: *he offered to help me* ông ta tỏ ý muốn giúp tôi 3. xảy ra, xảy đến: *take the*

first opportunity that offers hãy nắm lấy cơ hội đầu tiên [xảy đến]; *as occasion offers* khi có dịp [xảy đến] 4. tỏ ra có cơ may: *the job offers prospect of promotion* công việc tỏ ra có cơ may được thăng tiến 5. tặng; biếu; dâng; hiến: *a calf was offered up as a sacrifice to the goddess* một con bê đã được dân lên nữ thần làm vật hiến sinh. // **offer battle** nghênh chiến; **offer itself (themselves)** xảy đến: *ask her about it when a suitable moment offers itself* hãy nói với cô ta về việc đó khi có dịp thích hợp [xảy đến]; **offer somebody one's hand** giơ tay ra bắt tay ai: *he came towards me, smiled and offered his hand* anh ta tiến về phía tôi, mỉm cười và giơ tay ra bắt [tay tôi]; **offer one's hand [in marriage]** dạm ai làm vợ.

offer² /'ɒfə[r], (*Mỹ* ɔ:fər)/ *dt* 1. sự đề nghị; lời đề nghị: *an offer of help from the community* lời đề nghị giúp đỡ từ cộng đồng; *an offer of marriage to the youngest sister* lời đề nghị kết hôn với (lời dạm hỏi) cô em út 2. sự chào giá; sự đặt giá; giá chào hàng: *I've had an offer of £1200 for the car* tôi đã đặt giá chiếc xe là 1200 bảng. // **be open to [an] offer (to offers)** x **open¹**; **on offer** bày bán với giá hạ; **or nearest offer** x **near¹**; **under offer** đã có người chào giá (tòa nhà để bán): *the office-block is under offer* khu nhà cơ quan này đã có người chào giá.

offering /'ɒfəriŋ, (*Mỹ* ɔ:fəriŋ)/ *dt* 1. sự đề nghị 2. sự tặng; sự biếu; sự dâng; vật tặng; quà biếu; lễ vật: *a church offering* lễ vật dâng ở nhà thờ; *he gave her a*

box of chocolates as a peace offering nó đã tặng cô ta một hộp sô-cô-la như là vật tặng để giải hòa (sau khi đã tranh cãi với nhau...).

offertory /'ɒfətri, (*Mỹ* 'ɒfətɔ:ri)/ *dt* tiền quyên góp (ở nhà thờ sau buổi lễ): *offertory box* hộp đựng tiền quyên góp.

offhand¹ /ɒf'hænd, (*Mỹ* ɔ:f'hænd)/ *tt* quá tự nhiên: *he was rather offhand with me* anh ta đã hơi quá tự nhiên đối với tôi; *I don't like his offhand manner* tôi không thích phong độ quá tự nhiên của anh ta.

offhand² /ɒf'hænd, (*Mỹ* ɔ:f'hænd)/ *pht* không suy nghĩ trước, ngay lập tức: *I can't say offhand how much money I earn* tôi không thể nói ngay lập tức tôi kiếm được bao nhiêu tiền.

offhanded /ɒf'hændid, (*Mỹ* ɔ:f'hændid)/ *tt* quá tự nhiên: *an offhanded attitude* thái độ quá tự nhiên.

offhandedly /ɒf'hændidli, (*Mỹ* ɒf'hændidli)/ *pht* [một cách] quá tự nhiên.

office /ɒfis, (*Mỹ* 'ɔ:fis)/ *dt* 1. (*thường snh*) cơ quan; sở: *our office is in centre of the town* cơ quan chúng tôi ở trung tâm thành phố 2. văn phòng; phòng: *a lawyer's office* văn phòng luật sư; *a ticket office at a station* phòng bán vé ở nhà ga; *the local tax office* phòng thuế địa phương; *the pediatrician's office* (*Mỹ*) phòng khám bệnh của bác sĩ nhi khoa 3. (Office) bộ: *the Foreign Office* bộ Ngoại giao 4. chức [vị]: *be in office* đương chức; *resign office* từ chức; *he has held the office of chaiman for many years* ông ta đã giữ chức chủ tịch trong nhiều năm 5. (Office) lễ: the Office for the dead lễ truy điệu. // **lay down office** từ chức; **through somebody's good offices** nhờ sự giúp đỡ ân cần của ai.

office-bearer /'ɒfisbeərə[r]/ dt nh office holder.

office-block /'ɒfisblɒk/ dt khu nhà cơ quan (có nhiều cơ quan cùng đặt trụ sở).

office boy /'ɒfisbɔi/ dt chú làm việc vặt ở cơ quan.

office girl /'ɒfisgɜ:l/ dt cô làm việc vặt ở cơ quan.

office holder /'ɒfishəʊldə[r]/ dt viên chức.

office hours /'ɒfisaʊə[r]z/ dt giờ làm việc (của cơ quan).

officer /'ɒfisə[r], (Mỹ 'ɔ:fisər)/ dt 1. sĩ quan: a staff officer sĩ quan tham mưu; officer of the day sĩ quan trực nhật 2. nhân viên; viên chức: a customs officer nhân viên hải quan 3. (cg **police officer**) cảnh sát (cg dùng để xưng hô): yes, officer, I saw the man approach the girl vâng, thưa ông cảnh sát, tôi có thấy ông ấy lại gần cô gái.

official[1] /ə'fiʃl/ tt 1. [thuộc] chức vị; [thuộc] chức trách: official responsibilities trách nhiệm chức vị 2. chính thức: the news is certainly true although it is not official tin chắc chắn là đúng mặc dù không phải là một tin chính thức 3. theo nghi thức, đúng nghi thức: an official reception cuộc đón tiếp theo nghi thức.

official[2] /ə'fiʃl/ dt viên chức; quan chức: government officials các quan chức chính phủ.

officialdom /ə'fiʃldəm/ dt (thường xấu) 1. tụi quan chức: officialdom will no doubt decide our future chắc hẳn là tụi quan chức sẽ định đoạt tương lai của

chúng ta 2. thói quan liêu: we suffer from too much officialdom chúng ta đau khổ vì thói quan liêu tràn lan.

officialese /ə,fiʃə'li:z/ dt (xấu) văn phong công văn giấy tờ: the incomprehensible officialese of income tax documents văn phong khó hiểu của các văn kiện về thuế thu nhập.

officially /ə'fiʃəli/ pht 1. [một cách] chính thức: I've been invited to the wedding tôi chính thức được mời dự đám cưới; we already know who's got the job but we haven't yet been informed officially chúng tôi đã biết ai trúng việc làm ấy, nhưng chúng tôi chưa được thông báo chính thức 2. [như đã công bố một cách] chính thức: officially the director is in a meeting, though actually he's playing golf chính thức thì giám đốc đi họp, mặc dù thực sự ông ta đang chơi gôn.

officiate /ə'fiʃieit/ dgt làm nhiệm vụ, thi hành chức trách: the Reverend Mr. Smith will officiate at the wedding Đức cha Xmit sẽ làm [nhiệm vụ cử hành] lễ cưới.

officious /ə'fiʃəs/ tt lăng xăng: we were tired of being pushed around by officious civil servants chúng tôi đã chết mệt vì bị bọn viên chức nhà nước lăng xăng sai phái.

officiously /ə'fiʃəsli/ pht [một cách] lăng xăng.

officiousness /ə'fiʃəsnis/ dt tính lăng xăng.

offing /'ɒfiŋ, (Mỹ 'ɔ:fiŋ)/ dt in the offing (kng) sắp xảy ra, sắp tới nơi: the smell of cooking told them there was a meal in the offing mùi nấu nướng cho họ biết là sắp có cơm tới nơi rồi.

off-key /,ɒf'ki:, (Mỹ ,ɔ:f'ki:)/ tt, pht lạc điệu: sing off-key hát lạc điệu; some of his remarks were rather off-key (bóng) một số nhận xét của anh ta phần nào tỏ ra lạc điệu.

off-licence /'ɒflaisns/ dt (Mỹ **package store**) 1. cửa hàng bán rượu mang về (không uống tại cửa hàng) 2. môn bài bán rượu mang về.

off-line /,ɒf'lain, (Mỹ ,ɔ:f-'lain)/ tt ngoại tuyến; sử dụng thiết bị ngoại tuyến (máy điện toán).

off-load /,ɒf'ləʊd, (Mỹ ,ɔ:f-'ləʊd)/ dgt 1. dỡ xuống: off-load sacks of coal from a lorry dỡ những bao than từ trên xe tải xuống 2. **off-load something (somebody) on (onto) somebody** (kng) trút cho ai: we'll be able to come if we can off-load the children onto my sister chúng tôi sẽ có thể đến nếu trút được bọn trẻ cho cô em tôi.

off of /'ɔ:fəv/ gt (Mỹ) (nh off[2] 1) khỏi; cách; xa.

off-peak /,ɒf'pi:k, (Mỹ ,ɔ:f-'pi:k)/ tt (thngữ) ngoài giờ cao điểm; ngoài lúc cao điểm: off-peak electricity điện ngoài giờ cao điểm; off-peak holiday prices giá cả ngoài lúc cao điểm ngày nghỉ.

off-print /'ɒfprint, (Mỹ 'ɔ:f-print)/ dt bản in lẻ (in thêm riêng ra từ một ấn phẩm lớn hơn).

off-putting /,ɒf'pʊtiŋ, (Mỹ ,ɔ:f'pʊtiŋ)/ tt (kng) khó chịu; quấy rầy; làm bối rối: his rough manners were rather off-putting cách xử sự lỗ mãng của anh ta khá khó chịu.

off-season /'ɒfsi:zn, (Mỹ 'ɔ:fsi:zn)/ dt (số ít) thời kỳ ít hoạt động nhất trong năm, thời kỳ rảnh rỗi (về *buôn bán, du lịch):* hotel worker wait until the off-season to take their holidays nhân viên khách sạn chờ cho đến thời kỳ rảnh rỗi mới đi nghỉ.

offset¹ /'ɒfset, (Mỹ 'ɔ:fset)/ *dgt* (**-tt-**; *qk, đttgk* **offset**) bù lại; bù đắp: *he put up his prices to offset the increased cost of materials* ông ta tăng giá để bù đắp lại giá vật liệu tăng lên.

offset² /'ɒfset, (Mỹ 'ɔ:fset)/ *dt* (*cg* **offset process**) lối in ốp-xét.

offshoot /'ɒfʃu:t, (Mỹ 'ɔ:fʃu:t)/ *dt (thực)* chồi gốc; tược: *remove offshoots from a plant* ngắt bỏ các chồi gốc ở cây; *the offshoot of a wealthy family (bóng)* nhánh của một gia đình giàu có.

offshore /,ɒfʃɔ:[r], (Mỹ ,ɔ:f'ʃɔ:r)/ *tt (thường thngữ)* xa bờ; ở ngoài khơi: *an offshore island* hòn đảo ở ngoài khơi; *offshore fisheries* nghề đánh cá khơi.

offside¹ /,ɒf'said, (Mỹ ɔ:f'said)/ *tt pht (thể)* việt vị: *the forwards are all offside* các tiền đạo đều việt vị; *be in an offside position* ở thế việt vị.

offside² /,ɒf'said, (Mỹ ɔ:f'said)/ *tt,* (*cg* **off**) phải; bên phải (*xe, ngựa*): *the rear off-side tyre* lốp xe sau bên phải.

offspring /'ɒfspriŋ, (Mỹ 'ɔ:fspriŋ)/ *dt (snh kđổi)* con; con cái: *she's the offspring of a scientist and a musician* chị ta là con nhà khoa học và một nhạc sĩ; *their offspring are all very clever* con cái họ đều rất thông minh.

off-stage /,ɒf'steidʒ, (Mỹ ɔ:f'steidʒ)/ *tt* ngoài sàn diễn; khán giả không nhìn thấy:

an off-stage scream một tiếng thét ngoài sàn diễn; *at this point in the play, most of the actors are off-stage* đến điểm ấy trong vở kịch, phần lớn diễn viên đều biến khỏi sàn diễn.

off-street /'ɒfstri:t, (Mỹ 'ɔ:fstri:t)/ *tt (thngữ)* ở ngoài các đường phố: *off-street parking only* chỉ được đỗ xe ở ngoài các đường phố; không được đỗ xe trên đường phố.

off-white¹ /,ɒf'wait, (Mỹ ,ɔ:f'wait)/ *tt* trắng nhờ: *off-white paint* sơn [màu] trắng nhờ.

off-white² /,ɒf'wait, (Mỹ ,ɔ:f'hwait)/ *dt* màu trắng nhờ.

oft /ɒft, (Mỹ ɔ:ft)/ *pht (cổ)* thường, hay (*nhất là trong từ ghép*): *an oft-told tale* một truyện thường hay kể; *an oft-repeated warning* lời cảnh báo thường hay nhắc lại.

often /'ɒfn, *cg* 'ɒftən, (Mỹ ɔ:fn)/ *pht* thường, hay: *we often go there* chúng tôi thường đi đến đó; *it very often rains here in April* trời ở đây thường hay mưa vào tháng tư. // **as often as** mỗi lần mà: *as often as I tried to phone him, the line was engaged* mỗi lần [mà] tôi tìm cách gọi điện thoại cho nó, thì đường dây đều bận; **as often as not; more often than not** thường thường; **every so often** thỉnh thoảng; **one too often** x once.

oft-times /'ɒfttaimz/ *pht (cổ) nh* often.

ogle /'əʊgl/ *dgt* (**+at**) (*xấu*) liếc mắt đưa tình: *most women dislike being ogled [at]* phần lớn phụ nữ ghét bị liếc mắt đưa tình.

ogre /'əʊgə[r]/ *dt* (*c* **ogress** /'əʊgres/) **1.** yêu tinh; quỷ

ăn thịt người **2.** (*bóng*) đồ quỷ dữ: *his boss is a real ogre* ông chủ của nó thật là một tên quỷ dữ.

ogrish /'əʊgəriʃ/ *tt* [thuộc] yêu tinh; như yêu tinh.

oh /əʊ/ *tht* **1.** chà; ôi chao; ồ: *oh! how horrible* ô, khủng khiếp biết bao! **2.** này (*để nhấn mạnh hay thu hút sự chú ý*): *oh Nam, may I have a word with you?* này Nam, tôi có thể nói chuyện với anh được không?

ohm /əʊm/ *dt (điện)* om (*don vị điện trở*).

OHMS /,əʊeitʃem'es/ (*vt của* On Her (His) Majesty's Service) kính gửi văn phòng Hoàng Đế (*Nữ Hoàng*) (*đề trên phong bì...*).

oho /,əʊ'həʊ/ *tht* ô hô; ồ; úi; chà chà.

-oid (*hậu tố*) giống; tựa; [có] dạng: *humanoid* [có] dạng người.

oil¹ /ɔil/ **1.** dầu: *coconut oil* dầu dừa; *mineral oil* dầu mỏ **2.** (*kng*) tranh sơn dầu **3.** (*snh*) sơn dầu: *paint in oils* vẽ bằng sơn dầu. // **burn the midnight oil** x burn²; **pour oils on the flames** x pour; **pour oil on trouble water** x pour; **strike oil** x strike².

oil² /ɔil/ *dgt* bôi dầu; tra dầu: *oil a lock* tra dầu vào ổ khóa. // **oil the wheel** khéo léo làm cho mọi việc được trôi chảy (*nhờ xử sự khéo léo hay dùng mưu mẹo mánh khóe*).

oil-bearing /'ɔilbeəriŋ/ *tt* có dầu mỏ (*tầng đất*).

oilcake /'ɔikeik/ *dt* bánh khô dầu.

oilcan /'ɔilkæn/ *dt* cái bơm dầu, vịt dầu (*để bơm dầu vào máy*).

oilcloth /'ɔilklɒθ/ *dt* vải dầu.

oil-colour /'ɔilkʌlə[r]/ *dt* (*cg* **oil-paint**) sơn dầu.

oil-field /'ɔilfi:ld/ *dt* vùng có dầu mỏ, mỏ dầu.

oiliness /'ɔilinis/ *dt* **1.** tính chất tựa dầu (*của một chất lỏng*) **2.** tình trạng đầy dầu; tình trạng giây dầu **3.** (*xấu*) thói tán khéo; thói bợ đỡ.

oil-paint /'ɔilpeint/ *dt nh* oil-colour.

oil-painting /'ɔilpeintiŋ/ *dt* **1.** nghệ thuật vẽ tranh sơn dầu **2.** tranh sơn dầu. // **be no oil-painting** (*kng, đùa*) là người mộc mạc chất phác; là người xấu xí.

oil-palm /'ɔilpa:m/ *dt* (*thực*) cây cọ dừa.

oil-rig /'ɔilrig/ *dt* giàn khoan dầu.

oilskin /'ɔilskin/ *dt* **1.** vải dầu **2.** (*snh*) quần áo [bằng] vải dầu: *sailors wear oil-skins in stormy weather* thủy thủ mặc quần áo vải dầu khi trời dông bão.

oik-slick /'ɔilskik/ *dt nh* slick.

oil-tanker /'ɔiltæŋkə[r]/ *dt* tàu chở dầu.

oil well /'ɔilwel/ *dt* giếng dầu.

oily /'ɔili/ *tt* (**-ier; -iest**) **1.** [thuộc] dầu; tựa dầu: *an oily liquid* chất lỏng tựa dầu **2.** có dầu; đầy dầu; giây dầu: *oily fingers* ngón tay giây dầu; *an oily old pair of jeans* một chiếc quần bò cũ đầy dầu **3.** (*xấu*) tán khéo; bợ đỡ: *I don't like oily shop assistants* tôi không thích những người bán hàng hay tán khéo.

ointment /'ɔintmənt/ *dt* (*y*) thuốc bôi dẻo.

OK /əʊ'kei/ *tt, pht, tht, đgt, dt* x okay.

okapi /əʊ'ka:pi/ *dt* (*động*) hươu đùi vằn (*ở Trung Phi*).

okay¹ (*cg* **OK**) /,əʊ'kei/ *tt, pht* tốt, được; đồng ý: *we'll go to the cinema tomorrow,* OK? mai ta đi xem chiếu bóng nhé, đồng ý chứ?

okay² /,əʊ'kei/ *tht* (*kng*) được, đồng ý: *will you help me? - OK, I will* anh sẽ giúp tôi chứ? đồng ý, tôi sẽ giúp...

okay³ /,əʊ'kei/ *đgt* (*kng*) đồng ý; tán thành: *he okayed (OK'd) my idea* nó tán thành ý kiến của tôi.

okay⁴ /,əʊ'kei/ *dt* sự đồng ý, sự tán thành: *give one's okay* đồng ý, tán thành; *we've got the OK from the council at last* cuối cùng chúng tôi cũng đã được sự đồng ý của hội đồng.

okra /'əʊkrə/ *dt* (*thực*) cây mướp tây.

old¹ /əʊld/ *tt* (**-er; -est**) **1.** [lên]... tuổi: *he is forty years old* ông ta bốn mươi tuổi; *at fifteen years old he left school* mười lăm tuổi, nó đã bỏ học; *a seven-year-old child should be able to read* trẻ bảy tuổi thì phải biết đọc chứ; *how old are you?* anh bao nhiêu tuổi **2.** già: *old people cannot be so active as young people* người già không thể linh lợi như người trẻ được **3.** cũ: *old clothes* quần áo cũ; *the carpet's getting rather old now* tấm thảm nay đã phần nào cũ rồi; *an old friend of mine* một người bạn cũ của tôi; *at my old school* ở trường cũ của tôi; *we had a larger garden at our old house* ở nhà cũ chúng tôi có một thửa vườn rộng hơn **4.** (*thngữ*) thân mến, lão (*để tỏ sự thân mến*): *dear old John!* lão Giôn thân mến! **5.** (*thngữ*) ma (*dùng để nhấn mạnh*): *any old thing will do* bất cứ cái ma nào cũng được cả **6.** già đời; lão luyện: *old in diplomacy* già đời trong nghề ngoại giao; *an*

old hand tay lão luyện; *an old bird* tên cáo già. // **any old how** (*kng*) [một cách] cẩu thả; [một cách] bừa bãi: *the books were scattered round the room any old how* sách để bừa bãi khắp phòng; **a chip off the old block** *x* chip¹; **a dirty old man** *x* dirty¹; **for old times' sake** do những ký ức dịu dàng và đầy tình cảm về quá khứ; **the good (bad) old days** thời đẹp đẽ (thời u ám) ngày xưa: *the friends met occasionally to chat about the good old days at school* bạn bè thỉnh thoảng gặp nhau mà tán gẫu về những ngày đẹp đẽ ở trường ngày xưa; **the grand old man** *x* grand; **have (give somebody) a high old time** *x* fool¹; **of old** [ngày] xưa; từ đã lâu: *the men of old* người xưa; *we know him of old* chúng tôi biết anh ta đã từ lâu; **[as] old as the hills** cũ lắm; cổ lỗ sĩ: *this dress is as old as the hills* chiếc áo này cũ lắm; **old beyond one's years** chín chắn khôn ngoan khác thường; chín chắn khôn ngoan so với tuổi đời; **old boy; old chap; old man** (*kng, cũ*) ông bạn thân mến (*tiếng xưng hô*): *excuse me, old man, can I borrow your newspaper* xin lỗi, ông bạn thân mến ơi, tôi có thể mượn tờ báo của anh được không?; **[be] old enough to be somebody's father (mother)** già hơn ai nhiều; già vào lớp cha lớp mẹ ai: *you can't marry him, he's old enough to be your father* chị không thể lấy hắn được, hắn già hơn chị nhiều; **[be] old enough to know better** đủ lớn để không còn dại dột như thế nữa; đủ lớn để khôn hơn: *have you been drawing on the walls? I thought you were old enough to know better*

O

cậu vừa vẽ bậy lên tường có phải không? tớ nghĩ là cậu đã đủ lớn để không còn dại dột như thế nữa; **old hat** (*kng, xấu*) không mới mẻ, không độc đáo; lạc hậu: *his ideas are all terribly old hat* ý kiến của nó đều lạc hậu kinh khủng; **[have] an old head on young shoulders** là một người chín chắn hơn tuổi; **an old trout** (*kng*) mụ già xấu tính khó chịu; **an old wives tale** ý nghĩ cũ kỹ dại dột; lòng tin cũ kỹ dại dột; **one of the old school** người cổ hủ; người bảo thủ; **pay (settle) an old score** trả mối thù xưa; **rake over one's ashes** x rake¹; **ring out the old year and ring in the new** x ring²; **the same old story** x same¹; **teach an old dog new tricks** x teach; **tough as old boots** x tough; **young and old** x young.

old² /əʊld/ *dt the old* (*dgt snh*) những người già: *the old feel the cold weather more than the young* người già cảm thấy trời rét hơn người trẻ.

old age /ˌəʊld'eidʒ/ tuổi già: *old age can bring many problems* tuổi già có thể nảy sinh nhiều vấn đề.

old-age pension /ˌəʊld eidʒ 'penʃn/ trợ cấp tuổi già.

old-age pensioner /ˌəʊldeidʒ 'penʃənə[r]/ (*vt* OAP) (*cg* **pensioner, senior citizen**) người hưởng trợ cấp tuổi già.

old boy /ˈəʊldbɔi/ **1.** học sinh cũ (*của một trường*): *an old boys' reunion* cuộc họp học sinh cũ **2.** (*kng*) ông già: *the old boy who lives next door* ông già ở phòng bên cạnh. // **the old-boy network** mạng lưới học sinh cũ (*giúp nhau trong cuộc sống về sau*).

the old country /ˈəʊldkʌntri/ nơi chôn nhau cắt rốn; quê hương.

olden /ˈəʊldən/ *tt* (*thngũ*) (*cổ*) xưa, [thuộc] ngày xưa: *in olden days* ngày xưa.

Old English /ˌəʊld'iŋgliʃ/ tiếng Anh cổ, tiếng Ăng-lô Xắc xông.

old-fashioned¹ /ˌəʊld'fæʃnd/ *tt* **1.** cũ; không hợp thời trang; *old-fashioned clothes* quần áo không hợp thời trang **2.** cổ hủ; lạc hậu: *my aunt is very old-fashioned* bà cô tôi rất cổ hủ; *she gave me an old-fashioned look* cô ta nhìn tôi bằng con mắt không tán thành.

old-fashioned² /ˌəʊld'fæʃnd/ *dt* (*Mỹ*) cốc-tay rượu uýt-ki.

old fogey (*Mỹ* **old fogy**) /ˌəʊld'fəʊgi/ người hủ lậu cố chấp.

old folks' home /əʊld 'fəʊks həʊm/ viện [chăm sóc] người già.

old girl /ˈəʊldgɜ:l/ **1.** nữ học sinh cũ (*của một trường*) **2.** (*kng*) bà già: *the old girl who lives next door* bà già ở nhà bên cạnh.

Old Glory /ˌəʊld'glɔ:ri/ (*Mỹ*) quốc kỳ Mỹ; **the old guard** /ˌəʊld'ga:d/ thành viên đầu tiên; thành viên bảo thủ (*của một nhóm*).

Old Harry /ˌəʊld'hæri/ (*cg* **Old Nick, Old Scratch** (*cũ, kng, dùa*) quỷ, quỷ sứ.

oldie /ˈəʊldai/ *dt* (*kng*) người già; vật cổ: *this record is a real oldie* đĩa hát này là một vật cổ thực sự.

oldish /ˈəʊldiʃ/ *tt* **1.** hơi già **2.** hơi cũ.

old lady /ˌəʊl'leidi/ (*kng*) **1.** mẹ **2.** vợ.

old lag /ˌəʊld'læg/ (*kng*) người đã từng ra tù vào tội.

old maid /ˌəʊld'meid/ (*kng, xấu*) bà cô, gái già.

old-maidish /ˌəʊl'meidiʃ/ *tt* (*xấu*) khó tính; kiểu cách.

old man /ˌəʊl'mæn/ (*kng*) **1.** cha **2.** chồng: *how's your old man these days?* chồng chị mấy ngày rày có khỏe không? **3.** ông chủ.

old man's beard /ˌəʊlmæns 'biəd/ (*thực*) cây râu ông lão.

old master /ˌəʊl'ma:stə[r]/ **1.** họa sĩ lớn thời trước (*thế kỷ 13-17 ở Châu âu*) **2.** bức họa của một họa sĩ lớn thời trước.

Old Nick /ˌəʊl'nik/ *nh* Old Harry.

old school /ˌəʊl'sku:l/ trường cũ.

old school tie /ˌəʊlsku:l'tai/ **1.** cà vạt đặc trưng (*cho từng trường thuở xưa*) **2.** (*bóng*) mối ràng buộc trung thành (*với những tư tưởng cũ, những giá trị cũ*).

Old Scratch /ˌəʊl'skrætʃ/ *nh* Old Harry.

old stager /ˌəʊl'steidʒə[r]/ người lão luyện, người kỳ cựu (*trong một lĩnh vực nào đó*).

oldster /ˈəʊlstə[r]/ *dt* (*kng, dùa*) người già, người không còn trẻ trung gì nữa.

old sweat /ˌəʊl'swet/ người dày dạn kinh nghiệm; lính kỳ cựu.

the Old Testament /ˌəʊl'testəmənt/ (*tôn*) kinh Cựu Ước.

old-time /ˈəʊltaim/ *tt* cổ; [thuộc] thời xưa.

old-timer /ˌəʊl'taimə[r]/ *dt* dân kỳ cựu (*ở nơi nào, tổ chức nào*).

old woman /ˌəʊl'wʊmən/ (*kng*) **1.** vợ **2.** mẹ **3.** (*xấu*) anh chàng khó tính; anh chàng nhút nhát.

old-womanish /ˌəʊl'wʊmaniʃ/ *tt* (*xấu*) khó tính; nhút nhát (*anh chàng*).

old-world /ˌəʊlwɜ:ld/ *tt* xưa, cổ: *a cottage with old-world charm* một ngôi nhà tranh với một vẻ đẹp cổ.

the Old World /əʊl'wɜ:ld/ (*địa*) Cựu thế giới.

oleaginous /ˌəʊli'ædʒinəs/ *tt* 1. như dầu; cho dầu: *oleaginous seeds* hạt cho dầu 2. béo; nhờn.

oleander /ˌəʊli'ændə[r]/ *dt* (*thực*) cây trúc đào.

O level /'əʊlevl/ (*kng*) x ordinary level.

olfactory /ɒl'fæktəri/ *tt* [thuộc] khứu giác: *the olfactory organs* cơ quan khứu giác.

oligarch /'ɒligɑ:k/ *dt* đầu sỏ chính trị.

oligarchy /'ɒligɑ:ki/ *dt* (*chính*) 1. chính thể đầu sỏ 2. nhóm đầu sỏ 3. nước theo chính thể đầu sỏ.

olive[1] /'ɒliv/ *dt* 1. quả ô-liu 2. (*cg* **olive-tree**) cây ô-liu 3. (*cg* **olive-green**) màu ô-liu, màu lục vàng (*màu của quả ô-liu chưa chín*).

olive[2] /'ɒliv/ *tt* 1. [có màu] ô-liu, [có màu] lục vàng 2. [có màu] nâu vàng (*màu da*).

olive-branch /'ɒlivbrɑ:ntʃ/ *dt* 1. cành ô-liu (*biểu tượng của hòa bình*) 2. (*bóng*) cái [đưa ra để] tỏ ý dàn hòa: *after years of quarelling we at last sent our cousins a Christmas card as an olive-branch* sau bao năm bất hòa, cuối cùng chúng tôi đã gửi cho những người anh em của họ của chúng tôi một thiếp mừng Nô-en để tỏ ý dàn hòa.

olive-green /'ɒlivgri:n/ *dt* màu ô-liu, màu lục vàng (*màu của quả ô-liu chưa chín*).

olive-oil /ˌɒliv'ɔil/ *dt* dầu ô-liu.

olive-tree /'ɒlivtri:/ *dt* (*thực*) cây ô-liu.

Olympiad /ə'limpiæd/ *dt* 1. Thế vận hội: *the 21st Olym-* piad took place in Montreal Thế vận hội lần thứ 21 được tổ chức ở Montreal 2. thời kỳ bốn năm giữa hai kỳ thế vận hội.

Olympian /ə'limpiən/ *tt* oai vệ, đường bệ; như thiên thần; kẻ cả: *even when those around her panic she always maintains an Olympian calm* ngay cả khi những người quanh cô hoảng sợ, cô vẫn luôn luôn giữ một vẻ bình tĩnh.

Olympic /ə'limpik/ *tt* (*thngữ*) [thuộc] Thế vận hội; Ô-lim-pích: *she has broken the Olympic 5000 metres record* cô ta đã phá kỷ lục Ô-lim-pích 5000 mét.

the Olympic Games /əlimpik'geimz/ 1. (*sử*) đại hội thể thao Ô-lim-pi-a (*cổ Hy Lạp*) 2. (*cg* **the Olympics**) Thế vận hội.

OM /ˌəʊ'em/ (*vt của* [member of the] Order of Merit) huân chương Công trạng; người được tặng huân chương Công trạng: *be awarded the OM* được trao tặng huân chương Công trạng; *John Field OM* Giôn Phin, [được tặng] huân chương Công trạng.

ombudsman /'ɒmbʊdzmən, 'ɒmbʊdzmæn/ *dt* (*snh* **ombudsmen** /-mən/) viên thanh tra dân sự (*thanh tra và tường trình lên chính phủ về những vụ dân kêu ca nhà chức trách*).

omega /'əʊmigə, (*Mỹ* əʊ'megə/ *dt* omega (*chữ cái Hy Lạp*). // **Alpha and Omega** x alpha.

omelette (*cg* **omelet**) /'ɒmlit/ *dt* trứng tráng, trứng chiên. // **one can't make an omelette without breaking eggs** có hy sinh mất mát mới có thành công.

omen /'əʊmen/ *dt* điềm: *a good omen* điềm lành; *an evil omen* điềm dữ; *an omen of victory* điềm thắng lợi.

ominous /'ɒminəs/ *tt* báo điềm xấu; gở, đáng ngại: *an ominous silence* sự im lặng đáng ngại; *those black clouds look a bit ominous* những đám mây đen ấy trông cũng đáng ngại một chút.

omission /ə'miʃn/ *dt* 1. sự bỏ sót; điều bỏ sót: *this list of names has a few omissions* danh sách này có một vài chỗ bỏ sót 2. sự bỏ đi; điều bỏ đi.

omit /ə'mit/ *dgt* (**-tt-**) 1. bỏ sót; quên: *omit to do (doing) a piece of work* quên làm một công việc 2. bỏ đi: *this chapter may be omitted* chương này có thể bỏ đi.

omni- (*dạng kết hợp*) mọi sự; mọi nơi; đủ thứ (*x* omniscient, omnipresent, omnivorous...).

omnibus /'ɒmnibəs/ *dt* (*snh* **omnibuses**) 1. (*cũ*) xe buýt 2. *omnibus volume; omnibus edition* tác phẩm đóng thành một tập. // **the man on the Clapham omnibus** x man.

omnipotence /ɒm'nipətəns/ *dt* quyền tuyệt đối: *the omnipotence of God* quyền tuyệt đối của Chúa.

omnipotent /ɒm'nipətənt/ *tt* có quyền tuyệt đối: *the omnipotent officials* các quan chức có quyền tuyệt đối.

omnipresent /ˌɒmni'preznt/ *tt* có mặt ở khắp nơi: *the omnipresent squalor* tình trạng bẩn thỉu ở khắp nơi.

omniscience /ɒm'nisiəns/ *dt* sự biết mọi việc, sự thông suốt mọi thứ (*Chúa Trời*).

omniscient /ɒm'nisiənt/ *tt* biết mọi việc, thông suốt

O

mọi thứ: *Christians belive that God is omniscient* người theo đạo Thiên Chúa tin rằng Chúa thông suốt mọi thứ.

omnivorous /ɒm'nɪvərəs/ *tt* 1. (*động*) ăn tạp, ăn đủ thứ 2. (*bóng*) đọc đủ loại sách; xem đủ loại chương trình truyền hình: *an omnivorous reader* người đọc đủ loại sách.

on¹ /ɒn/ *pht* 1. tiếp; tiếp tục; tiếp diễn: *don't stop, read on* đừng dừng lại, đọc tiếp đi; *the war still went on* chiến tranh còn tiếp diễn; *please send my letter on to my new address* làm ơn gửi tiếp bức thư đến địa chỉ mới của tôi; *on with the show* cứ để cho cuộc biểu diễn tiếp tục (*bắt đầu*) 2. đang, đang có, đang hoạt động, đang mở: *is the TV off or on?* TV đang tắt hay mở thế?; *someone has left the tap on* ai đó đã để vòi nước mở đấy; *the lights were all on* tất cả các đèn đều bật cả 3. vào; lên trên; ở trên: *put your coat on* mặc áo khoác vào đi; *the bottle has a label on* cái chai có dán nhãn lên trên; *the skirt is finished, I'm now going to sew a pocket on* áo sơ mi đã xong, bây giờ tôi bắt đầu khâu một cái túi vào 4. lên sàn diễn (*diễn viên*); làm việc (*công nhân...*): *what time is the group on?* mấy giờ thì nhóm đó lên sàn diễn?; *the night nurse goes on at 7 pm* y tá trực đêm làm việc (*nhận nhiệm vụ*) từ 7 giờ tối 5. vào, vào trong (*xe*): *the coach-driver waited until everybody was on* người đánh xe chờ cho mọi người đã vào trong xe. // **be on** (*kng*) là thiết thực; là đúng; là chấp nhận được: *that just isn't on* cái đó đúng

là không chấp nhận được; *you're on (not on)* tôi chấp nhận (*không chấp nhận*) đề nghị của anh; tôi nhận (*không nhận đánh cuộc với anh...*); **be on for something** (*kng*) tham gia việc gì: *are you on for this game?* anh có tham gia trò chơi ấy không?; **be (go, keep) on about something** (*kng, xấu*) nói về việc gì một cách buồn tẻ, kêu ca phàn nàn về việc gì: *what's he on about now?* nó đang kêu ca phàn nàn về cái gì thế?; **be (go, keep) on at somebody (to do something)** mè nheo ai (*buộc phải làm gì*): *he was on at me again to lend him money* nó lại mè nheo tôi đòi cho vay tiền; **later on** x late; **on and off** x off²; **on and on** liên tục; không ngớt: *he kept moaning on and on* nó than văn không ngớt.

on² /ɒn/ *gt* 1. trên; ở trên; lên: *a cup on the table* cái tách trên bàn; *a picture on the wall* bức tranh trên tường; *sit on the grass* ngồi trên bãi cỏ; *stick a stamp on an envelope* dán một con tem lên phong bì; *stand on one foot* đứng trên một chân; *lean on my arm* hãy tựa lên cánh tay tôi; *a hat on one's head* cái mũ trên đầu; *sit on a chair* ngồi trên ghế; *have lunch on the train* ăn trưa trên tàu 2. (*mang, có*) trên mình; (*mang*) theo: *have you got any money on you?* anh có mang theo chút tiền nào không?; *the burglar was caught with the stolen goods still on him* tên trộm bị bắt khi còn mang trên mình hàng hóa hắn đã ăn trộm được 3. vào; vào lúc; (*cg* **upon**) khi; ngay khi: *on May the first* vào ngày mồng một tháng năm; *on this occasion* vào dịp ấy; *on my*

arrival home (on arriving home), I discovered the burglary ngay khi về tới nhà tôi đã phát hiện ra vụ trộm 4. về, nói về, bàn về: *a lesson on philosophy* một bài học về triết học; *a book on grammar* một cuốn sách về ngữ pháp 5. thường tiêu thụ (*cái gì đó*); bằng (*cái gì đó*): *most cars run on petrol* phần lớn ô tô chạy bằng xăng; *the doctor put me on these tablets* bác sĩ cho tôi uống những viên thuốc này; *live on bread and water* sống bằng bánh mì và nước; *on heroin* nghiện heroin 6. về phía, vào: *marching on the capital* tiến bước về [phía] thủ đô; *turn one's back on somebody* xoay lưng về phía ai; *to draw a knife on somebody* đưa dao về phía ai 7. (*cg* **upon**) gần; bên: *a house on the river* ngôi nhà bên sông; *just on a year ago I moved to London* gần đúng một năm trước đây, tôi chuyển đến Luân Đôn 8. (*cg* **upon**) do kết quả của; vì [chung]: *arrested on a charge of theft* bị bắt vì buộc tội là ăn cắp 9. dựa vào (*nguồn tài chính nào đó*): *live on one's savings* sống dựa vào tiền dành dụm của mình; *drinks are on me* (*kng*) tiền thức uống tôi sẽ trả 10. bằng, dùng, qua (*phương tiện gì...*): *speak on the telephone* nói bằng điện thoại; *broadcast on the TV* truyền đi rộng rãi qua TV (*trên TV*) 11. đang (*trong trạng thái nào...*): *on holiday* đang nghỉ; *on fire* đang cháy 12. thuộc (*tổ chức, nhóm nào đó*): *he was on the staff* ông ấy thuộc ban tham mưu 13. liên tiếp: *suffer disaster on disaster* bị tai họa liên tiếp, bị tai họa này đến tai họa khác.

once¹ /wʌns/ *pht* **1.** một lần: *I've only been there once* tôi chỉ mới ở đấy một lần; *he cleans the car once a week* nó lau xe mỗi tuần một lần **2.** có lần: *I once met your mother* tôi đã có lần gặp mẹ bạn **3.** đã có một thời; trước kia: *this book was once famous, but nobody reads it today* cuốn sách ấy đã có một thời nổi tiếng, nhưng bây giờ chẳng ai đọc nữa **4.** *(trong câu hỏi, câu phủ định)* chút nào chăng; có bao giờ; dù chỉ một lần: *he never once (he didn't once) offer to help* nó chưa bao giờ dù chỉ một lần tỏ ý muốn giúp đỡ. // **all at once** bất thình lình, đột nhiên: *all at once the door opened* bất thình lình cửa mở ra; *all at once he lost his temper* đột nhiên anh ta mất bình tĩnh; **at once** a/ ngay lập tức: *come here at once* đến đây ngay lập tức b/ ngay một lúc, cùng một lúc: *I can't do two things at once* tôi không thể làm hai việc cùng một lúc; *the film is at once humorous and moving* cuốn phim cùng một lúc vừa hài hước vừa bi lụy; **[just] for once; just this once** chỉ lần ấy thôi; như là một ngoại lệ: *just for once he arrived on time* chỉ lần ấy thôi nó đã đến đúng giờ; **once again; once more** lại một lần nữa: *I'll tell you how to do it once again* tôi sẽ bảo anh một lần nữa phải làm cái đó như thế nào; **once and for all** chỉ một lần này nữa thôi: *I'm warning you once and for all* tôi nhắc nhở anh chỉ một lần này nữa thôi; **once bitten, twice shy** *(tục ngữ)* phải một bận cạch đến già; chim bị tên sợ làn cây cong; **once in a blue moon** *(kng)* rất ít khi:

I see her once in a blue moon rất ít khi tôi gặp cô ta; **[every] once in a while** thỉnh thoảng, đôi khi: *once in a while we go to a restaurant, but usually we eat at home* đôi khi chúng tôi đi ăn tiệm, nhưng thường thì chúng tôi ăn ở nhà; **once more** a/ một lần nữa: *let's sing it once more* ta hãy hát lại bài đó một lần nữa b/ *nh* once again; **once or twice** một hai lần thôi: *I don't know the place well, I've only been there once or twice* tôi không biết rõ chỗ ấy, tôi mới đến đấy một hai lần thôi; **once too often** hơn một lần được vô sự: *he had driven home drunk once too often, this time he got stopped by the police* nó đã say rượu lái xe về nhà hơn một lần được vô sự, lần này thì nó bị cảnh sát chặn lại; **once upon a time** ngày xửa ngày xưa *(cách nói mở đầu cho một truyện cổ tích): once upon a time, there was a beautiful princess* ngày xửa ngày xưa có một nàng công chúa xinh đẹp; **you're only young once** x *only².*

once² /wʌns/ *lt* một khi: *once you understand this rule, you'll have no further difficulty* một khi anh hiểu quy tắc ấy thì anh sẽ không còn có thêm khó khăn nào nữa.

once³ /wʌns/ *dt* **the once** *(kng)* một lần: *he's only done it the once so don't be too angry* nó chỉ mới làm cái đó một lần, vì vậy anh đừng có cáu đến thế.

once-over /'wʌnsəʊvə[r]/ *dt* **give somebody (something) the once-over** *(kng)* kiểm tra (thẩm tra) qua *(ai, cái gì): before buying the car, he gave it the once-over* trước

khi mua xe, anh ta có thẩm tra qua; *she felt his parents were giving her the once-over* cô ta cảm thấy là bố mẹ anh ta đang thẩm tra qua về nàng.

oncoming¹ /'ɒnkʌmɪŋ/ *tt* *(thngữ)* tiến tới; gần tới: *oncoming traffic* vụ buôn bán sắp tới.

oncoming² /'ɒnkʌmɪŋ/ *dt* sự gần tới, sự sắp tới; sự đang tới: *the oncoming of winter* mùa đông sắp tới.

one¹ /wʌn/ *dt, đht* **1.** một: *I've got two brothers and one sister* tôi có hai anh (em) trai và một chị (em) gái; *Book One, Chapter One* quyển một, chương một; *one of my firends* một người bạn của tôi **2.** một [nào đó]: *one day last week* một ngày trong tuần trước; *one morning in June* một buổi sáng tháng Sáu; *one Tim Smith called to see you but you were out* một ông Tim Smith nào đó yêu cầu gặp anh nhưng anh đi vắng **3.** một ai: *no one of you could lift that piano* không một ai trong các anh có thể nhấc nổi chiếc dương cầm này **4.** duy nhất: *the one way to succeed is to work hard* con đường duy nhất để thành công là làm việc cật lực **5.** *(dùng với* the other, another, others *để chỉ một sự tương phản)* này: *the two girls are so alike that strangers find it difficult to tell [the] one from the other* hai cô gái giống nhau đến nỗi người lạ khó mà phân biệt cô này với cô kia **6.** cùng một: *they all went off in one direction* họ cùng đi về một hướng; *after the union meeting the workers were all of one mind* sau cuộc họp hợp nhất, các công nhân đều cùng một ý nghĩ **7.** *(kng, Mỹ)* vào loại thật là *(thế nào đó)* *(dùng để nhấn mạnh)*: *that's one handsome guy* ấy là một anh chàng vào loại đẹp trai; *it was one hell of a match* ấy là một cuộc thi đấu vào loại hay và sôi nổi. // **be all one to somebody** x all³; **be at one with** thống nhất với: *I'm at one with you on this subject* tôi thống nhất với anh về vấn đề đó; *we are at one on this subject* chúng ta thống nhất về vấn đề đó; **get one over** *(kng)* được lợi thế hơn: *they got one over us in the end by deciding to speak in German* cuối cùng họ được lợi thế hơn chúng tôi do quyết định nói bằng tiếng Đức; **get something in one** *(kng)* có thể lập tức giải thích (giải quyết) việc gì: *we have to attract younger customers - Exactly, you've got it in one* chúng ta phải thu hút những khách hàng trẻ hơn - đúng như thế, chúng ta có thể giải quyết vấn đề ngay lập tức; **I (you, somebody) for one** nhất định là tôi (anh, ai đó): *I for one have no doubt that he's lying* nhất định là tôi không còn nghi ngờ gì về sự nói dối của nó; **[all] in one** kiêm; đồng kết hợp: *he is President, Treasurer and Secretary in one* ông ta là chủ tịch, kiêm cả thủ quỹ và thư ký; **one after another** người nọ sau người kia; cái nọ sau cái kia; **one and all** *(kng, cũ)* mọi người: *a Happy New Year to one and all!* chúc một năm mới hạnh phúc cho mọi người!; **one and only** duy nhất, độc nhất *(dùng để nhấn mạnh)*: *you have always been my one and only true love* từ trước anh vốn là người yêu duy

nhất của em; **one and the same** cũng cái như vậy, cũng cái như thế *(dùng để nhấn mạnh)*: *one and the same idea occurred to each of them* mỗi người trong bọn họ đều có cùng ý nghĩa; **one by one** lần lượt, từng người một, từng cái một; **one or two** một hai, một số ít: *one or two people can't come* một hai người không đến được; **one up over (on) somebody** có lợi hơn ai; trước ai một bước: *your experience as a sales assistant puts you one up on the other candidates* kinh nghiệm bán hàng đã khiến cho anh có lợi thế hơn các ứng viên khác.

one² /wʌn/ *dt* con số 1. // **number one** x number.

one³ /wʌn/ *dt* bất định **1.** một cái, một chiếc, một trường hợp *(dùng thay thế cho một danh từ để tránh trùng lặp)*: *I forgot to bring a pen; Can you lend me one?* tôi đã quên mang bút theo; anh có thể cho tôi mượn một chiếc được không?; *there have been a lot of accidents in the fog, I read about one this morning* đã có nhiều tai nạn trong sương mù, sáng nay tôi vừa đọc tin về một trường hợp như thế **2. one of** một trong những người *(thuộc một nhóm, một lớp người nào đó)*: *Mr Smith is not one of my customers* ông Smith không phải là một trong những khách hàng của tôi; *we think of you as one of the family* tôi nghĩ về anh như là một người trong gia đình.

one⁴ /wʌn/ *dt* **1.** một cái, cái *(dùng sau this, that, which, hay sau một tt)*: *I prefer that one* tôi thích cái kia hơn; *I need a bigger one*

tôi cần một cái to hơn; *his new car goes faster than his old one* chiếc xe mới của nó chạy nhanh hơn chiếc cũ **2.** [một] người, [một] cái *(dùng với một nhóm từ miêu tả người hoặc vật được nêu ra)*: *our hotel is the one nearest the beach* khách sạn của chúng tôi là cái gần bãi biển nhất; *the boy who threw the stone is the one with curly hair* cậu bé ném đá là cậu có tóc quăn. // **a one** *(kng)* một người có một *(để tỏ sự ngạc nhiên thích thú)*: *you asked your teacher how old she was? you are a one!* chị hỏi cô giáo bao nhiêu tuổi đấy à? Người như chị chỉ có một!; **the one about (something, somebody)** câu chuyện đùa về *(cái gì, ai)*: *have you heard the one about the bald policeman?* anh có nghe câu chuyện đùa về anh cảnh sát hói đầu không?

one⁵ /wʌn/ *dt (dùng sau tt để chỉ một hoặc những người trước đấy chưa định rõ; tùy văn cảnh mà dịch)*: *it's time the little ones were in bed* đã là giờ trẻ nhỏ đang ngủ; *pray to the Holy One for forgiveness* cầu Chúa tha tội.

one⁶ /wʌn/ *dt* người nào đó, người: *he worked like one possessed* nó làm việc như người bị quỷ ám; *he's not one who is easily frightened* nó không phải là người dễ dọa đâu. // **[be] one for [doing] something** là người giỏi về việc gì; là người đã bỏ nhiều thời gian làm gì; là người thích cái gì: *she's a great one for [solving] puzzles* cô ta là một người rất thích giải câu đố; **one another** lẫn nhau: *we must help one another* chúng ta phải giúp đỡ lẫn nhau.

one⁷ /wʌn/ *dt (nhân xưng)* người ta, ai: *one must think before one speaks* người ta phải suy nghĩ trước khi nói; *in these circumstances one prefers to be alone* trong hoàn cảnh ấy ai cũng thích được một mình.

one- *(trong từ ghép)* có một *(cái gì đó)*: *a one-act play* vở kịch một hồi; *a one-way street* đường phố [đi] một chiều.

one-armed bandit /,wʌn a:md 'bændit/ *(Mỹ) nh* fruit-machine.

one-horse /,wʌn'hɔ:s/ *tt* 1. *(thngữ)* [chỉ dùng] một ngựa: *a one-horse cart* xe độc mã 2. *(bóng, đùa)* trang bị nghèo nàn; nhỏ và ít náo nhiệt: *a one-horse town* một thị trấn nhỏ ít náo nhiệt.

one-liner /,wʌn'lainə[r]/ *(kng)* câu đùa ngắn; lời nhận xét ngắn *(trong vở kịch...)*.

one-man band /,wʌn mən 'bænd/ 1. người hát *(thường là ở đường phố)* chơi nhiều nhạc cụ cùng lúc 2. *(bóng)* độc một mình: *I run the business as a one-man band, just me and no one else* tôi trông nom công việc độc một mình, chỉ một mình tôi không còn ai khác nữa.

one-man show /,wʌn mən 'ʃəʊ/ 1. buổi trình diễn một người *(chỉ có một người, thay vì nhiều người)* 2. người làm một mình *(một công việc thường là do nhiều người thực hiện)*.

one-night stand /,wʌn ait 'stænd/ cuộc biểu diễn một tối duy nhất *(tại một địa điểm, trong một chương trình di diễn tại nhiều chỗ)* 2. *(kng)* cuộc tình tự một đêm; người tình một đêm.

one-off¹ /,wʌn'af/ chỉ xảy ra một lần; chỉ được thực hiện một lần.

one-off² /,wʌn'ɒf/ *dt* việc chỉ xảy ra một lần; việc chỉ được thực hiện một lần; việc muôn một: *his novel was just a one-off, he never wrote anything as good as that again* cuốn tiểu thuyết của ông ta đúng là tác phẩm muôn một, ông ta không bao giờ viết được cuốn nào hay như thế nữa.

one p *(cg* **1p***)* /,wʌn'pi:/ 1. một xu: *two one p stamps, please* làm ơn cho mua hai cái tem thư một xu 2. đồng một xu.

onerous /'ɒnərəs/ *tt* nặng nề; khó nhọc: *onerous duties* nhiệm vụ nặng nề; *this is the most onerous task I have ever undertaken* đó là công việc nặng nề nhất mà từ trước đến nay tôi chưa từng đảm nhận.

oneself /wʌn'self/ *dt (phản thân)* tự mình, bản thân mình: *speak of oneself* nói về bản thân mình. // **[all] by oneself** a/ một mình, cô độc b/ một mình, không ai giúp đỡ.

one-sided /,wʌn'saidid/ *tt* 1. một chiều *(ý kiến...)*: *a one-sided argument* lý lẽ một chiều 2. *(thể)* không cân sức: *it was a very one-sided game, our team won easily* ấy là một thi đấu không cân sức, đội chúng tôi đã thắng một cách dễ dàng.

one-sidedly /,wʌn'saididli/ *pht* 1. theo một chiều *(ý kiến...)* 2. *(thể)* [một cách] không cân sức.

one-sidedness /,wʌn'saididnis/ *dt* 1. tính chất một chiều *(ý kiến...)* 2. *(thể)* tính chất không cân sức.

one-time /,wʌntaim/ *tt (thngữ)* [đã] một thời; nguyên, cựu: *a one-time politician* nhà chính trị một thời.

one-to-one /,wʌntʊ'wʌn/ *tt, pht* một một: *a one-to-one ratio between teachers and pupils* tỷ lệ một một giữa thầy giáo và học sinh.

one-track mind /,wʌn træk 'maind/ đầu óc độc đạo *(chỉ chuyên chú độc một vấn đề)*: *he's got a one-track mind, all he ever thinks about is sex!* nó có đầu óc độc đạo, tất cả cái mà nó luôn luôn nghĩ tới là tình dục!

one-upmanship /,wʌn 'ʌpmənʃip/ *dt (kng)* nghệ thuật giành lợi thế, nghệ thuật giữ lợi thế *(hơn những người khác)*.

one-way /,wʌn'wei/ *pht, tt (thngữ)* một chiều: *a one-way street* đường phố [đi] một chiều; *a one-way ticket* vé chỉ đi một lượt *(chỉ có lượt đi không có lượt về)*.

ongoing /'ɒngəʊiŋ/ *tt (thường làm thngữ)* tiếp tục, tiếp diễn: *an ongoing program of research* một chương trình nghiên cứu đang tiếp tục.

onion /'ʌniən/ *dt* hành tây. // **know one's onions** *x* know.

on line /,ɒn'lain/ *tt* trực tuyến *(máy tính)*: *on-line storage* bộ lưu trữ trực tuyến.

onlooker /'ɒnlʊkə[r]/ *dt* người xem.

only¹ /'əʊnli/ *tt (thngữ)* 1. chỉ [có] một, duy nhất: *he is the only person able to do it* nó là người duy nhất có khả năng làm việc đó; *an only child* con một 2. *(kng)* đáng xét nhất; tốt nhất: *she says Italy is the only place to go for a holiday* bà ta nói I-ta-li-a là nơi đi nghỉ tốt nhất. // **one and only** *x* one¹.

only² /'əʊnli/ *pht* chỉ: *I only saw Mary* tôi chỉ thấy Ma-ri *(không có ai khác nữa; chỉ* thấy mà không nói chuyện với Ma-ri); we only waited a few minutes but it seems like hours chúng tôi chỉ mới chờ có ít phút mà tưởng chừng như hàng giờ. // for X's eyes only x eye¹; if only x if; not only... but also không chỉ... mà còn I'm not only tired but also hungry tôi không chỉ mệt mà còn đói nữa; only have eyes for somebody; have eyes only for somebody x eye¹; only just a/ vừa mới: we've only just arrived chúng tôi vừa mới đến b/ hầu như không, vừa xoẳn: I've enough milk for the coffee, but only just tôi còn có đủ sữa cho cà-phê, nhưng vừa xoẳn thôi; only too rất: I'm only too glad to be here tôi rất vui mừng đã đến đây; you're only young once (tục ngữ) người ta chỉ trẻ một lần (sau này trong đời họ sẽ phải lao động và lo âu nhiều): enjoy the disco, you're only young once vui hưởng vũ disco đi, các cháu cứ thỏa thích mà vui chơi!

only³ /ˈəʊnli/ lt (kng) chỉ phải cái là; nhưng: this book's very good, only it's rather expensive cuốn sách này rất hay, chỉ phải cái là hơi đắt; he's always making promises, only he never keeps them nó luôn luôn hứa, nhưng không bao giờ nó giữ lời.

ono /ˌəʊenˈəʊ/ (vt của or near offer) hoặc một giá gần thế: lady's bike £25 ono xe đạp nữ 25 bảng hoặc một giá gần thế (ý nói của hàng có thể đồng ý với 20 bảng chẳng hạn).

onomatopoeia /ˌɒnəˌmætəˈpiə/ tt (ngôn) từ tượng thanh.

onomatopoeic /ˌɒnəˌmætəˈpiːik/ tt (ngôn) tượng thanh:

onomatopoeic words từ tượng thanh.

onrush /ˈɒnrʌʃ/ dt (số ít) sự ào tới; sự xô tới: an onrush of water làn nước xô tới; the onrush of powerful feelings những cảm xúc mãnh liệt ào tới.

onset /ˈɒnset/ dt (số ít) sự ập tới (của một cái gì khó chịu): the onset of winter mùa đông ập tới.

onshore /ˈɒnʃɔː[r]/ tt, pht **1.** về phía bờ [biển] (gió) **2.** trên bờ [biển], gần bờ [biển]: an onshore patrol cuộc tuần tra trên bờ biển.

onside /ˌɒnˈsaid/ tt, pht (thể) ở vị trí hợp thức (để đá hoặc đánh quả bóng; trái với việt vị).

onslaught /ˈɒnslɔːt/ dt cuộc tấn công dữ dội; cuộc công kích dữ dội: they survived an onslaught by pirates họ sống sót sau một cuộc tấn công dữ dội của quân cướp; an onslaught on government policies cuộc công kích dữ dội chính sách của chính phủ.

on-stage /ˌɒnˈsteidʒ/ dt, pht trên sàn diễn: three actors on-stage ba diễn viên trên sàn diễn; she walked slowly on-stage chị ta bước đi chậm rãi trên sàn diễn.

onto (cg on to) /ˈɒntə; (trước nguyên âm và ở cuối ˈɒntuː/ gt lên trên; lên: get onto a horse nhảy lên mình ngựa; the child climbed up onto his father's shoulders cháu bé trèo lên vai bố nó. // be onto somebody a/ (kng) đuổi theo để tìm ra hoạt động bất hợp pháp của ai: the police are onto him about the stolen paintings cảnh sát đuổi theo anh ta về vụ mấy bức tranh bị mất cắp b/ nói với ai (để thông báo điều gì hay thuyết phục làm gì):

have you been onto the solicitor yet? anh đã nói chuyện với luật sư chưa thế?; be onto something (kng) có bằng chứng (dấu hiệu) dẫn tới một phát hiện quan trọng.

ontological /ˌɒntəˈlɒdʒikl/ tt (triết) [về] bản thể học: ontological speculation tư biện về bản thể học.

ontology /ɒnˈtɒlədʒi/ dt (triết) bản thể học.

onus /ˈəʊnəs/ dt the onus (số ít) nhiệm vụ; trách nhiệm; gánh nặng: the onus of bringing up five children gánh nặng nuôi dưỡng dạy dỗ năm đứa con; the onus of proof rests (lies) with you anh có nhiệm vụ chứng minh điều anh đã nói.

onward¹ /ˈɒnwəd/ tt (thngữ) hướng về phía trước; tiến lên: an onward movement sự chuyển dịch về phía trước.

onward² /ˈɒnwəd/ pht nh onwards.

onwards /ˈɒnwədz/ pht về phía trước: move onwards chuyển dịch về phía trước.

onyx /ˈɒniks/ dt (khoáng) onixơ, mã não dạng dải.

oodles /ˈuːdlz/ dt snh **oodles of something** (kng) hàng đống, hàng lô, muôn vàn (cái gì): oodles of money hàng đống tiền.

oomph /ʊmf/ dt (kng) **1.** nghị lực; nhiệt tình **2.** sự khêu gợi tình dục; vẻ khêu gợi tình dục

ooze¹ /uːz/ dgt **1.** rỉ ra: black oil was oozing out of the engine dầu đen rỉ ra từ cỗ máy; blood was still oozing from the wound máu còn rỉ ra từ vết thương **2.** để rỉ ra, cho rỉ ra: the wound was oozing pus vết thương còn để mủ rỉ ra; she was simply oozing [with] charm *(bóng)* cô ta để toát ra vẻ duyên dáng một cách hồn nhiên.

ooze² /uːz/ *dt* **1.** bùn lỏng *(ở đáy ao, hồ, sông...)* **2.** *(số ít)* sự rỉ ra, dòng rỉ ra: *the ooze of pus from a wound* dòng mủ rỉ ra từ vết thương.

op¹ /ɒp/ *dt (kng)* operation *(nt)*.

op² *(cg* **Op)** *(vt của* opus) tác phẩm *(nhạc): Beethoven's Piano Sonata No 30 in E major, Op 109* Xônat dương cầm số 30 của Beethoven cung Mi trưởng, tác phẩm 109.

opacity /əʊˈpæsəti/ *dt (cg* **opaqueness) 1.** tính mờ đục; tính chắn sáng: *the opacity of frosted glass* tính mờ đục của kính phủ sương giá **2.** tính không rõ, tính khó hiểu *(của bài viết, lời tuyên bố...)*.

opal /ˈəʊpl/ *dt* ngọc mắt mèo, opan: *a bracelet made of opals* chiếc xuyến bằng ngọc mắt mèo; *an opal ring* chiếc nhẫn bằng ngọc mắt mèo.

opalescent /ˌəʊpəˈlesnt/ *tt* lấp lánh ngũ sắc: *an opalescent silky material* vải mượt mà óng ánh ngũ sắc.

opaque /əʊˈpeik/ *tt* **1.** mờ đục; chắn sáng: *opaque glass* kính mờ đục **2.** không rõ; khó hiểu: *his report was opaque* bản báo cáo của ông ta không rõ.

opaquely /əʊpeikli/ *pht* **1.** [với vẻ] mờ đục **2.** [một cách] không rõ; [một cách] khó hiểu.

opaqueness /əʊˈpeiknis/ *dt nh* opacity: *the opaqueness of his reasoning* tính chất khó hiểu trong cách suy luận của anh ta.

op art /ˈɒpɑːt/ *(cg* **optical art)** nghệ thuật ảo quang *(nghệ thuật trừu tượng sử dụng*

những mẫu hình học để tạo ảo giác quang học).

op cit /ˌɒpˈsit/ *(vt của* opere citato, tiếng La-tinh) trong tác phẩm đã dẫn.

OPEC /ˈəʊpek/ *(vt của* Organization of Petroleum Exporting Countries) Tổ chức các nước xuất khẩu dầu mỏ.

open¹ /ˈəʊpən/ *tt* **1.** mở, ngỏ: *leave the door open* để ngỏ *(mở)* cửa; *with both eyes open* hai mắt mở trô trố; *the flowers are all open* hoa đã mở (nở) cả; *the book lay open on the table* quyển sách để mở trên bàn; *the garden is open to the public* công viên mở cho công chúng vào xem **2.** trống, hở, lộ thiên; trần, không có mui che: *an open field* đồng không mông quạnh; *an open car* xe không mui **3.** mở cửa: *the shop isn't open on Sundays* chủ nhật cửa hàng không mở cửa; *doors open at 7.00 pm* mở cửa lúc 7 giờ tối *(rạp hát...); He declared the festival open* ông ta tuyên bố liên hoan khai mạc **4** mở rộng, không hạn chế: *an open competition* cuộc thi đấu mở rộng cho mọi người **5** công khai: *she was tried in open court* bà ta đã bị xử tại một phiên tòa công khai **6.** cởi mở; thật tình: *an open character* tính tình cởi mở; *be open with somebody* cởi mở với ai **7.** chưa quyết định; chưa giải quyết xong; còn để ngỏ: *an open question* vấn đề chưa giải quyết xong, vấn đề còn tranh luận; *let's leave the matter open* ta hãy để ngỏ vấn đề; *is the position still open?* chức vị đó còn bỏ ngỏ sao? **8.** thưa, có kẽ hở: *open texture* kiểu dệt thưa; *in open order (quân)* đứng thành hàng thưa. // **be an**

open secret là một điều mọi người đều biết: *their love affair is an open secret.* chuyện tình giữa họ với nhau mọi người đều biết; **be (lay) oneself [wide] open to** mở rộng lòng mà đón nhận *(lời chỉ trích...): don't lay yourself open to attack* chớ có mở rộng lòng mà đón nhận lời công kích; **be open to offer (offers)** vui lòng xem xét giá do người bán đề nghị: *we haven't decided on a price, but we're open to offers* chúng tôi chưa quyết định giá cả, nhưng chúng tôi vui lòng xem xét giá do người bán đề nghị; **have (keep) an open mind (about something, on something)** vui lòng đón nhận (ý kiến mới, ý kiến nhận xét... của người khác): *I'm not convinced your idea will work, but I'll keep an open mind for the moment* tôi chưa tin chắc là ý kiến của anh sẽ nên chuyện, nhưng lúc này tôi xin vui lòng đón nhận; **in the open air** ngoài trời: *sleeping in the open air* ngủ ngoài trời; **keep one's ears (eyes) open** cảnh giác và nhanh nhạy, chú ý nghe ngóng; **keep an eye open** *x* eye¹; **keep one's eyes open** *x* eye¹; **keep open house** mở rộng cửa đón khách; rất hiếu khách; **keep (leave) one's option open** *x* option; **keep a weather eye open** *x* weather¹; **leave the door open** *x* leave¹; **an open book** người dễ hiểu và rất ngay thật; **open Sesame** cửa mở ra! *(câu thần chú hô cho cửa mở ra, trong truyện Nghìn lẻ một đêm)*; **an open sesame** con đường dễ hơn để giành được *(một cái khó đạt đến): being the boss's daughter is not an open sesame to every well-paid job in the firm* là con gái ông

O

chủ chưa hẳn đã là con đường dễ hơn để được nhận mọi việc trả lương cao trong hãng; **open to somebody** mở ra cho ai; mà ai có thể theo: *it seems to me that there are only two options open to him* theo tôi thì hình như chỉ có hai cách chọn lựa mà nó có thể theo; **open to something** sẵn lòng đón nhận: *open to suggestions* sẵn lòng đón nhận các đề nghị gợi ý; **throw something open** mở rộng ra cho mọi người: *throw one's house open to the public* mở rộng cửa nhà mình cho công chúng; **wide open** x wide; **with one's eyes open** x eye¹; **with open arms** một cách ân cần; một cách nhiệt tình: *he welcomed us with open arms* ông ta ân cần (nhiệt tình) đón chúng tôi.

open² /ˈəʊpən/ *dt* the open chỗ ngoài trời; chỗ quang thoáng: *the children love playing out in the open* trẻ em thích chơi ngoài trời. // **bring in (into) the open** phổ biến cho mọi người biết, cho biết rộng rãi; **be (come) [out] in (into) the open** được biết rộng rãi: *now the scandal is out in the open, the President will have a lot of questions to answer* bây giờ vụ tai tiếng đã được người ta biết rộng rãi, thì tổng thống sẽ có cả một lô câu hỏi phải trả lời.

open³ /ˈəʊpən/ *dgt* **1.** mở: *he opened the door for me to come in* anh ta mở cửa cho tôi vào; *does the window open inwards or outwards?* cửa sổ mở cánh vào trong hay ra ngoài thế?; *open a book* mở một quyển sách; *open a new road through a forest* mở một con đường mới qua rừng; *open negotiations* mở những cuộc đàm

phán **2.** bắt đầu, khai mạc: *the meeting opened yesterday* cuộc họp khai mạc hôm qua; *the Queen opens Parliament* nữ hoàng khai mạc nghị viện **3.** mở cửa: *banks don't open on Sunday* ngân hàng không mở cửa ngày chủ nhật. // **the heavens opened** x heaven; **open one's eyes** open one's eyes mở to mắt tỏ vẻ ngạc nhiên; **open somebody's eyes** làm cho ai trố mắt ra; làm cho ai sáng mắt ra; **open fire** nổ súng; khai hỏa: *he ordered his men to open fire* ông ta ra lệnh cho lính nổ súng; **open the floodgates (of something)** giải thoát, cho thả cửa, bùng ra *(tình cảm, cuộc bạo loạn... trước đó bị đè nén)*; **open one's heart (mind) to somebody** thổ lộ tâm tình với ai.

open into (onto) something mở ra phía; dẫn tới: *this door opens into the garden* cửa này mở ra [phía] vườn; *the two rooms open into one another* hai phòng mở thông với nhau; **open out** a/ mở ra, trải ra: *the view opened out in front of us as the fog cleared* tầm nhìn mở rộng ra trước mắt chúng ta khi sương mù tan đi b/ phát triển *(về cá tính...)*; **open up** a/ *(kng)* nói năng thoải mái và cởi mở: *after a few drinks, he began to open up a bit* sau vài chén rượu, ông ta bắt đầu nói năng thoải mái và cởi mở một chút b/ [làm cho] mở ra, [làm cho] bung ra: *coughing like that might open up your wound* ho như thế thì có thể làm bung vết thương của anh ra đấy c/ khai; khai thác, khai phá: *open up new territory* khai phá một miền mới; *new mines are opened up* những mỏ mới đã được khai thác d/ [làm cho] mở cửa

(buôn bán): *open up a new restaurant* mở [cửa] một cửa hàng ăn mới; **open something up** cởi, mở *(gói đồ...)*; mở khóa *(cửa phòng)*: *open up a package* mở một gói đồ; *open up! shouted the police officer* mở cửa ra! viên cảnh sát thét lên; **open with something** bắt đầu *(việc gì đó)* bằng *(cái gì đó)*: *story opens with a murder* truyện bắt đầu bằng một vụ sát nhân; *he opened the conference with a speech* ông ta bắt đầu (khai mạc) hội nghị bằng một bài diễn văn.

open-air /ˌəʊpən'eə[r]/ *tt* ngoài trời: *an open-air party* cuộc liên hoan ngoài trời.

open-and-shut /ˌəʊpən ən 'ʃʌt/ *tt* hoàn toàn rõ ràng và dễ hiểu, rõ rành rành: *he's obviously guilty, it's an open-and-shut case* nó hiển nhiên là có tội, ấy là một vụ đã rõ rành rành.

opencast /ˈəʊpənkɑːst/ *tt (thường thngữ)* lộ thiên *(mỏ)*: *opencast coal-mining* sự khai mỏ than lộ thiên.

open cheque /ˌəʊpən'tʃek/ *(ktế)* séc thường, séc không gạch chéo.

open day /ˈəʊpəndeɪ/ ngày mở cửa *(cho vào tham quan, một nơi bình thường vốn đóng cửa)*.

open-ended /ˌəʊpən'endɪd/ *tt* bỏ ngỏ; không hạn chế; không đặt mục đích trước: *an open-ended discussion* một cuộc tranh luận bỏ ngỏ.

opener /ˈəʊpnə[r]/ *dt (thường trong từ ghép)* cái mở *(hộp, nút chai...)*: *a bottle-opener* cái mở nút chai. // **for openers** *(Mỹ, kng)* để khởi đầu; để bắt đầu: *for openers we'll get ride of this old furniture* để khởi đầu, ta hãy tống khứ những thứ đồ đạc cũ này đi đã.

open-eyed /ˌəʊpən'aid/ *tt* **1.** [với] mắt mở to: *open-eyed in terror* mắt mở to trong cơn khiếp sợ **2.** cảnh giác; tỉnh táo.

open-handed /ˌəʊpən'hæn-did/ *tt* hào phóng.

open-handedly /ˌəʊpən 'hændidli/ *pht* [một cách] hào phóng.

open-handedness /ˌəʊpən 'hædidnis/ *dt* tính hào phóng.

open-hearted /ˌəʊpən'hɑːtid/ *tt* chân thành.

open-heart surgery /ˌəʊpən hɑːt 'sɜːdʒəri/ *(y)* phẫu thuật mở tim.

opening[1] /'əʊpniŋ/ *dt* **1.** khe hở; lỗ: *an opening on a hedge* một khe hở trên hàng rào; *an opening in the clouds* một lỗ trên đám mây **2.** sự mở: *the opening of a new library* sự mở cửa của một thư viện mới; *the opening of a flower* sự nở một bông hoa **3.** *(số ít)* sự mở đầu, sự khai mạc, sự khai trương; phần mở đầu: *the opening of a speech* sự mở đầu bài nói; *the opening of a book* phần mở đầu cuốn sách **4.** lễ khai trương, lễ khánh thành: *many attended the opening of the new sports centre* nhiều người đã dự lễ khánh thành trung tâm thể thao mới **5.** chân khuyết *(việc chưa có người làm, chức vị chưa có người đảm đương)*: *an opening in an advertising agency* một chân khuyết ở hãng quảng cáo **6.** cơ hội; dịp tốt; hoàn cảnh thuận lợi: *excellent openings for trade* hoàn cảnh thuận lợi tuyệt vời cho việc buôn bán.

opening[2] /'əʊpniŋ/ *tt (thngữ)* mở đầu; khai mạc: *his opening remarks* những nhận xét mở đầu của anh ta; *opening speech* bài diễn văn khai mạc.

opening night /ˌəʊpniŋ'nait/ đêm mở màn *(việc diễn một vở, có mời các nhà phê bình sân khấu tới dự).*

opening-time /'əʊpniŋ'taim/ *dt* giờ mở cửa *(của quán rượu).*

open letter /ˌəʊpən'letə[r]/ bức thư ngỏ: *the students wrote an open letter to the Minister of Education* sinh viên đã viết một bức thư ngỏ cho ông Bộ trưởng Giáo dục.

openly /'əʊpnli/ *pht* [một cách] công khai.

open-minded /ˌəʊpən'main-did/ *tt* phóng khoáng; không thành kiến.

open-mouthed /ˌəʊpən 'maʊθ/ *tt* há hốc mồm vì kinh ngạc.

openness /'əʊpnis/ *dt* tính trung thực, tính thật tình.

open-plan /ˌəʊpən'plæn/ *tt* bên trong có ít tường ngăn *(ngôi nhà).*

open prison /ˌəʊpən'prizn/ nhà ngục ít hạn chế đối với tù nhân.

open question /ˌəʊpən 'kwestʃən/ **1.** vấn đề có nhiều cách nhìn khác nhau **2.** vấn đề còn mở, vấn đề còn chưa giải quyết.

open sandwich /ˌəʊpən'sæn-widʒ, (Mỹ) ˌəʊpən'sænwittʃ/ xăng-uých mở, lát bánh mì kèm nhân.

the open sea /ˌəʊpən'siː/ biển khơi.

the open season /ˌəʊpən 'siːzn/ mùa được phép săn bắt *(một số cá, một số động vật, vì mục đích thể thao).*

the Open University /ˌəʊpən juːniˈvɜːsəti/ trường đại học tổng hợp học bằng thư và phương tiện truyền thông riêng.

open verdict /ˌəʊpən'vɜːdikt/ bản án ngỏ *(không định rõ hành động nào hoặc tội nào đã gây ra sự chết người).*

open vowel /ˌəʊpən'vaʊəl/ *(ngôn)* nguyên âm mở *(như* [ɑː], [ɒ]).

open-work /'əʊpənwɜːk/ *dt* trang trí lỗ giua *(ở vải, kim loại)*: *an open-work lace* dây buộc có lỗ giua.

opera[1] /'ɒpərə/ *dt snh* của opus.

opera[2] /'ɒpərə/ *dt* **1.** opera, nhạc kịch **2.** đoàn nhạc kịch.

operable /'ɒpərəbl/ *tt (y)* có thể phẫu thuật: *the tumour is operable* khối u này phẫu thuật được.

opera-glasses /'ɒpərəɡlɑːsiz/ *dt snh* ống nhòm xem kịch.

opera-house /'ɒpərəhaʊs/ *dt* nhà hát nhạc kịch.

operate /'ɒpəreit/ *dgt* **1.** hoạt động, vận hành, chạy *(máy)*: *the machine operates night and day* cỗ máy chạy *(vận hành)* suốt ngày đêm **2.** cho chạy, vận hành; điều khiển; thao tác: *he operates the lift* anh ta vận hành thang máy; *operate machinery* điều khiển máy móc **3.** có tác dụng; có hiệu lực: *the medicine did not operate* thuốc đó không có tác dụng; *the new law operates from January first* luật mới có hiệu lực từ ngày 1 tháng giêng **4.** điều khiển; quản lý: *they operate three factories* họ điều khiển ba xí nghiệp **5.** *(y)* mổ, phẫu thuật: *the doctors decided to operate [on her] immediately* các bác sĩ đã quyết định mổ [cô ta] ngay lập tức **6.** hoạt động; đột kích; bố ráp; tuần tra; tác chiến *(công an, quân lính)*: *bombers operating from bases in the South* máy bay ném bom hoạt động từ các căn cứ ở miền Nam.

operatic /ˌɒpə'rætik/ *tt* [thuộc] nhạc kịch; [cho] nhạc kịch: *operatic music* nhạc cho nhạc kịch.

operatically /ˌɒpə'rætikli/ *pht* theo kiểu nhạc kịch; về mặt nhạc kịch.

operating room /'ɒpəreitiŋ rʊːm/ *(Mỹ, y)* phòng mổ.

operating system /'ɒpərei- tiŋ sistəm/ hệ thống điều hành *(máy điện toán)*.

operating-table /'ɒpəreitiŋ teibl/ *dt (y)* bàn mổ: *the patient died on the operating table* bệnh nhân đã chết trên bàn mổ.

operating-theatre /'ɒpərei- tiŋ θiətə[r]/ *dt* phòng mổ.

operation /ˌɒpə'reiʃn/ *dt* **1.** sự vận hành: *I can use a word processor but I don't understand its operation* tôi có thể dùng bộ xử lý ngôn ngữ, nhưng tôi không hiểu cách vận hành **2.** hoạt động *(thường của nhiều người, rải ra trên một thời gian)*; thao tác: *mount a rescue opera- tion* tổ chức hoạt động cứu nguy **3.** *(cg op)* phẫu thuật: *undergo an operation for ap- pendicitis* qua một cuộc phẫu thuật vì viêm ruột thừa: *a liver transplant ope- ration* phẫu thuật ghép gan **4.** công ty kinh doanh: *huge multinational electronics op- eration* công ty điện tử đa quốc gia khổng lồ **5.** *(cg ops)* sự hành quân: *the officer in charge of operations* viên sĩ quan phụ trách hành quân **6. Operation** *(số ít)* cuộc hành quân: *Operation Overlord* cuộc hành quân Overlord **7.** *(thường snh)* hoạt động *(buôn bán, công nghiệp...)*: *business operations* hoạt động kinh doanh buôn bán **8.** *(toán)* phép tính. // **be in**

operation; come into opera- tion có hiệu quả; có hiệu lực: *is this rule in operation?* luật lệ ấy có hiệu lực không đấy?; **bring something into op- eration** làm cho có hiệu quả; làm cho có hiệu lực.

operational /ˌɒpə'reiʃənl/ *tt* **1.** [thuộc] hoạt động; [thuộc] thao tác: *operation code* mã hoạt động; mã thao tác **2.** sẵn sàng để dùng; sẵn sàng hoạt động: *the telephone is fully operational again* điện thoại lại sẵn sàng để dùng *(dùng lại được)* hoàn toàn.

operations research /ˌɒpə- 'reiʃnz risɜːtʃ/ vận trù học.

operations room /ˌɒpə'reiʃnz rʊm/ *(quân)* phòng chỉ huy hành quân.

operative¹ /'ɒpərətiv, *(Mỹ* 'ɒpəreitiv)/ *tt* hoạt động; được sử dụng; có hiệu lực: *this law becomes operative on 12 May* đạo luật này có hiệu lực từ ngày 12 tháng 5; *the station will be opera- tive again in January* đài sẽ hoạt động trở lại vào tháng Giêng. // **the operative word** từ có ý nghĩa nhất *(trong một câu)*.

operative² /'ɒpərətiv, *(Mỹ* 'ɒpəreitiv)/ *dt* **1.** công nhân: *factory operatives* công nhân xí nghiệp **2.** thám tử, mật vụ; gián điệp: *undercover operatives* gián điệp cài lọt vào trong lòng địch.

operator /'ɒpəreitə[r]/ *dt* **1.** người vận hành; người thao tác: *a lift operator* người vận hành thang máy **2.** người phụ trách tổng đài điện thoại **3.** người điều khiển, người phụ trách *(một cơ sở kinh doanh, một cơ sở công nghiệp)* **4.** *(kng, xấu)* người có tài xoay xở; người gian xảo **5.** *(toán)* toán tử.

operetta /ˌɒpəretə/ *dt (skhấu)* operet, ca kịch nhẹ.

ophthalmic /ˌɒfθælmik/ *tt* [thuộc] mắt; [dùng cho] mắt: *ophthalmic surgery* phẫu thuật mắt.

ophthalmic optician /ˌɒf,θælmik ɒp'tiʃn/ kỹ thuật viên kính *(kính đeo mắt)*.

ophthalmologist /ˌɒfθæl'm ɒlədʒist/ *dt* bác sĩ mắt, bác sĩ nhãn khoa.

ophthalmology /ˌɒfθæl'mɒ- lədʒi/ *dt (y)* khoa mắt, nhãn khoa.

ophthalmoscope /ɒf'θæl- məskəʊp/ *dt (y)* kính soi đáy mắt.

opiate /'əʊpiət/ *dt (y)* chế phẩm có thuốc phiện *(dùng làm thuốc giảm đau hoặc gây ngủ)*.

opinion /ə'piniən/ *dt* **1.** ý kiến; quan điểm: *what's your opinion of the new President?* ý kiến của anh về ông chủ tịch mới như thế nào?; *political opinions* quan điểm chính trị; *get a lawyer opinion on a question* lấy ý kiến của luật sư về một vấn đề **2.** dư luận: *the project seems excellent, but local opinions is against it* đề án có vẻ rất hay, nhưng dư luận địa phương lại phản đối; *public opinion* dư luận quần chúng, công luận. // **be of the opinion that** tin rằng; nghĩ rằng: *I'm of the opinion that he is right* tôi nghĩ rằng anh ta đúng; **one's con- sidered opinion** x consider; **have a good (bad, high, low...) opinion of** đánh giá tốt *(xấu, cao, thấp)* về: *the boss have a very high opinion of her* ông chủ đánh giá cô ta rất cao; **in my (your...) opinion** theo ý kiến tôi (anh...): *in my opinion and the opinion of most people, it is a very sound investment* theo ý kiến tôi và ý kiến của hầu hết mọi người thì đó là một sự đầu tư rất đúng đắn; **a matter of opinion** x matter[1].

opinionated /ə'piniəneitid/ *tt* (cg **self-opinionated**) bảo thủ ý kiến; ngoan cố: *he is the most opinionated man I know* anh ta là người ngoan cố nhất mà tôi biết.

opinion poll /ə'piniənpəʊl/ cuộc thăm dò ý kiến, cuộc thăm dò dư luận.

opium /'əpiəm/ *dt* thuốc phiện.

opossum /ə'pɒsəm/ *dt* (Mỹ cg **possum** 'pɒsəm) *(động)* thú có túi đuôi quấn.

opp *vt* của opposite.

opponent /ə'pəʊnənt/ *dt* 1. đối thủ, dịch thủ: *our opponents in the games* đối thủ của chúng tôi trong cuộc thi đấu; *a political opponent* đối thủ chính trị 2. kẻ phản đối: *opponents of abortion* những kẻ phản đối việc phá thai.

opportune /'ɒpətjuːn, 'ɒpətuːn/ *tt* 1. thích hợp *(thời gian): arrive at on opportune moment* đến vào một lúc thích hợp 2. đúng lúc: *an opportune intervention* sự can thiệp đúng lúc.

opportunely /'ɒpətjuːnli/ *pht* 1. một cách thích hợp 2. [một cách] đúng lúc.

opportunism /,ɒpə'tjuːnizəm, (Mỹ ,ɒpə'tuːnizəm)/ *dt* *(xấu)* chủ nghĩa cơ hội: *political opportunism* chủ nghĩa cơ hội về chính trị.

opportunist /,ɒpə'tjuːnist/ *dt* *(xấu)* kẻ cơ hội.

opportunity /,ɒpə'tjuːnəti, (Mỹ ,ɒpə'tuːnəti)/ *dt* cơ hội, thời cơ: *don't miss this opportunity, it never comes again* chớ có bỏ lỡ cơ hội ấy, nó có thể không bao giờ trở lại nữa đâu; *seize an opportunity* nắm lấy thời cơ. // **take the opportunity to do**

(of doing) something lợi dụng cơ hội (nhân cơ hội) mà làm gì: *let me take this opportunity to say a few words* cho tôi nhân cơ hội này nói một vài lời; *we took the opportunity of visiting the palace* chúng tôi đã nhân cơ hội mà tham quan lâu đài.

oppose /ə'pəʊz/ *dgt* 1. chống đối; phản đối: *oppose the Government* chống đối chính phủ; *he opposed the proposal to build a new hall* ông ta phản đối việc xây dựng một tòa đại sảnh mới 2. đối dịch: *who is opposing you in the match?* ai đối dịch với anh trong cuộc thi đấu thế? // **oppose something to (against) something** cho *(cái gì)* đối lại với *(cái gì): do not oppose your will against mine* đừng có cho ý muốn của anh đối lại với ý muốn của tôi.

opposed /ə'pəʊzd/ *tt* chống lại; phản đối: *she seems very much opposed to your going abroad* chị ta có vẻ phản đối rất dữ việc anh đi ra nước ngoài. // **as opposed to** trái với; đâu có phải là: *I am here on business as opposed to a holiday* tôi ở đây có công việc, đâu có phải là đi nghỉ.

opposite[1] /'ɒpəzit/ *tt* 1. ở phía bên kia: *on the opposite page* ở trang phía bên kia; *this is number 6, so number 13 must be on the opposite side of the street* đây là số nhà 6, vậy số 13 phải ở bên kia đường phố 2. đối diện: *I could see smoke coming out of the windows of the house opposite* tôi đã có thể thấy khói thoát ra từ cửa sổ của ngôi nhà đối diện 3. đối nhau, ngược nhau: *travelling in opposite directions* đi theo những

hướng ngược nhau; *opposite leaves (thực)* lá mọc đối.

opposite[2] /'ɒpəzit/ *pht* đối diện; trước mặt: *the woman sitting opposite is a detective* người phụ nữ ngồi trước mặt là một thám tử.

opposite[3] /'ɒpəzit/ *gt* 1. ở phía bên kia; đối diện; trước mặt: *I sat opposite to him during the meal* trong bữa ăn tôi ngồi đối diện với anh ta; *the bank is opposite the supermarket* ngân hàng đối diện với siêu thị 2. *(skhẩu)* đóng vai bổ *(của một diễn viên khác): she had always dreamed of appearing opposite Olivier* cô ta vẫn hằng mơ ước đóng vai bổ của Olivier.

opposite[4] /'ɒpəzit/ *dt* từ trái ngược lại; cái trái ngược lại: *light is the opposite of heavy* "nhẹ" ngược nghĩa với "nặng"; *I thought she would be small and pretty but she's completely the opposite* tôi nghĩ là cô ta hẳn là người nhỏ bé và xinh đẹp, nhưng sự thực thì hoàn toàn trái ngược.

one's opposite number /wʌns ,ɒpəzit 'nʌmbə[r]/ người đồng nhiệm: *talks with her opposite number in the White House* cuộc nói chuyện với đồng nhiệm của bà ta ở Nhà Trắng.

opposition /,ɒpə'ziʃn/ *dt* 1. sự chống đối; sự phản đối: *her proposal meet with strong opposition* đề nghị của bà ta bị phản đối mạnh 2. những kẻ chống đối; đối thủ 3. **the Opposition** phe đối lập *(phe chống đối chính phủ ở Anh): the leader of the Opposition* lãnh tụ phe đối lập; *the Opposition benches* ghế ngồi của nghị sĩ đối lập *(trong nghị viện Anh).* // **in opposition** a/ đối

O

lập: *we found ourselves in opposition to several colleagues on this issue* chúng tôi thấy mình đối lập với nhiều đồng nghiệp về điểm ấy b/ tạo thành phe đối lập: *this party was in opposition for the first time in years* đảng ấy đã tạo thành phe đối lập lần đầu tiên trong bao nhiêu năm nay.

oppress /ə'pres/ *dgt* **1.** áp bức: *the people are oppressed by the military government* nhân dân bị chính phủ quân sự áp bức **2.** đè nặng; làm ngột ngạt: *feel oppressed with the heat* cảm thấy ngột ngạt vì nóng; *oppressed with anxiety* bị lo âu đè nặng; lòng nặng trĩu lo âu.

oppressed[1] /ə'prest/ *tt* bị áp bức: *oppressed class* giai cấp bị áp bức.

oppressed[2] /ə'prest/ *dt the oppressed (dgt snh)* những người bị áp bức: *the oppressed of the world* những người bị áp bức trên thế giới.

oppression /ə'preʃn/ *dt* sự áp bức: *a tyrant's oppression of his people* sự áp bức dân chúng của một tên bạo chúa; *victims of oppression* những nạn nhân của sự áp bức.

oppressive /ə'presiv/ *tt* **1.** đàn áp; bất công; tàn bạo: *oppressive measures* những biện pháp đàn áp; *oppressive laws* những đạo luật bất công **2.** đè nặng; ngột ngạt: *oppressive weather* thời tiết ngột ngạt.

oppressively /ə'presivli/ *pht* **1.** [một cách] bất công; [một cách] tàn bạo **2.** [một cách] nặng trĩu; [một cách] ngột ngạt: *oppressively hot* nóng ngột ngạt.

oppressor /ə'presə[r]/ *dt* kẻ áp bức: *suffer at the hands of an oppressor* đau khổ dưới bàn tay của một tên áp bức.

opprobrious /ə'prəʊbriəs/ *tt* lăng nhục: *opprobrious language* lối nói lăng nhục.

opprobriously /ə'prəʊbriəsli/ *pht* [một cách] lăng nhục.

opprobrium /ə'prəʊbriəm/ *dt* sự lăng nhục; sự nhục nhã: *incur opprobrium* bị lăng nhục; chịu nhục nhã.

ops /ɒps/ *dt snh (kng)* sự hành quân.

opt /ɒpt/ *dgt* chọn: *fewer students are opting for science courses nowadays* ngày nay ít sinh viên chọn những lớp về khoa học. // **opt out of** chọn cách không tham gia: *I think I'll opt out of this game* tôi nghĩ là tôi sẽ chọn cách không tham gia trò chơi này.

optic /'ɒptik/ *tt (thường thngũ)* [thuộc] mắt; [thuộc] thị giác: *the optic nerve* dây thần kinh thị giác.

optical /'ɒptikl/ *tt (thường thngũ)* **1.** [thuộc] thị giác: *optical effects and sound effects* hiệu quả thị giác và hiệu quả âm thanh **2.** [thuộc] quang học: *optical instruments* dụng cụ quang học.

optical art /'ɒptikl'ɑːt/ *(cg op art)* nghệ thuật ảo quang *(x op art)*.

optical illusion /'ɒptiklı'luːʒn/ ảo giác quang học: *I thought a saw a ghost but is was just an optical illusion* tôi tưởng là tôi đã thấy ma, nhưng thực ra đó chỉ là một ảo giác quang học.

optician /ɒp'tiʃn/ *dt* **1.** người làm kính; người bán kính *(kính deo mắt)* **2.** *(cg ophthalmic optician)* kỹ thuật viên kính *(kính deo mắt)*: *the optician said I needed new glasses* kỹ thuật viên kính bảo tôi là cần thay kính mới.

optimism /'ɒptimizəm/ *dt* **1.** sự lạc quan; tính lạc quan **2.** *(triết)* chủ nghĩa lạc quan.

optimist /'ɒptimist/ *dt* người lạc quan: *he's such an optimist that he's sure he'll soon find a job* nó [là một người] lạc quan đến nỗi nó chắc chắn rằng chẳng mấy chốc nữa nó sẽ tìm được việc làm.

optimistic /ˌɒpti'mistik/ *tt* lạc quan: *an optimistic view of events* một cách nhìn lạc quan về biến cố; *she is not optimistic about the outcome* cô ta không lạc quan về kết quả.

optimistically /ˌɒpti'mistikli/ *pht* [một cách] lạc quan.

optimum /'ɒptiməm/ *tt (cg* **optimal** /ˌɒptiməl/) *(thngũ)* tối ưu: *the optimum temperature for the growth of plants* nhiệt độ tối ưu cho sự sinh trưởng của cây; *enjoy optimum economic conditions* được hưởng những điều kiện kinh tế tối ưu.

option /'ɒpʃn/ *dt* **1.** sự chọn; quyền chọn; sự tự do chọn: *he did it because he had no other option* anh ta làm cái đó vì anh không có sự chọn nào khác **2.** thứ để chọn: *there weren't many options open to him* đã không có nhiều thứ để cho nó chọn **3.** quyền mua (bán) *(theo một giá nào đó trong một thời hạn nào đó)*: *have an option on a piece of land* có quyền mua (bán) một mảnh đất; *we have a 12-day option on the house* chúng ta có quyền mua (bán) ngôi nhà trong thời hạn 12 ngày. // **keep (leave) one's options open** để ngỏ quyền chọn *(tránh không quyết định lúc này, về sau còn quyền chọn)*:

don't take the job now, keep your options open until you leave university khoan hãy nhận việc làm đó bây giờ, hãy chờ cho đến khi anh rời trường đại học đã.

optional /'ɒpʃənl/ *tt* [được chọn] tùy ý; không bắt buộc: *optional subjects at school* những môn học [được chọn] tùy ý ở nhà trường.

opulence /'ɒpjʊləns/ *dt* sự giàu có; sự phong phú.

opulent /'ɒpjʊlənt/ *tt* giàu có; phong phú: *an opulent suburb* một vùng ngoại ô giàu có; *opulent vegetation* cây cỏ phong phú.

opulently /'ɒpjʊləntli/ *pht* [một cách] giàu có; [một cách] phong phú.

opus /'əʊpəs/ *dt* (*snh* **opera**) **1.** (*nhạc*) tác phẩm (*có đánh số, của một nhạc sĩ*): *Beethoven opus 112* Beethoven tác phẩm 112 **2.** tác phẩm nghệ thuật (*trên quy mô lớn*).

or /ɔ:[r]/ *lt* **1.** hoặc; hay [là]: *are you coming or not* anh đến hay không thế?; *is the baby a boy or a girl?* đứa bé là con trai hay con gái thế?; *I'd like it to be white or grey* tôi thích cái đó màu trắng hoặc màu ghi **2.** tức là: *a kilo, or two pounds* một ki-lô tức là hai pao (*hai cân Anh*) **3.** nếu không: *turn the heat down or your cake will burn* bớt lửa đi nếu không bánh của anh sẽ cháy đấy **4.** cũng không (*sau một từ phủ định*): *he can't read or write* nó không đọc được cũng không viết được. // **either... or** *x* either; **or else** a/ nếu không: *hurry up or else you'll be late* nhanh lên nếu không sẽ trễ đấy b/ (*kng*) nếu không sẽ không hay đâu (*dùng để dọa*): *pay up or else!* trả hết, nếu không

sẽ không hay đâu!; **or rather** hoặc đúng hơn: *we stayed at my friend's house, or rather at my friend's parents' house* chúng tôi ở lại nhà bạn tôi, hoặc đúng hơn nhà của bố mẹ bạn tôi; **or so** hoặc chừng ấy, hoặc khoảng thế: *there were twenty or so* có hai mươi hoặc khoảng thế; *we stayed for an hour or so* chúng tôi lưu lại một tiếng đồng hồ hoặc khoảng thế; **or somebody (something, somewhere); somebody (something, somewhere) or other** (*kng*) một người (một cái, một nơi) nào đó: *I put it in the cupboard or somewhere* tôi đã để cái đó vào tủ hay vào một nơi nào đó (*hay đâu đấy*); **or two** (*sau một dt số ít*) hoặc hơn thế; vào khoảng: *after a minute or two we saw him* sau một phút hay hơn thế, chúng tôi đã gặp ông ta; **whether... or; whether or not** *x* whether.

-or (*tiếp tố tạo thành dt với từ dgt*) người, viên, vật (*hành động, hoạt động theo nghĩa của dgt*): *actor* diễn viên; *governor* thống đốc.

oracle /'ɒrəkl, (*Mỹ* 'ɔ:rəkl)/ *dt* **1.** lời sấm; lời thánh dạy; lời tiên tri **2.** nhà tiên tri **3.** đền thờ (*nơi đến xin lời thánh dạy thời cổ Hy Lạp*) **4.** (*bóng*) người có uy tín; bậc thánh: *my sister is the oracle on beauty matters* về mặt tô điểm sắc đẹp như thế nào thì chị tôi là bậc thánh.

oracular /ə'rækjʊlə[r]/ *tt* **1.** [thuộc] lời sấm; [thuộc] lời tiên tri **2.** bí hiểm (*lời nói...*).

oral¹ /'ɔ:rəl/ *tt* **1.** bằng lời nói; nói miệng: *an oral examination* kỳ thi miệng, kỳ thi vấn đáp; *stories passed on by oral tradition* truyện

được truyền miệng [từ thế hệ này sang thế hệ khác] **2.** [thuộc] miệng, [về] miệng; bằng đường miệng: *oral hygiene* vệ sinh miệng; *oral contraceptives* thuốc ngừa thai uống bằng đường miệng.

oral² /'ɔ:rəl/ *dt* kỳ thi miệng: *he failed the oral* nó trượt kỳ thi miệng.

orally /'ɔ:rəli/ *pht* **1.** bằng [cách nói] miệng; bằng lời: *lore and custom that have been passed down orally* kiến thức và phong tục được truyền [bằng] miệng từ đời này qua đời khác **2.** bằng đường miệng: *not to be taken orally* không được uống, không được nuốt [bằng đường miệng] (*thuốc*).

orange¹ /'ɒrɪndʒ, (*Mỹ* ɔ:rɪndʒ)/ *dt* **1.** quả cam **2.** (*thg* **orange tree**) cây cam **3.** màu da cam **4.** nước cam; cốc nước cam: *a fresh orange, please* làm ơn cho một cốc nước cam tươi.

orange² /'ɒrɪndʒ, (*Mỹ* ɔ:rɪndʒ)/ *tt* [có] màu da cam: *an orange hat* cái mũ màu da cam.

orangeade /,ɒrɪndʒ'eid, (*Mỹ* ɔ:rɪndʒ'eid)/ *dt* **1.** nước cam có ga (*nước giải khát đóng sẵn thành chai, có mùi vị cam*) **2.** cốc nước cam.

orange-blossom /,ɒrɪndʒ blɒsəm/ *dt* hoa cam (*thường dùng trang điểm cho cô dâu*).

orange squash /,ɒrɪndʒ 'skwɒʃ/ nước quả ép mùi cam, nước xi-rô mùi cam (*không có ga*).

orang outan, orang utan /ɔ:ræŋu:'tæn, (*Mỹ* ə,ræŋə'tæn)/ *dt* (*động*) đười ươi.

orang-outang /ɔ:,rəŋu:'tæŋ/ *dt nh* orang-outan.

O

oration /ɔ:'reiʃn/ *dt* bài diễn văn: *a funeral oration* bài điếu văn.

orator /'ɒrətə[r], (*Mỹ* 'ɔ:rətər)/ *dt* 1. diễn giả 2. người diễn thuyết có tài; nhà hùng biện.

oratorical /,ɒrə'tɒrikl, (*Mỹ* ,ɔ:rə'tɔ:rikl)/ *tt* 1. [thuộc] diễn thuyết; [thuộc] diễn giả 2. hùng biện: *an oratorical contest* cuộc tranh tài hùng biện.

oratorio /,ɒrə'tɔ:rəʊ, (*Mỹ* ,ɔ:rə'tɔ:rəʊ)/ *dt* (*snh* oratorios) (*nhạc*) khúc oratorio.

oratory[1] /'ɒrətri, (*Mỹ* 'ɔ:rətɔ:ri)/ *dt* nhà thờ tư nhân.

oratory[2] /'ɒrətri, (*Mỹ* 'ɔ:rətɔ:ri)/ *dt* 1. nghệ thuật diễn thuyết 2. tài hùng biện.

orb /ɔ:b/ *dt* 1. quả cầu; thiên thể (*mặt trời, mặt trăng, vệ tinh*) 2. quả cầu cắm thánh giá (*vua, hoàng hậu đeo khi mặc lễ phục*).

orbit[1] /'ɔ:bit/ *dt* quỹ đạo: *the earth's orbit round the sun* quỹ đạo quả đất quanh mặt trời; *how many satellites have been put into orbit round the earth?* bao nhiêu vệ tinh đã được đặt vào quỹ đạo quanh mặt trời thế?; *marketing does not come within the orbit of his department* (*bóng*) tiếp thị không nằm trong quỹ đạo của nó.

orbit[2] /'ɔ:bit/ *dgt* 1. quay theo quỹ đạo: *orbit in space* quay theo quỹ đạo trong không gian 2. quay theo quỹ đạo quanh: *how many spacecraft have orbited the moon?* bao nhiêu phi thuyền không gian đã quay theo quỹ đạo quanh mặt trăng thế?

orbital[1] /'ɔ:bitl/ *tt* [thuộc] quỹ đạo: *orbital distance from the earth* khoảng cách quỹ đạo cách quả đất; *an*

orbital motorway đường xa lộ ngoại vi (*một thành phố*).

orbital[2] /'ɔ:bitl/ *dt* đường vòng ngoại vi (*một thành phố*): *take the London orbital* đi theo con đường vòng ngoại vi Luân Đôn.

orch *vt* của orchestra; orchestral; orchestrated [by].

orchard /'ɔ:tʃəd/ *dt* vườn cây ăn quả.

orchestra /'ɔ:kistrə/ *dt* dàn nhạc: *a symphony orchestra* dàn nhạc giao hưởng; *he plays the flute in an orchestra* anh ta chơi sáo trong một dàn nhạc.

orchestral /ɔ:'kestrəl/ *tt* (*thường thngữ*) [thuộc] dàn nhạc; cho dàn nhạc: *orchestral instruments* nhạc cụ dàn nhạc.

orchestra pit /'ɔ:kistrəpit/ (*skhấu*) khoang nhạc (*ở trước sân khấu*).

orchestra stalls /'ɔ:kistrə stɔ:lz/ (*Mỹ* orchestra) hàng ghế trước (*ở nhà hát*).

orchestrate /'ɔ:kistreit/ *dgt* 1. phối nhạc 2. bố trí khôn khéo (*nhằm được hiệu quả mong muốn*): *the demonstration was carefully orchestrated to attract maximum publicity* cuộc biểu tình đã được bố trí khôn khéo và cẩn thận nhằm đạt được một sự quảng cáo tối đa.

orchestration /,ɔ:ki'streiʃn/ *dt* 1. sự phối nhạc 2. sự bố trí khôn khéo (*nhằm đạt hiệu quả mong muốn*).

orchid /'ɔ:kid/ *dt* 1. cây lan; cây phong lan 2. hoa lan; hoa phong lan: *she wore a single orchid on her evening dress* cô ta cài một bông hoa phong lan trên áo dạ hội.

orchis /'ɔ:kis/ *dt nh* orchid.

ordain /ɔ:'dein/ *dgt* 1. (*tôn*) phong [chức]: *he was or-*

dained priest last year năm ngoái ông ta đã được phong làm giáo sĩ 2. định đoạt; sắp xếp (*nói về Chúa, số mệnh, luật pháp...*): *fate had ordained that he should die in poverty* số mệnh đã định đoạt là ông ta sẽ chết trong cảnh nghèo khổ.

ordeal /ɔ:'di:l, 'ɔ:di:l/ *dt* sự thử thách: *pass through terrible ordeals* trải qua những thử thách khủng khiếp.

order[1] /'ɔ:də[r]/ *dt* 1. thứ tự: *names in alphabetical order* tên theo thứ tự chữ cái; *events in chronological order* sự kiện theo thứ tự thời gian 2. sự ngăn nắp; sự có thứ tự: *he put his papers in order before he left the office* ông ta sắp xếp giấy tờ theo thứ tự trước khi rời văn phòng 3. trật tự: *restore order* lập lại trật tự; *keep order* giữ trật tự 4. mệnh lệnh; lệnh: *soldiers must obey orders* binh sĩ phải tuân theo mệnh lệnh 5. sự đặt hàng; đơn đặt hàng; hàng cung ứng theo đơn đặt hàng: *we've received an order for two tons of coal* chúng tôi đã nhận được đơn đặt hai tấn than; *your order has arrived* hàng cung ứng theo đơn đặt hàng của ông đã tới 6. phiếu ủy nhiệm; giấy phép: *a banker's order* phiếu ủy nhiệm chi qua ngân hàng; *obtain a court order to allow a divorced man to visit his children* được giấy phép của tòa cho anh chàng ly hôn được thăm con 7. thủ tục: *rules of order* quy tắc về thủ tục; *the order of business* thủ tục kinh doanh buôn bán 8. (*sinh*) bộ (*đơn vị phân loại*): *the order of primates* bộ linh trưởng 9. huân chương: *the Labour order, first class* huân chương lao động hạng nhất **10.** *(tôn)* dòng; dòng tu: *the Order of Dominican Friars* dòng tu Đô-mi-ních **11.** *(ktrúc)* thức: *the Doric order* thức Đo-rích **12.** loại: *skills of the highest order* kỹ năng vào loại cao nhất. // **be in (take) [holy] orders** trở thành giáo sĩ; **be under orders (to do something)** được lệnh *(làm gì)*: *I'm under strict orders not to let any strangers in* tôi được lệnh nghiêm ngặt là không để cho bất cứ người lạ nào vào; **by order of somebody** theo lệnh của ai: *by order of the Governor* theo lệnh của thống đốc; *by order of the court* theo lệnh của tòa; **call (somebody, something) to order** x call; **get one's marching orders; give somebody his (her) marching orders** x march¹; **in apple-pie order** x apple; **in running (working) order** vận hành tốt *(máy móc)*: *the engine has been tuned and is now in perfect working order* máy này đã được điều chỉnh và nay vận hành hoàn hảo; **in order** hợp thức; đúng thủ tục: *is your passport in order?* hộ chiếu của anh còn hợp thức không *(có còn giá trị không)*; **in order to do something** có thể làm việc gì theo quy định: *it is not in order to interrupt* ngắt lời người ta là không đúng quy định; *it is in order to speak now* bây giờ nói là đúng quy định; **in order that; in order to** mục đích để; để mà: *he left early in order that he might arrive on time* anh ta đi sớm để [mà] có thể đến đúng giờ; *he arrived early in order to get a good seat* anh ta đến sớm để có được một chỗ ngồi tốt; **in (into) reverse order** x reverse; **in short order** x short¹; **law and order** x law; **in the order of something** vào khoảng: *his*

salary is in the order of £150 a week tiền lương của nó vào khoảng 150 bảng mỗi tuần; **on order** đã đặt rồi nhưng chưa giao *(hàng)*; **the order of the day** chương trình nghị sự; **Order! Order!** nhớ theo đúng thủ tục đấy! *(để nhắc nhở khi trong hội nghị, trong thảo luận, có người không tuân thủ thủ tục)*; **out of order** a/ xộc xệch, hỏng *(máy móc)*: *the phone is out of order* điện thoại hỏng rồi b/ không được phép theo thể thức trong một hội nghị: *his objection is ruled to be out of order* lời phản đối của anh ta được coi là không được phép theo thể thức; **the pecking order** x peck; **a point of order** x point¹; **put (set) one's [own] house in order** x house; **take orders from somebody** làm theo sự chỉ dẫn của ai; **a tall order** x tall; **[make] to order** [làm theo] yêu cầu riêng của một khách hàng; **under the orders of somebody** theo lệnh *(dưới sự chỉ đạo)* của ai: *serve under the orders of a new general* phục vụ dưới sự chỉ đạo của một viên tướng mới; **under starter's order** x starter.

order² /'ɔ:də[r]/ *dgt* **1.** ra lệnh: *the doctor ordered me to [stay in] bed* bác sĩ ra lệnh cho tôi phải nằm tại giường; *be ordered to the front* được lệnh ra mặt trận **2.** đặt mua; đặt làm: *I've ordered a new carpet on the shop* tôi đã đặt mua một tấm thảm mới ở cửa hàng; *we don't have the book in stock but we can order it* chúng tôi không có cuốn sách ấy trong kho, nhưng chúng tôi có thể đặt mua [cho ông] **3.** gọi *(món ăn thức uống ở hiệu ăn)*: *I've order two roast chickens and five bottles of beer* tôi đã

gọi hai con gà quay và năm chai bia; *he ordered lunch for £1.30* nó đã gọi một bữa ăn trưa với giá 1,30 bảng; *he ordered himself a pint of beer* anh ta đã gọi [cho mình] một panh bia; *I've ordered you eggs and chip; I've ordered egg and chip for you* tôi đã gọi cho anh trứng và khoai tây rán **4.** sắp xếp; sắp đặt: *I must have time to order my thoughts* tôi phải có thì giờ để sắp xếp ý nghĩ của tôi; *he ordered his life according to strict rules* nó sắp xếp cuộc đời của nó theo những quy tắc nghiêm ngặt. // **order somebody about (around)** sai phái ai: *even as a boy he was always ordering his friends about* ngay cả khi còn bé, nó đã luôn luôn sai phái bạn nó; **order somebody off** *(thể)* ra lệnh cho ai rời sân bóng *(vì vi phạm luật chơi)*: *the referee ordered Ba off in the second half for kicking another player* ở hiệp hai trọng tài ra lệnh cho Ba rời sân bóng vì đã đá vào một cầu thủ khác; **order somebody out** cho xuất quân *(quân lính, cảnh sát, thường để lập lại trật tự)*: *the government ordered the police out to restore in the streets* chính phủ cho cảnh sát xuất quân để lập lại trật tự ở đường phố.

order-book /'ɔ:dəbuk/ *dt* sổ đặt hàng.

ordered /'ɔ:dəd/ *tt* [khéo] sắp xếp: *an ordered life* cuộc sống khéo sắp xếp; *a badly ordered existence* cuộc sống sắp xếp không khéo.

order-form /'ɔ:dəfɔ:m/ *dt* mẫu đơn đặt hàng.

orderliness /'ɔ:dəlinis/ *dt* **1.** sự có thứ tự; sự ngăn nắp

2. sự biết giữ trật tự; sự yên tĩnh.

orderly¹ /'ɔːdəli/ *tt* **1.** có thứ tự; ngăn nắp: *an orderly room* gian buồng ngăn nắp **2.** biết giữ trật tự; yên lặng: *an orderly football crowd* đám đông xem đá bóng biết giữ trật tự.

orderly² /'ɔːdəli/ *dt* **1.** (cg **medical orderly**) y tá **2.** lính hầu (*hầu sĩ quan*).

order-paper /'ɔːdəpeipə[r]/ bản chương trình nghị sự (*của nghị viện*) vào một ngày đặc biệt.

ordinal¹ /'ɔːdinl, (Mỹ 'ɔːdənl)/ *tt* chỉ thứ tự (số).

ordinal² /'ɔːdinl, (Mỹ 'ɔːdənl)/ *dt* (cg **ordinal number**) số thứ tự (*như first, second, third...*).

ordinance /'ɔːdinəns/ *dt* lệnh; quy định: *the ordinances of the City Council* những qui định của Hội đồng thành phố; *by ordinance of the mayor* theo lệnh thị trưởng.

ordinarily /'ɔːdənrəli, (Mỹ ɔːrdn'erəli)/ *pht* **1.** [một cách] bình thường; *behave quite ordinarily* xử sự một cách hoàn toàn bình thường **2.** thường thì: *ordinarily, I find this job easy, but today I am having problems* thường thì tôi thấy công việc ấy dễ thôi, nhưng hôm nay tôi đang có vấn đề đây.

ordinary /'ɔːdənri, (Mỹ 'ɔːrdəneri)/ *tt* thường, bình thường: *ordinary people* người dân bình thường; *a very ordinary meal (xấu)* bữa cơm rất bình thường. // **in the ordinary way** bình thường thì: *in the ordinary way he would have come with us, but he's not feeling well* bình thường thì anh ta cùng đến với chúng tôi, nhưng anh ta cảm thấy

không được khỏe; **out of the ordinary way** khác thường, đặc biệt: *his new house is certainly out of the ordinary way* nhà mới của anh ta hẳn là đặc biệt; *his behaviour is nothing out of the ordinary* thái độ của anh ta chẳng có gì khác thường cả.

ordinary level /'ɔːdənrilevl/ (cg **O level**) (cũ) trình độ cơ sở (*trong giáo dục*).

ordinary seaman /ˌɔːdənri 'siːmən/ (*vt* OS) binh nhì hải quân.

ordination /ˌɔːdi'neiʃn, (Mỹ ˌɔːdn'eiʃn)/ *dt* (tôn) lễ thụ chức.

ordnance /'ɔːdnəns/ *dt* **1.** quân nhu **2.** cục quân nhu.

Ordnance Survey /ˌɔːdnəns sə'vei/ **1.** bản đồ chi tiết nước Anh **2.** Cục Bản đồ (Anh).

ordure /'ɔːdjʊə[r], (Mỹ 'ɔːdʒər)/ *dt* phân; rác rưởi.

ore /ɔː[r]/ quặng: *iron ore* quặng sắt; *an area rich in ores* một vùng giàu quặng.

organ¹ /'ɔːgən/ *dt* cơ quan: *the eye is the organ of sight* mắt là cơ quan thị giác; *the reproductive organs (sinh)* cơ quan sinh sản; *state organs* cơ quan nhà nước; *organs of public opinion* cơ quan công luận (*như báo, đài...*).

organ² /'ɔːgən/ *dt* (nhạc) đàn ống.

organdie (Mỹ cg **organdy**) /ɔː'gændi, (Mỹ 'ɔːgəndi)/ *dt* vải sa ocgandi.

organ-grinder /'ɔːgəngraində[r]/ *dt* người quay đàn hộp (di rong các phố).

organic /ɔː'gænik/ *tt* **1.** [thuộc] cơ quan: *organic disorders* rối loạn cơ quan **2.** hữu cơ: *organic substances* chất hữu cơ; *an organic part of our business* một bộ phận

hữu cơ của công cuộc kinh doanh buôn bán của chúng tôi **3.** không dùng hóa chất (*làm phân bón, làm thuốc trừ sâu*): *organic horticulture* nghề làm vườn không dùng hóa chất; *organic vegetables* rau trồng không dùng hóa chất.

organically /ɔː'gænikli/ *pht* **1.** về cơ quan: *the doctor said there was nothing organically wrong with me* bác sĩ bảo về mặt các cơ quan của tôi không có gì không ổn cả **2.** không dùng hóa chất (*cách trồng trọt*): *organically grown tomatoes* cà chua trồng không dùng hóa chất.

organic chemistry /ɔː'gænik 'kemistri/ hóa hữu cơ.

organisation /ˌɔːgənai'zeiʃn/ *dt x* organization.

organise /'ɔːgənaiz/ *dgt x* organize.

organism /'ɔːgənizəm/ *dt* **1.** cơ thể; sinh vật: *study the minute organisms in water* nghiên cứu những sinh vật nhỏ trong nước **2.** cơ cấu; tổ chức: *the business is a large, complicated organism* cơ sở kinh doanh ấy là một cơ cấu rộng lớn và phức tạp.

organization, organisation /ˌɔːgənai'zeiʃn, (Mỹ ˌɔːgəni'zeiʃn)/ *dt* **1.** sự tổ chức: *he is involved in the organization of a new club* anh ta đang để hết tâm trí vào việc tổ chức một câu lạc bộ mới **2.** tổ chức: *world organizations* các tổ chức thế giới.

organizational, organisational /ˌɔːgənai'zeiʃənl/ *tt* (thường thngữ) [về] tổ chức: *excellent organizational skill* tài tổ chức tuyệt vời.

organize, organise /'ɔːgənaiz/ *dgt* tổ chức: *organize an ex-*

pedition tổ chức một cuộc *(một đoàn)* thám hiểm; *organize a club* tổ chức một câu lạc bộ; *organize a protest meeting* tổ chức một cuộc biểu tình phản đối; *organize peasant farmers into a co-operative* tổ chức nông dân vào hợp tác xã.

organized, organised /'ɔ:gənaizd/ *tt* **1.** tổ chức; sắp xếp: *a well-organized office* một cơ quan khéo tổ chức; *an organized crime* tội ác có tổ chức **2.** tổ chức thành nghiệp đoàn: *organized labour* lao động tổ chức thành nghiệp đoàn.

organizer, organiser /'ɔ:gə-naizə[r]/ *dt* người tổ chức: *the organizer of a party* người tổ chức một đảng.

orgasm /'ɔ:gæzəm/ *dt* lúc cực khoái *(về tình dục).*

orgiastic /ɔ:dʒi'æstik/ *tt* trác táng; truy hoan.

orgy /'ɔ:dʒi/ *dt* **1.** *(thường xấu)* cuộc chè chén trác táng; cuộc truy hoan **2.** *(kng)* sự say sưa; cái thú [say sưa]: *an orgy of killing* sự say sưa chém giết; *an orgy of spending before Christmas* thú say sưa tiêu xài trước lễ Giáng sinh.

oriel /'ɔ:riəl/ *dt (cg* **oriel window)** cửa sổ nhô ra *(ở tầng trên).*

Orient /'ɔ:riənt/ *dt* **the Orient** Phương Đông: *spices from the Orient* gia vị từ Phương Đông *(Trung Quốc, Nhật)* tới.

orient /ɔ:ri'ənt/ *dgt (Mỹ)* nh orientate.

Oriental /ɔ:ri'entl/ *dt* người Phương Đông *(chủ yếu Trung Quốc và Nhật Bản).*

oriental /ɔ:ri'entl/ *tt* [thuộc] Phương Đông; từ Phương Đông: *oriental art* nghệ thuật Phương Đông.

orientalist /ɔ:ri'entəlist/ *dt* nhà Đông Phương học.

orientate /'ɔ:riənteit/ *dgt (Mỹ cg* **orient**) **1.** hướng về: *orientate somebody towards the science subjects* hướng ai vào những chủ đề khoa học **2.** hướng vào, nhằm; dành cho: *the course was orientate towards foreign students* khóa học này nhằm vào (dành cho) sinh viên nước ngoài **3. orientate one-self** định hướng: *the mountaineers found it difficult to orientate themselves in the fog* những người leo núi cảm thấy khó khăn trong việc định hướng trong sương mù **4. orientate oneself** làm quen *(với một hoàn cảnh mới):* it took him some time to orientate himself in his new school* nó phải mất một thời gian mới làm quen được với không khí của trường mới.

orientated /'ɔ:riənteitid/ *(trong các tt ghép)* hướng về, theo hướng: *a sports-orientated course* một khóa tập luyện theo hướng thể thao.

orientation /ɔ:riən'teiʃn/ *dt* sự hướng; sự định hướng: *the orientation of new employees* sự hướng nghiệp cho những người làm công mới.

orienteering /ɔ:riən'tiəriŋ/ *dt* khoa định hướng qua cánh đồng *(dựa vào bản đồ và la bàn, một môn thể thao).*

orifice /'ɒrifis/ *dt* lỗ; miệng: *the nasal orifices* lỗ mũi; *at the dark orifice of the cave* ở miệng tối om của hang.

origin /'ɒridʒin/ *dt* **1.** gốc, nguồn gốc, căn nguyên: *the origin of life on earth* nguồn gốc sự sống trên trái đất; *words of Latin origin* những từ gốc La tinh **2.** *(thg snh)* dòng dõi: *he never forgot his humble origins* anh ta không bao giờ quên dòng dõi thấp hèn của mình.

original[1] /ə'ridʒənl/ *tt* **1.** đầu tiên; khởi thủy: *the Indians were the original inhabitants of North America* người Anh-điêng là cư dân đầu tiên của Bắc Mỹ; *I prefer your original plan to this one* tôi thích kế hoạch đầu tiên của anh hơn là kế hoạch này **2.** độc đáo: *an original mind* đầu óc độc đáo; *an original painter* nhà họa sĩ độc đáo **3.** [thuộc] bản gốc *(không phải là bản sao):* the original manuscript has been lost, this is a copy* bản viết tay gốc đã mất rồi, đây là một bản sao.

original[2] /ə'ridʒənl/ *dt* **1.** the original* bản gốc; nguyên bản: *this painting is a copy, the original is in Madrid* bức tranh này là một bản sao, bản gốc ở Madrid kia; *this is a translation, the original is in French* đây là một bản dịch, bản gốc là bằng tiếng Pháp **2.** the original* nguyên ngữ: *read Homer in the original* đọc Hô-me theo nguyên ngữ *(tức là tiếng Hy Lạp cổ)* **3.** *(kng hoặc dùa)* người độc đáo; người kỳ quặc.

originality /ə,ridʒə'næləti/ *dt* tính chất độc đáo; tính chất kỳ quặc: *her designs have great originality* mẫu trang trí của cô ta rất độc đáo; *the work lacks originality* công trình thiếu tính chất độc đáo *(là một công trình sao chép hoặc bắt chước).*

originally /ə'ridʒənəli/ *pht* **1.** [một cách] độc đáo: *think originally* suy nghĩ một cách độc đáo **2.** lúc đầu; từ đầu: *the school was originally* *quite small* nhà trường lúc đầu hết sức nhỏ.

original sin /ə,ridʒənl'sin/ (tôn) tội lỗi đầu tiên.

originate /ə'ridʒineit/ *dgt* **1.** bắt nguồn từ; khởi đầu từ: *the quarrel originated in rivalry between the two families* mối bất hòa bắt nguồn từ sự ganh đua giữa hai gia đình; *the style of architecture originated from (with) the ancient Greeks* lối kiến trúc đó bắt nguồn từ người Hy Lạp cổ **2.** [là người] tạo ra; [là người] khởi xướng: *orginate new style of dancing* khởi xướng một lối khiêu vũ mới.

originator /ə'ridʒineitə[r]/ *dt* người khởi xướng.

oriole /'ɔːriəʊl/ *dt* (cg **golden oriole**) (động) chim vàng anh.

ormolu /'ɔːməluː/ *dt* **1.** đồng mạ vàng; đồng thiếp **2.** đồ bằng đồng mạ vàng; đồ thiếp vàng.

ornament[1] /'ɔːnəmənt/ *dt* **1.** sự trang hoàng; sự trang trí: *the clock is simply for ornament, it doesn't actually work* đồng hồ này chỉ để trang trí, thực sự nó không chạy nữa **2.** vật trang hoàng; vật trang trí: *a shelf crowded with ornaments* cái kệ bày đầy vật trang trí **3.** (cũ) cái làm tăng thêm vẻ đẹp; nét tô điểm: *he is an ornament to his profession* ông ta là nét tô điểm cho nghề nghiệp của ông.

ornament[2] /'ɔːnəmənt/ *dgt* (hay dùng ở dạng bị động) trang hoàng; trang trí: *a Chrismas tree ornamented with tinsel* cây thông Nô-en trang trí trang kim.

ornamental /,ɔːnə'mentl/ *tt* có tính chất trang hoàng; để trang trí.

ornamentation /,ɔːnəmen'teiʃn/ *dt* hình trang hoàng; hình trang trí: *a church with no ornamentation* nhà thờ không có hình trang trí.

ornate /ɔː'neit/ *tt* (thường xấu) **1.** trang trí công phu; tô điểm lộng lẫy: *that style of architecture is too ornate for my taste* theo tôi kiểu kiến trúc này trang trí quá công phu **2.** hoa mỹ (văn phong): *an ornate style* văn phong hoa mỹ.

ornately /ɔː'neitli/ *pht* **1.** [một cách] lộng lẫy **2.** [một cách] hoa mỹ (văn).

ornateness /ɔː'neitnis/ *dt* **1.** tính chất lộng lẫy **2.** tính chất hoa mỹ (văn).

ornithological /,ɔːniθə'lɒdʒikl/ *tt* [thuộc] điểu học; [thuộc] khoa [nghiên cứu] chim: *ornithological monograph* chuyên khảo về chim.

ornithologist /,ɔːni'θɒlədʒist/ *dt* nhà điểu học; nhà nghiên cứu chim.

ornithology /,ɔːni'θɒlədʒi/ *dt* điểu học; khoa [nghiên cứu] chim.

orotund /'ɒrəʊtʌnd/ *tt* **1.** đĩnh đạc; trang trọng (giọng...): *the orotund tones of the priest* giọng đĩnh đạc của giáo sĩ **2.** khoa trương (văn).

orphan[1] /'ɔːfn/ *dt* trẻ mồ côi: *he has been an orphan since he was five* nó mồ côi từ lúc năm tuổi; *an orphan nephew* đứa cháu mồ côi.

orphan[2] /'ɔːfn/ *dht* (thường dùng ở thể bị động) làm cho mồ côi: *she was orphaned in the war* chị ta bị mồ côi trong chiến tranh.

orphanage /'ɔːfənidʒ/ *dt* trại mồ côi.

orris-root /'ɒrisruːt/, (Mỹ 'ɔːrisruːt/) *dt* rễ irit (dùng làm hương liệu và làm thuốc).

orth[o]- (tiếp tố) chính; chỉnh (x orthography; orthopaedic...).

orthodontic /,ɔːθə'dɒntik/ *tt* (y) chỉnh hình răng: *orthodontic surgery* phẫu thuật chỉnh hình răng.

orthodontics /,ɔːθə'dɒntiks/ *dt* (dgt số ít) (y) khoa chỉnh hình răng.

orthodontist /,ɔːθə'dɒntist/ *dt* (y) bác sĩ chỉnh hình răng.

orthodox /'ɔːθədɒks/ *tt* **1.** chính thống: *her ideas are very orthodox* ý kiến của bà ta rất chính thống **2.** (tôn) theo chính giáo: *orthodox Jews* những người Do Thái chính giáo.

the Orthodox Church /'ɔːθədɒkstʃɜːtʃ/ (tôn) (cg **the Eastern Orthodox Church**) Giáo hội chính giáo.

orthodoxy /'ɔːθədɒksi/ *dt* **1.** tính chính thống **2.** chính giáo.

orthographic, orthogaphical /,ɔːθə'græfik[l]/ *tt* [thuộc] chính tả.

orthographically /,ɔːθə'græfikəli/ *pht* về mặt chính tả.

orthography /ɔː'θɒgrəfi/ *dt* chính tả.

orthopaedic, orthopedic /,ɔːθə'piːdik/ *tt* (y) chỉnh hình: *orthopaedic surgery* phẫu thuật chỉnh hình.

orthopaedics, orthopedics /,ɔːθə'piːdiks/ *dt* (y) **1.** thuật chỉnh hình **2.** khoa chỉnh hình: *the orthopaedics department in the hospital* bệnh khoa chỉnh hình trong bệnh viện.

orthopaedist, orthopedist /,ɔːθə'piːdist/ *dt* (y) bác sĩ chỉnh hình.

ortholan /'ɔ:θələn/ *dt* **1.** *(động)* chim sẻ vườn **2.** thịt [chim] sẻ vườn.

-ory *(hậu tố tạo thành tt từ dt, đgt)* x inhibitory, congralutory...

oryx /'ɒriks, (Mỹ 'ɔ:riks)/ *dt (động)* linh dương sừng kiếm.

OS /,əʊ'es/ **1.** *(vt của* Ordinary Seaman) binh nhì hải quân **2.** *(vt của* Ordnance Survey) bản đồ chi tiết nước Anh: *an OS map* bản đồ chi tiết nước Anh **3.** *(ghi trên quần áo) (vt của* outside) mặt ngoài.

Oscar /'ɒskə[r]/ *dt (đ. ảnh)* giải thưởng Oscar: *the film is the winner of four Oscars* bộ phim được bốn giải thưởng Oscar.

oscillate /'ɒsileit/ *đgt* dao động: *the compass needle oscillates* kim la bàn dao động; *he oscillates between political extremes* nó dao động giữa những cực đoan chính trị; *radio waves oscillate* sóng rađiô dao động.

oscillation /,ɒsi'leiʃn/ *dt* sự giao động: *the oscillation of the compass needle* sự dao động của kim la bàn; *the oscillation of radio waves* sự dao động của sóng rađiô; *her oscillations in mood are maddening* dao động của cô ta về tính khí làm điên người lên được.

oscillator /,ɒsi'leitə[r]/ *dt (lý)* máy dao động.

oscillograph /ə'siləgrɑ:f/ *dt (lý)* dao động ký.

oscilloscope /ə'siləskəʊp/ *dt (lý)* máy hiện dao động; máy hiện sóng.

osier /'əʊziə[r], (Mỹ 'əʊzər)/ *dt (thực)* cây liễu giỏ: *an osier basket* cái rổ bằng liễu giỏ.

osmosis /ɒz'məʊsis/ *dt* **1.** *(hóa, sinh)* sự thẩm thấu **2.** sự thẩm dần: *children seem to learn about computers by osmosis* trẻ em có vẻ như học về máy điện toán bằng cách thẩm dần.

osmotic /ɒz'mɒtik/ *tt* thẩm thấu.

osprey /'ɒsprei/ *dt (động)* hải âu kền kền *(chim)*.

osseous /'ɒsiəs/ *tt* **1.** [thuộc] xương **2.** có xương; xương xẩu.

ossification /,ɒsifi'keiʃn/ *dt* sự hóa xương.

ossify /'ɒsifai/ *đgt* -fied **1.** [làm cho] hóa xương **2.** *(xấu)* [làm cho] chai cứng lại: *beliefs have ossified into rigid dogma* niềm tin đã chai cứng lại thành giáo điều cứng nhắc.

ostensible /ɒ'stensəbl/ *tt (thngữ)* trên danh nghĩa là, bề ngoài là, ra vẻ là: *the ostensible reason for his absence was illness, but everyone knew he'd gone to a fooball match* cái cớ nêu ra bề ngoài về sự vắng mặt của nó là nó bị ốm, nhưng mọi người đều biết là nó đã đi xem đá bóng.

ostensibly /ɒ'stensəbli/ *pht* trên danh nghĩa là; theo bề ngoài, ra vẻ là: *ostensibly he was on a business trip, but he spent most of the time on the beach* trên danh nghĩa thì nó thực hiện một chuyến đi vì công việc, nhưng thực tế thì phần lớn thời gian nó ở bãi biển.

ostentation /,ɒsten'teiʃn/ *dt (xấu)* sự phô trương: *the vulgar ostentation of the newly rich* sự phô trương tầm thường của người mới phất.

ostentatious /,ɒsten'teiʃəs/ *tt (xấu)* phô trương: *dress in a very ostentatious man-ner* ăn mặc theo một cách rất phô trương.

ostentatiously /,ɒsten'teiʃəsli/ *pht (xấu)* [một cách] phô trương: *ostentatiously dressed* ăn mặc phô trương.

oste[o]- *(tiếp tố)* [về] xương (x osteopath, osteo-arthritism).

osteo-arthritis /,ɒstiəʊ ɑ:'θraitis/ *dt (y)* viêm xương-khớp.

osteopath /'ɒstiəpæθ/ *dt* người nắn xương.

osteopathy /ɒ,sti'ɒpəθi/ *dt (y)* thuật nắn xương.

ostler /'ɒslə[r]/ *dt (cũ)* người coi chuồng ngựa *(ở quán trọ)*.

ostracise /'ɒstrəsaiz/ *đgt* x ostracize.

ostracism /'ɒstrəizəm/ *dt* sự khai trừ, sự tẩy chay: *suffer ostracism* bị khai trừ; bị tẩy chay.

ostracize /'ɒstrəsaiz/ *đgt* khai trừ *(khỏi một nhóm, một câu lạc bộ...)*; tẩy chay.

ostrich /'ɒstritʃ/ *dt* **1.** *(động)* đà điểu châu Phi **2.** *(kng)* chú đà điểu *(kẻ không dám nhìn thẳng vào thực tế phũ phàng)*: *he is such an ostrich, he doesn't want to know about his wife's love affairs* nó thật là một chú đà điểu, nó không muốn biết đến chuyện yêu đương của vợ nó.

OT *(vt của* Old Testament) *(tôn)* kinh Cựu Ước.

other¹ /'ʌðə[r]/ *đht* **1.** khác: *have you any other question?* anh có câu hỏi nào khác không?; *not now, some other time, perhaps* không phải bây giờ, mà có thể vào một lúc nào khác; *the other students in my class are from Italy* những sinh viên khác ở trong lớp tôi là từ I-ta-li-a tới **2.** kia: *now open the* *other eye* bây giờ mở mắt kia ra; *you may continue on the other side of the paper* anh có thể tiếp tục sang mặt kia của tờ giấy. // **every other** x every; **none other than** x none; **one after the other** x one¹; **the other day (morning, week, month...)** mới đây: *I saw him in town the other day* mới đây tôi thấy anh ta trên phố; **somebody (something; somewhere) or other** x or; **this, that and the other** x this.

other² /ˈʌðə[r]/ *tt (thngữ)* **other... than...** *(cái, người)* khác ngoài...: *you will have time to visit other places than those on the itinerary* các anh sẽ có thì giờ tham quan những chỗ khác ngoài các chỗ trên hành trình.

others /ˈʌðəz/ *dt* những người khác; những cái khác: *some people came by car, others came on foot* một vài người đến bằng xe, những người khác đi bộ đến; *these shoes don't fit, haven't you got any others?* giày này đi không vừa, anh có giày khác không?; *we must help others less fortunate than ourselves* chúng ta phải giúp đỡ những người khác kém may mắn hơn chúng ta; *I went swimming while the others played tennis* tôi đã đi bơi trong khi những người khác chơi quần vợt; *I can't do the fourth and the fifth questions, but I have done all the others* tôi không làm được câu hỏi thứ tư và câu hỏi thứ năm, nhưng tất cả những câu hỏi khác thì tôi đã làm.

other than /ˈʌðə ðən/ *gt (thường sau một từ phủ định)* **1.** trừ phi; ngoài: *he never speaks to me other than to ask for something*

nó không bao giờ nói với tôi, trừ phi để yêu cầu điều gì; *she has no close friends other than him* cô ta không có bạn thân nào ngoài anh ấy **2.** khác với; không: *I have never know him behave other than selfishly* tôi chưa bao giờ thấy anh ta cư xử theo lối nào khác ngoài lối ích kỷ; *she seldom appears other than happy* cô ta ít khi tỏ ra không hạnh phúc.

otherwise¹ /ˈʌðəwaiz/ *pht* **1.** theo cách khác; khác: *you obviously think otherwise* anh rõ ràng là nghĩ khác; *he could not have act otherwise* anh ta đã không thể hành động [theo cách] khác được **2.** [về] mặt khác: *the rent is high, but otherwise the house is fine* giá thuê thì cao, tuy nhiên ngôi nhà lại đẹp.

otherwise² /ˈʌðəwaiz/ *lt* nếu không: *do what you've been told, otherwise you will be punished* hãy làm những gì anh đã được bảo làm, nếu không sẽ bị phạt đấy.

otherwise³ /ˈʌðəwaiz/ *tt* khác; không như giả định: *the truth is quite otherwise* sự thực hoàn toàn khác.

other-wordly /ˌʌðθˈwɜːldli/ *tt* về tâm hồn *(chứ không phải trần tục)*.

otiose /ˈəʊtiəʊs, *(Mỹ* ˈəʊʃiəʊs)/ *tt* vô ích; không cần thiết *(lời nói, ý nghĩ...)*: *long, otiose passages of description* những đoạn mô tả dài dòng vô ích.

otter /ˈɒtə[r]/ *dt (động)* [con] rái cá: *a jacket made of otter skins* áo vét làm bằng da rái cá.

ottoman /ˈɒtəmən/ *dt* ghế dài có đệm *(thường bố trí thành hòm chứa khăn trải giường, mền, chăn...)*.

OU /ˌəʊˈjuː/ *(vt của Open University)* x Open University: *an OU degree in maths* học vị toán đại học mở.

oubliette /ˌuːbliˈet/ *dt (cũ)* hầm ngục tối.

ouch /aʊtʃ/ *tht* ái *(biểu thị sự đau đột ngột)*: *ouch! that hurts!* ái! đau quá!

ought to /ˈɔːtə, *(trước nguyên âm và ở cuối)* ˈɔːttu/ *đgth (phủ định* **ought not, oughtn't** /ˈɔːtnt/)* **1.** phải; được: *ought I to write to say thank you? - yes, I think you ought [to]* tôi có phải viết thư để nói cảm ơn anh không? - Có, tôi nghĩ là anh phải viết; *they oughtn't to let their dog run on the road* họ không được để chó chạy ra đường; *if he started at nine, he ought to be here by now* nếu nó lên đường lúc chín giờ thì quãng này nó phải có ở đây rồi chứ; *look at the sky, it ought to be a fine afternoon* nhìn lên trời mà xem, chiều nay phải là một buổi đẹp trời **2.** nên: *you ought to improve your English before going to work in America* anh nên trau dồi thêm tiếng Anh trước khi sang làm việc ở Mỹ; *you ought to see her new film* chị nên đi xem bộ phim mới của bà ta.

Ouija /ˈwiːdʒə/ *dt (cg* **Ouija- board**) bảng chữ để thu nhận lời của vong hồn *(trong các buổi cầu hồn)*.

ounce /aʊns/ *dt* **1.** *(vt* **OZ**) aoxơ *(đơn vị đo lường Anh bằng một phần mười sáu pao, tức 28,35 gram)* **2.** *(số ít)* **ounce of something** một tí cái gì: *she hasn't an ounce of common sense* cô ta không có một tí lương tri nào; *there's not an ounce of truth in his story* trong câu chuyện của nó không có một tí sự thật nào cả.

our /ɑːʊ[r], 'ɑːʊə[r]/ *đht* **1.** [của] chúng tôi; [của] chúng ta: *in our opinion* theo ý kiến [của] chúng tôi; *our main export is rice* hàng xuất khẩu chính của chúng ta là gạo **2.** *Our (dùng để nói về hay nói lên Chúa)* của chúng con: *Our Father* Chúa, Thượng đế [của chúng con]; *Our Lady* Đức Mẹ Đồng Trinh [của chúng con].

Ours /'aʊəz/ *đt* [cái của] của chúng tôi; [cái của] chúng ta: *their house is similar to ours* nhà chúng nó tương tự nhà chúng tôi.

ourselves /ɑːˈselvs, aʊəˈselvz/ *đt* bản thân chúng tôi; bản thân chúng ta; tự chúng tôi; tự chúng mình: *we ourselves will see to it* bản thân chúng tôi sẽ chăm lo việc đó; *we'd like to see it for ourselves* chúng tôi thích tự chúng tôi thấy cái đó. // **by ourselves** a/ một mình. b/ không ai giúp đỡ.

-ous *(hậu tố, cấu tạo tt từ dt)* có tính chất của; như: *poisonous* [có tính chất của chất] độc; *moutainous* như núi; lắm núi.

-ously *(hậu tố; cấu tạo pht)* x *grievously, ostentatiously...*

-ousness *(hậu tố, cấu tạo thành dt chỉ trạng thái)* x *spaciousness...*

oust /aʊst/ *đgt* gạt, hất cẳng: *oust a rival from office* gạt một đối thủ khỏi chức vị; *he was ousted from his position as chairman* ông ta đã bị gạt khỏi cương vị chủ tịch.

out¹ /aʊt/ *pht* **1.** ngoài; ở ngoài; ra ngoài: *go out for some fresh air* ra ngoài hóng mát; *open the door and run*

out in the garden mở cửa và chạy ra ngoài vườn **2.** đi vắng; không có ở nhà; không ở nơi làm việc: *I phoned Ba but he was out* tôi gọi điện thoại cho Ba nhưng nó không có ở nhà; *the manager is out at the moment* lúc này giám đốc đi vắng **3.** không có ở phòng đọc *(sách...)*: *the book you wanted is out* cuốn sách anh cần không có ở phòng đọc **4.** cách, xa: *he lives right out in the country* anh ta ở rất xa tận nông thôn; *the ship was four days out from Lisbon* con tàu đã xa Lisbon bốn ngày đường **5.** ra: *the flowers are out* hoa đã nở ra; *the sun is out* mặt trời đã lộ ra *(khỏi đám mây)*; *her new book is out* cuốn sách mới của bà ta đã ra mắt độc giả; *out with it!* biết gì về việc ấy thì nói ra đi! **6.** *(dùng với tt ở cấp so sánh cao nhất)* trong những cái đã có, trong những cái đã biết; từ trước tới nay: *it's the best game out* đó là cuộc đấu hay nhất từ trước tới nay **7.** không còn tại chức, không còn nắm chính quyền: *the Labour party went out in 1980* đảng Lao Động không còn nắm chính quyền từ năm 1980 **8.** không còn là mốt nữa; không còn hợp thời trang: *flared trousers are out now* quần ống loe nay không còn hợp thời trang nữa **9.** bất tỉnh; ngất xỉu: *he's been out for ten minutes* nó đã ngất xỉu mất mười phút **10.** xa bờ; xuống, hạ *(thủy triều)*: *we couldn't swim, the tide was too far out* chúng ta không thể bơi được, thủy triều xuống xa bờ lắm (thấp lắm) **11.** đang bãi công: *miners are out* công nhân mỏ đang bãi công **12.** *(kng)*

không thể được; không nên: *swimming in the sea is out until the weather gets warmer* hiện nay không thể bơi ở biển được cho đến khi trời trở nên ấm hơn **13.** tắt *(đèn, lửa...)*: *the fire is out* lửa tắt; *all the lights are out in the street* tắt cả đèn ngoài đường phố đều tắt; *the wind blew the candles out* gió thổi tắt nến **14.** hẳn; hoàn toàn; cho đến cùng: *hear somebody out* nghe ai cho đến cùng; *supplies are running out* nguồn dự trữ đang cạn; *I'm tired out* tôi mệt lử; *before the week is out* trước khi hết tuần **15.** to; rõ ra; thẳng: *cry out* hét to; *speak out* nói to; nói thẳng **16.** sai: *be out in one's calculations* tính toán sai; *my watch is five minutes out* đồng hồ tôi sai năm phút *(chậm hoặc nhanh năm phút)*; *your guess was long way out* anh đoán hoàn toàn sai **17.** *(thể)* không đánh nữa *(người chơi cricket)* ra ngoài vạch *(quả bóng quần vợt)*. // **all out** x all; **be out for something** cố để có được cái gì; háo hức (khát khao) cái gì: *I'm not out for compliments* tôi không khát khao lời khen đâu; *he is out for your blood* nó tìm cách tấn công anh đấy; **be out to do something** cố làm việc gì; nhằm làm việc gì; hy vọng làm việc gì: *the company is out to capture the Canadian market* công ty cố giành cho được thị trường Ca-na-đa; **out and about** đã dậy ra ngoài được *(sau con bệnh, sau khi bị thương...)*; **out and away** bỏ xa, vượt xa: *he was out and away the most intelligent student in the class* nó là anh sinh viên thông minh nhất trong lớp, vượt xa các sinh viên khác.

out² /aʊt/ *dt (thể)* sự không chơi nữa *(bóng chày)*. // **the ins and outs** *x* in.

out- *(tiền tố)* **1.** (+ *dgt, dt, tạo thành dgt)* hơn (*x* outlive, outgrow, outwit...) **2.** (+ *dt*) tách riêng ra; tách xa (*x* outhouse, outpost) **3.** (+ *dgt, tạo thành dt, tt, pht*) ra (*x* outburst, outgoing...).

out-and-out /,aʊtənd'aʊt/ *tt (thngữ)* hoàn toàn: *an out-and-out lie* lời nói dối hoàn toàn.

outback /'aʊbæk/ *dt (số ít)* vùng nội địa xa xôi hẻo lánh *(ở Ô-xtra-lia...).*

outbid /,aʊt'bid/ *dgt* (-**dd**-; *qk và dttqk* **outbid**) trả giá cao hơn *(trong cuộc bán đấu giá...).*

outboard motor /,aʊtbɔːd 'məʊtə[r]/ động cơ gắn ngoài *(gắn vào phía ngoài đuôi tàu).*

outbreak /'aʊtbreik/ *dt* cơn; sự bột phát: *an outbreak of anger* cơn giận; sự nổi giận; *an outbreak of hostilities* chiến sự bột phát.

outbuilding /'aʊtbildiŋ/ *dt* nhà phụ: *a large farmhouse with many outbuildings* nhà trại lớn với nhiều nhà phụ.

outburst /'aʊtbɜːst/ *dt* **1.** sự nổ *(nồi hơi...)* **2.** cơn [bột phát], trận: *an outburst of laughter* trận cười; *an outburst of anger* cơn giận.

outcast¹ /'aʊtkaːst/ *tt* bơ vơ; bị ruồng bỏ.

outcast² /'aʊtkaːst/ *dt* người bơ vơ; người bị ruồng bỏ.

outcaste¹ /'aʊtkaːst/ *dt* người bị khai trừ khỏi đẳng cấp; người phi đẳng cấp *(Ấn Độ).*

outcaste² /'aʊtkaːst/ *tt* bị khai trừ khỏi đẳng cấp; phi đẳng cấp.

outclass /,aʊt'klaːs/ *dgt (chủ yếu bị động)* vượt; hơn hẳn: *in design and quality of manufacture they were outclassed by the Italians* về kiểu mẫu và chất lượng chế tạo thì người I-ta-li-a hơn hẳn họ; *I was outclassed from the start of the race* tôi bị người ta vượt ngay từ đầu cuộc chạy đua.

outcome /'aʊtkʌm/ *dt (thường số ít)* hậu quả, kết quả: *what was the outcome of your meeting?* cuộc gặp mặt của các anh kết quả ra sao?

outcrop /'aʊtkrɒp/ *dt (địa)* phần vỉa lộ ra, vết lộ.

outcry /'aʊtkrai/ *dt (số ít)* (+ about, against) sự la ó; sự phản đối kịch liệt *(của quần chúng)*: *there was a public outcry about the building of a new airport* đã có sự phản đối công khai của quần chúng về sự xây cất một phi cảng mới.

outdated /,aʊt'deitid/ *tt* lỗi thời: *outdated clothing* quần áo đã lỗi thời *(kiểu cũ); his ideas on education are rather outdated now* ý kiến của ông ta về giáo dục nay đã phần nào lỗi thời.

outdid /,aʊt'did/ *qk của* outdo.

outdistance /aʊt'distəns/ *dgt* vượt xa *(trong cuộc đua)*: *his wife has outdistanced him in her career* bà vợ anh ta đã vượt xa anh ta trong sự nghiệp.

outdo /,aʊt'duː/ *dgt* (**outdid, outdone**) làm nhiều hơn; làm giỏi hơn: *determined to out do her brother at work* quyết tâm làm giỏi hơn anh cô.

outdone /,aʊt'dʌn/ *dttqk của* outdo.

outdoor /'aʊtdɔː[r]/ *tt (thngữ)* **1.** ở ngoài trời: *outdoor games* trò chơi ngoài trời; *outdoor sports* những môn thể thao chơi ngoài trời **2.** thích những hoạt động ngoài trời: *he's not really an outdoor type* nó không thực sự là một kiểu người thích hoạt động ngoài trời.

outdoors¹ /,aʊt'dɔːz/ *pht* ngoài trời: *it's very cold outdoors* ngoài trời lạnh lắm; *in hot countries you can sleep outdoors* ở xứ nóng anh có thể ngủ ngoài trời.

outdoors² /,aʊt'dɔːz/ *dt the great outdoors* khoảng không ngoài trời *(xa thành thị)*: *I couldn't live in London, I enjoy the great outdoors too much* tôi đã không thể sống ở Luân Đôn, tôi quá yêu khoảng không ngoài trời.

outer /'aʊtə[r]/ *tt (thngữ)* [ở phía] ngoài, [ở bên] ngoài: *the outer walls of a house* tường ngoài của một ngôi nhà; *outer garments* quần áo ngoài; *the outer suburbs of a city* những vùng ngoại ô ở phía ngoài một đô thị.

outermost /'aʊtəməʊst/ *tt* ở phía ngoài cùng, ở ngoài xa nhất: *the outermost planet from the sun* hành tinh ở ngoài cùng xa mặt trời nhất; *the outermost districts of a city* những quận ở ngoài xa nhất của một đô thị.

outer space /,aʊtə'speis/ khoảng không ngoài khí quyển trái đất: *journeys to outer space* những cuộc du hành trong khoảng không ngoài khí quyển trái đất.

outface /,aʊt'feis/ *dgt* làm cho *(ai)* khó chịu (luống cuống) bằng cách nhìn chằm chằm: *outface one's opponent* làm cho đối thủ luống cuống bằng cách nhìn chằm chằm.

outfall /'aʊtfɔːld/ *dt* cửa *(sông...).*

outfield /aʊtfiːld/ *dt* **1.** the outfield *(thể)* khu sân xa người đập bóng nhất *(cricket)* **2.** nhóm cầu thủ ở khu sân xa người đập bóng nhất: *their outfield play is weak* lối chơi của nhóm cầu thủ của họ ở khu sân xa người đập bóng nhất tỏ ra yếu.

outfielder /aʊtfiːldə[r]/ *dt (thể)* cầu thủ ở khu sân xa người đập bóng nhất *(cricket).*

outfight /ˌaʊtˈfaɪt/ *dgt* (**outfought**) đánh giỏi hơn *(trong chiến trận hay trong thể thao).*

outfit /aʊtfɪt/ *dt* **1.** đồ trang bị; đồ nghề: *a complete car repair outfit* bộ đồ nghề chữa xe ô tô đầy đủ **2.** bộ quần áo giày mũ *(mặc trong những dịp nào đó):* she bought a new outfit for her daughtes' wedding* bà ta mua một bộ quần áo giày mũ mới cho lễ cưới cô con gái **3.** *(kng)* nhóm; tổ: *a small publishing outfit* một nhóm xuất bản nhỏ.

outfitter /aʊtfɪtə[r]/ *dt* **1.** người cung cấp trang thiết bị **2.** người bán quần áo giày mũ *(đàn ông, trẻ em).*

outflank /ˌaʊtˈflæŋk/ *dgt* **1.** vòng quanh sườn *(quân dịch):* an outflanking movement* sự vận động vòng quanh sườn **2.** được thuận lợi hơn *(ai)* nhờ một hành động bất ngờ: *he was totally outflanked in the debate* anh ta hoàn toàn bất lợi trong cuộc tranh luận.

outflow /aʊtfləʊ/ *dt* **1.** sự chảy ra: *an outflow from the tank* sự chảy từ bể ra **2.** lượng chảy ra.

outfought /ˌaʊtˈfɔːt/ *qk và dttqk của* outfight.

outfox /ˌaʊtˈfɒks/ *dgt (kng)* nhờ láu cá mà lợi thế hơn *(ai):* he always outfoxs his opponents at chess* nó luôn luôn nhờ láu cá mà thắng cờ đối thủ.

outgoing /aʊtgəʊɪŋ/ *tt* **1.** đi ra, rời đi: *an outgoing ship* con tàu rời đi; *the outgoing tenant* người thuê nhà dời đi *(thôi thuê nhà)* **2.** thôi việc: *the outgoing minister* ông bộ trưởng thôi việc **3.** thân thiết và dễ gần: *she's very outgoing* cô ta rất thân thiết và dễ gần; *he's never been an outgoing type* nó chưa bao giờ là một đứa thân thiết và dễ gần.

outgoings /aʊtgəʊɪŋz/ *dt snh* số tiền chi tiêu; phí tổn: *monthly outgoings on rent and food* số tiền chi tiêu hàng tháng về thuê nhà và cái ăn.

outgrew /aʊtgruː/ *qk của* outgrow.

outgrow /ˌaʊtˈgrəʊ/ *dgt* (**outgrow, outgrown**) **1.** cao lớn nhanh hơn: *he's already outgrown his elder brother* nó đã cao lớn nhanh hơn người anh; *he outgrows his clothes* quần áo của nó đã trở nên chật hết **2.** bỏ được *(tật xấu)* khi lớn lên: *outgrow bad habits* bỏ được thói quen xấu khi lớn lên. // **outgrow one's strength** lớn lên quá nhanh *(khi còn là trẻ em)* đến mức dễ bị ốm yếu.

outgrown /ˌaʊtˈgrəʊ/ *dttqk của* outgrow.

outgrowth /ˌaʊtˈgrəʊθ/ *dt* **1.** sự phát triển tự nhiên; kết quả tự nhiên: *the manufacture of his material is an outgrowth of the space industry* sự chế tạo vật liệu ấy là kết quả tự nhiên của công nghiệp không gian **2.** chồi *(cây)*; phần mọc ra: *an outgrowth on a beech tree* chồi cây sồi; *an outgrowth of hair from the nostrils* lông mũi.

outhouse /aʊthaʊs/ *dt* **1.** nhà phụ: *she did her washing in one of the outhouses* chị ta giặt giũ rửa ráy ở một trong những nhà phụ **2.** *(Mỹ)* nhà xí máy xa nhà.

outing /aʊtɪŋ/ *dt* cuộc đi chơi: *an outing to the seaside* cuộc đi chơi ra bãi biển.

outlandish /aʊtˈlændɪʃ/ *tt (thường xấu)* kỳ dị; lạ thường: *outlandish behaviour* cách cư xử lạ thường.

outlandishly /aʊtˈlændɪʃli/ *pht* [một cách] kỳ dị; [một cách] lạ thường.

outlandishness /aʊtˈlændɪʃnɪs/ *dt* tính chất kỳ dị; tính chất lạ thường.

outlast /ˌaʊtˈlɑːst, (Mỹ ˌaʊtˈlæst)/ *dgt* tồn tại lâu hơn; sống lâu hơn: *this clock has outlasted several owners* chiếc đồng hồ này đã [tồn tại] qua mấy đời chủ nhân; *the political system will outlast most of us* chế độ chính trị này sẽ tồn tại *(lâu hơn phần lớn anh em chúng ta)*; *he will not outlast six months* ông ta sẽ không sống lâu hơn *(sống được quá)* sáu tháng.

outlaw¹ /aʊtlɔː/ *dt* người bị đặt ra ngoài vòng pháp luật *(thời trước):* bands of outlaws lived in the forest* những lũ người bị đặt ra ngoài vòng pháp luật sống tụ tập trong rừng.

outlaw² /aʊtlɔː/ *dgt* **1.** đặt *(ai)* ra ngoài vòng pháp luật **2.** tuyên bố *(cái gì)* là bất hợp pháp: *outlaw certain addictive drugs* tuyên bố một số thuốc gây nghiện là bất hợp pháp.

outlay /aʊtleɪ/ *dt* **1.** sự chi tiêu *(nhất là để tạo điều kiện phát triển kinh doanh về sau):* there was very little*

O

outlay on new machinery chi tiêu cho trang bị máy móc mới còn quá ít **2.** (số ít) tiền chi tiêu (cho mục đích như trên): a considerable outlay on basic research món tiền chi tiêu lớn cho nghiên cứu cơ bản.

outlet /'aʊtlet/ dt **1.** chỗ thoát ra, lối ra (nước, hơi...): an outlet of water chỗ nước thoát ra; an outlet of a lake lối thoát nước của một cái hồ **2.** (bóng) lối thoát; dịp để thoát bớt: he needs an outlet for all that pent-up anger nó cần một dịp để thoát bớt cơn giận đang bị dồn nén của nó **3.** (thương) cửa hàng đại lý: this cosmetic firm has 34 outlets in Britain hãng mỹ phẩm này có 34 cửa hàng đại lý ở Anh.

outline¹ /'aʊtlain/ dt **1.** nét ngoài, đường ngoài: he could see only the outline[s] of the trees in the dim light anh ta chỉ có thể thấy nét ngoài của các cây trong ánh sáng lờ mờ **2.** nét phác, nét đại cương: an outline of European History đại cương lịch sử Châu Âu. // in outline trên những nét đại cương, trên những nét chính: describe a plan in outline mô tả một kế hoạch trên những nét đại cương.

outline² /'aʊtlain/ dgt **1.** vẽ đường nét ngoài; vạch đường nét ngoài (của vật gì) **2.** phác ra những nét chính: we outlined our objections to the proposal chúng tôi đã phác ra những nét chính về ý kiến phản đối của chúng tôi đối với đề nghị ấy.

outlive /ˌaʊt'liv/ dgt sống lâu hơn (ai): he outlived his wife by three years ông ta đã sống lâu hơn vợ ba năm;

when he retired he felt that he had outlived his usefulness (bóng) khi ông ta nghỉ hưu, ông ta nghĩ là ông không còn hữu ích nữa.

outlook /'aʊtluk/ dt **1.** (+ onto, over) quang cảnh; cảnh sắc: a pleasant outlook over the valley một cảnh sắc trông thích mắt nhìn ra thung lũng **2.** (+ on) cách nhìn; quan điểm: a narrow outlook on life cách nhìn hẹp hòi về cuộc sống; a pessimistic outlook một cái nhìn bi quan **3.** (+ for) viễn cảnh; triển vọng: a bleak outlook for the unemployed viễn cảnh ảm đạm đối với những người thất nghiệp; further outlook, dry and sunny triển vọng thời tiết khô ráo và có nắng (dự báo thời tiết).

outlying /'aʊtlaiiŋ/ tt (thngữ) xa trung tâm; xa xôi: outlying villages with poor communications những làng mạc xa xôi với phương tiện giao thông liên lạc nghèo nàn.

outmanoeuvre (Mỹ **outmaneuver**) /ˌaʊtmə'nu:və[r]/ dgt hơn (đối thủ...) làm thất bại (đối thủ...) (nhờ khôn khéo hơn): he was completely outmanoeuvred in his campaign to win the support of others ministers ông ta hoàn toàn thất bại trong cuộc vận động để đạt được sự ủng hộ của các vị bộ trưởng khác.

outmoded /ˌaʊt'məʊdid/ tt (thường xấu) không phải mốt nữa; lỗi thời: outmoded views quan điểm lỗi thời.

outnumber /ˌəʊt'nʌmbə[r]/ dgt đông hơn: we were outnumbered two to one by the enemy quân địch đông gấp đôi chúng tôi.

out of /'aʊtəv/ gt **1.** (chỉ vị trí) ngoài: Mr Ba is out of town this week tuần này ông Ba ở ngoài thành phố; fish can survive for only a short time out of water ra khỏi nước cá chỉ sống được một thời gian ngắn **2.** (chỉ sự chuyển dịch) khỏi: jump out of bed nhảy ra khỏi giường; fly out of the cage bay ra khỏi lồng; go out of the shop đi ra khỏi cửa hàng **3.** (chỉ nguyên nhân) vì: help somebody out of pity giúp đỡ ai vì lòng thương hại; ask out of curiosity hỏi vì tò mò **4.** trong số: choose one out of the six chọn một trong số sáu cái **5.** bằng; từ; với: the hut was made out of pieces of wood túp lều làm bằng những mảnh gỗ; she made a skirt out of the material I gave her cô ta may một chiếc váy với miếng vải mà tôi đã cho cô ta **6.** thiếu; không [có]; không còn: he's been out of work for six months nó đã không có việc sáu tháng nay; I'm beginning to feel out of patience tôi bắt đầu thấy không còn kiên nhẫn được nữa **7.** khỏi, ngoài [vòng]: he's still in hospital but out of danger nó còn ở bệnh viện, nhưng đã ngoài vòng nguy hiểm **8.** từ; trích từ; bằng: copy a recipe out of a book chép một công thức từ trong một cuốn sách; pay for a new car out of one's savings trả tiền mua xe mới bằng tiền tiết kiệm **9.** mất; lấy mất (do lừa lọc): cheat somebody out of his money lừa ai lấy [mất] tiền [của người ta] **10.** cách [xa]: the ship sank 10 nautical miles out of Stockholm tàu chìm cách Stockholm mười hải lý **11.** (kng) không liên quan gì, không dính líu gì với: *it's a dishonest scheme and I'm glad to be out of it* đó là một âm mưu bất lương và tôi vui mừng là không dính líu gì vào đấy cả. // **out of it** buồn nhớ (nhớ cộng đồng cũ): *we're only just moved here so we still feel a bit out of it* chúng tôi vừa mới chuyển tới đây nên còn buồn nhớ một chút.

out-of-date /ˌaʊtəv'deit/ tt lỗi thời.

out-of-pocket /aʊtəv'pɒkit/ dt x pocket.

out-of-the-way /ˌaʊtəvðə'wei/ tt **1.** xa xôi, hẻo lánh **2.** ít người biết đến; không thông thường.

outpatient /'aʊtpeiʃnt/ dt bệnh nhân ngoại trú: *if you do not require surgery you can be treated as an outpatient* nếu anh không yêu cầu được mổ thì anh có thể điều trị như một bệnh nhân ngoại trú; *the outpatient department* khoa ngoại trú.

outplay /ˌaʊt'plei/ dgt (thường bị động) chơi giỏi hơn, chơi hay hơn: *the English team were totally outplayed by the Brazilians* đội Anh hoàn toàn bị đội Bra-xin áp đảo.

outpoint /ˌaʊt'pɔint/ dgt (thường bị động) (thể) thắng điểm: *he was outpointed by the champion* nó bị nhà vô địch dẫn điểm.

outpost /aʊtpəʊst/ dt **1.** (quân) đồn tiền tiêu, tiền đồn **2.** trạm (ở nơi xa xôi hẻo lánh): *a missionary outpost in the jungle* trạm truyền giáo trong rừng rậm; *you'd better get petrol here, where we're going is the last outpost of civilization (đùa)* anh lấy xăng ở đây thì hơn, nơi chúng ta đi tới là [trạm] tận cùng của văn minh đấy.

outpouring /'aʊtpɔ:riŋ/ dt (thường snh) sự dạt dào, sự tràn trề (tình cảm); tình cảm tràn trề: *outpourings of the heart* tình cảm tràn trề từ tâm can.

output¹ /'aʊtpʊt/ dt (số ít) **1.** sản lượng: *the average output of the factory is 20 cars a day* sản lượng trung bình của nhà máy là 20 xe mỗi ngày; *we must increase our output to meet demand* chúng ta phải tăng sản lượng để đáp ứng yêu cầu **2.** công suất; năng lượng (do một máy phát sản ra): *an output of 100 watts* công suất 100 oát **3.** sự ra; sự xuất; đầu ra; lượng ra (máy điện toán): *floating output* đầu ra di động; *light output* lượng ánh sáng ra; *output area* vùng xuất.

output² /'aʊtpʊt/ dgt (**output** hoặc **outputted**) cung cấp (thông tin, kết quả...) (máy điện toán).

output device /'aʊtpʊtdivais/ dt thiết bị xuất (máy điện toán).

outrage¹ /'aʊtreidʒ/ dt (xấu) **1.** sự tàn bạo; hành động tàn bạo: *outrages committed by armed mobs* hành động tàn bạo do đám đông có vũ trang **2.** hành động làm quần chúng căm phẫn, sự kiện làm quần chúng tức giận: *the building of the new shopping centre is an outrage - she protest* bà ta phản kháng mà nói rằng: việc xây cất trung tâm buôn bán là một việc làm quần chúng căm phẫn **3.** sự phẫn uất cao độ; sự giận dữ cao độ: *when he heard the news, he reacted with a sense of outrage* khi nó nghe tin, nó phản ứng lại với sự giận dữ cao độ.

outrage² /'aʊtreidʒ/ dgt (thường bị động) làm phẫn uất mạnh; làm lo ngại dữ: *outrage public opinion* làm phẫn uất mạnh công luận; *they were outraged by the announcement of massive price increases* họ lo ngại dữ khi được loan báo là giá cả tăng ồ ạt.

outrageous /aʊt'reidʒəs/ tt **1.** xúc phạm mạnh; chướng: *his treatment of his wife is outrageous* cách hắn đối xử với vợ hắn chướng lắm; *the price is outrageous* giá cao quá **2.** khác thường; trái với thói thường: *outrageous hats* những chiếc mũ khác thường.

outrageously /aʊt'reidʒəsli/ pht **1.** [một cách] chướng **2.** [một cách] khác thường; [một cách] trái với thói thường: *outrageously expensives clothes* quần áo đắt khác thường; *oustrageously pornographic magazines* những tạp chí khiêu dâm khác thường.

outran /ˌaʊt'ræn/ qk của outrun.

outrank /ˌaʊt'ræŋk/ dgt hơn cấp, ở cấp cao hơn (ai): *Colonel An outranks everyone here* đại tá An hơn cấp mọi người ở đây.

outré /'u:trei, (Mỹ u:'trei)/ tt rất khác thường, rất đặc biệt; kỳ cục: *an outré style of dress* một kiểu áo dài kỳ cục; *she likes to shock people with her outré remarks* cô ta thích làm choáng váng người ta bằng những nhận xét rất khác thường của cô.

outrider /'aʊtraidə[r]/ dt người cưỡi mô-tô hộ tống; (trước đây) người cưỡi ngựa hộ tống: *the President's car was flanked by motor-cycle outriders* hai bên sườn xe của chủ tịch có người cười mô-tô hộ tống.

outrigger /'aʊtrɪgə[r]/ *dt* **1.** cọc chìa (để giữ thăng bằng cho xuồng): cọc chèo **2.** thuyền có cọc chìa; thuyền có cọc chèo.

outright[1] /'aʊtraɪt/ *pht* **1.** cởi mở; thẳng thắn: *I told him outright what I thought of his behaviour* tôi nói thẳng thắn với anh ta tôi đã nghĩ như thế nào về cách cư xử của anh ta **2.** ngay; tươi: *be killed outright by a single gunshot*: bị một phát đạn bắn chết tươi **3.** hoàn toàn: *he won outright* nó thắng hoàn toàn.

outright[2] /'aʊtraɪt/ *tt* **1.** thẳng thừng; dứt khoát: *an outright refusal* sự từ chối thẳng thừng; sự từ chối dứt khoát **2.** rõ ràng; không sai vào đâu được: *he was the outright winner* anh ta rõ ràng là người chiến thắng.

outrival /,aʊt'raɪvl/ *dgt* (-ll-; *Mỹ cg* -l-) vượt hơn, thắng (ai trong khi đua tài).

outrun /,aʊt'rʌn/ *dgt* (**outran, outrun**) chạy nhanh hơn, chạy vượt: *the favourite easily outran the other horses in the field* con ngựa ai cũng chắc là sẽ thắng đã chạy vượt lên các con ngựa khác ở trường đua một cách dễ dàng; *his ambition outran his ability (bóng)* tham vọng của nó đã vượt ra khả năng của nó.

outsell /,aʊt'sel/ *dgt* (**outsold**) **1.** bán được nhiều hơn (ai) **2.** bán chạy hơn (mặt hàng gì): *this model outsells all others on the market* mẫu hàng này bán chạy hơn tất cả các mẫu khác trên thị trường.

outset /'aʊtset/ *at* (**from**) **the outset (of something)** lúc (từ lúc) ban đầu (việc gì): *at*

the outset of his career, he was full of optimism but not now ban đầu lúc vào nghề, nó đầy lạc quan, bây giờ thì không; *from the outset it was clear that he was guilty* từ lúc ban đầu, đã rõ là nó có tội.

outshine /,aʊt'ʃaɪn/ *dgt* (**outshone**) (*thường bóng*) rạng rỡ hơn: *the young girl violonist outshone all the other competitors* cô gái chơi vi-ô-lông chơi hay hơn tất cả các đối thủ khác.

outshone /'aʊtʃɒn/ *qk* và *dttqk của* outshine.

outside[1] /,aʊ'saɪd/ *dt* **1.** bề ngoài; bên ngoài: *open the door from the outside* mở cửa từ bên ngoài; *judge a thing from the outside* xét đoán cái gì theo bề ngoài; *she seems calm on the outside but I know how worried she really is (bóng)* bề ngoài thì cô ta có vẻ bình tĩnh nhưng tôi biết thật ra cô ta lo lắng đến dường nào **2.** (*số ít*) khu vực sát với (một tòa nhà...): *walk round the outside of a building* đi quanh khu vực sát với một tòa nhà. // **at the outside** nhiều nhất là; tối đa là: *room for 75 people at the outside* gian phòng tối đa là cho 75 người; **on the outside** sử dụng làn đường gần trung tâm con đường nhất (*xe, người đi xe*): *overtake somebody on the outside* đuổi kịp và vượt ai trên làn đường gần trung tâm con đường nhất.

outside[2] /'aʊtsaɪd/ *tt* (*thngữ*) **1.** ngoài; ở mặt ngoài: *outside repairs* sửa chữa ở mặt ngoài; *a house with only two outside walls* ngôi nhà với chỉ có hai tường ngoài **2.** ở ngoài (*ngôi nhà chính*): *an outside toilet* nhà vệ sinh

ở ngoài (*ngôi nhà chính* 1) **3.** của người ngoài, ngoại: *we'll need outside help* chúng tôi muốn có sự giúp đỡ của người ngoài **4.** rất ít, mỏng manh (*khả năng...*): *an outside chance of winning the game* cơ may thắng trò chơi rất mỏng manh **5.** cao nhất; tối đa: *150 is an outside estimate* 150 là số ước lượng cao nhất.

outside[3] /,aʊt'saɪd/ *gt* (*Mỹ cg* **outside of**) ngoài: *you can park your car outside our house* anh có thể đỗ xe ngoài nhà chúng tôi; *the matter is outside my area of responsibility* vấn đề ấy ở ngoài khu vực trách nhiệm của tôi; *I am not concerned with what you do outside working hours* tôi không quan tâm đến những gì anh làm ngoài giờ làm việc; *outside her brothers and sisters she has no real friends* ngoài anh chị em ruột ra, cô ta không có những người bạn thực sự.

outside[4] /,aʊt'saɪd/ *pht* **1.** ở ngoài: *please wait outside* làm ơn chờ ở ngoài; *the house is painted green outside* ngôi nhà sơn màu xanh ở [mặt] ngoài; *don't go outside, it's too cold* đừng ra ngoài trời rét quá **2.** ngoài trời: *it's warmer outside than in this room* ngoài trời ấm hơn trong phòng này.

outside broadcast /,aʊtsaɪd 'brɔːdkɑːst/ chương trình (*phát thanh, truyền hình*) thu ngoài trường quay chính.

outside lane /,aʊtsaɪd'leɪn/ làn đường gần trung tâm con đường nhất.

outside left /,aʊtsaɪd'left/ (*thể*) tả biên (*bóng đá*).

outside line /,aʊtsaɪd'laɪn/ đường điện thoại ra ngoài.

outsider /,aʊt'saɪdə[r]/ *dt* **1.** người ngoài *(một tổ chức...)*: *although he's lived there for ten years, the villagers still treat him as an outsider* mặc dù đã sống ở đấy mười năm, dân làng vẫn coi ông ta là người ngoài **2.** đấu thủ có ít khả năng thắng; ngựa đua có ít khả năng thắng: *that horse is a complete outsider, don't waste your money on it* con ngựa này hoàn toàn không có khả năng thắng, chớ có phí tiền mà đánh cá vào nó.

outside right /,aʊtsaɪd'raɪt/ *(thể)* hữu biên *(bóng đá)*.

outsize /'aʊtsaɪz/ *tt (thường thng, có khi xấu)* ngoại cỡ *(quần áo, người)*: *outsize dresses* quần áo ngoại cỡ; *she's not really outsize, just well-built* cô ta không thực sự là ngoại cỡ đâu, chỉ là vạm vỡ thôi.

outskirts /'aʊtskɜːts/ *dt snh* ngoại ô, vùng ven *(một thành phố lớn)*.

outsmart /,aʊt'smaːt/ *tt* khôn hơn, ranh hơn, láu hơn: *we outsmarted them and got there first by taking a shorter route* chúng tôi ranh hơn chúng nó và đã đến đấy trước tiên vì đã đi theo một con đường ngắn hơn.

outsold /,aʊt'səʊld/ *qk và dttqk của* outsell.

outspoken /,aʊt'spəʊkən/ *tt* nói thẳng; thẳng thắn: *an outspoken critic of the government* một người phê bình thẳng thắn chính phủ; *be outspoken in one's remarks* thẳng thắn trong nhận xét.

outspokenly /,aʊt'spəʊkənlɪ/ *pht* [một cách] nói thẳng; [một cách] thẳng thắn: *outspokenly critical* phê bình thẳng thắn.

outspokenness /,aʊt'spəʊkənnis/ *dt* tính nói thẳng; tính chất thẳng thắn.

outspread /,aʊt'spred/ *tt* dang ra, giăng ra: *she runs towards him with outspread arms (with arms outspread)* cô chạy tới anh ta hai tay dang rộng.

outstanding /,aʊt'stændɪŋ/ *tt* **1.** xuất sắc: *an outstanding performance* thành tích xuất sắc; *an outstanding student* anh sinh viên xuất sắc **2.** nổi bật; đập vào mắt: *the outstanding features of the landscape* những nét nổi bật của phong cảnh; *an outstanding landmark* một mốc ranh giới đập vào mắt **3.** còn tồn đọng *(vấn đề, công việc; nợ)*: *a good deal of work is still outstanding* nhiều việc còn tồn đọng; *outstanding debts* nợ còn tồn đọng, nợ chưa trả.

outstandingly /,aʊt'stændɪŋlɪ/ *pht* đặc biệt, hết sức: *outstandingly good* hết sức tốt; *play outstandingly [well]* chơi hết sức cừ.

outstation /'aʊtsteɪʃn/ *dt* trạm tiền tiêu.

outstay /,aʊt'steɪ/ *dgt* ở lại lâu hơn: *outstay all the other guests* ở lại lâu hơn tất cả các người khách khác. // *outstay one's welcome* x welcome.

outstretched /,aʊt'stretʃt/ *tt* dang ra; *(tay chân)*: *he lay outstretched on the grass* anh ta nằm tay chân dang ra trên bãi cỏ; *with arms outstretched; with outstretched arms* tay dang rộng ra.

outstrip /,aʊt'strɪp/ *dgt* (-pp-) **1.** chạy nhanh hơn *(trong cuộc chạy đua)* và bỏ xa *(ai)*: *we soon outstripped the slower runners* chúng tôi đã sớm bỏ xa những người chạy chậm hơn **2.** trội hơn; vượt quá *(ai, cái gì)*: *demand is outstripping current production* yêu cầu (nhu cầu) vượt quá sản lượng (sức sản xuất) hiện thời.

out-tray /'aʊttreɪ/ *dt* khay giấy tờ đã giải quyết *(của một viên phụ trách ở cơ quan...)*.

outvote /,aʊt'vəʊt/ *dgt* thắng phiếu *(ai)*: *be heavily outvoted* bị thắng phiếu đậm.

outward /'aʊtwəd/ *tt (thngū)* **1.** đi ra ngoài; đi xa *(chuyến đi)*: *an outward voyage* một chuyến đi xa **2.** ngoài, bề ngoài: *the outward appearance of things* vẻ bề ngoài của sự vật; *to [all] outward appearances the child seems very happy* theo mọi vẻ bề ngoài thì chú bé có vẻ rất sung sướng **3.** theo biểu hiện bên ngoài *(trái với tâm trạng bên trong)*: *she gives no outward sign of the sadness she must feel* bên ngoài cô ta không hề tỏ một dấu hiệu của nỗi buồn.

outwardly /'aʊtwədlɪ/ *pht* bên ngoài: *though badly frightened she appeared outwardly calm* mặc dù rất hoảng sợ, cô ta bên ngoài vẫn tỏ ra bình tĩnh.

outward bound /aʊtwəd 'baʊnd/ đi xa: *the ship is outward bound* con tàu đi xa [ra nước ngoài].

outwards /'aʊtwədz/ *pht* *(Mỹ cg* outward) **1.** ra ngoài; hướng ra ngoài: *the two ends of the wire must be bent outwards* hai đầu dây phải uốn cong ra ngoài **2.** xa nhà, xa nơi xuất phát: *a train travelling outwards from London* chuyến xe lửa đi xa Luân Đôn.

outweigh /,aʊt'weɪ/ *dgt* nặng hơn, trội hơn *(về giá trị, tầm quan trọng)*: *the* advantages for outweigh the disavantages thuận lợi trội hơn bất lợi nhiều.

outwit /ˌaʊt'wɪt/ *dgt (tt)* khôn hơn mà thắng *(ai)*, láu hơn mà lừa được *(ai)*: *two prisoners outwitted their guards and got away* hai tên tù đã lừa được người gác và chuồn đi.

outwork /aʊtwɜːk/ *dt* hàng *(may mặc, lắp ráp)* giao cho làm tại nhà, hàng gia công: *do outwork for a clothing factory* làm hàng gia công cho một xí nghiệp may mặc.

outworker /'aʊtwɜːkə[r]/ *dt* công nhân nhận hàng về làm tại nhà; thợ gia công: *outworkers in the clothing industry are usually badly paid* thợ gia công trong công nghiệp may mặc thường được trả lương thấp.

outworn /ˌaʊt'wɔːn/ *tt (thường, thngữ)* cũ kỹ; lỗi thời: *outworn scientific theories* những thuyết khoa học đã cũ kỹ; *outworn practices in industry* những thói quen lỗi thời trong công nghiệp.

ouzel /'uːzl/ *dt (động)* sáo nhạc *(chim)*.

ouzo /'uːzəʊ/ *dt* rượu anit *(của Hy Lạp)*.

ova /'eʊə/ *dt snh* của ovum.

oval¹ /eʊvl/ *tt* [có] hình trái xoan: *the mirror is oval* cái gương hình trái xoan.

oval² /eʊvl/ *dt* hình trái xoan: *the playing field is a large oval* sân vận động là một hình trái xoan rộng.

ovary /'eʊvəri/ *dt* 1. *(động)* buồng trứng 2. *(thực)* bầu *(nhụy hoa)*.

ovarian /eʊ'veəriən/ *tt* 1. *(động)* [thuộc] buồng trứng 2. *(thực)* [thuộc] bầu *(nhụy hoa)*.

ovation /eʊ'veɪʃn/ *dt* sự hoan hô nhiệt liệt: *she re-ceived an enthusiastic ovation from the audience* bà ta được cử tọa hoan hô nhiệt liệt; *the speaker was given a standing ovation* diễn giả được cử tọa đứng dậy hoan hô nhiệt liệt.

oven /'ʌvn/ *dt* lò *(nướng bánh mì...)*: *bread is baked in an oven* bánh mì được nướng trong lò; *you've left the oven door open* anh để cửa lò mở. // **have a bun in the oven** x bun; **like an oven** nóng như trong lò; nóng lắm: *open the window, it's like an oven in here!* mở cửa sổ ra, ở đây nóng như thế là trong lò ấy!

oven-ready /ˌʌvn'redi/ *tt* đã chuẩn bị và sẵn sàng để nấu nướng: *oven-ready chickens* gà đã chuẩn bị và sẵn sàng để nấu nướng.

ovenware /'ʌvnweə[r]/ *dt* đĩa bồ lò chịu nhiệt *(đĩa chịu nhiệt dùng để nướng món ăn trong lò)*.

over¹ /'əʊvə[r]/ *pht* 1. nghiêng; ngửa: *don't knock that vase over* đừng đụng vào cái bình làm nó nghiêng đi; *fall over* ngã ngửa 2. từ mặt này sang mặt kia; lật: *turn the patient over onto his front* lật sấp bệnh nhân xuống; *turn over the page* lật sang trang sau; *after ten minutes turn the meat over* sau mười phút nhớ lật miếng thịt nhé 3. qua, sang: *let me row you to the other side of the lake* để tôi chèo thuyền đưa anh qua bên kia hồ; *he has gone over to (is over in) France* nó đã sang Pháp; *put the tray over there* để cái khay sang kia 4. *(chủ yếu Mỹ)* lần nữa; lại: *he repeated it several times over until he could remember it* nó lặp lại nhiều lần cho đến khi nó nhớ được

cái đó; *the work is badly done, it must be done over* công việc làm không tốt, phải làm lại 5. còn lại: *if there's any food [left] over, put it in the fridge* nếu còn lại một ít thức ăn thì cho vào tủ lạnh; *I have just 10 dollars when I've paid all my debts* tôi còn lại đúng 10 đô-la khi tôi đã trả hết các món nợ 6. trên; hơn: *children of fourteen and over* trẻ em mười bốn tuổi và hơn thế; *10 metres and a bit over* mười mét và hơn thế một tí 7. qua, xong, hết: *their relationship is over* quan hệ của họ đã hết (đã chấm dứt); *by the time we arrived the meeting was over* khi chúng tôi tới thì cuộc họp đã xong; *it's all over with him, the doctor said gently* bác sĩ nói nhẹ nhàng: anh ta thế là hết 8. đổi, chuyển *(từ người (nhóm) này sang người (nhóm) khác từ chỗ này sang chỗ khác)*: *please change the plates over* làm ơn đổi chỗ các đĩa thức ăn này cho nhau; *he's gone over to the enemy* nó đã chạy theo địch 9. *(dùng trong khi liên lạc bằng radiô)* message received. *Over* điện đã nhận, đến lượt anh nói đi 10. trùm lên toàn bộ: *paint something over* quét sơn lên toàn bộ vật gì; *the lake is completely frozen over* mặt hồ đã đóng băng toàn bộ; *cover her over with a blanket* lấy chăn đắp trùm lên cho cô ta. // **[all] over again** lại một lần nữa từ đầu: *he did the work so badly that I had to do it all over again myself* nó làm công việc tôi đến nỗi tôi phải làm lại [một lần nữa] từ đầu; **over against something** tương phản với cái gì; đối lập với cái gì; **over and** over [again] nhiều lần; lặp đi lặp lại: *I've warned you over and over [again] not to do that* tôi đã cảnh cáo anh nhiều lần là đừng có làm cái đó.

over² /'əʊvə[r]/ *gt* **1.** trên; ở trên: *spread a cloth over the table* trải khăn lên trên bàn; *the sun shines over the earth* mặt trời chiếu sáng trên mặt đất; *the balcony pists out over the street* ban công chìa ra ở trên đường phố; *there is a lamp hanging over the table* có một chiếc đèn trên ở trên bàn **2.** qua; sang; ở phía bên kia: *a bridge over the river* chiếc cầu bắc qua sông; *escape over the frontier* trốn thoát qua biên giới; *look over the hedge* nhìn qua hàng rào; *we're over the most difficult stage of the journey* chúng tôi đã qua giai đoạn khó nhất của cuộc hành trình; *climb over a wall* trèo qua tường; *jump over the stream* nhảy qua dòng suối **3.** ở phía bên kia: *he lives over the road* nó ở phía bên kia đường: *who lives in that house over the way?* ai ở ngôi nhà bên kia đường thế? **4.** (*thường* + all) trên khắp, ở khắp: *he is famous all over the world* ông ta nổi danh trên khắp thế giới; *snow is falling [all] over the country* tuyết rơi khắp vùng **5.** hơn, trên (*một số lượng nào đó*): *he's two metres tall* nó cao trên hai mét; *he stayed in London (for) over a month* nó ở lại Luân Đôn hơn một tháng; *he's over fifty* ông ta trên năm mươi [tuổi] **6.** [lên] trên (*chỉ sự cai quản, thế hơn...*): *she has only the director over her* chị ta chỉ có ông giám đốc [đứng] trên chị; *he ruled over a great empire* ông ta thống trị [trên] một

đế quốc lớn **7.** trong khi: *discuss it over lunch* thảo luận cái đó trong khi ăn trưa; *he had a pleasant chat over a cup of tea* anh ta nói chuyện phiếm thú vị trong khi uống trà; *can you stay over Wednesday?* anh có thể ở đến sau thứ tư không? **8.** về, vì: *an argument over money* sự tranh luận về tiền nong; *a disagreement over the best way to proceed* sự bất đồng ý kiến về con đường hành động tốt nhất **9.** được truyền qua, qua: *we heard it over the radio* chúng tôi đã nghe cái đó qua đài. // **over and above** ngoài, ngoài ra: *the waiters get good tips over and above their wages* những người hầu bàn được thưởng công khá nhiều ngoài tiền công ra.

over³ /'əʊvə[r]/ *dt* (*thể*) loạt sáu quả đánh lăn bóng (*của cùng một cầu thủ cricket*).

over- (*tiền tố*) **1.** (*tạo dt, dgt, tt và pht*) trên, ngoài, qua (*x* overcoat, overhang, overhead...) **2.** quá, quá mức (*x* overeat, overwork, overtime...).

overact /,əʊvər'ækt/ *dgt* (*xấu*) cường điệu (*vai mình đóng*): *he overacts the part of the loving husband* ông ta cường điệu vai người chồng nặng tình; *amateur actors often overact* diễn viên nghiệp dư thường hay cường điệu vai mình đóng.

overall¹ /,əʊvərɔːl/ *tt* tổng cộng; toàn bộ: *the overall cost of the carpet including sales tax and fitting* giá tổng cộng của tấm thảm bao gồm thuế hàng hóa và phí lắp đặt; *an overall solution* một giải pháp toàn bộ; *there's been an overall improvement*

recently mới đây đã có một sự cải thiện toàn bộ.

overall² /,əʊvərɔːl/ *pht* **1.** tổng cộng; toàn bộ: *how much will it cost overall?* tổng cộng thì cái đó giá bao nhiêu thế? **2.** nói chung: *overall it's been a good match* nói chung ấy là một trận đấu hay.

overall³ /'əʊvərɔːl/ *dt* **1.** áo bờ-lu **2. over-alls** (*Mỹ* **overalls**) bộ áo liền quần (*mặc ngoài khi lao động*): *the carpenter was wearing a pair of blue overalls* bác thợ mộc mặc một áo liền quần màu lơ.

overarm /'əʊvərɑːm/ *tt, pht* (*thể*) đánh bằng tay giơ cao hơn vai (*bóng cricket*).

overate /,əʊvə'et/ *qk* của overeat.

overawe /'əʊvərɔː/ *dgt* (*thường bị động*) làm cho quá sợ; làm cho quá kính nể: *overawed into submission by senior colleagues* bị các bạn đồng sự lâu năm làm cho quá sợ mà phải phục tùng.

overbalance /,əʊvə'bæləns/ *dgt* [làm] mất thăng bằng mà ngã: *he overbalanced and fell into water* nó mất thăng bằng và ngã xuống nước; *if you stand up you'll overbalance the canoe* nếu anh đứng dậy anh sẽ làm xuồng mất thăng bằng.

overbearing /,əʊvə'beəriŋ/ *tt* (*xấu*) áp chế; hà hiếp.

overbearingly /,əʊvə'beəriŋli/ *pht* (*xấu*) [một cách] áp chế; [một cách] hà hiếp.

overbid¹ /,əʊvə'bid/ *dgt* (**-tt-**; **overbid**) **1.** trả giá cao hơn (*trong cuộc bán đấu giá*) **2.** xướng bài cao hơn (*bài brit*).

overbid² /,əʊvə'bid/ *dt* **1.** sự trả giá cao hơn (*trong cuộc bán đấu giá*) **2.** xướng bài cao hơn (*bài brit*).

overblown /ˌəʊvə'bləʊn/ *tt* **1.** nở to quá, sắp tàn *(hoa)*: *overblown roses* những bông hồng nở to quá; *overblown beauty (bóng)* sắc đẹp sắp tàn **2.** cường điệu; kiểu kỳ: *an overblown style of writting* lối hành văn cường điệu.

overboard /'əʊvəbɔːd/ *pht* từ trên mạn tàu xuống biển: *fall overboard* ngã từ trên mạn tàu xuống biển. // **go overboard about (somebody, something)** *(kng, thường xấu)* rất nhiệt tình với *(ai, cái gì)*: *he goes overboard about every woman he meets* nó rất nhiệt tình với mọi người phụ nữ mà nó gặp; **throw overboard** vứt đi, bỏ đi, thải đi *(vật gì)*, tống khứ đi; thôi ủng hộ *(ai)*: *after losing the election, the party threw their leader overboard* sau khi thất cử, các đảng viên đã thôi ủng hộ lãnh tụ của họ.

overbook /əʊvə'bʊk/ *dgt (thường bị động)* đặt trước quá nhiều chỗ *(ở một chuyến bay, ở một khách sạn)*: *the flight was overbooked* chuyến bay có nhiều chỗ đặt trước quá.

overburden /əʊvə'bɜːdn/ *dgt (thường bị động)* dồn quá nhiều *(việc, nỗi lo nghĩ...)* cho *(ai)*: *overburdened with remorse* bị dồn quá nhiều hối hận; lòng nặng trĩu hối hận.

overcame /əʊvə'keim/ *qk* của overcome.

overcapitalization, overcapitalisation /əʊvəˌkæpitəlai'zeiʃn, (*Mỹ* əʊvəˌkæpitəli'zeiʃn)/ *dt* sự ước lượng quá cao dự trữ tiền *(của một công ty...)*.

overcapitalize, overcapitalise /əʊə'kæpitelaiz/ *dgt* ước

lượng quá cao dự trữ tiền *(của một công ty...)*.

overcast /ˌəʊvə'kɑːst, (*Mỹ* ˌəʊvə'kæst)/ *tt* đầy mây; u ám *(trời)*: *a dark, overcast day* một ngày tối trời đầy mây; *it's a bit overcast, it might rain* trời hơi u ám có thể mưa; *an overcast expression on his face (bóng)* nét u ám trên mặt anh ta.

overcharge /ˌəʊvə'tʃɑːdʒ/ *dgt* **1.** tính *(ai)* giá quá cao *(về món gì)*: *that grocer never overcharges* người bán hàng khô này không bao giờ tính giá quá cao; *we were overcharged for the eggs* chúng tôi bị tính giá quá cao về khoản trứng **2.** chất quá đầy; nạp quá mức: *overcharge an electric circuit* nạp quá mức mạch điện; *a poem overcharged with emotion (bóng)* bài thơ chan chứa xúc cảm.

overcoat /'əʊvəkəʊt/ *dt (cũ* **topcoat**) *dt* áo khoác: *he wore a hat, gloves and an overcoat* ông ta đội mũ, đi tất tay và mặc áo khoác.

overcome /ˌəʊvə'kʌm/ *dgt* **(overcame, overcome) 1.** thắng; chiến thắng: *overcome a tentation* thắng được sự cám dỗ; *we shall overcome!* chúng ta sẽ chiến thắng! **2.** *(thường bị động)* làm kiệt sức; làm yếu đi; làm không còn tự kiềm chế được nữa: *be overcome with grief* bị kiệt sức đi vì sầu khổ; *be overcome with anger* giận không còn tự kiềm chế được nữa **3.** tìm ra cách đối phó với; tìm ra cách giải quyết: *we'll overcome that difficulty when we get to it* chúng ta sẽ tìm ra cách giải quyết khó khăn ấy khi đến lúc phải làm.

over-compensate /ˌəʊvə'kɒmpenseit/ *dgt* có kết quả

đền bù ngược lại *(trong khi cố sửa một thiếu sót, một mặt yếu...)*: *working mothers often over-compensate for their absences from home by spoiling their children* các bà mẹ đi làm phải vắng mặt ở nhà, kết quả là con họ trở nên hư hỏng.

overcrop /ˌəʊvə'krɒp/ *dgt* **(-pp-)** khai thác quá mức *(đất trồng trọt, khiến đất bạc màu)*.

overcrowded /ˌəʊvə'kraʊdid/ *tt* quá đông người; quá đông khách *(cửa hàng, tàu xe...)*: *shops are very overcrowded before Chrismas* cửa hàng đông khách quá mức trước lễ Giáng sinh; *overcrowded trains* tàu quá đông khách.

overcrowding /ˌəʊvə'kraʊdiŋ/ *dt* tình trạng quá đông người: *the serious overcrowding in the poor areas of the city* tình trạng quá đông người trầm trọng ở những khu nghèo nhất trong thành phố.

overdid /ˌəʊvə'did/ *qk* của overdo.

overdo /ˌəʊvə'duː/ *dgt* **(overdid, overdone) 1.** cường điệu: *she rather overdid the sympathy* cô ta phần nào cường điệu mối thiện cảm của cô *(đến mức có thể như là thiếu thành thực)*; *the comic scenes in the play were overdone* các cảnh hài hước trong vở đã được cường điệu lên **2.** dùng quá nhiều: *don't overdo the garlic in the food* đừng cho quá nhiều tỏi vào món ăn; *I think we've rather overdone the red in this room* tôi nghĩ chúng ta đã dùng hơi quá nhiều màu đỏ trong phòng này **3.** nấu quá lâu: *the fish was overdone and very dry* cá nấu quá lâu và đã khô cong. // **overdo it; overdo things** *a/* làm cật lực; học cật lực; luyện tập cật lực: *you must stop overdoing it, you'll make yourself ill* anh phải thôi làm cật lực đi, anh sẽ ốm đấy b/ hành động (làm) quá mức *(để đạt mục tiêu): he was trying to be helpful, but he rather overdid it* nó cố trở nên hữu ích, nhưng đã làm hơi quá.

overdone /,əʊvə'dʌn/ *đttqk của* overdo.

overdose[1] /'əʊvədəʊs/ *dt* liều (thuốc) quá cao: *die of a heroin overdose* chết một liều heroin quá cao; *I've had rather an overdose of TV this week* tuần này tôi xem TV hơi quá liều.

overdose[2] *dgt* 1. /,əʊvə'dəʊs/ cho *(ai)* một liều *(gì)* quá cao: *he's been overdosing himself* anh ta đã tự cho mình uống liều thuốc quá số cao 2. /'əʊvədəʊs/ uống một liều quá cao: *he overdosed [on sleeping pills) and died* ông ta uống một liều quá cao [thuốc ngủ] và đã chết.

overdraft /'əʊvədrɑːft, *(Mỹ* 'əʊvədræft)/ *dt* số tiền rút quá số dư tài khoản, số thấu chi: *I took out an overdraft to pay for my new car* tôi rút ra một số tiền quá số dư tài khoản để trả tiền chiếc xe mới; *an overdraft arrangement* sự thu xếp thấu chi.

overdraw /,əʊvə'drɔː/ *dgt* **(overdrew, overdrawn)** 1. rút quá số dư tài khoản *(ở một ngân hàng)* 2. phóng đại; cường điệu: *the characters in this novel are overdrawn* các nhân vật trong cuốn tiểu thuyết này đều đã được cường điệu lên.

overdrawn /,əʊvə'drɔːn/ *tt* 1. *(vị ngữ)* có số tiền rút quá số dư tài khoản *(người): I*

am overdrawn by 100 dollars tôi có rút 100 đô-la quá số dư tài khoản 2. rút quá số dư, chi vượt *(món tiền): heavily overdrawn account* tài khoản chi vượt rất nhiều.

overdress /,əʊvə'dres/ *dgt (thường bị động và xấu)* ăn mặc quá diện; cho mặc quần áo quá diện: *I feel rather overdressed in this suit* tôi cảm thấy quá diện trong bộ quần áo này.

overdrew /,əʊvə'druː/ *qk của* overdraw.

overdrive /'əʊvədraɪv/ *dt* cơ cấu ngoại số *(trên số cao nhất ở xe cô).* // **go into overdrive** sử dụng cơ cấu ngoại số *(bóng): she always goes into overdrive before the holidays* cô ta bao giờ trước kỳ nghỉ cũng lao cật lực vào công việc.

overdue /,əʊvə'djuː:, *(Mỹ* əʊvə'duː:)/ *tt (thường thngữ)* chậm; quá thời hạn: *the bills are overdue* những hóa đơn này đã quá thời hạn thanh toán; *the train is overdue* tàu chậm giờ.

overeat /,əʊvər'iːt/ *dgt* **(overate, overeaten)** ăn quá nhiều; ăn quá mức: *I overate at the party last night and got violent indigestion* tối qua tôi đã dự tiệc ăn quá nhiều nên bụng ì ạch khó tiêu dữ.

overeaten /,əʊvə'iːtn/ *dttqk của* overeat.

overestimate /,əʊvər'estimeit/ *dgt* ước lượng quá cao; đánh giá quá cao: *he overestimated the amount of milk we'd need for the weekend* nó đã ước lượng quá cao số lượng sữa chúng tôi cần cho dịp cuối tuần; *I overestimated his abilities, he's finding the job very difficultly* tôi đã đánh giá quá cao khả năng của nó, nó

thấy công việc quá khó đối với nó.

overexpose /,əʊvərik'spəʊz/ *dgt (thường bị động)* lộ sáng quá lâu; lộ sáng quá mạnh *(chụp ảnh).*

overexposure /,əʊvərik-'spəʊzə[r]/ *dt* sự lộ sáng quá lâu; sự lộ sáng quá mạnh *(chụp ảnh).*

overflow[1] /,əʊvə'fləʊ/ *dgt* 1. tràn: *your bath is overflowing* nước ở bồn tắm của anh đang tràn ra: *the river overflowed [its banks]* nước sông tràn bờ 2. *(into something)* tràn ra, tràn vào: *the meeting overflowed into the streets* cuộc biểu tình tràn ra đường phố 3. *(with something)* tràn trề: *overflowing with happiness* tràn trề hạnh phúc; *a heart overflowing with love* lòng tràn trề yêu đương.

overflow[2] /'əʊvəfləʊ/ *dt* 1. sự tràn nước ra: *stop the overflow from the cistern* chặn nước tràn ra từ bể chứa; *put a bowl underneath to catch the overflow* đặt một cái bát ở bên dưới để hứng nước tràn ra 2. khối bung ra: *a large overflow of population from the cities* khối lớn dân số bung ra từ các đô thị 3. *(cg* **overflow pipe**) ống thoát nước tràn: *the overflow from the bath is blocked* ống thoát nước tràn ở bồn tắm bị tắc rồi.

overflow pipe /,əʊvəfləʊpaip/ *x* overflow[2] 3.

overflown /'əʊvəfləʊn/ *dttqk của* overfly.

overfly /,əʊvə'flai/ *dgt* **(overflew, overflown)** bay qua: *the journey back took longer than normal because the plane could not overfly the war zone* cuộc hành trình đi về lâu hơn bình thường vì máy bay không bay qua được vùng chiến sự.

overfulfil[l] /ˌəʊvə'fʊlfɪl/ *dgt* hoàn thành vượt mức.

overgrown /ˌəʊvə'grəʊn/ *tt* 1. *(thường thngữ)* lớn quá khổ; lớn quá nhanh; lớn phổng lên: *an overgrown child* chú bé lớn phổng lên 2. *(vị ngữ)* (+ with) có *(cây cối, cỏ dại)* mọc tràn lan: *a garden overgrown with weeds* khu vườn cỏ mọc tràn lan.

overgrowth *dt* 1. /ˈəʊvə-grəʊθ/ cây cỏ mọc tràn lan: *an overgrowth of weeds* cỏ dại mọc tràn lan 2. /ˌəʊvə'grəʊθ/ sự lớn quá khổ; sự lớn quá nhanh; sự lớn phổng lên: *overgrowth is common in adolescents* sự lớn phổng lên là hiện tượng thông thường ở thiếu niên.

overhang¹ /ˌəʊvə'hæŋ/ *dgt* **(overhung)** nhô ra, chìa ra ở trên: *the cliff overhangs the river* vách đá chìa ra ở trên sông.

overhang² /ˌəʊvə'hæŋ/ *dt* phần nhô (chìa) ra: *a bird's nest under the overhang of the roof* tổ chim dưới phần (chìa ra) của mái nhà.

overhaul¹ /ˌəʊvə'hɔːl/ *dgt* rà lại; kiểm tra tu sửa: *have the engine of a car overhauled* kiểm tra tu sửa máy xe; *the foreign language syllabus needs to be completely overhauled* chương trình học tập ngoại ngữ phải rà lại hoàn toàn.

overhaul² /ˌəʊvə'hɔːl/ *dt* sự rà lại; sự kiểm tra tu sửa: *the engine is due for an overhaul* cổ máy đã đến kỳ phải kiểm tra tu sửa; *I am going to the doctor for my annual overhaul (kng, dùa)* tôi đến bác sĩ rà lại sức khỏe hằng năm đây.

overhead¹ /'əʊvəhed/ *tt* 1. ở trên đầu, cao hơn đầu: *overhead wires* dây điện chăng ở cao hơn đầu; *an overhead railway* đường sắt đắp cao hơn mặt phố 2. [thuộc] tổng phí; [thuộc] đầu phí: *overhead expenses* tổng phí; đầu phí.

overhead² /ˌəʊvə'hed/ *pht* ở trên đầu; trên trời: *birds flying overhead* chim bay trên trời.

overheads /'əʊvəhedz/ *dt snh* tổng phí; đầu phí: *heavy overheads reduced his profits* tổng phí cao quá khiến lợi nhuận của ông ta bị giảm bớt.

overhear /ˌəʊvə'hɪə[r]/ *dgt* **(overheard)** tình cờ nghe được: *I overheard them quarelling* tôi tình cờ nghe được chúng nó cãi nhau.

overhung /ˌəʊvə'hʌŋ/ *qk* và *dttqk* của overhang.

overjoyed /ˌəʊvə'dʒɔɪd/ *tt* vui mừng khôn xiết: *he'll be everjoyed at your news* nó sẽ vui mừng khôn xiết khi nghe tin anh.

overkill /'əʊvəkɪl/ *dt* số lượng quá mức cần thiết *(để thắng ai, để đạt được cái gì...)*: *it was surely an overkill to screen three interviews on the same subjects in one evening* trong một buổi tối mà cho lên màn ảnh ba cuộc phỏng vấn về cùng một đề tài là rõ ràng quá mức cần thiết.

overlaid /ˌəʊvə'leɪd/ *qk* và *dttqk* của overlay.

overland /'əʊvəlænd/ *tt*, *pht* qua đất liền; bằng đường bộ: *an overland journey* cuộc hành trình bằng đường bộ; *travel overland* du hành bằng đường bộ.

overlap¹ /ˌəʊvə'læp/ *dgt* **(-pp-)** 1. gối lên: *the tiles on the roof overlap one*

another ngói trên mái nhà gối lên nhau 2. *(bóng)* trùng một phần *(với một sự việc khác)*: *our visits to the town overlapped* cuộc đi thăm thành phố của chúng ta trùng một phần về thời gian; *his duties and mine overlap* nhiệm vụ của nó và của tôi trùng nhau một phần.

overlap² /ˌəʊvə'læp/ *dt* 1. phần gối lên nhau: *an overlap of 50cm* phần gối lên nhau đến 50 xentimet 2. sự trùng một phần: *there is no question of overlap between the two courses* không có vấn đề trùng nhau một phần giữa hai khóa ấy.

overlay¹ /'əʊvə'leɪ/ *dgt* **(overlaid)** *(thường bị động)* phủ một lớp mỏng lên: *wood overlaid with copper* gỗ có phủ một lớp đồng mỏng.

overlay² /'əʊvə'leɪ/ *tt* vật phủ mỏng: *a table covered with a copper overlay* bàn phủ một lớp đồng mỏng.

overleaf /ˌəʊvə'liːf/ *pht* ở trang mặt sau: *see picture overleaf* xem hình ở trang mặt sau.

overload /ˌəʊvə'ləʊd/ *dgt* *(thường bị động)* 1. chất quá nặng: *the donkey was so overloaded, it could hardly climb the hill* con lừa bị chất hàng quá nặng, nó khó mà leo lên đồi 2. nạp điện quá mức; nạp quá: *the lights fused because the system was overloaded with electrical appliances* đèn cháy vì hệ thống được thiết bị điện nạp quá mức.

overlook /ˌəʊvə'lʊk/ *dgt* 1. nhìn [từ vị trí cao] xuống; trông xuống: *my room overlooks the sea* phòng tôi trông xuống biển; *our garden is overlooked by our neighbour's windows* từ cửa sổ nhà họ, các người hàng xóm chúng tôi có thể nhìn xuống vườn nhà tôi **2.** không nhìn thấy; bỏ sót: *he overlooked a spelling error on the first page* nó đã bỏ sót một lỗi chính tả ở trang đầu **3.** bỏ qua; lờ đi: *we can afford to overlook minor offences* chúng tôi có thể bỏ qua những xúc phạm nhỏ.

overlord /'əʊvəlɔ:d/ *dt (sử)* điền công: *a feudal overlord* một điền công phong kiến; *the peasants owed service and obedience to their overlord* nông dân có nghĩa vụ phải phục vụ và tuân lệnh điền công.

overly /'əʊvəli/ *pht (chủ yếu Ê-cốt và Mỹ) (trước tt, dgt)* quá, quá mức: *overly cautious* quá thận trọng.

overmanned /,əʊvə'mænd/ *tt* thừa người làm *(xưởng máy...)*.

overmanning /,əʊvə'mænɪŋ/ *dt* tình trạng thừa người làm *(xưởng má...)*.

overmastering /,əʊvə'mɑ:stəriŋ, (Mỹ ,əʊvə'mæstəriŋ)/ *tt (thngữ; tu từ)* không kiềm chế được: *an overmastering passion* dục vọng không kiềm chế được.

over-much /,əʊvə'mʌtʃ/ *tt, pht (thường với dgt phủ định)* quá nhiều, rất nhiều, lắm: *I do not like her over-much* tôi không thích cô ta lắm.

overnight[1] /,əʊvə'naɪt/ *pht* **1.** qua đêm: *can't you stay overnight?* bạn không thể ở lại qua đêm sao? **2.** *(kng)* đột nhiên; rất nhanh: *he became a celebrity overnight* ông ta đột nhiên trở thành người nổi tiếng.

overnight[2] /,əʊvə'naɪt/ *tt (thngữ)* **1.** [trong] một đêm: *an overnight journey* cuộc hành trình một đêm **2.** *(kng)*

đột nhiên; rất nhanh: *an overnight success* một thành công rất nhanh.

overpaid /əʊvə'peɪd/ *qk và dttqk của* overpay.

overpass /'əʊvəpɑ:s, (Mỹ 'əʊvəpæs)/ *dt (Mỹ cg* **flyover**) cầu chui.

overpay /,əʊvə'peɪ/ *dgt* **(overpaid)** trả quá nhiều, trả công quá cao *(ai, việc gì)*: *I think he's overpaid for the little he does* tôi nghĩ nó đã được trả quá cao về chút ít việc mà nó làm.

overplay /,əʊvə'pleɪ/ *dgt* gán cho một tầm quan trọng quá mức: *you must not overplay his part in the negotiation* anh không nên quá quan trọng hóa vai trò của nó trong cuộc thương lượng. // **overplay one's hand** bị quá nhiều rủi ro nguy hiểm *(do đánh giá quá cao sức của mình)*.

overpower /,əʊvə'paʊə[r]/ *dgt* quá mạnh *(đối với ai)*; áp đảo: *he was overpowered by the heat* nó bị nóng dữ quá; *the burglars were easily overpowered by the police* tụi kẻ trộm bị cảnh sát áp đảo một cách dễ dàng.

overpowering /,əʊvə'paʊəriŋ/ *tt* mạnh quá, rất mạnh mẽ: *find the smell overpowering* thấy mùi rất mạnh; *overpowering grief* nỗi đau buồn rất mạnh.

overprint[1] /,əʊvə'prɪnt/ *dgt* in thêm; in bổ sung: *additional matter is overprinted in red* phần bổ sung được in thêm bằng chữ đỏ.

overprint[2] /,əʊvə'prɪnt/ *dt* phần in thêm; phần in bổ sung.

overran /,əʊvə'ræn/ *qk của* overrun.

overrate /,əʊvə'reɪt/ *dgt (thường bị động)* đánh giá quá mức: *I think I overrate*

him, he can't handle a senior job tôi nghĩ là tôi đã đánh giá nó quá mức, nó không thể điều khiển một việc lớn được; *he overrated his abilities as a salesman* nó đã đánh giá quá mức khả năng bán hàng của nó.

overrated /,əʊvə'reɪtɪd/ *tt (xấu)* được đánh giá quá cao: *an overrated film* một phim được đánh giá quá cao.

overreach /,əʊvə'ri:tʃ/ *dgt (không dùng bị động)* **overreach oneself** thất bại vì làm quá khả năng của mình: *don't apply for that job, you're in danger of overreaching yourself* đừng có xin làm công việc đó, sẽ có nguy cơ thất bại vì phải làm quá khả năng của anh đấy.

over-react /,əʊvəri'ækt/ *dgt* phản ứng quá mạnh: *he over-reacted to the bad news* nó phản ứng quá mạnh khi nghe tin dữ.

over-reaction /,əʊvəri'ækʃn/ *dt* phản ứng quá mạnh.

overridden /,əʊvə'rɪdn/ *dttqk của* override.

override /,əʊvə'raɪd/ *dgt* **(overrode, overidden) 1.** coi thường; không thèm đếm xỉa đến: *override somebody's wishes* không thèm đếm xỉa đến nguyện vọng của ai; *they overrode my protest and continued with the meeting* họ coi thường lời phản đối của tôi và vẫn tiếp tục họp **2.** quan trọng hơn: *considerations of safety override all other concerns* sự quan tâm đến an toàn quan trọng hơn hết thảy các chuyện khác.

overriding /,əʊvə'raɪdɪŋ/ *tt (thường thngữ)* quan trọng hơn hết mọi chuyện: *it is of overriding importance to finish the project this week* điều quan trọng hơn hết mọi chuyện là hoàn thành đề án trong tuần này.

overrode /ˌəʊvəˈrəʊd/ *qk của* override.

overrule /ˌəʊvəˈruːl/ *dgt* bác: *overrule a claim* bác một yêu sách; *the judge overruled the previous decision* quan tòa bác quyết định đã thông qua trước đó.

overrun /ˌəʊvəˈrʌn/ *dgt* (overran, overrun) 1. *(thường bị động)* tràn lan, tràn ngập: *a garden overrun with weeds* khu vườn tràn ngập cỏ dại 2. vượt quá *(thời gian cho phép)*: *the lecturer overran by ten minutes* diễn giả nói quá mười phút; *the news program overran the allotted time* chương trình bản tin đã vượt quá thời gian được dành cho nó.

oversaw /ˌəʊvəˈsɔː/ *qk của* oversee.

overseas[1] /ˌəʊvəˈsiːz/ *tt* [ở] nước ngoài; [từ] nước ngoài; [ra] nước ngoài; hải ngoại: *overseas students in Britain* sinh viên nước ngoài ở Anh.

overseas[2] /ˌəʊvəˈsiːz/ *pht* [ở] hải ngoại; [ra] hải ngoại: *live overseas* sống ở hải ngoại; *go overseas* ra hải ngoại.

oversee /ˌəʊvəˈsiː/ *dgt* (oversaw, overseen) giám sát: *you must employ someone to oversee the project* anh nên thuê người giám sát đề án ấy.

overseer /ˈəʊvəsɪə[r]/ *dt* đốc công: *the overseer was explaining the job to young trainees* đốc công đang giảng giải công việc cho những người thực tập trẻ.

oversexed /ˌəʊvəˈsekst/ *tt* thèm muốn tình dục quá mức; dâm dật.

overshadow /ˌəʊvəˈʃædəʊ/ *dgt* 1. che bóng: *large oak trees overshadow the garden* những cây sồi lớn che bóng khu vườn 2. *(bóng)* làm cho kém vui sướng, làm cho buồn thảm: *his recent death overshadowed the family gathering* nó mới chết, cái đó đã làm cho cuộc họp gia đình kém vui 3. *(bóng)* làm lu mờ: *despite her professional success, she was always overshadowed by her husband* mặc dù thành công trong nghề, chị ta vẫn luôn luôn lu mờ so với chồng chị.

overshoe /ˈəʊvəʃuː/ *dt* giày ngoài, ủng ngoài *(mang ngoài giày thường lúc trời mưa, lúc có tuyết).*

overshoot /ˌəʊvəˈʃuːt/ *dgt* (overshot) đi quá *(một điểm nào đó)*: *the aircraft overshot the runway* máy bay đi quá đường băng. // **overshoot the mark** sai lầm do đánh giá sai *(ai, tình hình...).*

oversight /ˈəʊvəsaɪt/ *dt* 1. sự vô tình không chú ý tới; sự quên khuấy đi: *many errors are caused by oversight* nhiều sai lầm là do vô tình không chú ý tới 2. điều quên khuấy đi: *through an unfortunate oversight your letter was left unanswered* do quên khuấy đi, thư của anh chưa được trả lời.

oversimplification /ˌəʊvəˌsɪmplɪfɪˈkeɪʃn/ *dt* 1. sự quá giản đơn hóa 2. điều quá giản đơn hóa.

over-simplify /ˌəʊvəˈsɪmplɪfaɪ/ *dgt* (-fied) *(thường bị động)* quá giản đơn hóa: *an over-simplified analysis of the problems we face* sự phân tích quá giản đơn hóa những vấn đề đặt ra trước mắt chúng ta.

oversleep /ˌəʊvəˈsliːp/ *dgt* (overslept) ngủ quá giấc: *I'm afraid I overslept and missed my usual bus* tôi sợ ngủ quá giấc và lỡ chuyến xe buýt thường ngày của tôi.

overslept /ˌəʊvəˈslept/ *qk và dttqk của* oversleep.

overspend /ˌəʊvəˈspend/ *dgt* (overspent) (*cg* overspend oneself) tiêu quá khả năng mình.

overspent /ˌəʊvəˈspent/ *qk và dttqk của* overspend.

overspill /ˈəʊvəspɪl/ *dt* dân bung ra từ những khu quá đông người *(ở một thành thị...)*: *build new houses for London's overspill* xây dựng nhà mới cho dân bung ra từ những khu đông người của Luân Đôn; *an overspill housing development* sự phát triển nhà ở cho dân bung ra từ thành thị.

overstaffed /ˌəʊvəˈstɑːft, *(Mỹ* ˌəʊvəˈstæft)/ *tt* quá đông nhân viên; quá thừa người làm: *no wonder the firm makes a loss, the office is terribly overstaffed* không có gì đáng ngạc nhiên là hãng ấy thua lỗ, nhân viên thừa kinh khủng.

overstate /ˌəʊvəˈsteɪt/ *dgt* phóng đại: *don't overstate your case or no one will believe you* đừng có phóng đại trường hợp của anh lên, nếu không chẳng ai tin anh đâu.

overstatement /ˈəʊvəsteɪtmənt/ *dt* 1. sự phóng đại 2. lời phóng đại.

overstay /ˌəʊvəˈsteɪ/ *dgt* ở lại lâu hơn: *we're already overstayed our visit to Aunt Sophie* chúng ta ở lại thăm dì Sophie lâu hơn. // **overstay one's welcome** x welcome.

overstep /ˌəʊvəˈstep/ *dgt* (-pp-) vượt quá: *overstep one's authority* vượt quá quyền hạn của mình; *overstep the boundaries of modesty* vượt quá giới hạn của sự khiêm nhường. // **overstep**

the mark đi quá trớn: *it's surely overstepping the mark to behave so rudely to your guests* xử sự với khách khiếm nhã đến thế rõ ràng là quá trớn.

overstock /ˌəʊvəˈstɒk/ *dgt* chất đầy ứ vào, dồn quá nhiều vào: *overstock a farm with cattle* dồn quá nhiều gia súc vào một trại (*khiến thiếu chỗ nuôi, thiếu thức ăn...*).

overstrung /ˌəʊvəˈstrʌŋ/ *tt* **1.** quá căng thẳng; dễ bị kích động (người): *she was tense and overstrung before the performance* cô ta căng thẳng thần kinh và dễ bị kích động trước lúc trình diễn **2.** /ˈəʊvəstrʌŋ/ có dây xếp thành bộ đan nhau theo một góc xiên (*đàn pianô*).

over-subscribe /ˌəʊvəsəbˈskraɪb/ *dgt* (*thường bị động*): sự đặt mua quá mức (*vé xem hát, vé máy bay...*) tickets for this concert have been over-subscribed vé dự buổi hòa nhạc này đã được đặt mua trước quá mức (*không còn nữa*).

overt /ˈəʊvɜːt, (*Mỹ* əʊˈvɜːrt)/ *tt* (*thường thngữ*) công khai: *overt hostility* sự thù địch công khai.

overtake /ˌəʊvəˈteɪk/ *dgt* (**overtook, overtaken**) [đuổi kịp và] vượt (*xe khác...*): *it's dangerous to overtake on a bent* vượt xe khác ở chỗ ngoặt là nguy hiểm; *supply will soon overtake demand* (*bóng*) cung sẽ mấy chốc mà vượt cầu **2.** (*thường bị động*) xảy đến bất thình lình: *be overtaken by (with) fear* bị một vố sợ hãi bất thình lình; *on his way home he was overtaken by a storm* trên đường về nhà, nó bất thình lình bị một cơn dông.

overtax /ˌəʊvəˈtæks/ **1.** làm cho quá căng [thẳng]: *over-*

tax one's strength căng sức quá mức; *overtax one's patience* làm cho phải kiên nhẫn quá mức **2.** đánh thuế quá cao; bắt trả thuế quá cao.

overthrew /ˌəʊvəˈθruː/ *qk* của overthrow.

overthrow[1] /ˌəʊvəˈθrəʊ/ *dgt* (**overthrow, overthrown**) lật đổ; đánh bại: *the rebels tried to overthrow the government* quân phiến loạn cố lật đổ chính quyền.

overthrow[2] /ˈəʊvəθrəʊ/ *dt* (*thường số ít*) sự lật đổ; sự đánh bại: *the attempted pverthrow of the tyrant* sự mưu toan lật đổ tên bạo chúa.

overtime /ˈəʊvətaɪm/ *dt* giờ làm thêm (*ngoài giờ thường lệ*): *working overtime; be on overtime* làm thêm ngoài giờ.

overtly /ˈəʊvɜːtlɪ, (*Mỹ* əʊˈvɜːtlɪ)/ *pht* một cách công khai.

overtone /ˈəʊvətəʊn/ *dt* (*thường snh*) ẩn ý, ý bóng gió: *threatening overtones in his comments* ẩn ý đe dọa trong lời bình của ông ta.

overtook /ˌəʊvəˈtʊk/ *qk* của overtake.

overture /ˈəʊvətjuə[r]/ *dt* **1.** (*thường snh*) đề nghị mở đầu; lời tiếp xúc đầu tiên: *overtures of peace to the enemy* lời nghị hòa với dịch; *overtures of friendship to the new neighbours* lời làm thân với hàng xóm mới **2.** (*nhạc*) khúc mở màn: *the audience must be in their seats before the overture* cử tọa phải ngồi vào ghế trước khúc mở màn.

overturn /ˌəʊvəˈtɜːn/ *dgt* **1.** lật nhào; đổ nhào: *the boat overturned* con thuyền lật nhào **2.** lật đổ: *overturn the military regime* lật đổ chế độ quân sự.

overview /ˈəʊvəvjuː/ *dt* bài mô tả ngắn gọn (*không có*

những chi tiết không cần thiết): *an overview of the company's plans for the next year* bài mô tả ngắn gọn kế hoạch năm sau của công ty.

overweening /ˌəʊvəˈwiːnɪŋ/ *tt* (*thngữ*) quá tự tin; quá tự phụ: *overweening pride* niềm kiêu hãnh quá tự tin.

overweight /ˌəʊvəˈweɪt/ *tt* **1.** quá trọng lượng (quy định): *if your luggage is overweight, you'll have to pay extra* nếu hành lý của anh quá trọng lượng quy định, thì anh phải trả thêm cước; *your suitcase is five kilograms overweight* va-li của anh nặng quá quy định năm kilogam **2.** quá nặng cân; béo quá (*người*).

overweighted /ˌəʊvəˈweɪtɪd/ *tt* bị chất (cái gì) quá nặng: *I am overweighted by 2 kg according to my doctor* theo bác sĩ của tôi thì tôi nặng quá đi 2 kilogam; *overweighted with packages* bị chất kiện hàng quá nặng; *his lecture was overweitghted with quotations* bài nói chuyện của ông ta có quá nhiều lời trích dẫn.

overwhelm /ˌəʊvəˈwelm, (*Mỹ* ˌəʊvəˈhwelm)/ *dgt* (*thường bị động*) **1.** tràn ngập; làm ngập: *overwhelmed by a flood* bị ngập lụt; *be overwhelmed of sorrow.* (*bóng*) lòng tràn ngập buồn phiền **2.** áp đảo; lấn át: *be overwhelmed by the enemy* bị quân địch áp đảo.

overwhelming /ˌəʊvəˈwelmɪŋ/ *tt* (*thngữ*) không cưỡng nổi; rất lớn; áp đảo: *an overwhelming urge to smoke* sự muốn hút thuốc không cưỡng nổi; *an overwhelming victory* chiến thắng đè bẹp quân thù; *overwhelming majority* đa số áp đảo.

overwhelmingly /ˌəʊvəˈwelmɪŋlɪ/ *pht* [một cách] rất

lớn, [một cách] áp đảo, rất mực: *overwhelmingly generous* hào phóng rất mực.

overwork¹ /ˌəʊvəˈwɜːk/ *đgt* **1.** [bắt] làm quá sức: *overwork a horse* bắt con ngựa làm quá sức; *you'll become ill if you continue to overwork* anh sẽ ốm nếu anh tiếp tục làm việc quá sức **2.** dùng quá [nhiều] hóa nhàm: *an overworked expression* một từ ngữ dùng nhiều quá hóa nhàm.

overwork² /ˈəʊvəwɜːk/ *dt* sự làm việc quá sức: *ill through overwork* ốm vì làm việc quá sức.

overwrought /ˌəʊvəˈrɔːt/ *tt* căng thẳng thần kinh; bối rối: *he was in a very overwrought state after his accident* nó rất căng thẳng thần kinh sau tai nạn; *she didn't mean to offend you, she was overwrought* cô ta không có ý định xúc phạm anh, cô ta rất bối rối đấy.

oviduct /ˈəʊvidʌkt/ *dt (sinh)* vòi trứng.

oviparous /əʊˈvipərəs/ *tt (sinh)* đẻ trứng *(như chim, cá...).*

ovoid /ˈəʊvɔid/ *tt, dt* [có] dạng trứng: *large ovoid pebbles* những hòn đá cuội lớn dạng trứng.

ovulate /ˈɒvjuleit/ *đgt (sinh, y)* rụng trứng: *women who do not ovulate regularly have difficulty in becoming pregnant* phụ nữ không rụng trứng đều đặn thường khó có thai.

ovulation /ˌɒvjuˈleiʃn/ *dt (sinh, y)* sự rụng trứng: *she is taking a drug to stimulate ovulation* chị ta đang uống thuốc để kích thích sự rụng trứng.

ovum /ˈəʊvəm/ *dt (snh ova) (sinh)* trứng.

owe /əʊ/ *đgt* **1.** nợ: *he owes his father 50 dollars; he owes 50 dollars to his father* nó nợ bố nó 50 đô-la; *he still owes us for the goods he received last month* nó còn nợ chúng ta những món hàng nó nhận tháng trước **2.** có được *(cái gì)* nhờ *(ai)*: *he owes his success more to luck than to ability* nó thành công nhờ may hơn là do có khả năng; *we owe this discovery to Newton* chúng ta có được phát minh ấy là nhờ ở Newton **3.** có nghĩa vụ phải: *owe loyalty to one's political party* có nghĩa vụ trung thành với đảng mình **4.** hàm ơn; chịu ơn: *I owe my teachers and parents a great deal* tôi chịu ơn thầy giáo và cha mẹ tôi rất nhiều. // **the world owes one a living** *x* world.

owing /ˈəʊiŋ/ *tt (vị ngữ)* còn nợ: *pay all that is owing* trả tất cả những gì còn nợ.

owing to /ˈəʊiŋtə(v)/ *gt* do; bởi; vì; nhờ có: *owing to the rain, the match was cancelled* do trời mưa, cuộc đấu đã bị hủy.

owl /aʊl/ *dt (động)* [con] cú. // **wise as an owl** *x* wise.

owlet /ˈaʊlit/ *dt* [con] cú con.

owlish /ˈaʊliʃ/ *tt* **1.** [thuộc] cú; [trông như con] cú **2.** trông nghiêm nghị và tinh khôn: *her new glasses make her look rather owlish* cặp kính mới làm chị ta trông có vẻ phần nào nghiêm nghị và tinh khôn ra.

owlishly /ˈaʊliʃli/ *tt* [một cách] nghiêm nghị và tinh khôn: *owlishly earnest* đứng đắn một cách nghiêm nghị và tinh khôn.

own¹ /əʊn/ *dht, dt* của chính mình, của bản thân: *I saw it with my own eyes* tôi đã tự mắt nhìn thấy cái đó; *it was her own idea* đó là ý kiến của chính cô ta; *this is my own house; this house is my own* nhà này là của chính tôi *(không phải nhà thuê)*; *our children have grown up and have children of their own* con chúng tôi đã trưởng thành và bản thân chúng nó cũng đã có con rồi; *for reasons of his own, he refused to join the club* vì những lý do của riêng nó, nó từ chối không gia nhập câu lạc bộ; *she makes all her own clothes* cô ta tự may lấy tất cả quần áo của bản thân cô. // **come into one's own** được [danh] tiếng đáng có: *this car really comes into its own on rough ground* xe này chạy trên đất gồ ghề mới thực sự được tiếng mà nó đáng có; **hold one's own** a/ có thể đối địch được với người, chẳng thua ai: *she can certainly hold her own against anybody in argument* tranh luận thì chắc chắn cô ta chẳng thua bất cứ ai. b/ không mất sức: *the patient is holding her own although she's still very ill* bệnh nhân vẫn không mất sức mặc dù còn ốm nặng; **of one's own** của chính mình *(không phải của ai khác)*: *he'd like a car of his own* nó thích có một chiếc xe của chính nó; *children need toys of their own* trẻ em cần những đồ chơi của chính chúng; **[all] on one's own** a/ một mình: *I'm all on my own today* hôm nay tôi chỉ có một mình; *she lives on her own* cô ta sống một mình b/ không có ai giúp đỡ, không có ai giám sát, [lấy] một mình: *he can be left to work on his own* có thể để anh ta làm việc lấy một mình c/ *(kng)* rất cừ, đặc biệt: *when it comes to craftsmanship, she is on her* *own* về mặt khéo léo thì cô ta là tay cừ hơn bất cứ ai; **get (have) one's own back** (*kng*) trả được thù: *after the fight the defeated boxer swore he'd get his own back [on his rival]* sau trận đấu, võ sĩ quyền Anh thua trận thề sẽ trả được thù [với đối thủ của anh].

own² /əʊn/ *dgt* **1.** có; là chủ của: *this house is mine, I own it* cái nhà này là của tôi, tôi là chủ của nó; *who owns this land?* ai là chủ miếng đất này? **2.** nhận, thừa nhận: *own to having told a lie* nhận là có nói dối; *they own that the claim is justified* họ thừa nhận rằng yêu sách là có lý do; *he owned himself defeated* nó nhận là thua. // **own up** (*kng*) thú, thú nhận: *nobody owned up to the theft* không ai nhận là đã ăn trộm vụ ấy; *eventually he owned up* cuối cùng nó đã thú nhận.

own brand /ˌəʊn'brænd/ loại hàng có ghi nhãn cửa hiệu (kho hàng) (*không phải ghi nhãn của nhà sản xuất*): *own brand goods are often more expensive* hàng có ghi nhãn của hiệu thường đắt hơn.

owner /'əʊnə[r]/ *dt* chủ nhân: *the owner of a black Mercedes* chủ nhân chiếc xe Mercedes màu đen; *the dog's owner* chủ nhân con chó; *who is the owner of this house?* ai là chủ nhân ngôi nhà này?

owner-driver /ˌəʊnə'draivə[r]/ *dt* chủ nhân chiếc xe đang lái.

ownerless /'əʊnəlis/ *tt* vô chủ: *ownerless dogs* những con chó vô chủ.

owner-occupied /ˌəʊnə'ɒkjupaid/ *tt* do chính chủ nhân ở (*nhà*): *most of the houses in this street are*

owner-occupied phần lớn nhà ở phố này đều do chính chủ nhân ở.

owner-occupier /ˌəʊnə'ɒkjupaiə[r]/ *dt* người ở đồng thời là chủ [ngôi nhà].

ownership /'əʊnəʃip/ *tt* quyền sở hữu: *the ownership of the land is disputed* quyền sở hữu đất ấy đang trong vòng tranh chấp; *the restaurant is under new ownership* tiệm ăn nay đã thuộc quyền sở hữu mới.

own goal /ˌəʊn'ɡəʊl/ (*thể*) bàn do cầu thủ đội nhà ghi vào khung thành nhà.

ox /ɒks/ *dt* (*snh* **oxen**) **1.** bò đực thiến (*nuôi để giết thịt, kéo xe...*) **2.** (*snh*) (*cũ*) bò (*cái hoặc đực*).

Oxbridge /'ɒksbridʒ/ *dt* (*có khi xấu*) trường đại học Anh xưa (*đối lập với trường đại học Anh hiện nay*) (*từ do Oxford và Cambridge ghép nhau mà thành*).

oxen /'ɒksn/ *dt snh của* ox.

ox-eye /'ɒksai/ *dt* (*thực*) cúc mắt bò.

Oxfam /'ɒksfæm/ (*vt của* Oxford Committee for Famine Relief) Ủy ban Oxford cứu đói.

oxide /'ɒksaid/ *dt* (*hóa*) oxyt.

oxidation /ˌɒksi'deiʃn/ *dt* (*hóa*) sự oxy hóa.

oxydization, oxidisation /ˌɒksidai'zeiʃn, (Mỹ ɒksidi'zeiʃn)/ *dt* (*hóa*) *nh* oxidation.

oxydize, oxidise /'ɒksidaiz/ *dgt* **1.** oxy hóa **2.** làm gỉ (*vật gì*).

Oxon /'ɒksn/ *vt* **1.** (*vt của* Oxfordshire; tiếng La tinh là Oxonia) **2.** (*vt của Oxford University; tiếng La tinh là Oxoniensis*) đại học Oxford: *Alice Tolley MA (Oxon)* Alice Tolley, cử nhân đại học Oxford.

oxtail /'ɒksteil/ *dt* đuôi bò (*để nấu xúp...*): *oxtail soup* xúp đuôi bò.

oxyacetylene /ˌɒksiə'setəliːn/ *tt, dt* (*hóa*) oxyaxetylen: *oxyacetylene welding* (*kỹ*) sự hàn oxyaxetylen.

oxygen /'ɒksidʒən/ *dt* (*hóa*) oxy.

oxygenate /'ɒksidʒəneit/ *dgt* (*hóa*) **1.** thêm oxy **2.** xử lý bằng oxy **3.** trộn oxy.

oxygenize, oxygenise /'ɒksidʒənaiz/ *dgt* *nh* oxygenate.

oxygen mask /'ɒksidʒn maːsk, (Mỹ 'ɒksidʒənmæsk)/ mặt nạ thở oxy (*ở bệnh viện, trên máy bay...*).

oxygen tent /'ɒksidʒn tent/ *dt* (*y*) cái chụp oxy (*trùm lên đầu và vai bệnh nhân để cho thở oxy*).

oyes /əʊ'jes/ *tht* *nh* oyez.

oyez /əʊ'jez/ *tht* nghe đây! (*tiếng anh mõ hay người ở tòa xướng ba lần để làm cho mọi người chú ý và im lặng mà nghe, trước đây*).

oyster /'ɔistə[r]/ *dt* (*động*) con trai. // **the world in one's (somebody's) oyster** *x* world.

oyster bed /'ɔistəbed/ *dt* bãi nuôi trai (*làm thực phẩm hay lấy ngọc*).

oyster-catcher /'ɔistəkætʃə[r]/ *dt* (*động*) chim ác là biển.

oz *vt* (*snh* **oz, ozs**) (*vt của tiếng I-ta-li-a* onza) aoxơ: *add 4 oz sugar* cho thêm 4 aoxơ đường.

ozone /'əʊzəʊn/ *dt* **1.** (*hóa*) ozon **2.** (*kng*) không khí trong lành mát mẻ ở bờ biển: *just breathe in that ozone!* thử hít thứ không khí trong lành mát mẻ ấy ở bờ biển mà xem!

ozone-layer /'əʊzəʊnleiə[r]/ tầng ozon (*quanh quả đất*).

P¹, p¹ /pi:/ *dt* (*snh* **P's, p's** /pi:z/) P, p: *"Philip" begins with [a] P Philip* bắt đầu bằng con chữ P. // **mind one's p's and q's** x mind².

P² /pi:/ (*vt của* parking [area]): bãi đỗ xe.

p² /pi:/ **1.** (*vt của* page) trang: *see p 94* xem trang 94; *pp 63-67* trang 63-67 **2.** (*kng*) (*vt của* penny, pence) đồng xu: *a 12p stamp* tem thư 12 xu **3.** (*nhạc*) (*vt của* tiếng Italy piano) nhẹ.

pa¹ /pɑ:/ *dt* (*kng*) ba, bố.

pa² /pi:'ei/ (*vt của tiếng Latinh* per annum) mỗi năm: *salary £12,000 pa* lương 12.000 bảng mỗi năm.

PA /pi:'ei/ *vt* **1.** (*kng*) (*vt của* personal assistant) phụ tá riêng: *she works as PA to the manager* chị ta làm phụ tá riêng cho giám đốc **2.** (*vt của* Press Association) Liên hiệp báo chí **3.** (*vt của* public address [system]) [hệ thống] thông tin công cộng: *I heard it on the PA* tôi đã nghe tin đó trên hệ thống thông tin công cộng.

pace¹ /peis/ *dt* **1.** bước: *only a few paces away* chỉ cách vài bước; *she took two paces forward; she advanced two paces* cô ta tiến lên hai bước **2.** [nhịp] bước: *go at a quick pace* rảo bước, đi nhanh **3.**

nhịp độ tiến triển, tiến độ: *the pace of change in the electronics industry* nhịp độ biến đổi trong công nghiệp điện tử; *this novel lacks pace* truyện này tình tiết tiến triển chậm quá. // **at a snail's pace** x snail: **force the pace** x force²; **keep pace with** tiến kịp; theo kịp: *it's important for a firm to keep pace with changes in the market* đối với một hãng thì theo kịp những đổi thay trên thị trường là quan trọng lắm; *are wages keeping pace with inflation?* tiền lương có theo kịp lạm phát không?; **put somebody (something) through his (its) paces** thử sức, thử tài (*ai*); thử chất lượng (*vật gì*): *the new recruits were put through their paces* lính mới được thử sức xem sao; *put a new car through its paces* thử xem chiếc xe mới chất lượng ra sao; **set the pace** dẫn đầu: *the company is setting the pace in the home computer market* (*bóng*) công ty đang dẫn đầu trong thị trường nội địa về máy điện toán.

pace² /peis/ *dgt* **1.** bước từng bước, đi từng bước; bước qua từng bước: *he paced up and down [the platform], waiting for the train* anh ta đi đi lại lại từng bước ở sân ga mà đợi tàu **2.** dẫn tốc độ; định tốc độ (*cho người chạy thi...*); **pace something off (out)** đo bằng bước chân: *she paced out the length of the room* cô ta đo chiều dài gian phòng bằng bước chân.

pace³ /peisi/ *gt* (*tiếng Latinh*) mạn phép (*ai đó, khi người đó không hoặc có thể không bằng lòng*).

pacemaker /'peismeikə[r]/ *dt* **1.** (*cg* **pace-setter**) người dẫn tốc độ (*trong cuộc chạy đua*): *that firm was the pace-setter in car design for many years* (*bóng*) trong nhiều năm, hãng này dẫn đầu trong việc sáng tạo các kiểu xe hơi mới **2.** (*y*) máy điều hòa nhịp tim.

pace-setter /'peissetə[r]/ *dt* x pacemaker.

pachyderm /'pækidɜ:m/ *dt* (*động*) động vật da dày (*như tê giác, voi...*).

pacific /pə'sifik/ *tt* thái bình; hòa bình; yêu hòa bình.

pacifically /pə'sifikli/ *pht* [một cách] hòa bình.

pacification /ˌpæsifi'keiʃn/ *dt* sự bình định, sự dẹp yên: *the pacification of the rebel states* sự dẹp yên các nước phản nghịch.

pacifier /'pæsifaiə[r]/ *dt* (*Mỹ*) núm vú giả (*cho em bé ngậm*).

pacifism /'pæsifizəm/ *dt* chủ nghĩa hòa bình.

pacifist /'pæsifist/ *dt* người theo chủ nghĩa hòa bình.

pacify /'pæsifai/ *dgt* (**pacified**) **1.** làm nguôi cơn giận; làm dịu nỗi đau khổ (*của ai*): *he tried to pacify his creditors by repaying part of the money* ông ta cố gắng làm nguôi cơn giận của các chủ nợ bằng cách trả lại một phần số tiền **2.** bình định, dẹp yên.

pack¹ /pæk/ *dt* **1.** bó, gói, bọc: *he carried his belongings in a pack on his back* nó mang trên lưng đồ đạc của nó gói thành một bọc; *a pack of cigarettes* (*Mỹ*) một gói thuốc lá, một bao thuốc lá **2.** ba-lô **3.** (*Mỹ* deck) cỗ (*bài*) **4.** đàn; bầy: *wolves hunt in pack* chó sói đi săn mồi từng đàn; *a pack of* *hounds* một đàn chó săn **5.** *(xấu)* lô, hũ: *a pack of fools* một lũ ngốc; *a pack of lies* một lô lời nói dối **6.** cỗ bài.

pack² /pæk/ *đgt* **1.** gói, đóng gói; bọc, bao, xếp: *have you packed your suitcase yet?* anh đã xếp va-li chưa?; *all these books need to be packed* hết thảy những cuốn sách này cần được đóng gói lại; *pack clothes into a trunk; pack a trunk with clothes* đóng quần áo vào hòm; *he takes a packed lunch every day* hằng ngày anh ta ăn cơm trưa gói thành một gói; *glass packed in straw* kính bọc rơm *(cho khỏi vỡ)* **2.** chế biến và đóng hộp *(cá, thịt)* **3.** ních chặt, xếp chặt, nhét: *the restaurant was packed* tiệm ăn chật ních người **4.** [làm] đóng [băng] lại *(tuyết, nước đá)*: *the snow had packed against the wall* tuyết đã đóng lại áp vào tường **5.** *(Mỹ, kng)* mang, được trang bị *(cái gì đó)*: *pack a gun* mang súng **6.** *(xấu)* chọn *(người vào một ban...)* sao cho sẽ có những quyết định ủng hộ mình. // **pack one's bag** bỏ đi; cuốn gói: *after their row she packed her bags and left* sau cuộc cãi lộn của chúng nó cô ta bỏ đi; *he was told to pack his bags* nó được bảo là phải cuốn gói; **pack a [hard] punch** *(kng)* **1.** có khả năng đánh một cú mạnh *(võ sĩ quyền anh)* **2.** *(bóng)* có tác động rất mạnh: *those cocktails pack quite a punch* rượu côctay này tác động hết sức mạnh; **send somebody packing** *x* send.

pack away xếp vào hộp, xếp vào tủ *(vì không cần nữa)*; dẹp vào một chỗ: *she packed away the deck-chairs for the winter* chị ta dẹp mấy chiếc ghế vải gập để mùa đông mới đưa ra dùng; **pack in; pack into** dồn vào *(một khoảng, một thời gian có hạn)*: *all six of us packed into the tiny car* cả sáu đứa chúng tôi dồn vào chiếc xe bé tí ấy; *that show has been packing them in for months* vở diễn ấy đã hàng tháng nay lôi cuốn rất đông khán giả; *pack a lot of works into three days* dồn một lô việc vào chỉ trong ba ngày; **pack it in** *(kng) (thường mệnh lệnh)* thôi làm (thôi nói) những cái làm phiền (làm tức) người khác: *I'm sick of your complaining, just pack it in, will you?* tôi đã chán ngấy những lời kêu ca phàn nàn của anh, xin thôi đi cho, được không? **pack in** *(kng)* bỏ: *she's packed in her job* chị ta đã bỏ việc; *smoking's bad for you, you ought to pack it in* hút thuốc không tốt cho anh đâu, anh nên bỏ đi thôi; **pack off** tống cổ đi; đuổi: *she packed the children off to bed* bà ta đuổi con vào giường; **pack out** *(thường bị động)* dồn đầy, ních đầy *(người)*: *opera houses were packed out whenever she was singing* nhà hát nhạc kịch đầy ních người mỗi lần cô ta hát; **pack up** *(kng)* a/ thôi, ngừng, bỏ: *business is terrible, I might as well pack up* công việc bận rộn quá chừng, tôi đã phải bỏ vậy b/ không chạy, hỏng máy; *my car has packed up* xe tôi hỏng máy; **pack something up** đóng gói, thu dọn của cải vào hòm trước khi rời khỏi nơi nào: *he packed up his things and left* anh ta thu dọn của cải đồ đạc vào hòm và rời đi.

package¹ /'pækidʒ/ *dt* **1.** gói đồ, kiện hàng; hộp để đóng hàng: *the postman brought me a large package* anh bưu tá mang đến cho tôi một gói đồ lớn **2.** *(Mỹ) (cg* **packet)** gói: *a package of cigarettes* gói thuốc lá; *a package of tea* gói trà **3.** *(cg* **package deal)** loạt đề nghị trọn gói *(được trình ra hoặc được chấp nhận toàn bộ, trọn gói)*: *ministers are trying to put together a package that will end the dispute* các bộ trưởng cố cùng nhau đưa ra một loạt đề nghị trọn gói nhằm kết thúc cuộc tranh chấp.

package² /'pækidʒ/ đóng gói, đóng kiện: *their products are always attractively packaged* sản phẩm của họ bao giờ cũng đóng gói một cách hấp dẫn.

package deal /'pækidʒdi:l/ *dt x* package¹ **3.**

package holiday /'pækidʒhɔlədei/ chuyến đi nghỉ trọn gói *(do một công ty tổ chức, trả mọi chi phí trọn gói)*

package tour /'pækidʒtuə[r]/ chuyến đi du lịch trọn gói *(do một công ty tổ chức, trả chi phí trọn gói)*.

package store /'pækidʒstɔ:[r]/ *(Mỹ) nh* off-licence.

packaging /'pækidʒiŋ/ *dt* **1.** giấy gói hàng; hộp đóng hàng; bao bì **2.** xưởng bao bì.

pack-animal /'pækæniml/ *dt* súc vật thồ.

packer /'pækə[r]/ *dt* **1.** người gói hàng; máy gói hàng **2.** máy đóng hộp *(thực phẩm)*.

packet /'pækit/ *dt* **1.** *(Mỹ thường* **pack-age)** giấy để gói hàng, hộp để đóng hàng **2.** gói nhỏ: *a packet of cigarettes* gói thuốc lá **3.** *(kng; số ít)* hàng đống tiền: *make a packet* kiếm được hàng đống tiền **4.** *(cg* **packet-boat)** tàu chở thư và hành khách đường ngắn.

packet-boat /'pækitbəut/ *dt x* packet.

P

pack-ice /'pəkais/ *dt* đám băng nổi.

packing /'pækiŋ/ *dt* **1.** sự gói hàng, sự đóng gói **2.** bao bì.

packing-case /'pækiŋkeis/ *dt* hòm (bằng gỗ) đóng hàng.

pack-saddle /'pæksædl/ *dt* yên thồ.

packthread /'pækθred/ *dt* **1.** chỉ khâu kiện hàng **2.** dây gói hàng.

pact /pækt/ *dt* điều ước; hiệp ước: *a non-aggression pact* hiệp ước không xâm lược.

pad¹ /pæd/ *dt* **1.** cái đệm, cái lót, cái độn: *shoulder pads* cái độn vai **2.** *(thường snh)* xà cạp *(để bảo vệ ống chân trong một số môn thể thao)* **3.** tập giấy: *a writing pad* tập giấy viết **4.** *nh* ink-pad **5.** gan bàn chân *(chó, cáo)* **6.** bệ phóng *(tên lửa)*; bệ cất cánh *(máy bay trực thăng)* **7.** *(lóng)* nơi ở, nhà: *come back to my pad* về nhà tôi đi.

pad² /pæd/ *đgt* **(-dd-)** *(thường bị động)* đệm, lót, độn: *a jacket with padded shoulders* áo vét độn vai. // **pad out** a/ độn *(áo)*: *pad out the shoulders of a jacket to make them look square* độn vai áo vét cho trông có vẻ vuông b/ thêm thắt *(những cái không cần thiết làm cho bài viết... dài ra)*: *he padded out his answer with plenty of quotations* nó thêm thắt nhiều trích dẫn vào câu trả lời của nó.

pad³ /pæd/ *đgt* đi đều bước: *the dog padded along next to its owner* con chó đi đều bước theo gần chủ nó; *pad about the house in one's slippers* đi dép lê đều bước quanh quẩn trong nhà.

padded cell /,pædid'sel/ buồng có tường mềm *(ở bệnh viện, cho người điên)*.

padding /'pædiŋ/ *dt* **1.** vật (chất) đệm, vật (chất) lót, vật (chất) độn **2.** chất liệu không cần thiết *(trong bài viết, bài nói)*: *there's a lot of padding in this novel* trong truyện ấy có hàng lô chất liệu không cần thiết.

paddle¹ /'pædl/ *dt* **1.** cái giầm *(để chèo xuồng)* **2.** sự chèo xuồng *(bằng giầm)* **3.** que khuấy, que trộn *(hình cái giầm)*.

paddle² /'pædl/ *đgt* **1.** chèo bằng giầm: *we paddled [the canoe] slowly upstream* chúng tôi chèo xuồng chầm chậm ngược dòng nước **2.** chèo nhẹ *(thuyền)*. // **paddle one's own canoe** tự lập; tự mình gánh vác công việc của mình không nhờ vào ai.

paddle³ /'pædl/ *đgt* **1.** lội nước *(ở những chỗ nước nông)*: *paddling the water's edge* lội ở bờ nước **2.** khua *(chân, tay)* vào nước, vầy nước: *paddle one's toes in the water* khua ngón chân vào nước.

paddle⁴ /'pædl/ *dt* **1.** sự lội nước **2.** sự khua nước; sự vầy nước.

paddle-boat /'pædlbəut/ *dt* thuyền [chạy bằng] bánh guồng.

paddle-steamer /'pædlsti:-mə[r]/ *dt* tàu hơi nước [chạy bằng] bánh guồng.

paddle-wheel /'pædlwi:l/ *dt* bánh guồng *(tàu thủy)*.

paddling pool /'pædliŋpu:l/ *(Mỹ* **wading pool)** vũng vầy nước *(vùng nước nông trẻ con có thể tới vầy nước)*.

paddock /'pædək/ *dt* **1.** bãi quây ngựa **2.** bãi tập hợp ngựa *(cạnh trường đua)*.

paddy¹ /'pædi/ **1.** thóc; lúa **2.** *(cg* **paddy-field)** ruộng lúa.

paddy² /'pædi/ *dt (kng)* cơn giận: *there is no need to get into such a paddy* cần gì phải nổi giận lên đến thế.

Paddy /'pædi/ *dt (kng, xấu)* người Ai-len.

padlock¹ /'pædlɔk/ *dt* ổ khóa móc.

padlock² /'pædlɔk/ *đgt* khóa [bằng khóa] móc: *the gate was padlocked* cổng đã khóa móc lại; *she padlocked her bike to the railings* chị ta khóa móc xe đạp vào hàng rào chấn song.

padre /'pɑ:drei/ *dt (kng, chủ yếu dùng để xung hô)* **1.** cha tuyên úy *(trong quân đội)*: *good morning, padre!* chào cha! **2.** giáo sĩ; cha xứ.

paean *(Mỹ* **pean)** /'pi:ən/ *dt* bài hát ca tụng; bài ca chiến thắng: *a paean of praise* bài hát ca tụng.

paederast /'pedəræst/ *dt nh* pederast.

paederasty /'pedəræsti/ *dt nh* pederasty.

paediatric *(Mỹ* **pediatric)** /pi:di'ætrik/ *tt (y)* [thuộc] nhi khoa: *a paediatric ward* phòng nhi khoa *(ở bệnh viện)*.

paediatrics *(Mỹ* **pediatrics)** /pi:di'ætriks/ *dt (đgt số ít)* *(y)* nhi khoa.

paediatrician *(Mỹ* **pediatrician)** /,pi:diə'triʃn/ *dt* bác sĩ nhi khoa.

paedi[o]- *(Mỹ* **ped[o]-)** *(dạng kết hợp)* em bé, nhi *(x* paediatrics).

paedophilia *(Mỹ* **pedophilia)** /,pi:də'filiə/ *dt* dục tình hướng nhi.

paella /pai'elə/ *dt* món cơm chảo *(cơm theo lối Tây Ban Nha, có kèm thịt, hải sản, rau, dọn trong một cái chảo nông)*.

pagan¹ /'peigən/ *dt* **1.** người không tôn giáo **2.** *(cũ)* kẻ ngoại đạo *(đối với đạo Thiên Chúa)*.

pagan² /'peigən/ *tt* không tôn giáo: *pagan worship of the sun* sự thờ mặt trời như là không tôn giáo.

paganisme /'peigənizm/ *dt* tín ngưỡng không tôn giáo.

page¹ /peidʒ/ *dt* (*vt* **p**) trang: *read a few pages of a book* đọc một vài trang sách; *several pages have been torn out of the book* nhiều trang trong cuốn sách đã bị xé mất; *a glorious page of Vietnamese history* một trang vẻ vang trong lịch sử Việt Nam.

page² /peidʒ/ *dgt* đánh số trang *(một tài liệu...)*.

page³ /peidʒ/ *dt* (*cg* **pageboy**) **1.** (*Mỹ* **bellboy**) chú phục vụ *(mang xách hành lý, mở cửa cho khách... ở khách sạn)* **2.** (*cũ*) thị đồng.

page⁴ /peidʒ/ *dgt* gọi *(ai)* qua loa phóng thanh *(để báo tin gì, ở sân bay...)*.

pageant /'pædʒənt/ *dt* **1.** đám rước **2.** hoạt cảnh lịch sử biểu diễn ngoài trời **3.** cảnh phô trương hào nhoáng; cảnh tượng hào nhoáng.

pageantry /'pædʒəntri/ *dt* sự phô trương hào nhoáng: *all the pageantry of a coronation* tất cả sự phô trương hào nhoáng của lễ đăng quang.

paginate /'pædʒineit/ *dgt* đánh số trang *(một cuốn sách...)*.

pagination /,pædʒi'neiʃn/ *dt* **1.** sự đánh số trang **2.** con số trang.

pagoda /pə'gəudə/ *dt* chùa.

paid /peid/ *qk và đttqk của* pay².

paid-up /,peid'ʌp/ *tt* đã trả mọi thứ tiền đóng góp *(cho câu lạc bộ, cho đảng...)* she

is a fully paid-up member of the party chị ta là một đảng viên đã đóng mọi thứ tiền cho đảng.

pail /peil/ *dt* xô: *a pail of water* một xô nước.

pailful /'peilful/ *dt* xô [đầy].

paillasse /'pæliæs/ *dt nh* palliasse.

pain /pein/ *dt* **1.** nỗi đau *(về thể xác và tinh thần)*: *suffer from acute back pain* đau buốt ở lưng; *stomach pains* đau dạ dày, đau bao tử; *the pain of separation* nỗi đau biệt ly **2.** (*kng*) người làm bực mình; người khó chịu; điều làm bực mình, điều khó chịu: *we've missed the last bus, what a pain!* chúng tôi đã lỡ chuyến xe buýt cuối cùng, bực mình thật!; *she's been complaining again, she's a real pain!* cô ta lại đang than phiền đấy, quả là một người làm chúng ta bực mình. // **a pain in the neck** (*kng*) người làm bực mình, người khó chịu; điều làm bực mình, điều khó chịu; **on (under) pain of** có nguy cơ bị một hình phạt đặc biệt: *under pain of death* bị tội chết.

pain² /pein/ *dgt* làm đau; làm đau đớn, làm đau khổ: *my foot is still paining me* chân tôi hãy còn đau; *it pains me to have to tell you that* tôi đau đớn mà nói với anh rằng.

pained /peind/ *tt* đau đớn, đau khổ: *a pained look* vẻ đau khổ; *a pained glance* cái liếc nhìn đau khổ.

painful /'peinfl/ **1.** đau, đau đớn, đau khổ; làm đau, làm đau đớn, làm đau khổ: *his shoulder is still painful* vai nó còn đau; *a painful blow on the shoulder* cú đánh làm đau ở vai **2.** gây đau đớn; gây bối rối: *a painful expe-*

rience một kinh nghiệm đau đớn; *it was my painful duty to tell him he was dying* thật là bối rối cho tôi phải bảo anh ta là anh ta sắp chết; *his performance is painful* thành tích của nó thật đau lòng (rất tồi) **3.** khó khăn; chán ngắt: *the painful process of stripping the paint off the wall* công việc cạo sạch lớp sơn tường chán ngắt.

painfully /'peinfəli/ *pht* [một cách] đau đớn, [một cách] đau khổ: *his thumb is painfully swollen* ngón tay cái của nó sưng lên đau đớn; *become painfully aware of something* đau khổ nhận thấy điều gì.

painfulness /'peinfəlnis/ *dt* sự đau; sự đau đớn; sự đau khổ.

pain-killer /'peinkilə[r]/ *dt* thuốc giảm đau: *she's on pain-killers* chị ta đang uống thuốc giảm đau.

painless /'peinlis/ *tt* không đau; không đau khổ.

painlessly /'peinlisli/ *pht* [một cách] không đau; [một cách] không đau khổ.

painlessness /'peinlisnis/ *dt* sự không đau; sự không đau khổ.

pains /peinz/ *dt snh* công sức khó nhọc. // **be at pains to do something** chăm chú làm việc gì; gắng hết sức làm việc gì: *he was at great pains to stress the benefits of the scheme* nó cố gắng hết sức mình để nhấn mạnh những mặt lợi của kế hoạch; **be a fool for one's pains** x fool¹; **for one's pains** để đền đáp lại công sức khó nhọc của mình: *she looked after her sick mother for 10 years and all she got for her pains was ingratitude* chị ta trông nom mẹ ốm trong 10 năm,

P

và tất cả những gì chị nhận được để đền đáp lại công sức khó nhọc của mình chỉ là sự bội ơn; **spare no pains doing (to do) something** x spare[2]; **take [great] pains with (over, to do) something** hết sức chăm chú làm việc gì; cố gắng hết sức làm việc gì: *she takes great pains with her work* cô ta hết sức chăm chú làm công việc của mình; *great pains have been taken to ensure the safety of passengers* người ta đã cố gắng hết sức để bảo đảm sự an toàn cho hành khách.

painstaking /'peinzteikiŋ/ tt công phu; cần cù; chịu khó: *a painstaking worker* người thợ cần cù chịu khó; *a painstaking investigation* cuộc điều tra công phu.

painstakingly /'peinzteikiŋli/ pht [một cách] công phu; [một cách] cần cù; [một cách] chịu khó.

paint[1] /peint/ dt 1. sơn; nước sơn, lớp sơn: *give the door two coats of paint* sơn cửa hai lớp sơn; *wet paint* quét còn ướt (để nhắc nhở người ta chú ý không để sơn ướt dính vào quần áo...) 2. **paints** snh ống thuốc màu; bảng thuốc màu (của họa sĩ): *the artist brought his paints with him* họa sĩ mang các ống thuốc màu theo mình 3. (thường xấu) son phấn: *she wears far too much paint* cô ta đánh quá nhiều son phấn.

paint[2] /peint/ đgt 1. sơn: *paint a house blue* sơn nhà màu xanh lơ 2. vẽ (bằng sơn): *she paints well* cô ta vẽ đẹp; *paint a picture* vẽ một bức tranh 3. (bóng) thảo ra (một cách sinh động bằng lời): *in her lastest novel, she paints a vivid picture of life in Vietnam* trong cuốn tiểu thuyết gần đây nhất của mình, cô ta đã thảo ra một bức tranh sinh động về cuộc sống ở Việt Nam 4. (thường xấu) trát phấn tô son: *she spends hours painting her face* cô ta mất hàng giờ để trát phấn tô son; *paint one's nails red* tô đỏ (sơn đỏ) móng tay móng chân. // **not as black as it (one) is painted** x black[1]; **paint the town red** (kng) ăn chơi xả láng một thời gian ở các tiệm nhảy, hộp đêm; **paint something in** dùng sơn vẽ thêm cái gì vào bức tranh; **paint something out** sơn phủ lên, lấy sơn quét lấp cái gì đi trên một bức tranh; **paint over something** sơn phủ lên: *we'll have to paint over the dirty marks on the wall* chúng ta sẽ phải sơn phủ lên [cho lấp] các vết bẩn trên tường.

paint-box /'peintbɒks/ dt hộp thuốc màu.

paintbrush /'peintbrʌʃ/ dt chổi sơn.

painter[1] /'peintə[r]/ dt 1. thợ sơn 2. họa sĩ.

painter[2] /'peintə[r]/ dt dây néo (thuyền, tàu).

painting /'peintiŋ/ dt 1. sự sơn 2. hội họa 3. bức họa, bức tranh: *famous paintings* những bức tranh nổi tiếng.

pair[1] /peə[r]/ dt 1. đôi: *a pair of shoes* đôi giày; *a pair of gloves* đôi găng tay 2. cái, chiếc (vật gồm hai bộ phận): *a pair of scissors* cái kéo; *my spectacles are broken, I'll need to buy another pair* kính đeo mắt của tôi bị vỡ, tôi phải mua cái khác; *these trousers cost 20 dollars a pair* quần này giá 20 đô-la một chiếc 3. cặp [vợ chồng]; cặp [đực, cái], cặp [trống mái] (loài vật); cặp ngựa (đóng vào xe): *the happy pair* cặp vợ chồng mới cưới; *a pair of swans nesting by the river* cặp thiên nga làm tổ bên sông; *a coach and pair* xe hai ngựa kéo 4. (chính) cặp đôi (nghị sĩ ở hai đảng đối lập, thỏa thuận cùng không bỏ phiếu, do đó không cần có mặt ở cuộc họp); người cặp đôi (trong cặp đôi nói trên). // **in pairs** từng đôi, từng cặp: *cuff-links are only sold in pairs* khuy măng-sét chỉ bán từng đôi một; **show a clean pair of hells** x show.

pair[2] /peə[r]/ đgt 1. (chủ yếu bị động) ghép đôi, cặp đôi: *I've been paired with B in the next round of the competition* tôi đã được cặp đôi với B trong hiệp tới của cuộc thi đấu 2. kết đôi và giao cấu (động vật) 3. (chủ yếu bị động) cặp đôi với (ai, nói về nghị sĩ ở hai đảng đối lập thỏa thuận cùng không bỏ phiếu).

pair off [làm cho] kết đôi với: *her parents tried to pair her with a rich neighbour* bố mẹ cô cố ghép đôi (ghép duyên) cô với một ông hàng xóm giàu có; **pair up (with somebody)** kết đôi (với ai) để cùng làm việc, cùng chơi một trò chơi...

Paisley /'peizli/ tt có họa tiết hình cong theo dạng cánh hoa: *a Paisley tie* chiếc ca-vát có họa tiết hình cong theo dạng cánh hoa.

pajamas /pə'dʒɑ:məz/ dt snh (Mỹ) nh pyjamas.

pal[1] /pæl/ dt (kng) 1. bạn: *we've been pals for years* chúng tôi là bạn đã bao năm nay 2. (có khi mỉa) anh chàng, cậu chàng (dùng để xưng gọi): *now look here, pal, you're asking for trouble!* này cậu chàng nhìn mà xem, cậu đang chuốc lấy phiền lụy đấy.

pal² /pæl/ *dgt* (-ll-) *(kng)* **pal-up (with somebody)** trở nên thân với ai.

palace /'pælis/ *dt* **1.** cung, điện, dinh, phủ: *Birmingham Palace* điện Birmingham; *a palace of culture* cung văn hóa; *the palace has just issued a statement* hoàng gia vừa ra tuyên bố **2.** lâu đài: *compared to ours their house is a palace* so với nhà chúng tôi, thì nhà họ là một lâu đài thực sự.

palace revolution /ˌpælis revəˈluːʃn/ chính biến cung đình.

palae [o] (*Mỹ cg* **pale[o]-**) (*dạng kết hợp*) cổ (*x* palaeontology, palaeography...)

palaeographer /ˌpæliˈɒɡrəfə[r]/ *dt* (*Mỹ* **paleographer** /ˌpeiliɒɡrəfə[r]/) nhà cổ tự học.

palaeographic /ˌpæliəʊˈɡræfik/ (*Mỹ* **paleographic** /ˌpeiliəʊˈɡræfik/) *tt* [thuộc] cổ tự học.

palaeography /ˌpæliˈɒɡrəfi/ (*Mỹ* **paleography** /ˌpeiliˈɒɡrəfi/) *dt* cổ tự học.

palaeolithic /ˌpæliəʊˈliθik/ *tt* (*Mỹ* **paleolithic** /ˌpeiliəʊˈliθik/) [thuộc] thời kỳ đồ đá cũ.

palaeontologist /ˌpæliɒnˈtɒlədʒist/ *dt* (*Mỹ* **paleontologist** /ˌpeiliɒnˈtɒlədʒist/) nhà cổ sinh vật học.

palaeontology /ˌpæliɒnˈtɒlədʒi/ *dt* (*Mỹ* **paleontology** /ˌpeiliɒnˈtɒlədʒi/) cổ sinh vật học.

palatable /'pælətəbl/ *tt* **1.** ngon **2.** *(bóng)* dễ chịu; thú vị: *the truth is not always palatable* sự thật không phải lúc nào cũng dễ chịu.

palatably /'pælətəbli/ *tt* **1.** [một cách] ngon lành **2.** *(bóng)* [một cách] dễ chịu, [một cách] thú vị.

palatal¹ /'pælətl/ *tt* **1.** [thuộc] vòm miệng **2.** *(ngôn)* [thuộc] vòm: *palatal sound* âm vòm.

palatal² /'pælətl/ *dt* *(ngôn)* âm vòm.

palate /'pælət/ *dt* **1.** vòm miệng: *the hard palate* vòm miệng cứng; *the soft palate* màn hầu **2.** *(thường số ít)*, khẩu vị: *refined palate* khẩu vị tinh tế; *have a dilicate palate* sành ăn.

palatial /pəˈleiʃl/ *tt* **1.** như cung điện **2.** nguy nga: *a palatial hotel* một khách sạn nguy nga.

palatinate /pəˈlætinət/, (*Mỹ* pəˈlætənət)/ *dt* *(sử)* đất vương công.

palaver /pəˈlɑːvə[r]/, (*Mỹ* pəˈlævər)/ *dt* (số ít) **1.** *(kng, xấu)* sự nhặng xị, sự rối rít **2.** *(thường đùa)* cuộc bàn cãi dài dòng, cuộc thảo luận.

pale¹ /peil/ *tt* (-r; -est) **1.** tái, nhợt nhạt: *he turned (went) pale at the news* nghe tin nó tái đi; *pale with anger* giận tái người; *look pale* trông nhợt nhạt **2.** lợt, nhạt *(màu)*; lờ mờ *(ánh sáng)*; *the pale light of dawn* ánh sáng lờ mờ lúc rạng đông.

pale² /peil/ *dgt* tái đi; nhợt nhạt đi: *she paled with shock at the news* bà ta tái đi vì choáng váng khi nghe tin ấy.

pale before (beside) something lu mờ đi trước *(bên cạnh)* cái gì: *her beauty pales beside her mother's* sắc đẹp cô ta lu mờ đi trước sắc đẹp của mẹ cô.

pale³ /peil/ *dt* **1.** cọc rào; cọc **2.** hàng rào, ranh giới; **beyond the pale** coi như không thể chấp nhận được; coi như vô lý: *those remarks he made were quite beyond the pale* những nhận xét ấy

của anh ta coi như không thể chấp nhận được.

pale-face /'peilfeis/ *dt* *(xấu)* người da trắng *(tiếng thổ dân Bắc Mỹ hay dùng)*.

palely /'peilli/ *pht* **1.** [một cách] tái, [một cách] nhợt nhạt **2.** [một cách] nhạt; [một cách] lờ mờ.

paleness /'peilnis/ *dt* **1.** sự tái, sự nhợt nhạt **2.** sự lợt, sự nhạt *(màu)*; sự lờ mờ *(ánh sáng)*.

pale[o]- *x* palae[o]-.

palette /'pælət/ *dt* bảng [trộn] màu *(của họa sĩ)*.

palette-knife /'pælətnaif/ *dt* **1.** dao trộn màu *(của họa sĩ)* **2.** dao phết *(bơ...)*; dao vuốt *(chất mềm cho phẳng khi nấu ăn)*.

palimpsest /'pælimpsest/ *dt* *(cổ)* bản viết tay đã chuyển một phần đi để tạo chỗ viết những phần mới; bản palimxet.

palindrome /'pælindrəʊm/ *dt* từ đọc ngược xuôi đều như nhau *(ví dụ:* madam, radar); câu đọc ngược xuôi đều như nhau.

paling /'peiliŋ/ *dt* hàng rào cọc.

palisade¹ /ˌpæliˈseid/ *dt* **1.** hàng rào, chấn song **2.** *(Anh)* *(Mỹ)* hàng vách đá dốc đứng *(ở bờ sông)*.

palisade² /ˌpæliˈseid/ *dgt* rào bằng hàng rào chấn song *(để bảo vệ một nơi nào đó)*.

palish /'peiliʃ/ *tt* tai tái, hơi nhợt nhạt.

pall¹ /pɔːl/ *dgt* trở nên nhàm chán: *the pleasures of sunbathing began to pall [on us] after a week on the beach* sau một tuần trên bãi biển, cái thú tắm nắng đã trở nên nhàm chán đối với chúng tôi.

pall² /pɔːl/ *dt* **1.** vải phủ áo quan **2.** *(bóng)* màn: *a pall*

P

of smoke hung over the town một màn khói lơ lửng trên thành phố.

pallbearer /'pɔːlbeərə[r]/ *dt* người khiêng quan tài; người hộ tống cạnh quan tài *(trong đám tang).*

pallet¹ /'pælit/ *dt* khay chuyển hàng.

pallet² /'pælit/ *dt* 1. nệm rơm 2. giường cứng và hẹp.

palliasse /'pæliæs, (Mỹ pæli'æs)/ (*cg* **paillasse**) nệm rơm.

palliate /'pælieit/ *dgt* 1. làm dịu *(dau)* 2. giảm nhẹ *(tội).*

palliation /,pæli'eiʃn/ *tt* 1. sự làm dịu, sự dịu *(dau)* 2. sự giảm nhẹ *(tội).*

palliative¹ /'pæliətiv/ *tt* 1. làm dịu *(dau)* 2. giảm nhẹ *(tội...).*

palliative² /'pæliətiv/ *dt* 1. thuốc làm dịu *(dau)* 2. biện pháp làm giảm nhẹ *(tội...).*

pallid /'pælid/ *tt* xanh xao: *a pallid complexion* nước da xanh xao.

pallidly /'pælidli/ *tt* [một cách] xanh xao.

palliness /'pælidnis/ *dt* sự xanh xao.

pallor /'pælə[r]/ *dt* vẻ xanh xao.

pally /'pæli/ *tt (kng)* thân *(với ai):* *she's become very pally with the boss* chị ta trở nên rất thân với ông chủ.

palm¹ /pɑːm/ *dt* 1. lòng bàn tay: *read somebody's palm* xem tướng tay cho ai 2. lòng găng tay: *gloves with leather palms* găng tay lòng bằng da. // **cross somebody's palm with silver** *x* cross²; **grease somebody's palm** *x* grease; **have somebody in the palm of one's hand** nắm được gáy ai, khống chế được ai; **have an itching palm** *x* itch.

palm² /pɑːm/ *dgt* 1. giấu *(con bài, đồng tiền...)* trong lòng bàn tay *(khi làm ảo thuật...)* 2. đánh *(quả bóng)* bằng lòng bàn tay. // **palm somebody off with something** *(kng)* lừa mà thuyết phục ai chấp nhận cái gì; **palm somebody (something) off on somebody** *(kng)* lừa mà tống *(ai, cái gì)* cho ai: *they palmed their unwelcome guests off on the neighbours* họ lừa mà tống đám khách đến không phải lúc sang cho hàng xóm.

palm³ /pɑːm/ *dt* 1. (*cg* **palm-tree**) cây cọ; cây cọ dừa: *a coconut palm* cây dừa; *a date palm* cây chà là; *an oil palm* cây cọ dầu; *a fan palm* cây lá cọ; *palm fronds* lá cọ 2. lá cọ *(tượng trưng cho chiến thắng):* *bear (carry) the palm* chiến thắng, đoạt giải; *yield the palm* chịu thua.

palmetto /pæl'metəu/ *dt* (*snh* **palmettos**) *(thực)* cây cọ lùn.

palmist /'pɑːmist/ *dt* người xem tướng tay.

palm-oil /'pɑːmɔil/ *dt* dầu cọ.

Palm Sunday /pɑːm'sʌndi/ chủ nhật tiền Phục sinh.

palm-tree /'pɑːmtriː/ *dt* cây cọ; cây họ dừa.

palmy /'pɑːmi/ *tt* (**-ier; -iest**) 1. có nhiều cây cọ 2. *(thường thngū)* hưng thịnh; thịnh vượng: *in my palmy days* trong thời hưng thịnh của tôi.

palpable /'pælpəbl/ *tt* 1. sờ được; sờ thấy được 2. rõ ràng, hiển nhiên: *a palpable lie* lời nói dối hiển nhiên.

palpably /'pælpəbli/ *pht* [một cách] rõ ràng, [một cách] hiển nhiên.

palpate /'pælpeit/ *dgt (y)* sờ nắn *(khi khám bệnh).*

palpation /pæl'peiʃən/ *dt (y)* sự sờ nắn *(khi khám bệnh).*

palpitate /'pælpiteit/ *dgt* 1. đập nhanh: *his heart palpitates* tim nó đập nhanh 2. đánh trống ngực: *palpitating with terror* đánh trống ngực vì khiếp sợ.

palpitation /,pælpi'teiʃn/ *dt* 1. sự đập nhanh *(tim)* 2. *(snh)* trống ngực: *I get palpitations if I run too fast* tôi đánh trống ngực nếu chạy nhanh quá; *the thought of flying gives me palpitations (bóng)* ý nghĩ sẽ đi máy bay làm tôi hồi hộp.

palsied /'pɔːlzid/ *tt (y)* bị liệt rung.

palsy /'pɔːlzi/ *dt (y)* liệt rung.

paltry /'pɔːltri/ *tt* (**-ier; -iest**) *tt* 1. nhỏ mọn, không đáng kể: *a paltry sum* một số tiền không đáng kể 2. không ra gì, không có giá trị: *a paltry excuse* lời xin lỗi không có giá trị.

paludism /'pæljʊdizm/ *dt (y)* bệnh sốt rét.

pampas /'pæmpəs, (Mỹ 'pæmpəz)/ *the pampas (snh)* pampa *(thảo nguyên ở Nam Mỹ).*

pampas-grass /'pæmpəs grɑːs/ *dt (thực)* cây sậy cảnh.

pamper /'pæmpə[r]/ *dgt (thường xấu)* nuông chiều: *the pampered children of the rich* những đứa con nhà giàu được nuông chiều; *pamper oneself after a hard day of work* nuông mình sau một ngày làm việc gian khổ.

pamphlet /'pæmflit/ *dt* cuốn pamfle *(sách mỏng đóng bìa giấy, bàn về một vấn đề lợi ích chung hoặc phát biểu một chính kiến).*

pamphleteer /ˌpæmflə'tiə[r]/ *dt* người viết pamfle.

pan¹ /pæn/ *dt (thường trong từ ghép)* **1.** chảo, xoong: *a frying pan* chảo [để] rán; *a saucepan* cái xoong; *a pan of hot fat* một chảo mỡ nóng **2.** bồn, chậu, bô *(vật hình chảo, hình bát)*: *a lavatory pan* bồn sứ của nhà xí máy; *a bedpan* chiếc bô *(đi tiểu, đi ngoài của người ốm...)*; *a dustpan* cái hốt rác **3.** đĩa cân **4.** khay đãi vàng **5.** *nh* salt-pan **6.** *nh* hard-pan **7.** ổ nạp thuốc *(ở một kiểu súng cổ).* // **a flash in the pan** *x* flash¹.

pan² /pæn/ *dgt* (**-nn-**) xoay *(máy quay phim...)* để theo dõi một vật di động hay để có một tầm nhìn rộng hơn: *the camera panned slowly across the room* máy quay phim xoay chậm qua gian phòng.

pan- /ˈpæn/ *(dạng kết hợp)* toàn, liên, *(x* panchromatic, pantheism...).

panacea /ˌpænəˈsiə/ *dt* thuốc bách bệnh, thuốc [chữa] bá chứng.

panache /pæˈnæʃ, (Mỹ pəˈnæʃ)/ *dt* phong độ lịch sự tự tin: *she dresses with great panache* chị ta ăn bận với phong độ lịch sự tự tin.

panama /ˈpænəmɑ:/ *dt (cg* **panama hat**) mũ panama.

panama hat /ˌpænəmɑ:ˈhæt/ *nh* panama.

panatella /ˌpænəˈtelə/ *dt* [điếu] xì gà que *(mảnh và dài).*

pancake /ˈpænkeik/ *dt* **1.** bánh kếp, bánh xèo **2.** phấn [đóng thành] bánh *(để thoa mặt).* // **as flat as a pancake** *x* flat².

Pancake Day /ˈpænkeikdei/ ngày thứ ba xưng tội *(ngày đó theo tục lệ được ăn bánh xèo).*

pancake landing /ˌpænkeik ˈlændiŋ/ sự hạ cánh thẳng đứng *(thường là trong trường hợp khẩn cấp).*

panchromatic /ˌpænkrəˈmætik/ *tt* toàn sắc *(phim ảnh).*

pancreas /ˈpæŋkriəs/ *dt* [tuyến] tụy.

pancreatic /ˌpæŋkriˈætik/ *tt* [thuộc] tụy *pancreatic juice* dịch tụy.

panda /ˈpændə/ *dt (cg* **giant panda**) *(động)* gấu trúc.

panda car /ˈpændəkɑ:[r]/ xe đi tuần của cảnh sát.

pandemic¹ /pænˈdemik/ *dt (y)* dịch lớn.

pandemic² /pænˈdemik/ *tt (y)* [thuộc] dịch lớn; phát triển rộng *(bệnh dịch).*

pandemonium /ˌpændiˈməʊniəm/ *dt* sự hỗn loạn om sòm: *there was pandemonium when the news was announced* cảnh hỗn loạn om sòm đã xảy ra khi tin được loan.

pander¹ /ˈpændə[r]/ *dgt* **pander to something (somebody)** *(xấu)* tìm cách thỏa mãn *(một thèm muốn thấp hèn)*; cố làm hài lòng *(ai)*: *newspapers pandering to the public love of scandal* những tờ báo tìm cách thỏa mãn lòng quần chúng thích gây những vụ tai tiếng.

pander² /ˈpændə[r]/ *dt nh* pimp.

P and O /ˌpi:ənˈəʊ/ *(vt của* Peninsular and Oriental [Steamship Company]) Công ty tàu Bán đảo và phương Đông, công ty tàu P và O: *the P and O line* đường thủy P và O.

p and p /ˌpi:ənˈpi:/ *(vt của* postage and packing) bưu phí và phí đóng gói: *price 28.95 including p and p* giá 28,95 bảng kể cả bưu phí và phí đóng gói.

pane /pein/ *dt* ô kính cửa sổ: *a pane of glass* ô cửa sổ bằng kính.

panegyric /ˌpæniˈdʒirik/ *dt* lời tán tụng, bài tán tụng.

panel¹ /ˈpænl/ *dt* **1.** ô *(cửa, tường... cao hơn hay thấp hơn mặt xung quanh)*, panô **2.** dải trang trí *(trên áo)* **3.** bảng: *a control panel* bảng điều khiển; *a signal panel* bảng tín hiệu **4.** nhóm hội thảo; nhóm tham gia cuộc thi đố *(ở đài phát thanh, đài truyền hình)*: *a panel game* trò chơi thi đố *(trên đài)* **5.** danh sách hội thẩm, ban hội thẩm **6.** danh sách bác sĩ bảo hiểm từng khu y tế.

panel² /ˈpænl/ *dgt* (**-ll-**, Mỹ **-l-**), *(thường bị động)* đóng ván ô, đóng panô; trang trí [bằng] panô: *a panelled ceiling* trần có trang trí panô.

panel-beater /ˈpænlbi:tə[r]/ *dt* người dùng búa gõ cho mất những vết lõm *(do bị dụng mạnh)* trên thân xe.

panelling (Mỹ **paneling**) /ˈpænəliŋ/ *dt* **1.** loạt ván ô, loạt panô *(trên tường...)*: *a room with fine oak panelling* một gian phòng với những ván ô bằng gỗ sồi đẹp **2.** gỗ dùng làm ván ô.

panellist (Mỹ **panelist**) /ˈpænəlist/ *dt* người tham gia nhóm hội thảo, người tham gia cuộc thi đố *(trên đài).*

panel truck /ˈpænltrʌk/ (Mỹ) xe tải nhỏ *(đi giao hàng).*

pang /pæŋ/ *(thường snh)* **1.** sự đau nhói, sự đau cồn cào: *pangs of hunger; hunger pangs* sự cồn cào của cơn đói; *birth pangs* cơn đau đẻ **2.** sự giằn vặt, sự day dứt *(của lương tâm...)*: *pangs of remorse* sự dằn vặt của lòng hối hận.

pan-handle[1] /ˈpænhændl/ *dt (Mỹ)* dọi đất *(nhô ra từ một vùng).*

pan-handle[2] /ˈpænhændl/ *dgt (kng)* ăn xin tiền *(ai)* ngoài đường phố.

panic[1] /ˈpænik/ *dt* **1.** sự hoảng sợ, sự hốt hoảng: *be in [a state of] panic [about something]* hoảng sợ vì việc gì; *I got into a panic when I found the door was locked* tôi hốt hoảng khi thấy cửa bị khóa lại; *a panic decision* một quyết định do hốt hoảng mà đưa ra **2.** sự hoang mang sợ hãi *(trong một nhóm người)*: *there was [an] immediate panic when the alarm sounded* khi còi báo động vang lên thì lập tức mọi người hoang mang sợ hãi. // **panic stations** *(kng)* tình trạng báo động; tình trạng hoảng sợ: *it was panic stations when the police arrived to search the building* đã xảy ra tình trạng hoảng sợ khi cảnh sát tới lục soát tòa nhà.

panic[2] /ˈpænik/ *dgt* **(-ck-)** [làm] hoảng sợ, [làm] hốt hoảng: *don't panic!* đừng có hoảng sợ // **panic somebody into doing something** khiến ai phải làm gì vì hoảng sợ: *the banks were panicked into selling sterling* ngân hàng bị hoảng sợ mà bán đồng bảng ra.

panicky /ˈpæniki/ *tt (kng)* hoảng sợ, hốt hoảng; hoang mang sợ hãi; do hoảng sợ; do hốt hoảng; do hoang mang sợ hãi: *don't get panicky!* đừng có hoảng sợ; *a panicky reaction* phản ứng do hoảng sợ.

panic-stricken /ˈpænikstri-kən/ *tt* hoảng sợ, khiếp sợ: *you look panic-striken!* anh có vẻ hoảng sợ thế!.

panjandrum /ˈpændʒæn-drəm/ *dt (đùa)* ông vênh vang khệnh khạng.

pannier /ˈpæniə[r]/ *dt* **1.** túi hai bên yên thồ *(ngựa, lừa)* **2.** sọt hai bên cái đèo hàng *(xe đạp, xe máy).*

pannikin /ˈpænikin/ *dt* **1.** chén nhỏ bằng kim loại **2.** chén nhỏ [đầy] *(rượu nước...).*

panoplied /ˈpænəplid/ *tt* mặc bộ áo giáp đầy đủ.

panoply /ˈpænəpli/ *dt* **1.** sự phô bày **2.** *(cũ)* bộ áo giáp.

panorama /ˌpænəˈrɑːmə, (Mỹ pænəˈræmə)/ *dt* **1.** toàn cảnh: *from the top of the tower there is a superb panorama of the town* nhìn từ trên ngọn tháp, ta có được một toàn cảnh nguy nga của thành phố; *the book presents a panorama of British history from the Middle Ages* *(bóng)* cuốn sách trình bày bức tranh toàn cảnh lịch sử nước Anh từ thời trung đại **2.** bức họa toàn cảnh; bức ảnh toàn cảnh.

panoramic /ˌpænəˈræmik/ [có tính chất] toàn cảnh: *a panoramic view from the top of the tower* bức tranh toàn cảnh nhìn từ trên ngọn tháp.

pan-pipes /ˈpænpaips/ *dt snh (nhạc)* cái khèn.

pansy /ˈpænzi/ **1.** *(thực)* [cây] hoa bướm, [cây] hoa păng-xê **2.** *(kng, xấu)* người ẻo lả như đàn bà; người tình dục đồng giới.

pant[1] /ˈpænt/ *dgt* thở hổn hển: *he was panting heavily as he ran* nó thở hổn hển dữ vì chạy. // **pant along** hổn hển mà đi; chạy hổn hển *(theo con đường nào đó)*: *the dog panted along [the road] beside me* con chó hổn hển chạy theo sau tôi; **pant for something** a/ thở hổn hển

muốn một cái gì: *panting for a cool drink* thở hổn hển muốn uống một thức uống lạnh b/ khao khát: *panting for revenge* khao khát trả thù; **pant something out** nói hổn hển: *he panted out a few words* nó hổn hển nói ra vài tiếng.

pant[2] /ˈpænt/ *dt* hơi thở hổn hển: *breathe in short pants* thở những hơi thở hổn hển gấp.

pantingly /ˈpæntiŋli/ *pht* [một cách] hổn hển.

pantaloon /ˌpæntəˈluːn/ *dt* **1.** *(snh) (Mỹ; Anh, đùa)* quần dài, quần **2.** *(cg* **Pantaloon)** lão ngốc bị phụ nữ chơi khăm *(trong kịch câm).*

pantechnicon /pænˈtekni-kən/ *dt* xe [chở đồ đạc] dọn nhà.

pantheism /ˈpænθiizm/ *dt* **1.** thuyết phiếm thần **2.** đạo chư thần.

pantheist /ˈpænθiist/ *dt* người theo thuyết phiếm thần; người theo đạo chư thần.

pantheistic /ˌpænθiˈistik/ *tt* [thuộc thuyết] phiếm thần; [thuộc đạo] chư thần.

pantheon /ˈpænθiən, (Mỹ pænθiɒn)/ *dt* **1.** đền thờ chư thần *(Hy Lạp, La Mã cũ)* **2.** chư thần *(của một dân tộc, một nước)* **3.** lăng danh nhân.

panther /ˈpænθə[r]/ *dt (động)* **1.** [con] báo **2.** *(Mỹ)* [con] báo sư tử.

panties /ˈpæntiz/ *dt snh (kng)* quần cụt *(nữ).*

pantihose /ˈpæntihəuz/ *dt (dgt snh) (cg* **pantyhose)** *(Mỹ)* *nh* tights.

pantile /ˈpæntail/ *dt* ngói cong.

panto /ˈpæntəu/ *dt (snh)* pantos /ˈpæntəuz/ *(kng) nh* pantomine **1.**

pantograph /'pæntəgra:f, (Mỹ 'pæntəgræf)/ dt **1.** máy vẽ truyền **2.** (dsắt) khung lấy điện.

pantomime /'pæntəmaim/ dt **1.** kịch pantomim (dựa trên truyện truyền thống, truyện tiên, thường diễn vào dịp lễ Nô-en): let's take the children to the pantomime! ta hãy đưa trẻ đi xem kịch pantomim đi! **2.** nghệ thuật điệu bộ (sử dụng khi kể chuyện).

pantomime dame /'pæntə-maim deim/ nh dame 2.

pantry /'pæntri/ dt **1.** gian để thức ăn (cạnh bếp); chạn thức ăn **2.** phòng để ly tách bát đĩa (ở khách sạn, tàu thủy...).

pants /'pænts/ dt snh **1.** quần lót **2.** (Mỹ) quần dài, quần. // **bore (scare) the pants off somebody** quấy rầy (làm sợ hãi) ai dữ; **by the seat of one's pants** x seat[1]; **catch somebody with his pants (trousers) down** x catch[1]; **have ants in one's pants** x ant; **in long (short) pants** đã lớn (còn bé): I've known him since he was in short pants tôi biết nó từ khi nó còn bé; **wear the pants (trousers)** x wear[2].

pantyhose /'pæntihəuz/ at x pantihose.

pap /'pæp/ dt **1.** thức ăn mềm, thức ăn sền sệt (cho trẻ em, người bệnh tật) **2.** tài liệu để đọc vô giá trị; tài liệu để đọc không quan trọng: how can you bear to read such pap? sao anh chịu đọc những tài liệu vô giá trị như loại đó?...

papa /pə'pa:, (Mỹ 'pa:pə)/ dt (cũ, kng) bố, ba (tiếng trẻ con hay dùng).

papacy /'peipesi/ dt **1.** the **Papacy** cương vị giáo hoàng; quyền lực giáo hoàng **2.** chế độ giáo hoàng **3.** thời gian

tại vị [của giáo hoàng]: during the papacy of Jean Paul II trong thời gian tại vị của giáo hoàng Jean Paul II.

papal /'peipl/ tt [thuộc] giáo hoàng: papal authority quyền lực giáo hoàng.

papaw, pawpaw /pə'pɔ:, (Mỹ 'pɔ:pɔ:)/ dt (cg **papaya**) đu đủ (cây, quả).

papaya /pə'paiə/ dt nh papaw.

paper[1] /'peipə[r]/ dt **1.** giấy: a sheet of paper một tờ giấy; writing paper giấy viết; a paper bag cái túi bằng giấy **2.** báo: a daily paper báo hàng ngày; where's today's paper? tờ báo hôm nay đâu rồi? **3.** giấy dán tường **4.** (snh) giấy tờ, giấy má: show one's papers trình giấy tờ; his desk was always covered with papers bàn của ông ta lúc nào cũng đầy giấy má **5.** đề bài thi: the geography paper was very difficult đề bài thi địa lý khó lắm **6.** bài [viết trả lời đề] thi **7.** luận văn; bài thuyết trình (trước các nhà khoa học, các nhà chuyên môn): he read a paper at a medical conference on the results of his research ông ta đọc một bản thuyết trình trong một hội nghị y học về kết quả nghiên cứu của ông. // **on paper** a/ viết ra [trên giấy trắng mực đen]: could you put a few ideas down on paper? anh có thể viết ra vài ý kiến được không? b/ trên giấy tờ, trên lý thuyết: it's a fine scheme on paper, but will it work in practice? trên giấy tờ thì là một kế hoạch hay, nhưng liệu nó có hiệu lực trong thực tiễn không?; **a paper tiger** con hổ giấy; **put pen to paper** x pen.

paper[2] /'peipə[r]/ dgt dán giấy lên, phủ giấy: we're

papering the bathroom chúng tôi dán giấy lên tường buồng tắm. // **paper over the cracks (on something)** che giấu (mối bất hòa, nỗi khó khăn, thường là một cách nhanh vội nhưng không được hoàn toàn): critics of government policy argue that the new measures introduced to fight crime are simply papering over the cracks những người chỉ trích chính sách của chính phủ cãi lẽ rằng những biện pháp mới đưa ra để đấu tranh chống tội phạm chỉ là để che giấu sự bất lực mà thôi; **paper something over** a/ dán giấy phủ tường lên: we papered over the stains on the wall chúng tôi đã dán giấy phủ lên các vết bẩn trên tường b/ che giấu (mối bất hòa; nỗi khó khăn..., thường là một cách nhanh vội và không hoàn toàn).

paperback /'peipəbæk/ dt sách bìa mỏng: when is the novel coming out in paperback? khi nào thì cuốn truyện được xuất bản dưới dạng bìa mỏng?; a paperback book sách bìa mỏng.

paper-boy /'peipəbɔi/ dt chú bé đưa báo tại nhà.

paper-chase /'peipətʃeis/ dt trò chạy việt dã tung giấy (người dẫn đầu tung giấy cho những người chạy sau chạy theo).

paper-clip /'peipəklip/ dt cái kẹp giấy.

paper-girl /'peipəgə:l/ dt cô bé đưa báo tại nhà.

paper-knife /'peipənaif/ dt dao rọc giấy.

paper-mill /'peipəmil/ dt nhà máy giấy.

paper-money /,peipə'mʌni/ dt tiền giấy.

paperweight /'peipəweit/ dt cái chặn giấy.

P

paperwork /'peipəwɜ:k/ *dt* công việc giấy tờ (*ở cơ quan*).

papery /'peipəri/ *tt* như giấy: *wrinkled, papery skin* da nhăn nheo như giấy.

papier mâché /ˌpæpiei'mæ-ʃei, (*Mỹ*) peipəma'ʃei/ *dt* giấy đổ khuôn (*dùng làm hộp...*).

papist /'peipist/ *dt* (*xấu*) người công giáo La Mã (*tiếng người theo đạo Tin lành hay dùng*).

papoose /pə'pu:s, (*Mỹ*) pæ-'pu:s/ *dt* **1.** cái địu (*dùng để đèo con sau lưng*) **2.** trẻ em người da đỏ Bắc Mỹ.

paprika /'pæprikə/ ớt cựa gà (*cây, bột*).

papyri /pə'paiəri/ *dt snh* của papyrus.

papyrus /pə'paiərəs/ *dt* **1.** cây cói giấy **2.** giấy cói **3.** (*snh* **papyri**) sách giấy cói (*sách cổ viết trên giấy cói*).

par¹ /pa:[r]/ *dt* **1.** (*cg* **par value**) giá danh nghĩa (*ghi trên phiếu cổ phần*): *sell shares above (at, below) par* bán cổ phần trên (ngang, dưới) giá danh nghĩa **2.** (*cg* **par of exchange**) đồng giá hối đoái **3.** (*thể*) số cú một cầu thủ hạng nhất cần phải đánh cho trọn một điểm (*đánh gôn*). // **below par** không được khỏe (không được nhanh nhẹn) bằng lúc bình thường: *I'm feeling a bit below par today* hôm nay tôi cảm thấy không được khỏe bằng lúc bình thường; **be par for the course** (*kng*) là điều được dự đoán là sẽ xảy ra, là điều mà người ta cho rằng ai đó sẽ làm: *she was an hour late, was she? that's about par for the course for her* chị ta trễ một tiếng đồng hồ, phải không? đó chính là điều được dự đoán là sẽ xảy ra; **on a par with** ngang hàng với (*ai, cái gì về tầm quan trọng,*

về mặt phẩm chất...): *as a writer he was on a par with the great novelists* là một nhà văn, ông ta ngang hàng với các nhà tiểu thuyết lớn; **up to par** (*kng*) vẫn tốt, vẫn hay, vẫn được như thường ngày (như thường lệ): *I didn't think her performance was up to par* tôi không nghĩ rằng thành tích của cô ta vẫn được như thường ngày.

par² (*cg* **para**) (*vt của* paragraph) đoạn; tiết (*trong một bài văn*): *see par 19* xem đoạn 19; *paras 39-42* đoạn 39-42; điều 39-42 (*ví dụ trong một hợp đồng*).

para /'pærə/ *vt x* par².

para-¹ (*tiền tố dùng cấu tạo dt*) **1.** gần; bán (*x* paramilitary) **2.** ngoài; siêu (*x* parapsychologie).

para-² (*dạng kết hợp*) bảo vệ khỏi (*x* parasol).

parable /'pærəbl/ *dt* bài ngụ ngôn (*trong Kinh Thánh*).

parabola /pə'ræbələ/ *dt* (*toán*) parabon.

parabolic /ˌpærə'bɒlik/ *tt* **1.** [thuộc] ngụ ngôn; được diễn tả trong ngụ ngôn **2.** (*toán*) [thuộc] parabon; như hình parabon.

parachute¹ /'pærəʃu:t/ *dt* [cái] dù (*để nhảy từ trên máy bay xuống*): *land by parachute* nhảy dù xuống đất; *a parachute jump* sự nhảy bằng dù.

parachute² /'pærəʃu:t/ *dgt* **1.** thả [bằng] dù: *supplies were parachuted into the earthquake zone* hàng cứu trợ được thả dù xuống vùng động đất **2.** nhảy dù: *we parachuted into enemy territory* chúng tôi nhảy dù vào lãnh thổ địch.

parachutist /'pærəʃu:tist/ *dt* người nhảy dù.

parade¹ /pə'reid/ *dt* **1.** (*quân*) sự tập hợp (*để kiểm tra*): *a drill parade* sự tập hợp để luyện tập **2.** (*quân*) bãi tập hợp (*để kiểm tra...*) **3.** cuộc diễu hành: *a parade of players before a football match* cuộc diễu hành của các cầu thủ trước trận đấu bóng đá **4.** (*trong các tên*) nơi dạo chơi; đường phố: *he lives in North Parade* anh ta sống ở phố Bắc. // **make a parade of** (*thường xấu*) phô trương; phô: *he's always making a parade of his knowledge* nó luôn luôn phô trương kiến thức của nó; **on parade** được tập hợp; đang diễu hành; được phô trương: *the regiment is on parade* trung đoàn đang tập hợp; *a number of new hats were on parade at the wedding* trong lễ cưới một số mũ mới đã được phô ra.

parade² /pə'reid/ *dgt* **1.** (*quân*) tập hợp (*để kiểm tra...*): *the colonel paraded his troops* viên đại tá đã tập hợp quân lại **2.** diễu hành: *the strikers paraded through the city centre* những người đình công diễu hành qua trung tâm thành phố **3.** phô trương, phô: *parade one's skill* phô tài khéo.

parade-ground /pə'reid graund/ *dt* (*quân*) bãi tập hợp (*quân, để kiểm tra...*).

paradigm /'pærədaim/ *dt* **1.** (*ngôn*) hệ biến hóa (*của một từ*): *verb paradigms* hệ biến hóa của động từ **2.** mẫu: *a paradigm for others to copy* một mẫu cho người khác phỏng theo.

paradigmatic /ˌpærədig'mætik/ *tt* **1.** (*ngôn*) [thuộc] hệ biến hóa **2.** kiểu mẫu.

paradise /'pærədais/ *dt* **1.** (*số ít; không có* a *hoặc* the) trời **2.** nơi hoàn hảo; chỗ lý tưởng: *this island is a paradise for bird-watchers* đảo này là chỗ lý tưởng cho những người thích quan sát chim sống trong môi trường tự nhiên **3.** hạnh phúc hoàn toàn **4.** Paradise (*số ít, không có a hoặc the*) thiên đường. // **a fool's paradise** x **fool**¹.

paradisiacal /ˌpærədiˈzaiəkl/ *tt* hoàn hảo; lý tưởng.

paradox /ˈpærədɒks/ *dt* **1.** điều ngược đời; nghịch lý; hình tượng nghịch lý (*trong khi nói, khi viết văn*): *paradox and irony are characteristics of her style* hình tượng nghịch lý và mỉa mai là đặc trưng cho văn phong của cô ta **2.** người ngược đời; điều ngược đời; tình cảnh ngược đời: *it is a paradox that such a rich country should have so many poor people living in it* trên một vùng giàu như thế mà có nhiều người nghèo đến thế, thật là một điều ngược đời.

paradoxical /ˌpærəˈdɒksikl/ *tt* ngược đời.

paradoxically /ˌpærəˈdɒksikli/ *pht* [một cách] ngược đời.

paraffin /ˈpærəfin/ *dt* **1.** (*cg* **paraffin oil**) (*Mỹ* **coal oil, kerosene**) dầu hỏa: *a paraffin lamp* đèn dầu hỏa **2.** (*hóa, cg* **paraffin wax**) parafin.

paraffin oil /ˈpærəfinɔil/ dầu hỏa.

paraffin wax /ˈpærəfinwæks/ (*hóa*) parafin.

paragon /ˈpærəgən, (*Mỹ* ˈpærəgɒn)/ *dt* **1. a paragon of** người mẫu mực về: *a paragon of virtue* người mẫu mực về đạo đức **2.** người hoàn hảo: *I make no claim to be a paragon* tôi đâu có đòi là người hoàn hảo.

paragraph¹ /ˈpærəgrɑːf, (*Mỹ* ˈpærəgræf)/ *dt* **1.** đoạn, tiết (*trong một bài văn*) **2.** (*cg* **paragraph mark**) dấu mở đầu một đoạn văn **3.** bài tường thuật ngắn; mẩu tin: *there's a paragraph on the accident in the local paper* có một mẩu tin về tai nạn ấy trong báo địa phương...

paragraph² /ˈpærəgrɑːf, (*Mỹ* ˈpærəgræf)/ *dgt* chia (*một bài văn...*) thành đoạn.

paragraph mark /ˈpærəgrɑːf mɑːk/ *dt* x **paragraph**¹ 2.

parakeet /ˈpærəkiːt/ *dt* (*động*) vẹt đuôi dài.

parallel¹ /ˈpærəlel/ *tt* **1.** song song: *parallel lines* đường song song; *the road and the railway are parallel to each other* đường cái và đường sắt song song với nhau **2.** tương ứng; tương tự: *a parallel case* một trường hợp tương tự.

parallel² /ˈpærəlel/ *dt* **1.** (*cg* **parallel line**) đường song song **2.** (*cg* **parallel of latitude**) vĩ tuyến: *the 17th parallel* vĩ tuyến 17 **3.** người tương tự; hoàn cảnh tương tự, sự việc tương tự; sự tương tự: *a career without parallel in modern times* một nghề không có cái tương tự trong thời hiện đại; *I see parallels between the two cases* tôi thấy có sự tương tự giữa hai trường hợp **4.** sự so sánh: *draw a parallel between A and B* so sánh A với B. // **in parallel** (*điện*) mắc song song (*dây điện*).

parallel³ /ˈpærəlel/ *dgt* **1.** ngang với, bằng; sánh bằng: *her performance has never been paralleled* thành tích của cô ta chưa hề có ai sánh bằng **2.** có thể so sánh với; tương tự với: *his experiences parallel mine in many instances* kinh nghiệm của anh ta tương tự với kinh nghiệm của tôi trong nhiều trường hợp.

parallel bars /ˈpærəlelˈbɑːz/ (*thể*) xà kép.

parallelogram /ˌpærəˈleləgræm/ *dt* (*toán*) hình bình hành.

paralyse (*Mỹ*) **paralyze** /ˈpærəlaiz/ *dgt* **1.** (*y*) làm liệt: *the accident left her paralysed from the waist down* tai nạn đã làm cô ta bị liệt từ thắt lưng trở xuống; *she is paralysed in both legs* cô ta bị liệt cả hai chân **2.** (*thường bị động*) làm tê liệt, làm đờ ra: *be paralysed with fear* đờ ra vì sợ.

paralyses /pəˈræləsiz/ *dt* snh của paralysis.

paralysis /pəˈræləsis/ *dt* (*snh* **paralyses**) **1.** (*y*) chứng liệt: *suffer from paralysis of the right leg* bị liệt chân phải **2.** (*bóng*) tình trạng tê liệt: *the complete paralysis of industry caused by the electrician's strike* sự tê liệt công nghiệp hoàn toàn do thợ điện đình công.

paralytic¹ /ˌpærəˈlitik/ *tt* **1.** bị [chứng] liệt **2.** (*kng*) say mềm, say bí tỉ: *he was (got) completely paralytic last night* đêm qua nó say bí tỉ.

paralytic² /ˌpærəˈlitik/ *dt* người bị [chứng] liệt.

paralyze /ˈpærəlaiz/ *dgt* x paralyse.

paramedical /ˌpærəˈmedikl/ *tt* (*y*) cận y tế.

parameter /pəˈræmitə[r]/ *dt* **1.** (*toán*) tham số; tham biến **2.** (*thường snh*) nhân tố giới hạn; đặc điểm giới hạn; giới hạn: *we have to work within the parameters of time and budget* chúng ta phải làm việc trong giới hạn của thời gian và ngân sách.

paramilitary¹ /ˌpærəˈmilitri, (*Mỹ* ˌpærəˈmiliteri)/ *tt* bán quân sự: *a paramilitary organization* một tổ chức bán quân sự.

paramilitary² /ˌpærə'militri, (Mỹ ˌpærə'militeri)/ dt thành viên một nhóm bán quân sự; thành viên một tổ chức bán quân sự.

paramount /'pærəmaʊnt/ tt có tầm quan trọng lớn nhất; có ý nghĩa lớn nhất; tột bậc: this matter is of paramount importance vấn đề ấy có tầm quan trọng lớn nhất; the reduction of unemployment should be paramount in the government's economic policy sự giảm bớt thất nghiệp phải có tầm quan trọng nhất trong chính sách kinh tế của chính phủ.

paramountcy /'pærəmaʊntsi/ dt tính chất tột bậc; sự tột bậc.

paranoia /ˌpærə'nɔiə/ dt (y) hoang tưởng bị bạc đãi; hoang tưởng đa nghi; paranoia.

paranoiac /ˌpærə'nɔiæk/ tt, dt nh paranoid.

paranoid¹ /'pærənɔid/ tt [thuộc] paranoia; như paranoia; bị paranoia: I don't think she likes me, or I am just being paranoid tôi không nghĩ là cô ta thích tôi, hay là tôi bị paranoia? (hay tôi bị hoang tưởng bị bạc đãi?).

paranoid² /'pærənɔid/ dt người bị paranoia; người mắc chứng hoang tưởng bị bạc đãi, người (mắc chứng) hoang tưởng đa nghi.

paranormal /ˌpærə'nɔ:ml/ tt khó bề lý giải: paranormal phenomena hiện tượng khó bề lý giải.

parapet /'pærəpit, 'pærəpet/ dt 1. lan can (cầu...) 2. (quân) ụ (phía trước hào).

paraphernalia /ˌpærəfə'neiliə/ dt đồ lề: skiing paraphernalia đồ lề trượt tuyết.

paraphrase¹ /'pærəfreiz/ dt ngữ giải thích; lời diễn giải.

paraphrase² /'pærəfreiz/ dgt diễn giải; diễn đạt bằng ngữ; giải thích.

paraplegia /ˌpærə'pli:dʒə/ dt (y) chứng liệt hai chi dưới.

paraplegic¹ /ˌpærə'pli:dʒik/ tt (y) liệt hai chi dưới: paraplegic sports [các môn] thể thao cho người bị liệt hai chi dưới.

paraplegic² /ˌpærə'pli:dʒik/ dt (y) người liệt hai chi dưới.

parapsychologie /ˌpærəsai'kɒledʒi/ dt siêu tâm lý học.

paraquat /'pærəkwɒt/ dt paraquat (chất diệt cỏ rất độc).

parasite /'pærəsait/ dt 1. (sinh) vật ký sinh 2. (xấu) kẻ ăn bám: live as a parasite on society sống ăn bám xã hội.

parasitic /ˌpærə'sitik/ tt 1. (sinh) ký sinh: a parasitic plant cây ký sinh; a parasitic disease bệnh do vật ký sinh 2. ăn bám: parasitic existence cuộc sống ăn bám.

parasitical /ˌpærə'sitikl/ tt nh parasitic.

parasitically /ˌpærə'sitikli/ pht 1. [theo phương thức] ký sinh 2. [theo kiểu] ăn bám.

parasol /'pærəsɒl, (Mỹ pærəsɔ:l)/ dt [cái] dù (che nắng).

paratrooper /'pærətru:pə[r]/ dt lính dù.

paratroops /'pærətru:ps/ dt snh quân nhảy dù.

paratyphoid /ˌpærə'taifɔid/ dt (y) bệnh phó thương hàn.

parboil /'pa:bɔil/ dgt đun sôi (luộc) cho chín nửa chừng: potatoes can be parboiled before roasting khoai tây có thể luộc cho chín nửa chừng trước khi rán.

parcel¹ /'pa:sl/ dt 1. (Mỹ cg package) gói; bưu kiện: he was carrying a parcel of books under his arm nó cắp một gói sách dưới nách; the postman has brought a parcel for you bưu tá đã mang cho anh một bưu kiện 2. mảnh [đất]: a parcel of land một mảnh đất. // part and parcel of something x part¹.

parcel² /'pa:sl/ dgt (-ll-, Mỹ -l-) 1. (+ out) chia ra từng mảnh, từng phần: he parcelled out the land into small plots ông ta chia lô đất thành từng mảnh nhỏ 2. (+ up) gói thành gói: he parcelled up the books nó gói sách lại [thành gói].

parcel bomb /'pa:slbɒm/ bom gói thành gói gửi qua bưu điện.

parcel post /'pa:slpəʊst/ phương thức gửi [thành bưu kiện] qua bưu điện: send something by parcel post gửi cái gì thành bưu kiện qua bưu điện.

parch /pa:tʃ/ dgt (thường bị động) 1. làm nóng và khô đi: earth parched by the sun đất bị nắng hun nóng và làm khô đi (bị khô nẻ); parched lips môi khô nẻ (của người bị sốt) 2. làm cho khát lắm: give me a drink, I'm parched cho tớ cái gì uống đi, tớ khát lắm.

parchment /'pa:tʃmənt/ dt 1. giấy da 2. bản viết trên giấy da 3. loại giấy tựa giấy da.

pardon¹ /'pa:dn/ dt 1. sự tha thứ; sự thứ lỗi: ask (seek) somebody's pardon for something xin ai thứ lỗi cho về việc gì 2. sự xá tội: he was granted a pardon after new evidence has proved his innocence anh ta được xá tội sau khi có chứng cứ mới chứng tỏ anh ta vô tội 3. văn bản xá tội.

pardon² /'pa:dn/ *đgt* tha thứ; thứ lỗi: *pardon somebody an offence* tha thứ tội cho ai; *pardon me [for] asking (pardon my asking), but isn't that my hat you're wearing?* xin lỗi tôi hỏi ông, nhưng chiếc mũ ông đang đội có phải là mũ của tôi không ạ? // **pardon my French** x French.

pardon³ /'pa:dn/ *tht (Mỹ cg* **pardon me**) xin lỗi, xin ông nói lại cho! *(vì tôi chưa nghe rõ).*

pardonable /'pa:dnəbl/ *tt* tha thứ được: *a pardonable error* một sai lầm có thể tha thứ được.

pardonably /'pa:dnəbli/ *pht* [một cách] có thể hiểu được: *she is pardonably proud of her wonderful cooking* cô ta kiêu hãnh về tài nấu bếp tuyệt vời của cô, điều đó cũng hiểu được thôi.

pardoner /'pa:dnə[r]/ *dt (sử)* người được phép bán giấy xá tội của giáo hoàng *(thời Trung cổ).*

pare /peə[r]/ *đgt* **1.** cắt; xén; hớt: *pare one's finger-nails* cắt móng tay **2.** gọt vỏ: *pare an apple* gọt (vỏ) quả táo.

pare down cắt bớt, giảm bớt *(một cách đáng kể):* *we have pared down our expenses to a bare minimum* chúng tôi đã giảm bớt chi tiêu đến mức tối thiểu; **pare off** gọt *(vỏ thành những mảnh mỏng):* *she pared off the thick skin with a sharp knife* chị ta gọt cái vỏ dày bằng một con dao sắc.

parent /'peərənt/ *dt* **1.** cha; bố; mẹ: *the duties of a parent* trách nhiệm của một người cha (một người mẹ); *the parent bird* con chim bố; con chim mẹ; *the parent tree* cây mẹ **2.** *(snh)* cha mẹ; bố mẹ: *may I introduce you to my*

parents? tôi có thể giới thiệu bạn với bố mẹ tôi không?

parentage /'peərəntidʒ/ *dt* dòng dõi: *a person of unknown parentage* một người không biết dòng dõi ở đâu (không biết con cái nhà ai); *of humble parentage* xuất thân từ dòng dõi thấp hèn.

parental /pə'rentl/ *tt (thường thngữ)* [thuộc] cha; [thuộc] mẹ; [thuộc] cha mẹ: *children lacking parental care* trẻ em thiếu sự chăm sóc của cha mẹ.

parentally /pe'rentli/ *pht* [về mặt] cha mẹ; như cha mẹ.

parent company /,peərənt 'kʌmpəni/ công ty chính, công ty mẹ.

parenthood /'peərənthʊd/ *dt* tư cách là cha; tư cách là mẹ; tư cách là cha mẹ; cương vị cha mẹ.

parentheses /pə'renθəsi:z/ *dt snh* của parenthesis.

parenthesis /pə'renθəsis/ *dt* **1.** từ thêm, câu thêm *(thường để trong ngoặc đơn)* **2.** dấu ngoặc đơn *(dùng để ngăn cách những từ thêm, câu thêm)* **3. in parenthesis** đặt trong dấu ngoặc đơn: *the statistics were given in parenthesis* con số thống kê được đặt trong dấu ngoặc đơn; *let me add, in parenthesis,...* *(bóng)* hãy cho tôi có nhận xét thêm...

parenthetic /,pærən'θetik/ *tt nh* parenthetical.

parenthetical /,pærən'θetikl/ *tt* thêm [vào]: *parenthetical remarks* những nhận xét thêm.

parenthetically /,pærən'θetikli/ *pht* thêm [vào].

parent-teacher association /,peərənt'ti:tʃə[r] əsəʊsi'eiʃn/ hội thầy giáo và cha mẹ học sinh *(vt* PTA).

par excellence /,pa:r'eksələ:ns, (Mỹ* pa:r,eksə'lə:ns)/ *pht (tiếng Pháp, dùng sau dt)* bậc nhất; hơn hết thảy: *he is the elder statesman par excellence* ông ta là nhà chính khách lớn tuổi bậc nhất; *the fashionable quarter par excellence* khu sang trọng bậc nhất.

pariah /pə'raiə, 'pæriə/ *dt* **1.** người bị xã hội ruồng bỏ **2.** *(sử)* tiện dân *(ở Ấn Độ).*

parietal /pə'raiətl/ *tt* *parietal bones* xương đỉnh *(ở sọ).*

parings /'peəriŋz/ *dt snh* mẩu cắt ra, mẩu xén ra; mẩu gọt ra: *nail parings* mẩu móng tay cắt ra.

parish /'pæriʃ/ *dt* **1.** xứ đạo, giáo khu: *a parish church* nhà thờ xứ đạo **2.** *(cg* civil parish) xã *(ở Anh)* **3.** dân xứ đạo: *the parish objected to some of the vicar's reforms* dân xứ đạo phản đối một vài cải cách của cha xứ. // **parish pump** *(thngữ)* về công việc địa phương: *parish pump gossip* chuyện tán gẫu về công việc địa phương.

parish clerk /,pæriʃ'klə:k/ viên chức giáo khu.

parish council /,pæriʃ'kaunsl/ ban hành chính giáo khu.

parishioner /pə'riʃənə[r]/ *dt* người dân xứ đạo, người dân giáo khu.

parish register /,pæriʃ 'redʒistə[r]/ sổ sinh tử giá thú của giáo khu.

Parisian¹ /pə'riziən, (Mỹ* pə'riʒn)/ *dt* [thuộc] Paris.

Parisian² /pə'riziən, (Mỹ* pə'riʒn)/ *dt* người Paris.

parity /'pærəti/ *dt* **1.** sự ngang nhau: *parity of pay* sự ngang nhau về tiền lương **2.** *(ktế)* sự ngang giá; sự đồng giá *(giữa hai loại tiền):* *the two currencies have now*

P

reach parity hai loại tiền ấy nay đã đồng giá.

parity of exchange /ˌpæri- tiəviks'tʃeindʒ/ tỷ giá hối đoái *(do chính phủ định)*.

park¹ /pa:k/ *dt* 1. công viên; vườn hoa 2. bãi cỏ *(quanh biệt thự ở nông thôn)* 3. *(Mỹ)* sân thể thao; sân vận động 4. *(trong từ ghép)* bãi, khu: *a car-park* bãi đỗ xe; *a safari park* khu săn bắn; *national park* vườn quốc gia.

park² /pa:k/ *dgt* 1. đỗ *(xe)*: *where can we park the car?* chúng ta có thể đỗ xe ở đâu? *you can't park in this street* anh không thể đỗ xe ở phố này 2. *(kng)* để *(bỏ lại)* một lúc: *park your lug- gage here while you buy a ticket* để hành lý của anh ở đây trong khi anh đi mua vé 3. **park oneself down** ngồi xuống: *park yourself in that chair while I make you a cup of tea* ngồi xuống ghế này trong khi tôi pha cho anh một chén trà.

parka /pa:kə/ *dt* 1. áo paca *(áo da có mũ trùm đầu của người Eskimo)* 2. áo có mũ trùm *(của người miền núi)*.

parking /pa:kiŋ/ *dt* 1. sự đỗ xe: *there is no parking be- tween 9am and 6pm* đây không được đỗ xe từ 9 giờ sáng đến 6 giờ chiều 2. bãi đỗ xe.

parking lot /pa:kiŋlɒt/ *(Mỹ)* nh car-park.

parking-meter /pa:kiŋmi:- tə[r]/ *dt* đồng hồ đỗ xe *(người có xe đỗ lại một thời gian bỏ tiền phải trả vào đấy)*.

parking-ticket /pa:kiŋtikit/ *dt* vé phạt đỗ xe trái luật.

Parkinsonisme /pa:kinsə- nizəm/ *dt nh* Parkinson's disease.

Parkinson's disease /pa:- kinsnzdizi:z/ *dt (y)* bệnh Pakinson, bệnh liệt rung.

Parkinson's law /pa:kin- snzlɔ:/ *dt (dùa)* luật Pakin- son *(công việc cần bao nhiêu thời gian thì cứ việc)*.

parkland /pa:klænd/ *dt* bãi cỏ có lùm cây *(quanh một ngôi nhà)*.

parkway /pa:kwei/ *dt (Mỹ)* đường rộng có cây hai bên và (hay) dọc dải giữa đường.

parky /pa:ki/ *tt (thường vị ngữ) (đph, kng)* lạnh; giá lạnh *(thời tiết, không khí...)*.

parlance /pa:ləns/ *dt* cách nói: *in common parlance* theo cách nói thông thường.

parley¹ /pa:li/ *dt (snh* **par- leys** *cũ)* cuộc thương lượng; cuộc đàm phán: *hold a par- lance with somebody* thương lượng với ai.

parley² /pa:li/ *dgt* thương lượng, đàm phán.

parliament /pa:ləmənt/ *dt* 1. nghị viện 2. *Parliament* Nghị viện Anh *(gồm Thượng viện, Hạ viện và Quốc vương)*: *a Member of Par- liament (vt* MP*)* nghị sĩ *(Anh)* 3. nhiệm kỳ nghị viện *(giữa hai kỳ tổng tuyển cử)*: *the government is unlikely to get the bill through within [the lifetime of] this Parlia- ment* không chắc là chính phủ sẽ thông qua dự luật ấy trong nhiệm kỳ của Nghị viện hiện nay 4. tòa nghị viện.

parliamentarian /ˌpa:lə- mən'teəriən/ *dt* nghị sĩ có tài tranh luận, nghị sĩ hùng biện.

parliamentarism /ˌpa:lə- 'mentərizm/ *dt* chế độ đại nghị.

parliamentary /ˌpa:lə'mentri/ *tt* 1. *(thường thngữ)* [thuộc] nghị viện: *parliamentary de-*

bates những cuộc tranh luận ở nghị viện 2. lịch sự, xứng danh nghị viện *(cách ăn nói...)*.

parlor /pa:lə[r]/ *dt (Mỹ)* nh parlour.

parlor car /pa:lərka:r/ *(Mỹ)* nh Pullman.

parlour *(Mỹ* **parlor***)* /pa:lə[r]/ *dt* 1. *(cũ)* phòng khách *(ở nhà riêng)* 2. *(trong từ ghép, chủ yếu Mỹ)* hiệu; viện: *an ice-cream parlour* hiệu kem; *a beauty parlour* thẩm mỹ viện.

parlour car /paləka:[r]/ *nh* Pullman.

parlour game /pa:ləgeim/ trò chơi trong nhà *(như trò chơi xếp chữ...)*.

parlous /pa:ləs/ *tt* đầy nguy hiểm và bất trắc, rất xấu: *the parlous state of interna- tional relations* tình trạng rất xấu trong quan hệ quốc tế.

Parmesan /pa:mizæn, *(Mỹ* ˌpa:rmi'zæn)/ *dt (cg* **Parmesan cheese***)* pho mát Parmesan *(của Italia, thường nạo ra và dọn với món mì ống, mì dũa...)*.

Parmesan cheese /ˌpa:mi- zæn'tʃi:z/ *x* Parmesan.

parochial /pərəʊkiəl/ *tt* 1. *(thường thngữ)* [thuộc] giáo khu: *parochial matters* những vấn đề của giáo khu 2. *(xấu)* cục bộ; thiển cận: *parochial spirit* óc cục bộ; *a parochial person* con người thiển cận.

parochialism /pə'rəʊkiəli- zəm/ *dt* chủ nghĩa cục bộ.

parochially /pə'rəʊkiəli/ *pht* [một cách] cục bộ; [một cách] thiển cận.

parodist /pærədist/ *dt* người viết văn thơ nhại.

parody¹ /pærədi/ *dt* 1. bài nhại *(bài nói, văn, nhạc)*: *a parody of a Shakespearian* *sonnet* bài nhại một xonê của Shakespear **2**. cái tựa như là trò nhại *(sự việc nào đó): the trial was a parody of justice* vụ xử ấy thực như một trò nhại công lý.

parody² /'pærədi/ *dgt* **(-died)** viết bài nhại; nhại: *parody an author* nhại một tác giả; *parody a poem* nhại một bài thơ.

parole¹ /pə'rəʊl/ *dt* **1.** lời hứa tu tỉnh *(của tù nhân để được thả trước một thời gian, được tha trước thời hạn): be on parole* được tha sau khi đã hứa tu tỉnh; *break [one's] parole* thất hứa *(không trở lại nhà tù sau thời gian được phép hoặc phạm tội ác sau khi được tha)* **2.** *(số ít)* sự tha [cho tù nhân] sau khi [tù nhân] đã hứa tu tỉnh.

parole² /pə'rəʊl/ *dgt* tha *(tù nhân)* sau khi [tù nhân] đã hứa tu tỉnh.

paroxysm /'pærəksizəm/ *dt* cực điểm: *he went into a paroxysm of rage* anh ta đã giận đến cực điểm.

parket /'pɑ:kei, (Mỹ* par'kei)/ *dt* sàn gỗ.

parr /pɑ:[r]/ *dt (snh* **parr, parrs)** cá hồi con.

parricidal /,pæri'saidl/ *tt* giết cha, giết thân thích gần.

parricide /'pærisaid/ *dt* **1.** tội giết cha; tội giết thân thích gần **2.** kẻ giết cha; kẻ giết thân thích gần.

parrot¹ /'pærət/ *dt* con vẹt, con két *(đen, bóng)*. // **sick as a parrot** x **sick**.

parrot² /'pærət/ *dgt* lặp lại như vẹt *(lời nói, hành động của ai)*.

parrot-fashion /'pærətfæʃn/ *pht (xấu)* như vẹt: *repeat something parrot-fashion* lặp lại cái gì như vẹt.

parry¹ /'pæri/ *dgt* **(parried) 1.** đỡ *(cú đánh, cú đâm)* **2.** *(bóng)* tránh khéo, tránh né *(để khỏi phải trả lời): parry an awkward question* tránh khéo một câu hỏi rầy rà.

parry² /'pæri/ *dt* **1.** sự đỡ *(cú đánh, cú đâm)* **2.** *(bóng)* sự tránh khéo, sự tránh né.

parse /pɑ:z, (Mỹ* pɑ:rs)/ *dgt* phân tích ngữ pháp *(một từ, một câu)*.

Parsee /,pɑ:'si:/ *dt* tín đồ đạo Pác-xi *(ở Ấn Độ)*.

parsimonious /,pɑ:si'məʊniəs/ *tt* dè sẻn: *a parsimonious old man* một ông cụ [tiêu dùng] dè sẻn.

parsimoniously /,pɑ:si'məʊniəsli/ *pht* [một cách dè sẻn.

parsimoniousness /,pɑ:si'məʊniəsnis/ *dt* tính dè sẻn.

parsimony /'pɑ:siməni, (Mỹ* 'pɑ:siməʊni)/ *dt* sự dè sẻn.

parsley /'pɑ:sli/ *dt (thực)* rau mùi tây, ngò tây.

parsnip /'pɑ:snip/ *dt (thực)* củ cần *(cây, củ)*.

parson /'pɑ:sn/ *dt* **1.** cha xứ **2.** *(kng)* mục sư *(đạo Tin Lành)*.

parsonage /'pɑ:snidʒ/ *dt* tòa cha xứ.

parson's nose /pɑ:snz 'nəʊz/ *(Mỹ* **pope's nose)** *(kng)* phao câu *(gà)*.

part¹ /pɑ:t/ *dt* **1.** phần; bộ phận: *the film is good in parts* bộ phim hay từng phần; *part of the building was destroyed in the fire* một phần tòa nhà đã bị hỏa hoạn phá hủy đi; *the parts of the body* các bộ phận của cơ thể; *the working parts of a machine* bộ phận làm việc của một cỗ máy; *work as part of a team* làm việc như là một bộ phận của một đội; *a book in three parts* cuốn sách gồm ba phần *(ba tập); she divided the cake into three parts* chị ta chia chiếc bánh ngọt thành ba phần; *he had no part in the decision* nó đã không dự phần trong quyết định **2.** phần việc: *do one's part* làm phần việc của mình **3.** vai kịch, vai; lời vai kịch: *he played (took) the part of Hamlet* nó đã đóng vai Hamlet; *have you learnt your part yet?* anh đã học lời vai anh đóng chưa? **4.** *(nhạc)* bè: *sing in three parts* hát làm ba bè **5.** *(snh)* vùng, miền: *she's not from these parts* cô ta không phải người vùng này; *he's just arrived back from foreign parts* anh ta vừa mới đi nước ngoài về **6.** *(Mỹ)* đường ngôi *(trên mái tóc).* // **the best (better) part of something** phần lớn *(thường nói về thời gian);* quá nửa: *we're lived here for the better part of a year* chúng tôi đã sống ở đấy quá nửa năm; *you must have drunk the best part of a bottle of wine last night* tối qua anh dễ đã uống hơn nửa chai rượu; **discretion is the better part of valour** x **valour;** **look the part** ăn mặc *(có dáng vẻ)* hợp với cương vị *(với chức trách, với vai trò)* của mình: *at her wedding, the new princess certainly looked the part* vào ngày cưới, bà hoàng mới hẳn là ăn mặc hợp với cương vị của mình; **for the most part** phần lớn: *Japanese TV sets are, for the most part, of excellent quality* máy truyền hình Nhật phần lớn là có chất lượng tuyệt hảo; **for my part** về phần tôi; **the greater part of something** x **great;** **in part** một phần, phần nào: *his success was due in part to luck* thành công của nó một phần là do vận may; **a man (woman)**

of [many] parts người có nhiều tài; người có nhiều tài khéo; **on the part of somebody; on somebody's part** do ai [làm]: *it was an error on my part* ấy là một sai lầm do tôi; **part and parcel of something** là phần chủ yếu (phần chính) của cái gì: *keeping the accounts is part and parcel of my job* giữ sổ sách kế toán là phần chính công việc của tôi; **play a part (in something)** a/ có vai trò *(trong một hoạt động nào đó)*: *he plays an active part in local politics* ông ta có vai trò tích cực trong hoạt động chính trị ở địa phương b/ tham gia vào, góp phần vào: *she played a major part in the success of the scheme* bà ta góp phần lớn *(phần chủ yếu)* vào thành công của kế hoạch; **take something in good part** không chấp nhất điều gì; không phật ý về việc gì: *he took the teasing in good part* anh ta đã không phật ý về sự trêu chọc; **take part (in something)** tham gia vào *(việc gì)*: *take part in a discussion* tham gia cuộc thảo luận; *take part in a game* tham gia một trò chơi; **take somebody's part** về bè với ai; đứng về phía ai *(trong một cuộc tranh luận...)*: *his mother always takes his part* mẹ anh ta luôn luôn đứng về phía anh ta.

part² /pɑːt/ *pht nh* partly: *the dress is part silk, part wool* chiếc áo một phần là tơ, một phần là len.

part³ /pɑːt/ *dgt* **1.** chia tay; từ biệt; ra đi: *I hope we can part [as] friends* tôi hy vọng ta sẽ chia tay nhau như những người bạn; *they exchanged a final kiss before parting* họ hôn nhau một cái hôn cuối cùng trước khi

chia tay nhau; *she had parted from her husband* chị ta đã chia tay (bỏ) chồng **2.** rẽ ra; tách ra: *the crowd parted to let them through* đám đông rẽ ra cho họ đi qua; *the police parted the crowd* cảnh sát rẽ đám đông; *he parts his hair in the middle* nó rẽ đường ngôi giữa. // **a fool and his money are soon parted** x fool¹; **part company with** a/ chia tay; rời nhau: *we parted company at the bus stop* chúng tôi chia tay nhau ở chỗ đỗ xe buýt b/ không đồng quan điểm *(ý kiến)* với nhau: *I'm afraid I have to part company with you there* về điểm này tôi e là tôi không đồng ý kiến với anh; **part with** bỏ, lìa bỏ: *despite his poverty, he refused to part with the family jewels* mặc dù nghèo nó không chịu lìa bỏ đồ kim hoàn của gia đình.

partake /pɑːˈteik/ *dgt* **(partook; partaken)** *partake of something* ăn (uống) một phần *(cái gì)*: *they invited us to partake of their simple meal* họ mời chúng tôi cùng ăn bữa cơm xoàng với họ.

partaken /pɑːˈteikn/ *dttqk* của partake.

parterre /pɑːˈteə[r]/ *dt* bồn hoa *(đánh thành vồng trồng hoa, trong một khu vườn rộng)*.

part-exchange /ˌpɑːtiks-ˈtʃeindʒ/ *dt* lối mua giao hàng trước một phần.

parthenogenesis /ˌpɑːθi-nəʊˈdʒenəsis/ *(sinh)* sự sinh sản.

Parthian shot /ˌpɑːθiənˈʃɒt/ lời nhận xét gay gắt (đanh thép) lúc ra đi.

partial /ˈpɑːʃl/ *tt* **1.** một phần: *a partial recovery* sự bình phục một phần; *a partial eclipse of the sun* nhật

thực một phần **2.** *(thường thngữ)* (+ towards) thiên vị: *the referee was accused of being partial [towards the home team]* trọng tài bị tố cáo là thiên vị (đối với đội nhà) **3.** *(thngữ)* (+ to) rất thích, mê thích: *he's partial to a glass of brandy after dinner* ông ta rất thích một cốc rượu brandi sau bữa ăn tối.

partiality /ˌpɑːʃiˈæləti/ *dt* **1.** sự thiên vị **2.** sự rất thích, sự mê thích: *she has a partiality for French cheese* bà ta rất thích pho mát Pháp.

partially /ˈpɑːʃəli/ *pht* **1.** một phần: *he is partially paralysed* nó bị liệt một phần **2.** [một cách] thiên vị.

participant /pɑːˈtisipənt/ *dt* người tham gia, người tham dự: *a participant in a debate* người tham dự một cuộc tranh luận.

participate /pɑːˈtisipeit/ *dgt* tham gia, tham dự: *participate in a competition* tham gia một cuộc thi đấu; *how many countries will be participating in the Olympic Games?* bao nhiêu nước sẽ tham gia thế vận hội thế?

participation /pɑːˌtisiˈpeiʃn/ *dt* sự tham gia, sự tham dự.

participial /ˌpɑːtiˈsipiəl/ *tt* *(ngôn)* [ở dạng] động tính từ: *loving in a loving mother is a participial adjective* loving trong loving mother là một [tính từ dạng] động tính từ.

participle /ˈpɑːtisipl/ *dt* *(ngôn)* động tính từ: *past participle* động tính từ quá khứ; *present participle* động tính từ hiện tại.

particle /ˈpɑːtikl/ *dt* **1.** mẩu, chút: *he choked on a particle of food* nó nghẹn vì một mẩu thức ăn; *there's not a* *particle of truth in her story* trong truyện cô ta kể, không có lấy một chút sự thực nào **2.** *(ngôn)* tiểu từ *(như mạo từ* a, an,the, *giới từ hoặc phó từ như* up, in, out..., *tiền tố hoặc tiếp tố như* non-, un-, -ness...).

particoloured /'pɑ:tikʌləd/ *tt* (*Mỹ* **particolored**) lẫnmàu, có nhiều mảng màu khác nhau.

particular[1] /pə'tikjʊlə[r]/ *tt* **1.** riêng, cá biệt: *in this particular case* trong trường hợp riêng (cá biệt) này **2.** đặc biệt: *a matter of particular importance* một vấn đề có tầm quan trọng đặc biệt **3.** *(about, over something)* kỹ tính, khó tính, khảnh: *she's very particular about what she wears* cô ta rất kỹ tính về quần áo cô ta ăn bận. // **in particular** đặc biệt: *the whole meal was good but the wine in particular was excellent* bữa ăn nhìn chung là ngon, đặc biệt món rượu thì tuyệt.

particular[2] /pə'tikjʊlə[r]/ *dt* (*thường snh*) chi tiết: *her account is correct in every particular (all particulars)* bản tường thuật của chị ta đúng từng chi tiết; *the policeman wrote down his particulars* viên cảnh sát ghi mọi chi tiết về anh ta (*như* tên, địa chỉ...).

particularisation /pə,tikjʊlərai'zeiʃn/ *dt x* particularization.

particularise /pə'tikjʊləraiz/ *dgt x* particularize.

particularity /pə,tikjʊ'lærəti/ *dt* **1.** tính cá biệt **2.** sự chú ý đến chi tiết, sự chính xác.

particularization /pə,tikjʊlərai'zeiʃn/ *dt* sự lần lượt nêu tên, sự định rõ.

particularize /pə'tikjʊləraiz/ *dgt* lần lượt nêu tên; định rõ.

particularly /pə'tikjʊləli/ *pht* đặc biệt: *I like all his novels, but his latest is particularly good* tôi thích tất cả mọi tiểu thuyết của ông ta, còn cuốn cuối cùng thì đặc biệt hay; *be particularly careful when driving at night* phải đặc biệt thận trọng khi lái xe về ban đêm.

parting /'pɑ:tiŋ/ *dt* **1.** sự chia tay, sự từ biệt: *a tearful parting* cuộc chia tay đầy nước mắt; *a parting kiss* cái hôn lúc chia tay **2.** (*Mỹ* **part**) đường ngôi (*trên mái tóc*). // **a (the) parting of the ways** chỗ ngã ba đường (*đen, bóng*); **a parting shot** hành động (lời phê bình) không thân thiện lúc ra đi.

partisan[1] /,pɑ:ti'zæn, 'pɑ:tizæn, (*Mỹ* 'pɑ:rtizn)/ *dt* **1.** người theo, người về phe (*nào đó*) **2.** đội viên phong trào kháng chiến có vũ trang; đội viên du kích.

partisan[2] /,pɑ:tizæn, 'pɑ:tizæn, (*Mỹ* 'pɑ:rtizn)/ *tt* về phe (*với ai*), thiên vị: *you must listen to both points of view and try not to be partisan* anh phải lắng nghe cả hai quan điểm và cố đừng có thiên vị.

partisanship /,pɑ:ti'zænʃip/ *dt* sự cùng phe; óc phe phái.

partition[1] /pɑ:'tiʃn/ *dt* **1.** sự chia ra; sự chia cắt: *the partition of India in 1947* sự chia cắt Ấn Độ năm 1947 **2.** ngăn; phần **3.** vách ngăn, liếp ngăn.

partition[2] /pɑ:'tiʃn/ *dgt* chia ra; chia cắt: *India was partitioned in 1947* Ấn Độ bị chia cắt năm 1947. // **partition off** ngăn ra (*bằng một bức vách*): *we've partitioned off one end of the kitchen to make a breakfast room* chúng tôi đã ngăn một đầu nhà bếp ra để làm một phòng điểm tâm.

partitive[1] /'pɑ:titiv/ *tt* (*ngôn*) [chỉ] bộ phận: *partitive adjective* tính từ bộ phận.

partitive[2] /'pɑ:titiv/ *dt* (*ngôn*) từ bộ phận (*như* some, any...).

partly /'pɑ:tli/ *pht* một phần; phần nào: *he was only partly responsible for the accident* nó chỉ chịu trách nhiệm một phần về tai nạn.

partner[1] /'pɑ:tnə[r]/ *dt* **1.** người cùng chung phần, đối tác: *she was made a partner in a firm* bà ta la người cùng chung phần trong một hãng; *they were partners in crime* chúng nó là đồng phạm trong tội ác **2.** người cùng bên (*đánh quần vợt, đánh bài...*); người cùng đôi (*khiêu vũ*) **3.** vợ, chồng; bạn tình.

partner[2] /'pɑ:tnə[r]/ *dgt* là người cùng bên với (*khi chơi quần vợt...*), là người cùng đôi với (*khi khiêu vũ...*). // **partner somebody off with somebody** [làm cho] cùng bên với ai (*khi chơi bài*); [làm cho] cùng đôi với (*khi khiêu vũ*): *we [were] partnered off for the dance* chúng tôi cùng đôi nhảy với nhau.

partnership /'pɑ:tnə[r]ʃip/ *dt* (*with somebody*) **1.** sự hùn vốn kinh doanh với, sự hợp doanh: *partnership firm* công ty hợp doanh **2.** sự cùng bên với, sự cùng đôi với (*chơi quần vợt, khiêu vũ...*).

part of speech /,pɑ:təv'spi:tʃ/ *dt* (*ngôn*) từ loại.

partook /pɑ:'tʊk/ *qk* của partake.

P

part-owner /,pɑ:t'əʊnə[r]/ dt người cùng chung phần, người cùng có phần.

part-ownership /,pɑ:t'əʊnə-ʃip/ dt sự cùng chung phần, sự cùng có phần.

partridge /'pɑ:tridʒ/ dt (động) gà gô, đa đa.

part-singing /'pɑ:tsiŋiŋ/ dt sự hát ba bè, sự hát nhiều bè.

part-song /'pɑ:tsɒŋ/ dt bài hát ba bè; bài hát nhiều bè.

part-time /'pɑ:taim/ tt, pht không trọn ngày (trọn tuần) công, bán thời gian: *part-time workers* công nhân bán thời gian; *work part-time* làm việc bán thời gian.

part-timer /,pɑ:'taimə[r]/ dt công nhân làm việc bán thời gian.

party /'pɑ:ti/ dt 1. tiệc; buổi liên hoan: *a birthday party* buổi liên hoan sinh nhật; *a party dress* áo dự liên hoan 2. đội, nhóm, toán: *a party of tourists* một nhóm khách du lịch; *landing party* toán đổ bộ 3. đảng: *a political party* một chính đảng; *the party leader* lãnh tụ đảng 4. bên: *is this solution acceptable to all parties concerned?* liệu giải pháp ấy có thể chấp nhận được đối với các bên có liên quan hay không? 5. (kng, cũ) người, lão, gã, con bé: *an old party with spectacles* một lão đeo kính. // **be [a] party to something** là người tham gia (biết ủng hộ) (một kế hoạch, một hành động...): *be a party to a decision* là người tham gia một quyết định.

party line¹ /'pɑ:ti'lain/ dt đường dây điện thoại dùng chung (cho hai hay nhiều khách hàng, mỗi khách hàng có số gọi riêng).

party line² /'pɑ:ti'lain/ dt đường lối của đảng.

party politics /,pɑ:ti'pɒlətiks/ dt hoạt động chính trị của đảng (thông qua đảng, cho đảng).

party political /,pɑ:tipə'litikl/ dt [thuộc] chính đảng; [liên quan đến] chính đảng: *a party political broadcast by the Labour Party* buổi phát thanh chính đảng của đảng Lao động.

party spirit /,pɑ:ti'spirit/ 1. tính mê thích liên hoan tiệc tùng 2. lòng trung thành với đảng.

party-wall /,pɑ:ti'wɔ:l/ dt tường ngăn (hai tài sản).

parvenu /'pɑ:vənju:, (Mỹ) 'pɑ:vənu:/ dt (xấu) kẻ mới phát.

paschal /'pæskl, 'pɑ:skl/ tt (tôn) 1. [thuộc] lễ Quá hải (của người Do Thái) 2. [thuộc] lễ Phục sinh.

pass¹ /pɑ:s, (Mỹ) pæs/ dt 1. sự thi đỗ, sự trúng tuyển: *get a pass* trúng tuyển; *2 passes and 3 fails* 2 lần thi đỗ, 3 lần hỏng 2. giấy ra vào, giấy phép; thẻ ra vào (triển lãm...): *there is no admittance without a pass* không có thẻ ra vào thì không được vào 3. vé đi tàu xe (trong một thời hạn, theo một lộ trình nhất định; hay được giảm giá, được miễn trả tiền...) *a monthly bus pass* vé đi xe buýt một tháng 4. (thể) sự chuyền bóng: *a long pass to the forwarder* sự chuyền bóng dài cho tiền đạo 5. đèo, hẻm (núi); đường qua đèo, đường qua hẻm núi 6. sự bỏ lượt (đánh bài) 7. sự huơ tay (trước một vật gì khi làm phép) 8. cú đâm, cú tấn công (đấu kiếm). // **bring something to pass** làm cho điều gì xảy ra; **come to pass** xảy ra như đã dự kiến,

xảy ra như ta mong đợi: *many people would like the electoral system to be reformed, but I don't believe this will ever come to pass* nhiều người mong rằng chế độ bầu cử sẽ được cải tổ nhưng tôi không tin là điều đó sẽ xảy ra; **come to such a pass; come to a pretty pass** đi đến tình trạng đáng buồn; đi đến tình trạng nguy kịch: *things have come to a pretty pass when the children have to prepare their own meals* trẻ con mà phải tự soạn lấy bữa ăn thì tình trạng đáng buồn đấy; **make a pass at somebody** gạ gẫm ai (về mặt tình dục); **sell the pass** x sell.

pass² /pɑ:s, (Mỹ) pæs/ đgt 1. qua; đi qua: *the street was so crowded that cars were unable to pass* đường phố đông người đến nỗi xe không đi qua được; *pass a barrier* đi qua chỗ chắn đường 2. đi quá, vượt [quá]: *turn right after passing the Post Office* đi quá bưu điện thì rẽ phải 3. (+ along, down, through) đi, chuyển (theo một hướng nào đó): *the procession passed slowly down the hill* đám rước chuyển chầm chậm xuống đồi; *we passed through Vinh on our way to Hanoi* chúng tôi đi qua Vinh trên đường tới Hà Nội; *he glanced at her and then passed on* anh ta liếc nhìn cô rồi lại đi tiếp 4. **pass something across, around, through... something** làm cho di chuyển theo một hướng nào đó hay ở trong một vị trí nào đó: *pass a thread through the eye of a needle* xâu chỉ qua lỗ kim; *pass a rope round a post* quàng một sợi dây thừng quanh một cái cột 5. **pass something to somebody** trao; chuyển:

pass me [over] that book trao cho tôi cuốn sách ấy; *they passed the photograph round* họ chuyền bức ảnh vòng quanh cho nhau; *he passed [the ball] to the left winger* anh ta chuyền bóng cho tả biên **6. pass to somebody** chuyển cho ai (*bằng con đường thừa kế*): *on his death, the title passed to his eldest son* khi ông ta chết, tước hiệu của ông được chuyền cho người con trai lớn **7. pass from something to (into) something** chuyển thành; chuyển sang: *water passes from a liquid to a solid state when it freezes* nước chuyển từ trạng thái lỏng sang trạng thái rắn khi nó đông lại **8.** qua; trôi qua (*nói về thời gian*): *six months have passed, and we still had no news of them* sáu tháng đã qua mà chúng tôi vẫn chưa có tin gì về bọn họ; *what did she do to pass the time while she was convalescing?* chị ta đã làm gì để cho qua thì giờ trong thời gian dưỡng bệnh? **9.** qua đi, biến mất, hết: *they waited for the storm to pass* họ chờ cho cơn dông qua đi; *his anger will soon pass* cơn giận của nó sẽ chóng qua đi **10.** qua được, đạt tiêu chuẩn qua được (*kỳ thi; cuộc thử thách*); cho qua, cho đỗ: *you'll have to work hard if you want to pass [the exam]* anh sẽ phải học cật lực nếu anh muốn thi đỗ; *he hasn't passed his driving test yet* nó chưa qua được kỳ thi lấy bằng lái xe; *the examiners passed most of the candidates* các giám khảo đã cho đỗ gần hết số thí sinh **11.** thông qua; được thông qua: *Parliament passed the bill* nghị viện đã thông qua bản dự luật; *the*

bill passed and became law dự luật đã được thông qua và trở thành luật **12.** được bỏ qua, được lờ đi: *I don't like it, but I'll let it pass* tôi không thích cái đó, nhưng tôi sẽ cho qua thôi (*mà không chỉ trích phản đối*); *such behaviour may pass in some circles but it will not be tolerated here* cách xử sự như thế có thể được bỏ qua ở một vài giới, nhưng ở đây thì người ta sẽ không chịu đâu **13. pass something on somebody (somebody)** phát biểu, đưa ra (*ý kiến...*) tuyên (*án*): *pass a remark* đưa ra một nhận xét; *pass a sentence* tuyên án **14. pass between A and B** xảy ra giữa A và B: *after all that has passed between them* sau khi mọi việc đã xảy ra giữa họ với nhau **15.** vượt quá: *pass one's comprehension* vượt quá sự thông hiểu của mình, mình không tài nào hiểu được; *pass belief* quá mức có thể tin, không tin được **16.** bỏ lượt (*đánh bài*) **17.** đi tiểu ra, đại tiện ra: *if you're passing blood you ought to see a doctor* nếu anh đại tiện ra (đi tiểu) ra máu thì anh phải đi khám bác sĩ. // **pass water** *x* water¹; **pass the buck (to somebody)** (*kng*) trút trách nhiệm (*cho ai*); đổ lỗi (*cho ai*); **pass the hat round** (*kng*) quyên góp tiền (*giúp bạn ốm hay để làm lễ kỷ niệm*); **pass muster** được cho là được, được cho là thích đáng; **pass the time of day (with somebody)** chào hỏi và trò chuyện chốc lát (*với ai*); **ships that pass in the night** *x* ship¹.

pass as somebody (something) *nh* pass for somebody (something); **pass away** chết, qua đời: *his mother passed away*

last year mẹ anh ta đã qua đời năm ngoái; **pass by (somebody, something)** đi qua, đi ngang qua: *I saw the procession pass by* tôi đã thấy đám rước đi ngang qua; *the procession passed right by my front door* đám rước đi qua ngay chính cửa trước nhà tôi; **pass (something, somebody) by** a/ xảy ra mà không ảnh hưởng gì đến; xảy ra như không đối với: *she feels that life is passing her by* cô ta nghĩ là đời trôi qua như không đối với cô, (*cô không hề lợi dụng hoặc hưởng thụ cơ hội tốt lành hoặc lạc thú của cuộc đời*) b/ bỏ qua, lờ đi, làm ngơ: *we cannot pass this matter by without protest* chúng tôi không thể làm ngơ việc ấy mà không phản kháng; **pass something down** (*chủ yếu bị động*) truyền từ đời này qua đời khác: *knowledge which has been passed down over the centuries* kiến thức đã được truyền từ đời này sang đời khác qua hàng thế kỷ; **pass for somebody (something)** được coi là: *he speaks French well enough to pass for a Frenchman* anh ta nói tiếng Pháp đủ giỏi để có thể được coi như là một người Pháp; **pass in (to something)** được nhận vào (*trường...*) qua một kỳ thi; **pass into something** nhập vào; đi vào; trở thành một bộ phận của: *many foreign words have passed into the English language* nhiều từ n nước ngoài đã nhập vào tiếng Anh; *his deeds have passed into legend* chiến công của anh ta đã đi vào truyền thuyết; **pass off** a/ diễn ra; được thực hiện, được hoàn thành (*nói về một sự việc*): *the demonstration passed off without incident* cuộc biểu tình diễn ra không

P

có sự cố gì b/ mất đi; biến mất (cảm giác...): the numbness in your foot will soon pass off cảm giác tê ở chân anh sẽ sớm mất đi thôi; **pass somebody (something) off as somebody (something)** mạo nhận ai (cái gì) là ai (cái gì): she passed him off as her husband chị ta mạo nhận anh ấy vốn là chồng chị; he escaped by passing himself off as a guard nó thoát được bằng cách tự mạo nhận là một người bảo vệ; **pass on** nh pass away; **pass on (something)** chuyển (từ trạng thái, hoạt động này sang trạng thái, hoạt động khác): let's pass on the next item on the agenda ta hãy chuyển sang mục tiếp theo trong chương trình nghị sự; **pass something on (to somebody)** chuyển (đưa) cái gì (cho ai) sau khi nhận được hoặc sử dụng rồi: pass the book on to me when you've finished with it chuyển quyển sách cho tôi khi anh đã đọc xong; I passed her message on to her mother tôi chuyển điện của cô ta cho mẹ cô; she caught flu and pass it on her husband chị ta bị nhiễm cúm và truyền bệnh đó sang chồng chị; **pass out** bất tỉnh, ngất đi; **pass out of something** tốt nghiệp (trường quân sự) sau một khóa huấn luyện: a passing-out ceremony lễ tốt nghiệp (trường quân sự); **pass somebody over** bỏ qua không xét đề bạt ai: he was passed over in favour of a younger man người ta bỏ qua ông mà xét đề bạt cho một người trẻ tuổi hơn; **pass over something** lờ cái gì đi; tránh việc gì: they chose to pass over her rude remarks họ đã lựa cách lờ các nhận xét bất lịch sự của cô ta đi; sex is a subject he prefers to pass over vấn đề tình dục

là một đề tài ông ta tránh bàn đến; **pass through** a/ đi ngang qua (một nơi nào đó, có dừng lại một thời gian ngắn nhưng không ở lại) b/ trải qua: pass through a difficult period trải qua một thời kỳ khó khăn; **pass something up** (kng) từ chối, khước từ: pass up an offer khước từ một đề nghị.

passable /'pɑːsəbl, (Mỹ 'pæsəbl)/ tt (thường vị ngữ) **1.** có thể đi qua được, qua lại được (đường sá): the mountain roads are not passable until late spring đường núi không đi qua được cho đến cuối mùa xuân **2.** có thể sang qua (sông) **3.** tàm tạm: a passable knowledge of English có kiến thức tàm tạm về tiếng Anh, biết tàm tạm tiếng Anh.

passably /'pɑːsəbli/ pht [một cách] tàm tạm; tạm được.

passage /'pæsidʒ/ dt **1.** sự qua đi, sự trôi qua: the passage of time sự trôi qua của thời gian; the passage of motor vehicles is forbidden cấm đi qua bằng xe có động cơ; they were denied passage through the occupied territory họ bị từ chối không được đi qua lãnh thổ bị chiếm đóng **2.** (thường số ít) lối đi qua: force a passage through the crowd lách lấy lối đi qua đám đông **3.** chuyến đi (bằng tàu thủy, máy bay); giá vé một chuyến đi: book one's passage to Paris lấy vé dành chỗ đi Pa-ri; he worked his passage to Australia làm việc trên tàu đi Ô-xtra-li-a để được đi không phải lấy vé **4.** (cg **passage-way**) hành lang; ngõ phố; hẻm **5.** ống thải; lối qua (của không khí, chất thải trong cơ thể): the nasal passages lối qua mũi của

không khí; the back passage (kng) hậu môn, lỗ đít **6.** đoạn (văn, nhạc...): a passage from the Bible một đoạn trích từ Kinh Thánh **7.** sự thông qua (một dự luật ở nghị viện).

passage-way /'pæsidʒwei/ dt hành lang; ngõ phố; hẻm.

passbook /'pɑːsbʊk/ dt sổ ghi tiền gửi ngân hàng.

pass degree /'pɑːsdigriː/ danh hiệu tạm đạt, danh hiệu phó bảng (ở các trường đại học Anh, trao cho những sinh viên học lực tạm được nhưng chưa đủ mức để được cấp bằng).

passé /'pæsei, (Mỹ pæ'sei)/ tt (gốc Pháp; thường vị ngữ) **1.** lỗi thời: I'm beginning to find her novels rather passé tôi bắt đầu thấy các tiểu thuyết của bà ta đã hơi lỗi thời **2.** quá thời: he was a fine actor, but he's a bit passé now ông ta vốn là một diễn viên có tài, nhưng nay đã quá thời.

passenger /'pæsindʒə/ dt **1.** hành khách (đi tàu, xe): the driver of the car was killed in the crash but both passengers escaped unhurt tài xế chết trong vụ đâm xe, nhưng cả hai hành khách đều vô sự; a passenger train tàu khách **2.** (kng) thành viên (của một tổ, một đội) làm được ít việc (so với kẻ khác): this firm can't afford [to carry] passengers hãng này không thể gánh được những thành viên làm được ít việc.

passer-by /,pɑːsə'bai, (Mỹ ,pæsər'bai)/ dt (snh **passers-by**) người qua đường.

passim /pæsim/ pht (gốc La-tinh) [gặp] tại nhiều chỗ (trong một tác phẩm, nói về câu, chữ...).

passing¹ /'pɑ:siŋ, (Mỹ 'pæ-siŋ)/ tt **1.** thoáng qua: *a passing thought* một ý nghĩ thoáng qua **2.** bất chợt; vội vã: *a passing glance* cái liếc nhìn bất chợt; *a passing remark* một nhận xét vội vã.

passing² /'pɑ:siŋ, (Mỹ 'pæsiŋ)/ dt **1.** sự qua, sự trôi qua (thời gian): *the passing of the years* năm tháng trôi qua **2.** sự kết thúc: *the passing of the old year* sự kết thúc năm cũ; đêm giao thừa **3.** sự qua đời: *they all mourned his passing* ông ta qua đời, mọi người đều thương tiếc. // **in passing** nhân thể: *mention something in passing* nhân thể nói đến điều gì.

passion /'pæʃn/ dt **1.** xúc cảm mãnh liệt (như căm thù, yêu, giận...): *passions were running high at the meeting* ở cuộc biểu tình, xúc cảm đã dâng cao **2.** (số ít) sự giận dữ: *fly into a passion* nổi giận đùng đùng **3.** sự say đắm (ai, nhất là về mặt tình dục): *his passion for her made him blind to everything else* lòng say đắm cô ta làm cho anh ấy mù quáng đối với mọi thứ khác **4.** sự say mê (cái gì); điều say mê: *a passion for detective stories* sự say mê truyện trinh thám; *music is a passion with him* nhạc là cái anh ta say mê **5. the Passion** (tôn) (số ít) nỗi khổ hình và cái chết của Chúa Giê-su.

passionate /'pæʃənət/ tt **1.** say đắm: *a passionate kiss* cái hôn say đắm; *a passionate lover* người yêu say đắm **2.** [tỏ xúc cảm] mãnh liệt; nồng nàn; thiết tha: *his passionate support for our cause* sự ủng hộ mãnh liệt của ông ta đối với sự nghiệp của chúng ta **3.** dễ xúc cảm mạnh: *a passionate nature* bản tính dễ xúc cảm mạnh.

passionately /'pæʃənətli/ pht **1.** [một cách] say đắm: *he loves her passionately* anh ta yêu say đắm cô ấy **2.** (dùng trước tt) hết sức; [một cách] mãnh liệt: *he is passionately fond of tennis* anh ta hết sức thích môn quần vợt.

passion-flower /'pæʃn flauə[r]/ dt (thực) lạc tiên (cây, hoa).

passion-fruit /'pæʃnfru:t/ dt (thực) dưa gang tây.

passion-play /'pæʃnplei/ dt kịch khổ hình (diễn lại nỗi khổ hình và cái chết của Chúa Giê-xu).

Passion Sunday /ˌpæʃn'sʌn-dei/ (tôn) chủ nhật khổ hình (chủ nhật thứ năm trong mùa chay của đạo Cơ Đốc).

Passion Week /'pæʃn wi:k/ (tôn) tuần khổ hình (tuần lễ từ chủ nhật khổ hình đến chủ nhật tiền Phục sinh của đạo Cơ Đốc).

passive¹ /'pæsiv/ tt **1.** bị động; thụ động: *passive obedience* sự vâng lời thụ động; *passive voice (ngôn)* dạng bị động; *passive smoking* sự hút thuốc bị động (hít hơi thuốc lá người khác hút) **2.** đờ dẫn: *he had a passive expression on his face* anh ta có nét mặt đờ dẫn.

passive² /'pæsiv/ dt (ngôn) (cg **passive voice**) dạng bị động.

passively /'pæsivli/ pht **1.** [một cách] bị động; [một cách] thụ động **2.** [một cách] đờ dẫn.

passiveness /'pæsivnis/ dt **1.** sự (tính) bị động; sự (tính) thụ động **2.** sự (tính) đờ dẫn.

passive resistance /ˌpæsiv ri'zistəns/ sự kháng cự thụ động.

passivity /pæ'sivəti/ dt nh passiveness.

passkey /'pɑ:ski:/ dt **1.** chìa khóa [để] vào cửa **2.** chìa khóa vạn năng.

pass law /'pɑ:slɔ:/ luật hạn chế đi lại (ở Nam Phi đối với người da đen, buộc họ lúc nào cùng phải mang theo thẻ căn cước).

Pass-over /'pɑ:səuvə[r], (Mỹ 'pæsəuvər)/ dt (tôn) lễ Thiên di (của người Do Thái).

passport /'pɑ:spɔ:t, (Mỹ 'pæspɔ:t)/ dt **1.** hộ chiếu **2. passport to something** cái đảm bảo để đạt được cái gì: *the only passport to success is hard work* điều duy nhất đảm bảo cho thành công là làm việc chăm chỉ.

password /'pɑ:swɜ:d/ dt (cg **watchword**) mật hiệu.

past¹ /pɑ:st, (Mỹ pæst)/ tt **1.** đã qua; [thuộc] quá khứ, [thuộc] dĩ vãng: *in past years* trong những năm đã qua; *in past times* trong quá khứ; *past tense (ngôn)* thì quá khứ; *a past participle (ngôn)* động tính từ quá khứ **2.** vừa qua: *the past month has been a difficult one for him* tháng vừa qua là một tháng khó khăn đối với anh ta.

past² /pɑ:st, (Mỹ pæst)/ dt **1. the past** quá khứ; dĩ vãng: *I've been there many times in the past* tôi đã ở đấy nhiều lần trong quá khứ; *look back on the past* nhìn lại quá khứ **2.** quá khứ [không tốt đẹp gì]: *she's a woman with a past* chị ta là một phụ nữ có một quá khứ không tốt đẹp gì **3.** (cg **past tense**) thì quá khứ (của động từ). // **a thing of the past**

P

x thing; **live in the past** *x* live².

past³ /pɑ:st, (Mỹ pæst)/ *gt* **1.** quá; ngoài: *it was past midnight when we got home* chúng tôi về nhà thì đã quá nửa đêm; *ten [minutes] past six* sáu giờ [quá] mười phút; *an old man past seventy* cụ già ngoài bảy mươi; *she's past her thirties* cô ta đã ngoài ba mươi rồi; *the man is past working age* người ấy đã quá tuổi làm việc; *it's quite past my comprehension* cái đó hoàn toàn quá sức nhận thức của tôi **2.** qua: *walk past the gate* đi qua cổng. // **past it** *(kng)* quá tuổi làm được việc; quá cũ không dùng được như trước nữa: *at 93 he's finally realized he's getting past it* ở tuổi 93 ông ta cuối cùng nhận thức được rằng ông đã quá tuổi làm được việc rồi; *that overcoat is looking decidedly past it* chiếc áo khoác này trông rõ ràng là đã quá cũ không dùng được như trước nữa.

past⁴ /pɑ:st, (Mỹ pæst)/ *pht* qua: *go (walk) past* đi qua.

pasta /ˈpæsta, (Mỹ ˈpɑ:stə)/ mì *(mì dẹt, mì ống, mì que...): a pasta dish* một đĩa mì.

paste¹ /peist/ *dt* **1.** bột nhào: *she mixed the flour and water to a paste* chị ta trộn bột với nước thành bột nhào **2.** hồ bột *(để dán)* **3.** bột nghiền *(thịt, cá để phết lên bánh mì; thường dùng trong từ ghép): liver paste* bột gan nghiền; *anchovy paste* bột cá trống nghiền **4.** thủy tinh giả ngọc: *paste jewellery* đồ kim hoàn nạm thủy tinh giả ngọc.

paste² /peist/ *dgt* **1.** phết hồ bột lên **2.** dán *(bằng hồ bột): paste pieces of paper together* dán các mảnh giấy lại với nhau **3.** *(cũ, kng)* đấm; đánh *(ai).* // **paste something down** dán nắp vật gì lại; dán bọc vật gì lại; **paste something in; paste something into something** dán *(một bức ảnh...)* lên một trang sách: *he pasted the pictures into a scrapbook* nó dán các bức tranh vào trong cuốn anbom dán tranh ảnh cắt ở báo ra; **paste something up** a/ dán cái gì lên một mặt thẳng đứng bằng hồ bột: *paste a notice up* dán một thông tri lên bảng *(tường...)* b/ dán *(những tờ giấy có bài và tranh ảnh)* lên một tờ giấy to để làm maket một trang báo *(một trang tạp chí).*

pasteboard /ˈpeistbɔ:d/ *dt* bìa giấy bồi.

pastel /ˈpæstl, (Mỹ pæˈstel)/ *dt* **1.** bút phấn: *she works in pastel* bà ta vẽ bằng bút phấn **2.** tranh [vẽ bằng] bút phấn **3.** màu phấn.

pastern /ˈpæstən/ *dt* cổ chân *(ngựa).*

paste-up /ˈpeistʌp/ *dt* tờ giấy (tấm ván) dán bài và tranh ảnh chuẩn bị cho một trang báo *(một trang tạp chí).*

pasteurisation /ˌpɑ:stʃəraiˈzeiʃn/, (Mỹ ˌpæstʃəraiˈzeiʃn)/ *dt nh* pasteurization.

pasteurise /ˈpɑ:stʃəraiz, (Mỹ ˈpæstʃəraiz)/ *dgt nh* pasteurize.

pasteurization /ˌpɑ:stʃəraiˈzeiʃn, (Mỹ pæstʃəraiˈzeiʃn)/ *dt* phương pháp tiệt khuẩn Pasteur.

pasteurize /ˈpɑ:stʃəraiz, (Mỹ ˈpæstʃəraiz)/ *dgt* tiệt khuẩn theo phương pháp Pasteur.

pastiche /pæˈsti:ʃ/ *dt* **1.** tác phẩm *(văn, nhạc, nghệ thuật)* phóng tác *(phỏng theo phong cách của một tác giả khác)* **2.** tác phẩm *(văn, nhạc, nghệ thuật)* cóp nhặt **3.** nghệ thuật phỏng tác.

pastille /ˈpæstəl, (Mỹ pæˈsti:l)/ *dt* viên ngậm.

pastime /ˈpɑ:staim, (Mỹ ˈpæstaim)/ *dt* trò tiêu khiển: *photography is her favourite pastime* chụp ảnh là trò tiêu khiển cô ta thích nhất.

pastor /ˈpɑ:stə[r], (Mỹ ˈpæstər)/ *dt* mục sư.

pastoral¹ /ˈpɑ:stərəl, (Mỹ ˈpæstərəl)/ *tt* **1.** [thuộc] mục đồng; [thuộc] đồng quê: *a pastoral painting* bức họa đồng quê; *pastoral poetry* thơ ca đồng quê **2.** [dùng làm] đồng cỏ; có cỏ; cỏ mọc đầy: *pastoral land* đất đồng cỏ **3.** [thuộc] mục sư; về mục sư: *pastoral responsibilities* trách nhiệm mục sư.

pastoral² /ˈpɑ:stərəl, (Mỹ ˈpæstərəl)/ *dt* **1.** bài thơ đồng quê; bức họa đồng quê **2.** *(cg* **pastoral letter**) thông tri của giám mục *(cho các thành viên giáo khu).*

pastoral letter /ˌpɑ:stərəl ˈletə[r]/ *dt nh* pastoral *dt* 2.

past perfect /ˌpɑ:st ˈpɜ:fikt/ *tt, dt nh* pluperfect.

pastrami /pæˈstrɑ:mi/ *dt* thịt bò hun khói lắm gia vị.

pastry /ˈpeistri/ *dt* **1.** bột nhào *(để làm bánh ngọt)* **2.** bánh ngọt *(làm bằng bột nhào hay bao bằng bột nhào).*

pastry-cook /ˈpeistrikuk/ *dt* thợ làm bánh ngọt.

pasturage /ˈpɑ:stʃəridʒ, (Mỹ ˈpæstʃəridʒ)/ *dt* **1.** bãi chăn thả **2.** quyền chăn thả *(trên bãi chăn thú).*

pasture¹ /ˈpɑ:stʃə[r], (Mỹ ˈpæstʃər)/ *dt* **1.** đồng cỏ; bãi cỏ **2.** cỏ đồng cỏ, cỏ bãi cỏ.

pasture² /ˈpɑ:stʃə[r], (Mỹ ˈpæstʃər)/ *dgt* **1.** chăn thả *(súc vật)* ở đồng cỏ **2.** gặm cỏ.

pasty¹ /'peisti/ *tt* (-ier; -iest) **1.** [thuộc] bột nhào; nhão *(như bột nhào)*: mix to a pasty consistency trộn đến độ nhão như bột nhào **2.** xanh xao; nhợt nhạt: *a pasty complexion* nước da mặt nhợt nhạt.

pasty² /'pæsti/ *dt* bánh patê: *a Cornish pasty* bánh pa tê nhân thịt và khoai tây.

pasty-faced /,peisti'feist/ *tt* [có] nước da mặt nhợt nhạt.

pat¹ /pæt/ *pht* ngay lập tức và không do dự: *her answer came pat* cô ta trả lời ngay lập tức và không do dự. // **have (know) something off pat** nhớ (biết) điều gì rất đúng: *he knows the rule off pat* nó biết quy tắc (điều lệ) ấy rất đúng; **stand past** *(Mỹ)* không chịu đổi quyết định của mình; khăng khăng giữ ý kiến của mình.

pat² /pæt/ *tt* **1.** đúng; thích hợp **2.** *(xấu)* quá nhanh: *it's a complex question and her anwser was too pat* ấy là một vấn đề phức tạp mà câu trả lời của chị ta lại quá nhanh.

pat³ /pæt/ *dgt* (-tt-) **1.** vỗ nhẹ *(bằng bàn tay...)*; phát nhẹ *(bằng một vật dẹt)*: *pat a child on the head* vỗ nhẹ đầu em bé *(tỏ ý âu yếm)*; *pat a ball* đập quả bóng cho nẩy lên rơi xuống **2.** vỗ cho thành một hình (một trạng thái) nào đó: *she patted her hair into place* cô ta vỗ *(sửa)* mái tóc cho đúng chỗ; *he patted his face dry with a towel* nó lấy khăn vỗ vỗ cho hết nước ở mặt đi. // **pat somebody on the back** khen ngợi ai; **pat oneself on the back** tự khen mình.

pat⁴ /pæt/ *dt* **1.** cái vỗ nhẹ *(với bàn tay)*; cái phát nhẹ *(với một vật dẹt)*: he gave her knee an affectionate pat; he gave her an affectionate pat on the knee chàng vỗ nhẹ một cách âu yếm vào đầu gối nàng **2.** tiếng vỗ nhẹ; tiếng phát nhẹ **3.** **pat of something** miếng *(của vật gì, thường là bơ)* vỗ vỗ tém lại mà thành: *a pat of butter* miếng bơ vỗ vỗ tém lại mà thành. // **a pat on the back** lời khen ngợi: *give somebody a pat on the back* khen ngợi ai; *get a pat on the back* được khen ngợi.

Pat *vt của* patent [number] bằng sáng chế số...: *Pat 1230884* bằng sáng chế số 1230884.

patch¹ /pætʃ/ *dt* **1.** miếng vá: *she sewed a patch on the knee of the trousers* chị ta khâu một miếng vá vào đầu gối quần; *a patch on the inner tube of a tyre* miếng vá trên săm xe **2.** miếng bông che mắt đau **3.** đốm; mảng: *a black dog with a white patch on its neck* con chó mực với một đốm trắng ở cổ; *patches of sunlight* những đốm nắng; *patches of blue in a cloudy sky* những mảng xanh trên nền trời đầy mây **4.** mảnh đất *(thường trồng rau)*: *a cabbage patch* mảnh đất trồng cải bắp **5.** *(kng)* địa bàn *(hoạt động của ai, thường là của cảnh sát viên, mà người ta nắm vững)*: *he knows every house in his path* ông ta biết mọi nhà trong địa bàn hoạt động của ông. // **go through (hit, strike) a bad patch** *(kng)* gặp vận bĩ; gặp lúc đặc biệt khó khăn: *our firm has just struck a bad patch* hãng của chúng tôi vừa mới trải qua một thời kỳ đặc biệt

khó khăn; **not be a patch on** *(kng)* không mùi gì so với *(ai, cái gì)*; không thể sánh được với *(ai, cái gì)*: *her latest novel isn't a patch on her others* cuốn tiểu thuyết sau chót của chị ta không thể so sánh được với (còn kém xa) các cuốn khác của chị.

patch² /pætʃ/ *dgt* **1.** vá: *patch a hole in a pair of trousers* vá một lỗ thủng ở quần **2.** dùng để vá; làm miếng vá *(cho cái gì)*: *it will patch the hole well enough* miếng đó đủ để vá cho chỗ thủng đấy.

patch up a/ chữa sơ qua; chữa tạm: *the wrecked car was patched up and resold* chiếc xe hỏng được chữa sơ qua và bán lại b/ dàn xếp; giải quyết *(một vụ tranh chấp...)*: *they patched up their differences* họ đã giải quyết mối bất hòa giữa họ với nhau.

patchily /'pætʃili/ *pht* **1.** thành đốm, thành mảng **2.** với chất lượng không đều.

patchiness /'pætʃinis/ *dt* **1.** sự có đốm, sự có mảng **2.** tính chất không đồng đều giữa các bộ phận.

patchouli /'pætʃuli, pə'tʃu:li/ *dt* **1.** *(thực)* cây hoắc hương **2.** nước hoa hoắc hương.

patch-pocket /,patʃ'pɒkit/ *dt* túi ngoài *(may bằng một miếng vải vào mặt ngoài của áo)*.

patchwork /'pætʃwɜ:k/ *dt* miếng vải vụn chắp, miếng vải chắp mảnh *(do nhiều mảnh vụn chắp lại với nhau)*: *a patchwork quilt* chiếc chăn phủ giường bằng vải chắp mảnh.

patchy /'pætʃi/ *tt* (-ier; -iest) **1.** có đốm, có mảng, thành đốm, thành mảng: *patchy cloud* mây thành từng mảng **2.** *(bóng)* [có] chất lượng

P

không đều: *his work is rather patchy* công việc của nó hơi không đồng đều về chất lượng *(chỗ tốt-chỗ xấu)*; *my knowledge of German is patchy* kiến thức của tôi về tiếng Đức không đầy đủ.

pate /peit/ *dt (cổ hoặc kng, dùa)* đầu; sọ: *a bald pate* đầu trọc.

pâté /ˈpætei, (Mỹ pɑːˈtei)/ *dt* pa tê: *liver pâté* pa tê gan.

pâté de foie gras /ˌpætei də fwaː ˈgrɑː/ pa tê gan ngỗng vỗ béo.

patella /pəˈtelə/ *dt (snh* **patellae**) xương bánh chè.

patellae /pəˈteliː/ *dt snh của* patella.

patent¹ /ˈpeitnt, ˈpætnt; (Mỹ ˈpætnt)/ *tt* rõ ràng, hiển nhiên: *a patent lie* một lời nói dối hiển nhiên; *it was patent to anyone that he disliked the idea* mọi người đều thấy rõ ràng là nó không ưa ý kiến ấy.

patent² /ˈpeitnt, ˈpætnt, (Mỹ ˈpætnt)/ *dt* 1. bằng sáng chế: *take out a patent to protect an invention* được cấp bằng sáng chế để bảo hộ một phát minh 2. quyền [do bằng] sáng chế [đưa lại] 3. sáng chế được bảo hộ *(do có bằng sáng chế)*.

patent³ /ˈpeitnt, ˈpætnt, (Mỹ ˈpætnt)/ *tt* 1. được bằng sáng chế bảo hộ; có bằng sáng chế 2. *(thngữ)* do một hãng riêng chế tạo, do một hãng riêng bán ra; riêng biệt; *patent medicine* biệt dược.

patent⁴ /ˈpeitnt, ˈpætnt, (Mỹ ˈpætnt)/ *dgt* được cấp bằng sáng chế về *(một phát minh, một quy trình chế tạo...)*.

patentee /ˌpeitnˈtiː, (Mỹ ˌpætnˈtiː)/ *dt* người được cấp bằng sáng chế; người có bằng sáng chế.

patent leather /ˈpeitntˈleðə[r]/ da láng *(để đóng giày...)*.

patently /ˈpeitntli/ *pht* [một cách] rõ ràng, [một cách] hiển nhiên: *it was patently obvious that he was lying* rõ ràng là nó đã nói dối.

patent office /ˈpætntˈɒfis/ cục sáng chế.

paterfamilias /ˌpeitəfəˈmiliæs, (Mỹ ˌpætəfəˈmiliæs)/ *dt (snh* **patresfamilias**) *(thường dùa)* gia trưởng; cha.

paternal /pəˈtɜːnl/ *tt* 1. [thuộc] cha, của cha; như cha: *paternal authority* uy quyền của cha 2. [về đằng] nội: *paternal grandmother* bà nội.

paternalism /pəˈtɜːnəlizəm/ *dt* chủ nghĩa gia trưởng.

paternalistic /pəˌtɜːnəˈlistik/ *tt* gia trưởng chủ nghĩa.

paternalistically /pəˌtɜːnəˈlistikli/ *pht* [một cách gia trưởng chủ nghĩa; theo lối gia trưởng.

paternally /pəˈtɜːnəli/ *pht* 1. như cha; theo cung cách cha 2. về đằng nội.

paternity /pəˈtɜːnəti/ *dt* 1. tư cách là cha; quan hệ cha con: *he denied paternity of the child* ông ta không nhận là cha đứa bé 2. gốc gác ai là cha: *a child of unknown paternity* đứa bé chưa rõ [gốc gác] ai là cha.

paternoster /ˌpætəˈnɒstə[r]/ *dt* kinh Lạy Chúa *(đặc biệt là khi đọc bằng tiếng Latinh).*

path /pɑːθ, (Mỹ pæθ)/ *dt (snh* **paths** /pɑːðz, (Mỹ pæðz)/)* 1. (cg **pathway, footpath**) đường mòn, đường nhỏ: *we took the path across the fields* chúng tôi theo đường mòn qua đồng ruộng 2. đường đi; con đường: *the path of a comet* đường đi

của sao chổi; *on the path of honour* trên con đường danh vọng 3. con đường; cung cách: *I strongly advised him not to take that path* tôi đã mạnh mẽ khuyên nó không theo cung cách (con đường) đó. // **cross somebody's path** x cross²; **lead somebody up the garden path** x lead³; **the primrose path** x primrose; **smooth somebody's path** x smooth².

-path *(dạng kết hợp, tạo thành dt)* bác sĩ, người chuyên *(một liệu pháp)* x osteopath, homeopath.

pathetic /pəˈθetik/ *tt* 1. thương tâm; thống thiết: *pathetic cries for help* những tiếng kêu cứu thương tâm 2. *(kng)* không thỏa đáng, đáng khinh: *a pathetic attempt* một vụ mưu hại đê tiện; *a pathetic excuse* một lời bào chữa không thỏa đáng.

pathetically /pəˈθetikli/ *pht* 1. [một cách] thương tâm; [một cách] thống thiết 2. [một cách] không thỏa đáng; [một cách] đáng khinh.

pathetic fallacy /pəˌθetik ˈfæləsi/ lối mô tả tình cảm hóa vật vô tri *(mô tả vật vô tri như có tình cảm thực sự).*

pathfinder /ˈpɑːθfaində[r], (Mỹ ˈpæθfaindər)/ *dt* 1. người phát hiện địa điểm mới; người phát minh phương pháp mới *(làm việc gì)* 2. máy bay (phi công) dẫn đường đi đánh phá.

-pathic *(dạng kết hợp, tạo thành tt)* 1. [thuộc] liệu pháp *(x* homeopathy, osteopathy) 2. cảm *(x* telepathy).

path [o]- *(dạng kết hợp)* bệnh: *pathology* bệnh học.

pathological /ˌpæθəˈlɒdʒikl/ *tt* 1. [thuộc] bệnh học. 2. [thuộc] bệnh, do bệnh:

pathological case trường hợp bệnh, ca bệnh **3.** *(kng)* vô lý; phi lý: *a pathological hatred of somebody* lòng căm ghét ai một cách vô lý; *a pathological liar* kẻ nói dối do bị ép buộc, kẻ bị ép buộc nói dối.

pathologically /ˌpæθə'lɒdʒikli/ *pht* **1.** [về mặt] bệnh học **2.** *(kng)* [một cách] vô lý; [một cách] phi lý.

pathologist /pə'θɒlədʒist/ *dt (y)* nhà bệnh học.

pathology /pə'θɒlədʒi/ *dt (y)* bệnh học.

pathos /'peiθɒs/ *dt* tính thương tâm, tính thống thiết: *the pathos of Hamlet's death* tính thống thiết của cái chết của Hamlet.

pathway /'pɑ:θwei/ *dt* đường mòn, đường nhỏ.

-pathy *(dạng kết hợp, tạo thành dt)* **1.** *(y)* liệu pháp, phép chữa, thuật *(x home-opathy, osteopathy)* **2.** sự cảm: *telepathy* sự cảm nhận từ xa, thần giao cách cảm.

patience /'peiʃns/ *dt* **1.** tính kiên nhẫn; tính nhẫn nại: *I warn you, I'm beginning to loose [my] patience [with you]* tôi nói cho anh biết tôi bắt đầu hết kiên nhẫn với anh rồi đấy; *she hasn't the patience to do embroi-dery* chị ta không đủ kiên nhẫn để làm công việc thêu thùa **2.** *(Mỹ solitaire)* trò chơi phá trận *(đánh bài một người)*. // **the patience of Job** sự kiên nhẫn hết mực; mức kiên nhẫn tột cùng.

patient¹ /'peiʃnt/ *tt* (+ with) kiên nhẫn; nhẫn nại: *you'll have to be patient with my mother, she's going rather deaf* anh sẽ phải kiên nhẫn chịu đựng mẹ tôi, cụ đã gần như điếc rồi đấy; *he's a patient worker* anh ta là một người lao động bền chí.

patient² /'peiʃnt/ *dt* bệnh nhân, người bệnh.

patiently /'peiʃntli/ *pht* [một cách] kiên nhẫn; [một cách] nhẫn nại: *wait patiently* kiên nhẫn chờ.

patina /'pætinə/ *dt (số ít)* **1.** [lớp] gỉ đồng **2.** mặt bóng *(trên đồ gỗ cũ)*.

patio /'pætiəʊ/ *dt (snh* **pat-ios** /'pætiəʊz/) **1.** hè *(nhà)* **2.** sân *(bên trong tường rào nhà Tây Ban Nha)*.

patois /'pætwɑ:/ *dt (snh không đổi* /'pætwɑ:z/) thổ ngữ.

patresfamillias /ˌpɑ:treizfə-'miliæs/ *dt snh của* paterfa-milias.

patri- *(dạng kết hợp)* [thuộc] cha *(x patricide, pa-triarch).*

patriarch /'peitriɑ:k/ *dt* **1.** gia trưởng; tộc trưởng; trưởng bộ lạc **2.** lão trượng **3.** *(tôn)* giáo trưởng.

patriarchal /ˌpeitri'ɑ:kl, (Mỹ ˌpætri'ɑ:kl)/ *tt* **1.** [thuộc] gia trưởng; [thuộc] tộc trưởng; [thuộc] trưởng bộ lạc **2.** [theo chế độ] phụ quyền: *patriar-chal society* xã hội [theo chế độ] phụ quyền.

patriarchate /ˌpeitri'ɑ:keit, (Mỹ ˌpætri'ɑ:keit)/ *dt* **1.** chức giáo trưởng **2.** nhiệm kỳ giáo trưởng.

patriarchy /ˌpeitri'ɑ:ki, (Mỹ ˌpætri'ɑ:ki)/ *dt* **1.** xã hội [theo chế độ] phụ quyền **2.** nước [theo chế độ] phụ quyền.

patrician¹ /pə'triʃn/ *dt* nhà quý tộc *(thời cổ La Mã...)*.

patrician² /pə'triʃn/ *tt* [thuộc] quý tộc: *patrician arrogance* vẻ ngạo mạn quý tộc.

patricide /'pætrisaid/ *dt* **1.** tội giết cha **2.** kẻ giết cha.

patrimonial /ˌpætri'məʊniəl/ *dt* [thuộc] gia sản.

patrimony /'pætriməni, (Mỹ 'pætriməʊni)/ *dt* **1.** gia sản **2.** tài sản của nhà thờ *(do tín đồ cúng hiến)*; thu nhập của nhà thờ.

patriote /ˌpætriət, (Mỹ 'peitriət)/ *dt* người yêu nước, nhà ái quốc.

patriotic /ˌpætri'ɒtik, (Mỹ ˌpeitri'ɒtik)/ *tt* yêu nước, ái quốc: *patriotic songs* những bài hát yêu nước.

patriotically /ˌpætri'ɒtikli, (Mỹ ˌpeitri'ɒtikli)/ *pht* với tinh thần yêu nước.

patriotism /ˌpætri'ɒtizəm, (Mỹ peitri'ɒtizəm)/ *dt* lòng yêu nước, lòng ái quốc.

patrol¹ /pə'trəʊl/ *dgt* (-ll-) đi tuần tra; *police patrol streets at night* cảnh sát tuần tra đường phố ban đêm.

patrol² /pə'trəʊl/ *dt* **1.** việc tuần tra, sự đi tuần [tra]: *carry out a patrol* đi tuần tra; *the navy are maintain-ing a 24-hour air and sea patrol* hải quân đang tuần tra trên không và trên biển 24 giờ trên 24 giờ *(để tìm kiếm người sống sót trong một vụ đắm tàu)* **2.** người tuần tra; xe tuần tra; máy bay tuần tra; tàu tuần tra: *a police patrol car* xe tuần tra của cảnh sát. // **on patrol** đang đi tuần: *terrorists at-tacked two soldiers on patrol* tụi khủng bố tấn công hai người lính khi họ đang đi tuần.

patrolman /pə'trəʊlmən/ *dt* *(snh* **patrolmen** /pə'trəʊl-mən/) **1.** người đi tuần của tổ chức lái xe *(nhằm giúp đỡ những người lái xe gặp khó khăn)* **2.** *(Mỹ)* cảnh sát tuần tra khu vực.

patrol wagon /pə'trəʊl wægən/ *dt (Mỹ)* xe chở tù nhân.

patron /'peitrən/ *dt* **1.** người bảo trợ: *a wealthy patron of the arts* một người bảo trợ nghệ thuật giàu có **2.** khách hàng [quen] *(của một cửa hàng, một nhà hát...)*: *patrons are requested to leave their bags in the cloakroom* khách hàng được yêu cầu *(yêu cầu khách hàng)* để túi ở phòng giữ mũ áo.

patronage /'pætrənidʒ/ *dt* **1.** sự bảo trợ: *patronage of the arts* sự bảo trợ nghệ thuật **2.** sự ủng hộ của khách hàng, sự tín nhiệm của khách hàng: *we thank you for your patronage* chúng tôi cảm ơn ngài về sự ủng hộ của ngài **3.** quyền bổ nhiệm; quyền giới thiệu *(ai vào một chức vụ quan trọng)* **4.** *(cũ)* thái độ kẻ cả.

patronise /'pætrənaiz, *(Mỹ)* 'peitrənaiz/ *dgt* x patronize.

patronising /'pætrənaiziŋ, *(Mỹ)* 'peitrənaiziŋ/ *tt* x patronizing.

patronisingly /'pætrənaiziŋli, *(Mỹ* 'peitrənaiziŋli/ *pht* x patronizingly.

patronize /'pætrənaiz, *(Mỹ* 'peitrənaiz)/ *dgt* **1.** đối xử với thái độ kẻ cả: *he resented the way she patronized him* anh ta bực bội về cách chị ấy đối xử với thái độ kẻ cả đối với anh **2.** là khách hàng quen *(của một cửa hiệu...)*: *the restaurant is patronized by journalists* tiệm ăn này có các nhà báo năng lui tới *(là khách hàng quen)* **3.** bảo trợ; ủng hộ; khuyến khích *(ai, việc gì)*.

patronizing /'pætrənaiziŋ, *(Mỹ* 'peitrənaiziŋ)/ *tt* [có thái độ] kẻ cả: *a patronizing tone of voice* giọng nói kẻ cả.

patronizingly /'pætrənaiziŋli, *(Mỹ* 'peitrənaiziŋli)/ *pht* [với thái độ] kẻ cả; [một cách] kẻ cả.

patron saint /,peitrən'seint/ thánh bảo hộ: *St Christopher is the patron saint of travellers* thánh Christopher là thánh bảo hộ các nhà du hành.

patronymic¹ /,pætrə'nimik/ *dt* tên đặt theo tên (họ) cha (ông).

patronymic² /,pætrə'nimik/ *tt* đặt theo tên (họ) cha (ông) *(tên)*.

patsy /'pætsi/ *dt (Mỹ, kng xấu)* người dễ bị lừa.

patter¹ /'pætə[r]/ *dt* lời nói liến thoắng *(của người bán hàng, người làm trò ảo thuật...)*.

patter² /'pætə[r]/ *dgt* **1.** nói liến thoắng **2.** cầu *(kinh...)* một cách liến thoắng, máy móc.

patter³ /'pætə[r]/ *dt* tiếng bước thoăn thoắt; tiếng rào rào *(mưa...)*: *the patter of rain on a roof* tiếng mưa rào rào trên mái nhà; *the patter of footsteps* tiếng bước chân thoăn thoắt. // **the patter of tiny feet** *(đùa)* tiếng trẻ trong nhà *(nói về trẻ con mà ai đó sắp sinh hay hy vọng sẽ có)*: *she can't wait for the patter of tiny feet* chị ta đâu có hy vọng chờ tiếng trẻ trong nhà.

patter⁴ /'pætə[t]/ *dgt* **1.** rơi rào rào *(mưa)*: *rain pattering on the window panes* mưa rơi rào rào trên ô kính cửa sổ **2.** (+ along, down...) bước thoăn thoắt: *she pattered along the corridor in her bare feet* chị ta đi chân đất bước thoăn thoắt dọc theo hành lang.

pattern¹ /'pætn/ *dt* **1.** mẫu vẽ, *(trên vải, thảm...)*: *a flowery pattern* mẫu vẽ hoa; *she wore a dress with a pattern of roses on it* bà ta mặc một chiếc áo có mẫu vẽ hoa hồng **2.** khung gỗ khuôn đúc *(đúc kim loại)* **3.** mẫu vải; mẫu hàng: *a book of tweed patterns* một tập mẫu vải tuýt **4.** mẫu; kiểu: *a knitting pattern* mẫu đan; *these sentences all have the same grammatical pattern* những câu này đều cùng kiểu ngữ pháp; *the pattern of events which led up to the war* kiểu sự kiện dẫn đến chiến tranh **5.** kiểu mẫu: *this company's profit-sharing scheme set a pattern which others followed* kế hoạch phân chia lợi nhuận của hãng này là một kiểu mẫu mà các hãng khác đã theo.

pattern² /'pætn/ *dgt* khuôn theo; bắt chước: *he patterns himself upon his father* nó khuôn theo (bắt chước) cha nó.

patterned /'pætnt/ *tt* có trang trí mẫu vẽ: *patterned fabric* vải có trang trí mẫu vẽ.

pattern-maker /'pætnmeikə[r]/ *dt* thợ tạo mẫu.

pattern-shop /'pætnʃɒp/ *dt* xưởng làm khung gỗ khuôn đúc.

paucity /'pɔːsəti/ *dt (số ít)* sự ít ỏi: *a paucity of evidence* ít chứng cứ.

paunch /pɔːntʃ/ *dt* dạ dày đầy ắp, bụng đầy ắp: *you're getting quite a paunch* bụng anh sắp đầy ắp rồi đấy *(ví dụ vì uống nhiều bia)*.

paunchiness /'pɔːntʃinis/ *dt* tình trạng bụng đầy ắp.

paunchy /'pɔːntʃi/ *tt* **(-ier; -iest)** có dạ dày đầy ắp; có bụng đầy ắp.

pauper /'pɔːpə[r]/ *dt* người nghèo khổ, người bần cùng.

pauperism /'pɔːpərizəm/ *dt* tình trạng nghèo khổ, tình trạng bần cùng.

pause¹ /pɔːz/ *dt* **1.** *(in something)* sự tạm nghỉ, sự tạm ngừng: *after a short pause, they continued walking* sau một lúc tạm nghỉ ngắn, họ tiếp tục đi; *he slipped out during a pause in the conversation* nó đã lẩn đi trong một lúc tạm ngừng nói chuyện; *he spoke for an hour without a pause* nó nói không nghỉ trong một giờ liền **2.** *(nhạc)* dấu dãn nhịp. // **give pause to somebody; give somebody pause** làm ai do dự *(trước khi làm gì)*: *weather conditions were bad enough to give pause to even the most experienced climbers* điều kiện thời tiết đủ xấu để làm cho những người leo núi có kinh nghiệm nhất cũng phải do dự; **a pregnant pause** x pregnant.

pause² /pɔːz/ *dgt (for something)* tạm nghỉ, tạm ngừng: *let's pause for a cup of coffee* ta hãy tạm nghỉ uống tách cà phê đã; *speak without pausing for breath* nói đến mức không ngừng để thở nữa, nói rất nhanh.

pave /peiv/ *dgt* lát *(đường, sàn...)*: *the path is paved with bricks* đường lát gạch // **pave the way for** mở đường cho: *his economic policies paved the way for industrial expansion* chính sách kinh tế của ông ta đã mở đường cho quá trình mở rộng công nghiệp; **the road to hell is paved with good intentions** x road.

pavement /'peivmənt/ *dt* **1.** *(Mỹ* **sidewalk)** lề đường, hè đường, vỉa hè **2.** *(Mỹ)* mặt đường **3.** mặt lát.

pavement artist /'peivmənt ɑːtist/ họa sĩ vỉa hè *(người dùng phấn màu vẽ trên vỉa hè, nhằm xin tiền khách qua đường)*.

pavilion /pə'vilion/ *dt* **1.** đài *(cạnh sân chơi cricket)* **2.** lều vải; rạp **3.** đình *(để hòa nhạc, khiêu vũ...)*.

paving /'peiviŋ/ *dt* **1.** mặt lát **2.** vật liệu [dùng để] lát.

paving stone /'peiviŋstəun/ phiến đá lát.

pavlova /'pævləvə/ *dt (cg* **pavlova cake)** bánh trứng đường mặt phủ trái cây và kem, bánh paplova.

paw¹ /pɔː/ *dt* **1.** chân *(của thú có vuốt như mèo, chó...)*: *a dog's paw* chân chó **2.** *(kng, đùa hay xấu)* bàn tay *(người)*.

paw² /pɔː/ *dgt* **1.** cào *(bằng chân có vuốt)* **2.** quẹt móng xuống đất *(ngựa)* **3.** cầm lóng ngóng; sờ soạng *(người)*: *he can't be near a woman without pawing her* nó không thể gần một phụ nữ mà không sờ soạng chị ta.

pawkily /'pɔːkili/ *pht* hóm hỉnh [một cách] tỉnh bơ.

pawkiness /'pɔːkinis/ *dt* sự hóm hỉnh tỉnh bơ.

pawky /'pɔːki/ *tt (dph)* hóm hỉnh tỉnh bơ.

pawl /pɔːl/ *dt* **1.** *(kỹ)* con cóc, cái ngàm **2.** *(hải)* cữ hãm tời.

pawn¹ /pɔːn/ *dt* **1.** con tốt *(trong bộ cờ)* **2.** *(bóng)* con cờ; quân *(dưới sự điều khiển và kiểm soát của người khác)*: *we are mere pawns in the struggle for power* chúng tôi chỉ là những con cờ trong cuộc đấu tranh giành quyền lực.

pawn² /pɔːn/ *dgt* **1.** cầm [cố], thế chấp: *he pawned his gold watch to pay the rent* nó đã cầm cái đồng hồ vàng của nó để trả tiền nhà. **2.** *(bóng)* đem đảm bảo *(cái gì để được cái gì đó)*: *pawn one's*

honour đem danh dự ra đảm bảo *(để được cái gì đó)*.

pawn³ /pɔːn/ *dt* **in pawn** đang đem cầm: *my watch is in pawn* đồng hồ của tôi đang đem cầm.

pawnbroker /'pɔːnbrəukə[r]/ *dt* chủ tiệm cầm đồ.

pawnshop /'pɔːnʃɒp/ *dt* tiệm cầm đồ.

pawn-ticket /'pɔːntikit/ *dt* biên lai cầm đồ.

pawpaw /pə'pɔː, *(Mỹ* 'pɔːpɔː)/ *dt* x papaw.

pay¹ /pei/ *dt* tiền công; tiền lương: *he doesn't like the job, but the pay is good* anh ta không thích công việc ấy, nhưng tiền công thì khá; *what's the pay like in your job? (kng)* anh được bao nhiêu tiền công về công việc của anh? *pay negotiations* những sự thương lượng về tiền công. // **in the pay of** *(thường xấu)* nhận tiền làm việc cho *(thường là một cách lén lút)*: *a spy in the pay of the enemy* tên gián điệp nhận tiền làm việc cho địch.

pay² /pei/ *dgt* **(paid) 1.** trả tiền: *my firm pays well* hãng của tôi trả lương cao; *are you paying in cash or by cheque?* ông trả tiền mặt hay trả bằng séc; *pay somebody by the hour* trả công theo giờ cho ai; *how much did you pay for your house?* anh mua nhà [trả] mất bao nhiêu tiền đấy?; *her parents paid for her to go to America* bố mẹ chị ta đã bỏ tiền ra cho chị đi Mỹ; *pay taxes* trả thuế, nộp thuế; *pay a debt* trả nợ **2.** sinh lợi; lợi cho *(ai)*: *the shop closed because it didn't pay* cửa hàng đóng cửa vì làm ăn không sinh lợi; *it would pay [you] to use an accountant* dùng một người giữ sổ sách sẽ có lợi cho anh. // **expenses paid** x expense: **pay lip-service to somebody** *x* lip-service; **he who pays the piper calls the tune** ai xuất tiền ra thì có quyền kiểm tra tiền được tiêu như thế nào; **pay attention to** chú ý nghe; chú ý tới: *pay attention when I'm talking to you* hãy chú ý nghe khi tôi nói với anh; *pay attention to one's teacher* chú ý nghe thầy giảng; **pay somebody a compliment; pay a compliment to somebody** khen ai; **pay court to somebody** (cũ) tỏ lòng kính trọng và ngưỡng mộ (một phụ nữ) để được hạ cố; **pay dividends** sinh lãi; sinh lợi; có lợi: *I suggest you take more exercise, I think you'll find it pays dividends* tôi đề nghị anh luyện tập nhiều hơn, tôi nghĩ là anh sẽ thấy điều đó có lợi cho sức khỏe của anh; **pay heed to** chú ý đến, lưu ý đến: *he paid no heed to our warnings* nó không chú ý đến những lời răn của chúng ta; **pay somebody [back] in his own (the same) coin** ăn miếng trả miếng; **pay an old score** *x* old; **pay the penalty for something (doing something)** chịu hậu quả của sự làm sai việc gì, của sự rủi ro hoặc của một sai lầm: *I'm paying the penalty for drinking to much last night; I've got a dreadful headache* tôi đã chịu hậu quả của việc uống quá nhiều rượu tối qua; tôi đã bị một cơn nhức đầu rất dữ; **pay a (the) price for something** trả giá cho việc gì: *our troops recaptured the city, but they paid a heavy price for it* quân của chúng ta đã lấy lại thành phố, nhưng đã phải trả giá đắt cho việc đó; **pay one's respects** đến chào để tỏ lòng kính trọng (ai); **pay through the nose for**

something phải trả một giá cắt cổ cho vật gì; phải tốn nhiều tiền để được việc gì; **pay [a] tribute to** tỏ lòng ngưỡng mộ, tỏ lòng kính trọng; **pay a visit** đến thăm; **pay one's (its) way** tự túc được với tiền làm ra (nói về một người, một công việc kinh doanh); **put paid to something** (kng) ngưng việc gì; hủy việc gì; **rob Peter to pay Paul** *x* rob; **there'll be the devil to pay** *x* devil[1]; **there will be hell to pay** *x* hell; **you pay your money and you take your choice** chọn đằng nào cũng thế (chẳng đằng nào hơn đằng nào cả).

pay back a/ trả lại, hoàn lại (tiền đã vay): *I will pay you back next week* tuần sau tôi sẽ trả lại tiền cho anh b/ (+ for) giáng trả, trả đũa (về việc gì): *I'll pay him back for the trick he played on me* tôi sẽ trả đũa nó về vố nó đã chơi khăm tôi; **pay for** trả giá đắt: *I'll make him pay for his insolence!* tôi sẽ làm cho nó phải trả giá đắt về sự láo xược của nó!; **pay in; pay into** gửi (tiền) vào (ngân hàng): *pay a cheque into one's account* gửi một tấm séc vào tài khoản của mình; **pay off** a/ (kng) mang lại kết quả tốt, thành công (nói về một công việc mạo hiểm) b/ trả hết tiền công rồi cho thôi việc c/ (kng) đút tiền (cho ai để người ta không làm việc gì đó) d/ trả hết (nợ): *pay off one's debts* trả hết nợ; **pay out** a/ trả (một số tiền lớn, thường là một cách đều đặn): *we're paying out £300 a month on our mortgage* mỗi tháng chúng tôi phải trả 300 bảng tiền cầm đồ b/ thả (luồn) (một sợi dây) qua bàn tay; **pay up** trả hết: *I'll take you to court unless you pay up immediately*

tôi sẽ đưa anh ra tòa trừ phi anh trả hết ngay lập tức.

payable /'peiəbl/ tt (vị ngữ) có thể trả, phải trả: *instalments are payable on the last day of the month* tiền trả góp phải trả vào ngày cuối mỗi tháng; *the price of the goods is payable in instalments* tiền giá hàng hóa có thể trả góp.

pay-claim /'peikleim/ dt sự yêu cầu tăng lương.

pay-as-you-earn /,peiəz-ju:3:n/ dt (vt PAYE) cách thu thuế lợi tức trừ luôn vào lương.

pay-bed /'peibed/ dt giường phải trả tiền như tư nhân (ở bệnh viện có bảo hiểm xã hội).

pay-day /'peidei/ dt 1. ngày phát lương 2. ngày thanh toán (ở thị trường chứng khoán).

pay dirt /'peid3:t/ (Mỹ) đất đủ giàu quặng để khai thác có lợi.

PAYE /,pi:eiwai'i:/ vt của pay-as-you-earn.

payee /pei'i:/ dt người được trả tiền.

payer /'peiə[r]/ dt người trả tiền.

paying guest /,peiŋ'gest/ người ở trọ.

payload /'peiləud/ dt 1. trọng tải có ích (làm cơ sở tính tiền vé, không kể lượng chất đốt) 2. sức nổ (của bom, đầu tên lửa...) 3. thiết bị mang theo (của vệ tinh nhân tạo, tàu vũ trụ...).

paymaster /'peima:stə[r]/ dt 1. người phát lương 2. (thường snh, xấu) người thuê tiền (thuê ai làm gì cho mình và điều khiển hành động của người mình thuê). // **Paymaster General** Bộ trưởng Bộ Ngân khố (Anh).

payment /'peimənt/ *dt* 1. sự trả tiền 2. số tiền trả 3. sự đền công; sự đền đáp: *we'd like you to accept this book in payment of your kindness* chúng tôi mong ông nhận cho cuốn sách này để đền đáp lòng tử tế của ông; *personal abuse was the only payment he got for his efforts* (mỉa) hành hạ thân xác là sự trả công duy nhất cho cố gắng của hắn.

pay-off /'peiɒf/ *dt (kng)* 1. sự đút lót tiền (cho ai) 2. sự thưởng công xứng đáng; sự trừng phạt đáng đời 3. điểm cao nhất (của một truyện, một loạt sự cố).

payola /pei'əʊlə/ *dt* 1. tiền mượn uy (mượn uy tín hay cương vị của ai để bán chạy một món hàng nào đó) 2. thói mượn uy (trong thương nghiệp).

pay-packet /'pei,pækit/ *dt* phong bì tiền lương (phong bì đựng tiền lương của một người làm công).

pay phone /'peifəʊn/ (Mỹ **pay station**) điện thoại tự động (bỏ đồng tiền vào mà gọi).

payroll /'peirəʊl/ *dt* 1. số lương, bảng lương: *a firm with 500 employees on the payroll* một hãng với 500 người làm trong sổ lương 2. tổng số lương trong bảng lương.

pay-slip /'peislip/ *dt* tờ ghi chi tiết tiền lương (của một người làm công, bao gồm cả phần khấu trừ nộp thuế, nộp bảo hiểm).

pay station /'peisteiʃn/ *dt* (Mỹ) nh pay phone.

PC /,pi:'si:/ *vt* 1. (personal computer *vt*) máy điện toán cá nhân 2. (snh **PCs**) (police constable *vt*) cảnh sát viên 3. (Privy Counsellor *vt*) ủy viên Hội đồng Cơ mật (hoàng gia Anh).

pc *vt* 1. (Mỹ pct) phần trăm %: *20pc* hai mươi phần trăm, 20% 2. /,pi:'si:/ (kng) (postcard *vt*) bưu thiếp.

pd *vt* (paid *vt*) đã trả (ghi trên hóa đơn...).

Pde *vt* (Parade *vt*) đường phố (trong các tên) *29 North Pde* 29 đường Bắc.

PDSA /,pi:di:es'ei/ *vt* (People's Dispensary for Sick Animals *vt*) bệnh viện thú y nhân dân.

PDT /,pi:di:'ti:/ *vt* (Mỹ) (Pacific Daylight Time *vt*) giờ ban ngày Thái Bình Dương.

PE /,pi:'i:/ *vt* (physical education *vt*) thể dục: *do PE at school* tập thể dục ở nhà trường; *a PE lesson* bài thể dục.

pea /pi:/ *dt (thực)* đậu Hà Lan (cây, quả). // *like as two peas x* like[3].

peace /pi:s/ *dt* 1. hòa bình; thái bình; thời gian hòa bình: *the two communities live together in peace [with one another]* hai cộng đồng sống hòa bình với nhau; *a peace treaty* hiệp ước hòa bình, hòa ước; *the Peace Movement* Phong trào Hoa bình; *after a brief peace, fighting broke out again* sau một thời gian hòa bình, chiến sự lại nổ ra 2. (thường *Peace*) hòa ước: *the Peace of Versailles* hòa ước Versailles 3. sự yên tĩnh; sự yên lặng: *the peace of the countryside* sự yên tĩnh của miền quê; *peace of mind* sự yên tĩnh trong tâm hồn, sự thanh thản tâm hồn 4. tình trạng hòa hợp và hữu nghị. // [be] at peace with hòa hợp (hữu nghị) với: *she's never at peace with herself* chị ta không bao giờ ngồi yên; **hold one's peace (one's tongue)** (cũ)

lặng yên, không nói; **keep the peace** a/ không làm náo động nơi đông người b/ giữ trật tự an ninh: *a peacekeeping force* lực lượng giữ trật tự an ninh (phái đến nơi có nội chiến để ngăn đánh nhau thêm); **make one's peace with** giải hòa với (ai); **make peace** hòa giải, dàn hòa (hai người, hai nước...).

peaceable /'pi:səbl/ *tt* 1. thích sống hòa bình với người khác: *a peaceable temperament* tính thích sống hòa bình 2. hòa bình; thanh bình: *peaceable methods* những phương pháp hòa bình.

peaceably /'pi:səbli/ *pht* [một cách] hòa bình: *live peaceably with one's neighbours* sống hòa bình với hàng xóm láng giềng.

Peace Corps /'pi:skɔ:[r]/ (Mỹ) Tổ chức Xuất khẩu Lao động.

peaceful /'pi:sfl/ *tt* 1. hòa bình, thái bình: *peaceful co-existence* sự chung sống hòa bình; *peaceful uses of atomic energy* sử dụng năng lượng nguyên tử vì mục đích hòa bình 2. yêu hòa bình: *peaceful nations* những quốc gia yêu hòa bình 3. yên tĩnh, yên lặng: *a peaceful evening* một buổi tối yên tĩnh.

peacefully /'pi:sfəli/ *pht* 1. [một cách] hòa bình 2. [một cách] yên tĩnh; [một cách] yên lặng: *sleep peacefully* ngủ yên giấc.

peacefulness /'pi:sflnis/ *dt* 1. sự hòa bình, sự thái bình 2. sự yên tĩnh; sự yên lặng.

peace-loving /'pi:slʌviŋ/ *tt* yêu hòa bình: *a peace-loving people* một dân tộc yêu hòa bình.

peacemaker /'pismeikə[r]/ *dt* người hòa giải.

peace offering /'pi:sɒferiŋ/ lễ vật cầu hòa; quà tặng giải hòa: *I bought her some flowers as a peace offering* tôi mua tặng nàng một ít hoa như là quà tặng giải hòa.

peace-pipe /'pi:spaip/ *dt (cg* **pipe of peace)** tẩu thuốc giải hòa (người da đỏ Bắc Mỹ hút khi đã giải hòa với quân thù).

peacetime /'pi:staim/ *dt* thời bình.

peach /pi:tʃ/ *dt* **1.** quả đào **2.** *(cg* **peach tree)** cây đào **3.** màu đào **4.** *(kng)* chị phụ nữ trẻ rất hấp dẫn: *she's a real peach* chị ta quả là một phụ nữ rất hấp dẫn **5.** *(kng)* cái tuyệt diệu, điều tuyệt diệu: *that was a peach of a shot!* thật là một tay súng tuyệt diệu!

peaches and cream /,pi:tʃiz ən 'kri:m/ màu đào hấp dẫn *(với ý khen):* **a peaches-and-cream complexion** nước da màu đào hấp dẫn.

peach Melba /,pi:tʃ'melbə/ kem đào ngấy dâu *(món kem có quả đào và quả ngấy dâu).*

peach tree /'pi:tʃtri/ *(thực)* cây đào.

peachy /'pi:tʃi/ *tt* **(-ier; -iest)** mơn mởn đào tơ.

peacock /'pi:kɒk/ *dt (động)* [con] công [trống]. // **proud as a peacock** *x* proud.

peacock blue[1] /,pi:kɒk'blu:/ *tt* biếc màu cánh trả.

peacock blue[2] /,pi:kɒk'blu:/ *dt* màu biếc cánh trả.

peahen /'pi:hen/ *dt* công mái.

peak[1] /pi:k/ *dt* **1.** đỉnh, chóp *(núi);* núi: *the plane flew over the snow-covered peaks* máy bay bay trên đỉnh núi phủ tuyết; *the climbers made camp half-way up the*

peak người trèo núi cắm trại ở nửa đường lên núi **2.** đầu nhọn: *the peak of a roof* đầu nhọn mái nhà; *hair combed into a peak* tóc chải thành một mớ nhọn **3.** lưỡi trai *(mũ)* **4.** cao điểm; đỉnh cao nhất: *traffic reaches a peak between 7 and 8 in the morning* giao thông đạt tới cao điểm vào lúc giữa 7 và 8 giờ sáng; *peak hours* giờ cao điểm *(sử dụng điện...);* *he's at the peak of his career* ông ta ở đỉnh cao nhất của sự nghiệp; *peak rate* mức giá cao *(thuê khách sạn, đi máy bay... lúc đông khách nhất).*

peak[2] /pi:k/ *dgt* đạt tới đỉnh cao nhất: *the sales peaked just before Christmas and are now decreasing* hàng bán được nhiều nhất ngay trước lễ Nô-en và nay đang giảm xuống. // **peak and pine** ốm vì buồn phiền; gầy mòn ốm yếu đi.

the Peak District /'pi:kdistrikt/ khu nhiều đỉnh núi cao ở Derbyshire *(Anh).*

peaked /pi:kt/ *tt* **1.** có đỉnh, có đầu nhọn: *a peaked roof* mái nhà có đầu nhọn **2.** có lưỡi trai: *a peaked cap* mũ có lưỡi trai.

peaky /'pi:ki/ *tt (kng)* ốm yếu, xanh xao; hom hem: *look a bit peaky* trông hơi ốm yếu xanh xao.

peal[1] /pi:l/ *dt* **1.** bộ chuông hòa âm **2.** hồi chuông **3.** hồi, tràng, chuỗi: *a peal of laughter* chuỗi cười; *a peal of thunder* tràng sấm rền.

peal[2] /pi:l/ *dgt* rung; ngân vang: *the bells pealed [out] over the countryside* chuông ngân vang chốn đồng quê; *peal the bells to celebrate victory* rung chuông vang lên để mừng chiến thắng.

pean /'pi:ən/ *dt (Mỹ) nh* paean.

peanut /'pi:nʌt/ *dt* **1.** *(thực)* cây lạc, cây đậu phộng **2.** *(cg* **ground-nut)** củ lạc; đậu phộng **3. peanuts** *(lóng, Mỹ)* số lượng rất ít *(chủ yếu nói về tiền):* *he gets paid peanuts for doing that job* làm công việc đó nó được trả rất ít tiền.

peanut butter /'pi:nʌt'bʌtə[r]/ bơ lạc *(bột lạc rang nhào thành chất nhão, dùng để ăn).*

peanut oil /,pi:nʌt'ɔil/ dầu lạc.

pear /peə[r]/ *dt* **1.** quả lê **2.** *(cg* pear tree) cây lê.

pearl /pɜ:l/ *dt* **1.** hạt trai, ngọc trai: *a string of pearls* một chuỗi hạt trai **2.** hạt long lanh: *pearls of dew on the grass* những hạt sương long lanh trên bãi cỏ **3.** *(bóng)* viên ngọc quý: *a pearl among women* một viên ngọc quý trong giới phụ nữ. // **cast pearls before swine** *x* cast[1].

pearl barley /,pɜ:l'ba:li/ đại mạch hạt trai *(đại mạch xay thành hạt tròn nhỏ).*

pearl button /,pɜ:l'bʌtn/ khuy xà cừ.

pearl-diver /'pɜ:ldaivə[r]/ người mò ngọc trai.

pearler /'pɜ:lə[r]/ *dt nh* pearl-diver.

pearl-fisher /'pɜ:lfiʃə[r]/ *dt nh* pearl-diver.

pearlies /'pɜ:liz/ *dt snh* áo cổ truyền khuy trai *(của một số người đẩy xe bán hàng rong ở London).*

pearl-oyster /'pɜ:lɔistə[r]/ *dt (động)* trai ngọc.

pearly /'pɜ:li/ *tt* **(-ier; -iest)** [thuộc] ngọc trai; như ngọc trai: *pearly sheen* nước bóng như ngọc trai; *the Pearly Gates (đùa)* cổng trời.

pearly king /ˌpɜːliˈkiŋ/ người đẩy xe bán hàng rong mặc áo cổ truyền khuy trai.

pearly queen /ˌpɜːliˈkwin/ vợ người đẩy xe bán hàng rong mặc áo cổ truyền khuy trai.

pearmain /ˈpeəmein/ dt táo đỏ (thứ táo vỏ đỏ, thịt trắng mà chắc).

peasant /ˈpeznt/ dt **1.** nông dân **2.** bần nông (thời trước) **3.** (kng, xấu) người cục mịch, nông dân: he's an absolute peasant hắn ta đặc "nông dân".

peasantry /ˈpezntri/ dt **1.** [tất cả] nông dân (ở một vùng) **2.** giai cấp nông dân.

pease-pudding /ˌpiːzˈpʊdiŋ/ dt món đậu Hà Lan nghiền.

peat /piːt/ dt than bùn.

peaty /ˈpiːti/ dt [thuộc] than bùn; như than bùn; có than bùn: peaty soil đất có than bùn.

pebble /ˈpebl/ dt đá cuội. // **not the only pebble on the beach** không phải là người độc nhất quan trọng; không phải là người độc nhất phải lưu ý.

pebble-dash /ˈpebldæʃ/ dt xi măng nhào đá cuội (để trát tường ngoài).

pebbly /ˈpebli/ tt đầy đá cuội, phủ đá cuội: a pebbly beach bãi biển đầy đá cuội.

pecan /ˈpiːkən, piˈkæn, (Mỹ piˈkɑːn)/ dt **1.** quả mạy châu Mỹ **2.** (thực) cây mạy châu Mỹ.

peccadillo /ˌpekəˈdiləʊ/ dt (snh **peccadilloes, peccadillos** /ˌpekəˈdiləʊz/) lỗi nhỏ; tội nhẹ.

peccari /ˈpekəri/ dt (động) lợn lòi hôi (ở Trung Mỹ và Nam Mỹ).

peck¹ /pek/ đgt **1.** mổ (bằng mỏ): hens feed by pecking gà ăn bằng cách dùng mỏ mà mổ; peck at one's food (bóng) ăn nhấm nháp **2.** khoét (bằng mỏ): the bird pecked a hole in the sack con chim khoét một lỗ ở cái bao tải **3.** hôn vội: peck somebody on the cheek hôn vội ai vào má. // **a (the pecking order** (kng) hệ thống tôn ti thứ bậc (trong một nhóm người): newcomers have to accept their position at the bottom of the pecking order những người mới đến phải nhận vị trí ở cuối hệ thống tôn ti thứ bậc.

peck something out mổ (bằng mỏ) mà lấy ra: vultures had pecked out the dead sheep's eyes các con kền kền mổ mắt con cừu chết ra.

peck² /pek/ dt **1.** cú mổ, vết mổ (bằng mỏ): the parrot gave me a sharp peck on the finger con vẹt mổ tôi một cú đau vào ngón tay **2.** (kng) cái hôn vội: give somebody a peck on the cheek hôn vội vào má ai.

peck³ /pek/ dt (cũ) thùng (đơn vị đo lường vật khô, khoảng 2 ga-lông, tức khoảng 9 lít).

pecker /ˈpekə[r]/ dt (Mỹ, lóng) dương vật. // **keep one's pecker up/** vẫn phấn khởi tươi vui (mặc dù gặp khó khăn...).

peckish /ˈpekiʃ/ tt (kng) đói bụng: feel a bit peckish cảm thấy hơi đói bụng, cảm thấy kiến bò bụng.

pectic /ˈpektik/ tt (hóa) pectic: pectic acid axit pectic.

pectin /ˈpektin/ dt (sinh, hóa) pectin.

pectoral /ˈpektərəl/ tt **1.** [thuộc] ngực: pectoral muscles cơ ngực **2.** đeo ở ngực, mang ở ngực: a pectoral cross thánh giá đeo ở ngực (của giám mục...)

pectorals /ˈpektərəlz/ dt snh (thường đùa) cơ ngực.

peculate /ˈpekjʊleit/ đgt biển thủ; tham ô.

peculation /ˌpekjʊˈleiʃn/ dt **1.** sự biển thủ; sự tham ô **2.** vụ biển thủ; vụ tham ô.

peculiar /piˈkjuːliə[r]/ tt **1.** kỳ quặc, kỳ cục: a peculiar smell một mùi kỳ quặc; my keys have disappeared, it's most peculiar! chìa khóa của tôi đã biến mất, thật là kỳ quặc hết sức; he's a bit peculiar nó hơi kỳ cục một tí **2.** (kng) không khỏe, khó ở: I am feeling rather peculiar tôi cảm thấy hơi khó ở **3.** (+ to) (vị ngữ) riêng, chỉ... mới có: an accent peculiar to the North giọng nói riêng của miền Bắc; a species of bird peculiar to Asia một loài chim chỉ riêng châu Á mới có, một loài chim đặc hữu của châu Á; slang peculiar to medical students tiếng lóng riêng của các sinh viên y khoa **4.** (thngữ) riêng; đặc biệt: a matter of peculiar interest một việc có tầm quan trọng đặc biệt; his own peculiar way of doing things cách làm riêng của nó.

peculiarity /piˌkjuːliˈærəti/ dt **1.** tính chất kỳ quặc **2.** nét đặc trưng; cái đặc trưng: these cakes are peculiarity of the region những cái bánh ngọt này là đặc trưng cho vùng này (là đặc sản của vùng này). **3.** điều (cái) kỳ cục: peculiarities of behaviour những cái kỳ cục trong cách xử sự.

peculiarly /piˈkjuːliəli/ pht **1.** [một cách] kỳ cục: behave peculiarly xử sự một cách kỳ cục **2.** [một cách] khác thường, [một cách] đặc biệt: a peculiarly annoying noise tiếng ồn khó chịu một cách khác thường.

pecuniary /pɪˈkjuːnɪəri, (Mỹ pɪˈkjuːnieri/ tt [thuộc] tiền [bạc]: *pecuniary aid* sự giúp đỡ về tiền bạc; *work without pecuniary reward* làm không được thưởng (trả) tiền.

pedagogic[al] /ˌpedəɡɒdʒɪk[l]/ tt [thuộc] sư phạm, sự sư phạm.

pedagogically /ˌpedəɡɒdʒɪkli/ pht [về mặt] sư phạm: *a pedagogically accepted method of testing students' knowledge* một phương pháp kiểm tra kiến thức của sinh viên được chấp nhận về mặt sư phạm.

pedagogue (Mỹ **pedagog**) /ˈpedəɡɒɡ/ dt 1. (cũ) giáo viên 2. (xấu) nhà mô phạm.

pedagogy /ˈpedəɡɒdʒi/ dt khoa sư phạm.

pedal[1] /ˈpedl/ dt bàn đạp (xe đạp, máy khâu, đàn pianô...): *a pedal boat* thuyền chạy bằng bàn đạp.

pedal[2] /ˈpedl/ dgt (-ll-, Mỹ cg -l-) đạp: *pedal fast* đạp nhanh; *pedal down the hill* đạp xuôi đồi, *pedal a bicycle across the field* đạp xe đạp qua cánh đồng.

pedal[3] /ˈpiːdl/ tt [thuộc] chân.

pedal bin /ˈpedlbɪn/ thùng rác có bàn đạp (đạp thì nắp thùng mở ra).

pedant /ˈpednt/ dt (xấu) 1. nhà thông thái rởm 2. người nệ chi tiết; người nệ quy tắc (nhất là khi dạy học).

pedantic /pɪˈdæntɪk/ tt 1. thông thái rởm 2. nệ chi tiết, nệ quy tắc.

pedantically /pɪˈdæntɪkli/ pht 1. [một cách] thông thái rởm 2. [một cách] nệ chi tiết; [một cách] nệ quy tắc.

pedantry /ˈpedntri/ dt 1. sự quá nệ chi tiết; sự quá nệ quy tắc 2. thói phô trương

kiến thức; vẻ thông thái rởm.

peddle /ˈpedl/ dgt 1. bán rong; bán rao: *be arrested for peddling illegal drugs* bị bắt vì đi bán rong thuốc bất hợp pháp 2. kháo (chuyện); ngồi lê đôi mách: *peddle malicious gossip* kháo chuyện tầm phào hiểm độc.

peddler /ˈpedlə[r]/ dt 1. (Mỹ) nh pedlar 2. người bán thuốc bất hợp pháp.

pederast /ˈpedəræst/ dt kẻ loạn dâm hậu môn, kẻ đồng dâm nam.

pederasty /ˈpedəræsti/ dt thói loạn dâm hậu môn, thói đồng dâm nam.

pedestal /ˈpedɪstl/ dt 1. chân cột 2. bệ, đế (để đặt tượng...). // **knock somebody off his pedestal** x knock[2]; **place somebody on a pedestal** tôn sùng ai một cách mù quáng (không để ý đến khuyết điểm sai lầm của người ta).

pedestal table /ˈpedɪstlteɪbl/ bàn một chân [giữa].

pedestrian[1] /pɪˈdestrɪən/ dt người đi bộ: khách bộ hành.

pedestrian[2] /pɪˈdestrɪən/ tt 1. cho người đi bộ; đi bộ: *a pedestrian walkway* một lối đi cho người đi bộ 2. tẻ nhạt: *a pedestrian description* sự mô tả tẻ nhạt.

pedestrian crossing /pɪˌdestrɪən ˈkrɒsɪŋ/ (Mỹ **crosswalk**) lối đi đóng đinh (cho người đi bộ sang qua đường).

pedestrian precinct /pɪˌdestrɪən ˈpriːsɪŋkt/ khu dành cho người đi bộ (ở một thành phố, xe cộ không được vào).

pedi- (dạng kết hợp) [thuộc] chân (x pedicure).

pediatric /ˌpiːdiˈætrɪk/ tt nh (Mỹ) paediatric.

pediatrician /ˌpiːdiəˈtrɪʃn/ dt (Mỹ) nh paediatrician.

pediatrics /ˌpiːdiˈætrɪks/ dt (Mỹ) nh paediatrics.

pedicab /ˈpedikæb/ dt xe xích lô.

pedicel /ˈpedisel/ (cg **pedicle** /ˈpedikl/) dt (sinh) cuống.

pedicure /ˈpedikjuə[r]/ dt sự chữa trị và chăm sóc chân.

pedigree[1] /ˈpedigri/ dt 1. dòng dõi, huyết thống: *proud of his long pedigree* hãnh diện về dòng dõi lâu đời của mình 2. phả hệ 3. lý lịch giống (của một con vật).

pedigree[2] /ˈpedigri/ tt (thngữ) nòi: *pedigree horses* ngựa nòi.

pediment /ˈpedimənt/ dt (ktrúc) trán tường.

pedlar (Mỹ **peddler**) /ˈpedlə[r]/ dt người bán hàng rong.

ped[o]- (dạng kết hợp) (Mỹ) nh paed[o]-.

pedometer /pɪˈdɒmɪtə[r]/ dt đồng hồ đếm bước (đếm bước của người đi bộ để tính quảng đường đã đi được).

pedophilia /ˌpiːdəˈfɪliə/ (dt (Mỹ) nh paedophilia.

pee[1] /piː/ (dgt (kng) đi tiểu, đái: *a dog peeing against a fence* con chó đái vào hàng rào.

pee[2] /piː/ dt (kng) 1. nước đái, nước tiểu 2. sự đi đái, sự đi tiểu: *go for a quick pee* đi đái nhanh một cái.

peek[1] /piːk/ dgt lén nhìn, nhìn trộm: *peek at somebody's diary* nhìn trộm sổ nhật ký của ai.

peek[2] /piːk/ cái lén nhìn; cái nhìn trộm: *take a peek at what was hidden in the cupboard* lén nhìn cái gì giấu trong tủ.

peekaboo /ˈpiːkəbuː/ tht (cg peepbo) òa! (trong trò chơi ú tim òa).

peel¹ /pi:l/ *(đgt)* **1.** bóc vỏ, gọt vỏ: *peel a banana* bóc vỏ chuối; *peel a potato* gọt vỏ củ khoai tây **2.** (+ *away, off*) tróc; tróc từng mảng; tróc lớp ngoài; bóc: *peel away the outer layer* bóc lớp ngoài đi; *these oranges peel easily* những quả cam này dễ bóc; *the label will peel off if you soak it in water* nhãn sẽ tróc ra nếu anh ngâm vào nước; *after sunbathing, my skin began to peel* sau khi tắm nắng, da tôi bắt đầu tróc từng mảng; *the walls have begun to peel* tường đã bắt đầu tróc lớp ngoài đi. // **keep one's eyes peeled** x eye¹.

peel off rời đội hình và quay về một phía: *one squadron peeled off to attack enemy bombers* một đội máy bay rời đội hình và quay sang tấn công máy bay ném bom địch; **peel [something] off** *(kng)* cởi áo ngoài *(khi thấy nóng, hoặc để tập thể dục...)*: *peel off one's jersey* cởi áo nịt len ra; *peel off and drive into the sea* cởi áo ngoài ra và lao xuống biển.

peel² /pi:l/ *dt* vỏ *(trái cây, khoai tây...)*: *lemon peel* vỏ chanh.

peeler /'pi:lə[r]/ *dt (trong từ ghép)* dụng cụ bóc vỏ, dụng cụ gọt vỏ: *a potato peeler* dao gọt vỏ khoai tây.

peelings /'pi:liŋz/ *dt snh* vỏ bóc ra, bỏ gọt ra: *potato peelings* vỏ khoai tây gọt ra.

peep¹ /pi:p/ *đgt* **1.** nhìn lén, nhìn trộm: *peep at a secret document* nhìn trộm một tài liệu mật; *be caught peeping through the keyhole* bị tóm đang nhìn lén qua lỗ khóa **2.** hé ra; ló ra: *the moon peeped out from behind the clouds* mặt trăng ló ra từ

sau những đám mây; *green shoots peeping up through the soil* chồi xanh ló ra khỏi mặt đất.

peep² /pi:p/ *dt (thường số ít)* cái nhìn lén, cái nhìn trộm: *have a peep through the window* nhìn lén qua cửa sổ. // **peep of day** bình minh, rạng đông.

peep³ /pi:p/ *dt* **1.** tiếng chít chít *(chuột)*; tiếng chiêm chiếp *(chim)* **2.** *(cg* **peep peep)** tiếng píp píp *(còi ô tô)* **3.** *(số ít) (kng)* tiếng: *I haven't heard a peep out of the children for an hour* đã một tiếng đồng hồ, tôi không hề nghe tiếng tụi trẻ con.

peep⁴ /pi:p/ *đgt* kêu chít chít *(chuột)*; kêu chiêm chiếp *(chim)*.

peepbo /'pi:pbəʊ/ *tht nh* peekaboo.

peeper /'pi:pə[r]/ *dt (thường snh) (lóng)* con mắt.

peep-hole /'pi:phəʊl/ *dt* lỗ hé *(ở cửa, tường, có thể nhìn qua)*.

Peeping Tom /,pi:piŋ'tɒm/ kẻ thích dò trộm [kẻ khác].

peep-show /'pi:pʃəʊ/ *dt* trò nhìn tranh ảnh qua lỗ nhòm *(có kính phóng to)*.

peepul /'pi:pəl/ *dt nh* pipal.

peer¹ /piə[r]/ *dt* **1.** người ngang địa vị; người ngang hàng: *it will not be easy to find his peer* không dễ mà tìm được một người ngang hàng với ông ta **2.** *(thường snh)* người cùng tuổi, người đồng niên **3.** công khanh *(Anh)*.

peer² /piə[r]/ *đgt* nhìn kỹ: *peer through a gap* nhìn qua kẽ hở.

peerage /'piəridʒ/ *dt* **1.** tầng lớp công khanh **2.** hàng công khanh; tước vị công khanh: *inherit a peerage* thừa kế

tước vị công khanh **3.** danh bạ công khanh.

peeress /'piəres/ *dt* **1.** nữ công khanh **2.** công khanh phu nhân.

peerless /'piəlis/ *tt* vô song.

peer group /'piəgru:p/ *dt* **1.** nhóm người ngang địa vị **2.** nhóm người đồng niên.

peer of the realm /,piəvðə'relm/ công khanh thế tập [được quyền là] thành viên thượng nghị viện.

peeve /pi:v/ *đgt (kng)* làm *(ai)* bực mình; làm *(ai)* cáu kỉnh: *it peeves me to be ordered out of my own house* được lệnh phải ra khỏi nhà, điều đó làm tôi bực mình.

peeved /pi:vd/ *(tt (kng)* bực mình; cáu kỉnh.

peevish /'pi:viʃ/ *tt* dễ bực mình; dễ cáu.

peevishly /'pi:viʃli/ *pht* [một cách] dễ bực mình; [một cách] dễ cáu.

peevishness /'pi:viʃnis/ *dt* tính dễ bực mình; tính dễ cáu.

peewit *(cg* **pewit)** /'pi:wit/ *dt* chim te te *(cg* **lapwing)**.

peg¹ /peg/ *dt* **1.** cái móc, cái mắc: *a hat peg* cái mắc treo mũ **2.** *(cg* **tent-peg)** cái cọc căng dây lều **3.** cái cọc đánh dấu vị trí: *a surveyor's peg* cái cọc của người vẽ bản đồ địa hình **4.** *(cg* **clothes-peg)** cái kẹp quần áo trên dây phơi **5.** *(cg* **tuning-peg)** trục [văn dây] đàn **6.** miếng gỗ bít *(lỗ thùng)* **7.** *(cg* **peg-leg)** *(kng)* chân giả *(thường bằng gỗ)*; người mang chân giả. // **a peg to hang something on** lý do; cơ hội để làm việc gì: *a minor offence which provided a peg to hang their attack on* một tội nhỏ tạo cơ hội cho họ công kích; **off the peg** không phải may đo, may sẵn *(quần áo)*: *buy a* *suit off the peg* mua một bộ com-lê may sẵn; **a square peg** *x* square¹; **take somebody down a peg [or two]** làm cho ai bớt vênh váo; làm cho ai co vòi lại.

peg² /peg/ *đgt* **(-gg-) 1.** móc chặt vào, kẹp chặt vào, đóng chặt vào: *peg something in place* móc (kẹp, đóng) chặt vật gì vào một chỗ **2.** giữ *(giá hàng, mức lương...)* ở một mức nhất định: *increases were pegged at five per cent* tăng lương được giữ ở mức năm phần trăm. // **level pegging** *x* level¹.

peg away at *(kng)* làm cật lực và kiên trì: *he's been pegging away at his thesis for months* nó đã làm luận án cật lực và kiên trì hàng tháng nay; **peg somebody down to something** buộc *(thuyết phục)* ai phải dứt khoát *(phải hứa rõ ràng)* về việc gì: *I pegged him down to a price for the work* tôi đã buộc anh ta phải dứt khoát về giá của công việc; **peg something down** móc (kẹp, đóng) chặt vật gì vào: *have difficulty pegging the tent down in a storm* khó khăn đóng cọc giữ chặt lều trong cơn bão; **peg out** *(kng)* ngoẻo, chết; **peg something out 1.** đóng cọc, đánh dấu ranh giới *(một vùng đất)* **2.** được *(một ván)* bằng cách đẩy hết quân vào lỗ trên bàn.

pejorative /pi'dʒɔrətiv, *(Mỹ* pi'dʒɔ:rətiv)/ *tt* có nghĩa xấu; chê bai: *pejorative words* từ có nghĩa xấu; *pejorative remarks* lời nhận xét chê bai.

pejoratively /pi'dʒɔrətivli/ *pht* với nghĩa xấu; [một cách] chê bai.

peke /pi:k/ *dt (kng)* nh Pekinese.

Pekinese *(cg* **Pekingese)** /,pi:ki'ni:z/ *dt (snh không đổi)* giống chó Bắc Kinh.

pekoe /'pi:kəʊ/ *dt* chè bạch tuyết.

pelagic /pə'lædʒik/ *tt* **1.** ở biển khơi *(đánh cá...)* **2.** sống gần mặt nước ở biển khơi *(cá...).*

pelican /'pelikən/ *dt (động)* [chim] bồ nông.

pelican crossing /,pelikən 'krɒsiŋ/ lối đi đóng đinh *(cho người đi bộ sang qua đường)* tự điều khiển *(đèn hiệu do chính người đi bộ điều khiển).*

pellagra /pə'lægrə/ *dt (y)* bệnh penlagra.

pellet /'pelit/ *dt* **1.** viên vê nhỏ *(giấy, bánh mì, đất...)* **2.** viên thuốc nhỏ **3.** viên đạn súng hơi.

pell-mell /,pel'mel/ *pht* **1.** hỗn loạn: *the children rushed pell-mell down the stairs* trẻ con hỗn loạn lao xuống cầu thang **2.** lung tung, ngổn ngang: *the books were scattered pell-mell over the floor* sách vứt lung tung trên sàn nhà.

pellucid /pe'lu:sid/ *tt* **1.** rất trong: *a pellucid stream* dòng nước rất trong **2.** rất rõ ràng: *pellucid style* văn rất rõ ràng.

pelmet /'pelmit/ *dt (Mỹ cg* **valance)** dải che que màn cửa *(ở phía trên cửa, làm bằng gỗ hay vải).*

pelota /pə'ləʊtə/ *dt* trò chơi bóng polôt.

pelt¹ /pelt/ *dt* tấm da còn lông: *beaver pelt* tấm da hải ly còn lông.

pelt² /pelt/ *đgt* **1.** ném như mưa, ném loạn xạ: *pelt somebody with rotten tomatoes* ném cà chua thối như mưa vào ai **2.** trút xuống ào ào, *(mưa...)*: *the rain was pelting down* mưa trút xuống ào ào; *hail pelting on the roof* mưa đá trút ào

ào xuống mái nhà **3. pelt along (down, up...) something** chạy rất nhanh *(lao nhanh)* dọc theo *(xuống, lên)*: *pelting down the hill* lao nhanh xuống đồi.

pelt³ /pelt/ *dt* **1.** sự ném như mưa: sự ném loạn xạ **2.** sự trút xuống ào ào. // **at full pelt** *x* full.

pelves /'pelvi:z/ *dt* snh của pelvis.

pelvis /'pelvis/ *dt (snh* **pelvises** /'pelvisiz/ hoặc **pelves** /'pelvi:z/) *dt (giải)* khung chậu; chậu.

pemmican /'pemikən/ *dt* ruốc *(món ăn khô).*

pen¹ /pen/ *dt* **1.** bút, cây viết: *fountain pen* bút máy; *ball-point pen* bút bi; *felt-tip pen* bút phớt **2.** *(số ít)* nghề cầm bút, nghề viết văn: *he lives by his pen* ông ta sống bằng nghề cầm bút. // **the pen is mightier than the sword** *(tục ngữ)* cây bút mạnh hơn thanh gươm; nhà thơ, nhà tư tưởng tác động đến việc đời nhiều hơn người lính; **put pen to paper** đặt bút viết; **a slip of the pen** *x* slip¹.

pen² /pen/ *đgt* **(-nn-)** viết *(một lá thư...)*: *he penned a few words of thanks* nó viết một vài lời cảm ơn.

pen³ /pen/ *dt* **1.** bãi rào, bãi quây *(súc vật)*: *a sheep-pen* bãi quây cừu **2.** hầm trú ẩn, hầm tránh bom *(của tàu ngầm).*

pen⁴ /pen/ *đgt* **(-nn-)** (+ in, up) nhốt lại, nhốt vào bãi quây: *pen up the chickens for the night* ban đêm nhốt gà lại; *she feels penned in by her life as a housewife* chị ta cảm thấy như bị nhốt lại trong nhà vì cuộc đời nội trợ của mình.

pen⁵ /pen/ *dt (Mỹ, kng)* nh penitentiary.

Pen *vt (thường ở trên bản đồ) (vt của Peninsula)* bán đảo.

penal /'pi:nl/ *tt (chủ yếu thngữ)* **1.** [thuộc] hình [sự]: *penal laws* hình luật; *penal colony* trại án hình sự **2.** có thể bị phạt: *a penal offence* tội có thể bị phạt.

penally /'pi:nəli/ *pht* về mặt hình sự.

penal code /'pi:nlkəʊd/ bộ luật hình sự, bộ hình sự.

penalization, penalisation /,pi:nəlai'zeiʃn, (Mỹ pi:nəli-'zeiʃn)/ *dt* **1.** sự phạt *(một cầu thủ...)* **2.** sự gây bất lợi cho **3.** sự làm cho *(việc gì)* có thể bị pháp luật trừng trị.

penalize, penalise /'pi:nə-laiz/ *đgt* **1.** phạt: *people who drive when they are drunk should be heavily penalized* những người lái xe khi say rượu phải bị phạt nặng **2.** gây bất lợi cho: *the new law penalizes the poorest members of society* luật mới [gây] bất lợi cho những người nghèo khổ nhất trong xã hội **3.** làm cho *(việc gì)* có thể bị pháp luật trừng trị.

penalty /'penlti/ *dt* **1.** sự phạt: *a penalty for late delivery* sự phạt do giao hàng chậm **2.** hình phạt; tiền phạt: *the maximum penalty for this crime is 10 year's imprisonment* hình phạt tối đa đối với tội ấy là 10 năm tù; *the death penalty* án tử hình **3.** thiệt thòi (bất lợi) do một hành động (một hoàn cảnh) gây ra **4.** *(thể)* sự phạt đền *(bóng đá)*. // **on (under) penalty of** *nh* on (under) pain of *(x* pain).

penalty area /'penltieəriə/ *dt (thể)* vùng cấm địa *(bóng đá)*.

penalty clause /'penltiklɔ:z/ điều khoản phạt [khi hợp đồng bị] vi phạm.

penalty kick /'penltikik/ *(thể)* cú đá phạt đền *(bóng đá)*.

penance /'penəns/ *dt* **1.** sự tự phạt để chuộc tội: *do penance for one's sins* tự phạt để chuộc tội **2.** *(tôn)* phép xá giải.

pen-and-ink /,penən'iŋk/ *tt (thngữ)* vẽ bằng bút mực: *pen-and-ink illustrations* hình minh họa vẽ bằng bút mực.

pence /pens/ *dt snh* của penny.

penchant /'pɑ:nʃɑ:n, (Mỹ 'pentʃənt)/ *dt (tiếng Pháp)* thiên hướng; sở thích thiên về *(cái gì đó)*: *she has a penchant for Chinese food* chị ta có sở thích thiên về món ăn Trung Quốc.

pencil[1] /'pensl/ *dt* **1.** bút chì, viết chì: *a pencil drawing* bức vẽ bằng bút chì **2.** bản viết bằng bút chì: *pencil rubs out easily* viết bằng bút chì thì tẩy xóa đi dễ **3.** [vật hình] bút chì: *eyebrow pencil* bút chì tô đường mày.

pencil[2] /'pensl/ *đgt* (-ll-, Mỹ -l-) **1.** viết *(vẽ, đánh dấu)* bằng bút chì: *he pencilled the rough outline of a house* anh ta vẽ bằng bút chì bản phác thảo của một ngôi nhà; *pencilled eyebrows* đường mày tô bút chì **2. pencil something in** ghi tạm vào sổ nhật ký *(một cuộc họp, một cuộc gặp mặt dự định vào một ngày nào đó:...)*: *let's pencil in 3 May for the meeting* ta hãy ghi tạm ngày 3 tháng Năm là ngày hội nghị.

pencil-case /'penslkeis/ *dt* hộp đựng bút.

pencil sharpener /'pensl ʃɑ:pnə[r]/ cái gọt bút chì.

pendant /'pendənt/ *dt* **1.** tua tòn ten *(của dây chuyền, đèn treo...)* **2.** *nh* pennant.

pendent /'pendənt/ *tt* treo, thõng xuống.

pending[1] /'pendiŋ/ *tt* **1.** *(thngữ)* đang chờ giải quyết, đang chờ quyết định, còn treo đó: *the lawsuit was then pending* vụ kiện còn treo đó **2.** sắp xảy ra đến nơi: *a decision on this matter is pending* sắp có một quyết định về việc đó ngay gần đây thôi.

pending[2] /'pendiŋ/ *gt* **1.** chờ cho đến khi, cho đến lúc: *he was held in custody pending trial* nó bị giam giữ chờ cho đến khi xét xử **2.** trong khi, trong lúc: *pending the negotiations* trong lúc thương lượng.

pendulous /'pendjʊləs/ *tt* lủng lẳng: *pendulous breasts* đôi vú lủng lẳng.

pendulum /'pendjʊləm, (Mỹ 'pendʒʊləm)/ *dt* con lắc, quả lắc *(đồng hồ)*. // **the swing of the pendulum** *x* swing[2].

penetrability /,penitrə'biləti/ *dt* **1.** khả năng thấm qua, khả năng xuyên qua **2.** khả năng hiểu thấu.

penetrable /'penitrəbl/ *tt* **1.** có thể thấm qua được, có thể xuyên qua được **2.** có thể hiểu thấu được.

penetrate /'penitreit/ *đgt* **1.** thâm nhập; thấm qua; xuyên qua: *our troops have penetrated [into] enemy territory* quân ta thâm nhập lãnh thổ địch; *the heavy rain had penetrated right through his coat* mưa to thấm suốt qua áo choàng của nó: *a shrill cry penetrated the silence* một tiếng kêu lanh lảnh xuyên qua bầu im lặng; *our eyes cannot penetrate the darkness* mắt chúng ta không thể xuyên

P

suốt bóng tối **2.** nhìn thấu, hiểu thấu, được hiểu thấu: *he penetrates their thoughts* nó hiểu thấu ý nghĩ của chúng nó; *I explained the problem to him several times but it didn't seem to penetrate* tôi đã giảng giải cho nó nhiều lần, nhưng vấn đề vẫn có vẻ như không được nó hiểu thấu.

penetrating /'penitreitiŋ/ *tt* **1.** tinh, sắc, sắc sảo: *a penetrating mind* trí óc sắc sảo **2.** lanh lảnh, xé tai; *a penetrating cry* tiếng kêu lanh lảnh.

penetratingly /'penitreitiŋli/ *pht* **1.** [một cách] tinh; [một cách] sắc; [một cách] sắc sảo **2.** [một cách] lanh lảnh.

penetration /,peni'treiʃn/ *dt* **1.** sự thâm nhập, sự thấm qua; sự xuyên qua: *our penetration of the enemy's defences* sự thâm nhập của chúng ta vào công sự phòng ngự của địch **2.** khả năng hiểu thấu, khả năng thấu suốt; sự sắc sảo.

penetrative /'penitrətiv, (Mỹ 'penitreitiv)/ *dt* **1.** có thể thâm nhập; có thể thấm qua **2.** sắc sảo (trí óc, ý nghĩ...): *a penetrative analysis* sự phân tích sắc sảo.

pen-friend /'penfrend/ (Mỹ *cg* **pen-pal**) bạn qua thư từ (nhưng chưa hề gặp mặt).

penguin /'peŋgwin/ *dt* (động) chim cánh cụt.

penicillin /,peni'silin/ *dt* (dược) penixilin.

peninsula /pə'ninsjulə, (Mỹ pə'ninsələ)/ *dt* bán đảo.

peninsular /pə'ninsjulə[r], (Mỹ pə'ninsələr)/ *tt* [thuộc] bán đảo; như một bán đảo.

penis /'pi:nis/ *dt* dương vật.

penitence /'penitəns/ *dt* sự ăn năn, sự hối lỗi, sự sám hối.

penitent[1] /'penitənt/ *tt* ăn năn, hối lỗi, sám hối: *a penitent sinner* người phạm tội biết hối lỗi.

penitent[2] /'penitənt/ *dt* (tôn) người sám hối; người chịu phép xá giải.

penitently /'penitəntli/ *pht* [một cách] ăn năn, [một cách] hối lỗi.

penitential /peni'tenʃl/ *tt* ăn năn; hối lỗi; sám hối.

penitentiary[1] /peni'tenʃəri/ *dt* (Mỹ) nhà tù trọng phạm.

penitentiary[2] /peni'tenʃəri/ *tt* **1.** tự phạt để chuộc tội **2.** để cải tạo người phạm tội.

penknife /'pennaif/ *dt* (snh **penknives**) dao nhíp.

penmanship /'penmənʃip/ *dt* **1.** thuật viết, cách viết **2.** phong cách viết văn, văn phong.

pen-name /'penneim/ *dt* bút danh.

pennant /'penənt/ *dt* (cg **pendant, pennon**) cờ hiệu (của tàu biển, của một trường học, của danh hiệu quán quân...).

pennies /'peniz/ *dt snh* của penny.

penniless /'penilis/ *tt* không có lấy một xu, nghèo kiết xác.

pennon /'penən/ *dt* **1.** cờ đuôi én (cắm ở đầu ngọn giáo) **2.** *nh* pennant.

penn'orth /'penəθ/ *dt* (kng) (số ít) *nh* pennyworth.

penny /'peni/ *dt* (snh **pence, pennies**) **1.** (vt **p**) penni: *these pencils cost 40 p each* bút chì này giá 40 penni một cái **2.** (vt **d**) đồng xu (bằng đồng, giá một phần mười hai silinh, tiêu dùng ở Anh cho đến 1971) **3.** (kng, Mỹ) đồng xen (bằng một phần trăm đô la). // **be two (ten) a penny** a/ rất rẻ b/ nhiều

và dễ kiếm; **earn (turn) an honest penny** x honest; **in for a penny; in for a pound** (tục ngữ) việc đã làm tốn (thì giờ, tiền bạc) thì mấy cũng phải làm cho đến nơi đến chốn; **the penny drops** (kng) vỡ lẽ ra (sau một thời gian không hiểu, không nhận rõ): *I had to explain the problem to him several times before the penny finally dropped* tôi đã phải giải thích vấn đề cho anh ta nhiều lần trước khi anh ta vỡ lẽ ra; **a penny for your thoughts** anh đang nghĩ gì thế?; **penny wise [and] pound foolish** cân nhắc kỹ từng đồng nhưng bạo dạn tiêu những món lớn; **a pretty penny** x pretty; **spend a penny** x spend; **turn up like a bad penny** (kng) [thường] xuất hiện không phải lúc.

penny farthing /'peni'fɑ:ðiŋ/ kiểu xe đạp cũ bánh trước to bánh sau nhỏ.

penny-pincher /'penipin-tʃə[r]/ *dt* (kng) người keo kiệt.

penny-pinching[1] /'penipin-tʃiŋ/ *tt* keo kiệt.

penny-pinching[2] /'penipin-tʃiŋ/ *dt* sự keo kiệt.

pennyweight /'peniweit/ *dt* penni trọng lượng (đon vị trọng lượng bằng 1 gam rưỡi).

pennyworth /'peniwəθ/ *dt* (cg **penn'orth**) (số ít) số lượng mua được với một penni, số lượng đáng giá một penni.

penology /pi:'nɔlədʒi/ *dt* tội phạm học.

pen-pal /'penpæl/ *dt* (Mỹ) *nh* pen-friend.

pen-pusher /'penpuʃə[r]/ *dt* (kng, xấu) kẻ cạo giấy.

pen-pushing /'penpuʃiŋ/ *dt* (kng, xấu) nghề cạo giấy; công việc giấy tờ chán mớ đời.

pension[1] /'penʃn/ *dt* **1.** lương hưu **2.** tiền trợ cấp *(cho người già, người tàn tật...).*

pension[2] /'penʃn/ *dgt* **1.** trả lương hưu cho **2.** trợ cấp cho **3.** (+ off) *(thường ở dạng bị động)* sa thải *(ai)*, cho *(ai)* nghỉ việc có lương hưu (có cho trợ cấp); thải *(cái gì)* đi vì đã quá cũ, quá mòn: *the old printing press will have to be pensioned off* chiếc máy in cũ phải thải đi thôi.

pension[3] /'pɒnsiɒn/ *dt* *(tiếng Pháp)* nhà trọ tư nhân, quán trọ.

pensionable /'penʃnəbl/ *tt* **1.** được quyền hưởng lương hưu; có chế độ hưởng lương hưu **2.** được quyền hưởng trợ cấp; có chế độ hưởng trợ cấp: *she is of pensionable age* bà ta ở tuổi được hưởng trợ cấp.

pensioner /'penʃənə[r]/ *dt* **1.** người hưởng lương hưu **2.** người hưởng trợ cấp *(thường chủ yếu nói về trợ cấp tuổi già).*

pensive /'pensiv/ *tt* trầm ngâm, tư lự: *a pensive expression* vẻ mặt trầm ngâm.

pensively /'pensivli/ *pht* [một cách] trầm ngâm; [một cách] tư lự.

pensiveness /'pensivnis/ *dt* vẻ trầm ngâm, vẻ tư lự.

penta- *(dạng kết hợp)* gồm năm *(phần, môn...)* *(x pentagon, pentathlon...).*

pentagon /'pentəgən, (Mỹ 'pentəgɒn)/ *dt* **1.** hình năm cạnh, hình ngũ giác **2. the Pentagon** Lầu năm góc, Ngũ giác đài *(bộ quốc phòng Mỹ): a spokesman for the Pentagon* người phát ngôn cho Ngũ giác đài.

pentagonal /pen'tægənl/ *tt* có năm cạnh, ngũ giác.

pentameter /'pen'tæmitə[r]/ *dt* thơ ngũ ngôn.

Pentateuch /'pentətjuːk/ *dt (số ít)* năm cuốn đầu Kinh Thánh.

pentathlon /'pen'tæθlən, pen'tæθlɒn/ *dt (thể)* cuộc thi năm môn phối hợp *(chạy, cưỡi ngựa, bơi, vượt rào và bắn súng).*

Pentecost /'pentikɒst, (Mỹ 'pentikɔːst)/ *dt* **1.** *(số ít)* lễ Tạ mùa *(Do Thái)* **2.** (cg **Whit Sunday**) lễ Hạ trần *(đạo Cơ Đốc).*

pentecostal /,penti'kɒstl, (Mỹ ,penti'kɔːstl)/ *tt* **1.** [thuộc] lễ Tạ mùa *(Do Thái)* **2.** [thuộc] lễ Hạ trần *(đạo Cơ Đốc)* **3. Pentacostal** đề cao thiên tài *(nhất là tài chữa bệnh của đấng tối cao)* *(nói về một nhóm tôn giáo).*

penthouse /'penthaʊs/ *dt* **1.** nhà mái thượng *(nhà xây trên mái của một cao ốc)* **2.** mái nhà chái.

pent up /,pent'ʌp/ *tt* bị dồn nén *(tình cảm): feelings that have been pent up for too long* những tình cảm bị dồn nén quá lâu; *pent up anger* cơn giận bị nén xuống.

penultimate /pen'ʌltimət/ *tt (thngữ)* áp chót: *the penultimate letter of a word* con chữ áp chót của một từ.

penumbra /pi'nʌmbrə/ *dt (snh* **penumbrae** /pi'nʌmbriː/, **penumbras** /pi'nʌmbrəz/) vùng bóng mờ, vùng nửa tối *(trong thiên thực...).*

penurious /pi'njʊəriəs, (Mỹ pi'nʊriəs)/ *tt* **1.** nghèo túng **2.** keo kiệt, bủn xỉn.

penuriously /pi'njʊəriəsli/ *pht* [một cách] nghèo túng **2.** [một cách] keo kiệt.

penuriousness /pi'njʊəriəsnis/ *dt nh* penury.

penury /'penjʊri/ *dt* sự *(cảnh)* nghèo túng: *living in penury* sống trong cảnh nghèo túng.

peon /'piːən/ *dt* **1.** người đưa tin *(ở Ấn Độ...)* **2.** công nhân trang trại *(ở Mỹ La Tinh).*

peony /'piːəni/ *dt (thực)* mẫu đơn *(cây, hoa).*

people[1] /'piːpl/ *dt* **1.** *snh* người: *streets crowded with people* đường phố đông nghịt người **2.** dân tộc: *the English-speaking peoples* các dân tộc nói tiếng Anh **3.** *snh* nhân dân, dân chúng: *the people of London* dân chúng Luân Đôn; *the world people* nhân dân thế giới **4. the people** *(snh)* dân thường: *the common people* lớp người dân thường **5.** *snh* thần dân *(đối với vua);* người ủng hộ *(một lãnh tụ...): a king loved by his people* một ông vua được thần dân kính yêu **6.** *snh (kng)* bà con họ hàng: *he's spending Christmas with his people* anh ta ăn Nô-en với bà con họ hàng. // **people [who live] in glass houses shouldn't throw stones** *(tục ngữ)* không ai phê bình người khác về những lỗi giống như những lỗi của chính mình.

people[2] /'piːpl/ *dgt (chủ yếu ở dạng bị động)* ở, cư trú: *a thickly peopled country* một nước có đông người ở, một nước đông dân.

P

pep[1] /pep/ *dt (kng)* tinh thần hăng hái: *full of pep* đầy tinh thần hăng hái.

pep[2] /pep/ *dgt* (-pp-) **pep up** làm cho hăng hái hơn; kích thích; cảm thấy hăng hái hơn: *lively music to pep up the party* nhạc sôi nổi để làm cho buổi liên hoan sinh động hơn.

pepper[1] /'pepə[r]/ *dt* **1.** hạt tiêu, hồ tiêu, **2.** ớt *(cây, quả).*

pepper[2] /'pepə[r]/ *dgt* **1.** rắc hạt tiêu vào, cho hạt tiêu vào *(món ăn)* 2. ném dồn dập lên, bắn dồn dập vào: *the wall had been peppered with bullets* bức tường đã bị đạn bắn vào dồn dập; *pepper somebody with questions* hỏi ai dồn dập.

pepper-and-salt /ˌpepə ən ˈsɔːlt/ *tt* 1. có chấm đen trắng *(vải)* 2. hoa râm *(tóc)*.

peppercorn /ˈpepəkɔːn/ *dt* hột tiêu.

peppercorn rent /ˌpepəkɔːn ˈrent/ tiền thuê nhà rất thấp.

pepper mill /ˈpepəmil/ *dt* cối xay hạt tiêu.

peppermint /ˈpepəmint/ *dt* 1. cây bạc hà cay 2. *(cg* **mint**) kẹo bạc hà.

pepper-pot /ˈpepəpɔt/ *dt* lọ hạt tiêu.

peppery /ˈpepəri/ *tt* 1. như hạt tiêu; cay 2. nóng nảy, nóng tính.

pep-pill /ˈpeppil/ *dt* viên thuốc kích thích thần kinh *(làm cho hăng lên)*.

pepsin /ˈpepsin/ *dt (sinh)* pepsin.

peptic /ˈpeptik/ *tt* [thuộc] tiêu hóa; [thuộc] bộ máy tiêu hóa: *a peptic ulcer* loét ở bộ máy tiêu hóa.

per /pə[r], *dạng nhấn mạnh* pɜː[r]/ *gt* [cho] mỗi: *100 miles per hour* 100 dặm mỗi giờ; *45 revolutions per minute* 45 vòng mỗi phút; *per cent* phần trăm.

perambulate /pəˈræmbjʊleit/ *dgt* đi dạo; dạo quanh; đi khắp: *perambulate after lunch* đi dạo quanh sau bữa ăn trưa; *perambulate the boundaries of his estate* đi khắp đường biên ruộng đất của nó.

perambulation /pəˌræmbjʊˈleiʃn/ *dt* sự (cuộc) đi dạo, sự (cuộc) dạo quanh; sự (cuộc) đi khắp: *he saw many strange things during his perambulations in the old city* anh ta đã thấy nhiều điều lạ trong các cuộc đi dạo quanh thành phố cổ.

perambulator /pəˈræmbjʊleitə[r]/ *dt* xe đẩy trẻ em *(bốn bánh)*.

perceivable /pəˈsiːvəbl/ *tt* có thể thấy; có thể nhận thấy.

perceive /pəˈsiːv/ *dgt* thấy; nhận thấy; cảm nhận: *I perceived a change in his behaviour; I perceived that his behaviour had changed* tôi nhận thấy thái độ của nó đã thay đổi; *the patient was perceived to have difficulty in standing and walking* bệnh nhân thấy đi đứng khó khăn; *I perceived his comment as a challenge* tôi thấy lời bình của anh khác nào như một thách thức.

percentage /pəˈsentidʒ/ *dt* 1. tỷ lệ phần trăm: *the salesmen get a percentage on everything they sell* những người bán hàng được hưởng một tỷ lệ phần trăm tất cả cái gì họ bán được 2. tỷ lệ, phần: *only a small percentage of his books are worth reading* chỉ một tỷ lệ *(phần)* nhỏ sách của ông ta là đáng đọc.

percentile /pəˈsentail/ *dt* *(Mỹ* **centile**) bách phân vị.

perceptibility /pəˌseptəˈbiləti/ *dt* tính có thể thấy được, tính có thể nhận thấy; khả năng cảm nhận.

perceptible /pəˈseptəbl/ *tt* 1. có thể thấy, có thể nhận thấy, có thể cảm nhận: *perceptible movements* những chuyển động có thể nhận thấy được; *perceptible sounds* những tiếng có thể cảm nhận được (có thể nghe được) 2. [đủ mạnh *(đủ lớn)* để có thể] thấy rõ: *percep-* *tible change* sự thay đổi thấy rõ; *perceptible improvement* sự cải tiến thấy rõ.

perceptibly /pəˈseptəbli/ *pht* [một cách] thấy rõ, trông thấy: *patient has improved perceptibly* bệnh nhân đã khá lên trông thấy.

perception /pəˈsepʃn/ *dt* 1. sự nhận thức; tri giác: *powers of perception* khả năng nhận thức 2. sự hiểu thấu: *his analysis of the problem showed great perception* cách phân tích vấn đề của anh ta tỏ ra anh ta rất hiểu thấu vấn đề 3. cách hiểu: *my perception of the matter is that...* cách hiểu vấn đề của tôi là...

perceptive /pəˈseptiv/ *tt* 1. nhận thức nhanh và hiểu nhanh 2. sâu sắc; sáng suốt: *a perceptive judgement* sự phán đoán sáng suốt; *a perceptive analysis* sự phân tích sâu sắc 3. *(thngữ)* [thuộc] nhận thức: *perceptive skills* kỹ năng nhận thức.

perceptively /pəˈseptivli/ *pht* 1. với khả năng nhận thức nhanh và hiểu nhanh 2. [một cách] sâu sắc, [một cách] sáng suốt.

perceptiveness /pəˈseptivnis/ *dt nh* perceptivity.

perceptivity /ˌpɜːsepˈtivəti/ *dt* khả năng nhận thức.

perch¹ /pɜːtʃ/ *dt* 1. nơi đậu *(của chim, như một cành cây chẳng hạn)*; sào đậu *(cho gà đậu trong chuồng gà...)* 2. *(kng)* chỗ ngồi cao, vị trí cao: *he watched the game from his perch on top of the wall* ông ta theo dõi trò chơi từ chỗ ngồi cao trên đầu tường 3. *(cg* **pole, rod**) sào *(đơn vị đo chiều dài ruộng đất bằng 5,03 mét)*. // **knock somebody off his perch** x knock.

perch² /pɜːtʃ/ *dgt* **1.** đậu *(nói về chim)*: *the bird perched on the television aerial* con chim đậu trên dây ăng-ten vô tuyến **2.** ngồi trên *(chỗ cao hoặc hẹp)*: *perch on high stools at the bar* ngồi trên ghế đẩu cao ở quầy rượu; *perched on the edge of one's seat* ngồi trên mép mặt ghế **3.** đặt trên cao: *a town perched on a hill* một thành phố trên cao một ngọn đồi.

perch³ /pɜːtʃ/ *dt (snh kdổi)* *(động)* cá pecca.

perchance /pəˈtʃɑːns/, *(Mỹ* pəˈtʃæns)/ *pht (cổ)* **1.** có lẽ, có thể **2.** [một cách] tình cờ; [một cách] ngẫu nhiên.

percipience /pəˈsipiəns/ *dt* **1.** sự hiểu nhanh, sự nhận thức nhanh **2.** sự thấu hiểu; sự sáng suốt.

percipient /pəˈsipiənt/ *tt* **1.** hiểu nhanh, nhận thức nhanh **2.** thấu hiểu; sáng suốt.

percolate /ˈpɜːkəleit/ *dgt* **1.** *(kng* **perk)** [cho] thấm qua, [cho] lọc qua: *coffee made by percolating boiling water through ground coffee beans* cà phê pha bằng cách cho nước sôi lọc qua bột cà phê xay; *I'll percolate some coffee* tôi sẽ pha một ít cà phê; *the coffee is percolating* cà phê đang thấm qua lọc; *water percolating through sand* nước thấm qua cát **2.** thấm dần; truyền dần *(nói về tin đồn, ý kiến...)*: *the rumour percolated through the firm* tin đồn truyền dần khắp công ty.

percolation /ˌpɜːkəˈleiʃn/ *dt* **1.** sự thấm qua, sự lọc qua **2.** sự truyền dần *(tin đồn...)*.

percolator /ˈpɜːkəleitə[r]/ *dt* **1.** bình pha cà phê **2.** *(hóa)* máy ngâm chiết.

percussion /pəˈkʌʃn/ *dt* **1.** sự va vào nhau *(của hai vật cứng)*; tiếng va vào nhau **2.** lối chơi nhạc gõ **3. the percussion** *(dgt snh)* *(cg* **percussion section)** [nhóm nhạc công chơi] nhạc khí gõ *(trong một dàn nhạc)* **4.** *(y)* sự gõ *(để chẩn đoán bệnh)*.

percussion cap /pəˈkʌʃnkæp/ *dt (cg* **cap)** kíp nổ.

percussion instrument /pəˈkʌʃn ˈinstrəmənt/ *dt* *(nhạc)* nhạc khí gõ.

percussionist /pəˈkʌʃənist/ *dt* người chơi nhạc khí gõ.

perdition /pəˈdiʃn/ *dt* **1.** *(tôn)* sự đọa đày truyền kiếp nơi địa ngục **2.** *(cổ)* sự diệt vong hoàn toàn.

peregrination /ˌperigriˈneiʃn/ *dt* **1.** cuộc du hành **2.** cuộc hành trình: *his peregrination to southern Europe* cuộc hành trình của anh ta tới miền Nam châu Âu.

peregrine /ˈperigrin/ *dt (cg* **peregrine falcon)** *(động)* chim cắt săn *(chim cắt nuôi được luyện để bắt một số chim nhỏ)*.

peremptorily /pəˈremptərili/ *pht* **1.** [một cách] hống hách; [một cách] độc đoán **2.** [một cách] dứt khoát; [một cách] kiên quyết.

peremptory /pəˈremptəri, *(Mỹ* ˈperəmtɔːri)/ *tt* **1.** *(thường xấu)* hống hách; độc đoán: *his peremptory tone of voice irritated everybody*: giọng hống hách của nó làm mọi người phát cáu **2.** dứt khoát, kiên quyết *(mệnh lệnh...)*.

peremptory writ /pəˌremptəriˈrit/ *(luật)* trát đòi bị đơn ra hầu tòa.

perennial¹ /pəˈreniəl/ *tt* **1.** tồn tại lâu, dài lâu; muôn thuở cần quan tâm **2.** tái diễn thường kỳ, tái diễn luôn: *a perennial problem* một vấn đề tái diễn luôn **3.** *(thực)* lưu niên *(cây)*: *a perennial plant* cây lưu niên.

perennial² /pəˈreniəl/ *dt* cây lưu niên.

perennially /pəˈreniəli/ *pht* dài lâu, muôn thuở, tái diễn.

perestroika /ˌpeˈrəstrɔikə/ *dt (tiếng Nga)* công cuộc cải tổ *(ở Liên Xô trước đây)*.

perfect¹ /ˈpɜːfikt/ *tt* **1.** hoàn hảo; hoàn toàn; tuyệt: *perfect weather* thời tiết thật tuyệt; *nobody is perfect* chẳng có ai là hoàn hảo cả; *a perfect square* hình vuông hoàn toàn; *perfect accuracy* sự chính xác hoàn toàn; *perfect day for a picnic* một ngày thật tuyệt để đi chơi và ăn cơm ngoài trời; *a perfect fool* một thằng ngu xuẩn hoàn toàn **2.** *(ngôn)* hoàn thành: *the perfect tenses* thể hoàn thành. // **practice makes perfect** *x* practice.

perfect² /ˈpɜːfikt/ *dt* **the perfect** *(ngôn)* thể hoàn thành.

perfect³ /pəˈfekt/ *dgt* trau dồi cho hoàn thiện, hoàn thiện: *a violinist who spent years perfecting his technique* người chơi viôlông bỏ ra hàng năm để hoàn thiện kỹ xảo của mình.

perfectibility /pəˌfektəˈbiləti/ *dt* tính có thể hoàn thiện.

perfectible /pəˈfektibl/ *tt* có thể hoàn thiện.

perfection /pəˈfekʃn/ *dt* **1.** sự [làm cho] hoàn hảo, sự hoàn thiện: *they are working on the perfection of their new paint formula* họ đang ra công hoàn thiện công thức sơn mới của họ; *aim for perfection* nhằm tới sự hoàn hảo **2.** sự tuyệt mĩ, sự tuyệt diệu: *her singing was perfection* giọng hát của cô ta thật là tuyệt diệu. // **a counsel of perfection** *x* coun-

P

sel; **to perfection** hoàn hảo; tuyệt: *a dish cooked to perfection* một món ăn xào nấu thật tuyệt.

perfectionism /pə'fekʃənizəm/ *dt* thói cầu toàn; chủ nghĩa cầu toàn.

perfectionist /pə'fekʃənist/ *dt* người cầu toàn.

perfectly /'pɜːfiktli/ *pht* [một cách] hoàn hảo; [một cách] hoàn toàn.

perfect pitch /,pɜːfikt'pitʃ/ (*cg* **absolute pitch**) khả năng nhận biết (*khả năng hát*) bất cứ nốt nhạc nào: *she has perfect pitch* chị ta có khả năng nhận biết (*khả năng hát*) bất cứ nốt nhạc nào.

perfidious /pə'fidiəs/ *tt* bất nghĩa; phản trắc: *betrayed by perfidious allies* bị những bạn đồng minh bất nghĩa phản bội.

perfidiously /pə'fidiəsli/ *pht* [một cách] bất nghĩa, [một cách] phản trắc.

perfidiousness /pə'fidiəsnis/ *dt* sự bất nghĩa; sự phản trắc.

perfidy /'pɜːfidi/ *dt* (+ towards, to) 1. sự bất nghĩa; sự phản trắc 2. hành động bất nghĩa; hành động phản trắc.

perforate /'pɜːfəreit/ *đgt* 1. đục lỗ, đục thủng 2. đục một dãy lỗ (*vào giấy để có thể xé được theo dãy lỗ ấy*): *a perforated sheet of postage stamps* một tờ tem thư có đục từng dãy lỗ.

perforation /,pɜːfə'reiʃn/ *dt* 1. sự đục lỗ, sự đục thủng; sự bị đục lỗ; sự bị đục thủng 2. dãy lỗ đục (*trên tờ giấy, để xé theo dãy lỗ ấy*): *tear the sheet along the perforations* xé tờ giấy theo dãy lỗ đục.

perforce /pə'fɔːs/ *pht* (*cổ*) vì là cần thiết; vì không tránh khỏi.

perform /pə'fɔːm/ *đgt* 1. làm, thực hiện; thi hành: *perform a task* làm một nhiệm vụ; *perform an operation to save his life* thực hiện một phẫu thuật để cứu tính mạng của anh ta 2. diễn, biểu diễn, trình diễn; đóng [vai] (*kịch*): *they are performing his play tonight* đêm nay họ diễn vở kịch của ông ta; *perform skilfully on the flute* biểu diễn sáo một cách tài tình 3. cử hành: *perform a ceremony* cử hành lễ 4. chạy; hoạt động: *how is the new car performing?* chiếc xe mới chạy ra sao?; *the new drug has performed well in tests* dược phẩm mới tác động tốt trong các cuộc thử nghiệm.

performance /pə'fɔːməns/ *dt* 1. (*số ít*) sự làm, sự thực hiện; sự thi hành: *faithful in the performance of one's duties* trung thực trong việc thực hiện nhiệm vụ của mình 2. sự diễn, sự biểu diễn, sự trình diễn, sự đóng [kịch]; suất trình diễn; buổi biểu diễn: *give a performance of Hamlet* trình diễn vở Hamlet; *come and see her in performance with the new band* đến mà xem chị ta trình diễn trong dàn nhạc mới; *two performances a day* hai suất trình diễn mỗi ngày; *evening performance* buổi biểu diễn ban tối 3. thành tích: *he won a gold medal for his fine performance in the contest* anh ta đoạt được huy chương vàng do thành tích cao trong cuộc đua 4. hiệu suất (*một cỗ máy...*) 5. (*kng*) thói buồn cười: *what a performance the child made!* cháu bé có cái thói mới buồn cười làm sao!

performer /pə'fɔːmə[r]/ *dt* người biểu diễn, người trình diễn: *an accomplished performer* người trình diễn giỏi.

performing arts /pə,fɔːmiŋ 'ɑːts/ môn nghệ thuật trình diễn (*cho công chúng xem như nhạc, vũ, kịch..*).

perfume[1] /'pɜːfjuːm, (*Mỹ, cg* per'fjuːm)/ *dt* 1. hương thơm: *the perfume of the flowers* hương thơm của hoa 1. nước hoa: *French perfume* nước hoa của Pháp.

perfume[2] /pɜː'fjuːm, (*Mỹ, cg* per'fjuːm)/ *đgt* 1. tỏa hương thơm vào: *the roses perfumed the room* hoa hồng tỏa hương thơm vào phòng 2. xức nước hoa vào (*khăn tay...*).

perfumer /pə'fjuːmə[r]/ *dt* 1. (*cg* **perfumier**) người làm nước hoa 2. người bán nước hoa.

perfumery /pə'fjuːməri/ *dt* 1. xưởng làm nước hoa 2. cửa hàng bán nước hoa 3. sự chế nước hoa; quá trình chế nước hoa.

perfumier /pə'fjuːmiei/ *dt* *nh* perfumer.

perfunctorily /pə'fʌŋktrəli, (*Mỹ* pə'fʌŋktɔːrəli)/ *pht* [một cách] chiếu lệ; [một cách] qua loa.

perfunctoriness /pə'fʌŋktərinis/ *dt* sự chiếu lệ; sự qua loa.

perfunctory /pə'fʌŋktəri/ *tt* 1. chiếu lệ, qua loa: *a perfunctory inquiry* cuộc điều tra chiếu lệ 2. chỉ làm chiếu lệ; đại khái chủ nghĩa (*người*)...

pergola /'pɜːgələ/ *dt* giàn cây (*để cho cây leo*).

perhaps /pə'hæps, præps/ *pht* có lẽ; có thể: *perhaps the weather will change this evening* có thể tối nay thời tiết sẽ thay đổi;

perhaps you would be kind enough to... xin anh vui lòng... *(cách nói lễ phép của would you...?)*.

peri- *(tiền tố)* **1.** quanh (x periphrasis, perimeter) **2.** gần, cận (x perigee, perihelion).

perigee /'peridʒi:/ *dt (thiên)* điểm cận địa *(của hành tinh, phi thuyền)*.

perihelia /,peri'hi:liə/ *dt snh của* perihelion.

perihelion /,peri'hi:liən/ *dt (snh* **perihelia***) (thiên)* điểm cận nhật *(của hành tinh, sao chổi...)*.

peril /'perəl/ *dt* **1.** cơn nguy: *be in great peril* gặp cơn nguy lớn, lâm nguy nghiêm trọng **2.** *(thường snh)* hiểm họa: *face the perils of the ocean* đương đầu với những hiểm họa của biển cả *(như bão táp...)*. // **at one's peril** với khả năng nguy hiểm cho mình: *the bicycle has no brakes, you ride it at your peril* xe đạp không có phanh, anh đi thì có khả năng nguy hiểm cho anh đấy; **in peril of one's life** nguy đến tính mạng.

perilous /'perələs/ *tt* nguy hiểm, hiểm nghèo: *a perilous journey across the mountains* cuộc hành trình nguy hiểm qua các dãy núi.

perilously /'perələsli/ *pht* [một cách] nguy hiểm, [một cách] hiểm nghèo: *perilously steep* có độ dốc nguy hiểm.

perimeter /pə'rimitə[r]/ *dt* chu vi *(của một hình hình học, của một vùng đất...)*.

period /'piəriəd/ *dt* **1.** kỳ, thời kỳ: *a period of peace* một thời kỳ hòa bình; *the incubation period is two weeks* thời kỳ ủ bệnh là hai tuần; *the post-war period* thời kỳ hậu chiến; *the periods of history* các thời kỳ

lịch sử **2.** *(địa)* kỷ: *the Jurassic period* kỷ Jura **3.** tiết *[học] (45 phút, ở nhà trường)*: *three periods of geography a week* ba tiết địa lý mỗi tuần **4.** sự hành kinh: *have a period* thấy kinh **5.** *(ngôn) (cg* **full stop***)* dấu chấm câu **6.** *(kng)* chấm hết: *we can't pay higher wages, period* chúng tôi không thể trả lương cao hơn nữa, chấm hết **7.** *(ngôn)* câu đầy đủ; câu nhiều mệnh đề **8.** *(lý, thiên)* chu kỳ: *period of oscillation* chu kỳ dao động.

period piece /'piəriədpi:s/ *(kng)* người cổ hủ; vật cổ lỗ.

periodic /,piəri'ɒdik/ *tt* định kỳ: *a periodic review of expenditure* định kỳ xem xét lại chi tiêu.

periodical[1] /,piəri'ɒdikl/ *tt* xuất bản định kỳ *(tạp chí...)*.

periodical[2] /,piəri'ɒdikl/ *dt* tạp chí xuất bản định kỳ; ấn phẩm định kỳ.

periodically /,piəri'ɒdikli/ *pht* [một cách] định kỳ.

periodic table /,piəri'ɒdik 'teibl/ *(hóa)* bảng tuần hoàn các nguyên tố.

peripatetic /,peripə'tetik/ *tt* **1.** lưu động **2.** lưu động giữa hai ba trường *(thầy giáo)*.

peripatetically /,peripə'tetikli/ *pht* [một cách] lưu động.

peripheral /pə'rifərəl/ *tt* **1.** [thuộc] chu vi **2.** [thuộc] ngoại vi; ngoại biên: *peripheral zones* những vùng ngoại biên **3.** ở rìa *(với tầm quan trọng thứ yếu)*: *topics peripheral to the main theme* những vấn đề ở rìa để tài chính.

peripherally /pə'rifərəli/ *pht* **1.** ở ngoại vi; ở ngoại biên **2.** ở rìa *(với tầm quan trọng thứ yếu)*.

periphery /pə'rifəri/ *dt* **1.** chu vi **2.** ngoại vi: *industrial development on the periphery of the town* sự phát triển công nghiệp ở ngoại vi thành phố **3.** *(bóng)* rìa: *the ideas are also expressed by minor poets on the periphery of the movement* những ý kiến đó cũng đã được những nhà thơ nhỏ phát biểu ngoài rìa phong trào **4.** *(cg* **peripheral device***)* thiết bị ngoại vi *(ở máy điện toán)*.

periphrasis /pə'rifrəsis/ *dt (snh* **periphrases** /pə'rifrəsi:z/*)* **1.** cách nói quanh; cách nói vòng **2.** từ ngữ nói quanh; từ ngữ nói vòng *(ví dụ* give expression to *thay vì* express*)*.

periphrastic /,perifræstik/ *tt* nói quanh; nói vòng; dùng lối nói quanh; dùng lối nói vòng.

periphrastically /,perifræstikli/ *pht* [một cách] nói quanh; [một cách] nói vòng.

periscope /'periskəup/ *dt* kính tiềm vọng *(để nhìn từ dưới tàu ngầm)*.

periscopic /,peri'skɒpik/ *tt* [thuộc] kính tiềm vọng; như kính tiềm vọng.

perish /'periʃ/ *dgt* **1.** diệt vong, chết: *thousands of people perished in the earthquake* hàng ngàn người đã chết trong trận động đất **2.** [làm] mục, [làm] rữa *(cao su... khiến cao su mất tính đàn hồi)*: *the seal on the bottle has perished* dấu xi trên miệng chai đã rữa ra. // **perish the thought** *(kng)* mong sao việc đó chẳng bao giờ xảy ra: *the neighbours' children want to learn to play the trumpet, perish the thought!* con các ông hàng xóm muốn học chơi kèn trumpet, mong sao điều đó chẳng bao giờ xảy ra!

P

perishable /'periʃəbl/ *tt* dễ hỏng (*thực phẩm...*): *perishable food should be stored in a refrigerator* thực phẩm dễ hỏng phải để tủ lạnh.

perishables /'periʃəblz/ *dt snh* thực phẩm dễ hỏng.

perisher /'periʃə[r]/ *dt* (*lóng, cũ*) người quấy rầy; thằng bé hay quấy.

perishing[1] /'periʃiŋ/ *tt* 1. hết sức rét, hết sức lạnh: *I'm perishing!* tôi hết sức rét!; *it's perishing out there* ở đấy ngoài trời hết sức lạnh 2. (*lóng, cũ*) chết tiệt (*để tỏ sự bực mình*): *I can't get in, I've lost the perishing key!* tôi không vào được, tôi đã mất chiếc chìa khóa chết tiệt ấy đi rồi.

perishing[2] /'periʃiŋ/ *pht* (*lóng*) hết sức (*nói về cái gì xấu*): *it's perishing cold out there* ở ngoài đấy trời hết sức lạnh.

perishingly /'periʃiŋli/ *pht* (*lóng*) *nh* perishing.

peristyle /'peristail/ *dt* (*ktrúc*) 1. hàng cột quanh nhà 2. khoảng trong hàng cột.

peritonitis /ˌperitə'naitis/ *dt* (*y*) viêm màng bụng, viêm phúc mạc.

periwinkle[1] /'periwiŋkl/ *dt* (*thực*) cây dừa cạn.

periwinkle[2] /'periwiŋkl/ *dt* (*động*) (*cg* **winkle**) ốc vùng triều.

perjure /'pɜ:dʒə[r]/ *dgt* *perjure oneself* (*luật*) bội thề.

perjurer /'pɜ:dʒərə[r]/ *dt* (*luật*) kẻ bội thề.

perjury /'pɜ:dʒəri[r]/ *dt* (*luật*) 1. sự bội thề 2. lời nói láo bội thề.

perk[1] /pɜ:k/ *dgt* (+ up) (*kng*) 1. linh lợi trở lại; khỏe trở lại (*sau con bệnh...*); hoạt bát hơn lên (*sau con phiền muộn...*): *he looked depressed but perked up when his friends arrived* anh ta trông có vẻ phiền muộn nhưng hoạt bát hẳn lên khi bạn tới 2. làm cho hoạt bát lên, làm cho vui vẻ lên: *a holiday will perk you up* một đợt nghỉ sẽ làm cho anh hoạt bát lên 3. làm cho lịch sự hơn, làm cho bảnh bao hơn: *he had perked himself up for the occasion* nhân dịp này anh ta đã diện bảnh bao hơn 4. làm cho khỏe hơn; làm cho đẹp hơn: *perk up the plants with a good watering* tưới nước làm cho cây mọc khỏe hơn; *you need a bright red scarf to perk up that grey suit* anh cần một chiếc khăn quàng đỏ tươi để làm cho bộ quần áo màu xám này trông đẹp hơn 5. ngẩng (*đầu*) lên, vểnh (*tai*) lên: *the horse perked up its head when I shouted* con ngựa ngẩng đầu khi tôi la lên.

perk[2] /pɜ:k/ *dt* (*thường snh*) (*kng*) 1. bổng ngoại; quyền lợi thêm (*ngoài lương ra...*): *his perks include a car provided by the firm* quyền lợi thêm của ông ta gồm có một chiếc xe do hãng cấp cho 2. mối lợi đặc cách, cái lộc (*do công việc hay cương vị mà có*).

perk[3] /pɜ:k/ *dgt* (*kng*) *nh* percolate 1.

perm[1] /pɜ:m/ *dt* (*kng*) 1. (*vt của* permanent wave) cách uốn tóc làn sóng bền nếp 2. (*kng*) (*vt của* permutation) sự hoán vị...

perm[2] /pɜ:m/ *dgt* 1. uốn làn sóng (*tóc của ai*): *her hair has been permed* tóc chị ta đã được uốn làn sóng 2. hoán vị (*các số, trong trò chơi đánh cá bóng đá*).

permafrost /'pɜ:məfrɒst, (*Mỹ* 'pɜ:məfrɔ:st/ *dt* tầng đất cái vĩnh cửu đóng băng (*ở vùng cực*).

permanence /'pɜ:mənəns/ *dt* sự lâu dài, sự vĩnh cửu: *nothing threatens the permanence of the system* chẳng có gì đe dọa được sự lâu dài của hệ thống ấy.

permanency /'pɜ:mənənsi/ *dt* (*kng*) 1. *nh* permanence 2. cái lâu dài; việc làm lâu dài: *is the new post a permanency?* chức vụ mới có được lâu dài không?

permanent /'pɜ:mənənt/ *tt* 1. lâu dài, bền lâu, vĩnh cửu: *she is looking for permanent employment* chị ta đang đi tìm một việc làm lâu dài 2. thường trú: *my permanent address* địa chỉ thường trú của tôi.

permanently /'pɜ:mənəntli/ *pht* 1. [một cách] lâu dài, [một cách] bền lâu, [một cách] vĩnh cửu 2. [một cách] thường xuyên.

permanent wave /'pɜ:mənənt 'weiv/ (*vt* perm) (*Mỹ* permanent) cách uốn tóc làn sóng bền nếp.

permanent way /ˌpɜ:mənənt 'wei/ (*đsắt*) đường ray.

permanganate /pə'mæŋgəneit/ *dt* (*cg* **potassium permanganate, permanganate of potash**) (*hóa*) pemanganat; (*dược*) thuốc tím.

permeability /ˌpɜ:miə'biləti/ *dt* tính thấm; độ thấm.

permeable /ˌpɜ:miəbl/ *tt* thấm, thấm qua được.

permeate /'pɜ:mieit/ *dgt* (+ through) thấm vào, thấm qua: *water has permeated [through] the soil* nước đã thấm vào đất; *the smell of cooking permeates [through] the flat* mùi nấu nướng tỏa (lan ra) cả dãy phòng; *a mood of defeat permeated the whole army* tâm trạng bại trận thấm *(tỏa)* khắp toàn quân.

permeation /'pɜ:mi'eiʃn/ *dt* sự thấm, sự thấm vào, sự thấm qua; sự bị thấm.

permissible /pə'misəbl/ *tt* cho phép được...: *delay is not permissible, even for a single day* không cho phép trì hoãn dù chỉ là một ngày thôi.

permissibly /pə'misəbli/ *pht* [có thể] cho phép được.

permission /pə'miʃn/ *dt* sự cho phép: *with your kind permission* nếu ông vui lòng cho phép; *ask for permission* xin phép.

permissive /pə'misiv/ *tt* (thường *thngữ*) dễ dãi (nhất là đối với trẻ em và về mặt tình dục): *permissive parents* bố mẹ dễ dãi; *permissive attitudes* thái độ dễ dãi.

permissively /pə'misivli/ *pht* [một cách] dễ dãi.

permissiveness /pə'misivnis/ *dt* sự dễ dãi (trong cách nhìn, cách cư xử...).

permit¹ /pə'ːmit/ *đgt* (-tt-) cho phép: *we do not permit smoking in the office* chúng ta không cho phép hút thuốc trong cơ quan; *I'll come tomorrow, weather permitting* ngày mai tôi sẽ đến nếu thời tiết cho phép; *the situation does not permit of any delay* tình thế không cho phép được trì hoãn chút nào.

permit² /'pɜ:mit/ *dt* giấy phép: *you cannot enter a military base without a permit* anh không thể vào một căn cứ quân sự mà không có giấy phép; *export permit* giấy phép xuất khẩu.

permutation /'pɜ:mju:'teiʃn/ *dt* 1. sự hoán vị; (*toán*) phép hoán vị 2. (*kng* **perm**) sự hoán vị số (trong trò chơi đánh cá bóng đá).

permute /pə'mju:t/ *đgt* hoán vị.

pernicious /pə'niʃəs/ *tt* độc hại: *a pernicious influence on society* ảnh hưởng độc hại lên xã hội; *pollution of the water supply reached a level pernicious to the health of the population* sự ô nhiễm nguồn cung cấp nước đã đạt tới mức độc hại cho sức khỏe của dân cư.

pernicious anaemia /pə,niʃəs ə'ni:miə/ *(y)* thiếu máu ác tính.

perniciously /pə'niʃəsli/ *pht* [một cách] độc hại.

perniciousness /pə'niʃəsnis/ *dt* sự độc hại; tính độc hại.

pernickety /pə'nikəti/ *dt* (*kng, thường xấu*) tỉ mỉ quá, tỉ mẩn.

peroration /'perə'reiʃn/ *dt* 1. đoạn kết (một bài nói) 2. (thường *xấu*) bài nói dông dài.

peroxide¹ /pə'rɒksaid/ *dt* (*hóa*) 1. peoxit 2. (*cg* **hydrogen peroxide, peroxide of hydrogen**) hyđro peoxit (dùng để tẩy màu tóc làm thành màu hoe): *a peroxide blonde* một chị tóc hoe do tẩy bằng peoxit.

peroxide² /pə'rɒksaid/ *đgt* tẩy màu (tóc) bằng peoxit: *peroxided curls* những lọn tóc quăn đã được tẩy màu bằng peoxit.

perpendicular¹ /'pɜ:pən'di-kjulə[r]/ *tt* 1. thẳng góc, vuông góc: *a line drawn perpendicular to another* một đường vẽ thẳng góc với một đường khác 2. thẳng đứng: *the perpendicular marble columns of a temple* những cột cẩm thạch thẳng đứng của một ngôi đền 3. dốc đứng: *a perpendicular cliff* vách đá dốc đứng 4. (*cg* **Perpendicular**) [thuộc] kiểu kiến trúc sử dụng đường nét thẳng đứng (thế kỷ 14, 15 ở Anh).

perpendicular² /'pɜ:pən'di-kjulə[r]/ *dt* 1. đường thẳng góc, đường vuông góc 2. (*cg* **the perpendicular**) vị trí thẳng đứng; hướng thẳng đứng: *the wall is a little out of [the] perpendicular* bức tượng hơi chệch so với vị trí thẳng đứng một chút.

perpendicularity /'pɜ:pən-dikju'læriti/ *dt* 1. sự thẳng góc, sự vuông góc 2. sự thẳng đứng 3. sự dốc đứng.

perpendicularly /'pɜ:pən-dikju'ləli/ *pht* 1. [một cách] thẳng góc, [một cách] vuông góc 2. [một cách] thẳng đứng 3. [một cách] dốc đứng.

perpetrate /'pɜ:pitreit/ *đgt* phạm (tội ác...); có tội gây ra (một vụ lừa đảo...).

perpetration /'pɜ:pi'treiʃn/ *dt* sự phạm (tội ác...); sự có tội (một vụ tai tiếng...).

perpetrator /'pɜ:pitreitə[r]/ người phạm tội; người có tội (một vụ tai tiếng...).

perpetual /pə'petʃuəl/ *tt* 1. đời đời, mãi mãi, vĩnh viễn: *perpetual fame* danh tiếng đời đời 2. không ngừng; liên tục: *the perpetual noise of the traffic* tiếng ồn không ngừng của luồng giao thông 3. không dứt, liên miên: *he was irritated by their perpetual complaints* anh ta phát cáu vì những lời than phiền liên miên của bọn họ.

perpetually /pə'petʃuəli/ *pht* 1. mãi mãi, vĩnh viễn 2. [một cách] liên tục, không ngừng 2. không dứt, [một cách] liên miên.

perpetual motion /pə,petʃuəl 'məuʃn/ chuyển động vĩnh cửu.

perpetuate /pə'petʃueit/ *đgt* làm cho tồn tại mãi; lưu truyền: *these measures will perpetuate the hostility be-*

P

tween the two groups những biện pháp ấy sẽ làm cho sự thù địch giữa hai nhóm tồn tại mãi mãi.

perpetuation /pə,petʃʊ'eiʃn/ *dt* sự làm cho tồn tại mãi, sự lưu truyền.

perpetuity /,pɜ:pitju:əti, (*Mỹ* ,pɜ:pi'tu:əti)/ **in perpetuity** mãi mãi, vĩnh viễn: *be granted in perpetuity to* được cấp vĩnh viễn cho.

perplex /pə'pleks/ *dgt* làm lúng túng, làm bối rối: *the question perplexed me* câu hỏi đã làm tôi lúng túng.

perplexed /pə'plekst/ *tt* lúng túng, bối rối: *looked perplexed* trông có vẻ bối rối; *a perplexed look* vẻ bối rối.

perplexedly /pə'pleksidli/ *pht* [một cách] lúng túng, [một cách] bối rối.

perplexity /pə'pleksəti/ *dt* **1.** sự lúng túng, sự bối rối: *she looked at us in perplexity* cô ta lúng túng nhìn chúng tôi **2.** sự phức tạp, sự rắc rối khó khăn: *a problem of such perplexity that it was impossible to solve* một vấn đề rắc rối đến mức không thể giải quyết được.

per pro /,pɜ:'prəʊ/ *vt* *nh* pp 2.

perquisite /'pɜ:kwizit/ *dt* (*thường snh*) **1.** (*kng* **perk**) bổng ngoại, tiền lĩnh thêm, hàng lĩnh thêm; quyền lợi thêm (*ngoài tiền lương*): *perquisites include the use of the company car* quyền lợi thêm ở chỗ được sử dụng xe của công ty **2.** đặc quyền (*do cương vị mà có*): *politics in Britain used to be the perquisite of the property-owning classes* chính trị trước đây ở Anh vốn là đặc quyền của các giai cấp tư sản.

perry /'peri/ *dt* **1.** rượu lê **2.** cốc rượu lê.

pers *vt* của person; personal.

per se /pɜ:'sei/ (*tiếng La tinh*) tự nó; bản thân nó: *the drug is not harmful per se, but is dangerous when taken with alcohol* thuốc ấy bản thân nó thì không có hại, nhưng uống với rượu thì lại nguy hiểm.

persecute /'pɜ:sikju:t/ *dgt* **1.** truy hại (*nhất là vì vấn đề sắc tộc, vì tín ngưỡng, vì chính kiến*): *through history religious minorities have been persecuted [for their beliefs]* trong lịch sử, các thiểu số tôn giáo từng bị truy hại [vì tín ngưỡng của họ] **2.** làm khổ, quấy rối: *once the affair became public, he was persecuted by the press* từ khi vụ việc trở nên công khai, ông ta đã bị báo chí quấy rối.

persecution /,pɜ:si'kju:ʃn/ *dt* sự truy hại, vụ truy hại: *they suffered persecution for their beliefs* họ bị truy hại vì tín ngưỡng của họ; *he is writting a history of the persecutions endured by his race* ông ta đang viết về lịch sử các vụ truy hại mà chủng tộc ông từng là nạn nhân.

persecution complex /pɜ:si'kju:ʃn kɒmpleks/ (*cg* **persecution mania**) phức cảm bị truy hại.

persecutor /'pɜ:sikju:tə[r]/ *dt* **1.** kẻ truy hại **2.** kẻ làm khổ, kẻ quấy rối.

perseverance /,pɜ:si'viərəns/ *dt* sự kiên trì, sự bền chí: *perseverance in the face of extreme hardship* sự kiên trì trước một thử thách cực kỳ gay go.

persevere /,pɜ:si'viə[r]/ *dgt* kiên trì, bền chí: *he perse-*

vered in his efforts to win the championship nó kiên trì cố gắng đoạt cho được danh hiệu quán quân.

persevering /,pɜ:si'viəriŋ/ *tt* kiên trì, bền chí: *persevering efforts* những cố gắng kiên trì; *a few persevering climbers finally reached the top* một số ít người leo kiên trì cuối cùng đã đạt tới đỉnh núi.

perseveringly /,pɜ:si'viəriŋli/ *pht* [một cách] kiên trì, [một cách] bền chí.

Persian¹ /'pɜ:ʃn, (*Mỹ* 'pɜ:rʒn)/ *tt* [thuộc] Ba Tư (*nay là Iran*).

Persian² /'pɜ:ʃn, (*Mỹ* 'pɜ:rʒn)/ *dt* **1.** người Ba Tư **2.** tiếng Ba Tư.

Persian carpet /,pɜ:ʃn'ka:pit/ (*cg* **persian rug**) thảm Ba Tư (*tơ và len, làm bằng tay*).

Persian cat /,pɜ:ʃn'kæt/ (*cg* **Persian**) mèo Ba Tư (*lông dài và mượt*).

Persian lamb /,pɜ:ʃn'læm/ da lông cừu Ba Tư (*thường màu đen, xoăn, dùng may áo*).

Persian rug /,pɜ:ʃn'rʌg/ *nh* Persian carpet.

persiflage /,pɜ:sifla:dʒ/ *dt* lời trêu chọc nhẹ; lời giễu cợt.

persimmon /pə'simən/ *dt* (*thực*) hồng da cam (*cây, quả*).

persist /pə'sist/ *dgt* **1.** khăng khăng, cố chấp: *persist in one's opinion* khăng khăng giữ ý kiến của mình **2.** kiên trì: *they persisted with the agricultural reform, despite opposition from the farmers* họ kiên trì cải cách nông nghiệp bất chấp sự phản đối của các chủ trại **3.** vẫn tồn tại, dai dẳng: *the fever persists* cơn sốt vẫn dai dẳng.

persistence /pə'sistəns/ *dt* **1.** sự kiên trì, sự bền bỉ **2.** sự không ngớt **3.** sự dai dẳng.

persistent /pə'sistənt/ *tt* **1.** kiên trì, bền bỉ: *persistent effort* cố gắng bền bỉ **2.** không ngớt: *persistent noise* tiếng ồn không ngớt **3.** dai dẳng: *persistent rain* cơn mưa dai dẳng.

persistently /pə'sistəntli/ *pht* **1.** [một cách] kiên trì, [một cách] bền bỉ **2.** [một cách] không ngớt **3.** [một cách] dai dẳng.

person /'pɜːsn/ *dt* (*snh* **people** hoặc **persons**) **1.** người: *he's just the person we need for the job* anh ta đúng là người mà chúng ta cần cho công việc ấy; *a certain person told me everything* một người [nào đó] đã nói với tôi mọi việc **2.** (*ngôn*) ngôi: *the third person* ngôi thứ ba. // **about (on) one's person** mang theo mình: *a gun was found on his person* người ta tìm thấy một khẩu súng nó mang theo mình; **be not (not be) any respecter of person** *x* respecter; **in person** đích thân: *the winner will be there in person to collect the prize* người thắng cuộc sẽ đích thân đến đấy để nhận giải; *in the person of* dưới tên của (*ai*): *the firm has an important asset in the person of the director of research* hãng có một tài sản cỡ lớn là bản thân ông giám đốc nghiên cứu.

persona /pə'səʊnə/ *dt* (*snh* **personae**) (*tâm*) nhân bản.

personable /'pɜːsənəbl/ *dt* (*chủ yếu thường thngữ*) có vẻ ngoài dễ thương, có thái độ dễ thương: *the salesman was a very personable young man* người bán hàng là một thanh niên rất dễ thương.

personae /pə'səʊniː/ *dt snh* của persona.

personage /'pɜːsənidʒ/ *dt* nhân vật: *political personages from many countries attended the funeral* những nhân vật chính trị từ nhiều nước đã đến dự đám tang.

persona grata /pə,səʊnə 'grɑːtə/ (*tiếng La tinh*) (*nggiao*) người được chấp thuận (*làm nhân viên ngoại giao*).

personal /'pɜːsənl/ *tt* **1.** (*thngữ*) [thuộc] cá nhân; riêng: *personal account* tài khoản cá nhân; *one's personal (affairs)* việc riêng của mình; *personal opinions* ý kiến cá nhân; *please leave us alone, we have something personal to discuss* làm ơn để cho chúng tôi được một mình, chúng tôi có việc riêng phải thảo luận **2.** đích thân, bản thân: *the Prime Minister made a personal appearance at the meeting* thủ tướng đích thân xuất hiện tại buổi họp **3.** chỉ trích cá nhân: *try to avoid making personal comments* hãy tránh chỉ trích cá nhân **4.** (*thngữ*) [thuộc] cơ thể; *personal hygiene* vệ sinh cơ thể.

personal assistant /,pɜːsənl ə'sistənt/ (*vt* **PA**) trợ lý (*của giám đốc, của một quan chức*).

personal column /,pɜːsənl 'kɒləm/ cột tin riêng (*trong một tờ báo*).

personal estate /,pɜːsənl i'steit/ *nh* personal property.

personalise /,pɜːsənəlaiz/ *dgt nh* personalize.

personality /,pɜːsə'næləti/ *dt* **1.** nhân cách, cá tính: *she has a very strong personality* chị ta có cá tính rất đậm nét **2.** phẩm chất (*nhất là về mặt xã hội*): *we need someone with a lot of*

personality to organize the party chúng tôi cần một người có nhiều phẩm chất để tổ chức buổi liên hoan **3.** nhân vật (*về điện ảnh, thể thao...*): *one of the best-known personalities in the world of tennis* một trong những nhân vật nhiều người biết nhất trong giới quần vợt **4.** **personalities** (*snh*) những nhận xét vô lễ, mang tính chất chỉ trích (*về ai*): *indulge in personalities* nhận xét vô lễ với ý chỉ trích (*ai*); *let's keep personalities out of it* ta hãy tránh lối nhận xét vô lễ mang tính chất chỉ trích cá nhân ấy đi.

personality cult /,pɜːsə'næləti kʌlt/ sự sùng bái cá nhân.

personalize /'pɜːsənəlaiz/ *dgt* **1.** (*chủ yếu ở dạng bị động*) cá nhân hóa (*bằng cách ghi địa chỉ hay tên họ viết tắt vào*): *handkerchiefs personalized with her initials* những chiếc khăn tay được cá nhân hóa bằng tên họ viết tắt của chị ta **2.** nhân cách hóa: *we don't want to personalize the issue* chúng ta không cần nhân cách hóa vấn đề.

personally /'pɜːsənəli/ *pht* **1.** đích thân: *the plans were personally inspected by the minister* các kế hoạch đã được bộ trưởng đích thân kiểm tra **2.** bản thân: *I don't know him personally, but I've read his books* tôi không biết bản thân ông ta, nhưng tôi đã đọc sách của ông **3.** riêng phần mình: *personally, I don't like him* riêng phần tôi, tôi không thích nó. // **take something personally** giận về việc gì: *I'm afraid he took your remarks personally* tôi sợ ông ta giận về những nhận xét của anh.

P

personal property /ˌpɜ:sənl 'prɒpəti/ tài sản riêng.

persona non grata /pəˌsəʊnə nən 'grɑtə/ (tiếng La tinh) (ng giao) người không được chấp nhận (làm nhân viên ngoại giao).

personification /pəˌsɒnifi'keiʃn/ dt 1. sự nhân cách hóa 2. hiện thân: she was the personification of elegance cô ta là hiện thân của vẻ thanh lịch.

personify /pə'sɒnifai/ dgt (-fied) 1. nhân cách hóa: the sun and the moon are often personified in poetry trong thơ ca, mặt trời và mặt trăng thường được nhân cách hóa 2. là hiện thân của: he personifies the worship of money ông ta là hiện thân của sự tôn thờ đồng tiền.

personnel /ˌpɜ:sə'nel/ dt 1. (dgt snh) nhân viên: airline personnel can purchase flight tickets at reduced prices nhân viên hàng không có thể mua vé máy bay với giá hạ 2. (cg **personnel department**) phòng nhân sự.

perspective /pə'spektiv/ dt 1. phép phối cảnh 2. tranh (hình) phối cảnh 3. phối cảnh: get a perspective of the whole valley có được một bức tranh phối cảnh của cả thung lũng. // **in (out of) perspective** đúng (không đúng) thực trạng [phối cảnh]: that tree on the left of the picture is out of perspective cây kia ở bên trái bức tranh là không đúng thực trạng phối cảnh của nó; he sees things in their right perspective anh ta nhìn sự vật theo đúng thực trạng của chúng.

Perspex /'pɜ:speks/ dt nhựa Perspex, nhựa thủy tinh (nhựa trong suốt, nhiều khi dùng thay thủy tinh vì không vỡ ra từng mảnh như thủy tinh).

perspicacious /ˌpɜ:spi'keiʃəs/ tt sáng suốt: a perspicacious analysis of the problem một sự phân tích sáng suốt vấn đề.

perspicaciously /ˌpɜ:spi'keiʃəsli/ pht [một cách] sáng suốt.

perspicacity /ˌpɜ:spi'kæsəti/ dt sự sáng suốt.

perspicuity /pəspi'kju:əti/ dt 1. sự diễn đạt rõ ràng 2. khả năng diễn đạt rõ ràng.

perspicuous /pə'spikjʊəs/ tt 1. [được] diễn đạt rõ ràng 2. [có khả năng diễn đạt rõ ràng (người).

perspicuously /pə'spikjʊəsli/ pht [một cách] rõ ràng.

perspicuousness /pə'spikjʊəsnis/ dt nh perspicuity.

perspiration /ˌpɜ:spə'reiʃn/ dt 1. sự ra mồ hôi 2. mồ hôi: drops of perspiration rolling down one's forehead những giọt mồ hôi lăn trên trán.

perspire /pə'spaiə[r]/ dgt ra mồ hôi: perspiring profusely after a game of football ra mồ hôi đầm đìa sau trận đấu bóng.

persuade /pə'sweid/ dgt làm cho tin, thuyết phục: persuade somebody to do something (into doing something) thuyết phục ai làm gì; I am persuaded that tôi tin chắc rằng.

persuasion /pə'sweiʒn/ dt 1. sự làm cho tin; sự thuyết phục 2. sự tin chắc: it is my persuasion that tôi tin chắc rằng 3. tín ngưỡng, giáo phái: people of all persuasions người thuộc mọi giáo phái 4. chính kiến, nhóm chính trị 5. điều tin tưởng, niềm tin: it is my persuasion that the decision was a mistake quyết định ấy là một sai lầm, tôi tin như thế.

persuasive /pə'sweisiv/ tt có sức thuyết phục, khiến người ta phải tin theo: persuasive arguments những lý lẽ có sức thuyết phục.

persuasively /pə'sweisivli/ pht [một cách] đầy sức thuyết phục.

persuasiveness /pə'sweisivnis/ dt sức thuyết phục: the persuasiveness of his argument sức thuyết phục của lý lẽ của anh ta.

pert /pɜ:t/ tt 1. vô lễ, hỗn xược: a pert child đứa bé vô lễ; a pert reply lời đáp lại hỗn xược 2. (Mỹ) [làm cho] vui; buồn cười: a pert red hat chiếc mũ đỏ trông buồn cười.

pertain /pə'tein/ dgt thuộc về; gắn liền với: the enthusiasm pertaining to youth nhiệt tình gắn liền với tuổi trẻ.

pertinacious /ˌpɜ:ti'neiʃəs/ (Mỹ ˌpɜ:tn'eiʃəs)/ tt cố chấp; khăng khăng.

pertinaciously /ˌpɜ:ti'neiʃəsli, (Mỹ ˌpɜ:tn'eiʃəsli)/ pht [một cách] cố chấp; [một cách] khăng khăng.

pertinacity /ˌpɜ:ti'næsəti, (Mỹ ˌpɜ:tn'æsəti)/ dt tính cố chấp, tính khăng khăng.

pertinence /'pɜ:tinəns/ dt sự thích đáng, sự thích hợp, sự đúng chỗ.

pertinent /'pɜ:tinənt, (Mỹ 'pɜ:tənənt)/ tt thích đáng, thích hợp; đúng chỗ: a pertinent remark một nhận xét đúng chỗ.

pertinently /'pɜ:tinəntli/ pht [một cách] thích đáng, [một cách] thích hợp; [một cách] đúng chỗ.

pertly /'pɜːtli/ *pht* **1.** [một cách] vô lễ; [một cách] hỗn xược **2.** *(Mỹ)* [một cách] buồn cười.

pertness /'pɜːtnis/ *dt* **1.** sự vô lễ, sự hỗn xược **2.** *(Mỹ)* sự buồn cười.

perturb /'pɜː'tɜːb/ *dgt* *(thường ở dạng bị động)* làm xao xuyến; làm lo lắng: *we were perturbed to hear of his disappearance* chúng tôi lo lắng khi nghe tin nó biến mất.

perturbation /ˌpɜːtə'beiʃn/ *dt* sự xao xuyến; sự lo lắng; mối lo.

perusal /pə'ruːzl/ *dt* sự đọc kỹ *(sách...)*.

peruse /pə'ruːz/ *dgt* **1.** đọc kỹ: *peruse a document* đọc kỹ một tài liệu **2.** *(đùa)* đọc lướt qua: *absent-mindedly perusing the notices on the waiting-room wall* lơ đễnh đọc lướt qua các thông cáo trên tường phòng đợi.

pervade /pe'veid/ *dgt* tỏa khắp, lan khắp: *the smell of flowers pervaded the room* mùi hương của hoa tỏa khắp gian phòng; *her work is pervaded by nostalgia for a past age* tác phẩm của bà ta đượm mùi luyến tiếc một thời đã qua.

pervasion /pə'veiʒn/ *dt* sự tỏa khắp, sự lan khắp.

pervasive /pə'veisiv/ *tt* tỏa khắp, tràn khắp: *pervasive smell* mùi tỏa khắp; *a pervasive mood of pessimism* một tâm trạng bi quan tràn khắp.

pervasively /pə'veisivli/ *pht* [một cách] tỏa khắp; [một cách] tràn khắp.

pervasiveness /pə'veisivnis/ *dt* sự tỏa khắp; sự tràn khắp.

perverse /pə'vɜːs/ *tt* **1.** ngang ngạnh: *a perverse child* đứa bé ngang ngạnh **2.** vô lý: *his perverse refusal to see a doctor* sự từ chối đi khám bệnh một cách vô lý của nó **3.** tai ác; quá quắt: *take a perverse pleasure in upsetting one's parents* thích thú một cách tai ác làm cho bố mẹ rối tung cả lên.

perversely /pə'vɜːsli/ *pht* **1.** [một cách] ngang ngạnh **2.** [một cách] vô lý **3.** [một cách] tai ác; [một cách] quá quắt.

perverseness /pə'vɜːsnis/ *dt* **1.** sự ngang ngạnh **2.** sự vô lý **3.** sự tai ác; sự quá quắt.

perversion /pə'vɜːʃn, *(Mỹ)* pə'vɜːʒn/ *dt* **1.** sự hiểu sai, sự dùng sai; sự xuyên tạc: *a perversion of the truth* sự xuyên tạc sự thật **2.** sự bất thường, sự đồi bại: *the perversion of normal desires* sự bất thường trong các dục vọng thông thường; *sexual perversion* sự loạn dâm.

perversity /pə'vɜːsiti/ *dt nh* perverseness.

pervert[1] /pə'vɜːt/ *dgt* **1.** hiểu sai, dùng sai, xuyên tạc: *an expression whose meaning has been perverted by constant misuse* một từ ngữ đã bị hiểu sai nghĩa vì thường xuyên dùng sai; *pervert the truth* xuyên tạc sự thật **2.** làm hư hỏng, làm đồi bại: *pervert [the mind of] a child* làm hư hỏng [tâm hồn] một đứa trẻ.

pervert[2] /pə'vɜːt/ *dt* **1.** người hư hỏng, người đồi bại **2.** kẻ trái thói về tình dục.

peseta /pə'seitə/ *dt* đồng pexeta *(tiền Tây Ban Nha)*

pesky /'peski/ *tt* (**-ier; -iest**) *(Mỹ, kng)* rầy rà, [làm] khó chịu: *pesky kids* những đứa bé khó chịu.

peso /'peisəʊ/ *dt* *(snh* **pesos**) đồng pexô *(tiền châu Mỹ La tinh, tiền Phi-líp-pin)*.

pessary /'pesəri/ *dt* **1.** *(y)* thuốc đạn tử cung **2.** *(cg* **diaphragm pessary**) vòng đỡ, petxe, mũ tử cung.

pessimism /'pesimizəm/ *dt* **1.** tính bi quan **2.** *(triết)* chủ nghĩa bi quan.

pessimist /'pesimist/ *dt* người bi quan.

pessimistic /'pesi'mistik/ *tt* bi quan: *a pessimistic view of the world* cái nhìn bi quan về thế giới.

pessimistically /'pesi'mistikli/ *pht* [một cách] bi quan.

pest /pest/ *dt* **1.** người khó chịu; vật khó chịu **2.** vật gây hại *(cây cối, lương thực)*: *stores of grain are frequently attacked by pest, especially rats* kho thóc lúa thường bị vật gây hại, nhất là chuột **3.** *(cổ) nh* pestilence.

pest control /'pest cəntrəʊl/ sự diệt vật làm hại *(bằng cách đánh thuốc độc, đặt bẫy...)*.

pester /'pestə[r]/ *dgt* làm rầy, làm khó chịu: *beggars pestered him for money* tụi ăn mày xin tiền hoài làm hắn khó chịu; *he pestered her with requests for help* nó yêu cầu chị giúp đỡ hoài khiến chị khó chịu.

pesticide /'pestisaid/ *dt* thuốc diệt vật hại, thuốc diệt sâu hại.

pestilence /'pestiləns/ *dt* *(cổ) (cg* **pest**) **1.** bệnh dịch **2.** bệnh dịch hạch.

pestilent /'pestilənt/ *tt* *(cg* **pestilential**) **1.** [thuốc] bệnh dịch, như bệnh dịch **2.** *(kng) (thngữ)* rất khó chịu; chết tiệt: *we must get rid of these pestilential flies* chúng ta phải tống khứ mấy con ruồi chết tiệt này đi.

pestle /'pesl/ *dt* cái chày *(để giã)*.

P

pet¹ /pet/ *dt* **1.** con vật được cưng nuông: *they have many pets, including three cats* họ có nhiều con vật được cưng nuông trong đó có ba con mèo **2.** *(thường xấu)*, người được nuông chiều, người được cưng: *a teacher's pet* cậu học trò cưng của thầy giáo **3.** *(kng)* vật được đặc biệt chú ý, cái được đặc biệt chú ý: *a pet project* một dự án được đặt biệt chú ý **4.** *(kng)* *(dùng làm tiếng gọi âu yếm nhất là đối với thanh thiếu nữ)*: *that's kind of you pet!* cháu thật là tử tế, cưng ơi.

pet² /pet/ *đgt* **1.** cưng, vuốt ve *(một con vật)* **2.** *(kng)* hôn hít vuốt ve *(đàn ông và đàn bà)*: *heavy petting* hôn hít vuốt ve nhau nồng nàn.

pet³ /pet/ *dt* **in a pet** trong cơn giận *(thường là về một việc không quan trọng)*: *there is no need to get in a pet about it!* có gì mà phải nổi giận về việc đó.

petal /'petl/ *dt (thực)* cánh [hoa]: *rose petals* cánh hoa hồng.

petalled *(Mỹ* **petaled)** /'petld/ *tt (thường trong từ ghép)* có cánh [hoa]: *a four-petalled flower* hoa bốn cánh; *blue-petalled flowers* hoa cánh xanh.

petard /pe'ta:d/ *dt* pháo *(để đốt)*. // **hoist with one's own petard** *x* hoist.

peter /'pi:tə[r]/ *đgt* **peter out** giảm dần, mờ dần, biến dần *(trước khi hết hẳn)*: *the path petered out deep in the forest* con đường mòn biến dần sâu vào trong rừng.

petit bourgeois /ˌpeti 'bɔ:ʒwa:, *(Mỹ* ˌpeti'bʊərʒwa:)/ *dt (snh kđôi) (tiếng Pháp)* tiểu tư sản.

petite /pə'ti:t/ *tt* nhỏ nhắn và xinh xắn *(phụ nữ)*.

petition¹ /pə'tiʃn/ *dt* **1.** kiến nghị **2.** *(luật)* đơn, đơn thỉnh cầu **3.** *(tôn)* lời cầu nguyện.

petition² /pə'tiʃn/ *đgt* **1.** [đưa] kiến nghị: *petition the government for a change in the immigration law* kiến nghị chính phủ thay đổi luật nhập cư **2.** tha thiết thỉnh cầu, khúm núm thỉnh cầu: *petition for divorce* tha thiết thỉnh cầu tòa cho ly hôn.

petitioner /pə'tiʃnənə[r]/ *dt* **1.** người kiến nghị **2.** người đệ đơn.

pet name /'petneim/ tên gọi thân mật.

petrel /'petrəl/ *dt (động)* hải âu *(chim)*.

petrifaction /ˌpetri'fækʃn/ *dt* **1.** sự đờ ra, sự sững sờ **2.** sự hóa đá.

petrify /'petrifai/ *đgt* **(-fied)** **1.** *(chủ yếu ở dạng bị động)* làm đờ ra, làm sững sờ: *be petrified with terror* sợ đờ người ra **2.** [làm cho] hóa đá.

petro- *(dạng kết hợp)* **1.** [thuộc] dầu *(dầu xăng, dầu hỏa, dầu mỏ)* *x* petrochemical **2.** [thuộc] đá, [thuộc] thạch *x* petrology.

petrochemical /ˌpetrəʊ'kemikl/ *dt* hóa dầu: *(thngữ)* *the petrochemical industry* công nghiệp hóa dầu.

petrodollar /pe'trəʊdʊlə[r]/ *dt* đô la dầu *(do xuất khẩu dầu mà kiếm được)*.

petrol /'petrəl/ *dt (Mỹ* **gasoline, gas)** [dầu] xăng.

petrol bomb /'petrəlbɒm/ bom xăng.

petrolatum /ˌpetrə'leitəm/ *dt (Mỹ)* *nh* petroleum jelly.

petroleum /pə'trəʊliəm/ *dt* dầu mỏ.

petroleum jelly /pe,trəliəm 'dʒeli/ chất thạch dầu mỏ *(dùng để làm thuốc mỡ)*.

petrologist /pə'trɒlədʒist/ *dt (địa)* nhà thạch học.

petrology /pə'trɒlədʒi/ *dt (địa)* thạch học.

petrol station /'petrəlsteiʃn/ *(cg* **filling station, service station)** *(Mỹ* **gas station)** trạm xăng, cây xăng.

petrol tank /'petrəltæŋk/ bình chứa xăng *(ở ô tô)*.

pet shop /'petʃɒp/ cửa hàng bán những con vật thường được cưng nuông.

pet subject /pet'sʌbdʒikt/ đề tài ưa thích muôn thuở: *once he starts talking about censorhip you can't stop him, it's his pet subject* mỗi khi nó bắt đầu nói đến công tác kiểm duyệt thì anh không thể ngắt lời nó được đâu, đó là đề tài ưa thích muôn thuở của nó.

petticoat /'petikəʊt/ *dt* váy trong.

pettiforging /'petifɔgiŋ/ *tt* **1.** quá chú ý đến những chi tiết không quan trọng **2.** không quan trọng, không đáng kể: *pettiforging details* chi tiết không quan trọng.

pettish /'petiʃ/ *tt* **1.** hay dằn dỗi *(như trẻ con, nhất là về những việc không quan trọng)* **2.** với giọng *(với vẻ)* dằn dỗi.

pettishly /'petiʃli/ *pht* [một cách] dằn dỗi.

pettishness /'petiʃnis/ *dt* tính hay dằn dỗi.

pettily /'petili/ *pht* **1.** [một cách] vặt vãnh; [một cách] không quan trọng **2.** [một cách] nhỏ nhen.

pettiness /'petinis/ *dt* **1.** sự vặt vãnh; tính không quan trọng **2.** sự *(tính)* nhỏ nhen.

petty /'peti/ *tt* **(-ier; -iest)** *(xấu)* **1.** nhỏ, vặt, không quan trọng: *petty details* chi tiết vặt **2.** nhỏ nhen: *petty and childish behaviour* cách cư xử nhỏ nhen và trẻ con; *petty about money* nhỏ nhen về mặt tiền nong.

petty cash /,peti'kæʃ/ quỹ tiền mặt dự phòng.

petty larceny /,peti'lɑ:səni/ trò ăn cắp vặt.

petty officer /,peti'ɒfisə[r]/ (vt **PO**) hạ sĩ quan hải quân.

petulance /'petjʊləns/ dt tính nóng nảy vô lý; tính nôn nóng vô lý: *he tore up the manuscript in a fit of petulance* trong một cơn nóng nảy vô lý nó đã xé toạc bản thảo.

petulant /'petjʊlənt, (Mỹ 'petʃulənt)/ nóng nảy vô lý, nôn nóng vô lý: *the petulant demands of spoilt children* những đòi hỏi nôn nóng vô lý của những đứa bé được nuông chiều sinh hư.

petunia /pə'tju:niə, (Mỹ pə'tu:niə)/ dt (thực) cây thuốc lá cảnh.

pew /pju:/ dt **1.** ghế nhà thờ (ghế dài có tựa) **2.** ((kng, dùa) chỗ ngồi: *take (grab) a pew!* mời ngồi!

pewit /'pi:wit/ dt nh peewit.

pewter /'pju:tə[r]/ dt **1.** hợp kim thiếc (trước đây dùng để làm chén, dĩa...) **2.** đồ bằng hợp kim thiếc.

peyote /pei'əʊti/ dt **1.** (thực) cây long noãn (một loài xương rồng) **2.** thuốc long noãn, mescalin (gây ảo giác).

pfennig /'fenig/ dt đồng xu Đức (bằng một phần trăm mác).

PG /,pi:'dʒi:/ vt **1.** (vt của parental guidance) phải có sự hướng dẫn của cha mẹ (vì có những cảnh không hợp với trẻ nhỏ; nói về phim

ảnh) **2.** (vt của paying guest) người ở trọ.

phagocyte /'fagəsait/ dt (sinh) thực bào.

phalanges /fə'lændʒi:z/ dt snh của phalanx.

phalanx /'fælæŋks/ dt (snh **phalanges, phalanxes**) **1.** đội hình chiến đấu (cổ Hy Lạp) **2.** đội: *a phalanx of riot police* đội cảnh sát chuyên dẹp các cuộc tụ tập phá rối **3.** (sinh) đốt ngón (tay, chân).

phalli /'fælai/ dt snh của phallus.

phallic /'fælik/ tt [thuộc] hình dương vật; như hình dương vật: *phallic symbols* biểu tượng dương vật.

phallus /'fæləs/ tt (snh **phalli, phalluses**) hình dương vật (để thờ ở một số dân tộc).

phantasm /'fæntæzəm/ dt **1.** ảo ảnh **2.** ma, bóng ma.

phantasy /'fæntəsi/ dt nh fantasy.

phantom /'fæntəm/ dt **1.** (cg **phantasm**) ma, bóng ma **2.** ảo tượng, ảo tưởng: *phantom pregnancy* ảo tưởng mang thai.

pharmaceutical /,famə'sju:-tikl, (Mỹ fɑ:mə'su:tikl)/ tt [thuộc] dược [khoa]: *pharmaceutical products* dược phẩm; *pharmaceutical industry* công nghiệp dược phẩm.

pharmaceutics /,fɑ:mə'sju:-tiks/ dt snh (dgt số ít) nh pharmacy 1.

pharmacist /'fɑ:məsist/ dt **1.** dược sĩ **2.** người bán dược phẩm.

pharmacological /'fɑ:məkə-'lɒdʒikl/ tt [thuộc] dược lý học.

pharmacologist /'fɑ:mə'kɒ-lədʒist/ dt nhà dược lý học.

pharmacology /'fɑ:mə'kɒ-lədʒi/ dt dược lý học.

pharmacopoeia /'fɑ:məkə-'pi:ə/ dt dược điển.

pharmacy /'fɑ:məsi/ dt **1.** dược khoa **2.** phòng bào chế; khoa dược (ở một bệnh viện) **3.** (Mỹ drugstore) cửa hàng dược phẩm; quầy dược phẩm.

pharynges /fe'rindʒi:z/ dt snh của pharynx.

pharyngitis /,færin'dʒaitis/ dt (y) viêm hầu.

pharynx /'færiŋks/ dt (snh **pharynges, pharynxes**) hầu, họng.

phase[1] /feiz/ dt **1.** pha, kỳ: *a critical phase of an illness* một pha bệnh nguy kịch **2.** tuần (trăng): *the phases of the moon* các tuần trăng. // **in (out of) phases** đồng (lệch) pha: *the two sets of traffic lights were out of phases and several accidents occurred* hai bộ đèn giao thông bị lệch pha và đã xảy ra nhiều tai nạn.

phase[2] /feiz/ dgt thực hiện theo từng pha, thực hiện theo từng kỳ: *the modernization of the industry was phased over a 20-year period* sự hiện đại hóa nền công nghiệp đã được thực hiện theo từng kỳ trong thời gian hai mươi năm. // **phase something in** đưa cái gì vào dần dần (từng kỳ): *the use of lead-free petrol is now being phased in* xăng không chì bây giờ đang được dần dần đưa vào sử dụng; **phase something out** rút cái gì về dần dần (từng kỳ); thu hồi cái gì dần dần (từng kỳ): *the old currency will have been phased out by 1995* đồng tiền cũ sẽ được thu hồi dần dần từ năm 1995.

PhD /,pi:eitʃ'di:/ (vt của Doctor of Philosophy) tiến sĩ:

have (be) a PhD in History là tiến sĩ sử học.

pheasant /'feznt/ *dt (snh kđổi hoặc pheasants)* gà lôi: *a brace of pheasants* một đôi gà lôi; *roast pheasant* [thịt] gà lôi quay.

phenobarbitone /ˌfiːnəʊ-'bɑːbɪtəʊn/ *dt (dược)* pheno-bacbiton.

phenol /'fiːnɒl/ *dt (hóa)* phenol.

phenomena /fə'nɒminə/ *dt snh của* phenomenon.

phenomenal /fə'nɒminl/ *tt* 1. kỳ lạ, lạ thường: *the phenomenal success of the film* sự thành công kỳ lạ của cuốn phim 2. [thuộc] hiện tượng.

phenomenally /fə'nɒminəli/ *pht (kng)* [một cách] đáng kinh ngạc: *interest in the subject has increased phenomenally* hứng thú đối với vấn đề đó đã tăng lên một cách đáng kinh ngạc.

phenomenon /fə'nɒminən, (Mỹ fə'nɒminən)/ *dt* 1. (snh **phenomena**) hiện tượng: *natural phenomena* hiện tượng tự nhiên; *social phenomena* hiện tượng xã hội 2. người kỳ dị; vật kỳ dị; sự kiện kỳ dị: *the phenomenon of their rapid rise to power* sự [kiện] kỳ dị về việc họ lên nắm chính quyền một cách nhanh chóng.

phew /fjuː/ *tht (cg whew)* hừ!: *phew! that was a nasty moment, that car nearly hit us* hừ! thật là nguy, chiếc xe ấy suýt va phải chúng ta.

phial /'faiəl/ *dt (cg vial) dt* lọ thủy tinh *(dụng thuốc nước, nước hoa...)*.

philander /fi'lændə[r]/ *đgt (thường xấu)* (+ with) tán tỉnh *(gái)*: *he spent his time philandering with the girls in the village* nó bỏ thì giờ

ra đi tán tỉnh các cô gái trong làng.

philanderer /fi'lændərə[r]/ *dt (xấu)* kẻ tán gái.

philanthropic /ˌfilən'θrɒpik/ *tt* 1. yêu người; nhân đức 2. từ thiện: *philanthropic organizations* những tổ chức từ thiện.

philanthropically /ˌfilən-'θrɒpikli/ *pht* 1. [một cách] yêu người, [một cách] nhân đức 2. [với lòng] từ thiện.

philanthropist /fi'læntrəpist/ *dt* người nhân đức; người từ tâm.

philantropy /fi'læntrəpi/ *dt* 1. lòng yêu người, lòng nhân đức 2. hành động từ thiện; công cuộc từ thiện.

philatelic /ˌfilə'telik/ *tt* sưu tập tem; chơi tem.

philatelist /fi'lætəlist/ *dt* 1. người sưu tập tem, người chơi tem 2. người tinh thông khoa chơi tem, chuyên gia chơi tem.

philately /fi'lætəli/ *dt* việc sưu tập tem; khoa chơi tem; thú chơi tem.

philharmonic /ˌfilɑː'mɒnik/ *tt (chủ yếu trong tên dàn nhạc, hội nhạc)* yêu nhạc, thích nhạc; dành cho âm nhạc: *the London Philharmonic Orchestra* dàn yêu nhạc Luân Đôn.

philhellene[1] /fi'heliːn/ *dt* người sùng Hy Lạp.

philhellene[2] /fi'heliːn/ *tt* sùng Hy Lạp.

philhellenic /ˌfilheˈliːnik, (Mỹ ˌfilheˈlenik)/ *tt* sùng Hy Lạp.

-philia *(dạng kết hợp, tạo dt)* 1. sự yêu thích *(thường là không bình thường)* 2. sự thiên về; sự ua: x hemophilia.

-phile *(cg -phil) (dạng kết hợp, tạo dt và tt)*, [người]

ua, [người] ham x bibliophile.

philippic /fi'lipik/ *dt* bài diễn văn đả kích.

philistine[1] /'filistain, (Mỹ 'filistiːn)/ *dt* kẻ phàm tục; kẻ không có học.

philistine[2] /'filistain, (Mỹ 'filistiːn)/ *tt* phàm tục, không có học.

philistinism /'filistinizəm/ *dt* tính phàm tục, tính tầm thường.

phil[o]- *(dạng kết hợp)* ua, thích x philanthropy.

philological /ˌfilə'lɒdʒikl/ *tt* [thuộc] ngữ văn học.

philologist /fi'lɒlədʒist/ *dt* nhà ngữ văn học.

philology /fi'lɒlədʒi/ *dt* ngữ văn học.

philosopher /fi'lɒsəfə[r]/ *dt* 1. nhà triết học, triết gia: *the Greek philosophers* các triết gia Hy Lạp 2. người bình thản trước mọi dục vọng, người bình thản trước mọi thử thách gay go 3. người có triết lý sống 4. *(kng)* người suy nghĩ sâu sắc về sự vật.

philosopher's stone /fiˌlɒ-səfəz'stəʊn/ chất tạo vàng *(chất tưởng tượng có thể biến mọi kim loại thành vàng)*.

philosophical /ˌfilə'sɒfikl/, **philosophic** /ˌfilə'sɒfik/ 1. [thuộc] triết học; theo triết học: *philosophical principles* nguyên lý triết học 2. [dành cho] triết học: *philosophical works* công trình triết học 3. bình thản; điểm tĩnh: *he heard the news with a philosophical smile* anh ta nghe tin ấy với một nụ cười điềm tĩnh.

philosophically /ˌfilə'sɒfikli/ *pht* 1. [về mặt] triết học 2. [một cách] bình thản; [một cách] bình tĩnh: *he accepted the verdict philosophically* anh ta nhận lời tuyên án một cách bình thản.

philosophize, philosophise /fi'lɒsəfaiz/ *dgt* **1.** suy nghĩ ra vẻ triết gia; tranh luận như một triết gia **2.** *(about something, on something)* tranh luận về, bàn cãi về: *philosophizing about the mysteries of life* tranh luận về những điều huyền bí của sự đời.

phlebitis /fli'baitis/ *dt* (y) viêm tĩnh mạch.

phlegm /flem/ *dt* **1.** đờm, đàm **2.** *(cũ)* tính điềm tĩnh, tính phớt tỉnh.

phlegmatic /fleg'matik/ *tt* điềm tĩnh, phớt tỉnh.

phlegmatically /fleg'matikli/ *pht* [một cách] điềm tĩnh, [một cách] phớt tỉnh.

phlox /flɒks/ *dt (snh kđổi hoặc* **phloxes**) *(thực)* hoa lốc (cây, hoa).

-phobe *(dạng kết hợp, tạo dt)* người không thích, người bài *(cái gì đó)* x xenophobe.

-phobia /'fəubiə/ *dt* sự sợ; chứng sợ: *learning to control one's phobia about flying* tập kiềm chế nỗi sợ đi máy bay.

-phobia *(dạng kết hợp, tạo dt)* sự sợ *x* hydrophobia.

-phobic *(dạng kết hợp, tạo tt)* sợ, bài *x* xenophobic.

phoenix /'fi:niks/ *dt* chim phượng hoàng *(chim thần thoại).*

phone¹ /fəun/ *dt nh* telephone: *tell somebody over the phone* nói với ai qua điện thoại. // **[be] on the phone** a/ đang nói điện thoại: *you can't see her now, she's on the phone* chị không thể gặp chị ta bây giờ, chị ta đang nói điện thoại b/ có máy điện thoại *(người, cơ quan):* *are you on the phone yet?* bây giờ anh đã có máy điện thoại chưa thế?

phone² /fəun/ *dgt* **1.** (+ up) gọi điện thoại *(cho ai): did anybody phone?* có ai gọi điện thoại không? *I'll phone them up now* tôi sẽ gọi điện thoại cho chúng nó bây giờ **2.** (+ in) gọi điện thoại *(đến nơi làm việc): phone in sick* gọi điện thoại báo là không đến cơ quan được vì ốm.

-phone *(dạng kết hợp)* **1.** *(tạo dt)* dụng cụ dùng tiếng *(nào đó)* x dictaphone; telephone **2.** nói một thứ tiếng *(nào đó)* x anglophone; francophone.

phone book /'fəunbuk/ danh bạ điện thoại.

phone booth /'fəunbbu:ð/ (cg **phone box**) quầy điện thoại công cộng.

phone box /'fəunbɒks/ *nh* phone booth.

phone-in /'fəunin/ *dt (Mỹ* **call-in**) hộp thư truyền thanh, hộp thư truyền hình.

phoneme /'fəuni:m/ *dt (ngôn)* âm vị.

phonemic /fə'ni:mik/ *tt (ngôn)* [thuộc] âm vị.

phonemically /fə'ni:mikli/ *pht (ngôn)* về mặt âm vị [học].

phonemics /fə'ni:miks/ *dt (ngôn) (dgt số ít)* âm vị học.

phonetic /fə'netik/ *tt (ngôn)* **1.** [thuộc] ngữ âm **2.** sát với âm viết *(cách phát âm của một thứ tiếng như tiếng Tây Ban Nha chẳng hạn).*

phonetically /fə'netikli/ *pht (ngôn)* về mặt ngữ âm [học].

phonetician /,fəuni'tiʃn/ *dt (ngôn)* nhà ngữ âm học.

phonetics /fə'netiks/ *dt (ngôn) (dgt số ít)* ngữ âm học.

phoney¹ (cg **phony**) /'fəuni/ *tt* (**-ier; -iest**) *(kng, xấu)* giả; giả hiệu: *a phoney doctor* bác sĩ giả hiệu, lang băm;

phoney jewels đồ nữ trang giả.

phoney² (cg **phony**) /'fəu-ni/ *dt* vật giả; người giả hiệu: *this diamond is a phoney* kim cương này là kim cương giả.

phonic /'fɒnik/ *tt* **1.** [thuộc] âm **2.** [thuộc] giọng nói.

-phonic *(dạng kết hợp, tạo tt)* [thuộc] dụng cụ sử dụng âm *x* telephonic.

phoniness /'fəuninis/ *dt* tính giả; tính giả hiệu.

phon[o]- *(dạng kết hợp)* về âm *x* phonetic, phonograph.

phonograph /'fəunəgrɑ:f, (Mỹ 'fəunəgræf/ *dt (cũ)* máy hát, kèn hát.

phonological /,fəunə'lɒdʒikl/ *tt (ngôn)* [thuộc] âm vị học.

phonologist /fə'nɒlədʒist/ *dt (ngôn)* nhà âm vị học.

phonology /fə'nɒlədʒi/ *dt (ngôn)* **1.** âm vị học **2.** hệ thống âm vị *(của một ngôn ngữ, đặc biệt là ở một giai đoạn phát triển nhất định): the phonology of Old English* hệ thống âm vị của tiếng Anh cổ.

phony¹ /'fəuni/ *tt x* phoney¹.

phony² /'fəuni/ *tt x* phoney².

phooey /'fu:i/ *tht (kng)* hừ!

phosgene /'fɒzdʒi:n/ *dt (hóa)* photgen.

phosphate /'fɒsfeit/ *dt (hóa, nông)* photphat.

phosphorescence /,fɒsfə'resns/ *dt* hiện tượng lân quang.

phosphorescent /,fɒsfə'resnt/ *tt* phát lân quang.

phosphoric /fɒs'fɒrik/ *tt (hóa)* photphoric: *phosphoric acid* axit photphoric.

phosphorous /'fɒsfərəs/ *tt* **1.** *(hóa)* photphorơ: *phosphorous acid* axit photphorơ **2.** có photpho *(hợp kim...).*

P

phosphorus /'fɒsfərəs/ *dt* (hóa) photpho.

photo /'fəʊtəʊ/ *dt* (snh **photos** /'fəʊtəʊz/) (kng) nh photograph.

photo- (dạng kết hợp) **1.** [thuộc] ánh sáng; quang *x* photoelectric, photosynthesis **2.** [thuộc] chụp ảnh *x* photocopy, photogenic.

photocell /'fəʊtəʊsel/ *dt* nh photoelectric cell.

photocopier /'fəʊtəʊkɒpiə[r]/ *dt* máy sao chụp.

photocopy¹ /'fəʊtəʊkɒpi/ *dt* **1.** sự sao chụp **2.** bản sao chụp.

photocopy² /'fəʊtəʊkɒpi/ *dgt* (-pied) sao chụp.

photoelectric /'fəʊtəʊi'lektrik/ *tt* quang điện.

photoelectric cell /'fəʊtəʊi'lektriksel/ tế bào quang điện.

photo finish /'fəʊtəʊ'finiʃ/ sự bấm ảnh lúc về đích (để định hơn thua trong cuộc dua ngựa).

photogenic /,fəʊtəʊ'dʒenik/ *tt* **1.** lên ảnh thì tuyệt (cảnh vật): *a photogenic sunset* một cảnh mặt trời lặn lên ảnh thì tuyệt **2.** ăn ảnh (người): *I'm not very photogenic* tôi không ăn ảnh lắm.

photograph¹ /'fəʊtəgrɑːf, (Mỹ 'fəʊtəgræf/ *dt* (cg kng **photo**) ảnh, bức hình: *take a photograph* chụp ảnh, chụp hình. // **take a good photograph** lên ảnh thì đẹp; ăn ảnh.

photograph² /'fəʊtəgrɑːf, (Mỹ 'fəʊtəgræf/ *dgt* chụp ảnh, chụp hình: *photograph a wedding* chụp ảnh một đám cưới; *I always photograph badly* tôi chụp ảnh bao giờ cũng xấu; *photograph well* ăn ảnh.

photographer *x* /fə'tɒgrəfə[r]/ *dt* thợ [chụp] ảnh; nhà nhiếp ảnh.

photographic *x* /,fəʊtə'græfik/ *tt* (thường thngữ) **1.** [thuộc] chụp ảnh: *photographic equipment* thiết bị chụp ảnh **2.** nhớ được mọi chi tiết, khác nào như đã ghi vào ảnh (nói về trí nhớ của ai).

photographically /,fəʊtə'græfikli/ *pht* **1.** về mặt nhiếp ảnh **2.** như là đã ghi vào ảnh, như là chụp ảnh.

photography /fə'tɒgrəfi/ *dt* thuật chụp ảnh, thuật nhiếp ảnh.

photolithography /,fəʊtəʊ-li'θɒgrəfi/ *dt* kỹ thuật in ảnh litô.

photon /'fəʊtɒn/ *dt* (lý) photon.

photosensitise /,fəʊtəʊ'sensətaiz/ *dgt* *x* photosensitize.

photosensitive /,fəʊtəʊ'sensətiv/ *tt* nhạy cảm sáng: *photosensitive paper* giấy nhạy cảm sáng.

photosensitize (cg **photosensitise**) /,fəʊtəʊ'sensətaiz/ *dgt* gây nhạy cảm sáng.

Photostat, photostat /,fəʊtəstæt/ *dt* (tên riêng) nh photocopy: *a Photostat copy* bản sao chụp.

photostat /,fəʊtəstæt/ *dgt* sao chụp.

photosynthesis /'fəʊtəʊ'sinθəsis/ *dt* (sinh) sự quang hợp.

photosynthesize (cg **photosynthesise**) /'fəʊtəʊ'sinθəsaiz/ *dgt* (sinh) quang hợp.

photosynthetic /'fəʊtəʊsin'θətik/ *tt* (sinh) [thuộc] quang hợp.

phrasal /'freizl/ *tt* **1.** **1.** [thuộc] ngữ, [thuộc] nhóm từ **2.** [dưới] dạng ngữ: *phrasal verb* ngữ động từ (ví dụ go in for).

phrase¹ /freiz/ *dt* **1.** ngữ; nhóm từ: *an adverbial phrase* phó ngữ **2.** quán ngữ: *a memorable phrase* một quán ngữ đáng ghi nhớ **3.** cách nói: *as the phrase goes* theo cách nói thông thường **4.** (nhạc) tiết nhạc. // **to coin a phrase** *x* coin; **turn a phrase** phát biểu một cách vui và dí dỏm; **a turn of phrase** cách phát biểu; cách mô tả (cái gì): *an unusual turn of phrase* cách phát biểu không thông thường; cách mô tả không quen thuộc.

phrase² /freiz/ *dgt* **1.** diễn đạt, phát biểu (bằng lời): *phrase one's criticism very carefully* phát lời bình phẩm của mình một cách rất thận trọng **2.** (nhạc) chia thành tiết.

phrase-book /'freizbʊk/ *dt* từ điển nhóm từ thông dụng (đổi dịch sang một ngôn ngữ khác, dùng cho khách du lịch...): *an English - Spanish phrase-book* cuốn từ điển nhóm từ Anh-Tây Ban Nha thông dụng.

phraseology /,freizi'ɒlədʒi/ *dt* **1.** sự tự chọn và sắp xếp các nhóm từ; cách viết **2.** quán ngữ học.

phrasing /'freiziŋ/ *dt* **1.** (nhạc) sự chia tiết, cách phân tiết **2.** sự chọn và sắp xếp các nhóm từ; cách viết.

phrenetic /frə'netik/ *tt* nh frenetic.

phrenological /,frenə'lɒdʒi-cal/ *tt* [thuộc] khoa tướng sọ.

phrenologist /frə'nɒlədʒist/ *dt* nhà tướng sọ, người xem tướng sọ.

phrenology /frə'nɒlədʒi/ *dt* khoa tướng sọ.

phut /fʌt/ *pht* **go phut** (kng) a/ không chạy nữa; hỏng (cỗ máy, đồ điện...): *the washing machine has gone* *phut* máy giặt đã hỏng b/ sụp đổ; thất bại: *the business went phut* công việc kinh doanh đã thất bại.

phyla /'failə/ *dt snh của* phylum.

phylum /'failəm/ *dt (snh* **phyla**) *(sinh)* ngành *(đơn vị phân loại).*

physical¹ /'fizikl/ *tt* **1.** [thuộc] vật chất: *the physical world* thế giới vật chất **2.** [thuộc] thể chất, [thuộc] thân thể: *physical exercise* thể dục; *physical presence* sự đích thân có mặt **3.** [theo quy luật] tự nhiên, [theo lẽ] tự nhiên: *it is a physical impossibility to be in two places at once* cùng một lúc mà có mặt ở hai nơi là điều không thể được theo lẽ tự nhiên **4.** [thuộc] thế giới tự nhiên: *a physical map* bản đồ tự nhiên; *physical geography* địa lý tự nhiên **5.** [thuộc] vật lý [học]: *physical experiment* thí nghiệm vật lý học; *physical chemistry* hóa lý **6.** *(kng)* đối xử thô bạo; dùng bạo lực: *are you going to cooperate or do we have to get physical?* anh có định hợp tác không hay chúng tôi phải dùng bạo lực?

physical² /'fizikl/ *dt (kng)* sự khám sức khỏe xem có hợp công việc không.

physically /'fizikli/ *pht* **1.** về mặt thể chất, về mặt thân thể: *physically fit* hợp về mặt thể chất **2.** [theo quy luật] tự nhiên: *physically impossible* không thể được theo quy luật tự nhiên.

physician /fi'ziʃn/ *dt* thầy thuốc.

physicist /'fizisist/ *dt* nhà vật lý học.

physics /'fiziks/ *dt (dgt số ít)* vật lý [học]: *nuclear physics* vật lý hạt nhân; *a phys-*

ics textbook sách giáo khoa vật lý.

physio /'fiziəʊ/ *dt x* physiotherapist.

physi[o]- *(dạng kết hợp)* **1.** [thuộc] tự nhiên, [thuộc quy luật] tự nhiên; [thuộc] chức năng sinh lý tự nhiên. *x* physiology **2.** [thuộc] vật lý *x* physiotherapy.

physiognomy /,fizi'ɒnəmi, *(Mỹ* ,fizi'ɒgnəʊmi/ *dt* **1.** nét mặt; diện mạo **2.** kiểu mặt: *a typical North European physiognomy* kiểu mặt Bắc Âu điển hình **3.** thuật xem tướng mặt **4.** bộ mặt *(của một vùng...).*

physiological /,fiziə'lɒdʒikl/ *tt* [thuộc] sinh lý học: *physiological research* nghiên cứu sinh lý học; *the physiological effects of space travel* tác dụng sinh lý của du hành vũ trụ.

physiologist /,fizi'ɒlədʒist/, *dt* nhà sinh lý học.

physiology /,fizi'ɒlədʒi/ *dt* sinh lý học.

physiotherapy /,fiziəʊ'θerəpi/ *dt (y)* lý liệu pháp.

physiotherapist /,fiziəʊ'θerəpist/ *dt (cg kng* **physio**) *(y)* nhà lý liệu pháp.

physique /fi'zi:k/ *dt* dạng người; thể chất: *a man of strong physique* một người có thể chất khỏe.

pi /pai/ *dt (toán)* [số] pi.

pianissimo /piə'nisiməʊ/ *pht, tt (nhạc)* cực nhẹ.

pianist /'piənist/ *dt* người chơi pianô.

piano¹ /pi'ænəʊ/ *dt (snh* **pianos** /pi'ænəʊz/) *(cg* **pianoforte**) *(nhạc)* [đàn] pianô, dương cầm: *grand piano* đại dương cầm; *upright piano* pianô đứng; *piano-player* người chơi pianô; *a piano teacher* thầy dạy pianô.

piano² /'pjɑ:nəʊ/ *pht, tt (nhạc) (vt* p) nhẹ.

piano-accordion /pi'ænəʊ ə'kɔ:diən/ *dt (nhạc) nh* accordion.

pianoforte /pi'ænəʊ'fɔ:ti, *(Mỹ* pi'ænəfɔ:rt)/ *dt (nhạc) nh* piano¹.

pianola *(cg* **Pianola**) *dt (tên riêng) (nhạc)* pianô máy.

piastre *(Mỹ* **piaster**) /pi'æstə[r]/ *dt* đồng xu *(ở một số nước Trung Đông).*

piazza /pi'ætsə, *(Mỹ cg* pi:'ɑ:zə)/ *dt* quảng trường; nơi họp chợ *(ở các thành phố I-ta-lia).*

pibroch /'pi:brɒk/ *dt (nhạc)* điệu nhạc kèn túi.

pica /paikə/ *dt* **1.** kiểu chữ pica *(chữ in)* **2.** pica *(đơn vị đo kiểu chữ).*

picador /'pikədɔ:[r]/ *dt* kỵ mã đâm giáo *(trong cuộc đấu bò).*

picaresque /,pikə'resk/ *tt* kể về những cuộc phiêu lưu của tụi du đãng bất lương *(tiểu thuyết, lời văn...).*

piccalilli /,pikə'lili/ *dt* dưa món cải cay.

piccaninny /,pikə'nini/ *dt (cũ, xấu)* chú da đen; chú bé thổ dân.

piccolo /'pikələʊ/ *dt (snh* **piccolos**) *(nhạc)* sáo picôlô.

P

pick¹ /pik/ *dt* **1.** tự chọn; quyền lựa chọn; cái được chọn: *of course I'll lend you a pen, take your pick* tất nhiên là tôi sẽ cho anh mượn một cái bút, chọn cái nào thì chọn **2. the pick of something** cái tốt nhất, cái ưu tú nhất: *the pick of the new season's fashions* mẫu thời trang mới đẹp nhất; *the pick of the bundle (kng)* phần ưu tú nhất trong đám người; phần tốt nhất trong số sự vật.

pick² /pik/ *dt* **1.** (cg **pickaxe**, *Mỹ* **pickax**) cuốc chim (*để cuốc đất cứng, đá...*) **2.** (*trong từ ghép, chỉ vật có mũi nhọn*): *a toothpick* cái tăm xỉa răng.

pick³ /pik/ *dgt* **1.** chọn: *you can pick whichever one you like* anh có thể chọn một cái nào mà anh thích; *only the best players were picked to play in the match* chỉ những cầu thủ giỏi nhất mới được chọn chơi trong trận đấu; *pick one's words* chọn lời ăn tiếng nói (*để khỏi làm ai khó chịu*); *pick one's way along a muddy path* thận trọng [chọn chỗ đặt chân] từng bước trên con đường đầy bùn **2.** hái (*hoa, quả...*): *flowers freshly picked from the garden* hoa mới hái ở vườn vào **3.** ngoáy (*lỗ mũi*): *picking corn* gà nhặt thóc; *he never feels hungry and just picks at his food* nó chẳng bao giờ thấy đói và chỉ vọc đũa vào món ăn **8.** (*Mỹ*) gảy, búng (*dây đàn*): *pick a banjo* gảy đàn banjô. // **have a bone to pick with somebody** x **bone¹**; **pick and choose** kén cá chọn canh: *we had to find a flat in a hurry, there was no time to pick and choose* chúng ta cần tìm thuê gấp một căn phòng, đâu có thì giờ kén cá chọn canh; **pick somebody's brains** khai thác ai, moi ý kiến của ai: *I need a new French dictionary, can I pick your brains about the best one to buy?* tôi cần một cuốn từ điển tiếng Pháp mới, tôi có thể nhờ anh cho ý kiến về cuốn tốt nhất nên mua không?; **pick a fight (a quarrel) with somebody** gây chuyện đánh nhau (*cãi nhau*) với ai; **pick holes in** bới lông tìm vết: *he picks holes in everything I suggest* cái gì tôi đề nghị ra hắn cũng bới lông tìm vết được; **pick somebody's pocket** móc túi ai; **pick (pull) somebody to pieces** x **piece¹**; **pick up the gauntlet** x **gauntlet**; **pick up the pieces (threads)** phục hồi lại, cải thiện (*cuộc sống, tình hình... sau một thất bại, một tai biến...*): *their lives were shattered by the tragedy and they are still trying to pick up the pieces* cuộc đời của họ đã bị tan nát vì tai biến và họ đang cố gắng phục hồi lại; **pick up speed** tăng tốc độ: *we reached the outskirts of town and began to pick up speed* chúng tôi đã tới vùng ven thành phố và bắt đầu tăng tốc độ; **pick a winner** a/ chọn đúng con ngựa thắng cuộc (*để đánh cá*) b/ (*mỉa*) chọn rất đúng: *I really picked a winner with this car, it's always breaking down!* tôi chọn chiếc xe đúng quá, nó luôn luôn bị hỏng.

pick off bắn hạ (*con vật, con chim, con người trong một nhóm*): *a sniper hidden on a roof picked off three of the soldiers on patrol* một người bắn tỉa nấp trên mái nhà đã bắn hạ ba trong số binh sĩ đi tuần; **pick on** a/ chọn hoài (*để phạt, để trách mắng...*): *she felt that her parents were picking on her* cô ta cảm thấy hình như bố mẹ cô chĩa vào cô để trách mắng hoài b/ chọn làm (*một việc khó ưa*): *I was picked on to announce the bad news* tôi đã được chọn để đi báo tin không hay; **pick out** a/ chọn ra, lựa ra: *he was picked out from thousands of applicants for the job* nó đã được chọn ra trong hàng ngàn người xin việc; *he picked out the ripest peach* nó chọn ra quả đào chín nhất b/ phân biệt ra, nhận ra (*trong số đông*): *pick out somebody in a crowd* nhận ra ai trong đám đông; *the window frames are picked out in blue against the white walls* khung cửa sổ màu xanh nổi bật trên nền tường trắng c/ gõ piano (*một bản nhạc, để thử hay không có bản nhạc viết để theo*) d/ phát hiện ra (*nhận ra*) sau khi nghiên cứu kỹ: *pick out recurring themes in an author's work* phát hiện ra những đề tài tái diễn trong tác phẩm của một tác giả; **pick over** xem kỹ (*rau quả, quần áo...*) để chọn cái tốt loại cái xấu: *pick over the lentils carefully in case there are any stones amongst them* xem kỹ món đậu lăng xem có hòn sỏi nào lẫn vào không; **pick up** a/ tốt lên, trở nên tốt hơn: *we're waiting until the weather picks up a bit* chúng tôi đang chờ cho thời tiết tốt lên một ít; *her health soon picked up after a few day's rest* sức khỏe chị ta chẳng bao lâu nữa sẽ tốt lên sau vài ngày nghỉ ngơi b/ bắt đầu trở lại; tiếp tục: *we'll pick up where we finished yesterday* chúng tôi sẽ tiếp tục từ chỗ đã làm xong hôm qua c/ cho (ai) đi nhờ xe; cho xe đến đón ai: *I'll pick you up at 7 o'clock* tôi sẽ đến đón anh lúc 7 giờ d/ (*kng, thường xấu*) tình cờ làm quen (*với ai*): *she's living with a man she picked up on holiday* chị ta đang sống với một gã mà chị tình cờ làm quen trong kỳ nghỉ e/ vớt (*người bị đắm tàu...*): *the lifeboat picked up all the survivors* xuồng cứu hộ đã vớt được tất cả những người còn sống sót f/ bắt; giữ lại (*về cảnh sát*): *the police picked him* *up as he was trying to leave the country* cảnh sát đã bắt nó khi nó đang tìm cách trốn ra nước ngoài g/ [quở] trách: *she picked him up for using bad language* chị trách anh ta dùng lời thô tục h/ cầm và giơ lên: *he picked up the child and put her on his shoulders* nó nắm lấy đứa bé và cho cháu lên vai nó; *I picked up your bag by mistake* tôi cầm nhầm cái túi của anh; *he picked up the telephone and dialled his number* nó cầm lấy điện thoại và quay số gọi i/ thấy (nghe, thu qua thiết bị máy móc): *the equipment picked up the signal from the satellite* thiết bị đã thu được tín hiệu từ vệ tinh j/ học được *(một ngoại ngữ, một kỹ thuật... do tập quen)*: *she soon picked up French when she went to live in France* chị ta sẽ chóng học được tiếng Pháp khi sang sống tại Pháp; *the children have picked up the local accent* trẻ em đã học giọng nói địa phương k/ nhiễm *(một bệnh)*: *pick up the flu* nhiễm bệnh cúm l/ mua được với giá hời; may mà mua được: *he picked up valuable first edition at a village book sale* hắn may mắn mà mua được một bản sách quý in lần đầu tại một hiệu sách ở làng m/ nghe được *(một tin...)*: *he picked up an interesting piece of news* nó nghe được một mẩu tin thú vị n/ thu, gom, lấy: *we can pick up the tickets an hour before the play begins* chúng ta có thể lấy vé một giờ trước khi trận đấu bắt đầu o/ nhận được, lấy được *(từ đâu đó)*: *the trolleybus picks up current from an overhead wire* ô tô điện nhận dòng điện từ một dây ở trên cao

p/ tìm thấy; phát hiện: *pick up a trail* phát hiện thấy dấu vết *(của con vật gì...)*; *pick up a scent* phát hiện một mùi hương.

pick-a-back[1] /'pikəbæk/ pht (cg **piggyback**) trên lưng *(cõng, vác)*; trên vai *(đội, kiệu)*: *carry a child pick-a-back* cõng một đứa bé trên lưng; kiệu một đứa bé trên vai.

pick-a-back[2] /'pikəbæk/ (cg **piggyback**) sự cõng trên lưng: *her father gave her a pick-a-back [ride] for the last bit of the journey* bố nó cõng nó trên lưng trong chặng cuối cuộc hành trình.

pickaxe (Mỹ) **pickax** /'pikæks/ dt cuốc chim (x pick[2]).

picker /'pikə[r]/ dt người hái, máy hái *(chủ yếu trong từ ghép)*: *hop-pickers* người hái hoa bia; *a mechanical apple-picker* máy hái táo.

picket[1] /'pikit/ dt 1. công nhân gác đình công; nhóm gác đình công *(đúng ở cổng cơ xưởng, thuyết phục các công nhân không vào làm lúc trong cơ xưởng đang có đình công)* 2. đội thám sát *(gồm quân nhân hay cảnh sát)* 3. cọc *(hàng rào, hay để buộc ngựa)*.

picket[2] /'pikit/ dgt 1. đặt người đứng gác; đứng gác *(ở cổng vào cơ xưởng đang đình công)*: *picket all the company's offices* đặt người đứng gác mọi cơ sở của công ty; *some of the union members did not want to picket* một số ủy viên nghiệp đoàn không cần phải đứng gác 2. đặt đội gác vào vị trí 3. đóng cọc rào lại; củng cố bằng cọc.

pickings /'pikiŋz/ dt snh 1. lợi bất chính; bổng [lộc]: *he promised us rich pickings if*

we bought the shares immediately ông ta hứa với chúng tôi những món lợi lớn nếu chúng tôi mua cổ phần ngay 2. đồ ăn thừa, đồ thừa.

pickle[1] /'pikl/ dt 1. *(thường snh)* dưa món 2. nước muối giấm *(để giầm dưa món...)* 3. *(kng)* thằng bé tinh quái: *he's a real little pickle!* nó thật là một thằng bé tinh quái! // **a sad (sorry, nice, pretty) pickle** hoàn cảnh khó khăn đáng ghét, hoàn cảnh hay ho gớm!

pickle[2] /'pikl/ dgt giầm [nước] muối giấm: *pickle onions* hành giầm muối giấm.

pickled /'pikld/ tt (kng) say rượu.

pick-me-up /'pikmiʌp/ dt (kng) thức uống bổ; rượu bổ.

pickpocket /'pikpɒkit/ dt kẻ móc túi.

pick-up /'pikʌp/ dt (snh **pick-ups**) 1. *(kng, xấu)* người quen tình cờ *(nhất là về chuyện tình dục)* 2. đầu đọc piccóp *(ở máy hát)* 3. *pick-up truck* xe tải nhỏ *(nhà nông dùng để chở hàng...)*.

picky /'piki/ tt (-ier; -iest) *(Mỹ, kng, xấu)* cầu kỳ; hay kén cá chọn canh.

picnic[1] /'piknik/ dt 1. bữa ăn ngoài trời *(trong dịp đi chơi trong rừng...)* 2. chuyến đi chơi có ăn một bữa ở ngoài trời; cuộc picnic. // **be no pinic** (kng) đâu phải là việc dễ; phiền phức lôi thôi đấy: *bringing up a family when you are unemployed is no picnic* nuôi sống một gia đình trong khi không có việc làm đâu phải việc dễ.

picnic[2] /'piknik/ dgt (-nick-) đi chơi có ăn một bữa ngoài trời: *they were picnicking in the wood* họ đi dã ngoại trong rừng.

picnicker /'pinikə[r]/ *dt* người đi chơi có ăn một bữa ngoài trời; người đi picnic: *picnickers were requested not to leave litter behind* khách đi picnic xin đừng vứt rác lại.

picric acid /,pikrik'æsid/ *dt* (hóa) axit picric.

pictorial¹ /pik'tɔ:riəl/ *tt* 1. bằng tranh ảnh: *a pictorial record of the wedding* bản ghi lại dám cưới bằng tranh ảnh 2. có minh họa: *a pictorial calendar* cuốn lịch có tranh ảnh minh họa.

pictorial² /pik'tɔ:riəl/ *dt* báo ảnh, họa báo.

pictorially /pik'tɔ:riəli/ *pht* có tranh ảnh.

picture¹ /'piktʃə[r]/*dt* 1. bức tranh, bức vẽ: *his picture of cows won a prize* bức tranh của nó về mấy con bò cái đã đoạt giải 2. bức ảnh: *they showed us the pictures of their wedding* họ cho chúng tôi xem các bức ảnh đám cưới của họ 3. (số ít) cảnh đẹp, bức tranh (bóng): *the park is a picture when the daffodils are in bloom* công viên là cả một bức tranh khi thủy tiên hoa vàng nở hoa 4. (số ít) hình ảnh, bức tranh (bóng): *the book gives a good picture of everyday life in ancient Rome* cuốn sách phác cho chúng ta một bức tranh hoàn hảo về cuộc sống hằng ngày ở La Mã xưa 5. [chất lượng] hình trên màn thu hình: *the picture is much clearer with the new aerial* với chiếc anten mới này hình rõ hơn nhiều 6. (cũ) phim xinê: *have you seen her latest picture?* anh đã xem phim mới nhất của cô ta chưa? 7. **the pictures** xinê, chiếu bóng: *we don't often go to the pictures* chúng tôi ít khi đi xem chiếu bóng. // **be (put somebody) in the picture** biết (cho ai biết) rõ (về việc gì): *are you in the picture now?* bây giờ thì anh đã biết rõ chưa?; *Members of Parliament insisted on being put in the picture about the government's plans* các nghị viên nhất định đòi được [cho] biết về kế hoạch của chính phủ; **be the picture of health (happiness...)** là hiện thân của sức khỏe (hạnh phúc...); trông rất khỏe mạnh (rất hạnh phúc...); **get the picture** (kng) hiểu, nắm được ý: *I get the picture, you two want to be left alone together* tôi hiểu, hai bạn muốn được để cho chỉ có hai mình thôi; **pretty as a picture** x pretty.

picture² /'piktʃə[r]/ *dgt* 1. hình dung; tưởng tượng: *I can't picture the village without the old church* tôi không thể hình dung làng đó mà không có ngôi nhà thờ cổ 2. (chủ yếu ở dạng bị động) vẽ (người, vật): *they were pictured against a background of flowers* họ được vẽ dựa vào một nền hoa.

picture-book /'piktʃəbʊk/ *dt* sách tranh (cho trẻ em).

picture-card /'piktʃəka:d/ *dt* quân bài có hình (như quân K, quân Q...).

picture gallery /'piktʃəgæləri/ phòng trưng bày tranh.

picture postcard /,piktʃə'pəʊstka:d/ bưu ảnh.

picturesque /,piktʃə'resk/ *tt* 1. đẹp như tranh: *a picturesque fishing village in the bay* một làng vạn chài đẹp như tranh ở trong vịnh 2. sinh động; diễn cảm (văn) 3. khác thường; kỳ quặc (người, bề ngoài, tính tình).

picturesquely /,piktʃə'reskli/ *pht* 1. [một cách] đẹp như tranh 2. [một cách] sinh động; [một cách] diễn cảm 3. [một cách] khác thường; [một cách] kỳ quặc.

picturesqueness /,piktʃə'resknis/ *dt* 1. vẻ đẹp như tranh 2. sự sinh động; sự diễn cảm 3. vẻ khác thường; vẻ kỳ quặc.

piddle¹ /'pidl/ *dgt* (kng) đi đái.

piddle² /'pidl/ *dt* (kng) nước đái: *dog piddle* nước đái chó; *the puppy has done a piddle on the carpet* con chó con đã đái ra tấm thảm.

piddling /'pidliŋ/ *tt* (chủ yếu thngũ) 1. (kng, xấu) không quan trọng: *I don't want to hear all the piddling little details* tôi không cần nghe mọi chi tiết nhỏ nhặt 2. nhỏ, bé: *piddling amounts of money* những món tiền nhỏ.

pidgin /'pidʒin/ *dt* tiếng giả cầy (tiếng Anh, tiếng Pháp pha trộn yếu tố ngôn ngữ địa phương ở Nam Phi, Đông Nam Á...): *speak in pidgin* nói tiếng giả cầy; *pidgin English* tiếng Anh giả cầy.

pie /pai/ *dt* bánh patê, bánh nướng. // **easy as pie** x easy¹; **eat humble pie** x humble; **have a finger in every pie** x finger; **pie in the sky** (kng) sự kiện không chắc sẽ xảy ra; việc trời ơi: *their ideas about reforming the prison system are just pie in the sky* ý kiến của họ về cải tổ hệ thống nhà tù thật là việc trời ơi.

piebald¹ /'paibɔld/ *tt* vá, khoang (chủ yếu nói về ngựa): *a piebald horse* ngựa khoang.

piebald² /'paibɔld/ *dt* ngựa khoang.

piece[1] /pi:s/ *dt* **1.** bộ phận, mảnh, mẫu, miếng, khúc, cục, viên...: *a piece of paper* một mảnh giấy; *a piece of chalk* một cục phấn; *a piece of bread* một mẩu bánh mì; *a piece of land* một mảnh đất; **break something to pieces** đập vỡ (làm vỡ) cái gì thành từng mảnh: *take a machine to pieces* tháo máy thành từng bộ phận, tháo rời máy ra thành từng mảnh **2.** đơn vị, cái, chiếc, tấm, cuộn...: *a piece of furniture* một món đồ đạc; *a piece of wallpaper* một tờ giấy dán tường; *sell by the piece* bán cả cuộn, bán cả tấm; *a 50-piece orchestra* một dàn nhạc 50 nhạc công **3.** *(nhạc, nghệ)* bức *(tranh)*; bài *(thơ)*; bản *(nhạc)*; vở *(kịch)*: *a piece of sculpture* một bức điêu khắc; *did you read her piece in today's paper?* anh đã đọc bài của chị ta trong báo ngày hôm nay chưa? **4.** quân cờ **5.** đồng tiền: *a five-pence piece* đồng năm xu; *penny piece* đồng penni **6.** *(kng, cũ, xấu)* con mụ, con bé: *a nice little piece* con bé xinh đẹp; *do you know the piece he was with last night?* anh có biết con bé ở với nó đêm qua không? **7.** *(cũ, thường trong từ ghép)* súng: *a fowling-piece* súng bắn chim **8.** *(số ít) (Mỹ, kng)* khoảng cách; đoạn đường *his house is over there a piece* nhà nó ở cách đây một đoạn đường. // **a piece of tail** x tail; **bits and pieces** x bit[1]; **give somebody a piece of one's mind** nói thật cho ai biết ý nghĩ của mình *(thường là ý kiến không tán thành hay chê bai)*; **go [all] to pieces** suy sụp *(nói về người): after the car accident, he seemed to go to pieces* sau tai nạn ô tô, nó có vẻ suy sụp lắm; **in one**

piece bình yên vô sự, không bị tổn hại *(nói về người): they were lucky to get back in one piece* họ may mà trở về bình yên vô sự; **a nasty piece of work** x nasty; **[all] of a piece with** a/ phù hợp với: *the new measures are all of a piece with the government's policy* biện pháp mới phù hợp với chính sách của chính phủ b/ cùng một bản chất với, cùng một tính cách với; **pick (pull) somebody to pieces** phê phán ai tơi bời *(nhất là khi người ta vắng mặt)*; **pick (pull) something to pieces** chê trách cái gì; bới móc cái gì; **pick up the pieces** x pick[3]; **piece by piece** từng bộ phận một: *the bridge was moved piece by piece to a new site* chiếc cầu đã được chuyển từng bộ phận một đến một nơi mới; **a piece of the action** x action; **a piece of cake** *(kng)* việc dễ như bỡn: *the exam paper was a piece of cake* đề thi dễ như bỡn; **a piece of goods** x goods; **say one's piece** x say; **take a piece out of somebody** nghiêm khắc quở trách ai; **the villain of the piece** x villain.

piece[2] /pi:s/ *dgt* (+ together) **1.** chắp, ráp *(lại với nhau): piece together the torn scraps of paper in order to read what was written* ráp các mẩu giấy rách lại với nhau để đọc những gì đã viết trên đó **2.** phát hiện ra bằng cách ráp (đúc kết) các chứng cứ riêng rẽ lại với nhau: *we managed to piece together the truth from several sketchy accounts* chúng tôi đã rút ra được sự thực bằng cách đúc kết từ nhiều nguồn thuật lại sơ sài.

piè ce de ré sistance /'pjesdə re'zista:ns, *(Mỹ* pjes də re,zi'sta:ns)/ *dt (snh* **pièces de resistance** /,pjesdəre,zis-

ta:ns/) *(tiếng Pháp)* **1.** khoản quan trọng nhất, khoản gây ấn tượng mạnh nhất *(trong một công trình sáng tạo)* **2.** món gây ấn tượng mạnh nhất, món ăn chính *(trong bữa ăn)*.

piecemeal /'pi:smi:l/ *pht, tt* từng cái một, từng phần một: *work done piecemeal* công việc làm từng phần một; *I've only had a piece-meal account of what happened* tôi mới chỉ có báo cáo từng phần về những gì đã xảy ra.

piece-work /'pi:sw3:k/ *dt* công việc trả theo sản phẩm.

piece-worker /'pi:sw3:kə[r]/ *dt* công nhân ăn lương theo sản phẩm.

pie chart /'paitʃɑ:t/ biểu đồ tỷ lệ vòng tròn.

piecrust /'paikrʌst/ *dt* vỏ bánh pa-tê.

pied /paid/ *tt* khoang *(chủ yếu nói về chim)*: *a pied wagtail* chim chìa vôi khoang *(trắng đen)*.

pied-à-terre /,pjeidɑ:'teə[r]/ *dt (snh* **pieds-à-terre** /,pjeidɑ:-'teə[r]/) *(tiếng Pháp)* nhà trú chân: *they own a cottage in Scotland and a house in London as well as a pied-à-terre in Paris* họ có một ngôi nhà riêng ở Ê-cốt, một nhà ở Luân Đôn và một nhà trú chân ở Pa-ri.

pie-eyed /,pai'aid/ *tt (kng)* say rượu.

pier /piə[r]/ *dt* **1.** cầu tàu **2.** trụ cầu **3.** khoảng tường giữa hai cửa sổ.

pierce /piəs/ *dgt* chọc thủng, xuyên qua; khoét, dùi: *the arrow pierced his shoulder* mũi tên xuyên qua vai nó; *pierce holes in leather before sewing it* dùi lỗ miếng da trước khi khâu; *she had her ears pierced so that she could wear ear-*

P

rings cô ta có tai xỏ lỗ để đeo hoa tai; *the beam of the searchlight pierced the darkness* tia đèn pha rọi xuyên qua màn trời tối; *her suffering pierced their hearts* nỗi đau của cô ta xuyên thấu tâm can của họ; *pierce through the jungle* xuyên qua rừng rậm.

piercing /'piəsiŋ/ *tt* **1.** lanh lảnh, inh tai *(tiếng)* **2.** buốt *(gió, lạnh)*: *a piercing wind* gió buốt.

piercingly /'piəsiŋli/ *pht* **1.** [một cách] lanh lảnh, [một cách] inh tai **2.** [một cách] buốt.

pierrot /'piərəʊ/ *dt (c* **pierrette** /piə'ret/) **1.** *(cg* **Pierrot**) Pi-e-rô *(vai kịch câm Pháp)* **2.** người [trong nhóm] làm trò ở nơi nghỉ mát bờ biển *(mặc quần áo trắng rộng thùng thình, mặt bôi trắng)*.

pietà /ˌpi:e'ta:/ *dt (tiếng Ý)* tranh Đức Bà ôm thi thể Chúa trong lòng; tượng Đức Bà ôm thi thể Chúa trong lòng.

piety /'paiəti/ *dt* **1.** lòng sùng đạo; hành động sùng đạo **2.** *filial piety* lòng hiếu thảo.

piezo-electric /pi,eizəʊ i'lektrik/ *tt* áp điện: *piezo-electric constant* hằng số áp điện.

piffle /'pifl/ *dt (kng, xấu)* chuyện tào lao: *you're talking piffle!* anh chỉ nói tào lao!

piffling /'pifliŋ/ *tt (kng, xấu)* **1.** không quan trọng, không đáng kể: *piffling complaints* những lời than phiền không có gì quan trọng **2.** rất nhỏ, không ra gì: *got paid a piffling sum after weeks of work* được trả một số tiền không ra gì sau hàng tuần làm việc.

pig¹ /pig/ *dt* **1.** lợn, heo **2.** *(cg* **pig-meat**) thịt lợn, thịt heo **3.** *(kng, xấu)* người bẩn thiu; người phàm ăn; người thô lỗ *(như lợn)*: *don't be such a pig!* đừng có thô lỗ như thế! *you pig!* đồ bẩn thiu! đồ thô lỗ! **4.** *(kng, xấu)* công việc khó khăn; điều đáng ghét: *a pig of day* một ngày đáng ghét **5.** thỏi kim loại *(chủ yếu là sắt, chì từ lò luyện ra)* **6.** *nh* pig-iron **7.** *(cũ, lóng)* cảnh sát, cớm. // **buy a pig in a poke** x buy; **make a pig of oneself** ăn quá nhiều; uống quá nhiều; **make a pig's ear [out] of something** *(kng)* làm việc gì rất tồi; làm hỏng việc gì; **pig (piggy) in the middle** người mắc kẹt vào giữa hai người đánh *(cãi)* nhau; **pigs might fly** biết đâu lại chẳng có chuyện thần kỳ xảy ra [nhưng mà hiếm khi lắm]: *Tom gave up smoking? Yes, pigs might fly!* Tom đã bỏ hút thuốc rồi à? Vâng, biết đâu lại chẳng có chuyện thần kỳ xảy ra.

pig² /pig/ *dgt* (-gg-) **1.** *pig oneself* ăn hau háu **2.** *pig it; pig together* ăn ở bẩn thiu luộm thuộm; cư xử bẩn thiu.

pigeon /'pidʒin/ *dt* **1.** bồ câu: *a carrier-pigeon; a homing-pigeon* bồ câu đưa thư **2.** thịt bồ câu. // **one's pigeon** *(kng)* trách nhiệm của mình; công việc của mình: *I don't care where the money comes from; that's not my pigeon* tôi không cần chú ý tiền từ đâu tới, đấy không phải là trách nhiệm của tôi; **put (set) the cat among the pigeons** x cat¹.

pigeon-breasted /'pidʒin brestid/ *tt* có ức bồ câu *(do xương ức dị dạng và nhô ra)*.

pigeon-hole¹ /'pidʒinhəʊl/ *dt* ngăn kéo, hộc *(tủ...)* *(để giấy tờ)*.

pigeon-hole² /'pidʒinhəʊl/ *đgt (chủ yếu ở dạng bị động)* **1.** cho vào ngăn kéo và xếp xó đấy: *the scheme was pigeon-holed after a brief discussion* kế hoạch sau một lúc thảo luận ngắn đã được cho vào ngăn kéo và xếp xó đấy **2.** xếp loại một cách cứng nhắc: *she felt her son had been pigeon-holed as a problem child* bà ta có cảm tưởng là con trai bà đã bị xếp một cách cứng nhắc vào loại trẻ hư.

pigeon-toed /'pidʒintəʊd/ *tt* có ngón chân quắp vào *(như chân bồ câu)*.

piggish /'pigiʃ/ *tt (xấu)* như lợn *(bẩn thiu, ăn nhiều)*.

piggishly /'pigiʃli/ *pht (xấu)* như lợn.

piggishness /'pigiʃnis/ *dt* tư cách như lợn.

piggy¹ /'pigi/ *dt (tiếng của nhi đồng)* con lợn.

piggy² /'pigi/ *tt nh* piggish.

piggyback /'pigibæk/ *dt, pht* x pick-a-back.

piggybank /'pigibæŋk/ *dt* ống tiền *(của trẻ con)*.

pig-headed /ˌpig'hedid/ *tt* ngang bướng, bướng bỉnh.

pig iron /'pig,aiən/ gang đúc.

piglet /'piglit/ *dt* lợn con.

pig-meat /'pigmi:t/ *dt* thịt lợn, thịt heo.

pigment /'pigmənt/ *dt* **1.** chất màu *(để chế son, thuốc nhuộm...)* **2.** *(sinh)* sắc tố *(của da...)*.

pigmentation /ˌpigmən'teiʃn/ *dt* sự nhuốm sắc tố: *the disease causes patches of pigmentation on the face* bệnh ấy gây nên những mảng nhuốm sắc tố trên mặt.

pigmy /'pigmi/ *dt x* pygmy.

pigpen /'pigpen/ *dt (Mỹ)* chuồng lợn, chuồng heo.

pigskin /'pigskin/ *dt* da lợn *(đã thuộc): a pigskin brief-case* cái cặp bằng da lợn.

pigsty /'pigstai/ *dt (cg* **sty)** *dt* **1.** *(Mỹ* **pigpen)** chuồng lợn, chuồng heo **2.** *(kng)* [chỗ bẩn thỉu như] ổ lợn.

pigswill /'pigswil/ *dt* thức ăn phế thải cho lợn, nước cám lợn.

pigtails /'pigteilz/ *dt snh* bím tóc đuôi sam.

pike[1] /paik/ *dt* ngọn giáo *(ngày xưa dùng làm vũ khí).*

pike[2] /paik/ *dt (snh kđổi) (động)* cá chó.

pike[3] /paik/ *dt (dph)* đỉnh, chóp *(một quả đồi) (thường trong tên riêng): Langdale Pike in the Lake District* đỉnh Langdale ở Quận Hồ.

pike[4] /paik/ *dt nh* turnpike.

pikestaff /'paikstɑːf/ *dt* cán giáo. // **plain as a pikestaff** *x* plain[1].

pilaf /pi'læf, *(Mỹ* pi'lɑːf)/ *dt x* pilaff.

pilaff /pi'læf, *(Mỹ* pi'lɑːf)/ *dt (cg* **pilaf, pilau)** món cơm đồ thập cẩm.

pilaster /pi'læstə[r]/ *dt (ktrúc)* trụ bổ tường.

pilchard /'piltʃəd/ *dt (động)* cá xac đin biển Manche.

pile[1] /pail/ *dt* trụ *(cầu...),* cọc, cột *(nhà sàn...).*

pile[2] /pail/ *dt* **1.** chồng: *a pile of books* một chồng sách **2.** *(thường snh) (kng)* hàng lô, hàng đống: *a pile of work to be done* hàng đống việc phải làm **3.** *(thường dùa)* tòa nhà đồ sộ; khối nhà đồ sộ **4.** *(cg* **funeral pile)** *nh* pyre **5.** *(điện)* pin **6.** *(cg* **atomic pile)** lò phản ứng hạt nhân. // **make a pile** *(kng)* hốt được của, hái ra tiền, phất to; **make one's pile** *(kng)* kiếm

đủ ăn cho đến hết đời; kiếm ra tiền.

pile[3] /pail/ *dgt* **1.** *(thường* + up) xếp thành chồng, xếp chồng: *pile the books up* xếp sách thành chồng; *pile up the old furniture in the gar-ret* xếp chồng đồ đạc cũ lên gác thượng **2.** *(thường* + with) chồng đầy, chất đầy, để đầy: *a table piled high with dishes* một cái bàn chồng đầy đĩa. // **pile it on** *(kng)* cường điệu: *it's probably not as bad as she says, she does tend to pile it on* cái đó chắc không tồi như cô ta nói, hẳn cô ta cường điệu lên thôi; **pile on the agony** *(kng)* coi một hoàn cảnh khó chịu còn bi đát hơn trong thực tế *(và vui thích về việc đó): the situation is frightful, but it's just piling on the agony to keep discussing it* hoàn cảnh thật là khủng khiếp, mà lại đưa ra thảo luận thì thật là bi đát hóa nó thêm thôi. **pile in; pile into** vào một cách lộn xộn: *the taxi arrived and we all piled in* xe tắc-xi tới và tất cả chúng tôi ào lên xe; *the children piled noisily into the bus* trẻ em ào lên xe; **pile out** rời khỏi một cách lộn xộn: *the police were waiting for the hooligans as they piled out of the train* cảnh sát đón tụi lưu manh khi chúng ùa ra rời khỏi tàu; **pile up** a/ tích lại; tăng số lượng: *her debts are piling up and she has no money to pay them* nợ của bà ta đã tăng lên và bà không có tiền để trả b/ đâm đầu vào nhau *(nói về xe cộ).*

pile[4] /pail/ *dt* tuyết *(trên mặt nhung...).*

pile-driver /'paildraivə[r]/ *dt* máy đóng cọc.

piles /pailz/ *dt snh (y)* trĩ.

pile-up /'pailʌp/ *dt* sự đâm đầu nhiều xe vào nhau: *the thick fog had caused several pile-ups on the motorway* sương mù dày đặc đã gây nên nhiều vụ xe đâm đầu vào nhau.

pilfer /'pilfə[r]/ *dgt* ăn cắp vặt; ăn trộm vặt: *he was caught pilfering* nó bị bắt đang ăn cắp vặt.

pilferage /'pilfəridʒ/ *dt* **1.** sự ăn cắp vặt; sự trộm vặt **2.** hàng mất cắp vặt; hàng bị trộm vặt *(trong khi chuyển chở hay cất giữ hàng): pilferage in the warehouse re-duces profitability by about two per cent* hàng bị trộm vặt ở kho làm giảm lãi khoảng hai phần trăm.

pilferer /'pilfərə[r]/ *dt* kẻ cắp vặt; kẻ trộm vặt.

pilgrim /'pilgrim/ *dt* người hành hương: *pilgrims on their way to Mecca* những người hành hương trên đường đi Mecca.

pilgrimage /'pilgrimidʒ/ *dt* **1.** cuộc hành hương: *go on a pilgrimage* đi hành hương **2.** cuộc viếng thăm thành kính: *a pilgrimage to Shake-speare's birthplace* cuộc viếng thăm nơi sinh Shake-speare.

the Pilgrim Fathers /pil-grim'fɑːðə[r]z/ *(cg* **the Pil-grims)** *(sử)* các Cha hành hương *(những người Thanh giáo Anh quốc sang Mỹ năm 1620, lập nên khu kiều dân Plymouth, Massachusetts).*

pill /pil/ *dt* **1.** *(dược)* viên tròn **2.** **the pill** *(cg* **the Pill)** *(kng)* viên thuốc ngừa thai: *be (go) on the pill* [bắt đầu] uống thuốc ngừa thai đều đăn. // **a bitter pill** *x* bitter; **sugar (sweeten) the pill** làm cho *(một điều khó chịu)* bớt khó chịu.

P

pillage¹ /'pilidʒ/ *dt* sự cướp phá (*chủ yếu nói về trước đây, do lính tráng*).

pillage² /'pilidʒ/ *dgt* cướp phá: *the town was pillaged by the invading army* thành phố bị quân xâm lược cướp phá.

pillager /'pilidʒə[r]/ *dt* kẻ cướp phá.

pillar /'pilə[r]/ *dt* 1. cột, trụ: *a pillar of stone* một cái cột bằng đá; *a pillar of smoke* một cột khói 2. (*bóng*) trụ cột, rường cột: *one of the pillars of the State* một trong những trụ cột của quốc gia. // **[go] from pillar to post** đi từ người (vật) này đến người (vật) khác mà cũng chẳng đi đến đâu: *she was driven from pillar to post and each person she spoke to was more unhelpful than the last* chị ta bị đẩy từ người này sang người khác mà người sau chị nhờ đến lại không giúp đỡ chị được gì hơn người trước.

pillar-box /'pilə[r] bɒks/ *dt* cột hòm thư.

pillbox /'pilbɒks/ *dt* 1. hộp tròn đựng thuốc viên 2. hầm súng máy 3. mũ tròn nhỏ.

pillion¹ /'piliən/ *dt* yên đeo, yên hậu (*phía sau yên người lái xe mô tô*).

pillion² /'piliən/ *pht ride pillion* đeo trên yên hậu.

pillory¹ /'piləri/ *dt* cột gông (*ngày xưa*) (*đóng xuống đất có lỗ tròng đầu và tay tội nhân, để bêu trước công chúng*).

pillory² /'piləri/ *dgt* (**-ried**) bêu trước công chúng; bêu riếu.

pillow¹ /'piləʊ/ *dt* cái gối.

pillow² /'piləʊ/ *dgt* gối: *he pillowed his head on a book* nó gối đầu lên một cuốn sách.

pillowcase /'piləʊkeis/ *dt* (*cg* **pillowslip**) áo gối.

pillow-fight /'piləʊfait/ *dt* cuộc đánh nhau bằng gối (*của trẻ con*).

pillowslip /'piləʊslip/ *dt nh* **pillowcase**.

pilot¹ /'pailət/ *dt* 1. phi công, người lái máy bay 2. (*hải*) hoa tiêu 3. người dẫn đường.

pilot² /'pailət/ *tt* (*thngữ*) [để] thử nghiệm: *a pilot edition of a new language course* lần in thử nghiệm một loạt bài giảng về một ngôn ngữ mới.

pilot³ /'pailət/ *dgt* 1. lái (*máy bay*) 2. dẫn (*tàu, người*): *pilot somebody through a crowd* dẫn ai qua đám đông 3. bảo đảm sự thành công cho (*một dự luật... ở nghị viện*): *pilot a bill through the House* bảo đảm một dự luật được thông qua ở nghị viện 4. thử nghiệm: *schools in this area are piloting the new maths course* các trường học trong vùng này đang thử nghiệm những bài giảng mới về toán học.

pilot-boat /'pailətbəʊt/ *dt* tàu hoa tiêu.

pilot-burner /'pailətbɜ:nə[r]/ *dt nh* **pilot-light**.

pilot-fish /'pailətfiʃ/ *dt* (*động*) cá thuyền.

pilot-light /'pailətlait/ *dt* (*cg* **pilot-burner**) ngọn lửa duy trì thường xuyên (*ở bếp ga..., khi bật ga thì truyền lửa cho cháy một mỏ ga lớn hơn*).

Pilot Officer /'pailətɒfisə[r]/ chuẩn úy (*không quân Anh*).

pimento /pi'mentəʊ/ *dt* (*snh* **pimentos**) 1. (*cg* **allspice**) ổi tiêu (*cây; quả dùng làm gia vị*) 2. (*cg* **pimiento**) ớt (*cây, quả*).

pimiento /pi'mjentəʊ/ *dt* ớt (*cây, quả*).

pimp¹ /pimp/ *dt* 1. (*cg* **pander**) kẻ dắt khách làng chơi 2. lão chủ gái điểm.

pimp² /pimp/ *dgt* dắt khách làng chơi (*cho nhà chứa, cho gái điếm*).

pimpernel /'pimpənel/ *dt* (*thực*) cây phiền lộ.

pimple /'pimpl/ *dt* mụn (*mọc trên da*): *a pimple on one's chin* cái mụn ở cằm.

pimpled /'pimplt/ *tt* có mụn: *a pimpled back* lưng có mụn.

pimply /'pimpli/ *tt* 1. có mụn: *a pimply face* mặt có mụn 2. (*kng, xấu*) non nớt: *I don't want to speak to some pimply youth, I want to see the manager!* tôi không muốn nói chuyện với mấy chú còn non nớt, tôi cần gặp ông giám đốc kia.

pin¹ /pin/ *dt* 1. đinh ghim (*để ghim các tờ giấy lại với nhau...*) 2. cái ghim: *a tie-pin* cái ghim ca vát 3. cái cặp: *a hair-pin* cái kẹp tóc; *a clothes-pin* (*Mỹ*) cái cặp quần áo (*để cặp quần áo khi phơi ở dây*) 4. (*cg* **safety pin**) chốt an toàn (*ở lưu đạn*) 5. **pins** *snh* (*kng*) chân, cẳng. // **clean as a new pin** x **clean¹**; **hear a pin drop** x **hear**; **not care (give) a pin (two pins) for something** cóc cần, cóc cần chú ý: *he doesn't give two pins for what the critics say about his work* nó cóc cần những người chỉ trích nói gì về công việc của nó; **on one's pins** (*kng*) khi đứng khi đi: *he's not very steady on his pins* nó đứng không thật vững; *be quick on one's pins* đi mau, bước lẹ.

pin² /pin/ *dgt* (**-nn-**) 1. ghim, găm, cặp: *pin papers together* ghim giấy tờ vào với nhau; *pin up a notice on the board* ghim một tờ thông cáo lên bảng **2.** gắn vào, đặt vào: *we're pinning all our hopes on you* chúng tôi đặt tất cả hy vọng của chúng tôi vào anh **3.** ghim chặt; đè chặt; trói chặt: *they pinned him against the wall* họ ghìm chặt nó vào tường; *the car was pinned under a fallen tree* chiếc xe bị đè chặt dưới một cây đổ; *pin somebody down to a promise* trói chặt ai vào lời hứa. // **pin somebody down** a/ giữ chặt lấy không cho động đậy: *he was pinned down by his attackers* nó bị các kẻ tấn công giữ chặt lấy không cho động đậy b/ làm cho ai dứt khoát; làm cho ai nói rõ ý định của mình: *she's a difficult person to pin down* chị ta là một người khó mà làm cho phải nói rõ ý định của mình; **pin somebody down to** làm cho ai đồng ý cái gì: *I managed to pin him down to meeting us after work* tôi tìm cách làm cho nó đồng ý gặp chúng tôi sau giờ làm việc; **pin something down** định rõ: *there's something wrong with this colour scheme, but I can't quite pin it down* có cái gì đó sai trong sự phối hợp màu này, nhưng tôi không thể định rõ được; **pin something on somebody** đổ trách nhiệm (lỗi) cho ai: *the manager was really to blame, though he tried to pin it on a clerk* ông giám đốc thật đáng khiển trách, mặc dù ông tìm cách đổ lỗi cho một viên thư ký.

PIN (cg **PIN number**) (*vt* của personal identification number) số chứng minh riêng (*do ngân hàng cấp cho khách hàng kèm theo thẻ lĩnh tiền mặt*).

pinafore /'pinəfɔ:[r]/ *dt* áo choàng không tay (*mặc cho khỏi bẩn quần áo trong*).

pinafore dress /'pinəfɔ:[r] dres/ áo ngoài không tay (*mặc ngoài áo vệ sinh*).

pin-ball /'pinbɔ:l/ *dt* trò chơi lăn bi ghim.

pince-nez /,pæns'neiz/ *dt* (*snh kđổi*) kính cặp mũi (*không có gọng*).

pincer /'pinsə[r]/ *dt* **1.** càng (*cua, tôm*) **2.** pincers *snh* cái kìm (*cg* **a pair of pincers**).

pincer movement /'pinsə[r] mu:vmənt/ (*quân*) cuộc vận động gọng kìm.

pinch¹ /pintʃ/ *dgt* **1.** véo, bẹo, cấu: *he pinched the child's cheek* nó bẹo má thằng bé **2.** kẹp: *the door pinched my finger as it shut* cửa đóng lại kẹp ngón tay tôi **3.** bó chặt và làm đau; (*chân, nói về giày...*): *these new shoes pinch me* giày mới này bó chặt làm đau chân tôi **4.** (*kng*) nẫng, chớp: *who's pinched my dictionary* ai đã nẫng cuốn từ điển của tớ rồi **5.** (*lóng*) (*chủ yếu ở dạng bị động*) bắt, tóm cổ (*nói về cảnh sát*): *get pinched for driving while drunk* bị bắt vì lái xe khi say rượu. // **pinch and save (scrape)** rất tần tiện: *his parents pinched and scraped so that he could study abroad* bố mẹ nó rất tần tiện để nó được đi học ở nước ngoài.

pinch off (out) véo mà ngắt đi: *pinch off the dead flowers* ngắt hoa đã chết đi; *pinch out the weak shoots on a plant* ngắt các đọt yếu trên cây.

pinch² /pintʃ/ *dt* **1.** sự véo, sự bẹo, sự cấu; cái véo, cái bẹo, cái cấu: *to give someone a pinch* véo ai một cái **2.** nhúm: *a pinch of salt* một

nhúm muối. // **at a pinch** vừa khít; khi cần thiết: *we can get six people round this table at a pinch* ta có thể xếp sáu người quanh bàn này là vừa khít; **feel the pinch** *x* feel¹; **if it comes to the pinch** khi cần thiết; lúc khẩn cấp: *if it comes to the pinch, we shall have to sell the house* khi cần thiết, ta có thể bán ngôi nhà này đi; **take something with a pinch of salt** *x* salt.

pinchbeck¹ /'pintʃbek/ *dt* vàng giả (*để làm đồ nữ trang rẻ tiền...*).

pinchbeck² /'pintʃbek/ *tt* giả.

pincushion /'pinkʊʃn/ *dt* cái cắm kim (*hình gối, của người may vá*).

pine¹ /pain/ *dt* **1.** (*cg* **pine tree**) cây thông **2.** gỗ thông: *a pine dresser* cái chạn bát đĩa bằng gỗ thông.

pine² /pain/ *dgt* **1.** đau khổ (*vì có ai đó chết đi hoặc đi xa*) **2.** (+ **for**) mong chờ, mong mỏi: *she was pining for her mother* nó mong chờ mẹ; *they were pining to return home* họ mong chờ được trở về nhà. // **peak and pine** *x* peak².

pine away héo hon ốm o [và chết]: *she lost interest in living and just pined away* chị ta không thích thú gì cuộc sống nữa và héo hon đi.

pineal /'painiəl/ *tt* [có] hình nón thông.

pineal gland /,painiəl 'glænd/ (*giải*) tuyến tùng.

pineapple /'painæpl/ *dt* (*thực*) dứa, thơm (*quả, cây*).

pine cone /'painkəʊn/ *dt* (*thực*) nón thông (*quả thông*).

pine needle /'painni:dl/ *dt* (*thực*) lá thông (*hình kim*).

P

pine tree /'paintri:/ (thực) cây thông.

ping¹ /piŋ/ dt tiếng leng keng; tiếng đôm đốp: *the ping of a spoon hitting a glass* tiếng leng keng của cái thìa đụng vào chiếc cốc; *the ping of bullets hitting the rock* tiếng đạn đôm đốp bắn vào đá.

ping² /piŋ/ **1.** [làm cho] kêu leng keng, [làm cho] nghe đôm đốp: *ping a knife against a glass* chạm con dao vào chiếc cốc phát ra tiếng leng keng **2.** (Mỹ) nh pink⁴.

ping-pong /'piŋpɒŋ/ dt bóng bàn.

pinhead /'pinhed/ dt (kng) **1.** (xấu) người ngớ ngẩn **2.** vật nhỏ xíu; chấm nhỏ xíu.

pinion¹ /'piniən/ dt **1.** đầu cánh (chim) **2.** (cũ) cánh [chim] **3.** lông cánh.

pinion² /'piniən/ đgt **1.** chặt đầu cánh; cắt lông cánh (để chim khỏi bay đi) **2.** giữ chặt tay; trói chặt tay (ai, không cho động đậy): *he was held with his arms pinioned together behind his back* nó bị giữ chặt, tay trói vào nhau sau lưng.

pinion³ /'piniən/ dt (cơ) bánh răng [nhỏ], pinhông.

pink¹ /piŋk/ tt **1.** [có màu] hồng **2.** (kng) (chính) hơi đỏ, khuynh tả. // *be tickled pink* x tickle.

pink² /piŋk/ dt **1.** màu hồng; quần áo màu hồng: *pink is her favourite colour* màu hồng là màu cô ta ưa thích; *dressed in pink* mặc quần áo màu hồng **2.** (thực) cẩm chướng (cây, hoa). // *in the pink of condition (health)* rất khỏe; rất sung sức: *the children all looked in the pink after their holiday* tất cả tụi trẻ con trông rất khỏe sau kỳ nghỉ.

pink³ /piŋk/ đgt **1.** chọc thủng nhẹ **2.** cắt (xén) biên hình răng cưa (tấm vải... cho khỏi sổ chỉ...).

pink⁴ /piŋk/ đgt (Mỹ ping) kêu lọc xọc, nổ lọc xọc (máy xe khi bị hỏng).

pinkeye /'piŋkai/ dt (y) bệnh đau mắt đỏ; viêm kết mạc.

pink gin /ˌpiŋk'dʒin/ rượu gin hồng.

pinkish /'piŋkiʃ/ tt hơi hồng, hồng nhạt.

pinking shears /'piŋkiŋʃiəz/ kéo cắt (xén) biên răng cưa.

pinking scissors /'piŋkiŋsi-zəz/ nh pinking shears.

pin money /'pinmʌni/ dt **1.** tiền để hằng năm may sắm (của phụ nữ trước đây) **2.** tiền để tiêu vặt.

pinnace /'pinis/ dt xuồng cặp bờ (chở trên tàu thủy, dùng để đưa khách lên bờ, bốc dỡ hàng...).

pinnacle /'pinəkl/ dt **1.** tháp nhọn (để trang trí mái nhà) **2.** đỉnh núi cao nhọn **3.** (bóng) đỉnh cao: *the pinnacle of one's fame* đỉnh cao danh vọng.

pinnate /'pineit/ tt (thực) [có] hình lông chim (lá).

pinny /'pini/ dt (kng) nh pinafore: *a kitchen pinny* áo choàng [mặc khi] làm bếp.

pinpoint¹ /'pinpɔint/ dt **1.** mũi đinh ghim **2.** vật nhọn; vật rất nhỏ, cái nhỏ xíu.

pinpoint² /'pinpɔint/ đgt **1.** xác định vị trí chính xác; tìm ra vị trí chính xác (của một điểm trên bản đồ...) **2.** xác định chính xác: *pinpoint the areas in most urgent need of help* xác định chính xác những vùng cần giúp đỡ khẩn cấp.

pinprick /'pinprik/ dt điều chẳng quan trọng gì mà làm bực mình; điều vặt mà làm khó chịu.

pins and needles /ˌpinz ən ni:dlz/ cảm giác kiến bò (ở chân tay).

pinstripe /'pinstraip/ dt sọc rất hẹp (trên vải): *a pinstripe suit* bộ quần áo bằng vải có sọc rất hẹp.

pint /paint/ dt panh (đơn vị đo lường bằng 0,568 lít ở Anh, 0,473 lít ở Mỹ) vại: *a pint of beer* một vại bia. // *put a quart into a pint pot* x quart.

pin-table /'pinteibl/ dt bàn chơi lăn bi ghim (x pinball).

pinto /'pintəu/ dt (snh pintos (Mỹ) ngựa khoang.

pint-sized /'paintsaizd/ tt rất bé.

pinup /'pinʌp/ dt (kng) **1.** bức tranh người đẹp, bức ảnh người đẹp (thường là một nữ minh tinh màn bạc) ghim lên tường **2.** người đẹp trong tranh ghim lên tường.

pioneer¹ /ˌpaiə'niə[r]/ dt **1.** người mở đường; người đi tiên phong (đến một vùng đất mới hoặc trong một công cuộc gì): *they were pioneers in space* họ là những người đi tiên phong vào vũ trụ **2.** (quân) đội mở đường (thường là công binh) **3.** *young pioneer* thiếu niên tiên phong.

pioneer² /ˌpaiə'niə[r]/ đgt **1.** mở (một con đường...): *pioneer a new route to the coast* mở một con đường mới ra bãi biển **2.** đi đầu, mở đường, đi tiên phong; là người đi đầu, là người mở đường, là người đi tiên phong (trong công cuộc gì).

pious /'paiəs/ tt **1.** sùng đạo **2.** (xấu) đạo đức giả.

piously /'paiəsli/ pht **1.** [một cách] sùng đạo **2.** (xấu) [một cách] giả đạo đức.

piousness /'paiəsnis/ *dt* **1.** sự sùng đạo, lòng sùng đạo **2.** (*xấu*) sự đạo đức giả.

pip¹ /pip/ *dt* hạt (*cam, chanh, táo, lê, nho*).

pip² /pip/ *dt* **give somebody the pip** (*kng*) làm cho ai bực bội, làm cho ai chán nản phiền muộn: *his disgusting jokes gave everybody the pip* những câu nói đùa ghê tởm của nó làm cho mọi người bực bội.

pip³ /pip/ *dt* tiếng tuýt, tiếng píp (*báo giờ trên đài...*): *at the third pip the time will be 6.30 exactly* đến tiếng tuýt thứ ba, thì chính xác là 6 giờ 30; *wait until you hear the pips and then put in more money* chờ cho đến khi nghe píp píp thì bỏ thêm tiền vào (*khi gọi điện thoại ở các cột điện thoại*).

pip⁴ /pip/ *dt* **1.** hoa (rô, cơ, pích... *trên quân bài*), điểm (*trên quân súc sắc*) **2.** (*kng*) sao cầu vai (*trên cầu vai áo sĩ quan*).

pip⁵ /pip/ *dgt* (-pp-) (*kng*) bắn trúng (*ai*): *pipped in the shoulder* bị bắn trúng ở vai. // **pip somebody at the post** (*chủ yếu ở dạng bị động*) đánh bại ai sát nút; đánh bại ai ở phút cuối cùng: *we didn't win the contract, we were pipped at the post by a firm whose price was lower* chúng tôi đã không thắng trong việc bỏ thầu, chúng tôi đã bị đánh bại ở phút cuối cùng bởi một hãng đặt giá thấp hơn.

pipal (*cg* **peepul**) /'pi:pəl/ *dt* (*thực*) cây đề.

pipe¹ /paip/ *dt* **1.** (*chủ yếu trong từ ghép*) ống dẫn (*nước, dầu, hơi*): *a water-pipe* ống dẫn nước; *a gas pipe* ống dẫn hơi đốt **2.** tẩu (*để hút thuốc, cg* **tobacco pipe**); tẩu thuốc (*lượng chứa, cg* **pipeful**); *smoke a pipe* hút thuốc bằng tẩu; hút một tẩu thuốc **3.** (*nhạc*) ống sáo; ống tiêu, ống địch; (*snh*) kèn túi **4.** tiếng còi (*tàu thủy*); tiếng hót (*chim*) **5.** thùng (*đơn vị đo lường rượu bằng 105 galông*). // **put that in your pipe and smoke it** (*kng*) anh phải chấp thuận cái tôi đã nói, dù có thích hay không.

pipe² /paip/ *dgt* **1.** dẫn (*nước, hơi đốt*) bằng ống, đặt ống dẫn (*nước, hơi đốt*): *pipe water into a house* dẫn nước vào nhà; *pipe oil across the desert* dẫn dầu bằng ống qua hoang mạc **2.** (*chủ yếu ở dạng bị động*) truyền (*nhạc...*) bằng dây: *nearly all the shops have piped music* hầu hết các cửa hàng đều có nhạc truyền bằng dây (*đều có nhạc ghi âm nghe suốt ngày*) **3.** thổi sáo, thổi tiêu (*một bản nhạc*): *he piped [a jig] so that we can dance* anh ta thổi sáo một điệu jic cho chúng tôi nhảy **4.** hót (*chim*) **5.** nói cao giọng, nói the thé (*đặc biệt là trẻ em*) **6.** (*hải*) thổi còi tập hợp (*thủy thủ*) thổi còi nghênh tiếp (*ai*): *pipe all hands on deck* tập hợp tất cả thủy thủ lên boong; *pipe the guests in* thổi còi nghênh tiếp và mời khách vào **7.** viền đường cuộn thùng (*lên áo..*); trang trí đường cuộn thùng bằng kem (*lên mặt bánh...*): *pipe "Happy Birthday" on a cake* trang trí dòng chữ "Chúc sinh nhật hạnh phúc" lên một chiếc bánh ngọt. // **pipe down** (*kng*) bớt làm ồn; ngừng nói: *she told the children to pipe down while she was talking on the telephone* bà ta bảo tụi trẻ bớt làm ồn khi bà ta nói điện thoại;

pipe up (*kng*) bắt đầu hát; bắt đầu nói (*thường là một cách đột ngột và với giọng the thé*).

pipeclay /'paipklei/ *dt* đất sét trắng (*dùng, chủ yếu là trước kia, làm tẩu thuốc lá và đánh trắng da thuộc*).

pipe cleaner /'paipkli:nə[r]/ *dt* que thông tẩu.

pipe dream /'paipdri:m/ *dt* ý nghĩ viển vông; kế hoạch không thiết thực.

pipeline /'paiplain/ *dt* **1.** ống dẫn (*dầu, hơi đốt*) **2.** (*bóng*) đường dây (*thông tin*) riêng, đường dây trực tiếp: *a pipeline to the Prime Minister* đường dây trực tiếp đến thủ tướng. // **in the pipeline** đang chuẩn bị; sắp được thông qua (*luật, đề nghị...*): *new laws to deal with his abuse are in the pipeline* luật mới để đối phó với thói lạm dụng đó đang được chuẩn bị.

piper /'paipə[r]/ *dt* người thổi sáo; người thổi kèn túi. // **he who pays the piper calls the tune** x **pay**².

pipette /pi'pet/ *dt* (*hóa*) pipet (*một loại ống dùng trong phòng thí nghiệm hóa học*).

piping¹ /'paipiŋ/ *dt* **1.** ống dẫn; hệ thống ống dẫn **2.** dải viền cuộn thùng (*trên áo...*); đường cuộn thùng (*bằng kem..., trên mặt bánh*) **3.** sự thổi sáo, sự thổi tiêu; tiếng sáo, tiếng tiêu: *we heard their piping in the distance* chúng tôi nghe tiếng sáo của chúng nó ở đằng xa.

piping² /'paipiŋ/ *tt* cao, the thé, lanh lảnh (*tiếng nói, giọng nói*). // **piping hot** nóng bỏng, nóng lắm (*chất nước, món ăn*): *a bowl of soup served piping hot* một bát xúp dọn ra đang nóng bỏng.

P

pipit /'pipit/ *dt (động)* chim sẻ đồng.

pippin /'pipin/ *dt* táo renet; táo pipin.

pipsqueak /'pipskwi:k/ *dt (kng hoặc xấu)* người bé nhỏ non choẹt mà lại tự phụ.

piquancy /'pi:kənsi/ *dt* 1. vị cay cay: *the delicate piquancy of the soup* vị cay cay tinh tế của món xúp 2. *(bóng)* sự lý thú; vẻ lôi cuốn.

piquant /'pi:kənt/ *dt* 1. cay cay 2. *(bóng)* lý thú; lôi cuốn: *a piquant bit of gossip* một mẩu chuyện gẫu lý thú.

piquantly /'pi:kəntli/ *pht* 1. [với vị] cay cay 2. *(bóng)* [một cách] lý thú, [một cách] lôi cuốn.

pique[1] /pi:k/ *dgt* 1. *(chủ yếu ở dạng bị động)* chạm tự ái *(của ai)*; làm mếch lòng *(ai)*: *he was piqued to discover that he hadn't been invited* anh ta mếch lòng phát hiện ra rằng mình không được mời 2. khêu gợi *(sự chú ý, tính tò mò...)*: *her curiosity was piqued* tính tò mò của chị ta đã được khêu gợi lên.

pique[2] /pi:k/ *dt* sự bực mình, sự phẫn uất, sự oán giận: *take a pique against somebody* oán giận ai; *in a fit of pique* trong cơn oán giận.

piquet /pi'ket/ *dt* lối chơi bài pikê *(32 quân bài, hai người chơi)*.

piranha /pi'rɑːnjə/ *dt (động)* cá răng đao.

piracy /'paiərəsi/ *dt* 1. sự cướp biển; nghề cướp biển 2. sự in lậu *(tác phẩm đã được bảo hộ bản quyền)* 3. sự phát thanh lậu.

pirate[1] /'paiərət/ *dt* 1. cướp biển, hải tặc 2. tàu cướp biển 3. người in lậu *(tác phẩm đã được bảo hộ bản*

quyền) 4. *(cg* **pirate radio)** đài phát thanh lậu 5. người phát thanh trên một đài lậu.

pirate[2] /'paiərət/ *dgt* in lậu *(tác phẩm đã được bảo hộ bản quyền mà không được phép)*.

piratical /,paiə'rætikl/ *tt* 1. [thuộc] cướp biển; [có tính chất] ăn cướp 2. in lậu.

piratically /,paiə'rætikli/ *pht* 1. [theo kiểu] cướp biển; [theo kiểu] ăn cướp 2. [theo lối] in lậu.

pirouette[1] /,pirʊ'et/ *dt* vòng xoay tròn *(múa)*.

pirouette[2] /,pirʊ'et/ *dgt* múa xoay tròn.

piscatorial /,piskə'tɔːriəl/ *tt* 1. [thuộc sự] câu cá; [thuộc người] đánh cá 2. mê câu cá *(người)*.

Pisces /'paisi:z/ *dt snh* 1. *(thiên)* chòm sao Cá 2. người cầm tinh sao Cá.

Piscean[1] /pi'si:ən/ *dt* người cầm tinh sao Cá.

Piscean[2] /pi'si:ən/ *tt* cầm tinh sao Cá *(người)*.

piss[1] /pis/ *dgt (thường kiêng dùng)* 1. đi đái 2. *piss oneself* đi đái ướt quần; *piss oneself laughing* không nén cười được 3. đái ra *(máu)*: *piss blood* đái ra máu. // **piss somebody about (around)** hành động đối với ai một cách dại dột *(một cách phí phạm thì giờ; một cách cố ý không được việc gì)*: *we were pissed around for hours before they finally gave us the right form* chúng tôi đã phí phạm hàng giờ trước khi họ chỉ cho chúng tôi thể thức đúng; **piss down** mưa to; **piss off** *(thường dùng như một mệnh lệnh)* xéo đi, cút đi; **piss somebody off** *(chủ yếu ở dạng bị động)* làm ai bực mình, làm phiền ai, quấy rầy ai: *everybody is pissed off with all the*

changes of plan mọi người đều bực mình vì tất cả những sự thay đổi kế hoạch đó.

piss[2] /pis/ *dt (thường kiêng dùng)* 1. nước đái 2. sự đi đái: *go for a piss* đi đái. // **take the piss out of** đùa cợt, chế nhạo, giễu *(ai, cái gì)*.

pissed /pist/ *tt (thường kiêng dùng)* say rượu. // **[as] pissed as a newt** say khướt.

pistachio /pi'stɑːʃiəʊ, *(Mỹ* pi'stæʃiəʊ)/ *dt (snh* **pistachios)** 1. *(cg* **pistachio nut)** quả đào lạc *(có nhân màu lục ăn được)*: *pistachio ice-cream* kem đào lạc 2. cây đào lạc 3. *(cg* **pistachio green)** màu lục đào lạc.

piste /pi:st/ *dt (tiếng Pháp)* đường trượt tuyết.

pistil /'pistl/ *dt (thực)* nhụy, nhị cái *(hoa)*.

pistol /'pistl/ *dt* súng ngắn. // **hold a pistol to somebody's head** đe dọa ai buộc họ phải làm gì.

piston /'pistən/ *dt (cơ; nhạc)* pittông.

piston-engined /'pistən endʒind/ *tt* chạy bằng động cơ có pittông *(không phải chạy bằng động cơ phản lực)*.

piston-ring /'pistənriŋ/ *dt (cơ)* vòng găng pittông, xecmăng pittông.

piston-rod /'pistənɒd/ *dt (cơ)* cần pittông, ti pittông.

pit[1] /pit/ *dt* 1. hố 2. hầm; hầm khai thác 3. mỏ than: *go down the pit* xuống mỏ than làm việc, làm công nhân mỏ than 4. *(giải)* hố, hốc, ổ, lõm: *the pit of the stomach* lõm thượng vị; *armpit* hốc nách, nách 5. rỗ *(bệnh đậu mùa)* 6. *(skhấu)* **the pit** dãy ghế sau khoang nhạc; khán giả ở dãy ghế sau khoang nhạc 7. *(cg* **or-**

chestra pit) khoang nhạc (ở rạp hát) **8.** khoang hầm (ở xưởng sửa chữa ô tô, để cho xe lên mà sửa chữa các bộ phận phía dưới xe) **9. the pits** trạm tiếp xăng thay lốp (trong cuộc đua ôtô) **10. the pit** địa ngục, âm phủ **11.** hố bẫy (thú rừng) // **be the pits** (Mỹ, kng) là điển hình rất tồi (về cái gì đó): *the food in this restaurant is the pits!* thức ăn ở quán ăn này rất tồi!

pit² /pit/ *đgt* (**-tt-**) **1.** (chủ yếu ở dạng bị động) **pit something with something** làm rỗ; tạo ra những cái lỗ trên: *a face pitted with smallpox* mặt rỗ đậu mùa; *acid had pitted the surface of the silver* axit đã làm rỗ mặt bạc; *the surface of the moon is pitted with craters* mặt của mặt trăng lỗ chỗ miệng núi lửa **2.** (+ against) cho đọ sức với, cho đấu lại với: *pit oneself against the reigning champion* đọ sức với đương kim vô địch; *pit one's wits against the bureaucracy of the tax office* đấu trí với lề thói quan liêu của sở thuế.

pit³ /pit/ *dt* (Mỹ) hạch (của một số quả).

pit⁴ /pit/ *đgt* (**-tt-**) (Mỹ) lấy hạch (của quả): *pitted olives* quả ô liu đã lấy hạch đi.

pita /'pitə/ *dt* x **pitta**.

pit-a-pat¹ /ˌpitə'pæt/ (cg **pit-ter-patter**) *pht* lộp độp; thình thịch: *his feet went pit-a-pat* bước chân anh ấy nghe thình thịch.

pit-a-pat² /ˌpitə'pæt/ (cg **pit-ter-patter**) *dt* tiếng lộp độp; tiếng thình thịch: *the pit-a-pat of rain on the roof* tiếng giọt mưa lộp độp trên mái nhà.

pitch¹ /pitʃ/ *dt* nhựa hắc ín. // **black as pitch** đen thui.

pitch² /pitʃ/ *đgt* **1.** cắm, dựng (lều, trại): *they pitched camp on the moor for the night* họ dựng trại trên trảng qua đêm **2.** (nhạc) lấy (giọng; âm điệu): *pitch one's voice higher* lấy giọng cao hơn **3.** diễn đạt theo một phong cách riêng; diễn đạt ở một mức riêng: *an explanation pitched at a simple level so that a child could understand it* một lời giải thích diễn đạt ở một mức đơn giản khiến trẻ con cũng hiểu được; *pitch something a bit strong (high)* cường điệu (phóng đại) cái gì lên **4.** [làm cho] ngã lao ra phía trước; [làm cho] bị hất ra ngoài: *the carriage overturned and the passengers [were] pitched out* xe bị lật và hành khách bị hất ra ngoài **5.** dập dềnh, lao lên lao xuống (trên mặt nước hay trong không khí; nói về tàu thuyền; máy bay): *the ship pitched and rolled and many passengers were sick* con tàu dập dềnh và tròng trành khiến nhiều hành khách nôn mửa **6.** ném, quăng, liệng, tung: *pitch a stone into the river* ném một hòn đá xuống sông; *pitch the ball* ném bóng (chơi cricket, bóng chày) **7.** (kng) kể (chuyện): *they pitched a yarn about finding the jewels* họ đã kể ra một chuyện bịa chung quanh việc bắt được đồ kim hoàn.

pitch in; pitch into (something) (kng) a/ hăng hái bắt tay vào việc: *they all pitched in and soon finished the job* cả bọn họ hăng hái bắt tay vào làm và chẳng mấy chốc đã hoàn thành công việc; *they pitched into the work immediately* họ hăng hái bắt tay vào việc ngay b/ ăn (cái gì) rất ngon miệng: *they pitched into the meal* họ ăn cơm rất ngon miệng; **pitch into (somebody)** tấn công (ai) dữ dội; **pitch in (with something)** đề nghị giúp đỡ; đề nghị ủng hộ (cái gì): *they pitched in with contributions of money* họ đề nghị ủng hộ tiền.

pitch² /pitʃ/ *dt* **1.** sự ném, sự quăng, sự liệng, sự tung; sự (cách) ném bóng (bóng chày) **2.** độ cao (của nốt nhạc, của giọng...) **3.** (nhạc) chất lượng âm **4.** mức độ; cường độ: *anger is at its highest pitch* cơn giận đến cực độ; *come to such a pitch that* đến mức độ là **5. pitch of something** cực điểm; cực độ: *the pitch of perfection* cực độ hoàn thiện **6.** sự dập dềnh, sự lao lên lao xuống (của con tàu trên mặt nước) **7.** độ dốc (mái nhà) **8.** chỗ ngồi thường lệ (của người bán hàng rong, của người hát rong) **9.** (cg **sales pitch**) lời chào hàng (của người bán hàng). // **at concert pitch** x concert; **at (to) fever pitch** x fever; **queer somebody's pitch** x queer.

pitch-and-toss /ˌpitʃən'tɒs/ *dt* trò chơi đáo sấp ngửa.

pitch-black /ˌpitʃ'blæk/ *tt* đen thui.

pitchblende /'pitʃblend/ *dt* (khoáng) uranit.

pitch-dark¹ /ˌpitʃ'dɑːk/ *tt* **1.** tối đen như mực **2.** đen thui.

pitch-dark² /ˌpitʃ'dɑːk/ *dt* **the pitch-dark** bóng tối dày đặc: *we couldn't see our way in the pitch-dark* chúng ta không thể thấy đường đi trong bóng tối dày đặc.

pitched /pitʃt/ *tt* dốc (mái nhà, không phải mái bằng).

pitched battle /ˌpitʃt'bætl/ trận đánh dàn trận.

pitcher¹ /'pitʃə[r]/ *dt* bình (có tay cầm và vòi).

pitcher² /pitʃə[r]/ (thể) người ném bóng (bóng chày).

pitchfork¹ /pitʃfəːk/ dt cái chĩa (gẩy rơm, gẩy cỏ).

pitchfork² /pitʃfəːk/ 1. gẩy (rơm, cỏ bằng chĩa) 2. (+ into) đẩy vào, tống vào: young men pitchforked into the army những người trẻ tuổi bị đẩy vào đi lính.

pitch-pine /pitʃpain/ dt (thực) thông đỏ (cây, gỗ).

piteous /pitiəs/ tt thương tâm; đáng thương hại: a piteous sight một cảnh tượng thương tâm; in a piteous condition trong một tình trạng đáng thương hại.

piteously /pitiəsli/ pht [một cách] thương tâm; [một cách] đáng thương hại.

piteousness /pitiəsnis/ dt tình trạng thương tâm; tình trạng đáng thương hại.

pitfall /pitfɔːl/ dt 1. nguy hiểm bất ngờ; khó khăn bất ngờ 2. hố bẫy (thú rừng).

pith /piθ/ dt 1. ruột; bấc (ở thân một số cây) 2. cùi (ở vỏ quả cam...) 3. **the pith of something** cốt lõi của cái gì: that was the pith of his argument đấy là cốt lõi lý lẽ của nó.

pith hat /piθhæt/ mũ bấc (đội che nắng trước đây).

pit-head /pit hed/ dt lối vào mỏ than: a pit-head ballot cuộc bỏ phiếu của công nhân mỏ than ngay ở lối vào mỏ.

pith helmet /piθhelmit/ nh pith hat.

pithily /piθili/ pht [một cách] ngắn gọn, [một cách] súc tích.

pithiness /piθinis/ dt sự ngắn gọn, sự súc tích.

pithy /piθi/ tt (-ier; -iest) 1. ngắn gọn, súc tích: a pithy description of the event một sự mô tả sự việc súc tích

2. [thuộc] ruột cây; như ruột cây; đầy ruột (cây).

pitiable /pitiəbl/ tt 1. đáng thương hại: pitiable misery cảnh nghèo khổ đáng thương hại 2. đáng khinh: a pitiable lack of talent sự thiếu tài năng đáng khinh.

pitiably /pitiəbli/ pht 1. [một cách] đáng thương hại 2. [một cách] đáng khinh.

pitiful /pitifl/ tt 1. thương tâm; đáng thương: a pitiful sight một cảnh thương tâm 2. đáng khinh: pitiful lies những lời nói dối đáng khinh; a pitiful coward kẻ hèn nhất đáng khinh.

pitifully /pitifəli/ pht 1. [một cách] thương tâm; [một cách] đáng thương 2. [một cách] đáng khinh: a pitifully bad performance thành tích tồi đáng khinh.

pitiless /pitilis/ tt 1. nhẫn tâm; tàn nhẫn: a pitiless tyrant một tên bạo chúa tàn nhẫn 2. (bóng) gay gắt; ác liệt: a scorching, pitiless sun cái nắng thiêu đốt gay gắt.

pitilessly /pitilisli/ pht 1. [một cách] nhẫn tâm; [một cách] tàn nhẫn 2. [một cách] gay gắt, [một cách] ác liệt.

pitilessness /pitilisnis/ dt 1. sự nhẫn tâm; sự tàn nhẫn 2. sự gay gắt, sự ác liệt.

piton /piːtɒn/ dt (thể) đinh trèo núi.

Pitot tube /piːtəʊtjuːb, (Mỹ 'piːtəʊtuːb)/ dt ống Pitot (trong các dụng cụ đo áp suất chất lỏng hay đo tốc độ).

pit pony /pitpəʊni/ ngựa mỏ (giống ngựa nhỏ trước đây dùng ở hầm mỏ để chuyên chở).

pit-prop /pitprɒp/ dt trụ mỏ.

pitta /pitə/ dt (cg **pita, pitta bread**) bánh mì dẹt, (chủ

yếu ở Hy Lạp và các nước Trung Đông).

pitta bread /pitəbred/ x pitta.

pittance /pitns/ dt đồng lương chết đói; tiền trợ cấp cầm hơi: work all day for a mere pittance làm cả ngày để chỉ được đồng lương chết đói.

pitter-patter /ˌpitə'pætə[r]/ pht nh pit-a-pat.

pituitary /pi'tjuːitəri, (Mỹ pi'tuːətəri)/ dt (cg **pituitary gland**) (giải) tuyến yên.

pity¹ /piti/ dt 1. lòng thương hại, lòng trắc ẩn: be full of (be filled with) pity for somebody đầy lòng thương hại đối với ai; be moved to pity by somebody's suffering đầy lòng trắc ẩn trước đau khổ của ai; do something out of pity for somebody làm việc gì vì lòng thương hại ai 2. điều đáng tiếc: what a pity! thật đáng tiếc!; it's a pity the weather is bad thật đáng tiếc là thời tiết xấu; the pity is that... điều đáng tiếc là // **have pity on somebody** thương hại ai; **more's the pity** (kng) rủi thay: did you insure the jewels before they are stolen? - No, more's the pity! anh đã đưa bảo hiểm các đồ kim hoàn ấy trước khi bị mất chưa? - Rủi thay chưa!; **take pity on somebody** giúp đỡ ai vì cảm thấy thương hại.

pity² /piti/ đgt (pitied) 1. thương hại, động lòng trắc ẩn đối với: pity the poor sailors at sea in this storm! thương hại những người thủy thủ tội nghiệp trong cơn bão ấy! 2. khinh, khinh bỉ: I pity you if you think this is an acceptable way to behave tôi khinh anh nếu anh cho đó là một cách cư xử có thể chấp nhận được.

pitying /'pitiiŋ/ *tt* **1.** thương hại: *he lay helpless in the street under the pitying gaze of the bystanders* nó nằm bơ vơ ngoài đường phố dưới cái nhìn thương hại của những người đứng xem **2.** thương hại và có phần khinh rẻ: *the performer received only pitying looks from his audience* người biểu diễn chỉ nhận được của khán giả những cái nhìn thương hại và có phần khinh rẻ.

pityingly /'pitiiŋli/ *pht* **1.** [một cách] thương hại **2.** [một cách] thương hại và có phần khinh rẻ.

pivot¹ /'pivət/ *dt* **1.** trục [xoay] **2.** (*bóng*) điểm then chốt: *that is the pivot of the whole argument* đấy là điểm then chốt của toàn bộ lý lẽ.

pivot² /'pivət/ *dgt* **1.** xoay, quay (*như là quanh trục*): *she pivoted on her heels and swept out of the room* chị ta quay gót và bước ra khỏi phòng **2.** lắp trục vào; lắp vào trục. // **pivot on something** (*không dùng ở dạng bị động*) xoay quanh vấn đề gì: *the whole discussion pivots on this one point* toàn bộ cuộc thảo luận xoay quanh độc vấn đề đó.

pivotal /'ivətl/ *tt* **1.** [thuộc] trục; [làm] trục **2.** (*bóng*) then chốt: *a pivotal decision* một quyết định then chốt.

pixie (*cg* **pixy**) /'piksi/ *dt* tiên (*trong truyện...*).

pizza /'pi:tsə/ *dt* bánh của Ý.

pizzicato¹ /ˌpitsi'ka:təʊ/ *tt, pht* (*nhạc*) bật (*chơi bật dây đàn vi-ô-lông, chứ không kéo bằng vĩ*).

pizzicato² /ˌpitsi'ka:təʊ/ *dt* (*snh* **pizzicatos**) nốt bật; đoạn nhạc bật (*đàn vi-ô-lông*).

Pk (*vt của* Park *trên bản đồ*) công viên: *St James Pk* công viên Saint James.

pkg (*vt của* package) gói đồ, gói.

pkt (*vt của* packet) gói: *1 pkt cigarettes* một gói thuốc lá.

Pl (*vt của* Place *trên bản đồ*) quảng trường: *St James Pl* quảng trường Saint James.

pl (*vt của* plural) số nhiều (*về ngữ pháp*).

placard¹ /'plæka:d/ *dt* yết thị; áp phích.

placard² /'plæka:d/ *dgt* **1.** dán yết thị lên; dán áp phích lên **2.** thông báo bằng yết thị.

placate /plə'keit, (*Mỹ* 'pleikeit)/ *dgt* làm (*ai*) bớt giận, làm (*cho ai*) nguôi đi; xoa dịu (*ai*).

placatory /plə'keitəri, (*Mỹ* 'pleikətɔ:ri)/ *tt* xoa dịu: *placatory remarks* những lời nhận xét xoa dịu.

place¹ /pleis/ *dt* **1.** nơi, chỗ: *is this the place where it happened?* đây có phải là nơi đã xảy ra việc đó không?; *I can't be in two places at once* tôi không thể ở hai nơi cùng một lúc được; *one's place of birth* nơi sinh; *a sore place on my foot* chỗ đau ở chân tôi; *this town is the coldest place in Britain* thành phố này là nơi lạnh nhất ở Anh; *everything in its place* vật nào chỗ ấy **2.** chỗ ngồi; chỗ đứng; vị trí; địa vị: *go back to your place* về chỗ [ngồi] đi; *if I were in your place* nếu tôi ở địa vị anh; *he finished in third place* nó kết thúc cuộc đua ở vị trí thứ ba **3.** chỗ làm: *she hopes to get a place in this department* cô ta hy vọng kiếm được một chỗ làm ở sở này **4.** ngôi nhà (*thường là to lớn, ở nông thôn*): *they have a flat in town as well as a place in the country* họ có một căn hộ ở thành phố cùng một ngôi nhà ở nông thôn **5.** đoạn sách; đoạn vở kịch: *I have lost my place* tôi đã quên mất trước đã đọc đến đoạn nào rồi. **6.** *Place* đoạn phố, quảng trường: *Ba dinh Place* quảng trường Ba Đình. // **all over the place** a/ ở mọi nơi, khắp nơi: *firms are going bankrupt all over the place* khắp nơi các hãng đều phá sản b/ trong tình trạng lộn xộn: *the contents of the drawers were strewn all over the place* các thứ trong ngăn kéo đều để lộn xộn; *your hair is all over the place* tóc của anh bù xù; **change (swap) places (with somebody)** a/ đổi chỗ: *let's change places, you'll be able to see better from here* ta hãy đổi chỗ cho nhau, từ chỗ này anh có thể thấy rõ hơn b/ đổi sang hoàn cảnh (*của ai*): *I'm perfectly happy, I wouldn't change places with anyone* tôi hoàn toàn hạnh phúc, tôi sẽ không đổi sang hoàn cảnh của bất cứ ai đâu; **fall (fit, slot) into place** bắt đầu có ý nghĩa trong mối quan hệ với nhau (*nói về một loạt sự kiện*): *it all begins to fall into place* tất cả cái đó bắt đầu có ý nghĩa trong mối quan hệ với nhau; **give place to** bị thay thế bởi; bị thay chỗ bởi: *houses and factories gave place to open fields as the train gathered speed* tàu hỏa tăng tốc độ và đồng không mông quạnh đã thay chỗ cho nhà ở và xưởng máy (*trước con mắt của hành khách*); **go places** (*kng*) thành công ngày càng lớn (*nhất là trong sự nghiệp của mình*); **have one's heart**

P

in the right place x heart; **in the first (second...) place** thứ nhất, trước hết (thứ nhì, kế đó...); **in high places** x high¹; **in my (your...) place** ở địa vị tôi (anh...) ở hoàn cảnh tôi (anh...): *in her place I'd sell the lot* ở địa vị chị ta, thì tôi bán lô ấy đi; **in place** a/ ở đúng vị trí bình thường hàng ngày: *she likes everything to be in place before she starts work* bà ta thích mọi thứ đều đúng vị trí hàng ngày trước khi bắt đầu làm việc b/ thích hợp, hợp: *a little gratitude would be in place* một chút biết ơn sẽ là rất thích hợp; **in place of** thay vì, thay [cho]: *the chairman was ill so his deputy spoke in his place* ông chủ tịch ốm nên ông phó chủ tịch nói thay; **lay (set) a place** xếp một chỗ (ở bàn ăn, với dao; dĩa, thìa đầy đủ): *set a place for him when you lay the table, he may come after all* cứ xếp một chỗ cho anh ta khi anh bày bàn, anh ta cuối cùng vẫn có thể tới đấy; **lightning never strikes in the same place twice** x lighting; **lose one's place** x lose; **out of place 1.** không đúng chỗ, không đúng vị trí thường ngày (đồ vật) **2.** không đúng chỗ, không thích hợp: *his criticisms were quite out of place* lời phê bình của anh ta hoàn toàn không đúng chỗ; **a place in the sun** chỗ đứng dưới mặt trời (bóng); vị trí ngang nhau về đặc quyền đặc lợi: *nations that had been oppressed for centuries were now fighting for a place in the sun* những nước đã bị áp bức hàng thế kỷ nay đang đấu tranh cho một vị trí ngang các nước khác về đặc quyền đặc lợi; **pride of place** x pride; **put oneself in**

somebody else's (somebody's) place đặt mình vào địa vị của ai; tưởng tượng mình ở địa vị của ai; **put somebody in his [proper] place** kéo ai về đúng cương vị của họ, làm nhục kẻ kiêu căng khoác lác; **take place** xảy ra, diễn ra: *when does the ceremony take place?* khi nào thì lễ diễn ra?, khi nào, thì làm lễ?; **take the place of** thay, thế (ai, cái gì): *she couldn't attend the meeting so her assistant took her place* bà ta không thể dự họp nên trợ lý của bà đã họp thay bà; **there's no place like home** (tục ngữ) chẳng đâu bằng nhà mình cả.

place² /pleis/ *đgt* **1.** đặt, để; xếp: *he placed the books in order on the shelf* nó để các cuốn sách có thứ tự trên giá sách; *place somebody in a difficult position* đặt ai vào một thế khó khăn; *place confidence in somebody* đặt tin tưởng vào ai; *I would place her among the world's greatest sopranos* tôi muốn xếp cô ta vào hạng những người hát giọng nữ cao hay nhất thế giới; *he was placed third* anh ta được xếp thứ ba; *place and order for goods with a firm* đặt mua hàng của một hãng; *the agency places about 2000 secretaries per annum* hãng này xếp việc cho khoảng 2000 chân thư ký mỗi năm; *they placed the orphans with foster-parents* họ đã tìm được người chịu làm bố mẹ nuôi cho tụi mồ côi **2.** nhận ra (nhờ trí nhớ hoặc kinh nghiệm đã qua): *I've seen his face before but I can't place him* tôi đã thấy mặt anh ta trước đây, nhưng tôi không nhận ra anh ta **3.** bỏ vốn; đầu tư tiền. // **be placed** a/ được xếp nhất nhì

ba (đua ngựa) b/ (Mỹ) được xếp thứ nhì (đua ngựa).

place-bet /ˈpleisbet/ *dt* sự đánh cuộc con ngựa sẽ về nhất nhì ba (trong ba con về đầu, trong cuộc đua ngựa).

placebo /pləˈsiːbəʊ/ *dt* (snh **placebos**) **1.** (y) thuốc vờ (để trấn yên người bệnh hơn là để chữa bệnh) **2.** điều nói [để làm] chiều lòng.

place-kick /ˈpleiskik/ *dt* (thể) cú đặt bóng sút (bóng đá).

place-mat /ˈpleismæt/ *dt* miếng vải lót dĩa (ở bàn ăn).

placement /ˈpleismənt/ *dt* sự xếp việc cho; sự xếp nơi cho: *the placement of orphans* sự xếp nơi cho trẻ mồ côi.

place-name /ˈpleisneim/ *dt* tên nơi chốn (tên thành phố, thị trấn, một quả đồi...).

placenta /pləˈsentə/ *dt* (snh **placentae**, **placentas**) (giải) nhau (đàn bà đẻ).

placentae /pləˈsentiː/ *dt snh* của placenta.

placental /pləˈsentl/ *tt* (giải) [thuộc] nhau.

placid /ˈplæsid/ *tt* **1.** yên tĩnh: *the placid waters of the lake* nước hồ yên tĩnh **2.** điềm tĩnh: *a placid smile* nụ cười điềm tĩnh.

placidity /pləˈsidəti/ *dt* **1.** sự yên tĩnh **2.** sự điềm tĩnh: *the placidity of his temperament* tính khí điềm tĩnh của anh ta.

placidly /ˈplæsidli/ *pht* **1.** [một cách] yên tĩnh **2.** [một cách] điềm tĩnh.

placket /ˈplækit/ *dt* đường sẻ ở váy (của phụ nữ, để cởi hoặc mặc váy vào dễ dàng hơn).

plagiarise /ˈpleidʒəraiz/ *đgt* x plagiarize.

plagiarism /'pleidʒərizəm/ *dt* **1.** sự ăn cắp văn **2.** văn ăn cắp.

plagiarist /'pleidʒərist/ *dt* kẻ ăn cắp văn.

plagiarize (*cg* **plagiarise**) /'pleidʒəraiz/ *dgt* ăn cắp [văn]: *many passages of the book are plagiarized* nhiều đoạn của cuốn sách là văn ăn cắp.

plague¹ /pleig/ *dt* **1. the plague** (*cg* **bubonic plague**) bệnh dịch hạch **2.** bệnh dịch: *the incidence of cholera in the camps has reached plague proportions* tỷ lệ mắc bệnh tả trong trại đã đạt quy mô một bệnh dịch **3.** họa (*vật phá hoại*): *a plague of rats* họa chuột phá hoại **4.** (*thường số ít, kng*) điều tệ hại; cái gây phiền toái: *what a plague that boy is!* thằng bé thật là tệ hại!. // **avoid somebody/ something like the plague** *x* avoid.

plague² /pleig/ *dgt* **1.** quấy rầy: *plague somebody with requests for money* quấy rầy đòi xin tiền ai **2.** làm đau; làm khó chịu: *she was plagued with arthritis* bà ta bị khó chịu vì viêm khớp **3.** gây khó khăn, cản trở: *a construction schedule plagued by bad weather* một chương trình xây dựng bị thời tiết xấu cản trở.

plague-ridden /'pleigridn/ *tt* (*cg* **plague-stricken**) *tt* **1.** bị dịch hạch **2.** bị bệnh dịch **3.** bị họa (*ruồi, châu chấu, chuột...*).

plague-stricken /'pleigstri-kən/ *nh* plague-ridden.

plaice /pleis/ *dt* (*snh, kđổi*) (*động*) cá bơn sao.

plaid /plæd/ *dt* **1.** khăn choàng vai kẻ ô vuông (*của người miền núi Ê-cốt*) **2.** vải kẻ ô vuông (*để làm khăn choàng vai*) **3.** kiểu kẻ ô vuông (*vải*).

plain¹ /plein/ *tt* (**-er; -est**) **1.** rõ: *the markings along the route are quite plain* những lằn trên đường trông rất rõ **2.** ngay thẳng, thẳng thắn: *a plain answer* câu trả lời thẳng thắn **3.** giản dị, đơn sơ, thường: *a plain but very elegant dress* chiếc áo giản dị nhưng rất thanh lịch **4.** không đẹp, thô: *a few rather plain bits of furniture* một số đồ đạc phần nào không đẹp; *from a rather plain child she had grown into a beautiful woman* là một cô bé khá xấu, lớn lên cô ta đã trở thành một phụ nữ đẹp. // **in plain English** nói rõ bằng lời lẽ rõ ràng và mộc mạc: *if you want me to go why didn't you say so in plain English instead of making vague hints?* nếu anh cần tôi đi thì sao không nói rõ điều ấy ra thay vì những lời bóng gió mập mờ?; **make oneself plain** nói rõ ý của mình; [**as**] **plain as a pikestaff** (**the nose on one's face**) rõ rành rành; [**all**] **plain sailing** thuận buồm xuôi gió.

plain² /plein/ *pht* (*chủ yếu Mỹ*) **1.** [một cách] rõ: *speak plain* nói rõ **2.** hoàn toàn là: *it is just plain stupid* hoàn toàn là ngớ ngẩn.

plain³ /plein/ *dt* đồng bằng.

plain⁴ /plein/ *dt* mũi đan thường.

plainchant /'pleintʃa:nt, (*Mỹ* 'pleintʃænt)/ *dt* (*cg* **plainsong**) lễ ca (*ở nhà thờ theo giáo phái Anh*).

plain clothes /,plein'kloθs/ thường phục (*chủ yếu nói về cảnh sát*): *the detectives were in plain clothes* cảnh sát điều tra mặc thường phục; *a plain-clothes detective* một cảnh sát điều tra mặc thường phục.

plain dealing /,plein'di:liŋ/ tính ngay thẳng; tính thẳng thắn.

plain flour /,plein'flauə[r]/ *dt* bột đơn thuần (*không chứa bột nở*).

plainly /'pleinli/ *pht* **1.** [một cách] rõ: *the mountain top is plainly visible from the village* từ trong làng đỉnh núi thấy rõ; *try to express yourself plainly* hãy cố phát biểu rõ **2.** [một cách] rõ ràng, [một cách] hiển nhiên: *that is plainly wrong* rõ ràng là sai.

plainess /'pleinnis/ *dt* **1.** sự rõ **2.** sự ngay thẳng, sự thẳng thắn **3.** sự giản dị, sự đơn sơ **4.** vẻ xấu xí.

plainsman /'pleinzmən/ *dt* (*snh* **plainsmen**) dân đồng bằng (*nhất là ở vùng Trung Tây Mỹ*).

plainsong /'pleinsɒŋ/ *dt nh* plainchant.

plain-spoken /,plein'spəukən/ *tt* nói thẳng (*đến mức khiếm nhã*).

plaint /pleint/ *dt* (*luật*) sự thưa kiện; sự khiếu nại.

plaintiff /'pleintif/ *dt* (*luật*) (*cg* **complainant**) nguyên đơn.

plaintive /'pleintiv/ *tt* than văn; rên rỉ: *a plaintive voice* giọng rên rỉ.

plaintively /'pleintivli/ *pht* [một cách] than văn; [một cách] rên rỉ.

plaintiveness /'pleintivnis/ *dt* giọng than văn; giọng rên rỉ.

plait¹ /plæt/ *dgt* (*Mỹ* **braid**) tết, bện: *plait one's hair* tết tóc; *plait a rope* bện một dây thừng.

plait² /plæt/ *dt* **1.** dải tết, dải bện **2.** bím, đuôi sam (*tóc*): *wear one's hair in a*

P

plait tết tóc thành bím đuôi sam.

plan¹ /plæn/ *dt* **1.** kế hoạch; dự kiến: *a development plan* kế hoạt phát triển; *a plan of campaign* kế hoạch tác chiến; *what are your plans for the holidays?* dự kiến về kỳ nghỉ của anh như thế nào? **2.** đồ án; sơ đồ: *the architect submitted the plans for approval* kiến trúc sư trình đồ án để duyệt; *the plan of a building* sơ đồ một tòa nhà. // **go according to plan** xảy ra thuận lợi (*nói về các sự việc*): *if everything goes according to plan, I shall be back before dark* nếu mọi việc đều thuận lợi thì tôi sẽ trở về trước lúc trời tối.

plan² /plæn/ *dgt* (-nn-) **1.** đặt kế hoạch; trù tính, dự kiến: *plan for the future* đặt kế hoạch cho tương lai; *I had planned for 20 guests, but only 10 arrived* tôi trù tính cho 20 vị khách, nhưng chỉ có 10 vị tới; *when do you plan to take your holiday?* anh dự kiến khi nào thì nghỉ hè thế? **2.** lập đồ án; vẽ sơ đồ: *plan a house* vẽ sơ đồ một ngôi nhà. // **phan out** trù hoạch; trù liệu: *plan out one's annual expenditure* trù hoạch tiền tiêu hằng năm; *plan out a traffic system for the town* trù liệu một hệ thống giao thông cho thành phố.

plane¹ /plein/ *dt* **1.** (*toán*) mặt phẳng **2.** mức; trình độ: *plane of thought* trình độ tư tưởng; *this species has reached a higher plane of development* loài ấy đã đạt một trình độ phát triển cao hơn.

plane² /plein/ *tt* phẳng: *a plane surface* mặt phẳng.

plane³ /plein/ *dgt* lướt; lượn (*máy bay*).

plane⁴ /plein/ *dt* cái bào.

plane⁵ /plein/ *dgt* bào: *plane the edge of a plank* bào cạnh của tấm ván; *plane a plank smooth* bào nhẵn tấm ván. // **plank away (down, off)** bào đi: *plane away the irregularities on a surface* bào những chỗ không đều trên một mặt đi.

plane⁶ /plein/ *dt* (*cg* **plane tree**) (*thực*) cây tiêu huyền.

plane⁷ /plein/ *dt nh* aeroplane: *the plane is about to land* máy bay sắp hạ cánh.

plane geometry /,plein dʒi-'ɒmətri/ (*toán*) hình học phẳng.

plane sailing /,plein'seiliŋ/ (*hải*) phương pháp định vị phẳng (*định vị một con tàu như thế là tàu ở trên một mặt phẳng chứ không phải trên mặt cầu của quả đất*).

planet /'plænit/ *dt* (*thiên*) hành tinh.

plane-table /plein teibl/ *dt* bàn đạc.

planetaria /,plæni'teəriə/ *dt snh* của planetarium.

planetarium /,plæni'teəriəm/ *dt* (*snh*) **planetariums, planetaria**) mô hình vũ trụ.

planetary /'plænitri, (*Mỹ* 'plænitəri/ *tt* [thuộc] hành tinh; như hành tinh.

plangency /'plændʒənsi/ *dt* **1.** tính vang, tính ngân vang (*của âm thanh*) **2.** tính thảm thiết (*của giọng nói*).

plangent /'plændʒənt/ *tt* **1.** vang, ngân vang (*âm thanh*) **2.** thảm thiết (*giọng nói*).

plangently /'plændʒəntli/ *pht* **1.** [nghe] vang; [nghe] ngân vang **2.** [một cách] thảm thiết.

plank¹ /plæŋk/ *dt* **1.** tấm ván **2.** (*chính*) nguyên tắc chính (*của một chính sách,*

một cương lĩnh): *the main planks of their disarmament platfrom* những nguyên tắc chính về giải trừ quân bị trong cương lĩnh chính trị của họ. // **thick as two planks** *x* thick; **walk the plank** *x* walk¹.

plank² /plæŋk/ *dgt* **plank down 1.** đặt mạnh xuống (*bọc hành lý...*) **2.** trả (*tiền*) ngay.

plank-bed /'plæŋkbed/ *dt* bộ ván, bộ phản, bộ ngựa.

planking /'plæŋkiŋ/ *dt* **1.** ván sàn **2.** sàn ván gỗ.

plankton /'plæŋktən/ *dt* (*sinh*) sinh vật nổi, sinh vật phù du.

planner /'plænə/ *dt* **1.** người lập kế hoạch **2.** (*cg* **town-planner**) nhà quy hoạch đô thị.

planning /'plæniŋ/ *dt* **1.** sự lập kế hoạch; sự kế hoạch hóa: *family planning* sự kế hoạch hóa gia đình **2.** (*cg* **town planning**) sự quy hoạch đô thị.

planning permission /,plæniŋpə'miʃn/ giấy phép xây dựng (*xây dựng nhà mới hoặc cải tạo nhà cũ, do chính quyền địa phương cấp*).

plant¹ /plɑːnt, (*Mỹ* plænt/ *dt* **1.** cây, thực vật: *plants need light and water* cây cần ánh sáng và nước; *garden plants* cây vườn; *a strawberry plant* một cây dâu tây **2.** máy móc, thiết bị (*dùng trong một công nghiệp, trong một quá trình chế tạo*): *the firm has made a huge investment in new plant* hãng đã đầu tư một số tiền đồ sộ vào máy móc thiết bị mới **3.** (*chủ yếu Mỹ*) nhà máy: *a chemical plant* nhà máy hóa chất **4.** (*kng*) vật bỏ vào, vật gài vào (*để làm hại người khác*); tang chứng giả; tang chứng đánh lạc hướng; người gài vào *(một tổ chức để do thám, để làm tay trong...)*: he claimed that the stolen jewellery found in his house was a plant ông ta khiếu nại là đồ nữ trang bị mất trộm tìm thấy ở nhà ông ta là của người ta vứt vào *(để làm chứng cứ hại ông)*; they discovered that he is a police plant họ khám phá ra rằng nó là người của cảnh sát gài vào.

plant² /plɑ:nt, (*Mỹ* plænt)/ *dgt* **1.** trồng; gieo: *we planted beans in the garden* chúng tôi trồng đậu trong vườn; *plant seeds* gieo hạt; *plant a field with rice* trồng lúa trên một đám ruộng **2.** đặt chắc: *he planted his feet firmly on the ground* nó đặt chắc chân xuống đất; *plant oneself in a chair in front of the fire* đặt mình xuống chiếc ghế ở trước bếp lửa **3.** bỏ vào, gài vào *(để đánh lừa, để làm tang chứng hại người...)*: *plant stolen goods on somebody* bỏ hàng ăn trộm vào nhà ai; *the police had planted a spy in the gang* cảnh sát đã gài trinh sát vào băng nhóm ấy; *the speaker's supporters were planted in the audience and applauded loudly* những người ủng hộ diễn giả đã được gài vào trong đám cử tọa và đã vỗ tay ầm ĩ **4.** gieo *(một ý nghĩ vào đầu óc ai)*: *who planted that idea in your head?* ai đã gieo ý nghĩ ấy vào đầu óc anh thế?; *his strange remarks planted doubts in our minds about his sanity* những nhận xét kỳ cục của anh ta đã gieo vào tâm trí chúng tôi mối nghi ngờ về tính chất lành mạnh của đầu óc anh ta **5.** giáng, phóng: *plant a*

blow on the side of somebody's head giáng một đòn vào cạnh đầu ai; *plant a kiss on somebody's cheek* hôn vào má ai; *plant a knife in somebody's back* phóng con dao vào lưng ai. // **plant out** cấy; ra ngôi: *plant out rice seedings* cấy mạ.

plantain¹ /'plæntin/ *dt (thực)* chuối lá *(cây, quả)*.

plantain² /'plæntin/ *dt (thực)* cây mã đề.

plantation /plæn'teiʃn, plɑ:n'teiʃn/ *dt* **1.** đồn điền **2.** đất trồng cây gỗ: *plantations of fir and pine* đất trồng lãnh sam và thông **3.** đám cây trồng.

planter /'plæntə[r]/ *dt* **1.** người trồng cây, nhà trồng trọt **2.** chủ đồn điền **3.** máy trồng cây **4.** chậu trồng cây.

plaque¹ /plɑ:k, (*Mỹ* plæk)/ *dt* biển trang trí; biển tưởng niệm: *a simple plaque marks the spot where the martyr died* chỉ có một tấm biển đánh dấu nơi liệt sĩ đã hy sinh.

plaque² /plɑ:k, (*Mỹ* plæk)/ *dt* bựa *(ở răng)*.

plasm /'plæzəm/ *dt nh* plasma.

plasma /'plæzmə/ *dt (cg* **plasm)** **1.** *(sinh; y)* huyết tương *(một thành phần của máu)* **2.** nh protoplasma **3.** *(lý)* khí platma *(có ở mặt trời và phần lớn các vì sao)*.

plaster¹ /'plɑ:Lstə[r], (*Mỹ* 'plæstər)/ *dt* **1.** vữa *(trát tường)*: *the plaster will have to dry out before you can paint the room* phải để cho vữa khô đã anh mới có thể sơn tường được **2.** *(cg* **plaster of Paris)** thạch cao: *she broke her arm weeks ago and it's still in plaster* bà ta gãy cánh tay mấy tuần nay và nay vẫn còn bó thạch cao

(bó bột) **3.** *(cg* **sticking plaster)** băng dính, băng keo.

plaster² /'plɑ:stə[r], (*Mỹ* 'plæstər)/ *dgt* **1.** trát vữa *(vào tường)* **2.** bôi một lớp dày lên; phết đầy: *hair plastered with oil* tóc bôi một lớp dầu dày; *plaster the town with posters* dán áp phích quảng cáo đầy thành phố **3.** bó thạch cao, bó bột. // **plaster something down** phết một lớp chất dính *(chất ướt)* lên cho nằm sát xuống: *plaster one's hair down* chải dầu cho tóc nằm sát xuống.

plasterboard /'plɑ:stəbɔ:d/ *dt* tấm phên nhồi vữa.

plaster cast /'plɑ:stəkɑ:st/ *dt* khuôn thạch cao *(để bó bột tay gãy..., để đúc tượng)*.

plasterer /'plɑ:stərə[r]/ *dt* thợ trát vữa.

plastic¹ /'plæstik/ *dt* **1.** chất dẻo **2.** nhựa: *many items in daily use are made out of plastic* nhiều đồ dùng hằng ngày làm bằng nhựa **3.** **plastics** *(dgt số ít)* khoa chất dẻo **4.** *(cg* **plastic money)** *(kng)* thẻ tín dụng *(có thể dùng để mua hàng chịu...)*.

plastic² /'plæstik/ *tt* **1.** bằng nhựa: *a plastic tray* chiếc khay [bằng] nhựa **2.** dẻo; dễ nặn: *clay is a plastic substance* đất sét là một chất dễ nặn; *the mind of a young child is quite plastic (bóng)* trí óc của trẻ em rất dễ uốn nắn **3.** tạo hình: *the plastic arts* nghệ thuật tạo hình.

plastic bomb /ˌplæstik'bɒm/ bom chất nổ dẻo, bom plattic.

plastic explosive /ˌplæstik ik'spləʊsiv/ chất nổ dẻo.

plasticin *(cg* **Plasticine)** /'plæstisi:n/ *dt (tên riêng)* chất dẻo plattixin *(trẻ con thường dùng để nặn chơi)*.

P

plasticity /plæˈstisəti/ *dt* tính dẻo, tính dễ nặn; *(bóng)* tính dễ uốn nắn.

plastic money /plæstik ˈmʌni/ *(kng)* thẻ tín dụng *(có thể dùng để mua hàng chịu...).*

plastic surgery /ˌplæstik ˈsɜːdʒəri/ *(y)* phẫu thuật tạo hình.

plate¹ /pleit/ *dt* 1. đĩa *(dụng thức ăn)*: *a soup plate* đĩa đựng xúp; *a plate of soup* một đĩa xúp 2. đĩa gom tiền quyên *(ở nhà thờ)*: *put £5 in the plate* bỏ năm bảng vào đĩa gom tiền quyên 3. *(dt tập thể số ít)* bát đĩa bằng vàng bạc 4. kim loại mạ vàng; kim loại mạ bạc: *I thought the teapot was silver, but it's only plate* tôi tưởng ấm trà bằng bạc, nhưng chỉ là [kim loại] mạ bạc 5. bản, tấm, phiến, lá: *steel plates* những tấm thép; *battery plate* bản ác quy 6. bảng, biển: *a brass plate* cái biển đồng *(ở cửa bác sĩ có ghi tên trên đó)*; *a number plate*; *(Mỹ) a lisense plate* biển số xe *(ô tô...)* 7. bản in đúc, bản khắc; tranh khắc: *colour plate* tranh khắc màu 8. tấm kính ảnh 9. *(cg* **dental plate, denture**) lợi giả *(cắm răng giả)* 10. cúp vàng, cúp bạc *(trong cuộc đua ngựa)*; cuộc đua ngựa tranh cúp vàng cúp bạc. // **hand (give) somebody (something) on a plate** *(kng)* khiến cho đạt được mà không phải cố gắng chút nào: *you can't expect promotion to be handed to you on a plate* anh không thể mong được đề bạt mà không phải cố gắng chút nào; **on one's plate** để phải tiêu tốn thì giờ và sức lực vào đấy; phải làm phải cố gắng: *have a lot on one's plate* có khối

việc phải làm; *I can't help you at the moment, I have far too much on my plate already* tôi không thể giúp anh lúc này được, bản thân tôi đã có quá nhiều việc phải làm.

plate² /pleit/ *dgt* bọc kim loại; mạ: *silver-plated spoons* thìa mạ bạc; *plate a ship* bọc sắt một con tàu.

plateau /ˈplætəʊ, *(Mỹ* plæˈtəʊ)/ *dt (snh* **plateaux, plateaus)** 1. cao nguyên 2. thế ngang bằng *(sau một thời gian phát triển nhanh)*: *after a period of rapid inflation, prices have now reached a plateau* sau một thời gian lạm phát nhanh, giá cả đã đạt tới thế ngang bằng.

plateaux /ˈplætəʊz, *(Mỹ* plæˈtəʊz)/ *dt (snh của* plateau.

plateful /ˈpleitful/ *dt* đĩa [đầy]: *he has eaten three platefuls of porridge* nó đã ăn ba đĩa cháo yến mạch.

plate glass /ˌpleitˈglɑːs/ *dt* kính tấm dày *(để làm cửa, làm gương...).*

plate-layer /ˈpleitleiə[r]/ *dt* công nhân đặt và sửa đường ray.

platelet /ˈpleitlit/ *dt* tiểu cầu *(máu).*

plate-rack /ˈpleitræk/ *dt* giàn bát đĩa *(để bát đĩa sau khi rửa cho khô).*

platform /ˈplætfɔːm/ *dt* 1. bục; bục diễn: *the concert platform* bục diễn tấu nhạc; *share a platform with somebody* xuất hiện trên [bục] diễn đàn cùng với ai; cùng diễn thuyết trong một cuộc mít tinh 2. sân ga; ke 3. thềm *(ở cửa ra vào xe buýt)* 4. cương lĩnh chính trị *(của một đảng).*

plating /ˈpleitiŋ/ *dt* 1. sự bọc kim loại; sự mạ 2. lớp kim

loại; lớp mạ: *protected with steel plating* có lớp thép bọc bảo vệ.

platinum /ˈplætinəm/ *dt* platin, bạch kim.

platinum blonde /ˌplætinəmˈblɒnd/ *(kng)* [chị phụ nữ] có tóc màu tơ *(chứ không phải bạc vì già).*

platitude /ˈplætitjuːd, *(Mỹ* plætituːd)/ *dt (xấu)* lời nhận xét sáo; lời nói nhàm: *we shall have to listen to more platitude about the dangers of overspending* chúng tôi sẽ phải nghe những lời nói nhàm về những mối nguy do ăn tiêu quá khả năng mình.

platitudinous /ˌplætiˈtjuːdinəs, *(Mỹ* ˌplætiˈtuːdənəs)/ *tt (xấu)* sáo; nhàm: *platitudinous remarks* những nhận xét sáo.

platonic /pləˈtɒnik/ *tt* 1. Platonic [thuộc] Platon; [thuộc] triết học Platon 2. thuần khiết *(sâu nặng nhưng không nhục dục, nói về tình yêu, tình bạn).*

platoon /pləˈtuːn/ *dt (quân)* trung đội.

platter /ˈplætə[r]/ *dt* 1. đĩa to *(để dọn thịt, cá)* 2. *(cũ)* đĩa gỗ 3. *(Mỹ, kng)* đĩa máy hát.

platypus /ˈplætipəs/ *dt (snh* **platypuses)** *(cg* **duck-billed platypus)** *(động)* thú mỏ vịt.

plaudit /ˈplɔːdit/ *dt (thường snh)* tiếng vỗ tay; tiếng hoan hô: *she won plaudits for the way she presented her case* chị ta được vỗ tay về cách trình bày trường hợp của mình.

plausibility /ˌplɔːzəˈbiləti/ *dt* 1. tính có vẻ hợp lý; tính tin được 2. *(xấu)* sự khéo nói, sự khéo tán: *beware of the plausibility of salesmen!* hãy đề phòng lối tán khéo của tụi bán hàng.

plausible /'plɔːzəbl/ *tt* **1.** có vẻ hợp lý; tin được: *his story sounds perfectly plausible* câu chuyện của hắn nghe có vẻ hoàn toàn tin được **2.** *(xấu)* khéo nói, khéo tán: *a plausible rogue* thằng xỏ lá khéo tán.

plausibly /'plɔːzəbli/ *pht* **1.** [một cách] có vẻ hợp lý; [một cách] tin được **2.** (xấu) [một cách] khéo nói; [một cách] khéo tán.

play¹ /plei/ *dt* **1.** sự chơi, sự vui chơi: *the happy sounds of children at play* tiếng vui thích của trẻ con vui chơi; *his life is all work and no play* cuộc đời ông ta chỉ toàn có làm không có chơi **2.** *(thể)* sự chơi, sự đấu; cách chơi; lối chơi: *the tennis players need total concentration during the play* những người chơi quần vợt cần tập trung hoàn toàn sự chú ý trong thời gian chơi; *they were penalized for too much rough play* họ bị phạt vì lối chơi quá thô bạo **3.** sự chơi cờ bạc, sự đánh bạc; trò cờ bạc: *lose £500 in one evening's play* thua 500 bảng trong một canh bạc đêm **4.** lượt chơi *(bài, cờ...)*: *it's your play* đến lượt anh đấy *(di quân cờ, đánh quân bài)* **5.** sự bị giơ, sự long, sự xộc xệch: *a play in the wheel* chỗ long ở bánh, chỗ bị giơ ở bánh **6.** sự chuyển dịch; sự hoạt động; phạm vi hoạt động: *we need more play on the rope* chúng tôi cần dây chão chuyển dịch được nhiều hơn nữa **7.** sự giỡn; sự lung linh: *the play of moonlight on water* ánh trăng lung linh trên mặt nước **8.** vở kịch; kịch: *he has just written a new play* ông ta vừa viết một vở kịch mới; *go to the play* đi xem kịch. // **bring into play** làm

cho có ảnh hưởng: *that financial crisis brought new factors into play* cuộc khủng hoảng kinh tế ấy đã làm cho những nhân tố mới có ảnh hưởng; **call into play** x call²; **child's play** x child; **come into play** [bắt đầu] tác động; [bắt đầu] có ảnh hưởng: *personal feelings should not come into play when one has to make business decisions* cảm nghĩ cá nhân không được có ảnh hưởng khi người ta quyết định về công việc kinh doanh; **fair play** x fair¹; **give free play to** x free²; **give full play** x full; **in full play** x full; **in play** đùa; không nghiêm chỉnh: *the remark was only made in play* nhận xét ấy chỉ là đùa thôi; **in (out of) play** đúng (không đúng) vị trí hợp lệ *(quả bóng)*; **make a play for** *(Mỹ)* thực hiện những hành động nhằm đạt mục đích mong muốn: *he was making a big play for the leadership of the party* ông ta đã thực hiện những hành động nhằm khẳng định mạnh mẽ sự lãnh đạo của đảng; **a play on words** sự chơi chữ; **the state of play** x state¹.

play² /plei/ *đgt* **1.** chơi, vui chơi, chơi đùa: *a little child playing with his friend* đứa bé chơi với bạn nó; *the children are playing in the garden* bọn trẻ đang chơi trong vườn **2.** chơi *(thể thao, nhạc, cờ, cờ bạc, kịch...)*: *play basketball* chơi bóng rổ; *play chess* chơi cờ; *play the violin* chơi đàn viôlông; *play a tune on a guitar* chơi một điệu trên đàn ghi ta; *play somebody a piece by Chopin* chơi cho ai nghe một bản nhạc của Sô-panh; *there was a record playing in the next room* đã nghe có đĩa hát ở phòng bên cạnh; *play one's*

ace chơi con quân át, đánh quân át; *play [the part of] Ophelia* chơi (đóng) vai Ophelia **3.** chơi trò, giả chơi; giả làm, làm ra bộ: *let's play [at] pirates* ta hãy chơi trò hải tặc đi; *the children are playing at keeping shop* trẻ con đang chơi trò bán hàng; *play dead* giả chết; *play the diplomat* giả làm nhà ngoại giao **4.** chơi, chơi xỏ: *play a trick on somebody* chơi xỏ ai một vố **5.** giỡn; lung linh; lướt qua: *moonlight playing on the surface of the lake* ánh trăng lung linh trên mặt hồ; *a smile played on (about) her lips* một nụ cười lướt qua môi cô ta **6.** nã, chiếu, phun: *the firemen played their hoses in the burning building* đội viên chữa cháy nã vòi phun vào ngôi nhà đang cháy; *fire-engines play on the fire* xe chữa cháy phun vào đám cháy **7.** giật giật dây câu làm cho mệt *(cá)*: *play a fish* giật giật dây câu làm cho cá mệt. // **what somebody is playing at** cái mà ai đang làm *(tỏ ý tức giận)*: *don't' know what he thinks he's playing at* tôi không biết là nó nghĩ gì về cái mà nó đang làm; **play the game** x game¹.

play about (around) with hành động (đối xử) một cách vô trách nhiệm với: *don't play about with my expensive tools!* đừng có tỏ ra vô trách nhiệm đối với các dụng cụ đắt tiền của tôi!; **play along with** giả vờ cộng tác với, giả vờ ăn ý với: *he was in charge, so I had to play along with his odd idea (kng)* ông ta là phụ trách nên tôi phải giả vờ ăn ý với những ý nghĩ kỳ quặc của ông ta; **play at something; play at being something** làm cái gì một cách tình cờ,

P

không thực sự thích thú: *he's only playing at his job, in the city, he is much more interested in being a racing driver* anh ta chỉ làm việc hiện làm trong thành phố một cách không thích thú, anh ta thích làm nghề cưỡi ngựa đua hơn nhiều; **play something back (to somebody)** cho nghe tư liệu đã ghi âm *(trên băng ghi âm...)*: *I played her voice back to her* tôi cho chị ta nghe lại tiếng của chính chị *(qua băng ghi âm)*; **play something down** cố hạ thấp tầm quan trọng của việc gì: *the government are trying to play down their involvement in the affair* chính phủ cố hạ thấp tầm quan trọng của sự dính líu vào vụ việc ấy; **play somebody onto (in, out)** cử nhạc khi ai vào (ra) *(một nơi nào đó)*: *the band played the performers onto the stage* dàn nhạc cử nhạc khi các diễn viên vào sàn diễn; **play oneself in** chơi từ từ và thận trọng lúc mới nhập vào cuộc; **play off** chơi trận quyết định được thua *(sau khi đã hòa)*; **play A off against B** làm cho A chống đối B nhằm lợi cho mình: *she played her two rivals off against each other and got the job herself* cô ta làm cho hai đối thủ của mình chống lại nhau và tự mình chõm lấy việc làm; **play on** *(thể)* tiếp tục chơi, chơi tiếp, lại bắt đầu chơi: *some of the players claimed a penalty but the referee told them to play on* một vài cầu thủ đòi phạt đền, nhưng trọng tài bảo họ cứ chơi tiếp; **play on something** khích động *(tình cảm... của ai)* nhằm lợi cho mình: *they played on his fears of losing his job to get him to do what they wanted* chúng nó khích động lòng sợ mất việc của nó để bắt nó

làm những gì chúng cần; **play something out** thực hiện, tiến hành *(việc gì, nhất là trong thực tế cuộc sống)*: *their love affair was played out against the background of a country at war* chuyện yêu đương của họ diễn ra trong bối cảnh một đất nước đang có chiến tranh; **play somebody up** gây ra *(cho ai)* đau đớn (khó khăn, vấn đề phải suy nghĩ...)*: *my injured shoulder is playing me up today* hôm nay chỗ vai bị thương của tôi làm cho tôi đau; *schoolchildren playing their teacher* học sinh gây khó chịu cho thầy *(do làm ồn...)*; **play something up** cố nâng cao tầm quan trọng của việc gì: *she played up her past achievements just to impress us* chị ta cố nâng cao tầm quan trọng của những thành tích đã qua chỉ để gây ấn tượng đối với chúng tôi; **play up to somebody** *(kng)* nịnh ai, tâng bốc ai *(để lấy lòng)*; **play with oneself** *(uyển ngữ)* thủ dâm; **play with (somebody, something)** nh play about (around) with; **play with something** coi nhẹ *(một ý kiến)*; giỡn với: *she's playing with the idea of starting her own business* cô ta coi nhẹ việc bắt đầu công việc của bản thân cô.

play-act /'pleiækt/ *dgt* vờ vĩnh, "đóng kịch" *(bóng)*.

play-acting /'pleiæktiŋ/ *dt* 1. sự đóng kịch *(trên sân khấu)* 2. sự vờ vĩnh, sự "đóng kịch" *(bóng)*.

play-back /'pleibæk/ *dt* 1. đầu phát lại *(tiếng đã thu)* 2. sự phát lại *(tiếng đã thu)*.

playbill /'pleibil/ *dt* áp phích quảng cáo tuồng kịch.

playboy /'pleibɔi/ *dt* kẻ ăn chơi.

play-by-play /'pleibai'plei/ *dt (Mỹ, thể)* bài tường thuật

chi tiết trên đài *(về một cuộc đấu)*.

player /'pleiə[r]/ *dt* 1. người chơi; cầu thủ; đấu thủ: *game for four players* trò chơi cho bốn người [chơi]; *he is an excellent tennis player* anh ta là một người chơi quần vợt xuất sắc; *two players were injured during the football match* trong trận đấu bóng đá có hai cầu thủ bị thương 2. diễn viên 3. nhạc sĩ biểu diễn 4. *(cg* **record-player***)* máy hát.

player-piano /'pleiəpiænəʊ/ *dt* pi-a-nô tự động.

played out /pleid'aʊt/ *tt* 1. *(kng)* mệt lử, kiệt sức: *after a hard galoop, the horse was played out* sau một đường phi cật lực, con ngựa mệt lử 2. không còn giá trị nữa, không dùng được nữa: *is this theory played out?* lý thuyết ấy không còn giá trị nữa sao?.

playfellow /'pleifeləʊ/ *dt (cg* **playmate***)* bạn cùng chơi *(của trẻ em)*.

playful /'pleifl/ *tt* 1. thích vui đùa, hay vui đùa: *playful as a kitten* hay vui đùa như con mèo con 2. đùa chơi: *playful remarks* những lời nhận xét đùa chơi.

playfully /'pleifəli/ *pht* 1. [một cách] vui đùa 2. để đùa chơi.

playfulness /'pleiflnis/ *dt* 1. sự thích vui đùa, sự hay vui đùa 2. sự đùa chơi.

playgoer /'pleigəʊə[r]/ *dt* người hay đi xem hát.

playground /'pleigraʊnd/ *dt* 1. sân chơi *(ở trường học)* 2. nơi đi nghỉ: *the island has become a playground for the rich businessmen of the city* hòn đảo đã trở thành nơi đi nghỉ của các thương gia lớn trong thành phố.

playgroup /'pleigru:p/ *dt* nhóm trẻ mẫu giáo.

playhouse /'pleihaus/ *dt* **1.** nhà hát, rạp hát **2.** nhà cho bé *(nhà rất nhỏ, đủ cho một cháu bé chơi trong đó).*

playing-card /'pleiiŋka:d/ *dt* quân bài.

playing-field /'pleiiŋfi:ld/ *dt* **1.** sân chơi *(ở trường học)* **2.** sân, bãi *(đá bóng...).*

playmate /'pleimeit/ *dt nh* playfellow.

play-off /pleiɒf/ *dt* trận đấu lại *(sau trận đấu hòa, để định hơn thua).*

play-pen /'pleipen/ *dt* cũi *(giữ trẻ em).*

play-room /'pleiru:m/ *dt* phòng chơi *(của trẻ em, trong một căn nhà).*

playschool /'pleisku:l/ *dt* lớp mẫu giáo.

plaything /'pleiθiŋ/ *dt* **1.** đồ chơi **2.** *(bóng)* món đồ chơi: *she seemed content with her life as a rich man's plaything* chị ta có vẻ bằng lòng với cuộc đời làm một món đồ chơi cho một lão giàu có.

playtime /'pleitaim/ *dt* giờ ra chơi *(ở trường học)*: *the children are outside during playtime* tụi trẻ đang ra ngoài trong giờ ra chơi.

playwright /'pleirait/ *dt* nhà soạn kịch.

plaza /'pla:zə/, *(Mỹ* 'plæzə)/ *dt* **1.** quảng trường **2.** [nơi họp] chợ *(ở thành phố Tây Ban Nha)* **3.** *(Mỹ)* khu buôn bán, khu lắm cửa hàng cửa hiệu.

PLC *(cg* **plc)** /,pi:el'si:/ *(vt của* Public Limited Company) công ty cổ phần hữu hạn.

plea /pli:/ *dt* **1.** sự cầu xin: *a plea for money* sự cầu xin tiền; *a plea for forgiveness* sự cầu xin tha thứ; *a plea for more time* xin được nhiều thì giờ hơn **2.** *(luật)* lời bào chữa, lời biện hộ, lời tự bào chữa. // **on (under) the plea of something; on (under) the plea that** lấy cớ vì, lấy cớ là: *withdraw on the plea of ill health* rút lui lấy cớ vì sức yếu; *he refused to contribute, on the plea that he couldn't afford it* anh ta từ chối góp phần vào lấy cớ là không đủ khả năng làm việc đó.

pleach /pli:tʃ/ *dgt (thường ở dạng bị động)* tạo (sửa) *(hàng rào)* bằng cách xếp cành cây chằng chịt vào nhau: *pleached hedges* hàng rào tạo bằng cành cây xếp chằng chịt vào nhau.

plead /pli:d/ *dgt* **(pleaded,** *Mỹ* **pled) 1.** (+ with, for) cầu xin, nài xin: *plead for mercy* nài xin được khoan dung; *she pleaded with him not to leave her alone* nàng nài xin chàng đừng bỏ nàng một mình **2.** lấy cớ: *they asked him to pay for the damage but he pleaded poverty* họ đòi anh ta bồi thường thiệt hại nhưng anh ta lấy cớ là nghèo [không có tiền bồi thường] **3.** (+ for, against) bào chữa, biện hộ, cãi: *plead a case* cãi cho một vụ; *plead for somebody* bào chữa cho ai; *plead against somebody* cãi chống lại ai **4.** (+ for) dùng lý lẽ để bênh vực cho; dùng lý lẽ để ủng hộ cho: *plead the cause of political prisoners* bênh vực cho các tù chính trị; *plead for the modernization of the city's public transport* ủng hộ cho sự hiện đại hóa giao thông công cộng trong thành phố.

pleadingly /'pli:diŋli/ *pht* với giọng cầu xin, với giọng nài xin.

pleadings /'pli:diŋz/ *dt snh (luật)* lời biện hộ *(thường dưới dạng viết).*

pleasant /'pleznt/ *tt* **(-er; -est) 1.** dễ chịu, thú vị; hay, đẹp: *a pleasant afternoon* một buổi chiều thú vị **2.** *(to somebody)* lịch sự và thân thiện, dễ thương: *make oneself pleasant to visitors* tỏ ra lịch sự và thân thiện với khách; *what a pleasant girl* cô gái mới dễ thương làm sao?

pleasantly /'plezntli/ *pht* **1.** [một cách] thú vị **2.** [một cách] lịch sự và thân thiện; [một cách] dễ thương: *smile pleasantly* cười một cách lịch sự và thân thiện.

pleasantry /'plezntri/ *dt* **1.** lời pha trò, lời nói đùa **2.** lời nhận xét lịch sự: *after an exchange of pleasantries, the leaders started their negotiations* sau một hồi trao đổi những lời nhận xét lịch sự, hai nhà lãnh đạo bắt đầu đàm phán.

please[1] /'pli:z/ *dgt* **1.** làm vui lòng, làm vừa lòng, làm vừa ý, làm thích: *your main aim is to please the customers* cái anh nhắm chính ấy là làm vừa lòng khách hàng; *be pleased to do something* vui lòng làm gì; *it is difficult to please everybody* khó mà có thể làm vừa lòng mọi người **2.** thích, muốn: *take as many as you please* anh muốn lấy bao nhiêu tùy thích. // **if you please 1.** xin vui lòng, xin mời; [xin] làm ơn *(dùng khi yêu cầu một cách lễ phép)* **2.** anh [thử nghĩ mà] xem! *(để tỏ sự bực bội hoặc sự bị xúc phạm (khi kể lại chuyện gì)*: *he says the food isn't hot enough, if you please!* anh ta nói là món ăn không đủ nóng, anh xem!; **please God**

lạy Chúa, lạy Trời: *please God, things will start to improve soon* lạy Chúa, mọi việc sẽ sớm bắt đầu tốt hơn lên; **please yourself** (*mỉa*) anh muốn làm gì thì làm, tôi chẳng quan tâm đến đâu: *"I don't want to come with you today" "Oh, please yourself then!"* "tôi không muốn đến với anh hôm nay đâu" "ồ, thì anh muốn làm gì thì làm, tôi chẳng quan tâm đến đâu!"

please² /pli:z/ *tht* **1.** xin vui lòng, [xin] làm ơn, xin mời (*dùng khi yêu cầu một cách lễ phép*): *come in, please* xin mời vào; *two cups of tea, please* làm ơn cho hai tách trà; *please, please, don't be late!* xin đừng có trễ giờ đấy nhé! **2.** (*kng*) tất nhiên rồi (*dùng để nhấn mạnh việc chấp nhận một đề nghị*): *shall I help you carry that load? - please* "tôi giúp anh mang cái vật nặng này chứ?" "tất nhiên rồi"; **yes, please** thưa vâng (*dùng để chấp nhận một đề nghị một cách lễ phép*): *would you like some coffee?" "Yes, please"* "anh có thích một ít cà phê không?" "thưa vâng".

pleased /pli:zd/ *tt* **1.** vui lòng, vừa lòng, vừa ý: *your mother will be very pleased with you* mẹ anh sẽ rất vừa lòng về anh; *are you pleased with the new flat?* căn hộ mới anh có vừa ý không?; *he looks rather pleased with himself* anh ta trông khá vừa ý về mình (*về những việc mình đã làm*) **2. pleased to do something** vui sướng làm việc gì: *we were pleased to hear the news* chúng tôi vui sướng nghe tin đó; *the Governor is pleased to accept the invitation* ông thống đốc vui lòng nhận lời mời. //

[as] pleased as punch rất vui lòng, rất vừa lòng, rất vừa ý.

pleasing /'pli:ziŋ/ *tt* dễ chịu, thích thú, làm vừa lòng: *a pleasing singing voice* giọng hát nghe thích thú; *the news are very pleasing to us* tin đó rất thích thú đối với chúng tôi.

pleasingly /'pli:ziŋli/ *pht* [một cách] dễ chịu, [một cách] thích thú, [một cách] vừa lòng: *everything pleasingly arranged for the guests* mọi thứ được sắp xếp làm vừa lòng khách.

pleasurable /'pleʒərəbl/ *tt* dễ chịu, thú vị, thích thú: *a pleasurable sensation* một cảm giác dễ chịu.

pleasurably /'pleʒərəbli/ *pht* [một cách] dễ chịu, [một cách] thú vị, [một cách] thích thú.

pleasure /'pleʒə[r]/ *dt* **1.** sự vui thích, sự thích thú; điều vui thích, điều thích thú: *a work of art that has given pleasure to millions of people* một tác phẩm nghệ thuật làm hàng triệu người thích thú; *it's been a pleasure meeting you* thật là vui thích được gặp ông **2.** thú vui nhục dục: *his life is spent in the pursuit of pleasure* đời nó chỉ chạy theo thú vui nhục dục **3.** ý muốn, ý thích: *you are free to come and go at your pleasure* anh có thể tự ý đến và đi tùy ý thích của anh. // **have the pleasure of** được hân hạnh (*làm gì; một cách yêu cầu lễ phép*): *may I have the pleasure of this dance?* tôi có được hân hạnh tham gia cuộc khiêu vũ này không ạ?; **take no (great) pleasure in** không thích thú (*rất thích thú*) (*làm gì*): *she took no pleasure in her work* chị ta

không thích thú công việc của chị; **with pleasure** rất vui lòng, rất hân hạnh: *"may I borrow your car?" "yes, with pleasure"* "tôi mượn xe của anh có được không?" - "được, rất vui lòng".

pleasure-boat /'pleʒəbəʊt/ *dt* du thuyền.

pleasure-craft /'pleʒəkrɑ:ft/ *dt* (*snh, kđổi*) du thuyền.

pleasure-ground /'pleʒəgraʊnd/ *dt* công viên, nơi dạo chơi.

pleasure-seeking /'pleʒəsi:kiŋ/ *tt* săn tìm nhục dục.

pleat¹ /pli:t/ *dt* nếp xếp (*ở quần áo*).

pleat² /pli:t/ *dgt* xếp nếp: *pleated curtains* màn cửa xếp nếp.

pleb /pleb/ *dt* (*kng, xấu*) **1.** *nh* plebeian **2.** *the plebs* (*snh*) quần chúng.

plebeian¹ /pli'bi:ən/ *tt* **1.** (*xấu*) [thuộc tầng lớp] bình dân; hạ lưu: *of plebeian origins* có nguồn gốc hạ lưu **2.** (*xấu*) thô lỗ; tầm thường: *plebeian tastes* thị hiếu tầm thường.

plebeian² /pli'bi:ən/ *dt* (*cg* pleb) (*xấu*) người bình dân (*La Mã xưa*); người hạ lưu.

plebiscite /'plebisit, (*Mỹ* 'plebisait)/ *dt* (*chính*) cuộc bỏ phiếu toàn dân: *a plebiscite was held to decide the fate of the country* một cuộc bỏ phiếu toàn dân đã được tổ chức để quyết định vận mệnh đất nước.

plectra /'plektrə/ *dt snh* của plectrum.

plectrum /'plektrəm/ *dt* (*nhạc*) (*snh* **plectra**) miếng gảy (*đàn*).

pled /pled/ (*Mỹ*) *qk và dttqk* của plead.

pledge¹ /pledʒ/ *dt* **1.** lời cam kết, lời nguyện: *give a pledge never to reveal the* *secret* cam kết không bao giờ tiết lộ bí mật **2.** vật làm tin; vật cược: *deposited as a pledge* để làm vật làm tin **3.** vật trao cho như một biểu hiện *(của tình yêu, tình hữu nghị)*: *gifts exchanged as a pledge of friendship* quà trao đổi như là biểu hiện của tình hữu nghị. // **in pledge** đem cược; **out of pledge** rút *(vật cược)* về; **sign (take) the pledge** *(đùa)* cam kết một cách trịnh trọng chừa uống rượu; **under pledge of something** [ở trong tình trạng] đã cam kết (đã có lời nguyện) về việc gì: *you are under the pledge of secrecy* anh đã cam kết giữ bí mật đấy.

pledge² /pledʒ/ *dgt* **1.** cam kết, nguyện: *pledge allegiance to the king* nguyện trung với vua; *be pledged to secrecy (to keeping a secret)* đã cam kết giữ bí mật **2.** cầm [cố], đợ: *he's pledged his mother's wedding ring* nó đã đem cầm chiếc nhẫn cưới của mẹ nó **3.** uống mừng sức khỏe của *(ai)*; nâng cốc chúc mừng *(ai)*: *pledge the bride and bridegroom* nâng cốc chúc mừng cô dâu chú rể.

Pleistocene¹ /'plaistəsi:n/ *dt (địa) the Pleistocene* thế pleitoxen.

Pleistocene² /'plaistəsi:n/ *tt (địa)* [thuộc] thế pleitoxen.

plenary /'pli:nəri/ *tt* **1.** toàn thể: *a plenary session of the assembly* phiên họp toàn thể của hội đồng **2.** không giới hạn; tuyệt đối, hoàn toàn *(quyền lực...)*: *plenary powers* toàn quyền.

plenipotentiary¹ /ˌplenipə-'tenʃəri/ *dt (ng giao)* đại diện toàn quyền.

plenipotentiary² /ˌplenipə-'tenʃəri/ *tt (ng giao)* toàn

quyền: *the minister was given plenipotentiary powers in the trade negotiations* ông bộ trưởng được toàn quyền trong cuộc thương lượng về mậu dịch; *ambassador extraordinary and plenipotentiary* đại sứ đặc mệnh toàn quyền.

plenteous /'plentiəs/ *tt nh* plentiful.

plenteously /'plentiəsli/ *pht* [một cách] phong phú, [một cách] dồi dào.

plentiful /'plentifl/ *tt* phong phú, dồi dào: *a plentiful supply of goods* nguồn cung cấp hàng hóa dồi dào.

plentifully /'plentifəli/ *pht* [một cách] phong phú, [một cách] dồi dào.

plenty¹ /'plenti/ *dt* số lượng phong phú; số lượng dồi dào; số lượng nhiều: *there is plenty of time* có nhiều thì giờ; *they always gave us plenty to eat* họ bao giờ cũng cho chúng tôi ăn thừa thãi. // **days (years...) of plenty** những ngày (năm...) sung túc: *looking back on the years of plenty* nhìn lùi lại những năm sung túc trước đây; **in plenty** phong phú, dồi dào: *food and drink in plenty* cái ăn cái uống dồi dào.

plenty² /'plenti/ *pht* (+ more; *hoặc khi* + long, big, tall... *thì tiếp sau có* enough) thừa: *there's plenty more paper if you need it* có thừa giấy nếu anh cần; *the rope was plenty long enough to reach the ground* dây chão thừa đủ dài để chạm đất.

pleonasm /'pliənæzəm/ *dt (ngôn)* **1.** sự thừa từ: *hear with one's ears is a pleonasm* "nghe với tai mình" là một sự thừa từ **2.** từ thừa.

pleonastic /ˌpliə'næstik/ *tt (ngôn)* thừa từ.

plethora /'pleθərə/ *dt* sự quá thừa thãi, sự thừa quá nhiều: *the report contained a plethora of details* bản báo cáo thừa quá nhiều chi tiết.

pleurisy /'pluərəsi/ *dt (y)* viêm màng phổi.

plexus /'pleksəs/ *(snh, kđổi hoặc* plexuses) *(giải)* đám rối: *the solar plexus* đám rối dương *(mạng dây thần kinh ở bụng).*

pliability /ˌplaiə'biləti/ *dt* **1.** tính uốn cong được, tính dễ uốn **2.** tính dễ uốn nắn, tính dễ bị ảnh hưởng *(người, tính tình).*

pliable /'plaiəbl/ *tt* **1.** uốn cong được, dễ uốn: *cane is pliable* mây dễ uốn [cong] **2.** dễ uốn nắn, dễ bị ảnh hưởng: *the pliable minds of children* trí óc dễ bị ảnh hưởng của trẻ em.

pliancy /'plaiənsi/ *dt* **1.** tính dễ uốn, tính mềm dẻo **2.** tính dễ tính, tính mềm mỏng.

pliant /'plaiənt/ *tt* **1.** dễ uốn, mềm dẻo: *the pliant branches of young trees* cành dễ uốn của các cây non **2.** dễ tính, mềm mỏng *(người, tính tình).*

pliantly /'plaiəntli/ *pht* **1.** [một cách] dễ uốn [một cách] mềm dẻo **2.** [một cách] dễ tính, [một cách] mềm mỏng.

pliers /'plaiəz/ *dt snh (thường* a pair of pliers) cái kìm.

plight¹ /plait/ *dt* hoàn cảnh khó khăn, cảnh ngộ khốn khổ: *I was in a dreadful plight - I had lost my money and missed the last train home* tôi ở trong một cảnh ngộ khốn khổ dễ sợ, đã mất hết tiền lại nhỡ chuyến xe lửa cuối cùng về nhà.

P

plight² /plait/ *dgt* **plight one's troth** (*cổ*) hứa hôn với ai.

plimsoll /'plimsəl/ *dt* (*cg* **pump**) (*Mỹ* **sneakers**) giày thể thao đế cao su: *a pair of plimsolls* đôi giày thể thao đế cao su.

Plimsoll line /'plimsəllain/ (*cg* **Plimsoll mark**) (*hải*) vạch Plimxon (*chỉ mức chở tối đa, kẻ ở sườn tàu*).

plinth /plinθ/ *dt* chân tượng, chân cột (*hình vuông*).

Pliocene¹ /'plaiəʊsi:n/ *dt* (*địa*) thế plioxen.

Pliocene² /'plaiəʊsi:n/ *tt* (*địa*) [thuộc] thế plioxen.

plod /plɒd/ *dgt* (**-dd-**) (+ along, on) đi nặng nề; lê bước: *plod on one's way* lê bước trên đường; *we plodded on through the rain for several hours* chúng tôi lê bước dưới trời mưa hàng mấy tiếng đồng hồ. // **plod along** tiến hành chậm (*một công việc*): "*how's the book?*" - "*oh, plodding along*" "sao, cuốn sách như thế nào rồi?" - "ồ, tôi đang tiến hành chậm lắm"; **plod away (with something)** làm căm cụi [nhưng chậm chạp và có phần khó khăn]: *he plodded away all night at the accounts but didn't finish them in time* nó căm cụi cả đêm tính toán nhưng vẫn không xong kịp thời.

plodder /'plɒdə[r]/ *dt* (*thường xấu*) người làm việc căm cụi nhưng kém hứng thú.

plodding /'plɒdiŋ/ *tt* căm cụi [làm].

ploddingly /'plɒdiŋli/ *pht* [một cách] căm cụi.

plonk¹ /plɒŋk/ (*cg* **plunk**) *dt* (*thường số ít*) tiếng độp (*của một vật rơi xuống*).

plonk² /plɒŋk/ (*cg* **plunk**) *pht* độp: *fall plonk* rơi độp.

plonk³ /plɒŋk/ (*cg* **plunk**) *dgt* ném, vứt, quẳng (*tạo thành tiếng độp*): *he plonked the groceries on the kitchen floor* nó vứt độp các hàng thực phẩm khô, lên sàn nhà bếp.

plonk⁴ /plɒŋk/ (*kng, Anh*) rượu tồi.

plop¹ /plɒp/ *dt* (*thường số ít*) tiếng tõm (*của vật rơi xuống nước*): *he dropped a pebble from the bridge and waited for the plop* nó ném một hòn đá cuội từ trên cầu xuống nước và chờ nghe tiếng rơi tõm.

plop² /plɒp/ *pht* tõm: *the stone fell plop into the water* hòn đá rơi tõm xuống nước.

plop³ /plɒp/ *dgt* (**-pp-**) **1.** phát ra tiếng tõm: *did you hear it plop?* anh có nghe tiếng rơi tõm của vật ấy không? **2.** rơi đánh tõm một cái: *the fish plopped back into the river* con cá rơi đánh tõm một cái trở lại sông.

plosive¹ /'pləʊsiv/ *tt* (*ngôn*) bật (*phụ âm*).

plosive² /'pləʊsiv/ *dt* (*ngôn*) phụ âm bật (*như t, p trong top*).

plot¹ /plɒt/ *dt* mảnh [đất]: *a vegetable plot* mảnh đất trồng rau; *a small plot of land* mảnh đất nhỏ.

plot² /plɒt/ *dgt* (**-tt-**) **1.** vẽ sơ đồ, vẽ bản đồ (*một công trình xây dựng...*) **2.** đánh dấu trên bản đồ: *plot the ship's course* đánh dấu đường đi của con tàu trên bản đồ **3.** nối các điểm (*trên đồ thị*) thành một đường: *plot a temperature curve* vẽ đường nhiệt độ **4.** (+ out) chia thành mảnh, chia thành lô.

plot³ /plɒt/ *dt* **1.** tình tiết; cốt truyện: *the plot was too complicated for me, I couldn't follow it* cốt truyện quá phức tạp đối với tôi, tôi không tài nào theo kịp **2.** âm mưu, mưu đồ: *a plot to overthrow the government* âm mưu lật đổ chính phủ; *the plot was discovered in time* âm mưu đã được phát hiện kịp thời. // **hatch a plot** x hatch; **the plot thickens** tình tiết (*trong đời thường hay trong truyện*) trở nên phức tạp ly kỳ.

plot⁴ /plɒt/ *dgt* (**-tt-**) âm mưu; mưu tính: *plot with others against the State* âm mưu cùng những người khác chống lại quốc gia; *plot [together] to do something* cùng nhau âm mưu làm gì; *they were plotting the overthrow of the government* chúng nó âm mưu lật đổ chính phủ.

plotter /'plɒtə[r]/ *dt* kẻ âm mưu.

plough¹ /plaʊ/ (*Mỹ* **plow**) *dt* **1.** cái cày **2.** đất đã cày: *100 hectares of plough* 100 hecta đất đã cày **3. the Plough** [*cg* **Charles's Wain** (*Anh*); **the Big Dipper** (*Mỹ*)] (*thiên*) chòm sao Đại Hùng. // **under the plough** để trồng cây lương thực (*không phải để trồng cỏ, nói về đất*).

plough² /plaʊ/ (*Mỹ* **plow**) *dgt* **1.** cày: *plough a field* cày cánh đồng **2.** (*lóng, cũ*) đánh hỏng (*thí sinh*); hỏng thi: *the examiners ploughed half the candidates* giám khảo đánh hỏng quá nửa thí sinh; *I ploughed my finals* tôi đã hỏng kỳ thi tốt nghiệp. // **plough a lonely furrow** làm đơn độc không có ai giúp đỡ ủng hộ.

plough back 1. cày lấp trở lại (*cỏ, cây cỏ chưa thu hoạch, để bón đất*) **2.** tái đầu tư (*lợi nhuận*); **plough into** đâm sầm vào: *the car went out of control and plough into the side* *of a bus* xe không ăn tay lái nữa và đâm vào sườn chiếc xe buýt; **plough through 1.** rẽ qua, mở lối xuyên qua: *the ship ploughed through the waves* con tàu rẽ sóng **2.** tiến lên chậm chạp và khó khăn: *plough through mountains of work* tiến lên chậm chạp và khó khăn trong hàng đống công việc.

ploughman /'plaʊmən/ *dt* (*snh* **ploughmen** /'plaʊmən/) (*Mỹ* **plowman**) người cày, thợ cày.

ploughman's lunch /'plaʊmənz 'lʌntʃ/ "bữa ăn trưa của thợ cày" (*chỉ gồm bánh mì, pho mát, dưa món, thường có rượu bia, ở các quán ăn*).

ploughshare /'plaʊʃeə[r]/ *dt* (*Mỹ* **plowshare**) (*cg* **share**) lưỡi cày.

plover /'plʌvə[r]/ *dt* (*động*) chim choi choi.

plow /plaʊ/ *dt, đgt* (*Mỹ*) nh plough.

plowman /'plaʊmən/ *dt* (*snh* **plowmen** /'plaʊmən/) (*Mỹ*) nh ploughman.

plowshare /'plaʊʃeə[r]/ *dt* (*Mỹ*) nh ploughshare.

ploy /plɔɪ/ *dt* thủ đoạn, mánh lới (*ví dụ trong trò chơi, để giành lợi thế*): *it was all a ploy to distract attention from his real aims* đó là cả một mánh lới để cho nó lãng đi không tập trung sự chú ý vào mục tiêu thực sự của nó.

pluck¹ /plʌk/ *đgt* **1.** nhổ, bứt, hái (*hoa, quả...*): *pluck a rose from the garden* hái một bông hồng ở vườn; *pluck one's eyebrow* nhổ lông mày (*để loại bỏ những lông không mọc vừa ý*); *pluck out a grey hair* nhổ sợi tóc hoa râm **2.** vặt lông (*gà, vịt*): *have the geese been plucked?* mấy con ngỗng đã vặt lông

chưa đấy? **3.** (+ at) kéo; giật: *the child was plucking at her mother's skirt* em bé kéo váy mẹ **4.** (*Mỹ* **pick**) gảy, búng (*dây đàn*): *pluck the string of a guitar* gảy đàn ghita. // **pluck up courage** lấy hết can đảm (*để làm việc gì*): *I shall have to pluck up courage and speak to her about it* tôi sẽ phải lấy hết can đảm để nói với cô ta về việc ấy.

pluck² /plʌk/ *dt* **1.** sự gan dạ; sự dũng cảm (*trước khó khăn, trước mặt đối thủ mạnh hơn...*): *he showed a lot of pluck in dealing with the invaders* anh ta tỏ ra rất dũng cảm khi đối phó với quân xâm lược **2.** cái kéo, cái giật: *feel a pluck at one's sleeve* cảm thấy có ai kéo tay áo **3.** bộ lòng chay, tim gan phổi (*của con vật làm thịt, để làm thức ăn*).

pluckily /'plʌkɪli/ *pht* [một cách] gan dạ; [một cách] dũng cảm.

plucky /'plʌki/ *tt* gan dạ, dũng cảm.

plug¹ /plʌg/ *dt* **1.** nút (*bằng kim loại, cao su, nhựa để bịt lỗ bồn rửa mặt, bể nước...*): *pull [out] the plug and let the water drain away* rút nút ra để xả nước đi; *he put plugs in his ears because the noise was too loud* nó nút tai lại vì tiếng ồn quá lớn **2.** (*Mỹ*) nút chai; nút ống (*nh* stopper) **3.** (*điện*) cái phít: *put the plug in the socket* cho phít vào ổ cắm điện (*vào phít cái*) **4.** (*kng*) phít cái **5.** (*cg* **sparking-plug**) buji [đánh lửa] (*ở xe ôtô...*) **6.** (*kng*) bài quảng cáo có vẻ ăn tiền cho một sản phẩm (*trên phương tiện truyền thông*) **7.** bánh thuốc lá; thỏi thuốc lá (*ép hoặc*

bện) miếng thuốc lá nhai (*cắt ở bánh, ở thỏi thuốc lá ra*). // **pull the plug on** x pull².

plug² /plʌg/ *đgt* **1.** [+ up] nút lại, bít lại: *plug a leak in a barrel* bít lỗ rò ở thùng **2.** (*kng*) quảng cáo liên tiếp (*trên phương tiện truyền thông, cho một sản phẩm*) **3.** (*kng, Mỹ*) bắn; đánh (*ai*). // **plug away** ráng sức. (*làm gì*): *she's been plugging away at her French lessons for months* chị ta đã ráng sức học tiếng Pháp hàng tháng nay; **plug in** cắm phít, cắm điện: *plug in the radio, please* làm ơn cắm điện cái đài đi.

plug-hole /'plʌghəʊl/ *dt* (*Mỹ* **drain**) lỗ xả (*ở bồn rửa mặt, ở bể nước...*).

plum /plʌm/ *dt* **1.** quả mận **2.** (*cg* **plum tree**) cây mận **3.** màu mận **4.** (*kng*) món bở: *she's got a plum of a job* chị ta đã vớ được một việc làm rất bở; *a plum job* một việc làm bở.

plumage /'pluːmɪdʒ/ *dt* bộ lông (*chim*).

plumb¹ /plʌm/ *dt* quả dọi. // **out of plumb** không thẳng đứng.

plumb² /plʌm/ *pht* **1.** đúng, ngay: *plumb in the centre* ngay ở giữa, đúng ở giữa **2.** (*Mỹ, kng*) hoàn toàn: *he's plumb crazy* nó hoàn toàn điên.

plumb³ /plʌm/ *đgt* **1.** kiểm tra bằng dây dọi, đo độ sâu bằng dây dọi **2.** dò, thăm dò: *plumb the mysteries of the universe* dò những điều bí ẩn của vũ trụ. // **plumb the depths of** đạt đến mức thấp nhất; đạt đến mức tồi tệ nhất (*của cái gì*): *plumb the depths of despair* thất vọng đến cực độ; **plumb in** cắm vào vòi nước (*máy giặt... để lấy nước vào*).

P

plumber /'plʌmə[r]/ *dt* thợ ống nước *(đặt và sửa chữa ống nước).*

plumbing /'plʌmiŋ/ *dt* 1. hệ thống ống nước *(trong một ngôi nhà):* there is something wrong with the plumbing hệ thống ống nước có chỗ nào đặt sai ấy 2. công việc [về] ống nước *(đặt và sửa chữa ống nước).*

plumb-line /'plʌmlain/ *dt* dây dọi.

plume¹ /plu:m/ *dt* 1. lông chim, lông vũ 2. chùm lông vũ *(để trang sức trên tóc, trên mũ...)* 3. làn hình lông chim: *a plume of smoke* làn khói hình lông chim.

plume² /plu:m/ *dgt* 1. rỉa *(lông):* a bird pluming its feathers *(pluming itself)* con chim rỉa lông 2. **plume oneself on** khoe mẽ về *(cái gì):* plume oneself on one's skill khoe mẽ về tài khéo của mình.

plumed /plu:md/ *tt* 1. có lông vũ 2. trang trí bằng chùm lông: *a plumed hat* chiếc mũ trang trí bằng chùm lông.

plummet¹ /'plʌmit/ *dt* 1. quả dọi 2. hòn chì *(dây câu).*

plummet² /'plʌmit/ *dgt* rơi thẳng xuống, rơi xuống nhanh: *pieces of rock plummeted down the mountainside to the ground below* những tảng đá rơi thẳng theo sườn núi xuống bãi đất ở phía dưới; *house prices have plummeted in this area* giá nhà đã xuống nhanh ở vùng ấy.

plummy /'plʌmi/ *tt* **(-mier; -miest)** 1. *(kng)* tốt, đáng thèm muốn: *a plummy job* công ăn việc làm tốt 2. *(xấu)* nghe như ngậm hạt mận trong miệng, kẻ cả *(giọng nói):* a plummy voice giọng kẻ cả.

plump¹ /plʌmp/ *tt* 1. tròn trĩnh, phúng phính; mũm mĩm: *a plump baby* đứa trẻ tròn trĩnh; *a baby with plump cheeks* đứa trẻ có má phúng phính; *a plump chicken* con gà con mũm mĩm 2. *(trại)* béo; lên cân: *you are getting a bit plump* chị hơi béo ra đấy.

plump² /plʌmp/ *dgt* (+ out, up) [làm cho] tròn trĩnh ra [làm cho] phúng phính ra: *his cheeks are beginning to plump out (up)* má nó bắt đầu tròn trĩnh ra; *she plumped up the pillows* chị ta nhồi cho gối phồng ra.

plump³ /plʌmp/ *dgt* 1. (+ down) rơi phịch xuống, rơi ùm xuống; vứt phịch xuống: *plump down the heavy bags* vứt phịch mấy cái bị nặng xuống; *plump [oneself] down a chair* ngồi phịch xuống ghế 2. (+ for) tin tưởng bầu cho *(ai)*, tin tưởng chọn *(ai, cái gì):* the committee plumped for the most experienced candidate ủy ban đã tin tưởng bầu cho ứng cử viên lão luyện nhất; *the children plumped for a holiday by the sea* tụi trẻ chọn một cuộc đi nghỉ ở bờ biển.

plump⁴ /plʌmp/ *dt (thường số ít)* 1. cái rơi phịch xuống, cái rơi ùm xuống 2. tiếng rơi phịch xuống, tiếng rơi ùm xuống.

plump⁵ /plʌmp/ *pht* phịch xuống, ùm xuống: *fall plump into the river* ngã ùm xuống sông.

plumpness /'plʌmpnis/ *dt* sự tròn trĩnh, sự phúng phính, sự mũm mĩm.

plum pudding /,plʌm'pudiŋ/ bánh pu đinh mỡ *(theo truyền thống ăn vào dịp lễ Nô-en).*

plum tree /'plʌmtri:/ *(thực)* cây mận.

plunder¹ /'plʌndə[r]/ *dgt* cướp bóc, cướp đi: *the invaders plundered valuables from coastal towns and villages* quân xâm lược cướp đi đồ quý giá ở các thành phố và làng mạc ven biển; *plunder a palace of its treasures* cướp đi các kho báu của một cung điện.

plunder² /'plʌndə[r]/ *dt* 1. sự cướp bóc: *be guilty of plunder* can tội cướp bóc 2. của cướp bóc.

plunderer /'plʌndərə[r]/ *dt* kẻ cướp bóc, kẻ cướp phá.

plunge¹ /plʌndʒ/ *dgt* 1. nhúng, thọc: *plunge one's hand into cold water* nhúng tay vào nước lạnh; *plunge a rod into a blocked drain to clear it* thọc một cái que vào một ống dẫn bị tắc để thông ống 2. đẩy vào, nhấn chìm *(trong một tình trạng nào đó):* the country was plunged into civil war đất nước chìm ngập trong nội chiến; *the news plunged us into despair* tin đó đẩy chúng tôi vào tâm trạng tuyệt vọng 3. lao vào, lao xuống: *plunge into a lake* lao xuống hồ; *plunge into the work* lao vào công việc 4. lao tới *(ngựa);* chúi tới *(tàu).*

plunge² /plʌndʒ/ *dt* 1. sự lao mình xuống: *a plunge into the sea from the rocks* sự lao mình từ trên núi đá xuống biển 2. sự đẩy vào, sự nhấn chìm; sự chìm ngập: *a plunge into debt* sự chìm ngập trong nợ nần. // **take the plunge** táo bạo quyết định *(sau khi đã cân nhắc một ít lâu):* they have finally decided to take the plunge and get married cuối cùng họ đã táo bạo quyết định [và] lấy nhau.

plunger /'plʌndʒə[r]/ *dt* **1.** bộ phận lên xuống *(ở một cỗ máy)* **2.** chén hút *(để thông ống nước)*.

plunk /plʌŋk/ *dt, pht, đgt x* plonk 1,2,3.

pluperfect[1] /ˌpluːˈpɜːfikt/ *(cg* **past perfect)** *tt (ngôn)* quá khứ hoàn thành *(thì của động từ)*.

pluperfect[2] /ˌpluːmˈpɜːfikt/ *(cg* **past perfect)** *dt (ngôn)* thì quá khứ hoàn thành (had + đttqk, ví dụ had received).

plural[1] /'pluərəl/ *dt (ngôn)* số nhiều, dạng số nhiều: *the plural of child is "children"* [dạng] số nhiều của "child" là "chidren".

plural[2] /'pluərəl/ *tt* **1.** *(ngôn)* ở số nhiều, [thuộc] số nhiều: *most plural nouns in English end in "s"* phần lớn danh từ số nhiều trong tiếng Anh kết thúc bằng con chữ "s" **2.** [gồm] nhiều...: *a plural society* một xã hội đa chủng tộc.

pluralism /'pluərəlizəm/ *dt* **1.** tình trạng đa chủng tộc; tình trạng đa tín ngưỡng *(về tôn giáo và chính trị)* **2.** thuyết hòa hợp đa chủng tộc **3.** *(thường xấu)* sự kiêm nhiệm.

pluralist[1] /'pluərəlist/ *dt* người theo thuyết hòa hợp đa chủng tộc.

pluralist[2] /'pluərəlist/ *tt (cg* **pluralistic)** đa chủng tộc: *a pluralist society* một xã hội đa chủng tộc.

pluralistic /ˌpluərə'listik/ *tt nh* pluralist.

plurality /pluə'ræləti/ *dt* **1.** *(ngôn)* [dạng] số nhiều **2.** nhiều: *a plurality of influences* nhiều ảnh hưởng **3.** *(Mỹ, chính)* đa số tương đối

4. *(nh* pluralism 3) *(tôn)* sự kiêm nhiệm.

plus[1] /plʌs/ *gt* **1.** cộng: *two plus five is seven* hai cộng năm là bảy **2.** cũng như: *we've got to fit five people plus all their luggage in the car* chúng tôi đã xếp được năm người cũng như hành lý của họ lên xe.

plus[2] /plʌs/ *tt* **1.** hơn *(số đã chỉ ra)*: *the work will cost £10.000 plus* công trình sẽ phải đến hơn 10.000 bảng Anh **2.** dương: *the temperature is plus five degrees* nhiệt độ là năm độ dương; *5 is a plus quantity* 5 là một lượng dương.

plus[3] /plʌs/ *dt* **1.** dấu cộng: *he seems to have mistaken a plus for a minus* anh ta hình như lầm dấu cộng với dấu trừ **2.** *(kng)* điều lợi; lợi thế: *his knowledge of English is a plus in his job* biết tiếng Anh là một lợi thế cho chị ta trong công tác.

plus-fours /plʌs'fɔː[r]/ *dt* quần gôn *(mặc khi đánh gôn)*.

plush[1] /plʌʃ/ *dt* vải lông; nhung lông.

plush[2] /plʌʃ/ *tt* **1.** *(cg* **plushy)** *(kng)* sang trọng: *a plushy hotel* khách sạn sang trọng **2.** bằng vải lông; bằng nhung lông.

plushiness /'plʌʃinis/ *dt (kng)* sự sang trọng.

plushy /'plʌʃi/ *tt (kng)* sang trọng.

Pluto /'pluːtəʊ/ *dt (thiên)* Diêm vương tinh.

plutocracy /pluː'tɒkrəsi/ *dt* **1.** chế độ đầu sỏ tài chính **2.** nước dưới chế độ đầu sỏ tài chính **3.** bọn đầu sỏ tài chính.

plutocrat /'pluːtəkræt/ *dt (thường xấu)* tên đầu sỏ tài chính.

plutocratic /ˌpluːtə'krætik/ *tt* [thuộc] đầu sỏ tài chính.

plutonium /pluː'təʊniəm/ *dt (hóa)* plutoni.

ply[1] /plai/ **1.** lớp *(vải, gỗ dán...)*: *three-ply wood* gỗ dán ba lớp **2.** dảnh, tao *(bên nên dây thừng, sợi len đan....)*; *a three-ply knitting wool* len đan ba sợi.

ply[2] /plai/ *đgt* **(plied / plaid)** **1.** nắm và sử dụng *(một dụng cụ, một vũ khí)*: *ply one's needle* kim chỉ vá may; *ply the oars* chèo [thuyền] **2.** chạy [tuyến] đường *(nào đó)*: *ships that ply between Haiphong and Odessa* tàu chạy đường Hải Phòng - Ô-đe-xa. // **ply one's trade** làm công việc của mình; **ply for hire** đón khách *(nói về xe, đò)*: *taxis licensed to ply for hire at the railway station* tắc xi được phép đón khách ở nhà ga; **ply somebody with** a/ liên tục tiếp cho ai *(đồ ăn, thức uống...)* b/ dồn dập đưa ra cho ai *(câu hỏi...)*: *ply someone with questions* hỏi ai dồn dập.

plywood /'plaiwʊd/ *dt* gỗ dán: *sheets of plywood* tấm gỗ dán; *plywood furniture* đồ đạc bằng gỗ dán.

PM /ˌpiː'em/ *(kng) (vt của* Prime Minister) thủ tướng: *an interview with the PM* cuộc phỏng vấn thủ tướng.

pm /ˌpiː'em/ *(Mỹ* PM) quá trưa, chiều, tối *(tiếng La Tinh là* post meridiem) *at 3 pm* vào 3 giờ chiều.

PMT /ˌpiː'em'tiː/ *(kng) (vt của* premenstruel tension) trạng thái nôn nao căng thẳng trước kỳ kinh nguyệt.

pneumatic /njuː'mætik, *(Mỹ* nuː'mætik/ *tt* **1.** đầy khí, đầy hơi: *pneumatic tyres* lốp xe bơm đầy hơi **2.** chạy bằng khí nén: *pneumatic drills* máy khoan chạy bằng khí nén; *pneumatic hammer* búa hơi, búa gió.

pneumatically /nju:'mætikli, (Mỹ nu:'mætikli/ *pht* [chạy] bằng khí; [chạy] bằng hơi.

pneumonia /nju:'məʊniə, (Mỹ nu:'məʊniə/ *dt (y)* viêm phổi: *single pneumonia* viêm một buồng phổi; *double pneumonia* viêm hai buồng phổi.

PO /ˌpi:'əʊ/ **1.** (*vt của* Petty Officer) hạ sĩ quan hải quân **2.** (*cg* po) (*vt của* postal order) giấy chuyển tiền bưu điện **3.** (*vt của* Post Office) bưu điện: *PO Box 920* hòm thư bưu điện số 920 (*trên một địa chỉ...*).

poach¹ /pəʊtʃ/ *đgt* **1.** bỏ vỏ chần nước sôi (*trứng*) **2.** rim (*cá, trái cây trong một lượng nước nhỏ*): *apricots poached in syrup* quả mơ rim nước đường.

poach² /pəʊtʃ/ *đgt* **1.** câu trộm; săn trộm: *go out poaching on a farmer's land* đi săn trộm trên đất một chủ trại; *he was caught poaching hares* nó bị bắt đang săn trộm thỏ **2.** xâm phạm: *by interfering in this matter you are poaching on my preserve* can thiệp vào việc ấy, anh đã xâm phạm vào lĩnh vực thuộc trách nhiệm của tôi **3.** lấy; lấy đi, cuỗm đi: *a rival firm poached our best computer programmers* một hãng cạnh tranh với chúng tôi đã cuỗm mất những người lập trình máy điện toán giỏi nhất.

poacher /pəʊtʃə[r]/ *dt* người câu trộm; người săn trộm.

POB /ˌpi:əʊ'bi:/ (*vt của* Post Office Box [number]) số hòm thư bưu điện: POB 63 hòm thư bưu điện số 63.

pock /pɒk/ *dt* **1.** nốt (*đậu mùa...*) **2.** (*cg* **pock - mark**) vết rỗ (*do những nốt bệnh để lại trên da*).

pocked /pɒkt/ *tt* có hố, có chỗ sụt xuống: *the moon's surface is pocked with small craters* bề mặt mặt trăng có những hố miệng núi lửa nhỏ.

pocket¹ /'pɒkit/ *dt* **1.** túi: *a coat pocket* túi áo choàng; *stand with one's hands in one's pockets* đứng hai tay đút túi; *a pocket dictionary* cuốn từ điển bỏ túi; *you will find information about safety procedures in the pocket in front of you* bạn có thể tìm thấy chỉ dẫn về cách thức giữ an toàn trong cái túi trước mặt bạn (*trên máy bay*) **2.** (*thường số ít*) túi tiền; tiền: *luxury far beyond my pocket* sự xa xỉ vượt xa túi tiền của tôi **3.** túi quặng; túi than (*trong đất*) **4.** túi lưới hứng bi (*cạnh bàn bi-a*) **5.** (*hàng không*) lỗ hổng không khí (*cg* **air pocket**) **6.** ổ: *pockets of resistance* ổ đề kháng; *pockets of unemployment in a prosperous region* những ổ (khu) thất nghiệp trong một vùng thịnh vượng. // **be (live) in somebody's pocket** rất thân thiết với ai: *they live in each other's pockets* chúng nó sống rất thân thiết với nhau; **have somebody in one's pocket** có quyền lực đối với ai; khống chế ai; **in (out of) pocket** được tiền (hao tiền) vì chuyện gì đó: *his mistake left us all out of pocket* sai lầm của nó làm tất cả chúng tôi hao tiền mất của; **out-of-pocket expenses** (*thngữ*) tiền phải bỏ ra tiêu (*sau sẽ được hoàn lại, ví dụ được*

chủ hoàn lại cho); **line one's (somebody's) pocket** x line³; **money burn a hole in somebody's pocket** x money; **pick somebody's pocket** x pick³; **put one's hand in one's pocket** x hand; **put one's pride in one's pocket** x pride.

pocket² /'pɒkit/ *đgt* **1.** bỏ vào túi: *he pocketed the tickets* nó bỏ vé vào túi **2.** đút túi; *he pocketed half the profits* nó đút túi nửa phần tiền lãi **3.** (*thể*) thọc (*hòn bi a*) vào túi lưới hứng bi. // **pocket one's pride** nén giận; nuốt giận; nuốt nhục.

pocket-book /'pɒkitbʊk/ *dt* **1.** sổ tay **2.** ví (*đựng tiền giấy*) **3.** (*Mỹ*) ví xách tay, ví cầm tay (*của nữ*).

pocketful /'pɒkitfʊl/ *dt* túi [đầy]: *a pocketful of sweets* một túi đầy kẹo.

pocket-knife /'pɒkitnaif/ *dt* dao nhíp.

pock-mark /'pɒkmɑ:k/ *dt nh* pock 2.

pock-marked /'pɒkmɑ:kt/ *tt* rỗ (*do nốt bệnh để lại trên da, nhất là bệnh đậu mùa*): *the man's face was badly pock-marked* mặt ông ấy rỗ chằng chịt.

pocket money /'pɒkit mʌni/ *dt* **1.** tiền tiêu vặt **2.** tiền quà (*cho trẻ em hằng tuần*).

pod /pɒd/ *dt* vỏ (*quả đậu*). // **like (as) peas in a pod** x like⁴.

podginess /'pɒdʒinis/ *dt* vóc người lùn; sự béo lùn cũn.

podgy /'pɒdʒi/ *tt* (**-ier; -iest**) (*kng, thường xấu*) béo lùn (*người*); béo lùn cũn (*ngón tay...*).

podiatrist /pə'daiətrist/ *dt* (*Mỹ*) *nh* chiropodist.

podiatry /pə'daiətri/ *dt* (*Mỹ*) *nh* chiropody.

podium /'pəʊdiəm/ *dt* bục (*làm nơi đứng cho người*

chỉ huy dàn nhạc, người diễn thuyết...).

poem /'pəʊim/ *dt* bài thơ: *compose poems* làm thơ.

poet /'pəʊit/ *dt* nhà thơ, thi sĩ.

poetess /'pəʊites/ *dt* nữ thi sĩ.

poetic /pəʊ'etik/ *tt* **1.** có chất thơ, nên thơ, đầy thi vị: *a poetic rendering of the piano sonata* sự diễn tấu đầy thi vị của bản xonat dương cầm **2.** *(thngữ)* nh poetical 1: *his entire poetic output* toàn bộ sản phẩm thơ của ông ta.

poetical /pəʊ'etikl/ *tt* **1.** *(thngữ)* [thuộc] thơ: *the poetical works of Keats* tác phẩm thơ của Keats **2.** *(thngữ)* nh poetic 1.

poetically /pəʊ'etikli/ *pht* **1.** [một cách] nên thơ, [một cách] đầy thi vị **2.** [về mặt] thơ.

poetic justice /pəʊ,etik 'dʒʌstis/ *dt* sự phạt đích đáng; sự thưởng đích đáng.

poet Laureate /,pəʊit 'lɒriət/ (*cg* Laureate) thi sĩ cung đình (ở Anh).

poetic licence /pəʊ,etik 'laisns/ sự phóng túng niêm luật [trong thơ ca].

poetry /'pəʊitri/ *dt* **1.** thơ ca: *lyric poetry* thơ ca trữ tình **2.** chất thơ, thi vị: *a ballet dancer with poetry in every movement* một vũ nữ balê đầy chất thơ trong mỗi động tác.

po-faced /'pəʊ,feist/ *tt* (*kng, xấu*) tỏ ra vẻ quá long trọng; tỏ ra vẻ không tán thành ra mặt.

pogrom /'pɒgrəm, (*Mỹ* pə'grʊm)/ *dt* cuộc tàn sát (*vì lý do chủng tộc hay tôn giáo*).

poignancy /'pɔinjənsi/ *dt* tính thống thiết; tính xót xa.

poignant /'pɔinjənt/ *tt* thống thiết; xót xa: *poignant sorrow* nỗi buồn thống thiết; *poignant regret* nỗi ân hận xót xa.

poignantly /'pɔinjəntli/ *pht* [một cách] thống thiết; [một cách] xót xa.

point¹ /pɔint/ *dt* **1.** đầu [nhọn] (*ngòi bút...*); mũi (*kim, dao, đất nhô ra biển...*): *the point of a pin* đầu đinh ghim; *the point of the jaw* (quyền Anh) chốt cằm; *the ship rounded the point* con tàu đi vòng quanh mũi đất **2.** dấu chấm; chấm: *a full point* dấu chấm; *two point six* hai chấm sáu (2.6 theo kiểu Anh tức 2,6) **3.** điểm: *point of intersection.* (toán) điểm giao nhau, giao điểm; *the boiling point* (lý) điểm sôi; *he answered my question point by point* nó trả lời câu hỏi của tôi từng điểm một; *point of departure* điểm xuất phát; *differ on many points* không đồng ý kiến với nhau trên nhiều điểm; *point of view* quan điểm; *one's strong point* điểm mạnh của mình; *points of difference* điểm khác nhau; *the cardinal points* bốn phương (*đông, tây, nam, bắc*) **4.** lúc: *at the point of death* vào lúc hấp hối **5.** **the point** điểm thiết yếu; vấn đề đang tranh luận: *the speaker kept wandering away from the point* người nói đã chệch xa điểm thiết yếu (*đã lạc đề*); *the point [at issue] is that* vấn đề đang tranh cãi là thế này này **6.** (*số ít*) ý nghĩa chính; nét chính; lý do; giá trị: *understand the point of something* hiểu ý nghĩa chính của việc gì; *a remark with a little point on it* một nhận xét có ít giá trị; *there's not much point in complain-*

ing, they never take any notice kêu ca cũng chẳng ích gì, chúng nó chẳng bao giờ để ý gì hết **7.** tính cấp thiết; tính có hiệu lực: *works that lack point* những lời nói không có hiệu lực gì **8.** ổ cắm điện, phít cái: *a lighting point* ổ cắm đèn; *a 13-amp point* ổ cắm 13 ampe **9.** **points** (*snh*) đầu ngón chân (*trong vũ balê*): *dancing on points* nhảy trên đầu ngón chân **10.** **points** (*snh*) đường ghi (chuyển tàu hỏa): *a points lever* tay bẻ ghi **11.** poanh (đon vị cỡ chữ in). // **at the point of a sword (a gun)** bị gí mũi gươm (*mũi súng*) vào mà dọa: *captured at the point of a sword* bị bắt do bị gí mũi gươm vào mình; **beside the point** không thích đáng, không thích hợp; **carry (gain) one's point** thuyết phục người ta chấp nhận lý lẽ của mình; **a case in point** *x* case¹; **the finer point** *x* fine; **give somebody points (at something)** chấp điểm ai mà vẫn thắng: *he can give me points at golf* anh ta chơi gôn có thể chấp điểm mà vẫn thắng; anh ta chơi gôn giỏi hơn tôi nhiều; **have one's points** có những điểm tốt của nó, có một số điểm tốt: *I suppose wine has its points, but I prefer beer* tôi cho rằng rượu vang có một số điểm tốt, nhưng tôi thích bia hơn; **if (when) it comes to the point** nếu (khi) đến lúc phải hành động (phải quyết định): *if it came to the point, would you sacrifice your job for your principles?* nếu đến lúc phải quyết định thì anh có chịu hy sinh việc làm cho những nguyên tắc của anh không?; **in point of fact** trên thực tế: *he said he would pay, but in point of fact he has no money* nó nói là nó sẽ trả, nhưng trên thực tế nó không có tiền; **labour the point** x labour²; **make one's point** giải thích đầy đủ cái mình đề nghị; **make a point of doing something** làm việc gì vì cho rằng là quan trọng (là cần thiết): *I always make a point of checking that all the windows are shut before I go out* tôi bao giờ cũng kiểm tra xem tất cả cửa sổ đã đóng chưa trước khi đi ra ngoài; **a moot point** x moot; **not to put too fine a point on it** x fine²; **on the point of doing something** sắp làm gì: *I was on the point of going to bed when you rang* tôi sắp đi nằm thì anh bấm chuông; **on points** [thắng] điểm (*đánh quyền Anh*); **point of departure** điểm xuất phát (*một cuộc du hành, một cuộc tranh luận...*); **a point of honour (conscience)** điểm danh dự; vấn đề lương tâm: *I always pay my debts punctually, it's a point of honour with me* tôi bao giờ cũng trả nợ đúng hẹn, đó là một điểm danh dự đối với tôi; **the point of no return** a/ điểm từ đấy không thể quay lại nơi xuất phát (*vì không đủ xăng dầu...*) b/ (*bóng*) điểm không thể quay ngược lại nữa (*tại đấy mắc vào một công việc, một quyết định không thể đảo ngược được*); **a point of order** điều đúng thủ tục; điều đúng luật; **a (one's) point of view** quan điểm: *this is unacceptable from my point of view* theo quan điểm của tôi thì điều này không thể chấp nhận được; **possession is nine points of the law** x possession; **prove one's (the) point** x prove; **score a point (points)** x score²; **a sore point** x sore; **stretch a point** x stretch; **one's (some-**

body's) strong point x strong; **take somebody's point** hiểu và chấp nhận lý lẽ của ai; **to the point** [theo một cách] thích hợp (thích đáng): *remarks that were very much to the point* những nhận xét rất là thích đáng; **to the point of something** đến mức có thể gọi là: *his manner is abrupt to the point of rudeness* tác phong của anh ta lắc cắc đến mức có thể gọi là khiếm nhã; **up to a [certain] point** đến một chừng mực nào đó: *I agree with you up to a [certain] point* đến một chừng mực nào đó, tôi đồng ý với anh.

point² /pɔint/ *đgt* 1. chỉ, trỏ: *the clock hands pointed to twelve* kim đồng hồ chỉ mười hai giờ; *that's the man who did it, she said, pointing at me* "đấy là người làm điều đó", chị ta vừa nói vừa trỏ (chỉ) vào tôi 2. chỉ cho thấy: *all the evidence points to his guilt* toàn bộ chứng cứ chỉ cho thấy tội của nó 3. chỉ, chĩa, nhằm: *point one's finger at somebody* chỉ ngón tay vào ai; **point a gun at somebody** chĩa súng vào ai 4. trét vữa (*vào kẽ gạch đã xây*): *point a wall* trét vữa bức tường 5. đứng sững vểnh mõm (*thú săn*) (*nói về chó săn*). // **point the finger at somebody** (*kng*) công khai tố cáo ai; **point the way to (towards) something)** chỉ ra khả năng phát triển trong tương lai: *tax reforms which point the way to a more prosperous future* những cải cách về thuế má vạch ra khả năng một tương lai phát triển thịnh vượng hơn.

point out chỉ ra, vạch ra; làm cho lưu ý tới: *point out a mistake* vạch ra một lỗi lầm; *I must point out that further delay would be unwise* tôi

phải lưu ý rằng chậm trễ thêm nữa sẽ là không khôn ngoan đâu; **point up** làm cho nổi rõ; cho thấy rất rõ: *the recent disagreement points up the differences between the two sides* sự bất đồng mới đây cho thấy rất rõ những chỗ dị đồng giữa hai bên.

point-blank¹ /ˌpɔint'blæŋk/ *tt* 1. ở cự ly rất gần (*bắn súng*): *fired at point-blank range* bị bắn ở cự ly rất gần 2. (*bóng*) thẳng thừng: *a point-blank refusal* sự từ chối thẳng thừng.

point-blank² /ˌpɔint'blæŋk/ *pht* 1. ở cự ly rất gần: *fire point-blank at somebody* bắn ai ở cự ly rất gần 2. (*bóng*) [một cách] thẳng thừng: *refuse point-blank to do something* thẳng thừng từ chối làm việc gì.

point-duty /'pɔintdju:ti/ *dt* công tác giao cảnh (*của cảnh sát giao thông*).

pointed /'pɔintid/ *tt* 1. [có đầu] nhọn, [có mũi] nhọn: *a pointed tool* một dụng cụ có mũi nhọn 2. (*bóng*) chĩa vào (*ai; một thói xấu...*): *she made some pointed references to his careless work* cô ta có một ít lời ám chỉ chĩa vào công việc cẩu thả của anh ta 3. (*bóng*) sắc sảo (*trí óc*): *a pointed mind* trí óc sắc sảo.

pointedly /'pɔintidli/ *pht* tỏ rõ ý phê phán, tỏ ý mình muốn gì: *he looks pointedly at the door* ông ta nhìn ra cửa, tỏ ý muốn tôi khép cửa lại (*mở cửa ra, đi đi...*).

pointer /'pɔintə[r]/ *dt* 1. kim (*trên mặt đồng hồ đo...*) 2. que chỉ (*chỉ bản đồ... khi trình bày vấn đề gì...*) 3. (*on something*) (*kng*) lời mách nước, lời gợi ý: *could you give me a few pointers on how to tackle the job?*

anh có thể mách nước cho tôi một vài điều về cách thức xử lý công việc không? **4.** *(to somebody)* dấu hiệu; chỉ dẫn: *the rise in unemployment is a pointer to the failure of his economic policies* sự gia tăng thất nghiệp là một chỉ dẫn về sự thất bại của chính sách kinh tế của ông ta **5.** chó săn chỉ mồi *(khi phát hiện mồi săn thì đứng sững lại, mõm hướng về phía có mồi săn).*

pointillism /'pɔintilizəm, cg 'pwænti:izm/ *dt* lối vẽ chấm màu *(ở Pháp vào cuối thế kỷ 19).*

pointillist /'pɔintilist, cg 'pwænti:ist/ *dt* họa sĩ chấm màu.

pointless /'pɔintlis/ *tt* vô nghĩa; không mục đích: *it is pointless to have a car if you cannot drive it!* có xe mà không lái được thì thật là vô nghĩa!

pointlessly /'pɔintlisli/ *pht* [một cách] vô nghĩa, [một cách] không mục đích: *argue pointlessly* cãi lý không mục đích.

pointlessness /'pɔintlisnis/ *dt* sự vô nghĩa; sự ít ý nghĩa: *the pointlessness of his existence* sự vô nghĩa của cuộc sống của nó.

pointsman /'pɔintsmən/ *(snh* **pointsmen)** *(Mỹ* **switchman)** người bẻ ghi *(đường xe lửa).*

point-to-point /,pɔint tə 'pɔint/ *dt* cuộc đua ngựa xuyên suốt từ điểm này đến điểm khác.

poise[1] /pɔiz/ *dgt* [giữ] thăng bằng; [giữ] lơ lửng: *the eagle poised in mid-air ready to swoop on its prey* chim đại bàng lơ lửng trên không trung, sẵn sàng sà xuống vồ mồi; *he poised the javelin in his hand before throwing*

it anh ta giữ cái lao thăng bằng trong tay trước khi lao nó đi.

poise[2] /pɔiz/ *dt* **1.** thế thăng bằng duyên dáng; sự giữ thế thăng bằng duyên dáng, động tác thăng bằng duyên dáng: *poise of the head* sự giữ thế đầu thăng bằng duyên dáng **2.** sự điềm tĩnh tự tin; sự điềm tĩnh tự chủ: *a woman of great poise* một bà rất điềm tĩnh tự chủ.

poised /pɔizd/ **1.** *(vị ngữ)* trong thế thăng bằng; đứng im: *poised on tiptoe* đứng im trên đầu ngón chân; *something poised on the edge of a table* một vật thăng bằng cheo leo ở mép bàn *(hơi đụng nhẹ thì chắc là sẽ rơi)* **2.** *(vị ngữ)* [ở trong tình trạng] căng thẳng sẵn sàng: *poised on the edge of the swimming-pool* đứng sẵn sàng trên bờ bể bơi, sẵn sàng nhảy xuống **3.** điềm tĩnh tự chủ: *a poised young lady* một thiếu phụ điềm tĩnh tự chủ; *a poised manner* tác phong điềm tĩnh tự chủ.

poison[1] /'pɔizn/ *dt* **1.** thuốc độc: *commit suicide by taking poison* uống thuốc độc tự tử; *rat poison* thuốc độc diệt chuột, bả chuột; *a poison gas* khí độc **2.** *(kng, xấu)* món ăn chết tiệt: *I'm not eating that poison!* tôi không ăn món ăn chết tiệt ấy đâu!

poison[2] /'pɔizn/ *dgt* **1.** bỏ thuốc độc, đánh thuốc độc: *poison the wells* bỏ thuốc độc xuống giếng; *poison the rats* đánh thuốc độc diệt chuột **2.** *(bóng)* đầu độc; làm tan nát: *poison somebody's mind with propaganda* đầu độc trí óc ai bằng tuyên truyền; *a quarrel which poisoned our friendship* tranh

cãi nhau làm tan nát tình bạn giữa chúng ta // **poison A's mind against B** *(xấu)* đầu độc A chống lại B bằng những lời nói điêu.

poisoned /'pɔiznd/ *tt* **1.** sưng tấy *(do bị nhiễm trùng ở chỗ đứt, ở chỗ gãi):* a *poisoned hand* bàn tay bị sưng tấy **2.** tẩm thuốc độc: *a poisoned arrow* mũi tên tẩm thuốc độc.

poisoner /'pɔizənə[r]/ *dt* người đầu độc.

poisoning /'pɔizəniŋ/ *dt* sự đầu độc; sự bị đầu độc: *lead poisoning* sự bị đầu độc bằng chất chì.

poisonous /'pɔizənəs/ *tt* **1.** độc: *poisonous snakes* rắn độc; *poisonous plants* cây độc **2.** độc hại: *a poisonous doctrine* một thuyết độc hại **3.** ác độc: *a man with a poisonous tongue* con người có miệng lưỡi ác độc.

poisonously /'pɔizənəsli/ *pht* **1.** [một cách] độc hại **2.** [một cách] ác độc.

poison-pen letter /,pɔizn 'pen letə[r]/ thư đả kích hiểm độc *(chủ tâm viết để làm cho người nhận bối rối bực mình).*

poke[1] /pəʊk/ *dgt* **1.** chọc, thúc, hích, ấn, đẩy: *poke somebody in the ribs* hích vào sườn ai *(một cách thân mật); poke the fire* dùng que chọc lửa, cời lửa *(cho cháy to hơn)* **2.** chọc thủng *(lỗ): poke two holes in the sack so you can see through it* chọc thủng hai lỗ ở cái bao tải khiến anh có thể nhìn qua được **3.** đẩy, xô, thò: *she poked her finger into the hole* chị ta thò ngón tay vào lỗ; *poke one's head out of a window* thò đầu ra ngoài cửa sổ // **poke fun at** *(thường xấu)* chế giễu *(ai, cái gì): he enjoys poking fun*

P

at others nó khoái trá chế giễu người khác; **poke one's nose into** chõ mũi vào (việc người khác...).

poke about (around) (kng) lục lọi; sục sạo: *why are you poking about among my papers?* sao anh lục lọi giấy tờ của tôi thế?; **poke out (out of, through, up)** thò ra, thòi ra, tòi ra: *a pen poking out of somebody's pocket* cái bút thò ra ngoài túi của ai; *I see a finger poking through a hole in your glove* tôi thấy một ngón tay thò ra ngoài một lỗ thủng ở găng tay của anh; *a few daffodils were already poking up* vài cây thủy tiên hoa vàng đã bắt đầu nhú ra.

poke² /pəʊk/ dt **1.** sự chọc, sự thúc, sự hích, sự ấn, sự ấy, sự đẩy **2.** cú chọc, cú thúc, cú hích, cú ấn, cú ấy, cú đẩy.

poke³ /pəʊk/ dt **buy a pig in a poke** x buy.

poker¹ /ˈpəʊkə[r]/ dt que cời lò.

poker² /ˈpəʊkə[r]/ dt bài pôke.

poker-face /ˈpəʊkəfeis/ dt (kng) mặt lạnh như tiền.

poker-faced /ˈpəʊkəfeist/ tt (kng) có mặt lạnh như tiền.

poker-work /ˈpəʊkəwɜːk/ dt **1.** thuật khắc nung **2.** hình khắc nung.

pokiness /ˈpəʊkinis/ dt sự chật hẹp (nhà, chỗ ở...).

poky /ˈpəʊki/ tt (-ier; -iest) (kng, xấu) chật hẹp (nhà, chỗ ở...): *a poky little room* một gian buồng nhỏ chật hẹp.

polar /ˈpəʊlə[r]/ tt (thngữ) **1.** [thuộc] địa cực; gần địa cực: *the polar regions* miền địa cực **2.** [thuộc] cực (của nam châm): *polar attraction* sức hút cực **3.** hoàn toàn (điều đối nhau, điều ngược nhau).

polar bear /ˈpəʊləbeə[r]/ (động) gấu trắng (ở Bắc cực).

polarisation /ˌpəʊləraiˈzeiʃn, (Mỹ ˌpəʊləriˈzeiʃn)/ dt nh polarization.

polarise /ˈpəʊləraiz/ dgt x polarize.

polarity /pəˈlærəti/ dt **1.** cực tính (ở nam châm) **2.** sự (tính) hoàn toàn đối nhau: *the growing polarity between the left and right wings of the party* sự đối nhau ngày càng tăng giữa cánh tả và cánh hữu của đảng.

polarization, polarisation /ˌpəʊləraiˈzeiʃn, (Mỹ ˌpəʊləriˈzeiʃn)/ sự cực hóa, sự phân cực.

polarize, polarise /ˈpəʊləraiz/ dgt **1.** (lý) cực hóa phân cực **2.** phân thành hai thái cực: *public opinion has polarized on this issue* công luận đã phân thành hai thái cực về vấn đề đó; *an issue which has polarized public opinion* một vấn đề đã phân công luận thành hai thái cực.

Polaroid /ˈpəʊlərɔid/ dt (tên riêng) **1.** màng polaroit (trong suốt, gắn vào kính râm để giảm bớt độ chói của ánh sáng mặt trời) **2. Polaroids** (snh) kính râm polaroit, kính râm có màng polaroit.

Polaroid camera /ˌpəʊlɒrɔid ˈkæmərə/ máy chụp ra ảnh ngay.

Pole /pəʊl/ dt người Ba lan.

pole¹ /pəʊl/ dt **1.** [địa] cực: *the North Pole* Bắc cực; *the South Pole* Nam cực **2.** (lý) [điện] cực: *the negative pole* âm cực; *the positive pole* dương cực **3.** (bóng) [điểm] cực: *our points of view are at opposite poles* quan điểm của chúng ta ở hai cực đối lập nhau. // **be poles apart** có nhiều bất đồng quan

điểm; xa cách nhau: *the employers and the trade union leaders are still poles apart* các ông chủ và các lãnh tụ nghiệp đoàn còn nhiều bất đồng quan điểm.

pole² /pəʊl/ dt **1.** sào (để chống thuyền): *a barge pole* cái sào chống thuyền **2.** (cg **perch, rod**) sào (đơn vị đo chiều dài ruộng đất bằng 5,03 mét) **3.** cột: *a flag pole* cột cờ; *a tent pole* cọc (cột) lều. // **up the pole** (kng) a/ gặp khó khăn b/ sai, sai lầm c/ tàng tàng, điên điên.

pole³ /pəʊl/ dgt chống, đẩy (thuyền...) bằng sào: *pole a punt up the river* chống thuyền đáy bằng sào ngược dòng sông.

pole-axe¹ /ˈpəʊlæks/ dt **1.** rìu chiến (thời xưa) **2.** rìu giết thịt (đập vào đầu trâu bò mà giết chết, trước đây).

pole-axe² /ˈpəʊlæks/ dgt **1.** giết bằng rìu **2.** (thường ở dạng bị động) làm ngạc nhiên hết sức; làm đau khổ hết sức: *we are all absolutely pole-axed by the terrible news* chúng tôi đều ngạc nhiên hết sức khi nghe tin khủng khiếp ấy.

pole-bean /ˈpəʊlbiːn/ (Mỹ) nh runner bean.

pole-cat /ˈpəʊlkæt/ (động) **1.** chồn hôi, chồn putoa **2.** (Mỹ **skunk**) chồn hôi Mỹ châu.

polemic /pəˈlemik/ dt **1.** cuộc luận chiến, cuộc bút chiến **2.** bài luận chiến, bài bút chiến **3. polemics** (snh) thuật luận chiến, thuật bút chiến.

polemical /pəˈlemikl/ tt (cg **polemic**) **1.** [thuộc] thuật luận chiến; [thuộc] bút chiến: *polemic[al] skills* kỹ năng luận chiến **2.** [có tính chất] luận chiến; [có tính chất] bút chiến: *a po-*

lemic[al] article bài báo có tính chất bút chiến.

polemically /pə'lemikli/ *pht* [theo kiểu] luận chiến, [theo kiểu] bút chiến.

polemicist /pə'lemisist/ *dt* nhà luận chiến; nhà bút chiến.

pole-star /'pəʊlstɑ:[r]/ *dt* sao Bắc cực.

pole-vault¹ /'pəʊlvɔ:lt/ *dt* (*thể*) sự nhảy sào.

pole-vault² /'pəʊlvɔ:lt/ *đgt* (*thể*) nhảy sào.

pole-vaulter /'pəʊlvɔ:ltə[r]/ *dt* (*thể*) vận động viên nhảy sào.

pole-vaulting /'pəʊlvɔ:ltiŋ/ *dt* (*thể*) sự nhảy sào.

police¹ /pə'li:s/ *dt* [*the*] *police* (*đgt, snh*) **1.** cảnh sát, công an (*lực lượng, tổ chức*): *the local police* cảnh sát địa phương **2.** cảnh sát viên; công an viên: *there were over 100 police on duty at the demonstration* có hơn 100 cảnh sát làm nhiệm vụ ở cuộc biểu tình.

police² /pə'li:s/ *đgt* giữ trật tự, kiểm soát (*một nơi bằng lực lượng cảnh sát hoặc như bằng lực lượng cảnh sát*): *the teachers on duty are policing the school buildings during the lunch hours* các thầy giáo trực đang kiểm soát trường sở trong giờ ăn trưa.

police constable /pə,li:s 'kʌnstəbl/ (*vt PC*) (*cg* **constable**) cảnh sát viên, công an viên (*ở cấp thấp nhất trong lực lượng cảnh sát công an*).

police dog /pə'li:sdɒg/ chó cảnh sát, chó công an.

police force /pə'li:sfɔ:s/ lực lượng cảnh sát, lực lượng công an (*một nước, một thành phố, một quận...*).

policeman /pə'li:smən/ *dt* (*snh* **policemen** /pə'li:smən/) cảnh sát viên (*nam*), công an viên (*nam*).

police-officer /pə'li:sɒfisə[r]/ *dt* (*cg* **officer**) cảnh sát viên (*nam hoặc nữ*).

police state /pə'li:s steit/ (*xấu*) quốc gia do cảnh sát kiểm soát (*thường là chuyên chế*).

police station /pə'li:s steiʃn/ đồn cảnh sát, đồn công an.

policewoman /pə'li:swʊmən/ *dt* (*snh* **policewomen** /pə'li:swʊmin/) nữ cảnh sát viên, nữ công an viên.

policy¹ /'pɒləsi/ *dt* **1.** chính sách: *British foreign policy* chính sách đối ngoại của Anh **2.** (*bóng*) cách xử sự: *is honesty the best policy?* trung thực có phải là cách xử sự hay nhất không?

policy² /'pɒləsi/ *dt* hợp đồng; khế ước: *an insurance policy* hợp đồng bảo hiểm.

polio /'pəʊliəʊ/ *dt* (*vt của* poliomyelitis) (*y*) viêm tủy xám.

poliomyelitis /,pəʊliəʊ,maiə-'laitis/ *dt* x polio.

Polish¹ /'pəʊliʃ/ *tt* [thuộc] Ba Lan.

Polish² /'pəʊliʃ/ *dt* tiếng Ba Lan: *written in Polish* viết bằng tiếng Ba Lan.

polish¹ /'pɒliʃ/ *đgt* **1.** đánh bóng; bóng lên: *polish shoes with a cloth* dùng một mảnh vải đánh bóng đôi giày; *this table-top polishes up nicely* mặt bàn này bóng lên rất đẹp **2.** trau chuốt: *polish an article* trau chuốt bài báo. // **polish off** (*kng*) giải quyết nhanh, thanh toán gọn: *polish off a big plateful of stew* thanh toán gọn một đĩa thịt hầm lớn; *polish off the arrears of correspon-*

dence thanh toán gọn thư từ còn đọng lại.

polish² /'pɒliʃ/ *dt* **1.** nước bóng, nước láng: *a table-top with a good polish* mặt bàn có nước bóng đẹp, mặt bàn bóng loáng **2.** sự đánh bóng: *give the floor a thorough polish* đánh bóng sàn nhà kỹ lưỡng **3.** thuốc đánh bóng: *shoe polish* xi đánh [bóng] giày **4.** (*bóng*) vẻ thanh nhã; nét thanh tao: *a fellow who completely lacked polish* một anh chàng không có chút vẻ thanh nhã nào. // **spit and polish** x spit².

polished /'pɒliʃt/ *tt* **1.** bóng láng **2.** thanh nhã, tao nhã: *polished manners* tác phong thanh nhã.

polisher /'pɒliʃə[r]/ *dt* dụng cụ đánh bóng: *a floor polisher* dụng cụ đánh bóng sàn nhà.

politburo /'pɒlitbjʊərəʊ/ *dt* bộ chính trị (*đảng cộng sản*).

polite /pə'lait/ *tt* **1.** lễ phép, có lễ độ; lịch sự: *a polite child* cháu bé lễ phép; *a polite remark* một nhận xét lịch sự **2.** tao nhã, thượng lưu: *polite society* xã hội thượng lưu.

politely /pə'laitli/ *pht* **1.** [một cách] lễ phép; [một cách] lịch sự **2.** [một cách] tao nhã.

politeness /pə'laitnis/ *dt* **1.** sự lễ phép; sự lịch sự **2.** hành động lễ phép; hành động lịch sự.

politic /'pɒlətik/ *tt* thận trọng; khôn khéo (*hành động*): *a politic reply* câu trả lời khôn khéo.

political /pə'litikl/ *tt* **1.** chính trị: *a political party* một đảng chính trị, một chính đảng; *a political crisis* khủng hoảng chính trị **2.** [thuộc] chính quyền, [thuộc]

Nhà nước: *a political system* hệ thống Nhà nước.

political asylum /pə,litikl ə'sailəm/ sự cho trú ngụ chính trị *(dành cho những người tị nạn chính trị)*.

political economy /pə,litikl i'kɒnəmi/ khoa kinh tế chính trị, chính trị kinh tế học.

political geography /pə,litikl dʒi'ɒgrəfi/ khoa địa lý chính trị.

politically /pə'litikli/ *pht* về mặt chính trị: *politically useful ideas* những ý kiến bổ ích về mặt chính trị.

political prisoner /pə,litikl 'priznə[r]/ tù chính trị.

political science /pə,litikl 'saiəns/ *(cg* **politics***)* thể chế học.

politician /,pəli'tiʃn/ *dt* **1.** nhà chính trị, chính khách **2.** *(thường xấu)* kẻ khéo lợi dụng tình thế, kẻ láu cá: *you need to be a bit of a politician to succeed in this company* anh phải láu cá một tí mới thành công trong công ty ấy.

politicize, politicise /pə'litisaiz/ *dgt* chính trị hóa: *the strike has now been politicized* sự đình công nay đã được chính trị hóa.

politicking /'pɒlətikiŋ/ *dt* *(thường xấu)* vận động chính trị *(để được nhiều phiếu hoặc để được ủng hộ)*: *a lot of politicking preceded the choice of the new director* trước lúc chọn giám đốc mới, đã có hàng loạt vận động chính trị.

politics /'pɒlətiks/ *dt* **1.** chính trị: *talk politics* nói chuyện chính trị; *enter politics* tham gia hoạt động chính trị **2.** quan điểm chính trị, chính kiến: *what are your politics?* quan điểm chính trị của anh thế nào? **3.** *nh* political science **4.**

(xấu) (dgt số ít) sự vận động: *office politics* sự vận động giành một chức vị.

polity /'pɒləti/ *dt* **1.** thể chế nhà nước **2.** xã hội có tổ chức.

polka /'pɒlkə, *(Mỹ* 'pəʊlkə*)*/ *dt* **1.** điệu nhảy ponka *(nguồn gốc Đông Âu)* **2.** nhạc [cho điệu] nhảy ponka.

poll¹ /pəʊl/ *dt* **1.** cuộc bầu cử, cuộc bỏ phiếu; sự kiểm phiếu: *be successful at the poll* thắng lợi trong cuộc bầu cử; *the result of the poll has now been declared* người ta đã tuyên bố kết quả kiểm phiếu **2.** số phiếu bầu: *head the poll* có số phiếu bầu dẫn đầu, được số phiếu bầu cao nhất; *a light (heavy) poll* số người đi bỏ phiếu ít (đông) **3.** **the polls** *(snh)* nơi bầu cử: *go to the polls* đi bầu cử **4.** cuộc thăm dò ý kiến: *a public-opinion poll* cuộc thăm dò ý kiến quần chúng; *the Gallup poll* cuộc thăm dò ý kiến do viện Gallup tiến hành.

poll² /pəʊl/ *dgt* **1.** thu được một số phiếu bầu là *(nói về ứng cử viên)*: *he polled over 3000 votes* ông ta thu được một số phiếu bầu là trên 3000 **2.** hỏi ý kiến *(trong cuộc thăm dò ý kiến)*: *of those polled seven out of ten said they preferred brown bread* trong số người được hỏi ý kiến, bảy trên mười nói là họ thích bánh mì nâu hơn **3.** cưa bỏ đầu sừng *(bò...)* **4.** *(cg* **pollard***)* bấm ngọn, xén ngọn *(cây)*.

pollard¹ /'pɒləd/ *(dgt cg* **poll***)* *(thường ở dạng bị động)* bấm ngọn, xén ngọn *(cho cây đâm nhiều cành)*: *the willows need to be pollarded* các cây liễu này cần được bấm ngọn.

pollard² /'pɒləd/ *dt* cây bị xén ngọn.

pollen /'pɒlən/ *dt* *(thực)* phấn *(hoa)*.

pollen count /'pɒlənkaʊnt/ chỉ số phấn hoa *(trong không khí, thường dùng làm căn cứ để dự đoán những đợt bệnh số mũi mùa)*.

pollinate /'pɒləneit/ *dgt* *(thực)* thụ phấn cho.

pollination /,pɒli'neiʃn/ *dt* *(thực)* sự thụ phấn.

polling /'pəʊliŋ/ *dt* **1.** sự bầu cử, sự bỏ phiếu **2.** sự thăm dò ý kiến.

polling-booth /'pəʊliŋbu:ð/ *dt* *(cg* **polling-station***)* điểm bầu cử, nơi bỏ phiếu.

polling-day /'pəʊliŋdei/ *dt* ngày bầu cử, ngày bỏ phiếu.

polling-station /'pəʊliŋsteiʃn/ *dt x* polling-booth.

pollster /'pəʊlstə[r]/ *dt* người thăm dò ý kiến quần chúng.

poll-tax /'pəʊltæks/ *dt* thuế thân.

pollute /pə'lu:t/ *dgt* **1.** làm ô nhiễm: *rivers polluted with chemical waste from factories* sông bị chất thải hóa học của các nhà máy làm ô nhiễm **2.** làm ô uế *(nơi thiêng liêng)*; làm hư hỏng, làm sa đọa *(đầu óc của thanh niên...)*.

pollutant /pə'lu:tənt/ *dt* chất [gây] ô nhiễm: *releasing pollutants into the atmosphere* làm thoát (thải) chất ô nhiễm ra không khí.

pollution /pə'lu:ʃn/ *dt* **1.** sự ô nhiễm: *air pollution* sự nhiễm không khí **2.** chất [gây] ô nhiễm.

polo /'pəʊləʊ/ *dt* *(thể)* môn bóng pôlô, mã cầu.

polonaise /,pɒlə'neiz/ *dt* **1.** điệu nhảy pôlône *(nguồn gốc Ba Lan)* **2.** nhạc [cho điệu] nhảy pôlône.

polo neck /'pəʊləʊnek/ cổ lọ (một kiểu cổ áo): a polo-neck sweater áo len dài tay cổ lọ.

poltergeist /'pɒltəgaist/ dt ma quấy (con ma hay làm ồn, hay vứt đồ đạc lung tung).

poly /'pɒli/ dt (dt **polys**) (kng) nh polytechnic.

poly- (dạng kết hợp) đa, nhiều (x polygamy, polysyllable...).

polyandrous /,pɒli'ændrəs/ tt 1. đa phu; [có] nhiều chồng 2. (thực) [có] nhiều nhị đực.

polyandry /'pɒliændri/ dt chế độ đa phu, chế độ nhiều chồng (cùng một lúc).

polyanthus /,pɒli'ænθəs/ (thực) cây đa hoa (thuộc họ Báo xuân).

polyclinic /,pɒli'klinik/ dt (y) phòng khám đa khoa.

polyester /,pɒli'estə[r], (Mỹ 'pɒli:estər)/ dt polyeste (vải bằng sợi tổng hợp): a polyester skirt cái váy polyeste.

polyethylene /,pɒli'eθəli:n/ dt (Mỹ) nh polythene.

polygamist /pə'ligəmist/ dt người đa thê, người nhiều vợ.

polygamous /pə'ligəməs/ tt đa thê, [có] nhiều vợ.

polygamy /pə'ligəmi/ dt chế độ đa thê, chế độ nhiều vợ (cùng một lúc).

polyglot[1] /'pɒliglɒt/ tt (biết) nhiều thứ tiếng; viết bằng nhiều thứ tiếng: a polyglot edition sách in nhiều thứ tiếng.

polyglot[2] /'pɒliglɒt/ dt người nói nhiều thứ tiếng.

polygon /'pɒligən, (Mỹ 'pɒligɒn)/ dt (toán) đa giác, hình nhiều cạnh.

polygonal /pə'ligənl/ tt đa giác, [có] nhiều cạnh.

polyhedra /,pɒli'hi:drə/ dt snh của polyhedron.

polyhedron /,pɒli'hi:drən/ dt (snh **polyhedrons, polyhedra**) khối đa diện, khối nhiều mặt.

polymath /'pɒlimæθ/ dt nhà học rộng, nhà bác học.

polymer /'pɒlimə[r]/ dt (hóa) chất trùng hợp, polyme.

polymorphic /,pɒli'mɔ:fik/ **polymorphous** /,pɒli'mɔ:fəs/ tt qua nhiều giai đoạn (phát triển, sinh trưởng...).

polyp /'pɒlip/ dt (sinh, y) polip.

polypous /'pɒlipəs/ tt (sinh, y) [thuộc] polip.

polyphonic /,pɒli'fɒnik/ tt (nhạc) [thuộc] phức điệu.

polyphony /pə'lifəni/ dt (nhạc) phức điệu.

polystyrene /,pɒli'stairi:n/ dt polistiren (loại nhựa nhẹ dùng làm đồ dụng).

polysyllabic /,pɒlisi'læbik/ tt (ngôn) đa âm tiết.

pollysyllable /'pɒlisiləbl/ dt (ngôn) từ đa âm tiết.

polytechnic /,pɒli'teknik/ dt (cg kng **poly**) trường đại học bách khoa.

polytheism /'pɒliθi:izəm/ dt đạo nhiều thần, đa thần giáo.

polytheistic /,pɒliθi:'istik/ tt [thuộc] đa thần giáo, đa thần.

polythene /'pɒliθi:n/ dt polyten (chất dẻo làm bao bì không thấm nước).

polyunsaturated /,pɒliʌn-'sætʃəreitid/ tt không hình thành cholesterola (trong máu): polyunsaturated margarine chất macgarin không hình thành cholesterola.

polyurethane /,pɒli'jʊəriθein/ dt polyuretan (chất dẻo dùng chế sơn).

pom /pɒm/ dt (kng) 1. nh pommy 2. nh Pomeranian.

pomander /pə'mændə[r]/ dt 1. cuộn chất thơm (ví dụ hoa, lá, chất thơm, dùng để làm cho thơm chiếc tủ, căn phòng...) 2. bao [đựng cuộn] chất thơm.

pomegranate /'pɒmigrænit/ dt (thực) lựu (cây, quả): pomegranate seeds hạt lựu.

pomelo /'pɒmiləʊ/ dt (snh **pomelos**) quả bưởi.

Pomeranian /,pɒmə'reiniən/ dt (cg kng **pom**) giống chó Pomeran (giống chó nhỏ lông dài, gốc ở Po-me-ran).

pommel[1] /'pɒml/ dt nuốm [hình] quả táo (ở đầu yên ngựa, ở chuôi gươm).

pommel[2] /'pʌml/ dgt (-ll-; Mỹ -l-) nh pummel.

pommy /'pɒmi/ dt (Úc, Tân Tây Lan) (kng, thường xấu) (cg **pom**) người Anh.

pomp /pɒmp/ dt 1. vẻ lộng lẫy, vẻ tráng lệ (của một cuộc nghi lễ) 2. (xấu) sự phù hoa: forsaking worldly pomp for the life of a monk sự từ bỏ cảnh hoa lệ trần tục mà đi vào cuộc sống thầy tu. // **pomp and circumstance** sự phô trương lộng lẫy; nghi thức kiểu cách lộng lẫy.

pompom /'pɒmpɒm/ dt búp len (dùng để trang trí mũ, giày phụ nữ...).

pomposity /pɒm'pɒsəti/ dt 1. sự vênh vang, vẻ vênh vang 2. sự khoa trương; lời văn khoa trương.

pompous /'pɒmpəs/ tt (xấu) 1. vênh vang: a pompous official một quan chức vênh vang 2. khoa trương (lời văn).

pompously /'pɒmpəsli/ pht (xấu) 1. [một cách] vênh vang 2. [một cách] khoa trương.

P

ponce¹ /pɒns/ *dt* **1.** anh đàn ông được gái điếm bao **2.** *(kng, xấu)* anh đàn ông õng ẹo phô trương.

ponce² /pɒns/ *đgt* (+ about, around) *(kng xấu)* **1.** hành động theo lối õng ẹo phô trương **2.** hành động vô bổ phí thì giờ: *stop poncing about and get that job finished* thôi đừng hành động kiểu vô bổ phí thì giờ như thế nữa và làm cho công việc đó xong đi.

poncho /pɒntʃəʊ/ *dt* (*snh* **ponchos**) tấm choàng chui đầu *(có khoét lỗ ở giữa để chui đầu qua)*.

pond /pɒnd/ *dt* cái ao: *a fish pond* ao cá; *pond life* động vật sống dưới ao.

ponder /ˈpɒndə[r]/ *đgt* (+ on, over) suy nghĩ, cân nhắc: *you have pondered long enough, it's time to decide* anh đã suy nghĩ đủ lâu rồi, bây giờ là lúc phải quyết định; *ponder [on] a question* suy nghĩ về một vấn đề.

ponderous /ˈpɒndərəs/ *tt* nặng nề: *a fat man's ponderous movements* cử động nặng nề của một người béo; *ponderous style* văn phong nặng nề.

ponderously /ˈpɒndərəsli/ *pht* [một cách] nặng nề.

ponderousness /ˈpɒdərəsnis/ *dt* sự nặng nề; vẻ nặng nề.

pone /pəʊn/ *dt nh* corn pone.

pong¹ /pɒŋ/ *dt (kng, thường dùa)* mùi hôi.

pong² /pɒŋ/ *đgt* bốc mùi hôi.

pongy /pɒŋi/ *tt* (-ier; -iest) hôi: *your feet are rather pongy!* chân anh khá hôi đấy!

pontiff /ˈpɒntif/ *dt* **1.** *(cổ)* giám mục; giáo sĩ cấp cao **2. the [Supreme] Pontiff** giáo hoàng.

pontifical /pɒnˈtifikl/ *tt* **1.** [thuộc] giáo hoàng **2.** *(thường thngữ)* do giám mục (hồng y giáo chủ) hành lễ. **3.** *(xấu)* như thể chỉ mình biết; như thể chỉ mình mình có ý kiến đúng.

pontificate¹ /ˌpɒnˈtifikət/ *dt* **1.** chức giáo hoàng **2.** nhiệm kỳ giáo hoàng.

pontificate² /ˌpɒnˈtifikət/ *đgt* /pɒnˈtifikeit/ (+ about, on) *(xấu)* nói như thể chỉ mình mình biết (chỉ mình mình có ý kiến đúng): *he sat there pontificating about the legal system although it was clear that he knew very little about it* anh ta ngồi đấy nói như thể chỉ mình biết về hệ thống pháp luật mặc dù rõ ràng là anh ta biết rất ít về vấn đề đó.

pontoon¹ /pɒnˈtuːn/ *dt* thuyền phao *(thường xếp thành một dãy để đỡ một chiếc cầu bắc tạm qua sông)*: *a pontoon bridge* cầu phao.

pontoon² /pɒnˈtuːn/ *dt* (*cg* **twenty-one; vingt-et-un**) *(Mỹ* **blackjack**) **1.** lối chơi bài 21 *(cố đạt được một số quân bài cộng số điểm là 21)* **2.** số điểm 21 với chỉ hai quân bài.

pony /ˈpəʊni/ *dt* **1.** ngựa giống nhỏ con **2.** *(cũ, lóng)* 25 bảng Anh. // **on Shank's pony** x shank.

pony-tail /ˈpəʊniteil/ *dt* kiểu tóc cặp đuôi ngựa *(của nữ)*.

pony-trekking /ˈpəʊnitrekiŋ/ *dt* sự đi chơi bằng ngựa giống nhỏ.

poodle /ˈpuːdl/ *dt* chó xù.

poof /pʊf/ *dt* (*snh* **poofs, pooves**) (*cg* **poofter**) *(lóng, xấu)* **1.** anh đàn ông ẹo lả

2. anh đàn ông loạn dâm đồng giới.

pooh /puː/ *gt* chà! *(tỏ sự sốt ruột, sự khinh miệt, sự ghê tởm một mùi thối)*: pooh! *what nonsense!* chà! vô nghĩa thật!; pooh! *this meat is rotten* chà! thịt thối rồi!

pooh-pooh /puːˈpuː/ *đgt (kng)* coi khinh; khinh bỉ gạt bỏ: *they pooh-poohed our suggestion* chúng nó coi khinh lời gợi ý của chúng tôi.

pool¹ /puːl/ *dt* **1.** vũng: *after the rainstorm there were pools in the road* sau trận mưa dông, có nhiều vũng nước trên đường; *he was lying in a pool of blood* anh ta đang nằm trên một vũng máu **2.** vực sông *(chỗ nước sâu và lặng ở một con sông)* **3.** *(cg* **swimming-pool**) bể bơi.

pool² /puːl/ *dt* **1.** tiền góp *(đánh bạc)* **2.** sự chung vốn, sự chung dịch vụ; nhóm chung vốn, nhóm chung dịch vụ: *a pool of cars used by the firm's salesmen* nhóm chung xe của nhân viên bán hàng nam ở một hãng **3.** nhóm sẵn sàng *(khi cần thì gọi)*: *a pool of doctors available for emergency work* nhóm bác sĩ sẵn sàng phục vụ các trường hợp cấp cứu **4.** sự thỏa thuận về giá và chia lãi *(giữa các hãng để tránh cạnh tranh)* **5.** trò chơi pun *(chơi với 16 hòn bi màu trên bàn bi-a)* **6. the pools** *(snh)* (*cg* **football pools**) trò đánh cá bóng đá. // **shoot pool** x shoot¹.

pool³ /puːl/ *đgt* góp chung: *they pooled their savings and bought a car* họ góp chung tiền tiết kiệm và mua một chiếc xe; *if we pool our ideas, we may find a solution* nếu chúng ta góp chung ý kiến thì có thể tìm ra một giải pháp.

poolroom /'pu:lrʊm/ *dt* chỗ chơi pun *(chơi với bi màu trên bàn bi-a)*.

poop /pu:p/ *dt* **1.** đuôi *(tàu, thuyền)* **2.** *(cg* **poop deck)** boong đuôi *(boong ở đuôi tàu thuyền)*.

poop deck /'pu:pdek/ *dt nh* poop².

pooped /'pu:pt/ *tt (thngũ)* *(cg* **pooped out)** *(kng, Mỹ)* rất mệt, mệt lử.

poor¹ /pɔ:[r], *(Mỹ* pʊər)/ *tt* (-er; -iest) **1.** nghèo: *he came from a poor family* anh ta xuất thân từ một gia đình nghèo; *soil poor in nutrients* đất nghèo chất dinh dưỡng; *a country poor in minerals* một nước nghèo khoáng sản **2.** xoàng, tồi, kém: *poor health* sức khỏe xoàng; *be poor at mathematics* kém toán; *a poor sailor* một thủy thủ xoàng hay say sóng; *she came a poor second* chị ta về thứ hai, xa sau người về nhất **3.** *(kng)* đáng thương, tội nghiệp: *poor chap, his wife has just died* thằng cha tội nghiệp, vợ nó vừa mới mất; *the poor little puppy had been abandoned* chú chó con đáng thương đã bị bỏ rơi **4.** *(kng)* đáng khinh: *what a poor creature he is!* nó thật là một gã đáng khinh **5.** *(đùa hoặc mỉa)* nông cạn, thô thiển: *in my poor opinion* theo ý kiến nông cạn của tôi, theo thiển ý. // **the poor man's somebody (something)** người (cái) phải lựa chọn; người (cái) kém người (cái) vốn nổi tiếng: *sparkling white wine is the poor man's champagne* rượu vang trắng sủi tăm là thứ rượu vẫn kém rượu sâm banh; **a poor relation** người *(cái)* kém giá

trị *(kém được vị nể, kém có uy tín)* hơn những cái cùng loại: *some people may regard radio as the poor relation of broadcasting* một số người có thể xem rađiô là thứ kém giá trị hơn trong các phương tiện truyền thanh khác.

poor² /pɔ:[r], *(Mỹ* pʊər)/ **the poor** *dt (dgt, snh)* giới người nghèo. // **grind the faces of the poor** x grind¹.

poor-box /'pɔ:bɒks/ *dt* hộp đựng của bố thí *(thường để ở nhà thờ trước đây)*.

Poor Law /'pɔ:lɔ:/ luật tế bần *(trước đây ở Anh)*.

poorly¹ /'pɔ:li, *(Mỹ* 'pʊərli)/ *pht* [một cách] xoàng, [một cách] tồi, [một cách] kém: *poorly dressed* ăn mặc tồi tàn; *the street is poorly lit* đường phố được chiếu sáng tồi, đường phố thiếu ánh đèn; *she was poorly prepared for the examination* chị ta kém được chuẩn bị để đi thi. // **poorly off** *(kng)* nghèo xác xơ: *the widow and children are very poorly off* bà quả phụ và đàn con nghèo xác nghèo xơ.

poorly² /'pɔ:li, *(Mỹ* pʊərli)/ *tt (chủ yếu làm vị ngữ) (kng)* không khỏe; ốm: *the child has been poorly all week* đứa bé ốm cả tuần; *you look rather poorly to me* tôi thấy anh có phần không khỏe.

poorness /'pɔ:nis, *(Mỹ* 'pʊərnis)/ *dt* sự nghèo, sự nghèo nàn *(về một phẩm chất nào, một yếu tố nào)*: *the poorness of the soil* sự nghèo nàn của đất.

poor-spirited /,pɔ:'spiritid/ *tt* nhút nhát, nhát gan.

poor white /,pɔ:'wait/ *(thường xấu)* người da trắng nghèo *(trong một cộng đồng*

chủ yếu là người da đen, ở miền nam nước Mỹ).

pop¹ /pɒp/ *dt* **1.** tiếng [nổ] bốp: *the cork came out of the bottle with a loud pop* nút chai bật khỏi chai, nghe bốp một tiếng to **2.** *(kng)* thức uống có ga *(thường chỉ những thứ không có rượu)*: *a bottle of pop* một chai chất uống có ga. // **in pop** *(Mỹ* **in hock)** *(lóng)* đang đem cầm, đang thế chấp.

pop² /pɒp/ *pht* với tiếng nổ bốp: *go pop* nổ bốp.

pop³ /pɒp/ *dt (kng) (dùng để xưng gọi)* **1.** bố, ba **2.** anh, bác, chú *(người nhiều tuổi hơn)*.

pop⁴ /pɒp/ *dt (thường snh)* *(kng)* phong cách dân gian hiện đại, phong cách pop *(về nhạc)*: *pop music* nhạc pop; *a pop concert* buổi hòa nhạc pop; *top of the pops* đĩa hát phổ cập nhất hiện thời.

pop⁵ /pɒp/ *dgt* (-pp-) **1.** [làm] nổ bốp **2.** rang cho thành bỏng: *pop maize* rang ngô thành bỏng **3.** (+ away, off) bắn vào: *they were popping away at the rabbits all afternoon* họ bắn thỏ suốt buổi chiều **4.** *(cũ, kng)* cầm [cố], thế chấp. // **pop the question** *(kng)* dạm hỏi *(làm vợ)*; **pop across (down, out...)** đi nhanh *(thình lình đi)*; qua *(xuôi, ra...)*: *he's just popped down the road to the shops* nó vừa xuống đường đi ra phố; *she's popping over to see her mother* cô ta vừa bất thình lình ghé thăm mẹ cô; *he's only popped out for a few minutes* cô ta chỉ ra ngoài ít phút; *where's Ba popped off to?* Ba ra ngoài đi đâu thế?; **pop something across (in, into...)** đặt (lấy) vật gì một cách mau lẹ *(vội vàng, bất thình lình)* ở nơi nào đấy:

P

pop a letter in the post bỏ vội bức thư ra bưu điện; *she popped the tart into the oven* chị ta bỏ nhanh chiếc bánh nhân mứt vào lò; *he popped his head in at the door* nó bất thình lình thò đầu vào cửa; **pop in** ghé chốc lát: *she often pops in for coffee* cô ta thỉnh thoảng ghé chốc lát để uống cà phê; **pop something in** giao (đưa) cái gì nhân khi đi qua: *I'll pop the books in on my way home* nhân trên đường về nhà, tôi sẽ giao mấy cuốn sách ấy; **pop off** *(kng)* chết; **pop out of** bất thình lình ra khỏi: *the rabbits popped out of the hutch as soon as we opened it* thỏ bất thình lình chạy ra khỏi chuồng khi chúng tôi vừa mới mở chuồng ra; **pop up** *(kng)* xuất hiện, xảy ra *(khi người ta không ngờ tới)*: *he seems to pop up in the most unlikely places* coi bộ anh ta hay xuất hiện ở những nơi mà không ai nghĩ tới.

pop⁶ *(vt của* population) dân số: *pop 12m* dân số 12 triệu.

pop art /'pɒpɑ:t/ *dt* phong cách dân gian hiện đại *(trong nghệ thuật).*

popcorn /'pɒpkɔ:n/ *dt* bỏng ngô *(hạt ngô rang cho nở ra).*

pope /pəʊp/ *dt* giáo hoàng: *the election of a new pope* việc bầu một giáo hoàng mới.

popery /'pəʊpəri/ *dt (xấu)* 1. Thiên chúa giáo La Mã 2. chế độ giáo hoàng.

pope's nose /pəʊpz'nəʊz/ *(Mỹ kng)* parson's nose.

pop-eyed /'pɒpaid/ 1. [có] mắt ốc nhồi 2. trợn tròn mắt *(vì ngạc nhiên):* *she was pop-eyed with amazement* cô

ta trợn tròn mắt vì kinh ngạc.

pop festival /'pɒp festivl/ đại hội nhạc pop *(thường là ngoài trời).*

pop group /'pɒpgru:p/ đoàn ca nhạc pop.

popgun /'pɒpɡʌn/ *dt* súng bốp, súng bắn nút chai *(đồ chơi của trẻ em).*

popinjay /'pɒpindʒei/ *dt (cũ, xấu)* kẻ lợm mình; kẻ hợm quần áo; công tử bột.

popish /'pəʊpiʃ/ *tt (xấu)* 1. [thuộc] Thiên chúa giáo La Mã 2. [thuộc] chế độ giáo hoàng.

poplar /'pɒplə[r]/ *dt* 1. cây dương 2. gỗ dương.

poplin /'pɒplin/ *dt* 1. vải pôpolin 2. vải tơ len sọc nổi *(trước đây).*

popover /'pɒpəʊvə[r]/ *dt (Mỹ)* bánh vỏ sò *(hình vỏ sò).*

poppa /'pɒpə/ *dt (Mỹ, kng)* *(dùng để xưng gọi)* bố, ba.

popper /'pɒpə[r]/ *dt (kng)* *nh* press stud.

poppet /'pɒpit/ *dt (kng)* 1. bé yêu: *how's my little poppet today?* hôm nay bé yêu của tôi ra sao?; *don't cry poppet* bé yêu, đừng có khóc 2. người nhỏ nhắn xinh xắn.

poppy /'pɒpi/ *dt the opium poppy* cây thuốc phiện.

poppycock /'pɒpikɒk/ *dt (kng)* điều vô nghĩa: *he dismissed the official explanation as complete poppycock* anh ta coi lời giải thích chính thức như là một điều vô nghĩa.

Popsicle /'pɒpsikl/ *dt (Mỹ, tên riêng) nh* ice lolly.

pop star /'pɒpstɑ:[r]/ *dt* ngôi sao nhạc pop *(nhạc sĩ, ca sĩ).*

populace /'pɒpjʊləs/ *dt* quần chúng bình dân; dân thường: *he had the support*

of large sections of the populace anh ta được sự ủng hộ của rộng rãi các tầng lớp bình dân.

popular /'pɒpjʊlə[r]/ *tt* 1. được dân chúng ưa thích: *a popular politician* nhà chính trị được dân chúng ưa thích; *jeans are popular among the young* quần jeans được thanh niên ưa thích 2. (with somebody) được *(ai)* ưa thích: *measures popular with the electorate* biện pháp được cử tri ưa thích; *I'm not very popular with the boss at the moment* lúc này tôi không được ông chủ ưa thích lắm *(ông chủ đang bực mình vì tôi)* 3. *(thngữ)* *(có khi xấu)* bình dân: *popular prices* giá bình dân *(giá thấp);* *popular language* ngôn ngữ bình dân; *popular music* nhạc bình dân 4. *(thngữ)* [thuộc] nhân dân; của nhân dân; do nhân dân: *by popular demand* do yêu cầu của nhân dân; *popular government* chính phủ do nhân dân bầu ra 5. *(thngữ)* [thuộc] dân gian: *popular myth* huyền thoại dân gian.

popular front /,pɒpjʊlə'frʌnt/ *(chính)* mặt trận bình dân.

popularisation /,pɒpjʊlərai-'zeiʃn/ *dt nh* popularization.

popularise /,pɒpjʊləraiz/ *dgt nh* popularize.

popularity /,pɒpjʊ'lærəti/ *dt* sự được dân chúng ưa thích, sự nổi tiếng trong dân chúng: *win the popularity of the voters* được các cử tri ưa thích; *his books have grown in popularity recently* sách của ông ta được nổi tiếng mới đây thôi.

popularization /,pɒpjʊlə-rai'zeiʃn/ *dt* 1. sự làm cho được dân chúng ưa thích. 2. đại chúng hóa *(khiến đại* *chúng hiểu được, tiếp thu được).*

popularize /'pɒpjʊləraiz/ *dgt* 1. làm cho được dân chúng ưa thích 2. đại chúng hóa: *popularize new theories in medicine* đại chúng hóa những thuyết mới về y học; *popularize the use of personal computers* đại chúng hóa việc sử dụng máy điện toán cá nhân.

popularly /'pɒpjʊləli/ *pht* bởi phần lớn dân chúng, bởi nhiều người: *it is popularly believed that* phần lớn dân chúng nghĩ rằng; *the European Economic Community popularly known as the Common Market* Cộng đồng kinh tế Châu Âu được nhiều người biết dưới tên Thị trường chung.

populate /'pɒpjʊleit/ *dgt (chủ yếu ở dạng bị động)* 1. ở, cư ngụ: *thinly populated regions* những vùng dân ở thưa thớt *(dân cư thưa thớt)* 2. đưa dân đến ở, định dân: *the islands were gradually populated by settlers from Europe* các hòn đảo dần dần được cư dân từ Châu Âu đến ở.

population /,pɒpjʊ,leiʃn/ *dt* 1. dân cư, dân: *the populations of Western European countries* dân các nước Tây Âu; *the immigrant population* dân nhập cư 2. dân số: *a city with a population of over 10 million* một thành phố với dân số trên 10 triệu người.

population explosion /pɒpjʊ,leiʃn ik'spləʊʒn/ sự bùng nổ dân số.

populism /'pɒpjʊlizəm/ *dt* chủ trương quyền lợi dân thường *(đòi đại biểu cho quyền của dân thường).*

populist[1] /'pɒpjʊlist/ *dt* người theo chủ trương quyền lợi dân thường.

populist[2] /'pɒpjʊlist/ *dt* [theo] chủ trương quyền lợi dân thường.

populous /'pɒpjʊləs/ *tt* đông dân: *the populous areas near the coast* những vùng đông dân gần bờ biển.

pop-up /'pɒpʌp/ *tt (thngữ)* tự động đưa bánh nướng lên *(khi bánh đã nướng chín) (nói về lò nướng).*

porcelain /'pɔ:səlin/ *dt* 1. sứ: *porcelain enamel* men sứ 2. đồ sứ: *a valuable collection of antique porcelain* một sưu tập đồ sứ cổ quý giá.

porch /pɔ:tʃ/ *dt* 1. cổng *(nhà thờ, nhà)* 2. *(Mỹ) nh* veranda.

porcine /'pɔ:sain/ *tt* [thuộc] lợn; như lợn: *her rather porcine features* nét mặt phần nào giống lợn của chị ta.

porcupine /'pɔ:kjʊpain/ *dt (động)* con nhím.

pore[1] /pɔ:[r]/ *dt* lỗ chân lông *(ở da)*: *he was sweating at every pore* nó đổ mồ hôi ở mỗi lỗ chân lông.

pore[2] /pɔ:[r]/ *dgt* **pore over something** nghiền ngẫm vấn đề gì; nghiên cứu kỹ cái gì: *the child spends hours poring over his books* đứa bé để hàng giờ nghiền ngẫm sách.

pork /pɔ:k/ *dt* thịt lợn, thịt heo.

pork-barrel /'pɔ:kbærəl/ *dt (Mỹ, lóng)* tiền chính phủ tiêu cho công trình địa phương *(nhằm mục đích câu phiếu bầu).*

pork-butcher /pɔ:kbʊtʃə[r]/ *dt* anh hàng thịt lợn [ướp], anh chàng thịt heo [ướp].

porker /'pɔ:kə[r]/ *dt* lợn thịt, heo thịt.

pork pie /,pɔ:kpai/ *dt* bánh patê thịt lợn.

pork pie hat /,pɔ:kpai'hæt/ mũ có chóp bằng, vành cong lên.

porn /pɔ:n/ *dt (kng) nh* pornography.

porno /'pɔ:nəʊ/ *tt (kng) nh* pornographic.

pornographer /pɔ:'nɒgrəfə[r]/ *dt* 1. người viết sách khiêu dâm; người sản xuất phim khiêu dâm 2. người bán sách khiêu dâm; người bán phim khiêu dâm.

pornographic /,pɔ:nə'græfik/ *tt* khiêu dâm: *pornographic films* phim khiêu dâm.

pornographically /,pɔ:nə'græfikli/ *pht* [một cách] khiêu dâm.

pornography /pɔ:'nɒgrəfi/ *dt* 1. sự khiêu dâm 2. sách báo khiêu dâm; tranh *(phim)* khiêu dâm.

porosity /pɔ:'rɒsəti/ *dt* trạng thái xốp.

porous /'pɔ:rəs/ *tt* có nhiều lỗ, xốp: *he added sand to the soil to make it porous* anh ta thêm cát vào đất cho đất trở nên xốp.

porousness /'pɔ:rəsnis/ *dt nh* porosity.

porphyry /'pɔ:firi/ *dt (khoáng)* pocfia.

porpoise /'pɔ:pəs/ *dt (động)* cá heo.

porridge /'pɒridʒ, (Mỹ* pɔ:ridʒ)/ *dt* cháo yến mạch: *a bowl of porridge with milk and sugar for breakfast* một bát cháo yến mạch thêm sữa và đường để ăn sáng. // **do porridge** *(lóng)* ngồi tù.

port[1] /pɔ:t/ *dt* 1. cảng: *the ship spent four days in port* con tàu ở lại cảng bốn ngày; *an airport* phi cảng 2. thành phố cảng: *Rotterdam is a major port* Rotterdam là một thành phố cảng lớn. //

P

any port in a storm được sự giúp đỡ nào cũng tốt lúc gặp khó khăn loạn lạc.

port² /pɔːt/ *dt (hải)* **1.** cửa bên *(của tàu, để lên xuống, xếp dỡ hàng hóa)* **2.** *(cg* **porthole)** cửa sổ bên hông *(của tàu thủy, máy bay).*

port³ /pɔːt/ *dt* mạn trái *(tàu thủy, máy bay):* put the helm to port bẻ bánh lái sang trái; the port side mạn trái; a port tack đường chạy với buồm hứng gió mạn trái.

port⁴ /pɔːt/ *dt* **1.** rượu vang pooctô *(của Bồ Đào Nha, thường màu đỏ sẫm)* **2.** cốc rượu vang pootô.

portability /ˌpɔːtəˈbiləti/ *dt* tính có thể mang theo, tính xách tay được: *I bought it for its portability, not its appearance* tôi đã mua cái đó vì nó xách tay được, chứ không phải vì vẻ bề ngoài [đẹp] của nó.

portable¹ /ˈpɔːtəbl/ *tt* có thể mang theo, [có thể] xách tay: *a portable typewriter* máy chữ xách tay.

portable² /ˈpɔːtəbl/ *dt* vật có thể mang theo, vật xách tay: *the document had been typed on a small portable* tài liệu ấy đã được đánh trên một máy chữ xách tay nhỏ.

portage /ˈpɔːtidʒ/ *dt* **1.** sự vác; tiền thuê vác **2.** sự chuyển tải; nơi chuyển tải.

portal /ˈpɔːtl/ *dt (thường snh)* cửa lớn; cổng lớn: *temple portals of carved stone* cửa lớn bằng đá chạm của ngôi đền.

portal vein /ˈpɔːtlˈvein/ *(giải)* tĩnh mạch cửa.

portcullis /ˌpɔːtˈkʌlis/ *dt* tấm cổng lưới sắt *(có thể kéo lên hạ xuống ở cổng vào lâu đài xưa).*

portend /pɔːˈtend/ *đgt* [là điềm] báo trước: *this wind portends rain* gió này báo trước có mưa.

portent /ˈpɔːtent/ *dt* (+ of) điềm, triệu *(thường là xấu):* portents of disaster điềm tai họa.

portentous /pɔːˈtentəs/ *tt* **1.** gở, báo điềm xấu, có triệu bất tường: *portentous signs* dấu hiệu bất tường **2.** *(xấu)* trịnh trọng một cách vênh vang.

portentously *pht* **1.** [một cách] gở **2.** [một cách] trịnh trọng vênh vang.

porter¹ /ˈpɔːtə[r]/ *dt* **1.** công nhân khuân vác; phu khuân vác *(ở ga xe lửa, phi cảng...)* **2.** *(Mỹ)* nhân viên phục vụ toa *(ở những toa ngủ).*

porter² /ˈpɔːtə[r]/ *dt (Mỹ* **doorman)** người trực ở cổng *(khách sạn, tòa nhà lớn):* the hotel porter will call a taxi for you người trực ở cổng khách sạn sẽ gọi tắc-xi cho ông...

porter³ /ˈpɔːtə[r]/ *dt* [rượu] bia nâu.

porterage /ˈpɔːtəridʒ/ *dt* **1.** sự khuân vác **2.** tiền công khuân vác.

porter-house steak /ˌpɔːtə haʊs ˈsteik/ thịt bít-tết loại một.

porter's lodge /ˌpɔːtəzˈlɒdʒ/ **1.** phòng ở cửa vào *(trường đại học)* **2.** nhà ở lối vào *(một khu đất).*

portfolio /pɔːˈfəʊliəʊ/ *dt (snh* **portfolios)** **1.** cặp *(giấy tờ, hồ sơ...)* **2.** danh sách vốn đầu tư *(của một công ty, một ngân hàng...)* **3.** chức vị bộ trưởng: *he resigned his portfolio* ông ta từ chức bộ trưởng; *minister without portfolio* bộ trưởng không bộ.

porthole /ˈpɔːthəʊl/ *dt* cửa sổ *(ở thành tàu thủy, máy bay).*

portico /ˈpɔːtikəʊ/ *dt (snh* **porticoes, porticos)** cổng xây *(ở lối vào một tòa nhà).*

porticoes /ˈpɔːtikəʊz/ *dt snh* của portico.

portion¹ /ˈpɔːʃn/ *dt* **1.** phần; phần chia: *he divided up his property and gave a portion to each of his children* ông ta chia tài sản ra và cho mỗi con một phần; *a marriage portion (cũ)* của hồi môn **2.** suất ăn *(cho một người):* a generous portion of roast duck một suất thịt vịt quay thật hậu hĩnh; *do you serve children's portions?* ông có bán những suất ăn cho trẻ em *(suất ăn ít hơn)* không? **3.** *(số ít)* số phận: *it seemed that suffering was to be his portion in life* có vẻ như nỗi đau khổ ấy là thuộc số phận của hắn trên đời.

portion² /ˈpɔːʃn/ *đgt* **portion something out among (between)** chia thành từng phần cho; chia cho: *she portioned out the money equally between both children* chị ta chia tiền đều nhau cho cả hai đứa trẻ.

Portland cement /ˌpɔːtlənd siˈment/ xi-măng Portland *(màu giống màu đá portland).*

Portland stone /ˌpɔːtlənd ˈstəʊn/ đá portland *(một thứ đá vôi màu hơi vàng dùng trong xây dựng).*

portliness /ˈpɔːtlinis/ *dt* sự béo tốt, sự đẫy đà *(người có tuổi).*

portly /ˈpɔːtli/ *tt* **(-ier;-iest)** béo tốt, đẫy đà *(người có tuổi):* a portly old gentleman một ông lão béo tốt.

portmanteau /pɔːtˈmæntəʊ/ *dt (snh* **portmanteaus, port-**

manteaux) *(cũ)* va-li *(đựng quần áo)*.

portmanteau word /pɔːt-ˌmæntəʊˈwɜːd/ *(cg* **blend***)* *(ngôn)* từ chập (ví dụ motel do motor *và* hotel *chập lại)*.

portmanteaux /pɔːtˈmæntəʊz/ *dt snh của* portmanteau.

port of call /ˌpɔːtevˈkɔːl/ **1.** nơi đỗ tàu *(trong một chuyến đi)* **2.** *(kng)* nơi đi; nơi dừng chân *(của một người trong một cuộc hành trình)*: the minister's first port of call was the new factory nơi dừng chân đầu tiên của vị bộ trưởng là nhà máy mới ấy.

portrait /ˈpɔːtreit/ *dt* **1.** chân dung *(vẽ, chụp)*: paint somebody's portrait vẽ chân dung của ai **2.** sự mô tả bằng lời; bức tranh *(bóng)*: the book contains a fascinating portrait of life at the court of Henry VIII cuốn sách bao hàm một bức tranh quyến rũ về cuộc sống trong triều vua Henry VIII.

portraitist /ˈpɔːtreitist/ *dt* họa sĩ chân dung: a skilled portraitist một họa sĩ chân dung tài ba.

portrait painter /ˈpɔːtreit peintə[r]/ họa sĩ chân dung.

portraiture /ˈpɔːtreitʃə[r], *(Mỹ* ˈpɔːtreitʃʊər)/ *dt* **1.** thuật vẽ chân dung **2.** tập chân dung.

portray /pɔːˈtrei/ *dgt* **1.** vẽ chân dung *(của ai)* **2.** mô tả bằng lời; diễn tả bằng điệu bộ: the diary portrays his family as quarrelsome trong sổ nhật ký gia đình nó được mô tả như là hay cãi nhau; she frowned and stamped her feet to portray anger chị ta cau mày và giậm chân để diễn tả sự giận dữ *(trong kịch câm)* **3.**

đóng vai *(ai trong một vở kịch)*.

portrayal /pɔːˈtreiəl/ *dt* **1.** sự vẽ chân dung **2.** sự mô tả; sự diễn tả; bức tranh *(bóng)*: a skillful portrayal of a lonely and embittered old man bức tranh tài tình về một ông già cô đơn và cay đắng.

Portuguese¹ /ˌpɔːtʃʊˈgiːz/ *tt* [thuộc] Bồ Đào Nha.

Portuguese² /ˌpɔːtʃʊˈgiːz/ *dt* **1.** người Bồ Đào Nha **2.** tiếng Bồ Đào Nha.

pose¹ /pəʊz/ *dgt* **1.** [đặt] ngồi (đứng) ở một tư thế nào đó *(để chụp ảnh, làm mẫu vẽ...)*: the artist asked her to pose for him nhà nghệ sĩ yêu cầu cô ngồi làm mẫu cho anh ta; the artist posed his model carefully nhà nghệ sĩ cẩn thận đặt người mẫu của ông ta vào đúng tư thế **2.** *(xấu)* làm điệu bộ, màu mè: stop posing and tell us what you really think thôi đừng màu mè nữa và nói cho chúng tôi rõ thực ra anh nghĩ như thế nào **3.** làm ra vẻ, tự cho là: posing as an expert on old coins tự cho là một chuyên gia về tiền cổ **4.** đặt ra: winter poses particular difficulties for the elderly mùa đông đặt ra những khó khăn đặc biệt cho người luống tuổi.

pose² /pəʊz/ *dt* **1.** tư thế *(chụp ảnh, vẽ...)*: she adopted an elegant pose chị ta ngồi *(chụp ảnh, làm mẫu)* ở tư thế rất duyên dáng **2.** điệu bộ màu mè; lối màu mè: his concern for the poor is only a pose sự quan tâm của ông ta đến người nghèo chỉ là màu mè thôi. // **strike a pose** x strike².

poser /ˈpəʊzə[r]/ *dt* **1.** câu hỏi hóc búa; vấn đề hóc

búa: that's quite a poser! thật là một vấn đề hóc búa! **2.** *nh* poseur.

poseur /pəʊˈzɜː[r]/ *dt* *(c* **poseuse***)* *(cg* **poser***)* *(xấu)* kẻ điệu bộ, kẻ màu mè: some people admired him greatly while other considered him a poseur một số người rất khâm phục ông ta trong khi một số khác coi ông ta như một kẻ màu mè.

poseuse /pəʊˈzɜːz/ *dt c của* poseur.

posh /pɒʃ/ *tt* **(-er; -est)** *(kng)* **1.** lịch sự; sang trọng: a posh hotel khách sạn sang trọng; you look very posh in your new suit anh trông rất lịch sự trong bộ quần áo mới **2.** *(thường xấu)* thượng lưu; [thuộc] tầng lớp trên: a posh accent giọng tầng lớp trên; they live in the posh part of town họ sống ở phần thành phố lắm kẻ thượng lưu.

posit /ˈpɒzit/ *dgt* thừa nhận; mặc nhận.

position¹ /pəˈziʃn/ *dt* **1.** vị trí: from his position on the clifftop, he had a good view of the harbour từ vị trí trên đỉnh vách đá nó có được một cái nhìn rõ về bến cảng; fix a ship's position định vị trí một con tàu *(bằng cách quan sát mặt trời, các vì sao...)*; attack an enemy's position tấn công một vị trí địch; "what position does he play?" "centre-forward" "anh ta chơi ở vị trí nào thế?" "trung phong" **2.** lợi thế *(trong cuộc đua, trong chiến tranh)*: several candidates had been manoeuvring for position, long before the leadership became vacant nhiều ứng viên đang dùng thủ đoạn chiếm cho được lợi thế khá lâu trước khi

P

khuyết chức lãnh đạo **3.** tư thế: *they had to stand for hours without changing position* họ phải đứng hàng giờ mà không được đổi tư thế; *sit in a comfortable position* ngồi ở tư thế thoải mái **4.** thế; cương vị: *be in an awkward position* ở vào thế khó xử; *I am not in a position to help you* tôi không ở vào cái thế *(không thể)* giúp anh được; *what would you do in my position?* ở vào cương vị của tôi thì anh sẽ làm gì? **5.** chức vị, đơn vị; thứ hạng: *social position* địa vị xã hội; *a high position in society* địa vị cao trong xã hội; *"what is his position in class?" -"he is third from the top"* "thứ hạng của nó trong lớp thế nào?"; "nó xếp thứ mấy trong lớp?" "nó xếp thứ ba [từ trên xuống]" **6.** địa vị cao: *people of position* những người có được địa vị cao; *wealth and position were not important to her* sự giàu có và địa vị cao không quan trọng đối với bà ta **7.** quan điểm: *what's your position on this problem?* quan điểm của bạn về vấn đề ấy ra sao? **8.** chỗ làm; việc làm: *a position in a big company* một chỗ làm ở một công ty lớn; *he applied for the position of assistant manager* nó đưa đơn xin làm trợ lý giám đốc. // **in a false position** x false; **in (into) position** đúng vị trí; đúng chỗ; vào vị trí [thích đáng]: *the runners got into position on the starting line* những người chạy đã đứng vào vị trí trên vạch xuất phát; **out of position** sai vị trí, sai chỗ: *the chairs are all out of position* ghế đều sai chỗ hết.

position² /pə'ziʃn/ *dgt* **1.** đặt vào vị trí *(nào đó)*: *position*

the aerial for the best reception đặt dây anten ở vị trí tốt nhất cho việc tiếp nhận sóng; *she positioned herself near the fire* chị ta ngồi [ở vị trí] cạnh bếp lửa **2.** định vị [trí]: *they were able to position the yacht by means of radar* họ có thể định vị được chiếc du thuyền bằng ra đa.

positional /pə'ziʃənəl/ *tt* [thuộc] vị trí.

positive¹ /'pɒzətiv/ *tt* **1.** xác thực; rõ ràng: *we have no positive proof of his guilt* chúng ta không có chứng cứ xác thực về tội của nó **2.** chắc chắn, quả quyết; khẳng định: *are you positive that it was after midnight?* anh có chắc chắn lúc ấy là quá nửa đêm không? **3.** tích cực: *positive factors* những nhân tố tích cực; *positive help* sự giúp đỡ tích cực; *positive discrimination* sự phân biệt tích cực *(ưu đãi các nhóm bị thiệt thòi về quyền lợi, trong chính sách tuyển dụng...)* **4.** *(kng)* hoàn toàn, tuyệt đối: *he is a positive nuisance* hắn là một thằng hoàn toàn khó chịu **5.** dương: *a positive reaction* phản ứng dương; *the blood tests were positive* các thử nghiệm máu đều là dương; *a positive number (toán)* số dương; *a positive charge (lý)* điện tích dương *positive film* phim dương **6.** *(ngôn)* ở cấp nguyên *(tính từ, phó từ, không phải ở cấp so sánh).*

positive² /'pɒzətiv/ *dt* **1.** *(ngôn)* cấp nguyên *(của tính từ, phó từ):* "silly" is the positive, and "sillier" the comparative "silly" là cấp nguyên, còn "sillier" là cấp so sánh **2.** chất lượng dương; số lượng dương **3.** bản dương *(ảnh).*

positively /'pɒzitivli/ *pht* **1.** *(kng)* hết sức, tuyệt đối: *he was positively furious when he saw the mess* nó hết sức giận dữ khi thấy tình trạng lộn xộn đó **2.** [một cách] chắc chắn; [một cách] quả quyết: *she positively assured me that it was true* cô ta quả quyết cam đoan với tôi rằng cái đó là xác thực.

positive pole /ˌpɒzətiv'pəul/ dương cực *(của một ắc quy, một nam châm).*

positivism /'pɒzitivizəm/ *dt* *(triết)* thực chứng luận.

positivist /'pɒzitivist/ *dt* *(triết)* nhà thực chứng luận.

positron /'pɒzitran/ *dt (lý)* pozitron.

posse /'pɒsi/ *dt (Mỹ)* đội trị an.

possess /pə'zes/ *dgt* **1.** có: *possess nothing* không có gì cả; *the family possessed documents that proved their right to ownership* gia đình có những tài liệu chứng tỏ quyền sở hữu của họ; *does he possess the necessary patience to do the job?* liệu nó có đủ kiên nhẫn để làm công việc đó không? **2.** chi phối; ám; ám ảnh: *she was possessed by jealousy* chị ta bị lòng ghen tuông chi phối *(ám ảnh)*; *she seemed to be possessed [by the devil]* chị ta trông có vẻ như bị quỷ ám; *be possessed by an idea* bị một ý nghĩ ám ảnh. // **be possessed of** có *(đức tính gì)*: *he is possessed of a wonderfully calm temperament* anh ta có tính khí điềm đạm kỳ lạ; **like one possessed** mãnh liệt; rất hăng *(như thế là bị điên hay có thần linh nhập vào)*: *he fought like a man possessed* nó chiến đấu rất hăng.

possession /pə'zeʃn/ *dt* **1.** sự chiếm hữu; quyền sở hữu:

on her father's death, she came into possession of a vast fortune bố chết, cô ta được quyền sở hữu một cơ đồ lớn; *he has valuable information in his possession* nó có được những thông tin quý giá **2.** *(thường snh)* vật sở hữu; tài sản; của cải: *he lost all his possessions in the fire* nó bị cháy mất hết tài sản **3.** thuộc địa. // **in possession (of something)** a/ có; chiếm được: *their opponents were in possession of the ball for most of the match* đối thủ của họ chiếm được bóng trong phần lớn thời gian trận đấu b/ đang thủ giữ; có: *he was caught in possession of stolen goods (with stolen goods in his possession)* nó bị bắt đang thủ giữ hàng ăn trộm; **possession is nine points of the law** có trong tay hay hơn là có quyền nhưng còn phải đi đòi; **take possession (of something)** chiếm hữu *(cái gì)*.

possessive¹ /pə'zesiv/ tt **1.** (+ with) muốn chiếm hữu và khư khư giữ lấy cho riêng mình: *the child is very possessive with his toys* đứa bé chiếm lấy và khư khư giữ đồ chơi cho riêng mình **2.** coi như là của riêng mình, đòi hỏi phải nhất mực chăm chút yêu thương: *possessive parents* những ông bố bà mẹ đòi hỏi con phải nhất mực chăm chút yêu thương **3.** *(ngôn)* sở hữu: *possessive pronoun* đại từ sở hữu *(như* yours, his, theirs); *possessive adjective* tính từ sở hữu *(như* my, your, its, his, her); *possessive forms* dạng sở hữu *(như* Anne's, the boy's, the boys').

possessive² /pə'zesiv/ dt *(ngôn)* **1.** từ sở hữu *(như* tính từ sở hữu, đại từ sở

hữu); dạng sở hữu **2. the possessive** sở hữu cách.

possessively /pə'zesivli/ pht **1.** [với ý] muốn chiếm hữu làm của riêng **2.** *(ngôn)* [ở dạng] sở hữu.

possessiveness /pə'zesivnis/ dt **1.** ý thức chiếm hữu riêng **2.** *(ngôn)* tính chất sở hữu.

posset /'pɒsit/ sữa nóng pha rượu *(trước đây dùng uống trị cảm lạnh).*

possibility /ˌpɒsə'biləti/ dt **1.** khả năng [có thể]: *within (beyond) the bounds of possibility* trong (ngoài) phạm vi khả năng; *possibility and reality* khả năng và hiện thực **2.** khả năng [có thể xảy ra]; triển vọng: *she prepared for all possibilities by taking a sunhat, a raincoat and woolly scarf* bà ta chuẩn bị ứng phó với mọi khả năng bằng cách mang đi một chiếc nón, một áo mưa và khăn choàng vai bằng len **3.** *(snh)* tiềm lực; khả năng: *she saw the great possibilities of the scheme from the beginning* bà ta đã thấy những khả năng to lớn của kế hoạch này ngay từ đầu.

possible¹ /'pɒsəbl/ tt **1.** có thể; có thể được; có khả năng xảy ra: *by all possible means* bằng mọi biện pháp có thể; *frost is possible in this time of year* sương giá có thể có vào thời gian này trong năm; *come as early as possible* có thể đến sớm chừng nào thì cứ đến **2.** có thể; có thể chấp nhận được: *there are several possible explanations* có thể có nhiều cách giải nghĩa.

possible² /'pɒsəbl/ dt người thích hợp *(để được chọn vào một chỗ làm, vào một đội tuyển...)* *they interviewed 30 people of whom five were possibles* họ đã phỏng vấn

30 người trong đó có năm tỏ ra thích hợp.

possibly /'pɒsəbli/ pht có thể; có lẽ: *he was possibly the greatest writer of his generation* ông ta có lẽ là nhà văn lớn nhất thuộc thế hệ ông; *you can't possibly take all that luggage with you* anh không thể mang theo tất cả hành lý này.

possum /'pɒsəm/ dt nh opossum. // **play possum** *(kng)* vờ không biết để đánh lừa *(như con thú có túi đuôi quấn giả chết khi bị tấn công).*

post¹ /pəʊst/ dt **1.** cột: *a goal post* cột khung thành; *a lamp-post* cột đèn; *boundary posts* cột mức biên giới; *a bedpost* chân giường *(giường kiểu cũ)* **2.** *(số ít)* mốc xuất phát; mốc kết thúc *(một cuộc chạy đua): the starting post* mốc xuất phát; *the finishing post* mốc kết thúc. // **be left at the post** x leave¹; **deaf as a post** x deaf; **first past the post** x first¹; **from pillar to post** x pillar; **pip somebody at the post** x pip⁵.

post² /pəʊst/ đgt **1.** dán *(yết thị, thông cáo): post no bills* cấm dán quảng cáo **2.** dán yết thị lên, dán thông cáo lên *(tường...): post a wall with advertisements* dán quảng cáo lên tường **3.** yết; công bố: *the ship was posted [as] missing* con tàu đã được công bố là mất tích; *details of the election will be posted up on the wall of the town hall* chi tiết của cuộc bầu cử sẽ được yết ở tường tòa thị sảnh.

post³ /pəʊst/ dt **1.** vị trí công tác; chức vị: *he was appointed to the post of general manager* ông ta được bổ nhiệm vào chức vị tổng giám đốc; *he had been in the same post for 20 years* ông ta đã ở chức vị ấy trong hai mươi năm **2.** vị trí [đứng gác]: *the sentry are all at their posts* lính gác đều ở vị trí của họ **3.** vị trí [đóng quân], đồn, bốt, *(thường là ở biên giới)*; quân đóng ở đồn (bốt) **4.** *(cg* **trading post**) trạm thương mại *(lập trước đây ở các vùng kém phát triển hay dân cư thưa thớt).*

post⁴ /pəʊst/ *đgt* **1.** cử, bổ nhiệm *(vào chức vị gì): after several years in London, he was posted to the embassy in Paris* sau nhiều năm công tác ở Luân Đôn, ông ta được cử làm đại sứ ở Pari **2.** bố trí *(lính gác): we posted sentries at the gate* chúng tôi bố trí lính gác ở cổng.

post⁵ /pəʊst/ *dt* **1.** bưu điện: *send something by post* gửi cái gì qua bưu điện **2.** chuyến thư: *the parcel came in this morning's post* gói đồ đến theo chuyến thư sáng nay; *miss the 2 o'clock post* nhỡ chuyến thư lúc 2 giờ **3. the post** hòm thư; hòm bưu điện: *please take these letters to the post* làm ơn bỏ mấy cái thư này vào hòm thư **4. the Post** sở bưu điện; cơ quan bưu điện **5.** trạm thư; phu trạm; xe trạm *(thời trước).* // **by return post** *x* return².

post⁶ /pəʊst/ *đgt* **1.** bỏ *(thư)* vào hòm thư; gửi *(thư)* qua bưu điện: *could you post this letter for me?* anh có thể bỏ cái thư này vào hòm thư cho tôi được không?; *they will post me the tickets (post the tickets to me) as soon as they receive my cheque* họ sẽ gửi vé cho tôi ngay sau khi họ nhận được séc của tôi **2.** vào sổ cái *(kế toán)*; cập nhật hóa *(sổ cái,*

bằng cách chuyển từ sổ nhật ký sang sổ cái) *(kế toán): post up a ledger* cập nhật hóa sổ cái **3.** [thực hiện một chuyến] đi bằng ngựa qua từng trạm *(trước đây).* //

keep somebody posted thông báo đầy đủ tin tức cho ai, thông báo đầy đủ sự việc diễn biến cho ai: *he asked them to keep him posted about the sales of his book* anh ta yêu cầu họ thông báo đầy đủ cho anh ta biết về cuốn sách của anh ta đã bán được bao nhiêu bản.

post- *(tiền tố)* sau, hậu *(x* postdate, postwar...).

postage /ˈpəʊstidʒ/ *dt* bưu phí: *what is the postage on this parcel?* bưu phí gửi gói này là bao nhiêu?; *how much is the postage for an airmail letter to Canada?* bưu phí cho một lá thư gửi bằng máy bay đi Canada là bao nhiêu?

postage-stamp /ˈpəʊstidʒ stæmp/ tem thư.

postal /ˈpəʊstl/ *tt* [thuộc] bưu điện: *postal workers* nhân viên bưu điện; *a postal vote* lá phiếu bầu gửi qua bưu điện.

postal code /ˈpəʊstl kəʊd/ *nh* postcode.

postal order /ˈpəʊstl ɔːdə[r]/ *dt (Mỹ* **money order**) giấy chuyển tiền bưu điện.

post-bag /ˈpəʊstbæg/ *dt* **1.** túi [mang] thư **2.** *(kng)* đợt thư: *the newspaper received a huge post-bag of complaints* tòa báo đã nhận được một đợt thư than phiền rất lớn.

post-box /ˈpəʊstbɒks/ *dt (Mỹ* **mailbox**) hòm thư.

postcard /ˈpəʊstkaːd/ *dt* bưu thiếp.

postcode /ˈpəʊstkəʊd/ *dt (cg* **postal code**), *(Mỹ* **Zip code**)

mã số thư *(nhờ đó chia chọn được thư bằng máy).*

postdate /ˌpəʊstˈdeit/ *đgt* **1.** đề lùi ngày tháng về sau: *a postdated cheque* một tấm séc để lùi ngày tháng về sau *(có thể lĩnh cho đến tận ngày tháng đã để)* **2.** cho *(một sự kiện)* lùi ngày tháng lại *(cho rằng đã xảy ra muộn hơn như người ta đã tưởng)* **3.** xảy ra muộn hơn *(một việc gì đó) (nói về một sự kiện).*

poster /ˈpəʊstə[r]/ *dt* **1.** áp phích lớn, tờ quảng cáo lớn *(dán ở một nơi công cộng)* **2.** tranh in khổ lớn.

poster paint /ˈpəʊstəpeint/ *dt (cg* **poster colour** /ˈpəʊstər-kʌlə[r]/) tranh màu tươi.

poste restante /ˌpəʊstˈres-taːnt, *(Mỹ* ˌpəʊstreˈstænt/) *(Mỹ cg* **general delivery**) hòm thư lưu *(ở bưu điện).*

posterior¹ /pɒˈstiəriə[r]/ *tt* **1.** sau *(về thời gian, thứ tự): events posterior to the year 1945* những sự kiện xảy ra sau năm 1945 **2.** *(sinh, y, kiến trúc)* ở phía sau: *a posterior view of the skull* hình nhìn mặt sau của sọ.

posterior² /pɒˈstiəriə[r]/ *dt (kng, đùa)* mông đít: *a slap on the posterior* cái phát vào mông đít.

posterity /pɒˈsterəti/ *dt* **1.** hậu thế; đời sau: *plant trees for the benefit of posterity* trồng cây vì lợi ích đời sau **2.** con cháu: *posterity will remember him as a truly great man* con cháu sẽ nhớ về ông như là một vĩ nhân thực sự.

postern /ˈpɒstən/ *dt (cũ)* cửa sau; cửa bên *(thường là ngụy trang, ở một lâu đài...).*

post-free /ˌpəʊstˈfriː/ *tt* **1.** miễn bưu phí; đã trả bưu phí: *the book will be delivered post-free* cuốn sách sẽ giao miễn bưu phí **2.** kể cả bưu phí: *post-free price of 85; 85 post-free* giá 5 bảng kể cả bưu phí.

post-graduate¹ /ˌpəʊst 'grædʒʊət/ *tt (Mỹ* **graduate**) sau đại học: *a post-graduate student* nghiên cứu sinh.

post-graduate² /ˌpəʊst 'grædʒʊət/ *dt* nghiên cứu sinh.

post-haste /ˌpəʊst'heit/ *pht* cấp tốc: *come post-haste* đến cấp tốc.

posthumous /'pɒstjʊməs, (*Mỹ* 'pɒstʃəməs)/ *tt* **1.** để sau khi bố chết *(đứa trẻ)* **2.** [diễn ra] sau khi chết: *posthumous work* tác phẩm để lại sau khi chết, di cảo; *the posthumous award of a medal* sự tặng thưởng huy chương sau khi chết; sự truy tặng huy chương.

posthumously /'pɒstjʊməsli/ *pht* sau khi chết: *the prize was awarded posthumously* phần thưởng đã được trao tặng sau khi chết (truy tặng).

postilion (*cg* **postillion**) /pɒ'stiliən/ *dt* người dẫn xe *(cưỡi một trong các con ngựa kéo xe, thời trước đây).*

posting /'pəʊstiŋ/ *dt* sự cử, sự bổ nhiệm: *the ambassador expects that his next posting will be [to] Paris* ông đại sứ mong chờ nơi bổ nhiệm tới của ông sẽ là Pari.

postman /'pəʊstmən/ *dt (Mỹ* **mailman**) bưu tá.

postmark /'pəʊstmɑːk/ *dt* dấu bưu điện.

postmarked /'pəʊstmɑːkt/ *tt* [được] đóng dấu bưu điện: *postmarked Tokyo* đóng dấu bưu điện Tokyo; *postmarked Friday* đóng dấu ngày thứ sáu.

postmaster /'pəʊstmɑːstə[r], (*Mỹ* 'pəʊstmæstər)/ *dt (c* **postmistress**) trưởng phòng bưu điện; giám đốc bưu điện. // **Postmaster General** bộ trưởng bưu điện.

post-meridiem /ˌpəʊstmə'ridiəm/ *(tiếng La tinh) (vt* pm) quá trưa, chiều, tối: *at 9 pm* vào lúc 9 giờ tối.

postmistress /'pəʊstmistris/ *dt x* postmaster.

post-mortem¹ /ˌpəʊst'mɔːtem/ *dt* **1.** sự khám nghiệm sau khi chết; sự mổ xác: *a post-mortem showed that the victim had been poisoned* cuộc khám nghiệm sau khi chết cho thấy nạn nhân đã bị đầu độc **2.** (*kng*) cuộc tranh luận sau khi tan cuộc: *a post-mortem on the election* cuộc tranh luận sau kỳ bầu cử.

post-mortem² /ˌpəʊst'mɔːtem/ *tt* **1.** sau khi chết: *a post-mortem examination* sự khám nghiệm sau khi chết **2.** (*kng*) sau khi tan cuộc: *post-mortem recriminations* sự buộc tội lẫn nhau sau khi tan cuộc.

postnatal /ˌpəʊst'neitl/ *tt* sau khi sinh: *postnatal depression* sự suy giảm sau khi sinh; *postnatal care* sự chăm sóc em bé sau khi sinh.

post office /'pəʊstɒfis/ **1.** bưu cục **2. the Post Office** (*cg* **the Post**) sở bưu điện. // **General Post Office** bộ bưu điện.

post-office box /'pəʊst ɒfis bɒks/ (*vt* PO box) hòm thư.

post-paid /'pəʊstpeid/ *tt, pht* đã trả bưu phí.

postpone /pə'spəʊn/ *dgt* hoãn: *the match was postponed to the following Saturday because of bad weather* cuộc đấu hoãn đến thứ bảy sau vì thời tiết xấu; *Let's postpone making a de-cision until we have more information* ta hãy hoãn quyết định cho tới khi ta có thêm thông tin. // **postpone the evil hour (day)** thoái thác lần lữa một công việc khó chịu.

postponement /pə'spəʊnmənt/ *dt* **1.** sự hoãn **2.** lần hoãn: *after many postpone-ments, the ship was ready for launching* sau nhiều lần hoãn, con tàu đã sẵn sàng chờ hạ thủy.

postprandial /ˌpəʊst'præn-diəl/ *tt* sau bữa ăn: *a post-prandial nap* giấc ngủ sau bữa ăn.

postscript /'pəʊstskript/ *dt* **1.** (*vt* PS) tái bút **2.** sự kiện nêu thêm; thông tin cộng thêm: *there was an interest-ing postscript to these events when her private diaries were published* đã có những thông tin lý thú cộng thêm vào các sự kiện đó khi sổ nhật ký riêng của bà ta được xuất bản.

post-town /'pəʊsttaʊn/ *dt* thành phố có nhà bưu điện nhận chuyển thư đến quận.

postulant /'pɒstjʊlənt, (*Mỹ* 'pɒstʃʊlənt)/ *dt* người chờ ngày nhập dòng tu *(vào ở tu viện để chờ ngày đó).*

postulate¹ /'pɒstjʊleit, (*Mỹ* 'pɒstʃʊleit)/ *dgt* coi là một định đề: *he postulated that a cure for the disease will have been found by the year 2000* ông ta coi việc đến năm 2000 người ta sẽ tìm ra cách chữa bệnh ấy như một định đề.

postulate² /'pɒstjʊleit, (*Mỹ* 'pɒstʃʊleit)/ *dt (toán)* định đề: *the postulates of Euclid-ean geometry* định đề của hình học Euclid.

postulation /ˌpɒstjʊ'leiʃn, (*Mỹ* ˌpɒstʃʊ'leiʃn)/ *dt* sự đưa ra thành định đề.

P

posture¹ /'pɒstʃə[r]/ *dt* **1.** tư thế: *the artist asked his model to take a reclining posture* nghệ sĩ yêu cầu người làm mẫu giữ tư thế nghiêng người **2.** thái độ: *the government adopted an uncompromising posture on the issue of independence* chính phủ có một thái độ không khoan nhượng về vấn đề độc lập.

posture² /'pɒstʃə[r]/ *dgt* **1.** đứng (ngồi) một cách điệu bộ: *stop posturing in front of that mirror and listen to me!* thôi đừng điệu bộ trước chiếc gương ấy nữa mà nghe tôi nói đây! **2.** đặt trong một tư thế nào đó: *posture a model* đặt người làm mẫu trong một tư thế nào đó.

posturing /'pɒstʃərɪŋ/ *dt* (*thường snh*) **1.** sự đứng (ngồi) một cách điệu bộ **2.** sự màu mè không chân thật (*khi phát biểu quan điểm...*): *the electorate is growing tired of his posturings* cử tri càng trở nên mệt mỏi về những lời màu mè không chân thật của ông ta.

post-war /ˌpəʊst'wɔː[r]/ *tt* (*th thngữ*) hậu chiến: *the post-war period of economic expansion* thời kỳ bành trướng kinh tế hậu chiến.

posy /'pəʊzi/ *dt* bó hoa.

pot¹ /pɒt/ *dt* **1.** ấm, bình, chậu, lọ, hũ, vại, nồi, bô: *pots and pans* nồi niêu xoong chảo; *a chicken ready for the pot* con gà sẵn sàng cho vào nồi nấu; *a flowerpot* chậu hoa; *a teapot* ấm pha trà; *a pot of tea* một ấm trà; *a chamber-pot* cái bô, chậu đái đêm **2.** (*thường snh*) (*kng*) món tiền lớn, hàng đống tiền: *making pots of money* vớ được hàng đống tiền **3.** (*lóng*) cúp bằng vàng (*giành được trong cuộc thi*

điền kinh) **4.** the pot (*Mỹ*) a/ tổng số tiền đặt trong một ván bài b/ tiền hùn, tiền góp (*mua cái ăn*) **5.** *nh* potbelly 1 **6.** (*lóng*) *nh* marijuana **7.** cú chọc đưa bi vào túi lưới **8.** *nh* pot-shot. // **go to pot** (*kng*) hỏng bét; tan nát: *the firm is going to pot under the new management* dưới sự điều hành của ban quản trị mới, công ty đang hỏng bét; **keep the pot boiling** a/ giữ cho tiến triển ở một nhịp độ cao (*trò chơi trẻ em...*) b/ giữ cho trong nhà lúc nào bếp cũng đỏ lửa; **put a quart into a pint pot** *x* quart; **take the pot luck** có gì ăn nấy; *you are welcome to eat with us, but you'll have to take the pot luck* anh xơi cơm với chúng tôi, chúng tôi rất hoan nghênh, nhưng xin có gì ăn nấy nhé; **the pot calling the kettle black** chân mình những lấm bê bê, lại cầm bó đuốc mà rê chân người.

pot² /pɒt/ *dgt* (**-tt-**) **1.** (*chủ yếu ở dạng bị động*) trồng vào chậu: *a potted azalea* cây lệ quyên trồng chậu; *pot up chrysanthemum cuttings* đưa trồng (giâm) cành cúc vào chậu **2.** (*kng*) cho (*em bé*) ngồi bô **3.** chọc (*quả bi a*) vào túi lưới **4.** bắn: *pot at a rabbit* bắn vào con thỏ **5.** giết bằng cú bắn không nhằm cẩn thận: *they potted dozens of rabbits* họ bắn không nhằm cẩn thận mà vẫn giết được hàng tá thỏ **6.** (*chủ yếu ở dạng bị động*) bỏ (*thịt, cá nấu chín rồi*) vào hũ để dành: *potted beef* thịt bò chín bỏ hũ để dành.

potable /'pəʊtəbl/ *tt* uống được (*nước*).

potash /'pɒtæʃ/ *dt* (*hóa*) cacbonate kali; bồ tạt.

potassium /pə'tæsiəm/ *dt* (*hóa*) kali.

potation /pəʊ'teiʃn/ *dt* (*dùa*) **1.** sự uống **2.** thức uống có rượu; rượu.

potato /pə'teitəʊ/ *dt* (*snh* **potatoes**) khoai tây (cây, củ, món ăn). // **a hot potato** *x* hot.

potato chip /pəteitəʊ'tʃip/ *dt* (*Mỹ*) *nh* potato crisp.

potato crisp /pəteitəʊ'krisp/ *dt* (*Mỹ* **potato chip**) *nh* crisp.

pot-bellied /'pɒtbelid/ *tt* **1.** phệ bụng **2.** có bụng to (*lọ, bình...*): *a pot-bellied stove* cái lò bụng to.

pot-belly /'pɒtbeli/ *dt* (*cg* **pot**) **1.** bụng phệ **2.** người bụng phệ.

pot-boiler /'pɒtbɔilə[r]/ *dt* tác phẩm (*sách, tranh*) kiếm cơm: *he produced regular pot-boilers while also working on his masterpiece* ông ta ra tác phẩm kiếm cơm đều đặn trong khi cùng tiến hành xây dựng một tác phẩm lớn.

pot-bound /'pɒtbaʊnd/ *tt* [có] rễ mọc chật chậu (*nói về một cây*).

poteen /pɒ'tiːn/ *dt* rượu uýt ki lậu (*ở Ai-len*).

potency /'pəʊtnsi/ *dt* **1.** tác dụng mạnh; hiệu lực mạnh **2.** sức thuyết phục mạnh **3.** sự không liệt dục **4.** thế năng.

potent /'pəʊtnt/ *tt* **1.** có tác dụng mạnh: *a potent medicine* vị thuốc có tác dụng mạnh **2.** mạnh: *potent weapons* vũ khí mạnh **3.** có sức thuyết phục mạnh: *potent arguments* lý lẽ có sức thuyết phục mạnh **4.** không liệt dục.

potently /'pəʊtntli/ *pht* **1.** [với] tác dụng mạnh; [một cách] mạnh **2.** [với sức] thuyết phục mạnh **3.** không liệt dục.

potentate /'pəʊtnteit/ *dt* vua chuyên chế *(thời xưa).*

potential[1] /pə'tenʃl/ *tt* **1.** tiềm tàng: *potential resources* tài nguyên tiềm tàng **2.** [thuộc] điện thế; [thuộc] thế: *potential difference* hiệu số điện thế.

potential[2] /pə'tenʃl/ *dt* **1.** tiềm lực; tiềm năng: *economic potential* tiềm lực kinh tế; *he has artistic potential; he has potential as an artist* anh ta có tiềm năng về nghệ thuật **2.** điện thế; thế: *a current of high potential* dòng điện cao thế.

potentiality /pətenʃi'æləti/ *dt* tiềm năng; tiềm lực: *a country with great potentialities* một quốc gia có tiềm năng lớn.

potentially /pə'tenʃəli/ *pht* [một cách] tiềm tàng: *a potentially catastrophic situation* một tình thế thảm họa tiềm tàng.

pot-herb /'pɒthɜ:b, (*Mỹ* 'pɒtɜ:rb)/ *dt* rau thơm.

pot-hole /'pɒthəʊl/ *dt* **1.** hốc *(trong đá)* **2.** ổ gà *(ở mặt đường).*

pot-holer /'pɒthəʊlə[r]/ *dt* *(thể)* người thám hiểm hang động.

pot-holing /'pɒthəʊliŋ/ *dt* *(thể)* sự thám hiểm hang động.

pot-hunter /'pɒthʌntə[r]/ *dt* **1.** người đi săn gặp gì săn nấy *(không vì mục đích thể thao)* **2.** *(thể)* người thi đấu chỉ cốt tranh giải.

potion /'pəʊʃn/ *dt* thuốc nước làm phép *(của phù thủy trước đây): a love potion* thuốc nước bùa yêu.

pot plant /'pɒtplɑ:nt/ cây trồng trong chậu.

pot-pourri /,pɒt'pʊ ri, (*Mỹ* ,pɒtpə'ri:)/ *dt* **1.** ̣ ̣nh hoa khô lẫn hương liệu *(dùng để ướp thơm một căn phòng, một chiếc tủ...)* **2.** bản nhạc hỗn hợp; sách tạp lục.

pot-roast /'pɒtrəʊst/ *dt* thịt om.

potsherd /'pɒtʃɜ:d/ *dt (kcổ)* mảnh [vỡ] gốm.

pot-shot /'pɒtʃɒt/ *dt (cg* **pot)** **1.** cú bắn không nhằm cẩn thận; cú bắn bừa. **2.** *(bóng)* sự thử bừa *(làm gì).*

potted /'pɒtid/ *tt* **1.** trồng trong chậu *(cây)* **2.** bỏ hũ để dành *(thịt, cá nấu chín rồi)* **3.** *(thường xấu)* [dưới dạng] giản lược: *a potted history of England* lịch sử nước Anh giản lược; *she gave her parents a potted version of the night's events* cô ta lược thuật cho bố mẹ nghe về các sự kiện của đêm ấy *(bỏ không nói đến bất cứ cái gì có thể gây lo âu).*

potter[1] /'pɒtə[r]/ *dgt (Mỹ* **putter) 1.** lang thang vơ vẩn: *he loves to potter in the garden* nó thích lang thang vơ vẩn trong vườn **2.** làm những việc lặt vặt lấy lệ: *we spent the weekend pottering about the house* chúng tôi mất cả ngày cuối tuần làm những việc lặt vặt trong nhà.

potter[2] /'pɒtə[r]/ *dt* thợ gốm.

potterer /'pɒtərə[r]/ *dt (thường xấu)* người kéo lê công việc.

potter's wheel /,pɒtəz'wi:l/ *dt* bàn vuốt *(của thợ gốm).*

pottery /'pɒtəri/ *dt* **1.** đồ gốm **2.** nghề [làm đồ] gốm **3.** xưởng [làm đồ] gốm **4.** **the Potteries** *(snh)* quận Stafforshire *(trung tâm công nghiệp đồ gốm của Anh).*

potting-shed /'pɒtiŋʃed/ lán cây chậu *(trồng cây chậu*

trước khi chuyển đi trồng nơi khác).

potty[1] /'pɒti/ *tt* **(-ier; -iest)** *(kng)* **1.** điên, khùng: *he seems to be quite potty* nó có vẻ như hoàn toàn điên; *that noise is driving me potty!* tiếng ồn ấy đang làm tôi điên lên đây! **2.** (+ **about)** rất say mê: *she's potty about jazz* cô ta rất say mê nhạc ja **3.** *(xấu)* nhỏ mọn; không quan trọng: *potty little states* những nước nhỏ bé *potty details* chi tiết không quan trọng.

potty[2] /'pɒti/ *dt (snh* **potties)** *(kng)* bô đái đêm của em bé.

potty-trained /'pɒtitraind/ *tt* không cần tã lót nữa *(em bé).*

pouch[1] /paʊtʃ/ *dt (chủ yếu trong từ ghép)* túi: *a tobacco pouch* túi thuốc lá *(để hút tẩu); an ammunition-pouch* túi đạn *(đeo ở dây thắt lưng); a female marsupial pouch* túi của thú có túi cái *(để mang con trong đó); a hamster pouch* túi má của chuột hang.

pouch[2] /paʊtʃ/ **1.** [làm] phồng thành túi: *wear a dress pouched over the belt* mặc áo phồng thành túi trên thắt lưng **2.** cho [vào] túi, bỏ túi.

pouffe *(cg* **pouf)** /pu:f/ *dt* **1.** nệm dùng làm ghế; nệm để gác chân **2.** *nh* poof.

poulterer /'pəʊltərə[r]/ *dt* người bán gia cầm.

poultice[1] /'pəʊltis/ *dt (y)* thuốc đắp.

poultice[2] /'pəʊltis/ *dgt (y)* đắp thuốc đắp vào *(chỗ viêm tẩy...).*

poultry /'pəʊltri/ *dt* **1.** gia cầm **2.** thịt gia cầm.

pounce[1] /paʊns/ *dgt* sà xuống vồ; vồ: *the hawk*

P

pounced on its pray con chim cắt sà xuống vồ mồi.

pounce² /pauns/ *dt* sự sà xuống vồ; sự vồ.

pound¹ /paund/ *dt* **1.** (*vt* lb) cân Anh pao (*đơn vị trọng lượng bằng 0,454 kg*): *the luggage weighs 40 lbs* hành lý cân nặng 40 pao **2.** (*ký hiệu £*) (*cg* **pound sterling**) đồng bảng Anh: *the ticket will cost about a pound* vé sẽ giá khoảng một bảng Anh; *a pound coin* đồng tiền một bảng Anh **3.** đồng bảng (*tiền một số nước như Ai Cập, I-xra-en, Man-ta*) **4.** the **pound** tỷ giá đồng bảng Anh (*trên thị trường tiền tệ quốc tế*). // **have (want, demand) one's pound of flesh** đòi được trả đầy đủ mặc dù như thế có thể không hợp đạo lý: *their distress had no effect on him, he was determined to have his pound of flesh* nỗi đau khổ của họ chẳng có tác động gì đến nó, nó nhất quyết đòi được trả đầy đủ; **in for a pound** việc đã làm thì tốn (*thì giờ, tiền bạc*) mấy cũng phải làm cho đến nơi đến chốn; **penny wise pound foolish** *x* penny.

pound² /paund/ *dt* **1.** bãi rào nhốt súc vật lạc; chỗ nhốt chó mèo lạc **2.** nơi tập trung xe đỗ không đúng chỗ (*chờ chủ đến xin về*).

pound³ /paund/ *dgt* **1.** giã, nghiền: *pound garlic in a mortar* giã tỏi trong cối; *the ship was pounded to pieces against the rocks* tàu va phải đá và rã ra từng mảnh **2.** đập thình thình, nã oàng oàng: *someone was pounding at the door* có người đang đập thình thình ở cửa; *the heavy guns pounded [away at] the walls of the fort* súng hạng nặng đang nã oàng oàng vào tường

công sự; *a heart pounding with fear* tim đập thình thình vì sợ **3.** (+ along, down) chạy thình thịch: *don't pound up the stairs!* đừng có chạy thình thịch lên cầu thang!. // **pound the beat** (*kng*) thường xuyên đi bộ tuần tra khu vực được phân công (*nói về cảnh sát*).

poundage /paundidʒ/ *dt* **1.** phí theo từng bảng (*ví dụ 5 xu mỗi bảng*) **2.** phí theo từng pao trọng lượng **3.** phí số lượng (*tính theo một số lượng nào đó, ví dụ 3 tá*).

pounder /paundə[r]/ *dt* **1.** vật nặng một pao **2.** vật nặng bao nhiêu pao đấy (*trong từ ghép*): *a three-pounder* vật (*con cá...*) nặng ba pao **3.** súng bắn đạn bao nhiêu pao đấy (*trong từ ghép*): *an eighteen-pounder* súng bắn đạn mười tám pao.

pour /pɔ:[r]/ *dgt* **1.** rót, đổ, trút: *I knocked over the bucket and the water poured [out] all over the floor* tôi va phải chiếc xô và nước sóng ra sàn; *although I poured it carefully, I spill some of the oil* mặc dù tôi rót cẩn thận, tôi vẫn đánh đổ một ít dầu ra ngoài; *pour out the water left in the bucket* đổ nước còn lại trong xô đi; *shall I pour you some tea?* tôi rót cho anh ít chè được không?; *this teapot doesn't pour well* cái ấm trà này rót cứ bị tắc; *the shops and offices pour millions of workers into the streets at this time of day* vào giờ này trong ngày cửa hàng và cơ quan đổ ra đường phố hàng triệu người làm **2.** trút xuống (*mưa*): *the rain poured down; it's pouring [down]* mưa như trút **3.** đổ dồn về: *tourists pour into London during the summer*

months khách du lịch đổ dồn về Luân Đôn trong các tháng hè **4.** (+ out) trút ra; thổ lộ: *she poured out her troubles to me* cô ta thổ lộ nỗi phiền muộn của cô với tôi. // **it never rains but it pours** họa vô đơn chí; **pour oil on the flames** lửa cháy đổ thêm dầu; **pour oil on troubled waters** [cố] xoa dịu mối bất đồng; lựa lời làm cho cuộc cãi cọ bớt găng; **pour scorn on somebody (something)** nói về (*ai, cái gì*) một cách khinh bỉ; **pour cold water on** *x* cold¹.

pout¹ /paut/ *đgt* bĩu [môi]: *pout [one's lips]* bĩu môi.

pout² /paut/ *dt* cái bĩu môi.

poutingly /pautiŋli/ *pht* bĩu môi; hờn dỗi.

poverty /pɒvəti/ *dt* **1.** sự nghèo, cảnh nghèo khổ: *live in poverty* sống nghèo khổ **2.** sự nghèo [nàn]: *his work was criticized for its poverty of imagination* tác phẩm của ông ta bị phê bình là nghèo trí tưởng tượng; *the poverty of the soil* đất nghèo (*không đủ chất dinh dưỡng cho cây*); *they were recognizable by the poverty of their dress* họ có thể nhận ra dễ dàng do sự nghèo nàn trong cách ăn mặc của họ. // **grinding poverty** *x* grinding.

poverty line /pɒvətilain/ đồng lương tối thiểu (*để bảo đảm đời sống*): *there are still too many people living below the poverty line* hãy còn quá nhiều người sống dưới đồng lương tối thiểu.

poverty-stricken /pɒvəti-strikən/ *tt* nghèo khổ: *poverty-stricken families* những gia đình nghèo khổ.

poverty trap /pɒvətitræp/ vòng luẩn quẩn nghèo khổ (*không tăng được thu nhập vì ta phụ thuộc vào thu* *nhập quốc gia, mà nguồn này lại giảm khi ta kiếm được nhiều tiền hơn).*

POW /ˌpiːəʊˈdʌblju:/ (*vt của* prisoner of war) tù binh: *a POW camp* trại tù binh.

powder¹ /ˈpaʊdə[r]/ *dt* **1.** bột: *talcum powder* bột tan; *take a powder to cure indigestion* uống thuốc bột để chữa chứng khó tiêu; *soap powder* xà phòng bột **2.** phấn *(xoa mặt)*: *face-powder* phấn xoa mặt **3.** *(cg* **gunpowder***)* thuốc súng. // **keep one's powder dry** [ở tư thế] sẵn sàng đối phó với mọi bất trắc.

powder² /ˈpaʊdə[r]/ *dgt* **1.** rắc bột lên: *powder a baby after her bath* rắc bột tan lên em bé sau khi tắm **2.** thoa phấn, đánh phấn: *powder one's face* thoa phấn lên mặt.

powder blue /ˌpaʊdəˈbluː/ [có] màu xanh nhạt.

powdered /ˈpaʊdərəd/ *tt* có dạng bột *(nói về một chất vốn là chất lỏng)*: *powdered milk* sữa bột.

powder-keg /ˈpaʊdəkeg/ **1.** thùng thuốc súng **2.** tình thế tiềm tàng nguy hiểm dễ bùng nổ.

powder-magazine /ˈpaʊdə mægəziːn/ *dt* kho thuốc súng.

powder-puff /ˈpaʊdəpʌf/ *dt* nùi thoa phấn.

powder-room /ˈpaʊdərum/ *dt (trại)* phòng vệ sinh nữ *(ở khách sạn, rạp hát...).*

powdery /ˈpaʊdəri/ *tt* **1.** như bột: *a light fall of powdery snow* làn tuyết rơi nhẹ như bột **2.** thoa phấn, đánh phấn: *a powdery nose* mũi thoa phấn.

power /ˈpaʊə[r]/ *dt* **1.** khả năng; năng lực: *I will do everything in my power to help you* tôi sẽ làm mọi việc trong phạm vi khả năng của mình để giúp anh; *mental powers* năng lực trí tuệ **2.** sức, sức mạnh: *the power of a blow* sức mạnh của quả đấm **3.** *(kỹ, lý)* lực; năng lượng: *water power* thủy lực; *electric power* điện năng; *nuclear power* năng lượng hạt nhân **4.** quyền; quyền hạn; quyền lực: *the powers of the police* quyền hạn của cảnh sát; *have a person in one's power* nắm ai dưới quyền của mình **5.** người có nhiều quyền thế; nhóm có nhiều quyền thế: *is the press a great power in your country?* báo chí có nhiều quyền thế ở nước anh không? **6.** cường quốc: *the country was a great naval power in past centuries* trong những thế kỷ qua, nước này là một cường quốc thủy quân lớn; *the European powers* các cường quốc Âu châu **7.** *(toán)* lũy thừa **8.** *(lý)* độ phóng to, số phóng to *(của một dụng cụ quang học...)*: *the power of a microscope* độ phóng to của một kính hiển vi **9.** thần linh, quỷ thần: *she believed in the existence of a benevolent power* bà ta tin là có một vị thần linh đầy nhân đức. // **the corridors of power** *x* corridor; **do somebody a power of good** *(kng)* có ích cho ai; có lợi cho ai; tốt cho ai: *her holiday has done her a power of good* ngày nghỉ đã rất tốt cho cô ta; **in power** đang cầm quyền: *the party in power* đảng đang cầm quyền; **more power to your elbow** *(kng)* cố lên nữa nào!; **the [real] power behind the throne** người nắm quyền thực sự đằng sau hậu trường: *the President's wife was suspected of being the real power* người ta nghi rằng bà chủ tịch mới là

người nắm quyền thực sự đằng sau hậu trường; **the powers that be** *(thường mỉa)* những người nắm quyền *(điều khiển một nước một tổ chức...)*: *he was waiting for the powers that be to decide what his next job would be* anh ta đang chờ những người nắm quyền sẽ định đoạt về công việc sau này của anh.

power-boat /ˈpaʊəbəʊt/ *dt* xuồng máy.

power cut /ˈpaʊəkʌt/ sự ngắt điện: *the violent storm caused several power cuts* cơn bão mạnh đã gây ra nhiều chỗ ngắt điện *(mất điện).*

power-dive¹ /ˈpaʊədaiv/ *dt* sự nhào xuống không tắt máy *(máy bay).*

power-dive² *dgt* /ˈpaʊədaiv/ nhào xuống không tắt máy *(máy bay).*

powered /ˈpaʊəd/ *tt* chạy bằng động cơ: *a high-powered car* chiếc xe chạy bằng động cơ mạnh.

powerful /ˈpaʊəfl/ *tt* mạnh, mạnh mẽ: *a powerful blow* cú đấm mạnh; *a powerful machine* cỗ máy mạnh. *a powerful image* hình ảnh mạnh; *a powerful remedy* phương thuốc mạnh; *a man with a powerful physique* một người cơ thể mạnh mẽ; *a powerful enemy* kẻ địch mạnh.

powerfully /ˈpaʊəfəli/ *pht* [một cách] mạnh mẽ.

power house /ˈpaʊəhaʊs/ **1.** *nh* power-station **2.** *(bóng)* nhóm người mạnh; tổ chức mạnh **3.** *(bóng)* người rất mạnh; người đầy sinh lực.

powerless /ˈpaʊəlis/ *tt* **1.** không có sức mạnh **2.** *powerless to do something* hoàn toàn không có khả năng làm gì: *they were po-*

P

werless to resist họ hoàn toàn không có khả năng chống lại.

powerlessly /'pauəlisli/ *pht* 1. [một cách] không có sức mạnh 2. [một cách] hoàn toàn không có khả năng.

powerlessness /'pauəlisnis/ *dt* 1. sự không có sức mạnh 2. sự hoàn toàn không có khả năng.

power plant /'pauə'plænt/ *(Mỹ) nh* power-station.

power politics /'pauəpɔlətiks/ *(chính)* chính sách sức mạnh; chính sách "dùi cui".

power-station /'pauəsteiʃn/ *dt (Mỹ* **power plant**) nhà máy điện: *a nuclear power-station* nhà máy điện hạch tâm.

powwow[1] /pauwau/ *dt* 1. cuộc hội họp *(của người da đỏ Bắc Mỹ)* 2. *(kng)* cuộc họp *(để thảo luận vấn đề gì)*: *hold a powwow* họp nhau, thảo luận *(vấn đề gì)*.

powwow[2] /pauwau/ *dgt powwow about something* thảo luận về vấn đề gì.

pox /pɔks/ *dt* 1. **the pox** bệnh giang mai 2. *(trong từ ghép)* bệnh để lại vết rỗ: *smallpox* bệnh đậu mùa.

pp *vt* 1. trang *(số nhiều)* 2. /,pi:'pi:/ *(cg* **per pro**) thay [cho] *(trước chữ ký) (tiếng La tinh* per procurationem): *pp JE Symonds* ký thay JE Symonds 3. *(nhạc) (tiếng Italia* pianissimo) cực nhẹ.

PPE /,pi:pi:'i:/ *(vt của* philosophy, politics and economics) triết học, chính trị, kinh tế học *(chủ yếu ở đại học Óc-phót)*: *a degree in PPE* bằng triết học, chính trị, kinh tế học.

PPS *(cg* **pps**) /,pi:pi:'es/ *(vt của tiếng La tinh* post poscriptum) tái tái bút.

PR /,pi:'ɑ:[r]/ *(vt của* public relations) *(kng)* quan hệ quần chúng: *a PR exercise* cuộc giao tiếp quần chúng.

pr *(vt của* price) giá.

practicability /,præktikə'biləti/ *dt* 1. tính làm được, tính thực hiện được tính khả thi 2. tình trạng đi lại được *(của một con đường...).*

practicable /'prætikəbl/ *tt* 1. làm được, thực hiện được, khả thi: *a practicable scheme* một kế hoạch thực hiện được 2. đi lại được *(một con đường...): the mountain route that is practicable only in summer* tuyến đường núi chỉ đi lại được vào mùa hè.

practicably /'præktikəbli/ *pht* 1. trên thực tế thực hiện được; [một cách] khả thi 2. trên thực tế đi lại được.

practical[1] /'præktikl/ *tt* 1. thực hành *(đối với lý thuyết): practical chemistry* hóa học thực hành 2. thực tế; thực dụng; thiết thực: *she's very practical* chị ta rất thực tế; *a practical suggestion* một gợi ý thiết thực; *a practical mind* đầu óc thực tế; *the owner's brother has been in practical control of the firm for years* người em ông chủ đã nắm quyền kiểm soát thực tế công ty mấy năm nay. // **for [all] practical purposes** trên thực tế; kỳ thực: *the sale was supposed to last for a week, but for all practical pur-poses it's over* cuộc bán tưởng là kéo dài đến một tuần, nhưng trên thực tế thì đã xong rồi.

practical[2] /'præktikl/ *dt* bài [học] thực hành; bài [thi] thực hành *(về một môn khoa học): a physics practical* bài thực hành vật lý.

practicality /,præki'kæləti/ *dt* 1. tính thực tế, tính thiết thực 2. *(snh)* điều thực tế; việc thiết thực: *we need to start discussing practicalities* chúng ta cần bắt đầu thảo luận những việc thiết thực.

practical joke /,præktikl dʒəuk/ *dt* trò tinh nghịch đùa chơi *(bao hàm một hành động vật chất): the children put salt in the sugar bowl as a practical joke* tụi trẻ bỏ muối vào bát đường như một trò tinh nghịch đùa chơi.

practically /'præktikli/ *pht* 1. trên thực tế; hầu như: *it rained practically everyday* trời hầu như ngày nào cũng đã mưa 2. [một cách] thực tế: *he solved the problem very practically* anh ta đã giải quyết vấn đề một cách rất thực tế.

practice[1] /'præktis/ *dt* 1. sự thực hành: *put a plan into practice* thực hành một kế hoạch 2. sự rèn luyện, sự luyện tập; thì giờ luyện tập: *an hour's practice everyday* một giờ luyện tập mỗi ngày; *the players will meet for a practice in the morning* các đấu thủ thường vẫn gặp nhau trong kỳ luyện tập buổi sáng 3. thói quen, lệ thường: *the practice of closing shops on Sundays* thói quen đóng cửa hiệu vào các ngày chủ nhật; *I had coffee after dinner, as is my usual practice* tôi uống cà phê sau bữa cơm tối, đó là một thường lệ đối với tôi 4. sự hành nghề *(của bác sĩ, luật sư)*; phòng khám bệnh; văn phòng luật sư: *the practice of medicine* sự hành nghề y; *she has retired from practice* bà ta đã thôi hành nghề; *a legal practice* văn phòng luật sư; *a medical practice* phòng khám bệnh **5.** sự hành *(đạo)*: *the practice of one's religion* sự hành đạo. // **in (out) of practice** có *(không, bỏ)* luyện tập; **make a practice of something** tạo thói quen làm gì: *practice makes perfect* năng rèn luyện thì thành thạo, năng luyện tập thì giỏi; **sharp practice** *x* sharp.

practice² /ˈpræktis/ *đgt (Mỹ)* *nh* practise.

practiced /ˈpræktist/ *tt (Mỹ)* *nh* practised.

practician /prækˈtiʃn/ *dt nh* practitioner.

practise *(Mỹ)* **practice** /ˈpræktis/ *đgt* **1.** luyện tập, tập: *she's practising [a new piece] on the piano* cô ta đang tập [một bài mới trên] đàn dương cầm; *practise throwing the ball into the net* tập cho bóng vào lưới; *practise patience* tập kiên nhẫn **2.** hành nghề *(bác sĩ, luật sư)*: *practise medicine* hành nghề y **3.** thực hành *(đạo...)*: *he was a Catholic but didn't practise his religion* anh ta là một tín đồ Công giáo nhưng không thực hành đạo của mình. // **practise what one preaches** thường làm điều mình vẫn khuyên nhủ người khác.

practised *(Mỹ)* **practiced** /ˌpræktist/ *tt* thành thạo *(do tập luyện nhiều)* có kinh nghiệm: *he performed the job with practised skill* nó làm công việc một cách khéo léo thành thạo.

practitioner /prækˈtiʃənə[r]/ *dt (cg* **practician)** **1.** người đang tập *(một môn nghệ thuật)* **2.** người hành nghề y: *a medical practitioner* thầy thuốc; bác sĩ; *a general practitioner* bác sĩ đa khoa.

praesidium /priˈsidiəm/ *dt* *nh* presidium.

pragmatic /prægˈmætik/ *tt* **1.** thực dụng **2.** thực dụng chủ nghĩa.

pragmatically /prægˈmætikli/ *pht* [một cách] thực dụng.

pragmatism /ˈprægmətizəm/ *dt* **1.** sự thực dụng **2.** *(triết)* chủ nghĩa thực dụng.

pragmatist /ˈprægmətist/ *dt* **1.** kẻ thực dụng **2.** người theo chủ nghĩa thực dụng.

prairie /ˈpreəri/ *dt* đồng cỏ.

prairie dog /ˌpreəriˈdɒg/ *dt* *(động)* sóc chó *(Bắc Mỹ).*

praise¹ /preiz/ *đgt* **1.** khen, ca ngợi; tán dương: *the guests praised the meal* khách khen bữa ăn ngon; *he praised her for her courage* anh ta ca ngợi lòng can đảm của chị ta **2.** tôn thờ *(Chúa).* // **praise to the sky** tán dương lên tận mây xanh.

praise² /preiz/ *dt* **1.** sự khen, sự ca ngợi, sự tán dương; lời khen; lời ca ngợi, lời tán dương: *he received praise from his colleagues for winning the prize* nó được bạn đồng sự khen nhân nó đoạt giải **2.** sự tôn thờ *(Chúa):* *a hymn of praise* bài hát ca tụng (tôn thờ) Chúa. // **be loud in one's praise** *x* loud; **damn with faint praise** *x* damn¹; **sing somebody's (something's) praise** *x* sing.

praiseworthy /ˈpreizwɜːði/ *tt* đáng khen, đáng ca ngợi: *a very praiseworthy achievement* một thành tựu rất đáng khen.

praiseworthily /ˈpreizwɜːðili/ *pht* [một cách] đáng khen, [một cách] đáng ca ngợi.

praiseworthiness /ˈpreizwɜːðinis/ *dt* sự đáng khen, sự đáng ca ngợi.

praline /ˈprɑːliːn/ *dt* mứt hồ đào *(làm nhân trong kẹo sôcôla).*

pram /præm/ *dt (Mỹ* **baby buggy, baby carriage, buggy)** xe đẩy trẻ em *(bốn bánh).*

prance¹ /prɑːns, *(Mỹ* præns)/ *đgt* **1.** nhảy dựng lên *(ngựa)* **2.** (+ about, along, around, in, out...) đi vênh váo: *she was prancing along in her new outfit* cô ta vênh váo đi trong bộ đồ mới của mình; *he pranced out of the room in a fury* nó vênh váo ra khỏi phòng trong cơn giận dữ **3.** nhảy cởn lên *(vì vui...).*

prance² /prɑːns, *(Mỹ* præns)/ *dt (số ít)* **1.** sự nhảy dựng lên **2.** sự đi vênh váo **3.** sự nhảy cởn lên *(vì vui...).*

prang¹ /præŋ/ *đgt (lóng)* làm hỏng do đâm vào xe hơi: *he's pranged his new bike* nó làm hỏng chiếc xe đạp mới do đâm vào xe hơi.

prang² /præŋ/ *sự* đâm vào xe hơi; sự làm hỏng do đâm vào xe hơi.

prank /præŋk/ *dt* trò đùa nhả; trò chơi khăm: *play a prank on somebody* đùa nhả với ai; chơi khăm ai.

prankster /ˈpræŋkstə[r]/ *dt* người đùa nhả; người chơi khăm.

prate /preit/ *đgt (xấu)* **1.** nói huyên thuyên: *listen to him prating on about nothing* hãy nghe nó nói huyên thuyên không ra đâu vào đâu cả **2.** nói ba láp, nói bậy bạ: *a prating idiot* một thằng ngốc nói bậy bạ.

prattle¹ /ˈprætl/ *đgt* **1.** nói ngô nghê *(trẻ em)* **2.** nói chuyện phiếm *(người lớn).*

P

prattle² /'prætl/ *dt* chuyện phiếm, chuyện tầm phào.

prattler /'prætlə[r]/ *(thường xấu)* người nói chuyện phiếm.

prawn /prɔːn/ *dt (động)* tôm hồng: *a prawn cocktail* đĩa tôm hồng [ăn] với nước xốt mayonne.

pray /prei/ *dgt* **1.** cầu nguyện, cầu: *the priest prayed for the dying man* giáo sĩ cầu nguyện cho người đang hấp hối; *they prayed [to God] for an end to their sufferings (for their sufferings to end)* họ cầu Chúa cho dứt nổi khổ **2.** *(cũ)* cầu xin, xin: *we pray you to set the prisonner free* chúng tôi xin ông cho thả tù nhân ra.

prayer /preə[r]/ *dt* **1.** sự cầu kinh, sự cầu nguyện; lời cầu nguyện: *say one's prayers* cầu kinh, đọc kinh; *prayers he had learnt as a child* lời cầu nguyện mà nó đã học được khi còn bé; *let us kneel in prayer* ta hãy quỳ xuống mà cầu kinh **2.** lễ cầu kinh: *Morning Prayer* lễ cầu kinh buổi sáng **3.** **prayers** *(snh)* buổi [họp nhau để] cầu kinh: *family daily prayers* buổi cầu kinh hằng ngày của gia đình.

prayer-book /'preəbʊk/ *dt* **1.** sách kinh, quyển kinh **2.** **the Prayer Book; the Book of Common Prayer** sách kinh giáo phái Anh *(dùng trong các buổi lễ giáo phái Anh).*

prayer-mat /'preəmæt/ *dt* thảm quỳ [để] đọc kinh *(của tín đồ Hồi giáo).*

prayer-meeting /'preəmiːtiŋ/ *dt* buổi họp cầu kinh *(của tín đồ Tin lành, đọc to lời cầu kinh).*

prayer-rug /'preərʌg/ *dt nh* prayer-mat.

prayer-wheel /'preəwiːl/ *dt* hộp kinh quay *(của tín đồ Phật giáo Tây Tạng).*

pre- *(tiền tố) (dùng với dgt, dt, tt, pht)* trước, tiền; sẵn (x prehistoric, predestine, preform; prefabricate...).

preach /priːtʃ/ *dgt* **1.** thuyết giáo; thuyết pháp: *what did he preach about (on)?* ông ta thuyết giáo về cái gì thế?; *he preaches well* ông ta thuyết giáo hay **2.** giảng *(đạo); preach the Gospel* giảng Phúc âm **3.** thuyết, khuyên nhủ: *practise what you preach* hãy làm những điều mà anh vẫn khuyên nhủ người khác **4.** *(xấu)* thuyết lai nhai *(về những điều quá nhàm): I am tired of listening to you preach at me* tôi đã chán nghe những lời anh thuyết lai nhai với tôi. // **preach to the converted** thuyết pháp cho Phật nghe.

preacher /'priːtʃə[r]/ *dt* người thuyết giáo, người thuyết pháp, người giảng đạo.

preamble /priːæmbl/ *dt* lời mào đầu.

prearrange /ˌpriːə'reindʒ/ *dgt* sắp đặt trước, bố trí trước.

prearrangement /ˌpriːə'reindʒmənt/ *dt* sự sắp đặt trước, sự bố trí trước.

prebend /'prebənd/ *dt (tôn)* bổng lộc *(của giáo sĩ).*

prebendary /'prebəndri, (Mỹ 'prebənderi)/ *dt (tôn)* giáo sĩ được hưởng bổng lộc.

precarious /pri'keəriəs/ *tt* không chắc; bấp bênh: *he makes a rather precarious living as a novelist* ông ta sống một cuộc sống bấp bênh với nghề viết tiểu thuyết; *he was unable to get down from his precarious position on the rocks* nó không thể tụt xuống từ vị trí bấp bênh trên mỏm đá.

precariously /pri'keəriəsli/ *pht* [một cách] không chắc; [một cách] bấp bênh: *they lived precariously on the income from a few small investments* họ sống bấp bênh nhờ vào thu nhập từ một số đầu tư nhỏ; *to perch precariously* ngồi bấp bênh trên một chỗ cao.

precariousness /pri'keəriəsnis/ *dt* tính (sự) bấp bênh.

precast /ˌpriː'kɑːst, (Mỹ ˌpriː'kæst)/ *tt* đúc sẵn (bê tông).

precaution /pri'kɔːʃn/ *dt* biện pháp phòng ngừa: *take an umbrella as a precaution* mang theo ô để phòng ngừa.

precautionary /pri'kɔːʃənəri, (Mỹ pri'kɔːʃəneri)/ *dt* để phòng ngừa: *precautionary measures* biện pháp phòng ngừa.

precede /pri'siːd/ *dgt* **1.** [đi] trước; [đến] trước: *the Mayor entered, preceded by members of the council* thị trưởng đi vào, trước ông có các thành viên hội đồng thành phố; *the days that preceded the catastrophe* những ngày trước khi xảy ra thảm họa **2.** **precede something with something** nói cái gì trước cái gì: *she preceded her speech with a vote of thanks to the committee* bà ta trước khi diễn thuyết đã nói lời đề nghị vỗ tay cảm ơn ủy ban.

precedence /'presidəns/ *dt* quyền đi trước, quyền được trước; quyền ưu tiên: *the elder son has precedence over the younger one* con nhiều tuổi hơn có quyền ưu tiên so với con ít tuổi hơn; *the needs of the community must take precedence over* *individual requirements* nhu cầu của cộng đồng phải được tính đến trước nhu cầu của cá nhân; *a list of the English aristocracy in order of precedence* danh sách quý tộc Anh theo thứ tự ngôi thứ [trước sau].

precedent /'presidənt/ *dt* tiền lệ: *create (establish; set) a precedent for* đặt tiền lệ cho; *without precedent* chưa từng có.

precedented /'presidəntid/ *tt* đã có tiền lệ, đã có trước đó: *a decision not precedented in English law* một quyết định chưa từng có trong luật nước Anh.

preceding /pri'si:diŋ/ *tt* đứng trước; ở trước: *preceding words* những từ đứng trước.

precentor /pri'sentə[r]/ *dt* cha quản nhạc (ở nhà thờ).

precept /'pri:sept/ *dt* **1.** châm ngôn: *he lived by the precept "practise what you preach"* ông ta sống theo châm ngôn: "hãy làm những điều mà anh khuyên nhủ người khác" **2.** lời dạy: *example is better than precept* gương tốt hay hơn lời dạy.

preceptor /pri'septə[r]/ *dt* thầy dạy, thầy giáo.

precession /pri'seʃn/ *dt* (thiên) (cg **precession of the equinoxes**) tiến động.

precinct /'pri:siŋkt/ *dt* **1.** khuôn viên (trường đại học, nhà thờ...) **2.** khu: *shopping precinct* khu các cửa tiệm, khu mua sắm; *an election precinct* khu bầu cử **3.** (snh) ranh giới, giới hạn: *within the city precincts* trong giới hạn của thành phố, trong phạm vi thành phố **4.** (snh) miền phụ cận, vùng ngoại vi: *the old city and its precincts* thành phố cổ và vùng ngoại vi.

preciosity /preʃi'ɒsəti/ *dt* **1.** sự kiểu cách (trong ngôn ngữ, nghệ thuật) **2.** (thường snh) nét kiểu cách.

precious¹ /'preʃəs/ *tt* **1.** quý, quý giá, quý báu: *the precious metals* kim loại quý; *precious stones* đá quý; *she is very precious to him* cô ta rất quý đối với anh ta; *she talks about nothing except her precious car (mỉa)* cô chẳng nói tới cái gì cả ngoài chiếc xe quý giá của cô ta **2.** (xấu) cầu kỳ (văn phong...) **3.** (kng, thường mỉa) ra trò, khiếp, đại: *a precious rascal* một thằng đại đểu giả; *a precious fool* một thằng ngốc ra trò.

precious² /'preʃəs/ *pht* (dùng trước few, little) rất: *I have precious little money left* tôi còn rất ít tiền.

precious³ /'preʃəs/ *dt* (kng) người thân yêu: *what did you say, [my] precious?* em nói gì, em yêu?

preciously /'preʃəsli/ *pht* **1.** [một cách] cầu kỳ **2.** [một cách] ra trò.

preciousness /'preʃəsnis/ *dt* sự quý, sự quý giá, sự quý báu.

precipice /'presipis/ *dt* vách đứng (núi đá): *the country's economy was on the edge of the precipice (bóng)* nền kinh tế đất nước đang ở bên mép vách đứng (bên bờ vực thẳm).

precipitate¹ /pri'sipiteit/ *dgt* **1.** thúc gấp, đẩy nhanh, làm sớm đến: *events that precipitate his ruin* những sự cố làm cho hắn sớm lụn bại **2.** lao xuống, xô xuống, đẩy xuống **3.** đẩy, dồn vào (một tình trạng nào đó): *the assassination of the ambassador precipitated the country into war* vụ sát hại viên đại sứ đã đẩy đất nước vào

vòng chiến tranh **4.** (hóa) [làm] kết tủa **5.** (lý) [làm] ngưng (hơi nước thành nước mưa, tuyết...).

precipitate² /pri'sipiteit/ *dt* **1.** (hóa) chất kết tủa **2.** (lý) chất ngưng.

precipitate³ /pri'sipiteit/ *tt* **1.** vội vàng: *a precipitate dash* sự xông tới vội vàng **2.** hấp tấp (hành động; tính người): *his precipitate action in selling the property* sự hấp tấp bán tài sản đi.

precipitation /pri,sipi'teiʃn/ *dt* **1.** sự vội vàng: *act with precipitation* hành động vội vàng **2.** (hóa) sự kết tủa **3.** mưa; mưa đá; mưa tuyết; lượng mưa (rơi trên một vùng): *the annual precipitation of a region* lượng mưa hằng năm của một vùng.

precipitous /pri'sipitəs/ *tt* cao một cách nguy hiểm; dốc đứng một cách nguy hiểm: *a precipitous path down the mountainside* con đường mòn dốc đứng một cách nguy hiểm xuôi dọc theo sườn núi.

precipitously /pri'sipitəsli/ *pht* [một cách] cao nguy hiểm; [một cách] dốc đứng nguy hiểm; *perched precipitously on the edge of the cliff* ngồi một cách nguy hiểm trên cao rìa vách đá.

précis¹ /'preisi:, (Mỹ) prei'si:/ *dt* (snh không đổi /'preisi:z/) bản tóm tắt (bài nói, văn kiện...)

précis² /'preisi:, (Mỹ) prei'si:/ *dgt* tóm tắt: *précising a scientific report* tóm tắt một báo cáo khoa học.

precise /pri'sais/ *tt* **1.** đúng; chính xác: *precise details* những chi tiết chính xác; *precise orders* những mệnh lệnh chính xác; *at the precise moment when I lifted the receiver* đúng vào lúc tôi nhấc ống nghe lên **2.** tỉ mỉ, kỹ tính: *precise mind* đầu óc tỉ mỉ; *a precise worker* người lao động tỉ mỉ.

precisely /pri'saisli/ *pht* **1.** [một cách] đúng, [một cách] chính xác: *at 2 o'clock* vào đúng 2 giờ; *I can't remember precisely what happened* tôi không thể nhớ chính xác những gì đã xảy ra **2.** đúng thế! *(dùng trong câu trả lời tán thành): "it's a very delicate problem!" - "oh precisely"* "đấy là một vấn đề rất tế nhị!" - "đúng thế".

preciseness /pri'saisnis/ *dt* sự đúng, sự chính xác; tính chính xác.

precision /pri'siʒn/ *dt* sự đúng, sự chính xác; tính chính xác; độ chính xác: *your report lacks precision* bản báo cáo của anh thiếu chính xác; *the diagram had been copied with great precision* biểu đồ được sao lại với độ chính xác cao; *precision tools* dụng cụ [dùng vào những việc] chính xác.

preclude /pri'klu:d/ *dgt* ngăn ngừa: *preclude all objections* ngăn ngừa mọi ý kiến phản đối.

preclusion /pri'klu:ʒn/ *dt* sự ngăn ngừa.

precocity /pri'kɒsəti/ *dt* sự sớm phát triển.

precocious /pri'kəʊʃəs/ *tt* **1.** sớm phát triển; sớm: *a precocious child who could play the piano at the age of three* một đứa trẻ sớm phát triển, mới ba tuổi đã chơi được đàn dương cầm; *a precocious talent for mimicry* tài bắt chước sớm phát triển **2.** có cung cách như người lớn *(nói về trẻ em)*.

precociously /pri'kəʊʃəsli/ *pht* [một cách] sớm phát triển.

precociousness /pri'kəʊʃəsnis/ *dt* sự sớm phát triển.

precognition /ˌpri:kɒg'niʃn/ *dt* sự biết trước *(biết cái gì, trước khi cái đó xảy ra).*

preconceived /ˌpri:kən'si:vd/ *tt (thngữ)* định trước, tiên định: *preconceived idea* ý kiến tiên định.

preconception /ˌpri:kən'sepʃn/ *dt* ý kiến tiên định.

pre-condition /ˌpri:kən'diʃn/ *dt nh* pre-requisite.

precursor /pri:'kɜ:sə[r]/ *dt* **1.** người báo trước; dấu hiệu báo trước: *small disturbances that were precursors of the revolution to come* một vài xáo trộn báo trước cách mạng sắp tới **2.** tiền thân *(của một phát minh khoa học): the first telephone was the precursor of modern communications networks* máy điện thoại đầu tiên, tiền thân của mạng lưới liên lạc hiện đại.

predator /'predətə[r]/ *dt* **1.** thú săn mồi sống **2.** *(xấu hay dùa)* kẻ bóc lột, kẻ lợi dụng *(về mặt tài chính hay tình dục): he denounced all landlords and money-lenders as evil predators* nó vạch mặt tất cả bọn địa chủ và bọn cho vay lãi là những tên bóc lột tai ác.

predatory /'predətri, *(Mỹ* 'predətɔ:ri)/ *tt* **1.** ăn mồi sống *(động vật): predatory birds* chim ăn mồi sống **2.** cướp bóc, ăn cướp: *predatory tribes* những bộ lạc chuyên đi ăn cướp **3.** *(xấu hoặc dùa)* nhằm bóc lột *(lợi dụng)* kẻ khác *(về mặt tài chính hoặc tình dục...): predatory advances* những lời cầu thân với ý đồ lợi dụng.

predecease /ˌpri:di'si:s/ *dgt (luật)* chết trước *(ai): he left all his money to his wife without thinking that she might predecease him* ông ta để lại tất cả tiền bạc cho vợ mà không nghĩ rằng bà ta có thể chết trước ông.

predecessor /'pri:disesə[r]/ *dt* **1.** người tiền nhiệm **2.** việc đã làm trước; cái đã có trước: *will the new plan be any more acceptable than its predecessors?* kế hoạch mới liệu có thỏa đáng hơn các kế hoạch trước chút nào không?

predestination /ˌpri:desti'neiʃn/ *dt* **1.** thuyết tiền định; thuyết định mệnh **2.** định mệnh, số mệnh.

predestine /ˌpri:'destin/ *dgt (chủ yếu ở dạng bị động)* tiền định: *it seems that his failure was predestined* có vẻ như sự thất bại của nó đã được tiền định.

predetermination /ˌpri:di,tɜ:mi'neiʃn/ *dt* sự định trước.

predetermine /ˌpri:di'tɜ:min/ *dgt (chủ yếu ở dạng bị động)* định trước; tiên định: *predetermined strategies* chiến lược đã định trước; *a person's health is often genetically predetermined* sức khỏe của một người thường đã được tiên định về mặt di truyền.

predicament /pri'dikəmənt/ *dt* tình trạng khó xử, tình trạng gay go: *your refusal puts me in an awkward predicament* anh từ chối khiến tôi sa vào tình trạng lúng túng khó xử; *a loan of money would help me out of my predicament* vay được một món tiền sẽ giúp tôi thoát khỏi tình trạng gay go.

predicate¹ /'predikət/ *dt (ngôn)* vị ngữ.

predicate² /'predikeit/ *dgt* **1.** xác nhận; khẳng định: *predicate a motive to be good* khẳng định một động cơ là tốt **2.** *(chủ yếu ở dạng bị động)* dựa vào; coi là hậu quả của: *the project was predicated on the assumption that the economy is expanding* đề án dựa trên cơ sở cho rằng nền kinh tế đang phát triển.

predicative /pri'dikətiv/, *(Mỹ* 'predikeitiv)/ *tt (ngôn)* [thuộc] vị ngữ.

predicative adjective /pri,dikətiv'ædʒiktiv/ *(ngôn)* tính từ vị ngữ *(đứng sau be..., như* asleep *trong* she is asleep).

predict /pri'dikt/ *đgt* tiên đoán, đoán trước: *it is impossible to predict who will win* không thể đoán trước ai sẽ thắng.

predictability /pri,diktə'biləti/ *dt* tính *(khả năng)* có thể tiên đoán, tính *(khả năng)* có thể đoán trước.

predictable /pri'diktəbl/ *tt* **1.** có thể tiên đoán, có thể đoán trước: *predictable results* kết quả có thể đoán trước **2.** *(thường xấu)* hành động theo một kiểu dễ đoán trước lắm: *I knew you'd say that - you're so predictable!* tôi đã thừa biết là anh sẽ nói thế, cung cách của anh thật dễ đoán trước thôi!

predictably /pri'diktəbli/ *pht* [một cách] có thể tiên đoán, [một cách] có thể đoán trước.

prediction /pri'dikʃn/ *dt* **1.** sự tiên đoán, sự đoán trước **2.** lời tiên đoán, lời dự đoán.

predictor /pri'diktə[r]/ *dt* **1.** người tiên đoán **2.** khí cụ dự báo.

predigest /,pri:dai'dʒest/ *đgt* *(chủ yếu ở dạng bị động)* chế biến *(thức ăn)* cho dễ tiêu: *special predigested food for babies* thức ăn đặc biệt dễ tiêu cho trẻ em; *predigested reading matter (bóng)*

tài liệu đọc đã sang sửa cho dễ hiểu.

predilection /,pri:di'lekʃn/ *dt* (+ for) sự ưa thích đặc biệt; sự ưa thích hơn cả: *a predilection for Chinese food* sự đặc biệt ưa thích các món ăn Trung Quốc.

predispose /,pri:di'spəuz/ *đgt* mở đường cho, dẫn đến; khiến thiên về: *bad hygiene predispose one to all kinds of disease* vệ sinh kém sẽ dẫn ta đến mọi thứ bệnh; *be predisposed in somebody's favour* có ý thiên về ai.

predisposition /,pri:dispə-'ziʃn/ *dt* **1.** thiên hướng: *a predisposition to find fault* thiên hướng hay bắt bẻ **2.** *(y)* bẩm chất: *a predisposition to rheumatism* bẩm chất dễ bị thấp khớp.

predominance /pri'dominəns/ *dt* sự trội hơn; ưu thế: *the predominance of blue in the colour scheme* sự trội hơn của màu xanh trong sự phối màu; *the policy is designed to prevent the predominance of one group over another* chính sách được thảo ra với ý định ngăn ngừa ưu thế của nhóm này đối với nhóm khác.

predominant /pri'dominənt/ *tt* **1.** trội hơn; chiếm ưu thế: *which country is the predominant member of the alliance* nước nào là nước chiếm ưu thế trong liên minh **2.** nổi bật: *her predominant characteristic is honesty* đặc điểm nổi bật của cô ta là tính trung thực.

predominantly /pri'dominəntli/ *pht* hầu hết; phần lớn: *a predominantly English-speaking population* dân hầu hết nói tiếng Anh.

predominate /pri'domineit/ *đgt* **1.** chế ngự, nắm quyền:

a small group has begun to predominate in policy-making một nhóm nhỏ đã bắt đầu nắm quyền thảo chính sách **2.** trội hơn, chiếm ưu thế: *a forest in which oak-trees predominate* một khu rừng mà cây sồi chiếm ưu thế (chiếm đa số).

pre-eminence /pri'eminəns/ *dt* tính hơn hẳn; tính ưu việt.

pre-eminent /pri'eminənt/ *tt* hơn hẳn; ưu việt: *pre-eminent above all his rivals* hơn hẳn tất cả các đối thủ của anh ta.

pre-eminently /pri'eminəntli/ *pht* [một cách] hơn hẳn; [một cách] ưu việt.

pre-empt /,pri:'empt/ *đgt* **1.** giành được *(cái gì)* do hành động trước những người khác **2.** chiếm giữ *(đất công)* để được quyền ưu tiên mua trước **3.** ngừa trước *(bằng cách hành động trước)*: *the workers took control of the factory in order to pre-empt its sale by the owners* công nhân nắm giữ việc điều khiển nhà máy để chặn không cho chủ bán nhà máy đi.

pre-emption /,pri:'empʃn/ *dt* **1.** sự mua được trước *(những người khác)*; quyền được mua trước **2.** sự giành được, sự ngừa được *(do hành động trước)* **3.** sự xướng bài chặn trước *(bài brít)*.

pre-emptive /,pri:'emptiv/ *tt* [được] trước: *a pre-emptive right to buy* quyền được mua trước; *a pre-emptive attack* sự tấn công phủ đầu; *a pre-emptive bid* sự xướng bài chặn trước *(bài brít)*.

preen /pri:n/ *đgt* **1.** rỉa *(lông) (chim)* **2. preen oneself** *(thường xấu)* sang sửa, tô điểm: *preen oneself in front of the mirror* sang sửa trước

P

gương **3. preen oneself** tự mình lấy làm sung sướng; tự mình vui thích.

pre-exist /,pri:ig'zist/ *dgt* **1.** có trước **2.** sống kiếp trước.

pre-existence /,pri:ig'zis-təns/ *dt* kiếp trước.

pre-existent /,pri:ig'zistənt/ *tt* **1.** có trước **2.** ở kiếp trước.

prefab /'pri:fæb, (*Mỹ* ,pri:'fæb)/ *dt (kng)* nhà lắp ghép.

prefabricate /,pri:'fæbrikeit/ *dgt* đúc sẵn: *prefabricated houses* nhà làm bằng cấu kiện đúc sẵn, nhà lắp ghép.

prefabrication /,pri:'fæbri-'keiʃn/ *dt* sự đúc sẵn (*các cấu kiện xây dựng*).

preface[1] /'prefis/ *dt* **1.** bài tựa (*cuốn sách*) **2.** lời mở đầu (*bài nói chuyện*).

preface[2] /'prefis/ *dgt* **1.** đề tựa (*một cuốn sách*) **2.** mở đầu (*bài nói chuyện*): *he prefaced his talk by apologizing for being late* ông ta mở đầu bài nói chuyện bằng lời xin lỗi đã đến trễ giờ.

prefatory /'prefətri, (*Mỹ* 'prefətɔ:ri)/ *tt* mở đầu: *after a few prefatory remarks* sau vài nhận xét mở đầu.

prefect /'pri:fekt/ *dt* **1.** lớp trưởng (*ở trường học Anh*) **2.** (*cg* **Prefect**) tỉnh trưởng (*ở Pháp*); cảnh sát trưởng Pari.

prefectural /pri:'fektʃərə/ *tt* [thuộc] tỉnh trưởng.

prefecture /'pri:fektjʊə[r], (*Mỹ* 'pri:fektʃər)/ *dt* **1.** tỉnh (*ở Pháp*) **2.** trụ sở làm việc của tỉnh trưởng; chức tỉnh trưởng; nhiệm kỳ tỉnh trưởng; nhà tỉnh trưởng.

prefer /pri'fɜ:[r]/ *dgt* (**-rr-**) thích hơn, ưa hơn: *I prefer walking to cycling* tôi thích đi bộ hơn đi xe đạp; *their father prefers them to be home early* bố chúng nó

thích chúng nó về nhà sớm; *I prefer my coffee black* tôi thích cà phê đen hơn. // **prefer a charge (charges)** tố cáo (*ai*) ở tòa đòi bồi thường: *prefer a charge against a motorist* tố cáo một người lái ô tô ở tòa đòi bồi thường; *we haven't enough evidence to prefer charges* chúng ta không có đủ chứng cứ để tố cáo ở tòa đòi bồi thường.

preferable /'prefrəbl/ *tt* (*không dùng với* more) [đáng] thích hơn, [đáng] ưa hơn: *he finds country life preferable to living in the city* nó thấy sống ở nông thôn thích hơn sống ở thành thị.

preferably /'prefrəbli/ *pht* tốt hơn là: *they want to buy a new house, near the sea preferably* họ cần mua một ngôi nhà mới, tốt hơn là gần biển.

preference /'prefrəns/ *dt* **1.** sự thích hơn, sự ưa hơn: *there is milk and cream - do you have a preference?* có sữa và kem đấy - anh thích cái nào hơn? **2.** vật được ưa thích hơn, cái được ưa thích hơn: *what are your preferences?* bạn ưa thích gì hơn nào? **3.** sự ưu đãi, sự dành ưu tiên cho: *she try not to show preference in her treatment of the children in her care* chị ta cố không dành ưu tiên cho cháu nào cả trong cách đối xử với các cháu chị trông giữ. // **in preference to** [thích] hơn là: *she chose to learn the violin in preference to the piano* chị ta chọn học đàn vi-ô-lông hơn là học pi-a-nô.

preference shares /'pre-frənsʃeə[r]z/ (*cg* **preference stock** /'prefrənstok/) (*Mỹ* pre-ferred shares, preferred stock) phiếu, cổ phần ưu đãi.

preferential /,prefə'renʃl/ *tt* ưu đãi: *preferential tariffs* giá biểu thuế quan ưu đãi. // **give somebody (get) prefer-ential treatment** ưu đãi ai (*được ưu đãi*).

preferentially /,prefə'renʃəli/ *pht* [một cách] ưu đãi: *be treated preferentially* được ưu đãi.

preferment /pri'fɜ:mənt/ *dt* sự thăng chức, sự thăng cấp: *he was hoping for pre-ferment* ông ta hy vọng được thăng chức.

preferred shares /pri'fɜ:[r]d ʃeə[r]z/ (*cg* **preferred stock** /pri'fɜ:[r]d stok/) (*Mỹ*) *nh* **preference shares.**

prefigure /,pri:'figə[r], (*Mỹ* ,pri:'figjər)/ *dgt* **1.** hình dung trước; báo hiệu: *worrying events that may prefigure a period of economic recession* những sự kiện đáng lo có thể báo hiệu một thời kỳ suy thoái kinh tế **2.** tưởng tượng.

prefix[1] /'pri:fiks/ *dt* **1.** (ngôn) tiền tố **2.** từ chỉ danh hiệu chức tước (*đặt trước tên người, như Dr, Mrs...*)

prefix[2] /,pri:'fiks/ *dgt* **1.** (ngôn) thêm tiền tố **2.** thêm vào đầu: *prefix a new para-graph to Chapter 10* thêm một đoạn mới vào đầu chương mười.

pregnancy /'pregnənsi/ *dt* **1.** sự có thai, sự có mang; thời kỳ có thai, thời kỳ có mang: *these drugs should not be taken during pregnancy* những thuốc này không được uống trong thời kỳ có thai **2.** lần có thai, lần có mang: *she's had three preg-nancies in four years* chị ta có mang ba lần trong bốn năm.

pregnant /'pregnənt/ *tt* **1.** có thai, có mang: *she was six months pregnant* chị ta có mang đã sáu tháng; *she is pregnant by another man* chị ta có mang với người đàn ông khác **2.** đầy, tràn đầy: *pregnant of joy* tràn đầy niềm vui; *pregnant with meaning* đầy ý nghĩa **3.** có thể gây ra *(việc gì đó)*: *pregnant with danger* có thể gây ra nguy hiểm. // **a pregnant pause (silence)** một phút nghỉ (im lặng) đầy ý nghĩa: *his only reaction was a pregnant silence* phản ứng duy nhất của nó là một sự im lặng đầy ý nghĩa.

pre-heat /ˌpriːˈhiːt/ *dgt (chủ yếu ở dạng bị động)* đốt nóng trước: *cook the pie for 20 minutes in a pre-heated oven* nướng bánh patê hai mươi phút trong lò đã đốt nóng trước.

prehensile /ˌpriːˈhensail, (Mỹ ˌpriːˈhensl)/ *tt (sinh)* cầm nắm được *(chân, đuôi của một số động vật)*.

prehistoric /ˌpriːhiˈstɒrik, (Mỹ ˌpriːhiˈstɔːrik)/ *tt* [thuộc] tiền sử: *prehistoric man* con người tiền sử; *his ideas on the education of girls are positively prehistoric (đùa, xấu)* ý kiến của ông ta về giáo dục thiếu nữ hết sức lạc hậu *(đậm nét tiền sử)*.

prehistory /ˌpriːˈhistri/ *dt* **1.** tiền sử; tiền sử học **2.** *(số ít)* thời kỳ sơ khai, sơ kỳ: *the prehistory of Western art* sơ kỳ phát triển của nghệ thuật Tây phương.

prejudge /ˌpriːˈdʒʌdʒ/ *dgt* **1.** vội xét xử; vội kết tội *(khi chưa điều tra đầy đủ)* **2.** vội xét đoán *(khi chưa có thông tin đầy đủ)*.

prejudice¹ /ˈpredʒʊdis/ *dt* thiên kiến; thành kiến: *the selectors were accused of showing prejudice in failing to include him in the team* những người tuyển chọn bị

người ta cho là có thành kiến khi quên đưa anh ấy vào đội tuyển; *she has a prejudice against modern music* cô ta có thành kiến với nhạc hiện đại; *the anthology reveals a prejudice in favour of lyric poets* hợp tuyển tỏ ra thiên về (có thiên kiến về) các nhà thơ trữ tình. // **to the prejudice of** thiệt hại cho: *to the prejudice of somebody's rights* thiệt hại cho quyền lợi của ai; **without prejudice to** không hại đến.

prejudice² /ˈpredʒʊdis/ *dgt* **1.** làm cho *(ai)* có thiên kiến; làm cho *(ai)* có thành kiến: *prejudice someone against someone* làm cho ai có thành kiến với ai; *prejudice someone in favour of someone* làm cho ai [có] thiên [kiến] với ai **2.** làm hại đến; gây tổn hại cho: *lack of self-discipline prejudiced her chances of success* sự thiếu kỷ luật tự giác đã làm hại đến cơ may thành công của chị ta.

prejudiced /ˈpredʒʊdist/ *tt (thường xấu)* có thiên kiến; có thành kiến: *try not to be prejudiced in your judgements* cố chớ có thành kiến trong nhận định của anh.

prejudicial /ˌpredʒʊˈdiʃl/ *tt* gây thiệt hại, làm tổn hại: *developments prejudicial to the company's future* những diễn biến làm tổn hại đến tương lai của công ty.

prelacy /ˈpreləsi/ *dt* **1.** chức giáo sĩ cao cấp *(giám mục, tổng giám mục)* **2.** the prelacy đoàn giáo sĩ cao cấp.

prelate /ˈprelət/ *dt* giáo sĩ cao cấp *(giám mục, tổng giám mục)*.

prelim /ˈpriːlim/ *dt (kng)* **1.** *(thường snh)* kỳ thi sơ tuyển *(thi vào trường đại học)* **2.**

prelims *(snh)* những trang đầu sách *(ghi tên sách...)*.

preliminary¹ /priˈliminəri, (Mỹ priˈlimineri)/ *tt* mào đầu; sơ bộ: *after a few preliminary remarks* sau một vài nhận xét mào đầu; *a preliminary contest* cuộc đấu sơ bộ *(để loại các đối thủ hoặc các đội yếu, trước cuộc thi đấu chính)*; *a preliminary examination* kỳ thi sơ tuyển.

preliminary² /priˈliminəri, (Mỹ priˈlimineri)/ *dt (thường snh)* biện pháp sơ bộ; bước chuẩn bị sơ bộ: *the necessary preliminaries to a peace conference* những bước chuẩn bị sơ bộ cần thiết cho một hòa hội.

prelude /ˈpreljuːd/ *dt* **1.** sự kiện mở đầu, tiền triệu: *the bankruptcy of several small firms was the prelude to general economic collapse* sự phá sản của nhiều hãng nhỏ là tiền triệu báo hiệu một sự suy sụp kinh tế tổng thể; *I'm afraid that these troubles are just a prelude* tôi sợ rằng những rối loạn ấy đúng là sự kiện mở đầu cho những rối loạn tệ hại hơn **2.** *(nhạc)* dạo đầu; khúc dạo.

premarital /ˌpriːˈmæritl/ *tt* trước khi kết hôn: *premarital sex* vấn đề tình dục trước khi kết hôn.

premature /ˈpremətjʊə[r], (Mỹ ˌpriːməˈtʊər)/ *tt* **1.** sớm; non: *premature baldness* hói đầu sớm; *a premature baby* đứa trẻ đẻ non; *the baby was five weeks premature* đứa trẻ đẻ non năm tuần lễ **2.** quá sớm; vội vã: *a premature conclusion* một kết luận vội vã.

prematurely /ˈpremətjʊəli/ *pht* [một cách] sớm; [một cách] non: *born prematurely*

P

để non; *prematurely bald* hói đầu sớm.

premeditate /,pri:'mediteit/ *dgt* mưu tính trước, dự mưu: *a premeditated murder* một vụ giết người có mưu tính trước.

premeditation /,pri:'medi-teiʃn/ *dt* **1.** sự mưu tính trước **2.** hành động có mưu tính trước; dự mưu.

premenstrual tension /,pri:menstruəl'tenʃn/ (vt PMT) rối loạn tiền kinh nguyệt.

premier¹ /'premiə[r], (Mỹ 'pri:miər)/ *tt (thngữ)* nhất, đầu: *take [the] premier place* đứng đầu, nhất.

premier² /'premiə[r], (Mỹ 'pri:miər)/ *dt* thủ tướng.

première¹ /'premieə[r], (Mỹ pri'miər)/ *dt* buổi biểu diễn đầu tiên; buổi chiếu đầu tiên.

première² /'premieə[r], (Mỹ pri'miər)/ *dgt* biểu diễn lần đầu tiên; chiếu lần đầu tiên: *the film was premièred at the Cannes festival* bộ phim đã được chiếu lần đầu ở Can.

premise *(cg* **premiss)** /'pre-mis/ *dt* **1.** *(triết)* tiền đề *(của tam đoạn luận)* **2.** giả thuyết: *advice to investors was based on the premise that interest rates would continue to fall* lời khuyên các nhà đầu tư là căn cứ vào giả thuyết rằng tỷ suất lợi tức sẽ tiếp tục giảm.

premises /'premisiz/ *dt, snh* **1.** dinh cơ, cơ sở: *business premises* cơ sở kinh doanh; *the firm is looking for larger premises* công ty đang kiếm một cơ sở rộng hơn **2.** *(luật)* những chi tiết về tài sản; những tên người nêu ở trên. // **off the premises** ngoài phạm vi của sở *(của cơ quan)*; **on**

the premises trong sở, trong cơ quan; tại chỗ.

premium /'pri:miəm/ *dt* **1.** phí bảo hiểm **2.** tiền thưởng, tiền trả thêm: *you have to pay a premium for express delivery* ông phải trả thêm một món tiền do được giao hàng ngay. // **at a premium** a/ *(ktế)* cao giá hơn thường lệ *(cổ phần)* b/ khó đạt được; tốn kém hơn thường lệ; được đánh giá cao hơn thường lệ: *honesty is at a premium in this profession* trong nghề này tính trung thực được đánh giá cao hơn thường lệ; **put a premium on** a/ làm cho *(ai, cái gì)* dường như quan trọng: *the high risk of infection puts a premium on the use of sterile needles* khả năng bị nhiễm trùng cao làm cho việc sử dụng kim vô trùng dường như quan trọng b/ gán cho *(ai, cái gì)* một giá trị (một tầm quan trọng) đặc biệt, đặc biệt quan tâm đến: *the examiners put a premium on rational argument* những vị chấm thi đặc biệt quan tâm đến tính hợp lý trong lý lẽ.

Premium Bond /'pri:miəm bond/ *(ktế)* trái phiếu có thưởng *(quay số thưởng hằng tháng, nhưng không có lãi).*

premonition /,pri:mə'niʃn, ,premə'niʃn/ *dt* linh tính: *as we approached the house, I had a premonition that something terrible had happened* trong lúc chúng tôi tiến gần ngôi nhà, tôi có linh tính rằng có cái gì đó khủng khiếp đã xảy ra.

premonitory /pri'monitəri, (Mỹ pri'monito:ri)/ *tt* báo hiệu: *promonitory signs* dấu hiệu báo hiệu.

prenatal /,pri:'neitl/ *tt (Mỹ)* trước khi đẻ; trước khi sinh:

prenatal checkups sự kiểm tra trước khi đẻ.

preoccupation /,pri:okjʊ-'peiʃn/ *dt* **1.** sự bận tâm **2.** mối bận tâm: *his main preoccupation at that time was getting enough to eat* mối bận tâm chính của anh ta lúc đó là kiếm đủ để nuôi miệng.

preoccupied /pri'okjʊpaid/ *tt* lơ đễnh vì có mối bận tâm canh cánh trong lòng: *he answered me in a rather preoccupied manner* anh ta trả lời tôi một cách khá lơ đễnh vì đang có mối bận tâm canh cánh trong lòng.

preoccupy /pri'okjʊpai/ *dgt* **(-pied)** làm bận tâm: *something seems to be preoccupying her at the moment* có cái gì đó hình như đang làm cô ta bận tâm lúc này.

pre-ordain /,pri:ɔ:'dein/ *dgt (chủ yếu ở dạng bị động)* định trước; quyết định trước: *her success in life seemed pre-ordained* sự thành công của chị ta trên đường đời dường như đã được định trước.

prep /prep/ *dt (kng)* **1.** bài làm ở nhà *(ra cho học sinh)* **2.** thời gian (lúc) làm bài tập: *he felt ill during prep* nó bị ốm lúc làm bài tập **3.** *(Mỹ)* học sinh [trường] dự bị đại học.

pre-pack /,pri:'pæk/ *dgt* x pre-package.

pre-package /,pri:'pækdiʒ/ *dgt (cg* **prepack)** *(chủ yếu ở dạng bị động)* đóng gói sẵn: *pre-packaged fruit* trái cây đóng gói sẵn.

prepaid /,pri:'paid/ *qk và đttqk của* prepay.

preparation /,prepə'reiʃn/ *dt* **1.** sự sửa soạn, sự chuẩn bị: *you can't pass an exam without preparation* anh không thể đi thi mà không có sự chuẩn bị; *the preparation of the meals is your job* việc chuẩn bị bữa ăn là công việc của chị; *the book is in preparation* cuốn sách đang được soạn thảo **2.** *(thường snh)* các thứ sửa soạn, các thứ chuẩn bị: *make preparations for a journey* sửa soạn cho một cuộc hành trình **3.** chế phẩm: *a preparation to hide (for hiding) skin blemishes* một chế phẩm để che những vết xấu ở da; *a pharmaceutical preparation* một chế phẩm bào chế **4.** bài làm ở nhà *(ra cho học sinh)*. // **in preparation for** đang chuẩn bị cho: *the campaign is still in preparation* chiến dịch còn đang chuẩn bị; *they've sold their house and car in preparation for leaving the country* họ đã bán nhà và xe, chuẩn bị rời bỏ đất nước.

preparatory /pri:'pærətri, *(Mỹ* pri'pærətɔ:ri)/ *tt* chuẩn bị; dự bị: *preparatory measures* biện pháp dự bị *(dự phòng)*.

preparatory school /pri:-'pærətrisku:l/ *(cg kng* **prep school) 1.** trường dự bị *(trường tư cho trẻ từ 7 đến 13 tuổi ở Anh)* **2.** *(Mỹ)* trường dự bị đại học *(thường là trường tư)*.

prepare /pri'peə[r]/ *dgt* **1.** sửa soạn, chuẩn bị: *prepare a meal* sửa soạn một bữa ăn; *prepare children for an examination* chuẩn bị *(luyện)* cho trẻ đi thi **2.** điều chế; pha chế **3.** (+ for) chuẩn bị tư tưởng cho ai để nghe một tin không vui...: *he was hardly prepared for this sad news* anh ta hầu như không được chuẩn bị tư tưởng để nghe tin buồn này. // **be prepared to** sẵn sàng *(làm gì)*: *I am prepared to help*

you if you want to me tôi sẵn sàng giúp anh nếu anh cần đến tôi; **prepare the ground** chuẩn bị cho bước phát triển *(của việc gì)*: *experiments with rockets prepared the ground for space travel* những thí nghiệm tên lửa đã chuẩn bị cho bước phát triển của công cuộc du hành vũ trụ.

preparedness /pri'peəridnis/ *dt* sự sẵn sàng, sự chuẩn bị sẵn sàng.

prepay /,pri:'pei/ *dgt* **(prepaid)** *(chủ yếu ở dạng bị động)* trả trước: *the telegram was sent reply prepaid* bức điện đã được gửi đi với điện trả lời đã trả tiền trước; *a prepaid envelope* phong bì bưu phí đã trả trước *(đã in sẵn tem thư)*.

prepayment /,pri:'peimənt/ *dt* sự trả trước.

preponderance /pri'pɒndərəns/ *dt* sự trội hơn, ưu thế: *a preponderance of blue-eyed people in the population* số lượng người mắt xanh trội hơn trong dân cư.

preponderant /pri'pɒndərənt/ *tt* trội hơn *(về số lượng, ảnh hưởng, tầm quan trọng)*; chiếm ưu thế: *melancholy is the preponderant mood of the poem* sự sầu muộn là tâm trạng chiếm ưu thế *(trội hơn cả)* trong bài thơ.

preponderantly /pri'pɒndərəntli/ *pht* [một cách] trội hơn; [với] ưu thế: *preponderantly optimistic* với ưu thế lạc quan.

preponderate /pri'pɒndəreit/ *dgt* (+ over) trội hơn *(về số lượng, ảnh hưởng, tầm quan trọng)*; chiếm ưu thế: *Christians preponderate in the population of that part of the country* tín đồ Cơ Đốc trội hơn về số lượng

trong dân cư vùng này ở đất nước.

preposition /,prepə'ziʃn/ *dt* *(ngôn)* giới từ.

prepositional /,prepə'ziʃənl/ *tt* [thuộc] giới từ; có giới từ.

prepositional phrase /,prepəziʃənl'freiz/ *ngôn)* ngữ giới từ.

prepossessing /,pri:pə'zesiŋ/ *tt* dễ thương, hấp dẫn: *a prepossessing smile* nụ cười dễ thương; *her appearance is not at all prepossessing* diện mạo cô ta chẳng hấp dẫn chút nào cả.

preposterous /pri'pɒstərəs/ *tt* vô lý, phi lý: *that is a preposterous accusation* ấy là một sự kết tội phi lý.

preposterously /pri'pɒstərəsli/ *pht* [một cách] vô lý, [một cách] phi lý: *that is a preposterously high price!* ấy là một giá cao một cách phi lý.

prep school /'prepsku:l/ *(kng) nh* preparatory school.

prepuce /'pri:pju:s/ *dt (giải)* bao quy đầu.

Pre-Raphaelite[1] /,pri:'ræfəlait/ *dt* họa sĩ tiền Raphael *(thế kỷ 19 ở Anh, theo phong cách hội họa Ý trước thời Raphael)*.

Pre-Raphaelite[2] /,pri:'ræfəlait/ *tt* theo phong cách tiền Raphael: *a Pre-Raphaelite portrait* bức chân dung theo phong cách tiền Raphael.

pre-record /,pri:ri'kɔ:d/ *dgt* *(chủ yếu ở dạng bị động)* ghi trước, thu trước *(phim, chương trình, truyền hình... để sử dụng về sau)*: *the interview was pre-recorded* cuộc phỏng vấn đã được ghi âm trước.

pre-recorded /,pri:ri'kɔ:did/ *tt* đã có phim ghi trước trên đó *(băng ghi hình)*; đã có

P

âm ghi trước trên đó (băng ghi âm).

prerequisite¹ /,pri:'rekwizit/ tt [cần] trước hết: a degree is prerequisite for employment at this level một học vị là điều cần trước hết để có việc làm ở cấp bậc ấy.

prerequisite² /,pri:'rekwizit/ dt (cg **pre-condition**) điều kiện trước hết: careful study of the market is a prerequisite for success nghiên cứu cẩn thận thị trường là điều kiện trước hết để thành công.

prerogative /pri'rɒgətiv/ dt đặc quyền: a monarch has the prerogative of pardoning criminals vua có đặc quyền xá tội cho tội phạm.

Pres (vt của President) tổng thống: Pres Ronald Reagan tổng thống Ronald Reagan.

presage¹ /'presidʒ/ dt 1. điềm, triệu 2. linh cảm.

presage² /'presidʒ, ít khi pri'seidʒ/ dgt báo trước: those clouds presage a storm những đám mây ấy báo trước một cơn bão.

Presbyterian¹ /,prezbi'tiəriən/ tt [thuộc] giáo hội trưởng lão; [thuộc] giáo phái Calvin.

Presbyterian² /,prezbi'tiəriən/ dt tín đồ giáo hội trưởng lão; tín đồ giáo phái Calvin.

Presbyterianism /,prezbi'tiəriənizəm/ dt 1. tín ngưỡng giáo hội trưởng lão; tín ngưỡng giáo phái Calvin 2. chế độ quản trị nhà thờ của giáo phái Calvin.

presbytery /'prezbitri, (Mỹ 'prezbiteri)/ dt 1. ban điều hành (giáo hội trưởng lão) 2. nhà cha xứ (nhà thờ La Mã) 3. khoang lễ (trước chỗ hát kinh).

pre-school /pri:'sku:l/ tt trước tuổi đi học: a pre-school child; a child of pre-school age một trẻ em trước tuổi đi học.

prescience /'presiəns/ dt sự tiên giác; khả năng dự đoán.

prescribe /pri'skraib/ dgt 1. khuyên dùng, hướng dẫn điều trị: she prescribes some pills to help me to sleep bà ta khuyên tôi dùng vài viên thuốc để giúp tôi ngủ được; do not exceed the prescribed dose chớ có dùng quá liều đã được hướng dẫn; a prescribed text một bài khóa đã được hướng dẫn phải học để qua kỳ thi 2. quyết định: the law prescribed heavy penalties for this offense luật quy định tội này phải chịu phạt nặng.

prescript /'pri:skript/ dt luật; quy tắc; mệnh lệnh.

prescription /pri'skripʃn/ dt 1. đơn thuốc, toa thuốc 2. thuốc theo đơn: the chemist made a mistake when making up the prescription người bán dược phẩm đã phạm nhầm lẫn khi pha thuốc theo đơn 3. sự hướng dẫn điều trị; sự quy định (thuốc điều trị): the prescription of drug is a doctor's responsibility sự quy định thuốc điều trị là trách nhiệm của bác sĩ.

prescriptive /pri'skriptiv/ tt 1. ra lệnh; hướng dẫn: prescriptive teaching methods phương pháp giảng dạy được hướng dẫn 2. chỉ cách sử dụng (một ngôn ngữ): a prescriptive grammar of the English language ngữ pháp chỉ cách sử dụng tiếng Anh 3. lâu đời đã thành lệ; do tập quán lâu đời đã hợp pháp hóa: prescriptive rights quyền do tập quán lâu đời đã hợp pháp hóa.

prescriptively /pri'skriptivli/ pht 1. [với tính cách] hướng dẫn 2. [về cách] sử dụng 3. [một cách] hợp pháp do tập quán lâu đời.

presence /'prezns/ dt 1. sự có mặt, sự hiện diện: your presence is requested at the meeting sự có mặt của anh là cần phải có ở cuộc họp; in the presence of his friends với sự hiện diện của các bạn nó 2. vẻ, dáng, bộ dạng: a man of noble presence một người có dáng quý phái 3. người (vật) có mặt (tại một nơi nào đó): there seemed to be a ghostly presence in the room hình như trong phòng có ma 4. số người có mặt (tại một nơi nào đó, vì một mục đích riêng): a massive police presence at the meeting một số cảnh sát dày đặc tại cuộc mít tinh. // **be admitted to somebody's presence** x admit; **in the presence of somebody; in somebody's presence** với sự có mặt của ai, trước mặt ai: he made the accusation in the presence of witnesses anh ta tố cáo trước mặt các nhân chứng; **make one's presence felt** làm cho người ta cảm thấy rõ sự có mặt của mình (do có nhân cách): the new chairman is certainly making his presence felt! vị tân chủ tịch chắc chắn sẽ làm cho mọi người cảm thấy rõ sự có mặt của mình!; **presence of mind** sự nhanh trí.

present¹ /'preznt/ tt 1. (vị ngữ) có mặt, hiện diện: everybody present welcomed the decision mọi người có mặt đều hoan nghênh quyết định ấy; there were 200 people present at the meeting đã có hai trăm người có mặt trong buổi họp; analysis showed that cocaine was present in the mixture phân tích đã cho thấy có cocain trong hỗn hợp **2.** *(thngữ)* hiện nay, hiện tại, nay, này: *the present world situation* tình trạng thế giới hiện nay; *in the present case* trong trường hợp này **3.** *(thngữ)* đang xem xét, đang bàn: *the present proposal for increasing taxation* đề nghị tăng thuế đang xem xét. // **present company excepted; excepting present company** cái tôi nói đây đâu có dám kể anh vào số đó *(một cách nói lễ phép)*: *people seem to have drunk far too much tonight, present company excepted of course* mọi người có như vẻ quá chén, tất nhiên là đâu dám kể anh vào số đó; **the present day** thời nay; **on present form** căn cứ vào sự thể cho đến nay *(nói về một sự đánh giá)*: *he would not be elected on present form* căn cứ vào sự thể cho đến nay thì ông ta sẽ không trúng cử.

present² /ˈpreznt/ *dt* **the present 1.** hiện nay, hiện tại, lúc này, bây giờ: *the past, the present and the future* quá khứ, hiện tại và tương lai **2.** *(ngôn)* thì hiện tại. // **at present** bây giờ, hiện nay, lúc này: *I'm afraid I can't help you just at present, I'm too busy* tôi e không giúp được anh ngay lúc này, tôi bận quá; **by these present** *(luật)* bằng tài liệu này; **for the present** trong lúc này, hiện giờ; **no time like the present** *x* time¹.

present³ /ˈpreznt/ *dt* **1.** quà biếu, món quà, đồ tặng, tặng phẩm: *birthday presents* quà biếu sinh nhật; *this book was a present from my brother* cuốn sách này là món quà của em tôi tặng. // **make somebody a present of something** biếu ai cái gì,

tặng ai cái gì: *he admired my old typewriter so much I made him a present of it* anh ta rất ca tụng cái máy đánh chữ cũ của tôi, tôi đã biếu nó cho anh ta; *let's not make our opponents a present of any goals* *(mỉa)* ta chớ có để cho đối thủ của ta ghi bàn đâu đó nhé.

present⁴ /priˈzent/ *đgt* **1.** biếu, tặng, cho: *present a souvenir to somebody; present somebody with a souvenir* tặng ai một món quà kỷ niệm **2.** giới thiệu: *may I present my new assistant to you?* tôi có thể giới thiệu với ngài viên trợ lý mới của tôi không? **3.** đưa, trình, nộp; trình bày; bày tỏ: *present a petition* đưa một kiến nghị; *present one's point of view* trình bày quan điểm của mình; *present one's compliments* bày tỏ lời khen **4.** **present oneself** có mặt, xuất hiện: *you will be asked to present yourself for interview* anh sẽ được yêu cầu có mặt để được phỏng vấn; *present oneself for examination* dự thi **5.** **present itself** xảy ra; xảy đến: *the answer presented itself to him when he looked at the problem again* lời đáp đã nảy ra trong trí óc anh khi anh xem lại vấn đề; *a wonderful opportunity suddenly presented itself* một cơ hội kỳ diệu bỗng đâu đã xảy đến **6.** tỏ ra, lộ ra; đặt *(ai trước một vấn đề)*: *this job presented many difficulties to the new recruit* công việc ấy tỏ ra có nhiều khó khăn đối với chú lính mới; *falling interest rates present the firm with a new problem* tỷ suất lợi nhuận sụt xuống đặt hãng trước một vấn đề mới **7.** đưa ra, trình *(tấm séc...)* để lĩnh tiền: *the cheque was pre-*

sented for payment on 21 March tấm séc đã đưa trình để lĩnh tiền ngày 21 tháng ba **8.** trình diễn *(vở kịch...)* **9.** giới thiệu chương trình *(ở buổi biểu diễn, trên đài truyền hình...)* **10.** bồng *(súng)* chào: *present arms!* bồng súng chào!

present⁵ /ˈpriznt/ *dt* tư thế bồng súng chào.

presentable /priˈzentəbl/ *tt* có thể bày ra trước công chúng được, tươm tất: *is this old coat still presentable?* chiếc áo khoác cũ này còn tươm tất không?

presentably /priˈzentəbli/ *pht* [một cách] tươm tất.

presentation /ˌprezn̩ˈteiʃn/, *(Mỹ* priːznˈteiʃn) *dt* **1.** sự đưa ra, sự bày ra; sự trình ra; sự trình bày: *the cheque is payable on presentation* tấm séc đưa ra nhà băng là lĩnh được tiền; *she needs to improve her presentation of the arguments* chị ta cần cải tiến cách trình bày lý lẽ của chị **2.** vở trình diễn: *a new presentation* vở trình diễn mới **3.** tặng phẩm *(vào một dịp long trọng)*: *the Queen will make the presentation herself* nữ hoàng sẽ tự tay trao tặng phẩm; *a presentation ceremony* lễ trao tặng phẩm **4.** *(y)* ngôi *(của thai)*.

presenter /priˈzentə[r]/ *dt* người giới thiệu chương trình *(truyền hình, phát thanh)*.

presentiment /priˈzentimənt/ *dt* linh cảm.

presently /ˈprezntli/ *pht* **1.** [sau] một lát thôi: *I'll be with you presently* chỉ một lát thôi, tôi sẽ lại với bạn **2.** *(Mỹ)* bây giờ, hiện nay: *he is presently in France* ông ta hiện nay đang ở Pháp.

P

present participle /ˌpreznt 'pɑ:tisipl/ (ngôn) động tính từ hiện tại (ví dụ: going, having...).

present tense /ˌpreznt'tens/ (ngôn) thì hiện tại.

preservation /ˌprezə'veiʃn/ dt 1. sự giữ, sự giữ gìn; sự bảo tồn: the preservation of one's health sự giữ gìn sức khỏe; preservation order lệnh bảo tồn (di tích lịch sử) 2. sự giữ để lâu; sự bảo quản: the preservation of food; food preservation sự bảo quản thực phẩm 3. mức độ được bảo quản (tốt hay xấu): the paintings were in an excellent state of preservation các bức tranh đã được bảo quản ở mức độ rất tốt.

preservative¹ /pri'zɜ:vətiv/ tt [để] giữ gìn; [để] bảo quản: salt have a preservative effect on food muối có tác dụng bảo quản đối với thực phẩm.

preservative² /pri'zɜ:vətiv/ chất phòng giữ, chất bảo quản: alcohol is used as a preservative in certain foods rượu được dùng làm chất bảo quản một số thực phẩm.

preserve¹ /pri'zɜ:v/ dgt 1. giữ; giữ gìn; bảo tồn: preserve one's eyesight giữ thị lực [cho khỏi sút đi]; his work must be preserved for posterity công trình của ông ta cần phải được giữ lại cho đời sau; the calm courage of the pilot preserved the lives of the passengers lòng dũng cảm bình tĩnh của phi công đã giữ được an toàn tính mạng cho hành khách 2. giữ để lâu; bảo quản: preserved eggs trứng muối để lâu; preserved fruit bảo quản trái cây 3. giữ thành khu sử dụng riêng, giữ thành khu cấm (săn bắn, câu cá...): the fishing in this stretch of the river is strictly preserved việc câu cá ở quãng sông này là hoàn toàn cấm chỉ.

preserve² /pri'zɜ:v/ dt 1. (thường snh) mứt 2. khu câu cá riêng, khu săn bắn riêng (cấm người ngoài vào câu cá, săn bắn) 3. hoạt động riêng; quyền lợi riêng; việc riêng: she regards negotiating prices with customers as her special preserve bà ta coi việc thương lượng giá với khách hàng là công việc riêng của bà.

preserver /pri'zɜ:və[r]/ dt 1. người giữ gìn, người bảo tồn 2. người bảo quản; chất [dùng để] bảo quản.

pre-set /ˌpri:'set/ dgt (-tt-; pre-set) vặn sẵn, điều chỉnh sẵn (đồng hồ...): the video was pre-set to record the match vidêô đã được vặn sẵn để thu hình trận đấu.

pre-shrunk /ˌpri:'ʃrʌnk/ tt đã xử lý co rồi (vải sau này có giặt cũng không co nữa): pre-shrunk jeans quần gin bằng vải đã xử lý co rồi.

preside /pri'zaid/ dgt 1. (+ at) chủ tọa: the Prime Minister presides at meetings of the Cabinet thủ tướng chủ tọa các buổi họp của nội các 2. (+ over) làm chủ tịch; đứng đầu: the city council is presided over by the mayor hội đồng thành phố do thị trưởng đứng đầu 3. (+ over) chịu trách nhiệm về: the present director has presided over a rapid decline in the firm's profitability ông giám đốc hiện thời chịu trách nhiệm về sự sụt giảm nhanh chóng khả năng sinh lãi của xí nghiệp.

presidency /'prezidənsi/ dt 1. the presidency; (cg the Presidency) chức chủ tịch; chức tổng thống 2. nhiệm kỳ chủ tịch; nhiệm kỳ tổng thống: the last days of his presidency những ngày cuối cùng nhiệm kỳ tổng thống của ông ta; he was elected to a second presidency ông ta được bầu vào một nhiệm kỳ tổng thống thứ hai.

president /'prezidənt/ dt 1. President chủ tịch; tổng thống: the President of the United States tổng thống Mỹ 2. chủ tịch: he was made president of the cricket club ông ta được cử làm chủ tịch câu lạc bộ cricket 3. (cg President) bộ trưởng (một bộ); giám đốc (một công ty); hiệu trưởng (một trường đại học): the President of the Board of Trade bộ trưởng bộ thương mại 4. (Mỹ) thống đốc (một ngân hàng); giám đốc một công ty).

presidential /prezi'denʃl/ tt [thuộc] chủ tịch; [thuộc] tổng thống: a presidential candidate ứng cử viên tổng thống; a presidential year (Mỹ) năm bầu cử tổng thống.

presidium (cg praesidium) /pri'sidiəm/ dt (snh presidiums) chủ tịch đoàn.

press¹ /pres/ dt 1. sự ép, sự bóp, sự nén, sự ấn: a press of the hand cái bóp tay, cái siết tay; give something a slight press bóp nhẹ cái gì; ấn nhẹ cái gì 2. máy ép, máy nén: a hydraulic press máy ép thủy lực; an olive press máy ép ôliu 3. (cg printing-press) máy in 4. sự in ấn: go to press bắt đầu được in 5. nhà in, nhà xuất bản: Oxford University Press Nhà xuất bản đại học Oxford 6. (thường the press) báo chí: the local press báo chí địa phương; the majority of the press support the Government's foreign policy phần lớn báo chí ủng hộ chính sách đối ngoại của chính phủ; *the freedom of the press* tự do báo chí **7.** sự đánh giá của báo chí *(đối với ai, đối với một sự kiện...)*: *be given a good press* được báo chí ca ngợi **8.** đám đông: *the child got lost in the press of people leaving the match* đứa bé bị lạc trong đám đông người rời khỏi trận đấu **9.** sự thúc ép của công việc, sự hối hả: *the press of modern life* sự hối hả của cuộc sống hiện đại **10.** tủ *(thường có ngăn, để dựng sách, khăn ăn...)*: *a linen press* tủ đựng đồ khăn vải *(ga giường, khăn ăn, khăn bàn, áo gối...)*.

press² /pres/ *dgt* **1.** ép, bóp, nén, ấn: *press the trigger of a gun* bóp cò súng; *press [in] a button* ấn nút; *the child pressed her nose against the window* em bé ấn *(dán)* mũi vào cửa sổ; *I had to press myself against the wall to let them pass* tôi phải ép mình vào tường để cho họ đi qua; *press grapes to make wine* ép nho để chế rượu; *press somebody's hand* bóp chặt *(siết chặt)* tay ai; *she pressed the child to her* chị ta ép chặt đứa bé vào mình **2.** là; ủi: *that suit ought to be pressed* bộ quần áo này phải là *(phải ủi)* **3.** thúc ép, thúc giục; thúc: *the bank is pressing us for repayment of the loan* ngân hàng đang thúc ta trả món tiền vay; *they are pressing us to make a quick decision* họ đang thúc chúng ta phải quyết định nhanh chóng. // **be pressed for** bị eo hẹp về: *please hurry-we're a bit pressed for time* nhanh lên đi, chúng ta hơi bị eo hẹp về thời gian đấy; *I'm pressed for*

cash at the moment, can I pay you next week? tôi bị eo hẹp về tiền mặt, tuần sau tôi trả anh có được không?; **press something home** a/ đẩy *(cái gì)* vào chỗ của nó: *he locked the door and pressed the bolt home* nó khóa cửa lại và đẩy cái then cửa vào chỗ của nó b/ theo đuổi: *press home one's advantage* theo đuổi cái lợi của mình; **press something into shape** nặn cho thành hình; **time presses** x time¹.

press across (against, around...) chen, đẩy, xúm quanh...: *she had to press through the throng to reach the stage* cô ta phải chen qua đám đông để đi lên sàn diễn; *the people pressed round the President* dân chúng xúm quanh vị chủ tịch; *the crowds were pressing against the barriers* đám đông bị đẩy sát vào các vật cản; **press ahead (forward, on) with something** tiếp tục *(làm gì)* một cách quả quyết; dấn bước tiến lên gấp: *the firm is pressing ahead with the modernization plan* xí nghiệp đang tiếp tục kế hoạch hiện đại hóa một cách quả quyết; *we must press on with the project without wasting time* chúng ta phải dấn bước tiến hành dự án gấp và không để phí thời gian; **press for** yêu cầu thúc bách, thúc giục: *the unions are pressing for improved working conditions* các nghiệp đoàn đang yêu cầu thúc bách về điều kiện làm việc tốt hơn; **press something from something; press something out of something** ép *(nén)* mà tạo ra vật gì từ vật gì: *press car bodies out of sheets of steel* ép *(rập)* các tấm thép thành thân xe; **press something from (out of) something; press something**

out vắt, ép, bóp *(trái cây)*: *press the juice from oranges* vắt cam lấy nước; *press the seeds out of a tomato* bóp quả cà chua để lấy hạt ra; **press [down] on somebody** đè nặng lên ai: *his responsibilities press heavily on him* trách nhiệm đè nặng lên ông ta; **press something on somebody** ấn cái gì vào cho ai: *I didn't want to take the money, but he pressed it on me* tôi không muốn lấy tiền, nhưng anh ta cứ ấn vào cho tôi; **press something on (onto) something** ép *(ấn)* vật gì vào vật gì: *press a label on a parcel* ấn *(dán)* nhãn vào một gói đồ; *press a clean pad onto a wound* áp một miếng đắp sạch lên vết thương.

press³ /pres/ *dgt (chủ yếu ở dạng bị động)* bắt [đi] lính *(thời trước)*. // **press into service** sử dụng *(ai, cái gì)* vì rất cần đến; sử dụng như một biện pháp tạm thời: *her whole family were pressed into service when the shop was busy* cả nhà chị ta được huy động mỗi khi cửa hiệu đông khách; *old buses were pressed into service as emergency housing for the refugees* các chiếc xe buýt cũ được sử dụng như là một biện pháp tạm thời để làm chỗ ở khẩn cấp cho người tị nạn.

press agency /'preseidʒənsi/ hãng thông tin; thông tấn xã.

press agent /'preseidʒənt/ người phụ trách quảng cáo trên báo chí *(cho rạp hát...)*.

the Press Association /'pres əsəusieiʃn/ *(vt* PA) liên đoàn báo chí Anh *(hãng thông tin thu thập tin tức trong nước cho tổ chức báo chí Anh)*.

P

press baron /'pres bærən/ (kng) vua báo (chủ báo có uy quyền lớn).

press-box /'pres bɒks/ dt chỗ dành cho phóng viên (ở sân vận động...).

press clipping /'pres klipiŋ/ (Mỹ nh **press cutting**).

press conference /'pres kɒnfərəns/ cuộc họp báo.

press cutting /'pres kʌtiŋ/ (cg Mỹ **press clipping**) bài báo cắt ra; đoạn báo cắt ra.

press gallery /'pres gæləri/ dt góc nhà báo (ở nghị viện, ở tòa án).

press-gang[1] /'pres gæŋ/ dt 1. bọn người đi bắt lính (thời xưa) 2. bọn người cưỡng ép (người khác phải làm gì).

press-gang[2] /'pres gæŋ/ dgt cưỡng ép (ai) bắt phải phục vụ: we are press-ganged into serving the drinks (đùa) chúng tôi bị cưỡng ép dọn rượu ra cho các ông đấy ạ.

pressing[1] /'presiŋ/ tt 1. cấp bách, gấp: pressing need điều cần gấp 2. nài nỉ: a pressing invitation lời mời nài nỉ.

pressing[2] /'presiŋ/ dt 1. đĩa hát (giống hệt nhau do từ một khuôn) 2. mẻ đĩa hát (số đĩa hát làm ra cùng một lúc): a pressing of several thousand records một mẻ nhiều nghìn đĩa hát.

pressman /'presmən, presmæn/ dt (snh **pressmen** /'presmən, 'presmen/ 1. nhà báo 2. (Mỹ) thợ máy in.

press officer /'pres ɒfisə[r]/ nhân viên báo chí (nhân viên một hãng, chuyên cung cấp tin cho báo chí, trả lời những câu hỏi của nhà báo...).

press photographer /'pres fəʊtəgrɑ:fə[r]/ nhiếp ảnh viên báo chí.

press release /'pres rili:s/ thông cáo [đăng] báo chí (của một đảng, một bộ...).

press-stud /'prestʌd/ dt (cg (kng) **popper**, (Mỹ **snap fastener**) khuy bấm.

press-up /'presʌp/ dt (Mỹ **push-up**) (thường snh) động tác chống đẩy.

pressure[1] /'preʃə[r]/ dt sức ép; áp lực; áp suất: the pressure of the water caused the wall of the dam to crack áp lực của nước làm cho tường đập nứt vỡ; atmospheric pressure áp lực khí quyển; a band of low pressure is moving across our country một làn áp thấp đang di chuyển qua đất nước ta; the pressure of city life forced him to move to the country sức ép ngột ngạt của cuộc sống thành thị đã buộc anh ta phải chuyển về nông thôn. // **bring pressure to bear on somebody** dùng sức ép buộc ai (làm gì); thuyết phục riết buộc ai (làm gì); **put pressure on somebody** [tìm cách] buộc ai (phải làm gì một cách nhanh chóng): the birth of twins put pressure on them to find a bigger flat để con sinh đôi buộc họ phải tìm một căn hộ lớn hơn; **under pressure** a/ bị ép, bị nén: the beer comes out of the barrel under pressure rượu bia thoát ra ngoài thùng do bị nén b/ do cấp bách; do bị thúc ép: put somebody under pressure to do something thúc ép ai làm gì c/ bị bồn chồn căng thẳng, bị đột loạn: she is constantly under pressure and it is affecting her health cô ta luôn luôn bồn chồn căng thẳng và điều đó đang ảnh hưởng đến sức khỏe của cô.

pressure[2] /'preʃə[r]/ dgt nh pressurize.

pressure-cooker /'preʃəkʊkə[r]/ dt nồi áp suất.

pressure group /'preʃəgru:p/ nhóm [gây] áp lực (về chính trị, kinh doanh... bằng cách tuyên truyền tập trung vận động ở hành lang).

pressurization, pressurisation /,preʃərai'zeiʃn, (Mỹ preʃərə'zeiʃn)/ dt 1. sự làm áp lực, sự gây sức ép 2. sự điều áp.

pressurize, pressurise /'preʃəraiz/ dgt 1. (cg pressure) pressurize somebody into [doing] something gây sức ép; ép ai làm gì: he felt that he was being pressurized to resign nó cảm thấy nó bị ép phải xin thôi việc 2. (chủ yếu ở dạng bị động) điều hòa áp suất, điều áp (khoang tàu lặn, buồng lái máy bay...).

pressurized-water reactor /,preʃəraizd 'wɔ:tə riæktə[r]/ lò phản ứng hạt nhân dùng nước nén làm lạnh.

prestidigitation /,presti,didʒi'teiʃn/ dt trò ảo thuật.

prestidigitator /,presti'didʒi'teitə[r]/ dt người làm trò ảo thuật; (đùa) nhà ảo thuật.

prestige /pre'sti:ʒ/ dt uy tín, uy thế: he suffered a loss of prestige when the scandal was publicized ông ta mất uy thế khi thiên hạ biết được vụ tai tiếng; have prestige in the community có uy tín trong cộng đồng.

prestigious /pre'stidʒəs/ tt có uy tín, có uy thế; mang lại uy tín, mang lại uy thế: one of the world's most prestigious orchestras một trong những dàn nhạc có uy tín nhất thế giới.

presto[1] /'prestəʊ/ tt, pht (nhạc) nhanh. // **hey presto** x hey.

presto² /'prestəʊ/ *dt (nhạc)* (*snh* **prestos**) **1.** nhịp nhanh **2.** khúc chơi nhanh; khúc prextô.

pre-stressed /,pri:strest/ *tt (xdựng)* dự ứng lực: *pre-stressed concrete* bêtông dự ứng lực.

presumable /pri'zju:məbl, (*Mỹ* pri'zu:məbl/ *tt* có thể cầm chắc, có thể cho là đúng: *the presumable result is a defeat* kết quả cầm chắc là một thất bại.

presumably /pri'zju:məbli/ *pht* hẳn là, chắc là: *he is aware of the difficulties, presumably?* hẳn là anh ta thấy rõ các khó khăn chứ?

presume /pri'zju:m, (*Mỹ* pri'zu:m/ *đgt* **1.** cho là [đúng], cầm chắc là; coi là: *in English law, an accused man is presumed [to be] innocent until he is proved guilty* theo luật nước Anh thì bị can được coi là vô tội cho đến khi có chứng cứ cho thấy là anh ta có tội **2.** dám, đánh bạo, mạo muội: *may I presume to advise you* tôi có thể mạo muội khuyên anh đôi lời được không? **3.** (+ on) lạm dụng: *presume on somebody's good nature* lạm dụng bản tính tốt của ai (*mà nhờ vả, vay mượn...*).

presumption /pri'zʌmpʃn/ *dt* **1.** sự cho là [đúng], sự cho là thế: *the presumption of his innocence by the court* việc tòa cho rằng anh ta là vô tội **2.** điều cho là đúng; điều cho là rất có thể; điều suy đoán: *we're having the party in the garden, on the presumption that it's not going to rain* chúng tôi liên hoan ngoài vườn, những chắc rằng trời sẽ không mưa **3.** tính cả gan; tính quá tự tin: *she was infuriated by*

his presumption in making the travel arrangement without first consulting her chị ta tức điên lên vì anh cả gan thu xếp chuyến đi mà không hỏi ý kiến chị trước.

presumptive /pri'zʌmptiv/ *tt (luật)* **1.** đoán chắc là đúng: *presumptive evidence* chứng cứ đoán chắc là đúng **2.** có khả năng đúng, có thể: *the presumptive heir: the heir presumptive* người có thể là kẻ kế vị (*trừ phi có người khác có quyền đòi kế vị cao hơn*).

presumptuous /pri'zʌmptʃʊəs/ *tt* **1.** quá tự tin **2.** cả gan: *he was presumptuous in making the announcement before the decision had been approved* anh ta cả gan loan báo trước khi quyết nghị được thông qua.

presumptuously /pri'zʌmptʃʊəsli/ *pht* **1.** [một cách] quá tự tin **2.** [một cách] cả gan.

presuppose /,pri:sə'pəʊz/ *đgt* **1.** giả định trước [là đúng]: *we cannot presuppose the truth of his statements* chúng ta không thể giả định trước lời tuyên bố của anh ta là đúng **2.** bao hàm; ngụ ý: *effects presuppose causes* kết quả bao hàm nguyên nhân.

presupposition /,pri:sʌpə'ziʃn/ *dt* **1.** sự giả định trước **2.** điều giả định trước.

pre-tax /,pri:'tæks/ *tt* trước khi tiền thuế đã được khấu đi; trước thuế: *pre-tax income* lợi tức trước thuế.

pretence /pri'tens/ *dt (Mỹ* **pretense**) **1.** sự giả vờ, sự giả đồ: *their friendliness was only pretence* tình thân thiết của họ chỉ là giả vờ thôi; *a pretence of sleep* sự giả vờ ngủ **2.** điều đòi hỏi; điều kỳ vọng: *I have no pretence*

to being an expert on the subject tôi không có kỳ vọng là trở thành một chuyên gia về vấn đề đó **3.** tính kiêu kỳ: *an honest man without pretence* một người trung thực không kiêu kỳ. // **on (under) false pretence** x false.

pretend /pri'tend/ *đgt* **1.** giả vờ, giả đồ: *pretend to be asleep* giả vờ ngủ **2.** lấy cớ: *she pretended illness as an excuse* cô ta lấy cớ là ốm để tạ lỗi **3.** (+ to) đòi hỏi, đòi, yêu cầu: *pretend to a right* đòi một quyền lợi; *pretend to someone's hand* cầu hôn ai.

pretender /pri'tendə[r]/ *dt* người đòi không chính đáng (đòi kế vị, đòi một tước hiệu).

pretense /pri'tens/ *dt (Mỹ)* nh pretence.

pretension /pri'tenʃn/ *dt* **1.** (thường *snh*) sự đòi hỏi, sự đòi; kỳ vọng: *he has no pretensions to being an expert on the subject* anh ta không có kỳ vọng trở thành một chuyên gia về vấn đề đó **2.** sự kiêu kỳ (trong lời văn...).

pretentious /pri'tenʃəs/ *tt* kiêu kỳ: *expressed in pretentious language* phát biểu bằng lời lẽ kiêu kỳ.

pretentiousness /pri'tenʃəsnis/ *dt* tính kiêu kỳ.

preterite¹ (*Mỹ*) **preterit** /'pretərət/ *dt (ngôn)* thì quá khứ.

preterite² (*Mỹ*) **preterit** /'pretərət/ *tt (ngôn)* quá khứ (thì).

preternatural /,pri:tə'nætʃrəl/ *tt* siêu phàm; phi thường.

pretext /'pri:tekst/ *dt* cớ; lý do [không thật]: *he came to see me on (under) the pretext of asking my advice when he really wanted to borrow* *money* nó tới thăm tôi lấy cớ là nghe lời khuyên của tôi, nhưng kỳ thực là để vay tiền; *we'll have to find a pretext for not going to the party* chúng tôi sẽ phải tìm một lý do để khỏi đi dự liên hoan.

prettify /'pritifai/ *dgt* (-fied) *(thường xấu)* sửa sang vẻ ngoài cho đẹp: *the old farm workers' cottages are being prettified as holiday homes* những túp nhà tranh cũ của các công nhân trang trại được sửa sang vẻ ngoài cho đẹp để làm nhà nghỉ.

prettily /'pritili/ [một cách] xinh, [một cách] xinh xắn; [một cách] duyên dáng: *she decorated the room very prettily* cô ta trang hoàng căn buồng trông rất xinh xắn; *she smiled prettily as she accepted the flowers* cô ta cười duyên dáng khi nhận hoa.

prettiness /'pritinis/ *dt* vẻ xinh, vẻ xinh xinh, vẻ xinh xắn.

pretty[1] /'priti/ *tt* (-ier; -iest) **1.** xinh, xinh xinh, xinh xắn, hay hay: *a pretty child* đứa bé xinh xắn; *a pretty tune* giai điệu hay hay; *she looks very pretty in that hat* cô ta đội mũ đó trông rất xinh **2.** *(cũ)* hay, cừ, tốt: *a pretty compliment* lời khen hay **3.** *(mỉa)* hay ho gớm: *a pretty mess you have made!* anh làm được cái việc rối ren hay ho gớm! // [as] **pretty as a picture** xinh như tranh vẽ, rất xinh; **come to a pretty pass** x pass[1]; **not just a pretty face** chỉ có vẻ hấp dẫn bề ngoài mà chẳng có khả năng hoặc đức tính gì khác: *his good looks won him the election but he has still to prove that he's not just a pretty face* vẻ đẹp bề ngoài đã

khiến anh ta thắng cử, nhưng anh ta còn phải chứng tỏ mình không chỉ có cái bề ngoài hấp dẫn ấy mà thôi; **a pretty penny** khối tiền: *renovating that house will cost you a pretty penny* sửa chữa lại ngôi nhà đó anh sẽ tốn khối tiền đấy.

pretty[2] /'priti/ *pht* khá, kha khá: *it's pretty cold outdoors today* hôm nay ngoài trời khá lạnh. // **pretty much; pretty nearly; pretty well** hầu như: *the car is pretty nearly new* chiếc xe hầu như còn mới.

pretty-pretty /'pritipriti/ *tt (kng, xấu)* xinh tệ, điệu quá: *a pretty-pretty dress* chiếc áo điệu quá.

pretzel /'pretsl/ *dt* bánh quy mặn giòn *(hình nơ hay hình que).*

prevail /pri'veil/ *dgt* **1.** (+ in, among) thịnh hành; phổ biến: *conditions prevailing in the region* điều kiện phổ biến trong vùng; *the use of buffaloes for ploughing still prevails among these farmers* dùng trâu để cày còn phổ biến trong những người nông dân ấy **2.** (+ against, over) thắng thế, thắng, đánh bại: *virtue will prevail against evil* điều thiện sẽ thắng điều ác; *the invaders prevailed over the native population* quân xâm lược đánh bại thổ dân. // **prevail on somebody to do something** thuyết phục ai làm gì.

prevailing /pri'veiliŋ/ *tt (thngữ)* **1.** đang thịnh hành, dang phổ biến: *prevailing fashion* mốt đang thịnh hành **2.** thường thổi hơn cả *(từ hướng nào đó, nói về gió):* *the prevailing wind here is from the south-east*

gió thường thổi hơn cả ở đây là gió đông nam.

prevalence /'prevələns/ *dt* sự phổ biến, sự thịnh hành.

prevalent /'prevələnt/ *tt* phổ biến, thịnh hành: *the prevalent opinion is in favour of reform* ý kiến phổ biến là ủng hộ cải cách; *is malaria still prevalent among the population here?* bệnh sốt rét còn phổ biến trong dân chúng ở đây không?

prevaricate /pri'værikeit/ *dgt* nói lập lờ: *tell us exactly what happened and don't prevaricate* nói cho chúng tôi biết việc gì chính xác đã xảy ra và đừng nói lập lờ nữa.

prevarication /pri,væri-'keiʃn/ *dt* **1.** sự nói lập lờ **2.** lời nói lập lờ.

prevaricator /pri'værikei-tə[r]/ *dt* người nói lập lờ.

prevent /pri'vent/ *dgt* ngăn ngừa; ngăn: *prevent the spread of a disease; prevent a disease from spreading* ngăn không cho một bệnh lan rộng ra; *nobody can prevent us (our) getting married* chẳng ai có thể ngăn chúng tôi kết hôn.

preventable /pri'ventəbl/ *tt* có thể ngăn ngừa; có thể ngăn: *preventable accidents* tai nạn có thể ngăn ngừa được.

preventative /pri'ventətiv/ *tt, dt nh* preventive.

prevention /pri'venʃn/ *dt* sự ngăn ngừa; sự ngăn: *the prevention of crime* sự ngăn ngừa tội ác. // **prevention is better than cure** phòng bệnh hơn chữa bệnh; phòng trước còn hơn khéo chữa chạy về sau.

preventive[1] /pri'ventiv/ *(cg* **preventative**) *tt* **1.** ngăn ngừa, phòng ngừa: *preventive measures* biện pháp phòng ngừa **2.** (y) phòng bệnh: *preventive medicine* thuốc phòng bệnh.

preventive² /pri'ventiv/ (cg **preventative**) dt thuốc phòng bệnh.

preventive detention /pri,ventiv di'tenʃn/ (luật) sự giam cứu.

preview¹ /'pri:vju:/ dt **1.** buổi trình diễn giới thiệu (trước khi trình diễn trước công chúng): *a press review* buổi trình diễn giới thiệu với nhà báo **2.** bài giới thiệu, bài tường thuật (sau buổi trình diễn giới thiệu).

preview² /'pri:vju:/ dgt trình diễn giới thiệu (một bộ phim, một vở kịch, một cuộc triển lãm, trước khi trình diễn trước công chúng).

previous /'pri:viəs/ tt **1.** trước; tiền: *the previous day* ngày hôm trước; *who was the previous owner?* ai là người chủ trước thế?; *the criminal had had four previous convictions* tội phạm đã có bốn tiền án **2.** (kng) hấp tấp: *aren't you rather previous in assuming I am going to pay?* cho rằng là tôi có ý định trả tiền, anh có hấp tấp quá không?

previously /'pri:viəsli/ pht trước, trước đây: *he had previously worked in television* anh ta trước [đây] làm việc ở ngành truyền hình.

pre-war /,pri:'wɔ:[r]/ tt (chủ yếu thngữ) trước chiến tranh, tiền chiến; trước đại chiến II: *in the pre-war period* trong thời kỳ trước đại chiến II.

prey¹ /prei/ dt **1.** con mồi: *a beast of prey* con thú săn mồi; *a bird of prey* chim săn mồi **2.** mồi (bóng); nạn nhân (của kẻ khác): *she was easy prey for dishonest salesmen* cô ta là nạn nhân dễ

bị bọn con buôn bất lương lừa. // **be (fall) prey to something** a/ bị săn làm mồi: *the zebra fell prey to the lion* con ngựa vằn bị sư tử săn làm mồi b/ bị giày vò: *she was prey to irrational fears* cô ta bị những nỗi sợ vô lý giày vò.

prey² /prei/ dgt **1.** **prey on somebody's mind** giày vò, day dứt ai **2.** **prey on somebody (something)** a/ săn làm mồi: *hawks preying on small birds* chim cắt săn những chim nhỏ làm mồi b/ tấn công; bóc lột: *the villagers were preyed on by bandits* dân làng bị bọn cướp tấn công.

price¹ /prais/ dt **1.** giá, giá cả: *what is the price of this shirt?* cái áo sơ mi này giá bao nhiêu?; *prices are rising* giá cả đang lên **2.** cái giá [phải trả] (để đạt được cái gì) x at any price (ở dưới) **3.** giá đánh cuộc: *the starting price* giá đánh cuộc lúc ngựa bắt đầu chạy đua. // **at a price** ở giá cao: *fresh strawberries are now available at a price!* dâu tây tươi lúc này cũng dễ mua thôi, nhưng ở giá cao đấy!; **at any price** bằng bất cứ giá nào: *the people want peace at any price* dân chúng cần hòa bình với bất cứ giá nào; **beyond (above, without) price** vô giá; **cheap at the price** đáng giá hơn số tiền phải trả nhiều; **everyone has their price** (tục ngữ) ai cũng có thể mua chuộc được bằng cách này hay cách khác; **not at any price** dù trong hoàn cảnh nào cũng không thể được, dù thế nào cũng không được: *I wouldn't have my sister's children to stay again – not at any price!* dù thế nào đi nữa tôi cũng không giữ các cháu con chị tôi ở lại được

nữa; **of great price** hết sức quý giá; **pay a (the) price for something** x pay²; **a price on somebody's head a reward** tiền thưởng cho ai bắt được hoặc lấy được đầu kẻ nào đó: *the authorities put a price on the outlaw's head* nhà chức trách treo giải thưởng cho ai lấy được đầu tên bị đặt ra ngoài vòng pháp luật ấy; **put a price on something** đánh giá cái gì thành tiền: *you can't put a price on that sort of loyalty* cái kiểu lòng trung thành ấy thì anh không thể đánh giá thành tiền được đâu; **what price...?** (kngữ) a/ có ăn thua gì đâu: *what price all your promises now* bây giờ thì những lời hứa hẹn của anh có ăn thua gì đâu! b/ đâu lại có thể là: *What price he'll offer to pay the fine for us?* đâu lại có thể là nó đứng ra nộp phạt cho chúng ta!

price² /prais/ dgt **1.** đặt giá, định giá: *these goods are priced too high* các mặt hàng này đặt giá quá cao; *even the cheapest was priced at £5* ngay cái rẻ nhất cũng đặt giá đến 5 bảng **2.** ghi giá: *all our goods are clearly priced* tất cả hàng hóa của chúng tôi đều đã được ghi giá rõ ràng. // **price oneself (something) out of the market** lấy giá cắt cổ.

price control /'praiskəntrəʊl/ sự kiểm soát giá cả, sự kiểm tra giá cả (do chính phủ thực hiện).

price-fixing /'praisfiksiŋ/ dt **1.** (thường xấu) sự ăn cánh đặt giá (giữa các nhà sản xuất, khiến giá giữ ở mức cao) **2.** nh price control.

priceless /'praislis/ tt vô giá: *priceless paintings* những bức họa vô giá.

P

price-list /'praislist/ *dt* bảng giá.

price-tag /'praistæg/ *dt* **1.** nhãn [ghi] giá **2.** (+ on) (*bóng*) giá: *the price-tag on the new fighter plane was too high for the government* giá của kiểu máy bay tiêm kích mới quá cao đối với chính phủ.

price war /'praiswɔ:[r]/ chiến tranh giá cả.

pricey (*cg* **pricy**) /'praisi/ *tt* (**-ier; iest**) (*thường vị ngữ*) đắt [tiền]: *this restaurant is a bit pricey for me* quán ăn ấy hơi đắt đối với tôi.

pricy /'praisi/ *tt* *nh* pricey.

prick[1] /prik/ *dt* **1.** sự châm, sự chích, sự chọc; vết châm, vết chích, vết chọc: *I gave my finger a prick with a needle* tôi bị kim châm vào ngón tay **2.** sự đau nhói: *I can still feel the prick* tôi còn thấy đau nhói; *the pricks of conscience* sự cắn rứt của lương tâm **3.** (*lóng*) con cu **4.** (*xấu*) người ngu. // **kick against the pricks** *x* kick[1].

prick[2] /prik/ *dgt* **1.** châm, chích, chọc: *the child pricked the balloon and it burst* đứa bé chọc quả bóng và quả bóng vỡ ra; *prick holes in paper with a pin* dùng đinh ghim châm lỗ trên tờ giấy; *be careful, the thorns will prick you* hãy cẩn thận, gai sẽ châm vào anh đấy **2.** cảm thấy đau buốt, cảm thấy nhức buốt: *my fingers are beginning to prick after touching that paste* ngón tay tôi bắt đầu nhức buốt sau khi đụng vào chất bột nhão này **3.** (*bóng*) làm nhức nhối, làm cho day dứt, cắn rứt: *his conscience pricked him* lương tâm cắn rứt hắn. // **prick the bubble of** làm tan vỡ ảo tưởng về, làm vỡ mộng

về: *the latest trade figures will surely prick the bubble of government complacency* những con số cuối cùng về mậu dịch hẳn là sẽ làm tan vỡ ảo tưởng tự mãn của chính phủ; **prick up one's ears** a/ vểnh tai lên (*ngựa, chó*) b/ vểnh tai lên (*bóng*) (*mà chú ý tới những gì đang nói*): *the children pricked up their ears when they heard the word "ice-cream"* nghe nói tới "kem" là tụi trẻ vểnh tai lên chú ý.

prick off; prick out trồng (*cây*) vào những lỗ nhỏ chọc trên mặt đất.

pricking /'prikiŋ/ *dt* (*thường số ít*) **1.** sự châm, sự chích, sự chọc **2.** cảm giác kim châm: *she felt a pricking on her scalp* cô ta có cảm giác kim châm trên da đầu.

prickle[1] /'prikl/ *dt* **1.** gai (*trên thân cây, lá cây*) **2.** lông gai (*của con nhím...*) **3.** cảm giác kim châm (*trên da*).

prickle[2] /'prikl/ *dgt* châm vào, chọc vào; có cảm giác kim châm: *the woollen cloth prickles [my skin]* áo len châm vào da tôi; *my scalp began to prickle as I realized the horrible truth* da đầu tôi bắt đầu ran lên như có kim châm khi tôi thấy rõ sự thực khủng khiếp đó.

prickliness /'priklinis/ *dt* **1.** tình trạng có gai, tình trạng đầy gai (*cây*) **2.** cảm giác kim châm **3.** (*kng*) tính dễ cáu, tính hay giận dỗi.

prickly /'prikli/ *tt* (**-ier; -iest**) **1.** có gai, đầy gai: *prickly rose-bushes* những bụi hồng đầy gai **2.** có cảm giác kim châm; gây cảm giác kim châm: *my skin feels prickly* da tôi có cảm giác kim châm; *a prickly sensation* cảm giác [như bị] kim châm **3.** (*kng*)

dễ cáu; hay giận dỗi: *you're a bit prickly today!* hôm nay anh hơi dễ cáu đấy!

prickly heat /prikli'hi:t/ chứng nổi rôm (*ở các xứ nóng*).

prickly pear /prikli'peə[r]/ **1.** cây xương rồng vợt **2.** quả xương rồng vợt.

pride[1] /praid/ *dt* **1.** sự hãnh diện, sự tự hào; niềm hãnh diện, niềm tự hào: *he looked with pride at the result of his work* anh ta hãnh diện nhìn vào kết quả công việc của mình; *he is his father's pride* anh ta là niềm tự hào của bố anh **2.** tính kiêu căng, tính tự đắc: *be puffed up with pride* dương dương tự đắc **3.** lòng tự trọng: *his pride prevents him from doing anything dishonourable* lòng tự trọng đã ngăn anh ta làm những điều nhục nhã **4.** đàn, bầy (*chủ yếu nói về sư tử*). // **pocket one's pride** *x* pocket; **pride comes (goes) before a fall** (*tục ngữ*) nếu anh xử sự ngạo nghễ thì sớm muộn cũng sẽ có sự việc xảy ra làm cho anh trông ngu xuẩn đấy; **pride of place** vị trí cao; vị trí quan trọng (*do đạt độ hay nhất hoặc được quý nhất*): *the painting has pride of place in his collection* bức họa đó ở vị trí cao trong bộ sưu tập của ông ta; **somebody's pride and joy** niềm kiêu hãnh của ai: *their baby is their pride and joy* cháu bé là niềm kiêu hãnh của họ; **put one's pride in one's pocket** làm điều mà bình thường mình thấy là đáng hổ thẹn; **take [a] pride in** hãnh diện về: *she takes great pride in her children's success* bà ta rất hãnh diện về thành công của con bà; **take pride in something** làm việc gì cẩn thận chu đáo *(vì điều đó quan trọng đối với mình)*: he takes no pride in his work nó làm công việc của nó không cẩn thận chu đáo; *you should take more pride in your appearance* anh phải chú ý cẩn thận hơn nữa đến bề ngoài của anh.

pride² /praid/ *đgt* pride one-self on lấy làm kiêu hãnh về; lấy làm tự hào về: *he prides himself on his garden (on his skill as a gardener)* ông ta rất tự hào về mảnh vườn của mình *(về kỹ năng làm vườn của mình)*.

pried /praid/ *qk và đttqk của* pry.

priest /'pri:st/ *dt* **1.** giáo sĩ **2.** *(cg* **priestess)** thầy tế *(trong một đạo không phải là đạo Cơ Đốc)*.

priestess /'pri:stes/ *dt x* priest².

priesthood /'pri:sthʊd/ *dt* **1.** chức giáo sĩ **2.** giới giáo sĩ: *the Catholic priesthood* giới giáo sĩ Công giáo; *the Spanish priesthood* giới giáo sĩ Tây Ban Nha.

priest-like /'pri:stlaik/ *tt* như giáo sĩ.

priestly /'pri:stly/ *tt* [thuộc] giáo sĩ; [như] giáo sĩ: *his priestly duties* trách nhiệm giáo sĩ của ông ta.

prig /prig/ *dt (xấu)* kẻ lên mặt ta đây đạo đức hơn người; kẻ tự cho mình là đúng.

priggish /'prigiʃ/ *tt* lên mặt ta đây đạo đức hơn người.

priggishly /'prigiʃli/ *pht* [theo kiểu] lên mặt ta đây đạo đức hơn người.

priggishness /'prigiʃnis/ *dt* thói lên mặt ta đây đạo đức hơn người.

prim /prim/ *tt* (-mmer; -mmest) **1.** *(thường xấu)* mực thước, đoan trang: *you*

can't tell that joke to her, she's much too prim and proper* chị không thể kể chuyện đùa ấy với cô ta, cô ta quá đoan trang và đứng đắn **2.** [có tính chất] hình thức một cách cứng nhắc: *a prim little dress with a white collar* chiếc áo có cổ trắng trông xinh xinh một cách hình thức cứng nhắc.

prima ballerina /ˌpri:mə ˌbælə'ri:nə/ vũ nữ thứ nhất *(kịch ba lê)*.

primacy /'praiməsi/ *dt* **1.** sự trội hơn; vị trí hàng đầu: *the primacy of moral values* vị trí hàng đầu của các giá trị đạo đức **2.** chức tổng giám mục.

prima donna /ˌpri:mə'dɒnə/ **1.** nữ ca sĩ thứ nhất *(trong nhạc kịch)* **2.** *(xấu)* người hay nổi cáu *(khi người khác không làm theo ý muốn của mình, khi ý kiến tự cho mình là quan trọng không được chấp nhận...)*.

primaeval /prai'mi:vl/ *tt x* primeval.

prima facie /ˌpraimə'feiʃi:/ *tt, pht* thoạt nhìn; nhìn qua: *prima facie he would appear to be guilty* thoạt nhìn nó có vẻ có tội.

primal /'praiml/ *tt (thngữ)* **1.** nguyên thủy, ban sơ: *the loss of their primal innocence* sự mất tính ngây thơ nguyên thủy **2.** chủ yếu, cơ bản; quan trọng nhất: *of primal importance* quan trọng nhất.

primarily /'praimərəli, (Mỹ) prai'merəli/ *pht* chính, chủ yếu: *the purpose of the programme is primarily educational* mục đích của chương trình chủ yếu là để giáo dục.

primary¹ /'praiməri, (Mỹ) 'praimeri/ *tt* **1.** *(thường,*

thngữ)* nguyên thủy, đầu tiên: *in the primary stage of development* trong giai đoạn phát triển đầu tiên; *primary causes* nguyên nhân đầu tiên; *the primary meaning of a word* nghĩa nguyên thủy (nghĩa gốc) của một từ **2.** *(cg* **Primary)** [thuộc đại] cổ sinh: *Primary rocks* đá cổ sinh **3.** *(thường thngữ)* chính, chủ yếu, bậc nhất: *primary stress* trọng âm chính **4.** *(thngữ)* [thuộc giáo dục] tiểu học: *primary teachers* giáo viên tiểu học.

primary² /'praiməri, (Mỹ) 'praimeri/ *(cg* **primary election)** *(Mỹ)* hội nghị chọn ứng cử viên *(của một đảng)*.

primary colour /ˌpraiməri 'kʌlə[r]/ màu gốc *(màu sơn, vẽ: đỏ, vàng, xanh; màu ánh sáng: đỏ, lục, tím)*.

primary education /ˌpraiməri edʒʊ'keiʃn/ giáo dục tiểu học.

primary school /'praiməri sku:l/ **1.** trường tiểu học *(cho trẻ từ 5 đến 11 tuổi)* **2.** *(Mỹ* **grade school, grammar school)** trường sơ cấp *(cho trẻ từ 6 đến 9 tuổi)*.

primate¹ /'praimeit/ *dt* tổng giám mục: *the Primate of all England* tổng giám mục Canterbury.

primate² /'praimeit/ *dt (sinh)* [động vật] linh trưởng.

prime¹ /praim/ *tt* **1.** quan trọng bậc nhất, hàng đầu, chủ yếu: *it's a matter of prime importance* ấy là một vấn đề quan trọng bậc nhất **2.** hạng nhất, hảo hạng; loại nhất: *prime beef* thịt bò loại nhất.

prime² /praim/ *dt* **1.** thời kỳ rực rỡ nhất; thời kỳ đẹp nhất: *in the prime of beauty* lúc sắc đẹp đang thì; *in the prime of life* lúc ở tuổi thanh xuân; *to be past one's prime*

P

đã quá thời xuân xanh **2.** phần đầu, thời kỳ sớm nhất: *the prime of the year* phần đầu của năm, mùa xuân.

prime³ /praim/ *đgt* **1.** chuẩn bị sẵn sàng, sắp sẵn *(để sử dụng)*: *prime a pump* mồi nước vào bơm *(để cho bơm chạy)* **2.** sơn lót *(gỗ...)* **3.** bồi dưỡng, móm lời *(cho ai trước khi ra nói)*: *the witness had been primed by a lawyer* người chứng đã được luật sư móm lời cho **4.** *(kng)* cho ăn uống no nê *(trước khi lên đường đi xa...)*. // **prime the pump** đầu tư vào để thúc đẩy *(mở mang)* một công cuộc kinh doanh.

prime cost /,praim'kɒst/ giá vốn.

prime meridian /,praim mə'ridiən/ *(địa)* kinh tuyến gốc *(đi qua Greenwich)*.

prime minister /,praim 'ministə[r]/ thủ tướng.

prime mover /,praim 'mu:və[r]/ **1.** nguồn động lực ban đầu *(như nước, gió...)* **2.** người khởi xướng.

prime number /,praim 'nʌmbə[r]/ *(toán)* số nguyên tố.

primer¹ /'praimə[r]/ *dt (cũ)* sách vỡ lòng; sách nhập môn.

primer² /'praimə[r]/ *dt.* **1.** sơn lót **2.** ngòi nổ, kíp nổ.

prime time /,praim 'taim/ giờ cao điểm *(có nhiều người nghe phát thanh, xem truyền hình nhất)*.

primeval *(cg* **primaeval)** /prai'mi:vl/ *tt (thường thngữ)* nguyên thủy; sơ khai: *primeval forests* rừng nguyên thủy, rừng nguyên sinh.

primitive¹ /'primitiv/ *tt.* **1.** nguyên thủy; ban sơ: *primitive man* người nguyên thủy; *primitive culture* nền văn hóa ban sơ **2.** đơn sơ *(như*

ở thời cổ xưa)*: they built a primitive shelter out of tree trunks* họ dựng lên một chỗ trú đơn sơ bằng thân cây.

primitive² /'primitiv/ *dt.* **1.** họa sĩ trước thời Phục hưng; nhà điêu khắc trước thời Phục hưng **2.** họa sĩ *(thời nay)* theo phong cách tự nhiên *(như thể không được đào tạo chút nào cả)* **3.** bức họa trước thời Phục hưng; bức họa theo phong cách tự nhiên.

primitively /'primitivli/ *pht* **1.** [một cách] nguyên thủy **2.** [một cách] đơn sơ.

primitiveness /'primitivnis/ *dt* **1.** tính cách nguyên thủy **2.** tính cách đơn sơ.

primly /'primli/ *pht* [một cách] mực thước, [một cách] đoan trang: *she didn't reply, but just smiled primly* chị ta không đáp lại mà chỉ mỉm cười một cách đoan trang.

primness /'primnis/ *dt* sự mực thước; sự đoan trang.

primogeniture /,praiməu-'dʒenitʃə[r], *(Mỹ* ,praiməu-'dʒenitʃʊr)/ *dt* **1.** tình trạng là con trưởng **2.** *(cg* **right of primogeniture)** chế độ con trưởng thừa kế.

primordial /prai'mɔ:diəl/ *tt (thngữ)* ban sơ, đầu tiên: *primordial state* tình trạng ban sơ *(lúc vũ trụ mới hình thành...)*.

primordially /prai'mɔ:diəli/ *pht* lúc ban sơ, lúc đầu tiên.

primp /primp/ *đgt (cũ)* **1.** *(xấu)* sửa sang một cách cầu kỳ: *primp one's hair in front of a mirror* sửa sang mái tóc trước gương **2.** **prim oneself up** trang điểm; làm đỏm.

primrose¹ /'primrəuz/ *dt.* **1.** cây báo xuân; hoa báo xuân **2.** màu hoa báo xuân *(vàng*

nhạt)*. // **the primrose path** sự chạy theo hoan lạc.

primrose² /'primrəuz/ *tt* [có màu] vàng nhạt.

primula /'primjulə/ *dt (thực)* cây báo xuân.

Primus /'praiməs/ *dt (snh* **Primuses)** *(cg* **primus stove)** *(tên riêng)* bếp dầu Primus *(những người đi cắm trại hay dùng)*.

prince /prins/ *dt* **1.** hoàng tử; hoàng thân; ông hoàng **2.** vương công *Prince Rainier of Monaco* vương công Rainier công quốc Monaco **3.** tay trùm: *a prince of business* tay trùm áp phe; *the prince of poets* tay trùm trong làng thơ.

Prince Consort /,prins'kɒnsɔ:t/ chồng nữ hoàng; vương phu.

princedom /'prinsdəm/ *dt.* **1.** tước hoàng thân, tước vương **2.** công quốc.

princely /'prinsli/ *tt.* **1.** *(thường thngữ)* [thuộc] hoàng thân; [thuộc] vương công: *princely states* công quốc **2.** (-**ier**; **-iest**) sang trọng; huy hoàng: *a princely gift* quà tặng sang trọng.

princess /prin'ses/ *dt.* **1.** công chúa, quận chúa **2.** bà hoàng **3.** *Princess Royal* công chúa trưởng nữ *(ở Anh)*.

principal¹ /'prinsəpl/ *tt (thường thngữ)* chính, chủ yếu: *the low salary is her principal reason for leaving the job* lương thấp là lý do chính khiến cô ta bỏ việc; *the principal contradiction* mâu thuẫn chủ yếu.

principal² /'prinsəpl/ *dt.* **1.** hiệu trưởng **2.** giám đốc **3.** diễn viên chính **4.** chủ; ông chủ **5.** thủ phạm chính, chính phạm **6.** *(thường số ít)* tiền vốn: *repay principal and interests* hoàn lại cả vốn lẫn lãi.

principal boy /ˌprinsəpl'bɔːi/ vai nam chính *(trong kịch câm, thường do nữ đóng)*.

principality /ˌprinsi'pæləti/ *dt* **1.** công quốc: *the principality of Monaco* công quốc Monaco **2. the Principality** *(số ít)* xứ Wales *(của nước Anh)*.

principally /'prinsəpli/ *pht* chủ yếu; phần lớn.

principal parts /ˌprinsəpl 'pɑːts/ dạng chủ yếu của động từ *(nguyên dạng, thời quá khứ và động tính từ quá khứ, từ đấy dẫn đến các dạng khác)*.

principle /'prinsəpl/ *dt* **1.** nguyên lý; nguyên tắc: *the principles of geometry* những nguyên lý hình học; *moral principles* những nguyên tắc đạo lý **2.** *(thường snh)* nguyên tắc xử thế; đạo lý xử thế: *live according to (up to) one's principles* sống theo nguyên tắc xử thế của mình; *a woman of [high] principle* một bà có đạo lý xử thế cao **3.** *(số ít)* nguyên tắc cấu tạo; nguyên lý vận hành *(máy)*: *these machines both work on the same principle* cả hai cỗ máy này vận hành theo cùng một nguyên lý. // **in principle** a/ về nguyên tắc: *there's no reason in principle why people couldn't travel to Mars* về nguyên tắc không có lý do gì mà con người lại không thể đi tới sao Hỏa b/ nói chung: *they have agreed to the proposal in principle but we still have to negotiate the terms* nói chung họ đã đồng ý với đề nghị đó, nhưng chúng tôi còn phải thương lượng về các điều khoản; **on principle** vì nguyên tắc đạo lý, vì lý do đạo lý: *many people are opposed to the sale of arms on principle*

nhiều người phản đối việc bán vũ khí vì lý do đạo lý.

principled /'prinsəpld/ *tt* *(chủ yếu trong từ ghép)* **1.** dựa trên nguyên tắc xử thế đúng đắn **2.** [thuộc cách] đối xử; [thuộc cách] cư xử: *a [high-] principled man* một người có cách cư xử tốt; *a low-principled behavior* cách cư xử tồi.

print¹ /print/ *dt* **1.** chữ in: *headlines are written in large print* đầu đề được in chữ to; *the print is too small for me to read without glasses* chữ in quá nhỏ không có kính tôi không đọc được **2.** dấu in; dấu; vết *(chủ yếu trong từ ghép)*: *fingerprints* dấu tay; *footprints* vết chân **3.** bức in; ảnh in; ảnh chụp in ra: *an old Japanese print* một bức in Nhật cổ **4.** vải in hoa: *she bought some flowery print to make a summer dress* chị ta đã mua một ít vải in hoa để may một chiếc áo mùa hè. // **in print** a/ đang bày bán *(sách)* b/ được in *(trong một cuốn sách, trên báo... nói về tác phẩm của người nào đó)*: *it was the first time he had seen his work in print* đấy là lần đầu tiên công trình của anh ta được in ra; *out of print* không còn bày bán nữa *(sách)*; **rush into print** x rush¹; **the small print** x small.

print² /print/ *dgt* **1.** in, xuất bản; đăng báo: *the first 64 pages of the book have been printed* 64 trang đầu của cuốn sách đã được in xong; *you surely won't print such a scandalous allegation* anh hẳn là không cho đăng báo một luận điệu nhục nhã như thế chứ **2.** *(bóng)* in dấu; in sâu *(vào tâm trí)*: *the events printed them-*

selves on her memory những sự kiện ấy đã in sâu vào ký ức của chị ta **3.** viết rời ra từng con chữ như kiểu chữ in: *children learn to print when they first go to school* trẻ em học viết rời từng con chữ như kiểu chữ in khi chúng cắp sách đến trường lần đầu tiên **4.** (+ in, on) vạch vết lên, in hình vào: *print letters in the sand* vạch con chữ lên trên cát; *print a flower design on cotton fabric* in mẫu hoa lên vải bông; *printed wallpaper* giấy dán tường có in hình **5.** (+ off) rửa, in *(ảnh từ một phim âm...)*: *how many copies shall I print [off] for you?* tôi sẽ rửa (in) cho anh mấy tấm ảnh đây?; *this plate has been damaged, it won't print very well* bản khắc này đã bị hỏng, in ra không thật rõ hình đâu **6.** (+ out) sản ra dưới dạng in, in ra *(thông tin từ máy diện toán)*. // **a licence to print money** x licence; **the printed word** những gì đã in ra trong sách báo: *the power of the printed word to influence people's attitudes* khả năng của những gì đã in ra trong sách báo ảnh hưởng tới thái độ của dân chúng.

printable /'printəbl/ *tt* đáng được in; [có thể] in được: *the article is too badly written to be printable* bài báo viết tồi quá để có thể in được.

printed circuit /ˌprintid 'sɜːkit/ *(điện)* mạch in.

printed matter /'printid mætə[r]/ *(cg* **printed papers***)* ấn phẩm *(có thể gửi bằng bưu diện với giá hạ)*.

printed papers /ˌprintid 'peipə[r]z/ *nh* printed matter.

printer /'printə[r]/ *dt* **1.** thợ in **2.** chủ nhà in **3.** máy in (gắn với một máy diện toán).

printing /'printiŋ/ *dt* **1.** sự in; nghệ thuật in **2.** số lượng in: *a printing of 5000 copies* số lượng in 5000 bản.

printing ink /'printiŋkiŋk/ mực in.

printing machine /'printiŋ məʃi:n/ *nh* printing press.

printing press /'printiŋpres/ (*cg* **printing machine**) máy in.

printout /'printaʊt/ *dt* bản in từ máy điện toán; bản in từ máy điện báo chữ.

prior[1] /'praiə[r]/ *tt* (*thngữ*) trước: *I shall have to refuse your invitation because of a prior engagement* có lẽ tôi phải từ chối lời mời của anh vì trước đó đã có lời hứa gặp người khác.

prior[2] /'praiə[r]/ *dt* (*c* **prioress**) (*tôn*) trưởng giáo; trưởng tu viện.

prioress /'praiəris, 'praiərəs/ *dt* nữ trưởng tu viện.

priority /prai'ɒrəti, (*Mỹ* prai'ɔːrəti/ *dt* **1.** vị trí hàng đầu: *Japan's priority [over other countries] in the field of microelectronics* vị trí hàng đầu của Nhật Bản trong lĩnh vực vi điện tử [so với các nước khác] **2.** quyền ưu tiên: *I have priority over you in my claim* tôi có quyền ưu tiên yêu sách trước anh **3.** ưu tiên: *priority is given to developing heavy industry* ưu tiên phát triển công nghiệp nặng; *rebuilding the area is a [top] priority* xây dựng lại vùng này là ưu tiên hàng đầu; *the search for a new vaccine took priority over all other research* việc tìm một vacxin mới chiếm ưu tiên trên mọi nghiên cứu khác. // **get one's priority right (wrong)** biết (*không biết*) cái gì là quan trọng nhất và theo thế mà hành động.

priory /'praiəri/ *dt* tu viện.

prise (*Mỹ cg* **prize**) /praiz/ *dgt* **1.** nạy, bẩy lên: *he used a chisel to prise off the lid* nó dùng cái đục nạy nắp lên; *the box had been prised open* cái hộp đã bị nạy nắp mở ra **2.** **prise out of somebody** buộc ai phải tiết lộ (*điều gì*): *she'd promised not to talk, and nothing we could do could prise the information out of her* chị ta đã hứa là không nói và chúng tôi làm gì cũng không buộc được chị ta tiết lộ ra điều cần biết.

prism /'prizəm/ *dt* **1.** (*toán*) lăng trụ **2.** (*lý*) lăng kính.

prismatic /priz'mætik/ *tt* **1.** [thuộc] lăng trụ; [có hình] lăng trụ **2.** rực rỡ và lắm vẻ (*màu sắc*): *như màu cầu vồng* **3.** [sử dụng] lăng kính: *a prismatic compass* la bàn lăng kính; *prismatic binoculars* ống nhòm lăng kính.

prison /'prizn/ *dt* nhà tù, nhà lao, nhà giam; sự bị giam giữ, sự ngồi tù: *be in prison* bị bắt giam; ngồi tù; *put somebody in prison* bỏ tù ai; *now that he was disabled, his house had become a prison to him* bây giờ lúc mà nó đã bị tàn tật, thì nhà của nó đã thành nhà tù đối với nó.

prison camp /'prinznkæmp/ trại tù (*tù binh, tù chính trị*).

prisoner /'prinznə[r]/ *dt* **1.** tù nhân: *political prisoner* tù nhân chính trị **2.** người bị cầm tù; con vật bị nhốt: *you are our prisoner now and we won't release you until a ransom is paid* anh bây giờ [là người] bị chúng tôi cầm tù và chúng tôi sẽ không thả anh cho đến khi được nộp tiền chuộc. // **hold (take) somebody prisoner** bắt giữ và cầm tù ai; **prisoner of conscience** người bị tù vì phản kháng (*chính sự...*); **prisoner of war** (*vt* **POW**) tù binh.

prissily /'prisili/ *pht* [một cách] điệu bộ.

prissiness /'prisinis/ *dt* sự làm điệu làm bộ.

prissy /'prisi/ *tt* (**-ier; -iest**) (*xấu*) làm điệu làm bộ.

pristine /'pristi:n, 'pristain/ *tt* **1.** như nguyên trạng, không bị sửa khác đi: *a pristine copy of the book's first edition* bản nguyên trạng lần in đầu của cuốn sách **2.** còn mới và sạch; như còn mới: *the ground was covered in a pristine layer of snow* đất phủ một lớp tuyết như còn mới **3.** (*thngữ; tu từ*) xưa, cổ xưa: *a remnant of some pristine era* tàn dư của một thời đại cổ xưa nào đó.

privacy /'privəsi, 'praivəsi/ *dt* **1.** sự sống một mình không bị ai quấy rầy, sự cách biệt: *a high wall round the estate protected their privacy* một bức tường cao quanh gia sản bảo đảm cho họ sống cách biệt **2.** sự riêng tư, sự không bị người khác nhòm ngó vào: *respect the individual's right to privacy* tôn trọng quyền riêng tư cá nhân.

private[1] /'praivit/ *tt* **1.** riêng; tư, cá nhân: *private letter* thư riêng; *private school* trường tư; *private life* đời tư, *private house* nhà riêng; *the President is making a private visit to China* tổng thống đi thăm Trung Quốc với tư cách cá nhân **2.** riêng; mật, kín: *that's my private opinion* đó là ý kiến riêng của tôi; *private talk* cuộc hội đàm riêng, cuộc hội đàm kín **3.** kín đáo: *he's a rather private person* anh ta là một người khá kín đáo **4.** xa, vắng, khuất nẻo: *let's find a private spot where we can discuss the matter* ta hãy tìm một chỗ nào đó khuất nẻo ở đấy ta có thể bàn luận vấn đề ấy.

private² /'praivit/ *dt* **1.** lính trơn, binh nhì **2.** **privates** (*snh*) (*kng*) (*cg* **private parts**) chỗ kín, bộ phận sinh dục. // **in private** riêng, không có ai khác có mặt: *she asked to see him in private* chị xin gặp riêng ông ta.

private company /,praivit 'kʌmpəni/ công ty tư doanh.

private enterprise /,praivit'entəpraiz/ xí nghiệp tư doanh.

private eye /,praivit'ai/ (*kng*) thám tử riêng.

privateer /,praivə'tiə[r]/ *dt* **1.** tàu cướp biển **2.** thuyền trưởng tàu cướp biển; thủy thủ tàu cướp biển; cướp biển.

privately /'praivitli/ *pht* [một cách] riêng; *the matter was arranged privately* vấn đề đã được thu xếp riêng với nhau; *privately-owned firm* xí nghiệp của tư nhân, xí nghiệp tư.

private member /,praivit 'membə[r]/ hạ nghị sĩ không phải là bộ trưởng (*Anh*): *private member's bill* dự luật do hạ nghị sĩ không phải là bộ trưởng trình lên nghị viện.

private parts /,praivit-'pɑːts/ (*trại*) chỗ kín, bộ phận sinh dục.

private soldier /,praivit-'səʊdʒə[r]/ lính trơn, binh nhì.

privation /prai'veiʃn/ *dt* **1.** (*thường snh*) sự thiếu thốn; cảnh thiếu thốn: *suffer many privations* chịu nhiều thiếu thốn; *a life of privation and misery* cuộc sống thiếu thốn và nghèo khổ **2.** sự thiếu, sự không có: *she didn't find the lack of a car any great privation* chị ta thấy không có xe cũng chẳng phải là cái thiếu to tát gì.

privatization, privatisation /,praivitai'zeiʃn, *Mỹ* ,praiviti'zeiʃn/ *dt* sự tư hữu hóa.

privatize, privatise /'praivitaiz/ *đgt* tư hữu hóa.

privet /'privit/ *dt* (*thực*) cây râm.

privilege /'privəlidʒ/ *dt* **1.** đặc quyền: *parking in the street is the privilege of the residents* đỗ xe ngoài phố là đặc quyền của cư dân sở tại; *they fought against privilege in order to create a fairer society* họ đấu tranh chống đặc quyền nhằm tạo lập một xã hội công bằng hơn **2.** đặc huệ: *use of the library is a privilege, not a right* sử dụng thư viện là một đặc huệ, chứ không phải là một quyền; *it was a privilege to hear her sing (hearing her sing)* nghe cô ta hát là một đặc huệ đấy; *parliamentary privilege* đặc huệ nghị viện (*quyền của nghị viên nói trong nghị viện những điều mà nói nơi khác có thể bị coi là những lời phỉ báng*).

privileged /'privəlidʒd/ *tt* **1.** có đặc quyền: *a policy of making higher education available to all and not just a privileged few* một chính sách làm cho mọi người có thể học tới đại học chứ không phải chỉ riêng một số ít có đặc quyền **2.** (*thngữ*) [được] hân hạnh: *we are very privileged to have Senator Dobbs with us this eve-*

-ning chúng tôi rất hân hạnh được thượng nghị sĩ Dobbs có mặt với chúng tôi tối nay **3.** không được tiết lộ; bí mật [theo pháp luật]: *this information is privileged* thông tin này là bí mật.

privily /'privili/ *pht* (*cổ*) [một cách] riêng, [một cách] kín, [một cách] bí mật.

privy¹ /'privi/ *tt* **1.** riêng; kín, bí mật: *privy matter* chuyện riêng, việc riêng **2.** **privy to something** được biết riêng việc gì: *I wasn't privy to the negotiations* tôi không được biết riêng các cuộc thương lượng ấy.

privy² /'privi/ *dt* nhà tiêu, nhà xí (*theo kiểu cũ, ở ngoài nơi ở*).

Privy Council /,privi'kaʊnsl/ hội đồng cơ mật (*Anh*).

Privy Councillor /,privi 'kaʊnsələ[r]/ *dt* (*cg* **Privy Counsellor**) ủy viên hội đồng cơ mật (*Anh*).

Privy Counsellor /,privi 'kaʊnsələ[r]/ *x* **Privy Councillor**.

privy purse /,privi'pɜːs/ quỹ chi tiêu riêng (*của chính phủ cấp cho nhà vua Anh*).

privy seal /,privi'siːl/ (*sử*) con dấu riêng (*của quốc gia Anh, đóng vào các tài liệu không thật quan trọng*). // **Lord Privy Seal** bộ trưởng không có chức vụ chính thức.

prize¹ /praiz/ *dt* **1.** giải [thưởng]: *his book gained several literary prizes* cuốn sách của ông ta đoạt nhiều giải văn học **2.** giải (*xổ số, đánh cuộc...*): *she had the prize winning lottery ticket* cô ta đã mua được vé xổ số trúng giải **3.** (*bóng*) cái đích phấn đấu (*để đạt cho được*): *the greatest prize of all – world peace – is now within our grasp* cái đích phấn đấu lớn nhất, hòa bình thế giới, nay ở trong tầm tay của chúng ta rồi **4.** tàu bắt được ở biển; hàng hóa chiếm được trên tàu biển *(trong chiến tranh, trước đây)*.

prize² /praiz/ *tt (thngũ)* **1.** đoạt giải; đáng đoạt giải; rất cừ: *a prize poem* bài thơ đoạt giải **2.** *(kng, mỉa)* đại hạng, cực: *a prize idiot* thằng ngốc đại hạng.

prize³ /praiz/ *dgt* đánh giá cao; quý, coi trọng: *the portrait of her mother was her most prized possession* bức chân dung của mẹ chị ta là tài sản quý nhất của chị.

prize⁴ /praiz/ *dgt (Mỹ) nh* prise.

prize day /'praizdei/ *(cg* **prize-giving day***)* ngày lễ phát phần thưởng *(cho học sinh giỏi, ở trường học)*.

prize-fight /'praizfait/ *dt* cuộc đấu quyền Anh lấy tiền.

prize-fighter /'praizfaitə[r]/ *dt* võ sĩ quyền Anh đấu lấy tiền.

prize-giving day /'praiz givindei/ *nh* prize day.

pro¹ /prəʊ/ *dt the pros and the cons* lý lẽ tán thành và lý lẽ chống lại; điều hơn điều thiệt.

pro² /prəʊ/ *dt (snh* **pros***) (kng)* (professional *vt*) **1.** *(thể)* vận động viên chuyên nghiệp **2.** tay nhà nghề già giặn (*x* professional²).

pro- *(tiền tố)* **1.** (+ *dt, tt*) ủng hộ, thân: *pro-American* thân Mỹ **2.** (+ *dt*) [giữ nhiệm vụ] thay cho: *pro-/ vice-chancellor* quyền phó thủ tướng; đại từ *pronoun* từ thay cho danh từ, đại từ.

probability /,prɒbə'biləti/ *dt* **1.** khả năng [xảy ra]; sự chắc hẳn: *there is little pro-*bability of his succeeding (that he will succeed)* có ít khả năng là nó sẽ thành công **2.** điều có khả năng xảy ra, điều chắc hẳn: *a fall in interest rates is a probability in the present economic climate* lãi suất sụt xuống là điều có khả năng xảy ra trong hoàn cảnh kinh tế hiện nay **3.** *(toán)* xác suất. // *in all prob-ability* rất có khả năng [là]: *in all probability he's already left* rất có khả năng là nó đã đi rồi.

probable¹ /'prɒbəbl/ *tt* có khả năng [xảy ra], chắc [hẳn]: *rain is possible but not probable this evening* tối nay có thể mưa, nhưng không chắc.

probable² /'prɒbəbl/ *dt* người có nhiều khả năng được chọn *(chọn vào một đội bóng...)*; ứng cử viên có nhiều khả năng trúng cử; người có nhiều khả năng thắng; vật có nhiều khả năng thắng: *he is a probable for the national team* anh ta là người có nhiều khả năng được chọn vào đội tuyển quốc gia; *the book is a probable for the prize* cuốn sách ấy có nhiều khả năng được giải thưởng.

probably /'prɒbəbli/ *pht* chắc hẳn; rất có thể: *can he hear us? - "Probably not"* "hắn có nghe chúng ta không nhỉ?" - "chắc hẳn là không"; *"will you be coming?" - "Probably"* "anh có đến không?" - "rất có thể".

probate¹ /'prəʊbeit/ *dt* **1.** *(luật)* sự thị thực di chúc: *apply for probate* xin thị thực di chúc **2.** bản sao di chúc có thị thực hợp thức.

probate² /'prəʊbeit/ *dgt* **1.** *(Mỹ) nh* prove **2.** xác minh *(một di chúc)* là thật.

probation /prə'beiʃn, *(Mỹ* prəʊ'beiʃn)/ *dt* **1.** *(luật)* sự tạm tha có theo dõi, sự thử thách: *sentenced to three years' probation* bị kết án ba năm thử thách **2.** sự thử thách: *there's a three-month period of probation for new recruits* có thời kỳ ba tháng thử thách đối với những người mới tuyển. // *on pro-bation* a/ *(luật)* qua thử thách *(phạm nhân)*: *he's been released from prison on probation* anh ta được tha phải qua thời kỳ thử thách b/ đang trong thời kỳ thử thách *(người mới tuyển)*.

probationary /prə'beiʃnri, *(Mỹ* prəʊ'beiʃəneri)/ *tt* thử thách: *a probationary period* thời kỳ thử thách.

probationer /prə'beiʃənə[r]/ *dt* **1.** y tá tập sự **2.** *(luật)* phạm nhân được tha phải qua thời kỳ thử thách; phạm nhân bị kết án phải qua thời kỳ thử thách.

probation officer /prə'beiʃn ɒfisə[r]/ người phụ trách theo dõi phạm nhân đang trong thời kỳ thử thách.

probe¹ /prəʊb/ *dt* **1.** *(y)* que thăm *(để dò vết thương...)* **2.** *(cg* **space probe***)* tàu thăm dò vũ trụ **3.** sự dò tìm, sự điều tra: *a probe into the disappearance of govern-ment funds* sự điều tra việc biến mất quỹ của chính phủ **4.** sự thăm dò *(bằng que thăm)*.

probe² /prəʊb/ *dgt* **1.** thăm dò *(như bằng que thăm)*: *searchlights probed the night sky* đèn rọi thăm dò bầu trời ban đêm **2.** (+ *into*) dò tìm, điều tra: *the jour-nalist was probing into sev-eral financial scandals* nhà báo dò tìm nhiều vụ gây tai tiếng về tài chính.

probing /'prəʊbiŋ/ dò tìm; nhằm tìm ra sự thật: *he was asking probing questions* ông ta đặt những câu hỏi nhằm tìm ra sự thật.

probingly /'prəʊbiŋli/ pht [với ý định] dò tìm.

probity /'prəʊbəti/ dt tính trung thực; tính chính trực.

problem /'prɒbləm/ dt 1. vấn đề: *a knotty problem* một vấn đề nan giải; *the housing problem in the inner cities* vấn đề nhà ở nội thị; *will you be able to get me tickets for the match? "of course, no problem"* anh có thể xoay cho tôi vé xem trận đấu được không? "tất nhiên, không có vấn đề gì"; *a problem novel* một cuốn tiểu thuyết về vấn đề luân lý xã hội 2. bài toán.

problematic /ˌprɒblə'mætik/ tt (cg **problematical**) 1. khó giải quyết; khó hiểu 2. mơ hồ; không chắc.

problematical /ˌprɒblə'mætikl/ tt nh problematic.

problematically /ˌprɒblə'mætikli/ pht [một cách] mơ hồ; [một cách] không chắc.

problem child /'prɒbləm tʃaild/ đứa trẻ hư.

proboscis /prə'bɒsis/ dt (snh **proboscises** /prə'bɒsisi:z/) vòi (voi, sâu bọ).

procedural /prə'si:dʒərəl/ tt [thuộc] thủ tục; [về] thủ tục: *procedural difficulties* những khó khăn về thủ tục.

procedure /prə'si:dʒə[r]/ dt thủ tục: *usual procedure* thủ tục thông thường; *legal procedure* thủ tục pháp lý.

proceed /prə'si:d, prəʊ'si:d/ dgt 1. tiến lên, tiến: *work is proceeding slowly* công việc tiến chậm; *I was proceeding along the street in a northerly direction when...* tôi đang tiến dọc đường phố

theo hướng bắc thì... 2. bắt đầu; tiếp tục: *please proceed with your report* hãy bắt đầu bằng báo cáo của anh; *let us proceed to the next item on the agenda* ta hãy chuyển sang mục tiếp theo trong chương trình nghị sự 3. (+ against) kiện (ai) 4. (+ from) xuất phát từ, phát ra từ: *the evils that proceed from war* những tệ nạn từ chiến tranh mà [phát] ra 5. (+ to) học tiếp để đạt học vị cao hơn: *he was allowed to proceed to an MA* anh ta được phép học tiếp để đạt học vị cao học.

proceedings /prə'si:diŋz/ dt snh 1. (+ against) sự kiện [tụng]; sự tố tụng: *start proceedings against somebody for divorce* khởi tố ai xin ly hôn 2. cách tiến hành (một buổi lễ, một buổi họp...): *the proceedings at the meeting were rather disorderly* cách tiến hành buổi họp hơi lộn xộn 3. (+ of) biên bản (một cuộc thảo luận, một hội nghị...).

proceeds /'prəʊsi:dz/ dt snh (+ to, from) tiền thu được (do bán cái gì, do trình diễn một vở kịch...): *they gave a concert and donated the proceeds to charity* họ tổ chức một buổi hòa nhạc và tặng tiền thu được cho công cuộc từ thiện.

process¹ /'prəʊses, (Mỹ 'prɒses)/ dt 1. quá trình; tiến trình: *the processes of digestion* các quá trình tiêu hóa; *the process of growing old* quá trình hóa già 2. cách thức; phương pháp: *the Bessemer process of steel production* phương pháp sản xuất thép Bessemer 3. (luật) sự kiện; trát đòi, lệnh gọi của tòa 4. (giải) mỏm, mấu 5. (thực) u bướu. // **in the**

process trong khi làm cái gì đã nêu trước đó, trong quá trình đó: *I started moving the china ornaments, but dropped a vase in the process* tôi bắt đầu chuyển các vật trang trí bằng sứ và đã để rơi một cái chậu trong quá trình đó; **in the process of** đang [trong quá trình] làm (một nhiệm vụ đặc biệt nào đó): *we're still in the process of moving house* chúng tôi còn đang dọn nhà.

process² /'prəʊses, (Mỹ 'prɒses)/ dgt 1. chế biến: *process leather to make it softer* chế biến cho da [trở nên] mềm hơn; *process farm products* chế biến nông sản; *process photographic film* tráng phim ảnh, rửa phim ảnh 2. giải quyết (một tài liệu...) theo thủ tục chính thức: *it may take a few weeks for your application to be processed* có thể phải vài tuần đơn xin của anh mới được giải quyết 3. xử lý (trên máy điện toán): *process information* xử lý thông tin.

process³ /prə'ses/ dgt diễu hành; đi thành đoàn: *the bishops, priests and deacons processed into the cathedral* giám mục, giáo sĩ và các trợ tế đi thành đoàn vào nhà thờ.

processing /'prəʊsesiŋ/ dt 1. sự chế biến 2. sự xử lý (máy điện toán): *information processing* sự xử lý thông tin.

procession /prə'seʃn/ dt 1. đoàn diễu hành; đám rước 2. đoàn người: *a procession of visitors come to the house* một đoàn khách đi vào nhà 3. sự diễu hành; sự đi thành đoàn: *walking in procession through the streets* diễu hành qua các đường phố.

P

processional¹ /prə'seʃənl/ *tt* [thuộc đám] rước; [dùng trong đám] rước; [để] rước.

processional² /prə'seʃənl/ *dt* bài hát [trong] đám rước.

processor /'prəʊsesə[r]/ *dt* 1. máy chế biến: *a food processor* máy chế biến thức ăn 2. bộ xử lý *(máy điện toán)*: *a word processor* bộ xử lý từ.

proclaim /prə'kleim/ *dgt* 1. tuyên bố; công bố: *proclaim independence* tuyên bố độc lập; *proclaim war* tuyên chiến; *proclaim the good news* công bố tin vui 2. để lộ ra, chỉ ra: *his accent proclaimed him a Scot (that he was a Scot)* giọng nói của anh ta chỉ rõ anh là người Ê-cốt.

proclamation /,prɒklə'meiʃn/ *dt* 1. sự tuyên bố; sự công bố: *by public proclamation* công bố rộng rãi cho mọi người biết 2. lời tuyên bố, tuyên ngôn; lời công bố: *make a proclamation* tuyên bố.

proclivity /prə'klivəti/ *dt* thiên hướng, khuynh hướng: *a proclivity towards sudden violent outbursts* khuynh hướng hay đột nhiên nổi giận.

procrastinate /prəʊ'kræstineit/ *dgt (xấu)* hoãn lại; lần lữa: *he procrastinated until it was too late to do anything at all* nó lần lữa cho đến lúc đã quá trễ để không còn làm gì được nữa.

procrastination /prəʊ,kræsti'neiʃn/ *dt (xấu)* sự hoãn lại; sự lần lữa. // **procrastination is the thief of time** *(tục ngữ)* lần lữa chỉ tổ phí thì giờ.

procreate /'prəʊkrieit/ *dgt* sinh, đẻ, sinh đẻ.

procreation /,prəʊkri'eiʃn/ *dt* sự sinh đẻ.

proctor /'prɒktə[r]/ *dt* 1. tổng giám thị *(ở trường đại học Oxford và Cambridge)* 2. *(Mỹ)* người coi thi.

procurator fiscal /,prɒkjʊ-reitə'fiskl/ *dt* quan tòa quyết định truy tố *(một kẻ bị tình nghi là phạm tội, ở Ê-cốt)*.

procure /prə'kjʊə[r]/ *dgt* 1. kiếm; cấp: *the book is out of print and difficult to procure* cuốn sách không còn bày bán nữa và khó kiếm lắm; *he was responsible for procuring supplies for the army* nó chịu trách nhiệm cấp hàng cho quân đội 2. *(xấu)* dắt *(gái)* cho khách: *he was accused of procuring women for his business associates* nó bị tố cáo là dắt gái cho các bạn cộng tác kinh doanh với nó.

procurement /prə'kjʊəmənt/ *dt* sự kiếm; sự cấp: *the procurement of raw materials* sự kiếm nguyên liệu; *the procurement of weapons* sự cấp vũ khí.

procurer /prə'kjʊərə[r]/ *dt* (c **procuress**) *(xấu)* kẻ dắt gái.

procuress /prə'kjʊəris/ *dt x* procurer.

prod¹ /prɒd/ *dgt* (-dd-) 1. (+ at) chọc, đâm, thúc: *they prod [at] the animal through the bars of its cage* chúng nó chọc con vật qua các thanh chuồng 2. *(kng)* thúc, giục: *I shall have to prod him to pay me what he owes* tôi sẽ phải thúc nó trả cho tôi những gì nó nợ tôi.

prod² /prɒd/ *dt* 1. cú chọc, cú đâm, cú thúc 2. *(kng)* cú thúc, cú giục: *if you don't receive an answer quickly, give them a prod* nếu anh không được trả lời nhanh, phải thúc chúng nó mới được 3. vật để chọc, vật để đâm.

prodding /'prɒdiŋ/ *dt* 1. sự chọc, sự đâm, sự thúc 2. *(kng)* sự thúc, sự giục: *a little gentle prodding may be necessary at this stage* ở giai đoạn này, thúc nhẹ một ít có thể là cần thiết.

prodigal /'prɒdigl/ *tt* 1. *(xấu)* hoang phí, tiêu tiền vung phí: *a prodigal housekeeping* sự quản lý gia đình hoang phí 2. (+ of) rộng rãi, hào phóng: *prodigal of favours* ban ân huệ rộng rãi. // **the prodigal [son]** đứa con hoang toàng *(trở về nhà)*: *the prodigal has returned!* đứa con hoang toàng đã trở về nhà!

prodigality /,prɒdi'gæləti/ *dt* 1. *(xấu)* sự hoang phí, sự tiêu tiền vung phí 2. sự rộng rãi, sự hào phóng.

prodigally /'prɒdigəli/ *pht* 1. *(xấu)* một cách hoang phí: *use resources prodigally* sử dụng tiền của một cách hoang phí 2. [một cách] rộng rãi, [một cách] hào phóng.

prodigious /prə'didʒəs/ *tt* rất lớn; kỳ diệu, phi thường: *it costs a prodigious amount [of money]* cái đó giá một số tiền rất lớn; *a prodigious achievement* một thành tích phi thường.

prodigiously /prə'didʒəsli/ *tt* [một cách] rất lớn; [một cách] kỳ diệu; [một cách] phi thường: *she is a prodigiously talented pianist* chị ta là một nhạc sĩ dương cầm có tài phi thường.

prodigy /'prɒdidʒi/ *dt* 1. người thần kỳ: *an infant prodigy* thần đồng 2. điều kỳ diệu: *the prodigies of nature* những điều kỳ diệu của thiên nhiên 3. điển hình nổi bật: *man is a prodigy of learning* con người là điển hình nổi bật của học vấn *(biết nhiều thứ)*.

produce¹ /prə'dju:s, (Mỹ prə'du:s)/ *đgt* **1.** sản xuất; tạo ra: *he worked hard to produce good crops from poor soil* anh ta làm cật lực để tạo ra được nhiều nông sản từ đất xấu; *Japan produced more cars this year than last year* năm nay Nhật Bản đã sản xuất được nhiều ôtô hơn năm ngoái **2.** gây ra, mang lại: *this medicine produced a violent reaction* thuốc này gây ra phản ứng mạnh; *success produced by hard work and enthusiasm* thành công do làm việc cật lực và nhiệt tình mang lại **3.** sinh *(con)*; đẻ *(trứng)* **4.** xuất trình; đưa ra: *produce a railway ticket for inspection* xuất trình vé khi nhân viên đường sắt đi khám; *he can produce evidence to support his allegations* anh ta có thể đưa ra chứng cứ để chứng minh cho luận điệu của anh **5.** dàn dựng *(một cuốn phim)*; xây dựng *(một vở kịch)*: *produce a new play* xây dựng một vở kịch mới **6.** *(toán)* kéo dài *(một đường...)*: *produce the line AB to C* kéo dài đường AB tới điểm C.

produce² /prə'dju:s, (Mỹ prə'du:s)/ *dt* sản phẩm; sản vật: *agricultural produce* nông sản; *"Produce of Vietnam"* "sản phẩm của Việt Nam *(ghi trên nhãn hàng...)*".

producer /prə'dju:sə[r], (Mỹ prə'du:sər)/ *dt* **1.** người sản xuất; hãng sản xuất; nước sản xuất: *the conflicting interests of producers and consumers* quyền lợi đối lập giữa người sản xuất và người tiêu thụ **2.** nhà sản xuất phim; đạo diễn kịch.

product /'prɒdʌkt/ *dt* **1.** sản phẩm: *a firm known for its high-quality products* một hãng được biết vì những sản phẩm có chất lượng cao; *pharmaceutical products* dược phẩm; *a campaign to increase sales of the firm's products* một chiến dịch nhằm tăng số lượng bán ra các sản phẩm của hãng **2.** kết quả: *low morale among the work force is the product of bad management* tinh thần thấp trong lực lượng lao động là kết quả của sự quản lý tồi **3.** người chịu ảnh hưởng *(của việc gì đó)*: *they are the products of postwar affluence* họ là những người chịu ảnh hưởng của sự khởi sắc sau chiến tranh **4.** *(toán)* tích [số].

production /prə'dʌkʃn/ *dt* **1.** sự sản xuất; sự chế tạo: *oil production* sự sản xuất dầu lửa; *production difficulties* những khó khăn trong sản xuất; *mass production* sự sản xuất hàng loạt **2.** sản lượng: *increase production by using more efficient methods* tăng sản lượng bằng cách sử dụng những phương pháp có hiệu quả hơn **3.** sản phẩm; tác phẩm *(thường nói về vở kịch, cuốn phim...)*: *they saw several National Theatre productions* họ đã xem nhiều tác phẩm của Nhà hát quốc gia. // **go into (out of) production** đi vào [ngừng] sản xuất: *that car went out of production five years ago* người ta đã ngừng sản xuất kiểu xe ấy năm năm trước đây; **in production** được sản xuất *(với số lượng lớn)*: *the device will be in production by the end of the year* thiết bị ấy sẽ được sản xuất vào khoảng cuối năm nay; **on production of** khi xuất trình, khi đưa *(vật gì)*: *on production of your membership card, you will receive a discount on purchases* xuất trình thẻ hội viên, mua gì anh sẽ được bớt giá đấy.

production line /prə'dʌkʃn lain/ dây chuyền sản xuất.

productive /prə'dʌktiv/ *tt* **1.** sản xuất [được] nhiều; màu mỡ; phong phú: *a productive worker* một công nhân sản xuất được nhiều; *productive land* đất màu mỡ; *a productive writer* nhà văn có nhiều tác phẩm **2.** có ích: *it wasn't a very productive meeting* ấy là một cuộc họp không thật có ích; *I spent a very productive hour in the library* tôi đã qua một tiếng đồng hồ rất có ích ở thư viện. // **productive of** sản sinh ra, tạo ra: *the changes were not productive of better labour relations* các thay đổi đã không tạo ra được những quan hệ lao động tốt hơn.

productively /prə'dʌktivli/ *pht* [một cách] có ích: *spend one's time productively* dùng thì giờ một cách có ích.

productivity /ˌprɒdʌk'tivəti/ *dt* **1.** khả năng sản xuất: *the size of the crop depends on the productivity of the soil* thu hoạch được nhiều hay ít là tùy thuộc vào khả năng sản xuất của đất **2.** năng suất; hiệu suất: *a productivity bonus for workers* tiền thưởng năng suất cho công nhân.

productivity agreement /ˌprɒdʌk'tiviti əgri:mənt/ hợp đồng năng suất *(giữa chủ và nghiệp đoàn)*.

Prof /prɒf/ *dt (kng) (vt của* professor*)* giáo sư.

profanation /ˌprɒfə'neiʃn/ *dt* **1.** sự báng bổ; lời báng bổ **2.** sự xúc phạm; hành động xúc phạm.

profane¹ /prə'fein, (Mỹ prəu'fein)/ *tt* **1.** *(th ngữ)* thế tục; trần tục: *sacred and* profane music thánh nhạc và nhạc thế tục; profane literature văn học phi thánh kinh 2. báng bổ: a profane oath lời nguyền rủa báng bổ 3. tục tĩu: profane language lời nói tục tĩu.

profane² /prə'fein, (Mỹ prəʊ'fein)/ dgt 1. báng bổ: profane the name of God báng bổ danh Chúa 2. xúc phạm: his action profaned the honour of his country hành động của nó xúc phạm thanh danh đất nước nó.

profanely /prə'feinli, (Mỹ prəʊ'feinli)/ pht 1. [một cách] báng bổ 2. [một cách] xúc phạm.

profanity /prə'fænəti, (Mỹ prəʊ'fænəti)/ 1. thái độ báng bổ; sự dùng lời báng bổ 2. (thường snh) lời báng bổ; lời tục tĩu: he uttered a stream of profanities nó thốt ra hàng tràng lời tục tĩu báng bổ.

profess /prə'fes/ dgt 1. tự nhận, tự cho là: I don't profess expert knowledge of (to be an expert in) this subject tôi không tự nhận là có kiến thức thành thạo (là một chuyên gia) về vấn đề ấy 2. biểu lộ; bày tỏ công khai, tuyên bố: they professed optimism about the outcome họ biểu lộ sự lạc quan về kết quả đó; he professed himself satisfied with the progress made anh ta tỏ ra hài lòng với tiến bộ đã đạt được 3. công khai tuyên bố lòng tin đối với (một đạo); theo (một đạo): profess Buddhism theo đạo Phật.

professed /prə'fest/ tt (thngữ) 1. tự nhận: she was betrayed by her professed friends chị ta bị những người tự nhận là bạn chị bội phản 2. công khai: a

professed supporter of disarmament một người công khai ủng hộ việc giải trừ quân bị 3. (tôn) đã phát nguyện: a professed nun một nữ tu sĩ đã phát nguyện.

professedly /prə'fesidli/ pht công khai: she is professedly a feminist chị ta công khai là người theo thuyết nam nữ bình quyền.

profession /prə'feʃn/ dt 1. nghề, nghề nghiệp (thường chỉ những nghề phải có văn hóa cao và rèn luyện chuyên môn như nghề kiến trúc, nghề y, nghề luật...): liberal professions những nghề tự do 2. the profession [tập thể] những người cùng nghề: the legal profession những người làm nghề luật, các luật gia 3. sự tuyên bố; lời tuyên bố: professions of faith những lời tuyên bố trung thành. // by profession làm nghề (gì đó): he is a lawyer by profession ông ta làm nghề luật sư.

professional¹ /prə'feʃənl/ tt 1. (thngữ) [thuộc] nghề, [thuộc] nghề nghiệp: professional associations những hội nghề nghiệp; professional skill kỹ năng nghề nghiệp, tay nghề 2. chuyên nghiệp; nhà nghề: a professional boxer võ sĩ quyền Anh chuyên nghiệp; professional football bóng đá chuyên nghiệp: she had been on professional stage in her youth khi còn trẻ chị ta là một diễn viên chuyên nghiệp 3. (thngữ) (xấu) chuyên [môn] a professional troublemaker tay chuyên môn phá rối.

professional² /prə'feʃənl/ dt 1. người chuyên nghiệp: you need a professional to sort out your finances anh cần một người chuyên nghiệp để sắp xếp tài chính cho

anh 2. (thể) (cg kng) **pro** vận động viên chuyên nghiệp: a football professional vận động viên bóng đá chuyên nghiệp 3. (cg kng) **pro** người rất lành nghề và có kinh nghiệm già giặn, tay nhà nghề già giặn: she's a true professional bà ta thực sự là một tay nhà nghề già giặn.

professional foul /prə,feʃənl 'faʊl/ (trại) tay chơi xấu nhà nghề (trong bóng đá, khi thấy đối phương sắp có thể thắng thì giở trò nhằm làm ngừng cuộc đấu trong chốc lát).

professionalism /prə'feʃə-nəlizəm/ dt 1. tài nhà nghề (của một nghề, của những người trong nghề) 2. tài ba: they were impressed by the sheer professionalism of the performance họ có ấn tượng sâu sắc về tính chuyên nghiệp trong việc biểu diễn 3. thói quen dùng vận động viên chuyên nghiệp trong thi đấu.

professor /prə'fesə[r]/ dt (vt **Prof**) 1. (Mỹ cg **full professor**) giáo sư [đại học] 2. (Mỹ) cán bộ giảng dạy đại học 3. (đùa) giáo sư (dùng gọi huấn luyện viên về nhiều môn khác nhau): professor Pate, the famous phrenologist giáo sư Pate, nhà xem tướng sọ nổi tiếng.

professorial /,prɒfi'sɔːriəl/ tt [thuộc] giáo sư; như giáo sư: a professorial post một chức vị giáo sư; professorial duties trách nhiệm giáo sư.

professorship /prə'fesəʃip/ dt chức vị giáo sư; ghế giáo sư: the professorship of zoology is vacant ghế giáo sư động vật học hiện còn khuyết.

proffer¹ /'prɒfə[r]/ dgt 1. biếu, dâng, hiến: may we

proffer you our congratula-tions? chúng tôi có thể dâng lên ngài những lời chúc mừng của chúng tôi được không ạ? **2.** đề nghị: *he refused the proffered assis-tance* anh ta từ chối sự giúp đỡ mà người ta đề nghị dành cho anh.

proffer² /'prɒfə[r]/ *dt* **1.** sự biếu, sự dâng, sự hiến **2.** sự đề nghị, lời đề nghị: *a proffer of help* lời đề nghị giúp đỡ.

proficiency /prə'fiʃnsi/ *dt* sự thạo, sự thông thạo: *a test of proficiency in English* sự kiểm tra (*sự sát hạch để đánh giá*) trình độ thông thạo tiếng Anh.

proficient /prə'fiʃnt/ *tt* (+ in, at) thạo, thông thạo; thành thạo: *a proficient driver* một người lái xe thành thạo; *proficient in the use of radar equipment* thạo sử dụng thiết bị ra đa; *proficient at operating computers* thạo thao tác máy điện toán.

proficiently /prə'fiʃntli/ *pht* [một cách] thạo; [một cách] thông thạo; [một cách] thành thạo.

profile¹ /'prəʊfail/ *dt* **1.** mặt nhìn nghiêng: *his handsome profile* mặt nhìn nghiêng trông đẹp của anh ta **2.** hình dáng mặt nghiêng (*nổi lên trên một nền ở phía sau*): *the profile of the tower against the sky* hình dáng mặt nghiêng của tòa tháp trên nền trời **3.** sơ lược tiểu sử; một số nét sơ lược (*về cái gì*) (*trên bài báo, trên chương trình phát thanh, truyền hình...*). // **a high (low) profile** cách xử sự rõ nét (kín đáo) nhằm thu hút (tránh) sự chú ý của công chúng: *keep (adopt) a low profile* xử sự kín đáo nhằm tránh sự chú ý của công

chúng; **in profile** nhìn nghiêng: *in profile, she is very like his mother* nhìn nghiêng cô ta rất giống mẹ cô.

profile² /'prəʊfail/ *dgt* **1.** (*chủ yếu ở dạng bị động*) cho thấy hình dáng mặt nghiêng nổi lên trên một nền ở phía sau: *the huge trees were profiled against the night sky* các cây lớn nổi rõ hình dáng mặt nghiêng trên bầu trời đêm **2.** viết tiểu sử sơ lược (*của ai*); vạch ra một số nét sơ lược (*về cái gì*).

profit¹ /'prɒfit/ *dt* **1.** lời, lãi; lợi nhuận; tiền lãi: *they're only interested in a quick profit* họ chỉ quan tâm đến việc thu được lãi nhanh chóng; *a profit of 20 per cent* lãi 20 phần trăm **2.** lợi, lợi ích: *you could with profit spend some extra time studying the text* bỏ ra một ít thì giờ ngoài để nghiên cứu bản văn, hẳn là anh sẽ có lợi.

profit² /'prɒfit/ *dgt* **1. profit by something** (*không dùng ở dạng bị động*) rút kinh nghiệm: *he's getting married again, after two divorces, so he obviously hasn't profited by his experiences* anh ta lại lấy vợ sau hai lần ly hôn, rõ ràng là anh ta đã không rút được kinh nghiệm **2. profit from something** được lợi từ việc gì: *I have profited from your advice* mình đã được lợi nhờ lời khuyên của cậu.

profitability /ˌprɒfitə'biləti/ *dt* sự có lợi; sự bổ ích.

profitable /ˌprɒfitəbl/ *tt* **1.** có lời; có lãi: *profitable invest-ments* những vụ đầu tư có lãi; *the deal was profitable to all of us* sự thỏa thuận mua bán đó đã có lợi cho

tất cả chúng ta **2.** có lợi; bổ ích: *she spent a profitable afternoon in the library* chị ta đã qua một buổi chiều bổ ích ở thư viện.

profitably /'prɒfitəbli/ *pht* **1.** [một cách] có lời; [một cách] có lãi: *they invested the money very profitably* họ đầu tư tiền có lãi lắm **2.** [một cách] có lợi; [một cách] bổ ích: *she spent the weekend profitably* chị ta qua ngày nghỉ cuối tuần một cách bổ ích.

profit and loss account /ˌprɒfitən'lɒsəkaʊnt/ bản tính toán lỗ lãi.

profiteer¹ /ˌprɒfi'tiə[r]/ *dgt* (*xấu*) lợi dụng để trục lợi (*lúc có chiến tranh, có nạn đói...*).

profiteer² /ˌprɒfi'tiə[r]/ *dt* (*xấu*) kẻ trục lợi.

profiterole /prɒ'fitərəʊl/ *dt* bánh phồng có nhân.

profitless /'prɒfitlis/ *tt* không có lợi, vô ích.

profitlessly /'prɒfitlisli/ *pht* [một cách] không có lợi, [một cách] vô ích: *I seem to have spent my day quite profit-lessly* có vẻ như tôi đã qua một ngày hoàn toàn vô ích.

profit-margin /'prɒfitmɑ:-dʒin/ *dt* mức lãi: *a profit-margin of 25%* mức lãi 25%.

profit-sharing /'prɒfitʃeəriŋ/ *dt* sự chia [một phần] lãi cho thợ.

profligacy /'prɒfligəsi/ *dt* (*xấu*) **1.** sự phóng đãng, sự trác táng **2.** sự hoang toàng, sự phá của.

profligate¹ /'prɒfligət/ *tt* **1.** phóng đãng, trác táng **2.** hoang toàng, phá của: *profligate spending* sự tiêu xài hoang toàng.

profligate² /'prɒfligət/ *dt* kẻ phóng đãng, kẻ trác táng.

P

pro forma[1] /ˌprəʊˈfɔ:mə/ *tt, pht* [coi như] quy ước.

pro forma[2] /ˌprəʊˈfɔ:mə/ (*cg* **pro forma invoice**) danh đơn hàng gửi (*chưa yêu cầu trả tiền*).

profound /prəˈfaʊnd/ *tt* (*thường thngữ*) **1.** sâu; cực kỳ; tột bậc; rất lớn: *a profound sleep* giấc ngủ sâu, giấc ngủ say; *profound ignorance* sự dốt nát tột bậc **2.** sâu sắc: *take a profound interest in something* quan tâm sâu sắc đến cái gì **3.** sâu rộng; uyên thâm: *a man of profound learning* người có học vấn uyên thâm **4.** sâu kín: *profound mysteries* những điều huyền bí sâu kín.

profoundly /prəˈfaʊndli/ *pht* **1.** [một cách] sâu sắc; hết sức, cực kỳ: *profoundly grateful* biết ơn sâu sắc; *profoundly disturbed* bị quấy rầy hết sức **2.** [một cách] uyên thâm.

profundity /prəˈfʌndəti/ *dt* **1.** sự uyên thâm; bề sâu (*kiến thức...*): *he impressed his audience by the profundity of his knowledge* với kiến thức uyên thâm ông ta đã gây ấn tượng mạnh lên cử tọa **2.** ý nghĩa sâu sắc; ý tưởng sâu sắc: *a poem full of profundities* một bài thơ đầy ý tưởng sâu sắc.

profuse /prəˈfju:s/ *tt* **1.** có nhiều, dồi dào, thừa thãi: *profuse sweating* ra nhiều mồ hôi **2.** (+ in) rộng rãi, không tiếc (*lời khen*): *profuse in one's praises* không tiếc lời khen.

profusely /prəˈfju:sli/ *pht* **1.** nhiều; [một cách] dồi dào, [một cách] thừa thãi: *sweat profusely* ra mồ hôi nhiều; đầm đìa mồ hôi **2.** [một cách] rộng rãi, không tiếc lời: *thank somebody pro-*

fusely không tiếc lời cảm ơn ai.

profuseness /prəˈfju:snis/ *dt* **1.** sự có nhiều, sự dồi dào, sự phong phú **2.** sự rộng rãi; sự không tiếc lời: *the profuseness of his thanks is embarrassing* anh ta không tiếc lời cảm ơn, khiến người ta bối rối.

profusion /prəˈfju:ʒn/ *dt* (số ít) sự có nhiều, sự dồi dào, sự phong phú: *a profusion of colour* sự dồi dào màu sắc. // **in profusion** [với số lượng] nhiều lắm; dồi dào; phong phú: *roses were growing in profusion against the old wall* hoa hồng mọc chen chúc nhau bên bức tường cũ.

progenitor /prəʊˈdʒenɪtə[r]/ *dt* **1.** tổ tiên (*người, thú vật, cây*) **2.** (*bóng*) ông tổ: *Marx was the progenitor of Communism* Marx là ông tổ của chủ nghĩa cộng sản.

progeny /ˈprɒdʒəni/ *dt* (*dgt ở số nhiều*) con cháu.

progesterone /prəˈdʒestərəʊn/ *dt* (*sinh*) progesteron.

prognosis /prɒɡˈnəʊsɪs/ *dt* (*snh* **prognosises** /prɒɡˈnəʊsi:z/) **1.** (y) [sự] tiên lượng **2.** sự dự đoán; viễn cảnh: *the prognosis for the future of the electronics industry is encouraging* viễn cảnh về tương lai của ngành công nghiệp điện tử là đáng khích lệ.

prognosticate /prɒɡˈnɒstɪkeɪt/ *dgt* **1.** dự đoán: *prognosticate disaster* dự đoán tai họa **2.** báo hiệu (*một sự cố trong tương lai*).

prognostication /prɒɡˌnɒstɪˈkeɪʃn/ *dt* **1.** sự dự đoán; điều dự đoán **2.** sự báo hiệu; điểm báo hiệu; điềm, triệu.

program[1] /ˈprəʊɡræm, (*Mỹ* prəʊɡrəm)/ *dt* **1.** (*Mỹ, nh*)

programme **2.** chương trình (*máy điện toán*).

program[2] /ˈprəʊɡræm, (*Mỹ* prəʊɡrəm)/ *dgt* (**-mm-**, (*Mỹ* *cg* **-m**) chương trình hóa (*máy điện toán*).

programer /ˈprəʊɡrəmər/ *dt* (*Mỹ*) *nh* programmer.

programme[1] /ˈprəʊɡræm/ (*Mỹ* **program**) *dt* **1.** chương trình: *there is an interesting programme on television tonight* tối nay truyền hình có chương trình thú vị đấy; *what's the programme for tomorrow?* chương trình (*kế hoạch*) ngày mai là thế nào đấy? **2.** tờ chương trình (*phát không cho khán giả hay phải mua ở nhà hát*) **3.** cương lĩnh (*chính trị*): *a political programme* cương lĩnh chính trị.

programme[2] /ˈprəʊɡræm/ (*Mỹ* **program**) *dgt* **1.** chương trình hóa **2.** lập trình (*máy điện toán*): *programme a music festival* lập trình một hội diễn nhạc **3.** (*thường ở dạng bị động*) khiến cho thực hiện (*việc gì*) một cách tự động; khiến cho xử sự một cách máy móc thiếu suy xét: *their early training programmes make them to be obedient and submissive* sự được rèn luyện sớm đã khiến họ vâng lời và phục tùng một cách máy móc; *the video is programmed to switch itself on at ten o'clock* máy ghi hình đã được điều chỉnh cho tự động bật lên lúc mười giờ.

programmed course /ˈprəʊɡræmd ˈkɔ:s/ khóa học chương trình hóa tuần tự.

programmed learning /ˈprəʊɡræmd ˈlɜ:nɪŋ/ sự tự học theo tài liệu đợt học chương trình hóa tuần tự.

programme music /'prəʊgræmmju:zik/ âm nhạc tiêu đề.

programme note /'prəʊgræmnəʊt/ lời chú giải ngắn trong tờ chương trình.

programmer /'prəʊgræmə[r]/ dt (Mỹ cg **programer**) người lập trình; thảo chương viên (máy điện toán).

progress¹ /'prəʊgres, (Mỹ 'prɒgres)/ dt 1. sự tiến [lên]: the walkers were making slow progress up the rocky path người đi bộ tiến [lên] chậm chạp ngược con đường đầy đá 2. sự tiến tới, sự tiến bộ; sự tiến triển: make much progress in one's studies tiến bộ nhiều trong học tập; the progress of sciences sự tiến triển của khoa học 3. (cổ) cuộc kinh lý: a royal progress cuộc tuần du. // in progress đang tiến hành, đang xúc tiến: an inquiry is now in progress một cuộc điều tra nay đang được tiến hành.

progress² /'prəʊgres, (Mỹ 'prɒgres)/ dgt 1. tiến [lên]: the work is progressing steadily công việc tiến một cách đều đặn 2. tiến tới, tiến bộ: she is progressing in her studies cô ta học hành tiến tới 3. tiến hành (công việc).

progression /prə'greʃn/ dt 1. sự tiến [lên]: adolescence is the period of progression from childhood to adulthood tuổi thanh niên là thời kỳ tiến từ tuổi thơ ấu lên tuổi trưởng thành 2. sự tiến tới, sự tiến bộ 3. sự tiến hành 4. (toán) cấp số: geometric progression cấp số nhân 5. loạt, chuỗi: a long progression of sunny days một chuỗi dài ngày nắng.

progressive¹ /prə'gresiv/ tt 1. tiến lên 2. tăng dần; tiến triển; lũy tiến: a progressive disease một bệnh ngày càng nặng; progressive taxation sự đánh thuế lũy tiến 3. tiến bộ: progressive views quan điểm tiến bộ; a progressive education policy chính sách giáo dục tiến bộ.

progressive² /prə'gresiv/ dt người ủng hộ chủ trương tiến bộ.

progressively /prə'gresivli/ pht tăng dần, tuần tự, từng bước: his eyesight is becoming progressively worse thị lực của ông ta đang từng bước kém đi.

progressiveness /prə'gresivnis/ dt 1. sự tiến lên, sự tăng dần, sự tiến triển, sự lũy tiến 2. sự tiến bộ; tính tiến bộ.

progressive tense /prəgresiv'tens/ (cg **continuous tense**) (ngôn) thì tiến hành (ví dụ: I am writing, I was writing, I will be writing).

prohibit /prə'hibit, (Mỹ prəʊ'hibit)/ dgt 1. cấm, cấm chỉ: smoking is prohibited cấm hút thuốc; prohibit somebody from doing something cấm ai làm gì 2. khiến cho không thể xảy ra được; ngăn cản: the high cost prohibits the widespread use of the drug giá cao khiến thứ thuốc ấy không được dùng rộng rãi.

prohibition /ˌprəʊhi'biʃn, (Mỹ prəʊə'biʃn)/ dt 1. sự cấm; sự cấm chỉ: use of the drug has not declined since its prohibition việc sử dụng thứ thuốc ấy vẫn không giảm từ ngày nó bị cấm 2. lệnh cấm: a prohibition against the sale of firearms lệnh cấm bán súng 3. **Prohibition** thời kỳ (1920-1933) cấm rượu (ở Mỹ).

prohibitionist /prəʊhi'biʃənist/ dt người tán thành chủ trương cấm rượu.

prohibitive /prə'hibətiv, (Mỹ prəʊ'hibətiv)/ tt 1. nhằm ngăn cản (việc dùng, việc mua thứ gì đó): a prohibitive tax on imported cars thuế ngăn cản (thuế rất cao) đánh vào xe ôtô nhập khẩu 2. cấm: prohibitive road signs biển cấm đường.

prohibitively /prə'hibətivli/ pht [có tác dụng] ngăn cản; rất: prohibitively expensive rất đắt tiền.

prohibitory /prə'hibitəri, (Mỹ prəʊ'hibətɔːri)/ tt [có tính chất] cấm chỉ: regulations of a prohibitory nature những quy định mang tính chất cấm chỉ.

project¹ /'prɒdʒekt/ dt 1. dự án; đề án: a project to establish a new national park đề án xây dựng một công viên quốc gia mới 2. khóa luận (giao cho sinh viên làm): the class are doing a project on the Roman occupation of Britain cả lớp đang làm một khóa luận về sự chiếm đóng nước Anh của người La Mã xưa.

project² /prə'dʒekt/ dgt 1. (thường ở dạng bị động) dự kiến, dự định: our projected visit had to be cancelled cuộc viếng thăm dự kiến của chúng tôi đã phải hủy bỏ 2. chiếu, rọi: project a beam of light onto a statue rọi một chùm sáng lên một bức tượng; will you be able to project the film for us? anh có thể chiếu bộ phim cho chúng tôi không? 3. (toán) chiếu; vẽ (bản đồ) bằng cách chiếu lên một mặt bằng 4. phóng: an apparatus to project missiles into space một thiết bị dùng để phóng tên lửa vào không gian; project

P

one's thoughts into the future (bóng) hướng ý nghĩ về tương lai **5.** nhô ra: *a balcony that projects over the street* ban công nhô ra đường phố; *a strip of land projects into the sea* một dải đất nhô ra biển **6.** *(tâm)* gán cho *(ai)* một tình cảm giống mình, cho rằng *(ai đó)* cùng chia sẻ những cảm nghĩ như mình: *you musn't project your guilt on to me* anh không thể gán cho tôi cảm nghĩ là tôi cũng phạm tội như anh **7.** phản ánh một cách đúng đắn; phản ánh mà tạo ra được một ấn tượng mạnh mẽ về *(ai, cái gì, bản thân mình...)*: *does the BBC World Service project a favourable view of Great Britain* liệu thế giới vụ đài BBC có phản ánh đúng đắn một cách nhìn có thiện chí về nước Anh không? **8.** dự kiến *(bằng cách suy từ những dữ liệu đã biết)*: *project population growth to the year 2000* dự kiến sự phát triển dân số đến năm 2000.

projectile¹ /prə'dʒektail, (Mỹ pre'dʒektl)/ *dt* **1.** đạn **2.** tên lửa.

projectile² /prə'dʒektail, (Mỹ pre'dʒektl)/ *tt* phóng [ra]: *projectile force* lực phóng.

projection /prə'dʒekʃn/ *dt* **1.** sự chiếu, sự rọi, vật chiếu ra: *the projection of images on a screen* sự chiếu hình lên màn; *film projection* sự chiếu phim **2.** sự phóng; vật phóng ra: *the projection of a missile through the air* sự phóng tên lửa xuyên qua không khí **3.** vật nhô ra **4.** *(toán)* phép chiếu; hình chiếu **5.** dự kiến: *sales projections for the next financial*

year dự kiến hàng bán sang năm tài chính sau.

projectionist /prə'dʒekʃənist/ *dt* người chiếu phim *(ở rạp chiếu bóng)*.

projection room /prə'dʒekʃn ru:m/ phòng chiếu phim *(ở rạp chiếu bóng)*.

projector /prə'dʒektə[r]/ *dt* máy chiếu; đèn chiếu: *cinema projector* máy chiếu phim *(phim diện ảnh)*.

prolapse¹ /prəʊ'læps/ *dgt (y)* sa xuống *(nói về bộ phận trong cơ thể như tử cung...)*.

prolapse² /prəʊ'læps/ *dt (y)* sự sa *(tử cung...)*.

prole /prəʊl/ *dt (kng, xấu)* kẻ vô sản.

proletarian¹ /ˌprəʊlə'teəriən/ *tt* vô sản.

proletarian² /ˌprəʊlə'teəriən/ *dt* người vô sản.

proletariat /ˌprəʊlə'teəriət/ *dt* the proletariat **1.** giai cấp vô sản: *the dictatorship of the proletariat* nền chuyên chính [của giai cấp] vô sản **2.** *(sử)* tầng lớp vô sản *(thời cổ La Mã)*.

proliferate /prə'lifəreit, (Mỹ prəʊ'lifəreit)/ *dgt* **1.** *(snh)* tăng sinh **2.** sinh sôi nảy nở nhiều.

proliferation /prə,lifə'reiʃn, (Mỹ prəʊ,lifə'reiʃn)/ *dt* **1.** *(sinh)* sự tăng sinh **2.** sự sinh sôi nảy nở nhiều: *nuclear non-proliferation treaty* hiệp ước không phổ biến vũ khí hạt nhân *(sang các nước chưa có vũ khí đó)*.

prolific /prə'lifik/ *tt* **1.** sinh sản nhiều; mắn đẻ; sai *(quả)*: *prolific rabbits* những con thỏ mắn đẻ; *prolific trees* những cây sai quả **2.** viết nhiều, ra nhiều tác phẩm: *a prolific author* một tác giả viết nhiều; *a prolific period in the composer's life* một thời kỳ ra nhiều tác

phẩm trong cuộc đời nhà soạn nhạc.

prolifically /prə'lifikli/ *pht* **1.** với sức sinh sản nhiều **2.** được nhiều tác phẩm *(nhà văn...)*.

prolix /'prəʊliks, (Mỹ prəʊ'liks)/ *tt* dài dòng, rườm rà: *a prolix speaker* người diễn thuyết dài dòng; *his style is tediously prolix* văn anh ta rườm rà một cách vô vị.

prolog /'prəʊlɒg/ *dt (Mỹ) nh* prologue.

prologue /'prəʊlɒg, (Mỹ 'prəʊlɔ:g)/ *dt (Mỹ cg* **prolog**) **1.** đoạn mở đầu *(một bài thơ, một vở kịch...)* **2.** việc làm mở đầu; sự kiện mở đầu: *the signing of the agreement was a prologue to better relations between the two countries* sự ký hiệp nghị đó là sự kiện mở đầu cho những quan hệ tốt hơn giữa hai nước.

prolong /prə'lɒŋ, (Mỹ prə'lɔ:ŋ)/ *dgt* kéo dài: *drugs that help to prolong life* thuốc giúp kéo dài tuổi thọ; *they prolonged their visit by a few days* họ kéo dài cuộc viếng thăm thêm vài ngày. // **prolong the agony** kéo dài sự căng thẳng; kéo dài một cuộc thử nghiệm chẳng lấy gì làm thích thú: *don't prolong the agony, just tell us the result!* đừng kéo dài sự căng thẳng ra nữa, chỉ nói cho chúng tớ biết kết quả thôi!.

prolongation /ˌprəʊlɒŋ'geiʃn, (Mỹ ˌprəʊlɔ:ŋ'geiʃn)/ *dt* **1.** sự kéo dài **2.** phần kéo dài.

prolonged /prə'lɒŋd/ *tt (thường thngũ)* kéo dài: *after prolonged questioning, he finally confessed* sau một hồi chất vấn, nó cuối cùng đã thú nhận.

prom /prɒm/ *dt (thngũ)* **1.** nơi dạo chơi **2.** *nh* promenade concert **3.** (Mỹ) buổi hội khiêu vũ (do một lớp tổ chức ở trường đại học cuối mỗi học kỳ...).

promenade¹ /prɒmə'na:d, (Mỹ prɒmə'neid)/ dt (cg kng **prom**) **1.** nơi dạo chơi (ở bờ biển...; có mặt lát...) **2.** cuộc đi dạo **3.** (Mỹ) buổi khiêu vũ theo nghi thức.

promenade² /prɒmə'na:d, (Mỹ prɒmə'neid)/ đgt (cũ) **1.** đi dạo chơi **2.** dẫn (ai) đi dạo chơi; đưa (ai) đi dạo chơi: she promenaded the children along the sea front after lunch bà ta dẫn con đi dạo chơi dọc đường đi dạo ở bờ biển sau bữa ăn trưa.

promenade concert /prɒmə'na:dkɒnsət/ (cg kng **prom**) buổi hòa nhạc đứng nghe (một phần thính giả ở trong một khu không có ghế ngồi, và đứng hoặc ngồi bệt mà nghe).

promenade deck /prɒmə'na:ddek/ boong dạo chơi (ở trên tàu khách).

promenader /prɒmə,na:-də[r]/ dt **1.** người đi dạo chơi **2.** người thường xuyên đi dự những buổi hòa nhạc đứng nghe (x promenade concert).

prominence /'prɒminəns/ dt **1.** sự lồi lên; sự nhô ra **2.** sự nổi rõ **3.** sự nổi bật; sự quan trọng: a young writer who has recently come to (into) prominence một nhà văn trẻ mới nổi [bật] lên **4.** vật lồi lên, vật nhô ra: a small prominence in the middle of the level plain một chỗ lồi lên ở giữa miền đồng bằng bằng phẳng.

prominent /'prɒminənt/ tt **1.** lồi lên, nhô ra: prominent cheek-bones xương gò má nhô cao lên; lưỡng quyền cao **2.** nổi rõ; dễ thấy: the

house is in a prominent position on the village green ngôi nhà ở một vị trí nổi rõ trên nền xanh lá cây của xóm làng **3.** nổi bật; quan trọng: a prominent political figure một nhân vật chính trị nổi bật.

prominently /'prɒminəntli/ pht **1.** [một cách] nổi rõ; [ở một vị trí] dễ thấy: the notice was prominently displayed tờ yết thị đã được dán ở một vị trí dễ thấy **2.** [một cách] nổi bật; [một cách] quan trọng.

promiscuity /prɒmi'skju:əti/ dt **1.** sự bừa bãi: **2.** (xấu) sự chung chạ bừa bãi (về tình dục): sexual promiscuity sự chung chạ bừa bãi về tình dục.

promiscuous /prə'miskjʊəs/ tt **1.** bừa bãi: promiscuous friendships những tình bạn bừa bãi (không chọn lựa cẩn thận) **2.** (xấu) chung chạ bừa bãi (về tình dục).

promise¹ /'prɒmis/ dt **1.** lời hứa, lời hẹn: make a promise hứa; keep a promise giữ lời hứa; we received many promises of help chúng tôi đã nhận được nhiều lời hứa giúp đỡ **2.** hứa hẹn; triển vọng: his work shows great promise công việc của anh ta tỏ ra có nhiều hứa hẹn; there is a promise of better weather tomorrow có triển vọng là ngày mai thời tiết tốt hơn.

promise² /'prɒmis/ đgt **1.** hứa, hẹn: I can't promise, but I'll do my best tôi không thể hứa, nhưng tôi sẽ làm hết sức mình; "promise [me] you won't forget!" "I promise" hứa với tôi là sẽ không quên đi!" - "tôi xin hứa" **2.** hứa hẹn, khiến cho có triển vọng: it promises to be warm this afternoon chiều nay có

triển vọng là trời sẽ ấm. // **I [can] promise you** (kng) tôi đoán chắc (cam đoan) với anh: you won't regret it, I promise you tôi cam đoan chắc với anh là anh sẽ không hối tiếc về điều đó; **promise [somebody] the earth (the moon)** hứa hươu hứa vượn với ai; **the promised land** a/ đất hứa (trong kinh thánh) b/ nơi cực lạc, chốn thiên thai; **promise well** có triển vọng [tốt]: the new policy promises well chính sách mới có triển vọng tốt.

promising /'prɒmisiŋ/ đầy hứa hẹn, có triển vọng: a promising young pianist một người chơi dương cầm trẻ tuổi có triển vọng; it's a promising sign ấy là một dấu hiệu đầy hứa hẹn.

promissory /'prɒmisəri, (Mỹ ,prɒmisɔ:ri)/ tt [chứa lời] hứa hẹn.

promissory note /'prɒmisərinəʊt/ (kt̃é) kỳ phiếu thông thường.

promontory /'prɒməntri, (Mỹ 'prɒməntɔ:ri)/ dt mũi đất (nhô ra biển, ra hồ).

promote /prə'məʊt/ đgt **1.** (chủ yếu ở dạng bị động) thăng cấp, thăng chức; đề bạt: he was promoted to [the rank of] sergeant anh ta được thăng cấp trung sĩ **2.** xúc tiến, đẩy mạnh, khuyến khích: promote trade đẩy mạnh việc buôn bán; promote a bill in Parliament xúc tiến các bước để thông qua một dự luật ở nghị viện **3.** quảng cáo bán: a publicity campaign to promote her new book một chiến dịch quảng cáo bán cuốn sách mới ra của bà ta.

promotion /prə'məʊʃn/ dt **1.** sự thăng cấp; sự thăng chức; sự đề bạt: gain (win) promotion được thăng cấp; được

P

đề bạt **2.** sự khuyến khích cho tiến bộ; sự giúp đỡ cho tiến bộ *(của một sự nghiệp): they worked for the promotion of world peace* họ hoạt động cho sự tiến bộ của hòa bình thế giới **3.** hoạt động nhằm quảng cáo: *advertising is often the most effective method of promotion* quảng cáo nhiều khi là phương pháp hữu hiệu nhất để tăng mức hàng bán ra.

promotional /prə'məʊʃənl/ tt [thuộc hoạt động] quảng cáo: *a promotional tour by the author* một vòng đi của tác giả để quảng cáo tác phẩm của mình.

promoter /prə'məʊtə[r]/ dt **1.** người khởi xướng và tài trợ *(một công ty, một phong trào thể thao...): boxing promoter* người khởi xướng và tài trợ cho phong trào quyền Anh **2.** (+ of) người ủng hộ: *an enthusiastic promotor of good causes* một người ủng hộ nhiệt tình những sự nghiệp chính đáng **3.** *(hóa)* chất tăng hoạt.

prompt[1] /prɒmpt/ tt mau lẹ, nhanh chóng, tức thời: *be prompt to carry out an order* nhanh chóng thi hành mệnh lệnh; *a prompt reply* câu đối đáp tức thời.

prompt[2] /prɒmpt/ pht đúng thời gian: *at 6 o'clock prompt* lúc đúng 6 giờ.

prompt[3] /prɒmpt/ đgt **1.** thôi thúc, thúc giục, thúc đẩy: *he was prompted by patriotism* lòng yêu nước đã thôi thúc anh ta **2.** gây, gợi *(cảm hứng, ý nghĩ): her question was prompted by worries about the future* câu hỏi của cô ta là do những điều lo nghĩ về tương lai gợi lên **3.** nhắc: *the speaker was rather hesitant and had to be prompted occasionally*

by the chairman người nói hơi ngập ngừng và thỉnh thoảng phải có chủ tọa nhắc mới được; *prompt an actor* nhắc một diễn viên.

prompt[4] /prɒmpt/ dt **1.** sự nhắc **2.** lời nhắc: *give an actor a prompt* nhắc một diễn viên.

prompter /'prɒmptə[r]/ dt *(skhấu)* người nhắc vở.

prompting /'prɒmptɪŋ/ dt sự thôi thúc sự thúc giục, sự thúc đẩy: *he did it without any prompting from me* nó làm cái đó không phải do tôi thôi thúc chút nào cả.

promptitude /'prɒmptɪtjuːd, *(Mỹ* prɒmtituːd)/ dt sự mau lẹ, sự nhanh chóng, sự sẵn sàng.

promptly /'prɒmptli/ pht mau lẹ, nhanh chóng.

promptness /'prɒmptnɪs/ dt sự mau lẹ, sự nhanh chóng.

promulgate /'prɒmlgeit/ đgt **1.** truyền bá: *promulgate a theory* truyền bá một học thuyết **2.** công bố, ban bố: *promulgate a decree* ban bố một sắc lệnh.

promulgation /ˌprɒml'geiʃn/ dt sự công bố, sự ban bố: *promulgation of a treaty* sự công bố một hiệp ước.

prone /prəʊn/ tt **1.** sấp, úp sấp: *fall prone* ngã sấp xuống **2.** *(trong từ ghép)* có thiên hướng bị; dễ bị: *the child is rather accident prone* cháu bé dễ bị tai nạn; *prone to lose one's temper* dễ mất bình tĩnh, dễ nổi giận.

proneness /'prəʊnnɪs/ dt thiên hướng bị; sự dễ bị: *proneness to injury* sự dễ bị tổn hại.

prong /prɒŋ, *(Mỹ* prɔːŋ)/ dt răng *(của cái chĩa gẩy rơm...)*.

-pronged /prɒŋd, *(Mỹ* prɔːŋd)/ tt *(trong các tt ghép)* có răng *(như thế nào đó): four-pronged fork* cái chĩa bốn răng; *three-pronged attack (bóng)* cuộc tấn công ba mũi.

pronominal /prəʊ'nɒminl/ tt *(ngôn)* [thuộc] đại từ.

pronominally /prəʊ'nɒmɪnəli/ pht *(ngôn)* như là đại từ: *a word used pronominally* một từ dùng như là đại từ.

pronoun /'prəʊnaʊn/ dt *(ngôn)* đại từ: *personal pronoun* đại từ chỉ ngôi, đại từ nhân xưng.

pronounce /prə'naʊns/ đgt **1.** phát âm; đọc: *the b in "debt" is not pronounced* chữ cái b trong "debt" không phát âm **2.** tuyên bố, bày tỏ ý [kiến]: *the doctors pronounced him to be (that he was) out of danger* các bác sĩ tuyên bố là nó đã thoát khỏi hiểm nghèo; *she pronounced herself satisfied with the results* cô ta tỏ ý hài lòng về những kết quả ấy **3.** *(luật)* công bố *(một bản án),* tuyên án: *the judge pronounced against his appeal* quan tòa đã công bố bác bỏ đơn chống án của anh ta **4.** (+ on, upon) bày tỏ ý kiến, cho ý kiến *(một cách chính thức): the minister was asked to pronounce on the proposed new legislation* ông bộ trưởng được yêu cầu cho ý kiến về luật pháp mới được đề xuất.

pronounceable /prə'naʊnsəbl/ tt phát âm được, đọc được: *I find some of the place-names barely pronounceable* tôi thấy một số địa danh hầu như không đọc được.

pronounced /prə'naʊnst/ tt rõ nét, rõ rệt: *a pronounced* *limp* tật đi khập khiễng rõ [nét]; *a man of pronounced opinions* người có ý kiến rõ rệt.

pronouncedly /prə'naʊnstli/ *pht* [một cách] rõ nét [một cách] rõ rệt.

pronouncement /prə'naʊsmənt/ *dt (on something)* sự tuyên bố, sự công bố: *there has been no official pronouncement yet on the state of the President's health* vẫn chưa có công bố chính thức về tình trạng sức khỏe của tổng thống.

pronto /'prɒntəʊ/ *pht (kng)* nhanh; ngay: *I want this rubbish cleared away pronto* tôi muốn chỗ rác này được dọn đi ngay.

pronunciation /prə,nʌnsi'eiʃn/ *dt* 1. sự phát âm, sự đọc 2. cách phát âm, cách đọc: *their English pronunciation is not good, but it is improving* cách phát âm tiếng Anh của họ không đúng nhưng có tiến bộ; *which of these three pronunciations is the most usual?* trong ba cách phát âm [của từ] này, cách nào là thông dụng nhất?

proof¹ /pru:f/ *dt* 1. chứng cứ, bằng chứng: *have you any proof that you are the owner of the car?* anh có bằng chứng gì chứng tỏ anh là chủ sở hữu chiếc xe này không? 2. sự chứng minh: *is life on the planet Mars capable of proof?* sự sống trên Hỏa tinh có thể chứng minh được không 3. tiêu chuẩn nồng độ của rượu cất: *the liquor is 80% proof* loại rượu mùi này có nồng độ 80% 4. bản in thử: *read the proof* đọc bản in thử *(để sửa)* 5. bản rửa thử *(của một bức ảnh chụp)*: *proofs of the wedding photos* bản

rửa thử ảnh cưới. // **be living proof of something** x living; **the proof of the pudding [is in the eating]** *(tục ngữ)* có qua thực tế thử thách mới biết dở hay; **put to the proof** thử; thử thách *(ai, cái gì)*: *the crisis put his courage and skill to the proof* cơn khủng hoảng đã thử thách lòng can đảm và tài khéo léo của nó.

proof² /pru:f/ *tt* chống được, tránh được: *the shelter was proof against the bitter weather* chỗ trú có thể tránh được thời tiết rét buốt; *proof against temptation* chống lại được sự cám dỗ; *bullet-proof glass* kính chống đạn *(đạn không xuyên qua được)*; *waterproof clothing* quần áo không thấm nước.

proof³ /pru:f/ *dgt* xử lý để chống được, xử lý để không xuyên qua được *(xử lý vải để không thấm nước...)*.

prop¹ /prɒp/ *dt* 1. cái chống, cột chống, trụ *(nhất là trong từ ghép)*: *a pit-prop* cột trụ mỏ 2. *(bóng)* người nâng đỡ, cột trụ: *a prop and comfort to her parents in their old age* người nâng đỡ và là người an ủi cho bố mẹ cô lúc tuổi già.

prop² /prɒp/ *dgt* 1. (-pp-) chống, đỡ lên: *he used a box to prop the door open* anh ta dùng một cái hộp để đỡ cho cửa mở ra 2. dựa vào (tựa vào) [cho đứng lên]: *she propped her bicycle against the wall* chị ta dựa xe đạp vào tường. // **prop something up** a/ chống, đỡ lên: *the roof will have to be propped up while repairs are carried out* mái nhà phải được chống trong khi tiến hành sửa chữa b/ *(thường xấu)* nâng đỡ: *the government refuses to prop up in-*

efficient industries chính phủ từ chối nâng đỡ các ngành công nghiệp không có hiệu quả.

prop³ /prɒp/ *dt (kng)* nh propeller.

prop⁴ /prɒp/ *dt (kng)* (sân khấu, điện ảnh) đạo cụ.

propaganda /,prɒpə'gændə/ *dt* 1. sự tuyên truyền: *there has been much propaganda against smoking that many people have given it up* đã có nhiều tuyên truyền chống thuốc đến nỗi có nhiều người đã bỏ hút 2. *(thường xấu)* luận điệu tuyên truyền: *the people want information, not propaganda* dân cần thông tin, không cần tuyên truyền; *propaganda posters* áp phích tuyên truyền.

propagandise /,prɒpə'gændaiz/ *dgt* nh propagandize.

propagandist /,prɒpə'gændist/ *dt (thường xấu)* người tuyên truyền: *no-smoking propagandists* người tuyên truyền chống hút thuốc lá.

propagandize; propagandise /,prɒpə'gændaiz/ *dgt* tuyên truyền *(tổ chức việc tuyên truyền; tuyên truyền một lý tưởng; tổ chức tuyên truyền tới một nhóm người, một nước...)*.

propagate /'prɒpəgeit/ *dgt* 1. nhân giống; truyền giống: *propagate plants from seeds* nhân giống cây bằng hạt; *plants won't propagate in these conditions* cây không thể nhân giống được trong các điều kiện này 2. truyền bá; lan truyền: *missionaries went far afield to propagate their faith* các nhà truyền giáo đi xa để truyền bá tôn giáo của họ; *propagate news* loan truyền tin tức, loan tin 3. truyền: *propagate heat* truyền nhiệt.

P

propagation /ˌprɒpə'geiʃn/ *dt* **1.** sự nhân giống, sự truyền giống: *the propagation of plants from cuttings* sự nhân giống cây bằng cành giâm **2.** sự truyền bá **3.** sự truyền *(ánh sáng, nhiệt...)*.

propagator /'prɒpəgeitə[r]/ *dt* **1.** người nhân giống; cây truyền giống **2.** người truyền bá **3.** vật truyền *(nhiệt...)*.

propane /'prəʊpein/ *dt* *(hóa)* propan.

propel /prə'pel/ *dgt* (-ll-) đẩy [tới]: *mechanically propelled vehicles* xe đẩy (chạy) bằng máy; *his addiction to drugs propelled him towards a life of crime* sự nghiện ma túy đẩy hắn tới một cuộc đời tội ác.

propellant *(cg* **propellent**) /prə'pelənt/ *dt* tác nhân đẩy *(như chất nổ đẩy viên đạn đi...)*.

propeller /prə'pelə[r]/ *dt (cg* **screw-propeller***, (kng)* **prop**) chân vịt *(tàu thủy)*; cánh quạt *(máy bay)*.

propellent /prə'pelənt/ *tt* đẩy [tới]: *a propellent agent* tác nhân đẩy.

propelling pencil /prə,peliŋ 'pensl/ bút chì vặn ruột tời ra tụt vào được.

propensity /prə'pensəti/ *dt* khuynh hướng, thiên hướng: *a propensity to exaggerate (towards exaggeration)* khuynh hướng phóng đại sự việc; *a propensity for getting into debt* khuynh hướng mắc nợ.

proper /'prɒpə[r]/ *tt* **1.** phù hợp, thích hợp: *clothes proper for the occasion* quần áo thích hợp cho dịp đó; *the proper tool for the job* dụng cụ thích hợp cho công việc **2.** đúng; đúng đắn: *the proper way to hold the bat* cách cầm gậy *(đánh*

cricket...) đúng **3.** *(kng)* thật sự; đích thực: *it was discovered that he was not a proper doctor* người ta khám phá ra rằng ông ta không phải là một bác sĩ thật sự; *she hadn't had a proper holiday for years* đã mấy năm nay chị ta chưa có lấy một ngày nghỉ thật sự; *you have to wait in a large entrance hall before being shown into the court proper* ông phải đợi tại một phòng tiền sảnh rộng trước khi được dẫn vào cung điện thật sự **4.** *(thngữ) (kng)* hoàn toàn; ra trò: *he gave the burglar a proper beating* ông ta nện cho tên trộm một trận ra trò. // **do the proper thing** *x* thing; **prim and proper** đoan trang và đúng đắn.

proper fraction /ˌprɒpə 'frækʃn/ *(toán)* phân số đích thực *(bé hơn đơn vị)*.

properly /'prɒpəli/ *pht* **1.** [một cách] đúng; [một cách] đúng đắn: *behave properly* cư xử đúng đắn; *he is not, properly speaking, a member of the editorial staff* nói cho đúng thì anh ta không phải là thành viên ban biên tập **2.** *(kng)* hoàn toàn; ra trò: *he got properly beaten by the world champion* anh ta đã bị nhà quán quân thế giới đánh bại hoàn toàn.

proper name /'prɒpəneim/ danh từ riêng.

propertied /'prɒpətid/ *tt* có tài sản *(chủ yếu là ruộng đất)*; hữu sản: *propertied classes* giai cấp hữu sản.

property /'prɒpəti/ *dt* **1.** tài sản, [vật] sở hữu: *don't touch those tools, they are not your property* đừng có mó vào các dụng cụ ấy, đâu có phải là sở hữu của anh **2.** bất động sản: *a man of property* một người có nhiều

bất động sản; *property speculation* sự đầu cơ bất động sản; *he has a property in this area* ông ta có một bất động sản ở vùng này **3.** sự sở hữu; quyền sở hữu: *property brings duties and responsibilities* có quyền sở hữu tất phải có nghĩa vụ và trách nhiệm **4.** *(thường snh)* tính chất: *the chemical properties of iron* tính chất hóa học của sắt **5.** *(thường snh) (cg kng* **prop**) đạo cụ *(sân khấu, diện ảnh)*. // **public property** *x* public.

prophecy /'prɒfəsi/ *dt* **1.** sự tiên tri; tài tiên tri; lời tiên tri, lời sấm **2.** sự tiên đoán; tài tiên đoán; lời tiên đoán.

prophesy /'prɒfəsai/ *dgt* (-sied) **1.** *(of something)* tiên tri **2.** tiên đoán: *he refused to prophesy when the economy would begin to improve* ông ta từ chối không chịu tiên đoán khi nào thì nền kinh tế sẽ bắt đầu khá hơn lên.

prophet /'prɒfit/ *dt (c* **prophetess**) **1.** nhà tiên tri; người tiên đoán: *I'm afraid I'm no weather prophet* tôi e rằng tôi không phải là một nhà tiên đoán thời tiết **2. the Prophet** Mohammed người sáng lập ra Hồi giáo **3. the Prophets** kinh Cựu ước tiên tri **4.** người chủ trương; người đề xướng *(một học thuyết...)*. // **a prophet of doom** người bi quan *(về việc gì)*; người bi quan về tương lai thế giới.

prophetess /'prɒfites, profi'tes/ *dt* nữ tiên tri.

prophetic /prə'fetik/ *tt (cg* **prophetical**) **1.** tiên tri; như một nhà tiên tri **2.** *(of something)* tiên đoán; nói trước; cho thấy trước: *prophetic remarks* những nhận xét [có tính chất] tiên đoán; *his* *early achievements were prophetic of his future greatness* những thành tựu sớm sủa của ông cho thấy trước sự vĩ đại tương lai của ông.

prophetical /prə'fetikl/ *tt x* prophetic.

prophetically /prə'fetikli/ *pht* [một cách] tiên tri.

prophylactic¹ /ˌprɒfi'læktik/ *tt* dự phòng; phòng bệnh.

prophylactic² /ˌprɒfi'læktik/ *dt* **1.** phương sách phòng bệnh; thuốc phòng bệnh **2.** (*Mỹ*) bao ngừa thụ thai, capot.

prophylaxis /ˌprɒfi'læksis/ *dt* sự dự phòng; sự phòng bệnh.

propinquity /prə'piŋkwəti/ *dt* **1.** sự gần (*về không gian hoặc thời gian*): *the neighbours lived in close propinquity to each other* hàng xóm láng giềng ở gần sát nhau **2.** quan hệ bà con gần gũi.

propitiate /prə'piʃieit/ *dgt* xoa dịu, làm nguôi; làm lành: *they offered sacrifices to propitiate the gods* họ dâng vật hiến sinh để làm nguôi cơn giận của thần linh.

propitiation /prəˌpiʃi'eiʃn/ *dt* sự xoa dịu, sự làm nguôi; sự làm lành: *the propitiation of the gods* sự làm nguôi giận thần linh; *the propitiation for their sins* sự làm dịu bớt tội lỗi.

propitiatory /prə'piʃiətri/, (*Mỹ* prə'piʃiətɔ:ri)/ *tt* để xoa dịu, để làm nguôi; để làm lành: *a propitiatory gift* món quả làm lành; *a propitiatory smile* nụ cười làm lành.

propitious /prə'piʃəs/ *tt* thuận lợi: *propitious weather* thời tiết thuận lợi; *the circumstances were not propitious for further extension of the company* hoàn cảnh

không thuận lợi cho sự mở rộng thêm công ty hơn nữa.

propitiously /prə'piʃəsli/ *pht* [một cách] thuận lợi.

prop-jet /'prɒpdʒet/ *dt nh* turbo-prop.

proponent /prə'pəʊnənt/ *dt* người ủng hộ (*một học thuyết, một sự nghiệp*): *he is one of the leading proponents of the theory* ông ta là một trong những người ủng hộ hàng đầu của học thuyết đó.

proportion /prə'pɔ:ʃn/ *dt* **1.** tỷ lệ: *the proportion of the population still speaking the dialect is very small* tỷ lệ dân còn nói phương ngữ là rất nhỏ; *what is the proportion of men to women in the population?* tỷ lệ nam nữ trong dân là bao nhiêu? **2.** (*thường snh*) sự cân xứng, sự tương xứng: *the two windows are in admirable proportion* hai cái cửa sổ cân xứng một cách tuyệt vời **3.** *proportions* (*snh*) kích thước; quy mô: *a painting of huge proportions* bức họa kích thước to lớn **4.** (*toán*) tỷ lệ thức. // **in proportion to something** cân xứng với cái gì, tương xứng với cái gì: *payment in proportion to work done* tiền công tương xứng với công việc đã làm; *out of proportion* không cân xứng; không tương xứng; *her head is out of proportion of the size of her body* đầu chị ta không cân xứng với cơ thể của chị; **out of all proportion** quá lớn, quá nặng (*so với cái gì đó*): *prices out of all proprotion to income* giá quá cao so với thu nhập; *punishment that was out of all proportion to the offence committed* hình phạt quá nặng so với tội đã phạm phải.

proportional /prə'pɔ:ʃənl/ *tt* tỷ lệ: *payment will be proportional to the amount of work done* tiền công tất nhiên là tỷ lệ với khối lượng công việc đã làm.

proportionally /prə'pɔ:ʃənəli/ *pht* theo tỷ lệ.

proportional representation /prəˌpɔ:ʃənl ˌreprizen'teiʃn/ chế độ số đại biểu (*của mỗi đảng*) theo tỷ lệ (*số phiếu mà các đảng viên đảng ấy đã đạt được*).

proportionate /prə'pɔ:ʃənət/ *tt* (*to something*) tỷ lệ với, tương xứng với: *the price increases are proportionate to the increases in the costs of production* giá hàng tăng tương xứng với sự tăng chi phí sản xuất.

proportionately /prə'pɔ:ʃənətli/ *pht* theo tỷ lệ; một cách tương xứng.

proportioned /prə'pɔ:ʃənd/ *tt* (*chủ yếu trong từ ghép*) có kích thước (*như thế nào đó*); có quy mô (*như thế nào đó*): *a well-proportioned room* một gian phòng có kích thước cân đối.

proposal /prə'pəʊzl/ *dt* **1.** sự đề nghị: *the proposal of new terms for a peace treaty* sự đề nghị những điều khoản mới cho một hòa ước **2.** [điều] đề nghị: *various proposals were put forward for increasing sales* nhiều đề nghị khác nhau đã được đưa ra nhằm tăng lượng hàng bán ra **3.** sự cầu hôn: *she had had many proposals* cô ta đã có nhiều người cầu hôn.

propose /prə'pəʊz/ *dgt* **1.** đề nghị, đề xuất, đề ra: *propose a motion* đề ra một kiến nghị **2.** dự tính, dự định, định: *I propose [to make; making] an early start tomorrow* tôi định mai sẽ khởi

P

hành sớm **3.** cầu [hôn]: *propose [marriage] to someone* cầu hôn ai **4.** giới thiệu, đề cử: *I propose Mr. Ba for chairman* tôi giới thiệu ông Ba làm chủ tịch. // **propose somebody's health; propose a toast** đề nghị nâng cốc chúc ai sức khỏe và hạnh phúc.

proposer /prə'pəʊzə[r]/ *dt* **1.** người đề nghị **2.** người giới thiệu, người đề cử.

proposition[1] /ˌprɒpə'zɪʃn/ *dt* **1.** lời tuyên bố, lời xác nhận: *the proposition is so clear that it needs no explanation* lời tuyên bố rõ đến mức không cần phải giải thích **2.** [lời] đề nghị: *accept a proposition* chấp nhận một đề nghị **3.** *(kng)* công việc; vấn đề: *it is a tough proposition* ấy là một vấn đề gay go đấy.

proposition[2] /ˌprɒpə'zɪʃn/ *dgt* gạ ăn nằm với *(một phụ nữ)*.

propound /prə'paʊnd/ *dgt* đề xuất: *propound an idea* đề xuất một ý kiến; *propound a problem* đề xuất một vấn đề.

proprietary /prə'praɪətri, (Mỹ prə'praɪəteri)/ *tt* **1.** do một hãng đặc quyền kinh doanh: *proprietary medicines* thuốc do một hãng đặc quyền kinh doanh **2.** đã đăng ký độc quyền: *"Xerox" is a proprietary name and may not be used by other makers of photocopiers* "Xerox" là tên đã đăng ký độc quyền và các nhà chế tạo máy sao chụp khác không thể dùng tên đó được **3.** sở hữu: *proprietary rights* quyền sở hữu.

proprietor /prə'praɪətə[r]/ *dt* (c **proprietress**) chủ sở hữu, chủ *(một hãng kinh doanh, một khách sạn, một*

bằng sáng chế...): *a newspaper proprietor* chủ tờ báo.

proprietorial /prə,praɪə'tɔːrɪəl/ *tt (thường xấu)* [thuộc] ông chủ, như ông chủ: *she resented the proprietorial way he used her car for trips about town* bà ta phẫn uất về cách ông ta sử dụng xe của bà như ông chủ xe thực sự để đi dạo chơi đây đó trong thành phố.

proprietress /prə'praɪətrɪs/ *dt* bà chủ sở hữu, bà chủ (x **proprietor**).

propriety /prə'praɪəti/ *dt* **1.** sự đúng mực, sự chỉnh *(trong thái độ, cách cư xử)*: *behave with perfect propriety* cư xử hết sức đúng mực **2.** sự thích hợp, sự đúng đắn: *I am doubtful about the propriety of granting such a request* tôi nghi ngờ về tính chất đúng đắn của việc chấp nhận một yêu cầu như thế **3.** the proprieties *(snh)* phép tắc, khuôn phép: *be careful to observe proprieties* cẩn thận tuân thủ phép tắc.

propulsion /prə'pʌlʃn/ *dt* sự đẩy [tới]: *jet propulsion* sự đẩy bằng động cơ phản lực.

propulsive /prə'pʌlsɪv/ *tt* đẩy [tới]: *propulsive forces* lực đẩy.

prop-word /'prɒpwɜːd/ *dt* *(ngôn)* từ thế danh từ *(túc từ* one, ones; *như trong câu:* "which piece would you like?" - "I'd like the bigger one").

pro rata /ˌprəʊ'rɑːtə/ *tt, pht* theo tỷ lệ: *if production costs go up, there will be a pro rata increase in prices (prices will increase pro rata)* nếu chi phí sản xuất tăng, thì giá cũng tăng theo tỷ lệ.

prorogation /ˌprəʊrə'geɪʃn/ *dt* **1.** sự tạm ngừng họp một

thời gian. *(nghị viện)* **2.** kỳ tạm ngừng họp *(nghị viện)*.

prorogue /prə'rəʊg/ *dgt* ngừng họp mà không giải tán *(nghị viện)*; tạm ngừng họp một thời gian *(khiến những việc còn dở dang sẽ được giải quyết tại kỳ họp tiếp sau)*.

prosaic /prə'zeɪɪk/ *tt* **1.** nôm na: *a prosaic style* văn phong nôm na **2.** buồn tẻ; tầm thường: *a prosaic life as a housewife* cuộc sống tầm thường buồn tẻ của một người nội trợ.

prosaically /prə'zeɪɪkli/ *pht* **1.** [một cách] nôm na **2.** [một cách] buồn tẻ; [một cách] tầm thường.

proscenium /prə'siːnɪəm/ *dt* phần tiền sân khấu, phần ngoài màn *(của sàn diễn)*.

proscenium arch /prə,siː-nɪəm'ɑːtʃ/ vòm tiền sân khấu.

proscribe /prə'skraɪb, (Mỹ prəʊ'skraɪb)/ *dgt* **1.** cấm; bài trừ: *the sale of drugs is proscribed by law* việc bán ma túy là bị cấm theo luật **2.** đặt ra ngoài vòng pháp luật *(trước đây)*.

proscription /prə'skrɪpʃn, (Mỹ prəʊ'skrɪpʃn)/ *dt* **1.** sự cấm; sự bài trừ: *the proscription of newspapers critical to the government* sự cấm những tờ báo chỉ trích chính phủ **2.** sự đặt ra ngoài vòng pháp luật *(trước đây)*.

prose /prəʊz/ *dt* văn xuôi.

prosecute /'prɒsɪkjuːt/ *dgt* **1.** truy tố: *he was prosecuted for exceeding the speed limit* nó bị truy tố về tội vượt quá tốc độ giới hạn **2.** tiếp tục; theo đuổi: *prosecute one's studies* tiếp tục việc học tập; *prosecute a war* theo đuổi chiến tranh.

prosecution /ˌprɒsɪ'kjuːʃn/ *dt* **1.** sự truy tố; vụ truy tố:

there have been several prosecutions for drug smuggling recently gần đây đã có nhiều vụ truy tố về buôn lậu ma túy **2.** bên truy tố **3.** sự tiếp tục; sự theo đuổi: *in the prosecution of his duties, he had met with a good deal of resistance* trong khi tiếp tục nhiệm vụ, nó đã gặp phải rất nhiều sự chống cự.

prosecutor /'prɒsikju:tə[r]/ *dt* người truy tố *(trước tòa án).*

proselyte /'prɒsəlait/ *dt* tín đồ mới *(của một đạo);* môn đồ mới *(của một học thuyết);* đảng viên mới *(của một đảng).*

proselytise /'prɒsəlitaiz/ *dgt nh* proselytize.

proselytize /'prɒsəlitaiz/ *dgt* (*cg* **proselytise**) [cổ] thuyết phục *(người khác)* theo đạo (chính kiến) của mình.

prosily /'prəʊzili/ *pht* [một cách] buồn tẻ, [một cách] chán ngắt.

prosiness /'prəʊzinis/ *dt* sự buồn tẻ, sự chán ngắt.

prosodic /prə'sɒdik/ *tt* **1.** [thuộc] vần luật **2.** [thuộc] ngữ điệu.

prosody /'prɒsədi/ *dt* **1.** vần luật, khoa vần luật *(tho)* **2.** ngữ điệu *(của một ngôn ngữ).*

prospect¹ /'prɒspekt/ *dt* **1.** *(cũ)* cảnh, toàn cảnh: *a magnificient prospect of mountain peaks and lakes* một cảnh chóp núi và mặt hồ lộng lẫy **2.** viễn tượng: *this opened new prospect to his mind* cái đó mở ra một viễn tượng mới trong trí nó **3.** **prospects** *(snh)* cơ may thành công; triển vọng: *the job has no prospects* công việc ấy không có triển vọng **4.** hy vọng: *I see little prospect of an improvement* tôi có ít hy

vọng là sẽ có cải tiến **5.** ứng cử viên có khả năng được bầu; đấu thủ có khả năng đoạt giải **6.** người có khả năng là khách hàng.

prospect² /prə'spekt, *(Mỹ* 'prɒspekt)/ *dgt* (+ for) dò tìm; tìm kiếm, tìm *(vàng, quặng, dầu mỏ...): a licence to prospect in the northern territory* giấy phép dò tìm ở khu vực miền Bắc; *prospect for gold* tìm vàng.

prospective /prə'spektiv/ *tt* có khả năng là, có triển vọng là: *his prospective mother-in-law* người có khả năng là mẹ vợ của nó.

prospector /prə'spektə[r]/ *dt* người dò tìm; người tìm *(vàng, quặng, dầu mỏ...).*

prospectus /prə'spektəs/ *dt* tờ quảng cáo *(cho một trường tư thục, một hãng kinh doanh mới...).*

prosper /'prɒspə[r]/ *dgt* thịnh vượng lên, phát đạt, phồn vinh lên: *the business is prospering* việc kinh doanh buôn bán đang phát đạt.

prosperity /prɒ'sperəti/ *dt* sự thịnh vượng, sự phát đạt, sự phồn vinh: *live in prosperity* sống trong cảnh phồn vinh giàu có.

prosperous /'prɒspərəs/ *tt* thịnh vượng, phát đạt, phồn vinh: *a prosperous industry* một ngành công nghiệp phát đạt; *a prosperous country* một miền phồn vinh.

prosperously /'prɒspərəsli/ *pht* [một cách] thịnh vượng, [một cách] phát đạt, [một cách] phồn vinh.

prostate /'prɒsteit/ *dt (giải)* tuyến tiền liệt.

prosthesis /'prɒsθisis, prɒs-'θi:sis/ *dt (y)* **1.** bộ phận giả *(như chân giả, răng giả...)* **2.** sự lắp bộ phận giả.

prosthetic /prɒs'θetik/ *tt (y)* [thuộc bộ phận] giả: *a prosthetic appliance* bộ phận giả.

prostitute¹ /'prɒstitju:t, *(Mỹ* 'prɒstitu:t)/ *dt* đĩ, gái điếm.

prostitute² /'prɒstitju:t, *(Mỹ* 'prɒstitu:t)/ *dgt* **1.** *prostitute oneself* làm đĩ, mại dâm **2.** bán rẻ *(danh dự, tên tuổi...): prostitute one's reputation* bán rẻ thanh danh.

prostitution /ˌprɒsti'tju:ʃn, *(Mỹ* prɒsti'tu:ʃn)/ *dt* **1.** sự làm đĩ, sự mại dâm **2.** sự bán rẻ *(danh dự...): he refused the job, saying it would be [a] prostitution of his talents* ông ta từ chối công việc đó, nói rằng đấy là một sự bán rẻ tài năng của ông.

prostrate¹ /'prɒstreit/ *tt* **1.** nằm mọp xuống *(vì mệt quá...);* nằm phủ phục *(tỏ ý quy phục): she was found prostrate on the floor* người ta tìm thấy chị ta nằm mọp trên sàn nhà; *the prisoners were forced to lie prostrate in front of their captors* những người bị cầm tù buộc phải phủ phục trước những kẻ đã bắt được họ **2.** (+ with) kiệt sức: *the illness left her prostrate for several weeks* bệnh hoạn đã làm cho chị ta kiệt sức mấy tuần liền; *prostrate with grief* kiệt sức vì đau buồn.

prostrate² /prɒ'streit, *(Mỹ* 'prɒstreit)/ *dgt* **1.** *prostrate oneself* phủ phục: *the slaves prostrated themselves at their master's feet* những người nô lệ phủ phục dưới chân chủ; *the pilgrims prostrated themselves before the altar* những người hành hương phủ phục trước bệ thờ **2.** làm đổ rạp xuống đất: *trees prostrated by the gales* cây cối bị cơn lốc làm đổ rạp xuống đất **3.** *(chủ*

P

yếu ở dạng bị động) làm kiệt sức: *the competitors were prostrated by the heat* các đấu thủ bị thời tiết nóng làm kiệt sức.

prostration /prɒ'streiʃn/ *dt* 1. sự phủ phục 2. sự kiệt sức.

prosy /'prəʊzi/ *tt* (**-ier; -iest**) buồn tẻ, chán ngắt (*tác giả, diễn giả, sách, bài nói, văn phong...*).

Prot *vt của* Protestant.

protagonist /prə'tægənist/ *dt* 1. vai chính (*trong một vở kịch*) 2. người chủ chốt (*trong việc gì*): *a leading protagonist of the women's movement* người lãnh đạo chủ chốt phong trào phụ nữ.

protean /'prəʊtiən, prəʊ-'tiːən/ *tt* hay thay đổi; thay đổi một cách nhanh chóng dễ dàng.

protect /prə'tekt/ *dgt* 1. bảo vệ, che chở: *you need warm clothes to protect you against the cold* anh cần quần áo ấm để [bảo vệ mình] khỏi bị rét; *the union was formed to protect the rights and interests of miners* công đoàn được lập ra để bảo vệ quyền lợi của thợ mỏ 2. bảo hộ (*nền công nghiệp chống sự cạnh tranh của hàng nước ngoài...*): *the country's car industry is so strongly protected that foreign car are rarely seen there* nền công nghiệp xe hơi của nước ấy được bảo hộ mạnh đến mức xe ngoại rất ít khi thấy tại đấy.

protection /prə'tekʃn/ *dt* 1. sự bảo vệ, sự che chở; người bảo vệ, vật bảo vệ; người che chở, vật che chở: *he wore a thick overcoat as a protection against the cold* nó mặc một chiếc áo khoác dày để bảo vệ mình khỏi

lạnh (để chống lạnh) 2. (*kinh tế*) chính sách thuế quan bảo hộ 3. sự (chế độ) trả tiền yên thân cho tụi cướp (*để được yên ổn kinh doanh*); tiền yên thân trả cho tụi cướp: *he was paying out half his profits as protection* ông ta đã phải trả nửa số tiền lãi cho tụi cướp để được yên thân kinh doanh.

protectionism /prə'tekʃəni-zəm/ *dt* (*kinh tế*) chế độ thuế quan bảo hộ.

protectionist /prə'tekʃənist/ *dt* (*ktế*) người chủ trương chế độ thuế quan bảo hộ.

protective¹ /prə'tektiv/ *tt* 1. bảo vệ, che chở: *a protective layer of varnish* lớp sơn bảo vệ; *wearing protective headgear on a motor cycle* đi xe môtô đội mũ bảo vệ 2. (*towards somebody*) muốn bảo vệ, muốn che chở; để bảo vệ, để che chở (*cho ai*): *a mother naturally feels protective towards her children* bà mẹ dĩ nhiên là cảm thấy muốn che chở cho các con mình 3. bảo hộ: *protective tariff* biểu thuế quan bảo hộ.

protective² /prə'tektiv/ *dt* bao ngừa thụ thai; capot.

protective colouring /prə,tektive 'kʌləriŋ/ (*động*) màu sắc bảo vệ (*của một số chim, sâu bọ...*).

protective custody /prə-,tektiv 'kʌstədi/ (*luật*) sự giam giữ nói là để bảo vệ (*cho ai*).

protectively *pht* 1. để bảo vệ, để che chở 2. để bảo hộ.

protector /prə'tektə[r]/ *dt* 1. người bảo vệ, người che chở 2. vật bảo vệ: *the swordsmen wore chest protectors* người đánh kiếm mang vật bảo vệ ngực.

protectorate /prə'tektərət/ *tt* xứ bảo hộ.

protégé (*c* **protégée**) /'prɒtəʒei, (*Mỹ* 'prəʊtəʒei)/ *dt* người được che chở: *as the protégé of the most powerful man in the country, his success was guaranteed* là kẻ được người quyền thế nhất vùng che chở, sự thành công của nó là [bảo đảm] ăn chắc.

protein /'prəʊtiːn/ *dt* (*sinh, hóa*) protein: *essential proteins and vitamins* những protein và vitamin chủ yếu; *protein deficiency* sự thiếu protein.

pro tem /,prəʊ'tem/ (*vt của tiếng La tinh* pro tempore) trong lúc này; tạm thời lúc này: *this arrangement will have to do pro tem* việc dàn xếp này phải được thực hiện tạm thời lúc này.

protest¹ /'prəʊtest/ *dt* 1. sự phản kháng; sự kháng nghị: *make a protest against something* phản kháng cái gì 2. lời (hành động) phản kháng; lời (hành động) kháng nghị. // **under protest** một cách miễn cưỡng sau khi đã phản kháng: *he paid the fine under protest* nó nộp phạt một cách miễn cưỡng sau khi đã phản kháng.

protest² /prə'test/ *đgt* 1. (+ about, against, at) phản kháng, kháng nghị: *they are holding a rally to protest against the government's defence policy* họ tổ chức một cuộc tập hợp để phản kháng chính sách quốc phòng của chính phủ; *a demonstration was planned to protest the mistreatment of prisoners* (*Mỹ*) một cuộc biểu tình được dự kiến để phản kháng sự ngược đãi tù nhân 2. tuyên bố long trọng: cam đoan: *he protested his inno-*

cence hắn cam đoan là hắn vô tội. // **protest too much** khẳng định (chối) mạnh đến nỗi người ta nghĩ là không biết có thành thực không.

Protestant¹ /'prɒtistənt/ *dt* tín đồ Tin lành.

Protestant² /'prɒtistənt/ *tt* [thuộc] Tin lành.

Protestantism /'prɒtistəntizəm/ *dt* **1.** đạo Tin lành **2.** tín đồ Tin lành *(một vùng, một nước, coi như một khối)*.

protestation /,prɒtə'steiʃn/ *dt* lời tuyên bố long trọng, lời cam đoan: *protestations of innocence* lời cam đoan là vô tội.

protester /prə'testə[r]/ *dt* người phản kháng, người kháng nghị: *a group of protesters gathered ouside the firm's office* một nhóm người phản kháng đã tập hợp bên ngoài trụ sở công ty.

protestingly /prə'testiŋli/ *pht* [với thái độ] phản kháng, [với thái độ] kháng nghị: *they denied the claim protestingly* họ phủ nhận yêu sách với thái độ phản kháng.

prot[o]- *(dạng kết hợp)* đầu, nguyên (x *protoplasm, prototype...*).

protocol /'prəʊtəkɒl, *(Mỹ* 'prəʊtəkɔ:l)/ *dt* **1.** nghi thức; lễ tân **2.** *(ng giao)* nghị định thư.

proton /'prəʊtɒn/ *dt (lý)* proton.

protoplasm /'prəʊtəplæzəm/ *dt (snh) (cg* **plasma**) nguyên sinh chất.

prototype /'prəʊtətaip/ *dt* nguyên mẫu.

protozoa /,prəʊtə'zəʊə/ *dt snh (sinh)* ngành nguyên sinh động vật.

protozoan /,prəʊtə'zəʊən/ *tt* [thuộc] nguyên sinh động vật; như nguyên sinh động vật.

protozoon *(cg* **protozoan**) /,prəʊtə'zəʊən/ *dt (snh)* nguyên sinh động vật.

protract /prə'trækt, *(Mỹ* prəʊ'trækt)/ *dgt (chủ yếu ở dạng bị động) (thường xấu)* kéo dài: *let's not protract the debate any further* thôi ta đừng kéo dài cuộc tranh luận chút nào nữa; *protracted delays* trì hoãn kéo dài.

protractor /prə'træktə[r], *(Mỹ* prəʊ'træktər)/ *dt* thước đo góc *(hình nửa vòng tròn)*.

protrude /prə'tru:d, *(Mỹ* prəʊ'tru:d)/ *dgt* [làm] nhô ra, [làm] thò ra; [làm] lồi ra: *protruding eyes* mắt lồi; *protruding teeth* răng hô; *a piece of rock protruding from the cliff face* một tảng đá nhô ra từ mặt vách đá.

protrusion /prə'tru:ʒn, *(Mỹ* prəʊ'tru:ʒn)/ *dt* **1.** sự nhô ra, sự thò ra, sự lồi ra **2.** chỗ nhô ra; chỗ thò ra, chỗ lồi ra: *rocky protrusions on the surface of the cliff* những chỗ đá nhô ra trên mặt vách đá.

protuberance /prə'tju:bərəns, *(Mỹ* prəʊ'tu:bərens)/ *dt* **1.** sự lồi lên, sự nhô ra **2.** chỗ lồi lên; chỗ nhô ra: *the diseased trees are marked by protuberances on their bark* cây bị bệnh đầy mụn lồi lên trên vỏ.

protuberant /prə'tju:bərənt, *(Mỹ* prəʊ'tu:bərənt)/ *tt* lồi lên, u lên.

proud¹ /praʊd/ *tt* **(-er; -est)** *tt* **1.** tự hào; hãnh diện; đáng tự hào, đáng hãnh diện: *they were proud of their success (of being so successful)* họ hãnh diện về thành công của họ; họ tự hào về thành công của họ; *she is a remarkable person, I am proud to know her* chị ta là một con người lỗi lạc, tôi hãnh diện là đã được biết chị ta; *the portrait was his proudest possession* bức chân dung là tài sản đáng hãnh diện nhất của ông ta **2.** tự trọng, chững chạc: *they were poor but proud* họ nghèo nhưng là những người tự trọng **3.** *(xấu)* kiêu căng; ngạo mạn: *he was too proud to join our party* nó quá ngạo mạn nên không thể nhập bọn với chúng ta được **4.** huy hoàng; lộng lẫy; hùng vĩ; uy nghi: *soldiers in proud array* quân lính đứng thành hàng ngũ uy nghi; *proud Truongson range* dãy Trường Sơn hùng vĩ **5.** thò ra, nhô ra; rải ra: *rise proud of something* nhô ra từ cái gì (vật gì); *the cement should stand proud of the surface and then be smoothed down later* xi măng hãy cứ rải ra trên mặt, sau hãy miết xuống cho nhẵn. // **[as] proud as a peacock** vênh váo, hợm hĩnh.

proud² /praʊd/ *pht* **do somebody proud** *(kng)* tiếp đãi ai rất trọng thể: *the college did us proud at the centenary dinner* nhà trường đã tiếp đãi chúng tôi rất trọng thể nhân tiệc chiêu đãi kỷ niệm một trăm năm.

proudly /'praʊdli/ *pht* [một cách] tự hào, [một cách] hãnh diện: *proudly displaying the trophy* hãnh diện trưng bày các chiến lợi phẩm.

Prov *vt (chủ yếu trên bản đồ)* tỉnh (*vt của* Province).

provable /'pru:vəbl/ *tt* có thể chứng minh, có thể chứng tỏ.

provably /'pru:vəbli/ *pht* [một cách] có thể chứng

minh, [một cách] có thể chúng tỏ.

prove /pru:v/ *đgt* (*đttqk* **proved**, *(Mỹ)* **proven**) **1.** chứng minh, chứng tỏ: *can you prove it to me?* anh có thể chứng minh điều đó cho tôi thấy không?; *I shall prove to you that the witness is not speaking the truth* tôi sẽ chứng minh cho anh thấy là nhân chứng không nói sự thật **2.** tỏ ra: *the task proved [to be] more difficult than we'd thought* nhiệm vụ tỏ ra khó hơn là chúng ta tưởng; *he proved himself [to be] a coward* nó tỏ ra là một người nhát gan **3.** dậy (bột, do tác dụng của men): *leave the dough to prove for half an hour* để cho bột dậy nửa tiếng đồng hồ. // **the exception proves the rule** x exception; **prove one's (the) case (point)** chứng minh rằng lời tuyên bố (lý lẽ, lời phê bình...) [của mình] là đúng (là có giá trị): *she claimed that money had been wasted, and our financial difficulties seemed to prove her point* chị ta cho là có sự phung phí tiền bạc, và những khó khăn về mặt tài chính của chúng tôi dường như chứng minh ý của cô ta là đúng.

proven[1] /'pru:vn/ *(Mỹ) đttqk* của prove.

proven[2] /'pru:vn/ (Ê-cốt 'prəʊvn)/ *tt* đã được chứng minh, đã được chứng tỏ: *a man of proven ability* một người mà năng lực đã được chứng minh. // **not proven** không đủ chứng cứ (là có tội hay vô tội, do đó được tha, theo cách xử án ở Ê-cốt).

provenance /'prɒvənəns/ *dt* nguồn gốc, lai lịch, nơi phát sinh: *the provenance of the word* nguồn gốc của từ, *antique furniture of doubtful*

provenance đồ đạc cổ lai lịch đáng ngờ (*không biết có thực là đồ cổ không*).

provender /'prɒvində[r]/ *dt* **1.** cỏ khô (cho súc vật) **2.** (*kng hoặc đùa*) thức ăn (cho người): *enough provender for the party* đủ thức ăn cho bữa tiệc.

proverb /'prɒvɜ:b/ *dt* tục ngữ, cách ngôn. // **the Book of Proverbs** kinh cách ngôn của Solomon (*trong bộ Cựu ước*).

proverbial /prə'vɜ:biəl/ *tt* **1.** [thuộc] tục ngữ, [thuộc] cách ngôn; diễn đạt dưới dạng tục ngữ (cách ngôn): *proverbial sayings* lời nói diễn đạt dưới dạng tục ngữ, tục ngữ **2.** ai mà chẳng biết, ai cũng nói đến; điển hình: *his stupidity is proverbial* sự ngốc nghếch của nó ai mà chẳng biết.

proverbially /prə'vɜ:biəli/ *pht* **1.** [thành] tục ngữ, [thành] cách ngôn **2.** [một cách] điển hình.

provide /prə'vaid/ *đgt* **1.** cấp, cung cấp, chu cấp, lo liệu: *the management will provide food and drink* ban quản trị sẽ cấp thức ăn và thức uống; *the firm has provided me with a car* hãng đã cấp cho tôi một chiếc xe; *can you provide accommodation for thirty people?* anh có thể lo liệu chỗ ăn ở cho ba mươi người không? **2.** cho, đưa ra (một ví dụ, một câu trả lời về việc gì đó): *let us hope his research will provide the evidence we need* mong sao nghiên cứu của nó sẽ cho ta bằng chứng mà ta cần **2.** (*kng*) quy định: *a clause in the agreement provides that the tenant shall pay for repairs to the building* một khoản trong hợp đồng quy định là người

thuê chịu chi phí sửa chữa căn nhà.

provide against chuẩn bị đối phó với; dự phòng: *the government has to provide against a possible oil shortage in the coming months* chính phủ phải chuẩn bị đối phó với nguy cơ thiếu dầu trong các tháng sắp tới; **provide for somebody** cấp cho ai những thứ thiết dụng: *they work hard to provide for their large family* họ làm việc cật lực để cấp cho gia đình đông người của họ mọi thứ thiết dụng (*để nuôi sống gia đình đông người của họ*); **provide for something** a/ chuẩn bị đầy đủ (*để khi có biến cố gì thì sẵn sàng đối phó ngay*): *provide for every eventuality in the budget* chuẩn bị đầy đủ phòng ngừa mọi tình huống có thể xảy ra đối với ngân sách b/ lập ra với mọi cơ sở thi hành về sau: *the right of individuals to appeal to a higher court is provided for in the constitution* quyền của cá nhân được đưa đơn chống án lên tòa án cao hơn đã được quy định trong hiến pháp.

provided /prə'vaidid/ *lt* (*cg* **provided that**) với điều kiện là, miễn là: *I will agree to go provided [that] my expenses are paid* tôi sẽ đồng ý với điều kiện là mọi chi phí của tôi được chi trả.

providence /'prɒvidəns/ *dt* **1.** ý trời, thiên hựu **2.** sự lo xa. // **tempt providence** x tempt.

provident /'prɒvidənt/ *tt* biết lo xa; tằn tiện.

providential /ˌprɒvi'denʃl/ *tt* đúng lúc: *a providential departure* sự ra đi đúng lúc.

providentially /ˌprɒvi'denʃəli/ *pht* [một cách] đúng lúc.

Provident Society /'prɒvidənt sə,saiəti/ *nh* Friendly Society.

provider /prə'vaidə[r]/ *dt* người chu cấp *(cho gia đình)*: *the eldest son is the family's only provider* người con trai cả là người duy nhất chu cấp cho gia đình.

providing /prə'vaidiŋ/ *lt (cg* **providing that**) *nh* provided.

province /'prɒvins/ *dt* **1.** tỉnh *(ở một số nước)*: *Canada has ten provinces* Cana-đa gồm có mười tỉnh **2.** **the provinces** *(snh)* các tỉnh cả nước trừ thủ đô: *the show will tour the provinces after it closes in London* đoàn sẽ đi biểu diễn quanh cả nước trước khi kết thúc chuyến đi ở Luân Đôn **3.** *(số ít)* phạm vi, lĩnh vực: *the matter is outside my province* vấn đề ấy nằm ngoài phạm vi của tôi **4.** giáo khu *(dưới quyền tổng giám mục)*.

provincial[1] /prə'vinʃl/ *tt* **1.** [thuộc] tỉnh: *provincial government* chính quyền tỉnh **2.** [thuộc] các tỉnh: *provincial theatres* nhà hát các tỉnh **3.** *(thường xấu)* [có tính chất] tỉnh lẻ, [có tác phong] tỉnh lẻ.

provincial[2] /prə'vinʃl/ *dt (thường xấu)* dân tỉnh lẻ.

provincialism /prə'vinʃəlizəm/ *dt (xấu)* tác phong tỉnh lẻ.

provincially /prə'vinʃəli/ *pht* [theo tác phong] tỉnh lẻ.

provision[1] /prə'viʒn/ *dt* **1.** sự cung cấp, sự chu cấp: *the government is responsible for the provision of medical services* chính phủ chịu trách nhiệm cung cấp dịch vụ y tế **2.** số lượng cung cấp: *the provision of specialist teachers is being increased* số thầy giáo chuyên khoa được cung cấp cho các trường đang bắt đầu tăng lên **3.** đồ dự phòng: *make provision for one's old age* sắm đồ dự phòng cho tuổi già; *provision against possible disaster* đồ dự phòng tai họa có thể xảy tới **4.** sự dự kiến: *the present law makes no provision for this* luật hiện hành không dự kiến khoản đó **5.** *(thường snh)* thức ăn thức uống, lương thực, thực phẩm: *she had a plentiful store of provision* chị ta có cả một kho thức ăn thức uống phong phú **6.** điều khoản *(của một văn kiện pháp lý)*: *under the provisions of an agreement* theo các điều khoản của một hợp đồng.

provision[2] /prə'viʒn/ *dgt (chủ yếu ở dạng bị động)* cung cấp lương thực thực phẩm: *provisioned for a long voyage* đã được cấp (đã chuẩn bị đầy đủ) lương thực thực phẩm cho một chuyến đi dài ngày.

proviso /prə'vaizəʊ/ *dt (snh* **provisos**), *(Mỹ cg* **provisoes**) [điều khoản coi như một] điều kiện: *he accepted, with a proviso* nó chấp nhận với một điều kiện.

provisory /prə'vaizəri/ *tt* có [chứa] điều kiện: *a provisory clause* một điều khoản có điều kiện.

provocation /,prɒvə'keiʃn/ *dt* **1.** sự khích, sự khiêu khích, sự khiêu động: *she loses her temper at (on) the slightest provocation* hơi bị khích một tí là chị ta nổi nóng **2.** điều khiêu khích, điều khích động: *he hit her after repeated provocations* nó đánh chị ta sau nhiều lần khiêu khích.

provocative /prə'vɒkətiv/ *tt* **1.** khích, khiêu khích, khích động: *a provocative remark* một nhận xét khiêu khích **2.** khêu gợi *(dục tình)*: *a dress with a provocative slit at the side* áo dài với đường xẻ khêu gợi ở hông.

provocatively /prə'vɒkətivli/ *pht* **1.** [một cách] khiêu khích **2.** [một cách] khêu gợi.

provoke /prə'vəʊk/ *dgt* **1.** khiêu khích, trêu chọc: *if you provoke the dog, it will bite you* nếu anh trêu chọc con chó thì nó cắn đấy **2.** khích: *he was provoked by their mockery to say more than he had intended* anh bị chúng nó khích bằng lời nhạo báng khiến anh nói nhiều hơn những gì định nói **3.** gây [ra]: *provoke laughter* gây cười.

provoking /prə'vəʊkiŋ/ *tt* [làm] bực mình: *it is provoking of her to be so late* nàng đến quá muộn như thế thật là đáng bực mình.

provost /'prɒvəst, *(Mỹ* 'prəʊvəst/ *dt* **1.** hiệu trưởng *(ở một số phân hiệu trong một số trường đại học ở Anh)* **2.** *(Mỹ)* phó quản lý *(ở một số trường đại học)* **3.** *(Ê-cốt)* thị trưởng *(thành phố, thị xã, thị trấn)* **4.** *(Anh)* tăng đoàn trưởng *(đoàn trưởng đoàn thầy tu ở một số nhà thờ)*.

prow /praʊ/ *dt* mũi, *(tàu, thuyền)*.

prowess /'praʊis/ *dt* kỹ năng tuyệt vời; sự thành thạo cao độ: *we had to admire his prowess as an oarsman (his rowing prowess)* chúng ta phải khâm phục tài chèo thuyền tuyệt vời của anh ta.

prowl[1] /praʊl/ *dgt* **1.** lảng vảng, rình mò: *burglars prowling [around] in the grounds of the house* kẻ trộm lảng vảng trên khu đất quanh nhà; *wild animals prowling in the forest* thú hoang rình mò trong rừng **2.** đi lang thang hoài, đi loanh quanh hoài: *I could hear him prowling round in his bedroom all night* tôi có thể nghe thấy anh ta đi loanh quanh hoài suốt đêm trong buồng ngủ.

prowl² /praʊl/ *dt* [be (go)] on the prowl] [đi] lảng vảng, [đi] rình mò: *there was a fox on the prowl near the chicken coop* có một con cáo rình mò gần chuồng gà; *the soldiers went on the prowl hoping to meet some girls* (đùa) tụi lính đi lảng vảng hòng chộp được vài cô gái.

prowler /praʊlə[r]/ *dt* **1.** thú đi rình mò kiếm mồi **2.** người đi lảng vảng, người đi rình mò ăn trộm.

proximate /ˈprɒksimət/ *tt* gần (*về thời gian, theo thứ tự...*); gần nhất.

proximity /prɒkˈsiməti/ *dt* sự gần (*về thời gian, không gian*); sự sát: *the restaurant benefits from its proximity to several cinemas* tiệm ăn được lợi thế ở gần nhiều rạp chiếu bóng; *houses built in close proximity to each other* nhà xây sát nhau.

proxy /ˈprɒksi/ *dt* **1.** sự ủy nhiệm, sự ủy quyền (*cho đại diện trong một cuộc bầu cử...*): *vote by proxy* bỏ phiếu theo sự ủy quyền **2.** người được ủy nhiệm, người được ủy quyền: *he made his wife his proxy* ông ta ủy quyền cho vợ đại diện mình **3.** giấy ủy nhiệm, giấy ủy quyền.

prude /pruːd/ *dt* (*xấu*) người phụ nữ ra vẻ đoan trang: *she was such a prude that she was even embarrassed by the sight of nake children* cô ta ra vẻ đoan trang đến mức trông thấy trẻ con ở

truồng cô ta cũng ngượng nghịu.

prudence /ˈpruːdns/ *dt* sự khôn ngoan; thận trọng; tính khôn ngoan thận trọng: *one can rely on the prudence of his decision* ta có thể tin vào tính khôn ngoan thận trọng của các quyết định của ông ta.

prudent /ˈpruːdnt/ *tt* khôn ngoan thận trọng: *that was a prudent decision* ấy là một quyết định khôn ngoan thận trọng.

prudery /ˈpruːdəri/ *dt* thói ra vẻ đoan trang.

prudish /ˈpruːdiʃ/ *tt* ra vẻ đoan trang.

prudishly /ˈpruːdiʃli/ *pht* ra vẻ đoan trang.

prudishness /ˈpruːdiʃnis/ *dt* sự ra vẻ đoan trang.

prune¹ /pruːn/ *dt* mận khô.

prune² /pruːn/ *dgt* **1.** tỉa [cành] cây: *prune down a tree* tỉa cành cây; *prune off (away) branches* tỉa cành **2.** xén bớt, lược bớt: *she's pruning down the novel at the publisher's request* bà ta đang lược bớt cuốn truyện theo yêu cầu của nhà xuất bản; *try to prune your essay of irrelevant detail* hãy cố lược bớt chi tiết không thích hợp trong bài tiểu luận của anh đi.

pruning /ˈpruːniŋ/ *dt* sự tỉa cây: *careful pruning at the right time is the secret of success with roses* trồng hồng mà tỉa cành cẩn thận đúng lúc là bí quyết thành công đấy.

pruning-hook /ˈpruːniŋ hʊk/ *dt* liềm tỉa cây.

prurience /ˈprʊəriəns/ *dt* (*xấu*) sự dâm dật, sự thèm khát nhục dục.

prurient /ˈprʊəriənt/ *tt* (*xấu*) dâm dật, thèm khát nhục dục.

pruriently /ˈprʊəriəntli/ *pht* (*xấu*) [một cách] dâm dật.

Prussian¹ /ˈprʌʃn/ *tt* [thuộc] Phổ (*trước kia*).

Prussian² /ˈprʌʃn/ *dt* người Phổ (*trước kia*).

Prussian blue /ˌprʌʃnˈbluː/ [màu] lam Phổ (*xanh lam đậm*).

prussic acid /ˌprʌsikˈæsid/ (*hóa*) axit xyanhydric (*rất độc*).

pry¹ /prai/ *dgt* (**pried**) tò mò xoi mói: *I don't want them prying into my affairs* tôi không muốn chúng nó tò mò xoi mói công việc của tôi (*chõ mũi vào công việc của tôi*).

pry² /prai/ *dgt* **pried** nh prise: *pry the lid off a tin* nạy nắp hộp lên; *pry the tin open* nạy cho nắp hộp mở ra; **pry information out of somebody** (*bóng*) buộc ai phải tiết lộ tin tức.

PS *vt* **1.** (*vt của* police sergeant) trung úy cảnh sát (*dưới thanh tra cảnh sát, ở Anh*) **2.** (*cg* **ps** /ˌpiːˈes/) (*vt của tiếng La tinh* postscriptum) tái bút.

psalm /sɑːm/ *dt* (*tôn*) bài thánh vịnh: *Book of Psalms* sách thánh vịnh (*trong Kinh cựu ước*).

psalmist /ˈsɑːmist/ *dt* người sáng tác thánh vịnh.

psalter /ˈsɔːltə[r]/ *dt* sách thánh vịnh kèm nhạc (*để dùng trong các buổi cúng bái*).

psaltery /ˈsɔːltəri/ *dt* (*nhạc, sử*) đàn xante.

psephological /ˌsefəˈlɒdʒikl, (*Mỹ* ˌsiːfəˈlɒdʒikl)/ *tt* [thuộc] bầu cử học.

psephologist /se'fɒlədʒist, (Mỹ si:'fɒlədʒist) / dt nhà bầu cử học.

psephology /se'fɒlədʒi, (Mỹ si:'fɒlədʒi)/ dt bầu cử học.

pseud /sju:d, (Mỹ su:d)/ dt (kng, xấu) nhà thông thái rởm: he is just a pseud, he knows nothing about art really ông ta đúng là một nhà thông thái rởm; ông thực ra không biết tí gì về nghệ thuật cả.

pseudo /'sju:dəʊ, (Mỹ 'su:dəʊ)/ tt không thật, giả bộ; không thành thật: this apparent interest of his in modern music is completely pseudo sự thích nhạc hiện đại của anh ta là hoàn toàn giả bộ.

pseud[o]- (dạng kết hợp) giả (x pseudonym tên không phải là tên thật, là một tên giả).

pseudonym /'sju:dənim, (Mỹ 'su:dənim)/ dt biệt hiệu; bút danh.

pseudonymous /'sju:'dɒniməs, (Mỹ su:'dɒniməs)/ tt ký biệt hiệu, ký bút danh (tác phẩm).

psi (vt của pounds (pressure) per square inch) pao trên insơ vuông (áp suất).

psittacosis /ˌsitə'kəʊsis/ dt (y) bệnh virut vẹt.

psoriasis /sə'raiəsis/ dt (y) bệnh vảy nến.

psst /pst/ pht xuyt! (dùng để làm cho ai chú ý một cách kín đáo hoặc lén lút): psst! let's get out now before they see us! xuyt! ta chuồn ra bây giờ đi, trước khi chúng trông thấy chúng ta!

PST /ˌpi:es'ti:/ (Mỹ) (vt của Pacific Standard Time) giờ tiêu chuẩn Thái Bình Dương.

psych (cg psyche) /saik/ dgt (kng) **1. psych somebody [out]** làm cho ai hoảng sợ; làm cho ai kém tự tin: his arrogant behaviour on court psyched his opponent [out] completely thái độ ngạo nghễ của nó trên sân đã làm cho đối thủ của nó hoàn toàn kém tự tin ở mình **2. psych somebody (oneself) up** chuẩn bị về mặt tinh thần cho ai; chuẩn bị tư tưởng (cho mình): he had really psyched himself up for the big match nó thực sự đã chuẩn bị tư tưởng để tham gia cuộc đấu quan trọng ấy.

psyche[1] /saik/ dgt x psych.

psyche[2] /'saiki/ dt tâm thần.

psychedelic /ˌsaiki'delik/ tt **1.** gây ảo giác; làm cho đê mê (nói về một số thuốc) **2.** có màu sắc chói chang; có âm thanh chói tai: psychedelic music nhạc nghe chói tai.

psychedelically /ˌsaiki'delikli/ pht **1.** [tựa như] gây ảo giác **2.** [một cách] chói chang; [một cách] chói tai.

psychiatric /ˌsaiki'ætrik/ tt [thuộc] bệnh học tâm thần: a psychiatric clinic bệnh viện tâm thần.

psychiatrist /ˌsaiki'ætrist/ dt thầy thuốc tâm thần.

psychiatry /sai'kaiətri, (Mỹ si'kaiətri)/ bệnh học tâm thần.

psychic[1] /'saikit/ tt **1.** (cg **psychical**) [thuộc] tâm lý; [thuộc] tâm thần: psychical research nghiên cứu về tâm thần **2.** có khả năng huyền diệu: she claims to be psychic and to be able to foretell the future cô ta cho là mình có khả năng huyền diệu và có thể đoán trước tương lai.

psychic[2] /'saikik/ dt người có năng lực siêu nhiên.

psychical /'saikikl/ tt x psychic[1] 1.

psych[o]- (dạng kết hợp) [thuộc] tâm thần; [thuộc] tâm lý (x psychiatry, psychologie, psychotherapy...).

psychoanalyse /ˌsaikəʊ'ænəlaiz/ dgt (cg **analyse**, Mỹ **analyze**) chữa theo phép phân thần; tìm hiểu (ai) theo phép phân thần.

psychoanalysis /ˌsaikəʊə'næləsis/ dt (cg **analysis**) phép phân thần.

psychoanalyst /ˌsaikəʊ'ænəlist/ dt (cg **analyst**) nhà phân thần.

psychoanalytic /ˌsaikəʊˌænə'litik/, **psychoanalytical** /ˌsaikəʊˌænə'litikl/ tt [thuộc] phép phân thần.

psychoanalitically /ˌsaikəʊˌænə'litikli/ pht [theo phép] phân thần.

psychological /ˌsaikə'lɒdʒikl/ tt [thuộc] tâm lý học, [thuộc] tâm lý: the psychological development of a child sự phát triển tâm lý của trẻ em; psychological research nghiên cứu tâm lý học. // the psychological moment lúc thích hợp nhất (để làm việc gì, bảo đảm thành công).

psychologically /ˌsaikə'lɒdʒikli/ pht [về mặt] tâm lý.

psychological warfare /ˌsaikələ'lɒdʒikl 'wɔ:feə[r]/ chiến tranh tâm lý.

psychologist /sai'kɒlədʒist/ dt nhà tâm lý học.

psychology /sai'kɒlədʒi/ dt **1.** tâm lý học **2.** (kng) tâm lý: the psychology of the adolescent tâm lý của người thành niên.

psychopath /'saikəʊpæθ/ dt (y) người bệnh nhân cách.

psychopathic /ˌsaikəʊ'pæθik/ tt **1.** [thuộc] bệnh nhân cách **2.** bị bệnh nhân cách.

P

psychoses /sai'kəʊsi:z/ *dt* snh của psychosis.

psychosis /sai'kəʊsis/ *dt (y)* chứng loạn tâm thần.

psychosomatic /,saikəʊsə-'mætik/ *tt* **1.** do đột loạn tâm thần gây nên; do đột loạn tinh thần làm cho trầm trọng thêm *(bệnh)* **2.** [thuộc] tâm thần - thân thể, [thuộc] tâm thể: *psychosomatic medicine* y học tâm thể.

psychosomatically /,sai-kəʊsə'mætikli/ *pht* [theo kiểu] tâm thể.

psychotherapist /,saikəʊ-'θerəpist/ *dt (y)* thầy thuốc liệu pháp tâm lý.

psychotherapy /,saikəʊ'θe-rəpi/ *dt (y)* liệu pháp tâm lý.

psychotic¹ /sai'kɒtik/ *tt (y)* loạn tâm thần: *a psychotic disorder* rối loạn tâm thần.

psychotic² /sai'kɒtik/ *dt (y)* người loạn tâm thần.

PT /,pi:'ti:/ *(vt của physical training)* sự luyện tập thân thể: *a PT lesson* bài luyện tập thân thể.

pt *vt* **1.** *(cg* Pt*)* **1.** *(vt của* part*)* phần *(của một cuốn sách...)* **2.** *(snh* pts*)* panh *(đơn vị đo lường)*: *2 pts today please, milkman* này ông đi giao sữa, hôm nay làm ơn cho hai panh nhé **3.** *(snh* pts*)* *(vt của* points*)* điểm: *the winner scored 10 pts* người thắng ghi được 10 điểm **4.** *(cg* Pt*)* cảng *(vt của* port*)* *(nhất là trên các bản đồ)* *Pt Moresby* cảng Moresby.

pta *vt (snh* ptas*)* *(vt của* peseta*)* đồng pexeta *(tiền Tây Ban Nha)*.

PTA /,pi:ti:'ei/ *(vt của* par-ent-teacher association*)* hội phụ huynh học sinh - giáo viên *(ở các trường học)*.

ptarmigan /'tɑ:migən/ *dt (động)* gà gô trắng.

Pte *vt (Mỹ* Pvt*)* binh nhì: *Pte [Jim] Hill* binh nhì [Jim] Hill.

pterodactyl /,terə'dæktil/ *dt (động)* thằn lằn ngón cánh *(hóa thạch)*.

PTO *(cg* pto*)* /,pi:ti:'əʊ/ *(vt của* please turn over*)* xin lật sang trang sau *(ghi chú ở cuối trang)*.

ptomaine /'təʊmein/ *dt (hóa)* ptomain.

ptomaine poisoning /'təʊ-mein pɔizniŋ/ *(cũ)* sự ngộ độc thức ăn.

pub /pʌb/ *dt (kng)* quán rượu *(vt của* public house*)*: *they've gone down to the pub for a drink* họ đã xuống quán uống rượu.

pub crawl /'pʌbkrɔ:l/ *(kng)* cuộc nhậu vòng qua nhiều quán rượu: *go on a pub crawl* đi nhậu một vòng.

puberty /'pju:bəti/ *dt* sự dậy thì; tuổi dậy thì: *reach the age of puberty* đến tuổi dậy thì.

pubic /'pju:bik/ *tt (giải)* [thuộc] vùng mu; ở vùng mu: *the pubic bone* xương mu.

public¹ /'pʌblik/ *tt* **1.** chung; công; công cộng: *public school* trường công; *public utilities* những ngành phục vụ lợi ích công cộng *(điện, nước...)* **2.** công khai: *make a public protest* phản kháng công khai. // **be public knowl-edge** mọi người đều biết: *it's public knowledge she's expecting a baby* mọi người đều biết là chị đang có bầu; **go public** trở thành công ty cổ phần *(nói về một công ty, bằng cách bán cổ phần cho công chúng)*; **in the public eye** a/ ai cũng biết; nổi tiếng b/ thỉnh thoảng vẫn xuất hiện *(trên truyền hình, trên*

báo chí...); **public property** điều được mọi người biết: *their financial problems are public property now* vấn đề tài chính của họ đã trở thành điều được mọi người biết.

public² /'pʌblik/ *dt* **1. the public** quần chúng, công chúng: *appeal to the public* kêu gọi quần chúng **2.** giới: *the sporting public* giới ham chuộng thể thao; *the reading public* giới bạn đọc. // **in public** giữa công chúng, trước công chúng, công khai: *she was appearing in public for the first time since her illness* chị ta đã xuất hiện trước công chúng lần đầu tiên từ khi chị ta bị bệnh; **wash one's dirty linen in public** *x* wash.

public-address system /,pʌblikə'dres sistəm/ *(vt* PA system*)* hệ thống phóng thanh *(dùng ở các cuộc họp; các cuộc thi đấu thể thao...)*.

publican /'pʌblikən/ *dt* chủ quán rượu.

publication /,pʌbli'keiʃn/ *dt* **1.** sự xuất bản; tài liệu xuất bản: *the date of publication* ngày tháng xuất bản; *there are many publications on the subject* có nhiều ấn phẩm về vấn đề đó **2.** sự công bố: *publication of the exam results* sự công bố kết quả thi.

public bar /,pʌblik'bɑ:[r]/ quầy rượu *(ở quán rượu, với bàn ghế đơn giản hơn ở các chỗ khác)*.

public company /,pʌblik 'kʌmpəni/ *dt (cg* public limited company*)* *(vt* PLC, plc*)* công ty cổ phần.

public convenience /,pʌb-likkən'vi:niəns/ nhà vệ sinh công cộng.

public house /,pʌblik'haʊs/ quán rượu.

publicise /'pʌplisaiz/ *dgt x* publicize.

publicist /'pʌblisist/ *dt* **1.** người làm quảng cáo **2.** nhà báo.

publicity /pʌb'lisəti/ *dt* **1.** tính công khai, tình trạng được nhiều người biết: *avoid publicity* tránh không để nhiều người biết **2.** sự quảng cáo: *a publicity campaign* một chiến dịch quảng cáo. // **the glare of publicity** *x* glare[2].

publicity agent /pʌb'lisəti eidʒnt/ người làm quảng cáo.

publicize /'pʌblisaiz/ *dgt (cg* **publicise**) **1.** đưa ra cho thiên hạ biết **2.** quảng cáo.

public life /,pʌblik'laif/ đời công *(phân biệt với đời tư).*

public lending right /,pʌblik 'lendiŋ rait/ *(vt PLR)* quyền được hưởng tiền mượn sách *(tác giả được hưởng khi sách của tác giả được cho bạn đọc mượn ở các thư viện).*

publicly /'pʌblikli/ *pht* [một cách] công khai.

public nuisance /,pʌblik 'nju:sns/ **1.** *(luật)* hành vi có hại chung **2.** *(kng)* kẻ làm phiền thiên hạ: *people who park on the pavement are a public nuisance* những kẻ đỗ xe trên hè đường quả là những kẻ làm phiền thiên hạ.

public opinion /,pʌblikə'piniən/ công luận.

public opinion poll /,pʌblik ə'piniən pəul/ cuộc thăm dò dư luận.

public ownership /,pʌblik 'əunəʃip/ quyền sở hữu chung.

public prosecutor /,pʌblik 'prɒsikju:tə[r]/ *(luật)* ủy viên công tố.

Public Record Office /,pʌblik 'rekɔ:d ɒfis/ sở lưu trữ.

public relations /,pʌblik ri'leiʃənz/ *(vt PR)* **1.** công tác giới thiệu *(một hãng...)* với quần chúng **2.** mối liên hệ với quần chúng.

public relations officer /,pʌblik ri'leiʃn ɒfisə[r]/ **1.** người làm công tác giới thiệu *(một hãng...)* với quần chúng **2.** người phụ trách liên hệ với quần chúng.

public school /,pʌblik 'sku:l/ **1.** trường tư nội trú *(cho học sinh 13-18 tuổi, ở Anh)* **2.** trường công địa phương *(Mỹ).*

public spirit /,pʌblik 'spirit/ tinh thần vì việc chung.

public-spirited /,pʌblik 'spiritid/ *tt* có tinh thần vì việc chung.

public transport /,pʌblik 'trænspɔ:t/ phương tiện giao thông công cộng: *travel by public transport* đi bằng phương tiện giao thông công cộng.

public utility /,pʌblik ju:'tiləti/ cơ quan lợi ích công cộng *(như sở cung cấp điện, nước, hệ thống giao thông công cộng).*

publish /'pʌbliʃ/ *dgt* **1.** xuất bản: *the journal is published monthly* tờ báo được xuất bản hàng tháng; *she is publishing a history of the war period* bà ta cho xuất bản cuốn lịch sử về thời kỳ chiến tranh **2.** công bố: *the firm publishes its accounts in August* công ty công bố tình hình kế toán vào tháng tám. // **publish and be damned** *(nói với một kẻ tống tiền)* tố cáo gì thì cứ tố cáo công khai đi, tôi không chịu tống tiền đâu.

publisher /'pʌbliʃə[r]/ *dt* người xuất bản; nhà xuất bản.

publishing /'pʌbliʃiŋ/ *dt* nghề xuất bản: *she chose publishing as a career* bà ta đã chọn làm nghề xuất bản.

puce[1] /pju:s/ *dt* màu nâu tía.

puce[2] /pju:s/ *tt* nâu tía: *the man's face was puce with rage* mặt con người ấy nâu tía (đỏ tía) lên vì giận.

puck /pʌk/ *dt (thể)* băng cầu *(bóng chơi khúc côn cầu trên băng).*

pucker[1] /'pʌkə[r]/ *dgt* [làm] nhăn, [làm] cau lại: *the dress puckered at the shoulders* chiếc áo dài nhăn ở vai; *the child's face puckered [up] and he began to cry* mặt cháu bé cau lại và nó bắt đầu khóc; *pucker one's brows* cau mày.

pucker[2] /'pʌkə[r]/ *dt* nếp nhăn *(ở quần áo).*

puckish /'pʌkiʃ/ *tt* tinh quái.

pud /pud/ *dt (kng) x* pudding.

pudding /'pudiŋ/ *dt* **1.** *(cg khngữ* **pud***)* món ngọt tráng miệng: *what's for pudding?* món ngọt tráng miệng là món gì đây? **2.** *(cg khngữ* **pud***)* bánh puđing; vật hình bánh puđing; mặt phền phẹt, người có mặt phền phẹt **3.** dồi, xúc xích: *black pudding* dồi tiết **4.** *(cg* **pudding head***) (kng)* người béo và chậm chạp; người béo và đần. // **the proof of the pudding** *x* proof[1].

pudding head /'pudiŋhed/ *x* pudding 4.

puddle[1] /'pʌdl/ *dt* vũng nước *(nước mưa ở mặt đường...).*

puddle[2] /'pʌdl/ *dgt* khuấy luyện *(trong luyện kim).*

pudenda /pju:'dendə/ *dt snh* âm hộ, cửa mình *(của phụ nữ...).*

pudgy /'pʌdʒi/ *tt* (**-ier; -iest**) *(kng)* mập lùn, ngắn và

P

mập: *a pudgy child* cháu bé mập lùn; *pudgy fingers* ngón tay ngắn và mập.

pudginess /'pʌdʒinis/ *dt* sự mập lùn, sự ngắn và mập.

puerile /'pjʊərail, *(Mỹ* 'pʊərəl)/ *tt (xấu)* [như] trẻ con: *puerile behaviour* cách xử sự trẻ con; *she was tired of answering these puerile questions* chị ta mệt vì phải trả lời những câu hỏi trẻ con ấy.

puerility /pʊə'riləti/ *dt (xấu)* 1. tính trẻ con 2. hành động trẻ con; ý nghĩ trẻ con; trò trẻ con.

puerperal /pju:'ɜ:pərəl/ *tt (y)* đẻ, sản: *puerperal fever* sốt sản.

puff[1] /pʌf/ *dt* 1. hơi thở phù ra; luồng gió thổi phụt ra; tiếng thổi phù: *a puff of wind* luồng gió thổi phụt ra 2. lượng hơi phù ra, lượng gió phù ra cùng một lúc: *there was a puff of steam from the engine before it stopped* có một lượng hơi phù ra từ cỗ máy trước khi máy ngừng chạy 3. hơi [rít] thuốc lá ngắn: *he stubbed out the cigarette after the first puff* hắn ta dụi tắt điếu thuốc lá sau hơi rít đầu tiên 4. *nh* powder-puff 5. bánh phồng: *a cream puff* bánh phồng kem 6. *(kng)* hơi thở: *out of breath* hết hơi, đứt hơi.

puff[2] /pʌf/ *dgt* 1. phà, phụt: *don't puff smoke into people's faces* đừng có phà khói vào mặt người khác; *smoke puffed from the chimney* khói phụt ra từ ống khói 2. hút *(rít)* (thuốc lá, tẩu thuốc lá) từng hơi ngắn: *puff on a cigarette* hút một điếu thuốc lá từng hơi ngắn; *he sat puffing his pipe* nó ngồi rít chiếc tẩu thuốc lá 3. *(kng)* thở hổn hển: *he*

was puffing hard when he reached the station nó thở hổn hển khi đến được tới nhà ga. // **huff and puff** x huff[2]; **puff and blow** 1. *(cg* **puff and pant**) thở phì phò: *puffing and panting at the top of the hill* thở phì phò khi tới đỉnh đồi 2. *nh* huff and puff (x puff[2]); **[be] puffed up with pride** dương dương tự đắc, vênh váo.

puff along (in, out, up) *(kng)* đi về phía nào đó vừa đi vừa phun ra từng đám khói; đi về phía nào đó vừa đi vừa thở phì phò: *the train puffed out of the station* con tàu phì phò ra khỏi nhà ga; *she puffed up the hill* cô ta phì phò leo lên đồi; **puff somebody out** *(thường ở dạng bị động)* *(kng)* làm cho ai đứt hơi: *he was puffed out after climbing all these stairs* lên hết mấy bậc thang ấy, nó mệt đứt hơi; **puff something out** thổi tắt *(ngọn nến...)*; **puff something out up** [làm] phồng lên; [làm] xù lên: *puff out one's cheeks* phồng má lên; *the bird puffed out (up) his feathers* con chim xù lông lên.

puff-adder /'pʌfædə[r]/ *dt (động)* rắn phồng mang *(rắn độc Phi châu)*.

puff-ball /'pʌfbɔ:l/ *dt (thực)* nấm trứng.

puffed /pʌft/ *tt (thường thngữ) (kng)* [mệt] đứt hơi.

puffin /'pʌfin/ *dt (động)* vẹt biển *(chim)*.

puff pastry /,pʌf'peistri/ bột xốp *(để làm bánh)*.

puffy /'pʌfi/ *tt* (-ier; -iest) phồng lên; húp lên: *beat the mixture until it has a puff texture* đánh hỗn hợp này cho đến lúc nó phồng lên; *her skin is puff round her eyes* da chị ta húp lên quanh mắt.

puffily /'pʌfili/ *pht* [một cách] phồng lên; [một cách] húp lên.

puffiness /'pʌfinis/ *dt* sự phồng lên; sự húp lên: *puffiness round the eyes is a sign of poor health* húp lên quanh mắt là một dấu hiệu sức khỏe kém.

pug /pʌg/ *dt (cg* **pug-dog**) giống chó púc *(chó lùn, mõm rất ngắn)*.

pug-dog /'pʌgdɒg/ *dt* x pug.

pugilism /'pju:dʒilizəm/ *dt* quyền Anh chuyên nghiệp.

pugilist /'pju:dʒilist/ *dt* võ sĩ quyền Anh chuyên nghiệp.

pugnacious /pʌg'neiʃəs/ *tt* thích đánh nhau; hay gây gổ: *in a pugnacious mood* đang lúc hăng muốn gây gổ.

pugnaciously /pʌg'neiʃəsli/ *pht* [với tâm trạng] thích đánh nhau; [một cách] gây gổ.

pugnacity /pʌg'næsəti/ *dt* tính thích đánh nhau; tính hay gây gổ.

pug-nose /'pʌgnəʊz/ *dt* mũi bè, mũi tẹt.

pug-nosed /'pʌgnəʊzd/ *tt* có mũi bè, có mũi tẹt.

puke[1] /pju:k/ *dgt* (+ up) *(lóng)* nôn, mửa: *the baby puked [up] all over me* cháu bé nôn lên cả người tôi; *it makes me want to puke* cái đó làm cho tôi nôn mửa *(ghê tởm)*.

puke[2] /pju:k/ *dt* sự nôn mửa.

pull[1] /pʊl/ *dt* 1. sự lôi, sự kéo, sự giật; cái lôi, cái kéo, cái giật: *a pull on the rope will make the bell ring* giật dây thì chuông sẽ kêu 2. sức hút; *(bóng)* sự hấp dẫn: *the tides depend on the pull of the moon* thủy triều tùy thuộc vào sức hút của mặt trăng; *the pull of the wan-*

dering life sự hấp dẫn của cuộc sống lang thang **3.** *(kng)* ảnh hưởng, thế lực *(đối với người khác):* he had a lot of pull with the director anh ta có nhiều thế lực đối với giám đốc **4.** sự sống; sự hút; hớp; hơi: *take a pull at a bottle* uống (tu) một hớp rượu ở chai; *a long pull at his cigarette* một hơi thuốc lá dài **5.** sự gắng sức: *a pull to the top of the mountain* sự gắng sức trèo lên đỉnh núi **6.** *(chủ yếu trong từ ghép)* núm; tay nắm *(để kéo...):* a bell-pull tay nắm để kéo chuông: *a drawer-pull* núm ngăn kéo **7.** bản in thử **8.** *(thể)* cú tạt bóng nhầm sang trái *(đánh cricket, đánh gôn).*

pull² /pʊl/ *đgt* **1.** lôi, kéo, giật: *you push and I pull* anh đẩy và tôi kéo; *how many coaches can that locomotive pull?* đầu máy ấy kéo được bao nhiêu toa hành khách?; *pull your chair nearer to the table* hãy kéo ghế của anh lên gần bàn hơn; *he pulled his sister's hair and made her cry* nó giật tóc em gái nó và làm em khóc; *pull on one's shoes* đi giày cao; *pull off one's shoes* cởi giày ra **2.** nhổ, lấy ra: *pull a tooth* nhổ răng; *he spent the afternoon pulling weeds in the garden* nó bỏ cả buổi chiều nhổ cỏ dại trong vườn; *pull a pint of beer* lấy (hút) một panh bia ở trong thùng ra; *pull a chicken* moi lòng ruột con gà *(trước khi nấu)* **3.** kéo căng: *pull a muscle* kéo căng bắp thịt **4.** chèo: *they pulled [the boat] towards the shore* họ chèo thuyền vào bờ **5.** hút, rít *(một hơi thuốc lá)*; tu *(rượu):* pull at (on) a pipe rít một hơi thuốc lá ở tẩu; *pull at a bottle* tu một hớp

rượu ở chai **6.** bấm, vận hành *(cho máy chạy...):* pull the trigger bấm cò bắn súng **7.** hấp dẫn, lôi kéo *(về mặt tình dục):* he can still pull the girls lão ta còn lôi kéo được con gái **8.** *(lóng, chủ yếu Mỹ)* chơi *(một vố...):* he's pulling some sort of trick nó đang chơi một trò gì đó **9.** thường hay tìm cách phá bỏ hàm thiếc *(ngựa)* **10.** [làm cho] chạy lấn về một bên *(xe)*; lái sang *(phía nào đó):* the car seems to be pulling to the left chiếc xe có vẻ chạy lấn sang trái; *he pulled the van to the left to avoid a dog* anh ta lái xe sang trái để tránh con chó **11.** ghìm *(ngựa lại, không cho thắng trong cuộc đua)*; kìm *(sức lại, không đấm hết sức khi đấu quyền...)* **12.** *(thể)* tạt *(bóng)* nhầm sang trái. // **pull (bring) somebody up short (sharply)** làm cho ai ngừng lại đột ngột: *her remark pulled me up short* lời nhận xét của cô ta làm cho tôi ngừng lại đột ngột; **pull (make) faces (a face)** *x* face¹; **pull (pick) somebody to piece** *x* piece¹; **pull the carpet (the rug) [out] from under somebody's feet** *(kng)* đột ngột thôi không giúp đỡ ai nữa: *his mother pulled the carpet from under his feet by announcing that she was selling the house* mẹ nó đột ngột thôi không giúp đỡ nó nữa bằng cách báo tin là bà đã bán ngôi nhà đang ở đi rồi; **pull a fast one on somebody** *(kng)* được lợi hơn ai do thủ đoạn; lừa lọc ai; **pull somebody's legs** *(kng)* đùa cợt ai; chòng ghẹo ai; **pull the other one** *(kng)* cho là người ta đùa cợt chòng ghẹo mình; **pull out all the stops** *(kng)* cố gắng hết sức *(để đạt được việc gì):* the airline

pulled out all the stops to get him there in time hãng hàng không cố gắng hết sức để đưa anh đến đây đúng giờ; **pull the plug on** *(lóng)* tiêu diệt; phá hủy; **pull one's punches** *(kng)* *(thường ở dạng phủ định)* công kích *(ai)* nhẹ hơn là có thể làm; gượng nhẹ trong việc công kích *(ai):* he certainly didn't pull any punches when it came to criticizing the work chắc chắn là nó không hề gượng nhẹ khi phê phán công việc; **pull rank on** lợi dụng cương vị mà đạt được lợi hơn *(ai)*; **pull one's socks up** *(kng)* cố gắng nhiều hơn; cải tiến hành vi; **pull strings (wires) for somebody** *(kng)* dùng mối quan hệ để đạt được lợi thế cho ai: *my father pulled a few strings to get me into the Civil Service* cha tôi dùng một số bạn bè quen thuộc để đưa tôi vào làm trong cơ quan dân sự; **pull the strings (wires)** điều khiển sự việc; điều khiển hành động của người khác; **pull oneself up by one's [own] bootstraps** *(kng)* tự lực cải thiện địa vị của mình; **pull up one's roots** bỏ nhà (việc) cũ để bắt đầu một cuộc đời mới ở nơi khác; **pull one's weight** ra sức làm tốt phần việc của mình: *we can succeed only if everyone in the team pulls his weight* chúng ta chỉ có thể thành công nếu mỗi người trong đội nỗ lực làm tốt phần việc của mình; **pull the wool over somebody's eyes** *(kng)* giấu hành động (ý định) của mình không cho ai biết; đánh lừa ai: *it's no use trying to pull the wool over my eyes, I know exactly what's going on* đừng hòng đánh lừa tôi, tôi biết rất rõ những gì đang xảy ra.

P

pull ahead of đi trước, dẫn đầu: *the car pulled ahead as soon as the road was clear* chiếc xe vượt lên trước ngay khi đường không còn bị vướng; *our team has pulled well ahead of the rest in the championship* trong cuộc đua giành chức quán quân, đội ta đã dẫn đầu trước các đội khác; **pull back** [làm cho] rút lui: *the army pulled back after the battle* sau trận đánh đội quân rút lui; **pull down** a/ *(kng)* làm giảm sức khỏe của ai *(nói về bệnh tật)*: *his long illness had pulled him down* bệnh hoạn lâu ngày đã làm giảm sức khỏe của ông ta b/ phá hủy, phá đổ: *the cinema she used to visit had been pulled down* rạp chiếu bóng cô ta vẫn thường đến xem đã bị phá c/ *(cg* **pull in***)* kiếm được *(tiền công là bao nhiêu đấy)*: *he's pulling down 500,000 dongs a month* nó kiếm được mỗi tháng 500.000 đồng; **pull in** a/ *(kng)* đưa *(ai)* ra sở cảnh sát thẩm vấn, bắt *(ai)* b/ thu hút, lôi kéo *(người xem, người ủng hộ...)*: *how many voters can he pull in?* nó lôi kéo được bao nhiêu người bỏ phiếu; *the new show is certainly pulling in the crowds* cuộc trình diễn mới chắc là thu hút được quần chúng c/ *(Mỹ* **pull down***)* kiếm được *(tiền công bao nhiêu đấy)*: *he is pulling in 500,000 dongs a month* nó kiếm được mỗi tháng 500.000 đồng; **pull into something; pull in (to something)** a/ vào ga *(tàu hỏa)*: *the train pulled in (to the station) right on time* con tàu vào ga đúng giờ; *passengers stood and stretched as the train pulled into the station* hành khách đứng dãn ra khi tàu vào ga b/ chuyển về phía, được lái về phía *(nói về xe ô*

tô)*: *the bus pulled in to the side of the road* chiếc xe buýt chuyển về phía rìa đường; **pull off** a/ rời khỏi *(đường)* và vào chỗ đỗ *(xe)* b/ thành công *(trong một vụ giao dịch...)*; **pull out** a/ chạy ra; chạy qua một bên *(tàu, xe...)*: *the boat pulled out in the middle of the river* con tàu chạy ra giữa sông; *a car suddenly pulled out in front of me* một chiếc ô tô đột nhiên chạy qua một bên trước mặt tôi b/ kéo ra, rút ra, gỡ ra: *he pulled out a gun* nó rút súng ra c/ rời ga *(tàu hỏa)*: *I arrived as the last train was pulling out* tôi tới vừa lúc chuyến tàu cuối cùng rời ga; **pull out of** rút khỏi: *they are pulling their troops out of the battle zone* họ rút quân khỏi vùng chiến sự; *the project became so expensive that we had to pull out* dự án trở nên tốn tiền đến nỗi chúng tôi phải rút lại; **pull over** [lái] tránh sang một bên *(cho tàu khác đi qua)*: *pull [your car] over and let me pass!* xin ông lái xe tránh sang một bên cho chúng tôi đi qua với!; **pull round; pull through** *(kng)* [giúp *(ai)*] hồi tỉnh; [chữa *(cho ai)*] khỏi bệnh: *a sip of brandy helped to pull him round* một hớp rượu mạnh giúp nó hồi tỉnh; *she was so ill that it seemed unlikely that she would pull through* cô ta ốm đến mức có vẻ khó mà khỏi bệnh được; **pull together** a/ cùng chung sức hành động: *after the shock of their electoral defeat, the party really began to pull together* sau cơn sốc thất bại trong bầu cử, đảng thực sự bắt đầu cùng chung sức hành động b/ **pull oneself together** tĩnh trí lại, tập trung tất cả sức lực khả năng lại: *you must try to pull yourself*

together, your family depend on you anh phải tập trung tất cả sức lực khả năng lại, cả gia đình anh tùy thuộc vào anh; **pull up** vượt lên *(về thứ hạng)*: *at first the new boy was at the bottom of the class, but he soon pulled up with the others* ban đầu cậu học trò mới xếp cuối lớp, nhưng cậu đã sớm vượt lên so với các bạn khác.

pullet /'pʊlit/ dt gà mái ghẹ.

pulley /'pʊli/ dt *(kỹ)* ròng rọc, puli.

pulley-block /'pʊliblɒk/ dt *(kỹ)* ổ ròng rọc.

pull-in /'pʊlin/ dt *(kng)* quán cà phê cạnh đường.

Pullman /'pʊlmən/ dt *(cg* **Pullman car**, *Mỹ* **parlor car***)* *(đường sắt)* toa Pullman *(toa loại sang, không ngăn thành buồng, có ghế ngồi đặt quanh những chiếc bàn, trước kia thường gặp trên các đoàn tàu hỏa)*.

pull-off /'pʊlɒf/ dt *(Mỹ)* nh pull-up.

pull-out /'pʊlaʊt/ dt tờ rời *(của một tạp chí, có thể lấy riêng ra)*: *a pull-out supplement* phụ trương.

pullover /'pʊləʊvə[r]/ dt áo pun, áo len chui đầu.

pull-up /'pʊlʌp/ dt *(Mỹ* **pull-off***)* bãi đỗ xe dọc đường.

pulmonary /'pʌlmənəri, *(Mỹ* 'pʌlməneri*)* dt [thuộc] phổi: *pulmonary diseases* bệnh phổi; *pulmonary arteries* động mạch phổi.

pulp[1] /pʌlp/ dt 1. cơm, thịt *(của trái cây)* 2. bột nhão sợi gỗ; bột giấy 3. chất [nghiền] nhão: *reduce the garlic to a pulp* nghiền tỏi thành một khối nhão; *beat somebody to a pulp* giã cho ai một trận nhừ người 4. *(xấu)* sách báo giật gân rẻ tiền: *she writes pulp* bà ta viết loại sách giật gân rẻ tiền; *pulp fiction* tiểu thuyết giật gân rẻ tiền.

pulp² /pʌlp/ *đgt* nghiền nhão ra; nhão bét ra.

pulpit /'pulpit/ *dt* **1.** bục giảng kinh *(trong nhà thờ)* **2. the pulpit** giới tu sĩ **3. the pulpit** sự giảng kinh.

pulpy /'pʌlpi/ *tt* (-ier; -iest) **1.** có nhiều cơm, có nhiều thịt *(trái cây)* **2.** nhão: *pulpy food* món ăn nhão.

pulsar /'pʌlsɑ:[r]/ *dt* sao punxa *(chỉ phát hiện qua tín hiệu radiô xung động không trông thấy được).*

pulsate /pʌl'seit, (Mỹ 'pʌl-seit)/ *đgt* **1.** (cg **pulse**) đập *(tim)* **2.** rung: *the needle pulsates when the engine is running* chiếc kim rung khi máy chạy **3.** (+ with) rung động, rộn ràng: *pulsate with joy* rộn ràng niềm vui.

pulsation /pʌl'seiʃn/ *dt* nhịp đập *(tim)*: *a rate of 60 pulsations per minute* nhịp độ 60 nhịp đập mỗi phút; *the pulsation of the blood in the body* nhịp đập của máu trong cơ thể.

pulse¹ /pʌls/ *dt* **1.** mạch đập; mạch: *the patient has a weak pulse* bệnh nhân có mạch yếu; *feel somebody's pulse* bắt mạch cho ai **2.** xung động: *the machine emits sound pulses* máy phát ra những xung động âm thanh. // **have (keep) one's finger on the pulse** x finger.

pulse² /pʌls/ *đgt* **1.** (cg **pulsate**) đập *(tim)* **2.** (+ through) đập *(xuyên suốt)*: *the news sent blood pulsing through his veins* tin đó làm cho máu đập mạnh xuyên suốt các tĩnh mạch của anh ta **3.** (+ through) rộn ràng *(xuyên suốt)*: *the life pulsing through a great city* cuộc

sống rộn ràng xuyên suốt một thành phố lớn.

pulse³ /pʌls/ *dt* (thường snh) hạt đỗ đậu; cây đỗ đậu: *pulses are a good source of protein for vegetarians* đỗ đậu là một nguồn protein tốt cho những người ăn chay.

pulverization, pulverisation /ˌpʌlvərai'zeiʃn, (Mỹ ˌpʌlvə-ri'zeiʃn)/ *dt* **1.** sự nghiền thành bột **2.** (bóng) sự đập tan tành, sự phá hủy tan tành.

pulverize, pulverise /'pʌl-vəraiz/ *đgt* **1.** nghiền thành bột; bị nghiền thành bột **2.** (bóng) đập tan tành: *he pulverized the opposition with the force of his oratory* bằng sức mạnh của tài hùng biện, ông ta đập tan tành phe đối lập.

puma /'pju:mə/ *dt (động)* (cg **cougar; mountain lion**) báo sư tử.

pumice /'pʌmis/ *dt* (cg **pumice-stone**) đá bọt.

pumice-stone /'pʌmis stəʊn/ *dt* x pumice.

pummel /'pʌml/ *đgt* (cg **pommel**) (-ll-; Mỹ cg -l-) đấm liên hồi.

pummelling /'pʌməliŋ/ *dt* (số ít) sự đấm dữ dội; sự đánh dữ dội: *the boxers gave each other a terrific pummelling* hai võ sĩ quyền Anh đấm nhau dữ dội; *the team took a real pummelling in their last march* (bóng) đội tuyển bị thua một trận thật sự trong cuộc đấu vừa qua.

pump¹ /pʌmp/ *dt* **1.** cái bơm; máy bơm: *he blew up the flat tyre with a bicycle pump* nó bơm chiếc lốp xe đã xẹp hơi với một chiếc bơm xe đạp; *a petrol pump* máy bơm dầu **2.** sự bơm; cú bơm: *after several pumps the water began to flow* sau

nhiều cú bơm, nước bắt đầu chảy; *give somebody's hand a pump* cầm tay ai lắc mạnh lên lắc mạnh xuống. // **all hands to the pump** x hand¹; **parish pump** x parish; **prime the pump** x prime¹.

pump² /pʌmp/ *đgt* **1.** bơm: *pump air into to tyre* bơm hơi vào bánh xe: *the heart pumps blood round the body* quả tim bơm máu đi khắp cơ thể; *you will need to pump hard for several minutes to fill the tank* anh phải bơm cật lực trong nhiều phút mới đầy bể được **2.** lắc mạnh lên lắc mạnh xuống *(tay ai)* **3.** (kng) moi *(tin tức...)*: *pump a secret out of somebody* moi ở ai một điều bí mật.

pump in; pump into a/ đầu tư nhiều tiền vào: *the firm pumped money into the development of the new product* công ty đầu tư nhiều tiền vào nhằm phát triển sản phẩm mới b/ (kng) thuyết phục ai học; bắt ai học; nhồi nhét vào: *she tried to pump some facts into his head before the examination* bà ta đã cố nhồi nhét vào đầu nó một số kiến thức trước kỳ thi; **pump up** bơm [hơi vào] *(lốp xe...).*

pump³ /pʌmp/ *dt* **1.** nh plimsoll **2.** giày khiêu vũ **3.** (chủ yếu Mỹ) giày ban *(của nữ, gót thấp, không có dây buộc).*

pumpernickel /'pʌmpənikl/ *dt* bánh mạch đen *(Đức).*

pumpkin /'pʌmpkin/ *dt* bí ngô *(cây, quả).*

pump-room /'pʌmp ru:m/ *dt* phòng uống nước khoáng *(ngày xưa ở các suối khoáng).*

pun¹ /pʌn/ *dt* (on something) sự chơi chữ.

pun² /pʌn/ *đgt* (-nn-) (on something) chơi chữ: *he's al-*

P

ways *punning and I don't find it funny* hắn luôn luôn chơi chữ và tôi không thấy thế là buồn cười.

Punch /pʌntʃ/ *dt (số ít)* chú Punch, con rối lưng gù *(tên một nhân vật gù lưng lố bịch trong kịch múa rối tay Punch và Judy).* // **as pleased as Punch** *x* pleased.

punch[1] /pʌntʃ/ *dt* **1.** cái bấm lỗ *(trên da, trên giấy...);* cái dùi; cái nhổ *(đinh, chốt);* cái đóng *(đinh, chốt)* **2.** máy dập dấu.

punch[2] /pʌntʃ/ *dgt* bấm lỗ, đột lỗ: *punch a train ticket* bấm lỗ vé tàu hỏa; *punch holes in a sheet of metal* đột lỗ trên một lá kim loại.

punch in (out) *nh* clock in (out).

punch[3] /pʌntʃ/ *dt* rượu pân

punch[4] /pʌntʃ/ *dgt* **1.** đấm; thoi, thụi: *punch a man on the chin* đấm ai vào cằm **2.** *(Mỹ)* chăn *(gia súc).*

punch[5] /pʌntʃ/ *dt* **1.** cú đấm, cú thoi, cú thụi: *give somebody a punch on the nose* cho ai một cú đấm vào mũi; *a boxer with a strong punch* võ sĩ quyền Anh có cú đấm mạnh **2.** *(bóng)* sự mạnh mẽ, sức mạnh: *a speech with plenty of punch* một bài nói tràn đầy sức mạnh. // **pack a punch** *x* pack[2]; **pull one's punches** *x* pull[2].

punch-ball /pʌntʃbɔːl/ *dt* (*Mỹ* **punching ball**) quả bóng tập đấm *(của võ sĩ quyền Anh).*

punch-bowl /pʌntʃbəʊl/ *dt* bát uống rượu pan.

punch card /pʌntʃkɑːd/ (*Mỹ* **punched card**) bìa đục lỗ *(dùng ở máy điện toán).*

punched card /pʌntʃtkɑːd/ *nh* punch card.

punch-drunk /pʌntʃdrʌŋk/ *tt* **1.** đờ người ra *(vì bị đấm*

dữ, nói về võ sĩ quyền Anh) **2.** *(bóng)* mụ đi *(vì làm việc quá sức).*

punch-line /pʌntʃlain/ *dt* lời đùa tột đỉnh *(của một câu chuyện đùa).*

punch-up /pʌntʃʌp/ *dt* (*kng*) cuộc đấm đá nhau, cuộc ẩu đả: *the argument ended in a punch-up* sự tranh cãi kết thúc bằng một cuộc ẩu đả.

punchy /pʌntʃi/ *tt* (**-ier; -iest**) **1.** (*kng*) mạnh mẽ: *a punchy debate* cuộc tranh luận mạnh mẽ.

punctilio /pʌŋkˈtiliəʊ/ *dt* (*snh* **punctilios**) sự chú ý đến từng chi tiết tỉ mỉ.

punctilious /pʌŋkˈtiliəs/ *dt* hay chú ý đến từng chi tiết tỉ mỉ: *a punctilious attention to detail* sự chú ý tỉ mỉ đến từng chi tiết.

punctiliously /pʌŋkˈtiliəsli/ *pht* [một cách] tỉ mỉ đến từng chi tiết.

punctiliousness /pʌŋkˈtiliəsnis/ *dt* tính hay chú ý tỉ mỉ đến từng chi tiết.

punctual /pʌŋktʃʊəl/ *tt* đúng giờ: *be punctual for an appointment* đúng hẹn.

punctuality /ˌpʌŋktʃʊˈæləti/ *dt* sự đúng giờ.

punctually /pʌŋktʃʊəli/ *pht* [một cách] đúng giờ: *arrive punctually* đến đúng giờ.

punctuate /pʌŋktʃʊeit/ *dgt* **1.** đánh dấu chấm câu: *the children have not yet learned to punctuate correctly* tụi trẻ chưa học chấm câu một cách đúng đắn **2.** lúc lúc lại ngắt quãng: *the announcement was punctuated by cheers from the crowd* lời công bố lại lúc bị ngắt quãng bởi những tiếng hoan hô của quần chúng.

punctuation /ˌpʌŋktʃʊˈeiʃn/ *dt* sự chấm câu; phép chấm câu; hệ thống chấm câu.

punctuation mark /pʌŋktʃʊˈeiʃn mɑːk/ dấu chấm câu *(như dấu phẩy, dấu chấm, dấu hỏi...).*

puncture[1] /pʌŋktʃə[r]/ *dt* lỗ châm *(ở săm xe...):* *I got a puncture on the way and arrived late* dọc đường lốp xe tôi bị châm thủng và tôi đến trễ.

puncture[2] /pʌŋktʃə[r]/ *dgt* **1.** châm thủng; bị châm thủng: *puncture a tyre* châm thủng lốp xe; *puncture an abscess* chích một áp-xe **2.** *(bóng)* làm xẹp, làm xì hơi: *his pride is punctured* tính kiêu căng của nó đã [bị] xì hơi rồi.

pundit /pʌndit/ *dt* **1.** nhà thông thái *(Ấn Độ)* **2.** *(thường dùa)* chuyên gia, tay chúa trùm *(về vấn đề gì):* *the pundits disagree on the best way of dealing with the problem* các tay chúa trùm không đồng ý với nhau về cách giải quyết vấn đề tốt nhất.

pungency /pʌndʒənsi/ *dt* **1.** vị hắc, vị hăng; vị cay **2.** tính chua cay; tính cay độc *(của lời châm biếm...).*

pungent /pʌndʒənt/ *tt* **1.** hắc, hăng; cay *(mùi, vị):* *a pungent odour* mùi hắc; *a pungent sauce* nước xốt cay **2.** chua cay; cay độc *(lời châm biếm...):* *pungent comments* những lời bình luận cay độc.

pungently /pʌndʒəntli/ *pht* **1.** [một cách] hắc, [một cách] hăng; [một cách] cay **2.** [một cách] chua cay, [một cách] cay độc.

punish /pʌniʃ/ *dgt* **1.** trừng phạt, trừng trị: *punish those who break the law* trừng trị những kẻ phạm luật; *serious* *crime must be punished by longer terms of imprisonment* trọng tội phải bị trừng phạt bằng những thời hạn ở tù dài hơn **2.** ngược đãi; đánh *(ai)* tơi bời: *he punished his opponent with fierce punches to the body* anh ta cho đối phương ăn những đòn dữ dội vào người.

punishable /'pʌniʃəbl/ *tt* có thể bị trừng phạt, có thể bị trừng trị; đáng trừng phạt, đáng trừng trị: *punishable by death* có thể bị [trừng phạt bằng] tội chết; *giving false information is a punishable offence* cho tin láo là một tội có thể bị trừng phạt.

punishing[1] /'pʌniʃiŋ/ *tt* (thường thngữ) **1.** làm mệt nhoài, làm yếu sức: *punishing climb to the hill* cuộc leo lên đồi làm mệt nhoài **2.** nghiêm trọng: *a punishing defeat* thất bại nghiêm trọng, thất bại nặng.

punishing[2] /'pʌniʃiŋ/ *dt* cuộc thua nặng; mối hại nặng: *my boots have taken quite a punishing recently, I need a new pair* giày ống của tôi mới đây bị hỏng rất nặng, tôi cần một đôi mới.

punishingly /'pʌniʃiŋli/ *pht* **1.** [một cách] mệt ngoài; [một cách] bị yếu sức **2.** [một cách] nghiêm trọng.

punishment /'pʌniʃmənt/ *dt* **1.** sự trừng phạt, sự trừng trị: *capital punishment* án [trừng phạt] tử hình **2.** hình phạt: *inflict severe punishments on criminals* bắt tội phạm chịu những hình phạt nặng.

punitive /'pju:nətiv/ *tt* **1.** [nhằm] trừng phạt, [nhằm] trừng trị: *punitive measures* biện pháp trừng phạt; *a punitive expedition* cuộc viễn chinh trừng phạt **2.** gây gay

go; nghiêm trọng: *punitive increases in the cost of living* sự tăng giá sinh hoạt gây gay go cho dân chúng.

punitively /'pju:nətivli/ *pht* [với mục đích] trừng phạt; [với mục đích] trừng trị.

punk /pʌŋk/ *dt* **1.** (cg **punk rock**) nhạc pâng **2.** (cg **punk rocker**) chàng trai học đòi kiểu nhạc công pâng (mang dây chuyền kim loại, tóc nhuộm màu sáng...): *a punk hairstyle* kiểu tóc nhạc công pâng **3.** (thngữ, xấu) đồ bỏ đi, rác rưởi (vật, người).

punnet /'pʌnit/ *dt* giỏ (đựng hoa quả): *strawberries cost 60p a punnet* dâu tây giá 60 xu một giỏ.

punster /'pʌnstə[r]/ *dt* người hay chơi chữ.

punt[1] /pʌnt/ *dt* thuyền đáy bằng, đò (đẩy bằng sào).

punt[2] /pʌnt/ *dgt* **1.** đẩy đò bằng sào, chống đò (theo hướng nào đó): *she soon learned to punt* chị ta sớm học được cách chống đò; *they punted along the river* họ chống đò dọc theo sông **2.** chống đò dạo chơi trên sông (cg **go punting**).

punt[3] /pʌnt/ *dgt* (thể) đá cú vôlê (bóng đá).

punt[4] /pʌnt/ *dt* (thể) cú đá vôlê (bóng đá).

punt[5] /pʌnt/ *dgt* **1.** đặt cửa (trong một số trò đánh bài) **2.** (kng) đầu cơ cổ phiếu; đánh cá ngựa; đánh bạc.

punter /'pʌntə[r]/ *dt* **1.** người đặt cửa (trong một số trò đánh bài); nhà con (đối với nhà cái) **2.** (kng, xấu) người khờ khạo dễ mua phải của xấu.

puny /'pju:ni/ *tt* (-ier; -iest) (thường xấu) nhỏ bé, bé bỏng; yếu ớt: *puny limbs* chân tay yếu ớt; *what a puny little creature!* con

người bé bỏng yếu ớt làm sao!; *they laughed at my puny efforts at rock-climbing* họ cười tôi leo mỏm đá yếu ớt quá.

pup[1] /pʌp/ *dt* **1.** (cg **puppy**) chó con **2.** con (của một số động vật khác như rái cá, chó biển): *a mother seal and her pup* con chó biển mẹ và con của nó **3.** (cg **puppy**) mấy gã trẻ tuổi hợm mình xấc xược: *you insolent young puppy!* đồ hợm mình xấc xược trẻ tuổi! // **in pup** có chửa (chó cái, chó sói cái, cáo cái, rái cá cái); **sell somebody a pup** x. sell.

pup[2] /pʌp/ *dgt* (-pp-) đẻ con (chó cái).

pupa /'pju:pə/ *dt* (snh **pupas, pupae**) (động) con nhộng.

pupae /'pju:pi:/ *dt* snh của pupa.

pupal /'pju:pəl/ *tt* [thuộc] nhộng: *pupal chamber* kén.

pupate /'pju:'peit, (Mỹ 'pju:peit/ *dgt* (động) thành nhộng (nói về ấu trùng).

pupil[1] /'pju:pl/ *dt* học sinh; học trò: *there are 30 pupils in the class* chúng nó cả thảy là ba mươi học sinh trong lớp; *the painting is the work of a pupil of Rembrandt* bức họa là của một học trò của Rembrandt.

pupil[2] /'pju:pl/ *dt* (giải) con ngươi, đồng tử (ở mắt).

puppet /'pʌpit/ *dt* **1.** con rối: *a puppet theatre* nhà hát múa rối **2.** bù nhìn: *a puppet government* chính phủ bù nhìn.

puppeteer /ˌpʌpi'tiə[r]/ *dt* người [làm trò] múa rối.

puppet-play /'pʌpitpleit/ *dt* (cg **puppet-show**) trò múa rối.

puppetry /'pʌpitri/ *dt* nghệ thuật múa rối.

P

puppet-show /'pʌpitʃəu/ *dt nh* puppet-play.

puppy /'pʌpi/ *dt (cg* **pup)** 1. chó con 2. *(kng, xấu)* gã trẻ tuổi hơm mình xấc xược: *you insolent young puppy!* đồ ranh con hơm mình xấc xược!

puppy-fat /'pʌpifæt/ *dt* sự bụ sữa, sự mũm mĩm *(thường nói về trẻ em gái, đến sau lớn lên sẽ thon đi).*

puppy-love /'pʌpilʌv/ *dt (cg* **calf-love)** *(kng)* mối tình con trẻ.

purchase[1] /'pɜːtʃəs/ *dt* 1. sự mua, sự sắm, sự tậu; vật mua được, vật tậu được: *I have some purchases to make in town* tôi có vài thứ phải lên phố mua 2. sự nắm, sự bíu: *the climbers had difficulty getting a purchase on the rock face* người leo khó mà bíu vào mặt đá.

purchase[2] /'pɜːtʃəs/ *dgt* 1. mua, sắm, tậu: *employees are encouraged to purchase shares in the firm* người làm được khuyến khích mua cổ phần trong công ty 2. *(tu từ)* giành được *(bằng giá đắt)*: *a dearly purchased victory* một thắng lợi giành được bằng giá đắt.

purchase price /'pɜːtʃəs prais/ *dt* giá mua: *the purchase price is less if you pay in cash* giá mua sẽ hạ hơn nếu ông trả bằng tiền mặt.

purchaser /'pɜːtʃəsə[r]/ *dt* người mua: *the purchaser of the house will pay the deposit next week* người mua nhà tuần sau sẽ trả tiền đặt cọc.

purchase tax /'pɜːtʃəstæks/ thuế doanh thu.

purchasing power /'pɜːtʃə-siŋpau[r]/ sức mua: *inflation reduces the purchasing power of people living on fixed incomes* lạm phát làm giảm sức mua của những người sống bằng thu nhập cố định; *purchasing power of money* sức mua của đồng tiền.

purdah /'pɜːdə/ *dt* 1. màn che cung cấm; chế độ màn che cấm cung *(phụ nữ Ấn Độ)* 2. *(bóng, kng)* sự cấm cung, sự giam mình ở nhà: *I've got a lot of urgent work to do at home and will have to go into purdah a couple of weeks* tôi có một lô công việc cần kíp phải làm ở nhà và phải vào cấm cung (giam mình) vài tuần mới được.

pure /pjuə[r]/ 1. ròng; tinh khiết: *pure gold* vàng ròng; *the room was painted pure white* gian buồng quét sơn ròng (toàn) màu trắng 2. trong sạch: *the air is pure in these mountains* vùng núi này không khí trong sạch 3. thuần chủng: *he is a pure Negro* ông ta là một người da đen thuần chủng 4. trong trắng, trinh bạch: *pure thoughts* những ý nghĩ trong trắng; *a pure young girl* cô gái trinh bạch 5. hoàn toàn; chỉ là: *it's pure hypocrisy* chỉ là đạo đức giả; *it was pure chance that I was there* tôi có mặt ở đấy hoàn toàn là do tình cờ 6. trong *(âm thanh)*: *a pure voice* giọng trong 7. thuần túy: *pure mathematics* toán học thuần túy. // **[as] pure as the driven snow** rất trong trắng; một mực trinh bạch; **pure and simple** *(kng)* không hơn không kém: *it's laziness, pure and simple* ấy là sự lười biếng, không hơn không kém; *the reason for the change is lack of money, pure and simple* lý do đổi chác là vì thiếu tiền, không hơn không kém.

pure-bred /'pjuəbred/ *dt, tt, nh* thoroughbred.

purée[1] /'pjuərei, (Mỹ pjuə-'rei/ *dt* món nghiền *(trái cây, rau đã nấu chín): apple purée* món táo nghiền; *potato purée* món khoai tây nghiền.

purée[2] /'pjuərei, (Mỹ pjuə-'rei/ *dgt* nghiền *(trái cây, rau đã nấu chín): she fed the baby on purée carrots* chị ta cho em bé ăn cà rốt nghiền; *a machine for puréeing vegetables* máy nghiền rau.

purely /'pjuəli/ *pht* hoàn toàn; chỉ là: *purely by accident* hoàn toàn ngẫu nhiên.

pureness /'puənis/ *dt nh* purity.

purgation /pɜː'geiʃn/ *dt* sự làm sạch, sự lọc sạch; sự thanh lọc.

purgative[1] /'pɜːgətiv/ *tt* tẩy; xổ: *this oil has a purgative effect* dầu này có dụng tẩy ruột.

purgative[2] /'pɜːgətiv/ *dt* thuốc tẩy, thuốc xổ: *he has been given a purgative before operation* hắn được cho uống thuốc tẩy trước khi mổ.

purgatorial /pɜːgə'tɔːriəl/ *dt* [để] chuộc tội; [có tính chất] chuộc tội.

purgatory /'pɜːgətri:, (Mỹ 'pɜːgətɔːri/ *dt (thường* **Purgatory)** 1. nơi chuộc tội: *a prayer for the souls in Purgatory* sự cầu nguyện cho linh hồn ở nơi chuộc tội 2. *(kng hoặc đùa)* nơi khổ cực; hoàn cảnh khổ cực: *waiting in queue is sheer purgatory for him* xếp hàng chờ đợi nối đuôi nhau là khổ cực đối với anh ta.

purge[1] /pɜːdʒ/ *dt* 1. gột sạch *(tội): go to confession to be purged of sin (to purge away one's sin; to purge one's soul* of sin) đi xưng tội để gột sạch tội **2.** (cũ hoặc đùa) tẩy, xổ: *a dose of this stuff purge you* một liều chất này sẽ tẩy ruột cho anh **3.** thanh lọc: *they promise that the party would be purged of racists (that racists would be purged from the party)* họ hứa là tụi chủng tộc chủ nghĩa sẽ bị thanh lọc khỏi đẳng **4.** (luật) chuộc (tội): *purge one's contempt* chuộc lại tội không tuân lệnh tòa.

purge² /pɜːdʒ/ *dt* sự thanh lọc: *the politial purges that followed the change of government* những sự thanh lọc chính trị tiếp theo sau sự thay đổi chính phủ **2.** (cũ) thuốc tẩy, thuốc xổ.

purification /ˌpjʊərifiˈkeiʃn/ *dt* **1.** sự lọc sạch; sự làm trong, sự lọc trong: *purification of water* sự lọc nước **2.** sự gội sạch; sự làm cho thanh khiết: *the purification of souls* sự làm cho linh hồn thanh khiết.

purify /ˈpjʊərifai/ *dgt* (-fied) **1.** lọc sạch; làm trong, lọc trong: *purified salts* muối đã lọc sạch; *an air-purifying plant* cây lọc trong không khí (ở nhà máy...) **2.** gội sạch (tội lỗi); làm cho thanh khiết (linh hồn, đặc biệt là trong một lễ tôn giáo).

purism /ˈpjʊərizəm/ *dt* chủ nghĩa thuần túy (về ngôn ngữ).

purist /ˈpjʊərist/ người thuần túy chủ nghĩa (về ngôn ngữ).

puretan¹ /ˈpjʊəritən/ *dt* **1.** Puritan tín đồ Thanh giáo **2.** (thường xấu) người khắt khe về đạo đức.

puritan² /ˈpjʊəritən/ *tt* Puritan [thuộc] Thanh giáo **2.** (cg **puritanical**) khắt khe về đạo đức.

puritanical /ˌpjʊəriˈtænikl/ *tt* (xấu) khắt khe về đạo đức: *a puritanical attitude* thái độ khắt khe về đạo đức.

puritanism /ˈpjʊəritənizəm/ *dt* **1.** Puritanism Thanh giáo **2.** sự khắt khe về đạo đức.

purity /ˈpjʊərəti/ *dt* (cg **pureness**) **1.** sự sạch, sự tinh khiết: *test the purity of water* thử độ sạch của nước **2.** sự trong: *purity of sound* sự trong của âm thanh **3.** sự trong trắng (của tâm hồn...) **4.** sự trong sáng (của ngôn ngữ...).

purl¹ /pɜːl/ *dt* mũi đan móc.

purl² /pɜːl/ *dgt* đan móc: *knit one, purl one* đan một mũi thường một mũi móc.

purlieus /ˈpɜːljuːz/ *dt snh* vùng ngoại vi, vùng phụ cận: *the purlieus of the capital* vùng ngoại vi thủ đô.

purloin /pɜːˈlɔin, ˈpɜːlɔin/ *dt* (đùa) ăn cắp, xoáy: *food purloined from her employer's kitchen* món ăn xoáy ở bếp của chủ chị ta ra.

purple¹ /ˈpɜːpl/ *tt* **1.** [có màu] tía; đỏ tía: *a purple dress* chiếc áo màu tía; *go purple in the face with rage* giận đỏ mặt tía tai **2.** hoa mỹ; văn hoa (lời văn...): *purple passages* những đoạn văn hoa mỹ.

purple² /ˈpɜːpl/ *dt* **1.** màu tía: *dressed in purple* mặc áo màu tía (của hoàng đế La Mã, của giáo chủ...); *be born of the purple* là dòng dõi vương giả; *raised to the purple* được tôn làm giáo chủ.

purple heart /ˌpɜːplˈhaːt/ **1.** *Purple Heart* (Mỹ) trái tim tía (huy chương tặng cho chiến sĩ bị thương trong chiến trận) **2.** (kng) viên tim tía (viên thuốc kích thích

hình tim chứa amphetamin).

purport¹ /ˈpɜːpət/ *dt* (số ít) ý nghĩa tổng quát, nội dung tổng quát: *the purport of the statements is that the firm is bankrupt* nội dung tổng quát của bản công bố ấy là công ty đã vỡ nợ.

purport² /ˈpɜːpət/ *dgt* dường như có ý là: *the document purports to be an official statement* văn kiện ấy dường như là một bản tuyên bố chính thức.

purpose¹ /ˈpɜːpəs/ *dt* **1.** mục đích; ý định: *what's your purpose in going to Canada?* anh chị đi Ca-na-đa có mục đích gì? **2.** quyết tâm: *his approach to the job lacks purpose* cách tiếp cận công việc của anh ta thiếu quyết tâm. // **for practical purposes** x *practical*; **on purpose** cố ý, có chủ tâm: *she seems to do these things on purpose* chị ta hình như cố ý làm những việc đó; **serve (one's) the purpose** làm vừa ý: *we have found a meeting-place that will serve your purpose* chúng tôi đã tìm được một nơi hội họp có lẽ làm anh vừa ý; **to little (some; no) purpose** chẳng được kết (hiệu) quả là bao; đạt kết quả (hiệu quả) phần nào; chẳng được kết quả (hiệu quả) gì: *money has been invested in the scheme to very little purpose* tiền đã được đầu tư vào kế hoạch đó với hiệu quả rất thấp.

purpose² /ˈpɜːpəs/ *dgt* (cũ) có ý định: *they purposed coming; they purposed to come* họ có ý định đến.

purpose-built /ˌpɜːpəsˈbilt/ *tt* làm ra vì một mục đích riêng; dành cho một mục đích riêng: *a purpose-built*

P

factory một xưởng máy dành cho một mục đích riêng.

purposeful /'pɜ:pəsfl/ *tt* [có] quyết tâm: *they dealt with the problem in a purposeful way* họ giải quyết vấn đề một cách quyết tâm.

purposefully /'pɜ:pəsfəli/ *tt* [một cách] quyết tâm.

purposeless /'pɜ:pəslis/ *tt* không có mục đích: *a purposeless existence* cuộc sống không có mục đích.

purposelessly /'pɜ:pəslisli/ *pht* [một cách] không có mục đích.

purposely /'pɜ:pəsli/ *pht* [một cách] cố ý, [một cách] chủ tâm: *he was accused of purposely creating difficulties* anh ta bị buộc tội là cố ý gây khó khăn.

purr[1] /pɜ:[r]/ *dgt* 1. gừ gừ (mèo khi thích thú) 2. rừ rừ (máy).

purr[2] /pɜ:[r]/ *dt* 1. tiếng gừ gừ (mèo) 2. tiếng rừ rừ (máy).

purse[1] /pɜ:s/ *dt* 1. ví [tiền]: *her purse was stolen from her handbag* ví tiền của bà ta bị kẻ cắp lấy đi từ trong ví xách tay của bà 2. (Mỹ) ví xách tay, ví đeo vai (của phụ nữ) 3. (số ít) tiền; vốn: *the public purse* ngân quỹ quốc gia 4. tiền quyên góp, tiền đóng góp (làm giải thưởng, làm quà tặng...): *a purse was made up for victims of the fire* một món tiền quyên góp giúp nạn nhân hỏa hoạn. // **hold the purse-strings** nắm việc chi tiêu; **loosen (tighten) the purse-strings** ăn tiêu rộng rãi (tằn tiện).

purse[2] /pɜ:s/ *dgt* (+ up) mắm (môi): *purse [up] one's lips* mắm môi (tỏ ý không tán thành, không thích).

purser /'pɜ:sə[r]/ *dt* viên quản lý (trên tàu khách).

pursuance /pə'sju:əns, (Mỹ pə'su:əns)/ *dt* **in [the] pursuance of something** trong khi thực hiện việc gì; trong quá trình việc gì: *injuries suffered in the pursuance of one's duties* những tổn hại phải chịu trong quá trình thực hiện nhiệm vụ.

pursue /pə'sju:, (Mỹ pə'su:)/ *dgt* 1. đuổi theo, đuổi bắt, truy nã, truy kích: *pursue a wild animal* đuổi bắt một con vật hoang dại; *pursue a thief* đuổi bắt kẻ trộm; *pursue the enemy* truy kích quân địch 2. theo đuổi, đeo đuổi; tiếp tục: *pursue one's studies* theo đuổi việc học tập; *I have decided not to pursue the matter any further* tôi đã quyết định không tiếp tục việc nghiên cứu vấn đề ấy thêm chút nào nữa.

pursuer /pə'sju:ə[r], (Mỹ pə'su:ər)/ *dt* người đuổi theo, người đuổi bắt, người truy nã, người truy kích: *he managed to avoid his pursuers* nó xoay xở tìm cách tránh những người đuổi bắt nó.

pursuit /pə'sju:t, (Mỹ pə'su:t)/ *dt* 1. (of something) sự theo đuổi, sự đeo đuổi, sự tiếp tục: *he devoted his life to the pursuit of pleasure* cuộc đời của nó, nó dành hết cho sự theo đuổi khoái lạc 2. (thường snh) điều theo đuổi, điều đeo đuổi: *literary pursuits* cái nghiệp văn chương đeo đuổi. // **in pursuit of** a/ đuổi theo, đuổi bắt b/ đi tìm; mưu cầu: *people travelling about the country in pursuit of work* dân đi đây đó trong nước để tìm việc làm; **in [hot] pursuit** bám đuổi riết: *a fox with the hounds in hot pursuit* con cáo với đàn chó săn bám đuổi riết.

purulence /'pjʊərələns/ *dt* (y) sự có mủ.

purulent /'pjʊərələnt/ *tt* (y) có mủ; chảy mủ; như mủ.

purvey /pə'vei/ *đgt* cung ứng (thực phẩm) cho, cung cấp: *purvey meat* cung ứng thịt; *purvey information* cung cấp tin.

purveyance /pə'veiəns/ *dt* sự cung ứng; sự cung cấp (thực phẩm, rượu...).

purveyor /pə'veiə[r]/ *dt* nhà thầu cung ứng; hãng cung ứng (thực phẩm, rượu...).

purview /'pɜ:vju:/ *dt* tầm; phạm vi: *these are questions that lie outside (that do not come within) the purview of our inquiry* đó là những vấn đề nằm ngoài phạm vi thẩm tra của chúng tôi.

pus /pʌs/ *dt* mủ: *the doctor lanced the boil to let the pus out* bác sĩ chích cái nhọt cho mủ chảy ra.

push[1] /pʊʃ/ *dt* 1. sự xô, sự đẩy: *give the door a push* đẩy cửa một cái 2. (quân) cuộc tấn công đại quy mô (nhằm phá vỡ vị trí địch): *the commander decided to postpone the big push until the spring* viên chỉ huy quyết định hoãn cuộc tấn công đại quy mô cho đến sang xuân 3. (kng) sự nỗ lực; quyết tâm: *we must make a push to finish the work this week* chúng ta phải nỗ lực tuần này để hoàn thành công việc. // **at a push** (kng) nếu buộc phải làm thế, nếu hoàn cảnh bắt buộc: *we can provide accommodation for six people at a push* chúng ta có thể cho sáu người trọ nếu hoàn cảnh bắt buộc; **give somebody (get) the push** (kng) a/ đuổi (bị đuổi), thải (bị thải) b/ cắt đứt quan hệ: *he gave his girl friend the push* nó đã cắt đứt quan hệ với bạn gái của nó; **if (until; when) it**

comes to the push nếu *(cho đến khi; khi)* cần phải có một cố gắng đặc biệt; nếu *(cho đến khi, khi)* có nhu cầu đặc biệt nảy sinh: *if it comes to the push, we shall have to use our savings* nếu có nhu cầu đặc biệt nảy sinh chúng ta sẽ phải sử dụng tiền tiết kiệm của chúng ta.

push² /pʊʃ/ *dgt* **1.** xô, đẩy: *you push from the back and I'll pull at the front* anh đẩy phía sau và tôi kéo phía trước; *he pushed the door open* nó đẩy cửa mở ra; *push one's way through the crowd* xô lấn rẽ qua đám đông; rẽ lối qua đám đông **2.** (+ on, against) ẩy; ấn: *he pushed hard against the door with his shoulder* nó dùng vai ẩy mạnh vào cửa; *you can stop the machine by pushing the red button* anh có thể hãm máy lại bằng cách ấn vào nút đỏ **3.** (kng) thúc, thúc giục *(ai làm việc gì mà họ không cần làm...)*: *one has to push the child or she will do no work at all* phải thúc cháu bé, nếu không nó chẳng làm gì cả; *push somebody for payment* thúc ai trả tiền **4.** (kng) thuyết phục người ta mua *(hàng)*, thuyết phục người ta chấp nhận *(một ý kiến)*: *unless you push your claim, you will not get satisfaction* trừ phi anh thuyết phục người ta chấp nhận yêu sách của anh, anh sẽ chẳng bao giờ được toại nguyện **5.** (kng) bán lậu *(thuốc bất hợp pháp)*: *she was arrested for pushing heroin* chị ta bị bắt vì bán lậu heroin. // **be pushed for** (kng) có đủ: *be pushed for money* có đủ tiền; **be pushed to do something** (kng) khó mà làm được việc gì; làm

việc gì không khỏi có khó khăn: *we'll be pushed to get there in time* chúng ta khó mà tới đấy kịp giờ; **push the boat out** (kng) tổ chức vui chơi mà không quản ngại chi tiêu: *this is the last party we shall give, so let's really push the boat out* đây là buổi tiệc cuối cùng của chúng tôi, hãy để cho chúng tôi tổ chức vui chơi mà không quản ngại chi tiêu; **push one's luck** (kng) liều với hy vọng là lại tiếp tục gặp may: *you didn't get caught last time, but don't push your luck!* lần trước anh không bị bắt nhưng chớ có liều với hy vọng là lại tiếp tục gặp may!; **push up [the] daisies** (kng, đùa) ngoẻo củ tỏi, ngủ với giun: *I shall be pushing up daisies by the time the project is finished* tớ sẽ ngoẻo củ tỏi khi mà đề án hoàn thành.

push about; push around bắt nạt *(ai)* phải làm gì; sai phái *(ai)*; **push ahead (forward: on)** đi tiếp: *let's push on, it's nearly nightfall* ta đi tiếp đi, trời sắp tối rồi; **push ahead (forward; on) with something** kiên quyết tiếp tục làm gì: *push ahead with one's plans* kiên quyết tiếp tục kế hoạch của mình; **push along** (kng) rời đi: *goodbye, I'd better be pushing along now* chào tạm biệt, tốt hơn là tôi rời đi bây giờ đây; **push for something** yêu cầu trở đi trở lại điều gì một cách gấp gáp; thúc giục: *they are pushing for electoral reform* họ yêu cầu trở đi trở lại phải có cải cách chế độ bầu cử; **push something forward** buộc người ta chú ý đến *(quan tâm đến)* vấn đề gì: *he repeatedly pushed forward his own claim* nó luôn luôn buộc người ta phải chú ý đến yêu sách của nó; **push oneself**

forward thu hút sự chú ý vào mình; **push off** (kng) xéo đi, cút đi: *push off! we don't want you here* cút đi! chúng tôi không cần anh ở đây; **push something off (out)** dùng sào đẩy *(thuyền)* ra xa; **push somebody (something) over** làm cho ai *(cái gì)* ngã xuống, làm cho ai *(cái gì)* đổ nhào; xô ngã *(ai, cái gì)*: *several children were pushed over by the crowd* vài đứa trẻ đã bị đám đông xô ngã; **push something through** làm cho việc gì được chấp nhận; làm cho việc gì được chóng hoàn thành; **push something up** làm cho *(giá cả...)* tăng đều đều: *a shortage of building land will push property value up* thiếu đất xây dựng sẽ khiến cho giá bất động sản tăng đều đều.

push-bike /ˈpʊʃbaik/ *dt* xe đạp.

push-button /ˈpʊʃbʌtn/ *tt* (thngữ) ấn nút, bấm nút: *a radio with push-button tuning* chiếc đài với hệ thống điều chỉnh làn sóng ấn nút; *a push-button war* chiến tranh bấm nút.

push-cart /ˈpʊʃkɑːt/ *dt* xe đẩy *(của người bán hàng rong...)*.

push-chair /ˈpʊʃtʃeə[r]/ *dt* (Mỹ cg **stroller**) ghế đẩy *(để đẩy trẻ em đi chơi...)*.

pusher /ˈpʊʃə[r]/ *dt* **1.** (kng, xấu) người trục lợi **2.** (lóng) người bán thuốc lậu; người bán thuốc rong.

pushing /ˈpʊʃɪŋ/ *tt* **1.** *nh* pushy **2.** (vị ngữ) (kng) đã gần, ngót nghét *(một tuổi nào đó)*: *pushing fifty* đã gần ngũ tuần, ngót nghét năm mươi.

push-over /ˈpʊʃəʊvə[r]/ *dt* (lóng) **1.** việc dễ ợt; việc dễ như chơi: *winning that match was a push-over* thắng cuộc thi đấu ấy là việc dễ như chơi **2.** người dễ lôi kéo; người dễ thuyết phục: *getting money from her is easy, she's a push-over* lấy tiền của bà ta dễ thôi, bà ta là một người dễ thuyết phục lắm.

push-pull /ˌpʊʃˈpʊl/ *tt* đẩy kéo *(thiết bị điện)*.

push-start¹ /ˈpʊʃstɑːt/ *đgt* đẩy *(xe)* cho nổ máy.

push-start² /ˈpʊʃstɑːt/ *dt* sự đẩy cho nổ máy *(xe)*: *we'll have to give it a push-start, I am afraid* tôi sợ là ta phải đẩy xe cho máy nổ đấy.

push-up /ˈpʊʃʌp/ *dt (Mỹ)* nh press-up.

pushily /ˈpʊʃili/ *pht* [một cách] thích thu hút sự chú ý của người khác và hám lợi.

pushiness /ˈpʊʃinis/ *dt* sự thích thu hút sự chú ý của người khác và hám lợi.

pushy /ˈpʊʃi/ *tt* thích thu hút sự chú ý của người khác và hám lợi.

pusillanimity /ˌpjuːsiləˈnɪməti/ *dt* sự nhát gan; sự nhút nhát.

pusillanimous /ˌpjuːsiˈlænɪməs/ *tt (xấu)* nhát gan; nhút nhát.

pusillanimously /ˌpjuːsiˈlænɪməsli/ *pht* [một cách] nhát gan; [một cách] nhút nhát.

puss /pʊs/ *dt* **1.** con mèo **2.** cô gái hay vui đùa; cô gái đỏm dáng: *she is a sly puss* cô ta là một cô gái hay vui đùa và ranh mãnh.

pussy /ˈpʊsi/ *dt* **1.** *(cg* **pussy-cat)** con mèo *(ngôn ngữ nhi đồng)* **2.** *(lóng, kiêng dùng)* âm hộ.

pussy-cat /ˈpʊsikæt/ *dt* x pussy.

pussyfoot /ˈpʊsifʊt/ *đgt* (+ about, around) *(kng,*

thường xấu) hành động quá thận trọng; hành động quá rụt rè: *stop pussyfooting around and say what you mean* thôi đừng có quá rụt rè, hãy nói điều gì anh muốn nói.

pussy willow /ˈpʊsiwiləʊ/ *(thực)* cây liễu tơ.

pustule /ˈpʌstjuːl/, *(Mỹ* /ˈpʌstʃuːl/) *dt (y)* mụn mủ; mụn.

put /pʊt/ *đgt* (-tt-) **1.** đặt, để, đút, bỏ; cho; đưa; gắn; tra: *he put the book on the table* nó đặt *(để)* cuốn sách lên bàn; *he put his hands in his pockets* nó đút tay vào túi; *put one's signature on a will* [đặt bút] ký vào một bản di chúc; *put a handle on to the knife* tra cán vào dao; *the Americans put a man on the moon in 1969* năm 1969 người Mỹ cho được một người lên mặt trăng; *Maradona put the ball in the net* Maradona đưa bóng vào lưới; *put somebody in prison* bỏ ai vào tù; *you must put a new lock on the front door* anh phải cho một cái khóa mới vào cửa trước **2.** để vào; đặt vào trong một tình trạng nào đó; làm cho; bắt phải: *your decision put me in an awkward position* quyết định của ông đặt tôi vào một thế khó xử; *put a satellite into orbit round Mars* đặt một vệ tinh nhân tạo vào quỹ đạo quanh sao Hỏa **3.** đưa ra, đề ra: *put to sale* đưa *(đem)* ra bán; *put a question* đề ra *(đặt)* một câu hỏi **4.** đánh giá, xếp hạng: *I put him in the top rank of modern novelists* tôi xếp ông ta vào hạng cao nhất trong các nhà tiểu thuyết hiện đại **5.** nói ra, diễn đạt: *he put it very tactfully* nó diễn

đạt cái đó rất khéo; *how shall I put it?* tôi sẽ nói điều đó ra sao đây? **6.** vung tay ném: *put the shot* [vung tay] ném tạ, đẩy tạ. // **not put it past somebody (to do something)** *(kng)* (+ would) cho rằng ai có thể làm điều bất hợp pháp (điều hiếm ác): *I wouldn't put it past him to steal money from his own grandmother!* tôi không cho rằng nó có thể xoáy tiền của chính bà nó!; **put it to somebody that** gợi ý cho ai rằng sự thật là; làm cho ai đồng ý là: *I put it to you that you are the only person who had a motive for the crime* tôi gợi ý cho anh thấy là anh là người duy nhất có lý do để phạm tội ấy; **put somebody through it** *(kng)* buộc ai phải chịu điều gì khó chịu; đặt ra cho ai những vấn đề hóc búa: *they really put you through it at the interview* trong cuộc phỏng vấn họ thực sự đã đặt cho anh những câu hỏi hóc búa đấy; **put together** *(dùng sau dt chỉ một nhóm người, nhóm vật)* hợp lại: *your department spent more last year than other departments put together* năm ngoái cục của anh tiêu nhiều tiền hơn các cục khác cộng lại.

put about a/ *(hải)* đổi hướng: *the ship put slowly about* con tàu từ từ đổi hướng; *the captain put the ship about* hạm trưởng cho con tàu đổi hướng b/ loan truyền *(tin thất thiệt...)*: *he's always putting about malicious rumours* nó luôn luôn loan truyền những tin hiểm độc; **put above** *(cg* **put before)** đặt lên hàng đầu; coi trọng hơn hết; **put across** a/ *(kng)* lừa *(ai)* chấp nhận một điều không đáng gì *(một* điều không đúng sự thật): *are you trying to put one across me?* anh định lừa tôi chấp nhận một điều gì đấy phải không? b/ (+ *oneself*) truyền đạt *(ý kiến)* cho kẻ khác: *she is very good at putting her ideas across* cô ta rất giỏi truyền đạt ý kiến cho kẻ khác; *he doesn't know how to put himself across at interviews* nó không biết nên ăn nói ra sao trong các cuộc phỏng vấn; **put aside** a/ để *(vật gì)* sang một bên: *he put the newspaper aside and picked a book* nó để tờ báo sang một bên và cầm lên một cuốn sách b/ để dành; để dành riêng *(cái gì, cho ai)*: *he's put aside a tidy sum for his retirement* ông ta để dành một số tiền kha khá cho lúc về hưu; *we'll put the suit aside for you, Mr Parkinson* thưa ông Parkinson, tôi sẽ để dành riêng bộ quần áo đó cho ông c/ không để ý đến (làm ra vẻ không biết; quên) *(điều gì)*; gạt *(điều gì)* sang một bên: *they decided to put aside their differences* họ quyết định gạt sang một bên những mối bất hòa giữa họ với nhau; **put at** ước lượng: *I would put his age at about sixty* tôi ước lượng tuổi ông ta vào khoảng sáu mươi; **put away** a/ *(thường ở dạng bị động)* (kng) bỏ tù; cho vào bệnh viện tâm thần: *he was put away for ten years for armed robbery* nó bị bỏ tù mười năm vì tội cướp có vũ trang; *she went a bit cracked and had to be put away* cô ta trở nên hơi tàng tàng và phải cho vào bệnh viện tâm thần. b/ cho vào hộp, cho vào ngăn kéo *(vì không dùng đến nữa)*: *I'm just going to put the car away* tôi vừa cho xe vào nhà xe b/ để dành *(tiền)* c/ (kng) ngốn; nốc: *he must have put*

away half a bottle of whisky last night đễ thường tối qua nó đã nốc hết nửa chai uýtki; *I don't know how he manages to put it all away* tôi không biết nó làm cách nào mà ngốn hết tất cả thứ đó; **put back** a/ để lại *(chỗ cũ)*: *please put the dictionary back on the shelf when you've finished with it* dùng xong làm ơn để cuốn từ điển lại chỗ cũ trên giá sách b/ vặn *(kim đồng hồ)* lùi lại: *my watch is fast, it needs putting back five minutes* đồng hồ tôi nhanh, phải vặn lùi lại năm phút c/ hoãn lại: *this afternoon's meeting has been put back to next week* cuộc họp chiều nay đã được hoãn đến tuần sau d/ làm chậm lại: *the lorry drivers' strike has put back our deliveries by over a month* sự đình công của các lái xe tải đã làm cho các chuyến giao hàng của chúng tôi chậm lại hơn một tháng e/ (kng) nốc *(rượu)*: *he had put back nearly two bottles of wine* hắn đã nốc hết gần hai chai rượu vang; **put before; put above** coi *(cái gì)* quan trọng hơn *(cái gì)*: *he puts his children's welfare before all other considerations* ông ta đặt hạnh phúc của con mình lên trên tất cả những điều khác mà ông quan tâm; **put by** để dành, dành dụm *(tiền)*: *she has a fair amount of money put by* chị ta có một số tiền để dành khá lớn; **put down** a/ [cho] hạ cánh xuống: *he put [the glider] down a field* anh [cho tàu lượn] hạ cánh xuống một cánh đồng b/ để cho [khách] xuống xe: *the bus stopped to put down some passengers* xe buýt đỗ lại để cho một vài hành khách xuống xe c/ làm nhục *(ai)*: *he's putting his wife down in public* nó làm nhục

vợ trước công chúng d/ để xuống: *put down this knife before you hurt somebody!* để cái dao xuống không khéo lại làm bị

thương người khác e/ cất đi *(vào kho, vào hầm rượu)*: *I put down a case of claret last year* tôi đã cất một hòm vang đỏ vào hầm rượu *(để cho rượu chín)* f/ viết, ghi lại: *put it down in your diary so you don't forget* ghi cái đó vào sổ nhật ký đi cho khỏi quên g/ dẹp, đàn áp: *put down a rebellion* dẹp một cuộc nổi loạn h/ *(thường ở dạng bị động)* giết thịt *(súc vật vì đã quá già hoặc ốm yếu...)*: *the horse broke a leg in the fall and had to be put down* con ngựa ngã gãy chân và phải giết thịt thôi i/ ghi vào chương trình nghị sự *(của cuộc họp ở nghị viện)* j/ cho *(ai)* là, coi *(ai)* là *(loại người như thế nào đấy)*: *I put him down as a retired naval officer* tôi cho rằng ông ta là một sĩ quan hải quân nghỉ hưu k/ ghi tên: *put me down for three tickets for Saturday's performance* ghi tên cho tôi ba vé đi xem buổi biểu diễn ngày thứ bảy nhé; *they've put their son down for Eton* họ đã ghi tên cho con họ vào trường Eton l/ ghi *(một khoản)* vào tài khoản nào đó: *would you put these shoes down to my account, please?* ông có thể làm ơn ghi số tiền đôi giày này vào tài khoản của tôi không? m/ cho *(cái gì)* là do *(cái gì)*, quy cho: *what do you put her success down to?* anh cho sự thành công của cô ta là do cái gì?; **put forth** mọc, đâm, nảy *(lá, chồi, mầm...)* *(nói về cây cối)*: *spring has come and the hedges are putting forth new leaves* mùa xuân đã đến và hàng rào cây xanh đã ra lá mới; **put forward** a/ để cử: *can*

P

I put you (your name) forward for golf club secretary? tôi có thể để cử anh vào chức vụ thư ký câu lạc bộ chơi gôn được không?; *put oneself forward* ra ứng cử chức vụ gì, ra xin việc làm gì b/ vặn *(kim đồng hồ)* lên *(cho đúng giờ)*: *put your watch forward, you're five minutes slow* vặn đồng hồ cho nhanh lên, đồng hồ anh chậm năm phút đấy c/ chuyển *(một việc gì)* lên một thời điểm sớm hơn: *we've put forward [the date of] our wedding by one week* chúng tôi đã chuyển lễ cưới của chúng tôi sớm lên một tuần lễ d/ đề xuất, đưa ra, nêu ra *(để thảo luận)*: *he's putting forward radical proposals for electoral reform* ông ta đã đưa ra những đề nghị căn bản về cải cách bầu cử; **put in** a/ lồng vào; nói xen vào: *"but what about us?" he put in* "còn chúng tôi thì sao?" ông ta nói xen vào b/ giao nhiệm vụ cho *(ai)*; đặt *(ai)* vào *(một chức vụ)*: *put in a caretaker* giao nhiệm vụ cho người trông nom nhà cửa c/ bầu lên *(một đảng)* để chấp chính: *the electorate put the Tories in with an increased majority in 1963* năm 1963 cử tri đã bầu đảng Bảo thủ lên chấp chính với một đa số gia tăng d/ đặt, lắp *(hệ thống sưởi...)*: *we put new central heating in when we moved here* chúng tôi lắp hệ thống sưởi trung tâm khi chúng tôi dọn đến đây e/ đưa ra, đệ trình: *put in a claim for higher wages* đưa ra yêu sách đòi tăng lương f/ tìm cách đánh một quả *(đấm...)*; tìm cách nói *(cái gì)*: *Tyson put in some telling blows to Tucker's chin* Tyson đã tìm cách đánh mấy cú trời giáng vào cằm Tucker; *could I put in a word at this point?* tôi có

thể nói một lời ở điểm này không ạ? g/ để *(bao nhiêu thì giờ đấy)* làm việc gì?: *I must put in an hour's gardening this evening* tôi phải để một tiếng đồng hồ làm vườn chiều nay mới được; *he often puts in twelve hours' work a day* nó thường để ra mười hai tiếng đồng hồ làm việc mỗi ngày h/ (cg **put something into [doing] something**) dành, bỏ *(thì giờ, công sức)* vào việc gì: *thank you for all the hard work you've put in* cảm ơn anh về tất cả công việc gay go mà anh đã bỏ sức ra làm; *we have put a great deal of time and effort into this project* chúng tôi đã bỏ nhiều thì giờ và công sức vào đề án ấy; *she's putting a lot of work into improving her English* chị ta đã bỏ ra khối công sức để trau dồi tiếng Anh của mình i/ (cg **put into**) vào *(cảng)* *(nói về tàu thủy, thủy thủ đoàn)*: *the boat put in at Haiphong (put into Haiphong) for repairs* tàu vào cảng Hải Phòng để sửa chữa k/ (+ for) xin *(việc làm)*: *are you going to put in for that job?* anh có đi xin làm công việc ấy không? l/ (+ oneself for) ghi tên vào *(cuộc đua...)*: *she's put herself in for the 100 metres* cô ta đã ghi tên vào cuộc chạy 100 mét m/ (+ for) giới thiệu *(ai vào việc gì)*; đề nghị *(một phần thưởng cho ai...)*: *the commanding officer put Sergeant Williams in for a medal for bravery* viên sĩ quan chỉ huy đã đề nghị thưởng cho trung sĩ Williams huy chương về lòng dũng cảm; **put off** a/ rời [khỏi] *(nói về tàu thủy, thủy thủ đoàn)*: *we put off from the quay* chúng tôi rời khỏi bến b/ đỗ để cho *(ai)* xuống xe *(lên bờ)* *(nói về xe cộ, tàu thuyền)*: *I asked the bus*

driver to put me off near the town centre tôi yêu cầu ông lái xe buýt đỗ ở gần trung tâm thành phố cho tôi xuống c/ hoãn với *(ai)* về việc gì: *she put him off with the excuse that she had too much work to do* cô ta xin hoãn với anh lý do là có quá nhiều việc phải làm d/ làm cho *(ai)* ghét, làm cho *(ai)* không ưa: *don't be put off by his gruff exterior, he's really very kind underneath* đừng ghét anh ta vì cái vỏ ngoài cộc cằn, thực sự trong lòng anh ta rất tốt e/ làm cho *(ai)* lãng trí, làm cho *(ai)* không tập trung vào việc gì: *don't put me off when I'm trying to concentrate* đừng làm cho tôi lãng trí khi mà tôi đang cố gắng tập trung vào công việc f/ làm cho *(ai)* mất hứng thú về việc gì: *the accident put her off driving for life* tai nạn đã làm chị ta suốt đời mất hứng thú lái xe g/ tắt *(đèn)*: *could you put the lights off before you leave?* anh có thể tắt đèn giùm trước khi rời đi không? h/ hoãn lại: *we've had to put our wedding off until September* chúng tôi đã hoãn lễ cưới của chúng tôi đến tháng chín; *she keeps putting off going to the dentist* chị ta vẫn cứ hoãn đi đến nha sĩ; **put on** a/ mặc *(quần áo)*; đội *(mũ)*; đeo *(găng tay)*: *what dress shall I put on for the party?* tôi mặc áo gì đi dự tiệc đây? b/ thoa *(phấn)*; bôi *(son)*: *she is just putting on her make-up* cô ta vừa đánh phấn bôi son xong c/ cho vận hành, bật *(đèn)*, vặn *(radiô, tivi...)*; bắc *(nồi)*; bóp *(phanh)*...; nổi *(nhạc)*...: *put on the light* bật đèn lên; *let's put the kettle on and have a cup of tea* ta hãy bắc ấm đun nước lên và uống một tách trà; *he put on the brake suddenly* anh ta đột ngột bóp phanh; *do you mind if I put on some music?* tôi cho nổi tí nhạc có phiền anh không? d/ béo ra; lên cân *(bao nhiêu đấy)*: put on a stone in weight lên cân một xton *(khoảng 6,4 kg)* e/ thêm chuyến *(xe, tàu...)*: *British Rail are putting on extra trains during the holiday period* sở đường sắt Anh quốc cho thêm những chuyến tàu hỏa phụ trong thời kỳ nghỉ f/ sản xuất; trình diễn *(một vở kịch...)* g/ vặn lên *(kim đồng hồ)* h/ làm ra vẻ, khoác cái vẻ; giả bộ: put on a silly face khoác bộ mặt ngờ nghệch, giả bộ ngờ nghệch; *he seems very sincere, but it's all put on* nó có vẻ rất thành thật, nhưng hoàn toàn chỉ là giả bộ h/ đánh thêm *(bao nhiêu đấy)* [vào] giá: *the government has put ten pence on the price of a gallon of petrol* chính phủ đánh thêm vào giá mỗi ga lông dầu xăng mười xu i/ đánh *(thuế vào)*: put a duty on wine đánh thuế vào rượu j/ đánh *(cá vào ngựa đua...)*: *I've never put money on a horse* tôi chưa bao giờ đánh cá ngựa cả k/ báo cho *(cảnh sát...)* biết l/ mách cho biết *(một việc quan trọng, một việc có lợi...)*, bảo cho *(ai)* biết *(việc gì)*: *friends put us on to it* các bạn đã báo cho chúng tôi biết việc ấy; *who put you on to this restaurant?, it's superb?* ai mách cho anh biết tiệm ăn ấy? thật là tuyệt vời! m/ *put it on* làm ra vẻ giận *(buồn, hối hận...)*: *she wasn't angry really, she was only putting it on* cô ta thực sự không giận, cô chỉ làm ra vẻ thế thôi; **put out** a/ *put oneself out (kng)* làm việc gì không quản phiền hà: *she's always ready to put herself out to help others* chị ta luôn luôn sẵn sàng giúp đỡ

người khác mà không quản phiền hà b/ làm cho *(ai)* ngất đi *(bằng cách đánh mạnh, bằng thuốc mê...)*: *he put his opponent out in the fifth round* ở hiệp năm ông ta đánh đối thủ ngất đi c/ làm bối rối; làm khó chịu: *she was most put out by his rudeness* chị ta hết sức khó chịu về sự thô lỗ của chàng d/ cho ra khỏi nhà; bỏ ra ngoài: put out the dustbins cho thùng rác ra khỏi nhà; *have you put the cat out yet?* anh đã cho con mèo ra ngoài chưa nhỉ?; *put out clean towels for a guest* bỏ khăn ra ngoài cho khách dùng e/ đâm, nảy *(chồi, lá...)*: *the plant is beginning to put out shoots* cây đang bắt đầu đâm chồi f/ sản xuất, cho ra: *the plant puts out 500 new cars a week* mỗi tuần nhà máy cho ra 500 xe hơi mới g/ phát hành; xuất bản; loan báo: *police have put out a description of the man they wish to question* cảnh sát đã loan báo bản mô tả người mà họ muốn hỏi cung h/ giụi tắt; dập tắt; tắt: *put out a cigarette* giụi tắt điếu thuốc lá; *put out a candle* tắt ngọn nến; *firemen soon put the fire out* lính cứu hỏa sẽ chẳng mấy chốc dập tắt đám cháy i/ làm trật khớp: *she fell off her horse and put her shoulder out* chị ta ngã ngựa và bị trật khớp vai j/ làm cho *(con số, sự tính toán...)* bị sai: *the devaluation of the pound has put our estimates out by several thousands* sự mất giá của đồng bảng Anh khiến các ước lượng của chúng tôi sai đến hàng nhiều nghìn k/ giao *(việc)* cho làm ở nhà *(ngoài xưởng máy)*, cho gia công: *all repairs are done*

on the premises and not put out mọi sửa chữa được thực hiện ở cơ sở xưởng máy, không giao cho ở ngoài làm l/ cho vay *(tiền)* lấy lãi: *banks are putting out more and more money to people buying their own homes* các ngân hàng đang ngày càng cho nhiều người vay tiền để mua nhà riêng m/ *(+ from, to)* ra khơi *(tàu thuyền, thủy thủ đoàn)*: *we put out from Liverpool* chúng tôi ra khơi từ Li-vốc-pun; *put out to sea* ra khơi; **put over** a/ *(+ oneself)* nh put across b/ thuyết phục *(ai)* chấp nhận *(một yêu sách, một câu chuyện...)*: *he's not the sort of man you can put one over on* hắn ta không phải hạng người anh có thể thuyết phục chấp nhận mọi cái đâu nhé; **put through** a/ thực hiện thành công: *the government is putting through some radical social reforms* chính phủ đã thực hiện thành công một vài cải cách xã hội căn bản b/ bắt *(ai)* phải chịu, bắt *(ai)* phải trải qua: *you have put your family through much suffering* anh đã bắt gia đình phải chịu nhiều đau khổ c/ chịu phí tổn cho *(ai)* theo học một trường lớp nào đó: *he put all his children through boarding-school* ông ta chịu phí tổn cho toàn bộ các con vào học ở trường nội trú d/ nối cho *(ai)* nói chuyện với *(ai)* qua điện thoại: *could you put me through the manager, please* làm ơn nối cho tôi nói chuyện với ông giám đốc với; *I am trying to put a call through to Paris* tôi đang thử gọi nói chuyện với Pari đây; **put to** a/ làm cho *(ai)* phải chịu *(phiền hà, phiền muộn...)*: *I do hope we're not putting you to*

much trouble tôi hy vọng là chúng tôi không làm cho ông [phải chịu] phiền muộn b/ trình bày *(việc gì)* với *(ai)*, trình *(việc gì)* lên *(ai)*: *your proposal will be put to the board of directors* đề nghị của anh sẽ được trình lên ban giám đốc c/ đặt *(câu hỏi)* với *(ai)*: *the audience are now invited to put questions to the speaker* bây giờ xin mời cử tọa đặt câu hỏi với diễn giả d/ đưa về lấy biểu quyết: *the question of strike action must be put to union members* vấn đề bãi công phải đưa về lấy biểu quyết của các đoàn viên nghiệp đoàn; **put together** ráp vào với nhau: *he took the machine to pieces and then put it together again* nó tháo rời cái máy ra từng bộ phận và sau đó lại ráp vào với nhau; **put towards** đóng góp *(tiền)* vào: *he puts half of his salary each month towards the skiing holiday he's planning* anh ta đóng góp nửa tiền lương hằng tháng cho kỳ nghỉ đi trượt tuyết mà anh ta đã dự định; **put up** a/ đưa ra, đề ra *(một sự chống cự, một trận đấu...)* trong chiến đấu hay thi đấu thể thao: *they surrendered without putting up much of a fight* họ đầu hàng mà hầu như không chiến đấu gì mấy; *the team put up a splendid performance* đội đã chơi một trận rất hay b/ cung cấp cái ăn chỗ trọ cho *(ai)*; cho *(ai)* trọ lại; (+ at) trọ lại: *we can put you up for the night* chúng tôi có thể cho anh trọ lại qua đêm; *they put up at an inn for the night* họ trọ lại ở quán trọ qua đêm c/ giới thiệu ra ứng cử: *the Green Party hopes to put up a number of candi-*

dates in the General Election Đảng Xanh hy vọng giới thiệu được một số đảng viên trong cuộc tổng tuyển cử; *she put herself up for election to the committee* chị ta đã ra ứng cử trong kỳ bầu cử vào ủy ban d/ giơ lên: *put your hand up if you want to ask a question* giơ tay lên nếu anh muốn hỏi điều gì; *she's put her hair up* chị ta chải tóc [dựng lên và] quấn lại trên đỉnh đầu e/ xây dựng: *put up a memorial* xây một đài tưởng niệm; *put up a tent* dựng một cái lều f/ treo lên cho thấy, công bố: *put up Christmas decorations* treo đồ trang hoàng nhân dịp lễ Nô-en g/ tặng, nâng: *put the rent up by £5 a week* tăng tiền thuê nhà lên 5 bảng mỗi tuần h/ cho vay, cấp *(tiền)* cho: *a local businessman has put up the £500,000 needed to save the football club* một nhà doanh thương ở địa phương đã cho vay số tiền 500.000 bảng cần để cứu nguy cho câu lạc bộ bóng đá i/ đề ra, đưa ra *(ý kiến để tham khảo, để thảo luận...)*: *put up a proposal* đưa ra một đề nghị j/ đề cử *(ai)* vào một chức vị; cử *(ai)* vào một chức vị: *to join the club you have to be put up by an existing member* muốn gia nhập câu lạc bộ, anh phải được một người hiện là hội viên đề cử mới được k/ xúi giục, khích *(ai, làm điều bất hợp pháp, điều tinh quái...)*: *he has been put up to it by some of the older boys* nó đã làm điều đó do một vài đứa trẻ lớn hơn xúi giục l/ chịu đựng: *I don't know how she puts up with him (with his cruelty to her)* tôi không biết tại sao chị ấy chịu đựng

được anh ta (chịu đựng được sự tàn nhẫn của anh ta đối với chị).

putative /ˈpjuːtətiv/ *tt* được giả định là, được coi là: *his putative father* người được coi là cha nó.

put-down /ˈpʊtdaʊn/ *dt* lời nhận xét nhục nhã; lời nhục mạ.

putrefaction /ˌpjuːtriˈfækʃn/ *dt* 1. sự thối rữa 2. vật thối rữa.

putrefy /ˈpjuːtrifai/ *dgt* (-fied) [làm] thối rữa.

putrescence /pjuːˈtresns/ *dt* tình trạng đang thối rữa.

putrescent /pjuːˈtresnt/ *tt* 1. đang thối rữa 2. thối rữa: *a putrescent smell* mùi của vật thối rữa.

putrid /ˈpjuːtrid/ *tt* 1. thối rữa 2. hôi thối; thối: *the putrid smell of rotten fish* mùi thối của cá thối rữa 3. *(kng)* tồi tệ; khó ưa; hết sức khó chịu: *putrid weather* thời tiết tồi tệ; *why did you paint the room that putrid colour?* sao anh sơn buồng bằng thứ sơn khó ưa thế?

putsch /pʊtʃ/ *dt* cuộc đảo chính.

putt¹ /pʌt/ *dgt (thể)* gẩy nhẹ bóng vào [gần] lỗ gôn *(chơi gôn)*.

putt² /pʌt/ *dt (thể)* cú gẩy nhẹ bóng vào [gần] lỗ gôn *(chơi gôn)*.

puttee /ˈpʌti/ *dt* xà cạp.

putter¹ /ˈpʌtə[r]/ *dt (thể)* 1. gậy gẩy bóng vào lỗ gôn 2. người gẩy nhẹ bóng vào lỗ gôn.

putter² /ˈpʌtəːr/ *dt (Mỹ) nh* potter¹.

putty¹ /ˈpʌti/ *dt* mát-tít *(để gắn kính lên cửa sổ)*. // **[be] putty in somebody's hands** dễ bị ai ảnh hưởng; dễ bị ai lung lạc: *she was a woman of such beauty and charm* *that men were putty in her hands* chị ta ngày xưa đẹp và duyên dáng đến mức đàn ông rất dễ bị chị ta lung lạc.

putty² /'pʌti/ *dgt* **(puttied)** 1. trám *(khe hở...)* bằng mát-tít 2. (+ in) gắn bằng mát-tít: *putty a pane of glass in* gắn một ô cửa kính bằng mát-tít.

put-up job /ˌpʌt ʌp 'dʒɒb/ *(kng)* âm mưu lừa người.

put-upon /'pʌtəpɒn/ *tt* bị đối xử tàn tệ; bị bạc đãi; bị lợi dụng: *I'm beginning to feel just a little put-upon* tôi bắt đầu cảm thấy hơi bị lợi dụng một chút.

puzzle¹ /'pʌzl/ *dt* 1. *(thường số ít)* vấn đề khó hiểu; điều bí ẩn: *their reason for doing it is still a puzzle to me* lý do họ làm việc đó hãy còn là điều bí ẩn đối với tôi 2. *(thường trong từ ghép)* cái dùng để thử *(kiến thức, sự tài giỏi của ai)*; trò [chơi] đố: *crossword puzzles* trò chơi ô chữ; *jigsaw puzzle* trò chơi xếp hình; *find the answer to solve a puzzle* tìm được lời giải cho một trò đố.

puzzle² /'pʌzl/ *dgt* 1. làm *(ai)* suy nghĩ lung; làm rối trí: *her reply puzzled me* lời đáp lại của cô ta làm tôi rối trí; *he puzzled his brains to find the answer* tôi suy nghĩ lung lắm để tìm ra câu trả lời 2. (+ over) suy nghĩ lung để hiểu cho được *(cái gì)*: *she's been puzzling over his strange letter for weeks* cô ta suy nghĩ lung hàng tuần để cố hiểu bức thư kỳ quặc của anh chàng 3. (+ out) suy nghĩ lung để cố tìm cho ra giải pháp: *the*

teacher left the children to puzzle out the answer to the problem themselves thầy giáo để cho tụi trẻ suy nghĩ mà tự tìm ra câu trả lời vấn đề.

puzzled /'pʌzld/ *tt* với vẻ không hiểu; bối rối: *she listened with a puzzled expression on her face* chị ta lắng nghe, với vẻ mặt bối rối.

puzzlement /'pʌzlmənt/ *dt* sự rối trí; tình trạng rối trí.

puzzler /'pʌzlə[r]/ *dt* 1. người làm rối trí 2. việc gây rối trí: *that question is a real puzzler* vấn đề đó quả là một vấn đề gây bối rối.

puzzling /'pʌzlɪŋ/ *tt* làm rối trí: *a puzzling affair* một việc làm rối trí.

PVC /ˌpiː.viːˈsiː/ (*vt của* polyvinyl chloride) [chất] nhựa PVC: *the seat covers were [made of] PVC* các bọc ghế đều bằng nhựa PVC.

PVT *vt (Mỹ)* nh Pte.

PW /ˌpiːˈdʌblju/ (*vt của* policewoman) nữ cảnh sát viên: *PW Christine Bell* nữ cảnh sát viên Christine Bell.

pygmy /'pɪgmi/ *dt* (*cg* **pigmy**) 1. (Pygmy) người lùn Píc-mi *(ở Châu Phi)* 2. người lùn tịt; con vật lùn tịt.

pyjamas /pəˈdʒɑːməz/ *dt snh* *(Mỹ cg* **pajamas** /pəˈdʒæməz/) 1. *pijama* quần áo ngủ 2. quần phồng *(của người Hồi giáo ở Ấn Độ, Pa-ki-xtan...)*.

pyjama /pəˈdʒɑːmə/ *tt (Mỹ* pajama /pəˈdʒæmə/) *(thngữ)* [thuộc] pijama: *pyjama trousers* quần pijama.

pylon /'paɪlən, *(Mỹ* 'paɪlɒn)/ *dt* cột tháp *(để mắc dây điện cao thế)*.

pyorrhoea (*cg chủ yếu Mỹ* **pyorrhea**) /ˌpaɪəˈriə/ *dt (y)* viêm quanh răng.

pyramid /'pɪrəmɪd/ *dt* 1. kim tự tháp *(Ai Cập)* 2. *(toán)* hình chóp 3. chồng hình chóp: *a pyramid of tins in a shop window* chồng hộp [xếp thành] hình chóp ở tủ kính bày hàng của một cửa hiệu.

pyramidal /pɪˈræmɪdl/ *tt* [có] hình chóp.

pyramid selling /pɪrəmɪd'selɪŋ/ *(thương)* lối nhường độc quyền bán sản phẩm.

pyre /'paɪə[r]/ *dt* giàn hỏa thiêu *(để thiêu xác)*.

Pyrex /'paɪreks/ *dt* thủy tinh Pyrex *(chịu nóng cao)*.

pyrites /ˌpaɪˈraɪtiːz/ *dt (khoáng)* pirit.

pyromania /ˌpaɪrəʊˈmeɪniə/ *dt (y)* chứng cuồng phóng hỏa.

pyromaniac /ˌpaɪrəʊˈmeɪniæk/ *dt (y)* người mắc chứng cuồng phóng hỏa.

pyrotechnic /paɪrəˈteknɪk/ *tt (thường thngữ)* 1. [thuộc] pháo hoa 2. *(bóng) (thường xấu)* phô trương.

pyrotechnics /ˌpaɪrəˈtekniks/ *dt* 1. *(dgt số ít)* thuật làm pháo hoa 2. *snh* sự bắn pháo hoa 3. *snh (thường xấu)* sự phô trương tài ba *(của người diễn thuyết, của nhạc sĩ...)*.

Pyrrhic victory /ˌpɪrɪkˈvɪktəri/ chiến thắng phải trả giá đắt.

python /'paɪθn, *(Mỹ* 'paɪθɒn)/ *dt (động)* con trăn.

pyx /pɪks/ *dt (tôn)* thùng bánh thánh.

Q¹, q /kjuː/ *dt* (*snh* **Q's, q's** /kjuːz/) Q, q. // **mind one's p's and q's** *x* mind².

Q² /'kjuː/ (*vt của* question) câu hỏi: *Q and A* câu hỏi và câu trả lời; *Qs 1-5 are compulsory* câu hỏi 1-5 là bắt buộc (*trong một kỳ thi...*).

QB /kjuː'biː/ (*luật*) (*vt của* Queen's Bench) tòa ghế nữ hoàng (*một phân tòa của tòa án tối cao ở Anh*).

QC /kjuː'siː/ (*luật*) (*vt của* Queen's Counsel) luật sư của Nữ hoàng.

QED /kjuːiː'diː/ (*toán*) (*vt của tiếng La tinh* quod erat demonstrandum) đấy là điều phải chứng minh.

QE2 /kjuːiː'tuː/ (*vt của* Queen Elizabeth the Second) tàu tuần dương Nữ hoàng Elizabeth đệ nhị.

qr *vt của* quarter[s].

qt *vt của* quart[s].

qto (*cg* **4to**) *vt của* quarto.

qty (*thương*) *vt của* quantity.

qua /kwei/ *gt* với tư cách là: *attend a conference not qua a delegate, but qua an observer* tham dự hội nghị không phải với tư cách là đại biểu mà với tư cách là quan sát viên.

quack¹ /kwæk/ *tht* cạc, cạc!

quack² /kwæk/ *đgt* kêu cạc cạc (*vịt*).

quack³ /kwæk/ *dt* tiếng kêu cạc cạc.

quack⁴ /kwæk/ *dt* (*kng*) lang băm: *don't be taken in, he's just a quack* chớ có để bị lừa, nó đúng là một tên lang băm đấy.

quackery /'kwækəri/ *dt* thủ đoạn lang băm, ngón lang băm.

quack-quack /'kwækwæk/ *dt* con cạc cạc, con vịt (*ngôn ngữ nhi đồng*).

quad /kwɒd/ *dt* (*kng*) **1.** *nh* quadrangle **2.** *nh* quadruplet.

Quadragesima /ˌkwɒdrə-'dʒesimə/ *dt* chủ nhật đầu kỳ chay.

quadrangle /'kwɒdræŋgl/ *dt* **1.** hình tứ giác **2.** sân trong (*hình tứ giác, bốn phía là các tòa nhà lớn, như ở trường đại học Oxford*).

quadrangular /kwɒ'dræŋ-gjʊlə[r]/ *tt* [có] hình tứ giác.

quadrant /'kwɒdrənt/ *dt* **1.** (*toán*) góc phần tư, cung phần tư **2.** thước đo góc hình quạt 90°.

quadraphonic (*cg* **quadrophonic**) /ˌkwɒdrə'fɒnik/ *tt* tứ âm (*nói về một kiểu ghi và phát âm*).

quadraphony (*cg* **quadrophony**) /kwɒ'drɒfəni/ *dt* hệ tứ âm (*ghi hoặc phát âm*).

quadratic /kwɒ'drætik/ *tt* *quadratic equation* (*toán*) phương trình bậc hai.

quadrenial /kwɒ'dreniəl/ *tt* **1.** lâu bốn năm **2.** bốn năm một lần.

quadr[i] (*dạng kết hợp*) **1.** [gồm có] bốn [phần] (*x* quadrilateral, quadruped) **2.** [là một] phần tư (*x* quadrant, quadruplet).

quadrilateral¹ /ˌkwɒdri'lætərəl/ *dt* (*toán*) hình bốn cạnh, tứ giác.

quadrilateral² /ˌkwɒdri'lætərəl/ *tt* (*toán*) [có hình] bốn cạnh, [có hình] tứ giác.

quadrille /kwə'dril/ *dt* **1.** điệu vũ bốn cặp **2.** nhạc cho điệu vũ bốn cặp.

quadrillion /kwɒ'driliən/ *dt*, *đht* (*snh* **quadrillion, quadrillions**) **1.** triệu tỷ tỷ (10^{24}) **2.** (*Mỹ*) nghìn triệu triệu (10^{15}).

quadrophonic /kwɒ'drə-fɒnik/ *tt* *x* quadraphonic.

quadrophony /kwɒ'drɒfəni/ *dt* *x* quadraphony.

quadruped /'kwɒdrʊped/ *dt* (*động*) thú bốn chân.

quadruple¹ /'kwɒdrupl, (*Mỹ* kwɒ'druːpl)/ *tt* **1.** [gồm] bốn [phần]: *quadruple rythm* (*nhạc*) nhịp bốn **2.** [gồm] bốn bên, tay tư: *quadruple alliance* đồng minh bốn nước, đồng minh tay tư.

quadruple² /'kwɒdrupl, (*Mỹ* kwɒ'druːpl)/ *dt* số to gấp bốn: *20 is the quadruple of 5* 20 là số to gấp bốn số 5.

quadruple³ /kwɒ'druːpl/ *đgt* nhân bốn; tăng lên bốn lần: *their profits have quadrupled* lợi tức của họ đã tăng lên bốn lần; *they have quadrupled their profits in ten years* họ đã tăng lợi tức của họ lên bốn lần trong mười năm.

quadruplet /'kwɒdruːplet, (*Mỹ* kwɒ'druːplet)/ *dt* (*cg kng* **quad**) (*thường snh*) trẻ sinh tư.

quadruplicate /kwɒ'druːp-likət/ *dt* **in quadruplicate** dưới dạng bốn bản [giống hệt nhau]: *please submit your application form in quadruplicate* hãy đệ trình đơn xin thành bốn bản.

quaff /kwɒf, (Mỹ kwæf)/ *dgt (cũ hoặc tu từ)* nốc từng hơi dài: *quaff off a glass of beer* nốc từng hơi dài cạn hết cốc bia.

quagmire /'kwægmaiə[r], 'kwɒgmaiə[r]/ *dt* bãi lầy.

quail[1] /kweil/ *dt (snh* **quail, quails)** chim cút *(chim; thịt).*

quail[2] /kweil/ *dgt (thường + before, to)* run sợ, nao núng: *not quail before someone's threat* không run sợ trước sự đe dọa của ai.

quaint /kweint/ *tt* có vẻ cổ cổ là lạ: *quaint old customs* những tục lệ xưa có vẻ cổ cổ là lạ.

quaintly /'kweintli/ *pht* [một cách] cổ cổ là lạ.

quaintness /'kweintnis/ *dt* vẻ cổ cổ là lạ.

quake[1] /kweik/ *dgt* **1.** rung: *they felt the ground quake as the bomb exploded* họ cảm thấy đất rung lúc bom nổ **2.** run: *quaking with fear* run [vì] sợ *quaking with cold* run vì rét.

quake[2] /kweik/ *dt (kng) (nh* earthquake*)* động đất.

Quaker /'kweikə[r]/ *dt* tín đồ giáo phái Quây-cơ, tín đồ phái Giáo hữu.

qualification /ˌkwɒlifi'keiʃn/ *dt* **1.** khả năng, phẩm chất, tiêu chuẩn: *physical qualifications for pilots* tiêu chuẩn thể lực phi công **2.** chứng chỉ, bằng cấp: *what sort of qualifications do you need for the job?* Anh cần loại bằng cấp nào để xin việc ấy? **3.** điểm hạn chế: *he gave his approval to the scheme but not without several qualifications* ông ta tán thành kế hoạch nhưng không phải không có một vài điểm hạn chế.

qualified /'kwɒlifaid/ *tt* **1.** có đủ khả năng; có đủ tư cách:

a qualified doctor một bác sĩ có đủ khả năng **2.** hạn chế: *give the scheme only qualified approval* chỉ tán thành kế hoạch một cách hạn chế.

qualifier /'kwɒlifaiə[r]/ *dt* **1.** *(ngôn)* từ chỉ phẩm chất, từ hạn định **2.** *(thể)* người có đủ tiêu chuẩn vào vòng thi đấu tiếp sau.

qualify /'kwɒlifai/ *dgt* **(-fied) 1.** [làm cho] có đủ khả năng; [làm cho] có đủ tư cách: *he is qualified for the task* anh ta có đủ tư cách đảm nhiệm công việc này **2.** [làm cho] có quyền [hợp pháp] *(làm gì):* *eighteen-year-olds qualify for vote* những người mười tám tuổi có quyền đi bầu; *your passport qualifies you to receive free medical treatment* với hộ chiếu của anh, anh có quyền được chữa bệnh miễn phí **3.** hạn chế: *qualify a statement* hạn chế lời tuyên bố **4.** *(ngôn)* chỉ phẩm chất, hạn định: *in "open door", "open" is an adjective qualifying "door"* trong "open door", "open" là tính từ hạn định danh từ "door".

qualitative /'kwɒlitətiv, (Mỹ 'kwɒliteitiv)/ *tt* [thuộc] phẩm chất, [về] chất: *qualitative difference* sự khác nhau về chất **2.** định tính: *qualitative analysis* phân tích định tính.

qualitatively /'kwɒlitətivli/ *pht* **1.** về chất **2.** [một cách] định tính.

quality /'kwɒləti/ *dt* **1.** chất, phẩm chất: *goods of poor quality* hàng hóa phẩm chất xấu; *this company is more concerned with quality than with quantity* công ty này quan tâm đến chất hơn là lượng **2.** đặc tính, nét đặc biệt: *he had many good*

qualities despite his apparent rudeness anh ta có nhiều [đặc] tính tốt mặc dù bề ngoài có vẻ thô lỗ; *one quality of this plastic is that it is almost unbreakable* một nét đặc biệt của chất nhựa này là hầu như không vỡ.

qualm /kwɔ:m/ *dt* mối băn khoăn, mối nghi ngại: *he had (felt) no serious qualms about concealing the information from the police* nó không cảm thấy có băn khoăn gì lắm khi giấu cảnh sát tin ấy.

quandary /'kwɒndəri/ *dt* sự lúng túng khó xử, tình thế khó xử: *I've been offered a better job but at a lower salary, I'm in a quandary about what to do* tôi được đề nghị một công việc tốt hơn nhưng lương thấp hơn, tôi đang cảm thấy lúng túng khó xử không biết làm thế nào đây.

quango /'kwæŋgəu/ *dt (snh* **quangos)** *(vt của* quasi-autonomous nongovernmental organization) tổ chức phi chính phủ bán tự trị *(có nhận một phần trợ cấp của chính phủ).*

quanta /'kwɒntə/ *dt snh của* quantum.

quantifiable /ˌkwɒntifaiəbl/ *tt* có thể xác định số lượng.

quantification /ˌkwɒntifi-'keiʃn/ *dt* sự xác định số lượng.

quantify /'kwɒntifai/ *dgt* **(-fied)** xác định số lượng: *the cost of the flood damage is impossible to quantify* thiệt hại do lụt gây ra không thể nào xác định được số lượng là bao nhiêu.

quantitative /'kwɒntitətiv, (Mỹ 'kwɒntiteitiv)/ *tt* **1.** [thuộc] số lượng: *quantitative change* biến đổi về số lượng **2.** định lượng: *quan-*

Q

titative analysis sự phân tích định lượng.

quantitatively /ˈkwɒntɪtə-tivli/ *pht* **1.** về lượng **2.** [một cách] định lượng.

quantity /ˈkwɒntəti/ *dt* lượng, số lượng, số: *I prefer quality to quantity* tôi thích chất hơn lượng; *it's cheaper to buy goods in quantity* mua hàng số lượng nhiều thì rẻ hơn; *there's only a small quantity left* chỉ còn lại một số ít thôi.

quantum /ˈkwɒntəm/ *dt* (*lý*) lượng tử: *light quantum* lượng tử ánh sáng.

quantum leap /kwɒntəm-ˈliːp/ (*sự*) tiến bộ đột ngột: *this discovery marks a quantum leap forward in the fight against cancer* phát minh đó đánh dấu một bước tiến [bộ] đột ngột trong cuộc đấu tranh chống ung thư.

quantum theory /ˈkwɒn-təm θɪəri/ (*lý*) thuyết lượng tử.

quarantine[1] /ˈkwɒrəntiːn, (*Mỹ* ˈkwɔːrəntiːn)/ *dt* sự cách ly kiểm dịch; thời gian cách ly kiểm dịch: *kept in quarantine for a week* bị cách ly kiểm dịch một tuần lễ.

quarantine[2] /ˈkwɒrəntiːn, (*Mỹ* ˈkwɔːrəntiːn)/ *dgt* cách ly để kiểm dịch: *quarantined because of rabies* bị cách ly để kiểm dịch vì bệnh dại.

quark /kwɒːk/ *dt* (*lý*) hạt quac.

quarrel[1] /ˈkwɒrəl, (*Mỹ* ˈkwɔːrel)/ *dt* **1.** sự cãi nhau: *pick a quarrel with somebody* gây chuyện cãi nhau với ai; *their quarrel wasn't serious* họ cãi nhau nhưng cũng không nghiêm trọng lắm **2.** (+ with) có để phàn nàn: *I have no quarrel with him* tôi không có gì để phàn nàn về anh ta.

quarrel[2] /ˈkwɒrəl, (*Mỹ* ˈkwɔːrel)/ *dgt* (-ll-, *Mỹ* -l-) **1.** cãi nhau: *quarrel with somebody about something* cãi nhau với ai về việc gì; *stop quarrelling, children!* các cháu thôi cãi nhau đi! **2.** (with something) phàn nàn, không đồng ý (về việc gì): *quarrel with a statement* không đồng ý với một lời tuyên bố.

quarrelsome /ˈkwɒrəlsəm/ *tt* hay cãi nhau, hay gây gổ.

quarry[1] /ˈkwɒri, (*Mỹ* ˈkwɔːri)/ *dt* **1.** thú săn, chim săn, con thịt: *the hunters lost sight of their quarry in the forest* người đi săn mất hút con thịt trong rừng **2.** người bị truy nã; vật bị truy tìm: *it took the police several days to track down their quarry* cảnh sát đã mất nhiều ngày theo dõi để bắt được tên bị truy nã.

quarry[2] /ˈkwɒri, (*Mỹ* ˈkwɔː-ri)/ *dt* nơi khai thác đá, công trường đá.

quarry[3] /ˈkwɒri, (*Mỹ* ˈkwɔː-ri)/ *dgt* (**quarried**) **1.** khai thác (*đá...*) ở công trường đá: *quarrying the hillside for granite* khai thác sườn đồi lấy đá granit; *quarry out a block of marble* khai thác một khối đá cẩm thạch **2.** ra sức tìm tòi: *quarrying in old documents for historical evidence* ra sức tìm tòi chứng cứ lịch sử trong các tư liệu xưa.

quart /kwɒːt/ *dt* **1.** (*vt* **qt**) quác (*đơn vị đo lường bằng 2 panh, tức 1,14 lít*). // **put a quart into a pint pot** cố nhét vào (*một chỗ quá hẹp*); cố làm một việc không thể nào làm được; lấy thúng úp voi.

quarter[1] /ˈkwɒːtə[r]/ *dt* **1.** một phần tư: *a quarter of a mile* một phần tư dặm;

divide the apple into quarters chia quả táo thành bốn phần; *three quarters of the theatre was full* ba phần tư rạp hát đầy người; *a quarter of pound of coffee please* (*kng*) làm ơn cho một phần tư pao cà phê **2.** mười lăm phút: *it's [a] quarter to (Mỹ of) four now* bây giờ là bốn giờ kém mười lăm [phút]; *the clock strikes the hours, the half-hours and the quarters* đồng hồ đánh chuông từng giờ, nửa giờ và mười lăm phút: *the buses leave twice every hour on the quarters* xe buýt rời bến mỗi giờ hai lần vào những lúc mười lăm phút lẻ (*ví dụ vào 10h15 và 10h45*) **3.** quý (*ba tháng*): *sales of the dictionary are twice what they were in the same quarter last year* số từ điển này bán ra gấp đôi cùng quý này năm ngoái **4.** phương hướng, phía: *the wind blew from all quarters* gió thổi tứ phía **5.** khu, phường: *a residential quarter* khu nhà ở (*trong một thành phố*) **6.** người; nhóm người, bọn (*có khả năng là một nguồn tin hay nguồn giúp đỡ*): *as her mother was now very poor she could expect no help from that quarter* vì mẹ nó hiện nay rất nghèo nên nó không thể trông mong được giúp đỡ từ nguồn đó **7.** một phần tư đôla, 25 xu: *it'll cost you a quarter* cái đó anh sẽ phải mua với giá 25 xu **8.** tuần (*trăng*): *the moon is in its last quarter* trăng ở tuần cuối cùng, trăng hạ huyền **9.** (*thường số ít*) mạn trái ở phía đuôi tàu **10.** một phần tư tạ Anh (*bằng 12,700kg*) **11.** *quarters* nhà ở; trại lính: *take up quarters in the nearest village* đóng trại ở làng gần nhất; *mar-*

ried quarters khu trại lính có gia đình; *single quarters* trại lính độc thân **12.** *(cũ)* lòng khoan dung *(đối với quân thù đầu hàng...)*. // **at close quarters** x close¹.

quarter² /'kwɔːtə[r]/ *dgt* **1.** chia tư: *quarter an apple* chia tư quả táo, bổ quả táo thành bốn phần; *sentenced to be hanged, drawn and quartered* bị kết án treo cổ, moi ruột và phanh thây ra **2.** cấp cho *(ai)* chỗ ở; đóng quân: *troops quartered in the local villager* quân lính trú quân ở nhà dân làng địa phương.

quarter day /'kwɔːtədei/ *dt* ngày đầu quý *(khi đến kỳ trả lương)*.

quarterdeck /'kwɔːtədek/ *dt* boong trên phía đuôi tàu *(thường dành cho sĩ quan)*.

quarter-final /,kwɔːtə'fainl/ *dt (thể)* trận tứ kết.

quarter-fight /'kwɔːtə'fait/ *dt* cánh cửa sổ con *(hình tam giác) ở thành xe (có thể mở ra để hứng gió mà không cần mở cả cửa)*.

quarterly¹ /'kwɔːtəli/ *tt, pht* ba tháng một lần *(kỳ)*: hằng quý: *subscriptions should be paid quarterly* tiền đóng góp phải nộp ba tháng một lần.

quarterly² /'kwɔːtəli/ *dt* tạp chí xuất bản ba tháng một kỳ.

quartermaster /'kwɔːtəmaː-stə[r]/ **1.** *(quân)* sĩ quan hậu cần tiểu đoàn *(bộ binh)* **2.** *(hải)* hạ sĩ phụ trách tín hiệu **3.** *Quartermaster General* cục trưởng cục quân nhu.

quarter-note /'kwɔːtənəut/ *dt (Mỹ)* nh crotchet.

quarter sessions /'kwɔːtə seʃnz/ tòa xét xử hàng quý *(với quyền hạn hạn chế, trước đây)*.

quarterstaff /'kwɔːtəstaːf/ *dt* côn *(vũ khí xưa, dài từ 1,8 đến 2,4 mét)*.

quartet /'kwɔːtet/ *dt (nhạc)* **1.** bộ tư, bản nhạc cho bộ tư: *a string quartet* bộ tư đàn dây **2.** nhóm bốn, bộ tư *(người, vật)*: *a quartet of novels with a linking theme* bộ tư tiểu thuyết có đề tài liên hợp mắt xích với nhau.

quarto /'kwɔːtəu/ *dt (snh quartos) (vt* 4to; qto) **1.** khổ bốn *(giấy)* **2.** sách [in] khổ bốn: *quarto volumes are too large to fit on this shelf* sách khổ lớn quá to để có thể xếp vừa vặn vào giá sách này.

quartz /'kwɔːts/ *dt (khoáng)* thạch anh.

quasar /'kweizɑː[r]/ *dt (thiên)* chuẩn tinh.

quash /'kwɒʃ/ *dgt* **1.** bác bỏ: *quash a verdict* bác bỏ một bản án **2.** dẹp yên, dập tắt: *the rebellion was quickly quashed* cuộc nổi loạn đã bị dập tắt nhanh chóng.

quasi- /'kweizai, 'kweisai/ tiền tố *(tạo thành tt và dt)* **1.** hầu như là *(x quasi-official)* **2.** tưởng như là *(x quasi-scientific)*.

quasi-official /,kweizaiə'fiʃl/ *tt* hầu như là chính thức.

quasi-scientific /,kweizai saiən'tifik/ *tt* tưởng như là khoa học.

quatercentenary /,kwɒtə-sen'tiːnəri, (Mỹ kwɒtə'sen-təneri)/ *dt* ngày kỷ niệm 400 năm: *celebrate the quatercentenary of Shakespeare's birth* tổ chức kỷ niệm 400 năm ngày sinh của Shakespeare.

quatrain /'kwɒtrein/ *dt* thơ tứ tuyệt.

quaver¹ /'kweivə[r]/ *dgt* **1.** rung *(tiếng nói, tiếng nhạc)*: *in a quavering voice* với

giọng rung rung **2.** nói với giọng rung; hát với giọng rung.

quaver² /'kweivə[r]/ *dt* **1.** *(thường số ít)* tiếng rung; giọng rung: *you could hear the quaver in her voice* anh có thể nghe tiếng rung trong giọng nói của cô ta **2.** *(nhạc) (Mỹ* **eighth note**) nốt móc.

quavery /'kweivəri/ *tt* rung; run *(giọng nói)*.

quay /kiː/ *dt* bến *(cảng)*.

quayside /'kiːsaid/ *dt (số ít)* ke *(ở bến cảng)*: *crowds waiting at the quayside to welcome them* đám đông đợi ở ke để đón tiếp họ.

queasily /'kwiːzili/ *pht* [với cảm giác] buồn nôn.

queasiness /'kwiːzinis/ *dt* sự buồn nôn.

queasy /'kwiːzi/ *tt* (-ier; -iest) hay bị nôn mửa; cảm thấy buồn nôn: *travelling on a bus makes me feel queasy* đi xe buýt làm tôi cảm thấy buồn nôn; *she complained of queasy stomach* cô ta kêu là dạ dày cô ta hay cảm thấy buồn nôn.

queen¹ /'kwiːn/ *dt* **1.** nữ hoàng: *the Queen of England* Nữ hoàng Anh **2.** hoàng hậu **3.** bà hoàng, bà chúa *(chỉ cái gì coi như tốt nhất, hay nhất)*: *the rose is the queen of flowers* hoa hồng là chúa các loài hoa; *beauty queen* hoa hậu *(trong kỳ thi sắc đẹp)* **4.** ong chúa **5.** con Q *(bài lá)*: *the queen of hearts* con Q cơ **6.** quân đam *(quân cờ)* **7.** *(lóng, xấu)* người tình dục đồng giới ẻo lả như phụ nữ. // **the Queen's English** x English; **turn Queen's evidence** x evidence; **the uncrowned queen [king] of something** x uncrownded.

queen² /'kwiːn/ *dgt* nâng *(quân tốt)* thành quân đam; *(con tốt) (choi cờ)*. // **queen**

Q

it over somebody làm như bà chúa, làm như có quyền lực (đối với ai): since her promotion she queens it over everyone else in the office từ khi được đề bạt bà ta làm như là bà chúa đối với mọi người khác.

queen bee /'kwi:nbi:/ **1.** ong chúa **2.** (bóng) bà chúa (bóng) (người phụ nữ xử sự như bà ta là người quan trọng nhất ở một hoàn cảnh, một nơi nào đó).

queen consort /'kwi:n'kɒn-sɔ:t/ hoàng hậu.

queen dowager /'kwi:n 'daʊədʒə[r]/ hóa hậu (hoàng hậu mà vua đã chết).

queenly /'kwi:nli/ tt như bà hoàng; đường bệ.

queen mother /'kwi:n'mʌ-ðə[r]/ hoàng thái hậu.

Queen's Bench [Division] /'kwi:nz'bentʃdiviʒn/ (luật) phân tòa tòa án tối cao.

Queen's Counsel /kwi:nz 'kaunsl/ (luật) luật sư của chính phủ.

queer¹ /'kwiə[r]/ tt **1.** lạ lùng; kỳ cục: the fish had a queer taste món cá có vị lạ lùng; his behaviour seemed queer cách cư xử của hắn ta có vẻ kỳ cục **2.** khả nghi, đáng ngờ: I heard some very queer noises in the garden tôi nghe có tiếng đáng ngờ ở ngoài vườn **3.** (lóng, xấu) tình dục đồng giới **4.** (cũ, xấu) khó chịu, khó ở: I woke up feeling rather queer tôi thức dậy thấy hơi khó chịu. // be in Queer Street (cũ, lóng) gặp cảnh rầy rà (nhất là về tài chính): he lost all his money gambling and now he's really in Queer Street nó thua bạc hết cả tiền và bây giờ thì lâm vào cảnh rầy rà lắm; a queer fish x fish.

queer² /kwiə[r]/ dt (lóng, xấu) kẻ tình dục đồng giới (nam).

queer³ /kwiə[r]/ dgt **queer somebody's pitch** (kng) làm hỏng kế hoạch của ai: I think I'm likely to get the job, but if Nam applies for it too, it (he) could queer my pitch tôi nghĩ là tôi có thể được việc đó, nhưng nếu Nam cùng xin thì sẽ hỏng kế hoạch của tôi.

queerly /'kwiəli/ pht **1.** [một cách] lạ lùng, [một cách] kỳ cục **2.** [một cách] khả nghi, [một cách] đáng ngờ.

queerness /'kwiənis/ dt **1.** sự lạ lùng, sự kỳ cục **2.** sự khả nghi, sự đáng ngờ **3.** sự khó ở.

quell /kwel/ dgt trấn áp, dẹp: quell the rebellion dẹp cuộc nổi dậy; quell somebody's fears dẹp nỗi sợ hãi của ai.

quench /kwentʃ/ dgt **1.** dập tắt, làm tắt: quench a fire dập tắt lửa; quench somebody's ardent passion làm tắt lòng say mê nồng nàn của ai **2.** làm hết (khát), làm nguôi: quench one's thirst with cold water uống nước lạnh cho hết khát; nothing could quench her longing to return home again không gì có thể làm nguôi ở anh ta lòng ước mong trở về nhà lần nữa **3.** nhúng (kim loại nóng đỏ) vào nước lạnh cho mau nguôi.

querulous /'kwerʊləs/ tt kêu ca; cáu kỉnh: in a querulous tone với giọng cáu kỉnh.

querulously /'kwerʊləsli/ pht [một cách] kêu ca; [một cách] cáu kỉnh.

querulousness /'kwerʊləs-nis/ dt sự kêu ca; sự cáu kỉnh.

query¹ /'kwiəri/ dt **1.** câu hỏi: answer readers' queries trả lời những câu hỏi của độc giả; your interesting report raises several important queries bản báo cáo thú vị của anh đấy lên nhiều câu hỏi quan trọng **2.** dấu hỏi (?).

query² /'kwiəri/ dgt (que-ried) **1.** hỏi: will it be too late? she queried cô ta hỏi, liệu cái đó có trễ quá không? **2.** nghi ngờ, đặt vấn đề nghi ngờ: I query whether he can be trusted tôi nghi ngờ anh ta có thể tin cậy được không.

quest¹ /kwest/ dt sự tìm [kiếm], sự theo đuổi: the quest for gold sự tìm vàng; the quest for happiness sự theo đuổi hạnh phúc. // in quest of đi tìm [kiếm]: she had come in quest of advice bà ta đã đến để tìm (xin) lời chỉ bảo.

quest² /kwest/ dgt (+ for) tìm [kiếm]: continue to quest for the clues tiếp tục dò tìm, dầu mối, tiếp tục lần đầu mối.

question¹ /'kwestʃən/ dt **1.** câu hỏi: ask a lot of questions hỏi hàng đống câu hỏi; question 3 is quite difficult câu hỏi 3 hết sức khó; I'd like to put a question to the speaker tôi muốn đặt một câu hỏi với diễn giả **2.** vấn đề: what about the question of security? về vấn đề an ninh thì thế nào?; it's only a question of time chỉ là vấn đề thời gian **3.** sự nghi ngờ: there is no question about his honesty chẳng có gì phải nghi ngờ về tính trung thực của anh ta cả. // beg the question x beg; bring something into question đặt (việc gì) thành vấn đề thảo luận; call something in (into) question đặt thành vấn đề nghi ngờ việc gì: *his moral standards have been called into question* tiêu chuẩn đạo đức của ông ta đã bị đặt thành vấn đề nghi ngờ; **come into question** thành vấn đề thảo luận bàn bạc; **a fair question** x fair¹; **it is a question of** [chỉ] là vấn đề...: *he is so talented that his success can only be a question of time* anh ta có tài đến mức sự thành công của anh ta chỉ còn là vấn đề thời gian; **in question** đang được đề cập đến, đang được nói đến: *where's the man in question?* người đang được nói đến ở đâu thế?; **a loaded question** x load²; **a moot question** x moot; **out of the question** không thể được: *missing school to watch the football match is out of the question* bỏ học đi xem đá bóng là không thể được; *a new bicycle is out of the question, we can't afford it* một chiếc xe đạp mới là điều không thể được, chúng tôi không đủ tiền để mua nó; **pop the question** x pop⁴; **a (the) sixty-four thousand dollar question** x dollar; **there is some (no) question of** có (không có) khả năng là: *there was some question of selling the business* đã có khả năng là bán cửa hàng đi; **a vexed question** x vex.

question² /'kwestʃən/ *đgt* **1.** hỏi; chất vấn: *I'd like to question you on your views about this problem* tôi muốn hỏi anh về quan điểm của anh đối với vấn đề ấy; *he was questioned by the police* nó bị cảnh sát chất vấn **2.** nghi ngờ: *her sincerity has never been questioned* tính thành thật của chị ta chưa hề bao giờ bị nghi ngờ.

questionable /'kwestʃənəbl/ *tt* đáng nghi ngờ, đáng ngờ.

questioner /'kwestʃənə[r]/ *dt* người hỏi, người chất vấn (*trong một cuộc tranh luận...*).

questioningly /'kwestʃəniŋli/ *pht* như có vẻ hỏi việc gì; với giọng hỏi: *she looked at me questioningly* cô ta nhìn tôi như có vẻ hỏi.

question mark /'kwestʃən ma:k/ dấu hỏi (?).

question-master /'kwestʃən ma:stə[r]/ *dt* (*cg* **quiz-master**) người [đặt câu] hỏi (*ở cuộc thi trên đài phát thanh, đài truyền hình*).

questionnaire /,kwestʃə-'neə[r]/ *dt* phiếu điều tra (*để thăm dò ý kiến...*): *please complete and return the enclosed questionnaire* xin làm ơn điền vào và gửi trả lại phiếu điều tra gửi kèm.

queue¹ /'kju:/ *dt* hàng (*người, xe...*) xếp nối đuôi nhau chờ: *is this the queue for the bus?* đây có phải là hàng người chờ lên xe buýt (*mua vé xe buýt*) không ạ?; *a queue of cars at the traffic-lights* một hàng xe nối đuôi nhau ở chỗ đèn hiệu giao thông. // **jump the queue** x jump².

queue² /'kju:/ *đgt* (+ **for**) xếp hàng nối đuôi nhau chờ: *they're queuing up for tickets* họ xếp hàng nối đuôi nhau chờ mua vé.

quibble¹ /'kwibl/ *dt* **1.** lời phê phán vụn vặt: *basically it was a fine performance, I have only minor quibbles to make about her technique* về cơ bản đó là một màn trình diễn hay, tôi chỉ có vài lời phê phán vụn vặt về kỹ năng của cô ấy **2.** lời nói lẩng: *she's only introducing this as a quibble* cô ta đưa cái ấy ra chẳng qua chỉ là một cách nói lẩng.

quibble² /'kwibl/ *đgt* (+ **over**, **about**) cãi lý cãi lẽ (cãi vã) về những điểm bất đồng vụn vặt: *50 p isn't worth quibbling about* 50 xu thì có đáng gì mà cãi vã nhau.

quiche /ki:ʃ/ *dt* bánh nhân trứng, thịt lợn muối, pho-mát... bánh kít, bánh trứng.

quick¹ /kwik/ *tt* (**-er**; **-est**) **1.** nhanh, mau, lẹ: *quick to react* phản ứng nhanh; *taxis are quicker than buses* xe tắc-xi đi nhanh hơn xe buýt; *go and find the tickets and be quick about it* đi mua vé và nhanh lên; *we've just got time for a quick one* chúng tôi vừa mới đi uống (*rượu*) nhanh một chầu **2.** nhanh [trí], linh lợi: *a quick child* cậu bé linh lợi, cậu bé sáng trí **3.** nhạy cảm; dễ: *a quick temper* tính dễ nổi nóng **4.** thông minh: *he's not as quick as his sister* nó không thông minh như chị nó. // **the quick and the dead** (*cổ*) mọi người sống cũng như đã chết; [**as**] **quick as a flash**; [**as**] **quick as lightning** nhanh như chớp; nhanh thoăn thoắt: *she's as quick as lightning on the tennis court* trên sân quần vợt chị ta cứ nhanh thoăn thoắt; [**be**] **quick off the mark** bắt đầu nhanh, khởi đầu sớm; **quick on the draw** x draw¹; **quick on the uptake** x uptake.

quick² /kwik/ *pht* (**-er**; **-est**) nhanh, mau, lẹ: *don't speak so quick* đừng nói nhanh thế; *who ran quickest?* ai đã chạy nhanh nhất thế?

quick³ /kwik/ *dt* lớp thịt mềm (*dưới móng tay, móng chân*): *she has bitten her nails [down] to the quick* chị ta cắn móng tay sâu tới lớp thịt mềm ở dưới. // **cut somebody to the quick** xúc phạm mạnh đến ai; chạm đến ai (bằng lời nói, cử chỉ).

quick-change /ˌkwik'tʃeindʒ/ tt (thngữ) thay đổi bộ dạng nhanh, hóa trang nhanh (diễn viên, để đóng vai khác): a quick-change artist một nghệ sĩ sân khấu thay đổi bộ dạng nhanh.

quicken /'kwikən/ đgt **1.** [làm] nhanh hơn lên: we quickened our steps chúng tôi rảo bước; her pace quickened bước đi của nó nhanh hơn lên **2.** [làm cho] hoạt động lên: the child quickened in her womb cái thai động dậy (hoạt động) trong bụng chị ta.

quick-freeze /kwik'fri:z/ đgt (quick-froze; quick-frozen) làm đông lạnh nhanh (cá, thịt...).

quick-froze /kwik 'frəʊz/ qk của quickfreeze.

quick-frozen /'kwik 'frəʊzn/ đttqk của quick-freeze.

quickie /'kwiki/ dt (kng) công việc làm rất nhanh, việc trong chốc lát: I've just made some coffee, have you time for a quickie? tôi vừa pha một ít cà phê, anh có thì giờ làm nhanh một hớp không?

quicklime /'kwiklaim/ dt vôi sống.

quickly /'kwikli/ pht [một cách] nhanh, [một cách] nhanh chóng, [một cách] mau lẹ.

quick march /ˌkwik 'ma:tʃ/ (quân) bước đều, bước!

quickness /'kwiknis/ dt **1.** sự nhanh, sự mau, sự lẹ **2.** sự linh lợi **3.** sự đập nhanh (mạch) **4.** sự dễ nổi nóng: quickness of temper tính dễ nổi nóng.

quicksand /'kwiksænd/ dt (thường snh) cát lún, cát chảy.

quick-sighted /ˌkwik 'saitid/ tt **1.** tinh mắt, nhanh mắt **2.** sáng suốt.

quicksilver /'kwiksilvə[r]/ dt thủy ngân. // like quicksilver rất nhanh.

quickstep /'kwikstep/ dt điệu vũ bước nhanh: play (dance) a quickstep nhảy điệu vũ bước nhanh.

quick-tempered /ˌkwik 'tempəd/ tt dễ nổi nóng, nóng tính.

quick-witted /ˌkwik 'witid/ tt nhanh trí; thông minh.

quid[1] /kwid/ dt (snh, kdổi) (kng) đồng bảng Anh: can you lend me five quid? anh có thể cho tôi vay năm bảng được không? // quids in ở thế được lợi.

quid[2] /kwid/ dt miếng thuốc lá để nhai.

quid pro quo /ˌkwidprəʊ-'kwəʊ/ dt (snh quid pro quos) vật đền đáp lại (cái gì): please accept the use of our cottage as a quid pro quo for lending us your car xin cứ sử dụng ngôi nhà tranh của chúng tôi coi như để đền đáp lại ơn ông cho chúng tôi mượn xe.

quiescence /kwai'esns/ dt sự yên lặng, sự im lìm.

quiescent /kwi'esnt, kwai-'esnt/ tt yên lặng, im lìm: it is unlikely that such an extremist organization will remain quiescent for long không chắc là một tổ chức cực đoan như thế mà lại chịu im lìm một thời gian lâu.

quiet[1] /'kwaiət/ tt (-er; -est) **1.** yên lặng, yên tĩnh; êm ả: a quiet evening buổi tối yên tĩnh; the sea looks quieter now bây giờ biển có vẻ lặng hơn **2.** thanh bình, thanh thản: lead a quiet life sống một cuộc sống thanh thản; a quiet time thời đại

thanh bình; a quiet conscience lương tâm thanh thản **3.** nhẹ nhàng, dịu dàng: a lady of quiet disposition một bà tính khí dịu dàng **4.** nhã (màu sắc): a quiet shade of blue sắc màu xanh rất nhã **5.** thầm kín, kín đáo: have a quiet laugh about something cười thầm về chuyện gì. // keep quiet about something; keep something quiet giữ bí mật về việc gì; [as] quiet as a mouse lặng lẽ, gây rất ít tiếng động.

quiet[2] /'kwaiət/ dt sự yên lặng, sự yên tĩnh, sự êm ả: the quiet of the countryside sự yên tĩnh của miền quê; live in peace and quiet sống trong cảnh thanh bình và yên tĩnh. // on the quiet giấu kín, bí mật: have a drink on the quiet bí mật đi uống một chầu rượu.

quiet[3] /'kwaiət/ đgt (+ down) (Mỹ) làm yên, làm dịu; vỗ về: quiet a frightened horse vỗ về con ngựa hoảng sợ.

quieten /'kwaiətn/ đgt làm yên, làm cho lặng đi: quieten a screaming baby dỗ cho em bé đang kêu thét yên (nín) đi; quieten somebody's fears làm yên nỗi sợ hãi của ai.

quietism /'kwaiətizəm/ dt (tôn) thuyết tĩnh tịch.

quietist /'kwaiətist/ dt (tôn) người theo thuyết tĩnh tịch.

quietly /'kwaiətli/ pht **1.** [một cách] êm ả: this car engine runs very quietly máy của xe này chạy rất êm **2.** [một cách] thanh thản: she died quietly in her bed bà ta nằm chết một cách thanh thản trên giường.

quietness /'kwaiətnis/ dt **1.** sự yên lặng, sự êm ả: the quietness of the chapel cảnh yên lặng của nhà thờ.

quietude /'kwaiətju:d, (*Mỹ* 'kwaiətu:d)/ *dt* **1.** sự yên tĩnh **2.** sự thanh thản.

quietus /kwai'i:təs/ *dt* (*thường số ít*) sự giải thoát (*khỏi nợ đời*), sự chết: *give somebody his quietus* giải thoát cho ai khỏi nợ đời, kết liễu đời ai; *the plan has finally got its quietus* kế hoạch cuối cùng đã bị bỏ đi.

quiff /kwif/ *dt* món tóc chải ngược lên trên trán (*của đàn ông*).

quill /kwil/ *dt* **1.** (*cg* **quill-feather**) lông đuôi; lông cánh (*chim*) **2.** (*cg* **quill-pen**) bút lông ngỗng (*ngày xưa dùng để viết*) **3.** (*thường snh*) lông gai (*nhím*).

quill-feather /'kwilfeðə[r]/ *dt x* quill¹.

quill-pen /'kwilpen/ *dt x* quill².

quilt¹ /kwilt/ *dt* chăn phủ giường chần bông.

quilt² /kwilt/ *dgt* chần bông; chần: *a quilted anorak* áo anorac chần bông.

quin /kwin/ *dt* (*Mỹ* **quint**) (*kng*) *nh* quintuplet.

quince /kwins/ *dt* (*thực*) mộc qua (*cây, quả*): *quince jelly* nước quả mộc qua nấu đông.

quincentenary /ˌkwinsen-'ti:nəri, (*Mỹ* kwin'sentəneri)/ *dt* kỷ niệm năm trăm năm.

quinine /kwi'ni:n, (*Mỹ* 'kwainain)/ *dt* (*dược*) quinin, ký ninh.

Quinquagesima /ˌkwiŋ-kwə'dʒesimə/ *dt* chủ nhật trước kỳ chay (*50 ngày trước lễ Phục sinh*).

quinsy /'kwinzi/ *dt* (*y*) viêm họng; viêm hạch hạnh có mủ.

quint /kwint/ *dt* (*Mỹ*) *nh* quintuplet.

quintessence /kwin'tesns/ *dt* (*số ít*) the **quintessence of** something **1.** tinh chất, tinh hoa: *her book captures the quintessence of Renaissance humanism* cuốn sách của bà ta thâu tóm được tinh hoa của chủ nghĩa nhân văn thời Phục hưng **2.** ví dụ hoàn hảo, gương hoàn hảo: *he is the quintessence of tact and politeness* anh ta là tấm gương lịch thiệp và lễ độ hoàn hảo.

quintessential /ˌkwinti'senʃl/ *tt* [thuộc] tinh chất, [thuộc] tinh hoa.

quintessentially /ˌkwinti-'senʃəli/ *pht* [một cách] hoàn hảo; [một cách] đặc biệt: *a sense of humour that is quintessentially British* một tinh thần hài hước đặc Ăng-lê.

quintet /'kwintet/ *dt* (*nhạc*) **1.** bộ năm (*người hát, người chơi đàn*) **2.** bản nhạc [cho] bộ năm.

quintuplet /'kwintju:plət, (*Mỹ* kwin'tə:plʌt)/ *dt* (*cg* **quin**, *Mỹ* **quint**) (*thường snh*) trẻ sinh năm.

quip¹ /kwip/ *dt* lời nhận xét dí dỏm; lời châm biếm: *he ended his speech with a merry quip* ông ta kết thúc bài nói bằng một lời vui đùa dí dỏm.

quip² /kwip/ *dgt* (**-pp-**) nói dí dỏm; nói châm biếm: *who overslept this morning? she quipped* chị ta châm biếm hỏi: "sáng nay ai ngủ quá giờ thế?".

quire /kwaiə[r]/ *dt* thếp, xấp (*giấy*) (*ngày trước là 24 tờ, nay là 25 tờ*): *buy (sell) paper by the quire (in quires)* mua (bán) giấy theo từng thếp.

quirk /kwɜ:k/ *dt* **1.** thói quen riêng; hành động đặc biệt: *he had a strange quirk of addressing his wife as Mrs Smith* anh ta có thói quen kỳ cục là gọi vợ là Bà Smith **2.** sự ngẫu nhiên; sự trùng hợp: *by a quirk of fate they had booked in the same hotel* do một sự trùng hợp của số mệnh, họ đã đặt phòng tại cùng một khách sạn.

quisling /'kwizliŋ/ *dt* kẻ theo giặc (*xâm chiếm nước mình*).

quit /kwit/ *dgt* **1.** (-tt-) (**quit** hoặc **quitted**) rời khỏi (*một nơi*): *I have received your notice to quit* tôi đã nhận được giấy ông báo dọn nhà; *he got the present job when he quitted (quit) the army* anh ta đã nhận công việc này khi anh rời khỏi quân đội **2.** (*kng*) ngừng, thôi: *quit work for five minutes* ngừng việc năm phút. // **be quit of** giũ sạch; tống khứ: *I'd like to be quit of the responsibility* tôi muốn giũ sạch trách nhiệm; *you're well quit of him* may cho anh mà nó đã cút đi.

quite¹ /kwait/ *pht* **1.** hoàn toàn, hết sức, hẳn: *I quite agree* tôi đồng ý hoàn toàn; *the task is not quite done* công việc chưa hoàn thành hẳn **2.** khá [là]: *quite big* khá là lớn; *he plays quite well* anh ta chơi khá giỏi **3.** đúng, phải (*trong câu đáp*): *"it's a very important matter" "quite so"* "ấy là một vấn đề rất quan trọng" "đúng thế". // **quite a few**; **quite a lot of** một số (một lượng) lớn; nhiều: *quite a few people came to the lecture* nhiều người đã đến nghe nói chuyện; **quite a**; **quite some** cái gì đó (người nào đó) khá lạ thường: *we had quite a party* chúng tôi đã có một buổi liên hoan

Q

khá lạ thường; **quite some time** một thời gian khá dài, khá lâu: *it happened quite some time ago* cái đó đã xảy ra khá lâu trước đây.

quite² /kwait/ *đht (dùng trước a (the) + dt hoặc trước một tên riêng, để nhấn mạnh)* quả thực, đúng là: *quite a beauty* quả thực là một người đẹp; *it's not quite the Lake District but the countryside's very pretty* không phải đúng là vùng hồ *(ở miền bắc nước Anh)* nhưng miền quê ở đây cũng trông rất đẹp mắt. // **[not] quite the [done] thing** [không] có thể chấp nhận được *(về mặt xã hội)*: *it wasn't quite the done thing for women to drink in pubs in those days* thời đó phụ nữ mà uống rượu trong các quán rượu là điều không thể chấp nhận được; **quite the fashion (rage)** rất phổ biến; rất hợp thời trang: *black leather trousers seem to be quite the rage these days* lúc này quần da màu đen có vẻ như là rất hợp thời trang.

quits /kwits/ *tt* **be quits with** trả xong, thanh toán xong *(nợ... với ai)*: *are you quits or do you still owe me a pound?* anh đã trả xong nợ cho tôi hay còn nợ tôi một bảng?; **call it quits** x call²; **double or quits** x double⁴.

quitter /'kwitə[r]/ *dt (thường xấu)* người bỏ dở công việc: *I asked you to do this for me because I know you're not a quitter* tôi nhờ anh làm việc đó cho tôi vì tôi biết rằng anh không phải là người hay bỏ dở công việc.

quiver¹ /'kwivə[r]/ *dgt* rung; run: *the moth quivered its wings* con bướm đêm rung

cánh; *quivering with rage* giận run lên.

quiver² /'kwivə[r]/ *dt* **1.** sự rung; sự run: *the quiver of an eyelid* sự rung của mí mắt, sự nháy mí mắt **2.** tiếng rung; tiếng run.

quiver³ /'kwivə[r]/ *dt* bao đựng tên.

qui vive /ˌkiː'viːv/ **on the qui vive** cảnh giác.

quixotic /kwik'sɒtik/ *tt* hào hiệp viển vông [như Don Quichotte].

quixotically /kwik'sɒtikli/ *pht* [một cách] hào hiệp viển vông.

quiz¹ /kwiz/ *dt (snh* **quizzes)** cuộc thi đố trên đài *(phát thanh, truyền hình)*: *a general knowledge quiz* cuộc thi đố trên đài về kiến thức chung.

quiz² /kwiz/ *dgt* hỏi *(ai, về việc gì)*, quay: *she quizzed him all night about the people he'd seen* chị ta hỏi (quay) chàng suốt đêm về những ai mà chàng đã gặp.

quiz-master /'kwizmɑːstə[r]/ *dt nh* question-master.

quizzical /'kwizikl/ *tt* như là để hỏi: *with a quizzical smile* với nụ cười như là để hỏi.

quizzically /'kwizikli/ *pht* với vẻ hỏi điều gì: *she looked at me quizzically* cô ta nhìn tôi với vẻ hỏi điều gì đấy.

quod /kwɒd/ *dt (lóng)* nhà tù: *go to quod* vào tù; *in (out of) quod* trong (ra khỏi) nhà tù.

quoit /kɔit, (Mỹ kwɔit/ *dt* **1.** vòng *(để ném vào cổ chai... trong trò chơi ném vòng)* **2.** **quoits** *(snh, dgt số ít)* trò chơi ném vòng *(chủ yếu nói về trò chơi này trên boong tàu)*: *play deck quoits* chơi ném vòng trên boong tàu.

quorum /'kwɔːrəm/ *dt (thường số ít)* số đại biểu cần thiết *(để hội nghị có thể biểu quyết)*: *have (form) a quorum* có đủ số đại biểu cần thiết.

quota /'kwəʊtə/ *dt* **1.** phần *(phải đóng góp hoặc được chia)*: *I've done my quota of work for the day* tôi đã làm xong phần việc của tôi trong ngày **2.** hạn ngạch *(người nhập cư, hàng nhập khẩu)*.

quotation /kwəʊ'teiʃn/ *dt* **1.** sự trích dẫn **2.** *(cg kng* **quote)** lời trích dẫn; đoạn trích dẫn: *he finished his speech with a quotation from Shakespeare* anh ta kết thúc bài nói bằng một câu trích dẫn Shakespeare **3.** giá thị trường được công bố: *the latest quotations from the Stock Exchange* những giá thị trường mới nhất được sở giao dịch chứng khoán công bố **4.** bản dự trù giá *(làm một công trình)*: *a quotation for building a house* bản dự trù giá xây một ngôi nhà.

quotation-marks /kwəʊ-'teiʃnmɑːks/ *dt (cg* **quotes)** dấu ngoặc kép.

quote¹ /kwəʊt/ *dgt* **1.** trích dẫn: *quoting verses from the Bible* trích dẫn trong Kinh thánh **2.** dẫn ra để chứng minh: *can you quote me an example of what you mean?* anh có thể dẫn ra cho tôi một ví dụ để chứng minh điều anh muốn nói? **3.** định giá: *this is the best price I can quote you* đây là giá hời nhất mà tôi có thể định cho ông đấy.

quote² /kwəʊt/ *dt (kng)* **1.** *nh* quotation 2 **2.** **quotes** *(snh) nh* quotation-marks: *his words are in quotes* lời nói của ông ta được đặt trong ngoặc kép. // **quote**

[...**unquote**] phần đầu [và phần cuối] của đoạn trích: *this quote startingly original novel unquote is both boring and badly written* phần đầu và phần cuối của đoạn trích từ nguyên bản cuốn tiểu thuyết ấy đều buồn tẻ và viết không hay.

quotable /ˈkwəʊtəbl/ *tt* có thể trích dẫn; đáng trích dẫn: *full of quotable quotes* đầy những câu trích dẫn đáng trích.

quoth /kwəʊθ/ *dgt (chỉ dùng ngôi 1 và ngôi 3 số ít thì quá khứ)* đã nói: *quoth he/she* anh ta *(chị ta)* đã nói.

quotient /ˈkwəʊʃnt/ *dt (toán)* thương số; thương.

qv /ˌkjuːˈviː/ *(vt của tiếng La-tinh quod vide)* có thể tham khảo *(một đoạn nào đó trong cùng cuốn sách).*

Q

R¹,r¹ /ɑ:[r]/ *dt* (*snh* **R's, r's**, /ɑ:z/) R,r: *"rabbit" begins with [an] R* "rabbit" bắt đầu bằng con chữ R. // *roll one's r's x* roll²; *the three R's* đọc (*reading*), viết (*writing*) và số học (*arithmetic*) (coi như cơ sở của giáo dục sơ cấp).
R² *vt* **1.** nữ hoàng; quốc vương (*vt của tiếng La-tinh* Regina, Rex): *Elizabeth R* nữ hoàng Elizabeth **2.** (*cg ký hiệu* ®) (*vt của* registered) đã đăng ký (*nhãn hiệu thương mại*): *Scotch* ® nhãn hiệu E-cốt đã đăng ký **3.** (*Mỹ, chính*) (*vt của* Republican party) đảng Cộng hòa **4.** (*vt của* river) sông: *R Thames* sông Thames (*trên bản đồ*).
r² *vt* **1.** *vt của* recto **2.** *vt của* right.
RA /ɑ:r'ei/ *vt* **1.** (*vt của* Royal Academy; Royal Academician) Hàn lâm viện hoàng gia; viện sĩ hàn lâm viện hoàng gia: *be an RA* là viện sĩ hàn lâm viện hoàng gia **2.** (*vt* Royal Artillery) pháo binh hoàng gia.
rabbi /'ræbai/ *dt* (*snh* **rabbis**) **1.** giáo trưởng (*Do Thái*): *the Chief Rabbi* đại giáo trưởng (*đứng đầu cộng đồng Do Thái ở Anh*) **2.** giáo viên dạy luật Do Thái.

rabbinical /rə'binikl/ *tt* **1.** [thuộc] giáo trưởng **2.** [thuộc] giáo lý Do Thái; [thuộc] luật Do Thái.
rabbit¹ /'ræbit/ *dt* **1.** (*động*) con thỏ **2.** da lông thỏ: *gloves lined with rabbit* găng tay lót da lông thỏ **3.** thịt thỏ **4.** (*kng*) đấu thủ xoàng (*chơi quần vợt...*).
rabbit² /'ræbit/ *dgt* **1.** (+ on about) (*kng, xấu*) nói dông dài: *what are you rabbitting on about?* anh đang nói dông dài về cái gì thế? **2.** (*thường* **go rabbitting**) đi săn thỏ.
rabbit-hutch /'ræbithʌtʃ/ *dt* chuồng thỏ.
rabbit punch /'ræbitpʌntʃ/ cú đánh bằng cạnh bàn tay vào gáy, cú chặt tay vào gáy.
rabbit-warren /'ræbitwɒrən/ *dt* **1.** vùng có nhiều hang thỏ (*thỏ hoang*) **2.** (*bóng, thường xấu*) tòa nhà lắm ngõ ngách; khu lắm ngõ ngách.
rabbity /'ræbiti/ *tt* như thỏ; có mùi thỏ; có vị thịt thỏ.
rabble /'ræbl/ *dt* **1.** đám đông lộn xộn **2.** **the rabble** (*số ít*) (*xấu*) tiện dân; dân đen.
rabble-rouser /'ræblrauzə[r]/ *dt* người khích động quần chúng.
rabble-rousing¹ /'ræblrau-ziŋ/ *dt* sự khích động quần chúng.
rabble-rousing² /'ræblrau-ziŋ/ *tt* khích động quần chúng: *a rabble-rousing speech (speaker)* bài nói (*người diễn thuyết*) khích động quần chúng.
Rabelaisian /,ræbə'leiziən/ *tt* đầy hài hước tục tĩu dâm ô theo kiểu Rabelais (*một nhà văn Pháp*).
rabid /'ræbid, (*Mỹ* *cg* 'reibid/ *tt* **1.** [bị bệnh] dại:

a rabid dog con chó dại **2.** (*bóng*) điên cuồng, hung dữ; cuồng tín: *a rabid haste* sự vội vàng như điên; *a rabid racist* kẻ theo chủ nghĩa chủng tộc cuồng tín.
rabies /'reibi:z/ *dt* bệnh dại.
RAC /,ɑ:rei'si:/ (*vt của* Royal Automobile Club) câu lạc bộ ô-tô hoàng gia.
raccoon /rə'ku:n, (*Mỹ* ræ-'ku:n/ *dt* (*Anh* *cg* **racoon**, *Mỹ, khngũ* *cg* **coon**) **1.** (*động*) gấu mèo Mỹ **2.** da lông gấu mèo Mỹ.
race¹ /reis/ *dt* **1.** cuộc chạy đua: *a horse-race* cuộc đua ngựa; *an arms race* cuộc chạy đua vũ trang **2.** **the race for the presidency** (*bóng*) cuộc chạy đua giành chức vị tổng thống **3.** **the races** (*snh*) *nh* race-meeting **4.** dòng nước chảy xiết (*sông, biển*): *a tidal race* dòng nước xiết thủy triều. // **a race against time** sự chạy đua với thời gian (*cố làm cho xong việc gì trước một thời gian nhất định*); **the rat race** *x* rat.
race² /reis/ *dgt* **1.** chạy đua: *race for the prize* chạy đua để giật giải; *the lorries were racing against each other* xe tải chạy đua với nhau; *I'll race you to school* tôi sẽ chạy đua với anh, cố đến trường trước anh **2.** chạy nhanh: *the policeman raced after the thief* viên cảnh sát chạy [nhanh] đuổi theo tên kẻ cắp; *the days seemed to race by* ngày giờ tựa như chạy nhanh qua **3.** đua ngựa: *the racing world* giới đua ngựa; *he races at all the big meetings* anh ta tham gia tất cả các kỳ đua ngựa lớn **4.** cho chạy đua: *race dogs* cho chó chạy đua; *race bikes* đua xe đạp **5.** làm cho chạy nhanh; làm cho (*máy*) chạy với tốc độ

cao: *don't race your engine* dừng cho động cơ chạy nhanh *(khi không cài số)*.

race³ /reis/ *dt* **1.** chủng tộc: *the Negro race* chủng tộc da đen **2.** nòi: *breed a race of cattle that can survive drought* nuôi một nòi gia súc sống qua được hạn hán **3.** loài: *the human race* loài người **4.** tổ tiên; dòng giống: *people of ancient race* người thuộc dòng giống cổ.

racecard /'reiskɑ:d/ *dt* chương trình đua ngựa.

racecourse /'reiskɔ:s/ *dt (Mỹ thường là* **racetrack***)* trường đua ngựa.

racegoer /'reisgəυə[r]/ *dt* người hay đi xem đua ngựa.

racehorse /'reishɔ:s/ *dt* ngựa đua.

raceme /'ræsi:m, rə'si:m, (Mỹ rei'si:m)/ *(thực)* chùm (hoa).

race-meeting /'reis mi:tiŋ/ *dt* kỳ đua ngựa.

racer /'reisə[r]/ *dt* ngựa đua; xe đua; thuyền đua; người tham gia cuộc đua.

race relations /'reis rileiʃn/ quan hệ chủng tộc *(trong cùng một cộng đồng)*: *race relations are good here* ở đây có quan hệ chủng tộc tốt.

race-riot /'reisraiət/ *dt* cuộc xung đột chủng tộc *(trong cùng một cộng đồng)*.

racetrack /'reistræk/ *dt* **1.** đường đua *(xe)* **2.** *(Mỹ)* nh racecourse.

racial /'reiʃl/ *dt* [đặc trưng cho] chủng tộc; [do] chủng tộc: *racial minorities* những chủng tộc ít người; *racial discrimination* sự phân biệt chủng tộc.

racialism /'reiʃəlizəm/ *dt (cg* **racism***)* **1.** chủ nghĩa chủng tộc **2.** sự thù địch chủng

tộc; thái độ (lời nói) thù địch chủng tộc.

racialist¹ /'reiʃəlist/ *tt* **1.** theo chủ nghĩa chủng tộc **2.** thù địch chủng tộc.

racialist² /'reiʃəlist/ *dt* **1.** người chủng tộc chủ nghĩa **2.** người thù địch chủng tộc.

racially /'reiʃəli/ *pht* [về mặt] chủng tộc: *a racially diverse community* một cộng đồng đa dạng về mặt chủng tộc.

racily /'reisili/ *pht* **1.** [một cách] sinh động; [một cách] hấp dẫn **2.** *(kng)* [một cách] hơi sỗ sàng **3.** với hương vị đặc biệt.

raciness /'reisinis/ *dt* **1.** sự sinh động; sự hấp dẫn **2.** *(kng)* hơi sỗ sàng **3.** hương vị đặc biệt.

racing /'reisiŋ/ *dt* thú thi chạy đua; môn thể thao chạy đua; nghề thi chạy đua *(xe, ngựa)*: *racing yacht* thuyền buồm đua.

racism /'reisizəm/ *dt nh* racialism.

racist /'reisist/ *tt dt nh* racialist.

rack¹ /ræk/ *dt* **1.** giá, giàn *(thường trong từ ghép)*: *plate-rack* giàn để đĩa; *wine-rack* giá để chai rượu **2.** giàn hành lý *(trên xe buýt, xe lửa, máy bay...)* **3.** *(kỹ)* thanh răng.

rack² /ræk/ *dt (thường* **the rack***) (sử)* bánh xe cực hình: *put somebody on the rack* bắt ai chịu cực hình bánh xe. // **on the rack** đau khổ vô cùng; đau buồn dữ dội.

rack³ /ræk/ *dgt* **1.** bắt *(ai)* chịu cực hình bánh xe **2.** làm *(ai)* đau khổ; hành hạ *(ai)* *(nói về bệnh tật, nỗi hối hận)*: *racked with pain* bị cơn đau hành hạ; *racked by [feeling of] remorse* bị hối hận hành hạ (giày vò). //

rack one's brain[s] bóp óc (nặn óc) suy nghĩ; bóp óc nhớ lại: *we racked our brains for an answer* chúng tôi bóp óc để nghĩ ra câu trả lời; *I've been racking my brains [trying] to remember his name* tôi bóp óc cố nhớ lại tên ông ta.

rack⁴ /ræk/ *dt* **go to rack and ruin** trở nên xơ xác vì bị bỏ mặc: *the old empty house soon went to rack and ruin* ngôi nhà cũ trống rỗng chẳng mấy chốc sẽ trở nên xơ xác.

racket¹ /'rækit/ *dt (cg* **racquet***)* **1.** *(thể)* vợt *(để chơi bóng)* **2.** *(snh) (cg* **racquets***) (dgt số ít)* môn bóng quần *(chơi trên sân có bốn vách bao quanh)*.

racket² /'rækit/ *dt* **1.** *(kng) (số ít)* tiếng ồn ào; tiếng om sòm: *what a racket the children are making!* trẻ con làm ồn ào dữ quá! **2.** thủ đoạn kiếm tiền bất lương: *be in on a racket* tham gia vào một vụ làm ăn bất lương **3.** công việc làm ăn; nghề nghiệp: *what's your racket?* anh làm công việc gì thế?

racket³ /'rækit/ *dgt (+ about, around) (kng)* **1.** đi lại ồn ào **2.** ăn chơi ngông cuồng.

racketeer /,rækə'tiə[r]/ *dt (xấu)* kẻ làm tiền bất lương.

racketeering /,rækətiəriŋ/ *dt (xấu)* sự làm tiền bằng thủ đoạn bất lương.

racket-press /'rækit pres/ *dt* khung kẹp vợt *(cho khỏi vênh khi không sử dụng tới)*.

rackety /'rækiti/ *tt (kng)* ồn ào: *a rackety old bicycle* chiếc xe đạp cũ kêu cọt kẹt.

rack-railway /'rækreilwei/ *dt* xe lửa có làn đường giữa có răng *(ở những chỗ dốc gắt, để bánh xe răng ở toa khớp vào mà leo dốc)*.

R

raconteur /ˌrækɒn'tɜ:[r]/ *dt* người có tài kể chuyện; *she's a brilliant raconteur* chị ta là một người có tài kể chuyện tuyệt vời.

racoon /re'ku:n, (Mỹ ræ-'ku:n)/ *dt nh* raccoon.

racquet /'rækit/, **racquets** /'rækits/ *dt x* racket.

racy /'reisi/ *tt* (-ier; -iest) **1.** sinh động; hấp dẫn: *a racy account of his adventures* bài tường thuật hấp dẫn về các cuộc phiêu lưu của anh ta **2.** *a racy wine* rượu có hương vị đặc biệt.

RADA /'ra:də/ (*vt của* Royal Academy of Dramatic Art) học viện nghệ thuật kịch hoàng gia: *a student at RADA* một sinh viên học viện nghệ thuật kịch hoàng gia.

radar /'reida:[r]/ *dt* rađa (*hệ thống; máy*)

radar trap /'reida:træp/ (*cg* **speed trap**) đoạn đường có máy ra đa phát hiện xe chạy quá tốc độ giới hạn.

radial[1] /'reidiəl/ *tt* tỏa tia, xòe ra: *radial spokes* nan hoa tỏa tia (*của bánh xe đạp*).

radial[2] /'reidiəl/ *dt* (*cg* **radial-ply tyre**) lốp xe có gai tỏa tia (*có độ bám đường cao*).

radially /'reidiəli/ *pht* [theo kiểu] tỏa tia.

radiance /'reidiəns/ *dt* **1.** sự sáng chói, sự sáng rực **2.** sự sáng ngời, sự rạng rỡ.

radiant /'reidiənt/ *tt* **1.** (*thngữ*) sáng chói; sáng rực: *the radiant sun* mặt trời sáng chói **2.** sáng ngời; rạng rỡ; hớn hở: *radiant eyes* đôi mắt sáng ngời; *a radiant face* gương mặt rạng rỡ **3.** (*lý*) bức xạ: *radiant heat* nhiệt bức xạ.

radiantly /'reidiəntli/ *pht* **1.** [một cách] sáng chói; [một cách] sáng rực **2.** [một cách] sáng ngời; [một cách] rạng rỡ; [một cách] hớn hở: *smiling radiantly* cười hớn hở.

radiate /'reidieit/ *dgt* tỏa ra: *a stove that radiates warmth* cái lò tỏa sức nóng; *warmth radiating from the stove* sức nóng tỏa từ lò ra; *the happiness that radiates from her eyes* niềm hạnh phúc tỏa ra từ đôi mắt cô ta; *five roads radiate from this point* năm con đường tỏa ra từ điểm này.

radiation /ˌreidi'eiʃn/ *dt* **1.** sự bức xạ **2.** (*lý*) bức xạ: *radiations emitted by an X-ray machine* bức xạ phát ra từ một máy X-quang.

radiation sickness /reidi'eiʃn siknis/ bệnh [do] bức xạ.

radiator /'reidieitə[r]/ *dt* **1.** lò sưởi **2.** (*kỹ*) bộ tản nhiệt: *this car has a fan-cooled radiator* xe này có bộ tản nhiệt quạt.

radical[1] /'rædikl/ *dt* (*thường thngữ*) **1.** [ở] gốc; căn bản: *radical changes* những thay đổi tận gốc; *a radical error* một sai lầm căn bản **2.** (*chính*) cấp tiến: *the Radical Party* Đảng cấp tiến.

radical[2] /'rædikl/ *dt* **1.** người cấp tiến; đảng viên Đảng cấp tiến **2.** (*toán*) căn **3.** gốc **4.** (*ngôn*) thân từ.

radicalism /'rædikəlizəm/ *dt* thuyết cấp tiến.

radically /'rædikli/ *pht* [về] căn bản, tận gốc: *radically altered* biến đổi tận gốc.

radicle /'rædikl/ *dt* (*thực*) rễ mầm.

radii /'reidiai/ *dt snh của* radius.

radio[1] /'reidiəu/ *dt* **1.** rađiô: *send a message by radio* gửi một bức điện qua rađiô; *radio waves* sóng rađiô **2.** (*cg* **radio set**) máy rađiô **3.** (*cũ*

cg **wireless**) máy thu thanh; đài (*nghe tin tức hằng ngày...*) **4.** (*thường* **the radio**) sự phát thanh: *I heard it on the radio* tôi đã nghe tin đó qua phát thanh; *do you prefer radio or television?* anh thích phát thanh hơn hay truyền hình hơn?; *a radio programme* chương trình phát thanh.

radio[2] /'reidiəu/ *dgt* (**radioed**) gửi điện bằng rađiô: *radio somebody one's position* gửi tín hiệu rađiô cho ai biết vị trí của mình; *radio to them to come* điện bằng rađiô bảo họ đến.

radio- *dạng kết hợp của* radiation, *của* radioactivity.

radioactive /ˌreidiəu'æktiv/ *tt* phóng xạ: *radioactive fallout* bụi phóng xạ; *radioactive elements* nguyên tố phóng xạ; *radioactive waste* chất phế thải phóng xạ.

radioactivity /ˌreidiəuæk-'tivəti/ *dt* tính phóng xạ.

radio astronomy /ˌreidiəu ə'strɒnəmi/ thiên văn học vô tuyến; thiên văn học rađiô.

radio cab /'reidiəukæb/ xe tắc-xi có rađiô (*để liên lạc*).

radio car /'reidiəu ka:[r]/ xe có rađiô (*để liên lạc*).

radiocarbon /ˌreidiəu'ka:bən/ *dt* cacbon phóng xạ.

radio-controlled /ˌreidiəu kən'trəuld/ *tt* điều khiển bằng rađiô.

radio-frequency /ˌreidiəu 'fri:kwənsi/ *dt* tần số rađiô.

radiogram /'reidiəugræm/ *dt* **1.** điện báo rađiô **2.** (*y*) ảnh X quang.

radiograph /'reidiəugra:f, (Mỹ 'reidiəugræf/ *dt* máy chụp X quang.

radiographer /ˌreidi'ɒgrə-fə[r]/ *dt* người chụp X quang.

radiography /ˌreidi'ɒgrəfi/ *dt* sự chụp X quang.

radioisotope /ˌreidiəʊˈaisə-təʊp/ dt đồng vị phóng xạ.

radiologist /ˌreidiˈɒlədʒist/ dt (y) bác sĩ X quang.

radiology /ˌreidiˈɒlədʒi/ dt X quang học.

radio set /ˈreidiəʊ set/ dt đài; [máy] rađiô.

radio telescope /ˌreidiəʊ ˈteliskəʊp/ kính viễn vọng rađiô.

radiotherapist /ˌreidiəʊˈθe-rəpist/ dt (y) bác sĩ liệu pháp X quang.

radiotherapy /ˌreidiəʊˈθe-rəpi/ dt (y) liệu pháp X quang.

radish /ˈrædiʃ/ dt (thực) cải củ (cây, củ).

radium /ˈreidiəm/ dt (hóa) rađi.

radius /ˈreidiəs/ dt (snh **radii**) 1. bán kính: *radius of a circle* (toán) bán kính một vòng tròn; *within a radius of five miles from Hanoi* trong phạm vi bán kính năm dặm quanh Hà Nội 2. (giải) xương quay.

radon /ˈreidɒn/ dt (hóa) rađon.

RAF /ˌɑːreiˈef/, (kng ræf/ (vt của Royal Air Force) lực lượng không quân Hoàng gia.

raffia /ˈræfiə/ dt cọ sợi (cây; sợi).

raffish /ˈræfiʃ/ tt hư hỏng; phóng đãng.

raffishly /ˈræfiʃli/ pht [một cách] hư hỏng; [một cách] phóng đãng.

raffishness /ˈræfiʃnis/ dt sự hư hỏng; sự phóng đãng.

raffle¹ /ˈræfl/ dt cuộc xổ số lấy hiện vật: *win a radio in a raffle* trúng một máy thu rađiô trong một cuộc xổ số lấy hiện vật.

raffle² /ˈræfl/ dgt trao (một món hiện vật) trong cuộc xổ số.

raft¹ /rɑːft, (Mỹ ræft) dt bè (gỗ, nứa...); mảng.

raft² /rɑːft, (Mỹ ræft) dgt 1. chở (người, hàng...) bằng bè: *raft people down a river* chở người bằng bè xuôi dòng sông 2. qua (sông...) bằng bè.

raft³ /rɑːft, (Mỹ ræft) dt (thường số ít) **raft of something** số lượng lớn; hàng đống: *he got a raft of presents* ông ta nhận được hàng đống quà cáp.

rafter /ˈrɑːftə[r], (Mỹ ˈræftər)/ dt rui (ở mái nhà).

raftered /ˈrɑːftəd, (Mỹ ˈræftəd)/ có rui thấy rõ (vì không có trần nhà).

rag¹ /ræg/ dt 1. giẻ rách; giẻ: *I use an oily rag to clean my bike with* tôi dùng một miếng giẻ giây dầu để lau xe đạp; *a rag doll* con búp bê nhồi giẻ 2. *rags* (snh) quần áo rách: *trade in rags and waste paper* buôn bán giẻ rách và giấy lộn, buôn bán hàng đồng nát 3. **rags** (snh) giẻ cũ để làm giấy: *rag paper* giấy [chế từ] giẻ cũ 4. (kng, thường xấu) tờ báo: *why do you read that worthless rag?* sao anh lại đọc tờ báo vô tích sự ấy?. // **chew the rag** x chew; **from rags to riches** từ cảnh khố rách trở nên giàu sang; **glad rags** x glad; **like a wet rag** x wet; **lose one's rag** x lose; **a red rag to a bull** x red¹.

rag² /ræg/ dgt (-gg-) **rag somebody about (for) something** đùa ác ý, trêu chọc (ai, về cái gì): *they are always ragging the teacher about his accent* chúng nó luôn đùa nhại thầy giáo một cách ác ý về giọng nói của thầy.

rag³ /ræg/ dt 1. trò đùa nghịch 2. hội hằng năm (của sinh viên) quyên góp tiền [cho công cuộc] từ thiện: *hold a rag week* tổ chức một tuần quyên góp tiền từ thiện.

rag⁴ /ræg/ dt bản nhạc rắc (x ragtime).

ragamuffin /ˈrægəmʌfin/ dt người ăn mặc rách rưới nhếch nhác; đứa bé ăn mặc rách rưới nhếch nhác.

rag-and-bone man /ˌræg ən ˈbəʊn mæn/ người mua bán quần áo cũ; anh hàng đồng nát.

rag-bag /ˈrægbæg/ dt 1. bao đựng giẻ vụn (để dùng vá quần áo...) 2. (bóng) (số ít) mớ hỗn độn: *a rag-bag of strange ideas* một mớ hỗn độn ý kiến kỳ quặc.

rage¹ /reidʒ/ dt 1. cơn thịnh nộ, cơn giận điên người: *trembling with rage* giận run lên 2. (bóng) cơn cuồng phát, cơn dữ dội: *the rage of the wind* cơn gió dữ dội. // **[be] all the rage** nh be all the fashion (x fashion).

rage² /reidʒ/ dgt 1. (+ at, against) nổi cơn thịnh nộ, giận điên người: *rage against (at) somebody* giận ai điên người lên 2. nổi cơn dữ dội; diễn ra ác liệt (gió bão, trận đánh) 3. lan nhanh (bệnh...): *a flu epidemic raged through the school for weeks* một đợt dịch cúm đã lan nhanh toàn trường trong hàng tuần lễ.

ragged /ˈrægid/ tt 1. rách rưới; tả tơi (quần áo), ăn mặc rách rưới: *a ragged coat* chiếc áo choàng rách rưới; *a ragged old man* ông lão ăn mặc rách rưới 2. lởm chởm, bờm xờm, gồ ghề: *ragged rocks* những tảng đá lởm chởm; *ragged hair* tóc bờm xờm; *ragged ground* đất gồ ghề 3. rời rạc, không đều: *a ragged performance* buổi biểu diễn rời rạc.

R

raggedly /'rægidli/ *pht* **1.** [một cách] rách rưới; [một cách] tả tơi **2.** [một cách] lởm chởm, [một cách] bờm xòm, [một cách] gồ ghề **3.** [một cách] rời rạc, [một cách] không đều.

raggedness /'rægidnis/ *dt* **1.** sự rách rưới, sự tả tơi **2.** sự lởm chởm, sự bờm xòm, sự gồ ghề **3.** sự rời rạc, sự không đều.

raging /'reidʒiŋ/ *tt (thngữ)* dữ dội: *raging thirst* cơn khát dữ dội; *have a raging headache* nhức đầu dữ dội.

raglan[1] /'ræglən/ *dt* áo raglan.

raglan[2] /'ræglən/ *tt* [theo kiểu] raglan *(áo)*.

ragout /'rægu:, (Mỹ ræ'gu:)/ *dt* món ragu.

ragtag /'rægtæg/ *dt* **ragtag and bobtail** những kẻ khố rách áo ôm; tiện dân.

ragtime /'rægtaim/ *dt* nhạc rắc *(nguyên là của người Mỹ da đen vào khoảng những năm 1890).*

rag trade /'rægtreid/ **the rag trade** *(kng)* nghề vẽ kiểu quần áo; nghề may quần áo; nghề bán quần áo *(chủ yếu quần áo nữ).*

ragweed /'rægwi:d/ *dt (thực)* cỏ ambrozi *(ở Bắc Mỹ, hạt phấn gây ra bệnh sốt cỏ khô).*

ragwort /'rægwɜ:t/ *dt (thực)* cỏ lưỡi chó.

raid[1] /reid/ *dt* **1.** cuộc đột kích; cuộc không tập: *make a bombing raid on enemy bases* không tập căn cứ địch; *an armed raid* cuộc đột kích vũ trang **2.** cuộc đột nhập để cướp bóc: *a raid on a bank* cuộc đột nhập cướp phá ngân hàng **3.** cuộc bố ráp: *a police raid* cuộc bố ráp của cảnh sát **4.** *(ktế)* sự

đổ ra bán nhằm hạ giá cổ phần.

raid[2] /reid/ *dgt* **1.** đột kích; không tập **2.** đột nhập để cướp **3.** bố ráp: *customs men raided the house* nhân viên thuế quan bố ráp ngôi nhà ấy; *raid the larder* lấy thức ăn trong chạn *(vào khoảng thời gian giữa các bữa ăn).*

raider /'reidə[r]/ *dt* **1.** phi công đi không tập; máy bay không tập; tàu đột kích **2.** người đi bố ráp **3.** kẻ cướp; cướp biển.

rail[1] /reil/ *dt* **1.** tay vịn, lan can; chấn song: *hold the handrail for safety* vịn vào lan can cho khỏi ngã *(khi xuống cầu thang...)* **2.** thanh treo, thanh vắt *(đóng vào tường để treo đồ vật)*: *a curtain rail* thanh treo màn cửa; *a towel-rail* thanh vắt khăn tắm **3.** đường ray; đường xe lửa: *rail travel* chuyến đi xe lửa. // **free on rail** *x* free[1]; **go off the rails** *(kng)* a/ bị đảo lộn không kiểm soát nổi nữa: *our schedule went completely off the rails during the strike* thời gian biểu của chúng tôi trong thời gian đình công bị hoàn toàn đảo lộn không kiểm soát nổi nữa b/ trở nên điên dại mất trí; **jump the rails** *x* jump[2].

rail[2] /reil/ *dgt* (+ in, off) rào lại, rào xung quanh: *rail in a piece of ground* rào xung quanh một mảnh đất; *rail off a field from a road* rào ngăn giữa một cánh đồng và một con đường.

rail[3] /reil/ *dgt* (+ at, against) oán trách, than phiền; trách mắng: *she railed at [him for] his laziness* chị ta than phiền anh về cái tính lười biếng của anh; *rail against fate* oán trách số phận.

railhead /'reilhed/ *dt* **1.** nơi cuối đường ray **2.** điểm bắt đầu chuyên chở đường bộ, *(từ đường sắt)*; điểm cuối chuyên chở đường bộ *(tới đường sắt).*

railing /'reiliŋ/ *dt (thường snh)* hàng rào chấn song.

raillery /'reiləri/ *dt* **1.** sự chế giễu, sự giễu cợt **2.** lời chế giễu, lời giễu cợt.

railroad[1] /'reilrəud/ *dt (Mỹ) nh* railway.

railroad[2] /'reilrəud/ *dgt* **railroad somebody into [doing] something** *(kng)* ép ai làm gì: *I won't be railroaded into buying a car I don't want!* không thể ép tôi mua một chiếc xe mà tôi không cần!; **railroad something through** dùng sức ép bắt thông qua nhanh: *railroad a bill through Congress* dùng sức ép bắt Quốc hội thông qua một dự luật.

railway /'reilwei/ *dt* **1.** đường xe lửa, đường sắt **2.** *(thường snh)* ngành đường sắt: *work on (for) the railway[s]* làm việc trong ngành đường sắt.

railwayman /'reilweimən/ *dt (snh railwaymen)* nhân viên đường sắt.

raiment /'reimənt/ *dt (cổ)* quần áo.

rain[1] /rein/ *dt* **1.** mưa: *don't go out in the rain* trời mưa đừng đi ra ngoài; *it looks like rain* trời như có vẻ muốn mưa; *a rain of bullets* làn mưa đạn **2.** **the rains** mùa mưa **3.** *(đứng sau một tt)* trận mưa: *there was a heavy rain during the night* lúc đêm có trận mưa lớn. // **come rain, come shine; [come] rain or shine** dù mưa hay nắng, cho dù có chuyện gì xảy ra chăng nữa: *the fête will take place on Sunday, rain or shine* dù mưa hay nắng ngày hội cũng sẽ tổ chức vào ngày chủ nhật; **right as rain** x right.

rain² /rein/ *dgt* mưa; trút xuống như mưa: *it is raining* trời đang mưa; *rain bullets* bắn đạn như mưa; *rain blows on somebody* đấm ai túi bụi. // **it never rains but it pours** họa vô đơn chí; **rain buckets; rain cats and dogs** mưa như trút.

rain down a/ tuôn ra và chảy xuống như mưa *(nước mắt...)* b/ tới tấp: *invitations rain down on the visiting writer* ông khách nhà văn được mời tới tấp; **rain in** *(dùng với it)* mưa lọt xuống *(mái nhà dột...)*: *it is raining in* mưa lọt qua mái nhà; **rain off**; *(Mỹ* **rain out)** *(thường ở dạng bị động) (kng)* ngăn trở vì mưa: *the match was rained off twice* trận đấu đã bị ngăn trở hai lần vì mưa.

rainbow /'reinbəʊ/ *dt* cầu vồng.

rainbow trout /'reinbəʊ traʊt/ *dt (động)* cá hồi cầu vồng.

rain-check /'reintʃek/ *dt (Mỹ)* vé xem bù *(một trận đấu, một cuộc biểu diễn bị hoãn vì mưa)*. // **take a rain-check on** *(kng)* khước từ lời mời nhưng hứa là lần sau sẽ tham dự: *thanks for the invitation, but I'll have to take a rain-check on it* cảm ơn anh đã mời, nhưng lần này tôi phải khước từ.

raincoat /'reinkəʊt/ *dt* áo mưa.

raindrop /'reindrɒp/ *dt* giọt mưa.

rainfall /'reinfɔ:l/ *dt* lượng mưa: *an annual rainfall of 50cm* lượng mưa hằng năm là 50cm.

rainforest /'reinfɒrist/ *dt* rừng mưa nhiệt đới.

rain-gauge /'reingeidʒ/ *dt* vũ lượng kế.

rainless /'reinlis/ *dt* không mưa: *a rainless day* một ngày không mưa.

rainproof /'reinpru:f/ *tt* không thấm nước mưa: *a rainproof jacket* chiếc áo vét tông không thấm nước mưa.

rainwater /'reinwɔ:tə[r]/ *dt* nước mưa.

rainy /'reini/ *tt* (-ier, -iest) có mưa: *the rainy season* mùa mưa. // **save (keep) something for a rainy day** dành dụm phòng khi túng thiếu.

raise¹ /reiz/ *dgt* **1.** nâng lên, đưa lên, giơ lên; kéo lên: *raise a weight* nâng tạ, cử tạ; *raise anchor* kéo neo lên, nhổ neo; *raise a sunken ship to the surface of the sea* trục chiếc tàu chìm lên mặt biển; *raise prices* nâng giá lên; *raise one's voice* cất cao giọng; *raise somebody's hopes* làm ai tăng thêm hy vọng **2.** làm dấy lên; gây ra: *raise suspicion* gây nghi ngờ; *raise the people against the aggression* làm nhân dân dấy lên chống lại bọn xâm lược **3.** nêu lên, đưa ra: *raise a question* nêu lên một vấn đề **4.** tổ chức; tuyển mộ: *raise a subscription* tổ chức một cuộc lạc quyên, mở một cuộc lạc quyên **5.** nuôi; trồng: *It's difficult raising a family on a small income* thu nhập ít thì khó mà nuôi nổi một gia đình; *I was raised by my aunt on a farm* tôi được bà cô nuôi ở một trang trại; *raise vegetables* trồng rau **6.** xây, dựng lên: *raise a memorial to those killed in war* xây một tượng đài tưởng niệm những người đã chết trong chiến tranh; *raise a statue* dựng tượng **7.** chấm dứt, rút bỏ *(một cuộc bao vây...)*: *raise*

a blockade chấm dứt một cuộc phong tỏa **8.** liên lạc được với *(ai)*; tìm được *(vật gì)*: *I can't raise her on the phone* tôi không liên lạc được với bà ta qua điện thoại **9.** đặt cửa cao hơn *(ai) (đánh bài)*: *I'll raise you!* tôi sẽ đặt cửa cao hơn anh!. // **raise a dust** x dust¹; **raise a finger (hand)** *nh* lift a finger (hand) x lift; **raise Cain (hell; the roof)** *(kng)* rất tức giận; làm om sòm lên; **raise one's eyebrows at something** *(chủ yếu ở dạng bị động)* tỏ vẻ khinh, tỏ vẻ ngạc nhiên: *eyebrows were raised (there were many raised eyebrows) when he shaved all his hair off* nhiều cặp mắt đã tỏ vẻ ngạc nhiên khi thấy ông ta cạo trọc đầu; **raise one's glass to somebody** nâng cốc chúc mừng ai; **raise somebody's hackles** x hackles; **raise a hare** x hare; **raise a laugh (smile)** làm cho người ta thích thú mà cười; gây cười; **raise one's sight** x sight¹; **raise somebody's spirits** làm cho ai cảm thấy phấn khởi dũng cảm hơn; **raise the temperature** làm cho căng thẳng hơn; làm cho thù địch nhau hơn; **raise one's voice against** cất cao tiếng chống lại *(ai, cái gì)*.

raise² /reiz/ *dt (Mỹ) (nh* RISE) sự tăng lương: *get a raise of VND 200* được tăng lương 200 đồng.

raiser /'reizə[r]/ *(tạo thành danh từ ghép)* người tổ chức, người gây nên; cái gây nên: *fire-raisers* kẻ cố ý gây nên hỏa hoạn, kẻ đốt phá *(nhà cửa)*; *a curtain-raiser* tiết mục mở màn.

raisin /'reizn/ *dt* nho khô.

raison d'être /ˌreizɒn'detrə/ *dt (số ít) (tiếng Pháp)* lý do tồn tại; lẽ sống: *work seems to be her raison d'être* công việc hình như là lý do tồn tại của bà ta.

raj /rɑːdʒ/ *dt* **the raj; the Raj** (*cg* **the British Raj**) thời thuộc Anh (*Ấn Độ*): *life under the Raj* đời sống dưới thời thuộc Anh (*tức trước 1947*).

rajah, raja /'rɑːdʒə/ *dt* vương công (*Ấn Độ*).

rake[1] /reik/ *dt* **1.** cái cào **2.** cái cào tiền (*ở sòng bạc*).

rake[2] /reik/ *dgt* **1.** cào: *rake the soil smooth* cào đất cho bằng **2.** cời: *rake out a fire* cời tro ra khỏi lò **3.** quét, lia (*súng*): *rake the enemy lines with machine-gun fire* lia súng máy vào phòng tuyến địch. // **rake over old ashes** thức tỉnh lại ký ức cũ (*thường là ký ức không hay*).

rake about; rake around tìm kỹ: *we raked around the files, but couldn't find the letter* chúng tôi đã tìm kỹ trong tập giấy nhưng không tìm được lá thư; **rake in** (*kng*) kiếm được khối (*tiền*), vơ được khối (*tiền*); **rake together; rake up** a/ cào gom lại: *rake together dead leaves* cào lá rụng gom lại thành đống b/ tập hợp (*người, vật*) một cách khó khăn: *we need to rake up two more players to form a team* chúng tôi cần tập hợp thêm hai đấu thủ nữa để hình thành một đội; *I couldn't rake together enough money for a new bike* tôi đã không thể gom đủ tiền để mua một cái xe đạp mới; **rake up** (*kng*) khơi lại, nhắc lại (*việc đã qua mà đáng ra quên đi thì hơn*): *rake up old quarrels* nhắc lại những cuộc cãi cọ trước kia; *don't rake up the past* chớ có khơi lại quá khứ.

rake[3] /reik/ *dt* (*cũ*) người chơi bời phóng đãng (*đàn ông*).

rake[4] /reik/ *dt* **1.** độ nghiêng về phía sau (*cột buồm, ống khói...*) **2.** độ nghiêng về phía khán giả (*sàn diễn*).

rake[5] /reik/ *dgt* nghiêng; đặt nghiêng: *the stage rakes steeply* sàn diễn nghiêng hẳn về phía khán giả.

rake-off /'reikɒf/ *dt* (*kng*) tiền hoa hồng; tiền chia lãi (*thường là thu được một cách bất chính*).

rakish /'reikiʃ/ *tt* **1.** chơi bời phóng đãng; trác táng **2.** ngông nghênh: *a hat set at a rakish angle* chiếc mũ đội ngông nghênh trên đầu (*trật hẳn ra đằng sau hay nghiêng hẳn một bên*).

rakishly /'reikiʃli/ *pht* **1.** [một cách] trác táng **2.** [một cách] ngông nghênh.

rakishness /'reikiʃnis/ *dt* **1.** vẻ trác táng **2.** vẻ ngông nghênh.

rallentandi /,rælen'tændi/ *dt nh* của rallentando.

rallentando[1] /,rælen'tændəʊ/ *tt pht* (*nhạc*) chậm dần.

rallentando[2] /,rælen'tændəʊ/ *dt* (*nhạc*) (*snh* **rallentandi**) đoạn chậm dần.

rallied /'rælid/ *qk và đttqk* của rally.

rally[1] /'ræli/ *dgt* (**rallied**) **1.** tập hợp: *the troops rallied round their leader* quân lính tập hợp quanh viên chỉ huy; *the leader rallied his men round him* viên chỉ huy tập hợp quân lính quanh mình **2.** [làm cho] bình phục lại; củng cố lại; trấn tĩnh lại: *rally one's spirit* củng cố lại tinh thần; *rally from an illness* hồi phục lại sau trận ốm; *the team rallied after the first half* đội bóng củng cố lại sau hiệp đầu **3.** lại lên (*sau khi đã sút*) (*giá cổ phần*).

rally[2] /'ræli/ *dt* **1.** sự tập hợp **2.** cuộc tập hợp lớn; cuộc mít tinh lớn: *a peace rally* cuộc tập hợp lớn vì hòa bình **3.** sự hồi phục sức khỏe; sự phục hồi: *an unexpected rally of shares on the Stock Market* sự lên giá cổ phần không ngờ trên thị trường chứng khoán **4.** (*thể*) đường bóng qua lại (*trước khi dứt một điểm*) (*quần vợt*) **5.** cuộc đua xe có động cơ trên đường bộ.

rally[3] /'ræli/ *dgt* (**rallied**) (*cũ*) chế giễu, trêu chọc (*ai một cách vui vẻ không có ác ý*).

ram[1] /ræm/ *dt* **1.** cừu đực (*chưa thiến*) **2.** cái đầm (*để đầm đất*); búa đóng cọc **3.** *nh* battering-ram.

ram[2] /ræm/ *dgt* (**-mm-**) **1.** đóng (*cọc*): *ram piles into a river bed* đóng cọc xuống lòng sông **2.** nhồi, nhét, ấn: *ram clothes into a bag* nhét quần áo vào một cái bị; *he rammed his hat on his head* nó ấn cái mũ lên đầu **3.** dụng; đâm vào: *the car rammed against (into) the lorry* chiếc xe hơi đâm vào xe tải; *the frigate rammed the submarine* chiếc tàu khu trục đâm vào tàu ngầm (*nhằm đánh chìm tàu ngầm*). // **ram something down** đầm (*đất...*) cho phẳng ra: *ram down the soil* đầm phẳng đất (*khi làm một con đường*); **ram something home** a/ nhồi, ấn vào: *ram a charge home* nhồi một mồi thuốc súng vào b/ (*bóng*) nhấn mạnh (*một điểm, một lý lẽ*) để cho có sức thuyết phục lớn hơn.

RAM /,ɑːr ei 'em/ **1.** (*vt của* random access memory) bộ nhớ truy tìm ngẫu nhiên (*tin học*) **2.** (*vt của* Royal Academy of Music) học viện âm nhạc hoàng gia.

Ramadan /ˌræməˈdæn, *cg* ˌræməˈdɑːn/ *dt* tháng nhịn ăn ban ngày *(tháng chín theo lịch Hồi giáo)*.

ramble¹ /ˈræmbl/ *dgt* **1.** dạo chơi, ngao du: *I like rambling [around; about] in the country* tôi thích dạo chơi ở nông thôn **2.** nói lan man; viết lan man: *the old man rambled [on] about the past* ông cụ nói lan man về quá khứ **3.** mọc vươn ra; leo lan ra *(cây cối)*: *rambling roses* những cây hoa hồng leo.

ramble² /ˈræmbl/ *dt* cuộc dạo chơi; cuộc ngao du: *go for (on) a ramble in the country* cuộc dạo chơi ở nông thôn.

rambler /ˈræmblə[r]/ *dt* **1.** người dạo chơi **2.** cây leo lan ra.

rambling /ˈræmblɪŋ/ *tt* **1.** phát triển bừa bãi ra nhiều hướng *(thành phố, khối nhà...)* **2.** mọc vươn ra; leo lan ra *(cây)* **3.** lan man; rời rạc *(bài nói, bài viết)*.

rambunctious /ræmˈbʌŋkʃəs/ *tt (Mỹ, kng)* nh rumbustious.

rambutan /ræmˈbuːtən/ *dt (thực)* chôm chôm *(cây, quả)*.

ramekin /ˈræməkɪn/ *dt* **1.** khuôn bỏ lò suất ăn một người **2.** suất ăn [mỗi] khuôn bỏ lò.

ramie /ˈræmiː/ *dt (thực)* gai *(cây, sợi)*.

ramification /ˌræmɪfɪˈkeɪʃn/ *dt (thường snh)* nhánh *(của một cấu trúc phức tạp)*; tình tiết rắc rối; ngóc ngách *(của một sự việc)*: *widespread ramifications of trade* những nhánh mậu dịch phát triển rộng ra; *I couldn't follow all the ramifications of the plot* tôi đã không thể theo dõi mọi ngóc ngách của cốt truyện.

ramify /ˈræmɪfaɪ/ *dgt* **(-fied)** *(thường ở dạng bị động)* đâm nhánh, phân nhánh: *a ramified system of railways* một hệ thống đường sắt phân nhiều nhánh.

ramp¹ /ræmp/ *dt* **1.** dốc, bờ dốc: *a ramp of a bridge* dốc lên cầu **2.** thang lên máy bay **3.** bệ hỏa tiễn.

ramp² /ræmp/ *dt (cũ, lóng)* sự lừa bịp; sự bịp bán giá cắt cổ.

rampage¹ /ræmˈpeɪdʒ/ *dgt* xông lên ào ạt, đổ xô: *the mob rampaged through the village* đám đông đổ xô vào khắp làng.

rampage² /ræmˈpeɪdʒ/ *dt* **be (go) on the rampage** đi phá phách đây đó: *drunken soldiers on the rampage* lính say rượu đi phá phách đây đó.

rampant /ˈræmpənt/ *tt* **1.** lan tràn, hoành hành *(bệnh, tội ác...)*: *cholera was rampant in the district* bệnh tả hoành hành trong vùng; *a city of rampant violence* một thành phố bạo lực lan tràn **2.** um tùm; rậm rạp *(cây cối)* **3.** chồm đứng lên *(sư tử trên huy hiệu...)*: *lions rampant* sư tử chồm đứng lên.

rampantly /ˈræmpəntli/ *pht* **1.** [một cách] lan tràn **2.** [một cách] um tùm, [một cách] rậm rạp **3.** [ở tư thế] chồm đứng lên *(sư tử trên huy hiệu...)*.

rampart /ˈræmpɑːt/ *dt* **1.** *(thường snh)* thành lũy **2.** *(số ít)* công trình phòng vệ, biện pháp bảo vệ: *a rampart against infection* biện pháp phòng nhiễm khuẩn.

ramrod /ˈræmrɒd/ *dt* que nhồi thuốc *(súng hỏa mai)*. // **[as] stiff (straight) as a ramrod** thẳng đơ: *the soldier stood stiff as a ramrod* người lính đứng thẳng đơ.

ramshackle /ˈræmʃækl/ *tt* xiêu vẹo; mục nát: *a ramshackle house* ngôi nhà xiêu vẹo; *a ramshackle old bus* chiếc xe buýt cũ đã nát lắm.

ran /ræn/ *qk của* run.

ranch /rɑːntʃ, *(Mỹ* ræntʃ)/ *dt* nông trại, trại *(nuôi súc vật như ở Bắc Mỹ, hoặc trồng trọt)*.

rancher /ˈrɑːntʃə[r], *(Mỹ* ˈræntʃər)/ *dt* **1.** chủ nông trại; viên quản lý nông trại **2.** công nhân nông trại.

rancid /ˈrænsɪd/ *tt* ôi khét: *this butter has turned rancid* bơ này đã khét rồi.

rancidness /ˈrænsɪdnɪs/ *dt* sự ôi khét.

rancor /ˈræŋkər/ *dt (Mỹ)* nh rancour.

rancorous /ˈræŋkərəs/ *tt* hiểm thù; hận thù.

rancorously /ˈræŋkərəsli/ *pht* [với lòng] hiểm thù; [với lòng] hận thù.

rancour /ˈræŋkə[r]/ *(Mỹ* rancor) *dt* lòng hiểm thù, lòng hận thù: *feel full of rancour against somebody* đầy lòng hiểm thù đối với ai.

rand /rænd/ *dt* đồng ran *(tiền cộng hòa Nam Phi)*.

R and B /ˌɑːr ən ˈbiː/ *(vt của* rhythm and blues*)* nhạc bình dân gốc từ nhạc blu.

R and D /ˌɑːr ən ˈdiː/ *(thường)* *(vt của* research and development*)* nghiên cứu và phát triển *(một bộ phận trong kinh doanh chuyên nghiên cứu những ý tưởng mới cần phát triển và thiết kế những sản phẩm mới)*.

random¹ /ˈrændəm/ *tt (thường thngữ)* hú họa: *a random remark* lời nhận xét hú họa.

random² /ˈræmdəm/ *dt* **at random** hú họa: *open a book at random* mở hú họa cuốn

R

sách *(không nhằm trang nào nhất định cả)*; *shooting at random* bắn hú họa.

random access /ˈrændəm ˈæksɪs/ *(cg* **direct access)** sự truy tìm ngẫu nhiên *(tin học)*.

random access memory /ˌrændəm æksɪs ˈmeməri/ *(vt* RAM) bộ nhớ truy tìm ngẫu nhiên *(tin học)*.

randomly /ˈrændəmli/ *pht* [một cách] hú họa.

randy /ˈrændi/ *tt* (-ier; -iest) *(kng)* bị kích động về tình dục.

ranee, rani /ˈrɑːniː/ *dt* hoàng hậu; công chúa; vương hậu *(vợ vương công) (Ấn Độ trước đây)*.

rang /ræŋ/ *qk của* ring.

range¹ /reɪndʒ/ *dt* **1.** dãy: *a mountain range* một dãy núi **2.** loạt: *a range of colours* một loạt đủ các màu; *sell a whole range of dresses* bán cả một loạt các thứ áo **3.** phạm vi: *the annual range of temperature is from 10°C to 40°C* phạm vi biến đổi nhiệt độ hằng năm là từ 10 đến 40°C; *that subject is outside my range* vấn đề đó nằm ngoài phạm vi hiểu biết của tôi **4.** tầm *(nghe được, thấy được; bắn xa; bay xa...)*: *it came within my range of vision* cái đó ở trong tầm mắt của tôi; *she was out of range [of my voice]* chị ta ở ngoài tầm nghe được tiếng tôi gọi; *the gun has a range of five miles* súng có tầm bắn xa là năm dặm; **the range of an aircraft** tầm bay xa của một phi cơ **5.** bãi bắn; bãi phóng tên lửa **6.** vùng cư trú, vùng phân bố *(của một sinh vật)* **7.** bãi săn bắn; bãi chăn thả **8.** lò bếp.

range² /reɪndʒ/ *dgt* **1.** *(chủ yếu ở dạng bị động)* xếp thành hàng, sắp hàng: *the spectators ranged themselves along the route of the procession* người xem xếp thành hàng trên đường đám rước diễu qua; *flowerpots ranged in rows on the window-sill* chậu hoa xếp thành dãy trên ngưỡng của số **2.** đứng về hàng ngũ, đứng về phía: *on this issue she has ranged herself with the Opposition* về vấn đề ấy chị ta đứng về hàng ngũ của đảng đối lập **3.** thay đổi, xê dịch *(giữa hai mức)*: *their ages range from 25 to 50* tuổi họ xê dịch giữa 25 và 50 **4.** (+ over, through) đi khắp, rong khắp: *cattle ranging over the hills* gia súc rong khắp trên các ngọn đồi; *a wide-ranging discussion* cuộc thảo luận bao gồm nhiều đề tài **5.** (+ over) có tầm bắn là, bắn xa được *(súng, đạn)*: *this rifle ranges over a mile* súng này có tầm bắn là trên một dặm.

range-finder /ˈreɪndʒfaɪndə[r]/ *dt* kính cự ly, trắc viễn kế *(cho biết khoảng cách để chụp ảnh, để bắn)*.

ranger /ˈreɪndʒə[r]/ *dt* **1.** người gác công viên hoàng gia; người gác bất động sản hoàng gia **2.** người gác rừng; nhân viên kiểm lâm **3.** *(Mỹ)* cảnh sát biệt động **4.** *(Mỹ)* đặc công; biệt kích **5.** **Ranger** nữ hướng đạo sinh lớn *(ở Anh)*.

rani /ˈrɑːniː/ *dt* x ranee.

rank¹ /ræŋk/ *dt* **1.** hạng, loại: *a painter of the first rank* họa sĩ hạng nhất; *people of all ranks and classes* người thuộc đủ loại đủ hạng **2.** cấp, bậc: *promoted to the rank of captain* được thăng cấp đại tá **3.** hàng, dãy: *a taxi rank* một hàng xe tắc-xi; *ranks of new houses* những dãy nhà mới **4.** hàng ngũ, đội ngũ: *break ranks* giải tán hàng ngũ; *join the ranks of the unemployed* gia nhập đội ngũ những người thất nghiệp **5.** **the ranks** *(snh)* *(cg* **other ranks)** lính thường *(đối lại với sĩ quan)*: *rise from the ranks* từ lính thường mà trở thành sĩ quan; *be reduced to the ranks* bị giáng xuống làm lính thường. // **close ranks** x close⁴; **pull rank** x pull².

rank² /ræŋk/ *dgt* **1.** [được] xếp vào hàng: *I rank her among the country's best writers* tôi xếp bà ta vào hàng các nhà văn lớn nhất nước ta; *a major ranks above a captain* thiếu tá xếp [vào hàng] trên đại úy; *a high-ranking official* một quan chức cao cấp **2.** có cấp bậc cao hơn *(ai)*.

rank³ /ræŋk/ *tt* **1.** rậm rạp; sum sê: *rank grass* cỏ rậm rạp **2.** có nhiều cỏ dại; có khả năng sinh nhiều cỏ dại *(đất)*: *land too rank to grow corn* đất nhiều cỏ dại quá không trồng ngô được **3.** hôi; ôi khét: *rank tobacco* thuốc lá hôi **4.** *(xấu)* hết sức; quá chừng: *rank insolence* sự láo xược quá chừng.

the rank and file /ˌræŋkən ˈfaɪl/ **1.** lính thường *(không phải là sĩ quan)* **2.** *(bóng)* thành viên thường *(của một tổ chức)*: *the rank and file of the party* đảng viên thường; *rank-and-file workers* công nhân thường.

ranking officer /ˈræŋkɪŋ ɒfɪsər/ *(Mỹ)* sĩ quan cấp cao nhất.

rankle /ˈræŋkl/ *dgt* giày vò; day dứt: *the insult still rankled in his mind* lời lăng mạ vẫn giày vò đầu óc anh ta.

rankly /'ræŋkli/ *pht* **1.** [một cách] râm rạp, [một cách] sum sê **2.** [với] nhiều cỏ dại **3.** [một cách] hôi; [một cách] ôi khét **4.** hết sức; quá chừng.

ransack /'rænsæk, (*Mỹ* rən-'sæk)/ *dgt* **1.** lục lọi khắp: *I've ransacked the house for those papers, but I can't find them* tôi lục lọi khắp nhà tìm các giấy tờ ấy nhưng không thấy **2.** cướp phá.

ransom¹ /'rænsəm/ *dt* **1.** sự chuộc *(người bị bắt cóc)* **2.** tiền chuộc: *pay ransom to the kidnappers* nộp tiền chuộc cho những kẻ bắt cóc. // **hold somebody to ransom** a/ bắt giữ ai để đòi tiền chuộc b/ *(bóng)* dọa dẫm để được một số nhượng bộ: *the unions are holding the country to ransom* các công đoàn đang gây áp lực đối với đất nước để được một số nhượng bộ *(bằng cách dọa đình công...)*; **a king's ransom** x king.

ransom² /'rænsəm/ *dgt* **1.** chuộc *(ai)* về sau khi nộp tiền chuộc **2.** giữ *(ai)* lại để đòi tiền chuộc.

rant /rænt/ *dgt* thét lác: *he ranted [on] at me about my mistakes* ông ta thét lác tôi về những lỗi lầm của tôi. // **rant and rave** lên án mạnh mẽ, chỉ trích mạnh mẽ *(ai, cái gì)*: *you can rant and rave at the fine, but you'll still have to pay it* anh có thể chỉ trích mạnh mẽ vụ phạt ấy, nhưng anh vẫn phải nộp tiền phạt.

ranter /'ræntə[r]/ *dt* kẻ thét lác; kẻ huênh hoang.

rap¹ /ræp/ *dt* **1.** cú đánh nhanh; cú gõ nhanh; tiếng đánh nhanh, tiếng gõ nhanh: *there was a rap at (on) the door* có tiếng gõ ở cửa **2.** *(Mỹ, lóng)* cuộc nói

chuyện nhanh; tiếng huyên thuyên. // **beat the rap** x beat¹; **give somebody (get) a rap on (over) the knuckles** *(kng)* trách mắng ai; quở trách ai *(bị trách mắng, bị quở trách)*: *he got a rap over the knuckles from the teacher for not doing enough work* nó bị thầy giáo quở trách vì không làm đủ bài; **take the rap for something** *(Mỹ, kng)* bị phạt vì việc gì chưa làm.

rap² /ræp/ *dgt* (-pp-) **1.** đánh nhanh: *she rapped my knuckles* chị ta đánh nhanh vào khớp đốt ngón tay của tôi **2.** gõ nhanh: *rap [at] the door* gõ cửa; *rap [on] the table* gõ xuống bàn **3.** *(kng)* quở trách, trách: *she rapped the Minister publicly for his indiscreet remarks* bà ta công khai trách ông bộ trưởng về những nhận xét hớ hênh của ông **4.** *(Mỹ, lóng)* nói nhanh; nói huyên thuyên. // **rap something out** a/ nói ra đột ngột: *the officer rapped out the orders* viên sĩ quan đột ngột ra lệnh b/ thốt ra: *rap out an oath* thốt ra một lời nguyền rủa.

rap³ /ræp/ *dt* **not care (give) a rap** *(kng)* cóc cần.

rapacious /rə'peiʃəs/ *tt* **1.** tham tiền **2.** tham tàn: *rapacious invaders* quân xâm lược tham tàn.

rapaciously /rə'peiʃəsli/ *pht* **1.** [một cách] tham tiền **2.** [một cách] tham tàn.

rapacity /rə'pæsəti/ *dt* **1.** tính tham tiền **2.** tính tham tàn.

rape¹ /reip/ *dgt* hãm hiếp, cưỡng dâm.

rape² /reip/ *dt* **1.** sự hãm hiếp **2.** sự bị hãm hiếp: *her rape had a profound psychological effect on her* việc chị ta bị hiếp dâm đã để lại cho chị một tác động

tâm lý sâu sắc **3.** *(bóng)* sự can thiệp thô bạo vào: *the rape of the countryside* sự can thiệp thô bạo vào nông thôn *(bằng cách xây nhiều công trình...)*.

rape³ /reip/ *dt (thực)* cây cải dầu.

rapid¹ /'ræpid/ *tt* **1.** nhanh, chóng, nhanh chóng, mau lẹ: *a rapid pulse* mạch nhanh; *cats have rapid reflexes* mèo có phản xạ mau lẹ **2.** đứng *(đường dốc)*: *a rapid slope* một dốc đứng. // **make rapid strides** x stride.

rapid² /'ræpid/ *dt* **rapids** *(snh)* thác, ghềnh.

rapid-fire /'ræpidfaiə[r]/ *tt* **1.** bắn liên hồi *(súng)* **2.** dồn dập *(câu hỏi...)*: *the rapid-fire jokes of a comedian* những câu đùa dồn dập *(liên hồi)* của một diễn viên hài kịch.

rapidity /rə'pidəti/ *dt* sự nhanh chóng, sự mau lẹ.

rapidly /'ræpidli/ *pht* [một cách] nhanh chóng, [một cách] mau lẹ.

rapid transit /,ræpid 'trænzit/ *(Mỹ)* hệ thống giao thông công cộng nhanh.

rapier /'reipiə[r]/ *dt (sử)* trường kiếm *(hai mặt lưỡi)*.

rapier-thrust /'reipiəθrʌst/ *dt (bóng)* lời nhận xét dí dỏm; câu đáp lại dí dỏm.

rapine /'ræpain, (*Mỹ* 'ræpin)/ *dt* sự cướp bóc; sự cướp đoạt.

rapist /'reipist/ *dt* người hãm hiếp, người cưỡng dâm.

rapport /ræ'pɔ:[r], (*Mỹ* ræ-'pɔ:rt)/ *dt (số ít)* quan hệ: *be in rapport with somebody* có quan hệ với ai.

rapprochement /ræ'prɒʃmɒŋ, ræ'prəʊʃmɒŋ, (*Mỹ* ,ræprəʊʃ-'mɒŋ)/ *dt (tiếng Pháp)* việc lập lại mối quan hệ hữu nghị *(giữa hai nước...)*.

R

rapscallion /ræp'skæljən/ *dt* (*cổ hoặc đùa*) kẻ bất lương; tên vô lại.

rapt /ræpt/ *tt* say mê, mải mê: *rapt in contemplation* sự mải mê trầm ngâm; *he listened to the music with rapt attention* anh ta mải mê nghe nhạc.

raptly. /'ræptli/ *pht* [một cách] say mê; [một cách] mải mê.

rapture /'ræptʃə[r]/ *dt* trạng thái say mê: *gazing in (with) rapture at the girl he loved* nó say mê nhìn cô gái mà nó yêu. // **be in (go into) raptures about (over)** sung sướng vô ngần; mê ly: *I'm in raptures about my new job* tôi vô ngần sung sướng với công việc mới của tôi.

rapturous /'ræptʃərəs/ *tt* sung sướng vô ngần; đầy phấn khởi; đầy nhiệt tình: *a rapturous look* cái nhìn đầy phấn khởi; *give somebody a rapturous welcome* dành cho một sự đón tiếp đầy nhiệt tình.

rapturously /'ræptʃərəsli/ *pht* [một cách] phấn khởi; [một cách] nhiệt tình.

rare¹ /reə[r]/ *tt* (**-r, -st**) **1.** hiếm, ít có: *a rare book* một cuốn sách hiếm; *it is rare for her to arrive late* ít có khi cô ta đến muộn **2.** (*thngữ*) (*cũ*) rất quý, đặc biệt tốt; tuyệt vời: *we had a rare time at the party* chúng tôi đã được một thời gian tuyệt vời trong buổi liên hoan **3.** loãng (*không khí...*): *the rare atmosphere of the mountain tops* không khí loãng trên đỉnh núi.

rare² /'reə[r]/ *tt* tái, [rán] còn lòng đào (*thịt bò*).

rarebit /'reəbit/ *dt nh* Welsh rarebit.

rare earth /'reəɜ:θ/ (*hóa*) nguyên tố đất hiếm.

rarefied /'reərifaid/ *tt* (*thường thngữ*) **1.** đã loãng đi (*không khí...*) **2.** (*bóng*) tế nhị, tao nhã; cao quý (*ý kiến...*): *living in a rarefied academic atmosphere* sống trong một không khí học thuật tao nhã.

rarefy /'reərifai/ *dgt* (**-fied**) (*thường ở dạng bị động*) [làm] loãng ra.

rarely /'reəli/ *pht* ít khi; hiếm khi: *I rarely eat in restaurants* tôi ít khi đi ăn hiệu.

rareness /'reənis/ *dt* sự hiếm có, sự ít có.

raring /'reəriŋ/ *tt* (*thngữ*) háo hức: *she is raring to try out her new skates* cô ta háo hức đi thử đôi lưỡi trượt băng mới của cô ta. // **raring to go** hăng hái ra đi; quyết ra đi.

rarity /'reərəti/ *dt* **1.** sự hiếm có; sự ít có **2.** vật hiếm có; vật quý hiếm; của hiếm: *rain is a rarity in the desert* mưa là cái hiếm có trên hoang mạc.

rascal /'rɑ:skl, (*Mỹ* 'ræskl)/ *dt* **1.** kẻ bất lương, tên vô lại **2.** (*đùa*) thằng ranh con, nhóc con: *give me my keys back, you little rascal!* trả chìa khóa tao đi thằng ranh con kia!

rascally /'rɑ:skəli/ *tt* bất lương, đểu giả: *a rascally trick* trò đểu giả.

rase /'reiz/ *dgt nh* raze.

rash¹ /ræʃ/ *dt* **1.** (*thường số ít*) nốt ban (*phát ra trên da*): *I break out (come out) in a rash if I eat chocolate* ăn sô-cô-la là tôi phát ban ngay; *the heat brought her out in a rash* nóng làm cô ta phát ban lên **2.** (*số ít*) (*bóng*) sự xuất hiện đột ngột; sự lan ra đột ngột: *a rash of ugly new houses* sự mọc lên đột ngột của nhiều ngôi nhà mới xấu xí; *a rash of strikes in the steel industry* sự lan ra một loạt đình công trong công nghiệp thép.

rash² /ræʃ/ *tt* (**-er, -est**) liều; bốc; thiếu suy nghĩ: *don't make rash promises* đừng có bốc mà hứa liều nhé.

rasher /'ræʃə[r]/ *dt* lát (*giăm bông; thịt lưng lợn hun khói*): *a fried egg and a couple of rashers of ham for breakfast* một quả trứng rán và hai lát giăm bông cho bữa ăn sáng.

rashly /'ræʃli/ *pht* [một cách] liều; [một cách] bốc; [một cách] thiếu suy nghĩ.

rashness /'ræʃnis/ *dt* sự liều; sự thiếu suy nghĩ: *I lent him £5 in a moment of rashness* tôi đã cho nó vay 5 bảng trong một giây phút thiếu suy nghĩ.

rasp¹ /rɑ:sp, (*Mỹ* ræsp)/ *dt* **1.** cái nạo; cái giũa thô **2.** tiếng nạo; tiếng kèn kẹt: *the rasp of a saw on wood* tiếng cưa gỗ kèn kẹt.

rasp² /rɑ:sp, (*Mỹ* ræsp)/ *dgt* **1.** nạo; giũa **2.** (*thường + out*) rít lên: *rasp [out] insults* rít lên những lời chửi rủa **3.** kêu kèn kẹt, phát ra những tiếng như nạo vào tai: *a rasping voice* giọng nói như nạo vào tai; *a learner rasping [away] on his violin* một người học đàn cò cử kéo vi-ô-lông. // **rasp something away (off)** nạo (giũa) (*cái gì*) đi: *rasp off the rough edges* giũa các gờ xù xì đi.

raspberry /'rɑ:zbri, (*Mỹ* 'ræzberi)/ *dt* **1.** (*thực*) ngấy dâu, phúc bồn tử (*cây, quả*) **2.** (*Mỹ cg* **razz; Bronx cheer**) (*kng*) tiếng tặc lưỡi (*tỏ ý không thích hoặc coi khinh*): *the teacher got a raspberry as she turned her back* cô giáo quay lưng lại thì thấy trong đám học trò có tiếng tặc lưỡi.

Rastafarian¹ /ˌræstə'feəriən/ *dt* thành viên giáo phái cứu rỗi người da đen.

Rastafarian² /ˌræstə'feəriən/ *tt* [thuộc] giáo phái cứu rỗi người da đen.

rat¹ /ræt/ *dt* **1.** con chuột **2.** *(kng)* kẻ phản bội; kẻ bỏ hàng ngũ khi gặp thời khó khăn: *so you've changed sides you dirty rat!* thế là anh đã đổi hàng ngũ, đồ phản bội nhơ bẩn! **3.** *(kng)* kẻ đáng ghét; kẻ đáng khinh // **like a drowned rat** *x* drown; **smell a rat** *x* smell².

rat² /ræt/ *dgt* **(-tt-) 1.** *(thường go ratting)* bắt chuột **2.** *(kng)* bội ước **3.** *(kng)* tiết lộ bí mật; phản bội *(ai)*.

rat-a-tat, rat-a-tat-tat /'rætə'tæt, 'rætətæt'tæt/ *dt nh* rat-tat.

ratbag /'rætbæg/ *dt (Úc, lóng)* kẻ đê tiện.

ratchet /'ræʃit/ *dt (cơ)* **1.** cơ cấu bánh cóc **2.** *(cg* **ratchet-wheel)** bánh cóc.

ratchet-wheel /'ræʃitwi:l/ *dt (cơ)* bánh cóc.

rate¹ /reit/ *dt* **1.** tỷ lệ: *the annual birth rate* tỷ lệ sinh đẻ hàng năm **2.** tốc độ: *the train was going at the rate of 80 kilometres an hour* xe lửa đang chạy với tốc độ 80 kilômet một giờ **3.** giá, tỷ giá; suất; mức: *rate of exchange* tỷ giá hối đoái; *rate of living* mức sống; *special reduced rate for children* giá hạ đặc biệt đối với trẻ em; *what's the going rate for babysitters?* giá trông giữ trẻ hiện hành là bao nhiêu thế? **4.** hạng, loại: *a first-rate job* một việc làm thượng hạng; *a first-rate teacher* một giáo viên loại giỏi **5.** *(thường snh)* thuế nhà đất địa phương. // **at any rate** dù

thế nào nữa; **at a rate of knots** *(kng)* rất nhanh; **at this (that) rate** *(kng)* nếu thế; nếu vậy; theo kiểu ấy (kiểu đó): *at this rate, we shall soon be bankrupt* theo kiểu ấy thì chúng ta sẽ sớm phá sản.

rate² /reit/ *dgt* (+ at; as) **1.** đánh giá; ước lượng: *he is highly rated as a novelist* anh ta được đánh giá cao trong giới sáng tác tiểu thuyết; *what do you rate his income at?* anh ước lượng thu nhập của anh ta độ bao nhiêu?; *I don't rate this play at all* tôi không đánh giá vở kịch ấy cao chút nào cả **2.** coi, xem như: *do you rate Tam among your friends?* anh có coi Tam như bạn mình không? **3.** *(chủ yếu ở dạng bị động)* định giá *(nhà đất)* để đánh thuế; định thuế: *a house rated at £500 per annum* ngôi nhà định thuế 500 bảng mỗi năm **4.** *(Mỹ, kng)* đáng; xứng đáng: *that joke didn't rate a laugh* câu nói đùa ấy không đáng cười.

rateable /'reitəbl/ *tt* có khả năng là phải nộp thuế địa phương: *the rateable value of a house* giá [đến mức] có khả năng là phải nộp thuế địa phương.

rate-capping /'reitæpiŋ/ *dt* giới hạn tăng thuế nhà đất để tránh bội chi.

ratepayer /'reitpeiə[r]/ *dt* người nộp thuế nhà đất.

ratfink /'rætfiŋk/ *dt (Mỹ, lóng, xấu)* **1.** người khó ưa **2.** tên chỉ điểm.

rather¹ /'ra:ðə[r], *(Mỹ* 'ræðər)/ *pht* phần nào, hơi, khá: *the book is rather long* cuốn sách hơi dài; *for a Vietnamese he speaks English rather well* là người Việt Nam, anh ta nói tiếng Anh khá tốt đấy; *he spoke rather too*

quickly for me to understand đối với tôi anh ta nói nhanh đến nỗi tôi không thể hiểu được; *I rather suspect we're making a big mistake* tôi hơi ngờ là chúng ta đã phạm sai lầm lớn. // **or rather** hay đúng hơn: *I worked as a secretary, or rather, a typist* tôi làm thư ký, hay đúng hơn, là một chân đánh máy; **would rather... [than]** *(Mỹ cg* **had rather... [than])** thà còn... hơn, thích... hơn: *I'd rather walk than take a bus* tôi thích đi bộ hơn là đi xe buýt; *she'd rather die than lose her children* chị ta thà chết còn hơn mất các con.

rather² /'ra:ðə[r]/, *(Mỹ* 'ræðər)/ *tht (cũ)* nhất định, tất nhiên: *"how about a trip to the coast?" "Rather!"* "ta làm một vòng ra bờ biển đi, anh nghĩ sao?" "tất nhiên là đồng ý".

rather than /'ra:ðə ðən/ *gt* hơn là; thay vì: *I think we have a cold drink rather than coffee* tôi nghĩ là ta uống một thứ gì đó lạnh hơn là dùng cà phê.

ratification /ˌrætifi'keiʃn/ *dt* sự phê chuẩn.

ratify /'rætifai/ *dgt* **(-fied)** phê chuẩn *(một hiệp ước...)*: *ratify a treaty* phê chuẩn một hiệp ước.

rating /'reitiŋ/ *dt* **1.** sự đánh giá; sự xếp loại: *the critics, rating of the film was low* cuốn phim được các nhà phê bình xếp loại thấp **2.** *(thường snh)* sự ưa thích *(truyền thanh, truyền hình...)* dựa trên thống kê *(số người nghe, người xem)*: *our show has gone up in the ratings* cuộc biểu diễn của chúng ta đã được ưa thích nhiều hơn **3.** sự tính mức thuế địa phương; mức thuế địa phương **4.** địa vị

R

(do trách nhiệm tài chính hay độ đáng tin cậy mà có): enjoy a high credit rating được ở địa vị tin cậy cao **5.** *(chủ yếu ở Anh)* thủy thủ: *officers and ratings* sĩ quan và thủy thủ.

ratio /'reiʃiəʊ/ *dt* tỷ lệ: *in the ratio of 5 to 10* theo tỷ lệ 5 trên 10; *be in direct ratio to* theo tỷ lệ thuận với; *be in inverse ratio to* theo tỷ lệ nghịch với.

ratiocination /,ræti,ɒsi-'neiʃn, (Mỹ ,ræʃi,ɒsi'neiʃn)/ *dt* sự suy lý.

ration¹ /'ræʃn/ *dt* **1.** khẩu phần: *the monthly rice ration* khẩu phần gạo hằng tháng **2. rations** *(snh)* khẩu phần ăn hằng ngày *(của quân nhân).* // **be on short rations** x short.

ration² /'ræʃn/ *dgt* hạn định theo khẩu phần: *we'll have to ration the water* chúng ta phải hạn định nước uống theo khẩu phần; *people were rationed to one egg a week* dân chúng được hạn định một quả trứng mỗi tuần; *bread was rationed to one loaf per family* bánh mì được hạn định một ổ mỗi gia đình.

rational /'ræʃnəl/ *tt* **1.** có lý trí: *man is a rational being* người là một sinh vật có lý trí **2.** hợp lý, phải lẽ: *a rational solution* một giải pháp hợp lý **3.** minh mẫn; lành mạnh: *despite her recent stroke, she is quite rational* mặc dù mới bị một cơn đột quy, chị ta vẫn minh mẫn lắm.

rationale /,ræʃə'nɑ:l, (Mỹ ,ræʃə'næl)/ *dt* lý do căn bản; cơ sở lô-gích: *the rationale behind a decision* lý do căn bản đằng sau một quyết định.

rationalisation /,ræʃnəlai-'zeiʃn/ *dt* nh rationalization.

rationalise /'ræʃnəlaiz/ *dgt* nh rationalize.

rationalism /'ræʃnəlizəm/ *dt* chủ nghĩa duy lý.

rationalist¹ /'ræʃnəlist/ *dt* người duy lý chủ nghĩa.

rationalist² /'ræʃnəlist/ *tt* duy lý chủ nghĩa.

rationalistic /'ræʃnəlistik/ *tt* duy lý chủ nghĩa.

rationality /,ræʃə'næləti/ *dt* sự hợp lý.

rationalization /,ræʃnəlai-'zeiʃn, (Mỹ ,ræʃnəli'zeiʃn)/ *dt* **1.** sự hợp lý hóa **2.** sự biện minh *(cho một hành động...).*

rationalize /'ræʃnəlaiz/ *dgt* **1.** hợp lý hóa: *rationalize production* hợp lý hóa sản xuất **2.** biện minh: *she rationalized her decision to abandon her baby by saying she could not afford to keep it* chị ta biện minh cho quyết định bỏ đứa con của chị bằng cách nói rằng chị ta không có đủ khả năng nuôi nó.

rationally /'ræʃnəli/ *pht* [một cách] hợp lý; [một cách] hợp lệ.

ration card /'ræʃnkɑ:d/ thẻ phân phối *(nhu yếu phẩm trong thời chiến...).*

rationing /'ræʃniŋ/ *dt* chế độ phân phối hạn định *(những lúc khan hiếm hàng hóa...).*

ratline, ratlin /'rætlin/ *dt* *(thường snh) (hải)* thang dây.

the rat race /'rætreis/ cuộc ganh đua quyết liệt *(để giành chức vị...):* opt out of the rat race* rút lui khỏi cuộc ganh đua chức vị.

rats /ræts/ *tht (kng, cũ)* tầm bậy nào *(biểu thị sự bực mình, sự coi thường).*

rattan /ræ'tæn/ *dt* **1.** *(thực)* cây mây; cây song **2.** gậy song, ba toong song **3.** mây *(để đan mặt ghế...).*

rat-tat /,ræt'æt/, **rat-a-tat** /,rætə'tæt/, **rat-a-tat-tat** /,rætətæt'tæt/ *dt (số ít)* tiếng cọc cọc *(gõ cửa).*

ratter /'rætə[r]/ *dt* chó bắt chuột; mèo bắt chuột.

rattle¹ /'rætl/ *dgt* **1.** [làm] kêu lạch cạch; rơi lộp độp: *the windows were rattling in the wind* cánh cửa sổ bị gió thổi kêu lạch cạch; *hailstones rattled on the roof* những cục mưa đá rơi lộp độp trên mái nhà **2.** *(kng)* *(chủ yếu ở dạng bị động)* làm hoảng sợ, làm hoảng hốt: *the policeman's visit really got her rattled* viên cảnh sát đến nhà thực sự làm chị ta hoảng sợ. // **rattle along (off; past...)** chạy lạch cạch: *the old bus rattled along the stony road* chiếc xe buýt cũ chạy lạch cạch trên con đường đá; **rattle away; rattle on** nói huyên thuyên: *he rattled on about his job, not noticing how boring he was* nó nói huyên thuyên về việc làm của nó mà không nhận thấy nó làm người khác chán ngấy; **rattle something off** đọc liền láu: *the child rattled off the poem he had learnt* cháu bé đọc liền láu bài thơ mà nó đã học được; **rattle through** kể *(chuyện);* đọc lại rất nhanh *(một danh sách):* he rattled through the list of names* nó đọc lại danh sách một cách rất nhanh.

rattle² /'rætl/ *dt* **1.** tiếng lạch cạch; tiếng lộp độp: *the rattles of bottles* tiếng chai va vào nhau lạch cạch **2.** cái lúc lắc *(đồ chơi trẻ em)* **3.** *(động)* vòng sừng *(trên đuôi rắn chuông).*

rattler /'rætlə[r]/ *dt* (Mỹ, kng) nh rattlesnake.

rattlesnake /'rætlsneik/ *dt* (động) rắn chuông.

ratty /'ræti/ *tt* (-ier; -iest) 1. (kng) hay cáu, hay gắt gỏng 2. (Mỹ, kng) ọp ẹp; tồi tàn 3. [thuộc] chuột; như chuột; lắm chuột.

raucous /'rɔ:kəs/ *tt* khàn khàn: *a raucous voice* giọng khàn khàn.

raucously /'rɔ:kəsli/ *pht* [một cách] khàn khàn.

raucousness /'rɔ:kəsnis/ *dt* sự khàn khàn; giọng khàn khàn.

raunchily /'rɔ:ntʃili/ *pht* (kng, Mỹ) [một cách] hứng tình; [một cách] tà dâm.

raunchy /'rɔ:ntʃi/ *tt* (kng, Mỹ) hứng tình; tà dâm: *feel raunchy* hứng tình; *a raunchy story* chuyện tà dâm.

ravage /'rævidʒ/ *dgt* 1. tàn phá: *forests ravaged by fire* rừng bị lửa tàn phá, rừng bị lửa thiêu hủy 2. cướp phá: *bands of soldiers ravaged the countryside* những toán lính cướp phá miền quê.

the ravages /'rævidʒiz/ *dt snh* cảnh tàn phá; tác dụng tàn phá: *the ravages of deforestation on the hills* cảnh phá rừng trên các ngọn đồi; *the ravages of time had spoilt her looks* (bóng) sự tàn phá của thời gian đã cướp đi vẻ đẹp của nàng.

rave[1] /reiv/ *dgt* 1. (+ at, against, about) nói như điên như dại: *the patient began to rave at the nurses* người bệnh bắt đầu nói như điên như dại với các chị y tá 2. (+ about) nói say sưa; viết với lòng thán phục (về ai, về cái gì): *she simply raved about Chinese cooking* chị ta nói say sưa một cách hồn nhiên về cách nấu ăn

của Trung Quốc // **rant and rave** x rant.

rave[2] /reiv/ *dt* 1. (chủ yếu, làm thngữ) (kng) lời ca ngợi nhiệt tình: *the play got rave notices in the papers* vở kịch được ca ngợi nhiệt tình trên những bài báo 2. (cg **rave-up**) (cũ, kng) buổi liên hoan vui nhộn; buổi khiêu vũ cuồng nhiệt: *have a rave-up* đã qua một buổi liên hoan vui nhộn.

ravel /'rævl/ *dgt* (-ll-, Mỹ cg -l-) 1. [làm] rối; thắt nút (chỉ...) 2. tuột ra (sợi đan...).

raven[1] /'reivn/ *dt* (động) con quạ.

raven[2] /'reivn/ *tt* đen nhánh (tóc).

ravening /'rævəniŋ/ *tt* (thngữ) đói bụng đi kiếm ăn (chó sói...).

ravenous /'rævənəs/ *tt* 1. đói cồn cào, đói lắm: *where's the dinner? I'm ravenous!* cơm tôi đâu rồi? tôi đói cồn cào đây! 2. ngấu nghiến (ăn, đói): *a ravenous appetite* ngon miệng ăn ngấu nghiến.

ravenously /'rævənəsli/ *pht* 1. [một cách] cồn cào (đói) 2. [một cách] ngấu nghiến (ăn, đói).

raver /'reivə[r]/ *dt* (kng, mỉa) kẻ sống bừa bãi điên loạn.

ravine /rə'vi:n/ *dt* thung lũng hẹp và sâu.

raving[1] /'reiviŋ/ *tt* (thngữ) nói điên loạn: *a raving lunatic* người mất trí nói điên loạn.

raving[2] /'reiviŋ/ *pht* (kng) hoàn toàn: *you're raving mad* anh điên hoàn toàn rồi.

ravings /'reiviŋz/ *dt snh* lời nói điên loạn: *the ravings of a madman* lời nói điên loạn của một anh mất trí.

rave-up /'reivʌp/ *dt* x rave *dt*.

ravioli /rævi'əuli/ *dt* tấm xắm (món ăn).

ravish /'ræviʃ/ *dgt* 1. làm mê thích, làm say mê: *he was ravished by her beauty* anh ta mê [thích] sắc đẹp của cô ta 2. (cũ) hãm hiếp (phụ nữ).

ravishing /'ræviʃiŋ/ *tt* (kng) làm say mê, mê hồn: *ravishing smile* nụ cười mê hồn.

ravishingly /'ræviʃiŋli/ *pht* (kng) [một cách] mê hồn.

raw[1] /rɔ:/ *tt* 1. sống (chưa nấu chín): *raw meat* thịt sống 2. thô, sống (chưa chế biến): *raw sugar* đường thô; *raw silk* tơ sống; *processing raw data* xử lý dữ liệu thô 3. (thường thngữ) non nớt, chưa có kinh nghiệm: *raw recruits* tân binh [còn non nớt] 4. trầy da; đau buốt (vết thương) 5. chưa gọt giũa, sống sượng (lời văn...) chân thực; hiện thực: *a raw portrayal of working class life* bức tranh hiện thực về cuộc sống của giai cấp công nhân 6. ẩm và lạnh (thời tiết): *raw north-east winds* gió đông bắc ẩm và lạnh 7. không viền cho khỏi xơ ra (mép vải). // **a raw deal** x deal[1].

raw[2] /rɔ:/ *dt* **in the raw** a/ chưa gọt giũa; còn nguyên dạng: *nature seen in the raw* thiên nhiên nhìn ở thể nguyên dạng b/ trần truồng (người). // **touch somebody on the raw** x touch[2].

raw-boned /rɔ:'bəund/ *tt* (thường xấu) gầy giơ xương: *a raw-boned horse* con ngựa gầy giơ xương.

rawhide /'rɔ:haid/ *dt* da sống, da chưa thuộc.

raw material /rɔ:mə'tiəriəl/ (thường snh) nguyên liệu.

R

rawness /'rɔ:nis/ *dt* **1.** tình trạng còn sống **2.** tình trạng còn thô **3.** sự non nớt, sự thiếu kinh nghiệm **4.** sự chưa gọt giũa *(lời văn...)* **5.** sự chân thực; tính hiện thực **6.** sự ẩm và lạnh *(thời tiết)* **7.** sự không viền *(mép vải)*.

ray¹ /rei/ *dt* tia: *the rays of the sun* tia mặt trời; *X-ray* tia X; *a ray of hope* một tia hy vọng. // **a ray of sunshine** *(kng)* một tia nắng ấm *(người hoặc vật làm cho cuộc đời của ai đó rạng rỡ hơn, phấn khởi hơn)*.

ray² /rei/ *dt (động)* cá đuối.

ray³ *(cg* **re)** [rei] *dt (nhạc)* nốt rê.

rayon /'reiɒn/ *dt* tơ nhân tạo.

raze *(cg* **rase)** /reiz/ *dgt* raze *to the ground* san bằng *(một ngôi nhà... không còn để một bức tường nào)*.

razor /'reizə[r]/ *dt* dao cạo.

razor-back /'reizəbæk/ *dt* lợn gồ sống lưng *(ở Nam Mỹ)*.

razor-blade /'reizəbleid/ *dt* lưỡi dao bào.

razor-edge /ˌreizə'edʒ/ *dt (cg* **razor's edge)** *(bóng)* đường phân chia rõ rệt, ranh giới rõ rệt: *a razor-edge of difference between intelligence and stupidity* ranh giới khác nhau rõ rệt giữa trí thông minh và sự ngu dại. // **on a razor-edge (razor's edge)** trong cảnh nguy kịch: *since he escaped from gaol, Tom has been living on a razor's edge, terrified of recapture* từ khi trốn khỏi nhà tù, Tom sống trong cảnh nguy kịch, sợ lại bị bắt lại.

razor-sharp /ˌreizə'ʃɑ:p/ *tt* **1.** hết sức sắc **2.** *(bóng)* hết sức sắc sảo: *razor-sharp repartee* lời ứng đối hết sức sắc sảo.

razz¹ /ræz/ *dgt (Mỹ, kng)* nhạo báng, chế giễu: *kids razzing the teacher* mấy thằng nhóc chế giễu thầy giáo.

razz² /ræz/ *dt (Mỹ, kng)* nh raspberry 2.

razzle /'ræzl/ *dt* be (go) [out] on the razzle *(kng)* [đi] vui chơi mải miết; [đi] chè chén lu bù.

razzmatazz /ˌræzmə'tæz/; *cg* **razzamatazz** /ˌræzəmə'tæz/ *dt (kng)* sự quảng cáo lố lăng: *the razzamatazz of showbiz* sự quảng cáo lố lăng của nghề kinh doanh trò vui.

RC /ˌɑ: 'si:/ **1.** *(vt của* Red Cross) hồng thập tự **2.** *(vt của* Roman Catholic) Công giáo La Mã.

RCM /ˌɑ: si: 'em/ *(vt của* Royal College of Music) học viện âm nhạc hoàng gia.

RD /ˌɑ: 'di:/ *(Mỹ) (vt của* rural delivery) *(trên địa chỉ bưu điện)* trạm phân phát *(thư...)* nông thôn.

Rd *(vt của* road) đường *(trong tên phố)*: *12 Ashton Rd* 12 đường Ashton.

re¹ /rei/ *dt (nhạc)* nh ray³.

re² /ri:/ *gt* về, về việc: *re your letter of 1 September* về lá thư của ông ngày 1 tháng chín.

re- *(tiền tố)* lại, lần nữa *(x* reappear, rearm...).

reach¹ /ri:tʃ/ *dgt* **1.** chìa *(tay)* ra để với lấy; với lấy; với tới: *reach out one's hand* chìa tay ra; *trees reach out their branches* cây chìa cành ra; *reach down one's hat* với lấy cái mũ xuống; *reach the ceiling* với tới trần nhà **2.** liên lạc được với (ai) *(bằng diện thoại...)*: *I can't reach him by phone (on the phone)* tôi không thể liên lạc được với ông ta bằng điện thoại **3.** đến, tới, đi đến: *reach*

the end of the chapter tới cuối chương; *not a sound reached our ears* không một tiếng nào đến tai chúng ta; *you'll know better when you reach my age* anh ta sẽ biết rõ hơn khi anh đến tuổi tôi. // **something reaches somebody's ears** x ear¹; **reach the headlines** x headline; **reach for the stars** tham [vọng] lắm.

reach² /ri:tʃ/ *dt* **1.** tầm với: *a boxer with a long reach* võ sĩ quyền Anh có tầm duỗi tay dài *(để đấm đối phương)* **2.** *(thường snh)* khúc sông *(giữa hai chỗ ngoặt)*: *the upper reaches of the Thames* những khúc sông thượng lưu sông Thames. // **beyond (out of; within) [one's] reach** a/ ngoài (trong) tầm tay: *have a dictionary within [arm's] reach* quyển từ điển ở trong tầm với; *the shelf is so high it is well out of (beyond) my reach* cái kệ đặt cao quá tầm với của tay tôi b/ *(bóng)* ngoài (trong phạm vi) khả năng, *(của ai)*; trong (ngoài) phạm vi hoạt động *(của ai)*; ngoài tầm với: *concepts beyond the reach of one's intelligence* khái niệm ngoài tầm với của trí thông minh; *the gang live abroad, beyond the reach of the British police* băng ấy sống ở ngoại quốc, ngoài phạm vi hoạt động của cảnh sát Anh; **within [easy] reach** ở một khoảng cách tới được dễ dàng: *the hotel is within easy reach of the beach* khách sạn cách xa bãi biển một khoảng tới được dễ dàng.

reachable /'ri:tʃəbl/ *tt* có thể với tới được.

reach-me-downs /'ri:tʃ mi: daʊnz/ *dt snh* hand-me-downs.

react /ri'ækt/ *dgt* phản ứng: *the people will react against the political system that oppresses them* dân chúng sẽ phản ứng lại chế độ chính trị áp bức họ; *how do acids react on metals?* axít phản ứng như thế nào lên kim loại?

reactant /ri'æktənt/ *dt (hóa)* chất phản ứng.

reaction /ri'ækʃn/ *dt* **1.** phản ứng: *what was his reaction to the news?* hay tin phản ứng của nó ra sao?; *I had a bad reaction after the injection* sau mũi tiêm tôi đã có phản ứng xấu; *catalytic reaction (hóa)* phản ứng xúc tác **2.** trào lưu phản động *(chính trị): the forces of reaction made reform difficult* lực lượng phản động làm cho công cuộc cải cách trở nên khó khăn.

reactionary[1] /ri'ækʃənri, *(Mỹ* ri'ækʃənəri)/ *tt* phản động.

reactionary[2] /ri'ækʃənri, *(Mỹ* ri'ækʃənəri)/ *dt* kẻ phản động.

reactivate /,ri:'æktiveit/ *dgt* phục hồi [sự hoạt động], phục hoạt: *reactivate a spacecraft's defence system* phục hồi hoạt động hệ thống phòng thủ của một tàu vũ trụ.

reactor /ri'æktə[r]/ *dt* **1.** *(cg* **nuclear reactor**) lò phản ứng hạt nhân, lò phản ứng hạch tâm **2.** *(hóa)* chất phản ứng.

read[1] /ri:d/ *dgt* (**read** /red/) **1.** đọc: *I can't read your untidy writing* tôi không thể đọc được kiểu viết lôi thôi của anh; *his work is not much read nowadays* tác phẩm của ông ta ngày nay không mấy ai đọc nữa; *read aloud, please* làm ơn đọc to lên; *for "neat" in line 3 read "nest"* chữ "neat" ở dòng 3,

xin đọc là "nest" **2.** đọc được *(bóng)*, đoán được: *read somebody's thoughts* đọc *(đoán)* ý nghĩ của ai; *read somebody's fortune in the cards* xem quân bài mà đoán vận mệnh của ai; *read somebody's palm* xem tướng tay của ai **3.** hiểu; cho là: *how do you read the present situation?* anh cho là hiện tình ra sao? **4.** phải hiểu là; có nghĩa là: *this sign reads "Keep Right"* tấm biển ấy có nghĩa là "Đi bên phải" **5.** chỉ *(chỉ nói về dụng cụ đo): what does the thermometer read?* nhiệt kế chỉ bao nhiêu độ? **6.** nghe như, gây cảm giác như là: *the poem reads like a translation* bài thơ nghe như là một bản dịch **7.** nghe và hiểu *(trên một hệ radio thu phát): are you reading me?* anh có nghe và hiểu tôi không? **8.** theo học *(một môn học ở đại học): read law at Oxford* học luật ở Oxford; *read for the Bar* theo học để trở thành luật sư; *read for a physics degree (a degree in physics)* học để có học vị về vật lý. // **read between the lines** a/ tìm hiểu ẩn ý, tìm hiểu ý ngoài lời b/ đoán được ẩn ý, đoán được ý ngoài lời; **read somebody like a book** biết rõ tim đen của ai; đi guốc trong bụng ai; **read somebody the Riot Act** tuyên bố dõng dạc *(với ai)* rằng phải cắt đứt việc gì đó: *when he came home drunk again, she read him the Riot Act* khi anh ta về nhà lại say mèm, chị tuyên bố là từ nay phải cắt đứt với ma men đi; **read oneself (somebody) to sleep** đọc sách cho đến khi mình (ai đó) buồn ngủ; **take it (something) as read** thừa nhận điều gì mà không cần bàn cãi;

cầm chắc điều gì mà không phải bàn luận gì nữa: *we can take it as read that she will object* chúng ta có thể cầm chắc là cô ta sẽ phản đối.

read something back đọc to để xem có đúng không: *read me back that telephone number* đọc to cho tôi nghe số điện thoại ấy đi; **read something into something** thêm thắt vào: *you have read into her letter a sympathy that she cannot possibly feel* anh đã thêm thắt vào thư của cô ta một mối thông cảm mà tự cô ta hẳn là không có; **read something out** đọc to *(cho người khác nghe): he read out the letter to all of us* nó đọc to bức thư cho tất cả chúng tôi nghe; **read somebody (something) up; read up on somebody (something)** đọc kỹ về, nghiên cứu kỹ về: *I must read Nelson up (read up on Nelson) for the history exam* tôi phải đọc kỹ về Nelson để chuẩn bị thi lịch sử.

read[2] /ri:d/ *dt (số ít) (kng)* **1.** sự đọc **2.** thời gian [dành để] đọc: *have a long read* đọc một thời gian lâu, đọc một lúc lâu; *can I have a read of that timetable?* tôi đọc thời gian biểu kia có được không?

read[3] /red/ *tt (có pht đứng trước)* có học thức, tinh thông: *be widely read in history* tinh thông lịch sử.

readability /,ri:də'biləti/ *dt* **1.** tính đọc được; tính hay *(của bài văn...)* **2.** tính dễ đọc, tính viết rõ *(của chữ viết...)*.

readable /'ri:dəbl/ *tt* **1.** đọc được, hay: *a highly readable article* một bài báo [đọc] rất hay **2.** dễ đọc, viết rõ *(chữ viết...): a readable handwriting* chữ viết dễ đọc.

R

readdress /ˌriːəˈdres/ *dgt (cg* **redirect**) thay địa chỉ, đề địa chỉ chuyển tiếp *(trên bức thư, để chuyển tiếp, vì người nhận thư dã dổi địa chỉ): readdress the parcel to her new home* đề địa chỉ chuyển tiếp gói đồ đến nơi ở mới của chị ta.

reader /ˈriːdə[r]/ *dt* 1. người đọc, độc giả 2. người mê đọc sách 3. sách đọc; tập văn tuyển *(để rèn kỹ năng đọc cho người học tiếng)* 4. **Reader** phó giáo sư đại học: *Reader in English Literature* phó giáo sư văn học Anh 5. *(cg* **publisher's reader**) người đọc bản thảo *(ở nhà xuất bản)* 6. người đọc và sửa bản in thử 7. *(cg* **lay reader**) người đọc Kinh *(làm nhiệm vụ đọc to một số đoạn Kinh khi làm lễ ở nhà thờ)* 8. bộ đọc; đầu đọc *(máy điện toán).*

readership /ˈriːdəʃip/ *dt* 1. chức vụ phó giáo sư đại học: *hold a readership in Maths* giữ chức vị phó giáo sư toán. 2. *(số ít)* số độc giả *(của một tờ báo, một tác giả...): this author has a large readership* tác giả ấy có tác phẩm được nhiều người đọc *(có nhiều độc giả).*

readies /ˈrediz/ *dt snh (kng)* tiền mặt.

readily /ˈredili/ *pht* 1. [một cách] sẵn sàng 2. [một cách] sẵn lòng; không chút do dự 3. [một cách] dễ dàng, không khó khăn gì: *the sofa can be readily converted into a bed* chiếc tràng kỷ chuyển dổi thành giường một cách dễ dàng.

readiness /ˈredinis/ *dt* 1. sự sẵn sàng 2. sự sẵn lòng 3. sự nhanh nhạy: *the readiness of wit* trí óc nhanh nhạy.

reading /ˈriːdiŋ/ 1. sự đọc: *be fond of reading* thích đọc sách báo; *have a reading knowledge of English* đọc được tiếng Anh, hiểu được tài liệu viết bằng tiếng Anh 2. sách báo để đọc: *heavy readings* sách báo để đọc mà nghiên cứu học tập; *light reading* sách báo để đọc giải trí 3. kiến thức, hiểu biết *(do đọc sách mà có): a man of wide reading* người có hiểu biết rộng 4. số đọc, số ghi *(trên dụng cụ do dếm): readings on a thermometer* số đọc trên nhiệt kế 5. cách giải thích; cách hiểu; ý kiến *(một vấn đề...): what is your reading of the facts?* ý kiến anh về các sự việc ấy như thế nào? 6. dị bản: *different readings of a passage in Hamlet* các dị bản khác nhau của một đoạn trong Hamlet 7. buổi bình văn; đoạn văn được bình đọc 8. sự công bố chính thức: *the reading of marriage banns* sự công bố chính thức lễ kết hôn ở nhà thờ 9. sự đọc to một đoạn kinh thánh 10. phiên họp thông qua *(một trong ba phiên họp thông qua một dự luật trước khi trình nữ hoàng phê chuẩn ở nghị viện Anh).*

reading age /ˈriːdiŋeidʒ/ tuổi đọc *(tuổi đọc ngang với trẻ một tuổi nào đó): adults with a reading age of eight* người lớn với tuổi đọc lên tám.

reading-desk /ˈriːdiŋdesk/ *dt* bàn đọc, bàn học.

reading-glasses /ˈriːdiŋ glaːsiz/ *dt* kính đọc sách *(không phải kính để nhìn xa...).*

reading-lamp /ˈriːdiŋ læmp/ *dt* đèn đọc sách.

reading-light /ˈriːdiŋ lait/ *dt nh* reading-lamp.

reading-room /ˈriːdiŋ rum/ phòng đọc *(ở thư viện...).*

readjust /ˌriːəˈdʒʌst/ *dgt* 1. thích nghi lại: *you need time to readjust to living alone* anh cần thời gian để thích nghi lại với lối sống độc thân 2. điều chỉnh lại: *readjust TV set* điều chỉnh lại máy thu hình.

readjustment /ˌriːəˈdʒʌstmənt/ *dt* 1. sự thích nghi lại 2. sự điều chỉnh lại: *make minor readjustments to the wiring* thực hiện một vài điều chỉnh nhỏ ở hệ thống đường dây điện.

read only /ˌriːdˈəʊnli/ chỉ đọc *(mà không dược sửa, máy điện toán).*

read only memory /ˈriːd əʊnli ˈmeməri/ *(vt* **ROM**) bộ nhớ chỉ đọc *(máy điện toán): the most important programs are in the read only memory* các chương trình quan trọng nhất đều ở trong bộ nhớ chỉ đọc.

read-out /ˈriːdaʊt/ *dt* 1. sự trích tin *(từ bộ nhớ... ở máy điện toán)* 2. tin trích ra.

ready¹ /ˈredi/ *dt* (-**ier**; -**iest**) 1. *(vị ngữ)* sẵn sàng: *your dinner is ready* cơm nước của anh đã sẵn sàng 2. sẵn lòng: *he's always ready to help his friends* nó luôn luôn sẵn lòng giúp đỡ bạn bè 3. *(vị ngữ)* sắp, sắp sửa: *she looked ready to collapse at any minute* chị ta trông như sắp ngã quy xuống bất cứ lúc nào 4. nhanh, nhanh tay; dễ kiếm: *keep one's dictionary ready [to hand] at all times* lúc nào cũng để cuốn từ điển trong tầm tay. // **make ready** chuẩn bị sẵn sàng: *make ready for someone's visit* chuẩn bị sẵn sàng để đón tiếp ai; **ready and waiting** đã chuẩn bị đầy đủ và sẵn sàng hành động; **rough and ready** x rough.

ready² /redi/ *dt* **the ready** (*cg* **readies**) (*kng*) tiền mặt: *not have enough of the ready* không có đủ tiền mặt. // **at the ready** a/ sẵn sàng nhả đạn (*súng*) b/ sẵn sàng: *he had his camera at the ready* máy quay phim của anh ta đã sẵn sàng.

ready³ /redi/ *pht* (*dùng trước một dttqk*) sẵn, trước: *ready cooked* nấu sẵn (*thức ăn*).

ready⁴ /redi/ *dgt* (**readied**) chuẩn bị sẵn sàng: *ships readied for battle* tàu đã [chuẩn bị] sẵn sàng [để] chiến đấu.

ready cash /redi'kæʃ/ (*kng*) *nh* ready money.

ready-made /'redi'meid/ *tt* 1. làm sẵn, may sẵn: *buy ready-made Christmas decorations* mua những đồ trang hoàng lễ Nô-en làm sẵn (*theo những chuẩn nhất định*); *ready-made clothes* quần áo may sẵn 2. (*bóng, xấu*) rập khuôn, không độc đáo (*ý kiến...*) 3. rất thích hợp; lý tưởng: *a ready-made answer to the problem* cách giải vấn đề thật lý tưởng.

ready money /,redi'mʌni/ (*cg* **ready cash**) (*kng*) tiền mặt.

ready reckoner book /,redi'rekənə buk/ tập bảng tính sẵn.

reaffirm /,riə'fɜ:m/ *dgt* khẳng định lại: *reaffirm one's loyalty* khẳng định lại lòng trung thành của mình.

reafforest /,riə'fɔrist, (*Mỹ* riə'fɔ:rist)/ *dgt* (*Mỹ* **reforest**) trồng cây gây rừng lại (*một lô đất*).

reafforestation /,riə,fɔri'steiʃn, (*Mỹ* ,riə,fɔ:ri'steiʃn)/ *dt* (*Mỹ* **reforestation**) *dt* sự trồng cây gây rừng lại.

reagent /ri:'eidʒənt/ *dt* (*hóa*) 1. chất phản ứng 2. thuốc thử.

real¹ /riəl/ *tt* 1. thực; thực tế: *the real value of things* giá trị thực của các vật; *in real life* trong đời sống thực tế; *real incomes* thu nhập thực tế (*đã trừ đi yếu tố lạm phát...*) 2. thật (*không giả*): *real gold* vàng thật 3. thực sự; chân chính: *a real friend* một người bạn thực sự. // **for real** (*kng*) 1. đứng đắn; nghiêm chỉnh 2. thật: *I don't think her tears were for real* tôi không nghĩ rằng nước mắt của cô ta là thật; **the real thing; the real McCoy** /mə'kɔi/ (*kng*) a/ thành tựu cuối cùng b/ của thực, của chính cống: *bottled lemon juice is no good, you must use the real thing* nước chanh đóng chai không ngon đâu, anh phải uống thứ chính cống kia.

real² /riəl/ *pht* (*Mỹ, Ê-cốt, kng*) thực; thực sự: *have a real good laugh* cười một trận thực sự thỏa thích; *I am real sorry* tôi thực sự lấy làm tiếc.

real ale /riə'eil/ rượu bia thực sự, rượu bia [chế và cất giữ theo lối] cổ truyền.

real estate /'riəlisteit/ 1. (*cg* **realty, real property**) bất động sản 2. (*Mỹ*) sự kinh doanh nhà đất.

realign /,ri:ə'lain/ *dgt* 1. sắp hàng lại, xếp hàng lại: *the chairs were realigned to face the stage* ghế được xếp hàng lại, cho quay mặt vào sàn diễn 2. sắp xếp lại, tổ chức lại (*chủ yếu về chính trị*): *the party may realign [itself] with Labour in a new coalition* đảng có thể tổ chức lại cùng với Đảng Lao động trong một liên minh mới.

realignment /,ri:ə'lainmənt/ *dt* 1. sự sắp hàng lại 2. sự sắp xếp lại, sự tổ chức lại.

realism /'riəlizəm/ *dt* 1. chủ nghĩa hiện thực 2. (*triết*) thuyết duy thực.

realist /'riəlist/ *dt* 1. nhà văn hiện thực; nhà nghệ thuật hiện thực 2. người có óc thực tế.

realistic /,riə'listik/ *tt* 1. hiện thực 2. có óc thực tế 3. thực sự thỏa đáng (*lương, giá hàng*): *is this a realistic salary for such a responsible job?* đấy đã phải là tiền lương thực sự thỏa đáng đối với một công việc đầy trách nhiệm như thế không?

realistically /riə'listikli/ *pht* 1. [một cách] hiện thực 2. [với óc] thực tế 3. [một cách] thực sự thỏa đáng.

reality /ri'æləti/ *dt* 1. tính chất thực; tính chất giống (*như nguyên bản*): *the lifelike reality of his paintings* tính chất giống đời thực của các bức tranh của ông 2. sự thực, thực tế; thực tại; hiện thực: *the plan will soon become a reality* kế hoạch sẽ sớm thành hiện thực; *the harsh realities of unemployment* sự thật ác nghiệt của tình trạng thất nghiệp. // **in reality** thực ra; kỳ thực; trên thực tế: *the house looks very old, but in reality it's quite new* ngôi nhà có vẻ rất cũ, nhưng thật ra là hoàn toàn mới.

realizable, realisable /'riəlaizəbl/ *tt* có thể thực hiện được.

realization, realisation /,riəlai'zeiʃn, (*Mỹ* ,riəli'zeiʃn)/ *dt* 1. sự thực hiện; sự thực hành: *the realization of one's plans* sự thực hiện kế hoạch của mình 2. sự nhận thức rõ, sự thấy rõ 3. sự [bán để] chuyển thành tiền.

R

realize, realise /'riəlaiz/ *dgt* **1.** thực hiện, thực hành: *realize one's dreams* thực hiện những ước mơ của mình **2.** nhận thức rõ, thấy rõ: *realize one's mistake* thấy rõ sai lầm của mình **3.** [bán để] chuyển thành tiền *(tài sản, cổ phần...)* **4.** bán được, thu được: *how much did you realize on those paintings?* những bức tranh đó anh đã thu được bao nhiêu tiền?

really /'riəli/ *pht* thực, thật, thực sự; thật ra: *what do you really think about it?* thật ra anh nghĩ về chuyện đó ra sao?; *do you love him, really?* chị có yêu anh ta không, thực chứ?; *a really long journey* một cuộc hành trình thực sự dài; *we're going to Japan next month" "Oh, really?"* "tháng tới chúng tôi đi Nhật Bản". "Ồ, thực vậy sao?"

realm /relm/ *dt* **1.** *(tu từ)* vương quốc: *the defence of the realm* sự bảo vệ vương quốc **2.** *(bóng)* lĩnh vực, địa hạt: *in the realm of literature* trong lĩnh vực văn học.

real number /,riəl 'nʌmbə[r]/ *(toán)* số thực.

realpolitik /,reiæl'pɒlitik/ *dt* *(tiếng Đức)* sự tiếp cận chính trị trên thực tế *(không phải căn cứ vào đạo đức hay lý tưởng)*.

real property /,riəlprɒpəti/ *nh* real estate.

real tennis /,riəl'tenis/ *(cg* **royal tennis**) *(thể)* quần vợt [chơi] trong nhà.

real time /,riəl'taim/ cập thời *(thuật ngữ diện toán)*.

realtor /'riəltə[r]/ *dt (Mỹ) nh* estate agent.

realty /'riəlti/ *dt nh* real estate.

ream /ri:m/ *dt* **1.** ram *(giấy)* **2. reams** *(snh, kng)* hàng tập

(bài viết): write reams [and reams] of verse viết hàng tập thơ.

reap /ri:p/ *dgt* **1.** gặt: *reap [a field of] barley* gặt [một cánh đồng] đại mạch **2.** *(bóng)* thu hoạch được, đạt được: *reap the reward of years of study* thu được sự thưởng công cho bao năm học tập. // [sow the wind and] **reap the whirlwind** [việc tưởng chừng vô hại nhưng] hậu quả tai hại không lường; gieo gió gặt bão.

reaper /'ri:pə[r]/ *dt* **1.** người gặt **2.** máy gặt.

reaping-hook /'ri:piŋhuk/ *dt* cái liềm, cái hái.

reappear /,ri:ə'piə[r]/ *dgt* lại xuất hiện, lại hiện ra.

reappearance /,ri:ə'piərəns/ *dt* sự lại xuất hiện· sự lại hiện ra.

reappraisal /,ri:ə'preizl/ *dt* sự nhận định lại, sự đánh giá lại: *a reappraisal of the situation* sự nhận định lại tình hình.

rear[1] /riə[r]/ *dt* **1.** phía sau: *a kitchen at the rear of the house* nhà bếp ở phía sau nhà; *a view of the house taken from the rear* cảnh của ngôi nhà nhìn từ phía sau; *attack the enemy's rear* tấn công phía sau địch; *the rear* phần sau; *the rear wheels* bánh xe sau **2.** *(kng)* đít: *a kick on (in) the rear* cú đá vào đít. // **bring up the rear** đi sau cùng *(đám rước)*; về sau cùng *(đoàn chạy đua...)*.

rear[2] /riə[r]/ *dgt* **1.** nuôi, nuôi nấng, nuôi dạy *(con cái...): rear a family* nuôi một gia đình **2.** nuôi, chăn *(súc vật)* **3.** trồng *(lúa...)* **4.** lồng lên, chồm lên *(ngựa): the horse reared [up] in fright* con ngựa lồng lên trong cơn sợ hãi **5.** ngóc,

ngẩng *(đầu): the snake reared its head* con rắn ngóc đầu lên; *terrorism rearing its head again (bóng)* chính sách khủng bố lại ngóc đầu dậy.

rear-admiral /,riər'ædmərəl/ *dt* chuẩn đô đốc.

rearguard /'riəga:d/ *dt* *(thường* the rearguard) hậu quân.

rearguard action /'riəga:d ækʃn/ **1.** cuộc giao tranh của hậu quân với quân địch **2.** *(bóng)* trận đấu tranh còn dai dẳng *(còn tiếp diễn ngay cả khi tưởng chừng không chắc thắng nổi): the government is fighting a rearguard action against the mass of public opinion* chính phủ đang đấu tranh dai dẳng với số đông dư luận.

rearm /,ri:'a:m/ *dgt* **1.** tái vũ trang **2.** trang bị vũ khí tốt hơn.

rearmament /ri:'a:məmənt/ *dt* **1.** sự tái vũ trang **2.** sự trang bị vũ khí tốt hơn.

rearmost /'riəməust/ *tt* cuối cùng, sau chót: *the rearmost section of the aircraft* phần đuôi chiếc máy bay.

rearrange /,ri:ə'reindʒ/ *dgt* sắp xếp lại; bố trí lại: *do you like the way I've rearranged the room?* anh có thích cách tôi sắp xếp lại gian buồng không?; *let's rearrange the match for next Saturday* ta hãy bố trí lại cuộc thi đấu vào ngày thứ bảy tuần sau.

rearrangement /,ri:ə'reindʒmənt/ *dt* sự sắp xếp lại, sự bố trí lại.

rear-view mirror /,riə vju: 'mirə[r]/ gương phản chiếu *(cho thấy tình hình trên đường phía sau xe)*.

rearward /'riəwəd/ *dt* phía sau: *the rearward of some-*

thing sau cái gì một ít: *in the rearward* ở đằng sau.

rearward[s] /'riəwəd[z]/ *pht* về phía sau: *move the troops rearwards* chuyển quân về phía sau.

reason[1] /'ri:zn/ *dt* **1.** lý do, lẽ: *there is reason to believe that* có lý do để tin rằng; *for the same reason* cũng vì lẽ ấy **2.** lý trí: *only man has reason* chỉ có con người là có lý trí; *lose one's reason* mất lý trí, hóa điên **3.** lẽ phải; lý: *there is a good deal of reason in what you say* anh nói có lý lắm. // **beyond (past) all reason** vô lý, phi lý: *her remarks were beyond all reason* những nhận xét của chị ta thật là vô lý; *bring somebody to reason; make somebody see reason* làm cho ai thấy (nghe theo) lẽ phải (không hành động sai trái nữa...); **by reason of** do bởi: *he was excused by reason of his age* anh ta được tha thứ vì lý do tuổi tác (tuổi nhỏ); **for reasons (some reason) best known to oneself** (đùa) vì những lý do [đố ai hiểu được]: *for reasons best known to himself, he drinks tea from a beer glass* vì những lý do đố ai hiểu được anh ta dùng cốc uống bia mà uống trà; **[do anything] in (within) reason** phải lẽ, có lý: *I'll do anything within reason to earn my living* tôi sẽ làm bất cứ cái gì phải lẽ để kiếm sống; **lose all reason** x lose; **rhyme or reason** x rhyme, *dt*; **it (that) stands to reason** ai cũng thấy rõ là, hiển nhiên là: *it stands to reason that nobody will work without pay* hiển nhiên là chẳng ai làm việc nếu không được trả công.

reason[2] /'ri:zn/ *dgt* suy luận; lập luận: *man's ability*

to reason makes him different from animals khả năng suy luận làm cho con người khác con vật.

reason somebody into (out of) something thuyết phục ai bằng lý lẽ làm (không làm) gì: *reason somebody out of his fears* thuyết phục ai bằng lý lẽ đừng có sợ hãi; **reason something out** luận ra, suy ra, nghĩ ra: *the detective tried to reason out how the thief has escaped* viên cảnh sát điều tra cố suy luận tên cấp đã trốn thoát như thế nào; **reason with somebody** tranh luận: *I reasoned with her for hours about the danger, but she would not change her mind* tôi tranh luận với cô ta hàng giờ về mối nguy hiểm, nhưng cô ta vẫn không đổi ý.

reasonable /'ri:znəbl/ *tt* **1.** có lý; hợp lý: *a reasonable proposal* một đề nghị hợp lý **2.** biết điều; biết lẽ phải: *no reasonable person could refuse* không có người biết điều nào mà lại có thể từ chối **3.** vừa phải, phải chăng: *a reasonable price* giá phải chăng; *reasonable health* sức khỏe vừa phải.

reasonableness /'ri:znəbl-nis/ *dt* **1.** tính hợp lý **2.** sự biết điều **3.** sự vừa phải, sự phải chăng.

reasonably /'ri:,znəbli/ *pht* **1.** [một cách] có lý **2.** [một cách] vừa phải, [một cách] phải chăng; [một cách] khá là: *he seems reasonably satisfied with it* nó có vẻ khá là hài lòng về việc đó.

reasoned /'ri:znd/ *tt* (*thngu*) được trình bày một cách hợp lý: *a reasoned approach to the problem* một lối tiếp cận vấn đề được trình bày một cách hợp lý.

reasoning /'ri:zniŋ/ *dt* sự lập luận; lý lẽ lập luận:

your reasoning on this point is faulty cách lập luận của anh về điểm ấy là sai đấy.

reassurance /,ri:ə'ʃɔ:rəns, (*Mỹ* ri:ə'ʃʊərəns)/ *dt* sự làm yên lòng, sự làm yên tâm, sự yên lòng, sự yên tâm **2.** điều làm yên lòng, điều làm yên tâm.

reassure /,ri:ə'ʃɔ:[r], (*Mỹ* ,ri:'ə'ʃʊər)/ *dgt* làm yên lòng, làm yên tâm: *the police reassured her about her child's safety* cảnh sát đã làm bà ta yên lòng về sự an toàn của con bà.

reassuring /,ri:əʃɔ:riŋ, (*Mỹ* ,ri:əʃʊəriŋ)/ *tt* làm yên lòng, làm yên tâm: *a reassuring word* một lời làm yên lòng.

reassuringly /,ri:əʃɔ:riŋli, (*Mỹ* ,ri:əʃʊəriŋli)/ *pht* [với tác dụng] làm yên lòng, [với tác dụng] làm yên tâm.

rebate /'ri:beit/ *dt* số tiền được bớt (nợ, thuế...): *a tax rebate* số tiền được bớt thuế.

rebel[1] /'rebl/ *dt* **1.** người nổi loạn, người dấy loạn **2.** người chống đối (chính quyền, chính sách...).

rebel[2] /ri'bel/ *dgt* (-ll-) (+ against) **1.** nổi loạn, dấy loạn **2.** chống đối.

rebellion /'ri'beliən/ *dt* (+ against) **1.** cuộc nổi loạn, cuộc dấy loạn **2.** sự nổi loạn, sự dấy loạn.

rebellious /ri'beliəs/ *tt* **1.** nổi loạn, dấy loạn: *rebellious tribes* các bộ lạc nổi loạn **2.** bất trị: *a child with a rebellious temperament* đứa trẻ tính khí bất trị.

rebelliously /ri'beliəsli/ *pht* **1.** [với thái độ] nổi loạn **2.** [một cách] bất trị.

rebelliousness /ri'beliəsnis/ *dt* **1.** tính thích nổi loạn, tính thích dấy loạn **2.** tính bất trị.

R

rebind /ˌriːˈbaind/ *dgt* (rebound) đóng lại (*sách...*).

rebirth /ˌriːˈbɜːθ/ *dt* **1.** (*số ít*) (*tôn*) sự phục sinh **2.** sự hồi sinh: *the rebirth of learning* sự hồi sinh văn hóa (*ví dụ ở thời Phục hưng*).

reborn /ˌriːˈbɔːn/ *tt* (*thngữ*) hồi sinh (*về mặt tâm hồn...*).

rebound¹ /riˈbaund/ *dgt* **1.** (+ against, from, off) bật trở lại, nẩy trở lại: *the ball rebounded from (off) the wall into the pond* quả bóng trúng bức tường rồi bật trở lại ao **2.** (+ on) tác động trở lại: *the scheme rebounded on him in a way he had not expected* âm mưu tác động trở lại lên nó theo một cách mà nó không ngờ tới.

rebound² /ˈriːbaund/ *dt* **on the rebound** a/ lúc bật trở lại; lúc nẩy trở lại: *hit a ball on the rebound* đánh quả bóng lúc nó bật trở lại b/ (*bóng*) trong cơn buồn chán: *she quarrelled with Paul and then married Peter on the rebound* cô ta cãi nhau với Paul rồi lấy Peter trong cơn buồn chán.

rebound³ /ˌriːˈbaund/ *qk* và *dttqk* của rebind.

rebuff¹ /riˈbʌf/ *dt* sự khước từ, sự cự tuyệt.

rebuff² /riˈbʌf/ *dgt* khước từ, cự tuyệt.

rebuild /ˌriːˈbild/ *dgt* (rebuilt) xây lại, xây dựng lại: *rebuild the city centre after an earthquake* xây lại trung tâm thành phố sau cơn động đất; *we rebuilt the engine using some new parts* chúng tôi đã dùng một số bộ phận mới để cấu tạo lại động cơ; *after his divorce, he had to rebuild his life completely* sau vụ ly hôn, anh ta phải xây dựng lại hoàn toàn cuộc sống.

rebuilt /ˌriːˈbilt/ *qk và dttqk* của rebuild.

rebuke¹ /riˈbjuːk/ *dgt* khiển trách, quở trách: *rebuke somebody for coming to work late* khiển trách ai vì đi làm trễ giờ.

rebuke² /riˈbjuːk/ *dt* **1.** sự khiển trách, sự quở trách: **2.** lời khiển trách, lời quở trách.

rebus /ˈriːbəs/ *dt* câu đố bằng hình vẽ.

rebut /riˈbʌt/ *dgt* (-tt-) bác bỏ (*một lời buộc tội...*).

rebuttal /riˈbʌtl/ *dt* **1.** sự bác bỏ: *produce evidence in rebuttal of the charge* đưa ra chứng cớ để bác bỏ lời buộc tội **2.** (*số ít*) chứng cớ [dùng] để bác bỏ.

rec /rek/ (*vt của* recreation ground) sân chơi, bãi thể thao.

recalcitrance /riˈkælsitrəns/ *dt* tính ương ngạnh, tính cứng đầu cứng cổ.

recalcitrant /riˈkælsitrənt/ *tt* ương ngạnh, cứng đầu cứng cổ.

recall¹ /riˈkɔːl/ *dgt* **1.** gọi về, đòi về, triệu hồi: *recall an ambassador* triệu hồi đại sứ **2.** nhớ, nhớ lại: *try to recall [to mind] exactly what happened* cố nhớ lại chính xác những gì đã xảy ra; *I don't recall his name* tôi không nhớ tên anh ta. // **recall somebody to something** nhắc nhở ai việc gì: *recall somebody to his duty* nhắc nhở ai nhớ đến nhiệm vụ của mình.

recall² /riˈkɔːl, ˈriːkɔːl/ *dt* **1.** (*số ít*) sự gọi về, sự đòi về, sự triệu hồi **2.** sự nhớ, sự nhớ lại **3.** (*quân*) hiệu thu quân. // **beyond (past) recall** không thể rút lại được, không thể hủy bỏ được.

recant /riˈkænt/ *dgt* **1.** công khai từ bỏ (*đức tin*) **2.** rút lui (*lời nói, ý kiến...*).

recantation /ˌriːkænˈteiʃn/ *dt* **1.** sự công khai từ bỏ (*đức tin*); sự tuyên bố đức tin trước đây là sai lầm **2.** sự rút lui (*lời nói, ý kiến*).

recap¹ /ˈriːkæp/ *dgt* (-pp-) (*kng*) nh recapitulate.

recap² /ˈriːkæp/ *dt* (*kng*) nh recapitulation.

recap³ /ˈriːkæp/ *dgt* (*Mỹ*) (-pp-) nh retread.

recap⁴ /ˈriːkæp/ *dt* nh retread.

recapitulation /ˌriːkæpitʃʊˈleiʃn/ *dt* (*cg kng* **recap**) sự thâu tóm lại.

recapitulate /ˌriːkəˈpitʃuleit/ *dgt* (*cg kng* **recap**) thâu tóm lại: *let me just recapitulate [on] what we've agreed so far* xin cho tôi thâu tóm những gì chúng ta đã thỏa thuận cho đến bây giờ.

recapture¹ /ˌriːˈkæptʃə[r]/ *dgt* **1.** bắt lại (*người tù vượt ngục*); lấy lại (*một thành phố bị địch chiếm*): *the town was recaptured from the enemy* thành phố đã được giành lại từ tay địch **2.** (*bóng*) nhớ lại; tái hiện lại (*những xúc cảm đã qua...*).

recapture² /ˌriːˈkæptʃə[r]/ *dt* **1.** sự bắt lại (*người tù vượt ngục...*); sự lấy lại (*một thành phố đã mất vào tay địch...*) **2.** (*bóng*) sự nhớ lại; sự tái hiện (*những cảm xúc đã qua...*).

recast /ˈriːkɑːst, (*Mỹ* ˌriːˈkæst/ *dgt* (recast) **1.** viết lại, soạn lại; *recast a chapter* viết lại một chương **2.** phân lại vai (*một vở kịch*): *recast a play* phân lại vai một vở kịch; *I've been recast as Brutus* tôi đã được phân lại vai Brutus.

recce¹ /'reki/ *dt (kng) nh* reconnaissance: *make a quick recce of the area* thực hiện một cuộc trinh sát nhanh một vùng.

recce² /'reki/ *dgt (kng) nh* reconnoitre.

recd (*vt của* received) đã nhận: *recd £9.50* đã nhận 9,50 bảng Anh.

recede /ri'si:d/ *dgt* **1.** lùi lại: *we reached the open sea and the coast receded into the distance* chúng tôi đã ra tới biển khơi và bờ biển đã lùi lại ở tận xa **2.** rút xuống (thủy triều) **3.** hớt ra phía sau (trán, cằm): *a receding chin* cằm lẹm; *Tam has a receding hair line* Tam có chân tóc ở trán và thái dương lùi về phía sau (tóc ở trán và thái dương không mọc nữa).

receipt¹ /ri'si:t/ *dt* **1.** sự nhận [được]: *acknowledge receipt of a letter* báo đã nhận được thư **2.** (for something) giấy biên nhận, biên lai: *sign a receipt* ký giấy biên nhận **3. receipts** (snh) số thu: *receipts and expenditure* số thu chi **4.** (cổ) *nh* recipe. // **[be] in receipt of something** (thường) đã nhận được: *we are in receipt of your letter of the 15th* chúng tôi đã nhận được thư của ông đề ngày 15.

receipt² /ri'si:t/ *dgt* ghi nhận là đã trả tiền; ghi nhận (vào hóa đơn) là đã nhận tiền.

receivable /ri'si:vəbl/ *tt* (thường đặt sau dt) chưa nhận tiền: *bills receivable* hóa đơn chưa nhận tiền.

receivables /ri'si:vəblz/ *dt* tài khoản có thể được trả bằng tiền.

receive /ri'si:v/ *dgt* **1.** nhận: *receive a letter* nhận một bức thư; *receive money* nhận tiền, lĩnh tiền; *receive a programme via satellite* nhận một chương trình qua vệ tinh **2.** chủ tâm mua; chứa chấp (của gian): *receive stolen goods* chứa chấp đồ trộm cắp **3.** tiếp: *he was received by the Prime Minister* ông ta được thủ tướng tiếp; *he receives his guests on Sunday afternoons* ông ta tiếp khách vào các chiều chủ nhật **4.** tiếp nhận: *receive somebody into a party* tiếp nhận (kết nạp) ai vào đảng; *the reforms have been well received by the public* các cải cách đã được quần chúng tiếp nhận. // **be at (on) the receiving end of something** (kng) là người phải gánh chịu (một điều khó chịu).

received /ri'si:vd/ *tt* (thngữ) được chấp nhận rộng rãi: *received pronunciation* cách phát âm được chấp nhận rộng rãi.

receiver /ri'si:və[r]/ *dt* **1.** người nhận **2.** người chứa chấp (của gian) **3.** (cg) **Receiver, Official Receiver** người quản lý tài sản (của một vị thành niên, của một hãng phá sản...) **4.** ống nghe (máy điện thoại) **5.** máy thu (TV, radiô).

receivership /ri'si:vəʃip/ *dt* (luật) nhiệm kỳ [của người] quản lý tài sản. // **in receivership** dưới quyền giám sát của một viên quản lý tài sản: *go into (be) in receivership* bị quản lý tài sản.

recent /'ri:snt/ *tt* (thường thngữ) gần đây, mới đây; mới: *in recent years there have been many changes* trong những năm gần đây đã có nhiều thay đổi; *ours is a recent acquaintance* chúng tôi mới quen nhau.

recently /'ri:sntli/ *pht* gần đây, mới đây, mới: *until quite recently* cho đến rất gần đây; *a recently painted house* ngôi nhà mới quét sơn.

receptacle /ri'septəkl/ *dt* **1.** đồ đựng, cái đựng: *a receptacle for waste paper* cái đựng giấy lộn **2.** (thực) đế hoa.

reception /ri'sepʃn/ *dt* **1.** sự nhận; sự tiếp nhận: *prepare rooms for the reception of guests* chuẩn bị phòng để nhận khách; *reception camp* trại tiếp nhận người tị nạn **2.** sự chào đón: *his talk was given a warm reception* bài nói của ông ta được chào đón nồng nhiệt (được hoan nghênh nhiệt liệt) **3.** phòng tiếp đón khách (ở khách sạn) **4.** sự tiếp đãi; tiệc chiêu đãi: *give a reception* tổ chức chiêu đãi **5.** sự tiếp nhận (tín hiệu truyền thanh...); sự thu (sóng truyền thanh): *reception is poor here* số chương trình thu được ở đây nghèo nàn quá nhỉ.

reception desk /ri'sepʃn desk/ quầy tiếp đón khách (ở khách sạn...).

receptionist /ri'sepʃənist/ *dt* người tiếp đón khách (ở công sở, khách sạn, phòng khám bệnh...).

reception room /ri'sepʃn rum/ **1.** phòng ở (không phải buồng tắm, buồng ngủ, nhà bếp) **2.** phòng tiếp đãi, phòng khách (ở khách sạn...).

receptive /ri'septiv/ *tt* dễ tiếp thu: *a receptive mind* đầu óc dễ tiếp thu (tư tưởng mới...).

receptiveness /ri'septivnis/ *dt* tính dễ tiếp thu.

receptivity /,ri:sep'tivəti/ *dt* **1.** *nh* receptiveness **2.** (sinh) tính thụ cảm.

recess¹ /ri'ses, (Mỹ 'ri:ses)/ *dt* **1.** (Mỹ cg **vacation**) thời gian ngừng họp, thời gian nghỉ *(nghị viện, tòa án...)* **2.** *(Mỹ)* giờ nghỉ *(trường học)* **3.** hốc tường **4.** ngách, hốc: *a drawer with a secret recess* ngăn kéo có một ngách kín; *in the innermost recesses of the heart (bóng)* trong những ngóc ngách tận đáy lòng.

recess² /ri'ses, *(Mỹ* 'ri:ses)/ *dgt* **1.** *(thường ở dạng bị động)* đặt trong hốc tường: *recessed shelves* giá sách đặt trong hốc tường **2.** *(thường ở dạng bị động)* tạo hốc *(ở tường)* **3.** *(Mỹ)* ngừng học, nghỉ *(nghị viện, tòa án).*

recession /ri'seʃn/ *dt* **1.** *(ktê)* tình trạng suy thoái: *an industrial recession* tình trạng suy thoái công nghiệp **2.** sự rút đi: *the gradual recession of flood waters* sự rút dần của nước lũ.

recessionary /ri'seʃnəri/ *tt* **1.** *(thngữ)* suy thoái: *recessionary period* thời kỳ suy thoái **2.** có khả năng gây suy thoái: *a recessionary effect on the economy* tác dụng có khả năng gây suy thoái kinh tế.

recessional /ri'seʃənl/ *dt (cg* **recessional hymn**) bài hát tiễn lễ *(tiễn linh mục và ban đồng ca sau buổi lễ).*

recessive /ri'sesiv/ *tt* **1.** *(sinh)* lặn *(đặc tính trong di truyền)* **2.** lùi lại.

recharge /ˌri:'tʃɑ:dʒ/ *dgt* nạp lại *(súng, bình ắc quy...).* // **recharge one's batteries** *(kng)* nghỉ một thời gian để lấy lại sức.

rechargeable /ˌri:'tʃɑ:dʒəbl/ *tt* có thể nạp lại được: *rechargeable batteries* bình ắc quy có thể nạp lại được.

recherché /re'ʃeəʃei/ *tt* **1.** *(thường xấu)* cầu kỳ: *a recherché style* văn phong cầu kỳ **2.** chọn lọc: *a recherché menu* một thực đơn chọn lọc *(cho người sành ăn...).*

recidivism /ri'sidivizəm/ *dt* sự tái phạm *(tội).*

recidivist /ri'sidivist/ *dt* kẻ tái phạm *(tội).*

recipe /'resəpi/ *dt* **1.** cách nấu nướng, công thức chế biến *(món ăn, bánh trái...):* *recipe books* sách nấu ăn **2.** *(bóng)* phương pháp thực hiện: *what is your recipe for success?* phương pháp của anh để thành công là như thế nào?

recipient /ri'sipiənt/ *dt (of something)* người nhận *(tiền, quà biếu...).*

reciprocal /ri'siprəkl/ *tt* lẫn nhau, qua lại: *reciprocal help* sự giúp đỡ lẫn nhau.

reciprocally /ri'siprəkli/ *pht* lẫn nhau, qua lại.

reciprocal pronoun /riˌsiprəkl'prənaun/ *(ngôn)* đại từ tương hỗ *(như* each other, one another...).

reciprocate /ri'siprəkeit/ *dgt* **1.** trả, đền đáp lại, đáp lại *(tình cảm...):* *reciprocate a favour* trả ơn; *he reciprocated by wishing her good luck* anh ta đáp lại bằng cách chúc cô may mắn **2.** *(cơ)* chuyển động qua lại *(pit-tông).*

reciprocating engine /ri'siprəkeitiŋendʒin/ *(cơ)* máy kiểu pít-tông.

reciprocation /riˌsiprə'keiʃn/ *dt* **1.** sự trả, sự đền đáp lại, sự đáp lại **2.** *(cơ)* sự chuyển động qua lại *(pít-tông).*

reciprocity /ˌresi'prɒsəti/ *dt* sự có qua có lại: *reciprocity in trade between countries* sự có qua có lại trong quan hệ thương mại giữa các quốc gia.

recital /ri'saitl/ *dt* **1.** *(nhạc)* [cuộc biểu diễn] độc tấu **2.** sự kể lại: *sự kể lể: I had to listen to a long recital of*

all his complaints tôi phải nghe cả một bài kể lể dài dòng những lời than phiền dài dòng của anh ta **3.** sự ngâm, sự bình *(thơ).*

recitation /ˌresi'teiʃn/ *dt* **1.** sự đọc thuộc lòng; bài học thuộc lòng **2.** *(Mỹ)* sự trả lời miệng những câu hỏi về bài học.

recitative /ˌresitə'ti:v/ *dt* khúc hát nói.

recite /ri'sait/ *dgt* **1.** đọc thuộc lòng *(một bài thơ, một đoạn văn, trước một cử tọa):* *recite a passage from Hamlet to the class* đọc thuộc lòng một đoạn trong Hamlet trước cả lớp **2.** kể, kể lể: *recite the names of all the European capitals* kể ra tên của tất cả thủ đô ở Châu Âu; *recite one's grievances* kể lể nỗi than phiền của mình.

reckless /'reklis/ *tt* **1.** coi thường: *reckless of danger* coi thường nguy hiểm **2.** liều lĩnh: *a reckless decision* một quyết định liều lĩnh.

recklessly /'reklisli/ *pht* **1.** [một cách] coi thường, [một cách] khinh suất **2.** [một cách] liều lĩnh.

reckon /'rekən/ *dgt* **1.** tính vào, kể vào, liệt vào: *reckon somebody among the great writers* kể (liệt) ai vào hàng những nhà văn lớn **2.** *(kng)* nghĩ là, cho là: *I reckon we'll go next week* tôi nghĩ là tuần sau chúng ta sẽ đi **3.** tính chừng; đoán: *I reckon it will cost about £100* tôi đoán cái đó giá khoảng 100 bảng Anh **4.** tính: *reckon the total volume of imports* tính tổng khối lượng hàng nhập khẩu.

reckon in tính gộp vào: *when you did your expenses, did you reckon in your taxi fares?* khi chi tiêu anh có tính gộp tiền tắc-xi vào không?; **reckon on** dựa vào; cậy vào: *can I reckon on you for help?* tôi có thể cậy vào sự giúp đỡ của anh không?; *you can't always reckon on [having] good weather* không phải lúc nào anh cũng có thể cậy vào thời tiết tốt được; **reckon up** cộng lại, tính gộp lại: *reckon up costs* cộng lại các chi phí; **reckon with** tính đến: *they had many difficulties to reckon with* họ có nhiều khó khăn phải tính đến; **reckon without** không tính đến: *we wanted a quiet holiday, but we had reckoned without the children* chúng tôi cần một kỳ nghỉ yên tĩnh, nhưng chúng tôi đã không tính đến là có tụi trẻ.

reckoner /'rekənə[r]/ *dt* bảng tính *(giúp cho việc tính toán)* (x thêm **ready reckoner**).

reckoning /'rekəniŋ/ *dt* **1.** sự tính, sự tính toán: *the reckoning of debts* sự tính nợ; *by my reckoning this shortcut will save us five miles* theo sự tính toán của tôi thì con đường tắt này sẽ làm cho chúng ta đỡ được năm dặm đường **2.** *(số ít) (cũ)* giấy tính tiền *(khách sạn, nhà trọ...)*: *ask for the reckoning* bảo đưa giấy tính tiền ra cho xem; *there will be a heavy reckoning to pay!* *(bóng)* sẽ có hậu quả nghiêm trọng đây!. // **a day of reckoning** x **day.**

reclaim /ri'kleim/ *dgt* **1.** đòi lại: *reclaim lost property* đòi lại tài sản đã mất **2.** cải tạo: *reclaimed marshland* vùng đầm lầy đã được cải tạo; *reclaim young offenders from a life of crime* cải tạo những người phạm tội trẻ tuổi khỏi một cuộc sống tội phạm **3.** thu hồi *(vật liệu)*

từ đồ phế thải: *reclaim glass from old bottles* thu hồi thủy tinh từ chai cũ.

reclamation /,reklə'meiʃn/ *dt* **1.** sự đòi lại **2.** sự cải tạo *(đất, người phạm tội)*.

recline /ri'klain/ *dgt* **1.** tựa, dựa, gác, đặt: *recline on a pillow* đặt đầu lên chiếc gối; *recline in a hammock* nằm ngả mình trên chiếc võng; *reclining seat* ghế có lưng tựa có thể ngả ra *(như ghế trên máy bay...)*; *recline one's arms on the table* tựa tay trên bàn **2.** ngả lưng *(chiếc ghế)* ra [đằng sau].

recluse /ri'klu:s/ *dt* người sống ẩn dật: *live (lead) the life of a recluse* sống ẩn dật.

recognisable /'rekəgnaizəbl/ *tt nh* recognizable.

recognisably /'rekəgnaizəbli/ *pht nh* recognizably.

recognisance /ri'kɒgnizns/ *dt nh* recognizance.

recognise /'rekəgnaiz/ *dgt nh* recognize.

recognition /,rekəg'niʃn/ *dt* **1.** sự thừa nhận: *the recognition of a new government* sự thừa nhận một chính phủ mới **2.** sự ghi nhận: *an award in recognition of one's services* một phần thưởng để ghi nhận công lao đã đóng góp. // **change (alter...) beyond (out of) [all] recognition** thay đổi đến mức không còn nhận ra nữa: *the town has altered out of all recognition since I was there ten years ago* thành phố đã thay đổi đến mức không còn nhận ra nữa kể từ khi tôi đã ở đấy mười năm về trước.

recognizable /'rekəgnaizəbl, rekəg'naizəbl/ *tt* **1.** có thể nhận ra: *she was barely recognizable as the girl I had known at school* hầu như không nhận ra đó là cô gái

tôi đã quen khi đi học **2.** có thể thừa nhận.

recognizably /'rekəgnaizəbli, ,rekəg'naizəbli/ *pht* **1.** [một cách] có thể nhận ra **2.** [một cách] có thể thừa nhận.

recognizance /ri'kɒgnizns/ *dt (luật)* **1.** sự cam kết trước tòa **2.** tiền bảo chứng cam kết.

recognize /'rekəgnaiz/ *dgt* **1.** nhận ra: *recognize an old friend* nhận ra một người bạn cũ **2.** nhận, thừa nhận, công nhận: *recognize a new government* thừa nhận một chính phủ mới; *everyone recognized him to be the greatest poet* mọi người công nhận ông là nhà thơ vĩ đại nhất **3.** ghi nhận: *the firm recognized Tam's outstanding work by giving him an extra bonus* công ty đã ghi nhận công tác nổi bật của Tam và cấp cho anh một món tiền thưởng thêm.

recoil[1] /ri'kɔil/ *dgt* **1.** lùi lại, chùn lại: *recoil from doing something* chùn lại không dám làm điều gì **2.** giật *(súng khi bắn)*; bật lại *(lò xo)*. // **recoil on somebody** tác hại trở lại *(lên người làm việc có hại)*.

recoil[2] /'ri:kɔil/ *dt* sự giật *(súng khi bắn)*; sự bật lại *(lò xo)*.

recollect /,rekə'lekt/ *dgt* nhớ lại, hồi tưởng lại: *recollect one's childhood* nhớ lại thời thơ ấu của mình; *as far as I recollect* trong chừng mực mà tôi còn nhớ.

recollection /,rekə'lekʃn/ *dt* **1.** sự nhớ lại, sự hồi tưởng lại: *to the best of my recollection* trong chừng mực mà tôi còn nhớ lại được **2.** điều nhớ lại; hồi ức: *letters with many recollections of my father* những lá thư với nhiều

R

hồi úc về cha tôi **3.** quãng thời gian còn nhớ lại được: *such a problem has never arisen within my recollection* vấn đề như thế chưa bao giờ nảy sinh ra trong quãng thời gian tôi còn nhớ lại được.

recommend /,rekə'mend/ *dgt* **1.** giới thiệu: *can you recommend me a good novel?* anh có thể giới thiệu cho tôi một cuốn tiểu thuyết hay không? **2.** khuyên: *I recommend you to do what he says* tôi khuyên anh làm những gì anh ấy nói **3.** làm cho người ta ưa, làm cho người ta đánh giá cao: *his integrity recommended him to his employers* tính liêm khiết của anh ta làm cho chủ đánh giá cao về anh.

recommendable /,rekə'mendəbl/ *tt* đáng giới thiệu: *a highly recommendable restaurant* tiệm ăn rất đáng giới thiệu.

recommendation /,rekə-men'deiʃn/ *dt* **1.** sự giới thiệu **2.** thư giới thiệu xin việc làm; lời dặn dò **3.** đức tính làm cho người ta ưa: *the cheapness of coach travel is its only recommendation* rẻ tiền, đó là cái độc nhất làm cho người ta ưa phương tiện đó.

recompense[1] /'rekəmpəns/ *dgt* **1.** thưởng: *recompense employees for working overtime* thưởng cho người làm việc ngoài giờ **2.** đền bù: *recompense her for the loss of her job* đền bù cho chị ta vì chị mất việc.

recompense[2] /'rekəmpəns/ *dt* **1.** vật thưởng; phần thưởng **2.** vật đền bù: *award the victim £500 in recompense for damages* tặng cho nạn nhân 500 bảng Anh để đền bù thiệt hại.

reconcilable /'rekənsailəbl, ,rekən'sailəbl/ *tt* **1.** có thể giải hòa được **2.** có thể dung hòa được.

reconcile /'rekənsail/ *dgt* **1.** giải hòa: *we were finally reconciled when he apologized* cuối cùng chúng tôi đã giải hòa với nhau khi anh ta xin lỗi; *she refused to be reconciled with her brother* chị ta không chịu giải hòa với cậu em **2.** dung hòa: *reconcile differences* dung hòa những ý kiến bất đồng **3.** (+ onself) cam chịu: *reconcile oneself to one's lot* cam chịu số phận.

reconciliation /,rekən,sili-'eiʃn/ *dt* **1.** sự giải hòa: *bring about a reconciliation between former enemies* giải hòa những người vốn là thù địch **2.** sự dung hòa: *the reconciliation of ideas* sự dung hòa ý kiến.

recondite /'rekəndait/ *tt* **1.** ít ai biết, ít ai hiểu (*vấn đề*) **2.** bàn đến (*viết về*) những vấn đề ít ai biết đến (*nhà văn*).

recondition /,ri:kən'diʃn/ *dgt* tu sửa; phục hồi: *a reconditioned engine* động cơ đã tu sửa lại; *a reconditioned furniture* đồ đạc đã được tu sửa lại.

reconnaissance /ri'kɒnisns/ *dt* (*cg kng* **recce**) sự thẩm sát; (*quân*) sự trinh sát: *troops engaged in reconnaissance* quân đang đi trinh sát; *a reconnaissance plane* máy bay trinh sát.

reconnoitre (*Mỹ* **reconnoiter**) /,rekə'nɔitə[r]/ *dgt* (*cg kng* **recce**) thẩm sát; (*quân*) trinh sát: *the platoon was sent to reconnoitre the village before the attack* trung đội được cử đi trinh sát ngôi làng trước khi mở cuộc tấn công.

reconsider /,ri:kən'sidə[r]/ *dgt* xem xét lại (*một vấn đề...*); xét lại (*một quyết định...*): *the jury was called upon to reconsider its verdict* hội thẩm đoàn được yêu cầu xét lại bản án của họ.

reconsideration /,ri:kən,si-də'reiʃn/ *dt* sự xem xét lại; sự xét lại (*quyết định...*).

reconstitute /,ri:'kɒnstitju:t, (*Mỹ* ,ri:'kɒnstitu:t)/ *dgt* **1.** khôi phục lại nguyên dạng (*một thức ăn*): *reconstitute dried milk* khôi phục sữa bột trở lại nguyên dạng (*bằng cách pha thêm nước*) **2.** tổ chức lại: *a reconstituted committee* một ủy ban đã tổ chức lại.

reconstitution /,ri:,kɒnsti-'tju:ʃn, (*Mỹ* ,ri:,kɒnsti'tu:ʃn)/ *dt* **1.** sự khôi phục lại nguyên dạng (*một đồ ăn*) **2.** sự tổ chức lại (*một ủy ban...*).

reconstruct /,ri:kən'strʌkt/ *dgt* **1.** xây dựng lại, kiến thiết lại: *reconstruct a ruined abbey* xây dựng lại một tu viện đã đổ nát **2.** dựng lại, diễn lại: *reconstruct a murder* dựng lại một vụ giết người.

reconstruction /,ri:kən-'strʌkʃn/ *dt* **1.** sự xây dựng lại, sự kiến thiết lại: *plans for the reconstruction of the city centre* kế hoạch xây dựng lại trung tâm đô thị **2.** sự dựng lại, sự diễn lại: *a reconstruction of events by detectives* cảnh sát điều tra diễn lại các sự kiện **3. Reconstruction** (*Mỹ*) thời kỳ kiến thiết lại ở các bang miền Nam (*sau thất bại trong nội chiến Mỹ*).

record[1] /'rekɔ:d, (*Mỹ* 'rekərd)/ *dt* **1.** hồ sơ: *a record of road accidents* hồ sơ về tai nạn trên đường **2.** lý lịch: *the airline had a bad* safety record hãng hàng không này có một lịch sử không hay (hay xảy ra tai nạn): the school has a poor record for examination passes nhà trường có lý lịch (thành tích) thi đỗ thấp 3. (cg **gramophone record, disc**) đĩa hát; bản ghi âm 4. kỷ lục: beat (break) a record phá kỷ lục. 5. bản ghi (máy diện toán). // **[just] for the record** để cho đúng; nói cho chính xác: just for the record, the minister's statement is wrong on two points nói cho chính xác thì lời tuyên bố của ông bộ trưởng sai ở hai điểm; **off the record** không chính thức; chỉ chúng ta biết với nhau thôi: the Prime Minister admitted, [strictly] off the record, that the talks had failed thủ tướng thừa nhận, mà chỉ chúng ta biết với nhau thôi nhé, là cuộc đàm phán đã thất bại; **on record** a/ theo số liệu ghi chép chính thức: last summer was the wettest on record for 50 years mùa hè vừa qua là mùa hè ẩm ướt nhất theo số liệu đã ghi chép chính thức 50 năm nay b/ mọi người đều biết và đã ghi nhận chính thức: be (go) on record as saying that the law should be changed mọi người đều biết như châm ngôn rằng pháp luật rồi cũng sẽ có ngày thay đổi; **put (set) the record straight** tường thuật cho đúng, sửa lại một điều hiểu lầm: to set the record straight, I must say now that I never supported the idea để sửa lại một điều trước đây bị hiểu sai, bây giờ tôi phải nói là tôi chưa bao giờ ủng hộ ý kiến đó.

record² /ri'kɔ:d/ dgt **1.** ghi, ghi chép lại: record the proceedings of a meeting ghi biên bản hội nghị **2.** ghi, thu (vào đĩa hát): record a piece of music on tape thu một bản nhạc lên băng ghi âm; a recorded programme một chương trình đã thu âm (không phải dang thực diễn ra); record somebody playing the guitar thu tiếng đàn ghi-ta ai đang chơi **3.** chỉ: the thermometer recorded 30°C nhiệt kế chỉ 30°C.

record-breaker /'rekɔ:d breikə[r]/ dt người phá kỷ lục; xe phá kỷ lục; tàu phá kỷ lục.

record-breaking /'rekɔ:d breikiŋ/ tt phá kỷ lục.

recorded delivery /ri,kɔ:did di'livəri/ dịch vụ bưu điện có ký nhận (có chữ ký của người nhận).

recorder /ri'kɔ:də[r]/ dt **1.** máy ghi âm; máy ghi hình; máy ghi âm và hình **2.** (nhạc) sáo tám lỗ **3.** (luật) quan tòa (ở một số tòa án ở Anh).

record-holder /'rekɔ:dhəuldə[r]/ dt (thể) người giữ kỷ lục.

recording /ri'kɔ:diŋ/ dt **1.** sự ghi âm, sự ghi hình (trên băng từ): during the recording of the show trong quá trình ghi âm và ghi hình buổi biểu diễn **2.** bản ghi âm, bản ghi hình: make a video recording of a wedding thực hiện một bản ghi băng hình đám cưới.

record-player /'rekɔ:d pleiə[r]/ dt (cg cũ **gramophone**) máy hát.

recount /ri'kaunt/ dgt kể lại, thuật lại: recount one's adventures thuật lại những chuyến phiêu lưu của mình.

re-count¹ /,ri:'kaunt/ dgt đếm (phiếu bầu) lại.

re-count² /'ri:kaunt/ dt sự đếm (phiếu bầu) lại: the un-successful candidate demanded a re-count ứng viên không trúng cử yêu cầu đếm phiếu lại.

recoup /ri'ku:p/ dgt lấy lại những gì đã chi tiêu, đã mất...): we recouped the show's expenses from ticket sales chúng ta đã lấy lại các chi phí cho buổi biểu diễn bằng tiền bán vé.

recourse /ri'kɔ:s/ dt sự cầu đến, sự nhờ vào: they managed without recourse to outside help họ đã xoay xở lấy mà không cần nhờ vào sự giúp đỡ từ bên ngoài. // **have recourse to** cầu đến, nhờ vào, dùng đến: I hope the doctors won't have recourse to surgery tôi hy vọng là các bác sĩ sẽ không phải dùng đến phẫu thuật.

recover /ri'kʌvə[r]/ dgt **1.** lấy lại, giành lại, thu hồi lại: recover what was lost thu hồi lại cái đã mất; recover one's health lấy lại sức khỏe; bình phục she recovered herself (her composure) and smiled chị ta lấy lại bình tĩnh (bình tĩnh lại) và mỉm cười **2.** lấy lại, thu lại, bù lại: we recovered lost time by setting out early chúng tôi bù lại thời gian đã mất bằng cách khởi hành sớm; the team recovered its lead in the second half đội đã lấy lại được vị trí dẫn đầu (dẫn điểm) trong hiệp hai **3.** (+ from) tỉnh lại; tỉnh trí lại; bình tĩnh lại; hồi phục: recover from one's fright tỉnh trí lại sau cơn sợ hãi; trade soon recovered from the effects of war thương mại đã sớm hồi phục từ ảnh hưởng của chiến tranh.

re-cover /,ri:'kʌvə[r]/ dgt bao lại, bọc lại: re-cover a cushion bọc lại cái nệm.

R

recoverable /ri'kʌvərəbl/ *tt* có thể lấy lại; có thể giành lại, có thể thu hồi lại: *recoverable assets* tài sản có thể thu hồi lại được.

recovery /ri'kʌvəri/ *dt* **1.** sự lấy lại, sự giành lại, sự thu hồi lại (*vật đã mất*) **2.** sự khôi phục lại, sự phục hồi lại: *make a quick recovery [from illness]* khôi phục lại nhanh chóng sức khỏe [sau trận ốm] **3.** (*chủ yếu Mỹ*) khu hậu phẫu (*ở bệnh viện*)

recovery room /ri'kʌvəri rum/ (*Mỹ*) phòng hậu phẫu (*ở bệnh viện*).

recreant[1] /'rekriənt/ *dt* (*cũ*) **1.** người nhát gan **2.** người bội bạc; người phản bội.

recreant[2] /'rekriənt/ *tt* (*thường thngữ*) (*cũ*) **1.** nhát gan **2.** bội bạc; phản bội.

re-create /ˌri:kri'eit/ *đgt* lập lại, tạo lại; dựng lại: *the play re-creates life before war* vở kịch dựng lại cuộc sống trước chiến tranh.

recreation /ˌrekri'eiʃn/ *dt* **1.** sự giải lao, sự tiêu khiển **2.** trò giải lao; trò tiêu khiển: *gardening is a form of recreation* làm vườn là một trò tiêu khiển.

recreational /ˌrekri'eiʃənl/ *tt* [để] giải lao, [để] tiêu khiển: *recreational activities* hoạt động giải trí; *recreational facilities* phương tiện giải trí (*như bãi tập, bể bơi...*).

recreation room /rekri'eiʃn rum/ (*cg* **rec room**) (*Mỹ*) phòng giải trí (*trong một nhà tư*).

recriminate /ri'krimineit/ (*đgt*) (+ against) tố cáo trở lại (*kẻ đã tố cáo mình*).

recrimination /riˌkrimi'neiʃn/ *dt* **1.** sự tố cáo để trả đũa **2.** lời tố cáo để trả đũa (*kẻ đã tố cáo mình*): *angry recriminations* những

lời tố cáo để trả đũa giận dữ.

recriminatory /ri'kriminətri, (*Mỹ* ri'kriminətɔ:ri/ *tt* buộc tội trở lại: *recriminatory remarks* những lời nhận xét buộc tội để trả đũa.

rec room /'rekrum/ (*Mỹ*) *nh* recreation room.

recrudesce /ˌri:kru:'des/ *đgt* tái lại, lại bùng nổ (*bệnh tật, bạo động*).

recrudescence /ˌri:kru:-'desns/ *dt* sự tái phát, sự lại bùng nổ: *prevent the recrudescence of violence* ngăn ngừa bạo động lại bùng nổ; *a recrudescence of influenza* đợt tái phát của bệnh cúm.

recrudescent /ˌri:kru:'desnt/ *tt* tái lại, lại bùng nổ.

recruit[1] /ri'kru:t/ *dt* **1.** lính mới, tân binh **2.** hội viên mới, thành viên mới, người mới tuyển.

recruit[2] /ri'kru:t/ *đgt* mộ, tuyển: *recruit new members to the club* tuyển (lấy) thêm thành viên cho câu lạc bộ; *recruit a task force* tuyển mộ một đơn vị đặc nhiệm.

recruitment /ri'kru:tmənt/ *dt* sự tuyển, sự mộ.

recta /'rectə/ *dt snh* của rectum.

rectal /'rektəl/ *tt* (*giải*) [thuộc] trực tràng.

rectangle /'rektæŋgl/ *dt* hình chữ nhật.

rectangular /rek'tæŋgjulə[r]/ *tt* [có] hình chữ nhật.

rectifiable /'rektifaiəbl/ *tt* có thể sửa: *an error that is easily rectifiable* một sai lầm dễ sửa.

rectification /ˌrektifi'keiʃn/ *dt* **1.** sự sửa cho đúng, đính chính: *the rectification of errors* sự sửa sai lầm **2.** (*hóa*) sự tinh cất: *the rectification of alcohol* sự tinh cất rượu **3.** sự nắn, sự chỉnh lưu

(*dòng điện*) **4.** điều đã sửa; điều đính chính.

rectifier /'rektifaiə[r]/ *dt* bộ nắn điện, bộ chỉnh lưu.

rectify /'rektifai/ *đgt* (**-fied**) **1.** sửa cho đúng, sửa: *rectify an error* sửa một sai lầm **2.** (*hóa*) (*chủ yếu ở dạng bị động*) tinh cất **3.** nắn, chỉnh lưu (*dòng điện*).

rectilinear /ˌrekti'liniə[r]/ *tt* **1.** thẳng, theo đường thẳng: *a rectilinear motion* sự chuyển động [theo đường] thẳng **2.** gồm đường thẳng; có ngoại vi là những đường thẳng: *a rectilinear figure* một hình gồm đường thẳng.

rectitude /'rektitju:d, (*Mỹ* 'rektitu:d)/ *dt* tính ngay thẳng.

recto /'rektəʊ/ *dt* (*snh* rectos) trang mặt trước (*của tờ giấy*).

rector /'rektə[r]/ *dt* **1.** mục sư (*giáo hội Anh*) **2.** hiệu trưởng (*một số trường đại học, trường dòng*).

rectory /'rektəri/ *dt* nhà của mục sư (*giáo hội Anh*).

rectum /'rektəm/ *dt* (*snh* rectums) (*giải*) trực tràng.

recumbent /ri'kʌmbənt/ *tt* (*thường thngữ*) [ở tư thế] nằm: *a recumbent figure* một hình người nằm (*trong bức tranh, bức điêu khắc...*).

recuperate /ri'ku:pəreit/ *đgt* **1.** hồi phục, lấy lại [sức]: *recuperate one's health* hồi phục sức khỏe; *he is still recuperating from his operation* ông ta đang hồi phục sức khỏe sau cuộc phẫu thuật **2.** thu hồi: *recuperate expenses* thu hồi số tiền đã chi.

recuperation /riˌku:pə'reiʃn/ *dt* **1.** sự hồi phục **2.** sự thu hồi.

recuperative /re'ku:pərətiv/ *tt* **1.** hồi phục: *the recupera-*

tive powers of fresh air khả năng của không khí trong lành đối với việc hồi phục sức khỏe **2.** thu hồi.

recur /ri'kɜ:[r]/ *dgt* (**-rr-**) trở lại, tái diễn: *a recurring error* một sai lầm tái diễn nhiều lần; *the symptoms tend to recur* triệu chứng bệnh có khuynh hướng tái diễn. // **recur to** trở lại trong trí: *our first meeting often recurs to me (to my mind)* lần gặp gỡ đầu tiên của chúng ta thường trở lại trong trí tôi.

recurrence /ri'kʌrəns/ *dt* sự trở lại, sự tái diễn: *the recurrence of an error* sự tái diễn của một sai lầm.

recurrent /ri'kʌrənt/ *tt* (*thường thngũ*) trở lại luôn; thường tái diễn thường kỳ: *recurrent headaches* những cơn đau đầu thường tái diễn.

recurring decimal /ri,kʌriŋ 'desiml/ (*toán*) số thập phân tuần hoàn (*ví dụ* 3,999, 4,014014).

recusant /'rekjuznt/ *dt* tín đồ Công giáo La Mã không chịu dự các buổi lễ giáo hội Anh (*trước đây*).

recycle /,ri:'saikl/ *dgt* tái sinh (*phế liệu*): *recycled paper* giấy tái sinh.

red[1] /red/ *tt* (**-dder; -ddest**) **1.** đỏ: *red ink* mực đỏ; *be red with anger* giận đỏ mặt; *her eyes were red with weeping* chị ta khóc đỏ cả mắt **2.** (Red) (*thngũ*) đỏ, hồng, cộng sản: *the Red Army* hồng quân; *Red China* Trung cộng. // **neither fish, flesh, nor good red herring** x fish[1]; **not [be] worth a red cent; not give a red cent for** (*Mỹ, thngũ*) không đáng một chinh; **paint the town red** x paint[2]; **[as] red as a beetroot** đỏ mặt (*vì bối rối...*): *he went as red as a beetroot when I asked*

about his new girlfriend anh ta đỏ mặt khi tôi hỏi anh về cô bạn gái mới của anh; **a red herring** điều đánh lạc sự chú ý vào vấn đề đang bàn; [like] **a red rag to a bull** có thể gây nên tức giận bực bội: *her remarks were like a red rag to a bull, he was furious with her* những nhận xét của cô làm anh ta tức tối, anh ta điên tiết lên với cô.

red[2] /red/ *dt* **1.** màu đỏ: *deep red* màu đỏ thẫm **2.** quần áo màu đỏ: *dressed in red* mặc quần áo màu đỏ **3.** (Red) người cộng sản; (*xấu*) tên đỏ. // **be in the red** (*thngũ*) thiếu hụt tiền, có nhiều tiền nợ người ta hơn là tiền có trong tay; **get somebody into the red** (*kng*) làm cho ai nợ tiền, làm cho ai mắc nợ; **be out of the red** (*kng*) không còn mắc nợ nữa; **get somebody out of the red** (*kng*) làm cho ai không còn mắc nợ nữa; **see red** (*kng*) giận đỏ mặt lên, tức giận lắm.

red blood cell /'red'blʌdsel/ *nh* red corpuscle.

red-blooded /,red'blʌdid/ *tt* (*kng*) cường tráng; đầy dục tình: *red-blooded males* những con đực đầy dục tình.

redbreast /'redbrest/ *dt* (*động*) chim cổ đỏ (*cg* **robin**).

redbrick /'redbrik/ *tt* (*thường xấu*) mới thành lập từ cuối thế kỷ 19 trở lại đây (*trường đại học ở Anh*).

red cabbage /,red'kæbidʒ/ (*thực*) cải tía (*có lá đỏ*).

redcap /'redkæp/ *dt* (*kng*) **1.** quân cảnh viên **2.** (*Mỹ*) công nhân khuân vác đường sắt.

red carpet /,red'kɑ:pit/ thảm đỏ (*trải ra khi đón một nhân vật quan trọng*).

red-coat /'redkəʊt/ *dt* lính Anh.

red corpuscle /,redkɔ:pʌsl/ (*cg* **red blood cell**) (*sinh*) hồng cầu.

Red Crescent /,red 'kresnt/ Lưỡi liềm đỏ.

Red Cross /,red'krɒs/ Chữ thập đỏ, Hồng thập tự.

redcurrant /,red'kʌrənt/ (*thực*) **1.** cây lý đỏ **2.** quả lý đỏ.

redden /'redn/ *dgt* **1.** làm cho đỏ **2.** đỏ lên, ửng đỏ (*mặt*).

reddish /'rediʃ/ *tt* hơi đỏ, đo đỏ.

redeem /ri'di:m/ *dgt* **1.** mua lại; chuộc về (*vật cầm cố*): *I redeemed my watch from the pawn* tôi đã chuộc đồng hồ về **2.** trả hết, trang trải (*nợ*) **3.** chuyển thành tiền, chuyển thành hàng hóa: *this coupon can be redeemed at any of our branches* phiếu này có thể chuyển thành hàng hóa ở bất cứ chi nhánh nào của hãng chúng tôi **4.** giữ trọn (*lời hứa*); thực hiện: *redeem one's pledges* thực hiện lời cam kết **5.** chuộc: *redeem hostages from captivity* chuộc con tin bị bắt giữ **6.** cứu rỗi, cứu khỏi vòng tội lỗi (*nói về Chúa*) **7.** chuộc lại; bù lại: *Tam redeemed his earlier poor performance by scoring two goals* Tam bù lại thành tích kém trước đó bằng cách ghi được hai bàn; *redeem one's honour* chuộc lại danh dự.

redeemable /ri'di:məbl/ *tt* **1.** có thể mua lại, có thể chuộc về **2.** có thể chuộc lại, có thể bù lại.

the Redeemer /ri'di:mə[r]/ *dt* (*số ít*) Chúa Giêsu.

redemption /ri'dempʃn/ *dt* **1.** sự mua lại, sự chuộc về **2.** sự trang trải, sự trả hết (*nợ*) **3.** sự giữ trọn, sự thực hiện (*lời cam kết*) **4.** sự chuộc lại, sự đền bù. // **beyond**

R

(past) redemption *(thường dùa)* không hòng cứu vớt được nữa; không hòng cải thiện được nữa *(vì đã quá tệ, quá xấu): when the third goal was scored against us, we knew the match was past redemption* khi bàn thứ ba vào khung thành chúng tôi đã được ghi, chúng tôi biết là tình thế không cứu vớt được nữa.

redemptive /ri'demptiv/ *tt* 1. mua lại, chuộc về 2. chuộc lại, bù lại 3. cứu rỗi, cứu khỏi vòng tội lỗi.

red ensign /,red'ensən/ cờ hiệu đỏ *(trên thương thuyền Anh)*.

redeploy /ri:di'plɔi/ *dgt* triển khai lại, sắp xếp lại: *redeploy troops* triển khai lại quân ngũ.

redeployment /,ri:di'plɔimənt/ *dt* sự triển khai lại, sự sắp xếp lại: *redeployment of labour* sự sắp xếp lại lao động.

redevelop /ri:di'veləp/ *dgt* quy hoạch lại, xây dựng lại *(một khu, nhà cửa... cho hiện đại hơn, cho có tiện nghi hơn) redevelop a city centre* xây dựng lại trung tâm đô thị.

redevelopment /,ri:di'veləpmənt/ *dt* sự quy hoạch lại, sự xây dựng lại.

red flag /,red'flæg/ cờ đỏ *(báo hiệu nguy hiểm trên đường bộ, đường sắt... hoặc là biểu tượng của cách mạng, của chủ nghĩa cộng sản)*.

red giant /,red'dʒaiənt/ ngôi sao đỏ *(đã quá nửa thời gian tồn tại, và phát ra ánh sáng do đỏ)*.

red-handed /,red'hændid/ *tt* **catch somebody red-handed** x catch[1].

redhead /'redhed/ *dt* người phụ nữ tóc hung.

red-hot /,red'hɒt/ *tt* 1. nóng đỏ *(kim loại)* 2. *(bóng)* rất lớn: *red-hot enthusiasm* nhiệt tình rất lớn 3. *(bóng, kng)* mới toanh: *the reporter had a red-hot story* ông phóng viên có một câu chuyện mới toanh.

redid /,ri:'did/ *qk của* redo.

rediffusion /,ri:di'fju:ʒn/ *dt* sự tiếp âm, sự tiếp phát *(TV...)*.

Red Indian /,red'indiən/ *(Anh* **redskin**) *(kng)* người da đỏ Bắc Mỹ.

redirect /,ri:də'rekt/ *dgt nh* readdress.

redistribute /,ri:di'stribju:t/ *dgt* phân phối lại: *redistribute land* phân phối lại đất đai.

redistribution /,ri:distri'bju:ʃn/ *dt* sự phân phối lại.

red lead /,red'led/ oxit chì đỏ, minium *(dùng chế sơn...)*.

red-letter day /,red'letədei/ ngày quan trọng; ngày đáng ghi nhớ *(vì đã có điều hay xảy đến)*.

red light /,red'lait/ đèn đỏ *(có nghĩa là dừng lại trên đường bộ, hoặc để chỉ là có nguy hiểm trên đường sắt): go through a red light* vượt qua đèn đỏ, không dừng lại.

red-light district /,red'lait distrikt/ khu hồng lâu, xóm nhà chứa *(ở một thành phố)*.

redly /'redli/ *pht* [một cách] đỏ: *the fire glowed redly* lửa rực đỏ.

red meat /,red'mi:t/ thịt đỏ *(thịt bò, thịt cừu)*.

redo /,ri:'du:/ *dgt* (**redid; redone**) 1. làm lại 2. *(kng)* tu sửa; trang hoàng lại *(gian phòng, ngôi nhà)*.

redolence /'redələns/ *dt* 1. sự nực mùi 2. sự gợi nhớ.

redolent /'redələnt/ *tt* 1. sực mùi: *have breath redolent of garlic* có hơi thở sực mùi tỏi; *a room redolent of roses* gian phòng sực mùi hoa hồng 2. gợi nhớ: *a town redolent of the past* thành phố làm gợi nhớ quá khứ.

redone /,ri:'dʌn/ *dttqk của* redo.

redouble /,ri:'dʌbl/ *dgt* 1. gia tăng: *her zeal redoubled* nhiệt tình của chị ta đã gia tăng; *we must redouble our efforts* chúng ta phải gia tăng cố gắng 2. tố gấp đôi lên lần nữa *(đánh bài brít)*.

redoubt /ri'daʊt/ *dt (quân)* 1. công sự lẻ, đồn lẻ 2. vị trí phòng ngự cuối cùng trong công sự.

redoubtable /ri'daʊtəbl/ *tt* đáng gờm; kinh khủng: *a redoubtable opponent* một đối thủ đáng gờm.

redound /ri'daʊnd/ *dgt* 1. (+ on) tác động trở lại: *your practical jokes will redound on you (on your head) one day* trò chơi khăm của anh sẽ có ngày tác động trở lại anh đấy 2. (+ to) góp phần to lớn vào *(thanh danh cho ai): his hard work redounds to the honour of the school* việc học tập công phu của anh ta sẽ góp phần to lớn vào vinh dự của nhà trường.

red pepper /,red'pepə[r]/ ớt *(cây, quả)*.

redress[1] /ri'dres/ *dgt* 1. uốn nắn, sửa lại: *redress one's errors* uốn nắn lại sai lầm; *redress an injustice* sửa lại một điều bất công 2. đền bù: *redress the damage done* đền bù thiệt hại. // **redress the balance** lập lại thế cân bằng: *the team has more men than women so we must redress the balance* đội gồm nhiều nam hơn nữ, ta phải lập lại thế cân bằng mới được *(bằng cách thêm nữ vào)*.

redress² /ri'dres/ *dt* **1.** sự uốn nắn, sự sửa lại **2.** sự đền bù; khoản đền bù: *under the circumstances, you have no redress* trong hoàn cảnh như thế, anh không thể đòi đền bù được đâu.

red setter /ˌred'setə[r]/ *nh* Irish setter.

redskin /'redskin/ *dt nh* Red Indian.

red tape /ˌred'teip/ *(xấu)* thói quan liêu; tệ quan liêu.

reduce /ri'dju:s, *(Mỹ)* ri'du:s/ *đgt* **1.** giảm, hạ: *reduce speed* giảm tốc độ; *reduce prices* giảm giá, hạ giá **2.** *(Mỹ, kng)* ăn theo chế độ cho sút cân đi, sự làm cho nhẹ cân đi **3.** giáng cấp: *reduce a sergeant to the ranks* giáng cấp một viên đội xuống thành lính trơn **4.** làm cho, bắt phải, khiến phải: *reduce somebody to tears* khiến cho ai phải khóc **5.** [làm] biến *(sang một dạng khác, thường là kém hơn)*: *the fire reduced the house to ashes* lửa đã biến ngôi nhà thành tro **6.** rút gọn; quy: *reduce an issue to its simplest form* quy một vấn đề thành dạng đơn giản nhất **7.** *(hóa)* khử.

reducible /ri'dju:səbl/ *tt* có thể giảm bớt, có thể hạ.

reductio ad absurdum /riˌdʌktiəu æd əb'sɜ:dəm/ *(tiếng La tinh)* phương pháp bác bỏ bằng phản chứng.

reduction /ri'dʌkʃn/ *dt* **1.** sự giảm bớt, sự hạ: *the reduction of tax* sự giảm thuế; *a reduction in price* sự hạ giá **2.** sự rút gọn, sự quy: *reduction of an argument to its essentials* sự quy một vấn đề thành các yếu tố cần thiết nhất **3.** bản thu nhỏ *(bản đồ, bức tranh...)*.

redundancy /ri'dʌndənsi/ *dt* **1.** sự dư thừa **2.** công nhân thừa ra *(phải sa thải...)*: *two hundred redundancies were announced in the ship-yards* xưởng đóng tàu thông báo sa thải hai trăm công nhân.

redundant /ri'dʌndənt/ *tt* thừa ra: *a paragraph without a redundant word* đoạn văn không một từ thừa; *fifty welders were declared redundant* năm mươi thợ hàn chính thức bị thải hồi.

redundantly /ri'dʌndəntli/ *pht* [một cách] thừa ra.

reduplicate /ri'dju:plikeit/ *đgt (ngôn)* lặp, láy *(từ, âm tiết)* *(ví dụ như trong bye-bye)*.

reduplication /riˌdju:pli-'keiʃn/ *dt (ngôn)* sự láy âm.

red wine /ˌred'wain/ rượu vang đỏ.

redwood /'redwʊd/ *dt (thực)* cây cù tùng.

re-echo /ri:'ekəʊ/ *đgt* vang đi vang lại: *their shouts re-echo through the valley* tiếng reo hò của chúng vang đi vang lại khắp thung lũng.

reed /ri:d/ *dt* **1.** cây sậy; khóm sậy **2.** *(nhạc)* giăm kèn. // **a broken reed** x **broken²**.

reediness /ri:dinis/ *dt* tính lanh lảnh *(tiếng, giọng)*: *an unpleasant reediness of tone* tiếng lanh lảnh khó chịu.

reeducate /ri:'edʒʊkeit/ *đgt* giáo dục lại: *we must reeducate people to eat more healthily* chúng ta phải giáo dục lại mọi người cách ăn uống sao cho có lợi cho sức khỏe hơn.

reeducation /ˌri:edʒʊ'keiʃn/ *dt* sự giáo dục lại.

reedy /'ri:di/ *tt* (-ier; -iest) **1.** có nhiều lau sậy **2.** *(xấu)* lanh lảnh *(tiếng, giọng)*.

reef¹ /ri:f/ *dt* mép cuốn buồm.

reef² /ri:f/ *đgt* cuốn mép *(buồm)* lại.

reef³ /ri:f/ *dt* đá ngầm *(ngang mặt nước)*: *a coral reef* bãi san hô ngầm.

reef-knot /'ri:fnɒt/ *dt (Mỹ spare knot)* nút thắt móc *(khó tuột ra)*.

reefer /'ri:fə[r]/ *dt* **1.** *(cg reefer-jacket)* áo vét cài chéo **2.** *(lóng)* điếu thuốc quấn có lá cần sa.

reek¹ /ri:k/ *dt* **1.** mùi nồng nặc: *the reek of stale tobacco* mùi nồng nặc của thuốc lá đã chớm hỏng **2.** *(E-cốt)* khói dày đặc *(từ ống khói, bếp lửa...)*.

reek² /ri:k/ *đgt* **1.** sặc mùi: *his breath reeked of tobacco* hơi thở của nó sặc mùi thuốc lá; *their actions reek of corruption (bóng)* hành vi của họ sặc mùi trụy lạc **2.** *(E-cốt)* tỏa khói dày đặc *(bếp lửa, ống khói)*.

reel¹ /ri:l/ *dt (Mỹ spool)* **1.** guồng *(quay tơ, đánh chỉ...)* **2.** ống, cuộn *(phim, băng từ...)*: *a cable reel* cuộn dây cáp; *a six-reel film* bộ phim sáu cuộn.

reel² /ri:l/ *đgt* **1.** (+ in) quấn vào cuộn; (+ out) tháo từ cuộn ra **2.** (+ off) đọc lưu loát, lặp lại lưu loát: *reel off a poem* đọc lưu loát một bài thơ.

reel³ /ri:l/ *đgt* **1.** loạng choạng; lảo đảo **2.** *(bóng)* quay cuồng: *his mind reeled when he heard the news (at the news)* đầu óc nó quay cuồng khi nó hay tin đó; *the street reeled before his eyes* đường phố như quay cuồng trước mắt nó.

reel⁴ /ri:l/ *dt* **1.** điệu vũ quay, điệu vũ rin *(cho hai hoặc bốn cặp)* **2.** nhạc [cho] vũ quay, nhạc [cho] vũ rin.

re-elect /ˌri:i'lekt/ *đgt* bầu *(ai)* lại: *re-elect somebody to*

R

the Presidency ([as] President) bầu lại ai làm tổng thống.

re-election /ˌriːiˈlekʃn/ *dt* sự bầu lại.

re-enter /ˌriːˈentə[r]/ *dgt* **1.** lại vào, trở vào *(phòng...)* **2.** lại ghi tên *(dự thi).*

re-entry /ˌriːˈentri/ *dt* **1.** sự quay trở vào *(phòng...)* **2.** sự quay trở về khí quyển trái đất *(tàu vũ trụ).*

reeve /riːv/ *dt* **1.** chánh án *(tòa án thành phố, tòa án quận, trước đây)* **2.** *(sử)* viên quản lý *(một thái ấp)* **3.** *(Ca-na-da)* chủ tịch hội đồng thành phố; chủ tịch xã.

re-examination /ˌriːigˌzæmiˈneiʃn/ *dt* **1.** sự xem xét lại **2.** sự thẩm vấn lại, sự hỏi cung lại.

re-examine /ˌriːigˈzæmin/ *dgt* **1.** xem xét lại **2.** thẩm vấn lại, hỏi cung lại.

re-export /ˌriːekˈspɔːt/ *dgt* tái xuất khẩu *(hàng nhập khẩu, thường là sau khi đã tái chế).*

ref¹ /ref/ *dt (thngũ)* nh referee¹ 1.

ref² /ref/ *(thương)* (vt của reference) x reference 3.

reface /ˌriːˈfeis/ *dgt* trát một lớp mặt mới *(vào tường...).*

refectory /riˈfektri, ˈrefitri/ *dt* phòng ăn tập thể, nhà ăn *(ở trường học, tu viện...).*

refer /riˈfɜː[r]/ *dgt* (-rr-) **1.** nói đến, ám chỉ: *don't refer to this matter again, please* xin đừng lại nói đến vấn đề ấy nữa; *when I said some people are stupid, I wasn't referring to you* khi tôi nói có những người ngốc nghếch, tôi không ám chỉ anh đâu nhé **2.** có liên quan tới: *what I have to say refers to all of you* cái tôi phải nói có liên quan đến tất cả các anh **3.** dựa vào, căn cứ vào;

tham chiếu: *refer to an expert* dựa vào ý kiến một chuyên gia; *I referred to my watch for the exact time* tôi dựa vào đồng hồ của tôi để biết giờ chính xác **4.** chuyển đến để giúp đỡ, chuyển đến để khuyên bảo...: *refer a patient to a specialist for treatment* chuyển người bệnh đến một bác sĩ chuyên khoa để điều trị; *the dispute was referred to the United Nations for arbitration* cuộc tranh chấp được chuyển đến Liên hiệp quốc để làm trọng tài phân xử. // **refer something back to somebody** chuyển trả *(một tài liệu...)* lại cho người gửi: *the letter was referred back to us with a query* bức thư được chuyển trả lại cho chúng tôi với một câu chất vấn.

referable /riˈfɜːrəbl/ *tt* có thể chuyển đến *(ai, nơi nào...)* để giúp đỡ *(để khuyên bảo...).*

referee¹ /ˌrefəˈriː/ *dt* **1.** *(cg kng* **ref**) trọng tài *(bóng đá, quyền Anh)* **2.** người phân xử *(tranh chấp giữa chủ và thợ...)*, trọng tài **3.** người phán xét *(về khả năng một người xin việc làm...).*

referee² /ˌrefəˈriː/ *dgt* làm trọng tài *(cuộc đấu bóng, đấu quyền Anh)*: *who refereed [the match]?* ai làm trọng tài cuộc đấu thế?

reference /ˈrefərəns/ *dt* **1.** sự nói đến, sự ám chỉ: *avoid [making] any reference to his illness* tránh bất cứ lời nào nói đến bệnh tật của nó **2.** lời chú tham khảo; sách tham khảo; đoạn tham khảo; sự tham khảo: *make reference to a dictionary* tham khảo một cuốn từ điển **3.** *(thương)* (vt **ref**) *please quote our reference when replying* xin làm ơn trích dẫn

số tham chiếu của chúng tôi khi trả lời **4.** lời phán xét *(về khả năng của một người)*; người phán xét: *he has excellent references from former employers* anh ta được các chủ cũ đánh giá rất tốt. // **bear (have) some (no) reference to something** có *(không)* liên quan tới việc gì: *this has no reference to what we were discussing* cái đó không liên quan gì tới vấn đề chúng ta đang thảo luận; **a frame of reference** x frame¹; **in (with) reference to** có liên quan đến; về việc: *I am writing with reference to your job application* tôi đang viết về đơn anh xin việc làm; **without reference to** không kể gì tới: *she issued all these invitations without any reference to her superiors* chị ta phát đi tất cả giấy mời ấy mà không hỏi ý kiến các vị cấp trên của chị ta.

reference book /ˈrefərənsbuk/ sách tham khảo.

reference library /ˈrefərəns laibrəri/ thư viện sách tra cứu *(không cho mượn sách).*

reference marks /ˈrefərəns maːks/ dấu tham khảo *(lời ghi chú cuối trang... ở đấy có thể tìm thấy thông tin cần thiết).*

reference room /ˈrefərəns rum/ phòng tra cứu *(thường là đồng nghĩa với* reference library).

referendum /ˌrefəˈrendəm/ *dt (snh* referendums) cuộc trưng cầu dân ý.

refill¹ /ˌriːˈfil/ *dgt* để cho đầy lại, rót cho đầy lại: *refill a glass* rót cho đầy cốc lại.

refill² /ˌriːˈfil/ *dt* cái dự trữ để dùng tiếp: *two refills for a ball-point pen* hai ruột dự trữ cho cây bút bi; *would you like a refill? (kng)* anh có muốn uống thêm cốc nữa không?

refine /ri'fain/ *dgt* **1.** tinh chế: *refine sugar* tinh chế đường **2.** trau [chuốt]; trau [dồi]: *refine working methods* trau chuốt phương pháp làm việc; *refine one's language* trau dồi ngôn ngữ của mình.

refined /ri'faind/ *tt* **1.** tao nhã, thanh nhã: *her tastes are very refined* sở thích của chị ta rất tao nhã **2.** đã tinh chế *(đường...)*.

refinement /ri'fainmənt/ *dt* **1.** sự tinh chế: *refinement of sugar* sự tinh chế đường **2.** sự tao nhã, sự thanh nhã: *a person of great refinement* một người rất tao nhã **3.** *(thường snh)* chi tiết cải tiến tinh vi; nét tinh vi: *all the refinements of 20th-century technology* mọi chi tiết cải tiến tinh vi của công nghệ thế kỷ 20; *refinements of cruelty* những nét tinh vi của thủ đoạn tàn ác, những thủ đoạn tàn ác tinh vi.

refiner /ri'fainə[r]/ *dt* người tinh chế; máy tinh chế; hãng tinh chế.

refinery /ri'fainəri/ *dt* nhà máy tinh chế: *a sugar refinery* nhà máy tinh chế đường.

refit¹ /'ri:fit/ *dt* sự sửa chữa lại; sự trang bị lại [(tàu thủy...).

refit² /ˌri:'fit/ *dgt* (-tt-) sửa chữa lại; trang bị lại *(tàu thủy...)*: *the ferry was refitted as a troop-ship* chiếc phà đã được sửa chữa lại thành tàu chở quân; *put into port to refit* cho vào cảng để sửa chữa.

reflate /ˌri:'fleit/ *dgt (kt)* tái lạm phát.

reflation /ri:'fleiʃn/ *dt (kt)* sự tái lạm phát.

reflationary /ri:'fleiʃnri, (Mỹ ri:'fleiʃneri)/ *tt* tái lạm phát.

reflect /ri'flekt/ *dgt* **1.** phản chiếu, phản xạ, dội lại: *he looked at his face reflected in the mirror* nó nhìn vào hình mặt nó phản chiếu trong gương; *reflect sound* dội lại âm thanh **2.** phản ánh: *their actions reflect their thoughts* hành động của họ phản ánh ý nghĩ của họ **3.** (+ on, upon) suy nghĩ, ngẫm nghĩ: *reflect upon what answer to make* suy nghĩ nên trả lời thế nào. // **reflect well (badly...) on** gây ấn tượng hay (không hay...) cho: *this scandal will reflect badly on the Party* vụ tai tiếng đó sẽ gây ấn tượng không hay cho đảng; **reflect credit (discredit) on** mang lại danh tiếng (sự ô nhục) cho: *these excellent results reflect great credit on all our staff* những kết quả tuyệt vời đó sẽ mang lại danh tiếng cho tất cả chúng tôi.

reflection (*Anh cg* **reflexion**) /ri'flekʃn/ *dt* **1.** sự phản chiếu, sự phản xạ, sự dội lại; hình phản chiếu, hình ảnh: *see one's reflection in the mirror* nhìn hình ảnh của mình trong gương; *be a pale reflection of one's former self* một hình ảnh nhợt nhạt của bản thân mình trước đây *(sau trận ốm...)* **2.** sự phản ánh: *your clothes are a reflection of your personality* quần áo của anh phản ánh cá tính của anh **3.** sự suy nghĩ; điều suy nghĩ: *lost in reflection* trầm ngâm suy nghĩ; *reflections on the past* những suy nghĩ về quá khứ. // **be a [back, poor, adverse] reflection on** làm tổn hại đến thanh danh của; bao hàm ý trách mắng phê bình về: *your remarks are a reflection on me (on my character)* những nhận xét của anh bao hàm ý phê bình tôi (ý phê bình tính nết của tôi); **on reflection** sau khi suy nghĩ kỹ: *she decided, on reflection, to accept the offer* sau khi suy nghĩ kỹ chị ta quyết định chấp thuận lời đề nghị.

reflective /ri'flektiv/ *tt* **1.** suy nghĩ; trầm ngâm: *in a reflective frame of mind* trong tâm trạng trầm ngâm **2.** phản chiếu [ánh sáng] *(nói về một bề mặt...)*: *reflective number plates* biển số phản chiếu ánh sáng *(ở xe ôtô...)*.

reflectively /ri'flektivli/ *pht* [một cách] trầm ngâm suy nghĩ.

reflector /ri'flektə[r]/ *dt* **1.** gương phản xạ; cái dội tiếng **2.** kính phản quang *(lắp vào bánh xe để có thể thấy được trong bóng tối)*.

reflex /'ri:fleks/ *dt* (*cg* **reflex action**) phản xạ: *have quick reflexes* [có] phản xạ nhanh; *a conditioned reflex* phản xạ có điều kiện.

reflex angle /ˌri:fleks'æŋgl/ góc phản xạ *(lớn hơn 180°)*.

reflex camera /'ri:fleks kæmərə/ máy quay phim phản xạ.

reflexion /ri'flekʃn/ *dt x* reflection.

reflexive¹ /ri'fleksiv/ *tt* *(ngôn)* phản thân: *a reflexive verb* động từ phản thân; *a reflexive pronoun* đại từ phản thân.

reflexive² /ri'fleksiv/ *dt* *(ngôn)* động từ phản thân; đại từ phản thân.

refloat /ˌri:'fləut/ *dgt* trục cho nổi lên lại *(tàu bị đắm, tàu mắc cạn)*.

reforest /ˌri:'fɔ:rist/ *dgt (Mỹ) nh* reafforest.

reforestation /ˌriːfɔːriˈsteiʃn/ dt (Mỹ) nh reafforestation.

reform¹ /riˈfɔːm/ dgt cải tạo, cải cách, cải tổ; sửa đổi: *reform the world* cải tạo thế giới: *there are signs that he's reforming* có dấu hiệu cho thấy nó đã sửa đổi (sửa mình); *reform a constitution* sửa đổi hiến pháp.

reform² /riˈfɔːm/ dt 1. sự cải tạo, sự cải cách, sự cải tổ; sự sửa đổi 2. cải cách; sửa đổi: *carry out reforms in education* tiến hành cải cách trong giáo dục.

re-form /ˌriːˈfɔːm/ dgt 1. hình thành trở lại, lại hình thành: *ice re-formed on the plane's wings* băng hình thành trở lại trên cánh máy bay 2. tập hợp trở lại thành hàng ngũ (*quân lính*).

reformation /ˌrefəˈmeiʃn/ dt 1. sự cải tạo, sự cải cách, sự cải tổ, sự sửa đổi: *the reformation of criminals* sự cải tạo tội phạm; *a reformation in state education* sự cải tổ giáo dục quốc dân 2. the Reformation (*số ít*) (*sử, tôn*) phong trào cải cách tôn giáo thế kỷ 16 (*với sự ra đời của giáo hội Tin Lành*).

reformatory¹ /riˈfɔːmətri, (Mỹ riˈfɔːmətɔːri)/ dt (Mỹ) trại cải tạo.

reformatory² /riˈfɔːmətri, (Mỹ riˈfɔːmətɔːri)/ tt [để] cải tạo, [để] cải cách, [để] cải tổ.

reformer /riˈfɔːmə[r]/ dt nhà cải cách: *a social reformer* nhà cải cách xã hội.

refract /riˈfrækt/ dgt (*lý*) khúc xạ.

refraction /riˈfrækʃn/ dt (*lý*) sự khúc xạ.

refractory /riˈfræktəri/ tt 1. ngang ngạnh, bướng bỉnh: *a very refractory child* một em bé rất bướng bỉnh 2. khó chữa (*bệnh*) 3. khó chảy, chịu nóng (*kim loại*); chịu lửa (*gạch*): *refractory brick* gạch chịu lửa.

refrain¹ /riˈfrein/ dt điệp khúc: *will you all join in singing the refrain, please?* các bạn có muốn ta cùng nhau hát điệp khúc không?; *the familiar refrain of her husband's snoring* (*bóng*) vẫn cái điệp khúc tiếng ngáy quen thuộc của chồng chị ta.

refrain² /riˈfrein/ dgt kìm lại, cố nhịn: *refrain from comment* cố kìm mình không bình luận; *refrain from weeping* cố nhịn khóc; *let's hope they will refrain* ta hãy hy vọng là chúng sẽ kìm được mình (*không gây ra hành động gì thù nghịch...*).

refresh /riˈfreʃ/ dgt làm cho khỏe khoắn; làm tỉnh người: *refresh oneself with a cup of tea* uống chén trà cho tỉnh người; *she felt refreshed after her sleep* sau giấc ngủ, chị ta thấy khỏe khoắn lên. // **refresh one's (somebody's) memory about something (somebody)** tra sổ ghi chép mà nhớ lại (làm ai nhớ lại) việc gì (người nào).

refresher course /riˈfreʃə[r] kɔːs/ lớp bổ túc.

refreshing /riˈfreʃiŋ/ tt 1. làm khỏe khoắn, làm tỉnh người: *a refreshing sleep* giấc ngủ làm khỏe khoắn người lên 2. (*bóng*) thích thú (*vì hiếm thấy hay mới lạ*): *a new and refreshing approach to a problem* cách tiếp cận vấn đề một cách mới lạ và thích thú.

refreshingly /riˈfreʃiŋli/ pht [một cách] thích thú.

refreshment /riˈfreʃmənt/ dt 1. sự làm cho khỏe khoắn, sự làm tỉnh người; sự khỏe khoắn, sự tỉnh người 2. (*đùa*) cái ăn, thức uống: *par-*

take of some refreshment ăn tí gì; uống tí gì; *a refreshment room* quầy ăn uống (*ở ga xe lửa*) 3. (*snh*) bữa ăn nhẹ, bữa quà (*giữa các bữa ăn chính hoặc thay cho bữa ăn chính*).

refrigerant /riˈfridʒərənt/ dt chất làm lạnh (*ví dụ CO_2 lỏng*).

refrigerate /riˈfridʒəreit/ dgt làm lạnh, ướp lạnh (*thịt, sữa...*).

refrigeration /riˌfridʒəˈreiʃn/ dt sự làm lạnh, sự ướp lạnh: *keep perishable foods under refrigeration* ướp lạnh để giữ những thức ăn dễ hỏng; *the refrigeration industry* công nghiệp ướp lạnh.

refrigerator /riˈfridʒəreitə[r]/ dt (Mỹ cg **ice-box**, kng **fridge**) tủ lạnh; phòng ướp lạnh.

refuel /ˌriːˈfjuːəl/ dgt (-ll-; Mỹ -l-) cung cấp thêm nhiên liệu, lấy thêm nhiên liệu (*máy bay, xe ô tô...*): *land for refuelling* hạ cánh để lấy thêm nhiên liệu.

refuge /ˈrefjuːdʒ/ 1. dt nơi trốn tránh, nơi ẩn náu; nơi nương náu: *seek refuge from the storm* tìm nơi ẩn náu tránh cơn bão; *for her, poetry is a refuge from the world* đối với chị ta, thơ ca là ẩn tránh chuyện trần gian 2. nh traffic island.

refugee /ˌrefjuːˈdʒiː, (Mỹ ˈrefjudʒiː)/ dt người tị nạn.

refulgence /riˈfʌldʒəns/ dt ánh chói lọi; sự rực rỡ.

refulgent /riˈfʌldʒənt/ tt chói lọi, rực rỡ.

refund¹ /riˈfʌnd/ dgt hoàn lại, trả lại: *refund a deposit* hoàn lại số tiền đặt cọc.

refund² /riˈfʌnd/ dt sự hoàn lại, sự trả lại: *he demanded a refund on the unused tickets* anh ta đòi hoàn lại tiền những tấm vé chưa sử dụng.

refundable /ri'fʌndəbl/ tt có thể hoàn lại, có thể trả lại: *a non-refundable deposit* số tiền đặt cọc không thể hoàn lại.

refurbish /ˌriː'fɜːbiʃ/ dgt làm cho sạch bóng lại; trang hoàng lại: *the flat will be refurbished for the new tenants* căn hộ sẽ được trang hoàng lại cho những người thuê mới.

refusal /ri'fjuːzl/ dt 1. sự từ chối; sự khước từ: *refusal of an invitation* sự khước từ lời mời; *a flat refusal* sự từ chối thẳng thừng 2. *the refusal* (số ít) quyền được nhận hay từ chối; *(trước người khác)*; quyền ưu tiên chọn trước: *have the refusal on a car* được quyền ưu tiên chọn trước một chiếc xe.

refuse[1] /'refjuːs/ dt đồ thải, rác rưởi, rác: *kitchen refuse* rác rưởi ở nhà bếp; *a refuse dump* nơi đổ rác.

refuse[2] /ri'fjuːz/ dgt từ chối, khước từ: *refuse an invitation* khước từ lời mời; *refuse permission* từ chối không cho phép; *the car absolutely refused to stop* chiếc xe không chịu dừng lại; *I was refused admittance* tôi bị từ chối không cho vào.

refutable /ri'fjuːtəbl, 'refjʊtəbl/ tt có thể bác, có thể bẻ lại.

refutation /ˌrefjuːˈteiʃn/ dt 1. sự bác, sự bẻ lại 2. lý lẽ bẻ lại.

refute /ri'fjuːt/ dgt bác, bẻ lại: *refute an argument* bác một lý lẽ; *refute an opponent* bẻ lại đối thủ.

regain /ri'gein/ dgt 1. lấy lại: *regain one's health* lấy lại sức khỏe; *regain consciousness* tỉnh lại; *regain one's balance* lấy lại thăng bằng *(sau khi trượt chân...)* 2. trở lại: *regain one's home* trở lại gia đình.

regal /'riːgl/ tt [thuộc] đế vương; [như] đế vương: *live in regal splendour* sống [trong cảnh huy hoàng] đế vương; *regal power* vương quyền.

regale /ri'geil/ dgt 1. đãi, thết, thết đãi: *regale somebody with a good meal* đãi ai một bữa ăn ngon; *we regaled ourselves with champagne* chúng tôi thết đãi nhau rượu sâm banh, chúng tôi cùng uống sâm banh thỏa thích 2. làm cho thích thú khoái trá: *she regaled us with an account of her school-days* chị ta làm chúng tôi thích thú khoái trá với câu chuyện kể về những ngày tháng chị còn đi học.

regalia /ri'geiliə/ dt 1. biểu chương vương quyền *(dùng trong lễ đăng quang ở Anh, gồm có vương miện, quả cầu cắm thánh giá và quyền trượng)* 2. y trang *(của một dòng tu, một chức vị)*: *wearing the mayoral regalia* khoác y trang thị trưởng, trong y trang thị trưởng.

regard[1] /ri'gaːd/ dgt 1. nhìn: *she regarded him intently* chị nhìn anh chằm chằm 2. coi như, xem như: *we regard your suggestion as worth considering (as worthy of consideration)* chúng tôi coi ý kiến đề nghị của anh là đáng suy xét 3. *(thường trong câu phủ định hay câu hỏi)* để ý, lưu ý: *he seldom regards my advice* nó ít khi để ý đến lời khuyên của tôi. // *as regards somebody (something)* về ai, về cái gì: *I have little information as regards his past* tôi có ít thông tin về quá khứ của

nó; *as regards the second point in your letter* về điểm hai nêu trong thơ của ông.

regard[2] /ri'gaːd/ dt 1. sự để ý, sự lưu ý: *show little regard to the feelings of others* tỏ ra ít lưu ý đến những cảm nghĩ của người khác 2. sự quý mến, sự kính trọng 3. *(snh)* lời chúc *(từ thường dùng ở cuối thư)* *with kind regards. Yours sincerely* xin gửi anh những lời chúc chân thành của tôi. // *with regard to; in that (this, one) regard* về vấn đề, về mặt, về điểm *(nào đó)*: *he is very sensitive in this regard* về mặt đó nó rất nhạy cảm.

regarding /ri'gaːdiŋ/ gt về, đối với: *she said nothing regarding your request* bà ta không nói gì về lời thỉnh cầu của chị cả.

regardless /ri'gaːdlis/ pht *(kng)* không để ý, không lưu ý: *I protested but he carried on regardless* tôi phản kháng, nhưng ông ta vẫn bất chấp.

regardless of /ri'gaːdlis əv/ gt không kể đến, bất chấp: *regardless of the consequences* bất chấp hậu quả.

regatta /ri'gætə/ dt cuộc đua thuyền.

regd *(thương)* (vt của registered) đã đăng ký.

regency /'riːdʒənsi/ dt 1. chức nhiếp chính; thời kỳ nhiếp chính 2. *the Regency* (số ít) thời nhiếp chính *(của ông hoàng xứ Wales Georges, 1810-1820)*: *Regency architecture* kiến trúc thời nhiếp chính.

regenerate[1] /ri'dʒenəreit/ dgt 1. phục hưng; phục hồi: *after his holiday he felt regenerated* sau kỳ nghỉ anh ta cảm thấy sức khỏe đã phục hồi 2. cải tạo; đổi mới: *the party soon regenerated*

R

under his leadership đảng sẽ sớm đổi mới dưới sự lãnh đạo của ông ta.

regenerate² /ri'dʒenəreit/ *tt* được cải tạo, được đổi mới: *a regenerated society* một xã hội đổi mới.

regeneration /ri,dʒenə'reiʃn/ *dt* 1. sự phục hưng, sự phục hồi 2. sự cải tạo, sự đổi mới.

regenerative /ri'dʒenərətiv/ *tt* phục hưng; phục hồi: *enjoy the regenerative powers of sea air* thích thú hưởng khả năng phục hồi sức khỏe của không khí biển.

regent¹ /'ri:dʒənt/ *dt* (*thường* **Regent**) quan nhiếp chính.

regent² /'ri:dʒənt/ *tt* (*thường* **Regent**) nhiếp chính: *the Prince Regent* hoàng thân nhiếp chính.

reggae /'regei/ *dt* nhạc reghê; vũ reghê (*của người da đỏ*).

regicide /'redʒisaid/ *dt* 1. tội giết vua 2. kẻ giết vua.

regime /rei'ʒi:m, 'reʒi:m/ *dt* 1. chế độ: *democratic regime* chế độ dân chủ 2. *nh* regimen.

regimen /'redʒimən/ *dt* (*y*) chế độ (*ăn uống, luyện tập...*): *put a patient on a regimen* bắt bệnh nhân theo một chế độ.

regiment¹ /'redʒimənt/ *dt* 1. (*quân*) trung đoàn 2. (*bóng*) đàn, lũ, đám, bầy: *a regiment of children* một đám trẻ con.

regiment² /'redʒiment/ *dgt* (*chủ yếu ở dạng bị động; xấu*) 1. bắt theo kỷ luật nghiêm ngặt 2. tổ chức chặt chẽ thành từng nhóm: *school regimented outings* học sinh đi nghỉ hè được tổ chức chặt chẽ thành từng nhóm.

regimental /,redʒi'mentl/ *tt* (*thngữ*) [thuộc] trung đoàn: *regimental headquarters* sở chỉ huy trung đoàn.

regimentals /,redʒi'mentlz/ *dt snh* quân phục trung đoàn.

regimentation /,redʒimen'teiʃn/ *dt* sự tổ chức chặt chẽ thành từng nhóm.

Regina /ri'dʒainə/ *dt* (tiếng La tinh) nữ hoàng trị vì: *Elizatbeth Regina* nữ hoàng trị vì Elizabeth.

region /'ri:dʒən/ *dt* vùng, miền: *the tropical region* vùng nhiệt đới; *the northernmost regions of England* những miền cực bắc nước Anh; *pains in the abdominal region* đau ở vùng bụng. // **in the region of** vào khoảng: *this costs in the region of £20,000* cái đó giá vào khoảng 20.000 bảng Anh.

regional /'ri:dʒənl/ *tt* [thuộc] vùng, [thuộc] miền; [thuộc] địa phương: *organized on a regional basis* tổ chức trên cơ sở địa phương.

regionally /'ri:dʒənəli/ *pht* [về mặt] địa phương; [trên cơ sở] địa phương.

register¹ /'redʒistə[r]/ *dt* 1. sổ: *a register of births* sổ khai sinh; *the electoral register* sổ cử tri; *the class teacher called [the names on] the register* thầy giáo gọi tên học sinh trên sổ 2. đồng hồ ghi, công tơ 3. (*nhạc*) khoảng âm 4. (*ngôn*) phong cách: *the informal register of speech* phong cách khẩu ngữ 5. (*kỹ*) van, cửa điều tiết.

register² /'redʒistə[r]/ *dgt* 1. vào sổ, đăng ký: *where can I register for the English course?* tôi có thể đăng ký (ghi tên) theo lớp tiếng Anh ở chỗ nào ạ?; *register one's car* đăng ký xe hơi 2. ghi thành văn bản để trình bày: *register a complaint with the authorities* ghi lời kêu ca thành văn bản trình bày với nhà chức trách 3. ghi, chỉ (*đồng hồ ghi...*): *the thermometer registered 30°C* nhiệt kế chỉ 30°C 4. biểu lộ, biểu thị (*qua nét mặt...*): *he slammed the door to register his disapproval* nó đóng sầm cửa để biểu lộ sự không tán thành của nó 5. được nhớ rõ; được nhận thức rõ (*sự kiện*); nhớ, ghi nhận (*nói về người*): *her name didn't register [with me]* tên cô ta tôi không nhớ rõ; *I registered [the fact] that he was late* tôi nhớ là anh ta đã đến trễ giờ 6. gửi bảo đảm (*thư, hành lý*).

registered nurse /,redʒistəd 'nɜ:s/ (*Mỹ*) chị bảo mẫu có giấy phép.

registered post /,redʒistəd 'pəust/ (*Mỹ* **certified mail**) dịch vụ bưu điện bảo đảm.

registered trademark /,redʒistəd 'treidmɑ:k/ (*vt* R; *ký hiệu* ®) nhãn đã đăng ký.

register office /'redʒistər ɒfis/ *nh* registry office.

registrar /,redʒi'strɑ:[r], 'redʒistrɑ:[r]/ *dt* 1. hộ tịch viên 2. thư ký lưu trữ viên (*ở trường đại học*) 3. bác sĩ tham vấn (*ở bệnh viện ở Anh*).

registration /,redʒi'streiʃn/ *dt* 1. sự vào sổ, sự đăng ký: *registration of students for a course* sự đăng ký (ghi tên) sinh viên theo một lớp học; *registration fees* lệ phí đăng ký 2. mục đăng ký: *an increase in registrations for ballet classes* sự tăng số mục đăng ký học ba lê 3. sự gửi bảo đảm: *registration of letters* sự gửi thư bảo đảm.

registration number /redʒi-'streiʃn nʌmbə[r]/ số đăng ký (xe ô tô...).

registry /'redʒistri/ dt nơi đăng ký.

registry office /'redʒistri ɒfis/ (cg **register office**) cơ quan đăng ký (khai sinh, khai tử, giá thú...).

regius professor /,ri:dʒiəs prə'fesə[r]/ giáo sư giữ một ghế vương lập.

regnant (thường **Regnant**) /'regnənt/ tt (đặt sau dt) trị vì: Queen Regnant nữ hoàng trị vì (chứ không phải là đương kim hoàng hậu).

regress /ri'gres/ dgt thoái bộ, thoái lui.

regression /ri'greʃn/ dt sự thoái bộ, sự thoái lui.

regressive /ri'gresiv/ tt thoái bộ, thoái lui.

regret¹ /ri'gret/ dt 1. sự thương tiếc: I heard of his death with deep regret tôi nghe ông ta mất với lòng thương tiếc sâu sắc 2. sự hối tiếc, sự tiếc: much to my regret, I am unable to accept your invitation tôi rất tiếc là không thể nhận lời mời của ông 3. regrets (snh) điều hối tiếc, điều tiếc (trong lời từ nan một cách lễ phép): please accept my regrets at refusing (that I must refuse) xin ông nhận cho lòng hối tiếc của tôi khi phải từ chối ông.

regret² /ri'gret/ dgt (-tt-) 1. thương tiếc 2. hối tiếc, tiếc: I regret that I cannot help tôi tiếc là không thể giúp đỡ.

regretful /ri'gretfl/ tt 1. thương tiếc 2. hối tiếc, tiếc: a regretful look vẻ hối tiếc.

regretfully /ri'gretfəli/ pht 1. [một cách] thương tiếc, [một cách] hối tiếc 2. [một cách] ân hận.

regrettable /ri'gretəbl/ tt đáng tiếc: regrettable mistakes những sai lầm đáng tiếc.

regrettably /ri'gretəbli/ pht 1. [một cách] đáng tiếc: a regrettably small income thu nhập thấp một cách đáng tiếc 2. đáng tiếc là: regrettably the experiment ended in failure đáng tiếc là cuộc thí nghiệm đã kết thúc thất bại.

regroup /,ri:'gru:p/ dgt tập hợp trở lại, tập hợp lại: the enemy regrouped [their forces] for a new attack quân địch tập hợp [lực lượng] lại để mở một cuộc tấn công mới.

Regt (vt của Regiment) trung đoàn.

regular¹ /'regjulə[r]/ tt 1. (chủ yếu thngữ) đều, đều đặn: a regular pulse mạch đều; lamp-posts placed at regular intervals cột đèn đặt cách nhau những khoảng đều đặn 2. hợp thức: you should sign a contract to make your job situation regular đúng ra anh phải ký hợp đồng để cho tình hình việc làm của anh được hợp thức 3. cân đối; đều: her regular features đường nét cân đối của cô ta; a regular geometrical figure một hình hình học đều (các cạnh và góc bằng nhau...) 4. (chủ yếu thngữ) thường xuyên: our regular customers khách hàng thường xuyên của chúng tôi; have no regular work không có việc làm thường xuyên 5. quy cũ, có nền nếp: lead a regular life sống một cuộc đời quy cũ 6. (thngữ) chính quy: a regular soldier quân nhân chính quy 7. (ngôn) theo quy tắc (động từ...): regular verbs động từ theo

quy tắc 8. (kng, thường mỉa) hoàn toàn: a regular rascal tên vô lại hoàn toàn 9. (Mỹ, kng, cũ) dễ thương, tốt: he's a regular guy nó là một anh chàng dễ thương. // [as] **regular as clockwork** (kng) đều đặn như một cái máy [đồng hồ]: he arrives every day at seven, [as] regular as clockwork hằng ngày cứ bảy giờ là nó đến, đều đặn như cái máy.

regular² /'regjulə[r]/ dt 1. quân nhân chính quy 2. (kng) khách hàng thường xuyên.

regularisation /,regjulərai-'zeiʃn, (Mỹ ,regjuləri'zeiʃn)/ dt nh regularization.

regularise /'regjuləraiz/ dgt nh regularize.

regularity /,regju'lærəti/ dt 1. sự đều, sự đều đặn: they meet with great regularity họ gặp nhau đều đặn 2. sự quy cũ, sự có nền nếp.

regularization /,regjulərai-'zeiʃn, (Mỹ ,regjuləri'zeiʃn)/ dt sự hợp thức hóa.

regularize /'regjuləraiz/ dgt hợp thức hóa.

regularly /'regjuləli/ pht 1. [một cách] đều, [một cách] đều đặn: the post arrives regularly at eight every morning chuyến thư mỗi buổi sáng cứ tám giờ là đến đều đặn 2. [một cách] có quy cũ: a garden laid out regularly mảnh vườn bố trí có quy cũ.

regulate /'regjuleit/ dgt điều chỉnh; điều hòa; điều tiết: regulate the speed of a machine điều chỉnh tốc độ một cỗ máy; this valve regulates the flow of water van này điều tiết luồng nước.

regulation /,regju'leiʃn/ dt 1. sự điều chỉnh; sự điều hòa; sự điều tiết 2. (thường snh) quy tắc, điều lệ: traffic regu-

R

lations điều lệ giao thông **3.** *(thngũ)* theo quy định, đúng đắn: *in regulation uniform* mặc đồng phục theo đúng quy định; *drive at the regulation speed* lái xe theo tốc độ quy định.

regulator /'regjʊleitə[r]/ *dt* cơ cấu điều hòa; bộ điều hòa: *a pressure regulator* cơ cấu điều hòa áp suất.

regurgitate /ri'gɜ:dʒiteit/ *dgt* **1.** ợ *(thức ăn)* ra **2.** vọt trở lại *(chất nước)* **3.** *(bóng)* đưa ra như của chính mình *(ý kiến lượm lặt được từ kẻ khác)*: *he's simply regurgitating stuff remembered from lectures* nó đơn thuần đưa ra những cái nó đã nhớ được qua các buổi nghe nói chuyện.

regurgitation /ri'gɜ:dʒi'teiʃn/ *dt* **1.** sự ợ *(thức ăn)* ra **2.** sự vọt trở lại *(chất nước)* **3.** sự đưa *(ý kiến..)* ra như của chính mình.

rehabilitate /ˌri:ə'biliteit/ *dgt* phục hồi *(cho ai, về sức khỏe, chức vị...)*: *rehabilitate a disgraced former leader* phục hồi chức vị cho một lãnh tụ trước đây đã bị giáng chức.

rehabilitation /ˌri:əbili'teiʃn/ *dt* sự phục hồi: *the patient's slow rehabilitation* sự phục hồi chậm của người bệnh; *a rehabilitation centre* trung tâm phục hồi *(cho bệnh nhân tâm thần...)*.

rehash[1] /ˌri:'hæʃ/ *dgt (kng, xấu)* bê vào dưới một hình thức gọi là đổi mới *(mà không sửa đổi hay cải tiến là bao)*: *rehash newspaper articles into a book* xào xáo lại những tiết mục trong báo để bê vào sách.

rehash[2] /ˌri:'hæʃ/ *dt* **1.** sự bê vào dưới một hình thức gọi là đổi mới **2.** tư liệu bê vào

dưới một hình thức gọi là đổi mới.

rehear /ˌri:'hiə[r]/ *dgt* **(reheard)** nghe trình bày lại; xem xét lại *(vụ án...)*.

reheard /ˌri:'hɜ:d/ *qk và dttqk của* rehear.

rehearing /ˌri:'hiəriŋ/ *dt* sự nghe trình bày lại; sự xem xét lại *(một vụ án)*.

rehearsal /ri'hɜ:sl/ *dt* **1.** sự diễn tập *(vở kịch...)* **2.** sự kể lại, sự nhẩm lại *(trong trí óc)*.

rehearse /ri'hɜ:s/ *dgt* **1.** diễn tập *(vở kịch...)* **2.** kể lại, nhẩm lại *(trong trí óc)*: *rehearse one's grievances* nhẩm lại những nỗi bất hạnh của mình.

rehouse /ˌri:'haʊz/ *dgt* đưa *(ai)* đến ở nhà mới, chuyển nhà mới: *the need to rehouse people in the inner cities* sự cần thiết chuyển dân vào nội thành.

Reich /raik, raix/ *dt (số ít)* nước Đức *(trước đây)*: *the Third Reich* nước Đức quốc xã.

reign[1] /rein/ *dt* **1.** triều đại, triều: *in (during) the reign of Quang Trung* dưới triều Quang Trung **2.** *(bóng)* sự ngự trị; sự bao trùm: *the coup was followed by a reign of terror* tiếp sau cuộc đảo chính là một thời khủng bố ngự trị.

reign[2] /rein/ *dgt* **1.** trị vì: *reign over the country* trị vì đất nước; *reign over one's subjects* trị vì thần dân **2.** *(bóng)* ngự trị; bao trùm: *silence reigned in the room* sự im lặng bao trùm căn phòng.

reimburse /ˌri:im'bɜ:s/ *dgt (chủ yếu ở dạng bị động)* (+ to, for) hoàn lại, hoàn trả: *all expenses will be reimbursed [for you]* mọi chi phí sẽ được hoàn trả [cho

anh]; *we will reimburse the customer for any damage* chúng tôi sẽ hoàn trả khách hàng mọi thiệt hại.

reimbursement /ˌri:im'bɜ:smənt/ *dt* sự hoàn lại, sự hoàn trả.

rein[1] /rein/ *dt* **1.** dây cương *(ngựa)* **2.** *(snh)* dây để giữ cho *(em bé)* khỏi ngã **3.** *(snh)* phương tiện điều khiển; biện pháp kiềm chế: *hold the reins of government* điều khiển chính quyền; nắm chính quyền. // **give free rein to** x free[1]; **keep a tight rein on** x tight.

rein[2] /rein/ *dgt* **rein in** ghìm cương, gò cương *(ngựa)* *(cho đi chậm lại hay dừng lại)*.

reincarnate[1] /ˌri:'inka:neit/ *dgt (chủ yếu bị động)* hóa kiếp, thác sinh: *sone people believe they may be reincarnated in the form of an animal* một số người tin rằng họ có thể hóa kiếp thành động vật

reincarnate[2] /ˌri:in'ka:neit/ *tt (cũ)* hóa kiếp, thác sinh.

reincarnation /ˌri:inka:'neiʃn/ *dt* **1.** sự hóa kiếp, sự thác sinh; hóa thân **2.** sự tin vào sự hóa kiếp sau khi chết.

reindeer /'reindiə[r]/ *dt (snh kđổi) (động)* [con] tuần lộc.

reinforce /ˌri:in'fɔ:s/ *dgt* **1.** gia cố; củng cố: *reinforce a wall* gia cố một bức tường; *this evidence reinforces my view that he is a spy* bằng chứng đó củng cố ý kiến của tôi rằng nó là một tên gián điệp **2.** tăng cường *(một đạo quân...)* *reinforce a garrison* tăng cường một đơn vị đồn trú.

reinforced concrete /ˌri:infɔ:st 'kɒnkri:t/ *(cg* **ferroconcrete)** bê tông cốt thép.

reinforcement /ˌri:in'fɔ:smənt/ *dt* **1.** sự gia cố; sự củng cố **2.** sự tăng cường **3.** *(snh)* quân tăng cường; khí tài tăng cường *(cho một đạo quân).*

reinstate /,ri:in'steit/ *đgt* phục hồi *(ai vào chức vụ cũ)*: *reinstate somebody in the post of manager (as manager)* phục hồi chức vụ giám đốc cho ai.

reinstatement /,ri:in'steit-məns/ *dt* sự phục hồi *(ai vào chức vụ cũ).*

reissue[1] /,ri:'iʃu:/ *đgt* **1.** phát hành lại: *reissue a stamp* phát hành lại một con tem **2.** tái bản *(sách...).*

reissue[2] /,ri:'iʃu:/ *dt* **1.** cái được phát hành lại **2.** sách tái bản theo một khổ mới.

reiterate /ri:'itəreit/ *đgt* lặp lại: *reiterate a question* lặp lại một câu hỏi.

reiteration /ri:,itə'reiʃn/ *dt* **1.** sự lặp lại **2.** cái lặp lại.

reject[1] /ri'dʒekt/ *đgt* **1.** không chấp thuận, bác bỏ: *reject an opinion* bác bỏ một ý kiến; *she rejected his offer of marriage* chị bác bỏ lời cầu hôn của anh ta **2.** loại ra, loại bỏ: *the army doctors rejected several recruits as unfit* các bác sĩ quân đội đã loại nhiều tân binh vì lí do không đủ sức khỏe; *reject overripe fruit* loại bỏ những quả chín nẫu *(khi làm mứt...)* **3.** ghét bỏ: *the child was rejected by its parents* đứa bé bị bố mẹ nó ruồng bỏ.

reject[2] /'ri:dʒekt/ *dt* người bị loại ra; vật bị loại ra: *export rejects* hàng xuất khẩu xấu bị loại ra.

rejection /ri'dʒekʃn/ *dt* **1.** sự bác bỏ **2.** sự loại bỏ; vật bị loại bỏ.

rejection slip /ri'dʒekʃn slip/ giấy bác bỏ *(của nhà xuất bản gửi kèm theo một bản thảo không được chấp nhận)*

rejig /ri:'dʒig/ *đgt* **(-gg-) 1.** trang bị lại *(nhà máy, để sản xuất mặt hàng mới)* **2.** *(kng)* sắp xếp lại, bố trí lại: *rejig the kitchen to fit in the new cooker* sắp xếp lại nhà bếp cho hợp với chiếc lò mới.

rejoice /ri'dʒɔis/ *đgt* (+ at, over) vui mừng, hoan hỉ: *rejoice over a victory* hoan hỉ được thắng trận; *rejoice at somebody's success* vui mừng trước thành công của ai. // **rejoice in something** lấy làm vinh dự về việc gì, hãnh diện về danh hiệu gì.

rejoicing /ri'dʒɔisiŋ/ *dt* **1.** sự vui mừng, sự hoan hỉ **2.** *(snh)* trò vui hội hè; hội hè: *loud rejoicings after the victory* trò vui ầm ĩ sau chiến thắng.

rejoin[1] /,ri:'dʒɔin/ *đgt* **1.** trở lại, quay trở lại *(đội ngũ...)*: *rejoin one's regiment* trở lại trung đoàn của mình **2.** nối lại, gắn lại: *rejoin the broken pieces* gắn các mảnh vỡ lại.

rejoin[2] /ri'dʒɔin/ *đgt* (không dùng ở dạng bị động) đáp lại; bẻ lại: *you're wrong! she rejoined* chị ta bẻ lại "anh sai đấy".

rejoinder /ri'dʒɔində[r]/ *dt* lời đáp lại, lời bẻ lại: *"no!" was his curt rejoinder* "không!" đó là lời đáp lại cộc lốc của anh ta.

rejuvenate /ri'dʒu:vəneit/ *đgt* làm trẻ lại *(chủ yếu ở dạng bị động)*: *feel rejuvenated after a holiday* cảm thấy trẻ lại sau kỳ nghỉ.

rejuvenation /ri,dʒu:və-'neiʃn/ *dt* sự trẻ lại: *undergo a total rejuvenation* trẻ lại hoàn toàn.

rekindle /,ri:'kindl/ *đgt* thắp lại, nhen lại, nhóm lại: *rekindle a fire* nhen lại lửa: *rekindle hope* nhen nhóm lại hy vọng.

relaid /ri:'leid/ *qk và đttqk của* relay.

relapse[1] /ri'læps/ *đgt* rơi trở lại, trở lại *(một tình trạng nào đó)*: *relapse into bad habits* trở lại những thói quen xấu; *relapse into smoking twenty cigarettes a day* lại hút thuốc trở lại mỗi ngày hai mươi điếu.

relapse[2] /re'læps/ *dt* sự rơi trở lại, sự trở lại *(một tình trạng nào đó)*; sự tái phát *(bệnh)*: *have (suffer) a relapse* bị bệnh tái phát, mắc lại bệnh.

relate /ri'leit/ *đgt* **1.** kể lại, thuật lại: *he related to them how it happened* nó kể lại cho họ sự việc đã xảy ra như thế nào **2.** liên hệ, liên kết: *it is difficult to relate cause and effect in this case* trong trường hợp này khó mà liên hệ nguyên nhân với kết quả được **3.** có quan hệ, có liên quan: *this letter relates to business* bức thư này có liên quan đến công việc buôn bán **4.** hiểu và thông cảm với: *some adults can't relate to children* một số người lớn không thể hiểu và thông cảm với trẻ em. // **strange to relate (to say)** *x* strange.

related /ri'leitid/ *tt* (+ to) **1.** có liên hệ, có liên quan: *chemistry, biology and other related sciences* hóa học, sinh học và những khoa học khác có liên quan **2.** có quan hệ bà con, có quan hệ họ hàng: *be distantly related to somebody* có quan hệ họ hàng xa với ai; *two related species of ape* hai loài khỉ có quan hệ họ hàng với nhau; *he is related to her by marriage* anh ta có bà con với chị ấy qua quan hệ hôn nhân.

R

relateness /ri'leitnis/ *dt* **1.** sự liên hệ, sự liên quan **2.** quan hệ bà con, quan hệ họ hàng.

relation /ri'leiʃn/ *dt* **1.** mối quan hệ; mối liên quan: *the relation between rainfall and crop production* mối liên quan giữa lượng mưa và mùa màng **2.** *(snh)* quan hệ giao thiệp: *diplomatic relations* quan hệ [giao thiệp] ngoại giao; *the friendly relations between our countries* mối quan hệ [giao thiệp] hữu nghị giữa các nước chúng ta **3.** quan hệ bà con, quan hệ họ hàng; bà con, họ hàng: *he's no relation to me* anh ta không có bà con họ hàng gì với tôi; *a close relation of mine* một người có họ hàng gần với tôi. // **have [sexual] relations with somebody** có quan hệ tình dục với ai; **in (with) relation to** có liên quan đến: **a poor relation** *x* poor.

relationship /ri'leiʃnʃip/ *dt* **1.** mối quan hệ, mối liên quan: *the close relationship between industry and trade (of industry to trade)* mối liên quan chặt chẽ giữa công nghiệp và mậu dịch; *a father-son relationship* mối quan hệ cha con **2.** quan hệ xúc cảm; quan hệ tình dục: *have a relationship with somebody* có quan hệ tình dục với ai **3.** sự giao thiệp; quan hệ giao thiệp: *a purely business relationship* quan hệ giao thiệp hoàn toàn vì chuyện làm ăn.

relative¹ /'relətiv/ *tt* **1.** tương đối: *live in relative comfort* sống tương đối đủ tiện nghi **2.** có liên quan; về: *the facts relative to this problem* sự kiện về (có liên quan tới) vấn đề này **3.** *(ngôn)* [chỉ]

quan hệ: *relative pronoun* đại từ quan hệ.

relative² /'relətiv/ *dt* bà con, họ hàng thân thuộc, người có họ: *a distant relative of hers* một người có họ xa với cô ta.

relatively /'relətivli/ *pht* [một cách] tương đối: *considering the smallness of the car, it is relatively roomy inside* chiếc xe nhỏ bé, mà bên trong như thế cũng là tương đối rộng rãi rồi; *in spite of her illness, she is relatively cheerful* mặc dù có bệnh, cô ta vẫn tương đối tươi cười.

relativism /'relətivizəm/ *dt* *(triết)* thuyết tương đối.

relativistic /,reləti'vistik/ *tt* *(lý)* tương đối.

relativity /,relə'tivəti/ *dt* **1.** tính tương đối **2.** *(lý)* thuyết tương đối *(của Einstein)*.

relax /ri'læks/ *dgt* **1.** nới lỏng; giãn ra: *relax one's hold* nới tay, buông lỏng ra; *let your muscles relax slowly* hãy để cho các cơ giãn ra từ từ **2.** [làm] dịu bớt, [làm] bớt căng thẳng: *his features suddenly relaxed* nét mặt anh ta bỗng dịu bớt; *her face relaxed into a smile* mặt chị ta dịu đi mà nở một nụ cười; *relax tension* làm dịu bớt sự căng thẳng **3.** nghỉ ngơi, giải lao: *let's stop working and relax for an hour* ta hãy ngưng làm việc và giải lao một tiếng đồng hồ.

relaxation /,rilæk'seiʃn/ *dt* **1.** sự nới lỏng, sự giãn ra **2.** *(y)* hệ thư giãn **3.** sự dịu bớt, sự bớt căng thẳng **4.** sự giải lao, sự nghỉ ngơi; trò giải lao: *fishing is his favourite relaxation* câu cá là trò giải lao anh ta ưa thích nhất.

relaxed /ri'lækst/ *tt* không lo nghĩ, không căng thẳng; ung dung: *seem relaxed* trông có vẻ ung dung; *a relaxed smile* nụ cười ung dung.

relaxing /ri'læksiŋ/ *tt (xấu)* làm bải hoải *(khí hậu)*.

relay¹ /'ri:lei/ *dt* **1.** kíp, ca *(ngựa, thợ...)*: *a new relay of horses was harnessed to the cart* một kíp ngựa mới đã được đóng vào xe; *work in relays* làm việc theo ca **2.** *(cg relay race)* cuộc chạy tiếp sức **3.** thiết bị tiếp âm; chương trình tiếp âm.

relay² /'ri:lei, ri'lei/ *dgt* (re-layed) tiếp âm: *relay a broadcast* tiếp một buổi truyền thanh.

re-lay /,ri:'lei/ *dgt* đặt lại: *relay a cable* đặt lại một dây cáp.

relay race /'ri:leireis/ cuộc chạy tiếp sức.

relay station /,ri:lei 'steiʃn/ đài tiếp âm.

release¹ /ri'li:s/ *dgt* **1.** tha, thả: *release a prisoner* thả một người tù; *release a hostage* thả một người bị bắt làm con tin **2.** tha, miễn, giải; giải thoát: *release a debt* tha nợ; *release somebody from a promise* giải ước cho ai; *death released him from his sufferings* cái chết giải thoát cho anh ta khỏi những cơn đau đớn **3.** tha, thả, phóng: *release the brake* nhả phanh; *release an arrow* phóng mũi tên; *release bombs* thả bom **4.** phát hành: *release a film* phát hành một bộ phim; *release a book* phát hành một cuốn sách, **5.** *(luật)* nhường *(quyền, tài sản...* cho ai).

release² /ri'li:s/ *dt* **1.** sự tha, sự thả *(người tù...)* **2.** sự tha, sự miễn, sự giải, sự giải thoát: *a feeling of release (bóng)* một cảm giác được giải thoát (được tự do) **3.** sự thả, sự nhả **4.** sự phát hành; vật phẩm phát hành: *the latest releases* những vật phẩm *(phim, đĩa hát...)* phát hành mới nhất **5.** *(cơ)* thiết bị nhả; bộ ly hợp *(ở máy)*.

relegate /'religeit/ *đgt (chủ yếu ở dạng bị động)* đẩy xuống, xếp xuống *(một địa vị, một cấp bậc... thấp hơn)*: *I have been relegated to the role of a mere assistant* tôi bị đẩy xuống chỉ làm vai trò của một người phụ tá; *relegate old files to the storeroom* đẩy (xếp) các hồ sơ cũ vào buồng kho; *will Công An be relegated to the second division?* đội Công An có thể bị đẩy xuống hạng hai sao?

relegation /,reli'geiʃn/ *dt* sự đẩy xuống, sự xếp xuống *(một hạng thấp hơn)*: *teams threatened with relegation* những đội *(bóng...)* bị dọa xếp xuống hạng thấp hơn.

relent /ri'lent/ *đgt* **1.** bớt nghiêm khắc; mủi lòng: *afterwards she relented and let the children stay up late to watch TV* sau đấy chị ta cũng bớt nghiêm khắc và để cho trẻ thức khuya xem truyền hình **2.** trở nên kém mãnh liệt; yếu đi: *the pressure on us to finish this task will not relent* áp lực buộc chúng tôi hoàn thành nhiệm vụ ấy vẫn không kém phần mãnh liệt **3.** tốt lên *(thời tiết xấu)*.

relentless /ri'lentlis/ *tt* **1.** tàn nhẫn, không thương xót: *be relentless in punishing offenders* trừng phạt không thương xót những kẻ phạm tội **2.** không dứt, không ngớt,

riết: *relentless pursuit* sự theo đuổi riết.

relentlessly /ri'lentlisli/ *pht* **1.** [một cách] tàn nhẫn, [một cách] không thương xót **2.** [một cách] không dứt, [một cách] không ngớt.

relentlessness /rilentlisnis/ *dt* **1.** sự tàn nhẫn, sự không thương xót **2.** sự không dứt, sự không ngớt.

relevance /'reləvəns/ *dt (cg* **relevancy** /'reləvənsi/) sự liên quan: *have some relevance to the matter* có một phần liên quan đến vấn đề.

relevant /'reləvənt/ *tt* có liên quan; gắn với vấn đề; *have all the relevant documents ready* có sẵn sàng tất cả tài liệu có liên quan.

reliability /ri,laiə'biləti/ *dt* sự đáng tin cậy, tính đáng tin cậy.

reliable /ri'laiəbl/ *tt* đáng tin cậy: *a reliable witness* người làm chứng đáng tin cậy; *my memory's not very reliable these days* mấy ngày này ký ức của tôi không thật đáng tin cậy.

reliably /ri'laiəbli/ *pht* [một cách] đáng tin cậy: *I am reliably informed that he's about to resign* từ một nguồn đáng tin cậy tôi được cho biết là ông ta sắp từ chức.

reliance /ri'laiəns/ *dt* **1.** sự tin cậy, sự tín nhiệm: *place reliance in (on, upon) somebody* tin cậy ai **2.** nơi nương tựa.

reliant /ri'laiənt/ *tt* **1.** tin cậy vào **2.** dựa vào: *be reliant on somebody for something* dựa vào ai để làm việc gì.

relic /'relik/ *dt* **1.** di tích, di vật: *relics of ancient civilisations* di tích của các nền văn minh cổ **2.** thánh tích *(của một vị thánh...)* **3.** *(snh)* di hài.

relief¹ /ri'li:f/ *dt* **1.** sự giảm nhẹ, sự bớt đi *(đau đớn)*: *the drug gives some relief to pain* thuốc làm bớt đau phần nào; *I breathed a sigh of relief when I heard he was safe* tôi thở dài nhẹ nhõm khi nghe nó được an toàn; *much to my relief, I wasn't late* thật là nhẹ cả người hẳn, tôi không bị trễ giờ; *what a relief she said, as she took her tight shoes off* "thật là nhẹ hẳn người đi" chị ta nói thế trong khi cởi bỏ đôi giày chật ở chân ra **2.** sự cứu trợ, đồ cứu trợ: *send relief to those made homeless by floods* gửi đồ cứu trợ đến những người bị trận lụt làm mất nhà cửa; *committees for famine relief* ban cứu trợ nạn đói; *go to the relief of earthquake victims* đi cứu trợ các nạn nhân động đất **3.** cái làm cho bớt căng thẳng, cái làm cho bớt đều đều tẻ nhạt, cái làm cho vui lên: *a comic scene follows by way of relief* một màn hài kịch tiếp theo cốt là để cho đỡ căng thẳng **4.** người thay phiên, người đổi kíp: *a relief driver* người lái xe thay phiên *(cho một người ở kíp trước)* **5.** xe tàu phụ thêm *(khi đông khách)*: *the coach was full so a relief was put on* xe đầy khách, nên phải bố trí thêm một chuyến xe phụ **6.** sự giải vây *(một thành phố)*.

relief² /ri'li:f/ *dt* **1.** sự đắp *(khắc, chạm)* nổi; hình đắp *(khắc, chạm)* nổi: *in high relief* đắp *(khắc, chạm)* nổi cao; *in low relief* đắp *(khắc, chạm)* nổi thấp **2.** [sự tạo] cảm giác nổi *(bằng cách sử dụng màu sắc, cách tạo sáng...)*: *the hill stood out in sharp relief against the dawn sky* quả đồi nổi hẳn lên trên nền trời rạng đông

R

3. sự nổi lên *(của đồi núi so với thung lũng...)*; địa hình: *the relief is clearly shown on this plan* trong bản đồ này, địa hình được thấy rõ.

relief map /ri'li:fmæp/ bản đồ địa hình nổi.

relief road /ri'li:frəud/ đường vòng tránh ùn tắc.

relieve /ri'li:v/ *dgt* 1. làm giảm nhẹ, làm bớt đi: *relieve suffering among refugees* làm bớt đau đớn cho dân tị nạn 2. **relieve oneself** *(trại)* đi đại tiểu tiện *(cho bụng bớt căng)* 3. cứu trợ: *relieve famine in Africa* cứu trợ dân bị đói ở Phi Châu; *the bypass relieved traffic jams in our city centre* đường vòng giúp tránh được sự giao thông tắc nghẽn ở trung tâm thành phố chúng ta 4. làm cho bớt đều đều tẻ nhạt, làm cho thành lắm vẻ: *relieve the tedium of waiting* làm cho việc ngồi chờ bớt chán 5. đổi *(phiên gác...)*: *relieve a sentry* đổi phiên gác 6. giải vây *(một thành phố)*. // **relieve one's feelings** khóc lên, thét lên cho nhẹ người đi.

relieve of 1. giải nhiệm *(cho ai)* khỏi một gánh nặng: *the general was relieved of his command* viên tướng đã được giải nhiệm khỏi công việc chỉ huy 2. *(đùa)* đỡ: *let me relieve you of your coat and hat* xin ông để tôi đỡ áo mũ cho ông; *the thief relieved him of his wallet* tên kẻ cấp đã đỡ nặng chiếc ví của anh ta.

relieved /ri'li:vd/ *tt* nhẹ nhõm, nhẹ người: *we were relieved to hear you were safe* chúng tôi thật nhẹ người khi nghe rằng anh được an toàn.

religion /ri'lidʒən/ *dt* tôn giáo, đạo; tín ngưỡng: *the Buddhist religion* đạo Phật; *freedom of religion* tự do tín ngưỡng; *football is like a religion for Ban (bóng)* đối với Ban, bóng đá khác nào một tín ngưỡng.

religious /ri'lidʒəs/ *tt* 1. [thuộc] tôn giáo, [thuộc] đạo; [thuộc] tín ngưỡng: *religious faith* niềm tin đạo 2. sùng đạo, ngoan đạo *(người)* 3. *(bóng)* chu đáo; cẩn thận: *pay religious attention to detail* chú ý chu đáo đến chi tiết.

religiously /ri'lidʒəsli/ *pht* 1. [một cách] sùng đạo, [một cách] mộ đạo 2. [một cách] chu đáo, [một cách] cẩn thận: *I followed the instructions religiously* tôi theo lời chỉ dặn một cách chu đáo.

religiousness /'rilidʒəsnis/ *dt* 1. sự sùng đạo, sự mộ đạo 2. *(bóng)* sự chu đáo, sự cẩn thận.

relinquish /ri'liŋkwiʃ/ *dgt* 1. thôi, bỏ, từ bỏ: *relinquish bad habits* bỏ thói xấu; *he had relinquished all hope that she was alive* anh ta đã hết hy vọng là nàng còn sống; *relinquish a privilege* từ bỏ một đặc quyền 2. buông, thả: *relinquish one's hold on somebody (something)* buông ai (cái gì) ra.

reliquary /'relikwəri, (Mỹ 'relikweri)/ *dt* hòm thánh tích.

relish¹ /'reliʃ/ *dt* 1. sự thích thú, sự thú vị; vẻ hấp dẫn: *he savoured the joke with relish* anh ta chiêm nghiệm câu nói đùa một cách thích thú; *routine office jobs have no relish at all for me* công việc làm hằng ngày ở cơ quan chẳng có thú vị nào đối với tôi cả 2. món ăn

tăng vị *(như nước xốt, dưa góp...)*.

relish² /'reliʃ/ *dgt* thích thú; thưởng thức: *I don't relish having to get up so early* tôi không thích thú phải dậy sớm như thế; *relish a meal* thưởng thức một bữa ăn.

relive /,ri:'liv/ *dgt* sống lại *(một quãng thời gian đã qua...)*: *relive one's childhood* sống lại thời thơ ấu.

relocate /,ri:ləu'keit, (Mỹ ,ri:'ləukeit)/ *dgt* dời, chuyển: *the company is to relocate its headquarters in the Midlands* công ty sẽ phải chuyển trụ sở chính đến miền trung.

relocation /,ri:ləu'keiʃn/ *dt* sự dời, sự chuyển: *relocation allowances* tiền trợ cấp chuyển nơi công tác.

reluctance /ri'lʌktəns/ *dt* sự miễn cưỡng, sự bất đắc dĩ: *he made a great show of reluctance, but finally accepted our offer* anh ta tỏ vẻ rất miễn cưỡng, nhưng cuối cùng đã chấp thuận lời đề nghị của chúng tôi.

reluctant /ri'lʌktənt/ *tt* miễn cưỡng, bất đắc dĩ: *a reluctant helper* một người giúp đỡ bất đắc dĩ; *be reluctant to accept the invitation* miễn cưỡng nhận lời mời.

reluctantly /ri'lʌktəntli/ *pht* [một cách] miễn cưỡng, [một cách] bất đắc dĩ.

rely /ri'lai/ *dgt* (**relied**) cậy vào, dựa vào: *Nowadays we rely increasingly on computers for help* ngày nay chúng ta càng ngày càng dựa vào máy điện toán để giúp cho chúng ta 2. tin vào: *you can rely on me to keep your secret* anh có thể tin là tôi giữ kín điều bí mật của anh.

remade /ˌriːˈmeid/ *qk và dttqk của* remake.

remain /riˈmein/ *dgt* **1.** còn lại: *after the fire, very little remained of my house* sau vụ cháy, nhà tôi chẳng còn lại gì mấy; *if you take 3 from 8, 5 remains* 8 mà lấy đi 3 thì còn lại 5; *leave the remaining points to our next meeting* để những điểm còn lại đến kỳ họp sau của chúng ta; *much remains to be done* hãy còn lại nhiều cái phải làm **2.** ở lại: *I remain in London until May* tôi ở lại Luân Đôn cho đến tháng năm **3.** vẫn: *remain standing* vẫn đứng; *remain seated* vẫn ngồi; *he remained silent* anh ta vẫn im lặng.

remainder[1] /riˈmeində[r]/ *dt* (*thường* the remainder) **1.** phần còn lại, số còn lại: *ten people came in, but the remainder stayed outside* mười người vào, số còn lại đứng ở ngoài; *a remainder merchant* người buôn sách ế **2.** số dư: *divide 2 into 7, and the answer is 3, [with] remainder 1* chia 7 cho 2, sẽ được 3, số dư là 1.

remainder[2] /riˈmeində[r]/ *dgt* (*chủ yếu ở dạng bị động*) bán hạ giá (*sách ế*).

remains /riˈmeins/ *dt snh* **1.** cái còn lại; đồ thừa: *the remains of a defeated army* tàn quân; *the remains of a meal* đồ ăn thừa **2.** di vật, di tích: *the remains of ancient Rome* di tích thành Rome cổ **3.** thi hài: *investigators found a trench containing human remains* những người điều tra đã tìm thấy một đường hào chứa thi hài người.

remake[1] /ˌriːˈmeik/ (*dgt* remade) làm lại (*một bộ phim...*).

remake[2] /ˈriːmeik/ *dt* vật làm lại: *produce a remake of the 1932 orginal* làm lại nguyên bản năm 1932.

remand[1] /riˈmaːnd, (*Mỹ* riˈmænd)/ *dgt* (*luật*) trả (*bị cáo*) về trại giam (*nhất là khi thu thập được thêm bằng chứng*): *the accused was remanded in custody for a week* bị cáo bị trả về trại giam một tuần lễ.

remand[2] /riˈmaːnd, (*Mỹ* riˈmænd)/ *dt* (*luật*) sự trả về trại giam. // **on remand** bị trả về trại giam: *prisoners on remand* người tù bị trả về trại giam; *detention on remand* sự tạm giam.

remand centre /riˈmaːnd sentə[r]/ nơi tạm giam.

remand house /riˈmaːnd haus/ nhà tạm giam.

remark[1] /riˈmaːk/ *dgt* **1.** nhận xét: *critics remarked that the play was not original* các nhà phê bình nhận xét rằng vở kịch không có gì độc đáo **2.** (*cũ*) nhận thấy: *did you remark the similarity between them* anh có nhận thấy sự giống nhau giữa chúng hay không?

remark[2] /riˈmaːk/ *dt* **1.** điều nhận xét: *make a few remarks about somebody* có một vài nhận xét về ai **2.** (*cũ*) sự chú ý: *nothing worthy of remark happened* không có gì đáng chú ý đã xảy ra.

remarkable /riˈmaːkəbl/ *tt* đáng chú ý; đặc biệt: *a remarkable event* một sự kiện đặc biệt; *a boy who is remarkable for his stupidity* một chú bé ngốc nghếch đặc biệt.

remarkably /riˈmaːkəbli/ *pht* [một cách] đặc biệt.

remarriage /ˌriːˈmæridʒ/ *dt* **1.** sự tục huyền; sự tái giá

2. sự lấy lại (*vợ hoặc chồng đã ly hôn*).

remarry /ˌriːˈmæri/ *dgt* **1.** tục huyền (*nói về đàn ông*); tái giá (*nói về đàn bà*) **2.** lấy lại (*vợ hoặc chồng đã ly hôn*): *she remarried her former husband ten years after their divorce* chị ta lấy lại người chồng đã ly hôn mười năm trước đây.

remediable /riˈmiːdiəbl/ *tt* có thể chữa được, có thể cứu chữa được.

remedial /riˈmiːdiəl/ *tt* để chữa, để sửa chữa: *remedial treatment* sự điều trị chữa bệnh; *remedial French course* một lớp để chữa trình độ thấp kém về tiếng Pháp (*cho những người bị thiệt thời về việc học ngoại ngữ đó*).

remedy[1] /ˈremədi/ *dt* **1.** thuốc; phương thuốc: *a popular remedy for toothache* một phương thuốc dân gian chữa đau răng **2.** (*bóng*) phương cứu chữa: *the mistake is beyond remedy* lỗi lầm không còn phương cứu chữa.

remedy[2] /ˈremədi/ *dgt* chữa, cứu chữa: *remedy injustices* chữa những điều bất công; *the situation could not be remedied* tình thế không có cách nào cứu chữa được.

remember /riˈmembə[r]/ *dgt* **1.** nhớ: *I don't remember his name* tôi không nhớ tên anh ta; *An's contribution should also be remembered* phần đóng góp của An cũng phải được ghi nhớ; *do you remember where you put the key?* anh có nhớ đã để chìa khóa ở đâu không?; *remember to lock the door* nhớ đóng cửa đấy **2.** nhớ cho tiền, nhớ thưởng tiền; nhớ tặng quà: *please remember the waiter* nhớ thưởng tiền

R

cho người hầu bàn nhé; *Auntie Ba always remembers my birthday* dì Ba luôn luôn nhớ tặng quà cho tôi nhân ngày sinh nhật **3. remember oneself** thôi xử sự tồi, bỏ thói ăn nói không đúng đắn: *Nam, remember yourself! Don't swear in front of the children* này Nam, bỏ cái thói ăn nói không đúng đắn đi! Đừng có chửi rủa trước mặt trẻ con **4.** cầu nguyện cho: *rememeber the old and the needy* cầu nguyện cho người già và người nghèo khó. // **remember somebody to somebody** gửi ai lời chào ai: *he asked me to remember him to you* nó nhờ tôi gửi lời chào anh.

remembrance /ri'membrəns/ *dt* **1.** sự nhớ, sự tưởng nhớ: *have no remembrance of something* không nhớ điều gì; *a service in remembrance of those killed in the war* buổi lễ tưởng nhớ những người đã bỏ mạng trong chiến tranh **2.** món quà lưu niệm.

Remembrance Sunday /ri'membrəns sʌndi/ ngày chủ nhật tưởng nhớ *(những người đã chết trong hai đại chiến; chủ nhật gần ngày 11 tháng 11 dương lịch nhất).*

remind /ri'maind/ *dgt* nhắc, làm nhớ lại: *remind me to answer that letter* nhớ nhắc tôi trả lời bức thư đó nhé; *this song remind me of his sister* bài hát ấy làm tôi nhớ lại cô em anh ta.

reminder /ri'maində[r]/ *dt* cái nhắc nhở, cái làm nhớ lại *(điều gì): send somebody a gentle reminder* viết thư nhắc khéo ai *(việc gì).*

reminisce /,remi'nis/ *dgt* (+ about) nhớ lại; hồi tưởng lại *(thường là một cách thích thú).*

reminiscence /,remi'nisns/ *dt* **1.** sự nhớ lại, sự hồi ức **2.** *(snh)* hồi ký, ký sự: *reminiscences of my youth* hồi ký về thời thanh niên của tôi.

reminiscent /,remi'nisnt/ *tt* làm nhớ lại, gợi lại: *his style is reminiscent of Picasso* phong cách của ông ta làm nhớ lại Picasso.

remiss /ri'mis/ *tt* cẩu thả; chểnh mảng: *you have been very remiss in fulfilling your obligations* anh đã rất chểnh mảng trong việc hoàn thành nghĩa vụ của mình.

remission /ri'miʃn/ *dt* **1.** sự tha tội *(do Chúa ban cho)* **2.** sự giảm án tù *(do thụ án tốt)* **3.** sự miễn giảm *(nợ, thuế, tiền phạt...): remission of exam fees* sự miễn lệ phí thi **4.** sự thuyên giảm, sự giảm *(đau, bệnh...): slight remission of a fever* sốt giảm nhẹ một ít.

remissly /ri'misli/ *pht* [một cách] cẩu thả; [một cách] chểnh mảng.

remissness /ri'misnis/ *dt* sự cẩu thả; sự chểnh mảng.

remit /ri'mit/ *dgt* (-tt-) **1.** tha, xá *(tội)* **2.** miễn giảm, *(món nợ, thuế): the taxes have been remitted* thuế đã được miễn giảm **3.** [làm] giảm; giảm đi: *remit one's efforts* giảm cố gắng; *enthusiasm began to remit* nhiệt tình bắt đầu giảm đi **4.** gửi, chuyển *(tiền, séc...)* qua bưu điện: *remit the interest to her new address* gửi tiền lãi cho bà ta theo địa chỉ mới **5. remit something to somebody** *(luật)* chuyển đến nơi có thẩm quyền để giải quyết: *the case has been remitted from the appeal court to a lesser tribunal* vụ kiện đã được chuyển từ tòa thượng thẩm về một tòa án thấp hơn để giải quyết.

remittance /ri'mitns/ *dt* **1.** sự gửi tiền qua bưu điện **2.** số tiền gửi qua bưu điện.

remittent /ri'mitnt/ *tt* (y) có từng lúc thuyên giảm *(sốt, cơn đau): remittent fever* sốt từng cơn.

remnant /'remnənt/ *dt* **1.** *(thường snh)* cái còn lại, vật còn thừa: *remnants of a meal* đồ ăn thừa sau bữa ăn; *the remnants of a shattered army* tàn binh của một đạo quân bị tan vỡ **2.** tàn dư, tàn tích: *remnants of one's former glory* tàn dư của vinh quang đã qua **3.** mảnh vải còn lại của súc vải *(bán hạ giá).*

remold /,ri:'məuld/ *dgt, dt* *(Mỹ)* nh retread.

remonstrance /ri'mɒnstrəns/ *dt* **1.** sự phản đối; sự than phiền **2.** sự phản đối; lời than phiền.

remonstrate /'remənstreit, *(Mỹ* ri'mɒnstreit)/ *dgt* phản đối; than phiền: *remonstrate against cruelty to children* phản đối sự tàn bạo đối với trẻ em.

remorse /ri'mɔ:s/ *dt* **1.** sự hối hận, sự ăn năn: *the prisoner shows no remorse for his crimes* người tù không tỏ ra hối hận với tội lỗi của anh ta **2.** lòng thương hại, lòng thương xót: *the captives were shot without remorse* những người bị bắt bị xử bắn không chút thương hại.

remorseful /ri'mɔ:sfl/ *tt* hối hận; ăn năn.

remorsefully /ri'mɔ:sfli/ *pht* với lòng đầy hối hận ăn năn.

remorsefulness /ri'mɔ:sflnis/ *dt* sự hối hận, sự ăn năn.

remorseless /ri'mɔːslis/ *tt* không thương hại, không thương xót; tàn nhẫn: *remorseless cruelty* sự tàn bạo không chút thương xót.

remorselessly /ri'mɔːslisli/ *pht* không chút thương hại, [một cách] không thương xót; [một cách] tàn nhẫn: *the police pursued the criminal remorselessly* cảnh sát truy bắt tên tội phạm không chút thương hại.

remote /ri'məʊt/ *tt* (-r; -st-) 1. xa, xa xôi, xa xăm: *a remote region* một miền xa xôi; *in the remotest parts of Asia* ở những vùng xa xôi nhất của châu Á; *in the remote future* trong tương lai xa; *a remote ancestor of mine* một người tổ tiên xa của tôi; *remote cause* nguyên nhân xa; *your comments are rather remote from the subject* lời bình của anh khá xa chủ đề 2. xa cách, cách biệt *(thái độ)* 3. nhỏ, nhẹ, mỏng manh: *a remote possibility* khả năng mỏng manh; *the connection between the two events is remote* mối liên quan giữa hai sự kiện thật là mỏng manh.

remote control /ri,məʊt kən'trəʊl/ sự điều khiển từ xa: *the bomb was exploded by remote control* quả bom được cho nổ bằng điều khiển từ xa; *a remote control panel* bảng điều khiển từ xa *(máy TV)*.

remotely /ri'məʊtli/ *pht* (thường ở câu phủ định) ở một mức độ thấp, với rất ít khả năng: *It isn't remotely possible that you will be chosen* có rất ít khả năng là anh sẽ được chọn.

remould /,ri:'məʊld/ *dgt, dt nh* retread.

remount[1] /,ri:'maʊnt/ *dgt* 1. lại [trèo] lên *(ngựa, xe đạp)*

2. lại leo lên *(đồi, thang)* 3. lắp *(bức tranh...)* vào khung mới.

remount[2] /'ri:maʊnt/ *dt* ngựa mới cưỡi *(còn sung sức)*.

removable /ri'mu:vəbl/ *tt* 1. có thể tháo rời ra được; có thể dời đi được 2. có thể bị thải hồi *(công chức)*.

removal /ri'mu:vl/ *dt* 1. sự dời đi, sự di chuyển, sự dọn đi *(đồ đạc...)*: *the removal of furniture* sự dọn đồ đạc 2. sự dọn nhà.

remove[1] /ri'mu:v/ *dgt* 1. dời đi, di chuyển; dọn: *remove the dishes from the table* dọn bát đĩa trên bàn đi; *remove one's hand from somebody's shoulder* rút tay khỏi vai ai; *the statue was removed to another site* tượng đã được dời đi nơi khác 2. thải hồi, đuổi, cách chức: *he was removed from his position as chairman* ông ta đã bị cách chức chủ tịch 3. cởi, bỏ: *remove one's coat* cởi áo ra; *remove one's gloves* bỏ găng tay ra; *remove the bandage from somebody's arm* bỏ băng ở cánh tay ai ra 4. tẩy *(vết mỡ...)*, xóa bỏ, loại bỏ: *remove difficulties* loại bỏ khó khăn 5. dọn nhà; đi ở chỗ khác: *remove from Hanoi to the country* dọn nhà từ Hà Nội về ở nông thôn.

remove[2] /ri'mu:v/ *dt* 1. khoảng cách; sự khác biệt: *your story is several removes from the truth* câu chuyện của anh khác biệt sự thật hàng mấy lần 2. lớp chuyển tiếp *(trong một số trường ở Anh)*.

removed /ri'mu:vd/ *tt* xa, khác: *an explanation far removed from the truth* một lời giải thích còn xa sự thật lắm. // **one (twice...) removed** có quan hệ bà con một (hai...) đời: *a first cousin once removed* anh con bác, em con chú, em con cô, em con cậu... *(có quan hệ bà con một đời)*.

remover /ri'mu:və[r]/ *dt* 1. thuốc tẩy *(vết mỡ...)* 2. người dọn nhà: *a firm of furniture removers* tiệm dọn nhà *(người ta đến thuê người để dọn nhà)*.

remunerate /ri'mju:nəreit/ *dgt* trả công, trả thù lao: *remunerate somebody for something* trả công ai về việc gì.

remuneration /ri,mju:nə'reiʃn/ *dt* 1. sự trả công, sự trả thù lao 2. tiền công, tiền thù lao.

remunerative /ri'mju:nərətiv, (Mỹ ri'mju:nəreitiv)/ *tt* được trả công hậu; có lợi: *a highly remunerative job* một công việc được trả công rất hậu.

renaissance /ri'neisns, (Mỹ 'renəsɑ:ns)/ *dt* 1. **the Renaissance** thời Phục hưng *(thế kỷ 15, 16)*: *Renaissance art* nghệ thuật thời Phục hưng 2. sự phục hưng *(văn học, nghệ thuật...)*.

renal /'ri:nl/ *tt* [thuộc] thận: *a renal artery* động mạch thận.

rename /,ri:'neim/ *dgt* đổi tên: *rename a street* đổi tên một đường phố.

renascent /ri'næsnt/ *tt* trỗi dậy trở lại, hồi sinh *(ý nghĩ, tình cảm)*.

rend /rend/ *dgt* (rent) 1. xé, xé nát: *rend one's garments* xé nát quần áo *(để tỏ sự giận dữ)*; *a country rent in two by civil war* một nước chia đôi vì nội chiến; *loud cries rent the air* những tiếng kêu lớn xé không khí 2. giằng ra, bứt ra: *children were rent from their mothers'*

R

arms by the brutal soldiers tụi lính tàn bạo đã giằng con ra khỏi tay mẹ.

render /'rendə[r]/ *dgt* **1.** trả, hoàn lại: *render good for evil* lấy thiện trả ác **2.** đưa ra; nêu ra: *render an account of* đưa ra bản tường thuật về **3.** làm; làm cho: *rendered helpless by an accident* bị tai nạn làm cho không tự lo liệu được nữa; *rendered speechless with rage* giận điên lên [làm cho] không nói được nữa **4.** diễn tấu; diễn: *the piano solo was well rendered* bè nhạc đơn dương cầm đã được diễn tấu hay; *the artist had rendered her gentle smile perfectly* người nghệ sĩ đã diễn một cách tuyệt diệu nụ cười dịu dàng của nàng **5.** dịch: *this sentence can't be rendered into English* câu này không thể dịch sang tiếng Anh **6.** trát vữa: *render walls* trát tường. // **render an account of oneself, one's behaviour...** giải thích *(biện hộ)* cho lời nói, hành vi... của mình.

render something down đun cho chảy ra *(mỡ lợn...)*; **render something up** nộp cái gì *(cho ai)*, giao nộp: *render up a fort to the enemy* giao nộp pháo đài cho giặc; *he rendered up his soul to God* nộp linh hồn cho Chúa; từ trần.

rendering /'rendəriŋ/ *dt* **1.** sự diễn tấu; sự diễn **2.** sự dịch **3.** lớp vữa (thạch cao) đầu tiên trát vào gạch đá.

rendezvous[1] /'rɒndivu:/ *dt (snh kđổi)* **1.** sự hẹn gặp; nơi hẹn gặp **2.** nơi gặp gỡ: *this café is a rendezvous for writers and artists* tiệm cà phê này là nơi gặp gỡ của các văn sĩ và nghệ sĩ.

rendezvous[2] /'rɒndivu:/ *dgt* gặp nhau ở nơi hẹn: *the two*

platoons will rendezvous [with each other] in the woods as planned hai trung đội sẽ gặp nhau ở nơi hẹn trong rừng như đã dự định.

rendition /ren'diʃn/ *dt* sự diễn tấu; sự diễn: *give a spirited rendition of a Bach chorale* diễn tấu một bài coran của Bach một cách hăng say.

renegade /'renigeid/ *dt (xấu)* **1.** kẻ bội phản *(đạo, đảng chính trị...)* **2.** kẻ phản loạn, kẻ sống ngoài vòng pháp luật: *band of renegades in the mountains* băng nhóm phản loạn trong rừng núi.

renege; renegue /ri'ni:g, ri'neig/ *dgt* **1.** không giữ lời **2.** không ra con bài cùng hoa *(mặc dù có trên tay)*.

renew /ri'nju:, (Mỹ ri'nu:)/ *dgt* **1.** thay [mới], đổi mới: *renew worn tyres* thay mới lốp xe đã mòn; *renew the water in the goldfish bowl* thay nước trong chậu cá vàng; *the light bulb needs renewing* cái bóng đèn ít oát kia phải được đổi bóng khác; *her kindness made him regard her with renewed affection* sự ân cần của nàng làm cho chàng có cảm tình đổi mới đối với nàng **2.** làm lại; lại tiếp tục; lại: *renew an attack* lại tấn công; *renew one's efforts to break a record* lại tiếp tục cố gắng nhằm phá một kỷ lục; *renew a protest* lại phản kháng; *renew a contract* ký lại một hợp đồng **3.** gia hạn: *renew a passport* gia hạn một hộ chiếu; *renew one's library books for another week* gia hạn mượn sách thư viện một tuần nữa.

renewable /ri'nju:əbl, (Mỹ ri'nu:əbl)/ *tt* có thể gia hạn được: *Is the permit renew-*

able? giấy phép này có thể gia hạn được không?

renewal /ri'nju:əl, (Mỹ ri'nu:əl)/ *dt* **1.** sự thay [mới], sự đổi mới: *urban renewal* sự thay các khu nhà lụp xụp, bằng nhà mới **2.** sự làm lại, sự lại tiếp tục: *the renewal of negotiation* sự lại tiếp tục thương lượng **3.** sự gia hạn: *the renewal date* ngày tháng gia hạn (của thư viện cho mượn sách, của giấy phép...).

rennet /'renit/ *dt* men dịch vị *(dùng làm cho sữa đặc lại khi chế pho-mát)*.

renounce /ri'naʊns/ *dgt* từ bỏ, bỏ: *renounce a right* từ bỏ một quyền; *renounce cigarettes* bỏ hút thuốc lá; *renounce one's faith* bỏ đức tin; *he renounced Islam for (in favour of) Christianity* nó bỏ đạo Hồi theo đạo Thiên Chúa; *he renounced his son* ông ta từ bỏ đứa con của mình *(không cho quyền thừa kế)*.

renouncement /ri'naʊnsmənt/ *dt* sự từ bỏ, sự bỏ.

renovate /'renəveit/ *dgt* xây mới lại *(ngôi nhà cũ...)*, tân trang.

renovation /,renə'veiʃn/ *dt* **1.** sự xây mới lại, sự tân trang: *the college is closed for renovation* trường đại học đóng cửa để xây mới lại **2.** *(thường snh)* công trình tân trang: *the castle will undergo costly renovations* lâu đài sẽ có thêm những tân trang tốn kém.

renovator /,renə'veitə[r]/ *dt* người xây mới lại, người tân trang.

renown /ri'naʊn/ *dt* danh tiếng, tiếng tăm: *an artist of great renown* một nghệ sĩ có tiếng tăm lớn.

renowned /ri'naʊnd/ *tt* nổi tiếng: *renowned for her*

acting nổi tiếng về diễn xuất.

rent¹ /rent/ *dt* **1.** tiền thuê *(nhà, đất, máy thu hình...)*; tô: *rent in kind* tô bằng hiện vật **2.** *(Mỹ)* tiền thuê: *(xe, tàu, quần áo).* // *for rent (chủ yếu Mỹ)* [để] cho thuê.

rent² /rent/ *dgt* **1.** thuê: *do you own or rent your video?* chiếc vi-đê-ô của anh hay anh thuê đấy? **2.** cho thuê: *will you rent me this television?* chiếc máy thu hình này ông có thể cho tôi thuê được không? **3.** (+ at, for) cho thuê với giá là: *the building rents at £3,000 a year* tòa nhà cho thuê với giá là 3000 bảng Anh mỗi năm; *an apartment renting for $900 a month* căn hộ cho thuê 900 đôla một tháng.

rent³ /rent/ *dt* chỗ rách *(ở quần áo...): several great rents in the curtains* nhiều chỗ rách to ở rèm cửa.

rent⁴ /rent/ *qk và dttqk của* rend.

rentable /'rentəbl/ *tt* **1.** có thể cho thuê **2.** có thể thuê.

rental /'rentl/ *dt* **1.** tiền cho thuê; tiền thuê **2.** sự thuê: *rental charges* tiền thuê.

renter /'rentə[r]/ *dt* người thuê.

rent boy /'rentbɔi/ *dt (kng)* con đĩ.

rent-free /,rent'fri:/ *tt, pht* không phải trả tiền thuê: *a rent-free house* nhà ở không phải trả tiền thuê; *he lives there rent-free* nó ở đấy không phải trả tiền thuê.

rentier /'rontiei/ *dt* người sống bằng lợi tức; người thực lợi.

rent rebate /,rent'ri:beit/ *sự* hạ giá tiền thuê *(do chính quyền địa phương quyết*

định cho những người có thu nhập thấp).

rent strike /'rentstraik/ *sự* không chịu trả tiền thuê *(của toàn thể người thuê ở một cư xá...).*

renunciation /ri,nʌnsi'eiʃn, *dt* **1.** *(cg* **renouncement**) *sự* từ bỏ, sự bỏ **2.** sự hy sinh, sự quên mình *(vì người khác).*

reopen /,ri:'əupən/ *dgt* mở lại; tiếp tục lại: *school reopens next week* tuần sau trường học lại mở lại *(sau kỳ nghỉ...); reopen a discussion* tiếp tục cuộc thảo luận; *reopen old wounds (bóng)* gợi mở lại những vết thương lòng cũ.

reorder¹ /,ri:'ɔ:də[r]/ *dgt* **1.** đặt mua lại **2.** sắp xếp lại *(theo một thứ tự mới): reorder the furniture* sắp xếp lại đồ đạc trong nhà.

reorder² /,ri:'ɔ:də[r]/ *dt* sự đặt mua lại: *a reorder form* giấy đặt hàng lại.

reorganization, reorganisation /,ri:,ɔ:gənai'zeiʃn, *(Mỹ)* ,ri:,ɔ:gəni'zeiʃn/ *dt* sự tổ chức lại; sự cải tổ.

reorganize, reorganise /,ri:'ɔ:gənaiz/ *dgt* tổ chức lại; cải tổ.

rep¹ *(cg* **repp**) /rep/ *dt* vải [có] sọc nổi *(để làm màn cửa, bọc nệm...).*

rep² /rep/ *dt (kng)* [người] đại diện thương mại; người chào hàng.

rep³ /rep/ *dt* (repertory *nt)* lối biểu diễn tiết mục ngắn đa dạng *(thay vì chỉ diễn một vở với những màn thay vai).*

Rep *(Mỹ)* **1.** *vt của* Representative *(ở Quốc hội)* **2.** *vt của* Republican [party].

repaid /ri'peid/ *qk và dttqk của* repay.

repair¹ /ri'peə[r]/ *dgt* sửa, chữa, sửa chữa: *repair a watch* chữa đồng hồ; *repair a road* sửa đường; *repair a shirt* vá cái áo sơ mi; *repair an error* sửa một sai lầm.

repair² /ri'peə[r]/ *dt* sự sửa, sự chữa, sự sửa chữa: *a road under repair* con đường đang sửa; *the vase was damaged beyond repair* chiếc bình đã bị hư hại không chữa được nữa; *a bike repair shop* hiệu sửa chữa xe đạp; *the shop is closed for repairs* cửa hàng đóng cửa để sửa chữa. // **be in good (bad) repair; be in good (bad) state of repair** [trong tình trạng] còn dùng tốt, [trong tình trạng] sử dụng không ra gì nữa.

repair² /ri'peə[r]/ *dgt* **repair to** lui tới; năng lui tới: *repair to seaside resorts in the summer* lui tới nơi nghỉ mát ở bờ biển về mùa hè.

repairable /ri'peərəbl/ *tt* có thể sửa, có thể chữa, có thể sửa chữa.

repairer /ri'peərə[r]/ *dt* người sửa; thợ chữa: *a watch repairer* thợ chữa đồng hồ.

reparable /'repərəbl/ *tt* có thể sửa, có thể chuộc *(sai lầm, lỗi lầm)*; có thể đền bù *(tổn thất...).*

reparation /,repə'reiʃn/ *dt* **1.** sự sửa, sự chuộc *(lỗi)* **2.** *snh* tiền bồi thường thiệt hại chiến tranh *(nước thua trận phải trả).*

repartee /,repɑ:'ti:/ *dt* sự ứng đối, sự đối đáp; tài ứng đối, tài đối đáp: *be good at [the art of] repartee* ứng đối giỏi, có tài ứng đối.

repast /ri'pɑ:st, *(Mỹ)* ri'pæst/ *dt* bữa ăn: *partake of a light repast* cùng dự một bữa cơm nhẹ.

repatriate /ri:'pætrieit, *(Mỹ)* ri:'peitrieit/ *dgt* cho hồi hương, trả về nước: *repa-*

R

triate prisoners of war to their homeland cho tù binh hồi hương.

repatriation /ˌriːpætriˈeiʃn, (Mỹ ˌriːpeitriˈeiʃn)/ *dt* sự cho hồi hương.

repay /riˈpei/ *dgt* (**repaid**) **1.** trả lại, hoàn lại *(tiền)*: *repay a debt* trả lại món nợ; *I'll repay it to you tomorrow* mai tôi sẽ hoàn lại số tiền đó cho anh **2.** đền đáp lại: *how can I repay [you for] your kindness?* tôi biết làm sao để đền đáp lại lòng tốt của anh được?

repayable /riˈpeiəbl/ *tt* **1.** có thể trả lại, có thể hoàn lại; phải trả lại, phải hoàn lại: *the debt is repayable in 30 days* món nợ phải trả lại trong ba mươi ngày **2.** có thể đền đáp lại.

repayment /riˈpeimənt/ *dt* **1.** sự trả lại; sự hoàn lại; món trả lại, món hoàn lại: *repayments can be spread over two years* các món tiền hoàn lại có thể rải ra trong hai năm **2.** sự đền đáp; ơn đền đáp.

repeal[1] /riˈpiːl/ *dgt* hủy bỏ *(một đạo luật...)*.

repeal[2] /riˈpiːl/ *dt* sự hủy bỏ *(một đạo luật).*

repeat[1] /riˈpiːt/ *dgt* **1.** nói lại, nhắc lại; lặp lại: *she repeated what she had said* chị ta nhắc lại lời chị đã nói; *don't repeat what I told you* đừng có nói lại điều tôi đã nói với anh; *does the history repeat itself?* liệu lịch sử có tự lặp lại không nhỉ? **2.** ợ ra vẫn thấy mùi: *do you find that onions repeat on you?* anh có thấy ăn hành sau ợ vẫn thấy mùi không? **3.** đọc thuộc lòng *(một bài thơ)* **4.** *(thương)* đặt [hàng] lại *(giấy y như kỳ trước)*: *repeat an order* đặt hàng lại. // **not bear repeating**

không nhắc lại được *(lời nói quá thô tục...).*

repeat[2] /riˈpiːt/ *dt* **1.** sự lặp lại; cái lặp lại: *a second repeat of a broadcast* chương trình phát thanh phát lặp lại lần thứ hai **2.** *(thường)* đơn đặt hàng lặp lại *(y như kỳ trước)* **3.** *(nhạc)* dấu [chỉ đoạn chơi] lặp lại.

repeatable /riˈpiːtəbl/ *tt* có thể nhắc lại, có thể lặp lại: *his comments are not repeatable* lời bình phẩm của nó không thể nhắc lại được *(vì quá thô tục).*

repeated /riˈpiːtid/ *tt (dùng làm thuộc ngữ)* nhắc đi nhắc lại, lặp đi lặp lại, dồn dập, liên hồi: *repeated blows* những cú đánh dồn dập.

repeatedly /riˈpiːtidli/ *pht* nhắc đi nhắc lại; [một cách] dồn dập, [một cách] liên hồi: *I've told you repeatedly not to do that* tôi đã nhắc đi nhắc lại với anh là đừng có làm cái đó.

repeater /riˈpiːtə(r)/ *dt (cũ)* **1.** súng *(súng lục, súng trường...)* bắn liên hồi *(mà không phải nạp đạn)* **2.** thiết bị lặp lại tín hiệu **3.** đồng hồ điểm chuông từng khắc.

repel /riˈpel/ *dgt* (**-ll-**) **1.** đẩy lùi: *repel an attack* đẩy lùi một cuộc tấn công; *repel an invasion* đẩy lùi một cuộc xâm lăng; *the surface repels moisture* bề mặt không để độ ẩm thấm vào **2.** khước từ: *she repelled his advances* cô ta khước từ mọi sự cầu thân của anh chàng; *he repelled all offers of help* nó khước từ mọi lời đề nghị giúp đỡ **3.** *(lý)* đẩy. *that piece of metal repels the magnet* miếng kim loại ấy đẩy nam châm **4.** làm khó chịu, làm tởm: *his language repels me* lời lẽ của nó làm tôi khó chịu.

repellent[1] /riˈpelənt/ *tt* **1.** làm khó chịu, làm tởm: *the repellent smell of rotting meat* mùi tởm lợm của thịt thối; *I find his selfishness repellent* tôi thấy tính ích kỷ của nó khó chịu (tởm) quá **2.** không thấm *(nước)*: *a water repellent fabric* vải không thấm nước.

repellent[2] /riˈpelənt/ *dt* **1.** chất xua muỗi rệp: *a mosquito-repellent* chất xua muỗi tẩm vào màn **2.** chất làm cho *(vải, da thuộc...)* không thấm nước.

repent /riˈpent/ *dgt* ăn năn, hối hận: *to repent of one's sins* ăn năn về tội lỗi của mình; *I repent having been so generous to that scoundrel* tôi hối hận đã hào phóng đến thế với tên vô lại ấy. // **marry in haste, repent at leisure** *x* **marry.**

repentance /riˈpentəns/ *dt* sự ăn năn, sự hối hận: *to show signs of repentance* tỏ ra có dấu hiệu hối hận...

repentant /riˈpentənt/ *tt* ăn năn, hối hận: *a repentant look* vẻ mặt hối hận; *repentant of his folly* hối hận về sự điên rồ của nó.

repercussion /ˌriːpəˈkʌʃn/ *dt* **1.** sự dội lại; tiếng vọng: *the repercussion of the waves from the rock* tiếng vọng của sóng từ những tảng đá dội lại **2.** *(thường snh)* tác động trở lại; hậu quả: *his resignation will have serious repercussions on (for) the firm* sự từ chức của ông ta sẽ có hậu quả nghiêm trọng đối với công ty.

repertoire /ˈrepətwɑː(r)/ *dt* **1.** vốn tiết mục *(của một nhà hát, một nghệ sĩ)*: *to extend one's repertoire* mở rộng thêm vốn tiết mục *(bằng cách học thêm những tiết mục mới)* **2.** *(bóng)* kho;

lô: *he has a wide repertoire of dirty jokes* nó có cả một kho chuyện đùa tục tĩu phong phú.

repertory /'repətri, (*Mỹ* 'repətɔ:ri)/ *dt* **1.** (*cg kng* rep) lối biểu diễn tiết mục ngắn đa dạng (*thay vì chỉ diễn một vở với những màn thay vai*) **2.** *nh* repertoire.

repertory company /'repətrikʌmpəni/ đoàn kịch diễn đa tiết mục.

repertory theatre /'repətri θiətə[r]/ nhà hát diễn đa tiết mục.

repetition /,repi'tiʃn/ *dt* **1.** sự nhắc lại, sự lặp lại **2.** điều nhắc lại, điều lặp lại **3.** bản sao (*của một bức tranh...*).

repetitious, repetitive /,repi'tiʃəs, ,ri'petətiv/ *tt* (*thường xấu*) lặp lại: *a repetitive job* công việc lặp lại; *repetitious questions* câu hỏi lặp đi lặp lại.

repetitiously /,repi'tiʃəsli/ *pht* [một cách] lặp lại.

repetitiousness /,repi'tiʃəsnis/ *dt* sự lặp lại.

repetitive /ri'petətiv/ *tt* (*thường xấu*) *nh* repetitious.

repetitively /ri'petətivli/ *pht nh* repetitiously.

repetitiveness /ri'petətivnis/ *dt nh* repetitiousness.

rephrase /,ri:'freiz/ *dgt* nói lại một cách khác (*để cho người nghe hiểu rõ hơn*): *rephrase a question* đặt lại câu hỏi một cách khác.

repine /ri'pain/ *dgt* (+ at, against) cảm thấy buồn; tỏ vẻ không bằng lòng: *repine at one's misfortune* cảm thấy buồn về nỗi bất hạnh của mình; *repine against fate* tỏ vẻ không bằng lòng với số mệnh.

replace /ri'pleis/ *dgt* **1.** để lại (*chỗ cũ*): *replace the book on the shelf* để lại quyển sách lên giá sách; *replace the receiver* để lại ống nghe vào chỗ cũ (*trên máy diện thoại*) **2.** thay thế, thay: *can anything replace a mother's love?* có gì thay thế được cho tình mẹ không?; *his deputy replaced him as leader* viên phó của ông ta thay ông làm lãnh tụ; *replace a broken window with a new one* thay cửa kính vỡ bằng một cái mới; *we replaced apples with oranges* chúng tôi thay táo bằng cam.

replaceable /ri'pleisəbl/ *tt* có thể thay [thế].

replacement /ri'pleismənt/ *dt* **1.** sự thay [thế]: *the replacement of worn parts* sự thay những bộ phận đã mòn **2.** vật thay [thế]; người thay [thế]: *find a replacement for Nam while he is ill* tìm người thay Nam trong khi Nam ốm.

replay¹ /,ri:'plei/ *dgt* (*thể*) đấu lại (*một trận đấu bóng đá...*); chơi lại (*một bản thu thanh...*).

replay² /,ri:'plei/ **1.** (*thể*) trận đấu lại **2.** sự chơi lại (*cú đá phạt đền...*).

replenish /ri'pleniʃ/ *dgt* **1.** lại làm đầy; cho thêm vào: *let me replenish your glass* để tôi thêm rượu vào cốc của ông **2.** bổ sung: *we need to replenish our stocks of coal* chúng tôi cần bổ sung dự trữ than của chúng tôi.

replenishment /ri'pleniʃmənt/ *dt* **1.** sự lại làm đầy; sự cho thêm vào **2.** sự bổ sung.

replete /ri'pli:t/ *tt* (+ with) **1.** đầy, đầy căng ra (*thường nói về thức ăn*): *he feels replete at the end of the meal* sau bữa ăn nó cảm thấy đầy căng bụng ra; *a book replete with diagrams* cuốn sách đầy biểu đồ **2.** [có] đầy đủ: *a house replete with every modern convenience* ngôi nhà đầy đủ mọi tiện nghi hiện đại.

repletion /ri'pli:ʃn/ *dt* sự đầy, sự đầy căng ra: *be full to repletion* đầy căng ra, đầy ứ ra.

replica /'replikə/ *dt* **1.** bản sao (*bức tranh*) **2.** mô hình (thu nhỏ): *make a replica of the Effel Tower* làm một mô hình của tháp Ép-phen.

replicate /'replikeit/ *dgt* sao chép lại; mô phỏng: *the chameleon's skin replicates the pattern of its surroundings* da con tắc kè hoa khác nào một bản sao chép mẫu của môi trường xung quanh.

replication /,repli'keiʃn/ *dt* sự sao chép lại; sự mô phỏng.

replied /ri'plaid/ *qk và dttqk của* reply.

reply¹ /ri'plai/ *dgt* (replied) đáp lại; trả lời: *I asked him where he was going, but he didn't reply* tôi hỏi nó đi đâu, nhưng nó không đáp lại; *have you replied to his letter?* anh đã trả lời thư của nó chưa?; *the enemy replied to our fire* quân địch bắn trả ta.

reply² /ri'plai/ *dt* **1.** sự đáp lại; sự trả lời: *she made no reply* cô ta không đáp lại **2.** lời đáp lại, lời trả lời: *in reply to your letter* để trả lời thư ông; *say in reply* đáp lại.

reply-paid /ri,plai'peid/ *tt* đã trả trước cước phí trả lời (*diện tín...*).

report¹ /ri'pɔ:t/ *dgt* **1.** thuật lại, kể lại; viết tường trình về: *report [on] progress made* kể lại tiến bộ đã đạt được; *report a debate* viết tường trình về một cuộc

R

thảo luận; *I reported how he had reacted* tôi kể lại nó đã phản ứng ra sao **2.** công bố, tuyên bố: *the judge reported the case closed* quan tòa tuyên bố là vụ kiện đã kết thúc **3.** làm phóng viên: *report for a newspaper* làm phóng viên cho một tờ báo **4.** trình báo, tố cáo: *report a burglary to the police* trình báo một vụ trộm với cảnh sát **5.** báo; báo cáo: *report sick* báo là- ốm: *the child was reported missing on Friday* đứa bé được báo là mất tích hôm thứ sáu **6.** đi; có mặt: *they reported for work at 7.00 a.m* họ đi làm lúc 7 giờ sáng; *what time do you have to report at the airport?* mấy giờ thì anh phải có mặt ở sân bay? // **report back** báo cáo trở về (khi được cử đi điều tra hay tìm hiểu về một việc gì): *go and find out what's happened and report back to me quickly!* đi tìm hiểu xem điều gì đã xảy ra và báo cáo về gấp đi!; *they reported back that the enemy forces were moving towards the border* họ báo cáo về là lực lượng địch đang di chuyển về phía biên giới.

report² /ri'pɔ:t/ *dt* **1.** bản báo cáo, bản tường thuật: *a report on the state of the roads* bản báo cáo về tình trạng đường sá; *a firm's monthly reports* báo cáo hàng tháng của một hãng (về lỗ lãi...) **2.** phiếu thành tích (học tập của học sinh, công tác của một nhân viên...): *a school report* phiếu thành tích học tập (của học sinh) **3.** tin đồn: *report has it that* có tin đồn rằng **4.** tiếng, tiếng tăm: *be of good (bad) report* có tiếng tốt (xấu) **5.** tiếng nổ (như tiếng súng): *the tyre burst with a*

loud report lốp xe nổ một tiếng lớn.

reportage /ˌrepɔ:'tɑ:ʒ, ri'pɔ:-tidʒ/ *dt* bài phóng sự.

report card /ri'pɔ:tkɑ:d/ phiếu thành tích học tập (của học sinh).

reportedly /ri'pɔ:tidli/ *pht* theo như người ta nói: *he is reportedly not intending to return to this country* theo người ta nói, ông ta không có ý định trở về đất nước này.

reported speech /ri,pɔ:tid 'spi:tʃ/ (ngôn) lối nói tường thuật.

reporter /ri'pɔ:tə[r]/ *dt* phóng viên; nhà báo.

repose¹ /ri'pəuz/ *dgt* **1.** nằm; nghỉ (ngủ hay là chết): *repose from toil* nghỉ sau một công việc cực nhọc; *the picture shows a nude reposing on a couch* bức tranh vẽ một hình khỏa thân nằm trên đi văng; *beneath this stone repose the poet's mortal remains* dưới tảng đá này yên nghỉ thi hài của nhà thơ **2.** đặt, để: *repose one's head on a pillow* gối đầu lên chiếc gối.

repose² /ri'pəuz/ *dt* **1.** sự nghỉ, sự ngủ: *her face is sad in repose* lúc ngủ mặt cô ta trông buồn **2.** sự yên tĩnh: *win repose after months of suffering* được yên tĩnh sau bao tháng đau khổ **3.** vẻ ung dung thư thái: *he lacks repose* ông ta thiếu vẻ ung dung thư thái.

repose³ /ri'pəuz/ *dgt* đặt (lòng tin, hy vọng...) vào (ai, cái gì): *he reposed too much confidence in her promises* anh ta đặt quá nhiều tin tưởng vào lời hứa của cô nàng.

reposeful /ri'pəuzfl/ *tt* yên tĩnh.

repository /ri'pɒzitri, (Mỹ ri'pɒzitɔ:ri)/ *dt* kho chứa, kho (đen, bóng): *a furniture repository* kho chứa đồ đạc; *he's a repository of all sorts of out-of-the-way knowledge* anh ta là cả một kho mọi thứ kiến thức lạ.

repossess /ˌri:pə'zes/ *dgt* chiếm hữu lại, thu hồi (vật mua trả từng kỳ mà không trả đều đặn...): *repossess a flat* thu hồi một căn hộ (không cho thuê nữa).

repossession /ˌri:pə'zeʃn/ *dt* sự chiếm hữu lại, sự lấy lại.

repossession order /ri:pə-ˌzeʃn'ɔ:də[r]/ lệnh [cho] thu hồi.

repp /rep/ *nh* rep¹.

reprehend /ˌrepri'hend/ *dgt* quở trách, quở mắng: *his conduct deserves to be reprehended* cách cư xử của nó đáng bị quở trách.

reprehensible /ˌrepri'hen-səbl/ *tt* đáng quở trách, đáng quở mắng: *his conduct was reprehensible* cách cư xử của nó là đáng quở mắng.

reprehensibly /ˌrepri'hen-səbli/ *pht* [một cách] đáng quở trách, [một cách] đáng quở mắng.

represent¹ /ˌrepri'zent/ *dgt* **1.** biểu thị; thể hiện; miêu tả: *the picture represents a hunting scene* bức tranh thể hiện một cảnh đi săn; *the father is represented as a villain in the play* trong vở kịch người cha được miêu tả như là một kẻ côn đồ **2.** tiêu biểu cho, tượng trưng cho, tương ứng với: *the rose represents England* hoa hồng tượng trưng cho nước Anh; *this new car represents years of research* chiếc xe mới này là tương ứng với (là kết quả của) bao năm nghiên cứu **3.** thay mặt, đại diện: *he represented his fellow-workers at the union meeting* anh ta đại diện cho các đồng nghiệp thợ thuyền trong cuộc họp liên đoàn; *our firm is represented in Vietnam by Mr Hall* hãng chúng ta có đại diện ở Việt Nam là ông Hall **4.** cho là: *he represented himself as a writer* anh ta cho mình là một nhà văn **5.** phản kháng, kêu lên, trình bày lên *(cấp trên...)*: *they represented their grievances to the management* họ trình bày lời kêu ca của họ lên ban quản trị, họ kêu lên ban quản trị.

represent² /,ri:pri'zent/ *dgt* lại xuất trình, lại đưa ra: *they represented the cheque for payment* họ lại xuất trình tấm séc để lĩnh tiền.

representation /,reprizen'teiʃn/ *dt* **1.** sự biểu thị;; sự thể hiện; sự miêu tả: *this painting is a representation of a storm at sea* bức tranh này là cảnh miêu tả một cơn dông bão ở biển **2.** sự thay mặt, sự đại diện: *the firm needs more representation in Vietnam* hãng đó cần nhiều đại diện hơn nữa ở Việt Nam. // **make representations to** phản kháng; thỉnh cầu: *make representations to the council about the state of the roads* phản kháng với hội đồng về tình trạng đường sá.

representational /,reprizen'teiʃnl/ *tt* tả thực, thể hiện cảnh thật *(một khuynh hướng nghệ thuật)*.

representative¹ /,repri'zentətiv/ *tt* **1.** tiêu biểu; đại diện: *are your opinions representative of those of the other students?* ý kiến của anh có đại diện cho ý kiến của các sinh viên khác

không? **2.** đại nghị: *representative system of government* chính thể đại nghị.

representative² /,repri'zentətiv/ *dt* **1.** người đại diện, người đại biểu: *send a representative to a conference* cử một đại diện tới hội nghị; *many representatives of the older generation were there* nhiều đại biểu của thế hệ trước đã có mặt ở đấy **2.** *(cg kng* **rep)** đại diện thương mại; người chào hàng. // **the House of Representatives** Hạ nghị viện *(Mỹ)*.

repress /ri'pres/ *dgt* kiềm chế; nén lại, cầm lại: *repress one's anger* nén giận; *repress a rebellion* dẹp một cuộc nổi loạn; *all protest is brutally repressed by the dictator* mọi phản kháng đều bị tên độc tài trấn áp.

repressed /ri'prest/ *tt* bị kiềm chế xúc cảm.

repression /ri'preʃn/ *dt* **1.** sự kiềm chế, sự nén lại; sự kìm lại; xúc cảm bị kìm lại **2.** sự dẹp, sự trấn áp: *political repression* sự trấn áp về chính trị.

repressive /ri'presiv/ *tt* [có tính chất] đàn áp tàn bạo; khắc nghiệt: *repressive measures* biện pháp đàn áp tàn bạo.

repressively /ri'presivli/ *pht* [một cách] tàn bạo, [một cách] khắc nghiệt.

repressiveness /ri'presivnis/ *dt* sự [đàn áp] tàn bạo; sự khắc nghiệt.

reprieve¹ /ri'pri:v/ *dgt* hoãn thi hành một bản án tử hình; hủy một bản án tử hình: *the prisoner was reprieved* tên tù đã được hoãn thi hành án tử hình.

reprieve² /ri'pri:v/ *dt* **1.** sự hoãn thi hành một bản án tử hình; sự hủy một bản án tử hình **2.** lệnh hoãn thi

hành một bản án tử hình; lệnh hủy một bản án tử hình.

reprimand¹ /'reprimɑ:nd/ *dgt* khiển trách.

reprimand² /'reprimɑ:nd/ *dt* lời khiển trách: *receive a severe reprimand* bị khiển trách nghiêm khắc; *his negligence passed without reprimand* sự cẩu thả của nó thoát khỏi sự khiển trách.

reprint¹ /'ri:print/ *dgt* **1.** in lại, tái bản *(một cuốn sách)* **2.** được in lại, được tái bản: *the dictionary is reprinting with minor corrections* cuốn từ điển được in lại với những sửa đổi nhỏ.

reprint² /'ri:print/ *dt* **1.** sự in lại, sự tái bản **2.** sách in lại; sách tái bản.

reprisal /ri'praizl/ *dt* sự trả thù; sự trả đũa: *take reprisals; carry out reprisals against* trả thù, trả đũa.

reprise /ri'pri:z/ *dt (nhạc)* phần trở lại.

reproach¹ /ri'prəutʃ/ *dgt* chê trách; trách móc; trách: *he reproached me with carelessness* ông ta chê trách tôi về tội cẩu thả; *she reproached him for forgetting their anniversary* chị trách anh quên ngày kỷ niệm lễ cưới của họ; *it wasn't your fault, you have nothing to reproach yourself with* không phải lỗi tại anh, anh không có gì phải trách mình về việc đó cả.

reproach² /ri'prəutʃ/ *dt* **2.** sự chê trách; sự trách [móc]; lời chê trách; lời trách [móc] **2.** điều sỉ nhục; điều đáng xấu hổ: *these derelict houses are a reproach to the city* những ngôi nhà ọp ẹp vô chủ này là điều đáng xấu hổ cho thành phố. // **above (beyond) reproach** không chê vào đâu được.

R

reproachful /ri'prəʊtʃfl/ *tt* tỏ vẻ chê trách; đầy vẻ trách móc: *a reproachful look* cái nhìn đầy vẻ trách móc; *a reproachful sigh* tiếng thở dài trách móc.

reproachfully /ri'prəʊtʃfəli/ *pht* với vẻ chê trách; với vẻ trách móc.

reprobate¹ /'reprəbeit/ *dt* (*thường hài hước*) kẻ phóng đãng; kẻ vô lại: *you sinful old reprobate!* đồ vô lại đầy tội lỗi kia!

reprobate² /'reprəbeit/ *tt* (*thường hài hước*) phóng đãng; vô lại: *have reprobate tendencies* có xu hướng phóng đãng.

reprocess /ri:'prəʊses/ *dgt* tái chế, tái xử lý: *the reprocessing of nuclear fuel* sự tái chế nhiên liệu hạt nhân.

reproduce /,ri:prə'dju:s, (Mỹ ,ri:prə'du:s)/ *dgt* 1. sao lại, in sao, thể hiện lại: *reproduce a colour photograph* sao lại một bức ảnh màu; *a portrait that reproduces every detail of the sitter's face* một bức chân dung thể hiện lại mọi chi tiết trên mặt người ngồi mẫu 2. (*sinh*) sinh sản: *ferns reproduce [themselves] by spores* dương xỉ sinh sản bằng bào tử.

reproducer /,ri:prə'dju:sə[r], (Mỹ ,ri:prə'du:sər)/ *dt* con vật giống.

reproducible /,ri:prə'dju:səbl, (Mỹ ri:prə'du:səbl)/ *tt* 1. có thể sao lại, có thể in sao; có thể thể hiện lại 2. có thể sinh sản.

reproduction /,ri:prə'dʌkʃn/ *dt* 1. sự sao lại, sư in sao, sự thể hiện lại 2. bản in sao; phiên bản 3. (*sinh*) sự sinh sản.

reproductive /,ri:prə'dʌktiv/ *tt* (*sinh*) sinh sản: *reproduc-tive organs* cơ quan sinh sản.

reproof /ri'pru:f/ *dt* 1. sự chê trách; sự trách mắng 2. lời chê trách; lời trách mắng.

reprove /ri'pru:v/ *dgt* chê trách; trách mắng: *she reproved him for telling lies* chị chê trách anh nói dối.

reproving /ri'pru:viŋ/ *tt* chê trách; trách mắng: *a reproving remark* lời nhận xét trách mắng.

reptile /'reptail, (Mỹ 'reptl)/ *dt* (*động*) bò sát: *snakes, crocodiles, tortoises are reptiles* rắn, cá sấu, rùa là những loài bò sát.

reptilian¹ /rep'tiliən/ *tt* 1. [thuộc] bò sát; [giống] bò sát 2. (*bóng*) khó ưa; bất lương; đê tiện.

reptilian² /rep'tiliən/ *dt* (*động*) loài bò sát.

republic /ri'pʌblik/ *dt* 1. nền cộng hòa 2. nước cộng hòa: *people's republic* nước cộng hòa nhân dân.

republican¹ /ri'pʌblikən/ *tt* cộng hòa: *a republican system of government* chính thể cộng hòa.

republican² /ri'pʌblikən/ *dt* người ủng hộ chính thể cộng hòa; người theo chính thể cộng hòa.

Republican¹ /ri'pʌblikən/ *tt* [thuộc] Đảng Cộng hòa; [theo] Đảng Cộng hòa (*Mỹ*).

Republican² /ri'pʌblikən/ *dt* đảng viên Đảng Cộng hòa (*Mỹ*).

republicanism /ri'pʌblikə-nizəm/ *dt* chủ nghĩa cộng hòa.

Republicanism /ri'pʌblikə-nizəm/ *dt* lề thói Đảng Cộng hòa (*Mỹ*).

Republican Party /ri'pʌbli-kən pɑ:ti/ Đảng Cộng hòa (*Mỹ*).

repudiate /ri'pju:dieit/ *dgt* 1. bác bỏ; cự tuyệt: *repudiate a suggestion* bác bỏ một lời gợi ý; *he repudiated my offer of friendship* nó cự tuyệt lời cầu thân của tôi 2. (*cũ*) từ bỏ; bỏ: *repudiate a son* từ bỏ một đứa con; *repudiate one's wife* bỏ vợ 3. quỵt (*một món nợ*); không chịu hoàn thành (*một nghĩa vụ*): *repudiate a debt* quỵt một món nợ.

repudiation /ri,pju:di'eiʃn/ *dt* 1. sự bác bỏ, sự cự tuyệt 2. (*cũ*) sự từ bỏ, sự bỏ 3. sự quỵt (*một món nợ*); sự không chịu hoàn thành (*một nghĩa vụ*).

repugnance /ri'pʌgnəns/ *dt* sự ghê tởm, sự kinh tởm: *I cannot overcome my repugnance for shellfishes* tôi không thể không ghê tởm khi ăn sò hến.

repugnant /ri'pʌgnənt/ *tt* ghê tởm, kinh tởm: *I find his racist views totally repugnant* tôi thấy quan điểm chủng tộc chủ nghĩa của nó là hoàn toàn ghê tởm; *all food was repugnant to me during my illness* trong lúc ốm, mọi thứ đồ ăn đều kinh tởm đối với tôi.

repulse¹ /ri'pʌls/ *dgt* 1. đánh lui, đẩy lùi: *repulse an attack* đẩy lùi một cuộc tấn công 2. từ chối một cách thô bạo, cự tuyệt: *repulse assistance* từ chối không nhận sự giúp đỡ; *she repulsed his advances* nàng cự tuyệt sự đeo đuổi của chàng.

repulse² /ri'pʌls/ *dt* 1. sự đánh lui, sự đẩy lùi (*một cuộc tấn công*) 2. sự từ chối một cách thô bạo, sự cự tuyệt.

repulsion /ri'pʌlʃn/ *dt* 1. sự ghét, sự ghê tởm: *feel repulsion for somebody* ghét ai, ghê tởm ai **2.** *(lý)* lực đẩy.

repulsive /ri'pʌlsiv/ *tt* **1.** ghê tởm, gớm guốc: *a repulsive smell* một mùi ghê tởm; *a repulsive person* một người ghê tởm **2.** *(lý)* đẩy: *repulsive forces* lực đẩy.

repulsively /ri'pʌlsivli/ *pht* [một cách] ghê tởm; [một cách] gớm guốc: *repulsively ugly* xấu một cách ghê tởm.

repulsiveness /ri'pʌlsivnis/ *dt* sự ghê tởm, sự gớm guốc.

reputable /'repjʊtəbl/ *tt* có tiếng [tốt]; danh giá: *a highly reputable firm* một hãng rất có tiếng.

reputably /'repjʊtəbli/ *pht* [một cách] có tiếng; [một cách] danh giá.

reputation /ˌrepjʊ'teiʃn/ *dt* tiếng *(tốt hoặc xấu)*: *have a reputation for laziness (for being lazy)* có tiếng là lười; *this restaurant has a good reputation* nhà hàng ăn này có tiếng là tốt.

repute[1] /ri'pju:t/ *dgt* be reputed as; be reputed to be có tiếng là: *he is reputed to be very wealthy* ông ta có tiếng là rất giàu.

repute[2] /ri'pju:t/ *dt* tiếng *(tốt hoặc xấu)*: *know somebody only by repute* chỉ biết tiếng ai thôi *(không biết mặt)*; *an inn of evil repute* quán trọ có tiếng xấu. // of repute có tiếng tốt, có tiếng: *a doctor of repute* một bác sĩ có tiếng; *wines of repute* rượu vang có tiếng.

reputed /ri'pju:tid/ *tt* được coi như là: *the reputed father of the child* người được coi như là cha của đứa bé.

reputedly /ri'pju:tidli/ *pht* theo như người ta nói: *reputedly, he is very rich* theo như người ta nói, ông ta rất giàu.

request[1] /ri'kwest/ *dt* **1.** sự thỉnh cầu, sự yêu cầu **2.** điều thỉnh cầu, điều yêu cầu: *your requests will be granted* những điều anh thỉnh cầu sẽ được ban cấp cho anh. // at somebody's request; at the request of somebody theo yêu cầu của ai: *I came at your request* theo yêu cầu của ông tôi đã đến; by request of somebody đáp lại lời thỉnh cầu của ai: *by popular request, the chairman was reelected* đáp lại lời thỉnh cầu của nhân dân, ông chủ tịch đã được bầu lại; on request khi được yêu cầu: *catalogues are available on request* danh mục sẽ được đưa ra khi được yêu cầu.

request[2] /ri'kwest/ *dgt* thỉnh cầu, yêu cầu: *I requested him to help* tôi yêu cầu nó giúp đỡ; *you are kindly requested not to smoke* xin yêu cầu ông vui lòng đừng hút thuốc lá.

request stop /ri'kweststɒp/ nơi xe buýt đỗ khi có khách vẫy gọi.

requiem /'rekwiəm, 'rekwiem/ *dt* **1.** *(cg requiem mass)* lễ cầu siêu **2.** nhạc cầu siêu.

require /ri'kwaiə[r]/ *dgt* **1.** đòi hỏi, đòi, yêu cầu: *the situation requires that I should be there* tình hình đòi hỏi tôi cần phải có ở đấy; *I have done all that is required by law* tôi đã làm tất cả những gì luật pháp đòi hỏi; *he only did what was required of him* nó chỉ làm những gì người ta đòi hỏi ở nó **2.** muốn: *will you require tea?* anh có muốn uống trà không?; *is that all that you require, sir?* thưa ông, có phải đấy là tất cả những gì ông muốn không ạ?

requirement /ri'kwaiəmənt/ *dt (thường snh)* điều đòi hỏi, điều yêu cầu: *candidates who fail to meet these requirements will not be admitted to the University* những thí sinh không đáp ứng được những yêu cầu này sẽ không được vào trường đại học.

requisite[1] /'rekwizit/ *tt* cần thiết: *he hasn't got the requisite qualifications for this job* nó chưa có đủ tiêu chuẩn cần thiết cho công việc ấy.

requisite[2] /'rekwizit/ *dt* vật cần thiết: *we supply every requisite for travel* chúng tôi cung ứng mọi thứ cần thiết cho các chuyến du lịch.

requisition[1] /ˌrekwi'ziʃn/ *dt* lệnh trưng dụng: *make a requisition for supplies* trưng dụng quân nhu; *a requisition order* lệnh trưng dụng.

requisition[2] /ˌrekwi'ziʃn/ *dgt* **1.** trưng dụng: *the army requisitioned all our stores of petrol* quân đội trưng dụng toàn bộ dự trữ dầu xăng của chúng tôi **2.** ra lệnh chính thức *(cho ai làm gì...)*: *requisition the villagers for billets* ra lệnh chính thức cho dân làng cấp chỗ trú quân.

requital /ri'kwaitl/ *dt* **1.** sự đền đáp, sự đền công: *make full requital to somebody for his help* đền đáp đầy đủ sự giúp đỡ của ai **2.** sự trả thù.

requite /ri'kwait/ *dgt* **1.** đền đáp, đáp lại: *will she ever requite my love?* liệu nàng có bao giờ đáp lại mối tình của tôi không? **2.** trả thù: *requite him for the injury he has done me* trả thù nó về vết thương nó đã gây ra cho tôi.

reran /ˌri:'ræn/ *qk của* rerun[1].

R

reredos /'riədos/ dt tấm lưng (sau bàn thờ ở nhà thờ).

re-route /,ri:'ru:t/ dgt giữ đi theo con đường khác; mang đi theo con đường khác: my flight was re-routed via Athens chuyến bay của tôi đã chuyển theo con đường khác, qua Athens.

rerun[1] /,ri:'rʌn/ dgt (reran rerun) 1. chiếu lại (phim); phát thanh lại (một chương trình...) 2. chạy lại (một cuộc chạy thi).

rerun[2] /'ri:rʌn/ dt 1. phim chiếu lại; chương trình phát lại 2. (bóng) điều lặp lại (như trước đấy).

resale /'ri:seil, ri:'seil/ dt sự bán lại (cho người khác vật mình đã mua); sự nhượng lại: a house up for resale ngôi nhà sẵn sàng để nhượng lại.

reschedule /,ri:'ʃedju:l/ dgt (luật) thu xếp để cho trả (món vay, món nợ) chậm hơn kỳ hạn đã định.

rescind /ri'sind/ dgt (luật) hủy (một đạo luật, một hợp đồng).

rescue[1] /'reskju:/ dgt cứu, giải cứu: rescue a man from drowning cứu một người khỏi chết đuối; police rescued the hostages cảnh sát đã giải cứu các con tin; rescue a man from bankruptcy cứu một người khỏi vỡ nợ; you rescued me from an embarrassing situation anh đã cứu tôi thoát khỏi một tình thế lúng túng.

rescue[2] /'reskju:/ dt sự cứu, sự giải cứu: come (go) to the (to somebody's) rescue đến cứu (ai đó): we were about to close down the business, but the bank came to our rescued with a huge loan chúng tôi sắp đóng cửa tiệm thì ngân hàng đến cứu chúng tôi với một số tiền cho vay khổng lồ.

rescuer /'reskju:ə[r]/ dt người cứu, người giải cứu.

research[1] /ri'sɜ:tʃ, 'ri:sɜ:tʃ/ dt (cg researches snh) sự nghiên cứu: scientific research nghiên cứu khoa học; be engaged in (carry out, do) research nghiên cứu.

research[2] /ri'sɜ:tʃ/ dgt (+ into, on) nghiên cứu: researching into (on) the effects of cigarette smoking nghiên cứu ảnh hưởng của việc hút thuốc lá.

researcher /ri'sɜ:tʃə[r]/ dt người nghiên cứu, nhà nghiên cứu.

reseat /,ri:'si:t/ dgt 1. thay mặt mới: reseat a cane chair thay mặt mới cho chiếc ghế mây 2. đặt ngồi lại (theo kiểu ngồi khác) trên ghế; đặt ngồi lại trên ghế mới: reseat oneself more comfortably đặt mình ngồi lại cho thoải mái hơn.

resell /,ri:'sel/ dgt (resold) bán lại (cho người khác, cái mình đã mua): resell the goods at a profit bán hàng hóa lấy lãi.

resemblance /ri'zembləns/ dt sự giống [nhau]; nét giống [nhau]: there is a degree of resemblance between the two boys có một mức độ giống nhau giữa hai cậu bé: he didn't bear much resemblance to the man whose photo I'd seen nó không giống mấy với người mà tôi đã được xem ảnh.

resemble /ri'zembl/ dgt (không dùng ở dạng bị động) (resemble somebody, something; resemble in something) giống [với], trông giống [như]: a small object resembling a pin một vật nhỏ trông giống cái đinh ghim; he resembles his brother in appearance and not in character nó giống anh nó về diện mạo nhưng không giống về tính tình.

resent /ri'zent/ dgt tức tối; bực bội: I bitterly resent your criticism tôi cảm thấy cay đắng vì lời phê bình của anh; does she resent my being here? cô ta có tức tối về sự có mặt của tôi ở đây không?

resentful /ri'zentfl/ tt (of, at something) [đầy] tức tối; [đầy] bực bội: a resentful silence một sự im lặng tức tối; he was deeply resentful of (at) her interference nó hết sức bực bội về sự xen vào của cô ta.

resentfully /ri'zentfəli/ pht [một cách] đầy tức tối; [một cách] đầy bực bội.

resentment /ri'zentmənt/ dt sự tức tối; sự bực bội: a deep-seated resentment at (of, over) the way one has been treated sự tức tối sâu xa về cách người ta đối xử với mình.

reservation /,rezə'veiʃn/ dt 1. sự dành trước, sự giữ trước (phòng, chỗ ngồi...); chỗ dành trước; a hotel reservation phòng dành trước ở khách sạn 2. (thường snh) sự hạn chế; điều kiện hạn chế: accept a plan with reservations chấp nhận một kế hoạch với một số điều kiện hạn chế; I support this measure without reservation tôi ủng hộ biện pháp đó không chút hạn chế (ủng hộ hoàn toàn) 3. đất dành riêng cho người da đỏ (ở Mỹ) 4. (Mỹ) khu bảo tồn (động vật): a game reservation khu bảo tồn động vật cấm săn bắn.

reserve[1] /ri'zɜ:v/ dgt 1. để dành, dành; dự trữ: reserve your strength for the climb hãy dành sức cho cuộc leo núi **2.** dành trước: *these seats are reserved for special guests* những ghế này dành trước cho khách đặc biệt **3.** dành riêng: *the management reserves the right to refuse admission* ban quản trị có quyền từ chối nhận người vào làm. // **reserve one's judgment on** hoãn có ý kiến về *(ai, việc gì)* cho đến khi vấn đề trở nên rõ hơn.

reserve² /ri'zɜ:v/ *dt* **1.** sự để dành, sự dự trữ; dự trữ: *have great reserves of capital* có nhiều vốn dự trữ **2. the Reserve** quân dự bị **3. reserves** *snh* lực lượng dự trữ: *commit one's reserves to the battle* cho lực lượng dự trữ vào tham chiến **4.** đấu thủ dự bị **5.** khu bảo tồn *(thiên nhiên)*: *a bird reserve* khu bảo tồn chim **6.** khu bản địa *(dành riêng cho một sắc tộc bản địa, như khu Da đỏ trên sông Amazon)* **7.** sự hạn chế *(trong việc chấp nhận một kế hoạch...)*: *we accepted your statement without reserve* chúng tôi chấp nhận bản tuyên bố của ông không chút hạn chế *(chấp nhận hoàn toàn)* **8.** *(cg* **reserve price**, *(Mỹ)* **upset price)** giá tối thiểu có thể chấp nhận được *(trong cuộc bán đấu giá...)*: *put a reserve of £95,000 on a house* đặt giá tối thiểu cho ngôi nhà là 95.000 bảng **9.** sự dè dặt; sự lãnh đạm: *a few drink broke through his reserve* vài chén rượu đã phá tan tính dè dặt của ông ta. // **in reserve** [để] dự trữ: *funds hold in reserve* quỹ dự trữ.

reserved /ri'zɜ:vd/ *tt* dè dặt, kín đáo *(tính tình, người)*.

reservedness /ri'zɜ:vdnis/ *dt* tính dè dặt, tính kín đáo.

reservist /ri'zɜ:vist/ *dt* quân nhân dự bị.

reservoir /'rezəvwɑ:[r]/ *dt* **1.** bể chứa nước, hồ chứa nước *(cho một vùng)* **2.** *(bóng)* kho: *a reservoir of know-kedge* kho kiến thức; *reservoir of information* kho tin tức.

reset /,ri:'set/ *dgt* **(-tt-; reset) 1.** lắp lại; để lại: *reset a diamond in a ring* lắp lại viên kim cương vào nhẫn; *reset a broken bone* bó lại cái xương gãy **2.** văn lại, chỉnh lại: *reset one's watch to local time* văn lại đồng hồ theo giờ địa phương **3.** đặt lại một loạt câu hỏi mới *(cho một kỳ thi...)*.

resettle /,ri:'setl/ *dgt* tái định cư: *resettle war refugees in Canada* tái định cư dân tị nạn chiến tranh ở Canada.

resettlement /,ri:'setlmənt/ *dt* sự tái định cư: *a government resettlement programme* chương trình tái định cư của chính phủ.

reshuffle¹ /,ri:'ʃʌfl/ *dgt* **1.** cải tổ lại *(chính phủ...)* **2.** tráo lại *(bài)*.

reshuffle² /'ri:ʃʌfl/ *dt* **1.** sự cải tổ lại: *carry out a Cabinet reshuffle* cải tổ lại nội các **2.** sự tráo lại *(bài)*.

reside /ri'zaid/ *dgt* **1.** (+in, at) cư trú, ở: *reside abroad* cư trú ở nước ngoài; *reside in Hang Bong street* ở phố Hàng Bông **2.** (+ in) thuộc về *(nói về quyền hạn, thẩm quyền)*: *the power to change the law resides in Parliament* quyền thay đổi luật thuộc về nghị viện.

residence /'rezidəns/ *dt* **1.** dinh: *10 Downing Street is the British Prime Minister's official residence* số 10 đường Downing là dinh chính thức của thủ tướng Anh **2.** nhà ở *(tiếng thường*

những người kinh doanh mua bán nhà hay dùng)*: a desirable residence for sale* một căn nhà ở đáng thèm muốn được rao bán *(lời rao)* **3.** sự ở, sự cư trú: *take up [one's] residence in college* dọn vào ở trong trường đại học; *foreign visitors are only allowed one month's residence* khách ngoại quốc chỉ được phép ở một tháng. // **in residence** a/ ở một nơi nào đó vì nhiệm vụ *(nhà văn, họa sĩ...)* b/ ở trong trường *(sinh viên)*.

resident¹ /'rezidənt/ *tt* **1.** cư trú; thường trú: *the town's resident population* dân thường trú ở thành phố *(không phải khách vãng lai)*; *be resident abroad* cư trú ở nước ngoài **2.** nội trú: *resident physician* bác sĩ nội trú.

resident² /'rezidənt/ *dt* **1.** cư dân **2.** khách ở qua đêm *(tại một khách sạn)*: *restaurant open to non-resident* hàng ăn mở cửa cho khách không ở qua đêm tại khách sạn **3.** *(Mỹ, cg* **resident physician)** bác sĩ nội trú.

residential /,rezi'denʃl/ *tt* **1.** gồm nhà ở; [thuộc] khu nhà ở *(không phải khu buôn bán, khu công nghiệp...)*: *a residential district* khu vực nhà ở *(trong một thành phố...)* **2.** có liên quan tới nơi cư trú: *residential qualifications for voters* tư cách cư trú đối với cử tri.

residual /ri'zidjʊəl, *(Mỹ* ri'zidʒʊəl)/ *tt* còn lại, còn dư: *there was still some residual unrest after the rebellion had been crushed* hãy còn một ít náo động sau khi cuộc nổi loạn đã bị dẹp tan.

residual income /ri'zidjʊəl iŋkʌm/ thu nhập còn lại sau khi nộp thuế.

residuary /ri'zidjʊəri, (Mỹ ri'zidʒʊəri)/ tt **1.** dư, còn lại **2.** (luật) [thuộc] phần tài sản còn lại sau khi thanh toán xong mọi khoản: a residuary legatee người thừa kế phần tài sản còn lại sau khi thanh toán xong mọi khoản.

residue /'rezidju:, (Mỹ 'rezidu:)/ dt **1.** phần còn lại, bã (sau khi chế biến hóa học) **2.** (luật) phần tài sản còn lại sau khi thanh toán xong mọi khoản.

resign /ri'zain/ dgt **1.** (+ from) từ chức: she resigned her directorship and left the firm bà ta từ chức giám đốc và rời bỏ công ty; he resigned his job nó bỏ việc **2.** resign oneself cam chịu, đành: you must resign yourselves to waiting a bit longer anh đành phải chờ thêm ít nữa vậy.

resignation /,rezig'neiʃn/ **1.** sự từ chức, sự bỏ; đơn từ chức: he handed (sent) in his resignation nó đưa đơn từ chức **2.** sự cam chịu: accept failure with resignation cam chịu thất bại.

resigned /ri'zaind/ tt cam chịu; đành phận: a resigned sigh tiếng thở dài đành phận. // be resigned to something (doing something) cam chịu; đành: be resigned to one's fate cam chịu số phận; she seems resigned to not having a holiday this year năm nay có vẻ như chị ta không có kỳ nghỉ vậy.

resilience /ri'ziliəns/ dt **1.** tính đàn hồi: rubber has more resilience than wood cao su đàn hồi hơn gỗ **2.** khả năng hồi phục nhanh; her natural resilience helped her overcome the crisis khả năng hồi phục nhanh tự

nhiên đã giúp chị ta vượt qua được cơn khủng hoảng.

resiliency /ri'ziliənsi/ dt nh resilience.

resilient /ri'ziliənt/ tt **1.** đàn hồi **2.** có khả năng hồi phục nhanh: physically resilient có khả năng hồi phục nhanh về mặt thể chất.

resiliently /ri'ziliəntli/ pht **1.** [một cách] đàn hồi **2.** [với khả năng] hồi phục nhanh.

resin /'rezin, (Mỹ 'rezn)/ dt nhựa (của cây như cây thông, hay tổng hợp).

resinous /'rezinəs, (Mỹ 'rezənəs)/ tt [thuộc] nhựa; như nhựa.

resist /ri'zist/ dgt **1.** chống lại, kháng cự: resist an enemy chống lại quân thù; resist an attack chống lại tấn công **2.** chịu đựng được, chịu được: glass that resists heat thủy tinh chịu được nóng; resist frost chịu được sương giá **3.** cưỡng lại được; nhịn được: resist temptation cưỡng lại được sự cám dỗ; I can't resist good coffee cà phê ngon thì tôi không thể nhịn được.

resistance /ri'zistəns/ dt **1.** sự chống lại, sự kháng cự: the escaped criminal offered no resistance when the police caught up with him tên tội phạm trốn thoát đã không chống cự lại khi cảnh sát đuổi kịp mà tóm cổ nó; a war of resistance cuộc kháng chiến **2.** sự cản; sức cản: a low wind resistance sức cản gió (không khí) thấp (trong việc thiết kế ôtô, máy bay...) **4.** sự chống đối: the idea met with some resistance ý kiến đó gặp phải một số chống đối **5.** (điện) điện trở. // the line of least resistance x line.

resistant /ri'zistənt/ tt **1.** chống lại, kháng cự **2.** có

sức chịu đựng; chịu đựng: insects that have become resistant to DDT sâu bọ đã chịu đựng được thuốc DDT; heat-resistant chịu được nhiệt.

resister /ri'zistə[r]/ dt người chống lại, người kháng cự: passive resisters những người kháng cự thụ động.

resistible /ri'zistəbl/ tt có thể chống lại, có thể cưỡng lại.

resistor /ri'zistə[r]/ dt (điện) cái điện trở.

resit[1] /,ri:'sit/ dgt (-tt-); (resat) qua lại (một kỳ thi, một cuộc sát hạch) sau khi đã hỏng.

resit[2] /'ri:sit/ dt cuộc thi lại: candidates for the September resit thí sinh thi lại kỳ tháng chín.

resold /,ri:'səʊld/ qk và dttqk của resell.

resolute /'rezəlu:t/ tt (in something) kiên quyết: a resolute refusal sự kiên quyết từ chối; a resolute measure một biện pháp kiên quyết.

resolutely /'rezəlu:tli/ pht [một cách] kiên quyết.

resoluteness /'rezəlu:tnis/ dt sự kiên quyết.

resolution /,rezə'lu:ʃn/ dt **1.** sự kiên quyết, quyết tâm: show great resolution tỏ ra rất kiên quyết; a man lacking in resolution một người thiếu quyết tâm **2.** quyết định, ý định kiên quyết: her resolution never to marry ý định kiên quyết không bao giờ lấy chồng của cô ta **3.** nghị quyết: pass a resolution thông qua một nghị quyết; the committee have rejected a resolution to build a new library (a resolution that a new library should be built) ủy ban đã bác bỏ nghị quyết xây dựng một thư viện mới

4. sự giải (*một bài toán...*), sự giải quyết (*một vấn đề...*): *resolution of a difficulty* sự giải quyết một khó khăn **5.** sự phân giải: *the resolution of white light into the colours of the spectrum* sự phân giải ánh sáng trắng thành các màu của quang phổ.

resolvable /ri'zɒləbl/ *tt* **1.** có thể giải quyết: *this difficulty should be easily resolvable* khó khăn ấy có thể giải quyết dễ dàng **2.** có thể phân giải: *this mixture is resolvable into two simple substances* hỗn hợp đó có thể phân giải thành hai đơn chất.

resolve[1] /ri'zɒlv/ *dgt* **1.** (+on, upon, against) kiên quyết (*làm gì*): *resolve to succeed* kiên quyết phải thành công **2.** thông qua nghị quyết, quyết định: *the Senate resolved that* thượng nghị viện thông qua nghị quyết rằng **3.** giải; giải quyết: *resolve a difficulty* giải quyết một khó khăn **4.** phân giải; *water may be resolved into oxygen and hydrogen* nước có thể phân giải thành ôxy và hy-drô.

resolve[2] /re'zɒlv/ *dt* **1.** [điều] quyết định: *make a resolve not to smoke* quyết định không hút thuốc **2.** ý kiên quyết; quyết tâm: *his opposition served only to strengthen our resolve* sự phản đối của nó chỉ làm tăng thêm quyết tâm của chúng tôi.

resolved /ri'zɒlvd/ *tt (vị ngữ)* kiên quyết, quyết tâm: *I was fully resolved to see him* tôi hoàn toàn quyết tâm đi tìm gặp nó.

resonance /'rezənəns/ *dt* **1.** sự vang âm **2.** (*lý*) cộng hưởng: *acoustic resonance* cộng hưởng âm thanh.

resonant /'rezənənt/ *tt* vang âm, vang: *resonant notes* (*nhạc*) nốt vang âm; *resonant hall* phòng đại sảnh vang âm; *valleys resonant with the sounds of church bells* thung lũng vang tiếng chuông nhà thờ.

resonantly /'rezənəntli/ *pht* [một cách] vang âm, vang.

resonate /'rezəneit/ *dgt* vang âm, vang.

resonator /'rezəneitə[r]/ *dt* cái vang âm (*ở nhạc cụ...*).

resort[1] /ri'zɔ:t/ *dgt* **1.** nhờ đến, dùng đến: *if negotiations fail we shall have to resort to strike action* nếu thương lượng thất bại, ta phải dùng đến biện pháp đình công; *resort to violence* dùng đến bạo lực **2.** thường lui tới (*nơi nào đó*): *the police watched the bars which he was known to resort* cảnh sát canh gác những quầy rượu mà nó thường lui tới.

resort[2] /ri'zɔ:t/ *dt* **1.** phương sách: *our only resort is to inform the police* phương sách độc nhất của chúng ta là báo cảnh sát **2.** (to something) sự nhờ đến, sự dùng đến: *talk calmly, without resort to threats* nói bình tĩnh, không dùng đến những lời hăm dọa **3.** nơi nghỉ, trung tâm nghỉ ngơi lắm người lui tới: *a seaside resort* nơi nghỉ ngơi ở bờ biển. // **a (one) last resort** x last[1]; **in the last resort** x last[1].

resound /ri'zaund/ *dgt* **1.** vang lên: *the organ resounded through the church* tiếng đàn ống vang lên khắp nhà thờ; *the hall resounded with applause* tòa đại sảnh vang lên tiếng vỗ tay **2.** vang dội: *his name resounded throughout Europe* tên tuổi ông ta vang dội khắp Âu Châu.

resounding /ri'zaundiŋ/ *tt* **1.** vang lên, vang: *resounding laughs* tiếng cười vang **2.** vang dội: *win a resounding victory* chiến thắng vang dội.

resoundingly /ri'zaundiŋli/ *pht* **1.** [một cách] vang lên **2.** [một cách] vang dội.

resource /ri'sɔ:s, ri'zɔ:s, (Mỹ 'ri:sɔ:rs) *dt* **1.** (*thường snh*) tài nguyên: *natural resources* tài nguyên thiên nhiên **2.** phương sách: *be at the end of one's resources* hết kế, vô phương **3.** tài tháo vát; tài xoay xở: *a man of great resource* người rất tháo vát.

resourceful /ri'sɔ:sfl/ *tt* tháo vát, có tài xoay xở.

resourcefully /ri'sɔ:sfəli/ *pht* [một cách] tháo vát.

resourcefulness /ri'sɔ:sfnis/ *dt* tài tháo vát, tài xoay xở.

respect[1] /ri'spekt/ *dt* **1.** sự tôn trọng, sự kính trọng: *have a deep respect for somebody* rất kính trọng ai; *the new officer soon earned the respect of his men* viên sĩ quan mới đã sớm chiếm được lòng kính trọng của binh sĩ; *children should show respect for their teachers* trẻ em phải kính trọng thầy cô giáo **2.** sự lưu tâm, sự thừa nhận: *very little respect for human rights* sự rất ít lưu tâm đến quyền con người **3.** mặt, phương diện: *in all respects* về mọi phương diện. // **in respect of** a/ về, về mặt *the book is admirable in respect of style* cuốn sách thật tuyệt vời về mặt văn phong b/ để trả công cho (*trong thư giao dịch*): *he will be paid £100 in respect of the work he had done* nó sẽ được trả 100 bảng để trả công cho việc nó đã làm; **with respect**

R

to [trong thư giao dịch] về [việc]: *with respect to your other proposals, I am not yet able to tell you our decision* về các đề nghị khác của ông, tôi chưa thể nói cho ông rõ quyết định của chúng tôi.

respect² /ri'spekt/ *đgt* tôn trọng, kính trọng: *he is a man much respected by all his colleagues* ông ta là một người rất được tất cả đồng nghiệp kính trọng; *respect somebody's wishes* tôn trọng nguyện vọng của ai; *respect a treaty* tôn trọng một hiệp ước; *respect oneself* tự trọng.

respectability /ri,spektə'bi-ləti/ *dt* tính chất đứng đắn; tính chất đàng hoàng.

respectable /ri'spektəbl/ *tt* **1.** đứng đắn; đàng hoàng: *he looked perfectly respectable in these clothes* anh ta trông rất đàng hoàng trong bộ quần áo này **2.** kha khá, khá lớn, đáng kể: *a respectable income* thu nhập khá lớn.

respectably /ri'spektəbli/ *pht* [một cách] đứng đắn, [một cách] đàng hoàng; *respectably dressed* ăn mặc đứng đắn.

respecter /ri'spektə[r]/ *dt* **be no (not be any) respecter of persons** không thiên vị ai, không kể giàu hèn mà có sự phân biệt: *death is no respecter of persons* thần chết có thiên vị ai đâu; thần chết chẳng chừa ai cả.

respectful /ri'spektfl/ *tt* [tỏ vẻ] tôn trọng; [tỏ vẻ] tôn kính: *respectful of other people's opinions* tôn trọng ý kiến người khác.

respectfully /ri'spektfəli/ *pht* [với vẻ] tôn trọng, [với vẻ] tôn kính. // **Yours respectfully** kính thư (*công thức cuối thư*).

respectfulness /ri'spektfl-nis/ *dt* tính chất tôn trọng; tính chất tôn kính.

respecting /ri'spektiŋ/ *gt* về [việc]: *laws respecting property* luật về tài sản.

respective /ri'spektiv/ *tt* (*thngữ*) riêng của mỗi người, riêng của mỗi vật, tương ứng: *after the party we all went off to our respective rooms* sau buổi liên hoan tất cả chúng tôi ai về nhà nấy.

respectively /ri'spektivli/ *pht* theo trình tự riêng từng người, theo trình tự riêng từng cái; [một cách] tương ứng: *the nurses and the miners got pay rises of 5% and 7% respectively* y tá và công nhân mỏ được tăng lương tương ứng là 5% và 7% (y tá được 5%, thợ mỏ 7%).

respects /ri'spekts/ *dt snh* lời kính thăm: *give my respects to your wife* cho tôi gửi lời kính thăm chị nhà. // **pay one's respects** đến chào để tỏ lòng kính trọng (*ai*).

respiration /,respə'reiʃn/ *dt* **1.** sự hô hấp (*của động vật, thực vật*); sự thở **2.** hơi thở.

respirator /'respəreitə[r]/ *dt* **1.** (*y*) máy hô hấp **2.** mặt nạ phòng hơi độc (*của lính cứu hỏa...*).

respiratory /ri'spaiərətri, 'respirətri, (*Mỹ* ri'spaiətə-ri)/ [về] hô hấp, [để] hô hấp: *respiratory diseases* bệnh hô hấp; *respiratory organs* cơ quan hô hấp.

respire /ri'spaiə[r]/ *đgt* hô hấp (*động vật, thực vật*); thở (*người, động vật*).

respite /'respait, 'respit/ *dt* **1.** thời gian nghỉ ngơi: *work without respite* làm việc không nghỉ ngơi **2.** sự hoãn (*thi hành một bản án...*): *the office will be shut until Monday, so we have a few*

day's respite before we need to pay the rent cơ quan đóng cửa cho đến thứ hai, nên chúng tôi có mấy ngày được hoãn trả tiền thuê.

resplendence /ri'splendəns/ *dt* sự chói lọi, sự rực rỡ, sự lộng lẫy.

resplendent /ri'splendənt/ *tt* (*thường vị ngữ*) chói lọi, rực rỡ, lộng lẫy *resplendent in a new suit* rực rỡ trong bộ quần áo mới.

resplendently /ri'splendən-tli/ *pht* [một cách] chói lọi, [một cách] rực rỡ, [một cách] lộng lẫy.

respond /ri'spɒnd/ *đgt* **1.** trả lời: *she asked where he'd been, but he didn't respond* chị ta hỏi anh đã ở đâu, nhưng anh không trả lời **2.** đáp lại: *he responded to my suggestion by laughing* anh ta chỉ cười đáp lại lời gợi ý của tôi **3.** phản ứng nhanh và thuận lợi, đáp lại nhanh nhạy: *the patient did not respond to treatment* người bệnh không phản ứng sự điều trị theo chiều hướng thuận lợi; *animals respond to kindness* động vật hưởng ứng sự vuốt ve âu yếm của chúng ta **4.** (*tôn*) hát lễ.

respondent /ri'spɒndənt/ *dt* (*luật*) bị đơn (*trong một vụ kiện ly hôn*).

response /ri'spɒns/ *dt* **1.** sự trả lời; lời trả lời: *I asked him a question, but he gave (made) no response* tôi hỏi nó một câu hỏi, nhưng nó không trả lời **2.** sự đáp lại; sự hưởng ứng; phản ứng đáp lại: *in response to the appeal* đáp lại lời kêu gọi; *the tax cuts produce a favourable response from the public* các món giảm thuế đã tạo ra một sự hưởng ứng tích cực trong quần chúng **3**. *(tôn) (thường snh)* bài hát lễ.

responsibility /ri,spɒnsə-'biləti/ *dt* **1**. (+ for) trách nhiệm: *bear full responsibility for the consequences* chịu trách nhiệm hoàn toàn về hậu quả **2**. (+ to) việc phải chịu trách nhiệm; gánh trách nhiệm: *our business is a joint responsibility* công việc kinh doanh của chúng tôi là một việc liên đới trách nhiệm; *a family is a great responsibility* gia đình là một gánh trách nhiệm lớn.

responsible /ri'spɒnsəbl/ *tt* **1**. *(vị ngữ)* (+ for, to) chịu trách nhiệm: *who is responsible for this terrible mess?* ai chịu trách nhiệm về tình trạng bừa bộn ghê gớm này?; *be directly responsible to the President* chịu trách nhiệm trực tiếp trước tổng thống; *a drunk man cannot be considered fully responsible for his actions* người say rượu không thể xem như chịu trách nhiệm đầy đủ về hành động của mình **2**. có thể tin cậy, đáng tin cậy: *you can leave the children with him, he's very responsible* anh có thể để các cháu lại cho anh ta, anh ta rất đáng tin cậy.

responsibly /ri'spɒnsəbli/ *pht* [một cách] đáng tin cậy: *act responsibly* hành động một cách đáng tin cậy.

responsive /ri'spɒnsiv/ *tt* **1**. đáp lại: *a responsive smile* cái cười đáp lại **2**. đáp lại một cách vui lòng: *be responsive to suggestions* đáp lại lời gợi ý một cách vui lòng **3**. phản ứng nhanh nhạy; dễ kiểm soát: *these brakes should be more responsive* những chiếc phanh này đáng phải nhạy hơn nữa; *the disease is not pro-ving responsive to treatment* bệnh tỏ ra không chuyển biến nhanh nhạy khi được điều trị; *a horse responsive to the needs of its rider* con ngựa phản ứng nhanh nhạy theo yêu cầu của người cưỡi.

responsively /ri'spɒnsivli/ *pht* [một cách] nhanh nhạy.

responsiveness /ri'spɒnsiv-nis/ *dt* sự đáp lại một cách nhanh nhạy.

rest¹ /rest/ *đgt* **1**. nghỉ, nghỉ ngơi: *lie down and rest [for] an hour after lunch* nằm nghỉ một giờ sau bữa trưa; *he will never rest until he knows the truth (bóng)* anh ta sẽ chẳng bao giờ được yên cho đến khi biết được sự thật; *Sunday is a day of rest* chủ nhật là ngày nghỉ **2**. yên nghỉ *(chết)*: *he rests in the churchyard* ông ta yên nghỉ ở nghĩa trang **3**. cho nghỉ: *rest this field for a year* để cho cánh đồng này nghỉ một năm; *rest one's horse* cho ngựa nghỉ **4**. đặt, dựa, tựa: *he rested his elbows on the table* hắn đặt khuỷu tay lên bàn *rest the ladder against the wall* để cái thang dựa vào tường **5**. hướng đăm đăm vào *(cái nhìn)*: *his gaze rested on her face* mắt anh ta hướng nhìn đăm đăm vào mặt nàng **6**. ngừng lại; kết thúc: *the matter cannot rest here* vấn đề không thể ngừng lại ở đây được; *I rest my case* tôi ngưng vụ kiện lại. // **rest assured that** chắc chắn rằng *(thường dùng ở thức mệnh lệnh)*: *rest assured that we will do all we can* hãy chắc chắn rằng chúng tôi sẽ làm mọi việc có thể làm được; **rest on one's laurels** *(thường xấu)* thỏa mãn với thành tích đã đạt được không cố gắng thêm nữa; **rest on some-thing** *(không dùng ở thể bị động)* dựa trên; đặt cơ sở trên: *his fame rests more on his plays than on his novels* danh tiếng của ông ta là ở các vở kịch hơn là về tiểu thuyết; **rest with somebody** là trách nhiệm của ai: *the choice rests entirely with you* sự lựa chọn là hoàn toàn trách nhiệm của anh.

rest² /rest/ *dt* **1**. sự nghỉ ngơi; giấc ngủ: *have a rest from all your hard work* hãy nghỉ ngơi sau công việc mệt nhọc của anh; *Sunday is a day of rest* chủ nhật là ngày nghỉ; *have a good night's rest* ngủ một đêm ngon lành **2**. cái chống; cái tựa: *a head-rest* cái tựa đầu, *an arm-rest* chỗ đặt tay **3**. *(nhạc)* lặng; dấu lặng. // **at rest** a/ không chuyển động, đứng yên b/ thư thái; thanh thản *(trong tâm hồn)*; **come to rest** ngừng lại, dừng lại *(nói về một vật chuyển động)*: *the mine finally came to rest on the sea bed* quả thủy lôi cuối cùng nằm yên ở đáy biển; **lay somebody to rest** đặt *(ai)* yên nghỉ, an táng *(ai)*: *she was laid to rest beside her late husband* chị ta được an táng bên cạnh mộ chồng chị; **put (set) somebody's mind at rest** làm cho ai yên lòng.

rest³ /rest/ *dt* **the rest 1**. phần còn lại; cái còn lại: *the rest of my life* phần còn lại của đời tôi; *take what you want and throw the rest away* lấy thứ gì anh cần, còn lại thì vứt đi **2**. *(dgt snh)* những người khác, những cái khác: *while we play tennis what will the rest of you do?* trong khi chúng tôi chơi quần vợt thì những người khác trong các anh sẽ làm gì? // **for the rest** còn nữa thì: *ensure that our*

R

traditional markets are looked after, for the rest I am not much concerned hãy bảo đảm là các thị trường cổ truyền của chúng ta được chú ý theo dõi, còn nữa thì tôi không mấy quan tâm.

rest area /'resteəriə/ nh lay-by.

restate /ˌriː'steit/ dgt tuyên bố lại, phát biểu lại (theo cách khác): *restate one's position* tuyên bố lại quan điểm của mình.

restatement /ˌriː'steitmənt/ dt sự tuyên bố lại, sự phát biểu lại (dưới một dạng khác): *make a restatement of one's argument* phát biểu lại lý lẽ của mình.

restaurant /'restrɒnt, (Mỹ 'restərənt/ dt hàng ăn, tiệm ăn.

restaurant car /'restrɒnt-kɑː[r]/ toa ăn (trên tàu hỏa).

restauranteur /ˌrestərə't3ː[r]/ dt (Mỹ) nh restaurateur.

restaurateur /ˌrestərə't3ː[r]/ dt chủ hàng ăn, chủ tiệm ăn.

rest-cure /'restkjʊə[r]/ dt đợt chữa bệnh bằng nghỉ ngơi.

rest-day /'restdei/ dt ngày nghỉ (trong cuộc đấu cricket quốc tế...).

restful /'restfl/ tt tạo không khí nghỉ ngơi thoải mái; yên tĩnh: *a restful Sunday afternoon* một buổi chiều chủ nhật yên tĩnh.

restfully /'restfəli/ pht [một cách] yên tĩnh.

restfulness /'restflnis/ dt sự yên tĩnh.

rest home /'resthəʊm/ nhà nghỉ (cho người ốm, người già)

resting-place /'restiŋpleis/ dt (trại) nấm mồ: *his last resting-place is on that hill*

nấm mồ của ông ta ở trên quả đồi này.

restitution /ˌresti'tjuːʃn, (Mỹ ˌresti'tuːʃn)/ dt 1. sự trả lại, sự hoàn lại, sự bồi hoàn: *the full restitution of property* sự bồi hoàn toàn bộ tài sản 2. (luật) sự bồi thường: *make restitution for the damage done* bồi thường về tổn hại đã gây ra.

restive /'restiv/ tt 1. bồn chồn, ngồi đứng không yên: *another hour passed and the crowd grew restive* một giờ nữa qua đi và quần chúng thêm bồn chồn 2. bất kham (ngựa).

restively /'restivli/ dt 1. [một cách] bồn chồn; [một cách] không yên 2. [một cách] bất kham (ngựa).

restiveness /'restivnis/ dt 1. sự bồn chồn, sự ngồi đứng không yên 2. sự bất kham (ngựa).

restless /'restlis/ tt 1. luôn luôn động đậy, không yên 2. không nghỉ, không ngừng: *restless waves* những đợt sóng không ngừng 3. bồn chồn: *they grew restless with the long wait* chờ lâu họ thêm bồn chồn 4. thao thức, không ngủ: *restless night* một đêm thao thức.

restlessly /'restlisli/ pht 1. [một cách] không ngừng: *the wind moved restlessly through the trees* gió không ngừng thổi qua rặng cây 2. [một cách] bồn chồn 3. [một cách] thao thức.

restlessness /'restlisnis/ dt 1. sự luôn luôn động đậy, sự không yên 2. sự không ngừng 3. sự bồn chồn 4. sự thao thức.

restock /ˌriː'stɒk/ dgt lại cho cái khác vào (thay những thứ đã dùng hay bán đi): *restock the library shelves with new books* lại

cho lên giá sách ở thư viện những sách mới; *restock a lake with fish* lại thả cá vào hồ.

restoration /ˌrestə'reiʃn/ dt 1. sự trả lại, sự hoàn lại: *the restoration of stolen goods* sự trả lại hàng hóa đã bị ăn cắp 2. sự phục hồi, sự hồi phục, sự khôi phục: *her restoration to complete health* sự hồi phục sức khỏe hoàn toàn của cô ta; *the restoration of old customs* sự phục hồi tục lệ cũ 3. sự phục chế, sự phục nguyên; hình phục nguyên (của một công trình kiến trúc cổ, của một con vật đã tuyệt chủng...).

Restoration /ˌrestə'reiʃn/ dt the Restoration thời kỳ Phục hồi đế chế (ở Anh năm 1660, với sự trở lại ngôi vua của Charles II): *a Restoration comedy* vở hài kịch thời Phục hồi đế chế.

restorative[1] /ri'stɔːrətiv/ tt (thường thngữ) phục hồi sức khỏe, bổ dưỡng.

restorative[2] /ri'stɔːrətiv/ dt thuốc phục hồi sức khỏe, thuốc bổ; thức ăn bổ dưỡng.

restore /ri'stɔː[r]/ dgt 1. trả lại, hoàn lại: *restore stolen jewels to the showroom* trả lại các đồ nữ trang bị lấy cắp cho phòng triển lãm 2. để lại chỗ cũ, đặt lại vào chức vị cũ; phục hồi, khôi phục: *he restored the dictionary to the shelf* ông ta đặt cuốn từ điển trở lại trên giá sách; *restore an officer to his command* phục hồi chức vị chỉ huy cho một viên sĩ quan; *restore somebody's confidence* khôi phục lòng tin của ai; *the deposed chief was restored to power* thủ lĩnh bị hạ bệ đã được phục quyền; *restore ancient traditions* phục hồi những truyền thống cũ **3.** phục chế, phục nguyên: *restore an oil painting* phục nguyên một bức tranh sơn dầu.

restorer /ri'stɔːrə[r]/ *dt* **1.** người phục chế, người phục nguyên: *he is a picture restorer* ông ta là một người phục nguyên tranh **2.** chất phục hồi, chất khôi phục: *a bottle of hair-restorer* một chai thuốc phục hồi tóc *(làm tóc mọc lại).*

restrain /ri'strein/ *dgt* kiềm chế, kìm, nén, dằn lại: *restrain one's anger* nén giận; *restrain one's tears* kìm nước mắt; *I must learn to restrain myself* tôi phải học cách kìm nén lại *(không nói ra ý nghĩ của mình).*

restrained /ri'streind/ *tt* **1.** tự kiềm chế được; tự chủ được; bình tĩnh: *he was furious, but his manner was very restrained* nó điên tiết lên, nhưng cử chỉ vẫn rất bình tĩnh **2.** không lòe loẹt: *a room painted in restrained colours* gian phòng quét sơn không lòe loẹt.

restraint /ri'streint/ *dt* **1.** sự kiềm chế: *I think you showed great restraint in not hitting him after what he said* tôi nghĩ là anh đã tự kiềm chế mình ghê gớm để không thoi cho nó mấy quả sau khi nghe những lời nó nói **2.** sự hạn chế: *a policy of wage restraint* chính sách hạn chế tăng lương **3.** sự có chừng mực, sự giữ cho không quá mức: *he showed considerable restraint in not suing for a divorce* nó đã tỏ ra rất kìm nén để không kiện đòi ly hôn. // *without restraint* không giữ gìn, thả cửa: *talk without restraint* nói thả cửa.

restrict /ri'strikt/ *dgt* hạn chế, giới hạn: *fog restricted*

visibility sương mù hạn chế tầm nhìn; *families restricted to [having] two children* gia đình hạn chế chỉ được có hai con.

restricted /ri'striktid/ *tt* [bị] hạn chế: *restricted development* sự phát triển hạn chế; *a restricted area* vùng mà tốc độ xe cộ và sự đỗ xe bị kiểm soát chặt chẽ; *enter a restricted zone* vào một khu mà công chúng bị hạn chế đi vào.

restriction /ri'strikʃn/ *dt* **1.** sự hạn chế; sự giới hạn: *restriction of expenditure* sự hạn chế chi tiêu **2.** *(thường snh)* điều hạn chế, luật hạn chế: *abolish a restriction* bãi bỏ một điều hạn chế; *the sale of firearms is subject to many legal restrictions* việc bán súng bị nhiều khoản luật hạn chế.

restrictive /ri'striktiv/ *tt* hạn chế; giới hạn: *restrictive measures* biện pháp hạn chế: *a restrictive clause* *(ngôn):* mệnh đề giới hạn.

restrictively /ri'striktivli/ *pht* [một cách] hạn chế, [một cách] giới hạn.

restrictiveness /ri'striktivnis/ *dt* sự hạn chế, sự giới hạn.

restrictive practices /,ristriktiv'præktisiz/ lề thói hạn chế *(trong công nghiệp, gây trở ngại cho việc sử dụng một cách hữu hiệu nhất sức lao động và tài nguyên).*

rest-room /'restrum/ *dt* *(Mỹ, trại)* nhà vệ sinh *(ở rạp hát, cửa hiệu...).*

restructure /,riː'strʌkʃə[r]/ *dgt* cấu trúc lại, sắp xếp lại: *the restructuring of local government* sự cấu trúc lại chính quyền địa phương; *restructure an organization* sắp xếp lại một tổ chức.

rest stop /'reststɒp/ *dt (Mỹ)* nh lay-by.

result¹ /ri'zʌlt/ *dt* **1.** kết quả: *my investigations were without result* những sự tìm tòi của tôi đã không có kết quả; *his limp is the result of an accident* tật đi khập khiễng của nó là kết quả của một tai nạn; *have good exam results* có kết quả thi tốt; *football results* kết quả đấu bóng đá; *announce the results of an election* loan tin kết quả bầu cử; *the result of the match was a draw* kết quả của trận đấu là hòa **2.** *(số ít)* trận thắng *(nhất là về bóng đá):* *if we don't get a result tonight, we will be put down into a lower division* nếu tối nay không thắng thì ta sẽ bị đẩy xuống hạng thấp hơn **3.** *(toán)* đáp số.

result² /ri'zʌlt/ *dgt* **1.** do bởi, do kết quả của: *injuries resulting from a fall* những vết bị thương do bị ngã **2.** dẫn đến kết quả là: *our efforts resulted in success* cố gắng của chúng tôi đã dẫn đến [kết quả là] thành công.

resultant /ri'zʌltənt/ *tt* [xảy ra như là một] kết quả: *the resultant profit from reducing staff and increasing sales* lợi nhuận do kết quả của việc giảm biên chế và tăng doanh số bán hàng.

resume /ri'zjuːm, *(Mỹ* ri'zuːm)/ *dgt* **1.** lại bắt đầu, lại tiếp tục *(sau một thời gian đình chỉ):* *hostilities resume after the cease-fire* chiến sự lại tiếp tục sau vụ ngừng bắn; *resume one's work* lại tiếp tục công việc của mình **2.** lấy lại, chiếm lại: *resume one's spirits* lấy lại tinh thần *resume a territory* chiếm lại một lãnh thổ.

R

résumé /'rezju:mei, (Mỹ rezʊ'mei)/ *dt* **1.** bản tóm tắt: *the résumé of the plot* bản tóm tắt cốt truyện **2. curriculum vitae** (Mỹ) bản lý lịch.

resumption /ri'zʌmpʃn/ *dt* (số ít) sự lại tiếp tục: *a resumption of negotiations* sự lại tiếp tục thương lượng.

resurface /ri's3:fis/ *dgt* **1.** tạo một mặt mới trên: *resurfacing work on the motorway* công việc tạo một mặt mới trên xa lộ, công việc rải nhựa xa lộ **2.** lại nổi lên trên mặt: *the submarine resurfaced* tàu ngầm lại nổi lên trên mặt nước; *old prejudices began to resurface* (bóng) những định kiến cũ lại xuất hiện trở lại.

resurgence /ri's3:dʒəns/ *dt* sự sống lại, sự phục hồi: *a sudden resurgence of terrorist activity* sự phục hồi đột ngột hoạt động khủng bố.

resurgent /ri's3:dʒənt/ *tt* sống lại, hồi sinh, phục hồi: *a resurgent economy* một nền kinh tế hồi sinh.

resurrect /,rezə'rekt/ *dgt* (thường bóng) **1.** làm sống lại: *that noise is enough to resurrect the dead!* tiếng ồn ấy đủ để làm cho người chết sống lại! **2.** phục hồi: *resurrect old customs* phục hồi phong tục cũ; *resurrect an old dress from the sixties* (dùa) phục hồi một kiểu áo cũ từ thập kỷ sáu mươi.

resurrection /,rezə'rekʃn/ *dt* sự phục hồi: *the plan has now been dropped with little hope of resurrection* kế hoạch hiện nay bị bỏ với rất ít hy vọng được phục hồi.

Resurrection /,rezə'rekʃn/ *dt* **the Resurrection** (tôn) lễ Phục sinh.

resuscitate /ri'sʌsiteit/ *dgt* làm tỉnh lại, làm hồi sinh: *resuscitate a boy rescued from drowning* làm hồi sinh một cậu bé suýt chết đuối.

resuscitation /ri,sʌsi'teiʃn/ *dt* sự [làm] tỉnh lại, sự [làm] hồi sinh: *despite our attempts at resuscitation, she died* mặc dù chúng tôi cố gắng làm chị ta hồi sinh lại, chị ta đã chết.

ret (cg **retd**) **1.** *vt* của retired **2.** *vt* của returned.

retail[1] /'ri:teil/ *dt* sự bán lẻ: *outlets for the retail of leather goods* cửa hàng bán lẻ đồ da; *retail price* giá bán lẻ.

retail[2] /'ri:teil/ *pht* bán lẻ: *sell both wholesale and retail* vừa bán buôn vừa bán lẻ.

retail[3] /'ri:teil/ *dgt* **1.** bán lẻ: *these hats retail at 2.000 dong each* những chiếc mũ này bán lẻ hai nghìn một chiếc **2.** kể lại (cho người khác biết những điều không hay về một người nào đó); phao, loan (tin): *who is responsible for retailing these rumours about him?* ai chịu trách nhiệm về việc phao những tin đó về anh ta?

retailer /'ri:teilə[r]/ *dt* người bán lẻ.

retain /ri'tein/ *dgt* **1.** giữ, cầm lại: *dykes retain the river water* đê ngăn giữ nước sông; *clay soil retains water* đất sét giữ nước **2.** vẫn giữ, vẫn nắm: *these roses retain their scent* những hoa hồng này vẫn giữ hương thơm; *the police retained control of the situation* cảnh sát vẫn nắm được sự kiểm soát tình hình (vẫn kiểm soát được tình hình); *retain one's composure* vẫn giữ bình tĩnh **3.** nhớ: *be able to retain dates* có khả năng nhớ được

ngày tháng; *she retains a clear memory of the incident* chị ta còn nhớ rõ sự việc xảy ra **4.** (luật) thuê (luật sư) bằng cách trả tiền trước.

retainer /ri'teinə[r]/ *dt* **1.** tiền thuê trả trước (cho luật sư) **2.** tiền lưu giữ phòng (trong lúc đi vắng) **3.** (cổ) người đầy tớ (đã ở với chủ lâu ngày): *old retainer* (dùa) lão bộc.

retaining wall /ri'teiniŋwɔ:l/ tường chắn (đất hoặc nước).

retake[1] /,ri:'teik/ *dgt* (**retook, retaken**) **1.** lấy lại, chiếm lại: *retake a fortress* chiếm lại một pháo đài **2.** chụp lại, quay lại: *retake a scene* quay lại một cảnh **3.** thi lại: *retake the physic papers* thi lại môn lý.

retake[2] /,ri:'teik/ *dt* **1.** sự quay lại (một cảnh): *do several retakes* quay lại nhiều lần **2.** cuộc thi lại, người thi lại.

retaken /,ri:'teikn/ *dttqk* của retake.

retaliate /ri'tælieit/ *dgt* trả đũa, trả miếng: *if we impose import duties, other countries may retaliate against us* nếu ta đánh thuế nhập khẩu, thì các nước khác có thể trả miếng lại chúng ta.

retaliation /ri,tæli'eiʃn/ *dt* sự trả đũa, sự trả miếng: *a tax imposed in retaliation for their import restrictions* một thứ thuế đánh để trả đũa những hạn chế nhập khẩu của chúng.

retaliatory /ri'tæliətri, (Mỹ ri'tæliətɔ:ri)/ *tt* để trả đũa; với tính chất trả miếng: *take retaliatory measures* dùng biện pháp trả đũa; *the raid was purely retaliatory* cuộc oanh tạc hoàn toàn chỉ là để trả đũa.

retard /ri'tɑ:d/ *dgt* làm chậm lại: *retard the mecha-*

nism of a clock vặn chậm lại *(máy của)* đồng hồ; *lack of sun retards plant growth* sự thiếu ánh sáng mặt trời làm chậm quá trình sinh trưởng của cây.

retardation /,ri:tɑ:'deiʃn/ *dt* sự chậm, sự trễ: *mental retardation* sự chậm phát triển trí lực.

retarded /ri'tɑ:did/ *tt* chậm phát triển *(nhất là về mặt trí lực)*: *be severely retarded* hết sức chậm phát triển.

retch /retʃ/ *dgt* nôn khan.

retd *(cg* ret) 1. *vt của* retired 2. *vt của* returned.

retell /,ri:'tel/ *dgt* **(retold)** kể lại, thuật lại *(dưới một dạng khác hay ngôn ngữ khác)*: *Greek myths retold for children* huyền thoại Hy Lạp kể lại cho trẻ em nghe.

retention /ri'tenʃn/ *dt* 1. sự giữ: *retention of one's privileges* sự giữ những đặc quyền của mình 2. sự nhớ: *his extraordinary powers of retention* khả năng nhớ lạ kỳ của anh ta 3. sự cầm giữ, sự cầm lại: *the retention of flood waters* sự cầm giữ nước lũ; *suffer from retention of urine* bị bí đái.

retentive /ri'tentiv/ *tt* 1. [nhớ] dai; [nhớ] lâu: *she has a very retentive memory* cô ta có trí nhớ dai 2. [có] khả năng cầm giữ: *retentive of moisture* giữ ẩm; *retentive soil* đất giữ ẩm.

retentively /ri'tentivli/ *pht* 1. [một cách] dai *(nhớ)* 2. giữ được lâu *(độ ẩm, nước...)*.

retentiveness /ri'tentivnis/ *dt* 1. sự [nhớ] dai 2. sự giữ được lâu *(độ ẩm, nước...)*.

rethink¹ /,ri:'θiŋk/ *dgt* **(rethought)** nghĩ lại: *a good deal of rethinking is needed on this question* cần nghĩ lại nhiều về vấn đề ấy.

rethink² /ri:'θiŋk/ *dt* sự nghĩ lại: *have a quick rethink before deciding* nghĩ lại nhanh trước khi quyết định.

rethought /,ri:'θɔ:t/ *qk và dttqk của* rethink.

reticence /'retisns/ *dt* tính trầm lặng, tính dè dặt *(trong việc nói ra cảm nghĩ của mình hay những gì mình đã biết)*: *he always displays a certain reticence in discussing personal matters* anh ta luôn luôn tỏ ra ít nhiều dè dặt khi bàn cãi về chuyện riêng tư.

reticent /'retisnt/ *tt* (+ about) trầm lặng, dè dặt: *he was reticent about the reasons for the quarrel* anh ta dè dặt về lý do cãi nhau.

reticently /'retisntli/ *pht* [một cách] trầm lặng, [một cách] dè dặt.

reticulated /ri'tikjʊleitid/ *(cg* **reticulate**) /ri'tikjʊleit/ *tt* [có] hình mạng, kết mạng.

reticulation /ri,tikjʊ'leiʃn/ *dt* [cấu tạo] hình mạng.

reticule /'retikjʊl/ *dt* (cổ hoặc dùa) túi lưới *(xách tay)*; túi xách tay *(của phụ nữ)*.

retina /'retinə/, (*Mỹ* 'retənə)/ *dt* (snh) **retinas, retinae**) màng lưới, võng mạc *(ở đáy mắt)*.

retinae /'retini/ *dt snh của* retina.

retinue /'retinju:, (*Mỹ* 'retənu:)/ *dt* đoàn tùy tùng *(tháp tùng một nhân vật quan trọng)*.

retire /ri'taiə[r]/ *dgt* 1. nghỉ hưu; cho nghỉ hưu: *retire early* nghỉ hưu sớm; *I was retired on full pay* tôi được cho nghỉ hưu hưởng lương toàn phần 2. *(quân)* rút về, rút lui: *our armies have retired to regroup for a fresh attack* quân ta rút về để tập hợp lại mà mở một cuộc tấn công mới 3. lui về; lui

khỏi: *the jury retired from the courtroom to consider their verdict* hội thẩm đoàn lui khỏi phòng xử để luận án; *after lunch he retired to his study* sau bữa cơm trưa, nó lui về phòng học 4. đi ngủ: *I decided to retire early* tôi định đi ngủ sớm 5. (+ from) bỏ cuộc: *the boxer retired from the contest with eye injuries* võ sĩ quyền anh bỏ cuộc đấu với thương tích ở mắt.

retired /ri'taiəd/ *tt* 1. đã nghỉ hưu 2. *(cũ)* hẻo lánh, ít người qua lại *(noi chốn)*.

retirement /ri'taiəmənt/ *dt* sự [cho] nghỉ hưu, sự [cho] hưu trí: *there have been several retirements in my office recently* mới đây ở cơ quan tôi đã có nhiều người được cho nghỉ hưu; *he lives in retirement in the country* ông ta nghỉ hưu về sống ở nông thôn; *early retirement* nghỉ hưu non. // **go into retirement** nghỉ hưu; **come out of retirement** trở lại làm việc.

retirement age /ri'taiəmənteidʒ/ tuổi nghỉ hưu.

retirement pension /ri'taiəmənt penʃn/ trợ cấp hưu trí.

retiring /ri'taiəriŋ/ *tt* xa lánh mọi người; e thẹn: *Thu had a gentle retiring disposition* Thu có tính e thẹn dịu dàng.

retold /,ri:'təʊld/ *tt và dttqk của* retell.

retook /,ri:'tʊk/ *qk của* retake.

retort¹ /ri'tɔ:t/ *dgt* bẻ lại, đập lại: *it's entirely your fault, he retorted* anh ta đập lại: đấy hoàn toàn là lỗi của anh.

retort² /ri'tɔ:t/ *dt* 1. sự bẻ lại, sự đập lại 2. lời bẻ lại, lời đập lại: *make an insolent retort* bẻ lại một cách hỗn láo.

R

retort³ /ri'tɔ:t/ *dt* *(hóa)* bình cổ cong.

retouch /ˌri:'tʌtʃ/ *dgt* sửa sang, sửa *(một bức ảnh, một bức tranh...).*

retrace /ri:'treis/ *dgt* **1.** đi trở lại *(con dường dã đi),* quay lại: *she retraced her steps to try to find her lost ring* cô ta quay bước lại con đường vừa đi, cố tìm chiếc nhẫn bị đánh rơi mất **2.** nhớ lại: *the police have succeeded in retracing his movements on the night of the crime* cảnh sát đã nhớ lại được các động thái của nó cái đêm gây ra tội ác.

retract /ri'trækt/ *dgt* **1.** rút lại *(ý kiến, lời nói): the accused refused to retract [his statement]* bị cáo không chịu rút lại lời khai của nó; *retract a promise* rút lại lời hứa **2.** rụt vào, co lên: *a cat can retract its claws* mèo có thể rụt móng vào; *the undercarriage on light aircraft not always retract in flight* bộ bánh hạ cánh ở máy bay hạng nhẹ không phải lúc nào khi bay cũng co lên cả.

retractable /ri'træktəbl/ *tt* có thể rụt vào, có thể co lên: *a retractable undercarriage* bộ bánh hạ cánh có thể co lên *(của máy bay).*

retractile /ri'træktail, (Mỹ) ri'træktl/ *tt* có thể rụt vào *(móng chân): a cat's claws are retractile* móng chân mèo có thể rụt vào được.

retraction /ri'trækʃn/ *dt* **1.** sự rụt vào, sự co lên **2.** sự rút lại *(ý kiến, bản buộc tội) publish a retraction of the charge* công bố rút lại lời buộc tội.

retread¹ /ˌri:'tred/ *dgt (cg* **remould**, *(Mỹ)* **remold, recap)** đắp lại *(lốp xe).*

retread² /ˈri:tred/ *dt (cg* **remould**, *(Mỹ)* **remold, recap)** lốp xe đắp lại.

retreat¹ /ri'tri:t/ *dgt* rút lui, lui quân: *force the enemy to retreat* buộc quân địch rút lui; *we retreat half a mile* chúng tôi lui quân nửa dặm; *firefighters retreating from an uncontrolable forest fire* lính chữa cháy rút lui trước một đám cháy rừng không kiểm soát được.

retreat² /ri'tri:t/ *dt* **1.** *(số ít)* sự rút lui, sự lui quân: *sound the retreat* nổi hiệu lui quân; *cut off an army's retreat* cắt đường rút lui của một đạo quân **2. the retreat** hiệu lui quân **3.** sự ẩn cư, nơi ẩn cư: *spend weekends at one's country retreat* nghỉ cuối tuần tại nơi ẩn cư ở nông thôn **4.** *(tôn)* kỳ suy tư tụng niệm: *make an annual retreat* thực hiện kỳ suy tư tụng niệm hằng năm. // **beat a retreat** x **beat¹.**

retrench /ri'trentʃ/ *dgt* giảm bớt [chi tiêu]: *retrench one's expenditure* giảm bớt chi tiêu.

retrenchment /ri'trentʃmənt/ *dt* sự giảm bớt chi tiêu: *the worsening economic situation has forced the government into a policy of retrenchment* tình hình kinh tế ngày càng tồi tệ đã buộc chính phủ phải có chính sách giảm bớt chi tiêu.

retrial /ˌri:'traiəl/ *dt (luật)* sự xử lại: *the judge ordered a retrial because of irregularities* quan tòa ra lệnh xử lại vì kỳ xử vừa rồi có những chỗ không đúng quy cách.

retribution /ˌretri'bju:ʃn/ *dt* (+ **for**) sự trừng phạt đích đáng: *jailed in retribution for his crimes* bị bỏ tù nhằm trừng phạt tội của nó một cách đích đáng.

retributive /ri'tribjʊtiv/ *tt (thng)* để trừng phạt: *retributive measures* biện pháp trừng phạt.

retried /ˌri:'traid/ *qk* và *dttqk* của retry.

retrievable /ri'tri:vəbl/ *tt* có thể tìm được *(thông tin lưu trữ trong máy tính).*

retrieval /ri'tri:vl/ *dt* **1.** sự tìm lại được, sự lấy lại được: *information retrieval* sự tìm lại được tin *(ở chương trình lưu trữ trong máy tính)* **2.** sự sửa lại, sự chữa: *a match lost beyond all hope of retrieval* một cuộc thi đấu bị thua không còn chút hy vọng nào sửa lại được **3.** sự phục hồi: *the retrieval of the company's fortunes* sự phục hồi cơ đồ của công ty. // **beyond (past) retrieval** không còn sửa [chữa] được nữa.

retrieve /ri'tri:v/ *dgt* **1.** lấy lại, tìm lại được, tìm và mang *(con vật bị bắn rơi về, nói về chó săn): retrieve one's suitcase from the left luggage office* tìm lại được chiếc vali của mình ở nơi lưu hành lý khách bỏ quên; *retrieve data from a disk* tìm lại được số liệu từ một đĩa **2.** sự sửa lại, sự chữa: *we can only retrieve the situation by reducing our expenses* ta chỉ có thể sửa lại tình thế bằng cách bớt chi tiêu **3.** phục hồi: *retrieve one's fortunes* phục hồi cơ đồ.

retriever /ri'tri:və[r]/ *dt* chó săn nhặt chim bị bắn rơi về *(được huấn luyện để tìm và mang chim bị bắn rơi về).*

retro- *(tiền tố)* ngược lại, trở lại, lùi lại.

retroactive /ˌretrəʊ'æktiv/ *tt (luật)* có hiệu lực trở về trước: *the new law was made retroactive to 1 January* đạo luật mới đã được cho là có hiệu lực trở về trước, kể từ mồng 1 tháng giêng.

retroactively /,retrəu'æktivli/ *pht (luật)* [một cách] có hiệu lực trở về trước.

retroflex /'retrəfleks/, *cg* **retroflexed** /'retrəflekst/ *tt (thngũ)* đọc gập đầu lưỡi ra sau *(âm)*.

retrograde /'retrəgreid/ *tt* thụt lùi: *retrograde motion* sự chuyển động thụt lùi; *a retrograde policy* một chính sách thụt lùi.

retrogress /,retrə'gres/ *dgt* **1.** đi giật lùi **2.** thụt lùi, thoái bộ.

retrogressive /retrə'gresiv/ thụt lùi, thoái bộ.

retrogression /,retrə'greʃn/ *dt* sự thụt lùi, sự thoái bộ.

retrogressively /,retrə'gresivli/ *pht* [một cách] thụt lùi, [một cách] thoái bộ.

retro-rocket /'retrəurɒkit/ *dt* tên lửa đẩy lùi. *(để làm chậm bớt hay đổi hướng con tàu vũ trụ).*

retrospect /'retrəspekt/ *dt* *in retrospect* nhìn về dĩ vãng, hồi tưởng: *in retrospect, it's easy to see why we were wrong* nhìn về dĩ vãng thì dễ thấy tại sao chúng ta đã sai.

retrospection /,retrə'spekʃn/ *dt* sự nhìn về dĩ vãng, sự hồi tưởng.

retrospective[1] /,retrə'spektiv/ *tt* **1.** nhìn về dĩ vãng, hồi tưởng **2.** *nh* retroactive *(đạo luật, sự trả tiền...): the legislation was made retroactive* pháp luật đã được tạo cho có hiệu lực trở về trước.

retrospective[2] /,retrə'spektiv/ *dt* sự trưng bày toàn

bộ tác phẩm từ trước *(của một họa sĩ...).*

retrospectively /,retrə'spektivli/ *pht* [với con mắt] nhìn về dĩ vãng.

retroussé /rə'tru:sei, *(Mỹ* ,retrʊ'sei/ *tt (tiếng Pháp)* hếch *(nói về mũi).*

retry /,ri:'trai/ *dgt* **(retried)** *(luật)* xử lại.

retsina /ret'si:nə, *(Mỹ* 'retsinə/ *dt* rượu vang retxinơ *(của Hy Lạp có ướp hương nhựa cây).*

return[1] /ri'tɜ:n/ *dgt* **1.** trở lại, trở về: *return to Paris from London* trở về Pari từ Luân Đôn; *she returned to collect her umbrella* chị ta trở lại để lấy chiếc ô; *return to one's old habits* trở lại những thói quen cũ; *let's return to the main point of the discussion* ta hãy trở lại điểm chính của cuộc thảo luận **2.** trả lại, hoàn lại: *return a borrowed book* trả lại một cuốn sách đã mượn; *return a sum of money* trả lại một số tiền; *she returned the bird to its cage* chị ta trả con chim về chuồng **3.** đáp lại: *return a greeting* đáp lại lời chào hỏi; *return a visit* đi thăm đáp lễ; *the enemy returned our fire* quân thù bắn trả lại chúng ta **4.** *(thể)* đánh trả lại: *return a service* đánh trả lại cú giao bóng **5.** kê khai *(nhất là khi được yêu cầu): return the details of one's income* kê khai chi tiết khoản thu nhập của mình *(cho viên thanh tra thuế...)* **6.** ngỏ lời; tuyên *(án): return a verdict* tuyên án **7.** được lời, được lãi: *our investment accounts return a high rate of interest* các món đầu tư của chúng tôi được tỷ lệ lãi cao **8.** *(chủ yếu ở dạng bị động)* bầu *(vào quốc hội):*

he was returned to Parliament with a decreased majority ông ta được bầu vào nghị viện với một đa số phiếu sút giảm **9.** *(cũ)* trả lời, đáp lại: *"never!" he returned curtly* "không bao giờ!" ông ta trả lời cộc lốc. // **return to the fold** *(bóng)* trở về với đàn; lại hòa nhập vào với nhóm *(tôn giáo hay chính trị cùng khuynh hướng).*

return[2] /ri'tɜ:n/ *dt* **1.** *(số ít)* sự trở lại, sự trở về: *on my return home from Italy* khi tôi từ I-ta-li-a trở về; *a return flight* chuyến bay trở về; *a return of one's doubts* sự nghi ngờ trở lại; *the return of spring* sự trở lại của mùa xuân; *a return to old habits* sự trở lại thói quen cũ **2.** sự trả lại, sự hoàn lại: *the return of library books* sự trả lại sách cho thư viện **3.** sự đáp lại: *these flowers are a small return for your kindness* những bông hoa này là sự đền đáp nhỏ lòng tốt của anh **4.** *(thể)* sự đánh trả lại: *her return of service was very fast* cô ta đánh trả lại rất nhanh cú giao bóng **5.** sự kê khai *(khi được yêu cầu): make one's tax return* kê khai thuế **6.** lời, lãi: *you'll get a good return on these shares* ông sẽ có lãi khá từ các cổ phần này **7.** *(Mỹ* **round trip)** vé khứ hồi: *a day-return* vé khứ hồi chỉ có giá trị trong ngày **8.** vé xem hát mua rồi bán lại ngay cho chỗ bán vé. // **by return [of post]** theo chuyến thư sau; **in return for** để đền đáp lại; **many happy returns** x happy; **the point of no return** x point[1]; **sale or return** x sale.

returnable /ri'tɜ:nəbl/ *tt* có thể trả lại *(để rồi có thể* *dùng lại như chai đựng sữa...).*

returnee /ˌritɜːrˈniː/ *dt (Mỹ)* bộ đội hải ngoại phục viên.

return fare /riˌtɜːnˈfeə[r]/ tiền tàu xe khứ hồi.

return game /ritɜːnˈgeim/ trận đấu lượt về.

returning officer /riˈtɜːnɪŋ ˈɒfɪsə[r]/ người phụ trách bầu cử *(ở một khu vực và có trách nhiệm báo cáo về kết quả bầu cử tại khu vực đó).*

return match /ritɜːnˈmætʃ/ *nh* return game.

return ticket /ritɜːnˈtikit/ *(Mỹ* **roundtrip ticket***)* vé khứ hồi.

reunion /ˌriːˈjuːniən/ *dt* sự họp [mặt]; sự sum họp: *a reunion between the two sisters* cuộc sum họp của hai chị em; *hold an annual reunion of war veterans* họp cựu chiến binh hằng năm.

reunite /ˌriːjuːˈnait/ *dgt* họp lại; hợp lại: *reunited after long years of separation* họp lại (đoàn tụ) sau những năm dài xa cách; *do you think the two parts of Ireland will ever reunite?* anh có nghĩ là hai miền Ai-len sẽ có bao giờ họp lại không?

reusable /ˌriːˈjuːzəbl/ *nh* reuseable.

reuse¹ /ˌriːˈjuːz/ *dgt* dùng lại, sử dụng lại: *reuse an old envelope* sử dụng lại chiếc phong bì cũ.

reuse² /ˌriːˈjuːs/ *dt* sự dùng lại, sự sử dụng lại.

reuseable /ˌriːˈjuːzəbl/ *tt* có thể dùng lại, có thể sử dụng lại: *reuseable envelopes* phong bì có thể sử dụng lại; *reuseable batteries* ắc quy có thể [nạp điện lại để] dùng lại.

rev¹ /rev/ **(-vv-)** [cho] quay nhanh *(máy)*: *rev it up to*

warm the engine cho máy quay nhanh để nó nóng lên.

rev² /rev/ *dt* sự quay; vòng quay (của máy): *doing 4000 revs per minute* quay 4000 vòng mỗi phút.

Rev *(cg* **Revd***) vt* của Reverend: *Rev George Hill* đức cha George Hill.

revaluation /ˌriːvæljuˈeiʃn/ *dt* **1.** sự định giá lại: *property revaluation* sự định giá lại tài sản **2.** sự tăng tỷ giá (của một đồng tiền).

revalue /ˌriːˈvæljuː/ *dgt* **1.** định giá lại: *have your house revalued at today's prices?* ngôi nhà của anh đã định giá lại theo giá hiện nay chưa? **2.** sự tăng tỷ giá (của một đồng tiền).

revamp /ˌriːˈvæmp/ *dgt (kng)* đổi mới bề mặt; tân trang: *revamp a study* tân trang thư phòng.

Revd *(cg* **Rev***) vt* của Reverend.

reveal /riˈviːl/ *dgt* **1.** để lộ, bộc lộ, tiết lộ: *reveal a secret* tiết lộ bí mật **2.** phát giác: *close examination revealed a crack in the vase* xem xét kỹ có thể phát giác một vết nứt ở cái bình.

revealed religion /riˌviːld riˈlidʒən/ đạo thiên khải *(đạo do Chúa trực tiếp thần khải cho loài người).*

revealing /riˈviːliŋ/ *tt* để lộ: *a very revealing dress* chiếc áo để hở (để lộ) nhiều bộ phận cơ thể: *a revealing slip of the tongue* lỡ lời để lộ nhiều sự kiện.

reveille /riˈvæli, (Mỹ* 'revəli)/ *dt (quân) (cg* **the reveille***) (số ít)* hiệu (kèn, trống) đánh thức (buổi sáng).

revel¹ /'revl/ *dgt* **(-ll-, *Mỹ* -l-) 1.** *(cũ hoặc đùa)* vui chơi: *they revelled until dawn* họ vui chơi tận đến sáng **2.**

revel in [doing] something lấy làm thích thú, lấy làm khoái chí *(khi làm việc gì khó chịu hoặc việc gì mà người khác không khoái gì): revel in scandal* lấy làm thích thú gây ra một vụ tai tiếng; *he seems to revel in inflicting pains* nó có vẻ khoái chí khi gây ra đau khổ.

revel² /'revl/ *dt (thường snh) (cũ)* cuộc vui chơi ồn ào; cuộc truy hoan.

revelation /ˌrevəˈleiʃn/ *dt* **1.** sự để lộ, sự bộc lộ, sự tiết lộ: *the revelation of his scandalous past* sự tiết lộ quá khứ đầy tai tiếng của anh ta **2.** điều để lộ, điều bộc lộ, điều tiết lộ: *scandalous revelations in the press* những điều tiết lộ dễ gây công phẫn mà báo chí đưa ra **3.** *(tôn)* sự khải huyền **4.** Revelation tập khải huyền *(tập cuối cùng của Kinh Tân ước).*

reveller *(Mỹ* **reveler** /'revələ[r]/ *dt (cũ hoặc dùa)* người vui chơi ồn ào; tay ăn chơi.

revelry /'revlri/ *dt (thường snh)* cuộc vui chơi ồn ào, cuộc truy hoan: *the revelries went on all night* cuộc truy hoan kéo dài suốt đêm.

revenge¹ /riˈvendʒ/ *dt* **1.** sự trả thù; hành động trả thù; ý muốn trả thù: *thirst for revenge* khao khát trả thù **2.** *(thể)* trận đấu gỡ. // **get (have) one's revenge** *(on somebody for something)*; **take revenge** *(on somebody, for something)* trả thù *(ai, về việc gì): they swore to take their revenge on the kidnappers* họ thề trả thù bọn người bắt cóc; **(in) revenge for** vì thù hằn; để trả thù: *terrorists bombed the police station in revenge for the arrests* tụi khủng bố đánh bom đồn cảnh sát để trả thù các vụ bắt bớ.

revenge² /ri'vendʒ/ *đgt* trả thù: *revenge an injustice* trả thù một sự bất công; *revenge oneself on somebody* trả thù ai; *be revenged on somebody* trả thù ai.

revengeful /,ri'vendʒfl/ *tt* hiểm thù; đầy thù hằn.

revengefully /ri'vendʒfəli/ *pht* [một cách] hiểm thù; [một cách] đầy thù hằn.

revengefulness /ri'vendʒ:-flnis/ *dt* tính hiểm thù, óc trả thù.

revenue /'revənju:, (Mỹ 'revənu:)/ *dt (cg snh* **revenues**) thu nhập *(quốc gia, chủ yếu do thu thuế): sources of revenue* nguồn thu nhập; *a revenue tax* thuế thu nhập; *oil revenues* thu nhập thuế dầu hỏa.

reverberant /ri'vɜ:bərənt/ *tt* dội lại, vang lại *(âm thanh).*

reverberate /ri'vɜ:bəreit/ *đgt* dội lại, vang lại: *the thunder reverberated across the valley* tiếng sấm vang dội suốt thung lũng; *the shocking news reverberated round the world (bóng)* tin gây sửng sốt ấy đã vang dội khắp thế giới.

reverberation /ri,vɜ:bə-'reiʃn/ *dt* **1.** sự dội lại, sự vang lại **2.** *(snh)* tiếng dội liên hồi: *the reverberations of the explosion* tiếng dội liên hồi của vụ nổ; *the continuing reverberations of the scandal (bóng)* tiếng vang vọng không dứt của vụ tai tiếng.

revere /ri'viə[r]/ *đgt* tôn sùng, sùng kính: *revere virtue* tôn sùng đạo đức; *he was revered for his immense learning* ông ta được sùng kính với vốn kiến thức rộng lớn của ông.

reverence¹ /'revərəns/ *dt* **1.** sự tôn sùng, sự sùng kính, sự tôn kính: *he showed great reverence for Leonardo* anh ta rất tôn sùng Leonardo **2.** *(cũ hoặc đùa)* cha *(dùng để nói chuyện với hoặc nói về các giáo sĩ): will you take a glass of sherry, your reverence?* thưa cha có dùng một cốc xê rét không ạ?

reverence² /'revərəns/ *đgt (id)* tôn sùng, sùng kính, tôn kính.

reverend /'revərənd/ *tt* đáng tôn kính *(vì cao tuổi...).*

Reverend /'revərənd/ *dt (vt* Rev, Revd) Cha *(tiếng tôn xưng đặt trước tên một giáo sĩ): the Rev John (Mr) Smith* (mà không gọi là the Rev Smith) cha John Smith; *the Very Reverend* Cha xứ; *the Right Reverend* Đức Giám-mục; *the Most Reverend* Đức tổng giám mục.

Reverend Mother /revə-rənd'mʌðə[r]/ Mẹ tu viện trưởng *(tiếng tôn xưng).*

reverent /'revərənt/ *tt* tôn sùng, sùng kính, tôn kính: *they all maintained a reverent silence* tất cả giữ một sự im lặng tôn kính.

reverential /,revə'renʃl/ *tt* tỏ vẻ sùng kính, tỏ vẻ tôn kính: *a reverential bow of the head* một cái cúi đầu tỏ vẻ tôn kính.

reverentially /,revə'renʃəli/ *pht* [với vẻ] sùng kính, [vẻ] tôn kính.

reverently /'revərəntli/ *pht* [một cách] sùng kính, [một cách] tôn kính.

reverie /'revəri/ *dt* sự mơ mộng; sự mơ [tưởng]: *be sunk in reverie* chìm đắm trong mơ mộng; *she fell into a reverie about her childhood* cô ta đắm chìm trong giấc mơ về thời thơ ấu.

revers /ri'viə[r]/ *dt (snh kdối /ri'viəz/) (thường snh)* ve *(áo).*

reversal /'rivɜ:sl/ *dt* **1.** sự đảo ngược: *a dramatic reversal of her earlier decision* một sự đảo ngược đầy kịch tính của quyết định mới đây của cô ta; *role reversal; reversal of roles* sự đảo ngược vai trò của vợ chồng trong gia đình *(vợ thì đi làm, chồng lo việc nội trợ)* **2.** sự thất bại; vận rủi: *they were finally successful in spite of a number of reversals* cuối cùng họ đã thành công mặc dầu đã bị một số thất bại.

reverse¹ /ri'vɜ:s/ *tt (thngữ)* đảo, nghịch, ngược, trái: *reverse processes* quá trình ngược lại; *in the reverse direction* ngược chiều; *the reverse side* mặt trái; *the reverse current* dòng nước ngược. // *in (into) reverse order* theo thứ tự ngược: *put the letters in "madam" into reverse order and they still read "madam"* đọc các con chữ trong "madam" theo thứ tự ngược, từ đó vẫn là "madam".

reverse² /ri'vɜ:s/ *dt* **1.** điều ngược lại: *children's shoes are not cheap, quite the reverse* giày trẻ em không rẻ, hoàn toàn ngược lại; *you were the very reverse of polite* anh thật là ngược lại với lễ độ *(anh thật là vô lễ)* **2.** mặt trái *(đồng tiền, huy chương...)* **3.** sự thất bại; vận rủi: *we suffered some serious financial reverses* chúng tôi đã bị một số thất bại về tài chính **4.** *(cg* **reverse gear**) số lùi *(trên xe ô tô, cài số ấy thì xe chạy lùi): put the car into reverse* cài số lùi ở xe **5.** *(cg* **reverse turn**) sự vòng xe khi

R

chạy lùi: *I can't do reverses* tôi không vòng xe khi chạy lùi được **6.** cơ cấu bấm lùi *(trên máy đánh chữ...):* an automatic ribbon reverse cơ cấu bấm lùi ruy băng tự động *(ở máy đánh chữ).* // **in (into) reverse** theo thứ tự ngược, từ cuối ngược lên đầu.

reverse³ /ri'vɜːs/ *dgt* **1.** đảo ngược; lộn ngược: *writing is reverse in a mirror* chữ viết nhìn trong gương thì thấy đảo ngược; *reverse the cuffs on a shirt* lộn ngược *(vén ngược)* măng-séc áo sơmi **2.** [cho xe] chạy lùi: *I reverse through the gate* tôi cho xe chạy lùi qua cổng **3.** đảo *(thứ tự)*, đảo ngược: *reverse a process* đảo một quá trình; *they reversed the normal order of the ceremony and had the prayers at the beginning* họ đảo trật tự bình thường của buổi lễ và cầu kinh vào đầu lễ; *their situations are now reversed as employee has become employer* vị trí của họ nay đã đảo ngược vì người làm công đã trở thành chủ; *husband and wife have reversed roles* vợ và chồng đã đảo ngược vai trò *(vợ đi làm, chồng trông nom cửa nhà...)* **4.** lật: *she reversed the sheet of paper* chị ta lật tờ giấy **5.** hủy *(bản án): reverse the decision of a lower court* hủy quyết định của tòa cấp dưới; *reverse a verdict* hủy một bản án. // **reverse [the] charge[s]** *(Mỹ* **call collect)** gọi điện thoại người nghe *(chứ không phải người gọi)* phải chịu phí tổn: *reverse the charges on (for) a call* gọi điện thoại người nghe phải chịu phí tổn; *make a reverse-charge call to Paris* gọi điện thoại đi Pari người nghe phải chịu phí tổn.

reverse gear /ri,vɜːs'giə[r]/ *dt x* reverse² **4.**

reverse turn /ri,vɜːs'tɜːn/ *dt x* reverse² **5.**

reversibility /ri,vɜːsə'biləti/ *dt* tính có thể mặc lộn trái được *(áo...).*

reversible /ri'vɜːsəbl/ *tt* có thể mặc lộn trái được *(áo...).*

reversing light /riˌvɜːsiŋ'lait/ *dt* đèn hiệu lùi *(đèn trắng ở đuôi xe, báo là xe đang lùi).*

reversion /ri'vɜːʃn, *(Mỹ* ri'vɜːzn)/ *dt* **1.** sự trở lại *(nguyên trạng, lề thói cũ...): reversion to swamp* sự trở lại thành đầm lầy; *reversion to former habits* sự trở lại tập quán cũ; *the danger of a reversion to anarchy in the region* nguy cơ trở lại tình trạng vô chính phủ trong vùng này **2.** *(luật)* quyền thừa kế **3.** *(luật)* sự chuyển hồi *(quyền, tài sản).*

reversionary /ri'vɜːʃənəri, *(Mỹ* ri'vɜːzəneri)/ *tt (luật)* chuyển hồi: *reversionary right* quyền chuyển hồi.

revert /ri'vɜːt/ *dgt* **1.** trở lại *(nguyên trạng, lề thói; một vấn đề...): fields that have reverted to moorland* đồng ruộng trở lại thành đất hoang; *revert to smoking* hút thuốc lá trở lại; *let us revert to the subject* chúng ta hãy trở lại vấn đề; *her thoughts often reverted to Italy* ý nghĩ của cô ta thường hướng về đất nước I-ta-li **2.** *(luật)* chuyển hồi, trở lại *(với chủ cũ...)* *(nói về tài sản).* // **revert to type** trở lại tình trạng tự nhiên; trở lại nguyên trạng: *once a socialist, she has now reverted to type and votes Tory like her parents* đã có một thời là Đảng viên đảng xã hội, bây giờ bà ta lại trở lại tình trạng cũ và bỏ

phiếu cho đảng Bảo thủ như bố mẹ bà.

revertible /ri'vɜːtəbl/ *tt (luật)* có thể chuyển hồi.

revetment /ri'vetmənt/ *dt* lớp trát *(trát lên tường);* lớp đã xây phủ ngoài *(công sự...).*

review¹ /ri'vju:/ *dt* **1.** sự xem lại, sự xem xét lại; sự kiểm lại: *the terms of the contract are subject to review* các điều khoản của hợp đồng phải được xem xét lại; *a monthly review of progress* sự kiểm lại tiến bộ hàng tháng **2.** sự điểm; bài điểm *(tác phẩm): the play got unfavourable review* vở kịch không được khen ngợi trong bài điểm; *a review copy* bản gửi cho tòa báo để dùng vào mục điểm sách **3.** tạp chí điểm sách; phần tạp chí chuyên mục điểm sách **4.** cuộc duyệt binh **5.** *nh* revue. // **be (come) under review; be (come up) for review** [đáng] được xem xét lại: *your case is coming up for review in May* vụ tố tụng của anh sẽ được xem xét lại vào tháng năm; **keep something under review** xem xét lại việc gì một cách liên tục: *salaries are kept under constant review* tiền lương được xem xét thường xuyên.

review² /ri'vju:/ *dgt* **1.** xem lại, xem xét lại, kiểm lại: *the government is reviewing the situation* chính phủ đang xem xét lại tình hình; *review one's successes and failures* kiểm lại những thành công và thất bại của mình **2.** điểm *(sách, phim...): she reviews for the Spectator* chị ta điểm phim cho tạp chí Spectator **3.** duyệt *(binh)* **4.** *(chủ yếu Mỹ)* ôn lại *(để chuẩn bị cho kỳ thi).*

reviewer /ri'vju:ə[r]/ *dt* người điểm tác phẩm *(sách, kịch, phim...)*: *a play which reviewers have praised highly* một vở kịch được các nhà viết bài điểm rất khen ngợi.

revile /ri'vail/ *đgt* chửi rủa xỉ vả: *revile at (against) corruption* chửi rủa tệ hối lộ.

revise[1] /ri'vaiz/ *đgt* 1. xét lại, xem lại, duyệt lại: *I'll have to revise my ideas about Tam - he's really quite clever after all* tôi phải xét lại ý kiến của tôi về Tam, xét cho cùng nó thực sự khôn ngoan; *revise a manuscript before publication* xem lại bản thảo trước khi đưa tin 2. ôn lại *(bài để chuẩn bị thi)*.

revise[2] /ri'vaiz/ *dt* bản in thử lần thứ hai.

Revised Version /ri,vaizd-'vɜ:ʃn/ *the Revised Version* bản Kinh thánh tu chính *(do các học giả Anh thực hiện những năm 1870-1884).*

reviser /ri'vaizə[r]/ *dt* người xem lại, người duyệt lại.

revision /ri'viʒn/ *dt* 1. sự xét lại, sự xem lại, sự duyệt lại: *that book needs a lot of revision* cuốn sách này cần xem lại khối chỗ 2. sự ôn tập: *do some revision for the exam; do some exam revision* ôn tập một ít để thi 3. bản đã xem lại, bản đã duyệt lại.

revisionism /ri'viʒnizəm/ *dt* chủ nghĩa xét lại.

revisionist[1] /ri'viʒnist/ *tt* [thuộc chủ nghĩa] xét lại: *revisionist tendencies* khuynh hướng xét lại.

revisionist[2] /ri'viʒnist/ *dt* người [theo chủ nghĩa] xét lại.

revitalization, revitalisation /ri:,vaitəlai'zeiʃn, (Mỹ ri:-,vaitəli'zeiʃn)/ *dt* sự lại tiếp sức sống mới; sự phục hưng.

revitalize, revitalise /ri:-'vaitəlaiz/ *đgt* lại tiếp sức sống mới cho; phục hưng: *her appointment as leader revitalized the party* việc bà được cử làm lãnh tụ đã tiếp sức sống mới cho đảng; *revitalize economy* phục hưng kinh tế.

revival /ri'vaivl/ *dt* 1. sự phục hồi; sự hồi tỉnh: *the patient's speedy revival after his operation* sự hồi phục mau lẹ của người bệnh sau khi mổ 2. sự phục hồi: *our economy is undergoing a revival* nền kinh tế của chúng ta đang phục hồi; *the revival of old customs* sự phục hồi những tập quán cũ; *stage a revival of a Restoration comedy* phục hồi một vở hài kịch thời Phục hồi đế chế *(ở Anh)* 3. *(tôn)* sự thức tỉnh lại lòng mộ đạo; loạt mít-tinh thức tỉnh lại lòng mộ đạo *(đạo Thiên chúa)*: *televised revival meetings* những cuộc mít-tinh thức tỉnh lòng mộ đạo được chiếu lên truyền hình.

revivalism /ri'vaivəlizəm/ *dt* sự thức tỉnh lòng mộ đạo.

revivalist /ri'vaivəlist/ *dt* người tổ chức mít-tinh thức tỉnh lòng mộ đạo.

revive /ri'vaiv/ *đgt* 1. hồi phục; hồi tỉnh: *he felt rather faint but the fresh air soon revived him* anh ta lả đi nhưng không khí trong lành đã làm anh nhanh chóng hồi tỉnh 2. phục hồi: *revive old practices* phục hồi những thói quen cũ; *efforts to revive the miniskirt* những cố gắng nhằm phục hồi váy ngắn 3. diễn lại *(một vở...đã thôi*

diễn một thời gian)*: *revive a 1930's musical* diễn lại một vở ca vũ nhạc kịch của những năm 1930.

revivify /ri:'vivifai/ *đgt* **revivified** tiếp sức sống mới cho *(việc gì)*; phục hưng.

revocation /,revə'keiʃn/ *dt* sự hủy; sự thu hồi: *the revocation of contracts* sự hủy hợp đồng; *revocation of a driving licence* sự thu hồi bằng lái xe.

revoke /ri'vəuk/ *đgt* 1. hủy; thu hồi: *revoke orders* hủy lệnh; *his driving licence was revoked after the crash* bằng lái xe của anh ta bị thu hồi sau vụ đâm xe 2. không ra con bài cùng hoa *(tuy trên tay có con bài đó)*.

revolt[1] /ri'vəult/ *đgt* 1. nổi dậy: *the people revolted against the military dictator* nhân dân nổi dậy chống lại tên độc tài quân sự 2. [làm] phẫn nộ; [làm] ghê tởm: *we revolted against (at) such cruelty* chúng tôi phẫn nộ trước một sự độc ác như thế; *I was revolted by his dirty habit of spitting* tôi ghê tởm cái thói khạc nhổ bẩn thỉu của hắn.

revolt[2] /ri'vəult/ *dt* 1. sự nổi dậy: *a period of armed revolt* một thời kỳ nổi dậy vũ trang 2. cuộc nổi dậy; *the army has suppressed the revolt* quân đội đã đàn áp cuộc nổi dậy. // **in revolt** nổi dậy; nổi lên chống lại: *the people rose in revolt* nhân dân nổi lên chống lại.

revolting /ri'vəultiŋ/ *tt* 1. gây phẫn nộ: *revolting atrocities* những hành động tàn bạo gây phẫn nộ 2. *(kng)* hết sức khó chịu; kinh tởm: *his feet smelt revolting* chân của nó có mùi hôi hết sức khó chịu.

R

revoltingly /ri'vəutiŋli/ *pht* [một cách] hết sức khó chịu; [một cách] kinh tởm: *revoltingly wet weather* khí trời ẩm hết sức khó chịu; *your socks are revoltingly dirty* tất của cậu bẩn một cách kinh tởm.

revolution /,revə'lu:ʃn/ *dt* **1.** cuộc cách mạng: *he has lived through two revolutions* ông ta đã sống qua hai cuộc cách mạng; *the computer revolution* cuộc cách mạng máy tính **2.** sự quay vòng; vòng quay: *the revolution of the earth round the sun* sự quay vòng của trái đất quanh mặt trời; *50 revolutions per minute* 50 vòng quay mỗi phút.

revolutionary[1] /,revə'lu:ʃə-nəri/, (*Mỹ* ,revə'lu:ʃəneri/) *tt* cách mạng: *revolutionary activities* hoạt động cách mạng; *genetic engineering will have revolutionary consequences for mankind* kỹ thuật di truyền sẽ có hậu 'quả có tính chất cách mạng đối với loài người.

revolutionary[2] /,revə'lu:ʃə-nəri/, (*Mỹ* /,revə'lu:ʃəneri/) *dt* nhà cách mạng.

revolutionize, revolutionise /,revə'lu:ʃənaiz/ *dgt* cách mạng hóa: *computers have revolutionized banking* máy tính điện tử đã cách mạng hóa công việc ngân hàng.

revolve /ri'vɒlv/ *dgt* **1.** quay tròn, quay quanh: *the earth revolves round the sun* trái đất quay quanh mặt trời; *a wheel revolves around (on) its axis* bánh xe quay quanh trục **2.** ngẫm nghĩ: *revolve something in one's mind* ngẫm nghĩ việc gì trong đầu óc. // **revolve around** xoay quanh, tập trung quanh: *my life revolves around my job* cuộc đời của tôi xoay quanh

công việc của tôi; *he thinks the whole world revolves around him* nó nghĩ là toàn thế giới tập trung quanh nó (*nó tưởng nó là trung tâm thế giới, là quan trọng hơn bất cứ ai, bất cứ cái gì*).

revolver /ri'vɒlvə[r]/ *dt* súng lục.

revolving /ri'vɒlviŋ/ *tt* quay, xoay, *a revolving chair* ghế quay; *this theatre has a revolving stage* nhà hát này có sàn diễn quay.

revolving credit /ri,vɒlviŋ'kredit/ (*ktế*) tín dụng tuần hoàn.

revolving door /ri,vɒlviŋ'dɔ:[r]/ cửa quay.

revue /ri'vju:/ *dt* hài kịch thời sự.

revulsion /ri'vʌlʃn/ *dt* **1.** (+against, at, from) sự phẫn nộ; sự ghê rợn: *feel a sense of revulsion at the bloodshed* cảm thấy ghê rợn trước cảnh đổ máu **2.** sự thay đổi đột ngột (ý kiến...); sự phản ứng: *a revulsion of public feeling in favour of the accused* một sự thay đổi cảm nghĩ của quần chúng đột ngột xoay sang ủng hộ bị cáo.

reward[1] /ri'wɔ:d/ *dt* **1.** sự thưởng; sự thưởng công: *he received a medal in reward for his bravery* nó nhận được một tấm huy chương thưởng cho sự dũng cảm của nó **2.** phần thưởng: *receive one's just reward* nhận được phần thưởng đích đáng **3.** tiền thưởng (*cho ai bắt được tội phạm...*): *a £1,000 reward has been offered for the return of the stolen painting* một số tiền thưởng 1000 bảng được treo cho ai tìm lại được bức tranh bị mất trộm. // **virtue is its own reward** *x* virtue.

reward[2] /ri'wɔ:d/ *dgt* (*chủ yếu dùng ở dạng bị động*) thưởng, thưởng công: *she rewarded him with a smile* cô ta thưởng công cho chàng một nụ cười; *anyone providing information which leads to the recovery of the painting will be rewarded* ai cung cấp tin dẫn tới sự thu hồi lại bức tranh sẽ được thưởng.

rewarding /ri'wɔ:diŋ/ *tt* đáng công, đáng đọc, đáng xem; có lợi: *a rewarding film* phim đáng xem; *gardening is a very rewarding pastime* làm vườn là một trò tiêu khiển rất đáng công; *teaching is not very rewarding financially* dạy học không lợi lộc mấy đâu (*không được trả công khá*).

rewire /ˌriˈwaiə[r]/ *dgt* thay dây điện mới cho (*một tòa nhà*): *the house has been completely rewired* ngôi nhà đã được thay dây điện mới hoàn toàn.

reword /ˌriːˈwɜːd/ *dgt* soạn lại cách diễn tả, sửa lại lời: *reword a telegram to save money* sửa lại lời một bức điện cho tiết kiệm tiền hơn.

rework /ˌriːˈwɜːk/ *dgt* soạn lại (*bản nhạc, bài viết, dưới một hình thức mới*).

rewrite[1] /ˌriːˈrait/ *dgt* (**rewrote, rewritten**) viết lại (*theo một hình thức khác, một văn phong khác*): *the essay needs to be rewritten* bài tiểu luận cần được viết lại.

rewrite[2] /ˈriːrait/ *dt* bài viết lại: *a modern rewrite of an old story* bài viết lại hiện đại của một câu chuyện cũ.

rewritten /ˌriːˈritn/ *dttqk* của rewrite.

rewrote /ˌriːˈrəut/ *qk* của rewrite.

Rex /reks/ (*tiếng La-tinh*) hoàng đế trị vì (*ghi trong* các *tuyên bố, các văn kiện tòa án*): *Georginus Rex* hoàng đế trị vì George.

RFC (*vt của* Rugby Football Club) câu lạc bộ bóng bầu dục.

rh (*vt của* right hand) tay phải.

rhapsodic /ræp'sɒdik/ *tt* (*chủ yếu mỉa*) thích thú phấn khởi: *the rejection of their pay claim was given a less than rhapsodic reception by the miners* yêu sách về lương bị bác bỏ đã được thợ mỏ đón nhận không kém phần thích thú phấn khởi.

rhapsodize, rhapsodise /'ræpsədaiz/ *đgt* (+ about, over) (*chủ yếu mỉa*) nói (*viết*) một cách phấn khởi về.

rhapsody /'ræpsədi/ *dt* (*nhạc*) rapxơđi. // **go into rhapsodies** tỏ sự thích thú phấn khởi về: *the guests went into rhapsodies over the food* khách tỏ ra thích thú phấn khởi về món ăn.

rhea /riə/ *dt* (*động*) đà điểu Mỹ.

rheostat /'ri:əstæt/ *dt* (*điện*) cái biến trở.

rhesus /'ri:səs/ *dt* (*động*) (*cg* **rhesus monkey**) khỉ rezut.

Rhesus factor /'ri:səsfæktə[r]/ (*y*) Rhesus, yếu tố Rh.

rhesus monkey /'ri:səsmʌŋki/ *x* rhesus.

rhetoric /'retərik/ *dt* **1.** tu từ học **2.** (*thường xấu*) thuật hùng biện: *the empty rhetoric of politicians* thuật hùng biện rỗng tuếch của các chính khách.

rhetorical /ri'tɒrikl, (*Mỹ* ri'tɔːrikl)/ *tt* **1.** [thuộc] tu từ học: *rhetorical figures* hình thái tu từ **2.** (*thường xấu*) hùng biện; khoa trương (*văn*): *rhetorical speeches* lời nói khoa trương.

rhetorically /ri'tɒrikəli/ *pht* theo quy tắc tu từ học.

rhetorical question /ri,tɒrikl'kwestʃən/ câu hỏi tu từ (không mong có câu trả lời, ví dụ như: *who knows how long the war will last?*)

rhetorician /,ritə'riʃn/ *dt* nhà tu từ học.

rheumatic¹ /ru:'mætik/ *tt* [thuộc] thấp khớp; bị thấp khớp; gây thấp khớp: *rheumatic pain* đau thấp khớp.

rheumatic² /ru:'mætik/ *dt* người bị thấp khớp.

rheumatic fever /ru:,mætik'fi:və[r]/ sốt và thấp khớp (*chủ yếu ở trẻ em*).

rheumaticky /ru:'mætiki/ *tt* (*kng*) *nh* rheumatic.

rheumatics /ru:'mætiks/ *dt* (*kng*) *nh* rheumatism.

rheumatism /'ru:mətizəm/ *dt* bệnh thấp, bệnh thấp khớp.

rheumatoid /'ru:mətɔid/ *tt* [thuộc] thấp khớp.

rheumatoid arthritis /,ru:mətɔid a:'θraitis/ thấp khớp.

Rh factor /a:r'eitʃfæktə[r]/ *nh* Rhesus factor.

rhinestone /'rainstəʊn/ *dt* kim cương giả.

rhino /'rainəʊ/ *dt* (*snh kđổi hoặc* rhinos) (*kng*) *nh* rhinoceros: *black rhino* tê giác đen; *rhino horn* sừng tê giác.

rhinoceros /rai'nɒsərəs/ *dt* (*snh không đổi hoặc* **rhinoceroses**) (*động*) tê giác. // **have a hide (skin) like a rhinoceros** công kích chửi bới cũng cứ trơ ì ra.

rhizome /'raizəʊm/ *dt* (*thực*) thân rễ.

rhododendron /,rəʊdə'dendrən/ *dt* (*thực*) (*cg* **rosebay**) cây đỗ quyên.

rhomboid¹ /'rɒmbɔid/ *dt* (*toán*) [có] hình bình hành.

rhomboid² /'rɒmbɔid/ *tt* (*toán*) hình bình hành.

rhombus /'rɒmbəs/ *dt* (*toán*) hình thoi.

rhubarb /'ru:ba:b/ *dt* (*toán*) **1.** (*thực*) cây đại hoàng **2.** (*skhấu, kng*) tiếng hò lờ **3.** (*Mỹ*) cuộc tranh cãi ồn ào.

rhyme /raim/ *dt* **1.** vần (*thơ*) **2.** bài thơ; câu thơ có vần: *sing nursery rhymes to the children* hát những bài thơ mẫu giáo cho trẻ nhỏ nghe **3.** dạng có vần: *can you put that into rhymes?* anh có thể gieo vần bài ấy không? // **neither (no, little) rhyme or reason** không lô gích tí nào cả, khó hiểu: *there's neither rhyme or reason in his behaviour* chẳng có chút lô gích nào trong cách ăn ở của nó cả; cách ăn ở của nó thật là khó hiểu.

rhyming slang /'raimiŋslæŋ/ tiếng lóng hòa vần (*dùng từ ngữ cùng vần với từ muốn nói đến, ví dụ* plates of meat *thay cho* feet).

rhythm /'riðəm/ **1.** nhịp điệu (*thơ, nhạc*) **2.** nhịp: *the rhythm of tides* nhịp thủy triều lên xuống.

rhythm and blues /'riðəmən'blu:/ nhạc bình dân gốc từ nhạc blu.

rhythmic, rhythmical /'riðmik, 'riðmikl/ *tt* [có] nhịp điệu; nhịp nhàng: *the rhythmic beating of one's heart* tiếng đập nhịp nhàng của quả tim.

rhythmically /'riðmikli/ *pht* [một cách] nhịp nhàng.

rhythm method /'riðəm meðəd/ phương pháp ngừa thai tránh giao hợp vào kỳ rụng trứng.

RI (*vt của* Regina and Imperatrix, Rex and Imperator tiếng La-tinh) Hoàng đế và Hoàng hậu, Nữ hoàng và

R

Hoàng đế (ghi trên đồng tiền).

rial /ri'a:l/ dt x riyal.

rib¹ /rib/ dt **1.** xương sườn: dig somebody (give somebody a dig) in the rib thúc vào xương sườn ai **2.** [thịt] sườn: roast ribs of beef sườn bò nướng **3.** gân (lá); nan (quạt); gọng (ô), sườn (tàu): the ribs of a leaf gân lá **4.** sọc nổi (tạo ra trên vải khi khâu).

rib² /rib/ dgt (-bb-) (+ about, for) (kng) trêu ghẹo, đùa cợt (ai): she was constantly ribbed about her accent chị ta luôn luôn bị trêu ghẹo vì giọng nói của chị.

ribald /ribld/ tt hài hước một cách tục tĩu thiếu lễ độ: a ribald laughter tiếng cười hài hước tục tĩu.

ribaldry /ribldri/ dt lời nói hài hước tục tĩu; thái độ hài hước tục tĩu.

ribbed /ribd/ tt có sọc nổi (vải): ribbed stockings bít tất có sọc nổi.

ribbing /ribiŋ/ dt **1.** sọc nổi (tạo ra khi đan) **2.** (kng) lời trêu ghẹo thân tình: he takes a good ribbing hắn ta là người chịu được những lời trêu ghẹo thân tình.

ribbon /ribən/ dt dải, băng: her hair was tied back with a black ribbon tóc chị ta có chiếc băng đen buộc ra đằng sau đầu; change the typewriter ribbon thay băng (ruy băng) máy chữ; the wind tore the sail to ribbons gió xé rách buồm ra thành từng dải; a ribbon of land stretching out into the sea một dải đất nhô ra biển.

ribbon development /ribən di'veləpmənt/ [lối xây từng] dãy dài nhà hai bên đường xuất phát từ một đô thị.

rib-cage /ribkeidʒ/ dt lồng ngực.

riboflavin /,raibəu'fleivin/ dt riboflavin, vitamin B2.

rib-tickling /ribtikliŋ/ tt (kng) buồn cười.

rice /rais/ dt **1.** cây lúa **2.** lúa; gạo; cơm: a bowl of boiled rice một bát cơm; brown rice gạo lức; rice pudding món pu-đinh gạo sữa.

rice paddy /rais,pædi/ dt ruộng lúa.

rice-paper /rais,peipə[r]/ dt **1.** giấy thông thảo (Trung Quốc) **2.** bánh đa nem.

rich¹ /ritʃ/ tt (-er; est) **1.** giàu; giàu có: a rich film star một ngôi sao điện ảnh giàu có; America is a rich country Mỹ là một đất nước giàu có; oranges are rich in vitamin C quả cam giàu vitamin C **2.** dồi dào, phong phú: a rich harvest một vụ thu hoạch dồi dào **3.** đẹp đẽ, tráng lệ, lộng lẫy, đắt tiền: a rich building tòa nhà tráng lệ; rich clothes quần áo đắt tiền **4.** béo bổ, lắm chất (thức ăn): rich food thức ăn béo bổ; a rich sauce nước xốt thập cẩm **5.** thắm (màu); đượm đà (mùi); a cloth dyed a rich purple vải nhuộm màu tía thắm; the rich bouquet of mature brandy hương vị đượm đà của rượu brandi tới độ. // [as] rich as Croesus giàu nứt đố đổ vách, giàu như Thạch Sùng Vương Khải; strike it rich x strike²; that's rich (kng) a/ buồn cười thật b/ lố bịch thật; phi lý thật.

rich² /ritʃ/ the rich dt (dgt snh) người giàu: take from the rich and give to the poor lấy của người giàu cho người nghèo.

riches /ritʃiz/ dt snh sự giàu có, sự phong phú: his success had brought him vast riches thành công đã mang lại cho nó sự giàu có

lớn; the riches of Oriental art sự phong phú của nghệ thuật phương Đông. // an embarrassment of riches x embarrassment; from rags to riches x rag¹.

richly /ritʃli/ pht **1.** lộng lẫy, huy hoàng: the queen's dress was richly decorated with jewels áo của nữ hoàng được trang trí lộng lẫy **2.** richly deserve hoàn toàn xứng đáng: he richly deserved the punishment he received nó hoàn toàn đáng bị sự trừng phạt mà nó đã chịu; a novel richly deserving [of] praise một cuốn tiểu thuyết hoàn toàn đáng khen ngợi.

richness /ritʃnis/ dt **1.** sự giàu có, sự phong phú **2.** sự tráng lệ, sự lộng lẫy **3.** sự béo bổ **4.** sự thắm đượm.

Richter scale /,riktə'skeil/ (địa) thang Richter (Rích-te) (từ 0 đến 8, đo cường độ động đất).

rick¹ /rik/ dt sự trẹo nhẹ, sự sái nhẹ.

rick² /rik/ dgt trẹo nhẹ, sái nhẹ: rick one's wrist trẹo nhẹ cổ tay.

rick³ /rik/ dt đống; đụn (rơm, thóc..., ở ngoài trời và che cho khỏi mưa).

rickets /rikits/ dt (dgt snh hay số ít) bệnh còi xương (ở trẻ em).

rickety /rikəti/ tt (kng) lung lay; ọp ẹp: a rickety table cái bàn lung lay ọp ẹp.

rickshaw /rikʃɔ:/ dt xe kéo, xe tay.

ricochet¹ /rikəʃei, (Mỹ ,rikə'ʃei)/ dgt (ricocheted, ricochetted) nẩy thia lia: the stone ricocheted off the wall and hit a passer by hòn đá nẩy thia lia trên mặt đường vô ý trúng một người qua đường.

ricochet² /ˈrikəʃei, (Mỹ ˌrikəʃei/ *dt* **1.** sự nẩy thia lia **2.** vật nẩy thia lia: *he was wounded by a ricochet, not by a direct hit* nó đã bị thương vì một vật nẩy thia lia, không phải bị ném trực tiếp **3.** tiếng nẩy lia thia.

rid /rid/ *dgt* (**-dd-**) (**rid**) **1.** giải thoát khỏi: *rid the world of famine* giải thoát thế giới khỏi nạn đói; *rid the house of mice* tống hết chuột ra khỏi nhà; *rid one-self of debt* giữ sạch nợ nần **2. get (be) rid of** tống khứ *(ai, cái gì...)*: *he was a boring nuisance, I'm glad to be rid of him* nó là một thằng cha hay quấy rầy, tôi rất mừng là đã tống khứ được nó đi; *the shop ordered 20 copies of the book and now it can't get rid of them* cửa hàng đặt mua 20 bản cuốn sách ấy, mà nay chưa bán *(tống)* đi được.

riddance /ˈridns/ *dt good riddance (to somebody, something)* thật là thoát nợ! *(nói khi tống khứ được ai hay cái gì khó chịu)*: *he's gone at last and good riddance [to him]!* cuối cùng nó đã cút, thật là thoát nợ!

ridden¹ /ˈridn/ *qk của* ride².

ridden² /ˈridn/ *tt (dùng trong từ ghép)* đầy dẫy *(cái gì)*, bị *(cái gì)* ngự trị: *a bug-ridden bed* giường đầy rệp; *be graft-ridden* tham nhũng.

riddle¹ /ˈridl/ *dt* **1.** điều khó hiểu như đố người khác đoán được: *she speaks in riddles - it's very difficult to know what she means* chị ta nói bằng những lời khó hiểu như có ý thách đố, rất khó mà biết chị ta muốn nói gì **2.** người khó hiểu; điều bí ẩn: *she is a complete riddle, even to her parents* chị ta là một người hoàn toàn khó hiểu, ngay cả đối với bố mẹ chị.

riddle² /ˈridl/ *dt* cái sàng *(để sàng đất, sỏi trong vườn)*.

riddle³ /ˈridl/ *dgt* **1.** sàng *(sỏi...)* **2.** lắc *(cái vỉ lò)* cho than, xỉ rơi xuống **3.** *(chủ yếu ở dạng bị động)* làm thủng nhiều chỗ: *the roof was riddled with bullet holes* mái nhà bị đạn bắn thủng nhiều lỗ **4.** *(chủ yếu ở dạng bị động)* làm ảnh hưởng đến, tác động đến; làm mắc phải: *an administration riddled with corruption* một chính quyền mà tệ tham nhũng tràn lan; *they are riddled with disease* chúng nó mắc bệnh.

ride¹ /raid/ *dt* **1.** sự đi; cuộc đi *(xe, ngựa...)*: *a ride on one's bicycle* cuộc đi xe đạp; *it's a ten minute ride on the bus* đi xe buýt thì hết 10 phút; *go for a donkey-ride on the beach* cưỡi lừa đi một cuốc ở bãi biển **2.** cảm giác khi đi *(một phương tiện vận tải)*: *the luxury model gives a smoother ride* đi kiểu xe sang trọng có cảm giác êm hơn **3.** đường mòn xuyên rừng *(thường là đi bằng ngựa)*. // **take somebody for a ride** *(kng)* lừa gạt ai; lừa đảo ai.

ride² /raid/ *dgt* (**rode; ridden**) **1.** cưỡi ngựa; đi ngựa: *ride across the highlands* đi cưỡi ngựa qua vùng cao nguyên **2.** cưỡi: *children riding on donkeys* trẻ em cưỡi lừa; *riding on his father's shoulders* cưỡi trên vai bố; *ride a bicycle* cưỡi xe đạp; *a jockey who has ridden six winners this season* một đô kề đã cưỡi sáu con ngựa đoạt giải mùa này **3.** đi xe *(xe buýt, xe lửa...)*: *ride on a train* đi xe lửa **4.** đi ngựa chơi đều đặn như một thú tiêu khiển: *she hasn't been riding since the accident* chị ta chưa rong ngựa đi chơi từ khi bị tai nạn **5.** đi *(ngựa, xe đạp)* xuyên qua: *ride the prairies* đi ngựa xuyên qua đồng cỏ **6.** lướt đi, bập bềnh; lênh đênh *a ship riding the waves* con tàu lướt sóng; *the moon was riding high in the sky* mặt trăng như đang lênh đênh trên trời cao **7.** lùi lại để bớt sức mạnh của *(cú đấm)* **8.** *(Mỹ)* cố ý gây khó khăn liên tục cho; quấy rầy. // **let something ride** *(kng)* để cho việc gì cứ tiếp diễn mà không tác động đến: *I'll let things ride for a week and see what happens* tôi sẽ để cho sự việc tiếp diễn một tuần mà không tác động đến xem cái gì sẽ xảy ra; **ride at anchor** thả neo; **ride for a fall** *(kng)* hành động một cách liều lĩnh: *she's riding for a fall, investing all her money in that shaky company* cô ta hành động một cách liều lĩnh, đầu tư hết cả tiền vào công ty yếu ớt ấy; **ride high** thành công lớn; ở vị trí cao nhất: *the English team are riding high at the moment, they've won their last five matches* đội Anh nhiên nay ở vị trí cao nhất, đã thắng cả năm trận cuối; **ride out the (a) storm** x storm; **ride roughshod over** đối xử thô bạo cục cằn với; đối xử một cách khinh miệt với: *he rode roughshod over all opposition to his ideas* anh ta đối xử cục cằn với mọi sự phản đối ý kiến anh ta; **ride to hounds** đi săn cáo bằng chó.

ride somebody down cưỡi ngựa xông vào húc ngã ai; **ride up** tòi lên khỏi vị trí bình thường *(vạt áo...)*: *this tight*

R

shirt rides up when I sit down vạt áo chật này cứ ngồi xuống là nó tòi lên.

rider /'raidə[r]/ *dt* **1.** người cưỡi *(ngựa, xe đạp...)* người biểu diễn môn cưỡi ngựa *(xiếc)*; dô kề *(cưỡi ngựa đua)* **2.** phụ lục *(văn kiện...)*; điều khoản thêm vào *(dự luật...)*: *we should like to add a rider to the previous remarks* chúng tôi sẽ thêm một điều vào những nhận xét trước đây.

riderless /'raidəlis/ *tt* không có người cưỡi: *a riderless horse* con ngựa không có người cưỡi.

ridge[1] /ridʒ/ *dt* **1.** chóp, chòm, ngọn, đỉnh *(núi)*; nóc *(nhà)*; sống *(mũi)*: *the ridge of a roof* nóc nhà **2.** dãy *(đồi núi)* **3.** lằn: *a ridge of high pressure (ktượng)* một lằn cao áp.

ridge[2] /ridʒ/ *dgt* phủ đầy lằn gợn, làm cho đầy lằn gợn: *a slightly ridged surface* một bề mặt hơi phủ lằn gợn.

ridge-pole /'ridʒpəʊl/ *dt* xà nóc *(ở lều bạt)*.

ridge-tile /'ridʒtail/ *dt* ngói nóc.

ridgeway /'ridʒwei/ *dt* đường mòn đỉnh đồi.

ridicule[1] /'ridikju:l/ *dt* sự nhạo báng, sự chế nhạo; sự giễu cợt: *you lay yourself open to ridicule by suggesting such a plan* đề nghị kế hoạch như thế anh sẽ làm cho thiên hạ chế nhạo; *he's become an object of ridicule* nó đã trở thành cái đích cho người ta nhạo báng.

ridicule[2] /'ridikju:l/ *dgt* nhạo báng, chế nhạo; giễu cợt: *they all ridiculed my suggestion* tất cả bọn họ chế nhạo đề nghị của tôi.

ridiculous /ri'dikjʊləs/ *tt* nực cười: *what a ridiculous idea!*

ý kiến mới nực cười làm sao! *you look ridiculous in the old hat!* anh đội chiếc mũ cũ ấy trông nực cười làm sao! // **[go] from the sublime to the ridiculous** x sublime.

ridiculously /ri'dikjələsli/ *pht* [một cách] nực cười: *the exam was ridiculously easy* kỳ thi dễ đến nực cười *(hết sức dễ)*.

ridiculousness /ri'dikjʊləsnis/ *dt* sự nực cười.

riding[1] /'raidiŋ/ *dt* **1.** sự cưỡi ngựa *(như là một môn thể thao, hay để tiêu khiển)* **2.** *(trong từ ghép)* [dùng khi] cưỡi ngựa: *riding-boots* ủng [đi khi] cưỡi ngựa.

riding[2] /'raidiŋ/ *dt* **1.** Riding quận *(một trong ba quận của Yorshire: East, North, West Riding)* **2.** *(ở Canada)* khu vực bầu cử.

riding-crop /'raidiŋkrɒp/ *dt* roi ngựa *(có vòng ở đầu)*.

riding-school /'raidiŋ sku:l/ *dt* trường dạy cưỡi ngựa.

rife /raif/ *tt (vị ngữ)* **1.** làn tràn, phổ biến: *is superstition still rife in the country?* mê tín còn phổ biến ở nông thôn không? **2.** (+ with) đầy rẫy: *be rife with social evils* đầy rẫy tệ nạn xã hội.

riff /rif/ *dt* tiết lặp *(ở nhạc dân gian)*.

riffle[1] /'rifl/ *dgt* trang, xóc *(bài)*. // **riffle through** lật nhanh *(trang sách, giấy tờ)*.

riffle[2] /'rifl/ *dt (Mỹ)* **1.** chỗ nước bập bềnh *(trên dòng nước, do có chỗ nông đáy đầy đá)* **2.** chỗ nước nông.

riff-raff /'rifræf/ *dt (thường the riff-raff) (xấu)* tầng lớp hạ lưu; tiện dân.

rifle[1] /'raifl/ *dt* súng trường.

rifle[2] /'raifl/ *dgt* xẻ rãnh xoắn ở *(nòng súng như kiểu ở súng trường)*.

rifle[3] /'raifl/ *dgt* lục lọi và lấy trộm: *the safe had been rifled and many documents taken* tủ sắt bị lục lọi và nhiều tài liệu bị lấy đi.

rifleman /'raiflmən/ *dt (snh* **riflemen** /'raiflmən/*)* lính súng trường.

rifle-range /'raiflreindʒ/ *dt* **1.** bãi tập bắn súng trường **2.** *(cg* **rifle-shot)** tầm đạn súng trường.

rifle-shot /'raiflʃɒt/ *dt* x rifle-range.

rifling /'raifliŋ/ *dt* rãnh xoắn nòng súng.

rift /rift/ *dt* **1.** vết nứt, vết rạn; chỗ quang *(trong đám mây)*: *a rift in the cloulds* chỗ quang trong đám mây **2.** vết rạn nứt *(trong tình bạn...)*: *a growing rift between the two factions* vết rạn nứt ngày càng tăng giữa hai bè phái.

rift-valley /'riftvæli/ *dt* thung lũng vách dốc do sụt đất.

rig[1] /rig/ *dgt* (-gg-) trang bị buồm chão *(cho tàu thuyền)*: *a fully-rigged vessel* chiếc tàu được trang bị đầy đủ những thứ cần thiết. // **rig out** a/ cấp quần áo; cấp trang bị: *the sergeant will rig you out with everything you need* viên đội sẽ cấp cho anh mọi trang bị mà anh cần b/ *(kng)* mặc, diện: *rigged out in his best clothes* diện quần áo đẹp nhất; **rig up** dựng lên một cách vội vàng chắp vá: *rig up a shelter for the night* dựng lên vội vàng một chỗ trú qua đêm.

rig[2] /rig/ *dt* **1.** cách buồm chão được bố trí *(trên tàu thuyền)* **2.** *(chủ yếu trong từ ghép)* thiết bị, trang bị *(dùng vào mục đích riêng)*: *a test rig* thiết bị thử nghiệm *(xe, đồ đạc...)*. **3.**

(kng) cách ăn mặc: *in working rig* mặc quần áo làm việc.

rig³ /rig/ *đgt* (-gg-) điều hành một cách gian lận: *he claimed [the result of] the election was rigged* ông ta kêu là kết quả bầu cử đã bị gian lận; *rig the market* tạo ra một sự tăng giá hoặc hạ giá giả tạo để trục lợi.

rigging /'rigiŋ/ *dt* the rigging thừng chão *(dỡ buồm và cột buồm trên tàu thuyền).*

rig-out /'rigaʊt/ *(kng)* bộ quần áo: *wearing a bizarre rig-out* mặc bộ quần áo kỳ dị.

right¹ /rait/ *tt* 1. đúng, phải: *you were quite right to refuse* anh từ chối là phải lắm; *what's the right time?* bây giờ là đúng mấy giờ? 2. hợp, thích hợp: *he's the right man for the job* hắn là người hợp với công việc ấy; *that coat's just right for you* chiếc áo ấy anh mặc thật vừa; *the right side of a fabric* mặt phải *(mặt phải cho ra ngoài)* của vải 3. (cg **all right**) ở trong trạng thái tốt; khỏe: *see if the brakes are all right* xem phanh có tốt không; *I feel quite all right* tôi cảm thấy khỏe 4. *(thngữ)* thực sự; hoàn toàn: *she is a right old witch* bà ta là một con mụ phù thủy thực sự. // **all right!** được!; tốt!; **all right on the night** tốt *(như ý muốn)* khi cần: *the hall isn't quite ready for the ceremony yet, but it will be all right on the night* sảnh đường chưa thật sẵn sàng để hành lễ, nhưng nó sẽ như ý muốn khi cần đến; **a bit of all right** x bit¹; **do the right (wrong) thing** làm cái gì có thể *(không thể)* chấp nhập được trong tình huống

đó; **have one's heart on the right place** x heart; **hit (strike) the right (wrong) note** x hit¹; **[not] in one's right mind** [không] bình thường về mặt tâm thần, [không] lành mạnh; **might is right** x might²; **not [quite] right in one's (the) head** xuẩn ngốc, hơi điên; **on the right (wrong) side of forty** x side¹; **on the right (wrong) side of somebody (something)** x side¹; **on the right (wrong) track** x track; **put (set) somebody (something) right** cho trở lại đúng thứ tự; sửa: *put a watch right* sửa đồng hồ lại cho đúng giờ; **right [you are]!** cg right-oh! *(kng)* đồng ý! được!; **[as] right as rain (as a trivet)** *(kng)* khỏe mạnh; trong tình trạng tốt; **start off on the right (wrong) foot** x start²; **touch the right chord** x touch¹.

right² /rait/ *pht* 1. đúng; ngay: *the wind was right in our faces* gió thổi ngay vào mặt chúng tôi 2. hoàn toàn: *the pear was rotten right through* quả lê thối hoàn toàn; *turn right round and go in the opposite direction* quay ngoắt lại hoàn toàn và đi theo hướng ngược lại 3. đúng, tốt, vừa ý: *have I guessed right or wrong?* tôi đã đoán đúng hay sai thế?; *nothing seems to be going right for me at the moment* chẳng có tí gì có vẻ vừa ý tôi lúc này cả, lúc này tôi có hàng lô vấn đề chưa đâu vào đâu cả. // **right (straight) away (off)** ngay tức thì, không chậm trễ; *I want it typed right away please* cái này tôi cần đánh máy ngay tức thì; **right now** ngay bây giờ; **see somebody right** bảo đảm rằng ai có tất cả mọi thứ cần thiết: *you needn't worry about running out of money - I'll always see you*

right anh không phải lo là cạn hết tiền, tôi sẽ luôn luôn bảo đảm cho anh có đầy đủ; **serve somebody right** x serve; **too right!** *(kng, chủ yếu ở Úc)* đồng ý quá!; được lắm!

right³ /rait/ *dt* 1. điều tốt, điều phải; *you're old enough to know the difference between right and wrong* anh cũng đã đủ trưởng thành để thấy được sự khác nhau giữa điều phải điều trái 2. quyền: *have no right (not have any right) to do something* không có quyền làm gì; *do the police have the right of arrest in this situation?* trong tình huống này, cảnh sát có quyền bắt giữ không?; *all rights reserved* tác giả giữ bản quyền. // **as of right; as by right** [một cách] đúng đắn, [một cách] chính đáng; vì có quyền hợp pháp: *the property belongs to her as of right* tài sản thuộc về bà ta một cách chính đáng; **be in the right** có công lý và sự thực về phía mình; **by right of something** vì cái gì, do bởi cái gì; **by rights** công bằng ra: *by rights, half the reward should be mine* công bằng mà ra thì nửa tiền thưởng là thuộc về tôi; **do right by somebody** đối xử công bằng đối với ai; **in one's own right** tự [quyền của] mình, tự [tư cách của] mình: *she's a peeress in her own right* bà ta tự mình đã là một nữ khanh tướng *(chứ không phải vì lấy khanh tướng mà được như thế)*: **put (set) to rights** sắp xếp cho có thứ tự: *it took me ages to put things to rights after workmen had finished* tôi đã mất rất nhiều thời gian để sắp xếp đồ đạc cho có thứ tự sau khi thợ đã làm xong; **the rights and wrongs of some-**

R

thing sự thật của một sự việc; **stand on one's rights** khăng khăng đòi được đối xử thích đáng; **two wrongs don't make a right** *x* wrong; **within one's rights** có quyền, không vượt ra ngoài quyền *(làm gì)* của mình: *he is quite within his rights to demand an inquiry* nó hoàn toàn có quyền đòi thẩm tra.

right⁴ /rait/ *đgt right itself; right something* **1.** sửa lại cho ngay, lấy lại cho thẳng *(hướng đi của tàu xe)*: *I managed to right the car after it skidded* tôi điều khiển cho xe chạy thẳng lại sau khi nó bị trượt; *the ship righted itself after the big wave had passed* con tàu tự lấy lại hướng đi thẳng sau khi cơn sóng lớn đã qua đi **2.** sửa; uốn nắn: *right a wrong* uốn nắn một điều sai trái; *the fault will right itself if you give it time* lỗi sẽ tự nó được sửa chữa nếu anh cho nó thời gian.

right⁵ /rait/ *tt* phải, mặt, hữu *(trái với* trái): *my right eye* mắt phải của tôi; *in Britain we drive on the left side of the road, not the right side* ở Anh chúng ta lái xe bên trái đường, không phải bên phải.

right⁶ /rait/ *pht* [về bên] phải: *turn right at the end of the street* cuối phố rẽ phải. // *eyes right (left, front)* *x* eye¹; *left, right and centre* *x* left²; **right and left** khắp nơi: *he owes money right and left* nó nợ tiền khắp nơi.

right⁷ /rait/ *dt* **1.** bên phải, phía tay phải: *the first turning to (on) the right* chỗ rẽ đầu tiên bên phải **2.** tay phải, cú đánh bằng tay phải: *he was hit with a succession of rights* nó bị đánh một

loạt cú tay phải; *defend yourself with your right* dùng tay phải mà chống đỡ **3. the Right** *(chính)* phe hữu, cánh hữu *(của một đảng, một nhóm)*.

right angle /'raitæŋgld/ góc vuông: *at [a] right angle to the wall* vuông góc với tường.

right-angled /'raitæŋgld/ *tt* vuông góc: *a right-angled triangle* tam giác vuông.

right bank /,rait'bæŋk/ *dt* hữu ngạn *(sông)*.

righteous /'raitʃəs/ *tt* **1.** làm những việc hợp đạo lý **2.** chính đáng: *righteous indignation* sự phẫn nộ chính đáng.

righteously /'raitʃəsli/ *pht* **1.** [một cách] hợp đạo lý **2.** [một cách] chính đáng.

righteousness /'raitʃəsnis/ *dt* **1.** tính chất hợp đạo lý **2.** tính chất chính đáng.

rightful /'raitfl/ *tt* đúng đắn, hợp pháp: *rightful claim* một yêu sách đúng đắn; *the rightful owner* người sở hữu hợp pháp.

rightfully /'raitfəli/ *pht* [một cách] đúng đắn; [một cách] hợp pháp.

right-hand /'raithænd/ *tt (thngữ)* [ở bên] phải: *a right-hand glove* chiếc găng tay bên phải; *make a right-hand turn* rẽ phải.

right-handed¹ /,rait'hændid/ *tt* **1.** thuận tay phải **2.** bằng tay phải: *a right-handed blow* cú đấm tay phải **3.** hợp tay phải *(dụng cụ)* **4.** đinh ốc xoáy sang phải mà vặn vào.

right-handed² /,rait'hændid/ *pht* bằng tay phải, với tay phải: *play tennis right-handed* chơi quần vợt bằng tay phải.

right-handedness /,rait-'hændidnis/ *dt* **1.** sự thuận tay phải **2.** sự hợp tay phải.

right-hander /,rait'hændə[r]/ *dt* **1.** người thuận tay phải **2.** cú đấm tay phải.

right-hand man /,raithænd-'mæn/ cánh tay phải *(bóng)*, người giúp việc đắc lực.

Right Honourable /,rait-'ɒnərəbl/ ngài, tướng công *(tiếng tôn xưng các vị tước hầu trở xuống, các vị bộ trưởng trong nội các...)*: *Right Honourable Foreign Secretary* Ngài Ngoại trưởng.

rightist¹ /'raitist/ *dt (chính)* người phe hữu, người cánh hữu.

rightist² /'raitist/ *tt (chính)* [thuộc] phe hữu, [thuộc] cánh hữu.

rightly /'raitli/ *pht* phải; đúng; đúng đắn.

right-minded /,rait'maindid/ *tt* có ý kiến đúng đắn; cương trực: *all right-minded peole will be surely shocked by this outrage* mọi người cương trực chắc là sẽ căm phẫn vì sự xúc phạm ấy.

right-mindedness /,rait-'maindidnis/ *dt* tính cương trực.

rightness /'raitnis/ *dt* sự đúng đắn: *they believed in the rightness of what they are doing* họ tin vào sự đúng đắn của những việc họ đang làm.

right of way /,raitəv'wei/ **1.** quyền đi qua *(đất người khác...)*: *we have a right of way across his field to our house* chúng tôi có quyền đi qua cánh đồng của ông ta để về nhà chúng tôi **2.** quyền được đi trong khi xe khác còn phải chờ: *it's my right of way, so you should have stopped and let me go* đây là quyền của tôi được đi, vì vậy anh phải dừng lại cho xe tôi đi.

Right Reverend /ˌrait'revə-rənd/ Đức giám mục: *the Right Reverend Richard Harries, Bishop of Oxford* Đức Richard Harries, Giám mục Oxford.

rights issue /'raits'iʃu:/ (*thương*) sự phát hành cổ phần giá hạ cho các nguyên cổ đông.

right triangle /ˌrait'trai-æŋgl/ (*Mỹ*) *nh* right-angled triangle.

right turn /ˌrait'tɜ:n/ rẽ tay phải theo hướng vuông góc.

rightward /'raitwəd/ *tt* ở bên phải; về bên phải.

rightwards /'raitwədz/ *pht* ở bên phải; về bên phải.

right wing[1] /ˌrait'wiŋ/ (*chính*) cánh hữu: *on the right wing of the Labour* ở cánh hữu của Đảng Lao động.

right-wing[2] /ˌrait'wiŋ/ *tt* (*chính*) [thuộc] cánh hữu.

rigid /'ridʒid/ *tt* 1. cứng: *a tent supported on a rigid framework* một chiếc lều có khung cứng đỡ 2. cứng nhắc: *a man of very rigid principles* một người nguyên tắc cứng nhắc; *right discipline* kỷ luật cứng nhắc.

rigidity /ri'dʒidəti/ *dt* 1. sự cứng: *the rigidity of a metal* sự cứng của một kim loại 2. sự cứng nhắc: *he deplored the rigidity of her views* anh ta phàn nàn về quan điểm cứng nhắc của cô.

rigidly /'ridʒidli/ *pht* 1. [một cách] cứng: *rigidly constructed buildings* những tòa nhà xây vững chắc 2. [một cách cứng nhắc: *rigidly opposed to any change* chống lại bất cứ thay đổi nào một cách cứng·nhắc.

rigmarole /'rigmərəʊl/ (*thường số ít*) (*xấu*) 1. thủ tục lôi thôi (*một cách không cần thiết*) 2. câu chuyện dài dòng không đâu vào đâu: *I've never heard such a rigmarole* tôi chưa bao giờ nghe một câu chuyện dài dòng không đâu vào đâu như thế cả.

rigor /'rigə[r]/ *dt* (*Mỹ*) x rigour.

rigor mortis /ˌrigə'mɔ:tis/ (*tiếng La-tinh*) sự cứng đờ xác chết: *bury somebody before rigor mortis set in* chôn cất ai trước khi xác cứng đờ.

rigorous /'rigərəs/ *tt* 1. khắt khe (*kỷ luật...*) 2. chặt chẽ; nghiêm ngặt: *a rigorous examination* sự xem xét nghiêm ngặt 3. khắc nghiệt (*thời tiết...*).

rigorously /'rigərəsli/ *pht* 1. [một cách] khắt khe 2. [một cách chặt chẽ; [một cách nghiêm ngặt 3. [một cách] khắc nghiệt.

rigorousness /'rigərəsnis/ *dt* 1. sự khắt khe 2. sự chặt chẽ, sự nghiêm ngặt 3. sự khắc nghiệt.

rigour (*Mỹ*) **rigor** /'rigə[r]/ *dt* 1. sự khắt khe: *he deserves to be punished with the full rigour of the law* nó đáng bị trừng phạt với tất cả sự khắt khe của luật pháp 2. (*thường snh*) điều kiện khắc nghiệt; hoàn cảnh khắc khổ: *the rigour[s] of an Arctic winter* điều kiện khắc nghiệt của mùa đông Bắc cực; *the rigour[s] of prison life* điều kiện khắc khổ của cuộc sống trong tù 3. sự nghiêm ngặt, sự chặt chẽ (*dùng với ý khen*): *the rigour of a scientific proof* sự chặt chẽ của một cuộc thử nghiệm khoa học.

rile /rail/ *đgt* (*kng*) chọc tức; làm nổi cáu: *don't get rile* đừng nổi cáu; *it riles me that he won't agree* nó không đồng ý, điều đó làm tôi nổi cáu.

rim[1] /rim/ *dt* 1. vành (*bánh xe*) 2. cạp vành (*rổ, rá*); miệng (*bát, chum, vại*): *a glass of beer full to the rim* một cốc bia đầy tới miệng.

rim[2] /rim/ *đgt* (-mm-) 1. cho vành vào (*mắt kính*) cho cạp vào (*rổ, rá...*) 2. viền chung quanh, vây bọc chung quanh: *mountains rimmed the valley* núi vây bọc chung quanh thung lũng.

rimless /'rimlis/ *tt* không có vành, không có cạp: *she wore rimless glasses* chị ta mang kính không vành (*không có vành quanh mắt kính*): *a rimless hat* chiếc mũ không vành.

-rimmed (*trong các tính từ ghép*) có vành (*theo kiểu nào đó*): *steel-rimmed glasses* kính có vành thép.

rime /raim/ *dt* (*tu từ*) sương giá.

rind /raind/ *dt* vỏ (*quả cam, quả chanh*), cùi (*pho-mát*); bì (*thịt lợn xông khói...*).

ring[1] /riŋ/ *dt* 1. nhẫn: *a wedding ring* nhẫn cưới 2. vòng: *a key ring* vòng đeo chìa khóa; *a ring of light round the moon* vòng (*quầng*) sáng quanh mặt trăng; *the rings in the tree* vòng gỗ hằng năm (*trên mặt cắt ngang gỗ cây*); *puff out smoke-rings* phà ra những vòng khói thuốc lá; *the men were standing in a ring* người đứng thành vòng tròn; *dark rings round her eyes from lack of sleep* những vòng (*quầng*) thâm quanh mắt nàng do thiếu ngủ 3. nhóm, bọn, ổ: *a spy ring* ổ gián điệp 4. (*cg* **circus ring**)

R

sàn diễn xiếc (hình tròn) **5.** (cg **boxing ring**) vũ đài (dấu quyền Anh). // **run rings round somebody** (kng) làm tốt và nhanh hơn ai nhiều.

ring² /riŋ/ dgt (**-ed**) **1.** (chủ yếu ở dạng bị động) bao quanh, bao vây: a high fence ringed the prison camp một bức rào cao bao quanh trại tù; ringed about with enemies bị quân thù bao vây **2.** khoanh một vòng tròn quanh: ring the correct answer with your pencil lấy bút chì khoanh một vòng tròn quanh câu trả lời đúng **3.** đeo vòng (vào chân chim để đánh dấu); xỏ vòng mũi (vào trâu bò).

ring³ /riŋ/ dgt (**rang; rung**) **1.** rung, reo, [làm] kêu leng keng: the bell rings chuông reo; ring the bell rung chuông **2.** rung chuông gọi, rung chuông báo hiệu: ring the fire alarm rung chuông báo động hỏa hoạn; ring at the door rung chuông gọi cửa; ring for the maid rung chuông gọi người hầu gái **3.** đánh chuông điểm (mấy giờ...): ring the hours but not the quarters đánh chuông điểm giờ chứ không điểm từng khắc **4.** vang lên; ù lên: the playground rang with children shouts sân chơi vang lên tiếng la hét của trẻ; the music was so loud it made my ears ring tiếng nhạc lớn đến nỗi làm tôi ù tai **5.** (+ up) gọi điện thoại: ring somebody up gọi điện thoại cho ai **6.** nghe có vẻ: his story rang true câu chuyện của anh ta nghe có vẻ thực. // **ring a bell** (kng) làm nhớ mang máng; nghe quen quen: his name rings a bell, perhaps we've met somewhere tên anh ta nghe quen quen, có thể là chúng tôi đã gặp nhau đâu đấy;

ring hollow nghe có vẻ không thành thật; **ring the changes** kéo chuông nhà thờ loan tin; **ring the changes on** thay đổi (đổi khác) lễ lối hàng ngày, thay đổi cách hành động: she likes to ring the changes [on how her office is arranged] chị ta thích đổi khác lễ lối hằng ngày trong cách sắp xếp cơ quan; **ring up (down) the curtain** a/ kéo màn lên (hạ màn xuống) (ở rạp hát) b/ mở (hạ) màn: ring up the curtain on a new football season mở màn một mùa bóng mới; **ring out the old year and ring in the new** loan tin làm lễ tiễn năm cũ rước năm mới.

ring off thôi nói chuyện bằng điện thoại, gác ống nghe: he rang off before I could explain anh ta gác ống nghe khi tôi chưa kịp giải thích; **ring out** kêu to và rõ: a pistol shot rang out một phát súng ngắn nghe kêu to và rõ; **ring something up** ghi (một số tiền) vào sổ quỹ: ring up all the items, the total, £6.99 ghi hết mọi khoản vào sổ quỹ, tổng cộng là 6,99 bảng.

ring⁴ /riŋ/ dt **1.** sự rung chuông; tiếng chuông: there was a ring at the door có tiếng chuông gọi ở cửa **2.** (số ít) tiếng leng keng; tiếng rung ngân; tiếng lanh lảnh (của giọng nói) **3.** (số ít) vẻ, cảm giác (theo kiểu nào đó): that has a (the) ring of truth about it cái đó có vẻ thật **4.** (kng) (Mỹ **call**) sự gọi điện thoại: I'll give you a ring tomorrow ngày mai tôi sẽ gọi điện thoại cho anh.

ring binder /riŋbaində[r]/ gáy xoắn (ở cuốn sổ tay...).

ringer /riŋə[r]/ dt **1.** người kéo chuông **2.** (Mỹ) người tham gia một cuộc đua dưới

một tên giả. // **be a dead ringer for somebody** x dead.

ring-finger /riŋfiŋgə[r]/ dt ngón nhẫn (ngón tay).

ringleader /riŋli:də[r]/ dt người cầm đầu (một nhóm gây rối, một nhóm bạo loạn...).

ringlet /riŋlit/ dt (thường snh) món tóc quăn thõng xuống.

ring mains /riŋmeins/ mạch điện chính (trong nhà).

ring master /riŋma:stə[r]/ dt người chỉ đạo biểu diễn (xiếc).

ring-pull /riŋpul/ dt vòng kéo (để mở hộp ở nắp lon bia...).

ring road /riŋrəud/ đường vành đai (quanh thành phố).

ringside /riŋsaid/ dt **the ringside** chỗ ngay cạnh vũ đài, chỗ ngay cạnh sới vật. // **have a ringside seat** được ở một vị trí thuận lợi để quan sát và nhìn thấy cái gì.

ringworm /riŋwɜ:m/ dt (y) bệnh écpét mảng tròn.

rink /riŋk/ dt sân băng, sân trượt băng.

rinse¹ /rins/ dgt **1.** súc, rửa qua: rinse one's mouth súc miệng; he rinsed his hands quickly before eating nó rửa qua tay trước khi ăn **2.** giũ, xả: rinse the clothes giũ quần áo. // **rinse down** (kng) uống để chiêu, uống để đưa (thức ăn) đi: a sandwich and a glass of beer to rinse it down một chiếc bánh mì kẹp nhân và một cốc bia để chiêu thức ăn; **rinse out of, rinse from** giũ, xả: I rinsed the shampoo out of his hair tôi giũ tóc anh ta cho sạch hết dầu gội đầu.

rinse² /rins/ dt **1.** sự súc, sự rửa qua **2.** sự giũ, sự xả: give your hair a good rinse after shampooing giũ tóc cho sạch sau khi gội đầu 3. thuốc nhuộm tóc.

riot¹ /'raiət/ *dt* 1. sự náo loạn 2. cuộc náo loạn: *riots broke out in several areas*/ náo loạn nổ ra ở nhiều vùng; *the police succeeded in quelling the riot* cảnh sát đã dập tắt được cuộc náo loạn 3. *(số ít)* **riot of something** sự phô bày vô khối cái gì: *the flower-beds were a riot of colour* luống hoa là cả một sự phô bày vô khối màu sắc; *a riot of emotion* sự phô bày tình cảm phong phú 4. **a riot** *(kng)* vật rất buồn cười; người rất buồn cười: *she's an absolute riot* cô ta thật rất buồn cười. // **read the Riot Act** *x* read; **run riot** tha hồ hoành hành, phát triển bừa bãi: *inflation is running riot and prices are out of control* lạm phát tha hồ tăng lên và giá cả không còn trong phạm vi kiểm soát.

riot² /'raiət/ *dgt* gây náo loạn: *they're rioting in the streets* chúng đang gây náo loạn ở trên đường phố.

rioter /'raiətə[r]/ *dt* kẻ gây náo loạn.

riotous /'raiətəs/ *tt* 1. náo loạn, hỗn loạn: *a riotous assembly* một cuộc họp hỗn loạn 2. *(thngữ) (thường xấu)* huyên náo; thả cửa: *riotous laughter* trận cười thả cửa.

riotously /'raiətəsli/ *pht* hết sức: *riotously funny* hết sức buồn cười.

riotousness /'raiətəsnis/ *dt* thói bừa bãi, náo loạn.

riot police /'raiətpəli:s/ cảnh sát [chuyên] dẹp bạo loạn.

riot shield /'raiətʃi:ld/ cái khiên chống bạo loạn.

rip¹ /rip/ *dgt* (-pp) xé toạc ra; bóc toạc ra; rách thủng: *rip a piece of cloth in two* xé tấm vải làm đôi; *be care-ful with that dress, it rips easily* hãy cẩn thận với chiếc áo này, nó dễ rách lắm đấy; *rip open a letter* bóc toạc lá thư ra. // **let rip about (against, at)** nói mạnh mẽ và sôi nổi về (chống lại ai, cái gì): *let rip against the go-vernment* phản đối mạnh mẽ chính phủ; **let something rip** *(kng)* a/ cho *(xe, máy...)* chạy hết tốc độ b/ để *(sự vật)* phát triển tự nhiên, không tìm cách kiểm soát đến: *they just let inflation rip* họ hoàn toàn bỏ mặc cho lạm phát phát triển.

rip somebody off *(lóng)* lừa, chém *(tiền)*: *they really ripped us off at that hotel* ở khách sạn ấy họ chém chúng tôi thực sự; **rip something off** a/ giật mạnh mà bỏ đi: *rip the cover off a book* giật mạnh mà bỏ bìa sách đi. b/ đánh cắp, xoáy: *somebody's ripped off my wallet* ai đó đã xoáy mất cái túi dết của tôi rồi.

rip² /rip/ *dt* 1. vết xé dài, vết toạc dài: *there's a big rip in my sleeve* ở tay áo tôi có một vết toạc to 2. dải nước chảy mạnh *(trên dòng sông, trên biển)*.

RIP /,a:rai'pi:/ *(vt của tiếng La tinh* requiescat (requies-cant) in pace) *(thường ghi trên mộ chí)* [cầu mong cho ông, bà, các vị] yên nghỉ: *James Dent RIP* cầu mong cho ông James Dent yên nghỉ.

riparian /rai'peəriən/ *tt* ven bờ *(sông, hồ)*; [sống ở] ven bờ *(sông, hồ)*: *riparian pro-prietor* chủ đất ven bờ.

rip-cord /'ripkɔ:d/ *dt* dây dù *(người nhảy dù kéo để thả dù ra)*.

ripe /raip/ *tt* 1. chín: *are the apples ripe enough to eat yet?* táo đã đủ chín để ăn được chưa?; *harvest the ripe corn* gặt lúa chín; *her lips were ripe as cherries* môi nàng đỏ mộng như anh đào chín 2. tới độ *(pho mát)*: *ripe cheese* pho mát đã tới độ 3. đứng tuổi *(người)*: *men of ripe years* những người đã đứng tuổi 4. chín muồi: *a nation ripe for revolution* một nước mà điều kiện để tiến hành cách mạng đã chín muồi. // **the time is ripe** *x* time¹.

ripen /'raipən/ *dgt* [làm cho] chín: *the corn ripens in the sun* hạt ngũ cốc chín trong ánh nắng; *the sun rip-ens the corn* ánh nắng làm chín hạt ngũ cốc.

ripeness /'raipnis/ *dt* sự chín.

rip-off /'ripɔf/ *dt (thường số ít) (lóng)* sự lừa gạt, sự cắt cổ, sự chém *(tiền)*: *80p for a cup of coffee? what a rip-off!* 80 xu một chén cà phê? cắt cổ thật!

riposte¹ /ri'pɔst/ *dt* 1. lời đập lại: *a witty riposte* lời đập lại dí dỏm 2. miếng đánh trả *(dấu gươm)*.

riposte² /ri'pɔst/ *dgt* 1. đập lại *(một lời phê bình...)* 2. đánh trả lại *(dấu gươm)*.

ripple¹ /'ripl/ *dt* 1. sóng lăn tăn: *the light wind caused ripples to appear on the pool* làn gió nhẹ làm mặt vũng nước gợn lăn tăn 2. vết lăn tăn *(như sóng gợn)*: *slight ripples on the surface of the metal* những vết lăn tăn nhẹ trên mặt kim loại 3. tiếng rì rầm; tiếng róc rách: *a ripple of conversation* tiếng rì rầm chuyện trò.

ripple² /'ripl/ *dgt* 1. [làm] gợn sóng lăn tăn: *the corn-field rippling in the breeze* cánh đồng ngũ cốc gợn sóng lăn tăn trong làn gió nhẹ 2. tạo nên những vết lăn

R

tăn: *the rippled surface of the sand* mặt lăn tăn của cát **3.** rì rầm, róc rách: *a rippling stream* dòng suối róc rách.

rip-roaring /'riprɔːriŋ/ *tt* (*kng*) (*thngũ*) **1.** ồn ào, náo động: *a rip-roaring party* buổi liên hoan ồn ào **2.** lớn, to lớn: *the film was a rip-roaring success* cuốn phim là cả một sự thành công lớn.

ripsaw /'ripsɔː/ *dt* cái cưa xẻ.

rip-tide /'riptaid/ *dt* nước triều cao (*gây nên dòng chảy mạnh*).

rise[1] /raiz/ *dt* **1.** sự thăng (*cấp bậc...*), sự tiến lên (*địa vị xã hội...*): *the rise and fall in life* thăng trầm trong cuộc đời **2.** sự tăng: *a rise in the price of meat* sự tăng giá thịt **3.** sự lên, sự dâng lên, sự leo lên: *at rise of sun* lúc mặt trời mọc; *a bird on the rise* con chim đang bay lên; *the rise to power* sự lên nắm chính quyền **4.** (*Mỹ* **raise**) sự tăng lương: *demand a rise [in wages] from next October* yêu cầu tăng lương từ tháng mười tới **5.** đường dốc, chỗ dốc; gò cao: *a church situated on a small rise* một nhà thờ ở trên một gò nhỏ. // **get (take) a rise out of somebody** chọc cho ai bực bội; chọc cho ai nổi cáu lên; **give rise to** gây ra (*việc gì*).

rise[2] /raiz/ *dgt* (**rose; risen**) **1.** lên, dâng lên, tăng lên, bốc lên, mọc lên: *the cost of living continues to rise* giá sinh hoạt tiếp tục tăng lên; *the river has risen [by] several metres* nước sông đã lên mấy mét; *smoke rises up* khói bốc lên; *the wind is rising* gió đang nổi lên; *the sun rises in the east and*

sets in the west mặt trời mọc ở phương đông và lặn ở phương tây **2.** dậy, đứng dậy, đứng lên: *accustomed to rising early* quen dậy sớm; *he rose to welcome me* ông ta đứng dậy để đón tôi **3.** bế mạc; kết thúc phiên họp: *the House rose at 10 pm* hạ nghị viện kết thúc phiên họp (*bế mạc*) lúc 10 giờ đêm **4.** dựng [đứng] lên: *the hair on the back of my neck rose when I heard the scream* tóc gáy tôi dựng lên khi tôi nghe tiếng kêu thất thanh ấy **5.** *rise [up]* nổi lên, nổi dậy: *rise [up] against the government* nổi dậy chống chính phủ **6.** gia tăng phấn khởi, hân hoan lên: *her spirits rose at the news* tinh thần chi ta phấn chấn khi nghe tin ấy **7.** tiến lên, thành đạt: *he rose from the ranks to become an officer* anh ta từ lính trơn tiến lên cấp sĩ quan **8.** dậy, nở (*bột*): *my cake is a disaster - it hasn't risen* bánh của tôi thật là cả một thảm họa, bột không dậy **9.** bắt nguồn: *where does the Nile rise?* sông Nil bắt nguồn từ đâu?; *the quarrel rose from (out of) a misunderstanding* vụ cãi nhau bắt nguồn từ một sự hiểu lầm. // **early to bed and early to rise** *x* early; **make somebody's gorge rise** *x* gorge[1]; **make one's hackles rise** *x* hackles; **rise and shine** (*thường dùng ở thức mệnh lệnh*) ra khỏi giường và hoạt động; **rise from the dead** sống lại; **rise to the bait** không chống nổi sự cám dỗ: *as soon as I mentioned money he rose to the bait, and became really interested* ngay khi tôi nói đến tiền là anh ta không chống nổi sự cám dỗ và tỏ ra thực sự quan tâm; **rise to the occasion** tỏ

ra có khả năng đối phó với tình thế khó khăn bất ngờ: *when the guest speaker failed to arrive, the chairman rose to the occasion and make a very amusing speech himself* khi vị khách được mời đến diễn thuyết không tới được, ông chủ tịch đã tỏ ra có khả năng ứng phó với sự việc bất ngờ đó và tự mình nói một bài rất vui.

rise above something [tỏ ra] trên tầm và có khả năng giải quyết sự việc gì.

risen /'rizn/ *dttqk* của rise.

riser /'raizə[r]/ *dt* **1.** người [hay] dậy (*vào một giờ nào đó buổi sáng*): *an early riser* người hay dậy sớm; *a late riser* người hay dậy muộn **2.** ván đứng (*giữa hai bậc cầu thang*).

risibility /ˌrizə'biləti/ *dt* tính [chất] buồn cười.

risible /'rizəbl/ *tt* (*thường dùa*) buồn cười: *the entire proposal is risible: it will never be accepted* toàn bộ đề nghị thật buồn cười, chẳng bao giờ được chấp nhận đâu.

rising[1] /'raiziŋ/ *dt* cuộc nổi dậy, cuộc nổi loạn.

rising[2] /'raiziŋ/ *tt* đang lên: *a rising tennis star* một ngôi sao quần vợt đang lên.

rising[3] /'raiziŋ/ *pht* gần, sắp (*bao nhiêu tuổi*): *the child is rising six* cháu bé sắp sáu tuổi; *Mrs Smith teaches the rising fives* bà Smith dạy các cháu gần năm tuổi.

rising damp /ˌraiziŋ'dæmp/ vệt ẩm thấm lên chân tường.

rising generation /ˌraiziŋdʒenə'reiʃn/ *the rising generation* thế hệ đang lớn lên.

risk[1] /risk/ *dt* **1.** điều rủi ro, khả năng bất trắc: *is there* *any risks of the bomb exploding?* có khả năng bất trắc là quả bom nổ không? *there's no risk that she'll fail* không thể có rủi ro là chị ta thất bại **2.** người (vật) đáng liều *(để làm việc gì): because of his high blood pressure, he's not a very good risk for life insurance* vì có huyết áp cao, ông ta không phải là một đối tượng tốt đáng nhận bảo hiểm nhân thọ. // **at one's own risk** bản thân phải gánh lấy mọi rủi ro bất trắc: *persons swimming beyond this point do so at their own risk* những người bơi quá điểm này bản thân phải gánh lấy mọi rủi ro bất trắc; **at risk** có khả năng thua thiệt thất bại; lâm nguy: *the whole future of the company is at risk* toàn bộ tương lai của công ty đang lâm nguy; **at the risk of [doing something]** với khả năng làm việc gì: *at the risk of sounding ungrateful, I must refuse your offer* với khả năng mang tiếng là vô ơn bội nghĩa, tôi phải khước từ lời đề nghị của anh; **at risk to somebody (something)** với khả năng mất, với khả năng phương hại đến *(ai, cái gì): he saved the child at considerable risk to his own life* anh ta cứu đứa bé, mặc dầu việc ấy có thể phương hại đến chính mạng sống của anh ta; **a calculated risk** x calculate; **run the risk [of doing something]; run risk** làm việc gì đó có khả năng dẫn ta đến *(kết cục nào đó): he runs more risk of being arrested* nó có nhiều khả năng bị bắt hơn; **take a risk (risks)** liều làm gì: *you can't get rich without taking risks* anh không thể trở nên giàu có mà không phải liều.

risk² /risk/ *dgt* **1.** liều: *risk one's life* liều mạng **2.** có cơ phải chịu *(rủi ro, nguy hiểm): risk failure* có cơ phải chịu thất bại.

riskily /'riskili/ *pht* [một cách đầy rủi ro nguy hiểm.

riskiness /'riskinis/ *dt* sự đầy rủi ro nguy hiểm.

risky /'riski/ *tt* đầy rủi ro nguy hiểm.

risotto /ri'zɒtəʊ/ *dt* (*snh* **risottos**) cơm nấu nước xuýt *(theo kiểu I-ta-li-a).*

risqué /'ri:skei, *(Mỹ* ri's-kei)/ *tt* hơi khiếm nhã *(lời nhận xét, câu chuyện, bộ phận quần áo...).*

rissole /'risəʊl/ *dt* viên chả rán.

rite /rait/ *dt* nghi lễ, nghi thức: *burial rites* nghi lễ mai táng; *nuptial rites* nghi lễ hợp cẩn; *the rites of hospitality* nghi thức đón khách.

ritual¹ /'ritʃʊəl/ *dt* **1.** trình tự hành lễ; nghi lễ: *the ritual of the Catholic Church* trình tự hành lễ của nhà thờ công giáo **2.** *(đùa)* trình tự muôn thuở: *he went through the ritual of filling and lighting his pipe* ông ta thực hiện đầy đủ trình tự muôn thuở là nhồi thuốc vào tẩu và châm thuốc hút.

ritual² /'ritʃʊəl/ *tt (thngữ)* [thuộc] nghi lễ; theo nghi thức: *ritual phrases of greeting* câu chào hỏi theo nghi thức.

ritualism /'ritʃʊəlizəm/ *dt* *(thường xấu)* thói nệ nghi thức.

ritualistic /,ritʊə'listik/ *tt* nệ nghi thức.

ritually /'ritʃʊəli/ *pht* theo nghi thức.

ritzy /'ritsi/ *tt* (**-ier; -iest**) *(cũ, kng)* lịch sự; sang trọng.

rival¹ /'raivl/ *dt* kẻ kình địch, kẻ cạnh tranh; đối thủ: *a new rival for the title of champion* một đối thủ mới trong việc giành danh hiệu quán quân; *rivals in love* kẻ tình địch trong tình yêu; *a violinist without a rival* nghệ sĩ dương cầm xuất chúng (không có đối thủ); *a rival firm* một hãng cạnh tranh.

rival² /'raivl/ *dgt* (**-ll-, Mỹ cg -l-**) bì với, sánh với: *cricket cannot rival football for (in) excitement* crickê không thể sánh với bóng đá về mặt đem lại hứng thú.

rivalry /'raivlri/ *dt* sự kình địch, sự ganh đua: *enter in rivalry with somebody* kình địch với ai; ganh đua với ai; *a country paralysed by political rivalries* một đất nước bị tê liệt vì kình địch về chính trị.

riven /'rivn/ *tt (vị ngữ) (tu từ)* bị chia xẻ: *a family riven by ancient feuds* một gia đình chia xẻ bởi những mối hận thù xưa.

river /'rivə[r]/ *dt* **1.** [con] sông, dòng sông: *the River Thames* sông Thames; *the Mississipi River* sông Mississipi; *sail up the river* đi thuyền buồm ngược dòng sông **2.** dòng chảy lai láng: *rivers of blood* dòng máu lai láng. // **sell somebody down the river** x sell.

river basin /'rivə,beisn/ lưu vực sông.

river-bed /'rivəbed/ *dt* lòng sông.

riverside /'rivəsaid/ *dt* bờ sông: *go for a walk along the riverside* đi dạo chơi dọc theo bờ sông; *a riverside pub* quán rượu bờ sông.

rivet¹ /'rivit/ *dt* đinh tán.

rivet² /'rivit/ *dgt* **1.** ghép bằng đinh tán: *riveted to-*

R

gether ghép với nhau bằng đinh tán **2.** *(thường ở dạng bị động)* gắn chặt; cố định lại: *we stood riveted to the spot* chúng tôi đứng gắn chặt (như đóng đinh) tại chỗ **3.** tập trung *(sự chú ý)*; dán *(mắt nhìn)*: *rivet one's eyes on (upon) something* dán mắt nhìn vào cái gì.

riveter /'rivitə[r]/ *dt* thợ tán đinh.

riveting /'rivitiŋ/ *tt* lôi cuốn sự chú ý, rất hấp dẫn; mê ly: *an absolutely riveting performance* một kỳ công rất mực mê ly.

Riviera /,rivi'eərə/ *dt* **1.** *the Riviera* vùng Riviera *(ở bờ biển Địa Trung Hải nổi tiếng về khí hậu và cảnh vật, với nhiều nơi nghỉ mát)* **2.** dải ven biển lắm người tới nghỉ mát *(như vùng Riviera).*

rivulet /'rivjʊlit/ *dt* dòng suối nhỏ: *rivulets running down the mountainside* những dòng suối nhỏ chảy xuôi sườn núi; *rivulets of sweat on his forehead* những dòng mồ hôi trên trán anh ta.

riyal /ri:'a:l/ *dt* **1.** đồng rian *(tiền Dubai và Qatar)* **2.** *(cg* **rial)** đồng rian *(tiền Arabia Saudi và Yemen).*

rly *vt của* railway *(trên bản đồ...).*

RM /,a:r'em/ *(vt của* Royal Marine) thủy quân lục chiến Hoàng gia.

rm *vt của* room: *rm 603* phòng 603 *(ở khách sạn).*

RN /,a:r'en/ **1.** *(Mỹ) (vt của* registered nurse) chị bảo mẫu **2.** *(Anh) (vt của* Royal Navy) thủy quân Hoàng gia.

RNA /,a:ren'ei/ *(hóa) vt của* ribonucleic acid.

RNIB /,a:renai'bi/ *vt của* Royal National Institue for the Blind *(Anh).*

RNLI /,a:renel'ai/ *vt của* Royal National Lifeboat Institution *(Anh).*

roach[1] /rəʊtʃ/ *dt (snh kđổi) (động)* cá gacđon *(thuộc họ cá chép).*

roach[2] /rəʊtʃ/ *dt (snh* **roaches)** *(chủ yếu Mỹ)* **1.** *(kng) nh* cockroach **2.** *(lóng)* mẫu thuốc lá cần sa.

road /rəʊd/ *dt* **1.** [con] đường: *high road* đường cái; *a road-map of Scotland* bản đồ đường sá Ê-cốt **2.** (Road, *vt* Rd) đường phố: *35 York Rd* 35 đường phố York **3.** *(thường snh)* vũng tàu: *anchor in the roads* thả neo ở vũng tàu. // **all roads lead to Rome** mọi con đường đều đi đến thành La-mã; đường nào cũng đến đích; cách nào cuối cùng cũng được đến kết quả như nhau; **by road** bằng đường bộ: *it's a long way by road - the train is more direct* đi đường bộ thì dài, đường sắt trực tiếp hơn; **the end of the road (line)** *x* end[1]; **hit the road** *x* hit[1]; **one for the road** *(kng)* chén rượu tiễn biệt; **on the road** đang trên đường đi *(đi bán hàng, đi biểu diễn...)*; **the road to something** con đường *(bóng)* dẫn tới cái gì: *the road to success* con đường dẫn tới thành công; **the road to hell is paved with good intentions** không thực hiện động cơ tốt ban đầu thì có thể bị trách phạt; **rule of the road** *x* rule; **take to the road 1.** trở thành người vô gia cư sống lang thang **2.** làm đĩ.

road-block /'rəʊdblɒk/ *dt* vật chắn đường *(do công an hay bộ đội dựng lên để khám xét người và phương tiện).*

road fund licence /'rəʊdfʌndlaisns/ *x* road tax.

road-hog /'rəʊdhɒg/ *dt (kng)* người lái xe bạt mạng.

road-house /'rəʊdhaʊs/ *dt* quán ăn (quán rượu) trên đường cái.

roadie /'rəʊdi/ *dt (kng)* người phụ trách lều rạp *(trong một gánh hát lưu động).*

road-man /'rəʊdmən/ *dt (cg* **roadmender)** công nhân sửa đường.

road mender /'rəʊdmendə[r]/ *nh* road-man.

road-metal /'rəʊdmetl/ *dt (cg* **metal)** đá giăm *(để lát đường).*

road-manager /'rəʊdmæni-dʒə[r]/ *dt nh* roadie.

road roller /'rəʊdrəʊlə[r]/ xe lăn đường, xe lu.

roadrunner /'rəʊdrʌnə[r]/ *dt (động)* chim cu cu Mexico.

road safety /'rəʊdseifti/ sự an toàn giao thông.

road sense /'rəʊdsens/ khả năng lái xe an toàn.

road show /'rəʊdʃəʊ/ nhóm biểu diễn lưu động.

roadside /'rəʊdsaid/ *dt* lề đường, bờ đường: *parked by (at) the roadside* đỗ xe bên lề đường; *a roadside café* quán cà phê bên đường.

roadster /'rəʊdstə[r]/ *dt (cũ)* xe ô tô không mui hai chỗ ngồi.

road tax /'rəʊdtæks/ thuế đường *(xe có động cơ phải trả).* // **road tax disc** *(cg* **road fund licence)** giấy chứng nhận đã trả thuế đường *(dán ở xe).*

road test /'rəʊdtest/ *dt* sự cho chạy thử *(một kiểu ô tô mới).*

road-test /'rəʊdtest/ *dgt* cho chạy thử *(một kiểu ô tô mới).*

roadway /'rəudwei/ *dt the roadway* lòng đường: *don't stop on the roadway, move in to the side* đừng có đỗ xe ở lòng đường, lái xe vào lề đường mà đỗ.

road-works /'rəudwɜːks/ *dt snh* công trường xây sửa đường.

roadworthiness /'rəudwɜː-ðinis/ *dt* tình trạng có thể lái trên đường bộ *(xe)*.

roadworthy /'rəudwɜːði/ *tt* [ở tình trạng] có thể lái trên đường bộ *(xe)*.

roam[1] /rəum/ *dgt* đi chơi rong, đi lang thang: *roam through the village* lang thang khắp làng; *he used to roam the streets for hours on end* nó quen thói lang thang ngoài đường phố hàng mấy giờ liền. // **roam over something** nói về nhiều khía cạnh của một việc gì: *the speaker roamed freely over the events of the past week* người nói dông dài về các sự việc của tuần qua.

roam[2] /rəum/ *dt* cuộc đi chơi rong, cuộc lang thang.

roamer /rəumə[r]/ *dt* người đi chơi rong; con vật đi lang thang: *he's a bit of a roamer* anh ta ngồi một chỗ không yên mà thích đi chơi rong.

roan[1] /rəun/ *dt* ngựa lang; bò lang *(thường là nâu lang trắng hoặc xanh)*.

roan[2] /rəun/ *tt* lang: *a roan mare* con ngựa cái lang.

roar[1] /rɔː[r]/ *dt* tiếng gầm; tiếng rầm rầm; tiếng om sòm: *the roar of a lion* tiếng gầm gừ của sư tử; *the roar of traffic* tiếng rầm rầm của xe cộ qua lại; *roars of laughter* những tràng cười om sòm, những tràng cười phá lên.

roar[2], /rɔː[r]/ *dgt* 1. gầm; làm rầm rầm; làm om sòm: *tigers roaring in their cages*

hổ gầm trong lồng; *roar with rage* nổi cơn thịnh nộ om sòm; *he just roared when he heard this joke* nghe lời đùa ấy nó cười phá lên; *a roaring fire* một ngọn lửa to và rừng rực, cháy ào ào 2. hét lên, thét lên: *roar out an order* thét lên một mệnh lệnh. // **roar oneself hoarse** hét đến khản tiếng.

roar along (down, past) ầm ầm đi men theo (đi xuôi, đi qua): *cars roared past us* xe ô tô ầm ầm đi qua chúng tôi; **roar (shout) somebody down** la hét ầm ĩ bắt diễn giả phải im miệng.

roaring[1] /'rɔːriŋ/ *tt* ầm ầm; như bão tố: *roaring thunder* sấm ầm ầm. // **do a roaring trade in something** buôn cái gì bán rất chạy; kinh doanh cái gì rất có lợi; **the roaring forties** khu vực 40-50 vĩ độ Nam hay có bão tố ở Đại Tây Dương; **a roaring success** một thành công rất lớn.

roaring[2] /'rɔːriŋ/ *pht* rất, hết sức: *he came home roaring drunk* anh ta về nhà, say hết sức (say túy lúy).

roast[1] /rəust/ *dgt* 1. quay; nướng: *roast a chicken* quay con gà 2. rang *(cà phê, lạc...)*: *roast coffee beans* rang cà phê 3. sưởi ấm; hơ lửa: *roast one's toes in front of the fire* hơ ngón chân trước bếp lửa; *lie in the sun and roast* nằm phơi nắng cho ấm 4. *(Mỹ kng)* phê bình gay gắt; giễu cợt: *they roasted his new play* họ đã phê bình gay gắt vở kịch mới của anh ta.

roast[2] /rəust/ *tt (thngữ)* quay; nướng: *roast pig* thịt lợn quay.

roast[3] /rəust/ *dt* 1. miếng thịt quay; miếng thịt nướng; miếng thịt để quay; miếng thịt để nướng: *order a roast*

from the butcher bảo anh chàng hàng thịt bán cho một miếng thịt để nướng 2. *(Mỹ)* cuộc đi chơi *(liên hoan)* ngoài trời có mang theo thịt để nướng 3. *(Mỹ, kng)* sự phê bình gay gắt, sự giễu cợt; dịp để phê bình gay gắt, dịp để giễu cợt.

roaster /'rəustə[r]/ *dt* giống gà nuôi để quay.

roasting[1] /'rəustiŋ/ *tt (kng)* rất nóng, nóng thật: *it's roasting today!* hôm nay nóng thật!.

roasting[2] /'rəustiŋ/ *dt give somebody (get) a [good, real...] roasting* rầy la ai *(bị rầy la)* nghiêm khắc.

rob /rɒb/ *dgt* -bb- 1. cướp đoạt; cướp; lột: *accused of robbing a bank [of one million pounds]* bị tố cáo là cướp [một triệu bảng của] một ngân hàng; *they knocked him down and robbed him of his watch* chúng đánh nó ngã và lột cái đồng hồ của nó 2. *(bóng)* lấy đi, tước đi: *the fact that he lied before robbed his words of any credibility* trước kia nó đã nói láo, cho nên bây giờ những gì nó nói không ai tin: *these cats robbed me of my sleep* mấy con mèo này đã làm cho tôi mất ngủ. // **rob Peter to pay Paul** lấy chỗ này đập vào chỗ kia; giật gấu vá vai.

robber /'rɒbə[r]/ *dt* kẻ cướp *(cướp một địa điểm, ví dụ một ngân hàng)*; kẻ trộm: *a gang of robbers* một băng cướp.

robbery /'rɒbəri/ *dt* 1. sự ăn cướp; sự ăn trộm 2. vụ cướp; vụ trộm: *a highway robbery* một vụ cướp đường. // **daylight robbery** x **daylight**.

robe[1] /rəub/ *dt* 1. *(thường snh)* áo choàng *(của thẩm*

R

phán, thầy tu...): cardinals in scarlet robes hồng y giáo chủ trong chiếc áo choàng màu đỏ tươi **2.** áo dài *(thường rộng của người A-rập)* **3.** *(Mỹ)* *(cg* **bathrobe)** *nh* dressing-gown.

robe² /rəʊb/ *đgt (chủ yếu ở dạng bị động)* mặc áo choàng cho (ai): *black-robed judges* những ông thẩm phán mặc áo choàng đen.

robin /'rɒbin/ *dt* **1.** *(cg* **robin redbreast)** *(động)* chim cổ đỏ **2.** *(Mỹ)* chim hét Bắc Mỹ.

robin redbreast /,rɒbin'redbrest/ *x* robin¹.

robot /'rəʊbɒt/ *dt* **1.** người máy: *these cars were built by robots* những chiếc xe này là do người máy chế tạo; *they worked like robots, with no thought or initiative of their own (bóng, xấu)* họ làm việc như những người máy, bản thân không có chút suy nghĩ hay sáng kiến nào **2.** đèn hiệu giao thông ở *(Nam Phi)*.

robotic /rəʊ'bɒtik/ *tt* như người máy; máy móc: *robotic movements* động tác máy móc.

robotics /rəʊ'bɒtiks/ *dt (đgt số ít)* khoa nghiên cứu người máy **2.** sự sử dụng người máy *(trong chế tạo).*

robust /rəʊ'bʌst/ *tt* **1.** khỏe; tráng kiện: *a robust young man* một người trẻ tuổi tráng kiện **2.** mạnh; vững vàng: *that chair's not very robust, don't sit on it* chiếc ghế ấy không thật vững, chớ ngồi lên đấy **3.** thiếu tế nhị: *a rather robust sense of humour* một ý thức về hài hước hơi thiếu tế nhị **4.** đậm, nồng *(rượu).*

robustly /rəʊ'bʌstli/ *pht* **1.** [một cách] tráng kiện **2.** [một cách] vững vàng **3.** [một cách] thiếu tế nhị **4.**

[một cách] đậm; [một cách] nồng *(nói về rượu).*

robustness /rəʊ'bʌstnis/ *dt* **1.** sự tráng kiện **2.** sự vững vàng **3.** sự thiếu tế nhị **4.** sự đậm; sự nồng *(rượu).*

rock¹ /rɒk/ *dt* **1.** đá: *they drilled through several layers of rock to reach the oil* họ khoan qua mấy lớp đá để tới lớp dầu **2.** tảng đá: *(Mỹ)* hòn đá: *the ship hit some rocks and sand* con tàu va phải mấy tảng đá và cát; *the sign said "Danger: falling rocks"* trên biển ghi là "Nguy hiểm, có đá tảng rơi đấy"; *that boy throw a rock at me* thằng bé ấy đã ném một hòn đá vào tôi **3.** kẹo bạc hà cứng **4.** *(Mỹ lóng) (thg snh)* viên kim cương. // **as firm (solid) as a rock** vững như bàn thạch; **on the rocks a/** va vào đá mà đắm *(tàu thuyền)* **b/** *(kng)* có nguy cơ đổ vỡ *(công việc kinh doanh, cuộc hôn nhân...)* **c/** *(kng)* dọn ra cùng với nước đá cục *(không có nước):* *Scotch on the rocks* rượu uýt-ki có đá.

rock² /rɒk/ *đgt* **1.** đu đưa, lúc lắc, lắc lư. *he sat rocking [himself] in his chair* nó ngồi lắc lư trên ghế; *rock a baby to sleep* đu đưa cho bé ngủ; *our boat was rocked [from side to side] by (on) the waves* thuyền chúng tôi đu đưa trên ngọn sóng **2.** [làm] rung chuyển: *the whole house rocked when the bomb exploded* toàn ngôi nhà rung chuyển khi quả bom nổ; *the town was rocked by an earthquake* thành phố bị trận động đất làm cho rung chuyển **3.** làm náo động: *the news of the President's murder rocked the nation* tin tổng thống bị ám sát làm náo động cả nước. // **rock**

the boat *(kng)* làm đảo lộn hiện tình: *things are progressing well - don't [do anything to] rock the boat* mọi việc đang tiến triển tốt, chớ có làm cái gì xáo trộn thế quân bình của hiện tình.

rock³ /rɒk/ *dt (cg* **rock music)** nhạc rốc.

rock⁴ /rɒk/ *đgt* nhảy theo nhạc rốc.

rock and roll /,rɒkən'rəʊl/ *dt (cg* **rock "n" roll)** nhạc rốc ban sơ.

rock-bottom /,rɒk'bɒtəm/ *dt (dùng không có a hoặc the ở trước)* điểm thấp nhất: *prices have reached rockbottom* giá cả đã đạt tới điểm thấp nhất, giá cả đã hạ nhất; *rock-bottom prices* giá hạ nhất.

rock-bound /'rɒkbaʊnd/ *tt* có bờ đá *(bờ biển).*

rock-cake /'rɒkkeik/ *dt* bánh ngọt cứng mặt ráp.

rock-climbing /'rɒkklaimiŋ/ *dt (thể)* môn leo vách đá.

rock-crystal /'rɒkkristl/ *dt (khoáng)* thạch anh.

rock-dash /'rɒkdæʃ/ *dt (Mỹ) nh* pebble dash.

rocker /'rɒkə[r]/ *dt* **1.** tấm xích đu *(ở ghế xích đu, nằm sát sàn nhà, nền nhà)* **2.** *(Mỹ) nh* rocking-chair **3.** *(cg* **rocker switch)** cái ngắt điện. // **off one's rocker** *(lóng)* mất trí, điên.

Rocker /'rɒkə[r]/ *dt* thành viên nhóm thiếu niên Rốc *(khoảng năm 1960, mặc áo da, đi xe mô tô, chơi nhạc rốc).*

rockery /'rɒkəri/ *dt (cg* **rock-garden)** núi non bộ.

rocket¹ /'rɒkit/ *dt* **1.** rốc-két **2.** *(cg* **sky-rocket)** pháo hoa **3.** *(kng)* trường hợp được nói đến một cách nghiêm khắc *(vì làm điều gì sai trái):* *you'll really get a rocket if* *you're late again* anh đi chậm một lần nữa thì người ta sẽ khiển trách anh đấy.

rocket² /'rɒkit/ *dgt (cg* **sky-rocket)** 1. lên vùn vụt, tăng vùn vụt: *house prices are rocketing [up]* giá nhà tăng vùn vụt 2. chuyển động rất nhanh: *the train rocketed through the station at 90 miles an hour* xe lửa chạy rất nhanh qua nhà ga với tốc độ 90 dặm một giờ.

rocketry /'rɒkitri/ *dt* khoa (sự) sử dụng rốc-két đẩy *(đẩy tên lửa, máy bay).*

rock-fall /'rɒkfɔ:l/ *dt* khối đá rơi, tảng đá rơi.

rock-garden /'rɒkɡɑ:dn/ *dt* nh **rockery.**

rocking chair /'rɒkiŋtʃeə[r]/ *dt* ghế xích đu.

rocking-horse /'rɒkiŋhɔ:s/ *dt* ngựa gỗ bập bênh *(cho trẻ em chơi).*

rock "n" roll /,rɒkən'rəʊl/ *x* rock and roll.

rock-plant /'rɒkplɑ:nt/ *dt* cây kẽ đá.

rock salmon /,rɒk'sæmən/ miếng cá nhám góc *(cá nhám chó, cá nhám mèo).*

rock-salt /'rɒksɔ:lt/ *dt* muối mỏ.

rocky¹ /'rɒki/ *tt* (-ier; -iest) 1. [thuộc] đá; như đá: *a rocky outcrop* khối đá trồi lên 2. đầy đá: [có] nhiều đá: *rocky soil* đất nhiều đá, đất đầy đá.

rocky² /'rɒki/ *tt* (-ier; -iest) *(kng)* lung lay, không vững: *this chair is a trifle rocky* chiếc ghế này không vững lắm.

rococo /rə'kəʊkəʊ/ *tt* [thuộc] kiểu rococo *(phong cách nghệ thuật ở châu Âu thế kỷ 18);* hoa hòe hoa sói.

rod /rɒd/ *dt* 1. cái que, cái gậy: *a measuring rod* que đo 2. *(cg* **fishing rod)** cần câu

3. sào *(đơn vị đo chiều dài Anh bằng khoảng 5 mét)* 4. *(Mỹ, lóng)* súng lục 5. *(cũ)* cái roi. // **make a rod for one's own back** làm việc gì sau này có thể gây khó khăn cho bản thân; **a rod (stick) to beat somebody with** *x* beat¹; **rule with a rod of iron** *x* rule; **spare the rod and spoil the child** *x* spare².

rode /rəʊd/ *(qk của)* ride².

rodent /'rəʊdnt/ *dt (động)* loài gặm nhấm.

rodeo /rəʊ'deiəʊ, *(Mỹ* 'rəʊdiəʊ)/ *dt (snh* **rodeos)** 1. sự tập trung gia súc để đóng dấu 2. cuộc đua tài của những người chăn bò *(cưỡi ngựa chưa thuần, quăng dây bắt gia súc... ở Ca-na-da và Tây Mỹ).*

rodomontade /,rɒdəmɒn-'teid, rɒdəmɒn'tɑ:d/ *dt (xấu)* lời nói khoác lác; hành động khoác lác.

roe¹ /rəʊ/ *dt* 1. [bọc] trứng cá *(cg* **hard roe)** 2. sẹ *(tinh dịch cá đực, cg* **soft roe).**

roe² /rəʊ/ *dt (snh* **roe, roes)** *(động)* con hoẵng *(cg* **roe deer).**

roebuck /'rəʊbʌk/ *dt* con hoẵng đực.

roe deer /'rəʊdiə[r]/ *(động)* con hoẵng.

roentgen *(cg* **rontgen)** /'rɒntjən, *(Mỹ* 'rentgən)/ *(lý)* rơngen *(đơn vị bức xạ ion hóa).*

rogations /rəʊ'geiʃnz/ *dt snh* kinh cầu nguyện tiền Thăng thiên.

Rogation Days /rəʊ'geiʃn-deiz/ ngày cầu nguyện tiền Thăng thiên.

Rogation Sunday /rəʊ,geiʃn-'sʌndi/ chủ nhật tiền Thăng thiên.

roger /'rɒdʒə[r]/ *tht* 1. *(trong liên lạc radiô)* đã nhận quý

điện và hiểu 2. *(kng)* được, đồng ý.

rogue¹ /rəʊɡ/ *dt (cũ)* thằng đểu, thằng xỏ lá 2. *(dùa)* thằng ranh con, thằng láu cá.

rogue² /rəʊɡ/ *tt* 1. độc đàn *(con vật hoang dại, sống một mình không nhập vào đàn):* *a rogue elephant* con voi độc đàn 2. không theo khuôn sáo: *rogue politicians who go against the party line* những chính khách không theo khuôn sáo, đi ngược lại đường lối của đảng.

roguery /'rəʊɡəri/ *dt* 1. tính đểu cáng, tính xỏ lá 2. tính tinh nghịch, tính láu cá.

rogues' gallery /,rəʊɡz-'ɡæləri/ bộ sưu tập ảnh gian phi *(của cảnh sát, để nhận diện tội phạm).*

roguish /'rəʊɡiʃ/ *tt* tinh nghịch; láu cá: *he gave her a roguish look* anh ta liếc nhìn cô một cách tinh nghịch.

roguishly /'rəʊɡiʃli/ *pht* [một cách] tinh nghịch, [một cách] láu cá.

roguishness /'rəʊɡiʃnis/ *dt* sự tinh nghịch; sự láu cá.

roisterer /'rɔistərə[r]/ *dt* kẻ hay làm om sòm huyên náo.

roistering /'rɔistəriŋ/ *tt (cũ)* om sòm huyên náo.

role, rôle /rəʊl/ *dt* 1. vai: *he prefers to play comic roles* nó thích đóng vai hài hơn 2. vai trò: *the declining role of the railways in the transport system* vai trò suy sút dần của đường sắt trong hệ thống vận tải.

role-play¹ *dt* sự đóng vai kịch để truyền đạt *(kiến thức cho người học ngoại ngữ hay điều gì cho bệnh nhân tâm thần).*

R

role-play² *dgt* đóng vai kịch để truyền đạt *(kiến thức cho người học ngoại ngữ hay điều gì cho bệnh nhân tâm thần).*

roll¹ /rəʊl/ *dt* **1.** cuộn, súc, ổ: *a roll of film* một cuộn phim; *a roll of cloth* một súc vải; *a roll of bread* một ổ bánh mì **2.** sự lăn: *have a roll on the grass* lăn mình trên cỏ **3.** sự lắc lư, sự tròng trành: *the slow, steady roll of the ship made us feel sick* sự tròng trành chậm và đều của con tàu làm chúng tôi cảm thấy buồn nôn **4.** danh sách: *the electoral roll* danh sách cử tri; *call (read) the roll in class* gọi tên trong lớp, điểm danh trong lớp **5.** hồi, hồi vang rền: *a drum roll* hồi trống; *the distant of thunder* hồi sấm vang từ xa **6.** *(Mỹ)* (*Anh* **bankroll**) tập giấy bạc.

roll² /rəʊl/ *dgt* **1.** lăn, vần: *the ball rolled down the hill* quả bóng lăn xuống đồi; *the coin fell and rolled away* đồng tiền rơi xuống và lăn ra xa; *men rolling barrels across a yard* những người đàn ông vần thùng qua sân; *rolling with laughter* cười lăn ra **2.** đảo: *his eyes rolled strangely; he rolled his eyes strangely* nó đảo mắt một cách lạ lùng **3.** cuộn, quấn, cuốn: *roll a cigarette* quấn một điếu thuốc lá; *roll wool [up] into a ball* cuộn len lại thành cuộn; *roll up a carpet* cuộn một tấm thảm lại; *he rolled himself in his blanket* nó cuộn mình trong chăn **4.** cán *(kim loại)*; lăn *(đường...)*: *roll out the dough* cán bột nhào **5.** [làm] lắc lư, [làm] tròng trành: *the ship was rolling heavily* tàu tròng trành dữ dội; *the huge waves rolled the ship from side to side* sóng lớn đã làm con tàu tròng trành lắc lư **6.** nhấp nhô: *rolling hills* đồi núi nhấp nhô **7.** vang rền; đổ hồi: *the thunder rolled in the distance* sấm vang rền ở đằng xa; *rolling drums* trống đổ hồi **8.** *(Mỹ, kng)* lấy trộm *(của người say rượu, người ngủ say...).* // **heads will roll** *x* head¹; **keep (start) the ball rolling** *x* ball¹; **rolled into one** tập trung vào một *(ngoài, sự vật)* tập trung làm một: *he is an artist, a scientist and a shrewd businessman [all] rolled into one* ông ta vừa là một nghệ sĩ, một nhà khoa học, vừa là một nhà kinh doanh khôn khéo; **rolling in the aisles** rất thích thú, cười lăn ra: *the comedian soon had them rolling in the aisles* diễn viên kịch vui chẳng mấy chốc làm cho họ cười lăn ra; **roll one's own** *(kng)* cuốn lấy thuốc lá mà hút *(không hút thuốc lá điếu mua sẵn);* **roll one's r's** đọc rung các chữ r; **roll up! roll up!** mời vào xem đi! *roll up! roll up! the show is about to begin!* mời vào đi, buổi biểu diễn sắp bắt đầu! **rolling in it; rolling in money** giàu lắm, tiền của ê hề; **roll up one's sleeves** xắn tay áo lên *(để làm việc gì hay chực đánh nhau).*

roll something back 1. đẩy lùi: *we rolled back the enemy forces on all fronts* chúng ta đẩy lùi quân địch trên mọi mặt trận; *roll back the frontiers of science* *(bóng)* đẩy lùi biên giới của khoa học **2.** hạ *(giá...)*: *roll back inflation* hạ mức lạm phát; **roll in** a/ đổ dồn tới, đến tới tấp: *offers of help are still rolling in* đề nghị giúp đỡ vẫn đến tới tấp. b/ đến, tới *(không phải một cách bình thường)*: *he rolled in for work twenty minutes late* nó tới làm việc chậm mất hai mươi phút; **roll on** a/ trải ra, dàn ra, quét trải ra: *this paint is easy to roll on (rolls on easily)* sơn này dễ quét trải ra. b/ qua đi đều đều *(thời gian)*: *the years rolled on* năm tháng qua đi đều đều. c/ *(dùng ở thức mệnh lệnh)* sớm, đến: *roll on the holidays!* mong sao cho kỳ nghỉ sớm đến!; **roll up** *(kng)* đến *(thường là chậm, hoặc một cách nào đó có thể chê trách được)*: *Ba finally rolled up two hours late* cuối cùng Ba đến, chậm mất hai tiếng.

roll-bar /'rəʊlbɑ:[r]/ *dt* xà mui *(ở mui xe, có tác dụng bảo vệ người đi xe nếu xe bị lật).*

roll-call /'rəʊlkɔ:l/ *dt* sự điểm danh.

rolled gold /rəʊld'gəʊld/ lớp vàng bọc *(ngoài một kim loại khác)*: *my watch is only rolled gold, not solid gold* đồng hồ của tôi không phải là toàn vàng mà chỉ là bọc vàng.

roller /'rəʊlə[r]/ *dt* **1.** trục lăn; con lăn: *road roller* xe lăn đường, xe lu; *the huge machine was moved to its new position on rollers* chiếc máy to tướng kia đã được đưa đến vị trí mới bằng con lăn **2.** trục cuộn: *a big map on a roller* một chiếc bản đồ lớn có trục cuộn **3.** lô cuộn tóc *(của phụ nữ, giữ làn quăn cho tóc)* **4.** sóng cuộn *(ở biển)*; *rollers crashing on the beach* sóng cuộn xô vào bãi biển **5.** người lăn.

roller bandage /'rəʊləbændidʒ/ *(y)* băng cuộn.

roller blind /'rəʊləblaind/ cái mành mành *(có thể cuộn lên cuộn xuống ở cửa sổ).*

roller-coaster /'rəʊləkəʊs-tə[r]/ (cg **switch-back**) đường xe lửa dốc và ngoặt gấp (làm chỗ chơi cho trẻ em ở các công viên).

roller-skate[1] /'rəʊləskeit/ (cg **skate**) để lăn (ở giày trượt).

roller-skate[2] /'rəʊləskeit/ dgt (cg **skate**) trượt trên giày để lăn.

roller-skating /'rəʊləskeitiŋ/ dt (thể) môn trượt trên giày để lăn.

roller towel /'rəʊlətaʊəl/ khăn lau tay treo thành vòng quanh trục.

rollicking /'rɒlikiŋ/ tt vui đùa ầm ĩ; vui nhộn: have a rollicking time hưởng được một lúc vui nhộn.

rolling /'rəʊliŋ/ tt 1. nhấp nhô: rolling hills đồi núi nhấp nhô 2. từng đợt liên tục (không đột ngột cùng một lúc): rolling devolution of power to local government sự chuyển giao quyền hành từng đợt liên tục cho chính quyền địa phương 3. rolling in it giàu lắm, tiền của ê hề.

rolling-mill /'rəʊliŋmil/ dt 1. xưởng cán kim loại 2. máy cán kim loại.

rolling-pin /'rəʊliŋpin/ dt trục cán bột.

rolling-stock /'rəʊliŋstɒk/ dt thiết bị lăn của đường sắt (như đầu máy, toa xe...).

rolling stone /,rəʊliŋ'stəʊn/ người không có chỗ ở và chỗ làm việc nhất định. **rolling stone gathers no moss** không có chỗ ở và chỗ làm việc nhất định thì cứ lăn lóc mãi rồi cũng chẳng có của cải gì.

rollmop /'rəʊlmɒp/ dt (cg **rollmop herring**) khúc cá trích cuộn giấm giấm.

roll of honour /,rəʊl əv ɒnə[r]/ (Mỹ **honor roll**) bảng danh dự.

roll-on /'rəʊl ɒn/ dt 1. thuốc xức có quả bóng quay ở cổ lọ (để đẩy thuốc ra ngoài) 2. (cũ) áo nịt thắt lưng (của nữ).

roll-on roll-off /,rəʊl ɒn rəʊl 'ɒf/ (vt **roro**) được phép lái xe lên và xuống: a roll-on roll-off ferry phà được phép lái xe lên và xuống; phà được chở xe qua.

roly-poly[1] /,rəʊli 'pəʊli/ dt (cg **roly-poly pudding**) bánh pu-đinh cuốn.

roly-poly[2] /,rəʊli 'pəʊli/ tt (kng) béo tròn (người): a roly-poly little man một người bé nhỏ béo tròn.

roly-poly pudding /,rəʊli pəʊli 'pʊdiŋ/ x roly-poly[1].

ROM /rɒm/ (vt của Read Only Memory) bộ nhớ chỉ đọc, ROM (máy tính điện tử).

romaine lettuce /rəʊ,mein 'letəs/ (Mỹ) (nh cos lettuce) rau diếp giòn.

roman[1] /'rəʊmən/ dt (in) kiểu chữ rô-manh, chữ đứng thường.

roman[2] /'rəʊmən/ tt (in) [thuộc] kiểu chữ rô-manh, [thuộc] chữ đứng thường.

Roman[1] /'rəʊmən/ tt 1. [thuộc] cổ La Mã: the Roman Empire đế quốc cổ La Mã 2. [thuộc] nhà thờ La Mã: roman rite nghi lễ nhà thờ La Mã.

Roman[2] /'rəʊmən/ dt 1. người cổ La Mã; công dân thành La Mã 2. người công giáo La Mã. // when in Rome, do as the Romans do nhập gia tùy tục.

Roman alphabet /,rəʊmən 'ælfəbet/ the Roman alphabet bảng chữ cái La Mã.

Roman candle /,rəʊmən 'kændl/ pháo hoa, pháo bông.

Roman Catholic[1] /,rəʊmən 'kæθəlik/ dt (cg **Catholic**) người công giáo La Mã.

Roman Catholic[2] /,rəʊmən 'kæθəlik/ tt [thuộc] công giáo La Mã.

Roman Catholicism /,rəʊmən kə'θɒləsizəm/ Công giáo La Mã.

Romance /rəʊ'mæns/ tt (thngũ) rôman: romance languages ngôn ngữ rôman (xuất xứ từ tiếng La tinh, như tiếng Pháp, tiếng Ý, tiếng Tây Ban Nha...).

romance[1] /rəʊ'mæns/ dt 1. câu chuyện mơ mộng; văn chương mơ mộng 2. không khí mơ mộng: there`was an air of romance about the old castle lâu đài cổ này phảng phất một không khí mơ mộng 3. câu chuyện tình lãng mạn: she writes romances about rich men and beautiful women bà ta viết những câu chuyện tình lãng mạn giữa những người đàn ông giàu có và những người đàn bà xinh đẹp 4. sự thêu dệt, sự cường điệu: the story he told was complete romance câu chuyện nó kể là hoàn toàn thêu dệt.

romance[2] /rəʊ'mæns/ dgt thêu dệt; cường điệu; lãng mạn hóa.

Romanesque /,rəʊmə'nesk/ tt (ktrúc) [theo kiểu] rôman.

Roman law /,rəʊmən'lɔː/ luật La Mã (hệ thống luật cổ La Mã và những luật hiện đại phát xuất từ luật cổ La Mã).

Roman nose /.rəʊmən 'nəʊz/ mũi khoằm.

Roman numerals /,rəʊmən'njuːmərəlz/ chữ số La Mã (như I, II, V, X...).

R

Romano- *(dạng kết hợp)* [thuộc] Rô-ma: *Romano-British settlements* những khu định cư của người Rôma-Anh.

romantic[1] /rəʊ'mæntik/ *tt* **1.** như tiểu thuyết; thơ mộng: *romantic adventures* những cuộc phiêu lưu thơ mộng **2.** *(cg* **Romantic**) mơ mộng; lãng mạn: *a romantic poet* nhà thơ lãng mạn; *the romantic school* trường phái lãng mạn.

romantic[2] /rəʊ'mæntik/ *dt* **1.** người lãng mạn **2.** *(cg* **Romantic**) nhà văn lãng mạn; nghệ sĩ lãng mạn.

romantically /rəʊ'mæntikli/ *pht* một cách lãng mạn.

romanticise /rəʊ'mæntisaiz/ *dgt x* romanticize.

romanticism /rəʊ'mæntisizəm/ *dt* **1.** cảm nghĩ lãng mạn; thói lãng mạn **2.** *(cg* **Romanticism**) khuynh hướng lãng mạn *(trong văn học nghệ thuật đầu thế kỷ 19)*; chủ nghĩa lãng mạn.

romanticize, romanticise /rəʊ'mæntisaiz/ *dgt (chủ yếu xấu)* lãng mạn hóa: *don't romanticize, stick to the facts* chớ có lãng mạn hóa, hãy bám lấy sự việc.

Romany[1] /'rɒməni/ *dt* **1.** dân du cư *(vốn nguồn gốc ở châu Á)* **2.** ngôn ngữ của dân du cư.

Romany[2] /'rɒməni/ *tt* **1.** [thuộc] dân du cư **2.** [thuộc] ngôn ngữ của dân du cư.

Romeo /'rəʊmiəʊ/ *dt (snh* **romeos**) *dt (hài hước hoặc xấu)* chàng Romeo *(anh chàng yêu đương lãng mạn)*.

romp[1] /rɒmp/ *dgt* nô đùa ầm ĩ. // **romp in; romp home** thắng một cách dễ dàng: *romp home in a race* thắng dễ dàng trong một cuộc chạy đua; **romp through** *(kng)* thành công một cách dễ

dàng; qua được một cách dễ dàng: *she romped through her exams* chị ta thi đỗ dễ dàng.

romp[2] /rɒmp/ *dt* sự nô đùa ầm ĩ: *have a romp about* được dịp nô đùa ầm ĩ một chập.

rompers /'rɒmpəz/ *dt snh* *(cg* **romper-suit**) quần yếm *(của trẻ em).*

romper-suit /'rɒmpəzsuːt/ *dt nh* rompers.

rondo /'rɒndəʊ/ *dt (snh* **rondos**) *(nhạc)* rôngđô.

rontgen /'rɒntjən, (*Mỹ* rentgən)/ *dt nh* roentgen.

rood /ruːd/ *dt* cây thánh giá *(ở bức ngăn đội hợp xướng trong nhà thờ).*

rood-screen /'ruːdskriːn/ *dt* bức ngăn đội hợp xướng *(trong nhà thờ).*

roof[1] /ruːf/ *dt (snh* **roofs**) **1.** mái nhà: *tiled roof* mái ngói; *have a roof over one's head* có nơi ăn chốn ở **2.** mui, nóc *(xe)* **3.** vòm: *the roof of the mouth* vòm miệng; *under a roof of foliage* dưới vòm lá cây. // **go through the roof** *(kng)* a/ nổi giận b/ đạt mức cao *(giá cả).*

roof[2] /ruːf/ *dgt* **(-ed) 1.** làm mái che cho: *roof [over] a yard [with sheets of plastic]* làm mái che sân với những tấm nhựa **2.** lợp *(nhà):* *a hut crudely roofed with strips of bark* một túp lều lợp thô thiển bằng những dải vỏ cây.

roof-garden /'ruːfgɑːdn/ *dt* vườn [trên] mái bằng.

roofing /'ruːfiŋ/ *dt* vật liệu lợp nhà; vật liệu làm mái nhà.

roofless /'ruːflis/ *tt* không [có] mái.

roof-rack /'ruːfræk/ *dt* giàn mui *(ở xe ôtô, để chở hành lý).*

roof-top /'ruːftɒp/ *dt* **1.** [mặt ngoài] mái nhà **2.** nóc nhà: *flying swiftly over the roof-tops* bay nhanh trên các nóc nhà. // **shout something from the roof-tops** rêu rao điều gì cho mọi người biết.

roof-tree /'ruːftriː/ *dt (xây dựng)* đòn nóc.

rook[1] /rʊk/ *dt (động)* quạ mỏ hẹp.

rook[2] /rʊk/ *dgt (kng)* **1.** lấy giá cắt cổ: *that hotel really rooked us* khách sạn này thực sự lấy chúng ta giá cắt cổ **2.** bịp *(trong cờ bạc...):* *They rooked him of £100* chúng nó bịp của cậu ta 100 bảng.

rook[3] /rʊk/ *dt (cg* **castle**) quân tháp *(quân cờ).*

rookery /'rʊkəri/ *dt* **1.** đàn quạ mỏ hẹp; làm cây có nhiều tổ quạ mỏ hẹp **2.** đàn chim cụt; nơi sinh sản của chim cụt **3.** đàn chó biển; nơi sinh sản của chó biển.

rookie /'rʊki/ *dt (Mỹ kng)* lính mới *(mới gia nhập một đội, một tổ chức):* *a rookie half-back* một trung vệ lính mới.

room[1] /ruːm, rʊm/ *dt* **1.** buồng; phòng: *he's in the next room* anh ta ở phòng bên cạnh **2.** *(snh)* căn hộ *(gồm nhiều phòng)* **3.** chỗ: *is there enough room for me in the car?* còn đủ chỗ trong xe cho tôi không?; *this table takes up too much room* chiếc bàn này choán nhiều chỗ quá **4.** cơ hội; khả năng: *there's plenty of room for improvement in your work* trong công việc của anh còn khối khả năng cải tiến; *there's no room for doubt* không còn nghi ngờ gì nữa. // **cramped for room** *x* cramp[2]; **leave the room** *x* leave[1]; **no room to swing a cat** *(kng)* chật chội quá, không đủ chỗ để sống và làm việc.

room² /ru:m, rʊm/ *dgt* có phòng ở cùng nhà với ai: *he is rooming at our house (with us)* anh ta có phòng ở cùng nhà với tôi.

-roomed /ru:md, rʊmd/ *(yếu tố tạo tt ghép)* có bao nhiêu phòng đấy: *a ten-roomed house* nhà [có] mười phòng.

roomer /'ru:mə[r]/ *dt (Mỹ)* nh lodger.

roomful /'ru:mfʊl/ *dt* phòng đầy *(những gì đó)*: *a roomful of antiques* một phòng đầy đồ cổ.

roominess /'ru:minis/ *dt* sự rộng; sự rộng rãi.

rooming house /'ru:miŋhaʊs/ nhà có phòng cho thuê với sẵn đồ đạc.

roommate /'ru:mmeit/ *dt* người ở chung buồng.

room service /'ru:m sɜ:vis/ **1.** sự phục vụ ăn uống tại buồng *(ở khách sạn)* **2.** tổ phục vụ ăn uống tại buồng *(ở khách sạn)*: *call room service and ask for some coffee* gọi tổ phục vụ ăn uống tại buồng và bảo cho ít cà phê.

roomy /'ru:mi/ *tt* rộng, rộng rãi: *a surprisingly roomy car* chiếc xe rộng rãi một cách lạ kỳ.

roost¹ /ru:st/ *dt* chỗ đậu để ngủ *(của gà ở chuồng gà...)*. // **come home to roost** x home²; **rule the roost** x rule².

roost² /ru:st/ *dgt* đậu để ngủ *(gà...)*.

rooster /'ru:stə[r]/ *dt (Mỹ)* gà trống.

root¹ /ru:t/ *dt* **1.** rễ *(cây)*: *a plant with very long roots* cây có rễ rất dài; *pull a plant up by the roots* nhổ bật rễ một cây **2. roots** *(snh)* gốc rễ: *many Americans have roots in Europe* nhiều

người Mỹ có gốc rễ ở châu Âu **3.** gốc, chân: *pull hair out by the roots* nhổ lông cả chân **4.** *(số ít)* nguồn gốc, cội rễ: *money is often said to be the root of all evil* tiền bạc thường bị xem như là nguồn gốc của mọi tệ nạn **5.** *(ngôn)* gốc *(từ)* **6.** *(toán)* căn: *4 is the square root of 16* 4 là căn bậc hai của 16. // **pull up one's roots** x pull² **put down [new] roots** lập nghiệp ở nơi mới; **root and branch** hoàn toàn, triệt để: *destroy an organization root and branch* phá hoàn toàn một tổ chức; *root-and-branch reforms* *(thngữ)* những cải cách triệt để; **the root cause** nguyên nhân gốc rễ, nguyên nhân cơ bản; **take (strike) root** a/ đâm rễ *(cây)* b/ được thiết lập: *a country where democracy has never really taken root* một nước chưa bao giờ có dân chủ [được thiết lập ở đấy] cả.

root² /ru:t/ *dgt* **1.** đâm rễ; bén rễ: *this type of plant roots easily* loài cây này bén rễ dễ dàng **2.** cắm sâu vào; làm cho bất động và như chôn chân vào: *fear rooted him to the ground* nỗi khiếp sợ làm anh ta đứng chôn chân xuống đất; *her affection for him is deeply rooted* lòng thương yêu của nàng đối với chàng thật sâu đậm. // **root about; root around** a/ dũi để tìm cái ăn *(lợn)* b/ lục lọi: *who's been rooting about among my papers?* ai đã lục lọi giấy tờ của tôi thế?; **root for** *(không dùng ở dạng bị động) (kng)* hết lòng ủng hộ; *good luck, we'll all be rooting for you* chúc may mắn, toàn thể chúng tôi sẽ hết lòng ủng hộ các anh; **root out** a/ trừ tận gốc, làm tiệt nọc: *root out cor-*

ruption trừ nạn hối lộ tận gốc b/ *(kng)* tìm ra *(sau khi tìm mất nhiều công)*: *I tried to root out a copy of the document* tôi cố tìm cho được một bản tài liệu ấy.

root beer /'ru:t biə[r]/ *dt (Mỹ)* bia rễ cây *(thức uống không có rượu, chế từ rễ một số cây)*.

root-crop /'ru:t krɒp/ *dt* cây ăn củ *(như cà rốt, củ cải...)*.

rooted /'ru:tid/ *tt* **1.** như bén rễ vào, như chôn chân vào: *he stood rooted to the spot in terror* khiếp sợ quá nó đứng như chôn chân tại chỗ **2.** ăn sâu: *deep-rooted prejudices* những thành kiến đã ăn sâu **3.** có gốc rễ từ; bắt nguồn từ: *an economic policy that is rooted in Marxis theory* một chính sách kinh tế bắt nguồn từ lý thuyết Mác-xít.

rootless /'ru:tlis/ *tt* không [có] nhà cửa, vô gia cư; không thuộc vào đâu cả: *a rootless wandering life* một cuộc sống lang thang không nhà cửa.

root vegetable /'ru:t‚vedʒtəbl/ rau củ *(như cà rốt, củ cải...)*.

rope¹ /rəʊp/ *dt* **1.** dây thừng, chão, dây, thừng: *they tied the prisoner up with a piece of rope* họ trói người tù lại bằng một sợi dây thừng **2.** xâu, chuỗi: *a rope of onions* một xâu hành; *a rope of pearls* một chuỗi hạt trai **3. the rope** *(kng)* sự treo cổ; *bring back the rope* phục hồi án tử hình treo cổ **4. the ropes** dây bao quanh vũ đài. // **give somebody enough rope [and he'll hang himself]** cho ai muốn làm gì thì làm [và họ sẽ tự dẫn mình đến chỗ suy sụp]; **give somebody**

R

plenty of some rope ai muốn làm gì làm; **money for jam (old rope)** x money; **show somebody (know, learn) the ropes** giải thích cho ai thấy *(biết, học)* cung cách làm việc gì: *she's just started - it'll take her a week or two to learn the ropes* cô ta vừa mới bắt đầu, cũng một hay hai tuần nữa cô mới biết cung cách làm công việc.

rope² /rəʊp/ *dgt* buộc *(trói, cột)* bằng dây thừng: *they roped him to a tree* họ trói anh ta vào cây. // **rope somebody in (to do something)** *(kng)* thuyết phục ai *(tham gia vào một hoạt động nào đó)*: *I've been roped in to help sell the tickets* tôi được thuyết phục giúp vào việc bán vé; **rope something off** chăng dây thừng để bao quanh *(một khu vực)*: *rope off the scene of the accident* chăng dây thừng bao quanh hiện trường tai nạn; *rope up* cột chúng vào cùng một dây *(người leo núi, để qua những chỗ khó leo...)*: *we'd better rope up for this difficult bit* chúng ta cột chung vào cùng một dây để qua chỗ khó khăn này thì hơn.

rope-ladder /ˌrəʊpˈlædə[r]/ *dt* thang dây.

ropey /ˈrəʊpi/ *tt* x ropy.

ropy *(cg* **ropey)** /ˈrəʊpi/ *tt* **(-ier; -iest)** *(kng)* **1.** xoàng, tồi: *we stayed in a really ropy hotel* chúng tôi trọ tại một khách sạn xoàng thật sự **2.** không được khỏe: *I am a bit ropy this morning* sáng nay tôi không được khỏe lắm.

ropiness /ˈrəʊpinis/ *dt* **1.** tình trạng xoàng, tình trạng tồi **2.** tình trạng không được khỏe.

Roquefort /ˈrɒkfɔː[r]/, *(Mỹ* ˈrəʊkfərt/ *dt* pho-mát Roquefort.

roro /ˈrəʊrəʊ/ *vt* của roll-on roll-off.

rosary /ˈrəʊzəri/ *dt* **1.** *the rosary* kinh lần tràng hạt **2.** chuỗi tràng hạt.

rose¹ /rəʊz/ *qk* của rise.

rose² /rəʊz/ *dt* **1.** hoa hồng; cây hoa hồng: *a bunch of roses* một chùm hoa hồng; *a rose bush* một bụi hoa hồng; *a climbing rose* cây hồng leo **2.** màu hồng: *the rose [colour] of clouds at dawn* màu mây hồng buổi bình minh **3.** vòi hoa sen *(ở bình tưới)* **4.** *(cg* **ceiling rose)** trang trí quanh đèn ở trần nhà. // **a bed of roses** x bed¹; **not all roses** đâu phải chỉ toàn là hoa hồng *(bóng)*; cũng có những điều không hay: *a lot of people envy the royal family, but their life isn't all roses, you know* khối người ghen tị với hoàng gia, nhưng anh biết đấy đời của họ cũng đâu phải chỉ là hoa hồng; **look at (see) something through rose-coloured (rose-tinted spectacles)** thấy *(nhìn) (cái gì)* qua cặp kính hồng; thấy *(nhìn) (cái gì)* với con mắt lạc quan.

rose³ /rəʊz/ *tt (thường trong từ ghép)* [có màu] hồng.

rosé /ˈrəʊzei (Mỹ* rəʊˈzei/ *dt* rượu vang hồng.

rose-apple /ˈrəʊzæpl/ *dt* **1.** quả gioi **2.** cây gioi.

roseate /ˈrəʊziət/ *tt (thường thngữ)* [có màu] hồng đậm: *the roseate hues of the evening sky* màu hồng đậm của trời chiều tối.

rosebay /ˈrəʊzbei/ *dt (Mỹ)* nh rhododendron.

rose-bud /ˈrəʊzbʌd/ *dt* nụ [hoa] hồng: *a rose-bud mouth* miệng chúm chím hoa hồng.

rose-hip /ˈrəʊzhip/ *dt* nh hip².

rose-mary /ˈrəʊzməri, *(Mỹ* ˈrəʊzmeri)/ *dt* **1.** lá hương thảo **2.** cây hương thảo.

rosette /rəʊˈzet/ **1.** nơ hoa hồng *(để trang diểm hay chỉ cái gì)*: *the Tory candidate with his big blue rosette* ứng cử viên đảng Bảo thủ với chiếc nơ hoa hồng lớn màu xanh **2.** hình hoa hồng *(chạm trổ trên tường...)*.

rose-water /ˈrəʊzwɔːtə[r]/ *dt* nước thơm hoa hồng.

rose-window /ˈrəʊzwindəʊ/ *dt* cửa sổ hoa hồng kính màu *(ở nhà thờ)*.

rosewood /ˈrəʊzwʊd/ *dt* gỗ hồng sắc.

rosin¹ /ˈrɒzin, *(Mỹ* rɒzn)/ *dt* colophan.

rosin² /ˈrɒzin, *(Mỹ* rɒzn)/ *dgt* xát colophan *(vào vĩ, vào dây đàn violông)*.

rosiness /ˈrəʊzinis/ *dt* **1.** màu hồng; sự hồng hào **2.** sự tốt đẹp, sự đầy triển vọng.

roster¹ /ˈrɒstə[r]/ *dt (Mỹ)* bảng phân công *(nhiệm vụ, phiên trực trong quân đội...)*.

roster² /ˈrɒstə[r]/ *dgt (Mỹ)* ghi *(ai)* vào bảng phân công: *I've been rostered to work all weekend* tôi đã được ghi phân công làm việc suốt cả kỳ cuối tuần.

rostra /ˈrɒstrə/ *dt snh* của rostrum.

rostrum /ˈrɒstrəm/ *dt (snh* **rostrums, rostra)** diễn đàn: *mount the rostrum* lên diễn đàn.

rosy /ˈrəʊzi/ *tt* **(-ier; -iest)** *tt* **1.** hồng; hồng hào: *rosy cheeks* má hồng *(biểu thị sức khỏe)* **2.** tốt đẹp, đầy triển vọng: *she painted a rosy picture of the company's* *future* bà ta phác họa ra một bức tranh đầy triển vọng của công ty.

rot[1] /rɒt/ *dgt* (-tt-) [làm] mục, [làm] rữa: *a heap of rotting leaves* một đống lá mục; *the wood has rotted away completely* gỗ đã mục hoàn toàn; *too much sugar will rot your teeth* ăn quá nhiều đường sẽ hỏng răng; *they let him to rot in prison for twenty years* chúng nó để cho ông ta rữa ra trong tù hai mươi năm trời.

rot[2] /rɒt/ *dt* 1. sự mục, sự rữa: *a tree affected by rot* cây bị mục 2. (*cũ, lóng*) chuyện vô lý, chuyện vớ vẩn: *don't talk such rot!* đừng có nói chuyện vô lý như thế!; *"they are bound to win" "Rot, they haven't a chance!"* "họ chắc chắn sẽ thắng" "vớ vẩn nào, đâu có khả năng đó!" 3. **the rot** bệnh sán lá gan (*của cừu*). // **the rot set in** tình hình bắt đầu xấu đi: *the rot set in when we lost that important customer in Japan* tình hình bắt đầu xấu đi khi ta mất khách hàng quan trọng ấy ở Nhật Bản; **stop the rot** *x* stop.

rota /'rəʊtə/ *dt* (*Mỹ* **roster**) bảng phân công.

rotary[1] /'rəʊtəri/ *tt* (*chủ yếu thngữ*) quay: *rotary motion* chuyển động quay; *rotary drill* cái khoan quay; *rotary furnace* lò quay.

rotary[2] /'rəʊtəri/ *dt* (*Mỹ*) giao điểm hoa thị (*xe cộ phải đi vòng quanh chỗ đó theo cùng một chiều, ở Anh gọi là* roundabout).

rotate /rəʊ'teit, (*Mỹ* 'rəʊteit)/ *dgt* 1. [làm cho] quay (*quanh một trục*): *the Earth rotate once every 24 hours* quả đất quay một vòng mất 24 giờ 2. [làm cho] quay vòng; [làm cho] luân phiên nhau: *the*

technique of rotating crops kỹ thuật trồng luân phiên, kỹ thuật luân canh.

rotation /rəʊ'teiʃn/ *dt* 1. sự quay: *the rotation of the Earth* sự quay của quả đất 2. vòng quay: *five rotations per hour* năm vòng quay mỗi giờ 3. sự luân phiên: *rotation of crops* sự trồng luân phiên, sự luân canh. // **in rotation** luân phiên nhau, lần lượt.

rotational /rəʊ'teiʃənl/ *tt* quay vòng; luân phiên: *rotational crops* mùa vụ quay vòng.

rotatory /'rəʊtətəri, rəʊ'teitəri, (*Mỹ* 'rəʊtətɔːri)/ *tt* quay: *rotatory motion* chuyển động quay.

rote /rəʊt/ *dt* **by rote** thuộc lòng: *learn something by rote* học cái gì thuộc lòng, học vẹt.

rote learning /'rəʊtlɜːniŋ/ phương pháp học vẹt.

rot gut /'rɒtgʌt/ (*lóng*) rượu mạnh uống nạo ruột (*uống hại dạ dày*).

rotisserie /rəʊ'tiːsəri/ *dt* lò quay thịt (*để nướng thịt xâu thành từng xiên*).

rotor /'rəʊtə[r]/ *dt* 1. (*cơ*) rôto, phần quay 2. cánh quạt (*máy bay trực thăng*).

rotten /'rɒtn/ *tt* 1. mục; thối; rữa: *wood was rotten egg* trứng thối; *the wood was so rotten you could put your finger through it* gỗ đã mục đến mức có thể thọc ngón tay qua được 2. đồi bại, sa đọa: *a person that is rotten to the core* một con người sa đọa hết mức; *rotten ideas* ý tưởng đồi bại 3. (*kng*) tồi; tồi tệ; khó chịu: *rotten weather* thời tiết khó chịu; *she is a rotten cook* chị ta là một người nấu ăn tồi.

rottenly /'rɒtnli/ *pht* (*kng*) rất tệ: *her husband treated*

her rottenly all their married life chồng chị ta đối xử với chị ta rất tồi suốt cả cuộc đời vợ chồng của họ.

rottenness /'rɒtnnis/ *dt* 1. sự mục, sự thối, sự rữa 2. sự đồi bại, sự sa đọa, sự thối nát.

rotter /'rɒtə[r]/ *dt* (*lóng, dùa*) 1. người khó chịu 2. người bất tài, người vô dụng.

rotund /rəʊ'tʌnd/ *tt* (*dùa*) phốp pháp, tròn trĩnh (*người*).

rotunda /rəʊ'tʌndə/ 1. tòa nhà tròn có mái vòm 2. sảnh đường tròn có mái vòm.

rotundity /rəʊ'tʌndəti/ *dt* sự phốp pháp, sự tròn trĩnh.

rotundly /rəʊ'tʌndli/ *pht* [một cách] phốp pháp, [một cách] tròn trĩnh.

rouble (*cg* **ruble**) /'ruːbl/ *dt* đồng rúp (*tiền Nga*).

roué /'ruːei/ *dt* (*cũ, xấu*) nh rake[3].

rouge[1] /ruːʒ/ *dt* phấn hồng (*để trang điểm*).

rouge[2] /ruːʒ/ *dgt* đánh phấn hồng: *rouge one's cheeks* đánh má hồng.

rough[1] /rʌf/ *tt* (-er; -est) *tt* 1. ráp, nhám, xù xì, gồ ghề, bờm xờm: *rough skin* da xù xì; *rough ground* đất gồ ghề; *rough hair* tóc bờm xờm 2. dữ; mạnh: *rough wind* gió mạnh; *rough seas* biển động; *rough weather* thời tiết xấu 3. nháp, phác, phỏng, gần đúng: *a rough sketch* bản vẽ phác; *a rough translation* bản phỏng dịch; *at a rough estimate* tính phỏng, tính gần đúng 4. chói tai, chát (*vi*): *a rough red wine* rượu vang đỏ vị chát; *a rough voice* giọng nói chói tai 5. dữ, thô bạo; sống sượng, cục cằn, lỗ mãng: *rough words* lời lẽ cục cằn; *rough man-*

R

ners cử chỉ lỗ mãng 6. (kng) không khỏe, khó ở; khó chịu: *I feel a bit rough - I'm going to bed* tôi thấy hơi khó chịu, tôi vào giường đây. // **be rough on somebody** (kng) là khó chịu đối với ai; là không may cho ai: *losing his job was rough [on him]* mất việc làm thật là không may cho hắn; **give somebody (have) a rough time** [làm cho ai] một lúc khó khăn; *she had a really rough time when her father died* chị ta đã qua một lúc thật khó khăn lúc bố chị mất. // **a raw (rough) deal** x deal⁴ **rough and ready** thích đáng nhưng không tao nhã; thô lỗ nhưng hữu hiệu: *rough and ready methods* những phương pháp thô lỗ nhưng hữu hiệu; **a rough diamond** x diamond.

rough² /rʌf/ *pht* [một cách] dữ, [một cách] thô bạo: *a team that is notorious for playing rough* một đội nổi tiếng là có lối chơi dữ. // **cut up rough** (kng) nổi giận; nổi khùng lên: *I hope he doesn't cut up rough when I tell him what I've done* tôi hy vọng nó sẽ không nổi khùng lên khi tôi kể cho nó nghe những gì tôi đã làm; **live rough** x live²; **sleep rough** x sleep¹.

rough³ /rʌf/ *dt* 1. (cg **the rough**) phần sân bãi đánh gôn gồ ghề và cỏ để không cắt 2. bức phác họa: *have you seen the roughs for the new book?* anh ta đã thấy những bức họa cho cuốn sách mới chưa? 3. (kng) thằng du côn: *beaten up by a young roughs* bị một tụi du côn trẻ đánh cho một trận. // **in rough** trên đại thể: *I've drawn in rough, to give you some ideas of how it looks* tôi đã vẽ trên nét đại thể để anh có ít nhiều

ý niệm về cái đó là như thế nào; **in [the] rough** ở dạng chưa hoàn thành; chưa xong: *we only saw the new painting in the rough* chúng ta chỉ thấy bức tranh mới ở dạng chưa vẽ xong; **the rough with the smooth** chấp nhận cái không vừa ý và cái khó cũng như cái vừa ý và cái dễ.

rough⁴ /rʌf/ *dgt* **rough it** (kng) sống thiếu thốn mọi thứ: *roughing it in the mountains* sống thiếu thốn mọi thứ ở núi rừng; **rough something out** phác thảo cái gì: *he roughed out some ideas for the new buildings* anh ta phác thảo một vài nét về các tòa nhà mới: **rough somebody up** (kng) đối xử tàn bạo đối với ai; **rough something up** làm rối, làm bù xù: *don't rough up my hair!* đừng làm bù xù tóc tôi như thế!

roughage /rʌfidʒ/ *dt* chất xơ (trong thức ăn, không tiêu hóa được, chỉ có tác dụng cơ học đối với ruột).

rough-and-tumble¹ /ˌrʌfən-'tʌmbl/ *dt* cuộc loạn đả (thường là không nghiêm trọng): *all the pups were having a rough-and-tumble in the garden* chó con vừa loạn đả nhau trong vườn.

rough-and-tumble² /ˌrʌfən-'tʌmbl/ *tt* loạn đả.

roughcast¹ /'rʌfkɑːst/ *dt* lớp trát vữa nhám (mặt tường ngoài).

roughcast² /'rʌfkɑːst/ *tt* trát vữa nhám (tường ngoài).

rough diamond /ˌrʌf'daiə-mənd/ (Mỹ **diamond in the rough**) người bản chất tốt nhưng bề ngoài thô lỗ.

roughen /'rʌfn/ *dgt* 1. làm cho ráp, làm cho xù xì 2. trở nên ráp, trở nên xù xì: *constant washing of clothes*

had roughened her hands giặt quần áo liền tay đã làm cho bàn tay chị ta trở nên ráp.

rough-hewn /'rʌfhjuːn/ *tt* đẽo qua, đẽo gọt qua: *a wall of rough-hewn blocks* một bức tường gồm những khối đá mới đẽo qua; *a rough-hewn statue* bức tượng mới đẽo gọt qua.

rough house /'rʌfhaʊs/ sự om sòm; sự náo loạn.

rough luck /ˌrʌf'lʌk/ *dt* vận rủi tệ hại.

roughly /'rʌfli/ *pht* 1. [một cách] dữ, [một cách] thô bạo, [một cách] cục cằn: *treat somebody roughly* đối xử thô bạo đối với ai 2. [một cách] ráp, chưa trơn: *a roughly made table* chiếc bàn làm xong còn ráp 3. đại khái; khoảng chừng: *about forty miles, roughly speaking* khoảng bốn mươi dặm, đại khái thế.

rough neck /'rʌfnek/ *dt* 1. đội viên đội giếng dầu 2. (Mỹ) người xấu tính cục cằn.

roughness /'rʌfnis/ *dt* 1. sự ráp, sự nhám, sự xù xì 2. sự dữ, sự mạnh 3. sự chói tai, sự chát (vị) 4. sự dữ, sự thô bạo; sự cục cằn.

roughshod /'rʌfʃɒd/ *pht* **ride roughshod over** x ride².

rough stuff /'rʌfstʌf/ (kng) cách đối xử hung bạo; sự hung bạo.

roulette /ruː'let/ *dt* trò chơi cò quay: *play roulette* chơi cò quay.

round¹ /raʊnd/ *tt* 1. tròn, tròn trĩnh: *a round plate* chiếc đĩa tròn; *round cheeks* má tròn trĩnh 2. tròn, chẵn: *a round dozen* một tá tròn, một tá chẵn 3. đáng kể, lớn: *a round sum of money* một món tiền lớn. // **in round figures** bằng số tròn (tức là

10, 100, 1000...); **a square peg in a round hole** *x* square¹.

round² /raʊnd/ *pht* **1.** quanh, vòng quanh; tròn: *all the year round* quanh năm; *tea was served round* trà được mời khắp một vòng quanh bàn; *have you enough cups to go round?* anh có đủ chén để mời khắp một vòng không? **2.** theo đường vòng: *it's quickest to walk across the field - going round by road takes much longer* đi tắt qua cánh đồng nhanh hơn, đi theo đường vòng thì lâu hơn **3.** quay vòng, quay trở lại: *how long does it take the minute hand of the clock to go round once?* kim phút đồng hồ phải bao lâu mới quay được một vòng?; *spring comes round* mùa xuân quay trở lại, xuân về. // **round about** ở quanh vùng; xung quanh: *the countryside round about* miền quê xung quanh; *all the villages round about* tất cả các làng xung quanh.

round³ /raʊnd/ *dt* **1.** khoanh: *a round of toast* khoanh bánh mì nướng; *cut the pastry into small rounds, one for each pie* xắt bột nhào thành những khoanh nhỏ, mỗi khoanh làm một bánh pa-tê **2.** sự quay vòng, sự tuần hoàn; vòng, chu kỳ: *the Earth's yearly round* sự quay vòng hàng năm của trái đất; *the daily round* công việc quay vòng hằng ngày, công việc lặp đi lặp lại hằng ngày **3.** sự đi vòng, sự đi tua: *the doctor's round of visits* tua đi thăm bệnh của bác sĩ; *she does a paper round* chị ta đi [vòng] từng nhà để đưa báo **4.** tuần, chầu: *pay for a round of drinks* đãi một chầu rượu **5.** hiệp (quyền Anh), vòng đấu (quần vợt), hội (chơi

bài): *a boxing-match of ten rounds* trận đấu quyền Anh mười hiệp **6.** tràng, loạt: *round after round of applause* hàng tràng vỗ tay nối tiếp nhau **7.** phát súng; loạt phát súng; viên đạn: *they fired several rounds at us* họ bắn nhiều loạt phát súng vào chúng tôi; *we've only three rounds left* chúng tôi chỉ còn ba viên đạn. // **do (go) the rounds (of something)** *(kng)* đi tua: *we did (went) the rounds of all the pubs in town* chúng tôi đã đi tua mọi quán rượu trong thành phố; **go the round[s] of** lưu hành, lan ra khắp: *the news quickly went the round[s] of the villages* tin đó lan nhanh ra khắp làng; **in the round** a/ vây quanh hầu hết sàn diễn (khán giả ở nhà hát...) b/ gia công sao cho có thể trông thấy từ mọi phía (bức chạm); **make one's rounds** đi thanh tra theo thường lệ: *the production manager making his rounds* người quản lý sản xuất đi thanh tra theo thường lệ.

round⁴ /raʊnd/ *gt* **1.** quanh, xung quanh; vòng quanh: *the earth moves round the sun* trái đất chuyển động quanh mặt trời; *travel round the world* du lịch vòng quanh thế giới; *sit round the table* ngồi quanh bàn; *discuss round a subject* thảo luận xung quanh một vấn đề **2.** khắp [nơi]: *look round the room* nhìn khắp phòng; *there were soldiers positioned all round the town* có quân đóng khắp thành phố **3.** (+ about) khoảng: *we're leaving round about midday* chúng tôi ra đi vào khoảng buổi trưa.

round⁵ /raʊnd/ *dgt* **1.** làm [thành] tròn; trở nên tròn,

tròn ra: *round the lips* chúm tròn môi; *one's form is rounding* thân hình tròn trĩnh ra **2.** đi vòng quanh: *we rounded the corner at high speed* chúng tôi đi vòng quanh góc đường với tốc độ cao. // **round something off** a/ hoàn thành việc gì một cách tốt đẹp: *round off a speech* hoàn thành bài nói một cách tốt đẹp b/ làm cho mất cạnh sắc nhọn của vật gì: *he rounded off the corners of the table with sandpaper* nó làm cho bàn hết các cạnh sắc bằng cách đánh bằng giấy ráp; **round on (upon) somebody** công kích ai (bằng lời) trong cơn nổi giận: *she was amazed when he rounded on her and called her a liar* cô ta sửng sốt khi trong cơn giận anh ta gọi cô là đứa nói láo; **round something out** giải thích việc gì thêm; cấp thêm chi tiết vào việc gì: *John will tell you the plan in outline, and then I will round it out* John sẽ nói khái quát kế hoạch cho anh rõ, và lúc đó tôi sẽ cấp thêm chi tiết cho anh; **round up** tập hợp (ai, cái gì) lại: *cowboys rounding up cattle* những người chăn bò tập hợp bò lại; *I spent the morning trying to round up the documents I needed* tôi mất cả buổi sáng để tập hợp các tài liệu mà tôi cần; **round something up (down)** nâng lên (hạ xuống) cho thành số tròn: *a charge of £1.90 will be rounded up to £2, and one of £3.10 rounded down to £3* số tiền phải trả là 1,90 bảng sẽ nâng lên thành số tròn là 2, còn 3,10 bảng thì sẽ hạ xuống cho thành số tròn là 3.

roundabout¹ /'raʊndəbaʊt/ *tt* theo đường vòng: *take a roundabout route* đi theo

R

đường vòng; *I heard the news in a roundabout way* tôi nghe được tin đó qua đường vòng.

roundabout² /'raʊndəbaʊt/ *dt* **1.** (*Mỹ* **rotary, traffic circle**) giao điểm hoa thị (*giao điểm của nhiều đường xe cộ phải đi vòng quanh chỗ đó theo cùng một chiều*) **2.** vòng quay ngựa gỗ. // **swings and roundabouts** *x* swing².

round brackets /,raʊnd-'brækits/ dấu ngoặc đơn.

rounded /'raʊndid/ *tt* tròn trịa: *her pleasantly rounded figure* hình dáng tròn trịa dễ thương của cô nàng.

roundel /'raʊndl/ *dt* vòng quốc tịch (*ở máy bay quân sự một số nước*).

rounders /'raʊndəz/ *dt* (*dgt số ít*) (*thể*) môn runđơ (*gần giống bóng chày, thường chủ yếu do trẻ em chơi*).

round-eyed /,raʊnd'aid/ *tt* [với cặp] mắt tròn xoe (*vì kinh ngạc*).

Roundhead /'raʊndhed/ *dt* người ủng hộ nội các (*trong nội chiến ở Anh thế kỷ 17*).

roundish /'raʊndiʃ/ *tt* hơi tròn, tròn tròn.

roundly /'raʊndli/ *pht* **1.** hoàn toàn: *they were roundly defeated* họ hoàn toàn bị đánh bại **2.** mạnh mẽ: *the new tax law has been roundly condemned by the Opposition* luật về thuế mới đã bị phe đối lập lên án mạnh mẽ.

roundness /'raʊndnis/ *dt* sự tròn, dạng tròn.

round robin /,raʊnd'rɒbin/ **1.** bản kiến nghị ký tên theo vòng tròn (*để không cho biết ai là người ký đầu tiên*) **2.** lá thư gửi lần lượt cho các thành viên một nhóm, mỗi người trước khi chuyển cho

người tiếp sau ghi thêm một điều gì đó vào lá thư.

round-shouldered /,raʊnd'ʃəʊldəd/ *tt* gù.

roundsman /'raʊndzmən/ *dt* (*snh* **roundsmen**) người đi giao hàng: *a baker's roundsman* người đi giao bánh mì.

round-table /,raʊnd'teibl/ *tt* [theo] bàn tròn: *a round-table conference* hội nghị bàn tròn.

round-the-clock /,raʊnd-ðə'klɒk/ *tt* suốt ngày đêm: *the police kept a round-the-clock watch on the house* cảnh sát canh ngôi nhà suốt ngày đêm.

round-trip¹ /,raʊnd'trip/ *tt* khứ hồi: *a round-trip ticket* vé khứ hồi.

round trip² /,raʊnd'trip/ *dt* cuộc đi và trở về: *the round trip took just over an hour* đi và về đã hết hơn một tiếng đồng hồ.

roundup /'raʊndʌp/ *dt* sự dồn tập trung lại: *there's been a police roundup of the suspects* đã có một cuộc dồn tập trung những người bị tình nghi do cảnh sát thực hiện; *a cattle roundup* sự dồn tập trung gia súc (*do những người chăn bò thực hiện*).

rouse /raʊz/ *dgt* **1.** đánh thức, thức; thức dậy: *I was roused by the sound of a bell* tôi bị tiếng chuông đánh thức dậy; *it's time to rouse the children* đã đến giờ thức trẻ em dậy; *I rouse slowly from a deep sleep* tôi từ từ thức dậy sau một giấc ngủ say **2.** thức tỉnh; khích động: *rouse somebody to action* khích động ai hành động; *I warn you, he is dangerous when he's roused!* tôi bảo cho anh biết, hắn ta có thể

nguy hiểm khi bị khích động đấy!

rousing /'raʊziŋ/ *tt* khích động: *a rousing appeal* lời kêu gọi khích động.

roustabout /'raʊstəbaʊt/ *dt* dân lao động [ở] giếng dầu.

rout¹ /raʊt/ *dt* sự thất bại thảm hại; sự thua chạy tan tác.

rout² /raʊt/ *dgt* đánh bại hoàn toàn; đánh cho thua chạy tan tác: *they routed the enemy* họ đánh cho quân thù thua chạy tan tác; *our party was routed at the election* đảng ta bị thất bại thảm hại trong cuộc bầu cử.

rout³ /raʊt/ *dgt* rout somebody out of lôi ai ra khỏi: *we were routed out of our beds at 4 am* chúng tôi bị lôi ra khỏi giường lúc 4 giờ sáng.

route¹ /ruːt, (*Mỹ* raʊt/ *dt* đường; tuyến đường: *the main shipping routes across the Atlantic* những đường thủy chính qua Đại Tây Dương; *the school is on a bus route* trường học nằm trên một tuyến đường xe buýt; *the surest route to success* con đường chắc chắn nhất dẫn đến thắng lợi.

route² /ruːt, (*Mỹ* raʊt/ *dgt* (**routeing, routed**) (*chủ yếu ở dạng bị động*) gửi (*vật gì*) theo đường (*nào đó*): *they routed the goods through Italy* họ gửi hàng hóa qua I-ta-li-a.

route march /'ruːtmɑːtʃ/ (*quân*) cuộc hành quân diễn tập.

routine¹ /ruː'tiːn/ *dt* **1.** lề thói đã quen; nếp cũ: *do something as a matter of routine* làm cái gì đó theo nếp cũ **2.** bài, tiết mục: *a dance routine* tiết mục nhảy múa.

routine² /ru:'ti:n/ tt theo thường lệ: *it's just a routine medical examination, nothing to get worried about* chỉ là khám theo thường lệ, có gì mà lo.

routinely /ru:'ti:nli/ pht theo thường lệ.

roux /ru:/ dt (snh **roux** /ru:z/) bột lẫn mỡ (dùng chủ yếu để pha nước xốt).

rove /rəʊv/ dgt lang thang: *rove over sea and land* lang thang khắp đó đây.

rover /'rəʊvə[r]/ dt người đi lang thang.

roving /'rəʊviŋ/ tt đi khắp nơi; lưu động: *a roving ambassador* đại sứ lưu động.

roving commission /,rəʊviŋ kə'miʃn/ phép được đi khắp nơi cần thiết để làm công tác điều tra.

roving eye /,rəʊviŋ'ai/ (kng) mắt đảo quanh ve văn.

row¹ /rəʊ/ dt 1. hàng, dãy: *a row of houses* một dãy nhà; *standing in rows* đứng thành hàng; *plant a row of cabbages* trồng một luống cải bắp 2. hàng ghế (trong rạp hát): *in the front row* ở hàng ghế đầu. // **in a row** cái trước cái sau, liên tiếp nhau: *this is the third Sunday in a row that it's rained* đây là ngày chủ nhật thứ ba trời mưa liên tiếp.

row² /rəʊ/ dgt 1. chèo [thuyền]; chèo thuyền chở (ai): *can you row?* anh có chèo được không?; *they rowed the boat across [the river]* họ chèo thuyền qua sông; *row me across [the river]* anh làm ơn chèo cho tôi qua sông 2. đua thuyền chèo (với ai); là tay chèo trong một cuộc đua thuyền: *we're rowing Cambridge in the next race* trong cuộc đua vừa qua, chúng tôi chèo thi với đội Cambridge; *he row*

[at] No 5 for Oxford nó chèo đua ở vị trí số 5 cho đội Oxford.

row³ /rəʊ/ dt (thường số ít) cuộc chèo thuyền đi chơi: *go for a row* chèo thuyền đi chơi; *a long and tiring row* cuộc chèo thuyền đi chơi lâu và mệt.

row⁴ /raʊ/ dt (kng) 1. sự om sòm, sự huyên náo: *kick up [make] a row* làm om sòm; *what's the row?* gì mà làm om sòm lên thế? 2. cuộc cãi lộn, cuộc cãi vã: *have a row with somebody* cãi lộn với ai 3. sự quở trách, sự mắng mỏ: *she gave me a row for being late* bà ta quở trách tôi vì tôi đến trễ giờ; *get a row* bị quở trách.

row⁵ /raʊ/ dgt cãi lộn om sòm: *they're always rowing* chúng nó luôn cãi lộn om sòm; *row with someone* cãi nhau với ai.

rowan /'rəʊən, 'raʊən/ dt (cg **rowan tree**) 1. cây lê đá 2. quả lê đá.

rowan tree /'rəʊən tri:/ dt x rowan.

row-boat /'rəʊbəʊt/ dt (Mỹ) nh rowing-boat.

rowdily /'raʊdili/ pht [một cách] ồn ào, hung dữ.

rowdiness /'raʊdinis/ dt tính ồn ào hung dữ.

rowdy¹ /'raʊdi/ tt (-ier; -iest) (xấu) ồn ào hung dữ.

rowdy² /'raʊdi/ dt (cũ, xấu) người ồn ào náo loạn.

rowdyism /'raʊdizəm/ dt nh rowdiness.

rower /'rəʊə[r]/ dt người chèo [thuyền].

row house /'rəʊ haʊs/ dt (Mỹ) nh terraced house.

rowing-boat /'rəʊiŋ bəʊt/ dt (Mỹ **row-boat**) thuyền chèo.

row-lock /'rɒlək, (Mỹ 'rəʊlək)/ dt (Mỹ cg **oarlock**) cọc chèo.

royal¹ /'rɔiəl/ tt (thường thngũ) 1. [thuộc] vua, [thuộc] nữ hoàng; [thuộc] hoàng gia; vương (trong từ ghép): *the royal family* hoàng gia; *prince royal* hoàng thái tử; *Royal Navy* hải quân hoàng gia 2. như vua chúa; huy hoàng; lộng lẫy; rất trọng thể: *a royal welcome* sự đón tiếp rất trọng thể. // **a battle royal** x battle.

royal² /'rɔiəl/ dt người hoàng tộc.

royal blue /,rɔiəl 'blu:/ màu xanh tươi đậm.

Royal Commission /,rɔiəl kə'miʃn/ ban điều tra hoàng gia.

Royal Highness /,rɔiəl 'hainis/ điện hạ; công nương.

royalist /'rɔiəlist/ dt người [theo chủ nghĩa] bảo hoàng.

royal jelly /,rɔiəl 'dʒeli/ sữa ong chúa.

royally /'rɔiəli/ pht [một cách] huy hoàng, [một cách] lộng lẫy; [một cách] rất trọng thể.

royal prerogative /,rɔiəl pri'rɒgətiv/ đặc quyền của vua; đặc quyền của nữ hoàng: *in Britain it is the royal prerogative to order Parliament to meet* ở Anh, ra lệnh cho Nghị viện họp là đặc quyền của nữ hoàng.

royalty /'rɔiəlti/ dt 1. người hoàng tộc 2. tiền bản quyền tác giả; tiền bản quyền sáng chế: *the writer gets a 10% royalty on each copy of his book* cứ mỗi bản sách bán ra tác giả được 10% nhuận bút 3. tiền thuê mỏ (trả cho chủ đất).

rozzer /'rɒzə[r], 'ra:zə[r]/ dt (cũ, lóng) viên cảnh sát.

rpm /,a:r pi: 'em/ (vt của revolutions per minute) vòng quay mỗi phút.

R

RRP /ˌɑː ra 'piː/ (*vt của* recommended retail price) giá bán lẻ cho phép: *RRP £35, our price £29.95* giá bán lẻ cho phép 35 bảng, giá của chúng tôi 29,95 bảng.

RSA /ˌɑːr es 'eɪ/ (*vt của* Republic of South Africa) nước Cộng hòa Nam Phi.

RSC /ˌɑːr es 'siː/ (*vt của* Royal Shakespeare Company) Công ty Shakespeare hoàng gia.

RSM /ˌɑːr es'em/ **1.** (*vt của* Regimental Sergeant Major) thượng sĩ trung đoàn **2.** (*vt của* Royal School of Music) trường âm nhạc hoàng gia.

RSPB /ˌɑːr es piː 'biː/ (*vt của* Royal Society for the Protection of Birds) Hội bảo vệ chim hoàng gia.

RSPCA /ˌɑːr es ˌpiː siː 'eɪ/ (*vt của* Royal Society for the Prevention of Cruelty to Animals) Hội ngăn ngừa sự tàn bạo đối với loài vật.

RSV /ˌɑːr es 'viː/ (*vt của* Revised Standard Version [of the Bible]) bản Kinh thánh tu chính.

RSVP /ˌɑːr es viː 'piː/ (*vt của* répondez s'il vous plait) (*tiếng Pháp*) xin vui lòng trả lời cho.

Rt Hon (*vt của* Right Honourable) Ngài, Tướng công.

Rt Rev (*cg* **Rt Revd**) (*vt của* Right Reverend) Đức Giám mục.

RU (*vt của* Rugby Union) Hiệp hội bóng bầu dục.

rub¹ /rʌb/ *đgt* (**-bb-**) **1.** cọ, cà, chà, xoa: *rubbing his hands together* xoa tay; *he rubbed his chin thoughtfully* anh ta xoa cằm một cách tư lự; *rub the lotion on to the skin* xoa thuốc xức vào da; *rub the surface clean* cọ bề mặt cho sạch; *the dog rubbed its head against my leg* con chó cọ đầu vào chân tôi; *the door rubbed on the floor* cánh cửa cọ vào sàn nhà; *the wheel's rubbing on the mudguard* bánh xe cọ vào chắn bùn; *rub salt into the meat before cooking* xát muối vào thịt trước khi nấu **2.** tạo ra (*một cái gì*) vì cọ xát: *you have rubbed a hole in the elbow of your coat* anh đã làm sờn một lỗ ở khuỷu tay áo khoát của anh vì cọ xát. // **rub somebody's nose in it** (*kng, xấu*) nhắc lại một cách tàn nhẫn lỗi lầm đã qua của ai; **rub salt into the wound (somebody's wounds)** làm cho một điều đau xót lại càng thêm đau xót đối với ai; **rub shoulders with somebody** kề vai sát cánh với ai: *in his job he's rubbing shoulders with film stars all the time* trong công việc của anh ta, anh ta luôn luôn kề vai sát cánh với các ngôi sao điện ảnh; **rub somebody up the wrong way** (*kng*) làm ai khó chịu; quấy rầy ai.

rub along (*kng*) xoay sở được không khó khăn gì mấy; **rub along with somebody (together)** (*kng*) sống thông cảm với nhau; **rub somebody (oneself, something) down** xát mạnh (*với khăn...*) cho khô và sạch; lau cho khô và sạch: *the players paused to rub [themselves] down between games* cầu thủ tạm nghỉ trong khoảng thời gian giữa các hiệp để lau người cho khô và sạch; *rub the walls down well before painting them* lau tường cho kỹ trước khi quét sơn; **rub something in (into) something** xát mạnh cho thấm vào: *rub the cream in well* xát kem mạnh cho ăn vào da; **rub it in** nhắc đi nhắc lại một điều bực mình, đay đi đay lại: *I know I made a mis-take but there is no need to rub it in* tôi biết là tôi đã phạm một điều sai lầm nhưng cần gì mà đay đi đay lại mãi thế; **rub something off something** lau sạch, cọ sạch: *rub the mud off your trousers* lau sạch vết bùn ở quần anh đi; **rub off on (onto) somebody** học được cái gì nhờ theo gương người khác: *let's hope some of her patience rubs off on her brother* hy vọng sao cho em cô học được một ít tính kiên nhẫn của cô; **rub somebody out** (*Mỹ, lóng*) khử, thủ tiêu (*ai*); **rub something out** tẩy cái gì đi, xóa cái gì đi (*bằng cách tẩy*): *rub out a drawing* tẩy một hình vẽ đi; **rub something up** lau bóng, đánh bóng (*cái gì*); **rub up against somebody** (*kng*) tình cờ gặp ai.

rub² /rʌb/ *dt* **1.** (*thường số ít*) sự cọ, sự cà, sự chà, sự xoa: *give the spoons a good rub to get them clean* cọ kỹ mấy cái thìa cho sạch **2.** **the rub** (*cũ*) cái khó; điều trở ngại: *there's the rub* cái khó là ở chỗ ấy.

rubber¹ /ˈrʌbə[r]/ *dt* **1.** cao su: *tyres are made of rubber* lốp xe làm bằng cao su; *synthetic rubber* cao su tổng hợp **2.** (*Mỹ* **eraser**) cái tẩy, cục gôm: *a pencil with a rubber on the end* cái bút chì có tẩy ở đầu cuối **3.** giẻ lau bảng **4.** (*kng, chủ yếu Mỹ*) bao cao su (*tránh thụ thai*) **5.** (*snh*) giày cao su (*đi ra ngoài giày khác để đi mưa, đi tuyết*).

rubber² /ˈrʌbə[r]/ *dt* ván (*bài brít...*): *shall we play (have) a few rubbers of bridge after dinner?* sau bữa cơm tối, ta có chơi vài ván brít không?

rubber band /ˌrʌbə'bænd/ (cg **elastic band**, (Mỹ) **elastic**) vòng dây chun (để cột, buộc).

rubber boot /'rʌbəbuːt/ (Mỹ) nh wellington.

rubber dinghy /ˌrʌbə'diŋgi/ xuồng hơi.

rubber goods /'rʌbəgʊdz/ (trại) dụng cụ giao hợp; dụng cụ tránh thụ thai.

rubberize, rubberise /'rʌbəraiz/ đgt tráng cao su.

rubber-neck¹ /'rʌbənek/ đgt (Mỹ, lóng, xấu) tọc mạch.

rubber-neck² /'rʌbənek/ dt (Mỹ, lóng, xấu) người tọc mạch.

rubber plant /'rʌbəplɑːnt/ (thực) cây đa.

rubber stamp¹ /ˌrʌbə'stæmp/ dt 1. con dấu 2. (bóng, thường xấu) người máy móc rập theo quyết định của người khác.

rubber-stamp² /ˌrʌbə-'stæmp/ đgt (thường xấu) rập theo máy móc; tán thành máy móc (một quyết nghị...).

rubber tree /'rʌbətriː/ cây cao su.

rubbery /'rʌbəri/ tt như cao su, dai: the meat is a bit rubbery thịt hơi dai.

rubbing /'rʌbiŋ/ dt hình can [bằng cách] xoa.

rubbing alcohol /'rʌbiŋ-ælkəhɔl/ (Mỹ) nh surgical spirit.

rubbish¹ /'rʌbiʃ/ dt 1. đồ bỏ đi, rác: "shoot no rubbish" "cấm đổ rác"; a rubbish heap đống rác 2. (xấu, có khi dùng như tht) ý kiến bậy bạ, chuyện nhảm [nhí]: don't talk rubbish! đừng có nói nhảm!; oh, rubbish! ồ, nhảm nào!

rubbish² /'rʌbiʃ/ đgt coi là đồ rác rưởi, chỉ trích một cách khinh bỉ; phê bình (chỉ trích) một cách nghiêm khắc: the film was rubbished by the critics cuốn phim bị các nhà phê bình chỉ trích một cách nghiêm khắc.

rubbish bin /'rʌbiʃbin/ thùng rác.

rubbishy /'rʌbiʃi/ tt vô giá trị, không ra gì, vớ vẩn: a rubbishy love story chuyện yêu đương vớ vẩn; a rubbishy novel cuốn tiểu thuyết vô giá trị.

rubble /'rʌbl/ dt đá vụn, gạch vụn: after the bombing, his house was just a heap of rubble sau trận bom, nhà của ông ta chỉ còn là một đống gạch vụn.

rubdown /'rʌbdaʊn/ dt sự xoa, sự xát: give the wall a rubdown with some sandpaper lấy giấy ráp mà xát tường đi.

rubella /ruː'belə/ dt (y) (cg **German measles**) bệnh rubêôn.

Rubicon /'ruːbikən, (Mỹ) 'ruːbikɒn/ **Cross the Rubicon** x cross².

rubicund /'ruːbikənd/ tt hồng hào (nước da): rubicund complexion nước da hồng hào.

ruble /'ruːbl/ x rouble.

rubric /'ruːbrik/ dt đề mục; đề mục chữ khác kiểu (để giải thích, hướng dẫn).

ruby¹ /'ruːbi/ dt 1. ngọc rubi, hồng ngọc 2. màu đỏ đậm.

ruby² /'ruːbi/ tt đỏ đậm: ruby lips môi đỏ đậm.

ruby wedding /ˌruːbi'wediŋ/ đám cưới hồng ngọc (kỷ niệm 40 năm ngày cưới).

ruche /ruːʃ/ dt vật chun trang sức (trên áo).

ruched /ruːʃt/ tt có chun: a dress with ruched sleeves chiếc áo với ống tay có chun.

ruck¹ /rʌk/ dt vết gấp, vết nhăn (ở vải): smooth out the ruck in the sheets vuốt cho mất vết nhăn ở khăn trải giường.

ruck² /rʌk/ đgt **ruck up** nhăn: the sheets on my bed have rucked up khăn trải giường ở giường tôi bị nhăn.

rucksack /'rʌksæk/ dt (thường số ít) (cg **knapsack**, Mỹ cg **backpack**) cái ba-lô.

ruckus /'rʌkəs/ dt (thường số ít) (kng) sự om sòm: cause a ruckus làm om sòm.

ructions /'rʌkʃnz/ dt snh (kng) chuyện cãi vã om sòm; lời phản kháng giận dữ: there will be ructions if you don't give him some more chocolate! sẽ cãi vã om sòm cho mà xem, nếu cháu không cho nó thêm một ít sô-cô-la nữa!

rudder /'rʌdə[r]/ dt bánh lái (tàu thủy, máy bay).

rudderless /'rʌdəlis/ tt (bóng) không có người lèo lái: the death of our leader has left the country rudderless cái chết của lãnh tụ chúng ta đã để đất nước không có người lèo lái.

ruddily /'rʌdili/ pht 1. [một cách] đỏ hây; [một cách] hồng hào khỏe mạnh 2. [một cách] đo đỏ.

ruddiness /'rʌdinis/ dt 1. sự hồng hào khỏe mạnh 2. màu đo đỏ.

ruddy¹ /'rʌdi/ tt 1. đỏ hây; hồng hào khỏe mạnh: ruddy cheeks má đỏ hây 2. đỏ: the fire cast a ruddy glow over the city lửa cháy đã tỏa ra một ánh đo đỏ trên thành phố.

ruddy² /'rʌdi/ tt (thngữ) (lóng) chết tiệt, đáng nguyền rủa: what the ruddy hell are you doing? mày đang làm chết tiệt gì thế?

ruddy³ /'rʌdi/ pht [một cách] đáng nguyền rủa, cực

R

kỳ: *I work ruddy hard* tôi làm việc cực kỳ chật vật.

rude /ru:d/ *tt* (**-r; -st**) **1.** khiếm nhã; vô lễ: *a rude reply* câu trả lời khiếm nhã; *rude words* lời lẽ khiếm nhã; *be rude to somebody* vô lễ đối với ai **2.** thô sơ: *rude tools* công cụ thô sơ **3.** mạnh mẽ, dữ dội; đột ngột: *get a rude shock* bị choáng mạnh. // **in rude health** (*tu từ*) rất tráng kiện.

rudely /ru:dli/ *pht* **1.** [một cách] vô lễ: *behave rudely* đối xử vô lễ **2.** [một cách] thô sơ: *rudely-fashioned weapons* vũ khí chế tạo thô sơ **3.** [một cách] dữ dội, [một cách] đột ngột: *rudely awakened by screams and shouts* bị tiếng la thét đánh thức dậy đột ngột.

rudeness /ru:dnis/ *dt* **1.** sự khiếm nhã; sự vô lễ **2.** sự thô sơ **3.** sự dữ dội; sự đột ngột.

rudiment /ru:dimənt/ *dt* **1.** (*sinh*) cơ quan thô sơ, bộ phận thô sơ: *the rudiment[s] of the tail* bộ phận thô sơ sẽ phát triển thành đuôi, cái đuôi thô sơ **2. rudiments** (*snh*) khái niệm cơ sở; kiến thức sơ đẳng: *the rudiments of economics* khái niệm cơ sở về kinh tế học.

rudimentary /,ru:di'mentri/ *tt* **1.** thô sơ: *some breeds of dog have only rudimentary tails* một vài giống chó chỉ có đuôi ở dạng thô sơ **2.** (*xấu*) sơ đẳng: *a rudimentary knowledge of mechanics* kiến thức sơ đẳng về cơ học.

rue¹ /ru:/ *dt* (*thực*) cây cửu lý hương.

rue² /ru:/ *dgt* (**rued**; *dttht* **rueing**) hối tiếc (*về cái gì*): *you'll live to rue it* một ngày kia anh sẽ hối tiếc điều đó.

rueful /'ru:fl/ *tt* hối tiếc: *a rueful look* vẻ mặt hối tiếc.

ruefully /'ru:fəli/ *pht* [một cách] hối tiếc.

ruefulness /'ru:flnis/ *dt* sự hối tiếc.

ruff¹ /rʌf/ *dt* **1.** cổ áo xếp bồng (*thế kỷ 16*) **2.** khoang cổ (*chim, thú*).

ruff² /rʌf/ *dgt* cắt bằng lá bài chủ.

ruffian /'rʌfiən/ *dt* tên côn đồ: *a gang of ruffians* một băng côn đồ.

ruffle¹ /'rʌfl/ *dgt* **1.** làm bù lên, làm gợn lăn tăn: *don't ruffle my hair, I have just combed it* đừng làm bù tóc tôi, tôi vừa mới chải xong đấy; *a breeze ruffling the surface of the lake* cơn gió nhẹ làm gợn lăn tăn mặt hồ; *the bird ruffled up its feathers* con chim xù lông lên **2.** làm xáo động, làm mất bình tĩnh, làm rối lên: *Thu is easily ruffled by awkward questions* Thu dễ mất bình tĩnh trước những câu hỏi rắc rối. // **ruffle somebody's feathers** (*kng*) làm ai bực mình khó chịu; **smooth somebody's ruffled feathers** x smooth².

ruffle² /'rʌfl/ *dt* diềm xếp nếp tổ ong (*trang trí cổ tay áo, cổ áo*).

rug /rʌg/ *dt* **1.** thảm con (*trải bậc cửa, trước lò sưởi...*) **2.** màn, chăn (*mang theo khi đi đường xa hay cắm trại*): *pull this rug over your knees* đắp chiếc màn này lên đầu gối đi. // **pull the carpet (rug) from under somebody's feet** x pull²; **snug as a bug in a rug** x snug.

Rugby /'rʌgbi/ *dt* (*cg* **Rugby football; rugger**) (*thể*) bóng bầu dục.

Rugby League /,rʌgbi'li:g/ bóng bầu dục bán chuyên nghiệp (*mỗi đội 13 cầu thủ*).

Rugby Union /,rʌgbi'ju:niən/ bóng bầu dục nghiệp dư (*mỗi đội 15 cầu thủ*).

rugged /'rʌgid/ *tt* **1.** gồ ghề, lởm chởm, xù xì: *rugged ground* đất gồ ghề; *rugged country* miền đồi núi lởm chởm; *rugged bark* vỏ cây xù xì **2.** khỏe: *a rugged player* cầu thủ khỏe; *a car famous for its rugged qualities* chiếc xe nổi tiếng là khỏe **3.** thô lỗ, cục cằn: *rugged manners* cử chỉ thô lỗ.

ruggedly /'rʌgidli/ *pht* **1.** [một cách] gồ ghề, [một cách] lởm chởm, [một cách] xù xì **2.** [một cách] khỏe **3.** [một cách] thô lỗ, [một cách] cục cằn.

ruggedness /'rʌgidnis/ *dt* **1.** sự gồ ghề, sự lởm chởm, sự xù xì **2.** sự khỏe, sự mạnh **3.** sự thô lỗ, sự cục cằn.

rugger /'rʌgə[r]/ *dt* (*kng*) x Rugby.

ruin¹ /'ru:in/ *dt* **1.** sự đổ nát, sự suy đồi: *a city reduced to a state of ruin by war* một thành phố đổ nát vì chiến tranh **2.** sự phá sản; nguyên nhân phá sản: *brought to ruin by drugs* phá sản vì ma túy **3.** phế tích: *the ruins of Rome* phế tích thành La Mã. // **go to rack and ruin** x rack⁴; **in ruins** đổ nát, sụp đổ: *an earthquake left the whole town in ruins* trận động đất đã làm cho toàn thành phố trở thành một đống đổ nát; *his career is (lies) in ruins* sự nghiệp của nó suy sụp.

ruin² /'ru:in/ *dgt* **1.** làm đổ nát, tàn phá: *the storm ruins the crop* cơn bão đã tàn phá mùa màng; *a ruined building* tòa nhà đổ nát; *he's a ruined man* ông ta là một người đã suy sụp **2.** (*kng*) làm hỏng: *the island has* been *ruined by tourism* hòn đảo bị du lịch làm hỏng mất; *you're ruining that child* anh đang làm hỏng cháu bé này đấy (bằng cách quá nuông chiều...).

ruination /ˌruːiˈneiʃn/ *dt* **1.** sự đổ nát, sự tàn phá; nguyên nhân sụp đổ, nguyên nhân tan nát: *late frosts are ruination for the garden* những đợt sương giá muộn là nguyên nhân tàn phá khu vườn **2.** sự phá sản; nguyên nhân phá sản: *you'll be the ruination of me, spending all that money!* tiêu hết cả món tiền ấy, anh làm tôi phá sản đấy!

ruinous /ˈruːinəs/ *tt* **1.** gây đổ nát, tàn phá: *a ruinous war* cuộc chiến tranh tàn phá **2.** làm phá sản, làm sạt nghiệp: *ruinous expenditure* sự tiêu pha làm phá sản; *the prices in that restaurant are absolutely ruinous (đùa)* giá ở cửa hàng ăn này đến làm phá sản *(làm sạt nghiệp)* khách ăn.

rule¹ /ruːl/ *dt* **1.** quy tắc, luật lệ: *grammar rules* quy tắc ngữ pháp **2.** thói quen, lệ thường: *my rule is to get up at five every day* thói quen của tôi là thức dậy lúc năm giờ hằng ngày; *cold winters here are the exception rather than the rule* ở đây mùa đông lạnh giá là ngoại lệ chứ không phải là lệ thường **3.** quyền lực; sự thống trị: *a country formerly under French rule* một nước trước kia dưới sự thống trị của Pháp **4.** cái thước *(để đo, của thợ mộc...)*. // **as a [general] rule** như thường lệ, thường thường: *as a rule I'm home by six* thường thường khoảng sáu giờ là tôi có ở nhà; **bend the rule** *x* bend¹; **the exception proves**

the rule *x* exception; **rule[s] of the road** luật đi đường; **work to rule** làm việc theo luật, theo đúng quy định khi làm việc, cốt gây chậm trễ, một hình thức phản đối trong công nghiệp.

rule² /ruːl/ *đgt* **1.** cai trị, thống trị; trị vì: *he ruled over a vast empire* ông ta đã thống trị một đế quốc rộng lớn **2.** *(thường ở dạng bị động)* chi phối: *don't allow yourself to be ruled by emotion* chớ để cho xúc cảm chi phối bản thân mình **3.** *(luật)* phán quyết, ra lệnh: *the Court ruled the action to be illegal* tòa phán quyết là vụ kiện không hợp lệ **4.** kẻ *(giấy)* bằng thước. // **rule the roost** là người trội nhất trong một nhóm; là người cai quản *(trong một gia đình...)*; **rule with a rod of iron (with an iron hand)** thống trị bằng bàn tay sắt.

rule off tách ra bằng cách gạch dưới, bằng cách khoanh lại: *rule the photographs off from the text* tách các bức ảnh ra khỏi văn bản; **rule out** loại trừ: *that possibility can't be ruled out* khả năng ấy không thể loại trừ.

rulebook /ˈruːlbʊk/ *dt* **1.** sách quy tắc *(về một công việc, phát cho công nhân)* **2. the rulebook** bộ luật *(về một hoạt động)*: *he always goes by the rulebook* anh ta luôn luôn tuân thủ [bộ] luật.

ruled /ruːld/ *tt* kẻ dòng *(giấy)*.

rule of thumb /ˌruːləvˈθʌm/ kinh nghiệm thực tế *(không phải là theo sự tính toán chính xác)*: *as a rough rule of thumb each £1000 you borrow will cost you £10 a month in repayments* theo kinh nghiệm thực tế thì cứ

vay 1000 bảng là mỗi tháng phải trả lại 10 bảng.

ruler /ˈruːlə[r]/ *dt* **1.** kẻ thống trị, kẻ cầm quyền **2.** cái thước kẻ.

ruling¹ /ˈruːliŋ/ *tt (thngữ)* **1.** thống trị: *the ruling class* giai cấp thống trị **2.** trội nhất: *his ruling passion* đam mê trội nhất của anh ta.

ruling² /ˈruːliŋ/ *dt* quyết định *(của quan tòa...)*: *we're anxiously awaiting the court's ruling on this matter* chúng tôi lo lắng chờ quyết định của tòa về việc ấy; *the judge gave a ruling that they should pay all the money back* quan tòa phán quyết rằng họ phải trả lại tất cả số tiền đó.

rum¹ /rʌm/ *dt* **1.** rượu rom **2.** *(Mỹ)* rượu.

rum² /rʌm/ *tt* (-mmer; -mmest) *(cũ, kng)* kỳ quặc: *a rum fellow* một gã kỳ quặc.

rumba /ˈrʌmbə/ *dt* **1.** điệu vũ rumba **2.** nhạc cho điệu vũ rumba.

rumble¹ /ˈrʌmbl/ *đgt* ầm ầm *(súng, xe cộ, sấm)*; ùng ục *(bụng)*: *thunder rumbling in the distance* sấm ầm ầm đằng xa; *I'm so hungry that my stomach's rumbling* tôi đói đến nỗi bụng tôi sôi ùng ục; *trams rumbling in the streets* xe điện chạy ầm ầm trên đường phố.

rumble² /ˈrʌmbl/ *dt* **1.** tiếng ầm ầm *(súng, xe cộ, sấm...)*, tiếng ùng ục **2.** *(Mỹ, lóng)* cuộc ẩu đả ở đường phố *(giữa các băng nhóm)*.

rumbling /ˈrʌmbliŋ/ *dt* **1.** tiếng ầm ầm; tiếng ùng ục **2.** *(thường snh)* lời đồn đại; lời than phiền lan truyền: *rumbling of discontent* lời than phiền bất mãn.

R

rumbustious /rʌmˈbʌstʃəs/ *tt (kng)* vui nhộn; ầm ĩ.

ruminant¹ /ˈruːminənt/ *dt (động)* loài nhai lại.

ruminant² /ˈruːminənt/ *tt (động)* nhai lại.

ruminate /ˈruːmineit/ *dgt* 1. *(động)* nhai lại 2. ngẫm nghĩ; nghiền ngẫm: *ruminate over past events* ngẫm nghĩ về những việc đã qua.

rumination /ˌruːmiˈneiʃn/ *dt* 1. *(động)* sự nhai lại 2. sự ngẫm nghĩ, sự suy ngẫm.

ruminative /ˈruːminətiv, *(Mỹ* ˈruːmineitiv)/ *tt* hay ngẫm nghĩ, hay tư lự: *a ruminative frown* nét cau mày tư lự.

ruminatively /ˈruːminətivli/ *pht* [một cách] ngẫm nghĩ, [một cách] tư lự: *gazing ruminatively out of the window* nhìn chằm chằm ra ngoài cửa sổ một cách tư lự.

rummage¹ /ˈrʌmidʒ/ *dgt* (+ among, in, through); (+ about, around) lục lọi: *rummaging through [the contents of] a drawer for a key* lục lọi khắp ngăn kéo tìm chiếc chìa khóa.

rummage² /ˈrʌmidʒ/ *dt* sự lục lọi: *have a good rummage around* lục lọi khắp.

rummage sale /ˈrʌmidʒseil/ *(Mỹ)* nh jumble sale.

rummy /ˈrʌmi/ *dt* lối chơi bài rumi.

rumor /ˈruːmər/ *dt (Mỹ)* x rumour.

rumour /ˈruːmə/ *dt (Mỹ* rumor) tin đồn: *rumour has it (goes) that* người ta đồn rằng.

rumoured *(Mỹ* rumored) /ˈruːməd/ *tt* theo lời đồn; đồn đại: *the rumoured marriage between the prince and the dancer did not in fact take place* vụ kết hôn mà người

ta đồn đại giữa ông hoàng và cô vũ nữ thực tế có đâu; *it's rumoured that there'll be an election this year* người ta đồn là năm nay sẽ có một cuộc bầu cử; *he is rumoured to have left the country* người ta đồn là anh ta đã bỏ nước ra đi.

rumourmonger /ˈruːmə,mʌŋgə[r]/ *dt (xấu)* kẻ phao tin.

rump /rʌmp/ *dt* 1. mông đít *(thú)*; phao câu *(chim)* 2. *(dùa)* mông đít *(người)* 3. *(cg* rump steak) miếng thịt mông đít bò 4. *(xấu)* nhóm ít ỏi còn lại *(của một tổ chức lớn hơn)*: *after the election the party was reduced to a rump* sau cuộc bầu cử, đảng chỉ còn là một nhóm ít ỏi.

rumple /ˈrʌmpl/ *dgt* làm nhàu *(quần áo...)*; làm bù, làm rối *(tóc)*.

rumpus /ˈrʌmpəs/ *dt (thường số ít)* sự huyên náo, sự om sòm: *kick up (make, creat) a rumpus* làm om sòm.

rumpus room /ˈrʌmpəsrum/ *(Mỹ, cũ)* phòng giải trí, phòng hội hè *(ở một tòa nhà)*.

run¹ /rʌn/ *dgt* (-nn-) (ran; run) 1. chạy: *run fast* chạy nhanh; *run 400 metres* chạy đua 400 mét; *he ran (came running) to meet us* nó chạy lại gặp chúng tôi; *he had to run to catch the bus* nó phải chạy để đuổi kịp xe buýt; *he ran out [of the house] to see what was happening* nó chạy ra để xem điều gì đang xảy đến; *the buses run every ten minutes* cứ mười phút lại có một chuyến xe buýt 2. chạy, vận hành: *trains run on rails* xe hỏa chạy trên đường sắt; *could you run the engine for*

a moment? anh có thể cho máy chạy một lúc không? 3. chạy, trôi, lướt qua: *he ran his eyes over the page* nó lướt mắt qua trang sách; *the pen runs on the paper* ngòi bút lướt trên trang giấy; *time runs fast* thời gian trôi qua nhanh; *a shiver ran down her spine* cái rùng mình chạy suốt dọc sống lưng cô ta; *his fingers ran over the keys of the piano* ngón tay anh ta lướt nhanh trên phím đàn pi-a-nô 4. mang lén vào, đưa lén vào: *run contraband goods into a country* đưa lén hàng lậu vào một nước 5. ngược dòng sông từng đàn *(cá hồi...)*: *the salmon are running* cá hồi đang ngược dòng sông từng đàn 6. mọc lan ra *(cây)*: *ivy ran over the walls of the cottage* dây thường xuân mọc lan ra tường ngôi nhà tranh 7. kéo dài *(một thời gian nào đó)*: *election campaigns in Britain run for three weeks* vận động bầu cử ở Anh kéo dài ba tuần lễ 8. có hiệu lực: *the lease on my house has only a year to run* hợp đồng cho thuê nhà tôi chỉ có hiệu lực một năm 9. được thuật lại trên báo chí, đăng *(tin)*; được kể, được viết: *the Sunday Times ran a story about the discovery of Hitler's diaries* tờ Thời báo Chủ nhật thuật lại chuyện tìm ra nhật ký của Hitler; *the story runs in these words* câu chuyện được kể như thế này 10. chảy; cho chảy; rót; để chảy: *rivers run into the sea* sông chảy ra biển; *the tears ran down her cheeks* nước mắt chảy xuống má cô ta; *water was running all over the bathroom floor (the bathroom floor was running with water)* nước chảy ra khắp sàn buồng tắm; *she ran hot water into the bowl* cô ta rót nước nóng vào bát; *who left the tap running?* ai đã để vòi nước chảy không thế?; *your nose is running* mũi anh chảy nước kìa; *the smoke makes my eyes run* khói làm tôi chảy nước mắt **11.** dầm dề, đầm đìa; lênh láng: *his face was running with sweat* mặt nó đầm đìa mồ hôi; *the streets were running with blood after the massacre* sau vụ thảm sát, đường phố lênh láng máu **12.** thôi ra *(màu ở quần áo)*: *I'm afraid the colour ran when I washed your new skirt* tôi sợ màu sẽ thôi ra khi tôi giặt chiếc sơ-mi mới của anh **13.** tan chảy: *it was so hot that the butter ran* trời nóng đến nỗi bơ tan chảy ra **14.** lên cao hơn *(mực nước sông...)*, chảy mạnh hơn: *the tide was running strong* thủy triều chảy mạnh hơn **15.** trở nên, trở thành: *the river ran dry during the drought* con sông [trở nên] cạn đi trong mùa hạn hán; *I have run short of money* tôi đã cạn tiền **16.** điều khiển, quản lý: *run a factory* điều khiển một nhà máy; *run a hotel* quản lý một khách sạn **17.** tổ chức: *the college runs summer courses for foreign learners of English* nhà trường mở lớp dạy hè cho người ngoại quốc học tiếng Anh **18.** *(chủ yếu Mỹ)* ứng cử; giới thiệu ra ứng cử: *how many candidates are running in the Presidential election?* có bao nhiêu người ứng cử trong kỳ bầu tổng thống thế?; *how many candidates is the Liberal Party running in the General Election?* đảng Tự do giới thiệu bao nhiêu người ra ứng cử kỳ tổng

tuyển cử này thế? **19.** *(Mỹ)* tuột, sổ: *silk stockings sometimes run* bít tất tơ đôi khi bị tuột sợi. // **come running** hăm hở làm cái mà ai đó cần: *if you offer the children rewards for helping, they'll all come running* nếu anh thưởng cho trẻ khi chúng giúp anh thì chúng sẽ hăm hở đến ngay; **run for it** chạy để thoát khỏi *(tay ai, nguy hiểm...)*: *run for it - he's got a gun!* chạy thoát đi, nó có súng đấy!

run across tình cờ gặp *(ai)*; tình cờ tìm thấy, tình cờ bắt được *(cái gì)*: *I ran across my old friend Ba in Paris last week* tôi tình cờ gặp người bạn cũ là Ba ở Pa-ri tuần trước; **run after** *(không dùng ở dạng bị động)*. **1.** đuổi theo, săn đuổi: *the dog was running after a rabbit* con chó đuổi theo con thỏ **2.** *(kng)* chạy theo, theo đuổi: *she runs after every good-looking man she meets* cô ta chạy theo mọi người đàn ông ưa nhìn mà cô ta gặp; **run along** *(kng)* *(dùng ở thức mệnh lệnh để bảo, nhất là bảo trẻ em đi xa ra)*: *run along now, children, I'm busy* nào các cháu, bây giờ thì đi đi, bác bận đấy; **run at somebody** *(không dùng ở dạng bị động)* **1.** lao vào, xông vào *(ai)*: *he ran at me with a knife* nó xông vào tôi, tay cầm dao **2.** ở mức *(bao nhiêu đấy)*: *inflation is running at 25%* lạm phát ở mức 25%; *interest rates are running at record levels* lãi suất ở mức kỷ lục; **run away 1.** đột ngột bỏ *(ai, nơi nào)* mà đi: *don't run away - I want your advice* đừng bỏ đi, tôi cần lời chỉ bảo của anh; *he ran away from home at the age of thirteen* nó bỏ nhà đi ở tuổi mười ba **2.** né tránh *(vì sợ, vì thiếu tin*

tưởng...): *run away from a difficult situation* né tránh một tình thế khó khăn; **run away with** a/ cuỗm đi: *he ran away with all my jewels* nó đã cuỗm đi tất cả kim hoàn của tôi b/ chi phối, điều khiển *(nói về tình cảm)*: *don't let your temper run away with you* đừng để cơn giận chi phối anh c/ bỏ nhà (bỏ chồng con) theo (trai): *the ran away with her boss* chị ta bỏ chồng con đi theo ông chủ d/ tiêu thụ nhiều: *my new car really runs away with the petrol* chiếc xe mới của tôi thực sự tiêu thụ nhiều xăng e/ thắng dễ dàng: *the champion ran away with the match* nhà quán quân thắng cuộc thi đấu một cách dễ dàng; **run back over something** thảo luận lại, xem xét lại: *I'll run back over the procedure once again* tôi sẽ xem xét lại thủ tục một lần nữa; **run down** a/ [làm cho] không chạy nữa, [làm cho] chết máy: *my car battery has run down, it needs recharging* ắc quy ở xe tôi không chạy nữa, phải nạp lại thôi b/ suy giảm dần, suy sút dần: *the coal industry is running down* công nghiệp than đá đang suy sút dần c/ chê bai; bôi xấu: *he's jealous of your success; that's why he's always running you down* hắn ghen tị với thành công của anh, vì thế mà hắn luôn luôn bôi xấu anh d/ tìm thấy, tìm được: *I finally ran the book down in the university library* cuối cùng tôi đã tìm thấy cuốn sách ấy ở thư viện trường đại học e/ va phải, húc ngã *(nói về xe cộ)*: *the cyclist was run down by a lorry* người đi xe đạp bị xe tải húc ngã; **run in** a/ *(kng)* bắt và đưa ra đồn cảnh sát b/ từ từ và thận trọng đưa vào chế độ sử dụng bình thường: *don't*

R

drive your new car too fast until you've run it in đừng lái xe mới của anh nhanh quá cho đến lúc xe đã được vào chế độ sử dụng bình thường; **run into** a/ tình cờ gặp: *I ran into an old schoolfriend at the supermarket this morning* sáng nay tôi đã tình cờ gặp một người bạn học cũ ở siêu thị b/ đi vào *(một vùng khí hậu xấu)* trên đường đi: *we ran into a patch of thick fog just outside Edinburgh* chúng tôi đã đi vào một vùng sương mù dày đặc ngay ở ngoài Edinburgh c/ gặp phải; mắc vào: *the project is running into financial difficulties* đề án gặp phải những khó khăn về kinh tế; *run into debt* mắc nợ d/ đạt tới: *the book ran into five editions* cuốn sách được xuất bản tới năm lần; *her income runs into six figures* thu nhập của chị ta đạt tới sáu con số *(hơn 100000 bảng)* e/ va phải, đụng phải *(nói về xe cộ...)*: *the bus went out of control and run into a shop front* xe buýt lạng tay lái và đụng phải mặt trước một cửa hiệu; *she ran her car into a tree while reversing* chị ta đang cho xe chạy lùi thì va phải một gốc cây; **run off** a/ tháo *(nước)*: *why don't you ever run the water off after you've had a bath?* sao anh không bao giờ tháo nước sau khi tắm nhỉ? b/ tổ chức thi đấu, cho thi đấu: *the heats of the 200 metres will be run off tomorrow* cuộc thi chạy 200 mét sẽ được tổ chức ngày mai c/ sao, in sao: *could you run [me] off twenty copies of the agenda?* anh có thể sao cho tôi hai mươi bản chương trình nghị sự không? d/ *(cg* **run away with***)* bỏ nhà (bỏ chồng con) theo *(trai)* e/ lấy và tẩu tán đi; cuỗm đi: *the treasurer has*

run off with the club's funds thủ quỹ đã cuỗm đi tiền quỹ của câu lạc bộ; **run on** a/ tiếp tục *(nhất là quá thời gian dự kiến)*: *the concert ran on until eleven o'clock* cuộc hòa nhạc tiếp tục, cho mãi đến mười một giờ b/ *(kng)* nói liên tục: *he'll run on for hours about his computer* anh ta sẽ nói liên tục hàng giờ về máy tính điện tử của anh ta c/ *(không dùng ở dạng bị động)* bàn về, xoay quanh đề bài là: *her talk ran on the developments in computer software* câu chuyện của chị ta nói về đề tài phần mềm của máy tính;

run out a/ hết hạn: *my passport has run out* hộ chiếu của tôi đã hết hạn b/ hết, cạn; dùng hết: *the petrol is running out* xăng đã cạn; *we are running out of petrol* chúng ta đã dùng hết xăng; *could I have a cigarette? I seem to have run out [of them]* tôi muốn một điếu thuốc lá, có không? hình như tôi đã hết mất rồi c/ thả ra; kéo thẳng ra *(dây thừng)* d/ buộc *(ai)* phải rời khỏi *(chỗ nào)*: *they ran him out of town* họ buộc anh ta rời khỏi thành phố e/ bỏ, từ bỏ: *he ran out on his wife* nó bỏ vợ; **run over** a/ tràn ra, trào ra: *the bath is running over* nước ở bồn tắm tràn ra b/ chạy đè lên, chẹt phải, cán: *I ran over a cat last night* đêm trước tôi đã chẹt phải một con mèo; *two children were run over by a lorry and killed* hai đứa bé bị xe tải cán và đã chết c/ đọc qua đọc lại, xem lại: *I always run over my lines before going on stage* tôi bao giờ cũng đọc qua lại lời của vai tôi đóng trước khi lên sàn diễn d/ tỏ ra tràn đầy, tràn trề: *she's running over with health and vitality* chị ta tỏ ra tràn trề sức khỏe và nhựa

sống; **run through** a/ *(không dùng ở dạng bị động)* thoáng qua: *an angry murmur ran through the crowd* tiếng xì xào giận dữ thoáng qua đám đông b/ *(không dùng ở dạng bị động)* thấm đượm: *a deep melancholy runs through her poetry* một mối sầu muộn sâu lắng thấm đượm thơ văn của nàng c/ thảo luận nhanh; xem xét nhanh; đọc nhanh; lướt qua: *he ran through the names on the list* ông ta lướt qua các tên trong danh sách d/ tóm tắt lại: *run through the main points of the news* tóm tắt lại các điểm chính của nguồn tin e/ diễn tập lại: *could we run through Act 3 again, please?* ta có thể diễn tập lại màn 3 không nhỉ? g/ xài phí, tiêu tốn: *she ran through a lot of money in her first term at university* cô ta tiêu tốn khối tiền trong học kỳ một ở đại học; **run to** a/ đạt tới; tới: *the book runs to 800 pages* cuốn sách tới 800 trang; *her novel has already run to three impressions* cuốn tiểu thuyết của cô ta đã đạt tới ba lần in b/ có đủ tiền để làm gì *(nói về người)*; đủ để làm gì *(nói về tiền)*: *we can't run to a holiday abroad this year* năm nay chúng tôi không có đủ tiền để đi nghỉ ở nước ngoài; **run up** a/ đưa lên, kéo lên: *run up a flag on the mast* kéo cờ lên cột buồm b/ khiến cho tích lại *(nợ nần..., thành một món lớn)*: *she ran up a large phone bill* chị ta đã để phí điện thoại lên thành một món lớn c/ khâu nhanh: *I ran this dress up in one evening* tôi đã khâu nhanh chiếc áo này trong một buổi tối d/ *(+ against)* gặp phải, phải đương đầu với: *we run up against some unexpected opposition* chúng tôi đã gặp phải một vài sự phản đối không ngờ tới.

run² /rʌn/ *dt* **1.** sự chạy: *go for a run every morning* mỗi buổi sáng chạy một lượt **2.** cuốc xe, chuyến đi *(xe, tàu)*; quãng đường đi, độ đường: *Oxford to London is about an hour's run by train* Oxford cách Luân Đôn một giờ tàu hỏa **3.** hồi, loạt; thời gian liên tục: *the play had a run of six months* vở kịch được diễn luôn một thời gian liên tục sáu tháng; *a run of bad luck* hồi đen; *we've enjoyed an exceptional run of fine weather recently* gần đây chúng ta có được một thời gian đẹp trời liên tục **4.** sự đổ xô tới; nhu cầu đột ngột: *a run on the bank* sự đổ xô đi rút tiền ở ngân hàng **5.** *(thường trong từ ghép)* sân nuôi, bãi nuôi: *a chicken-run* sân nuôi gà; *a sheep-run* bãi nuôi cừu **6.** điểm ghi được *(chơi cricket, bóng bầu dục)* **7.** chiều hướng; xu thế: *the run of public opinion* chiều hướng của dư luận; *the run of the cards favoured me* vận bài có lợi cho tôi *(được bài tốt)* **8.** *(Mỹ)* sự tuột chỉ *(ở một sản phẩm đan)* **9.** đàn cá di chuyển: *a run of salmon* đàn cá hồi di chuyển ngược dòng. // **at a run** chạy: *he started at a run but soon tired and slowed to a walk* khởi đầu nó chạy, nhưng rồi sớm bị mệt và rồi chậm lại thành bước đi; **the common (general, ordinary) run** loại bình thường, loại trung bình: *a hotel out of the ordinary run* một khách sạn vượt ra ngoài loại bình thường *(trên loại bình thường)*; **give somebody (get, have) the run of something** cho ai *(được)* phép tự do sử dụng cái gì: *he has the run of the house* nó được tự do sử dụng ngôi nhà. // **in the long run** x long¹; **on the run** a/ tháo chạy; chạy trốn: *he's on the run from the police* nó đang chạy trốn cảnh sát; *keep the enemy on the run* buộc địch tháo chạy b/ chạy ngược, chạy xuôi: *I've been on the run all day and I'm exhausted* tôi chạy ngược chạy xuôi suốt ngày và mệt lử; **a good run for one's money** *(kng)* a/ dịp làm cho nhược người đi: *they may win the game, but we'll give them a good run for their money* họ có thể thắng, nhưng chúng tôi còn làm cho họ nhược người đi chứ b/ cái đáng công: *he lived to be 92, so I think he had a good run for his money* ông ta sống tới 92 tuổi, nên tôi nghĩ như thế kể cũng đáng công đấy chứ.

runabout /'rʌnəbaut/ *dt* *(kng)* ô tô con, ô tô nhỏ *(để đi trong thành phố)*.

run-around /'rʌnəraund/ *dt* *(kng)* **give somebody (get) the run-around** lừa dối ai *(bị lừa dối)*: *he's been giving his wife the run-around* nó đã lừa dối vợ nó *(ngủ với một người đàn bà khác)*.

runaway¹ /'rʌnəwei/ *tt* *(thngữ)* **1.** bỏ trốn, chạy trốn: *a runaway child* đứa bé chạy trốn **2.** lồng lên *(ngựa)*; không theo tay lái *(xe)*: *a runaway lorry* chiếc xe tải không theo điều khiển **3.** thắng một cách dễ dàng; xảy ra rất nhanh: *a runaway victory* một chiến thắng dễ dàng.

runaway² /'rʌnəwei/ *dt* người bỏ trốn, người chạy trốn.

run-down¹ /ˌrʌn'daun/ *tt* **1.** ọp ẹp, đổ nát, bỏ bê: *an old run-down hotel* một khách sạn cũ ọp ẹp; *the whole district is in a terrible run-down state* toàn quận ở trong tình trạng bỏ bê kinh khủng **2.** mệt mỏi, kiệt sức: *you need a holiday; you look a bit run-down* anh cần nghỉ, trông hơi có vẻ mệt mỏi đấy.

run-down² /ˌrʌn'daun/ *dt* **1.** sự suy sút dần, sự suy giảm dần: *the run-down of the coal industry* sự suy giảm dần của công nghiệp than đá **2.** *(of, on something)* *(kng)* bản phân tích chi tiết về *(sự việc gì)*: *I want a complete run-down on everything that happened while I was away* tôi cần một bản báo cáo chi tiết về mọi việc xảy ra trong khi tôi đi vắng.

rune /ru:n/ *dt* **1.** con chữ run *(một thứ chữ cái cổ)* **2.** dấu thần bí, dấu bí hiểm.

rung¹ /rʌŋ/ *dttqk của* ring³.

rung² /rʌŋ/ *dt* **1.** thanh ngang *(ở cái thang, ở chân ghế)* **2.** *(bóng)* bậc, thang, thang bậc: *start on the lowest (the bottom) rung of the salary scale* khởi đầu ở mức thấp nhất trong thang lương.

runic /'ru:nik/ *tt* [thuộc] con chữ run; ghi bằng con chữ run: *a runic alphabet* bảng chữ cái run; *a runic calendar* lịch ghi bằng chữ run.

run-in /'rʌnin/ *dt* **1.** *(to something)* khoảng thời gian dẫn tới *(một sự việc gì)*: *during the run-in to the election* trong thời gian dẫn tới cuộc bầu cử **2.** *(with something)* *(Mỹ, kng)* cuộc cãi nhau; sự bất đồng ý kiến: *have a run-in with somebody* cãi nhau với ai.

runnel /'rʌnl/ *dt* dòng nước nhỏ: *the rain ran in shallow runnels alongside the path* nước mưa chảy thành những

R

đòng nước nhỏ dọc theo con đường.

runner /'rʌnə[r]/ *dt* **1.** đấu thủ chạy đua; ngựa đua: *there are eight runners in the final race* có tám ngựa đua trong cuộc chạy chung kết **2.** người chuyển tin (*cho những người môi giới chứng khoán...*) **3.** (*thường trong từ ghép*) kẻ buôn lậu: *an opium-runner* kẻ buôn lậu thuốc phiện **4.** thanh trượt (*ở xe trượt tuyết...*) **5.** (*thực*) thân bò lan **6.** tấm phủ, dải phủ (*mặt bàn để trang trí...*).

runner bean /,rʌnə'bi:n/ (*Mỹ* **pole bean**) đậu quả.

runner-up /,rʌnər'ʌp/ *dt* (*snh* **runners-up** /,rʌnəz'ʌp/) người xếp thứ nhì; đội xếp thứ nhì (*trong trận đấu chung kết*); á hậu (*trong cuộc thi sắc đẹp*).

running[1] /'rʌniŋ/ *dt* **1.** sự chạy, cuộc chạy đua **2.** sự quản lý, sự trông nom, sự điều hành: *he left the running of the company in the hands of his son* ông ta để con điều hành công ty; *the running costs of a car* chi phí điều hành chiếc xe ô tô (*tiền nhiên liệu, sửa chữa, bảo hiểm...*). // **in (out of) the running [for something]** (*kng*) có (không có) cơ may thành công trong việc gì [hoàn thành việc gì]: *Ba is in the running for the director ship* ông Ba có cơ may trở thành giám đốc; **make the running** (*kng*) đặt ra bước đi, định ra tiêu chuẩn (*cho việc gì*): *Wall Street made Friday's running on the international stock exchange* Wall Street đặt ra (khởi xướng) bước đi ngày thứ sáu cho sở giao dịch chứng khoán; *Ba is rather timid with women, so Thu has to make all the running in their relationship*

Ba hơi nhút nhát đối với phụ nữ, cho nên Thu là người thu xếp mọi việc trong mối quan hệ giữa họ với nhau.

running[2] /'rʌniŋ/ *tt* **1.** chạy, tiến hành trong lúc chạy: *a running kick* cú đá có chạy lấy đà **2.** liên tiếp; liên tục; liền: *the police kept up a running fire of questions during their interrogation of the suspect* cảnh sát đặt liên tục nhiều câu hỏi trong khi hỏi cung kẻ bị tình nghi **3.** chảy: *I can hear running water* tôi nghe tiếng nước chảy; *all our rooms have running water* mọi phòng của chúng tôi đều có nước máy **4.** chảy nước; chảy mủ (*vết thương...*). // **in running (working) order** *x* order[1].

running[3] /'rʌniŋ/ *pht* liên tiếp; liền: *for several days running* trong nhiều ngày liên tiếp.

running-board /'rʌniŋbɔ:d/ *dt* bậc lên (*ở dưới cửa xe ô tô thời trước đây*).

running commentary /,rʌniŋ'kɒməntri/ bài tường thuật tại chỗ (*trên đài phát thanh...*).

running jump /,rʌniŋ'dʒʌmp/ sự nhảy có lấy đà. // **take a running jump** (*thường dùng ở thức mệnh lệnh*) (*kng*) xéo đi và thôi quấy rầy người khác: *if he asks you any more personal questions, tell him to take a running jump* nếu nó hỏi thêm anh bất cứ câu hỏi riêng tư nào thì hãy bảo nó xéo đi và thôi quấy rầy anh.

running mate /'rʌniŋmeit/ (*chính*) ứng cử viên liên danh (*ứng cử làm phó tổng thống cùng một người khác đứng tên ứng cử tổng thống*): *Reagan has yet to choose*

his running mate Reagan hãy còn phải chọn ứng cử viên liên danh với ông ta.

running repairs /,rʌniŋ-ri'peəz/ sửa chữa nhỏ; thay thế bộ phận hỏng.

runny /'rʌni/ *dt* **1.** chảy (*ở dạng lỏng hơn thường lệ*): *runny butter* bơ chảy **2.** chảy nước ra (*mũi, mắt*): *she wiped the baby's runny nose* chị ta lau nước mũi [chảy ra] cho đứa bé.

run-off /'rʌnɒf/ *dt* cuộc thi cuối cùng (*để định ai được giải, vì có một số người đạt ngang điểm*).

run-off the-mill /,rʌnəvðə-'mil/ *tt* (*thường xấu*) bình thường không có gì đặc biệt: *a run-off the-mill performance* cuộc diễn xuất bình thường.

runs /rʌnz/ *dt snh* the runs (*kng*) sự ỉa chảy.

runt /rʌnt/ *dt* **1.** con vật còi cọc (*thường nói về lợn trong một ổ*) **2.** (*xấu*) người nhỏ con xấu xí; người không ra gì.

run-through /'rʌnθru:/ *dt* sự diễn tập lại: *we need one more run-through before the performance* chúng tôi cần diễn tập lại một lần nữa trước khi diễn xuất.

run-up /'rʌnʌp/ *dt* **1.** (*thể*) sự chạy lấy đà; quãng chạy lấy đà **2.** the run-up to khoảng thời gian dẫn đến (*một sự kiện*): *during the run-up to the election the poll showed the Democrats in the lead* trong khoảng thời gian dẫn đến kỳ bầu cử, cuộc thăm dò dư luận cho thấy đảng Dân chủ dẫn đầu **3.** (*Mỹ*) sự tăng đột ngột, sự tăng vọt.

runway /'rʌnwei/ *dt* đường băng (*ở sân bay*).

rupee /ru:'pi:/ *dt* đồng ru-pi (*tiền Ấn Độ, Pa-ki-xtan...*).

rupture¹ /'rʌptʃə[r]/ *dt* **1.** sự đứt, sự vỡ, sự rách, sự thủng: *the rupture of a blood-vessel* sự vỡ mạch máu; *the rupture of a membrane* sự rách màng **2.** (*bóng*) sự cắt đứt, sự đoạn tuyệt: *a rupture of diplomatic relations between two countries* sự cắt đứt quan hệ ngoại giao giữa hai nước **3.** (*y*) thoát vị.

rupture² /'rʌptʃə[r]/ *dgt* **1.** [làm cho] đứt, [làm cho] vỡ, [làm cho] rách, [làm cho] thủng (*một cơ quan*): *a ruptured blood-vessel* mạch máu bị vỡ **2. rupture oneself** tự làm cho mình bị thoát vị: *he ruptured himself lifting a heavy weight* nó nhấc một vật nặng và tự làm cho mình bị thoát vị **3.** cắt đứt, đoạn tuyệt: *the risk of rupturing East-West relations* nguy cơ cắt đứt quan hệ Đông Tây.

rural /'rʊərəl/ *tt* [thuộc] nông thôn: *rural areas* vùng nông thôn; *rural bus services* dịch vụ xe buýt nông thôn.

rural dean /ˌrʊərəl'diːn/ (*tôn*) cha xứ.

rural delivery /ˌrʊərəldi'livəri/ (*Mỹ*) sự phân phát thư ở nông thôn.

rural route /ˌrʊərəl'raʊt/ (*Mỹ*) *nh* rural delivery.

Ruritanian /ˌrʊəri'teiniən/ *tt* đầy mưu đồ (*như ở nước Ruritania xưa, một nước tưởng tượng thời xưa ở Âu châu*).

ruse /ruːz/ *dt* mưu mẹo, mẹo: *think up a ruse for getting into the cinema without paying* nghĩ ra một mẹo để vào rạp chiếu bóng mà không phải trả tiền.

rush¹ /rʌʃ/ *dgt* **1.** xông lên, lao vào: *rush at the enemy* lao vào kẻ thù **2.** vội, vội vã; hành động gấp: *there's*

plenty of time, we needn't rush còn nhiều thì giờ, chúng ta không cần vội vã; *don't rush to conclusion* đừng vội kết luận; *please rush me your catalogue* làm ơn gửi gấp cho tôi cuốn danh mục của anh **3.** thúc (*ai*) hành động gấp, thúc (*ai*) quyết định gấp: *don't rush me, let me think about it* đừng thúc tôi, cho tôi nghĩ đã **4.** tấn công ào ạt: *rush the enemy's positions* tấn công ào ạt vào các vị trí của địch **5.** (*kng*) chém, lấy giá cắt cổ: *how much did the garage rush you for these repairs?* xưởng chữa xe chém anh bao nhiêu về những sửa chữa ấy? // **rush (run) somebody off his feet** *x* **foot¹**; **rush into print** đưa xuất bản một cách thiếu cân nhắc thận trọng.

rush out sản ra (*cái gì*) rất nhanh; **rush through** đưa thông qua (*cái gì*) vội vã để thành chính thức: *rush a bill through Parliament* đưa thông qua vội vã một dự luật ở nghị viện.

rush² /rʌʃ/ *dt* **1.** sự lao vào, sự đổ xô vào: *there was a rush for the exits when the film ended* người ta đổ xô tới các cửa ra khi bộ phim kết thúc; *a rush on umbrellas* sự đổ xô vào mua ô (*khi trời mưa...*) **2.** sự vội vàng, sự gấp: *I've got to write a report for my boss before tomorrow, it'll be a bit of a rush job* tôi phải viết một báo cáo cho thủ trưởng trước ngày mai, thật là một việc gấp quá **3.** sự dồn lên đột ngột; luồng dạt dào: *a rush of blood to the cheeks* sự dồn máu lên má; *work in a rush of enthusiasm* làm việc trong lúc lòng nhiệt tình dạt dào; *a rush of cold air* một luồng gió lùa lạnh

4. [thời kỳ] hoạt động tấp nập: *the Christmas rush* thời kỳ mua sắm tấp nập trước ngày lễ Nô-en.

rush³ /rʌʃ/ *dt* (*thực*) cây bấc.

rushes /'rʌʃiz/ *dt snh* (*kng*) bản đầu tiên (*của một bộ phim trước khi được chỉnh lý*).

rush-hour /'rʌʃaʊə[r]/ *dt* giờ cao điểm (*trong giao thông ở các thành phố lớn*): *I got caught in the rush-hour traffic* tôi bị kẹt xe trong giờ cao điểm.

rushlight /'rʌʃlait/ *dt* cây nến lõi bấc (*dùng để thắp, trước đây*).

rushy /'rʌʃi/ *tt* có lắm cây bấc.

russet¹ /'rʌsit/ *tt* [có màu] hung hung: *russet autumn leaves* lá mùa thu màu hung hung.

russet² /'rʌsit/ *dt* **1.** màu hung hung **2.** táo rennet hung hung.

Russian¹ /'rʌʃn/ *tt* [thuộc] Nga: *Russian folklore* văn học dân gian Nga.

Russian² /'rʌʃn/ *dt* **1.** người Nga **2.** tiếng Nga.

Russian roulette /ˌrʌʃn ruː'let/ **1.** trò cò quay Nga (*trò chơi nguy hiểm gí súng vào đầu mình, trong súng chỉ có một viên đạn, và bóp cò*) **2.** (*bóng*) hành động mạo hiểm đầy gian nguy; tình thế đầy gian nguy.

Russo- dạng kết hợp của Russian: *the Russo-American trade* sự buôn bán Nga-Mỹ.

Russophile¹ /'rʌsəfail/ *tt* thân Nga.

Russophile² /'rʌsəfail/ *dt* người thân Nga.

rust¹ /rʌst/ *dt* **1.** gỉ, han (*sắt*): *patches of rust on the bicycle frame* đốm gỉ trên khung xe đạp **2.** màu gỉ sắt

R

3. bệnh gỉ sắt *(ở cây cối)*: *wheat rust* bệnh gỉ sắt lúa mì.

rust² /rʌst/ *dgt* [làm] gỉ: *brass doesn't rust* đồng thau không gỉ; *the hinges had rusted away* bản lề đã gỉ hỏng hết.

rustic¹ /'rʌstik/ *tt* **1.** [điển hình cho] nông thôn: *rustic simplicity* sự giản dị đặc nông thôn **2.** mộc mạc: *rustic manners* cử chỉ mộc mạc **3.** bằng gỗ chưa đẽo gọt: *a rustic bench* cái ghế dài bằng gỗ chưa đẽo gọt.

rustic² /'rʌstik/ *dt (xấu)* người quê mùa.

rustically /'rʌstikli/ *pht* [một cách] mộc mạc quê mùa.

rusticate /'rʌstikeit/ *dgt* **1.** tạm đuổi *(sinh viên)* **2.** về sống ở nông thôn; về vui cảnh điền viên.

rustication /ˌrʌsti'keiʃn/ *dt* **1.** sự tạm đuổi *(sinh viên)* **2.** sự về sống ở nông thôn; sự về vui cảnh điền viên.

rusticity /rʌ'stisəti/ *dt* tính điển hình nông thôn *(về vẻ ngoài cũng như tính tình).*

rustiness /'rʌstinis/ *dt* **1.** sự bị gỉ **2.** *(bóng)* tình trạng bị han gỉ; tình trạng bị cùn *(x rusty).*

rustle¹ /'rʌsl/ *dgt* **1.** [kêu] xào xạc, [kêu] sột soạt: *leaves rustled in the breeze* lá cây xào xạc trong làn gió thoảng; *her silk dress rustled as she moved* chiếc áo lụa của cô ta kêu sột soạt mỗi khi cô vận động **2.** *(Mỹ)* ăn trộm *(bò, ngựa đang thả cho ăn ngoài bãi).* // **rustle up** *(kng)* kiếm nhanh; cung cấp nhanh: *I'll try and rustle up something for you to eat* tôi sẽ cố gắng kiếm nhanh cho anh cái gì để anh ăn.

rustle² /'rʌsl/ *dt (số ít)* tiếng xào xạc, tiếng sột soạt.

rustler /'rʌslə[r]/ *dt (Mỹ)* kẻ trộm bò ngựa.

rustless /'rʌstlis/ *tt* không han gỉ.

rustling /'rʌstliŋ/ *dt* **1.** sự xào xạc, sự sột soạt: *the rustling of dry leaves* sự xào xạc của lá khô.

rust-proof¹ /'rʌstpru:f/ *tt* [đã xử lý để cho] không gỉ.

rust-proof² /'rʌstpru:f/ *dgt* xử lý *(kim loại)* để cho không gỉ.

rusty /'rʌsti/ *tt* (-ier; -iest) **1.** [bị] gỉ, [bị] han **2.** *(bóng)* han gỉ, cùn: *my English is rather rusty* tiếng Anh của tôi đã phần nào han gỉ.

rut¹ /rʌt/ *dt* **1.** lằn bánh xe **2.** *(bóng)* vết đường mòn quen thuộc: *get out of a rut* bỏ lối sống theo vết đường mòn quen thuộc; *be [stuck] in a rut* sống theo vết đường mòn buồn tẻ quen thuộc.

rut² /rʌt/ *dgt* (-tt-) *(chủ yếu ở dạng bị động)* để lại những lằn bánh: *a deeply rutted road* con đường mang những lằn bánh xe sâu.

rut³ /rʌt/ *dt (cg the rut)* sự động dục: *stags fight during the rut* hươu đực đánh nhau vào kỳ động dục.

rut⁴ /rʌt/ *dgt* (-tt-) động dục: *a rutting stag* con hươu đực động dục.

rutabaga /ˌruːtə'beigə/ *dt (Mỹ) nh* swede.

ruthless /'ruːθlis/ *tt* không động lòng thương hại, tàn nhẫn: *a ruthless terrorist* tên khủng bố tàn nhẫn.

ruthlessly /'ruːθlisli/ *pht* [một cách] tàn nhẫn.

ruthlessness /'ruːθlisnis/ *dt* lòng tàn nhẫn.

rye /rai/ *dt* **1.** *(thực)* lúa mạch đen **2.** *(cg rye whisky) (Mỹ)* rượu uýt ki mạch đen; chén rượu uýt ki mạch đen.

S¹, s¹ /es/ (*snh* **S's, s's** /'esiz/ s): "*say*" begins with [an] s từ "say" bắt đầu bằng [con chữ] S.

S² *vt* **1.** (*snh* **SS**) Thánh *x* St **2.** nhỏ (*cỡ*) (*ghi trên quần áo bán sẵn...*) **3.** (*Mỹ cg* **So**) nam [*phương*]: *S Yorkshire* Nam Y-oóc-sơ.

s² (*vt*) **1.** si-ling (*trong tiền tệ của Anh trước đây*) **2.** *single* [*status*] độc thân (*trong đơn từ kê khai*).

s³ *vt* **1.** thay cho is: *what's that?* gì đấy?; *she's gone* cô ta đã đi khỏi **2.** *thay cho has: he's done it* anh ta đã làm việc ấy rồi **3.** *thay cho us* (*chỉ trong* let's): *let's go* nào chúng ta đi thôi **4.** *thay cho does: what's he say about it?* ý kiến anh ấy về việc đó như thế nào?

s⁴ 1. (*dùng để hình thành cách sở hữu dt số ít và dt số nhiều không tận cùng bằng* s): *yesterday's lesson* bài học ngày hôm qua; *the children's bedroom* buồng ngủ của tụi trẻ **2.** (*dùng để chỉ cửa hàng hay nhà ở của ai*): *I bought it at the baker's* tôi mua cái đó ở cửa hàng [anh bán] bánh mì; *I met him at Mary's* tôi đã gặp anh ta ở nhà Ma-ry.

s' (*dùng để hình thành cách sở hữu của phần lớn dt*

snh): *a boy's club* một câu lạc bộ thiếu niên.

SA 1. (*vt của* Salvation Army) Đội cứu tế từ thiện (*mặc quân phục trong các tổ chức Cơ Đốc giáo*) **2.** (*kng*) (*vt của* sex appeal) sự khêu gợi tình dục **3.** (*vt của* South Africa) Nam Phi.

Sabbatarian¹ /ˌsæbə'teəriən/ *dt* người theo tục nghỉ lễ ngày xa-ba (*x* sabbath).

Sabbatarian² /ˌsæbə'teəriən/ *tt* [*thuộc*] ngày xa-ba: *Sabbatarian bieliefs* tín điều của những người theo lệ nghỉ ngày xa-ba.

sabbath /'sæbəθ/ *dt the sabbath* ngày xa-ba, ngày nghỉ lễ hằng tuần (*thứ bảy đối với người Do Thái và chủ nhật đối với người Cơ Đốc*): *keep the sabbath* nghỉ lễ ngày xa-ba; *the sabbath day* ngày xa-ba.

sabbatical¹ /sə'bætikl/ *dt* kỳ phép (*cho giáo sư nghỉ để đi nghiên cứu, tham quan...*) sự nghỉ phép: *take a sabbatical* nghỉ phép; *be on sabbatical* đang nghỉ phép.

sabbatical² /sə'bætikl/ *tt x* dt: *a sabbatical term* kỳ [nghỉ] phép.

saber /'seibə[r]/ *dt* (*Mỹ*) *x* sabre.

sable¹ /'seibl/ *dt* **1.** (*động*) chồn mác-tét (*ở bắc Âu và bắc Á có bộ lông rất quý*) **2.** da lông chồn mác-tét: *a sable coat* chiếc áo khoác bằng da lông chồn mác-tét.

sable² /'seibl/ *tt* (*thơ*) đen; đen tối.

sabot /'sæbəv, (*Mỹ* sæ'bəv)/ *dt* guốc; giày đế gỗ.

sabotage¹ /'sæbəta:ʒ/ *dt* sự phá hại ngầm; sự hại ngầm: *was the fire an accident or an act of sabotage?* vụ hỏa hoạn là một tai nạn hay một hành động phá hoại ngầm?

sabotage² /'sæbəta:ʒ/ *đgt* phá hoại ngầm: *sabotage somebody's plans* phá hoại ngầm kế hoạch của ai.

saboteur /ˌsæbə't3:[r]/ *dt* kẻ phá hoại ngầm, kẻ hại ngầm.

sabra /sa:brə/ *dt* (*Mỹ*) người I-xra-en chính gốc, người I-xra-en chính cống Giê-ru-da-lem.

sabre (*Mỹ* **saber**) /'seibə[r]/ *dt* thanh kiếm (*lưỡi hơi cong, của kỵ binh hay để thi đấu*).

sabre-rattling /'seibərætliŋ/ *dt* sự hăm dọa (*sẽ dùng vũ lực*): *his speech is mere sabre-rattling* bài nói của ông ta chỉ là hăm dọa suông.

sabre-toothed tiger /ˌseibətu:θ'taigə[r]/ (*động*) hổ nanh lưỡi kiếm (*nay đã tuyệt chủng*).

sac /sæk/ *dt* (*sinh*) túi (*ở động vật, thực vật*).

SAC *vt* (*Mỹ*) *vt của* Strategic Air Command) bộ tư lệnh không quân chiến lược.

saccharin /'sækərin/ *dt* sacarin, đường hóa học.

saccharine /'sækəri:n/ *tt* (*xấu*) ngọt gắt; ngọt xớt: *a saccharine taste* vị ngọt gắt; *a saccharine voice* giọng ngọt xớt.

sacerdotal /ˌsæsə'dəutl/ *tt* [*thuộc*] tăng lữ.

sachet /'sæʃei, (*Mỹ* sæ'ʃei)/ *dt* **1.** túi con, túi: *a sachet of shampoo* một túi nước gội đầu **2.** túi bột thơm (*để ướp quần áo*).

sack¹ /sæk/ *dt* **1.** bao tải; bao bố: *the sack split and the rice poured out* bao tải bị rách và gạo vãi ra ngoài; *a sack of potatoes* một bao tải khoai tây. **2.** (*cg* **sack dress**) áo xắc, áo khoác ngắn (*của nữ*). // **hit the sack** *x* hit¹.

sack² /sæk/ *dgt (kng)* sa thải: *be sacked for incompetence* bị sa thải vì thiếu năng lực.

sack out *(kng, Mỹ)* đi ngủ.

sack³ /sæk/ *dt* the sack sự sa thải: *give somebody the sack* sa thải ai; *get the sack* bị sa thải; *it's the sack for you!* anh sẽ bị sa thải đấy!

sack⁴ /sæk/ *dgt* cướp phá *(một thành phố bị đánh chiếm...).*

sack⁵ /sæk/ *dt* sự cướp phá: *the sack of Troy* (sử) sự cướp phá thành Tơ-roa.

sack⁶ /sæk/ *dt* (cổ) rượu xắc, rượu vang trắng *(Tây Ban Nha).*

sackcloth /'sækklɔθ/ *dt* vải [may] bao tải. // **in (wearing) sackcloth and ashes** tỏ vẻ ăn năn sám hối.

sackful /'sækful/ *dt* bao [tải] đầy: *two sackfuls of flour* hai bao bột mì đầy.

sack-race /'sækreis/ *dt* cuộc chạy đua chân đút vào bao tải.

sacrament¹ /'sækrəmənt/ *dt* lễ ban phước.

sacrament² /'sækrəmənt/ **the sacrament** *(cg* **the Blessed Sacrament; the Holy Sacrament)** **1.** bánh thánh và rượu thánh **2.** lễ ban thánh thể; thánh lễ.

sacramental /,sækrə'mentl/ *tt* [thuộc] bánh thánh, [thuộc] rượu thánh; [thuộc] thánh lễ: *sacramental wine* rượu thánh.

sacred /'seikrid/ *tt* **1.** [thuộc] thần, [thuộc] thần thánh; thiêng liêng: *a sacred place* nơi thiêng liêng; *a sacred image* hình ảnh thiêng liêng; *sacred writings* sách kinh; *sacred poetry* thánh thi; *a sacred horse* ngựa thần, thần mã; *a sacred war* cuộc chiến tranh thần

thánh; *a sacred duty* nhiệm vụ thiêng liêng **2.** được xem như là rất hệ trọng; trịnh trọng: *a sacred promise* lời hứa trịnh trọng **3. sacred to somebody (something)** hiến dâng cho *(ai, cái gì)* (*lời thường thấy ghi trên bia mộ...):* *sacred to the memory of* hiến dâng linh hồn *(ai).*

sacred cow /,seikrid'kau/ *dt* ý kiến (cách làm...) không thể bị chỉ trích, ý kiến (cách làm...) không còn gì mà chê nữa; thần tượng: *let's not make a sacred cow of the monarchy* ta chớ xem chế độ quân chủ như là một thần tượng.

sacredly /'seikridli/ *pht* [một cách] thần thánh; [một cách] thiêng liêng.

sacredness /'seikridnis/ *dt* tính thần thánh; tính thiêng liêng.

sacrifice¹ /'sækrifais/ *dt* **1.** lễ hiến sinh; vật hiến sinh: *kill a sheep as a sacrifice* giết một con cừu làm vật hiến sinh **2.** sự hy sinh; vật hy sinh; điều hy sinh: *success in your job is not worth the sacrifice of your health* sự thành công trong công việc không đáng để anh hy sinh sức khỏe; *his parents made many sacrifices so that he could go to the university* bố mẹ nó đã phải hy sinh nhiều để nó có thể học đại học.

sacrifice² /'sækrifais/ *dgt* **1.** hiến sinh: *sacrifice a lamb to the gods* hiến sinh một con cừu non lên thần linh **2.** hy sinh: *sacrifice one's whole life to the happiness of the people* hy sinh tất cả cuộc đời mình cho hạnh phúc của nhân dân; *increase production without sacrificing quality* tăng sản lượng

mà không hy sinh phẩm chất hàng hóa.

sacrificial /,sækri'fiʃl/ *tt* *(thường thng)* **1.** hiến sinh: *a sacrificial lamb* con cừu non hiến sinh **2.** hy sinh.

sacrificially /,sækri'fiʃəli/ *pht* **1.** [theo lễ] hiến sinh **2.** [một cách] hy sinh.

sacrillege /'sækrilidʒ/ *dt* tội phạm thánh: *it is [a] sacrilege to steal a crucifix from an altar* lấy trộm thánh giá trên bàn thờ là một tội phạm thánh.

sacrilegious /,sækri'lidʒəs/ *tt* phạm thánh.

sacrilegiously /,sækri'lidʒəsli/ *pht* [một cách] phạm thánh.

sacristan /'sækristən/ *dt* người coi sóc đồ thờ; người trông coi nhà thờ.

sacristy /'sækristi/ *dt* phòng áo lễ *(ở nhà thờ).*

sacrosanct /'sækrəusæŋkt/ *tt (thường mỉa)* bất khả xâm phạm *(không được dụng đến, bàn đến vì quá quan trọng):* *you can't cut spending on defence - that's sacrosanct!* không thể cắt giảm chi phí quốc phòng, đó là điều bất khả xâm phạm!

sad /sæd/ *tt* **(-dder; -ddest)** **1.** buồn: *sad look* nét mặt buồn: *sad news* tin buồn; *it was a sad day for our team when we lost the final* ấy là một ngày buồn cho đội chúng tôi khi chúng tôi thua trận chung kết **2.** đáng buồn; tồi tệ: *this once beautiful ship is in a sad condition now* chiếc tàu ấy ngày nào đẹp thế mà nay đã trong tình trạng tồi tệ. // **sad to say** *(thường dùng đầu câu)* rủi thay; tiếc thay: *sad to say, she hasn't given us permission to do it* rủi thay, bà ta không cho phép chúng tôi làm điều đó; **sadder but**

wiser đã rút ra được bài học cay đắng *(từ việc gì đó): this failure left him a sadder but a wiser man* thất bại ấy đã khiến anh ta rút ra được bài học cay đắng nhưng trở nên khôn ngoan hơn.

sadden /'sædn/ *dgt* làm buồn; buồn: *the bad news saddened us* tin dữ làm chúng tôi buồn; *he saddened at the memory of her death* anh ấy buồn khi nhớ đến cái chết của cô ta.

saddle[1] /'sædl/ *dt* **1.** [cái] yên *(yên ngựa, yên xe đạp, xe máy)* **2.** chỗ thắng yên *(trên lưng ngựa)* **3.** đèo [hình] sống trâu *(giữa hai đỉnh núi)* **4.** thịt lưng sát mông *(của cừu, hươu...).* // **in the saddle** *(kng)* a/ trên lưng ngựa: *spend hours in the saddle* ngồi trên lưng ngựa hàng giờ b/ tại vị, tại chức: *the director hopes to remain in the saddle* viên giám đốc hy vọng còn tại vị thêm nữa.

saddle[2] /'sædl/ *dgt* **1. saddle up; saddle something [up]** thắng yên: *saddle up and ride off* thắng yên và cưỡi ngựa đi; *saddle one's pony [up]* thắng yên con ngựa con **2. saddle somebody with something** đùn việc gì cho ai: *they saddled me with all the secretarial work because I was the only one who could type* họ đùn cho tôi tất cả công việc văn phòng vì tôi là người duy nhất có thể đánh máy.

saddle-bag /'sædlbæg/ *dt* túi yên *(đeo ở hai bên yên ngựa, hay buộc sau yên xe đạp, xe máy).*

saddler /'sædlə[r]/ *dt* thợ làm yên cương.

saddlery /'sædləri/ *dt* **1.** đồ yên cương **2.** nghề làm yên

cương **3.** cửa hàng yên cương.

saddle-sore /'sædlsɔ:[r]/ *tt* đau cứng người sau khi cưỡi ngựa.

saddle-stitching /'sædl-stitʃiŋ/ *dt* mũi đột dài *(với chỉ to, để trang trí).*

sadhu /'sɑːduː/ *dt* thánh nhân *(Ấn giáo, sống cuộc sống khổ hạnh).*

sadism /'seidizəm/ *dt* **1.** tính khoái [những trò] tàn ác: *sadism in the treatment of prisoners* tính khoái những trò tàn ác trong đối xử với tù nhân **2.** thói bạo dâm.

sadist /'seidist/ *dt* **1.** người khoái [những trò] tàn ác **2.** người ưa bạo dâm.

sadistical /sə'distikl/ *tt* **1.** khoái [những trò] tàn ác **2.** bạo dâm.

sadistically /sə'distikli/ *pht* **1.** [một cách] khoái tàn ác **2.** [một cách] bạo dâm.

sadly /'sædli/ *pht* **1.** [một cách] buồn: *she looked at him sadly* chị buồn bã nhìn anh ta **2.** [một cách] đáng buồn; buồn thay: *sadly, we have no more money* buồn thay, chúng tôi không còn tiền nữa.

sadness /'sædnis/ *dt* **1.** sự buồn **2.** *(thường snh)* nỗi buồn: *one of the many sadnesses in his life was that he never had children* một trong những nỗi buồn trong đời ông ta là đã không có được mụn con nào.

sadomasochism /,seidəu-'mæsəkizəm/ *dt* thói bạo dâm.

sadomasochist[1] /,seidəu-'mæsəkist/ *tt* thích bạo dâm.

sadomasochist[2] /,seidəu-'mæsəkist/ *dt* người thích bạo dâm.

sae /,es ei 'iː/ *(vt của stamped addressed envelope)*

phong bì đề tên, địa chỉ và dán tem sẵn: *enclose sae for reply* gửi kèm theo phong bì đề tên, địa chỉ và dán tem sẵn để trả lời.

safari /sə'fɑːri/ *dt (snh* **safaris)** chuyến đi săn; cuộc hành trình đường bộ *(đặc biệt là ở Nam hay Trung Phi): they went on safari searching for the rare black rhinoceros* họ đã đi săn, lùng tìm loài tê giác đen quý hiếm.

safari park /sə'fɑːripɑːk/ *dt* bãi thú *(bãi thả thú hoang để du khách có thể lái xe đi quanh mà xem).*

safari suit /sə'fɑːrisuːt/ *dt* quần áo vải thường *(áo có hai túi ngực và có thắt lưng).*

safe[1] /seif/ *tt* **1.** an toàn; *you'll be safe here* ở đây anh sẽ được an toàn; *will the car be safe outside?* xe hơi để ngoài an toàn chứ; *it's not safe to go out at night* ban đêm ra ngoài không an toàn đâu; *is that ladder safe?* cái thang này liệu có an toàn không? *put it in a safe place!* để cái đó ở một nơi an toàn nhé! **2.** chắc chắn, bảo đảm: *a safe investment* một vụ đầu tư bảo đảm: *a safe method of birth control* một phương pháp hạn chế sinh đẻ an toàn **3.** *(thường xấu)* dè dặt; thận trọng: *a safe choice* một sự lựa chọn thận trọng; *a safe critic* một nhà phê bình thận trọng. // **better safe than sorry** x better[2]; **for safe keeping** để giữ cho an toàn: *before the game I gave my watch to my wife for safe keeping* trước trận đấu tôi đưa đồng hồ cho nhà tôi giữ cho an toàn; **in somebody's safe keeping** được ai trông giữ [an toàn]: *Can I leave the children in your safe keeping?* tôi có thể nhờ

S

ông trông giùm mấy đứa trẻ được không?; **on the safe side** [ở thế] chắc; nắm phần chắc; *although the sun was shining I took an umbrella to be on the safe side* lúc đó mặc dù trời nắng, tôi vẫn mang theo một cái ô để cho chắc; **play [it] safe** chơi miếng chắc (đề phòng mọi rủi ro): *the bus might be early, so we'd better play safe and leave now* xe buýt có lẽ sẽ đi sớm, vì thế ta nên chơi miếng chắc mà đi ngay bây giờ; **[as] safe as houses** rất an toàn: *if you fix the brakes the car will be as safe as houses* nếu anh chữa phanh thì xe sẽ rất an toàn; **safe and sound** an toàn vô sự, không hề hấn gì: *the rescuers brought the climbers back safe and sound* những người giải cứu đã đưa được những người leo núi trở về an toàn vô sự; **a safe bet** một thành công chắc chắn; điều chắc chắn: *it's a safe bet that house prices will continue to rise* giá nhà vẫn sẽ tăng, đó là một điều chắc chắn.

safe² /seif/ *dt* két sắt.

safe-breaker /'seifbreikə[r]/ *dt* (*cg* (*Mỹ*) **safe-cracker**) người phá két sắt ăn trộm.

safe-cracker /'seifkrækə[r]/ *dt* (*Mỹ*) *nh* safe-breaker.

safe conduct /,seif'kɔndʌkt/ giấy thông hành an toàn, (*qua vùng địch...*).

safe deposit /'seifdipɔzit, (*Mỹ* seifdi'pɔzit)/ nhà ký gửi an toàn (*có phòng và két sắt cho thuê*).

safe deposit box /'seifdipɔzit,bɔks/ két sắt ký gửi an toàn.

safeguard¹ /'seifgɑ:d/ *dt* cái bảo vệ an toàn; biện pháp bảo vệ an toàn: *the law contains new safeguards to*

protect customers who buy used cars luật có những điều khoản mới bảo vệ cho khách hàng mua xe cũ.

safeguard² /'seifgɑ:d/ *dgt* bảo vệ an toàn cho; bảo vệ: *we have found a way of safeguarding our money* chúng tôi đã tìm ra một cách để bảo vệ số tiền của chúng tôi; *safeguard peace* bảo vệ hòa bình.

safe house /'seifhaus/ nhà an toàn (*của bọn tội phạm, bọn mật vụ, ở đấy không bị phát hiện*).

safekeeping /,seif'ki:piŋ/ *dt* sự giữ cho an toàn: *put your important documents in the bank for safekeeping* hãy để các tài liệu quan trọng của anh vào nhà băng để giữ cho an toàn.

safe period /'seifpiəriəd/ **the safe period** thời kỳ an toàn (*không thụ thai của nữ*).

safe-seat /,seif'si:t/ chiếc ghế quốc hội bảo đảm (*không thể mất, ở Anh*).

safety /'seifti/ *dt* sự an toàn: *be in safety* ở chỗ an toàn: *road safety* sự an toàn giao thông; *safety precautions* những phòng ngừa để được an toàn; *safety bolt* chốt an toàn. // **safety first** (*tục ngữ*) an toàn là số một; **there's safety in number** (*tục ngữ*) đông người thì an toàn tin tưởng hơn: *let's try to stay together as a group, there's safety in number* ta hãy đứng thành nhóm, đông người thì an toàn hơn.

safety-belt /'seiftibelt/ *dt* dây an toàn (*ở ghế máy bay; khi làm việc trên cao*).

safety-catch /'seiftikætʃ/ *dt* khóa an toàn, chốt an toàn (*ở súng...*).

safety curtain /'seiftik3:tn/ màn an toàn (*chống cháy*

có thể hạ xuống giữa sàn diễn và khán giả).

safety-first /,seifti'fə:st/ *tt* xem an toàn là số một, thận trọng: *a safety-first attitude* thái độ thận trọng.

safety glass /'seiftiglɑ:s/ kính an toàn (*khi vỡ không thành mảnh sắc*).

safety island /'seiftiailənd/ (*Mỹ, cg* **safety zone**) chỗ đứng tránh (*ở giữa đường, cho người đi bộ đi qua đường*).

safety lamp /'seiftilæmp/ đèn an toàn (*thợ mỏ*).

safety match /'seiftimætʃ/ diêm an toàn.

safety net /'seiftinet/ **1.** lưới an toàn (*người làm xiếc...*) **2.** (*bóng*) mạng lưới an toàn (*của sự cứu tế xã hội...*).

safety-pin /'seiftipin/ *dt* ghim băng.

safety razor /'seiftireizə[r]/ dao cạo an toàn, dao bào (*cạo râu, có miếng lót dưới lưỡi cho cạo khỏi đứt*).

safety-valve /'seiftivælv/ *dt* **1.** van an toàn **2.** (*bóng*) van an toàn, cách xả hơi: *vigorous exercise is a good safety-valve if you're under a lot of pressure at work* tập luyện mạnh là một cách xả hơi tốt nếu anh bị công việc dồn ép quá.

saffron¹ /'sæfrən/ *dt* **1.** bột nghệ tây **2.** màu vàng nghệ.

saffron² /'sæfrən/ *tt* vàng nghệ: *a Buddhist monk's saffron robes* áo vàng nghệ của vị sư đạo Phật.

sag¹ /sæg/ *dgt* (**-gg-**) võng xuống, chùng xuống, xệ xuống: *the tent began to sag as the canvas became wet* mái lều bắt đầu võng xuống khi vải bạt bị ướt; *your skin starts to sag as you get older* da anh bắt đầu xệ thõng xuống khi anh già đi.

sag² /sæg/ *dt* **1.** chỗ võng, chỗ chùng xuống, chỗ xệ xuống **2.** sự võng, sự chùng xuống, sự xệ xuống.

saga /'sa:gə/ *dt* **1.** thiên truyện xaga, thiên anh hùng ca *(của dân tộc Bắc Âu)* **2.** thiên truyện dài: *his biography is a saga of scientific research* tiểu sử của ông là cả một thiên truyện dài về nghiên cứu khoa học.

sagacious /sə'geiʃəs/ *tt* khôn ngoan; minh mẫn: *a sagacious decision* một quyết định minh mẫn.

sagaciously /sə'geiʃəsli/ *pht* [một cách] khôn ngoan, [một cách] minh mẫn.

sagacity /sə'gæsəti/ *dt* sự khôn ngoan; sự minh mẫn.

sage¹ /seidʒ/ *dt* nhà thông thái: *consult the sages of the tribe* hỏi ý kiến các nhà thông thái của bộ lạc.

sage² /seidʒ/ *tt (thường thngữ)* thông thái: *a sage priest* một thầy tu thông thái; *in the sage opinion of the experienced journalists* theo ý kiến thông thái của các ký giả có kinh nghiệm.

sage³ /seidʒ/ *dt* cây rau xô *(dùng ướp thơm thịt...)*: *sage and onion stuffing* nhân nhồi gồm rau xô và hành tây.

sage-brush /'seidʒbrʌʃ/ *dt* cây ngãi đắng.

sagely /'seidʒli/ *pht* [một cách] thông thái.

Sagittarian¹ /ˌsædʒi'teəriən/ *dt* người thụ mệnh cung Nhân Mã.

Sagittarian² /ˌsædʒi'teəriən/ *tt* thụ mệnh cung Nhân Mã.

Sagittarius /ˌsædʒi'teəriəs/ *dt* **1.** cung Nhân Mã *(cung thứ chín trong 12 cung hoàng đới)* **2.** người thụ mệnh cung Nhân Mã *(sinh*

ra giữa ngày 22 tháng 11 và 22 tháng 12).

sago /'seigəʊ/ *dt* bột cọ xa-gu *(làm bánh pút-đinh).*

sago-palm /'seigəʊpɑ:m/ *dt (thực)* cây cọ xa-gu.

sahib /sɑ:b, 'sɑ:ib/ *dt (cũ)* ngài, ông *(dùng ở Ấn Độ để xưng hô với một ông người Âu có chút địa vị nào đó).*

said /sed/ **1.** *qk và đttqk* của *say* **2.** *(thngữ) nh* aforementioned.

sail¹ /seil/ *dt* **1.** *(thường trong từ ghép)* buồm: *hoist (lower) the sails* kéo buồm lên (hạ buồm xuống); *the age of sail* thời đại thuyền buồm; *the foresail* buồm mũi; *the mainsail* buồm chính: *put on more sails* căng thêm buồm **2.** chuyến du ngoạn bằng đường thủy: *go for a sail* đi du ngoạn một chuyến bằng đường thủy *(dài bao nhiêu đấy); how many days' sail is it from Hull to Oslo?* đi tàu từ Hull đến Oslo mất bao nhiêu ngày **3.** *(snh kdổi)* tàu: *a fleet of twenty sail* một đội tàu hai mươi chiếc; *there wasn't a sail in sight* không thấy bóng dáng một chiếc tàu nào cả **4.** bản mành cánh quạt *(bản mành dính vào cánh quạt cối xay gió).* // **crowd on sail** x crowd²; **in full sail** x full¹; **set sail** (for, to, from...) giong buồm *(đi, từ... đến...)*: *we set sail for France at high tide* chúng tôi giong buồm đi Pháp khi thủy triều lên; *take the wind out of somebody's sail* x wind¹; **under sail** [chuyển động] với buồm căng gió: *the yacht is not under sail because the wind wasn't strong enough* chiếc du thuyền chạy mà buồm

không căng gió vì gió không đủ mạnh.

sail² /seil/ *dgt* **1.** đi [bằng] tàu thuyền: *sail along the coast* đi thuyền dọc theo bờ biển **2.** khởi hành *(một chuyến đi biển)*: *our ship sails tomorrow for New York* tàu chúng tôi mai sẽ khởi hành đi New York **3.** vượt qua *(bằng tàu thuyền)*: *we sailed the Atlantic in five days* chúng tôi vượt qua Đại Tây Dương trong năm ngày **4.** điều khiển, lái *(tàu thuyền)*: *do you sail?* anh có lái tàu được không; *she sails her own yacht* cô ta tự lái du thuyền của mình. // **sail close (near) to the wind** hành động (xử sự) theo một kiểu nguy hiểm hay gần như bất hợp pháp; **run (sail) before the wind** x wind¹; **sail across** lướt nhẹ qua: *clouds sailed across the sky* những đám mây lướt nhẹ trên bầu trời; **sail in** lao vào cuộc tranh cãi: *she sailed in with a furious attack on the chairman* cô ta đã lao vào cuộc tranh cãi bằng cách công kích quyết liệt ông chủ tịch. **sail into** a/ bước đĩnh đạc vào: *the manager sailed into the room* viên quản đốc đĩnh đạc bước vào phòng b/ công kích mạnh mẽ: *she sailed into her critics* cô ta mạnh mẽ công kích những người phê phán cô; **sail through** [vượt] qua *(kỳ thi, cuộc thử thách)* một cách dễ dàng: *he sailed through his finals* cô ta đã qua kỳ thi cuối khóa một cách dễ dàng.

sailing /'seiliŋ/ *dt* **1.** sự bơi xuồng *(như là một môn thể thao)*: *I love sailing* tôi thích bơi xuồng; *a sailing club* câu lạc bộ bơi xuồng **2.** chuyến tàu, chuyến thuyền *(thường xuyên)*: *three sailings a day from here to*

S

Calais ba chuyến tàu mỗi ngày từ đây đi Calais. // **plain sailing** x plain[1].

sailing-boat /'seiliŋbəʊt/ dt thuyền buồm.

sailing-ship /'seiliŋʃip/ dt tàu buồm.

sailor /'seilə[r]/ dt **1.** thủy thủ **2.** lính thủy **3.** người đi đường thủy: *I am not a very good sailor* tôi không phải là người đi đường thủy quen sóng gió *(hay bị say sóng)* **4.** người thường bơi xuồng *(như là một môn thể thao)*.

sailor hat /'seiləhæt/ mũ rơm chóp bằng.

sailor suit /'seiləsu:t/ bộ quần áo [kiểu] lính thủy *(cho trẻ con mặc)*.

saint /seint/ dt *(ở Anh, trước tên: snt)* *(vt St; đặc biệt trước tên địa diểm, tên nhà thờ...)* thánh: *St Andrew's Road* đường thánh Andrew; *you need the patience of a saint for this job* làm công việc ấy anh phải kiên nhẫn như một vị thánh; *this would provoke a saint* cái đó đến thánh (đến Bụt) cũng không chịu nổi.

sainted /'seintid/ tt *(cũ; dùa)* thần thánh; như thánh ấy!: *my sainted aunt!* bà cô thần thánh của cháu!

sainthood /'seinthʊd/ dt tính chất thần thánh.

saintliness /'seintliness/ dt tính chất thần thánh.

saintly /'seintli/ tt [thuộc] thánh; như thánh; thần thánh: *a saintly life* cuộc sống thần thánh.

saint's day /'seintsdei/ ngày lễ bản mệnh một vị thánh.

sake[1] /seik/ dt **for God's (goodness, Heaven's, pity's...) sake** vì Chúa! *(dùng như tht đặt trước hoặc sau lời ra lệnh, lời yêu cầu, hoặc để biểu thị sự tức giận)*: *for*

God's sake, how can you be so stupid? Lạy trời, sao mà mày ngốc thế?; **for old time's sake** x old; **for the sake of argument** để làm cơ sở [cho việc] tranh luận: *let's assume, for the sake of argument, that inflation will remain at 5% per year for two years* để làm cơ sở tranh luận ta hãy giả sử rằng lạm phát sẽ giữ ở mức 5% mỗi năm trong hai năm; **for the sake of somebody (something); for somebody's (something's) sake** vì ai *(cái gì)*; vì lợi ích của ai: *do something for the sake of one's family* làm cái gì vì lợi ích của gia đình; *I'll help you for your sister's sake* tôi sẽ giúp anh vì em gái anh; *art for art's sake* nghệ thuật vị nghệ thuật; **for the sake of [doing] something** để đạt được cái gì; để giữ gìn cái gì: *we make concessions for the sake of peace* chúng tôi nhượng bộ để giữ gìn hòa bình; *let's not spoil the job for the sake of a few pounds!* chúng ta chớ làm hỏng công việc vì vài đồng bảng!; *she argues for the sake of arguing* chị ta tranh cãi chỉ để tranh cãi.

sake[2] *(cg* **saki**) /'sɑki/ dt rượu xakê *(Nhật Bản)*.

salaam[1] /sə'lɑ:m/ dt **1.** kiểu chào xa lam *(của người Hồi giáo phương Đông)* **2.** kiểu chào Xa lam *(cúi gập người, tay phải để lên trán)*.

salaam[2] /sə'lɑ:m/ dgt cúi chào theo kiểu xalam *(cúi gập người, tay phải để lên trán)*: *salaam to somebody* cúi chào ai theo kiểu salaam.

salability /'seiləbiləti/ dt tính chất dễ bán; sự có thể bán.

salable *(cg* **saleable**) /'seiləbl/ tt dễ bán; có thể bán: *the houses are highly salable* những căn nhà đó rất dễ bán.

salacious /sə'leiʃəs/ tt dâm ô, tục tĩu.

salaciously /sə'leiʃəsli/ pht [một cách] dâm ô, [một cách] tục tĩu.

salaciousness /sə'leiʃəsnis/ dt tính chất dâm ô, tính tục tĩu.

salacity /sə'læsəti/ dt nh salaciousness.

salad /'sæləd/ dt **1.** món xà lách **2.** món rau trộn dầu giấm.

salad cream /'sælədkri:m/ nước xốt trộn xà lách *(tựa như nước xốt may-on-ne)*.

salad days /'sæləd deiz/ thời tuổi trẻ thiếu kinh nghiệm: *I was in my salad days then, and fell in love easily* lúc đó tôi còn ở thời tuổi trẻ thiếu kinh nghiệm nên dễ mắc vào vòng yêu đương lắm.

salad-dressing /'sæləd dresin/ dt nước dầu giấm trộn xà lách.

salad-oil /'sælədɔil/ dt dầu [trộn] xà lách.

salamander /'sæləmændə[r]/ dt *(động)* con kỳ nhông.

salami /sə'lɑ:mi/ dt xúc xích Ý *(ăn nguội)*.

salaried /'sælərid/ tt ăn lương: *a salaried employee* người làm công ăn lương.

salary /'sæləri/ dt *[tiền]* lương: *has your salary been paid yet?* anh đã lĩnh lương chưa?; *a salary scale* thang lương.

sale /seil/ dt **1.** sự bán: *the sale of clothes* sự bán quần áo; *the sale of cars* sự bán xe hơi; *she gets £10 commission on each sale* mỗi lần bán hàng cô ta được 10 bảng Anh tiền hoa hồng **2.** *(snh)* số lượng hàng bán: *sales are up this month* tháng này số lượng hàng bán tăng lên **3.** dịp bán hàng hạ giá *(ở một cửa tiệm): the January sale* dịp bán hàng hạ giá vào tháng giêng; *buy goods at (in) the sale* mua hàng vào dịp cửa hiệu bán hạ giá **4.** sự cần mua; nhu cầu: *they found no sales for their goods* họ không tìm được nơi có nhu cầu về hàng hóa của họ (nơi tiêu thụ hàng hóa của họ) **5.** sự bán đấu giá. // **for sale** để bán: *"how much is that picture?" "It's only on display, it's not for sale"* "bức tranh này bao nhiêu tiền thế?" "không, tranh chỉ để trưng bày, không phải để bán"; **on sale** a/ có bán, đang bày bán *(ở cửa hiệu...): the new model is not on sale in the shops* kiểu mới ấy không có bán ở các cửa hiệu b/ *(Mỹ)* bán hạ giá; **[on] sale or return** ký gửi *(hàng hóa).*

saleable /'seiləbl/ *tt nh* sal-able.

sale of work /,seiləv'wɜ:k/ việc bán hàng gây quỹ từ thiện *(của các tu sĩ, các hội viên câu lạc bộ...).*

sale-room /'seilrum/ *dt (Mỹ* **salesroom)** phòng bán đấu giá.

salesclerk /'seilzklɜ:k/ *dt (Mỹ) nh* shop-assistant.

sales department /'seilz dipatmənt/ bộ phận thương vụ *(của một xí nghiệp...).*

saleslady /'seilzleidi/ *dt* bà bán hàng.

salesgirl /'seilzgɜ:l/ *dt* cô bán hàng.

salesman /'seilzmən/ *dt* người bán hàng *(nam).*

salesmanship /'seilzmənʃip/ *dt* nghệ thuật bán hàng.

salesperson /'seilzpɜ:sn/ *dt* người bán hàng.

sales pitch /'seilzpitʃ/ lời chào hàng *(của người bán hàng).*

sales resistance /'seilzrizistəns/ sự không thích mua, sự không để cho lời chào hàng làm xiêu lòng.

sales room /'seilzrom/ *dt (Mỹ) nh* sale-room.

sales slip /'seilzslip/ hóa đơn bán hàng.

sales talk /'seilztɔ:k/ lời dạm bán hàng.

sales tax /'seilztaks/ thuế doanh thu.

saleswoman /'seilzwomən/ *dt* chị bán hàng.

salient¹ /'seiliənt/ *tt (thngữ)* **1.** nổi bật: quan trọng nhất; chủ yếu: *the salient points of a speech* những điểm quan trọng nhất của bài nói **2.** lồi *(góc).*

salient² /'seiliənt/ *dt* **1.** góc lồi **2.** chỗ nhô ra *(ở một công sự...).*

saline¹ /'seilain, *(Mỹ* 'seili:n)/ *tt (thngữ)* có muối, mặn: *a saline lake* hồ nước mặn; *saline solution* dung dịch muối *(để súc họng...).*

saline² /'seilain, *(Mỹ* 'seili:n)/ *dt* dung dịch muối.

salinity /sə'linəti/ *dt* độ mặn: *the high salinity of sea water* nồng độ mặn cao của nước biển.

saliva /sə'laivə/ *dt (cg* **slaver)** nước bọt.

salivary /'sælivəri, sə'laivəri, *(Mỹ* 'sæləveri)/ *tt (thngữ)* [thuộc] nước bọt; tiết nước bọt: *the salivary glands* tuyến [tiết] nước bọt.

salivate /'sæliveit/ *dgt* chảy nước bọt; chảy nước dãi: *a dog salivates when it sees a bone* con chó chảy nước dãi khi thấy khúc xương.

salivation /,sæli'veiʃn/ *dt* sự chảy nước bọt; sự chảy nước dãi.

sallied /'sælid/ *qk và dttqk* của sally.

sallow¹ /'sæləʊ/ *tt* **(-er; -est)** vàng bủng *(nước da).*

sallow² /'sæləʊ/ *dt (thực)* cây liễu bụi.

sally¹ /'sæli/ *dt* **1.** sự đột phá vòng vây: *make a successful sally* đột phá vòng vây thành công **2.** *(đùa)* cuộc rảo qua chốc lát: *a brief sally to the streets* cuộc rảo qua phố xá trong chốc lát **3.** lời nhận xét hóm hỉnh.

sally² /'sæli/ *dgt* **(sallied) sally out (forth)** a/ xông ra đột phá vòng vây: *sally out against the besiegers* xông ra đột phá quân vây hãm b/ *(đùa)* đi ra *(từ một nơi an toàn và gặp khó khăn gì đó): she opened the door and sallied forth to face the waiting crowd of journalists* bà ta mở cửa bước ra và trực diện với đám đông nhà báo đang chờ mình.

salmon /'sæmən/ *dt (snh kđổi)* **1.** cá hồi: *smoked salmon* cá hồi hun khói **2.** màu hồng cam *(màu thịt cá hồi).*

salmonella /,sælmə'nelə/ *dt* vi khuẩn salmonella: *salmonella poisoning* sự ngộ độc do vi khuẩn salmonella.

salmon-pink /,sæmən'piŋk/ *tt* [có] màu hồng cam *(màu thịt cá hồi).*

salmon-trout /,sæmən'traʊt/ *dt (động)* cá hồi sông thịt hồng cam.

salon /'sælɒn, *(Mỹ* sə'lɒn)/ *dt* **1.** phòng; tiệm *(là nơi phục vụ một số việc): a hairdressing salon* phòng uốn tóc; *a beauty salon* tiệm mỹ viện **2.** phòng tiếp khách; cuộc tiếp khách *(tại nhà một bà quý phái thời trước*

S

đây): a literary salon phòng tiếp khách tao nhân.

saloon /sə'lu:n/ *dt* **1.** phòng lớn, hội trường *(ở khách sạn, trên tàu thủy...)* **2.** phòng, tòa nhà *(dùng vào một việc gì đặc biệt): a dancing saloon* phòng nhảy **3.** *(Mỹ)* quầy rượu **4.** *(cg* **salooncar;** *Mỹ* **sedan)** xe ô-tô hòm.

saloon bar /sə'lu:n ba:[r]/ *(Mỹ)* *nh* **lounge bar.**

saloon-car /'sə'lu:n ka:[r]/ *dt* xe ô-tô hòm.

salsify /'sælsifi/ *dt (thực)* cây diếp củ.

salt[1] /sɔ:lt/ *dt* **1.** *(cg* **common salt)** muối [ăn]; *sea salt* muối biển; *table salt* muối bột; *too much salt in the soup* xúp bỏ quá nhiều muối **2.** *(hóa)* chất muối **3.** *(nh)* thuốc muối: *a dose of salts* một liều thuốc muối **4.** *(cũ, kng)* thủy thủ lão luyện: *an old salt* một thủy thủ già lão luyện **5.** *(bóng)* sự mặn mà, sự ý nhị: *her humour adds salt to her conversation* sự hài hước của cô thêm mặn mà. // **like a dose of salts** *x* dose; **rub salt into the wound (somebody's wound)** *x* rub[1]; **the salt of the earth** người rất mực đứng đắn: *you can trust her, she's the salt of the earth* chị có thể tin cô ta, cô ta là người rất mực đứng đắn; **take something with a pinch of salt** vẫn còn nghi ngờ điều gì, chưa tin hẳn, **worth one's salt** *x* worth.

salt[2] /sɔ:lt/ *dgt* **1.** nêm muối, cho muối vào *(thức ăn)* **2.** *(thường + down)* ướp muối: *salt down pork* ướp muối thịt lợn: *salted beef* thịt bò ướp muối **3.** rắc muối lên đường đi để làm tan băng tuyết **4.** cho thêm quặng vào mỏ *(thường để lừa người muốn mua mỏ đó).* // **salt**

something away đút túi *(cho riêng mình): she salted away most of the profit from the business* chị ta đút túi phần lớn số tiền lời thu được trong vụ buôn bán đó.

salt[3] /sɔ:lt/ *tt (thngữ)* có muối; ướp muối; có vị mặn: *salt beef* thịt bò ướp muối; *salt water* nước mặn.

SALT /sɔ:lt/ *(cg* **Salt)** *(vt của* Strategic Arms Limitation Talks)* những cuộc đàm phán về hạn chế (cắt giảm) vũ khí chiến lược.

salt-cellar /'sɔ:lt selə[r]/ *dt (Mỹ* **salt-shaker)** lọ rắc muối *(ở bàn ăn, có lỗ ở nắp để rắc muối).*

saltiness /'sɔ:ltinis/ *dt* **1.** tính mặn; sự có muối **2.** tính đậm nét.

salt-lick /'sɔ:lt lik/ *dt (cg* **lick)** bãi liếm *(nơi đất đá mặn, dã thú thường đến liếm).*

salt-mine /'sɔ:ltmain/ *dt* mỏ muối.

salt-pan /'sɔltpæn/ *dt (cg* **pan)** ruộng muối.

saltpetre *(Mỹ)* **salpeter** /sɔ:lt'pi:tə[r]/ *dt (hóa)* xan-pet, nitrat kali.

salt-shaker /'sɔ:ltʃeikə[r]/ *dt* *nh* **salt-cellar.**

salt-water /'sɔ:ltwɔ:tə[r]/ *tt* [thuộc] biển: *a salt-water fish* con cá biển.

salty /'sɔ:lti/ *tt (-ier; -iest)* **1.** có muối; có vị mặn **2.** *(bóng)* đậm nét: *her salty humour* óc hài hước sống động của chị ta.

salubrious /sə'lu:briəs/ *tt* trong lành, tốt *(khí hậu...): the salubrious mountain air* không khí trong lành miền núi.

salubriousness /sə'lu:briəsnis/ *dt* tính chất trong lành, tính chất tốt *(của khí hậu...).*

salutary /'sæljutri, *(Mỹ)* 'sæljuteri)/ *tt* hữu ích, có lợi: *salutary advice* lời khuyên hữu ích.

salutation /,sælju:'teiʃn/ *dt* **1.** sự chào hỏi, sự cúi chào: *raise one's hat in salutation* ngả mũ chào **2.** cái cúi chào **3.** lời chào mở đầu *(khi bắt đầu bài nói; khi mở đầu bức thư, ví dụ "Ladies and Gentleman"; "Dear Sir").*

salute[1] /sə'lu:t/ *dt* sự chào; cái chào: *he raised his hat as a friendly salute* nó giơ mũ lên chào thân mật; *a 21-gun salute* bắn hai mươi mốt phát súng chào; *the officer returned the sergeant's salute* viên sĩ quan chào lại viên trung sĩ. // **in salute** [như] để chào: *they raised their fists in salute to their leader* họ giơ nắm tay lên như để chào lãnh tụ của họ; **take the salute** đứng lại chào đáp lễ các binh sĩ diễu qua.

salute[2] /sə'lu:t/ *dgt* **1.** chào: *salute someone with a smile* chào ai với nụ cười; *salute with 21 guns* bắn 21 phát súng chào **2.** chào mừng: *on this very special evening we salute the splendid work of the local police* trong buổi tối rất đặc biệt hôm nay, chúng tôi chào mừng chiến công rực rỡ của cảnh sát địa phương.

salvage[1] /'selvidʒ/ *dt* **1.** sự cứu hộ *(tàu thủy);* sự cứu chạy *(tài sản khỏi hỏa hoạn, ngập lụt): salvage of the wreck was made difficult by bad weather* việc cứu hộ chiếc tàu đắm gặp khó khăn do thời tiết xấu; *a salvage company* một công ty cứu hộ; *a salvage tug* tàu cứu hộ **2.** tiền công cứu hộ; tài sản cứu chạy được **3.** sự thu gom phế liệu; phế liệu tận dụng.

salvage² /'sælvidʒ/ *dgt* **1.** cứu *(khỏi đắm, khỏi hỏa hoạn)*: *we were unable to salvage anything when the factory burnt down* chúng tôi đã không thể cứu được gì hết khi nhà máy bị cháy; *how can he salvage his reputation after the scandal?* *(bóng)* làm sao mà ông ta có thể cứu được thanh danh mình sau vụ tai tiếng đó **2.** thu gom để tận dụng.

salvation /sæl'veiʃn/ *dt* **1.** *(tôn)* sự cứu rỗi: *pray for the salvation of sinners* cầu nguyện cho sự cứu rỗi những kẻ phạm tội **2.** *(bóng)* lối thoát; cứu cánh: *I get depressed about life; work is my salvation* đời làm cho tôi chán ngán quá, công việc là cứu cánh của tôi.

Salvation Army /sæl,veiʃn 'a:mi/ *(vt* **SA)** đội cứu tế từ thiện *(mặc quân phục, trong các tổ chức Cơ Đốc giáo).*

salve¹ /'sælv, *(Mỹ* sæv)/ *dt* **1.** *(y)* thuốc bôi dẻo *(lên vết thương)*: *lip-salve* thuốc bôi môi đau **2. salve to something** *(bóng)* sự an ủi, sự xoa dịu: *she paid repair bill as a salve to her conscience* chị ta trả hóa đơn sửa chữa như một cách xoa dịu lương tâm.

salve² /sælv, *(Mỹ* sæv)/ *dgt* an ủi, xoa dịu: *he felt guilty, so he tried to salve his conscience by bringing her a bunch of flowers* anh ta cảm thấy có tội nên mang tặng cô ta một bó hoa để cố xoa dịu lương tâm.

salver /'sælvə[r]/ *dt* khay, mâm *(thường bằng kim loại).*

salvo /'sælvəʊ/ *dt (snh* **salvos, salvoes) 1.** loạt súng *(chào...)* **2.** tràng *(vỗ tay...)*

salvo of applause tràng vỗ tay hoan nghênh.

sal volatile /,sævə'lætəli/ *dt* *(y)* dung dịch muối hít *(dung dịch cacbonat amon cho người bị ngất hít).*

SAM /sæm/ *(vt của* surface-to-air missile). tên lửa đất đối không.

Samaritan /sə'mæritən/ *dt* **1.the Samaritans** *(snh)* tổ chức Xa-ma-ri-tan *(một tổ chức bác ái, hay làm phúc)* **2.** *a good Samaritan* người bác ái hay làm phúc.

samba /'sæmbə/ *dt* **1.** điệu nhảy xam-ba *(gốc ở Bra-xin)*: *dance the samba* nhảy điệu xam-ba **2.** nhạc [cho điệu nhảy] xam-ba.

same¹ /seim/ *tt* **1. (the same)** cùng một, cũng như thế, giống nhau, như nhau...: *they both said the same thing* cả hai cùng nói một điều; *he is the same age as I* nó cùng tuổi với tôi; *he gave the same answer as before* anh ta vẫn trả lời như trước; *he took it off the shelf and put it back in the same place* anh ta lấy vật đó xuống khỏi kệ và đặt nó trở lại cùng chỗ như trước, *(đặt nó lại chỗ cũ)*; *you men are all the same!* đàn ông các anh cùng một giuộc cả! **2. amount to (come to, be) the same thing** cũng thế, cũng vậy, chẳng khác gì: *you can pay by cash or cheque, it comes to the same thing* anh có thể trả bằng tiền mặt hay bằng séc, cũng thế thôi; **at the same time** a/ cùng một lúc, đồng thời: *don't all speak at the same time* tất cả đừng có nói cùng một lúc b/ tuy nhiên: *you've got to be firm, but at the same time you must be sympathetic* anh phải kiên quyết, tuy nhiên cũng phải

biết thông cảm chứ; **be in the same boat** cùng hội cùng thuyền; cùng cảnh ngộ: *she and I are in the same boat; we both failed the exam* cô ta với tôi cùng cảnh ngộ, cả hai chúng tôi đều thi hỏng; **be of the same mind** có cùng ý kiến: *we're all of the same mind: opposed to the proposal* chúng tôi đều cùng chung ý kiến là phản đối đề nghị đó; **by the same token** cũng theo chiều hướng đó, cũng thế: *she must be more reasonable, but by the same token you must try to understand her* cô ta phải biết điều hơn, nhưng anh cũng thế cũng phải cố gắng hiểu cho cô ta; **in the same breath** ngay sau đó *(sau khi nói điều gì đó)*: *he praised my work and in the same breath told me I would have to leave* ông ta khen công việc của tôi và ngay sau đó bảo tôi thôi việc; **lightning never strikes in the same place twice** *x* lightning; **not in the same street (as somebody, something)** không phải cùng một trình độ (một mức) *(với ai, cái gì)*; **one and the same** cùng một người; cùng một vật: *it turns out that her aunt and my cousin are one and the same [person]* té ra dì cô ta và chị họ của tôi là một; **on the same wavelength (as somebody)** cùng quyền lợi và cách suy nghĩ *(với ai)*; có thể hiểu nhau: *I find him difficult to talk to, we're on completely different wavelengths* tôi thấy khó nói chuyện với anh ta quá, chúng tôi hoàn toàn đối ngược nhau về cách suy nghĩ; **pay somebody in his own (the same) coin** ăn miếng trả miếng; **the same old story** chuyện thường tình; *it's the same old story: everybody*

S

wants the house tidy, but nobody wants to tidy it himself đó là chuyện thường tình: ai cũng muốn nhà cửa ngăn nắp gọn gàng, nhưng không ai chịu tự mình dọn dẹp cho ngăn nắp gọn gàng cả; **speak the same language** *x* speak; **tarred with the same brush** *x* tar¹.

same² /seim/ *pht* **1. the same [as]** [cũng] như: *these two words are pronounced differently but they are spelt the same [as each other]* hai từ này phát âm khác nhau nhưng viết thì như nhau **2. same as** *(kng)* giống như, như: *I have my pride, same as anyone else* tôi có lòng tự hào của tôi, cũng giống như bất cứ ai.

same³ /seim/ *dt* **1. the same as** cùng một điều (một vật) như thế, điều (vật) như thế: *their ages are the same* tuổi họ cùng bằng nhau; *"I'll have a coffee" -"same for me, please"* "tôi sẽ dùng cà phê" -"tôi cũng vậy nhé" **2. the same** chính người đó: *"was it Ba who telephoned?" -"the same"* "có phải Ba gọi điện thoại đấy không? -"chính hắn đấy" **3.** *(cũ hoặc dùa)* cái đã nói, cái đó: *he was good at spending money, but not so good as earning same* nó tiêu tiền thì giỏi lắm, nhưng kiếm tiền (kiếm cái đó) thì không được giỏi như thế **4. all (just) the same** tuy nhiên; dẫu sao, dù vậy: *all the same, there's some truth in what he says* dẫu sao, trong những điều nó nói cũng có ít nhiều sự thật; *he's not very reliable, but I like him just the same* anh ta không đáng tin cậy lắm, dù vậy tôi vẫn thích anh ta; **[the] same again** cũng món đồ uống như vậy *(lời yêu cầu): same again, please!*

làm ơn cho thêm một cốc như vậy nữa; **same here** *(kng)* tôi cũng thế; tôi đồng ý: *I'm not very good in history "Same here"* tôi không giỏi về môn sử học lắm. "Tôi cũng thế"; **[and the] same to you** cũng chúc anh như vậy; mày cũng thế *(dùng để đáp lại lời chúc hay một lời lăng mạ): "stupid!" "same to you!"* "đồ ngu!" "mày cũng thế!"; *"Happy Christmas!" "and the same to you"* "Giáng sinh tốt lành nhé!" "chúc bạn cũng vậy".

sameness /'seimnis/ *dt* tính đều đều, tính đơn điệu: *the tedious sameness of winter days indoors* sự đơn điệu tẻ nhạt của những ngày mùa đông ru rú trong nhà.

samey /'seimi/ *tt (kng)* nhàm chán: *the food we get here is terribly samey* thức ăn chúng tôi dùng ở đây nhàm chán kinh khủng.

samosa /se'məʊsə/ *dt* bánh xa-mo-xa, bánh rán [hình] tam giác (Ấn Độ).

samovar /'sæməʊva:[r]/ *dt* ấm đun nước *(để pha trà, ở Nga).*

sampan /'sæmpæn/ *dt* thuyền ba ván, thuyền tam bản.

sample¹ /'sa:mpl, *(Mỹ* 'sæmpl)/ *dt* mẫu vật, mẫu; hàng mẫu: *a blood sample* mẫu máu *(đưa đi xét nghiệm...); a sample of the kind of cloth I want to buy* mẫu loại vải mà tôi muốn mua; *a sample pack* một gói hàng mẫu.

sample² /'sa:mpl, *(Mỹ* sæmpl)/ *dgt* thử qua mẫu; thử nghiệm; thử: *I sampled the wine before giving it to the others* tôi thử qua mẫu rượu vang trước khi đưa cho người khác dùng; *we sampled opinion among the*

workers about changes in working methods chúng tôi thử thăm dò ý kiến trong các công nhân về những thay đổi trong phương pháp làm việc.

sampler /'sa:mplə[r], *(Mỹ* 'sæmplər)/ tấm vải thêu *(thường treo tường).*

samurai /'sæmurai/ *dt (snh không đổi)* **1. the samurai** *(snh)* đẳng cấp quân nhân (Nhật phong kiến) **2.** quân nhân, xamurai (Nhật phong kiến).

sanatorium /,sænə'tɔ:riəm/ *dt (Mỹ cg* **sanitarium** /,sænə'teəriəm/; **sanitorium** /,sænə'tɔ:riəm/) *(snh* **sanatoria; sanatoriums** /,sænətɔ:riə/) viện điều dưỡng.

sanctification /,sæŋktifi-'keiʃn/ *dt* **1.** sự thánh hóa **2.** sự hợp thức hóa.

sanctify /'sæŋktifai/ *dgt* **1.** thánh hóa **2.** hợp thức hóa; thừa nhận: *a practice sanctified by tradition* một tục lệ được truyền thống hợp thức hóa.

sanctimonious /,sæŋkti-'məʊniəs/ *tt (xấu)* ra vẻ đây đạo đức hơn người: *a sanctimonious remark* lời nhận xét ra vẻ ta đây đạo đức hơn người.

sanctimoniously /,sæŋkti-'məʊniəsli/ *pht* với vẻ ta đây đạo đức hơn người.

sanctimoniousness /,sæŋti-'məʊniəsnis/ *dt* vẻ ta đây đạo đức hơn người.

sanction¹ /'sæŋkʃn/ *dt* **1.** sự cho phép, sự chuẩn y: *the book was translated without the sanction of the author* cuốn sách đã được dịch mà không được phép của tác giả: *the government gave its sanction to what the Minister had done* chính phủ đã chuẩn y những công việc mà vị bộ trưởng đã làm. **2.**

sự trừng phạt: *apply economic sanctions against a repressive regime* [áp dụng] trừng phạt kinh tế đối với một chế độ áp bức **3.** cái ngăn người ta vi phạm luật lệ: *is prison the best sanction against a crime like this?* nhà tù có phải là nơi tốt nhất ngăn người ta không phạm một tội ác như thế không?

sanction² /'sæŋkʃn/ *dgt* cho phép; chuẩn y: *they won't sanction our spending on this scale* họ sẽ không chuẩn y những món chi tiêu của chúng ta trên quy mô đó đâu.

sanctity /'sæŋktəti/ *dt* sự thiêng liêng, sự thần thánh: *the sanctity of an oath* sự thiêng liêng của một lời thề; *she gives us a living example of sanctity* cô ấy cho chúng ta một tấm gương sống về sự thánh thiện.

sanctuary /'sæŋktuəri, (Mỹ 'sæŋtʃueri/ *dt* **1.** khu bảo tồn chim muông; khu bảo tồn động vật **2.** nơi nương náu; quyền cho nương náu tị nạn; sự cho nương náu tị nạn; nơi cho nương náu tị nạn **3.** nơi linh thiêng (nhà thờ, chùa chiền) **4.** cung thánh (nhà thờ).

sanctum /'sæŋtəm/ *dt* **1.** nơi tôn nghiêm **2.** (*bóng*) phòng làm việc riêng (*không ai vào quấy rầy mình*): *don't disturb him when he is in his inner sanctum* đừng có quấy rầy ông khi ông ta ở trong phòng làm việc riêng của ông ta.

sand¹ /sænd/ *dt* **1.** cát **2.** (*thường snh*) đống cát: *children playing on the sand[s]* trẻ con chơi trên đống cát **3. sands** (*snh*) bãi cát, dải cát: *the burning sands of the desert* những dải cát

nóng bỏng trên sa mạc **4.** (*văn*) thời giờ (*như cát chảy trong đồng hồ cát*): *the sands are running out, we must have the money by tomorrow* không còn nhiều thời giờ nữa, trước ngày mai chúng tôi phải có tiền: *the sands of his life are fast running out* nó chẳng sống được bao lâu nữa đâu.

sand² /sænd/ *dgt* **1.** sand [*down*] đánh bằng giấy ráp: *the floor has been sanded smooth* sàn đã được đánh nhẵn bằng giấy ráp **2.** rắc cát lên (*để đi cho khỏi trượt*), rải cát, phủ cát.

sandal /'sændl/ *dt* dép (*thường có quai hậu*).

sandalled /'sændəld/ *tt* đi dép.

sandalwood /'sændlwud/ *dt* gỗ đàn hương: *sandalwood soap* xà phòng mùi đàn hương.

sandbag¹ /'sændbæg/ *dt* bao cát (*để che chắn đạn, nước lũ...*).

sandbag² /'sændbæg/ *dgt* (-gg-) xếp bao cát (*làm công sự...*).

sandbank /'sændbæŋk/ *dt* bãi cát, bờ cát.

sand-bar /'sændbɑ:[r]/ *dt* bãi cát cửa sông; bãi cát cửa biển.

sand-blast /'sændblɑ:st/ *dgt* phun luồng cát (*lên mặt tường, mặt đá để đánh sạch*).

sandboy /'sændbɔi/ *dt* **happy as a sandboy** x happy.

sand-castle /'sændkɑ:sl/ *dt* lâu đài cát (*trẻ con xây lên*).

sand-dune /'sænddju:n/ *dt* cồn cát.

sander /'sændə[r]/ *dt* (*cg* **sanding-machine**) máy đánh [bóng bằng] giấy ráp.

sandiness /'sændinis/ *dt* **1.** dạng như cát; tình trạng phủ cát **2.** màu hoe (*tóc*).

sanding-machine /'sændiŋ məʃi:n/ *dt nh* sander.

sand-fly /'sændflai/ *dt* ruồi cát (*thường thấy ở bãi biển*).

sandman /'sændmən/ **the sandman** ông ríu mắt (*người tưởng tượng làm cho trẻ con buồn ngủ*): *the sandman's coming!* Ông ríu mắt tới rồi đó kìa!; đã đến giờ đi ngủ rồi đó!

sandpaper /'sændpeipə[r]/ *dt* giấy ráp, giấy nhám.

sandpiper /'sændpaipə[r]/ *dt* (*động*) chim dẽ choắt.

sand-pit /'sændpit/ *dt* hố cát (*làm chỗ chơi cho trẻ em*).

sand-shoes /'sændʃu:z/ *dt snh* giày đi bãi cát (*để đi ở bãi biển*).

sandstone /'sændstəun/ *dt* đá cát kết, sa thạch.

sandstorm /'sændstɔ:m/ *dt* bão cát.

sand trap /'sændtræp/ (*Mỹ*) *nh* bunker **2.**

sandwich¹ /'sænwidʒ, (Mỹ 'sænwitʃ)/ *dt* bánh xăng-uých, bánh mì kẹp: *chicken sandwich* bánh mì kẹp thịt gà.

sandwich² /'sænwidʒ, (Mỹ 'sænwitʃ)/ *dgt* sandwich somebody (something) between somebody (something) nhét vào giữa hai vật gì, chèn vào giữa hai người nào.

sandwich board /'sænwidʒbɔ:b/ bảng quảng cáo (*đeo trước ngực và sau lưng*).

sandwich course /'sænwidʒkɔ:s/ khóa huấn luyện xen kẽ lý thuyết và thực hành.

sandwich man /'sænwidʒmən/ người đeo bảng quảng cáo (*trước ngực và sau lưng*) đi rong.

S

sandy /'sændi/ tt (-ier; -iest) 1. như cát; phủ cát 2. [có màu] hoe (tóc).

sane /sein/ tt (-r; -st) 1. có đầu óc lành mạnh; tỉnh táo 2. sáng suốt; ôn hòa: a sane decision một quyết định sáng suốt.

sang qk của sing.

sang-froid /,saŋ'frwa:/ dt sự bình tĩnh, sự điềm tĩnh: they showed great sang-froid in dealing with the fire họ đã tỏ ra rất bình tĩnh trong lúc đối phó với hỏa hoạn.

sangria /'sæŋgriə, (Mỹ sæŋ'gri:ə)/ dt rượu vang đỏ pha nước quả (Tây Ban Nha).

sanguinary /'sæŋgwinəri, (Mỹ 'sæŋgwineri)/ tt 1. đẫm máu; đổ máu: a sanguinary battle trận đánh đẫm máu 2. khát máu; tàn bạo: a sanguinary ruler tên thống trị khát máu.

sanguine /'sæŋgwin/ tt 1. tin tưởng; lạc quan: not very sanguine about our chances of success không tin tưởng lắm vào cơ may thành công của chúng ta 2. có nước da hồng hào.

sanguinely /'sæŋgwinli/ pht 1. [một cách] tin tưởng; [một cách] lạc quan 2. [một cách] hồng hào.

sanguineness /'sæŋgwin-nis/ dt 1. sự tin tưởng; sự lạc quan 2. sự hồng hào.

sanitarium /,sænə'teəriəm/ dt (Mỹ) sanatorium.

sanitary /'sænitri, (Mỹ 'sæniteri)/ tt 1. sạch sẽ hợp vệ sinh: conditions in the kitchen were not very sanitary tình trạng trong nhà bếp không được vệ sinh cho lắm 2. [thuộc vệ sinh: a sanitary inspector viên thanh tra vệ sinh.

sanitary napkin /'sænitri-næpkin/ (Mỹ) nh sanitary towel.

sanitary pad /'sænitripæd/ nh sanitary towel.

sanitary towel /'sænitri tauəl/ băng vệ sinh (phụ nữ mang khi có kinh).

sanitation /,sæni'teiʃn/ dt biện pháp cải thiện điều kiện vệ sinh (nhất là về mặt xử lý chất phế thải).

sanitize, sanitise /'sænitaiz/ đgt 1. làm vệ sinh 2. (bóng, xấu) cắt xén cho bớt gay gắt (bài nói, bản báo cáo...): sanitize a report cắt xén cho bản báo cáo bớt gay gắt.

sanitarium /,sænə'teəriəm/ dt (Mỹ) nh sanatorium.

sanitation worker /,sæni-'teiʃn ,wə:kə[r]/ dt (Mỹ) nh dustman.

sanity /'sænəti/ dt 1. sự tỉnh táo, sự minh mẫn: doubt somebody's sanity nghi ngờ sự minh mẫn của ai 2. sự phán đoán sáng suốt; sự đúng mực.

sank qk của sink.

Sanskrit[1] /'sænskrit/ dt tiếng Phạn (Ấn Độ).

Sanskrit[2] /'sænskrit/ tt [thuộc] tiếng Phạn; bằng tiếng Phạn.

sanserif /'sæn'serif/ dt kiểu chữ (chữ in) không có nét loe ở đầu.

Santa Claus /'sæntəklɔ:z/ (cg Father Christmas) ông già Nô-en.

sap[1] /'sæp/ dt 1. nhựa cây 2. (bóng) nhựa sống: he's full of sap and ready to start anh ta đầy nhựa sống và sẵn sàng bắt tay vào việc.

sap[2] /'sæp/ dt (kng) thằng ngốc: didn't you know I was joking, you sap? đồ ngốc, mày không biết là tao đùa à?

sap[3] /'sæp/ đgt (-pp-) làm hao mòn, làm mất dần: she's been sapped of her optimism cô ta đã mất dần lạc quan; stop sapping her confidence! hãy đừng làm cô ấy mất tự tin nữa!

sap[4] /'sæp/ dt đường hầm, đường hào (để tiến dần tới quân địch).

sapience /'seipiəns/ dt sự khôn ngoan.

sapient /'seipiənt/ tt khôn ngoan.

sapiently /'seipiəntli/ pht [một cách] khôn ngoan.

sapling /'sæpliŋ/ dt cây non, cây con.

sapper /'sæpə[r]/ dt công binh.

Sapphic[1], **sapphic** /'sæfik/ dt thơ Xáp-phô tứ tuyệt (theo kiểu thơ của nữ thi sĩ Hy Lạp Xáp-phô).

Sapphic[2] /'sæfik/ tt 1. [thuộc] thơ Xáp-phô tứ tuyệt 2. đồng tính luyến ái.

sapphire[1] /'sæfaiə[r]/ dt 1. ngọc xa-phia 2. màu xanh tươi (như màu ngọc xa-phia).

sapphire[2] /'sæfaiə[r]/ tt xanh tươi (như màu ngọc xa-phia).

sappy /'sæpi/ tt (-ier; -iest) 1. căng nhựa (cây) 2. tràn đầy nhựa sống.

saprophyte /'sæprəʊfait/ dt thực vật hoại sinh.

saprophytic /,sæprəʊ'fitik/ tt (thực) hoại sinh.

sapwood /'sæpwud/ dt gỗ dác.

Saracen /'særəsn/ dt người A rập thời Thập tự chinh; người Hồi giáo thời Thập tự chinh.

sarcasm /'sa:kæzəm/ dt 1. sự châm chọc 2. lời châm chọc.

sarcastic /sa:'kæstik/ tt (kng cg **sarky**) châm chọc: a sar-

castic person con người châm chọc; *a sarcastic remark* một nhận xét châm chọc.

sarcastically /sɑ:'kæstikli/ *pht* [một cách] châm chọc.

sarcophagus /sɑ:'kɑfəgəs/ *dt* (*snh* **sarcophagi** /sɑ:'kafəgai/) hoặc **sarcopha-guses** /sɑ:'kafəgəsiz/ (*kcổ*) cái quách.

sardine /sɑ:'di:n/ *dt* (*động*) cá xác-đin. // **packed (squashed) like sardines** (*kng*) lèn như cá hộp; chật như nêm cối: *the ten of us were squashed together like sardines in the lift* mười đứa chúng tôi lèn vào nhau trong thang máy như cá hộp.

sardonic /sɑ:'dɑnik/ *tt* chế giễu: *a sardonic smile* nụ cười chế giễu.

sardonically /sɑ:'dɑnikli/ *pht* [một cách] chế giễu.

sari /'sɑ:ri/ *dt* tấm choàng, xa-ri (*của phụ nữ Ấn Độ*).

sarky /'sɑ:ki/ *tt* (*kng*) *nh* sarcastic: *she's a sarky little madam* cô ta là một bà cụ non hay châm chọc.

sarong /sə'rɒŋ, (*Mỹ* sə'rɔ:ŋ)/ *dt* tấm xiêm xa-rông, (*của người Mã Lai và In-đô-nê-xi-a*).

sartorial /sɑ:'tɔ:riəl/ *tt* (*thngữ*) [thuộc] cách ăn mặc (*của nam giới*): *sartorial elegance* vẻ thanh lịch trong cách ăn mặc (*của nam giới*).

sartorially /sɑ:'tɔ:riəli/ *pht* về cách ăn mặc (*của nam giới*).

SAS /,esei'es/ (*vt của* Special Air Service) lực lượng không quân đặc nhiệm (*của quân đội*).

sash¹ /sæʃ/ *dt* đai lưng; băng chéo (*của một bộ đồng phục hay là biểu hiện của một chức vụ gì*).

sash² /sæʃ/ *dt* khung kính trập (*ở cửa sổ*).

sashay /'sæʃei/ *dgt* (*Mỹ, kng*) đi một cách kiêu kỳ; di chuyển một cách kiêu kỳ: *she sashayed past, not condescending to look at us* cô ta kiêu kỳ đi qua, không thèm nhìn chúng tôi.

sash-cord /'sæʃkɔ:d/ *dt* dây ngừa trập (*ở cửa sổ, khiến cửa sổ luôn luôn mở ở bất cứ vị trí nào*).

sash-window /'sæʃwindəu/ *dt* cửa sổ cánh trập.

sass¹ /sæs/ *dt* (*Mỹ, kng*) *nh* sauce¹ 2.

sass² /sæs/ *dgt* (*Mỹ, kng*) hỗn xược với (*ai*), xấc láo với (*ai*).

Sassenach /'sæsənak/ *dt* (*Ê-cốt xấu hay dùa*) người Anh.

sassy /'sæsi/ *tt* (**-ier; -iest**) (*Mỹ, kng*) **1.** hỗn xược, xấc láo **2.** sắc sảo; kiểu cách: *a real sassy dresser* người ăn mặc kiểu cách.

Sat (*vt của* Saturday) thứ bảy (*trong tuần*) Sat 2 May thứ bảy mồng 2 tháng năm.

sat /sæt/ *qk và đttqk của* sit.

Satan /'seitn/ *dt* quỷ Xa Tăng.

satanic /sə'tænik, (*Mỹ* sei'tænik)/ *tt* **1.** (*thường* Satanic) [thuộc] quỷ Xa Tăng; như quỷ Xa Tăng: *satanic rites* lễ nghi thờ Xa Tăng; *his Satanic Majesty* quỷ Xa Tăng **2.** quỷ quái.

satanically /sə'tænikli/ *pht* **1.** như quỷ Xa Tăng **2.** [một cách] quỷ quái.

Satanism /'seitənizəm/ *dt* sự thờ Xa Tăng.

Satanist /'seitənist/ *tt* người thờ Xa Tăng.

satchel /'sætʃəl/ *dt* túi đeo lưng (*để sách vở của học sinh...*).

sated /'seitid/ *tt* (*thường vị ngữ* (*with something*) chán ngấy, phát ngấy; *sated with pleasure* chán ngấy các thú khoái lạc.

satellite /'sætəlait/ *dt* vệ tinh: *the moon is the Earth's satellite* mặt trăng là vệ tinh của trái đất; *the broadcast came from America by (via) satellite* chương trình phát sóng phát từ Mỹ qua vệ tinh; *the great Powers and their satellites* các cường quốc và các [nước] chư hầu của họ.

satiate /'seiʃieit/ *dgt* thỏa mãn cho đến chán ứ (chán ngấy): *satiated with pleasure* chán ngấy các thú khoái lạc.

satiation /,seiʃi'eiʃn/ *dt* sự thỏa mãn cho đến chán ứ (ngấy) ra.

satiety /sə'taiəti/ *dt* sự chán ngấy, sự chán ứ.

satin /'sætin, (*Mỹ* 'sætn)/ *dt* [vải] xa tanh: *a satin dress* chiếc áo xa-tanh.

satinwood /'sætinwud, (*Mỹ* 'sætnwud)/ *dt* gỗ sơn tiêu.

satiny /'sætini/ *tt* mịn bóng (*như mặt trái xa-tanh*): *her satiny skin* nước da mịn bóng của cô nàng.

satire /'sætaiə[r]/ *dt* **1/** sự châm biếm; sự trào phúng: *a work of bitter satire* một tác phẩm châm biếm chua cay **2. (on somebody, something)** tác phẩm trào phúng: *her novel is a satire on social snobbery* cuốn tiểu thuyết của bà ta là một tác phẩm trào phúng nhằm vào thói đua đòi trong xã hội.

satirical /sə'tirikl/, **satiric** /sə'tirik/ *tt* châm biếm; trào phúng: *a satirical poem* bài thơ châm biếm.

satirically /sə'tirikli/ *pht* [một cách] châm biếm; [một cách] trào phúng.

S

satirise /'sætəraiz/ *dgt* x satirize.

satirist /'sætərist/ *dt* **1.** nhà văn châm biếm; nhà thơ trào phúng **2.** người hay châm biếm.

satirize, satirise /'sætəraiz/ *dgt* châm biếm: *a play satirizing the fashion industry* một vở kịch châm biếm công nghiệp thời trang.

satisfaction /,sætis'fækʃn/ *dt* **1.** sự vừa ý, sự thỏa mãn: *get satisfaction from one's work* thỏa mãn với công việc của mình; *the satisfaction of one's hunger* sự thỏa mãn cơn đói; *the satisfactions of doing work that one loves* những thỏa mãn khi làm công việc mà mình yêu thích **2.** sự đáp trả lại thích đáng điều mình kêu ca: *when I didn't get any satisfaction from the local branch I wrote to the head office* khi dân địa phương đáp trả lại không thích đáng đối với điều tôi kêu ca tôi đã viết thư lên cấp trên **3.** sự rửa nhục bằng cuộc đấu kiếm (đấu súng) tay đôi (theo kiểu thời xưa): *you have insulted my wife, I demand satisfaction!* anh đã lăng nhục vợ tôi, tôi yêu cầu anh đấu kiếm (đấu súng) tay đôi với tôi để tôi được rửa nhục.

satisfactorily /,sætis'fæktərəli/ *pht* [một cách] vừa ý; [một cách] thỏa đáng; [một cách] tốt: *the patient is getting on satisfactorily* người bệnh đang phục hồi theo chiều hướng tốt.

satisfactoriness /,sætis-'fæktərinis/ *dt* sự vừa ý, sự thỏa đáng.

satisfactory /,sætis'fæktəri/ *tt* vừa ý, thỏa đáng, tốt: *a satisfactory piece of work* một công việc vừa ý; *satisfactory result* kết quả vừa ý, kết quả tốt; *we want a satisfactory explanation of your lateness* tôi muốn nghe một giải thích thỏa đáng về sự chậm trễ của anh.

satisfied /'sætisfaid/ *tt* thỏa mãn, hài lòng: *I felt quite satisfied after my meal* tôi cảm thấy hoàn toàn thỏa mãn sau bữa ăn.

satisfy /'sætisfai/ *dgt* (*qk, dttqk* **satisfied**). **1.** làm (*ai*) vừa ý, làm (*ai*) thỏa mãn: *nothing satisfies him: he is always complaining* chẳng có gì làm nó vừa ý cả, nó cứ luôn mồm than phiền **2.** thỏa mãn (nhu cầu, ước vọng...) đáp ứng (đòi hỏi...): *satisfy someone's curiosity* thỏa mãn óc tò mò của ai; *she has satisfied the conditions for entry into the college* cô ta thỏa mãn (đáp ứng) đủ mọi điều kiện để vào học trường cao đẳng **3.** *satisfy somebody (as to something)* thuyết phục (ai về việc gì): *satisfy the police as to one's innocence (that one is innocent)* thuyết phục cảnh sát rằng mình vô tội. // **satisfy the examiners** thi đỗ.

satisfying /'sætisfaiiŋ/ *tt* làm vừa ý, làm thỏa mãn: *a satisfying result* một kết quả [làm] vừa ý.

satisfyingly /'sætisfaiiŋli/ *pht* [một cách] vừa ý, [một cách] thỏa mãn.

satsuma /sæt'su:mə/ *dt* quả tắc (ăn được, trông giống quả quýt).

saturate /'sætʃəreit/ *dgt* **1.** làm ướt đẫm; tẩm: *clothes saturated with water* quần áo thấm đẫm nước; *saturate the meat in the mixture of oil and herbs* tẩm thịt trong dầu trộn rau thơm **2. saturate something (somebody) with (in) something** làm cho ngập trong: *we lay on the beach, saturated in sunshine* chúng tôi nằm dài trên bãi biển ngập trong ánh nắng; *the market is saturated with good used cars* thị trường tràn ngập xe hơi đã dùng rồi nhưng vẫn còn tốt **3.** hóa (chất rắn vào một dung dịch) cho đến bão hòa.

saturated /'sætʃəreitid/ *tt* **1.** (thường vị ngữ) ướt đẫm, ướt sũng: *I went out in the rain and got saturated* tôi đi ra ngoài lúc trời mưa và bị ướt sũng **2.** (hóa) bão hòa: *a saturated solution of salt* một dung dịch bão hòa muối **3.** (thường thngữ) chứa nhiều hóa chất nên ăn thì có hại cho sức khỏe (bơ...).

saturation /,sætʃə'reiʃn/ *dt* **1.** sự ướt đẫm, sự ướt sũng **2.** (hóa) sự bão hòa **3.** (quân) sự tập trung (tấn công): *the air force commander ordered saturation bombing of the town* viên chỉ huy không quân ra lệnh ném bom tập trung vào thành phố.

saturation point /,sætʃə-'reiʃnpoint/ *dt* điểm bão hòa (hóa và bóng): *the number of summer tourists in the area had reached saturation point* số khách du lịch mùa hè đến vùng đó đã đạt tới mức (điểm) bão hòa.

Saturday /'sætədi/ *dt* (*vt* **Sat**) ngày thứ bảy (trong tuần).

Saturn /'sætən/ *dt* (thiên) sao Thổ, Thổ tinh.

saturnalia /,sætə'neiliə/ *dt* (*snh* **saturnalia, saturnalias**) cảnh truy hoan trác táng.

saturnine /'sætənain/ *tt* ủ rũ, rầu rĩ: *a saturnine face* mặt mày ủ rũ.

satyr /'sætə[r]/ *dt* **1.** thần mình dê (thần thoại Hy Lạp và La Mã) **2.** người dê cụ, người cuồng dâm.

sauce¹ /sɔːs/ *dt* **1.** nước xốt: *tomato sauce* nước sốt cà chua **2.** *(kng)* sự láo *(với cha mẹ, thầy giáo...)*: *he told me I was old enough to be his mother What a sauce!* anh ta nói với tôi là tôi đủ già để làm mẹ anh ta, thế có láo không? **3.** *(Mỹ, kng)* rượu chè: *keep off the sauce!* hãy tránh xa rượu chè! // **in the sauce** *(Mỹ, kng)* quá chén; say rượu; **what is the sauce for the goose is sauce for the gander** *(tục ngữ)* ai cũng như ai: *if you can arrive late, then so can I: what is sauce for the goose is sauce for the gander* nếu anh có thể đến trễ thì tôi cũng có thể, ai cũng như ai cả.

sauce² /sɔːs/ *dgt (kng)* láo với *(cha mẹ, thầy giáo...)*.

sauce boat /'sɔːsbəʊt/ chén nước xốt.

sauce pan /'sɔːspən, *(Mỹ* 'sɔːspæn)/ *dt* cái xoong.

saucer /'sɔːsə[r]/ *dt* đĩa *(đặt dưới cốc tách)*: bộ phận hình đĩa của một vật).

saucily /'sɔːsɪli/ *pht* **1.** [một cách] láo **2.** [một cách] bảnh.

sauciness /'sɔːsɪnɪs/ *dt* **1.** sự láo **2.** sự bảnh bao.

saucy /'sɔːsi/ *tt* (**-ier; -iest**) **1.** láo: *you saucy little thing!* mày thật là một thằng nhóc con láo toét! **2.** bảnh: *a saucy little hat* một chiếc mũ nhỏ trông khá bảnh.

sauerkraut /'saʊəkraʊt/ *dt* món dưa cải bắp *(Đức)*.

sauna /'sɔːnə, *cg* saʊnə/ *dt* **1.** sự tắm hơi **2.** phòng tắm hơi.

saunter¹ /'sɔːntə[r]/ đi lững thững: *he sauntered by with his hands in his pockets* anh ta lững thững đi, hai tay đút vào túi.

saunter² /'sɔːntə[r]/ *dt* cuộc đi lững thững; bước đi lững thững.

saurian¹ /'sɔːriən/ *dt (động)* động vật loại thần lằn.

saurian² /'sɔːriən/ *tt (động)* [thuộc] thần lằn.

sausage /'sasidʒ, *(Mỹ* 'sɔːsidʒ)/ *dt* xúc xích. // **not a sausage** không chút nào.

sausage-dog /'sasidʒdɒg/ *dt (kng)* chó lùn trường mình *(giống Đức)*.

sausage meat /'sasidʒmiːt/ thịt làm xúc xích.

sausage roll /'sasidʒrəʊl/ xúc xích bao bột.

sauté¹ /'səʊtei, *(Mỹ* səʊ'tei)/ *tt (tiếng Pháp) (thngữ)* áp chảo; rán đảo qua *(thịt...)*: *sauté potatoes* khoai tây rán đảo qua.

sauté² /'səʊtei, *Mỹ* səʊ'tei/ *dgt (qk, dttqk* **~ed** hay **~d**; *dttht* **~ing**) *(tiếng Pháp)* rán đảo qua, áp chảo *(thịt...)*.

savage¹ /'sævidʒ/ *tt* **1.** dã man; man rợ: *savage life* cuộc sống dã mang; *savage tribes* những bộ lạc man rợ **2.** nghiêm trọng, gay gắt: *savage cuts in our budget* những khoản cắt giảm nghiêm trọng trong ngân sách của chúng ta.

savage² /'sævidʒ/ *dt* người man rợ: *an island inhabited by savages* một hòn đảo có người man rợ cư ngụ; *those children can be real little savages* những thằng nhóc đó có thể trở thành những đứa man rợ thực sự.

savage³ /'sævidʒ/ *dgt* **1.** tấn công tơi bời: *she was badly savaged by a mad dog* cô ta bị một con chó dại xông vào cắn tơi bời **2.** *(bóng)* phê phán thậm tệ, chỉ trích gay gắt: *a novel savaged by the reviewers* một cuốn tiểu

thuyết bị các nhà phê bình chỉ trích gay gắt.

savagely /'sævidʒli/ *pht* **1.** [một cách] dã man, [một cách] man rợ **2.** [một cách] gay gắt.

savageness /'sævidʒnis/ *dt* sự dã man, sự man rợ.

savagery /'sævidʒri/ *dt* tính dã man, tính man rợ: *treat prisoners with brutal savagery* đối xử dã man với tù nhân.

savannah *(cg* **savanna**) /sə'vænə/ *dt (địa)* xavan; trảng cỏ.

savant /'sævənt, *(Mỹ* sæ'vɑːnt)/ *dt* nhà bác học.

save¹ /seiv/ *dgt* **1.** **save somebody (something) from something (from doing something)** cứu: *save somebody's life*: cứu tính mạng của ai; *save somebody from drowning* cứu ai khỏi chết đuối **2.** *save something [up] for something; save with something* để dành (tiền...) để dùng sau này: *I save [up] for a new bike (to buy a new bike)* tôi để dành (dành dụm) tiền để mua một chiếc xe đạp mới; *save part of one's salary each month* để dành một phần tiền lương hằng tháng; *save your strength for the hard work you'll have to do later* hãy dành sức cho công việc khó khăn mà anh sẽ phải làm sau này; *save one's eyes* giữ gìn đôi mắt *(chớ đọc nhiều quá...)*; *don't drink all the wine, save me some (save some for me)* đừng uống hết cả rượu, để dành (để phần) cho tôi một ít với **3.** *save [on] something* tránh lãng phí, tiết kiệm: *save [on] time and money by shopping at the supermarket* tránh lãng phí thời giờ và tiền bạc bằng cách đi mua sắm ở

S

siêu thị **4.** tránh [cho ai] khỏi phải, đỡ khỏi phải: *order the goods by phone and save [yourself] a journey* hãy đặt hàng qua điện thoại, như vậy sẽ đỡ cho anh khỏi phải đi; *that will save us a lot of trouble* cái đó sẽ tránh cho chúng ta nhiều điều phiền hà **5.** *save somebody [from something]* cứu vớt: *Jesus save!* lạy Chúa *(cứu con)!; save someone's soul* cứu vớt linh hồn của ai; *Jesus Christ came into the world to save us from our sins* Chúa Giê-su đã xuống trần để cứu vớt chúng ta khỏi vòng tội lỗi **6.** *(thể)* phá được một cú sút thủng lưới; cản phá: *the goalkeeper managed to save a shot struck at close range* thủ môn đã khéo léo phá được một cú sút từ một điểm gần khung thành. // **pinch and save (scrape)** *x* pinch; **risk (save) one's neck** *x* neck; **save somebody's bacon** *(kng)* cứu ai khỏi suy sụp, cứu ai khỏi nguy khốn: *I was nearly bankrupt, but your loan saved my bacon* tôi gần bị phá sản, nhưng món tiền anh cho vay đã cứu tôi khỏi nguy khốn; **save one's breath** không hơi đâu mà nói: *you can save your breath, you'll never persuade her* anh không hơi đâu mà nói, anh sẽ chẳng bao giờ thuyết phục được cô ta đâu; **save [somebody's] face** giữ thể diện [cho ai]: *though she'd lost her job, she saved face by saying she'd left it willingly* mặc dù bị mất việc, cô ta vẫn giữ thể diện mà nói là cô ta đã tự ý bỏ việc; **save the situation** cứu vãn tình thế: *disagreements threatened to wreck the peace talks, but the president's intervention saved the situation* những mối bất đồng đe dọa phá vỡ cuộc đàm phán về hòa bình, nhưng sự can thiệp của tổng thống đã cứu vãn tình thế; **save one's life** *(kng)* (thường ở câu phủ định) dù cố gắng đến mấy; không cách nào: *I couldn't play the piano to save my life* dù cố gắng đến mấy tôi cũng không thể chơi pi-a-nô được; **save one's [own] hide (skin)** thoát tội, thoát nạn, thoát thân: *he lied in court to save his skin* nó đã nói dối trước phiên tòa để thoát tội; **scrimp and save** *x* scrimp; **a stitch in time saves nine** *x* stitch; **save on** tránh lãng phí: *we use a wood fire, to save on electricity* chúng tôi nhóm bếp củi để tránh lãng phí điện.

save² /seiv/ *dt (thể)* sự phá được một cú sút thủng lưới *(người thủ thành bóng đá...).*

save³ /seiv/ *(cg* **saving)** /'seiviŋ/ *gt, lt* ngoại trừ, trừ: *all save him* tất cả ngoại trừ anh ta: *she answered all the questions save one* chị ta trả lời được mọi câu hỏi trừ một câu.

save-as-you-earn /seivez-ju:'ə:n/ *dt (vt* SAYE) *(cũ)* cách trích mỗi tháng một ít tiền lương làm tiền gửi tiết kiệm.

saver /'seivə[r]/ *dt* **1.** người cứu vớt: *a saver of souls* người cứu vớt linh hồn **2.** người có tiền gửi tiết kiệm: *good news for all savers - a rise in interest rates!* tin vui cho tất cả những ai có tiền gửi tiết kiệm, tỷ suất lãi tăng **3.** *(chủ yếu trong từ ghép)* cái để tiết kiệm, cái giúp ta tiết kiệm: *a boiler that is a good fuel-saver* một nồi hơi giúp ta tiết kiệm nhiên liệu **4.** vé hạ giá; đồ hạ giá; *an off-*

peak saver ticket vé bán hạ giá ngoài những giờ cao điểm (giờ đông khách).

saving¹ /'seiviŋ/ *tt* **a saving grace** cái bù lại, điều cứu vãn: *he may be stupid and mean, but his one saving grace is his humour* anh ta có thể là ngốc và thấp kém, nhưng bù lại được cái hay hài hước.

saving² /'seiviŋ/ *gt, lt* x save³.

saving³ /'seiviŋ/ *dt* **1.** lượng tiết kiệm được: *a great saving of time and money* lượng thời gian và tiền bạc tiết kiệm được nhiều **2.** *(snh)* tiền tiết kiệm: *keep one's savings in the bank* gửi tiền tiết kiệm ở ngân hàng.

-saving /'seiviŋ/ *(tạo tt ghép)* tiết kiệm: *energy-saving modifications* những cải tiến giúp tiết kiệm năng lượng.

savings account /'seiviŋz ə'kaunt/ *(Mỹ)* tài khoản tiết kiệm có lãi.

savings and loan association /,seiviŋzən'ləunəsəu-si'eiʃn/ *(Mỹ) nh* building society.

savings bank /'seiviŋzbæŋk/ quỹ tiết kiệm.

savior /'seiviə[r]/ *dt (Mỹ)* x saviour.

saviour *(Mỹ* **savior)** /'seiviə[r]/ *dt* **1.** người cứu, vị cứu tinh **2.** the Saviour; Our Saviour Đấng Cứu thế.

savoir-faire /,sævwa:'feə[r]/ *dt* sự khéo xử thế.

savor /'seivə[r]/ *dt (Mỹ)* x savour¹.

savory¹ /'seivori/ *dt* **1.** rau húng hương **2.** *(Mỹ) nh* savoury *dt*.

savory² /'seivəri/ *tt (Mỹ) nh* savoury *tt*.

savour¹ *(Mỹ* **savor)** /'seivə[r]/ *dt* mùi vị, hương vị; hơi hướng: *soup with a slight savour of garlic* súp thoảng có mùi vị tỏi; *his political views have a savour of fanaticism* quan điểm chính trị của ông ta có hơi hướng cuồng tín.

savour² /'seivə[r]/ *dgt* **1.** thưởng thức, nhấm nháp: *savour the finest Chinese dishes* thưởng thức những món ăn Trung Quốc ngon nhất; *now the exams are over, I'm savouring my freedom* (bóng) nay thi cử đã qua, tôi đang thưởng thức (tận hưởng) sự tự do thoải mái của tôi. // **savour of something** (không dùng ở dạng bị động) có hơi hướng, thoáng vẻ: *her remarks savour of hypocrisy* những nhận xét của cô ta thoáng vẻ giả nhân giả nghĩa.

savoury¹ (*Mỹ* **savory**) /'seivəri/ *tt* **1.** mặn, gắt, không ngọt (*mùi vị thức ăn*) **2.** thơm ngon **3.** (*thường trong câu phủ định*) có tiếng tốt, đáng trọng: *savoury reputation* thanh danh đáng trọng.

savoury² (*Mỹ* **savory**) /'seivəri/ *dt* món mặn (*cuối bữa ăn*).

savoy /sə'vɔi/ *dt* (*thực*) cải xavoa.

savvy¹ /'sævi/ *dt* (*lóng*) sự hiểu biết: *where's your savvy?* hiểu biết của anh để ở đâu?

savvy² /'sævi/ *dgt* (**savvied**) (*lóng*) (*thường dùng ở thức mệnh lệnh hay ở thì hiện tại*) hiểu, biết: *keep your mouth shut! savvy?* giữ mồm giữ miệng nhé! hiểu không?; *no savvy* tôi không hiểu; tôi không biết.

saw¹ /sɔ:/ *qk của* see.

saw² /sɔ:/ *dt* (*thường gặp trong từ ghép*) cái cưa: *a handsaw* cái cưa tay; *a circular saw* cái cưa đĩa.

saw³ /sɔ:/ (**sawed, sawn;** *Mỹ* **sawed**) **1.** cưa, xẻ bằng cưa: *saw wood* cưa gỗ; *saw a log into planks* xẻ khúc gỗ thành ván **2. saw away at something** cò cưa: *sawing at his fiddle* cò cưa đàn viôlông; *she was sawing [away at] the bread with a blunt knife* dao cùn cô ta cò cưa mãi chiếc bánh mì **3.** có thể cưa: *this wood saws easily* gỗ này dễ cưa. // **saw something down** cưa cho đổ ngã xuống: *to saw a tree down* cưa cho cây đổ ngã xuống; **saw something off something** cưa [cho] rời [ra], cưa đứt; *saw a branch off a tree* cưa cành cho rời ra khỏi cây, cưa đứt một cành cây; **saw something up** cưa thành khúc (thành mảnh): *all the trees have been sawn up into logs* tất cả các cây đã được cưa thành khúc.

saw⁴ /sɔ:/ *dt* (*cũ*) ngạn ngữ, tục ngữ: *the old saw "More haste, less speed"* câu ngạn ngữ cũ "Dục tốc bất đạt".

sawbones /'sɔ:bəunz/ *dt* (*Mỹ, hài hước*) bác sĩ phẫu thuật.

sawbuck /'sɔ:bʌk/ *dt* (*Mỹ*) x saw-horse.

sawdust /'sɔ:dʌst/ *dt* mùn cưa, mạt cưa.

saw-horse /'sɔ:hɔ:s/ *dt* (*Mỹ* **sawbuck**) giàn cưa.

sawmill /'sɔ:mil/ *dt* nhà máy cưa.

sawn /sɔ:n/ *dttqk của* saw.

sawn-off shotgun /ˌsɔ:nʌf'ʃɒtgʌn/ (*Mỹ* **sawed-off shotgun**) súng cưa nòng (*tội phạm hay thủ theo mình vì dễ giấu hơn súng còn nguyên nòng*).

sawyer /'sɔ:jə[r]/ *dt* thợ cưa.

sax /sæks/ *dt* (*kng*) nh saxophone.

saxifrage /'sæksifreidʒ/ *dt* (*thực*) cỏ tai hùm.

saxon /'sæksn/ *dt* **1.** người Xắc-xon (*gốc Đức, chiếm đóng và cư ngụ ở Anh vào thế kỷ 5 và 6*) **2.** tiếng Xắc-xon.

Saxon² /'sæksn/ *tt* [thuộc] Xắc-xon.

saxophone /'sæksəfəun/ *dt* (*cg kng* **sax**) (*nhạc*) [kèn] xắc-xô (*nhạc khí*).

saxophonist /sæk'sɒfənist, *Mỹ* 'sæksəfəunist/ *dt* người chơi xắc xô.

say¹ /sei/ *dgt* **1.** nói; bảo: *she said nothing to me about it* cô ta chẳng nói gì với tôi về chuyện đó cả; *everyone said how awful the weather was* mọi người đều nói thời tiết đã quá xấu; *I said to myself "That can be right"* tôi tự bảo (tự nhủ) rằng: "Cái đó có thể đúng"; *who said I can't cook?* ai bảo tôi không biết nấu ăn thế? **2.** đọc: *say the lesson* đọc bài; *have you said your prayers?* anh đã đọc (cầu) kinh chưa? **3.** nói lên: *just what is the artist trying to say in her work?* đấy chính là điều mà nghệ sĩ muốn nói lên qua tác phẩm của mình phải không?; *her angry glance said everything* cái nhìn giận dữ của cô ta đã nói lên tất cả **4.** nói rõ; chỉ ra; chỉ: *the clock says three o'clock* đồng hồ chỉ ba giờ; *the book doesn't say where he was born* cuốn sách không nói rõ ông ta sinh ở đâu **5.** có ý kiến [là]: *I would say he's right* tôi có ý kiến là anh ta có lý; *I say we stay here* tôi có ý kiến là ta nghỉ lại đây **6.** giả dụ như, ví dụ như, chẳng hạn như: *let's take any writer, say Dickens* ta hãy lấy một tác giả nào đó, ví dụ như

S

Dickens chẳng hạn; *you could learn to play chess in [let's] say, in three months* anh có thể học chơi cờ, chẳng hạn như trong ba tháng. // **before you can (could) say Jack Robinson** chưa kịp mở miệng, rất nhanh; đột nhiên; **easier said than done** x *easy*[2]; **go without saying** khỏi phải nói; dĩ nhiên là: *it goes without saying that I'll help you* khỏi phải nói dĩ nhiên là tôi sẽ giúp anh; **have a good word to say for somebody (something)** x *word*; **have something (nothing) to say for oneself** có điều (không có gì) để nói, để tham gia vào câu chuyện: *she hasn't got much to say for herself* cô ta đã không [có gì để] tham gia vào câu chuyện; *You've got too much to say for yourself* anh nói quá nhiều về mình đấy; **I dare say** x *dare*[1]; **I'll say** *(kng)* vâng đúng vậy: *"Does he come often?" "I'll say? Nearly every day"* nó thường đến lắm sao? "Vâng đúng vậy, hầu như hằng ngày" **I must say** có thể nói *(dùng khi phê phán, bình phẩm): well that's daft, I must say!* có thể nói đúng là ngớ ngẩn!; **I say** *(cũ)* a/ chà: *I say! What a huge cake!* Chà! cái bánh lớn quá! b/ này: *I say, can you lend me five pounds?* này, anh có thể cho tôi mượn năm bảng không? **it says a lot for somebody (something)** rõ là: *its says a lot for her that she never lost her temper* rõ là cô ta không bao giờ mất bình tĩnh cả; **I wouldn't say no to something** *(ngữ)* rất sẵn lòng, đâu dám từ chối: *"Fancy some coffee?" "I wouldn't say no"* "thích uống ít cà phê chứ?" "rất sẵn lòng; **least said soonest mended** lắm thầy thối

ma; **the less (least) said the better** nói càng ít càng tốt; **let us say** ví dụ như, chẳng hạn như; **needless to say** x *needless*; **never say die** đừng có thất vọng: *never say die: we might still get there on time* đừng có thất vọng, ta vẫn có thể tới đó kịp giờ; **no sooner said than done** x *soon*; **not be saying much** không có gì đáng nói; không đáng kể: *she's taller than me, but as I'm only five foot, that's not saying much* chị ta cao hơn tôi, nhưng tôi chỉ cao có năm phút *(hơn 1m50 một ít)* nên chẳng có gì đáng nói; **not say boo to a goose** quá nhút nhát sợ sệt; **not say a dicky-bird** *(lóng)* không nói gì; **not to say** nếu không nói là: *a difficult, not to say impossible, task* một công việc khó, nếu không nói là không thể làm được; **sad to say** x *sad*; **say (be) one's last word** x *last*[1]; **say no (to something)** từ chối *(điều gì): if you don't invest in these shares, you're saying no to a fortune* nếu anh không đầu tư vào những cổ phần này thì tức là anh từ chối một dịp may đấy; **say no more** a/ đừng nói thêm nữa: *say no more! how much do you want to borrow?* thôi đừng nói thêm nữa! Anh cần mượn bao nhiêu nào? b/ tôi hiểu anh muốn nói gì rồi: *"he came home with lipstick on his face" "Say no more!"* "hắn về nhà với vết môi son trên mặt" "Tôi hiểu anh muốn nói gì rồi!"; **say one's piece** nói điều cần nói; **says you** *(lóng)* tôi không tin điều anh nói; **say when** khi nào đủ thì bảo ngừng nhé *(nhất là khi rót rượu để mời uống)* **say the word** ra lệnh; yêu cầu: *just say the word, and I'll ask him to*

leave ông chỉ cần ra lệnh là tôi sẽ bảo nó xéo đi; **strange to say** x *strange*; **suffice it to say** x *suffice*; **to say the least** không nói ngoa; không chút cường điệu: *I was surprised at what he said, to say the least* không nói ngoa đâu, tôi rất ngạc nhiên về những gì nó đã nói; **to say nothing of something** chưa nói đến (chưa kể đến) điều gì: *he had to go to prison for a month, to say nothing of the fine* nó phải ngồi tù một tháng, đó là chưa nói đến số tiền phạt mà nó phải nộp; **that is to say** tức là: *three days from now, that is to say Friday* ba ngày kể từ bây giờ, tức là thứ sáu; **what do (would) you say to something (doing something)?** anh có thích *(có muốn)* [làm] điều gì không? *what do you say to going to the theatre tonight?* tối nay đi xem hát cậu có muốn không?; *what do you say to a chocolate?* cậu có thích một miếng sô-cô-la không?; **what (whatever) somebody says goes** *(kng)* ý (ai) là ý trời: *my wife wants the kitchen painted white, and what she says goes* vợ tôi muốn nhà bếp được sơn trắng, và ý bà ta là ý trời; **you can say that again** *(kng)* tôi đồng ý với anh, anh nói đúng đấy: *It's hot today" "you can say that again!"* "hôm nay nóng nhỉ?" "vâng, anh nói đúng đấy"; **you don't say!** *(kng)* ủa sao? *(tỏ ý ngạc nhiên) "We're going to get married" "You don't say? "Chúng tôi sẽ kết hôn với nhau" "Ua sao?"; **you said it?** *(kng)* rất đúng, đúng thế thật: *"the food was awful!" "You said it?"* "thức ăn kinh quá!" "đúng thế thật?"

say² /sei/ *dt* **say in something** quyền quyết định: *have no say in a matter* không có quyền quyết định về một vấn đề. // **have one's say** phát biểu quan điểm: *don't interrupt her, let her have her say* đừng ngắt lời chị ta, để chị ta phát biểu quan điểm của mình.

say³ /sei/ *tht* (Mỹ, kng) sao (tỏ sự tương đối ngạc nhiên) này (để lưu ý người đối thoại): *say! haven't I seen you before somewhere?* này! tôi đã gặp anh trước đây ở đâu đó ấy nhỉ?

SAYE /,es ei wai 'i:/ (cũ) x save-as-you-earn.

saying /'seiiŋ/ *dt* ngạn ngữ, tục ngữ: *"more haste, less speed" as the saying goes* ngạn ngữ có câu: dục tốc bất đạt.

say-so /'seisəu/ *dt* (kng) **1.** lời nói hồ đồ: *don't just accept his say-so, find out for yourself* đừng có tin vào những lời hồ đồ của ông ta, hãy tự tìm hiểu lấy **2.** sự được phép (làm gì), quyền quyết định (điều gì): *I was allowed to come home from hospital on the doctor's say-so* tôi được phép của bác sĩ rời bệnh viện về nhà.

S-bend /'esbend/ *dt* đoạn đường cong chữ S.

sc *vt* **1.** (cg **Sc**) (vt của scene) lớp (kịch): *Act I Sc IV* hồi I lớp IV **2.** (vt của tiếng La tinh scilicet) là, ấy là.

scab /skæb/ *dt* **1.** vảy (ở vết thương đang lành...) **2.** bệnh ghẻ: *sheep-scab* bệnh ghẻ ở cừu **3.** bệnh nấm vảy (ở cây) **4.** (lóng, xấu) công nhân không tham gia đình công; công nhân nhận làm thay người đình công; công nhân công đoàn vàng.

scabbard /'skæbəd/ *dt* bao, vỏ (kiếm, dao găm, lưỡi lê).

scabby /'skæbi/ *tt* (-ier; -iest) **1.** đã đóng vảy (vết thương...) **2.** (lóng, xấu) đáng khinh, đê tiện: *you scabby liar!* mày, đồ nói láo đê tiện.

scabies /'skei:bi:z/ *dt* bệnh ghẻ ngứa.

scabious /'skeibiəs/ *dt* (thực) cỏ lưỡi mèo.

scabrous /'skeibrəs, (Mỹ skæbrəs/ *tt* **1.** (sinh) sần sùi **2.** khiếm nhã; tục tĩu.

scads /skædz/ *dt snh* **scads of something** (Mỹ, kng) hàng đống, vô số: *scads of money* hàng đống tiền: *scads of people* vô số người.

scaffold /'skæfəuld/ *dt* **1.** giàn giáo **2.** đoạn đầu đài: *to go to the scaffold* lên đoạn đầu đài, bị hành hình.

scaffolding /'skæfəldiŋ/ *dt* sào ván làm giàn giáo: *tubular scaffolding* giàn giáo [bằng] ống kim loại.

scag /skæg/ *dt* (lóng) heroin.

scalar¹ /'skeilə[r]/ *tt* (toán) vô hướng.

scalar² /'skeilə[r]/ *dt* (toán) đại lượng vô hướng.

scalawag /'skæləwæg/ *dt* (Mỹ) x scallywag.

scald¹ /skɔ:ld/ *đgt* **1.** làm bỏng: *scald one's hand with hot fat* bị mỡ nóng làm bỏng tay; *she was scalded to death when the boiler exploded* cô ta bị chết bỏng khi nồi hơi nổ **2.** đun gần sôi (sữa) **3.** tráng nước sôi (xoong, chảo).

scald² /skɔ:ld/ *dt* vết bỏng (do nước sôi hay hơi nóng): *an ointment for burns and scalds* thuốc mỡ xoa vết bỏng.

scalding¹ /'skɔ:ldiŋ/ *tt* nóng [đến mức có thể] bỏng: *scalding water* nước nóng bỏng.

scalding² /'skɔ:ldiŋ/ *pht* cực kỳ: *scalding hot* cực kỳ nóng.

scale¹ /skeil/ *dt* **1.** vảy (cá, rắn...): *scrape the scales from a carp* đánh vảy con cá chép **2.** vảy da (ở bệnh ngoài da) **3.** cáu, cặn (ở đáy nồi hơi...); cao (răng): // **the scales fall from somebody's eyes** nhận ra sự thật, sáng mắt ra: *then the scales fell from my eyes: he had been lying all the time* lúc đó tôi mới sáng mắt ra, nó luôn luôn nói dối.

scale² /skeil/ *dt* đánh vảy (cá). // **scale off** bong ra (tróc ra) từng mảnh nhỏ, tróc vảy: *paint scaling off a wall* sơn tróc vảy ở tường ra.

scale³ /skeil/ *dt* **1.** thang chia độ: *this ruler has one scale in centimetres and another in inches* chiếc thước này có một thang chia độ bằng xentimet và một thang khác bằng insơ **2.** hệ đơn vị đo lường: *the decimal scale* hệ [đo lường] thập phân **3.** thang, bậc thang: *a scale of wages* thang lương; *a person who is high on the social scale* một người có địa vị cao trên bậc thang xã hội **4.** tỷ lệ; thước tỷ lệ: *a scale of one to a million* tỷ lệ một phần triệu; *a large-scale map* một bản đồ tỷ lệ lớn **5.** quy mô: *we are seeing unemployment on an unprecedented scale* chúng ta đang chứng kiến một tình trạng thất nghiệp trên quy mô chưa từng có trước đây **6.** (nhạc) thang âm, gam: *the scale of F* gam pha trưởng. // **to scale** theo thước tỉ lệ: *draw a map of an area to scale* vẽ bản đồ một vùng theo thước tỉ lệ.

scale⁴ /skeil/ *đgt* **scale something down (up)** giảm (tăng)

S

cái gì: *we are going to scale down the number of trees being felled* chúng ta sẽ giảm bớt số cây bị đốn; *we've scaled up production to meet demand* chúng tôi đã [gia] tăng sản xuất để đáp ứng yêu cầu.

scale⁵ /skeil/ *dt* **1.** đĩa cân (ở cân đĩa) **2.** *scales* (snh) cái cân: *a pair of scales* cái cân đĩa; *bathroom scales* cái cân ở buồng tắm (để theo dõi sự diễn biến trọng lượng bản thân) **tip the scale** *x* tip²; **tip (turn) the scale[s] at something** (kng) cân nặng (bao nhiêu đó): *the jockey turned the scale at 80 lb* anh nài ngựa nặng 80 pao (khoảng 40kg).

scale⁶ /skeil/ *dgt* cân nặng (bao nhiêu đó): *the boxer scaled 90 kilos* anh võ sĩ quyền Anh cân nặng 90 kilô.

scale⁷ /skeil/ *dgt* leo, trèo (tường, vách đá... bằng cách dùng thang...): *the commandos scaled the cliff* biệt kích trèo vách đá.

scalene /'skeili:n/ *tt* (toán) lệch (tam giác).

scaliness /'skælinis/ *dt* **1.** tình trạng phủ vảy **2.** tình trạng đóng cáu.

scallion /'skæliən/ *dt* (Mỹ) (thực) hành tăm.

scallop¹ (cg scollop) /'skɒləp/ *dt* **1.** (động) con điệp **2.** (cg **scallop-shell**) vỏ điệp (dùng để nấu thức ăn và dọn ra ăn trong chính vỏ điệp đã dùng để nấu) **3.** đường viền dây vỏ điệp (ở mép vải, mép bánh...).

scallop² (sg scollop) /'skɒləp/ *dgt* **1.** trang trí bằng đường viền dây vỏ điệp **2.** nấu (món sò...) trong vỏ điệp.

scallywag /'skæliwæg/ *dt* (Mỹ /'skæləwæg/) thằng nhãi con tinh quái (dùng với ý

vui đùa): *you naughty little scallywag* mày đồ nhãi con tinh quái nghịch ngợm!

scalp¹ /skælp/ *dt* **1.** da đầu: *dandruff flaking off one's scalp* gàu bong ra từ da đầu **2.** mảng da đầu lột (trước đây người da đỏ coi như chiến lợi phẩm). // **be after somebody's scalp** tìm cách trừng phạt, báo thù ai.

scalp² /skælp/ *dgt* lột mảng da đầu (của quân thù): *you've just about scalped me!* (đùa) anh gọt trọc đến sát da đầu của tôi rồi! (cắt tóc quá ngắn).

scalpel /'skælpəl/ *dt* (y) dao mổ.

scalper /'skælpə/ *dt* (Mỹ) nh tout².

scaly /'skeili/ *tt* (-ier; -iest) **1.** phủ vảy **2.** đóng cáu.

scam /skæm/ *dt* (Mỹ, kng) âm mưu lừa đảo khôn khéo: *a betting scam* một âm mưu lừa đảo khôn khéo trong cá độ.

scamp¹ /skæmp/ *dt* thằng nhãi ranh tinh quái: *that little scamp Jimmy has hidden my slippers again!* lại cái thằng nhãi ranh tinh quái Jimmy giấu dép của tôi rồi!

scamp² /skæmp/ *dt* nh skimp.

scamper¹ /'skæmpə[r]/ *dgt* **1.** chạy tung tăng, chạy lon ton: *giggling, the children scampered back into the house* tụi trẻ con cười khúc khích và quay lại chạy lon ton về nhà **2.** chạy vụt đi (con vật... vì sợ hãi): *the rabbit scampered away in fright* sợ hãi con thỏ chạy vụt đi.

scamper² /'skæmpə[r]/ *dt* **1.** sự tung tăng, sự chạy lon ton: *a little scamper round the garden* vòng chạy tung

tăng một lúc quanh vườn **2.** sự chạy vụt đi (vì sợ...).

scampi /'skæmpi/ *dt* **1.** (snh) tôm hồng **2.** món tôm hồng lăn bột rán.

scan¹ /skæn/ *dgt* (-nn-) **1.** nhìn chăm chú, nhìn kỹ: *we scanned the sky for enemy planes* chúng tôi chăm chú nhìn lên trời để phát hiện máy bay địch **2.** quét ngang qua (một khu vực; nói về đèn pha): *the flashlight's beam scanned every corner of the room* tia đèn pin quét ngang qua mọi góc của gian phòng **3.** (y) chụp cắt lớp vi tính **4.** đọc lướt: *she scanned the newspaper over breakfast* chị ta đọc lướt tờ báo trong khi ăn sáng **5.** ngắt nhịp (câu thơ) **6.** có cấu trúc vần luật hợp cách (thơ).

scan² /skæn/ *dt* (y) sự chụp cắt lớp vi tính.

scandal /'skændl/ *dt* **1.** vụ [gây] tai tiếng: *a series of corruption scandals led to the fall of the government* một loạt vụ tai tiếng về hối lộ đã dẫn đến sự sụp đổ của chính phủ **2.** điều xấu hổ; sự nhục nhã: *it is a scandal that the defendant was declared innocent* thật là xấu hổ khi bị đơn được tuyên bố là vô tội **3.** sự đồn đại; lời bàn tán: *have you heard the latest scandal?* anh có nghe vụ đồn đại mới đây nhất không?

scandalize, scandalise /'skændəlaiz/ *dgt* xúc phạm đến (ai) (do một hành động vô luân): *scandalize the neighbour by sunbathing naked on the lawn* xúc phạm đến hàng xóm qua việc tắm nắng trần truồng trên bãi cỏ.

scandalmonger /'skændl-mʌŋgə[r]/ *dt (xấu)* người phao tin đồn đại thất thiệt.

scandalmongering /'skændlmʌŋgəring/ *dt (xấu)* sự phao tin đồn đại thất thiệt.

scandalous /'skændələs/ *tt* **1.** nhơ nhuốc; gây phẫn nộ: *scandalous behaviour* cách cư xử gây phẫn nộ **2.** về những vụ tai tiếng *(lời đồn đại...)*.

Scandinavian[1] /,skændi-'neiviən/ *dt* người Xcandinavia *(Đan Mạch, Na Uy, Thụy Điển, Aixơlen)*.

Scandinavian[2] /,skændi-'neiviən/ *tt* [thuộc] Xcanđivania.

scanner /'skænə[r]/ *dt (y)* máy chụp cắt lớp vi tính.

scansion /'skænʃn/ *dt* kiểu ngắt nhịp *(câu thơ)*.

scant /skænt/ *tt* không đủ, không nhiều lắm: *pay scant attention to somebody's advice* không chú ý nhiều đến lời khuyên của ai.

scantily /'skæntili/ *pht* [một cách] chật; [một cách] ít, [một cách] không đủ.

scantily-clad girl /'skæntiliklædgɜ:l/ cô gái hầu như trần truồng.

scantiness /'skæntinis/ *dt* sự chật; sự ít ỏi, sự không đủ.

scanty /'skænti/ *tt* chật, ít, không đủ: *scanty income* thu nhập ít ỏi; *a scanty bikini* chiếc áo tắm chật.

-scape *tiếp tố (dùng để tạo dt)* quang cảnh, cảnh: *landscape* cảnh đất liền; *seascape* cảnh biển cả.

scapegoat /'skeipgəʊt/ *dt (Mỹ, cg fall guy)* người giơ đầu chịu báng: *I was made the scapegoat, but it was the others who started the fire* ôi chỉ là người giơ đầu chịu

báng, còn mấy người kia mới chính là người đã nổ súng.

scapula /'skæpjʊlə/ *dt* xương vai.

scar[1] /skɑ:[r]/ *dt* **1.** vết sẹo, sẹo: *will the cut leave a scar?* liệu vết đứt có để lại sẹo không nhỉ?; *scars on the cupboard from burning cigarettes (bóng)* vết sém trên tủ do thuốc lá gây ra **2.** vết đau lòng; nỗi hận: *his years in prison left a scar* những năm ngồi tù đã để lại trong lòng nó một vết đau lòng.

scar[2] /skɑ:[r]/ *dgt (-rr-)* **1.** để lại vết sẹo trên: *a face scarred by smallpox* mặt rỗ sẹo đậu mùa *(rỗ sẹo do đậu mùa để lại); scarred by the death of his daughter (bóng)* mang vết sẹo lòng da diết do cái chết của cô con gái **2.** thành sẹo: *the wound gradually scarred over* vết thương từ từ thành sẹo.

scarab /'skærəb/ *dt* **1.** con bọ hung **2.** hình chạm bọ hung *(mang như một đồ trang sức hay làm bùa ở cổ Ai Cập)*.

scarce /skeəs/ *tt* khan hiếm; hiếm: *it was wartime and food was scarce* lúc đó là thời chiến và thực phẩm khan hiếm; *this book is now scarce* cuốn sách này bây giờ hiếm thấy. // **make oneself scarce** *(bóng)* lẩn đi, tránh đi: *he's in a bad mood, so I'll make myself scarce* ông ta đang cáu, tôi sẽ tránh đi thôi.

scarcely /'skeəsli/ *pht* **1.** vừa mới, vừa đúng: *I had scarcely arrived when I was told to go back* tôi vừa mới đến thì được lệnh quay trở về **2.** chắc là không: *he can scarcely have said so* chắc là anh ấy đã không nói như thế.

scarcity /'skeəsəti/ *dt* sự khan hiếm: *the scarcity of food forced prices up* sự khan hiếm thực phẩm buộc giá cả phải tăng lên.

scare[1] /skeə[r]/ *dgt* **1.** *(cg kng* **scarify**) làm hoảng sợ: *that noise scared me* tiếng ồn đó làm tôi hoảng sợ **2.** hoảng sợ: *he scares easily* nó hoảng sợ dễ dàng. // **frighten (scare) somebody to death (out of his wits)** *x* frighten; **frighten (scare) the daylights out of somebody** *x* daylights; **scare somebody stiff** *(kng)* làm cho ai sợ điếng người; làm cho ai lo phát sốt: *the thought of my exams next week scared me* cứ nghĩ đến kỳ thi tuần tới là tôi lo phát sốt.

scare somebody away (off) làm cho sợ mà bỏ đi (tránh xa): *light a fire to scare off the wolves* nhóm một đám lửa để chó sói sợ mà bỏ đi; *he scares people away by being so brash* vì quá hỗn xược mà hắn làm cho mọi người tránh xa nó; **scare somebody into (out of) something (doing something)** làm cho ai sợ mà phải (mà không) làm điều gì: *they scared him into handing over the keys* chúng làm cho nó sợ mà phải giao chìa khóa.

scare[2] /skeə[r]/ *dt* sự hoảng sợ: *what a scare you gave me, appearing suddenly in the dark* anh đột ngột hiện ra trong bóng tối đã làm tôi hoảng sợ biết mấy; *a scare history* một câu chuyện *(đăng trên báo...)* gây hoảng sợ trong quần chúng.

scarecrow /'skeəkrəʊ/ *dt* bù nhìn *(ngoài đồng để xua đuổi chim)*.

scared /skeə[r]d/ *tt* scared of something; scared of doing something (to do some-

S

thing) sợ gì; sợ làm gì: *I'm scared of ghosts* tôi sợ ma; *a very scared man* một người đàn ông rất nhát.

scaredy cat /'skeədikæt/ *dt* *(kng, xấu)* người hay hoảng sợ, người nhát *(tiếng trẻ em hay dùng).*

scaremonger /'skeəmʌŋ-gə[r]/ *dt (xấu)* kẻ phao tin đồn làm hoảng sợ.

scarey /'skeəri/ *tt nh* scary.

scarf /skɑ:f/ *dt (snh* **scarfs** /skɑ:fs/, **scarves** /skɑ:vz/) khăn quàng; khăn choàng; khăn trùm.

scarification /ˌskeərifi'keiʃn/ *dt* 1. sự xới *(đất)* 2. *(y)* sự rạch da, sự cắt lấy da *(ở một bộ phận thân thể)* 3. *(văn)* sự chỉ trích nặng lời.

scarify[1] /'skærifai/ *dgt* **(-fied)** 1. xới *(đất)* 2. *(y)* rạch *(da)*; cắt lấy da *(ở một bộ phận thân thể)* 3. *(văn)* chỉ trích nặng lời.

scarify[2] /'skærifai/ *dgt x* scare[1].

scarlatina /ˌskɑ:lə'ti:nə/ *dt nh* scarlet fever.

scarlet[1] /'skɑ:lət/ *dt* màu hồng điều: *dressed all in scarlet* mặc toàn màu hồng điều.

scarlet[2] /'skɑ:lət/ *tt* hồng điều.

scarlet fever /ˌskɑ:lət'fi:və[r]/ *(cg* **scarlatina**) *(y)* bệnh tinh hồng nhiệt.

scarlet runner /ˌskɑ:lət'rʌnə[r]/ *(thực)* cây đậu lửa, cây đậu Tây Ban Nha.

scarlet woman /ˌskɑ:lət-'wʊmən/ *(cũ, xấu hoặc đùa)* đĩ điếm, gái đĩ.

scarp /skɑ:p/ *dt* dốc đứng; vách đứng.

scarper /skɑ:pə[r]/ *dgt (lóng)* chạy biến đi, chuồn đi: *scarper! the cops are coming!* chuồn đi! cớm đã tới!

scarves /skɑ:vz/ *dt snh của* scarf.

scary /'skeəri/ *tt* **(-ier; -iest)** gây hoảng sợ, đáng sợ: *a scary ghost story* một chuyện ma đáng sợ.

scat /skæt/ *dgt* **(-tt-)** *(thường dùng ở thức mệnh lệnh) (kng)* cút, cút xéo: *I don't want you here, so scat!* cút đi! tao không muốn mày ở đây!

scathing /'skeiðiŋ/ *tt* gay gắt; cay độc *(lời phê bình...)*: *a scathing remark* lời nhận xét cay độc; *a scathing rebuke* lời quở trách gay gắt; *the report was scathing about the lack of safety precautions* bảng tường thuật phê phán gay gắt về tình trạng thiếu biện pháp gìn giữ an toàn.

scathingly /'skeiðiŋli/ *pht* [một cách] gay gắt; [một cách] cay độc.

scatological /ˌskætə'lɒdʒikl/ *tt* tục tĩu; *scatological humour* lối hài hước tục tĩu.

scatology /skæ'tɒlədʒi/ *dt (xấu)* sự tục tĩu.

scatter[1] /'skætə[r]/ *dgt*; 1. chạy tản ra; đuổi chạy tản ra: *the crowd scattered* đám đông chạy tản ra; *the police scattered the crowd* cảnh sát đuổi đám đông chạy tản ra; *the birds scattered at the sound of gun* chim bay tản ra khi nghe tiếng súng 2. tung, rải, rắc, vãi: *scatter seed on the fields; scatter the fields with seed* vãi hạt giống ra đồng ruộng; *he scatters money about as if he is rich (bóng)* nó vãi tiền ra như là giàu lắm. // **scatter (something) to the four winds** tung *(cái gì)* ra mọi phía.

scatter[2] /'skætə[r]/ *dt (cg* **scattering**) nắm, đám *(vật vãi tung ra)*: *a scatter of hail-* *stones* một đám hạt mưa đá.

scatter-brain /'skætə brein/ *dt* người đểnh đoảng.

scatter-brained /'skætə breind/ *tt* đểnh đoảng, đoảng tính.

scattered /'skætə[r]d/ *tt* rải rác: *villages scattered among the hills* làng mạc rải rác trên các đồi; *the weather forecast says we'll have scattered showers today* dự báo thời tiết cho biết là hôm nay sẽ có mưa rào rải rác.

scattering /'skætəriŋ/ *dt x* scatter[2].

scattily /'skætili/ *pht* 1. [một cách] khùng, [một cách] rồ 2. [một cách] đểnh đoảng.

scattiness /'skætinis/ *dt* 1. sự khùng, sự rồ 2. sự đểnh đoảng, sự đoảng tính.

scatty /'skæti/ *tt* **(-ier; -iest)** *(kng)* 1. khùng, rồ 2. đểnh đoảng, đãng trí: *your scatty son has forgotten his key again* cậu con đãng trí của anh lại quên chìa khóa rồi.

scavenge /'skævindʒ/ *dgt* 1. tìm ăn xác thối; ăn xác thối *(động vật)* 2. tìm bới rác *(bới tìm và nhặt nhanh những thứ còn dùng được trong các đống rác).*

scavenger /'skævindʒə[r]/ *dt* 1. động vật ăn xác thối 2. người tìm bới rác.

SCE /ˌes si: 'i:/ *(vt của* Scottish Certificate of Education) chứng chỉ giáo dục Ê-Cốt.

scenario /si'nɑ:riəʊ, *(Mỹ* si'næriəʊ)/ *dt (snh* **scenarios**) 1. kịch bản 2. viễn cảnh: *a possible scenario for war* một viễn cảnh về chiến tranh có thể xảy ra.

scenarist /si'nɑ:rist, *(Mỹ* si'nærist)/ *dt* người soạn kịch bản.

scene /si:n/ *dt* **1.** nơi xảy ra; hiện trường: *the scene of the crime* nơi xảy ra tội ác **2.** cảnh tượng: *the horrific scenes after the earthquake* những cảnh tượng khủng khiếp sau trận động đất **3.** sự bộc phát tình cảm; sự nổi cơn tam bành; trận bộc phát tình cảm; cơn tam bành: *I'm ashamed with you, making a scene in the restaurant like that!* tôi thật xấu hổ vì anh, ai lại nổi cơn tam bành như thế ở quán ăn! **4.** cảnh *(phim)*; lớp *(kịch)* **5.** *(skhấu)* cảnh phông **6.** quang cảnh, cảnh: *a delightful rural scene* một cảnh đồng quê thú vị **7.** *the scene (kng)* cảnh; hiện trạng: *the drug scene* cảnh nghiện ngập; *the entertainment scene in the West End of London* cảnh ăn chơi giải trí ở mạn tây Luân Đôn. // **behind the scenes** ở hậu trường; *such decisions are made behind the scenes, without public knowledge* những quyết định như thế đã được thực hiện ở hậu trường, công chúng không hề hay biết; **come on the scene** *(kng)* đến; xuất hiện: *he came on the scene just when his country needed a great man to lead* ông ta xuất hiện đúng vào lúc đất nước ông cần một vĩ nhân để nắm quyền lãnh đạo; **not one's scene** không phải là điều mình có hiểu biết; không phải là điều đúng sở thích mình: *I'm not going to the disco: it's just not my scene* tôi không đi khiêu vũ, đơn giản vì nó không đúng sở thích tôi; **on the scene** có mặt, hiện diện: *reporters were soon on the scene after the accident* sau tai nạn, các phóng viên đã nhanh chóng có mặt tại hiện

trường; **set the scene [for something]** a/ tả quang cảnh nơi sắp xảy ra sự việc b/ tạo cơ hội cho sự việc gì: *his arrival set the scene for another argument* anh ta tới, việc đó đã tạo cơ hội cho một cuộc tranh cãi mới; **steal the scene** x *steal.*

scenery /'si:nəri/ *dt* **1.** phong cảnh: *stop to admire the scenery* dừng lại để ngắm phong cảnh **2.** dụng cụ dựng cảnh *(trên sân khấu).*

scene-shifter /'si:nʃiftə[r]/ *dt (skhấu)* người thay cảnh.

scenic /'si:nik/ *tt (thường thngũ)* **1.** có phong cảnh đẹp; cho thấy nhiều cảnh đẹp: *a scenic route across the Alps* một con đường nhiều cảnh đẹp qua dãy núi An-pơ **2.** [thuộc] cảnh sân khấu.

scenically /'si:nikəli/ *pht* **1.** với phong cảnh đẹp **2.** về mặt cảnh sân khấu.

scent¹ /sent/ *dt* **1.** mùi hương: *the scent of roses* mùi hương hoa hồng **2.** nước hương, nước thơm, nước hoa: *a bottle of scent* một chai nước hoa; *put some scent on before going out* xức một ít nước hoa trước khi đi ra ngoài; *a scent bottle* một chai nước hoa **3.** mùi, hơi *(thú vật)*: *follow the scent* theo hơi *(con thú săn, nói về chó...)* **4.** *a scent of something* một cảm giác về cái gì: *a scent of danger* một cảm giác là có nguy hiểm. // **on the scent of somebody (something)** đánh trúng hơi *(ai, cái gì)*: *the police are now on the scent of the culprit* cảnh sát hiện giờ đã đánh trúng hơi thủ phạm; *this scientist thinks he's on the scent of a cure for heart disease, although others think he's following a false*

scent nhà khoa học đó cho rằng mình đang đúng trên con đường tìm ra một phương thuốc chữa trị bệnh đau tim, trong khi những người khác lại nghĩ là ông ta đã đi sai đường; **put (throw) somebody off the scent** đánh lạc hướng ai.

scent² /sent/ *đgt* **1.** đánh hơi thấy: *the dog scented a rat* con chó đã đánh hơi được một con chuột; *scent treachery* đánh hơi thấy có sự phản bội **2.** *(chủ yếu ở dạng bị động)* ướp hương, xức hương: *scented notepaper* giấy viết thư ướp hương; *roses that scent the air* hoa hồng tỏa hương vào làm thơm ngát không khí.

scepter /'septə[r]/ *dt (Mỹ)* x *sceptre.*

sceptic *(Mỹ skeptic)* /'skeptik/ *dt* **1.** người hoài nghi **2.** người vô thần.

sceptical *(Mỹ skeptical)* /'skeptikl/ *tt* (+ of, about) hoài nghi: *everyone says our team will win, but I'm sceptical of (about) it* mọi người đều nói đội của chúng ta sẽ thắng, nhưng tôi còn hoài nghi điều đó.

sceptically *(Mỹ skeptically)* /'skeptikli/ *pht* [một cách] hoài nghi.

scepticism *(Mỹ skepticism)* /'skeptisizəm/ *dt* thái độ hoài nghi; chủ nghĩa hoài nghi.

sceptre *(Mỹ scepter)* /'septə[r]/ *dt* vương trượng.

sch *(vt của* school) trường [học].

schedule¹ /'ʃedju:l, *(Mỹ* 'skedʒʊl)/ *dt* **1.** chương trình: *a factory production schedule* chương trình sản xuất của một xí nghiệp; *everything is going according to schedule* mọi việc đang xúc tiến theo chương trình **2.** thời biểu; bảng giờ các

S

chuyến bay, bảng giờ các chuyến tàu hỏa...: *the fog disrupted airline schedules* sương mù đã làm cho bảng giờ *(kế hoạch)* các chuyến bay bị xáo trộn **3.** danh mục *(các mặt hàng...)*: *a spare parts schedule* danh mục các phụ tùng.

schedule² /'ʃʃedjuːl, *(Mỹ* 'skedʒʊl/ *đgt (chủ yếu dùng ở dạng bị động) schedule something for something* đưa việc gì vào chương trình; sắp xếp thời gian cho việc gì: *the sale is scheduled for tomorrow* việc bán hàng được sắp xếp vào ngày mai; *a scheduled flight* một chuyến bay đã được đưa vào chương trình (theo một chương trình đã định).

schema /'skiːmə/ *dt (snh* **schemata)** sơ đồ.

schemata /'skiːmətə/ *dt snh* của schema.

schematic /skiːˈmætik/ *tt* dưới hình thức sơ đồ; giản lược, sơ lược: *a schematic representation of the structure of the organization* sự biểu diễn bằng sơ đồ cơ cấu của tổ chức.

schematically /skiːˈmætikli/ *pht* bằng sơ đồ; [một cách] giản lược, [một cách] sơ lược.

scheme¹ /skiːm/ *dt* **1.** **scheme for something (to do something)** a/ kế hoạch: *a scheme for manufacturing paper from straw* một kế hoạch sản xuất giấy từ rơm b/ âm mưu; ý đồ: *a scheme to escape taxes* một âm mưu trốn thuế **2.** sự phối hợp; sự sắp xếp: *a colour scheme* sự phối hợp màu sắc *(cho hợp nhau trong một gian phòng...)*. // **the scheme of things** kiểu này, cách này *(của sự vật)*: *in the scheme of things it is hard for small businesses to succeed* cứ cái

kiểu này thì các doanh nghiệp nhỏ khó mà thành công được.

scheme² /skiːm/ *đgt* **scheme for something; scheme against somebody** hoạch định; âm mưu: *her enemies are scheming her downfall* kẻ thù của bà ta đang âm mưu hạ bệ bà.

schemer /'skiːmə[r]/ *dt* kẻ âm mưu, kẻ mưu mô.

scheming /'skiːmiŋ/ *tt* hay mưu mô: *scheming rivals* những đối thủ hay mưu mô.

scherzo /'skeətsəʊ/ *dt (snh* **scherzos)** *(nhạc)* khúc xkeczô, khúc hùng tráng.

schism /'sizəm/ *dt* sự ly giáo *(ly khai trong tôn giáo)*.

schismatic¹ /siz'mætik/ *tt* ly giáo.

schismatic² /siz'mætik/ *dt* kẻ ly giáo.

schist /ʃist/ *dt (địa)* đá phiến, diệp thạch.

schizo /'skitsəʊ/ *dt (snh* **schizos)** *(kng thường xấu)* x schizophrenic *dt*.

schizoid¹ /'skitsɔid/ *tt (y)* tựa chứng tâm thần phân lập; mắc chứng tâm thần phân lập.

schizoid² /'skitsɔid/ *dt (y)* bệnh nhân tâm thần phân lập.

schizophrenic¹ /ˌskitsəʊ-ˈfrenik/ *tt* **1.** [thuộc] chứng tâm thần phân lập; mắc chứng tâm thần phân lập **2.** *(kng)* ứng xử kỳ cục *(nhất là khi thay đổi hoàn cảnh)*: *living half the time in Oxford and half in Paris makes me feel quite schizophrenic* sống một nửa thời gian ở Oxford, một nửa thời gian ở Pa-ri khiến tôi cảm thấy hoàn toàn có cách ứng xử kỳ cục.

schizophrenic² /ˌskitsəʊ-ˈfrenik/ *dt (cg kng, thường*

xấu) **1.** người bị tâm thần phân lập **2.** người ứng xử kỳ cục.

schizophrenically /ˌskitsəʊ-ˈfrenikli/ *pht* với lối ứng xử kỳ cục.

schmaltz *(cg* **schmalz)** /ʃmɔːlts/ *dt (kng)* tình cảm quá ư ủy mị *(trong văn học hoặc âm nhạc)*.

schmaltzy *(cg* **schmalzy)** /ʃmɔːltsi/ *tt (-ier; -iest)* quá ư ủy mị.

schnapps /ʃnæps/ *dt* rượu trắng.

schnitzel /ʃnitsl/ *dt (Mỹ)* cốt-lết bê bọc ruột bánh mì rán bơ.

scholar /'skɒlə[r]/ *dt* **1.** học sinh được hưởng học bổng **2.** học giả: *a Greek scholar* một học giả thông thạo tiếng Hy Lạp cổ điển.

scholarly /'skɒləli/ *tt* **1.** uyên bác, cẩn trọng: *a scholarly young woman* một phụ nữ trẻ uyên bác **2.** mang tính chất kinh viện: *a scholarly journal* một tờ báo mang tính chất kinh viện.

scholarship /'skɒləʃip/ *dt* **1.** học bổng: *win a scholarship at Oxford* được học bổng vào học Oxford **2.** sự uyên bác; sự cẩn trọng: *a teacher of great scholarship* một thầy giáo có kiến thức uyên bác.

scholastic /skəˈlæstik/ *tt* **1.** *(thường thngữ)* [thuộc] học đường, [thuộc] học tập: *my scholastic achievements* những thành quả học tập của tôi **2.** [thuộc] triết học kinh viện.

scholasticism /skəˈlæstisi-zəm/ *dt* triết học kinh viện.

school¹ /skuːl/ *dt* **1.** trường học, học đường, trường: *primary school* trường tiểu học; *private school* trường tư; *public school* trường công;

a school building tòa nhà của trường; *art school* trường nghệ thuật; *old enough for [to go to] school* đủ tuổi đến trường, đủ tuổi đi học; *are you still at school?* bạn còn đi học không? **2.** giờ học: *school begins at 7 am* giờ học bắt đầu từ 7 giờ sáng; *there will be no school tomorrow* ngày mai sẽ không có giờ học **3.** *the school* trường *(toàn thể giáo viên và học sinh một trường): soon, the whole school knew about her win* chẳng mấy chốc toàn trường đều biết tin cô ta thắng giải **4.** khoa *(ở trường đại học): history school* khoa sử; *the School of Dentistry* nha khoa **5.** khóa học; lớp học: *a summer school for music lovers* khóa học hè cho những người yêu thích âm nhạc **6.** *(Mỹ)* trường cao đẳng; trường đại học: *famous schools like Yale and Harvard* những trường đại học nổi tiếng như Yale và Harvard **7.** *(thường số ít, kng)* trường học *(bóng): the hard school of adversity* trường đời đầy cam go **8.** trường phái: *the Venetian school of painting* trường phái hội họa Vơ-ni-dơ; *the Hegelian school* trường phái triết học Hê-ghen. // **one of the old school** *x* old; **a school of thought** nhóm người có cách nhìn giống nhau; cánh: *I can't belong to the school of thought that favours radical change* tôi không thuộc cánh ủng hộ cho sự thay đổi triệt để; **teach school** *x* teach.

school² /sku:l/ *đgt* **school somebody (something) in something** dạy, luyện, rèn luyện: *school oneself in patience (to be patient)* tự rèn luyện tính kiên nhẫn; *a dog well-*

schooled in obedience một con chó khéo luyện để biết nghe lời chủ.

school³ /sku:l/ *dt* đàn *(cá, cá voi...)*.

school age /sku:leidʒ/ tuổi đi học.

schoolboy /sku:lbɔi/ *dt* nam sinh.

school-days /sku:ldeiz/ *dt snh* thời học sinh, thời còn cắp sách đến trường.

schoolfellow /sku:lfeləʊ/ *dt* (cg **schoolmate**) bạn cùng trường.

schoolgirl /sku:lgɜ:l/ *dt* nữ sinh.

schoolhouse /sku:lhaʊs/ *dt* ngôi trường *(chủ yếu dùng chỉ những ngôi trường nhỏ ở nông thôn).*

schooling /sku:liŋ/ *dt* sự học *[ở nhà trường]: he had very little schooling* anh ta ít học; *who's paying for her schooling?* ai trả tiền học cho cô ấy đấy?

school-leaver /sku:l‚li:və[r]/ *dt* người vừa rời ghế nhà trường, học sinh mới ra trường.

schoolman /sku:lmɑ:n/ *dt* (*snh* **schoolmen**) giáo sư đại học *(thời Trung Đại).*

school-marm /sku:lmɑ:m/ *dt (kng)* **1.** *(Mỹ)* cô giáo, bà giáo **2.** *(xấu hoặc đùa)* con mụ hống hách khó chịu, con mụ la sát.

schoolmaster /sku:lmɑ:stə[r]/ *dt* thầy giáo, giáo viên.

schoolmate /sku:lmeit/ *dt x* schoolfellow.

schoolteacher /sku:l‚ti:tʃə[r]/ *dt* giáo viên.

schoolwork /sku:lwɜ:k/ *dt* **1.** việc học tập trong giờ học **2.** việc học tập chuẩn bị cho giờ học.

school year /sku:l'jiə[r]/ năm học, niên học.

schooner /sku:nə[r]/ *dt* **1.** thuyền hai buồm dọc **2.** cốc vại *(uống rượu xêret ở Anh, uống bia ở Mỹ).*

schwa /ʃwɑ:/ *dt* **1.** nguyên âm trong âm tiết không nhấn *(như a trong about)* **2.** ký hiệu ghi nguyên âm trong âm tiết không nhấn.

sciatic /sai'ætik/ *tt (giải)* [thuộc] hông; [thuộc] thần kinh hông: *sciatic nerve* dây thần kinh hông.

sciatica /sai'ætikə/ *dt* đau dây thần kinh hông; đau vùng thần kinh hông.

science /'saiəns/ *dt* **1.** khoa học: *a man of science* một nhà khoa học; *social sciences* khoa học xã hội; *a science subject* một đề tài khoa học **2.** kỹ năng: *in this game you need more science than strength* trong trò chơi này anh cần kỹ năng hơn là sức mạnh **3.** nghệ thuật: *getting these children to do what you want is a science, I can tell you!* tôi dám nói với anh rằng bảo cho được mấy đứa trẻ này làm theo ý anh là cả một nghệ thuật đấy!. // **blind somebody with science** *x* blind².

science fiction /‚saiəns-'fikʃn/ (cg *kng* **sci-fi**) khoa học viễn tưởng.

science park /'saiənspɑ:k/ khu công nghệ.

scientific /‚saiən'tifik/ *tt* **1.** [thuộc] khoa học: *scientific research* nghiên cứu khoa học **2.** có kỹ năng; cần kỹ năng: *a scientific player* người chơi có kỹ năng; *a scientific game* một môn chơi cần kỹ năng.

scientifically /‚saiən'tifikli/ *pht* **1.** về mặt khoa học **2.** [một cách] khoa học.

scientist /'saiəntist/ *dt* nhà khoa học *(khoa học tự nhiên).*

S

sci-fi /ˌsai'fai/ *dt (kng)* x science fiction.

scimitar /'simitə[r]/ *dt* mã tấu.

scintilla /sin'tilə/ *dt not a scintilla of something* không một chút, không một mảy may: *there's not a scintilla of truth in what he says* không một chút sự thật nào trong những gì nó nói.

scintillate /'sintileit, (Mỹ 'sintəleit)/ **1.** lấp lánh: *diamonds scintillating in the candlelight* kim cương lấp lánh dưới ánh nến **2.** *(lóng)* ánh lên một vẻ sắc sảo: *scintillate with wit* ánh lên một vẻ sắc sảo.

scintillating /'sintileitiŋ/ *tt* sắc sảo: *scintillating repartee* lời ứng đối sắc sảo.

scintillation /ˌsinti'leiʃn, (Mỹ ˌsintil'eiʃn)/ *dt* **1.** sự lấp lánh **2.** sự ánh lên một vẻ sắc sảo.

scion /'saiən/ *dt* **1.** *(thực)* tược, chồi **2.** con, con cháu *(nhà dòng giống)*.

scissors /'sizəz/ *dt snh* cái kéo *(thường a pair of scissors)*.

scissors-and-paste /ˌsizəzənd'peist/ *tt (kng)* chắp nhặt: *there's nothing new in the book, it's just a scissors-and-paste job* cuốn sách chẳng có gì mới, chỉ là một công trình chắp nhặt.

sclerosis /sclə'rəusis/ *dt (y)* sự xơ cứng *(động mạch...)*.

SCM /ˌes si: 'em/ *(vt của* State Certified Midwife) nữ hộ sinh quốc gia: *Janet Cox SCM* nữ hộ sinh quốc gia Janet Cox.

scoff¹ /skɒf, (Mỹ ˌskɔ:f)/ *đgt* (+ at) chế giễu, nhạo báng: *scoff at other people's beliefs* chế giễu tín ngưỡng của người khác.

scoff² /skɒf, (Mỹ skɔ:f)/ *dt* thường *snh* lời chế giễu, lời nhạo báng.

scoff³ /skɒf, (Mỹ skɔ:f)/ *đgt (lóng)* ăn ngấu nghiến; ngốn: *who scoffed all the biscuits?* ai đã ngốn hết chỗ bánh quy rồi?

scoff⁴ /skɒf, (Mỹ skɔ:f)/ *dt* **1.** *(lóng)* sự ngấu nghiến, sự ngốn: *have a good scoff* ngốn ngon lành **2.** thức ăn: *where's all the scoff gone?* thức ăn đâu cả rồi?

scold¹ /skəuld/ *đgt* **scold somebody for something (doing something)** rầy la, mắng mỏ, mắng *(ai, về việc gì)*: *he was severely scolded by his mother* nó bị mẹ mắng một trận ra trò; *did you scold her for breaking it?* anh có mắng nó vì đã đánh vỡ vật đó không?

scold² /skəuld/ *dt (cũ)* con mụ la sát.

scolding /'skəuldiŋ/ *dt* sự rầy la, sự mắng mỏ; trận rầy la, trận mắng mỏ: *give somebody a scolding for being late* rầy la ai vì trễ giờ.

scollop¹ /'skɒləp/ *dt* x scallop.

scollop² /'skɒləp/ *đgt* x scallop².

sconce /skɒns, skɑ:ns/ *dt* giá đèn vách *(treo ở tường để cắm nến thắp sáng)*.

scone /skɒn, (Mỹ skəun)/ *dt* bánh nướng tròn.

scoop¹ /sku:p/ *dt* **1.** cái gàu; cái xẻng; cái muôi **2.** *(kng)* sự xúc, sự múc: *after three scoops the jar was nearly empty* sau ba lần múc, cái lọ đã gần cạn hết **3.** *(cg* **scoopful)** gàu đầy; xẻng đầy; muôi đầy: *two scoops of mashed potato* hai muôi đầy khoai tây nghiền **4.** tin sốt dẻo *(do một tờ báo...đưa ra trước các báo khác...)* **5.** *(thương)* món lãi hời *(vớ*

được do nhanh tay hơn các đối thủ).

scoop² /sku:p/ *đgt* **1.** xúc, múc: *she scooped up some ice cream out of the tub* chị ta múc một ít kem ra khỏi hũ **2.** đưa tin trước: *the "News" scooped the other newpapers by revealing the prince's marriage plans* tờ "Tin tức" đưa tin trước các báo khác về kế hoạch thành hôn của thái tử **3.** thu được, vớ được *(món lãi...)* do nhanh tay hơn: *we scooped the other companies by making the best offer for the contract* chúng tôi đã nhanh tay hơn các công ty khác vì đã chào giá cao nhất cho hợp đồng.

scoopful /sku:pful/ *dt* x scoop¹ 3.

scoot /sku:t/ *đgt (kng)* chạy nhanh: *you'll have to scoot if you want to catch the bus* anh phải chạy nhanh lên nếu anh muốn bắt kịp chuyến xe buýt.

scooter /'sku:tə[r]/ *dt* **1.** *(cg* **motor-scooter)** xe xcutơ *(mô tô bánh nhỏ loại vetpa)* **2.** xe hẩy *(của trẻ con hẩy chơi)*.

scope /skəup/ *dt* **1.** *scope for (to do) something* **2.** cơ hội làm gì, dịp làm gì: *a house with some scope for improvement* một căn nhà có thể sửa sang cho tốt hơn **3.** phạm vi *(những vấn đề được xét tới, đề cập tới)*: *this subject is outside the scope of our inquiry* vấn đề ấy ở ngoài phạm vi mà chúng tôi tìm hiểu.

-scope *(dạng kết hợp, tạo danh từ)* dụng cụ quan sát: *telescope* kính viễn vọng; *microscope* kính hiển vi.

-scopic[al] *(dạng kết hợp, tạo tính từ)*: *microscopic[al]* hiển vi; *telescopic* [chỉ thấy được] bằng kính viễn vọng.

-scopy *(dạng kết hợp, tạo danh từ)* sự quan sát *(bằng dụng cụ nào đó)*; *microscopy* sự quan sát bằng kính hiển vi; *telescopy* sự quan sát bằng kính viễn vọng.

scorch[1] /skɔːtʃ/ *dgt* **1.** làm cháy, làm sém; cháy, bị sém: *I scorched my shirt when I was ironing it* tôi đã làm sém chiếc sơ mi khi là áo; *the meat will scorch if you don't lower the gas* thịt sẽ sém nếu anh không vặn thấp lửa lò ga xuống **2.** làm cho *(cây cối)* khô héo: *the lawn looked scorched after days of sunshine* bãi cỏ trông khô héo sau mấy ngày nắng. **scorch off (away, down)** *(lóng)* lao, phóng: *the car scorched down the road at 90 miles an hour* chiếc xe lao xuống đường với tốc độ 90 dặm một giờ.

scorch[2] /skɔːtʃ/ *dt (cg* **scorch-mark)** vết sém *(trên quần áo là bàn là nóng quá...).*

scorched-earth policy /ˌskɔːtʃ ˌɜːθ ˈpɒləsi/ chính sách tiêu thổ, chính sách vườn không nhà trống.

scorcher /ˈskɔːtʃə[r]/ *dt (kng)* **1.** ngày nóng như thiêu như đốt **2.** cú bóng nhanh như chớp *(chơi quần vợt, cricket).*

scorching[1] /ˈskɔːtʃɪŋ/ *tt* nóng như thiêu như đốt *a scorching day* ngày nóng như thiêu như đốt.

scorching[2] /ˈskɔːtʃɪŋ/ *pht* cực kỳ: *scorching hot* cực kỳ nóng.

scorch-mark /ˈskɔːtʃ mɑːk/ *dt x* scorch[2].

score[1] /skɔː[r]/ *dt* **1.** số điểm; số bàn thắng: *a high score* số điểm cao; *a score of 120 in the IQ test* số điểm 120 trong kỳ trắc

nghiệm chỉ số thông minh; *the final score was 4-3* tỷ số bàn thắng là 4-3 **2.** *(cg* **score mark)** vết khía, vết rạch, vết cứa: *scores made by a knife on the bark of a tree* vết rạch bằng dao trên vỏ cây **3.** *(cũ, kng) (số ít)* tiền phải trả *(ở khách sạn...):* *pay the score at the hotel* trả tiền khách sạn **4.** *(snh kđổi)* hai mươi: *three score and ten* bảy mươi; *a score of people* hai mươi người **5.** *(snh)* rất nhiều: *"how many people were there?" "there were scores [of them]"* "có bao nhiêu người ở đấy?" "có rất nhiều người" **6.** *(snh kđổi) (nhạc)* bản dàn bè; nhạc phim; nhạc kịch. **// know the score** *x* know; **on more scores than one** vì nhiều lý do chính đáng; *I want revenge against him on more scores than one* tôi muốn trả thù nó vì nhiều lý do chính đáng; **on that score** về chuyện ấy: *you need have no worries on that score* anh chẳng cần gì mà lo lắng về chuyện ấy cả; **pay (settle) an old score** *x* old.

score[2] /skɔː[r]/ *dgt* **1.** ghi điểm thắng; ghi bàn thắng: *he scored a century* ông ta đã ghi được 100 điểm *(cricket)* **2.** đạt điểm *(bao nhiêu đấy trong kỳ thi, kỳ kiểm tra):* *she scored 120 in the IQ test* chị ta ghi được 120 điểm trong kỳ trắc nghiệm chỉ số thông minh **3.** giữ kỷ lục về số điểm (số bàn thắng) ghi được: *who's going to score?* ai giữ kỷ lục về số bàn thắng ghi được thế? **4.** cho điểm *(một người dự thi):* *the judge scored our skaters 5,8* giám khảo đã cho cặp trượt băng của chúng ta 5.8 điểm **5.** đạt được *(thành công, thắng lợi):* *he has really scored*

with his latest book, it's selling very well ông ta đã thực sự thành công với cuốn sách mới nhất của mình, sách đang được bán rất chạy **6.** **score with somebody** *(lóng)* ăn nằm với ai: *did you score [with her] last night?* đêm qua cậu có ăn nằm với cô ta không? **7.** khía, rạch, cứa: *score the trees that are due to be felled* cứa đánh dấu những cây dự định sẽ đốn; *they scored the floor-boards by pushing furniture about* họ đã cứa mặt ván sàn do đẩy đi đẩy lại đồ đạc **8.** *(lóng)* có được ma túy, mua được ma túy: *you need a lot of money to score every day* anh cần khối tiền để có được ma túy hằng ngày **9.** *(Mỹ)* chỉ trích: *critics scored him for his foolishness* các nhà phê bình chỉ trích anh ta về sự dại dột của anh **10.** *(chủ yếu dùng ở dạng bị động)* soạn cho dàn nhạc, phối dàn nhạc. **// score a point (points) against (of; over) somebody** *nh* score off somebody.

score off somebody áp đảo ai bằng một nhận xét dí dỏm: *he knows how to score off people who ask difficult questions* nó biết cách áp đảo những người hỏi lắt léo; **score something out (through)** gạch bỏ: *her name had been scored out on the blackboard* tên chị ta đã bị gạch bỏ trên bảng.

score-board /ˈskɔː bɔːd/ *dt (thể)* bảng ghi điểm *(trong một trận đấu đang diễn ra).*

score-card /ˈskɔːkɑːd/ *dt (thể)* phiếu ghi điểm.

scorer /ˈskɔːrə[r]/ *dt (thể)* **1.** người ghi điểm *(trong một trận đấu)* **2.** cầu thủ ghi bàn thắng, cầu thủ làm bàn.

scorn[1] /skɔːn/ *dt* **1.** sự khinh bỉ, sự khinh miệt **2.**

S

(số ít) the scorn of somebody người (vật) bị ai khinh bỉ: she was the scorn of her classmates cô ta bị bạn cùng lớp khinh bỉ. // laugh somebody (something) to scorn x laugh; pour scorn on somebody (something) x pour.

scorn² /skɔːn/ *dgt* 1. khinh bỉ, khinh miệt: as a professional painter, she scorns the efforts of amateurs là một họa sĩ chuyên nghiệp, cô ta khinh miệt những cố gắng của các tay nghiệp dư 2. kiêu ngạo khước từ: scorn somebody's invitation kiêu ngạo khước từ lời mời của ai 3. không thèm: scorn to ask for help không thèm nhờ giúp đỡ.

scornful /ˈskɔːnful/ *tt* [đầy] khinh bỉ, [đầy] khinh miệt: a scornful smile cái cười đầy khinh bỉ; scornful of the greed of others khinh bỉ tính tham lam của người khác.

scornfully /ˈskɔːnfəli/ *pht* [một cách] khinh bỉ; [với vẻ] khinh miệt.

Scorpian¹ /ˈskɔːpiən/ *dt* người thụ mệnh cung Thổ cáp.

Scorpian² /ˈskɔːpiən/ *tt* thụ mệnh cung Thổ cáp.

Scorpio /ˈskɔːpiəʊ/ *dt* 1. cung Thổ cáp (cung thứ tám trong 12 cung hoàng đới) 2. người cầm tinh cung Thổ cáp (sinh ra giữa ngày 23 tháng 10 và 21 tháng 11).

scorpion /ˈskɔːpiən/ *dt* (động) con bọ cạp.

Scot /skɔt/ *dt* người Ê-cốt.

Scotch¹ /skɔtʃ/ *tt* 1. (cg Scots) [thuộc] người Ê-cốt 2. (cg Scottish) [thuộc] Ê-cốt.

Scotch² /skɔtʃ/ *dt* 1. rượu uýt-ki Ê-cốt 2. chén (ly) rượu uýt-ki Ê-cốt: "Scotch on the rocks, please" làm ơn cho một chén (ly) rượu uýt-ki Ê-cốt có đá".

scotch /skɔtʃ/ *dgt* 1. [làm] chấm dứt (một tin đồn...): his arrival in the capital scotched reports that he was dead việc ông ta đến thủ đô đã chấm dứt các tin đồn là ông đã chết 2. ngưng (việc cho thực hiện hay chấp thuận một kế hoạch).

Scotch broth /ˌskɔtʃˈbrɔθ/ món hầm Ê-cốt (thịt cừu hầm rau và lúa mạch).

Scotch cap /ˌskɔtʃˈkæp/ mũ nổi Ê-cốt (rộng vành, dùng khi mặc y phục cổ truyền miền núi).

Scotch egg /ˌskɔtʃˈeg/ trứng luộc bao trong xúc xích thịt; xúc xích thịt bao trứng luộc.

Scotch mist /ˌskɔtʃˈmist/ sương mù Ê-cốt (sương mù lẫn mưa nhỏ).

Scotch tape /ˌskɔtʃˈteip/ (Mỹ) nh sellotape.

Scotch terrier /ˌskɔtʃˈteriə[r]/ chó săn Ê-cốt (lông cứng, chân ngắn).

Scotch whisky /ˌskɔtʃˈwiski/ rượu uýt-ki Ê-cốt.

scot-free /ˌskɔtˈfriː/ *pht* bình an vô sự; trắng án: the accused got off (escaped) scot-free because of lack of evidence bị cáo được trắng án vì thiếu chứng cứ.

Scotland Yard /ˌskɔtlənd ˈjɑːd/ sở chỉ huy cảnh sát Luân Đôn; phòng điều tra hình sự của cảnh sát Luân Đôn: they called in Scotland Yard họ tìm đến sở chỉ huy cảnh sát Luân Đôn nhờ giúp đỡ; Scotland Yard is (are) investigating the crime phòng điều tra hình sự của cảnh sát Luân Đôn đang điều tra tội ác đó.

Scots¹ /skɔts/ *tt* [thuộc] Ê-cốt (dân Ê-cốt, luật lệ Ê-cốt; ngôn ngữ Ê-cốt): Scots law luật Ê-cốt.

Scots² /skɔts/ *dt* tiếng Ê-cốt (phương ngữ tiếng Anh nói ở Ê-cốt).

Scotsman /ˈskɔtsmən/ *dt* người Ê-cốt (nam giới).

Scotswoman /ˈskɔtswumən/ *dt* người Ê-cốt (nữ giới).

Scottish /ˈskɔtiʃ/ *tt* [thuộc] xứ Ê-cốt; [thuộc] người Ê-cốt; [thuộc] tiếng Ê-cốt.

scoundrel /ˈskaundrəl/ *dt* tên vô lại.

scour¹ /ˈskauə[r]/ *dgt* 1. scour [out] cọ; rửa: scour the pots and pans cọ rửa xoong nổi; scour out a sauce pan cọ chiếc xoong 2. scour [out] xói; tạo thành rãnh: the torrent scoured a gully down the hillside dòng nước chảy xiết đã xói sườn đồi thành rãnh. // scour something away (off) cọ sạch: scour the grease off the floor cọ sạch dầu mỡ trên sàn nhà.

scour² /ˈskauə[r]/ *dt* sự cọ rửa: give the pan a good scour cọ sạch chiếc xoong.

scour³ /ˈskauə[r]/ *dgt* scour something for somebody (something) sục tìm: the police are scouring the countryside for the escaped prisoners cảnh sát sục tìm mấy tên tù vượt ngục khắp vùng quê. // scour about (through...) something bủa đi tìm khắp một vùng nào: we scoured through the fields, looking for stray sheep chúng tôi đã bủa đi tìm mấy con cừu lạc khắp các cánh đồng.

scourer /ˈskauərə[r]/ *dt* 1. nùi cọ rửa (xoong nổi...) 2. bột cọ rửa (xoong nổi...).

scourge¹ /skɜːdʒ/ *dt* 1. (cổ) cái roi (để đánh người) 2. người gây đau khổ; vật gây đau khổ; cái họa: the scourge of war cái họa chiến tranh.

scourge² /skɜːdʒ/ *dgt* 1. quất (ai) bằng roi 2. gây

đau khổ, gây họa *(cho ai):* *scourged by guilt* đau khổ vì tội lỗi.

scout¹ /skaʊt/ *dt* **1.** [người, tàu, máy bay] trinh sát **2.** **Scout** (cg trước đây **Boy Scout**) hướng đạo sinh: *a scout troop* đội hướng đạo sinh **3.** người phát hiện và nuôi dưỡng tài năng *(về thể thao, về nghệ thuật).*

scout² /skaʊt/ *dgt* **scout around (about) for something (somebody)** **1.** lùng tìm; tìm kiếm: *I've been scouting around town for a better house* tôi đã lùng khắp thành phố tìm một căn nhà tốt hơn **2.** trinh sát: *scouting around [looking] for enemy troops* trinh sát quân địch.

scoutmaster /'skaʊtmɑːs-tə[r]/ *dt* huynh trưởng hướng đạo.

scowl¹ /skaʊl/ *dt* vẻ mặt cau có giận dữ.

scowl² /skaʊl/ *dgt* **scowl at somebody (something)** nhìn cau có giận dữ.

Scrabble /'skræbl/ *dt* trò chơi sắp chữ: *Scrabble board* bàn chơi sắp chữ.

scrabble¹ /'skræbl/ *dgt* **scrabble about [for something]** sờ soạng tìm: *scrabble about under the table for the dropped sweets* sờ soạng tìm kẹo rơi dưới gầm bàn.

scrabble² /'skræbl/ *dt* sự sờ soạng tìm *(vật đánh rơi...).*

scrag¹ /skræg/ *dt* **1.** (cg **scrag-end**) xương cổ cừu *(để nấu xúp...)* **2.** người gầy nhom; con vật gầy nhom.

scrag² /skræg/ *dgt* (**-gg-**) **1.** treo cổ *(ai);* bóp cổ *(ai)* **2.** *(kng)* đối xử thô bạo *(với ai):* *An's always getting scragged at school* ở trường An luôn luôn bị đối xử thô bạo.

scragginess /'skræginis/ *dt* sự gầy giơ xương, sự khẳng khiu.

scraggly /'skrægli/ *tt* (**-ier;** **-iest**) *(Mỹ, kng)* lôi thôi lếch thếch; luộm thuộm; bù xù: *scraggly weeds* cỏ mọc lộn xộn.

scraggy /'skrægi/ *tt* (**-ier;** **-iest**) gầy nhom, gầy giơ xương: *a scraggy neck* cổ gầy nhom.

scram /skræm/ *dgt* (**-mm-**) *(lóng)* cút đi: *scram! I don't want you here!* cút đi! tao không muốn mày ở đây!; *tell those boys to scram* bảo mấy đứa trẻ đó cút đi.

scramble¹ /'skræmbl/ *dgt* **1.** bò, trườn, trèo: *the children scrambled out of the hollow tree* tụi trẻ bò ra khỏi hốc cây; *the girl scrambled over the wall* cô gái trèo qua tường **2.** (+ **for**) tranh giành, tranh: *players scrambling for possession of the ball* cầu thủ tranh bóng **3.** (+ **up**) làm lẫn lộn lung tung, xáo trộn: *who has scrambled up my sewing things?* ai đã làm lẫn lộn lung tung đồ khâu của tôi thế? **4.** đánh trứng **5.** cất cánh đột ngột *(máy bay quân sự khi có tấn công bất thần của quân địch)* **6.** đổi tần số sóng *(khi nói chuyện điện thoại khiến không có máy thu đặc biệt thì không nghe được).*

scramble² /'skræmbl/ *dt* **1.** sự bò, sự trườn; sự trèo **2.** (**for something**) sự tranh giành, sự tranh: *there was a scramble for the best seats* đã có sự tranh nhau để giành những chỗ ngồi tốt nhất **3.** cuộc đua trên đất gồ ghề.

scrambler /'skræmblə[r]/ *dt* thiết bị đổi tần số sóng để không có máy thu đặc biệt thì không nghe trộm được

(khi người ta nói chuyện qua điện thoại).

scrap¹ /skræp/ *dt* **1.** mẩu: *a scrap of paper* một mẩu giấy: *a scrap of cloth* một mẩu vải; *only a few scraps of news about the disaster have emerged (bóng)* chỉ một ít mẩu tin về tai họa đã được ghi nhận **2. scraps** (snh) mẩu thức ăn thừa: *give the scraps to the dog* cho chó những mẩu thức ăn thừa **3.** phế liệu: *a man comes round regularly collecting scrap* một người đều đặn đến thu mua phế liệu; *scrap iron* sắt phế liệu **4.** *(thường ở dạng phủ định)* chút xíu, chút: *there's not a scrap of truth in the claim* không có chút sự thật nào trong lời yêu sách đó cả.

scrap² /skræp/ *dgt* thải, bỏ, thải bỏ: *scrap a bicycle* thải bỏ một chiếc xe đạp; *lack of cash forced us scrap plans for a new house* vì thiếu tiền chúng tôi đã buộc phải bỏ dự tính tậu nhà mới.

scrap³ /skræp/ *dt* **scrap with somebody** gây gỗ với ai, sự cãi nhau với ai: *he had a scrap with his sister* nó cãi nhau với chị nó.

scrap⁴ /skræp/ *dgt* **scrap with somebody** gây gỗ với ai; cãi nhau với ai: *he was always scrapping at school* ở trường nó cứ luôn luôn gây gỗ.

scrap-book /'skræpbʊk/ *dt* vở dán bài cắt ở báo ra; anbum dán ảnh cắt ở báo ra.

scrape¹ /skreip/ *dgt* **1.** nạo, cạo, gạt, vét, cọ láng: *scrape one's chin* cạo râu; *scrape the floor with a stiff brush* cọ láng sàn nhà bằng bàn chải cứng; *scrape the rust off something* cạo rỉ ở vật gì; *scrape paint from the door* cạo sơn ở cửa **2.** *scrape*

S

something against (on, along) something; scrape something from (off) something; scrape something away: làm xây xát, làm trầy, làm tróc: *I fell and scraped my knee* tôi ngã và bị trầy đầu gối; *she's scraped the skin off her elbow* cô ta bị trầy da khuỷu tay; *I must have scraped some of the paint off when I was parking the car* chắc là tôi đã làm tróc một ít sơn khi tôi đỗ xe **3. scrape something against (along, on) something** quẹt vào, chà vào: *bushes scraped against the car windows* bụi cây đã quẹt vào cửa xe; *don't scrape your feet on the floor* đừng chà chân lên sàn nhà **4. scrape something [out]** tạo bằng cách nạo vét: *scrape a hole [out] in the soil for planting* vét (moi) một cái hố ở mặt đất để trồng cây. // **bow and crape** x **bow²**; **pinch and scrape** x **pinch**; **scrape [up] an acquaintance with somebody** (kng) cố làm quen với ai một cách khó khăn: *I slowly scraped [up] an acquaintance with my neighbours* tôi cố làm quen từ từ một cách khó khăn với những người hàng xóm; *scrape [the bottom of] the barrel* quơ những thứ xoàng nhất, dùng những người xoàng nhất: *we had to scrape the barrel to get a full team, and then we lost 6-1* chúng tôi đã quơ cho đủ một đội và thế là đã thua 6-1; **scrape a living** kiếm sống lay lắt qua ngày.

scrape along (by) [on something] xoay xở mà sống một cách khó khăn: *I can just scrape along on what my parents give me* tôi xoay xở sống được một cách khó khăn chỉ nhờ vào những gì bố mẹ tôi đã cho tôi; **scrape in;**

scrape into something chen chân vào một cách khó khăn: *she just scraped into university with the minimum qualifications* cô ta vừa mới chen chân được vào đại học với mức điểm tối thiểu; **scrape something together (up)** kiếm được một ít một cách khó khăn: *we scraped up enough to pay the deposit* chúng tôi kiếm được một ít một cách khó khăn vừa đủ để nộp tiền ký quỹ: *she only just scraped through the entrance test* cô ta chỉ vừa đủ điểm để qua được kỳ sát hạch tuyển sinh.

scrape² /skreip/ dt **1.** sự nạo, sự cạo; tiếng nạo, tiếng cạo; tiếng sột soạt: *the scrape of somebody's pen on paper* tiếng ngòi bút ai sột soạt trên giấy **2.** vết cào, vết xây xát, vết xước, vết trầy: *a scrape on the elbow* vết trầy trên khuỷu tay; *a scrape along the paintwork* vết xước trên lớp sơn **3.** (kng) tình trạng lúng túng (do xử sự dại dột hay thiếu suy nghĩ cẩn thận): *she gets into these silly scrapes because she doesn't think before she acts* cô ta rơi vào tình trạng lúng túng ngu ngốc ấy vì đã không suy nghĩ trước khi hành động.

scraper /skreipə[r]/ dt cái cạo, cái nạo, cái cọ, cái gạt: *shoe scraper* cái gạt bùn để giày (đặt ở cửa vào nhà).

scrap-heap /skreiphi:p/ dt đống phế liệu. // **on the scrap-heap** vô dụng: *suddenly I lost my job, it was a great shock to be on the scrap-heap at 50* bỗng nhiên tôi mất việc, thực là một cú sốc lớn khi cảm thấy vô dụng ở tuổi 50.

scraping /skreipiŋ/ dt (thường snh) vụn (mảnh)

cạo ra, vụn (mảnh) nạo ra: *scrapings from the bottom of the pan* vụn cạo ra từ đáy xoong.

scrap paper /skreip,peipə/ dt (Mỹ cg **scratch paper**) giấy một mặt (dùng để ghi chép vặt).

scrappily¹ /skræpili/ pht [một cách] góp nhặt; [một cách] rời rạc.

scrappily² /skræpili/ pht [một cách] hay cãi nhau, [một cách] thích gây gổ.

scrappiness¹ /skræpinis/ dt tính chất góp nhặt, tính chất chắp vá.

scrappiness² /skræpinis/ dt tính hay cãi nhau, tính thích gây gổ.

scrappy¹ /skræpi/ tt (-ier; -iest) góp nhặt, chắp vá: *it was a scrappy, rambling speech* ấy là một bài nói chắp vá, rời rạc.

scrappy² /skræpi/ tt (-ier; -iest) hay cãi nhau; thích gây gổ.

scratch¹ /skrætʃ/ dgt **1.** cào, làm xước; rạch: *the dog is scratching at the door* con chó đang cào cửa; *that cat scratches* con mèo ấy cào đấy; *the knife has scratched the table* con dao đã rạch mặt bàn; *scratch a line on a surface* rạch một đường trên bề mặt; *scratch [out] a hole in the soil* cào một lỗ trên mặt đất **2.** gãi: *scratching the rash will make it worse* gãi vào nốt ban sẽ làm cho nốt ban nặng thêm **3. scratch somebody (something) on something** bị cào xước: *she scratched herself badly while pruning the roses* cô ta bị xước nặng trong khi cắt tỉa mấy gốc hồng **4.** kêu sột soạt: *My pen scratches* cây bút của tôi kêu sột soạt **5. scratch somebody (something) from**

something rút lui khỏi cuộc đua: *I had to scratch from the marathon because of a bad cold* tôi phải rút lui khỏi cuộc chạy maraton vì bị cảm lạnh nặng. // **scratch one's head** vắt óc suy nghĩ: *we've been scratching our heads for a solution to the problem* chúng tôi đã vắt óc suy nghĩ để tìm ra một giải pháp cho vấn đề; **scratch the surface of something** giải quyết qua loa, đề cập sơ qua: *this essay is so short that it can only scratch the surface of the topic* bài tiểu luận này quá ngắn nên chỉ có thể đề cập sơ qua vấn đề; **you scratch my back and I'll scratch yours** *(tục ngữ)* ông đưa chân giò bà thò chai rượu; **scratch about (for something)** gãi mà tìm; bới tìm: *the monkey scratched about in its mate's fur for fleas* con khỉ bới tìm bọ chét trên bộ lông con bạn đời của nó; **scratch something away (of...)** cạo đi, nạo đi, cạo cho tróc ra: *scratch the rust off the wheel* cạo rỉ ở bánh xe; *I'll scratch your eyes out!* tao sẽ móc mắt mày ra! **scratch something out** *(of something)* cạo khỏi, xóa khỏi: *her name had been scratched out of the list* tên cô ta đã bị xóa khỏi danh sách; **scratch something together (up)**; *nh* scrape something together (up); **scratch something up** bới đất lấy vật gì lên: *the dog scratched up a bone in the garden* con chó bới đất lấy một khúc xương lên.

scratch² /skrætʃ/ *dt* 1. vết cào, vết xước, vết rạch, vết xây xát; tiếng cào; tiếng rạch; tiếng kèn kẹt: *her hands were covered with scratches from the thorns* bàn tay cô ta đầy những vết gai rạch; *he escaped*

without a scratch nó trốn thoát mà không bị xây xát chút nào 2. sự gãi: *the dog gave itself a good scratch* con chó đã gãi thỏa thuê 3. vạch xuất phát *(trong cuộc chạy đua...)* 4. (thể) sự chơi không chấp *(đánh gôn)*: *play to scratch* chơi không chấp *a scratch golfer* người chơi gôn không chấp. // [**start something**] **from scratch** bắt đầu việc gì từ con số không; bắt đầu việc gì ngay từ đầu: *there were so many spelling mistakes, I had to write the letter from scratch* có quá nhiều lỗi chính tả nên tôi phải viết lại bức thư từ đầu; **up to scratch** tốt, đạt: *is her schoolwork up to scratch?* việc học tập trong giờ học của cô ta có tốt không?

scratch³ /skrætʃ/ *tt (thngū)* tạp nham, linh tinh: *a scratch meal* bữa cơm tạp nham; *many of our best players were injured, so we could only put out a scratch side* phần lớn những cầu thủ chơi hay nhất của chúng tôi đều bị thương nên chúng tôi chỉ có thể đưa ra một đội tạp nham.

scratch pad /skrætʃpæd/ *(chủ yếu Mỹ)* tập giấy một mặt *(để ghi chép vặt)*.

scratch paper /skrætʃ ˌpeɪpə[r]/ *(Mỹ)* x scrap paper.

scratchily /skrætʃili/ *pht* 1. [một cách] ngứa, [một cách] rát 2. với tiếng rít *(băng từ)* 3. nghe sột soạt *(ngòi bút khi viết trên giấy)* 4. [một cách] nguệch ngoạc, [một cách] cẩu thả *(viết, vẽ)*.

scratchiness /skrætʃinis/ *dt* 1. sự làm ngứa, sự làm rát 2. sự rít *(băng từ)* 3. sự sột soạt *(ngòi bút khi viết trên giấy)* 4. sự nguệch ngoạc, sự cẩu thả *(viết, vẽ)*.

scratchy /skrætʃi/ *tt* (**-ier; -iest**) 1. làm ngứa, làm rát: *scratchy clothes* quần áo mặc rát da 2. có tiếng rít vì bị xước *(băng từ)* 3. kêu sột soạt *(ngòi bút khi viết trên giấy)* 4. nguệch ngoạc, cẩu thả *(bài viết, bức vẽ)*.

scrawl¹ /skrɔ:l/ *dgt* viết nguệch ngoạc; vẽ nguệch ngoạc; vạch nguệch ngoạc: *he scrawled a few words on a postcard* nó viết nguệch ngoạc mấy chữ lên tấm bưu thiếp; *who's scrawled all over the wall?* ai vẽ nguệch ngoạc lên khắp tường thế?; *the baby scrawled on the table-top* em bé vạch nguệch ngoạc lên mặt bàn.

scrawl² /skrɔ:l/ *dt* 1. chữ viết nguệch ngoạc 2. bản viết *(bức thư, bản ghi chép)* nguệch ngoạc: *she just send us a scrawl on a card to say she was having a good time* chúng tôi vừa mới nhận được một tấm thiếp với chữ viết nguệch ngoạc tin cho biết cô ta đã hưởng một thời gian vui thích.

scrawny /skrɔ:ni/ *tt* (**-ier; -iest**) *(xấu)* gầy gò, khẳng khiu: *the scrawny neck of a turkey* cái cổ khẳng khiu của con gà tây.

scream¹ /skri:m/ *dgt* 1. hét lên, thét lên, gào lên: *she screamed [out] [at me] in anger* chị ta giận dữ thét vào mặt tôi; *help! she screamed* chị ta hét lên: cứu tôi với!; *the baby was screaming himself red in the face* cậu bé la hét đỏ cả mặt; *we all screamed with laughter* tất cả chúng tôi đều cười ré lên 2. rít, rú lên *(gió, cỗ máy...)*: *the hurricane screamed outside* ngoài trời gió bão rít lên; *I pressed the accelerator until the engine screamed* tôi dận

S

chân ga cho đến khi máy rú lên.

scream past (through, round...) rít qua; rú qua: *the wind screamed through the trees* gió rít qua đám cây; *racing cars screamed past* xe đua chạy rú qua.

scream² /skri:m/ *dt* **1.** tiếng hét, tiếng thét, tiếng gào: *his loud screams could be heard all over the house* tiếng hét to của nó có thể nghe được khắp nhà; *a scream of laughter* tiếng cười phá lên **2.** *(số ít) (kng)* người gây cười; chuyện tức cười: *he's an absolute scream* anh ta là một tay gây cười có hạng.

screamingly /'scri:miŋli/ *pht* đến tức cười: *screamingly funny (cũ, kng)* ngộ nghĩnh đến tức cười; hết sức nực cười.

scree /skri:/ *dt* **1.** đá vụn *(ở sườn núi)* **2.** sườn núi đầy đá vụn.

screech¹ /skri:tʃ/ *dgt* **1.** **screech something out at somebody** kêu thét lên, hét lên: *screech [out] in pain* kêu thét lên vì đau đớn; *leave me alone! she screeched* để mặc tôi một mình! cô ta thét lên **2.** rít lên: *the brakes screeched as the car stopped* phanh rít lên khi xe dừng lại; *the gate screeched as it opened* cổng rít lên khi mở ra.

screech along (past, through) rít qua: *jets screeching over the house-tops* máy bay phản lực rít qua nóc nhà; *screech to a halt* rít lên đứng lại *(xe)*.

screech² /skri:tʃ/ *dt* **1.** tiếng kêu thét lên, tiếng hét lên **2.** tiếng rít lên: *the screech of tyres* tiếng rít của lốp xe *(khi xe quành ở tốc độ cao...).*

screech-owl /'skri:tʃaʊl/ *dt (động)* cú mèo.

screed /skri:d/ *dt (cg* **screeds)** **1.** bài diễn văn dài; bài viết dài *(thường chán ngắt)* **2.** lớp tráng nền *(nhà).*

screen¹ /skri:n/ *dt* **1.** màn; tấm chắn; bình phong: *a screen of trees* màn cây; *a screen in front of the fire* tấm chắn trước lò sưởi; *he was using his business activities as a screen for crime* nó dùng công việc của mình làm bình phong che giấu tội ác **2.** bức ngăn cung thánh; bức ngăn dàn hợp xướng *(trong nhà thờ kiểu cũ)* **3.** màn ảnh **4.** *the screen* ngành điện ảnh; phim điện ảnh: *a star of stage and screen* ngôi sao sân khấu và điện ảnh; *the small screen* màn ảnh nhỏ; truyền hình; *a screen actor* diễn viên điện ảnh **5.** rạp chiếu bóng *(nhất là những rạp thành viên của những tổ hợp chiếu bóng)*: *two smaller screens will be opening in May* hai rạp chiếu bóng nhỏ hơn sẽ mở cửa vào tháng năm **6.** khung lưới *(ngăn ruồi muỗi ở cửa)* **7.** khung sàng *(để sàng than...).*

screen² /skri:n/ *dgt* **1.** **screen something (somebody) [off] from somebody (something); screen something (somebody) against something** che: *the trees screen the house from view* cây che khuất căn nhà; *the wall screens us against the wind* bức tường che cho chúng ta khỏi gió **2.** **screen somebody from something (somebody)** *(bóng)* che chở *(khỏi bị phạt...)*: *everyone is angry with you, and I can't screen you [from their anger]* ai cũng giận anh cả, và tôi không thể che chở cho anh được **3.** sàng *(than, sỏi)* qua khung sàng **4.** **screen somebody (something) for something** kiểm tra; khám nghiệm: *screen women for breast cancer* khám nghiệm phụ nữ xem có bị ung thư vú không; *be screened by the security services* bị cơ quan an ninh kiểm tra **5.** chiếu lên màn ảnh: *the film has been screened in the cinema and on TV* cuốn phim đã được chiếu ở rạp chiếu bóng và trên truyền hình.

screening /'skri:niŋ/ *dt* **1.** sự chiếu lên màn ảnh: *the film's first screening in this country* lần chiếu đầu tiên của bộ phim ở xứ này **2.** sự khám nghiệm; sự kiểm tra.

screenplay /'skri:nplei/ *dt* kịch bản phim.

screen test /'skri:ntest/ *dt* sự trắc nghiệm (kiểm tra) năng lực đóng phim *(của một người).*

screw¹ /skru:/ *dt* **1.** đinh vít **2.** nút ép vào *(ở cái vắt cam...)* **3.** sự xoay, sự văn, sự siết: *the nut isn't tight enough yet, give it another screw* cái đai ốc chưa chặt, siết thêm một ít nữa **4.** chân vịt *(tàu thủy)* **5.** *(cũ)* bồ đài: *a screw of tobacco* bồ đài thuốc hút **6.** *(số ít) (Anh, lóng)* lương, tiền công: *be on (be paid) a good screw* được trả lương cao **7.** *(Anh, lóng)* cai ngục **8.** *(số ít) (lóng)* sự giao hợp; bạn chăn gối: *have a screw with somebody* giao hợp với ai; *be a good screw* là người bạn chăn gối ưng ý. // **have a screw loose** gàn; kỳ cục; **put the screw[s] on somebody** dọa bắt ai phải làm gì; gây sức ép bắt ai phải làm gì; **a turn of the screw** x turn¹.

screw² /skru:/ *dgt* **1.** bắt chặt bằng vít, vít chặt: *screw a bracket to the wall* vít chặt cái xích đông vào tường; *screw all parts to-*

gether bắt chặt bằng vít các bộ phận với nhau **2.** xoáy, vặn: *screw the lid on the jar* vặn chặt nắp lọ; *screw the lid off* vặn nắp ra; *screw a bulb in* vặn bóng đèn vào đui đèn; *does this lid screw on, or does one press it down?* nắp này đậy phải vặn hay chỉ ấn xuống? **3.** **screw somebody for something** (lóng) lừa, gạt: *how much did they screw you for?* họ lừa lấy mất của cậu bao nhiêu thế? **4.** (lóng) giao hợp: *a couple screwing in a back of a car* một cặp giao hợp ở đằng sau xe hơi; *he accused me of screwing his wife* nó kết tội tôi là đã gian dâm với vợ hắn. // **screw him (you)** đ.mẹ nó (mày): *screw you, mate!* đ.mẹ mày!; **have one's head screwed on** x head[1]; **screw up one's courage** lấy hết can đảm; **screw something out of something** vặn mà lấy ra, vắt mà lấy ra: *screw the water out of the sponge* vắt nước [ở] miếng bọt biển [ra].

screw something out of somebody bóp nặn (tiền...); cưỡng đoạt: *they screwed the money out of her by threats* chúng nó dọa nạt cướp đoạt tiền (tống tiền) bà ta; **screw up** a/ cau (mặt) nheo (mắt); mím (môi): *she screwed up her eyes in the bright light* ánh sáng chói quá, cô ta nheo mắt lại b/ vít chặt lại; bắt chặt bằng vít: *screw up a crate* vít chặt nắp thùng c/ vo tròn: *I screwed the note and threw it on the fire* tôi vo tròn mảnh giấy ghi chép và ném vào lửa d/ (lóng) làm rối lên, làm lộn tùng phèo lên: *don't ask them to organize the trip, they'll only screw everything up* đừng có nhờ họ tổ chức chuyến đi, họ sẽ chỉ làm cho mọi thứ rối lên.

screwball /'skru:bɔ:l/ *dt* (Mỹ, *kng*) người kỳ cục; người điên rồ.

screwdriver /'skru:draivə[r]/ *dt* chìa vít, tua-nơ-vít.

screwed-up /,skru:d'ʌp/ *tt* (lóng) bị choáng váng, chưa định thần lại được. *I'm still screwed-up about the accident* tôi vẫn còn bị choáng váng sau vụ tai nạn.

screw top /,skru:'tɔp/ nắp vặn (có đường ren vít để vặn chặt vào lọ...).

screw-topped /,skru:'tɔpt/ *tt* có nắp vặn (lọ...).

screwy /'skru:i/ *tt* (-ier; -iest) (*kng*) kỳ cục; điên rồ: "*she's really screwy!* cô ta thật điên rồ!; *what a screwy idea!* ý kiến mới kỳ cục làm sao!

scribble[1] /'skribl/ *đgt* **1.** viết ngoáy, viết cẩu thả vội vàng **2.** vẽ bậy: *a child scribbling all over a book* đứa bé vẽ bậy khắp cuốn sách.

scribble[2] /'skribl/ *dt* **1.** chữ viết ngoáy, chữ viết cẩu thả vội vàng: *I can't read this scribble* chữ viết ngoáy này tôi không thể đọc được **2.** hình vẽ bậy: *scribbles all over the page* hình vẽ bậy khắp trang giấy.

scribbler /'skriblə[r]/ *dt* **1.** người viết ngoáy **2.** (xấu) nhà văn xoàng; nhà báo tồi.

scribbling-block /'skriblin blɔk/ *dt* tập giấy ghi chép vặt.

scribe /skraib/ *dt* **1.** người chuyên chép sách (trước khi có máy in) **2.** học giả tôn giáo chuyên nghiệp (thời viết kinh thánh).

scrimmage[1] /'skrimidʒ/ *dt* (*cg* scrummage) cuộc ẩu đả; cuộc xô xát.

scrimmage[2] /'skrimidʒ/ *đgt* ẩu đả; xô xát.

scrimp /skrimp/ *đgt* **scrimp and save** thắt lưng buộc bụng: *he had to scrimp and save to pay his holiday* nó đã phải thắt lưng buộc bụng để trả tiền đi nghỉ.

scrip /skrip/ *dt* **1.** cổ phiếu tiền lãi (phát ra thay vì tiền lãi ở một công ty) **2.** tổng cổ phiếu tiền lãi đã phát ra.

script[1] /skript/ *dt* **1.** kịch bản phim; bản văn để phát thanh: bản văn bài nói chuyện **2.** chữ viết tay; chữ in theo kiểu chữ viết tay; chữ đánh máy theo kiểu viết tay **3.** hệ thống chữ viết **4.** bài viết (trong kỳ thi): *the examiner had to mark 150 scripts* giám khảo phải chấm 150 bài viết.

script[2] /skript/ *đgt* (chủ yếu dùng ở dạng bị động) viết kịch bản phim; viết bản văn bài phát thanh: *a film scripted by a famous novelist* một phim do một tiểu thuyết gia nổi tiếng viết kịch bản.

scripted /'skriptid/ *tt* đọc theo bản văn viết: *a scripted talk on the radio* một bài nói đọc trên đài phát thanh theo bản văn viết.

scriptural /'skriptʃərəl/ *tt* [thuộc] kinh thánh; căn cứ vào kinh thánh: *wide scriptural knowledge* kiến thức rộng về Kinh thánh.

scripture /'skriptʃə[r]/ *dt* **1. Scripture** (*cg* the Scriptures) Kinh thánh: *a Scripture lesson* một bài học trích trong Kinh thánh **2. scriptures** kinh (khác đạo Thiên Chúa): *Buddhist scriptures* kinh Phật.

script-writer /'skript,raitə[r]/ *dt* nhà soạn kịch bản (cho phim, kịch diễn trên TV và đài phát thanh).

scrofula /'skrɔfjulə/ *dt* (y) tràng nhạc.

S

scroll¹ /skrəʊl/ *dt* **1.** cuộn *(giấy hoặc giấy da dê để viết)* **2.** sách cổ viết trên cuộn giấy **3.** mẫu trang trí hình cuộn *(khắc trên đá hay thể hiện trên nét bút hoa mỹ).*

scroll² /skrəʊl/ *dgt* cuộn tròn *(thông tin trên màn máy vi tính)* liên tục từ trên xuống.

Scrooge /skru:dʒ/ *dt (xấu)* kẻ bần tiện.

scrotum /ˈskrəʊtəm/ *dt (snh* **scrotums** hoặc **scrota)** bìu đái.

scrota /ˈskrəʊtə/ *dt snh của* scrotum.

scrounge¹ /skraʊndʒ/ *dgt* **scrounge something from (off) somebody** *(kngũ, thường xấu)* xoáy, cuỗm: *she is always scrounging [money] off her brother* chị ta luôn luôn xoáy tiền của ông anh; *I managed to scrounge the materials to build a shed* tôi đã xoáy một số vật liệu để xây một cái lán.

scrounge² /skraʊndʒ/ *dt* **on the scrounge** *(kng)* xoáy, cuỗm.

scrounger /ˈskraʊndʒə[r]/ *dt* kẻ hay xoáy trộm.

scrub¹ /skrʌb/ *dt* bụi cây, bụi rậm; bãi bụi cây: *clear the scrub and plough the land.* Chặt quang bụi rậm và cày đất; *scrub-pine* cây thông bụi.

scrub² /skrʌb/ *dgt* **1.** (-bb-) *scrub something down (out)* cọ rửa; kỳ cọ; cọ: *scrub the floor* cọ rửa sàn nhà; *scrub the table-top clean* cọ sạch mặt bàn; *scrub the wall down before painting them* cọ tường trước khi sơn; *scrub out a saucepan* cọ rửa cái xoong **2.** *(kng)* hủy bỏ, bỏ *(một, dự định...)*: *we want to go for a picnic, but we had to scrub it because of the rain* chúng tôi định đi

cắm trại nhưng lại phải bỏ vì trời mưa; *it costs £10 per metre, no scrub that, it costs £12 per metre* mỗi mét giá 10 bảng, à mà không phải, mỗi mét giá 12 bảng kia.

scrub something away (off) cọ sạch, kỳ sạch: *scrub the grease away* cọ sạch vết dầu mỡ; **scrub up** *(y)* rửa sạch tay trước khi mổ *(bác sĩ phẫu thuật).*

scrub³ /skrʌb/ *dt* sự cọ rửa, sự kỳ cọ: *give the floor a good scrub* cọ rửa sàn kỹ lưỡng.

scrubber /ˈskrʌbə[r]/ *dt (kngũ, xấu)* con điếm.

scrubbing-brush /ˈskrʌ- bɪŋ brʌʃ/ *dt (Mỹ thường là* **scrub- brush)** bàn [chải để] cọ.

scrub-brush /ˈskrʌb brʌʃ/ *(Mỹ)* x scrubbing-brush.

scrudge /skrʌdʒ/ *dt* đinh móc *(giữ ngói ở mái nhà).*

scruff¹ /skrʌf/ *dt* **by the scruff of the (one's) neck** nắm gáy: *he took him by the scruff of the neck and threw him out* ông ta nắm lấy gáy nó và tống cổ nó ra.

scruff² /skrʌf/ *dt (kng)* người bẩn thỉu lếch thếch.

scruffily /ˈskrʌfɪli/ *pht* [một cách] bẩn thỉu lếch thếch.

scruffiness /ˈskrʌfɪnɪs/ *dt* sự bẩn thỉu lếch thếch.

scruffy /ˈskrʌfi/ *dt* (-ier; -iest) *(kng)* bẩn thỉu lếch thếch.

scrum¹ /skrʌm/ *dt* **1.** *x* scrummage **2.** *(bóng)* cuộc loạn đả; cuộc tranh nhau hỗn loạn: *there was the usual scrum for tickets when the box office opened* đã xảy ra một cuộc tranh giành vé như thường lệ khi quầy bán vé mở cửa.

scrum² /skrʌm/ *dgt* (-mm-) **scrum down** gây nên một cuộc ẩu đả.

scrum-half /ˌskrʌmˈhɑ:f/ *dt (thể)* trung vệ đưa bóng vào một cuộc tranh cướp *(bóng bầu dục).*

scrummage /ˈskrʌmɪdʒ/ *dt* **1.** *(cg* **scrum)** cuộc tranh cướp bóng *(bóng bầu dục)* **2.** *nh* scrimmage¹.

scrumptious /ˈskrʌmpʃəs/ *tt (kng)* ngon *(thức ăn)*: *what a scrumptious meal!* bữa cơm mới ngon làm sao!

scrunch¹ /skrʌntʃ/ *dgt* x crunch¹.

scrunch² /skrʌntʃ/ *dt* x crunch².

scruple¹ /ˈskru:pl/ *dt* **1.** *(thường snh)* sự đắn đo, sự ngần ngại: *have you no scru- ples about buying stolen goods?* anh mua hàng ăn cắp không ngần ngại gì chăng? **2.** xcrup *(đơn vị trọng lượng khoảng 1,3 gam).*

scruple² /ˈskru:pl/ *dgt (thường ở dạng phủ định)* đắn đo, ngần ngại: *he wouldn't scruple to tell a lie if he thought it would be useful* nó không ngần ngại gì mà không nói dối, nếu nó nghĩ rằng việc nói dối ấy là có ích.

scrupulous /ˈskru:pjʊləs/ *tt* **1.** quá tỉ mỉ: *a scrupulous examiner* một giám khảo quá tỉ mỉ **2. scrupulous in something (doing something)** cẩn trọng; hoàn toàn thẳng thắn: *scrupulous in all her business dealings* hoàn toàn thẳng thắn trong mọi giao dịch buôn bán.

scrupulously /ˈskru:pjʊləsli/ *pht* **1.** [một cách] quá tỉ mỉ **2.** [một cách] cẩn trọng; [một cách] hoàn toàn thẳng thắn.

scrutineer /ˌskru:tiˈnɪə[r], *(Mỹ* ˌskru:tnˈɪər)/ *dt* người kiểm tra bầu cử.

scrutinize, scrutinise /'skru:tinaiz, (Mỹ 'skru:tənaiz)/ xem xét kỹ lưỡng, khảo sát tỉ mỉ: *scrutinize all the documents relating to the trial* xem xét cẩn thận mọi tài liệu liên quan đến vụ xử án.

scrutiny /'skru:tini, (Mỹ 'skru:təni)/ *dt* sự xem xét kỹ lưỡng; sự khảo sát tỉ mỉ: *a close scrutiny of the election results* sự xem xét kỹ lưỡng kết quả bầu cử.

scuba /'sku:bə/ *dt* bình khí (của thợ lặn): *scuba diving* sự lặn có bình khí.

scud /skʌd/ *đgt* (-dd-) lướt nhanh: *the yacht was scudding along before the wind* chiếc thuyền buồm đua đang lướt nhanh trước gió; *clouds scudding across the sky* mây lướt nhanh qua bầu trời.

scuff¹ /skʌf/ *đgt* 1. quẹt giày vào: *I scuffed the heel of my boot on the step* tôi quẹt gót giày vào bậc lên xuống 2. (không có dạng bị động) kéo lê chân: *if you scuff [your feet] like that, you'll wear the heels out* nếu anh kéo lê chân như thế, anh sẽ làm vẹt đế giày đấy.

scuff² /skʌf/ *dt* (cg **scuff-mark**) vết quẹt (của giày...).

scuff-mark /'skʌfmɑ:[r]k/ *dt x* scuff².

scuffle¹ /'skʌfl/ *dt* vụ xô xát: *scuffles broke out between police and demonstrators* đã xảy ra những vụ xô xát giữa cảnh sát và những người biểu tình.

scuffle² /'skʌfl/ *đgt* xô xát: *scuffle with reporters* xô xát với các phóng viên.

scull¹ /skʌl/ *dt* 1. mái chèo đôi 2. cái chèo lái 3. thuyền đua một người chèo mái chèo đôi.

scull² /skʌl/ *đgt* chèo (thuyền) bằng mái chèo đôi.

sculler /'skʌlə[r]/ *dt* người chèo mái chèo đôi.

scullery /'skʌləri/ *dt* buồng rửa bát đĩa (ở sát nhà bếp).

scullion /'skʌliən/ *dt* (cũ) chú phụ bếp; chú rửa bát đĩa.

sculpt /skʌlpt/ *đgt* nh sculpture².

sculptor /'skʌlptə[r]/ *dt* (cg **sculptress**) nhà điêu khắc; thợ chạm.

sculptress /'skʌlptris/ *dt x* sculptor.

sculptural /'skʌlptʃərəl/ *tt* [thuộc] điêu khắc; [về] điêu khắc.

sculpture¹ /'skʌlptʃə[r]/ *dt* 1. nghệ thuật điêu khắc; nghệ thuật chạm trổ 2. công trình điêu khắc, công trình chạm trổ: *a sculpture of Venus* một công trình điêu khắc Vệ nữ.

sculpture² /'skʌlptʃə[r]/ *đgt* (cg **sculpt**) 1. điêu khắc; chạm trổ: *sculpture a statue out of hard wood* chạm trổ một bức tượng bằng gỗ cứng 2. nặn thành tượng; tạc thành tượng: *sculpture the clay into a vase* nặn đất sét thành một chiếc bình 3. trang trí bằng hình chạm trổ: *sculptured columns* những chiếc cột trang trí bằng hình chạm trổ 4. là nhà điêu khắc; tạo ra những hình điêu khắc; học nghề điêu khắc.

scum /skʌm/ *dt* 1. váng, bọt: *when the meat is boiling, remove the scum* khi nước thịt sôi, hãy vớt váng đi 2. (bóng, xấu) cặn bã: *they are the scum of the earth* chúng nó là cặn bã của xã hội.

scummy /'skʌmi/ *tt* (-ier; -iest) có váng, có bọt; như váng, như bọt; [thuộc] váng, [thuộc] bọt.

scupper¹ /'skʌpə[r]/ *dt* (thường snh) lỗ thông nước ở mạn tàu (cho nước ở boong thoát đi).

scupper² /'skʌpə[r]/ *đgt* 1. đánh chìm (tàu thủy) 2. (kng) làm thất bại, làm sạt nghiệp: *we're scuppered!* chúng ta đã sạt nghiệp; *the project was scuppered by lack of money* đề án đã thất bại vì thiếu tiền.

scurf /skɜ:f/ *dt* gàu (ở đầu).

scurfy /'skɜ:fi/ *dt* có gàu.

scurrility /skə'riləti/ *dt* 1. sự tục tĩu; sự thô bỉ 2. ngôn ngữ tục tĩu thô bỉ 3. (thường snh) nhận xét tục tĩu thô bỉ.

scurrilous /'skʌrələs/ *tt* tục tĩu, thô bỉ: *a scurrilous attack* cuộc tấn công thô bỉ.

scurrilously /'skʌrələsli/ *pht* [một cách] tục tĩu, [một cách] thô bỉ.

scurrilousness /'skʌrələsnis/ *dt* sự tục tĩu, sự thô bỉ.

scurry¹ /'skʌri/ *đgt* (scurried) chạy gấp: *the rain sent everyone scurrying for shelter* mưa buộc mọi người phải chạy gấp tìm chỗ trú.

scurry² /'skʌri/ *dt* 1. sự chạy gấp; tiếng chân chạy gấp: *a scurry of feet in the room above* tiếng chân chạy gấp ở phòng trên gác 2. sự hối hả, sự rộn ràng: *the scurry of town life* sự hối hả của cuộc sống đô thị 3. trận mưa rào có tuyết bụi bốc lên.

scurvily /'skɜ:vili/ *pht* [một cách] đê tiện; [một cách] đánh khinh.

scurvy¹ /'skɜ:vi/ *dt* (y) bệnh scobut.

scurvy² /'skɜ:vi/ *tt* (cũ, lóng) (dùng làm thngữ) đê tiện; đáng khinh: *he's a scurvy* *wretch* hắn là một thằng cha đê tiện đáng khinh.

scut /skʌt/ *dt* đuôi cụt vểnh lên (*của thỏ...*).

scuttle¹ /'skʌtl/ *dgt* chạy vội; chạy vụt đi: *the beetle scuttled away when I lifted the stone* con bọ chạy vụt đi khi tôi nhấc hòn đá lên.

scuttle² /'skʌtl/ *dt (số ít)* sự chạy vội; sự chạy vụt đi.

scuttle³ /'skʌtl/ *dt* lỗ thông hơi (*có nút đậy, ở thành tàu, mái nhà...*).

scuttle⁴ /'skʌtl/ *dgt* đục lỗ ở thành để đánh chìm (*một con tàu*).

scuttle⁵ /'skʌtl/ *dt* x coal-scuttle.

scuzzy /'skʌzi/ *tt (Mỹ, lóng)* khó chịu và dơ dáy.

Scylla /'silə/ *dt* **between Scylla and Charybdis** tránh vỏ dưa lại gặp vỏ dừa.

scythe¹ /saið/ *dt* cái phảng cắt cỏ, cái liềm.

scythe² /saið/ *dgt* phạt [cỏ] bằng liềm.

SDLP /,esdi:el'pi:/ (*vt của* Social and Democratic Labour Party) Đảng lao động xã hội dân chủ (*ở bắc Ai-len*).

SDP /,esdi:'pi:/ (*cũ*) (*vt của* Social Democratic Party) Đảng xã hội dân chủ (*trước đây của Anh*).

SE *vt của* South-East[ern] đông nam: *SE Asia* đông nam châu Á.

sea /si:/ *dt* biển: *most of the earth's surface is covered by [the] sea* phần lớn bề mặt quả đất có biển bao phủ; *travel by sea* đi bằng đường biển; *fish swim in the sea* cá bơi dưới biển; *the Mediterranean Sea* biển Địa Trung Hải; *light sea* biển sóng êm; *a high sea* biển cả, vùng biển quốc tế; *a sea of flame* biển lửa; *the lecturer looked down at the sea*

of faces beneath him diễn giả nhìn xuống biển người ở phía dưới ông ta. // **at sea** a/ trên biển; *spend three months at sea* sống ba tháng trên biển b/ bối rối không biết làm gì: *I'm all at sea, I've no idea how to repair cars* tôi hoàn toàn bối rối, tôi không biết chút gì về sửa chữa xe cả; **between the devil and the deep blue sea** x devil¹; **beyond [over] the sea[s]** ở hải ngoại; *our cousins beyond the seas* những người anh em họ của chúng tôi ở hải ngoại; **go to sea** trở thành thủy thủ; **on the sea** ở bờ biển; ở miền duyên hải; **put [out] to sea** rời đất liền; ra khơi; **the seven seas** (*tu từ*) bốn biển [năm châu]; **there are more (other) fish in the sea** x fish.

sea air /,si:'eə[r]/ không khí [vùng] biển: *a breath of sea air* sự hít thở không khí biển.

sea anemone /'si:əneməni/ (*động*) hải quỳ.

sea bed /'si:bed/ đáy biển, lòng biển.

sea bird /'si:bɜ:d/ *dt* chim biển.

seaboard /'si:bɔ:d/ *dt* bờ biển, vùng bờ biển: *on the Atlantic seaboard* trên bờ biển Đại Tây Dương.

seaborne /'si:bɔ:n/ *tt* chở bằng tàu thủy: *seaborne goods* hàng hóa chở bằng tàu thủy; *airborne and seaborne missiles* tên lửa chở bằng máy bay và tàu thủy.

sea bream /'si:bri:m/ *dt* (*động*) cá tráp (*cg* bream).

sea breeze /'si:bri:z/ *dt* gió biển (*thổi từ biển vào đất liền vào ban ngày*).

sea captain /'si:,kæptin/ thuyền trưởng (*tàu buôn*).

sea cow /'si:kau/ *dt (động)* lợn biển.

sea dog /'si:dɒg/ *dt* thủy thủ lão luyện.

seafarer /'si:feərə[r]/ *dt* thủy thủ.

seafaring /'si:feəriŋ/ *tt* (*thngữ*) đi biển: *a seafaring man* người đi biển, thủy thủ.

sea fog /'si:fɒg/ sương mù dọc bờ biển.

seafood /'si:fu:d/ *dt* hải sản: *a seafood restaurant* hàng ăn phục vụ hải sản.

sea front /'si:frʌnt/ khu phố [nhìn ra] mặt biển: *a hotel on the sea front* một khách sạn ở khu phố mặt biển.

seagirt /'si:gɜ:t/ *tt (thơ)* có biển bao quanh.

seagoing /'si:gəuiŋ/ *tt* (*thngữ*) 1. đi biển khơi (*tàu, không phải đi ven bờ*) 2. đi biển (*người*).

sea-green¹ /,si:'gri:n/ *tt* xanh biếc.

sea-green² /,si:'gri:n/ *dt* màu xanh biếc.

seagull /'si:gʌl/ *dt (động)* mòng biển (*chim*).

sea horse /'si:hɔ:s/ *dt (động)* cá ngựa.

sea-island cotton /,si:ais-lənd'kɒtn/ (*thực*) bông hải đảo (*sợi dài, mịn*).

sea-kale /'si:keil/ *dt (thực)* cải biển.

seal¹ /si:l/ *dt (động)* hải cẩu, chó biển.

seal² /si:l/ *dt* 1. dấu xi, dấu niêm phong: *the document carries the royal seal* văn kiện có dấu niêm phong của nhà vua 2. xi, chì, cái bịt vòng bịt... (*để cho kín hơi...*): *a rubber seal on the lid of a jar* vòng cao su ở nắp một cái lọ. // **a seal of approval** sự chấp nhận chính thức; sự thị thực: *the deal needs the government's seal of ap-*

proval sự giao dịch mua bán cần có sự thị thực của chính quyền; **set the seal on something** là đỉnh cao: *this award has set the seal on a successful stage career* phần thưởng này là đỉnh cao của một sự nghiệp sân khấu thành công.

seal³ /si:l/ *dgt* **1.** gắn dấu xi; cho dấu niêm phong vào **2. seal something [down]** dán lại, niêm lại *(phong bì thư...)* **3. seal something [up]** cột lại, dán kín *(một gói, một bọc)*: *seal the parcel [up] with adhesive tape* dán kín gói đồ bằng băng dính **4. seal something [up]** bịt kín, bít kín: *the jar must be well sealed* cái lọ phải được đậy nút kín **5.** sơn phủ một lớp, phủ một lớp bảo vệ: *seal the boat's hull with special paint* sơn phủ vỏ tàu bằng một lớp sơn đặc biệt **6.** quyết định; giải quyết *(việc gì)*: *seal a bargain* giải quyết một vụ thỏa thuận mua bán; *his fate is sealed* số phận của nó đã được quyết định. // **one's lips are sealed** x lip.

seal something in giữ cho không thoát ra: *our foil packets seal the flavour in* các gói bằng lá kim loại của chúng ta sẽ giữ cho mùi vị không thoát ra ngoài; **seal something off** chặn không cho ra cho vào một nơi nào: *police sealed off all the exits from the building* cảnh sát đã chặn tất cả lối ra của tòa nhà.

sealant /si:lənt/ *dt* chất bịt chống rò rỉ: *mend the hole and paint some sealant on* vá lỗ thủng và quét một ít chất bịt chống rò rỉ lên.

sealed orders /ˌsi:ld'ɔ:də[r]z/ *dt (quân)* lệnh niêm phong *(khi nào cần thiết mới được mở ra xem).*

sea legs /'si:legz/ *dt snh* đôi chân quen đi biển *(đi lại trên tàu bình thường và không bị say sóng dù biển động dữ)*: *I feel a bit sick, I haven't got my sea legs yet* tôi cảm thấy hơi nôn nao, tôi chưa [có đôi chân] quen đi biển.

sealer /'si:lə[r]/ *dt* **1.** người đi săn chó biển **2.** tàu săn chó biển.

sea level /si:'levl/ *dt* mực nước biển: *50 metres above sea level* 50 mét trên mực nước biển.

sealing /'si:liŋ/ *dt* sự đi săn chó biển: *a sealing expedition* cuộc đi săn chó biển.

sealing-wax /'si:liŋwæks/ *dt* xi gắn [niêm phong].

sea lion /'si:laiən/ *dt (động)* sư tử biển.

Sea Lord /'si:lɔ:d/ ủy viên Bộ hải quân *(Anh).*

sealskin /'si:lskin/ *dt* da chó biển; bộ da lông chó biển.

Sealyham /'si:liəm/ *dt* giống chó Xiliham *(chân ngắn, lông cứng).*

seam¹ /si:m/ *dt* **1.** đường may ráp, đường khâu ráp: *the seams down the side of his trousers* đường may ráp dọc phía bên quần của anh ta **2.** đường ráp *(ván đóng sàn...)* **3.** *(mỏ)* vỉa **4.** vết nhăn, vết sẹo. // **be bursting at the seams** x burst.

seam² /si:m/ *dgt* nối ráp lại *(bằng một đường khâu ráp...).*

seaman /'si:mən/ *dt snh* **seamen** /'si:mən/) **1.** thủy thủ **2.** hạ sĩ quan hải quân **3.** người đi biển lão luyện.

seamanlike /'si:mənlaik/ *tt* đi biển lão luyện; giỏi nghề đi biển.

seamanship /'si:mənʃip/ *dt* kỹ năng điều khiển tàu biển.

seamed /si:md/ *tt* **seamed with something** có đường khâu ráp; có nhiều vết nhăn: *seamed stockings* bít tất có nhiều đường khâu ráp; *a face seamed with wrinkles* mặt có nhiều vết nhăn.

sea mile /'si:mail/ hải lý.

sea mist /'si:mist/ sương mù biển *(từ biển vào đất liền).*

seamless /'si:mlis/ *tt* không có đường khâu ráp: *seamless stockings* bít tất không có đường khâu ráp.

seamstress /'simstris/ *dt (cg* **sempstress)** chị thợ may.

seamy /'si:mi/ *tt* **(-ier; -iest)** không hấp dẫn; dơ dáy: *the seamy side of life* mặt không hấp dẫn của cuộc đời, mặt trái của cuộc đời; *a seamy bribery scandal* một vụ hối lộ dơ dáy.

seance *(cg* **séance)** /'seia:ns/ *dt* buổi cầu hồn.

sea-pink /'si:piŋk/ *dt (thực)* cây khô *(thuộc họ Đuôi công).*

seaplane /'si:plein/ *dt* thủy phi cơ.

seaport /'si:pɔ[r]t/ *dt* thành phố cảng.

sea power /'si:pauə[r]/ *dt* **1.** sức mạnh hải quân **2.** cường quốc hải quân.

sear /siə[r]/ *dgt* **1.** *(cg* **sere)** làm cháy, làm sém *(một bề mặt)*: *a cloth seared by the heat of the oven* mảnh vải bị sức nóng của lò làm sém đi **2.** đốt: *sear a wound to prevent infection* đốt một vết thương để phòng nhiễm trùng **3.** *(thường ở dạng bị động)* tác động mạnh đến tình cảm của ai: *a soul seared by injustice* một tâm hồn chịu sự tác động mạnh của một nỗi bất công.

search¹ /sɜ:tʃ/ *dgt* **search somebody (something); search**

S

for somebody (something); search through something khám xét, lục soát, lục tìm: *we searched [around] for hours, but couldn't find the book* chúng tôi đã lục tìm hàng giờ mà không thấy cuốn sách; *search [through] the drawers for the missing papers* lục ngăn kéo để tìm các giấy tờ để lạc; *the police search her for drugs* cảnh sát lục soát cô ta để tìm ma túy; *I search my memory, but couldn't remember her name* tôi đã lục trong ký ức mà không tài nào nhớ ra tên cô ta. // **search one's heart (conscience)** tự vấn lương tâm: *search your heart and ask if you're not equally to blame* hãy tự vấn lương tâm xem mình có đáng trách không; **search me** *(kng)* tôi nào có biết: *"where's the newspaper?" "Search me, I haven't seen it"* "Tờ báo đâu?" "Tôi nào có biết, tôi không hề thấy mà!".

search somebody (something) out tìm thấy, tìm ra: *with clever questioning, the lawyer searched out the weaknesses in the witness's statement* với cách hỏi thông minh, luật sư đã tìm thấy những chỗ yếu trong lời khai của người làm chứng.

search² /sɜ:tʃ/ *dt* sự (cuộc) tìm kiếm, sự (cuộc) lục tìm: *a search for a missing aircraft* cuộc tìm kiếm chiếc máy bay bị mất tích; *make repeated searches for concealed weapons* đi tìm lại các vũ khí bị giấu. // **in search of somebody (something)** tìm cái gì: *go in search of a cheap hotel* đi tìm một khách sạn rẻ tiền; *scientists are in the search of a cure for the disease* các nhà khoa học đang tìm một phương thuốc chữa bệnh ấy.

searching /ˈsɜ:tʃiŋ/ *tt* sâu sắc, thấu suốt; xuyên suốt: *she gave me a searching look and asked if I was lying* chị ta nhìn tôi với cái nhìn thấu suốt và hỏi là tôi có nói dối không; *a searching interview technique* kỹ xảo phỏng vấn xuyên suốt.

searchingly /ˈsɜ:tʃiŋli/ *pht* [một cách] sâu sắc, [một cách] thấu suốt, [một cách] xuyên suốt.

searchlight /ˈsɜ:tʃlait/ *dt* đèn pha.

search-party /ˈsɜ:tʃpɑ:ti/ *dt* đoàn tìm kiếm.

search warrant /ˈsɜ:tʃˌwarənt/ *dt* giấy khám xét, lệnh khám xét.

seas /si:z/ *dt snh* **the seas** đại dương *(bao quanh đất liền).*

seascape /ˈsi:skeip/ *dt* bức họa cảnh biển.

sea-shanty /ˈsi:ʃænti/ *dt x* shanty.

sea-shell /ˈsi:ʃel/ *dt* vỏ sò biển *(như thường tìm thấy ở bãi biển).*

sea-shore /ˈsi:ʃɔ:[r]/ *dt* **1.** bãi biển **2.** vùng đất giữa hai con nước.

seasick /ˈsi:sik/ *tt* say sóng.

seasickness /ˈsi:siknis/ *dt* chứng say sóng.

seaside /ˈsi:said/ *dt (thường* the seaside) bờ biển *(nhất là nơi có nhà nghỉ mát):* *own a house at the seaside* có một ngôi nhà ở bờ biển; *a seaside hotel* một khách sạn ở bờ biển.

season¹ /ˈsi:zn/ *dt* mùa: *autumn is my favorite season* mùa thu là mùa tôi thích nhất; *the orange season* mùa cam; *the football season* mùa bóng đá; *the nesting season* mùa làm tổ *(của chim).* // **in season** a/ đang mùa *(hoa quả):* *straw-*

berries are cheaper when they're in season dâu tây đang mùa thì rẻ hơn b/ đang mùa chịu đực; đang mùa chịu trống *(động vật, chim...)* c/ đang mùa nghỉ: *hotels are often full in season* khách sạn thường đầy khách vào mùa nghỉ d/ mùa săn: *grouse will soon be in season again* gà gô lại sắp đến mùa săn rồi; **out of season** a/ trái mùa *(trái cây...)* b/ không phải mùa đi nghỉ: *holiday prices are lower out of season* giá khách sạn thấp hơn khi không phải mùa đi nghỉ; **the season's greetings** lời chúc mừng vào dịp Giáng sinh; **the silly season** *x* silly.

season² /ˈsi:zn/ *dgt* **1. season something with something** cho gia vị *(hạt tiêu, muối...)* vào thức ăn; thêm mắm thêm muối vào: *highly seasoned sauces* nước xốt cho nhiều gia vị; *conversation seasoned with wit* cuộc trò chuyện [thêm mắm thêm muối thành] dí dỏm **2.** làm cho *(gỗ)* khô dần để sử dụng được tốt *(bằng cách để qua một thời gian phơi ra không khí trước khi dùng):* *well-seasoned oak* gỗ sồi đã khô, thích hợp để sử dụng.

seasonable /ˈsi:znəbl/ *tt* **1.** đúng thời vụ, đúng mùa *(thời tiết):* *seasonable snow showers* mưa tuyết đúng mùa **2.** đúng lúc *(lời khuyên, sự giúp đỡ, quà tặng).*

seasonably /ˈsi:znəbli/ *pht* **1.** [một cách] đúng thời vụ, [một cách] đúng mùa **2.** [một cách] đúng lúc.

seasonal /ˈsi:zənl/ *tt* theo thời vụ, theo mùa: *seasonal work* công việc theo mùa.

seasonally /ˈsi:zənəli/ *pht* theo thời vụ, theo mùa.

seasoned /ˈsi:znd/ dày dạn kinh nghiệm: *a seasoned*

boxer một võ sĩ quyền Anh dày dạn kinh nghiệm.

seasoning /'si:zniŋ/ *dt* gia vị: *not enough seasoning in the stew* chưa đủ gia vị trong món hầm.

season ticket /'si:zn,tikit/ vé xe dài kỳ.

seat[1] /si:t/ *dt* **1.** ghế; chỗ ngồi: *a stone seat in the garden* chiếc ghế đá trong vườn; *the back seat of the car is wide enough for three people* ghế sau của xe đủ chỗ cho ba người ngồi; *take a seat* ngồi xuống **2.** mặt ghế; *a chair with a cane seat* một chiếc ghế có mặt ghế bằng mây **3.** mông đít **4.** đũng quần: *a hole in the seat of his trousers* một lỗ thủng ở đũng quần anh ta **5.** ghế, chỗ *(trên xe, trong rạp hát)*: *there are no seats left on the flight* chuyến bay không còn ghế trống nào cả **6.** ghế, địa vị: *a seat in Parliament* một ghế trong quốc hội **7.** trung tâm, trụ sở: *Washington is the seat of government and New York City is the chief seat of commerce* Washington là trụ sở của chính phủ còn New York là trung tâm thương mại chính **8.** khu vực bầu cử quốc hội *(ở Anh)*: *a seat in Devon* một khu vực bầu cử quốc hội ở Devon **9.** *(cg* **county seat***)* (cũ) tòa nhà của một địa chủ nông thôn: *the family seat in Norfolk* tòa nhà của gia đình địa chủ ở Norfolk **10.** tư thế cưỡi ngựa: *an experienced rider with a good seat* một kỵ sĩ dày dạn kinh nghiệm với một tư thế ngồi đúng cách. // **drive (fly) by the seat of one's pants** [làm việc gì] theo bản năng *(chứ không phải qua suy nghĩ chín chắn)*: *none of us had seen*

an emergency like this and we were all flying by the seats of our pants chưa ai trong chúng tôi từng nhìn thấy một tình huống khẩn cấp như thế và tất cả chúng tôi đều bật dậy theo bản năng; **have a ringside seat** *x* ringside; **the hot seat** *x* hot; **in the driver's seat** *x* driver; **take a back seat** *x* back[2].

seat[2] /si:t/ *dgt* **1.** để ngồi, đặt ngồi: *seat the boy next to his brother* đặt em bé ngồi kề anh nó; *she seated herself on the sofa* chị ta ngồi xuống tràng kỷ; *please be seated, ladies and gentlemen* xin mời quý bà quý ông an tọa **2.** đủ chỗ cho *(mấy người đấy)*: *the hall seats 500* hội trường đủ chỗ cho 500 người.

seat-belt /'si:tbelt/ *dt* *(cg* **safety-belt***)* dây an toàn *(buộc ở ghế xe, máy bay)*: *fasten your seat-belt!* xin quý khách thắt dây an toàn vào!

-seater *(yếu tố cấu tạo dt và tt)* có số chỗ ngồi là bao nhiêu đó *(xe cộ)*: *a ten-seater minibus* chiếc xe buýt mini mười chỗ ngồi.

seating /'si:tiŋ/ *dt* chỗ ngồi; cách sắp xếp chỗ ngồi: *a seating plan for the dinner guests* dự kiến sắp xếp chỗ ngồi cho khách dự bữa ăn tối.

SEATO /'si:təʊ/ *(cũ)* *(vt của* South-East-Asia Treaty Organization) Tổ chức hiệp ước Đông Nam Á.

sea urchin /'si:ɜ:tʃin/ *dt* *(cg* **urchin***)* *(động)* nhím biển.

sea wall /,si:'wɔ:l/ *dt* đê chắn biển.

seaward /'si:wəd/ *pht* về phía biển.

seawards /'si:wədz/ *pht* về phía biển.

sea water /'si:wɔ:tə[r]/ nước biển.

seaway /'si:wei/ *dt* **1.** đường sông thông ra biển *(tàu biển có thể do đó đi sâu vào nội địa)* **2.** hành trình đi biển *(của tàu trên biển)*.

seaweed /'si:wi:d/ *dt* rong biển.

seaworthiness /'si:wɜ:ðinis/ *dt* tình trạng có thể đi biển *(tàu)*.

seaworthy /'si:wɜ:ði/ *dt* có thể đi biển được *(tàu)*.

sebaceous /si'beiʃəs/ *tt* *(sinh)* [thuộc] bã nhờn: *the sebaceous glands in the skin* tuyến bã nhờn ở da.

sec[1] /sek/ *dt (Anh, kng)* giây lát: *I'll be ready in a sec* tôi sẽ sẵn sàng trong giây lát.

sec[2] *vt* **1.** *(vt của* secondary) phụ; thứ yếu **2.** *(vt của* secretary) thư ký.

secateurs /'sekətɜ:z, sekə-'tɜ:z/ *dt snh* *(thg* a pair of secateurs) kéo cắt cây.

secede /si'si:d/ *dgt* **secede from something** ly khai: *one of the states has seceded from the federation* một trong các bang đã ly khai khỏi liên bang.

secession /si'seʃn/ *dt* sự ly khai: *War of Secession* chiến tranh ly khai *(ở Mỹ 1861-1865)*.

seclude /si'klu:d/ *dgt* **seclude somebody (oneself) from somebody** tách ra, tách biệt: *seclude oneself from society* sống tách mình khỏi xã hội.

secluded /si'klu:did/ *tt* **1.** tách biệt; hẻo lánh *(nơi chốn)*: *a secluded place* một nơi tách biệt hẻo lánh **2.** ẩn dật: *lead a secluded life* sống [một cuộc đời] ẩn dật.

seclusion /si'klu:ʒn/ *dt* **1.** sự tách biệt; sự ẩn dật **2.** chỗ hẻo lánh, chỗ khuất nẻo.

second[1] /'sekənd/ *dht* **1.** thứ nhì, thứ hai: *February is*

S

the second month of the year tháng hai là tháng thứ nhì trong năm; *Osaka is the second largest city in Japan* Osaka là thành phố lớn thứ ở Nhật; *who was second in the race?* ai đã về thứ nhì trong cuộc đua?; *he thinks he's a second Churchill!* nó nghĩ nó là một Churchill thứ hai đó! **2.** phụ, thứ yếu; bổ sung: *second ballot* cuộc bỏ phiếu bổ sung. // **second only to somebody (something)** chỉ thua, chỉ kém: *he is only second to my own son in my affections* nó chỉ thua con trai tôi về tình cảm mà tôi dành cho nó; **second to none** không thua kém ai: *as a dancer, he is second to none* khiêu vũ thì nó không thua kém ai cả.

second² /'sekənd/ *pht* hạng nhì, thứ nhì: *the English swimmer came second* vận động viên bơi lội người Anh về [hạng] nhì; *I agreed to speak second* tôi đồng ý nói thứ nhì.

second³ /'sekənd/ *dt, dt* **1.** người thứ hai; cái thứ hai: *the second of May* ngày [thứ] hai [của] tháng năm; *George the Second* vua George II; *I was the first to arrive and she was the second* tôi là người đến đầu tiên và cô ta là người thứ hai; *she published her first book last year, and has now written a second* bà ta đã xuất bản cuốn sách đầu tay của bà năm ngoái, và bây giờ đã viết cuốn thứ hai **2.** bằng đại học hạng bình *(an upper second)*, bằng đại học hạng bình thứ *(a lower second)*: *get an upper second in economics* lấy một bằng kinh tế hạng bình **3.** số 2 *(ở hộp số xe ôtô...)*: *are you in first or second?* anh đang chạy số 1 hay số 2 thế?; *change*

from second to third chuyển từ hạng 2 sang hạng 3 **4.** hàng thứ phẩm: *these plates are seconds* những chiếc đĩa này là hàng thứ phẩm **5.** *(thể)* trợ tá võ sĩ.

second⁴ /'sekənd/ *dt* **1.** giây *(đơn vị thời gian; đơn vị đo góc)* **2.** *(Anh, kng, cg* **sec***)* giây lát: *I will be ready in a second* tôi sẽ sẵn sàng trong giây lát.

second⁵ /'sekənd/ *dgt* **1.** hỗ trợ: *I was seconded in this research by my son* trong công cuộc nghiên cứu này tôi đã được con trai tôi hỗ trợ **2.** ủng hộ: *"will anyone second this motion?" "I second it, Mr Chairman"* "có ai ủng hộ kiến nghị này không?" "tôi ủng hộ, thưa ông chủ tọa".

second⁶ /si'kɒnd/ *dgt* *(thường ở dạng bị động)* thuyên chuyển, biệt phái *(một công chức)*: *an officer seconded from the Marines to staff headquarters* một sĩ quan được thuyên chuyển từ hải quân sang ban tham mưu.

secondarily /'sekəndrəli, *(Mỹ* 'sekəndərəli)/ *pht* **1.** [một cách] phụ, [một cách] thứ yếu **2.** [một cách] thứ phát, [một cách] thứ sinh, [một cách] thứ cấp.

secondary /'sekəndri, *(Mỹ* 'sekənderi)/ *tt* **1.** phụ, thứ yếu: *secondary stress* trọng âm phụ; *such considerations are secondary to our main aim of improving efficiency* những cân nhắc như thế chỉ là thứ yếu đối với mục tiêu chính của chúng ta về nâng cao năng suất **2.** thứ phát; thứ sinh; thứ cấp: *a secondary infection* một sự nhiễm khuẩn thứ phát; *a secondary colour* màu thứ cấp *(do pha hai màu sơ cấp*

mà được) **3.** [thuộc] trung cấp, [thuộc] trung học: *a secondary school* trường trung học; *a secondary technical school* trường trung cấp kỹ thuật.

secondary accent /,sekəndri 'æksənt/ *(ngôn)* nh secondary stress.

secondary stress /,sekəndri 'stres/ *(ngôn)* trọng âm phụ.

second-best /,sekənd 'best/ *tt* hạng hai, hạng nhì: *my second-best suit* bộ đồ hạng hai của tôi; *I like live music for me, records are definitively second-best* tôi thích nhạc sống, đối với tôi nhạc thu đĩa dứt khoát là hạng nhì *(sau nhạc sống)*.

second childhood /,sekənd 'tʃailhʊd/ thời kỳ trẻ con trở lại *(ở người già)*.

second chamber /,sekənd 'tʃəmbə[r]/ thượng viện.

second-class /,sekənd'klɑ:s/ *tt* [thuộc] hạng nhì: *why should women be treated as second-class citizens?* sao nữ lại bị đối xử như công dân hạng nhì thế?; *a second-class ticket* vé hạng nhì; *a second-class stamp* tem loại nhì *(gửi theo thể thức không gấp bằng hạng nhất)*.

second class /,sekənd'klɑ:s/ hạng nhì: *we're travelling second class* chúng tôi đi *(tàu...)* vé hạng nhì; *I sent it second class* tôi gửi cái đó theo thể thức hạng nhì *(rẻ hơn hạng nhất, ở Mỹ và Ca-na-đa thì chủ yếu là gửi báo và tạp chí)*.

Second Coming /,sekənd 'kʌmiŋ/ sự tái giáng thế của Chúa.

second cousin /,sekənd 'kʌzn/ anh em cháu chú cháu bác; anh em cháu cô cháu cậu; anh em cháu dì cháu già.

second-degree /ˌsekənd di'griː/ *tt (y)* cấp hai *(bỏng da)*.

second floor /ˌsekənd'flɔː[r]/ tầng một *(Anh)*; tầng hai *(Mỹ)*: *second floor apartment* một căn hộ ở tầng một *(Anh)*; một căn hộ ở tầng hai *(Mỹ)*.

seconder /'sekəndə[r]/ *dt* người ủng hộ.

second-guess /ˌsekənd 'ges/ *đgt (Mỹ, kng)* **1.** đoán hậu *(đoán định sau khi sự việc đã xảy ra)*: *it's easy to second-guess the casting of the film* phim chiếu rồi mới thấy rằng việc chọn diễn viên là không hay **2.** đoán định đúng hơn *(ai)* **3.** đoán trước: *don't try to second-guess the outcome* đừng tìm cách đoán trước kết quả.

second-hand /ˌsekənd 'hænd/ *tt, pht* **1.** cũ, đã có người dùng qua, *(của người khác)*: *a second-hand car* chiếc xe hơi mua lại; *second-hand bookshop* hiệu [bán] sách cũ; *I rarely buy anything second-hand* tôi ít khi mua đồ cũ đã có người dùng qua **2.** nghe qua người khác: *get news second-hand* lấy tin qua người khác.

second hand /ˌsekənd'hænd/ kim giây *(ở đồng hồ)*.

second-in-command /ˌsekənd in kə'mɑːnd/ *dt* phó chỉ huy trưởng.

second lieutenant /ˌsekənd lef'tenənt/ thiếu úy.

secondly /'sekəndli/ *pht* thứ hai là, thứ đến là: *first[ly] it's too expensive; and secondly it's very ugly* trước hết cái đó đắt quá và thứ đến là lại rất xấu.

second nature /ˌsekənd 'neitʃə[r]/ bản chất thứ hai, tính vốn có, thói quen muôn thuở: *it's second nature for me to get up early even*

though *I'm retired now* tôi vốn tính hay dậy sớm, ngay cả bây giờ khi mà tôi đã nghỉ hưu.

second person /ˌsekənd 'pɜːsn/ *(ngôn)* ngôi thứ hai.

second-rate /ˌsekənd'reit/ *tt [thuộc]* loại xoàng: *a second-rate actor* một diễn viên loại xoàng.

seconds /'sekəndz/ *dt snh (kng)* thức ăn gọi thêm: *he asked for seconds* ông ta gọi thức ăn thêm.

second sight /ˌsekənd'sait/ khả năng tiên đoán; khả năng thấu được việc trước.

second-string /ˌsekənd 'strin/ *tt (thngữ)* dự bị *(cầu thủ)*.

second thoughts /ˌsekənd 'θɔːts/ **(on second thoughts)** sự nghĩ lại: *on second thoughts I think I'd better go now* nghĩ lại tôi thấy là tốt hơn mình nên đi bây giờ.

second wind /ˌsekənd'wind/ sự lại sức *(sau một dợt hoạt động thể lực nặng nhọc)*.

secrecy /'siːkrəsi/ *dt* sự giữ bí mật, sự kín đáo: *rely on somebody's secrecy* tin cậy vào sự kín đáo của ai; *the meeting was arranged with the utmost secrecy* cuộc họp được thu xếp một cách tuyệt đối bí mật; *the secrecy that still surrounds the accident* màn bí mật hãy còn bao trùm quanh vụ tai nạn. // **swear somebody to secrecy** *x* swear.

secret¹ /'siːkrit/ *tt* **1.** bí mật, kín: *secret treaty* hiệp ước kín; *this news must be kept secret* tin này phải giữ bí mật; *the secret parts* bộ phận kín *(bộ phận sinh dục)*: *secret society* hội kín **2.** kín đáo, thầm lặng: *John is a secret admirer of Helen, though he has never spoken to her* John là người hâm

mộ thầm Helen, mặc dù anh ta chưa hề nói chuyện với nàng **3.** khuất nẻo *(nơi chốn...)* **4.** thích giữ bí mật; hay giấu giếm *(người)*.

secret² /'siːkrit/ *dt* **1.** điều bí mật: *keep a secret* giữ kín một điều bí mật **2.** bí quyết: *the secret of success* bí quyết của sự thành công **3.** điều bí ẩn: *the secrets of nature* những bí ẩn của thiên nhiên. // **in secret** bí mật: *meet in secret* gặp gỡ bí mật; **in the secret** *(cũ)* trong số những người biết điều bí mật: *is your brother in the secret?* em anh có thuộc số những người biết điều bí mật không? **be an open secret** *x* open¹.

secret agent /ˌsiːkrit 'eidʒənt/ *(cg* **agent)** điệp viên.

secretarial /ˌsekrə'teəriəl/ *tt [thuộc công việc]* thư ký: *secretarial staff* ban thư ký, *secretarial duties* công việc thư ký.

secretariat /ˌsekrə'teəriət/ *dt* **1.** ban **2.** văn phòng: *the UN secretariat in New York* văn phòng Tổng thư ký Liên hiệp quốc ở New York.

secretary /'sekrətri, (Mỹ 'sekrəteri,)/ *dt* **1.** thư ký **2.** bí thư **3. Secretary** a/ *nh* Secretary of State b/ *(Mỹ)* tổng trưởng: *Secretary of the Treasury* Bộ trưởng ngân khố.

Secretary-General /ˌsekrətri'dʒenrəl/ *dt (snh* **Secretaries-General)** tổng thư ký.

Secretary of State /ˌsekrətriəv'steit/ *(cg* **Secretary, Minister)** a/ *(Anh)* bộ trưởng *(một bộ quan trọng, như bộ nội vụ, bộ quốc phòng)* b/ *(Mỹ)* ngoại trưởng.

secrete /si'kriːt/ *đgt* **1.** *(sinh)* tiết [ra]: *the kidneys secrete urine* thận tiết ra nước tiểu **2.** cất, giấu: *money*

S

secreted in a drawer tiền giấu trong ngăn kéo.

secretion /siˈkriːʃn/ *dt* **1.** (sinh) sự tiết; chất tiết: *the secretion of saliva* sự tiết nước bọt **2.** sự cất, sự giấu.

secretive /ˈsiːkrətiv/ *tt* hay giấu giếm: *secretive nature* bản chất hay giấu giếm.

secretively /ˈsiːkrətivly/ *pht* [một cách] giấu giếm.

secretiveness /ˈsiːkrətivnis/ *dt* tính hay giấu giếm.

secret police /ˌsiːkritpəˈliːs/ công an mật.

secret service /ˌsiːkritˈsɜːvis/ cơ quan tình báo.

sect[1] /sekt/ *dt* (thường, xấu) phái; giáo phái.

sect[2] /sekt/ (vt của section) đoạn: *clause 3 sect 2* điều khoản 3 đoạn 2.

sectarian /sekˈteəriən/ *tt* **1.** [thuộc] bè phái; [thuộc] giáo phái: *sectarian violence* bạo lực giáo phái **2.** (xấu) [có đầu óc] bè phái: *sectarian views* quan điểm bè phái.

sectarianism /sekˈteəriənizəm/ *dt* chủ nghĩa bè phái.

section[1] /ˈsekʃn/ *dt* **1.** phần, đoạn: *this section of the road is closed* đoạn đường này đã ngăn lại; *the three sections of a fishing rod* ba phần của một cần câu; *farm workers make up only a small section of the population* công nhân nông nghiệp chỉ chiếm một phần nhỏ trong dân số; *the report has a section on accidents at work* bản báo cáo có một phần nói về tai nạn lao động **2.** ban, bộ phận: *the woodwind section of the orchestra* ban kèn sáo gỗ của dàn nhạc **3.** (Mỹ) mảnh đất rộng một dặm vuông, tức 640 mẫu Anh (khoảng 260a) **4.** (Mỹ) khu (ở thành phố) *the residential section* khu

nhà ở **5.** mặt cắt, tiết diện **6.** (y) sự cắt; cơ quan cắt ra: *put a section of tissue under the microscope* đặt một mảnh mô cắt ra dưới kính hiển vi (để quan sát).

section[2] /ˈsekʃn/ *đgt* **1.** cắt, phân ra từng phần: *a library sectioned into subject areas* một thư viện phân ra từng khu theo chủ đề **2.** (y) cắt (một bộ phận cơ thể) bằng phẫu thuật.

sectional /ˈsekʃənl/ *tt* **1.** được chế tạo từng phần; được cung ứng theo từng phần rời: *a sectional fishing-rod* chiếc cần câu được bán theo từng phần rời **2.** (thường thngữ) [thuộc] nhóm: *sectional interests* quyền lợi theo nhóm; *sectional jealousies* những mối ghen tị giữa các nhóm.

sectionalism /ˈsekʃənəlizəm/ *dt* (thường xấu) chủ nghĩa cục bộ bè phái.

sector /ˈsektə[r]/ *dt* **1.** (toán) hình quạt **2.** khu vực: *the sector of state economy* khu vực kinh tế nhà nước; *an enemy attack in the southern sector* một cuộc tấn công vào khu vực phía nam.

secular /ˈsekjʊlə[r]/ *tt* **1.** thế tục; ngoài đời: *the secular power* quyền bính ngoài đời, nhà nước (đối lại với Nhà thờ) **2.** ở họ đạo (không ở trong dòng tu): *the secular clergy* tăng lữ họ đạo.

secularise /ˈsekjʊləraiz/ *đgt* x secularize.

secularism /ˈsekjʊlərizəm/ *dt* chủ nghĩa thế tục.

secularist /ˈsekjʊlərist/ *dt* người thế tục chủ nghĩa.

secularize (cg **secularise**) /ˈsekjʊləraiz/ *đgt* thế tục hóa: *secularize education* thế tục hóa nền giáo dục.

secure[1] /siˈkjʊə[r]/ *tt* **1.** **secure about something** chắc,

secreted in a drawer **secure about one's future** cảm thấy chắc về tương lai của mình; *a secure belief* lòng tin vững chắc **2.** bảo đảm, chắc chắn: *a secure investment* một đầu tư bảo đảm; *have a secure job in the Civil Service* có việc làm chắc chắn trong ngành dân chính **3.** kiên cố, vững chắc: *is that ladder secure?* cái thang này có [vững] chắc không? **4. secure against (from) something** an toàn: *are we secure from attack here?* ở đây chúng ta có được an toàn khỏi các cuộc tấn công không?

secure[2] /siˈkjʊə[r]/ *đgt* **1.** cột chặt; khóa chặt: *secure all the doors and windows before leaving* khóa chặt các cửa và cửa sổ trước khi đi; *secure the ladder with ropes* cột chặt cái thang bằng dây thừng **2. secure something against (from) something** giữ, bảo vệ khỏi: *can the town be secured against attack?* thành phố có thể được bảo vệ chống lại cuộc tấn công không? **3. secure something for somebody (something)** đạt được (nhiều khi một cách khó khăn): *he's managed to secure the release of the hostages* ông ta đã tìm được cách [đạt được sự] phóng thích con tin.

securely /siˈkjʊəli/ *pht* [một cách] chắc; [một cách] chắc chắn; [một cách] vững chắc.

security /siˈkjʊərəti/ *dt* **1.** sự bảo đảm; sự an toàn: *have the security of a guaranteed pension* được có lương hưu bảo đảm **2.** biện pháp an ninh; biện pháp an toàn: *there was tight security for the Pope's visit* đã có các biện pháp an ninh chặt chẽ trong cuộc viếng thăm của đức Giáo hoàng; *national* *security* an ninh quốc gia; *security forces* lực lượng an ninh; *a security van* toa an toàn *(để chuyển chở tiền bạc...); a high security prison* nhà tù có độ an toàn cao *(cho tội phạm nguy hiểm)* **3**. vật thế chấp: *lend money on security* cho vay tiền có thế chấp; *give something as [a] security* thế chấp vật gì **4**. **securities** *(snh)* giấy bảo chứng; chứng khoán: *government securities* giấy bảo chứng của chính phủ.

the Security Council /si'kjʊə-rəti,kaʊnsl/ Hội đồng bảo an *(Liên hiệp quốc).*

security guard /si'kjʊərə-tiga:d/ nhân viên bảo vệ.

security risk /si'kjʊərtirisk/ người không bảo đảm [về mặt] an ninh *(do đó không thể giao cho đảm nhiệm một số mặt công tác).*

sedan /si'dæn/ *dt* **1.** *(Mỹ)* xe ô tô hòm *(cg* **saloon-car** *Anh)* **2.** *(cg* **sedan-chair)** ghế kiệu.

sedan-chair /si,dæn 'tʃeə[r]/ ghế kiệu.

sedate[1] /si'deit/ *tt* điềm đạm *(người, thái độ).*

sedate[2] /si'deit/ *dgt* cho dùng thuốc làm dịu.

sedately /si'deitli/ *pht* [một cách] điềm đạm.

sedateness /si'deitnis/ *dt* tính điềm đạm.

sedation /si'deiʃn/ *dt* sự cho dùng thuốc làm dịu; sự dùng thuốc làm dịu; tình trạng dịu thần kinh: *the sedation of a hysterical patient* sự cho một bệnh nhân icteri dùng thuốc làm dịu; *under [heavy] sedation* dùng nhiều thuốc làm dịu.

sedative[1] /'sedətiv/ *dt (y)* thuốc làm dịu.

sedative[2] /'sedətiv/ *tt (y)* làm dịu: *a sedative drug* thuốc làm dịu.

sedentary /'sedntri, *(Mỹ)* 'sednteri/ *tt* tĩnh tại: *a sedentary worker* công nhân làm một việc tĩnh tại; *lead a sedentary life* sống một cuộc sống tĩnh tại.

sedge /sedʒ/ *dt (thực)* cây cói túi.

sedgy /'sedʒi/ *tt* mọc đầy cói túi; có cói túi mọc xung quanh.

sediment /'sedimənt/ *dt* **1.** cặn: *a wine with a brownish sediment* chai rượu có cặn nâu nâu **2.** *(địa)* trầm tích.

sedimentary /,sedi'mentri/ *tt* [thuộc] trầm tích; như trầm tích; do trầm tích: *sedimentary rocks* đá trầm tích.

sedimentation /,sedimen-'teiʃn/ *dt (địa)* sự trầm tích.

sedition /si'diʃn/ *dt* lời kích động phản loạn; hành vi kích động phản loạn.

seditious /si'diʃəs/ *tt* kích động phản loạn: *seditious writings* bài viết kích động phản loạn.

seditiously /si'diʃəsli/ *pht* [một cách] kích động phản loạn.

seduce /si'dju:s, *(Mỹ* sidu:s)/ *dgt* quyến rũ: *he's trying to seduce his secretary* ông ta đang cố quyến rũ cô thư ký của ông ta; *men are seduced by her beauty and wit* sắc đẹp và trí thông minh của cô nàng đã quyến rũ các ông **2. seduce somebody from something; seduce somebody into something (doing something)** cám dỗ: *I let myself be seduced into buying a new car* tôi đã để mình bị cám dỗ bởi ý định mua một chiếc xe mới.

seducer /si'dju:sə[r]/ *dt* kẻ quyến rũ.

seduction /si'dʌkʃn/ *dt* **1.** sự quyến rũ **2.** *(snh)* nét quyến rũ; vẻ hấp dẫn: *the seduc-*

tions of country life nét quyến rũ của cuộc sống nơi thôn dã.

seductive /si'dʌktiv/ *tt* quyến rũ; hấp dẫn: *a seductive woman* một chị phụ nữ đầy quyến rũ; *a seductive smile* nụ cười quyến rũ; *this offer of a high salary is very seductive* việc đề nghị lương cao như thế quả là rất hấp dẫn.

seductively /si'dʌktivli/ *pht* [một cách] quyến rũ; [một cách] hấp dẫn.

seductiveness /si'dʌktivnis/ *dt* vẻ quyến rũ; vẻ hấp dẫn.

sedulous /'sedjʊləs, *(Mỹ* 'sedʒʊləs)/ *tt* cần cù, cần mẫn: *a sedulous researcher* nhà nghiên cứu cần mẫn; *sedulous study* việc học tập cần cù.

sedulously /'sedjʊləsli/ *pht* [một cách] cần cù, [một cách] cần mẫn.

see[1] /si:/ *dgt* **(saw; seen) 1.** thấy: *I looked out of the window but saw nothing* tôi đã nhìn ra ngoài cửa sổ nhưng đã không thấy gì cả; *if you watch carefully you will see how I do it* nếu anh quan sát kỹ anh sẽ thấy tôi làm cái đó như thế nào; *did you see what happened?* anh có thấy chuyện gì xảy ra không?; *if you shut your eyes you can't see* nếu anh nhắm mắt thì không thể thấy được; *it was getting dark and I couldn't see to read* trời đang tối dần và tôi không nhìn ra chữ mà đọc; *move out of the way, please: I can't see through you!* làm ơn tránh ra giùm, anh đứng thế tôi chẳng thấy gì hết! **2.** xem: *in the evening we went to see a film* buổi tối chúng tôi đi xem phim; *fifty thousand people saw the match*

S

năm chục ngàn người đã xem trận đấu: *see page 158* xin xem trang 158; *could you go and see what the children are doing?* anh có thể ra xem mấy đứa trẻ đang làm gì không? **3.** gặp; thăm; tiếp: *can I see you on business?* tôi có thể gặp anh bàn công việc được không?; *he refused to see me* anh ta đã từ chối tiếp tôi; *you had better see a lawyer* anh nên đến gặp luật sư thì hơn **4.** biết; hiểu; nhìn: *can't you see [that] he's deceiving you?* anh không biết là nó đánh lừa anh à?; *do you see what I mean?* anh có hiểu điều tôi muốn nói không?; *I see things differently now* bây giờ tôi nhìn mọi việc khác đi rồi; *they see him as a future manager* họ nhìn ông ta như một giám đốc tương lai **5.** nghĩ là cho là: *do you think you'll be able to help us?* anh có nghĩ là anh có thể giúp chúng tôi không? **6.** kiểm tra, xem cho chắc [là đúng]: *see that all the doors are locked before you leave* hãy xem cho chắc là (kiểm tra xem) tất cả các cửa đã khóa trước khi anh đi **7.** trải qua, từng trải, đã qua: *he has seen two regimes* anh ấy đã trải qua hai chế độ; *he will never see 50 again* anh ta đã quá 50 tuổi **8.** là nơi đã diễn ra; là thời gian đã chứng kiến: *this year has seen a big increase in road accidents* năm nay đã chứng kiến (đã xảy ra) một sự gia tăng lớn con số tai nạn giao thông. // **for all (the world) to see** rõ ràng; hiển nhiên; **see for oneself** tự mình kiểm chứng: *if you don't believe that it's snowing, go and see for yourself* nếu anh không tin là tuyết đang rơi thì

hãy đi mà tự mình kiểm chứng lấy; **see a lot (nothing) of somebody** thường xuyên (không bao giờ) có liên lạc với ai: *they've seen a lot of each other recently* gần đây chúng thường xuyên liên lạc với nhau: **see you; [I'll] be seeing you** *(kng)* tạm biệt nhé; **see you around** *(kng)* nh see you; **seeing that** vì lẽ rằng, vì rằng: *seeing that he's ill, he's unlikely to come* vì rằng nó ốm, nó không chắc là sẽ đến.

see away something (doing something) lo liệu, đảm đương việc gì: *I must see about lunch soon* lát nữa tôi phải lo bữa ăn trưa; *he says he won't cooperate, does he? well, we'll soon see about that!* nó bảo là nó sẽ không cộng tác phải không? Được lát nữa chúng ta sẽ lo chuyện đó!; **see something in somebody (something)** thấy ai (cái gì) hấp dẫn thú vị: *I can't think what she sees in him* tôi không hiểu được là cô nàng thấy cái gì hấp dẫn ở anh ta; **see somebody off** a/ tiễn ai *(ở nhà ga, sân bay...)*: *we all went to the airport to see her off* tất cả chúng tôi đều ra sân bay tiễn chị ta b/ đuổi, tống cổ; *the farmer saw the boys off with a heavy stick* chủ trại đã dùng cái gậy to tống cổ bọn trẻ đi; **see something out** kéo dài cho đến hết, qua cho đến cùng: *we have enough coal to see the winter out* chúng tôi có đủ than để qua hết mùa đông; **see over something** thăm và kiểm tra cẩn thận: *I shall need to see over the house before I can make you an offer* tôi sẽ phải đi thăm và kiểm tra cẩn thận ngôi nhà trước khi đặt giá với ông; **see through somebody (something)** không bị (ai, cái gì)

lừa: *I can see through your little game* tôi không bị cái trò cỏn con của anh lừa đâu; **see something through** hoàn tất. *she's determined to see the job through* chị ta quyết tâm hoàn tất công việc; **see somebody through something** giúp vượt qua: *her courage and good humour saw her through the bad times* lòng can đảm và tâm trạng vui vẻ đã giúp chị ta vượt qua thời gian khó khăn; *that overcoat should see me through winter* chiếc áo choàng đó sẽ giúp tôi qua mùa đông; *I've only got £10 to see me through until pay day* tôi còn có 10 bảng để trụ cho tới ngày lĩnh lương; **see to something** lo liệu; giải quyết: *will you see to the arrangements for the next committee meeting?* anh có thể lo liệu cho cuộc họp ủy ban lần tới không?; *this machine isn't working, get a mechanic to see to it* máy này không chạy nữa, hãy tìm thợ máy xem sao (nên giải quyết ra sao); **see to it that** bảo đảm chắc chắn rằng: *see to it that this letter gets posted today* hãy bảo đảm chắc chắn rằng bức thư này sẽ bỏ bưu điện ngay hôm nay.

see² /si:/ *dt* **1.** địa hạt giám mục; địa hạt tổng giám mục **2.** tòa giám mục; tòa tổng giám mục. // **the See of Rome** Tòa thánh.

seed¹ /si:d/ *dt* **1.** hạt; hạt giống: *sow a row of seeds* gieo một luống hạt; *sweet pea can be sown in May* hạt đậu liên lý có thể gieo vào tháng năm **2.** *(cũ)* tinh dịch: *the fruit of his seed* con cái ông ta **3.** mầm mống: *sow the seeds of discord* gieo mầm mống bất hòa **4.** *(thể)* đấu thủ hạt giống *(quần vợt)*: *a final between the first and second seeds* trận chung kết giữa đấu thủ hạt giống số 1 và đấu thủ hạt giống số 2. // **go (run) to seed** a/ kết hạt, kết quả (cây) b/ rạc người đi: *he started to drink too much and gradually ran to seed* anh ta bắt đầu uống quá nhiều rượu và dần dần rạc người đi.

seed² /siːd/ *đgt* **1.** kết hạt, kết quả (cây) **2. seed something with something** gieo hạt: *a newly-seeded field* một cánh đồng mới được gieo hạt; *seed a field with wheat* gieo lúa mì trên cánh đồng **3.** (chủ yếu ở dạng bị động) lấy hạt đi: *seeded raisins* nho đã được lấy hạt đi **4.** (chủ yếu ở dạng bị động) chọn đấu thủ (chủ yếu là đấu thủ quần vợt) giỏi cho thi vòng loại (để nhất định được vào các vòng sau): *the seeded players all won their matches* tất cả đấu thủ được chọn trong vòng thi loại đều đã thắng.

seed-bed /siːdbed/ *dt* **1.** luống gieo hạt **2.** nơi hun đúc; nơi phát triển: *the tennis club is a seed-bed for young talent* câu lạc bộ quần vợt là nơi phát triển tài năng trẻ.

seed-cake /siːdkeik/ *dt* bánh nhân hạt.

seed-corn /siːdkɔːn/ *dt* **1.** hạt ngũ cốc giống **2.** (bóng) hạt giống (dùng cho sự phát triển về sau).

seediness /siːdinis/ *dt* sự xơ xác; sự tồi tàn: *the seediness of his lodgings* sự tồi tàn của chỗ anh ta trọ.

seedless /siːdlis/ *tt* không [có] hạt: *seedless raisins* nho khô không hạt.

seedling /siːdliŋ/ *dt* cây non (nảy mầm từ hạt).

seed-pearl /siːdpɜːl/ *dt* hạt ngọc trai nhỏ.

seedsman /siːdzmən/ *dt* người buôn hạt giống.

seedy /siːdi/ *tt* (-ier; -iest) **1.** xơ xác; tồi tàn: *a cheap hotel in a seedy part of town* một khách sạn rẻ tiền ở một khu tồi tàn của thành phố **2.** (kng) khó ở: *feeling seedy* cảm thấy khó ở **3.** đầy hạt: *the grapes are delicious but very seedy* nho ngon nhưng quá nhiều hạt.

seeing /siːiŋ/ *lt* (cg **seeing that**, (kng **seeing as**) vì, bởi vì: *seeing [that] the weather is bad, we'll stay at home* vì thời tiết xấu, ta sẽ ở nhà thôi.

seek /siːk/ *đgt* (sought) **1.** tìm, kiếm: *seek shelter from the rain* kiếm chỗ trú mưa; *we sought long and hard but found no answer* chúng tôi đã tìm lâu và cật lực nhưng chưa tìm ra lời giải; *the long sought-for cure for the disease* phương thuốc trị bệnh đã được tìm kiếm trong một thời gian dài **2.** thỉnh cầu; xin: *seek someone's aid* thỉnh cầu sự giúp đỡ của ai; *you must seek permission from the manager* anh phải xin phép ông giám đốc **3.** cố gắng; tìm cách: *they are seeking to mislead us* chúng nó đang tìm cách làm lạc hướng chúng tôi; *to seek to make peace* cố gắng dàn hòa. // **seek one's fortune** tìm cách tiến thủ.

seek somebody (something) out tìm ra: *we sought out the author of the murder* chúng tôi đã tìm ra thủ phạm của vụ giết người.

seem /siːm/ *đgt* có vẻ; dường như; coi bộ: *he seems to be a good fellow* anh ta có vẻ là người tốt; *it seems that he does not understand* coi bộ nó không hiểu; *there*

seems to be some misunderstanding hình như có sự hiểu lầm.

seeming /siːmiŋ/ *tt* ra vẻ; làm ra vẻ: *despite his seeming deafness he could hear every word* mặc dù làm ra vẻ điếc, nó có thể nghe hết mọi lời: *with seeming sincerity* ra vẻ chân thật.

seemingly /siːmiŋli/ *pht* ra vẻ, tưởng chừng như: *they were seemingly unaware of the decision* họ ra vẻ như không biết quyết định ấy.

seemliness /siːmlinis/ *dt* sự lịch sự, sự hợp hoàn cảnh, sự hợp lề thói.

seemly /siːmli/ *tt* (-ier; -iest) (cũ) lịch sự; hợp hoàn cảnh; hợp lề thói: *seemly conduct* cách cư xử lịch sự. *it would be more seemly to tell her after the funeral* có lẽ nói với bà ta sau lễ tang thì hợp hơn.

seen /siːn/ *đttqk của* see¹.

seep /siːp/ *đgt* rỉ ra, thấm qua, rò rỉ: *oil is seeping out through a crack in the tank* dầu rỉ ra qua một đường nứt ở bồn chứa.

seepage /siːpidʒ/ *dt* **1.** sự rỉ ra, sự thấm qua, sự rò rỉ **2.** chất rò rỉ: *a bowl to catch the seepage* một cái bát để hứng chất rò rỉ.

seer /siə[r]/ *dt* (cũ) nhà tiên tri.

seersucker /siəˌsʌkə[r]/ *dt* vải sọc mặt nhăn: *seersucker tablecloth* khăn trải bàn bằng vải sọc mặt nhăn.

seesaw¹ /siːsɔː/ *dt* **1.** ván bập bênh (trẻ em chơi) **2.** chuyển động lên xuống; chuyển động qua lại. (của cành cây trong gió...) **3.** (bóng) sự lên lên xuống xuống (của giá cả...) *changing demand causes a seesaw in prices* nhu cầu thay đổi làm cho giá cả lên lên xuống xuống.

seesaw² /'si:sɔ:/ *đgt* **1.** chơi bập bênh **2.** lên xuống; qua lại: *a branch seesawing in the wind* cành cây lay động qua lại trong gió **3.** *(bóng)* lên lên xuống xuống: *prices seesaw according to demand* giá cả lên lên xuống xuống theo nhu cầu.

seethe /si:ð/ *đgt* **1.** sủi bọt: *they fell into the seething waters of the rapids* chúng nó rơi xuống dòng nước thác sủi bọt **2.** (+ with) đông nghẹt: *streets seething with excited crowds* đường phố đông nghẹt đám đông bị kích động **3.** (+ with) sôi sục: *seething with rage* sôi sục giận dữ, giận điên người.

see-through /'si:θru:/ *tt* nhìn thấy qua được, nhìn rõ thân hình *(nói về quần áo)*: *a see-through blouse* chiếc áo sơ-mi nữ nhìn rõ thân hình.

segment¹ /'segmənt/ *dt* **1.** đoạn, khúc, đốt, mảnh, miếng: *a segment of a straight line* một đoạn đường thẳng (giữa hai điểm trên đường thẳng đó) **2.** *(toán)* hình phân: *a segment of a circle* hình viên phân; *a segment of a sphere* hình cầu phân **3.** múi *(cam, chanh, bưởi...)*: *pomelo segments* múi bưởi.

segment² /seg'mənt/ *đgt* phân [thành] đoạn, cắt [thành] khúc.

segmentation /,segmən-'teiʃn/ sự phân đoạn, sự cắt khúc.

segregate /'segrigeit/ *đgt* tách riêng, tách biệt: *segregate cholera patients* tách riêng (cách ly) bệnh nhân dịch tả; *a segregated society*

một xã hội tách biệt [chủng tộc].

segregation /,segri'geiʃn/ *dt* sự tách biệt: *a policy of racial segregation* chính sách tách biệt chủng tộc.

seigneur /se'njɜ:[r]/ *dt (sử)* lãnh chúa.

seine /'sein/ (cg **seine net**) *dt* lưới vây.

seine net /'sein net/ *x* seine.

seismic /'saizmik/ *tt* [thuộc] động đất, [thuộc] địa chấn: *seismic research* nghiên cứu địa chấn; *seismic waves* sóng địa chấn.

seismograph /'saizməgrɑ:f, (Mỹ 'saizməgræf)/ *dt (địa)* địa chấn ký.

seismologist /saiz'mɔləʒist/ *dt (địa)* nhà địa chấn học.

seismology /saiz'mɔlədʒi/ *dt (địa)* địa chấn học.

seize /si:z/ *đgt* **1.** vồ, chộp, túm: *an eagle seizing its prey* con đại bàng vồ mồi; *he seized my hand, shook it, and said how glad he was to see me* nó túm lấy tay tôi, lắc mạnh và nói nó xiết bao vui mừng được gặp tôi **2.** tịch thu, tịch biên: *20 kilos of heroin were seized yesterday at Heathrow* 20 ki-lô heroin đã bị tịch thu hôm qua ở phi trường Heathrow **3.** nắm lấy, chộp lấy; chiếm lấy: *seize an opportunity* nắm lấy cơ hội; *the army has seized power* quân đội đã chiếm lấy chính quyền **4.** tác động mạnh đến, choán, chiếm lĩnh: *panic seized us* nỗi khiếp sợ đã chiếm lĩnh lòng chúng tôi, chúng tôi đã cảm thấy khiếp sợ lắm.

seize on (upon) something nắm được và lợi dụng ngay: *she seized on my suggestion and began work immediately* cô ta nắm được gợi ý của tôi và bắt tay vào việc ngay; **seize**

up bị kẹt, ngung chạy *(máy)*: *your engine will seize up if you don't put some more oil in* máy của anh sẽ ngung chạy nếu anh không cho thêm dầu vào; *my joints seize up in the cold weather (bóng)* các khớp của tôi cứng lại khi trời lạnh.

seizure /'si:ʒə[r]/ *dt* **1.** sự bắt giữ; sự tịch thu; vụ bắt giữ; vụ tịch thu: *the court ordered the seizure of all her property* tòa đã ra lệnh tịch thu toàn bộ tài sản của bà ta **2.** cơn bệnh cấp phát.

seldom /'seldəm/ *pht* ít khi, hiếm khi: *I have seldom seen such brutality* tôi ít khi thấy một sự tàn bạo như vậy; *we seldom go out* ít khi chúng tôi ra ngoài.

select¹ /si'lekt/ *đgt* **select somebody (something); select as something** chọn; *select a gift* chọn một món quà; *select a candidate* chọn một ứng cử viên; *he was selected to play for England* anh tạ được chọn chơi cho đội Anh.

select² /si'lekt/ *tt* chọn lọc: *select passages of Nguyen Du poetry* những đoạn chọn lọc của thơ Nguyễn Du; *a film shown to a select audience* phim chiếu cho một cử tọa chọn lọc; *this area is very select* khu này là một khu rất kén chọn *(dành cho nhà giàu, quý tộc...)*.

select committee /si,lekt-kə'miti/ tiểu ban đặc biệt *(nghiên cứu một vấn đề đặc biệt ở nghị viện, điều tra hoạt động của một bộ đặc biệt nào đó...)*

selection /si'lekʃn/ *dt* **1.** sự lựa chọn, sự tuyển chọn, sự chọn: *the selection of a football team* sự tuyển chọn một đội bóng đá **2.** người (vật) được chọn; đội tuyển; tuyển tập: *selections from*

18th century English poetry tuyển tập thơ ca Anh thế kỷ 18 **3.** số nhiều mặt hàng khác nhau để lựa chọn: *a shop with a huge selection of men's shoes* một cửa hàng có nhiều kiểu giày đàn ông để lựa chọn.

selection committee /si'lekʃn̩,kə,miti/ tiểu ban tuyển chọn *(thành viên một đội bóng đá...).*

selective /si'lektiv/ *tt* **1.** có chọn lọc: *a selective weedkiller* thuốc diệt cỏ dại có chọn lọc *(chỉ diệt cỏ dại, không hại cây trồng)* **2.** (about something, about somebody) [có khuynh hướng] chọn lựa kỹ: *I am very selective about the people I associate with* tôi chọn lựa kỹ những người cộng tác với tôi.

selectively /si'lektivli/ *pht* [một cách] có chọn lọc.

selectiveness /si'lektivnis/ *dt* **1.** tính có chọn lọc **2.** sự chọn lựa kỹ.

selective service /si,lektiv 's3:vis/ *(Mỹ)* sự tuyển quân nghĩa vụ.

selectivity /,silek'tivəti/ *dt* **1.** tính chọn lọc **2.** khả năng bắt rõ một đài phát thanh *(radiô).*

selector /'silektə[r]/ *dt* **1.** người chọn lựa, người tuyển lựa *(thành viên đội bóng...)* **2.** *(kỹ)* bộ chọn lọc.

selenium /si'li:niəm/ *dt (hóa)* selen.

selenium cell /si'li:niəm sel/ pin selen.

self /self/ *dt (snh* selves) **1.** bản ngã, bản chất: *analysis of the self* sự phân tích bản ngã; *by doing that he showed his true self* làm việc đó, anh ta đã cho thấy bản chất thật của mình; *I am feeling better but I'm still not quite my old self* tôi đã

cảm thấy đỡ hơn, nhưng tôi vẫn chưa được như [bản thân tôi] trước đây **2.** lợi ích bản thân, thú vui bản thân: *he always put self first* anh ta luôn luôn đặt lợi ích bản thân lên trên hết; *she has no thought of self* chị ta không nghĩ tới lợi ích bản thân bao giờ **3.** *(thương hoặc dùa)* bản thân *a ticket admitting self and friend* vé vào của bản thân và bạn; *our noble selves* bọn quí tộc chúng tao.

self- *(dạng kết hợp)* [bản thân] mình, tự *(xem các mục từ tiếp sau).*

self-abnegation /,selfæbni'geiʃn/ *dt* x abnegation 2.

self-absorbed /,selfəb'sɔːbd/ *tt* mải mê, say sưa.

self-absorption /,selfəb'sɔːpʃn/ *dt* sự mải mê, sự say sưa.

self-abuse /,selfə'bju:s/ *dt (trại)* sự thủ dâm.

self-acting /,selfæktiŋ/ *tt* tự động, tự hành.

self-addressed /,selfə'drest/ *tt (thường thngữ)* đề địa chỉ bản thân mình *(phong bì sẽ dùng để gửi thư trả lời).*

self-appointed /,selfə'pɔintid/ *tt (thường thngữ)* tự chỉ định *(thường là không có sự thỏa thuận của người khác): a self-appointed judge* một thẩm phán tự chỉ định.

self-assembly /,selfə'sembli/ *tt (thngữ)* do người mua tự lắp ráp *(đồ đạc).*

self-assertion /,selfə'sɜːʃn/ *dt* sự tự khẳng định.

self-assertive /,selfə'sɜːtiv/ *tt* tự khẳng định.

self-assertiveness /,selfə'sɜː-tivnis/ *dt* tính tự khẳng định.

self-assurance /,selfə'ʃɔː-rəns, (Mỹ selfə'ʃʊərəns)/ *dt* sự tự tin; lòng tự tin.

self-assured /,selfə'ʃɔːd, (Mỹ selfə:'ʃʊərd)/ *tt* tự tin.

self-catering /,self'kei təriŋ/ *tt* phải tự nấu ăn lấy *(nơi ở, kỳ nghỉ): self-catering chalets* nhà nghỉ [ở đấy] phải tự nấu ăn lấy.

self-centred *(Mỹ* self-centerd) /,self'sentəd/ *tt (xấu)* tự cho mình là trung tâm.

self-centredness *(Mỹ* self-centerdness) /,self'sentədnis/ *dt (xấu)* tính tự cho mình là trung tâm.

self-confessed /,self-kən'fest/ *tt (thngữ)* tự thú: *a self-confessed liar* một kẻ tự thú là nói dối.

self-confidence /,self'kɒnfidəns/ *dt* sự tự tin.

self-confident /,self'kɒnfidənt/ *tt* tự tin: *a self-confident person* một người tự tin; *a self-confident reply* lời đáp tự tin.

self-conscious /,self'kɒnʃəs/ *tt* **1.** ngượng, ngượng nghịu: *a self-conscious smile* nụ cười ngượng nghịu **2.** tự ý thức, tự giác: *self-conscious class* giai cấp tự giác.

self-consciously /,self'kɒnʃəsli/ *pht* **1.** [một cách] ngượng nghịu **2.** [một cách] tự ý thức, [một cách] tự giác.

self-consciousness /,self'kɒnʃəsnis/ *dt* **1.** sự ngượng nghịu **2.** sự tự ý thức, sự tự giác.

self-contained /,selfkən'teind/ *tt* **1.** có lối vào riêng *(căn phòng...)* **2.** giữ gìn ý tứ; dè dặt.

self-contradictory /,self-kɒntrə'diktəri/ *tt* tự mâu thuẫn.

self-control /,selfkən'trəul/ *dt* sự tự chủ; sự bình tĩnh.

self-controlled /,selfkən'trəuld/ *tt* tự chủ; bình tĩnh.

S

self-defeating /ˌselfdi'fiːtiŋ/ *tt* tự chuốc lấy thất bại: *their attempt to prevent opposition by closing down the newspapers was self-defeating – the opposition only increased* cố gắng của họ nhằm ngăn trở sự chống đối bằng cách đóng cửa báo chí chỉ là tự chuốc lấy thất bại, sự chống đối chỉ có tăng lên mà thôi.

self-defence /ˌselfdi'fens/ *dt* sự tự vệ: *kill somebody in self-defence* giết ai để tự vệ.

self-denial /ˌselfdi'naiəl/ *dt* sự hy sinh, quên mình.

self-denying /ˌselfdi'naiiŋ/ *tt* hy sinh, quên mình.

self-destruct[1] /ˌseldis'trʌkt/ *dgt (Mỹ)* tự hủy: *if the missile malfunctions, it will self-destruct* nếu tên lửa trục trặc thì nó sẽ tự hủy.

self-destruct[2] /ˌselfdis'trʌkt/ *tt* tự hủy: *a self-destruct mechanism* một cơ cấu tự hủy.

self-destruction /ˌselfdis'trʌkʃn/ *dt* **1.** sự tự hủy **2.** sự tự vẫn, sự quyên sinh.

self-determination /ˌself ditɜːmi'neiʃn/ *dt* quyền tự quyết.

self-discipline /ˌself'disiplin/ *dt* kỷ luật tự giác.

self-doubt /ˌself'daʊt/ *dt* sự tự nghi ngờ.

self-drive /ˌself'draiv/ *tt* thuê để tự lái lấy: *a self-drive car* xe ô tô thuê để tự lái lấy; *self-drive hire* sự [cho] thuê để tự lái lấy.

self-educated /ˌself'edʒʊkeitid/ *tt* tự học.

self-effacing /ˌselfi'feisiŋ/ *dt* khiêm tốn.

self-effacement /ˌselfi'feismənt/ *dt* sự khiêm tốn.

self-employed /ˌselfim-'plɔid/ *tt* kiếm ăn tự lập (không làm thuê cho một ông chủ nào cả).

self-employment /ˌselfim-'plɔimənt/ *dt* sự kiếm ăn tự lập (không làm thuê cho một ông chủ nào cả): *a person in self-employment* một người kiếm ăn tự lập.

self-esteem /ˌselfi'stiːm/ *dt* lòng tự tôn: *injure somebody's self-esteem* làm tổn thương lòng tự tôn của ai.

self-evident /ˌself'evidənt/ *tt* hiển nhiên: *a self-evident truth* sự thật hiển nhiên.

self-examination /ˌselfig-zæmi'neiʃn/ *dt* sự tự xét, sự tự vấn lương tâm.

self-explanatory /ˌselfik-'splænətri, (Mỹ) ˌselfik-'splænətɔːri)/ *tt* xem có thể hiểu được, rõ ràng: *the diagram is self-explanatory* biểu đồ xem có thể hiểu được.

self-government /ˌself'gʌvnmənt/ *dt* chế độ tự trị, chế độ tự quản.

self-help /ˌself'help/ *dt* sự tự [nỗ] lực: *self-help is an important element in therapy for the handicapped* tự [nỗ] lực là một yếu tố quan trọng trong việc chữa trị cho những người tật nguyền.

self-importance /ˌselfim-'pɔːtəns/ *dt* sự hợm hĩnh.

seft-important /ˌselfim'pɔː-tənt/ *tt* hợm hĩnh.

self-imposed /ˌselfim'pəʊzd/ *tt* tự áp đặt: *a self-imposed diet* một chế độ ăn kiêng tự áp đặt; *a self-imposed limit of three cigarettes a day* giới hạn tự áp đặt ba điếu thuốc mỗi ngày.

self-indulgence /ˌselfin-'dʌlʒəns/ *dt* sự tự buông thả, sự phóng túng.

self-indulgent /ˌselfin-'dʌlʒənt/ *tt* tự buông thả, phóng túng.

self-insurance /ˌselfin'ʃʊə-rəns/ *dt* sự tự tin.

self-interest /ˌself'intrist/ *dt* tư lợi: *do something purely from (out of) self-interest* làm việc gì hoàn toàn vì tư lợi.

selfish /'selfiʃ/ *tt* ích kỷ: *he acted from purely selfish motives* nó hành động hoàn toàn vì động cơ ích kỷ.

selfishly /'selfiʃli/ *pht* [một cách] ích kỷ.

selfishness /'selfiʃnis/ *dt* tính ích kỷ.

self-knowledge /'self'nɒlidʒ/ *dt* sự tự biết mình.

selfless /'selflis/ *tt* vô tư.

selflessly /'selflisli/ *pht* [một cách] vô tư.

selflessness /'selflisnis/ *dt* tính vô tư.

self-locking /ˌself'lɒkiŋ/ *tt* tự khóa (cửa).

self-made /ˌself'meid/ *tt* tự tay làm nên, tự tay gây dựng cơ đồ. *a self-made man* một người đàn ông tự tay gây dựng cơ đồ.

self-opinionated /ˌselfə'pinjəneitid/ *tt* x opinionated.

self-pity /ˌself'piti/ *dt* (thường xấu) *tt* sự than thân trách phận: *a letter full of complaints and self-pity* một lá thư đầy những lời phàn nàn và than thân trách phận.

self-portrait /ˌself'pɔːtreit/ *dt* bức chân dung tự họa: *a self-portrait by Van Gogh* bức chân dung tự họa của Van Gogh; *the book's hero is a self-portrait of the author* (bóng) nhân vật nam chính trong cuốn sách là một chân dung tự họa của tác giả.

self-possessed /ˌselfpə'zest/ *tt* bình tĩnh, điềm tĩnh.

self-possession /ˌselpə'zeʃn/ dt sự bình tĩnh; sự điềm tĩnh.

self-preservation /ˌselfprezə'veiʃn/ dt sự tự bảo tồn: the instinct for self-preservation bản năng tự bảo tồn.

self-propelled /ˌselfprə'peld/ tt (cơ) tự đẩy.

self-raising flour /ˌselfreiziŋ'flauə[r]/ dt bột tự dậy.

self-reliance /ˌselfri'laiəns/ dt sự tự lực, sự dựa vào sức mình.

self-reliant /ˌselfri'laiənt/ tt tự lực, dựa vào sức mình.

self-respect /ˌselfri'spekt/ dt lòng tự trọng.

self-respecting /ˌselfri'spektiŋ/ tt (thngữ) (thường dùng trong câu phủ định) tự trọng, có lòng tự trọng: no self-respecting doctor would refuse to treat a sick person không bác sĩ có lòng tự trọng nào mà lại từ chối không chữa trị cho một người ốm.

self-righteous /ˌself'raiʃəs/ dt (xấu) tự thị: a self-righteous person một người tự thị.

self-righteously /ˌself'raiʃəsli/ pht (xấu) [một cách] tự thị.

self-righteousness /ˌself'raiʃəsnis/ dt (xấu) tính tự thị.

self-rising flour /ˌselfraiziŋ'flauər/ dt (Mỹ) nh self-raising flour.

self-rule /ˌself'ru:l/ dt nh self-government.

self-sacrifice /ˌself'sækrifais/ dt sự hy sinh.

self-sacrificing /ˌself'sækrifaisiŋ/ tt tự hy sinh.

selfsame /'selfseim/ tt (dùng sau the, that, this...) cũng giống như vậy, y như vậy; cùng: they were both born on that selfsame day chúng nó sinh ra cùng ngày đó.

self-satisfied /ˌself'sætisfaid/ tt (xấu) tự mãn: a self-satisfied attitude thái độ tự mãn.

self-satisfaction /ˌselfsætis'fækʃn/ dt sự tự mãn.

self-sealing /ˌself'si:liŋ/ tt có hồ sẵn (phong bì).

self-seeker /ˌself'si:kə[r]/ dt người tư lợi.

self-seeking /ˌself'si:kiŋ/ tt tư lợi.

self-service¹ /ˌself'sɜ:vis/ dt sự tự phục vụ.

self-service² /ˌself'sɜ:vis/ tt tự phục vụ: a self-service canteen căng-tin tự phục vụ.

self-starter /ˌself'sta:tə[r]/ dt 1. (kỹ) bộ tự khởi động 2. (kng) người năng động: the advertisement read "Young self-starter wanted as salesperson" tờ quảng cáo viết: Cần một thanh niên năng động làm nhân viên bán hàng.

self-styled /ˌself'staild/ tt (thường xấu) tự phong: the self-styled saviour of his people is in fact a dictator kẻ tự phong là cứu tinh của dân tộc ông ta thực tế là một tên độc tài.

self-sufficiency /ˌselfsə'fiʃənsi/ dt sự tự cung tự cấp, sự tự túc.

self-sufficient /ˌselfsə'fiʃənt/ tt (in something) tự cung tự cấp; tự túc: a country self-sufficient in coal một nước tự túc về than.

self-supporting /ˌselfsə'pɔ:tiŋ/ tt tự trang trải: we're hoping that this business will become self-supporting in one or two years chúng tôi hy vọng là cơ sở kinh doanh này sẽ tự trang trải được trong thời gian một hoặc hai năm.

self-will /ˌself'wil/ dt sự bướng bỉnh.

self-willed /ˌself'wild/ tt bướng bỉnh: a self-willed child đứa trẻ bướng bỉnh.

self-winding /ˌself'waindiŋ/ tt tự lên dây (đồng hồ đeo tay).

sell¹ /sel/ đgt (sold) 1. bán: sell something at a high price bán thứ gì với giá cao; sell one's bike for 200,000 dong bán xe đạp của mình với giá 200.000 đồng; sell something by auction bán đấu giá; a shop that sells electrical goods một cửa hàng bán đồ điện; the car is selling well xe hơi đang bán chạy: sell one's country bán nước; sell one's honour bán rẻ danh dự; the police had sold themselves to the gang leaders cảnh sát đã bán rẻ mình cho các tên trùm găngxtơ 2. làm cho bán được; quảng cáo cho: it is not price but quality that sells our shoes không phải giá cả mà là chất lượng sản phẩm đã làm cho sản phẩm giày của chúng tôi bán được; her name will help to sell the film tên cô ta sẽ giúp quảng cáo cho bộ phim 3. làm cho tin: sell somebody an excuse làm cho ai tin một cái cớ tạ lỗi là có thật 4. (cũ, kng) lừa bịp, gạt: you've been sold again. That car you bought is a wreck anh lại bị lừa nữa rồi, chiếc xe mà anh đã mua chỉ là một đống sắt vụn. // **be sold on something (somebody)** (kng) rất mê: I like the house but I'm not sold on the area tôi rất thích ngôi nhà nhưng không mê khu vực ấy cho lắm; **be sold out of something** bán hết sạch: the match was completely sold out vé trận đấu đã bán hết sạch; we're sold out of Sunday papers, sir thưa ông chúng tôi đã bán hết sạch các báo ra

S

ngày chủ nhật; **sell one's body** *(tu từ)* bán trôn nuôi miệng; **sell somebody down the river** *(kng)* phản bội ai; **sell one's life dearly** bán đắt sinh mạng của mình *(diệt được nhiều kẻ thù trước khi hy sinh)*; **sell like hot cakes** x hot; **sell the pass** phản lại sự nghiệp của mình; phản lại đồng minh của mình; **sell somebody a pup** *(kng)* bán đồ rởm cho ai: *you have been sold a pup – that house is nearly falling down* anh lại bị người ta bán cho đồ rởm rồi! Ngôi nhà ấy sụp đổ đến nơi rồi đó; **sell something (somebody) short** a/ bán bóng, bán non *(cổ phần... trước khi có hàng để giao)* b/ đánh giá thấp: *don't sell her short: she's very gifted in some areas* anh đừng có đánh giá thấp cô ta, trong một vài lĩnh vực cô ta rất có tài đấy c/ lừa ai; gian lận; **sell one's soul [to the devil]** bán rẻ linh hồn cho quỷ dữ *(làm một việc không xứng đáng hay đáng hổ thẹn vì tiền, vì danh).*

sell something off bán đại hạ giá; bán xon: *sell off old stock* bán đại hạ giá hàng cũ tồn kho; **sell out** bán hết sạch: *the show has sold out* vé xem buổi biểu diễn đã bán hết sạch; **sell out [of something]** bán hết số hàng hiện có: *We're sold out [of milk] but we'll be getting some more in later* chúng tôi đã bán hết số sữa hiện có, nhưng rồi đây sẽ nhập hàng thêm; **sell out [to somebody]** phản bội nguyên tắc của mình; phản bội lại bạn bè của mình: *she's sold out and left the party* bà ta đã phản bội lại nguyên tắc của mình và từ bỏ đảng; **sell something out to somebody** sang nhượng (bán lại) cho ai: *she had decided to sell out*

[her share in the company] anh retire bà ta đã quyết định bán lại cổ phần của mình ở công ty và về nghỉ; **sell somebody out** bán đứng ai; phản bội ai: *they've sold us out by agreeing to work during the strike* chúng nó đã bán đứng chúng tôi với việc đồng ý làm việc trong khi đang đình công; **sell something up** bán hết *(tài sản, nhà cửa)* khi chuyển ra nước ngoài hay về nghỉ hưu.

sell² /sel/ *dt (số ít) (kng)* sự lừa gạt: *these chocolates are hollow in the middle – what a sell!* những chiếc sô-cô-la này rỗng ruột, thật là một sự lừa gạt!

sell-by-date /'selbaideit/ thời gian hạn tiêu thụ *(ghi trên bao bì một số hàng thực phẩm).*

seller /'selə[r]/ *dt* 1. người bán: *the buyer and the seller* người mua và người bán; *a bookseller* người bán sách 2. *(với tt đứng trước)* mặt hàng bán như thế nào đó: *this dictionary is a best seller* cuốn từ điển này là cuốn sách bán chạy nhất.

seller's market /'seləzmɑ:-kit/ *dt* thị trường hàng ít khách nhiều, thị trường bán được giá.

selling-point /'seliŋpoint/ *dt* đặc điểm hấp dẫn khách hàng.

selling price /'seliŋprais/ giá bán.

sellotape¹ /'seləuteip/ *dt (cg* **sticky tape)** băng dính trong [suốt]: *mend a torn map with a sellotape* dán một tấm bản đồ rách bằng băng dính trong.

sellotape² /'seləuteip/ *dgt* dán bằng băng dính trong: *sellotape the parcel [up]* dán gói hàng lại bằng băng dính trong; *sellotape a notice to*

the wall dán tờ thông cáo lên tường bằng băng dính trong.

sell-out /'sel aut/ *dt* 1. buổi diễn bán hết sạch vé 2. *(kng)* sự phản bội: *the agreement is a compromise, not a sell-out* thỏa hiệp đó là một sự thỏa hiệp, không phải một sự phản bội.

selvage *(cg* **selvedge)** /'selvidʒ/ *dt* biên vải, mép vải.

selves /selvz/ *dt snh của* self.

semantic /si'mæntik/ *tt (thường thngữ)* [về] ngữ nghĩa; [thuộc] ngữ nghĩa học: *the semantic content of a sentence* nội dung ngữ nghĩa của một câu.

semantics /si'mæntiks/ *dt snh (đgt số ít)* ngữ nghĩa học.

semaphore¹ /'seməfɔ:[r]/ 1. sự đánh tín hiệu bằng cờ 2. *(dsắt)* cột tín hiệu.

semaphore² /'seməfɔ:[r]/ *dgt* đánh tín hiệu bằng cờ: *semaphore to send help; semaphore to somebody that help is needed* đánh tín hiệu bằng cờ cho ai là đang cần giúp đỡ.

semblance /'sembləns/ *dt* vẻ bề ngoài, vẻ giống như: *put on a semblance of cheerfulness* làm ra vẻ vui vẻ.

semen /'si:men/ *dt* tinh dịch.

semester /si'mestə[r]/ *dt* học kỳ *(ở đại học Mỹ)*: *the summer (winter) semester* học kỳ mùa hè (mùa đông).

semi /'semi/ *dt (snh* **semis)** *(kng)* nhà liền vách *(với một nhà khác).*

semi- *(yếu tố tạo từ kết hợp rộng rãi với dt và tt)* nửa; bán; một phần x semi-circular, semifinal...

semibreve /'semibri:v/ *dt* (Mỹ **whole note**) *(nhạc)* nốt tròn.

semi-circle /'semiss:kl/ *dt* hình (cung) bán nguyệt: *a semi-circle of chairs* một dãy ghế xếp theo cung bán nguyệt.

semi-circular /ˌsemiss:kju-lə[r]/ *tt* [có hình bán nguyệt.

semi-colon /ˌsemi'kəʊlən, (Mỹ 'semikəʊlən)/ *dt* dấu chấm phẩy.

semi-conductor /ˌsemi-kən'dʌktə[r]/ *dt (điện)* chất bán dẫn.

semi-conscious /ˌsemi'kɒn-ʃəs/ *tt* nửa tỉnh: *a semi-conscious patient recovering from an anaesthetic* một bệnh nhân nửa tỉnh (đã tỉnh lại một phần) sau khi bị gây mê.

semi-detached /ˌsemidi-'tætʃt/ *tt* liền vách *(với một nhà khác)*.

semifinal /ˌsemi'faɪnl/ *dt (thể)* trận bán kết; vòng bán kết.

semifinalist /ˌsemi'faɪnəlist/ *dt (thể)* người được vào bán kết, đội được vào bán kết.

seminal /'seminl/ *tt* **1.** [thuộc] tinh dịch: *a seminal duct* ống dẫn tinh dịch **2.** có ảnh hưởng sâu xa đến sự phát triển về sau: *his theories were seminal for educational reform* những lý thuyết của ông ta có ảnh hưởng sâu xa đến việc cải tổ giáo dục.

seminar /'seminɑ:[r]/ *dt* cuộc thảo luận chuyên đề, xê-mi-na.

seminarist /'seminərist/ *dt* chủng sinh *(học sinh chủng viện)*.

seminary /'seminəri, (Mỹ 'semineri)/ *dt* **1.** chủng viện **2.** *(cũ)* trường *(cho người lớn)*: *a seminary for young ladies* trường nữ *(cho các cô còn trẻ)*.

semiotics /ˌsemi'ɒtiks/ *dt* snh *(đgt số ít)* ký tự học.

semiprecious /ˌsemi'preʃəs/ *tt (thường thngữ)* nửa quý *(ngọc)*.

semi-professional /ˌsemi prə'feʃənəl/ *tt* bán chuyên nghiệp.

semiquaver /'semikweivə[r]/ *dt (nhạc)* (Mỹ **sixteenth note**) nốt móc đôi.

semi-skilled /ˌsemi'skild/ *tt* bán chuyên: *a semi-skilled machine operator* một người vận hành máy bán chuyên.

Semite /'si:mait/ *dt* người Xê-mít (A rập, Do thái).

Semitic /si'mitik/ *tt* [thuộc] người Xê-mít: *Semitic tribes* những bộ lạc người Xê-mít.

semitone /'semitəʊn/ *dt (nhạc)* (Mỹ **halftone**) nửa cung.

semitropical /ˌsemi'trɒpikl/ *tt (địa)* cận nhiệt đới.

semi-vowel /'semivaʊəl/ *dt (ngôn)* bán nguyên âm.

semolina /ˌseməˈli:nə/ *dt* mì hột *(để làm bánh pudinh)*.

sempstress /'semstris/ *dt (Anh) nh* seamstress.

Sen *vt* **1.** (*vt của* Senate) Thượng viện **2.** (*vt của* Senator) thượng nghị sĩ **3.** (*cg* **Snr, Sr**) (*vt của* Senior) bố, cha *(để phân biệt với con trai cùng tên)*: *John F.Davis Sen* John F.Davis Cha.

SEN /ˌes i: 'en/ (*vt của* State Enrolled Nurse) y tá quốc gia: *be an SEN* làm y tá quốc gia; *Judy Green SEN* nữ y tá quốc gia Judy Green.

senate /'senit/ *dt (thường* Senate) **1.** Thượng viện *(ở Pháp, Mỹ, Úc...)* **2.** ban điều hành *(ở một số đại học)* **3.** *(sử)* Hội đồng nhà nước *(cổ La Mã)*.

senator /'senətə[r]/ *dt (thường* Senator, *vt* Sen) Thượng nghị sĩ.

senatorial /ˌsenə'tɔ:riəl/ *tt* [thuộc] Thượng viện; [thuộc] Thượng nghị sĩ.

send /send/ *dgt* **(sent) 1.** gửi, sai, phái: *send a letter* gửi một lá thư; *send goods* gửi hàng hóa; *send out the invitations to the party* gửi giấy mời dự tiệc; *his mother sent him to the shop to get some bread* mẹ nó sai nó ra cửa hàng mua ít bánh mì **2. send something [out]** truyền tín hiệu vô tuyến: *the radio operator sent [out] an appeal for help to head-quarters* người giữ điện đài đã truyền tín hiệu vô tuyến về sở chỉ huy yêu cầu cứu giúp **3.** truyền đi, phóng đi, đẩy đi: *space rockets are being sent up all the time* các tên lửa được phóng lên liên tục; *the explosion sent us running in all directions* tiếng nổ làm chúng tôi chạy tản ra tứ phía; *the difficult word sent me to the dictionary* từ khó ấy đã buộc chúng tôi tìm tra từ điển; *the bad weather has sent vegetable prices up* thời tiết xấu đã đẩy giá rau lên cao; *the storm sent the temperature down* cơn bão đã đẩy nhiệt độ hạ xuống **4.** làm cho *(ai)* trở nên; làm cho *(ai)* rơi vào tình trạng: *send somebody berserk* làm cho ai tức giận điên người; *send somebody to sleep* làm cho ai buồn ngủ; *send somebody into fits of laughter* làm cho ai cười rũ ra; *the news sent the Stock Exchange into a panic* tin đó làm cho thị trường chứng khoán hoảng loạn **5.** kích động, làm rộn ràng: *that music really sends me* loại nhạc đó làm tôi rộn ràng thực sự. // **give**

S

(send) somebody one's love x love[1]; **send somebody about his business** nh send somebody packing; **send somebody (something) flying** hất văng ra; làm bật ngửa ra: *the blow sent him flying* quả đấm làm anh ta bật ngửa ra; **send things flying** hất tung lên; **send somebody packing** (kng) bảo ai cút xéo đi; **send somebody to Coventry** phớt lờ: *men who refused to strike were sent to Coventry by their colleagues* những người từ chối không tham gia đình công đã bị đồng nghiệp của họ phớt lờ không trò chuyện với nữa.

send away to somebody (for something) nh send off for something; **send somebody down** a/ đuổi học *(một sinh viên)* b/ (kng) phạt tù: *he was sent down for ten years for armed robbery* hắn bị phạt tù mười năm vì tội cướp có vũ khí; **send for something**; **send for somebody to do somebody** a/ triệu *(ai)* tới; gọi *(ai)* tới b/ gọi mang tới, đặt mang tới: *send for a taxi* gọi xe tắc-xi tới; *send for ambulance* gọi xe cứu thương tới; *send for somebody to repair the TV* gọi người đến chữa TV; **send somebody in** phái *(ai)* đến: *soldiers were sent in to quell the riots* quân lính đã được phái đến để dẹp yên các cuộc bạo loạn; **send something in** gửi đến qua đường bưu điện: *have you sent in your application for the job?* anh đã gửi qua bưu điện đơn xin việc của anh chưa?; **send off for something** biên thư yêu cầu gửi tới qua đường bưu điện: *I've sent off for those light bulbs I saw advertised in the paper* tôi đã biên thư yêu cầu gửi cho tôi qua đường bưu điện thứ bóng đèn tròn mà tôi thấy quảng cáo trên báo;

send somebody off đuổi cầu thủ ra khỏi sân vì vi phạm luật chơi *(nói về trọng tài)*; **send something off** gửi đi qua đường bưu điện *(thư, gói hàng...)*; **send on** 1. gửi tiếp *(thư đến địa chỉ mới của người nhận* 2. gửi trước *(hành lý, trước khi đi)*; **send something out** a/ tỏa ra, phát ra, bốc ra: *the sun sends out light and warmth* mặt trời tỏa ra ánh sáng và hơi ấm b/ sinh ra, nảy ra: *the trees send out new leaves in spring* mùa xuân cây cối nảy lá mới (nảy lộc); **send somebody to** gửi ai vào, đưa ai vào *(nơi học, nơi trọ.. nào đó)*: *they send their daughter to one of the best schools of the country* họ đã gửi con gái vào học ở một trong những trường tốt nhất trong nước; *he was sent to hospital* nó đã được đưa vào bệnh viện; *be sent to prison* bị tống vào tù; **send somebody up** *(Mỹ, kng)* bỏ tù ai; **send something (somebody) up** *(Anh, kng)* nhại lại *(ai, điều gì)*: *Bill is constantly being sent up by his children* Bill thường xuyên bị các con nhại lại.

sender /'sendə[r]/ dt người gửi *(thư, gói hàng...)*.

send-off /'sendɒf/ dt (kng) sự tiễn đưa: *she was given a warm send-off at the airport* bà ta đã được tiễn đưa nồng nhiệt tại phi cảng.

send-up /'sendʌp/ dt sự nhại lại: *the comedian did a send-up of the prime minister* diễn viên hài kịch đã nhại lại thủ tướng.

senescence /si'nesns/ dt (y) sự hóa già, sự lão hóa.

senescent /si'nesnt/ tt (y) hóa già, lão hóa.

senile /'si:nail/ tt già yếu, lão suy.

senility /si'niləti/ dt tình trạng già yếu, tình trạng lão suy.

senile dementia /,si:naildi'menʃə/ (y) sự lú lẫn lão suy.

senior[1] /'si:niə[r]/ tt **senior to somebody** a/ lớn tuổi hơn: *he is ten years senior to me* anh ta lớn hơn tôi mười tuổi b/ ở cấp bậc cao hơn, có quyền hạn cao hơn: *there are separate rooms for senior and junior officers* có những phòng riêng cho sĩ quan cấp [bậc] cao và sĩ quan cấp [bậc] thấp c/ thâm niên hơn: *she is senior to me, since she joined the firm before me* bà ta thâm niên hơn tôi vì đã vào làm ở xí nghiệp trước tôi 2. (thường **Senior**, vt **Sen**) Bố, Cha *(đặt ngay sau tên ai)*: *John F.Davis Sen* John F.Davis Cha 3. (thngữ) phổ thông cấp 2 *(trường)*.

senior[2] /'si:niə[r]/ dt 1. người lớn tuổi hơn: *he is my senior by two years (two years my senior)* anh ta lớn hơn tôi hai tuổi 2. học sinh trường phổ thông cấp 2 3. *(Mỹ)* sinh viên năm cuối đại học: *her senior year at college* năm cuối đại học của cô ta.

seniority /,si:ni'ɒrəti, *(Mỹ* ,si:ni'ɔ:rəti/ 1. sự cao tuổi hơn; sự thâm niên hơn: *should promotion be through merit or seniority?* thăng cấp nên căn cứ vào công lao hay thâm niên? 2. mức độ thâm niên hơn: *a doctor with five years seniority over his colleague* một bác sĩ mức độ thâm niên cao hơn (thâm niên hơn) đồng nghiệp năm năm.

senior citizen /,si:niə'sitizn/ *(trại)* người già; người hưu trí.

senna /senə/ *dt* **1.** cây muồng **2.** lá muồng khô *(dùng làm thuốc xổ).*

senor /se'njɔ:[r]/ *dt (snh* **senores)** *(trước một tên* Senor) ông, Ngài, *(tiếng Tây Ban Nha).*

senora /se'njɔ:rə/ *dt (trước một tên Senora)* bà, phu nhân *(tiếng Tây Ban Nha).*

senores /se'njɔ:reiz/ *dt snh* của senor.

senorita /ˌsenjɔ:'ri:tə/ *dt* cô, tiểu thư *(tiếng Tây Ban Nha).*

sensation /sen'seiʃn/ *dt* **1.** cảm giác: *a sensation of warmth* một cảm giác ấm; *a sensation of giddiness* một cảm giác chóng mặt; *lose all sensation in one's leg* mất hết cảm giác ở chân **2.** sự gây ấn tượng mạnh; sự giật gân: *the news caused a great sensation* tin đó đã gây ra một ấn tượng lớn.

sensational /sen'seiʃənl/ *tt* **1.** gây ấn tượng lớn; giật gân: *a sensational victory* một chiến thắng gây ấn tượng lớn **2.** *(kng)* tuyệt vời, tuyệt: *you look sensational in that dress* mặc áo này trông chị thật tuyệt; *that music is sensational!* nhạc đó thật là tuyệt.

sensationalise /sen'seiʃənəlaiz/ *dgt x* sensationalize.

sensationalism /sen'seiʃənəlizəm/ *dt (xấu)* lối cố tình gây giật gân: *avoid sensationalism in reporting crime* tránh lối cố tình gây giật gân khi tường thuật về tội ác.

sensationalist /sen'seiʃənəlist/ *dt (xấu)* người cố tình gây giật gân.

sensationalize, sensationalise /sen'seiʃənəlaiz/ *dgt (xấu)* xử lý theo kiểu gây ấn tượng lớn, xử lý theo kiểu gây giật gân: *a sensationalized account of a squalid crime* bài tường thuật viết theo kiểu gây giật gân lớn về một tội ác bẩn thỉu.

sensationally /sen'seiʃənəli/ *pht* [một cách] giật gân: *newspapers reported the incident sensationally, making it appear worse than it really was* báo chí đã tường thuật một cách giật gân về vụ đó, làm cho nó có vẻ tệ tại hơn là trong thực tế.

sense¹ /sens/ *dt* **1.** giác quan: *the five senses* năm giác quan, ngũ quan; *have a keen sense of hearing* có thính giác sắc bén, thính tai **2.** khả năng nhận biết; óc, tinh thần; ý thức: *a sense of the absurd* khả năng nhận biết thế nào là lố bịch; *a person with no sense of humour* một người không có đầu óc khôi hài; *sense of responsibility* ý thức trách nhiệm **3.** sự khôn ngoan; điều chí lý: *there's a lot of sense in what she says* có khối điều chí lý trong những gì bà ta nói **4. senses** *(snh)* trí óc; khả năng tư duy: *lose one's senses* mất trí **5.** lý do; mục đích: *what's the sense of doing that?* vì mục đích gì mà làm chuyện đó!; *there's no sense in going alone* không có lý do gì mà đi một mình cả **6.** nghĩa: *in the literal (figurative) sense of the expression* theo nghĩa đen (nghĩa bóng) của từ ngữ; *I am a worker only in the sense that I work, I don't get paid for what I do* tôi là một công nhân theo nghĩa là tôi làm việc, chứ tôi chẳng được trả đồng nào cả cho những việc tôi làm **7.** *(số ít)* **the sense of something** ý kiến chung; tình cảm chung: *the sense of the meeting was that he should resign* ý kiến chung trong buổi họp là ông ta nên từ chức. // **beat (knock, drive...) [some] sense into somebody** a/ làm thay đổi cách nghĩ, cách xử sự của ai bằng biện pháp nghiêm khắc, mạnh mẽ: *she's a wild incontrollable girl, but that new school should knock some sense into her* cô ta là một cô gái ngông cuồng bất trị, nhưng nhà trường mới sẽ làm cho cô thay đổi ít nhiều đấy; **bring somebody to his senses** a/ làm cho ai tỉnh ngộ b/ làm cho ai lai tỉnh; **come to one's senses** a/ tỉnh ngộ ra b/ lai tỉnh; **in a sense** theo một cách hiểu nào đấy; theo một nghĩa nào đấy: *what you say is true in a sense* theo một cách hiểu nào đấy thì những gì anh nói là đúng; **in one's senses** bình thường, sáng suốt: *no one in their right senses would let a small child go out alone* không ai sáng suốt mà lại để cho bé ra ngoài một mình; **make sense** a/ có nghĩa: *what you say makes no sense* những gì anh nói chẳng có nghĩa gì cả b/ có lý, hợp lý: *It doesn't make sense to buy that expensive coat when these cheaper ones are just as good* thật là vô lý (không có lý) khi mua cái áo choàng đắt tiền ấy trong khi có những cái rẻ tiền hơn cũng tốt không kém; **make sense of something** hiểu được *(điều gì khó, điều gì có vẻ như vô nghĩa)*: *can you make sense of this poem?* anh có thể hiểu được bài thơ này không?; **out of one's senses** điên, rồ: *you sold it? you must be out of your senses* anh bán cái đó rồi à? anh rồi rồ hẳn; **see sense** thấy ra, nhận thức ra: *I hope she soon sees sense and stops fighting a battle she cannot*

win tôi hy vọng cô ta sẽ sớm nhận ra và chấm dứt cuộc chiến mà cô ta không thể nào thắng được; **a sixth sense** giác quan thứ sáu; **take leave of one's senses** *x* leave²; **talk sense** *x* talk.

sense² /sens/ *đgt* **1.** cảm nhận được, cảm thấy: *sense somebody's sorrow* cảm nhận được nỗi buồn phiền của ai; *although she didn't say anything, I sensed [that] she didn't like the idea* mặc dù chị ta chẳng nói gì cả, tôi cảm thấy là chị ta không thích ý kiến đó **2.** phát hiện *(nói về một thiết bị)*: *an apparatus that senses the presence of toxic gases* một thiết bị cho phép phát hiện khí độc.

senseless /'senslis/ *tt* **1.** vô nghĩa, điên rồ: *a senseless action* một hành động rồ dại **2.** bất tỉnh: *fall senseless to the ground* ngã bất tỉnh ra đất.

senselessly /'senslisly/ *pht* **1.** [một cách] vô nghĩa; [một cách] rồ dại **2.** [một cách] bất tỉnh.

senselessness /'senslisnis/ *dt* **1.** sự vô nghĩa; sự rồ dại **2.** sự bất tỉnh.

sense-organ /'sensɔ:gən/ *dt* *(sinh)* giác quan.

sensibility /ˌsensə'biləti/ *dt* **1.** khả năng cảm nhận; khả năng nhạy cảm: *the sensibility of a poet* khả năng cảm nhận của một nhà thơ **2. sensibilities** *(snh)* điểm nhạy cảm: *outrage readers' sensibilities* chạm đến sự nhạy cảm của độc giả.

sensible /'sensəbl/ *tt* **1.** biết điều; hợp lý: *a sensible person* một người biết điều; *a sensible idea* một ý kiến hợp lý **2.** tiện dụng *(chứ không cần sang trọng) (nói về quần áo)*: *wear sensible shoes for*

long walks mang đôi giày tiện dụng cho việc đi bộ đường xa **3.** *(vị ngữ)* **sensible of something** nhận thấy, thấy: *are you sensible of the dangers of your position* anh có ·thấy những nguy hiểm trong cương vị của anh không? **3.** *(thngữ) (cũ)* cảm thấy được, rõ rệt: *a sensible rise in temperature* một sự tăng nhiệt độ rõ rệt.

sensibly /'sensəbli/ *pht* **1.** [một cách] biết điều; [một cách] hợp lý **2.** [một cách] tiện dụng *(chứ không cần sang trọng, nói về quần áo)*.

sensitise /'sensitaiz/ *đgt* *x* sensitize.

sensitive /'sensətiv/ *tt* **1.** nhạy cảm, dễ bị tổn thương: *the sensitive skin of a baby* làn da nhạy cảm của một trẻ thơ **2.** nhạy: *photographic paper is highly sensitive to light* giấy ảnh rất nhạy với ánh sáng **3.** dễ bị chạm lòng: *a writer mustn't be too sensitive to criticism* nhà văn không nên quá nhạy cảm trước những lời phê bình **4.** truyền cảm; thông cảm: *an actor's sensitive reading of a poem* bài ngâm thơ truyền cảm của một diễn viên; *when I need advice, he is a helpful and sensitive friend* khi tôi cần lời khuyên bảo, anh ta tỏ ra là người bạn sẵn lòng giúp đỡ và thông cảm **5.** nhạy *(dụng cụ)*: *a sensitive balance* cái cân nhạy; *the Stock Exchange is sensitive to political changes (bóng)* thị trường chứng khoán rất nhạy bén trước những thay đổi về chính trị **6.** tế nhị: *a sensitive issue like race relations* một vấn đề tế nhị như các mối quan hệ chủng tộc.

sensitively /'sensətivli/ *pht* **1.** [một cách] nhạy cảm **2.** [một cách] nhạy **3.** [một cách] truyền cảm **4.** [một cách] tế nhị.

sensitivity /ˌsensə'tivəti/ *dt* **sensitivity to something** tính nhạy cảm; độ nhạy cảm: *sensitivity to light* sự nhạy cảm ánh sáng; *the sensitivity of a writer* sự nhạy cảm của một nhà văn.

sensitize, sensitise /'sensitaiz/ *đgt* **sensitize something (somebody) to something 1.** làm cho nhạy cảm; làm cho cảm thụ: *sensitize students to a poet's use of language* làm cho sinh viên cảm thụ được cách sử dụng ngôn ngữ của nhà thơ **2.** làm tăng nhạy *(phim ảnh, giấy ảnh)*.

sensor /'sensə[r]/ *dt* thiết bị báo, bộ báo *(ánh sáng, sức nóng, độ ẩm... ở những lượng nhỏ)*: *smoke sensors warned us of the fire* những thiết bị báo khói đã báo cho chúng tôi biết là có hỏa hoạn.

sensory /'sensəri/ *tt (thường thngữ)* [thuộc] giác quan: *sensory organs* giác quan; *sensory nerves* dây thần kinh giác quan.

sensual /'senʃʋəl/ *tt (đôi khi xấu)* [thuộc] nhục dục: *a life devoted entirely to sensual pleasure* một cuộc đời hoàn toàn hiến dâng cho thú vui nhục dục; *the sensual curves of her body* những đường cong khêu gợi của thân thể cô nàng.

sensualist /'senʃʋəlist/ *dt* người trác táng.

sensuality /ˌsenʃʋ'æləti/ *dt* sự trác táng.

sensually /'senʃʋəli/ *pht* [một cách] nhục dục.

sensuous /'senʃʋəs/ *tt* gợi khoái cảm giác quan; khêu gợi: *his full sensuous lips* đôi môi mọng đầy khêu gợi của ông ta.

sensuously /'senʃʊəsli/ *pht* [một cách] khêu gợi.

sensuousness /'senʃʊəsnis/ *dt* sự gợi khoái cảm giác quan; sự khêu gợi.

sent /sent/ *qk và đttqk của* send.

sentence[1] /'sentəns/ *dt* **1.** *(ngôn)* câu **2.** *(luật)* án: *the judge pronounced sentence on the prisoner* quan tòa đã tuyên án (tuyên bố bản án) tù nhân; *under sentence of death* bị án tử hình; *a sentence of ten year's imprisonment* án mười năm tù giam.

sentence[2] /'sentəns/ *dgt* kết án, tuyên án, xử án: *sentence a thief to six month's imprisonment* kết án một tên trộm sáu tháng tù giam; *he has been sentenced to pay a fine of £1,000* anh ta đã bị xử phạt một nghìn bảng Anh.

sententious /sen'tenʃəs/ *tt* *(xấu)* ra vẻ trịnh trọng dạy đời: *a sententious speaker* một diễn giả hay ra vẻ trịnh trọng dạy đời.

sententiously /sen'tenʃəsli/ *pht* [một cách] trịnh trọng dạy đời: *he should have thought of the consequences before he acted, she concluded sententiously* đáng lẽ anh ra phải nghĩ đến hậu quả trước khi hành động chứ, cô ta kết luận một cách trịnh trọng dạy đời.

sententiousness /sen'tenʃəsnis/ *dt* tính chất trịnh trọng dạy đời.

sentient /'senʃnt/ *tt* có tri giác, có khả năng cảm thụ: *man is a sentient being* người là một sinh vật có tri giác.

sentiment /'sentimənt/ *dt* **1.** *(thường xấu)* tình cảm: *a love story full of cloying sen-* *timent* một chuyện tình đầy những tình cảm làm phát ngấy lên được; *there's no room for sentiment in business* trong công việc làm ăn không có chỗ cho tình cảm đâu **2.** *(thường snh)* biểu hiện tình cảm: *a speech full of lofty sentiments* bài nói đầy những biểu hiện tình cảm cao thượng **3. sentiments** *(snh)* *(tu từ)* quan điểm, ý kiến: *what are your sentiments on this issue?* ý kiến của anh về vấn đề này như thế nào?; *my sentiments exactly!* ý kiến của tôi giống hệt như thế! (tôi đồng ý!).

sentimental /,senti'mentl/ *tt* **1.** [thuộc] tình cảm *(chứ không phải lý trí)*: *do something for sentimental reasons* làm việc gì vì lý do tình cảm; *have a sentimental attachment to one's birthplace* có sự ràng buộc tình cảm với nơi chôn nhau cắt rốn; *a watch with sentimental value* một chiếc đồng hồ có giá trị về mặt tình cảm *(quý ở chỗ do một người mình quý mến tặng mình)* **2.** *(thường xấu)* [tỏ ra] quá tình cảm; ủy mị: *a sentimental love affair* một chuyện tình ủy mị; *she's too sentimental about her cats* cô ta quá tình cảm với mấy con mèo của cô; cô ta quá cưng mấy con mèo của cô.

sentimentalist /,senti'mentəlist/ *dt (xấu)* người đa cảm.

sentimentality /,sentimen-'tæləti/ *dt (xấu)* tình cảm ủy mị.

sentimentally /,sen'timentəli/ *pht* **1.** [một cách] tình cảm **2.** *(thường xấu)* một cách ủy mị.

sentinel /'sentinl/ *dt (cũ)* lính gác, lính canh: *the press is a sentinel of our liberty* *(bóng)* báo chí là người canh gác cho quyền tự do của chúng ta.

sentry /'sentri/ *dt* lính gác, lính canh: *people approaching the gate were challenged by the sentry* những người tiến gần đến cổng gác đã bị lính gác chặn lại; *keep sentry* trực gác; *relieve sentry* thay phiên gác.

sentry-box /'sentribɒks/ *dt* hộp gác, chòi gác.

sepal /'sepl/ *dt (thực)* lá đài *(ở hoa)*.

separability /,sepərə'biləti/ *dt* khả năng tách ra.

separable /'sepərəbl/ *tt* có thể tách ra: *the lower part of the pipe is separable from the upper part* phần dưới của ống điếu hút thuốc có thể tách ra khỏi phần trên.

separably /'sepərəbli/ *pht* [với khả năng] tách ra được.

separate[1] /'seprət/ *tt* tách rời, riêng; khác biệt: *the children sleep in separate beds* trẻ ngủ ở những giường riêng; *that is a separate issue and irrelevant to our discussion* đó là một vấn đề khác [biệt] và không liên quan đến cuộc thảo luận của chúng ta.

separate[2] /'sepəreit/ *dgt* **1.** **separate somebody (something) [from somebody (something)]; separate something [up] [into something]; separate something [out]** tách ra, chia ra: *the branch has separated from the trunk* cành cây đã tách ra khỏi thân cây; *the land has been separated [up] into small plots* khu đất đã được chia ra thành những mảnh nhỏ; *the children were separated into groups for the game* trẻ em đã được chia ra thành từng nhóm để chơi trò chơi; *oil and water always separate out* dầu và nước bao giờ cũng tách nhau

S

2. separate something [from something] chia cách, ngăn cách *(hai vùng): England is separated from France by the Channel* nước Anh ngăn cách với nước Pháp bởi eo biển Măng-sơ; *politics is the only thing which separates us* chính trị là cái duy nhất ngăn cách chúng ta **3.** chia tay: *we talked until midnight and then separated* chúng tôi nói chuyện đến nửa đêm và rồi chia tay nhau **4.** ly thân: *after ten years of marriage they decided to separate* sau mười năm lấy nhau, họ quyết định ly thân. // **separate the sheep from the goats** phân biệt người tốt kẻ xấu; **separate the wheat from the chaff** gạn lọc người tốt vật tốt.

separated /'sepəreitid/ *tt (vị ngữ)* separated from somebody đã chia tay với *(ai, không sống như vợ chồng nữa, nhưng không nhất thiết là ly thân): he is separated from his wife* nó đã chia tay vợ nó.

separately /'seprətli/ *pht* [một cách] riêng rẽ: *they are now living separately* họ nay sống riêng rẽ; *can the engine and the gear-box be supplied separately?* động cơ và hộp số có thể được cung cấp riêng không?

separates /'seprəts/ *dt snh* quần áo lẻ *(không thành bộ, mặc theo kiểu phối hợp với nhau như áo sơ-mi và váy, áo choàng và quần...).*

separation /,sepə'reiʃn/ *dt* **1. separation from somebody (something)** sự tách ra; sự cách ly, sự xa cách: *the separation of infectious patients from other patients* sự cách ly những bệnh nhân bị bệnh truyền nhiễm khỏi các bệnh nhân khác; *separation from his friends made him sad* sự sống tách xa bạn bè làm

anh ta buồn; *after a separation of five years from his parents* sau thời gian năm năm xa cách bố mẹ **2.** *(số ít)* sự ly thân: *decide on [a] separation* quyết định sống ly thân.

separatism /'sepərətizəm/ *dt (chính)* chủ nghĩa phân lập.

separatist /'sepərətist/ *dt (chính)* người chủ trương phân lập.

separator /'sepəreitə[r]/ *dt* **1.** máy tách **2.** máy gạn kem.

sepia[1] /'si:piə/ *dt* **1.** mực vẽ nâu đỏ **2.** màu nâu đỏ.

sepia[2] /si:piə/ *tt* [có màu] nâu đỏ: *an old sepia photograph* bức ảnh cũ màu nâu đỏ.

sepsis /'sepsis/ *dt (y)* sự nhiễm khuẩn.

Sept *(vt của* September) tháng chín: *12 Sept 1993* ngày 12 tháng 9 năm 1993.

September /sep'tembə[r]/ *dt* tháng chín: *the first of September; September the first; (Mỹ) September first* ngày 1 tháng 9.

septet /sep'tet/ *dt (nhạc)* bộ bảy.

sept[i]- *(dạng kết hợp)* bảy, thất: *septuagenarian* thọ bảy mươi, thọ thất tuần.

septic /'septik/ *tt* nhiễm khuẩn: *a septic wound* vết thương nhiễm khuẩn.

septicaemia *(Mỹ* **septicemia** /,septi'si:miə/ *dt (y)* sự nhiễm khuẩn máu.

septic tank /,septik'tæŋk/ *dt* hố phân tự hoại.

septuagenarian /,septjuə-dʒi'neəriən, *(Mỹ* septʃʊdʒə-'niəriən)/ *dt, tt* [người thọ] bảy mươi, [người thọ] thất tuần.

sepulchre *(Mỹ* **sepulcher**) /'seplkə[r]/ *dt (cổ)* ngôi mộ

đá: *the Holy Sepulchre* ngôi mộ Chúa Jesus.

sepulchral /si'pʌlkrəl/ *tt* **1.** [thuộc] lăng mộ; [thuộc sự] mai táng **2.** u sầu; ủ dột: *speak in sepulchral tones* nói giọng u sầu; *look quite sepulchral* trông rất ủ dột; *a sepulchral face* bộ mặt u sầu, bộ mặt như đưa đám.

sequel /'si:kwəl/ *dt* **1.** hậu quả: *famine is often the sequel of war* nạn đói thường là hậu quả của chiến tranh **2.** cuốn tiếp theo *(tiểu thuyết, phim, nhiều khi sử dụng những nhân vật của cuốn trước): this book is the sequel to (of) the author's last novel* cuốn sách này là cuốn tiếp theo cuốn tiểu thuyết sau cùng của tác giả.

sequence /'si:kwəns/ *dt* **1.** chuỗi nối tiếp; tiến trình: *describe the sequence of events* mô tả diễn tiến của các sự kiện **2.** suốt đồng hoa, suốt *(chơi bài)* **3.** *(đ.ảnh)* lớp.

sequence of tenses /,si:-kwəns əv'tensiz/ *(ngôn)* sự phối hợp các thì *(giữa mệnh đề chính và mệnh đề phụ).*

sequencing /'si:kwensiŋ/ *dt* sự sắp xếp theo thứ tự *(thời gian...): in a busying railway station the sequencing of trains is a difficult job* ở một ga xe lửa đông tàu đi qua, sự sắp xếp các chuyến tàu theo thứ tự thời gian là một công việc khó khăn.

sequential /si'kwenʃl/ *tt* theo thứ tự thời gian; theo thứ tự nơi chốn; nối tiếp nhau.

sequentially /si'kwenʃəli/ *pht* theo thứ tự thời gian; theo thứ tự nơi chốn; [một cách] nối tiếp nhau: *they are numbered sequentially from 1 to 10* chúng được đánh số nối tiếp nhau từ 1 đến 10.

sequester /si'kwestə[r]/ đgt
1. sequester somebody (oneself)
from something tách ra khỏi,
cô lập: *sequester oneself from
the world* tách mình ra khỏi
thế giới, sống cô lập ẩn dật
2. *(luật) nh* sequestrate.

sequestered /si'kwestəd/ tt
(thường thngữ) ẩn dật; hẻo
lánh: *lead a sequestered life*
sống một cuộc đời ẩn dật;
*a sequestered island far
from the mainland* một hòn
đảo hẻo lánh xa đất liền.

sequestrate /'si:kwestreit/
đgt (luật) **1.** tạm giữ *(tài
sản)* **2.** tịch thu.

sequestration /ˌsi:kwe-
'streiʃn/ *dt (luật)* **1.** sự tạm
giữ *(tài sản)* **2.** sự tịch thu.

sequin /'si:kwin/ *dt* đồ
trang sức hình đồng tiền
(đeo lấp lánh ở áo).

sequoia /si'kɔiə/ *dt (thực)*
cây cù tùng.

sera /'siərə/ *dt snh của* se-
rum.

seraglio /se'ra:ljeʊ/ *dt (snh*
seraglios) hậu phòng, hậu
cung *(dành riêng cho phụ
nữ trong một ngôi nhà Hồi
giáo).*

seraph /'serəf/ *dt (snh* **ser-
aphs** hoặc **seraphim)** đại
thiên thần, đệ nhất thiên
thần *(trong Kinh thánh).*

seraphic /se'ræfik/ *tt* **1.** như
thiên thần: *a seraphic child*
đứa bé đẹp như thiên thần
2. rạng rỡ: *a seraphic smile*
nụ cười rạng rỡ.

seraphim /'serəfim/ *dt snh
của* seraph.

sere /si:ə/ *đgt x* sear[1].

serenade[1] /ˌserə'neid/ *dt
(nhạc)* khúc xeranat, khúc
nhạc đêm.

serenade[2] /ˌserə'neid/ *đgt*
hát khúc xeranat; chơi khúc
nhạc đêm.

serendipity /ˌserən'dipəti/
dt sự ngẫu nhiều phát hiện

những điều bất ngờ thú vị;
tài ngẫu nhiên phát hiện
những điều bất ngờ thú vị.

serene /si'ri:n/ *tt* bình lặng;
thanh bình; thanh thản;
bình thản: *a serene smile*
nụ cười thanh thản; *a serene
summer night* một đêm hè
bình lặng.

serenely /si'ri:nli/ *pht* [một
cách] bình lặng, [một cách]
thanh bình; [một cách]
thanh thản; [một cách] bình
thản.

serenity /si'renəti/ *dt* sự
bình lặng; sự thanh bình;
sự thanh thản; sự bình
thản.

serf /sɜ:f/ *dt* **1.** nông nô **2.**
(bóng) thân nông nô, thân
trâu ngựa *(bị bạc đãi, bóc
lột).*

serfdom /'sɜ:fdəm/ *dt* **1.** chế
độ nông nô **2.** thân phận
nông nô.

serge /sɜ:dʒ/ *dt* vải xéc *(để
may quần áo):* *a blue serge
suit* một bộ quần áo bằng
vải xéc màu xanh.

sergeant /'sɑ:dʒənt/ *dt
(thường* **Sergeant,** *vt* **Sergt,
Sgt)** **1.** trung sĩ **2.** trung sĩ
cảnh sát *(dưới chức thanh
tra cảnh sát, ở Anh)* **3.** *(Mỹ)*
thiếu úy cảnh sát.

sergeant-major /ˌsɑ:dʒənt-
'meidʒə/ *dt* **1.** chuẩn úy
(Anh) **2.** *(Mỹ)* thượng sĩ.

Sergt *(cg* **Sgt)** *vt của* Ser-
geant: *Sgt-Maj vt của* Ser-
geant Major.

serial[1] /'siəriəl/ *tt* **1.** *(thường
thngữ)* thành chuỗi, nối tiếp
nhau: *placed in serial order*
được đặt theo thứ tự nối
tiếp nhau; *a serial murderer*
tên sát nhân giết hết người
này đến người khác **2.**
(thngữ) ra từng số *(truyện
trên báo...);* phát từng kỳ
(truyện trên TV...).

serial[2] /'siəriəl/ *dt* truyện ra
từng số *(trên báo);* kịch phát
từng kỳ *(trên TV..):* *a de-
tective serial* truyện trinh
thám ra từng số báo.

serialization, serialisation
/ˌsiəriəlai'zeiʃn, *(Mỹ* ˌsiəri-
əli'zeiʃn)/ *dt* sự đăng từng
số; sự phát từng kỳ.

serialize, serialise /'siəriə-
laiz/ *đgt* đăng từng số; phát
từng kỳ.

serially /'siəriəli/ *pht* theo
từng số; theo từng kỳ.

serial number /'siəriəl
nʌmbə[r]/ số thứ tự, số xê-ri
(in trên tờ giấy bạc...).

seriatim /ˌsiəri'eitim/ *pht*
cái này tới cái khác; từng
điểm một.

series /'siəri:z/ *dt* **1.** *(snh
kdổi)* dãy, loạt, chuỗi, xê-ri:
a series of good harvests một
loạt vụ thu hoạch được mùa;
a television series một
chương trình TV nhiều kỳ;
a series of stamps một đợt
phát hành tem **2.** *(điện)*
mạch điện mắc nối tiếp:
batteries connected in series
ắc quy mắc nối tiếp; *a series
circuit* mạch nối tiếp.

serif /'serif/ *dt* nét loa đầu
*(ở đầu và cuối nét đứng
trong chữ in).*

serio-comic /ˌsiəriəʊ'kɒmik/
tt nửa đùa nửa thật; nửa
nghiêm nửa hài: *a serio-
comic remark* một nhận xét
nửa đùa nửa thật; *a serio-
comic play* một vở kịch nửa
nghiêm nửa hài.

serious /'siəriəs/ *tt* **1.** đứng
đắn; nghiêm trang, nghiêm
nghị: *a serious young person*
một người trẻ tuổi đứng
đắn; *he seems very serious,
but in fact he has a delight-
ful sense of humour* ông ta
có vẻ rất nghiêm nghị
nhưng thật ra ông ta rất
có óc hài hước **2.** nghiêm
túc *(sách, nhạc):* *a serious*

essay about social problems một tiểu luận nghiêm túc về các vấn đề xã hội **3.** trầm trọng, nghiêm trọng: that could cause serious injury cái đó có thể gây ra những tổn thương trầm trọng; the international situation is extremely serious tình hình quốc tế hết sức nghiêm trọng **4.** (+ about) chân thành, thành thật, thật tâm: a serious suggestion một gợi ý chân thành; is she serious about learning to be a pilot? cô ta có thật tâm muốn học để trở thành phi công không?

seriously /'siəriəsli/ pht **1.** [một cách] nghiêm túc: speak seriously to her about it nói với cô ta về điều đó một cách nghiêm túc; seriously though, you ought to take more care of your health nói một cách nghiêm túc, anh phải lo giữ gìn sức khỏe hơn nữa **2.** [một cách] nghiêm trọng, [một cách] trầm trọng: she is seriously injured in the accident cô ta đã bị thương nặng (trầm trọng) trong vụ tai nạn. // **take somebody (something) seriously** cho là nghiêm trọng: I take this threat very seriously tôi cho mối đe dọa đó là rất nghiêm trọng.

seriousness /'siəriəsnis/ dt **1.** sự đứng đắn; sự nghiêm trang; sự nghiêm nghị: the seriousness of his expression vẻ nghiêm trang trên nét mặt ông ta **2.** sự nghiêm túc **3.** sự trầm trọng, sự nghiêm trọng: the seriousness of the crisis sự nghiêm trọng của cuộc khủng hoảng. // **in all seriousness** (kng) [một cách] rất nghiêm túc; không đùa đâu: you can't in all seriousness go out in a hat like that! không đùa đâu, anh không thể ra

ngoài với cái mũ như thế kia được đâu!.

sergent-at-arms /,sɑ:-dʒen-tət'ɑ:mz/ dt nghi thức viên (ở các cuộc họp nghị viện, các phiên tòa).

sermon /'sɜ:mən/ dt **1.** bài thuyết giáo **2.** (bóng, kng) bài lên lớp dài dòng: we had to listen to a long sermon about not wasting money chúng tôi đã phải lắng nghe một bài lên lớp dài dòng về chuyện không nên hoang phí tiền bạc.

sermonize, sermonise /'sɜ:mənaiz/ dgt (xấu) lên lớp, lên mặt dạy đời.

serpent /'sɜ:pənt/ dt (cũ) **1.** con rắn (loại lớn) **2.** kẻ hay xúi giục làm bậy, đồ quỷ dữ: the Old Serpent con quỷ.

serpentine /'sɜ:pəntain, (Mỹ 'sɜ:pənti:n)/ tt ngoằn ngoèo, uốn khúc: the serpentine course of the river đường uốn khúc của dòng sông.

serrated /si'reitid, (Mỹ 'sereitid)/ tt có [mép] răng cưa: a knife with a serrated blade con dao, lưỡi có mép răng cưa; serrated leaves lá [có mép] răng cưa.

serration /si'reiʃn/ dt **1.** đường răng cưa **2.** mấu răng cưa.

serried /'serid/ tt (thường thngữ) (cũ) sát nhau (hàng người, hàng cây...).

serum /'siərəm/ dt (snh sera hoặc serums) (y) huyết thanh.

servant /'sɜ:vənt/ dt **1.** người ở, người đầy tớ: employ a large staff of servants mướn nhiều người ở **2.** (of somebody, something) tôi tớ; đầy tớ: a servant of Jesus Christ một tôi tớ của Chúa Jesus (thầy tu); servants of the people đầy tớ của nhân dân; civil servants viên chức

nhà nước, công chức. // **your obedient servant** người đầy tớ biết vâng lời của ngài (công thức cuối thư).

serve[1] /sɜ:v/ dgt **1.** phục vụ: he has served his master for many years anh ta đã phục vụ ông chủ nhiều năm; served as [a] chauffeur làm lái xe; serve a year in the army đã phục vụ một năm trong quân đội; served as a naval officer during the war phục vụ với tư cách là sĩ quan hải quân trong cuộc chiến; she has served her country well bà ta đã phục vụ xuất sắc cho đất nước **2.** hầu bàn, tiếp (thức ăn), dọn ăn: learn to serve at table học cách hầu bàn; who's going to serve? ai sẽ dọn ăn đây, ai sẽ bày bàn đây?; four waiters served lunch to us (served us lunch) bốn người hầu bàn phục vụ bữa trưa cho chúng tôi **3.** phục vụ khách hàng, bán hàng: he serves in a shoeshop anh ta bán hàng trong một cửa hàng giày; he served some sweets to the children ông ta bán kẹo cho mấy đứa trẻ **4.** phục vụ tiện nghi, cung cấp tiện nghi: the town is well served with public transport thành phố được phục vụ tốt về giao thông công cộng **5.** đáp ứng được (một nhu cầu, một mục đích nào đó); thích hợp cho: this room can serve as (for) a study, phòng này có thể dùng làm phòng đọc sách được; it's not exactly what I want but it will serve my purpose chưa phải hoàn toàn đúng cái tôi muốn, nhưng cũng đáp ứng được ý định của tôi **6.** đủ dùng cho (nói về suất thức ăn): this packet of soup serves two gói xúp này đủ dùng cho hai người **7.** đối xử (với *ai, như thế nào đó): they have served me shamefully* chúng đối xử với tôi rất tệ **8.** qua *(một thời gian học nghề, ở tù...): serve two years as an apprentice; serve a two-year apprenticeship* qua hai năm học nghề: *serve ten years for armed robbery* ở tù mười năm vì tội cướp có vũ khí **9.** *(luật)* gửi, tống đạt: *serve a court order on somebody; serve somebody with a court order* gửi lệnh của tòa tới ai **10.** *(thể)* giao [bóng] *(trong môn quần vợt): it's your turn to serve [to me]* đến lượt anh giao bóng; *she's already served two aces this game* cô ta đã giao hai quả thắng điểm trong ván này **1.** nhảy cái: *his bull will come to serve our cows tomorrow* con bò đực của ông ta sẽ đến nhảy mấy con bò cái của chúng ta vào ngày mai **12.** *(không dùng ở dạng bị động)* hầu *(lễ)*, hầu lễ *(tu sĩ hành lễ): who will serve [at] Mass today* ai sẽ hầu lễ ban thánh thể hôm nay nhỉ? // **first come, first served** *x* first²; **if memory serves** *x* memory; *serve somebody right (kng)* đáng đời *(ai) (nói về điều không may...): "I got soaked in the rain!" "It serves you right - I told you to take an umbrella"* "tôi bị mưa ướt sũng" "Đáng đời cho anh, tôi đã bảo anh mang theo ô mà!". **serve one's (its) turn** đã đắc dụng [một thời]: *I finally had to sell the car, but it had served its turn* cuối cùng tôi đã phải bán chiếc xe hơi đi, nhưng nó cũng đã đắc dụng một thời; *serve somebody's turn* khá đắc dụng đối với ai; **serve two masters** *(thường ở câu phủ định)* thờ hai chúa *(bóng)*, theo cả hai bên.

serve something out a/ chia phần *(thức ăn)* cho nhiều người: *shall I serve out the soup or would you like to help yourself?* tôi phải chia phần xúp hay các ông tự múc lấy? b/ phục vụ *(làm việc)* cho đến hết *(một thời gian nào đó): you'll have to serve out your notice before you leave the firm* anh sẽ phải làm việc cho đến hết thời gian mà anh đã báo mới rời xí nghiệp; **serve something up** *(kng, xấu)* đưa ra, viện ra: *she served up the usual excuses for being late* bà ta đã đưa ra những lý do như thường lệ để tạ lỗi cho việc đến trễ.

serve² /'sɜːv/ *dt (thể)* sự giao bóng *(quần vợt...): whose serve is it?* đến lượt ai giao bóng thế?

server /'sɜːvə[r]/ *dt* **1.** người hầu lễ **2.** *(thể)* người giao bóng **3.** khay *(bưng thức ăn)* **4.** *(thường snh)* cái gắp *(dụng cụ chuyển suất ăn vào dĩa của người ăn): salad server* cái gắp suất rau.

servery /'sɜːvəri/ *dt (snh)* nơi tự lấy thức ăn *(đưa về bàn ăn, trong một bữa tiệc)*.

service¹ /'sɜːvɪs/ *dt* **1.** sự phục vụ: *ten years service in the police force* mười năm phục vụ trong lực lượng cảnh sát; *many years of faithful service to the company* nhiều năm phục vụ trung thành cho công ty **2.** *(cũ)* sự đi ở: *be in (go into) service* đi ở **3.** sự sử dụng có ích, sự giúp ích *(nói về xe cộ, máy móc...): my car has given me excellent service* chiếc ô tô của tôi đã giúp ích cho tôi rất nhiều **4.** *(thường snh)* sự giúp đỡ; công việc làm cho người khác; công lao đóng góp; ân huệ: *they need the service of a good lawyer* họ cần sự

giúp đỡ của một luật sư giỏi: *her services to the state have been immense* công lao đóng góp cho nhà nước của bà đã rất to lớn **5.** dịch vụ; hệ thống dịch vụ; cách phục vụ trong các dịch vụ: *banking and insurance services* dịch vụ ngân hàng và bảo hiểm; *the food is good at this hotel, but the service is poor* nhà hàng này thức ăn thì ngon nhưng phục vụ thì kém **6.** khóa lễ: *three services every Sunday* mỗi chủ nhật ba khóa lễ; *attend morning service* dự lễ sáng; *the marriage service* lễ cưới **7.** sự bảo dưỡng định kỳ *(máy móc): take a car in for [a] service every 3000 miles* cho xe đi bảo dưỡng định kỳ sau mỗi lần chạy được 3000 dặm **8.** sự gửi, sự tống đạt *(trát đòi)* **9.** *(thể)* sự giao bóng; cách giao bóng; quả giao bóng; lượt giao bóng *(quần vợt)* **10.** sự nhảy cái **11.** bộ *(ấm chén, bát dĩa)* **12.** ban, sở, cục, ngành...: *postal service* sở bưu điện; *the Civil Services* ngành dân sự **13.** binh chủng: *the three services* ba binh chủng *(hải, lục, không quân)*. // **at somebody's service** sẵn sàng phục vụ; sẵn lòng; *if you need advice, I am at your service* nếu anh cần lời khuyên tôi rất sẵn lòng; *[be] of service to somebody* có ích cho ai, giúp ích cho ai: *can I be of service to you on organizing the trip?* tôi có thể giúp ích cho anh trong việc tổ chức chuyến đi chơi?; **press something into service** *x* press³; **see service in something** a/ phục vụ trong quân đội: *he saw service as an infantry officer in the last war* ông ta đã phục vụ trong quân đội với tư cách là sĩ quan bộ binh trong

S

cuộc chiến vừa qua. b/ *(kng)* rất có ích: *these old boots have certainly seen some service* đôi giày bốt này hẳn đã có lúc rất có ích.

service² /'sɜːvɪs/ *đgt* **1.** bảo dưỡng định kỳ *(xe, máy...)*: *service a car* bảo dưỡng định kỳ xe ô tô; *has this lawn-mower been regularly serviced?* chiếc máy cắt cỏ này có được bảo dưỡng định kỳ đều đặn không nhỉ? **2.** cung cấp dịch vụ: *the power station is serviced by road transport* nhà máy phát điện được cung cấp dịch vụ chuyên chở chất đốt bằng đường bộ **3.** trả lãi *(một món nợ)*: *the company hasn't enough cash to service its debts* công ty không đủ tiền mặt để trả lãi nợ **4.** *(cg* serve *x* serve **5).** đáp ứng được *(một nhu cầu, một mục đích nào đó)*; thích hợp cho.

serviceability /ˌsɜːvɪsə'bɪlətɪ/ *dt* **1.** khả năng dùng được **2.** tính bền chặt.

serviceable /'sɜːvɪsəbl/ *tt* **1.** có thể dùng được: *the tyres are worn but still serviceable* lốp đã mòn nhưng còn dùng được **2.** bền chắc: *serviceable clothes for children* quần áo bền chắc cho trẻ em.

serviceably /'sɜːvɪsəblɪ/ *pht* **1.** [một cách] dùng được **2.** [một cách] bền chắc.

service area /'sɜːvɪseərɪə/ khu phục vụ *(cạnh xa lộ)*.

service break /'sɜːvɪsbreɪk/ *(thể)* sự thắng điểm khi đối phương giao bóng.

service charge /'sɜːvɪstʃɑːdʒ/ tiền phục vụ *(ở cửa hàng ăn)*.

service flat /'sɜːvɪsflæt/ *(Anh)* căn hộ mà tiền thuê có tính gộp cả một số dịch vụ.

serviceman /'sɜːvɪsmən/ *dt (snh* **servicemen** /'sɜːvɪsmən/) quân nhân.

service road /'sɜːvɪsrəʊd/ đường con *(cạnh đường lớn)* để vào nhà.

service station /'sɜːvɪs-steɪʃn/ trạm xăng, cây xăng.

servicewoman /'sɜːvɪs-wʊmən/ *dt (snh* **service-women** /'sɜːvɪswɪmɪn/) nữ quân nhân.

serviette /ˌsɜːvɪ'et/ *dt (Anh)* khăn ăn.

servile /'sɜːvaɪl, *(Mỹ* 'sɜːvl)/ *dt* nô lệ, luồn cúi: *I don't like his servile manner* tôi không thích cái lối luồn cúi của nó.

servilely /'sɜːvaɪllɪ/ *pht* [một cách] nô lệ; [một cách] luồn cúi.

servility /sɜː'vɪlətɪ/ *dt (thường xấu)* thói nô lệ, thói luồn cúi; cử chỉ nô lệ; cử chỉ luồn cúi.

serving /'sɜːvɪŋ/ *dt* khẩu phần một người, suất ăn một người: *a large serving of potatoes* suất khoai tây nhiều cho mỗi người.

servitor /'sɜːvɪtə[r]/ *dt (cũ)* gia nhân, người ở *(nam)*.

servitude /'sɜːvɪtjuːd, *(Mỹ* 'sɜːvɪtuːd)/ *dt* thân phận nô lệ.

servo /'sɜːvəʊ/ *dt (snh* **ser-vos)** *(kng) nh* servo-mecha-nism.

servo- *(dạng kết hợp)* trợ động.

servo-mechanism /ˌsɜːvəʊ-'mekənɪzəm/ *dt* cơ cấu trợ động.

servo-motor /'sɜːvəʊ-məʊtə[r]/ *dt* mô tơ trợ động.

sesame /'sesəmɪ/ *dt (thực)* cây vừng, cây mè; hạt vừng, hạt mè. // **open sesame** *x* open¹.

session /'seʃn/ *dt* **1.** kỳ họp: *the next session of Parlia-ment will begin in November* kỳ họp sắp tới của nghị viện sẽ bắt đầu vào tháng mười một: *this court is now in session* tòa án đang họp **2.** năm học; *(Mỹ)* học kỳ **3.** kỳ; buổi: *a recording session* một buổi ghi âm: *after sev-eral sessions at the gym, I feel a lot fitter* sau nhiều buổi tập ở phòng tập thể dục, tôi cảm thấy khỏe hơn nhiều **3.** ban điều hành *(nhà thờ giáo hội Trưởng lão)*. // **in session** a/ đang có kỳ họp, đang họp. b/ có làm việc, không nghỉ phép: *is Parlia-ment in session during the summer?* nghị viện có làm việc vào mùa hè không nhỉ?

set¹ /set/ **1.** bộ: *a set of chairs* một bộ ghế; *a set of artificial teeth* một bộ răng giả; *a carpentry set* một bộ đồ mộc **2.** nhóm, đoàn, giới: *the literary set* giới văn chương; *the political set* giới chính trị, chính giới; *the smart set* giới giàu sang; *the fast set* giới tiêu tiền như rác; *she's in the top set in maths* cô ta thuộc nhóm đứng đầu về toán trong lớp **3.** *(toán)* tập hợp: *a set of points* tập hợp điểm **4.** máy thu thanh *(cg* radio set, wireless set); máy thu hình *(cg* television set) **5.** bố cục; nét; dáng dấp: *the set of the hills* dáng dấp bố cục các quả đồi **6.** độ quánh; độ quăn: *you won't get if you put too much water in the jelly* cho quá nhiều nước vào thạch thì thạch sẽ không có độ quánh tốt đâu **7.** *(thể)* ván, xéc *(quần vợt)* **8.** *(cg* sett) đá lát hình vuông **9.** *(cg* sett) hang con lửng **10.** sàn diễn; cảnh phông **11.** cây con; cành non *(để trồng)* **12.** sự sấy tóc: *a shampoo and set costs £8* gội sấy giá 8 bảng Anh. //

the jet set *x* jet; **make a dead set at somebody** *x* dead.

set² /set/ *đgt* (**-tt-**) (**set**) **1.** đặt, để: *she sets a tray on the table* chị ta đặt khay lên bàn; *set pen to paper* đặt bút xuống viết; *set a glass to one's lips* đưa cốc lên miệng; *the novel is set in pre-war London* cuốn truyện lấy bối cảnh thành phố Luân Đôn trước chiến tranh **2.** đưa, dẫn *(đến một tình trạng nào đó)*: *the revolution set the country on the road to democracy* cuộc cách mạng đã đưa đất nước đi lên con đường dân chủ; *she untied the rope and set the boat adrift* chị ta tháo dây ra và để cho con thuyền trôi đi **3.** làm cho *(ai, cái gì, ở vào một tình trạng nào đó)*: *the sudden noise set the dog barking* tiếng động đột ngột đã làm cho con chó sủa lên; *his remarks set me thinking* những lời nhận xét của nó làm tôi suy nghĩ **4.** bắt *(ai)* làm việc gì; giao việc: *I set them to chop wood in the garden* chúng tôi giao cho họ chẻ củi ở ngoài vườn; *I've set myself to finish the job by the end of the month* tôi tự đặt cho mình nhiệm vụ phải làm xong công việc vào cuối tháng **5.** điều chỉnh; sắp xếp: *she set the camera on automatic* chị ta đã điều chỉnh máy ảnh vào chức năng tự động; *I always set my watch by the time signal on the radio* tôi luôn luôn điều chỉnh đồng hồ theo tín hiệu giờ trên đài; *she set her alarm for 7 o'clock* cô ta điều chỉnh giờ cho đồng hồ reo vào lúc 7 giờ; *the table is set for six guests* bàn ăn được sắp xếp cho sáu khách ăn **6.** cẩn, nạm: *set gold with gems* nạm đá

quý vào vàng **7.** ấn định: *they haven't set a date for their wedding yet* họ chưa ấn định ngày làm lễ cưới **8.** [thiết] lập, tạo ra: *she set a new world record for the high jump* cô ta đã lập được một kỷ lục thế giới mới về nhảy cao; *imposing a lenient sentence for such a serious crime set a dangerous precedent* tội ác nghiêm trọng thế mà tuyên án nhân hậu như vậy thì tạo ra một tiền tệ nguy hiểm đấy **9.** đề ra, nêu, đặt: *she's set herself a difficult task* cô ta đã tự đề ra cho mình một nhiệm vụ khó khăn; *set someone a problem* nêu cho ai một vấn đề **10.** kết đặc; định hình; nắn: *the jelly hasn't set yet* món nấu đông chưa kết đặc lại; *she's having her hair set for the party this evening* cô ta định hình tóc để dự tiệc tối nay; *the surgeon set her broken arm* bác sĩ nắn lại xương cánh tay bị gãy của cô ta **11.** chọn kiểu chữ *(in một cuốn sách)*, phổ nhạc *(một bài thơ...)*: *Schubert set many of Goethe's poems [to music]* Schubert phổ nhạc nhiều bài thơ của Goethe **12.** lặn *(mặt trời, mặt trăng)*: *we sat and watched the sun setting* chúng tôi ngồi xem mặt trời lặn **13.** chảy: *current sets strongly* dòng nước chảy mạnh; *tide sets in* nước triều lên; *the tide of public opinion has set in his favour* luồng dư luận đã đổ về ủng hộ ông ta. // **be all set (for something) (to do something); be set for something (to do something)** sẵn sàng: *are we all set?* chúng ta đã sẵn sàng cả rồi chứ?; *the socialists look set for victory in (set to win) the election* các đảng viên xã hội xem có vẻ

sẵn sàng chờ đón thắng lợi trong cuộc bầu cử.

set about somebody *(kng)* tấn công ai *(bằng đấm đá hay bằng lời)*; **set about something (doing something)** *(không dùng ở dạng thụ động)* bắt đầu làm gì, khởi sự làm gì: *I don't know how to set about this job* tôi không biết khởi sự công việc này ra sao; **set somebody against somebody** *(không dùng ở thể bị động)* làm cho ai chống đối lại ai: *she accused her husband of setting their children against her* bà ta lên án chồng đã làm cho con cái chống lại bà; **set something [off] against something** so sánh, cân nhắc, *you must set the initial cost of a new car against the saving you'll make on repairs* anh phải cân nhắc giữa số tiền bỏ ra mua một chiếc xe mới với số tiền mà anh sẽ dành ra để sửa chữa chiếc cũ; **set somebody (something) apart** làm nổi bật: *the elegant prose sets her apart from most other journalists* lối hành văn tao nhã của bà ta làm cho bà nổi bật lên trên phần lớn các nhà báo khác; **set something aside** a/ để sang một bên: *he set aside his book and lit a cigarette* nó để cuốn sách sang một bên và châm một điếu thuốc lá b/ để dành, dành: *she sets aside a bit of money every month* mỗi tháng cô ta để dành một ít tiền; *I try to set aside a few minutes each day to do some exercises* tôi cố dành mỗi ngày vài phút để tập thể dục c/ gạt sang một bên; không kể đến: *setting aside my wishes in the matter, what would you really like to do* cứ gạt sang một bên nguyện vọng của tôi về vấn đề đó, anh thực sự muốn làm gì nào d/ *(luật)* hủy bỏ, bác bỏ *(một bản*

S

án...): *the judge's decision was set aside by the Appeal Court* quyết định của quan tòa bị tòa thượng thẩm hủy bỏ; **set something back [something]** làm chậm trễ, gây trở ngại: *financial problems have set back our building programme* vấn đề tài chính đã làm chậm trễ chương trình xây dựng của chúng tôi; **set somebody back something** phải trả *(bao nhiêu tiền đấy)* *(kng)* phải trả: *the meal is likely to set us back £15 each.* bữa ăn ấy dễ mỗi chúng ta phải trả đến 15 bảng; **set something back from something** đặt cách xa, ở lùi vào: *the house is set well back from the road* ngôi nhà nằm cách xa con đường; **set somebody down** ngừng lại và cho xuống xe: *the bus stopped to set down an old lady* xe buýt dừng lại để cho một bà lão xuống xe; **set something down** ghi, chép: *why don't you set your ideas down on paper?* sao anh không ghi ý kiến của anh ra giấy?; **set forth** khởi hành; lên đường; **set something forth** công bố; trình bày: *the Prime Minister set forth the aims of his government in a television broadcast* ông thủ tướng trình bày những mục tiêu của chính phủ ông trong một buổi truyền hình; **set in** bắt đầu và có vẻ kéo dài: *I must get those bulbs planted before the cold weather sets in* tôi phải trồng những củ này trước khi trời rét bắt đầu; **set off** bắt đầu lên đường, khởi hành: *if you want to catch that train, we'd better set off for the station immediately* nếu anh muốn kịp chuyến tàu ấy, chúng ta nên khởi hành ra ga ngay bây giờ; **set something off** a/ làm nổ *(mìn, bom...)*: *do be careful with those fireworks,*

the slightest spark could set them off hãy cẩn thận với những quả pháo đó, một tia lửa nhỏ đến mấy cũng làm cho chúng nổ b/ châm ngòi, *(bóng)* gây ra: *panic on the stock market set off a wave of selling* sự hoang mang sợ hãi trên thị trường chứng khoán đã châm ngòi cho một làn sóng bán tống bán tháo cổ phần c/ làm nổi bật: *that pullover sets off the blue of her eyes* chiếc áo pun ấy làm nổi bật đôi mắt xanh của cô ta; **set somebody off doing something** khiến cho ai bắt đầu làm gì; khơi mào cho ai làm gì: *don't set him off talking politics or he'll go on all evening* chớ có khơi mào cho ông ta nói chuyện chính trị, nếu không ông ta sẽ kéo suốt cả buổi tối cho mà xem; **set on somebody** tấn công ai: *I was set on by their dog as soon as I opened the gate* tôi vừa mở cổng thì con chó của họ đã xông ra tấn công tôi; **set somebody (something) on somebody** khiến cho *(ai, một con vật)* tấn công ai: *the farmer threatened to set his dog on us* chủ trại dọa cho chó tấn công chúng tôi; **set out** lên đường: *she set out at dawn* cô ta ra đi lúc sáng tinh mơ; **set something out** a/ sắp xếp, bày biện: *we'll need to set out chairs for the meeting* chúng ta sẽ phải sắp xếp ghế cho hội nghị; *you haven't set out your ideas very clearly in this essay* anh chưa sắp xếp ý tứ thật rõ ràng trong bài luận văn này b/ phát biểu; tuyên bố: *he set out the reasons for his resignation in a long letter* ông ta phát biểu lý do từ chức của ông ta trong một bức thư dài; **set out to do something** bắt

tay vào làm việc gì một cách quyết tâm: *he set out to break the world land speed record* anh ta đã quyết tâm bắt tay vào phá kỷ lục thế giới về tốc độ chạy bộ; **set to** a/ hăng hái bắt tay vào: *if we really set to we can get the whole house cleaned in an afternoon* nếu chúng ta thực sự hăng hái bắt tay vào làm thì chỉ nội một buổi chiều là lau sạch hết cả căn nhà b/ bắt đầu đánh nhau; bắt đầu cãi nhau: *the boys set to and had to be separated by a teacher* tụi trẻ bắt đầu đánh nhau và thầy giáo phải ra can chúng; **set somebody up** *(kng)* a/ làm cho ai khỏe ra; làm cho ai hăng hái lên: *a hot drink will soon set you up* một thức uống nóng sẽ làm cho anh khỏe ra b/ giúp vốn cho để *(làm gì)*: *her father set her up in business* ông bố đã giúp vốn cho cô ta kinh doanh; *winning all that money on the pools set her up for life* được tất cả số tiền đó trong các cuộc đánh cá sẽ mang lại cho cô ta một số tiền đủ để sống cả đời; **set something up** a/ đặt, dựng: *set up a statue* dựng một bức tượng b/ làm cho sẵn sàng để sử dụng: *how long will it take to set up the projector?* phải bao nhiêu lâu máy chiếu mới sẵn sàng sử dụng được c/ thành lập, tạo lập: *a fund will be set up for the dead men's families* một quỹ sẽ được thành lập dành cho gia đình những người bị thiệt mạng d/ lập *(kỷ lục)*: *he set up a new world record time in the 100 metres* nó đã lập một kỷ lục mới ở cự ly 100 mét e/ gây ra, tạo ra: *the slump on Wall Street set up a chain reaction in* stock markets around the world sự sụt giá cổ phần ở Wall Street đã gây ra một phản ứng dây chuyền trên thị trường chứng khoán khắp nơi trên thế giới f/ bắt đầu có (tiếng ồn, tiếng cãi cọ...); set [oneself] up as sinh cơ lập nghiệp (theo một nghề nào đó): he set [himself] up as a decorator and soon had plenty of work anh ta sinh cơ lập nghiệp theo nghề trang trí và chẳng bao lâu đã có khối việc làm; set oneself up as tự cho là; tự phong là: he likes to set himself up as an intellectual nó thích tự phong là một nhà trí thức.

set³ /set/ tt 1. (thường vị ngữ) đặt ở, nằm ở: a house set on a wooded hillside ngôi nhà nằm ở một sườn đồi có nhiều cây cối; she has deep-set eyes cô ta có cặp mắt sâu 2. (thường thngữ) đanh lại, cứng ngắc (nét mặt, điệu bộ): she greeted her guests with a set smile chị ta chào khách với một nụ cười cứng ngắc 3. (thường thngữ) được ấn định trước: the meals in this hotel are at set times bữa ăn ở khách sạn này được phục vụ theo giờ ấn định trước 4. không thay đổi, cố định: he's man of set opinions ông ta là người không bao giờ thay đổi ý kiến 5. (thngữ) rõ ràng, có cân nhắc: we've come here for a set purpose chúng tôi đến đây vì một mục đích rõ ràng. // be [dead] set against something (doing something) kiên quyết phản đối: the government are set against the idea of raising taxes chính phủ kiên quyết phản đối ý kiến tăng thuế; be set on something (doing something) quyết tâm làm gì: he is set on going to university anh ta quyết tâm vào cho được đại học.

set-back /'setbæk/ dt trở ngại: a major set-back to our hopes of reaching an agreement một trở ngại lớn cho hy vọng đạt được một thỏa thuận của chúng ta.

set book /,set'bʊk/ (cg set text) sách luyện thi: what are your set books for English A Level? sách luyện thi bằng A tiếng Anh của cháu là những cuốn nào?

setline /'setlain/ dt nh trawl line.

set piece /,set'piːs/ cảnh điển hình (trong phim, vở kịch...).

set square /'setskweə[r]/ thước đo góc, ê-ke.

sett /set/ dt nh set¹ 8,9.

settee /se'tiː/ dt ghế trường kỷ.

setter /'setə[r]/ dt 1. chó săn lông xù 2. (thường trong từ ghép) người đặt, người xếp, người ấn định, người lập, người nắn...: a type-setter người (máy) sắp chữ in; the setter of an examination người ấn định (người ra) đề thi.

set text /,set'tekst/ nh set book.

set theory /'setθiəri/ (toán) lý thuyết tập hợp.

setting /'setiŋ/ dt 1. cách gắn vào; chỗ gắn vào: the ring has a ruby in a silver setting chiếc nhẫn có viên hồng ngọc đính trên một cái đế bằng bạc 2. khung cảnh, cảnh quan: the castle stands in a picturesque setting surrounded by hills tòa lâu đài nằm trong cảnh quan đẹp như tranh với những ngọn đồi bao quanh 3. bối cảnh: the setting of the history is a hotel in Paris during the war bối cảnh của

câu chuyện là một khách sạn ở Pa-ri trong thời chiến 4. mức, nấc (về tốc độ, nhiệt độ...): the cooker has several temperature settings cái bếp có nhiều nấc độ nóng khác nhau 5. sự phổ nhạc, bài nhạc phổ thơ: Schubert's setting of a poem by Goethe sự phổ nhạc một bài thơ của Goethe do Schubert thực hiện 6. sự lặn (của mặt trời, mặt trăng).

settle¹ /'setl/ dt ghế hòm (ghế dài có lưng tựa, phía dưới chỗ ngồi đóng thành hòm đựng).

settle² /'setl/ dgt 1. (thường ở dạng bị động) đến định cư và chiếm làm thuộc địa: the Dutch settled in South Africa người Hà Lan đã đến định cư và chiếm Nam Phi làm thuộc địa 2. cư trú, định cư: after years of travel, we decided to settle here sau nhiều năm đi đó đi đây, chúng tôi đã quyết định định cư lại ở đây; settle in the country định cư lại ở nông thôn 3. đậu, đọng lại: the bird settled on a branch con chim đậu trên cành; clouds have settled over the mountain tops mây đọng lại trên đỉnh núi; the dust had settled on everything bụi đọng lại trên mọi vật 4. settle [back] ngồi thoải mái: settle [back] in one's armchair ngồi ngả ra thoải mái trên ghế bành; he settled himself on the sofa to watch TV anh ta ngồi thoải mái trên chiếc ghế xôfa để xem TV 5. lắng xuống; thư giãn: the storm may settle the weather cơn bão có thể làm thời tiết lắng dịu; this pill will help to settle your nerves viên thuốc này sẽ giúp anh thư giãn thần kinh 6. settle something with somebody thu xếp xong, giải quyết ổn

S

thỏa: *settle a dispute* giải quyết ổn thỏa một cuộc cãi cọ; *you should settle your affairs before you leave* anh nên thu xếp công việc cho ổn thỏa trước khi đi khỏi nơi này **7.** hòa giải, dàn xếp: *the parties in the lawsuit settled [with each other] out of court* các bên trong vụ kiện đã dàn xếp với nhau mà không qua tòa nữa **8.** **settle [up] [with somebody]** thanh toán, trả: *have you settled [up] with her for the goods?* anh đã thanh toán số hàng hóa ấy với cô ta chưa?; *please settle your bill before leaving the hotel* xin vui lòng thanh toán phiếu tính tiền trước khi rời khách sạn **9.** *settle [something] [with somebody]* trị [ai] về *(sự lăng nhục, sự xúc phạm)*; cho biết tay: *he thinks he can laugh at me, but I'll settle with him soon* nó tưởng nó có thể cười nhạo tôi, nhưng không mấy chốc nữa tôi sẽ trị cho nó một mẻ *(tôi sẽ cho nó biết tay)* **10.** [làm] lắng xuống, [làm] lắng trong; [làm] dồn xuống: *the dregs have settled at the bottom of the bottle* cặn bã lắng xuống đáy chai; *has the beer settled?* bia đã lắng trong chưa?; *the contents of the packet have settled in transit* hàng đã dồn xuống trong gói hàng trong quá trình chuyên chở. // **settle an old score** trả mối thù xưa; **settle one's (an) account [with somebody]** trả thù: *she insulted my mother, so I have an account to settle with her* cô ta lăng nhục mẹ tôi nên tôi phải trả thù cô ta; **settle somebody's hatch** *(kng)* trị cho ai một trận; **when the dust has settled** x dust[1].

settle down a/ ngồi thoải mái, nằm thoải mái: *she settled down in an armchair to read her book* cô ta ngồi thoải mái trong ghế bành để đọc sách b/ ổn định cuộc sống; làm quen với *(một cuộc sống mới, một công việc mới)*: *when are you going to marry and settle down?* khi nào thì anh thành lập gia đình và ổn định cuộc sống?; *she is settling down well in her new job* chị ta đã quen với công việc mới một cách tốt đẹp; **settle [somebody] down** [làm cho] trầm tĩnh hơn; [làm cho] bớt hiếu động nhốn nháo hơn: *wait until the children settle down before you start the lesson* hãy chờ cho lũ trẻ bớt nhốn nháo đã rồi hãy bắt đầu bài học; **settle [down] to something** bắt đầu chú ý vào cái gì: *the constant interruptions stopped me settling [down] to my work* cứ bị quấy rầy ngừng việc hoài, tôi không chú tâm vào công việc của tôi được **settle for something** đành chấp nhận điều gì: *I had hoped to get £1000 for my old car but had to settle for a lot less* tôi hy vọng bán chiếc xe cũ của tôi được 1000 bảng, nhưng đành chấp nhận một giá thấp hơn nhiều; **settle [somebody] in (into) something** [giúp ai] chuyển ổn định sang nhà mới *(công việc mới)*: *we settled the children into new schools when we moved to London* chúng tôi đã thu xếp ổn định cho các con vào học trường mới, khi chúng tôi dọn đến ở Luân đôn; **settle on something** chọn cái gì; quyết định lấy cái gì: *have you settled on the wallpaper you prefer* anh đã chọn xong loại giấy dán tường mà anh thích chưa?; *we must settle on a place to meet* ta phải quyết định một địa điểm để

gặp nhau; **settle something on somebody** *(luật)* chuyển quyền sở hữu cho ai: *he settled part of his estate on his son* ông ta đã chuyển quyền sở hữu một phần bất động sản của ông cho con trai.

settled /'setld/ *tt* ổn định: *a settled spell of weather* một đợt thời tiết ổn định; *lead a more settled life* sống một cuộc sống ổn định hơn.

settlement /'setlmənt/ *dt* **1.** sự thu xếp, sự giải quyết ổn thỏa: *the settlement of a dispute* sự giải quyết ổn thỏa một cuộc cãi cọ; *the settlement of a claim* sự giải quyết một khiếu nại **2.** sự thỏa thuận: *the strikers have reached a settlement with the employers* những người đình công đã đạt được một thỏa thuận với giới chủ **3.** *(luật)* sự chuyển quyền sở hữu; tài sản được chuyển sở hữu; giấy chuyển sở hữu: *a marriage settlement* sự chuyển của hồi môn **4.** sự đến định cư ở một thuộc địa; vùng định cư: *the gradual settlement of the American West* sự định cư dần ở miền Tây Hoa Kỳ: *Dutch and English settlements in North America* vùng định cư của người Hà Lan và người Anh ở Bắc Mỹ; *penal settlements in Australia* những vùng đất lưu đày ở Úc. // **in settlement [of something]** để thanh toán, để trả: *I enclose a cheque in settlement of your account* tôi kèm theo đây một tấm séc để chi trả bản thanh toán của ông.

settler /'setlə[r]/ *dt* người đến định cư lập nghiệp ở miền đất mới, cư dân.

set-to /,set'tu:/ *dt* (*nh* settos) cuộc đánh nhau, cuộc cãi nhau.

set-up /'setʌp/ *dt (thường số ít) (kng)* **1.** cơ cấu *(của một tổ chức): he's new to the office and doesn't know the set-up yet* anh ta là người mới ở cơ quan, nên chưa biết rõ cơ cấu ra sao cả **2.** mưu mô sắp đặt sẵn để lừa người.

seven[1] /'sevn/ *dht* bảy.

seven[2] /'sevn/ *dt* con số bảy. // **at sixes and sevens** *x* six[2].

seven (trong từ ghép) [có] bảy *(thứ, loại): a seven-line poem* bài thơ bảy dòng.

seventeen[1] /,sevn'ti:n/ *dt, dht* mười bảy.

seventeen[2] /,sevn'ti:n/ *dt* con số mười bảy.

seventeenth[1] /,sevn'ti:nθ/ *dt, dht* thứ mười bảy.

seventeenth[2] /,sevn'ti:nθ/ *dt* một phần mười bảy.

seventh[1] /'sevnθ/ *dht* thứ bảy.

seventh[2] /'sevnθ/ *dt* một phần bảy.

the seventh day /,sevn-θ'dei/ ngày lễ xa ba *(x* sabbath).

seventhly /'sevnθli/ *pht* bảy là.

seventieth[1] /'sevnθiəθ/ *dht* thứ bảy mươi.

seventieth[2] /'sevnθiəθ/ *dt* một phần bảy mươi.

seventy[1] /'sevnti/ *dht* bảy mươi.

seventy[2] /'sevnti/ *dt* **1.** con số bảy mươi. **2. the seventies** *(snh)* tuổi thọ trên thất tuần; những năm 70; nhiệt độ trên 70. // **in one's seventies** ở tuổi trên thất tuần.

seventy-eight /,sevnti'eit/ *dt* đĩa hát quay 78 vòng/phút *(theo kiểu cũ)*.

the seven-year itch /,sevn-jiə'itʃ/ *(kng)* cuộc hôn nhân bất như ý bảy năm sau sẽ có cơ dằm thắm.

sever /'sevə[r]/ *dgt* **1.** đứt: *his hand was severed from his arm* bàn tay anh ta bị đứt khỏi cánh tay; *the rope severed under the strain* sợi dây bị đứt do căng quá **2.** cắt đứt: *sever relations with somebody* cắt đứt quan hệ với ai.

several /'sevrəl/ *dht, dt* một vài: *several letters arrived this morning* một vài lá thư đã tới sáng nay; *there was a fire in the art gallery and several of the paintings were destroyed* đã xảy ra một vụ hỏa hoạn ở phòng trưng bày tác phẩm nghệ thuật và vài bức tranh đã bị thiêu hủy.

severally /'sevrəli/ *pht (cũ)* [một cách] riêng [biệt]; *the proposals which the parties have severally made* những đề nghị mà riêng từng bên đưa ra.

severance /'sevrəns/ *dt* sự cắt đứt: *the severance of diplomatic relations* sự cắt đứt quan hệ ngoại giao; *the severance of family ties* sự cắt đứt các mối ràng buộc gia đình.

severance pay /'sevərəns-pei/ tiền thanh toán mãn hợp đồng.

severe /si'viə[r]/ *tt* (-r; -st) **1.** nghiêm khắc; khắc nghiệt: *a severe look* cái nhìn nghiêm khắc; *be severe with one's children* nghiêm khắc đối với con **2.** nặng, dữ dội, ác liệt: *a severe attack of toothache* một cơn đau răng dữ dội **3.** gay go: *severe test* sự thử thách gay go; *severe competition for university places* cuộc tranh giành gay go để được vào đại học **4.** mộc mạc; giản dị: *severe beauty* vẻ đẹp giản dị; *severe simplicity* sự giản dị mộc mạc.

severely /si'viəli/ *pht* **1.** [một cách] nghiêm khắc: *punish somebody severely* trừng phạt ai một cách nghiêm khắc **2.** [một cách] nặng: *severely handicapped* bị tật nguyền nặng **3.** [một cách] giản dị: *dress very severely* ăn mặc rất giản dị.

severity /si'verəti/ *dt* **1.** tính nghiêm khắc; sự khốc liệt: *punish somebody with severity* trừng phạt ai nghiêm khắc; *the severity of the winter* thời tiết khắc nghiệt của mùa đông **2. severities** *(snh)* sự đối đãi khắc nghiệt; điều kiện khắc nghiệt: *the harsh severities of life in the desert* điều kiện sống khắc nghiệt ở sa mạc.

sew /səʊ/ *dgt* (**sewed; sewn** hoặc **sewed**) may, khâu: *sew by hand* may tay; *sew by machine* may máy; *sew pieces together* khâu những mảnh vải vào với nhau; *sew a skirt* may chiếc váy; *sew a button onto the shirt* khâu (đính) một cái khuy vào áo sơ-mi. // **sew something in (into) something** khâu kín vật gì vào trong vật gì: *sew money into the lining of a coat* khâu kín tiền vào lớp vải lót của áo choàng; **sew something up** a/ khâu nhíu lại, mạng lại: *sew up a hole in a sock* mạng chỗ thủng ở chiếc tất b/ *(chủ yếu ở dạng bị động) (kng)* xếp đặt, giải quyết: *you should have the whole deal sewn up by the end of the week* vào cuối tuần anh nên giải quyết việc thỏa thuận mua bán cho xong.

sewage /'su:idʒ, (Anh 'sju:-idʒ/ *dt* chất thải: *chemical treatment of sewage* sự xử lý hóa học các chất thải.

S

sewage farm /'suːidʒfɑːm/ nơi xử lý chất thải *(để dùng làm phân bón)*.

sewage works /'suːidʒwɜːks/ nơi làm sạch chất thải *(để sau đó có thể cho chảy ra sông...)*.

sewer[1] /'suːə[r], (Anh 'sjuːə[r])/ *dt* cống rãnh.

sewer[2] /'səʊə[r]/ *dt* người may, người khâu.

sewerage /'suːəridʒ/ *dt* hệ thống cống rãnh.

sewing /'səʊiŋ/ *dt* **1.** sự may, sự khâu **2.** đồ đã may; đồ để may: *she put her sewing away in the basket* chị ta xếp đồ đã may vào rổ; *I've got a pile of sewing to do* tôi có một đống đồ để may.

sewing-machine /'səʊiŋməʃiːn/ *dt* máy may, máy khâu.

sewn /səʊn/ *dttqk của* sew.

sex[1] /seks/ *dt* **1.** giới tính *(nam, nữ): without distinction of age and sex* không phân biệt tuổi tác và nam nữ; *sex instinct* bản năng giới tính **2.** giới đàn ông; giới phụ nữ: *the fair sex, the weaker sex* giới phụ nữ, phái yếu *the sterner sex* giới đàn ông **3.** *sex with somebody* quan hệ tình dục, sự giao hợp: *have sex with somebody* có quan hệ tình dục với ai **4.** sự tình tự, sự khêu gợi dục tình: *a film with lots of sex in it* một cuốn phim với nhiều cảnh khêu gợi dục tình; *a sex shop* cửa hàng bán dụng cụ hành dâm và sách khiêu dâm.

sex[2] /seks/ *dgt* xác định giới tính: *sexing very young chicks* xác định giới tính của gà con còn rất bé.

sex- (dạng kết hợp) sáu: *sexcentenary* kỷ niệm 600 năm.

sex act /'seksækt/ sự giao hợp.

sexagenarian[1] /,seksədʒi'neəriən/ *dt* người thọ sáu mươi, người thọ lục tuần.

sexagenarian[2] /,seksədʒi'neəriən/ *tt* thọ sáu mươi, thọ lục tuần.

Sexagesima /,seksə'dʒesimə/ *dt the Sexagesima* *(tôn)* chủ nhật thứ nhì trước mùa chay.

sex appeal /'seksə,piːl/ sự khêu gợi tình dục.

-sexed (yếu tố kết hợp, tạo thành tính từ) có tình dục *(ở mức nào đó): over-sexed* quá quắt về tình dục; *a highly-sexed youth* tuổi xuân tình dục đến cao độ.

sexily /'seksili/ *pht* **1.** [một cách] khiêu dâm, [một cách] gợi tình **2.** [một cách] khát khao tình dục.

sexiness /'seksinis/ *dt* **1.** sự khiêu dâm, sự gợi tình **2.** sự khát khao tình dục.

sexism /'seksizəm/ *dt (xấu)* thành kiến giới tính *(trọng nam khinh nữ): blatant sexism in the selection of staff* một thành kiến giới tính rõ rành rành trong việc chọn biên chế.

sexist[1] /'seksist/ *tt (xấu)* có thói thành kiến giới tính, nặng thành kiến giới tính.

sexist[2] /'seksist/ *dt (xấu)* người có thói thành kiến giới tính.

sexless /'sekslis/ *tt* **1.** không thích tình dục, thờ ơ với tình dục **2.** không rõ giới tính; trung tính.

sex life /'sekslaif/ đời sống tình dục.

sex object /'seks,ɒbdʒikt/ người được ca tụng vì vẻ hấp dẫn dục tình.

sexolog /'seksɒlədʒi/ *dt* giới tính học.

sexologist /sek'sɒlədʒist/ *dt* nhà giới tính học.

sex organ /'seks,ɔːgən/ cơ quan sinh dục.

sexploitation /,seksplɔi'teiʃn/ *dt (kng, xấu)* sự làm tiền bằng tiết mục giới tính *(trong phim ảnh, tạp chí...)*.

sexpot /'sekspɒt/ *dt (kng, hài)* chị phụ nữ khêu gợi.

sex-starved /'seksta:vd/ *tt (kng)* có quá ít cơ hội làm tình, chưa đủ cơ hội thỏa mãn tình dục.

sextant /'sekstənt/ *dt (thiên)* máy lục phân.

sextet (*cg* **sextette**) /seks'tet/ *dt* **1.** bộ sáu *(người hát, người chơi nhạc)* **2.** bản nhạc cho bộ sáu.

sexton /'sekstən/ *dt* người trông coi nhà thờ.

sextuplet /sek'stjuːplit/ *dt* con sinh sáu.

sexual /'sekʃʊəl/ *tt* **1.** [thuộc] tình dục: *sexual desire* sự ham muốn tình dục **2.** [thuộc] giới tính; *sexual characteristics* đặc điểm giới tính **3.** [thuộc] sinh sản, [thuộc] sinh dục: *sexual organs* cơ quan sinh dục **4.** *(sinh)* hữu tính: *sexual reproduction in plants* sự sinh sản hữu tính ở thực vật.

sexual intercourse /,sekʃʊəl'intəkɔːs/ sự giao hợp.

sexuality /,sekʃʊ,æləti/ *dt* bản năng sinh dục; bản năng giới tính.

sexy /'seksi/ *tt* (**-ier; -iest**) *(kng)* khêu gợi [tình dục]: *a sexy film* cuốn phim rất khêu gợi; *you look very sexy in that dress* chị trông rất khêu gợi trong bộ áo này.

SF /,es'ef/ (*vt của* science fiction) *(kng)* khoa học viễn tưởng.

sgd (*vt của* signed) đã ký.

Sgt (*vt của* Sergeant) *x* sergeant.

sh /ʃ/ *tht* suýt! *sh! you'll wake the baby!* suýt! con sẽ làm em bé dậy đấy.

shabbily /'ʃæbili/ *pht* **1.** [một cách] xộc xệch; [một cách] rệu rạo **2.** [một cách] hèn, [một cách] đê tiện, [một cách] tồi: *I think you have been shabbily treated* tôi nghĩ là người ta đã đối xử tồi đối với anh.

shabbiness /'ʃæbinis/ *dt* **1.** sự xộc xệch; sự rệu rạo **2.** tính chất hèn; tính chất đê tiện; tính chất tồi.

shabby /'ʃæbi/ *tt* (**-ier; -iest**) **1.** xộc xệch; rệu rạo: *a shabby house* ngôi nhà rệu rạo: *a shabby dress* bộ quần áo xộc xệch **2.** ăn mặc nhếch nhác *(người)* **3.** hèn, đê tiện, tồi: *play a shabby trick on somebody* chơi xỏ ai một cách đê tiện.

shack¹ /ʃæk/ *dt* lều, lán.

shack² /ʃæk/ *đgt shack up* [*with somebody (together)*] (*Anh, lóng*) ở với nhau không cưới xin.

shackle¹ /'ʃækl/ *dt* **1.** *(thường snh)* cái xiềng, cái còng **2.** *shackles (snh) the shackles of something (bóng)* điều kiện trói buộc; hoàn cảnh hạn chế: *the shackles of convention* những hạn chế do quy ước.

shackle² /'ʃækl/ *đgt* **1.** xiềng lại **2.** (*chủ yếu ở dạng bị động*) trói buộc; hạn chế: *shackled by outdated attitudes* bị trói buộc bởi những quan điểm lỗi thời.

shad /ʃæd/ *dt (snh kđổi)* (*động*) cá trích aloza.

shaddock /'ʃædək/ *dt (thực)* quả bưởi.

shade¹ /ʃeid/ *dt* **1.** bóng râm **2.** (*thường trong từ ghép*) cái che bớt ánh sáng: *eye-shade* mí mắt, *a lamp-shade* cái chao đèn **3.** *the shades of something* bóng của cái gì. *the shades of night* bóng đêm **4.** *shades (snh)* (*Mỹ, kng*) kính râm **5.** mảng tối; bóng (*trong một bức tranh*) **6.** sắc màu; mức độ đậm nhạt của màu sắc: *choose a lighter shade* chọn một màu nhạt hơn **7.** sắc thái: *a word with many shades of meaning* một từ với nhiều sắc thái nghĩa **8.** *a shade* (better, worse...) một tí, một chút, tí chút: *she feels a shade better than yesterday* cô ta cảm thấy khá hơn hôm qua một chút **9.** *shades of somebody* (*something*) bóng dáng của, hình bóng của: *in some modern fashions we can see shades of the 1930's* trong một số kiểu thời trang hiện đại, ta có thể thấy hình bóng của những kiểu những năm 1930 **10.** vong hồn, vong linh: *the shades of my dead ancestors* vong linh của tổ tiên đã khuất của tôi. // *put somebody (something) in the shade* làm cho lu mờ đi; hơn hẳn (*ai, cái gì*): *I thought I was quite a good artist, but your painting puts mine in the shade* tôi vẫn nghĩ tôi là một họa sĩ có tài, nhưng họa phẩm của anh đã làm cho tranh của tôi lu mờ hẳn đi.

shade² /ʃeid/ *đgt* **1.** che: *she shaded her eyes [from] the sun with her hand* cô ta lấy tay che mắt [cho khỏi chói nắng]; *shade the bulb with a dark cloth* che bóng đèn bằng một miếng vải màu sẫm **2.** đánh bóng (*một phần bức vẽ, bằng những đường kẻ đậm song song*): *the shaded areas on the map* những vùng được đánh bóng trên bản đồ **3.** *shade from something into something; shade [off] into something* chuyển dần thành màu gì (*nói về màu sắc*): *a colour that shades from blue into green* một màu chuyển dần từ xanh lơ sang màu lục; *socialism shading into communism* (*bóng*) chủ nghĩa xã hội chuyển dần sang chủ nghĩa cộng sản.

shadily /'ʃeidili/ *pht* **1.** cho bóng mát; trong bóng râm **2.** (*kng*) [một cách] ám muội, [một cách] mờ ám.

shadiness /'ʃidinis/ *dt* **1.** sự cho bóng mát, tình trạng có bóng râm **2.** (*kng*) sự ám muội, sự mờ ám.

shading /'ʃeidiŋ/ *dt* sự đánh bóng (*bằng bút chì...*).

shadow¹ /'ʃædɔʊ/ *dt* **1.** bóng: *the chair casts a shadow on the wall* chiếc ghế in bóng lên tường; *the bad news cast a shadow on (over) our meeting* tin dữ như phủ bóng đen lên cuộc họp của chúng tôi **2.** quầng thâm: *have shadows round (under) the eyes* có quầng thâm quanh (dưới) mắt **3.** phần bóng (*của một bức tranh*) **4.** *shadows (snh)* bóng mờ tối, bóng nhập nhoạng: *the shadows of evening* bóng chiều nhập nhoạng **5.** bạn đồng hành (*bóng*), hình bóng: *the dog is his master's shadow* con chó là hình bóng của chủ nó **6.** bóng, cái mờ yếu, cái không thực: *you can's spend your life chasing after shadows* anh không thể dành cuộc đời mình để đuổi theo những cái bóng; *catch at shadows* bắt bóng **7.** (*số ít*) *shadow of something* (*thường trong câu phủ định*) một chút, một mảy may cái gì: *not a shadow of [a] doubt* không một mảy may nghi ngờ **8.** (*số ít*) *the shadow of somebody (something)* bóng dáng, bóng che chở: *the* *shadow of the approaching catastrophe* bóng dáng của thảm họa đang tới gần; *for years he lived in the shadow of his mother* trong nhiều năm trời anh ta núp dưới bóng [che chở] của mẹ anh. // *be afraid of one's own shadow* x *afraid*; **a shadow of one's (its) former self** hình bóng của thời vàng son đã qua: *she used to be a great player, but now she's only a shadow of her former self* bà ta đã từng là một đấu thủ có hạng nhưng bây giờ bà chỉ còn là hình bóng của thời vàng son đã qua.

shadow² /'ʃædəʊ/ *dgt* 1. che bóng, che: *the wide brim of his hat shadowed his face* vành mũ rộng đã che mất gương mặt của anh ta 2. theo dõi: *a policeman in plain clothes shadowed the criminal all day* một viên cảnh sát mặc thường phục suốt ngày theo dõi tên tội phạm.

shadow³ /'ʃædəʊ/ *tt (thngữ) (Anh)* [thuộc] ban lãnh đạo của đảng đối lập *(sẵn sàng chuyển lên thành nội các nếu thắng cử)*: *the Shadow Cabinet* nội các *(chuẩn bị sẵn)* của đảng đối lập.

shadow-box /'ʃædəʊbɒks/ *dgt (thể)* đấm bóng *(đấu quyền Anh với đối thủ tưởng tượng để luyện tập)*.

shadow-boxing /'ʃædəʊbɒksiŋ/ *dt (thể)* sự đấm bóng *(quyền Anh)*.

shadowy /'ʃædəʊi/ *tt* 1. mờ tối, tối: *the shadowy depths of the forest* những vùng sâu tối tăm trong rừng 2. như cái bóng, lờ mờ: *a shadowy figure glimpsed in the twilight* một bóng người lờ mờ thoáng hiện lên trong cảnh tranh tối tranh sáng.

shady /'ʃeidi/ *tt (-ier; -iest)* 1. cho bóng mát; trong bóng râm: *a shady orchard* một vườn cây cho bóng mát; *a shady corner of the garden* một góc vườn râm mát 2. *(kng, xấu)* ám muội; mờ ám: *a shady business* công việc kinh doanh mờ ám; *a shady-looking person* một người có vẻ bất hảo; *shady actions* hành động ám muội.

shaft¹ /ʃɑːft, *(Mỹ* ʃæft)/ *dt* 1. cán *(giáo, búa...)* 2. thân *(mũi tên, cái cột)* 3. càng *(xe)* 4. *(kỹ)* trục; cần 5. hầm, lò *(mỏ)*: *ventilating shaft* hầm thông gió 6. đường thông *(cho thang máy qua các tầng gác)* 7. *(bóng)* mũi tên châm chọc 8. *the shaft (Mỹ, kng)* sự chơi xỏ: *give somebody the shaft* chơi xỏ ai; *get the shaft* bị chơi xỏ 9. *shaft of something* tia *(sáng...)*: *a shaft of light* tia sáng; *a shaft of sunlight* tia mặt trời; *a shaft of lightning* tia chớp.

shaft² /ʃæft/ *dgt (Mỹ, kng)* chơi xấu, chơi xỏ; bịp.

shag¹ /ʃæg/ *dt* thuốc lá nặng to sợi.

shag² /ʃæg/ *dgt (Anh, lóng)* ăn nằm với *(ai)*.

shagged /ʃæd/ *tt (vị ngữ) (cg* **sagged out***)* mệt rã rời.

shaggily /'ʃægili/ *pht* [một cách] rậm, [một cách] xồm.

shagginess /'ʃæginis/ *dt* vẻ rậm, vẻ xồm xoàm.

shaggy /'ʃægi/ *tt* rậm, xồm; xồm xoàm: *shaggy eyebrows* đường mày rậm; *a shaggy beard* râu xồm; *a shaggy dog* con chó xồm; *a shaggy coat* chiếc áo khoác lông xồm xoàm.

shaggy-dog story /'ʃægi-'dɒg,stɔːri/ chuyện dây cà ra dây muống.

shah /ʃɑː/ *dt (sử)* vua Ba Tư, sa.

shake¹ /ʃeik/ *dgt* **(shook; shaken)** 1. rung, lắc, giũ: *great sobs shook his whole body* những tiếng nức nở làm cả người nó rung lên: *shake the bottle before taking the medicine* lắc chai trước khi dùng thuốc; *he shook the mat to get rid of the dust* nó giũ bụi chiếc chiếu 2. run: *shaking with cold* run lên vì lạnh; *shaking with fear* run lên vì sợ 3. làm sửng sốt, làm bàng hoàng; làm lung lay: *shaken by the news of her death* sửng sốt khi nghe tin cô ta chết; *shake somebody's belief* làm lung lay lòng niềm tin của ai 4. run run: *his voice shaked [with emotion] as he announced the news* giọng anh ta run run [vì cảm động] khi anh ta báo tin đó 5. *shake [on something] (kng)* bắt tay: *we're agreed, so let's shake [on it]* chúng ta đã đồng ý, thế thì chúng ta bắt tay nhau đi. // **shake the dust [of...] off one's feet** thoát khỏi một nơi mà mình không ưa thích: *after a year of misery here, I'm finally shaking the dust of this town off my feet* sau một năm khổ sở ở đây, cuối cùng tôi đang thoát khỏi cái thành phố này; **shake one's fist [at somebody]** giận dữ ai, giơ nắm đấm dọa ai; **shake somebody's hand; shake hands with somebody; shake somebody by the hand** bắt tay ai; **shake one's head** lắc đầu; **shake in one's shoes** *(kng)* sợ run người, sợ toát mồ hôi; **shake a leg** *(cũ, Anh, lóng) (chủ yếu ở dạng mệnh lệnh)* bắt đầu hành động; vội vã; gấp lên: *come on, shake a leg, we're late already* nào gấp lên, chúng ta trễ rồi đấy;

shake like a leaf run như cầy sầy.

shake down a/ ổn định công việc: *the new office staff are shaking down well* ban điều hành mới đang ổn định tốt công việc b/ ngủ tạm: *you can shake down on the floor* anh có thể ngủ tạm trên sàn nhà c/ (Mỹ, kng) tống tiền (ai) d/ (Mỹ, kng) lục soát (ai, cái gì): *police shook the club down, looking for narcotics* cảnh sát lục soát câu lạc bộ để tìm ma túy. **shake something from, into, onto, out of... something** lắc, giũ, rắc: *shake salt from the salt-cellar onto one's food* rắc muối trong lọ lên thức ăn; *shake sand out of one's shoes* giũ cát ra khỏi giày; **shake off** a/ thoát khỏi được; tống khứ được (ai, cái gì): *shake off one's pursuers* thoát khỏi những kẻ truy đuổi; *she tried to shake him off but he continued to pester her* nàng cố tống khứ anh chàng đi, nhưng anh ta cứ tiếp tục quấy rầy nàng; *shake off a fit of depression* qua khỏi cơn chán nản b/ giũ cho sạch (vật gì): *shake the snow off one's coat* giũ sạch tuyết ở áo choàng; **shake out** giũ tung: *shake out a sail* giũ tung buồm ra; *he took the dirty mat outside and shook it out* nó lộn chiếc chiếu bẩn ra và giũ tung [cho sạch bụi]; **shake up** a/ trộn đều: *shake up the salad-dressing before you put it on* hãy trộn đều nước dầu giấm trước khi cho vào rau xà lách b/ thức tỉnh (ai): *we've have got to shake up all these people with old-fashioned ideas* chúng ta phải thức tỉnh tất cả những người có tư tưởng cổ hủ này.

shake² /ʃeik/ dt **1.** (thường số ít) sự rung, sự lắc, sự giũ: *a shake of the head* sự lắc đầu, cái lắc đầu **2. the**

shakes (snh) (kng) cái run người: *I began to get the shakes just thinking about the examination* nghĩ đến thi cử mà tôi đã bắt đầu run cả người. // **a fair shake** x **fair¹**; **in a couple of shakes (in two shakes) [of a lamb's tail]** (kng) trong giây lát, rất nhanh: *hang on! I'll be back in two shakes* khoan đã! tôi sẽ trở lại trong giây lát; **no great shakes** x **great**.

shakedown /ʃeikdaun/ dt **1.** giường tạm, chỗ nằm tạm: *a shakedown on the floor* chỗ nằm tạm trên sàn nhà **2.** (Mỹ, kng) sự tống tiền **3.** (Mỹ, kng) sự lục soát; *a shakedown of drug dealers* sự lục soát các tên buôn ma túy **4.** cuộc thử nghiệm lần cuối (một chiếc máy bay, tàu thủy): *a shakedown flight* cuộc bay thử nghiệm lần cuối.

shake-out /ʃeikaut/ dt nh shake-up.

shaker /ʃeikə[r]/ dt (thường trong từ ghép) bình lắc, bình trộn, hộp lắc, hộp trộn: *a dice shaker* hộp lắc xúc xắc; *cocktail shaker* bình trộn cốc tay.

Shakespearian (cg **Shakespearean**) /ʃeik'spiəriən/ tt theo văn phong Shakespeare; [thuộc] Shakespeare: *Shakespearian quotations* những câu trích dẫn Shakespeare.

shake-up /ʃeikʌp/ dt sự cải tổ, sự tổ chức lại: *there's been a government shake-up with three ministers losing their jobs* đã có một cuộc cải tổ trong chính phủ với ba bộ trưởng mất ghế.

shakily /ʃeikili/ pht **1.** [một cách] run run **2.** [một cách] ọp ẹp, [một cách] lung lay, [một cách] không vững.

shakiness /ʃeikinis/ dt **1.** sự run run **2.** sự ọp ẹp, sự lung lay, sự không vững.

shaking /ʃeikiŋ/ dt sự lắc: *give something a good shaking* lắc kỹ cái gì.

shaky /ʃeiki/ tt (-ier; -iest) **1.** run run (vì yếu, vì bệnh...) *shaky hand* tay run run **2.** ọp ẹp, lung lay, không vững: *a shaky table* chiếc bàn ọp ẹp; *a shaky argument* một lý lẽ không vững; *my French is a bit shaky* tiếng Pháp của tôi hơi yếu.

shale /ʃeil/ dt (khoáng) diệp thạch.

shale-oil /ʃeilɔil/ dt dầu diệp thạch.

shaly /ʃeili/ tt [thuộc] diệp thạch; như diệp thạch.

shall /ʃəl/ (qk **should**) **1.** (yếu tố cấu tạo thì tương lai, hoặc để tỏ rõ quyết tâm, ý chí) sẽ: *I shall have completed my report by Friday* tôi sẽ hoàn thành bản báo cáo vào thứ sáu; *I shall write to you again at the end of the month* tôi sẽ viết thư cho anh lần nữa vào cuối tháng **2.** (dùng với **we** trong **I** trong những câu hỏi và lời đề nghị đòi hỏi người nghe quyết định): *I'll tell him we'll come, shall I?* tôi sẽ bảo họ là chúng ta sẽ đến, được không?; *shall I open the window?* tôi có phải mở cửa sổ ra không?; anh có muốn tôi mở cửa sổ ra không? **3.** (dùng trong các giấy tờ văn bản để chỉ một lời hứa, một mệnh lệnh): *payment shall be made by cheque* tiền sẽ trả bằng séc.

shallot /ʃəlɒt/ dt (thực) hành tăm; cây hẹ.

shallow¹ /ʃæləu/ tt (-er; -est) **1.** nông, cạn, không sâu: *shallow waters* nước nông; *shallow dish* cái đĩa nông; *shallow breathing* hơi thở

S

không sâu **2.** (xấu) nông cạn, hời hợt: a shallow argument lý lẽ nông cạn.

shallow² /ˈʃæləʊ/ đgt cạn đi.

shallowly /ˈʃæləʊli/ pht **1.** [một cách] nông, [một cách] cạn **2.** [một cách] nông cạn, [một cách] hời hợt.

shallowness /ˈʃæləʊnis/ dt **1.** sự nông, sự cạn **2.** sự nông cạn, sự hời hợt.

shallows /ˈʃæləʊz/ dt nh chỗ nước nông, chỗ nước cạn (ở sông, biển).

shalom /ʃæˈlɒm, ʃæˈləʊm/ tht xin chào! (tiếng chào hoặc tạm biệt của người Do Thái).

shalt /ʃəlt, (nhấn mạnh ʃælt/ đgt thou shalt (cũ) nh you shall.

sham¹ /ʃæm/ đgt (-mm-) giả vờ; dối trá: sham sleep giả vờ ngủ: sham illness giả vờ ốm, giả bệnh.

sham² /ʃæm/ dt (thường xấu) **1.** người dối trá: she claims to know all about computers but really she's a sham chị ta cho mình là biết tất cả về máy tính, nhưng thực ta chị ta chỉ là kẻ dối trá **2.** điều dối trá, sự dối trá: his love was a sham, he only wanted her money tình yêu của thằng ấy chỉ là dối trá, nó chỉ muốn số tiền của cô ta thôi; what he says is all sham tất cả những gì hắn nói đều là dối trá.

sham³ /ʃæm/ tt (thngữ) (thường xấu) giả vờ, dối trá: sham sympathy cảm tình dối trá; sham jewellery đồ nữ trang giả.

shaman /ˈʃɑːmən/ dt thầy mo.

shamble¹ /ˈʃæmbl/ đgt đi lê bước, chạy lê bước: the old man shambled up to me ông lão lê bước lại phía tôi.

shamble² /ˈʃæmbl/ dt bước đi lê chân.

shambles /ˈʃæmblz/ dt (đgt số ít) mớ bừa bãi: your room is [in] a shambles; tidy it up! căn phòng của anh là cả một mớ bừa bãi, xếp dọn nó lại đi!.

shambolic /ʃæmˈbɒlik/ tt (Anh, kng, đùa) bừa bãi, lộn tùng phèo, lung tung beng.

shame¹ /ʃeim/ dt **1.** sự thẹn, sự ngượng; sự xấu hổ: feel shame at having told a lie cảm thấy ngượng vì đã nói dối; hang one's head in shame cúi đầu xấu hổ; how could you do such a thing? Have you no shame? sao anh có thể làm một việc như thế? Anh không biết xấu hổ sao?; he is completely without shame anh ta hoàn toàn không biết xấu hổ **2.** điều xấu hổ, điều nhục nhã: it is a shame to be so clumsy vụng về đến thế thật là xấu hổ; how can we make people forget the family's shame? làm sao chúng ta có thể làm cho mọi người quên điều nhục nhã của gia đình ta **3.** a shame (số ít) (kng, xấu) mối nhục (người mang lại nhục nhã; điều ô nhục; điều đáng tiếc): he's the shame of his family nó là mối nhục của gia đình nó; what a shame you didn't win đáng tiếc là anh đã không thắng được. // **put somebody (something) to shame** làm cho cảm thấy xấu hổ [vì thua kém]: your beautiful handwriting puts my untidy scrawl to shame nét chữ đẹp của anh làm cho nét chữ nguệch ngoạc của tôi trông đáng xấu hổ quá; **shame on you** thật đáng xấu hổ cho anh: how could you treat her so badly?

Shame on you! làm sao anh có thể đối xử với cô ta tệ đến thế? thật đáng xấu hổ cho anh!

shame² /ʃeim/ đgt **1.** làm xấu hổ, làm ngượng ngùng: shame somebody into doing something làm ai xấu hổ đến phải làm việc gì; shame somebody out of doing something làm ai xấu hổ đến nỗi không dám làm việc gì **2.** mang nhục đến cho (ai), bôi nhọ thanh danh của (ai): you've shamed your family anh đã bôi nhọ thanh danh gia đình anh.

shamefaced /ʃeimˈfeist/ tt thẹn thùng, ngượng ngùng, xấu hổ: a shamefaced apology lời tạ lỗi ngượng ngùng.

shamefacedly /ʃeimˈfeistli/ pht [một cách] thẹn thùng, [một cách] ngượng ngùng, [một cách] xấu hổ.

shameful /ˈʃeimfl/ tt đáng hổ thẹn, đáng xấu hổ: shameful conduct cách xử sự đáng xấu hổ.

shamefully /ˈʃeimfəli/ pht [một cách] đáng hổ thẹn, [một cách] đáng xấu hổ.

shamefulness /ˈʃeimflnis/ dt sự đáng hổ thẹn, sự đáng xấu hổ.

shameless /ˈʃeimlis/ tt (xấu) không biết xấu hổ, trơ trẽn, vô liêm sỉ: a shameless liar kẻ nói dối vô liêm sỉ.

shamelessly /ˈʃeimlisli/ pht [một cách] trơ trẽn, [một cách] vô liêm sỉ.

shamelessness /ˈʃeimlisnis/ dt sự trơ trẽn, sự vô liêm sỉ.

shammy /ˈʃæmi/ dt (cg **shammy-leather**) (kng) nh chamois-leather.

shampoo¹ /ʃæmˈpuː/ dt (snh **shampoos**) **1.** dầu gội đầu; sự gội đầu **2.** nước gột (thảm...); sự gột (thảm...).

shampoo² /ʃæm'pu:/ *dgt* (**shampooed; shampooing**) 1. gội (*dầu*) 2. gột (*thảm*).

shamrock /'ʃæmrɒk/ *dt* (*thực*) cỏ ba lá Ai-len (*Ai-len lấy làm quốc huy*).

shandy /'ʃændi/ *dt* (*Anh*) 1. bia pha nước chanh; bia pha nước gừng 2. cốc bia pha nước chanh; cốc bia pha nước gừng: *two lemonade shandies, please!* cho hai cốc bia pha nước chanh đi!.

shanghai /ʃæŋhai/ *dgt* (**shanghaied, shanghaiing**) 1. lừa ai làm gì, ép ai làm gì 2. (*lóng, trước kia*) làm cho say (*rượu hoặc ma túy*) rồi bắt cóc lên tàu làm thủy thủ.

the Shangri-La /ʃæŋgri'la:/ *dt* nơi thiên thai.

shank /ʃæŋk/ *dt* 1. thân, cán: *the shank of an anchor* thân mỏ neo; *the shank of a key* thân chìa khóa; *the shank of a golf-club* cán gậy đánh gôn 2. (*thường snh*) (*đùa hay xấu*) cẳng chân. // **on Shank's pony (mare)** (*cũ, kng, đùa*) cuốc bộ: *if you won't drive me, I'll have to get there on Shanks's pony* nếu anh không lái xe đưa tôi đi thì tôi sẽ phải cuốc bộ đến đó vậy.

shan't /ʃa:nt, ʃænt/ dạng rút gọn của shall not.

Shantung /ʃænt'ʌŋ/ *dt* lụa Sơn Đông.

shanty (*Mỹ* **chanty, chantey**) /'ʃænti/ *dt* (*cg* **sea-shanty**) bài hò kéo dây (*của thủy thủ*).

shape¹ /ʃeip/ *dt* 1. hình dạng, hình thù, hình: *clouds in different shapes in the sky* những đám mây hình dạng khác nhau trên bầu trời; *a garden in the shape of a semi-circle* khu vườn có hình bán nguyệt; *he is a devil in human shape* hắn là con quỷ hình người 2. hình mờ mờ, bóng mờ: *a huge shape loomed up out of the fog* một hình bóng khổng lồ hiện ra lờ mờ trong màn sương 3. (*kng*) tình trạng: *what shape is the team in after its defeat?* sau trận thua, tình trạng đội bóng ra sao?; *the illness has left him in rather poor shape* bệnh tật đã làm cho tình trạng sức khỏe của anh ta khá tồi tệ 4. khuôn: *a hat shape* khuôn mũ. // **get [oneself] into shape** tập tành để có thân hình nở nang cân đối; **get (knock, lick) something (somebody) into shape** cho vào khuôn khổ, cho vào nền nếp: *we need a new manager to get the business into shape* chúng ta cần một viên quản lý mới để đưa công việc vào nền nếp; **give shape to something** diễn đạt điều gì rõ ràng: *give shape to one's ideas* diễn đạt ý kiến của mình một cách rõ ràng; **in any shape [or form]** (*kng*) dưới bất cứ hình thức nào: *I don't drink alcohol in any shape or form* tôi không uống rượu dưới bất cứ hình thức nào; **in shape** khỏe khoắn, mạnh khỏe; **in the shape (form)** of somebody (something) (*kng*) dưới dạng là, với tư cách là: *help arrived in the shape of our next-door neighbours* sự giúp đỡ đã đến với chúng tôi từ những người láng giềng ngay cạnh nhà; **out of shape** a/ chẳng ra hình thù gì cả; méo mó b/ không khỏe mạnh, không đủ sức khỏe; **press something into shape** *x* press²; **the shape of things to come** dấu hiệu báo trước tình hình tiến triển của tương lai; **take shape** thành hình: *after months of work, the new book is gradually taking shape* sau nhiều

tháng gia công, cuốn sách đang dần dần thành hình.

shape² /ʃeip/ *dgt* 1. *shape something into something* nhào, nặn, đẽo, gọt, tạo thành hình; *shape clay into a pot* nặn đất sét thành một cái lọ; *shape the sand into a mound* vun cát thành đống 2. có ảnh hưởng lớn tới, quyết định sự hình thành của: *these events helped to shape her future career* những sự kiện này đã giúp hình thành nghề nghiệp tương lai của cô ta 3. (+ **up**) phát triển, tiến triển: *our plans are shaping [up] well* kế hoạch của chúng ta tiến triển tốt 4. (*chủ yếu ở dạng bị động*) may (*quần áo*) cho ôm sát vào người: *the jacket is shaped at the waist* chiếc áo vét may ôm sát vào eo lưng.

SHAPE (*cg* **Shape**) /ʃeip/ (*vt của* Supreme Headquarters of Allied Powers in Europe) Đại bản doanh tối cao các cường quốc đồng minh Âu Châu.

-shaped /ʃeipt/ *tt* (*trong từ ghép*) có hình (*như thế nào đó*): *a heart-shaped cake* chiếc bánh hình quả tim.

shapeless /'ʃeiplis/ *tt* không ra hình thù gì; dị dạng: *a shapeless mass* một khối không ra hình thù gì cả.

shapelessly /'ʃeiplisli/ *pht* [một cách] không ra hình thù gì; [một cách] dị dạng.

shapeliness /'ʃeiplinis/ *dt* [sự có] thân hình đẹp một cách khêu gợi (*chủ yếu nói về phụ nữ*).

shapely /'ʃeipli/ *tt* có thân hình đẹp một cách khêu gợi (*chủ yếu nói về phụ nữ*).

shard /ʃa:d/ *dt* (*cg* **sherd**) mảnh vỡ (*của đồ gốm, thủy tinh*).

S

share¹ /ʃeə[r]/ *dt* **1.** phần: *your share of the cost is £10* phần phí tổn của anh là 10 bảng; *share in profits* phần chia lãi; *what share did he have in their success?* trong sự thành công của họ, phần đóng góp của ông ta là bao nhiêu?; *everyone has done his share of work* tất cả đều đã đóng góp phần việc của mình **2.** cổ phần: *buy (hold) 500 shares in a shipping company* mua (giữ) 500 cổ phần trong một công ty vận tải tàu biển; *share prices* giá cổ phần. // **get a (one's) fair share of something** x fair¹; **get a slice (share) of the cake** x cake; **go shares [with somebody] [in something]** *(Anh, kng)* chia đều *(tiền lãi và phí tổn)* với mọi người: *let me go shares with you in the taxi fare* cho tôi chia đều tiền tắc-xi với các bạn; **the lion's share** x lion.

share² /ʃeə[r]/ *đgt* **1.** chia phần *(cho ai)*; chia *(với ai)*: *share the sweets among the children* chia phần kẹo cho bọn trẻ; *the profits are shared [out] equally among the partners* lợi nhuận được chia đều cho các người cùng chung phần **2.** có chung, dùng chung, chia sẻ: *will you share your pen with me?* anh có thể dùng chung cây bút với tôi không? *share somebody's belief* chia sẻ niềm tin với ai **3.** có phần, dự phần, tham gia: *I will share [in] the cost with you* tôi muốn chia phần phí tổn với anh; *share with somebody in an undertaking* tham gia với ai trong cuộc kinh doanh. // **share and share alike** [ăn đồng] chia đều.

share³ /ʃeə[r]/ *dt (cũ)* nh ploughshare.

share-cropper /ʃeəkrɒpə[r]/ *dt (Mỹ)* người lĩnh canh.

shareholder /ʃeəhəʊldə[r]/ *dt (ktế)* cổ đông.

share index /ʃeəindeks/ *dt (ktế)* chỉ số cổ phần.

share-out /ʃeəaʊt/ *dt* sự chia phần, sự chia nhau: *a share-out of the stolen goods* sự chia nhau của ăn trộm.

shark /ʃɑːk/ *dt* **1.** *(động)* cá mập, cá nhám: *man-eating shark* cá mập trắng **2.** *(kng, xấu)* kẻ bóp nặn kẻ khác, đồ lừa đảo, đồ cá mập *(bóng)*.

shark-skin /ʃɑːkskin/ *dt* vải sacxkin *(mặt bóng, dùng may áo mặc ngoài)*.

sharp¹ /ʃɑːp/ *tt* **1.** sắc; nhọn: *a sharp knife* con dao sắc; *a sharp needle* chiếc kim nhọn **2.** đột ngột, bất ngờ, gắt: *a sharp turn to the left* chỗ ngoặt đột ngột sang trái; *a sharp drop in the prices* sự hạ giá đột ngột; *a sharp bent in the road* khúc quành gắt trên đường **3.** rõ nét, sắc nét: *the TV picture is not very sharp* hình TV không được rõ nét cho lắm; *a sharp photographic image* một bức ảnh chụp sắc nét **4.** the thé, xé tai *(âm thanh)*: *a sharp cry of distress* tiếng kêu cầu cứu nghe xé tai **5.** gắt, nồng, cay *(mùi vị)*: *the sharp taste of lemon juice* vị chua gắt của nước chanh vắt **6.** nhạy, tinh, thính; sắc sảo: *sharp ears* tai thính; *a sharp intelligence* trí thông minh sắc sảo; *it was very sharp of you to notice that detail straight away* anh thật là tinh ý khi nhận ra chi tiết đó ngay lập tức **7.** buốt: *a sharp wind* cơn gió buốt; *a sharp pain in the back* cơn đau buốt ở lưng **8.** *(xấu)* cay độc, gay gắt: *a sharp criticism* lời chỉ trích cay độc; *she was very sharp with me when I forgot my book* cô ta rất gay gắt với tôi khi tôi quên cuốn sách; *a sharp tongue* miệng lưỡi gay gắt **9.** ác liệt, quyết liệt: *a sharp struggle* cuộc đấu tranh ác liệt **10.** *(thường xấu)* láu lỉnh, ma mãnh: *a sharp lawyer* một luật sư ma mãnh **11.** *(kng)* bảnh bao; kiểu cách: *a gambler in a sharp suit* tay cờ bạc trong bộ quần áo bảnh bao **12.** *(nhạc)* cao; thăng: *that note sounded sharp* nốt ấy nghe cao quá; *in the key of C sharp minor* ở gam đô thứ thăng. // **look sharp** nhanh lên, vội: *you'd better look sharp or you'll be late* anh nên nhanh lên kẻo trễ; **[as] sharp as a needle** rất thông minh nhanh trí; **sharp practice** thủ đoạn buôn bán không hoàn toàn trung thực.

sharp² /ʃɑːp/ *dt (nhạc)* dấu thăng; nốt thăng: *a difficult piano piece full of sharps and flats* một bản nhạc dương cầm khó chơi đầy nốt thăng và nốt giáng.

sharp³ /ʃɑːp/ *pht* **1.** *(kng)* đúng *(giờ nào đấy)*: *please be here at seven [o'clock] sharp* xin có mặt ở đây đúng 7 giờ **2.** [một cách] đột ngột; [một cách] bất chợt: *turn sharp left* bất chợt rẽ trái **3.** *(nhạc)* [một cách] cao; [theo nốt] thăng.

sharpen /ʃɑːpən/ *đgt* **1.** mài; vót nhọn: *this knife needs sharpening* con dao này cần mài; *sharpen a pencil* gọt (vót) bút chì **2.** *(bóng)* mài sắc; làm sâu sắc thêm: *sharpen vigilance* mài sắc cảnh giác; *sharpen a contradiction* làm cho mâu thuẫn sâu sắc thêm. // **sharpen somebody's wits** làm cho ai lanh lợi hơn.

sharp end /'ʃɑːp end/ (kng) chỗ gay nhất, chỗ khó nhất (trong một công việc...).

sharpener /'ʃɑːpənə[r]/ dt (thường trong từ ghép) cái [để] mài, cái [để] vót: a pencil-sharpener cái gọt (vót) bút chì.

sharper /'ʃɑːpə[r]/ dt (cg card-sharper) người cờ gian bạc lận.

sharp-eyed /ʃɑːp'aid/ tt tinh mắt.

sharpish[1] /'ʃɑːpiʃ/ tt hơi sắc; hơi nhọn.

sharpish[2] /'ʃɑːpiʃ/ pht (kng) nhanh chóng, mau mắn.

sharply /'ʃɑːpli/ pht 1. [một cách] đột ngột, [một cách] bất ngờ 2. [một cách] rõ nét, [một cách] sắc nét 3. [một cách] nhạy; [một cách] tinh; [một cách] thính 4. [một cách] gay gắt 5. [một cách] ác liệt, [một cách] quyết liệt. // bring (pull) somebody up short (sharply) x pull[2].

sharpness /'ʃɑːpnis/ dt 1. sự sắc; sự nhọn 2. sự đột ngột, sự bất ngờ 3. sự rõ nét, sự sắc nét 4. sự the thé, sự xé tai (âm thanh) 5. sự gắt, sự cay, sự nồng (mùi vị) 6. sự nhạy, sự tinh, sự thính; sự sắc sảo 7. sự buốt 8. sự cay độc, sự gay gắt 9. sự ác liệt, sự quyết liệt 10. (nhạc) sự cao, độ cao.

sharp practice /ʃɑːp' præktis/ mánh khóe vặt, mẹo vặt (trong giao dịch làm ăn).

sharpshooter /'ʃɑːpʃuːtə[r]/ dt tay thiện xạ.

sharp-sighted /ʃɑːp'saitid/ tt có thị lực tốt.

sharp-witted /ʃɑːp'witid/ tt nhanh trí.

shat /ʃæt/ qk và dttqk của shit.

shatter /'ʃætə[r]/ dgt 1. [làm] vỡ tan tành: the pot shattered as it hit the floor chiếc bình vỡ tan tành khi rơi xuống sàn nhà; the explosion shattered all the windows tiếng nổ làm tất cả các kính cửa sổ vỡ tan tành 2. (kng) làm tiêu tan: shatter somebody's hopes làm tiêu tan hy vọng của ai; this event shattered all my previous ideas biến cố này đã làm tiêu tan mọi ý tưởng của tôi trước đây 3. (kng) (chủ yếu ở dạng bị động) phá vỡ sự yên tĩnh; gây choáng váng: we were shattered by the news chúng tôi choáng váng khi nghe tin ấy 4. (Anh, kng) (chủ yếu ở dạng bị động) làm (ai) kiệt sức hoàn toàn: we were totally shattered after the long journey chúng tôi bị kiệt sức hoàn toàn sau chuyến đi dài ngày.

shattering /'ʃætəriŋ/ tt gây choáng váng: the news was shattering tin ấy đã gây choáng váng.

shatterproof /'ʃætəpruːf/ tt không vỡ: shatterproof glass for car windscreens kính không vỡ dùng làm kính che gió ở xe hơi.

shave[1] /ʃeiv/ dgt 1. cạo: shave every morning cạo mặt mỗi buổi sáng; why don't you shave your beard off? sao anh không cạo râu đi?; Buddhist priests shave their heads nhà sư cạo trọc tóc 2. bào (gỗ) 3. đi lướt sát, sượt qua: the bus just shaved me by an inch chiếc xe buýt lướt sát tôi trong gang tấc.

shave something off [something] bào đi, lạng đi: shave a millimetre [of wood] off the bottom of the door to make it close properly bào (lạng) đi một milimet gỗ ở phía dưới cánh cửa để cửa có thể khép được.

shave[2] /ʃeiv/ dt sự cạo: have a shave before you go out anh nên cạo râu đã rồi đi đâu mới đi. // a close shave x close[1].

shaven /'ʃeivn/ tt đã được cạo: their heads were shaven đầu của họ đã được cạo trọc.

shaver /'ʃeivə[r]/ dt 1. (cg electric razor) dao cạo điện 2. (cũ, kng) trẻ mới lớn lên, thằng nhóc: you cheeky young shaver! chú mày đồ nhóc còn non choẹt!

shaving-brush /'ʃeiviŋ-brʌʃ/ dt chổi [thoa xà phòng] cạo râu.

shaving-cream /'ʃeiviŋ-kriːm/ dt kem cạo râu.

shaving-foam /'ʃeiviŋ-fəʊm/ dt kem xốp cạo râu.

shavings /'ʃeiviŋz/ dt snh vỏ bào: the floor of the carpenter's shop was covered with shavings sàn nhà xưởng làm việc của bác thợ mộc đầy những vỏ bào.

shaving-stick /'ʃeiviŋstik/ dt xà phòng cạo râu.

shawl /ʃɔːl/ dt khăn san, khăn choàng.

she[1] /ʃiː/ dt nó, bà ấy, chị ấy, cô ấy...: she's certainly a pretty girl. Who is she? cô ấy hẳn là một cô gái đẹp. Cô ta là ai thế?; do you remember our cat? She had kittens last week anh còn nhớ con mèo của chúng tôi không? Nó đã để con tuần trước.

she[2] /ʃiː/ dt (số ít) con cái; con mái: we didn't know it was a she until it had puppies chúng tôi không biết nó là con cái, cho đến khi nó sinh ra mấy con chó con mới hay.

she- (yếu tố tạo danh từ ghép) [con] cái: a she-goat con dê cái.

S

sheaf /ʃiːf/ *dt* (*snh* **shea-ves**) **1.** bó, lượm (*lúa sau khi gặt*) **2.** tập, xếp (*giấy*).

shear /ʃiə[r]/ *dgt* (**sheared; sheared** hoặc **shorn**) **1.** xén lông (*của con cừu*): *sheep shearing time* mùa xén lông cừu **2.** [làm] gãy [do sức xoắn]: *the bolts had sheared, allowing the door to fly open* then cửa bị gãy khiến cửa mở tung ra. // **be shorn of something** bị tước đoạt, bị lấy đi mất: *the room looked bare, shorn of its rich furnishings* gian phòng trông trống trải vì đã bị lấy đi mất các đồ đạc sang trọng; *a deposed king shorn of his former power* ông vua bị phế truất bị tước hết quyền hành cũ; **shear something off [somebody, something]** cắt đi, xén đi (*bằng kéo*): *all her beautiful tresses have been sheared (shorn) off* hết thảy những bím tóc xinh đẹp của cô nàng đã bị xén đi hết.

shearer /ʃiərə[r]/ *dt* người xén lông cừu.

shears /ʃiəz/ *dt snh* kéo lớn (*để xén lông cừu, tỉa cây hàng rào, thường cầm bằng hai tay để cắt*).

sheath /ʃiːθ/ *dt* (*snh* **shea-ths** /ʃiːðz/) **1.** bao, vỏ: *put the dagger back in its sheath* bỏ dao găm vào bao; *the sheath round an electric cable* vỏ dây cáp điện **2.** bao cao su tránh thai **3.** áo mặc ôm sít người (*của phụ nữ*).

sheathe /ʃiːð/ *dgt* **1.** bỏ vào bao: *he sheathed his sword* nó bỏ gươm vào bao **2.** (*chủ yếu ở dạng bị động*) bao, bọc: *electric wire sheathed with plastic* dây điện bọc chất dẻo.

sheathing /ʃiːðiŋ/ *dt* lớp bồi (*ở một số chỗ của một tòa nhà...*).

sheath-knife /ʃiːθnaif/ *dt* (*snh* **sheath-knives**) dao có vỏ bao luới.

sheaves /ʃiːvz/ *dt snh* của sheaf.

shebang /ʃiˈbæŋ/ *dt the whole shebang* toàn bộ sự việc.

shebeen /ʃiˈbiːn/ *dt* quán bán rượu chui.

shed¹ /ʃed/ *dt* **1.** lán, nhà kho (*để dụng cụ...*) *a tool-shed* lán để dụng cụ; *a wood-shed* kho củi **2.** chuồng (*trâu, bò...*): *a cattle-shed* chuồng gia súc.

shed² /ʃed/ *dgt* (**-dd-**) (**shed**) **1.** để rơi; bong ra, rụng (*lá...*) lột (*da...*): *the lorry has shed its load* xe tải để rơi hàng; *trees shed their leaves and flowers shed their petals* cây rụng lá và hoa rụng cánh; *the snake sheds its skin* rắn lột da **2.** để tuôn ra: *shed tears* tuôn lệ; *shed blood* gây đổ máu **3.** cởi bỏ, loại bỏ: *shedding one's clothes on a hot day* cởi bỏ quần áo vào một ngày nóng nực; *the factory is planning to shed about a quarter of its workforce* xí nghiệp đang dự định loại bớt khoảng một phần tư lực lượng lao động (*một phần tư công nhân*) **4.** tung ra, tỏa ra: *a fire shedding warmth* bếp lửa tỏa ra hơi ấm; *lamp sheds light* ngọn đèn tỏa sáng. // **cast (shed, throw) light on something** x **light¹.**

she'd /ʃiːd/ *dạng viết chập của* **1.** she had **2.** she would.

sheen /ʃiːn/ *dt* sự sáng, sự bóng, sự óng ánh: *the sheen of silk* sự óng ánh của tơ lụa; *hair with a glossy golden sheen* tóc óng ánh vàng.

sheep /ʃiːp/ *dt* (*snh kđổi*) (*động*) con cừu. // **like sheep** ngoan ngoãn như cừu; **one may (might) as well be hanged** (hung) **for a sheep as a lamb** x hang¹; **separate the sheep from the goat** x separate²; **a wolf in sheep's clothing** x wolf.

sheep-dip /ʃiːpdip/ *dt* thuốc nước tắm cho cừu (*để trừ bọ và bảo vệ lông*).

sheep-dog /ʃiːpdɒg/ *dt* chó chăn cừu.

sheep's eyes /ʃiːpsaiz/ *dt* (*kng*) mắt đưa tình một cách ngốc nghếch: *he was making sheep's eyes at her* chàng liếc mắt đưa tình với nàng một cách ngốc nghếch.

sheep-fold /ʃiːpfəʊld/ *dt* bãi quây nhốt cừu.

sheepish /ʃiːpiʃ/ *tt* ngượng nghịu, bẽn lẽn.

sheepishly /ʃiːpiʃli/ *pht* [một cách] ngượng nghịu, [một cách] bẽn lẽn.

sheepishness /ʃiːpiʃnis/ *dt* sự ngượng nghịu, sự bẽn lẽn.

sheepskin /ʃiːpskin/ *dt* **1.** thảm da cừu; áo da cừu **2.** da cừu thuộc; giấy da cừu **3.** (*Mỹ, đùa*) văn bằng, bằng.

sheer¹ /ʃiə[r]/ *tt* (*thngữ*) **1.** hoàn toàn: *a sheer waste of time* một sự lãng phí thời gian hoàn toàn, *sheer nonsense* điều hoàn toàn vô nghĩa **2.** (*thường thngữ*) mỏng dính (*vải*) **3.** dựng đứng; hầu như thẳng đứng: *sheer cliff* vách đá dựng đứng.

sheer² /ʃiə[r]/ *pht* [một cách] dựng đứng, [một cách] hầu như thẳng đứng: *a cliff that rises sheer from the beach* một vách đá dốc đứng nhô lên từ bãi biển.

sheer³ /ʃiə[r]/ *dgt* *sheer away [from something]; sheer off [something]* bất thình lình đổi hướng; bất thình lình lảng sang chuyện khác: *she tends to sheer away from any discussion* *of her divorce* chị ta thường hay lảng sang chuyện khác mỗi khi có người bàn đến chuyện ly hôn của chị.

sheet¹ /ʃiːt/ *dt* **1.** tấm trải giường *(gồm hai lớp, một lớp trải lên giường để nằm bên trên, một lớp đắp lên người nằm)* **2.** lá, tấm: *a sheet of glass* một tấm kính **3.** tờ giấy *(thường theo một khổ chuẩn)* **4.** dải rộng mênh mông; khối di động lớn: *a sheet of ice covered the lake* một dải băng phủ kín mặt hồ; *a sheet of flame blocked his way out of the burning house* một khối ngọn lửa lớn bít mất lối thoát của anh ta ra ngoài ngôi nhà đang cháy; *the rain came down in sheets* mưa như trút nước. // **a clean sheet (slate)** x **clean¹**; **white as a sheet** x **white¹**.

sheet² /ʃiːt/ *dt* dây lèo *(để điều chỉnh buồm)*.

sheet anchor /'ʃiːtæŋkə[r]/ nơi nương tựa chính, chỗ dựa độc nhất: *I have a small income from shares, which is my sheet anchor if my business should fail* tôi có một nguồn thu nhập nhỏ từ cổ phần, đó là chỗ dựa độc nhất của tôi nếu công việc kinh doanh của tôi thất bại.

sheeting /'ʃiːtiŋ/ *dt* vải làm tấm trải giường.

sheet lightning /'ʃiːtlaitniŋ/ *dt* chớp làn *(sáng cả khoảng rộng trên bầu trời)*.

sheet music /'ʃiːtmjuːzik/ bản nhạc bướm *(in trên giấy rời, không đóng thành tập)*.

sheikh, sheik /ʃeik, *(Mỹ* ʃiːk)/ *dt* **1.** tù trưởng, tộc trưởng *(A-rập)* **2.** thủ lĩnh hồi giáo.

sheikhdom, sheikdom /ʃeikdəm/ *dt* địa hạt của tù trưởng, địa hạt của tộc trưởng *(A-rập)*.

sheila /'ʃiːlə/ *dt (Úc, Tân Tây Lan, lóng)* cô gái; thiếu phụ.

shekel /'ʃekl/ *dt* **1.** đồng sêken *(đơn vị, tiền tệ Israel; đồng tiền bằng bạc đúc của người Do Thái xưa)* **2.** *snh (kng, dùa)* tiền, xìn: *she's raking in the shekels in her new job* với việc làm mới cô ta kiếm được khối tiền.

sheldrake /'ʃeldreik/ *dt* vịt trời tađocna trống.

shelduck /'ʃeldʌk/ *dt (snh kdởi)* vịt trời tađocna mái; vịt trời tađocna.

shelf /ʃelf/ *dt (snh* **shelves)** **1.** cái xích đông; cái giá: *a bookshelf* cái xích đông để sách **2.** đá ngầm. // **on the shelf** *(kng) a/* bị xếp xó: *a retired person should not be made to feel he's on the shelf* không nên làm cho người nghỉ hưu có cảm giác là mình đã bị xếp xó *b/* lỡ thì, ế chồng *(cô gái)*: *women used to think they were on the shelf at 30* phụ nữ thường nghĩ rằng ở tuổi 30 họ đã là ế chồng.

shelf-life /'ʃelflaif/ *dt (thường số ít)* thời gian chưa quá hạn [sử dụng]: *packets of biscuits with a shelf-life of two or three weeks* những hộp bánh quy còn thời hạn sử dụng hai ba tuần.

shelf-mark /'ʃelfmaːk/ *dt* ký hiệu xếp giá *(sách ở thư viện)*.

shell¹ /ʃel/ *dt* **1.** vỏ *(trứng, sò, ốc...)*, mai *(cua...)* **2.** vỏ tàu, tường nhà **3.** đạn trái phá, đạn súng cối; *(Mỹ)* đạn **4.** thuyền đua. // **come out of one's shell** ra khỏi cái vỏ của mình, tỏ ra ít nhút nhát dè dặt hơn; **go (retire, with-**

draw) into one's shell rút vào vỏ của mình, tỏ ra nhút nhát dè dặt hơn.

shell² /ʃel/ *đgt* **1.** *(Mỹ cg* **shuck)** bóc vỏ, lột vỏ: *shell peas* bóc vỏ đậu; *it's as easy as shelling peas* dễ như chơi **2.** bắn phá, nã pháo: *shell the enemy positions* bắn phá vị trí địch.

shell out something [for something] *(kng)* xì tiền ra *(một cách miễn cưỡng)*.

she'll /ʃiːl/ dạng viết chập của she will.

shellac¹ /ʃə'læk, 'ʃelæk/ *dt* senlac.

shellac² /ʃə'læk, 'ʃelæk/ *đgt* **1.** quét senlac **2.** *(Mỹ, kng)* đánh bại hoàn toàn, đánh gục.

shellacking /ʃə'lækiŋ/ *dt (thường số ít) (Mỹ, kng)* sự đánh bại hoàn toàn, sự đánh gục: *we gave their team a real shellacking* chúng tôi đã đánh bại hoàn toàn đội của họ.

shell bean /'ʃel biːn/ *(Mỹ)* đậu ăn hạt *(không ăn phần vỏ)*.

shellfish /'ʃelfiʃ/ *dt (snh kdởi)* sò ốc tôm cua: *I eat lots of shellfish* tôi ăn nhiều sò ốc tôm cua lắm.

shell-shock /'ʃelʃɒk/ *dt* chứng chấn động thần kinh *(của quân nhân chiến đấu quá lâu trên chiến trường)*.

shell-shocked /'ʃelʃɒkt/ *tt* **1.** bị chấn động thần kinh **2.** bị váng óc; bị mụ đi: *I felt totally shell-shocked after coping with five boisterous children all day* tôi hoàn toàn bị mụ đi sau khi phải chịu đựng năm thằng con hiếu động suốt ngày.

shelter¹ /'ʃeltə[r]/ *dt* **1.** sự trú ẩn, sự trú, sự núp: *take shelter from the rain* trú mưa **2.** nơi trú ẩn, nơi trú,

S

nơi núp: *an air-raid shelter* hầm trú bom máy bay; *a bus shelter* trạm chờ xe buýt.

shelter² /'ʃeltə[r]/ *dgt* **1.** che chở, che; cho trú ẩn: *trees that sheltered a house from the wind* những cây che gió cho ngôi nhà; *shelter an escaped prisoner* cho một người tù vượt ngục trú ẩn **2.** ẩn, núp: *shelter from the rain* trú mưa.

sheltered /'ʃeltəd/ *tt* **1.** được che, không bị mưa gió; kín gió: *find a sheltered spot for a picnic* tìm được một chỗ kín gió để tổ chức một chuyến picnic **2.** được che chở, êm ả: *he has led a sheltered life in the countryside* ông ta đã sống một cuộc sống êm ả ở vùng quê.

shelve¹ /ʃelv/ *dgt* **1.** xếp (sách...) lên giá **2.** xếp xó; hoãn lại: *the plans for a new theatre have had to be shelved because of lack of money* kế hoạch xây một nhà hát mới đã bị hoãn lại vì thiếu tiền.

shelve² /ʃelv/ *dgt* (+ away, down, off) dốc thoai thoải: *the shore shelves down to the sea* bãi biển dốc thoai thoải dần ra biển.

shelves /ʃelvz/ *dt snh của* shelf.

shemozzle /ʃi'mɒzl/ *dt* (thường số ít) (kng) sự om sòm, sự huyên náo.

shenanigans /ʃi'nænigənz/ *dt snh* (kng) **1.** thói tinh nghịch **2.** sự đánh lừa, sự chơi khăm.

shepherd¹ /'ʃepəd/ *dt* người chăn cừu.

shepherd² /'ʃepəd/ *dgt* chăn dắt, hướng dẫn: *the teacher was shepherding the group of children into the bus* giáo viên hướng dẫn nhóm trẻ lên xe buýt.

shepherdess /ʃepə'des, (Mỹ) 'ʃepərdis/ *dt* chị chăn cừu.

shepherd's pie (cg **cottage pie**) món thịt băm mặt rải khoai tây nghiền.

Sheraton /'ʃerətən/ *dt* (thường thngữ) kiểu Sheraton (kiểu đồ gỗ do Sheraton tạo ra ở thế kỷ 18): *Sheraton chair* ghế kiểu Sheraton.

sherbet /'ʃɜ:bət/ *dt* **1.** nước quả (ướp đá) **2.** bột pha nước ngọt; nước ngọt **3.** (Mỹ) *nh* sorbet.

sherd /ʃɜ:d/ *dt* x shard.

sheriff /'ʃerif/ *dt* **1.** (thường High Sheriff) quận trưởng; thị trưởng **2.** chánh án tòa án quận (ở Ê-cốt) **3.** (Mỹ) cảnh sát trưởng (ở quận).

sherry /'ʃeri/ *dt* **1.** rượu vang xê-rét (gốc Nam Tây Ban Nha) **2.** cốc rượu vang xê-rét: *have a sherry before dinner* uống một cốc rượu vang xê-rét trước bữa ăn tối.

she's /ʃi:z/ *dạng viết chập của* **1.** she is **2.** she has.

Shetland /'ʃetlənd/ *dt* (cg **the Shetlands**) quần đảo Shetland (ở bắc Ê-cốt).

Shetland pony /ʃetlənd-'pəʊni/ giống ngựa nhỏ con Shetland.

Shetland wool /ʃetlənd'wʊl/ len [cừu] Shetland.

shew /ʃəʊ/ *dgt* (**shewed**; **shewn**) (cũ) *nh* show².

shibboleth /'ʃibəleθ/ *dt* khẩu hiệu lỗi thời; nguyên tắc lỗi thời.

shied /ʃaid/ *qk và dttqk của* shy², shy³.

shield¹ /ʃi:ld/ *dt* **1.** cái khiên, cái mộc **2.** huy hiệu: (dùng làm phần thưởng trong một cuộc đua thể thao): *win the school boxing shield* đoạt huy hiệu về môn quyền Anh của trường **3.** tấm chắn, tấm che (ở máy) **4.** (bóng) (+ against) cái bảo vệ, cái che chở: *this car polish is an effective shield against rust* loại thuốc đánh bóng xe hơi này là một chất bảo vệ chống gỉ có hiệu quả.

shield² /ʃi:ld/ *dgt* (+ against, from) bảo vệ, che chở; bênh vực: *shield one's eyes [from the sun] with one's hand* đưa tay lên che mắt cho khỏi bị chói nắng; *you can't shield this criminal from prosecution* anh không thể bênh vực cho tên tội phạm này khỏi bị truy tố được đâu.

shift¹ /ʃift/ *dgt* **1.** [làm] di chuyển, [làm] xê dịch, [làm] đổi hướng: *the cargo had shifted* các kiện hàng trên tàu bị xê dịch (vì tàu bị sóng dồi...); *the wind shifted from east to north* gió đã đổi hướng từ đông sang bắc; *soap won't shift that stain* xà phòng không thể tẩy sạch được vết ố đó; *the teacher shifted the chairs around in the classroom* thầy giáo chuyển chỗ (sắp xếp lại) các ghế trong phòng học; *he shifted the load from his left to his right shoulder* nó chuyển vật vác từ trên vai trái sang vai phải; *don't try to shift the responsibility onto others, you must do the job yourself* đừng có tìm cách chuyển trách nhiệm cho kẻ khác, anh phải tự làm lấy công việc **2.** sang [số xe]: *shift out of first into second* sang số xe từ số một sang số hai; *learn to shift gear at the right moment* hãy học sang số xe đúng lúc **3.** (Anh, kng) đi nhanh, di chuyển nhanh: *you'll have to shift if you want to get there by nine* anh phải đi nhanh nếu anh muốn tới đó khoảng chín giờ. // **shift**

one's ground thay đổi luận điểm, thay đổi cách tiếp cận vấn đề *(trong một cuộc thảo luận)*. **shift for oneself** tự kiếm sống, tự mưu sinh: *he's had to shift for himself since his mother dies* nó phải tự kiếm sống từ khi mẹ nó mất đi.

shift² /ʃift/ *dt* **1.** sự thay đổi, sự chuyển đổi, sự chuyển: *a gradual shift of people from the country to the town* sự chuyển dần dân từ nông thôn ra thành thị; *shifts in public opinion* những thay đổi trong dư luận **2.** ca, kíp: *the day shift* ca làm ngày; *the night shift* ca làm đêm; *working in shifts* làm việc theo ca **3.** mưu mẹo, phương sách: *use some dubious shifts to get money* dùng những phương sách không minh bạch để kiếm tiền **4.** áo mặc sát người *(nữ)*; *(cổ)* áo sơ mi nữ **5.** nút lên chữ hoa *(ở máy chữ)*. // **make shift with something** *(cũ)* xoay xở tạm thời với những cái có trong tay *(vì thiếu cái thích hợp hơn)*.

shift-key /ˈʃiftkiː/ *dt* nút lên chữ hoa *(ở máy chữ)*.

shiftless /ˈʃiftlis/ *dt (xấu)* lười và cũng chẳng thiết thành công.

shiftlessly /ˈʃiftlisli/ *pht (xấu)* [một cách] lười và cũng chẳng thiết thành công.

shiftlessness /ˈʃiftlisnis/ *dt* tính lười và cũng chẳng thiết thành công.

shift stick /ˈʃiftstik/ *dt (Mỹ)* *nh* gear lever.

shiftily /ˈʃiftili/ *pht* [một cách] gian giảo.

shiftiness /ˈʃiftinis/ *dt* sự gian giảo.

shifty /ˈʃifti/ *tt* gian giảo: *shifty eyes* đôi mắt gian giảo; *a shifty-looking person* một người trông có vẻ gian giảo.

shilling /ˈʃiliŋ/ *dt* đồng si linh *(tiền Anh trước 1971, tiền Kenya, Uganda, Tanzania).*

shilly-shally /ˈʃiliʃæli/ *dgt* **(shilly-shallied)** *(kng, xấu)* phân vân, do dự: *if you keep shilly-shallying like this we'll be late* nếu anh cứ do dự mãi như thế này thì chúng ta sẽ trễ mất thôi.

shimmer¹ /ˈʃimə[r]/ *dgt* tỏa ánh sáng lung linh: *moonlight shimmering on the lake* ánh trăng lung linh trên mặt hồ.

shimmer² /ˈʃimə[r]/ *dt* ánh sáng lung linh: *the shimmer of pearls* ánh lung linh của những hạt ngọc trai.

shin¹ /ʃin/ *dt* ống chân, cẳng chân.

shin² /ʃin/ *dgt* **(-nn-) shin up; shin down something** trèo, leo: *shin up a tree* trèo lên cây; *shin down a rope* đu dây leo xuống.

shin-bone /ˈʃinbəʊn/ *dt* xương chày *(ở ống chân).*

shindig /ˈʃindig/ *dt (kng)* **1.** buổi hội vui nhộn **2.** *nh* shindy.

shindy /ˈʃindi/ *dt (cg shindig)* *(thường số ít) (kng)* sự om sòm; sự cãi nhau ầm ĩ.

shine¹ /ʃain/ *dgt* **(shone,** hoặc ở nghĩa 3 **shined) 1.** chiếu sáng, tỏa sáng; sáng: *the moon is shining through the window* mặt trăng đang chiếu qua cửa sổ; *the clouds parted and the sun shone [out]* mây rẽ qua và mặt trời tỏa sáng; *his face shone with excitement* mặt anh ta sáng lên vì kích động **2.** chiếu, rọi: *the police shone a searchlight on the house* cảnh sát cho rọi đèn pha vào ngôi nhà; *I hate lights being shone in my face* tôi ghét bị chiếu đèn vào mặt **3.** *(kng)* đánh bóng: *shine*

shoes đánh bóng giày; *shine brassware* đánh bóng đồ đồng **4.** (+ at, in) sáng chói, nổi bật, tỏ ra xuất sắc *(về mặt nào đó)*: *he's a shining example of hard-working pupil* anh ta là một tấm gương học tập siêng năng sáng chói; *I've never shone at tennis* tôi chẳng bao giờ xuất sắc về quần vợt cả. // **a knight in shining armour** *x* knight; **make hay while the sun shines** *x* hay; **rise and shine** *x* rise².

shine² /ʃain/ *dt* sự bóng, sự láng: *give your shoes a good shine* hãy đánh giày anh cho thật bóng; *there's too much shine on the seat of these old trousers* quần cũ này đũng đã nhẵn bóng. // **come rain, come shine; rain or shine** *x* rain¹; **take a shine to somebody (something)** bỗng dưng thích *(ai, cái gì)*: *I think that dog has taken a shine to me: it follows me everywhere* tôi nghĩ là con chó này bỗng dưng thích tôi, nó theo tôi khắp mọi chốn.

shiner /ˈʃainə[r]/ *dt (cũ, bóng)* mắt thâm quầng *(vì bị đấm).*

shingle¹ /ˈʃiŋgl/ *dt* hòn cuội *(trên bãi biển).*

shingle² /ˈʃiŋgl/ *dt* **1.** ngói gỗ **2.** *(Mỹ, kng)* biển hiệu *(ở phòng khám bệnh của bác sĩ, nha sĩ).*

shingle³ /ˈʃiŋgl/ *dgt* lợp ngói gỗ: *a shingled church spire* tháp ngà thờ lợp ngói gỗ.

shingles /ˈʃiŋglz/ *dt (dgt số ít) (cg herpes zoster)* *(y)* bệnh zona.

shining /ˈʃainiŋ/ *tt* sáng ngời, lỗi lạc: *a shining example of courage* gương dũng cảm sáng ngời.

shinny /ˈʃini/ *dgt (Mỹ)* *nh* shin².

S

Shinto /'ʃintəʊ/ dt (cg **Shin-toism** /'ʃintəʊizəm/ thần đạo (Nhật Bản).

shiny /'ʃaini/ tt (-ier; -iest) sáng, bóng: *shiny black leather* da thuộc đen bóng.

ship¹ /ʃip/ dt **1.** tàu [thủy]: *a sailing ship* tàu buồm; *a merchant ship* tàu buôn; *a warship* tàu chiến; *the ship's company* thủy thủ đoàn; *board a ship for India* đáp tàu thủy đi Ấn Độ **2.** (kng) tàu vũ trụ, phi thuyền **3.** (Mỹ) máy bay. // **jump ship** x *jump²*; **like ships that pass in the night** gặp nhau trong chốc lát và chỉ một lần; **when one's ship comes home (in)** khi nào thành công.

ship² /ʃip/ dgt (-pp-) **1.** gửi bằng đường thủy; chuyên chở bằng đường thủy: *are the goods to be flown or shipped?* hàng được chở bằng máy bay hay tàu thủy? **2.** gác mái chèo: *we shipped [the] oars and moored alongside the bank* chúng tôi gác mái chèo và cột thuyền vào dọc bờ sông **3.** bị (nước) tràn vào mạn thuyền: *the waves were very high, and the boat began to ship water* sóng rất cao, và con thuyền bắt đầu bị nước tràn vào bên mạn **4.** gia nhập thủy thủ đoàn, làm việc trên tàu: *ship as a steward on an Atlantic liner* làm tiếp viên trên một chiếc tàu khách Đại Tây Dương.

ship somebody (something) off (kng) gửi đi, tống đi: *the children had been shipped off to boarding-school on an early age* trẻ con được tống vào trường nội trú ở tuổi còn nhỏ.

-ship tiếp tố (hình thành dt từ dt) **1.** trạng thái, tình trạng; chức vụ; quyền hạn: *professorship* chức giáo sư; *ownership* quyền làm chủ

2. khả năng; tài nghệ: *scholarship* [khả năng] uyên bác.

ship biscuit /ʃip'biskit/ dt (cg **ship's biscuit**) bánh quy rắn (trước đây dùng trên tàu thủy đi đường xa).

shipboard¹ /'ʃipbɔːd/ tt dùng trên tàu; xảy ra trên tàu: *a shipboard romance* một chuyện tình lãng mạn [xảy ra] trên tàu.

shipboard² /'ʃipbɔːd/ dt **on shipboard** trên tàu, trên boong tàu.

shipbuilder /'ʃipbildə[r]/ dt người đóng tàu.

shipbuilding /'ʃipbildiŋ/ dt sự đóng tàu: *a shipbuilding company* công ty đóng tàu.

ship-canal /'ʃiːpkənæl/ dt kênh đào tàu thủy qua lại được.

shipload /'ʃiːpləʊd/ dt hàng trên tàu, hành khách trên tàu.

shipmate /'ʃiːpmeit/ dt **1.** bạn thủy thủ cùng tàu **2.** bạn hành khách cùng chuyến tàu.

shipment /'ʃiːpmənt/ dt **1.** sự chất hàng lên tàu thủy **2.** sự chuyên chở hàng (bằng bất cứ phương tiện nào): *safe shipment by air* sự chuyên chở hàng an toàn bằng máy bay **3.** hàng chuyên chở: *a shipment of grain for West Africa* một chuyến hàng mễ cốc tới Tây Phi.

shipowner /'ʃiːpəʊnə[r]/ dt chủ tàu; người có cổ phần trong công ty tàu biển.

shipper /'ʃiːpə[r]/ dt người chất hàng lên tàu thủy: *wine shippers* người chất rượu vang lên tàu thủy.

shipping /'ʃiːpiŋ/ dt **1.** tàu bè, đội tàu (của một nước hay ở một hải cảng): *the canal is now open to shipping* con kênh giờ đây đã

mở cho thông thương tàu bè; *the shipping forecast* sự dự báo thời tiết biển **2.** sự chở hàng bằng tàu thủy: *the shipping of oil from the Middle East* sự chở dầu hỏa từ Trung Đông.

shipping-agent /'ʃipiŋ-eidʒənt/ dt đại lý hãng tàu (ở cảng).

ship's chandler /ʃiːps-'tʃɑːndlə[r]/ người cung ứng tàu biển.

shipshape /'ʃipʃeip/ tt (thường vị ngữ) ngăn nắp, gọn gàng: *get the room all nice and shipshape* làm cho căn phòng đẹp đẽ và gọn gàng.

shipwreck¹ /'ʃiːprek/ dt **1.** sự đắm tàu: *suffer shipwreck* bị đắm tàu **2.** vụ đắm tàu: *he died in a shipwreck off the south coast* nó chết trong một vụ đắm tàu ngoài khơi bờ biển phía nam.

shipwreck² /'ʃiːprek/ dgt làm đắm tàu: *shipwrecked sailors* những thủy thủ bị đắm tàu.

shipwright /'ʃiːprait/ dt thợ đóng tàu; thợ sửa chữa tàu.

shipyard /'ʃiːpjɑːd/ dt xưởng đóng tàu; xưởng sửa chữa tàu.

shire /ʃaiə[r]/ hoặc trong từ ghép /-ʃə[r]/ dt **1.** (cổ) quận, hạt (hiện chủ yếu dùng trong danh từ ghép như Hampshire, Yorkshire) **2.the shires** (snh) vùng hạt săn cáo. (một số hạt ở vùng trung du nước Anh, nổi tiếng về săn cáo).

shire-horse /'ʃaiəhɔːs/ dt giống ngựa kéo xe (to, khỏe).

shirk /ʃɜːk/ dgt (xấu) trốn tránh, lẩn tránh, trốn (trách nhiệm, công việc gì lười...): *he always shirks the unpleasant tasks* nó luôn luôn lẩn tránh những công việc không thích thú; *she is* *shirking going to the dentist* chị ta tránh không đến gặp nha sĩ.

shirker /ʃɜːkə[r]/ *dt (xấu)* kẻ trốn việc, kẻ trốn trách nhiệm.

shirt /ʃɜːt/ *dt* áo sơ mi. // **keep one's shirt on** *(kng)* (thường dùng ở thức mệnh lệnh) giữ bình tĩnh: *keep your shirt on! Nobody meant to offend you* hãy giữ bình tĩnh! không ai muốn xúc phạm đến anh đâu; **lose one's shirt** x lose; **put one's shirt on something** *(lóng)* dốc sạch túi để đánh cá: *he has put his shirt on his team winning the trophy* hắn đã dốc cả túi đánh cá đội của hắn sẽ chiếm giải; **a stuffed shirt** x stuff².

shirt-front /ˈʃɜːtfrʌnt/ *dt* vạt ngực áo sơ mi *(thường hồ cứng ở áo sơ mi trong trang phục theo nghi thức)*.

shirting /ˈʃɜːtɪŋ/ *dt* vải may sơ mi.

shirt-sleeve /ˈʃɜːtsliːv/ tay áo sơ mi: *in one's shirt-sleeves* mặc áo sơ mi trần *(không có vét tông)*.

shirt-tail /ˈʃɜːtteɪl/ *dt* đuôi áo sơ mi.

shirtwaist /ˈʃɜːtweɪst/ *dt* (Mỹ) áo nữ cài trước ngực, áo nữ kiểu sơ mi.

shirtily /ˈʃɜːtɪli/ *pht* [một cách] bực mình, [một cách] cáu gắt.

shirtiness /ˈʃɜːtɪnɪs/ *dt* sự bực mình, sự cáu gắt.

shirty /ˈʃɜːti/ *tt* (-ier; -iest) *(kng)* bực mình, cáu gắt: *don't get shirty with me!* xin đừng cáu gắt với tôi.

shish kebab /ˌʃɪʃkiˈbæb/, (Mỹ) ˈʃɪʃkəbæb/ *dt nh* kebab.

shit¹ /ʃɪt/ *dt* 1. *(lóng)* phân, cứt: *a pile of dog shit on the pavement* một bãi cứt chó trên vỉa hè 2. sự đi ngoài: *need a shit* buồn đi ngoài 3. lời nhận xét ngốc nghếch, bài viết ngốc nghếch; điều bậy bạ: *you do talk a load of shit* anh nói toàn lời bậy bạ 4. *(xấu)* người đáng khinh: *that little shit stole my money* thằng bé đáng khinh đó xoáy tiền của tôi. // **in the shit** bị phiền toái; **not give a shit about somebody (something)** chẳng đếm xỉa gì đến ai *(cái gì)*; **scare the shit out of somebody** làm cho *(ai)* khiếp vía.

shit² /ʃɪt/ *dt* (-tt-) 1. (shitted hoặc **shat**) *(lóng)* đi ỉa, đi tiêu 2. *shit oneself* a/ ỉa vãi, són ra quần b/ sợ vãi đái.

shit³ /ʃɪt/ *tht (lóng)* cục cứt!: *shit! I've missed the train!* cục cứt! tôi lại trễ chuyến xe lửa rồi!.

shitty /ˈʃɪti/ *tt* (-ier; -iest) (Anh, *lóng*) 1. gớm ghiếc, kinh tởm: *I'm not going to eat this shitty food* tôi không đi ăn thứ thức ăn kinh tởm ấy đâu 2. đáng khinh; bần tiện: *what a shitty way to treat a friend!* thật là một cách đối xử bần tiện đối với bạn.

shiver¹ /ˈʃɪvə[r]/ *dgt* run *(vì sợ, vì lạnh...)*: *shivering all over with cold* run toàn thân vì lạnh.

shiver² /ˈʃɪvə[r]/ *dt* 1. sự run *(vì sợ, vì lạnh...)* 2. **the shivers** *(snh)* cơn run: *having to make a speech always gives me the shivers* phải nói trước đám đông bao giờ cũng làm tôi run sợ.

shiver³ /ˈʃɪvə[r]/ *dt (thường snh)* mảnh vụn *(thủy tinh...)*: *cut one's foot on a small shiver of glass* giẫm phải một mảnh vụn nhỏ thủy tinh mà đứt chân.

shiver⁴ /ˈʃɪvə[r]/ *dgt* [làm] vỡ thành mảnh vụn.

shoal¹ /ʃəʊl/ *dt* đàn cá: *swimming in shoals* bơi thành đàn; *shoals of tourists come here in the summer* mùa hè khách du lịch đến đấy từng đoàn.

shoal² /ʃəʊl/ *dgt* hợp thành đàn *(cá)*.

shoal³ /ʃəʊl/ *dt* 1. chỗ nông *(ở biển)*; bãi cát ngầm ngập nước nông: *run aground on a shoal* mắc cạn ở một bãi cát ngập nước nông 2. *shoals (snh)* nguy hiểm ngầm; khó khăn ngầm.

shoal⁴ /ʃəʊl/ *dgt* cạn đi.

shock¹ /ʃɒk/ *dt* 1. sự va mạnh, sự rung chuyển mạnh *(do đụng nhau hay nổ mạnh)*: *earthquake shocks* rung chuyển do động đất; *I felt the shock as the aircraft hit the ground* tôi cảm thấy như bị va mạnh khi máy bay chạm đất 2. *nh* electric shock: *have an electric shock* bị điện giật 3. sự choáng váng; sự kinh hoàng: *it gave me quite a shock to be told I was seriously ill* thật là một cú choáng váng đối với tôi khi được biết rằng mình bị bệnh nghiêm trọng 4. cơn choáng, cơn sốc: *she died of shock following an operation on her brain* chị ta chết do bị sốc sau cuộc giải phẫu não.

shock² /ʃɒk/ *dgt* 1. *(chủ yếu ở dạng bị động)*; làm choáng váng, làm kinh hoàng: *I was shocked at the news of her death* tôi choáng váng khi nghe tin cô ta mất 2. làm phẫn nộ; làm ghê tởm; làm khiếp sợ: *I'm not easily shocked, but that book really is obscene* tôi không dễ phẫn nộ đâu, nhưng cuốn sách thực sự là đồi trụy.

shock³ /ʃɒk/ *dt* (thường **shock of hair**) mớ tóc bù xù.

S

shock absorber /ˈʃɒkəbsɔ:-bə[r]/ cái giảm sốc (ở ô tô).

shock-headed /ʃɒkˈhedid/ tt (cũ) có đầu tóc bù xù.

shocker /ˈʃɒkə[r]/ dt **1.** người gây choáng váng; người gây kinh hoàng **2.** (kng) vật gây choáng váng; tin giật gân **3.** (kng) điển hình tồi tệ nhất: *you've written bad essays but this one is a shocker* trước đây anh cũng đã từng viết những bài tồi, nhưng đây cũng là một bài tồi tệ điển hình nhất.

shocking /ˈʃɒkiŋ/ tt **1.** gây phẫn nộ; làm ghê tởm; làm khiếp sợ; rất chướng: *shocking words* những lời lẽ ghê tởm: *shocking news* tin gây choáng váng **3.** (kng) rất tồi: *shocking weather* thời tiết rất tồi; *shocking handwriting* chữ viết rất xấu.

shockingly /ˈʃɒkiŋli/ pht **1.** [một cách] rất chướng **2.** [một cách] rất tồi: *you're playing shockingly* anh chơi rất tồi **3.** (kng) hết sức; vô cùng: *a shockingly expensive dress* chiếc áo vô cùng đắt tiền.

shock-proof /ˈʃɒkˈpru:f/ tt chống va (đồng hồ).

shock-tactics /ˈʃɒktæktics/ trò giật gân.

shock therapy /ˈʃɒkθerəpi/, cg **shock treatment** /ˈʃɒk-tri:tmənt/ (y) liệu pháp gây sốc.

shock-troops /ˈʃɒktru:ps/ dt snh đội quân xung kích.

shock wave /ˈʃɒkweiv/ làn sóng kinh hoàng: *as soon as news of the tragedy was announced, shock waves spread rapidly to all parts of the country* ngay khi tin về vụ thảm kịch được loan báo, làn sóng kinh hoàng đã nhanh chóng lan ra trên mọi miền đất nước.

shod[1] /ʃɒd/ qk và đttqk của shoe[2].

shod[2] /ʃɒd/ tt (thngữ) đi giày (như thế nào đấy): *shod in leather* đi giày da; *expensively-shod ladies* những bà đi giày đắt tiền; *an iron-shod stick* (bóng) cây gậy bịt sắt.

shoddily /ˈʃɒdili/ pht [với] chất lượng kém; [một cách] tồi: *shoddily made* được sản xuất một cách tồi.

shoddiness /ˈʃɒdinis/ dt sự kém chất lượng, sự sản xuất tồi.

shoddy[1] /ˈʃɒdi/ tt (-ier; -iest) có chất lượng kém, xấu: *shoddy goods* hàng kém chất lượng; *shoddy work-man-ship* tay nghề non kém.

shoddy[2] /ˈʃɒdi/ dt vải sợi thu hồi, vải sợi tái sinh (từ sợi vải cũ).

shoe[1] /ʃu:/ dt **1.** giày: *a pair of shoes* một đôi giày; *tennis shoes* giày đánh quần vợt; *put on one's shoes* đi giày vào; *take off one's shoes* cởi giày ra; *shoe polish* xi đánh giày **2.** (cg **horse-shoe**) sắt bịt móng ngựa **3.** má phanh **4.** vật hình giày. // **be in (put oneself in) somebody's shoe** ở vào (tự đặt mình vào) địa vị của ai; **dead men's shoes** x dead; **fill somebody's shoes** x fill[1]; **shake in one's shoes** x shake[1]; **step into somebody's shoes** x step[1].

shoe[2] /ʃu:/ dgt (**shod**) đóng sắt bịt móng (cho ngựa): *a blacksmith shoeing a pony* bác thợ rèn đóng sắt bịt móng cho một con ngựa giống nhỏ con.

shoehorn /ˈʃu:hɔ:n/ dt cái bót xỏ giày.

shoe-lace /ˈʃu:leis/ dt dây giày.

shoemaker /ˈʃu:meikə[r]/ dt thợ giày.

shoemaking /ˈʃu:meikiŋ/ dt nghề đóng giày.

shoeshine /ˈʃu:ʃain/ dt (Mỹ) người đánh giày: *a shoeshine boy* chú bé đánh giày.

shoestring /ˈʃu:striŋ/ dt (Mỹ) dây giày. // **on a shoestring** tiêu pha tằn tiện: *living on a shoestring* sống tằn tiện.

shoe-tree /ˈʃu:tri:/ dt phom giày (lồng vào trong để giữ dáng cho giày).

shone /ʃɒn, (Mỹ ʃəʊn)/ qk và dttqk của shine.

shoo[1] /ʃu:/ tht suỵt! (tiếng dùng để xua đuổi): *shoo, all of you, I'm busy* suỵt, tụi bay đi hết đi, tao đang bận!.

shoo[2] /ʃu:/ dgt (**shoed**) **shoe somebody (something) away (off, out)** suỵt, xua, đuổi đi: *shooing the chickens away* [suỵt] xua gà đi chỗ khác.

shoo-in /ˈʃu:in/ dt (Mỹ, kng) người [được coi như] chắc thắng; đội [được coi như] chắc thắng; đội [được coi như] chắc thắng.

shook /ʃʊk/ qk và dttqk của shake.

shoot[1] /ʃu:t/ dgt (**shot**) **1.** bắn: *aim carefully before shooting* hãy nhắm cẩn thận trước khi bắn; *he shot an arrow from his bow* nó bắn một mũi tên từ cây cung của nó; *what are you shooting [your gun] at?* anh đang bắn vào vật gì thế?; *he shot [off] several bullets before hitting the target* nó bắn nhiều viên đạn mới trúng được bia; *she was shot in the leg* bà ta bị bắn vào chân; *the hunter shot the stag dead* người thợ săn đã bắn chết con hươu đực; *this is just a toy gun, it doesn't shoot* cái này chỉ là một khẩu súng đồ chơi, có bắn được đâu; *the gunman shot* a hole in the door tay súng ấy đã bắn tạo thành một lỗ thủng ở cửa **2.** săn bắn; đi săn bắn ở *(nơi nào đó)*: *he enjoys riding, fishing and shooting* ông ta thích cưỡi ngựa, câu cá và săn bắn; *shoot a covert* đi săn bắn ở khu rừng lắm lùm cây **3.** [làm cho] vụt qua: *the sports car shot past us* chiếc xe hơi đua chạy vụt qua chúng tôi; *flash shoots across sky* ánh chớp lóe ngang bầu trời; *he shot out of the door after her* anh ta vụt nhanh ra cửa đuổi theo cô nàng; *the runner shot ahead [of the rest]* vận động viên chạy vụt lên vượt trước những người khác **4.** chạy ran gây cảm giác nhức nhối *(nói về cơn đau)*: *a shooting pain in my back* cơn đau nhói chạy ran ra ở lưng **5.** chĩa vào, nhắm vào: *journalists shooting questions at the minister* các nhà báo nhắm vào ông bộ trưởng mà đặt câu hỏi; *she shot an angry glance at him; she shot him an angry glance* cô nàng ném một cái nhìn giận dữ vào anh ta **6.** đâm chồi, đâm nhánh: *rose bushes shoot again after being cut back* hồng lại đâm nhánh sau khi bị tỉa bớt **7.** quay [phim]: *shoot a woman riding a horse* quay cảnh một phụ nữ cưỡi ngựa; *the film was shot in black and white* cuốn phim được quay đen trắng **8.** chạy băng qua *(nói về tàu thuyền, người đi tàu thuyền)*: *shoot the bridge* chạy băng băng dưới gầm cầu; *shooting the rapids* chạy băng băng qua dòng thác **9.** đẩy *(chốt cửa) (để mở hoặc đóng cửa)* **10.** *(kng)* ghi được điểm *(đánh gôn)*: *shot a 75 in the first round* ghi được điểm 75 ở hiệp

đầu **11.** *(Mỹ)* chơi *(một số môn chơi)*: *shoot dice* chơi súc sắc **12.** tìm cách đưa bóng thẳng vào khung thành; ghi bàn thắng: *she's looking for an opportunity to shoot [at goal]* cô ta đang tìm cơ hội đưa bóng thẳng vào khung thành; *he shot a goal from twenty yards out* nó ghi được một bàn từ cách khung thành hai mươi iát **13.** *(Mỹ, kng) (chỉ dùng ở thức mệnh lệnh)* nói ra *(điều cần nói)*: *you want to tell me something? well, shoot!* anh muốn nói với tôi điều gì phải không? nào, nói ra đi! **14.** *(không dùng ở dạng phủ định)* tiêm chích ma túy: *shoot heroin* tiêm chích heroin. // **be (get) shot of something (somebody)** tống khứ được cái gì *(được ai)*; **shoot one's bolt** *(kng)* nỗ lực lần cuối; **shoot the breeze** *(Mỹ, kng)* tán gẫu; **shoot it out [with somebody]** *(kng)* giải quyết *(một cuộc tranh chấp...)* bằng họng súng; **shoot a line** *(kng)* nói khoác, nói láo: *she said she was an expert skier but I think she was just shooting a line* chị ta nói chị ta trước kia là một tay trượt tuyết cừ, nhưng tôi nghĩ chị ta chỉ nói khoác mà thôi; **shoot one's mouth off [about something]** *(kng)* a/ khoác lác, b/ bép xép: *it's a secret, so don't go shooting your mouth off about it* đây là một điều bí mật, đừng có đi mà bép xép đấy; **shoot pool** *(Mỹ)* chơi pun *(x pool²* 5); **shoot one's way in (into) something; shoot one's way out (out of something)** bắn để mở đường vào; bắn để mở đường chạy: *the gangster stole a gun and shot his way out of prison* tên cướp lấy cắp được một khẩu súng và bắn

mở đường tháo chạy khỏi nhà tù; **shoot the works** *(Mỹ, kng)* dốc hết túi; dốc hết sức.

shoot somebody down bắn chết *(ai)* một cách tàn bạo; **shoot something (somebody) down** bắn hạ *(máy bay, phi công)*: *ships shooting down fighter planes* các chiếc tàu bắn hạ máy bay chiến đấu; *his latest theories have been shot down in flames by the experts* những lý thuyết mới nhất của ông ta đã bị các nhà chuyên môn đập tan tành; **shoot something off** a/ bắn đứt: *his arm was shot off in the war* cánh tay của anh ta đã bị bắn đứt trong chiến tranh b/ bắn lên trời, bắn chỉ thiên: *people were shooting off pistols in the streets to celebrate the victory* người ta đang bắn súng chỉ thiên ngoài đường phố để chào mừng chiến thắng; **shoot something up** nổ súng khủng bố: *the gangsters ran into the bar and started shooting it up* tụi cướp xông vào quán rượu và bắt đầu nổ súng khủng bố.

shoot² /ʃuːt/ *dt* **1.** chồi, búp, cành non: *train the new shoots of a vine* uốn các cành nho non **2.** toán săn bắn: *members of grouse shoot* thành viên một toán săn bắn gà gô **3.** vùng đất săn bắn. // **the whole [bang] shoot** *(kng)* tất cả mọi thứ.

shooter /ˈʃuːtə[r]/ *dt (lóng)* súng.

-shooter *(trong dt ghép)* **1.** người bắn: *a sharpshooter* người bắn giỏi, tay thiện xạ **2.** súng: *a six-shooter* súng lục, súng sáu.

shooting /ˈʃuːtiŋ/ *dt* **1.** sự bắn bị thương: *political-motived shooting* sự bắn bị thương vì động cơ chính trị

S

2. sự săn bắn: *the shooting season* mùa săn bắn.

shooting-brake /'ʃu:tiŋ breik/ *dt (Anh, cũ) nh* estate car.

shooting-gallery /'ʃu:tiŋ gæləri/ *dt* phòng tập bắn.

shooting match /'ʃu:tiŋ mætʃ/ *the whole shooting match x* whole.

shooting star /ʃu:tiŋ 'sta:[r]/ (*cg* **falling star**) (*thiên*) sao băng.

shooting-stick /'ʃu:tiŋ stik/ *dt* gậy ghế (*gậy có thể đóng xuống đất và mở tay cầm ra thành ghế ngồi*).

shoot-out /'ʃu:taʊt/ *dt* cuộc chạm súng: *the robbery led to a shoot-out between the robbers and the police* vụ cướp đã dẫn đến một cuộc chạm súng giữa bọn cướp và cảnh sát.

shop¹ /ʃɒp/ *dt* **1.** (*Mỹ* **store**) cửa hàng, cửa hiệu: *a butcher's shop* cửa hàng thịt; *a chemist's shop* hiệu thuốc tây; *a bookshop* hiệu sách **2.** (*cg* **workshop**) (*hay gặp trong từ ghép*) xưởng, phân xưởng: *a repair shop* xưởng sửa chữa; *a paint shop* xưởng sơn **3.** (*kng*) cơ sở làm ăn buôn bán, cơ sở; công việc làm ăn buôn bán; hoạt động: *the whole country shuts up shop on Christmas Day* cả nước ngừng hoạt động làm ăn buôn bán nhân dịp lễ Nô-en. // **all over the shop** (*lóng*) a/ lung tung; vung vãi khắp nơi: *his clothes lay all over the shop* quần áo của nó vung vãi khắp nơi b/ khắp mọi nơi: *I've looked for it all over the shop* tôi đã tìm kiếm cái đó khắp mọi nơi; **a bull in the china shop** *x* bull; **come (go) to the wrong shop** *x* wrong; **keep shop** trông hàng: *will you keep shop while I*

go out for lunch? tôi đi ăn trưa anh trông hàng chứ?; **set up shop** bắt đầu một công việc kinh doanh: *she set up shop as a bookseller in the High Street* bà ta bắt đầu công việc kinh doanh bằng nghề bán sách ở phố High Street; **shut up shop** *x* shut; **talk shop** *x* talk².

shop² /ʃɒp/ *dgt* (-pp-) **1. shop for something** (*thường* go shopping) đi mua sắm: *go shopping every day* đi mua sắm hằng ngày; *I'm shopping for Christmas presents* tôi đi mua quà Nô-en **2.** (*Anh, lóng*) khai báo (*với cảnh sát*): *the gang leader was shopped by one of the robbers* tên cầm đầu bọn cướp đã bị một tên trong bọn khai báo cho cảnh sát; **shop around [for something]** (*kng*) tìm kỹ để mua cho được loại tốt nhất: *don't buy the first car you see, shop around a bit* đừng mua ngay chiếc xe mà anh thấy, hãy dạo tìm kỹ một chút để mua cho được loại tốt nhất.

shop-assistant /ʃɒpə'sistənt/ *dt* (*Mỹ* **sales clerk**) nhân viên bán hàng.

shop-floor /ʃɒp'flɔ:[r]/ *dt* (*số ít*) **1.** khu sản xuất (*trong nhà máy*): *working on the shop-floor* làm việc ở khu sản xuất **2.** công nhân trực tiếp sản xuất: *how does the shop-floor feel about these changes?* công nhân trực tiếp sản xuất nghĩ gì về những thay đổi này?

shopkeeper /'ʃɒki:pə[r]/ *dt* (*Mỹ* **storekeeper**) chủ hiệu.

shoplift /'ʃɒplift/ *dgt* ăn cắp hàng ở cửa hiệu (*trong khi vờ đi mua hàng ở cửa hiệu*).

shoplifter /'ʃɒpliftə[r]/ *dt* kẻ ăn cắp hàng ở cửa hiệu.

sholifting /'ʃɒpliftiŋ/ *dt* sự ăn cắp hàng ở cửa hiệu.

shopper /'ʃɒpə[r]/ *dt* người đi mua sắm: *crowds of Christmas shoppers* hàng đám đông những người đi mua sắm vào dịp lễ Nô-en.

shopping /'ʃɒpiŋ/ *dt* **1.** sự mua sắm: *a shopping bag* túi đi mua sắm hàng **2.** hàng mua được.

shopping centre /'ʃɒpiŋ sentə[r]/ trung tâm buôn bán.

shopping mall /'ʃɒpiŋmæl/ (*Mỹ*) khu cửa hàng (*thường có mái che, cấm xe cộ qua lại*).

shop-soiled /'ʃɒpsɔild/ *tt* bị bám bụi vì để trưng bày ở cửa hiệu; bị phai màu vì để trưng bày ở cửa hiệu: *a sale of shop-soiled goods at half price* sự bán hàng phai màu vì để trưng bày ở cửa hiệu với giá hạ một nửa.

shop-steward /ʃɒp'stjuəd/ *dt* đại diện công đoàn (*của công nhân*).

shop-walker /'ʃɒpwɔ:kə[r]/ *dt* (*Mỹ* **floor-walker**) cửa hàng trưởng (*hướng dẫn khách hàng và giám sát nhân viên bán hàng ở các cửa hàng lớn*).

shore¹ /ʃɔ:[r]/ *dt* bờ (*biển, hồ lớn*): *swim from the ship to the shore* bơi từ tàu vào bờ; *go on shore* lên bờ (*nói về thủy thủ*); *this island is two miles off shore* đảo này cách bờ hai dặm.

shore² /ʃɔ:[r]/ *dgt* **shore something up** chống, đỡ vật gì: *shore up the side of a house to stop it falling down* chống bên cạnh ngôi nhà cũ cho nó khỏi sập xuống; *she used this evidence to shore up her argument* chị ta dùng chứng cứ này để chống đỡ cho lý lẽ của mình.

shore³ /ʃɔ:[r]/ *dt* cột chống; rầm đỡ.

shorn /ʃɔ:n/ *dttqk của* shear.

short¹ /ʃɔ:t/ *tt* (-er; -est) **1.** ngắn: *a short stick* cây gậy ngắn; *a short distance between the two houses* khoảng cách ngắn giữa hai ngôi nhà; *you have cut my hair very short* anh đã cắt tóc tôi quá ngắn; *a short holiday* kỳ nghỉ ngắn; *a short speech* bài nói ngắn; *have a short memory* có trí nhớ kém; *a short vowel (ngôn)* nguyên âm ngắn **2.** thấp *(người)*: *a short person* một người thấp; *short in stature* vóc dáng thấp **3.** thiếu, không đủ: *the shopkeeper gave us short weight: we got 7.5 kilos instead of 10 kilos* chủ hiệu đã cân thiếu hàng cho chúng tôi: chỉ được 7,5 cân thay vì 10 cân; *short of time* thiếu thời gian; *I'm a bit short this week* tuần này tôi hơi thiếu tiền; *he's short on tact (kng)* anh ta thiếu tế nhị **4.** *short for something* là dạng tắt của cái gì: *Ben is usually short for Benjamin* Ben thường là dạng tắt của Benjamin **5.** *short with somebody* ăn nói cộc lốc với ai: *she was rather short with him when he asked for help* cô nàng ăn nói khá là cộc lốc với anh ta khi anh ta nhờ cô giúp đỡ; *he gave her a short answer* nó trả lời cộc lốc với cô ta **6.** mạnh *(rượu)*: *I rarely have short drinks* tôi ít khi uống rượu mạnh **7.** *(thường)* chưa tới kỳ hạn *(hối phiếu...)*: *a short bill* hối phiếu chưa tới kỳ hạn; *a short date* ngày tháng chưa tới kỳ hạn **8.** ngậy và giòn *(bánh nướng...)*: *a flan with a short crust* chiếc bánh flan có vỏ ngậy và giòn. // **be on short rations** có khẩu phần ăn ít đi; **by a short head** a/ [cách nhau] chưa đến một đầu ngựa: *win by a short head* thắng chưa đến một đầu ngựa b/ chỉ hơn kém chút ít: *I got 96 per cent, he got 94, so I beat him by short head* tôi được 96%, anh ta 94%, như vậy tôi chỉ hơn anh ta chút ít; **for short** viết tắt, gọi tắt: *her name is Francis, or Fran for short* tên cô ta là Francis hay gọi tắt là Fran; **get (have) somebody by the short hairs** *(kng)* nắm quyền sinh sát ai; **give full (short) measure** *x* measure²; **in long (short) pants** *x* pant²; **in the long run** *x* long¹; **in the long (short) term** *x* term; **in short** [nói] vắn tắt; [nói] tóm lại; **in short order** nhanh gọn, không lôi thôi gì hết; **in short supply** không đầy đủ; khan hiếm: *little (nothing) short of* chẳng kém gì; hầu như là: *our escape was little short of miraculous* cuộc trốn thoát của chúng tôi chẳng kém gì một phép mầu; **make short work of something (somebody)** giải quyết nhanh gọn, xử lý nhanh gọn: *make short work of one's meal* [giải quyết bữa] ăn một cách nhanh gọn; *the team made short work of their opponents* đội bóng đã nhanh gọn hạ các đối thủ của mình; **on a short fuse** dễ cáu giận; **short (out) of breath** *x* breath; **[on] short commons** *(cũ)* không đủ cái ăn; **a short cut** a/ đường tắt: *I took a short cut across the field to get to school* tôi theo con đường tắt băng qua đồng để đến trường b/ cách làm tắt: *becoming a doctor requires years of training, there are really no short cuts* trở thành bác sĩ phải nhiều năm đào tạo, thật sự không có con đường tắt nào có hiệu quả cả; **short and sweet** *(thường mỉa)* không tốn thì giờ và lời nói: *I only need two minutes with the doctor, the visit was short and sweet* chỉ cần hai phút với bác sĩ, cuộc khám bệnh có tốn thì giờ và lời nói gì đâu.

short² /ʃɔ:t/ *pht* đột ngột, đột nhiên; *he stopped short when he heard his name called* anh ta đột nhiên dừng lại khi nghe ai đó gọi tên mình. // **be caught (taken) short** *(kng)* buồn đi ngoài quá; **bring (pull somebody up short (sharply)** *x* pull²; **fall short of something** không đạt tới cái gì: *the money collected fell short of the amount required* số tiền quyên góp được không đạt tới số cần thiết; **cut something (somebody) short** kết liễu sớm; ngắt lời: *a career tragically cut short by illness* một sự nghiệp kết liễu sớm một cách bi thảm do bệnh hoạn; *cut somebody short* ngắt lời ai; **go short of something** thiếu hụt cái gì, không có đủ cái gì; *if you earn well, you'll never go short* nếu anh kiếm được khá thì chẳng bao giờ anh thiếu hụt cả; **run short of** dùng cạn; thiếu dùng: *go and get more oil so we don't run short* đi kiếm thêm ít dầu cho khỏi bị thiếu dùng đi; *I'm late for work every day and I'm running short of excuses* ngày nào tôi cũng đi làm trễ nên đang thiếu lý do để nêu ra xin lỗi; **sell something (somebody) short** *x* sell; **short of something** không có cái gì, trừ phi có cái gì: *short of a miracle, we're certain to lose now* trừ phi có phép mầu, chúng ta bây giờ chắc là thua thôi; **stop short of something (doing something)** *x* stop¹; **cut a long story short** *x* long¹.

short³ /ʃɔ:t/ dt (kng) **1.** nh short circuit **2.** phim ngắn, phim phụ (chiếu trước phim chính) **3.** (đặc biệt snh) ly rượu mạnh. // **the long and short of it** x long².

short⁴ /ʃɔ:t/ dgt nh short-circuit.

shortage /ʃɔ:tidʒ/ dt sự thiếu; lượng thiếu: food shortage sự thiếu thực phẩm; a shortage of 50 tons thiếu 50 tấn.

short back and sides /ʃɔ:t ,bæk ənd 'saidz/ kiểu tóc chân tóc cắt ngắn.

shortbread /ʃɔ:bred/ dt bánh quy giòn.

shortcake /ʃɔ:tkeik/ dt **1.** (Anh) nh shortbread **2.** bánh kem tráng miệng: strawberry shortcake bánh kem tráng miệng rải dâu tây.

shortchange /ʃɔ:'tcheindʒ/ dgt trả thiếu tiền đổi.

short circuit /ʃɔ:t'sɜ:kit/ dt (điện) (cg kng **short**) mạch chập.

short-circuit /ʃɔ:t'sɜ:kit/ dgt (điện) (cg kng **short**) **1.** [làm] chập mạch: you've short-circuited the washing-machine anh đã làm chập mạch máy giặt **2.** đốt cháy giai đoạn, bỏ qua: short-circuit the normal procedures to get something done quickly bỏ qua các thủ tục thông thường để làm cái gì được nhanh hơn.

shortcoming /ʃɔ:tkʌmiŋ/ dt (thường snh) thiếu sót.

shorten /ʃɔ:tən/ dgt [làm] ngắn đi, rút ngắn: the days are beginning to shorten ngày bắt đầu ngắn đi; they want to shorten the time it takes to make the car họ muốn rút ngắn thời gian chế tạo chiếc xe.

shortening /ʃɔ:tniŋ/ dt chất béo làm bánh (trộn vào bột làm bánh cho bánh xốp và giòn).

shortfall /ʃɔ:tfɔ:l/ dt (+ of, in) sự thiếu hụt: a shortfall in the annual budget sự thiếu hụt trong ngân sách hàng năm.

shorthand /ʃɔ:hænd/ dt (Mỹ cg **stenography**) [phương pháp] tốc ký: the secretary made notes in shorthand (made shorthand notes) viên thư ký ghi bằng tốc ký.

short-handed /ʃɔ:thæn-did/ tt (thường vị ngữ) thiếu nhân công: a lot of people are on holiday this month, so we're a bit short-handed nhiều người nghỉ trong tháng này, cho nên chúng tôi hơi thiếu nhân công.

shorthand typist /ʃɔ:t-hænd taipist/ (Mỹ cg **stenographer**) người đánh máy tốc ký (ghi bằng tốc ký rồi đánh máy ra).

shorthorn /ʃɔ:thɔ:n/ dt giống gia súc ngắn sừng.

short list /ʃɔ:t list/ danh sách chung tuyển (đã lọt qua vòng sơ tuyển): are you on the short list? anh có tên trong danh sách chung tuyển không?

short-haul /ʃɔ:thɔ:l/ tt theo đường ngắn (chuyến bay của máy bay).

shortle /ʃɔ:tl/ dt (hài, xấu) nh shorty.

short-list /ʃɔ:tlist/ dgt ghi vào danh sách chung tuyển: have you been short-listed for the post? anh có được ghi vào danh sách chung tuyển vào chức vụ đó không?

short-lived /ʃɔ:t'livd, (Mỹ ʃɔ:t'laivd)/ tt ngắn ngày, ngắn ngủi: a short-lived relationship mối quan hệ ngắn ngủi; their opposition to the plan was short-lived sự phản đối của họ đối với kế hoạch cũng trong thời gian ngắn thôi.

shortly /ʃɔ:tli/ pht **1.** không lâu, sớm, chẳng bao lâu: shortly afterwards sau đó chẳng bao lâu; shortly before noon trước mười hai giờ trưa không lâu: I'll be with you shortly tôi sẽ đến sớm với anh **2.** cộc lốc: she answered me rather shortly cô ta trả lời tôi khá là cộc lốc **3.** bằng ít lời, ngắn gọn.

shortness /ʃɔ:tnis/ dt **1.** sự ngắn **2.** thấp, sự lùn (người) **3.** sự thiếu, sự không đủ **4.** sự cộc lốc **5.** sự chưa tới kỳ hạn (hối phiếu...) **6.** sự ngậy và giòn (bánh nướng...).

short order /ʃɔ:t'ɔ:də[r]/ (Mỹ) sự gọi món ăn làm nhanh: a short-order dinner bữa cơm tối làm nhanh.

short odds /ʃɔ:t'ɒdz/ tỷ lệ ăn thua gần ngang nhau (trong đánh cá ngựa).

short-range /ʃɔ:t'reindʒ/ tt (thường thngữ) **1.** ngắn ngày: a short-range project dự án ngắn ngày; short-range weather forecasts dự báo thời tiết ngắn ngày **2.** [có] tầm ngắm (tên lửa).

shorts /ʃɔ:ts/ dt snh **1.** quần soóc **2.** (Mỹ) quần đùi nam.

short shrift /ʃɔ:t'ʃrift/ sự đối xử cộc cằn; sự ít quan tâm đến.

short sight /ʃɔ:'sait/ sự cận thị.

short-sighted /ʃɔ:'saitid/ tt **1.** cận thị **2.** thiển cận: a short-sighted plan một kế hoạch thiển cận.

short-sightedly /ʃɔ:'said-tidli/ pht **1.** [một cách] cận thị **2.** [một cách] thiển cận.

short-sightedness /ʃɔ:t-'saitidnis/ dt **1.** tật cận thị **2.** sự thiển cận.

short-staffed /ʃɔ:t'sta:ft/ tt (thường vị ngữ) tt thiếu nhân sự.

short story /ʃɔ:t'stɔ:ri/ truyện ngắn.

short temper /ʃɔ:t'tempə[r]/ tính khí nóng nảy: he has a very short temper ông ta tính khí rất nóng nảy.

short-tempered /ʃɔ:t'tempəd/ tt nóng tính.

short-term /ʃɔ:t3:m/ tt ngắn kỳ, ngắn hạn: a short-term loan món vay ngắn hạn.

short time /ʃɔ:t'taim/ sự làm việc không trọn ngày; sự làm việc không trọn tuần: workers on short time công nhân làm việc không trọn ngày; công nhân làm việc không trọn tuần; short-time working sự làm việc không trọn ngày; sự làm việc không trọn tuần.

short wave /ʃɔ:t'weiv/ (vt SW) sóng ngắn (sóng radiô): a short-wave broadcast buổi phát thanh trên làn sóng ngắn.

short-winded /ʃ:t'windid/ tt thở không ra hơi, đứt hơi (sau khi chạy...).

shorty /'ʃɔ:ti/ dt (kng) 1. (đôi khi xấu) người thấp lè tè 2. quần áo ngắn cũn cỡn.

shot /ʃɒt/ dt 1. phát súng, phát đạn; tiếng súng: fire a few shots bắn vài phát đạn; hear shots in the distance nghe tiếng súng ở đằng xa; take a shot at the enemy bắn một phát súng vào kẻ thù; his remark was meant as a shot at me lời nhận xét của anh ta như là một phát súng nhằm vào tôi 2. sự thử làm; sự cố gắng: have a shot at [solving] this problem cố gắng giải bài toán ấy 3. cú sút (vào khung thành bóng đá...); his shot went to the right of the goal cú sút của anh ta đi vào phía phải của khung thành 4. (snh kđổi) viên đạn (không nổ, bắn từ đại bác... trước đây); quả tạ: put the shot đẩy tạ, ném tạ 4. (cg lead shot) đạn ghém 6. xạ thủ: a crack shot một xạ thủ cừ 7. ảnh; cảnh: a long shot cảnh chụp xa 8. sự phóng (tên lửa): the second space shot this year lần phóng tên lửa lên vũ trụ lần thứ hai trong năm nay 9. (kng) sự tiêm: a shot of penicillin sự tiêm penexilin 10. (kng) ngụm (rượu): a shot of vodka một ngụm rượu votka. // **a big noise (shot)** x big; **call the shots (tune)** x call[2]; **a leap (shot) in the dark** x dark[1]; **like a shot** (kng) a/ ngay tức khắc, không chần chừ: if I had the chance to go, I'd take it like a shot nếu tôi có cơ hội để đi thì tôi sẽ chộp lấy ngay tức khắc b/ rất nhanh, như mũi tên: the dog was after the rabbit like a shot con chó phóng như mũi tên theo con thỏ; **a long shot** x long[1]; **not by a long chalk (shot)** x long[1]; **a parting shot** x parting; **a shot in the arm** (kng) nguồn động viên: getting that big contract was a real shot in the arm for the company nhận được hợp đồng to lớn đó quả là một nguồn động viên thực sự đối với công ty.

shot[2] /ʃɒt/ tt 1. óng ánh đổi màu (khi đổi góc nhìn; nói về vải): a black curtain shot with silver một tấm màn đen óng ánh bạc; brown hair shot with grey (bóng) tóc nâu lốm đốm bạc 2. (thường vị ngữ) (kng, Mỹ) sờn rách; tan vỡ; sụp đổ: her patience was completely shot lòng kiên nhẫn của chị ta đã hoàn toàn bị tan vỡ. // **shot**

through with something [có] đầy, tràn ngập (cái gì đó): conversation shot through with humour cuộc nói chuyện đầy khôi hài.

shot[3] /ʃɒt/ qk và dttqk của shoot[1].

shotgun /ʃɒtgʌn/ dt súng bắn đạn ghém.

shotgun wedding /ʃɒtgʌn-'wediŋ/ đám cưới chạy (thường là vì cô dâu đã có thai).

shot-put /'ʃɒtpʊt/ dt (số ít) (cg **putting the shot**) cuộc thi đẩy tạ.

should[1] /ʃəd/ nhấn mạnh ʃʊd/ dgt tình thái (dạng phủ định **should not**, dạng rút ngắn là **shouldn't**) 1. (chỉ bổn phận, nghĩa vụ) phải: we should be punctual chúng ta phải đúng giờ 2. (chỉ lời khuyên, lời đề nghị) nên: he should stop smoking anh ấy nên ngừng hút thuốc; they should have called the police lẽ ra họ nên gọi cảnh sát 3. (đưa ra một kết luận để ướm hỏi) có lẽ: we should arrive before dark có lẽ chúng ta sẽ tới trước lúc trời tối; I should have finished reading it by Friday có lẽ tôi sẽ đọc xong vào thứ sáu 4. (diễn tả kết quả của một sự kiện tưởng tượng) sẽ: we should move to a larger house if we had the money chúng ta sẽ dọn đến một ngôi nhà rộng hơn nếu chúng ta có tiền 5. (dùng trong mệnh đề có that, sau những tt như anxious, sorry, delighted...) đã; có: we're sorry that you should feel uncomfortable chúng tôi lấy làm tiếc là anh đã không được thoải mái; I am delighted that he should take that view tôi lấy làm thích thú là ông ta đã chấp nhận quan điểm

S

đó 6. *(dùng với* if *và* in case, *để chỉ một việc khó có khả năng xảy ra)* vạn nhất, nhỡ ra: *if you should change your mind, do let me know* nếu vạn nhất anh thay đổi ý kiến, hãy cho tôi biết nhé; *should anyone phone, please tell them I'm busy* nếu nhỡ ra có ai gọi điện thoại thì làm ơn nói với họ là tôi bận 7. *(dùng sau* so that, in order than, *để chỉ mục đích)* có thể: *she repeated the instructions slowly in order that he should understand* bà ta chậm chạp lặp lại lời chỉ dẫn để cho cậu ấy có thể hiểu được. 8. *(dùng trong lời yêu cầu lịch sự)* xin: *we should be grateful for your help* chúng tôi xin biết ơn về sự giúp đỡ của ông 9. *(dùng với* imagine, say, think... *để thử đưa ra ý kiến)* thiết nghĩ: *I should say she's over forty* tôi thiết nghĩ bà ta đã ngoài bốn mươi 10. *(dùng trong câu hỏi để diễn tả sự không tin, sự ngạc nhiên)* lại, lại là: *why should he think that?* sao nó lại nghĩ như vậy chứ?; *I was thinking of going to see Ba when who should appear but Ba himself* tôi đang định đến thăm Ba thì người xuất hiện lại chính là anh ta.

should² /ʃʊd/ *qk của* shall.

shoulder¹ /ˈʃəʊldə[r]/ *dt* 1. vai: *shrug one's shoulder* nhún vai; *a person with broad shoulders* một người có vai rộng; *give a child a ride on one's shoulders* cõng đứa bé trên vai; *shift the blame onto somebody else's shoulders* trút lỗi lên vai ai 2. vai *(áo, lo...)*: *a jacket with padded shoulders* chiếc áo vét-tông có vai độn 3. miếng thịt vai. // **be (stand)**

head and shoulders above somebody (something) *x* head¹; **a chip on one's shoulders** *x* chip¹; **give somebody (get) the cold shoulder** *x* cold¹; **have a good head on one's shoulders** *x* head¹; **an old head on young shoulders** *x* old; **put one's shoulder to the wheel** làm cật lực: *come on, everyone, shoulders to the wheel, we've got a lot to do* nào, mọi người hãy làm cật lực, chúng ta có khối việc phải làm; **rub shoulders with somebody** *x* rub¹; **shoulder to shoulder** a/ vai kề vai: *soldiers standing shoulder to shoulder on this issue* chúng tôi kề vai sát cánh nhau về vấn đề đó *(có cùng ý kiến, ý định)*; **straight from the shoulder** *x* straight².

shoulder² /ˈʃəʊldə[r]/ *dgt* 1. đặt lên vai, vác lên vai: *he shouldered his rucksack and set off along the road* anh ta vác ba-lô lên vai và bắt đầu đi theo con lộ 2. gánh lấy *(trách nhiệm, tội lỗi...)*: *he won't shoulder all the blame for the mistake* nó không chịu gánh lấy hết lỗi lầm đâu 3. hích (ấy) bằng vai: *shoulder somebody to one side* dùng vai hích ai sang một bên. // **shoulder one's way in, through, past...** len lỏi, lách qua: *shoulder one's way through the crowd* lách qua đám đông.

shoulder-bag /ˈʃəʊldəbæg/ *dt* cái túi dết.

shoulder-blade /ˈʃəʊldəbleid/ *dt (cg* scapula) *(giải)* xương vai.

shoulder-strap /ˈʃəʊldəstræp/ *dt* dây bro-ten, dải đeo quần.

shouldn't /ˈʃʊdənt/ *dạng rút ngắn của* shoul not.

shouldst /ʃədst; *nhấn mạnh* ʃʊdst/ *thou shouldst (cổ) nh* you should.

shout¹ /ʃaʊt/ *dt* 1. tiếng kêu la, tiếng la hét, tiếng hò reo: *he was greeted with shouts of "Long live the President"* ông ta được chào đón bằng tiếng hò reo "Tổng thống muôn năm" 2. *(lóng) (Úc, Tân Tây Lan)* chầu khao rượu: *what will you have? it's my shout* anh uống gì nào? đến chầu tớ khao rượu đấy.

shout² /ʃaʊt/ *dgt (không dùng ở dạng bị động)* la to, kêu to, thét, la hét, reo hò: *shout for joy* reo hò vui sướng; *shout [out] in pain* thét lên vì đau; *don't shout at me* đừng có la hét tôi, đừng có to tiếng với tôi; *I shouted to him to shut the gate* tôi la to bảo nó đóng cổng lại; *they shouted their disapproval* họ la hét phản đối. // **shout somebody down** la hét buộc ai phải thôi nói; *the crowd shouted the speaker down* đám đông la hét buộc diễn giả phải thôi nói; **shout something from the roof-tops** *x* roof-top.

shouting /ˈʃaʊtiŋ/ *dt* tiếng kêu la, tiếng la hét, tiếng hò reo: *within shouting distance* trong tầm tiếng hò reo. // **be all over bar the shouting** đã hoàn tất *(cuộc tranh tài...)*, chỉ còn chờ công bố và reo hò hoan hô: *now that most of the election results have been declared, it's all over bar the shouting* bây giờ phần lớn kết quả bầu cử đã được công bố, ta chỉ còn chờ reo hò hoan hô nữa mà thôi.

shouting-brake /ˈʃaʊtiŋbreik/ *dt (cũ) nh* estate car.

shove¹ /ʃʌv/ *dgt* 1. xô, đẩy: *the policeman shoved me* *aside* viên cảnh sát xô tôi sang một bên **2.** *(kng)* để đại *(vào một nơi nào đó)*: *where shall I put the case? - shove it on the top of the car* tôi để cái va-li vào đâu nhỉ? - để đại lên mui xe ấy. // **put (shove; stick) one's oar in** *x* oar; **shove off** a/ đẩy thuyền ra xa bờ b/ *(kng) (thường ở thức mệnh lệnh)* cút đi: *we can get one more in if you shove up* nếu anh dịch lên, ta có thể có thêm một chỗ nữa đấy.

shove² /ʃʌv/ *dt (thường số ít)* sự xô, sự đẩy: *give somebody (something) a good shove* đẩy mạnh *(ai, cái gì)*.

shove-halfpenny /ˈʃʌv-ˈheɪpni/ *dt* trò đánh đáo vạch.

shovel¹ /ˈʃʌvl/ *dt* **1.** cái xẻng **2.** gàu xúc, gàu ngoạm *(của máy xúc)*.

shovel² /ˈʃʌvl/ *dgt* **1.** xúc bằng xẻng: *shovel up coal into the container* xúc than vào công-te-nơ; *shovelling food into their mouths (bóng)* tọng thức ăn vào mồm, ăn ngấu ăn nghiến **2.** xúc dọn: *shovel a path through the snow* xúc dọn tuyết để tạo một lối đi; *shovel the pavement clear of snow* xúc dọn hè đường cho sạch tuyết.

shoveful /ˈʃʌvlfʊl/ *dt* xẻng [đầy]: *two shovelfuls of earth* hai xẻng đất đầy.

show¹ /ʃəʊ/ *dt* **1.** cuộc biểu diễn, cuộc trình diễn: *let's go out and see a show or perhaps a film* ta hãy đi xem một buổi biểu diễn hay có thể là một buổi chiếu phim; *a TV quiz show* chương trình thi đố trên đài truyền hình **2.** cuộc trưng bày, cuộc triển lãm *a flower show* một cuộc trưng bày hoa; *a motor show* cuộc triển

lãm các kiểu xe hơi mới; *the Lord Mayor's Show* cuộc diễu hành mừng ông thị trưởng mới **3.** sự phô trương; sự tỏ vẻ: *a show of friendship* sự tỏ vẻ thân thiện; *all the glitter and show of the circus* tất cả sự lộng lẫy và sự phô trương của rạp xiếc; *they are too fond of show* họ quá thích phô trương **4.** *(thường số ít) (Anh, kng)* việc *(làm như thế nào đó)*: *a poor show* một việc làm chẳng ra gì: *put up a good show* làm tốt *(như trong thi cử, trong cuộc đua...)* **5.** *(kng)* công việc: *let's get this show moving* ta hãy bắt tay vào công việc này đi; *this is the manager's show, you must ask him about it* đây là công việc [thuộc phạm vi trách nhiệm] của quản đốc, vì vậy anh nên hỏi ông ta. // **for show** cốt để khoe: *she only has these books for show, she never reads them* cô nàng có những cuốn sách đó cốt để khoe thôi, có bao giờ cô ta đọc đâu; **good show!** *(Anh, kng)* khá lắm! hay lắm!: *you passed your exams? Good show!* Cậu thi đỗ rồi à? Hay lắm! **on show** đang được trưng bày: *all the new products were on show at the exhibition* tất cả các sản phẩm mới đang được trưng bày ở triển lãm; **steal the scene (the show)** *x* steal; **stop the show** *x* stop¹.

show² /ʃəʊ/ *dgt (qk* **show-ed;** *dttqk* **shown;** *có khi* **showed) 1.** cho xem, cho thấy; trưng bày: *the photo shows her dressed in black* bức ảnh cho thấy cô ta mặc đồ đen; *he showed me his pictures* hắn cho tôi xem những bức ảnh của hắn; *her paintings are being shown at a gallery in London* tranh của bà ta

đang được trưng bày tại một phòng tranh ở Luân Đôn; *my shoes are showing signs of wear* giày của tôi đã cho thấy có dấu hiệu sờn mòn **2.** thấy được; lộ ra: *your petticoat is showing Jane* này Jane, váy trong của cô lộ ra ngoài kìa; *does the scar still show?* vết sẹo có còn rõ không?; *his fear showed in his eyes* nỗi sợ hãi lộ rõ trong cặp mắt của nó; *his shirt was so thin that his vest showed through* áo sơ mi của nó mỏng đến nỗi có thể thấy được áo lót bên trong **3.** *(không dùng ở dạng bị động)* chỉ, chỉ ra: *the clock shows half past two* đồng hồ chỉ hai giờ rưỡi; *show me which picture you drew* hãy chỉ cho tôi bức tranh nào anh đã vẽ **4.** *(không dùng ở dạng bị động)* **show oneself** xuất hiện, có mặt: *the leader rarely shows himself in public* vị lãnh đạo ấy ít khi xuất hiện trước công chúng **6.** thể hiện *(một thái độ nào đó, trong cách đối xử:* *they showed nothing but contempt for him* họ chẳng thể hiện gì khác ngoài sự khinh bỉ đối với hắn **7.** chứng tỏ là; chứng tỏ là có; tỏ ra: *show no sign of intelligence* không tỏ ra chút dấu hiệu nào của trí thông minh cả **8.** chứng minh; giải thích, trình bày rõ: *show [him] how to do it (what to do)* giải thích [cho hắn] rõ làm cái đó như thế nào (những gì phải làm) **9.** hướng dẫn, dẫn: *we were shown into the waiting-room* chúng tôi được dẫn vào phòng đợi; *the usherette showed us to our seats* cô xếp chỗ hướng dẫn chúng tôi đến chỗ ngồi **10.** *(kng)* chứng tỏ cho thấy khả năng

S

(giá trị) của mình: *they think I can't win, but I'll show them* họ nghĩ là tôi không thể thắng được, nhưng tôi sẽ chứng tỏ cho họ thấy khả năng của mình **11.** (*Mỹ, lóng*) xuất hiện, ló mặt ra: *I waited for you all morning but you never showed* tôi đã chờ anh suốt buổi sáng, nhưng chẳng thấy mặt anh đâu cả **12.** (*Mỹ, đua ngựa*) đoạt giải (*trong ba giải đầu*). // **do (show) somebody a kindness** x kindness; **fly (show; wave) the flag** x flag[1]; **go to show** [dùng để] chứng tỏ là: *you've got no money now, it all (only) goes to show you shouldn't gamble* bây giờ mày chẳng còn đồng nào, điều đó chứng tỏ mày không nên bài bạc; **show somebody a clean pair of heels** (*kng, thường đùa*) bỏ chạy, chạy đi; **show somebody to the door** tiễn ai ra tận cửa; **show [somebody] the door]** đuổi ai ra khỏi cửa; **show one's face** ló mặt ra: *he daren't show his face in the street* nó không dám ló mặt ra ngoài đường phố nữa; **show one's hand (one's cards)** để lộ ý đồ của mình: *I suspect they are planning something but they haven't shown their hand yet* tôi ngờ là chúng đang hoạch định việc gì đây, nhưng họ chưa để lộ ý đồ của họ; **show somebody (know; learn) the ropes** x rope; **show a leg** (*kng, đùa*) ra khỏi giường; *show one's teeth* ra oai; **show [somebody] the way** a/ chỉ đường cho ai: *show him the way to the station* chỉ cho anh ta đường đi ra nhà ga b/ làm gương, là một tấm gương cho (*ai*): *let's hope her bravery will show the way for other young people* hy vọng rằng lòng dũng cảm của cô ta sẽ là tấm

gương cho những thanh niên khác; **show the white feather** hành động hèn nhất; tỏ ra sợ hãi; **show willing** tỏ rõ sự sẵn lòng của mình: *I don't think I'm needed as a helper, but I'll go anyway, just to show willing* tôi không nghĩ là họ cần tôi giúp đỡ, nhưng dù sao tôi cũng sẽ đi, chỉ để tỏ rõ sự sẵn lòng của mình; **[have] something (nothing) to show for something** thu được gì (chẳng thu được gì) trong (*việc gì đó*): *all those years of hard work, and nothing to show for it* bấy nhiêu năm lao động cật lực mà chẳng được gì cả. *I've got £100 to show for all the stuff I sold* tất cả những món mà tôi bán, tôi chỉ thu được 100 bảng thôi đấy.

show off (*kng, thường xấu*) khoe khoang; phô trương: *the child danced around the room, showing off to everybody* đứa bé nhảy múa quanh phòng cốt để khoe khoang (khoe tài) với mọi người; **show somebody (something) up** thu hút sự chú ý của mọi người tới ai (*cái gì*): *a dress that shows off her figure well* chiếc áo thu hút sự chú ý của mọi người tới vóc dáng (*đẹp*) của cô ta: *he likes showing off how well he speaks French* anh ta thích khoe tài nói tiếng Pháp của mình: **show up** (*kng*) tới (*thường là trễ*); xuất hiện: *it was ten o'clock when he finally showed up* cuối cùng đã mười giờ nó mới xuất hiện; **show [something] up** [làm cho] thấy rõ: *the dust on the shelf shows up in the sunlight* bụi trên xích đông thấy rõ trong ánh nắng; **show somebody up** (*kng*) làm ai bẽ mặt: *he showed me up by falling asleep at the concert* nó làm tôi bẽ mặt tại buổi hòa nhạc

vì ngủ gật lúc đang xem; **show somebody up as (for) something)** cho thấy sự thật không hay về ai: *I intend to show up this man for the liar he is* tôi định cho thấy sự thật không hay về con người ấy, đó là một tên nói điêu.

showbiz /'ʃəʊbɪz/ *dt* (*kng*) nh show business.

show business /'ʃəʊ,bɪznɪs/ lĩnh vực kinh doanh trò vui (*sân khấu, điện ảnh, truyền hình...*).

show-case /'ʃəʊ keɪs/ *dt* **1.** tủ kính bày hàng (*ở cửa hàng*); tủ kính bày hiện vật (*ở viện bảo tàng*) **2.** phương tiện giới thiệu; dịp giới thiệu: *her new one-woman programme is a good show-case for her talents* chương trình mới một vợ [một chồng] của bà ta là một dịp tốt để giới thiệu tài năng của bà.

show-down /'ʃəʊ daʊn/ *dt* sự đọ sức lần cuối; sự dàn xếp lần cuối: *the two contenders for the world championship will meet for a show-down next month* hai đối thủ tranh chức vô địch thế giới sẽ đọ sức lần cuối vào tháng tới; *management are seeking a show-down with the unions on the issue of illegal strike* ban quản trị đang tìm một giải pháp cuối cùng với các liên đoàn về vấn đề đình công bất hợp pháp.

shower[1] /'ʃaʊə[r]/ *dt* **1.** trận mưa rào: *be caught in a shower* bị mưa rào **2.** trận mưa (*đạn, đá...*): *a shower of bullets* trận mưa đạn, đạn bắn như mưa; *a shower of insults* một tràng những lời lăng mạ **3.** vòi gương sen (*để tắm*); buồng tắm có vòi gương sen; sự tắm vòi gương sen: *I'm in the shower* tôi đương tắm vòi gương sen; *a shower cap* mũ giữ cho tóc khỏi ướt *(khi tắm vòi gương sen) take a shower* tắm vòi gương sen **4.** bữa tiệc tặng quà cô gái tổ chức lễ cưới; bữa tiệc tặng quà chị phụ nữ sắp sinh con.

shower² /ˈʃaʊ[r]/ *dgt* **1.** trút xuống như mưa: *small stones showered [down] on us from above* những viên đá nhỏ trút như mưa từ trên cao xuống chúng tôi; *good wishes showered down on the bride and bridegroom* những lời chúc tốt lành cho cô dâu và chú rể đến tới tấp **2.** tung lên như mưa, trút xuống như mưa: *shower the newly-weds with confetti* tung giấy bướm như mưa, trút xuống như mưa lên đôi vợ chồng mới cưới **3.** gửi dồn dập tới, đưa tới dồn dập: *shower gifts on somebody* gửi quà tặng dồn dập tới ai; *the dancer was showered with praise* cô vũ nữ nhận được những lời khen dồn dập.

shower-proof /ˈʃaʊə pruːf/ *tt* đi mưa không ướt *(quần áo)*.

showery /ˈʃaʊəri/ *tt* hay [có] mưa rào *(thời tiết): a showery day* một ngày hay mưa rào.

show-girl /ˈʃəʊ gɜːl/ *dt* nữ diễn viên tốp ca múa nhạc *(trong một buổi trình diễn âm nhạc).*

showily /ˈʃəʊili/ *pht* [một cách] lòe loẹt, [một cách] màu mè: *dress very showily* ăn mặc rất lòe loẹt.

showiness /ˈʃəʊinis/ *dt* sự lòe loẹt, sự màu mè.

showing /ˈʃəʊiŋ/ *dt* **1.** sự chiếu *(phim): two showings of the film daily* hai lần chiếu phim mỗi ngày **2.** *(thường số ít)* kết quả, biểu hiện: *the company's poor fi-*nancial *showing in recent years* những biểu hiện thâm thủng về tài chính của công ty trong những năm gần đây; *on last week's showing, the team is unlikely to win today* theo kết quả các trận đấu tuần trước thì hôm nay đội khó có thể thắng được.

show-jumping /ˈʃəʊˌdʒʌmpiŋ/ *dt* cuộc đua ngựa vượt rào.

showman /ˈʃəʊmən/ *dt* **1.** ông bầu *(gánh xiếc...)* **2.** người có tài quảng cáo; người có tài thu hút quần chúng *(trong quảng cáo hàng hóa...).*

showmanship /ˈʃəʊmənʃip/ *dt* tài quảng cáo, tài thu hút quần chúng.

shown /ˈʃəʊn/ *đttqk* của show².

show-off /ˈʃəʊɒf/ *dt (xấu)* người phô trương; người hay lòe.

show of hands /ˈʃəʊəvˈhændz/ sự giơ tay biểu quyết: *the issue is decided by a show of hands* vấn đề được quyết định bằng cách giơ tay biểu quyết; *who is in favour of the proposal? Can I have a show of hands, please?* ai ủng hộ đề nghị đó? Xin giơ tay biểu quyết cho.

showpiece /ˈʃəʊpiːs/ *dt* vật mẫu đáng được mọi người khen ngợi: *the Ming vase is the showpiece of my collection* chiếc lọ thời nhà Minh là vật mẫu đáng được mọi người khen ngợi trong bộ sưu tập của tôi.

showplace /ˈʃəʊpleis/ *dt* nơi tham quan: *old castles, palaces and other showplaces* những lâu đài, dinh thự cũ và những nơi tham quan khác.

showroom /ˈʃəʊrum/ *dt* phòng bày hàng.

showstopper /ˈʃəʊstɒpə[r]/ *dt* tiết mục, chương trình biểu diễn được hoan nghênh, tán thưởng rất lâu, làm gián đoạn buổi biểu diễn.

showstopping /ˈʃəʊstɒpiŋ/ *tt* bị ngắt quãng vì được người xem hoan hô tán thưởng.

show trial /ˈʃəʊˌtraiəl/ *(thường xấu)* vụ xử án nhằm gây tác động tâm lý *(hơn là cốt để tìm ra thủ phạm).*

showy /ˈʃəʊi/ *tt* (-ier; -iest) *(thường xấu)* lòe loẹt, màu mè: *a showy dress* chiếc váy lòe loẹt; *a showy manner* kiểu cách màu mè.

shrank /ʃræŋk/ *qk của* shrink.

shrapnel /ˈʃræpnəl/ *dt* mảnh đạn súng cối, mảnh bom: *be hit by [a piece of shrapnel* bị trúng một mảnh đạn súng cối.

shred¹ /ʃred/ *dt* **1.** mảnh, miếng *(do bị xé, bị cào...): the jacket was torn to shreds by the barbed wire* chiếc áo vét-tông bị dây kẽm gai xé rách thành từng mảnh **2.** *shred of something* (số ít, trong câu hỏi hoặc trong câu phủ định) chút ít: *not a shred of truth in what he says* không một chút sự thật nào trong những gì anh ta nói: *can they find a shred of evidence against me?* chúng nó có tìm được một chút chứng cứ nào chống lại tôi không?

shred² /ʃred/ *dgt* (-dd-) cắt nhỏ, xé nhỏ: *shredded cabbage* bắp cải được cắt (thái) nhỏ; *shredding top-secret documents:* xé vụn những tài liệu tối mật *(để tiêu hủy đi).*

shrew /ʃruː/ *dt* **1.** *(động)* chuột chù **2.** người đàn bà đanh tính.

S

shrewd /ʃru:d/ *tt* **(-er; -est)** tinh khôn, sắc sảo; *a shrewd politician* nhà chính trị tinh khôn; *a shrewd argument* lý lẽ sắc sảo.

shrewdly /'ʃru:dli/ *pht* [một cách] tinh khôn, [một cách] sắc sảo.

shrewdness /'ʃru:dnis/ *dt* sự tinh khôn, sự sắc sảo.

shrewish /'ʃru:iʃ/ *tt* bẳn tính.

shrewishly /'ʃru:iʃli/ *pht* [một cách] bẳn tính.

shrewishness /'ʃru:iʃnis/ *dt* tính hay cáu gắt.

shriek¹ /ʃri:k/ *dgt* rú, rít: *shrieking with laughter* cười rú lên; *shriek [out] in fright* sợ hãi rú lên; *shriek [out] a warning* rít lên một lời cảnh cáo.

shriek² /ʃri:k/ *dt* tiếng rú, tiếng rít: *shrieks of laughter* tràng cười rú lên; *he gave a shriek of terror* nó phát ra một tiếng rú khiếp sợ; nó khiếp sợ rú lên.

shrift /ʃrift/ *dt* x **short shrift**.

shrike /ʃraik/ *dt (động)* chim bách thanh.

shrill /ʃril/ *tt* **1. (-er; -est)** the thé, lanh lảnh; inh tai: *a shrill whistle* tiếng còi lanh lảnh **2. (bóng, thường xấu)** hay nheo nhéo đòi hỏi, hay liên hồi kêu ca: *the newspapers became even shriller in their attacks* báo chí đả kích càng liên hồi hơn.

shrillness /'ʃrilnis/ *dt* giọng the thé, giọng lanh lảnh; giọng inh tai.

shrilly /'ʃrili/ *pht* [một cách] the thé, [một cách] lanh lảnh; [một cách] inh tai.

shrimp¹ /ʃrimp/ *dt* **1. (động)** con tôm **2. (đùa hoặc xấu)** người bé nhỏ, người loắt choắt.

shrimp² /ʃrimp/ *dgt (thường go shrimping)* đi đánh tôm, đi câu tôm.

shrine /ʃrain/ *dt* **1.** thánh địa; điện thờ; *Strafford, the shrine of Shakespeare* Strafford, thánh địa của Shakespeare **2.** hòm thánh tích; lăng.

shrink¹ /ʃriŋk/ *dgt* **(shrank** hoặc **shrunk; shrunk)** co lại, quắt lại: *will this shirt shrink in the wash?* áo này giặt thì có co lại không? *car sales have been shrinking recently* số xe hơi bán được gần đây đã giảm sút.

shrink away (back) from something (somebody) lùi lại, rụt lại *(vì sợ hoặc ghê tởm)*: *fearing a beating, the dog shrank into a corner* sợ bị đòn, con chó rụt vào một góc: **shrink from [doing] something** tránh làm gì, miễn cưỡng làm gì: *he shrank from [the thought of] having to kill anyone* ông ta tránh ý nghĩ phải giết bất cứ ai.

shrink² /ʃriŋk/ *dt (Mỹ, đùa, lóng)* bác sĩ tâm thần.

shrinkage /'ʃriŋkidʒ/ *dt* sự co lại; lượng co lại: *as a result of shrinkage, the shirt is now too small to wear* do co lại, chiếc áo sơ-mi này mặc quá chật; *there has been some shrinkage in our export trade* đã có một vài giảm sút trong ngành thương mại xuất khẩu của ta.

shrinking violet /'ʃriŋkiŋ 'vaiələt/ *(đùa)* người thiếu tự tin, người rụt rè.

shrink-wrap *dgt* **(-pp)** *(chủ yếu dùng ở thể bị động)* bao [trong] màng nhựa co chặt lại: *shrink-wrapped cheese* pho mát bao màng nhựa co chặt lại.

shrive /ʃraiv/ *dgt* **(shrived, shrove; shrived, shriven)** *(tôn)* giải tội *(cho ai, sau khi nghe xưng tội)*.

shrivel /ʃrivl/ *dgt* **(-ll-, (Mỹ) -l-) shrivel something up** [làm] nhăn lại. [làm] teo lại, [làm] quắt lại: *the leaves shrivelled [up] in the sun* lá quắt lại dưới ánh nắng mặt trời: *he has a shrivelled face* ông ta có gương mặt nhăn nheo.

shriven /'ʃrivn/ *dttqk* của shrive.

shroud¹ /ʃraud/ *dt* **1. (cg winding sheet)** vải liệm **2. (of something)** màn (che giấu cái gì): *a shroud of fog* màn sương; *cloaked in a shroud of mystery* được phủ một màn bí ẩn.

shroud² /ʃraud/ *dgt* **shroud something in something** giấu; bao phủ: *shrouded in darkness* bị bóng tối bao phủ; *a crime shrouded in mystery* tội ác còn trong vòng bí ẩn.

shrove /ʃrəv/ *qk* của shrive.

Shrove Tuesday /ʃrəv'tju:-zdi, (Mỹ ʃrəʊv'tu:zdi)/ *(tôn)* ngày thứ ba giải tội *(ngay trước mùa chay)*.

shrub /ʃrʌb/ *dt (thực)* cây bụi.

shrubbery /'ʃrʌbəri/ *dt* bãi cây bụi, đám bụi cây.

shrug¹ /ʃrʌg/ *dgt* **(-gg-) 1.** nhún vai: *I asked her where Sam was, but she just shrugged [her shoulders]* tôi hỏi cô ta Sam ở đâu, nhưng cô ta chỉ nhún vai // **shrug something off** nhún vai bỏ qua: *shrug off criticism* nhún vai bỏ qua lời bình phẩm.

shrug² /ʃrʌg/ *dt* sự nhún vai; cái nhún vai: *she gave a shrug and walked away* cô ta nhún vai và bỏ đi.

shrunk /ʃrʌŋk/ *qk và dttqk* của shrink².

shrunken /'ʃrʌŋkən/ *tt (thường thngữ)* đã co lại, đã

quắt lại: *the shrunken body of a starving child* thân hình quắt lại của một em bé đói ăn; *a further decline in their already shrunken motor industry* một sự sút giảm hơn nữa trong công nghiệp xe hơi vốn đã co lại của họ.

shuck¹ /ʃʌk/ *dt* **1.** vỏ (*vỏ đậu, vỏ trấu, vỏ sò...*) **2.** shucks (*snh*) vật vô giá trị.

shuck² /ʃʌk/ *dgt* bóc vỏ: *shuck peas* bóc vỏ đậu.

shucks /ʃʌks/ *tht* (*Mỹ, kng*) chà! (*để nói lên nỗi bực bội, nỗi thất vọng của mình*).

shudder¹ /ˈʃʌdə[r]/ **1.** rùng mình; run: *shudder [with horror] at the sight of blood* rùng mình ghê sợ trước cảnh đổ máu **2.** rung: *she slammed on the brakes and the car shuddered to a halt* chị ta ấn mạnh phanh và chiếc xe rung lên mà dừng lại.

shudder² /ˈʃʌdə[r]/ *dt* sự rùng mình: *a shudder of fear ran through him* một cảm giác rùng mình sợ hãi chạy khắp người hắn; *it gives me the shudder (kng)* cái đó làm tôi rùng mình.

shuffle¹ /ˈʃʌfl/ *dgt* **1.** lê [chân], lê bước: *walk properly, don't shuffle* hãy đi cho đàng hoàng, đừng có kéo lê chân như thế **2.** đổi thế đứng, giậm giật chân (*do bồn chồn sốt ruột...*): *the audience began to shuffle [their feet] impatiently* khán giả bắt đầu giậm giật chân một cách sốt ruột **3.** trang [bài] (*khi đánh bài*) **4.** sắp xếp lại: *he shuffled the papers [around] on the desk, pretending to be busy* anh ta sắp xếp lại các giấy tờ trên bàn, làm như đang bận bịu **5.** thoái thác, lẩn tránh: *don't shuffle, give us a clear answer* đừng có lẩn tránh

nữa, hãy trả lời chúng tôi rõ ràng đi. // **shuffle something off [onto somebody]; shuffle out of something** lẩn tránh việc gì (*mà đáng ra mình phải làm*): *he tries to shuffle his work off onto others* nó tìm cách lẩn tránh công việc của mình và trút lên vai người khác; *shuffle off this mortal coil (thường đùa)* từ giã cõi đời này.

shuffle² /ˈʃʌfl/ *dt* **1.** sự đi kéo lê chân, bước đi lê chân *walk with an exhausted shuffle* lê bước đi mệt mỏi rã rời **2.** sự trang bài **3.** sự sắp xếp lại, sự chỉnh đốn: *a shuffle in the Cabinet* một sự sắp xếp lại trong nội các.

shuffler /ˈʃʌflə[r]/ *dt* **1.** người đi lê bước **2.** người trang bài **3.** người sắp xếp lại **4.** người thoái thác, người lẩn tránh.

shufty, shufti /ˈʃʊfti/ *dt* take (have) a shufty [at something (somebody)] (*cũ, lóng*) liếc nhìn: *come and have (take) a shufty at this!* này đến đây và hãy liếc nhìn cái này xem!

shun /ʃʌn/ *dgt* (-nn-) tránh, xa lánh: *shun temptation* tránh xa những mối cám dỗ; *she shuns being photographed* cô tránh không để người ta chụp ảnh mình; *since the scandal, she's been shunned by her neighbours* từ khi xảy ra vụ tai tiếng, cô ta bị hàng xóm xa lánh.

'shun /ʃʌn/ *tht* (*quân*) (attention *nói tắt*) nghiêm!

shunt /ʃʌnt/ *dgt* **1.** lái (*tàu hỏa*) sang đường tàu khác: *shunt a train into a siding* lái tàu sang đường tránh **2.** được lái sang đường tránh (*tàu hỏa*) **3.** (*bóng, kng*) **shunt something (somebody) away (off)** a/ chuyển (*đến*

một nơi thấp hơn*): *he's been shunted off to one of the company's smaller offices* ông ta đã bị chuyển xuống một trong những phòng nhỏ hơn của công ty: *the luggage was shunted slowly into the lift* hành lý đã được chuyển dần vào thang máy b/ chuyển hướng; lái: *shunt the conversation towards more pleasant topics* chuyển hướng (lái) câu chuyện sang những đề tài thú vị hơn.

shush¹ /ʃʊʃ/ *tht* suyt¹.

shush² /ʃʊʃ/ *dgt* (*kng*) **1.** suyt bảo im đi: *she shushed him* nàng suyt bảo chàng im đi **1.** (*chủ yếu dùng ở thức mệnh lệnh*) trở nên im lặng, im đi: *shush, somebody might hear us!* im đi, có ai đó có thể đang nghe ta nói đấy!

shut /ʃʌt/ *dgt* (-tt-) (shut) **1.** đóng, khép, đậy; nút, nhắm, ngậm, gập... *shut a door* đóng cửa, khép cửa; *shut a book* gập cuốn sách lại; *shut one's mouth* ngậm miệng, câm miệng; *shut one's eyes* nhắm mắt: *his eyes shut and he fell asleep* mắt hắn nhắm lại và hắn ngủ thiếp đi; *the supermarket doors shut automatically* cửa ở siêu thị tự động đóng lại **2.** đóng cửa: *when do the pubs shut?* khi nào thì các quán rượu đóng cửa?; *it's time to shut the shop* đã đến giờ đóng cửa hàng. // **keep one's mouth shut** x mouth¹; **shut one's ears to something (somebody)** bịt tai làm ngơ, bỏ ngoài tai: *I begged him for help but he shut his ears* tôi cầu xin nó giúp đỡ, nhưng nó đã bịt tai làm ngơ; **shut (close) one's eyes to something** x eye¹; **shut (slam) the door in somebody's face** x door; **shut the door on**

S

something từ chối không xem xét: *the union accused the management of shutting the door on further negotiation* liên đoàn buộc tội ban điều hành là từ chối thương lượng xa hơn nữa; **shut one's mouth (face)** *(lóng)* (chủ yếu dùng ở thức mệnh lệnh) câm miệng, im: *shut your mouth, nobody asked you!* câm miệng đi, không ai hỏi anh; **shut somebody's mouth** *(kng)* bịt miệng ai; **shut up shop** đóng cửa tiệm *(không kinh doanh nữa...)*: *I've lost so much money this year that I'm being forced to shut up shop* năm nay tôi thua lỗ nhiều đến nỗi phải đóng cửa tiệm; **with one's eyes shut/ closed** x eye¹.

shut somebody (something) away cất đi, làm cách biệt với người khác: *shut the letters away where no one will find them* cất mấy bức thư vào nơi không ai tìm thấy được; *I hate being shut away in the country* tôi ghét phải sống cách biệt ở nông thôn; **shut [something] down** đóng cửa *(không làm việc nữa)*: *the workshop has shut down and the workers are unemployed* xưởng đã đóng cửa và công nhân bị thất nghiệp; *they've shut down their factory* họ đã đóng cửa nhà máy của họ; **shut somebody (oneself) in something** vây *(ai, tự mình)* lại trong nơi nào đó; *she shuts herself in her study for hours* cô ta tự giam mình trong phòng học hàng mấy tiếng; *we're shut in by the hills there* ở đây vây quanh chúng tôi là đồi núi; **shut something in something** đóng và làm kẹp *(kẹp)*: *I shut my finger in the car door* tôi đóng cửa xe và làm kẹp ngón tay; **shut something off** khóa lại, đóng lại *(vòi nước)*; ngắt

(dòng điện...): *you must shut the gas supply off if there's a leak* anh phải khóa nguồn ga lại ngay nếu có chỗ rò rỉ; **shut somebody (something) off (from) something** tách biệt khỏi: *his deafness shuts him off from the lives of others* tật điếc của hắn đã tách biệt hắn ra khỏi cuộc sống của những người khác; *the village is shut off from the world by lakes and marshes* ngôi làng bị ao hồ đầm lầy tách biệt khỏi thế giới bên ngoài; **shut somebody (something) out [of something]** chặn, gạt bỏ: *the government wants to shut the refugees out* chính phủ muốn chặn những người tỵ nạn không cho vào; *these trees shut out the view* những cây này che khuất tầm nhìn; *he tried to shut all thoughts of her out of his mind* anh ta cố gắng gạt bỏ mọi ý nghĩ về cô ấy ra khỏi đầu óc anh ta; **shut [something] up** *(kng)* [làm cho ai] im đi, câm miệng: *tell her to shut up* bảo cô ta im đi; *can't you shut him up?* anh không thể làm hắn im đi sao? **shut something up** đóng chặt các cửa *(của một ngôi nhà...)*: *we shut up the house before going on holiday* chúng tôi đóng chặt các cửa trước khi đi nghỉ lễ; **shut somebody (something) up [in something]** nhốt *(ai)*; cất *(vật gì)*: *we shut him up in his room* chúng tôi nhốt nó trong phòng của nó: *shut the jewels up in the safe* cất đồ nữ trang vào két sắt.

shutdown /'ʃʌtdaʊn/ *dt* sự đóng cửa *(vì ngày lễ, để sửa chữa, hàng bán không được...)*: *strikes causing shutdown in the steel industry* những cuộc đình công dẫn đến sự đóng cửa các nhà máy trong công nghiệp thép.

shut-eye /'ʃʌtai/ *dt (kng)* giấc ngủ: *get a bit of shut-eye* chợp mắt một tý.

shutter¹ /'ʃʌtə[r]/ *dt* **1.** cánh cửa con *(đóng lỗ cửa)* **2.** cửa trập *(ở máy ảnh)*. // **put up the shutters** *(kng)* đóng cửa tiệm *(sau ngày bán hàng hay thôi kinh doanh)*.

shutter² /'ʃʌtə[r]/ *đgt* (chủ yếu dùng ở dạng bị động) **1.** đóng cánh cửa con **2.** lắp cánh cửa con.

shuttle¹ /'ʃʌtl/ *dt* **1.** con thoi **2.** cái thuyền *(máy khâu)* **3.** tàu xe con thoi *(di chuyển đều đặn giữa hai địa điểm)*: *I'm flying to Boston on the shuttle* tôi đã bay đi Boston bằng chuyến máy bay con thoi **4.** *(kng)* nh shuttlecock.

shuttle² /'ʃʌtl/ *đgt* [làm cho] di chuyển qua lại; [làm cho] tới lui đều đặn.

shuttlecock /'ʃʌtlkɒk/ *dt* quả cầu lông.

shuttle diplomacy /'ʃʌtldi-'pləʊməsi/ ngoại giao con thoi.

shuttle service /'ʃʌtls3:vis/ dịch vụ vận chuyển con thoi.

shy¹ /ʃai/ *tt* (**shyer, shyest**) **1.** nhút nhát; bẽn lẽn, e lệ: *he was too shy to speak to her* anh ta quá nhút nhát không dám nói chuyện với cô nàng; *a shy smile* nụ cười e lệ **2.** nhát, sợ người *(chim, thú...)* **3.** shy of somebody; shy of doing something sợ, ngại: *the dog is shy of strangers* con chó sợ người lạ **4.** shy on (of) something (somebody) *(Mỹ, kng)* thiếu *(cái gì, ai)*: *we've plenty of wine, but we're shy on beer* chúng tôi có khối rượu vang, nhưng thiếu bia; *we are still three votes shy [of the number we need to win]* chúng ta còn thiếu ba phiếu mới đủ số để thắng. // **fight shy of somebody (something)** x fight; **once bitten, twice shy** x bite¹.

shy² /ʃai/ *dgt* **(shied)** nhảy sang một bên; rụt lại *(ngưa, vì sợ...)*: *the horse shied at the loud noise and threw its rider* con ngựa nhảy sang một bên khi nghe có tiếng ồn to và hất ngã người cưỡi. // **shy away from [doing] something** tránh, lẩng tránh *(vì nhút nhát, vì sợ...)* *she tends to shy away from [accepting] responsibility* cô ta có ý định tránh [nhận] trách nhiệm.

shy³ /ʃai/ *dgt* **(shied)** *(cũ, kng)* ném: *shy stones over a wall* ném đá qua tường.

shy⁴ /ʃai/ *dt (kng)* sự ném.

-shy (yếu tố cấu tạo tt ghép) ngại, tránh né; *camera-shy* ngại chụp ảnh.

shyly /ʃaili/ *pht* [một cách] nhút nhát: [một cách] bẽn lẽn, [một cách] e lệ.

shyness /ˈʃainis/ *dt* tính nhút nhát; tính bẽn lẽn, tính e lệ.

shyster /ˈʃaistə[r]/ *dt (Mỹ, kng)* người thủ đoạn *(thường nói về luật sư)*: *shyster politicians* những chính khách thủ đoạn.

SI /ˌesˈai/ *(vt của* Système International) *(tiếng Pháp)* hệ thống quốc tế: *SI units* đơn vị đo lường quốc tế.

Siamese¹ /ˌsaiəˈmiːz/ *tt* [thuộc] Xiêm *(nay là Thái Lan)*.

Siamese² /ˌsaiəˈmiːz/ *dt* **1.** *(snh, kđổi)* người Thái Lan **2.** tiếng Thái Lan **3.** *(snh, kđổi)* nh Siamese cat.

Siamese cat /ˌsaiəˈmiːz ˈkæt/ mèo Xiêm.

Siamese twins /ˌsaiəˈmiːz ˈtwin/ trẻ sinh đôi dính nhau.

sibilant¹ /ˌsibilənt/ *tt* xuýt: *the sibilant noise of steam escaping* tiếng xuýt của hơi

nước thoát ra; *a sibilant sound (ngôn)* âm xuýt *(như s, z, ʃ, ʒ trong tiếng Anh)*.

sibilant² /ˌsibilənt/ *dt (ngôn)* âm xuýt.

sibling /ˈsibliŋ/ *dt* anh ruột; chị ruột; em ruột: *I have two brothers and a sister, three siblings in all* tôi có hai anh *(em)* trai, một chị *(em)* gái, cả thảy là ba anh chị em ruột; *sibling rivalry* sự kình địch giữa anh chị em ruột.

sibyl /ˈsibl/ *dt* bà thầy bói; bà đồng.

sibylline /ˈsibəlain, *(Mỹ hiếm* ˈsibəliːn)/ *tt* tiên tri thần bí: *a sibylline utterance* lời tiên tri thần bí.

sic /sik/ *pht* theo đúng nguyên văn *(mặc dù không chính về mặt chính tả, cú pháp...)*: *skool (sic) starts at 9 am"* trường học (theo đúng nguyên văn) bắt đầu từ 9 giờ sáng.

sick¹ /sik/ *tt* **(-er-; -est) 1.** ốm, đau: *she has been sick for weeks* chị ta ốm đã mấy tuần nay; *he's off [work] sick* anh ta nghỉ việc vì ốm **2.** *(thường vị ngữ)* buồn nôn: *feeling sick* buồn nôn; *a sick feeling in the stomach* một cảm giác như buồn nôn ở bụng **3.** *(vị ngữ)* sick of somebody *(something; doing something) (kng)* chán, ngấy: *be sick of doing the same work* chán ngấy vì cứ làm mãi một công việc **4.** *(vị ngữ)* sick at *(about) something (doing something)* đau khổ, chán ghét: *we are pretty sick about losing the match* chúng tôi khá đau khổ vì thất bại trong cuộc thi đấu **5.** *(kng)* độc ác, gây xúc phạm: *sick humour* kiểu hài hước độc ác, kiểu hài hước gây xúc phạm. // **be sick** nôn, ọe: *the cat's been sick on*

the carpet con mèo đã ọe ra thảm; **eat oneself sick** x eat; **fall sick [with something]; take sick** ngã bệnh, mắc bệnh: *he fell sick with malaria on a trip to Africa* nó ngã bệnh sốt rét trong một chuyến đi Châu Phi; **laugh oneself silly (sick)** x laugh; **make somebody sick** làm ai phẫn nộ; làm ai ghê tởm: *it makes me sick to see her being treated so badly* tôi rất phẫn nộ khi thấy cô ta bị đối xử tệ đến thế; **on the sick-list** *(kng)* ốm và nghỉ việc, nghỉ bệnh; **[as] sick as a parrot** *(đùa)* ghê tởm, kinh tởm; **sick at heart** lòng đầy chán ngán, đau khổ; **sick to death of; sick and tired of** ngấy lắm, ngán đến tận cổ: *sick to death of eating boiled cabbage with every meal* bữa ăn nào cũng bắp cải luộc, ngán đến tận cổ; *I'm sick and tired of your constant complaints* tôi đã ngấy lắm về những lời kêu ca liên tục của anh; **sick to one's stomach** *(Mỹ)* bị xúc phạm; kinh tởm.

sick² /sik/ *dt* **1.** *(kng)* chất nôn ra: *the basin was full of sick* cái chậu đầy chất nôn ra **2.** the sick *(dgt snh)* người bệnh: *visit the sick in hospital* đến thăm người bệnh ở bệnh viện.

sick³ /sik/ *dgt* **sick something up** *(kng)* nôn *(thức ăn... ra)*: *the baby sicked up a little milk* đứa bé nôn ra một ít sữa.

-sick (yếu tố cấu tạo tt ghép) say sóng; say xe: *car-sick* say xe; *air-sick* say khi đi máy bay; *sea-sick* say sóng biển.

sick-bay /ˈsikbei/ *dt* bệnh xá *(trên tàu biển, ở trường nội trú)*.

S

sick-bed /'sikbed/ *dt* giường bệnh.

sick call /'sik kɔ:l/ (Mỹ) *nh* sick parade.

sicken /'sikən/ *đgt* 1. làm kinh tởm: *cruelty sickens most of us* sự tàn bạo làm phần lớn anh em chúng ta kinh tởm 2. ốm: *slowly sickened and died* ốm nặng dần và chết.

sicken of something chán ngấy cái gì; kinh tởm cái gì: *at last he sickened of endlessly drinking and gambling* cuối cùng nó cũng chán ngấy cái cảnh uống rượu và đánh bạc liên hồi.

sickening /'sikəniŋ/ *tt* kinh tởm: *a sickening sight* một cảnh tượng kinh tởm.

sickeningly /'sikəniŋli/ *pht* [một cách] kinh tởm.

sick headache /,sik 'hedeik/ chứng nhức nửa đầu; chứng nhức đầu buồn nôn.

sickle /'sikl/ *dt* cái liềm.

sick leave /'sikli:v/ *on sick leave* nghỉ ốm; *two week's sick leave* nghỉ ốm hai tuần.

sickle cell /,sikl'sel/ hồng cầu lưỡi liềm (ở người bệnh bị thiếu máu di truyền): *sickle-cell anemia* bệnh thiếu máu hồng cầu lưỡi liềm.

sickly /'sikli/ *tt* (ier-; -iest) 1. hay ốm: *a sickly child* đứa bé hay ốm 2. có vẻ ốm yếu: *a pale, sickly complexion* nước da xanh trông có vẻ ốm yếu 3. (thường thngữ) yếu ớt: *a sickly smile* nụ cười yếu ớt 4. gây buồn nôn (mùi vị) 5. ủy mị, bệnh hoạn (tình cảm).

sickness /'siknis/ *dt* 1. sự đau ốm, bệnh hoạn; sức khỏe kém: *they were absent because of sickness* họ vắng mặt vì bị đau ốm 2. chứng bệnh; bệnh: *a sickness com-* mon in the tropics một bệnh thường gặp ở vùng nhiệt đới; *car-sickness* chứng say xe 3. cảm giác buồn nôn; sự nôn mửa: *the symptoms of this disease are fever and sickness* triệu chứng của bệnh này là sốt và nôn mửa.

sickness benefit /'siknis, benifit/ trợ cấp ốm đau.

sick parade /'sikpəreid/ (Mỹ **sick call**) giờ đăng ký lính ốm; nơi đăng ký lính ốm.

sick pay /'sikpei/ lương nghỉ ốm.

sick room /'sikrum/ buồng bệnh.

side¹ /said/ *dt* 1. mặt, bên: *a cube has six sides* hình lập phương có sáu mặt; *a box has a top, a bottom and four sides* một cái hộp có mặt trên, mặt đáy và bốn mặt bên; *a side door* cửa bên; *write on one side of the paper only* chỉ viết trên một mặt giấy 2. (toán) cạnh 3. mép, lề, bờ: *a table by one's bedside (by the side of one's bed)* cái bàn cạnh mép giường; *the south side of the field* bờ phía nam của cánh đồng 4. sườn, lườn: *the side of a mountain* sườn núi; *a steep hillside* sườn đồi dốc; *wounded in the left side* bị thương bên sườn trái; *sit by somebody's side* ngồi cạnh [sườn] ai 5. nửa con (con thú đã bị thịt): *a side of beef* một nửa con bò đã thịt 6. bên, phía: *the left side of the street* bên trái đường phố; *the eastern side of the town* phía đông thành phố; *the debit side of the account* bên nợ của tài khoản; *she stood on the other side of the fence* chị ta đứng bên kia bờ rào; *there are faults on both sides* cả hai bên đều có lỗi 7. (Anh, cũ, kng) kênh truyền hình: *switch over to the other side* chuyển sang kênh khác đi 8. (Anh) đội thể thao: *Austria has a good side and should win* nước Áo có một đội giỏi và có lẽ sẽ thắng 9. khía cạnh, quan điểm: *study all sides of a question* nghiên cứu mọi khía cạnh của một vấn đề; *approach the problem from a different side* tiếp cận vấn đề từ một quan điểm khác 10. bên (nội, ngoại): *a cousin on my father's side* một người anh em họ bên nội 11. (cũ, kng) tính ngạo mạn: *a person quite without side* một người tuyệt đối không chút ngạo mạn. // **born on the wrong side of the blanket** *x* born; **come down on one side of the fence or the other** chọn một trong hai; **err on the side of something** *x* err; **get on the right (wrong) side of somebody** làm vừa ý ai, làm phật ý ai; **have got out of bed on the wrong side** *x* bed¹; **know which side one's bread is buttered** *x* know; **laugh on the other side of one's face** *x* laugh; **let the side down** bỏ mặc: *you can always rely on Thu, she'd never let the side down* cậu có thể luôn luôn tin tưởng ở Thu, cô ta không bao giờ bỏ mặc bạn bè đâu; **look on the bright side** *x* bright; **on (from) all sides; on (from) every side** theo mọi hướng; từ mọi hướng; khắp nơi: *soldiers attacking on all sides* quân lính tấn công theo mọi hướng; *there was devastation on every side* khắp nơi đều có sự tàn phá; **on the big (small, high...) side** (kng) hơi to, quá to; hơi nhỏ; quá nhỏ; hơi cao, quá cao...: *these new trousers are a bit on the large side* chiếc quần mới này hơi rộng; **on the**

distaff side *x* distaff; **on the right (wrong) side of forty (fifty...)** dưới *(trên)* bốn mươi *(năm mươi...)* tuổi; **on the safe side** *x* safe¹; **on the side** *(kng)* a/ như một nghề phụ: *a mechanic who buys and sells cars on the side* một người thợ máy mua và bán xe hơi như một nghề phụ b/ bí mật, lén lút: *he's married but he has a girl-friend on the side* anh ta có vợ, nhưng lại lén lút có một cô bạn gái; **[be] on the side of somebody** [là người] ủng hộ ai; [là người] đồng quan điểm với ai: *I'm on Ba's side in this debate* trong cuộc tranh luận này tôi đồng quan điểm với Ba; **on (from) the wrong side of the tracks** *x* wrong; **the other side of the coin** mặt trái *(của một vấn đề)*; **put something on (to) one side** a/ để sang một bên: *I put the broken glass to one side* tôi để chiếc cốc vỡ sang một bên b/ gác lại: *I put his complaint on one side until I had more time* tôi gác đơn khiếu nại của ông ta lại chờ có thời gian hơn; **side by side** sát cánh nhau: *two children walking side by side* hai đứa trẻ đi sát cánh nhau; *we stand side by side with you in this dispute* chúng tôi sát cánh nhau trong cuộc tranh luận này; **split one's side** *x* split; **take somebody on (to) one side** kéo ai ra nói nhỏ; **take sides with somebody** về phe ai, ủng hộ ai *(trong một cuộc tranh luận...)*; **a thorn in one's side** *x* thorn; **time is on somebody's side** *x* time¹; **wrong side out** *x* wrong.

side² /said/ *dgt* **side with somebody [against somebody]** đứng về phía ai, ủng hộ ai; [chống lại ai]: *she sided with her brother against the oth-ers in the class* cô ta đứng về phía em mình chống lại các học sinh khác trong lớp.

side-arm /'saidɑːm/ *dt (thường snh)* vũ khí đeo cạnh mình *(như gươm, súng ngắn)*.

sideboard /'saidbɔːd/ *dt* tủ ly.

sideboards /'saidbɔːdz/ *dt snh (Mỹ* **sideburns***)* tóc mai.

side car /'saidkɑː[r]/ *dt* thuyền *(ở xe mô tô thuyền)*.

-sided *(yếu tố tạo tt ghép)* có mặt, có cạnh *(như thế nào đấy)*: *a six-sided object* một vật có sáu mặt; *a glass-sided container* một cái thùng có mặt kính.

side-dish /said diʃ/ *dt* món ăn thêm: *a side-dish of salad* món xà lách ăn thêm.

side-drum /'said drʌm/ *dt* trống hai mặt.

side-effect /'saidifekt/ *dt (thường snh)* tác dụng phụ *(của một thứ thuốc, thường là xấu)*.

side-issue /'saidisjuː/ *dt* vấn đề phụ: *what I earn is a side-issue, what really matters is that I don't like my work* tôi kiếm được bao nhiêu chỉ là vấn đề phụ, vấn đề thực sự là tôi không thích công việc.

sidekick /'saidkik/ *dt (Mỹ, kng)* kẻ đồng lõa, kẻ tay chân: *the gangster and his two sidekicks* tên cướp và hai tay chân của hắn.

sidelight /'saidlait/ *dt* **1.** đèn hiệu bên *(ở hai bên đầu xe hơi)* **2. sidelight on somebody (something)** *(bóng)* thông tin thêm: *the study of uniforms can give some interesting sidelights on military history* việc nghiên cứu các kiểu đồng phục có thể cung cấp một số thông tin thêm về lịch sử quân sự.

sideline¹ /'saidlain/ *dt* **1.** hoạt động phụ; nghề phụ: *Jane's a doctor, but she does a bit of writing as a sideline* Jane là bác sĩ, nhưng bà ta cũng viết lách chút ít như là một hoạt động phụ **2.** *(thể)* đường biên *(ở sân quần vợt...)* **3.** cg **sidelines** *(snh)* khu vực ngoài đường biên: *the coach stood on the sideline[s] shouting to his players* huấn luyện viên đứng ở khu vực ngoài đường biên và hét các cầu thủ của đội mình. // **on the sidelines** đứng ngoài quan sát mà không tham gia trực tiếp.

sideline² /'saidlain/ *dgt (Mỹ)* không để *(ai)* tham gia thi đấu.

sidelong /'saidlɒŋ/ *tt (thngữ), pht* từ một bên, ngang: *a sidelong glance* cái nhìn từ một bên, cái liếc nhìn: *look sidelong at somebody* liếc nhìn ai.

side-on /ˌsaid'ɒn/ *tt pht* ở phía bên sườn: *a side-on crash* sự va quệt bên sườn *(xe cộ)*; *the car hit us side-on* chiếc xe quệt vào chúng tôi ở bên sườn.

side order /'said ɔːdə[r]/ món gọi thêm *(ở tiệm ăn)*: *a side order of fried potatoes* món khoai tây rán gọi thêm.

sidereal day /sai'diəriəldei/ ngày thiên văn.

side-road /'saidrəʊd/ *dt* đường nhánh.

side-saddle¹ /'saidsædl/ *dt,* yên ngồi nghiêng *(cho phụ nữ, ngồi để cả hai chân sang cùng một bên mình ngựa)*.

side-saddle² /'saidsædl/ *pht* [theo kiểu] ngồi nghiêng trên yên ngựa; *riding side-saddle* cưỡi ngựa ngồi nghiêng trên yên.

S

sideshow /'saidʃəʊ/ *dt* **1.** trò diễn phụ **2.** hoạt động phụ; sự kiện phụ.

sideslip¹ /'saidslip/ *dt* sự trượt sang một bên *(xe ôtô, trượt tuyết)*.

sideslip² /'saidslip/ *dgt* (-pp-) trượt sang một bên *(xe ôtô, trượt tuyết)*.

sides-plitting /'saidsplitiŋ/ *tt (kng)* làm cười vỡ bụng.

sidestep¹ /'saidstep/ *dt* sự tránh sang một bên, sự né sang một bên *(tránh cú đấm...)*.

sidestep² /'saidstep/ *dgt* (-pp-) **1.** tránh sang một bên, né sang một bên *(tránh cú đấm...)* **2.** lẩn tránh *(một vấn đề...)* he sidestepped the issue by saying it was not part of his responsibilities anh ta đã lẩn tránh vấn đề bằng cách nói đấy không thuộc trách nhiệm của mình.

side-street /'said stri:t/ đường phố nhánh; phố ngang.

sidestroke /'saidstrəʊk/ *dt* kiểu bơi nghiêng.

sides-wipe /'saiswaip/ *dt* **1.** *(Mỹ)* cú đánh vào bên hông **2.** *(kng)* lời nói cạnh: when talking about the performance, she couldn't resist [talking] a side-swipe at the orchestra khi nói về buổi trình diễn, chị ta không thể nhịn và không nói cạnh đến ban nhạc.

sidetrack¹ /'saidtræk/ *dgt* đánh lạc hướng sự chú ý: the corrupt officials tried to sidetrack our investigation các viên chức tham nhũng tìm cách lạc hướng cuộc điều tra của chúng tôi.

sidetrack² /'saidtræk/ *dt* sự chú ý lạc hướng.

side-view /'said vju:/ *dt* cảnh nhìn nghiêng, hình nhìn nghiêng: the picture shows a side-view of the house bức tranh cho thấy hình nhìn nghiêng của ngôi nhà.

sidewalk /'saidwɔ:k/ *dt* *(Mỹ)* hè đường, lề đường *(x* pavement).

sideways /'saidweiz/ *tt, pht* **1.** ngang: a crab moves sideways con cua bò ngang; he looks sideways at me anh ta liếc nhìn tôi **2.** xoay ngang: he was so fat that he could only get through the door sideways ông ta béo đến nỗi phải xoay ngang người mới qua cửa được.

side-wheeler /'said wi:-lə[r]/ *dt (Mỹ)* nh paddle-steamer.

side-whiskers /'said wis-kə[r]/ *dt snh* chòm râu má.

side-winder /'saidwain-də[r]/ *dt (động)* rắn chuông.

siding /'saidiŋ/ *dt* đường tàu tránh.

sidle /'saidl/ *dgt* len lét đi; rụt rè đi: sidling up over the bar len lét đi đến quán rượu; she sidled over to me and asked if I recognized her cô ta rụt rè đi đến cạnh tôi và hỏi rằng tôi có nhận ra cô ta không; he sidled past, trying to seem casual ông ta len lén đi qua, cố làm ra vẻ tự nhiên.

siege /si:dʒ/ *dt* **1.** sự vây hãm; cuộc vây hãm: a siege of 50 days cuộc vây hãm 50 ngày; raise (lift) a siege chấm dứt vây hãm **2.** sự bố ráp; cuộc bố ráp. // **lay siege to something** bắt đầu bao vây *(một thành phố, một pháo đài...)*.

sienna /si'enə/ *dt* đất sét xi-e-na *(dùng để pha màu)*: raw sienna đất sét xi-e-na tự nhiên *(màu vàng nâu)*; burnt sienna đất sét xi-a-na đã nung *(màu nâu đỏ)*.

sierra /si'erə/ *dt* dãy núi dốc lởm chởm *(ở Tây Ban Nha)*.

siesta /si'estə/ *dt* giấc ngủ trưa.

sieve¹ /siv/ *dt* cái rây; cái sàng. // **have a memory (mind) like a sieve** có trí nhớ kém, hay quên.

sieve² /siv/ *dgt* rây; sàng.

sift /sift/ *dgt* **1.** rây; sàng: sift the flour rây bột; sift the wheat from chaff sàng lúa mì tách trấu ra **2.** rắc qua rây (sàng): sift sugar onto a cake dùng rây rắc đường lên bánh **3.** (+ through) *(bóng)* xem xét rất cẩn thận: sift through the piles of correspondence xem xét rất cẩn thận các chồng thư từ.

sifter /'siftə[r]/ *dt (thường ở từ ghép)* cái rây *(chủ yếu dùng trong công việc nấu nướng)*: a flour-sifter cái rây bột.

sigh¹ /sai/ *dgt* **1.** sigh with something thở dài: he sighed with despair nó thở dài thất vọng **2.** rì rào *(gió)* **3.** thở dài mà nói: I wish I didn't have so much to do, she sighted bà ta thở dài mà nói: ước gì tôi không có nhiều việc phải làm đến thế.

sigh² /sai/ *dt* sự thở dài; tiếng thở dài: breathe (utter, give) a sigh thở dài; with a sigh of relief thở phào nhẹ nhõm.

sight¹ /sait/ *dt* **1.** thị giác; thị lực: have good sight có thị lực tốt; lose one's sight in an accident bị mù *(mất thị giác)* trong một tai nạn **2.** sự nhìn thấy, sự trông thấy: their first sight of land came after ten days at sea họ trông thấy đất liền lần đầu tiên sau mười ngày trên biển; we laughed at the sight of his strange clothes chúng tôi cười khi nhìn thấy quần áo kỳ cục của nó **3.** tầm nhìn: *within (out of) some-body's sight* trong (ngoài) tầm nhìn của ai; *the ship came into sight out of the fog* con tàu hiện ra khỏi màn sương mù; *get out of my sight!* cút đi cho khuất mắt tao **4.** cảnh, cảnh sắc: *the flowers are a lovely sight in spring* hoa là cảnh sắc đáng yêu trong mùa xuân; *a suffering animal is distressing sight* một con vật đau đớn là một cảnh tượng đau lòng **5.** *(snh)* thắng cảnh: *come and see the sights of London* hãy đến mà xem các thắng cảnh của Luân Đôn **6. a sight** *(số ít)* *(kng)* người nhếch nhác buồn cười; vật lố bịch buồn cười: *what a sight you look in those old clothes!* mặc bộ quần áo cũ đó, trông anh nhếch nhác buồn cười thật! **7.** *(thường snh)* ống ngắm *(kính viễn vọng); đầu ruồi (ở khẩu súng).* // **at first sight (glance)** x first; **at (on) sight** ngay khi nhìn thấy: *play music at sight* có được bản in nhạc là chơi ngay *(không cần tập trước); they were told to shoot looters on sight* họ đã được lệnh nổ súng ngay khi trông thấy bọn cướp; **catch sight (a glimpse) of somebody (something)** x catch¹; **hate (loathe; be sick of) the sight of somebody (some-thing)** *(kng)* ghét cay ghét đắng: *she hates the sight of that old car;* cô ta ghét cay ghét đắng chiếc xe hơi cũ đó; **heave in sight** x heave; **in the sight of somebody; in somebody's sight** theo quan điểm của ai, theo ý kiến của ai; **keep sight of somebody (something); keep somebody (something) in sight** không rời mắt khỏi *(ai);* không bao

giờ quên *(điều gì): follow that man and keep him in sight all the time* theo dõi người này và đừng có lúc nào rời mắt khỏi anh ta; *you must keep sight of one fact: your life is in danger* anh không được bao giờ quên một điều là tính mạng của anh đang lâm nguy; **know somebody by sight** x know; **lose sight of somebody (something)** x lose; **out of sight, out of mind** xa mặt cách lòng; **raise (lower) one's sights** tham vọng nhiều (ít) hơn: *they had to lower their sights and buy a smaller house than they would have liked* họ phải hạ bớt tham vọng và mua một ngôi nhà nhỏ hơn mức mà họ thích; **set one's sights on something** quyết tâm đạt được điều gì: *I've set my sights on winning the championship* tôi quyết tâm giành cho được chức vô địch; **a (damn...) sight better (than); a (damn...) sight too good...** *(kng)* tốt hơn rất nhiều; thật tốt: *that child is a damn sight too cheeky* đứa bé này thật trâng tráo quá; **a sight for sore eyes** *(kng)* người (vật) ưa nhìn; người (vật) đưa lại niềm vui: *you're a sight for sore eyes, I thought you'd gone for good* anh thật đưa lại niềm vui cho chúng tôi, tôi cứ tưởng là anh đã rời khỏi nơi đây vĩnh viễn rồi đấy; **a sight of something** *(kng)* một số lượng lớn cái gì: *it cost him a sight of money* cái đó làm nó tốn một số lượng tiền lớn (tốn khối tiền); **sight un-seen** chưa có dịp xem xét trước: *you should never buy a car sight unseen* anh đừng có bao giờ mua một chiếc xe mà chưa có dịp xem xét trước; **take a sight** lấy đường ngắm: *take a careful sight*

before firing hãy lấy đường ngắm cẩn thận trước khi bắn.

sight² /sait/ *đgt* **1.** thấy, trông thấy, nhìn thấy: *after three days at sea, we sighted land* sau ba ngày đi biển chúng tôi đã nhìn thấy đất liền **2.** quan sát *(một ngôi sao...)* qua kính viễn vọng.

sighted /'saited/ *tt* nhìn thấy được, sáng mắt: *the blind and partially sighted* những người mù và những người mắt kém.

-sighted (yếu tố cấu tạo tt ghép) có thị lực *(như thế nào đấy): far-sighted* viễn thị; *short-sighted* cận thị.

sighting /'saitiŋ/ *dt* sự [bị] nhìn thấy: *the first sighting of a new star* sự nhìn thấy lần đầu tiên một ngôi sao mới.

sightless /'saitlis/ *tt* mù: *a sightless species of bat* một loài dơi mắt mù.

sight-read /'saitri:d/ *đgt* [có khả năng] nhìn vào một bản nhạc là chơi (hát) được ngay.

sight-reading /'saitri:diŋ/ khả năng nhìn vào một bản nhạc là chơi *(hát)* được ngay.

sight-screen /'saitskri:n/ *dt* *(cg screen)* tấm che *(ở cuối sân bóng cricket).*

sightseeing /'saitsi:iŋ/ *dt* sự tham quan thắng cảnh; sự ngoạn cảnh.

sightseer /'saitsi:ə[r]/ *dt* khách tham quan thắng cảnh; khách ngoạn cảnh.

sign¹ /sain/ *dt* **1.** dấu; hiệu; ký hiệu: *talk by signs* nói bằng hiệu; *chemical sign* ký hiệu hóa học **2.** biển: *a shop sign* biển cửa hàng; *traffic signs* biển hiệu giao thông **3.** sự ra hiệu: *she gave us a sign to leave the room* bà ta ra hiệu cho chúng tôi rời

S

khỏi phòng **4.** dấu hiệu: *signs of suffering on his face* dấu hiệu đau khổ trên gương mặt của anh ta; *some signs of improvement in his work* một vài dấu hiệu tiến bộ trong công việc của anh ta. **5.** (cg **sign of the zodiac**) cung hoàng đạo: *what sign were you born under?* anh cầm tinh cung nào thế?; **sign of the times** (*thường xấu*) dấu hiệu (biểu hiện) của thời đại: *the rising level of crime is a sign of the times* mức gia tăng tội ác là một biểu hiện của thời đại.

sign² /sain/ *dgt* **1.** ký tên: *sign [your name] here, please* xin ông ký vào đây; *sign a contract* ký một hợp đồng **2.** (*không dùng ở dạng bị động*) ra hiệu: *sign to somebody that it is time to go* ra hiệu cho ai là đã đến giờ phải đi; *the policeman signed [for] them to stop* viên cảnh sát ra hiệu cho họ dừng lại **3.** ký hợp đồng thuê (*ai, cho một đội bóng...*): *he signed for Arsenal yesterday* hôm qua anh ta ký hợp đồng đá cho đội Arsenal; *Arsenal have just signed a new goalkeeper* đội Arsenal vừa ký hợp đồng với một thủ thành mới. // **sign on the dotted line** (*kng*) ký vào chỗ có đường chấm chấm (*ký vào chỗ chấm chấm dành để ký; nói về một văn kiện có tính chất ràng buộc trong mua bán...*): *just sign on the dotted line and the car is yours* chỉ cần ký vào chỗ có đường chấm chấm là chiếc xe khắc thuộc về anh; **sign somebody's (one's) own death-warrant** ký tên vào bản án tử hình của mình; tự kết liễu đời mình (*bóng*): *by informing on the gang, he was signing his own death-warrant* đi báo

cảnh sát về bọn côn đồ, anh ta đã tự tay ký tên vào bản án tử hình của mình.

sign something away ký giấy từ bỏ (*tài sản, quyền lợi...*): *she signed away her share in the property* chị ta ký giấy từ bỏ phần của chị trong tài sản chung; **sign for something** ký nhận cái gì: *the postman asked me to sign for the parcel* viên bưu tá yêu cầu tôi ký nhận gói đồ; **sign somebody in (out)** ghi tên người đến (người đi): *the soldiers sign out when they leave the barracks* binh sĩ phải ký tên khi họ rời doanh trại; **sign off** a/ nghỉ làm việc: *sign off early to go to the dentist* nghỉ làm việc sớm để đến nha sĩ b/ kết thúc bức thư: *she signed off with "Yours ever, Janet"* chị ta kết thúc bức thư với dòng chữ "Mãi mãi là của anh, Janet" c/ ngưng chương trình phát (*phát thanh, truyền hình, nhất là vào cuối ngày*); **sign on** (*Anh, kng*) a/ ghi tên thất nghiệp: *she's been signing on for the last six months* chị ta đã ghi tên thất nghiệp trong thời gian sáu tháng vừa qua b/ ký giấy tham gia công việc gì: *he signed on as a sailor* anh ta ký giấy đi làm thủy thủ; **sign [somebody] on (up)** (làm cho ai) ký tên giao kèo (hợp đồng) làm việc cho ai: *sign on for five years in the army* ký giao kèo gia nhập quân đội trong năm năm; *sign up more workers to boost production* ký hợp đồng mướn thêm nhân công để đẩy mạnh sản xuất; **sign something over [to somebody]** ký giấy chuyển nhượng quyền sở hữu một cách chính thức: *she has signed her house over to her daughter* bà ta đã ký giấy nhượng quyền sở hữu chính thức ngôi nhà cho con gái; **sign up [for some-**

thing] ghi tên (*vào câu lạc bộ; theo một khóa học...*): *sign up for a secretariat course* ghi tên theo học khóa học thư ký.

signal¹ /'signəl/ *dt* **1.** hiệu: *a signal made with a red flag* ra hiệu bằng cờ đỏ; *hand signals* ra hiệu vẫy tay xin đường (*của người lái xe để xin đường rẽ*): *traffic signals* đèn hiệu giao thông **2.** dấu hiệu: *is this announcement signal of better times ahead?* lời tuyên bố này phải chăng là dấu hiệu của thời kỳ đẹp đẽ hơn sắp tới? **3.** tín hiệu: *receive a signal from a satellite* nhận được một tín hiệu từ một vệ tinh.

signal² /'signəl/ *dgt* (**-ll-**) **1.** ra hiệu: *signal to somebody to stop* ra hiệu cho ai đứng lại; *signal which way one is going to turn* ra hiệu là sắp rẽ ngả nào **2.** đánh tín hiệu truyền tin: *signal a message to somebody* đánh tín hiệu gửi một bức điện cho ai **3.** báo hiệu: *an event signalling a change in public opinion* một sự kiện báo hiệu một sự thay đổi trong dư luận quần chúng.

signal³ /'signəl/ *tt* (*thường thngữ*) nổi bật: *a signal victory* một thắng lợi nổi bật.

signal-box /'signəl bɒks/ *dt* (*Mỹ* **signal-tower**) trạm đèn hiệu (*đường sắt*).

signalize, signalise /'signəlaiz/ *dgt* (*thường ở dạng bị động*) phân biệt, khác biệt: *her work is signalized by great attention to detail* công việc của chị ta có nét phân biệt là rất chú trọng đến chi tiết.

signaller (*Mỹ* **signaler**) /'signələ[r]/ *dt* người đánh tín hiệu; lính đánh tín hiệu.

signally /'signəli/ *pht* [một cách] nổi bật, [một cách] quá đỗi: *you have signally failed to do what was expected of you* anh đã thất bại một cách quá đỗi khi làm những gì người ta mong đợi ở anh.

signalman /'signəlmən/ *dt* (*snh* **signalmen** /'signəlmən/) **1.** người phụ trách trạm đèn tín hiệu (*đường sắt*) **2.** lính đánh tín hiệu.

signal-tower /'signəltaʊə[r]/ *dt* (*Mỹ*) *nh* signal-box.

signatory /'signətri, (*Mỹ* signətɔ:ri)/ *dt* bên ký kết, nước ký kết: *the signatories to the treaty* các bên đã ký kết hiệp ước; *the signatory powers* các cường quốc đã ký kết.

signature /'signətʃə[r]/ *dt* **1.** chữ ký: *a document with two signatures* một văn kiện với hai chữ ký **2.** sự ký tên: *a contract ready for signature* một hợp đồng đã sẵn sàng để ký.

signature tune /'signətʃətju:n/ (*cg* **theme tune**) khúc nhạc mở đầu (*một tiết mục phát thanh...*); nhạc hiệu.

signet /'signit/ ấn, dấu (*dùng thay chữ ký...*).

signet ring /'signitriŋ/ nhẫn khắc (*ngày trước dùng làm ấn*).

significance /sig'nifikəns/ *dt* **1.** ý nghĩa: *understand the significance of a remark* hiểu ý nghĩa của một nhận xét **2.** tầm quan trọng: *few people realized the significance of the discovery* ít người nhận thức được tầm quan trọng của phát minh ấy.

significant /sig'nifikənt/ *tt* **1.** có ý nghĩa; đầy ý nghĩa: *a significant smile* nụ cười đầy ý nghĩa **2.** quan trọng, đáng kể: *significant changes in the employment laws*

những thay đổi quan trọng trong luật thuê người làm.

significantly /sig'nifikəntli/ *pht* **1.** [một cách] đầy ý nghĩa: *smile significantly* cười một cách đầy ý nghĩa **2.** [một cách] quan trọng; [một cách] đáng kể: *profits have risen significantly* lợi nhuận đã tăng đáng kể.

signification /,signifi'keiʃn/ *dt* (*ngôn*) nghĩa (*một từ*).

signify /'signifai/ *đgt* (**-fied**) **1.** [có] nghĩa là: *what do these marks signify?* các dấu ấy nghĩa là gì?; *do dark clouds signify rain?* mây đen có phải có nghĩa là mưa không? **2.** cho biết; biểu hiện: *signify one's agreement by nodding* cho biết là đồng ý bằng cách gật đầu; *she signified her approval with a smile* chị ta biểu hiện sự ưng thuận bằng một nụ cười **3.** (*dùng trong câu hỏi, câu phủ định*) có tính chất quan trọng: *it doesn't signify, so you needn't worry about* cái đó không có tính chất quan trọng, do vậy bạn không cần lo lắng.

signing /'signiŋ/ *dt* người ký hợp đồng (*chủ yếu nói về bóng đá*): *Ba, our latest signing, will play his first game next Saturday* Ba, người mới ký hợp đồng với chúng ta gần đây nhất, sẽ chơi trận đấu vào thứ bảy sau.

sign language /'sain,læŋwidʒ/ ngôn ngữ ra hiệu, ngôn ngữ cử chỉ (*của người câm*).

Signor /'si:njɔ:[r], si:'njɔ:[r]/ *dt* ông, ngài (*đối với người nói tiếng Ý*): *Signor Francatelli* ngài Francatelli.

Signora /si:'njɔ:rə/ *dt* bà, phu nhân (*đối với người nói tiếng Ý*).

Signorina /,si:njɔ:'ri:nə/ *dt* cô, tiểu thư (*đối với người nói tiếng Ý*).

signpost¹ /'sainpəʊst/ *dt* biển chỉ đường.

signpost² /'sainpəʊst/ *đgt* **1.** cắm biển chỉ đường: *these country roads aren't very well signposted* những đường nông thôn này không được cắm biển chỉ đường đầy đủ **2.** chỉ rõ: *they have signposted their conclusions in the report* họ đã chỉ rõ kết luận của họ trong báo cáo.

Sikh /si:k/ *dt* người theo đạo Xích (*một đạo phát triển từ Ấn Độ giáo ở thế kỷ 16*).

Sikhism /'si:kizəm/ *dt* đạo Xích.

silage /'sailidʒ/ *dt* (*nông*) cỏ ủ tươi (*trong hầm ủ tươi, để nuôi súc vật về mùa đông*).

silence¹ /'sailəns/ *dt* **1.** sự yên lặng, sự yên tĩnh: *a scream shattered the silence* một tiếng thét phá tan sự yên lặng; *the silence of the night* sự yên lặng của ban đêm **2.** sự im lặng, sự lặng thinh; thời gian im lặng: *all my questions were met with silence from him* tất cả các câu hỏi của tôi đều được anh ta đáp lại bằng sự lặng thinh; *silence gives consent* lặng thinh là tình đã thuận; *after a year's silence, I got a letter from her* sau một năm im lặng, tôi nhận được một bức thư của cô ta; *a conversation with many silences* cuộc nói chuyện với nhiều lúc im lặng. // **in silence** trong im lặng, [một cách] lặng lẽ: *listen to somebody in silence* im lặng nghe ai nói; **a pregnant silence (pause)** x pregnant; **silence is golden** im lặng là vàng.

S

silence² /'sailəns/ *dgt* làm [im] lặng, làm im: *try to silence a crying baby* cố gắng làm em bé đang khóc im đi; *silence the enemy's guns* làm lặng tiếng súng của địch.

silence³ /'sailəns/ *tht* im lặng!, im!: *"Silence!" shouted the teacher* thầy giáo hét to: Im lặng nào!

silencer /'sailənsə[r]/ *dt* (*Mỹ* **muffler**) bộ tiêu âm (*ở xe*).

silent¹ /'sailənt/ *tt* **1.** yên lặng, yên tĩnh; lặng lẽ: *with silent footsteps* với những bước chân lặng lẽ; *the children went out and the room was silent* trẻ con đi ra ngoài và căn phòng trở nên yên lặng **2.** thầm: *a silent prayer* lời cầu nguyện thầm **3.** im lặng; *he was silent for a moment, then began his answer* nó im lặng một lúc rồi bắt đầu trả lời; *she was silent for months before I got a letter from her* cô ta im lặng hàng tháng trước khi tôi nhận được bức thư của cô; *on certain important details, the report remains strangely silent* về một số chi tiết quan trọng, bản báo cáo im lặng một cách lạ kỳ **4.** ít nói (*người*) **5.** (*ngôn*) câm (*con chữ*): *the b in doubt is silent* con chữ b trong doubt là một con chữ câm. // **silent as the grave** yên lặng đến phát sợ.

silent² /'sailənt/ *dt* (*thường snh*) phim câm.

silent film /,sailənt'film/ phim câm.

silent partner /,sailənt'pɑːtnə[r]/ (*Mỹ*) *nh* **sleeping partner**.

silhouette¹ /,siluː'et/ *dt* bóng, hình bóng: *when she switched on the light, her silhouette appeared on the curtain* khi cô ta bật đèn thì hình bóng của cô ta hiện ra trên màn cửa.

silhouette² /,siluː'et/ *dgt* (+ **against, on**) (*thường ở dạng bị động*) làm cho hiện ra dưới dạng hình bóng: *the birds were silhouetted against the bright sky* hình bóng các con chim hiện ra trên nền trời sáng trong.

silica /'silikə/ *dt* (*hóa*) đioxyt silic.

silicate /'silikeit/ *dt* (*hóa*) silicat.

silicon /'silikən/ *dt* (*hóa*) silic.

silicon chip /,silikən'tʃip/ chip silic (*trong máy diện toán*).

silicone /'silikəʊn/ *dt* (*hóa*) silicon.

silicosis /,sili'kəʊsis/ *dt* (*y*) bệnh nhiễm bụi silic.

silk /silk/ *dt* **1.** tơ, sợi tơ **2.** tơ nhện **3.** chỉ tơ; lụa: *dressed all in silk* mặc toàn tơ lụa; *a silk dress* chiếc áo lụa **4.** (*snh*) (*cũ*) quần áo lụa: *dressed in fine silks* mặc quần áo bằng lụa tốt **5.** (*Anh, kng*) luật sư hoàng gia (*khi thiết triều thì mặc trang phục bằng lụa*). // **smooth as silk** *x* **smooth¹**; **take silk** trở thành luật sư hoàng gia: *after fifteen years as barrister, she took silk* sau mười lăm năm làm nghề luật sư, bà đã trở thành luật sư hoàng gia.

silk cotton /'silk kɒtn/ bông gòn.

silken /'silkən/ *tt* (*thường thngữ*) **1.** mượt mà: *a silken voice* giọng mượt mà; *silken hair* tóc mượt mà **2.** (*cổ*) bằng tơ, bằng lụa: *silken garments* quần áo lụa.

silkiness /'silkinis/ *dt* sự mượt mà.

silk-screen printing /,silk-skriːn'printiŋ/ *dt* thuật in lưới.

silkworm /'silkwɜːm/ *dt* con tằm.

silky /'silki/ *tt* (**-ier; -iest**) mượt mà: *silky hair* tóc mượt mà; *silky skin* da mượt mà; *a silky voice* (*bóng*) giọng mượt mà.

sill /sil/ thanh ngưỡng (*ở cửa*).

sillabub /'siləbʌb/ *dt nh* syllabub.

silliness /'silinis/ *dt* tính ngờ nghệch, tính ngớ ngẩn, tính khờ dại.

silly /'sili/ *tt* (**-ier; -iest**) **1.** ngờ nghệch, ngớ ngẩn, khờ dại: *a silly little boy* cháu bé ngờ nghệch; *don't be silly* đừng có ngớ ngẩn **2.** (*kng*) choáng váng: *knock somebody silly* đánh cho ai choáng váng. // **laugh oneself silly (sick)** *x* **laugh**; **play silly buggers** (*Anh, lóng*) xử sự một cách ngu ngốc hoặc vô trách nhiệm: *stop playing silly buggers and help me lift this!* thôi đừng chơi trò ngu ngốc mà hãy giúp tôi nhấc cái này lên!

silly season /'sili,siːzn/ mùa kháo chuyện tào lao (*trên báo, thường là vào mùa hè, tin tức hiếm hoi*).

silo /'sailəʊ/ *dt* **1.** (*nông*) hầm ủ tươi **2.** hầm trữ thức ăn và than cho mùa đông **3.** hầm tên lửa (*chứa tên lửa sẵn sàng được phóng đi*).

silt¹ /silt/ *dt* bùn (*ở cửa sông, ở hải cảng*).

silt² /silt/ *dgt* **silt up** [làm] nghẽn bùn: *the sand has silted up the mouth of the river* cát đã làm nghẽn cửa sông.

silty /'silti/ tt (-ier; -iest) có bùn; đầy bùn; silty soil đất bùn.

silvan cg **sylvan** /'silvən/ tt (cổ, hoặc tho) 1. [thuộc] rừng; trong rừng 2. có rừng, ở thôn quê: silvan glades những khoảng đất trống trong rừng.

silver[1] /'silvə[r]/ dt 1. bạc 2. đồng tiền kim loại, đồng bạc (bằng bạc hay một hợp kim giống bạc): £20 in notes and £5 in silver 20 bảng tiền giấy và 5 bảng tiền kim loại; have you any silver on you? anh có đồng tiền kim loại nào trong người không? 3. đồ [dùng bằng bạc]: have all one's silver stolen by burglars bị kẻ trộm lấy hết cả đồ bằng bạc 4. thìa đĩa bằng kim loại (có thể không phải là bạc hoặc giống bạc): we keep the silver in this sideboard chúng tôi để thìa đĩa kim loại trong tủ ly này 5. nh silver medal. // **cross somebody's palm with silver** x cross[2]; **every cloud has a silver lining** x cloud[1].

silver[2] /'silvə[r]/ dgt 1. mạ bạc 2. tráng thủy (gương) 3. [làm cho] bạc, nhuốm bạc: the years have silvered her hair năm tháng đã làm cho tóc bà nhuốm bạc.

silver[3] /'silvə[r]/ tt bằng bạc; trông như bạc: a silver dish chiếc đĩa [bằng] bạc; silver paint sơn màu bạc. // **born with a silver spoon in one's mouth** x born; **a silver tongue** tài ăn nói lôi cuốn.

silver birch /,silvə'bɜːtʃ/ (thực) cây bu-lô bạc.

silver fish /,silvəfiʃ/ dt (động) con bọ bạc (sâu bọ).

silver jubilee /,silvə'dʒuːbiliː/ lễ kỷ niệm 25 năm.

silver medal /,silvə'medl/ (cg **silver**) huy chương bạc.

silver paper /,silvə'peipə[r]/ giấy bạc (thực ra là bằng thiếc, dùng gói thuốc lá, kẹo...).

silver plate /,silvə'pleit/ đồ mạ bạc.

silver-plated /,silvə'pleitid/ tt mạ bạc: silver-plated dishes đĩa mạ bạc.

silver screen /,silvə'skriːn/ màn bạc: stars of the silver screen những ngôi sao màn bạc, minh tinh màn bạc.

silverside /'silvəsaid/ dt thịt đùi bò mặt ngoài.

silversmith /'silvəsmiθ/ dt thợ bạc.

silver-tongued /,silvə-'tʌŋd/ tt có tài ăn nói lôi cuốn: a silver-tongued lawyer luật sư có tài ăn nói lôi cuốn.

silverware /'silvəweə[r]/ dt đồ [bằng] bạc.

silver wedding /,silvə'wediŋ/ lễ ngân hôn (kỷ niệm 25 năm ngày cưới).

silvery /'silvəri/ tt 1. [có] màu bạc, óng ánh như bạc: a silvery surface bề mặt óng ánh như bạc 2. (thngữ) trong như tiếng bạc: the silvery notes of a bell tiếng chuông trong như tiếng bạc.

simian[1] /'simiən/ dt con khỉ.

simian[2] /'simiən/ tt [thuộc] khỉ; như khỉ: a simian appearance vẻ ngoài như khỉ.

similar /'similə[r]/ tt giống nhau, tương tự: we have similar tastes in music chúng ta có những sở thích giống nhau về âm nhạc; gold is similar in colour to brass vàng có màu giống đồng thau; the brothers look very similar mấy anh em trai trông rất giống nhau.

similarity /,simə'lærəti/ dt 1. sự giống nhau, sự tương tự: points of similarity between the two men những điểm giống nhau giữa hai người 2. nét giống nhau, điểm giống nhau: the police say there are some similarities between this murder and the one that happened last year cảnh sát nói có những điểm giống nhau giữa vụ án mạng này với vụ đã xảy ra năm ngoái.

similarly /'similəli/ pht 1. [một cách] giống nhau, [một cách] tương tự: the two boys dress similarly hai cậu bé ăn mặc giống nhau 2. cũng như thế, cũng vậy: she was late and I similarly was delayed cô ta đến trễ và tôi cũng vậy, cũng trễ.

simile /'simili/ dt so sánh; lối so sánh (như brave as a lion; a face like a mask).

similitude /si'militjuːd, (Mỹ si'milituːd)/ dt 1. sự giống nhau 2. sự so sánh.

simmer[1] /'simə[r]/ dgt 1. [làm cho] sôi lăn tăn: let the soup simmer [for] a few minutes để cho nồi xúp sôi lăn tăn ít phút nữa 2. sôi, sôi sục (giận dữ...): simmer with rage giận sôi lên 3. âm ỉ: this row has been simmering for months cuộc cãi cọ này vẫn còn âm ỉ hàng tháng nay; things have simmered down since the riots last week tình hình đã lắng dịu xuống sau những cuộc náo loạn tuần vừa rồi.

simmer[2] /'simə[r]/ dt sự sôi lăn tăn. // **keep something at a (on the) simmer** giữ cho sôi lăn tăn: keep the potatoes on the simmer for five minutes giữ cho khoai tây sôi lăn tăn trong năm phút.

simony /'saiməni/ dt sự buôn bán các chức vụ nhà thờ (trước đây).

simoom /si'muːm/ dt (cg **simoon** /si'muːn/) (số ít) gió

S

ximun (gió khô, nóng, kéo theo cát ở sa mạc Sahara...).

simper¹ /'simpə[r]/ *dgt* cười ngờ nghệch: *a simpering waiter* người hầu bàn cười ngờ nghệch.

simper² /'simpə[r]/ *dt* nụ cười ngờ nghệch.

simperingly /'simpəriŋli/ *pht* với nụ cười ngờ nghệch.

simple¹ /'simpl/ *tt* (-r; -st) **1.** đơn giản: *a simple problem* một vấn đề đơn giản; *the machine is quite simple to use* cái máy sử dụng đơn giản thôi **2.** đơn: *a simple substance* một chất đơn; *a simple sentence* một câu đơn **3.** giản dị, mộc mạc; đơn sơ: *in simple beauty* với vẻ đẹp mộc mạc; *simple forms of life, like one-cell organisms* những dạng sống đơn sơ, ví như các cơ thể đơn bào **4.** tự nhiên; thẳng thắn: *behave in a simple, open way* cư xử một cách tự nhiên, cởi mở; *as simple as child* tự nhiên như trẻ con **5.** bình thường, không có địa vị cao: *my father was a simple farm-worker* cha tôi là một công nhân nông trại bình thường **6.** khờ khạo; ngốc: *I'm not so simple as to think it will be easy* tôi không khờ khạo đến nỗi cho rằng cái đó sẽ dễ dàng **7.** không gì khác, khác gì, chỉ có vậy: *say so is simple madness* nói thế thì khác gì là điên. // **pure and simple** x pure.

simple² /'simpl/ *dt* (cổ) thảo dược, thuốc lá (chữa bệnh).

simple fraction /,simpl-'frækʃn/ (toán) phân số [thường].

simple fracture /,simpl-'fræktʃə[r]/ *dt* (y) gãy xương kín.

simple interest /,simpl-'intrəst/ lãi đơn.

simple life /,simpl'laif/ (kng) cuộc sống giản dị mộc mạc.

simple machine /,simpl-mə'ʃiːn/ *dt* bộ phận máy, phụ tùng máy.

simple-minded /,simpl-'maindid/ *tt* (thường xấu) không mấy thông minh, khờ khạo.

simpleton /'simpltən/ *dt* người khờ khạo, anh ngốc.

simplicity /sim'plisəti/ *dt* **1.** sự đơn giản **2.** sự giản dị, sự mộc mạc, sự đơn sơ **3.** sự hồn nhiên, sự tự nhiên. // **be simplicity itself** rất dễ: *cleaning the light is simplicity itself; just wipe it with a damp cloth* lau đèn thì rất dễ, chỉ cần một miếng giẻ ướt mà chùi là được.

simplification /,simplifi-'keiʃn/ *dt* **1.** sự đơn giản hóa **2.** dạng đơn giản hóa: *what she said was a useful simplification of the theory* cái cô ta nói là dạng đơn giản hóa thông thường của lý thuyết ấy.

simplify /'simplifai/ *dgt* (-fied) đơn giản hóa: *simplify the instructions so that children can understand them* đơn giản hóa chỉ dẫn để trẻ con cũng hiểu được; *that will simplify my task* cái đó sẽ đơn giản hóa công việc của tôi.

simplistic /sim'plistik/ *tt* đơn giản hóa quá mức: *a simplistic solution* một giải pháp đơn giản hóa quá mức.

simply /'simpli/ *pht* **1.** [một cách] đơn giản: *explain it as simply as you can* hãy giải thích cái đó càng đơn giản càng hay **2.** [một cách] giản dị: *simply dressed* ăn mặc giản dị **3.** hoàn toàn; tuyệt đối: *I simply refuse to go* tôi hoàn toàn từ chối không đi **4.** chỉ là: *I bought the house simply because it*

was large tôi đã mua căn nhà, chỉ [là] vì nó rộng.

simulacrum /,simjʊ'leikrəm/ *dt* (snh **simulacra** /simjʊ'leikrə/) hình tượng sao phỏng.

simulate /'simjʊleit/ *dgt* **1.** giả bộ, giả cách: *simulate anger* giả bộ giận; *simulate indignation* giả bộ căm phẫn **2.** tái hiện: *the computer simulates conditions on the sea bed* máy điện toán tái hiện lại điều kiện dưới đáy biển **3.** bắt chước, theo dáng (của cái gì đấy): *change colour to simulate the background* đổi màu để theo dáng màu của nền (để lẫn màu với nền).

simulated /'simjʊleitid/ *tt* giả: *simulated jewels* đồ nữ trang giả.

simulation /,simjʊ'leiʃn/ *dt* **1.** sự giả bộ, sự giả cách: *the simulation of genuise concern* sự giả bộ quan tâm thực sự **2.** sự tái hiện; mô hình tái hiện: *a computer simulation of the nuclear reaction* sự tái hiện phản ứng hạt nhân trên máy điện toán.

simulator /'simjʊleitə[r]/ *dt* bộ mô phỏng.

simultaneity /,simltə'niːəti, (Mỹ ,saimltə'niːəti)/ *dt nh* simultaneousness.

simultaneous /,siml'teiniəs, (Mỹ ,saiml'teiniəs)/ *tt* đồng thời, cùng lúc: *the explosion was timed to be simultaneous with the plane take-off* vụ nổ được đặt giờ cho cùng lúc với sự cất cánh của máy bay.

simultaneously /,siml'teiniəsli/ *pht* [một cách] đồng thời, cùng lúc.

simultaneousness /,siml'teiniəsnis/ *dt* sự đồng thời, sự cùng lúc.

sin¹ /sin/ *dt* **1.** tội *(về mặt đạo lý)*: *the Bible says adultery is a sin* kinh Thánh nói ngoại tình là một tội **2.** sự phạm tội **3.** hành động [bị xem là] tội lỗi: *I think it's a sin, all this money they're wasting on the new leisure centre* tôi nghĩ đấy là một tội, bao nhiêu là tiền chúng đã hoang phí ở cái tụ điểm vui chơi mới ấy. // **cover (hide) a multitude of sins** x multitude; **the deadly sins** x deadly; **live in sin** x live; **[as] miserable (ugly) as sin** *(kng)* rất khốn khổ; rất xấu.

sin² /sin/ *dgt* (-nn-) phạm tội: *it's human to sin* phạm tội là rất con người; *they sinned against the unwritten rules of the school* họ đã phạm những quy tắc bất thành văn của nhà trường.

sin³ *(toán)* vt của sine.

since¹ /sins/ *gt* từ, từ khi: *I haven't eaten since breakfast* tôi đã không ăn gì từ lúc điểm tâm đến giờ; *she's been working in a bank since leaving school* từ khi thôi học, cô ta đã làm việc ở một ngân hàng.

since² /sins/ *lt* **1.** từ, từ khi: *it was the first time I'd won since I'd learnt to play chess* đây là lần đầu tiên tôi thắng từ khi tôi học chơi cờ tới bây giờ **2.** vì, bởi vì: *since we've no money, we can't buy a new car* vì không có tiền, chúng tôi không thể mua một chiếc xe mới. // **ever since** x ever.

since³ /sins/ *pht* từ đấy, từ đó: *he left home two weeks ago and we haven't heard from him since* nó bỏ nhà ra đi đã hai tuần nay và từ đấy chúng tôi không có tin gì về nó.

sincere /sin'siə[r]/ *tt* **1.** chân thật, thành thật: *it is my*
sincere belief that tôi thành thật tin rằng **2.** chân thành, chân tình: *sincere friendship* tình bạn chân thành.

sincerely /sin'siəli/ *pht* **1.** [một cách] chân thật, [một cách] thành thật; *thank somebody sincerely* thành thật cảm ơn ai **2.** [một cách] chân thành. // **yours sincerely** bạn chân thành của anh (chị...) (công thức cuối thư).

sincerity /sin'serəti/ *dt* **1.** tính chân thật, tính thành thật **2.** tính chân thành, sự chân tình, *in all sincerity* với tất cả chân tình.

sine /sain/ *dt (toán)* (vt **sin**) sin.

sinecure /'sainikjʊə[r], 'sinikjʊə[r]/ *dt* chức vị ngồi không hưởng lộc.

sine die /,saini'diaii, sinei-'di:ei/ *(luật)* vô thời hạn: *adjourn a meeting sine die* hoãn một cuộc họp vô thời hạn.

sine qua non /,sineikwa:-'nəʊn/ điều kiện tiên quyết: *patience is a sine qua non for a good teacher* kiên nhẫn là điều kiện tiên quyết để trở thành giáo viên giỏi.

sinew /'sinju:/ *dt* **1.** *(giải)* gân **2.** *(snh)* bắp cơ **3.** *(snh)* sức mạnh, tài lực vật lực: *the sinews of our national defence* sức mạnh quốc phòng của chúng ta.

senewy /'sinju:i/ *tt* **1.** gân guốc, [có] bắp thịt cuồn cuộn: *sinewy arms* cánh tay nổi bắp thịt cuồn cuộn **2.** *(bóng)* mạnh mẽ, đầy khí lực: *her senewy prose style* phong cách văn xuôi mạnh mẽ của bà ta.

sinful /'sinfl/ *tt* [đầy] tội lỗi; *sinful deeds* những việc làm tội lỗi; *a sinful waste of good wine* một sự hoang phí rượu ngon đáng phải tội.

sinfully /'sinfəli/ *pht* [một cách đầy] tội lỗi.

sinfulness /'sinflnis/ *dt* sự có tội.

sing /siŋ/ *dgt* (sang; sung) **1.** hát: *she sings well* cô ta hát hay; *she sang her baby to sleep* chị ta hát ru con ngủ; *birds sing in the early morning* chim hót lúc rạng sáng **2.** reo *(nước sôi)*, vù vù *(gió...)*; ù *(tai...)*: *my ears are still singing from the loud noise* tôi còn ù tai sau tiếng ồn ấy **3.** *(lóng, chủ yếu Mỹ)* khai báo, tố giác: *she'll sing if we put the pressure on* cô ta sẽ tố giác nếu chúng ta tiếp tục gây áp lực. // **sing a different tune (song)** đổi ý kiến; đổi thái độ; **sing somebody's (something's) praises** ca ngợi *(ai, cái gì)* hết lời: *the critics are singing the praises of her new book* các nhà phê bình đang ca ngợi hết lời cuốn sách mới xuất bản của bà ta; **sing out [for something]** kêu lên *(để lấy cái gì)*: *if you need anything, just sing out for it* nếu anh cần gì thì chỉ cần kêu lên; **sing something out** kêu to lên: *just sing out what you want* chỉ cần kêu to lên là anh muốn gì; **sing past (through...)** bay vèo qua: *a bullet sang past my ear* một viên đạn bay vèo qua tai tôi; **sing up** nói to hơn, hát to hơn: *sing up, let's hear you* nói to hơn để chúng tôi có thể nghe anh nói gì.

singe¹ /sindʒ/ *dgt* **1.** [làm] cháy sém: *the iron is too hot, you'll singe the dress* bàn là nóng quá, khéo lại làm cháy sém áo đấy; *the rug singed because it was too near the fire* tấm thảm cháy sém vì gần lửa quá **2.** làm cháy lẹm *(tóc, lông)*.

S

singe² /sindʒ/ *dt* sự cháy sém; chỗ cháy sém.

singer /siŋə[r]/ *dt* người hát, ca sĩ.

singing /siŋiŋ/ *dt* **1.** nghệ thuật hát: *teach singing* dạy hát; *a singing teacher* thầy dạy hát **2.** sự ca hát; tiếng hát, tiếng ca: *I heard singing next door* tôi nghe có tiếng ai hát ở nhà bên cạnh.

single¹ /siŋl/ *tt* **1.** đơn, chỉ một: *a single layer of paint* chỉ một lớp sơn; *single game (thể)* trận đánh đơn; *single bed* giường một [người]; *single flower (thực)* hoa đơn **2.** đơn độc, độc thân: *single men and women* những người đàn ông và phụ nữ độc thân **3.** *(Mỹ one-way)* một lượt đi *(vé)*: *a single ticket* vé đi một lượt. // **hang by a hair (a single thread)** *x* hang¹; **[in] single figures** số chỉ [gồm] một con số *(dưới 10)*: *interest rates are in single figures* lãi ở mức dưới 10%; **[in] single file** *x* file; **two minds with a single thought** *x* mind¹.

single² /siŋl/ *dt* **1.** *(thể)* cú đập ghi điểm *(chơi cricket)* **2.** *(kng)* vé đi một lượt **3.** đĩa thu ngắn **4. singles** *(snh)* những người độc thân: *a singles bar* quán rượu dành cho khách độc thân.

single³ /siŋl/ *dgt* **single somebody (something) out** chọn ra, lựa ra: *he was singled out for punishment* anh ấy đã bị chọn ra để phạt.

single-breasted /,siŋl 'brestid/ cài một hàng khuy *(áo)*.

single combat /,siŋl'kɒmbæt/ cuộc đấu tay đôi *(có vũ khí)*.

single cream /,siŋl'kri:m/ kem ít chất béo.

single-decker /,siŋl'dekə[r]/ xe buýt một tầng.

single file /,siŋlfail/ *pht, dt (cg Indian file)* hàng một: *we walked [in] single file along the narrow passage* chúng tôi đi hàng một qua hành lang hẹp.

single-handed /,siŋl 'hændid/ *tt, pht* [được làm lấy] một mình: *a single-handed sailing trip* chuyến đi thuyền buồm một mình; *do something single-handed* làm việc gì một mình.

single-minded /,siŋl 'maindid/ *tt* chuyên chú vào một mục đích duy nhất: *she works with single-minded determination, letting nothing distract her* chị ta chuyên chú vào một mục đích duy nhất trong công việc, không để cho bất cứ cái gì làm sao lãng.

single-mindedly /,siŋl'maindidli/ *pht* [một cách] chuyên chú.

single-mindedness /,siŋl'maindidnis/ *dt* sự chuyên chú vào một mục đích duy nhất.

singleness /siŋlnis/ *dt* with *singleness of purpose* chuyên tâm, chuyên chú [vào một mục đích].

single parent /,siŋl'peərənt/ gà trống nuôi con; mẹ góa nuôi con.

singles /siŋlz/ *(thể)* cuộc đấu đơn *(thường là nói về quần vợt)*.

singlet /siŋlit/ *dt* áo may ô thể thao *(của vận động viên chạy thi...)*.

singleton /siŋltən/ *dt* quân độc nhất riêng hoa *(đánh bài)*.

singly /siŋli/ *pht* từng người một: *some guests came singly, others in groups* một số khách đến từng người một, số khác đến theo nhóm.

singsong¹ /siŋsɒŋ/ *dt* **1.** lối ê a *(khi nói)*: *speak in a singsong* nói kiểu ê a **2.** *(kng)* buổi ca hát tập thể.

singular¹ /siŋjʊlə[r]/ *tt* **1.** *(ngôn)* [ở] dạng số ít: *a singular noun* một danh từ số ít; *"trousers" has no singular* "trousers" không có dạng số ít **2.** khác thường; phi thường, nổi bật: *a singular event* một sự kiện khác thường; *a person of singular courage* một người can đảm nổi bật.

singular² /siŋjʊlə[r]/ *dt (ngôn)* dạng số ít: *what is the singular of "children"?* dạng số ít của "children" là gì?

singularity /,siŋjʊlærəti/ *dt (cũ)* sự khác thường, sự kỳ lạ: *the singularity of the event* sự kỳ lạ của sự kiện đó.

singularly /siŋjʊləli/ *pht* **1.** [một cách] nổi bật; rất: *a singularly beautiful woman* một chị phụ nữ rất đẹp **2.** *(cũ)* [một cách] kỳ lạ.

sinister /sinistə[r]/ *tt* **1.** gở, xúi quẩy: *a sinister place* một nơi xúi quẩy **2.** hiểm ác, độc địa: *sinister looks* những cái nhìn hiểm ác.

sink¹ /siŋk/ *dgt* **(sank; sunk)** **1.** chìm, ngập: *the ship sank to the bottom of the ocean* tàu chìm xuống đáy biển; *my feet sank [down] into the mud* chân tôi ngập trong bùn **2.** làm chìm, làm đắm *(tàu)*: *a ship sunk by a torpedo* một chiếc tàu bị thủy lôi đánh đắm. **3.** *(bóng, kng)* làm hỏng *(kế hoạch của ai...)*: *this lack of money could sink our plans* sự thiếu tiền ấy có thể làm hỏng kế hoạch của chúng ta **4.** sụt xuống, lún xuống: *the foundations sank after* *the flood* nền nhà đã lún xuống sau trận lụt; *the soldier sank to the ground badly wounded* người lính bị thương nặng ngã gục xuống đất; *I sank [down] in an armchair* tôi buông mình xuống chiếc ghế dựa **5.** hạ xuống, thả xuống, cắm xuống, cho rơi xuống: *sink the cable into position on the sea bed* thả dây cáp xuống đáy biển vào đúng vị trí của nó; *the sun sank slowly behind the hills* mặt trời từ từ lặn xuống sau mấy quả đồi; *sink two posts into the ground* cắm hai cây cột xuống đất **6.** đào: *sink a well* đào giếng; *sink a tunnel into the side of the mountain* đào một đường hầm trong sườn núi **7.** sụt; suy giảm: *stocks and shares are sinking* chứng khoán và cổ phần đang sụt giá; *he is sinking fast* sức khỏe ông ta đang suy sụp nhanh; *sink in the estimation of one's friends* mất uy tín đối với bạn bè; *his voice sank to a whisper* giọng anh ta hạ xuống đến mức chỉ còn như tiếng thì thầm **8.** *(kng)* nốc *(rượu)*: *they sank a bottle of gin between them* họ nốc với nhau hết cả một chai rượu gin. // **be sunk in something** chìm đắm trong *(suy tư, tuyệt vọng)*: *she just sat there, sunk in depression* cô ta chỉ ngồi đó; chìm đắm trong phiền muộn; **one's heart sinks** x heart; **sink one's differences** đồng ý quên những mối bất đồng đi: *we must sink our differences and save the firm* chúng ta phải quên những mối bất đồng của chúng ta đi và cứu lấy xí nghiệp; **sink like a stone** chìm nghỉm; **sink or swim** một sống hai chết: *the refugees had lost their homes*

and *their possessions, and it was now [a case of] sink or swim* những người ty nạn đã mất hết nhà cửa tài sản, bây giờ chỉ còn một sống hai chết đó thôi.

sink in; sink into something a/ thấm vào, ngấm vào *(nói về chất lỏng)*: *the rain sank into the dry ground* nước mưa thấm vào đất khô; *rub the cream on your skin and let it sink in* thoa kem vào da khô và để cho nó ngấm vào. b/ thấu vào; được thấu hiểu: *my warning obviously hasn't sunk into your thick skull* lời răn của tôi rõ ràng là đã không thấu vào được cái đầu mít đặc của anh; **sink into something** *(không dùng ở dạng bị động)* chìm vào, rơi vào *(một tình trạng kém hoạt động hơn)*: *sink into sleep* chìm vào giấc ngủ; *don't let yourself sink into despair* đừng để đắm mình vào tuyệt vọng; **sink something into something** a/ cắm vào: *sink one's teeth into a sponge cake* cắn *(cắm răng)* vào một chiếc bánh xốp b/ đầu tư *(tiền)* vào, bỏ *(tiền)* vào: *they sank all their profits into property* họ đã bỏ toàn bộ tiền lãi của họ vào việc mua bất động sản.

sink² /siŋk/ *dt* **1.** bồn rửa bát **2.** *(Mỹ)* chậu rửa *(gắn ở tường, có vòi nước)*, la-va-bô **3.** hố phân. // **everything but the kitchen sink** x kitchen.

sinker /'siŋkə[r]/ *dt* hòn chì *(ở dây câu)*. // **hook, line and sinker** x hook¹.

sinking feeling /'siŋkiŋ-fi:liŋ/ a *(that) sinking feeling (kng)* linh cảm [có chuyện] chẳng lành: *when they didn't get back by midnight, I got that sinking feeling* khi đến nửa đêm họ chưa về, tôi đã linh cảm là có chuyện chẳng lành.

sinking fund /'siŋkiŋfʌnd/ vốn chìm *(để trả nợ dần)*.

sinless /'sinlis/ *tt* vô tội.

sinlessness /'sinlisnis/ *dt* sự vô tội.

sinner /'sinə[r]/ *dt* **saints and sinners** các vị thánh và những kẻ có tội.

Sino- *(cg sino-)* *(dạng kết hợp)* [thuộc] Trung Quốc; [thuộc] Hán: *Sino-Vietnamese dictionary* từ điển Hán Việt.

sinologist /sai'nɒlədʒist/ *dt* nhà Hán học.

sinology /sai'nɒlədʒi/ *dt* khoa Hán học.

sinuous /'sinjʊəs/ *tt* uốn khúc, ngoằn ngoèo: *the river's sinuous course* lòng sông uốn khúc.

sinuosity /ˌsinjʊ'ɒsəti/ *dt* **1.** sự uốn khúc, sự ngoằn ngoèo **2.** chỗ uốn khúc, chỗ ngoằn ngoèo.

sinus /'sainəs/ *dt (giải)* xoang.

sinusitis /ˌsainə'saitis/ *dt (y)* viêm xoang.

-sion x -ion.

sip¹ /sip/ *đgt* **(-pp-)** nhấm nháp, nhấp: *sip one's coffee* nhấm nháp tý cà phê.

sip² /sip/ *dt* **1.** sự nhấm nháp, sự nhấp **2.** hớp nhỏ: *a few sips of brandy* vài hớp nhỏ rượu brandi.

siphon¹ /'saifn/ *dt* **1.** ống xi phông **2.** *(cg soda siphon)* chai xì nước xô đa **3.** vòi chích, ống hút *(của một số côn trùng...)*.

siphon² /'saifn/ *đgt* **siphon something into (out of) something; siphon something off (out)** chuyển *(hút)* bằng ống xi phông: *siphon petrol out of a car into a can* hút xăng bằng ống xi phông từ xe hơi ra thùng can; *siphon off all the waste liquid* hút hết nước thải bằng ống xi

S

phòng; **siphon somebody (something) off** chuyển đổi, đẩy đi *(thường là một cách gian lận): she siphoned off profits from the business into her account* cô ta đã chuyển lợi nhuận của hãng sang tài khoản của mình.

sir /sɜ:[r]/ *dt* **1.** *(xưng hô lễ phép với một người đàn ông)* ông: *Yes, Sir* vâng thưa ông; *Sir, it is my duty to inform you that* thưa ông, tôi phải báo để ông rõ rằng **2.** [thưa] thầy **3.** *(cách xưng hô ở đầu một bức thư theo nghi thức) Dear Sir* thưa ông; *Dear Sirs* thưa quý Ông **4.** *(trước tên một hiệp sĩ, một tòng nam tước)* Ngài: *Sir John Jackson* ngài John Jackson. // *no sir (Mỹ, kng)* chắc chắn là không: *I never smoke, no sir!* tôi không bao giờ hút thuốc, chắc chắn là không.

sire¹ /'saɪə[r]/ *dt* con đực giống *(cha): the sire of many successful racehorses* con đực giống của nhiều con ngựa đua hay.

sire² /'saɪə[r]/ *dgt* là con đực giống *(cha)* của *(một con động vật): a filly sired by a famous racehorse* một con ngựa cái non lấy giống từ một con ngựa đua nổi tiếng.

siren /'saɪərən/ *dt* **1.** còi [báo hiệu]: *a police siren* còi cảnh sát; *an air-raid siren* còi báo động không tập; *a fire-engine racing along with its siren wailing* xe cứu hỏa vừa chạy vừa rú còi inh ỏi **2.** tiên chim *(thần thoại Hy Lạp)* **3.** người đàn bà quyến rũ đáng sợ.

sirloin /'sɜ:lɔɪn/ *dt* thịt thăn bò: *a slice of sirloin* một lát thăn bò.

sirocco /si'rɒkəʊ/ *dt (snh* **siroccos)** gió xirôcô *(thổi từ Châu Phi sang Ý).*

sirup /'sɪrəp/ *dt (Mỹ) nh* syrup.

sis /sɪs/ *dt (Mỹ)* chị; em *(dùng khi nói với chị, với em gái).*

sisal /'saɪsl/ *dt* **1.** *(thực)* cây thùa sợi **2.** sợi thùa sợi: *a sisal rope* dây thừng bằng sợi thùa sợi.

sissy *(cg* **cissy)** /'sɪsi/ *dt (kng, xấu)* người đàn ông (chàng thanh niên) ẻo lả; người đàn ông (chàng thanh niên) nhát gan: *you daren't jump down, you sissy!* anh không dám nhảy xuống hả, nhát gan thế!

sister /'sɪstə[r]/ *dt* **1.** chị, em gái **2.** chị em phụ nữ: *they supported their sisters in dispute* họ ủng hộ chị em phụ nữ của họ trong cuộc tranh luận **3.** *(Mỹ, kng)* chị *(dùng để xưng hô với một phụ nữ): come on, sister, hurry along!* nào chị, hãy nhanh lên! **4.** *(Anh)* nữ y tá trưởng **5. Sister** nữ tu sĩ **6.** *(thngữ)* cùng kiểu *(tổ chức, tàu thủy...): after the disaster, tests were carried out on the tanker's sister vessels* sau khi tai họa xảy ra, các trắc nghiệm đã được tiến hành trên các tàu cùng kiểu với chiếc tàu chở dầu đó.

sisterhood /'sɪstəhʊd/ *dt* **1.** quan hệ chị em **2.** dòng tu nữ.

sister-in-law /'sɪstərɪn,lɔ:/ *dt (snh* **sisters-in-law)** chị dâu, cô em dâu, chị vợ, cô em vợ.

sisterly /'sɪstəli/ *tt* của chị [em]; như chị [em]: *sisterly affection* tình yêu thương của chị [em].

sit /sɪt/ *dgt* (-tt-) (sat) **1.** ngồi: *sit on a chair* ngồi trên ghế;

sit on a horse ngồi trên ngựa; *he lifted the child and sat her on the wall* anh ta nâng cháu bé lên và đặt cháu ngồi lên tường; *sit yourself down and tell us what happened* ngồi xuống và kể cho chúng tôi nghe những gì đã xảy ra **2.** ngồi làm mẫu cho họa sĩ vẽ: *I sat everyday for a week until the painting was fi-nished* tôi đã ngồi làm mẫu hằng ngày trong một tuần cho đến khi bức họa được vẽ xong **3.** [ngồi] họp *(quốc hội, tòa án): the House of Commons was still sitting at 3 am* Hạ viện hãy còn họp lúc ba giờ sáng **4.** đậu *(chim);* ngồi *(chó);* nằm ấp *(gà): a sparrow sitting on a branch* con chim sẻ đậu trên cành cây; *"Sit", she told the dog* "ngồi yên", cô ta bảo con chó; *the hen sits for most of the day* con gà mái nằm ấp gần như suốt cả ngày **5.** vừa vặn *(quần áo): the coat that sits well* chiếc áo choàng mặc vừa vặn **6.** ở tại, nằm ở: *the book's still sitting on my shelf* cuốn sách vẫn còn nằm trên kệ sách của tôi *(tôi chưa đọc); the farm sits on top of the hill* trang trại nằm trên đỉnh đồi **7.** dự thi: *sit [for] an exam* dự [một kỳ] thi; *sit for a scholarship* dự thi lấy học bổng. // **sit at somebody's feet** học ai, là môn đồ của ai: *she sat at the feet of Freud himself* chị ta là môn đồ của chính ông Freud; **sit in judgement [on (over) somebody]** phán xử ai: *how dare you sit in judgement on me?* anh mà lại dám phán xử tôi à?; **sit on the fence** lưỡng lự, phân vân, không biết chọn lựa đằng nào; **sit on one's hands** ngồi không chẳng làm gì cả: *are you* going to sit on your hands while she does all the work? anh định ngồi không trong khi cô ấy làm mọi việc à?; **sitting pretty** (kng) được may mắn (trong khi những người khác không may); **sit tight** a/ ở nguyên chỗ, ở lại: all the others ran away, but I sat tight tất cả những người khác bỏ chạy, nhưng tôi ở lại b/ không chịu nhượng bộ: she threatened us with dismissal if we didn't agree but we all sat tight bà ta dọa là sẽ đuổi chúng tôi nhưng chúng tôi không chịu nhường bước; **sit up [and take notice]** (kng) bỗng nhiên bắt đầu chú ý: this news made us all sit up and take notice tin này đã làm cho tất cả chúng tôi bỗng nhiên bắt đầu chú ý.

sit around ngồi không: I've been sitting around waiting for the phone to ring all day tôi cả ngày đã ngồi không, chờ nghe điện thoại; **sit back** a/ ngồi ngả người trên ghế: I sat back and enjoyed a cup of tea tôi ngồi ngả người trên ghế mà thưởng thức một tách trà b/ nghỉ ngơi sau giờ làm việc, ngồi nghỉ ngơi: I like to sit back and rest in the evenings tôi thích ngồi không để nghỉ ngơi vào các buổi tối; **sit down under something** ngồi yên chịu đựng (lăng nhục): he should not sit down under these accusations nó sẽ không chịu ngồi yên chịu đựng những lời kết tội này đâu; **sit for something** (không dùng ở dạng bị động) (Anh) là đại biểu quốc hội của (vùng nào đó): I sit for Bristol West tôi là đại biểu quốc hội của vùng Bristol West; **sit in** chiếm giữ [một phần] một tòa nhà để phản đối; biểu tình chiếm trụ sở: the workers are sitting

against the factory closures công nhân đang chiếm giữ nơi làm việc để phản đối việc đóng cửa nhà máy; **sit in on something** tham dự như là dự thính (không phải là chính thức): the teachers allowed a pupil to sit in on their meeting các thầy cho phép một học sinh tham dự cuộc họp với tư cách dự thính; **sit on something** a/ (không dùng ở dạng bị động) là thành viên của (một ủy ban): how many people sit on the commission? bao nhiêu người tham gia ban đó? b/ (kng) không giải quyết: they have been sitting on my application for a month họ không giải quyết đơn xin việc của tôi đã tháng nay rồi; **sit on somebody** ngăn chặn (trấn áp) những hành động xấu: I have to sit on the class when they get too rowdy tôi phải ngăn chặn những hành động xấu của lớp học khi học sinh quá mất trật tự; **sit out** ngồi ngoài trời: the garden's so lovely, I think I'll sit out khu vườn dễ thương quá, tôi nghĩ là tôi sẽ ngồi ngoài vườn chơi; **sit something out** ngồi cho đến hết buổi: sit out a boring play ngồi xem một vở chán ngắt cho đến hết buổi b/ không tham gia (một điệu vũ): I think I'll sit out the rumba tôi nghĩ là tôi sẽ không tham gia điệu vũ rumba; **sit through something** ngồi xem suốt buổi từ đầu đến cuối: I can't sit through six hours of Wagner tôi không thể ngồi nghe nhạc Wagner suốt sáu tiếng đồng hồ; **sit up [for somebody]** thức đợi ai: I shall get back late, so don't sit up [for me] tôi sẽ về muộn, đừng có thức đợi tôi; we sat up late watching a film on TV

chúng tôi thức khuya để xem một phim trên truyền hình; **sit [somebody] up** [đỡ ai] ngồi dậy: the patient is well enough to sit up in bed now bệnh nhân nay đã tương đối khá hơn để có thể ngồi dậy trên giường; we sat the baby up to feed her chúng tôi đặt cháu bé ngồi lên để bón cho nó ăn.

sitar /si'tɑ:[r], 'sitɑ:[r]/ dt đàn xita (Ấn Độ).

sitcom /'sitkɒm/ dt (kng) nh situation comedy.

sit-down¹ /'sitdaʊn/ dt (cg **sit-down strike**) cuộc đình công ngồi, cuộc đình công chiếm xưởng.

sit-down² /'sitdaʊn/ tt được phục vụ tại bàn (bữa ăn): a sit-down lunch một bữa trưa được phục vụ tại bàn.

site¹ /sait/ dt 1. địa điểm: a site for a new school địa điểm cho một ngôi trường mới 2. nơi diễn ra: the site of the battle nơi diễn ra trận chiến, chiến trường.

site² /sait/ dgt đặt, để, xây ở: a factory sited next to a railway một nhà máy ở gần đường xe lửa; is it safe to site the power-station here? xây một trạm điện ở đây liệu có an toàn không?

sit-in /'sitin/ dt cuộc biểu tình ngồi.

sitter /'sitə[r]/ dt 1. người ngồi làm mẫu vẽ; người ngồi chụp ảnh 2. gà mái ấp 3. (lóng) món béo bở, món ngon xơi: the purse in her handbag was a sitter for any thing chiếc ví trong túi xách của bà ta là một món ngon xơi cho bất cứ thằng ăn cắp nào 4. nh baby-sitter.

sitting¹ /'sitiŋ/ dt 1. kỳ họp: during a long sitting suốt thời gian diễn ra kỳ họp 2. lần, lượt: the dining-hall is small, so there are two sit-

S

tings for lunch phòng ăn nhỏ, nên bữa trưa phải có hai lượt người ăn **3.** buổi *(làm việc gì liên tục): finish reading a book at one sitting* đọc xong cuốn sách trong một buổi tối **4.** thời gian ngồi làm mẫu vẽ; thời gian ngồi chụp ảnh **5.** ổ trứng ấp, lứa trứng.

sitting² /'sitiŋ/ *tt* **1.** đương nhiệm *(chức vụ)* **2.** đang thuê *(nhà)*.

sitting duck /,sitiŋ'dʌk/ người ở tư thế dễ bị tấn công; vật ở vị trí dễ tấn công: *without my gun, I'm a sitting duck for any terrorist* không có khẩu súng tôi dễ dàng làm mục tiêu tấn công cho bất cứ tên khủng bố nào.

sitting member /,sitiŋ 'membə[r]/ thành viên đương nhiệm.

sitting-room /'sitiŋruːm/ *dt (Anh) nh* living-room.

sitting target /,sitiŋ'taːgit/ mục tiêu *(người, vật)* dễ tấn công.

sitting tenant /,sitiŋ'tenənt/ người đang thuê nhà: *it's difficult to sell a house with a sitting tenant* nhà có người đang thuê thì khó bán.

situate /'sitjʊeit, *(Mỹ)* sitʃʊeit/ *đgt (chủ yếu dùng ở dạng bị động)* đặt ở, xây dựng ở: *the village is situated in a valley* ngôi làng nằm ở trong thung lũng; *where will the school be situated?* ngôi trường sẽ được xây dựng ở nơi nào thế?

situated /'sitjʊeitid/ *tt* ở: *having six children and no income, I was badly situated* có sáu cháu mà không có chút thu nhập nào, tôi thật ở trong một hoàn cảnh tồi tệ; *they're well situated to exploit this new market* họ ở vào hoàn cảnh thuận lợi

để khai thác thị trường mới này.

situation /,sitʃʊ'eiʃn/ *dt* **1.** tình thế, tình hình: *find oneself in an embarrassing situation* ở trong một tình thế lúng túng; *get into a difficult situation* lâm vào một tình thế khó khăn; *the company is in a poor financial situation* công ty đang ở trong tình hình tài chính eo hẹp **2.** vị trí; địa thế: *a beautiful situation overlooking the valley* địa thế đẹp nhìn xuống thung lũng **3.** việc làm [được trả lương]; *find a new situation* tìm được việc làm mới; *situations vacant* công việc còn thiếu người làm. // **save the situation.** *x* save.

situation comedy /,sitʃʊeiʃn 'kɒmədi/ *(cg kng* **sitcom)** kịch đời thường *(trên truyền hình, truyền thanh)*.

sit-up /'sitʌp/ *dt (thể)* động tác đang nằm ngồi dậy *(chân vẫn thẳng và không rời sàn)*.

six¹ /siks/ *đht* sáu. // **at sixes and sevens** *(kng)* lung tung, lộn xộn: *I haven't had time to arrange everything, so I'm all at sixes and sevens* tôi đã không có thì giờ sắp xếp mọi thứ nên cứ lung tung cả lên.

six² /siks/ *dt* con số sáu.

sixfold /'siksfəʊld/ *tt, pht* **1.** gấp sáu: *a sixfold increase* sự tăng gấp sáu; *increase sixfold* tăng gấp sáu **2.** có sáu phần.

six-footer /,siks'fʊtə[r]/ *dt (kng)* **1.** người cao sáu bộ *(hơn 1,80 mét)* **2.** vật dài sáu bộ.

six-pack /'sikspæk/ *dt (Mỹ)* hộp sáu chai, hộp sáu lon *(bia)*.

sixpence /'sikspəns/ *dt* **1.** đồng sáu xu *(tiền Anh trước*

1971) **2.** số tiền sáu xu: *it costs sixpence* cái đó giá sáu xu.

sixpenny /'sikspəni/ *tt (thngũ)* giá sáu xu.

six-shooter /,siks'ʃuːtə[r]/ *dt* súng sáu, súng lục.

sixteen¹ /,sik'stiːn/ *đht* mười sáu.

sixteen² /,sik'stiːn/ *dt* con số mười sáu.

sixteen note /sik'stiːn nəʊt/ *(Mỹ) nh* semiquaver.

sixteenth¹ /sik'stiːnθ/ *dt* thứ mười sáu.

sixteenth² /sik'stiːnθ/ *dt* một phần mười sáu.

sixth¹ /siksθ/ *đht* thứ sáu.

sixth² /siksθ/ *dt* một phần sáu.

sixth form /'siksθfɔːm/ lớp sáu *(ở trường học Anh): a sixth form pupil* học sinh lớp sáu.

sixth-former /'siksfɔːmə[r]/ *dt* học sinh lớp sáu.

sixth sense /siks'sens/ giác quan thứ sáu.

sixtieth¹ /'sikstiəθ/ *đht* thứ sáu mươi.

sixtieth² /'sikstiəθ/ *dt* một phần sáu mươi.

sixty¹ /'siksti/ *đht* sáu mươi.

sixty² /'siksti/ *dt* **1.** con số sáu mươi **2. the sixties** *(snh)* những năm sáu mươi *(từ 60 đến 69);* tuổi thọ trên lục tuần; nhiệt độ trên sáu mươi. // **in one's sixties** ở tuổi trên lục tuần.

sizable /'saizəbl/ *tt* x size-able.

size¹ /saiz/ *dt* **1.** kích thước; độ lớn: *a building of vast size* một tòa nhà to lớn; *about the size of a duck's egg* lớn khoảng bằng quả trứng vịt; *what's your size?* anh cao bao nhiêu? **2.** cỡ, khổ, số: *I take size nine* *shoes* tôi đi giày số chín; *you need a smaller size* anh cần số nhỏ hơn. // **that's about [the size of] it** đầu đuôi câu chuyện là như thế.

size² /saiz/ *đgt* sắp xếp theo cỡ to nhỏ. **size somebody (something) up** đánh giá; có ý kiến về *(ai, cái gì): he sized the situation up at a glance and took immediate action* chỉ cần nhìn qua là anh ta đã đánh giá tình hình và hành động ngay.

size³ /saiz/ *dt* hồ *(để dán, để hồ vải...).*

size⁴ /saiz/ *đgt* hồ *(vải),* dán bằng hồ.

sizeable /saizəbl/ *tt (cg* **sizable**) khá lớn: *a sizeable sum of money* một số tiền khá lớn.

-sized (yếu tố tạo *tt* ghép) có cỡ *(như thế nào đó): a medium-sized garden* một khu vườn cỡ vừa.

sizzle¹ /sizl/ *đgt* xèo xèo; *fat sizzles in the pan* mỡ xèo xèo trong chảo; *a sizzling hot day* một ngày nóng muốn chảy mỡ.

sizzle² /sizl/ *dt* tiếng xèo xèo.

sizzler /sizlə[r]/ *dt (kng)* ngày nóng chảy mỡ, ngày nóng như thiêu.

skag /skæg/ *dt (lóng)* heroin.

skate¹ /skeit/ *dt* **1.** (*cg* **ice-skate**) giày trượt băng **2.** lưỡi trượt (*trượt băng*) **3.** *nh* roller-skate. // **get (put) one's skates on** (*kng*) nhanh lên: *get your skates on or you'll miss the bus* nhanh lên nếu không nhỡ chuyến xe buýt đấy.

skate² /skeit/ *đgt* trượt băng: *can you skate?* anh trượt băng được không?; *skate a figure of eight* trượt băng theo hình số tám. //

be skating on thin ice nói *(làm)* cái gì dễ gây đụng chạm (bất đồng; phản đối); *we could ignore him and go direct to the chairman but we'd be skating on very thin ice* chúng tôi có thể lờ ông ta đi và trực tiếp gặp ông chủ tịch, nhưng như vậy thì dễ bị phản đối lắm.

skate over (round) something không trực tiếp giải quyết, né tránh: *skate over a delicate issue* né tránh một vấn đề tế nhị; **skate through** (*kng*) thành công dễ dàng: *she skated through her English exam* cô ta thi đỗ dễ dàng kỳ thi tiếng Anh.

skate³ /skeit/ *dt* (*snh* kđổi hoặc skates) (*động*) cá đuối.

skateboard /skeitbɔːd/ *dt* ván trượt băng.

skateboarder /skeitbɔː-də[r]/ *dt* người trượt ván băng.

skateboarding /skeitbɔː-diŋ/ *dt* môn trượt ván băng.

skater /skeitə[r]/ *dt* người trượt băng.

skating /skeitiŋ/ *dt* môn trượt băng.

skating-rink /skeitiŋrink/ sân băng.

skedaddle /ski'dædl/ *đgt* (*Anh, kng*) (thường dùng ở thức mệnh lệnh) xéo đi, cút đi.

skeete shooting /ski:t ʃu:-tiŋ/ sự bắn mục tiêu bay (vật đất sét liệng lên không trung để tạo mô hình chim đang bay).

skein /skein/ *dt* **1.** cuộn chỉ **2.** đàn vịt trời đang bay.

skeletal /skelətl/ *tt* **1.** [thuộc] bộ xương, như bộ xương: *the skeletal bodies of starving people* thân hình như bộ xương của những người chết đói **2.** (*bóng*) chỉ

nêu điểm chính không có chi tiết (bản báo cáo...).

skeleton¹ /skelitn/ *dt* **1.** bộ xương: *the child was reduced to a skeleton* đứa bé [gầy đến mức] chỉ còn là một bộ xương **2.** bộ xương (*để học, để trưng bày ở viện bảo tàng...*) **3.** bộ khung, bộ sườn: *her notes give us just the bare skeleton of her theory* những ghi chú của bà ta chỉ cho ta một cái sườn về thuyết của bà. // **a skeleton in the cupboard** việc xấu xa cần giấu giếm.

skeleton² /skelitn/ *tt* nòng cốt; là cái lõi tối thiểu (chỉ đủ để cho một tổ chức hoạt động): *during the strike, we have only a skeleton service, with five trains a day* trong thời gian có đình công, chúng tôi chỉ có một đội tàu nòng cốt năm chiếc mỗi ngày.

skeleton key /skelitnki:/ chìa khóa vạn năng.

skeptic /skeptik/ *tt (Mỹ) nh* sceptic.

skeptical /skeptikl/ *tt (Mỹ) nh* sceptical.

skeptically /skeptikli/ *pht (Mỹ) nh* sceptically.

skepticism /skeptisizəm/ *dt nh* scepticism.

sketch¹ /sketʃ/ *dt* **1.** bức phác họa; bản phác thảo: *make a sketch of a face* phác họa một khuôn mặt; *give a sketch of one's plans* đưa ra bản phác thảo về kế hoạch của mình **2.** bài viết vui ngắn: *she writes satirical sketches for a magazine* bà ta viết những bài viết vui ngắn cho một tạp chí.

sketch² /sketʃ/ *đgt* phác họa; phác thảo: *let me just sketch in (out) the main points of our plan* hãy để tôi phác thảo thử xem

S

những nét chính của kế hoạch của chúng ta.

sketch-book /'sketʃbʊk/ *dt* nh sketch-pad.

sketchily /'sketʃili/ *pht* [một cách] sơ sài: *the book treats the problem rather sketchily* cuốn sách xét vấn đề quá sơ sài.

sketchiness /'sketʃinis/ *dt* sự sơ sài.

sketch-map /'sketʃmæp/ *dt* bản đồ vẽ phác thảo *(chỉ mới trên những nét chính)*.

sketch-pad /'sketʃpæd/ *dt* vở phác họa.

sketchy /'sketʃi/ *tt* (-ier; -iest) *(thường xấu)* chỉ ở dạng phác sơ qua; sơ sài: *I have only a sketchy knowledge of geography* tôi chỉ có kiến thức sơ sài về địa lý.

skew¹ /skju:/ *tt (thường vị ngữ)* nghiêng, xiên: *the picture is a bit skew* bức tranh hơi nghiêng.

skew² /skju:/ *dt* on the skew nghiêng, xiên.

skewbald¹ /'skju:bɔ:ld/ *dt* ngựa vá; con vật khoang.

skewbald² /'skju:bɔ:ld/ *tt* vá *(ngựa)*; khoang *(chó)*.

skewer¹ /'skju:ə[r]/ *dt* cái xiên *(để nướng thịt)*.

skewer² /'skju:ə[r]/ *dgt* xiên thủng: *he skewered his foot on a nail* anh ta giẫm phải đinh thủng chân.

skew-whiff /ˌskju:'wif/ *tt (Anh, kng)* nghiêng, lệch: *you've got your hat on skew-whiff* anh đội mũ lệch.

ski¹ /ski:/ *dt* xki, ván trượt tuyết: *a ski suit* bộ quần áo trượt tuyết.

ski² /ski:/ *dgt* (**ski'd** hoặc **skied**) trượt tuyết: *go skiing in Switzerland* đi trượt tuyết ở Thụy Sĩ.

ski-bob /ski:bɒb/ *dt* xe trượt tuyết *(hình giống xe đạp)*.

ski'd /ski:d/ *qk và dttqk* của ski.

skid¹ /skid/ *dt* 1. sự trượt bánh *(xe)* 2. đường lăn, đường trượt *(lót ván để lăn, để trượt vật nặng)* 3. má phanh. // put the skids under somebody (something) *(lóng)* a/ làm hỏng, làm thất bại: *put the skids under a plan* làm hỏng một kế hoạch. b/ giục *(ai)*.

skid² /skid/ *dgt* (-dd-) trượt bánh *(xe)*: *the car skidded on the ice* chiếc xe trượt bánh trên băng; *the bus skidded [on] into a wall* chiếc xe buýt trượt bánh va vào tường.

skid-pan /'skidpæn/ *dt* sân trượt *(để lái xe tập lái không để xe trượt bánh)*.

skid-row /ˌskid'rəʊ/ *(Mỹ, lóng)* khu tụ tập tụi vô lại *(ở một thành phố)*.

skied /skaid/ *qk và dttqk* của ski.

skier /'ski:ə[r]/ *dt* người trượt tuyết.

skies /skaiz/ *dt* nh của sky.

skiff /skif/ *dt* thuyền con; xuồng con *(một người chèo)*.

skiffle /'skifl/ *dt* nhạc xkip-phơn *(nhạc ja pha lẫn tiếng ca thịnh hành ở Anh vào khoảng năm 1950)*.

skiing /'ski:iŋ/ *dt (thể)* môn trượt tuyết; sự trượt tuyết.

ski-jump /'ski:dʒʌmp/ *dt* 1. cú nhảy xki *(sau khi trượt dốc)* 2. dốc trượt nhảy xki 3. cuộc thi trượt tuyết nhảy xki.

skilful *(Mỹ)* **skillful** /'skilfl/ *tt* khéo léo; thành thạo: *a skilful negotiator* người điều đình khéo léo; *skilful at inventing excuses* khéo bịa ra những lý do tạ lỗi.

skill /skil/ *dt* 1. sự khéo léo, sự thành thạo; tài nghệ: *show great skill at telling stories* tỏ ra rất có tài kể chuyện 2. kỹ năng: *the practical skills needed in carpentry* những kỹ năng thực hành cần trong nghề mộc.

skilled /skild/ *tt* 1. skilled at something (doing something) a/ khéo léo: *a skilled negotiator* người điều đình khéo léo b/ đã được rèn luyện; có kinh nghiệm: *an actor skilled at improvising* một diễn viên có kinh nghiệm nói cương 2. đòi hỏi kỹ năng *(công việc)*: *a skilled job* một công việc đòi hỏi kỹ năng.

skillet /'skilit/ *dt* 1. *(Mỹ)* chảo rán 2. xoong có tay cầm.

skillful /'skilfl/ *tt (Mỹ)* nh skilful.

skim /skim/ *dgt* (-mm-) 1. hớt bọt, hớt váng: *skim milk* hớt váng sữa 2. lướt qua *(một bề mặt)*: *swallows skimming [over] the water* chim nhạn lướt qua mặt nước; *aircraft skimming the rooftops* máy bay lướt qua đỉnh các mái nhà 3. ném thia lia: *skimming pebbles [over the lake]* ném thia lia mấy hòn đá cuội *[trên mặt hồ]* 4. đọc lướt qua: *skim [through] the report in half an hour* đọc lướt qua bản báo cáo trong nửa tiếng đồng hồ; *skim over the list looking for one's name* đọc lướt qua một danh sách tìm tên mình ở chỗ nào. // skim something from (off) something; skim something (off) hớt *(kem, váng)* trên mặt vật gì: *skim the cream from the milk* hớt kem trên mặt sữa; *skim the fat off [the soup]* hớt mỡ trên mặt [nước xúp].

skimmed milk /ˌskimd'milk/ *(cg* skim milk) sữa đã lấy hết kem.

skimmer /'skimə[r]/ *dt* 1. thìa hớt bọt, thìa hớt váng

(loại thìa có lỗ thung) **2.** *(động)* chim mỏ kéo.

skim milk /ˌskim'milk/ *x* skimmed milk.

skimp /skimp/ *dgt (cg* **scamp)** tiết kiệm, dè xẻn: *use plenty of oil, don't skimp* dùng nhiều dầu vào, đừng có dè xẻn như thế; *skimp dress when making a dress* tiết kiệm vải khi may áo.

skimpily /'skimpili/ *pht* [một cách] không đủ, [một cách] thiếu: *a skimpily made dress* chiếc áo may quá ít vải *(may quá tiết kiệm vải).*

skimpiness /'skimpinis/ *dt* sự không đủ, sự thiếu.

skimpy /'skimpi/ *tt* **(-ier; -iest)** không đủ, thiếu: *a rather skimpy meal* bữa ăn khá thiếu thức ăn, bữa ăn khá đạm bạc; *a skimpy dress* chiếc áo may quá ít *(quá tiết kiệm)* vải.

skin[1] /skin/ *dt* **1.** da, bì: *she has beautiful skin* cô ta có nước da đẹp; *a skin disease* bệnh ngoài da **2.** *(thường trong từ ghép)* da thú *(đã lột ra):* calfskin da bò, *pigskin* da lợn **3.** *(thường ở dạng từ ghép)* bầu bằng da thú *(để đựng nước, rượu...):* a wineskin bầu rượu **4.** vỏ: *slip on a banana skin* trượt trên vỏ chuối; *skin of a sausage* vỏ xúc xích; *the metal skin of an aircraft* vỏ kim loại của máy bay **5.** màng *(hình thành trên bề mặt một số chất lỏng): a skin forming on the paint in the pot* lớp màng hình thành trên bề mặt chất sơn đựng trong bình. // **beauty is only skin deep** *x* beauty; **be no skin off one's nose** *(kng)* không hề gì, không thành vấn đề *(đối với ai); It's no skin off my nose if I lose this job. I can always get another one* nếu

tôi mất việc làm này cũng chẳng thành vấn đề đối với tôi, tôi luôn luôn có thể kiếm được việc làm khác; **by the skin of one's teeth** vừa kịp; vừa đủ: *we had to run for the train, and caught it by the skin of our teeth* chúng tôi phải chạy cho kịp chuyến tàu và chỉ vừa kịp; **get under somebody's skin** *(kng)* a/ quấy rầy ai cao độ; chọc tức ai cao độ b/ cuốn hút ai; hấp dẫn ai: *the charm of the place soon gets under your skin* cảnh đẹp của chốn ấy nhanh chóng cuốn hút anh; **have got somebody under one's skin** *(kng)* bị ai cuốn hút mạnh mẽ; **have a hide (skin) like a rhinoceros** *x* rhinoceros; **jump out of one's skin** *(kng)* giật nẩy mình; giật thót mình: *I nearly jumped out of my skin when a hand grabbed me in the dark* tôi hầu như giật thót mình khi một bàn tay túm lấy tôi trong đêm tối; **save one's own skin** *x* save; **[nothing but (all)] skin and bone** *(kng)* gầy giơ xương, chỉ có da bọc xương: *he was all skin and bone after his illness* sau trận ốm nó chỉ còn da bọc xương; **soaked (wet) to the skin** ướt như chuột lột, **[have] a thin (thick) skin** *(kng)* dễ bật lò xo (cứ trơ ra) khi bị xúc phạm.

skin[2] /skin/ *dgt* **(-nn-) 1.** lột da *(rắn, thỏ...)* **2.** làm trầy da: *I skinned my elbow against the wall* tôi va vào tường bị trầy da khuỷu tay. // **keep one's eyes open (peeled; skinned)** *x* eye[1]; **skin somebody alive** lột da ai *(bóng) your father'll skin you alive when he sees this* bố cậu sẽ lột da cậu *(trừng phạt nặng)* nếu ông thấy chuyện này,

skin-deep /'skin di:p/ *tt* nông cạn, hời hợt; không sâu: *their differences of opinion are only skin-deep, they basically share the same beliefs* sự khác nhau về ý kiến của họ không sâu, về cơ bản họ có những tin tưởng giống nhau.

skin-dive /'skindaiv/ *dgt* lặn dưới nước *(không mang áo lặn).*

skin-diver /'skindaivə[r]/ *dt* người lặn.

skin-diving /'skindaiviŋ/ *dt (thể)* môn lặn.

skin-flick /'skinflik/ *dt (lóng)* phim khiêu dâm.

skinflint /'skinflint/ *dt (xấu)* người keo kiệt, người bủn xỉn.

skinful /'skinfʊl/ *dt (bóng)* lượng rượu đủ say: *he'd had a skinful and got into a fight* nó uống say và đánh lộn.

skin-graft /'skingrɑ:ft/ *dt (y)* sự ghép da.

skinhead /'skinhed/ *dt (Anh)* tên đầu trọc *(tóc cắt rất ngắn, thích bạo hành).*

-skinned (yếu tố *tt* ghép) có da *(như thế nào đấy): dark-skinned* có da ngăm đen.

skinny /'skini/ *tt* **(-ier; -iest)** *(kng, thường xấu)* gầy giơ xương, gầy nhom.

skint /skint/ *tt (Anh, bóng)* không một đồng xu dính túi.

skin-tight /ˌskin'tait/ *tt* bó sát *(quần áo).*

skip[1] /skip/ *dgt* **(-pp-) 1.** nhảy tâng tâng: *the lambs were skipping about in the fields* cừu nhảy tâng tâng quanh quất trên đồng ruộng **2.** nhảy dây: *children skipping in the playground* trẻ con nhảy dây ngoài sân chơi **3.** *(kng)* nhảy: *skip over*

S

(across) to Paris for the weekend nhảy sang Pa-ri nghỉ cuối tuần; *she skipped from one subject to another* cô ta nhảy từ đề tài này sang đề tài khác **4.** chuồn, lủi: *skip off without saying anything to anyone* chuồn đi không nói bất cứ điều gì với bất cứ ai **5.** bỏ: *skip a lecture* bỏ một bài giảng; *I read the whole book without skipping [a page]* tôi đọc toàn bộ cuốn sách mà không bỏ [một trang nào]; *he managed to skip the washing-up* nó tìm cách để khỏi phải rửa bát. // **skip it** *(kng)* không nói đến chuyện đó nữa: *I've heard enough about your job, so skip it!* tôi đã nghe quá đủ về việc làm của anh, thôi không nói đến chuyện đó nữa!.

skip² /skip/ *dt* sự nhảy tâng tâng.

skip³ /skip/ *dt* thùng hốt gạch gỗ phế thải *(ở một công trường xây dựng).*

ski plane /'skiplein/ máy bay có ván trượt tuyết *(thay vì bánh ở phía dưới, để có thể hạ cánh trên tuyết).*

skipole /'skipəʊl/ *(cg* **ski-stick)** gậy trượt tuyết.

skipper¹ /'skipə[r]/ *dt* **1.** thuyền trưởng *(tàu buôn nhỏ hay thuyền đánh cá)* **2.** *(kng)* đội trưởng, thủ quân *(đội bóng đá hay cricket)* **3.** *(Mỹ)* phi đội trưởng *(máy bay).*

skipper² /'skipə[r]/ *dgt* điều khiển *(một chiếc tàu, một chiếc máy bay, một đội bóng).*

skipping-rope /'skipiŋ rəʊp/ dây [để] nhảy dây.

skirl /sk3:l/ *dt* tiếng te te *(của kèn túi).*

skirmish¹ /'sk3:miʃ/ *dt* cuộc đụng độ nhỏ, cuộc chạm trán nhỏ *(giữa hai nhóm*

lính, nhóm tàu...): a brief skirmish on the frontier cuộc đụng độ trong chốc lát ở biên giới; *a skirmish between the two party leaders* cuộc chạm trán nhỏ giữa lãnh đạo hai đảng.

skirmish² /'sk3:miʃ/ *dgt* đụng độ, chạm trán.

skirmisher /'sk3:miʃə[r]/ *dt* người đụng độ, người chạm trán.

skirt¹ /sk3:t/ *dt* **1.** váy **2.** vạt áo *(từ thắt lưng trở xuống)* **3.** tấm quây quanh *(một cỗ máy)* **4. skirts** *(snh)* nh outskirts **5.** *(cổ, lóng)* đàn bà con gái *(coi như thứ để thỏa mãn tình dục).*

skirt² /sk3:t/ *dgt* đi men theo rìa: *the road skirts the forest* con đường men theo bìa rừng. // **skirt round something** tránh đề cập đến, nói gần nói xa: *she skirted round the problem of the high cost* chị ta nói gần nói xa đến vấn đề giá cả tăng cao.

skirting-board /'sk3:tiŋ bɔ:d/ *dt* ván [lát] chân tường.

ski-stick /'skistik/ *dt* nh ski-pole.

skit /skit/ *dt* bài hài hước *(văn, thơ)*; vở kịch nhại: *they did a skit on beauty contests* họ viết một bài hài hước về các cuộc thi sắc đẹp.

skitter /'skitə[r]/ *dgt* bay nhanh và nhẹ nhàng *(vật nhỏ).*

skittish /'skitiʃ/ *tt* **1.** hay lồng, khó điều khiển *(ngựa)* **2.** hay vui đùa, không nghiêm túc: *she gets very skittish when her boy-friend is around* cô ta trở nên hay vui đùa khi cậu bạn trai của cô quanh quẩn đâu đó.

skittishly /'skitiʃli/ *pht* **1.** [một cách] khó điều khiển *(ngựa)* **2.** [một cách] hay vui đùa, không nghiêm túc.

skittishness /'skitiʃnis/ *dt* **1.** tính hay lồng, tính khó điều khiển *(ngựa)* **2.** tính hay vui đùa, tính không nghiêm túc.

skittle¹ /'skitl/ *dt* **1.** con ky **2. skittles** *(snh)* trò chơi ky. // **beer and skittles** x beer.

skittle² /'skitl/ *dgt* **skittle somebody out** kết thúc lượt đánh bóng của *(một số cầu thủ)* một cách nhanh chóng: *the whole side was skittled out for 10 runs* cả đội đã kết thúc lượt đánh bóng được 10 điểm.

skive /skaiv/ *dgt* (+ of) *(Anh, lóng)* tránh việc, trốn việc: *he's usually skiving down at the pub when there's gardening to be done* nó thường lánh ra quán rượu mỗi khi có công việc vườn tược phải làm; *she always skives off early* cô ta thường bỏ việc về sớm.

skiver /'skaivə[r]/ *dt* kẻ tránh việc, kẻ trốn việc.

skivvy¹ /'skivi/ *dt* *(Anh, kng, xấu)* con sen: *I'm no better than a skivvy in this house* tôi nào có khác gì một con sen trong cái nhà này.

skivvy² /'skivi/ *dgt* (skivvied) (+ for) làm con sen; khác nào như con sen: *I don't see why I should spend my time skivvying for you* tôi không thấy tại sao tôi lại phải suốt ngày làm con sen cho anh.

skua /'skju:ə/ *(động)* chim cướp biển *(thuộc bộ mòng biển).*

skulduggery, skullduggery /skʌl'dʌgəri/ *dt (thường đùa)* trò gian dối: *some skulduggery no doubt went on during the election* hẳn là trong thời gian bầu cử đã có những trò gian dối.

skulk /skʌlk/ *dt (xấu)* thập thò; lẩn lút: *I don't want* *reporters skulking around my house* tôi không muốn các nhà báo cứ thập thò quanh nhà tôi.

skull /skʌl/ *dt* sọ: *the fall fractured his skull* ông ta ngã nứt sọ. // **a thick skull** x thick.

skull and cross-bones /ˌskʌlən'krɒsbəʊnz/ sọ người với hai xương bắt chéo *(dấu hiệu của sự nguy hiểm đến tính mạng).*

skull-cap /'skʌlkæp/ *dt* mũ chỏm.

skullduggery /skʌl'dʌgəri/ *dt nh* skulduggery.

skunk¹ /skʌnk/ *dt (cg pole-cat)* **1.** con chồn hôi Mỹ Châu; da lông chồn hôi Mỹ Châu **2.** *(kng)* người đáng khinh, người đê tiện: *how could you cheat your own children, you skunk?* đồ đê tiện, sao anh lại có thể lừa cả chính con mình?

skunk² /skʌnk/ *dgt* đánh bại *(ai)* hoàn toàn.

sky¹ /skai/ *dt* **1.** trời; bầu trời: *a clear blue sky* bầu trời trong xanh; *under the open sky* ở ngoài trời **2. skies** *(snh)* khí hậu, thời tiết: *the warm sunny skies of South Vietnam* khí hậu nắng ấm ở miền Nam Việt Nam. // **pie in the sky** x pie; **praise somebody (something) to the sky** ca ngợi hết lời; tán dương lên tận mây xanh; **the sky's the limit** *(kng)* không có giới hạn: *you could win millions! the sky's the limit* anh có thể trúng hàng triệu, chẳng có giới hạn nào cả.

sky² /skai/ *dgt* **(skied)** *(thể)* đánh vọt lên cao, tung lên cao *(quả bóng).*

sky-blue¹ /ˌskai'bluː/ *tt* xanh da trời.

sky-blue² /ˌskai'bluː/ *dt* màu xanh da trời, màu thanh thiên.

sky-cap /'skaikæp/ *dt (Mỹ)* người khuân vác *(hành lý cho khách, ở sân bay).*

sky-diver /'skaidaivə[r]/ *(thể)* vận động viên nhào lộn trên không *(nhảy từ máy bay ra, nhào lộn trước khi mở dù).*

sky-diving /'skaidaiviŋ/ *dt (thể)* môn nhào lộn trên không.

sky-high /ˌskai'hai/ *tt, pht* rất cao: *prices are sky-high at the moment* lúc này giá rất cao; *prices have gone sky-high* giá cả lên rất cao.

skyjack /'skaidʒæk/ *dgt* bắt cóc *(máy bay).*

skylark¹ /'skailɑːk/ *dt (động)* chim chiền chiện.

skylark² /'skailɑːk/ *dgt (cũ, kng)* vui chơi nô đùa.

skylight /'skailait/ *dt* cửa mái *(ở mái nhà).*

skyline /'skailain/ *dt* hình *(nhà cửa, cây cối...)* in lên nền trời.

sky-rocket /'skairɒkit/ *dgt* tăng vọt lên: *sky-rocketing costs* giá cả tăng vọt lên.

skyscraper /'skaiskreipə[r]/ *dt* nhà chọc trời.

skywards /'skaiwədz/ **sky-ward** /'skaiwəd/ *tt, pht* hướng lên trời: *the skywards path of the rocket* đường bay của hỏa tiễn hướng lên trời; *hit the ball skywards* đá quả bóng tung lên trời.

sky-writing /'skairaitiŋ/ *dt* chữ quảng cáo trên bầu trời *(vẽ bằng khói do máy bay thả ra).*

slab /slæb/ *dt* phiến, tấm: *paved with stone slabs* lát đá phiến; *a slab of chocolate* thanh sôcôla.

slack¹ /slæk/ *tt* **(-er; -est)** **1.** lỏng, chùng: *a slack rope* sợi dây chùng **2.** lỏng lẻo: *slack discipline* kỷ luật lỏng lẻo **3.** uể oải, sao lãng: *you've*

been very slack in your work recently* gần đây anh làm việc uể oải lắm **4.** trì trệ, ế ẩm: *trade is slack in winter* mùa đông buôn bán ế ẩm **5.** lờ đờ *(dòng nước).*

slack² /slæk/ *dgt* **1.** lười, tránh việc: *stop slacking and get on with your work* thôi đừng lười nữa, tiếp tục công việc đi. // **slack off (up)** a/ giảm bớt hoạt động: *after intense work in the summer, we are slacking off now* sau khi làm việc căng thẳng mùa hè, bây giờ chúng tôi đang giảm bớt hoạt động b/ giảm bớt tốc độ: *slack off (up) as you approach the junction* đến gần giao điểm các ngả đường, hãy giảm bớt tốc độ; **slack (something) up** làm cho *(sợi dây...)* bớt căng, nới *(sợi dây...).*

slack³ /slæk/ *dt* **1.** chỗ dây chùng: *too much slack in the tow-rope* dây kéo tàu quá nhiều chỗ chùng **2. slacks** *(snh)* quần mặc thường *(không phải mặc vào dịp long trọng...)*: *a pair of slacks* chiếc quần mặc thường. // **take up the slack** a/ kéo căng sợi dây: *the tractor took up the slack and pulled the trailer out of the mud* chiếc máy kéo kéo căng sợi dây và kéo chiếc xe moóc ra khỏi bùn b/ sử dụng tối đa các tài nguyên ít công dụng.

slack⁴ /slæk/ *dt* than cám.

slacken /'slækən/ *dgt* **1.** [làm cho] chùng, nới: *the rope slackened* sợi dây chùng lại; *slacken the reins* nới dây cương; *slacken one's grips* nới lỏng nắm tay **2.** (+ off, up) [làm cho] chậm lại; [làm cho] uể oải: *the ship's speed slackened* tốc độ tàu giảm bớt; con tàu chạy chậm lại; *after hours*

S

of digging, we began to slacken up a little sau nhiều giờ đào xới, chúng tôi bắt đầu uể oải một ít.

slacker /'skækə[r]/ dt (kng) người lười biếng, người tránh việc.

slackly /'slækli/ pht **1.** [một cách] lỏng, [một cách] chùng **2.** [một cách] lỏng lẻo **3.** [một cách] uể oải **4.** [một cách] trì trệ, [một cách] ế ẩm: the firm had been run rather slackly xí nghiệp hoạt động một cách khá là trì trệ **5.** [một cách] lờ đờ (dòng nước).

slackness /'slæknis/ dt **1.** sự lỏng, sự chùng (sợi dây) **2.** sự lỏng lẻo (kỷ luật) **3.** sự uể oải, sự sao lãng **4.** sự trì trệ, sự ế ẩm **5.** sự lờ đờ (dòng nước).

slag¹ /slæg/ dt **1.** xỉ (ở nhà máy luyện kim) **2.** (Anh, lóng, xấu) con mụ dâm đãng.

slag² /slæg/ dgt (-gg-) slag somebody off (Anh, lóng) nhận xét xấu về ai, chỉ trích ai: he claims to like her, but he's always slagging her off behind her back nó nói là nó yêu cô ta, nhưng nó luôn luôn nhận xét xấu về cô sau lưng cô.

slag-heap /'slæghi:p/ dt đống xỉ (ở nhà máy...).

slain /slein/ dttqk của slay.

slake /sleik/ dgt **1.** làm đỡ (khát); thỏa mãn (ước muốn): slake one's thirst with a cup of tea uống một tách trà cho đỡ khát; has this murderer slaked his lust for blood yet? tên sát nhân này đã thỏa mãn cơn khát máu của nó chưa? **2.** tôi (vôi).

slalom /'sla:ləm/ dt **1.** cuộc lượn theo mốc (trượt tuyết): win the slalom đạt giải trượt tuyết lượn theo mốc; a sla-lom champion nhà quán quân trượt tuyết lượn theo mốc **2.** cuộc đua xuống; cuộc đua lướt ván.

slam¹ /slæm/ dgt (-mm-) **1.** slam something to (shut) đóng sầm lại: the door slammed [to] cửa đóng sầm lại; slam the window [shut] đóng sầm cửa sổ lại **2.** đạp mạnh, ấn mạnh, ném phịch: slam the brakes on đạp mạnh phanh; he slammed the box down on the table anh ta ném phịch chiếc hộp lên bàn **3.** (kng) chỉ trích gay gắt: a play slammed by the reviewers vở kịch bị các nhà phê bình chỉ trích gay gắt. // slam (shut) the door in somebody's face x door.

slam² /slæm/ dt (thường số ít) **1.** tiếng đóng sầm (cửa) **2.** tiếng đập mạnh, tiếng ném mạnh: the slam of a car door tiếng của xe đóng sầm lại.

slander /'sla:ndə[r], (Mỹ 'slændər)/ dgt vu khống, vu cáo.

slanderer /'sla:ndərə[r], (Mỹ 'slændərer)/ dt người vu khống, người vu cáo.

slanderous /'sla:ndərəs, (Mỹ 'slændərəs)/ tt vu khống, vu cáo: a slanderous accusation một sự tố cáo vu khống.

slanderously /'sla:ndərəsli, (Mỹ 'slændərəsli)/ pht [một cách] vu khống, [một cách] vu cáo.

slang¹ /slæŋ/ dt tiếng lóng: army slang tiếng lóng trong quân đội; a slang word một từ lóng.

slang² /slæŋ/ dgt mắng, chửi, rủa: the driver was slanging a pedestrian who had got in his way bác lái xe mắng người bộ hành đi ngang qua đường xe đang

chạy. // a slanging match cuộc cãi lộn chửi rủa nhau.

slanginess /'slæŋinis/ dt sự dùng nhiều tiếng lóng.

slangy /'slæŋi/ tt [thuộc] tiếng lóng; dùng nhiều tiếng lóng: don't use such slangy expressions in your essays chớ dùng những từ ngữ tiếng lóng như vậy trong tiểu luận của anh.

slant¹ /sla:nt, (Mỹ slænt)/ dgt **1.** nghiêng: her hand-writing slants from left to right chữ viết của chị ta nghiêng sang phải; the picture is slanted to the left bức tranh nghiêng về bên trái **2.** (thường xấu) trình bày thiên về (quan điểm nào đó): the newspaper report was slanted towards (in favour of) the unions bài báo thiên về ủng hộ các nghiệp đoàn.

slant² /sla:nt, (Mỹ slænt)/ dt **1.** hướng nghiêng; đường nghiêng **2.** quan điểm, cách nhìn: the editorial had an anti-union slant bài xã luận đã có quan điểm chống nghiệp đoàn. // on a (the) slant nghiêng, không thẳng.

slanted /'sla:ntid/ có thiên kiến: a rather slanted account of the meeting bài tường thuật cuộc họp có phần có thiên kiến.

slantingly /'sla:ntiŋli/ pht [một cách] nghiêng: a picture hanging slantingly một bức tranh treo nghiêng.

slantwise /'sla:ntwaiz/ pht nh slantingly.

slap¹ /slæp/ dgt **1.** (-pp-) vỗ; phát; vả: slap somebody on the back vỗ vào lưng ai **2.** dằn mạnh, vỗ mạnh: he slapped the document down on the desk anh ta dằn mạnh tập tài liệu lên bàn; slap some paint onto a wall vỗ một ít sơn vào tường. //

slap somebody down *(kng)* ngắt lời ai một cách cương quyết: *she tried to object, but the chairman slapped her down* cô ta cố phản đối, nhưng ông chủ tịch đã ngắt lời cô một cách cương quyết; **slap something on something** *(kng)* thu thêm *(bao nhiêu đấy trên giá hàng)*: *they've slapped 10p on the price of cigarettes* họ đã thu thêm 10 xu trên giá thuốc lá.

slap² /slæp/ *dt* cái vỗ, cái phát, cái vả; tiếng vỗ, tiếng phát, tiếng vả. // **a slap in the back** *(kng)* sự khen ngợi; **a slap on the face** *(kng)* cái vả vào mặt *(bóng)*; điều sỉ nhục; **slap on the wrist** *(kng)* hình phạt nhẹ; sự cảnh cáo nhẹ.

slap³ /slæp/ *pht (cg* **slap-bang** /ˌslæp'bæŋ/) *(kng)* thẳng, trực tiếp: *the car ran slap into a tree* chiếc xe đâm thẳng vào gốc cây.

slap and tickle /ˌslæpənd-'tikl/ *(kng, đùa)* sự vuốt ve hú hí nhau: *a bit of slap and tickle on the sofa* một chút vuốt ve hú hí trên ghế sofa.

slapdash /'slæpdæʃ/ *tt, pht* cẩu thả vội vàng *(việc làm)*: *slapdash worker* một công nhân cẩu thả hấp tấp; *do one's work slapdash* làm công việc của mình một cách cẩu thả vội vàng.

slaphappy /'slæpˌhæpi/ *tt (kng)* cẩu thả vô trách nhiệm.

slapstick /'slæpstik/ *dt* trò vui nhộn, trò hề tếu.

slap-up /'slæpʌp/ *tt (Anh, kng)* ngon tuyệt trần *(bữa ăn)*: *a slap-up dinner at an expensive restaurant* một bữa ăn ngon tuyệt trần tại một hiệu ăn đắt tiền.

slash¹ /slæʃ/ *dgt* **1.** cắt, rạch: *slash through the rope* with a sword cắt sợi dây bằng lưỡi gươm; *the blade slashed his leg [open]* lưỡi dao rạch đứt chân ông ta. **2.** đánh, quật *(bằng roi)*; quất mạnh vào *(cửa sổ..., nói về mưa)* **3.** tạo đường xẻ *(ở áo nữ...)*: *slashed sleeve* ống tay có đường xẻ *(thấy được áo mặc ở trong)* **4.** cắt, giảm: *slash prices* giảm giá; *slash taxes* cắt giảm thuế **5.** đả kích kịch liệt: *a government plan slashed by the press* một kế hoạch của chính phủ bị báo chí đả kích kịch liệt. // **slash at something [with something]** chém mạnh; quất mạnh bằng gậy: *slashing wildly at one's opponent with a sword* cầm gươm mà chém lia lịa vào đối thủ; **slash one's way through (past) something** phát cây cối mở đường mà xuyên qua: *slashing our way through the jungle with long knives* dùng dao bảy để khai thông một lối đi xuyên rừng.

slash² /slæʃ/ *dt* **1.** sự cắt, sự rạch; vết cắt, vết rạch **2.** sự đánh, sự quất; cú đánh, cú quất **3.** đường xẻ *(ở áo nữ...)* **4.** đường gạch xiên *(như trong 27/3/1920)*; đường xiên **5. a slash** *(số ít) (Anh, lóng)* sự đi tiểu: *I am just going to have a slash* tôi vừa đi tiểu một cái xong.

slat /slæt/ *dt* thanh gỗ *(để làm cửa chớp)*; tăm *(để làm mành mành...)*.

slate¹ /sleit/ *dt* **1.** đá bảng, đá đen **2.** ngói [bằng] đá bảng **3.** bảng đá *(của học sinh)* **4.** *(Mỹ)* danh sách ứng cử viên: *on the Democratic slate* có tên trong danh sách ứng viên của Đảng Dân chủ. // **a clean slate (sheet)** *x* clean; **[put something] on the slate** *(kng)* [ghi vào sổ nợ] cho trả sau: *I've no change,* could you put these eggs on the slate? tôi không có tiền lẻ, ông có thể ghi vào sổ nợ cho tôi sẽ trả sau được không?; **wipe the slate clean** *x* wipe.

slate² /sleit/ *dgt* **1.** lợp bằng ngói đá bảng **2.** *(Mỹ, kng)* **slate somebody [for something]** đề cử ai *(vào một chức vụ...)*: *slated for the Presidency* được đề cử vào chức chủ tịch **3.** *(chủ yếu dùng ở dạng bị động)* dự định thời gian *(cho một việc gì đó)*: *a meeting slated for Thursday (to take place on Thursday)* một cuộc họp dự định sẽ tiến hành vào ngày thứ năm. **4.** **slate somebody (something) [for something]** *(Anh, kng)* công kích kịch liệt *(trên báo chí...)*: *slate a writer* công kích kịch liệt một nhà văn; *slate a book* công kích lịch liệt một cuốn sách.

slatted /'slætid/ *tt* làm bằng thanh, làm bằng tăm; *a slatted bench* cái ghế dài mặt lát bằng thanh gỗ.

slattern /'slætən/ *dt (cũ, xấu)* con mụ bẩn thỉu nhếch nhác.

slatternliness /'slætənli-nis/ *dt (xấu)* sự bẩn thỉu nhếch nhác.

slatternly /'slætənli/ *tt (xấu)* bẩn thỉu nhếch nhác *(chị phụ nữ)*.

slaughter¹ /'slɔːtə[r]/ *dt* **1.** sự giết thịt, sự mổ thịt *(bò, lợn...)* **2.** sự tàn sát; cuộc tàn sát: *the slaughter of innocent civilians* cuộc tàn sát dân vô tội; *the slaughter on the road* sự chết người do tai nạn giao thông **3.** *(kng)* sự thất bại hoàn toàn, sự thua hoàn toàn: *the total slaughter of the home team* sự thua hoàn toàn của đội nhà.

S

slaughter² /'slɔːtə[r]/ *dgt* **1.** giết thịt, mổ thịt **2.** tàn sát: *thousands slaughtered by the invading army* hàng ngàn người bị quân xâm lược tàn sát **3.** *(bóng, kng)* đánh bại hoàn toàn *(nhất là về thể thao); we slaughtered them at hockey* chúng tôi đã đánh bại họ hoàn toàn trong cuộc đấu hốc-cây.

slaughterhouse /'slɔːtəhaʊs/ *dt (cg* **abattoir)** lò mổ, lò sát sinh.

Slav¹ /slɑːv, slæv/ *dt* người Xla-vơ; dân tộc Xla-vơ.

Slav² /slɑːv, slæv/ *tt* [thuộc] dân tộc Xla-vơ.

slave¹ /sleiv/ *dt* nô lệ *(đen, bóng): treat somebody like a slave* đối xử với ai như là nô lệ; *slave owners* những người chủ nô [lệ]; *a slave to drink* người nô lệ cho ma men; *a slave of fashion* người nô lệ của thời trang *(luôn luôn chạy theo thời trang).*

slave² /sleiv/ *dgt* **slave [away] at something** làm *(việc gì)* đầu tắt mặt tối: *I've been slaving at the housework all day* suốt ngày tôi đầu tắt mặt tối với công việc nội trợ.

slave-driver /'sleivdraivə[r]/ *dt* **1.** người trông coi nô lệ, viên quản nô **2.** người bắt kẻ dưới mình làm việc cực nhọc, người chủ ác nghiệt.

slaver¹ /'sleivə[r]/ *dt* **1.** tàu buôn nô lệ **2.** người buôn nô lệ.

slaver² /'slævə[r]/ *dgt* **1.** nhỏ dãi, chảy nước dãi: *the dog was slavering* con chó đang chảy nước dãi **2.** (+ **over)** *(xấu)* thèm muốn, háo hức: *the dealer was slavering over some precious stones* tay thương gia đang háo hức trước mấy viên đá quý.

slaver³ /'slævə[r]/ *dt nh* saliva.

slavery /'sleivəri/ *dt* **1.** sự nô lệ; cảnh nô lệ: *sold into slavery* bị bán làm nô lệ **2.** chế độ nô lệ: *working to abolish slavery* hành động để xóa bỏ chế độ nô lệ **3.** công việc vất vả; công việc với đồng lương quá ít ỏi.

slave-trade /'sleivtreid/ *dt* (*cg* **slave-traffic)** sự buôn bán nô lệ.

slave-traffic /'sleivtræfik/ *dt x* slave-trade.

slavish /'sleiviʃ/ *tt (xấu)* nô lệ *(thiếu tính chất độc lập hoặc độc đáo): his style is a slavish imitation of his teacher's* phong cách của anh ta là một sự bắt chước nô lệ *(một sự rập khuôn)* phong cách của ông thầy anh ta.

slay /slei/ *dgt* **(slew; slain)** *(Mỹ)* giết *(một cách tàn bạo): soldiers slain in battle* lính chết trận.

SLD /,es el'diː/ *(vt của* Social and Liberal Democrats) đảng của những người dân chủ xã hội tự do *(Anh).*

sleazily /'sliːzili/ *pht* [một cách] nhếch nhác.

sleaziness /'sliːzinis/ *dt* vẻ nhếch nhác.

sleazy /'sliːzi/ *tt* **(-ier; -iest)** *(kng)* nhếch nhác: *a sleazy club* một câu lạc bộ nhếch nhác; *a rather sleazy appearance* bề ngoài khá nhếch nhác.

sled /sled/ *dt, dgt (Mỹ) x* sledge¹, sledge².

sledge¹ /sledʒ/ *dt (Mỹ cg* **sled)** xe trượt tuyết *(dùng trong thể thao, hoặc để di chuyển do ngựa, chó kéo).*

sledge² /sledʒ/ *dgt (Mỹ, cg* **sled) 1.** (thường *go sledging* hoặc *sledding)* trượt lao xuống dốc *(trên xe trượt*

tuyết) **2.** chở bằng xe trượt tuyết: *sledging supplies to remote villages* chở đồ tiếp tế bằng xe trượt tuyết đến các làng xa xôi.

sledge³ /sledʒ/ *dt (cg* **sledge-hammer)** búa tạ.

sledge-hammer /'sledʒhæmə[r]/ *dt x* sledge³.

sleek¹ /sliːk/ *tt* **(-er; -est) 1.** mượt mà: *sleek hair* mái tóc mượt mà **2.** béo tốt *(người)* **3.** [có] kiểu dáng đẹp *(xe ôtô...).*

sleek² /sliːk/ làm cho *(tóc, bộ lông mèo...)* mượt mà.

sleekly /'sliːkli/ *pht* **1.** [một cách] mượt mà **2.** với kiểu dáng đẹp.

sleekness /'sliːknis/ *dt* **1.** vẻ mượt mà **2.** kiểu dáng đẹp.

sleep¹ /sliːp/ *dt* **1.** sự ngủ; giấc ngủ: *sing a baby to sleep* ru cho em bé ngủ; *have a short sleep* ngủ một lát, chợp mắt một lát **2.** nhử, ghèn *(ở góc mắt): wash the sleep out of one's eyes* rửa sạch nhử ở mắt. // **cry (sob) oneself to sleep** khóc (thổn thức) cho đến khi ngủ thiếp đi; **go to sleep** a/ đi ngủ: *go to sleep now, it's late* đi ngủ ngay đi, trễ rồi b/ tê dại đi: *I've been sitting on the floor and my foot's gone to sleep* tôi ngồi riết trên sàn và chân tôi đã tê dại đi; **not get (have) a wink of sleep** *x* wink; **not lose sleep (lose no sleep) over something** *x* lose; **put somebody to sleep** gây mê ai; **put an animal to sleep** *(trại)* chủ tâm giết một con vật *(vì nó ốm...): stray dogs are usually put to sleep if no one claims them* chó hoang thường bị giết nếu không có ai nhận chúng; **read oneself (somebody) to sleep** *x* read; **sleep the sleep of the just** *x* sleep².

sleep² /sli:p/ đgt **(slept) 1.** ngủ: *try to sleep in spite of the noise* cố ngủ mặc dù có tiếng ồn; *I got up early, but he slept on* tôi dậy sớm, nó thì vẫn còn ngủ; *we slept [for] eight hours* chúng tôi ngủ tám tiếng đồng hồ **2.** có đủ chỗ cho: *the hotel sleeps 300 guests* khách sạn có đủ chỗ [ngủ] cho ba trăm khách. // **let sleeping dogs lie** chuyện đã êm thì cho êm luôn [đừng có khơi ra nữa cho thêm rắc rối]; **not sleep a wink** *x* wink; **sleep like a log (a top)** *(kng)* ngủ say; **sleep rough** ngủ vạ ngủ vật; **sleep the sleep of the just** ngủ yên giấc không bị lương tâm cắn rứt; **sleep tight** *(kng)* *(chủ yếu dùng ở thức mệnh lệnh)* ngủ ngon: *Good night, sleep tight!* chào anh *(chị...)*, chúc ngủ ngon!

sleep around *(kng)* ăn nằm lang chạ; **sleep in** a/ *(Mỹ)* nh lie in: *I get a chance to sleep in at the weekend* vào cuối tuần tôi có dịp được ngủ dậy trưa b/ ngủ ngay tại chỗ làm việc: *a housekeeper that sleeps in* người trông nhà ngủ ngay tại chỗ làm việc; **sleep something off** ngủ cho qua *(chứng gì)*: *sleep off a headache* ngủ cho qua cơn nhức đầu; **sleep it off** ngủ cho dã rượu; **sleep on something** *(không dùng ở thể bị động)* để ngày hôm sau hãy quyết định, gác đến hôm sau: *there is no need to make a decision now; why don't you go home and sleep on it?* không cần quyết định ngay bây giờ; sao anh không về đi và gác việc đó đến hôm sau? **sleep out 1.** ngủ ở ngoài *(không phải ở nhà)* **2.** không ngủ ở nơi làm việc *(người làm...)*: *a butler who sleeps out* một quản gia không ngủ ở nơi làm việc; **sleep through something**

(không dùng ở dạng bị động) ngủ say mặc dù có tiếng động lớn: *you slept right through the thunderstorm* mặc dù có cơn sấm sét ầm ầm, anh vẫn ngủ say; **sleep together; sleep with somebody** ăn nằm với nhau; ăn nằm với ai *(mà không phải là vợ chồng)*.

sleeper /'sli:pə[r]/ dt **1.** người ngủ: *a good sleeper* người ngủ ngon; *a light sleeper* người ngủ tỉnh **2.** *(Mỹ* **tie)** tà-vẹt *(đường sắt)* **3.** toa nằm; giường ngủ *(trong toa xe nằm)* **4.** vòng tai *(để duy trì lỗ đeo hoa tai ở tai)* **5.** *(Mỹ, kng)* vở kịch *(cuốn sách, người...)* thành công bất ngờ.

sleepily /'sli:pili/ pht **1.** [một cách] buồn ngủ **2.** [một cách] yên tĩnh, [một cách] ít nhộn nhịp.

sleepiness /'sli:pinis/ dt **1.** sự buồn ngủ, **2.** tình trạng yên tĩnh, tình trạng ít nhộn nhịp.

sleeping-bag /'sli:piŋbæg/ dt túi ngủ, chăn chui *(để ngủ ngoài trời)*.

sleeping-car /'sli:piŋka:[r]/ dt toa nằm *(đường sắt)*.

sleeping partner /'sli:piŋ pa:tnə[r]/ *(Mỹ* **silent partner)** hội viên hùn vốn *(không tham gia quản trị)*.

sleeping-pill /'sli:piŋpil/ dt viên thuốc ngủ.

sleeping policeman /ˌsli:-piŋpə'li:smən/ u giảm tốc *(xây ngang đường để khiến lái xe phải giảm tốc độ)*.

sleeping sickness /'sli:piŋˌsiknis/ *(y)* bệnh ngủ *(do ruồi xêxê truyền)*.

sleeping-tablet /'sli:piŋ-tæblit/ dt nh sleeping-pill.

sleepless /'sli:plis/ tt *(thường thngữ)* không ngủ:

pass a sleepless night qua một đêm không ngủ.

sleeplessly /'sliplisli/ pht [một cách] không ngủ.

sleeplessness /'sliplisnis/ dt sự không ngu, mất ngủ.

sleep-walker /'sli:pˌwɔ:-kə[r]/ dt *(y)* người mộng du.

sleepy /'sli:pi/ tt **(-ier;-iest) 1.** buồn ngủ, ngái ngủ: *feel sleepy* cảm thấy buồn ngủ **2.** yên tĩnh; ít nhộn nhịp *(nơi chốn)*: *a sleepy little village* một làng nhỏ bé yên tĩnh.

sleepy head /'sli:pihed/ dt người ngủ *(nhất là nói về trẻ em)*: *wake up, sleepy head* dậy đi, chú bé.

sleet¹ /sli:t/ dt mưa tuyết: *showers of sleet* những trận mưa tuyết.

sleet² /sli:t/ đgt mưa tuyết: *it sleets* trời mưa tuyết.

sleety /'sli:ti/ tt *sleety rain* mưa tuyết.

sleeve /sli:v/ dt **1.** tay áo **2.** ống bọc ngoài, vỏ *(hình ống)*: *a metal cable inside a plastic sleeve* một dây cáp kim loại bọc nhựa **3.** *(Mỹ* **jacket)** bìa bọc đĩa hát. // **an ace up one's sleeve** *x* ace; **a card up one's sleeve** *x* card; **laugh up one's sleeve** *x* laugh; **roll up one's sleeve** *x* roll²; **a trick up one's sleeve** *x* trick; **[have something] up one's sleeve** giữ bí mật để dùng về sau khi cần thiết; **wear one's heart on one's sleeve** *x* wear².

-sleeved *(yếu tố cấu tạo tt ghép)* có tay áo *(như thế nào đấy)*: *a short-sleeved shirt* áo sơ-mi cộc tay.

sleeveless /'sli:vlis/ tt không có tay *(áo)*.

sleigh¹ /slei/ dt xe trượt tuyết ngựa kéo.

sleigh² /slei/ đgt đi bằng xe trượt tuyết ngựa kéo.

S

sleight /'slait/ *dt* **sleight of hand** trò ảo thuật; *he made the coin disappear by sleight of hand* nó dùng trò ảo thuật làm cho đồng tiền biến đi; *it was a remarkable piece of political sleight of hand to get such an unpopular policy accepted* (bóng) làm cho một chính sách thất nhân tâm như thế được chấp nhận quả là một trò quỷ thuật đặc biệt về chính trị.

slender /'slendə[r]/ *tt* (-er; -est) **1.** thon; mảnh khảnh; *slender finger* ngón tay thon; *a slender girl* cô gái mảnh khảnh; *a wineglass with a slender stem* ly uống rượu có chân thon mảnh **2.** ít ỏi, nhỏ nhoi: *a slender income* thu nhập ít ỏi: *a person of slender means* người có số tiền ít ỏi; *they won the election, but only with a very slender majority* họ thắng trong cuộc bầu cử nhưng chỉ với một đa số nhỏ nhoi.

slenderly /'slendəli/ *pht* **1.** [một cách] mảnh khảnh **2.** [một cách] ít ỏi, [một cách] nhỏ nhoi.

slenderness /'slendənis/ *dt* **1.** dáng thon thả; dáng mảnh khảnh **2.** sự ít ỏi, sự nhỏ nhoi.

slept /slept/ *qk và đttqk của* sleep².

sleuth¹ /slu:θ/ *dt (kng, dùa)* cảnh sát điều tra; thám tử.

sleuth² /slu:θ/ *dt (kng, dùa)* điều tra, thám sát.

slew¹ /slu:/ *qk của* slay.

slew² (Mỹ cg **slue**) /slu:/ *dgt* **slew something round** xoay cái gì rất nhanh sang hướng khác, quay: *I lost control of the car and it slewed round* tôi không điều khiển nổi chiếc xe nữa và nó quay nhanh sang hướng khác.

slew³ /slu:/ *dt (số ít)* **slew of something** (Mỹ, kng) lô, đống, lượng lớn: *a whole slew of problems* một lô vấn đề.

slice¹ /slais/ *dt* **1.** lát: *a slice of meat* một lát thịt; *slices of beef between slices of bread* những lát thịt bò kẹp giữa những lát bánh mì **2.** (kng) phần, phần chia: *get a slice of the profit* được một phần lợi nhuận **3.** xẻng rán (để xúc cá rán, trứng rán...) **4.** (thể) cú đánh bóng chệch hướng (đánh quần vợt, đánh gôn). // **get a slice (a share) of the cake** x cake; **a piece (slice) of the action** x action.

slice² /slais/ *dgt* **1.** **slice something [up]** cắt thành lát mỏng, thái thành lát mỏng: *slice the meat* thái thịt thành lát mỏng **2.** (không dùng ở dạng bị động) **slice something off (from) something; slice something off** thái ra (từ một miếng lớn): *slice me a piece of bread (a piece of bread for me)* hãy thái cho tôi một lát bánh mì; *slice a piece of the meat* thái ra một lát thịt **3.** **slice through (into) something** cắt gọn: *he sliced [into (through)] his fingers by accident when cutting vegetables* nó rủi mà cắt vào ngón tay trong khi thái rau; *the falling slate sliced into his arm* mảnh ngói đá bằng rơi cắt bị thương cánh tay nó; *the bows of the ship sliced the water* mũi tàu rẽ nước **4.** (thể) đánh (bóng) chệch hướng (đánh quần vợt, đánh gôn).

slice of life /,slais əv'laif/ mảnh đời thực.

slick¹ /slik/ *tt* (-er;-est) **1.** trơn tru, dễ dàng: *a slick translation* bản dịch trơn tru **2.** khôn khéo, tài tình: *a slick performer* một người trình diễn tài tình; *she's very slick, but I don't believe a word she says* cô ta rất khéo, nhưng tôi không tin một lời nào cô ta nói **3.** trơn: *the roads were slick with wet mud* đường sá đầy bùn nhão và trơn.

slick² /slik/ *dt* (cg **oil-slick**) vết dầu loang (trên biển, sau vụ đắm tàu chở dầu).

slick³ /slik/ *dgt* **slick something down** dùng dầu chải cho (tóc) dễ xuống: *curls slicked down with grease* những lọn tóc được chải với chất dầu cho dễ xuống.

slicker /'slikə[r]/ *dt* **1.** (kng, Mỹ) người thanh lịch: *a city slicker* người thành thị thanh lịch (so với người miền quê) **2.** (Mỹ) áo mưa đàn ông.

slid /slid/ *qk và đttqk của* slide².

slide¹ /slaid/ *dt* **1.** (số ít) sự trượt: *have a slide on the ice* trượt trên băng **2.** đường trượt tuyết, đường trượt băng (trẻ con chơi trên xe trượt tuyết) **3.** cầu trượt (của trẻ con chơi) **4.** phim đèn chiếu **5.** bản kính (đặt vật cần soi kính hiển vi lên mà soi) **6.** bộ trượt (ở một số máy) **7.** vụ lở đất **8.** nh hair-slide.

slide² /slaid/ *dgt* (**slid**) **1.** [đẩy] trượt; *I was sliding on the ice* tôi trượt trên băng; *the drawers slide in and out easily* ngăn kéo kéo ra đẩy vào dễ dàng; *she slid the door open* chị ta đẩy trượt cánh cửa mà mở ra **2.** [làm cho] di chuyển một cách lặng lẽ; *the thief slid out [of the door] while no one was looking* tên trộm lỉnh ra khỏi cửa mà không ai trông thấy; *he lifted the* *mat and slid the key under* nó nhấc chiếc chiếu lên và bỏ chìa khóa xuống dưới **3.** sụt dần *(giá cả): house values may begin to slide* giá nhà có lẽ bắt đầu xuống dần. // **let something slide** *(kng)* buông trôi: *she got depressed and began to let things slide* chị ta chán nản và bắt đầu buông trôi mọi việc; **slide into something** *(không dùng ở dạng bị động)* rơi vào, sa vào: *slide into debt* sa vào cảnh nợ nần; *we mustn't slide into complacency* chúng ta không nên để sa vào tính tự mãn; **slide over something** lướt qua cái gì: *she discussed sales, but slid over the problem of how to increase production* bà ta thảo luận về việc bán hàng nhưng lướt qua vấn đề làm sao để tăng sản lượng.

slide-rule /'slairu:l/ *dt* thước loga.

sliding door /,slaidiŋ'dɔ:[r]/ cửa kéo *(theo khe trượt).*

sliding scale /,slaidiŋ'skeil/ thang đối chiếu *(thuế má, tiền lương..., đã làm sẵn).*

slight¹ /slait/ *tt* (-er; -est) **1.** nhẹ, nhỏ: *a slight error* một sai lầm nhỏ; *a slight headache* cơn nhức đầu nhẹ; *do something without the slightest difficulty at all* làm điều gì không một chút khó khăn **2.** mảnh khảnh, yếu ớt: *a slight girl* cô gái mảnh khảnh; *supported by a slight framework* được đỡ bằng một cái khung yếu ớt. // **not in the slightest** không chút nào: *"do you mind if I open the window?" "not in the slightest, please do"* "tôi mở cửa sổ có phiền gì anh không?" "không chút nào, cứ mở đi".

slight² /slait/ *đgt* coi thường, coi nhẹ, xem khinh: *she felt slighted because no one spoke to her* cô ta cảm thấy bị coi thường vì không ai nói chuyện với cô cả; *a slighting remark* một nhận xét coi thường.

slight³ /slait/ *dt slight to (on) somebody (something)* hành động (lời nhận xét) coi thường ai (cái gì): *she suffered many slights from colleagues* chị ta bị đồng nghiệp coi thường nhiều quá.

slightingly /'slaitiŋli/ *pht* [một cách] coi thường.

slightness /'slaitnis/ *dt* **1.** sự nhẹ, sự nhỏ **2.** sự mảnh khảnh, sự yếu ớt.

slightly /'slaitli/ *pht* **1.** sơ sơ, hơi: *the patient is slightly better today* hôm nay bệnh nhân hơi khá hơn một chút; *I know her slightly* tôi biết cô ta sơ sơ **2.** [một cách] mảnh khảnh: *a slightly built girl* cô gái thân hình mảnh khảnh.

slily /'slaili/ *nh* slyly.

slim¹ /slim/ *tt* (-mmer; -mmest) **1.** mảnh mai, thon thả: *a slim figure* một vóc dáng mảnh mai; *a slim waist* eo lưng thon **2.** nhỏ nhoi, mỏng manh: *slim hopes* hy vọng mỏng manh; *our chances of winning are slim* cơ may thắng cuộc của chúng ta rất mỏng manh.

slim² /slim/ *đgt* (-mm-) có chế độ *(ăn, tập thể dục...)* để giữ cho thân hình thon thả: *I am on a slimming diet* tôi đang theo một chế độ ăn uống để cho thân hình thon thả. // **slim something down** giảm cái gì *(về kích thước, quy mô...)*: *slim down the factory work-force* giảm lực lượng lao động của nhà máy xuống.

slime /'slaim/ *dt* **1.** bùn, bùn loãng **2.** chất nhớt *(của ốc sên...): a trail of slime* một vệt chất nhớt.

sliminess /'slaiminis/ *dt* **1.** sự bùn lầy nhầy nhụa **2.** *(kng)* sự bất lương; thói xu nịnh; sự đạo đức giả.

slimly /'slimli/ *pht* [một cách] mảnh mai: *a slimly-built person* một người thân hình mảnh mai.

slimmer /'slimə[r]/ *dt* người theo chế độ giữ cho thân hình thon thả: *a slimmer's magazine* tạp chí đăng những lời khuyên giữ thân hình cho thon thả.

slimness /'slimnis/ *dt* dáng mảnh mai, dáng thon thả.

slimy /'slaimi/ *tt* (-ier; -iest) **1.** có bùn loãng: *slip on the slimy steps* trượt trên những bậc cầu thang đầy bùn loãng **2.** *(kng)* bất lương; xu nịnh; đạo đức giả.

sling¹ /sliŋ/ *dt* **1.** băng đeo *(cánh tay gãy...)* **2.** dây đeo, dây quàng: *rifle sling* dây đeo súng **3.** ná bắn đá.

sling² /sliŋ/ *đgt* (slung) **1.** quăng, ném: *slinging stones at birds* ném đá vào chim; *she slung her coat angrily into the car* chị ta quăng chiếc áo choàng vào trong xe; một cách giận dữ *he was slung out of the club for fighting* nó bị quăng ra khỏi câu lạc bộ vì đánh nhau **2.** treo, móc, đeo: *sling a hammock between two tree-trunks* treo chiếc võng giữa hai thân cây; *with her bag slung over her shoulder* với chiếc túi đeo ở vai cô ta. // **sling (fling, throw) mud** *x* mud; **sling one's hook** *(Anh, lóng)* bỏ đi, chuồn đi.

sling-shot /'sliŋʃot/ *dt (Mỹ)* ná cao su.

slink /sliŋk/ *đgt* (slunk) **1.** đi lấm lét, đi lén, lẩn: *the thief*

S

slink down the dark alley tên trộm lẻn đi trong ngõ tối **2.** lượn lờ: *slinking around in a tight black dress* mặc bộ đồ đen bó sát người đi lượn lờ quanh quẩn.

slinkiness /'slɪŋkinis/ *dt* **1.** kiểu cách õng ẹo **2.** sự bó sát người *(nói về quần áo).*

slinky /'slɪŋki/ *tt* **(-ier; -iest) 1.** õng ẹo: *her slinky way of dancing* cách nhảy õng ẹo của chị ta **2.** bó sát *(quần áo):* a *slinky night-dress* chiếc áo ngủ bó sát người.

slip[1] /slip/ *dt* **1.** sự trượt chân: *one slip and you could fall off the cliff* chỉ một cái trượt chân là anh đã có thể rơi khỏi vách đá **2.** điều sơ suất: *there were a few trivial slips in the translation* có một số chỗ sơ suất không quan trọng trong bản dịch **3.** váy trong **4.** *nh* gymslip **5.** *nh* pillowcase **6.** mảnh giấy nhỏ: *write a phone number on a slip of paper* viết số điện thoại trên một mảnh giấy nhỏ **7.** cành ghép; mầm ghép; cành giâm **8.** the slips *(snh) nh* slipway **9.** *(thể)* vị trí chặn bóng; người đứng chặn bóng *(choi cricket)* **10.** nước áo *(đất sét lỏng để tráng ngoài đồ sứ trước khi nung).* // **give somebody the slip** thoát khỏi sự theo dõi của ai; cắt đuôi: *we managed to give our pursuers the slip* chúng tôi tìm cách cắt đuôi mấy tên theo dõi chúng tôi; **a slip of boy (girl, child)** một cậu bé (cô gái, cháu bé) mảnh khảnh; **a slip of the pen (of the tongue)** một sơ suất khi viết (khi nói): *a slip of the tongue made me say Robert instead of Richard* một sơ suất khi nói làm cho tôi nói là Robert thay vì phải nói Richard;

there's many a slip 'twixt [the] cup and [the] lip miếng ăn đến miệng lại có thể tuột mất: *they think they'll win the election easily, but there's many a slip 'twixt cup and lip* họ nghĩ là họ sẽ dễ dàng thắng cử thế mà miếng ăn đã đến miệng lại có thể tuột mất.

slip[2] /slip/ *dgt* **(-pp-) 1.** slip [over] [on something] trượt, tuột: *the climber's foot slipped, and he fell* người leo núi trượt chân và ngã; *he slipped [over] [on the ice] and broke his leg* anh ta trượt ngã [trên băng] và gãy chân **2.** trượt ra, tuột ra: *the lorry turned and its load slipped* chiếc xe tải rẽ ngoặt và hàng chất trên xe bị tuột ra; *the dog slipped his collar and ran away* con chó tuột vòng xích cổ và chạy đi **3.** lướt nhẹ: *the ship slipped through the water* con tàu lướt nhẹ trên mặt nước **4.** lủi, chuồn: *the thief slipped out [by the back door]* tên trộm chuồn ra [theo lối cửa sau]; *errors have slipped in the book* nhiều sai sót đã lọt vào cuốn sách; *the years slipped by* năm tháng trôi qua **5.** đút nhanh, giúi, nhét: *slip an envelope into one's pocket* đút phong bì vào túi; *I tried to slip the note to him while the teacher wasn't looking* tôi tìm cách giúi mẩu giấy ghi cho nó lúc thầy giáo không để ý **6.** *slip from (out of; through) something* tuột khỏi, thoát khỏi; buột ra: *the fish slipped out of my hand* con cá tuột khỏi tay tôi; *I didn't mean to say that, it just slipped out* tôi không có ý nói như vậy, chẳng qua là buột miệng mà thôi **7.** *slip into (out of) something; slip something*

over (round) something; slip something on (off) mặc vội, xỏ vội, tụt ra: *slip into (out of) a dress* xỏ vội (tụt vội) chiếc áo váy; *slip a shawl round one's shoulders* khoác vội khăn choàng lên vai **8.** *slip something [from (off) something]* cởi, tháo; tuột ra khỏi: *slip a stitch* tháo một đường khâu; *slip a dog from its collar* cởi vòng xích cho chó; *the ship slipped its moorings* con tàu đã tuột khỏi neo; *It had slipped my memory that you were arriving today* tôi quên mất là hôm nay anh tới. // **be slipping** *(kng)* kém đi, tồi đi: *I've forgotten your name again, I must be slipping* ấy, tôi lại quên tên anh rồi, trí nhớ của tôi dạo này kém đi nhiều; **let something slip** a/ bỏ lỡ: *she let slip a chance to work abroad* cô ta bỏ lỡ một cơ hội làm việc ở nước ngoài b/ buột miệng nói ra: *I let it slip that I was expecting a baby* tôi đã buột miệng nói ra là tôi đang có thai; **slip anchor** tuột dây neo *(tàu thuyền);* **slip a disc** bị thoát vị đĩa sống; **slip through somebody's fingers** tuột mất, bị bỏ lỡ *(một cơ hội...):* we *let the last chance of escape slip through our fingers* chúng tôi đã để cơ hội trốn thoát cuối cùng tuột mất, chúng tôi đã bỏ lỡ cơ hội trốn thoát cuối cùng; **slip up (on something)** *(kng)* vô ý mà sai lầm; sơ suất: *I slipped up and gave you the wrong phone number* tôi đã sơ suất mà cho anh số điện thoại sai.

slip-case /'slip keis/ *dt* hộp đựng bánh *(thường bằng bìa cứng).*

slip-cover /'slip kʌvə[r]/ *dt* tấm phủ, vải phủ *(trên ghế bành, trên đi-văng...).*

slip-knot /'slip nɒt/ *dt* nút thòng lọng.

slip-on¹ /'slipɒn/ *tt* xỏ luôn, chui đầu *(áo, giày..., không cài bằng khuy)*.

slip-on² /'slipɒn/ *dt* giày xỏ *(không buộc dây)* áo chui đầu *(không cài khuy)*.

slip-over¹ /'slipəʊvə[r]/ *tt* [mặc] chui đầu *(áo)*.

slip-over² /'slipəʊvə[r]/ *dt* áo chui đầu.

slippage /'slipidʒ/ *dt* **1.** sự hạ, sự giảm *(giá)* **2.** sự không theo đúng thời biểu: *production delays due to slippage* sản xuất trì trệ do không theo đúng thời biểu.

slipped disc /ˌslipt'disk/ *(y)* thoát vị đĩa sống.

slipper /'slipə[r]/ *dt* giày păng-túp.

slippered /'slipəd/ *tt* mang giày păng-túp.

slipperiness /'slipərinis/ *dt* **1.** sự trơn *(dường di...)* **2.** sự ma mãnh, sự lắt léo **3.** tính nan giải.

slippery /'slipəri/ *tt* (-ier; -iest) **1.** trơn: *a slippery road* đường trơn **2.** *(kng)* không tin được, ma mãnh: *a slippery salesman* một người bán hàng không tin được **3.** *(kng)* nan giải; khó xử trí: *a slippery subject* một vấn đề nan giải. // **the slippery slope** *(kng)* con đường dẫn tới thất bại và tai họa.

slippy /'slipi/ *tt* (-ier; -iest) *(kng)* **1.** trơn *(dường di...)* **2.** *(Anh, cũ)* nhanh: *look slippy!* nhanh lên!

slip-road /'sliprəʊd/ *dt* *(Mỹ* **access road)** đường nhánh *(dẫn vào hay dẫn ra khỏi một xa lộ)*.

slipshod /'slipʃɒd/ *tt* cẩu thả: *slipshod work* công việc làm cẩu thả; *a slipshod worker* một công nhân cẩu thả.

slip-stream /'slipstri:m/ *dt* luồng lằn xe; luồng lằn máy bay.

slip-up /'slipʌp/ *dt* *(kng)* điều sai lầm, điều lầm lỡ.

slipway /'slipwei/ *dt* *(cg* **the slips)** sàn kéo thả tàu *(kéo lên xuống để sửa chữa hoặc thả xuống nước sau khi đã sửa chữa)*.

slit¹ /slit/ *dt* đường xẻ, khe: *the slit of the letter-box* khe của hòm thư; *a long slit in her skirt* một đường xẻ dài ở vạt váy cô ta; *eyes like slits* mắt ti hí.

slit² /slit/ *dgt* (-tt-) (slit) cắt, xẻ, rạch, xé: *slit somebody's throat* rạch họng ai; *a jacket slit up the back* chiếc áo vét-tông xẻ đằng sau; *slit an envelope open* xé một chiếc phong bì.

slither /'sliðə[r]/ *dgt* trượt; trườn: *slither down an icy slope* trượt trên mặt dốc đóng băng; *the snake slithered off [into the grass] as we approached* con rắn trườn [vào đám cỏ] đi mất khi chúng tôi lại gần.

slithery /'sliðəri/ *tt* trơn tuột, trơn.

sliver¹ /'slivə[r]/ *dt* mảnh, thanh: *a sliver of wood* thanh gỗ; *slivers of glass* mảnh thủy tinh.

sliver² /'slivə[r]/ *dgt* [làm] vỡ ra từng mảnh: *the glass slivered when it fell* cái cốc rơi vỡ ra từng mảnh.

slob /slɒb/ *dt* *(kng, xấu)* người nhếch nhác; người lười biếng; người cục cằn: *get out of bed, you idle slob* dậy đi, đồ lười chảy thây!

slobber¹ /'slɒbə[r]/ *dgt* chảy nước dãi: *a slobbering baby* một đứa bé chảy nước dãi ở miệng. // **slobber over somebody (something)** *(kng, xấu)* tỏ cảm tình một cách lộ liễu: *slobbering over her boy-*

friend tỏ tình với người bạn trai của cô một cách lộ liễu.

slobber² /'slɒbə[r]/ *dt* nước dãi.

slobbery /'slɒbəri/ *tt* **1.** ướt át **2.** lộ liễu.

sloe /sləʊ/ *dt* **1.** quả mận gai **2.** cây mận gai.

sloe-gin /'sləʊdʒin/ *dt* rượu mận gai.

slog¹ /slɒg/ *dgt* *(cg* **slug)** (-gg-) đấm, đánh mạnh: *slog [at] the ball* đánh mạnh quả bóng; *slogging one's opponent* đấm đối thủ *(trong quyền Anh...)*. // **slog (sweat) one's guts out** *x* **gut**; **slog it out** *(kng)* đấu cho đến ngã ngũ: *two boxers slogging it out* hai võ sĩ quyền Anh đấu với nhau cho đến khi kẻ thắng người thua; *the party leaders are slogging it out in a TV debate* lãnh tụ đẳng đang đấu với nhau trên truyền hình cho đến khi phân thắng bại. **slog [away] at something** *(kng)* làm việc miệt mài: *slogging away at my accounts* tôi miệt mài tính toán; **slog down, up, along...** đi ì ạch xuống, lên, dọc theo: *slog up the hill in the dark* ì ạch lên đồi trong đêm tối; *slogging through the snow* ì ạch lội qua tuyết **slog through something** làm quần quật cho xong việc gì: *slogging through a pile of work* làm quần quật cho xong một đống việc.

slog² /slɒg/ *dt* *(cg* **slug)** *(kng)* **1.** cú đánh mạnh *(chơi cricket...)* **2.** *(thường số ít)* thời gian *(sự)* làm việc vất vả; thời gian *(sự)* đi bộ vất vả: *it was a real slog addressing all those envelopes* để địa chỉ hết các phong bì đó là cả một việc vất vả; *the long hard slog ahead* quãng đường gian khổ phía trước.

slogan /'sləʊgən/ *dt* khẩu hiệu: *political slogans* khẩu hiệu chính trị.

slogger /'slɒgə[r]/ *dt (kng)* 1. người đánh (*ví dụ bóng trong môn cricket*) 2. người làm việc quần quật.

sloop /slu:p/ *dt* thuyền nhỏ một cột buồm giữa thuyền, thuyền xlup.

slop¹ /slɒp/ *dgt* (-pp-) [làm] tràn ra, [làm] sánh ra, [làm] đổ ra: *I dropped the bucket and water slopped out [of it]* tôi làm rơi cái xô và nước sánh ra; *the tea slopped over into the saucer* nước trà tràn ra đĩa; *slop tea over the table* làm đổ nước trà ra bàn; *she slopped the dirty water [out] onto the grass* chị ta đổ nước bẩn ra bãi cỏ.

slop about (around) lội lõm bõm, vầy (*nước*): *why do some children like slopping around in puddles?* sao một số trẻ em thích lội lõm bõm trong các vũng nước thế nhỉ?

slop out 1. đổ nước bẩn đi 2. đổ bô phóng uế.

slop² /slɒp/ *dt (thường snh)* 1. nước bẩn (*ở nhà bếp...*) 2. đồ phóng uế (*của tù nhân trong xà lim...*): *a slop-bucket* chiếc bô phóng uế 3. thức ăn loại ra cho lợn 4. thức ăn lỏng cho người bệnh (*như sữa, cháo....*).

slope¹ /sləʊp/ *dt (thường số ít)* 1. mặt nghiêng: *a 40° slope* mặt nghiêng 40° 2. dốc: *mountain slopes* dốc núi; *ski slopes* dốc trượt tuyết. // **the slippery slope** x slippery.

slope² /sləʊp/ *dgt* nghiêng, dốc: *a garden sloping gently towards the river* khu vườn dốc thoai thoải ra phía sông.

// slope off (*Anh, kng*) chuồn, lỉnh.

sloppily /'slɒpɪli/ *pht (kng)* 1. [một cách] cẩu thả; [một cách] luộm thuộm: *sloppily dressed* ăn mặc luộm thuộm 2. [một cách] ủy mị, [một cách] sướt mướt: *talking sloppily about love* nói chuyện ủy mị về tình yêu.

sloppiness /'slɒpɪnɪs/ *dt* 1. sự cẩu thả; sự luộm thuộm 2. sự ủy mị, sự sướt mướt.

sloppy /'slɒpɪ/ *tt* (-ier; -iest) 1. (*kng*) cẩu thả; luộm thuộm: *a sloppy writer* nhà văn cẩu thả; *sloppy typing* bản đánh máy cẩu thả 2. (*kng*) ủy mị; sướt mướt: *sloppy sentiment* tình cảm ủy mị; *I hate sloppy romantic films* tôi ghét những phim lãng mạn ủy mị 3. (*xấu*) sũng nước; lõng bõng: *a sloppy floor* sàn sũng nước; *sloppy porridge* cháo lõng bõng.

slosh /slɒʃ/ *dgt* 1. (+ about, around) óc ách: *water sloshing against the sides of the bath* nước óc ách vỗ vào thành bồn tắm; *milk sloshed around in the flask* sữa óc ách trong chai 2. làm tung tóe: *slosh the whitewash all over the floor* làm tung tóe nước vôi ra khắp sàn 3. đánh (*ai*): *slosh somebody on the chin* đánh ai vào cằm.

slosh about (around) [in something] lội bì bõm: *children sloshing about in the puddles* trẻ con lội bì bõm trong những vũng nước; **slosh something onto something** quét (*vôi, nước son...*) một cách cẩu thả: *sloshing whitewash on the wall* quét vôi cẩu thả lên tường.

sloshed /slɒʃt/ *tt (vị ngữ)* (*lóng*) say rượu.

slot¹ /slɒt/ *dt* 1. khe; rãnh: *put a coin in the slot* bỏ đồng tiền vào khe; *a slot in the top of a screw* rãnh trên đầu chiếc đinh ốc 2. chỗ, vị trí (*trong một loạt buổi phát thanh, buổi giảng bài*): *find a slot for a talk on the economy* tìm được một chỗ để nói chuyện về kinh tế.

slot² /slɒt/ *dgt* (-tt-) tạo khe; đục rãnh (*ở vật gì*). // **slot [something (somebody)] in, into, through...** [cho] vào khe; [lắp] vào rãnh: *slot the edge of the panel into the groove* cho mép tấm ván vào đường rãnh; *can we slot her into a job in the sales department?* ta có thể xếp cho cô ta vào làm ở bộ phận bán hàng không?

sloth¹ /sləʊθ/ *dt* sự lười biếng.

sloth² /sləʊθ/ *dt (động)* con lười (*động vật Nam Mỹ*).

slothful /'sləʊθfl/ *tt* lười biếng.

slothfully /'sləʊθfəli/ *pht* [một cách] lười biếng.

slothfulness /'sləʊθfəlnɪs/ *dt* sự lười biếng.

slot-machine /'slɒtməʃi:n/ *dt* máy bán hàng tự động.

slotted spatula /'slɒtɪd,-spætʃʊlə/ (*Mỹ*) *nh* fish slice.

slouch¹ /slaʊtʃ/ *dgt* đứng ngồi xo vai uể oải: *don't slouch! stand up straight!* đừng có ngồi xo vai uể oải thế! đứng thẳng lên!; *slouching about all day doing nothing* xo vai uể oải đi tới đi lui cả ngày chẳng làm gì cả.

slouch² /slaʊtʃ/ *dt (số ít)* dáng đứng ngồi xo vai uể oải: *walk with a slouch* đi xo vai uể oải. // **be no slouch at something** (*kng*) rất giỏi về cái gì: *she's no slouch at* *tennis* chị ta rất giỏi về quần vợt.

slouch hat /ˌslaʊtʃˈhæt/ mũ mềm vành cụp xuống.

slouchingly /ˌslaʊtʃɪŋli/ *pht* [một cách] xo vai uể oải.

slough[1] /slaʊ, (Mỹ *cg* slu:)/ *dt* **1.** đầm lầy **2.** ao nước mưa; ao nước tuyết tan (*ở phía tây Ca-na-da*) **3.** (*số ít*) *slough of something* vũng bùn (*tình trạng xấu khó thoát ra được*): *a slough of despair* vũng bùn thất vọng.

slough[2] /slʌf/ *dt* xác lột (*của rắn*); vảy tróc (*của da...*).

slough[3] /slʌf/ *dgt* lột (*da*), tróc (*vảy*): *a snake sloughing [off] its skin* rắn lột da. // **slough something off** bỏ, từ bỏ cái gì: *slough off one's bad habits* từ bỏ thói xấu.

sloven /ˈslʌvn/ *dt* (*cũ, xấu*) **1.** người nhếch nhác **2.** người cẩu thả.

slovenliness /ˈslʌvnlinəss/ *dt* **1.** sự nhếch nhác **2.** sự cẩu thả.

slovenly /ˈslʌvnli/ *tt* **1.** nhếch nhác, bẩn thỉu: *how can you bear to live in such slovenly condition?* sao anh chịu được cuộc sống trong những điều kiện nhếch nhác như thế **2.** cẩu thả: *a slovenly piece of work* một việc làm cẩu thả.

slow[1] /slaʊ/ *tt* (-er; -est) **1.** chậm, chậm chạp: *a slow runner* người chạy chậm; *a slow vehicle* xe chạy chậm; *a slow recovery from illness* sự bình phục chậm chạp; *a slow poison* thuốc độc tác dụng chậm **2.** chậm hiểu: *a slow child* đứa bé chậm hiểu **3.** *slow to [do] something; slow [in (about)] doing something* chậm, ngần ngại (*làm gì*): *slow to anger* chậm giận; *they were slow [about] paying me* họ chậm trả tiền

cho tôi; *she's not slow to tell us what she thinks* cô ta không ngần ngại nói với chúng tôi những gì cô ta nghĩ **4.** buồn tẻ: *the film is too slow* cuốn phim buồn tẻ quá; *business is rather slow today* hôm nay việc giao dịch buôn bán có phần tẻ quá **5.** (*vị ngữ*) chậm, trễ (*nói về đồng hồ*): *that clock is five minutes slow* đồng hồ ấy chậm năm phút **6.** phải đi chậm (*đường sá*): *the slow route through the mountains* đường qua núi phải đi chậm **7.** không bon bóng (*một bề mặt*): *a slow billard table* bàn bi-a không bon bóng (*bóng di chuyển chậm trên mặt bàn đó*): *long grass makes the field slower* cỏ cao làm cho sân kém bon bóng hơn **8.** không nhạy sáng (*phim ảnh*). // **quick (slow) on the draw** x draw[1]; **quick (slow) on the uptake** x uptake.

slow[2] /slaʊ/ *pht* (-er; -est) [một cách] chậm: *tell the driver to go slower* bảo lái xe đi chậm hơn; *how slow this train goes!* xe lửa này đi chậm quá!; *slow-cooked food* thức ăn phải nấu lâu. // **go slow** a/ lãn công (*công nhân*) b/ kém hoạt động hơn thường lệ, vừa phải: *you ought to go slow until you feel really well again* anh nên làm vừa phải thôi, chờ cho thật sự khỏe hãy hay.

slow[3] /slaʊ/ *dgt* slow [something] [up (down)] chậm lại: *the train slowed [down] as it approached the station* xe lửa chạy chậm lại khi đến gần nhà ga; *output has slowed [up] a little* hiệu suất đã giảm một ít; *she slowed the car down and stopped* bà ta cho xe chạy chậm dần rồi dừng xe lại. // **slow up (down)** làm việc bớt, bớt

căng: *slow up a bit, or you'll make yourself ill* làm việc bớt căng đi, nếu không ốm đấy.

slowcoach /ˈslaʊkəʊtʃ/ *dt* (*Mỹ* **slowpoke**) (*kng*) người chậm chạp, người kém lanh lợi: *hurry up, slowcoach!* anh chàng chậm chạp ơi, nhanh lên!

slow-down /ˈslaʊdaʊn/ *dt* sự giảm hoạt động sản xuất: *a slow-down in the dairy industry* sự giảm hoạt động sản xuất trong ngành công nghiệp bơ sữa.

slowlane /ˈslaʊlein/ *dt* làn đường xe chạy chậm.

slowly /ˈslaʊli/ *pht* [một cách] chậm; từ từ: *speak slowly* nói chậm; *react slowly* phản ứng chậm; *she slowly opened the door* bà ta từ từ mở cửa; *slowly things began to improve* mọi thứ bắt đầu cải thiện dần. // **slowly but surely** chậm mà chắc: *we made our way up the mountain slowly but surely* chúng tôi leo núi một cách chậm mà chắc.

slow motion /ˌslaʊˈməʊʃn/ phương pháp quay chậm: *a replay of the athlete's performance in slow motion* quay chậm mà chiếu lại thành tích của một vận động viên.

slowness /ˈslaʊnis/ *dt* **1.** sự chậm, sự chậm chạp **2.** sự chậm hiểu **3.** sự buồn tẻ **4.** sự chậm (*đồng hồ*).

slowpoke /ˈslaʊpəʊk/ *dt* (*Mỹ*) *nh* slowcoach.

slow-worm /ˈslaʊwɜːm/ *dt* (*động*) rắn thủy tinh (*thuộc họ thằn lằn rắn*).

SLR /ˌes el ˈɑː[r]/ (*vt của* single lens reflex) phản quan đơn thấu kính (*máy chụp ảnh*).

S

sludge /slʌdʒ/ *dt* **1.** bùn đặc **2.** cặn dầu (*ở đáy thùng*) **3.** chất thải (*ở cống rãnh*).

slue /slu:/ *dt* (*Mỹ*) *nh* slew².

slug¹ /slʌg/ *dt* (*động*) con sên.

slug² /slʌg/ *dt* **1.** đạn nhỏ (*bắn chim...*); (*Mỹ*) đạn **2.** đồng xu giả để đút gian vào máy (*ví dụ máy bán hàng tự động*) **3.** (*in*) thanh chữ **4.** (*kng, Mỹ*) ngụm, hớp (*rượu*).

slug³ /slʌg/ *dgt* (**-gg-**) (*Mỹ*) *nh* slog¹. // **slug it out** *nh* slog it out (*x* slog¹).

slug⁴ /slʌg/ *dt nh* slog².

sluggard /ˈslʌgəd/ *dt* (*cũ, xấu*) người chậm chạp rù rờ.

sluggish /ˈslʌgɪʃ/ *tt* chậm chạp, rù rờ, lờ đờ: *a sluggish stream* dòng nước lờ đờ; *sluggish traffic* sự giao thông chậm chạp; *a sluggish pulse* mạch đập chậm.

sluggishly /ˈslʌgɪʃli/ *pht* [một cách] chậm chạp, [một cách] rù rờ; [một cách] lờ đờ.

sluggishness /ˈslʌgɪʃnɪs/ *dt* sự chậm chạp, sự rù rờ, sự lờ đờ.

sluice¹ /slu:s/ *dt* **1.** cống (*thủy lợi*) **2.** nước của cống **3.** (*cg* **sluice-way**) kênh nước (*ở nơi đãi vàng...*).

sluice² /slu:s/ *dgt* **sluice something [down; out]** đãi (*quặng...*); rửa: *sluice ore* đãi quặng; *we sluiced the muddy wheels [down] with a hose* chúng tôi đã rửa các bánh xe lấm bùn với một vòi nước. // **sluice away, out, out of something...** phọt ra: *water sluicing out of the hole* nước phọt ra khỏi lỗ.

sluice-gate /ˈslu:sgeɪt/ *dt* cửa cống.

sluice-valve /ˈslu:svælv/ *dt* cửa cống.

sluice-way /ˈslu:sweɪ/ *dt x* sluice¹ 3.

slum¹ /slʌm/ *dt* **1.** nhà ổ chuột: *a slum area* khu nhà ổ chuột **2.** *the slums* khu nhà ổ chuột.

slum² /slʌm/ *dgt* (**-mm-**) đi thăm khu nhà ổ chuột (*vì tò mò...*). // **slum it** phải sống trong điều kiện khổ hơn mức bình thường: *we have to slum it in the kitchen while the dining room is being painted* chúng tôi phải chui rúc trong buồng bếp trong khi buồng ăn còn đang sơn tường.

slumber¹ /ˈslʌmbə[r]/ *dgt* ngủ thoải mái ngon lành.

slumber² /ˈslʌmbə[r]/ *dt* (*đùa*) giấc ngủ: *fall into a deep slumber* ngủ say.

slumberer /ˈslʌmbərə[r]/ *dt* người ngủ thoải mái ngon lành.

slumberous /ˈslʌmbərəs/ *tt* buồn ngủ.

slummy /ˈslʌmi/ *tt* (**-ier;-iest**) (*xấu*) [thuộc khu] ổ chuột; [như] ổ chuột: *a slummy district* khu nhà ổ chuột; *it looks terribly slummy in this house* ngôi nhà này trông thật kinh khủng, cứ như là ổ chuột.

slump¹ /slʌmp/ *dgt* **1.** sụt xuống, ngồi phịch xuống: *tired from her walk she slumped down onto the sofa* đi bộ mệt quá, cô ta ngồi phịch xuống ghế tràng kỷ **2.** sụt đột ngột: *what caused share values to slump?* cái gì đã làm cho giá cổ phần sụt đột ngột xuống thế?

slump² /slʌmp/ *dt* **1.** thời kỳ ế ẩm (*trong buôn bán*) **2.** (*Mỹ*) thời kỳ yếu kém (*ít thành công, kết quả nghèo nàn, trong hoạt động của một người, một đội bóng*).

slung /slʌŋ/ *qk và đttqk của* sling².

slunk /slʌŋk/ *qk và đttqk của* slink.

slur¹ /slɜ:[r]/ *dgt* (**-rr-**) **1.** nói líu nhíu; viết líu nhíu: *the slurred speech of a drunk* lời nói líu nhíu của người say rượu **2.** (*nhạc*) luyến âm **3.** nói xấu; bôi nhọ; giềm pha (*ai*). // **slur over something** lẩn tránh (*một vấn đề...*).

slur² /slɜ:[r]/ *dt* **1.** *slur on somebody (something)* lời nói xấu; lời bôi nhọ; lời giềm pha: *cast a slur on somebody* nói xấu ai; *she tried to keep her reputation free from slur* bà ta cố giữ cho thanh danh khỏi bị bôi nhọ **2.** (*nhạc*) dấu luyến âm.

slurp¹ /slɜ:p/ *dgt* nhai chóp chép; húp xì xụp: *he was slurping [down] his soup* nó đang xì xụp húp món súp.

slurp² /slɜ:p/ *dt* (*thường số ít*) tiếng chóp chép; tiếng xì xụp.

slush /slʌʃ/ *dt* **1.** tuyết nhão **2.** (*kng, xấu*) lời vớ vẩn; đoạn viết tình cảm vớ vẩn: *a romantic novel full of slush* một cuốn tiểu thuyết tình cảm đầy những đoạn vớ vẩn.

slush fund /ˈslʌʃfʌnd/ (*xấu*) quỹ đen.

slushy /ˈslʌʃi/ *tt* (**-ier; -iest**) **1.** đầy tuyết nhão: *slushy pavements* vỉa hè đầy tuyết nhão **2.** đầy tình cảm vớ vẩn: *slushy stories* truyện tình cảm vớ vẩn.

slut /slʌt/ *dt* (*xấu*) **1.** mẹ bẩn thỉu **2.** con mẹ lăng nhăng bậy bạ (*về mặt tình dục*), con đĩ.

sly /slaɪ/ *tt* (**-ier; -iest**) **1.** ranh mãnh, láu cá; quỷ quyệt: *a sly fellow* một thằng cha ranh mãnh; *a sly ruse* một mưu mẹo quỷ quyệt **2.** tinh quái, nghịch ngợm: *play a sly trick on a friend* chơi bạn một vố. // **on the sly** [một cách] bí mật, [một cách] kín đáo.

slyly /'slaili/ *pht* **1.** [một cách] ranh mãnh, [một cách] láu cá, [một cách] quỷ quyệt **2.** [một cách] tinh quái, [một cách] nghịch ngợm.

slyness /'slainis/ *dt* **1.** sự ranh mãnh, sự láu cá, sự quỷ quyệt **2.** sự tinh quái, sự nghịch ngợm.

smack¹ /smæk/ *dt* **1.** cái phát, cái tát, cái vỗ; tiếng phát, tiếng tát, tiếng vỗ: *give a child a smack on the bottom* phát một cái vào mông đứa trẻ **2.** tiếng chép môi: *a greedy smack of the lips as he cut into the steak* tiếng chép môi háu ăn khi nó cắt một miếng thịt bò nướng **3.** *(kng)* cái hôn chụt: *a smack on the cheek* cái hôn chụt vào má **4.** *(thường số ít)* cú đánh mạnh, cú đập mạnh: *give the ball a hard smack* đánh mạnh vào quả bóng *(khi chơi cricket...).* // **a smack at something (doing something)** *(kng)* sự thử làm việc gì: *have a smack at making an omelette* thử làm một cái trứng tráng.

smack² /smæk/ *dgt* phát, tát, vỗ: *don't you dare smack my children!* tôi thách anh dám tát con tôi đấy!. // **lick (smack) one's lips (chops)** *x* lick.

smack³ /smæk/ *pht* **1.** đâm sầm vào; đánh bốp một cái: *run smack into a brick wall* đâm sầm vào bức tường gạch; *hit somebody smack in the eye* đấm ai bốp một cái vào mắt **2.** *(Mỹ* **smack-dab, smack-bang)** thẳng vào, ngay vào: *there it was, smacks in the middle of the room* cái đó kia kìa, ngay giữa phòng ấy.

smack⁴ /smæk/ *dt* thuyền đánh cá chạy buồm.

smack⁵ /smæk/ *dgt* **smack of something 1.** thoang thoảng,

có mùi vị của cái gì: *medicine that smack of sulphur* thuốc thoang thoảng có mùi lưu huỳnh **2.** sặc mùi: *their comments smacks of racism* lời bình luận của họ sặc mùi chủ nghĩa chủng tộc.

smack⁶ /smæk/ *dt (số ít)* **smack of something 1.** mùi thoang thoảng, vị thoang thoảng: *a smack of garlic* thoang thoảng mùi tỏi **2.** vẻ; chút: *there was a smack of malice in her reply* trong câu trả lời của bà ta có chút ác tâm.

smack⁷ /smæk/ *dt (lóng)* (*cg* **scag, skag**) heroin.

smack-bang /'smækbæŋ/ *pht x* smack³ **2.**

smack-dab /'smækdæb/ *pht x* smack³ **2.**

smacker /'smækə[r]/ *dt* **1.** cái hôn đánh chụt **2.** *(lóng)* đồng bảng Anh; đồng đô-la Mỹ: *one hundred smackers* một trăm bảng; một trăm đô-la.

smacking /'smækiŋ/ *dt* sự phát, sự tát, sự vỗ; sự bị tát; cái phát, cái tát, cái vỗ: *the child needs a good smacking* thằng bé cần nếm một cái tát ra trò.

small¹ /smɔːl/ *tt* **1.** nhỏ, bé: *a small town* một thành phố nhỏ, *a little sum of money* một số tiền nhỏ; *I lived in the country when I was small* tôi sống ở miền quê khi tôi còn nhỏ; *a small company* một công ty nhỏ **2.** ít: *a small eater* người ăn ít; *have small cause to be glad* có ít lý do để mà vui mừng **3.** thường *(chữ viết)*: *small letters* con chữ thường *(không phải viết hoa)* **4.** nhỏ nhặt, không quan trọng: *there are only small differences between the two translations* chỉ có những khác nhau nhỏ nhặt

giữa hai bản dịch **5.** nhỏ nhen: *a very small man* một người rất nhỏ nhen. // **[be] grateful (thankful) for small mercies** đội ơn Trời Phật, thế cũng là phúc lắm rồi: *it may be cold but it's not raining - let's be thankful for small mercies* có thể trời lạnh, nhưng không mưa, đội ơn Trời Phật thế cũng là phúc lắm rồi; **great and small** *x* great; **in a big (small) way** *x* way¹; **it's a small world** quả đất tròn mà; **look (feel) small** thấy nhục; bị bẽ mặt; *you made me look small, correcting me in front of everybody* anh khiển trách tôi trước mặt mọi người, làm tôi bẽ mặt quá; **no (little; small) wonder** *x* wonder¹; **the still small voice** *x* still¹.

small² /smɔːl/ *pht* **1.** [thành những mẩu] nhỏ: *chop the wood small* chẻ nhỏ củi **2.** [theo kích thước] nhỏ: *don't draw the picture too small* đừng vẽ bức tranh nhỏ quá.

small³ /smɔːl/ *dt* **1.** small *(snh) (Anh, kng)* đồ mặc lặt vặt *(quần áo lót, khăn tay...)* **2.** *(số ít)* phần nhỏ nhất, quãng bé nhất *(của vật gì)*: *the small of the back* eo lưng.

small arms /smɔːl'ɑːmz/ *vũ khí nhỏ (cầm tay mà bắn được như súng lục...).*

small beer *(kng, xấu)* người ít quan trọng; vật ít quan trọng: *he thinks he is a mainstay of the company, but he's really rather small beer* nó tưởng nó là nòng cốt của công ty, nhưng kỳ thực chỉ là người ít quan trọng.

small change /smɔːl'tʃeindʒ/ tiền hào, tiền xu.

small fortune /smɔːl'fɔː-tʃuːn/ *(kng) (thường số ít)* khối tiền, nhiều tiền: *that*

S

new car must have cost you a small fortune! chiếc xe mới ấy hẳn anh đã mua mất khối tiền nhỉ!

small fry /'smɔːl frai/ *(kng)* đồ tép riu.

small holder /'smɔːl,həʊldə[r]/ *dt* chủ trại nhỏ.

smallholding /'smɔːl, həʊldiŋ/ *dt* trại nhỏ.

the small hours /'smɔːlaʊəz/ những giờ đầu ngày, [lúc] hai ba giờ sáng.

small intestine /,smɔːlin-'testin/ *(giải)* ruột non.

small-minded /,smɔːl-'maindid/ *tt* [có tính chất] tiểu nhân.

small-mindedness /,smɔːl-'maindidnis/ *dt* tính tiểu nhân.

smallness /'smɔːlnis/ *dt* **1.** sự nhỏ bé **2.** sự ít ỏi **3.** sự nhỏ nhặt **4.** sự nhỏ nhen.

smallpox /smɔːlpɒks/ *dt (y)* bệnh đậu mùa.

small print /'smɔːlprint/ *dt* phần in chữ nhỏ *(nhiều khi chứa những chi tiết quan trọng dễ bị lướt qua): make sure you read all the small-print before signing* nhớ đọc tất cả các phần in chữ nhỏ trước khi ký.

smalls /smɔːlz/ *dt snh x* **small**[3] **1.**

small-scale /,smɔːl'skeil/ *tt* **1.** [ở] tỷ lệ nhỏ: *a small-scale map* một bản đồ tỷ lệ nhỏ **2.** [trên] quy mô nhỏ: *only a small-scale survey of 20 people* chỉ là một cuộc điều tra quy mô nhỏ hai mươi người thôi.

small screen /'smɔːl,skriːn/ màn ảnh nhỏ, truyền hình: *a film made for the small screen* một phim dựng cho truyền hình.

small talk /'smɔːltɔːk/ chuyện phiếm: *people making small talk at a cocktail*

party dân ngồi nói chuyện phiếm trong bữa tiệc rượu cốc-tay.

small-time /'smɔːltaim/ *tt (kng, xấu)* không quan trọng, tầm thường: *a small-time criminal* tên tội phạm không quan trọng.

smarmy /sma:mi/ *tt (-ier; -iest) (Anh, kng, xấu)* nịnh nọt, xun xoe: *a smarmy salesman* người bán hàng xun xoe.

smart[1] /sma:t/ *tt (-ier; -est)* **1.** thanh nhã, bảnh bao: *a smart hat* chiếc mũ trông thanh nhã; *you look very smart in your new suit* anh mặc bộ quần áo mới trông rất bảnh bao **2.** thông minh, khôn khéo: *a smart student* một sinh viên thông minh; *a smart answer* câu trả lời khôn khéo **3.** nhanh; mạnh: *at a smart pace* bước đi nhanh; *a smart box on the ear* một cú mạnh vào tai, một cái bạt tai nên thân; *a smart rebuke from the teacher* lời quở trách nặng của thầy giáo.

smart[2] /sma:t/ *dgt (+ from)* [làm] đau nhói; [làm] nhức nhối: *the bee-sting smarted terribly* nốt ong đốt đau nhói kinh khủng; *they're still smarting from their defeat in the final* họ còn nhức nhối vì trận thua ở vòng chung kết.

smart[3] /sma:t/ *dt* sự đau nhói; sự nhức nhối *(về thể chất, về tinh thần): he felt the smart of their insult for many days* anh ta nhức nhối nhiều ngày về những lời lăng mạ của chúng nó.

smart alec /sma:t'ælik/ *(kng, thường xấu)* kẻ làm ra vẻ ta hơn người.

smarten /'sma:tn/ *dgt* **smarten [oneself; somebody; something] up** làm cho bảnh

bao hơn; làm cho gọn ghẽ hơn: *you'll have to smarten [yourself] up a bit before going out* cậu phải sửa sang lại cho bảnh hơn trước khi ra ngoài; *try to smarten the house up before the visitors arrive* hãy cố sửa soạn nhà cửa cho gọn ghẽ hơn trước khi khách đến.

smartly /'sma:tli/ *pht* **1.** [một cách] thanh nhã; [một cách] bảnh bao: *smartly dressed* ăn mặc bảnh bao **2.** [một cách] thông minh; [một cách] khôn khéo **3.** [một cách] nhanh; [một cách] mạnh: *walk smartly into the room* đi nhanh vào phòng; *hit something smartly with a hammer* đập một vật gì bằng búa.

smartness /'sma:tnis/ *dt* **1.** sự thanh nhã; sự bảnh bao **2.** sự thông minh; sự khôn khéo **3.** sự mau lẹ; sự mạnh mẽ.

smart-pants /'sma:tpænts/ *dt (kng) nh* **smart alec**.

smash[1] /smæʃ/ *dgt* **1. smash something [up]; smash something open** đập nát; vỡ tan: *the sound of a glass smashing [into pieces] on the floor* tiếng cái cốc vỡ tan [ra từng mảnh] trên sàn nhà; *the lock was rusty, so we had to smash the door open* ổ khóa bị gỉ, nên chúng tôi phải đập nát *(phá)* cửa cho mở ra **2.** đánh mạnh, đập mạnh *(quả bóng...): I'll smash you on the eye!* tao đấm cho một cái vào mắt bây giờ đấy!; *the batsman smashed the ball up into the air* cầu thủ cricket đánh mạnh quả bóng lên trời **3.** đâm mạnh, va mạnh: *she smashed [up] her car in the fog* chị ta đã để xe va vào xe khác trong sương mù **4.** phá bỏ, đập tan, đánh bại:

we are determined to smash terrorism chúng ta quyết tâm đập tan chủ nghĩa khủng bố; *the champion was completely smashed in the final* nhà vô địch đã bị đánh bại hoàn toàn trong trận chung kết; *smash a record* phá một kỷ lục. // **smash something against, into, through...** đâm sầm vào; *she lost control of the car and smashed into a lamppost* bà ta không còn làm chủ tay lái nữa và đâm sầm vào cột đèn; **smash something down** đập cho sập xuống *(bằng búa...); the fireman smashed the door down to reach the children* anh cứu hỏa đập sập cửa để có thể tới được chỗ mấy đứa trẻ: **smash something in** phá vỡ, đánh vỡ: *smash a door in* phá [vỡ] cửa; *I'll smash your head in! (kng)* tao lại đập cho vỡ đầu mày ra bây giờ!

smash² /smæʃ/ *dt* 1. *(số ít)* sự đập nát, sự vỡ tan, tiếng đập, tiếng vỡ: *the smash of a glass* tiếng vỡ của chiếc cốc 2. *(cg* **smash-up)** sự đụng xe 3. cú đập mạnh *(quần vợt)* 4. *(cg* **smash hit)** *(kng)* vở kịch đột nhiên thành công lớn; bài hát đột nhiên thành công lớn; bộ phim đột nhiên thành công lớn.

smash³ /smæʃ/ *pht* sầm một cái *the car ran smash into the tram* xe ô tô đâm sầm một cái vào xe điện.

smash-and-grab /smæ-ʃən'græb/ *tt* đập vỡ cửa kính mà cướp hàng; *a smash-and-grap raid* một cuộc đột nhập đập vỡ cửa kính mà cướp hàng.

smashed /smæʃt/ *tt (lóng)* say rượu.

smasher /'smæʃə[r]/ *dt (Anh, kng)* người tuyệt vời, người cừ, vật tuyệt vời: *she's*

a real smasher! bà ta thực sự tuyệt vời.

smashing *tt (Anh, kng)* tuyệt vời: *we had a smashing time on holiday!* chúng tôi đã có một thời gian nghỉ ngơi tuyệt vời!

smattering /'smætəriŋ/ *dt (số ít)* smattering of something kiến thức sơ đẳng về cái gì: *we have a smattering of French* chúng tôi có kiến thức sơ đẳng về tiếng Pháp, chúng tôi chỉ biết một ít tiếng Pháp thôi.

smear¹ /smiə[r]/ *dgt* 1. **smear something on (over) something (somebody); smear something (somebody)** bôi, trét *(chất nhờn, chất dính)* lên *(cái gì, ai); smearing mud over the wall* bôi bùn lên khắp tường; *we smeared cream on our faces (smeared our faces with cream)* chúng tôi thoa kem lên mặt 2. vấy bẩn; *(bóng)* bôi nhọ: *the side of the child's mouth were smeared with chocolate* mép đứa trẻ bị vấy bẩn sô-cô-la; *get smeared by one's opponents* bị đối thủ bôi nhọ 3. làm nhòe mờ: *several words were smeared and I couldn't read them* nhiều chữ bị nhòe mờ và tôi không đọc được mấy chữ đó.

smear² /smiə[r]/ *dt* 1. vết bẩn, đốm bẩn: *a smear of paint* vết sơn; *smear of blood on the wall* vết máu trên tường 2. **smear on somebody (something)** sự bôi nhọ: *the accusation of bribery is a vile smear on an honourable citizen* bị kết tội là ăn hối lộ một sự bôi nhọ hèn hạ đối với một công dân chân chính; *a smear campaign* một chiến dịch bôi nhọ 3. mẫu soi kính hiển vi; mẫu sinh thiết: *a cervical smear*

mẫu sinh thiết cổ tử cung *(để soi kính hiển vi)*.

smeary /'smiəri/ *tt* (**-ier;** -**iest)** 1. vấy bẩn, bôi bẩn 2. làm bẩn.

smell¹ /smel/ *dt* 1. khứu giác: *taste and smell are closely connected* vị giác và khứu giác liên quan mật thiết với nhau 2. mùi: *the smells from the kitchen filled the room* mùi từ nhà bếp tỏa ra khắp phòng; *the cream has no smell* kem này không có mùi gì hết 3. mùi hôi: *what a smell!* mùi gì hôi quá! 4. sự ngửi: *have a smell of this egg and tell me if it's bad* hãy ngửi quả trứng này và cho tôi biết nó đã hỏng chưa.

smell² /smel/ *dgt* (**smelt** hoặc **smelled)** 1. *(thường + can, could)* ngửi, ngửi thấy, thấy mùi: *do you smell anything unusual?* anh có ngửi thấy có mùi gì khác thường không?; *I can smell something burning* tôi ngửi thấy có gì đó có mùi khét 2. đánh hơi 'thấy: *(+ at)* đánh hơi: *the dog smelt the rabbit a long way off* con chó đánh hơi thấy mùi con thỏ cách nó rất xa; *a dog smelling [at] a lamppost* con chó đánh hơi ở cột đèn 3. có mùi hôi; có mùi: *his breath smells* hơi thở của nó có mùi hôi, nó hôi miệng; *the fish has begun to smell* cá bắt đầu có mùi [tanh]; *the flowers smell sweet* hoa thơm thật; *the meat smells of garlic* thịt có mùi tỏi; *your breath smells of brandy* hơi thở của anh có mùi rượu 4. cảm thấy, đánh hơi *(bóng)* thấy: *I can smell trouble [coming]* tôi đánh hơi thấy sắp có chuyện rắc rối. // **smell a rat** ngờ là có âm mưu gì: *I smelt a rat when he*

S

started being so helpful tôi ngờ là có âm mưu gì khi nó bắt đầu tỏ ra ân cần đến thế.

smell somebody (something) out a/ đánh hơi phát hiện ra: *specially-trained dogs can smell out drugs* chó được huấn luyện đặc biệt có thể đánh hơi phát hiện ra ma túy b/ lần ra: *the secret service smelled out a plot to kill the President* cơ quan mật vụ đã lần ra một âm mưu ám sát tổng thống.

smelliness /'smelinis/ dt sự hôi thối.

smelling-salts /'smeliŋsɔ:lts/ dt muối hít *(cho người bị ngất hít cho tỉnh lại).*

smelly /'smeli/ tt (-ier; -iest) *(kng)* hôi, thối: *smelly room* gian phòng hôi; *smelly feet* chân hôi, *smelly breath* hơi thở hôi.

smelt[1] /smelt/ dgt luyện kim; luyện *(bằng cách nấu chảy quặng): a copper-smelting works* nhà máy luyện đồng.

smelt[2] /smelt/ dt *(snh kđổi hoặc* smelts) *(động)* cá ôtme.

smelt[3] /smelt/ qk và dttqk của smell[2].

smidgen, smidgin /'smidʒən/ dt *(số ít)* **smidgen of something** *(Mỹ, kng)* mẩu, tí, chút: *"do you want some sugar?" "Just a smidgen"* "anh có cần đường không?" "chỉ một chút thôi".

smile[1] /smail/ dt nụ cười mỉm: *with a cheerful smile on his face* với nụ cười mỉm hớn hở trên gương mặt; *give somebody a happy smile* mỉm cười sung sướng với ai. // **all smiles** hớn hở: *she was all smiles at the news of her win* cô ta hớn hở khi được tin mình thắng.

smile[2] /smail/ dgt **1. smile [at somebody (something)]** mỉm cười: *smile happily* mỉm cười hạnh phúc; *I smiled at the child and said "Hello"* tôi mỉm cười với cháu bé và nói: "Chào cháu" **2.** bày tỏ *(ý kiến)* bằng nụ cười: *I smiled my thanks* tôi mỉm cười cảm ơn; *she smiled her approval* cô ta cười đồng tình **3.** cười *(theo một kiểu nào đó): she smiled a bitter smile* cô ta cười chua chát. // **smile on somebody (something)** tán thành; động viên khuyến khích: *the council did not smile on our plan* hội đồng không tán thành kế hoạch của chúng ta; *fortune smiled on us* số phận mỉm cười với chúng ta.

smilingly /'smailiŋli/ pht với một nụ cười trên môi; [một cách] tươi cười.

smirch /smɜ:tʃ/ dgt nh besmirch.

smirk[1] /smɜ:k/ dt nụ cười ngờ nghệch; nụ cười tự mãn; *a triumphant smirk* nụ cười đắc thắng tự mãn.

smirk[2] /smɜ:k/ dgt cười ngờ nghệch, cười với vẻ tự mãn.

smite /smait/ dgt (**smote; smitten**) **1.** đánh mạnh, đá mạnh, đập: *he smote the ball into the grandstand* nó đá mạnh quả bóng vào khán đài **2.** tác động mạnh đến: *he was smitten by (with) grief* anh ta bị đau buồn giày vò; *his conscience smote him* lương tâm cắn rứt anh ta.

smith /smiθ/ dt (ct **blacksmith**) thợ rèn: *(trong từ ghép)* thợ *(làm những đồ dùng, đồ trang sức, bằng kim loại): a goldsmith* thợ kim hoàn; *a silversmith* thợ bạc.

smithereens /ˌsmiðə'ri:nz/ dt snh *(hay dùng với những*

động từ có nghĩa là đập vỡ, tan tành) mảnh vụn: *smash something in (into) smithereens* đập nát vật gì thành mảnh vụn.

smithy /'smiði/ dt lò rèn; phân xưởng rèn.

smitten[1] /'smitn/ dttqk của smite.

smitten[2] /'smitn/ tt *(vị ngữ)* **1. smitten with something** bị day dứt: *smitten with remorse for one's cruelty* bị hối hận về sự việc độc ác của mình day dứt **2. smitten with somebody (something)** *(đùa)* bỗng nhiên say mê: *I met Janet yesterday, and I'm rather smitten with her* hôm qua tôi gặp Janet và bỗng nhiên tôi say mê nàng.

smock /smɒk/ dt **1.** áo choàng *(mặc ngoài để chống bụi bặm): the artist's smock was covered in paint* áo choàng của nhà họa sĩ này dính đầy sơn **2.** áo [phụ nữ có] chửa.

smocking /'smɒkiŋ/ dt kiểu trang trí xếp nếp *(trên áo).*

smog /smɒg/ dt sương [lẫn] khói *(thường xuất hiện ở những thành phố công nghiệp): smog used to bring London traffic to a standstill* sương khói thường gây ách tắc giao thông ở Luân Đôn.

smoke[1] /sməuk/ dt **1.** khói: *smoke from factory chimneys* khói bốc lên từ ống khói nhà máy; *the room was full of cigarette smoke* gian phòng đầy khói thuốc **2.** sự hút thuốc: *I haven't had a smoke all day* cả ngày tôi chưa được một hơi thuốc nào **3.** *(cũ, lóng)* cái gì để hút, điếu thuốc: *has anyone got any smokes?* có ai có thuốc hút không nhỉ? // **go up in smoke** a/ cháy trụi: *the whole house went up in smoke in less than an hour* ngôi nhà cháy trụi trong chưa đầy một tiếng đồng hồ b/ tiêu tan thành mây khói: *when he crashed his car all his travel plans went up in smoke* khi nó đụng xe, mọi kế hoạch du lịch của nó tiêu tan thành mây khói; [there is] no smoke without fire không có lửa sao có khói.

smoke² /sməʊk/ *dgt* 1. bốc khói: *a smoking volcano* núi lửa bốc khói 2. hút thuốc: *do you smoke?* anh có hút thuốc không? *he smokes a pipe* anh ta hút ống điếu; *he smokes 20 [cigarettes] a day* anh ta hút 20 điếu thuốc mỗi ngày 3. *(chủ yếu dùng ở dạng bị động)* hun khói *(thịt, cá...)*: *smoked salmon* cá hồi hun khói 4. làm ám khói; làm cho có màu khói: *smoked spectacles lenses* mắt kính râm. // put that in your pipe and smoke it x pipe¹.

smoke somebody (something) out hun khói để xua đi: *smoke out snakes from a hole* hun khói để xua rắn ra khỏi hang; smoke something out làm cho đầy khói; *turn off that pan, you're smoking the place out* tắt lửa ở cái chảo đi, chị đang làm cho ở đây khói mịt mù lên đấy.

smoke-bomb /sməʊkbɒm/ *dt (cg* smoke-grenade) bom khói, bom hỏa mù *(cảnh sát hay dùng để dẹp đám tụ tập...).*

smoke-grenade /sməʊk-grəneid/ *dt nh* smoke-bomb.

smokeless /sməʊklis/ *tt (thường thngữ)* không có khói: *smokeless fuel* chất đốt không có khói; *a smokeless zone* vùng không có khói, vùng cấm xả khói.

smoker /sməʊkə[r]/ *dt* 1. người nghiện thuốc: *a heavy*

smoker người nghiện thuốc nặng; *non-smokers often disapprove of smokers* người không hút thuốc thường không thích người nghiện thuốc 2. toa hút thuốc *(trên xe lửa)*: *shall we sit in a smoker or a non-smoker?* ta sẽ ngồi ở toa hút thuốc hay toa không hút thuốc?

smokescreen /sməʊkskri:n/ *dt* 1. màn khói *(để giấu lực lượng khi tác chiến...)* 2. *(bóng)* màn ngụy trang, bình phong: *the export business was just a smokescreen for his activities as a spy* kinh doanh xuất khẩu chỉ là một màn ngụy trang hoạt động gián điệp của anh ta.

smokestack /sməʊkstæk/ *dt* 1. ống khói cao *(của nhà máy, của tàu thủy)* 2. *(Mỹ) nh* funnel 2.

smokestack industry /sməʊkstæk ˌindəstri/ công nghiệp nặng.

smokiness /sməʊkinis/ *dt* 1. sự có khói, sự đầy khói: *he hates the smokiness of pubs and bars* anh ta ghét không khí đầy khói ở các quán rượu 2. vẻ giống khói *(về vị, về vẻ ngoài).*

smoking /sməʊkiŋ/ *dt* sự hút thuốc; thói quen hút thuốc: *smoking damages your health* hút thuốc có hại cho sức khỏe của anh; *no smoking!* cấm hút thuốc; *the smoking section of an aircraft* khoang được hút thuốc trên máy bay.

smoking-jacket /sməʊ- kiŋ ˌdʒækit/ *dt* áo khoác mặc nhà *(thời trước đây).*

smoking-room /sməʊkiŋ- rʊm/ *dt* phòng hút thuốc.

smoky /sməʊki/ *tt (-ier; -iest)* 1. tỏa khói, đầy khói: *a smoky fire* lửa lắm khói; *the smoky atmosphere of an industrial town* không khí

nồng nặc khói ở một thành phố công nghiệp 2. như khói: *a smoky grey coat* chiếc áo khoác màu ghi khói.

smolder /sməʊldə[r]/ *(dt (Mỹ) nh* smoulder.

smooch¹ /smu:tʃ/ *dgt (kng)* ôm hôn: *couples smooching on the dance floor* những cặp ôm hôn nhau trên sàn nhảy.

smooch² /smu:tʃ/ *dt (số ít) (kng)* sự ôm hôn: *having a smooch in the back row of the cinema* ôm hôn nhau ở hàng ghế sau trong rạp chiếu bóng.

smooth¹ /smu:ð/ *tt (-er; -est)* 1. nhẵn, phẳng: *a smooth road* con đường bằng phẳng; *a smooth sea* biển phẳng lặng 2. trôi chảy, suôn sẻ: *the new bill had a smooth passage through Parliament* dự luật mới đã được thông qua suôn sẻ ở quốc hội 3. êm: *a smooth landing of an aircraft* chuyến máy bay hạ cánh êm; *smooth breathing* hơi thở êm 4. mượt, nhuyễn *(hỗn hợp)*: *mix the butter and sugar to a smooth paste* trộn bơ với đường cho nhuyễn 5. êm giọng *(rượu, thuốc lá..., uống, hút không xóc)*: *a smooth whisky* rượu uýt-ky uống êm giọng 6. uyển chuyển: *smooth verse* câu thơ uyển chuyển, *smooth voice* giọng uyển chuyển 7. *(thường xấu)* ngọt xớt: *smooth manners* thái độ ngọt xớt: *a smooth individual* người nói năng ngọt xớt. // in smooth water [s] thuận buồm xuôi gió: *the business seems to be in smooth waters these days* lúc này công việc làm ăn có vẻ thuận buồm xuôi gió; [as] smooth as silk (a baby's bottom; velvet) rất nhẵn; take the

S

rough with the smooth x rough³.

smooth² /smu:ð/ *dgt* (+ away, back, down, out) làm cho nhẵn, vuốt cho phẳng: *smooth out a sheet on a bed* vuốt tấm ga giường cho phẳng; *smooth down wood with sandpaper* đánh mặt gỗ cho nhẵn với giấy ráp. // **smooth somebody's path** giúp ai có điều kiện thành công dễ dàng hơn: *speaking the language fluently certainly smoothed our path* nói được ngôn ngữ đó một cách lưu loát hẳn sẽ giúp chúng tôi có điều kiện thành công dễ dàng hơn; **smooth somebody's ruffled feathers** xoa dịu ai; **smooth something away** xóa đi; giải quyết: *smooth away wrinkles with cream* thoa kem để xóa vết nhăn đi; *we'll smooth away any difficulties when we reach them* chúng ta sẽ giải quyết mọi khó khăn khi ta gặp phải; **smooth something over** làm cho có vẻ ít quan trọng hơn: *he managed to smooth over the bad feelings between his wife and daughter* anh ta tìm cách làm cho ác cảm giữa vợ và con gái anh bớt sâu sắc hơn.

smoothie (*cg* **smoothy**) /'smu:ði/ *dt (kng, xấu)* người nói năng ngọt xớt, người khéo mồm khéo miệng: *don't trust him, he's a real smoothie* đừng có tin nó, nó là một thằng khéo mồm khéo miệng thực sự.

smoothly /'smu:ðli/ *pht* 1. [một cách] êm: *the engine is running smoothly now* bây giờ máy chạy đã êm 2. [một cách] trôi chảy; [một cách] suôn sẻ: *things are not going very smoothly* mọi

chuyện không được suôn sẻ cho lắm.

smoothness /'smu:ðnis/ *dt* 1. sự nhẵn, sự mịn màng: *the smoothness of her skin* sự mịn màng của làn da cô ta 2. sự phẳng lặng: *the smoothness of the sea* sự phẳng lặng của mặt biển 3. sự trôi chảy, sự suôn sẻ: *the smoothness of the negotiations* sự suôn sẻ của cuộc đàm phán.

smooth-spoken /,smu:ð-'spəʊkən/ *tt nh* smooth-tongued.

smooth-tongued /,smu:ð-'tʌŋd/ *tt (thường xấu)* [nói năng] ngọt xớt: *smooth-tongued salesman* người bán hàng nói năng ngọt xớt.

smorgasbord /'smɔ:gəsbɔ:d/ *dt* món ăn tự phục vụ (ở quầy ăn uống); quầy ăn uống tự phục vụ.

smote /sməʊt/ *qk của* smite.

smother /'smʌðə[r]/ *dgt* 1. [làm] chết ngạt, [làm] nghẹt thở: *she felt smothered with kindness (bóng)* cô ta cảm thấy ngột ngạt vì bao nhiêu biểu hiện ân cần 2. dập bớt, dập tắt *(lửa)*: *if you put too much coal on the fire at once, you'll smother it* nếu anh cho quá nhiều than đá vào lò cùng một lúc anh sẽ dập tắt lửa đấy; *smother a laugh (bóng)* nén một tiếng cười 3. *smother something (somebody) with (in) something* phủ dày, phủ kín: *a pudding smothered in cream* chiếc bánh puđinh phủ kín kem; *smother a child with kisses* hôn cháu bé tới tấp.

smoulder (*Mỹ* **smolder**) /'sməʊldə[r]/ *dgt* 1. cháy âm ỉ: *a cigarette smouldering in the ashtray* điếu thuốc cháy âm ỉ trên cái gạt tàn 2. (+ with) âm ỉ, nung nấu *(tình*

cảm): *she smouldered silently with jealousy* chị ta ngấm ngầm ghen tuông.

smudge¹ /smʌdʒ/ *dt* vết bẩn, vết nhòe: *you've got a smudge of soot on your cheek* anh bị một vết nhọ nổi ở má.

smudge² /smʌdʒ/ *dgt* [làm] bẩn, [làm] nhòe: *paper smudged with fingerprints* tờ giấy đầy vết bẩn ngón tay; *wet ink smudge easily* mực ướt dễ nhòe.

smug /smʌg/ *tt* (-gger; -ggest) tự mãn: *a smug smile* nụ cười tự mãn.

smuggle /'smʌgl/ *dgt* 1. chuyển lậu *(hàng hóa)*; buôn lậu: *smuggle goods across a frontier* chuyển lậu hàng hóa qua biên giới 2. đưa lén: *smuggle people out of the country* đưa lén người vượt biên; *smuggle a letter out of prison* chuyển lén một bức thư ra nhà tù.

smuggler /'smʌglə[r]/ *dt* người buôn lậu qua biên giới: *drug smugglers* những người buôn lậu ma túy qua biên giới.

smuggling /'smʌgliŋ/ *dt* sự buôn lậu qua biên giới.

smugly /'smʌgli/ *pht* [một cách] tự mãn; *smile smugly at the failures of others* mỉm cười một cách tự mãn trước những thất bại của người khác.

smugness /'smʌgnis/ *dt* sự tự mãn.

smut /smʌt/ *dt* 1. vết bẩn: *dozens of smut on my clean washing* hàng lô vết bẩn trên quần áo đã giặt sạch của tôi 2. lời nói thô tục; chuyện tục tĩu; tranh tục tĩu: *don't talk smut* đừng có nói chuyện tục tĩu.

smuttily /'smʌtili/ *pht* [một cách] thô tục, [một cách] tục tĩu.

smuttiness /'smʌtinis/ *dt* **1.** sự vấy bẩn, sự lem luốc **2.** sự thô tục, sự tục tĩu (*của câu nói, câu chuyện...*).

smutty /'smʌti/ *tt* (**-ier; -iest**) **1.** vấy bẩn, lem luốc: *a child with a smutty face* chú bé mặt lem luốc; *smutty marks on the white table-cloth* những vết bẩn trên khăn bàn trắng **2.** thô tục, tục tĩu (*lời nói, câu chuyện, bức tranh*): *smutty humour* sự khôi hài tục tĩu.

snack¹ /snæk/ *dt* quà ăn giữa bữa; bữa ăn qua loa: *usually I only have a snack at lunchtime* thường bữa trưa tôi chỉ ăn qua loa một vài món quà; *a snack lunch* một bữa ăn trưa qua loa.

snack² /snæk/ *dgt (kng)* ăn qua loa (*vào bữa ăn*); ăn bữa qua loa: *I prefer to snack when I'm travelling rather have a full meal* khi đi đường tôi thích ăn quà qua loa hơn là ăn một bữa ăn đầy đủ.

snack-bar /'snækbɑ:[r]/ *dt* quầy hàng ăn, xnachba.

snaffle /snæfl/ *dgt* (Anh, *kng*) nẫng; thủ: *they snaffled all the food at the party before we got there* chúng nó đã nẫng hết thức ăn ở bữa tiệc trước khi chúng tôi đến đấy.

snag¹ /snæg/ *dt* **1.** khó khăn [đột xuất] trở ngại [bất ngờ]: *there must be a snag in it somewhere* chắc phải có một trở ngại đâu đó trong chuyện này; *the only snag is that I have no money* trở ngại duy nhất là tôi không có tiền **2.** đầu thò ra (*có thể móc vào khi đi qua...*) **3.** vết rách, lỗ thủng (*do móc vào vật nhọn...*); *a*

snag on stockings một lỗ thủng ở tất.

snag² /snæg/ *dgt* (**-gg-**) móc rách: *he snagged his sweater on the wire fence* nó móc rách áo len vào hàng rào dây thép.

snail /sneil/ *dt* (động) con ốc sên. // *at a snail's pace* chậm như sên, chậm rì rì.

snake¹ /sneik/ *dt* **1.** (động) con rắn **2.** người phản trắc. // *a snake in the grass* người bạn phản trắc.

snake² /sneik/ *dgt* snake [its way] across, past, through... ngoằn ngoèo, uốn khúc: *the road snakes [its way] through the mountains* con đường ngoằn ngoèo qua các ngọn núi.

snake-bite /'sneikbait/ *dt* vết rắn độc cắn.

snake-charmeur /'sneik,tʃɑ:mə[r]/ *dt* người làm trò rắn.

snakes and ladders /'sneikən 'lædəz/ trò chơi cờ rắn.

snakeskin /'sneikskin/ *dt* da rắn: *a snakeskin belt* thắt lưng bằng da rắn.

snaky /'sneiki/ *tt* [thuộc] rắn; như rắn: *narrow snaky roads through the hills* đường hẹp ngoằn ngoèo qua các ngọn đồi.

snap¹ /snæp/ *dgt* (**-pp-**) **1.** [làm] gãy đánh rắc một cái, [làm] gãy răng rắc: *suddenly the branch that he was standing on snapped off* bỗng nhiên cành cây anh ta đang đứng trên đó gãy đánh rắc một cái; *after years of hard work and poverty, he finally snapped* (bóng) sau bao nhiêu năm làm việc cực nhọc và sống nghèo khổ, anh ta đã quy **2.** mở ra nghe tách một cái; đóng lại nghe tách một cái, [làm] kêu tanh tách: *the box snapped open* cái hộp mở

ra nghe tách một cái; *the circus manager snapped his whip* viên quản lý xiếc quất roi tanh tách **3.** nói gắt gỏng; rít lên: *he never speaks calmly, just snaps all the time* ông ta chẳng bao giờ nói bình tĩnh, lúc nào cũng rít lên **4.** (kng) bấm nhanh (*một pô ảnh*): *I snapped you sunbathing on the beach* tôi đã bấm nhanh được một pô ảnh anh đang tắm nắng ngoài bãi biển. // **bite (snap) somebody's head off** x head¹; **snap one's fingers** bật ngón tay tanh tách (*để làm cho ai chú ý, để đánh nhịp bản nhạc...*): *he snapped his fingers to attract the waiter* ông ta bật ngón tay tanh tách để gọi người hầu bàn; **snap to attention** (kng) nhanh chóng đứng vào tư thế nghiêm (*thường dùng làm mệnh lệnh*); **snap to it** (kng) (cg Mỹ **snap it up**) nhanh lên: *come on, snap to it* đi nào, nhanh lên!; **snap out of it** (kng) (dùng như mệnh lệnh) nhanh chóng dứt bỏ tình cảnh tồi tệ đó đi; chừa cái thói ấy đi; **snap at somebody** nói năng với ai một cách gay gắt: *I'm sorry I snapped at you just now* tôi rất ân hận là đã vừa nói năng gay gắt với anh; **snap at something** táp, đớp: *the fish snapped at the bait* con cá đớp mồi câu; *they snapped at the chance of a cheap holiday* họ đã chộp lấy cơ hội đi nghỉ rẻ tiền; **snap something out** quát, quát tháo: *the sergeant snapped out an order* viên trung sĩ quát to mà ra lệnh; *snap something up* chộp lấy, chớp lấy: *the cheapest articles at the sale were quickly snapped up* những mặt hàng rẻ nhất bày bán đã

S

được người ta chớp lấy một cách nhanh chóng.

snap² /snæp/ *dt* **1.** sự gãy rắc; tiếng gãy rắc; tiếng tách *(khi đóng mở)* **2.** sự đớp, sự táp: *the oar broke with a snap* mái chèo gãy nghe rắc một tiếng; *the lid shut with a snap* cái nắp đóng vào nghe tách một tiếng; *the dog made an unsuccessful snap at the meat* con chó đớp hụt miếng thịt **3.** đợt lạnh ngắn **4.** *(cg* **snapshot***)* bức ảnh chụp chớp nhoáng: *she showed us her holiday snaps* cô ta cho chúng tôi xem những bức ảnh chụp nhanh trong kỳ nghỉ **5.** *(thường ở từ ghép)* bánh quy giòn: *ginger-snaps* bánh quy gừng **6. snap** *(Anh)* lối chơi bài snap **7.** *(số ít)* *(Mỹ, kng)* việc ngon ơ, việc dễ ợt: *this job's a snap* việc này dễ ợt mà.

snap³ /snæp/ *tt (thngữ)* *(kng)* đột xuất; vội vã: *a snap election* cuộc bầu cử đột xuất; *a snap decision* một quyết định vội vã.

snap⁴ /snæp/ *pht (Anh, kng)* **1.** đôi! *(bài snap)* **2.** hệt nhau này!: *snap! you have got the same shoes as me* giống hệt nhau này! anh đi đôi giày giống của tôi thế!.

snap⁵ /snæp/ *pht* nghe rắc một tiếng: *suddenly the oar went snap* đột nhiên mái chèo [gãy nghe] rắc một tiếng.

snap-dragon /'snæp-drægən/ *dt (thực)* cây hoa mõm sói.

snap fastener /'snæp,fa:s-tnə[r]/ *(cg* **press-stud,** *(Anh, kng)* **popper)** khuy bấm.

snapper /'snæpə[r]/ *dt (động)* cá lutian.

snappily /'snæpili/ *pht* **1.** [một cách] gắt gỏng: *go away, she said snappily* bà ta gắt gỏng nói: xéo đi! **2.** [một cách] nhanh nhẹn **3.** [một cách] hợp thời trang.

snappiness /'snæpinis/ *dt* **1.** tính hay gắt gỏng **2.** sự nhanh nhẹn **3.** sự hợp thời trang.

snappish /'snæpiʃ/ *tt* hay cau có, hay gắt gỏng *(người)*; hay gầm gừ *(chó...)*: *a snappish old man* một ông lão hay cau có gắt gỏng; *a snappish old terrier* một con chó sục hay gầm gừ.

snappy /'snæpi/ *tt* **1.** hay gắt gỏng *(người)*; hay gầm gừ *(chó...)* **2.** *(kng)* nhanh nhẹn: *snappy on her feet* đi đứng nhanh nhẹn **3.** *(kng)* diện; hợp thời trang: *she's a very snappy dresser* cô ta là người diện rất hợp thời trang. // **make it snappy** *(cg* **look snappy)** *(kng) (thường dưới dạng mệnh lệnh)* nhanh lên: *look snappy! the bus is coming* nhanh lên! xe buýt đang đến kia kìa.

snapshot /'snæpʃɒt/ *dt (cg* **snap)** bức ảnh chụp chớp nhoáng.

snare¹ /sneə[r]/ *dt* **1.** cái bẫy *(để bẫy thỏ, chim...)*: *the rabbit foot was caught in a snare* con thỏ mắc chân vào bẫy **2.** cạm bẫy: *all his promises were snares and delusions* hết thảy lời hứa hẹn của hắn ta chỉ là cạm bẫy và lừa dối **3.** *(nhạc)* dây mặt trống *(căng dưới mặt trống để tăng âm)*.

snare² /sneə[r]/ *dgt* bẫy, đánh bẫy: *snare a rabbit* bẫy con thỏ; *snare a rich husband (bóng)* chài được một chồng giàu.

snarl¹ /sna:l/ *dgt* **1.** nhe răng gầm gừ *(chó)*: *the dog snarled at me* con chó nhe răng gầm gừ tôi **2.** hầm hè: *"get out of here" he snarled* at us "cút khỏi đây", hắn hầm hè với chúng tôi.

snarl² /sna:l/ *dt (thường số ít)* **1.** sự nhe răng gầm gừ; tiếng gầm gừ **2.** sự hầm hè; tiếng hầm hè: *answer with an angry snarl* cằn nhằn trả lời.

snarl³ /sna:l/ *dt (kng)* sự rối tung: *my knitting was in a terrible snarl* đồ đan của tôi rối tung cả lên.

snarl⁴ /sna:l/ *dgt* **snarl something up** *(chủ yếu dùng ở dạng bị động)* [làm] rối tung; [làm] kẹt, [làm] tắc nghẽn: *traffic was badly snarled [up] near the accident* giao thông bị kẹt ở gần chỗ xảy ra tai nạn.

snarl-up /'sna:lʌp/ *dt* sự rối tung; sự rối rắm; sự tắc nghẽn *(giao thông)*.

snatch¹ /snætʃ/ *dgt* **1.** chộp lấy, giật lấy, vồ lấy: *snatch an opportunity* chộp lấy cơ hội; *she snatched the letter from me (out of my hand)* chị ta giật lấy bức thư khỏi tay tôi; *he snatched up his gun and fired* nó chộp lấy khẩu súng và bắn **2.** chộp lấy, tranh thủ: *snatch an hour's sleep* tranh thủ ngủ một tiếng đồng hồ. // **snatch at something** a/ cố vồ lấy cái gì: *he snatched at the ball but did not catch it* nó cố vồ lấy quả bóng nhưng không bắt được b/ chớp lấy: *snatch at every opportunity* chớp lấy mọi cơ hội.

snatch² /snætʃ/ *dt* **1.** *(số ít)* sự chộp lấy, sự giật lấy, sự vồ lấy: *make a snatch at something* chộp lấy cái gì **2.** *(thường snh)* lúc, lát *(thời gian ngắn)*; đoạn; đoạn trích: *work in snatches* làm việc từng lúc (từng thời gian) ngắn; *overhear snatches of . conversation* nghe lỏm được từng đoạn của một cuộc nói chuyện.

snatcher /'snætʃə[r]/ *dt* (thường gặp trong từ ghép) tên [cướp] giật: *a bag snatcher* tên giật túi [xách].

snazzily /'snæzili/ *pht* [một cách] lịch sự và hợp thời trang; [một cách] bảnh.

snazziness /'snæzinis/ *dt* sự lịch sự và hợp thời trang; sự bảnh bao.

snazzy /'snæzi/ *tt* (-ier; -iest) (kng) lịch sự và hợp thời trang; bảnh: *she is a very snazzy dresser* cô ta là người ăn mặc lịch sự và hợp thời trang; *a snazzy new car* chiếc xe mới rất bảnh.

sneak¹ /sni:k/ *dgt sneak [on somebody] [to somebody]* (kng, xấu) mách: *he sneaked on his best friend to the teacher* nó mách thầy giáo về người bạn thân nhất của nó 2. (kng) lấy cắp, xoáy: *sneak a chocolate from the box* lấy cắp một thanh sôcôla trong hộp; *sneak a look at the Christmas presents* liếc trộm các món quà Nô-en. // **sneak into (out, of, past...) something; sneak in (out, away, back, past...)** chuồn, lỉnh: *he stole the money and sneaked out of the house* nó cuỗm tiền và chuồn khỏi nhà; **sneak up [on somebody (something)]** ú òa: *Ba loves sneaking up on his sister to frighten her* Ba thích ú òa em gái nó để làm cho em gái sợ.

sneak² /sni:k/ *dt* kẻ mách lẻo hèn hạ.

sneak³ /sni:k/ *tt (thngữ)* lén lút: *a sneak attack* một cuộc tấn công lén lút; *a sneak look at a letter* một cái nhìn lén (nhìn trộm) vào bức thư.

sneakers /'sni:kəz/ *dt snh* (kng) (cg **plimsolls**) giày thể thao đế cao su.

sneakily /'sni:kili/ *pht* [một cách] lén lút; [một cách] dối trá.

sneakiness /'sni:kinis/ *dt* sự lén lút; sự dối trá.

sneaking /'sni:kiŋ/ *tt* (thngữ) thầm lén; thầm: *have a sneaking sympathy* có cảm tình thầm kín; *I have a sneaking suspicion that he stole my wallet* tôi thầm nghĩ là nó đã lấy trộm cái ví của tôi.

sneak-thief /'sni:kθi:f/ *dt* tên lấy cắp lén, tên trộm lén (nhè lúc cửa không đóng mà lẻn vào ăn trộm).

sneaky /'sni:ki/ *tt* (-ier; -iest) (kng, xấu) lén lút; dối trá: *this sneaky girl was disliked by the rest of the class* cả lớp không ưa thích cô gái dối trá ấy.

sneer¹ /sniə[r]/ *dgt* (+ at) cười khinh bỉ, cười nhạo: *I resent the way he sneers at our efforts* tôi phẫn uất về cái lối nó cười nhạo những cố gắng của chúng tôi.

sneer² /sniə[r]/ *dt* cái nhìn khinh bỉ, nụ cười khinh bỉ, câu nói khinh bỉ: *you can wipe that sneer off your face!* anh hãy dẹp cái nụ cười khinh bỉ trên gương mặt của anh đi!.

sneeringly /'sniəriŋli/ *pht* [một cách] khinh bỉ.

sneeze¹ /sni:z/ *dt* sự hắt hơi; cái hắt hơi: *she let out a loud sneeze* chị ta hắt hơi một cái ra trò.

sneeze² /sni:z/ *dgt* hắt hơi. // **not to be sneezed at** (kng, dùa) không thể xem khinh, đáng lắm: *a prize of £50 is not to be sneezed at* một giải thưởng 50 bảng thì cũng đáng lắm chứ.

snick¹ /snik/ *dgt* cắt, khía, cứa: *I snicked my finger on the sharp knife* tôi bị lưỡi dao sắc cắt vào ngón tay.

snick² /snik/ *dt* vết cắt, vết khía, vết cứa.

snicker¹ /'snikə[r]/ *dgt (Mỹ) nh* snigger¹.

snicker² /'snikə[r]/ *dt (Mỹ) nh* snigger².

snide /snaid/ *tt* nói móc; nhạo báng: *he was always making snide comments about her appearance* anh ta luôn luôn phê phán nói móc về dáng vẻ của cô ta.

snidely /'snaidli/ *pht* [một cách] nói móc, [một cách] nhạo báng.

snideness /'snaidnis/ *dt* sự nói móc; sự nhạo báng.

sniff¹ /snif/ *dgt* 1. khịt mũi: *sniffing and trying not to weep* khịt mũi và cố nén khóc 2. *sniff [at] something* hít thở, hít ngửi: *sniff the sea air* hít thở không khí biển; *sniff [at] a rose* hít ngửi một bông hồng; *the dog was sniffing [at] the lamp-post* con chó đang hít hít (đánh hơi) ở cột đèn 3. *sniff something [up]* hít vào mũi: *sniff snuff* hít thuốc lá hít 4. sụt sịt nói, làu bàu: *"nobody understands me", he sniffed* nó sụt sịt nói: *"chẳng ai hiểu tôi cả".* // **sniff at something** coi thường, không thèm biết đến: *his generous offer is not to be sniffed at* lời đề nghị hào phóng của ông ta đâu phải là đáng coi thường; **sniff somebody out** (kng) tìm ra được ai: *sniff out the culprit* tìm ra thủ phạm.

sniff² /snif/ *dt* 1. sự khịt mũi; tiếng khịt mũi 2. sự hít thở, sự hít ngửi: *get a sniff of sea air* hít thở không khí biển.

S

sniffle¹ /snifl/ *dgt* sụt sịt mũi (*bị lạnh hay đang khóc*): *I wish you wouldn't keep sniffling* tôi mong anh đừng sụt sịt nữa.

sniffle² /snifl/ *dt* sự sụt sịt; tiếng sụt sịt. // **get (have) the sniffles** (*kng*) bị cảm lạnh nhẹ.

snifter /sniftə[r]/ *dt* **1.** (*kng*) hớp rượu: *have a quick snifter before the party* làm một hớp rượu trước bữa tiệc **2.** cốc hẹp miệng.

snigger¹ /snigə[r]/ *dt* cái cười khẩy.

snigger² /snigə[r]/ *dgt* (+ at) cười khẩy.

snip¹ /snip/ *dgt* (-pp-) cắt, xén (*bằng kéo*): *he snipped the string and untied the parcel* nó cắt dây buộc và mở gói ra.

snip something off cắt bỏ, hớt bỏ: *snip off a few loose threads* cắt bỏ một số sợi chỉ lòng thòng.

snip² /snip/ *dt* **1.** sự cắt, sự xén (*bằng kéo*) **2.** vết cắt: *there's a snip in this cloth* trên tấm vải này thấy có vết cắt **3.** mảnh cắt: *snips of material scattered over the floor* những mảnh vụn rải rác trên sàn nhà **4.** (*Anh, kng*) món hàng rẻ một cách lạ lùng, món hời: *it's a snip at only 50p!* 50 xu, thật là một món hời!.

snipe¹ /snaip/ *dt* (*snh kđổi*) (*động*) chim dẽ giun.

snipe² /snaip/ *dgt* **1.** (+ at) nấp mà bắn: *terrorists sniping at soldiers from well-concealed positions* tụi khủng bố nấp sau những vị trí kín đáo bắn vào binh lính **2.** công kích: *sniping at political opponents* công kích đối thủ chính trị.

sniper /snaipə[r]/ *dt* người nấp mà bắn.

snippet /snipit/ *dt* **1.** mảnh cắt, mảnh xén ra **2.** (+ of) mẩu: *snippets of gossip* những mẩu chuyện ngồi lê đôi mách; *I've got a snippet of information that might interest you* tôi đã nhận được một mẩu tin có thể làm anh quan tâm.

snipping /snipiŋ/ *dt* mảnh vụn: *a patchwork quilt made of snippings from old clothes* chiếc mền chắp các mảnh quần áo cũ vào nhau.

snips /snips/ *dt* kéo cắt kim loại.

snitch /snitʃ/ *dgt* (*Anh, lóng*) **1.** chớp, thó: *who snitched my pen?* ai đã chớp mất cái bút của tớ rồi? **2.** *snitch on somebody* mách (*hành động xấu của ai với người có trách nhiệm...*): *promise you won't snitch [on me]* hãy hứa là không đi mách về tôi.

snivel /snivl/ *dgt* (-ll-, Mỹ *cg* -l-) (*xấu*) **1.** khóc sụt sùi: *a tired snivelling baby* đứa bé khóc sụt sùi đến hết hơi **2.** than vãn: *she's always snivelling about her unhappy childhood* chị ta luôn than vãn về thời niên thiếu bất hạnh của mình.

sniveller (*Mỹ* **sniveler**) /snivlə[r]/ *dt* (*xấu*) người than vãn.

snivelling (*Mỹ cg* **sniveling**) *tt* hay than vãn; mềm yếu.

snob /snɒb/ *dt* (*xấu*) **1.** kẻ học đòi làm sang **2.** kẻ hợm mình: *a wine snob who will only drink the best wines* kẻ hợm mình là tay sành rượu chỉ uống loại rượu ngon nhất.

snob appeal /snɒbəpi:l/ *nh* snob value.

snobbery /snɒbəri/ *dgt* (*xấu*) thói hợm mình học đòi làm sang.

snobbish /snɒbiʃ/ *tt* (*xấu*) hợm mình học đòi làm sang.

snobbishly /snɒbiʃli/ *pht* (*xấu*) [một cách] hợm mình học đòi làm sang.

snobbishness /snɒbiʃnis/ *dt* (*xấu*) sự hợm mình học đòi làm sang.

SNOBOL (*cg* **Snobol**) /snəʊbɒl/ *vt* của string-oriented symbolic language) ngôn ngữ lập trình.

snob value /snɒbvælju:/ vẻ sang trọng lôi cuốn: *this car sells well because of it snob value* xe hơi này bán chạy vì vẻ sang trọng lôi cuốn của nó.

snog¹ /snɒg/ *dgt* (-gg-) (*Anh, kng*) ôm hôn âu yếm, ôm ấp vuốt ve: *snog in the back row of the cinema* ôm hôn nhau âu yếm ở hàng ghế cuối rạp chiếu bóng.

snog² /snɒg/ *dt* (*Anh, kng*) (*số ít*) động tác ôm hôn âu yếm, động tác ôm ấp vuốt ve: *have a bit of a snog* ôm ấp vuốt ve một chút.

snogging /snɒgiŋ/ *dt* (*Anh, kng*) sự ôm hôn âu yếm, sự ôm ấp vuốt ve.

snook /snu:k/ *dt* **cock a snook at somebody (something)** *x* cock³.

snooker¹ /snu:kə[r]/ *dt* trò chơi bi-a Nga.

snooker² /snu:kə[r]/ *dgt* **1.** dồn đối thủ vào thế bí khó gỡ (*khi chơi bi-a Nga*) **2.** (*kng, bóng*) dồn (*ai*) vào thế bí khó gỡ, lừa ai: *you can't win, you've been completely snookered* anh không thể thắng được đâu, anh đã hoàn toàn bị dồn vào thế bí.

snoop /snu:p/ *dgt* (*kng, thường xấu*) **1.** (+ about, around) rình mò: *I caught him snooping around in my office* tôi đã bắt gặp nó rình mò quanh quẩn ở cơ quan tôi **2.** *snoop into something* chỗ mũi vào việc gì.

snooper /'snu:pə[r]/ *dt* kẻ rình mò, tay trinh sát.

snootily /'snu:tili/ *pht* [một cách] khinh khỉnh, [một cách] kiêu kỳ.

snootiness /'snu:tinis/ *dt* tính khinh khỉnh, tính kiêu kỳ.

snooty /'snu:ti/ *tt* (**-ier; -iest**) *(kng, xấu)* khinh khỉnh, kiêu kỳ: *she's so snooty, she never speaks to the neighbours* bà ta kiêu kỳ lắm, chẳng bao giờ nói chuyện với hàng xóm.

snooze[1] /snu:z/ *dgt (kng)* ngủ một giấc ngắn, chợp ngủ *(ban ngày)*: *he was snoozing by the fire* nó chợp ngủ bên cạnh lò sưởi.

snooze[2] /snu:z/ *dt* (số ít) *(kng)* giấc ngủ chợp *(ban ngày)*: *I'm going to have a snooze after lunch* tôi sẽ chợp một giấc sau bữa ăn trưa.

snore[1] /snɔ:[r]/ *dgt* ngáy *(khi ngủ)*.

snore[2] /snɔ:[r]/ *dt* sự ngáy; tiếng ngáy.

snorer /'snɔ:rə[r]/ *dt* người ngủ hay ngáy.

snorkel[1] /'snɔ:kl/ *dt* ống thông hơi *(của thợ lặn, của tàu ngầm)*.

snorkel[2] /'snɔ:kl/ *dgt* bơi có trang bị ống thông hơi.

snorkelling *(Mỹ* **snorkeling)** /'snɔ:kəliŋ/ *dt (thể)* môn lặn với ống thông hơi.

snort[1] /snɔ:t/ *dgt* **1.** khịt khịt *(ngựa)* **2.** (+ at) khịt khịt mũi tỏ vẻ *(tức giận, nôn nóng...)*: *snort with rage at somebody* khịt khịt mũi tỏ vẻ tức giận với ai **3.** *(lóng)* hít *(ma túy)*: *snort cocaine* hít cocain.

snort[2] /snɔ:t/ *dt* **1.** sự khịt khịt; tiếng khịt khịt: *give a snort of contempt* khịt khịt khinh rẻ **2.** *(kng)* hớp rượu **3** *(lóng)* liều ma túy một lần hít: *a quick snort of cocaine* liều cocain được hít nhanh vào mũi.

snorter /'snɔ:tə[r]/ *dt (số ít) (kng)* người đáng chú ý; vấn đề gây ấn tượng mạnh: *she sent me a real snorter of a letter* cô ta đã gửi cho tôi một bức thư thực sự gây ấn tượng mạnh.

snot /snɒt/ *dt (kng)* nước mũi: *snot running down the child's nose* nước mũi chảy ở mũi cháu bé.

snotty /'snɒti/ *tt* (**-ier; -iest**) *(kng)* **1.** chảy nước mũi; đầy mũi dãi: *a child with a snotty nose* cháu bé mũi chảy nước; cháu bé mũi thò lò; *washing his snotty handkerchief* giặt khăn tay đầy mũi dãi của nó **2.** *(cg* **snotty-nosed)** *(xấu)* kiêu kỳ.

snotty-nosed /ˌsnɒti-'nəʊzd/ *tt x* snotty 2.

snout /snaʊt/ *dt* **1.** mõm *(lợn)* **2.** đầu mũi *(của một số đồ vật)*: *the snout of a revolver* đầu mũi khẩu súng lục **3.** *(Anh, lóng, xấu)* mũi *(người)*: *a huge red snout* cái mũi đỏ to tướng; *she's always poking her snout into everything* chị ta luôn luôn chõ mũi vào mọi chuyện **4.** *(Anh, lóng)* chỉ điểm của cảnh sát **5.** *(Anh, lóng)* thuốc lá: *got any snout?* có điếu thuốc lá nào không?

snow[1] /snəʊ/ *dt* **1.** tuyết: *roads deep in snow* đường ngập tuyết **2.** *(thường snh)* trận tuyết rơi: *the snows came early that year* năm đó tuyết rơi sớm **3.** *(bóng)* cocain bột. // **pure as the driven snow** *x* pure; **white as snow** *x* white[1].

snow[2] /snəʊ/ *đgt* **1.** *(thường dùng với* it*)* rơi tuyết: *it was snowing when I woke up* tuyết đang rơi khi tôi thức dậy; *it snowed all day* trời đổ tuyết suốt ngày **2.** *(Mỹ, kng)* phỉnh phờ. // **snow somebody in (up)** *(thường ở dạng bị động)* ngăn không cho *(ai)* ra ngoài được vì tuyết rơi nhiều: *we were snowed in for three days last winter by the blizzards* mùa đông vừa rồi, vì bão tuyết ba ngày chúng tôi không ra ngoài được; **snow somebody under [with something]** *(thường ở dạng bị động)* làm *(ai)* tràn ngập *(công việc...)*: *I was snowed under with work* tôi ngập đầu trong công việc; *snowed under with applications for the job* bị ngập trong đống đơn xin việc.

snowball[1] /'snəʊbɔ:l/ *dt* nắm tuyết *(trẻ con ném nhau...)*.

snowball[2] /'snəʊbɔ:l/ *đgt* **1.** ném [nắm] tuyết vào nhau **2.** *(lóng)* phát triển nhanh: *opposition to the war snowballed* sự phản đối chiến tranh đã phát triển nhanh.

snow-blind /'snəʊblaind/ *tt (thường vị ngữ)* lóa mắt *(vì ánh tuyết, vì ánh nắng)*.

snow-blindness /'snəʊblaidnis/ *dt* sự lóa mắt: *skiers suffering from snow-blindness* người trượt tuyết bị lóa mắt.

snow-blower /'snəʊbləʊə[r]/ *dt (Mỹ)* máy thổi tuyết, xe thổi tuyết *(dọn tuyết trên đường đi)*.

snow-bound /'snəʊbaʊnd/ *tt* bị bó chân vì tuyết; bị nghẽn vì tuyết: *a snow-bound train* chuyến xe lửa bị nghẽn vì tuyết; *we were snow-bound in the cottage for two weeks* chúng tôi đã

S

bị bó chân ở trong lều hai tuần vì tuyết.

snow-capped /'snəʊkæpt/ *tt* [có] đỉnh phủ tuyết (núi).

snow-clad /'snəʊklæd/ *tt* (tu từ) nh snow-covered.

snow-covered /'snəʊ kʌvəd/ *tt* phủ đầy tuyết: *snow-covered roofs* mái nhà phủ đầy tuyết.

snow-drift /'snəʊdrift/ *dt* ụ tuyết (do gió tạo thành).

snowdrop /'snəʊdrɒp/ *dt* (thực) cây giọt sữa; hoa giọt sữa (mọc vào cuối đông, đầu xuân).

snowfall /'snəʊfɔ:l/ *dt* **1.** trận tuyết rơi: *there was a heavy snowfall last week* tuần qua tuyết rơi một trận ra trò **2.** lượng tuyết rơi (một năm, một vụ rét, tại một địa điểm): *the average snowfall here is 10cm a year* lượng tuyết rơi trung bình ở đây là 10cm mỗi năm.

snow-field /'snəʊfi:ld/ *dt* bãi tuyết quanh năm.

snowflake /'snəʊfleik/ *dt* nụ tuyết, bông tuyết.

snow-goose /'snəʊgu:s/ *dt* (động) ngỗng tuyết (sống ở Bắc cực).

snow jop /'snəʊdʒɒb/ (kng, Mỹ) sự phỉnh phờ, sự bịp.

snow-leopard /'snəʊlepəd/ *dt* (động) con báo tuyết.

snow-line /'snəʊlain/ *dt* đường [có] băng vĩnh cửu.

snowman /'snəʊmæn/ *dt* (snh **snowmen** /'snəʊmən/) ·người tuyết (trẻ con dựng lên để chơi).

snowmobile /'snəʊməbil/ *dt* xe lướt tuyết (lướt trên lưỡi kim loại, không có bánh).

snowplough /'snəʊplaʊ/ *dt* (Mỹ **snowplow**) xe ủi tuyết.

snowplow /'snəʊplaʊ/ *dt* (Mỹ) nh snowplough.

snowshed /'snəʊʃed/ *dt* (chủ yếu Mỹ) mái che tuyết (ở một số đoạn đường để phòng bị tuyết làm tắc nghẽn).

snowshoe /'snəʊʃu:/ *dt* liếp đi tuyết (lót vào dưới đế giày để đi trên tuyết khỏi bị lún sâu).

snowstorm /'snəʊstɔ:m/ *dt* bão tuyết.

snow-white /'snəʊwait/ *tt* trắng tinh; bạch tuyết.

snowy /'snəʊi/ *tt* (-ier;-iest) **1.** phủ tuyết: *snowy roofs* mái nhà phủ tuyết **2.** có tuyết rơi: *snowy weather* thời tiết có tuyết rơi **3.** như tuyết: *a snowy [white] tablecloth* chiếc khăn bàn trắng như tuyết (trắng tinh).

Snr (vt của Senior) Bố, Cha (để phân biệt với con trai cùng tên): *John F.Davis Snr* John F.Davis Cha.

snub¹ /snʌb/ *dgt* (-bb-) (chủ yếu ở dạng bị động) đối xử bất lịch sự; không đếm xỉa đến: *she was repeatedly snubbed by her neighbour* chị ta nhiều lần bị hàng xóm đối xử bất lịch sự; *she snubbed them by not replying to their invitation* bà ta tỏ ra không đếm xỉa gì đến họ và không đáp lại lời mời của họ.

snub² /snʌb/ *dt* lời bất lịch sự; thái độ bất lịch sự; thái độ không đếm xỉa đến.

snub³ /snʌb/ *tt* hếch (mũi).

snub-nosed /'snʌb nəʊzd/ *tt* [có] mũi hếch.

snuff¹ /snʌf/ *dt* thuốc lá hít: *a pinch of snuff* một nhúm thuốc lá hít.

snuff² /snʌf/ *dgt* ngắt bỏ hoa đèn (ở đầu bấc cây nến). // **snuff it** (Anh, kng) chết, qua đời.

snuff something out a/ tắt đi (đèn, lửa) b/ chấm dứt, kết thúc, tiêu tan: *his hopes were nearly snuffed out* hy vọng của anh ta hầu như đã tiêu tan.

snuff³ /snʌf/ *dgt* hít ngửi, hít hít (chó).

snuff-box /'snʌfbɒks/ *dt* hộp đựng thuốc lá hít.

snuffer /'snʌfə[r]/ *dt* cái ngắt hoa đèn.

snuffle¹ /'snʌfl/ *dgt* **1.** hít ngửi, hít để đánh hơi (chó) **2.** sụt sịt mũi: *a child snuffling with a bad cold* cháu bé sụt sịt mũi vì bị cảm lạnh.

snuffle² /'snʌfl/ *dt* **1.** sự hít ngửi; tiếng hít ngửi **2.** sự sụt sịt mũi; tiếng sụt sịt mũi: *speak in (with) a snuffle* nói sụt sịt mũi.

snug¹ /snʌg/ *tt* (-gg-) **1.** kín gió; ấm áp: *a snug little house* ngôi nhà bé nhỏ ấm áp **2.** bó sát người: *a snug-fitting coat* chiếc áo choàng bó sát người; *this jacket's a bit snug now* chiếc áo vét tông này nay đã hơi bó người quá (hơi chật) **3.** (kng) tiềm tiệm đủ (thu nhập, lợi tức). // **as snug as a bug in a rug** (kng, dùa) ấm như nằm trong chăn.

snug² /snʌg/ *dt* phòng con ấm cúng (dành riêng cho ít người, trong một quán rượu).

snugly /'snʌgli/ *pht* **1.** [một cách] ấm cúng và thoải mái **2.** [một cách] gọn: *fit something snugly into the bag* nhét gọn cái gì vào bị.

snugness /'snʌgnis/ *dt* **1.** sự ấm áp; sự ấm cúng **2.** sự gọn lỏn.

snuggle /'snʌgl/ *dgt* (kng) nằm sát vào, rúc vào (cho ấm; để tỏ lòng thương mến): *the child snuggled up to her* *mother* cháu bé rúc vào lòng mẹ nó.

so¹ /səʊ/ *pht (dùng trước tt và pht)* **1.** đến thế, dường ấy: *why are you so late?* sao anh đến muộn đến thế? **2.** *not so + tt (pht)* [*+as*]: không bằng, không như: *it didn't take so long as we expected* việc đó không mất nhiều thời gian như ta nghĩ **3.** *so + tt (pht)* [*+ that*] đến nỗi *(chỉ kết quả)*: *he was so ill that we had to send for a doctor* nó đã ốm đến nỗi chúng tôi đã phải cho đi mời bác sĩ **4.** *so + tt (pht) + as to do something* đến mức *(làm gì)*: *how could you be so stupid as to believe him?* sao anh ngốc đến mức tin nó **5.** *so + tt + a (an) + dt* [*+ as somebody (something)*] cũng như, cũng bằng *(để so sánh)*: *he was not so quick a learner as his brother* nó không là một học trò nhanh trí như anh nó đâu **6.** rất, hết sức: *I'm so glad to see you* tôi rất mừng được gặp ông; *it was so kind of you to remember my birth-day* anh rất là tử tế mà nhớ đến sinh nhật của tôi; *we have so much to do* chúng tôi có rất nhiều việc để làm; *she's feeling so much better today* hôm nay chị ta cảm thấy khỏe hơn nhiều. // **not so much something as something** không phải là *(cái này)* mà là *(cái kia)*: *she's not so much poor as careless with money* bà ta không phải là nghèo mà là cẩu thả về mặt tiền bạc; **so many; so much** bao nhiêu *(một số lượng không xác định)*: *write on the form that you stayed so many nights at so much per night* hãy điền vào mẫu khai này anh đã ở bao nhiêu đêm với giá mỗi đêm là bao nhiêu; **so much something** rất

nhiều điều *(vô nghĩa...)*: *his promises were just so much meaningless talk* những lời hứa của nó đúng chỉ là những lời nói vô nghĩa; **so much for somebody (some-thing)** không cần nói thêm *(làm gì thêm)* gì về ai *(về việc gì)* nữa: *so much for our hopes of going abroad, we can forget it* về hy vọng xuất ngoại của chúng ta, chẳng cần nói thêm gì nữa, ta hãy quên nó đi; **so much so that** /ðət/ đến mức mà: *we are very busy, so much so that we can't manage to take a holiday this year* chúng tôi rất bận, đến mức năm nay chúng tôi không thể thu xếp để đi nghỉ được; **with not (without) so much as something** ngay cả *(cái gì đó)* cũng không, thậm chí cũng không: *off he went, without so much as a "good-bye"* nó đã bỏ đi thậm chí một lời từ biệt cũng không.

so² /səʊ/ *pht* **1.** như thế, thế: *stand with your arms out, so* hãy đứng dang tay ra, thế; *I'm not sure if I'll succeed, but I certainly hope so* tôi không chắc là thành công, nhưng dĩ nhiên là tôi hy vọng như thế; *"he's got the job?" "so she said"* "ông ta đã nhận việc làm ấy rồi à?" "vâng bà ta đã nói như thế"; *"you were invited to that party, weren't you?" "so I was; I'd forgotten"* "anh đã được mời dự bữa tiệc đó phải không?" "vâng, đúng thế. Nhưng tôi đã quên mất" **2.** cũng: *I've been to Moscow" "so have I"* "tôi đã ở Mạc Tư Khoa" "tôi cũng thế". // **and so on [and so forth]** vân vân và vân vân: *he talked about how much we owed to our parents; our duty and our country and so on and so forth* ông ta đã nói nào

là chúng ta chịu ơn cha mẹ rất nhiều, nào là bổn phận của chúng ta đối với đất nước, vân vân và vân vân; **so as to do something** để, để cho: *I left message so as to be sure of contacting her* tôi đã để lại một bức thư để chắc chắn được gặp cô ta; **so be it** thế cũng được *(chỉ sự chấp nhận)*: *if he doesn't want to be involved, then so be it* nếu nó không muốn dính líu vào thì [thế] cũng được; **so that; so... that** a/ để, để cho: *he worked hard so that everything would be ready by 6 o'clock* nó làm việc cật lực để sáu giờ thì mọi việc đã sẵn sàng b/ đến mức mà: *he so adores his daughters that he keeps buy-ing them expensive toys* ông ta quý các cô con gái của mình đến mức chịu mua cho chúng những đồ chơi đắt tiền.

so³ /səʊ/ *lt* **1.** cho nên, vì thế: *the shops were closed so I didn't get any milk* các cửa hiệu đã đóng cửa, vì thế tôi đã không mua được tí sữa nào cả **2.** *(chỉ mục đích)* để [cho]: *I gave you a map so you wouldn't get lost* tôi cho anh một tấm bản đồ để anh khỏi đi lạc; *he whispered to me so no one else would hear* nó thì thầm với tôi để không ai nghe thấy cả **3.** thế là: *so now it's winter again and I'm still unemployed* thế là lại một mùa đông nữa và tôi vẫn không có việc làm; *so you are back again!* thế là anh lại trở lại!. // **so what?** *(kng)* thì đã sao *(thừa nhận là đúng, nhưng chẳng dính dáng gì đến cả)*: *he's fifteen years younger than me. So what if he is?* hắn kém tôi 15 tuổi. Nếu vậy thì đã sao nào?

S

so⁴ /səʊ/ *dt (nhạc) nh* soh.
So (*Mỹ*) *vt của* South[*ern*] miền nam; [ở miền] nam.

soak¹ /səʊk/ *dgt* **1.** (+ in) [ngâm cho] sũng nước; nhúng vào nước: *the dirty clothes are soaking in soapy water* quần áo bẩn được ngâm trong nước xà phòng; *leave the dry beans to soak overnight* ngâm hạt đậu khô trong nước qua đêm; *soak break in milk* nhúng bánh mì vào sữa **2.** (+ into, through, in) thấm, ngấm: *the rain had soaked through his coat* nước mưa thấm qua chiếc áo choàng của nó; *clean up that wine before it soaks into the carpet* hãy lau sạch chỗ rượu ấy trước khi rượu thấm sang tấm thảm **3.** (*kng*) rút tiền bằng cách đánh thuế nặng; giã nặng: *are you in favour of soaking the rich?* giã nặng tụi giàu có, anh có đồng tình không?. // **soaked (wet) to the skin** *x* skin.

soak something off (out) ngâm nước cho sạch (*vết bẩn*), giũ nước cho sạch: *soak out a stain from a shirt* giũ nước cho sạch vết ố ở áo sơ mi; *soak a label off a jam jar* ngâm nước để gỡ tờ nhãn ở lọ mứt; **soak somebody through** làm ai ướt sũng: *don't stand out there, you'll get soaked through* đừng đứng ngoài đó, anh sẽ bị ướt sũng đấy; **soak something up** a/ hút, thấm: *he got out his handkerchief to soak up the blood* hắn rút khăn tay ra mà thấm máu đi; *we sat on the beach soaking up the sun* chúng tôi ngồi trên bãi biển, tắm mình trong ánh mặt trời b/ thấm đượm, tiếp nhận: *soak up information* tiếp nhận thông tin.

soak² /səʊk/ *dt* (*cg* **soaking**) **1.** sự ngâm, sự nhúng: *give the sheets a good soak* ngâm kỹ chiếc khăn trải giường **2.** (*kng*) tay nghiện rượu.

soaked /səʊkt/ *tt (vị ngữ)* **1.** ướt sũng **2.** *soaked in something* thấm đẫm; đầy những: *this house is soaked in memories* ngôi nhà này đầy những kỷ niệm.

soaking¹ /'səʊkiŋ/ *dt nh* soak².

soaking² /'səʊkiŋ/ *tt* (*cg* **soaking wet**) ướt sũng.

soaking wet /ˌsəʊkiŋ'wet/ *x* soaking².

so-and-so /'səʊən,səʊ/ (*snh* **so-and-so's**) (*kng*) **1.** ông Mỗ nào đó: *let's suppose a Mr So-and-so registers at the hotel* hãy giả sử là có một ông Mỗ nào đó ghi tên thuê khách sạn **2.** (*xấu*) người không ai ưa: *our neighbour's a bad-tempered old so-and-so* ông hàng xóm của chúng tôi là một ông lão xấu tính không ai ưa.

soap¹ /səʊp/ *dt* **1.** xà phòng **2.** (*kng*) nh soap-opera: *do you watch any of the soaps on TV?* anh có xem vở nào của chương trình Muôn mặt đời thường trên truyền hình không?

soap² /səʊp/ *dgt* xát xà phòng: *soap oneself down* xát xà phòng vào người; *soap the car and then rinse it* xát xà phòng vào xe hơi và xịt nước rửa sạch.

soap-box /'səʊpbɒks/ *dt* bục diễn thuyết (*dựng ứng biến ở đường phố, công viên...*).

soap-bubble /'səʊpbʌbl/ *dt* bong bóng xà phòng: *children blowing soap bubbles* trẻ con chơi thổi bong bóng xà phòng.

soap-flakes /'səʊpfleiks/ *dt snh* xà phòng [dưới dạng] vảy: *use soap flakes rather than a powder detergent* dùng xà phòng vảy thay vì bột giặt.

soapiness /'səʊpinis/ *dt* **1.** sự giống xà phòng **2.** sự đầy xà phòng **3.** (*kng, xấu*) tính thô lỗ; giọng thô lỗ.

soap opera /'səʊpɒprə/ (*cg* **soap**) (*đôi khi xấu*) kịch Muôn mặt đời thường (*truyền hình từng kỳ*): *a TV diet of soap opera* chương trình kịch muôn mặt đời thường trên truyền hình.

soap powder /'səʊpaʊdə[r]/ xà phòng bột.

soapstone /'səʊpstəʊn/ *dt* (*khoáng*) steatit.

soapsuds /'səʊpsʌdz/ *dt snh* bọt xà phòng.

soapy /'səʊpi/ *tt* (**-ier; -iest**) **1.** [thuộc] xà phòng; giống xà phòng: *this cheese has a rather soapy taste* pho mát này hơi có vị xà phòng **2.** đầy xà phòng: *soapy water* nước đầy những xà phòng **3.** thô lỗ: *a soapy voice* giọng thô lỗ.

soar /sɔ:[r]/ *dgt* **1.** bay vút lên: *the jet soared in the air* chiếc máy bay phản lực bay vút lên không trung; *prices are soaring* giá cả đang tăng vọt lên **2.** cao vút: *skyscrapers soar above the horizon* những tòa nhà chọc trời cao vút trên đường chân trời **3.** chao liệng: *seagulls soaring over the cliffs* những con mòng biển chao liệng trên vách đá; *a glider soaring above us* một chiếc tàu lượn chao liệng trên đầu chúng tôi.

sob¹ /sɒb/ *dgt* (**-bb-**) khóc thổn thức: *she sobbed into her handkerchief* chị ta úp mặt vào chiếc khăn tay mà khóc thổn thức. // **cry (sob) oneself to sleep** *x* sleep¹; **sob one's heart out** khóc than thảm thiết; **sob something out** thổn thức mà kể lể *(điều gì)*: *she sobbed out the story of her son's violent death* bà ta thổn thức kể lể về cái chết bất đắc kỳ tử của con trai bà.

sob² /sɒb/ *dt* sự khóc thổn thức; tiếng thổn thức: *the child's sobs gradually died down* tiếng thổn thức của cháu bé nhỏ dần.

sobbingly /'sɒbiŋli/ *pht* kèm theo tiếng khóc thổn thức.

sober¹ /'səubə[r]/ *tt* **1.** không say rượu: *I've never seen him sober* tôi chưa bao giờ thấy ông ta không say rượu **2.** đúng mực, chín chắn; nghiêm túc: *a very sober and hard-working young man* một chàng trai làm việc cật lực và chín chắn; *a sober analysis of the facts* một sự phân tích nghiêm túc các sự kiện **3.** nhã, không lòe loẹt *(màu sắc)*. // **in sober truth** thực ra; **sober as a judge** a/ tỉnh táo; không say b/ đứng đắn; trang nghiêm.

sober² /'səubə[r]/ *dgt* [làm cho] trở nên đúng mực; [làm cho] trở nên chín chắn: *the bad news had a sobering effect on all of us* tin dữ ấy đã có tác động làm cho mọi người chúng ta trở nên chín chắn. // **sober somebody down** làm cho ai trở nên điềm đạm đứng đắn hơn *(nhất là sau một thời gian phóng túng)*: *please sober down a bit, I've got some important news for you* hãy đứng đắn một chút, tôi có tin quan trọng cho anh đấy; **sober [somebody] up** [làm cho ai] tỉnh rượu: *put him to bed until he sobers up* hãy đặt ông ta vào giường cho đến khi ông ta tỉnh rượu.

soberly /'səubəli/ *pht* [một cách] nhã *(ăn mặc)*: *soberly dressed* ăn mặc nhã.

sober-minded /,səubə-'maindid/ *tt* đúng mực, chín chắn.

sobriety /sə'braiəti/ *dt* sự đúng mực; sự chín chắn; sự nghiêm túc.

sobriquet /'səubrikei/ *dt (cg* **soubriquet**) biệt hiệu.

sob-story /'sɒb,stɔ:ri/ *dt (kng, thường xấu)* câu chuyện thương cảm: *he told me a real sob-story of how his wife had gone off with his best friend* ông ta kể cho tôi nghe câu chuyện thực sự thương cảm về việc vợ ông ta bỏ nhà đi theo người bạn thân nhất của ông như thế nào.

sob-stuff /'sɒbstʌf/ *dt (kng, thường xấu)* tác phẩm sầu thảm: *the idea of all that sob-stuff was to get me to lend her money* cái ý của toàn bộ câu chuyện sầu thảm đó là làm cho tôi cho bà ta mượn tiền.

Soc 1. *(vt của* Socialist) xã hội chủ nghĩa **2.** *(vt của* Society) hội; câu lạc bộ: *Amateur Drama Soc* câu lạc bộ kịch sĩ tài tử.

so-called /,səu'kɔ:ld/ *tt (thường thngũ)* [cái] gọi là: *where are so-called friends now?* những người được gọi là bạn của anh bây giờ ở đâu?; *the so-called people's capitalism* cái gọi là chủ nghĩa tư bản nhân dân.

soccer /'sɒkə[r]/ *dt (cg* **football, Association Football**) môn bóng đá *(là từ dùng ở Anh chủ yếu trên báo chí, truyền thanh và truyền hình, ở Mỹ là từ dùng thông dụng)*.

sociability /,səuʃə'biləti/ *dt* sự thích giao tiếp.

sociable¹ /'səuʃəbl/ *tt* thích đời sống xã hội; thích giao

tiếp: *a pleasant, sociable couple* một cặp vợ chồng dễ thương thích giao tiếp.

sociable² /'səuʃəbl/ *dt (Mỹ)* *nh* social².

sociably /'səuʃəbli/ *pht* [một cách] thích giao tiếp.

social¹ /'səuʃl/ *tt* **1.** [thuộc] xã hội: *social reforms* cải cách xã hội **2.** sống thành xã hội, sống thành đàn: *most bees are social insects* phần lớn loài ong là những sâu bọ sống thành đàn; *man is social animal* con người là một động vật sống thành xã hội **3.** kết giao bằng hữu và giải trí: *a busy social life* một cuộc sống kết giao bằng hữu bận rộn **4.** *nh* sociable¹: *he's not a very social person* ông ta không phải là một con người thích giao tiếp lắm.

social² /'səuʃl/ *dt (Mỹ cg* **sociable**) buổi họp mặt *(do một nhóm hay một câu lạc bộ tổ chức)*.

Social and Liberal Democrats /,səuʃl ən libərəl 'deməkræts/ *(vt* SLD) đảng Dân chủ tự do và xã hội *(thành lập năm 1988 ở Anh do sự hợp nhất của hai đảng Dân chủ xã hội và đảng Tự do)*.

social climber /,səuʃl 'klaimə[r]/ *(xấu)* người thích leo lên trong xã hội.

Social Democrats /,səuʃl-'deməkræts/ đảng Dân chủ xã hội, thành lập từ 1981 ở Anh, sau hợp nhất với đảng Tự do.

socialisation /,səuʃəlai'zeiʃn/ *dt x* socialization.

socialise /'səuʃəlaiz/ *dgt x* socialize.

socialism /'səuʃəlizəm/ *dt* chủ nghĩa xã hội.

socialist¹ /'səuʃəlist/ *dt* **1.** người theo chủ nghĩa xã hội

2. (*thường* Socialist) đảng viên đảng Xã hội.

socialist² /'səʊʃəlist/ *tt* xã hội chủ nghĩa.

socialistic /ˌsəʊʃə'listik/ *tt* thiên về xã hội chủ nghĩa: *some of her views are rather socialistic* một số quan điểm của cô ta có phần thiên về chủ nghĩa xã hội.

socialite /'səʊʃəlait/ *dt* (*đôi khi xấu*) người tai to mặt lớn trong xã hội.

socialization (*cg* **socialisation**) /ˌsəʊʃəlai'zeiʃn/, (*Mỹ* ˌsəʊʃəli'zeiʃn/ *dt* **1.** sự hòa nhập về mặt xã hội **2.** sự xã hội hóa.

socialize (*cg* **socialise**) /'səʊʃəlaiz/ *dgt* **1.** hòa nhập về mặt xã hội: *an opportunity to socialize with new colleagues* một cơ hội để hòa nhập về mặt xã hội với các bạn đồng nghiệp mới **2.** xã hội hóa.

socialized medicine /ˌsəʊʃəlaizd'medsn/ (*Mỹ*) nền y tế xã hội hóa.

socially /'səʊʃəli/ *pht* về mặt xã hội; bằng con đường giao tiếp xã hội: *I know him through work, but not socially* tôi quen biết ông ta qua công việc chứ không phải qua giao tiếp xã hội; *drinking within socially acceptable limits* uống rượu trong giới hạn xã hội có thể chấp nhận được.

social science /ˌsəʊʃl 'saiəns/ (*cg* **social studies**) khoa học xã hội.

social security /ˌsəʊʃlsi'kjəʊrəti/ (*Mỹ* **welfare**) trợ cấp xã hội: *he's on social security* anh ta đang hưởng trợ cấp xã hội.

social services /ˌsəʊʃl'sɜːvisiz/ (*snh*) cơ quan dịch vụ xã hội.

social studies /ˌsəʊʃl 'stʌdiz/ (*snh*) khoa học xã hội.

social work /ˌsəʊʃl'wɜːk/ công việc cứu trợ xã hội.

social worker /ˌsəʊʃl 'wɜːkə[r]/ người làm công tác cứu trợ xã hội.

societal /sə'saiətl/ *tt* [thuộc] xã hội.

society /sə'saiəti/ *dt* **1.** xã hội: *duties towards society* bổn phận đối với xã hội; *a danger to society* một mối nguy hiểm cho xã hội; *working class society* xã hội của những người thuộc tầng lớp lao động; *Islamic society* xã hội Hồi giáo **2.** sự giao du; sự kết bạn: *he avoided the society of others, preferring to be alone* nó tránh giao du với những người khác mà thích sống một mình **3.** xã hội thượng lưu: *society people* người ở xã hội thượng lưu **4.** đoàn thể; câu lạc bộ: *a drama society* câu lạc bộ kịch. // **the alternative society** *x* alternative; **a mutual admiration society** *x* mutual.

socio- *dạng kết hợp của* society, *của* social *x* socio-logy.

socio-economic /ˌsəʊsiəʊəkə'nɒmik/ *tt* kinh tế xã hội.

socio-economically /ˌsəʊsəʊəkə'nɒmikli/ *pht* về mặt kinh tế xã hội.

sociological /ˌsəʊsiə'lɒdʒikl/ *tt* [thuộc] xã hội học: *sociological theories* lý thuyết xã hội học.

sociologically /ˌsəʊsiə'lɒdʒikli/ *pht* về mặt xã hội học.

sociologist /ˌsəʊsiə'lɒdʒist/ *dt* nhà xã hội học.

sociology /ˌsəʊsi'ɒlədʒi/ *dt* xã hội học.

sock¹ /sɒk/ *dt* tất ngắn: *a pair of socks* một đôi tất ngắn. // **pull one's socks up** (*Anh, kng*) cố gắng, gắng

sức: *his teachers told him to pull his socks up, or he'd undoubtedly fail his exam* các thầy giáo của em bảo em phải gắng sức hơn nữa, nếu không chắc chắn em sẽ thi trượt; **put a sock in it** (*cũ, Anh, kng*) im đi, thôi làm ồn.

sock² /sɒk/ *dt* (*kng*) cú đấm: *give him a sock in the jaw!* cho nó một cú đấm vào hàm đi!.

sock³ /sɒk/ *dgt* đấm, thụi: *sock him in the jaw!* đấm vào hàm nó đi!. // **sock it to somebody** (*cũ, kng*) công kích ai mạnh mẽ; diễn đạt một cách mạnh mẽ: *the speaker really socked it to them* diễn giả thực sự đã công kích họ một cách mạnh mẽ.

socket /'sɒkit/ *dt* **1.** hốc: *the eye socket* hốc mắt **2.** ổ cắm [điện]: *a socket for an electric light bulb* ổ cắm đèn điện, phích cắm đèn điện.

socking /'sɒkiŋ/ *pht* (*Anh, kng*) hết sức: *it had grown into a socking great tree* cây đó đã mọc thành một cây hết sức to.

sod¹ /sɒd/ *dt* (*tu từ*) **1.** lớp đất mặt có cỏ mọc **2.** mảng đất mặt có cỏ: *sods newly placed on a grave* những mảng đất mặt có cỏ mới đắp lên một ngôi mộ.

sod² /sɒd/ *dt* (*Anh, lóng*) **1.** gã, thằng: *you stupid sod!* mày là một thằng ngu! **2.** ông, ông lão (*tỏ sự thương hại*): *the poor old sod got the sack yesterday* ông lão tội nghiệp đã bị sa thải hôm qua **3.** điều khó khăn, điều gây rắc rối: *what a sod this job is proving to be!* công việc này mới rắc rối làm sao!.

sod³ /sɒd/ *dgt* (-dd-) sod [it]! đồ khốn kiếp!, đồ chết tiệt!: *sod this radio! why won't it* *work?* đồ rađiô chết tiệt này! sao lại hỏng rồi?; *oh sod it, I've missed my train!* khốn kiếp! tớ lại nhỡ chuyến xe lửa rồi.

soda /'səʊdə/ *dt* **1.** *(hóa)* cacbonat natri **2.** *(cg* **soda-water)** nước xô đa *(giải khát): add some soda to the whisky, please* làm ơn cho thêm một ít xô-đa vào rượu uýt-ky **3.** *(cg* **soda pop)** *(Mỹ, kng)* nước xô đa ướp hương có ga *(có pha chanh, anh đào... để lấy hương): a glass of cherry soda* một cốc xô đa anh đào; *two lime sodas* hai cốc xô-đa chanh **4.** *(cg* **ice-cream soda)** kem xô-đa pha xi rô: *three strawberry sodas* ba cốc kem xô-đa pha xi-rô dâu tây.

soda-fountain /'səʊdə,-faʊntin/ *dt (Mỹ)* quầy bán giải khát có ga *(ở một cửa hàng).*

soda pop /'səʊdəpɒp/ *(Mỹ, kng)* x soda[3].

soda siphon /'səʊdə,saifn/ chai xì nước xô-đa.

soda-water /'səʊdə,wɔ:tə[r]/ *dt* nước xô-đa *(giải khát).*

sodden /'sɒdn/ *tt* **1.** sũng nước, ướt đẫm: *my shoes are sodden from walking in the rain* giày của tôi sũng nước do đi trong mưa **2.** *(trong từ ghép) drink-sodden* đần độn vì uống quá nhiều rượu.

sodding *tt (thngũ) (Anh, lóng)* chết tiệt; khốn kiếp: *why won't this sodding car start?* sao cái xe chết tiệt này lại đứng lại?

sodium /'səʊdiəm/ *dt (hóa)* natri.

sodium bicarbonate /,səʊdiəm bai'kɑ:bənət/ *(cg* **bicarbonate of soda, baking soda)** *(cg kng* **bicarb** /'baikɑ:b/) *(hóa)* bicacbonat natri.

sodium carbonate /,səʊdiəm'kɑ:bənət/ *(cg* **washing soda)** *(hóa)* cacbonat natri.

sodium chloride /,səʊdiəm'klɔ:raid/ *(hóa)* clorua natri, muối ăn.

sodium hydroxide /,səʊdiəmhai'drɒksaid/ *(cg* **caustic soda)** *(hóa)* hydroxit natri, xút.

sodomite /'sɒdəmait/ *dt (cũ)* người kê giao.

sodomy /'sɒdəmi/ *dt (cũ)* thói kê giao, tình dục đồng giới nam.

sofa /'səʊfə/ *dt* ghế sofa, tràng kỷ.

soft /sɒft, *(Mỹ)* sɔ:ft)/ *tt* **(-er, -est) 1.** mềm: *soft soil* đất mềm; *she likes a soft pillow* cô ta thích gối gối mềm **2.** mượt, mịn: *as soft as velvet* mượt như nhung; *soft skin* da mịn; *our cat has very soft fur* con mèo của chúng ta có bộ lông rất mượt **3.** *(thường thngũ)* dịu, nhạt *(áng sáng, màu sắc): a soft pink rather harsh red* màu hồng dịu hơn là đỏ gắt; *the soft glow of candle light* ánh nến dịu **4.** mờ, không rõ nét *(đường nét)* **5.** nhẹ *(gió): a soft sea breeze* một làn gió biển nhẹ **6.** dịu dàng *(âm thanh): in a soft voice* bằng giọng dịu dàng **7.** hòa nhã, từ tốn *(lời nói, câu trả lời...): his reply was soft and calm* lời đáp của anh ta hòa nhã và bình tĩnh **8.** *(on something, with somebody)* đôn hậu; nương nhẹ: *have a soft heart* có tấm lòng đôn hậu; *the teacher is too soft with his class, they're out of his control* thầy giáo quá nương nhẹ học sinh trong lớp mình dạy, ông không điều khiển nổi chúng nữa **9.** *(kng, xấu)* mềm yếu, thiếu kiên quyết: *don't be so soft, there's nothing to be afraid of* đừng có

mềm yếu thế, chẳng có gì phải sợ cả **10.** *(kng, xấu)* khờ khạo, ngốc nghếch, điên rồ: *soft in the head (kng)* điên rồ **11.** *soft on (about) somebody* phải lòng ai **12.** *(kng, xấu)* dễ dàng, không có vấn đề: *a soft job* một công việc dễ dàng mà lương cao **13.** *(ngôn)* mềm *(phụ âm)* **14.** không có rượu *(thức uống): would you like some wine or something soft?* anh dùng rượu hay thức uống không rượu thế? **15.** không chứa muối khoáng *(nước).*

softball /'sɒftbɔ:l/ *dt (thể)* môn bóng mềm.

soft-boiled /,sɒft'bɔild/ *tt* luộc lòng đào *(trứng).*

soft copy /'sɒft kɒpi/ bản sao phần mềm *(máy điện toán).*

soft currency /,sɒft 'kʌrənsi/ *(kté)* tiền yếu *(không đổi được ra vàng hoặc thứ tiền khác mạnh hơn).*

soft drug /'sɒftdrʌg/ ma túy nhẹ *(coi như không gây nghiện).*

soften /'sɒfn/ *(Mỹ* 'sɔ:fn)/ [làm cho] mềm đi; [làm cho] dịu đi: *curtains that soften the light* màn cửa làm cho ánh sáng dịu bớt. // **soften somebody up** a/ làm suy yếu *(một vị trí địch, bằng cách bắn phá, ném bom dữ dội)* b/ *(kng)* làm mềm lòng ai *(không cưỡng lại được lời mời mua thứ gì...).*

softener /'sɒfnə[r]/ *dt a* water softener chất mềm hóa nước cứng *(khử muối khoáng trong nước).*

soft fruit /'sɒftfru:t/ quả không có hột *(như quả dâu tây...).*

soft furnishings /,sɒft'fɜ:-niʃingz/ vải làm khăn màn.

soft-hearted /,sɒft'hɑ:tid/ *tt* dễ mềm lòng.

S

soft-heartedness /ˌsɔft'hɑ:tidnis/ *dt* tính dễ mềm lòng.

softie /'sɔfti, (*Mỹ* 'sɔ:fti)/ *dt nh* softy.

softish /'sɔftiʃ/ *tt* hơi mềm: *softish strawberry ice-cream* kem dâu hơi mềm.

soft landing /ˌsɔft'lændiŋ/ sự hạ cánh an toàn *(của con tàu vũ trụ xuống trái đất, mặt trăng...).*

softly /'sɔftli/ *pht* 1. [một cách] nhẹ nhàng, [một cách] dịu dàng: *speak softly* nói nhẹ nhàng; *softly shining lights* những ngọn đèn tỏa sáng dịu 2. [một cách] mềm yếu, [một cách] thiếu kiên quyết: *treating the children too softly* đối xử quá mềm yếu đối với lũ trẻ.

softness /'sɔftnis/ *dt* 1. tính mềm 2. tính dịu *(ánh sáng)* 3. tính dịu dàng 4. tính mềm yếu, tính thiếu kiên quyết.

soft option /ˌsɔft'ɒpʃn/ sự lựa chọn cái dễ hơn: *faced with such strong opposition, he took the soft option and give in to most of their demands* bị phản đối mạnh mẽ đến thế, ông ta dành lựa chọn giải pháp dễ hơn cả là nhượng bộ phần lớn những yêu sách của họ.

soft palate /sɔft'pælət/ (giải) vòm mềm.

soft-pedal /ˌsɔft'pedl/ *dgt* (-ll-, *Mỹ* -l-) hạ thấp tầm quan trọng; ra vẻ kém quan trọng: *the council are soft-pedalling their housing policy until the local elections* hội đồng coi thấp tầm quan trọng của chính sách nhà ở cho đến kỳ bầu cử địa phương.

soft porn /ˌsɔft'pɔ:n/ sách báo khiêu dâm nhẹ.

soft roe /ˌsɔft'rəʊ/ *dt nh* milt.

soft sell /ˌsɔft'sel/ sự bán hàng mời mọc nhẹ nhàng lịch sự.

soft shoulder /ˌsɔft'ʃəʊl-də[r]/ *(cg* **verge**) bờ mềm *(của một con đường, không thích hợp cho xe cộ chạy lên đấy).*

soft soap /ˌsɔft'səʊp/ *tt* xà phòng kem 2. lời phỉnh nịnh thuyết phục.

soft-soap /ˌsɔft'səʊp/ *dgt* *(kng)* nịnh mà thuyết phục *(ai)*: *she soft-soaped him into agreeing to help her* cô ta nịnh mà thuyết phục chàng bằng lòng giúp đỡ cô.

soft-spoken /ˌsɔft'spəʊ-kən/ *tt* có giọng nói dịu dàng.

soft spot /ˌsɔft spɒt/ lòng yêu mến đặc biệt: *he's a bit of a rogue, but I've got quite a soft spot for him* nó là một thằng hơi xỏ lá, nhưng tôi đặc biệt yêu mến nó.

soft touch /ˌsɔft'tʌtʃ/ *(kng)* người dễ gõ *(cho vay tiền hay giúp đỡ người khác một cách dễ dàng).*

software /'sɔftweə[r]/ *dt* phần mềm *(máy điện toán).*

softwood /'sɔftwʊd/ *dt* gỗ mềm *(như gỗ thông)*; cây gỗ mềm *(như cây thông...).*

soft *cg* **softie** /'sɔfti, (*Mỹ* sɔ:fti)/ *tt (kng)* 1. *(xấu)* người sức yếu 2. người tốt bụng; người đa cảm.

soggily /'sɒɡili/ *pht* 1. [một cách] sũng nước 2. [một cách] ỉu xìu.

sogginess /'sɒɡinis/ *dt* 1. sự sũng nước 2. sự ỉu xìu.

soggy /'sɒɡi/ *tt* (-ier; -iest) 1. sũng nước: *the ground was soggy after heavy rain* đất sũng nước sau cơn mưa to 2. *(thường xấu)* ỉu xìu: *soggy bread* bánh mì ỉu xìu.

soh /səʊ/ *dt (cg* **so, sol**) *dt (nhạc)* nốt xon.

soigné /'swɑ:njei, (*Mỹ* swɑ:'njei)/ *tt (cg* **soignée**) *(thường vị ngữ) (tiếng Pháp)* chải chuốt *(cách ăn mặc).*

soil[1] /sɔil/ *dt* đất: *alluvial soil* đất phù sa, đất bồi; *a man of the soil* con nhà nông; *one's native soil* quê cha đất tổ của mình; *born on British soil* sinh ra trên đất Anh.

soil[2] /sɔil/ *dgt* [làm] vấy bẩn: *this material soils easily* vải này dễ bẩn; *he refused to soil his hands* anh ta không chịu bẩn tay *(làm những việc phải bẩn tay).*

soirée /'swɑ:rei, (*Mỹ* swɑ:'rei)/ *dt* dạ hội.

sojourn[1] /'sɒdʒən, (*Mỹ* səʊ'dʒɜ:rn)/ *dgt* ở lại, lưu lại *(một thời gian)*: *he sojourned with a friend in Wales for two weeks* anh ta ở lại với một người bạn ở xứ Wales trong hai tuần.

sojourn[2] /'sɒdʒən, (*Mỹ* səʊ'dʒɜ:rn)/ *dt* sự ở lại, sự lưu lại *(trong một thời gian)*: *a sojourn of two weeks in the mountains* sự lưu lại hai tuần ở vùng núi.

sol /sɒl/ *dt nh* soh.

solace[1] /'sɒlis/ *dt* niềm khuây khỏa, niềm an ủi; sự khuây khỏa, sự an ủi: *his work has been a real solace to him* công việc là niềm khuây khỏa thực sự đối với anh ta.

solace[2] /'sɒlis/ *dgt* làm khuây khỏa, an ủi: *she was distracted with grief and refused to be solaced* chị ta quá đau buồn và không thiết những lời an ủi.

solar /'səʊlə[r]/ *tt (thngữ)* 1. [thuộc] mặt trời: *solar energy* năng lượng mặt trời 2. dùng năng lượng mặt trời: *solar-powered* chạy bằng năng lượng mặt trời.

solar cell /ˌsəʊləˈsel/ pin mặt trời.

solaria /səʊˈleərɪə/ *dt snh* của solarium.

solarium /səʊˈleərɪəm/ *dt* (*snh* **solariums** hoặc **solaria**) 1. nhà tắm nắng 2. giường tắm nắng.

solar plexus /ˌsəʊləˈpleksəs/ 1. (*giải*) đám rối dương 2. (*kng*) vùng dạ dày dưới xương sườn, vùng mạng mỡ: *a painful punch in the solar plexus* một cú thoi đau điếng vào mạng mỡ.

the solar system /ˈsəʊləˌsistəm/ thái dương hệ.

the solar year /ˌsəʊləˈjiə[r]/ năm mặt trời, năm dương lịch.

sold /səʊld/ *qk và đttqk* của sell[1].

solder[1] /ˈsɒldə[r], (*Mỹ* ˈsɒdər)/ *dt* hợp kim [để] hàn, chất hàn.

solder[2] /ˈsɒldə[r], (*Mỹ* ˈsɒdər)/ *dgt* hàn: *that electrical connection should be soldered* chỗ nối điện ấy phải hàn lại.

soldering-iron /ˈsɒldəriŋˌaiən/ *dt* mỏ hàn.

soldier[1] /ˈsəʊldʒə[r]/ *dt* lính, binh sĩ: *two soldiers, a sailor and a civilian* hai người lính, một thủy thủ và một thường dân.

soldier[2] /ˈsəʊldʒə[r]/ *dgt* **soldier on** dũng cảm tiếp tục (*mặc dù khó khăn*): *the walkers soldiered on although the weather was terrible* những người đi bộ vẫn dũng cảm tiếp bước mặc dù thời tiết khủng khiếp.

soldiering /ˈsəʊldʒəriŋ/ *dt* đời lính: *peacetime soldiering* đời lính thời bình.

soldier-like /ˈsəʊldʒəlaik/ *tt nh* soldierly.

soldierly /ˈsəʊldʒəli/ *tt* (*cg* **soldier-like**) giống lính, có vẻ lính: *a tall, soldierly man* một người to lớn, có vẻ lính; *a soldierly bearing* tác phong quân nhân.

soldier of fortune /ˌsəʊldɪəʌvˈfɔːtʃuːn/ (*cũ*) lính đánh thuê.

soldiery /ˈsəʊldʒəri/ *dt* (*dgt snh*) (*cũ*) toán quân (*thường là không hay ho gì*): *the undisciplined soldiery* toán quân vô kỷ luật; *brutal soldiery* toán quân tàn bạo.

sole[1] /səʊl/ (*snh* *kđổi* hoặc **soles**) (*động*) cá bơn.

sole[2] /səʊl/ *dt* 1. gan bàn chân 2. mặt dưới (*bít tất*); đế (*giày*): *holes in the soles of his socks* lỗ thủng ở mặt dưới bít tất anh ta; *the soles of his boots needed repairing* đế ủng của anh ta cần phải sửa rồi.

sole[3] /səʊl/ *dgt* (*thường ở dạng bị động*) đóng đế (*giày*): *have a pair of shoes soled and heeled* đóng đế và gót cho đôi giày.

sole[4] /səʊl/ *tt* (*thngữ*) độc nhất, duy nhất: *the sole surviver of the crash* người độc nhất sống sót sau vụ đụng xe; *we have the sole right to sell this range of goods* chúng tôi có độc quyền bán loại hàng này.

solecism /ˈsɒlisizəm/ *dt* 1. lỗi cú pháp 2. điều lỗi lầm trong xử thế.

-soled (*yếu tố tạo tt ghép*) có đế như thế nào đấy: *rubber-soled boots* ủng có đế cao su.

solely /ˈsəʊli/ *pht* 1. độc nhất, duy nhất, một mình; *solely responsible* một mình chịu trách nhiệm 2. chỉ: *solely because of you* chỉ vì anh.

solemn /ˈsɒləm/ *tt* 1. nghiêm nghị: *solemn faces* những bộ mặt nghiêm nghị 2. nghiêm túc: *a solemn* pledge lời cam kết nghiêm túc 3. long trọng, trọng thể; trịnh trọng: *he was received with solemn ceremonies* ông ta được đón tiếp với nghi lễ trọng thể.

solemnisation /ˌsɒləmnaiˈzeiʃn, (*Mỹ* ˌsɒləmniˈzeiʃn)/ *dt nh* solemnization.

solemnise /ˈsɒləmnaiz/ *dgt nh* solemnize.

solemnity /səˈlemnəti/ 1. sự long trọng, sự trọng thể; sự trịnh trọng: *the solemnity of the procession* sự trọng thể của đám rước 2. (*thường snh*) nghi lễ trọng thể; nghi thức: *the Queen was crowned with all solemnity (all the proper solemnity)* nữ hoàng đăng quang với đầy đủ các nghi lễ trọng thể.

solemnization /ˌsɒləmnaiˈzeiʃn, (*Mỹ* ˌsɒləmniˈzeiʃn)/ *dt* cử hành theo nghi thức.

solemnize /ˈsɒləmnaiz/ *dgt* cử hành (*đặc biệt là hôn lễ*) theo nghi thức: *solemnize a marriage in church* cử hành hôn lễ ở nhà thờ theo nghi thức.

solemnly /ˈsɒləmli/ *pht* [một cách] trịnh trọng: "*I have some distressing news for you*" *he began solemnly* "tôi có tin buồn cho anh đây!" anh ta trịnh trọng mở đầu.

solemness /ˈsɒləmnis/ *dt* tính chất long trọng, tính chất trọng thể; tính chất trịnh trọng.

solenoid /ˈsəʊlənɔid/ *dt* (*điện*) xolenoit.

sol-fa /ˌsɒlˈfɑː, (*Mỹ* ˌsəʊlˈfɑː/ *dt* (*cg* **tonic sol-fa**) phương pháp xướng âm (*khi dạy hát*).

solicit /səˈlisit/ *dgt* 1. khẩn khoản, nài xin: *solicit favours* nài xin ân huệ 2. gạ gẫm, chài khách (*gái điếm*).

S

solicitor /sə'lisitə[r]/ *dt* **1.** *(Anh)* cố vấn pháp luật, luật sư **2.** *(Mỹ)* công chứng viên **3.** người đi vận động *(bỏ phiếu...).*

Solicitor-General /sə,lisitə'ʒenrəl/ *dt (snh* **Solicitors-General)** *(Anh)* phó chưởng lý.

solicitous /sə'lisitəs/ *tt* quan tâm lo lắng; lo âu: *solicitous enquiries about her health* những lời hỏi han quan tâm lo lắng đến sức khỏe của cô ta.

solicitously /sə'lisitəsli/ *pht* [một cách] quan tâm lo lắng; [một cách] lo âu: *he always inquired most solicitously about your health* anh ta luôn luôn hỏi han lo lắng về sức khỏe của anh.

solicitude /sə'lisitjuːd, *(Mỹ* sə'lisituːd/ *dt* (+ for, about) sự quan tâm lo lắng: *the solicitude of a caring husband for his wife* sự quan tâm lo lắng của một người chồng chu đáo đối với vợ mình.

solid¹ /'sɒlid/ *tt* **1.** rắn, đặc: *solid state* thể rắn; *solid tyre* lốp đặc; *solid fuels* nhiên liệu rắn *(như than, củi...)* **2.** thuần khiết, đồng nhất: *of solid silver* toàn bằng bạc; *solid colour* đồng màu; *a solid vote* cuộc bỏ phiếu nhất trí **3.** vững chắc, rắn chắc, chắc nịch: *a solid house* ngôi nhà vững chắc **4.** có cơ sở, đáng tin cậy: *a good solid worker* một công nhân tốt đáng tin cậy; *solid arguments* lý lẽ có cơ sở **5.** nhất trí: *the miners were solid on this issue* thợ mỏ nhất trí về vấn đề này **6.** liền *(không đứt quãng):* *sleep ten solid hours (ten hours solid)* ngủ liền mười tiếng đồng hồ **7.** *(toán)* lập thể, khối: *solid figure* hình

khối; *solid geometry* hình học không gian. // **as solid as a rock** vững như bàn thạch.

solid² /'sɒlid/ *dt* **1.** chất rắn, vật rắn: *rice is a solid, milk is a liquid* gạo là một chất rắn, sữa là một chất lỏng; *the baby is not yet taking solids* cháu bé chưa ăn được thức ăn ở thể rắn **2.** *(toán)* hình khối: *a cube is a solid* hình lập phương là một hình khối.

solidarity /,sɒli'dærəti/ *dt* sự đoàn kết; tình đoàn kết: *national solidarity in the face of danger* sự đoàn kết dân tộc trước mối hiểm họa.

solidification /sə,lidifi'keiʃn/ *dt* sự đặc lại, sự rắn lại, sự đông đặc.

solidify /sə'lidifai/ *dgt* (-fied) [làm cho] đặc lại, [làm cho] rắn lại, [làm] đông đặc: *if you leave it in a cool place, the jelly will solidify* nếu anh để vào chỗ lạnh thì thịt nấu đông ấy sẽ đặc lại; *the new law has had the effect of solidifying opposition to the government* đạo luật mới có tác dụng kết tụ sự chống đối với chính phủ.

solidity /sə'lidəti/ *dt (cg* **solidness)** **1.** trạng thái rắn: *the solidity of a metal* trạng thái rắn của một kim loại **2.** tính vững chắc, tính rắn chắc: *the solidity of a building* tính vững chắc của một tòa nhà **3.** tính cơ sở, tính vững vàng: *the solidity of an argument* tính vững vàng của một lý lẽ.

solidly /'sɒlidli/ *pht* [một cách] vững chắc **2.** [một cách] liên tục: *it rained solidly for three hours* trời mưa liên tục ba tiếng đồng hồ **3.** nhất trí: *we are solidly united on this issue* chúng

tôi đoàn kết nhất trí về vấn đề này.

solidness /'sɒlidnis/ *dt snh* solidity.

solid-state /,sɒlid'steit/ *tt* [thuộc] mạch rắn: *a solid-state amplifier* bộ khuếch đại mạch rắn.

solidi /,sɒlidai/ *dt snh* của solidus.

solidus /'sɒlidəs/ *dt (snh* **solidi)** nét gạch nghiêng *(như trong 4/5).*

soliloquize, soliloquise /sə'liləkwaiz/ *dgt* độc thoại.

soliloquy /sə'liləkwi/ *dt* sự độc thoại; đoạn độc thoại.

solipsism /'sɒlipsizəm/ *dt (triết)* thuyết duy ngã.

solitaire /,sɒli'teə[r], *(Mỹ* 'sɒliteər)/ *dt* **1.** trò chơi phá trận **2.** [đồ trang sức chỉ một] viên đá quí độc nhất *(thường là kim cương):* *a solitaire diamond* viên kim cương nạm độc nhất.

solitarily /'sɒlitrəli, *(Mỹ* ,sɒli'terəli)/ *pht* **1.** [một cách] đơn độc **2.** [một cách] cô đơn; [một cách] hẻo lánh **3.** chỉ một, duy nhất.

solitary¹ /'sɒlitri, *(Mỹ* 'sɒliteri)/ *tt* **1.** đơn độc, cô đơn: *lead a solitary life* sống [một cuộc sống] cô đơn; *one solitary tree grew on the mountainside* một cây đơn độc mọc trên sườn núi **2.** hẻo lánh, khuất nẻo: *a solitary valley* một thung lũng khuất nẻo **3.** chỉ một, duy nhất: *can you give me one solitary piece of proof for what you say?* anh ta có thể cho tôi một bằng cứ, chỉ một thôi, về những điều anh đã nói không?

solitary² /'sɒlitri, *(Mỹ* 'sɒliteri)/ *dt* **1.** *(kng)* nh solitary confinement: *he's in solitary for the weekend* nó bị giam riêng vào xà lim vào dịp cuối tuần **2.** người ở ẩn, ẩn sĩ.

solitary confinement /ˌsɒlitri kən'fainmənt/ sự giam riêng vào xà lim.

solitude /'sɒlitjuːd, (Mỹ 'sɒlituːd)/ dt cảnh cô đơn: *live in solitude* sống trong cảnh cô đơn.

solo¹ /'səʊləʊ/ dt (snh solos) **1.** bài diễn đơn (nhạc, vũ): *sing a solo* đơn ca **2.** chuyến bay một mình: *the trainee pilot flew his first solo today* hôm nay viên phi công tập sự thực hiện chuyến bay một mình đầu tiên **3.** lối chơi bài xolo.

solo² /'səʊləʊ/ tt (thngữ), pht **1.** một mình, đơn độc: *a solo attempt* một cố gắng đơn độc **2.** diễn đơn: *sing solo* đơn ca.

soloist /'səʊləʊist/ dt người diễn đơn, người đơn ca.

solstice /'sɒlstis/ dt (thiên) [điểm] chí: *summer solstice* hạ chí (21 tháng 6 ở bắc bán cầu); *winter solstice* đông chí (22 tháng 12 ở bắc bán cầu).

solubility /ˌsɒljuˈbiləti/ dt tính hòa tan được.

soluble /'sɒljʊbl/ tt **1.** có thể hòa tan, hòa tan được: *tablets soluble in water* những viên thuốc hòa tan được trong nước **2.** có thể giải quyết: *problems that are not readily soluble* những vấn đề không giải quyết.

solution /səˈluːʃn/ dt **1.** giải pháp: *she can find no solution to her financial troubles* chị ta không tìm ra giải pháp cho những khó khăn về tài chính của mình; *problems that defy solution* những vấn đề nan giải **2.** sự hòa tan; dung dịch: *the solution of sugar in tea* sự hòa tan đường trong nước trà; *a solution of salt in water* dung dịch muối trong nước.

solvable /'sɒlvəbl/ tt có thể giải quyết được: *problems that are not immediately solvable* những vấn đề không thể giải quyết ngay được.

solve /sɒlv/ dgt **1.** giải, tìm ra đáp án (cho một vấn đề...): *solve a mathematical equation* giải một phương trình toán học **2.** tìm ra cách giải quyết, tháo gỡ: *help me to solve my financial troubles* hãy giúp tôi tháo gỡ các khó khăn về tài chính với.

solvency /'sɒlvənsi/ dt khả năng chi trả.

solvent¹ /'sɒlvənt/ tt **1.** (thường vi ngữ) có khả năng chi trả; không mắc nợ: *he's never solvent* hắn chẳng bao giờ có khả năng chi trả **2.** có khả năng hòa tan: *the solvent action of water* tác dụng hòa tan của nước.

solvent² /'sɒlvənt/ dt dung môi: *water is the commonest solvent* nước là dung môi thông thường nhất.

sombre (Mỹ **somber**) /'sɒmbə[r]/ tt **1.** sẫm màu; u ám: *sombre clothes* quần áo sẫm màu; *a sombre January day* một ngày tháng giêng u ám **2.** buồn bã; ảm đạm: *a sombre expression on his face* vẻ buồn bã trên gương mặt anh ta; *a sombre picture of the future of this world* một bức tranh ảm đạm về tương lai của thế giới.

sombrely /'sɒmbəli/ pht **1.** [một cách] sẫm màu; [một cách] u ám **2.** [một cách] buồn bã, [một cách] ảm đạm.

sombreness /'sɒmbənis/ dt **1.** sự sẫm màu; sự u ám **2.** sự buồn bã; sự ảm đạm.

sombrero /sɒmˈbreərəʊ/ dt (snh **sombreros**) mũ mềm rộng vành (bằng dạ hay bằng rơm của người Mê-hi-cô).

some¹ /sʌm/ đht (dùng trong câu khẳng định, hoặc trong câu hỏi với ý chờ đợi một câu trả lời là có) **1.** [một] ít: *would you like some milk in your tea?* anh có thích một ít sữa vào trà không?; *may I offer you some tea?* tôi mời anh ít trà, được không? **2.** vài ba, mấy: *some children were playing in the park* vài ba đứa trẻ đang chơi trong công viên; *didn't you borrow some records of mine?* anh mượn mấy cái đĩa hát của tôi phải không?

some² /sʌm/ đht **1.** một số: *some modern music sounds harsh and tuneless* một số nhạc hiện đại nghe chói tai và chẳng du dương chút vào **2.** [số lượng] nhiều: *the fire went on for quite some time before it was brought under control* lửa cháy một thời gian dài trước khi được kiềm chế **3.** (dùng với dt số ít) [người] nào đó, [vật] nào đó; *some man at the door is asking to see you* ngoài cửa có một người đàn ông nào đó xin gặp ông **4.** (dùng với số) khoảng: *he spent some twelve years of his life in Africa* ông ta đã sống khoảng mười hai năm ở châu Phi; *some thirty people attended the funeral* khoảng ba mươi người đã dự tang lễ.

some³ /sʌm/ dt một ít, vài: *there's some [more] in the pot* trong bình còn một ít nữa; *some of the money was stolen* một ít tiền đã bị lấy cắp **2.** phần (trong số); một số: *thirty people came, some stayed until the end but*

S

many left early ba mươi người đã đến, một số ở lại đến cuối nhưng nhiều người đã bỏ về sớm; *some of the students had done their homework but most hadn't* một số sinh viên đã làm bài tập ở nhà nhưng số lớn chưa làm.

-some *(tiếp tố)* **1.** *(tạo tt từ dt và đgt)* thích; hay: *meddlesome* thích bắng nhắng; *quarrelsome* hay gây gổ **2.** *(tạo dt từ những con số)* nhóm *(với số lượng nào đó):* *threesome* nhóm ba người.

somebody /'sʌmbədi/ *dt (cg* **someone**) **1.** người nào đó, ai đó; *there's somebody at the door* có ai đó ở ngoài cửa **2.** người quan trọng: *he thinks he's really somebody* anh ta nghĩ rằng anh ta là người thực sự quan trọng.

someday /'sʌmdei/ *pht (cg* **some day**) một ngày nào đó; một lúc nào đó: *someday we'll be together* một ngày nào đó chúng ta sẽ ở bên nhau.

somehow /'sʌmhaʊ/ *(Mỹ cg* **someway**) *pht* **1.** bằng cách nào đó, bằng cách này hay cách khác; *somehow we must get to Hanoi* bằng cách này hay cách khác chúng ta phải đến Hà Nội **2.** vì lý do này khác, chẳng hiểu vì sao *somehow I don't feel I can trust him* chẳng hiểu vì sao tôi thấy không thể tin nó.

someone /'sʌmwʌn/ *dt nh* somebody.

someplace /'sʌmpleis/ *pht (Mỹ) nh* somewhere.

somersault¹ /'sʌməsɔːlt/ *dt* sự lộn nhào; cái nhảy lộn nhào.

somersault² /'sʌməsɔːlt/ *đgt* nhảy lộn nhào.

something /'sʌmθiŋ/ *dt* **1.** cái gì đó; điều gì đó: *there's* *something under the table* có cái gì đó dưới bàn; *I want something to eat* tôi muốn ăn cái gì đó **2.** điều đáng chú ý, điều có ý nghĩa *there's something in what he says* có điều đáng chú ý trong những gì nó nói. // **or something** *(kng)* hay cái gì đó đại loại như thế; *she's writing a dictionary or something* bà ta đang soạn một cuốn từ điển hay cái gì đại loại như thế; **something like [a] somebody (something)** a/ cái gì đó gần giống như: *the ceremony was something like a christening* lễ này cũng gần giống như lễ rửa tội b/ khoảng [chừng]: *he earns something like £35000* ông ta kiếm được khoảng 35000 bảng; **something like it** gần như là đạt, gần như là mong muốn; *that something like it* thế là đạt rồi đấy; **something of a something** ở mức độ nào đó: *she found herself something of a celebrity* ở một mức độ nào đó bà ta thấy mình cũng có chút tiếng tăm.

sometime¹ /'sʌmtaim/ *pht (cg* **some time**) một lúc nào đó: *phone me sometime next week* tuần tới một lúc nào đó nhớ gọi điện thoại cho tôi nhé.

sometime² /'sʌmtaim/ *tt (thngữ)* trước kia, nguyên [là]: *sir Ba, [the] sometime chairman of the board of governors* ông Ba, nguyên chủ tịch ban quản trị.

sometimes /'sʌmtaimz/ *pht* đôi khi, đôi lúc; lúc thì; *he sometimes writes to me* đôi lúc anh ta có viết thư cho tôi; *it's sometimes hot and sometimes cold* thời tiết lúc nóng lúc lạnh.

someway /'sʌmwei/ *pht (Mỹ, kng) nh* somehow.

somewhat /'sʌmwɒt, (Mỹ* sʌmhwɒt)/ *pht* hơi; khá là: *I am somewhat surprised to see him* tôi hơi ngạc nhiên khi gặp anh ta.

somewhere¹ /'sʌmweə[r], (Mỹ* 'sʌmhweər)/ *(Mỹ cg* **someplace**) *pht* **1.** đâu đó: *he lives somewhere near us* anh ta sống ở đâu đó gần chúng ta **2.** khoảng chừng: *somewhere between 40 and 60 students* khoảng 40 và 60 sinh viên. // **or somewhere** hay đâu đó: *I'd like to go away, perhaps to Greece or somewhere* tôi muốn đi xa, có thể là Hy Lạp hay đâu đó.

somewhere² /'sʌmweə[r], (Mỹ* 'sʌmhweər)/ *dt* chỗ nào đó: *I know somewhere you can eat Chinese food* tôi biết có chỗ có thể ăn món ăn Trung Quốc.

somnambulism /sɒm'næmbjʊlizəm/ *dt (y)* sự miên hành, sự mộng du.

somnambulist /sɒm'næmbjʊlist/ *dt (y)* người miên hành, người mộng du.

somnolence /'sɒmnələns/ *dt* sự buồn ngủ; sự ngủ gật.

somnolent /'sɒmnələnt/ *tt* **1.** buồn ngủ, ngủ gật: *feeling rather somnolent after a large lunch* cảm thấy buồn ngủ sau một bữa trưa ăn nhiều **2.** gây buồn ngủ, như ru ngủ: *the noise of the stream had a pleasantly somnolent effect* tiếng suối chảy có tác dụng ru ngủ thật dễ chịu.

somnolently /'sɒmnələntli/ *pht* [một cách] gật gà.

son /sʌn/ *dt* **1.** con trai: *I have a son and two daughters* tôi có một con trai và hai con gái; *sons of the tribe going out to hunt* những chàng trai của bộ lạc đi săn; *one of France's most* *famous sons* một người con [trai] nổi tiếng nhất của nước Pháp **2.** con, cậu bé, *(tiếng xưng hô với một thanh niên ít tuổi): "what's the matter with you, son?" asked the doctor* ông bác sĩ hỏi: có chuyện gì vậy cậu bé? *"what is it you want to tell me, my son?" asked the priest* vị tu sĩ hỏi: "con cần thưa điều gì với cha thế?" **3. the son** Chúa Con, Chúa Jesus; *the Father, the Son, the Holy Spirit* Cha, Con và Thánh Thần. // **like father, like son** cha nào con nấy; **the Son of God, the Son of Man** Chúa Jesus.

sonar /'səʊnɑ:[r]/ *dt* **1.** sự định vị dưới nước **2.** trạm thủy âm.

sonata /sə'nɑ:tə/ *dt (nhạc)* bản xonat.

son et lumiè re /'sɒneilu:-'mjeə[r]/ *(tiếng Pháp)* hội thánh đăng *(dùng âm thanh và ánh sáng để diễn lại sự tích một nơi, một sự cố...): son et lumière in the grounds of a ruined abbey* hội thánh đăng trên phế tích của một tu viện.

song /sɒŋ, *(Mỹ* sɔ:ŋ)/ **1.** bài hát, bài ca: *a beautiful love song* một bài tình ca hay **2.** sự hát; tiếng hát: *burst into song* cất cao tiếng hát **3.** tiếng hót: *the song of the birds* tiếng hót của chim. // **for a song** *(kng)* với giá rất rẻ: *this table was going for a song at the market* cái bàn này ở chợ giá rất rẻ; **sing a different song** *x* sing; **wine, women and song** *x* wine.

song and dance /'sɒŋ ən 'dɑ:ns/ *(kng)* sự làm ầm ĩ lên *(thường là một cách không cần thiết): there's no need to make such a song and dance about a tiny scratch on the car* một vết

xước nhỏ xíu ở trên xe thì có gì mà phải làm ầm ĩ lên thế.

songbird /'sɒŋbɜ:d/ *dt* chim hót *(như chim họa mi...).*

song-book /'sɒŋbʊk/ *dt* tập bài hát *(có cả nhạc và lời): children's song-book* tập bài hát của trẻ em.

songster /'sɒŋstə[r]/ *dt* **1.** *(cũ)* người hát, ca sĩ **2.** chim hót.

songstress /'sɒŋstris/ *dt (cũ)* nữ ca sĩ.

songwriter /'sɒŋraitə[r]/ *dt* người sáng tác bài hát.

sonic /'sɒnik/ *tt (thường dùng trong từ ghép)* [thuộc] âm thanh.

sonic barrier /,sɒnik'bæriə[r]/ *nh* sound barrier.

sonic boom /,sɒnik'bu:m/ tiếng nổ [khi máy bay] vượt tốc độ âm thanh.

son-in-law /'sʌninlɔ:/ *dt* con rể.

sonnet /'sɒnit/ *dt* thơ xone *(14 câu, mỗi câu 10 âm tiết): Shakespeare's sonnets* những bài thơ xone của Shakespeare.

sonny /'sʌni/ *dt (kng)* con, cu con *(tiếng xưng hô thân mật của người lớn tuổi đối với một cậu bé, một thanh niên); better go home to your mother, sonny* này cu con về nhà với mẹ đi thì hơn.

son-of-a-bitch /sʌnəvə'bitʃ/ *dt (lóng)* đồ chó đẻ: *I'll kill that son-of-a-bitch when I get my hands on him* tôi sẽ giết thằng chó đẻ ấy khi nào tôi tóm được nó!

sonority /sə'nɒrəti, *(Mỹ* sə'nɔ:rəti)/ *dt* độ kêu; độ vang *(của âm thanh).*

sonorous /'sɒnərəs, *cg* sə-'nɔ:rəs/ *tt* kêu, vang *(âm thanh): a sonorous voice* giọng vang; *a sonorous bell*

cái chuông vang; *a sonorous style* giọng văn kêu.

sonorously /'sɒnərəsli, *cg* sə'nɔ:rəsli/ *pht* [một cách] kêu, [một cách] vang.

soon /su:n/ *pht* **1.** chẳng bao lâu nữa, chẳng mấy chốc nữa; ngay: *we shall soon be home* chẳng mấy chốc nữa chúng ta sẽ có mặt ở nhà; *we shall be home quite soon now* chúng ta sẽ có mặt ở nhà ngay bây giờ đây **2.** *(thường ở dạng the sooner... the sooner...)* sớm; *must you leave so soon?* anh phải ra đi sớm thế à?; *she will be here sooner than you expect* chị ta sẽ có mặt ở đây sớm hơn anh tưởng; *the sooner you leave, the sooner you'll be home* anh ra đi càng sớm, anh về đến nhà càng sớm. // **as soon as** *(dùng như một lt)* ngay khi: *I'll tell him as soon as I see him* tôi sẽ bảo anh ta ngay khi tôi gặp anh ấy; **[just] as soon do something (as do something)** vừa muốn làm điều này, vừa muốn làm điều khác; *I'd [just] as soon stay home as go for a walk* tôi vừa muốn ở nhà vừa muốn đi dạo một vòng; tôi ở nhà cũng được mà đi dạo một vòng cũng được; **least said soonest mended** *x* least; **no sooner said than done** làm ngay, thực hiện ngay *(lời hứa, lời yêu cầu...);* **no sooner... than** ngay khi, ngay sau khi; *he had no sooner (no sooner had he) arrived he was asked to leave again* ngay khi anh ta vừa đến (anh ta vừa đến) là đã bị bảo đi ngay; **soon after (somebody, something)** ngay sau: *he arrived soon after three* nó tới ngay sau lúc ba giờ; *they left soon after we did* họ đi ngay sau khi chúng tôi ra đi; *I rang for a taxi*

and it arrived soon after tôi gọi xe tắc xi và nó đến ngay sau đó; **the sooner the better** càng sớm càng tốt; **sooner or later** sớm hay muộn, sớm muộn gì cũng: *if you cheat, you'll be found out sooner or later* nếu anh lừa đảo thì sớm muộn gì cũng sẽ bị phát hiện ra thôi; **sooner do something [than do something]** thà... còn hơn...; **speak too soon** x speak.

soot¹ /sut/ *dt* bồ hóng, nhọ nồi, muội.

soot² /sut/ *dgt* (+ up) *(thường ở dạng bị động)* phủ bồ hóng, dính nhọ nồi.

soothe /su:ð/ *dgt* **1.** an ủi, dỗ dành: *soothe a crying baby* dỗ một đứa bé đang khóc **2.** làm dịu, làm đỡ [đau]: *soothe somebody's toothache* làm đỡ đau răng cho ai; *this will help to soothe your sunburn* cái này sẽ giúp làm dịu chỗ da cháy nắng của anh.

soothing /su:ðiŋ/ *tt* **1.** an ủi, dỗ dành: *a soothing voice* giọng nói dỗ dành **2.** làm dịu, làm đỡ [đau]: *a soothing lotion* thuốc rửa làm dịu đau.

sooth-sayer /'su:θseiə[r]/ *dt* *(cổ)* thầy bói; nhà tiên tri.

sooty /'suti/ **1.** đầy bồ hóng, dính nhọ nồi **2.** [có] màu bồ hóng; [có] màu mun: *a sooty cat* con mèo mun.

sop¹ /sɒp/ *dt* **1.** *(số ít)* vật biếu *(để lấy lòng người, để xoa dịu cơn giận)*: *offered as a sop to his anger* biếu để xoa dịu cơn giận của ông ta **2.** mẩu bánh mì nhúng nước *(nước sữa, nước súp, trước khi ăn hay nấu nướng)*.

sop² /sɒp/ *dgt* (-pp-) sự nhúng nước *(nói về bánh mì...)*. // **sop something up** thấm *(một chất lỏng với vật*

gì)*: *sop up the water with a sponge* thấm nước với một miếng bọt biển *(để bề mặt nguyên có nước khô đi)*.

sophism /'sɒfizəm/ *dt* lời ngụy biện, lối ngụy biện.

sophist /'sɒfist/ *dt* nhà ngụy biện.

sophisticate /sə'fistikeit/ *dt* *(thường mỉa)* người sõi đời, người sành sỏi.

sophisticated /sə'fistikei-tid/ *tt* **1.** sõi đời, sành sỏi, sành: *a sophiticated woman* một phụ nữ sõi đời; *sophisticated tastes* những thị hiếu rất sành **2.** tinh xảo, tinh vi: *sophisticated devices used in spacecraft* những thiết bị tinh xảo dùng trên tàu vũ trụ; *a sophisticated argument* một lý lẽ tinh vi.

sophistication /sə,fisti'keiʃn/ *dt* sự tinh xảo; sự tinh vi: *the sophistication of modern aircraft* sự tinh xảo của máy bay hiện đại.

sophistry /'sɒfistri/ *dt* **1.** phép ngụy biện: *he won the argument by sophistry* anh ta thắng trong cuộc tranh luận nhờ ngụy biện **2.** điều ngụy biện: *the sophistries of the discussion* những điều ngụy biện trong cuộc thảo luận.

sophomore /'sɒfəmɔ:[r]/ *dt* *(Mỹ)* sinh viên năm thứ hai.

soporific¹ /,sɒpə'rifik/ *tt* gây ngủ: *a soporific drug* thuốc [gây] ngủ; *a soporific speech* bài nói nghe mà buồn ngủ.

soporific² /,sɒpə'rifik/ *dt* thuốc ngủ.

soporifically /,sɒpə'rifikli/ *pht* [một cách] buồn ngủ.

soppily /'sɒpili/ *pht* [một cách] ủy mị, [một cách] ướt át.

soppiness /'sɒpinis/ *dt* sự ủy mị, sự ướt át.

sopping /'sɒpiŋ/ *tt, pht* ướt sũng, sũng ướt: *your clothes are sopping [wet]* quần áo của anh ướt sũng cả rồi.

soppy /'sɒpi/ *tt* **1.** *(kng, xấu)* ủy mị, ướt át: *a soppy girl* cô gái ủy mị; *a soppy love story* câu chuyện tình ướt át **2.** (+ about) rất thích, rất yêu: *she's just soppy about animals* chị ta rất thích các giống vật.

soprano /sə'prɑ:nəʊ, *(Mỹ* sə'prænəʊ)/ *dt (nhạc)* (snh **sopranos**) **1.** giọng nữ cao **3.** bè giọng nữ cao **4.** nhạc cụ giọng nữ cao.

soprano /sə'prɑ:nəʊ, *(Mỹ* sə'prænəʊ)/ *pht* với giọng nữ cao: *she sing soprano* chị ta hát giọng nữ cao.

sorbet /'sɔ:bei, 'sɔ:bət/ *dt* *(Mỹ* **sherbet**) xê cố *(kem nước trái cây)*.

sorcerer /'sɔ:sərə[r]/ *dt* (cg **sorceress**) thầy phù thủy.

sorceress /'sɔ:səris/ *dt* mụ phù thủy.

sorcery /'sɔ:səri/ *dt* phép phù thủy.

sordid /'sɔ:did/ *tt (xấu)* **1.** bẩn thỉu, nhớp nhúa: *a sordid slum* nhà ổ chuột bẩn thỉu; *living in sordid poverty* sống trong cảnh nghèo nàn bẩn thỉu **2.** đê tiện: *a sordid affair* một việc đê tiện; *sordid motives* động cơ đê tiện.

sordidly /'sɔ:didli/ *pht* **1.** [một cách] bẩn thỉu; [một cách] nhớp nhúa **2.** [một cách] đê tiện.

sordidness /'sɔ:didnis/ *pht* **1.** sự bẩn thỉu, sự nhớp nhúa **2.** sự đê tiện.

sore¹ /sɔ:[r]/ *tt* **1.** đau: *a sore knee* đầu gối đau; *a sore throat* cổ họng đau; *my leg is still very sore* chân tôi vẫn còn đau lắm; *she's a bit sore after the accident* sau tai nạn chị ta hãy còn đau **2.** *(thường vị ngữ)* sore at somebody *(kng, Mỹ)* tức tối, giận; *she feels sore about not being invited to the party* chị ta cảm thấy tức tối vì không được mời dự tiệc; *is she still sore at you?* cô ta có còn giận cậu không? **3.** *(cũ)* nghiêm trọng, ác liệt: *in sore distress* đau buồn một cách ác liệt, vô cùng đau buồn. // **like a bear for sore eyes** *x* bear¹; **a sight for sore eyes** *x* sight¹; **a sore point** điều nhức nhối, vấn đề làm chạm lòng: *I wouldn't ask him about his job interview it's rather a sore point with him at the moment* tôi sẽ không hỏi anh ta về cuộc phỏng vấn xin việc của anh lúc này điều đó có thể làm anh ta chạm lòng; **stand (stick) out like a sore thumb** nổi bật một cách chướng mắt: *the modern office block sticks out like a sore thumb among the old buildings in the area* khối nhà hiện đại của cơ quan nổi bật một cách chướng mắt giữa những tòa nhà cũ kỹ trong vùng.

sore² /sɔː[r]/ *dt* chỗ đau: *the poor animal was covered in (with) sore* con vật tôi nghiệp ấy mình đầy chỗ đau.

sorely /sɔːli/ *pht* vô cùng, hết sức: *your financial help is sorely needed* sự giúp đỡ về mặt tài chính của anh là hết sức cần thiết.

soreness /sɔːnis/ *dt* sự đau đớn, sự nhức nhối: *the soreness of his skin* sự nhức nhối ở da của anh ta.

sorghum /sɔːgəm/ *dt (thực)* lúa miến.

sorority /səˈrɒrəti, *(Mỹ* səˈrɔːrəti)/ *dt* [hội viên] hội phụ nữ *(của sinh viên ở một số trường đại học).*

sorrel¹ /ˈsɒrəl, *(Mỹ* sɔːrəl)/ rau chút chít.

sorrel² /ˈsɒrəl, *(Mỹ* ˈsɔːrəl)/ *dt* **1.** màu nâu đỏ **2.** ngựa hồng: *the sorrel easily won the race* con ngựa hồng đã dễ dàng thắng cuộc đua.

sorrel³ /ˈsɒrəl, *(Mỹ* ˈsɔːrəl)/ *tt* [có màu] nâu đỏ: *a sorrel coat* chiếc áo khoác màu nâu đỏ.

sorrow¹ /ˈsɒrəʊ/ *dt* **1.** sự buồn rầu, sự buồn phiền, sự đau buồn: *express sorrow for having done wrong* buồn phiền vì đã làm điều sai; *to the sorrow of all those who were present* trước sự đau buồn của tất cả những người có mặt **2.** điều đau buồn; nỗi bất hạnh: *her death was a great sorrow to everyone* cái chết của chị ta là một điều đau buồn cho mọi người; *he has had many sorrows in his life* anh ta đã trải qua nhiều nỗi bất hạnh trong đời. // **drown one's sorrows** *x* drown; **more in sorrow than in anger** đáng tiếc hơn là đáng trách: *it was more in sorrow than in anger that he criticized his former colleague* anh ta phê phán đồng nghiệp cũ, thật là đáng tiếc hơn là đáng trách.

sorrow² /ˈsɒrəʊ/ *đgt* (+ over, at, for) buồn rầu, buồn phiền, đau buồn: *sorrowing over his child's death* đau buồn về con chết.

sorrowful /ˈsɒrəʊfl/ *tt* buồn rầu, buồn phiền, đau buồn: *her face was anxious and sorrowful* mặt cô ta lộ vẻ lo âu và đau buồn.

sorrowfully /ˈsɒrəʊfəli/ *pht* [một cách] buồn rầu, [một cách] buồn phiền, [một cách] đau buồn.

sorrowfulness /ˈsɒrəʊflnis/ *dt* sự buồn rầu, sự buồn phiền, sự đau buồn.

sorry¹ *tt* **1.** buồn; tiếc; hối tiếc: *I'm sorry to say that I won't be able to accept the job* tôi rất tiếc phải nói là tôi không thể nhận công việc ấy; *we're sorry to hear of your father's death* chúng tôi rất đau buồn nghe tin bố anh mất; *aren't you sorry for (about) what you've done?* anh có hối tiếc về những gì anh đã làm không? *"can you lend me a pound?" I'm sorry, I can't* "anh cho tôi mượn một bảng?" rất tiếc là tôi không thể; *sorry!* xin lỗi! **2.** *(thngữ)* (-ies; -iest) *(thường xấu)* tồi, thiểu não, đáng thương: *a sorry sight* một cảnh đáng thương; *in sorry clothes* ăn mặc thiểu não. // **be (feel) sorry for somebody** a/ thông cảm với ai: *I feel sorry for anyone who has to drive in this sort of weather* tôi thông cảm với những ai phải lái xe trong thời tiết như thế này b/ thương hại ai, thấy tiếc cho ai: *if he doesn't realize the consequences of his actions, I'm sorry for him* nếu anh ta không nhận ra hậu quả của những việc làm của mình thì tôi thấy tiếc cho anh ta lắm; **better safe than sorry** *x* better²; **cut a fine (poor, sorry...) figure** *x* figure¹.

sorry² /ˈsɒri/ *tht* **1.** *(dùng để xin lỗi)* xin lỗi: *sorry, I don't know where she lives* xin lỗi, tôi không biết cô ta ở đâu **2.** *(dùng để yêu cầu người lặp lại câu vừa nói):* *"I'm hungry" "sorry?" "I said I'm hungry"* "tôi đói bụng" "xin anh lặp lại cho, tôi nghe không rõ" "tôi đã nói tôi đói bụng".

S

sort¹ /sɔːt/ *dt* **1.** loại, hạng, thứ: *what sort of paint are you using?* anh dùng thứ sơn gì đấy?; *a new sort of bicycle* một loại xe đạp mới; *people of every sort and kind* người đủ hạng **2.** (số ít) (*kng*) loại nhân vật; gã; người: *he's not a bad sort really* anh ta thực ra không phải là một gã tồi. // **it takes all sorts [to make a world]** trăm người trăm nết; **nothing of the kind (sort)** x kind²; **of the sort (of sorts)** (*kng, xấu*) [thuộc] loại kém, [thuộc] loại tồi; *it's a painting of sorts, but hard to describe* ấy là một bức tranh tồi, nhưng khó mà mô tả lắm; **a sort of something** (*kng*) ý niệm mơ hồ, cảm giác không giải thích được: *I had a sort of feeling he wouldn't come* tôi có cảm giác là anh ta sẽ không đến; **out of sorts** (*kng*) a/ cảm thấy khó ở b/ bực tức; **sort of** (*kng*) phần nào: *I sort of thought this might happen* tôi phần nào nghĩ rằng điều này có thể xảy ra; *I feel sort of queasy* tôi cảm thấy phần nào buồn nôn.

sort² /sɔːt/ *đgt* sắp xếp, xếp loại, phân hạng: *we must sort out the good apples from the bad* chúng ta phải phân hạng táo tốt với táo xấu; *sort ore* tuyển quặng. // **sort out the men from the boys** cho thấy (chứng tỏ) ai là người thật sự dũng cảm (*thực sự có năng lực...*): *climbing that mountain will certainly sort out the men from the boys* leo ngọn núi ấy chắc hẳn sẽ cho ta thấy ai thực sự dũng cảm; **sort something out** (*lóng*) a/ tách ra, chọn riêng ra: *sort out the smaller plants and throw them away* chọn riêng các cây nhỏ nhất và vứt đi b/ (*kng*) sắp xếp cho có thứ tự: *this room needs sorting out* phòng này cần được sắp xếp cho có thứ tự; **sort something (oneself) out** tìm [ra] cách giải quyết: *I'll leave you to sort this problem out* tôi sẽ để anh tự mình tìm cách giải quyết vấn đề ấy; *let's leave them to sort themselves out* ta hãy để tự họ giải quyết lấy; **sort somebody out** (*lóng*) cho ai một trận: *I'll soon sort him out, just let me get my hands on him* để tôi tóm được hắn đã, tôi sẽ cho nó một trận; **sort through something** sắp xếp lại hết; *sort through a pile of old photographs* sắp xếp lại hết cả đống ảnh cũ.

sorter /ˈsɔːtə[r]/ *dt* người phân hạng, người chia chọn (*thư từ, bưu ảnh*): *an automatic sorter* máy chia chọn (*thư từ, bưu ảnh*).

sortie /ˈsɔːtiː/ *dt* **1.** (*quân*) sự phá vòng vây **2.** (*quân*) lần xuất kích (*của máy bay*): *his first sortie into politics was unsuccessful* (*bóng*) lần xuất quân đầu tiên của anh ta vào trường chính trị đã không thành công **3.** sự đi ra ngoài một lát: *a sortie into the city centre to do some shopping* sự đi một lát vào trung tâm thành phố để mua sắm vài thứ.

SOS /ˌesəʊˈes/ *dt* (số ít) **1.** hiệu báo nguy (*phát từ tàu thủy, máy bay...*): *send an SOS to the coastguard* phát hiệu báo nguy tới đồn gác biển **2.** hiệu cấp báo (*trên đài, để tìm người thân của một người ốm nặng...*): *we heard the SOS about Ban's father on the car radio* chúng tôi nghe hiệu cấp báo về bố của Ban qua rađio xe hơi; *our daughter sent us an SOS for some more money* (*đùa*) con gái chúng ta gửi cho chúng ta hiệu cấp báo xin một ít tiền nữa.

so-so /ˌsəʊˈsəʊ/ *tt* (*vị ngữ*), *pht* tàm tạm: *"what was the exam like?" "so-so"* "thi cử ra sao?" "tàm tạm thôi".

sort-out /ˈsɔːtaʊt/ *dt* sự sắp xếp cho có thứ tự: *the room's very untidy, it needs a good sort-out* gian phòng rất bừa bãi, cần sắp xếp lại cho có thứ tự.

sot /sɒt/ *dt* (*cổ, xấu*) kẻ nát rượu: *her drunken sot of a husband* ông chồng nát rượu của chị ta.

sottish /ˈsɒtɪʃ/ *tt* (*cổ, xấu*) nát rượu.

sotto voce /ˌsɒtəʊˈvəʊtʃi/ *tt*, *pht* (*tiếng Ý, kng*) nói thầm; thì thầm: *they were passing sotto voce remarks while he gave his talk* chúng nó nhận xét thì thầm với nhau trong khi ông ta nói chuyện.

sou /suː/ *dt* [đồng] xu: *he hasn't a sou* nó không có lấy một xu.

soubriquet /ˈsuːbrikei/ *dt nh* sobriquet.

soufflé /ˈsuːflei, (*Mỹ* suː-ˈflei/) *dt* món trứng phồng bỏ lò.

sough¹ /sʌf, (*Mỹ* saʊ)/ *đgt* rì rào; xào xạc (*như tiếng gió thổi qua lá cây*).

sough² /sʌf, (*Mỹ* saʊ)/ *dt* tiếng rì rào; tiếng xào xạc (*của gió*).

sought /sɔːt/ *qk và đttqk* của seek.

soul¹ /səʊl/ *dt* **1.** linh hồn: *do you believe in the immortality of the soul?* anh có tin rằng linh hồn là bất tử hay không? **2.** tâm hồn, hồn: *he is a man without a soul* anh ta là một người không có tâm hồn; *a very polished performance, but without a soul* một buổi trình diễn rất trau chuốt nhưng không có hồn **3**. *(số ít) the soul of something* kiểu mẫu hoàn hảo *(về một đức tính...)*: *he is the soul of discretion* anh ta là một kiểu mẫu hoàn hảo về tính thận trọng **4**. âm hồn *(của người đã chết)*, vong hồn: *All Soul's Day* ngày lễ Vong hồn *(ngày 2 tháng 11)* **5**. người; đứa bé: *there wasn't a soul to be seen* không thấy bóng một người nào cả; *a dear old soul* một người già đáng mến; *she's a cheery little soul* cô ta là một cô bé vui vẻ **6**. *(cg* **soul music**) nhạc xun *(nhạc dân gian của người da đen)*: *a soul singer* ca sĩ nhạc xun. // **bare one's soul (heart)** *x* bare²; **body and soul** *x* body; **heart and soul** *x* heart; **keep body and soul together** *x* body; **the life and soul of something** *x* life; **sell one's soul** *x* sell; **upon my soul!** *(cũ)* ủa! *(tỏ sự ngạc nhiên, sự sửng sốt).*

soul² /səʊl/ *tt (Mỹ)* [thuộc] người da đen; [của] người da đen: *x* **soul food**.

soul brother /'səʊlbrʌ ðə[r]/ (*c* **soul sister**) *(Mỹ, kng)* người anh em da đen *(tiếng người thanh niên da đen gọi những người có cách suy nghĩ giống họ).*

soul-destroying /'səʊldi- ˌstrɔiiŋ/ *tt* nhàm chán: *soul-destroying jobs in the factory* những công việc nhàm chán trong nhà máy.

soul food /'səʊlfu:d/ món ăn truyền thống của người da đen *(ở miền Nam nước Mỹ).*

soulful /'səʊfl/ *tt* đầy tâm hồn, có hồn, gây xúc cảm: *soulful music* nhạc có hồn.

soulfully /'səʊlfəli/ *pht* [một cách] đầy tâm hồn; [một cách] gây xúc cảm: *soulfully*

playing the guitar chơi đàn ghita một cách xúc cảm.

soulfulness /'səʊflnis/ *dt* tính chất đầy tâm hồn; khả năng gây xúc cảm.

soulless /'səʊllis/ *tt* **1**. không có tâm hồn *(người)* **2**. không hồn, tẻ nhạt, vô vị *(công việc, đời sống).*

soullessly /'səʊllisli/ *pht* **1**. [một cách] không có tâm hồn *(người)* **2**. [một cách] không hồn, [một cách] tẻ nhạt, [một cách] vô vị *(công việc).*

soul mate /'səʊlmeit/ bạn tâm giao.

soul music /'səʊlmju:zik/ *x* soul¹ 6.

soul-searching /'səʊlsɜ:tʃiŋ/ *dt* sự tự thẩm vấn kỹ càng, sự đắn đo suy xét: *after days of soul-searching he finally came to the decision to leave home* sau nhiều ngày đắn đo suy xét, anh ta cuối cùng đi đến quyết định rời khỏi gia đình.

soul-stirring /'səʊlstɜ:riŋ/ *tt* kích động: *soul-stirring music* nhạc kích động.

sound¹ /saʊnd/ *tt* **1**. tốt; khỏe mạnh: *have sound teeth* có bộ răng tốt; *have a sound mind* có bộ óc lành mạnh **2**. có cơ sở; vững; hợp lý: *a sound argument* lý lẽ có cơ sở; *a sound advice* lời khuyên có lý **3**. *(thường thngữ)* ra trò: *a sound thrashing* trận đòn ra trò **4**. tài giỏi; công phu và chắc tay: *a sound tennis player* người chơi quần vợt tài giỏi: *a sound piece of writing* một tác phẩm công phu và chắc tay **5**. *(thường thngữ)* say, ngon *(giấc ngủ)*: *be a sound sleeper* là người ngủ say; *a sound night's sleep* một đêm ngủ ngon. // **safe and sound** *x* safe¹; **[as] sound as a bell** a/ không có bệnh *(người)* b/

trong tình trạng hoàn hảo *(vật)*; **sound in wind and limb** *(cổ hoặc đùa)* tráng kiện: *remarkably sound in wind and limb for his age* còn đặc biệt tráng kiện ở độ tuổi của ông ta.

sound² /saʊnd/ *pht* be (fall) **sound asleep** ngủ ngon lành.

sound³ /saʊnd/ *dt* **1**. âm thanh; tiếng: *sound travels more slowly than light* âm thanh di chuyển chậm hơn ánh sáng; *the sound of the wind* tiếng gió thổi; *I heard a strange sound outside* tôi đã nghe một tiếng lạ ở bên ngoài **2**. *(số ít)* ấn tượng; cảm tưởng: *from the sound of it, I'd say the matter was serious* qua ấn tượng của việc đó, tôi nghĩ là vấn đề nghiêm trọng đấy **3**. tầm nghe: *within the sound of a bell* trong tầm nghe của tiếng chuông. // **like (be fond of) the sound of one's own voice** *(xấu)* nói huyên thiên: *she's much too fond of the sound of her own voice* cô ta nói huyên thiên.

sound⁴ /saʊnd/ *dgt* **1**. nghe [như]; nghe [có vẻ như]: *his voice sounds hoarse* giọng anh ta nghe khàn khàn; *his explanation sounds reasonable* lời giải thích của anh ta nghe có lý; *she sounds just the person we need for the job* cô ta có vẻ đúng là người chúng ta cần cho công việc này **2**. [làm] kêu, thổi *(kèn...)*, đánh, rung *(chuông...)*; kêu vang: *sound a trumpet* tiếng trompet; *the trumpet sounded* tiếng trompet kêu vang; *the bell is sounded every hour* chuông được rung giờ một, chuông điểm từng giờ **3**. nổi hiệu: *sound the alarm* nổi hiệu báo động; *sound the retreat* nổi hiệu rút lui **4**. phát âm:

S

you don't sound the "h" in "hour" anh đừng phát âm con chữ "h" trong "hour"; *the "b" in "dumb" isn't sounded* con chữ "b" trong "dumb" không được phát âm **5.** vỗ, gõ *(để căn cứ vào tiếng phát ra mà kiểm tra, chẩn đoán): sound a person's chest* gõ lên ngực [để chẩn đoán bệnh]; *sound the wheels of a train* gõ bánh xe lửa để kiểm tra. // **strike (sound) a false note** x false; **strike (sound) a note [of something** x note¹; **sound off [about something]** *(ngữ, xấu)* nói bô bô: *he's always sounding off about how well he would manage the firm* lúc nào ông ta cũng bô bô về cách ông ta điều hành tốt công ty này.

sound⁵ /saʊnd/ *đgt* **1.** dò *(độ sâu của biển...)* **2.** đo mực nước *(trong khoang tàu).* // **sound somebody out [about (on) something]** thăm dò *(ý kiến, quan điểm): have you sounded him out yet about taking the job?* anh đã thăm dò xem anh ta có nhận công việc này hay chưa?; *I'll try to sound the manager on the question of holidays* tôi sẽ thăm dò ý kiến giám đốc về vấn đề kỳ nghỉ.

sound⁶ /saʊnd/ *dt (địa)* eo biển: *Plymouth Sound* eo biển Plymouth.

sound archives /ˌsaʊnd-ˈaːkaivz/ sưu tập âm lưu trữ: *sưu tập những bài phát thanh được xem là quan trọng lưu trữ lại ở một đài phát thanh): the BBC sound archives* sưu tập âm lưu trữ của đài BBC.

sound barrier /ˈsaʊnd-bæriə[r]/ *(cg* **sonic barrier)** hàng rào âm thanh: *break the sound barrier* vượt hàng

rào âm thanh, di chuyển nhanh hơn âm thanh.

sound effects /ˈsaʊnd ifekts/ *(snh)* hiệu lực tạp thanh *(âm thanh ngoài tiếng nhạc và lời đối thoại như tiếng ô tô chạy, tiếng sấm... tạo ra để quay phim...): the sound effects of the fight were very good in that radio play* hiệu lực tạp thanh của cuộc chiến đấu trong vở kịch phát thanh ấy được bố trí rất tốt.

-sounding /ˈsaʊndiŋ/ *(yếu tố tạo tt ghép)* nghe [như], nghe [có vẻ]: *a grand-sounding name* một cái tên nghe rất kêu.

sounding-board /ˈsaʊndiŋ bɔːd/ *dt* **1.** màn hướng âm *(ở sân khấu...)* **2.** nơi công bố: *the magazine became a sounding-board of its editors' political beliefs* tạp chí ấy đã trở thành nơi công bố quan điểm chính trị của các biên tập viên tạp chí.

sounding line /ˈsaʊndiŋlain/ dây dò sâu *(đáy sông, biển...).*

sounding rod /ˈsaʊndiŋ rɒd/ que đo mực nước *(trong khoang tàu).*

soundings /ˈsaʊndiŋz/ *dt snh* **1.** độ sâu dò được: *underwater soundings* độ sâu dò được dưới nước **2.** sự thăm dò *(ý kiến);* kết quả thăm dò: *our soundings are displayed in the form of a graph* kết quả thăm dò của chúng tôi được trình bày dưới dạng một đồ thị.

soundless /ˈsaʊndlis/ *tt* không có tiếng động.

soundlessly /ˈsaʊndlisli/ *pht* không gây tiếng động: *he crept soundlessly into the room* nó bò vào phòng không một tiếng động.

soundly /ˈsaʊndli/ *pht* **1.** ngon giấc *(ngủ): sleep*

soundly ngủ ngon giấc **2.** ra trò, tơi bời: *we were soundly beaten at chess* chúng tôi đã bị thua cờ tơi bời **3.** có cơ sở, [một cách] vững: *a soundly based argument* một lý lẽ rất có cơ sở.

soundness /ˈsaʊndnis/ *dt* **1.** sự khỏe mạnh **2.** sự có cơ sở, sự vững: *the soundness of her advice* sự có cơ sở trong lời khuyên của cô ta **3.** sự công phu: *the soundness of her performance* sự công phu trong buổi trình diễn của cô ta.

soundproof¹ /ˈsaʊndpruːf/ *tt* tiêu âm, triệt âm: *soundproof material* vật liệu tiêu âm.

soundproof² /ˈsaʊndpruːf/ *đgt* [làm cho] tiêu âm *(một gian phòng).*

sound-recording /ˈsaʊndrikɔːdiŋ/ *dt* sự thu âm.

soundtrack /ˈsaʊndtræk/ *dt* **1.** dải ghi âm *(ở mép phim)* **2.** phần thu nhạc *(từ phim...): I've bought the soundtrack of that film* tôi đã mua được băng thu nhạc của bộ phim ấy.

sound-wave /ˈsaʊndweiv/ *dt* sóng âm.

soup¹ /suːp/ *dt* xúp, canh: *will you have some soup before the meat course?* anh có dùng một ít xúp trước món thịt không?. // **in the soup** *(kng)* lúc khó khăn, lúc rắc rối: *if your Mum finds out what you've done, you'll really be in the soup* nếu mẹ anh mà biết anh đã làm gì thì anh thực sự gặp rắc rối đấy.

soup² /suːp/ *đgt* **soup something up** *(chủ yếu dùng ở dạng bị động) (kng)* cải tiến: *a souped-up old mini* chiếc xe mini cũ được cải tiến.

soupçon /ˈsuːpsɒn, *(Mỹ* suːpˈsɒn)/ *dt (số ít)* soupçon *of something (đôi khi đùa)* một tí chút: *a soupçon of garlic in the salad* một tí chút tỏi trong món xà lách; *a soupçon of malice in his remark* một tí chút ác ý trong lời nhận xét của anh ta.

soup-kitchen /'su:pkitʃin/ nơi lĩnh chẩn *(của người nghèo vô gia cư).*

soup spoon /'su:pspu:n/ thìa súp.

sour¹ /saʊə[r]/ *tt* **1.** chua: *this apple is really sour* quả táo này chua thật; *the milk turned sour* sữa đã trở chua **2.** bẳn tính; chanh chua: *what a sour face she has!* con mẹ ấy mặt mới chanh chua làm sao!. // **go (turn) sour** xấu đi, trở nên khó chịu: *their relationship soon went sour* mối quan hệ của họ đã sớm xấu đi.

sour² /saʊə[r]/ *đgt* **1.** [làm cho] trở nên chua, [làm cho] chua ra: *the hot weather soured the milk* trời nóng đã làm sữa chua ra **2.** [làm cho] trở nên bẳn tính, [làm cho] trở nên chanh chua: *the old man has been soured by poverty* ông lão vì nghèo khó mà trở nên bẳn tính.

source /sɔ:s/ *dt* **1.** nguồn; nguồn gốc: *where is the source of the Red River?* nguồn sông Hồng ở đâu?; *news from a reliable source* tin từ một nguồn đáng tin cậy; *is that well the source of all the cases of infection?* có đúng cái giếng đó là nguồn gốc của mọi ca lây nhiễm không? **2.** *(snh)* tài liệu gốc: *he cited many sources for his book* ông ta đã dẫn nhiều tài liệu gốc mà ông đã sử dụng để viết cuốn sách của ông. // **at source** từ đầu: *is water polluted at source or further*

downstream? nước bị ô nhiễm từ đầu nguồn hay về sau trên dòng chảy?

sour cream /,saʊə'kri:m/ *(cg* **soured cream)** kem chua *(do có cho thêm vi khuẩn, dùng chế món ăn).*

sour grapes /,saʊə'greips/ *(snh)* nho xanh chẳng đáng miệng người phong lưu: *he says he didn't want to marry her anyway, but that's just sour grapes* hắn nói dù sao thì hắn cũng không muốn cưới cô ta, nhưng đó chẳng qua chỉ là cách nói nho xanh chẳng đáng miệng người phong lưu mà thôi.

sourdough /'saʊədəʊ/ *dt (Mỹ)* **1.** bột nhào lên men *(để làm bánh mì)* **2.** người tìm vàng dày dạn *(ở bắc Canada hay Alaska).*

sourly /'saʊəli/ *pht* **1.** [một cách] chua **2.** [một cách] bẳn tính; [một cách] chanh chua.

sourness /'saʊənis/ *dt* **1.** sự chua, tính chua: *the sourness of the fruit* tính chua của trái cây **2.** sự bẳn tính, sự chanh chua: *the sourness of her expression* vẻ chanh chua trên nét mặt cô ta.

sourpuss /'saʊəpʊs/ *dt (kng)* người bẳn tính, người cáu bẳn: *she's an old sourpuss* bà ta là một mụ già cáu bẳn.

souse /saʊs/ *đgt* **1.** *(kng)* giầm nước; rưới nước lên **2.** *(chủ yếu ở dạng bị động)* giầm nước muối *(cá)*; giầm giấm.

soused /saʊst/ *tt (vị ngữ) (lóng)* say rượu.

south¹ /saʊθ/ *dt* **1.** *(vt* **S***, Mỹ cg* **So)** phương nam, hướng nam, phía nam: *the window faces south* cửa sổ nhìn ra hướng nam; *the wind is in the south today* hôm nay gió nam *(thổi từ phương*

nam) **2. the South** *(số ít)* a/ miền Nam: *in the South of France* ở miền Nam nước Pháp b/ các bang đông nam của Hoa Kỳ.

south² /saʊθ/ *tt (thngữ) (cg* **South)** nam: *South America* Nam Mỹ; *on the south coast* ở bờ biển phía nam; *a south wind* gió nam *(thổi từ hướng nam).*

south³ /saʊθ/ *pht* về hướng nam: *the ship was sailing due south* con tàu chạy đúng hướng nam. // **down south** *(kng)* về phía nam; ở miền nam: *go down south for a few days* đi về phương nam vài ngày; *they used to live in Scotland but they moved down south* họ vốn sống ở Tô Cách Lan nhưng đã chuyển về miền Nam.

South African /,saʊθ'æfrikən/ *tt* [thuộc] Nam Phi.

southbound /'saʊθbaʊnd/ *tt* đi về phương nam: *a southbound train* đoàn tàu chạy về phương nam; *swallows southbound for the winter* chim nhạn bay về phương nam để qua đông.

south-east *(cg* **South-East)** /,saʊθ'i:st/ *dt, tt, pht* miền đông nam, [về] hướng đông nam, [từ] đông nam: *live in the South-East* sống ở miền đông nam; *a south-east wind* gió đông nam; *a house facing south-east* ngôi nhà hướng đông nam.

southeaster /,saʊθ'i:stə[r]/ *dt* gió đông nam.

south-easterly /,saʊθ'i:stəli/ *tt* **1.** [từ] đông nam: *a south-easterly air flow* một luồng gió đông nam **2.** ở đông nam; về phía đông nam: *rain will spread to south-easterly regions by tomorrow morning* khoảng sáng ngày mai mưa sẽ tràn tới các miền đông nam.

S

south-eastern /ˌsaʊθˈiːs-tən/ tt [thuộc] miền đông nam, [từ] miền đông nam: *the south-eastern states of the US* những bang miền đông nam Hoa Kỳ.

southeastward /ˌsaʊθˈiːst-wəd/ tt đi về hướng đông nam: *in a southeastward direction* đi về hướng đông nam.

southeastwards /ˌsaʊθ-ˈiːstwədz/ pht (cg **southeastward**) về hướng đông nam: *sailing southeastwards* đi thuyền buồm về hướng đông nam.

southerly /ˈsʊðəli/ tt, pht **1.** [thổi từ phía] nam (gió): *southerly breezes* những ngọn gió nam nhẹ **2.** về hướng nam: *the plane flew off in a southerly direction* chiếc máy bay bay về hướng nam.

southerly /ˈsʊðəli/ dt (thường snh) gió nam: *warm southerlies* gió nam nóng ấm.

Southern, southern /ˈsʌðən/ tt ở miền nam, [thuộc] miền nam *the Southern hemisphere* bán cầu nam; *southern Europe* Nam Âu.

southerner /ˈsʌðənə[r]/ dt người miền nam (nhất là người miền nam Hoa Kỳ).

southern lights /ˌsʌðən ˈlaɪts/ nam cực quang.

southernmost /ˈsʌðən-məʊst/ tt cực nam: *the southernmost point of an island* điểm cực nam của một hòn đảo.

southpaw /ˈsaʊθpɔː/ dt (kng) người thuận tay trái.

the South Pole /ˌsaʊθ ˈpəʊl/ (địa) Nam cực.

southward /ˈsaʊθwəd/ tt đi về hướng nam: *a southward journey* một chuyến đi về hướng nam.

southwards /ˈsaʊθwədz/ pht (cg **southward**) về hướng nam: *we sailed southwards* chúng tôi đi thuyền buồm về hướng nam.

south-west (cg South-West) /ˌsaʊθˈwest/ dt, tt, pht miền tây nam; [về] hướng tây nam; [từ] tây nam: *travel south-west* đi về hướng tây nam; *stand facing south-west* đứng quay mặt về hướng tây nam; *south-west wind* gió tây nam; *live in the south-west of a country* sống ở miền tây nam một nước.

southwester /ˌsaʊθˈwestə[r]/ dt (cg **sou'wester**) gió tây nam.

south-westerly /ˌsaʊθˈwes-təli/ tt **1.** [từ] tây nam (gió) **2.** ở tây nam, về phía tây nam.

south-western /ˌsaʊθwes-tən/ tt [thuộc miền] tây nam; [từ] miền tây nam.

southwestwards /ˌsaʊθ-ˈwestwədz/ pht (cg **southwest-ward**) về hướng tây nam: *sailing southwestwards* đi thuyền buồm về hướng tây nam.

souvenir /ˌsuːvəˈnɪə[r]/, (Mỹ 'suːvənɪər/) dt vật kỷ niệm, quà lưu niệm: *a souvenir shop for tourists* cửa hàng bán đồ lưu niệm cho khách du lịch.

sou'wester /ˌsaʊˈwestə[r]/ dt **1.** mũ không thấm nước (vành rộng ra phía sau, che cả gáy) **2.** (cg **southwester**) gió tây nam.

sovereign¹ /ˈsɒvrɪn/ tt **1.** tối cao (quyền hành): *sovereign power* quyền tối cao **2.** (thngữ) có chủ quyền: *a sovereign state* một nước có chủ quyền (thngữ) **3.** thần hiệu, tuyệt diệu: *a sovereign remedy* phương thuốc thần hiệu.

sovereign² /ˈsɒvrɪn/ dt **1.** quốc vương, vua, hoàng đế, nữ hoàng **2.** đồng xovơren (tiền vàng cổ của Anh, có giá trị bằng một bảng).

sovereignty /ˈsɒvrənti/ dt **1.** quyền tối cao **2.** chủ quyền: *respect an island's sovereignty* tôn trọng chủ quyền của một hòn đảo.

soviet /ˈsəʊviət, ˈsɒviət/ dt **1.** xô viết: *the Supreme Soviet* xô viết tối cao **2. the Soviets** (snh) (Mỹ) nhân dân Liên Xô (cũ); giới lãnh đạo Liên Xô (cũ).

Soviet /ˈsəʊviət, ˈsɒviət/ tt [thuộc] Liên Xô (cũ); xô viết: *the Soviet Union* Liên Xô (cũ); *Soviet Russia* nước Nga Xô Viết.

sow¹ /saʊ/ dt lợn cái, lợn nái.

sow² /səʊ/ đgt (**sowed; sown** hoặc **sowed**) **1.** gieo hạt: *sow a field with wheat* gieo lúa mì lên một cánh đồng; *sow cabbage seed in pots* gieo hạt cải bắp trong chậu **2.** *sow something [in something]* gieo [rắc]: *sow doubt in somebody's mind* gieo mối nghi ngờ trong đầu ai; *sow the seeds of hatred* gieo rắc mầm mống hận thù. // **sow one's wild oats** chơi bời phóng túng: *he sowed all his wild oats before he married* anh ta chơi bời rất phóng túng khi còn chưa lập gia đình.

sower /ˈsəʊə[r]/ dt **1.** người gieo hạt **2.** người gieo [rắc]: *a sower of discontent among the people* người gieo mối bất bình trong nhân dân.

sown /səʊn/ đttqk của sow².

soya bean /ˈsɔɪəbiːn/ dt (Mỹ cg **soy bean**) đậu nành, đậu tương: *soya oil* dầu đậu nành; *soya flour* bột đậu nành; *soya milk* sữa đậu nành.

soya sauce /ˌsɔiə'sɔːs/ (*cg* **soy sauce**) xì dầu.

soy bean /'sɔibiːn/ *dt (Mỹ)* *nh* soya bean.

soy sauce /ˌsɔi'sɔːs/ *nh* soya sauce.

sozzled /'sɒzld/ *tt (kng)* say bí tỉ: *he got absolutely sozzled at the Christmas party* anh ta say bí tỉ ở bữa tiệc mừng Giáng sinh.

sp (*vt của* spelling) chính tả.

spa /spɑː/ *dt (trong các địa danh là* **Spa***)* suối nước khoáng; nơi có suối nước khoáng: *spa water* nước khoáng; *Cheltenham Spa* suối nước khoáng Cheltenham.

space¹ /speis/ *dt* **1.** khoảng [trống]; chỗ [trống]: *the space between words* khoảng trống giữa các từ; *there's a space here for your signature* ở đây có chỗ cho anh ký đây; *we were separated by a space of ten feet* chúng tôi cách nhau một khoảng mười bộ; *there isn't much space left for your luggage* không còn nhiều chỗ cho hành lý của anh đâu; *there isn't enough space in the classroom for thirty desks* lớp học này không đủ chỗ kê ba mươi cái bàn **2.** bãi đất: *open spaces for children to play on* những bãi đất trống để trẻ em chơi đùa **3.** khoảng không, không gian: *he was staring into space* nó nhìn chằm chằm vào khoảng không **4.** vũ trụ: *travel through spaces to other planets* du hành trong vũ trụ đến các hành tinh khác **5.** (*thường số ít*) khoảng thời gian: *in the space of two hours* trong khoảng thời gian hai tiếng. // **cramped for room (space)** *x* cramp².

space² /speis/ *đgt* (+ out) đặt cách nhau, để cách nhau: *space out the posts three metres apart* đặt các trụ cách nhau ba mét; *space the rows 10 inches apart* sắp các hàng cách nhau 10 inso.

space-age /'speiseidʒ/ *tt (kng)* ở thời đại du hành vũ trụ; rất hiện đại: *space-age equipment* thiết bị rất hiện đại.

space-bar /'speisbɑː[r]/ *dt* thanh cách chữ (*ở máy chữ*).

spacecraft /'speiskrɑːft/ *dt (snh kđổi)* (*cg* **spaceship**) tàu vũ trụ.

spaced out /'speistˌaʊt/ *tt (kng)* lơ mơ (*vì tác dụng của một thứ thuốc đã uống*).

space heater /'speis hiːtə[r]/ máy sưởi buồng.

space invaders trò chơi chống quân xâm nhập từ ngoài vũ trụ (*chống không cho xâm nhập trái đất*).

spaceman /'speismæn/ (c **spacewoman**) nhà phi hành vũ trụ, phi hành gia.

space-probe /'speisprəʊb/ (*cg* **probe**) tàu thăm dò vũ trụ.

spaceship /'speisʃip/ *dt* tàu vũ trụ.

space shuttle /'speisʃʌtl/ tàu [vũ trụ] con thoi.

space station /'speissteiʃn/ trạm vũ trụ (*do một vệ tinh nhân tạo đảm trách*).

spacesuit /'speissuːt/ *dt* bộ quần áo vũ trụ.

space-time /ˌspeis'taim/ *tt (kỹ)* hệ không gian - thời gian.

spacewalk /'speiswɔːk/ *dt* sự ra ngoài [tàu] vũ trụ.

spacing /'speisiŋ/ *dt* sự để cách; khoảng cách (*giữa các dòng, các từ trên bản đánh máy...*): *type this letter in (with) double spacing* hãy đánh máy bức thư này cách dòng đôi.

spacious /'speiʃəs/ *tt* rộng rãi: *a very spacious kitchen* một gian bếp rất rộng rãi; *the spacious back seat of a car* ghế sau ngồi rộng rãi của chiếc xe.

spaciously /'speiʃəsli/ *pht* [một cách] rộng rãi.

spaciousness /'speiʃəsnis/ *dt* sự rộng rãi.

spade¹ /speid/ *dt* cái mai, cái thuổng. // **call a spade a spade** *x* call².

spade² /speid/ *dt* **1.** **spades** (*đgt số ít hoặc snh*) hoa pích (*bài lá*): *the five of spades* con năm pích **2.** quân bài pích: *I've only one spade left* bài của tôi chỉ còn lại một quân pích.

spadeful /'speidfʊl/ *dt* mai [đầy] (*lượng chứa*).

spadework /'speidwɜːk/ *dt* công việc nặng nhọc ban đầu: *I did all the spadework, then she came and finished it off and got all the credit* tôi đã làm mọi công việc nặng nhọc ban đầu, sau cô ta mới đến, cô ta hoàn thành công việc và hưởng mọi công trạng.

spagheti /spə'geti/ *dt* mì que.

spam /spæm/ *dt* thịt giăm bông hộp.

span¹ /spæn/ *dt* **1.** nhịp (*cầu...*): *the bridge crosses the river in a single span* chiếc cầu bắc qua sông chỉ có một nhịp **2.** khoảng thời gian: *over a span of six years* trong khoảng thời gian sáu năm; *a short span of time* một khoảng thời gian ngắn; *the span of life* tuổi thọ **3.** (*cũ*) gang tay (*khoảng 23 cm*).

span² /spæn/ *đgt* **1.** (-nn-) bắc cầu qua, xây vòm qua;

S

bắc qua: *the river Thames is spanned by many bridges* sông Thames có nhiều cầu bắc qua **2.** trải rộng ra: *his knowkedge spans many different areas* kiến thức của ông ta trải rộng ra nhiều lĩnh vực khác nhau; *her life spanned almost the whole of the 19th century* cuộc đời bà ta trải dài gần hết thế kỷ 19 **3.** bao được gọn trong một gang tay: *can you span an octave on the piano* gang tay của anh có bao được gọn các phím một quãng tám trên đàn pianô không?

span³ /spæn/ *qk* cổ của spin¹.

span⁴ /spæn/ *tt* **spick-and-span** *x* spick.

spangle¹ /'spæŋgl/ *dt* trang kim.

spangle² /'spæŋgl/ *đgt* trang sức bằng trang kim (hoặc bằng những vật nhỏ giống trang kim): *a dress spangled with tiny silver sequins* một cái áo được trang sức bằng những vật bằng bạc nhỏ như đồng tiền.

Spaniard /'spænjəd/ *dt* người Tây Ban Nha.

spaniel /'spænjəl/ *dt* giống chó Xpanhơn (lông dài mượt, tai cụp).

Spanish¹ /'spæniʃ/ *dt* tiếng Tây Ban Nha.

the Spanish Main /,spæniʃ-'mein/ (*cũ*) bờ biển phía bắc Nam Mỹ và biển Ca-ri-bê.

spank¹ /'spæŋk/ *đgt* phát (*vào mông*): *spank a child's bottom* phát vào mông một em bé. // **spank along** (*cũ, kng*) phóng nhanh (*ngựa, xe...*).

spank² /spæŋk/ *dt* cái phát (*vào mông*): *a spank on the bottom* cái phát vào mông.

spanking¹ /'spæŋkiŋ/ *dt* trận phát vào mông, trận đòn: *the boy got a sound spanking* cậu bé bị một trận đòn ra trò.

spanking² /'spæŋkiŋ/ *tt* (*cũ, kng*) nhanh và mạnh (*bước đi*): *go at a spanking pace* đi bước nhanh và mạnh.

spanking³ /'spæŋkiŋ/ *pht* (*kngữ*) (*dùng trước tt như fine, new...*): rất, vô cùng, hết sức; *a spanking fine woman* một chị phụ nữ xinh vô cùng.

spanner /'spænə[r]/ *dt* (*Mỹ* **wrench**) cờ lê, mỏ lết. // **[throw] a spanner in the work** (*Anh, lóng*) phá hỏng; gây ra sự đổ vỡ (*của một kế hoạch...*).

spar¹ /spa:[r]/ *dt* (*hải*) cột gỗ (*dùng làm cột buồm, trục căng buồm...*).

spar² /spa:[r]/ *đgt* (**-rr-**) **spar with somebody 1.** đấm (*ai, để tập luyện*) **2.** tranh luận (*với ai một cách thân thiện*): *children sparring with each other* tụi trẻ tranh luận với nhau.

spare¹ /speə[r]/ *tt* **1.** thừa, dư, dự trữ: *do you carry a spare wheel in your car?* anh có mang theo xe chiếc bánh dự trữ hay không?; *we have no spare room for a table* chúng tôi không còn chỗ để kê một cái bàn; *I have no spare money this month* tháng này tôi không dư tiền **2.** rảnh rỗi (*thời gian*): *a busy woman with little spare time* một bà bận rộn có ít thời gian rảnh rỗi; *he paints in his spare time* ông ta vẽ những lúc rảnh rỗi **3.** gầy gò: *a tall spare man* một người đàn ông cao mà gầy gò **4.** ít ỏi, đạm bạc: *a spare meal* bữa ăn đạm bạc. // **go spare** (*Anh, lóng*) rất bực mình, nổi cáu: *your mum will go spare if she finds out what you've done* mẹ anh sẽ rất bực mình

nếu bà biết được anh đã làm gì.

spare² /speə[r]/ *dt* phụ tùng dự phòng; đồ dự phòng: *I've got a puncture and my spare is flat too* tôi bị thủng lốp và bánh dự phòng cũng xẹp nốt.

spare³ /speə[r]/ *đgt* **1.** tha cho: *please spare me!* xin tha mạng cho tôi; *spare a person his life* tha mạng cho ai; *the woodman spared a few trees* người thợ rừng chừa lại một số cây không đẵn **2.** miễn cho: *please spare me the gruesome details* xin miễn kể với tôi những chi tiết khủng khiếp **3.** dành (*thì giờ, tiền bạc...*) cho (*ai, việc gì*): *can you spare me a few minutes of your time?* anh có thể dành cho tôi vài phút được không? *can you spare me a few litres of petrol?* anh có thể cho tôi vay tạm vài lít xăng không? **4.** (*kng*) tự lo liệu mà không cần đến: *I can't spare you for that job* tôi không thể không cần đến anh cho việc này. // **no expense spared** *x* expense; **spare somebody's blushes** đừng làm ai đỏ mặt (*bối rối*) vì khen quá lời; **spare somebody's feelings** tránh phạm đến tình cảm của ai: *he spared her feeling by not criticizing her husband* anh ta tránh phạm đến tình cảm của chị ấy bằng cách không công kích chồng chị; **spare no pains doing (to do) something** không tiếc công sức làm gì: *the hotel staff spared no pains to ensure that our stay was as enjoyable as possible* nhân viên khách sạn đã không tiếc công sức để làm cho thời gian chúng tôi lưu lại khách sạn đạt mức thích thú cao nhất; **spare the rod and spoil the child** (*tục ngữ*) yêu cho vọt, ghét cho chơi; **[and] to spare** dư dật, có thừa: *do you have any sugar to spare?* anh có dư đường không?; *there's no time to spare!* thời gian không còn dư lâu! *(phải hành động càng nhanh càng hay).*

spare part /ˌspeəpaːt/ phụ tùng dự phòng.

spare-part surgery /ˌspeəpaːtˈsɜː dʒəri/ *(y)* phẫu thuật thay cơ quan *(bằng cơ quan nhân tạo hay cơ quan lấy ở một người mới chết).*

spare-ribs /ˈspeəˌribz/ *dt snh* sườn lợn đã lọc gần hết thịt.

spare tyre /ˌspeəˈtaiə[r]/ **1.** bánh xe dự phòng *(ở xe hơi)* **2.** *(Anh, kng, đùa)* lớp mỡ bụng: *I'll have to exercise to get rid of my spare tyre* tôi sẽ phải tập luyện để làm mất lớp mỡ bụng đi.

sparing /ˈspeəriŋ/ *tt (vị ngữ)* (+ *with, of, in*) tằn tiện; tiết kiệm: *sparing of one's energy* tiết kiệm sức lực; *sparing with the sugar* tiết kiệm đường ăn; *not sparing in one's advice to others* không tiếc lời khen người khác.

sparingly /ˈspeəriŋli/ *pht* [một cách] tằn tiện; [một cách] tiết kiệm: *there's not much left, so use it sparingly* không còn mấy nữa, dùng phải tiết kiệm mới được.

spark¹ /spaːk/ *dt* **1.** tia lửa: *the firework exploded in a shower of sparks* pháo hoa nổ thành một chùm tia lửa **2.** *(số ít) spark of something* một chút, một tị *(cái gì):* *without a spark of enthusiasm* không một chút nhiệt tình. // **a bright spark** x bright; **make the fur (sparks) fly** x fly¹.

spark² /spaːk/ *đgt* phát ra tia lửa: *the fire is sparking dangerously* ngọn lửa đang

bắn ra tia lửa nguy hiểm lắm. // **spark something off** *(kng)* là nguyên nhân trực tiếp của *(việc gì thường là xấu),* dẫn tới: *his comment sparked off a quarrel between them* lời bình của anh ta dẫn tới cuộc cãi cọ giữa họ với nhau.

sparking-plug /ˈspaːkiŋplʌg/ *(cg* **spark-plug**) *dt* bu-gi [đánh lửa] *(ở xe ôtô).*

sparkle¹ /ˈspaːkl/ *đgt* **1.** lấp lánh, lóng lánh: *her diamonds sparkled in the candle-light* những viên kim cương của cô ta lấp lánh dưới ánh nến **2.** rạng rỡ; sắc sảo: *she was really sparkling at the wedding* cô ta thực sự rạng rỡ trong lễ cưới.

sparkle² /ˈspaːkl/ *dt* **1.** sự lấp lánh; ánh lấp lánh **2.** sự rạng rỡ; sự sắc sảo.

sparkler /ˈspaːklə[r]/ *dt* **1.** pháo hoa cầm tay **2. sparklers** *(snh) (lóng)* kim cương.

sparkling /ˈspaːkliŋ/ *tt (thngữ)* **1.** sủi tăm *(rượu):* *sparkling wine* rượu sủi tăm **2.** sống động; sắc sảo: *a sparkling conversation* cuộc nói chuyện sôi nổi; *a sparkling young woman* một phụ nữ trẻ sắc sảo.

spark-plug /ˈspaːkplʌg/ *dt nh* sparking-plug.

sparks /spaːks/ *dt (dgt số ít) (lóng)* **1.** thợ điện **2.** điện báo viên vô tuyến *(trên tàu thủy).*

sparing-partner /ˈspaːriŋpaːtnə[r]/ *dt* **1.** bạn tập dượt *(về quyền Anh)* **2.** bạn tranh luận *(thường hay tranh luận với nhau).*

sparrow /ˈspærəʊ/ *dt (động)* chim sẻ.

sparrow-hawk /ˈspærəʊhɔːk/ *dt (động)* chim ưng.

sparse /spaːs/ *tt* thưa thớt, lơ thơ, rải rác: *a sparse population* dân cư thưa thớt; *a sparse beard* chòm râu lơ thơ.

sparsely /ˈspaːsli/ *pht* [một cách] thưa thớt, [một cách] lơ thơ, [một cách] rải rác: *a sparsely populated area* một vùng dân cư thưa thớt.

sparseness /ˈspaːsnis/ *dt* sự thưa thớt, sự lơ thơ, sự rải rác.

sparsity /ˈspaːsəti/ *dt nh* sparseness.

spartan /ˈspaːtn/ *tt* thanh đạm, đạm bạc: *a spartan meal* bữa ăn thanh đạm; *lead a spartan life in the mountains* sống một cuộc sống đạm bạc ở vùng núi.

spasm /ˈspæzəm/ *dt* **1.** *(y)* sự co cứng, sự co thắt: *painful muscular spasms* những cơn co cứng cơ đau đớn **2.** cơn *(ho, giận...):* *a spasm of cough* cơn ho.

spasmodic /spæzˈmɒdik/ *tt* **1.** không đều đặn; lác đác: *his interest in his school work is rather spasmodic* sự hứng thú làm bài tập ở trường của anh ta khá là không đều đặn; *spasmodic firing* súng bắn lác đác **2.** co cứng, co thắt: *spasmodic asthma* cơn suyễn co cứng.

spasmodically /spæzˈmɒdikli/ *pht* [một cách] không đều đặn; [một cách] lác đác; [theo] từng cơn.

spastic¹ /ˈspæstik/ *tt (y)* liệt co cứng.

spastic² /ˈspæstik/ *dt (y)* người bị liệt co cứng.

spastic paralysis /ˌspæstik pəˈræləsis/ *(y)* chứng liệt co cứng.

spat¹ /spæt/ *qk và đttqk của* spit¹.

spat² /spæt/ *dt (Mỹ, kng)* cuộc cãi cọ vặt: *a spat be-*

S

tween sister and brother cuộc cãi cọ vặt giữa chị em với nhau.

spat³ /spæt/ *dt (thường snh)* ghệt mắt cá *(phủ trên giày)*: *a pair of spats* đôi ghệt mắt cá.

spate /speit/ *dt* sự dồn dập, sự ồ ạt: *a spate of orders* đơn đặt hàng đến dồn dập; *a spate of new cars on the market* sự tung ồ ạt xe mới vào thị trường. // **in spate** đang có lũ *(sông ngòi)*: *after the storm all the rivers were in spate* sau trận bão mọi con sông đều có nước lũ dâng lên.

spatial /ˈspeiʃl/ *tt* [thuộc] không gian: *spatial extent* khoảng không.

spatially /ˈspeiʃəli/ *pht* [về mặt] không gian.

spatter¹ /ˈspætə[r]/ *dgt* **1.** (+ on, over, with) làm bắn tung tóe, vảy, rảy: *as the bus passed it spattered us with mud* xe buýt chạy qua làm bắn bùn tung tóe lên chúng tôi **2.** rơi lộp độp: *we heard the rain spattering down on the roof of the hut* chúng tôi nghe tiếng mưa rơi lộp độp trên mái lều.

spatter /ˈspætə[r]/ *dt* **1.** sự bắn tung tóe, sự vung vãi **2.** sự rơi lộp độp; tiếng lộp độp: *a spatter of rain on the tent* tiếng mưa rơi lộp độp trên nóc lều **3.** *(thường số ít)* một lượng ít ỏi; *a spatter of rain* trận mưa lác đác mấy hạt, trận mưa nhỏ.

spatula /ˈspætʃulə/ *dt* **1.** dao trộn, dao phết *(dùng khi nấu ăn hay khi trộn thuốc vẽ)* **2.** *(y)* cái đè lưỡi.

spawn¹ /spɔːn/ *dt* **1.** *(chủ yếu dùng trong từ ghép)* trứng *(cá, ếch, sò, tôm...)*: *frogspawn* trứng ếch **2.** *(sinh)* hệ sợi *(của nấm)*.

spawn² /spɔːn/ *dt* **1.** đẻ [trứng] *(cá, ếch, sò, tôm...)* **2.** *(xấu)* đẻ ra nhiều; mọc lên ồ ạt: *Departments which spawn committees and sub-committees* các bộ đẻ ra nhiều ban và tiểu ban; *new housing states spawning everywhere* những khu nhà mới mọc lên ồ ạt khắp nơi.

spay /spei/ *dgt* hoạn *(động vật cái)*: *has your cat been spayed yet?* con mèo của anh đã hoạn chưa?

speak /spiːk/ *dgt* **(spoke; spoken)** **1.** nói: *he can't speak* nó không nói được; *please speak more slowly* xin nói chậm hơn; *"May I speak to Nam?" "Speaking"* "tôi có thể nói [chuyện] qua điện thoại với Nam được không?" "Nam đây"; *she was speaking about it for hours* cô ta đã nói về việc ấy hàng tiếng đồng hồ; *she didn't speak of her husband at all* cô ta chẳng nói gì về chồng mình cả **2.** nói được: *he speaks several languages* ông ta nói được nhiều thứ tiếng **3.** nói chuyện, diễn thuyết; phát biểu: *are you good at speaking in public?* anh nói chuyện *(qua diễn thoại)* trước công chúng có khá không? **4.** nói ra, nói lên: *speak the truth* nói lên sự thật **5.** *(dùng trong câu phủ định) (kng)* trao đổi chuyện trò *(một cách thân thiện)*: *they're not speaking [to each other] after their argument* sau vụ cãi nhau, hai đứa không trao đổi chuyện trò với nhau nữa. // **actions speak louder than words** *x* action; **be on speaking terms with** a/ thân quen đến mức có thể nói chuyện với: *I see him on the train everyday but we're not on speaking terms* tôi thấy anh ta hằng ngày trên xe lửa nhưng chúng

tôi chưa thân quen đến mức có thể nói chuyện với nhau được b/ thân thiện, muốn nói chuyện với: *at last they're in speaking terms again* cuối cùng họ lại thân thiện và muốn nói chuyện với nhau; *they are not on speaking terms after their quarrel* sau cuộc cãi nhau, họ không thèm nói chuyện với nhau nữa; **the facts speak for themselves** *x* fact; **in a manner of speaking** *x* manner; **nothing to speak of** chẳng có gì đáng nói, không đáng kể: *she has saved a little money, but nothing to speak of* cô ta đã tiết kiệm được một ít tiền, nhưng thật không đáng kể *(chẳng được là bao)*; **not to speak of; no something to speak of** không đáng nêu lên, không đáng nói đến: *we've not had any summer to speak of* chúng tôi chẳng có một mùa hè nào đáng nói cả; **roughly (generally, personally...) speaking** nói nôm na, nói chung, nói riêng: *generally speaking I don't like spicy food* nói chung tôi không thích món ăn có gia vị; *personally speaking, I prefer the second candidate* theo ý kiến riêng, tôi thích ứng cử viên thứ hai hơn; **so to speak** *(kng)* có thể nói [như thế]: *that baker knows which side his bread is buttered, so to speak* tay này biết rõ chỗ nào có lợi hơn cho hắn, có thể nói như thế; **speak for itself (themselves)** không cần giải thích, rành rành: *the events of that evening speak for themselves* các sự việc tối hôm đó tự chúng đã quá rành rành; **speak for oneself** phát biểu ý kiến theo cách của mình; tự nói lên ý kiến của mình: *I'm quite capable of speaking for myself* cảm ơn, tôi hoàn toàn có thể tự nói lên ý kiến của mình; **speak for yourself** *(dùa hoặc xấu)* chớ có tưởng anh nói thay cho mọi người, hãy phát biểu ý kiến riêng của anh thôi: *"we all played very badly" "speak for yourself, I think I played quite well"* "chúng ta đều chơi rất dở" "hãy phát biểu ý kiến riêng của anh thôi, tôi thì tôi nghĩ tôi chơi rất hay"; **speak ill of somebody** nói xấu ai: *don't speak ill of the dead* đừng có nói xấu người đã khuất; **speak one's mind** trình bày thẳng thắn quan điểm của mình; **speak (talk) of the devil** x devil¹; **speak the same language [as somebody]** có chung quan niệm với ai, có chung tiếng nói với ai, tâm đầu ý hợp với ai; **speak volumes for somebody (something)** nói lên hùng hồn *(đức tính, giá trị của ai, việc gì): these facts speak volumes for her honesty* những sự kiện đó nói lên hùng hồn tính trung thực của cô ta; **speak well for somebody** là chứng cứ có lợi cho ai: *her reputation as a good mother speaks well for her* được tiếng là người mẹ hiền, điều đó có lợi cho chị ta lắm; **the spoken (written) word** x word.

speak for somebody *(không dùng ở dạng bị động)* **1.** nói thay *(để bày tỏ nguyện vọng, quan điểm...)* cho ai **2.** biện hộ cho ai: *who is prepared to speak for the accused?* ai được chuẩn bị để biện hộ cho bị cáo đấy?; **speak of something** chỉ ra, nói lên *(điều gì): her behaviour speaks of suffering bravely borne* cách xử sự của cô ta nói lên sự dũng cảm chịu đựng đau khổ; **speak out [against something]** nói thẳng thừng ý kiến của mình [chống lại điều gì]: *he*

was the only one to speak out against the closure of the hospital anh là người duy nhất thẳng thừng phản đối việc đóng cửa bệnh viện; **speak to something** nói về, cho biết về *(vấn đề gì, nhất là ở cuộc họp);* **speak up** nói to hơn: *please speak up, we can't hear you at the back* xin nói to hơn, ở phía sau chúng tôi không nghe được; **speak up [for somebody]** nói thẳng ra: *it's time to speak up for those who are suffering injustice* đã đến lúc nói thẳng ra giùm những người đang chịu bất công.

-speak *(tiếng số) (tạo tt) (kng, thường xấu)* ngôn ngữ; biệt ngữ: *computerspeak* ngôn ngữ máy tính; *newspeak* ngôn ngữ báo chí.

speak-easy /'spi:k,i:zi/ *dt* hàng bán rượu lậu *(vào khoảng 1920-1930 ở Mỹ).*

speaker /'spi:kə[r]/ *dt* **1.** người nói chuyện, diễn giả: *may I introduce our speaker for this evening* xin cho phép tôi giới thiệu diễn giả của chúng ta tối nay **2.** *nh* loud-speaker **3.** người nói *(một thứ tiếng nào đó):* French speakers những người nói tiếng Pháp **4. the Speaker** chủ tọa cuộc họp *(ở Hạ nghị viện...):* "Order! order!" *shouted the Speaker* chủ tọa la lên: "Trật tự! trật tự!".

speaking clock /ˌspi:kɪŋ-'klɒk/ dịch vụ điện thoại báo giờ.

speaking tube /ˌspi:kɪŋ-'tju:b/ ống điện thoại *(để người ở các phòng khác nhau trong một ngôi nhà, một tàu thủy... có thể nói chuyện với nhau).*

spear¹ /spiə[r]/ *dt* **1.** cái giáo, cái mác, cái thương **2.** cái xiên *(dùng để đi săn trước đây)* **2.** lá mọc thẳng

lên, thân mọc thẳng lên từ đất *(của một số cây như cây măng tây).*

spear² /spiə[r]/ *dgt* đâm bằng giáo (mác, thương...); giết bằng giáo (mác, thương...): *they speared the man to death* chúng nó đâm ông ta đến chết.

spearhead¹ /'spiəhed/ *tt (thường số ít)* mũi xung kích; mũi nhọn: *the new managing director will act as spearhead of the campaign* ông giám đốc điều hành mới sẽ đóng vai trò nhân vật mũi nhọn của chiến dịch.

spearhead² /'spiəhed/ *dgt* là mũi xung kích, là mũi nhọn: *the tanks spearheaded the offensive* đội xe tăng là mũi nhọn của cuộc tấn công.

spearmint /'spiəmint/ *dt (thực)* cây bạc hà lục *(dùng để cho vào kẹo...): spearmint toffees* kẹo bạc hà.

spec /spek/ *dt* **on spec** *(kng)* gặp sao hay vậy *(chứ không chắc đạt được điều mình muốn): I went to the concert on spec, I hadn't booked a seat* tôi đã đi xem hòa nhạc gặp sao hay vậy thôi, chứ tôi đã giữ chỗ trước đâu.

special¹ /'speʃl/ *tt* đặc biệt: *he did it as a special favour* ông ta làm điều đó như một ân huệ đặc biệt; *she's a very special friend* cô ta là một người bạn rất đặc biệt; *a special occasion* một dịp đặc biệt; *take special care of it* phải đặc biệt chú ý đến điều đó; *he takes no special trouble with his work* anh ta không gặp rắc rối gì đặc biệt trong công việc của mình.

special² /'speʃl/ *dt* **1.** người đặc biệt; cái đặc biệt: *specials were brought in to help the regular police force* những nhân viên đặc biệt

S

được tuyển vào để giúp lực lượng cảnh sát chính quy; *a television special on the election* chương trình truyền hình đặc biệt về cuộc bầu cử **2.** *(Mỹ, kng)* giá đặc biệt *(khi khai trương một cửa hàng, khi tung ra thị trường một sản phẩm mới...): coffee is on special this week* tuần này cà phê bán giá đặc biệt *(đặc biệt rẻ).*

Special Branch /'speʃl-braːntʃ/ cục cảnh sát đặc biệt, cục cảnh sát an ninh *(bảo vệ an ninh quốc gia).*

special constable /,speʃl-'kʌnstəbl/ cảnh sát đặc biệt.

special delivery /,speʃl-di'livəri/ thể thức giao phát đặc biệt *(thư từ, bưu kiện): if you want the letter to arrive tomorrow, send it [by] special delivery* nếu anh muốn thư đến ngày mai, hãy gửi theo thể thức giao phát đặc biệt.

specialisation /,speʃəlai-'zeiʃn/ *dt nh* specialization.

specialise /'speʃəlaiz/ *dgt nh* specialize.

specialism /'speʃəlizəm/ *dt* **1.** sự chuyên khoa **2.** chuyên khoa, ngành chuyên môn.

specialist /'speʃəlist/ *dt* **1.** chuyên gia, chuyên viên **2.** bác sĩ chuyên khoa.

speciality /,speʃi'æləti/ *dt* *(Mỹ cg* **specialty) 1.** chuyên ngành: *her speciality is medieval history* chuyên ngành của bà ta là lịch sử trung cổ **2.** đặc sản: *wood carvings are a speciality of this village* đồ gỗ chạm trổ là đặc sản của làng này.

specialization /,speʃəlai-'zeiʃn/ *dt* **1.** sự chuyên môn hóa **2.** sự chuyên về *(dịch vụ gì, mặt hàng gì).*

specialize /'speʃəlaiz/ *dgt* **1.** chuyên môn hóa; *he specialized in oriental history* ông

ta chuyên môn hóa về lịch sử đông phương **2.** chuyên về *(dịch vụ, mặt hàng gì): this shop specializes in chocolate* của hàng này chuyên về sôcôla.

special licence /,speʃl-'laisns/ giấy kết hôn đặc biệt *(ở một thời điểm hoặc nơi chốn vốn không được phép).*

specially /'speʃəli/ *pht* [một cách] đặc biệt: *I came here specially to see you* tôi đến đây đặc biệt để thăm anh; *I enjoyed the evening, but the meal wasn't specially good* tôi thích buổi tiệc tối này, nhưng bữa ăn chưa thật (đặc biệt) ngon.

special pleading /,speʃl-'pliːdiŋ/ *(luật)* sự biện hộ thiên vị.

special school /'speʃl skuːl/ trường [dành cho] trẻ em khuyết tật.

special student /'speʃl stuːdnt/ *(Mỹ)* sinh viên [học lớp] không lấy bằng.

specialty /'speʃəlti/ *dt (Mỹ) nh* speciality.

specie /'spiːʃi/ *dt* tiền đồng, tiền kim loại *(trái với tiền giấy) payment in specie* sự thanh toán bằng tiền đồng.

species /'spiːʃiːz/ *dt (snh, kđổi)* **1.** *(sinh)* loài: *a species of antelope* một loài linh dương; *the human species* loài người **2.** loại: *a strange species of car* một loại xe hơi kỳ lạ.

specific[1] /spə'sifik/ *tt* **1.** chi tiết; chính xác: *specific instructions* chỉ thị chi tiết; *what are your specific aims?* mục đích chính xác của anh là gì? **2.** riêng biệt; đặc trưng: *there's a specific tool for each job* đối với mỗi công việc, có một dụng cụ riêng biệt; *this disease is*

specific to horse bệnh này chỉ riêng biệt cho loài ngựa.

specific[2] /spə'sifik/ *dt* **1.** *(y)* thuốc đặc trị **2.** *(snh)* chi tiết: *now that we have agreed on the general principles, let's get down to specifics and formulate a plan* bây giờ chúng ta đã đồng ý về những nguyên tắc chung, ta hãy đi vào chi tiết và lập một kế hoạch.

specifically /spə'sifikli/ *pht* [một cách] riêng biệt: *the houses are specifically designed for old people* những ngôi nhà ấy được thiết kế riêng cho người già.

specification /,spesifi'keiʃn/ *dt* **1.** *(thường snh)* quy cách kỹ thuật: *specifications for [building] a garage* quy cách kỹ thuật cho [việc xây dựng] một nhà xe **2.** sự nêu rõ, sự chỉ rõ: *the specification of details* sự chỉ rõ các chi tiết.

specific gravity /,spə,sifik-'grævəti/ *(lý)* tỷ trọng.

specify /'spesifai/ *dgt* **(-fied)** nêu rõ, chỉ rõ, định rõ: *the regulations specify that you may use a dictionary in the examination* quy định nêu rõ rằng anh có thể dùng từ điển trong kỳ thi.

specimen /'spesimən/ *dt* **1.** mẫu: *specimens of ores and rocks* những mẫu quặng và đá; *supply specimens for laboratory analysis* cung cấp các mẫu để phân tích trong phòng thí nghiệm **2.** *(kng, thường xấu)* hạng người, thứ người: *what a specimen!* thật là một hạng người kỳ quái!; *that new librarian is an old specimen, isn't he?* viên thủ thư mới là một thứ người kỳ cục, có phải không?

specious /'spiːʃəs/ *tt* chỉ đúng bề ngoài, tưởng chừng

là đúng: *a specious argument* một lý lẽ chỉ đúng bề ngoài.

speciously /'spi:ʃəsli/ *pht* chỉ đúng bề ngoài; tưởng chừng là đúng.

speciousness /'spi:ʃəsnis/ *dt* sự chỉ đúng bề ngoài; vẻ tưởng chừng là đúng.

speck /spek/ **1.** đốm, vết: *a speck of soot on his shirt* một bệt bồ hóng trên áo sơ mi của nó; *the ship was a mere speck on the horizon* con tàu chỉ là một đốm nhỏ ở đường chân trời **2.** hạt *(bụi)*.

speckle /'spekl/ *dt* vết lốm đốm, chấm lốm đốm: *brown speckles on a white egg* những chấm nâu lốm đốm trên vỏ trứng trắng.

speckled /'spekld/ [có vết] lốm đốm, [có chấm] lốm đốm: *a speckled hen* con gà mái có bộ lông lốm đốm.

specs /speks/ *dt snh (kng)* mục kỉnh, kính đeo mắt.

spectacle /'spektəkl/ *dt* **1.** cuộc trình diễn: *the great military parade was a magnificent spectacle* cuộc diễu binh lớn ấy quả là một cuộc trình diễn kỳ vĩ **2.** cảnh tượng, quang cảnh; cảnh lộng lẫy; *the sunrise seen from high in the mountains was a tremendous spectacle* nhìn từ trên núi cao, mặt trời mọc là một cảnh vĩ đại **3.** *(thường xấu)* của kỳ cục: *the poor fellow was a sad spectacle* anh chàng tội nghiệp ấy là một của kỳ cục đáng buồn. // **make a spectacle of oneself** làm trò cười cho thiên hạ: *take that ridiculous hat off and stop making a spectacle of yourself* bỏ cái mũ buồn cười ấy xuống và đừng làm trò cười cho thiên hạ nữa.

spectacles /'spektəklz/ *dt snh* kính *(đeo mắt)* *(cg a pair of spectacles).*

spectacled /'spektəkəld/ *tt* [có] đeo kính.

spectacular[1] /spec'tækjʊlə[r]/ *tt* **1.** đẹp mắt, ngoạn mục: *a spectacular display of firework* cảnh bắn pháo hoa ngoạn mục **2.** gây ấn tượng mạnh; hùng vĩ, ly kỳ: *a spectacular waterfall* thác nước hùng vĩ.

spectacular[2] /spek'tækjʊlə[r]/ *dt* cuộc trình diễn đặc sắc; chương trình trình diễn đặc sắc: *a Christmas TV spectacular* một chương trình truyền hình đặc sắc nhân dịp Giáng sinh.

spectacularly /spek'tækjʊləli/ *pht* **1.** [một cách] đẹp mắt, [một cách] ngoạn mục: *a spectacularly daring performance* một buổi trình diễn táo bạo ngoạn mục **2.** [một cách] hùng vĩ; [một cách] ly kỳ.

spectator /spek'teitə[r]/ *dt* khán giả: *noisy spectators at a football match* khán giả ồn ào ở một trận bóng đá.

spectator sports /spek'teitəspɔ:t/ các môn thể thao thu hút nhiều khán giả *(như bóng đá).*

spectra /'spektrə/ *dt snh* của spectrum.

spectral /'spektrəl/ *tt* **1.** [thuộc] hồn ma, [thuộc] bóng ma **2.** [thuộc] quang phổ.

spectre *(Mỹ* **specter)** /'spektə[r]/ *dt* **1.** hồn ma, bóng ma **2.** nỗi ám ảnh; bóng ma *(bóng): the spectre of unemployment was always on his mind* bóng ma thất nghiệp cứ lởn vởn trong đầu óc anh ta.

spectro- *(yếu tố từ ghép)* [về] quang phổ *(x spectrometer).*

spectrometer /spek'trɒmitə[r]/ *dt (lý)* quang phổ kế.

spectroscope /'spekktrəskəʊp/ *dt (lý)* kính quang phổ.

spectroscopic /ˌspektrə'skɒpik/ *tt* [thuộc] kính quang phổ; [bằng] kính quang phổ: *spectroscopic analysis* sự phân tích bằng kính quang phổ.

spectrum /'spektrəm/ *dt (snh* **spectra)** *(thường số ít)* **1.** quang phổ, phổ: *solar spectrum* quang phổ mặt trời **2.** phổ: *sound spectrum* phổ âm thanh **3.** *(bóng)* loạt rộng lớn, phạm vi rộng lớn: *there's a wide spectrum of opinion[s] on this question* có cả một loạt ý kiến [khác nhau] về vấn đề ấy.

speculate /'spekjʊleit/ *dgt* **1.** (+ about, on, upon) đoán, suy đoán: *speculate about (upon) the future* đoán về tương lai; *I wouldn't like to speculate on the reasons for her resignation* tôi không muốn suy đoán về lý do bà ta từ chức **2.** (+ in) đầu cơ: *speculate in oil shares* đầu cơ cổ phần dầu lửa.

speculation /ˌspekjʊ'leiʃn/ *dt* **1.** (+ over, about, on, upon) sự suy đoán, lời suy đoán: *much speculation over the cause of the air crash* nhiều suy đoán về nguyên nhân vụ đâm máy bay **2.** (+ in) sự đầu cơ, vụ đầu cơ: *buy many shares as a speculation* mua đầu cơ nhiều cổ phần.

speculative /'spekjʊlətiv, *(Mỹ* 'spekjʊleitiv/ **1.** suy đoán: *his conclusions are purely speculative* những kết luận của ông ta là hoàn toàn suy đoán **2.** đầu cơ: *speculative buying of grain* sự mua thóc lúa để đầu cơ.

S

speculator /'spekjʊleitə[r]/ *dt* người đầu cơ.

sped /sped/ *qk và đttqk* của speed.

speech /spi:tʃ/ *dt* **1.** sự nói; khả năng nói: *man is the only animal that has the faculty of speech* con người là loài động vật duy nhất có khả năng nói được **2.** cách nói: *she is doing a study of children's speech* bà ta đang nghiên cứu cách nói của trẻ em; *to be slow of speech* chậm mồm chậm miệng **3.** bài nói, bài diễn văn: *deliver a speech* đọc một bài diễn văn **4.** lời thoại *(trong một vở diễn)*: *I've got some very long speeches to learn in Act 2* tôi phải học một số lời thoại rất dài trong Hồi 2. // **freedom of speech** tự do ngôn luận.

speech day /'spi:tʃ dei/ lễ phát thưởng hằng năm *(ở trường học)*.

speechify /'spi:tʃifai/ *dgt* (-speechified) *(kng, thường xấu)* nói cứ như diễn thuyết, nói khoa trương.

speechless /'spi:tʃlis/ *tt* không nói nên lời; lặng đi không nói được: *speechless with surprise* ngạc nhiên không nói nên lời; *anger left him speechless* cơn giận khiến anh ta lặng đi không nói được; *speechless rage* cơn giận lặng người.

speechlessly /'spi:tʃlisli/ *pht* không nói nên lời; lặng đi không nói được.

speechlessness /'spi:tʃlisnis/ *dt* sự không nói nên lời; sự lặng đi không nói được.

speech therapy /,spi:tʃ'θerəpi/ *(y)* liệu pháp chỉnh âm.

speech therapist /,spi:tʃ'θerəpist/ *(y)* bác sĩ chỉnh âm.

speed¹ /spi:d/ *dt* **1.** tốc độ, vận tốc: *at a speed of fifty kilometres an hour* với tốc độ 50 km/giờ **2.** sự lanh lẹ: *he moves with great speed* anh ta di chuyển rất lanh lẹ; *everyone was surprised by the speed with which the dispute was settled* mọi người đều ngạc nhiên nhiều về sự dàn xếp lanh lẹ vụ cãi cọ **3.** độ nhạy sáng *(của phim ảnh)*; thời gian mở đóng lá chắn sáng *(ở máy ảnh)* **4.** *(lóng)* amphetamin *(dùng như một thứ ma túy nhẹ)* **5.** *(chủ yếu trong từ ghép)* số *(ở hộp số xe ô tô)*: *a five-speed gearbox* hộp số năm số. // **at speed** với tốc độ cao, nhanh: *it's dangerous to go round corners at speed*: quành xe nhanh chỗ đường vòng là nguy hiểm; **full pelt (tilt, speed)** x full; **full speed (steam) ahead** x full; **more haste less speed** x haste; **pick up speed** x pick³; **a turn of speed** x turn²; **with all speed (haste)** càng nhanh càng hay; **with lightening speed** x lightning².

speed² /spi:d/ *dgt* (**sped**; theo nghĩa 2 và 3 là **speeded**) **1.** di chuyển nhanh: *cars speeding past the school* những chiếc xe chạy nhanh qua trường học **2.** đẩy nhanh: *this medicine will help speed her recovery* thuốc này sẽ giúp cô ta nhanh chóng bình phục **3.** *(thường trong các thì tiếp diễn)* di chuyển quá tốc độ được phép: *the police said he'd been speeding on the motorway* cảnh sát nói là anh ta đã lái xe quá tốc độ được phép trên xa lộ. // **speed up** tăng tốc [độ]: *they've speeded up production of the new car* họ đã tăng tốc độ sản xuất loại xe mới; *the train soon speeded up* đoàn tàu nhanh chóng tăng tốc.

speedboat /'spi:dbəʊt/ *dt* xuồng máy cao tốc.

speedily /'spi:dili/ *pht* [một cách] nhanh chóng.

speed-indicator /'spi:din-dikeitə[r]/ *dt nh* speedometer.

speediness /'spi:dinis/ *dt* sự nhanh chóng: *the speediness of his recovery from the accident* sự hồi phục nhanh chóng của anh ta sau vụ tai nạn.

speeding /'spi:diŋ/ *dt* tội vượt quá tốc độ được phép: *fined £60 for speeding* bị phạt 60 bảng về tội vượt quá tốc độ được phép.

speed limit /'spi:dlimit/ tốc độ giới hạn, tốc độ tối đa [được phép].

speed merchant /'spi:dm:tʃənt/ *(lóng, xấu)* người thích lái xe nhanh *(ô tô, xe máy)*.

speedometer /spi:'dɒmitə[r]/ đồng hồ tốc độ, tốc [độ] kế.

speed trap /'spi:d træp/ bẫy tốc độ *(đoạn đường có cảnh sát núp nhằm phát hiện những xe vượt quá tốc độ được phép)*.

speed-up /'spi:dʌp/ *dt* sự tăng tốc [độ]; *a speed-up in the rate of production* sự tăng tốc độ sản xuất.

speedway /'spi:dwei/ *dt* **1.** đường đua mô tô **2.** *(thể)* môn đua mô tô **3.** *(Mỹ)* đường được phép cho xe chạy nhanh.

speedwell /'spi:dwel/ *dt* *(thực)* cây rau thủy.

speedy /'spi:di/ *tt* (-ier; -iest) nhanh chóng: *a speedy business operator* một người điều khiển công việc nhanh chóng; *wish somebody a speedy recovery from illness* chúc ai lành bệnh nhanh chóng.

speleological (*cg* **spelaeoligical**) /ˌspiːliəˈlɒdʒɪkl/ *tt* [thuộc] khoa hang động: *speleological exploration* cuộc thám hiểm hang động.

speleologist (*cg* **spelaeologist**) /ˌspiːliˈɒlədʒist/ *dt* nhà nghiên cứu hang động.

speleology (*cg* **spelaeology**) /ˌspiːliˈɒlədʒi/ *dt* **1.** khoa [nghiên cứu] hang động **2.** (*thể*) môn thám hiểm hang động.[1]

spell[1] /spel/ *dt* **1.** bùa chú; sự bị bùa mê: *be under a spell* bị bùa mê; *cast (put) a spell on somebody* bỏ bùa mê cho ai **2.** (*số ít*) sự làm say mê; sức quyến rũ: *under the spell of her beauty* bị sắc đẹp cô nàng làm say mê; *the mysterious spell of music* sức quyến rũ huyền diệu của âm nhạc.

spell[2] /spel/ *dt* **1.** đợt: *a long spell of warm weather* một đợt thời tiết ấm dài ngày; *a cold spell in January* một đợt rét trong tháng giêng; *rest for a short spell* nghỉ một đợt ngắn **2.** phiên: *we took spells at carrying the baby* chúng tôi thay phiên nhau bế đứa bé.

spell[3] /spel/ *đgt* (**spelled** hoặc **spelt**) **1.** đánh vần (*các con chữ*) theo đúng trật tự; viết (*các con chữ*) theo đúng chính tả: *how do you spell your name?* tên anh đánh vần như thế nào?; *that word is spelled with a ph, not an f* từ đó viết đúng chính tả là ph chứ không phải f; *these children can't spell* mấy cháu bé này không biết viết đúng chính tả **2.** viết theo trật tự nào đó thì tạo thành (*từ gì*): *C.A.T. spells cat* C.A.T. theo trật tự thì tạo thành từ "cat" (*con mèo*)

3. có nghĩa là, có kết quả là: *the failure of their crops spell disaster for the peasant farmers* sự thất bát mùa màng có nghĩa là tai họa cho nông dân. // **spell something out** a/ xướng các con chữ (*của một từ theo đúng trật tự*), xướng vần (*một từ*): *could you spell that word out for me again?* ông có thể xướng vần lại từ đó cho tôi nghe được không? b/ giải thích rõ ràng: *he's so stupid that you have to spell everything out* anh ta ngốc đến nỗi anh phải giải thích rõ ràng mọi điều.

spellbinder /ˈspelbaɪndə[r]/ *dt* người làm mê ly (*như có phép thần*).

spellbinding /ˈspelbaɪndɪŋ/ *tt* làm mê ly, hấp dẫn: *a spellbinding performance* một buổi biểu diễn hấp dẫn.

spellbound /ˈspelbaʊnd/ *tt* say mê, mê: *the magician held the children spellbound* nhà ảo thuật làm cho tụi trẻ say mê.

speller /ˈspelə[r]/ *dt* người xướng vần; người viết chính tả (*như thế nào đó*): *she's a good (poor) speller* cô ta là một người viết chính tả đúng (sai).

spelling /ˈspelɪŋ/ *dt* **1.** khả năng xướng vần; chính tả: *they were given a spelling test* họ đã được kiểm tra chính tả **2.** lối xướng âm; lối viết: *what is the better spelling: Tokio or Tokyo?* Tokio và Tokyo, lối viết nào đúng hơn?

spelt /spelt/ *qk và đttqk của* spell[3].

spend /spend/ *đgt* (**spent**) **1.** tiêu, ăn tiêu: *she's spent all her money* cô ta đã tiêu hết cả tiền; *I am good at spending but not at saving* tôi tiêu thì giỏi, nhưng tiết

kiệm thì tồi. **2.** dùng (*thì giờ...*) vào việc gì; tốn (*thì giờ...*) vào việc gì: *spend a lot of time on a project* tốn khối thì giờ vào một dự án; *I've spent all my energy on this* tôi đã bỏ hết công sức vào việc đó; *how do you spend your spare time?* anh dùng thì giờ rảnh rỗi ra sao? **3.** sống qua, trải qua: *spend a weekend in Paris* qua kỳ cuối tuần ở Paris. // **spend the night with somebody** ăn nằm với ai; **spend a penny** (*kng, trại*) đi tiểu.

spender /ˈspendə[r]/ *dt* người tiêu pha (*như thế nào đó*): *an extravagant spender* người tiêu pha phung phí; *a miserly spender* người tiêu pha keo kiệt.

spending money /ˈspendɪŋmʌni/ *nh* pocket money.

spendthrift /ˈspendθrɪft/ *dt* người ăn tiêu phung phí.

spent[1] /spent/ *qk và đttqk của* spend.

spent[2] /spent/ *tt* **1.** (*thường thngữ*) đã dùng, đã tàn: *a spent bullet* viên đạn đã hết đà; *a spent match* que diêm đã quẹt **2.** mệt lử, kiệt sức: *he returned home spent dirty and cold* anh ta về nhà mệt lử, bẩn thỉu và lạnh cóng.

spermaceti /ˌspɜːməˈseti/ *dt* mỡ cá nhà táng (*trước kia dùng làm nến*).

spermatozoa /ˌspɜːmətəˈzəʊə/ *dt snh của* spermatozoon.

spermatozoon /ˌspɜːmətəˈzəʊen/ *dt* (*snh* **spermatozoa**) (*sinh*) tinh trùng.

spermicidal /ˌspɜːmiˈsaidl/ *tt* (*thngữ*) diệt tinh trùng.

spermicide /ˈspɜːmisaid/ *dt* chất diệt tinh trùng.

sperm whale /ˈspɜːmweil/ *dt* (*động*) cá nhà táng.

S

spew /spju:/ *dgt* **1.** (+ out, up) nôn, mửa: *spewing up in the basin* nôn ra chậu; *he spewed up the entire meal* nó nôn ra hết những gì đã ăn trong bữa ăn **2.** (+ out, forth) phun ra: *lava spewed forth from the volcano* dung nham phun ra từ núi lửa; *the volcano spewed molten lava* núi lửa phun dung nham lỏng ra.

sp gr (*vt của* specific gravity) tỷ trọng.

sphagna /'sfægnə/ *dt snh của* sphagnum.

sphagnum /'sfægnəm/ *dt* (*snh* **sphagna** *hoặc* **sphagnum**) (*thực*) rêu nước.

sphere /sfiə[r]/ *dt* **1.** khối cầu, hình cầu **2.** phạm vi, lĩnh vực: *a sphere of influence* phạm vi ảnh hưởng; *her sphere of interest is very limited* lĩnh vực quan tâm của chị ta rất hạn hẹp; *distinguished in many different spheres* xuất sắc trong nhiều lĩnh vực khác nhau.

-sphere *yếu tố tạo dt* [thuộc] hình cầu, [giống] hình cầu: *x* atmosphere.

spherical (*cg* /'sferikl/) *tt* [có] hình cầu: *a spherical object* một vật hình cầu.

spheric (*cg* -spherical) *yếu tố tạo tt x* atmospheric.

spheroid /'sfiərɔid/ *dt* hình phỏng cầu.

sphincter /'sfiŋktə[r]/ *dt* (*giải*) cơ thắt: *the anal sphincter* cơ thắt hậu môn.

sphinx /'sfiŋks/ *dt* **1. the Sphinx** tượng Nhân sư (*đầu người mình sư tử*) **2.** người thâm hiểm: *I've always found her rather sphinx-like* lúc nào tôi cũng thấy chị ta hơi thâm hiểm.

spic, spik /spik/ *dt* (*Mỹ, xấu*) người Hoa Kỳ nói tiếng Tây Ban Nha, người Puerto Rico.

spice¹ /spais/ *dt* **1.** gia vị **2.** (*bóng*) điều thêm thắt cho đậm đà; mắm muối thêm vào cho đậm đà: *a story that lacks spice* một câu chuyện thiếu tình tiết thêm thắt cho đậm đà hơn.

spice² /spais/ *dgt* **1.** cho gia vị (*vào món ăn*) **2.** thêm mắm thêm muối; thêm thắt tình tiết (*vào câu chuyện cho đậm đà hơn*): *his stories are spiced with humour* các câu chuyện của anh ta được thêm thắt tình tiết hóm hỉnh.

spiced /spaist/ *tt* [có] cho gia vị: *heavily spiced curries* món cà ri cho nhiều gia vị.

spiciness /'spaisinis/ *dt* sự có gia vị: *the spiciness of Indian food* sự có nhiều gia vị trong món ăn Ấn Độ.

spick /spik/ *tt* **spick and span** (*thường vị ngữ*) gọn gàng sạch sẽ: *they always keep their kitchen spick and span* họ luôn luôn giữ nhà bếp gọn gàng sạch sẽ.

spicy /'spaisi/ *tt* **1.** (-ier; -iest) có bỏ gia vị; có mùi gia vị: *do you like spicy food?* anh có thích món ăn có gia vị không **2.** hóm hỉnh, dí dỏm, lý thú: *spicy details of a film star's love life* những chi tiết lý thú trong cuộc đời tình ái của một ngôi sao điện ảnh.

spider /'spaidə[r]/ *dt* (*động*) con nhện.

spiderman /'spaidəmæn/ *dt* (*snh* **spidermen** /'spaidəmən/) thợ xây dựng ở trên cao.

spiderweb /'spaidəweb/ *dt* mạng nhện.

spidery /'spaidəri/ *tt* nghều ngào (*như chân nhện; nói về chữ viết*).

spied /spaid/ *qk và dttqk của* spy.

spiel /ʃpl, (*Mỹ* spi:l)/ *dt* (*kng, thường xấu*) tràng lời thuyết phục dài dòng: *the salesman's spiel* tràng lời thuyết phục dài dòng của người bán hàng.

spigot /'spigət/ *dt* nút thùng rượu (*thường bằng gỗ*).

spik /spik/ *dt nh* spic.

spike¹ /spaik/ *dt* **1.** que nhọn, chấn song sắt nhọn; đầu nhọn: *spikes along the top of a fence* những đầu nhọn trên đầu hàng rào **2.** đinh đế giày **3. spikes** (*snh*) giày đinh: *a pair of spikes* đôi giày đinh **4.** bông (*lúa...*): *spikes of barley* bông lúa đại mạch **5.** nhánh hoa: *spikes of lavender* những nhánh hoa oải hương.

spike² /spaik/ *dgt* **1.** (*thường ở dạng bị động*) đóng đinh: *spiked shoes* giày đóng đinh **2.** đâm bằng que nhọn; làm bị thương bằng que nhọn **3.** (*Mỹ*) cho thêm rượu mạnh vào (*đồ uống*). // **spike somebody's gun** phá hỏng kế hoạch (*của đối phương*).

spikiness /'spaikinis/ *dt* **1.** sự có mũi nhọn **2.** tính dễ mếch lòng; sự khó tính.

spiky /'spaiki/ *tt* **1.** (-ier; -iest) có mũi nhọn: *your hairbrush is too spiky for me* cái lược của bạn mình thấy răng nhọn quá **2.** (*kng, bóng*) khó tính; dễ mếch lòng.

spill¹ /spil/ *dgt* (**spilt** *hoặc* **spilled**) **1.** [làm] tràn, [làm] đổ (*chất nước*): *the ink spilt all over the desk* mực đổ tràn ra khắp mặt bàn; *he knocked the bucket over and all the water spilt out* anh ta đụng phải cái xô và nước đã đổ ra hết **2.** (*kng*) tiết lộ: *who spill the news?* ai đã tiết lộ tin ấy ra thế? // **cry over spilt milk** x cry¹; **spill the beans** (kng) tiết lộ; **spill blood** [làm] đổ máu: *much innocent blood is spilt in war* máu nhiều người vô tội đã đổ ra trong chiến tranh.

spill over: tràn ra: *the meeting spilt over from the hall into the corridor* cuộc họp đông chật hội trường đã tràn ra cả hành lang.

spill² /spil/ *dt* sự ngã ngựa, sự ngã xe: *have a nasty spill* ngã một cái đau. // **thrills and spills** x thrill¹.

spill³ /spil/ *dt* cái đóm (để nhóm lửa...).

spillage /'spilidʒ/ *dt* 1. sự [làm] tràn ra; sự [làm] đổ ra 2. lượng tràn ra, lượng đổ ra.

spillway /'spilwei/ *dt* đập tràn.

spilt /spilt/ *qk và đtqk của* spill¹.

spin¹ /spin/ *đgt* (-nn-) (**spun** hoặc (cổ) **span; spun**) 1. [làm] xoay tròn; [làm] quay tít: *spin the ball* đánh xoáy quả bóng (quần vợt); *spin a top* làm con cù quay tít; *they spun a coin to decide who should start* họ tung đồng tiền để quyết định ai bắt đầu trước; *he spun round to catch the ball* anh ta xoay mình để bắt quả bóng; *my head in spinning* đầu tôi cứ quay như chong chóng (tôi chóng mặt) 2. quay, xe (tơ, chỉ); làm nghề xe chỉ: *she spins goat's hair into wool* chị ta xe lông dê thành sợi len; *I enjoy spinning* tôi thích nghề xe chỉ 3. giăng tơ (nhện...): *silkworms spinning cocoons* tằm nhả tơ xe kén. // **spin somebody a yarn** kể chuyện huyền thiên (với ý lừa ai): *the old sailor loves to spin yarns about his life at sea* người thủy thủ già

thích kể chuyện huyền thiên về cuộc đời đi biển của ông ta.

spin along chạy nhanh, phóng nhanh: *the car was spinning along [the road]* chiếc xe đang phóng nhanh trên đường; **spin out** kéo dài (thời gian làm việc gì...): *spin out the time by talking* nói chuyện để kéo dài thời gian; *spin one's money out until the next pay* ăn tiêu dè xẻn cầm cự được đến kỳ lương sau.

spin² /spin/ *dt* 1. sự xoay tròn, sự quay; sự xoáy tròn: *spin bowling* sự ném xoáy bóng; *try your luck on the spin of the wheel* hãy chơi quay số thử thời vận xem sao 2. sự quay tròn đâm xuống (máy bay) 3. (kng) cuộc đi chơi ngắn: *let's go for a spin in my new car* tớ có chiếc xe mới, ta hãy làm một vòng đi. // **in a [flat] spin** hoảng sợ: *I've been in a real spin all the morning* suốt cả buổi sáng, tôi cứ hoảng sợ hoài.

spina bifida /,spainə'bifidə/ (y) tật nứt đốt sống.

spinach /'spini:dʒ, (Mỹ) 'spini:tʃ/ *dt* (thực) rau bi-a.

spinal /'spainl/ *tt* [thuộc] xương sống: *a spinal injury* thương tổn xương sống.

spinal column /,spainl-'kɒləm/ (giải) cột [xương] sống.

spinal cord /,spainl'kɔ:d/ (giải) tủy sống.

spin bowler /'spinbəʊlə[r]/ (thể) nh spinner.

spindle /'spindl/ *dt* 1. con suốt (xe chỉ) 2. (kỹ) trục.

spindly /'spindli/ *tt* (kng, đôi khi xấu) khẳng khiu; mảnh khảnh: *a young horse with spindly legs* con ngựa non chân khẳng khiu.

spin-drier /,spin'draiə[r]/ *dt* máy quay ráo quần áo.

spin-dry /,spin'drai/ *đgt* (**spin-dried**) quay ráo (quần áo giặt).

spine /spain/ *dt* 1. xương sống: *he sustained an injury to his spine when he fell off his horse* anh ta bị thương tổn xương sống khi ngã ngựa 2. (thực) gai 3. (động) gai; ngạnh (cá...); lông gai (nhím) 4. gáy (sách).

spine-chiller /'spain tʃilə[r]/ *dt* sách làm sợ lạnh gáy; phim làm sợ lạnh gáy.

spine-chilling /'spaintʃiliŋ/ *tt* làm sợ lạnh gáy: *a spine-chilling history* một chuyện làm sợ lạnh gáy.

spineless /'spainlis/ *tt* 1. (động) không xương sống (động vật) 2. (bóng, xấu) nhu nhược.

spinelessly /'spainlisli/ *pht* (xấu) [một cách] nhu nhược.

spinelessness /'spainlis-nis/ *dt* (xấu) tính nhu nhược.

spinet /spi'net, (Mỹ 'spinit)/ *dt* đàn epinet.

spinnaker /'spinəkə[r]/ *dt* buồm phụ lớn (ở thuyền đua).

spinner /'spinə[r]/ *dt* 1. người xe sợi 2. (thể) cầu thủ ném xoáy bóng; bóng ném xoáy (chơi cricket).

spinney /'spini/ *dt* rừng cây bụi.

spinning /'spiniŋ/ *dt* sự xe sợi; nghề xe sợi.

spinning-jenny /,spiniŋ-dʒeni/ *dt* máy xe sợi (thời trước đây).

spinning-wheel /'spiniŋwi:l/ *dt* guồng xe sợi.

spin-off /'spinɒf/ *dt* sản phẩm phụ.

spinster /'spinstə[r]/ *dt* 1. (luật) người phụ nữ độc thân 2. (thường xấu) bà cô (không chồng).

S

spinsterhood /'spɪnstəhʊd/ dt tình trạng không chồng (khi đã lớn tuổi).

spiny /'spaɪnɪ/ tt (-ier; -iest) (sinh) có nhiều gai; đầy gai; có ngạnh: a fish's spinny fins vây có ngạnh của một con cá.

spiral[1] /'spaɪərəl/ tt xoắn ốc; xoáy ốc: a spiral staircase cầu thang xoáy ốc.

spiral[2] /'spaɪərəl/ 1. đường xoắn ốc; đường xoáy ốc: an inflationary spiral đường xoáy ốc lạm phát 2. vật có hình xoáy ốc.

spiral[3] /'spaɪərəl/ dgt (-ll-, Mỹ, cg -l-) 1. xoáy theo hình xoắn ốc: the falling leaf spiralled to the ground chiếc lá xoáy tròn ốc rụng xuống đất; the smoke spiralled upwards khói cuộn trôn ốc bay lên 2. tăng liên tục, giảm liên tục: prices are still spiralling giá vẫn liên tục tăng nhanh.

spirally /'spaɪərəlɪ/ pht theo kiểu xoắn ốc: a spirally bound book cuốn sách được đóng bằng dây thép uốn theo kiểu xoắn ốc.

spire /spaɪə[r]/ dt chóp hình nón; chóp tháp: a magnificent view of the spires of the city một quang cảnh tráng lệ của những chóp tháp trong thành phố.

spirit[1] /'spɪrɪt/ dt 1. tinh thần, tâm thần: his spirit is troubled; he is troubled in spirit tâm thần anh ta bị rối loạn 2. hồn, linh hồn: the spirits of the dead hồn của những người đã chết 3. (cũ) tiên; thần 4. linh hồn: God is pure spirit chúa là linh hồn thuần túy; the Holy Spirit Chúa Thánh Thần 5. (luôn luôn + tt) người [theo kiểu nào đó]; he was one of the leading spirits of the reform movement ông ta là

một trong nhiều người lãnh đạo phong trào cải cách: she's an independent spirit bà ta là một người độc lập 6. nghị lực; lòng can đảm; tinh thần hăng hái: he answered with spirit anh ta can đảm trả lời 7. (số ít) thái độ; tinh thần: approach something in the wrong (right) spirit tiếp cận việc gì với thái độ sai (đúng) 8. tinh thần; nghĩa đúng: the spirit of the times tinh thần của thời đại; obey the spirit, not the letter of the law theo tinh thần chứ không phải nghĩa mặt chữ của đạo luật 9. (thường snh) rượu mạnh; cồn: I don't drink spirits tôi không uống rượu mạnh; surgical spirit cồn giải phẫu 10. spirits (snh) tâm trạng; tinh thần: in high (low) spirits trong tâm trạng phấn chấn (ủ rũ); have a glass of brandy to keep your spirits up hãy uống một cốc branđi cho tinh thần phấn chấn lên. // in spirit trong tâm hồn, trong thâm tâm: I shall be with you in spirit anh sẽ luôn luôn giữ hình ảnh của em trong tâm hồn; a kindred spirit x kindred: the spirit is willing [but the flesh is weak] lực bất tòng tâm.

spirit[2] /'spɪrɪt/ dgt spirit somebody (something) away (off) đưa biến (ai, vật gì) đi (như là có phép ma): the pop-star was spirited away at the end of the concert before her fans could get near her sau buổi hòa nhạc, ngôi sao nhạc pop đã bị đưa biến đi trước khi những người hâm mộ kịp đến gần cô.

spirited /'spɪrɪtɪd/ tt (thường thngũ) hăng hái; mạnh mẽ: a spirited attack cuộc tấn công mạnh mẽ.

-spirited (yếu tố tạo từ ghép) có tinh thần; có thái độ (như thế nào đó): high-spirited children những đứa trẻ hăng hái hoạt bát.

spiritedly /'spɪrɪtɪdlɪ/ pht [một cách] hăng hái; [một cách] mạnh mẽ.

spirit-lamp /'spɪrɪtlæmp/ dt đèn cồn.

spiritless /'spɪrɪtlɪs/ tt 1. thiếu hăng hái; kém hào hùng; yếu đuối 2. ủ rũ: the old man seemed dejected and spiritless ông lão có vẻ buồn nản ủ rũ.

spirit-level /'spɪrɪtlevl/ dt ống thủy chuẩn.

spiritual[1] /'spɪrɪtʃʊəl/ tt 1. (thường thngũ) [thuộc] tinh thần; [thuộc] tâm hồn: concerned about somebody's spiritual welfare quan tâm đến phúc lợi tinh thần của ai 2. [thuộc] giáo hội, [thuộc] tôn giáo (đối lập với thế tục): an adviser in spiritual matters một cố vấn về những vấn đề tôn giáo. // one's spiritual home miền đất hứa; tịnh thổ.

spiritual[2] /'spɪrɪtʃʊəl/ dt (cg Negro spiritual) bài hát thờ (vốn do dân da đen ở Hoa Kỳ hát đầu tiên).

spiritualism /'spɪrɪtʃʊəlɪzəm/ dt 1. thuyết thông linh 2. thuật thông linh.

spiritualist /'spɪrɪtʃʊəlɪst/ dt 1. người theo thuyết thông linh 2. thuật sĩ thông linh.

spirituality /ˌspɪrɪtʃʊ'ælətɪ/ dt sự tin thần linh; lòng mộ đạo.

spiritually /'spɪrɪtʃʊəlɪ/ pht về mặt tinh thần: a spiritually impoverished culture một nền văn hóa nghèo nàn về mặt tinh thần.

spirituous /'spɪrɪtʃʊəs/ tt có rượu mạnh (thức uống).

spit¹ /spit/ *dgt* (**-tt-**) (**spat,** *Mỹ cg* **spit**) **1.** nhổ ra; phun ra: *the baby spat its food [out] on the table* cháu bé nhè thức ăn ra bàn; *he took one sip of the wine and spat it out* anh ta nhấp một hớp rượu vang rồi phun ra **2.** phun nước bọt; nhổ nước bọt: *he is inclined to spit when he talks quickly* anh ta hay làm bắn nước bọt ra mỗi khi nói nhanh; *in many countries, it is considered rude to spit in public* ở nhiều nước người ta cho rằng nhổ nước bọt ở nơi công cộng là thô lỗ; *she spat at him (in his face)* cô ta nhổ vào mặt hắn *(tỏ sự khinh bỉ, giận dữ...)* **3.** (+ about) phun ra; tuôn ra; lầu bầu; gầm gừ: *she spat [out] curses at him* bà ta phun ra những lời chửi rủa anh ấy; *he walked off spitting with fury* anh ta bước đi, miệng lầu bầu giận dữ; *the cat spat at the dog* con mèo gầm gừ trước con chó **4.** tóe *(lửa)*; nổ lách tách; kêu xèo xèo: *fried bacon spitting in the pan* thịt lợn muối rán xèo xèo trong chảo; *the gun spat twice and he fell dead* súng nổ hai phát và anh ta gục chết **5.** *(dùng với it trong các thì tiếp diễn)* mưa lất phất: *it's not raining heavily any more, but it's still spitting a bit* trời không mưa to nữa, nhưng hãy còn lất phất vài hạt. // **spit it out!** *(kng)* muốn nói gì thì nói nhanh lên!

spit² /spit/ *dt* nước bọt. // **be the dead spit of** *x* dead; **spit and polish** sự lau chùi sáng bóng trang bị quân lính.

spit³ /spit/ *dt* **1.** cái xiên *(nướng thịt)* **2.** mũi đất *(nhô ra biển, ra hồ).*

spit⁴ /spit/ *dgt* (**-tt-**) xiên *(thịt để nướng).*

spit⁵ /spit/ *dt* mai *(bề sâu xắn xuống đất bằng chiều dài một lưỡi mai)*: *dig it two spits deep* đào sâu hai mai.

spite¹ /spait/ *dt* ác ý: *I'm sure he only said it out of (from) spite* tôi chắc là anh ta nói điều đó chỉ vì ác ý. // **in spite of** mặc dù, bất chấp: *they went out in spite of the rain* họ đi ra ngoài mặc dù (bất chấp) trời mưa.

spite² /spait/ *dgt* *(chỉ dùng ở dạng nguyên mẫu với* to) làm khó chịu; làm phiền; trêu tức: *he did it to spite me* nó làm cái đó để trêu tức tôi. // **cut off one's nose to spite one's face** *x* nose¹.

spiteful /'spaitfl/ *tt* đầy ác ý; hằn học: *a spiteful comment* lời bình luận đầy ác ý; *he's just being spiteful* nó đang rất hằn học.

spitefully /'spaitfəli/ *pht* [một cách] đầy ác ý; [một cách] hằn học.

spitfire /'spitfaiə[r]/ *dt* người hung hãn.

spitting image /,spitiŋ'imidʒ/ hình ảnh giống như đúc: *she's the spitting image of her mother* cô ta giống mẹ như đúc.

spittle /'spitl/ *dt* nước bọt.

spittoon /spi'tu:n/ *dt* cái ống nhổ.

spiv /spiv/ *dt* *(Anh, lóng, xấu)* dân phe phẩy.

splash¹ /splæʃ/ *dgt* **1.** té; văng; làm bắn tóe: *stop splashing me* thôi đừng có té nước vào tôi nữa!; *splash water about* làm bắn nước tung tóe; *water splashed from the tap* nước từ vòi văng ra tung tóe; *the rain splashed down all day* mưa rơi suốt ngày **2.** *(thường ở*

dạng bị động) [phết từng mảnh] sơn; tô [từng mảng] màu: *a bath towel splashed with blue and green* chiếc khăn tắm điểm từng mảng màu xanh lơ và màu lục **3.** trình bày nổi bật: *the story was splashed across the front page of the newspaper* truyện ấy được trình bày nổi bật trên trang nhất của tờ báo **4.** vung *(tiền)* ra: *he thinks he can win friends by splashing his money about* anh ta nghĩ là có thể tranh thủ được bạn bè bằng cách vung tiền ra. // **splash about [in something]** vầy nước: *children happily splashing about in the bath* trẻ con thích chí vầy nước trong bồn tắm; **splash across (along, away, through...)** lội lõm bõm: *she splashed through the puddles* chị ta lội lõm bõm qua vũng nước; **splash down** hạ cánh *(xuống nước)* *(nói về con tàu vũ trụ)*: *the spacecraft splashed down in the Pacific* con tàu vũ trụ hạ cánh xuống Thái Bình Dương; **splash out [on something]** *(kng)* tiêu phung phí; vung tiền ra *(về việc gì)*: *she splashed out on a new pair of shoes* chị ta vung tiền ra sắm một đôi giày mới.

splash² /splæʃ/ *dt* **1.** sự rơi ùm; tiếng rơi ùm; *he fell into the water with a splash* nó rơi ùm xuống nước **2.** điểm; đốm; vết: *there are some splashes of mud on your trousers* có mấy vết bùn trên quần của anh đấy; *her dog is brown with white splashes* con chó cô ta lông màu nâu với những đốm trắng; *splashes of water all over the floor* những vết nước tóe ra khắp sàn nhà **3.** *(Anh, cũ, kng)* chút ít nước xô-đa pha vào *(thức*

S

uống). // **make a splash** (kng) làm náo động dư luận, làm xôn xao: *she has made quite a splash in literary circles with her first book* với cuốn sách đầu tay của mình, chị ta đã làm xôn xao giới nhà văn.

splash-down /'splæʃdaun/ *dt* sự hạ cánh xuống nước *(tàu vũ trụ)*: *splash-down was scheduled for 5.30 am* sự hạ cánh xuống nước đã được hoạch định vào 5 giờ rưỡi sáng.

splatter /'splætə[r]/ *dgt* **1.** kêu lộp bộp: *rain splattering on the roof* mưa rơi lộp bộp trên mái nhà **2.** bắn đầy: *overalls splattered with paint* bộ quần áo bảo hộ bắn đầy sơn.

splay[1] /splei/ *dgt* loe ra: *the plumber splayed the end of the pipe before fitting it over the next section* người thợ ống nước làm cho đầu ống loe ra trước khi lắp nó vào đoạn ống tiếp theo; *splayed window* cửa sổ thành loe *(mặt ngoài rộng hơn mặt trong).*

splay[2] /splei/ *tt (thường thngữ)* [theo kiểu] chữ bát *(chân)*: *he has splay feet* anh ta có chân bẹt chữ bát.

splay-footed /ˌsplei'futid/ *tt* [có] chân chữ bát.

spleen /spli:n/ *dt* **1.** *(giải)* lách, tỳ **2.** *(cũ)* sự bực tức: *a fit of spleen* cơn bực tức.

splendid /'splendid/ *tt* **1.** rực rỡ; lộng lẫy; huy hoàng: *a splendid victory* thắng lợi huy hoàng **2.** *(kng)* tuyệt vời: *a splendid dinner* bữa ăn tối tuyệt vời; *a splendid achievement* thành tựu tuyệt vời.

splendiferous /splen'difərəs/ *tt (kng, dùa)* tuyệt vời.

splendour *(Mỹ)* **splendor** /'splendə[r]/ *dt* **1.** vẻ rực rỡ;

vẻ lộng lẫy; vẻ huy hoàng: *can the city recapture its former splendour?* liệu thành phố này có lấy lại được vẻ huy hoàng xưa hay không? **2.** *splendours (snh)* cảnh lộng lẫy; nét huy hoàng: *splendours of Rome* những cảnh lộng lẫy của thành La Mã.

splenetic /spli'netik/ *tt* hay buồn bực cau có.

splice[1] /splais/ *đgt* **1.** xoắn chập *(hai đầu dây)* **2.** ghép đầu, nối đầu *(hai tấm gỗ, hai tấm phim...).* // **get spliced** *(kng)* lập gia đình, lấy vợ, lấy chồng: *have you heard? John's just got spliced* anh có nghe tin gì không? John vừa lấy vợ đấy; **splice the mainbrace** *(kng, dùa)* khao rượu *(sau một ngày làm việc cực nhọc).*

splice[2] /splais/ *dt* **1.** *(hải)* mối xoắn chập **2.** mối ghép, mối nối đầu *(hai tấm gỗ, hai tấm phim...).*

splicer /'splaisə[r]/ *dt* dụng cụ ghép đầu *(băng từ, phim...).*

splint /splint/ *dt (y)* thanh nẹp *(bó chỗ xương gãy)*: *put an arm in splints* đặt nẹp bó [xương gãy ở] tay.

splinter[1] /'splintə[r]/ *dt* mảnh vỡ; cái giằm: *I've got a splinter in my finger* tôi bị cái giằm đâm vào ngón tay.

splinter[2] /'splintə[r]/ *dgt* **1.** [làm] vỡ ra từng mảnh: *the windscreen cracked but did not splinter* kính trước cửa xe bị nứt nhưng chưa vỡ ra từng mảnh; *the waves smashed the boat against the rocks, splintering it to pieces* sóng quật con thuyền vào đá làm nó vỡ ra từng mảnh **2.** *(bóng)* phân lập ra *(từ một nhóm lớn hơn).*

splinter group /'splintə-gru:p/ *(chính)* nhóm phân lập.

split[1] /split/ *(dgt)* (-tt-) **(split)** **1.** chẻ; bổ: *some types of wood split easily* một số loại gỗ dễ chẻ; *he was splitting logs with an axe* nó đang dùng rìu bổ những khúc gỗ ra **2.** chia ra; tách ra: *the children split [up] into groups* bọn trẻ chia ra thành nhóm **3.** chia rẽ: *an issue which has split the party [from top to bottom]* một vấn đề gây chia rẽ trong đảng [từ trên xuống dưới] **4.** chia; chia nhau: *they split [up] the money between them* họ chia nhau tiền; *would you like to split a bottle with me?* anh với tôi chia đôi một chai, anh có đồng ý không? **5.** bung ra; bật mở ra: *his coat has split at the seams* áo khoác của anh ta đã bung các đường khâu nối; *suddenly the box split open and a puppy jumped out* bỗng nhiên cái hộp bật mở ra và một con chó con nhảy ra **6.** *(lóng, Mỹ)* rút lui; bỏ đi: *it's boring here, let's split* ở đây chán quá, ta rút lui thôi. // **split the difference** lấy giá trung bình *(giữa hai giá đã được đề nghị trong một cuộc mặc cả)*; **split hairs** *(xấu)* chẻ sợi tóc làm tư, **split an infinitive** chèn một phó từ vào giữa *to* và một động từ nguyên thể *(ví dụ: to quickly read a book* đọc nhanh một cuốn sách)*; **split one's sides [laughing (with laughter)]** cười vỡ bụng; **split [something] away (off) [from something]** tách ra: *the group have split away off the official union* nhóm này đã tách ra từ liên đoàn chính thức; *the storm has split the branch off from the main tree trunk* cơn bão đã làm cành kia lìa khỏi thân cây chính; **split on somebody [to somebody]** (kng) tố cáo ai; phản ai: *she split on him to the teacher* chị ấy đã tố cáo nó với thầy giáo; *split up [with somebody]* cắt đứt [quan hệ]; chia tay: *Jenny and Joe have split up* Jenny và Joe đã chia tay nhau.

split² /split/ *dt* 1. sự chẻ; sự tách ra 2. chỗ bung; chỗ rách: *sew up a split in a seam* khâu lại một chỗ bung ở đường khâu nối 3. sự tách; bộ phận tách ra: *a split in a party* một bộ phận tách ra từ một đảng 4. món ngọt tráng miệng hai lớp (phía trên có kem).

split infinitive /,split in'finə-tiv/ động từ nguyên thể ở dạng tách ra (tách khỏi to bởi một phó từ như to easily win thắng dễ dàng).

split-level /,split 'levl/ *tt* 1. có sàn ở độ cao khác nhau (tòa nhà, phòng xây trên mặt nghiêng...) 2. có lò nướng riêng biệt (bếp lò).

split pea /,split'pi:/ đậu quả khô tách đôi.

split personality /,split-pɜ:sə'næləti/ (y) chứng tâm thần phân liệt.

split pin /,split'pin/ (kỹ) chốt chẻ.

split ring /,split'riŋ/ vòng móc chìa khóa.

splits /splits/ *dt snh* thế ngồi xoạc chân.

split second /,split'sekənd/ chốc lát.

split-second /,split'se kənd/ *tt (thngữ)* rất nhanh: *I had to make a split-second decision* tôi cần phải có một quyết định rất nhanh.

split shift /,split'ʃift/ ca làm việc nhiều kỳ.

split ticket /,split'tikit/ phiếu bầu cho ứng cử viên nhiều đảng (không tập trung cho một đảng).

splitting /'splitiŋ/ *tt* đau như búa bổ (nhức đầu): *I've got a splitting headache* tôi nhức đầu như búa bổ.

splodge /splɒdʒ/ *dt, dgt (Anh)* nh splotch.

splotch¹ /splɒtʃ/ *dt (Anh, cg splodge)* vết bẩn (mực, sơn...); vệt (màu, ánh sáng).

splotch² /splɒtʃ/ *dgt (Anh cg splodge)* bôi bẩn.

splodgy /'splɒdʒi/ *tt (Anh)* vấy bẩn.

splosh /splɒʃ,splaː ʃ/ *dgt (kng)* đánh ùm một cái: *the little boy was sploshing about in his bath* chú bé vầy nước ùm ùm trong bồn tắm.

splurge¹ /splɜ:dʒ/ *dt (kng)* 1. sự tiêu xài phung phí: *I had a splurge and bought two new suits* tôi đã vung tiền ra mua hai bộ quần áo mới 2. sự phô trương (để gây chú ý): *make a splurge* phô trương để khiến người khác chú ý.

splurge² /splɜ:dʒ/ *dgt* tiêu xài phung phí: *he splurged all his winnings on an expensive new camera* nó tiêu phung phí hết tiền nó được bạc mà mua một máy ảnh mới.

splutter¹ /'splʌtə[r]/ *dgt* 1. (cg **sputter**) nói lắp bắp: **splutter something [out]** lắp bắp nói ra điều gì: *splutter [out] a few words of apology* lắp bắp nói vài lời xin lỗi 2. thổi phì phì: *he dived into the water and came up coughing and spluttering* nó lặn xuống nước rồi trồi lên ho và thở phì phì.

splutter² /'splʌtə[r]/ *dt* tiếng phì phì; tiếng xèo xèo: *the fire went out with a few splutters as the rain began to fall* lửa xèo xèo vài tiếng khi trời bắt đầu mưa rồi tắt ngấm.

spoil¹ /spɔil/ *dgt* (**spoilt** hoặc **spoiled**) 1. làm hỏng: *holidays spoilt by bad weather* kỳ nghỉ bị thời tiết xấu làm hỏng; *don't spoil your appetite by eating sweets between meals* chớ có để ăn mất ngon do ăn kẹo vào khoảng giữa các bữa cơm 2. làm hư (một đứa trẻ...): *the little girl is terribly spoilt; her parents give her everything she asks for* cô bé ấy hư lắm, bố mẹ nó cho nó mọi thứ nó đòi 3. chiều chuộng: *everybody enjoys being spoiled from time to time* ai cũng muốn thỉnh thoảng được chiều chuộng một tí 4. thối; ươn (quả, cá...). // **be spoiling for something** hăm hở (muốn đánh nhau, cãi nhau); **be spoilt for choice** nhiều quá không biết chọn cái nào; **spare the rod and spoil the child** x spare²; **too many cooks spoil the broth** x cook².

spoil² /spɔil/ *dt (cg* **spoils**) 1. đồ ăn cắp, đồ ăn trộm: *the thieves divided up the spoils* tụi trộm chia nhau của ăn trộm 2. chiến lợi phẩm.

spoilage /'spɔilidʒ/ *dt* sự thối; sự ươn.

spoiler /'spɔilə[r]/ *dt* 1. người làm hư; đồ bị hư 2. thiết bị giảm tốc (ở máy bay).

spoils /spɔilz/ *dt snh* của spoil².

spoil-sport /'spɔilspɔ:t/ *dt* kẻ phá đám: *don't be such a spoil-sport!* đừng có mà phá đám thế!

spoils system /'spɔilzsis-təm/ chế độ ưu tiên dành chức vị (cho những người *ủng hộ đảng chính trị giành được quyền binh).*

spoilt /spɔilt/ *qk và đttqk của* spoil¹ *(là dạng đttqk thường gặp của* spoil *(đgt) trong các nghĩa 2 và 3, và cũng là dạng được dùng như tt, ví dụ trong* spoilt child).

spoke¹ /spəʊk/ *dt* nan hoa *(bánh xe đạp). //* **put a spoke in somebody's wheel** thọc gậy [vào] bánh xe [của ai].

spoke² /spəʊk/ *qk của* speak.

spoken /'spəʊkən/ *dttqk của* speak.

-spoken /'spəʊkən/ *(yếu tố tạo tt ghép)* nói: *x* soft-spoken, well-spoken...

spoken for /'spəʊkənfə[r]/ *tt (kng)* **1.** đã được giữ chỗ trước; đã được đặt trước *(ghế ngồi):* I'm afraid you can't use these chairs, they're already spoken for *tôi e các anh không thể sử dụng mấy cái ghế này, chúng đã được giữ chỗ trước* **2.** đã có nơi có chốn *(đã có người yêu gắn bó):* you'd better stop flirting with Ba, he is spoken for *cậu nên thôi ve vãn Ba thì hơn, nó đã có nơi có chốn rồi đấy.*

spokeshave /'spəʊkʃeiv/ *dt* cái bào khum.

spokesman /'spəʊksmən/ *dt (snh* **spokesmen** /spəʊksmən/; *c* **spokeswo-man** /'spəʊkswʊmən/, *snh* **spokes-women** /'spəʊkswi-min/) người phát ngôn.

spoliation /,spəʊli'eiʃn/ *dt* sự cướp đoạt; sự phá hỏng: the spoliation of the environment *sự phá hỏng môi sinh.*

spondaic /spɒn'deiik/ *tt* [thuộc] âm tiết xpônđê.

spondee /'spɒndi:/ *dt (thơ)* cụm hai âm tiết dài, xpônđê.

sponge¹ /spʌndʒ/ *dt* **1.** *(động)* con bọt biển **2.** miếng bọt biển *(để tắm)* **3.** *(y)* vải thấm; gạc **4.** *(số ít)* sự lau chùi; sự cọ rửa *(bằng bọt biển):* she gave the floor a vigorous sponge all over *chị ta cọ rửa cả sàn nhà bằng miếng bọt biển* **5.** *nh* sponge-cake: would you like some more sponge? *anh dùng thêm một ít bánh xốp nhé?.* // **throw up the sponge** *(kng)* chịu thua.

sponge² /spʌndʒ/ *dgt* **1.** lau chùi; cọ rửa *(bằng bọt biển, bằng gạc...):* sponge a wound *dùng gạc lau vết thương;* sponge out a stain in the carpet *dùng bọt biển lau một vết bẩn trên tấm thảm;* the nurse sponged [up] the blood from the wound *người y tá lau sạch máu trên vết thương* **2.** ăn bám; ăn chực: sponge a dinner *ăn chực một bữa cơm;* he always sponges off others *nó luôn luôn ăn bám người khác.*

sponge-bag /'spʌndʒbæg/ *dt (Anh)* túi *(thường bằng nhựa)* đựng xà phòng, bàn chải răng... *(khi đi du lịch).*

sponge-cake /'spʌndʒ keik/ *dt* bánh xốp.

sponge-pudding /,spʌndʒ'pʊdiŋ/ bánh pu-đinh xốp.

sponger /'spʌndʒə[r]/ *dt* kẻ ăn bám; kẻ ăn chực.

sponginess /'spʌndʒinis/ *dt* tính mềm xốp.

sponging /'spʌndʒiŋ/ *dt (thường số ít)* sự lau chùi; sự cọ rửa: give a child's face a good sponging *lau sạch mặt đứa bé.*

spongy /'spʌndʒi/ *tt* **(-ier; -iest)** mềm xốp: spongy moss *rêu mềm xốp.*

sponsor¹ /'spɒnsə[r]/ *dt* **1.** cha đỡ đầu; mẹ đỡ đầu **2.** người bảo lãnh **3.** người tài trợ; hãng tài trợ *(cho một*

chương trình radiô, tivi... với mục đích quảng cáo) **4.** người bảo trợ.

sponsor² /'spɒnsə[r]/ *dgt* **1.** bảo lãnh; bảo trợ: an athlete sponsored by a bank *một vận động viên được một ngân hàng bảo trợ* **2.** tài trợ: a government-sponsored research program *một chương trình nghiên cứu được chính phủ tài trợ.*

sponsorship /'spɒnsəʃip/ *dt* **1.** sự bảo lãnh, sự bảo trợ **2.** sự tài trợ.

spontaneity /,spɒntə'neiəti/ *dt nh* spontaneousness.

spontaneous /spɒn'teiniəs/ *tt* **1.** tự phát, tự sinh, tự ý: a spontaneous offer of help *sự ngỏ ý giúp đỡ tự ý* **2.** tự nhiên: a spontaneous gaiety of manners *thái độ vui vẻ tự nhiên.*

spontaneous combustion /spɒn,teiniəs kəm'bʌstʃn/ sự tự bốc cháy.

spontaneously /spɒnteiniəsli/ *pht* **1.** [một cách] tự phát; [một cách] tự sinh; [một cách] tự ý **2.** [một cách] tự nhiên.

spontaneousness /spɒn'teiniəsnis/ *dt* **1.** sự tự phát, sự tự sinh, sự tự ý **2.** sự tự nhiên.

spoof¹ /spu:f/ *dt* **1.** spoof of (on) something *sự nhại:* the show is a spoof on (of) university life *buổi trình diễn là một sự nhại đời sống ở trường đại học* **2.** trò lừa gạt.

spoof² /spu:f/ *dgt* lừa gạt; lừa: you've been spoofed *anh đã bị lừa rồi.*

spook¹ /spu:k/ *dt (kng, thường đùa)* ma: are you afraid of spooks? *anh có sợ ma không?*

spook² /spu:k/ *dgt (Mỹ, kng)* làm kinh sợ *(một con*

vật...): something in the bushes spooked his horse có cái gì đó trong bụi cây làm con ngựa anh ta kinh sợ.

spookiness /'spu:kinis/ *dt* sự đáng sợ.

spooky /'spu:ki/ *tt* làm kinh sợ; đáng sợ: *a spooky old house* ngôi nhà cổ đáng sợ.

spool /spu:l/ *dt* 1. ống cuộn *(để cuộn chỉ)* 2. cuộn *(số lượng chỉ trên một ống cuộn): how many spools of thread did you use?* chị đã dùng mấy cuộn chỉ rồi?

spoon /spu:n/ *dt* thìa: *a soup-spoon* thìa xúp; *a tea-spoon* thìa cà phê; *two spoons of sugar, please* xin cho hai thìa đường.

spoon² /spu:n/ *đgt* 1. xúc *(múc, ăn)* bằng thìa: *spoon sugar from the packet into a bowl* xúc đường từ gói ra bát bằng thìa; *spoon up one's soup* dùng thìa ăn xúp 2. (+up) hất nhẹ *(quả bóng)* lên.

spoonerism /'spu:nərizəm/ *dt* sự nói nhịu.

spoon-fed /'spu:nfed/ *qk và đttqk của* spoon-feed.

spoon-feed /'spu:nfi:d/ *đgt* **(spoon-fed)** 1. bón bằng thìa; đút bằng thìa *(cho trẻ em)* 2. *(bóng, xấu)* nhồi nhét quá mức *(khiến người ta mất hết trí sáng tạo và sự suy nghĩ độc lập): he spoon-fed his students with political theory* ông ta nhồi nhét lý thuyết chính trị cho sinh viên của ông.

spoonful /'spu:nful/ *dt (snh* **spoonfuls)** thìa *[đầy]: two spoonfuls of sugar, please* xin cho hai thìa đường đầy.

spoor /spɔ:r, *(Mỹ* spuər)/ *dt* dấu chân; hơi *(của dã thú để lại trên đường đi).*

sporadic /spə'rædik/ *tt* lác đác; lẻ tẻ: *sporadic showers* những trận mưa rào lác đác.

sporadically /spə'rædikli/ *pht* [một cách] lác đác; [một cách] lẻ tẻ.

spore /spɔ:[r]/ *dt (thực)* bào tử: *mushroom spores* bào tử nấm.

sporran /'spɔrən/ *dt* túi da, túi lông thú *(một bộ phận trong y phục dân tộc của người Scotland).*

sport¹ /spɔ:t/ *dt* 1. thể thao: *he's very fond of sport* nó rất thích thể thao; *which sports do you like best?* anh thích nhất những môn thể thao nào thế?; *a sports programme* một chương trình thể thao 2. **sports** *(snh)* cuộc thi đấu thể thao: *inter-university sports* cuộc thi đấu thể thao liên trường đại học; *a sports day* ngày thi đấu thể thao 3. sự đùa vui: *say something in sport* nói đùa 4. *(cũ, kng)* người dễ chịu; người hào hiệp 5. *(kng, Úc) (để xưng hô)* anh bạn: *how are you doing sport?* này anh bạn, khỏe chứ? 6. *(sinh)* đột biến sinh dưỡng.

sport² /spɔ:t/ *đgt* 1. chưng, diện: *sport a gold tie-clip* chưng chiếc kẹp cà vạt bằng vàng 2. *(chủ yếu dùng ở thì tiếp diễn)* nô đùa, đùa nghịch: *seals sporting [about; around] in the water* hải cẩu nô đùa với nhau trong nước.

sportily /'spɔ:tili/ *pht* 1. [một cách] thể thao 2. [một cách] bảnh bao.

sportiness /'spɔ:tinis/ *dt* 1. tính thích thể thao; sự giỏi thể thao 2. vẻ bảnh bao.

sporting /'spɔ:tiŋ/ *tt* 1. [thuộc] thể thao; thích thể thao: *a sporting man* một người thích thể thao 2. thượng võ; hào hiệp: *it's very*

sporting of you to give me an initial advantage anh nhường cho tôi lợi thế ban đầu anh thật là có tinh thần thượng võ. // **sporting chance** cơ hội tranh đua: *he gave me a sporting chance of winning by letting me start first* anh ta cho tôi cơ hội tranh đua thắng lợi bằng cách để cho tôi xuất phát trước.

sportingly /'spɔ:tiŋli/ *pht* [một cách] thượng võ; [một cách] hào hiệp.

sportive /'spɔ:tiv/ *tt (văn)* vui đùa.

sportively /'spɔ:tivli/ *pht (văn)* [một cách] vui đùa.

sportiveness /'spɔ:tivnis/ *dt (văn)* sự vui đùa.

sports car /'spɔ:tska:[r]/ xe thể thao.

sportscast /'spɔ:tska:st/ *dt* chương trình thể thao *(trên đài phát thanh hay truyền hình).*

sportscaster /'spɔ:tska:stə[r]/ *dt* phát thanh viên chuyên mục thể thao.

sports-editor /'spɔ:teditə[r]/ *dt* biên tập viên chuyên mục thể thao.

sportsman /'spɔ:tsmən/ *dt (snh* **sportsmen** /'spɔ:t-smən/; *c* **sportswoman** /'spɔ:tswʊmən/, *snh* **sportswomen** /'spɔ:tswimin/) nhà thể thao; người thích thể thao; người có tinh thần thượng võ.

sportsmanlike /'spɔ:tsmən-laik/ *tt* có tinh thần thượng võ; hào hiệp: *a sportsman-like gesture* một cử chỉ hào hiệp.

sportsmanship /'spɔ:tsmənʃip/ *dt* tinh thần thượng võ; thái độ hào hiệp.

sportswriter /'spɔ:tsraitə[r]/ *dt* phóng viên thể thao.

sporty /'spɔ:ti/ *tt* 1. thích chơi thể thao; giỏi thể thao

S

2. bảnh, bảnh bao: *a sporty new pullover* chiếc áo len chui đầu mới rất bảnh.

spot¹ /spɔt/ *dt* **1.** đốm; vết: *a brown tie with red spots* chiếc cà vạt nâu có đốm đỏ: *spots of mud on one's trousers* vết bùn trên quần **2.** nốt đỏ; mụn: *with measles you get spots all over your skin* bị sởi thì anh có nốt đỏ khắp mặt da **3.** điểm: *a well-known beauty spot* một danh lam thắng cảnh ai cũng biết; *there are several weak spots in your argument* trong lý lẽ của anh có nhiều điểm yếu; *a popular night spot* một điểm giải trí ban đêm được nhiều người ưa thích **4.** giọt: *did you feel a few spots of rain?* anh có cảm thấy có vài giọt mưa không? **5.** khoản, mục *(trên một chương trình...)*: *she has a regular cabaret spot at a local night club* cô ta có một mục biểu diễn thường xuyên ở một câu lạc bộ đêm địa phương **6.** *(thường số ít)* *spot of something* một chút; một ít: *what about doing a spot of work?* làm chút việc được không?; *let's have a spot of lunch* ta ăn trưa chút gì đi **7.** *(bóng)* vết nhơ: *there isn't a spot on her reputation* danh tiếng bà ta không bị một vết nhơ nào **8.** *(kng)* nh spotlight¹ **9.** *(Mỹ, kng)* lá bài; tờ giấy bạc. // **change one's spots** x change¹; **in a [tight] spot** *(kng)* gặp khó khăn: *I'm in a bit of a spot financially* tôi đang gặp tí khó khăn về tài chính; **knock spots off somebody (something)** x knock²; **on the spot** a/ ngay lập tức; ngay tại chỗ: *he was hit by a falling tree and killed on the spot* nó bị một cây đổ đập vào và chết tại chỗ b/ tại hiện trường: *the police were on*

the spot within a few minutes of my telephone call cảnh sát có mặt tại hiện trường chỉ sau khi tôi gọi điện thoại mấy phút; **put somebody on the spot** đặt ai vào thế kẹt *(phải hành động hay tự biện hộ lấy)*: *you've put in on the spot here - I can't answer your question* anh đã đẩy tôi vào thế kẹt rồi, tôi không sao trả lời câu hỏi của anh được.

spot² /spɔt/ *dgt* (-tt-) **1.** spot something with something làm đốm; làm vấy: *a table spotted with ink* cái bàn vấy mực **2.** spot somebody (something) as something *(không dùng ở thì tiếp diễn)* phát hiện ra; nhận ra; tìm thấy: *he finally spotted just the shirt he wanted* cuối cùng nó đã tìm được đúng chiếc sơ mi mà nó cần; *she spotted her friend in the crowd* cô ta nhận ra bạn mình trong đám đông; *spot the winner of a race* chấm trước đúng người sẽ thắng cuộc đua; *he was spotted by police boarding a plane for Paris* anh ta bị cảnh sát phát hiện khi lên máy bay đi Pa-ri; *she has been spotted as a likely tennis star of the future* người ta nhận thấy là cô ta có thể trở thành một ngôi sao quần vợt trong tương lai **3.** *(Anh, kng)* *(dùng với* it) mưa lất phất: *it's beginning to spot* trời bắt đầu mưa lất phất; *it's spotting with rain* trời đang mưa lất phất.

spot³ /spɔt/ *tt* trả tiền ngay; giao ngay khi bán: *spot goods* hàng bán giao ngay, hàng bán lấy tiền ngay.

spot⁴ /spɔt/ *pht* (Anh, kng) [một cách] đúng, [một cách] chính xác: *she arrived spot*

on time chị ta đến đúng giờ.

spotcash /'spɔtkæʃ/ *dt* tiền mặt.

spot check /ˌspɔt'tʃek/ sự kiểm tra hú họa một số trường hợp: *the police didn't search everyone for drugs, they just made spot checks* cảnh sát không khám xét mọi người mà chỉ khám hú họa một số trường hợp.

spot-check /ˌspɔt'tʃek/ *dgt* (+for) kiểm tra hú họa một số trường hợp.

spotless /'spɔtlis/ *tt* **1.** sạch bong: *a spotless white shirt* chiếc áo sơmi trắng sạch bong **2.** *(bóng)* không có vết nhơ: *a spotless reputation* danh tiếng không chút vết nhơ.

spotlessly /'spɔtlisli/ *pht* **1.** [một cách] sạch bong **2.** *(bóng)* không có vết nhơ.

spotlessness /'spɔtlisnis/ *dt* **1.** sự sạch bong **2.** *(bóng)* tình trạng không có vết nhơ.

spotlight¹ /'spɔtlait/ *dt* (cg spot) **1.** đèn sân khấu; đèn chiếu **2.** the spotlight sự chú ý tập trung *(của công chúng)*; sự nổi bật trong dư luận: *a sportsman who likes to be in the spotlight* một nhà thể thao thích được công chúng chú ý tập trung.

spotlight² /'spɔtlait/ *dgt* (spotlit hoặc trong nghĩa 2 spolighted) **1.** chiếu đèn chiếu vào: *spotlit stage* sàn diễn được chiếu đèn chiếu **2.** *(bóng)* hướng sự chú ý vào: *the article spotlights the difficulties of the unemployed* bài báo hướng sự chú ý vào các khó khăn của những người thất nghiệp.

spotlit /'spɔtlit/ *qk và dttqk* của spotlight.

spot-on /ˌspɔt'ɔn/ *tt (vị ngữ)* *(kng)* chính xác: *his assessment of the situation was* spot-on lời đánh giá tình hình của ông ta là chính xác.

spotted /'spɒtɪd/ *tt* [có] đốm; lốm đốm; lấm chấm: *a spotted dog* con chó đốm; *a spotted dress* chiếc áo lấm chấm.

spotted dick /,spɒtɪddɪk/ bánh pu-đinh nho khô.

spotter /'spɒtə[r]/ *dt* (*thường gặp trong từ ghép*) người phát hiện: *an aircraft spotter* người phát hiện và nhận dạng máy bay lạ (*trong chiến tranh*); *a spotter plane* máy bay phát hiện mục tiêu.

spotty /'spɒti,spa:ti/ *tt* (-ier; -iest) (*kng*) (*thường xấu*) **1.** có nốt đỏ ở mặt; có mụn ở mặt: *spotty youths* những thanh niên có mụn ở mặt **2.** [có] đốm, lốm đốm: *a spotty table-cloth* chiếc khăn bàn đốm bẩn.

spot welding /'spɒtweldɪŋ/ sự hàn chấm.

spouse /spaʊz, (*Mỹ* spaʊs)/ *dt* (*cổ; luật; dùa*) chồng; vợ.

spout¹ /spaʊt/ *dt* **1.** vòi (*ấm tích*) **2.** ống máng, ống xối (*ở mái nhà*) **3.** tia chất lỏng phọt ra. // **up the spout** a/ (*kng*) vô vọng; tan vỡ; hỏng bét: *my holiday plans are completely up the spout* kế hoạch đi nghỉ của tôi thế là hỏng bét b/ (*lóng, xấu*) có mang.

spout² /spaʊt/ *dgt* **1.** phun ra, [để] phọt ra (*nói về chất nước*): *water spouting [out] from a broken water-pipe* nước phọt ra từ một ống nước vỡ; *a broken pipe spouting [out] water* một ống nước vỡ phun nước ra (*để nước phọt ra*); *the wound spouted blood* vết thương phọt máu **2.** phun nước ở đầu (*nói về cá voi*) **3.** (*kng, thường xấu*) tuôn ra (*hàng*

tràng lời nói): *spouting unwanted advice* tuôn ra hàng tràng lời khuyên thừa.

sprain¹ /spreɪn/ *dgt* làm bong gân: *sprain one's wrist* làm bong gân cổ tay.

sprain² /spreɪn/ *dt* sự bong gân.

sprang /spræŋ/ *qk của* spring³.

sprat /spræt/ *dt* (*động*) cá trích cơm. // **set a sprat to catch a mackerel** thả con săn sắt bắt con cá sộp.

sprawl¹ /sprɔ:l/ *dgt* **1.** nằm dài ra; duỗi người ra; ngã dài ra: *he was sprawling in an armchair in front of the TV* nó đang nằm dài ra trên ghế bành trước tivi; *they were sprawled out in front of the fire* họ đang duỗi người ra trước lò sưởi **2.** trải rộng ra, vươn ra: *suburbs that sprawl out into the countryside* những vùng ngoại ô vươn ra tận miền quê.

sprawl² /sprɔ:l/ *dt* **1.** sự nằm dài ra: *pick one's way through the sprawl of people sunbathing* tìm lối đi qua đám người đang nằm dài ra tắm nắng **2.** vùng vươn rộng ra (*một cách ngốn ngang*): *London's suburban sprawl* vùng vươn ra ngoại ô ngốn ngang nhà cửa mới của Luân Đôn.

spray¹ /spreɪ/ *dt* **1.** cành (có hoa, lá) **2.** cành thoa (vật trang điểm): *a spray of diamond* cành thoa kim cương **3.** nhánh hoa (giắt ở áo để trang sức): *he had a spray in his button hole* nó có một nhánh hoa cài ở khuy áo.

spray² /spreɪ/ *dt* **1.** bụi nước: *the spray of a water-fall* bụi nước do thác nước tung lên **2.** chất nước xịt ra (*từ lọ nước hoa, từ bình*

phun thuốc trừ sâu...): *hair spray* thuốc xịt tóc; *spray paint* sơn xì **3.** bình xịt; bình bơm.

spray³ /spreɪ/ *dgt* **1.** xịt, bơm; phun: *a farmer spraying his crops with pesticide* nông dân phun thuốc trừ sâu bệnh lên cây trồng của mình; *spray the target with bullets* (*bóng*) bắn vãi đạn vào mục tiêu **2.** tóe ra; phun ra (*nói về chất lỏng*): *water sprayed out over the floor* nước tóe ra sàn nhà.

sprayer /spreɪə[r]/ *dt* **1.** người xịt; người phun: *he is a paint sprayer in a local factory* anh là thợ phun sơn ở một nhà máy địa phương **2.** bình xịt; bình phun: *a crop sprayer* bình phun thuốc cho cây trồng.

spray-gun /'spreɪgʌn/ *dt* ống xì (*để sơn*).

spread¹ /spred/ *dgt* (**spread**) **1.** trải ra: *the bird spreads [out] its wings* con chim trải rộng đôi cánh; *spread a cloth on the table; spread a table with a cloth* trải tấm khăn bàn lên bàn **2.** phết lên: *spread butter on bread; spread bread with butter* phết bơ lên bánh mì; *butter spreads more easily when it's softer* bơ mềm thì phết dễ hơn **3.** [làm cho] lan ra, [làm cho] tràn ra: *the disease is spreading fast* bệnh đang lan nhanh; *fear spread quickly through the village* nỗi lo sợ lan nhanh ra khắp làng; *the water spread over the floor* nước tràn ra khắp sàn; *flies spread disease* ruồi lan truyền bệnh **4.** trải dài: *a desert spreading for hundreds of miles* một sa mạc trải dài hàng trăm dặm; *a course of study spreads over three months* khóa học trải dài ba tháng **5.** dọn ăn (*lên*

S

bàn): *the table was spread with cakes and sandwiches* người ta dọn lên bàn bánh ngọt và bánh mì kẹp. // **spread like wildfire** lan rất nhanh *(tin đồn, bệnh tật)*: *the news spread like wildfire* tin đó lan đi rất nhanh; **spread one's net** giăng lưới *(bắt ai hoặc thu phục ai)*: **spread oneself** a/ duỗi người ra: *since there was no one else in the compartment I was able to spread myself* vì trong toa không có ai nữa nên tôi có thể nằm duỗi hẳn người ra b/ nói dài dòng thoải mái; viết dài dòng thoải mái c/ vung tay tiêu pha; cho một cách hào phóng; **spread one's wings** tung hoành; mở rộng phạm vi hoạt động; mở rộng phạm vi quan tâm; **spread [somebody] (oneself) out** tản ra: *the search party spread out over the area* đoàn tìm kiếm tản ra khắp vùng.

spread² /spred/ *dt* **1.** *(thường số ít)* tầm trải ra; sải *(cánh...)*; khoảng *(thời gian, không gian)*: *the spread of a bird's wings* sải cánh chim; *a spread of 100 years* khoảng thời gian 100 năm **2.** sự truyền bá, sự lan truyền: *the spread of disease* sự lan truyền bệnh; *the spread of knowledge* sự truyền bá kiến thức; *the spread of crime* sự lan truyền tội ác **3.** bài báo; bài quảng cáo *(dài hơn một cột báo)*: *a double-page spread* bài báo lấn cả sang trang sau **4.** *(kng)* bữa ăn thịnh soạn bày ra trên bàn: *what a spread!* bữa ăn mới thịnh soạn làm sao! **5.** khăn trải; sự trải rộng; sự số ra: *bedspread* khăn trải giường; *midde-aged spread (dùa)* sự số người ngang eo lưng ở tuổi trung niên **6.** lớp phết

(lên bánh mì...) cheese spreads những lớp pho mát phết.

spread eagle¹ /,spred'i:gl/ hình đại bàng giang cánh *(quốc huy Mỹ)*.

spread-eagle² /,spred'i:gl/ *dgt* giang tay giạng chân *(ai)* ra: *sunbathers lay spread-eagled on the grass* những người tắm nắng nằm giang tay giạng chân ra trên bãi cỏ.

spreadsheet /'spredʃi:t/ *dt* bảng biểu *(hiện ra từng nhóm trên màn máy điện toán)*.

spree /spri:/ *dt (kng)* cuộc vui chơi lu bù: *a spending spree* cuộc vui chơi tiêu tiền lu bù.

sprig /sprig/ *dt* nhánh con: *a sprig of parsley* một nhánh con mùi tây; *a sprig of mistletoe for Christmas* một nhánh con tầm gửi cho lễ Giáng sinh.

sprightly /'spraitli/ *tt* (-ier; -iest) đầy sức sống: *he's surprisingly sprightly for an old man* ông ta đầy sức sống một cách ngạc nhiên ở cái tuổi già của ông.

spring¹ /spriŋ/ *dt* **1.** sự nhảy; cú nhảy: *take a spring* nhảy **2.** suối: *a hot spring* suối nước nóng; *a mineral spring* suối nước khoáng; *spring water* nước suối **3.** lò xo; nhíp *(xe)*: *a watch spring* lò xo đồng hồ, dây cót đồng hồ; *the springs in an armchair* các lò xo trong ghế bành; *a spring mattress* nệm lò xo **4.** tính đàn hồi: *an old trampoline that has lost some of its spring* tấm lưới nhún cũ đã mất một phần tính đàn hồi **5.** *(bóng)* sự nhanh nhẹn; sự sung sức: *walk with a spring in one's step (one's heels)* bước đi trông rõ nhanh nhẹn.

spring² /spriŋ/ *dt* mùa xuân. // **full of the joys of spring** *x* full.

spring³ /spriŋ/ *dgt* (sprang; sprung) **1.** nhảy: *spring out of bed* nhảy ra khỏi giường; *sprang [up] from his seat* bật dậy khỏi chỗ ngồi của anh ta **2.** bật lên; làm hoạt động *(một cơ cấu máy)*: *the box sprang open* cái hộp bật mở ra; *spring a trap* làm sập bẫy **3.** *(kng)* giúp trốn thoát: *spring a convict from gaol* giúp một người tù vượt ngục **4.** như *(một con vật)* ra khỏi chỗ nấp. // **come (spring) to mind** *x* mind¹; **spring a leak** bị rò; **spring to life** bật dậy: *on hearing his name called the sleeping dog sprang to life* nghe gọi đến tên, con chó đang ngủ bật ngay dậy.

spring back bật lại: *the branch sprang back and hit me in the face* cành cây bật lại và đập vào mặt tôi; **spring from** a/ xuất phát từ; xuất thân từ: *his actions spring from goodwill* hành động của anh ta xuất phát từ thiện ý; *he sprang from peasant stock* anh xuất thân từ thành phần nông dân b/ *(kng)* bất ngờ xuất hiện từ: *where on earth did you spring from?* mày ở đâu chui ra thế?; **spring something on somebody** *(kng)* bất ngờ đưa ra: *spring bad news on somebody* bất ngờ báo tin dữ cho ai; **spring up** xuất hiện đột nhiên, phát triển nhanh chóng: *weeds springing up everywhere* cỏ dại mọc nhanh chóng khắp nơi; *new houses were springing up all over the town* nhà mới mọc lên nhanh chóng khắp thành phố; *doubts have begun to spring up in my mind* những mối nghi ngờ bắt đầu nảy sinh trong đầu óc tôi.

spring balance /ˌsprɪŋˈbæl-əns/ cân lò xo.

springboard /ˈsprɪŋbɔːd/ dt
1. ván nhún (ở bể bơi...) 2.
springboard to (for) something khởi điểm thúc đẩy
(cho mọi hoạt động về sau):
they are hoping that their
successes in the local elections will be a springboard
to victory in next year's national election họ mong là
thắng lợi của họ trong các
đợt bầu cử địa phương sẽ
là khởi điểm thúc đẩy sự
thắng lợi trong kỳ bầu cử
toàn quốc năm sau.

springbok /ˈsprɪŋbɒk/ dt
(động) linh dương Nam Phi.

spring chicken /ˌsprɪŋˈtʃɪkin/
1. (Mỹ) gà giò 2. (bóng, đùa)
người non nớt: she's no
spring chicken, is she? cô ta
đâu phải là người non nớt,
phải không?

spring-clean¹ /ˌsprɪŋˈkliːn/
dgt quét dọn sạch sẽ.

spring-clean² /ˌsprɪŋˈkliːn/
dt (Mỹ spring-cleaning)
(thường số ít) give the place
a good spring-clean quét dọn
nơi đó thật sạch sẽ.

spring greens /ˌsprɪŋˈɡriːnz/
(Anh) cải bắp non.

springiness /ˈsprɪŋinis/ dt
1. tính đàn hồi; tính co dãn
2. sự nhanh nhẹn; sự sung
sức.

spring onion /ˌsprɪŋˈʌniən/
(Mỹ scallion) (thực) hành
tăm.

spring-tide /ˌsprɪŋˈtaid/ dt
(hải) triều sóc vọng.

springtide /ˈsprɪŋtaid/ dt
(cổ) nh springtime.

springtime /ˈsprɪŋtaim/ dt
mùa xuân.

springy /ˈsprɪŋi/ tt (-ier; -iest)
1. đàn hồi, co dãn; nhún
nhảy: the turf fell springy
under their feet lớp cỏ dường
như nhún nhảy dưới chân

họ 2. nhanh nhẹn; sung sức:
a youthful springy step bước
chân nhanh nhẹn trẻ trung.

sprinkle¹ /ˈsprɪŋkl/ dgt rải,
rắc, rảy: sprinkle water on
a dusty path; sprinkle a
dusty path with water rảy
nước lên một con đường bụi
bặm; sprinkle pepper on
one's food rắc hạt tiêu lên
thức ăn.

sprinkle² /ˈsprɪŋkl/ dt
(thường số ít) sự rải; sự rắc:
a sprinkle of sand sự rải
cát.

sprinkler /ˈsprɪŋklə[r]/ dt
bình tưới nước; ống phun
nước (chữa cháy): a sprinkler system hệ thống phun
nước tự động (khi có cháy).

sprinkling /ˈsprɪŋkliŋ/ dt (of
something, somebody) một
ít; một chút: a sprinkling
of rain một chút mưa; a
sprinkling of hooligans in
the crowd một ít tên lưu
manh trong đám đông.

sprint¹ /ˈsprint/ dgt chạy
nước rút: he sprinted past
the other runners just before
reaching the tape anh ta
chạy nước rút vượt qua các
vận động viên khác ngay
trước khi tới dây chăng ở
đích.

sprint² /ˈsprint/ dt 1. sự
chạy nước rút 2. sự bứt lên
(trong cuộc thi bơi, thi xe
đạp...).

sprinter /ˈsprintə[r]/ dt
người chạy nước rút: I'm a
long-distance runner, not a
sprinter tôi là người chạy
đường dài, không phải là
người chạy nước rút.

sprite /ˈsprait/ dt tiên.

sprocket /ˈsprɒkit/ dt 1.
răng đĩa xích; răng bánh
sao 2. (cg sprocket-wheel) đĩa
xích; bánh sao.

sprocket-wheel /ˈsprɒkit-wiːl/ dt x sprocket 2.

sprout¹ /spraut/ dgt 1. nhú
lên; nảy mầm; đâm chồi:
we can't use these potatoes,
they've all sprouted ta không
thể ăn khoai tây này, đã
mọc mầm hết cả rồi 2. mọc;
phát triển: when do deer
first sprout horns? hươu mọc
sừng lần đầu vào tuổi nào
nhỉ?

sprout² /spraut/ dt 1. mầm,
chồi: soya sprouts giá đậu
tương 2. cải bruxen (cg Brussels sprouts).

spruce¹ /spruːs/ tt tươm
tất; diêm dúa.

spruce² /spruːs/ dgt spru-ce
[oneself, somebody] up [cho]
ăn mặc tươm tất (diêm dúa):
they were all spruced for the
party tất cả bọn họ đều ăn
mặc diêm dúa để đi dự tiệc.

spruce³ /spruːs/ dt vân sam
(cây; gỗ).

sprucely /ˈspruːsli/ pht
[một cách] tươm tất; [một
cách] diêm dúa.

spruceness /ˈspruːsnis/ dt
sự tươm tất; sự diêm dúa.

sprung¹ /sprʌŋ/ dttqk của
spring³.

sprung² /sprʌŋ/ tt có lò xo:
a sprung seat ghế ngồi có
lò xo.

spry /sprai/ tt (-ier; -iest) (chủ
yếu nói về người già) nhanh
nhẹn: still spry at eighty
tám mươi tuổi mà còn
nhanh nhẹn.

spryly /ˈspraili/ pht [một
cách] nhanh nhẹn.

spryness /ˈsprainis/ dt sự
nhanh nhẹn.

spud /spʌd/ dt (kng) khoai
tây.

spud-bashing /ˈspʌdbæʃiŋ/
dt (quân, lóng) hình phạt
gọt khoai tây.

spume /spjuːm/ dt (cổ) bọt
(nước).

spun /spʌn/ qk và dttqk
của spin¹.

spun glass /spʌn'gla:s/ thủy tinh sợi.

spun silk /spʌn'silk/ lụa thô (dệt bằng sợi ngắn và sợi lấy từ những mẩu lụa, có khi pha với bông).

spun sugar /spʌn'ʃugə[r]/ đường bông (ở dạng sợi).

spunk /spʌŋk/ **1.** (cũ, kng) sự gan dạ **2.** (Anh, lóng) tinh dịch.

spunky /'spʌŋki/ tt (-ier; -iest) (kng, cũ) gan dạ.

spur¹ /spɜ:[r]/ dt **1.** đinh thúc ngựa **2.** cựa (gà) **3.** mũi núi **4.** đường nhánh **5.** (bóng) cái thôi thúc: the spur of poverty cái thôi thúc của cảnh nghèo (thôi thúc người ta hoạt động mạnh hơn). // **on the spur of the moment** do sự thôi thúc bất chợt của tình thế (không chuẩn bị trước): she went to London on the spur of the moment cô ta do sự thôi thúc bất chợt của tình thế mà đã đi Luân Đôn; a spur-of-the-moment idea một ý nhân tình thế bất chợt mà nảy ra; **win one's spurs** x win.

spur² /spɜ:[r]/ dgt (-rr) spur somebody (something) on (onto something) a/ thúc đinh (vào ngựa) b/ khích lệ mạnh mẽ; kích thích mạnh mẽ: the magnificent goal spurred the team on to victory bàn thắng tuyệt vời đó đã khích lệ mạnh mẽ đội bóng đi tiếp đến chiến thắng c/ (cổ) phi nhanh; lao nhanh: the rider spurred on (forward) to his destination người đua dấn lên mà lao nhanh về đích.

spurious /'spjuəriəs/ tt giả; giả mạo: spurious coins đồng tiền giả; spurious evidence bằng chứng giả.

spuriously /'spjuəriəsli/ pht [một cách] giả; [một cách] giả mạo.

spuriousness /'spjuəriəsnis/ dt sự giả; sự giả mạo.

spurn /spɜ:n/ dgt bác bỏ; hắt hủi: a spurned lover người tình bị hắt hủi; spurn somebody's offer of help bác bỏ lời ngỏ ý giúp đỡ của ai.

spurred /'spɜ:d/ tt có đinh thúc: spurred boots giày ống có đinh thúc.

spurt¹ /spɜ:t/ dgt **1.** [làm] bắn ra; [làm] phọt ra: blood spurted [out] from the wound máu phọt ra từ vết thương; the wound was spurting blood vết thương phọt máu ra **2.** đột nhiên tăng tốc; đột nhiên cố gắng nước rút: the runner spurted as he approached the line người chạy đột nhiên tăng tốc khi tới gần đường vạch.

spurt² /spɜ:t/ dt **1.** sự bắn ra; sự phọt ra: the water came out with a spurt nước phọt ra **2.** sự tăng tốc; sự cố gắng nước rút: working in spurt làm việc nước rút.

sputnik /'spʊtnik/ dt vệ tinh nhân tạo.

sputter¹ /'spʌtə[r]/ dgt **1.** nổ lốp bốp: sausages sputtering in the frying-pan xúc xích nổ lốp bốp trong chảo rán; the engine sputtered feebly for a while and then stopped động cơ nổ lốp bốp một cách yếu ớt một lúc rồi đứng hẳn **2.** (cg **splutter**) nói lắp bắp: sputtering with embarrassment nói lắp bắp vì lúng túng.

sputter² /'spʌtə[r]/ dt **1.** sự nổ lốp bốp **2.** sự nói lắp bắp.

sputum /'spju:təm/ dt (y) đờm.

spy¹ /spai/ dt **1.** gián điệp: suspected of being a spy bị nghi là làm gián điệp **2.** tên do thám, tên chỉ điểm: industrial spies những tên do thám công nghiệp; police spies những tên chỉ điểm cho cảnh sát.

spy² /spai/ dgt (spied) **1.** do thám, dò la; làm gián điệp: spy on the enemy's movements do thám sự di chuyển của địch; spy into other people's affairs dò la công việc của người khác; he was accused of spying for the enemy anh ta bị kết tội làm gián điệp cho địch **2.** (đùa) (không dùng ở các thì tiếp diễn) thấy, nhận thấy: I spy three figures in the distance tôi thấy ba bóng người từ đằng xa. // **spy out the land** dò la xem xét; **spy something out** phát hiện ra, phanh phui ra.

spyglass /'spaigla:s/ dt kính viễn vọng nhỏ (hay dùng trước đây).

Sq (trong các tên đường phố) (vt của Square) Quảng trường: 6 Hanover Square 6 quảng trường Hanover.

sq (vt của square) vuông: 10 sq cm 10 xentimet vuông.

Sqn Ldr (vt của Squadron Leader) phi đoàn trưởng: Sqn Ldr Philip Jones Phi đoàn trưởng Philip Jones.

squab /skwɒb/ dt **1.** bồ câu non (làm thịt dễ ăn) **2.** ghế có nệm (trong xe hơi).

squabble¹ /'skwɒbl/ dgt squabble with somebody about (over) something cãi vã ầm ĩ lên: Tam keeps squabbling with his sister about who is going to use the bicycle Tam cứ luôn luôn cãi vã ầm ĩ lên với chị nó về việc ai sẽ dùng xe đạp.

squabble² /'skwɒbl/ dt cuộc cãi vã ầm ĩ lên.

squad /skwɒd/ dt **1.** toán quân; tiểu đội **2.** nhóm, đội: the Olympic Squad đội quốc gia dự Thế vận hội.

squad car /'skwɒdkɑ[r]/ xe tuần tra của cảnh sát.

squaddie (cg **squady**) /'skwɒdi/ dt (Anh, lóng) lính; tân binh: a bunch of squaddies một toán tân binh.

squadron /'skwɒdrən/ dt 1. phi đoàn 2. hạm đội đặc nhiệm 3. đại đội (ky binh, xe thiết giáp).

squady /'skwɒdi/ dt x squaddie.

squalid /'skwɒlid/ tt (xấu) bẩn thỉu (đen, bóng): squalid housing nhà cửa bẩn thỉu; a squalid tale of greed and corruption một câu chuyện bẩn thỉu về tham lam và hối lộ.

squalidly /'skwɒlidli/ pht (xấu) một cách bẩn thỉu (đen, bóng).

squall¹ /'skwɔːl/ dt cơn gió mạnh đột ngột (thường kèm theo mưa hoặc tuyết).

squall² /'skwɔːl/ dgt khóc la ầm ĩ (trẻ con): a squalling baby đứa bé khóc la ầm ĩ.

squall³ /'skwɔːl/ dt sự khóc la ầm ĩ (trẻ con).

squally /'skwɔːli/ tt có gió mạnh đột ngột: squally shower mưa rào có gió mạnh đột ngột.

squalor /'skwɒlə[r]/ dt sự bẩn thỉu: live in abject squalor sống trong tình trạng bẩn thỉu khốn khổ.

squander /'skwɒndə[r]/ dgt (+ on) phung phí; hoang phí (tiền của, thì giờ): he's squandered all his savings on drink tiết kiệm được đồng nào là anh ta cho vào rượu hết; squander a valuable opportunity bỏ phí mất một dịp quý giá.

squanderer /'skwɒndərə[r]/ dt kẻ phung phí; kẻ hoang phí.

square¹ /'skweə[r]/ tt 1. vuông: a square room căn phòng vuông; a square table cái bàn vuông; a square chin cằm vuông; one square metre một mét vuông; a carpet six metres square has an area of 36 square metres tấm thảm vuông mỗi bề 6 mét có diện tích là 36 mét vuông 2. to ngang và chắc: a woman of square build một người phụ nữ thân hình to ngang và chắc 3. (vị ngữ) gọn gàng; ngăn nắp: we should get everything square before we leave ta phải sắp xếp mọi thứ cho gọn gàng ngăn nắp trước khi đi 4. (vị ngữ) thanh toán sòng phẳng: get one's account square thanh toán sòng phẳng mọi khoản 5. (vị ngữ) thẳng thừng; dứt khoát: a square refusal sự từ chối thẳng thừng 6. thật thà, ngay thẳng: square dealings giao dịch buôn bán ngay thẳng 7. (cũ, kng) lỗi thời, cổ lỗ sĩ 8. (thể) đứng thẳng góc với cầu thủ phát bóng (chơi cricket). // be [all] square with somebody a/ (thể) ngang điểm b/ không ai nợ ai: let's call it all square, shall we? thế là chúng ta không ai nợ ai cả, phải không? a fair (square) deal x deal⁴; a square peg [in a round hole] nồi tròn mà úp vung méo (người được bố trí công việc không thích hợp, người đặt không đúng chỗ).

square² /'skweə[r]/ pht 1. [một cách] vuông vắn 2. thẳng vào: hit somebody square on the jaw đấm thẳng vào hàm ai 3. [một cách] thật thà; [một cách] ngay thẳng. // fair and square x fair².

square³ /'skweə[r]/ dt 1. hình vuông; ô vuông: the squares on a chessboard các ô vuông trên bàn cờ; cut the paper into squares cắt giấy thành những hình vuông 2. bãi [đất trống bốn bề]; quảng trường; khối nhà giáp bốn mặt phố (trong địa chỉ là Square, vt Sq): a market square bãi chợ; he lives at No 95 Russell Square (Russell Sq) anh ta sống ở số nhà 95, khu Russell 3. (toán) bình phương 4. thước chữ T 5. (cũ, kng) người cổ hủ. // on the square (kng) thật thà; ngay thẳng: is their business on the square? việc làm ăn buôn bán của họ có thật thà hay không?; out of square [with something] không vuông góc với.

square⁴ /'skweə[r]/ dgt 1. làm cho vuông: square timber đẽo vuông khúc gỗ; square one's shoulders so vai 2. (toán) bình phương: 3 squared is 9 3 bình phương là 9 3. (thường ở dạng bị động) kẻ ô vuông; chia thành ô vuông: squared paper giấy kẻ ô vuông 4. đút lót; hối lộ: he has been squared to keep silent nó được đút lót để im mồm 5. square something with something làm cho phù hợp với: you should square your practice with your principles anh phải làm cho việc làm của anh phù hợp với nguyên tắc do anh đề ra 6. san bằng tỷ số: this victory has squared the series trận thắng này đã san bằng tỷ số cả đợt đấu. // square one's account; square accounts with somebody a/ thanh toán nợ nần sòng phẳng b/ trả thù ai; square the circle bắt voi bỏ rọ; tìm cách làm một việc không thể làm được.

square off a/ làm cho vuông; đẽo vuông: square off a piece of wood đẽo vuông một khúc gỗ b/ kẻ ô vuông: square the page off with your ruler hãy dùng thước kẻ ô vuông lên trang giấy; **square up to somebody (something)** a/ dứ nắm đấm vào ai b/ quyết đương đầu với: *I admire the way he squared to the problem* tôi thán phục cái cách anh ta quyết đương đầu với vấn đề đó; **square up with somebody** thanh toán hết tiền còn nợ *(nhất là trước khi rời nhà hàng)*: *can I leave you to square up with the waiter?* tôi để anh thanh toán với hầu bàn được không?

square-bashing /'skweə-bæʃiŋ/ *dt (quân, bóng)* sự luyện tập; sự tập diễu hành.

square brackets /ˌskweə-'brækits/ dấu ngoặc vuông.

square dance /'skweə dɑːns/ điệu vũ bốn đôi bốn phía.

square knot /'skweənɒt/ *(Mỹ) nh* reef knot.

squarish /'skweəriʃ/ *tt* hơi vuông; vuông vuông.

squarely /'skweəli/ *pht* **1.** ngay ngắn ở chính giữa: *her hat was set squarely on her head* cô ta đội mũ ngay ngắn chính giữa đầu **2.** [một cách] thật thà; [một cách] ngay thẳng: *act squarely* hành động thật thà **3.** đối diện; ngay trước mặt: *he faced me squarely across the table* nó ngồi ở phía bên kia bàn ngay trước mặt tôi. // **fairly and squarely** *x* fairly.

square meal /ˌskweə'miːl/ bữa ăn no nê.

square measure /ˌskweə-'meʒə[r]/ sự đo diện tích *(tính bằng mét vuông, bộ vuông...)*.

square one /ˌskweə wʌn/ điểm xuất phát: *the committee rejected all our plans, so now we were back to square one* ủy ban bác toàn bộ kế hoạch của chúng tôi, vì thế nay chúng tôi lại trở về điểm xuất phát.

square-rigged /ˌskweə 'rigd/ *tt* [có] buồm mắc ngang *(không phải mắc dọc theo chiều dài thuyền)*.

square root /ˌskweə 'ruːt/ *(toán)* căn bậc hai: *the square root of 16 is 4* căn bậc hai của 16 là 4.

square-shouldered /ˌskweə ʃəʊldəd/ *tt* [có] vai ngang.

square-toed /ˌskweə'təʊd/ *tt* vuông mũi *(giày)*.

squash¹ /skwɒʃ/ *dgt* **1.** ép, nén; bị ép, bị nén: *squashed tomatoes* cà chua bị ép bẹt; *the car was squashed flat by the lorry* chiếc xe hơi bị xe tải đè bẹt ra; *he sat on his hat and squashed it [flat]* anh ta ngồi lên chiếc mũ làm nó [bị ép] bẹt đi **2.** dồn vào; chen vào: *don't all try to squash into the lift together* đừng có cố chen hết vào thang máy; *they squash through the gate into the football ground* họ chen qua cổng vào sân bóng; *she squashed her clothes down into the suitcase* chị ta dồn hết (nhét hết) quần áo vào vali **3.** *(kng)* chặn họng: *I felt completely squashed by her sarcastic comment* tôi hoàn toàn cảm thấy như bị chặn họng bởi lời nhận xét châm chọc của chị ta **4.** đè bẹp *(cuộc nổi dậy...)* **5.** bác bỏ: *my plan was firmly squashed by the committee* kế hoạch của tôi đã bị ủy ban kiên quyết bác bỏ. // **squash somebody up [against somebody(something)]** dồn ép chặt vào ai: *we had to squash up to make room for the other who wanted to use the lift* chúng tôi phải ép chặt vào nhau để có chỗ cho những người khác muốn đi thang máy.

squash² /skwɒʃ/ *dt* **1.** đám đông chen chúc; sự chen chúc: *a violent squash at the gates* đám đông chen chúc dữ dội ở các cổng **2.** nước trái cây *(thường bán trong chai, và pha thêm nước mà uống)*; *two squashes, please* xin cho hai nước trái cây **3.** *(cg* **squash rackets)** môn bóng quần *(chơi trên sân có bốn vách bao quanh)*; *do you play squash?* anh có chơi bóng quần không thế?; *a squash racket* vợt chơi bóng quần.

squash³ /skwɒʃ/ *dt (snh kđổi hoặc* squashes) bí *(cây, quả)*.

squash rackets /'skwɒʃ-rækits/ *(thể)* môn bóng quần.

squashy /'skwɒʃi/ *tt* **1.** dễ ép: *the fruit is rather squashy* trái cây này khá dễ ép **2.** mềm: *a squashy sofa* một chiếc áo ghế xôfa mềm.

squat¹ /skwɒt/ *dgt* (-tt-) **1.** ngồi xổm: *the old man squatted [down] by the fire* ông lão ngồi xổm bên cạnh bếp lửa **2.** nằm bẹp xuống đất *(động vật)* **3.** *(Anh, kng)* ngồi: *can you find somewhere to squat?* anh tìm được chỗ nào đó mà ngồi không? **4.** lấn chiếm để ở *(ngôi nhà trống, bãi đất không...)*; *homeless people squatting in a derelict house* những người vô gia cư chiếm một ngôi nhà ọp ẹp vô chủ để ở.

squat² /skwɒt/ *dt* **1.** thế ngồi xổm **2.** nhà bị lấn chiếm: *living in a squat* sống trong một ngôi nhà lấn chiếm.

squat³ /skwɒt/ *tt* (-tter; -ttest) *(thường xấu)* mập lùn: *a squat man* người mập lùn; *a squat teapot* bình trà thấp bè bè.

squaw /skwɔ:/ *dt* người phụ nữ da đỏ; chị vợ người da đỏ (*Bắc Mỹ*).

squawk¹ /'skwɔ:k/ *dgt* **1.** kêu quang quác (*chim, khi bị thương, khi sợ hãi...*) **2.** (*kng, dùa*) than văn ầm lên; kêu oái oái.

squawk² /'skwɔ:k/ *dt* **1.** tiếng quang quác **2.** tiếng oai oái.

squeak¹ /skwi:k/ *dt* tiếng chút chít (*chuột*); tiếng cọt kẹt (*cánh cửa*) // a narrow squeak *x* narrow.

squeak² /skwi:k/ *dgt* **1.** kêu chút chít; kêu cọt kẹt; *can you hear the mice squeaking?* anh có nghe chuột kêu chút chít không? *these new shoes squeak* đôi giày mới này kêu cọt kẹt **2.** nói the thé, rít lên: *squeak out a few frightened words* rít lên mấy tiếng hoảng hốt **3.** (*lóng*) tiết lộ tin mật, làm chỉ điểm (*cho cảnh sát*): *somebody's squeaked!* có ai đó đã tiết lộ tin mật rồi!

squeaker /'skwi:kə[r]/ *dt* **1.** người rít lên **2.** tên chỉ điểm.

squeakily /'skwi:kili/ *pht* **1.** [một cách] cọt kẹt **2.** [một cách] the thé; như là rít lên.

squeakiness /'skwi:kinis/ *dt* **1.** tiếng chút chít, tiếng cọt kẹt **2.** sự the thé; sự rít lên.

squeaky /'skwi:ki/ *tt* **1.** kêu chút chít; kêu cọt kẹt; *a squeaky door* cái cửa kêu cọt kẹt **2.** phát ra the thé, rít lên. // squeaky clean (*Mỹ, kng*) a/ sạch bong b/ thanh khiết (*về mặt đạo đức tư cách*): *her squeaky clean public image* hình ảnh thanh khiết của bà ta trước công chúng.

squeal¹ /skwi:l/ *dt* tiếng rít, tiếng kêu ré lên: *the squeal of brakes* tiếng phanh rít

lên; *squeals of protest came from the children* những tiếng kêu ré lên phản đối phát ra từ bọn trẻ.

squeal² /skwi:l/ *dgt* **1.** kêu ré lên: *the children squealed with delight* bọn trẻ kêu ré lên vì thích thú **2.** (*lóng*) tố giác (*đồng bọn của mình*): *he squealed on his friends* nó tố giác các bạn nó (*với cảnh sát*).

squealer /'skwi:lə[r]/ *dt* **1.** con vật kêu ré lên **2.** (*lóng*) tên chỉ điểm.

squeamish /'skwi:miʃ/ *tt* **1.** yếu dạ dày, hay buồn nôn **2.** dễ xúc động, dễ bị chạm lòng **3.** quá câu nệ.

squeamishly /'skwi:miʃli/ *pht* **1.** [một cách] dễ xúc động, [một cách] dễ bị chạm lòng **2.** [một cách] quá câu nệ.

squeamishness /'skwi:miʃnis/ *dt* **1.** sự dễ xúc động, sự dễ bị chạm lòng **2.** sự quá câu nệ.

squeegee¹ /'skwi:dʒi:, skwi:'dʒi:/ *dt* **1.** chổi cao su (*để quét mặt có nước*) **2.** ống lăn cao su (*để ép ảnh sau khi rửa*).

squeegee² /'skwi:dʒi:, skwi:'dʒi:/ *dgt* (**squeegeed**) **1.** quét bằng chổi cao su **2.** ép bằng ống lăn cao su.

squeeze¹ /skwi:z/ *dgt* **1.** ép, vắt, bóp: *squeeze a lemon* vắt quả chanh; *squeeze a tube of toothpaste* bóp ống kem đánh răng; *squeeze somebody's hand* siết chặt tay ai; *squeeze the juice out of a lemon* vắt quả chanh lấy nước; *squeeze lemon juice into a glass* vắt nước chanh vào cốc; *she felt as if every drop of emotion has been squeezed out of her* (*lóng*) cô ta có cảm giác như tình cảm của mình đã bị vắt đến cạn kiệt từng giọt **2.**

vắt, nặn, vê (*thành hình cái gì đó*): *squeeze paste into a ball* vê bột thành một viên hình cầu **3.** (+ through, into, past...) chen qua, lách qua, ấn qua: *squeeze through a gap in the hedge* lách qua chỗ hở ở hàng rào; *squeeze through a crowd* lách qua đám đông; *she squeezed as many books onto the shelf as she could* chị ta cố ấn được bao nhiêu sách lên giá là ấn; *I've a busy morning but I could squeeze you in at 10:15* sáng nay tôi bận, nhưng tôi có thể bố trí gặp anh vào 10 giờ 15. // squeeze something out of somebody bóp nặn; ép: *squeeze more money out of the taxpayer* bóp nặn thêm tiền bạc của người đóng thuế; *squeeze a promise out of somebody* ép ai phải hứa một lời; squeeze (somebody) up [against somebody (something)] [làm cho] ép sát vào, lèn: *there'll be enough room if we all squeeze up a bit* nếu tất cả chúng ta ngồi sát vào nhau một tí thì sẽ đủ chỗ; *I had to sit squeezed up against the wall* tôi phải ngồi ép sát vào tường.

squeeze² /skwi:z/ *dt* **1.** sự ép, sự vắt, sự bóp: *give the tube of toothpaste a squeeze* bóp ống kem đánh răng; *she gave my hand a gentle squeeze* nàng nhẹ nhàng siết tay tôi **2.** một chút nước vắt: *I like my tea with a squeeze of lemon* tôi thích uống trà có một chút nước chanh vắt **3.** sự chật chội, sự chen chúc: *it was a tight squeeze but we finally got all the clothes into the case* cái hòm khá chật, nhưng cuối cùng chúng tôi cũng đã ấn được hết quần áo vào **4.** (*thường số ít*) sự khó khăn (*về tiền bạc, thì giờ...*): *she's*

S

just lost her job, so they're really feeling the squeeze chị ta vừa mới mất việc làm cho nên họ thật sự cảm thấy khó khăn. // **put the squeeze on somebody [to do] something]** ép ai làm gì; **a tight squeeze** x **tight**.

squeezer /'skwi:zə[r]/ *dt* (trong từ ghép) cái ép, cái vắt; *a lemon-squeezer* cái vắt chanh.

squelch¹ /skweltʃ/ *dgt* ì ọp, òng ọc: *water squelching in my boots* nước ì ọp trong giày ống của tôi; *squelching along in the mud* lội ì ọp trong bùn.

squelch² /skweltʃ/ *dt* tiếng ì ọp, tiếng òng ọc.

squib /skwib/ *dt* pháo cóc. // **a damp squib** x **damp¹**.

squid /skwid/ *dt (snh kđổi hoặc squids) (động)* mực ống.

squidgy /'skwidʒi/ *tt (Anh, kng)* mềm và ẩm *(như bùn)*.

squiffy /'skwifi/ *tt (-ier; -iest) (Anh, kng)* ngà ngà say.

squiggle /'skwigl/ *dt* nét chữ nguệch ngoạc: *is this squiggle supposed to be a signature?* những nét nguệch ngoạc này mà cho là chữ ký à?

squiggly /'skwigli/ *tt* nguệch ngoạc: *squiggly line* những dòng chữ nguệch ngoạc.

squint¹ /skwint/ *dgt* có tật lác mắt, có mắt lé. // **squint at, through, up...** nheo mắt nhìn; lé nhìn: *squinting in the bright sunlight* nheo mắt nhìn trong ánh nắng chói chang.

squint² /skwint/ *dt* 1. tật lác mắt, tật mắt lé: *he was born with a squint* anh ta có tật lác mắt bẩm sinh 2. *(Anh, kng)* sự liếc nhìn: *have*

(take) a squint at this hãy liếc nhìn cái này này.

squint³ /skwint/ *pht, tt (thường thngũ) (kng)* xiên, lệch: *the bottle-top has been screwed on squint* cái nắp chai đóng lệch rồi.

squinty /'skwinti/ *tt* [có tật] lác: *squinty eyes* mắt lác.

squire /'skwaiə[r]/ *dt* 1. (trong các chức tước **Squire**) trùm địa chủ *(ở một quận nông thôn xưa)* 2. cận vệ của hiệp sĩ *(cho đến khi cận vệ đó trở thành hiệp sĩ, thuở xưa)* 3. *(Mỹ)* quan tòa địa phương 4. *(Anh, kng hoặc đùa)* ông *(tiếng xưng hô đàn ông với đàn ông một cách kính trọng)*.

squirearchy /'skwaiəra:ki/ *dt* chính quyền địa chủ *(ở Anh thời xưa)*.

squirm /skwɜ:m/ *dgt* 1. quằn quại: *he was squirming [around] on the floor in agony* anh ta đang quằn quại trên nền nhà vì đau đớn 2. cảm thấy lúng túng, cảm thấy khó chịu; cảm thấy xấu hổ: *it made him squirm to think how he's messed up the interview* anh ta cảm thấy xấu hổ khi nghĩ đến việc đã làm hỏng cuộc phỏng vấn như thế nào.

squirrel /'skwirəl, *(Mỹ)* 'skwɜ:rəl)/ *dt* 1. *(động)* con sóc 2. bộ lông sóc: *a squirrel hat* chiếc mũ lông sóc.

squirt¹ /skwɜ:t/ *dgt* [làm] vọt ra, [làm] tia ra; xịt: *water squirted from the punctured hose* nước tia ra từ ống nước bị thủng; *the little girl squirted us with [water from] her water-pistol* cô bé dùng súng xịt nước vào chúng tôi.

squirt² /skwɜ:t/ *dt* 1. tia bắn ra *(nước, chất bột)* 2. *(kng, xấu)* thằng cha ngạo nghễ: *he's such a little squirt!* hắn

ta là một thằng oắt con ngạo nghễ.

Sr *vt* 1. *(vt của* Senior, Sen 3)* Bố, Cha *(để phân biệt với con trai cùng tên)*: *John F.Davis Sr* John F Davis Cha 2. *(tôn) (vt của* Sister)* Xơ; *Sr Mary Francis* Xơ Mary Francis.

SRC /,esə'si:/ *(vt của* Science Research Council)* Hội đồng nghiên cứu khoa học; *SRC funded projects* những dự án được Hội đồng khoa học tài trợ.

SRN /,esɑ:r'en/ *(vt của* State Registered Nurse)* y tá quốc gia: *Sally Ward SRN* y tá quốc gia Sally Ward.

SS *vt* 1. *(vt của* Saints)* các vị thánh 2. /,es'es/ *(vt của* steamship)* tàu hơi nước: *SS Warwick Castle* tàu hơi nước Warwick Castle.

St 1. *(vt của* Saint)* Thánh: *St Peter* Thánh Peter 2. *(vt của* Street)* Đường phố: *Fleet St* đường phố Fleet *(phố báo chí ở Luân Đôn)*.

st *(vt của* stone)* xton *(trọng lượng Anh bằng khoảng 6,4kg)*: *he weighs 10st* nó cân nặng 10 xton.

Sta *(vt của* Station *trên bản đồ)* nhà ga: *Victoria Sta* ga Victoria.

stab¹ /stæb/ *dgt* (-bb-) đâm: *he was stabbed to death* nó bị đâm chết; *he stabbed the meat with his fork* nó dùng nĩa xóc thịt. // **stab somebody in the back** *(kng)* nói xấu ai sau lưng; bội phản ai; **stab at somebody (something)** dứ dứ: *she stabbed at the air with her finger to emphasize what she was saying* cô ta dứ dứ ngón tay vào không khí để nhấn mạnh điều cô đang nói.

stab² /stæb/ *dt* 1. sự đâm; nhát đâm; vết đâm: *he was taken to hospital with severe* *stab wounds* anh ta phải đưa vào bệnh viện với nhiều nhát đâm vào người **2.** cơn đau nhói: *a stab of pain in the chest* một cơn đau nhói ở ngực; *a stab of guilt* sự đau nhói vì tội lỗi. // **have a stab at something (doing something)** *(kng)* cố làm gì; thử làm gì: *you'll never mend your car like that, let me have a stab at it* theo kiểu đó thì chẳng bao giờ anh sửa được xe cả, hãy để tôi thử xem sao; **a stab in the back** điều nói xấu sau lưng; sự phản bội.

stabber /'stæbə[r]/ *dt* người đâm *(kẻ khác).*

stabbing[1] /'stæbiŋ/ *tt (thường thngũ)* nhói *(con đau)*: *a stabbing pain in the chest* con đau nhói ở ngực.

stabbing[2] /'stæbiŋ/ *dt* sự đâm; sự bị đâm: *the police was worried about the increase in the number of stabbings in the city* cảnh sát lo lắng về sự gia tăng số vụ đâm người trong thành phố.

stability /stə'biləti/ *dt* sự ổn định, sự bền vững.

stabilization *(cg* **stabilisation)** /,steibəlai'zeiʃn/ sự [làm] ổn định.

stabilize *(cg* **stabilise)** /'steibəlaiz/ *dgt* [làm] ổn định: *government measures to stabilize prices* biện pháp của chính phủ để ổn định giá cả.

stabilizer *(cg* **stabiliser)** /'steibəlaizə[r]/ *dt* chất ổn định; bộ ổn định *(ở tàu thủy, máy bay).*

stable[1] /'steibl/ *tt* ổn định, bền vững: *a stable relationship* mối quan hệ bền vững; *the patient's condition is stable* tình trạng của bệnh nhân rất ổn định; *an element forming stable com-*

pounds một yếu tố tạo thành những hợp chất bền.

stable[2] /'steibl/ *dt* **1.** chuồng ngựa **2.** *(thường, snh, với nghĩa số ít)* đàn ngựa: *he owns a racing stable(s)* ông ta có một đàn ngựa đua **3.** *(bóng)* lò [luyện]: *actors from the same stable* diễn viên cùng một lò mà ra. // **lock the stable door after the horse has bolted** mất bò mới lo làm chuồng.

stable[3] /'steibl/ nhốt *(ngựa)* vào chuồng: *where do you stable your pony?* anh nhốt con ngựa non của anh nơi nào thế?

stable boy /'steiblbɔi/ *(cg* **stable lad)** người trông chuồng ngựa.

stabling /'steibliŋ/ khoảng *(chỗ)* để nuôi ngựa: *the house has stabling for 20 horses* nhà có khoảng (có chỗ) để nuôi được 20 con ngựa.

stably /'steibli/ *pht* [một cách] ổn định, [một cách] bền vững.

staccato /stə'ka:təʊ/ *tt, pht (nhạc)* ngắt âm.

stack[1] /stæk/ *dt* **1.** đống; chồng: *a haystack* đống cỏ khô; *a stack of newspapers* một chồng báo **2.** *(kng)* hàng đống: *I've got stacks of work to do* tôi có hàng đống việc phải làm **3.** ống khói *(nhà máy, tàu thủy)*; cụm ống khói **4.** *(thường snh)* giá sách **5.** đội máy bay chờ lệnh hạ cánh. // **blow one's stack** *x* **blow**[1].

stack[2] /stæk/ *dgt* **1.** **stack something [up]** chất đống, xếp thành đống: *stack logs [into piles]* xếp các khúc gỗ thành đống; *please stack your chairs before you leave* xin vui lòng xếp ghế lại trước khi các anh ra về **2.** **stack something [with something]**

chất đống *(ở một nơi nào đó): the whole garden was stacked with bricks* cả khu vườn chất đầy gạch **3.** **stack something [against something]** xếp *(bài)* gian lận: *he accused his opponent of stacking the cards* anh ta buộc tội đối phương đã xếp bài gian lận; *I don't think we'll win, the cards (the odds) are stacked against us (bóng)* tôi không nghĩ là chúng ta sẽ thắng, mọi con bài đều xếp theo hướng bất lợi cho chúng ta **4.** bay thành đội chờ lệnh hạ cánh *(máy bay).* // **stack up [against something]** *(Mỹ, kng)* so với *(cái gì)*: *how well do you think this washing powder stacks up against your usually brand?* theo chị thì loại bột giặt này so với loại chị vẫn dùng có tốt hay không?

stadia /'steidiə/ *dt snh* của stadium.

stadium /'steidiəm/ *dt (snh* **stadiums** *hoặc* **stadia)** sân vận động.

staff[1] /sta:f, *(Mỹ* stæf)/ *dt* **1.** gậy: *the old man leant on a long wooden staff* cụ già chống một cây gậy gỗ dài **2.** *(thường số ít)* [toàn bộ] nhân viên; biên chế: *the hotel staff* nhân viên của khách sạn; *staff reductions* sự giảm biên chế **3.** *(dgt snh)* ban điều hành: *a head teacher and her staff* bà hiệu trưởng và ban giám hiệu **4.** *(thường số ít)* bộ tham mưu: *regimental staff* sĩ quan tham mưu **5.** *(cg* **stave)** *(nhạc)* khuông nhạc. // **the staff of life** *(cổ hoặc tu từ)* bánh mì.

staff[2] /sta:f, *(Mỹ* stæf)/ *dgt (thường ở dạng bị động)* cung cấp nhân viên cho; làm nhân viên cho: *the school is staffed entirely by*

S

graduates toàn bộ nhân viên nhà trường này đều đã tốt nghiệp đại học.

staff nurse /'stɑ:fnɜ:s/ y tá chính *(ngay dưới y tá trưởng)*.

staff sergeant /'stɑ:fsɑ:dʒənt/ thượng sĩ.

stag[1] /stæg/ *dt* **1.** con hươu đực **2.** *(Anh)* người đầu cơ *(cổ phần mới phát hành)*.

stag[2] /stæg/ *tt (thngũ)* chỉ dành cho đàn ông: *a stag night at the golf club* một đêm dành cho đàn ông ở câu lạc bộ chơi gôn.

stag-beetle /'stægbi:tl/ *dt (động)* bọ hươu.

stage[1] /steidʒ/ *dt* **1.** sàn diễn: *he was on [the] stage for most of the play* anh ta có mặt trên sàn diễn trong hầu suốt vở kịch **2.** *the stage (số ít)* nghề kịch; sân khấu: *she advised her son not to choose the stage as a career* bà ta khuyên con trai mình đừng theo nghề sân khấu **3.** *(số ít)* nơi diễn ra, sân khấu *(bóng)*: *Geneva has become the stage for many meetings of world leaders* Geneva đã trở thành nơi diễn ra nhiều cuộc gặp gỡ của các lãnh tụ thế giới **4.** thời kỳ, giai đoạn: *at an early stage in our history* vào thời kỳ ban đầu trong lịch sử của chúng ta; *the baby has reached the talking stage* cháu bé đã đến giai đoạn biết nói **5.** chặng *(đường)*: *he did the first stage of the trip by train* anh ta đi xe lửa trong chặng đầu chuyến đi; *travel two stages for 30 p* đi hai chặng xe buýt mất 30 xu **6.** tầng *(của tên lửa vũ trụ)*: *a three-stage rocket* tên lửa vũ trụ ba tầng **7.** *nh* stagecoach. // **be (go) on the stage** trở thành diễn viên; **set the stage for**

something chuẩn bị cho; tạo tiền đề cho: *the president's recent death set the stage for a military coup* cái chết mới đây của tổng thống đã tạo tiền đề cho vụ đảo chính quân sự; **up (down) stage** xa *(gần)* mặt trước sàn diễn.

stage[2] /steidʒ/ *dgt* **1.** đưa lên sân khấu: *stage a play* đưa một vở kịch lên sân khấu **2.** sắp xếp; tiến hành; tổ chức: *stage a protest rally* tổ chức một cuộc tập hợp phản đối; *stage a come-back* sắp xếp một cuộc trở lại sân đấu sau khi giải nghệ.

stage-coach /'steidʒkəuʃ/ xe thổ mộ *(theo tuyến đường nhất định)*.

stage direction /'steidʒdirekʃn/ *dt* bản hướng dẫn diễn xuất.

stage door /ˌsteidʒ'dɔ:[r]/ lối vào sàn diễn *(ở phía sau sàn diễn, dành cho diễn viên, nhân viên)*.

stage fright /'steidʒfrait/ sự run sợ trên sàn diễn *(của diễn viên)*.

stagehand /'steidʒhænd/ *dt* nhân viên dựng cảnh.

stage left /ˌsteidʒ'left/ cánh trái sân khấu.

stage-manage /'steidʒmænidʒ/ *dgt* bố trí; dàn dựng: *the demonstration had been carefully stage-managed to coincide with the Prime Minister's visit* cuộc biểu tình đã được dàn dựng cẩn thận để cho trùng với chuyến đi thăm của thủ tướng.

stage manager /ˌsteidʒ'mænidʒə[r]/ trợ lý đạo diễn.

stage right /ˌsteidʒ'rait/ cánh phải sân khấu.

stage-struck /'steidʒstrʌk/ *tt (thường xấu)* mê trở thành diễn viên: *his ten-year old daughter is completely stage-*

struck cô con gái mới mười tuổi của anh ta đã hoàn toàn mê trở thành diễn viên.

stage whisper /ˌsteidʒ'wispə[r]/ lời nói thầm to trên sân khấu *(để khán giả có thể nghe được)*.

stagey /'steidʒi/ *tt nh* stagy.

stagflation /ˌstæg'fleiʃn/ *dt (kté)* sự lạm phát đình trệ.

stagger[1] /'stægə[r]/ *dgt* **1.** lảo đảo, loạng choạng: *she staggered and fell* chị ta lảo đảo và ngã; *he staggered to the door* anh ta loạng choạng đi ra phía cửa **2.** *(thường ở dạng bị động)* làm sửng sốt, làm bối rối, làm lo ngại: *I was staggered to hear (on hearing; when I heard) of his death* tôi sửng sốt khi nghe tin hắn chết **3.** *(thường ở dạng bị động)* xếp lệch nhau: *a staggered junction* ngã đường lệch nhau; *staggered office hours* giờ làm việc bố trí lệch nhau *(để người đi làm khỏi phải tập trung vào cùng một phương tiện đi lại, gây khó khăn cho giao thông)*; *stagger the annual holidays* bố trí lệch nhau các kỳ nghỉ hằng năm.

stagger[2] /'stægə[r]/ *dt* sự lảo đảo, sự loạng choạng: *he picked up the heavy suitcase and set off with a stagger* anh ta nhấc cái vali nặng lên và loạng choạng bước đi.

staggering /'stægəriŋ/ *tt* làm sửng sốt; choáng người: *a staggering achievement* một thành tựu làm sửng sốt.

staggeringly /'stægəriŋli/ *pht* [một cách] choáng người: *she's staggeringly beautiful* cô ta đẹp choáng người.

stagily /steidʒili/ *pht* như là đóng kịch, [một cách] không tự nhiên.

staginess /steidʒinis/ *dt* vẻ như là đóng kịch; vẻ không tự nhiên.

staging /steidʒiŋ/ *dt* **1.** giàn giáo **2.** cách dàn dựng: *an imaginative new staging of Macbeth* một cách dàn dựng mới vở Macbeth giàu sức tưởng tượng.

staging post /steidʒiŋpəust/ trạm đỗ *(của một chuyến bay theo một lộ trình nhất định).*

stagnancy /stægnənsi/ *dt* **1.** sự tù đọng *(nước)* **2.** sự đình đốn, sự trì trệ.

stagnant /stægnənt/ *tt* **1.** tù đọng *(nước): water lying stagnant in ponds* nước tù đọng trong ao **2.** đình đốn, trì trệ: *business was stagnant last month* tháng trước việc buôn bán kinh doanh đã bị trì trệ.

stagnate /stægneit, (Mỹ 'stægneit)/ *dgt* **1.** tù đọng lại *(nước)* **2.** đình đốn, trì trệ: *a stagnating industry* một nền công nghiệp đình đốn; *his mind was stagnated since his retirement* từ khi nghỉ hưu, đầu óc ông ta đã trì trệ đi *(đã mụ đi).*

stagnation /stægneiʃn/ *dt* **1.** sự tù đọng *(nước)* **2.** sự đình đốn, sự trì trệ.

stag-party /stægpɑ:ti/ bữa tiệc chỉ có đàn ông *(nhất là dành cho một anh chàng sắp lập gia đình).*

stagy, stagey /steidʒi/ *tt* *(xấu)* như là đóng kịch, không tự nhiên: *a very stagy manner* một thái độ hệt như là đóng kịch, một thái độ rất không tự nhiên.

staid /steid/ *tt* thủ cựu; cứng nhắc: *staid attitudes* thái độ thủ cựu cứng nhắc.

staidly /steidli/ *pht* [một cách] thủ cựu cứng nhắc.

staidness /steidnis/ *dt* sự thủ cựu cứng nhắc.

stain¹ /stein/ *dgt* **1.** làm ố, vấy bẩn; bị ố; bị vấy bẩn: *a tablecloth stained with gravy* chiếc khăn bàn vấy nước thịt; *fingers stained with nicotine* ngón tay nhuốm vàng chất nicotin; *blood-stained hands* bàn tay vấy máu; *our white carpet stains easily* tấm thảm trắng của chúng tôi dễ vấy bẩn **2.** nhuộm màu: *the biologist stained the specimen before looking it at through the microscope* nhà sinh vật học nhuộm màu mẫu vật trước khi soi kính hiển vi **3.** *(chủ yếu dùng ở dạng bị động)* làm nhơ nhuốc, làm hoen ố: *the incident stained his career* biến cố đó đã làm hoen ố sự nghiệp của ông ta.

stain² /stein/ *dt* **1.** thuốc màu, phẩm nhuộm: *how much stain should I buy for the table?* tôi phải mua bao nhiêu phẩm để nhuộm chiếc bàn này? **2.** vết ố, vết nhơ: *I can't get these coffee stains out of the carpet* tôi không thể tẩy sạch các vết ố cà phê này ở tấm thảm; *he left the court without a stain on his character* ông ta rời khỏi tòa án mà tên tuổi không bị một vết nhơ nào cả.

stained glass /steind 'glɑ:s/ kính màu: *a stained glass window* cửa sổ kính màu *(như thường thấy ở các nhà thờ).*

stainless /steinlis/ *tt* không chút vết nhơ: *a stainless reputation* danh tiếng không chút vết nhơ.

stainless steel /steinlis'sti:l/ thép không gỉ: *knives made of stainless steel* dao làm bằng thép không gỉ.

stair /steə/ *dt* **1.** stairs *(snh)* cầu thang: *the stairs need cleaning* cầu thang cần được quét dọn; *at the foot (head) of the stairs* ở chân (ở đầu) cầu thang **2.** bậc cầu thang: *the child was sitting on the bottom stair* cháu bé ngồi ở bậc cầu thang dưới cùng; *the top stair is broken* bậc trên cùng cầu thang bị gãy. // **below stairs** ở tầng hầm *(của một ngôi nhà ở nơi ở của tôi tớ, theo kiểu nhà ngày xưa).*

stair-carpet /steəkɑ:pit/ *dt* thảm trải cầu thang.

staircase /steəkeis/ *dt (cg* **stairway)** *(ktrúc)* cầu thang *(gác).*

stair-rod /steərɔd/ *dt* thanh chặn thảm cầu thang.

stairway /steəwei/ *dt* nh staircase.

stairwell /steəwei/ *dt* lồng cầu thang.

stake¹ /steik/ *dt* **1.** cọc *(đóng xuống đất để đánh dấu cái gì, để làm cái đỡ cho cây trồng...)* **2.** the stake *(số ít)* cọc trói để thiêu sống. *(hình phạt xưa):* *be burnt at the stake* bị thiêu sống ở cọc trói **3.** *(thường snh)* tiền đánh cược: *playing for high stakes* chơi đặt tiền cược cao **4.** tiền hùn vốn: *have a stake in a company* có tiền hùn vốn vào một công ty **5.** stakes *(snh)* a/ tiền được cược đua ngựa b/ *(thường* **Stakes)** *(dùng trong tên gọi; dgt số ít)* cuộc đua ngựa có cược *(do các chủ ngựa đóng góp):* *the Newmarket Stakes is always a popular race* cuộc đua ngựa có cược ở Newmarket bao giờ cũng là một cuộc đua ngựa được nhiều người ưa thích. // **at stake** đang mạo hiểm; còn tùy

S

thuộc vào những gì sẽ xảy ra: *the company is on the verge of bankruptcy, and hundreds of jobs are at stake* công ty đang sắp phá sản và hàng trăm việc làm còn tùy thuộc vào những gì sẽ xảy ra; **go to stake over something** duy trì, giữ *(một ý kiến...)* bằng mọi giá: *I think I'm right on this issue, but I wouldn't go to the stake over it* tôi nghĩ là về vấn đề này ý kiến của tôi là đúng, nhưng tôi sẽ không khăng khăng giữ nó bằng mọi giá.

stake² /steik/ *dgt* **1.** đóng cọc giữ: *stake newly planted trees* đóng cọc giữ cây mới trồng **2.** cược *(tiền...)*: *I'd stake my life on it* tôi lấy mạng tôi mà cược cho điều đó **3.** hùn vốn: *stake a business* hùn vốn vào một doanh nghiệp. // **stake [out] a (one's) claim to somebody (something)** a/ khoanh một vùng đất *(trước đây, khi đến một vùng mới để giành quyền sở hữu)* b/ đòi quyền: *several clubs have already staked a (their) claim to this outstanding young footballer* nhiều câu lạc bộ đã đòi quyền được nhận anh cầu thủ bóng đá trẻ tuổi xuất sắc này. // **stake something out** a/ đóng cọc khoanh lại *(một vùng đất, để giành quyền sở hữu)* b/ giành phần, xí phần: *he's staked out this part of the house as his own* anh ta đã giành phần góc này của ngôi nhà cho riêng mình c/ *(Mỹ, kng)* theo dõi bí mật và liên tục *(một nơi; nói về cảnh sát)*: *detectives have staked out the house for two days now* thám tử đã bí mật và liên tục theo dõi ngôi nhà này đã hai hôm nay rồi.

stakeholder /'steik,həuldə[r]/ *dt* **1.** người giữ tiền cược *(sẽ đưa lại cho người thắng)* **2.** *(luật)* luật gia giữ tài sản *(trong thời gian tranh chấp)*.

stake-out /'steikaut/ *dt (Mỹ, kng)* **1.** sự bí mật theo dõi *(của cảnh sát)* **2.** nhà bị bí mật theo dõi; khu vực bị bí mật theo dõi.

stalactite /'stæləktait, (Mỹ stə'læktait)/ *dt (địa)* vú đá.

stalagmite /'stæləgmait, (Mỹ stə'lægmait)/ *dt (địa)* măng đá.

stale¹ /steil/ *tt* **1.** ôi, ươn *(thực phẩm...)* **2.** nhàm chán: *her performance has become stale* diễn xuất của cô ta đã trở nên nhàm chán **3.** chơi không hay vì tập dượt quá sức *(vận động viên...)*.

stale² /steil/ *dgt* **1.** ôi đi, ươn đi **2.** trở nên nhàm chán: *the pleasure I get from listening to such music never stales* tôi chẳng bao giờ chán cái thú được nghe loại nhạc đó.

staleness /'steilnis/ *dt* **1.** sự ôi, sự ươn. **2.** sự nhàm chán.

stalemate¹ /'steilmeit/ *dt (thường số ít)* **1.** thế bí *(cờ)* **2.** sự bế tắc: *negotiations have reached [a] stalemate* thương lượng đã đi đến chỗ bế tắc.

stalemate² /'steilmeit/ *dgt (thường dùng ở dạng bị động)* dẫn đến thế bế tắc.

stalk¹ /stɔːk/ *dt (snh)* thân; cuống: *daffodils with long stalks* thủy tiên hoa vàng với thân dài *(không thể dùng để chỉ thân những cây gỗ); remove the stalks from the cherries before you eat them* hãy bỏ cuống quả anh đào trước khi ăn. // **have one's eyes on stalks** x eye¹.

stalk² /stɔːk/ *dgt* **1.** đi hùng hổ: *he stalks angrily out of the room* nó hùng hổ bước

ra khỏi phòng một cách giận dữ **2.** lẩn quất; hoành hành: *ghosts are said to stalk the castle walls* người ta nói rằng hồn ma lẩn quất ở các bức tường tòa lâu đài; *famine stalked [through] the land* nạn đói hoành hành đất nước **3.** lén theo *(thú săn)*: *stalking deer* lén theo con hươu.

stalker /'stɔːkə[r]/ *dt* người đi săn lén theo con thú.

stall¹ /stɔːl/ *dt* **1.** ngăn chuồng **2.** *(thường trong từ ghép)* quầy: *a bookstall at the station* quầy bán sách ở nhà ga; *fruit stall in the market* quầy bán trái cây trong chợ; *run a cake stall at the bazaar* bán quầy bánh kẹo ở chợ **3. stalls** *(snh) (Anh)* dãy ghế ngay trước sàn diễn; phần nhà hát ngay trước sàn diễn: *laughter from the stalls* tiếng cười từ dãy ghế ngay trước sàn diễn **4.** ghế ngồi ở chỗ hát kinh *(trong nhà thờ)*: *the chair stalls* ghế ngồi của đội hát kinh **5.** buồng con *(thường cho một người)*: *stalls for changing in at the swimming-pool* các buồng thay quần áo ở bể bơi **6.** sự chết máy: *go into a stall* bị chết máy *(máy bay, xe cộ)* **7.** *nh* finger-stall.

stall² /stɔːl/ *dgt* **1.** nhốt vào ngăn chuồng *(để vỗ béo)* **2.** [làm] chết máy: *the car stalled at the roundabout* chiếc xe chết máy ở chỗ đường vòng; *learner drivers often stall [their cars]* những người học lái thường làm xe chết máy **3.** thoái thác; lảng tránh; trì hoãn: *stop stalling and give me an answer!* đừng có lảng tránh nữa, trả lời tôi đi!; *stall for time* trì hoãn để có thêm thời gian; *stall one's credi-*

tors thoái thác trả lời các chủ nợ.

stallholder /'stɔːlhəʊldə[r]/ *dt* người chủ quầy *(trong chợ)*.

stallion /'stæliən/ *dt* ngựa đực giống.

stalwart¹ /'stɔːlwət/ *tt* **1.** *(cũ)* vạm vỡ; lực lưỡng *(người)*: *a boxer of stalwart built* một võ sĩ quyền Anh có thân hình vạm vỡ **2.** *(thường thngữ)* đáng tin cậy; trung thành: *stalwart support* sự ủng hộ đáng tin cậy; *a stalwart supporter* người ủng hộ trung thành.

stalwart² /'stɔːlwət/ *dt* người ủng hộ trung thành: *rally the stalwarts of the party* tập hợp những người trung thành ủng hộ đảng.

stalwartly /'stɔːlwətli/ *pht* **1.** [một cách] vạm vỡ, [một cách] lực lưỡng **2.** [một cách] đáng tin cậy; [một cách] trung thành.

stalwartness /'stɔːlwətnis/ *dt* **1.** sự vạm vỡ, sự lực lưỡng **2.** sự đáng tin cậy; sự trung thành.

stamen /'steimən/ *dt (thực)* nhị [đực] *(của hoa)*.

stamina /'stæminə/ *dt* khả năng chịu đựng; sự rắn rỏi: *marathon runners need plenty of stamina* vận động viên chạy marathon cần có nhiều khả năng chịu đựng.

stammer¹ /'stæmə[r]/ *dgt* **1.** *(cg* stutter) nói lắp, nói cà lăm **2.** nói lắp, lắp bắp *(điều gì)*: *stammer out a request* lắp bắp một lời yêu cầu.

stammer² /'stæmə[r]/ *dt (thường số ít)* **1.** sự nói lắp, sự nói cà lăm **2.** lời nói lắp, lời nói cà lăm.

stammerer /'stæmərə[r]/ *dt* người nói lắp, người nói cà lăm.

stammeringly /'stæməriŋli/ *pht* lắp bắp.

stamp¹ /stæmp/ *dgt* **1.** giậm [chân]: *he stamped [his feet] in anger* anh ta giận dữ giậm chân; *he stamped the soil [flat; down] round the plant* anh ta giậm đất quanh gốc cây cho dễ xuống **2.** đi nặng bước, bước đi huỳnh huỵch: *don't stamp, you'll wake everyone up* đừng có đi huỳnh huỵch, anh sẽ đánh thức mọi người dậy đấy; *stamp upstairs* đi giậm chân huỳnh huỵch lên gác **3.** đóng *(chữ, dấu)* vào: *they didn't stamp my passport* họ không đóng dấu vào hộ chiếu của tôi; *stamp one's name and address on an envelope; stamp an envelope with one's name and address* đóng tên và địa chỉ lên bì thư **4.** *(chủ yếu dùng ở dạng bị động)* dán tem: *I enclose a stamped addressed envelope for your reply* tôi kèm theo một phong bì có đề địa chỉ và dán tem để ông trả lời **5.** rập: *a machine for stamping out engine parts* một cỗ máy để rập các bộ phận động cơ **6.** *(bóng)* khắc sâu, in sâu: *the date is stamped on her memory for every* ngày tháng đó đã mãi mãi in sâu vào ký ức của cô **7.** chứng tỏ: *this achievement stamps her as a genius* thành tựu đó chứng tỏ cô ta là một thiên tài.

stamp something off [something] giậm chân giũ đi: *they stamped the mud off their shoes* họ giẫm chân giũ bùn ở giày đi; **stamp on something** a/ giẫm nát: *stamp on a spider* giẫm nát một con nhện b/ dập tắt, dẹp yên: *the rebellion was soon stamped on by the army* cuộc nổi loạn đã nhanh chóng bị quân đội dập tắt; **stamp something out** a/

dập tắt *(ngọn lửa)* b/ diệt trừ: *stamp out terrorism* diệt trừ nạn khủng bố; *stamp out a rebellion* diệt trừ cuộc nổi loạn; *stamp out an epidemic disease* diệt trừ bệnh dịch.

stamp² /stæmp/ *dt* **1.** tem: *a 18p stamp* con tem 18 xu; *collecting stamps* sưu tập tem; *a stamp collection* một bộ sưu tập tem **2.** *(cg* **trading stamp**) phiếu mua hàng **3.** con dấu: *a date-stamp* con dấu ngày tháng **4.** dấu: *have you got any stamps in your passport?* anh đã lấy dấu thị thực vào hộ chiếu của anh chưa? **5.** sự giậm chân; tiếng giậm chân: *give a stamp of impatience* giậm chân tỏ vẻ nôn nóng **6.** dấu ấn *(bóng)*: *she bears the stamp of genius* cô ta mang dấu ấn thiên tài; *their story has the stamp of truth* câu chuyện của họ có vẻ có thật **7.** *(thường số ít)* hạng, loại: *men of a different stamp* những người thuộc hạng khác.

stamp album /'stæmpæl-bəm/ an bom sưu tập tem.

stamp-collecting /'stæmp kəletiŋ/ *dt* sự sưu tập tem.

stamp-collector /'stæmp kəlektə[r]/ *dt* người sưu tập tem.

stamp-duty /'stæmpdjuːti/ *dt* tem lệ phí.

stampede¹ /stæm'piːd/ *dt* **1.** sự chạy tán loạn *(súc vật)* **2.** sự đổ xô *(người)*: *there's been a stampede to buy gold before the price goes up* người ta đổ xô đi mua vàng trước khi vàng tăng giá **3.** cuộc đua tài của những người chăn bò *(ở Canada)*.

stampede² /stæm'piːd/ *dgt* **1.** [làm cho] chạy tán loạn **2.** chạy đổ xô đến. // **stampede somebody into something (doing something)** làm cho đổ

S

xô đi làm gì: *rumours of a shortage stampeded people into buying up food* tin đồn về sự thiếu thốn hàng hóa làm cho thiên hạ đổ xô đi mua lương thực.

stamping-ground /'stæm-pingraund/ *(kng)* nơi thường lui tới, nơi ưa thích *(của người, con vật)*: *one of my old stamping-ground* một trong những nơi trước đây tôi thường lui tới.

stance /'stæns, (Anh sta:ns)/ *dt (thường số ít)* **1.** thế đứng, tư thế *(đánh gôn, cricket)* **2. stance on something** thái độ; quan điểm: *he maintains a rigidly right-wing political stance* anh ta vẫn giữ lập trường chính trị cánh hữu cứng rắn của mình.

stanch /sta:ntʃ, (Mỹ stæntʃ)/ *(cg* **staunch**) *dgt* cầm *(máu)* lại; làm cho *(vết thương)* cầm máu: *stanch the bleeding* cầm máu đang chảy; *stanch a cut* cầm máu một vết đứt.

stanchion /'stænʃən, (Mỹ 'stæntʃən)/ *dt* cột, trụ chống.

stand¹ /stænd/ *dt* **1.** sự dừng lại, sự đứng lại **2.** *(số ít)* sự đứng; chỗ đứng: *he took his stand near the window* nó đứng gần cửa sổ **3.** sự cầm cự, sự chống cự; thời gian cầm cự, thời gian chống cự: *a stand of sixty days* thời gian cầm cự sáu mươi ngày **4.** *(thường trong từ ghép)*: giá; mắc: *a hat stand* giá treo mũ; *a coat stand* giá mắc áo khoác **5.** gian hàng; quầy hàng: *one of the stands at a book fair* một trong các gian hàng ở hội chợ sách; *a market stand* một quầy hàng trong chợ **6.** bãi đậu: *a taxi-stand* bãi đậu xe tắc-xi **7.** *(thường snh)* khán đài **8.** điểm dừng

(trong chuyến lưu diễn): *a series of one-night stands* một loạt điểm dừng một đêm **9.** *(Mỹ)* chỗ đứng của nhân chứng *(trong phiên tòa)*: *take the stand* đứng vào chỗ của nhân chứng. // **make a stand [against (for) something]** sẵn sàng chống trả (bảo vệ) cái gì: *make a stand against the enemy* sẵn sàng chống trả quân địch; *make a stand for one's principles* sẵn sàng bảo vệ nguyên tắc của mình; **take a (one's) stand [on] something** tuyên bố quan điểm: *she took a firm stand on nuclear disarmament* cô ta có quan điểm kiên quyết về giải trừ vũ khí hạt nhân.

stand² /stænd/ *dgt* **(stood 1.** đứng: *she is too weak to stand* cô ta yếu đến mức không đứng nổi; *stand still while I take your photograph* hãy đứng yên khi tôi chụp ảnh cho anh; *after the bombing only a few houses were left standing* sau vụ ném bom chỉ còn một vài ngôi nhà còn đứng vững **2.** đứng lên, đứng dậy: *everyone stood[up] when the President entered* mọi người đứng dậy khi Tổng thống bước vào **3.** dựng đứng, đặt, để: *stand the ladder [up (upright)] against the wall* dựng cái thang đứng áp vào tường **4.** có chiều cao, cao *(bao nhiêu đấy)*: *the tower stands fifty metres* cái tháp cao 50 mét **5.** ở, ở tại: *a tall poplar tree once stood here* trước kia có một cây dương cao ở chỗ này; *where do you stand on these issues* về những vấn đề này ý kiến anh ra sao? **6.** đỗ, dừng lại: *a train standing in the station* một đoàn tàu đỗ trong ga **7.** còn nguyên giá trị, không thay đổi: *the agreement must stand* hiệp định

này phải còn nguyên giá trị; *my offer still stands* lời đề nghị của tôi vẫn không thay đổi **8.** ở trong tình trạng *(nào đó)*; ở mức *(nào đó)*: *the house has stood empty for months* ngôi nhà ấy đã [ở trong tình trạng] vắng người hàng tháng rồi; *the fund stands at £500* quỹ có [ở mức] 500 bảng **9.** có khả năng: *stand to win* có khả năng thắng; *you stand to make a lot of money from this deal* anh có khả năng kiếm khối tiền qua vụ này **10.** đứng yên, không chảy, không bị khuấy động *(chất nước)*: *standing pools of rain-water* những vũng nước mưa còn đọng lại; *mix the batter ant let it stand for twenty minutes* trộn bột rồi để nó lắng hai mươi phút **11.** *(trong câu phủ định và nghi vấn, với* **can, could)** chịu [đựng]: *he can't stand hot weather* anh ta không chịu được thời tiết nóng; *I can't stand him* tôi không chịu nổi nó; *he can't stand being kept waiting* nó không chịu nổi cái cảnh cứ bị bắt phải chờ đợi **12.** *(không dùng ở dạng bị động)* đãi, thết: *stand drinks all round* đãi một chầu rượu khắp lượt; *who is going to stand treat?* ai thết đãi nào?, ai bao nào? **13.** *(Mỹ run)* ra ứng cử, tranh cử: *stand for parliament* ra ứng cử vào nghị viện; *stand for President* tranh cử tổng thống **14.** *(hải)* lái về phía: *stand westward for the island* lái về phía tây hướng đến đảo. // **stand well... with somebody** có quan hệ tốt... với ai: *do you stand well with your boss?* anh có quan hệ tốt với chủ chứ?

stand aside a/ né sang một bên: *stand aside to let somebody pass* né sang một bên cho ai đi qua b/ đứng ngoài, không làm gì cả: *don't stand aside and let others do all the work* đừng có đứng ngoài và để người khác làm toàn bộ công việc c/ rút lui *(khỏi cuộc bầu cử...)*: *stand aside in favour of another applicant* rút lui để tạo thuận lợi cho một ứng viên khác; **stand back [from something]** a/ lùi lại: *the policeman ordered us to stand back* viên cảnh sát ra lệnh cho chúng tôi lùi lại b/ ở cách xa: *the house stands back a little [from the road]* ngôi nhà ở hơi cách xa [đường]; **stand by** a/ có mặt nhưng đứng yên *(không làm gì cả)*: *how can you stand by and let him treat his dog like that?* sao anh có thể đứng yên và để nó đối xử với con chó của nó như thế? b/ ở tư thế sẵn sàng hành động: *the troops are standing by* quân lính đã ở tư thế sẵn sàng chiến đấu; **stand by somebody** ủng hộ ai, giúp đỡ ai: *I'll stand by you whatever happens* dù có gì xảy ra đi nữa, tôi cũng sẽ ủng hộ anh; **stand by something** giữ đúng, trung thành với *(lời hứa...)*: *she still stands by every word she said* cô ta vẫn giữ đúng từng lời cô đã nói ra; **stand down** a/ rời chỗ *(sau khi đã làm chứng xong, nói về nhân chứng)* b/ rút lui [không ứng cử nữa]; từ chức: *the President has stood down after five years in office* ông tổng thống đã từ nhiệm sau năm năm tại chức; **stand somebody down** *(quân)* [ra lệnh cho] nghỉ sau báo động: *the troops [were] stood down, it was a false alarm* quân lính được lệnh nghỉ, vừa rồi chỉ là báo động giả; **stand for something** a/ *(không dùng ở dạng bị động)* là chữ viết tắt của: *what does T.G. stand for*

T.G.Smith? trong T.G. Smith, T.G. là viết tắt của chữ gì vậy? b/ *(không dùng ở dạng bị động)* đại diện cho: *I condemn fascism and all it stands for* tôi lên án chủ nghĩa phát xít và tất cả những gì nó đại diện cho c/ *(không dùng ở dạng bị động)* bênh vực, ủng hộ d/ chịu đựng: *I won't stand for this insolence* tôi sẽ không chịu đựng thái độ láo xược ấy; **stand in [for somebody]** thay [thế] cho: *my assistant will stand in for me while I'm away* viên trợ lý của tôi sẽ thay tôi khi tôi đi vắng; **stand out [from (against) something]** nổi bật lên: *bright lettering that stands out well from (against) a dark background* chữ màu sáng nổi bật trên nền sẫm màu; **stand out [from somebody (something)** trội hơn hẳn: *her work stands out from the rest as easily the best* tác phẩm của chị ta trội hơn các tác phẩm khác và dễ dàng chiếm vị trí thứ nhất; **stand out [against something]** tiếp tục chống cự: *we managed to stand out against all the attempts to close the company down* chúng tôi đã cố tiếp tục chống cự mọi ý định hòng đóng cửa công ty; **stand out for something** *(kng)* kỳ kèo: *the nurses have been offered an extra 5%, but they're standing out for 7% pay rise* các y tá đã được tăng 5% lương nhưng họ vẫn kỳ kèo đòi cho được tăng 7%; **stand over somebody** giám sát, theo dõi: *I hate to have my boss standing over me* tôi không thích ông chủ đứng giám sát tôi; **stand [somebody] to** ra lệnh *(cho quân lính)* vào vị trí chiến đấu; **stand somebody up** *(kng)* lỗi hẹn gặp nhau *(nhất là nói về hai người một nam một nữ): first she agreed*

to come out with me, then she stood me up lúc đầu cô ta đồng ý đi chơi với tôi nhưng rồi sau đó cô ta lỡ hẹn gặp nhau; **stand up for somebody (something)** ủng hộ; bênh vực: *always stand up for your friends* hãy luôn luôn ủng hộ bạn bè; *stand up for one's rights* bênh vực quyền lợi của mình; **stand up [to] something** chịu nổi; *your argument just won't stand up [to close scrutiny]* lý lẽ của anh không chịu nổi một sự xem xét chặt chẽ đâu; **stand up to somebody** chống lại, kháng cự: *it was brave of her to stand up to these bullies* cô ta thật là dũng cảm, dám chống lại tụi chuyên bắt nạt ấy; **stand up to something** vẫn còn tốt *(mặc dù đã mặc nhiều, dùng nhiều...)*, chịu được *(thời tiết)*: *will this car stand up to winter conditions here?* liệu chiếc xe này có chịu được điều kiện mùa đông ở đây không?

standard¹ /ˈstændəd/ *dt* **1.** tiêu chuẩn; chuẩn mực: *standard of height required for recruits to the police force* tiêu chuẩn chiều cao cần có cho người được tuyển vào lực lượng cảnh sát; *people were very poor then, by today's standards* xét theo các tiêu chuẩn hiện nay thì lúc đó dân rất nghèo; *a high moral standard* tiêu chuẩn đạo đức cao; *conform to the standards of society* phù hợp với các chuẩn mực xã hội **2.** trình độ, mức: *his work does not reach the standard required* công việc của anh ta chưa đạt trình độ yêu cầu **3.** cờ: *the royal standard* cờ hoàng gia **4.** trụ, cột chống **5.** cây thân đứng *(đối lập với cây bụi, cây leo): standard roses* hồng thân đứng. // **be up to (below) stand-**

ard đạt (không đạt) trình độ, đạt [không đạt] yêu cầu.

standard² /'stændəd/ *tt (thường thngũ)* **1.** [theo] tiêu chuẩn; [hợp] tiêu chuẩn: *standard units of weight* đơn vị trọng lượng tiêu chuẩn; *this is the standard textbook on the subject* đây là cuốn sách giáo khoa tiêu chuẩn về môn này **2.** thông thường, bình thường: *the standard model of a car* kiểu xe bình thường **3.** chuẩn: *standard English* tiếng Anh chuẩn; *standard pronunciation* phát âm chuẩn.

standard-bearer /'stændəd beərə[r]/ *dt* **1.** người cầm cờ **2.** *(bóng)* người giương cao ngọn cờ: *a standard-bearer for women's rights* người giương cao ngọn cờ quyền lợi phụ nữ.

standardization, standardisation /stændədai'zeiʃn/ *dt* **1.** sự tiêu chuẩn hóa **2.** sự chuẩn hóa *(chính tả...)*.

standardize, standardise /'stændədaiz/ *dgt* **1.** tiêu chuẩn hóa **2.** chuẩn hóa *(chính tả...)*.

standard lamp /'stændə læmp/ *dt (Mỹ* floor lamp) đèn đứng.

standard of living /stændədəv'liviŋ/ mức sống.

standard time /stændəd 'taim/ giờ tiêu chuẩn, giờ chính thức *(của một nước, một vùng)*.

standby /'stændbai/ *dt (snh* **standbys**) vật dự phòng: *if the electricity fails, the hospital has a standby generator* nếu mất điện, bệnh viện có một máy phát dự phòng. // **on standby** ở tư thế sẵn sàng: *the troops are on 24-hour standby* quân lính ở tư thế sẵn sàng suốt 24 trên 24 tiếng đồng hồ.

stand-in /'stændin/ *dt* **1.** người thế vai **2.** người thế chân *(trong một cương vị hay công tác trong một thời gian ngắn)*.

standing¹ /'stændiŋ/ *dt* **1.** địa vị *(xã hội)*; danh tiếng: *a scientist of high standing* nhà khoa học danh tiếng lớn **2.** khoảng thời gian *(tồn tại)*: *a friendship of long standing* tình bạn lâu đời.

standing² /'stændiŋ/ *tt* **1.** thường trực; thường xuyên: *a standing army* đội quân thường trực; *a standing committee* ủy ban thường trực; *we have a standing invitation, we can visit them whenever we like* chúng tôi có giấy mời thường xuyên, chúng tôi có thể đến thăm họ bất cứ lúc nào chúng tôi muốn **2.** *(thể)* ở thế đứng, không chạy lấy đà: *a standing jump* cú nhảy không chạy lấy đà **3.** còn trên cây, chưa thu hoạch: *standing corn* ngô còn trên cây, ngô chưa thu hoạch.

standing order /stændiŋ ɔ:də[r]/ **1.** *(cg* banker's order) lệnh trả tiền định kỳ *(của khách hàng báo cho ngân hàng)* **2.** phiếu đặt hàng thường xuyên; phiếu đặt hàng dài hạn: *a standing order for newspaper* phiếu đặt báo dài hạn.

standing ovation /stændinəu'veiʃn/ sự đứng dậy vỗ tay tán thưởng.

standing room /'stændiŋ rum/ chỗ đứng *(cho khán giả)*: *there was standing room left only in the concert hall* trong phòng hòa nhạc, chỉ còn chỗ đứng mà thôi *(hết chỗ ngồi)*.

stand-off half /stændɒf'ha:f/ *(cg* **fly half**) *(thể)* trung vệ *(bóng bầu dục)*.

stand-offish /stænd'ɒfiʃ/ *tt (kng)* có phần xa cách lạnh lùng.

stand-offishly /stænd'ɒfiʃli/ *pht (kng)* [một cách] xa cách lạnh lùng.

stand-offishness /stænd'ɒfiʃnis/ *dt (kng)* thái độ xa cách lạnh lùng.

standpipe /'stændpaip/ *dt* ống nước đứng lắp trực tiếp vào nguồn.

standpoint /'stændpɔint/ *dt* quan điểm: *from the standpoint of the ordinary voter* trên quan điểm của người cử tri bình thường.

standstill /'stændstil/ *dt* sự ngừng lại; sự dừng lại: *come to a standstill* ngừng lại, khựng lại; *she brought the car to a standstill* chị ta cho xe dừng lại.

stand-up /'stændʌp/ *tt* **1.** [ở tư thế] đứng: *a stand-up meal* bữa cơm ăn đứng **2.** tấu hài nhiều hơn là diễn xuất *(diễn viên)*: *stand up comedian* một diễn viên tấu hài **3.** trực diện và kịch liệt: *I had a stand up row with my boss today* hôm nay tôi đã cãi nhau kịch liệt với ông chủ.

stank /stæŋk/ *qk của* stink¹.

stanza /'stænzə/ *dt* khổ thơ.

staple¹ /'steipl/ *dt* **1.** ghim kẹp *(để đóng một số tờ giấy lại với nhau)* **2.** đinh kẹp *(đóng vào gỗ... để giữ nguyên chỗ một dây điện...)*.

staple¹ /'steipl/ *dgt* **1.** đóng bằng ghim kẹp **2.** giữ bằng đinh kẹp.

staple² /'steipl/ *tt* chính, chủ yếu: *the staple product of a country* sản phẩm chính của một nước; *rice is the staple diet in many Asian countries* cơm là món ăn hàng ngày chủ yếu của dân nhiều nước châu Á.

staple³ /'steɪpl/ *dt* **1.** *(thường snh)* sản phẩm chủ yếu, hàng hóa chủ yếu: *cotton is one of Egypt's staples* bông là một trong các hàng hóa chủ yếu của Ai Cập **2.** món chủ yếu, món chính *(trong bữa ăn...)*: *bread, potatoes and other staples continue to rise in price* bánh mì, khoai tây và những món chủ yếu khác tiếp tục tăng giá; *the weather forms the staple of their conversation* thời tiết là đề tài chính trong cuộc nói chuyện của họ.

stapler /'steɪplə[r]/ *dt* cái đóng ghim kẹp *(vào tập giấy)*.

star¹ /'stɑ:[r]/ *dt* **1.** sao, tinh tú: *there are no stars out tonight* đêm nay trời không có sao; *a fixed star* định tinh **2.** vật hình sao; dấu sao; phù hiệu ngôi sao: *a five-star hotel* một khách sạn năm sao; *a sheriff's star* phù hiệu ngôi sao của cảnh sát trưởng quận **3.** ngôi sao, minh tinh *(nhân vật thể thao, diện ảnh nổi tiếng)*: *the stars of stage and screen* các ngôi sao sân khấu và màn ảnh **4.** sao chiếu mệnh *(theo chiêm tinh học)*: *born under a lucky star* sinh ra được một sao lành chiếu mệnh **5.** stars *(snh)* số tử vi: **what do my stars say?** số tử vi của tôi nói sao?. // **reach for the stars** x reach; **see stars** nổ đom đóm mắt; **thank one's lucky stars** x thank.

star² /'stɑ:[r]/ *dgt* **1.** *(thường ở dạng bị động)* đánh dấu sao *(vào một bản danh sách để lưu ý điều gì)*; trang trí hình sao: *the starred dishes on the menu are suitable for vegetarians* những món ăn có đánh dấu sao trên thực đơn là thích hợp cho những người ăn chay **2.** đóng vai chính; có *(ai)* đóng vai chính: *she is to star in a new film* cô ta sẽ đóng vai chính trong một phim mới; *my favourite film stars Marilyn Monroe* bộ phim ưa thích của tôi do Marilyn Monroe đóng vai chính.

starboard /'stɑ:bəd/ *dt (kđối)* mạn phải *(của tàu thủy, máy bay)*: *alter course to starboard* đổi hướng sang phải, bát *(tàu thủy)*.

starch¹ /stɑ:tʃ/ *dt* **1.** tinh bột; bột **2.** hồ bột *(vải)*.

starch² /stɑ:tʃ/ *dgt* hồ [tinh] bột: *starched white uniforms* những bộ đồng phục trắng hồ bột.

starchy /'stɑ:tʃi/ *tt* (-ier; -iest) **1.** [thuộc] tinh bột, như tinh bột **2.** có nhiều tinh bột: *starchy food* thức ăn có nhiều tinh bột **3.** *(kng, xấu)* cứng nhắc: *he's always been rather starchy* ông ta lúc nào cũng khá là cứng nhắc.

stardom /'stɑ:dəm/ *dt* cương vị là minh tinh *(màn bạc)*.

stardust /'stɑ:dʌst/ *dt* chất bụi mơ *(chất bụi tưởng tượng tạo cảm giác mung lung mơ mộng)*.

stare¹ /steə[r]/ *dgt* **1.** nhìn chằm chằm; trố *(mắt)* nhìn: *it's rude to stare* nhìn chằm chằm thì thật là bất lịch sự; *they all stared in (with) amazement* tất cả bọn chúng đều trố mắt vì ngạc nhiên; *he gazed at the scene with staring eyes* nó trố mắt nhìn vào cảnh đó **2.** trừng mắt bắt *(ai)* phải làm gì: *she stared him into silence* chị ta trừng mắt bảo anh im lặng. // **be staring somebody in the face** rành rành trước mắt ai: *the book I was looking for was staring me in the face* cuốn sách mà tôi đang tìm rành rành trước mắt tôi đấy; *defeat was staring them in the face* thất bại đã rành rành trước mắt họ; **make somebody stare** làm ai ngạc nhiên, làm ai sửng sốt; **stark staring mad** x stark²; **stare somebody down (out)** nhìn chằm chằm khiến ai phải cúi mặt xuống hoặc ngoảnh đi không dám nhìn mình nữa: *the two children were having a competition to see who could stare the other out* hai đứa trẻ đang thi nhìn nhau ai có thể nhìn lâu hơn mà không chớp mắt.

stare² /steə[r]/ *dt* sự nhìn chằm chằm; cái nhìn chằm chằm: *with a vacant stare* bằng một cái nhìn đăm đăm lơ đãng; *with a glassy stare* bằng một cái nhìn đăm đăm đờ đẫn *(tỏ ý thờ ơ)*.

starfish /'stɑ:fɪʃ/ *dt (động)* sao biển.

star-gazer /'stɑ:geɪzə[r]/ *dt* **1.** nhà thiên văn **2.** nhà chiêm tinh.

star-gazing /'stɑ:geɪzɪŋ/ *dt* **1.** thiên văn học **2.** chiêm tinh học.

stark¹ /stɑ:k/ *tt* (-er; -est) **1.** trần trụi: *the stark realities of life* những sự thực trần trụi *(không che đậy)* của cuộc sống **2.** hiển nhiên, rõ rệt: *in stark contrast* tương phản rõ rệt **3.** hoàn toàn: *stark madness* sự mất trí hoàn toàn.

stark² /stɑ:k/ *pht* **1.** hoàn toàn: *stark naked* hoàn toàn trần truồng; *stark mad* mất trí hoàn toàn. // **stark raving/staring mad** hoàn toàn mất trí.

starkers /'stɑ:kəz/ *tt (vị ngữ)* *(snh, kng, đùa)* trần như nhộng.

starkly /'stɑ:kli/ *pht* **1.** [một cách] trần trụi **2.** [một cách]

S

hiển nhiên, [một cách] rõ rệt **3.** [một cách] hoàn toàn.

starkness /'sta:knis/ *dt* **1.** sự trần trụi **2.** sự hiển nhiên, sự rõ rệt **3.** sự hoàn toàn.

starless /'sta:lis/ *dt* không có sao: *a starless sky* bầu trời không sao; *a starless night* đêm không sao.

starlet /'sta:lit/ *dt (thường xấu)* ngôi sao con *(ngôi sao diện ảnh chưa nổi hẳn)*.

starlight /'sta:lait/ *dt* ánh sao: *walk home by starlight* đi bộ về nhà dưới ánh sao.

starling /'sta:liŋ/ *dt (động)* chim sáo đá.

starlit /'sta:lit/ *tt* có ánh sao: *a starlit night* đêm có [ánh] sao.

starry /'sta:ri/ *tt* **1.** [có] ánh sao: *a starry night* đêm sáng sao **2.** sáng như sao: *starry eyes* mắt sáng như sao.

starry-eyed /,sta:ri'aid/ *tt (kng, thường xấu)* mơ mộng hão huyền: *a starry-eyed optimist* một kẻ lạc quan mơ mộng hão huyền.

the Stars and Stripes /,sta:-zən'straips/ quốc kỳ Mỹ.

star sign /'sta:sain/ *(kng)* cung hoàng đạo.

the Star-Spangled Banner /,sta: spæŋgld 'bænə[r]/ **1.** quốc ca Mỹ **2.** quốc kỳ Mỹ.

star-studded /'sta:,stʌdid/ *tt (kng)* đầy ngôi sao nổi tiếng: *a star-studded cast* một bảng phân vai đầy ngôi sao nổi tiếng.

start¹ /'sta:t/ *dt* **1.** sự khởi đầu, sự xuất phát; nơi xuất phát: *make an early start [on a journey]* xuất phát sớm, khởi hành sớm: *from start to finish* từ đầu đến cuối; *I've written one page of my essay, it's not much but it's a start* tôi đã viết được một trang bài tiểu luận của tôi, chưa nhiều nhặn gì nhưng cũng đã là khởi đầu; *runners lined up at the start* các vận động viên chạy xếp hàng ở nơi xuất phát cuộc đua **2.** lợi thế ban đầu; sự chấp: *he got a good start in business* ông ta có nhiều lợi thế ban đầu trong kinh doanh; *the smaller boys were given a start of 10 seconds in the race* các cậu bé hơn được chấp 10 giây trong cuộc chạy đua **3.** sự giật mình, sự giật nảy người: *he woke up with a start* nó giật mình thức dậy; *the news gave me quite a start* tin đó làm tôi giật nảy người. // **by (in) fits and starts** *x* fit¹; **a false start** *x* false; **for a start** *(dùng trong lý lẽ)* trước hết, trước tiên là: *I'm not buying it, I can't afford it for a start* tôi sẽ không mua cái đó, trước hết là vì tôi không đủ tiền; **get off to a good (bad...) start** khởi đầu tốt (xấu...): *their marriage got off to rather a shaky start* cuộc hôn nhân của họ khởi đầu không được êm thắm cho lắm; **a head start** *x* head¹.

start² /'sta:t/ *dgt* **1.** xuất phát, khởi hành: *we started at six* chúng tôi xuất phát lúc sáu giờ; *we must start [out] early* chúng ta phải khởi hành sớm **2.** bắt đầu: *it started to rain* trời bắt đầu mưa; *he's just started a new job* anh ta vừa bắt đầu một công việc mới; *he started laughing* nó bật cười; *start [on] one's journey home* bắt đầu lên đường về nhà **3.** [làm] nổ máy; khởi động: *the car won't start* chiếc xe không nổ máy được; *I can't start the car* tôi không cho xe nổ máy được **4.** nhen nhúm, khêu gợi, [thành] lập: *start a fire* nhóm lửa; *he decided to start a newspaper* anh ta định lập (ra) một tờ báo; *the news started me thinking* tin đó làm tôi suy nghĩ; *the smoke started her coughing* khói thuốc làm cô ta phát ho **5.** giật nảy mình; nhảy dựng lên: *she started at the sound of my voice* cô ta giật nảy mình khi nghe thấy tiếng tôi nói; *he started [up] from his seat* anh ta nhảy dựng lên khỏi chỗ ngồi **6.** đột nhiên xuất hiện; đột nhiên nổi lên: *tears started to his eyes* mắt nó đột nhiên ngấn lệ; *his eyes almost started out from his head* đôi mắt nó đột nhiên trố ra **7.** lùa *(con thú)* ra khỏi chỗ nấp. // **start a baby** *(Anh)* có thai; **start (keep) the ball rolling** *x* ball¹; **start a family** có con: *they want to start a family but can't afford it at the moment* họ muốn có con, nhưng lúc này không đủ điều kiện; **start a hare** *x* hare; **start [something] from scratch** *x* scratch²; **start off on the right (wrong) foot [with somebody]** *(kng)* khởi đầu một mối quan hệ một cách đứng đắn *(sai)*: *the new student started off on the wrong foot with the teacher by answering back rudely* anh sinh viên mới khởi đầu một quan hệ không hay với thầy giáo vì đã trả lời vô lễ; **to start with** a/ trước hết: *to start with we haven't enough money, and secondly we're too busy* trước hết chúng tôi không đủ tiền, thứ hai là chúng tôi quá bận b/ lúc đầu, thoạt đầu: *the club had only six members to start with* thoạt tiên câu lạc bộ này chỉ có sáu hội viên.

start back a/ bắt đầu quay về: *isn't time we started back? it's getting dark* trời sắp tối rồi, đã đến lúc ta bắt đầu quay về chưa? b/ nhảy lùi lại, bước lùi lại *(vì sợ...)* ; **start for**

rời *(nơi nào đó)*, đi tới *(nơi nào đó)*: *let's start for home* ta hãy rời nơi này đi về nhà đi; **start in on somebody [for something]** *(kng)* bắt đầu phê bình, chửi mắng, thét vào mặt ai: *he started in on us again for poor work* ông ta lại bắt đầu phê bình chúng tôi vì làm việc tồi; **start in to do something (on something; on doing something)** bắt đầu làm gì: *we started in to discussion (on a discussion of; on discussing the idea)* chúng tôi bắt đầu thảo luận ý kiến đó; **start off** bắt đầu đi: *the horse started off at a steady trot* con ngựa bắt đầu đi nước kiệu đều; **start [somebody] off [on something]** khiến ai bắt đầu (làm, nói...); để ai bắt đầu (làm, nói...): *it's impossible to stop him talking once he starts off* anh ta đã bắt đầu nói thì khó mà bắt anh ta ngừng nói được; *don't start her off on her boring stories* chớ có để cho cô ta bắt đầu kể về những chuyện chán ngắt của cô; **start out [on something]; start out [to do something]** a/ bắt đầu; xuất phát: *start out on a 20-mile walk* bắt đầu một cuộc đi bộ 20 dặm; *what time did you start out?* anh xuất phát lúc mấy giờ thế? b/ *(kng)* khởi đầu, bắt tay vào: *start out in business* khởi đầu [việc] kinh doanh; *start out to write a novel* bắt tay vào viết một cuốn tiểu thuyết; **start over** bắt đầu lại; làm lại từ đầu: *she wasn't satisfied with our work and made us start [all] over* bà ta không hài lòng về công việc của chúng tôi và bắt chúng tôi làm lại hết từ đầu; **start [something] up** [khiến cho] bắt đầu *(hoạt động, xảy ra...)*: *the engine started up suddenly* động cơ đột nhiên khởi động; *start up*

a new bus company đưa vào hoạt động một công ty xe buýt mới; *we couldn't start the car up* chúng tôi không thể nổ máy chiếc xe được; **start [somebody] up [in something]** [khiến cho ai] bắt đầu, [khiến cho ai] bắt tay vào: *start up in business* bắt tay vào kinh doanh; *he started his daughter up in the trade* ông ta cho cô con gái đi vào ngành thương mại.

starter /'staːtə[r]/ *dt* **1.** đấu thủ xuất phát; ngựa xuất phát *(trong cuộc đua)*: *of the five starters in the race, only three finished* trong năm đấu thủ xuất phát trong cuộc đua, chỉ có ba về đích **2.** người ra lệnh xuất phát *(trong cuộc đua)* **3.** người bắt đầu *(một việc gì một cách như thế nào đó, thường kèm một tt để nói lên cách đó)*: *he's a fast starter* anh ta là một người bắt đầu nhanh **4.** *(kỹ)* bộ khởi động **5.** *(Anh, kng)* *(Mỹ cg* **appetizer***)* món đầu tiên, món khai vị *(trong bữa ăn có hai món)*. // **for starters** *(kng)* trước hết; **under starter's orders** chờ hiệu lệnh xuất phát *(người chạy đua, ngựa chạy đua...)*.

starting-block /'staːtiŋblɒk/ *dt (thể)* bàn đạp xuất phát.

starting-gate /'staːtiŋgeit/ *dt (thể)* rào xuất phát *(trong cuộc đua ngựa hay đua chó)*.

starting-point /'staːtiŋpɔint/ *dt* điểm khởi đầu: *we'll take this as the starting-point for our discussion* ta sẽ lấy điểm này làm điểm khởi đầu cho cuộc thảo luận của chúng ta.

starting-post /'staːtiŋ pəʊst/ *dt* nơi xuất phát *(cuộc đua)*.

starting-price /'staːtiŋprais/ *dt* tiền cược lần chót ngay

trước lúc xuất phát *(đua ngựa...)*.

startle /'staːtl/ *dgt* làm hoảng hốt, làm nhảy chồm lên do hoảng hốt: *the sudden noise in the bushes started his horse* tiếng động bất chợt trong bụi cây làm con ngựa anh ta nhảy chồm lên; *he had a startled look on his face* anh ta lộ vẻ hoảng hốt trên gương mặt.

startling /'staːtliŋ/ *tt* gây hoảng hốt, đáng kinh ngạc: *a startling result* một kết quả đáng kinh ngạc.

star turn /ˌstaː'tɜːn/ tiết mục chính: *the star turn in our show tonight will be a group of Chinese acrobats* tiết mục chính trong cuộc biểu diễn của chúng tôi sẽ là một nhóm diễn viên nhào lộn Trung Quốc.

starvation /staː'veiʃn/ *dt* sự đói; sự chết đói: *die of starvation* chết đói; *starvation wages* đồng lương chết đói.

starve /staːv/ *dgt* **1.** bỏ đói, bị đói, [làm] chết đói: *thousands of cattle are starving* hàng ngàn gia súc đang bị đói; *starve to death* chết đói **2.** khát khao, thèm khát, bị thiếu *(cái gì đó)*: *children starving for affection* những đứa trẻ khát khao tình thương; *industry is being starved of technical expertise* công nghiệp đang thiếu chuyên môn kỹ thuật **3.** *(kng)* *(chỉ dùng ở thì tiếp diễn)* rất đói bụng: *what's for dinner? I'm starving?* ăn tối có món gì vậy? tôi đói bụng lắm đây. // **starve somebody into something (doing something)** bỏ đói *(ai)* để bắt làm gì: *starve into surrender (surrendering)* bỏ đói để buộc phải đầu hàng; **starve somebody out [of something]** chặn nguồn tiếp tế lương

S

thực để buộc (ai) ra khỏi nơi ẩn nấp: *it took 8 days to starve them out [of the building]* phải mất tám ngày chặn nguồn tiếp tế lương thực mới buộc chúng ra khỏi tòa nhà.

stash¹ /stæʃ/ *đgt* (+ away) cất giấu; giấu: *he's got his life savings stashed [away] in an old suitcase* ông ta cất giấu số tiền dành dụm suốt đời trong một chiếc vali cũ.

stash² /stæʃ/ *dt* (Mỹ, kng) **1.** đồ cất giấu **2.** nơi cất giấu.

state¹ /steit/ *dt* **1.** tình trạng, trạng thái: *the house was in a dirty state* ngôi nhà ở trong tình trạng bẩn thỉu; *a confused state of mind* một tâm trạng bối rối: *a state of emergency* tình trạng khẩn cấp; *a poor state of health* tình trạng sức khỏe kém **2.** (cg State) quốc gia; bang: *modern European states* các quốc gia châu Âu hiện đại; *how many States are there in the United States of America?* Hoa Kỳ có bao nhiêu bang? *which state were you born in?* anh sinh ra ở bang nào **4.** (the State) Nhà nước: *Church and State* nhà thờ và nhà nước; *railways run by the state; state-run railways* đường sắt do nhà nước quản lý **5.** nghi lễ trọng thể, sự trọng thể: *the President was driven in state through the streets* tổng thống được rước đi trọng thể qua các đường phố **6.** the States (snh) Hoa Kỳ, nước Mỹ: *I've never been to the States* tôi chưa bao giờ đến Hoa Kỳ. // in (into) a state (kng) a/ trong tâm trạng bị kích thích, lo lắng: *she got herself into a state about the exams* cô ta lo

lắng về kỳ thi b/ bẩn thỉu, bị bỏ mặc: *what a state this place is in!* nơi này mới bẩn thỉu làm sao!; **in a state of nature** (kng hoặc đùa) trần như nhộng; **lie in state** x lie²; **a state of affairs** hoàn cảnh, tình thế; điều kiện: *what a shocking state of affairs!* hoàn cảnh mới chướng làm sao!; **the state of play** a/ tỉ số (chơi cricket) b/ tình thế giữa hai bên đang tranh chấp: *what is the latest state of play in the disarmament talks?* tình thế gần đây nhất giữa hai bên trong cuộc đàm phán giải trừ quân bị ra sao rồi?

state² (cg **State**) /steit/ *tt* **1.** (thngữ) [thuộc] nhà nước, [thuộc] quốc gia: *state leaders* những vị lãnh đạo nhà nước; *state schools* trường công; *state secrets* bí mật quốc gia **2.** theo nghi lễ trọng thể; trọng thể: *the state opening of the Parliament* sự khai mạc trọng thể khóa họp nghị viện.

state³ /steit/ *đgt* **1.** phát biểu; trình bày: *state one's views* trình bày quan điểm của mình **2.** (thường ở dạng bị động) sắp xếp, ấn định: *at stated times* vào những thời điểm đã ấn định.

state craft /steitkrɑ:ft/ *dt* nghệ thuật quản lý nhà nước.

the State Department
/steit di'pɑ:tmənt/ bộ ngoại giao (Mỹ).

State Enrolled Nurse
/ˌsteitinrəʊld 'nɜ:s/ y tá dự tuyển cấp nhà nước (thấp hơn y tá cấp nhà nước).

statehood /steihʊd/ *dt* **1.** tư cách là một quốc gia độc lập **2.** bang (như ở Hoa Kỳ).

stateless /steitlis/ *tt* không quốc tịch (không mang quốc tịch nào cả).

statelessness /steitlisnis/ *dt* tình trạng không quốc tịch.

stateliness /steitlinis/ *dt* dáng oai vệ, vẻ oai nghiêm.

stately /steitli/ *tt* oai vệ, oai nghiêm.

stately home /ˌsteitli'həʊm/ (Anh) tòa nhà lịch sử (có giá trị lịch sử, có cổ vật, dân chúng có thể tham quan).

statement /steitmənt/ *dt* **1.** sự phát biểu, sự trình bày: *clearness of statement is more important than beauty of language* sự trình bày rõ ràng quan trọng hơn sự hoa mỹ trong lời văn **2.** lời phát biểu, lời tuyên bố; điều trình bày: *a well-founded statement* lời tuyên bố có cơ sở; *joint statement* bản tuyên bố chung **3.** bản tường trình, bản báo cáo: *the police asked the man to make a statement* cảnh sát bảo người đàn ông đó viết một bản tường trình **4.** nh bank statement.

state-of-the-art /ˌsteitəvði-'ɑ:t/ mức phát triển hiện tại (của một kỹ thuật, một vấn đề...): *the state-of-the-art computer program* một chương trình máy tính tiên tiến nhất.

State Registered Nurse /ˌsteit redʒistəd'nɜ:s/ y tá cấp nhà nước.

stateroom /steitrum/ *dt* **1.** phòng khánh tiết **2.** phòng ngủ riêng (trên tàu thủy).

the States /steits/ *tt* (kng) Hoa Kỳ.

state's evidence /ˌsteits-'evidəns/ *dt* (Mỹ) turn state's evidence tố cáo đồng bọn (mong được khoan hồng hơn).

stateside /steitsaid/ *tt, pht* (Mỹ, kng) [thuộc] Hoa Kỳ, [ở] Hoa Kỳ, [hướng về] Hoa Kỳ.

statesman /'steitsmən/ *dt* (*snh* **statesmen** /'steitmən/); (*c* **stateswoman**, *snh* **stateswomen**) chính khách; chính khách tài ba.

statesmanlike /'steitsmənlaik/ *tt* như là một chính khách tài ba.

statesmanship /'steitsmənʃip/ *dt* nghệ thuật quản lý nhà nước; **stateswoman** /'steitswumən/ *dt* x statesman.

statewide /'steitwaid/ *tt*, *pht* (Mỹ) toàn quốc; toàn tiểu bang.

static /'stætik/ *tt* **1.** đứng im, không thay đổi: *prices are rather static at the moment* giá cả lúc này hầu như không thay đổi **2.** (*lý*) tĩnh: *static pressure* áp lực tĩnh.

static electricity /,stætiki-lek'trisəti/ (*lý*) tĩnh điện.

statics¹ /'stætiks/ *dt snh* (*dgt số ít*) (*lý*) tĩnh học.

statics² /'stætiks/ *dt snh* âm tạp (*radiô*).

station¹ /'steiʃn/ *dt* **1.** trạm, đài: *a bus station* trạm xe buýt; *a fire station* trạm cứu hỏa; *a radar station* đài rađa; *a radio station* đài phát thanh **2.** ga, nhà ga: *which station are you going to?* anh đi đến ga nào thế?; *the station staff* lực lượng nhân viên nhà ga **3.** (*cũ*) địa vị, cấp bậc: *people in all stations of life* người thuộc mọi địa vị trong xã hội **4.** (*Úc*) trại nuôi thú vật **5.** trại quân nhỏ; căn cứ hải quân nhỏ; quân nhân ở trại quân nhỏ, thủy thủ ở căn cứ hải quân nhỏ: *he's returning to his army station* anh ta đang trở về trại quân của mình **6.** vị trí trong đội hình: *one of the warships was out of station* một chiếc chiến hạm đã ở

vào một vị trí sai lệch đội hình. // **panic stations** *x* panic.

station² /'steiʃn/ *dgt* (chủ yếu dùng ở thể bị động) đặt (mình...) vào một vị trí nào đó; đóng (*quân*) nơi nào đó: *their regiment is stationed in Cyprus* trung đoàn của họ đóng tại Síp; *the detective stationed himself among the bushes* thám tử ẩn mình giữa các bụi cây.

stationary /'steiʃənri, (Mỹ) 'steiʃəneri/ *tt* **1.** đứng yên, **2.** để một chỗ: *a stationary crane* cần trục để một chỗ (*không di động*) **3.** không thay đổi, đứng: *stationary population* dân số không thay đổi.

stationer /'steiʃnə[r]/ *dt* người bán văn phòng phẩm.

stationery /'steiʃnənri, (Mỹ) 'steiʃəneri/ *dt* văn phòng phẩm.

station house /'steiʃn,hau/ (Mỹ) trạm cảnh sát.

station master /'steiʃn,ma:-stə[r]/ *dt* trưởng ga.

Stations of the Cross /,steiʃnz əv ðə 'krɔs/ (*tôn*) chặng đường khổ hình (14 chặng).

station-wagon /'steiʃn,we-gən/ *dt* (Mỹ) xe du lịch đít vuông (*cg* **estate car**).

statistic /stə'tistik/ *dt* con số thống kê.

statistical /stə'tistikl/ *tt* [thuộc] thống kê; [trình bày] bằng thống kê.

statistically /stə'tistikli/ *pht* bằng thống kê: *it has been proved statistically that* bằng thống kê người ta đã chứng minh rằng.

statistician /,stæti'stiʃn/ *dt* nhà thống kê; nhân viên thống kê.

statistics /stə'tistiks/ *dt* **1.** (*snh*) số thống kê: *use statistics to support one's ar-*

guments dùng số thống kê để xác nhận lý lẽ của mình **2.** (*dgt số ít*) thống kê học: *she's studying statistics at university* chị ta đang theo học môn thống kê học ở trường đại học.

statuary /'stætʃuəri, (Mỹ) 'stætʃueri/ *dt* **1.** tượng: *a display of bronze statuary* một cuộc trưng bày tượng bằng đồng **2.** nghệ thuật tạc tượng, nghệ thuật nặn tượng; nghệ thuật điêu khắc.

statue /'stætʃu:/ *dt* bức tượng: *erect a statue of the king on a horse* dựng tượng ông vua cưỡi ngựa.

statuesque /,stætʃu'esk/ *tt* **1.** như một pho tượng (*to, oai nghiêm...*) **2.** cao đẹp và oai nghiêm; đẹp như một pho tượng (*thường nói về phụ nữ*).

statuette /,stætʃu'et/ *dt* bức tượng nhỏ.

stature /'stætʃə[r]/ *dt* **1.** vóc người: *short of stature* có vóc người thấp **2.** tầm cỡ: *a scientist of international stature* nhà khoa học tầm cỡ quốc tế.

status /'steitəs/ *dt* **1.** địa vị, cương vị: *women have very little status in many countries* ở nhiều nước phụ nữ có địa vị rất thấp; *what's your official status in the company?* trong công ty cương vị chính thức của anh là gì? **2.** địa vị cao; cương vị cao: *he is very aware of his status* ông ta nhận thức rất rõ về cương vị cao của mình.

status quo /,steitəs'kəʊ/ **the status quo** nguyên trạng: *restore the status quo* phục hồi nguyên trạng.

status symbol /'steitəs sim-bəl/ của để khoe, địa vị để khoe: *he only bought the* *yatch as a status symbol, he hates sailing* ông ta mua chiếc du thuyền ấy chỉ cốt để khoe của thôi, ông ta chúa ghét đi thuyền buồm.

statute /'stætʃuːt/ *dt* **1.** đạo luật **2.** điều lệ, quy chế: *under the University's statute* theo các qui chế của trường đại học.

statute-book /'stætʃuːtbʊk/ *dt* sách luật.

statute law /'stætʃuːtlɔː/ nhóm luật.

statutorily /'stætʃʊtrili/, (Mỹ 'statʃʊtɔːrili)/ *pht* theo luật; do luật quy định.

statutory /'stætʃʊtri, (Mỹ 'stætʃʊtɔːri)/ *tt* theo luật; do luật quy định: *one's statutory rights* quyền do luật quy định; *a statutory age limit* hạn tuổi theo luật.

staunch[1] /stɔːntʃ/ *tt* **(-er-;-est)** kiên định; trung thành: *a staunch Christian* một tín đồ Công giáo kiên định; *one of our staunchest allies* một trong những đồng minh trung thành nhất của chúng tôi.

staunch[2] /stɔːntʃ/ *dgt nh* stanch.

stave[1] /steiv/ *dt* **1.** ván thành thùng *(hình cong)* **2.** *(nhạc) nh* staff[1] **5.**

stave[2] /steiv/ *dgt* **(staved** hoặc **stove) stave something in** làm vỡ; làm thủng: *the side of the boat was staved in by the collision* mạn thuyền bị thủng do va chạm; **stave something off** *(qk và dttqk* **stoved)** tránh xa; ngăn chặn: *stave off disaster* ngăn chặn tai họa; *stave off danger* tránh xa nguy hiểm.

stay[1] /stei/ *dgt* **1.** ở lại, ở: *stay [at] home* ở nhà; *stay late in the office* ở lại muộn ở văn phòng; *I'm afraid I can't stay* tôi e rằng không thể ở lại được; *stay in teach-* ing vẫn theo nghề dạy học; *stay on this road for two miles then turn left* hãy theo đường này độ hai dặm rồi rẽ trái **2.** vẫn: *stay single* vẫn độc thân; *they stayed friends for years* họ vẫn là bạn của nhau trong nhiều năm **3.** lưu lại: *stay in a hotel* lưu lại ở một khách sạn; *stay the night with somebody* lưu lại qua đêm ở nhà ai **4.** ngăn chặn, hoãn: *stay punishment* hoãn trừng phạt; *stay the progress of a disease* ngăn chặn sự tiến triển của một bệnh; *a little food to stay one's hunger* một ít thức ăn để dùng cho đỡ đói; *stay one's hand (cổ)* kìm tay lại **5.** *(cổ) (dùng ở thức mệnh lệnh)* khoan [làm]: *but stay! what is this?* mà khoan đã! cái gì thế này? // **be here to stay; have come to stay** *(kng)* được mọi người lúc nào cũng công nhận; **stay (keep, steer) clear** *x* clear[2]; **stay the course** tiếp tục đến cùng, theo đuổi đến cùng *(cuộc đua, cuộc đấu tranh...)*: *I don't think he's sufficiently dedicated to stay the course* tôi không nghĩ là anh ta đủ nhiệt tình để tiếp tục đi đến cùng; **stay put** *(kng)* ở yên tại chỗ: *the baby wouldn't stay put long enough for the photo to be taken* cháu bé sẽ không ở yên tại chỗ đủ lâu để người ta chụp ảnh đâu; **stay away [from somebody (something)]** đứng xa; không xen vào: *tell him to stay away from my sister* bảo nó đứng xa em gái tôi nhé; **stay behind** ở lại *(sau khi những người khác đã về hết)*: *they stayed behind after the party to help clear up* họ ở lại sau bữa tiệc để giúp dọn dẹp; **stay down** a/ ở lại trong dạ dày, không bị nôn ra *(nói* về thức ăn)*: *she's so ill that nothing will stay down, not even water* cô ta ốm đến nỗi không có thứ gì ăn vào mà không nôn ra kể cả nước uống b/ nằm nguyên ở vị trí được ấn xuống: *the price has gone down, but I doubt whether it will stay down* giá đã hạ, nhưng tôi nghi là không giữ nguyên được như thế đâu; **stay for (to) something** ở lại nhà ai để dùng bữa *(trưa, tối...)*: *won't you stay for dinner?* anh ở lại dùng bữa tối chứ? **stay in** a/ không đi ra ngoài, ở lại trong nhà: *the doctor advised me to stay in for a few days* bác sĩ bảo tôi phải ở lại trong nhà vài ngày b/ bị phạt ở lại lớp *(học sinh)*; **stay on** a/ ở trên, nằm ở trên: *my hat won't stay on properly* cái mũ của tôi đội không ngay ngắn b/ vẫn cháy, vẫn sáng, vẫn chạy: *the TV stays on all day at this place* ở nơi đây TV vẫn mở suốt ngày; **stay on [at...]** ở lại *(để tiếp tục học...)*: *stayed on at university to do research* anh ta ở lại trường đại học để nghiên cứu; **stay out** a/ còn chưa về nhà *(khi trời đã tối...)*: *I don't like you staying out so late* tôi không thích khuya thế mà anh chưa về nhà b/ tiếp tục đình công: *the miners stayed out for a whole year* thợ mỏ đình công suốt cả năm; **stay out of something** ở xa, ở ngoài vòng *(không bị ảnh hưởng tới)*: *his father told him to stay out of trouble* bố anh bảo anh đừng có dây vào điều rắc rối ấy; **stay up** a/ còn thức, chưa đi ngủ: *she promised the children they could stay up for their favourite TV programme* bà ta hứa cho bọn trẻ thức để xem chương trình truyền hình mà chúng ưa thích b/ vẫn đứng vững, không sụp đổ, không chìm...: *I'm surprised some of those cheap houses stay up at all* tôi ngạc nhiên tại sao một số ngôi nhà rẻ tiền kia lại không bị sụp đổ; *my trousers only stay up if I wear a belt* quần tôi mặc chỉ không bị tuột khi tôi có mang thắt lưng; **stay with somebody** (*kng*) tiếp tục chú ý lắng nghe ai nói: *please stay with me a moment longer, I'm getting to the point of the story* xin hãy tiếp tục chú ý nghe tôi nói thêm tí nữa, tôi sắp kể đến điểm chính yếu của câu chuyện đây.

stay² /stei/ *dt* sự ở lại; thời gian lưu lại; cuộc viếng thăm: *a fortnight's stay with my uncle* thời gian nửa tháng ở lại chơi với chú tôi. // **a stay of execution** (*luật*) lệnh hoãn thi hành: *they were due to start demolishing the old theatre today but there's been a last minute stay of execution* hôm nay đã đến hạn phải dỡ bỏ cái nhà hát cũ kia đi, nhưng đến phút cuối cùng đã có lệnh hoãn lại.

stay³ /stei/ *dt* **1.** (*hải*) dây néo (*cột buồm*) **2.** cái đỡ, cột chống: *the stay of his old age* (*bóng*) nơi nương tựa lúc tuổi già của ông ta **3.** **stays** (*snh*) yếm nịt có gọng (*theo kiểu cổ*).

stay-at-home /'steiə,həum/ *dt* (*kng, thường xấu*) kẻ ru rú xó nhà.

stayer /'steiə[r]/ *dt* người dai sức; ngựa dai sức (*trong cuộc đua...*).

staying-power /'steiiŋ pauə[r]/ *dt* sức chịu đựng; sức dẻo dai.

St Bernard /,sənt 'bɜ:nəd, ,seint ber'na:rd/ chó Bernard (*trước đây dùng giúp người leo núi bị lạc đường*).

std *vt của* standard.

STD /,esti:'di:/ (*vt của* subscriber trunk dialling) sự quay số gọi đường dài của người thuê bao (*điện thoại*): *the STD code for London is 01* mã số gọi đường dài đến Luân Đôn là 01.

stead /sted/ *dt* **in somebody's (something's) stead** thay [cho]; thay vì: *I can't attend the meeting but I'll send my assistant in my stead* tôi không thể dự cuộc họp ấy nhưng tôi sẽ cử trợ lý của tôi đi thay; **stand somebody in good stead** có ích cho ai khi cần: *my anorak has stood me in good stead this winter* chiếc anorac của tôi rất có ích cho tôi trong mùa đông này.

steadfast /'stedfə:st, (*Mỹ* 'stedfæst/ *tt* (**steadfast in something (to somebody, something)** kiên định, không dao động: *steadfast in adversity* kiên định trong nghịch cảnh; *a steadfast gaze* cái nhìn chằm chằm; *a steadfast refusal* sự từ chối khăng khăng.

steadfastly /'stedfə:stli/ *pht* [một cách] kiên định, [một cách] không dao động.

steadfastness /'stedfə:stnis/ *dt* sự kiên định, sự không dao động.

steadily /'stedili/ *pht* **1.** [một cách] vững, [một cách] chắc **2.** [một cách] đều, [một cách] đều đặn: *work steadily* làm việc đều đặn; *prices are rising steadily* giá cả tăng lên đều đặn **3.** [một cách] kiên định.

steadiness /'stedinis/ *dt* **1.** sự vững chắc **2.** sự đều đặn **3.** sự kiên định.

steady¹ /'stedi/ *tt* (**-ier; -iest**) **1.** vững, chắc: *make a table steady* kê cái bàn cho vững, đặt lại cái bàn cho vững; *he's not very steady on his legs after his illness* sau trận ốm anh ta đứng chưa vững lắm **2.** đều, đều đặn: *a steady wind* cơn gió đều đều; *a steady pace* bước đi đều **3.** đứng đắn, đáng tin cậy: *a steady worker* một công nhân đáng tin cậy **4.** kiên định: *a steady faith* lòng kiên định **5.** (*kng*) (*dùng như một lời báo trước*) cẩn thận đấy!: *I say, steady on! You can't say things like that about someone you have never met* này, cẩn thận đấy, anh không thể nói những lời như vậy về một người mà anh chưa hề gặp!

steady² /'stedi/ *pht* **go steady [with somebody]** (*cũ, kng*) (*nói về một đôi trai gái*) đi lại với nhau đều đặn, có quan hệ nghiêm túc lâu bền.

steady³ /'stedi/ *dt* (*cũ, kng*) người bạn trai quen thuộc; người bạn gái quen thuộc.

steady⁴ /'stedi/ *dgt* (**steadied**) giữ vững; [làm cho] vững: *prices are steadying* giá cả đang đứng vững; *steady a boat* giữ cho chiếc thuyền không tròng trành.

steak /steik/ *dt* **1.** thịt bò rán, cá rán; thịt bò nướng, cá nướng **2.** thịt lườn bò (*để hầm hoặc om*).

steak-house /'steikhaus/ *dt* tiệm thịt rán thịt nướng.

steal¹ /sti:l/ *dgt* (**stole; stolen**) **1.** ăn cắp, ăn trộm: *he stole from the rich to give to the poor* anh ta ăn trộm của người giàu để cho người nghèo; *someone has stolen my watch* kẻ nào đó đã đánh cắp chiếc đồng hồ của tôi **2.** lén (*làm gì*): *steal a glance at somebody in the*

S

mirror lén nhìn ai trong gương **3.** (+ **in, out, away...**) lền: *he stole into the room* nó lền vào phòng; *the morning light was stealing through the shutters* ánh sáng ban mai đang lọt qua cửa chớp. // **steal a march on somebody** đi bước trước ai; hớt tay trên; **steal the scene (the show)** được chú ý và được tán thưởng nhiều nhất *(thường là một cách bất ngờ)*: *despite fine acting by several well-known stars, it was a young newcomer who stole the show* mặc dầu có sự diễn xuất rất hay của nhiều ngôi sao nổi tiếng, sự tán thưởng lại do một diễn viên trẻ mới vào nghề đưa lại; **steal somebody's thunder** phỗng tay trên ai.

steal² /sti:l/ *dt* **1.** *(Mỹ, lóng)* sự trộm cắp; vụ trộm cắp **2.** *(Mỹ, kng)* dịp hời, công việc dễ dàng: *ladies and gentlemen, it's a steal at only $50!* thưa quý bà quý ông, một dịp hời lắm mà chỉ tốn có 50 đô la!

stealth /stelθ/ *dt* sự kín đáo, sự êm ắng: *the burglars had entered the house by stealth* tụi trộm đã lền vào nhà rất êm ắng.

stealthily /'stelθili/ *pht* [một cách] kín đáo; [một cách] êm ắng.

stealthiness /'stelθinis/ *dt* sự kín đáo; sự êm ắng.

stealthy /'stelθi/ *tt* (**-ier; -iest**) kín đáo; êm ắng: *stealthy footsteps* những bước đi êm.

steam¹ /sti:m/ *dt* hơi nước: *a building heated by steam* tòa nhà sưởi ấm bằng hơi nước; *a steam whistle* còi hơi; *steam coming out of a boiling kettle* hơi nước bốc ra từ một ấm nước sôi. // **full steam (speed) ahead** *x* full; **blow off (let off) steam** *(kng)*

xả hơi, thư giãn: *the children are letting off steam in the garden* trẻ con đang vui đùa như để xả hơi ngoài vườn; **get up steam** a/ từ từ tăng tốc *(xe cộ)* b/ tập trung sức lực; dần dần nổi nóng; **run out of steam** *(kng)* kiệt sức: *he started with great enthusiasm, but now he's beginning to run out of steam* nó bắt đầu với lòng nhiệt tình lớn, nhưng bây giờ nó đang bắt đầu kiệt sức; **under one's own steam** không có ai giúp đỡ.

steam² /sti:m/ *đgt* **1.** bốc hơi: *steaming hot coffee* cà phê nóng bốc hơi; *the kettle was steaming [away] on the stove* ấm nước đang bốc hơi trên lò **2.** hấp bằng hơi, hầm bằng hơi, làm mềm bằng hơi...: *steamed pudding* bánh puđinh hấp; *steam open an envelope* dùng hơi làm mềm keo để bóc một bức thư. // **be (get) [all] steamed up [about (over) something]** *(kng)* nổi cơn lên: *calm down, it's nothing to get steamed up about!* bình tĩnh nào, có gì mà nổi cơn lên thế!; **steam across, along, away, off...** chạy bằng hơi *(theo hướng do các từ đứng sau chỉ cho thấy)*: *the train steamed out of the station* đoàn tàu chạy bằng hơi ra khỏi ga; **steam something off something** dùng hơi gỡ ra khỏi vật gì: **steam stamps off envelope** dung hơi gỡ tem ở phong bì ra; **steam something up** [làm cho] phủ đầy hơi nước đọng lại: *his glasses [got] steamed up when he came into the warm room* kính đeo mắt của anh ta phủ đầy hơi nước đọng lại khi anh đi vào căn phòng ấm.

steamboat /'sti:mbəʊt/ *dt* thuyền hơi nước.

steamed-up /,sti:med'ʌp/ *tt* *(kng)* bị kích động và nổi nóng: *don't get so steamed-up about it, it's really not important* đừng có nổi nóng như thế về việc đó, thực ra có gì quan trọng đâu.

steam-engine /'sti:mendʒin/ *dt* **1.** động cơ hơi nước **2.** đầu máy xe lửa chạy bằng hơi nước.

steamer /'sti:mə[r]/ *dt* **1.** tàu hơi nước **2.** nồi hấp.

steaminess /'sti:minis/ *dt* **1.** tình trạng đầy hơi nước **2.** *(kng)* sự ướt át.

steam iron /'sti:maiən/ bàn là điện phun hơi nước vào đồ là.

steam radio /'sti:mreidiəʊ/ *(kng, đùa)* phát thanh cổ lỗ sĩ *(tiếng đùa dùng chỉ phương tiện phát thanh coi như quá cổ lỗ sĩ so với truyền hình)*.

steamroller¹ /'sti:m,rəʊlə[r]/ *dt* xe lu *(lăn đường)*.

steamroller² /'sti:m,rəʊlə[r]/ *đgt* nghiền nát; đè bẹp: *steamroller all opposition* đè bẹp mọi sự chống đối; **steamroller somebody into something (doing something)** đẩy ai vào tình thế nào đó, đẩy ai vào thế phải làm gì.

steamship /'sti:mʃip/ *dt* tàu hơi nước.

steam-shovel /'sti:mʃʌvl/ *dt* *(Mỹ nh* excavator*)* máy đào *(lúc trước chạy bằng hơi nước)*.

steam train /'sti:mtrein/ tàu hỏa chạy bằng hơi nước.

steamy /'sti:mi/ *tt* (**-ier; -iest**) **1.** [thuộc] hơi nước; như hơi nước; đầy hơi nước: *a steamy jungle* khu rừng rậm ẩm thấp **2.** *(kng)* ướt át: *steamy love scenes* cảnh yêu đương ướt át.

steed /sti:d/ *dt (cổ hoặc đùa)* con ngựa: *my trusty*

steed con ngựa đáng tin cậy của tôi.

steel¹ /sti:l/ *dt* **1.** thép: *a steel sword blade* lưỡi kiếm bằng thép **2.** sự sản xuất thép; ngành thép: *the steel areas of the north* các vùng sản xuất thép ở miền bắc **3.** thanh thép *(để liếc dao)* **4.** *(cổ)* gươm, vũ khí *(khác với súng)*: *an enemy worthy of one's steel* một kẻ thù xứng với thanh gươm của mình. // *of steel* [như] thép, sắt thép: *nerves of steel* thần kinh thép; *a man of steel* con người sắt thép.

steel² /sti:l/ *dgt* (+ *for, against*) làm cho cứng rắn lại như sắt thép, trở nên sắt đá; đanh lại: *she had to steel her heart against pity* cô ta phải làm cho trái tim mình đanh lại mà không động lòng thương.

steel band /ˈsti:lˈbænd/ ban nhạc thùng rỗng *(nguyên ở Tây Ấn)*.

steeliness /ˈsti:liness/ *dt* **1.** tính chất như thép **2.** tính sắt thép.

steel-plated /ˌsti:lpleitid/ *tt* bọc thép.

steel wool /ˌsti:lˈwul/ bùi nhùi thép *(để cọ rửa)*.

steel worker /ˈsti:lwɜ:kə[r]/ công nhân ngành thép.

steelworks /ˈstilwɜ:ks/ *dt* (*snh* kđổi) (*dgt snh* hoặc số ít) xưởng luyện thép.

steely /ˈsti:li/ *tt* (*-ier; -iest*) như thép; sắt thép: *with steely determination* với quyết tâm sắt thép.

steelyard /ˈsti:lja:d/ hoặc /ˈstiljəd/ *dt* cái cân ta.

steep¹ /sti:p/ *tt* (*-ier; -iest*) **1.** dốc đứng: *a steep path* con đường dốc đứng; *a steep hill* ngọn đồi dốc đứng **2.** *(kng)* quá mức, quá đáng: *a steep demand* một đòi hỏi quá đáng; *I wouldn't pay £300 for his old car, it's too steep* tôi sẽ không bỏ ra 300 bảng mua cái xe cũ của anh ta, thật là quá đắt.

steep² /sti:p/ *dgt* **1.** *steep something [in something]* ngâm nước, dầm: *steep onions in vinegar* hành dầm giấm **2.** *steep somebody (oneself, something) in something* chìm ngập, đắm mình: *steeped in ignorance* đắm mình trong ngu dốt; *he steeped himself in the literature of ancient Greece and Rome* anh ta đắm mình trong văn học cổ Hy Lạp và La Mã.

steepen /ˈsti:pən/ *dgt* [làm cho] dốc thêm: *the path steepens as you climb the hillside* càng leo lên sườn đồi, con đường càng dốc thêm.

steepish /ˈsti:piʃ/ *tt* hơi dốc đứng.

steeple /ˈsti:pl/ *dt* tháp chuông *(nhà thờ)*.

steeple chase /ˈsti:pltʃeis/ *dt* cuộc đua ngựa vượt rào **2.** cuộc chạy đua vượt rào.

steeple chaser /ˈsti:pltʃeisə[r]/ *dt* **1.** người chạy đua vượt rào **2.** ngựa chạy đua vượt rào.

steeplejack /ˈsti:pldʒæk/ *dt* thợ tháp chuông *(leo lên tháp chuông, ống khói để sửa chữa, sơn lại...)*.

steeply /ˈsti:pli/ *pht* [một cách] dốc đứng.

steepness /ˈsti:pnis/ *dt* sự dốc đứng.

steer¹ /stiə[r]/ *dgt* **1.** lái *(tàu thủy, xe hơi)*: *steer a boat into [the] harbour* lái tàu vào cảng; *he managed to steer the discussion away from the subject of money* ông ta tìm cách lái cuộc thảo luận đi xa vấn đề tiền nong; *a car that steers well*

on corners chiếc xe có thể lái dễ dàng ở các chỗ quành **2.** hướng theo: *keep steering north; keep a northernly course* hướng theo hướng bắc. // *keep (stay; steer) clear* x *clear²*.

steer² /stiə[r]/ *dt* bò non thiến, bò tơ *(nuôi lấy thịt)*.

steerage /ˈstiəridʒ/ *dt* **1.** sự lái *(tàu thủy, xe hơi)* **2.** khoang hành khách hạng chót: *steerage class* hạng vé chót.

steerageway /ˈstiəridʒwei/ *dt* tốc độ cần thiết để giữ vững tay lái.

steerer /ˈstiərə[r]/ *dt* người lái *(tàu, xe)*.

steering /ˈstiərin/ *dt* bộ phận lái: *there is something wrong in the steering* bộ phận lái có gì đó trục trặc.

steering-column /ˈstiərin-kɔləm/ cọc tay lái.

steering committee /ˈstiə-rin kəˈmiti/ *dt* ban chỉ đạo.

steering lock /ˈstiərin lɔk/ khóa bánh lái.

steering-wheel /ˈstiərinwi:l/ *dt* bánh lái.

steersman /ˈstiəzmən/ *dt* (*snh* **steersmen**) người lái tàu thủy.

stellar /ˈstelə[r]/ *tt* [thuộc] sao: *stellar light* ánh [sáng] sao.

stem¹ /stem/ *dt* **1.** thân *(cây)*; cuống *(lá, hoa)* **2.** chân *(ly uống rượu)*; ống *(tẩu hút thuốc lá)* **3.** *(ngôn)* thân *(từ)* **4.** dòng họ. // *from stem to stern* từ mũi tới đuôi *(tàu)*: *the liner has been refitted from stem to stern* con tàu khách đã được sửa chữa từ mũi tới đuôi.

stem² /stem/ *dgt* (*-mm-*) *stem from something* bắt nguồn từ: *discontent stemming from low pay and poor working conditions* bất bình bắt nguồn từ lương thấp và điều kiện làm việc tồi.

stem³ /stem/ *đgt* (-mm-) ngăn *(một dòng chảy)*: *bandage a cut to stem the bleeding* băng vết đứt để cầm máu; *the government are unable to stem the tide of popular indignation* chính phủ không ngăn được làn sóng phẫn nộ của dân chúng.

-stemmed *(yếu tố tạo từ ghép)* có thân, có cuống, có chân... *(như thế nào đó)*: *long-stemmed glasses* những chiếc ly chân cao; *a straight-stemmed flower* bông hoa cuống thẳng.

Sten /sten/ *dt (cg* **Sten gun**) súng tiểu liên Sten *(thường kẹp ở hông mà bắn).*

stench /stentʃ/ *dt (thường số ít)* mùi thối.

stencil¹ /'stensl/ *dt* 1. khuôn tô *(để tô hình xuống tờ giấy... để phía dưới)*; hình tô 2. giấy nến, giấy xtăngxin.

stencil² /'stensl/ *đgt* (-ll-, *Mỹ cg* -l-) **stencil A on B, B with A** tô bằng khuôn tô: *stencil a pattern on cloth; stencil cloth with pattern* dùng khuôn tô in mẫu lên vải.

Sten gun /stengʌn/ *x* Sten.

steno /'stenəʊ/ *dt (Mỹ, kng)* *nh* stenographer.

stenographer /ste'nɒgrəfə[r]/ *dt* người ghi tốc ký, người đánh tốc ký.

stenography /ste'nɒgrəfi/ *dt* [phương pháp] tốc ký.

stentorian /sten'tɔ:riən/ *tt* vang, oang oang *(tiếng).*

step¹ /step/ *đgt* (-pp-) 1. bước: *I stepped forward to receive my prize* tôi bước lên để nhận giải thưởng; *step into a boat* bước lên thuyền; *step off the platform* bước xuống bục 2. giẫm lên: *step on someone's foot* giẫm lên

chân ai; *step on the gas* dận ga *(để tăng tốc độ, ở xe hơi...).* // **step into the breach** thế chỗ người vắng mặt; lấp chỗ trống; **step into somebody's shoes** giành lấy trách nhiệm thay ai; **step on it** *(Mỹ cg)*, **step on the gas** *(kng)* dận ga tăng tốc; đi nhanh hơn; khẩn trương; *you'll be late if you don't step on it* anh sẽ bị trễ nếu anh không khẩn trương lên; **step out of line** làm trái điều mong đợi: *the teacher warned them that she would punish anyone who stepped out of line* cô giáo cảnh cáo chúng là sẽ phạt những học sinh nào làm trái điều mong đợi; **step on somebody's toes** *x* toe.

step aside tránh sang một bên, tránh ra *(để nhường chỗ)*: *he stepped aside to let me pass* anh ta tránh sang một bên cho tôi đi qua; *it's time for me to step aside and let a younger person become chairman* đã đến lúc tôi nên tránh ra (rút lui) để nhường chỗ cho một người trẻ hơn làm chủ tịch; **step down** từ chức để cho người khác lên thay; **step forward** trình diện, tự giới thiệu *(là có thể giúp đỡ ai hoặc cung cấp thông tin gì)*: *the organizing committee is appealing for volunteers to step forward* ban tổ chức đang kêu gọi những người tình nguyện hãy tự giới thiệu mình; **step in** can thiệp: *if the dispute gets any worse the government will have to step in* nếu cuộc tranh chấp trở nên gay go hơn thì chính phủ phải can thiệp thôi; **step out** đi nhanh hơn, chuyển dịch nhanh hơn; **step up** tiến bước, bước tới; **step something up** đẩy mạnh: *step up production* đẩy mạnh sản xuất; *step up the campaign for nuclear disarmament* đẩy mạnh

chiến dịch giải trừ vũ khí hạt nhân.

step² /step/ *dt* 1. bước chân: *he took a step towards the door* anh ta bước một bước về phía cửa; *it's only a step to the park from here* từ đây đến công viên chỉ một bước *(một quãng ngắn)* thôi 2. tiếng bước chân: *we heard steps outside* chúng tôi nghe có tiếng bước chân ở bên ngoài; *that's Chi, I recognize her step* đấy là Chi, tôi nhận ra tiếng bước chân của cô ta 3. kiểu bước *(trong điệu vũ)*: *I don't know the steps for this dance* tôi không biết các bước của điệu vũ này 4. bước tiến, bước: *this has been a great step forward* đây là một bước tiến lớn; *what's the next step?* bước tiếp theo là gì thế? 5. bậc lên xuống; nấc thang: *mind the step when you go down into the cellar* xuống dưới hầm đó anh cần chú ý các bậc thang lên xuống đấy 6. **steps** *(snh)* *nh* stepladder: *a pair of steps* cái thang gập; *we need the steps to get into the loft* chúng tôi cần một cái thang gập để lên gác xép 7. nấc; bậc; cấp bậc, bậc thăng cấp: *our marketing methods put us several steps ahead of our main rivals* phương pháp tiếp thị của chúng tôi đã giúp chúng tôi vượt xa đối thủ chính của chúng tôi nhiều nấc; *when do you get your next step up?* khi nào thì anh được thăng lên bậc trên?. // **breach step** đi sai bước *(khi khiêu vũ hay diễu hành)*; **change step** *x* change¹; **a false step** *x* false; **in (out of) step [with somebody (something)]** a/ đi đúng (sai) nhịp bước b/ hợp (lạc) điệu với: *he's out of step with modern ideas* anh ta lạc điệu với các tư tưởng hiện đại; **keep step [with somebody]** đi đều bước *(với ai)*; **mind (watch) one's step** a/ đi cẩn thận b/ cư xử thận trọng; hành động cẩn thận; **step by step** từng bước một, dần dần; **take steps to do something** áp dụng biện pháp để làm gì: *the government is taking steps to control the rising crime rate* chính phủ đang áp dụng những biện pháp để kiềm chế mức gia tăng tội ác.

step- *(tiền tố chỉ quan hệ do bố tục huyền hay mẹ tái giá)* stepchild, stepmother...

stepbrother /'step,brʌðə[r]/ dt anh (em) con riêng của bố dượng; anh (em) con riêng của mẹ ghẻ.

stepchild /'step,tʃaild/ dt *(snh* **stepchildren)** con riêng.

stepdaughter /'step,dɔ:tə[r]/ dt con gái riêng.

stepfather /'step,fɑ:ðə[r]/ dt bố dượng.

stepladder /'step,lædə[r]/ dt thang gập.

stepmother /'step,mʌðə[r]/ dt mẹ ghẻ.

stepparent /'step,peərənt/ dt bố dượng; mẹ ghẻ.

steppe /step/ dt *(thường snh)* thảo nguyên.

stepping-stone /'stepiŋstəun/ dt 1. đá kê bước *(kê để bước qua dòng suối...)* 2. *(bóng)* phương tiện; bàn đạp: *a first stepping-stone on the path to success* bàn đạp đầu tiên trên con đường dẫn tới thành công.

stepsister /'step,sistə[r]/ dt chị (em) con riêng của bố dượng; chị (em) con riêng của mẹ ghẻ.

stepson /'stepsʌn/ dt con trai riêng.

-ster *(tiếp tố tạo dt)* người có đặc điểm, phẩm chất nào đó x gangster, youngster...

stereo /'steriəu/ dt *(snh* **stereos)** 1. âm thanh nổi; sự thu âm nổi: *broadcast in stereo* chương trình phát thanh bằng âm thanh nổi 2. máy hát âm thanh nổi.

stereo- *(yếu tố tạo từ ghép)* nổi, lập thể: *stereoscope* kính nhìn nổi.

stereophonic /,steriə'fɒnik/ tt 1. [thuộc] âm thanh nổi: *a stereophonic recording* sự thu âm nổi 2. dùng để ghi âm thanh nổi; dùng để phát âm thanh nổi *(máy móc)*.

stereoscope /'steriəskəup/ dt kính nhìn nổi.

stereoscopic /,steriə'skɒpic/ tt nhìn nổi: *a stereoscopic image* hình ảnh nhìn nổi.

stereotype /'steriətaip/ dt 1. mẫu rập khuôn, mẫu sáo: *the characters in the film are just stereotypes with no individuality* các nhân vật trong phim là những mẫu rập khuôn không có cá tính 2. *(in)* bản đúc.

stereotyped /'steriətaipt/ tt *(thường xấu)* sáo.

stereotypical /,steriəu'tipikl/ tt [có tính chất] sáo, [có tính chất] rập khuôn.

sterile /,sterail, *(Mỹ* 'sterəl)/ tt 1. vô sinh *(người, động vật, thực vật)* 2. cằn cỗi *(đất đai)* 3. vô bổ, vô ích: *a sterile debate* cuộc tranh luận vô bổ 4. vô khuẩn: *sterile bandages* băng vô khuẩn.

sterilisation /,sterəlai'zeiʃn/ dt nh sterilization.

sterilise /'sterəlaiz/ dgt nh sterilize.

sterility /stə'riləti/ dt 1. sự vô sinh 2. sự cằn cỗi 3. sự vô bổ, sự vô ích 4. sự vô trùng.

sterilization /,sterəlai'zeiʃn/ dt 1. sự tiệt khuẩn 2. sự triệt sản.

sterilize /'sterəlaiz/ dgt 1. tiệt khuẩn 2. triệt sản.

sterling[1] /'stɜ:liŋ/ tt 1. *(vt stg)* thật, đúng tuổi *(vàng, bạc)*: *be of sterling gold* bằng vàng ròng, bằng vàng mười 2. *(thường thngữ)* xuất sắc *(người, phẩm chất)*: *her sterling qualities as an organizer* phẩm chất xuất sắc của bà ta trong vai trò một nhà tổ chức.

sterling[2] /'stɜ:liŋ/ dt đồng tiền Anh: *the pound sterling* đồng bảng Anh.

the sterling area /'stɜ:liŋeəriə/ khu vực đồng bảng Anh *(nhóm các nước trừ tiền bằng đồng bảng Anh).*

stern[1] /stɜ:n/ tt **(-er; -est)** 1. nghiêm khắc: *a stern teacher* thầy giáo nghiêm khắc; *stern countenance* vẻ mặt nghiêm khắc 2. nghiêm ngặt: *police are planning sterner measures to combat crime* cảnh sát đang trù tính những biện pháp nghiêm ngặt hơn để chống tội ác.

stern[2] /stɜ:n/ dt 1. đuôi *(tàu thuyền)*: *standing at (in) the stern of the boat* đứng ở đuôi tàu 2. *(đùa)* mông đít: *move your stern, I want to sit down* dịch cái mông sang một tí, tớ muốn ngồi đây. // **from stem to stern** từ mũi tới đuôi *(tàu).*

sternly /'stɜ:nli/ pht 1. [một cách] nghiêm khắc 2. [một cách] nghiêm ngặt.

sternness /'stɜ:nnis/ dt 1. tính nghiêm khắc 2. sự nghiêm ngặt.

sternum /'stɜ:nəm/ dt *(snh* **sterna** hoặc **sternums)** xương ức.

steroid /'steroid, 'stiəroid/ *(sinh, hóa)* steroit: *he's being treated with steroids for leukaemia* anh ta được điều trị bằng steroid vì bệnh bạch cầu.

S

stertorous /'stɜ:tərəs/ tt rống (tiếng thở).

stertorously /'stɜ:tərəsli/ pht như rống (tiếng thở).

stet /stet/ dgt **1.** (thường dùng ở dạng stet như là một ký hiệu) giữ nguyên như đã in (khi một chỗ nào đó đã chữa sai) **2.** (-tt-) hủy chỗ sửa đi: the proof-reader had changed a word but I stetted it người sửa bản in thử đã đổi một từ nhưng tôi đã hủy chỗ sửa đi.

stethoscope /'steθəskəʊp/ dt (y) ống nghe (để khám bệnh).

stetson /stetsn/ dt mũ rộng vành (người chăn bò hay đội).

stevedove /'sti:vədə:[r]/ dt công nhân bốc dỡ (ở cảng).

stew¹ /stju:, (Mỹ stu:)/ dgt **1.** hầm, ninh: the meat needs to stew for several hours món thịt này cần phải hầm trong nhiều tiếng đồng hồ **2.** (kng) nóng ngột ngạt: please open a window, we're stewing in here! làm ơn mở một cửa sổ, trong này chúng tôi nóng ngột ngạt quá. // **let somebody stew** (kng) để mặc xác ai; **stew in one's own juice** (kng) mình làm mình chịu.

stew² /stju:, (Mỹ stu:)/ dt món hầm. // **get [oneself] into (be in) a stew [about something]** lo âu, đứng ngồi không yên: he's got himself into a complete stew about his exams nó hoàn toàn đứng ngồi không yên về việc thi cử của mình.

stewed /stju:d, (Mỹ stu:d)/ tt **1.** đắng (trà, vì hãm quá lâu) **2.** kng) say rượu.

steward /stjʊəd, (Mỹ 'stu:-ərd)/ dt **1.** quản gia **2.** người quản lý bếp ăn (ở đại học) **3.** (c stewardess) tiếp viên (trên máy bay, tàu thủy):

an air stewardess tiếp viên hàng không **4.** thành viên ban tổ chức (một vũ hội, một cuộc đua ngựa, một cuộc biểu diễn...): the steward will inspect the course to see if racing is possible ban tổ chức sẽ kiểm tra đường đua xem cuộc đua có thể tiến hành được không.

stewardship /'stjʊədʃip, (Mỹ 'stu:ərdʃip)/ dt trách nhiệm điều hành (nói một cách phô trương): he has faithfully exercised the stewardship of his post ông ta đã thực hiện việc điều hành chức vị của mình một cách chung thủy.

Sth (vt của South) nam: Sth Pole Nam cực.

stick¹ /stik/ dt **1.** que củi, que gỗ: cut sticks to support peas in the garden cắt que gỗ để đỡ các cây đậu trong vườn; we gathered some sticks to make a fire thu gom mấy que gỗ để nhóm một đống lửa **2.** (cg **walking-stick**) cái gậy: the old man cannot walk without a stick không có gậy ông già này không thể đi được; a hockey stick gậy chơi hốc-cây **3.** (thường trong từ ghép) thỏi, thanh...: a stick of chalk thỏi phấn; brass candlesticks chân nến bằng đồng **4.** que chỉ huy (của nhạc trưởng) **5.** chùm bom, loạt bom **6.** (thường snh) sticks of something các món đồ đạc: these few sticks (of furniture) are all he has left mấy món đồ đạc này là tất cả những gì anh ta để lại **7.** (kng) người đần; người khó chan hòa: he's a rather boring old stick ông ta là một ông già khá là chán **8.** the sticks (kng) miền quê hẻo lánh: live [out] in the sticks sống ở miền quê hẻo lánh.

// **be in a cleft stick** x cleave¹; **the big stick** x big; **the carrot and the stick** x carrot; **get the wrong end of the stick** x wrong; **get (take) stick [from somebody]** (kng) bị trừng phạt; bị đối xử thậm tệ; bị công kích: the government has taken a lot of stick from the press recently mới đây chính phủ đã bị báo chí công kích dữ; **a stick (a rod) to beat somebody with** x beat; up sticks x up³.

stick² /stik/ dgt (stuck) **1.** stick something in (into; through) something; stick something in (through) đâm, thọc, chọc, xóc: stick the fork into the potato xóc nĩa vào khoai tây; the needle stuck in my finger chiếc kim chọc vào ngón tay tôi **2.** dán, dính: this glue doesn't stick well keo này không dính; stick a stamp on a letter dán một con tem lên lá thư **3.** cắm, cài, đặt; (thường là vội vàng hoặc không cẩn thận): he stuck his pen behind his ear nó cài vội bút lên tai **4.** bị kẹt, bị mắc: this drawer stuck badly ngăn kéo này bị kẹt cứng; the bus stuck in the mud chiếc xe buýt bị kẹt trong bùn **5.** (kng) (trong câu phủ định hoặc lời hỏi) chịu đựng: I don't know how you stuck that man for so long tôi không biết sao anh chịu đựng được gã ấy lâu đến thế; I won't stick your rudeness any longer tôi không chịu được sự thô lỗ của anh nữa **6.** (kng) được xác lập: they couldn't make the charges stick họ không thể chứng tỏ những lời buộc tội của họ [đã được xác lập] là có cơ sở. // **stick (cling) to somebody like a leech** x leech; **mud sticks** x mud; **stick (poke) one's nose into something** x nose¹; **stick (shove, put) one's oar in**

x oar; **stick out (stand) like sore thumb** *x* sore; **stick out (stand) a mile** *x* mile; **stick (stop) at nothing** không từ thủ đoạn nào; **stick "em" up!** *(kng)* giơ tay lên! *(lời tên cướp có vũ khí nói với người khác)*; **stick fast** kẹt cứng: *his head was stuck fast in the railings* đầu anh ta kẹt cứng vào hàng rào chấn song; *he stuck fast to his theory (bóng)* anh ta cứ bo bo bám giữ lý thuyết của mình; **stick in one's mind** khắc sâu trong trí óc: *the image of the dead child's face stuck in my mind for age* hình ảnh khuôn mặt của đứa bé đã chết khắc sâu rất lâu trong tâm trí tôi; **stick one's throat** *(kng)* a/ *(cg* **stick in one's craw (gizzard)** khó mà nuốt trôi *(bóng)*; khó mà [chấp] nhận: *it sticks in my throat to accept charity from them* tôi thật khó nhận của bố thí của họ b/ nghẹn họng, khó nói ra: *I wanted to tell her, but the words stuck in my throat* tôi muốn nói với cô ta, nhưng cứ nghẹn họng không nói ra được; **stick one's neck out** *(kng)* liều làm điều gì: *I may be sticking my neck out, but I think he's going to win* có lẽ là tôi đoán liều, nhưng tôi nghĩ anh ta đang thắng; **stick to one's guns** *(kng)* khư khư giữ ý kiến; **stick to one's last** chịu bó tay.

stick around ở quanh quẩn gần: *stick around, we may need you* ở quanh quẩn gần đây nhé, chúng tôi có thể cần đến anh; **stick at something** miệt mài làm gì, mải miết làm gì: *if we stick at it, we should finish the job today* nếu ta mải miết làm thì ta có thể hoàn thành công việc hôm nay; **stick by somebody** *(kng)* trung thành với, chung

thủy với: *her husband stuck by her in good times and bad* chồng chị ta chung thủy với chị lúc sướng cũng như lúc khổ; **stick something down** a/ dán cho dính vào: *stick down [the flap of] an envelop* dán [nắp] phong bì b/ *(kng)* đặt xuống, để xuống: *stick it down anywhere you like* cứ đặt cái đó xuống chỗ nào mà anh thích c/ *(kng)* viết lên: *stick down your names on the list* hãy viết tên các bạn vào danh sách này; **stick something in (into) something** dán vào: *stick stamps into an album* dán tem vào cuốn an-bom; **stick something on something** dán lên: *stick a label on your suitcase* hãy dán một cái nhãn vào va li của anh; **stick something out** [làm cho] thò ra: *don't stick your head out of the car window* đừng có thò đầu ra ngoài cửa xe; **stick it (something) out** *(kng)* tiếp tục đến cùng: *he hates the job, but he is determined to stick it out because he needs the money* anh ta ghét công việc đó, nhưng quyết tiếp tục đến cùng vì anh ta cần tiền; **stick out for something** *(kng)* theo đuổi cho đến khi đạt được; đòi cho bằng được: *they're sticking out for higher wages* họ đòi cho bằng được lương cao hơn; **stick to something** a/ không từ bỏ, vẫn giữ: *would you like some wine? – No, I stick to beer* anh dùng một tí rượu vang nhé? – Không, tôi vẫn thích dùng bia b/ vẫn tiếp tục bất chấp khó khăn: *stick to a task until it is finished* vẫn tiếp tục một công việc bất chấp khó khăn chó đến khi xong mới thôi; **stick together** *(kng)* gắn bó với nhau, trung thành với nhau; **stick up** trồi lên, nhô lên: *the branch was sticking up out of the water*

cành cây đang nhô lên khỏi mặt nước; **stick something up** *(kng)* dùng súng đe dọa để cướp *(ngân hàng...)*; **stick up for somebody (oneself; something)** ủng hộ; bảo vệ: *don't allow those big boys to bully you, stick up for yourself* đừng có để cho mấy đứa lớn đó bắt nạt cháu, cháu phải tự vệ chứ; *stick up for one's rights* bảo vệ quyền lợi của mình; **stick with somebody (something)** tiếp tục ủng hộ; tiếp tục liên lạc với: *I'm sticking with my original idea* tôi vẫn giữ ý kiến ban đầu của tôi; *stick with me and you'll be all right* hãy tiếp tục liên lạc với tôi, và anh sẽ được vô sự.

sticker /'stikə[r]/ *dt* 1. nhãn dính: *the child had stickers all over his school books* cháu bé dán đầy nhãn dính lên sách học của nó 2. người kiên trì.

stickily /'stikili/ *tt* 1. [một cách] nhớp nháp 2. [một cách] nóng nực 3. [một cách] khó chịu 4. [một cách] khó khăn.

sticking plaster /'stikiŋ,plɑː-stə[r]/ *dt (cg* **plaster,** *(Mỹ)* **adhesive plaster)** *(y)* băng dính.

sticking point /'stikiŋ,pɔint/ điểm ngăn trở [đi đến] thỏa thuận.

stickiness /'stikinis/ *dt* 1. sự nhớp nháp 2. sự nóng nực 3. sự khó khăn.

stick insect /'stik,insekt/ *(động)* bọ que.

stick-in-the-mud /'stikin-ðə,mʌd/ *dt (kng, xấu)* người bảo thủ.

stickle-back /'stiklbæk/ *dt (động)* cá gai.

stickler /'stiklə[r]/ *dt* **stickler for something** người khắt khe; người luôn luôn đòi hỏi *(về mặt nào đó)*: *a stickler for accuracy* người khắt khe

S

về mặt chính xác; người luôn luôn đòi hỏi chính xác.

stick-on /'stikɔn/ tt có keo, dính: *stick-on labels* những nhãn có keo dính.

stickpin /'stikpin/ dt (Mỹ) nh tie-pin.

stick shift /'stikʃift/ (Mỹ) nh sự cài số bằng cần gạt.

stick-up /'stikʌp/ dt (kng) sự giơ súng dọa để cướp.

sticky /'stiki/ tt **1.** nhớp nháp: *the floor is very sticky near the cooker* sàn nhà rất nhớp nháp gần chỗ bếp **2.** nóng nực (thời tiết) **3.** (kng) khó chịu; *his dismissal was rather a sticky business for all concerned* sự sa thải anh ta là một việc khá khó chịu cho những ai có liên quan **4.** (kng) khó khăn; gây khó khăn: *their marriage is going through a sticky path* cuộc hôn nhân của họ đang trải qua một giai đoạn khó khăn; *the bank manager was a bit sticky about letting me have an overdraft* ông giám đốc ngân hàng là người hơi gây khó khăn không cho tôi rút tiền quá số dư.

sticky end /ˌstiki'end/ (kng) lúc tàn lụi; lúc chết thê thảm.

sticky fingers /ˌstiki'fiŋgəz/ (trại) ngón tay táy máy (quen thói trộm cắp).

sticky tape /ˌstiki'teip/ băng dính.

sticky wicket /ˌstiki'wikit/ tình thế khó khăn; tình thế có khả năng trở nên khó khăn.

sties /staiz/ dt snh của sty[1].

stiff[1] /stif/ tt (-er; -est) **1.** cứng, cứng đơ, ngay đơ: *stiff collar* cổ cứng (áo sơ-mi); a *stiff leg* chân bị ngay đơ **2.** đặc, quánh: *stir the flour and milk to a stiff paste*

khuấy sữa và bột cho quánh lại **3.** khó nhọc: *a stiff climb* một cuộc leo khó nhọc **4.** hà khắc; khắc nghiệt: *a stiff punishment* sự trừng phạt khắc nghiệt **5.** cứng nhắc, không tự nhiên: *stiff movement* cử động cứng nhắc; *stiff manners* điệu bộ không tự nhiên **6.** cao, đắt (giá cả) **7.** mạnh (gió); nặng (rượu). // *stiff (straight) as a ramrod* x ramrod.

stiff[2] /stif/ pht (kng) hết sức, vô cùng: *worried stiff* hết sức lo lắng; *I'm frozen stiff* tôi lạnh cóng.

stiff[3] /stif/ dt (lóng) xác chết, thi thể.

stiffen /'stifn/ dgt **1.** [làm] cứng, [làm] cứng thêm: *cotton stiffened with starch* bông được làm cứng lại bằng hồ bột; *my back has stiffened [up] overnight* qua một đêm lưng tôi đã cứng đờ **2.** (bóng) củng cố: *stiffen determination* củng cố lòng quyết tâm.

stiffener /'stifnə[r]/ dt vật độn cứng, vật lót [cho] cứng: *a collar stiffener* vật lót cứng cổ áo.

stiffly /'stifli/ pht **1.** [một cách] cứng đơ, [một cách] ngay đơ: *he bent down stiffly* anh ta cúi xuống lưng cứ cứng đơ **2.** [một cách] cứng nhắc, [một cách] không tự nhiên.

stiff-necked /'stifnekt/ tt cứng đầu cứng cổ, bướng bỉnh.

stiffness /'stifnis/ dt **1.** sự cứng đơ, sự ngay đơ **2.** sự đặc, sự quánh **3.** sự khó nhọc **4.** sự khắc nghiệt **5.** sự cứng nhắc, sự không tự nhiên.

stiff upper lip /ˌstifʌpə[r]'lip/ *keep a stiff upper lip* không nao núng.

stiffening /'stifniŋ/ dt chất hồ cứng (vải, áo).

stifle /staifl/ dgt **1.** làm ngạt thở: *we were stifling in that hot room with all the windows closed* chúng tôi ngạt thở trong căn phòng đóng kín mọi cửa sổ này **2.** dập tắt (lửa): *stifle flames with a blanket* lấy chăn trùm kín mà dập tắt lửa **3.** đè nén, đàn áp; bóp nghẹt: *stifle a rebellion* đàn áp một cuộc nổi loạn; *stifle a laugh* cố nén tiếng cười; *stifle initiatives* bóp nghẹt sáng kiến.

stifling /staifliŋ/ tt ngột ngạt: *it's stifling in here, open a window!* ở đây ngột ngạt quá, mở cửa sổ ra đi!

stiflingly /staifliŋli/ pht [một cách] ngột ngạt: *stiflingly hot* nóng ngột ngạt.

stigma /'stigmə/ dt **1.** vết nhơ, điều ô nhục: *there should be no stigma attached to being poor* thiết tưởng nghèo thì chẳng có gì là ô nhục **2.** (thực) đầu nhụy.

stigmata /'stigmətə/ dt snh (tôn) dấu Chúa (dấu tựa dấu đinh trên mình Chúa khi bị đóng đinh, được một số tín đồ Thiên Chúa giáo coi là thánh tích).

stigmatize, stigmatise /'stigmətaiz/ dgt (+ as) bôi nhọ, bêu xấu: *stigmatized as a coward and a liar* bị bêu xấu là một kẻ hèn nhất và nói dối.

stile /stail/ dt bục trèo (để trèo qua hàng rào, qua tường ở nông thôn). // *help a lame dog over a stile* x help[1].

stiletto /sti'letəʊ/ dt (snh **stilettos** /sti'letəʊz/ **1.** dao găm nhỏ **2.** cái giùi.

stiletto heel /sti,letəʊ'hi:l/ dt gót cao và nhọn (giày phụ nữ).

still[1] /stil/ tt (-er; -est) **1.** im, yên: *please stand still while I take your photograph* xin đứng yên khi tôi chụp ảnh cho anh **2.** lặng gió: *a still day* một ngày lặng gió **3.** không sủi bọt, không có ga *(nước giải khát...)*. // **the still small voice [of conscience]** *(tu từ)* tiếng nói của lương tâm; **still waters run deep** *(tục ngữ)* tâm ngầm tâm ngầm mà đấm chết voi.

still² /stil/ *dt* ảnh phim *(về một cảnh phim, dùng để quảng cáo)*: *stills from a new film* những tấm ảnh từ một bộ phim mới. // **the still of the night** cảnh tĩnh mịch của ban đêm.

still³ /stil/ *dgt* [làm] yên, [làm] lặng đi: *the waves stilled* sóng lặng đi; *she couldn't still her anxiety (bóng)* chị ta không thể dẹp yên nổi lo âu của mình.

still⁴ /stil/ *pht* **1.** vẫn còn, vẫn: *she's still busy* bà ta vẫn còn bận; *he's still hoping for a letter from her* anh ta vẫn còn mong thư của nàng; *do you still live in London?* anh vẫn còn ở Luân Đôn chứ? *I need you still, don't go yet* tôi vẫn cần anh, khoan đi đã **2.** mặc dù, dù sao: *he's treated you badly, still he's your brother and you should help him* nó đối xử tệ với anh, nhưng dù sao nó cũng là em trai anh, anh nên giúp đỡ nó; *although she felt ill, she still went to work* mặc dù cô ta mệt, cô ta vẫn đi làm **3.** *(dùng với tt ở cấp so sánh hơn)* hơn nữa, hơn nhiều: *Tom is tall, but Mary is still taller* Tom cao, nhưng Mary còn cao hơn nhiều **4.** thêm vào đó, bên cạnh đó: *he came up with still more stories* bên cạnh đó, ông ta đã nghĩ ra nhiều chuyện nữa. // **better(worse)still** thậm chí tốt (tệ) hơn.

still⁵ /stil/ *dt* nồi cất rượu.

stillbirth /'stilbɜ:θ/ *(y)* sự sinh thai nhi chết.

stillborn /'stilbɔ:n/ *tt* **1.** *(y)* chết lúc sinh *(thai nhi)* **2.** *(bóng)* chết từ trong trứng *(kế hoạch...)*.

still life /stil laif/ **1.** tĩnh vật *(trong bức tranh)* **2.** *(snh* **still lifes**) tranh tĩnh vật.

stillness /'stilnis/ *dt* sự im lặng, sự yên tĩnh.

stilt /stilt/ *dt* **1.** cà kheo: *walk on stilts* đi cà kheo **2.** cột *(đỡ nhà sàn...)*: *a house [up] on stilts* nhà sàn.

stilted /'stiltid/ *tt (xấu)* không tự nhiên: *a stilted conversation* cuộc nói chuyện không tự nhiên.

stiltedly /'stiltidli/ *pht (xấu)* [một cách] không tự nhiên.

Stilton /'stiltən/ *dt* pho mát Stilton, pho mát trắng chỉ lục *(của Anh)*.

stimulant /'stimjʊlənt/ *dt* **1.** chất kích thích: *coffee and tea are mild stimulants* cà phê và chè là những chất kích thích nhẹ **2.** tác nhân kích thích: *the lowering of interest rates will act as a stimulant to economic growth* sự hạ lãi suất sẽ tác dụng như là một tác nhân kích thích kinh tế phát triển.

stimulate /'stimjʊleit/ *dgt* kích thích: *the exhibition stimulated interest in the artist's work* cuộc triển lãm kích thích mối quan tâm sáng tác của họa sĩ; *a hormone that stimulates ovulation* một hocmon kích thích quá trình rụng trứng.

stimulating /'stimjʊleitiŋ/ *tt* **1.** gây kích thích: *the stimulating effect of coffee* tác dụng kích thích của cà phê **2.** gây hứng thú; lý thú: *a stimulating discussion* cuộc

tranh luận gây hứng thú, một cuộc tranh luận lý thú.

stimulation /,stimjʊ'leiʃn/ *dt* **1.** sự kích thích **2.** sự hứng thú: *a working atmosphere lacking in stimulation* một không khí làm việc thiếu hứng thú.

stimuli /'stimjʊlai/ *dt snh* của stimulus.

stimulus /'stimjʊləs/ *dt (snh* **stimuli**) tác nhân kích thích, nhân tố kích thích: *the nutrient in the soil acts as a stimulus to growth (to make the plants grow)* chất dinh dưỡng trong đất là tác nhân kích thích sự sinh trưởng của cây; *her words of praise were a stimulus to work harder* lời khen của chị ta là một nhân tố kích thích làm việc tích cực hơn.

sting¹ /stiŋ/ *dt* **1.** ngòi *(ong...)*, vòi *(muỗi...)* **2.** lông ngứa *(của một số cây)* **3.** sự đốt, sự chích; nốt đốt, nốt chích; sự đau nhói *(do bị đốt)*: *the sting of a scorpion is very painful* nốt đốt của bò cạp rất đau; *the sting of remorse (bóng)* sự day dứt của lòng hối hận; *his tongue has a nasty sting* miệng lưỡi của nó có ngòi châm nguy hiểm; nó độc mồm độc miệng lắm. // **a sting in the tail** điều khó chịu chỉ đến lúc cuối mới thấy được: *the announcement of the pay rise had a sting in its tail – we would have to work longer* lời tuyên bố tăng lương có kèm theo một điều khó chịu là ta phải làm việc nhiều giờ hơn.

sting² /stiŋ/ *dgt (* **stung**) **1.** đốt, chích, châm: *a bee stung me on the cheek* một con ong châm vào má tôi; *some bees do not sting* có những loài ong không đốt; *stinging*

S

wind cơn gió như châm vào da thịt; *the smoke is stinging my eyes* khói làm cay mắt tôi; *his words certainly stung her (bóng)* những lời nói của nó hẳn là làm cô ta đau lòng **2.** cảm thấy đau nhói: *his knee stung from the graze* đầu gối anh ta đau nhói vì bị xước **3.** khiêu khích, kích động: *their taunts stung him to action* những lời chọc tức của chúng nó đã kích anh ta ra tay hành động **4.** (+ for) (*kng*) bán đắt, cắt cổ; bịp: *he was stung for £5* anh ta bị bán cắt cổ với giá là 5 bảng; *he got stung on that deal* nó bị bịp trong vụ mua bán đó.

stinger /ˈstɪŋgə[r]/ *dt* **1.** ngòi, vòi *(để chích, châm...)* **2.** cú đấm đau.

stingily /ˈstɪndʒili/ *pht* [một cách] keo kiệt, [một cách] bủn xỉn.

stinginess /ˈstɪndʒinis/ *dt* tính keo kiệt, tính bủn xỉn.

stinging-nettle /ˈstɪŋɪŋnetl/ *dt (thực)* (*cg* **nettle**) cây tầm ma.

sting-ray /ˈstɪŋrei/ *dt* cá đuối đuôi mảnh.

stingy /ˈstɪndʒi/ *tt* keo kiệt, bủn xỉn.

stink¹ /stɪŋk/ *dgt* (**stank, stunk; stunk**) **1.** bốc mùi thối; thối, hôi: *that rotten fish stinks* con cá ươn này bốc mùi thối; *his breath stank of garlic* hơi thở của nó hôi mùi tỏi **2.** *(bóng)* thối nát; kinh tởm: *the whole business stinks [of corruption]* cả cơ sở kinh doanh ấy thối nát vì nạn đút lót. // **stink something out** tỏa đầy mùi khó chịu: *he stank the whole house out with his tobacco smoke* anh ta tỏa đầy mùi khó chịu của thuốc lá ra đầy nhà.

stink² /stɪŋk/ *dt* **1.** mùi thối, mùi hôi: *what a stink!* thối quá đi thôi! **2.** *(lóng)* sự rắc rối, sự làm toáng lên: *the whole business caused quite a stink* cả cơ sở kinh doanh đó đã gây ra cả một vụ rắc rối; **kick up (raise; make) a stink about something** làm toáng lên về chuyện gì. // **like stink** *(lóng)* mạnh mẽ; cật lực: *working like stink* làm việc cật lực.

stink-bomb /ˈstɪŋkbɒm/ *dt* bình hơi thối *(khi vỡ ra thì tỏa hơi thối, dùng để đùa nghịch chơi).*

stinker /ˈstɪŋkə[r]/ *dt* **1.** *(cũ, lóng)* người rất khó chịu **2.** *(kng)* điều khó làm: *the biology paper was a real stinker* bài thi sinh vật học là một bài rất khó.

stinking¹ /ˈstɪŋkɪŋ/ *tt (thngữ) (lóng)* thối tha; khủng khiếp: *I don't want your stinking money* tôi không cần đồng tiền thối tha của anh; *se'd got a stinking cold* cô ta bị cảm lạnh khủng khiếp.

stinking² /ˈstɪŋkɪŋ/ *pht* hết sức, cực kỳ: *stinking rich* cực kỳ giàu; *stinking drunk* say bí tỉ.

stint¹ /stint/ *dgt* hạn chế: *she stinted herself of food in order to let the children have enough* bà ta hạn chế phần ăn của mình để con mình ăn đủ.

stint² /stint/ *dt* phần việc: *to do one's daily stint* hoàn thành phần việc hằng ngày của mình. // **without stint** không tiếc, hào phóng, nhiều: *she praised them without stint* bà ta không tiếc lời (hết lời) khen ngợi họ.

stipend /ˈstaipend/ *dt* lương bổng *(chủ yếu nói về giáo sĩ).*

stipendiary¹ /stai'pendiəri, (Mỹ stai'pendieri)/ *dt* ăn lương: *a stipendiary magistrate* một quan tòa ăn lương.

stipendiary² /stai'pendiəri, (Mỹ stai'pendieri)/ *dt* quan tòa ăn lương.

stipple /stipl/ *dgt* vẽ chấm chấm, khắc chấm chấm *(không vẽ, khắc bằng nét).*

stipulate /ˈstipjuleit/ *dgt* quy định: *he stipulated payment in advance* ông ta quy định phải trả tiền trước; *I stipulated red paint, not black* tôi đã yêu cầu sơn đỏ, chứ không phải sơn đen.

stipulation /ˌstipju'leiʃn/ *dt* **1.** sự quy định **2.** điều quy định.

stir¹ /stɜ:[r]/ *dgt* (**-rr-**) **1.** khuấy, quấy: *stir one's tea with a spoon* dùng thìa khuấy nước trà; *stir the sauce* khuấy nước xốt; *stir milk into a cake mixture* quấy sữa vào bột làm bánh **2.** [làm] lay động: *not a leaf was stirring* trên cây không có chiếc lá nào lay động cả **3.** kích thích: *the story stirred the boy's imagination* câu chuyện kích thích trí tưởng tượng của cậu bé **4.** dấy lên: *pity stirred in her heart* lòng thương hại dấy lên trong lòng cô **5.** *(kng, xấu)* kích động, khích động: *who's been stirring?* ai đã khích động vào thế?; *stir someone's wrath* kích động lòng tức giận của ai. // **stir one's (the) blood** gây hứng khởi, kích thích: *the music really stirs my blood* âm nhạc đã thực sự gây hứng khởi cho tôi; **stir one's stumps** *(kng, đùa)* ba chân bốn cẳng; **stir somebody up** khích động ai: *the men are being stirred up by outsiders* đám người đàn ông đó đang bị người ngoài cuộc khích động; **stir**

something up gây ra, làm dấy lên: *stir up discontent among the workers* gây ra sự bất mãn trong công nhân.

stir² /stɜ:[r]/ *dt* **1.** sự khuấy, sự quấy: *give the soup a stir* khuấy món súp **2.** sự kích động, sự khích động; sự náo động: *the news caused quite a stir in the village* tin đó đã làm náo động cả làng.

stir³ /stɜ:[r]/ *dt* **in stir** (lóng) ở tù.

stir-fry¹ /'stɜ:frai/ *đgt* (**stir-fried**) xào lăn.

stir-fry² /'stɜ:frai/ *dt* món xào lăn.

stirrer /'stɜ:rə[r]/ *dt (kng, xấu)* người khuấy rối, người gây rối.

stirring /'stɜ:riŋ/ *tt (thường thngữ)* sôi nổi, kỳ thú: *stirring adventure stories* những chuyện phiêu lưu kỳ thú.

stirrup /'stirəp/ *dt* bàn đạp (ở yên ngựa): *a pair of stirrups* một đôi bàn đạp.

stirrup-cup /'stirəpkʌp/ *dt* chén rượu tiễn đưa (khi lên ngựa ra đi); chén quan hà.

stirrup-pump /'stirəp pʌmp/ *dt* bơm cứu hỏa xách tay.

stitch¹ /stitʃ/ *dt* **1.** mũi khâu: *make long stitches* khâu những mũi dài; *I'm having my stitches [taken] out today* hôm nay tôi sẽ đi rút chỉ ở mũi khâu vết thương **2.** (thường số ít) sự đau xóc (ở hông, thường do chạy nhiều). // **drop a stitch** x drop²; **have not [got] a stitch on; not be wearing a stitch** (kng) trần truồng; **in stitches** cười ngặt nghẽo: *the play had us in stitches* vở kịch làm chúng tôi cười ngặt nghẽo; **a stitch in time saves nine** (tục ngữ) chữa ngay đỡ gay sau này.

stitch² /stitʃ/ *đgt* may, khâu: *stitching by candlelight* may dưới ánh đèn nến; *stitch a button on a dress* khâu chiếc khuy vào áo. // **stitch something up** khâu lại: *stitch up a wound* khâu vết thương lại; *stitch up a hole* khâu lỗ rách lại; *we will soon have you (your wound) stitched up* chúng tôi sẽ khâu vết thương của anh lại ngay thôi.

stitching /'stitʃiŋ/ *dt* đường may: *the stitching has come undone* đường may đã sổ ra.

stoat /stəʊt/ *dt (động)* chồn ecmin (cho da lông).

stock¹ /stɒk/ *dt* **1.** kho hàng dự trữ; lượng hàng dự trữ: *a good stock of shoes* một số lượng giày dự trữ nhiều; *your order can be supplied from stock* đơn đặt hàng của ông có thể lấy hàng dự trữ trong kho mà cung ứng được **2.** kho: *a good stock of jokes* một kho truyện cười phong phú; *get in stocks of coal for the winter* mua hàng kho than dự trữ cho mùa đông **3.** (cg **livestock**) đàn gia súc: *buy some more stock for breeding* mua thêm gia súc về nuôi **4.** công trái **5.** vốn [kinh doanh] **6.** tổng cổ phần **7.** dòng họ, dòng dõi: *a woman of Irish stock* một người phụ nữ thuộc dòng dõi Ái Nhĩ Lan **8.** địa vị; danh tiếng: *his stock is high* ông ta được nhiều người mến mộ **9.** nguyên liệu: *paper stock* nguyên liệu làm giấy **10.** nước hầm (để nấu xúp) **11.** báng (súng); cán, chuôi **12.** gốc thân (cây) **13.** gốc ghép **14. stocks** giàn tàu (khi đóng tàu hoặc khi sửa chữa) **15. stocks** cái cùm: *be put in the stocks* bị cùm **16.** cổ cồn; ca vát bộ đồ đi ngựa; mảnh phủ ngựa áo giáo sĩ **17.** (thực) cây quế trúc. // **be in (out of) stock** có sẵn (không có sẵn) ở cửa hàng; **lock, stock and barrel** x lock²; **on the stocks** đang được chuẩn bị, đang được sản xuất: *our new model is already on the stocks and will be available in the autumn* kiểu hàng mới của chúng tôi đang được chuẩn bị và sang thu sẽ có bán; **take stock [of something]** kiểm kê hàng hóa (trong một cửa hàng); **take stock [of somebody (something)]** đánh giá lại: *after a year in the job, she decided it was time to take stock [of her situation]* sau một năm làm việc, chị ta quyết định rằng đã đến lúc phải đánh giá lại mình.

stock² /stɒk/ *tt* **1.** có sẵn: *stock sizes* những cỡ có sẵn; *one of our stock items* một trong những mặt hàng có sẵn của chúng tôi **2.** nhàm: *she's tired of her husband's stock jokes* chị ta đã chán ngấy những lời đùa nghe đến nhàm tai của ông chồng chị.

stock³ /stɒk/ *đgt* **1.** trữ (hàng): *do you stock raincoats?* anh có trữ mặt hàng áo mưa không? **2.** cung ứng: *a badly stocked library* một thư viện được cung ứng sách rất tồi.

stock up [on (with) something] [for something] tích trữ, trữ: *stock up on fuel for winter* mua trữ chất đốt cho mùa đông.

stockade¹ /stɒ'keid/ *dt* hàng cọc giậu.

stockade² /stɒ'keid/ *đgt* rào bằng hàng cọc giậu.

stock-breeder /stɒkbri:də[r]/ *dt* người chăn nuôi gia súc.

stockbroker /'stɒkbrəʊkə[r]/ *dt* người buôn cổ phần.

S

stockbroker belt /'stɒk-brəʊkə,belt/ vành đai người giàu (ở ngoại vi một thành phố).

stockbroking /'stɒkbrəʊkiŋ/ *dt* sự buôn cổ phần: *he's in stockbroking* ông ta làm nghề buôn cổ phần.

stock-car /'stɒkkɑ:[r]/ *dt* **1.** xe hơi cải tiến máy thành xe đua **2.** *(Mỹ)* toa gia súc.

stock-car racing /'stɒkkɑ:-reisiŋ/ cuộc đua xe cải tiến thành xe đua.

stock company /'stɒk,kʌm-pəni/ **1.** gánh hát **2.** *(cg* **joint-stock company)** công ty cổ phần.

stock cube /'stɒkkju:b/ viên nước hầm *(dùng để nấu xúp).*

stock certificate /'stɒksə,ti-fikeit/ *(Mỹ)* giấy chứng nhận cổ phần.

stock exchange /'stɒkiks-'tʃeindz/ sở giao dịch chứng khoán, thị trường chứng khoán.

stockholder /'stɒkhəʊldə[r]/ *dt* cổ đông.

stockily /'stɒkili/ *pht* [một cách] bè bè chắc nịch.

stockiness /'stɒkinis/ *dt* tầm vóc bè bè chắc nịch.

stockinet *(cg* **stockinette)** /,stɒki'net/ *dt* vải thun *(để may quần áo lót, để băng bó).*

stocking /'stɒkiŋ/ *dt* bít tất dài. // **in one's stocking[ed] feet** đi tất *(mà không mang giày).*

stocking-filler /'stɒkiŋ,fi-lə[r]/ *dt* món quà Giáng sinh rẻ tiền.

stock-in-trade /,stɒkin'treid/ *dt* **1.** đồ nghề **2.** *(bóng)* ngón quen thuộc: *facetious remarks are part of his stock-in-trade* nhận xét khôi hài là một trong những ngón quen thuộc của ông ta.

stockist /'stɒkist/ *dt* hãng chuyên bán một loại hàng; người chuyên bán một loại hàng.

stock-jobber /'stɒk,dʒɒbə[r], 'stɑ:kdʒɑ:bə[r]/ *dt* người đầu cơ chứng khoán.

stockman /'stɒkmən/ *dt* *(snh* **stockmen** /'stɒkmən/) người chăn giữ vật nuôi.

stock-market /'stɒk,mɑ:kit/ *dt* thị trường chứng khoán.

stockpile¹ /'stɒkpail/ *dt* kho dự trữ, nguồn hàng dự trữ.

stockpile² /'stɒkpail/ *dgt* dự trữ.

stock-pot /'stɒkpɒt/ *dt* nồi hầm.

stock-still /,stɒk'stil/ *pht* [một cách] bất động.

stock-room /'stɒkrum/ *dt* buồng kho *(để những hàng bán ít chạy).*

stock-taking /'stɒk,tɔ;kiŋ/ *dt* **1.** sự kiểm kê hàng hóa **2.** sự kiểm điểm lại *(tình hình, việc phải làm trong tương lai...).*

stocky /'stɒki/ *tt* (-ier; -iest) bè bè chắc nịch: *a stocky little man* một người bé nhỏ bè bè chắc nịch.

stockyard /'stɒkjɑ:d/ *dt* bãi lưu gia súc *(trước khi đưa ra chợ bán...).*

stodge /stɒdʒ/ *dt* *(kng),* *thường xấu)* thức ăn khó tiêu.

stodgily /'stɒdʒili/ *pht* **1.** [một cách] khó tiêu *(thức ăn)* **2.** [một cách] nặng nề không hấp dẫn *(cuốn sách)* **3.** [một cách] tẻ nhạt *(người).*

stodginess /'stɒdʒinis/ *dt* **1.** tính khó tiêu *(thức ăn)* **2.** sự nặng nề không hấp dẫn *(cuốn sách...)* **3.** sự tẻ nhạt *(người).*

stodgy /'stɒdʒi/ *tt* (-ier; -iest) **1.** khó tiêu *(thức ăn)* **2.** nặng nề không hấp dẫn *(cuốn sách...)* **3.** tẻ nhạt *(người).*

stoic /'stəʊik/ *dt* người kiên cường; người khắc kỷ.

stoical /'stəʊikl/ *tt* kiên cường; khắc kỷ.

stoically /'stəʊikli/ *pht* [một cách] kiên cường; [một cách] khắc kỷ.

stoicism /'stəʊisizəm/ *dt* **1.** *(triết)* chủ nghĩa khắc kỷ **2.** tính kiên cường chịu đựng.

stoke /stəʊk/ *dgt* cho thêm *(nhiên liệu)* vào lò: *stoke the boiler with coal* cho thêm than vào nồi hơi. // **stoke up [with something]** *a/* đốt lò: *the caretaker stokes up twice a day* người trông nhà đốt lò sưởi mỗi ngày hai lần *b/ (kng)* ních đầy bụng.

stokehole /'stəʊkhəʊl/ *dt* buồng lò *(ở tàu thủy chạy hơi nước).*

stokehold /'stəʊkhəʊld/ *dt* *nh* stokehole.

stoker /'stəʊkə[r]/ *dt* **1.** người đốt lò *(trên tàu thủy)* **2.** máy đốt lò.

STOL /,esti:əʊ'el/ *(vt của* [aircraft] short take-off and landing) cất cánh và hạ cánh [quãng] đường ngắn: *a STOL plane* máy bay cất cánh và hạ cánh đường ngắn.

stole¹ /stəʊl/ *dt* **1.** khăn quàng vai *(nữ)* **2.** khăn choàng *(mục sư).*

stole² *qk của* steal¹.

stolen *đttqk của* steal¹.

stolid /'stɒlid/ *tt* *(thường xấu)* lạnh lùng; phớt lạnh: *he conceals his feelings behind a rather stolid manner* anh ta giấu tình cảm của mình đằng sau một thái độ khá lạnh lùng.

stomach¹ /'stʌmək/ *dt* **1.** dạ dày, bao tử: *I don't like going to work on an empty stomach* tôi không thích đi làm mà dạ dày lép kẹp **2.** *(kng)* bụng: *he hit me in* *the stomach* nó đánh tôi vào bụng **3.** sự thèm ăn: *have a very small stomach* rất ít thèm ăn **4.** *(for something)* sự khao khát, sự muốn: *I had no stomach for a fight* tôi không muốn đánh nhau chút nào cả. // **somebody's eyes are bigger than his stomach** x eye¹; **sick to one's stomach** x sick; **a strong stomach** x strong; **turn one's stomach** làm ghê ghê, làm lộn ruột: *the film about eye operations turned my stomach* cuốn phim về các cuộc phẫu thuật mắt làm tôi ghê ghê.

stomach² /'stʌmək/ *dgt* *(thường dùng trong câu phủ định hay câu hỏi)* **1.** ăn vào không chịu, không ăn được: *I can't stomach seafood* tôi không ăn được các món hải sản **2.** chịu, chịu đựng: *I can't stomach his jokes* tôi không chịu được những lời nói đùa của nó.

stomach-ache /'stʌməkeik/ *dt (y)* đau dạ dày.

stomach-pump /'stʌmək-pʌmp/ *dt (y)* cái bơm dạ dày.

stomp /stɒmp/ *dgt* (+ about, around, off...) *(kng)* đi (bước, khiêu vũ) nặng bước *(theo hướng nào đó)*: *she slammed the door and stomped [off] out of the house* cô ta đóng sầm cửa và bước nặng bước ra khỏi nhà.

stone¹ /stəʊn/ *dt* **1.** đá: *a house built of grey stone* một ngôi nhà xây bằng đá xám; *stone statues* những bức tượng đá; *road covered with stones* con đường rải đá; *a grave-stone* tấm mộ chí bằng đá; *paving stones* đá lát; *tombstones* đá xây lăng mộ; *millstones* đá cối xay **2.** (cg **precious stone**) đá quý, ngọc: *a sapphire ring with six small stones* chiếc nhẫn

bằng sa-phia nạm sáu viên ngọc nhỏ **3.** hạch *(một kiểu hạt ở quả cây như ở quả mơ, quả mận, quả đào...)* **4.** *(y)* sỏi *(thận)* **5.** *(snh, kdổi)* xton *(đơn vị trọng lượng khoảng 6,4 kg); two stones of potatoes* hai xton khoai tây. // **blood out of (from) a stone¹** x blood; **hard as stone (nail)** x hard¹; **a heart for stone** x heart; **kill two birds with one stone** x kill; **leave no stone unturned** x leave¹; **people in glass houses shouldn't throw stones** x people; **sink like a stone** x sink; **a rolling stone gathers no moss** x rolling stone.

stone² /stəʊn/ *dt* **1.** ném đá vào *(ai, trước đây như một hình phạt)*: *stoned to death* bị ném đá đến chết **2.** tách lấy hạch *(quả mơ, quả mận...)* ra: *stoned dates* những quả chà là đã tách lấy hạch. // **stone the crows!** *(Anh, lóng)* trời ơi!: *well, stone the crows, he's done it again!* trời ơi hắn lại tái diễn trò đó!.

the Stone Age /'stəʊneidʒ/ thời kỳ đồ đá.

stone-cold /,stəʊn'kəʊld/ *tt* lạnh như đá, hết sức lạnh. *the body was stone-cold* thân thể lạnh như đá.

stone-cold sober /,stəʊn-kəʊld'səʊbə[r]/ hoàn toàn tỉnh táo, không say rượu.

stone-dead /,stəʊn'ded/ *tt* chết cứng, chết hoàn toàn.

stone-deaf /,stəʊn'def/ *tt* điếc đặc.

stoned /stəʊnd/ *tt (thường vị ngữ)* *(lóng)*. **1.** say bí tỉ **2.** say thuốc.

stone-fruit /'stəʊnfru:t/ *dt (thực)* quả hạch.

stoneless /'stəʊnlis/ *tt* không có hạch *(trái cây)*.

stonemason /'stəʊn,meisn/ *dt* **1.** thợ đẽo đá **2.** thợ xây đá.

stone's throw /'stəʊnzθrəʊ/ *dt* (+ away, from) một quãng rất ngắn: *we live a stone's throw from here* chúng tôi ở cách đây chỉ một quãng rất ngắn.

stoneware /'stəʊnweə[r]/ *dt* đồ sành: *a stoneware jug* cái bình bằng sành.

stonework /'stəʊnwɜ:k/ *dt* phần xây đá *(ở nhà thờ)*.

stonewall /,stəʊn'wɔ:l/ *dgt* **1.** *(Anh, kng)* phá *(một cuộc thảo luận bằng cách phát biểu kéo dài...)* **2.** *(thể)* đánh không nhằm ghi điểm *(cricket)*.

stonewaller /,stəʊn'wɔ:lə[r]/ *dt* **1.** *(Anh, kng)* kẻ phá đám **2.** *(thể)* vận động viên đánh bóng không nhằm ghi điểm *cricket)*.

stonewalling /,stəʊn'wɔ:liŋ/ *dt* **1.** *(Anh, kng)* kẻ phá đám **2.** *(thể)* sự đánh không nhằm ghi điểm

stonily /'stəʊnili/ *pht* [một cách] lạnh lùng chai đá.

stony /'stəʊni/ *tt* (-ier; -iest) **1.** đầy đá, phủ đá: *a stony road* con đường rải đá **2.** lạnh lùng, chai đá: *a stony look* cái nhìn lạnh lùng; *stony-hearted* có trái tim chai đá **3.** *(vị ngữ)* *(lóng)* không một xu dính túi.

stony broke /,stəʊni'brəʊk/ hoàn toàn khánh kiệt.

stood /stʊd/ *qk và dttqk của* stand².

stooge¹ /stu:dʒ/ *dt* **1.** *(skhấu, lóng)* vai trò tá cho diễn viên hài kịch **2.** tay sai: *she's fed up with being her husband's stooge* chị ta đã chán ngấy cái cảnh làm tay sai cho chồng rồi.

stooge² /stu:dʒ/ *dgt* **stooge for somebody** đóng vai trợ

S

tá cho *(một diễn viên hài kịch).*

stool /stu:l/ *dt* **1.** ghế đẩu: *a bar stool* chiếc ghế đẩu ở quầy rượu **2.** *nh* footstool **3.** *(thường snh) (lóng)* cục phân. // **fall between two stools** lưỡng lự giữa hai con đường thành xôi cũng hỏng mà bỏng cũng không.

stoolie /'stu:li/ *dt nh* stool-pigeon.

stool-pigeon /'stu:l,pidʒin/ *dt* **1.** cò mồi *(cho công an)* **2.** chỉ điểm *(cho công an).*

stoop[1] /stu:p/ *dgt* **1.** cúi xuống: *she stooped low to look under the bed* chị ta cúi thấp xuống để nhìn dưới gầm giường; *stoop [down] to pick something up* cúi xuống để nhặt cái gì lên; *stoop one's head to get into the car* cúi đầu xuống để bước vào xe **2.** còng lưng: *he is beginning to stoop with age* ông ta bắt đầu còng lưng vì tuổi già. // **stoop so low [as to do something]** hạ thấp mình: *he tried to make me accept a bribe – I hope I would never stoop so low* anh ta cố làm cho tôi nhận của hối lộ, tôi hy vọng rằng tôi không bao giờ hạ thấp mình xuống đến thế; **stoop to something (doing something)** hạ thấp phẩm giá: *I would never stoop to cheating* tôi chẳng bao giờ hạ thấp phẩm giá đi làm chuyện lừa gạt người.

stoop[2] /stu:p/ *dt* sự khom người; dáng khom người: *walk with a light stoop* đi dáng hơi khom người.

stop[1] /stɒp/ (**-pp-**) **1.** ngừng, ngưng; dừng: *rain stopped play* mưa đã làm ngừng cuộc đấu; *the rain has stopped* mưa đã tạnh; *the clock stopped* đồng hồ đã ngừng chạy; *stops it!* ngừng tay

lại!; *he never stops talking* anh ta không bao giờ ngừng nói; *he's stopped smoking* nó đã thôi hút thuốc lá; *they stopped for a while to admire the scenery* họ dừng lại một lát để ngắm phong cảnh **2.** ngăn, cản, chặn: *I'm sure he'll go, there's nothing to stop him* tôi chắc thế nào nó cũng đi, chẳng có gì cản nó cả; *can't you stop your son from getting into trouble?* anh không ngăn được cháu gây chuyện hay sao?; *we bandage his wound but couldn't stop it bleeding* chúng tôi băng vết thương cho nó nhưng vẫn không cầm máu được; *stop ball* chặn bóng; *stop progress* ngăn cản bước tiến **3.** cắt, cúp: *stop water* cắt nước; *stop wages* cúp lương **4.** bịt, trám *(lỗ);* hàn *(răng):* stop *a leak in a pipe* trám lỗ thủng ở ống nước; *stop up a mouse hole* bịt lỗ hang chuột; *stop one's ears* bịt lỗ tai lại **5.** *(Anh, kng)* ở lại, lưu lại *(trong một thời gian ngắn):* are you stopping for *supper?* anh ở lại dùng cơm tối chứ?; *we stopped at a campsite for a week* chúng tôi ở lại nơi cắm trại một tuần **6.** *(nhạc)* bấm *(dây đàn, lỗ sáo...).* // **the buck stops here** *x* buck[4]; **stop (stick) at nothing** *x* stick[2]; **stop dead [in one's tracks]** đột ngột ngừng lại; **stop short of something (doing something)** kiềm chế mình: *he can be ruthless in getting what he wants, but I believe he would stop short of blackmail* nó có thể tàn nhẫn để đạt cái nó muốn, nhưng tôi tin là nó biết tự kiềm chế không đến mức đi tống tiền đâu; **stop the show** được tán thưởng đến mức không thể tiếp tục cuộc biểu diễn được nữa.

stop by (*cg* **stop round**) *(Mỹ)* ghé thăm: *ask him to stop by for a chat* hãy bảo anh ấy ghé thăm nói chuyện gẫu một lúc; **stop off [at, in...]** dừng lại, ghé qua *(trên đường đi):* stop *off at the pub on the way home* ghé vào quán rượu trên đường về nhà; **stop over [at, in...]** dừng lại *(trên chuyến đi bằng máy bay):* stop over *in Rome for two days en route for the Middle East* dừng lại ở Roma hai ngày trên đường bay đi Trung Đông; **stop up** đi ngủ muộn: *stop up [late] to watch a film on TV* đi ngủ muộn để xem bộ phim trên TV.

stop[2] /stɒp/ *dt* **1.** sự ngừng, sự ngưng, sự dừng: *make a short stop on a journey* dừng lại một lúc trong chuyến đi; *production at the factory has come to a complete stop* sản xuất ở nhà máy đã hoàn toàn ngừng lại **2.** ga, trạm xe: *where is the nearest bus-stop?* trạm xe buýt gần nhất ở chỗ nào?; *which stop do I get off at?* tôi sẽ xuống ở ga (trạm đỗ) nào thế? **3.** dấu chấm câu: *full stop* chấm hết; *everything comes to a full stop* mọi việc thế là hết **4.** *(nhạc)* nắp hơi; cần bấm *(sáo),* phím *(đàn)* **5.** cái chắn sáng *(máy ảnh)* **6.** phụ âm nổ *(tắc) (như* b, p, t, d...) **7.** *(trong từ ghép)* cái chặn: *the door was held open by a door stop* cửa được giữ mở nhờ cái chặn cửa. // **pull out all the stops** *x* pull[2]; **put an end (a stop) to something** *x* end[1].

stopcock /'stɒpkɒk/ *dt* vòi khóa *(ống dẫn nước...).*

stop-gap /'stɒpgæp/ *dt* người thay thế tạm thời; vật thay thế tạm thời: *stop-gap measures in an emergency* biện pháp thay thế tạm thời trong tình huống khẩn cấp.

stop-go /'stɒpgəʊ/ *dt (ktế)* sự xen kẽ cố ý thời kỳ lạm phát và thời kỳ giải lạm phát.

stop-light /'stɒplait/ *dt (Mỹ)* 1. *nh* traffic light 2. *nh* brake light.

stopover /'stɒp,əʊvə[r]/ *dt* 1. sự dừng lại qua đêm *(trên chuyến đi bằng máy bay)* 2. nơi dừng lại qua đêm *(trên chuyến đi bằng máy bay).*

stoppage /'stɒpidʒ/ *dt* 1. sự ngừng việc ở nhà máy *(thường là do đình công)* 2. **stoppages** *(snh)* tiền khấu vào lương *(do chủ thực hiện để trả bảo hiểm...)* 3. sự hủy, sự rút lại: *stoppage of leave* sự hủy kỳ nghỉ phép *(trong quân đội, coi như một hình phạt)* 4. sự tắc: *a stoppage in a gas pipe* sự tắc ống dẫn ga.

stopper¹ /'stɒpə[r]/ *dt (Mỹ* **plug**) cái nút *(ở chai...).*

stopper² /'stɒpə[r]/ *đgt* đậy nút lại.

stopping /'stɒpiŋ/ *dt* sự hàn răng, sự trám răng.

stopping train /'stɒpiŋtrein/ tàu chợ *(dừng lại ở mọi ga).*

stop-press /,stɒp'pres/ *dt (Anh)* 1. tin giờ chót *(đăng trên báo khi báo đã bắt đầu in)* 2. chỗ [trên tờ] báo đăng tin giờ chót.

stop-watch /'stɒpwɒtʃ/ *dt* đồng hồ bấm giờ *(dùng trong cuộc chạy đua...).*

storage /'stɔːridʒ/ *dt* 1. sự cất trữ, sự trữ: *a loft with large storage capacity* gác xép có thể cất trữ được nhiều thứ 2. chỗ cất giữ, kho: *put furniture in storage* xếp đồ đạc vào kho; *storage tanks* bể trữ dầu 3. phí lưu kho.

storage heater /'stɔːridʒ hiːtə[r]/ lò sưởi tích nhiệt.

store¹ /'stɔː[r]/ *dt* 1. số lượng cất trữ: *lay in stores of coal for the winter* cất trữ than cho mùa đông; *have a good store of food in the house* trữ đủ lương thực trong nhà 2. *(thường số ít)* **store of something** số lượng cất trữ lớn: *a library with a store of rare books* một thư viện có một số lượng lớn sách quý hiếm; *she keeps a store of amusing stories in her head* chị ta có cả một kho truyện hay trong đầu 3. **stores** *(snh)* hàng [cất trữ]: nơi cất trữ hàng, kho: *military stores* quân trang quân dụng 4. cửa hàng: *the drugstore* cửa hàng thuốc, hiệu thuốc; *a big department store* cửa hàng bách hóa lớn 5. bộ nhớ *(máy điện toán).* // **in store [for somebody, something]** a/ trữ sẵn: *he always keeps several cases of wine in store* ông ta luôn luôn trữ sẵn nhiều thùng rượu vang b/ sắp xảy ra; sắp tới: *there's a surprise in store for you* sắp có điều làm anh ngạc nhiên đây; **set great (little; no; not much) store by something** coi là quan trọng lắm (ít quan trọng; không quan trọng; không mấy quan trọng): *I don't set much store by weather forecasts* tôi không coi trọng lắm các tin về dự báo thời tiết.

store² /stɔː[r]/ *đgt* 1. **store something up (away)** cất trữ, trữ: *a squirrel storing [up] food for the winter* con sóc trữ thức ăn cho mùa đông 2. cất vào kho: *they've stored their furniture while they go abroad* họ đã cất đồ đạc vào kho khi họ đi ra nước ngoài 3. **store something [with something]** chất đầy, chứa đầy: *a gallery stored with fine paintings* một phòng trưng bày chất đầy những bức tranh đẹp 4. chứa đựng, chứa: *this cupboard can store enough food for a month* cái tủ này có thể chứa đủ thức ăn dùng trong một tháng.

store detective /'stɔː di,tektiv/ người giám sát khách hàng *(ở các cửa hàng lớn để phòng kẻ cắp).*

storehouse /'stɔːhaʊs/ *dt* 1. nhà kho 2. *(bóng)* kho, tủ: *a store-house of information* một kho thông tin.

storekeeper /'stɔː,kiːpə[r]/ *dt (Mỹ) nh* shopkeeper.

storeroom /'stɔːrʊm/ *dt* buồng kho.

storey *(Mỹ* **story**) /'stɔːri/ *dt (snh* **storeys**, *Mỹ* **stories**) tầng, tầng nhà: *a house of two stories* nhà hai tầng. // **the top storey** *x* top¹.

-storeyed *(Mỹ* **-storied**) /'stɔːrid/ *tt (trong từ ghép):* *a six-storeyed building* tòa nhà sáu tầng.

stork /stɔːk/ *dt (động)* con cò.

storm¹ /stɔːm/ *dt* 1. cơn bão 2. cơn; trận: *a storm of anger* cơn giận; *a storm of laughter* một trận cười vỡ bụng 3. **storms** *(snh) (Mỹ, kng) nh* storm-door, storm-window. // **any port in a storm** *x* port¹; **the calm before the storm** *x* calm²; **the eye of the storm** *x* eye¹; **ride out (weather) the (a) storm** a/ qua được cơn bão biển b/ qua được *(khó khăn, chống đối...);* **a storm in a teacup** việc bé xé ra to; **take something (somebody) by storm** a/ đánh úp, đột chiếm b/ nhanh chóng thành công *(buổi diễn, người diễn)* và cuốn hút: *the play took the audience by storm* vở kịch đã nhanh chóng thành công và cuốn hút khán giả.

S

storm² /stɔːm/ *dgt* **1.** quát tháo: *"Get out of here!", he stormed* ông ta quát tháo: "cút khỏi nơi đây!" **2.** (+ *about, around, off...*) đi một cách giận dữ: *storm into the room* đi một cách giận dữ vào phòng; *storm around the house* đi một cách giận dữ quanh nhà **3. storm one's way across, in, through...** tấn công dữ dội và xông qua...: *three soldiers stormed into the house* ba người lính xông vào ngôi nhà; *they stormed [their way] in* chúng nó xông thẳng vào **4.** đột chiếm: *storm a castle* đột chiếm một lâu đài.

storm-bound /'stɔːm baʊnd/ *tt* bị bão *(không đi được, không đi đâu được)*: *storm-bound ships in harbour* tàu bị bão phải nằm ở cảng; *the island was storm-bound for a week* hòn đảo bị bão cô lập suốt một tuần.

storm-centre /'stɔːmsentə[r]/ *dt* **1.** trung tâm bão **2.** *(bóng)* trung tâm sóng gió.

storm cloud /'stɔːmklaʊd/ **1.** mây dông bão **2.** *(bóng) (thường snh)* mây đen: *storm-clouds of war gathering over Europe* mây đen chiến tranh tích tụ trên bầu trời Châu Âu.

storm-door /'stɔːmdɔː[r]/ *dt* *(Mỹ)* tầng cửa ngoài *(để phòng mưa bão...).*

stormily /'stɔːmili/ *pht* [một cách] mãnh liệt; [một cách] quyết liệt.

storminess /'stɔːminis/ *dt* sự mãnh liệt; sự quyết liệt.

storm-lantern /'stɔːmlæntən/ *dt nh* hurricane lamp.

storm petrel /'stɔːmpetrəl/ *nh* stormy petrel.

stormproof /'stɔːmpruːf/ *tt* chống [được] bão.

storm-tossed /'stɔːmtɒst/ *tt* **1.** bị hư hại vì bão **2.** bị bão cuốn đi.

storm-trooper /'stɔːmtruː-pə[r]/ *dt* lính biệt kích *(của Đức trong chiến tranh thế giới).*

storm-window /'stɔːmwindoʊ/ *dt (Mỹ)* tầng cửa sổ ngoài *(để phòng mưa bão...).*

stormy /'stɔːmi/ *tt* (*-ier; -iest*) **1.** có gió bão: *stormy weather* thời tiết gió bão; *a stormy night* một đêm gió bão **2.** mãnh liệt; quyết liệt: *a stormy discussion* cuộc tranh luận quyết liệt.

stormy petrel /'stɔːmi'pet-rəl/ *(động)* chim hải âu nhỏ.

story¹ /'stɔːri/ *dt* **1.** chuyện; truyện: *a love story* chuyện tình; *a short story* truyện ngắn; *but that is another story* nhưng đó lại là chuyện khác **2.** *(cg story-line)* cốt truyện: *he reads only for the story* anh ta đọc chỉ để hiểu cốt truyện thôi **3.** *(kng)* bài báo; tư liệu để viết bài báo: *a front-page story* bài báo ở trang đầu **4.** lời nói dối; chuyện phịa: *don't tell stories, Tom* Tom, đừng có phịa chuyện nữa. // **a likely story** *x* likely; **the same old story** *x* same; **the story goes that...; so the story goes** người ta nói rằng; chuyện rằng; **a success story** *x* success; **that's the story of my life** *(kng)* số tôi nó vậy.

story² /'stɔːri/ *(Mỹ) nh* storey.

story-book /'stɔːribʊk/ *dt* sách truyện *(cho thiếu nhi)*: *their love affair had a story-book ending* chuyện yêu đương của họ kết thúc có hậu *(như phần lớn truyện viết cho thiếu nhi).*

story-teller /'stɔːritelə[r]/ *dt* **1.** người kể chuyện **2.** *(kng)* kẻ nói dối.

stoup /stuːp/ *dt* **1.** âu nước thánh **2.** *(cũ)* hũ *(rượu).*

stout¹ /staʊt/ *tt* **1.** *(thường thngữ)* chắc: *he cut a stout stick to help him walk* ông ta chặt một cây gậy chắc để chống mà đi **2.** *(thường trại)* béo mập: *she became stout as she grew older* bà ta càng già càng béo mập ra **3.** quả cảm; kiên cường: *a stout heart* lòng quả cảm.

stout² /staʊt/ *dt* bia nâu nặng.

stout-hearted /ˌstaʊt'hɑːtid/ *tt* quả cảm.

stoutly /'staʊtli/ *pht* [một cách] quả cảm; [một cách] kiên cường: *he defended himself stoutly against their accusations* anh ta tự bảo vệ một cách kiên cường chống lại những lời tố cáo của chúng nó.

stoutness /'staʊtnis/ *dt* **1.** sự chắc **2.** sự béo mập **3.** sự quả cảm, sự kiên cường.

stove¹ /stəʊv/ *dt* **1.** cái lò: *put a pot on a stove* đặt cái ấm lên lò **2.** lò sưởi.

stove² /stəʊv/ *qk và dttqk* của stave².

stow /stəʊ/ *dgt* xếp gọn [ghế]: *stow a trunk with clothes* xếp gọn ghế quần áo vào hòm. // **stow away** đi chui *(máy bay, tàu thủy).*

stowage /'stəʊidʒ/ *dt* **1.** sự xếp gọn ghế **2.** chỗ xếp hàng [hóa]; nơi xếp hàng [hóa.]

stowaway /'stəʊəwei/ *dt* người đi chui *(máy bay, tàu thủy).*

Str *(vt của Strait)* eo biển: *Magellan Str* Eo biển Magellan.

straddle /'strædl/ *dgt* **1.** ngồi giạng chân hai bên, cưỡi: *straddle a ditch* đứng giạng chân trên một cái hào; *straddle a horse* cưỡi ngựa, hai chân hai bên mình ngựa

2. *(bóng)* cười lên, gối lên: *the village straddles the frontier* làng kia nằm cưỡi lên biên giới.

strafe /strɑːf, streif/ *dgt* bắn phá, oanh tạc.

straggle /stræɡl/ *dgt* **1.** phát triển bừa bãi; mọc lan lung tung: *a straggling village* một làng phát triển bừa bãi; *vines straggling over the fences* dây nho mọc lan lung tung ra khắp hàng rào **2.** tụt hậu: *a few young children straggling along behind their parents* một vài đứa trẻ tụt hậu lại phía sau bố mẹ chúng.

straggler /ˈstræɡlə[r]/ *dt* người tụt hậu: *the last stragglers are just finishing the race* những người tụt hậu sau cùng cũng vừa hoàn thành vòng đua.

straggly /ˈstræɡli/ *tt* **(-ier; -iest)** bừa bãi, lung tung: *wet straggly hair* tóc còn ướt trông bù xù.

straight¹ /streit/ *tt* **1.** thẳng: *a straight line* một đường thẳng; *straight hair* tóc thẳng *(không quăn)* **2.** *(thường vị ngữ)* ngăn nắp, gọn gàng: *it took hours to get the house straight* phải mất hàng giờ mới thu xếp nhà cửa lại cho ngăn nắp **3.** ngay ngắn: *is my tie straight?* ca vát của tôi đã ngay ngắn chưa?; *put the picture straight* để bức tranh cho ngay ngắn **4.** ngay thẳng, thẳng thắn: *I don't think you are being straight with me* tôi không nghĩ rằng anh thẳng thắn với tôi **5.** *(thngữ)* không thêm bớt; trung thực: *tell a straight story* kể trung thực một câu chuyện **6.** *(skhấu) (thngữ)* [thuộc] loại thông thường: *a straight play* một vở kịch loại thông thường *(không*

phải nhạc kịch hay tạp kỹ) **7.** *(thngữ)* liên tiếp: *ten straight wins in a row* mười lần thắng liên tiếp **8.** *(cg* **neat)** không pha nước, nguyên chất *(rượu)*: *two straight whiskies please* làm ơn cho hai uýtki nguyên chất nhé **9.** *(lóng)* bảo thủ **10.** *(lóng)* không đồng tính luyến ái: *straight men* những người đàn ông không đồng tính luyến ái. // **keep a straight face** giữ nghiêm nét mặt *(không cười)*: *he has such a strange voice that it's difficult to keep a straight face when he's talking* anh ta có giọng nói lạ lùng đến nỗi khó mà giữ nghiêm nét mặt không cười khi nghe anh ta nói; **put (set) the record straight** x record¹; **put something straight** sắp xếp cho gọn gàng: *please put your desk straight before you leave the office* làm ơn sắp xếp bàn làm việc cho gọn gàng trước khi rời khỏi nơi làm việc; **stiff (straight) as a ramrod** x ramrod; **[as] straight as a die (an arrow)** a/ theo đường tên bay, theo đường thẳng b/ chân thật, thẳng thắn *(người)*; **the straight and narrow** *(kng)* cách cư xử đúng mực; **[vote] the straight ticket** *(Mỹ)* bỏ phiếu nguyên xi *(không thay đổi gì trong danh sách hay chương trình ứng cử).*

straight² /streit/ *pht* **1.** thẳng: *sit up straight* ngồi thẳng lưng; *keep straight on for two miles* hãy thẳng đường mà đi hai dặm nữa; *the smoke rose straight up* khói bốc thẳng lên; *come straight home* đi thẳng về nhà; *I'll come straight to the point—your work isn't good enough* tôi sẽ đi thẳng vào vấn đề, công việc của anh chưa tốt lắm đâu **2.** [một

cách] chân thật, [một cách] thẳng thắn: *I told him straight that I didn't like him* tôi đã nói thẳng với nó là tôi không ưa nó; **go straight** tu tỉnh; **play straight [with somebody]** sòng phẳng; trung thực; **right (straight) away (off)** x right²; **straight from the shoulder** thẳng thắng *(lời phê bình)*; **straight out** thẳng, thẳng thừng: *I told him straight out that I thought he was lying* tôi bảo với nó rằng tôi nghĩ là nó nói dối; **straight up** *(Anh, lóng) (dùng trong câu hỏi hay câu trả lời)* thật à?; thật mà! *"that car cost me £900"* – *"straight up?"* – *"straight up"* "chiếc xe này tôi mua mất 900 bảng" "thật không?" – "thật mà!".

straight³ /streit/ *dt* **1.** đoạn thẳng; đoạn về đích: *the two horses were level as they entered the final straight* hai con ngựa ngang nhau khi tiến vào đoạn về đích **2.** *(lóng)* người bảo thủ **3.** *(lóng)* người đồng tính luyến ái **4.** suốt *(năm con bài liên tiếp, khi chơi bài xì).*

straightaway /ˈstreitəwei/ *pht* ngay lập tức, ngay: *I'll do it straightaway if you're in a hurry* tôi sẽ làm việc đó ngay nếu anh vội.

straight-edge /ˈstreitedʒ/ *dt* thước thẳng cạnh *(để kiểm tra hoặc vạch đường thẳng).*

straighten /ˈstreitn/ *dgt* [làm cho] thẳng ra: *straighten one's tie* kéo ca vát cho thẳng ra; *the road straightens [out] after a series of bends* sau một loạt khúc quanh, con đường thẳng ra. // **straighten something out** giải quyết; giải tỏa khó khăn: *let's try to straighten out this confusion* ta hãy cố gắng giải tỏa mớ

S

rối rắm này; **straighten somebody out** (kng) xóa bỏ mối nghi ngờ cho ai; làm cho ai sáng tỏ: *you're clearly rather muddled about office procedures but I'll soon straighten you out* rõ ràng là anh rối tung lên về các thủ tục văn phòng, nhưng tôi sẽ làm cho anh sáng tỏ nhanh thôi; **straighten [oneself] up** thẳng người lên; **straighten something up** sắp xếp cho gọn gàng: *straighten your room up* sắp xếp phòng cho gọn gàng đi.

straight fight /,streit'fait/ cuộc đua tranh tay đôi (giữa chỉ có hai ứng cử viên...).

straightforward /,streit'fɔ:-wəd/ tt 1. thẳng thắn, thật thà, chân thật: *straightforward in one's business dealings* thật thà trong công việc buôn bán 2. dễ hiểu, dễ làm, không rắc rối khó khăn: *the question is quite straightforward, why can't you answer it?* câu hỏi rất dễ, không rắc rối gì, sao anh không trả lời? 3. hoàn toàn: *a straighforward refusal* sự từ chối hoàn toàn.

straighforwardly /,streit-'fɔ:wədli/ pht 1. [một cách] thẳng thắn, [một cách] chân thật 2. [một cách] dễ hiểu, [một cách] dễ làm, chẳng rắc rối khó khăn gì 3. [một cách] hoàn toàn.

straightforwardness /,streit'fɔ:wədnis/ dt 1. sự thẳng thắn, sự chân thật 2. sự dễ hiểu, sự dễ làm, sự không rắc rối khó khăn gì.

straight-jacket /'streit,dʒækit/ dt nh strait-jacket.

straight man /'streitmən/ diễn viên tạo cảnh (cho diễn viên hài kịch chính diễn).

straight-out /,streit'aut/ tt thẳng, không có ý lừa dối:

I gave him a straight-out answer tôi trả lời thẳng với nó.

straight-way /,streit'wei/ pht (cổ) ngay lập tức.

strain¹ /strein/ đgt 1. kéo căng, căng: *strain a rope [to breaking-point (until it breaks)]* kéo căng sợi dây [cho đến khi nó đứt] 2. cố, dốc sức: *strain [one's ears] to hear a conversation* cố [căng tai] nghe cho được cuộc nói chuyện; *strain one's voice to shout* gân cổ ra mà hét 3. làm căng; làm mỏi mệt: *strain a muscle* làm căng bắp cơ; *strain one's eyes* căng mắt ra; làm mỏi mắt 4. lạm dụng: *strain the credulity of one's listeners* lạm dụng lòng cả tin của người nghe; *strain one's authority* lạm dụng quyền hành 5. lọc: *the tea hasn't been strained* nước chè chưa lọc hết bã. // **strain after-effects (an effect)** cố tạo ấn tượng; **strain at the leash** (kng) háo hức muốn được tự do làm gì thì làm; **strain every nerve [to do something]** cố gắng hết sức mình; **strain at something** cố sức đẩy cái gì: *rowers straining at the oars* người chèo cố sức đẩy mái chèo; **strain something off [from something]** lọc, chắt (nước ra) để cho ráo nước: *strain off the water from the cabbage when it is cooked* để cho rau cải luộc ráo nước.

strain² /strein/ dt 1. sự căng, sự kéo căng; sức căng: *the rope broke under the strain* sợi dây đứt vì quá căng; *what is the breaking strain of this cable?* với sức căng là bao nhiêu, dây cáp này sẽ đứt? 2. sự căng thẳng: *the strain of modern life* sự căng thẳng của cuộc sống hiện đại; *he finds his new job a real strain* anh ta thấy công việc mới căng thẳng thực sự; *suffering from nervous strain* bị căng thẳng thần kinh 3. sự bong (gân), sự sái (khớp): *a groin strain* sự sái khớp háng 4. (thường snh) khúc nhạc: *hear the strains of the church organ* nghe những khúc nhạc oócgan ở nhà thờ 5. (thường số ít) văn phong; giọng điệu: *her speech continued in the same dismal strain* bài nói của bà ta vẫn tiếp tục với một giọng điệu buồn thảm.

strain³ /strein/ dt 1. (thường số ít) thiên hướng, chiều hướng: *there's a strain of madness in the family* trong gia đình ấy ai cũng có chiều hướng mắc bệnh điên 2. dòng (sinh vật): *a new strain of wheat* một dòng lúa mì mới; *strains of mosquitoes that are resistant to insecticide* những dòng muỗi kháng thuốc diệt côn trùng.

strained /'streind/ tt 1. gượng gạo: *a strained laugh* nụ cười gượng gạo 2. mệt mỏi và lo âu: *she looked very strained when I last see her* lần cuối tôi gặp chị ta, chị ta trông rất mệt mỏi lo âu.

strainer /'streinə[r]/ dt (thường trong từ ghép) cái lọc.

strait /streit/ dt 1. (thường snh, với nghĩa số ít) eo biển: *the Straits of Gibraltar* Eo biển Gibraltar 2. **straits** (snh) tình cảnh rắc rối, tình cảnh khó khăn: *be in serious financial straits* ở trong tình cảnh khó khăn nghiêm trọng về tài chính.

straitened /'streitnd/ tt in *straitened circumstances* trong tình cảnh túng quẫn.

strait-jacket[1] /'streitd ʒækit/ *dt* **1.** (y) áo trói (*mặc cho người điên*) **2.** (*xấu*) cái ngăn trở sự phát triển; cái trói tay trói chân: *strait-jacket of censorship* cái ngăn trở [sự phát triển của] việc kiểm duyệt.

strait-jacket[2] /'streitd ʒækit/ *dgt* **1.** (y) mặc áo trói cho (*ai*) **2.** (*bóng*) ngăn trở sự phát triển của (*cái gì*); trói tay trói chân: *feel strait-jacketed by poverty* bị trói tay trói chân bởi cảnh nghèo.

strait-laced /ˌstreit'leist/ *tt* (*xấu*) quá khắt khe.

strand[1] /'strænd/ *dt* (*cổ hoặc tu từ*) bờ cát (*biển, hồ, sông*).

strand[2] /'strænd/ *dgt* (*chủ yếu dùng ở dạng bị động*) làm mắc cạn: *a ship stranded on a sandbank* chiếc tàu bị mắc cạn trên một bãi cát; *a whale stranded by the high tide* con cá voi bị nước triều lên đẩy lên mắc cạn trên bờ.

strand[3] /'strænd/ *dt* **1.** tao (*dây thừng*) **2.** sợi, sợi dây: *a strand of cotton hanging from the hem of a skirt* một sợi bông dính lòng thòng ở gấu váy **3.** món tóc **4.** (*bóng*) tình tiết phát triển (*của cốt truyện*): *at the end of the story, the writer brings together all the strands of the plot* cuối truyện, nhà văn đã gom lại với nhau tất cả tình tiết của cốt truyện.

strange /streindʒ/ *tt* (-r; -st) **1.** lạ, xa lạ: *in a strange country* ở một nước xa lạ; *never accept lifts from strange men* chớ bao giờ cho người lạ đi xe nhờ; *I am strange to the work* tôi còn lạ với công việc; *the village boy was strange to city life* cậu bé nhà quê còn xa lạ với cuộc sống thành thị **2.** lạ kỳ: *it's strange we haven't heard from him* thật lạ kỳ là chúng ta chẳng nghe tin tức gì của nó cả; *she says she feels strange* chị ta nói thấy trong người là lạ làm-sao ấy. // **strange to relate (say)** lạ lùng thay, ngạc nhiên thay: *strange to say, he won!* ngạc nhiên thay, nó đã thắng!

strangely /'streindʒli/ *pht* [một cách] lạ, [một cách] lạ kỳ: *the house was strangely quiet* ngôi nhà yên tĩnh một cách lạ kỳ; *it turned out we'd been at school together, strangely enough* hóa ra chúng ta đã học cùng trường, lạ thật.

strangeness /'streindʒnis/ *dt* **1.** sự lạ, sự xa lạ **2.** sự lạ, sự lạ kỳ.

stranger /'streindʒə[r]/ *dt* người lạ: *I'd met Ban before, but his friend was a total (complete) stranger to me* tôi đã có gặp Ban trước đây, nhưng bạn anh ta thì là người lạ hoàn toàn đối với tôi; *the dog barks at strangers* con chó sủa khi có người lạ; *I'm a stranger in this town* tôi là người lạ ở thành phố này. // **be a (no) stranger to something** chưa từng quen với (vốn đã quen với): *he is no stranger to misfortune* anh ta vốn đã quen với cảnh bất hạnh.

strangle /'stræŋgl/ *dgt* **1.** bóp cổ, thắt cổ: *he strangled her with her own scarf* hắn thắt cổ chị ta bằng chính chiếc khăn quàng cổ của chị; *the stiff collar is strangling (lóng)* chiếc cổ cứng này siết cổ tôi đến nghẹt thở **2.** bóp nghẹt: *strangle the press* bóp nghẹt báo chí **3.** nén: *a strangled cry* tiếng khóc cố nén.

stranglehold /'stræŋlhəʊld/ *dt* **1.** cái bóp cổ **2.** sự bóp nghẹt: *the new tariffs have put a stranglehold on trade* biểu thuế mới đã bóp nghẹt nền mậu dịch.

strangler /'stræŋglə[r]/ *dt* người bóp cổ.

strangulate /'stræŋgjʊleit/ *dgt* (y) thắt a *strangulated hernia* thoát vị bị thắt.

strangulation /ˌstræŋgjʊ'leiʃn/ *dt* **1.** (y) sự thắt (*mạch máu...*) **2.** sự bóp cổ, sự thắt cổ.

strap[1] /stræp/ *dt* **1.** dây đeo: *a watch-strap* dây đeo đồng hồ; *my camera strap has broken* dây đeo máy ảnh của tôi bị đứt **2. the strap** (*số ít*) trận đòn roi da (*trước đây*): *I got (I was given) a strap* tôi bị một trận đòn roi da.

strap[2] /stræp/ *dgt* (-pp-) **1.** buộc bằng dây, cột: *the lorry's load had been securely strapped down* hàng hóa trên xe tải đã được buộc chắc **2. strap up** băng bó: *his injured arm was tightly strapped* cánh tay bị thương của anh ta đã được băng bó chặt **3.** đánh đòn bằng roi da.

straphanger /'stræphæ-ŋə[r]/ *dt* **1.** hành khách đứng nắm vào roi da (*trên xe buýt*) **2.** (*xấu*) hành khách đi vé tháng.

strapless /'stræplis/ *tt* không có dây đeo (*quần...*).

strapped /stræpt/ *tt* (*vị ngữ*) **strapped for something** (*kng*) không đủ, thiếu (*đặc biệt là tiền bạc*): *I'm a bit strapped for cash* hiện nay tôi hơi thiếu tiền mặt.

strapping /'stræpiŋ/ *tt* (*đùa*) cao lớn, vạm vỡ: *she's a strapping lass* cô ta là một cô gái cao lớn.

S

strata /'strɑːtə/ *dt snh của* stratum.

stratagem /'strætədʒəm/ *dt* mưu mẹo, mưu kế: *a cunning stratagem* mưu mẹo xảo quyệt.

strategic /strə'tiːdʒik/ *tt* (*cg* **strategical**) [thuộc] chiến lược: *strategic position* vị trí chiến lược; *strategical decisions* những quyết định chiến lược.

strategically /strəti:dʒikli/ *pht* [một cách] chiến lược.

strategist /strə'tiːdʒist/ *dt* nhà chiến lược.

strategy /'strætədʒi/ *dt* **1.** chiến lược: *military strategy* chiến lược quân sự **2.** sự khéo trù tính: *by careful strategy she negotiated substantial pay rise* nhờ trù tính cẩn thận, chị ta đã thương lượng được một mức tăng lương đáng kể.

stratification /ˌstrætifi-'keiʃn/ *dt* sự phân tầng: *social stratification* sự phân tầng xã hội.

stratify /'strætifai/ *dgt* (**stratified**) phân tầng: *stratified rocks* đá phân tầng; *a highly stratified society* một xã hội phân tầng cao độ.

stratosphere /'strætəsfiə/ *dt* (địa) quyển bình lưu.

stratum /'strɑːtəm/, (*Mỹ* 'streitəm)/ *dt* (*snh* **strata**) **1.** địa tầng **2.** tầng lớp (*xã hội*): *such inequalities are found on all strata of society* những bất bình đẳng như thế đều thấy có ở mọi tầng lớp xã hội.

straw /strɔː/ *dt* **1.** rơm: *a straw mattress* cái nệm rơm **2.** cọng rơm: *there are a few straws in your hair* có mấy cọng rơm dính trên tóc anh **3.** ống rơm, ống hút (*để hút nước chanh...*) **4. a straw** (*số ít*) vật không đáng gì, vật không có mấy chút; một

chút, một tí: *be not worth a straw* chẳng đáng giá chút nào. // **clutch (grasp) at a straw** tìm cơ hội cuối cùng để thoát thân; chết đuối mà gặp cọng rơm cũng cố vớ lấy; **the last (final) straw [that breaks the camel's back]** cái tí chút quá quắt thêm vào cuối cùng; **make bricks without straw** *x* brick; **a man of straw** *x* man; **a straw in the wind** một chỉ dẫn rõ cho thấy chiều hướng phát triển của sự việc.

strawberry /'strɔːbri, (*Mỹ* 'strɔːberi)/ *dt* (*thực*) dâu tây (*cây, quả*).

strawberry-mark /'strɔːbri mɑːk/ *dt* bớt đỏ (*trên da*).

straw-coloured /'strɔːˌkʌləd/ *tt* [có] màu rơm.

straw poll /'strɔːpəʊl/ *dt* (*cg* **straw vote** /'strɔːvəʊt/) (*Mỹ*) cuộc bỏ phiếu thử.

stray¹ /strei/ *dgt* **1.** đi lạc; lạc: *some of the cattle have strayed* một vài con gia súc đã lạc đàn; *a warship that has strayed into the enemy's territorial waters* một chiếc tàu chiến đi lạc vào vùng lãnh hải của địch; *don't stray [away] from the point* (*bóng*) đừng có đi lạc ra xa đề **2.** lang thang.

stray² /strei/ *tt* **1.** bị lạc: *killed by a stray bullet* chết vì viên đạn lạc **2.** lang thang: *the streets were empty except for a few stray passengers* đường phố vắng người trừ một số khách bộ hành lang thang.

stray³ /strei/ **1.** người bị lạc; súc vật bị lạc: *this dog must be a stray* con chó này hẳn là một con chó bị lạc **2.** vật tách biệt (*không ở cùng vật cùng loại hoặc không đặt đúng chỗ*).

streak¹ /striːk/ *dt* **1.** vệt, sọc: *streaks of grey in her*

hair những vệt nhuốm bạc trên mái tóc của chị ta; *streak of lightning* tia chớp **2.** nét: *a streak of jealousy* một nét ghen tuông **3.** vận (*đen, đỏ trong trò đánh bạc*): *a winning streak* vận đỏ. // **like a streak of lightning** *x* lightning¹; **a yellow streak** *x* yellow.

streak² /striːk/ *dgt* **1.** làm cho có vệt, làm cho có sọc: *have one's hair streaked* tóc đã điểm (có vệt) bạc **2.** (*kng*) đi rất nhanh, chạy vụt: *the cat streaked across the road with the dog behind it* con mèo chạy vụt qua đường, sau nó là con chó **3.** chạy khỏa thân nơi công cộng.

streaker /'striːkə[r]/ *dt* người chạy khỏa thân nơi công cộng (*để gây sự chú ý*).

streaky /'striːki/ *tt* (**-ier; -iest**) có vệt, có sọc: *streaky bacon* thịt ba rọi.

stream¹ /striːm/ *dt* **1.** suối, dòng suối: *small stream running through the woods* dòng suối nhỏ chảy qua khu rừng **2.** dòng; luồn: *a stream of blood* dòng máu; *streams of shoppers* dòng người đi mua sắm; *streams of traffic* luồng xe cộ **3.** (*Anh*) lớp; phân lớp (*ở một số trường học*): *the A stream* lớp A. // **go up (down) stream** đi ngược (đi xuôi) dòng sông; **go (swim...) with (against) the stream (tide)** theo [không theo] cách ứng xử thông thường, bị (không bị) lôi cuốn theo lệ thường tình; **on stream** đi vào sản xuất; hoạt động: *the new plant comes on stream in March* nhà máy đến tháng ba sẽ đi vào sản xuất.

stream² /striːm/ *dgt* **1.** chảy thành dòng, đi thành dòng: *sweat streamed down his* *face* mồ hôi chảy thành dòng trên mặt anh ta; *people were streaming out of the station* người ta đi thành dòng ra khỏi nhà ga **2.** chảy; chảy nước: *the wound streamed blood* vết thương chảy máu; *a streaming cold* cái rét làm chảy nước mũi; *his face was streaming with sweat* mặt anh ta chảy đầm đìa mồ hôi **3.** *(Anh)* xếp lớp *(học sinh)*: *children are streamed according to ability* học sinh được xếp lớp theo khả năng của chúng.

streamer /'stri:mə[r]/ *dt* **1.** cờ hẹp mà dài **2.** băng giấy màu: *a room decorated with ballons and streamers* gian phòng trang trí đầy bong bóng và băng giấy màu **3.** *nh* banner headline.

streaming /'stri:miŋ/ *dt* chủ trương phân lớp học sinh.

streamline /'stri:mlain/ *dgt* **1.** tạo dáng thuôn cho; tạo dáng khí động cho **2.** hợp lý hóa *(bằng cách cải tiến và đơn giản hóa phương pháp làm việc)*: *we must streamline our production procedures* ta phải hợp lý hóa quá trình sản xuất mới được.

streamlined /'stri:mlaind/ *tt* có dáng khí động, có dáng thuôn: *modern streamlined cars* những chiếc xe hiện đại có dáng thuôn.

stream of consciousness /,stri:məv'kɒnʃəsnis/ dòng tư duy, dòng ý thức...

street /'stri:t/ *d* **1.** đường phố, phố: *meet a friend in the street* gặp một người bạn ngoài phố; *his address is 20 Nguyen Du street* địa chỉ của anh ta là 20 phố Nguyễn Du; *street lighting* sự chiếu sáng đường phố **2.** dân trong khu phố; hàng phố: *the whole street con-*

tributed cả hàng phố đều có đóng góp. // **be in Queer street** *x* queer; **be [out] on (walk) the street** *(kng)* a/ không nhà không cửa, vô gia cư. b/ *(trại)* là gái mại dâm; **go on the streets** *(trại)* làm nghề mại dâm; **the man in the street** *x* man; **not in the same street [as somebody (something)]** *(kng)* không bằng, kém; **streets ahead [of somebody (something)]** tốt hơn, giỏi hơn; **[right] up one's street** *(kng)* trong tầm hiểu biết: *this job seems right up your street* công việc này có vẻ đúng nghề anh đấy.

streetcar /'stri:tkɑ:[r]/ *dt (Mỹ) nh* tram.

street credibility /,stri:tkredə'biliti/ *(cg* **street cred)** *(kng)* sự tán thưởng trong giới thanh niên thợ thuyền: *which pop group has most street credibility?* nhóm nhạc pop nào được tán thưởng nhất trong giới thanh niên thợ thuyền thế?

street cred /,stri:t'kred/ *(cg* **street credibility)** *dt* sự được tán thưởng trong giới thanh niên thợ thuyền.

street credible /,stri:t'kredəbl/ *tt* được tán thưởng trong giới thanh niên thợ thuyền.

street-girl /'stri:tgə:l/ *dt* gái làm tiền.

street value /'stri:tvælju:/ giá bán chui: *customs officers have seized drugs with a street value of over £1 million* nhân viên hải quan đã bắt được một số ma túy giá bán chui trên một triệu bảng.

street-walker /'stri:twɔ:kə[r]/ *dt nh* street-girl.

streetwise /'stri:twaiz/ *tt (kng)* hiểu biết kiểu sống thành thị.

strength /streŋθ/ *dt* **1.** sức mạnh, sức: *a man of great strength* một người đàn ông có sức mạnh; *strength of will* sức mạnh ý chí; *regain one's strength after an illness* lấy lại sức sau trận ốm; *the strength of a rope* độ chắc của sợi dây thừng; *how is the strength of alcoholic drinks measured?* đo độ mạnh (nồng độ) của rượu như thế nào nhỉ? **2.** điểm mạnh: *the strengths and weaknesses of an argument* điểm mạnh và điểm yếu của một lý lẽ; *the current strength of the dollar* điểm mạnh hiện nay của đồng đô la **3.** số người có sẵn, lực lượng đầy đủ: *what is the strength of the workforce?* lực lượng công nhân đầy đủ là bao nhiêu? // **be at full (be below) strength** đủ (không đủ) số người cần đến; **bring something (be up to) [full] strength** [làm cho] đủ số cần thiết: *we must bring the police force up to [full] strength* chúng ta phải tăng lực lượng cảnh sát lên cho đủ số; **from strength to strength** thành công ngày càng tăng; **in [full, great...] strength** với số lượng lớn: *the army paraded in full strength* quân đội diễu hành với số quân lớn; **on the strength** *(kng)* trên danh sách chính thức, là thành viên chính thức *(một tổ chức, một lực lượng quân sự)*, **on the strength of something** trên cơ sở *(việc gì)*, dựa vào *(sự kiện gì, lời khuyên của ai)*: *I got the job on the strength of your recommendation* tôi có được việc làm này là nhờ vào sự giới thiệu của anh; **outgrow one's strength** *x* outgrow; **a tower of strength** *x* tower.

strengthen /'streŋθn/ *dgt* củng cố; tăng cường: *they*

S

strengthen the wall with metal supports họ gia cố bức tường với những thanh đỡ bằng kim loại; *the wind strengthened during the night* gió đã thổi mạnh hơn trong đêm; *the dollar has strengthened against other currencies* đồng đô la đã củng cố so với các đồng tiền khác; *their opposition only strengthened her resolve* sự phản đối của họ chỉ củng cố thêm lòng kiên quyết của bà ta.

strenuous /'strenjʊəs/ *tt* **1.** hăng hái, cố hết sức mình: *strenuous workers* những công nhân làm việc hăng hái; *make a strenuous attempt to reach the top of the mountain* cố gắng hết sức mình để leo tới đỉnh núi **2.** đòi hỏi nhiều cố gắng: *a strenuous work* một công việc đòi hỏi nhiều cố gắng.

strenuously /'strenjʊəsli/ *pht* cố hết sức mình, ra sức: *she strenuously denies all the charges* chị ta ra sức phủ nhận tất cả những lời buộc tội.

strenuousness /'strenjʊəsnis/ *dt* sự cố hết sức mình, sự ra sức.

streptococcal /ˌstreptə'kɒkl/ *tt* (y) [thuộc] liên cầu khuẩn.

streptococci /ˌstreptə'kɒkai/ *dt snh của* streptococcus.

streptococcus /ˌstreptə'kɒkəs/ *dt (snh* **streptococci**) (y) liên cầu khuẩn.

streptomycin /ˌstreptəʊ'maisin/ *dt (dược)* streptomyxin.

stress¹ /stres/ *dt* **1.** sự căng thẳng, sự đột loạn, stret: *the stresses and strains of modern life* những đột loạn và căng thẳng của cuộc sống hiện đại **2.** *(on something)* sự nhấn mạnh đặc biệt; ý nghĩa đặc biệt: *he lays great*

stress on punctuality bà ta chú trọng đặc biệt đến việc đúng giờ giấc **3.** sự nhấn giọng, trọng âm: *stress and rythm are important in speaking English* nói tiếng Anh thì sự nhấn giọng và âm điệu là rất quan trọng; *in "strategic" the stress is (falls) on the second syllable* trong từ "strategic" thì trọng âm rơi vào âm tiết thứ hai **4.** *(nhạc)* âm nhấn.

stress² /stres/ *dgt* nhấn; nhấn mạnh: *you stress the first syllable in "happiness"* anh nhấn vào âm tiết đầu trong từ "happiness"; *he stressed the point that...* nó nhấn mạnh một điểm là...

stressful /'stresfl/ *tt* căng thẳng, gây đột loạn: *she finds her new teaching job very stressful* chị ta thấy cái nghề dạy học mới của mình rất căng thẳng.

stress mark /'stresmaːk/ dấu trọng âm (' *hoặc* , *trong từ điển này*).

stretch¹ /stretʃ/ *dgt* **1.** giăng ra, căng ra, giãn ra, vươn ra, duỗi ra: *stretch a rope across a path* giăng một sợi dây thừng qua ngang đường đi; *stretch a hat to fit one's head* nong cái mũ ra cho đội vừa đầu; *the pullover stretched after I had worn it a few times* cái áo len chui đầu giãn ra sau khi tôi mặc vài lần; *she stretched across the table for the butter* chị ta với tay qua bàn để lấy bơ, *stretch one's arms* duỗi tay; *he stretched her neck up* anh ta rướn cổ lên *(để nhìn); forests stretching for hundreds of miles* rừng cây trải dài hàng trăm dặm **2.** đòi hỏi nhiều *(ở ai);* đòi hỏi nhiều khả năng (sức mạnh...): *the race really stretched his skill as a run-*

ner cuộc chạy đua thực sự đòi hỏi anh phải có kỹ năng của một vận động viên chạy đua; *she has not been sufficiently stretched at school this term* cô ta chưa vận dụng hết khả năng trong học kỳ này **3.** phóng đại: *stretch the truth* phóng đại sự thật. // **stretch one's legs** đi bách bộ cho giãn gân giãn cốt: *she went out to stretch her legs after lunch* sau bữa ăn trưa bà ta đi bách bộ cho giãn chân giãn cốt; **stretch a point** vượt quá giới hạn cho phép, chiếu cố đặc biệt: *she doesn't have all the qualifications but I think we should stretch a point in her favour* bà ta không đủ tiêu chuẩn chuyên môn nhưng tôi nghĩ ta có thể chiếu cố đặc biệt cho bà ta; **stretch something out** có đủ để đáp ứng yêu cầu *(cho đến một lúc nào đó): he couldn't stretch out his money to the end of the month* hắn không có đủ tiền để đáp ứng đủ yêu cầu cho đến cuối tháng; **stretch oneself out** nằm dài ra để xả hơi.

stretch² /stretʃ/ *dt* **1.** *(thường số ít)* sự duỗi thẳng: *with a stretch of his arm, he reached the shelf* anh ta duỗi thẳng cánh tay với tới giá sách **2.** khả năng co giãn; độ thun; tính đàn hồi: *this material has a lot of stretch in it* vải này có độ co giãn cao; *stretch underwear* đồ lót thun **3.** *a stretch of something* dải, khoảng, quãng: *a beautiful stretch of countryside* một dải đồng quê đẹp mắt; *a four-hour stretch* một quãng thời gian bốn tiếng đồng hồ **4.** *(lóng)* thời hạn phục vụ; thời hạn tù: *do a stretch in the army* phục vụ một thời hạn trong quân ngũ; *he did a long stretch for attempted murder* nó ngồi tù lâu vì tội cố sát 5. *(thường số ít)* đoạn đường thẳng *(trên đường đua...) the final stretch* đoạn về đích cuối cùng. // **at full stretch** x full; **at a stretch** không ngừng, một mạch: *he worked for six hours at a stretch* anh ta làm việc một mạch sáu giờ liền; **not by any (by no) stretch of the imagination** *(thường dùng trong câu phủ định)* dù có tưởng tượng đến mấy: *that couldn't be true, by any stretch of the imagination* dù có tưởng tượng đến mấy, cái đó vẫn không thể là sự thật được.

stretcher /'stretʃə[r]/ *dt* **1.** cái cáng, băng ca *(khiêng người ốm, người bị thương...)* **2.** cái [để] căng, cái [để] nong.

stretcher-bearer /'stretʃə ,beərə[r]/ *dt* người khiêng băng ca.

strew /struː/ *đgt* (**strewed; strewed** *hoặc* **strewn**) **1.** rải, rắc, vãi: *strew papers over the floor; strew the floor with papers* vung vãi giấy ra sàn nhà **2.** vung vãi đầy: *a litter-strewn playground* sân chơi vung vãi đầy rác.

strewn /struːn/ *đttqk của* strew.

strewth /struːθ/ *tht (Anh, lóng, cũ)* chà!; chết rồi!: *strewth, look at the time! we're late!* chết rồi! nhìn đồng hồ mà xem, ta trễ rồi!.

striated /straɪ'eɪtɪd, *(Mỹ* 'straɪeɪtɪd)/ *tt* có vằn, có sọc; có đường khía.

striation /straɪ'eɪʃn/ *dt* **1.** vằn, sọc; đường khía **2.** sự có vằn, sự có sọc; sự có đường khía.

stricken /'strɪkən/ *tt (thường dùng trong từ ghép)* bị *(bệnh, buồn nản...)*: *stricken with malaria* bị sốt rét; *terror-stricken* bị khiếp đảm.

strict /strɪkt/ *tt* (**-er; -est**) **1.** nghiêm ngặt; nghiêm khắc: *a strict rule against smoking* một luật lệ nghiêm ngặt chống hút thuốc lá; *she's very strict with her children* bà ta rất nghiêm khắc với con **2.** chính xác, đúng: *in the strict sense of the word* theo nghĩa chính xác của từ **3.** hoàn toàn, tuyệt đối: *he told me about it in strict secrecy* ông ta nói với tôi về chuyện đó một cách hoàn toàn bí mật.

strictly /'strɪktlɪ/ *pht* [một cách] hoàn toàn, [một cách] tuyệt đối: *smoking is strictly prohibited* hút thuốc lá bị tuyệt đối cấm. // **strictly speaking** nói đúng ra: *strictly speaking he's not qualified for the job* nói đúng ra thì anh ta không đủ khả năng làm việc đó.

strictness /'strɪktnɪs/ *dt* **1.** sự nghiêm ngặt, sự nghiêm khắc **2.** sự chính xác **3.** sự hoàn toàn, sự tuyệt đối.

stricture /'strɪktʃə[r]/ *dt* **1.** *(thường snh)* sự chỉ trích gay gắt, sự phản đối kịch liệt: *pass strictures on somebody* chỉ trích ai gay gắt **2.** *(y)* sự nghẹt; chỗ nghẹt.

stridden /'strɪdn/ *(id) đttqk của* stride.

stride¹ /straɪd/ *đgt* (**strode;** *(id)* **stridden**) **1.** đi bước dài: *she strode purposefully up to the door and knocked loudly* cô ta phăng phăng bước những bước dài tới cửa và gõ mạnh **2.** (+ **across, over**) bước [một bước] qua: *stride over a ditch* bước qua cái hào.

stride² /straɪd/ *dt* **1.** [một] bước dài: *I was three strides from the door* tôi đứng cách cửa ba bước [dài] **2.** dáng

đi. // **get into one's stride** giải quyết nhanh chóng vững vàng: *she found the job difficult at first, but now she's really getting into her stride* lúc đầu cô ta thấy công việc có phần khó, nhưng bây giờ thì cô hoàn toàn có thể giải quyết nhanh chóng vững vàng; **make great (rapid...) strides** tiến bộ mau lẹ; cải tiến nhanh: *Tam has made enormous strides in his maths this term* học kỳ này Tam đã tiến bộ vượt bực về môn toán; **take something in one's stride** chấp nhận và coi là dễ dàng: *some people find retiring difficult, but he has taken it all in his stride* một số người cảm thấy khó khăn phải về hưu, nhưng ông ta đã chấp nhận việc ấy một cách dễ dàng.

stridency /'straɪdənsi/ *dt* sự lanh lảnh, giọng xé tai *(của âm thanh).*

stridently /'straɪdntli/ *pht* [một cách] lanh lảnh, [một cách] xé tai.

strident /'straɪdnt/ *tt* lanh lảnh, xé tai *(âm thanh): a strident voice* giọng nói lanh lảnh.

stridulate /'strɪdjʊleɪt, *(Mỹ* 'strɪdʒʊleɪt)/ *đgt* kêu inh tai *(sâu bọ như dế...).*

stridulation /,strɪdjʊ'leɪʃn, *(Mỹ* ,strɪdʒʊ'leɪʃn)/ *dt* **1.** sự kêu inh tai **2.** tiếng kêu inh tai.

strife /straɪf/ *dt* sự xung đột; sự bất hòa; sự cãi nhau: *industrial strife* sự xung đột giữa chủ và thợ; *a nation torn by political strife* một đất nước bị xâu xé vì xung đột chính trị.

strike¹ /straɪk/ *dt* **1.** sự đình công; cuộc đình công: *a miner's strike* cuộc đình công của thợ mỏ; *a general strike* cuộc tổng đình công; *take*

S

strike action đình công **2.** sự phát hiện bất ngờ *(mỏ vàng, dầu...)* **3.** cuộc đột kích *(bằng tên lửa, máy bay): an air strike* cuộc không tập; *first strike capacity in a nuclear war* khả năng đột kích trước tiên *(trước khi dịch đột kích mình)* trong chiến tranh hạt nhân; *the footballer took a strike at the goal* cầu thủ đột phá một bàn thắng vào khung thành đối phương. // **be (go) on strike; be (come; go out) on strike** tham gia đình công, đình công: *the ship-builders came (went out) on strike for higher pay* thợ đóng tàu đã đình công đòi lương cao hơn.

strike² /straik/ *dgt* **(struck) 1.** đánh, va, đập: *strike a blow* đánh một cú; *the ship strikes a rock* con tàu va phải đá; *he struck the table a heavy blow with his fist* ông ta đập mạnh nắm tay xuống bàn; *the tree was struck by lightning* cây bị sét đánh; *he struck his head on (against) the beam; he struck the beam with his head* anh ta va đầu vào xà nhà; *the family was struck by yet another tragedy* một bi kịch khác lại giáng xuống gia đình; *he struck at me repeatedly with a stick* anh ta dùng gậy đánh tôi liên hồi; *he struck her to the ground* nó đánh chị ta ngã xuống đất; *he struck the ball away* nó đánh văng quả bóng đi **2.** tấn công bất ngờ: *enemy troops struck just before dawn* quân địch tấn công bất ngờ ngay trước lúc rạng đông; *the lioness crouched ready to strike* con sư tử cái thu mình lại sẵn sàng tấn công **3.** giáng xuống, gây đau khổ *(tai họa...) the area was struck*

by an outbreak of cholera vùng này bị đau khổ vì một trận dịch tả đã nổ ra **4.** [làm] xẹt lửa; *strike sparks from a flint* quẹt viên đá lửa làm xẹt lửa ra; *strike a match* đánh que diêm *(làm xẹt lửa ra)* **5.** đánh *(đàn)* **6.** điểm *(giờ, nói về đồng hồ) the clock has just struck three* đồng hồ vừa điểm ba giờ; *four o'clock had just struck on the church clock* đồng hồ nhà thờ vừa điểm bốn giờ **7.** phát hiện; đào thấy; khoan thấy: *strike a rich vein of ore* đào thấy một mạch giàu quặng **8.** đúc *(tiền, huy chương...)* **9.** thình lình làm cho *(ai sa vào một tình trạng nào đó);* thình lình gây *(sợ hãi, kinh ngạc...): be struck blind* thình lình bị mù mắt **10.** nảy ra trong đầu óc: *an awful thought has just struck me* một ý nghĩ kinh khủng đã vừa nảy ra trong đầu óc tôi; *it suddenly struck me how we could improve the situation* một ý nghĩ chợt nảy ra trong đầu óc tôi là ta làm thế nào để cải thiện tình hình **11.** tác động; gây ấn tượng: *how does the idea strike you?* ý kiến đó tác động đến anh như thế nào?; *the house strikes you as welcoming when you go in* căn nhà gây cho anh ấn tượng là được tiếp đón ấm cúng khi anh bước chân vào **12.** đình công: *the union has voted to strike for a pay increase of 10%* nghiệp đoàn đã bỏ phiếu tán thành đình công đòi tăng 10% lương **13.** tháo dỡ *(buồm, lều...): strike the set after the play* tháo dỡ cảnh phông sau khi vở kịch đã diễn xong **14.** đạt được mức trung bình **15.** tìm thấy, đến: *it was some time before we struck the*

track phải mất một thời gian chúng tôi mới tìm thấy lối đi **16.** cắt cành giâm trồng ra đất. // **be struck on somebody (something)** *(kng)* có ấn tượng tốt về; rất thích: *he's very much struck on his new girl-friend* anh ta rất thích cô bạn gái mới của mình; **hit (strike) home** x **home³; hit (strike) the right (wrong) note** x **note¹; lightning never strikes in the same place twice** x **lightning¹; strike an attitude (a pose)** dùng điệu bộ để nhấn mạnh điều mình nói, điều mình nghĩ: *he struck an attitude of defiance with a typically hard-hitting speech* anh ta tỏ thái độ thách thức bằng lời lẽ hết sức cứng rắn; **strike a balance [between A and B]** tìm ra cách thỏa hiệp, tìm ra thế dung hòa *(giữa A và B): it is difficult to strike a balance between these two demands* khó mà tìm ra một thế dung hòa hai đòi hỏi trái ngược đó; **strike a bargain with somebody** đi đến thỏa thuận với ai sau khi tranh luận: *they struck a bargain with the landlord that they would look after the garden in return for being allowed to use it* họ đã đi đến thỏa thuận với chủ đất là họ sẽ trông nom khu vườn và bù lại họ được phép sử dụng vườn đó; **strike a blow for (against) something** hành động nhân danh (chống lại) cái gì, hành động ủng hộ (chống đối) cái gì: *by their action, they struck a blow for democracy* bằng hành động của mình, họ đã ủng hộ cho nền dân chủ; **strike camp** nhổ trại; **strike a chord with somebody** nói điều mà người khác đồng tình: *the speaker had obviously struck a chord with his* *audience* người nói rõ ràng đã nói điều được cử tọa đồng tình (rõ ràng đã đánh trúng tình cảm của cử tọa); **strike (sound) a false note** *x* false; **strike fear... into somebody (somebody's heart)** làm ai cảm thấy sợ hãi: *the news of the epidemic struck terror in the population* tin thông báo về bệnh dịch đã làm cho dân chúng kinh hãi; **strike gold (oil)** tìm ra một nguồn dồi dào hạnh phúc (của cải): *she hasn't always been lucky with her boyfriends but she seems to have struck gold this time* cô ta thường không bao giờ gặp may với bạn trai, nhưng lúc này cô ta có vẻ tìm ra được một nguồn dồi dào hạnh phúc; **strike a light!** *(Anh, cũ, lóng)* ủa! *(để tỏ sự ngạc nhiên, sự kháng cự)*; **strike [it] lucky** *(kng)* gặp may, may mắn: *we certainly struck [it] lucky with the weather* chúng ta chắc chắn sẽ gặp may về thời tiết; **strike (sound) a note of something** *x* note[1]; **strike it rich** *(kng)* bất ngờ phất to; bất ngờ trúng lớn; **strike while the iron is hot** không để lỡ cơ hội; **take (strike) root** *x* root[1].

strike somebody down đánh ngã, quật ngã *(đen, bóng)*: *he was struck down by cancer at the age of thirty* anh ta bị ung thư quật ngã ở tuổi ba mươi; **strike something off** chặt đi, cắt đứt đi: *he struck off the rotten branches with an axe* ông ta lấy rìu chặt các cành mục đi; **strike somebody (something) off [something]** gạch tên, xóa sổ: *strike her name off the list* hãy xóa tên chị ta ra khỏi danh sách; *the doctor was stroke off for incompetence* viên bác sĩ bị xóa sổ (thải) vì thiếu khả năng; **strike on something** bất chợt

tìm được, bất chợt nảy ra: *strike on a brilliant new idea* bất chợt nảy ra một ý kiến sắc sảo; **strike out [at somebody (something)]** đấm mạnh; tấn công điên cuồng: *he lost his temper and struck out wildly* anh ta nổi nóng và tấn công điên cuồng; *in a recent article, she strikes out at her critics* trong một bài báo mới đây, bà ta đã đả kích kịch liệt những người đã phê phán bà; **strike something out (through)** gạch bỏ: *the chief editor struck out the whole paragraph* người chủ biên đã gạch bỏ cả đoạn văn; **strike out [for (towards) something]** xăm xăm đi tới; lao tới: *strike out on foot for the distant hills* xăm xăm đi tới các ngọn đồi ở đằng xa; *strike out on one's own* *(bóng)* bắt đầu một cuộc sống tự lập; bắt đầu một nghề mới; **strike [something] up** bắt đầu chơi *(một bản nhạc, nói về dàn nhạc)*: *the band struck up a waltz* dàn nhạc bắt đầu chơi điệu van; **strike up something [with somebody]** bắt đầu *(tình bạn, sự quen biết, sự nói chuyện...)* một cách ngẫu nhiên: *he would often strike up conversations with complete strangers* ông ta thường hay bắt chuyện với những người hoàn toàn xa lạ.

strikebound /straikbaʊnd/ *tt* bị tê liệt *(giao thông...)* vì đình công.

strike-breaker /'straik,breikə[r]/ *dt* công nhân phá đình công *(vào làm thay chỗ các công nhân đình công để phá cuộc đình công)*.

strike-breaking /'straik,breikiŋ/ *dt* sự phá đình công.

strike fund[s] /'straikfʌnd[z]/ quỹ đình công *(của nghiệp đoàn)*.

strike pay /'straikpei/ trợ cấp đình công *(do nghiệp đoàn trả)*.

striker /'straikə[r]/ *dt* **1.** công nhân đình công **2.** *(thể)* tiền đạo *(bóng đá)*.

striking /'straikiŋ/ *tt* **1.** gây ấn tượng sâu sắc; nổi bật: *a striking idea* một ý kiến gây ấn tượng sâu sắc; *a very striking young woman* một thiếu phụ gây ấn tượng rất sâu sắc; một thiếu phụ rất xinh. **2.** điểm giờ *(đồng hồ)*.

striking distance /'straikiŋ ,distəns/ **within striking distance** trong gang tấc; rất gần: *the two sides are within striking distance of an agreement* hai bên đã rất gần đi tới một thỏa thuận.

strikingly /'straikiŋli/ *pht* một cách nổi bật: *a strikingly handsome man* một anh chàng đẹp một cách nổi bật, một chàng điển trai.

string[1] /striŋ/ *dt* **1.** dây: *tie up a parcel with string* buộc gói hàng bằng sợi dây; *a ball of string* một cuộn dây; *the key is hanging on a string by the door* chiếc chìa khóa được treo trên một sợi dây ở gần cửa; *I have broken several strings in my tennis racket* tôi đã làm đứt nhiều sợi dây trên cây vợt của tôi **2.** dây đàn **3.** **the strings** đàn dây; người chơi đàn dây **4.** xâu, chuỗi; tràng; đoàn, dãy: *a string of pearls* một chuỗi hạt trai; *a string of onions* một xâu hành; *a string of visitors* một đoàn khách; *a string of abuses* một tràng chửi rủa **5.** đàn ngựa đua cùng tàu **6.** sợi xơ *(ở cạnh quả đậu)*. **the first string** a/ quân bài chính b/ chỗ dựa chính; **have (keep) somebody on a string** kiểm soát ai, cai quản ai; **have two strings (a**

S

second... string) to one's bow *x* bow¹; **one's mother apron strings** *x* apron; **[with] no strings attached; without strings** *(kng)* không kèm điều kiện gì đặc biệt; chẳng có ràng buộc gì: *a loan of £3000 and no strings attached* món vay 3000 bảng mà không kèm điều kiện gì đặc biệt; **pull strings (wires)** *x* pull²; **pull the strings (wires)** *x* pull².

string² /striŋ/ *dgt* 1. **(strung)** chăng dây, căng dây *(đàn, cây vợt đánh bóng...)*: *sightly strung* chăng căng; *loosely strung* chăng chùng 2. xâu thành chuỗi, xâu thành xâu 3. cột bằng dây; treo bằng dây: *lanterns were strung in the trees around the pool* đèn lồng được treo trên cây quanh hồ nước; *flags had been strung up across the street* cờ được treo vắt qua đường phố 4. tước xơ *(quả đậu)*. // **string somebody along** đánh lừa: *she has no intention of marrying him, she's just stringing him along* cô ta không có ý định lấy nó đâu, cô chỉ đánh lừa nó thôi; **string along [with somebody]** đi theo ai: *I don't want them stringing along as well!* tôi không muốn chúng nó đi theo như vậy; **string [something, somebody] out** dàn ra: *the players were told to string out across the field* các cầu thủ được bảo phải dàn rộng ra khắp sân; **string something together** ráp *(từ ngữ)* vào với nhau để tạo thành *(lời)*: *I can just manage to string a few words of French together* tôi chỉ có thể ráp được một vài tiếng Pháp vào với nhau thành câu thôi; **string somebody up** *(kng)* treo cổ ai.

string band /ˌstriŋ'bænd/ dàn nhạc đàn dây.

string bean /ˈstriŋbiːn/ *dt (Mỹ)* đậu quả.

stringed instrument /ˈstriŋd ˌinstrʊmənt/ đàn dây.

stringency /ˈstrindʒənsi/ *dt* 1. sự nghiêm ngặt 2. sự khó khăn, sự chật vật *(về tài chính)*: *in these days of financial stringency* trong những ngày tình hình tài chính khó khăn này.

stringent /ˈstrindʒənt/ *tt* 1. nghiêm ngặt: *a stringent ban on smoking* sự cấm nghiêm ngặt (sự nghiêm cấm) hút thuốc lá 2. khó khăn, chật vật *(về tài chính)*: *a stringent economic climate* tình hình kinh tế khó khăn chật vật.

stringently /ˈstrindʒəntli/ *pht* 1. [một cách] nghiêm ngặt 2. [một cách] khó khăn, [một cách] chật vật.

stringer /ˈstriŋə[r]/ *dt* phóng viên cộng tác *(không thuộc biên chế của tòa báo)*.

stringiness /ˈstriŋinis/ *dt* 1. sự tựa sợi dây 2. sự có xơ *(vỏ quả đậu)* 3. sự dai *(thịt)*.

string quartet /ˌstriŋkɔ:'teit/ 1. dàn nhạc bộ tứ đàn dây 2. nhạc bộ tứ đàn dây.

string vest /ˌstriŋ'vest/ *(Anh)* áo lót [bằng vải] mắt lưới.

stringy /ˈstriŋi/ *tt* **(-ier; -iest)** 1. như [sợi] dây: *lank stringy hair* tóc thẳng đuột như sợi dây 2. có xơ *(vỏ quả đậu...)* 3. dai *(thịt)*.

strip¹ /strip/ *dgt* **(-pp-)** 1. lột: *strip the bark off a tree; strip a tree of its bark* lột vỏ cây; *the bandits stripped him [naked] (stripped him of his clothes)* bọn cướp lột trần anh ra (lột hết quần áo của anh); *they stripped the house bare* họ dọn sạch đồ đạc trong nhà 2. cởi bỏ quần áo: *the doctor asked the patient to strip* bác sĩ

bảo bệnh nhân cởi quần áo ra; *they stripped off and ran into the water* họ cởi hết quần áo và nhảy ùm xuống nước; *strip to the waist* cởi hết áo đến ngang hông 3. lấy đi, tước đi: *he was stripped of all his possessions* ông ta bị tước hết tài sản; *the general was stripped of his rank* viên tướng đã bị tước quân hàm 4. làm tròn *(răng đinh ốc...)*. // **strip to the buff** *(kng)* cởi trần truồng; **strip something down** tháo rời *(bộ phận máy)* để lau chùi hay sửa chữa.

strip² /strip/ *dt* 1. sự cởi bỏ quần áo *(nhất là trong điệu vũ thoát y)*: *do a strip* cởi bỏ quần áo, thoát y 2. *(kng)* quần áo cầu thủ: *England are playing in the blue and white strip* cầu thủ đội Anh chơi với quần áo màu xanh và trắng 3. dải, mảnh: *a strip of paper* một mảnh giấy; *a strip of land* một dải đất. // **tear somebody off a strip; tear a strip off somebody** *x* tear².

strip cartoon /ˌstripkɑ:'tu:n/ *(Anh)* *nh* comic strip.

strip club /ˈstripklʌb/ *(Mỹ* **strip joint)** câu lạc bộ thoát y.

stripe /straip/ *dt* 1. sọc, vằn: *a white table-cloth with red stripes* tấm khăn bàn trắng sọc đỏ; *the tiger's stripes* vằn lông hổ 2. vạch *(thường hình V, chỉ cấp bậc quân nhân)*: *how many stripes are there in the sergeant's sleeve?* trên tay áo trung sĩ có bao nhiêu vạch thế? 3. *(thường snh)* *(cổ)* cú quất, cú đánh bằng roi.

striped /straipt/ *tt* có sọc, có vằn: *striped material* vải sọc.

strip joint /ˈstripdʒɔint/ *(Mỹ)* *nh* strip club.

strip light /'striplait/ đèn huỳnh quang.

strip lighting /'striplaitiŋ/ sự thắp sáng bằng đèn huỳnh quang.

stripling /'striplig/ dt (đùa) chàng trai.

strip mining /,strip'mainiŋ/ (mỏ) sự khai thác lộ thiên.

stripper /'stripə[r]/ dt **1.** vũ nữ thoát y **2.** chất tẩy sơn; đồ cạo sơn.

striptease /'stripti:z/ dt điệu vũ thoát y.

stripy /'straipi/ tt (-ier; -iest) nh striped.

strive /straiv/ đgt (strove; striven) **1.** cố gắng, nỗ lực: strive for success nỗ lực để thành công; strive to improve one's performance cố gắng để biểu diễn tốt hơn **2.** đấu tranh: strive against oppression đấu tranh chống áp bức; strive against the enemy đấu tranh chống kẻ thù.

striven /strivn/ đttqk của strive.

strobe light /'strəub,lait/ đèn nháy: disco dancers lit by strobe lights những người nhảy điệu disco được chiếu đèn nháy.

stroboscope /'strəubəskəup/ dt kính nháy.

stroboscopic /,strəubə-'skəupik/ tt nháy.

strode /strəud/ qk của stride[1].

stroke[1] /strəuk/ dt **1.** cú, cú đánh, cú quất: killed by a stroke of lightning chết vì một cú sét, bị sét đánh chết; kill somebody with one stroke of a sword giết ai bằng một nhát gươm; a graceful stroke with the bat ai [đánh] bóng chày đẹp mắt **2.** cú, miếng; kiểu (chèo, bơi...): do the back stroke bơi [miếng bơi] ngửa; which

stroke are you best at? anh bơi miếng nào khá hơn cả? **3.** điều; chuyện; cái (theo kiểu nào đó): your idea was a stroke of genius ý kiến của anh quả là một điều thiên tài; it was a stroke of luck that I found you here gặp anh đây thật là một điều may mắn; various strokes of misfortune led to his ruin nhiều chuyện rủi ro đã làm cho ông ta suy sụp **4.** nét (bút...): put the finishing strokes to a painting vẽ những nét hoàn thiện vào một bức tranh **5.** tiếng (chuông, chuông đồng hồ...): on the stroke of three vào lúc chuông đồng hồ điểm ba tiếng **6.** (y) cơn đột quy: the stroke left him paralysed on one side of his body cơn đột quy làm cho nó bị bán thân bất toại. // **at a (one) stroke** ngay một lúc: they threatened to cancel the whole project at a stroke họ dọa là sẽ hủy bỏ dự án ngay một lúc; **not do a stroke of work** không làm việc gì cả: we'll have to get rid of him – he never does a stroke chúng ta phải loại bỏ nó đi thôi, nó chẳng bao giờ làm việc gì cả; **put somebody off his stroke** làm cho ai ngập ngừng do dự: my speech went quite well until I was put off my stroke by the interruption bài nói của tôi đang suôn sẻ cho đến khi sự ngắt lời đó làm cho tôi ngập ngừng.

stroke[2] /strəuk/ đgt **1.** chèo lái; đứng lái (con thuyền...) **2.** đánh (quả bóng).

stroke[3] /strəuk/ đgt vuốt ve: stroke a cat vuốt ve con mèo; stroke one's beard vuốt râu.

stroke[4] /strəuk/ dt sự vuốt ve: give her hair an affec-

tionate stroke trìu mến vuốt ve tóc nàng.

stroll[1] /strəul/ dt sự đi dạo, sự đi tản bộ: go for (have) a stroll đi dạo, đi tản bộ.

stroll[2] /strəul/ đgt đi dạo, đi tản bộ: strolling [around] in the park đi dạo trong công viên.

stroller /'strəulə[r]/ dt **1.** người đi dạo, người đi tản bộ **2.** (Mỹ) nh push-chair.

strong /stroŋ, (Mỹ) stro:ŋ/ tt (-er; -est) **1.** chắc, vững, bền, kiên cố; hùng mạnh, mạnh mẽ: strong cloth vải bền; strong fortress pháo đài kiên cố; strong muscles bắp cơ khỏe; a strong country đất nước hùng mạnh; a strong blow cú đấm mạnh; a strong personality cá tính mạnh **2.** mạnh mẽ, vững chắc: strong will ý chí mạnh mẽ; strong determination quyết tâm vững chắc; there is strong evidence of his guilt có bằng cứ vững chắc về tội của nó; a strong believer người có niềm tin vững chắc **3.** đậm; mạnh; nặng: a strong light ánh sáng mạnh; whisky is stronger than beer rượu uýtki nặng hơn rượu bia; a strong current dòng chảy mạnh; a strong wind gió mạnh; her breath is rather strong hơi thở của cô ta hơi nặng mùi; strong tea chè đậm **4.** giỏi, có khả năng: a pupil who is strong in physics but weak in English một học sinh giỏi vật lý nhưng yếu tiếng Anh **5.** có số lượng là (bao nhiêu đấy): an army 5000 strong; a 5000-strong army một đạo quân quân số 5000; một đạo quân năm nghìn người **6.** lên giá; có hối suất cao: the stock market is stronger now thị trường chứng khoán hiện nay đang lên giá; is the

S

pound strong or weak [against the yen] at the moment? đồng bảng Anh lúc này có hối suất cao hơn hay thấp hơn đồng yên thế? **7.** (ngôn) (thường thngữ) tạo thì quá khứ và động tính từ quá khứ bằng cách đổi một nguyên âm (ví dụ sing, sang chứ không phải thêm -d -ed hoặc -t) **8.** (ngôn) nhấn mạnh: the strong form of "and" is /ænd/ dạng nhấn mạnh của "and" là /ænd/ **9.** (vị ngữ) (kng, Anh) không thể chịu nổi; không tin nổi: it was a bit strong of him to call me a liar in front of the whole department quả thật không thể chịu nổi khi trước toàn sở nó gọi tôi là thằng nói dối. // **be strong on something** giỏi về cái gì: I'm not strong in dates nhớ ngày tháng thì tôi không giỏi đâu; **one's best (strongest) card** x card[1]; **going strong** (kng) tiếp tục cuộc đua một cách mạnh mẽ; vẫn tráng kiện: he's 90 years old and still going strong cụ ấy 90 rồi mà còn tráng kiện: the runner is still going strong on the last lap ở vòng cuối mà người chạy đua vẫn chạy một cách mạnh mẽ; **strong as a horse (an ox)** khỏe như vâm; **a strong stomach** có dạ dày vững không hay bị nôn mửa.

strong-arm /'strɒŋɑ:m/ tt (kng, thường xấu) dùng vũ lực (mà thật ra không cần thiết): the police had used strong-arm methods to make him admit his guilt cảnh sát đã dùng vũ lực buộc nó nhận tội.

strong-box /'strɒŋbɒks/ dt tủ sắt, két sắt.

stronghold /'strɒŋhəʊld/ dt **1.** pháo đài **2.** (bóng) thành lũy: a stronghold of repub-licanism thành lũy của chủ nghĩa cộng hòa.

strong language /,strɒŋ-'læŋgwidʒ/ lời lẽ đầy những tiếng chửi rủa.

strongly /'strɒŋli/ pht [một cách] mạnh, [một cách] mạnh mẽ, [một cách] chắc, [một cách] vững: strongly built có thân hình khỏe mạnh; strongly-worded protest sự phản kháng lời lẽ mạnh mẽ; I feel strongly that tôi tin chắc rằng.

strong-minded /,strɒŋ-'maindid/ tt kiên quyết.

strong point /'strɒŋpɔint/ điểm mạnh; sở trường: spelling is not her strong point chính tả không phải là điểm mạnh của chị ta đâu.

strong room /'strɒŋrum/ buồng kho của quý (ở ngân hàng...).

strontium /'strɒntiəm, (Mỹ strɒtʃiəm)/ dt (hóa) stronti.

strontium 90 /'strɒntiəm 'nainti/ stronti 90 (dạng stronti phóng xạ).

strop[1] /strɒp/ dt dải da liếc dao cạo.

strop[2] /strɒp/ dgt (-pp-) liếc (dao cạo) trên da liếc.

strophe /'strəʊfi/ dt **1.** (cổ) hát ví **2.** khổ thơ.

strophic /'strəʊfik/ tt **1.** (cổ) [thuộc] hát ví **2.** [thuộc] khổ thơ.

stroppy /'strɒpi/ tt (-ier; -iest) (Anh, lóng) người cáu bẳn khó chơi: don't get stroppy with me, it's not my fault đừng có nổi cáu với tôi, đâu có phải lỗi tại tôi.

strove /strəʊv/ qk của strive.

struck /strʌk/ qk và dttqk của strike[2].

structural /'strʌktʃərəl/ tt (thường thngữ) [thuộc] cấu trúc: structural alterations to a building những thay-

đổi cấu trúc trong một tòa nhà (đập tường trong nhà cho có phòng rộng hơn...).

structuralism /'strʌktʃərə-lizəm/ dt thuyết cấu trúc (trong tâm lý học, ngôn ngữ học...).

structuralist[1] /'strʌktʃərə-list/ tt (chủ yếu thngữ) [thuộc] thuyết cấu trúc: a structuralist analysis sự phân tích theo thuyết cấu trúc.

structuralist[2] /'strʌktʃərə-list/ dt nhà [sử dụng thuyết] cấu trúc.

structurally /'strʌktʃərəli/ pht về mặt cấu trúc: the building is structurally sound tòa nhà về mặt cấu trúc thì tốt đấy.

structure[1] /'strʌktʃə[r]/ dt cấu trúc: rules of sentence structure quy tắc cấu trúc câu; molecular structure cấu trúc phân tử; a six-storey brick structure một cấu trúc sáu tầng bằng gạch.

structure[2] /'strʌktʃə[r]/ dgt cấu tạo; xếp đặt; tổ chức; hoạch định: structure one's day xếp đặt việc trong ngày; an intelligently structured essay bài tiểu luận cấu tạo một cách thông minh.

strudel /'stru:dl/ dt bánh quả ngọt bao bột nướng: apple strudel bánh táo bao bột nướng.

struggle[1] /'strʌgl/ dgt **1.** đánh nhau: two boys struggling [together] hai đứa bé đánh nhau **2.** vùng ra: the prisoner struggled but couldn't escape tên tù cố vùng ra nhưng không thoát nổi **3.** cố gắng; vật lộn: struggle with a problem vật lộn với một vấn đề; the two leaders are struggling for power hai lãnh đạo đang cố giành lấy quyền lực **4.** len qua: *struggle through the crowd* len qua đám đông.

struggle along (on) sống qua được khó khăn: *we're struggling along on a tiny income* chúng tôi đã sống qua được với số thu nhập ít ỏi.

struggle² /'strʌgl/ *dt* **1.** sự đấu tranh; cuộc đấu tranh: *the struggle for independence* cuộc đấu tranh giành độc lập; *the struggle for existence* cuộc đấu tranh sinh tồn **2.** *(thường số ít)* sự nỗ lực, sự cố gắng lớn: *after a long struggle, she gained the control of the business* sau một thời gian nỗ lực dài, bà ta đã nắm được quyền kiểm soát doanh nghiệp.

strum /strʌm/ *dgt* **(-mm-)** cò cưa, gãi vụng về *(đàn dây)*: *strumming [away] on his guitar* gãi vụng về đàn ghita.

strumpet /'strʌmpit/ *dt (cổ hoặc đùa, xấu)* gái điếm, con đĩ.

strung /strʌŋ/ *qk và dttqk của* string².

strung-out /ˌstrʌŋ'aʊt/ *tt (kng)* nghiền nặng: *strung-out on heroin* nghiền bạch phiến nặng.

strung-up /ˌstrʌŋ'ʌp/ *tt (kng)* [có] thần kinh căng thẳng: *I get very strung-up before an exam* trước kỳ thi tôi rất căng thẳng thần kinh.

strut¹ /strʌt/ *dt (ktrúc)* thanh giằng.

strut² /strʌt/ *dgt* **(-tt-)** *(thường xấu)* đi vênh vang.

strut³ /strʌt/ *dt (thường số ít, xấu)* dáng đi vênh vang.

strychnine /'strikniːn/ *dt (dược)* strichnin.

stub¹ /stʌb/ *dt* **1.** mẩu *(thuốc lá, bút chì...)*: *the crayon had been worn down* to a stub bút chì đã mòn chỉ còn một mẩu; *the dog only has a stub of a tail* con chó chỉ có một mẩu đuôi **2.** cuống *(séc, hóa đơn...)*: *fill in a cheque stub* điền vào cuống tấm séc.

stub² /stʌb/ *dgt* **(+ against, on)** vấp vào: *I've stubbed my toe on a rock* tôi vấp ngón chân vào tảng đá.

stub something out giụi tắt *(mẩu thuốc lá)*.

stubble /'stʌbl/ *dt* **1.** gốc rạ *(sau khi gặt)* **2.** râu cằm tua tủa *(để hai ba ngày không cạo)*.

stubbly /'stʌbli/ *tt* như góc rạ, tua tủa: *a stubbly beard* râu tua tủa: *a stubbly chin* cằm tua tủa râu.

stubborn /'stʌbən/ *tt* **1.** *(thường xấu)* cứng đầu cứng cổ, bướng bỉnh **2.** khó chuyển dịch, khó đẩy; khó chữa: *you'll have to push hard, that door is a bit stubborn* anh phải đẩy mạnh vào cánh cửa này khó mở đấy; *a stubborn cough that has lasted for weeks* con ho khó chữa, đã dai dẳng hàng tuần. // **stubborn (obstinate) as a mule** *x* mule¹.

stubbornly /'stʌbənli/ *pht* [một cách] cứng cổ, [một cách] bướng bỉnh: *stubbornly refuse to do it* bướng bỉnh từ chối không chịu làm việc đó.

stubbornness /'stʌbənnis/ *dt* sự bướng bỉnh, tính bướng bỉnh.

stubby /'stʌbi/ *tt* **(-ier; -iest)** ngắn và dày, ngắn và to: *stubby fingers* ngón tay ngắn và to; *a stubby tail* đuôi ngắn và to.

stucco /'stʌkəʊ/ *dt (xdựng)* vữa giả đá hoa, vữa trang trí *(trát tường, trát trần nhà)*.

stuccoed /'stʌkəʊd/ *tt (xdựng)* trát vữa trang trí.

stuck¹ /stʌk/ *qk và dttqk của* stick².

stuck² /stʌk/ *tt* **1.** *(vị ngữ)* dính, kẹt: *we were stuck in a traffic jam for an hour* chúng tôi bị kẹt xe cả một tiếng đồng hồ; *I'm stuck on the second question* tôi bị kẹt (bị bí) câu hỏi thứ hai **2.** bị đâm, bị chọc tiết *(con vật)*: *scream like a stuck pig* rống lên như một con lợn bị chọc tiết **3.** *(vị ngữ)* **stuck on somebody** *(kng)* rất thích ai, mê ai: *he's really stuck on his new girlfriend* nó thực sự mê cô bạn gái mới của nó **4.** *(vị ngữ)* **stuck with somebody (something)** bị vướng vì, bị bận vì, bị ám bởi: *I'm stuck with my sister the whole day* tôi bị bà chị ám cả ngày. // **get stuck in (to something)** hăng hái bắt tay vào làm gì: *we got stuck into the job immediately* chúng tôi tức khắc hăng hái bắt tay ngay vào công việc.

stuck-up /ˌstʌk'ʌp/ *tt (kng)* hợm mình, kiêu kỳ.

stud¹ /stʌd/ *dt* **1.** khuy bấm **2.** hoa tai **3.** đinh đầu lớn *(đóng để trang trí)*; núm cửa **4.** đinh giày: *the studs in a fooball boot* đinh giày đá bóng.

stud² /stʌd/ *dgt* **(-dd-)** *(thường ở dạng bị động)* trang trí bằng nhiều nút đinh, nút đá quý: *a sea studded with small islands* mặt biển điểm nhiều đảo nhỏ; *millions of stars studding the night sky* hàng triệu ngôi sao điểm khắp bầu trời đêm.

stud³ /stʌd/ *dt* **1.** lừa ngựa giống **2.** *(cg* **stud-farm)** trại ngựa giống **3.** người đàn ông sung sức về mặt tình dục,

S

// **put out to stud** nuôi để lấy giống *(ngựa)*.

stud-book /'stʌdbʊk/ *dt* phả hệ ngựa đua.

student /'stju:dənt, *(Mỹ* 'stu:dənt)/ *dt* **1.** sinh viên: *a BA student* sinh viên đại học *(học để thi lấy bằng cử nhân); a medical student* sinh viên y khoa **2.** *(Mỹ)* học sinh **3. student of something** người nghiên cứu; người ham tìm hiểu *(môn gì đó): a student of theology* người nghiên cứu thần học.

studied /'stʌdid/ *tt* cố ý; có tính toán: *reply with studied indifference* trả lời với một sự lạnh nhạt cố ý; *the studied slowness of his movements* sự chậm chạp có tính toán trong các động tác của anh ta.

studio /'stju:diəʊ, *(Mỹ* 'stu:diəʊ)/ *dt (snh* **studios) 1.** xưởng vẽ; xưởng điêu khắc; phòng ảnh... xưởng phim; trường quay *(điện ảnh)* **2.** *(thường snh)* công ty điện ảnh: *a studio executive* ban quản trị công ty điện ảnh.

studio apartment /ˌstju:-diəʊə'pa:tmənt/ *(Mỹ)* *nh* studio flat.

studio couch /'stju:diəʊ-kaʊtʃ/ trường kỷ có thể bố trí thành giường ngủ.

studio flat /'stju:diəʊflæt/ căn hộ nhỏ.

studious /'stju:diəs, *(Mỹ* 'stu:diəs)/ *tt* **1.** chăm học: *a studious pupil* một học sinh chăm học **2.** *(thngữ)* cẩn thận, kỹ lưỡng: *the studious checking of details* sự kiểm tra kỹ lưỡng các chi tiết.

studiously /'stju:diəsly, *(Mỹ* 'stu:diəsli)/ *pht* **1.** [một cách] chăm học **2.** [một cách] cẩn thận, [một cách] kỹ lưỡng.

studiousness /'stju:diəsnis, *(Mỹ* 'stu:diəsnis)/ *dt* **1.** sự

chăm học **2.** sự cẩn thận, sự kỹ lưỡng.

study¹ /'stʌdi/ *dt* **1.** *(cg* **studies)** *snh* **1.** sự học hỏi; sự nghiên cứu: *fond of studies* thích nghiên cứu; *give all one's spare time to study* dành hết thời gian rảnh rỗi để học hỏi **2.** công trình nghiên cứu *(về một vấn đề gì đó): publish a study of Locke's philosophy* xuất bản một quyển sách nghiên cứu về triết học Locke **3.** *(thường snh)* [vấn đề được] nghiên cứu: *scientific studies* nghiên cứu khoa học **4.** phòng học *(trong nhà)* **5.** *(nghệ)* hình nghiên cứu **6.** *(nhạc)* bài tập **7. a study** cái khác lạ *(đáng quan sát): his face was a study as he listened to their amazing news* khi nghe cái tin sửng sốt ấy của họ, khuôn mặt của nó trông thật khác lạ. // **in a brown study** *(kng)* x brown.

study² /'stʌdi/ *dgt* **(studied)** học; nghiên cứu: *studying for a degree in medicine* học lấy bằng y khoa; *studying to be a doctor* học để trở thành bác sĩ; *I'm studying how children learn to speak* tôi đang nghiên cứu trẻ em học nói như thế nào; *scientists are studying the photographs of Mars for signs of life* các nhà khoa học đang nghiên cứu các bức ảnh chụp sao Hỏa để tìm dấu hiệu của sự sống.

stuff¹ /stʌf/ *dt* **1.** chất, chất liệu: *what stuff is this jacket made of?* áo gia két này may bằng vải gì vậy?; *a kind of plastic stuff is used to make the plates* một loại nhựa đã được dùng để làm đĩa; *we must find what stuff he is made of* ta phải tìm cho ra nó là loại người như thế nào **2.** *(lóng)* cái, thứ,

vấn đề...: *leave your stuff in the hall* hãy để các thứ của anh ngoài tiền sảnh; *do you call this stuff beer?* cái của này anh gọi là bia hay sao? // **a bit of stuff** x bit¹; **do one's stuff** *(kng)* cho thấy mình có khả năng làm gì: *it's your turn to sing now, do your stuff* đến lượt anh hát đấy, hãy tỏ rõ hết tài năng của mình đi; **hot stuff** x hot; **kid's stuff** x kid¹; **know one's onions (stuffs)** x know; **stuff and nonsense!** *(cũ, kng)* thật là vớ vẩn!; **that's the stuff!** *(kng)* tốt lắm!; đó là điều cần thiết!

stuff² /stʌf/ *dgt* **1.** nhồi, nhét, lèn: *stuff a pillow [with feathers]* nhồi gối [bằng lông vũ]; *stuff up a hole [with newspapers)* nhét (giấy báo) đầy cái lỗ; *my nose is stuffed* tôi bị nghẹt mũi; *don't stuff him with silly ideas* đừng nhồi nhét cho nó những ý tưởng lố bịch; *she stuffed her clothes in and tried to close the lid* chị ta nhét quần áo vào và cố đậy nắp lại; *she stuffed the coins into her pocket* chị ta nhét tiền vào túi; *he stuffed the letter through [the door] and hurried away* anh ta đút bức thư vào cửa rồi vội bỏ đi; *a turkey stuffed with parsley, thyme and chestnuts* gà tây nhồi mùi tây, húng tây và hạt dẻ; *stuffed owl* con cú nhồi bông **2.** ăn ngấu nghiến; tọng thức ăn cho: *I'm stuffed* tôi no quá rồi; *she sat stuffing herself with biscuits* chị ta ngồi ngốn bánh quy **3.** *(lóng)* *(dùng để tỏ ý mình không cần cái gì)* muốn làm gì thì làm, tự ý sử dụng *(cái gì đó, mà cái đó tôi không cần): you can stuff the job, I don't want it* anh có thể muốn làm gì thì làm, công việc đó tôi chẳng muốn đâu **4.** *(cũ, bóng)* ăn nằm với *(một phụ nữ).* // **get stuffed** *(lóng)* đừng hòng *(dùng để nói lên sự khinh bỉ từ chối): he wanted to borrow some money from me but I told him to get stuffed* nó muốn mượn tôi một ít tiền nhưng tôi đã bảo nó là đừng hòng.

stuffed shirt /ˌstʌftˈʃɜːt/ *(kng)* người huênh hoang tự phụ.

stuffily /ˈstʌfɪli/ *pht* **1.** [một cách] ngột ngạt **2.** [một cách] câu nệ hình thức, [một cách] cứng nhắc **3.** [một cách] bị nghẹt *(mũi).*

stuffiness /ˈstʌfɪnɪs/ *dt* **1.** sự ngột ngạt **2.** sự câu nệ hình thức, sự cứng nhắc **3.** sự bị nghẹt *(mũi).*

stuffing /ˈstʌfɪŋ/ *dt* **1.** *(Mỹ* **dressing***)* nhân để nhồi *(thịt, nấm, rau...)* **2.** vật liệu để nhồi *(nệm, gối...).* // **knock the stuffing out of somebody** x knock[2].

stuffy /ˈstʌfi/ *tt* **(-ier; -iest)** **1.** ngột ngạt: *a smoky stuffy pub* quán rượu ngột ngạt đầy khói **2.** câu nệ hình thức; cứng nhắc: *don't be so stuffy, of course they can use the same bedroom* đừng câu nệ hình thức như thế, tất nhiên là họ có thể dùng chung một phòng ngủ **3.** nghẹt *(mũi).*

stultification /ˌstʌltɪfɪˈkeɪʃn/ *dt* **1.** sự làm mất tác dụng **2.** sự làm phát chán.

stultify /ˈstʌltɪfaɪ/ *dgt* **1.** làm mất tác dụng **2.** làm phát chán: *the stultifying effect of uninteresting work* tác dụng làm phát chán của một công việc không hứng thú.

stumble[1] /ˈstʌmbl/ *dgt* vấp: *stumble and fall* vấp và ngã; *I stumbled over a tree root* tôi vấp phải cái rễ cây; *she stumbled briefly [over the*

unfamiliar word] but then continued chị ta vấp một chút [ở từ lạ] nhưng rồi lại đọc tiếp.

stumble about (along; around...) đi chệnh choạng: *a drunk stumbled past us* một người say rượu đi chệnh choạng qua chúng tôi; *stumbling around in the dark* đi chệnh choạng quanh quẩn trong bóng tối; **stumble across [on somebody (something)]** tình cờ bắt gặp, tình cờ gặp trúng *(ai).*

stumble[2] /ˈstʌmbl/ *dt* sự vấp.

stumbling-block /ˈstʌmblɪŋ blɒk/ *dt* chướng ngại, trở ngại: *the question of over-time pay proved to be an insurmountable stumbling-block to agreement* vấn đề trả tiền cho giờ làm thêm tỏ ra là trở ngại không thể vượt qua để đi tới thỏa hiệp.

stump[1] /stʌmp/ *dt* **1.** gốc cây còn lại *(của một cây đã đổ hay đã đốn hạ)* **2.** mẩu [còn lại]: *the stump of a cigar* mẩu xì gà; *a stump of a tooth* chân răng; *stump of an amputated limb* mỏm cụt chân, mỏm cụt tay **3.** cọc gôn *(cricket).* // **draw stumps** x draw[2]; **stir one's stumps** x stir[1].

stump[2] /stʌmp/ *dgt* **1.** đi khó nhọc, đi nặng bước: *they stumped up the hill* họ khó nhọc leo lên đồi; *he stumped out in fury* ông ta giận dữ nặng bước đi ra **2.** *(chủ yếu ở dạng bị động)* làm cho ai bối rối, làm cho ai điên đầu: *I'm stumped, I just don't know what to do* tôi bối rối không biết phải làm gì **3.** *(Mỹ)* đi diễn thuyết vận động *(bầu cử...).* // **stump up [something] [for something]** *(kng)* trả tiền, thanh toán tiền *(một cách miễn cưỡng):*

he eventually stumped up £5 for the charity, but only after we'd asked him several times rốt cuộc rồi anh ta cũng góp 5 bảng cho công cuộc từ thiện, sau khi chúng tôi đã hỏi anh ta nhiều lần.

stumpiness /ˈstʌmpɪnɪs/ *dt* dạng lùn mập, dạng bè bè.

stumpy /ˈstʌmpi/ *tt* **(-ier; -iest)** lùn, mập, bè bè: *a stumpy little man* một người đàn ông bé nhỏ thân hình bè bè.

stun /stʌn/ *dgt* **(-nn-)** **1.** giáng cho một quả ngất xỉu: *the punch stunned me for a moment* cú đấm đó đã làm tôi ngất xỉu một lúc **2.** *(bóng)* làm sửng sốt; làm sững sờ: *I was stunned by the news of his death* tôi sửng sốt khi nghe tin nó chết; *stunned by her beauty* sững sờ trước sắc đẹp của nàng.

stung /stʌŋ/ *qk và dttqk của* sting[2].

stunk /stʌŋk/ *qk và dttqk của* stink[1].

stunner /ˈstʌnə[r]/ *dt (kng)* người phụ nữ hấp dẫn: *she's a real stunner* chị ta quả là một phụ nữ hấp dẫn.

stunning /ˈstʌnɪŋ/ *tt* **1.** lộng lẫy: *you look stunning in your new suit* trông chị thật lộng lẫy trong bộ quần áo mới **2.** làm sửng sờ: *a stunning revelation* một sự tiết lộ làm sững sờ.

stunningly /ˈstʌnɪŋli/ *pht* hết sức: *stunningly obvious* hết sức hiển nhiên.

stunt[1] /stʌnt/ *dt (kng)* **1.** trò [cốt để] gây sự chú ý: *a publicity stunt* lối quảng cáo gây chú ý **2.** trò biểu diễn nguy hiểm: *her latest stunt is riding a motorcycle through a ring of flames* trò biểu diễn nguy hiểm mới

S

đây nhất của chị ta là lái xe môtô qua vòng lửa.

stunt² /stʌnt/ *dgt* làm còi cọc: *stunted trees* những cây gỗ còi cọc; *inadequate food can stunt a child's development* thức ăn không hợp có thể làm cho em bé bị còi cọc.

stunt man /'stʌntmən/ *dt* (**stunt woman**) người chuyên đóng thế (*thế cho diễn viên chính*) những cảnh nguy hiểm.

stunt woman /'stʌntwʊmən/ *dt x* stunt man.

stupefaction /,stju:pi'fækʃn, (*Mỹ* 'stu:pi'fækʃn)/ *dt* 1. sự u mê, sự lú lẫn 2. sự kinh ngạc, sự ngạc nhiên.

stupefy /'stju:pifai, (*Mỹ* 'stu:pifai)/ *dgt* 1. làm u mê, làm lú lẫn: *stupefied with drink* bị rượu làm cho u mê lú lẫn 2. làm kinh ngạc, làm ngạc nhiên: *I was stupefied by what I read* tôi ngạc nhiên trước những điều tôi đã đọc được.

stupendous /,stju:'pendəs, (*Mỹ* ,stu:'pendəs)/ *tt* gây ấn tượng mạnh, kỳ diệu: *a stupendous achievement* một thành tích kỳ diệu.

stupendously /stju:'pendəsli, (*Mỹ* 'stu:pendəsli)/ *pht* [một cách] kỳ diệu.

stupid /'stju:pid, (*Mỹ* 'stu:pid)/ *tt* (**-er; -est**) 1. ngớ ngẩn, ngốc nghếch: *a stupid idea* một ý kiến ngớ ngẩn; *this stupid car won't start* cái xe chết tiệt này không khởi động được 2. mụ người: *stupid with sleep* mụ người đi vì ngủ.

stupidity /stju:'pidəti, (*Mỹ* stu:'pidəti)/ *dt* 1. sự ngớ ngẩn, sự ngốc nghếch 2. sự mụ người 3. hành động ngớ ngẩn; ý nghĩ ngốc nghếch; chuyện ngớ ngẩn ngốc nghếch.

stupidly /stju:'pidli, (*Mỹ* stu:'pidli)/ *pht* 1. [một cách] ngớ ngẩn, [một cách] ngốc nghếch 2. mụ người đi.

stupor /'stju:pə[r], (*Mỹ* 'stu:pər)/ *dt* sự mụ người; sự ngẩn người (*vì ma túy, rượu...*).

sturdily /'stɜ:dili/ *pht* 1. [một cách] cứng chắc: *a sturdily built bicycle* chiếc xe đạp cấu tạo cứng chắc 2. [một cách] rắn chắc 3. [một cách] kiên quyết.

sturdiness /'stɜ:dinis/ *dt* 1. sự cứng chắc 2. sự khỏe mạnh, sự rắn chắc 3. sự kiên quyết.

sturdy /'stɜ:di/ *tt* (**-ier; -iest**) 1. cứng chắc: *a sturdy chair* chiếc ghế cứng chắc 2. khỏe mạnh, rắn chắc: *a sturdy child* đứa bé rắn chắc 3. kiên quyết: *they kept up a sturdy opposition to the plan* họ kiên quyết giữ vững sự chống đối kế hoạch.

sturgeon /'stɜ:dʒən/ *dt* (*động*) cá tầm.

stutter /'stʌtə[r]/ *dt* (*động*) nói lắp, nói cà lăm.

stutterer /'stʌtərə[r]/ *dt* người nói lắp, người nói cà lăm.

stutteringly /'stʌtəriŋli/ *pht* [một cách] nói lắp, cà lăm.

sty¹ (*cg* stye) /stai/ *dt* (*snh* sties hoặc styes) cái chắp (*ở mắt*).

sty² /stai/ *dt nh* pigsty.

stygian /'stidʒiən/ *tt* (*thường thngữ*) (*văn*) tối om: *the stygian blackness of the night* sự tối om của ban đêm.

style¹ /stail/ *dt* 1. văn phong: *she's a very popular writer but I just don't like her style* bà ta là một nhà văn được ưa chuộng nhưng tôi không thích văn phong của bà; *a poem in classical style* bài thơ theo văn phong

cổ điển 2. phong cách, cách, lối: *a building in modern style* tòa nhà theo phong cách hiện đại; *the architectural style of ancient Greece* phong cách kiến trúc cổ Hy Lạp; *a very unusual style of swimming* một kiểu bơi rất hiếm thấy; *style of living* lối sống 3. sự trội; nét đặc biệt; nét xuất sắc: *there is no style about her* cô ta trông không có nét gì đặc biệt 4. kiểu quần áo, thời trang: *the latest styles in hats* những kiểu mũ mới nhất; *have a good sense of style* nhạy với thời trang 5. danh hiệu: *has he any right to use the style of Colonel?* ông ta có quyền gì xưng danh là đại tá? 6. (*thực*) vòi nhụy. // **cramp somebody's style** *x* cramp²; **in great (grand...) style** một cách sang trọng đàng hoàng: *we arrived in fine style in a hired limousine* chúng tôi đã tới nơi đàng hoàng trong một chiếc xe hòm thuê; [**not (more)**] **somebody's style** cái ưa thích: *I don't like opera, chamber music is more my style* tôi không ưa nhạc kịch, nhạc thính phòng mới là cái tôi thích hơn.

style² /stail/ *dgt* 1. thiết kế, tạo mẫu: *style somebody's hair [shorter]* tạo mẫu tóc [ngắn hơn] cho ai 2. xưng hô: *how should we style her?* ta phải xưng hô với cô ta thế nào đây?; *style oneself doctor* tự xưng là bác sĩ.

styleless /'staillis/ *tt* không có phong cách riêng.

styling /'stailiŋ/ *dt* cách thiết kế, cách tạo mẫu.

stylisation /,stailai'zeiʃn/ *dt nh* stylization.

stylised /'stailaizd/ *tt nh* stylized.

stylise /'stailaiz/ *dgt nh* stylize.

stylish /'staili∫/ *tt* **1.** có phong cách riêng **2.** hợp thời trang: *stylish clothes* quần áo hợp thời trang.

stylishly /'staili∫li/ *pht* **1.** với phong cách riêng **2.** [một cách] hợp thời trang.

stylishness /'staili∫nis/ *dt* **1.** [sự có] phong cách riêng **2.** sự hợp thời trang.

stylist /'stailist/ *dt* **1.** nhà văn khéo trau chuốt văn phong **2.** người tạo mẫu: *a hair-stylist* người tạo kiểu tóc.

stylistic /'stailistik/ *tt* **1.** [thuộc] văn phong **2.** [thuộc] phong cách: *make a stylistic comparison of the two paintings* so sánh phong cách của hai bức tranh.

stylistically /'stailaistikli/ *pht* **1.** [về mặt] văn phong **2.** [về mặt] phong cách.

stylistics /'stailistiks/ *dt snh* (*dgt số ít*) phong cách học; tu từ học.

stylization /'stailai'zei∫n/ *dt* (*nghệ*) sự cách điệu hóa.

stylize /'stailaiz/ *dgt* (*nghệ*) cách điệu hóa.

stylized /'stailaizd/ *tt* (*nghệ*) [được] cách điệu hóa.

stylus /'stailəs/ *dt* **1.** kim máy hát **2.** bút trâm (*để viết, để vẽ, thời cổ*).

stymie[1] /'staimi/ *dt* (*kng*) tình thế khó xử; tình thế khó khăn.

stymie[2] /'staimi/ *dgt* (**stymied**) be stymied ở vào thế khó khăn: *I was completely stymied by her refusal to help* tôi hoàn toàn ở vào thế khó khăn vì chị ta từ chối giúp đỡ.

styptic[1] /'stiptik/ *dt* chất cầm máu.

styptic[2] /'stiptik/ *dgt* cầm máu: *a styptic pencil* bút

cầm máu (*khi cạo râu bị đứt*).

suave /swɑ:v/ *tt* (*thường xấu*) ngọt ngào (*đàn ông*).

suavely /'swɑ:vli/ *pht* (*thường xấu*) [một cách] ngọt ngào (*nói về đàn ông*).

suaveness /'swɑ:vnis/, **suavity** /'swɑ:vəti/ *dt* (*thường xấu*) thái độ ngọt ngào (*đàn ông*).

sub[1] /sʌb/ *dt* (*kng*) **1.** tàu ngầm **2.** cầu thủ thay thế (*bóng đá, cricket*) **3.** (*thường snh*) tiền niên liễm, tiền nguyệt liễm **4.** phó chủ biên.

sub[2] /sʌb/ *dgt* (**-bb-**) **1.** thay thế: *I had to sub for the referee, who was sick* tôi đã phải thay thế cho trọng tài bị ốm **2.** hiệu đính; làm phó chủ biên: *subbing on a local newspaper* làm phó chủ bút cho một tờ báo địa phương.

sub- (*tiền tố*) **1.** (*với dt, tt*) dưới: *subsoil* tầng đất dưới **2.** (*với dt*) cấp thấp hơn; thiếu; phân...: *sub-lieutenant* thiếu úy; *subspecies* (*sinh*) phân loài **3.** (*với tt*) cận, dưới: *subtropical* cận nhiệt đới; *subnormal* dưới bình thường **4.** (*với dt, dgt*) nhỏ; phân: *subdivide* chia nhỏ ra; *subcommittee* phân ban.

subaltern /'sʌbltən, (*Mỹ* sə'bɔ:ltern)/ *dt* (*Anh*) sĩ quan dưới cấp đại úy.

subarctic /,sʌb'ɑ:ktik/ *tt* cận bắc cực: *subarctic conditions* điều kiện cận bắc cực.

subatomic /,sʌbə'tɒmik/ *tt* (*thường thngữ*) [thuộc] hạ nguyên tử.

subcommittee /,sʌbkəmiti/ *dt* phân ban, tiểu bang.

subconscious[1] /,sʌbkɒn∫əs/ *dt* [thuộc] tiềm thức.

subconscious[2] /,sʌb'kɒn∫əs/ *dt* the subconscious; one's subconscious tiềm thức.

subconsciously /,sʌb'kɒn∫əsli/ *pht* [một cách] tiềm thức; trong tiềm thức.

subcontinent /,sʌb'kɒntinənt/ *dt* tiểu lục địa: *the Indian subcontinent* tiểu lục địa Ấn Độ.

subcontract[1] /'sʌbkɒntrækt, (*Mỹ* sʌb'kɒntrækt)/ *dt* hợp đồng phụ.

subcontract[2] /'sʌbkɒntrækt, (*Mỹ* sʌb'kɒntrækt)/ *dgt* (*cho ai làm công trình gì*) ký hợp đồng phụ.

subcontractor /,sʌbkən'træktə[r], (*Mỹ* ,sʌb'kɒntræktər)/ *dt* người ký hợp đồng phụ, người thầu lại.

subculture /'sʌbkʌltʃə[r]/ *dt* phong cách nhóm (*trong một xã hội*): *the teenage subculture* phong cách của nhóm tuổi thiếu niên.

subcutaneous /,sʌbkju:'teiniəs/ *tt* (*thường thngữ*) dưới da: *a subcutaneous injection* mũi tiêm dưới da.

subdivide /,sʌbdi'vaid/ *dgt* chia nhỏ thêm.

subdivision /,sʌbdi'viʒn/ *dt* **1.** sự chia nhỏ thêm **2.** chi nhánh, chi khu; phân mục: *this division of the chapter has several subdivision* phần đó của chương gồm nhiều phân mục.

subdue /səb'dju:, (*Mỹ* səb'du:)/ *dgt* khuất phục, chế ngự: *subdue the rebels* chinh phục bọn phiến loạn; *she tried to subdue her anger* chị ta cố chế ngự bớt cơn giận.

subdued /sə'dju:d, (*Mỹ* səb'du:d)/ *tt* **1.** bị chế ngự nhẹ, dịu: *subdued lighting* sự chiếu sáng nhẹ **2.** lặng lẽ uể oải một cách bất thường: *you seem very subdued tonight, is anything worrying you?* tối nay trông anh rất lặng lẽ uể oải một

S

cách bất thường, có gì làm anh lo lắng thế?

subedit /sʌb'edit/ *đgt* **1.** hiệu đính **2.** làm phó chủ bút *(tờ báo).*

subeditor /sʌb'editə[r]/ *dt* **1.** phó chủ bút **2.** phó tổng biên tập.

subheading /'sʌbhediŋ/ *dt* tiểu đề.

subject[1] /'sʌbdʒikt/ *dt* **1.** chủ đề, đề tài: *an interesting subject of conversation* một đề tài nói chuyện thú vị; *choose a subject for a poem* chọn một đề tài làm một bài thơ; *what did she say on the subject of money?* chị ta nói gì về vấn đề tiền nong thế? **2.** môn học: *physics and mathematics are my favourite subjects* vật lý và toán là các môn tôi thích nhất **3.** đối tượng *(thí nghiệm)*: *we need some male subjects for a psychology experiment* chúng tôi cần một vài đối tượng nam giới để làm một thí nghiệm về tâm lý **4.** *(ngôn)* chủ ngữ **5.** thần dân, dân: *I am French by birth and a British subject by marriage* tôi vốn là người Pháp nhưng là dân Anh do hôn nhân **6.** *(nhạc)* chủ đề **7.** *(triết)* chủ thể. // **change the subject** *x* change[1].

subject[2] /səb'dʒekt/ *đgt* **1.** chinh phục, thu phục *(nước, người)*: *Ancient Rome subjected most of Europe* La Mã cổ đại đã chinh phục phần lớn châu Âu **2.** bắt phải chịu, đưa ra cho chịu: *subject somebody to criticism* đưa ai ra phê phán; *as a test the metal was subjected to great heat* để thử nghiệm, kim loại ấy đã được cho chịu nhiệt độ cao.

subject[3] /'sʌbdʒikt/ *tt* **1.** bị chinh phục, lệ thuộc: *the subject nations* những nước

bị lệ thuộc **2.** *(vị ngữ)* **subject to somebody (something)** buộc phải vâng lời; dưới quyền *(ai)*: *we are subject to the laws* chúng ta buộc phải tuân theo pháp luật **3.** *(vị ngữ)* **subject to something** hay bị: *are you subject to colds?* anh có hay bị cảm lạnh không?; *the timetable is subject to alteration* thời gian biểu có thể bị thay đổi **4.** *(vị ngữ)* **subject to something** tùy thuộc vào, tùy vào: *the plan is subject to the director's approval* kế hoạch còn tùy thuộc vào sự chấp thuận của giám đốc.

subjection /səb'dʒekʃn/ *dt* sự chinh phục; sự bị chinh phục.

subjective /səb'dʒektiv/ *tt* chủ quan: *a subjective impression* một ấn tượng chủ quan; *a literary critic should not be too subjective in his approach* nhà phê bình văn học không nên quá chủ quan trong cách tiếp cận của mình.

subjectively /səb'dʒektivli/ *pht* [một cách] chủ quan.

subjectivity /ˌsəbdʒek'tivəti/ *dt* tính [chất] chủ quan.

subject matter /'səbdʒekt ˌmætə[r]/ chủ đề *(bài nói, cuốn sách).*

subjoin /ˌsʌb'dʒɔin/ *đgt* thêm vào cuối: *subjoin a postscript to a letter* thêm đoạn tái bút vào cuối bức thư.

sub judice /sʌb'dʒu:disi/ *tt* *(tiếng La tinh)* đang còn chờ tòa xét xử, do đó chưa được đưa lên báo *(theo luật Vương quốc Anh).*

subjugate /'subdjʊgeit/ *đgt* chinh phục: *a subjugated people* một dân tộc bị chinh phục.

subjugation /ˌsʌbdjʊ'geiʃn/ *dt* sự chinh phục.

subjunctive[1] /səb'dʒʌŋktiv/ *dt (ngôn)* **1.** thức giả định: *in "I wish you were here", "were" is in the subjunctive (is a subjunctive)* trong "I wish you were here", "were" là ở thức giả định **2.** động từ ở thức giả định.

subjunctive[2] /səb'dʒʌŋktiv/ *tt (ngôn)* [ở thức] giả định: *in the phase: "If I were you, "were" is subjunctive* trong câu "nếu tôi là anh" "là" là ở thức giả định.

sublease[1] /ˌsʌb'li:s/ *đgt* cho thuê lại.

sublease[2] /ˌsʌb'li:s/ *dt* sự cho thuê lại.

sublet /ˌsʌb'let/ *đgt* **(-tt-)** **(sublet)** cho thuê lại; cho thuê chung *(một phòng ở...).*

sub-lieutenant /ˌsʌblef'te-nənt, *(Mỹ* sʌblu:'tenənt)/ *dt* trung úy hải quân.

sublimate[1] /'sʌblimeit/ *đgt* **1.** *(tâm)* chuyển dạng *(dục tình... thành một dạng hoạt động dễ chấp nhận hơn về mặt xã hội)*: *sublimating one's sex drive by working hard* chuyển dạng dục tình thành lao động cật lực **2.** *(hóa)* thăng hoa.

sublimate[2] /'sʌblimeit/ *dt* chất thăng hoa.

sublimation /ˌsʌblimeiʃn/ *dt* **1.** *(tâm)* sự chuyển dạng **2.** *(hóa)* sự thăng hoa.

sublime /sə'blaim/ *tt* **1.** cao cả, tuyệt vời: *sublime heroism* tính anh hùng cao cả; *sublime beauty* vẻ đẹp tuyệt vời; *the food was absolutely sublime (kng)* thức ăn hoàn toàn tuyệt vời **2.** *(thngữ) (thường xấu)* quá xá: *sublime conceit* tính tự phụ quá xá; *sublime impudence* sự trơ trẽn quá xá. // **from the sublime to the ridiculous** từ cái cao đẹp xuống cái quá tầm thường lố bịch.

sublimely /sə'blaimli/ *pht*
1. [một cách] cao cả, [một cách] tuyệt vời 2. [một cách] quá xá.

sublimity /sə'blimiti/ *dt* sự cao cả, sự tuyệt vời.

subliminal /ˌsʌb'liminl/ *tt* (tâm) dưới ngưỡng ý thức.

submachine-gun /ˌsʌbmə-'ʃiːngʌn/ *dt* súng tiểu liên.

submarine[1] /ˌsʌbmə'riːn, (Mỹ 'sʌbməriːn)/ *dt* 1. (hải) tàu ngầm 2. (cg **submarine sandwich**) (Mỹ) bánh mì dài kẹp thịt.

submarine[2] /ˌsʌbmə'riːn, (Mỹ 'sʌbməriːn)/ *tt* (thngữ) ngầm dưới biển, dưới mặt biển: *submarine plants* cây mọc dưới mặt biển; *submarine cable* cáp ngầm dưới biển.

submariner /sʌb'mærinə[r], (Mỹ 'sʌbməriːnər/ *dt* thủy thủ tàu ngầm.

submerge /səb'mɜːdʒ/ *dgt* 1. lặn; nhận chìm: *the submarine submerged to avoid enemy ships* tàu ngầm lặn xuống để tránh tàu địch; *the child submerged all her toys in the bath* em bé nhận chìm hết đồ chơi của nó vào trong bồn tắm 2. (thường ở dạng bị động) (bóng) làm chìm ngập: *I'm absolutely submerged in work* tôi hoàn toàn bị chìm ngập trong công việc.

submerged /səb'mɜːdʒd/ *tt* bị ngập nước; bị chìm: *a partly-submerged wreck* xác tàu bị ngập nước một phần.

submergence /səb'mɜːdʒəns/ *dt nh* submersion.

submersible[1] /səb'mɜːsəbl/ *dt* tàu ngầm.

submersible[2] /səb'mɜːsəbl/ *tt* lặn xuống nước được.

submersion /səb'mɜːʃn/ (Mỹ səb'mɜːrʒn)/ *dt* 1. sự

dìm xuống nước, sự nhận chìm 2. sự lặn.

submission /səb'miʃn/ *dt* 1. sự phục tùng, sự quy phục: *submission to somebody's will* sự phục tùng ý muốn của ai; *starve the city into submission* cắt nguồn tiếp tế lương thực để buộc một thành phố phải quy phục 2. sự đệ trình: *the submission of a petition* sự đệ trình đơn thỉnh nguyện 3. (luật) ý kiến trình tòa: *in my submission, the witness is lying* thưa quý tòa theo ý tôi nhân chứng đang khai man.

submissive /səb'misiv/ *tt* phục tùng, quy phục: *he expects his wife to be meek and submissive* anh ta hy vọng là cô vợ sẽ nhu mì và phục tùng anh ta.

submissively /səb'misivli/ *dt* sự phục tùng, sự quy phục.

submissiveness /səb'misivnis/ *dt* sự phục tùng, sự quy phục.

submit /səb'mit/ *dgt* 1. phục tùng, quy phục: *submit to discipline* phục tùng kỷ luật; *submit to the enemy* quy phục kẻ thù 2. đệ trình: *submit plans to the council for approval* đệ trình kế hoạch lên để hội đồng phê chuẩn 3. gợi ý; biện luận: *counsel for the defence submit that his client was clearly innocent* luật sư bên bị biện luận là thân chủ của ông ta rõ ràng là vô tội.

subnormal[1] /ˌsʌb'nɔːml/ *tt* 1. dưới mức bình thường: *subnormal temperature* nhiệt độ dưới mức bình thường 2. kém thông minh; có trí thông minh dưới mức bình thường: *a subnormal child* đứa trẻ kém thông minh.

subnormal[2] /ˌsʌb'nɔːml/ *dt* (kng) người kém thông minh.

suborbital /ˌsʌb'ɔːbitl/ *tt* chưa trọn một quỹ đạo (quanh trái đất, mặt trăng): *a suborbital space flight* chuyến bay trong vũ trụ chưa trọn một quỹ đạo.

subordinate[1] /sə'bɔːdinət, (Mỹ sə'bɔːdənət)/ *tt* 1. ở cấp dưới: *he was always friendly to his subordinate officers* ông ta luôn luôn thân mật với các sĩ quan ở cấp dưới 2. ít quan trọng hơn: *all the other issues are subordinate to this one* tất cả các vấn đề khác đều ít quan trọng hơn vấn đề này.

subordinate[2] /sə'bɔːdinət, (Mỹ sə'bɔːdənət)/ *dt* người cấp dưới, thuộc cấp.

subordinate[3] /sə'bɔːdineit, (Mỹ sə'bɔːdəneit)/ *dgt* xem là ít quan trọng hơn: *in her book, she subordinates this issue to more general problems* trong cuốn sách của bà, bà xem vấn đề này kém quan trọng so với những vấn đề có tính chất tổng quát hơn.

subordinate clause /sə,bɔː-dineit'klɔːz/ (ngôn) (cg **dependent clause**) mệnh đề phụ (như *when it rang* trong *she answered the phone when it rang*).

subordination /sə,bɔːdi-'neiʃn, (Mỹ sə,bɔːdə'neiʃn)/ *dt* sự [xem là] ít quan trọng hơn.

suborn /sə'bɔːn/ *dgt* mua chuộc: *suborn a witness* mua chuộc người làm chứng.

subornation /ˌsʌbɔː'neiʃn/ *dt* sự mua chuộc.

subplot /'sʌbplɒt/ *dt* tình tiết phụ.

subpoena[1] /sə'piːnə/ *dt* giấy gọi ra hầu tòa.

S

subpoena² /sə'pi:nə/ *dgt* gọi ra hầu tòa.

subroutine /ˌsʌbru:'ti:n/ *dt* chương trình phụ *(máy diện toán)*.

subscribe /səb'skraib/ *dgt* **1.** đóng góp *(tiền)*; quyên *(tiền)* vào: *how much did you subscribe to the disaster fund?* anh đã góp bao nhiêu cho quỹ cứu nạn? **2.** đặt mua *(báo, tạp chí)* dài hạn; thuê bao: *which journal[s] do you subscribe for?* anh đặt mua dài hạn tờ báo nào thế? **3.** ký *(tên)* dưới tài liệu: *I subscribed my name to the document* tôi ký tên vào tài liệu ấy.

subscribe to something đồng tình *(với một ý kiến, một lý thuyết)*: *do you subscribe to her pessimistic view of the state of the economy?* anh có đồng tình với quan điểm bi quan của chị ta về tình trạng kinh tế lúc này hay không?

subscriber /səb'scraibə[r]/ **1.** người quyên góp **2.** người đặt mua dài hạn *(báo)*; người thuê bao *(diện thoại)*.

subscriber trunk dialling /səbˌscraibə[r] trʌnkdaiəliŋ/ *(vt STD)* điện thoại tự động đường dài.

subscription /səb'skripʃn/ *dt* **1.** sự quyên góp *(tiền)*: *a monument paid for by public subscription* một công trình kỷ niệm do tiền quyên góp mà xây nên **2.** số tiền quyên góp: *a £5 subscription to charity* số tiền 5 bảng Anh quyên góp cho công cuộc từ thiện **3.** hội phí *(câu lạc bộ...)*: *renew one's annual subscription* đóng nộp hội phí hằng năm.

subscription concert /səb'skripʃnkɒnsət/ buổi hòa nhạc vé bán trước.

subsection /'sʌbsekʃn/ *dt* tiểu mục *(trong một mục của tài liệu pháp lý...)*.

subsequent /'sʌbsikwənt/ *tt* *(thngữ)* theo sau, tiếp sau: *subsequent events proved me wrong* những sự việc xảy ra tiếp sau chứng tỏ là tôi đã sai; *the first and subsequent visits were kept secret* cuộc viếng thăm ban đầu và các cuộc viếng thăm tiếp sau đều được giữ kín.

subsequently /'sʌbsikwəntli/ *pht* sau đó: *they subsequently heard he had left the country* sau đó họ được biết rằng ông ta đã rời bỏ đất nước.

subsequent to /'sʌbsikwənt tu:/ *gt* sau, sau khi: *subsequent to its success as a play, it was made into a film* sau khi thành công ở thể kịch, vở đó đã được quay thành phim; *he confessed to other crimes subsequent to the bank robbery* hắn đã thú nhận các tội ác khác sau vụ cướp ngân hàng.

subservience /səb'sɜ:viəns/ *dt* **1.** sự khúm núm **2.** tính [chất] phụ, tính kém quan trọng hơn.

subservient /səb'sɜ:viənt/ *tt* **1.** khúm núm: *a subservient attitude* thái độ khúm núm **2.** kém quan trọng hơn, phụ: *all other considerations are subservient to the need for quick profit* mọi sự quan tâm khác đều là phụ so với sự cần thiết có lợi nhuận mau chóng.

subserviently /səb'sɜ:viəntli/ *pht* **1.** [một cách] khúm núm **2.** [một cách] kém quan trọng hơn, [một cách] phụ.

subset /'sʌbset/ *dt* phân bộ, phân nhóm.

subside /səb'said/ *dgt* **1.** rút xuống, hạ xuống: *the flood waters gradually subsided* nước lụt đã dần dần rút xuống **2.** sụt xuống, lún xuống *(nền nhà, đất ở vùng khai mỏ ở phía dưới...)* **3.** dịu bớt: *the storm began to subside* con bão bắt đầu dịu bớt; *I took an aspirin and the pain gradually subsided* tôi uống một viên atpirin và cơn đau dần dần dịu bớt **4.** *(kng, dùa)* gieo mình xuống, ngồi sụp xuống: *subsiding into an armchair* gieo mình xuống chiếc ghế bành.

subsidence /səb'saidns, 'sʌbsidəns/ *dt* **1.** sự rút xuống, sự hạ xuống: *the gradual subsidence of the river* sự dần dần rút nước của dòng sông **2.** sự sụt xuống, sự lún xuống *(đất)* **3.** sự dịu bớt *(con bão, con dau...)*.

subsidiary¹ /səb'sidiəri, *(Mỹ* səb'sidieri/ *tt* **1.** phụ, bổ sung: *can I ask a subsidiary question?* tôi có thể hỏi một câu hỏi bổ sung không? **2.** [là] chi nhánh *(của một công ty...)*.

subsidiary² /səb'sidiəri, *(Mỹ* səb'sidieri/ *dt* chi nhánh *(của một công ty)*: *the subsidiary is in France, but the parent company is in America* chi nhánh thì ở Pháp, còn công ty chính thì ở Mỹ.

subsidization, subsidisation /ˌsʌbsidai'zeiʃn, *(Mỹ* ˌsʌbsidi'zeiʃn)/ *dt* sự trợ cấp.

subsidize, subsidise /'sʌbsidaiz/ *dgt* trợ cấp: *be subsidized by the State* được Nhà nước trợ cấp.

subsidy /'sʌbsidi/ *dt* [tiền] trợ cấp: *housing subsidy* trợ cấp nhà ở.

subsist /səb'sist/ *dgt* sống, tồn tại: *how do they manage to subsist on such a low wage* làm sao họ có thể sống với đồng lương thấp như thế; *he subsisted mainly on vegetables and fruit* nó sống chủ yếu nhờ vào rau quả.

subsistence /səb'sistəns/ *dt* sự sống, sự tồn tại: *reduced to subsistence on bread and water* chỉ sống bằng bánh mì và nước lã; *subsistence farming* nông nghiệp tự túc, nông nghiệp chỉ đủ sống qua ngày; *a subsistence wage* đồng lương chỉ đủ sống qua ngày.

subsistence crop /səb'sistənskrɒp/ cây trồng lấy cái ăn qua ngày.

subsistence level /səb'sistənslevl/ mức sống qua ngày.

subsoil /'sʌb'sɒnik/ *dt* lớp đất cái.

subsonic /ˌsʌb'sɒnik/ *tt* dưới âm tốc: *a subsonic speed* vận tốc dưới âm tốc; *a subsonic flight* chuyến bay dưới âm tốc.

substance /'sʌbstəns/ *dt* **1.** chất: *a radioactive substance* một chất phóng xạ; *water and ice are the same substance in different forms* nước và nước đá là cùng một chất ở những dạng khác nhau **2.** thực chất: *they maintained that ghosts had no substance* họ vẫn giữ ý kiến rằng ma là không có thực [chất]; *I like a meal that has some substance to it* tôi thích bữa ăn có nhiều món có chất; *the substance of the speech* thực chất của bài nói; *I agree with the substance of what you say with (what you say in substance) but differ on points of detail* về thực chất của những gì anh nói tôi đồng ý với anh, nhưng về chi tiết thì không **3.** tiền bạc, của cải: *a man of substance* một

ông có nhiều tiền bạc của cải.

substandard /ˌsʌb'stændəd/ *tt* dưới tiêu chuẩn: *substandard goods* hàng dưới tiêu chuẩn, hàng không đủ tiêu chuẩn.

substantial /səb'stænʃl/ *tt* **1.** nhiều, đáng kể: *a substantial improvement* một sự tiến bộ đáng kể; *obtain a substantial loan* vay được một khoản tiền nhiều **2.** *(thường thngữ)* chắc; vững chắc; *a substantial chair* cái ghế chắc; *a substantial wall* bức tường chắc **3.** *(thường thngữ)* giàu, có nhiều tiền của: *substantial farmers* những chủ nông trại giàu có **4.** *(thngữ)* chủ yếu; thiết yếu: *though they disagreed on details, they were in substantial agreement over the plan* mặc dù họ còn khác biệt với nhau về chi tiết, họ đã đồng ý với nhau về những điểm chủ yếu của kế hoạch **5.** có thực; tồn tại thực sự: *was it something substantial that you saw, or was it a ghost?* cái anh thấy là có thực hay chỉ là bóng ma?

substantially /səb'stænʃəli/ *pht* **1.** [một cách] chủ yếu: *they contributed substantially to our success* họ đã góp phần chủ yếu vào thắng lợi của chúng tôi **2.** rất nhiều: *your contribution helped us substantially* phần đóng góp của anh đã giúp chúng tôi rất nhiều.

substantiate /səb'stænʃieit/ *dgt* chứng minh: *can you substantiate your accusations against him?* anh có thể chứng minh được lời buộc tội của anh đối với nó không?

substantiation /sə,stæn-ʃi'eiʃn/ *dt* sự chứng minh.

substantive[1] /'sʌbstəntiv/ *tt* thật, có thật: *a discussion of substantive matters* sự thảo luận về những vấn đề có thật; *a guarantee of substantive progress* một bảo đảm về tiến bộ có thật.

substantive[2] /'sʌbstəntiv/ *dt* *(ngôn, cũ)* danh từ.

substantive[3] /səb'stæntiv/ *tt* [thuộc cấp] thường trực: *a substantive major* cấp thiếu tá thường trực.

substation /'sʌbsteiʃn/ *dt* *(điện)* trạm lẻ.

substitute[1] /'sʌbstitjuːt, *(Mỹ* 'sʌbstituːd)/ *dt* người thay thế, vật thay thế: *the manager was unable to attend but sent his deputy as a substitute* ông giám đốc không đến dự được nhưng đã cử ông phó thay thế ông; *a substitute player* cầu thủ thay thế.

substitute[2] /'sʌbstitjuːt, *(Mỹ* 'sʌbstituːd)/ *dgt* thế; thay [thế]: *we must substitute a new chair for the broken one* ta phải thay một cái ghế mới vào chiếc ghế đã gãy; *can you substitute for me at the meeting?* anh có thể thay tôi đi họp được không?; *honey can substitute for sugar in this recipe* trong công thức này mật ong có thể thế cho đường.

substitution /ˌsʌbsti'tjuːʃn, *(Mỹ* ˌsʌbsti'tuːʃn)/ *dt* **1.** sự thế; sự thay [thế] **2.** lần thế, lần thay [thế]: *two substitutions were made during the match* trong trận đấu đã có hai lần thay cầu thủ.

substrata /ˌsʌb'straːtə, *(Mỹ* 'sʌbstreitə)/ *snh của* substratum.

substratum /ˌsʌb'straːtəm, *(Mỹ* 'sʌbstreitəm)/ *dt* *(snh* substrata) **1.** thể nền, cơ chất: *a substratum of rock* nền đá **2.** *(bóng)* nền tảng, cơ

S

sở: *a substratum of truth in her story* cơ sở sự thật trong câu chuyện của chị ta.

substructure /'sʌbstrʌktʃə[r]/ *dt* cơ sở hạ tầng; á cấu trúc.

subsume /səb'sjuːm, (*Mỹ* səb'suːm)/ *dgt* (+ *in, under*) xếp vào (*loại nào đó*): *this creature can be subsumed in the class of reptiles* con vật này có thể xếp vào lớp bò sát.

subtenant /'sʌbtənənt/ *dt* người thuê lại (*nhà, phòng...*).

subtenancy /'sʌbtənənsi/ *dt* sự thuê lại (*nhà, phòng...*).

subtend /sʌb'tend/ *dgt* (*toán*) trương: *the chord AC subtends the arc ABC* dây cung AC trương cung ABC.

subterfuge /'sʌbtəfjuːdʒ/ *dt* mẹo [thoái thác]: *her claim to be a journalist was simply a subterfuge to get into the theatre without paying* cô ta tự phong là nhà báo đó chỉ là một mẹo để vào nhà hát khỏi phải trả tiền; *gain something by subterfuge* đạt được cái gì bằng cách dùng mẹo.

subterranean /,sʌbtə'reiniən/ *tt* [ở] dưới mặt đất: *a subterranean tunnel* đường hầm dưới mặt đất, đường hầm trong lòng đất.

subtitle¹ /'sʌbtaitl/ *dt* 1. phụ đề (*một cuốn sách*) 2. lời thuyết minh (*in dưới cảnh trong một phim tiếng nước ngoài*).

subtitle² /'sʌbtaitl/ *dgt* 1. đặt phụ đề (*cho một cuốn sách*) 2. ghi lời thuyết minh (*vào một phim bằng tiếng nước ngoài*).

subtle /'sʌtl/ *tt* (**-r; -st**) tinh tế, tế nhị: *a subtle charm* vẻ duyên dáng tinh tế; *subtle humour* sự khôi hài tế nhị; *a subtle critic* nhà phê

bình tế nhị; *she has a very subtle mind* chị ta có đầu óc rất tinh tế.

subtlety /'sʌtlti/ *dt* sự tinh tế, sự tế nhị, ý tinh tế, chi tiết tế nhị.

subtly /'sʌtli/ *pht* [một cách] tinh tế, [một cách] tế nhị.

subtopia /,sʌb'təupiə/ *dt* vùng ngoại ô không đẹp mắt trải dài tới vùng nông thôn (làm xấu phong cảnh tự nhiên).

subtotal /'sʌbtəutl/ *dt* (*toán*) tổng con.

subtract /səb'trækt/ *dgt* (*toán*) trừ: *6 subtracted from 9 is 3* 9 trừ 3 còn 6.

subtraction /səb'trækʃn/ *dgt* (*toán*) 1. sự trừ 2. phép trừ.

subtropical /səb'trɒpikl/ *tt* cận nhiệt đới.

suburb /'sʌbɜːd/ *dt* vùng ngoại ô: *live in the suburbs* sống ở ngoại ô; *a dormitory suburb* vùng ngoại ô cư ngụ (*ở tại đấy, đi làm chỗ khác*).

suburban /sə'bɜːbən/ *tt* 1. [ở] ngoại ô: *a suburban street* một đường phố ngoại ô 2. (*bóng, xấu*) thiển cận; tầm thường: *a rather suburban attitude to life* một thái độ khá thiển cận đối với cuộc sống.

suburbanite /sə'bɜːbənait/ *dt* (*kng, thường xấu*) dân ngoại ô.

suburbia /sʌbɜːbiə/ *dt* (*xấu*) [lối sống] vùng ngoại ô.

subvention /səb'venʃn/ *dt* [tiền] trợ cấp.

subversion /səb'vɜːʃn, (*Mỹ* səb'vɜːrʒn)/ *dt* sự lật đổ.

subversive¹ /səb'vɜːsiv/ *tt* [có tính chất] lật đổ: *subversive propaganda* tuyên truyền lật đổ.

subversive² /səb'vɜːsiv/ *dt* người lật đổ.

subversively /səb'vɜːsivli/ *pht* [một cách] lật đổ.

subversiveness /səb'vɜːsivnis/ *dt* sự lật đổ.

subvert /sʌb'vɜːt/ *dgt* 1. lật đổ: *subvert the monarchy* lật đổ chế độ quân chủ 2. làm biến chất, làm thành phản phúc: *a diplomat subverted by foreign power* một nhà ngoại giao bị biến chất do thế lực nước ngoài.

subway /'sʌbwei/ *dt* 1. đường ngầm: *use the subway to cross the road* qua đường bằng đường ngầm 2. đường tàu điện ngầm: *travel by subway* đi bằng tàu điện ngầm.

subzero /,sʌb'ziərəu/ *tt* dưới không, âm (*nhiệt độ*): *subzero temperatures of a Siberian winter* nhiệt độ âm vào mùa đông ở Xi-bia.

succeed /sək'siːd/ *dgt* 1. thành công: *the attack succeeded and the fort was taken* cuộc tấn công đã thành công và pháo đài đã bị hạ 2. kế tiếp; kế tục: *winter succeeds autumn* mùa đông kế tiếp mùa thu; *who succeeded Churchill as Prime Minister?* ai kế tục Churchill làm thủ tướng thế? 3. thừa kế, kế nghiệp: *when the king died, his eldest son succeeded [to the throne]* khi nhà vua băng hà, thái tử lên kế nghiệp (lên nối ngôi). // **nothing succeeds like success** (*tục ngữ*) thành công dắt dây nhau: *I won the essay prize, then was offered a scholar-ship: nothing succeeds like success!* tôi đạt được giải tiểu luận, rồi lại được học bổng, đúng là thành công dắt dây nhau!.

success /sək'ses/ *dt* 1. thành công: *make a success for something* thành công về việc gì; *I haven't had much success in my applications* *for jobs* tôi không thành công lắm khi đi xin việc **2.** người thành công; việc thành công: *he wasn't a success as a teacher* ông ta không phải là người thành công trong nghề nhà giáo; *of her plays, three were successes and one was a failure* trong các vở kịch của bà ta, ba đã thành công và một đã thất bại. // **nothing succeeds like success** x succeed; **a roaring success** x roaring; **a success story** người rất thành công; việc thành công lớn: *her rapid rise to the top has been one of the film industry's most remarkable success stories* sự đạt đến tột đỉnh nhanh chóng của bà ta là một trong những caâ chuyện về thành công lớn nhất trong công nghiệp phim ảnh.

successful /sək'sesfl/ *tt* thành công: *a successful career* một sự nghiệp thành công; *a successful candidate* một ứng cử viên thành công; một thí sinh trúng tuyển.

successfully /sək'sesfəli/ *pht* [một cách] thành công.

succession /sək'seʃn/ *dt* **1.** tràng, chuỗi: *a succession of disasters* một chuỗi tai họa; *a succession of wet days* một chuỗi ngày ẩm ướt **2.** sự kế tiếp, sự liên tiếp, sự tiếp nối: *the succession of the seasons* sự tiếp nối các mùa **3.** sự kế vị, sự thừa kế: *who is first in succession to the throne?* ai là người đầu tiên kế vị ngôi vua. // **in succession** liên tiếp: *three victories in [quick] succession* ba thắng lợi liên tiếp.

successive /sək'sesiv/ *tt* liên tiếp, kế tiếp: *successive governments* những chính phủ liên tiếp; *the school has won five successive games* nhà

trường đã thắng năm cuộc thi đấu liên tiếp.

successively /sək'sesivli/ *pht* [một cách] liên tiếp.

successor /sək'sesə[r]/ *dt* người kế tục, cái kế tiếp: *the successor to the throne* người kế tục (kế vị) ngôi vua; *this car is the successor to our popular hatchback model* xe này là kiểu tiếp sau kiểu xe đuôi cụt lật rất được ưa chuộng của chúng tôi.

succinct /sʌk'siŋkt/ *tt* ngắn gọn: *a very succinct explanation* một lời giải thích rất ngắn gọn.

succour¹ (Mỹ **succor**) /'sʌkə[r]/ *dt* sự cứu giúp: *bring succour to the wounded* cứu giúp những người bị thương.

succour² (Mỹ **succor**) /'sʌkə[r]/ *dgt* cứu giúp.

succubi /'sʌkjʊbai/ *dt snh* của succubus.

succubus /'sʌkjʊbəs/ *dt* hồ ly (hay hiện về ăn nằm với đàn ông theo mê tín cổ).

succulence /'sʌkjʊləns/ *dt* **1.** sự ngon lành (thức ăn) **2.** (thực) sự mọng nước.

succulent¹ /'sʌkjʊlənt/ *tt* **1.** ngon lành (thức ăn): *a succulent steak* miếng thịt bò rán ngon lành **2.** (thực) mọng nước (bộ phận của cây).

succulent² /'sʌkjʊlənt/ *dt* cây mọng nước.

succumb /sə'kʌm/ *dgt* ngưng chống cự, chịu thua, không chống nổi: *the city succumbed after only a short siege* thành phố chịu thua (thất thủ) chỉ sau một thời gian bao vây ngắn; *several children have measles, and the others are bound to succumb* nhiều cháu bị sởi, còn các cháu khác chắc là cũng

không chống nổi căn bệnh; *the driver has succumbed to his injuries* anh lái xe chết vì các vết thương trên người.

such¹ /sʌʃ/ *đht* **1.** như thế, như vậy: *such people as these* những người như thế; *experiences such as this are rare* những kinh nghiệm như vậy rất hiếm **2.** đến thế: *don't be in such a hurry* đừng vội vã đến thế; *she's got such talent* cô ta có tài đến thế **3.** đến nỗi: *the oppression was such as to make everyone rise up* sự áp bức tàn bạo đến nỗi làm cho mọi người đều nổi dậy.

such² /sʌtʃ/ *đt* người như thế; điều như thế: *cricket was boring; such was her opinion before meeting Ba* bóng cricket thật là chán, ý kiến của cô ta là như thế trước khi gặp Ba; *the pain in her foot wasn't such to stop her walking* chân cô ta đau nhưng [điều đó] chưa đến mức làm cô không đi được. // **as such** nói cho đúng [theo nghĩa chính xác của từ]: *I can't call my book a bestseller as such but it's very popular* nói cho đúng thì tôi không thể nói cuốn sách của tôi là cuốn bán chạy nhất, nhưng [quả thực] nó rất được ưa thích; **such as** ví dụ như, như là: *wild flowers such as orchids and primroses are becoming rare* những loài hoa dại như là hoa lan, hoa báo xuân ngày càng hiếm; **such as it is** thật ra thì (dùng để xin lỗi về phẩm chất tồi của cái gì đó): *you're welcome to join us for supper, such as it is – we're only having soup and bread* chúng tôi rất sung sướng nếu anh đến dùng bữa tối với chúng tôi, nhưng thật ra thì chúng tôi chỉ có xúp và bánh mì.

S

such-and-such /ˈsʌtʃən͵sʌtʃ/ *dt, dht (kng)* ở một thời điểm; theo một số lượng nào đó *(không nói rõ): if they tell you to come on such-and-such a day, don't agree if it's not convenient* nếu họ bảo anh đến vào một ngày nào đó, anh đừng có đồng ý nếu không thuận tiện cho anh.

suchlike /ˈsʌtʃlaik/ *dt, dht* [vật] như thế, [thứ] thuộc loại đó: *you can buy string, glue, paper-clips and suchlike [items] at the corner shop* anh có thể mua dây, hồ dán, kẹp giấy và những thứ thuộc loại như thế tại cửa hàng ở góc phố.

suck[1] /sʌk/ *dgt* **1.** mút, hút, bú: *suck sweets* mút kẹo; *suck at one's pipe* hút tẩu thuốc lá; *a child that sucks its thumb* đứa bé mút ngón tay cái; *a baby sucking [the breast of] its mother* em bé bú [vú] mẹ; *plants that suck up moisture from the soil* cây cối hút chất ẩm từ trong đất. // **milk (suck) somebody (something) dry** x dry[1]; **teach one's grandmother to suck eggs** x teach; **suck somebody in (into) something** *(thường dùng ở thể bị động)* lôi cuốn ai vào việc gì *(thường là một cách miễn cưỡng): I don't want to get sucked into the row about school reform* tôi không muốn bị lôi cuốn vào cuộc cãi vã về cải cách nhà trường; **suck somebody (something) under (into...) something; suck somebody (something) down, in...** cuốn xuống, cuốn vào...: *the canoe was sucked [down] into the whirlpool* chiếc xuồng bị cuốn vào xoáy nước; *dangerous currents can suck swimmers under* những dòng nước nguy hiểm có thể cuốn người bơi xuống sâu

dưới nước; **suck up [to somebody]** *(lóng, xấu)* lấy lòng ai; nịnh hót ai: *she sucks up to him by agreeing with everything he says* cô ta lấy lòng ông ta bằng cách tán thành mọi điều ông nói.

suck[2] /sʌk/ *dt* sự mút, sự hút; sự bú: *have (take) a suck at something* mút (hút) cái gì.

sucker /ˈsʌkə[r]/ *dt* **1.** *(động)* giác mút; *(thực)* rễ mút **2.** miếng giác, đinh mút *(dùng gắn cái gì vào tường...)* **3.** *(kng)* người dễ bị lừa **4.** *(kng)* (+ for) người mê thích *(ai, cái gì): I've always been such a sucker for romantic movies* tôi vốn mê xem các phim tình cảm lãng mạn.

sucking-pig /ˈsʌkiŋpig/ *dt* lợn sữa.

suckle /ˈsʌkl/ *dgt* cho bú.

suckling /ˈsʌkliŋ/ *dt* bé còn bú mẹ; con vật còn bú mẹ. // **out of the mouths of babes and sucklings** x mouth[1].

sucrose /ˈsuːkrəʊz, suːkrəʊs/ *dt* đường *(lấy từ mía hay củ cải đường).*

suction /ˈsʌkʃn/ *dt* sự mút, sự hút: *vacuum cleaners work by suction* máy hút bụi hoạt động bằng cách hút.

suction pump /ˈsʌkʃnpʌmp/ bơm hút.

sudden /ˈsʌdn/ *tt* đột ngột: *a sudden change* sự thay đổi đột ngột; *a sudden turn in the road* khúc quành đột ngột trên đường; *your marriage was very sudden* cuộc hôn nhân của anh thật đột ngột. // **all of a sudden** *(kng)* bất thình lình: *all of a sudden, the tyre burst* bất thình lình lốp xe nổ.

suddenly /ˈsʌdnli/ *pht* bất thình lình: *suddenly everyone started shouting* bất

thình lình mọi người bắt đầu gào lên.

suddenness /ˈsʌdnnis/ *dt* sự đột ngột.

suds /sʌdz/ *dt* **1.** *(cg soap-suds)* bọt xà phòng **2.** *(Mỹ, kng)* rượu bia.

sudsy /ˈsʌdsi/ *tt* có bọt, sủi bọt: *sudsy water* nước sủi bọt.

sue /suː/ *(Anh cg* sjuː)/ *dt* kiện: *sue somebody for damages* kiện ai đòi bồi thường; *sue for a divorce* kiện đòi ly hôn.

suede /sweid/ *dt* da lộn: *a suede coat* áo khoác bằng da lộn.

suet /ˈsuːit/ *dt* mỡ quả cật *(ở cừu..., rắn hơn mỡ ở những nơi khác trong cơ thể con vật): a suet pudding* bánh pu-đinh [làm bằng bột và] mỡ quả cật.

suffer /ˈsʌfə[r]/ *dgt* **1.** chịu, bị: *do you suffer from headaches?* anh có thường bị nhức đầu không?; *he suffers terribly with his feet* anh ta bị đau chân kinh khủng; *he made a rash decision, now he's suffering for it* anh ta đã quyết định thiếu suy nghĩ, bây giờ phải gánh chịu hậu quả **2.** chịu, chịu nổi: *how can you suffer such insolence?* sao mà anh chịu nổi một sự láo xược đến thế? **3.** trở nên tệ hơn; bị ảnh hưởng chất lượng: *her business suffered when she was ill* công việc kinh doanh của bà trở nên tệ hơn khi bà bị ốm. // **not (never) suffer fools gladly** không kiên nhẫn được với những người mình cho là ngu ngốc: *an arrogant, impatient woman who doesn't suffer fools gladly* một bà ngạo mạn, thiếu kiên nhẫn, không chịu được những ai bà cho là ngu ngốc.

sufferance /'sʌfərəns/ *dt* được phép nhưng không được hoan nghênh: *he's here on sufferance* nó ở đây cũng được nhưng không được người ta hoan nghênh *(được chấp nhận một cách bất đắc dĩ)*.

sufferer /'sʌfərə[r]/ *dt* người chịu, người bị: *arthritis sufferers* những người bị thấp khớp.

suffering /'sʌfəriŋ/ *dt* **1.** sự đau đớn, sự đau khổ: *there is so much suffering in this world* thế gian này có quá nhiều đau khổ **2.** **sufferings** *(snh)* nỗi đau khổ: *the sufferings of the starving refugees* nỗi đau khổ của những người tị nạn bị đói.

suffice /se'fais/ *dgt* đủ, đủ để: *will £10 suffice for the trip* 10 bảng có đủ cho chuyến đi không?; *one warning suffice to stop her doing it* một lời cảnh cáo đủ làm cho chị ta ngừng làm việc đó; *a light lunch should suffice me* một bữa ăn trưa nhẹ cũng đủ cho tôi lắm rồi. // **suffice it to say [that]...** chỉ nói thế cũng đủ để thấy rằng: *I don't go to the depressing details; suffice it to say that the whole affair was an utter disaster* tôi sẽ không đi vào các chi tiết đáng buồn; nói như vậy cũng đủ để thấy rằng toàn bộ sự việc là cả một thảm họa hoàn toàn.

sufficiency /sə'fiʃnsi/ *dt* **sufficiency of something** số lượng đủ về cái gì: *a sufficiency of fuel for the winter* số lượng chất đốt đủ cho mùa đông.

sufficient /sə'fiʃnt/ *tt* đủ: *sufficient time* đủ thời gian; *sufficient money* đủ tiền; *do we have sufficient [food] for ten people?* chúng ta có đủ thức ăn cho mười người không?

sufficiently /sə'fiʃntli/ *pht* [một cách] đủ: *not sufficiently careful* không đủ cẩn thận.

suffix /'sʌfiks/ *dt (ngôn)* tiếp tố.

suffocate /'sʌfəkeit/ *dgt* **1.** làm chết nghẹt; chết nghẹt: *passengers suffocated in the burning aircraft* hành khách bị chết nghẹt trong chiếc máy bay đang cháy **2.** nghẹt thở: *I'm suffocating here; can't we open a few windows?* tôi đang nghẹt thở ở đây đây, chúng ta không thể mở vài cửa sổ ra sao?

suffocating /'sʌfəkeitiŋ/ *tt* làm nghẹt thở, ngột ngạt: *a suffocating heat of a tropical night* cái nóng ngột ngạt của ban đêm nhiệt đới; *a suffocating bureaucracy (bóng)* chế độ quan liêu ngột ngạt.

suffocation /ˌsʌfə'keiʃn/ *dt* sự nghẹt thở.

suffragan¹ /'sʌfrəgən/ *tt (tôn)* [làm] phó hạt.

suffragan² /'sʌfrəgən/ *dt (tôn)* giám mục phó hạt.

suffrage /'sʌfridʒ/ *dt* quyền bầu cử: *universal suffrage* quyền bầu cử phổ thông, quyền bỏ phiếu phổ thông.

suffragette /ˌsʌfrə'dʒet/ *phụ* nữ đấu tranh đòi quyền bầu cử cho nữ giới *(ở Anh, đầu thế kỷ 20)*.

suffuse /sə'fju:z/ *dgt (chủ yếu dùng ở dạng bị động)* lan khắp, tràn ngập *(thường nói về màu sắc, hơi ấm...)*: *the evening sky was suffused with crimson* màu đỏ thẫm tràn ngập bầu trời buổi chiều.

suffusion /sə'fju:ʒn/ *dt* sự lan khắp, sự tràn ngập.

sugar¹ /'ʃʊgə[r]/ *dt* **1.** đường: *don't eat too much sugar* đừng có ăn nhiều đường quá; *a sugar refinery* nhà máy tinh chế đường **2.** thìa đường; miếng đường: *two sugars in my coffee, please!* làm ơn cho cà phê của tôi hai miếng đường nhé! **3.** *(kng, Mỹ)* em thân yêu! *(tiếng thường của người đàn ông gọi một phụ nữ mà ông ta ưa thích):* *hello, sugar, nice to see you!* chào em thân yêu, gặp em mừng quá!.

sugar² /'ʃʊgə[r]/ *dgt* cho đường vào, bao đường, bọc đường: *is this tea sugared?* trà này cho đường chưa? *sugared almonds* quả hạnh bao đường. // **sugar (sweeten) the pill** *x* pill.

sugar-beet /'ʃʊgəbi:t/ *dt (thực)* củ cải đường.

sugar-cane /'ʃʊgəkein/ *dt (thực)* cây mía.

sugar-coated /'ʃʊgə'kəʊtid/ *tt* **1.** bao đường, bọc đường **2.** *(bóng, xấu)* đường mật: *a sugar-coated promise* lời hứa đường mật.

sugar-daddy /'ʃʊgədædi/ *dt* lão già dại gái.

sugariness /'ʃʊgərinis/ *dt* **1.** sự ngọt **2.** sự ngọt ngào, sự đường mật.

sugar-lump /'ʃʊgəlʌmp/ *dt* miếng đường *(để cho vào cà phê...)*.

sugar-maple /'ʃʊgəmeipl/ *dt (thực)* cây thích đường.

sugar-tongs /'ʃʊgətɒŋz/ *dt snh* cái gắp đường miếng *(ở bàn ăn)*.

sugary /'ʃʊgəri/ *tt* **1.** ngọt; có đường: *sugary tea* nước trà [có] đường **2.** *(bóng, xấu)* ngọt ngào, đường mật: *poems full of sugary sentiments about love* những bài thơ chan chứa

S

tình cảm ngọt ngào về tình yêu.

suggest /sə'dʒest, (Mỹ səg-'dʒest)/ *dgt* **1.** gợi ý, đề nghị: *I suggest a tour of the museum* tôi đề nghị đi tham quan bảo tàng một vòng; *he suggested taking children to the zoo* anh ta gợi ý cho trẻ đi xem vườn thú; *what do you suggest to the manager?* anh đề nghị gì với ông giám đốc thế? **2.** gợi, làm nảy ra trong trí, làm cho nghĩ đến *(cái gì đó):* *which illness do these symtoms suggest [to you]?* những triệu chứng đó làm anh nghĩ đến bệnh gì thế? **3.** ám chỉ; ngụ ý: *are you suggesting that I'm not telling the truth?* có phải là anh có ý ám chỉ rằng tôi không nói sự thật không đấy? **4. suggest itself [to somebody]** nảy ra trong trí óc ai, đến trong ý nghĩ của ai: *an idea suggests itself to me* một ý nghĩ nảy sinh trong trí óc tôi.

suggestibility /sə,dʒestə-'biləti, (Mỹ səg,dʒestə-'biləti)/ *dt* tính chất dễ bị ảnh hưởng.

suggestible /sə'dʒestəbl, (Mỹ səg'dʒestəbl)/ *tt* dễ bị ảnh hưởng: *she's at a suggestible age* cô ta đang ở độ tuổi dễ bị ảnh hưởng.

suggestion /sə'dʒestʃən, (Mỹ səg'dʒestʃən)/ *dt* **1.** sự gợi ý, sự được gợi ý: *on (at) your suggestion, I bought the more expensive model* theo sự gợi ý của anh, tôi đã mua kiểu đắt tiền **2.** ý kiến gợi ý, kế hoạch gợi ý; người được đề nghị: *I want suggestions about what to do today* tôi muốn có những đề nghị về công việc phải làm hôm nay; *Janel was my first suggestion as chair-*

person Janel là người tôi đề nghị đầu tiên vào chức chủ tịch **3.** một chút, một ít: *speak English with the suggestion of a French accent* nói tiếng Anh với một chút giọng Pháp **4.** sự gợi lên, sự làm liên tưởng đến: *most advertisements work through suggestion* hầu hết quảng cáo đều khai thác óc liên tưởng của người xem.

suggestive /sə'dʒestiv, (Mỹ səg'dʒestiv)/ *tt* **1.** gợi lên, làm liên tưởng: *an aroma suggestive of spring flowers* hương vị làm liên tưởng đến những bông hoa mùa xuân **2.** khêu gợi, làm hứng tình: *he gave her a suggestive glance, and she blushed* anh liếc nhìn chị một cách khêu gợi và chị đỏ mặt lên.

suggestively /sə'dʒestivli, (Mỹ seg'dʒestivli)/ *pht* **1.** [theo kiểu] gợi lên, [theo kiểu] làm liên tưởng **2.** [một cách] khêu gợi, [một cách] hứng tình.

suicidal /,su:i'saidl, (Anh cg ,sju:i'saidl)/ *tt* tự sát; có khả năng dẫn đến tự sát; muốn tự sát: *a hospital ward for suicidal patients* khu bệnh viện dành cho bệnh nhân tự sát; *suicidal tendencies* khuynh hướng muốn tự sát; *a suicidal policy* một chính sách đi đến chỗ tự sát *(bóng).*

suicidally /,su:i'saidəli/ *pht* như thể là muốn tự sát; đến mức muốn tự sát: *suicidally depressed* thất vọng đến mức muốn tự sát.

suicide /'su:isaid, (Anh cg 'sju:isaid)/ *dt* **1.** sự tự sát; vụ tự sát: *commit suicide* tự sát; *three suicides in one week* ba vụ tự sát một tuần **2.** người tự sát **3.** *(bóng)* hành động tự sát *(về mặt kinh tế, chính trị...):* eco-

nomic suicide hành động tự sát về mặt kinh tế.

suit¹ /su:t, (Anh cg sju:t)/ *dt* **1.** bộ quần áo, bộ com-lê: *a business suit* bộ quần áo đi làm; *a dress-suit* bộ com-lê đàn ông; *a trouser-suit* bộ vét nữ *(gồm vét và váy)*; *a diving suit* bộ đồ lặn; *a spacesuit* bộ đồ du hành vũ trụ; *a suit of armour* bộ áo giáp **2.** hoa *(quân bài)* **3.** *(cg* **lawsuit)** sự kiện tụng; vụ kiện: *a divorce suit* vụ kiện đòi ly hôn **4.** lời thỉnh cầu, lời yêu cầu: *press one's suit* nài nỉ xin xỏ. // **follow suit** *x* follow; **in one's birthday suit** *x* birthday; **[not] one's strong[est] suit** [không phải] là điểm mạnh nhất (là sở trường) của mình.

suit² /su:t, Anh cg sju:t/ *dgt* **1.** hợp với: *does this shirt suit me?* chiếc váy này có hợp với tôi không?; *It doesn't suit you to have your hair cut short* anh cắt tóc ngắn trông không hợp **2.** hợp cho; tiện cho: *will Thursday suit [you]?* ngày thứ năm có tiện cho anh không?; *would it suit you to come at five?* năm giờ anh đến có tiện không?; *this climate doesn't suit me* khí hậu này không hợp cho tôi **3. suit yourself** *(kng)* tùy ý anh thôi: *you don't want to join the club? Oh, well, suit yourself* anh không gia nhập câu lạc bộ ư? Ồ tùy ý anh thôi **4. suit something to something (somebody)** làm cho thích hợp với, làm cho phù hợp với: *suit the punishment to the crime* áp dụng hình phạt cho đúng với tội; *suit the play to the audience* diễn vở kịch đúng với yêu cầu của khán giả. // **suit one's (somebody's) book** *(kng)* thuận tiện cho, hợp với: *it suits my book if I never have to go there again* nếu tôi không bao giờ phải đến đó nữa thì hợp ý tôi lắm; **suit somebody down to the ground** (*kng*) rất thuận tiện cho ai, rất hợp với ai: *I've found a job that suits me down to the ground* tôi đã tìm được một việc làm rất hợp với tôi.

suitability /,su:tə'biləti/ *dt* nh suitableness.

suitable /'su:təbl, (*Anh cg* 'sju:təbl)/ *tt* thích hợp, hợp: *a suitable date* một ngày tháng thích hợp; *a suitable school for the children* một trường học thích hợp cho trẻ nhỏ.

suitableness /'su:təblnis/ *dt* sự thích hợp, sự hợp.

suitably /'su:təbəli/ *pht* [một cách] thích hợp, [một cách] hợp: *go to a party suitably dressed* đi dự hội ăn mặc rất hợp.

suitcase /'su:tkeis, 'sju:tkeis/ *dt* cái va-li.

suite /swi:t/ *dt* **1.** bộ: *a three-piece suit* một bộ hai ghế bành và một xô-pha; *a suite of programs for a computer* một bộ chương trình máy điện toán **2.** phòng trang bị đầy đủ; (*Mỹ*) căn hộ: *the honeymoon suit* phòng cho cặp vợ chồng hưởng trăng mật **3.** (*nhạc*) tổ khúc **4.** đoàn, tùy tùng.

suited /'su:tid, 'sju:tid/ *tt* (*vị ngữ*) (+ for, to) thích hợp, hợp: *he is better suited to a job with older pupils* ông ta hợp hơn với việc dạy học sinh lớn hơn; *he and his wife are well suited [to each other]* anh và vợ anh rất xứng đôi với nhau.

-suited (*yếu tố tạo tt ghép*) ăn mặc theo kiểu nào đó: *sober-suited city businessmen* những thương gia thành thị ăn mặc rất nhã.

suiting /'su:tiŋ,'sju:tiŋ/ *dt* vải may comlê: *serge suiting* vải xéc may com-lê.

suitor /'su:tə[r], (*Anh cg* 'sju:tə[r])/ *dt* (*cũ*) người theo đuổi (*một cô gái*): *she has rejected all her many suitors* cô ta đã khước từ tất cả đám các chàng trai đông đảo theo đuổi cô.

sulfate /'sʌlfeit/ *dt* (*Mỹ*) nh sulphate.

sulfide /'sʌlfaid/ *dt* (*Mỹ*) nh sulphide.

sulfur /'sʌlfə[r]/ *dt* (*Mỹ*) nh sulphur.

sulk /sʌlk/ *dgt* **sulk about (over) something** uất hận về việc gì: *he's been sulking for days about being left out of the team* nó uất hận mấy ngày liền vì bị loại ra khỏi đội bóng.

sulkily /'sʌlkili/ *pht* [một cách] uất hận.

sulkiness /'sʌlkinis/ *dt* sự uất hận.

sulks /sʌlks/ *dt snh* (*kng*) con uất hận: *have [a fit of] sulks* uất hận.

sulky /'sʌlki/ *tt* (**-ier;-iest**) uất hận: *a sulky look* vẻ mặt uất hận.

sullen /'sʌlən/ *tt* (*xấu*) **1.** nhăn nhó, sưng sỉa: *a sullen look* vẻ mặt nhăn nhó **2.** (*tu từ*) ảm đạm *a sullen sky* bầu trời ảm đạm.

sullenly /'sʌlənli/ *pht* (*xấu*) **1.** [một cách] nhăn nhó, [một cách] sưng sỉa **2.** [một cách] ảm đạm.

sullenness /'sʌlənnis/ *dt* (*xấu*) **1.** sự nhăn nhó, sự sưng sỉa **2.** (*tu từ*) sự ảm đạm.

sully /'sʌli/ *dgt* (**sullied**) (*thường bóng*) bôi nhọ; làm nhơ, làm nhơ nhuốc: *I wouldn't sully my hands by accepting a bribe* tôi không thể để nhơ tay vì nhận hối

lộ; *sully somebody's name* bôi nhọ thanh danh của ai.

sulpha drug (*Mỹ* **sulfa drug**) /'sʌlfədrʌg/ (*dược*) nh sulfonamide.

sulphate (*Mỹ* **sulfate**) /'sʌlfeit/ *dt* (*hóa*) sunfat: *copper sulphate* sunfat đồng.

sulphide (*Mỹ* **sulfide**) /'sʌlfaid/ *dt* (*hóa*) sunfua.

sulphonamide /sʌl'fonəmaid/ *dt* (*Mỹ*) **sulfonamide, sulfa drug** (*dược*) sunfamit.

sulphur (*Mỹ* **sulfur**) /'sʌlfə[r]/ *dt* (*hóa*) lưu huỳnh.

sulphuretted (*Mỹ* **sulfuretted**) /'sʌlfjʊretid/ *tt* (*thngữ*) [có] lưu huỳnh (*nói về một hợp chất*): *sulphuretted hydrogen* sulfua hyđrô (*hyđrô có lưu huỳnh*).

sulphuric acid /sʌlfjʊərik 'æsid/ (*hóa*) axit sunfuric.

sulphurous acid (*Mỹ* **sulfurous**) /,sʌlfərəs'æsid/ (*hóa*) axit sunfurơ.

sultan /'sʌltən/ *dt* vua (*ở một số nước Hồi giáo*): *the Sultan of Brunei* vua Brunei.

sultana /sʌl'ta:nə, (*Mỹ* sʌl'tænə)/ *dt* **1.** nho khô xuntan (*dùng làm bánh*) **2.** hoàng hậu Hồi giáo, hoàng thái hậu Hồi giáo; chị (*em gái*) vua Hồi giáo, công chúa Hồi giáo.

sultanate /'sʌltəneit/ *dt* **1.** ngôi vua Hồi giáo; thời gian trị vì (*vua Hồi giáo*) **2.** vương thổ (*vua Hồi giáo*): *the Sultanate of Oman* vương thổ Oman.

sultrily /'sʌltrili/ *pht* **1.** [một cách] oi bức, [một cách] ngột ngạt (*thời tiết*) **2.** [một cách] ngăm ngăm có duyên (*phụ nữ*).

sultriness /'sʌltrinis/ *dt* **1.** sự oi bức, sự ngột ngạt (*thời tiết*) **2.** vẻ ngăm ngăm có duyên (*phụ nữ*).

S

sultry /'sʌltri/ *tt* **1.** oi bức, ngột ngạt *(thời tiết): a sultry summer afternoon* buổi chiều mùa hè oi bức **2.** ngăm ngăm có duyên *(phụ nữ): a sultry Mexican beauty* một giai nhân Mê-hi-cô ngăm ngăm có duyên.

sum¹ /sʌm/ *dt* **1.** *(thường snh)* bài tính số học: *do a sum in one's head* tính nhẩm trong đầu **2. sum (of something)** số tiền: *he was fined the sum of £200* nó bị phạt số tiền là 200 bảng; *huge sums have been invested in this project* những số tiền khổng lồ đã được đầu tư vào đề án này **3.** *(thường số ít)* **sum (of something)** tổng; tổng số: *the sum of 5 and 3 is 8* tổng của 5 và 3 là 8 **4.** *(cg* **sum total**) **the sum of something** tổng cộng, hết thảy, tất cả: *is that the sum of what you've done in the last two years?* đó phải chăng là tất cả những gì anh đã làm trong hai năm qua? // **in sum** nói tóm lại: *in sum, the plan failed* nói tóm lại kế hoạch đã thất bại.

sum² /sʌm/ *dgt* **(-mm-) 1. sum [something] up** a/ tóm tắt: *now sum up [your views] in a few words* nào bây giờ hãy tóm tắt ý kiến của anh trong vài từ thôi b/ tóm tắt bằng chứng cùng là những ý kiến tranh cãi trong một vụ án *(nói về một chánh án...)* **2. sum somebody (something) up** có ý kiến về ai *(cái gì)* như thế nào đó, cho là: *I summed up her as a competent manager* tôi cho bà ta là một giám đốc có tài.

summarily /'sʌmərili/ *pht* **1.** [một cách] qua loa, [một cách] sơ sài **2.** [một cách] ngắn gọn.

summarise, summarize /'sʌməraiz/ *dgt* tóm tắt: *a talk summarizing recent trends in philosophy* cuộc nói chuyện tóm tắt các xu hướng mới đây trong triết học.

summary¹ /'sʌməri/ *dt* bản tóm tắt: *a two-page summary of a government report* bản tóm tắt báo cáo của chính phủ trong hai trang giấy. // **in summary** nói một cách ngắn gọn: *and so I would say, in summary, that the campaign has been a great success* và tôi xin được nói một cách ngắn gọn là chiến dịch đã thành công rất tốt đẹp.

summary² /'sʌməri/ *tt* *(thường thngữ)* **1.** *(thường xấu)* qua loa, sơ sài: *summary punishment* hình phạt qua loa **2.** ngắn gọn: *a summary account of a long debate* bản tường thuật tóm tắt một cuộc tranh luận kéo dài.

summat /'sʌmət/ *dt (Anh dph)* nh something: *summat's up* có cái gì đó sai đấy, có vấn đề đấy.

summation /'sʌ'meiʃn/ *dt* **1.** bản tóm tắt vụ án; bản tóm tắt: *begin a summation of the evidence presented* bắt đầu đọc bản tóm tắt những bằng chứng được trình tòa **2.** sự cộng; phép cộng: *do a rapid summation of the figures* cộng nhanh các con số **3.** sự tập hợp, sự gom lại: *the exhibition was a summation of his life's work* cuộc triển lãm là sự tập hợp những tác phẩm của cả đời ông.

summer /'sʌmə[r]/ *dt* mùa hè, mùa hạ: *this summer* hè này; *last summer* hè qua; *a girl of ten summers (tu từ)* cô gái mười tuổi; *the summer holidays* kỳ nghỉ hè. // **an Indian summer** *x* Indian; **one swallow does not make a summer** *x* swallow¹.

summer-house /'sʌməhaus/ *dt* quán hóng mát, lều hóng mát *(trong vườn)*.

summer pudding /ˌsʌmə-'pudiŋ/ *(Anh)* bánh mì kẹp trái cây.

summer school /'sʌməsku:l/ khóa giảng mùa hè, lớp hè *(ở trường đại học)*.

summer-time /'sʌmətaim/ *dt* mùa hè: *it's beautiful here in [the] summertime* ở đây vào mùa hè thời tiết đẹp.

summer time *(Mỹ* **fast time**) giờ mùa hè *(nhanh hơn bình thường một tiếng đồng hồ, để tận dụng ánh sáng mặt trời)*.

summery /'sʌməri/ *tt* [điển hình cho] mùa hè; [thích hợp với] mùa hè: *a summery day* một ngày hè: *a summery dress* quần áo mùa hè.

summing-up /ˌsʌmiŋ'ʌp/ *dt (snh* **summings-up**) bài tóm tắt bằng chứng và những ý kiến tranh cãi trong một vụ án.

summit /'sʌmit/ *dt* **1.** chóp, đỉnh *(núi): climb to the summit* leo lên tới đỉnh núi; *the summit of her ambition* đỉnh cao tham vọng của bà ta **2.** hội nghị thượng đỉnh: *attend a summit in Paris* dự hội nghị thượng đỉnh ở Pa-ri; *a summit conference* hội nghị thượng đỉnh.

summon /'sʌmən/ *dgt* **1.** mời đến, triệu đến, gọi đến; tập hợp: *I was summoned by my boss to explain my actions* tôi bị gọi lên gặp ông chủ để giải thích hành vi của tôi; *summon the pupils together in the school hall* tập hợp học sinh ở hội trường; *the debtor was sum-*

moned to appear before the magistrates con nợ bị gọi đến trước [quan] tòa **2.** triệu tập: *summon a conference* triệu tập một hội nghị **3.** cố dồn hết *(sức lực... để làm việc gì): summon [up] one's courage for the battle* cố dồn hết can đảm mà chiến đấu. // **summon something up** gọi [nhớ] lại: *a smell which summons up memories of my childhood* mùi hương gợi nhớ lại thời thơ ấu của tôi.

summons[1] /'sʌmənz/ *dt* (*snh* **summonses**) **1.** lệnh đòi hầu tòa; trát đòi hầu tòa **2.** lệnh đòi: *you must obey the king's summons* anh phải tuân theo chỉ của nhà vua.

summons[2] /'sʌmənz/ *dgt* đòi ra hầu tòa: *he was summonsed for speeding* ông ta bị đòi ra hầu tòa vì lái xe quá tốc độ.

sump /sʌmp/ *dt* **1.** bình dầu *(trong động cơ)* **2.** hốc nước thải.

sumptuous /'sʌmptʃʊəs/ xa hoa; lộng lẫy: *a symptuous feast* bữa tiệc xa hoa; *sumptuous clothes* quần áo lộng lẫy.

sumptuousness /'sʌmptʃʊəsnis/ *dt* sự xa hoa; sự lộng lẫy.

sum total /,sʌm'təʊtl/ **1.** tổng cộng toàn bộ *(nhất là khi thấy rằng chưa đủ cái mong đợi hay cần thiết)* **2.** tổng cộng; hết thảy, tất cả.

sun[1] /sʌn/ *dt* **1.** *(cg* **the sun**) *(số ít)* mặt trời: *the sun's rays* tia mặt trời **2.** *(cg* **the sun**) *(số ít)* ánh nắng mặt trời: *sit in the sun* ngồi dưới ánh nắng mặt trời; *I like lots of sun on holiday* tôi thích ngày nghỉ trời nắng ấm; *draw the curtains to shut out the sun* kéo màn che ánh nắng **3.** ngôi sao

mặt trời *(có hành tinh xoay quanh) (như kiểu mặt trời): there are many suns larger than ours* có nhiều ngôi sao mặt trời lớn hơn mặt trời của chúng ta. // **catch the sun** *x* catch[1]; **make hay while the sun shines** *x* hay; **a place in the sun** *x* place[1]; **under the sun** trên trái đất này, trên thế giới: *every country under the sun* mọi đất nước trên trái đất này; **with the sun** vào lúc trời vừa sáng; vào lúc trời vừa tối: *get up with the sun* dậy lúc mờ sáng; *go to bed with the sun* đi ngủ lúc trời vừa tối.

sun[2] /sʌn/ *dgt* (**-nn-**) *sun oneself* tắm nắng, phơi nắng: *he sat in a deck-chair sunning himself* anh ta ngồi phơi nắng trên chiếc ghế xếp.

Sun (*vt của* Sunday) chủ nhật: *Sun 1 June* chủ nhật ngày 1 tháng sáu.

sun-baked /'sʌnbeikt/ **1.** khô cứng do nắng: *sun-baked fields* đồng ruộng khô cứng vì nắng **2.** nắng gắt: *sun-baked beaches* bãi biển nắng gắt.

sunbathe /'sʌnba:θ/ *dgt* tắm nắng.

sunbeam /'sʌnbi:m/ *dt* tia nắng.

sunbed /'sʌnbed/ *dt* giường nằm tắm tia cực tím.

sunbelt /'sʌnbelt/ *dt (có khi viết hoa)* miền Nam và Tây Nam Hoa Kỳ, miền đai nắng Hoa Kỳ.

sunblind /'sʌnblaind/ *dt* màn cửa, mành *(ở cửa sổ).*

sunburn /'sʌnbɜ:n/ *dt* sự sạm nắng, sự cháy nắng.

sunburned, sunburnt /'sʌnbɜ:nt/ *tt* **1.** sạm nắng, cháy nắng *(da)* **2.** rám nắng.

sundae /'sʌndei, (*Mỹ* 'sʌndi)/ *dt* kem trái cây: *a strawberry sundae* kem dâu tây.

Sunday /'sʌndi/ *dt* (*vt* **Sun**) ngày chủ nhật.

Sunday best /,sʌndi'best/ bộ quần áo diện nhất, bộ cánh.

Sunday school /'sʌndisku:l/ trường giáo lý chủ nhật *(dạy giáo lý cho trẻ em vào ngày chủ nhật).*

sunder /'sʌndə[r]/ *dgt (văn)* tách rời ra; tách ra một cách vĩnh viễn.

sundial /'sʌndaiəl/ *dt* đồng hồ mặt trời.

sundown /'sʌndaʊn/ [lúc] mặt trời lặn.

sundowner /'sʌn,daʊnə[r]/ *dt* **1.** *(Úc)* người lang bạt xin ngủ qua đêm *(ở trang trại)* **2.** *(Anh, kng)* cốc rượu tiễn mặt trời *(lúc mặt trời lặn).*

sun-drenched /'sʌndrentʃt/ *tt* dãi nắng: *a sun-drenched island* hòn đảo dãi nắng.

sundries /'sʌndriz/ *dt* hàng lặt vặt *(như giấy viết thư, phong bì, tem...).*

sundry /'sʌndri/ *tt* [gồm nhiều thứ] khác nhau: *on sundry occasions* vào nhiều dịp khác nhau; *rice, flour and sundry other items of food* gạo, bột và những mặt hàng thực phẩm khác nhau. // **all and sundry** *(kng)* tất cả mọi người: *she invited all and sundry to her party* cô ta mời tất cả mọi người đến dự bữa tiệc của cô.

sunfish /'sʌnfiʃ/ *dt (động)* cá thái dương.

sunflower /'sʌn,flaʊə[r]/ *(thực)* cây hướng dương.

sung /sʌŋ/ *dttqk của* sing.

sun-glasses /'sʌn,glɑ:siz/ *dt snh* kính râm: *pair of sunglasses* chiếc kính râm.

sun-god /'sʌngɒd/ *dt* thần mặt trời.

S

sun-hat /'sʌnhæt/ *dt* mũ trùm gáy (*che đầu và gáy*).

sunk /sʌŋk/ *đttqk của* sink[1].

sunken /'sʌŋkən/ *tt* **1.** bị chìm, bị đắm: *a sunken ship* chiếc tàu bị chìm **2.** hóp, hõm (*má...*) **3.** trũng: *a sunken garden* khu vườn trũng (*ở dưới mức đất xung quanh*).

sun-lamp /'sʌnlæmp/ *dt* (*y*) đèn [phát tia] cực tím.

sunless /'sʌnləs/ *tt* không có nắng: *a sunless day* một ngày không nắng.

sunlight /'sʌnlait/ *dt* ánh sáng mặt trời.

sunlit /'sʌnlit/ *tt* chan hòa ánh nắng.

sun lounge /'sʌnlaundʒ/ (*Mỹ* **sun parlor, sun porch**) phòng (hiên) có cửa sổ rộng để đón nhận nhiều ánh sáng.

sunnily /'sʌnili/ *pht* **1.** [một cách] ngập nắng **2.** [một cách] vui tươi, [một cách] phấn khởi.

sunniness /'sʌninis/ *dt* **1.** sự ngập nắng **2.** sự vui tươi, sự phấn khởi.

sunny /'sʌni/ *tt* **1.** nắng, ngập nắng: *a sunny room* một căn phòng ngập nắng **2.** vui tươi, phấn khởi: *she always looks on the sunny side* bà ta lúc nào cũng vui tươi, phấn khởi.

sunny-side up /,sʌnisaid'ʌp/ (*Mỹ*) rán một mặt (*trứng*).

sun parlor /'sʌnpɑːlə[r]/ *dt* (*Mỹ*) *x* **sun lounge**.

sun porch /'sʌnpɔːtʃ/ *dt* (*Mỹ*) *x* **sun lounge**.

sun-ray /'sʌnrei/ *dt* tia cực tím: *a sun-ray lamp* đèn tia cực tím (*dùng chữa bệnh...*).

sunrise /'sʌnraiz/ *dt* [lúc] mặt trời mọc; bình minh: *she got up at sunrise* chị ta thức dậy lúc mặt trời mọc.

sunrise industry /'sʌnraiz ,indəstri/ ngành công nghiệp mới đang lên (*như ngành công nghiệp điện tử...*).

sun-roof /'sʌnruːf/ *dt* (*cg* **sunshine roof**) cửa sổ mặt trời (*ở trên mui xe*).

sunset /'sʌnset/ *dt* **1.** lúc mặt trời lặn, lúc hoàng hôn **2.** cảnh hoàng hôn: *the beautiful sunsets in the desert* cảnh hoàng hôn đẹp mắt trên sa mạc.

sunshade /'sʌnʃeid/ *dt* **1.** ô, dù **2.** màn cửa, mành (*cửa sổ*).

sunshine /'sʌnʃain/ *dt* **1.** ánh nắng: *sitting out in the warm sunshine* ngồi ngoài trời dưới ánh nắng ấm áp **2.** (*bóng*) sự vui tươi, sự hớn hở: *she has brought some sunshine into my life* nàng đã mang lại một ít vui tươi cho đời tôi **3.** (*Anh, kng*) anh bạn (*xưng hô thân mật*): *Hello, sunshine!* chào anh bạn! // **a ray of sunshine** *x* **ray**.

sunshine roof /,sʌnʃain'ruːf/ *nh* **sun-roof**.

sunspot /'sʌnspɒt/ *dt* **1.** (*thiên*) vệt mặt trời **2.** (*kng*) nơi có nắng (*để đi nghỉ...*).

sunstroke /'sʌnstrəuk/ *dt* sự say nắng.

suntan /'sʌntæn/ *dt* sự rám nắng.

suntanned /'sʌntænd/ *tt* rám nắng: *her suntanned legs* cặp giò rám nắng của cô nàng.

suntrap /'sʌntræp/ *dt* nơi kín gió ngập nắng.

sun-up /'sʌnʌp/ *dt* (*cg* **sunrise**) lúc mặt trời mọc, bình minh.

sun visor /'sʌn,vaizə[r]/ tấm che nắng (*ở kính trước ô tô*).

sun-worship /'sʌnwɜːʃip/ *dt* **1.** sự thờ mặt trời **2.** (*kng*) sự rất mê tắm nắng.

sun-worshipper /'sʌn,wɜː-ʃipə[r]/ *dt* **1.** người thờ mặt trời **2.** (*kng*) người rất mê tắm nắng.

sup[1] /sʌp/ *dgt* (**-pp-**) (*dph*) nhấp từng ngụm, uống từng hớp: *they sat supping their beer* họ ngồi nhấp từng ngụm bia.

sup[2] /sʌp/ *dgt* (**-pp-**) (+ **on**, **off**) ăn (*món gì đó*) vào bữa tối: *we supped on cold roast beef* chúng tôi ăn thịt bò nướng đã nguội vào buổi tối.

sup[3] /sʌp/ *dt* (*dpht*) ngụm, hớp: *a sup of ale* một hớp bia.

sup[4] (*vt của tiếng Latinh* **supra**) ở trước, ở trên (*trong cuốn sách...*).

super[1] /'suːpə[r], 'sjuːpə[r]/ *tt* (*kng*) siêu hạng; tuyệt vời: *a super meal* bữa ăn siêu hạng; *a super dress* chiếc áo váy siêu hạng: *you'll like her, she's super* anh sẽ thích nàng, nàng thật tuyệt vời.

super[2] /'suːpə[r], 'sjuːpə[r]/ *dt* (*kng*) sĩ quan cảnh sát trên chức thanh tra (*ở Anh*).

super- (*tiền tố*) **1.** (+ *dt, dgt*) trên, thượng tầng: *superstructure* kiến trúc thượng tầng; *superimpose* đặt lên trên, để lên trên **2.** (+ *tt, pht*) siêu: *superhuman* siêu phàm **3.** (+ *tt*) cực kỳ: *superintelligent* cực kỳ thông minh **4.** (+ *dt*) hảo hạng: *super-lubricant* dầu nhờn hảo hạng.

superabundance /,suːpərə-'bʌndəns, ,sjuːpərə'bʌndəns/ *dt* sự hết sức dồi dào: *food in superabundance* thực phẩm hết sức dồi dào.

superabundant /,suːpərə-'bʌndənt, ,sjuːpərə'bʌndənt/ *tt* hết sức dồi dào, rất dư thừa: *a superabundant harvest* vụ gặt hết sức dồi dào, vụ gặt bội thu.

superannuate /ˌsuːpəˈrænjʊeit, ˌsjuːpəˈrænjʊeit/ *dgt* cho *(viên chức)* về hưu có trợ cấp.

superannuated /ˌsuːpəˈrænjʊeitid, sjuːpəˈrænjʊeitid/ *tt (kng, dôi khi dùa)* quá già cỗi: *are you still riding that superannuated old bike?* anh có còn cưỡi cái xe đạp quá già cỗi kia nữa không?

superannuation /ˌsuːpəˈrænjʊeiʃn, ˌsjuːpərænjuˈeiʃn/ *dt* 1. sự cho nghỉ hưu 2. trợ cấp hưu trí.

superb /suːˈpɜːb, sjuːˈpɜːb/ *tt* tuyệt vời: *a superb view* quang cảnh tuyệt vời.

superbly /suːˈpɜːbli, ˌsjuːˈpɜːbli/ *pht* [một cách] tuyệt vời.

supercharge /ˈsuːpətʃɑːdʒ, ˈsjuːpətʃɑːdʒ/ *dgt (kỹ)* tăng nạp *(nhiên liệu để nâng công suất lên):* *a supercharged racing-car* chiếc xe đua được tăng nạp.

supercharger /ˈsuːpətʃɑːdʒər, ˈsjuːpətʃɑːdʒər/ *dt (kỹ)* thiết bị tăng nạp.

supercillious /ˌsuːpəˈsiliəs, ˌsjuːpəˈsiliəs/ *tt* khinh khỉnh.

supercilliously /ˈsuːpəˈsiliəsli, ˈsjuːpəsiliəsli/ *pht* [một cách] khinh khỉnh.

supercilliousness /ˌsuːpəˈsiliəsnis, ˌsjuːpəˈsiliəsnis/ *dt* sự khinh khỉnh.

superconductivity /ˌsuːpəkɒndʌkˈtivəti, ˌsjuːpəndʌkˈtivəti/ *dt (lý)* hiện tượng siêu dẫn; tính siêu dẫn.

superconductor /ˌsuːpəkənˈdʌktər, ˌsjuːpəkənˈdʌktər/ *dt (lý; điện)* chất siêu dẫn.

super-duper /ˌsuːpəˈduːpər/ *tt (kng)* tuyệt, hết sảy: *I've*

got a super-duper new radio tôi có một cái rađiô mới rất tuyệt.

super-ego /ˈsuːpəregəʊ, ˈsjuːpəregəʊ, (Mỹ 'suːpərigəʊ/ *dt (tâm)* siêu ngã.

superficial /ˌsuːpəˈfiʃl, ˌsjuːpəˈfiʃl/ *tt* 1. ở bề mặt: *superficial wound* vết thương bề mặt 2. bề mặt, mới thoạt nhìn tưởng là: *a superficial similarity* sự giống nhau khi mới thoạt nhìn 3. nông cạn: *have only a superficial knowledge of the subject* chỉ có kiến thức nông cạn về đề tài đó; *you're too superficial to appreciate great literature like this* anh quá nông cạn để có thể thưởng thức một tác phẩm văn học tầm cỡ ấy.

superficiality /ˌsuːpəfiʃiˈæliti, ˌsjuːpəfiʃiˈæliti/ *dt* 1. bề ngoài 2. tính [chất] nông cạn.

superficially /ˌsuːpəˈfiʃəli, ˌsjuːpəˈfiʃəli/ *pht* 1. ở bề mặt 2. [một cách] nông cạn.

superfine /ˈsuːpəfain, ˈsjuːpəfain/ *tt* thượng hảo hạng: *superfine silk* lụa thượng hảo hạng.

superfluity /ˌsuːpəˈfluəti, ˌsjuːpəˈfluəti/ *dt* sự thừa; *have food in superfluity, have a superfluity of food* có thừa thực phẩm.

superfluous /suːˈpɜːfluəs, sjuːˈpɜːfluəs/ *tt* thừa *(quá mức cần thiết):* *that remark was superfluous* lời nhận xét đó là thừa; *the crowd was so well-behaved that the police presence was superfluous* đám đông rất trật tự khiến sự có mặt của cảnh sát là thừa.

superfluously /suːˈpɜːfluəsli, sjuːˈpɜːfluəsli/ *pht* [một cách] thừa.

supergrass /ˈsuːpəgrɑːs, ˈsjuːpəgrɑːs/ *dt* tên chỉ điểm.

superhuman /ˌsuːpəˈhjuːmən, sjuːpəˈhjuːmən/ *tt* quá sức người, siêu phàm: *it will require a superhuman effort to get the job finished on time* phải một sự cố gắng siêu phàm mới có thể hoàn thành công việc đúng thời hạn.

superimpose /ˌsuːpərimˈpəʊz, ˌsjuːpərimˈpəʊz/ *dgt* đặt lên trên, chồng lên trên *(khiến cả cái trên cái dưới đều trông thấy được một phần):* *using two projectors we can superimpose one film image on the other* dùng hai máy chiếu, ta có thể chồng hình ảnh của phim này lên phim khác.

superimposition /ˌsuːpərimpəˈziʃn, ˌsjuːpərimpəˈziʃn/ *dt* sự đặt lên trên, sự chồng lên trên.

superintend /ˌsuːpərinˈtend, ˌsjuːpərinˈtend/ *dgt* trông nom, giám sát: *appointed to superintend [the staff in] the toy department* được bổ nhiệm trông nom bộ phận đồ chơi trẻ em.

superintendence /ˌsuːpərinˈtendəns, ˌsjuːpərinˈtendəns/ *dt* sự trông nom, sự giám sát.

superintendent /ˌsuːpərinˈtendənt/ *dt* 1. viên giám sát 2. *(Anh)* sĩ quan cảnh sát *(trên cấp chánh thanh tra).*

superior[1] /suːˈpiəriər, sjuːˈpiəriər/ *tt* 1. cao, tốt, giỏi, hơn: *a superior cloth* loại vải tốt; *this candidate is clearly superior* thí sinh này rõ ràng giỏi hơn; *which of the two methods is superior?* trong hai phương pháp đó phương pháp nào hơn?; *the enemy forces were superior in numbers* quân thù hơn về quân số 2. **(superior to somebody)** ở cấp cao, ở cấp trên: *a superior court*

S

tòa án cấp cao; *a soldier must obey his superior officers* quân lính phải vâng lệnh các sĩ quan cấp trên **3.** *(xấu)* tự phụ, tự đắc: *a superior air* vẻ tự đắc **4.** *(thường thngữ)* ở trên, cao hơn: *a superior stratum of rock* tầng đá ở trên.

superior² /suːˈpiəriə[r], sjuːˈpiəriə[r]/ *dt* **1.** người cấp trên: *obey one's superiors* vâng lệnh những người cấp trên **2.** người [giỏi] hơn; cái [hay] hơn: *she is my superior in knowledge* cô ta là người hơn tôi về kiến thức **3.** *(tôn)* bề trên: *Father Superior* Cha bề trên.

superiority /suːˌpiəriˈɒrəti, sjuːˌpiəriˈɒrəti, *(Mỹ* suːˌpiəriˈɒrəti)/ *dt* sự cao hơn; sự trội hơn: *her superiority in talent* sự cao tài hơn của cô ta; *they won the battle because of their massive superiority in numbers* họ thắng trận vì số quân trội hơn một cách áp đảo.

superiority complex /suːˌpiəriˈɒriti, kɒmpleks/ *dt* *(tâm)* phức cảm tự tôn.

superlative /suːˈpɜːlətiv, sjuːˈpɜːlətiv/ *tt* **1.** tột bậc: *superlative wisdom* sự khôn ngoan tột bậc **2.** cao nhất *(cấp so sánh)*: *superlative degree* cấp cao nhất.

superlative /suːˈpɜːlətiv, sjuːˈpɜːlətiv/ *dt (ngôn)* cấp so sánh cao nhất.

superlatively /suːˈpɜːlətivli, sjuːˈpɜːlətivli/ *pht* [một cách] tột bậc: *she plays the mandoline superlatively well* cô ta chơi man-đo-lin hay tột bậc.

superlubricant /ˌsuːpəˈluːbrikənt, ˌsjuːpəˈluːbrikənt/ *dt* dầu nhờn siêu hạng.

superman /ˈsuːpəmæn, ˈsjuːpəmæn/ *dt (snh* **supermen)** siêu nhân.

supermarket /ˈsuːpəmɑːkit, ˈsjuːpəmɑːkit/ *dt* siêu thị.

supernatural /ˌsuːpəˈnætʃrəl, ˌsjuːpənætʃrəl/ *tt* siêu nhiên: *supernatural beings* lực lượng siêu nhiên.

the supernatural /ˌsuːpəˈnætʃrəl, ˌsjuːpəˈnætʃrəl/ *dt* lực lượng siêu nhiên, biến cố siêu nhiên.

supernaturally /ˌsuːpəˈnætʃrəli, ˌsjuːpəˈnætʃrəli/ *pht* [một cách] siêu nhiên.

supernova /ˌsuːpəˈnəʊvə, ˌsjuːpəˈnəʊvə/ *dt (snh* **supernovae, supernovas)** *(thiên)* sao mới rực sáng.

supernumerary /ˌsuːpəˈnjuːmərəri, ˌsjuːpəˈnjuːməˌrəri; *(Mỹ* ˌsuːpəˈnuːməˌrəri)/ *tt* dư, thừa: *a supernumerary finger* ngón tay thừa, ngón tay thứ sáu.

superphosphate /ˌsuːpəˈfɒsfeit, ˌsjuːpəˈfɒsfeit/ *dt (hóa)* supephotphat.

superpower /ˈsuːpəpaʊə[r], ˈsjuːpəpaʊə[r]/ *dt* siêu cường quốc.

superscript /ˈsuːpəskript, ˈsjuːpəskript/ *tt (thngữ)* ghi ở góc trên: *different words with the same spelling are distinguished in this dictionary by superscript number* các từ viết giống nhau được phân biệt trong từ điển này bằng những con số ghi ở góc trên từ.

supersede /ˌsuːpəˈsiːd, ˌsjuːpəˈsiːd/ *dgt* thay thế, thế: *will factory workers be entirely superseded by machines one day?* liệu một ngày nào đó công nhân xí nghiệp có được máy móc hoàn toàn thay thế không nhỉ?

supersonic /ˌsuːpəˈsɒnik, ˌsjuːpəˈsɒnik/ *tt* siêu thanh: *a supersonic aircraft* phi cơ siêu thanh; *supersonic speeds* vận tốc siêu thanh.

superstar /ˈsuːpəstɑː[r], ˈsjuːpəstɑː[r]/ *dt (kng)* siêu sao: *Hollywood superstars* siêu sao Hollywood.

superstition /ˌsuːpəˈstiʃn, ˌsjuːpəˈstiʃn/ *dt* sự mê tín, sự dị đoan.

superstitious /ˌsuːpəˈstiʃəs, ˌsjuːpəˈstiʃəs/ *tt* mê tín, dị đoan.

superstitiously /ˌsuːpəˈstiʃəsli, ˌsjuːpəˈstiʃəsli/ *pht* [một cách] mê tín, [một cách] dị đoan.

superstore /ˈsuːpəstɔː[r], ˈsjuːpəstɔː[r]/ *dt* siêu thất *(gian hàng rộng như kiểu siêu thị bán đồ cồng kềnh như đồ gỗ...)*.

superstructure /ˈsuːpəstrʌktʃə[r], ˈsuːpəstrʌktʃə[r]/ **1.** kiến trúc bên trên *(của tàu thủy)* **2.** *(triết)* kiến trúc thượng tầng *(của xã hội)*.

supertanker /ˈsuːpətæŋkə[r], ˈsjuːpətæŋkə[r]/ *dt* siêu tàu chở dầu.

supertax /ˈsuːpətæks, ˈsjuːpətæks/ *dt* thuế siêu lợi tức.

supervene /ˌsuːpəˈviːn, sjuːpəˈviːn/ *dgt* xảy ra bất ngờ: *she was working well until illness supervened* chị ấy vẫn làm việc tốt cho đến khi bất ngờ bị bệnh.

supervise /ˈsuːpəvaiz, ˈsjuːpəvaiz/ *dgt* giám sát.

supervision /ˌsuːpəˈviʒn, sjuːpəˈviʒn/ *dt* sự giám sát.

supervisor /ˈsuːpəvaizə[r], ˈsjuːpəvaizə[r]/ *dt* người giám sát.

supervisory /ˈsuːpəvaizəri, ˈsjuːpəvaizəri, *(Mỹ* ˌsuːpəˈvaizəri)/ giám sát: *a supervisory committee* ủy ban giám sát.

supine /ˈsuːpain, ˈsjuːpain/ *tt* **1.** nằm ngửa **2.** *(xấu)* uể oải, nhu nhược.

supinely /ˈsuːpainli, ˈsjuːpainli/ *pht* **1.** [ở tư thế] nằm ngửa **2.** [một cách] uể oải; [một cách] nhu nhược.

supper /'sʌpə[r]/ *dt* bữa ăn tối: *have a late supper* ăn tối muộn.

supper-time /'sʌmpətaim/ *dt* giờ ăn tối.

supplant /'səplɑ:nt/ *dgt* thay thế, thế chân, chiếm chỗ: *oil has supplanted coffee as our main export* dầu lửa đã thay thế cà phê như là mặt hàng xuất khẩu chính của ta; *she has been supplanted by another in his affections* cô ta đã bị người khác chiếm mất chỗ trong tình cảm của anh ta.

supple /'sʌpl/ *tt* (**-r; -st**) dẻo, mềm dẻo: *the supple limbs of a child* tay chân mềm dẻo của em bé; *she has a supple mind* cô ta có đầu óc mềm dẻo.

supplely /'sʌpli/ *pht* [một cách] dẻo, [một cách] mềm dẻo.

supplement¹ /'sʌplimənt/ *dt* **1.** phần bổ sung, phần phụ: *the money I get from teaching the piano is a useful supplement to my ordinary income* số tiền tôi thu nhập nhờ dạy dương cầm là phần bổ sung có ích thêm vào thu nhập bình thường **2.** phụ bản: *the colour supplements of the Sunday newspapers* phụ bản in màu của báo chủ nhật **3.** phụ phí **4.** *(toán)* phần phụ *(của một góc).*

supplement² /'sʌplimənt/ *dgt* bổ sung, thêm vào: *he supplements his regular income by doing a bit of teaching in the evenings* anh ta dạy một ít vào buổi tối để thêm vào thu nhập bình thường của mình.

supplementary /'sʌpli'mentri, (Mỹ ,sʌpli'mentəri)/ **1.** thêm, phụ: *a supplemen-*

tary lecture buổi giảng thêm **2.** *(toán)* phụ: *supplementary angles* góc phụ.

supplementary benefit /,sʌplimentri'benifit/ tiền trợ cấp [cho người] nghèo.

suppliant¹ /'sʌpliənt/ *tt* cầu xin, khẩn cầu: *in a suppliant attitude* với thái độ khẩn cầu.

suppliant² /'sʌpliənt/ *dt* người cầu xin, người khẩn cầu: *kneel as a suppliant at the altar* quỳ gối cầu xin trước bàn thờ.

supplicant /'sʌplikənt/ *dt* người cầu xin, người khẩn cầu.

supplicate /'sʌplikeit/ *dgt* cầu xin, khẩn cầu: *supplicate for pardon* cầu xin tha thứ; *supplicate somebody to help* cầu xin ai giúp đỡ.

supplication /,sʌpli'keiʃn/ *dt* **1.** sự cầu xin, sự khẩn cầu **2.** lời cầu xin, lời khẩn cầu.

supplier /sə'plaiə[r]/ *dt* (*cg* **suppliers** *snh*) hãng cung ứng; nhà cung ứng.

supplies /sə'plaiz/ *dt snh* hàng cung ứng hằng ngày: *the army was trapped in the pass for several days, and began to run short of supplies* đội quân bị kẹt nhiều ngày và bắt đầu thiếu hàng cung ứng hằng ngày.

supply¹ /sə'plai/ *dgt* **1.** cung cấp, cung ứng: *supply consumers with electricity* cung ứng điện cho người tiêu dùng **2.** làm thỏa mãn, đáp ứng đầy đủ *(nhu cầu): will the new power-station be able to supply our cheap energy requirements?* trạm điện mới này có thể thỏa mãn nhu cầu năng lượng của chúng ta với giá rẻ không?

supply² /sə'plai/ *dt* sự cung cấp, sự cung ứng: *the electricity supply has been*

threatened by recent strikes việc cung ứng điện bị đe dọa bởi các cuộc đình công mới đây; *a supply train* tàu hỏa chở hàng cung ứng. // **in short supply** *x* **short¹**.

supply³ /sə'plai/ *pht nh* **supplely**.

supply and demand /sə'plai əndi'mɑ:nd/ cung và cầu.

supply teacher /sə'plai ,ti:tʃə[r]/ giáo viên dạy thế *(thế một giáo viên vắng mặt vì ốm...).*

support¹ /sə'pɔ:t/ *dgt* **1.** đỡ: *a beam supporting a roof* chiếc xà đỡ mái nhà; *he was weak with hunger, so I had to support him* anh ta đói lả, nên tôi phải đỡ anh ta đi **2.** nâng đỡ; ủng hộ: *support a cause* ủng hộ một sự nghiệp; *support a political party* ủng hộ một đảng chính trị; *donate money to support a charity* tặng tiền ủng hộ một việc từ thiện; *which football team do you support?* anh ủng hộ đội bóng nào? **3.** xác nhận: *a theory that is not supported by the facts* một lý thuyết không được sự kiện xác nhận **4.** trợ cấp, cấp tiền: *I was supported by my parents when I was studying* tôi được bố mẹ tôi cấp tiền cho ăn học **5.** nuôi sống: *such a barren desert can support very few creatures* một sa mạc cằn cỗi như thế chỉ có thể nuôi sống rất ít sinh vật.

support² /sə'pɔ:t/ **1.** sự đỡ; vật đỡ: *the roof may need extra support* mái nhà cần được đỡ thêm ngoài; *the supports of a bridge* cột đỡ cầu **2.** sự (người) nâng đỡ, sự (người) ủng hộ: *a proposal that receives no support* một đề nghị chẳng có ai ủng hộ; *Can was a great support to*

S

us when father died Can đã là người nâng đỡ chúng tôi rất nhiều khi bố chúng tôi mất; *the theatre has had to close for lack of support* nhà hát phải đóng cửa vì thiếu người ủng hộ. // **in support** dự phòng: *we have ten people to do the cooking with several more in support* chúng tôi có mười người nấu nướng với nhiều người dự phòng; **in support of somebody (something)** để ủng hộ ai (cái gì): *speak in support of somebody* phát biểu ủng hộ ai.

supportable /sə'pɔːtəbl/ tt có thể chịu được (*thường dùng trong câu phủ định*): *such rudeness is scarcely supportable* sự thô lỗ như thế ít ai có thể chịu được.

supporter /sə'pɔːtə[r]/ dt người ủng hộ: *he's a strong supporter of women's rights* ông ta là một người ủng hộ mạnh mẽ quyền lợi phụ nữ.

supporting /sə'pɔːtiŋ/ tt (*trong kịch và chiếu bóng*) phụ: *supporting part* vai phụ; *supporting programme* chương trình phụ; *supporting film* phim phụ (*chiếu trước khi chiếu phim chính*).

supportive /sə'pɔːtiv/ tt giúp đỡ, đỡ đần: *she has been very supportive during my illness* cô ta giúp đỡ tôi rất nhiều trong thời gian tôi bị bệnh.

suppose¹ /sə'pəʊz/ dgt **1.** nghĩ rằng, cho là: *what do you suppose he wanted?* anh cho là hắn muốn gì nào?; *I don't suppose for a minute that he'll agree* tôi không hề nghĩ rằng nó sẽ đồng ý; *she'll be there today, I suppose* hôm nay cô ta ở đấy, tôi nghĩ thế; *every one supposes him [to be] poor, but he is really quite wealthy* mọi người cho là ông ta nghèo, nhưng thực ra ông ta rất giàu **2.** giả sử: *suppose [that] the news is true: what then?* giả sử tin ấy là có thật, thì sao nào? **3.** đề nghị: *suppose we go for a swim!* đề nghị ta đi bơi đi!, hay là ta đi bơi một chầu đi! **4.** phải có, đòi hỏi: *creation supposes a creator* sáng tạo thì phải có người sáng tạo chứ. // **be supposed to do something** a/ có nhiệm vụ; được yêu cầu: *Am I supposed to clean all the rooms or just this one?* tôi [có nhiệm vụ] phải lau sạch hết mọi căn phòng hay chỉ phòng này thôi? b/ được phép (*dùng trong câu phủ định*): *you're not supposed to play football in the class-room* các em không được phép đá bóng trong lớp học.

suppose² /sə'pəʊz/ lt nh supposing.

supposed /sə'pəʊzd/ tt được giả định [là]; coi như [là]: *his supposed generosity is merely a form of self-interest* cái được giả định là lòng hào phóng của ông ta thực ra chỉ là một dạng tư lợi; *the supposed beggar was really a police officer in disguise* người coi như là kẻ ăn xin thực ra là một sĩ quan cảnh sát giả trang.

supposedly /sə'pəʊzidli/ pht như thấy được; có khả năng là: *supposedly she is a rich woman* như có thể thấy đấy, bà ta có khả năng là một phụ nữ giàu có.

supposing /sə'pəʊziŋ/ lt (cg **supposing that**) giả sử, giả như: *supposing [that] it rains (suppose it rains), can we play the match indoors?* giả như trời mưa, ta chơi trong nhà được không?

supposition /ˌsʌpə'ziʃn/ dt **1.** sự giả sử, sự ức đoán: *his version of the events is pure supposition* lối giải thích của anh ta về các sự kiện chỉ là ức đoán **2.** điều giả định, điều phỏng đoán: *the police are acting on the supposition that she took the money* cảnh sát đã hành động trên cơ sở phỏng đoán là chị ta lấy số tiền đó.

suppository /sə'pəʊzitri, (*Mỹ* sə'pəʊzitɔːri)/ dt (y) thuốc đạn (*nhét vào hậu môn, âm đạo*).

suppress /sə'pres/ dgt **1.** dẹp tan: *suppress a revolt* dẹp tan một cuộc nổi dậy **2.** (*thường xấu*) bưng bít, ỉm đi: *suppress the truth about something* bưng bít sự thật về việc gì; *the dictator tried to suppress all criticism of him* tên độc tài cố bưng bít mọi lời chỉ trích nó **3.** kìm, nén, nhịn: *suppress one's anger* nén giận; *he could scarcely suppress a laugh* nó khó mà nhịn cười được.

suppressible /sə'presibl/ tt có thể kìm được, có thể nén được (*con giận...*).

suppression /sə'preʃn/ dt **1.** sự dẹp tan **2.** sự bưng bít, sự ỉm đi **3.** sự kìm, sự nén (*giận...*).

suppressor /sə'presə[r]/ dt **1.** người dẹp tan **2.** (*kỹ*) bộ triệt: *a noise suppressor* bộ triệt tiếng ồn.

suppurate /'sʌpjʊreit/ dgt (y) mưng mủ.

suppuration /ˌsʌpjʊ'reiʃn/ dt (y) sự mưng mủ.

supra- /'suːprə/ (tiền tố) ở trên; ở bên kia, vượt ra ngoài: *supranational* vượt ra ngoài biên giới quốc gia.

supremacist /suː'preməsist, sjuː'preməsist/ dt *white su-*

premacist người coi dân da trắng là có ưu thế tối cao.

supremacy /su:'premǝsi, sju:premǝsi/ *dt* ưu thế tối cao: *achieve military supremacy over neighbouring countries* giành được ưu thế tối cao về quân sự đối với các nước láng giềng; *challenging Japan's supremacy in the field of electronics* thách thức ưu thế tối cao của Nhật Bản trong lĩnh vực điện tử.

supreme /su:'pri:m, sju:-'pri:m/ *tt* **1.** tối cao: *the supreme ruler of a vast empire* người thống trị tối cao của một đế quốc rộng lớn **2.** quan trọng nhất, lớn nhất: *make the supreme sacrifice* hy sinh lớn nhất; *winning an Olympic gold medal was, I suppose, the supreme moment of my life* đoạt được huy chương vàng Thế vận hội, tôi cho chính là giây phút quan trọng nhất trong đời tôi.

the Supreme Being /su:-,pri:m'bi:iŋ, sju:,pri:m'bi:iŋ/ Chúa Trời; Thượng đế.

the Supreme Court /su:-,pri:m'kɔ:t, sju:,pri:m'kɔ:t/ tòa án tối cao.

supremely /su:'pri:mli, sju:'pri:mli/ *pht* [một cách] tối cao, tột cùng: *supremely happy* hạnh phúc tột cùng.

Supt (*vt của* Superintendent) sĩ quan cảnh sát (*trên cấp chánh thanh tra*).

surcharge¹ /'sɜ:tʃɑ:dʒ/ *dgt* **1.** (*on something*) trả thêm tiền: *he was surcharged on the parcel* anh ta phải trả thêm tiền cước về gói hàng **2.** đóng dấu chồng (*để sửa lại giá tem*).

surcharge² /'sɜ:tʃɑ:dʒ/ *dt* **1.** số tiền trả thêm: *we had to pay a fuel surcharge on our airline tickets because*

of the sudden increase in the cost of oil chúng tôi phải trả thêm tiền giá vé máy bay vì giá chất đốt tăng đột ngột **2.** dấu đóng chồng (*để sửa giá tem*).

surd /sɜ:d/ *dt* (*toán*) số vô tỷ.

sure¹ /ʃʊə[r]/ *tt* (-r; -st) **1.** (*vị ngữ*) chắc, chắc chắn: *I think he's coming, but I'm not quite sure* tôi nghĩ là nó sẽ đến, nhưng tôi không chắc hoàn toàn; *if you are not sure how to do it, ask me* nếu anh không biết chắc làm cái đó như thế nào, hãy hỏi tôi; *you're sure to fail if you do it that way* anh chắc chắn sẽ thất bại nếu anh làm theo kiểu đó **2.** thật sự: *in the sure and certain knowledge of her guilt* hiểu biết chắc chắn và thật sự về tội lỗi của chị ta; *one thing is sure: we've won a great victory* một sự thật là chúng ta đã chiến thắng lớn **3.** chắc chắn, đáng tin cậy: *she has always been a sure friend* chị ta luôn luôn là một người bạn đáng tin cậy **4.** vững vàng, tự tin: *she drew the outline with a sure hand* cô ấy vẽ phác thảo rất vững vàng chắc tay. // **be sure to do something; be sure and do something** đừng quên làm gì: *be sure [to write] and tell me all your news* đừng quên viết thư và báo mọi tin tức của anh cho tôi; **for sure** (*kng*) chắc chắn: *I think he lives here but I couldn't say for sure* tôi nghĩ là ông ta ở đây, nhưng không thể nói chắc được; **make sure [of something (that...)]** a/ xem có chắc như thế không: *I think the door is locked, but I'd better go and make sure [it is]* tôi nghĩ là cửa đã khóa, nhưng tốt hơn là đi xem

lại xem có chắc như thế không b/ làm để chắc chắn là: *arrangements to make sure that the visit goes well* những sự sắp xếp để chắc chắn là cuộc viếng thăm được tốt đẹp; **sure of oneself** (*đôi khi xấu*) [quá] tự tin: *you seem very sure of yourself, young man!* anh có vẻ quá tự tin đấy, anh bạn trẻ ơi!; **to be sure** không thể phủ nhận, phải chấp nhận là: *he is clever, to be sure, but not very hard-working* anh ta thông minh, tôi không phủ nhận, nhưng không siêng năng lắm.

sure² /ʃʊə[r]/ *pht* (*kng, Mỹ*) chắc chắn: *it sure was cold* trời chắc chắn lạnh. // [**as**] **sure as eggs is eggs** (**as fate; as I'm standing here**) (*kng*) chắc như đinh đóng cột, rất chắc chắn: *he's dead, as sure as eggs is eggs* hắn chết rồi, chắc chắn là thế; **sure enough** đúng như vậy: *I said it would happen, and sure enough it did* tôi đã bảo là điều đó sẽ xảy ra, và đúng như vậy, nó đã xảy ra.

sure-fire /'ʃʊəfaiə[r]/ *tt* (*thngữ*) chắc chắn xảy ra; thành công: *a sure-fire success* một thành công chắc chắn; *this is a sure-fire way to get publicity* đây là một phương cách chắc chắn thành công để được nhiều người biết đến.

sure-footed /ʃʊə'fʊtid/ *tt* vững chân (*không ngã, không trượt, khi đi, khi trèo*).

sure-footedly /ʃʊə'fʊtidli/ *pht* [một cách] vững chân.

sure-footedness /ʃʊə'fʊtidnis/ *dt* sự vững chân (*khi đi, khi trèo*).

surely /'ʃʊəli/ *pht* **1.** chắc chắn: *he will surely fail* nó chắc chắn sẽ thi trượt **2.** đúng là, quả là: *this is*

S

surely her best play đấy đúng là vở hay nhất của bà ta; *surely I met you before somewhere* đúng là tôi đã gặp anh đâu rồi **3.** (Mỹ, kng) dĩ nhiên; vâng: *"Can I borrow your car?" "surely"* "tôi mượn xe anh được không?" "dĩ nhiên mà". // **slowly but surely** chậm mà chắc.

sure thing /ʃʊə'θiŋ/ (Mỹ, kng) vâng, dĩ nhiên: *"do you want to come too? "sure thing"* "anh cũng muốn đến chứ?" "dĩ nhiên rồi".

surety /ʃʊəti/ *dt* **1.** vật bảo đảm: *offer £100 as [a] surety* đưa số tiền 100 bảng làm của bảo đảm **2.** người bảo đảm: *stand surety for somebody* đứng ra bảo đảm cho ai.

surf¹ /sɜːf/ *dt* sóng nhào; bọt sóng nhào.

surf² /sɜːf/ *dgt (thể)* (thường **go surfing**) lướt sóng nhào.

surfboard /sɜːfbɔːd/ *dt* ván lướt sóng nhào.

surface¹ /sɜːfis/ *dt* **1.** mặt ngoài; mặt: *the surface of the earth* mặt ngoài của trái đất; *the rough surface of a wall* mặt ráp của bức tường; *an asphalt road surface* lớp mặt nhựa của con đường; *the insect's sting penetrates the surface of the skin* ngòi sâu bọ xuyên qua mặt da; *a surface wound* vết thương bề mặt **2.** mặt nước: *the submarine rose to the surface* tàu ngầm nổi lên mặt nước; *the frozen surface of the lake* mặt hồ đóng băng **3.** (số ít) vẻ ngoài, bề ngoài: *beneath her self-confident surface, she's quite unsure of herself* dưới cái vẻ tự tin bề ngoài, cô ta hoàn toàn thiếu lòng tin vào bản thân; *surface politeness* vẻ lễ độ bề ngoài. // **on the surface** theo bề ngoài: *on the surface she is a charming, helpful person* theo bề ngoài chị ta là một người duyên dáng sẵn lòng giúp đỡ; **scratch the surface** *x* scratch¹.

surface² /sɜːfis/ *dgt* **1.** tráng lớp mặt, tạo lớp mặt: *surface a road* tạo lớp mặt đường; *a wall surfaced with plaster* bức tường mặt trát thạch cao **2.** ngoi lên mặt nước (tàu ngầm, thợ lặn) **3.** (kng) xuất hiện trở lại (sau một thời gian vắng mặt): *after living abroad for years, she suddenly surfaced again in Hanoi* sau nhiều năm sống ở nước ngoài, cô ta lại xuất hiện trở lại ở Hà Nội **4.** tỉnh dậy; thức dậy.

surface mail /sɜːfismeil/ thư đường bộ; thư đường sắt; thư đường biển (không qua hàng không).

surface tension /ˌsɜːfis'tenʃn/ (lý) sức căng bề mặt (của chất lỏng).

surface-to-air /ˌsɜːfistʊ'eə[r]/ *tt* đất đối không (tên lửa).

surfer /sɜːfə[r]/ *dt* vận động viên lướt sóng nhào.

surfeit¹ /sɜːfit/ *dt* (thường số ít) sự quá nhiều (chủ yếu nói về thức ăn thức uống): *a surfeit of rich food is bad for you* quá nhiều thức ăn giàu chất dinh dưỡng không tốt cho anh đâu.

surfeit² /sɜːfit/ *dgt* cấp cho quá nhiều (thứ gì đó): *surfeit oneself with fruit* ăn quá nhiều trái cây.

surge¹ /sɜːdʒ/ *dgt* **1.** xô tới thành sóng; xô tới như sóng: *the surging tide* nước triều dâng lên thành sóng; *the crowd surged [past] into the stadium* đám đông khán giả ùa vào sân vận động **2.** (+ **up**) bùng lên, trào lên: *anger surged [up] within*

him cơn giận trào lên trong lòng nó.

surge² /sɜːdʒ/ *dt* **1.** (thường số ít) **surge of (in) something** sự xô tới: *the surge of the sea* sóng biển xô tới **2.** sự bùng lên, sự trào lên, sự gia tăng đột ngột: *a surge of anger* cơn giận trào dâng: *there's a surge in electricity demand at around 7 pm* nhu cầu dùng điện gia tăng đột ngột vào khoảng 7 giờ tối.

surgeon /sɜːdʒən/ *dt* bác sĩ phẫu thuật: *a heart surgeon* bác sĩ phẫu thuật tim.

surgery /sɜːdʒəri/ *dt* **1.** (y) phẫu thuật: *plastic surgery* phẫu thuật tạo hình **2.** phòng giải phẫu; thời gian giải phẫu **3.** (Anh) giờ tiếp dân của nghị sĩ quốc hội.

surgical /sɜːdʒikl/ *tt* [thuộc] phẫu thuật: *surgical instruments* dụng cụ phẫu thuật.

surgically /sɜːdʒikli/ *pht* bằng phẫu thuật: *a tumour removed surgically* một cái u cắt bỏ bằng phẫu thuật.

surgical spirit /ˌsɜːdʒikl'spirit/ (Mỹ **subling alcohol**) cồn để rửa vết thương.

surliness /sɜːlinis/ *dt* vẻ cáu kỉnh; tính hay gắt gỏng.

surly /sɜːli/ *tt* (-ier; -iest) cáu kỉnh, gắt gỏng: *a surly person* người cáu kỉnh, người gắt gỏng; *a surly refusal* sự từ chối cáu kỉnh.

surmise¹ /sə'maiz/ *dgt* phỏng đoán, đoán chừng: *we surmised that he must have had accident* chúng tôi đoán chừng là anh ta đã gặp tai nạn.

surmise² /sə'maiz/ *dt* sự phỏng đoán; lời phỏng đoán: *this is pure surmise* đấy chỉ là phỏng đoán.

surmount /sə'maʊnt/ *dgt* **1.** khắc phục, vượt qua: *surmount a difficulty* khắc phục một khó khăn **2.** *(thường ở dạng bị động)* phủ lên trên, đặt lên đỉnh: *a weather-vane surmounts the spire; the spire is surmounted by a weathervan* một chong chóng gió được đặt trên chóp tháp.

surmountable /sə'maʊntəbl/ *tt* có thể khắc phục được, có thể vượt qua được.

surname /'sɜːneim/ *dt* họ: *Smith is a common English surname* Smith là họ rất phổ biến ở Anh.

surnamed /'sɜːneimd/ *tt (vị ngữ)* có họ là: *a boy surnamed Harris* một cậu bé có họ là Harris.

surpass /sə'pɑːs, (Mỹ sə'pæs)/ *dgt* hơn, vượt, trội hơn: *surpass somebody in skill* hơn ai về kỹ năng; *the beauty of the scenery surpassed all my expectations* vẻ đẹp của phong cảnh vượt quá sự mong đợi của tôi.

surpassing /sə'pɑːsiŋ/ *tt* trội hơn: *surpassing beauty* vẻ đẹp trội hơn.

surpassingly /sə'pɑːsiŋli/ *pht* [một cách] trội hơn.

surplice /'sɜːplis/ *dt* áo lễ; áo thụng *(thường màu trắng, của thầy lễ, của người trong đội họp xướng trong các lễ tôn giáo).*

surplus¹ /'sɜːpləs/ *dt* số dư, thặng dư: *surplus of food can be sold for cash* số dư thực phẩm có thể bán lấy tiền mặt; *we have a trade surplus of £400 million* chúng tôi có thặng dư thương mại là 400 triệu bảng. // **in surplus** có thặng dư: *our trade is in surplus* mậu dịch của chúng ta có thặng dư.

surplus² /'sɜːpləs/ *tt* dư thừa, dôi ra: *a sale of surplus stock* việc bán hàng dư thừa.

surprise¹ /sə'praiz/ *dt* **1.** sự ngạc nhiên: *their defeat caused little surprise* sự thất bại của họ làm ít ai ngạc nhiên; *to my surprise the plan succeeded* kế hoạch đó thành công làm tôi ngạc nhiên **2.** điều [làm] ngạc nhiên: *we've had some unpleasant surprises* chúng tôi đã gặp nhiều điều ngạc nhiên không mấy thú vị; *they sprang quite a surprise on me when they offered me that job* họ làm tôi hết sức ngạc nhiên khi họ giao cho tôi việc làm đó. // **take somebody (something) by surprise** tấn công bất ngờ; đánh úp: *the town was well defended so there was little chance of taking it by surprise* thành phố được phòng thủ cẩn thận nên cũng khó đánh úp mà chiếm được; **take somebody by surprise** xảy ra bất ngờ đối với ai: *her sudden resignation took us all by surprise* cô ta đột ngột từ chức thật bất ngờ đối với chúng tôi.

surprise² /'sə'praiz/ *dgt* **1.** làm ngạc nhiên, làm kinh ngạc: *she was surprised by the boy's intelligence* bà ta lấy làm ngạc nhiên vì trí thông minh của đứa bé; *it woundn't surprise me (I wouldn't be surprised) if they lost* tôi chẳng hề ngạc nhiên nếu họ thua cuộc **2.** tấn công bất ngờ; phát hiện bất ngờ: *surprise the opposition* tấn công bất ngờ phe đối lập; *we returned early and surprised the burglar searching through the cupboards* chúng tôi về nhà sớm và phát hiện ra bọn trộm đang lục tủ **3. surprise**

somebody into something (doing something) bằng hành động bất ngờ bắt ai phải làm gì: *by firing a few shots we can surprise them into revealing their positions* bằng việc bắn vài phát súng, chúng tôi có thể bất ngờ làm cho họ lộ vị trí.

surprised /sə'praizd/ *tt* ngạc nhiên, kinh ngạc: *a surprised look* cái nhìn ngạc nhiên; *we are surprised at the news* chúng tôi ngạc nhiên trước tin ấy; *I'm surprised that he didn't come* tôi ngạc nhiên là anh ta đã không đến; *it's nothing to be surprised about* chẳng có gì đáng ngạc nhiên cả.

surprising /sə'praiziŋ/ *tt* làm ngạc nhiên, gây kinh ngạc: *surprising progress* tiến bộ làm ngạc nhiên; *it's surprising they lost* thật ngạc nhiên là họ đã thua.

surprisingly /sə'praiziŋli/ *pht* [một cách] đáng ngạc nhiên, ngạc nhiên thay: *surprisingly, no one came* ngạc nhiên thay đã không có ai đến cả; *she looked surprisingly well* cô ta trông khỏe mạnh một cách đáng ngạc nhiên.

surreal /sə'riəl/ *tt* kỳ dị, quái lạ: *under the influence of the drug my mind was filled with surreal images* dưới tác động của ma túy, đầu óc tôi đầy những hình ảnh kỳ dị.

surrealism /sə'riəlizəm/ *dt* chủ nghĩa siêu thực *(trong văn nghệ).*

surrealist¹ /sə'riəlist/ *dt* nhà văn siêu thực; nghệ sĩ siêu thực.

surrealist² /sə'riəlist/ *tt* siêu thực [chủ nghĩa].

surrealistic /sə,riə'listik/ *tt* **1.** siêu thực **2.** kỳ dị, quái lạ.

S

surrender¹ /sə'rendə[r]/ *đgt* **1.** đầu hàng: *the hijackers finally surrendered [themselves] to the police* tụi cướp máy bay cuối cùng đã đầu hàng cảnh sát **2.** bỏ, từ bỏ; dâng nộp: *we shall never surrender our liberty* chúng ta không bao giờ từ bỏ tự do của chúng ta; *they surrenderd their guns to the police* họ đã giao nộp súng cho cảnh sát **3.** *surrender oneself to something* chịu để cho (thói xấu) chế ngự, chịu khuất phục trước (thói quen, ảnh hưởng...): *he surrendered himself to despair and eventually committed suicide* anh ta đã bị thất vọng chế ngự đến cùng cực để rồi rốt cuộc đi đến tự sát.

surrender² /sə'rendə[r]/ *dt* **1.** sự đầu hàng: *unconditioned surrender* sự đầu hàng không điều kiện **2.** sự từ bỏ, sự dâng nộp: *demand the surrender of the town* bắt thành phố đầu hàng, bắt dâng nộp thành phố.

surreptitious /ˌsʌrəp'tiʃəs/ *tt (thường xấu)* lén lút, vụng trộm: *a surreptitious glance* cái nhìn lén lút; *I don't mind you smoking occasionally, there's no need to be surreptitious about it* thỉnh thoảng anh hút một điếu thuốc, đối với tôi không sao cả, nên không cần phải lén lút thế đâu.

surreptitiously /ˌsʌrəp'tiʃəsli/ *pht (thường xấu)* [một cách] lén lút, [một cách] vụng trộm.

surrogate /'sʌrəgeit/ *dt surrogate for somebody (something)* người thay thế, vật thay thế: *surrogate mother* người mẹ mang con thay.

surround¹ /sə'raʊnd/ *đgt* bao quanh; bao vây: *he likes to surround himself with beautiful things* ông ta thích vây quanh mình có nhiều vật đẹp; *troops have surrounded the town* quân lính đã bao vây thành phố; *trees surround the pond* cây cối bao quanh ao; *the new plan is surrounded by much speculation (bóng)* có nhiều suy đoán quanh kế hoạch mới.

surround² /sə'raʊnd/ *dt* biên, đường viền *(trang trí)*: *this fireplace has a very attractive surround* cái lò sưởi này có đường viền nhìn rất hấp dẫn.

surrounding /sə'raʊndiŋ/ *tt* bao quanh, phụ cận: *Hue and the surrounding countryside* Huế và vùng nông thôn phụ cận.

surroundings /sə'raʊndiŋz/ *dt snh* cảnh vật xung quanh; môi trường xung quanh: *animals in zoos are not in their natural surroundings* động vật trong vườn thú không được sống trong môi trường thiên nhiên của chúng.

surtax /'sɜːtæks/ *dt* thuế thu nhập bổ sung.

surveillance /sɜː'veiləns/ *dt* sự giám sát: *be under surveillance* bị giám sát.

survey¹ /sə'vei/ *đgt* **1.** quan sát chăm chú *(thường là từ xa)*: *surveying the crowds from a balcony* quan sát chăm chú đám đông từ một ban công **2.** nghiên cứu tổng quát: *a speech in which she surveyed the international situation* bài nói trong đó bà ta có cái nhìn tổng quát về tình hình thế giới; *in this book, the author surveys recent developments in linguistics* trong cuốn sách này tác giả nghiên cứu tổng quát các phát triển mới đây về ngôn ngữ học **3.** đo đạc tính toán: *survey a plot of land for building* đo đạc tính toán một khoảnh đất để xây dựng **4.** *(Anh)* xem xét *(để bảo đảm là tốt)*: *have a house surveyed before deciding to buy it* xem xét trước khi quyết định mua một ngôi nhà **5.** điều tra bằng cách hỏi: *of the five hundred householders surveyed, 40% had dish-washers* trong 500 hộ gia đình được điều tra, 40% có máy rửa bát.

survey² /'sɜːvei/ *dt* **1.** sự quan sát, sự xem xét tổng quát, sự nghiên cứu tổng quát: *a survey of the situation* sự xem xét tổng quát tình hình **2.** sự đo đạc tính toán; bản đo đạc: *an aerial survey* bản đo đạc bằng ảnh máy bay **3.** sự xem xét *(một ngôi nhà, xem còn tốt không)* **4.** sự điều tra: *surveys show that 75% of people approve of the new law* các cuộc điều tra cho thấy 75% dân chúng tán thành đạo luật mới.

surveyor /sə'veiə[r]/ *dt* **1.** người đo vẽ địa hình **2.** viên thanh tra: *the surveyor of highways* viên thanh tra xa lộ.

survival /sə'vaivl/ *dt* **1.** sự sống sót: *the miraculous survival of some people in the air crash* sự sống sót thần kỳ của một vài người trong tai nạn máy bay **2.** *survival from something* những người sống sót; cái sót lại; tàn tích: *a ceremony which is a survival from pre-Christian times* một nghi lễ, tàn tích của thời tiền Cơ Đốc.

survival kit /sə'vaivl kit/ trang bị cứu nạn.

survival of the fittest /sə,vaivl əv ðə 'fitist/ *(sinh)* sự sống sót của những cá thể thích nghi nhất *(trong chọn lọc tự nhiên)*.

survive /sə'vaiv/ *dgt* **1.** sống sót: *the last surviving member of the family* thành viên cuối cùng còn sống sót của gia đình **2.** sót lại: *many strange customs have survived from earlier times* nhiều tục kỳ lạ còn sót lại từ thời xa xưa trước đây; *I cannot survive on £30 a week* tôi không thể sống sót chỉ với 30 bảng mỗi tuần; **3.** sống qua, qua khỏi được: *survive an earthquake* qua khỏi được trận động đất **4.** còn sống lại sau khi *(ai)* đã mất: *the old lady have survived all her children* bà cụ còn sống lại sau khi tất cả con bà đã mất.

survivor /sə'vaivə[r]/ *dt* người sống sót: *send help to the survivors of the earthquake* cứu trợ những người sống sót sau trận động đất.

sus *cg* **suss** /sʌs/ *dgt* (-ss-) *(lóng)* **sus somebody (something) [out]** khám phá, tìm ra: *I've got him (it) sussed [out]* bây giờ thì tôi đã khám phá ra (hiểu) nó (điều đó); *we've sussed [out] who did it* chúng tôi đã tìm ra ai làm điều đó. // **sus something out** xem xét kỹ lưỡng: *I sent Joe along to sus out the possibility of doing a deal with them* tôi đã cử Joe đến xem xét kỹ lưỡng khả năng giao dịch buôn bán với họ.

susceptibility /sə,septə-'biləti/ *dt* **1.** tính mẫn cảm **2.** susceptibilities *(snh)* điểm dễ bị chạm lòng: *do nothing to offend her susceptibilities* đừng có làm gì phạm đến điểm dễ bị chạm lòng của cô ta đấy.

susceptible /sə'septəbl/ *tt* **susceptible to something** *(vng)* **1.** dễ mắc, dễ bị: *plants that are not susceptible to disease* những cây ít bị nhiễm bệnh

2. dễ xúc cảm: *a naive person with a susceptible nature* một người ngây thơ bản chất dễ bị xúc cảm **3.** có khả năng *(thế nào đó)*; có thể: *is your statement susceptible of proof?* lời phát biểu của anh có thể chứng thực được không?; *passage susceptible of another interpretation* đoạn văn [có thể] hiểu cách khác cũng được.

suspect[1] /sə'spekt/ *dgt* ngờ, nghi: *what she said sounded convincing, but I suspect it to be a lie* những gì cô ta nói có vẻ có sức thuyết phục nhưng tôi ngờ đó chỉ là nói dối; *I suspect the truth of her statement* tôi ngờ tính trung thực trong lời nói của chị ta; *who do the police suspect [of the crime]?* cảnh sát nghi cho ai là tội phạm vậy?

suspect[2] /'sʌspekt/ *dt* người bị tình nghi: *the police are interrogating two suspects* cảnh sát đang thẩm vấn hai người bị tình nghi.

suspect[3] /'sʌspekt/ *tt* đáng ngờ: *his statements are suspect* những lời phát biểu của anh ta thật đáng ngờ.

suspend /sə'spend/ *dgt* **1. suspend something [from something]** treo lơ lửng: *a lamp was suspended from the ceiling above us* một chiếc đèn treo lơ lửng ở trần nhà phía trên chúng tôi **2.** lơ lửng: *a balloon suspended above the crowd* quả bóng lơ lửng trên đầu đám đông **3.** treo, treo giò *(bóng)* đình chỉ: *suspend a judgement* hoãn xét xử; *suspend a newspaper* đình chỉ một tờ báo; *he has been suspended from the team* anh ta bị treo giò không được tham gia đội bóng; *give a criminal a suspended sen-*

tence cho tội phạm hưởng án treo.

suspended animation /sə,-spendidæni'meiʃn/ sự sống lay lắt *(sống nhưng không cảm biết gì)*: *the whole project is in suspended animation while we wait for permission to proceed* toàn bộ đề án sống lay lắt chờ ngày được phép thực hiện.

suspender /sə'spendə[r]/ *dt* **1.** *(Anh, thường snh)* nịt bít tất **2. suspenders** *(Mỹ)* *(cg* braces) dây đeo quần.

suspender belt /sə,spendəbent/ dây lưng *(của nữ, có móc móc bít tất dài)*.

suspense /sə'spens/ *dt* sự chờ đợi hồi hộp: *we waited in great suspense for the doctor's opinion* chúng tôi hồi hộp ngồi chờ ý kiến của bác sĩ.

suspension /sə'spenʃn/ *dt* **1.** sự treo, sự đình chỉ: *the suspension of a pupil from school* sự đình chỉ việc học của một học sinh **2.** hệ thống treo *(ở xe ô tô)* **3.** *(hóa)* thể vẩn, huyền phù.

suspension bridge /sə's-penʃnbridz/ cầu treo.

suspicion /sə'spiʃn/ *dt* **1.** sự nghi ngờ; sự tình nghi; mối nghi ngờ: *he was arrested on suspicion of having stolen the money* nó bị bắt vì bị tình nghi là đã lấy cắp món tiền đó; *I have a suspicion that she is not telling me the truth* tôi [có mối] nghi ngờ là cô ta đã không nói sự thực với tôi **2.** một ít, một chút: *a suspicion of garlic in the stew* một chút tỏi trong món thịt hầm; *a suspicion of sadness in her voice* một chút u sầu trong giọng nói của nàng. // **above suspicion** không thể nghi ngờ được; **under suspicion** bị nghi ngờ, bị ngờ vực.

S

suspicious /sə'spiʃəs/ *tt* 1. (+ of, about) tỏ vẻ nghi ngờ, tỏ vẻ ngờ vực: *a suspicious look* mặt tỏ vẻ nghi ngờ; *he is suspicious of strangers* ông ta hay nghi ngờ người lạ mặt 2. làm nghi ngờ; đáng nghi ngờ: *a suspicious action* một hành động đáng nghi ngờ; *it's very suspicious that she was in the house when the crime happened* thật đáng ngờ là cô ta có mặt trong ngôi nhà nơi xảy ra tội ác.

suspiciously /sə'spiʃəsli/ *pht* [một cách] đáng nghi ngờ: *acting suspiciously* hành động một cách đáng nghi ngờ; *everything was suspiciously quiet* mọi thứ đều im lặng một cách đáng ngờ.

suss /sʌs/ *dgt* x sus.

sustain /sə'stein/ *dgt* 1. nâng, đỡ, chống đỡ: *will this shelf sustain the weight of all these books* liệu cái giá này có đỡ nổi trọng lượng tất cả các cuốn sách này không? 2. duy trì, giữ vững: *not enough oxygen to sustain life* không đủ oxy để duy trì sự sống; *the clapping was sustained for several minutes* tràng vỗ tay kéo dài (được duy trì) trong nhiều phút đồng hồ 3. chịu, bị: *sustain a defeat* bị thất bại; *he sustained a severe blow on the head* nó bị một cú ra trò vào đầu 4. (luật) công nhận, xác nhận: *the judge sustained the lawyer's objection* quan tòa công nhận lời phản đối của luật sư.

sustenance /'sʌstinəns/ *dt* chất bổ; sự bổ dưỡng: *there's no much sustenance in a glass of orange squash* trong một cốc nước cam chẳng có mấy chất bổ; *weak from lack of sustenance* yếu vì thiếu bổ dưỡng.

suture¹ /'su:tʃə[r]/ *dt* (y) đường khâu (phẫu thuật).

suture² /'su:tʃə[r]/ *dgt* (y) khâu (vết mổ, vết thương).

suzerain /'su:zərein, (Mỹ 'su:zərin)/ *dt* 1. nước bá chủ (nắm quyền ngoại giao của nước khác) 2. tôn chủ, bá chủ (người).

suzerainty /'su:zərənti/ *dt* quyền bá chủ: *a country under the suzerainty of its powerful neighbour* một nước dưới quyền bá chủ của nước láng giềng hùng mạnh.

svelte /svelt/ *tt* mảnh khảnh, mảnh mai.

SW *vt* 1. (radiô) (vt của short wave) sóng ngắn 2. (vt của South-Western) miền tây nam: *SW Australia* miền tây nam nước Úc.

swab¹ /swɒb/ *dt* (y) 1. miếng gạc 2. bệnh phẩm.

swab² /swɒb/ *dgt* (-bb-) 1. (y) lau bằng miếng gạc 2. lau bằng giẻ lau ướt: *swab down the decks* lau sàn tàu bằng giẻ lau ướt.

swaddle /'swɒdl/ *dgt* 1. quấn băng (cho em bé) 2. quấn mình, cuộn người (trong quần áo ấm...): *she sat by the fire, swaddle in a blanket* chị ta ngồi cạnh bếp lửa, quấn mình trong chiếc chăn.

swaddling clothes /'swɒdliŋkləʊðz/ *dt snh* (cũ) băng quấn (cho em bé, khỏi cựa quậy nhiều).

swag /swæg/ *dt* 1. hình chạm chùm hoa quả 2. (cũ, lóng) của ăn cắp 3. (Úc) bọc đồ đạc của cải của đoàn người lang thang.

swagger¹ /'swægə[r]/ *dgt* đi đứng nghênh ngang; vênh váo: *he took his prize and swaggered back to his seat* nó nhận giải thưởng và nghênh ngang trở về chỗ ngồi.

swagger² /'swægə[r]/ *dt* (đôi khi xấu) dáng điệu nghênh ngang; bộ tịch vênh váo: *walk with a swagger* đi nghênh ngang.

swagger-cane /'swægəkein/ *dt nh* swagger-stick.

swaggeringly /'swægəriŋly/ *pht* [một cách] nghênh ngang, [một cách] vênh váo.

swagger-stick /'swægəstick/ *dt* (Anh) gậy sĩ quan.

swagman /'swægmən/ *dt* (snh **swagmen**) (Úc) người lang thang.

swain /swein/ *dt* 1. (cũ hoặc dùa) chàng trai theo đuổi (một cô gái) 2. (cổ) chàng trai nông thôn.

swallow¹ /'swɒləʊ/ *dgt* 1. nuốt: *chew your food properly before swallowing it* nhai thức ăn kỹ trước khi nuốt; *she swallowed her anger* bà ta nuốt giận; *the aircraft was swallowed [up] in the clouds* chiếc máy bay [bị nuốt] mất hút vào trong mây; *small firms being swallowed up by giant corporations* những hãng nhỏ bị những công ty khổng lồ nuốt chửng; *the cost of the trial swallowed up all their savings* chi phí xét xử đã nuốt (ngốn) hết cả số tiền tiết kiệm của họ 2. chịu đựng, chịu nhịn: *he swallowed all the criticism without saying a thing* anh ta chịu đựng mọi sự chỉ trích mà chẳng nói gì. // **a bitter pill to swallow** x bitter; **swallow the bait** chấp nhận; chịu nghe theo; **swallow (pocket) one's pride** x pride; **swallow one's words** thừa nhận là mình nói sai.

swallow² /'swɒləʊ/ *dt* 1. sự nuốt 2. miếng, ngụm: *take* *a swallow of beer* uống một ngụm bia.

swallow³ /'swɒləʊ/ *dt (động)* chim nhạn. // **one swallow does not make a summer** *(tục ngữ)* một con nhạn không làm nên mùa xuân.

swallow-dive /'swɒləʊ-daiv/ *dt (thể)* kiểu nhào chim nhạn *(bơi)*.

swam /swæm/ *qk của* swim.

swami /'swɑːmi/ *dt* giáo viên Ấn Độ giáo.

swamp¹ /swɒmp/ *dt* đầm, đầm lầy.

swamp² /swɒmp/ *đgt* **1.** làm lầy lội, làm ướt đẫm: *the sink overflowed and swamped the kitchen* bồn rửa bát tràn nước ra và làm ướt cả nhà bếp **2.** *(chủ yếu dùng ở dạng bị động)* làm ngập vào *(công việc...)*: *I've been swamped with work this year* năm nay công việc nhiều khiến tôi ngập cả đầu.

swampy /'swɒmpi/ *tt* lầy lội: *swampy ground* bãi đất lầy lội.

swan¹ /swɒn/ *dt (động)* con thiên nga. // **all somebody's geese are swan** x goose.

swan² /swɒn/ *đgt* (-nn-) *(kng, xấu)* (+ off, around...) lêu bêu: *swanning around [the town] in her new sports car when she should have been at work* lêu bêu quanh thành phố với chiếc xe hơi thể thao mới của mình trong khi lẽ ra cô ta phải làm việc.

swan-dive /'swɒndaiv/ *dt (Mỹ) nh* swallow-dive.

swan-song /'swɒnsɒŋ/ *dt* tác phẩm tuyệt mệnh, buổi diễn cuối cùng *(của một tác giả, một nghệ sĩ...)*.

swank¹ /swæŋk/ *đgt (kng, xấu)* vênh váo: *she's swank-*ing *just because they said her essay was the best* cô ta vênh váo chỉ vì người ta bảo rằng tiểu luận của cô là bài hay nhất.

swank² /swæŋk/ *dt (kng, xấu)* sự vênh váo, cử chỉ phô trương: *wear an expensive watch just for swank* đeo một cái đồng hồ đắt chỉ cốt để phô trương; *don't be such a swank!* đừng có vênh váo như thế!

swanky /swæŋki/ *tt* (-ier; -iest) *(kng, xấu)* **1.** sang trọng đắt tiền để phô trương: *he stays in the swankiest hotels* ông ta sống trong những khách sạn sang trọng đắt tiền nhất để phô trương **2.** vênh váo, phô trương: *Jill and her swanky friends* Jill và các bạn thích phô trương của cô.

swap¹ *cg* **swop** /swɒp/ *đgt* (-pp-) *(kng)* đổi: *I liked her coat and she liked mine, so we swapped* tôi thích cái áo khoác của chị ta, chị ta lại thích cái của tôi, cho nên chúng tôi đổi cho nhau; *I swapped coats with her* tôi và cô ta đổi áo khoác cho nhau; *I want to sit where you're sitting, shall we swap* sound? tôi muốn ngồi chỗ anh đang ngồi, ta đổi chỗ cho nhau được không? // **change (swap) horses in midstream** x horse; **change (swap) places** x place¹.

swap² *cg* **swop** /swɒp/ *dt* **1.** *(thường số ít)* sự đổi **2.** vật [thích hợp để] đổi *(lấy vật khác)*.

sward /swɔːd/ *dt (cũ; tu từ)* cỏ; bãi cỏ.

swarm¹ /swɔːm/ *dt* **1.** bầy, đàn *(ong...)*: *a swarm of locusts* một đàn châu chấu **2.** *(thường snh)* *(nói một cách khó chịu)*: bầy, lũ: *swarms* of children in the park hàng bầy trẻ con trong công viên.

swarm² /swɔːm/ *đgt* **1.** di chuyển thành đàn *(ong bay quanh một con ong chúa)* **2.** đổ dồn đến: *the crowd was swarming out through the gate* đám đông qua cổng đổ dồn ra ngoài **3.** túm tụm lại thành đám *(trông không đẹp mắt)*: *crowds swarming in the streets* đám đông túm tụm lại trên đường phố.

swarm with đầy những, nhung nhúc những *(người, vật) (một cách không đẹp mắt)*: *the stables swarmed with flies* khu chuồng nhung nhúc những ruồi.

swarm³ /swɔːm/ *đgt* **swarm down (up)** trèo xuống (lên): *swarm up a tree* trèo lên cây; *swarm down a rope* leo xuống dây.

swarthy /swɔːði/ *tt* (-ier; -iest) ngăm ngăm *(màu da)*; có da ngăm ngăm: *a swarthy skin* da ngăm ngăm [đen]; *a swarthy person* người có da ngăm ngăm.

swashbuckling /'swɒʃbʌklɪŋ/ *tt* phiêu lưu hảo hán: *swashbuckling heroes* những anh hùng phiêu lưu hảo hán.

swastika /'swɒstɪkə/ *dt* chữ thập ngoặc *(biểu tượng của Quốc xã)*.

swat¹ /swɒt/ *đgt* (-tt-) phát, đập *(bằng một vật phẳng)*: *I swatted him on the bottom with a rolled-up newspaper* tôi lấy tờ báo cuộn lại phát vào mông nó; *swat a fly* đập một con ruồi.

swat² /swɒt/ *dt* cái phát, cái đập: *give that fly a swat* hãy đập con ruồi đó một cái.

swathe¹ /sweɪð/ *dt (cg* **swath** /swɔːθ/) **1.** dãi cỏ bị cắt, dải cây bị xén: *the storm cut a swathe through the*

S

forest (bóng) cơn bão đã phá cả một dải xuyên khu rừng **2.** dải lớn: *a swathe of daffodils across the lawn* một dải lớn thủy tiên hoa vàng xuyên bãi cỏ.

swathe² /sweið/ *dgt* (thường dùng ở dạng bị động) quấn trong nhiều lớp (băng, quần áo...): *thick bandages swathed his head* những lớp băng dày cộm quấn quanh đầu anh; *they were swathed in scarves and sweaters* họ quấn đầy khăn choàng và áo len chui đầu.

swatter /ˈswɒtə[r]/ *dt* cái vỉ ruồi.

sway¹ /swei/ *dgt* **1.** lắc lư: *trees swaying in the wind* cây lắc lư trước gió; *she swayed her hips seductively as she danced* chị ta lắc lư hông một cách quyến rũ khi khiêu vũ **2.** ảnh hưởng, tác động đến hành động tư tưởng (của ai): *a speech that swayed many voters* bài phát biểu tác động đến nhiều cử tri.

sway² /swei/ *dt* **1.** chuyển động lắc lư: *the sway of the ferry made him feel sick* chuyển động lắc lư của chiếc phà làm anh cảm thấy buồn nôn **2.** *(tu từ)* sự thống trị: *people unders the sway of Rome* dân dưới sự thống trị của La Mã xưa. // **hold sway over** *(cũ; văn)* thống trị: *in medieval times the Church held sway over many countries* thời trung đại Nhà thờ đã thống trị nhiều nước.

swear /sweə[r]/ *dgt* **(swore; sworn) 1.** (+ **at**) nguyền rủa, chửi rủa: *stop swearing in front of the children* thôi đừng chửi rủa trước mặt trẻ con nữa; *he swore at the dog when he tripped over it* anh ta chửi rủa con chó khi vấp phải nó **2.** thề; [bắt]

tuyên thệ: *I've never seen him, I swear it* tôi thề là chưa bao giờ thấy nó; *I swore not to tell anybody about it* tôi đã thề là không nói cho bất cứ ai về điều đó; *has the jury been sworn?* ban bồi thẩm đã tuyên thệ chưa? **3.** thề đã nói sự thật: *swear an accusation against somebody* thề rằng lời buộc tội ai là sự thật. // **swear blind** *(kng)* nói dứt khoát: *he swore blind that he had not taken the money* nó đã nói dứt khoát là nó không lấy số tiền đó; **swear like a trooper** ăn nói tục tĩu báng bổ; **swear somebody to secrecy** bắt ai hứa giữ bí mật: *I swore her to secrecy about what I had told her* tôi bắt cô ta hứa giữ bí mật những gì tôi đã nói với cô ta.

swear by somebody (something) a/ thề có (ai, cái gì) chứng giám cho: *I swear by almighty God that I will tell the truth* tôi thề có Chúa chứng giám cho là tôi sẽ nói sự thật b/ tin dùng: *many of my friends are using word processors but I still swear by my old typewriter* nhiều bạn tôi đang dùng máy soạn thảo văn bản nhưng tôi vẫn tin dùng chiếc máy chữ cũ của tôi; **swear somebody in** tuyên thệ nhậm chức: *the President has to be sworn in publicity* tổng thống phải tuyên thệ nhậm chức trước công chúng; **swear off something** *(kng)* tuyên bố sẽ không dùng cái gì nữa: *I've decided to swear off smoking* tôi đã tuyên bố sẽ bỏ thuốc lá; **swear to something** *(kng)* nói dứt khoát cái gì là đúng, khẳng định sự thật về cái gì: *I think I met him before, but I wouldn't swear to it* tôi nghĩ là tôi đã gặp ông ta trước đây, nhưng

tôi không chắc (khẳng định) là đúng.

swearer /ˈsweərə[r]/ *dt* người nguyền rủa.

swear-word /ˈsweəwɜːd/ *dt* tiếng khiếm nhã; tiếng báng bổ.

sweat¹ /swet/ *dt* **1.** mồ hôi: *wipe the sweat from one's forehead* lau mồ hôi trán; *they built it with the sweat of their brow* họ xây dựng nên cái đó bằng mồ hôi [nước mắt] của mình **2. a sweat** sự ra mồ hôi: *they say a good sweat will cure a cold* người ta nói toát mồ hôi ra có thể chữa khỏi cảm lạnh **3.** mồ hôi (giọt nước dọng lại trên cửa kính) **4.** *(kng)* công việc vất vả, nhiệm vụ khó nhọc: *he cannot stand the sweat of it* anh ta không chịu được sự vất vả của việc đó; *climbing all these stairs is a real sweat* leo được hết mấy nấc cầu thang này quả là khó nhọc thực sự. // **all of a sweat** *(kng)* a/ đẫm mồ hôi b/ lo âu; sợ hãi: *I was all of a sweat before the exam* trước giờ thi tôi lo quá; **no sweat** *(kng)* có sao đâu (không có gì khó khăn, bất tiện): *"I'm sorry to give you much extra work" "no sweat!"* "tôi ân hận là đã giao cho anh quá nhiều việc làm thêm" "có sao đâu!".

sweat² /swet/ *dgt* **1.** ra mồ hôi, đổ mồ hôi: *the long climb made us sweat* cuộc leo trèo lâu ấy đã làm chúng tôi ra mồ hôi **2.** *(kng)* lo hồi hộp (chờ một quyết định) **3.** (+ **over**) thực hiện (cái gì) đổ mồ hôi sôi nước mắt: *I really sweated over my last essay* tôi đã thực sự đổ mồ hôi [sôi nước mắt] cho bài luận văn mới rồi của tôi **4.** *(Anh)* chiên nhỏ lửa *(thịt, rau)* để lấy nước ngọt. // **slog (sweat) one's guts out** x gut; **sweat blood** *(kng)* a/ làm đổ mồ hôi sôi nước mắt b/ kinh hãi, rất lo lắng: *I sweated blood for a while thinking I'd broken the TV* tôi kinh hãi mất một lúc khi nghĩ rằng mình đã đánh vỡ cái ti vi.

sweat something off xuống *(cân)* do tập luyện cật lực: *I sweated ten pounds in a week by playing squash everyday* tôi sút 10 pao trong một tuần do chơi bóng quần hằng ngày; **sweat something out** xông cho ra mồ hôi để chữa *(cảm)*; **sweat it out** *(kng)* lo lắng; chờ đợi *(cái gì xảy ra)*.

sweat-band /'swet bænd/ dt băng thấm mồ hôi *(quấn ở đầu hay cổ tay)*.

sweated labour /,swetid-'leibə[r]/ dt **1.** lao động nặng nhọc ít tiền công **2.** người phải làm lao động nặng nhọc ít tiền công.

sweater /'swetə[r]/ dt áo len chui đầu.

sweat-gland /'swet glænd/ dt tuyến mồ hôi.

sweat-shirt /'swetʃ3:t/ dt áo vệ sinh dài tay.

sweat-shop /'swetʃɒp/ dt *(xấu)* nơi làm việc quá khổ cực.

sweaty /'sweti/ tt (-ier; -iest) **1.** ướt mồ hôi; đẫm mồ hôi: *I am all sweaty from running* tôi ướt đẫm mồ hôi vì chạy **2.** làm đổ mồ hôi: *sweaty work* công việc làm đổ mồ hôi; *a hot sweaty day* một ngày nóng mồ hôi như tắm.

swede /swi:d/ dt *(Mỹ cg* **rutabaga***) (thực)* củ cải nghệ.

sweep[1] /swi:p/ **(swept) 1.** quét: *sweep the floor* quét sàn nhà; *sweep away bits of paper* quét những mẩu

giấy đi; *sweep the dead leaves up* quét hết lá rụng; *the searchlights swept the sky* ánh đèn pha quét ngang bầu trời; *her dress sweeps the ground* áo nàng quét đất **2.** quét đi, cuốn đi: *many bridges were swept away by the floods* nhiều chiếc cầu đã bị nước lũ cuốn đi; *old laws were swept away by the revolution* những luật cũ đã bị cách mạng xóa sạch **3.** lướt nhanh, lan nhanh: *eagle sweeps past* chim đại bàng lướt nhanh qua; *her fingers swept the keys of the piano* ngón tay nàng lướt nhẹ trên các phím đàn pianô; *rumours swept through the town* tin đồn lan nhanh khắp thành phố; *the party swept the country* đảng đã thắng cử lớn trên cả nước **4.** đi một cách đường hoàng, di chuyển một cách nhẹ nhàng: *she swept out of the room* chị ta đường hoàng bước ra khỏi phòng **5.** trải ra: *the coast sweeps [away] northwards in a wide curve* bờ biển trải ra về phía bắc thành một đường cong lớn. // **sweep something under the carpet** che giấu *(điều gì đó có thể gây tai tiếng, gây rắc rối...)*; **sweep the board** đoạt hết *(giải thưởng)*; vơ hết *(tiền...)*: *Switzerland swept the board in the skiing competition* Thụy Sĩ đoạt hết giải trong cuộc thi trượt tuyết; **sweep somebody off his feet** chinh phục ai, làm cho ai mê: *I was swept off my feet by her wit and charm* tài dí dỏm và vẻ duyên dáng của nàng đã làm cho tôi mê nàng *(đã chinh phục tôi).*

sweep[2] /swi:p/ dt **1.** *(cg* **sweep-out***) (thường số ít)* sự quét: *give the room a good sweep* quét phòng cho kỹ

nhé **2.** sự quét đi, sự cuốn đi: *with a sweep of his sword he cut through the rope* bằng một nhát quét cây gươm, anh cắt đứt sợi dây **3.** *(thường số ít)* dãy, dải *(sông, bờ biển, dường di)*: *the broad sweep of white cliffs round the bay* dải vách núi trắng xóa quanh vịnh **4.** *(bóng)* tầm; phạm vi: *the impressive sweep of a historical novel* tầm bề thế của một cuốn tiểu thuyết lịch sử **5.** sự rà soát tìm tòi; sự di chuyển tấn công: *a sweep over the bay by a rescue helicopter* sự rà soát tìm tòi trong vịnh trên máy bay cứu nạn; *the police made a thorough sweep of the field where the dead child's body was found* cảnh sát đã tiến hành một cuộc rà soát toàn bộ trên cánh đồng nơi tìm thấy xác đứa bé **6.** *nh* chimney-sweep **7.** *nh* sweepstake. // **clean sweep** x clean[1].

sweeper /'swi:pə[r]/ dt **1.** người quét: *a road sweeper* người quét đường **2.** chổi quét: *a carpet sweeper* chổi quét thảm.

sweeping /'swi:piŋ/ tt **1.** sâu xa; lớn lao; toàn vẹn: *sweeping changes* những thay đổi sâu xa; *sweeping reductions in prices* sự giảm giá lớn **2.** hoàn toàn; [có tính chất] quyết định: *a sweeping victory* chiến thắng quyết định **3.** chung chung: *a sweeping generalization* sự khái quát hóa chung chung.

sweepings /'swi:piŋz/ dt snh rác rưởi quét đi.

sweep-stake /'swi:psteik/ dt *(cg kng* **sweep***)* lối đánh cá được vơ cả.

sweet[1] /swi:t/ tt (-er; -est) **1.** ngọt: *sweet drinks* thức uống ngọt; *do you like your tea sweet?* anh có muốn cho đường vào tách trà của anh không?; *this cake is much too sweet* bánh này hơi ngọt quá **2.** thơm: *gardens sweet with the scent of thyme* những khu vườn sực mùi thơm húng tây **3.** ngọt ngào: *the sweet song of a bird* tiếng hót ngọt ngào của một con chim **4.** tươi; trong lành: *sweet milk* sữa tươi; *the sweet air of the countryside* không khí trong lành của miền quê **5.** làm hài lòng, làm thỏa mãn: *the sweet feeling of success* cảm giác thỏa mãn của sự thành công **6.** *(kng)* quyến rũ, hấp dẫn: *a sweet face* gương mặt quyến rũ: *you look so sweet in that hat* đội chiếc mũ này, bạn trông thật quyến rũ **7.** *(kng)* đáng yêu, dễ thương: *a sweet child* đứa bé đáng yêu; *a sweet disposition* tính tình dễ thương; *it is sweet of you to have remembered us* anh thật đáng yêu còn nhớ tới chúng tôi. // **at one's own sweet will; in one's own sweet time; in one's own sweet way** tùy thích: *it's no good telling him, leave him to find out in his own sweet time* nói với nó chẳng ăn thua gì đâu, cứ để nó tùy thích; **be sweet on somebody** *(cũ, kng)* thích ai; yêu đương ai; **keep somebody sweet** *(kng)* chiều chuộng lấy lòng ai; **short and sweet** x short¹.

sweet² /swiːt/ *dt* **1.** *(thường snh)* *(Mỹ* **candy)** kẹo: *a sweets shop* cửa hàng bán kẹo **2.** món tráng miệng: *what's for sweet?* ăn gì tráng miệng đây? **3.** **sweets** *(snh)* điều ngọt bùi: *taste the sweets of success* nếm vị ngọt bùi của thành công; *enjoy the sweets of life while one is young* tận hưởng thú ngọt bùi của cuộc đời khi còn

trẻ tuổi **4.** *(tiếng xưng hô)* anh yêu, em yêu, cưng: *yes, my sweet* được, em yêu ạ.

sweet-and-sour /,swiːt-ənd'saʊə[r]/ *tt* chua ngọt *(món ăn)*: *sweet-and-sour pork* món lợn xào chua ngọt.

sweetbread /'swiːtbred/ *dt* lá lách *(bê, cừu non, làm món ăn).*

sweet-briar, sweet-brier /,swiːt'braɪə[r]/ *dt (thực)* tầm xuân *(cây, hoa).*

sweet corn /'swiːt kɔːn/ *dt (thực)* ngô ngọt, bắp ngọt.

sweeten /'swiːtn/ *đgt* **1.** làm cho ngọt; trở nên ngọt [hơn]: *fruit sweetens as it ripens* trái cây ngọt hơn khi chín tới; *I never sweeten my tea* tôi không bao giờ dùng trà ngọt *(cho đường vào trà)* **2.** làm cho trong lành: *sweeten [the air in] a room* làm cho không khí trong phòng trong lành hơn **3.** (+ up) chiều chuộng lấy lòng *(ai).* // **sugar (sweeten) the pill** x pill.

sweetener /'swiːtnə[r]/ *dt* **1.** chất pha [cho] ngọt *(thế chất đường)* **2.** *(kng)* quà [để] mua chuộc: *the firm offered her a generous bonus as a sweetener* công ty biếu cô một khoản tiền thưởng hậu hĩ làm món quà để mua chuộc cô.

sweetening /'swiːtnɪŋ/ *dt* chất ngọt: *sweetening agents* chất làm ngọt.

sweetheart /'swiːthɑːt/ *dt* **1.** *(cũ)* người yêu, người tình **2.** *(dùng để xưng hô)* anh yêu, em yêu, cưng, con yêu quý...

sweetie /'swiːti/ *dt* **1.** *(kng)* kẹo *(tiếng trẻ em hay dùng hay để nói với trẻ em)* **2.** con vật cưng nhỏ nhắn: *look at that little dog, isn't he sweetie?* nhìn con chó bé nhỏ kia, đúng là một con

vật cưng nhỏ nhắn, phải không?

sweetish /'swiːtɪʃ/ *tt* hơi ngọt.

sweetly /'swiːtli/ *pht* **1.** [một cách] ngọt ngào: *sweetly perfumed flowers* hoa thơm ngọt ngào **2.** [một cách] quyến rũ, [một cách] hấp dẫn; *smiling sweetly* cười một cách quyến rũ.

sweetmeat /'swiːtmiːt/ *dt* của ngọt, mứt, kẹo.

sweetness /'swiːtnɪs/ *dt* **1.** tính ngọt; vị ngọt **2.** tính ngọt ngào. // **[all] sweetness and light** *(mỉa)* tỏ ra dịu dàng khôn khéo: *she's all sweetness and light provided you're doing what she wants* chị ta tỏ ra dịu dàng khôn khéo để anh làm theo những gì chị ta muốn.

sweet nothings /,swiːt'nʌθɪŋz/ lời tỉ tê *(của trai gái).*

sweet pea /,swiːt'piː/ *(thực)* cây đậu hương.

sweet potato /,swiːtpə'teɪtəʊ/ khoai lang.

sweet talk¹ /'swiːttɔːk/ *(Mỹ, kng)* lời nịnh hót, lời tán tỉnh.

sweet-talk² /'swiːttɔːk/ *đgt* nịnh hót, tán tỉnh: *you can't sweet-talk me into helping you!* anh không thể nịnh tôi để tôi giúp đỡ anh đâu!.

sweet tooth /,swiːt'tuːθ/ *have a sweeth tooth (kng)* thích [ăn] của ngọt.

swell¹ /swel/ *đgt* (**swelled; swollen, swelled**) **1.** [làm] sưng lên, [làm] phồng lên, [làm] phình lên, [làm] căng phồng: *my eyes swelled with tears* mắt tôi sưng lên vì khóc; *his face was swollen [up] with toothache* mặt ông ta sưng lên vì đau răng; *wood often swells when wet* gỗ thường nở ra khi bị ướt: *the wind swelled [out] the* *sails* gió thổi căng buồm; *the sails swelled [out] in the wind* cánh buồm căng phồng trong gió 2. [làm] to lên, [làm] tăng thêm: *the group of onlookers soon swelled into a crowd* nhóm người đứng xem phút chốc tăng thêm thành một đám đông; *the murmur swelled into a roar* tiếng rì rầm to lên thành tiếng om sòm; *the river was swollen with flood* nước sông dâng lên vì lũ lụt 3. muốn vỡ tung vì tình cảm (*quả tim...*): *his breast swelled with pride at his achievement* lồng ngực anh to như muốn vỡ tung vì niềm tự hào về những thành quả đã đạt được. // **have a swollen (swelled) head** (*kng*) tự đắc (*về thành công đột nhiên*).

swell² /swel/ *dt* 1. sóng lừng 2. (*nhạc*) sự tăng dần âm lượng.

swell³ /swel/ *tt* (*Mỹ, kng*) 1. bảnh [bao]: *you look swell in that dress!* chị mặc chiếc áo ấy trông bảnh lắm 2. tuyệt vời, hết ý: *a swell player* cầu thủ tuyệt vời; *that's swell* thật hết ý.

swelling /'sweliŋ/ *dt* 1. sự phồng ra, sự căng ra, sự sưng lên: *reduce the swelling with ice-packs* làm cho bớt sưng bằng cách dùng túi chườm nước đá 2. chỗ sưng (*trên cơ thể*): *he had a swelling on his knee* nó bị sưng ở đầu gối.

swelter /'sweltə[r]/ *dgt* bị nóng ngột ngạt, bị oi bức: *we had to sit and swelter in the classroom while our friends were down at the beach* chúng tôi phải ngồi lại và chịu cái nóng oi bức trong lớp học trong khi anh em bạn chúng tôi đã xuống bãi biển.

sweltering /'sweltəriŋ/ *tt* nóng ngột ngạt, oi bức.

swept /swept/ *qk và dttqk của* sweep¹.

swept-back /ˌswept'bæk/ *tt* 1. cụp về phía đuôi (*cánh máy bay*) 2. chải lật ra phía sau (*mái tóc*).

swept-wing /'sweptwiŋ/ *tt* có cánh cụp về phía đuôi (*máy bay*).

swerve¹ /swɜːv/ *dgt* đổi hướng đột ngột, ngoặt gắt: *the ball swerved to the left* quả bóng đã ngoặt sang trái; *she never swerves from her determination to succeed* bà ta không bao giờ thay đổi quyết tâm thành đạt.

swerve² /swɜːv/ *dt* sự đổi hướng đột ngột sự ngoặt bất thình lình: *a dangerous swerve* sự ngoặt gắt nguy hiểm.

swift¹ /swift/ *tt* (-er; -est) 1. nhanh; *a swift reaction* phản ứng nhanh; *she is swift to anger* cô ta nổi giận nhanh chóng 2. (*thường ở dạng ghép*) di chuyển nhanh: *a swift horse* con ngựa chạy nhanh; *swift-flowing rivers* những con sông chảy xiết.

swift² /swift/ *dt* (*động*) chim én.

swiftly /'swiftli/ *pht* [một cách] nhanh.

swiftness /'swiftnis/ *dt* sự nhanh, sự mau lẹ.

swig¹ /swig/ *dgt* (-gg-) (+ down) nốc (*nước, rượu...*): *swig down a glass of rum* nốc cạn một cốc rượu rum.

swig² /swig/ *dt* 1. sự nốc 2. ngụm: *taking long swigs [at a bottle] of beer* nốc từng ngụm dài bia chai.

swill¹ /swil/ *dgt* 1. cọ rửa; *swill down the front steps* cọ rửa các bậc thang trước nhà; *he swilled his mouth out with antiseptic* nó súc

miệng bằng nước sát khuẩn 2. (+ around, over, through...) tràn ra: *muddy water swilled over the planks* nước bùn tràn ra trên các tấm gỗ 3. (*kng, xấu*) nốc *swill beer* nốc bia.

swill² /swil/ *dt* 1. sự cọ rửa: *give the bucket a swill* cọ rửa chiếc xô 2. (*cg* **pigswill**) thức ăn phế thải cho lợn, nước cám lợn.

swim¹ /swim/ *dgt* 1. (-mm-) (**swam; swum**) 1. bơi: *fish swim* cá bơi; *let's go swimming* ta đi bơi đi; *swim upstream* bơi ngược dòng; *swim back-stroke* bơi ngửa; *swim a mile* bơi được một dặm; *swim the Channel* bơi qua Eo biển Manche; *she swam her horse across the river* chị ta đã cho ngựa bơi qua sông 2. đầy tràn, đẫm ướt; lồng bồng: *her eyes were swimming [with tears]* mắt cô ta đẫm lệ; *the bathroom floor was swimming with water* sàn buồng tắm đẫm nước; *meat swimming in gravy* thịt lồng bồng nước luộc 3. [trông như] quay cuồng, có cảm giác như choáng váng: *the whisky made his head swim* rượu uýt-ki làm cho đầu anh ta choáng váng; *my brain swam at the complexity of the calculations* đầu óc tôi quay cuồng lên vì sự phức tạp của các tính toán. // **sink or swim** *x* sink.

swim² /swim/ *dt* sự bơi, dịp bơi: *go for a swim* đi bơi; *I only had two swims last year* năm ngoái tôi chỉ [có dịp] bơi có hai lần. // **in (out of) the swim** (*kng*) biết (không biết), quan tâm (không quan tâm) đến những gì đang diễn ra: *although I'm retired, voluntary work keeps me in the swim [of things]*

S

mặc dù đã nghỉ hưu, công tác tự nguyện vẫn giúp tôi nắm được những gì đang diễn ra.

swimmer /'swimə[r]/ *dt* người bơi: *a fast swimmer* một người bơi nhanh.

swimming /'swimiŋ/ *dt* sự bơi: *swimming is a good form of exercise* bơi là một hình thức tập luyện tốt.

swimming bath /'swimiŋbɑ:θ/ *dt (thường snh)* bể bơi trong vườn nhà.

swimming-costume /'swimiŋˌkɒstju:m/ *dt (cg* **bathing-costume** *Mỹ cg* **bathing-suit**) áo tắm.

swimmingly /'swimiŋli/ *pht (cũ, kng)* [một cách] suôn sẻ: *everything's going swimmingly* mọi việc đều suôn sẻ.

swimming-pool /'swimiŋpu:l/ *dt* bể bơi.

swimming-trunks /'swimiŋtrʌnks/ *dt snh* quần bơi (nam): *a pair of swimming-trunks* chiếc quần bơi nam.

swim-suit /'swimsu:t/ *dt* áo bơi (nữ).

swindle¹ /swindl/ *đgt (kng)* lừa đảo, lường gạt: *swindle an insurance company* lừa đảo một công ty bảo hiểm; *I've been swindled out of £5* tôi bị lừa mất 5 bảng; *he swindled £1000 out of the Social Security* nó lừa lấy 1000 bảng của Quỹ bảo hiểm xã hội.

swindle² /swindl/ *dt* **1.** sự lừa đảo; vụ lừa đảo: *victims of a mortgage swindle* nạn nhân của một vụ lừa đảo **2.** kẻ lừa đảo, cái đưa ra để lường gạt: *that newspaper's story is a complete swindle* câu chuyện đăng trên báo đó hoàn toàn là chuyện lường gạt.

swindler /'swindlə[r]/ *dt* kẻ lừa đảo, kẻ lường gạt.

swine /swain/ *dt* **1.** (*snh* **swine**) (*cổ*) con lợn **2.** (*kng, xấu*) (*snh* **swine, swines**) đồ con lợn: *take your hands off me, you filthy swine!* bỏ tay ra đồ con lợn bẩn thỉu!. // **cast pearls before swine** *x* cast¹.

swine-fever /ˌswain'fi:və[r]/ *dt* bệnh đóng dấu (*lợn*).

swing¹ /swiŋ/ *đgt* (**swung**) **1.** đu đưa, lúc lắc: *his arms swung as he walked* nó đi, cánh tay đu đưa; *the gymnast swung on the parallel bars* vận động viên thể dục đu đưa người trên xà kép; *swing one's feet* đu đưa chân **2.** đu: *the ape swung [along] from branch to branch* con khỉ đu từ cành này sang cành khác **3.** đi đều bước; chạy đều bước: *they swung lightly down the street* họ nhẹ nhàng đi xuôi phố **4.** ngoặt, quẹo: *a car swung sharply round the corner* chiếc xe ngoặt gắt qua góc phố; *she swung the rucksack [up] onto her back* chị ta xốc ba lô lên vai **5.** (+ round, around) quay ngoặt lại: *he swung round to confront his accusers* ông ta quay ngoặt lại để mặt giáp mặt với những người buộc tội mình **6.** [làm cho] quay sang (*ý kiến, quan điểm khác*): *voters have swung to the left* cử tri đã quay sang phía cánh tả; *can you swing them round to my point of view?* anh có thể khiến họ quay sang theo quan điểm của tôi không? **7.** có nhịp điệu của nhạc xuynh **8.** (*kng*) cố xoay xở để đạt được: *she managed to swing an interview with the Prince* cô ta cố xoay xở để được phỏng vấn hoàng tử. // **no room to swing a cat** *x* room¹; **swing**

into action hành động nhanh lẹ: *the police swung into action against the gunmen* cảnh sát đã hành động nhanh lẹ chống bọn cướp có súng; **swing the lead** (*Anh, cũ, kng*) cáo ốm để trốn việc; **swing for somebody** (*lóng; dùa*) bị xử treo cổ vì tội giết ai: *that wretched child – I'll swing for him one of these days!* thằng bé chết tiệt ấy, có ngày tôi sẽ bị treo cổ vì giết nó mất!.

swing² /swiŋ/ *dt* **1.** sự đưa đưa, sự lúc lắc: *the swing of a pendulum* sự đu đưa của quả lắc **2.** ghế đu; sự đu ghế đu: *the children are playing on the swing in the park* trẻ con đang chơi đu ghế đu trong công viên **3.** (*cg* **swing music**) nhạc xuynh (*vào những năm 1930-1940*) **4.** sự thay đổi đáng kể (*từ ý kiến này sang ý kiến khác*): *there has been a big swing in public opinion* đã có một sự thay đổi đáng kể trong dư luận quần chúng; *a swing of five per cent to the Socialists* một thay đổi ý kiến 5% thiên về những đảng viên xã hội. // **get in the swing [of something]** nhạc (*kng*) quen với lề thói. *I've only been at university for a week, so I haven't got into the swing of things yet* tôi mới học đại học một tuần, do đó tôi chưa quen với lề thói ở đấy; **go with a swing** a/ có nhịp điệu mạnh dồn dập (*nhạc, thơ*) b/ vui nhộn (*trò giải trí*): *the party went with a swing* buổi tiệc đã diễn ra vui nhộn; **in full swing** *x* full; **swings and roundabouts** (*Anh, kng*) vấn đề cân bằng được và mất: *higher earnings mean more tax, so it's all swings and roundabouts* thu nhập cao hơn thì thuế nhiều hơn, cho nên đấy hoàn toàn là vấn đề cân bằng được và mất thôi; **the swing of the pendulum** sự thay đổi dư luận quần chúng từ thái cực này sang thái cực kia.

swing-boat /'swiŋbəʊt/ *dt* thuyền đu *(ở các khu giải trí)*.

swing bridge /ˌswiŋ'bridʒ/ cầu quay.

swing-door /ˌswiŋ'dɔ:[r]/ *dt* cửa tự đóng.

swingeing /'swindʒiŋ/ *tt* *(thngữ)* *(Anh)* **1.** như búa bổ *(cú đấm)* **2.** lớn, nhiều: *swingeing cuts in public services* cắt giảm lớn trong dịch vụ công cộng.

swing shift /'swiŋʃift/ *(Mỹ, kng)* công nhân làm ca hai *(từ bốn giờ chiều đến nửa đêm)*.

swing-wing /ˌswiŋ'wiŋ/ *dt* cánh cụp xòe tự động; máy bay cánh cụp xòe tự động.

swipe[1] /swaip/ *dgt (kng)* **1.** vụt: *he swiped at the dog with his stick, but missed* nó lấy gậy vụt con chó, nhưng đánh trật **2.** *(đùa)* cuỗm mất: *who's swiping my calculator?* ai đã cuỗm mất cái máy tính của tôi rồi?

swipe[2] /swaip/ *dt* cú vụt: *have (take) a swipe at the ball* vụt quả bóng.

swirl[1] /swɜ:l/ *dgt (chủ yếu dùng ở dạng bị động)* [làm cho] cuộn; [làm cho] xoáy; cuốn đi: *smoke swirled up the chimney* khói cuộn lên từ ống khói; *the log was swirled away downstream by the current* khúc gỗ bị dòng nước cuốn trôi xuôi.

swirl[2] /swɜ:l/ *dt* swirl of some- **thing 1.** sự cuốn xoáy: *dancers spun in a swirl of skirts* vũ nữ xoay vòng làm cho váy bị cuốn xoáy mà xòe ra **2.** khối xoáy, khối cuộn: *swirls of smoke rose through*

the trees những cuộn khói bốc lên giữa các hàng cây.

swish[1] /swiʃ/ *dgt* [làm] kêu sột soạt, [làm] kêu soàn soạt: *scythes swished to and fro* những cái phổ cắt cỏ đi đi lại lại nghe soàn soạt; *she swished across the floor in her long silk dress* bà ta kéo lê soàn soạt chiếc áo váy bằng lụa trên sàn nhà. **swish something off** quất mạnh cho đứt ra: *he swished up the tops of the nettles with his cane* anh ta dùng gậy quất mạnh vào ngọn các cây tầm ma cho đứt ra.

swish[2] /swiʃ/ *dt*, tiếng sột soạt, tiếng soàn soạt: *her skirts gave a swish* váy của cô ta kêu sột soạt.

swish[3] /swiʃ/ *tt (Anh, kng)* sang trọng, đắt giá: *swish hotels* khách sạn sang trọng.

Swiss[1] /swis/ *tt* [thuộc] Thụy Sĩ.

Swiss[2] /swis/ *dt (snh, kđổi)* người Thụy Sĩ.

Swiss chard /ˌswis'tʃɑːd/ *(cg* **chard**) rau cải đường.

Swiss roll /ˌswis'rəʊl/ bánh cuộn thịt.

switch[1] /switʃ/ *dt* **1.** cái ngắt điện: *a two-way switch* cái ngắt điện gắn hai nơi *(đầu và chân cầu thang)* **2.** *(Mỹ)* cái ghi *(đường sắt)* **3.** *(cg* **switchover**) *(kng)* sự chuyển đổi đột ngột; sự thay đổi đột ngột: *polls showed a switch to Labour* những cuộc thăm dò cho thấy có sự chuyển đổi sang đẳng Lao động; *a switch in policy* sự thay đổi chính sách **4.** nhánh cây mềm, roi ngựa **5.** lọn tóc giả, mớ tóc độn.

switch[2] /switʃ/ *dgt* **1.** [làm cho] chuyển đổi [một cách bất ngờ]: *many voters switched to Labour* nhiều cử tri bất ngờ chuyển sang ủng hộ đảng Lao động;

switch the conversation to a different topic chuyển cuộc chuyện trò sang một đề tài khác **2.** [làm cho] đổi vị trí; hoán đổi: *our glasses have been switched, this is mine* kính của ta đổi lộn, cái này là của tôi; *you drive first and then we'll switch round (over)* anh lái trước đi, rồi chúng ta sẽ đổi phiên cho nhau **3.** quất *(ngựa)* **4.** bẻ ghi cho sang đường khác: *switch a train into a siding* bẻ ghi cho tàu sang đường tránh.

switch [something] off ngắt *(dòng điện...)*: *switch off the gas* tắt bếp ga; *don't switch [the TV] off yet* hãy khoan tắt tivi; **switch [somebody] off** làm cho *(ai)* phát chán: *long lectures really switch me off* những buổi thuyết trình dài thực sự làm cho tôi phát chán; *I switch off when he starts talking about cars* tôi phát chán khi anh ta bắt đầu nói về xe cộ; **switch [some-thing] on** bật *(diện...)*: *switch on the light at the wall socket* hãy bật đèn ở ổ điện trên tường; *don't switch [the ra-dio] on yet* khoan đừng có bật rađiô lên nhé.

switch-back /'switʃbæk/ *dt* **1.** *(Anh)* nh roller-coaster **2.** đường hình chữ chi *(xe lửa hoặc đường ôtô, ở những chỗ dốc đứng)*.

switch-blade /'switʃ bleid/ *dt* nh flick-knife.

switch-board /'switʃbɔːd/ *dt* tổng đài *(tổng đài điện thoại, tổng đài phát sóng)*.

switch-man /'switʃmən/ *dt (snh* **switchmen**) *(Mỹ)* nh pointsman.

switched-on /ˌswitʃd'ɒn/ *tt (cũ, kng)* cập nhật.

switch-over /'switʃəʊvə[r]/ *dt (kng)* nh switch[1] 3.

S

switch-yard /'switʃjɑ:d/ *dt* (Mỹ) bãi dồn toa *(để tạo thành đoàn xe hỏa)*.

swivel[1] /'swivl/ *dt* *(thường trong từ ghép) (kỹ)* khớp khuyên.

swivel[2] /'swivl/ *dgt* quay, xoay *(như là trên khớp khuyên):* he swivelled [round] in his chair to face us *ông ta xoay ghế để đối mặt với chúng tôi.*

swivel-chair /'swivlt ʃeə[r]/ *dt* ghế quay.

swiz, swizz /swiz/ *dt (cg* **swizzle**) *(thường số ít) (Anh, kng)* sự thất vọng; cảm giác như bị lừa gạt.

swizzle /swiz/ *x* swiz.

swizzle-stick /'swizl,stik/ *dt* que khuấy rượu cốc-tay.

swollen /'swəʊlən/ *dttqk* của swell.

swollen head /,swəʊlən-'hed/ đầu óc quá tự cao *(tự coi mình là quan trọng lắm).*

swoon[1] /swu:n/ *dgt* **1.** *(cũ)* ngất đi **2.** mừng đến ngất đi, mừng rơn lên: the young girls swooned when they saw their favorite pop singer *các cô gái trẻ mừng rơn khi thấy ca sĩ nhạc pop ưa thích của họ.*

swoon[2] /swu:n/ *dt (cũ)* sự ngất đi: he fell down in a swoon from hunger *nó bị ngất và ngã xuống vì đói lả.*

swoop[1] /swu:p/ *dgt* nhào xuống, sà xuống: the owl swooped down on the mouse *con cú sà xuống cấp con chuột.*

swoop something away *(up)* *(kng)* cướp đi, cuỗm đi: the robber swooped up the banknotes *tên cướp đã cuỗm sạch số giấy bạc.*

swoop[2] /swu:p/ *dt* **1.** sự nhào xuống, sự sà xuống **2.** sự tấn công bất ngờ; sự đột

kích: police made a dawn swoop *cảnh sát đã đột kích lúc tảng sáng.* // **at one fell swoop** *x* fell[2].

swop[1] /swɒp/ *dgt nh* swap[1].

swop[2] /swɒp/ *dt nh* swap[2].

sword /sɔ:d/ *dt* gươm, kiếm: draw one's sword *tuốt gươm ra.* // **cross swords** *x* cross[2]; **fire and sword** *x* fire[1]; **the pen is mightier than the sword** *x* pen[1]; **put somebody to the sword** *(cũ, tu từ)* giết ai bằng gươm; **a sword of Damocles** /'dæməkli:z/ thanh gươm của Damocles *(bóng) (tai ương sắp đổ xuống đầu):* the possibility of loosing her job hung over her like a sword of Damocles *khả năng mất việc cứ như thanh gươm của Damocles đang rình rập cô.*

sword-dance /'sɔ:ddɑ:ns/ *dt* điệu múa kiếm *(của người Ê-cốt).*

swordfish /'sɔ:dfiʃ/ *dt (động)* cá kiếm.

sword-play /'sɔ:dplei/ *dt* thuật đánh kiếm.

swordsman /'sɔ:dzmən/ *dt (snh* **swordsmen**) *dt* nhà kiếm thuật.

swordsmanship /'sɔ:dzmənʃip/ *dt* kiếm thuật.

sword-stick /'sɔ:dstik/ *dt* gậy kiếm *(có gắn lưỡi kiếm ở trong ruột).*

swore /swɔ:[r]/ *qk của* swear.

sworn[1] /swɔ:n/ *dttqk của* swear.

sworn[2] /swɔ:n/ *tt* **1.** đã thề **2.** hoàn toàn, không thể đổi dời được: they are sworn enemies *họ là những kẻ thù không đội trời chung (không thể đổi dời được).*

swot[1] /swɒt/ *dgt* **(-tt-)** *(Anh, kng, thường xấu)* học gạo: swotting for her exams *học gạo để đi thi;* I'm swotting

up on my history *tôi đang học gạo môn lịch sử.*

swot[2] /swɒt/ *dt (cg* **swotter**) người học gạo.

swotter /swɒtə[r]/ *dt x* swot[2].

swum /swʌm/ *dttqk của* swim.

swung /swʌŋ/ *qk và dttqk của* swing.

sybarite /'sibərait/ *dt (thường xấu)* người thích xa hoa.

sybaritic /,sibə'ritik/ *tt (thường xấu)* xa hoa: a sybaritic existence *lối sống xa hoa.*

sycamore /'sikəmɔ:[r]/ *dt (thực)* **1.** cây sung Ai Cập **2.** *(Mỹ)* cây thích trắng.

sycophancy /'sikəfənsi/ *dt* thói xu nịnh.

sycophant /'sikəfænt/ *dt* kẻ xu nịnh.

sycophantic /,sikə'fæntik/ *tt* xu nịnh: a sycophantic smile *nụ cười xu nịnh.*

sycophantically /,sikə'fæntikli/ *pht* [một cách] xu nịnh.

syllabary /'siləbəri, (Mỹ* 'siləberi)/ *dt* bảng ký hiệu âm tiết *(như trong tiếng Nhật).*

syllabic /si'læbik/ *tt* **1.** [thuộc] âm tiết; [trong] âm tiết **2.** tạo thành âm tiết *(mà không cần nguyên âm kèm theo).*

syllabically /si'læbikli/ *pht* như là âm tiết.

syllabification /si,læbifi-'keiʃn/ *dt* sự chia thành âm tiết.

syllabify /si'læbifai/ *dgt* chia *(một từ)* thành âm tiết.

syllable /'siləbl/ *dt (ngôn)* âm tiết. // **in words of one syllable** *x* word.

-syllabled có số âm tiết là: a foursyllabled word *một từ* có số âm tiết là bốn (có bốn âm tiết).

syllabub (cg **sillabub**) /'siləbʌb/ dt món kem vang.

syllabus /'siləbəs/ dt (snh **syllabuses**) danh mục khóa trình (của một khóa học): Hamlet is on this year's syllabus for the English literature exam khóa học năm nay về thi văn học Anh có ghi Hamlet đấy.

syllogism /'silədʒizəm/ dt tam đoạn luận.

syllogistic /,silə'dʒistik/ tt [thuộc] tam đoạn luận; [dưới dạng] tam đoạn luận.

sylph /silf/ dt 1. thiên tinh 2. thiếu nữ mảnh mai yếu điệu; thiếu phụ mảnh mai yếu điệu.

sylphlike /'silflaik/ tt mảnh mai yếu điệu.

sylvan /'silvən/ tt, nh silvan.

symbiosis /,simbi'əusis, simbai'əusis/ dt (sinh) sự cộng sinh.

symbiotic /,simbi'ɒtik, ,simbi'ɑ:tik/ tt (snh) cộng sinh.

symbol /'simbl/ dt 1. (of something) biểu tượng: the lion is the symbol of courage sư tử là biểu tượng của lòng can đảm 2. (for something) ký hiệu: Au is the chemical symbol for gold Au là ký hiệu hóa học của vàng.

symbolic /sim'bɒlik/, **symbolical** /sim'bɒlikl/ tt tượng trưng: the snake is symbolic of evil con rắn là tượng trưng cho sự độc ác.

symbolically /sim'bɒlikli/ pht [một cách] tượng trưng.

symbolise /'simbəlaiz/ dgt x symbolize.

symbolism /'simbəlizəm/ dt chủ nghĩa tượng trưng (trong văn học nghệ thuật).

symbolist /'simbəlist/ dt người theo chủ nghĩa tượng

trưng; nhà văn (nghệ sĩ) quen tượng trưng hóa.

symbolize, symbolise /'simbəlaiz/ dgt 1. tượng trưng cho; là biểu tượng của: a picture of a red disc with rays coming from it, symbolizing the sun hình đĩa tròn đỏ với những tia phát ra từ đĩa đó, tượng trưng cho mặt trời 2. biểu tượng hóa: the poet has symbolized his lover with a flower nhà thơ đã biểu tượng hóa người tình của mình bằng một bông hoa.

symmetric /si'metrik/, **symmetrical** /si'metrikl/ tt đối xứng.

symmetrically /si'metrikli/ pht [một cách] đối xứng.

symmetry /'simətri/ dt 1. sự đối xứng: the perfect symmetry of the building sự đối xứng hoàn hảo của tòa nhà 2. sự cân đối: the symmetry of her features sự cân đối trong nét mặt của nàng.

sympathetic /,simpə'θetik/ tt 1. thông cảm, đồng cảm: a sympathetic smile nụ cười thông cảm 2. dễ mến: I don't find her very sympathetic tôi không thấy cô ta dễ mến cho lắm 3. đồng tình: we asked for his support in the election, but he wasn't sympathetic to our request chúng tôi đề nghị ông ta ủng hộ trong cuộc bầu cử, nhưng ông ta không đồng tình với lời thỉnh cầu của chúng tôi.

sympathetically /,simpə'θetikli/ pht [một cách] thông cảm, [một cách] đồng cảm; [một cách] đồng tình.

sympathies /'simpəθiz/ dt snh 1. mối thông cảm; mối đồng tình: my sympathies are with the workers in this dispute trong vụ tranh chấp này, tôi đồng tình với các công nhân 2. lời thông cảm,

lời chia buồn: she sent her sympathies on the death of her friend's husband chị ta gửi lời chia buồn với bạn nhân cái chết của chồng bạn.

sympathize, sympathise /'simpəθaiz/ dgt 1. thông cảm, đồng cảm: I sympathize with you; I've had a similar unhappy experience myself tôi thông cảm với anh, tôi cũng đã gặp cảnh không may mắn như anh 2. đồng tình: it's hard to sympathize with his political opinions khó mà đồng tình với quan điểm chính trị của anh ta.

sympathizer, sympathiser /'simpəθaizə[r]/ dt 1. người thông cảm, người đồng cảm 2. người đồng tình, người có cảm tình: socialist sympathizers những người có cảm tình với chủ nghĩa xã hội.

sympathy /'simpəθi/ dt 1. sự thông cảm, sự đồng cảm: feel great sympathy with somebody rất thông cảm với ai 2. sự đồng tình: a bond of sympathy developed between members of the group một mối đồng tình đã nảy sinh giữa các thành viên của nhóm đó. // **in sympathy with somebody (something)** đồng tình, thuận theo: I'm sure he will be in sympathy with your proposal tôi chắc rằng ông ta sẽ thuận theo đề nghị của anh; **have no (some...) sympathy with somebody (something)** không chút (có ít nhiều) đồng tình với: I have some sympathy with that point of view tôi ít nhiều đồng tình với quan điểm đó.

symphonic /sim'fɒnik/ tt giao hưởng: symphonic music nhạc giao hưởng.

S

symphony /'simfəni/ *dt* (nhạc) khúc giao hưởng: *a symphony orchestra* dàn nhạc giao hưởng.

symposia /sim'pəʊziə/ *dt snh của* symposium.

symposium /sim'pəʊziəm/ *dt* (*snh* **symposia**) hội nghị chuyên đề.

symptom /'simptəm/ *dt* **1.** triệu chứng bệnh **2.** (*bóng*) dấu hiệu (*xấu*), triệu chứng: *this demonstration was a symptom of discontent among the students* cuộc biểu tình này là triệu chứng của sự bất mãn trong sinh viên.

symptomatic /ˌsimptə'mætik/ *tt* là triệu chứng: *chest pains may be symptomatic of heart disease* đau ngực có thể là triệu chứng của bệnh tim; *is inflation symptomatic of economic decline?* lạm phát phải chăng là triệu chứng của suy thoái kinh tế?

synagogue /'sinəgɒg/ *dt* giáo đường Do Thái.

sync (*cg* **synch**) /siŋk/ (*kng*) (*vt của* synchronization) sự đồng bộ hóa, sự điều bộ: *the film's soundtrack is out of sync (not in sync) with the picture* âm thanh của bộ phim không đồng bộ với hình.

synchromesh /ˌsinkrəʊ'meʃ/ *dt* (*co*) bộ điều bộ (*ở xe*).

synchronic /siŋ'krʊnik/ *tt* **1.** (*ngôn*) đồng đại **2.** *nh* ṡynchronous¹.

synchronization, synchronisation /ˌsiŋkrənai-'zeiʃn/ *dt* sự đồng bộ hóa.

synchronize, synchronise /'siŋkrənaiz/ *dgt* đồng bộ hóa.

synchronous /'siŋkrənəs/ *tt* **1.** đồng thời: *synchronous events* sự kiện đồng thời **2.** (*lý*) đồng bộ.

syncopate /'siŋkəpeit/ *dgt* (nhạc) (*thường ở dạng bị động*) nhấn lệch.

syncopation /ˌsiŋkə'peiʃn/ *dt* (nhạc) sự nhấn lệch.

syncope /'siŋkəpi/ *dt* **1.** (*y*) sự ngất đi **2.** (*ngôn*) hiện tượng rụng âm giữa (*làm từ ngắn đi*).

syndicalism /'sindikəlizəm/ *dt* chủ nghĩa nghiệp đoàn.

syndicalist /'sindikəlist/ *dt* người ủng hộ chủ nghĩa nghiệp đoàn.

syndicate¹ /'sindikət/ *dt* nghiệp đoàn, công đoàn; xanhđica.

syndicate² /'sindikeit/ (*dgt* (*thường ở dạng bị động*) cung cấp (*một bài báo...*) qua một tổ chức chung để đăng trên nhiều báo khác nhau.

syndication /ˌsidi'keiʃn/ *dt* sự cung cấp bài qua một tổ chức chung để đăng trên nhiều báo khác nhau.

syndrome /'sindrəʊm/ *dt* hội chứng (*về bệnh và về một số hiện tượng khác*): *unemployment, inflation and low wages are all part of the same economic syndrome* thất nghiệp, lạm phát và lương thấp đều là những bộ phận của cùng một hội chứng kinh tế.

synod /'sinəd/ *dt* hội nghị tôn giáo.

synonym /'sinənim/ *dt* từ đồng nghĩa.

synonymous /si'nɒniməs/ *tt* đồng nghĩa (*với...*).

synopsis /si'nɒpsis/ *dt* (*snh* **synopsisses**) bảng tóm lược, nhất lãm biểu.

synoptic /si'nɒptik/ *tt* tóm lược.

the synoptic gospels /si,-nɒptik'gɒsplz/ ba bộ phúc âm nhất lãm (*trong kinh thánh*).

syntactic /sin'tæktik/ *tt* (ngôn) [thuộc] cú pháp.

syntactically /sin'tætikli/ *pht* [về mặt] cú pháp.

syntax /'sintæks/ *dt* (ngôn) cú pháp.

syntheses /'sinθəsi:z/ *dt snh của* synthesis.

synthesis /'sinθəzis/ *dt* (*snh* **syntheses**) sự tổng hợp: *develop a new theory by the synthesis of several earlier theories* phát triển một lý thuyết mới bằng cách tổng hợp nhiều lý thuyết trước đó; *produce rubber from petroleum by synthesis* sản xuất cao su từ dầu mỏ bằng phương pháp tổng hợp.

synthesize, synthesise /'sinθəsaiz/ *dgt* tổng hợp.

synthesizer, synthesiser /'sinθəsaizə[r]/ *dt* nhạc cụ tổng hợp (*có khả năng tạo được nhiều âm, kể cả việc bắt chước âm của nhạc cụ khác*).

synthetic¹ /sin'θetik/ *tt* **1.** tổng hợp: *synthetic rubber* cao su tổng hợp; *synthetic chemistry* hóa tổng hợp **2.** (*xấu*) không thật, giả tạo: *synthetic blonde* cô gái tóc hoe nhuộm (*không phải tự nhiên*); *synthetic enthusiasm* nhiệt tình giả tạo.

synthetic² /sin'θetik/ *dt* chất tổng hợp; sợi tổng hợp: *natural fibres and synthetics* sợi tự nhiên và sợi tổng hợp.

synthetically /sin'θetikli/ *pht* bằng tổng hợp.

syphilis /'sifilis/ *dt* (*cg* **the pox**) (*y*) bệnh giang mai.

syphilitic¹ /ˌsifi'litik/ *tt* [thuộc] giang mai; mắc giang mai.

syphilitic² /ˌsifi'litik/ *dt* người mắc giang mai.

syringa /si'riŋgə/ *dt (thực)* cây hoa đinh.

syringe[1] /'sirindʒ/ *dt* **1.** vòi xịt nước *(tưới cây...)* **2.** *(y)* ống tiêm dưới da.

syringe[2] /si'rindʒ/ *dgt* phun, xịt: *syringe a plant* phun nước tưới cây; *syringe a wound* xịt nước rửa vết thương.

syrup /'sirəp/ *dt* xi rô: *tinned peaches in syrup* đào giầm xi rô đóng hộp; *cough syrup* xi rô chữa ho.

syrupy /'sirəpi/ *tt* **1.** [thuộc] xi rô; như xi rô **2.** *(bóng, xấu)* ngọt ngào, ủy mị: *a syrupy romantic novel* một cuốn tiểu thuyết lãng mạn ủy mị.

system /'sistəm/ *dt* **1.** hệ thống, hệ: *the nervous system* hệ thần kinh; *river system* hệ thống sông ngòi; *a system of philosophy* một hệ thống triết học **2.** cơ thể: *the poison has passed into his system* thuốc độc đã ngấm vào cơ thể anh ta **3.** phương pháp: *working with system* làm việc có phương pháp **4.** tập tục, lễ thói: *you can't beat the system* anh không thể phá bỏ tập tục được đâu. // **get something out of one's system** *(kng)* gạt bỏ *(một tình cảm, một ước muốn)* khỏi đầu óc.

systematic /,sistə'mætik/ *tt* **1.** có hệ thống; có phương pháp: *the way he works is not very systematic* cách anh ta làm không được có phương pháp cho lắm **2.** triệt để: *the police made a systematic search of the building* cảnh sát thực hiện một cuộc khám xét triệt để ngôi nhà.

systematically /,sistə'mætikli/ *pht* **1.** [một cách] có hệ thống; [một cách] có phương pháp **2.** [một cách] triệt để.

systematization, systematisation /,sistəmətai'zeiʃn, *(Mỹ* ,sistəməti'zeiʃn)/ *dt* sự hệ thống hóa.

systematize, systematise /'sistəmətaiz/ *dgt* hệ thống hóa.

systemic /si'stemik, si'sti:mik/ *tt* [thuộc] cơ thể; ảnh hưởng đến toàn cơ thể: *systemic drugs* thuốc ảnh hưởng đến toàn cơ thể; *systemic insecticides spread all through a plant and kill any insects that feed on it* những thứ thuốc trừ sâu ảnh hưởng đến toàn thân tỏa ra khắp cây và diệt bất cứ sâu bọ nào đến phá hoại.

systemically /si'stemikli, si'sti:mikli/ *pht* với ảnh hưởng tới toàn cơ thể.

systems analysis /'sistəmz-ənæləsis/ sự phân tích hệ thống *(máy điện toán)*.

systems analyst /'sistəmz-ænəlist/ chuyên gia phân tích hệ thống *(máy điện toán)*.

S

T, t[1] /ti:/ *dt* (*snh* **T's, t's** /ti:z/) T, t. // **dot one's (the) i's and cross one's (the) t's** *x* dot; **to a T (tee)** (*kng*) từng chi tiết; hoàn toàn: *this new job suits me to a T* công việc mới này hoàn toàn thích hợp với tôi.

't /t/ (*cũ; thơ*) *nh* it (*trong các từ* **'tis, 'twas, 'twere, 'twill, 'twould**): *'twas a chill winter's day* ấy là một ngày đông lạnh lẽo.

t[2] (*Mỹ* **tn**) (*vt của* ton[s], tonne[s]) tấn: *5t of wheat per acre* năm tấn lúa mì mỗi mẫu Anh.

ta /ta:/ *tht* (*Anh, kng*) cảm ơn!

tab /tæb/ *dt* **1.** nhãn (*dán trên hàng hóa*) **2.** giấy tính tiền (*ăn, uống*): *pick up the tab* thanh toán giấy tính tiền. // **keep a tab (tabs) on something (somebody)** (*kng*) theo dõi, kiểm soát: *the police have been keeping tabs on him* cảnh sát đang theo dõi nó.

Tabasco /tə'bæskəʊ/ *dt* xốt tabacô, xốt cay nhiều hạt tiêu.

TAB (*cg* **Tab**) /,ti:ei'bi:/ (*vt của* typhoid-paratyphoid A and B /vaccine/) vacxin phòng thương hàn và phó thương hàn A và B; *have a TAB injection* tiêm phòng thương hàn A và B.

tabby /'tæbi/ *dt* **1.** (*cg* **tabby-cat**) mèo mướp **2.** (*id*) mèo cái.

tabernacle /'tæbənækl/ *dt* **1. the tabernacle** (*số ít*) rạp thờ (*của người Do Thái*) **2.** hòm bánh thánh (*nhà thờ Thiên chúa giáo*).

table[1] /'teibl/ *dt* **1.** cái bàn **2.** bàn ăn; những người ngồi ăn: *set the table* bày bàn ăn; *set all the table laughing* làm cho tất cả người ngồi ăn cười lên **3.** (*cg* **tableland**) cao nguyên **4.** bảng, biểu: *table of contents* bảng mục lục: *learn one's [multiplication] tables* học bảng cửu chương. // **at table** khi ngồi ăn: *children must learn to behave at table* trẻ em phải học cách ngồi ăn uống cho phải phép; *they were at table when we called* khi chúng tôi gọi họ đang ăn; **drink somebody under the table** *x* drink[2]; **lay (put) one's cards on the table** *x* card[1]; **the negotiating table** *x* negotiate; **on the table** a/ (*Anh*) được đưa ra thảo luận và bàn bạc: *management have put several new proposals on the table* ban giám đốc đã đưa ra nhiều đề nghị mới để thảo luận bàn bạc b/ để sẽ bàn bạc lại sau (*nói về một đề nghị*); **turn the tables [on somebody]** đảo ngược tình thế đối với ai; giành ưu thế đối với ai; **under the table** đưa (*tiền*) để đút lót; **wait at table** *x* wait[1].

table[2] /'teibl/ *đgt* **1.** (*Anh*) đệ trình (*lên Quốc hội*) để thảo luận bàn bạc: *the Opposition have tabled several amendments to the bill* phe đối lập đã đệ trình lên Quốc hội nhiều sửa đổi đối với dự luật để thảo luận bàn bạc **2.** (*Mỹ*) để (*một đề nghị*) sẽ bàn lại sau.

tableau /'tæbləʊ/ *dt* (*snh* **tableaux**) (*cg* **tableau vivant**) hoạt cảnh.

tableau vivant /,tæbləʊ 'vi:va:n, (*Mỹ* ,tæbləʊvi:-'va:n)/ (*snh* **tableaux vivants**) *x* tableau.

tableaux /'tæbləʊz/ *snh* của tableau.

tableaux vivants /'tæbləʊz 'vi:va:nz, (*Mỹ* tæbləʊz vi:'va:n)/ *snh* của tableau vivant.

tablecloth /'teiblklɒθ/ *dt* khăn trải bàn (*bàn ăn*).

table d'hôte /,ta:bl'dəʊt/ suất ăn bữa (*không phải là ăn theo món*).

table-knife /'teiblnaif/ *dt* dao ăn.

tableland /'teibllænd/ *dt* cao nguyên.

table-linen /'teibllinin/ *dt* khăn bàn, khăn ăn.

table manners /'teibl mænə[r]z/ phong thái ngồi ăn (*lịch sự hay thô tục...*).

table mat /'teibl mæt/ khăn lót đĩa.

tablespoon /'teiblspu:n/ *dt* **1.** thìa xúc thức ăn **2.** *nh* tablespoonful.

tablespoonful /'teiblspu:nful/ *dt* thìa xúc thức ăn đầy (*lượng thức ăn xúc được trong thìa*).

tablet /'tæblit/ *dt* **1.** tấm biển **2.** (*dược*) thuốc viên **3.** bánh xà phòng dẹt.

table-talk /'teibl tɔ:k/ *dt* cuộc trò chuyện trong bữa ăn.

table tennis /'teibl,tenis/ (*thể*) bóng bàn.

table turning /'teibl,tɜ:niŋ/ bàn quay (*được xem như là do một lực lượng siêu nhiên tạo ra*).

tableware /'teiblweə[r]/ *dt* đĩa bát dao nĩa (*dùng khi ăn*); bộ đồ ăn.

table wine /'teibl,wain/ rượu vang bữa ăn *(thường là thứ không đắt tiền)*.

tabloid /'tæbloid/ *dt* báo khổ nửa *(đăng tin tức vắn tắt)*: *tabloid journalism (thường xấu)* báo chí lá cải.

taboo¹ /tə'bu:, (Mỹ tæ'bu:)/ *dt* (snh **taboos**) sự (điều) kiêng ky.

taboo² /tə'bu:, (Mỹ tæ'bu:)/ *tt* cấm ky, kiêng ky: *sex is no longer the taboo subject it used to be* tình dục không còn là đề tài cấm ky như trước đây nữa.

taboo words /tə'bu:wɜ:dz/ từ cấm ky, từ kiêng ky.

tabular /'tæbjulə[r]/ *tt* dưới dạng bảng, dưới dạng biểu: *statistics presented in tabular form* con số thống kê trình bày dưới dạng bảng.

tabulate /tæbjuleit/ *dgt* xếp thành bảng, trình bày dưới dạng biểu.

tabulation /,tæbju'leiʃn/ *dt* sự xếp thành bảng, sự trình bày dưới dạng biểu.

tabulator /'tæbjuleitə[r]/ *dt* 1. người trình bày bảng biểu 2. cỡ ngừng *(ở máy chữ, khi trình bày số liệu... thành cột)*.

tachograph /'tækəgra:f/ *dt* tốc độ ký *(ở xe ô tô...)*.

tachometre /'tækəmitə[r]/ *dt* tốc kế vòng *(ở xe cô)*.

tacit /'tæsit/ *tt* ngầm, mặc nhiên: *give tacit agreement* thỏa thuận ngầm.

tacitly /'tæsitli/ *pht* [một cách] ngầm, [một cách] mặc nhiên.

taciturn /'tæsitɜ:n/ *tt* ít nói, trầm mặc.

taciturnity /'tæsitɜ:nəti/ *dt* tính ít nói, thái độ trầm mặc.

taciturnly /'tæsitɜ:nli/ *pht* [một cách] ít nói, [một cách] trầm mặc.

tack¹ /tæk/ *dt* 1. đinh đầu bẹt, đinh bấm: *a carpet tack* đinh bấm thảm 2. đường khâu lược 3. *(hải)* đường chạy vát theo gió thổi vào một bên mạn thuyền; hướng chạy căn cứ vào hình dáng buồm: *starboard tack* hướng chạy theo gió thổi vào mạn phải 4. *(số ít) (lóng)* chính sách; hướng đi: *be on the wrong tack* đi sai hướng.

tack² /tæk/ *dgt* 1. bấm, ghim bằng đinh bấm 2. khâu lược, đính tạm: *a tacking stitch* mũi khâu lược 3. đổi đường chạy, trở buồm để lợi gió. // **tack something on [to something]** *(kng)* 1. thêm *(một điều trước đấy chưa dự kiến)* vào cuối *(một bài nói, một cuốn sách)* 2. đính theo, kèm theo *(hợp đồng vào một hóa đơn tính tiền...)*.

tackiness /'tækinis/ *dt* 1. sự còn dính, sự chưa khô *(sơn, hồ)* 2. *(Mỹ, kng)* sự xơ xác, sự tồi tàn.

tackle¹ /'tækl/ *dt* 1. *(hải)* dây dợ *(để kéo buồm)* 2. thiết bị, dụng cụ, đồ nghề: *fishing tackle* đồ nghề đi đánh cá 3. sự chặn, sự cản *(đối phương đang dắt bóng)*.

tackle² /'tækl/ *dgt* 1. xử lý, giải quyết *(một vấn đề, một công việc)*: *it's time to tackle my homework* đã đến lúc phải giải quyết bài tập ở nhà đây 2. **tackle somebody about (over) something** nói *(tâu)* với ai về vấn đề gì: *when are you going to tackle your brother about that money he owes me?* mày đã tâu với anh mày câu chuyện ông ta nợ tiền tao lúc nào vậy? 3. cướp bóng *(bóng đá...)*; cản bóng đối phương *(bóng bầu dục...)*.

tacky /'tæki/ *tt* (-ier, -iest) 1. còn dính, chưa khô *(sơn, hồ)* 2. *(Mỹ, kng)* xơ xác, tồi tàn.

taco /'ta:kəʊ/ *dt* (snh **tacos**) bánh cuốn *(Mê-hi-cô, có nhân)*.

tact /tækt/ *dt* sự tế nhị, sự khéo xử: *she showed great tact in dealing with a tricky situation* chị ta tỏ ra khéo xử trong cảnh rắc rối.

tactful /'tæktfl/ *tt* khéo xử, có tài xử trí.

tactfully /'tæktfəli/ *pht* [một cách] khéo xử.

tactic /'tæktik/ *dt* phương sách: *a brilliant tactic* phương sách tài ba.

tactical /'tæktikl/ *tt* [thuộc] chiến thuật: *a tactical error* một sai sót về chiến thuật; *tactical missile* tên lửa chiến thuật *(tầm ngắn)*.

tactically /'tætikli/ *pht* [về mặt] chiến thuật.

tactician /tæk:tiʃn/ *dt* nhà chiến thuật.

tactics /'tæktiks/ *dt* snh (dgt số ít hay snh) chiến thuật.

tactile /'tæktail, (Mỹ 'tæktəl)/ *tt* [thuộc] xúc giác: *a tactile reflex* phản xạ xúc giác; *tactile organs* cơ quan xúc giác.

tactless /'tæktlis/ *tt* không khéo xử, không lịch thiệp.

tactlessly /'tæktlisli/ *pht* [một cách] không khéo xử, [một cách] không lịch thiệp.

tactlessness /'tæktlisnis/ *dt* sự không khéo xử, sự không lịch thiệp.

tad /tæd/ *dt (Mỹ, kng) tt* 1. trẻ em 2. chút, tí: *just a tad more milk* chỉ một tí sữa nữa thôi.

tadpole /'tædpəʊl/ *dt (động)* nòng nọc.

tael /teil/ *dt* lạng: *a tael of gold* một lạng vàng.

taffeta /'tæfitə/ *dt* lụa bóng.

taffrail /'tæfreil/ *dt* lan can sau khoang lái *(thuyền, tàu)*.

Taffy /'tæfi/ *dt (kng, xấu)* dân xứ Welsh.

taffy /'tæfi/ *dt (Mỹ) nh* toffee.

tag[1] /tæg/ *dt* **1.** miếng bịt đầu *(dây giày...)* **2.** nhãn *(dán, gắn vào hàng hóa...)*: *put a name-tag on it* dán nhãn tên hàng vào **3.** chót đuôi *(thú vật)*; túm lông *(trên lưng cừu)* **4.** từ ngữ nhấn mạnh như *that* trong câu: *that's nice, that is* **5.** ngạn ngữ: *Latin tags* ngạn ngữ La tinh.

tag[2] /tæg/ *dgt* (-gg) dán nhãn, gắn nhãn vào. // **tag along [after (behind) with somebody]** theo lẽo đẽo, theo sát gót *(ai)*: *children tagging along behind their mother* tụi trẻ lẽo đẽo theo mẹ; **tag something on [to] something** thêm vào, gắn vào: *a postscript tagged on [to her letter] at the end* lời tái bút ghi thêm vào cuối lá thư của cô nàng.

tag[3] /tæg/ *dt (cg* **tig**) trò chơi đuổi bắt *(của trẻ em)*.

tag day /'tægdei/ *(Mỹ) nh* flag day.

tail[1] /teil/ *dt* **1.** đuôi: *dogs wag their tails when they are pleased* chó vẫy đuôi khi nó vui mừng; *the tail of a comet* đuôi sao chổi; *the tail of a procession* đuôi đám rước; *the tail of one's eye* đuôi mắt; *the tail of a class* học sinh bét lớp; *the tail of a storm* rớt bão **2.** *(cũ, kng)* mông [đít]: *give somebody a smack on the tail* phát cho ai một cái vào mông **3.** *(kng)* người theo dõi sát: *put a tail on somebody* cho người theo dõi ai **4. tails** *(snh) (cg* **tail-coat**) áo đuôi tôm **5. tails** *(snh)* mặt sấp *(đồng tiền)*. // **have one's tail between one's legs** *(kng)* bị nhục; bị thua; bị thất

vọng; **heads I win, tails you lose** *x* head; **heads or tails?** *x* head[1]; **make head or tail of something** *x* head[1]; **on somebody's tail** theo sát ai; **a sting in the tail** *x* sting[1]; **the tail wagging the dog** tình trạng một bộ phận nhỏ quyết định tổng thể; **turn tail** bỏ chạy cong đuôi.

tail[2] /teil/ *dgt* **1.** theo dõi: *he tailed the spy to his hotel* ông ta theo dõi tên gián điệp đến nơi khách sạn nó ở **2.** ngắt cuống *(trái cây)*. // **tail away; tail off** a/ nhỏ đi; yếu đi; ít đi: *the number of tourists starts to tail off in October* số du khách bắt đầu ít đi vào tháng mười b/ kết thúc không có kết luận, kết thúc không rõ ràng; *his feeble excuses soon tailed off [into silence]* lời bào chữa của anh ta ấp úng rồi kết thúc trong sự im lặng c/ tụt hậu; **tail back** hình thành một dòng dài vì bị tắc nghẽn *(nói về xe cộ)*.

tailback /'teilbæk/ *dt* dòng dài xe bị tắc nghẽn.

tailboard /'teilbɔ:d/ *dt* ván hậu *(xe)*.

tailcoat /'teilkəʊt/ *dt* áo đuôi tôm.

tail-end /,teil'end/ *dt* đuôi, phần chót: *I only heard the tail-end of their conversation* tôi chỉ nghe một phần chót cuộc nói chuyện của họ.

tailgate /'teilgeit/ *dt* **1.** *nh* tailboard **2.** cửa lật *(ở xe đuôi cửa lật)*.

tail-lamp /'teillæmp/ *dt (Mỹ) nh* tail-light.

tailless /'teillis/ *tt* không có đuôi: *tailless species* những loài vật không đuôi.

tail-light /'teillait/ *dt (Mỹ* tailamp) đèn hậu *(xe ô tô)*.

tailor[1] /'teilə[r]/ *dt* thợ may: *go to the tailor to be meas-*

ured for a suit đi đến thợ may để lấy số đo may một bộ comlê.

tailor[2] /'teilə[r]/ *dgt (chủ yếu dùng ở dạng bị động)* **1.** may: *a well-tailored coat* chiếc áo khoác may đẹp **2. tailor something for (to) somebody (something)** làm cho thích hợp với một mục đích riêng: *homes tailored to the needs of the elderly* những ngôi nhà thiết kế hợp với nhu cầu của lớp người luống tuổi.

tailor-made /,teilə'meid/ *tt* **1.** may đo *(áo quần)* **2.** rất thích hợp: *this job's tailor-made for John* công việc rất thích hợp với John.

tailpiece /'teilpi:s/ *dt* **1.** hoa văn cuối chương *(sách)* **2.** phần thêm vào cuối.

tailpipe /'teilpaip/ *dt* ống xả khí *(xe mô tô...)*.

tailplane /'teilplein/ *dt* cánh đuôi *(máy bay)*.

tail-spin /'teilspin/ *dt* sự quay vòng hạ cánh *(máy bay)*.

tail wind /'teil, wind/ *dt* gió xuôi.

taint[1] /teint/ *dt* dấu vết nhơ; vết thối rữa, vết nhiễm khuẩn: *a taint of madness in the family* dấu vết bệnh điên trong gia đình, máu điên trong gia đình; *meat free from taint* thịt còn tươi.

taint[2] /teint/ *dgt* làm nhơ, làm thối rữa, làm nhiễm khuẩn: *tainted meat* thịt ôi, thịt thối; *his reputation was tainted by a scandal* thanh danh của ông ta bị nhơ nhuốc vì một vụ tai tiếng.

taintless /'teintlis/ *tt* không dấu nhơ, trong sạch.

take[1] /teik/ *dgt* (**took; taken**) **1.** mang, mang theo: *don't forget to take your umbrella [with you] when you go* khi đi chớ quên mang theo dù nhé; *she takes her children to school by car* bà ta đưa bọn trẻ đi học bằng xe hơi; *her energy and talent took her to the top of her profession* nghị lực và tài năng đã đưa bà ta lên đỉnh cao của nghề nghiệp; *the accused was taken away in a police van* bị cáo đã được mang đi trên xe cảnh sát; *she took him some flowers when she went to see him in hospital* cô ta mang cho anh ta mấy bông hoa khi tới thăm anh ở bệnh viện; *take this glass of water [up] to your father; take your father [up] this glass of water* hãy mang cốc nước này cho bố anh **2.** cầm, cầm lấy, nắm lấy: *take somebody's hand; take somebody by the hand* cầm tay ai, nắm tay ai; *would you mind taking the baby for a moment?* chị có thể làm ơn bế giùm đứa bé một lúc không? **3.** lấy: *who's taken my bicycle?* ai lấy xe đạp của tôi rồi?; *did the burglars take anything of value?* bọn trộm có lấy đi cái gì có giá trị không? *part of her article is taken from my book on the subject* một phần báo báo của cô ta lấy từ cuốn sách của tôi về đề tài đó; *take somebody's temperature* đo nhiệt độ của ai; *the tailor took my measurements for a new suit* người thợ may lấy số đo của tôi để may bộ đồ mới; *if you take five from twelve, you're left with seven* nếu mười hai mà lấy đi năm, anh còn lại bảy **4.** chiếm, giành được: *take a fortress* chiếm pháo đài; *the enemy took him prisoner* quân địch bắt anh ta làm tù binh **5.** chấp nhận, nhận: *the shop took £50000 last week* cửa

hàng thu được 50000 bảng tuần qua; *he was accused of taking bribes* ông ta bị tố cáo nhận hối lộ; *does the hotel take traveller's cheques?* khách sạn có nhận séc du lịch của khách không?; *I take your point, but my views on the matter remain the same* tôi chấp nhận ý kiến của anh, nhưng quan điểm của tôi về vấn đề đó vẫn y như cũ **6.** *(không dùng ở thì tiếp diễn)* thu nhận, nhận vào: *the school doesn't take girls* trường này không nhận học sinh nữ **7.** *(không dùng ở thì tiếp diễn)* đủ chỗ, đủ chứa: *this bus takes 40 passengers* xe buýt đủ chỗ cho 40 hành khách; *the tank takes 12 gallons* thùng này đủ chứa 12 galon **8.** *(không dùng ở thì tiếp diễn)* chịu, chịu đựng; *he can't take criticism* anh ta không chịu được sự phê bình; *I'm not taking any more of your insults* tôi không thể chịu đựng nhiều hơn những lời nhục mạ của anh **9.** *(có pht theo sau hoặc dùng trong câu hỏi sau how)* phản ứng: *how did he take the news of her death?* nó phản ứng ra sao khi nghe tin chị ta mất? **10.** *(không dùng ở thì tiếp diễn)* hiểu, giải thích: *she took what he said as a compliment* cô hiểu những gì anh ta đã nói là lời khen **11.** *(không dùng ở thì tiếp diễn)* (+ for) cho là: *even the experts took the painting for a genuine Van Gogh* ngay các chuyên gia cũng cho bức tranh là đúng của Van Gogh; *I took you to be an honest man* tôi cho anh là một người trung thực **12.** *(không dùng ở thì tiếp diễn)* hiểu, hiểu ra: *I don't think she took my meaning* tôi không nghĩ

là chị ta hiểu ý của tôi **13.** thuê *(nhà...)*: *he took lodgings in the town* anh ta thuê mấy phòng trọ trong thành phố **14.** chọn; mua: *I'll take the grey trousers* tôi muốn mua chiếc quần xám đó **15.** đặt mua dài hạn: *she takes "the Guardian"* cô ta đặt mua báo "the Guardian" **16.** ăn, uống, dùng: *do you take sugar?* anh có dùng đường *(cho vào trà...)* không?; *the doctor has given her some pills to take for her cough* bác sĩ cho chị ta uống mấy viên thuốc để trị ho **17.** cần, đòi hỏi: *the journey from London to Oxford takes about an hour and a half* đi từ Luân Đôn tới Oxford cần một tiếng rưỡi; *It'll take time for her to recover from illness* cần phải có thời gian để cô ta bình phục; *it would take a strong man to lift that weight* nhấc khối nặng ấy lên cần có một người khỏe **18.** *(không dùng ở dạng bị động, ở thì tiếp diễn)* mặc, mang *(quần áo, giày số nào đó)*: *what size shoes do you take?* ông mang giày số mấy thế?; *he takes a 42-inch chest* nó mặc áo vòng ngực 42 in **19.** *(không dùng ở thì tiếp diễn)* cần có về mặt cấu trúc ngữ pháp *(nói về động từ...)*: *the verb "eat" takes a direct object* động từ "eat" cần phải có bổ ngữ trực tiếp **20.** thi *(để lấy bằng)*: *she takes her finals next summer* cô ta thi cuối khóa vào mùa hè sắp tới; *when are you taking your driving test?* khi nào thì anh thi lấy bằng lái xe? **21.** nhận bằng: *she took a first in English at Leeds* cô ta đã nhận bằng loại ưu về tiếng Anh ở Leeds **22.** theo học *(một môn gì)*: *she plans to take a course in applied* *linguistics* cô ta định theo học khóa trình ngôn ngữ học ứng dụng **23.** dạy: *who takes you for French?* ai dạy tiếng Pháp cho em thế? **24.** ghi lại, ghi: *the policeman took my name and address* viên cảnh sát ghi lại tên và địa chỉ của tôi; *did you take notes at the lecture?* anh có ghi chép trong buổi thuyết trình không? **25.** đi *(bằng phương tiện giao thông nào đó; theo con đường nào đó):* "*how do you get to work?*" "*I take the bus*" "anh đi bằng phương tiện nào thế?" "tôi đi bằng xe buýt"; *I usually take the M₆ when I go to Scotland* tôi thường đi đường M₆ để đến Scotland **26.** vượt qua, vòng qua, qua: *the horse took the first fence beautifully* con ngựa vượt rào thứ nhất một cách đẹp mắt; *you took that corner too fast* anh vòng qua góc đường ấy nhanh quá **27.** giữ, theo *(một ý kiến, một thái độ...):* he takes the view that people should be responsible for their own actions ông ta giữ vững quan điểm là mọi người phải chịu trách nhiệm về hành vi của mình; *the government is taking a tough line on power abuse* chính phủ sẽ ban hành một đường lối cứng rắn đối với nạn lạm dụng chức quyền **28.** *(dùng ở thức mệnh lệnh)* lấy làm ví dụ: *a lot of women manage to bring up families and go out to work at the same time-take Angela, for example* nhiều phụ nữ tìm được cách vừa lo toan việc gia đình, vừa đi làm việc, ta hãy lấy chị Angela làm ví dụ chẳng hạn **29.** *(không dùng ở thì tiếp diễn)* ngồi: *take a seat please* mời ngồi xuống **30.** chụp *(ảnh):* take

a photograph chụp ảnh; *have one's picture taken* được chụp ảnh **31.** chỉ đạo, điều khiển: *Mr Perkins will take the evening service* ông Perkin sẽ điều khiển buổi lễ ban tối **32.** có hiệu lực: *the inoculation did not take* sự tiêm chủng đã không có hiệu lực; *the dye won't take in cold water* thuốc nhuộm không bắt màu trong nước lạnh **33.** cắn câu *(cá):* take the bait cắn câu *(bóng)*; mắc mưu **34.** ăn nằm với, làm tình *(nói về người đàn ông):* he took her on the sofa anh ta làm tình với chị ấy trên ghế xô pha **35.** thực hiện *(tùy văn cảnh mà dịch):* take a bath tắm; take a break nghỉ giải lao. // **take somebody (something) as he (it) comes** chấp nhận, cam chịu: *he takes life as it comes* đời thế nào anh ta chấp nhận thế ấy; **take it [that...]** cho là, giả thiết là: *I take it you won't be coming to Sophie's party* tôi cho là anh sẽ không đến dự tiệc của Sophie; **take it from me [that...]** anh có thể hoàn toàn tin tôi khi tôi nói là: *take it from me, he'll be managing director by the time he's 30* anh có thể hoàn toàn tin tôi đi, anh ta sẽ trở thành giám đốc quản lý khi anh ta 30 tuổi thôi; **take it on (upon) oneself to do something** tự ý quyết định làm gì *(không xin phép ai cả):* you can't take it upon yourself to make important decisions like that anh không thể tự ý quyết định những việc quan trọng như thế; **take it (a, lot) out of somebody** làm cho ai mệt mỏi *(về thể chất hoặc tinh thần):* her job takes a lot out of her việc làm của cô ta làm cho cô ta mệt mỏi; **take some (a lot**

of) doing *(kng)* khó làm lắm: *did you move all this furniture on your own? that must have taken some doing* anh tự mình dời hết cả mớ đồ đạc này à? chắc là khó khăn đấy; **you can (can't) take somebody anywhere** có thể (không thể) tin được ai đó sẽ xử sự đúng đắn trong mọi hoàn cảnh: *his manners are appalling, you can't take him anywhere* cung cách của nó tồi tệ lắm, anh không tin được là hắn sẽ xử sự đúng đắn trong mọi hoàn cảnh.

take somebody aback *(chủ yếu dùng ở dạng bị động)* làm ai sững sốt, làm ai ngạc nhiên: *I was taken aback by his rudeness* tôi ngạc nhiên về cử chỉ thô lỗ của hắn; **take after somebody** *(không dùng ở dạng bị động)* giống *(cha hoặc mẹ, về vẻ ngoài, về tính tình):* your daughter doesn't take after you at all cô con gái chị chẳng giống chị chút nào cả; **take against somebody (something)** bắt đầu ghét ai: *why have you suddenly taken against her?* tại sao bỗng nhiên anh ghét cô ta thế; **take somebody apart** *(kng)* a/ *(thể)* thắng dễ dàng b/ phê phán nghiêm khắc: *her second novel was taken apart by the critics* cuốn tiểu thuyết thứ hai của bà ta bị các nhà phê bình phê phán gay gắt; **take something apart** tháo rời *(cỗ máy...):* let's take the radio apart and see what's wrong with it ta hãy tháo rời cái ra-đi-ô ra và xem nó hỏng cái gì; **take something away** a/ *(Mỹ* take something out*)* mua *(một món ăn)* để mang về ăn ở nhà: *two chicken curries and rice to take away, please* làm ơn cho hai suất cà ri và cơm để mang về ăn ở nhà b/ làm hết *(đau):* the doctor has *given her some tablets to take away the pain* bác sĩ đã cho cô ta uống mấy viên thuốc phiến để cho hết đau; *anxiety has taken away his appetite* lo âu đã làm anh ta ăn mất ngon; **take somebody (something) away [from something (somebody)]** lấy đi, tách ra: *these books must not be taken away from the library* những cuốn sách này không được lấy ra khỏi thư viện; **take something away [from something]** lấy đi, trừ đi: *if you take four away from ten, that leaves six* nếu anh lấy mười trừ đi bốn thì còn lại sáu; **take away from something** làm yếu đi, làm giảm đi: *the scandal took away greatly from his public image* vụ bê bối đã làm lu mờ đi nhiều hình ảnh của ông trong quần chúng; **take something back** a/ nhận lại *(hàng đã bán): we only take goods back if customers can produce the receipt* chúng tôi chỉ nhận lại hàng đã bán nếu khách hàng có biên lai b/ thừa nhận là đáng ra không nên thế, rút lại lời đã nói: *I take back what I said [about you being selfish]* tôi rút lại lời đã nói là anh ích kỷ; **take somebody back [to...]** làm ai nhớ lại, gợi lại cho ai: *hearing those old songs takes me back a bit* nghe những bài hát cổ ấy gợi lại cho tôi phần nào nhớ lại quá khứ; **take somebody before something (somebody)** gọi ra tòa; gọi lên nhà chức trách: *he was taken before the headmaster and made to confess* nó bị gọi lên gặp thầy hiệu trưởng và buộc phải thú nhận; **take something down** a/ hạ xuống, lấy xuống: *will you help me take the curtains down?* anh giúp tôi hạ màn cửa xuống được không? b/ kéo xuống, cho tụt xuống

(mà không cởi ra): take down one's skirt kéo áo váy xuống c/ tháo dỡ, dỡ: *take down a tent* dỡ lều d/ ghi lại: *the reporters took down the speech* các phóng viên đã ghi lại bài nói; **take somebody in** a/ cho ở trọ: *she takes in lodgers* bà ta nhận khách ở trọ b/ lừa: *she took me in completely with her story* chị ta đã lừa tôi hoàn toàn với câu chuyện của chị; *you won't take me in that easily* anh không thể lừa được tôi dễ thế đâu; **take something in** a/ hấp thu *(vào cơ thể): fish take in oxygen through their gills* cá hấp thu oxy qua mang b/ chít, khâu cho hẹp lại: *this dress needs to be taken in at the waist* chiếc váy này cần khâu chít lại ở eo (ngang thắt lưng) c/ nhận *(việc về làm ở nhà)* để lấy tiền công: *she supplements her pension by taking in washing* bà ta nhận hàng giặt để có tiền phụ thêm vào lương hưu của mình d/ bao gồm: *the United Kingdom takes in England, Wales, Scotland and Northern Ireland* Vương quốc Anh gồm có nước Anh, xứ Wales, xứ Scotland và Bắc Ireland; *the tour took in six European capitals* chuyến du lịch bao gồm sáu thủ đô châu Âu e/ đến thăm *(bảo tàng...)* f/ xem, quan sát: *the children took in the spectacle open-mouthed* trẻ con há hốc mồm xem buổi trình diễn g/ hiểu được: *I hope you are taking in what I'm saying* tôi hy vọng anh hiểu những gì tôi đang nói; **take off** a/ cất cánh *(máy bay)* b/ bỏ chạy: *when he saw the police coming he took off in the opposite direction* khi nhìn thấy cảnh sát đến, hắn bỏ chạy theo hướng ngược lại a/ bỗng nhiên nổi tiếng; bán chạy: *the new dictionary has really*

taken off cuốn từ điển mới bỗng nhiên nổi tiếng; **take oneself off [to...]** *(kng)* rời khỏi *(để đi đến nơi nào đó): it's time I took myself off* đã đến lúc tôi phải rời khỏi nơi đây; **take somebody off** nhại ai: *she takes off the Prime Minister to perfection* chị ta nhại bà thủ tướng đến là tài; **take something off** a/ cởi bỏ *(quần áo): take off one's coat* cởi bỏ áo khoác; *take off one's hat* bỏ mũ ra; *I wish you'd take off that beard* tôi muốn anh cạo bộ râu của anh đi b/ cắt cụt *(một bộ phận cơ thể): his leg had to be taken off above the knee* chân anh ta phải cắt cụt đến trên đầu gối c/ hủy bỏ: *the show had to be taken off because of poor audience* cuộc trình diễn đã phải hủy bỏ vì khán giả quá ít; *the 7 am express to Bristol will be taken off next month* chuyến tốc hành 7 giờ sáng đi Bristol tháng sau sẽ bãi bỏ d/ nghỉ làm; nghỉ phép: *take the afternoon off* nghỉ làm buổi chiều; *I'm taking next week off [work]* tôi sẽ nghỉ phép tuần sau; **take somebody off [something]** a/ cứu ai *(khỏi một chiếc tàu đắm...)* b/ *(thường ở dạng bị động)* sa thải, cách chức; *the officer leading the inquiry has been taken off the case* viên chức cầm đầu cuộc điều tra đã bị cách chức; **take something off (something)** a/ lấy đi, gỡ ra, bỏ ra: *take the lid off a jar* bỏ nắp bình ra; *the heat has taken the paint off the door* sức nóng đã làm lớp sơn ở cửa bong ra b/ loại bỏ *(một món ăn ra khỏi thực đơn);* **take something off something** a/ khấu, bớt: *take 10 pence a gallon off the price of petrol* bớt giá đi 10 xu một galon xăng b/ làm cho *(một sản phẩm)* không bán ra nữa:

T

doctors recommended that the drug should be taken off the market các bác sĩ kiến nghị là loại thuốc này cần phải rút khỏi thị trường; **take on** a/ (kng) được ưa chuộng: the idea never really took ý tưởng đó chưa bao giờ thực sự được ưa chuộng b/ (cũ, kng) (dùng với pht) bối rối: don't take on so! đừng có bối rối như thế!; **take on something** (không dùng ở dạng bị động) bắt đầu tỏ ra, nhiễm thói (gì đó): he's taken on some irritating mannerisms hắn đã bắt đầu nhiễm thói kiểu cách đáng ghét; the chameleon can take on the colours of its background con tắc kè hoa có thể hòa màu sắc của nó với môi trường; **take somebody on** a/ thuê người làm: she was taken on as a graduate trainee chị ta được nhận vào làm với tư cách là một thực tập sinh đã tốt nghiệp đại học b/ nhận làm đối thủ trong cuộc đấu: take somebody on at tennis đấu với ai [làm đối thủ] trong trận đấu quần vợt; **take somebody (something) on** nhận lên tàu xe: the bus stopped to take on more passengers xe buýt dừng lại để nhận (lấy) thêm khách; the ship took on more fuel at Freetown tàu thủy lấy thêm nhiên liệu ở Freetown; **take something on** quyết định làm (gì); đảm nhận, gánh vác (việc gì): don't take on more than you can cope with đừng có nhận nhiều việc quá sức gánh vác của anh; **take somebody out** đi cùng ai (ra nhà hát, tiệm ăn...): he took his wife out to dinner (for a meal) on her birthday anh ta cùng vợ ra tiệm ăn [tối] nhân ngày sinh của chị; **take somebody (somebody) out** (kng) giết, tiêu diệt, tiêu

hủy: enemy missiles took out two of our fighters tên lửa địch đã hạ hai máy bay tiêm kích của ta; **take something out** a/ (Mỹ) nh take something away b/ lấy ra, cắt ra (một bộ phận cơ thể): he's gone to hospital to have his appendix taken out nó đi bệnh viện để mổ cắt ruột thừa; how many teeth did the dentist take out? nha sĩ đã nhổ đi mấy cái răng thế? c/ nhận được, đạt được, được cấp: take out a patent được cấp bằng sáng chế; **take something out [against somebody]** phát (trát đòi ra hầu tòa): the police have taken out a summons against the drivers of both cars involved in the accident cảnh sát đã phát trát đòi ra tòa tài xế của cả hai xe gây ra tai nạn; **take something out [of something]** a/ lấy ra, rút ra: take your hands out of your pockets rút tay khỏi túi đi b/ rút tiền (ở ngân hàng): how much do you need to take out [of the bank]? anh cần rút bao nhiêu tiền ở ngân hàng ra? c/ trích ra: monthly contributions to the pension scheme will be taken out of your salary những đóng góp hàng tháng vào lương hưu được trích từ lương của các anh ra d/ làm biến đi, làm mất đi: cold water should take that stain out of your skirt nước lạnh sẽ làm mất vết bẩn kia trên áo váy của bạn; **take it (something) out on somebody** trút (nỗi bực dọc...) lên đầu ai: I know you've had a bad day, but there's no need to take it out on me tôi biết anh đã qua một ngày tồi tệ, nhưng đâu có cần trút cả bục tức lên đầu tôi; **take somebody out of himself** làm khuây khỏa: a holiday

would help to take her out of herself một kỳ nghỉ có thể giúp khuây khỏa nỗi lòng; **take [something] over** nắm quyền kiểm soát (một nước, một đảng...): has the party been taken over by extremists? đảng có bị những kẻ cực đoan nắm quyền kiểm soát không?; **take something over** giành quyền điều khiển (nhờ sự ủng hộ của phần đông cổ đông...): the firm has been taken over by an American trust hãng đó đã bị một xí nghiệp liên hợp Mỹ giành quyền điều khiển; **take [something] over [from somebody]** đứng ra chịu trách nhiệm: Peter will take over as managing director when Bill retires Peter sẽ đứng ra làm giám đốc quản lý khi Bill về hưu; would you like me to take [the driving] for a while? anh có muốn tôi thay anh lái một lát không?; **take to** chạy trốn: take to the forest trốn vào rừng; the crew took to the lifeboat when the ship was torpedoed thủy thủ đoàn tháo chạy xuống xuồng cứu nạn khi chiếc tàu bị trúng ngư lôi; **take to somebody [something]** bắt đầu yêu thích, bắt đầu có khả năng (thói quen) làm gì: I took to her the moment I met her tôi đã đem lòng say mê nàng từ giây phút gặp nàng; take to smoking a pipe bắt đầu có thói quen hút tẩu; he's taken to drink anh ta bắt đầu thói nghiện rượu; **take up** tiếp tục (một công việc bỏ dở); **take up something** choán (thời gian, không gian): this table takes up too much room chiếc bàn này choán nhiều chỗ quá; her time is fully taken up with writing việc viết lách choán hết thì giờ của cô;

take somebody up a/ giúp đỡ ai, nhận ai làm người mình dìu dắt: *the young soprano was taken up by a famous conductor* cô ca sĩ giọng nữ cao này được một nhạc trưởng nổi tiếng nhận dìu dắt b/ ngắt lời ai để phản đối hoặc chỉ trích: *she took me up sharply when I suggested that the job was only suitable for a man* cô ta chặn đứng lời tôi khi tôi gợi ý rằng công việc đó chỉ thích hợp với đàn ông; **take something up** a/ nâng lên, đưa lên, cầm lên: *take up one's pen* cầm bút lên *(để viết)*; *the carpets had to be taken up when the house was rewired* những tấm thảm này phải nhấc lên khi lắp lại mạng điện trong nhà b/ thấm *(nước...)* *blotting-paper takes up ink* giấy thấm thấm mực c/ làm ngắn lên *(màn, quần...)*: *this skirt will need taking up* chiếc áo váy này cần phải làm lại cho ngắn bớt b/ làm *(gì đó)* như một thú tiêu khiển: *take up gardening* lấy làm vườn làm thú tiêu khiển e/ bắt đầu *(làm công việc gì)*: *she has taken up a job as a teacher* chị ta bắt đầu vào nghề dạy học f/ góp tiếng nói vào, cùng hô chung: *the whole crowd took up the cry "Long live the king!"* cả đám người cùng hô lên "Hoàng đế vạn tuế!" g/ tiếp tục câu chuyện bị gián đoạn: *she took up the narrative where John had left off* chị ta tiếp tục câu chuyện từ chỗ John bỏ đi h/ theo, chọn *(một cách làm nào đó)*: *our troops took up defensive positions on high ground overlooking the river* bộ đội của ta chọn những vị trí phòng thủ trên đất cao nhìn xuống dòng sông i/ chấp nhận, nhận:

take up a challenge nhận lời thách j/ đề cập đến, đưa ra: *I'd like to take up the point you raised earlier* tôi muốn đề cặp đến điểm mà anh đã nêu ra trước đây kia; **take somebody up [on something]** chất vấn tranh luận *(với ai về việc gì)*: *I take you up that point* tôi muốn tranh luận với anh về điểm đó; **take up with somebody** *(kng)* bắt đầu kết thân với ai *(nhất là với người không ra gì)*: *she's taken up with an unemployed actor* cô ta bắt đầu kết thân với một tay diễn viên thất nghiệp; **take somebody up on something** *(kng)* nhận *(lời thách đố, sự đánh cuộc)* của ai: *"I bet I can run faster than you"* -*"I will take you up on that"* "tôi đánh cuộc là tôi có thể chạy nhanh hơn anh" "tôi nhận đánh cuộc với anh đấy"; **take something up with somebody** nói, viết cho ai *(về vấn đề gì)*, nêu ra cái gì với ai: *I'm thinking of taking the matter up with my MP* tôi đang tính nêu vấn đề này với ngài dân biểu của tôi; **be taken up with somebody (something)** dồn hết sức lực thời gian *(vào việc gì, vào ai)*: *she's very taken up with voluntary work at the moment* lúc này bà ta dồn hết sức lực thời gian vào những công việc tự nguyện; **be taken with somebody (something)** thấy là lý thú lôi cuốn: *we are all very taken with her* cả bọn chúng tôi đều bị cô ta lôi cuốn.

take² /teik/ *dt* **1.** mẻ *(mẻ săn, mẻ cá đánh được)*: *a great take of fish* mẻ cá lớn **2.** số tiền thu được *(do bán vé vào cửa)* **3.** *(đ.ảnh)* châu quay.

take-away¹ /'teikəwei/ *tt* *(Mỹ* **take-out***)* *(thngữ)* mua ở tiệm mang về *(món ăn)*: *a take-away curry* món ăn cà ri mua ở tiệm mang về.

take-away² /'teik əwei/ *dt* **1.** tiệm bán món ăn mang về **2.** món ăn mua mang về.

take-home pay /'teikhəumpei/ *dt* lương thực lĩnh *(đã trừ các khoản thuế...)*.

take-off /'teikɒf/ *dt* **1.** sự cất cánh *(máy bay)* **2.** chỗ giậm nhảy **3.** sự nhại: *she does a brilliant take-off of the boss* chị ta nhại ông chủ một cách rất tài.

take-out /'teikaut/ *tt, dt nh* take-away.

take-over /'teik‚əυvə[r]/ *dt* sự nắm quyền điều khiển công ty *(nhờ mua phần lớn cổ phần...)*.

taker /'teikə[r]/ *dt* *(thường snh)* *(kng)* người nhận *(một đề nghị, một cuộc cá cược)*: *I advertised my car for sale at £250, but there were no takers* tôi đặt giá bán cái xe của tôi là 250 bảng, nhưng chẳng ai nhận mua cả.

taking /'teikiŋ/ *tt* *(cũ)* hấp dẫn, quyến rũ.

takings /'teikiŋz/ *dt snh* số thu *(số tiền thu được ở tiệm bán hàng, ở quầy bán vé rạp hát...)*.

talc /tælk/ *dt* *(cg* talcum*)* **1.** *(khoáng)* tan **2.** bột tan.

talcum powder /'tælkəm‚pəυdə[r]/ bột tan.

tale /teil/ *dt* **1.** truyện: *tales of adventure* truyện phiêu lưu mạo hiểm **2.** chuyện bịa; chuyện: *I heard some odd tales about her* tôi đã nghe nhiều chuyện kỳ quái về cô ta. // **dead men tell no tales** *x* dead; **live to tell the tale** *x*

T

tell; **tell tales** x tell; **thereby hangs a tale** x hang[1].

talebearer /'teilbeərə[r]/ dt người hay kháo chuyện.

talent /'tælənt/ dt **1.** tài, tài năng, tài cán: *possess a remarkable talent for music* có tài năng khác thường về âm nhạc; *a painter of great talent* một họa sĩ rất có tài **2.** người có tài, nhân tài: *an exhibition of local talent* cuộc triển lãm tranh của các họa sĩ có tài ở địa phương **3.** (lóng) người hấp dẫn về mặt tình dục: *eyeing up the local talent* nhìn các cô gái hấp dẫn ở địa phương.

talented /'tæləntid/ tt có tài: *a talented musician* một nhạc sĩ có tài.

talentless /'tæləntlis/ tt bất tài, không có tài cán gì.

talentscout /'tæləntskaut/ dt người đi tìm thuê những diễn viên (vận động viên) có tài (cho gánh hát, đội bóng...).

taleteller /'teiltelə[r]/ dt nh talebearer.

talisman /'tælizmən, tælis-mən/ dt (snh talismans) bùa (đeo để cầu được may mắn...).

talk[1] /tɔ:k/ dt **1.** cuộc nói chuyện: *I had a long talk with the headmaster about my son* tôi đã nói chuyện lâu với thầy hiệu trưởng về đứa con trai của tôi **2.** (snh) cuộc đàm phán: *hold disarmament talks* tiến hành những cuộc đàm phán về giải trừ quân bị **3.** lời nói (thường là nói suông): *There's too much talk and not enough work being done* nói quá nhiều mà chưa làm được bao nhiêu **4.** lời đồn, lời xì xào bàn tán: *there's [some] talk of a general election* có nhiều lời đồn là sẽ có tổng tuyển cử **5.** bài nói

chuyện: *she gave a talk on her visit to China* bà ta nói chuyện về chuyến thăm Trung Quốc của bà **6.** (trong từ ghép) cách nói: *baby-talk* cách nói như trẻ con. // **be all talk [and no action]** hứa hão, chỉ nói suông; **fighting talk (words)** x word; **the talk of something** đề tài bàn tán chính (ở nơi nào đó): *their engagement is the talk of the town* sự hứa hôn của họ là đề tài bàn tán chính của cả thành phố.

talk[2] /tɔ:k/ dgt **1.** nói, nói chuyện: *we talked for almost an hour* chúng tôi nói chuyện gần cả tiếng đồng hồ; *he was talking to (with) a friend* anh ta nói chuyện với bạn; *the child is learning to talk* em bé đang học nói; *talk French* nói tiếng Pháp **2.** bàn luận: *talk politics* bàn luận về chính trị **3.** nói cho đến mức: *talk oneself hoarse* [nói] cho đến mức khản cả cổ **4.** bàn tán: *We must stop meeting like this - people are beginning to talk* ta phải thôi gặp nhau như thế này, người ta đang bắt đầu bàn tán đấy **5.** cung cấp thông tin: *the police persuaded the suspect to talk* cảnh sát thuyết phục kẻ bị tình nghi cung cấp thông tin (cung khai) **6.** bắt chước tiếng nói: *you can teach some parrots to talk* anh ta có thể dạy cho một số con vẹt bắt chước tiếng nói của con người. // **be (get oneself) talked about** là đề tài bàn tán: *be more discreet or you'll get yourself talked about* hãy kín đáo hơn nếu không sẽ thành đề tài để cho thiên hạ bàn tán đấy; **know what one is talking about** x know; **money talks** x money; **now you are talking** (kng) xin hoan nghênh đề nghị (lời

gợi ý) đó: *take a day off? - now you are talking* nghỉ làm một ngày nhé! - được thôi, xin hoan nghênh; **speak (talk) of the devil** x devil[1]; **talk big** huênh hoang khoác lác; **talk dirty** ăn nói tục tĩu, ăn nói bẩn thỉu; **talk nineteen to the dozen** x dozen; **talk one's head off** nói quá nhiều; **talk somebody's head off** nói nhiều quá làm ai nhức đầu; **talk the hind legs of a donkey** (kng) nói liên chi hồ điệp; **talk sense** nói phải; **talk shop** (thường xấu) bàn công việc với đồng nghiệp; **talk through one's hat** nói bậy bạ; **talk [to somebody] like a Dutch uncle** quở trách ai nghiêm khắc nhưng ân cần; **talk turkey** (kng, Mỹ) nói thẳng thắn cởi mở (nhất là về chuyện làm ăn). **talk one's way out of something (doing something)** nói tránh né, nói lái sang chuyện khác; **talking of somebody (something)** khi nói về ai (cái gì): *talking of Jim, have you heard that he's getting married?* nói về Jim, anh nghe tin nó sắp cưới vợ không?; **talk at somebody** nói át ai đi: *I don't like being talked at* tôi không thích bị nói át đi; **talk back** nói lại, cãi lại; **talk somebody down** hướng dẫn (ai, máy bay) hạ cánh (bằng những chỉ dẫn qua radio); **talk down to somebody** nói với ai với giọng hạ cố; **talk somebody into (out of) doing something** thuyết phục (can) ai làm gì: *he talked his father into lending him the car* nó thuyết phục (xin) bố nó cho nó mượn xe; *I tried to talk her out of coming* tôi cố can cô ta đừng đến. **talk something out** a/ bàn tính để giải quyết (một vấn đề) b/ trì hoãn việc nghị viện bỏ phiếu thông qua một dự luật bằng cách kéo dài thảo luận; **talk somebody over (round)** [to something] thuyết phục ai chấp nhận điều gì: *we finally managed to talk them over (round)* [to our way of thinking] cuối cùng chúng tôi đã tìm cách thuyết phục được họ [theo cách nghĩ của chúng tôi]; **talk something over** [with somebody] thảo luận (cái gì với ai); **talk round something** bàn lòng vòng không đi vào vấn đề: *waste an hour talking round the real problem* mất một tiếng đồng hồ bàn lòng vòng không đi vào vấn đề thực sự; **talk somebody [something] up** ca ngợi (ai, việc gì).

talkative /'tɔ:kətiv/ *tt* hay nói, ba hoa.

talkativeness /'tɔ:kətivnis/ *tt* tính hay nói, tính ba hoa.

talker /'tɔ:kə[r]/ *dt* **1.** (thường kèm theo tt) người nói (như thế nào đó): *a good talker* người nói giỏi **2.** người nói suông: *don't rely on him to do anything - he's just a talker* làm gì cũng đừng dựa vào nó, nó chỉ là một anh nói suông.

talking-point /'tɔ:kiŋpɔint/ *dt* đề tài thảo luận.

talking-to /'tɔ:kiŋtu:/ *dt* (snh **talking-tos**) sự trách mắng, sự rầy la: *that child needs a good talking-to* thằng bé phải la cho nó một trận nên thân.

talkie /'tɔ:ki/ *dt* (cũ, kng) phim nói (không phải câm).

tall /tɔ:l/ *tt* (-er; -est) cao: *she's taller than me* cô ta cao hơn tôi; *a tall tree* một cây cao; *he's six feet tall* cô ta cao sáu bộ. // *ten feet tall* x *foot*[1]; **walk tall** x *walk*[1].

tallboy /'tɔ:lbɔi/ *dt* (Mỹ **highboy**) tủ com mốt.

tall order /,tɔ:l'ɔ:də[r]/ (kng) công tác khó khăn; yêu cầu quá cao.

tallow /'tæləu/ *dt* mỡ động vật (dùng làm nến).

tall story /,tɔ:l'stɔ:ri/ chuyện khó tin.

tally[1] /'tæli/ *dt* **1.** số tính toán; số điểm (trong trận đấu...): *don't forget to keep a careful tally of what you spend* chớ quên tính toán kỹ số tiền anh đã tiêu là bao nhiêu; *England's tally at the moment is 15 points* số điểm của đội Anh hiện nay là 15 **2.** nhãn (ghi tên hàng); biển (ghi tên cây trong vườn bách thảo...).

tally[2] /'tæli/ *dgt* bằng, ngang với; khớp với: *your figures don't tally with mine* con số của anh không khớp với của tôi.

Talmud /'tælmud, (Mỹ 'tɑ:l-mud)/ *dt* kinh Tan mut (đạo Do Thái).

talon /'tælən/ *dt* vuốt (chim mồi).

tamarind /'tæmərind/ *dt* (thực) me (cây, quả).

tamarisk /'tæmərisk/ *dt* (thực) cây liễu bách.

tambour /'tæmbuə[r]/ *dt* **1.** khung cửa lồng **2.** khung thêu.

tambourine /,tæmbə'ri:n/ *dt* trống pro-văng.

tame[1] /teim/ *tt* (-r; -st) **1.** đã thuần hóa, đã thuần: *the pigeons are so tame they will sit on your shoulder* những con bồ câu này đã thuần đến mức tới đậu trên vai anh **2.** (thngữ) (dùa) sẵn sàng nghe lời sai bảo, phục tùng: *I have got a tame mechanic who keeps my car in order* tôi đã có được một anh thợ máy chịu phục tùng, chăm sóc chiếc xe cho tôi **3.** tẻ, vô vị: *I quite en-* joyed the book but found the ending rather tame tôi hoàn toàn thích cuốn sách đó, nhưng thấy đoạn kết hơi tẻ.

tame[2] /teim/ *đgt* **1.** thuần hóa: *tame wild birds* thuần hóa chim hoang dại **2.** khuất phục, chế ngự: *man's attempt to tame the elements* những cố gắng của con người nhằm chế ngự thiên nhiên.

tameable /'teiməbl/ *tt* **1.** thuần hóa được **2.** chế ngự được.

tamely /'teimli/ *pht* **1.** [một cách] đã thuần hóa **2.** [một cách] tẻ, [một cách] vô vị.

tameness /'teimnis/ *dt* **1.** tính thuần **2.** tính tẻ nhạt, tính vô vị.

tamer /'teimə[r]/ *dt* (thường trong từ ghép) người dạy thú: *a lion-tamer* người dạy sư tử.

tammy /'tæmi/ *dt* nh *tam-o-shanter*.

tam-o-shanter /,tæmə-'ʃæntə[r]/ *dt* (cg **tammy**) mũ bê-rê-Ê-cốt.

tamp /tæmp/ *đgt* **tamp something down** nhồi, dồn chặt: *tamp down the tobacco in a pipe* nhồi thuốc lá vào tẩu.

tamper /'tæmpə[r]/ *đgt* **tamper with something** can thiệp vào, lục lọi: *the records of the meeting had been tampered with* hồ sơ lưu trữ về cuộc họp đã bị lục lọi; *tamper with a jury* hối lộ ban hội thẩm.

tampon /'tæmpɔn/ *dt* băng vệ sinh.

tan[1] /tæn/ (-nn-) **1.** thuộc (da thú vật thành da thuộc) **2.** [làm] rám (da, do tác dụng của nắng): *my skin tans easily* da tôi rất dễ rám nắng; da tôi bắt nắng dễ lắm; *I* *want to tan my back a bit more* tôi muốn làm cho lưng rám nắng thêm chút nữa 3. đánh đòn đau. // **tan somebody's hide** (kng) sửa cho ai một trận nên thân.

tan² /tæn/ dt 1. màu nâu vàng 2. màu da rám nắng: *my tan's beginning to fade* màu da rám nắng của tôi bắt đầu nhạt đi.

tan³ /tæn/ tt [có màu] nâu vàng: *tan leather gloves* găng tay bằng da nâu vàng.

tan⁴ /tæn/ dt (toán) (vt của tangent) tang (của một góc).

T and AVT (cg **TAVR**) (vt của Territorial and Army Volunteer Reserve) quân tình nguyện dự bị.

tandem /'tændəm/ dt xe đạp nhiều chỗ ngồi đạp. // **in tandem** ngồi theo hàng dọc, xếp theo hàng dọc: *horses harnassed in tandem* ngựa thắng theo hàng dọc; *he and his wife run the business in tandem* anh ta và vợ cùng điều hành doanh nghiệp.

tandoori /tæn'dʊəri/ dt món tandori (món ăn Ấn Độ nấu trong nồi đất): *tandoori chicken* món gà nấu trong nồi đất.

tang /tæŋ/ dt (thường số ít) vị nồng đặc trưng; hương nồng đặc trưng: *with a tang of lemon* có mùi vị chanh; *there's a tang of autumn in the air* có hương vị mùa thu trong không khí.

tangent /'tændʒənt/ dt (toán) 1. đường tiếp tuyến 2. (vt **tan**) tang (của một góc). // **go (fly off) at a tangent** đột ngột chuyển hướng suy nghĩ; đột ngột chuyển hướng hoạt động.

tangerine /ˌtændʒə'riːn/, (Mỹ 'tændʒəriːn/) dt 1. (thực) quýt (cây, quả) 2. màu vỏ quýt (vàng cam đậm).

tangibility /ˌtændʒə'biləti/ dt tính sờ mó mà cảm nhận được 2. tính xác thực.

tangibly /'tændʒəbl/ tt xác thực; hữu hình: *tangible proof* bằng chứng xác thực; *the company tangible assets* tài sản hữu hình của công ty.

tangibly /'tændʒəbli/ pht [một cách] cảm nhận trực tiếp được 2. [một cách] xác thực.

tangle¹ /'tæŋgl/ dt 1. mớ (chỉ, tóc...) rối: *brush the tangles out of a dog's fur* chải cho lông chó hết rối 2. tình trạng rối rắm: *his financial affairs are in such a tangle* tình trạng tài chính của ông đang thật rối rắm.

tangle² /'tæŋgl/ dgt 1. [làm] rối tung: *her hair got all tangled up in the barbed wire fence* tóc cô ta rối tung vì vướng vào hàng rào dây thép gai 2. dây vào (một cuộc cãi nhau, đánh nhau...): *I shouldn't tangle with Peter, he's bigger than you* tao thì không có dây dưa với thằng Peter, nó còn to hơn mày kia đấy.

tangled /'tæŋgld/ tt rối: *tangled hair* tóc rối.

tangly /'tæŋgli/ tt rối, rối rắm.

tango /'tæŋgəʊ/ dt (snh **tangos** /'tæŋgəʊs/) điệu vũ tăng gô; điệu nhạc tăng gô.

tangy /'tæŋi/ tt [có vị, hương] nồng: *a tangy aroma* mùi hương nồng.

tank¹ /tæŋk/ dt 1. thùng, két, bể (chứa nước, dầu xăng...): *the petrol tank of a car* bình xăng của xe hơi; *we drove there and back on one tank of petrol* chúng tôi lái xe đến đấy rồi về tốn mất một bình (lượng chứa) xăng 2. xe tăng 3. hồ chứa

nước (hồ nhân tạo ở Ấn Độ, Pakistan).

tank² /tæŋk/ dgt **tank up** đổ xăng vào bình xăng xe; **be (get) tanked up** (lóng) say rượu (nhất là vì uống bia).

tankard /'tæŋkəd/ dt cốc vại có quai (để uống bia).

tanker /'tæŋkə[r]/ dt 1. tàu chở dầu 2. máy bay tiếp tế dầu (cho máy bay khác, trên không) 3. (cg **tank truck**) xe ô tô có két chở dầu; xe ô tô có két chở sữa.

tank truck /'tæŋtrʌk/ nh tanker³.

tanner /'tænə[r]/ dt thợ thuộc da.

tannery /'tænəri/ dt xưởng thuộc da.

tannic /'tænik/ tt [thuộc] tan-nin.

tannic acid /ˌtænik'æsid/ (hóa) acid tannic.

tannin /'tænin/ (hóa) tan-nin.

Tannoy /'tænɔi/ dt (tên riêng) hệ thống truyền tin Tannoy: *an announcement made over (on) the Tannoy* một loan báo được phát đi trên hệ thống truyền tin Tannoy.

tantalize, tantalise /'tæntəlaiz/ dgt nhử nhử: *give the dog the bone, don't tantalize him* cho con chó cái xương đi, đừng nhử nhử nó nữa; *he was tantalized by visions of power and wealth* ông ta như bị nhử bởi ảo mộng quyền hành và của cải.

tantalizing, tantalising /'tæntəlaizin/ tt nhử nhử trêu ngươi; trêu ngươi: *a tantalizing smell of food* mùi món ăn trêu ngươi.

tantalizingly, tantalisingly /'tæntəlaizinli/ pht [một cách] trêu ngươi.

tantamount /'tæntəmaʊnt/ *tt (vị ngữ)* **tantamount to something** tương ứng với, ngang với, chẳng khác gì: *his statement is tantamount to confession of guilt* lời trình bày của chị ta chẳng khác một lời thú tội.

tantrum /'tæntrəm/ *dt* cơn hờn dỗi *(nhất là ở trẻ em)*: *have (throw) a tantrum* hờn dỗi.

tap¹ /tæp/ *dt* **1.** *(Mỹ* **faucet**) vòi nước: *turn the tape on* mở vòi nước; *turn the tap off* khóa vòi nước; *don't leave the taps running* đừng để vòi nước chảy hoài thế; đừng quên khóa vòi nước **2.** sự nghe trộm điện thoại; bộ phận mắc vào để nghe trộm điện thoại: *put a tap on somebody's phone* lắp bộ phận nghe trộm vào điện thoại của ai. // **on tap** a/ trong thùng có vòi khóa mở *(rượu bia)* b/ *(bóng)* có thể có ngay khi cần đến.

tap² /tæp/ *dgt* **(-pp-)** **1.** rút chất lỏng ra khỏi thùng chứa: *tap a cask of cider; tap cider from a cask* rút rượu táo ra khỏi thùng; *tap off some cider* rút một ít rượu táo ra *(khỏi thùng)* **2.** rạch vỏ *(cây)* để lấy nhựa: *tap rubber trees* rạch vỏ cây cao su lấy nhựa **3.** khai thác: *vast mineral wealth waiting to be tapped* những vùng khoáng sản rộng lớn chờ được khai thác; *new ways of tapping the skills of young people* những phương thức mới để khai thác tài năng của lớp trẻ; *tap somebody for a loan (kng)* vay được của ai một số tiền.

tap³ /tæp/ *dt* **1.** sự gõ nhẹ, sự vỗ nhẹ; tiếng gõ nhẹ, tiếng vỗ nhẹ: *they heard a tap at the door* họ nghe có tiếng gõ nhẹ ở cửa; *he felt a tap on his shoulder* nó cảm thấy có ai vỗ nhẹ vào vai **2.** **taps** *(snh) (dgt số ít) (Mỹ)* kèn báo hiệu tắt đèn đi ngủ *(trong lực lượng vũ trang)*.

tap⁴ /tæp/ **(-pp-)** gõ nhẹ vào, vỗ nhẹ vào: *tap somebody on the shoulder* vỗ nhẹ vào vai ai; *he tapped the box with a stick* ông ta lấy gậy gõ nhẹ vào cái hộp; *tapping one's fingers on the table* gõ gõ ngón tay lên bàn; *who is that tapping at the window?* ai gõ cửa sổ thế?

tap-dance¹ /'tæpdɑns/ *dt* điệu nhảy claket.

tap-dance² /'tæpdɑns/ *dgt* nhảy claket.

tap-dancer /'tæpdɑːnsə[r]/ *dt* người nhảy claket.

tap-dancing /'tæpdɑːnsɪŋ/ sự nhảy claket.

tape¹ /teɪp/ *dt* **1.** băng, dải: *a parcel tied up with tape* một gói buộc dây băng; *the seat covers are held in place by tapes* vải bọc ghế được giữ chặt vào ghế bằng dây băng **2.** *(thể)* dây chăng ngang ở đích: *he breasted (broke) the tape half a second ahead of his rival* anh ta về đích trước đối thủ nửa giây **3.** băng dính **4.** băng giấy ghi điện báo **5.** băng từ; sự ghi âm vào băng từ: *the police seized various books and tapes* cảnh sát đã tịch thu nhiều cuốn sách và băng từ; *I have got all the Beethoven symphonies on tape* tôi đã ghi tất cả các bản giao hưởng của Beethoven vào băng từ **6.** *nh* tape-measure.

tape² /teɪp/ *dgt* **1.** cột bằng dây băng **2.** thu vào băng từ. // **have (got) somebody (something) taped** *(Anh, kng)* a/ hiểu rõ *(ai, cái gì)*: *it took me a while to learn the rules of the game, but I think I have got them taped now* phải mất một lúc tôi mới học được các quy tắc của trò chơi, và tôi nghĩ rằng bây giờ tôi đã hiểu rõ những quy tắc đó b/ có thể điều khiển *(tác động đến; kiểm soát) (ai, cái gì)*.

tape deck /'teɪpdek/ *dt* mâm ghi băng; đầu âm.

tape-measure /'teɪp,meʒə[r]/ *dt (cg* **tape; measuring-tape**) thước dây.

taper¹ /'teɪpə[r]/ *dt* cây nến nhỏ.

taper² /'teɪpə[r]/ *tt* thon nhỏ dần: *taper trousers* quần thót ống, quần ống túm.

taper³ /'teɪpə[r]/ *dgt* **1.** [làm cho] thon nhỏ dần: *the trouser legs are slightly tapered* ống quần thon nhỏ dần **2.** giảm bớt: *taper off production* giảm bớt sản xuất.

tape-recorder /'teɪprɪkɔː-də[r]/ *dt* máy ghi âm từ [tính].

tape-recording /'teɪprɪkɔː-dɪŋ/ *dt* sự ghi âm từ [tính].

tapestried /'tæpəstrɪd/ *tt* phủ thảm: *tapestried walls* tường phủ thảm.

tapestry /'tæpəstri/ *dt* tấm thảm.

tape worm /'teɪpwɜːm/ *dt* sán sơ mít, sán dây.

tapioca /,tæpɪ'əʊkə/ *dt* bột sắn hột, tapioca.

tapir /'teɪpə[r]/ *dt (động)* heo vòi.

tappet /'tæpɪt/ *dt (cơ)* chốt van.

tap-root /'tæpruːt/ *dt (thực)* rễ cái.

tap-water /'tæpwɔːtə[r]/ *dt* nước máy.

taps /tæps/ *dt snh x* tap³ **2.**

T

tar¹ /ta:[r]/ *dt* **1.** nhựa đường, hắc ín **2.** cao thuốc lá, ni-cô-tin: *high-tar cigarettes* thuốc lá điếu có lượng nicotin cao.

tar² /ta:[r]/ *dgt* bôi hắc ín; rải nhựa. // **tar and feather somebody** quét hắc ín lên người rồi phủ lông gà, chim... lên ai *(một hình phạt bêu xấu);* **tarred with the same brush [as somebody]** cùng một giuộc [với ai].

tar³ /ta:r/ *dt (cg* **Jack tar)** *(cũ, kng)* lính thủy.

taradiddle /'tærədidl, *(Mỹ* tærə'didl)/ *dt (cũ, kng)* **1.** điều nói láo **2.** lời nói bậy, lời nói vô lý: *that's all taradiddle* toàn chuyện vô lý.

taramasalata /,tærəmə-səl'a:tə/ *dt* món bột trứng cá *(cá đối hay cá tuyết).*

tarantella /,tærən'telə/ *dt* **1.** điệu nhảy taranten *(nhảy quay tròn của Ý)* **2.** nhạc [cho điệu] nhảy taranten.

tarantula /tə'ræntjʊlə, *(Mỹ* tə,ræntʃələ)/ *dt (động)* nhện sói.

tarboosh /ta:'bu:ʃ/ *dt* mũ khăn *(của người Hồi giáo ở một số nước).*

tardily /'ta:dili/ *pht* **1.** [một cách] chậm **2.** [một cách] muộn, [một cách] trễ.

tardiness /'ta:dinis/ *dt* **1.** sự chậm **2.** sự muộn, sự trễ.

tardy /'ta:di/ *tt* (**-ier; -iest**) **1.** chậm: *tardy in offering help* chậm ra tay giúp đỡ; *tardy progress* tiến bộ chậm **2.** muộn, trễ *(nói về hành động, (Mỹ) cùng nói cả về người):* *a tardy arrival* sự đến trễ; *be tardy for (to) school* đi học trễ giờ.

tare /teə[r]/ *dt (thương)* trọng lượng bì **2.** trọng lượng bì được khấu.

target¹ /'ta:git/ *dt* **1.** bia *(để nhằm mà bắn):* *target parctice* sự tập bắn bia **2.** mục tiêu *(của sự chỉ trích...)* *become the target of derision* trở thành mục tiêu của sự chế nhạo; *the embassy is an obvious target for terrorist attacks* sứ quán là mục tiêu rõ ràng cho các cuộc tấn công khủng bố **3.** chỉ tiêu: *meet one's export target* đạt được chỉ tiêu xuất khẩu; *a target date* ngày tháng ấn định hoàn tất một dự án.

target² /'ta:git/ *dgt (thường dùng ở thể thụ động)* nhằm vào: *missiles targeted on Britain* những tên lửa nhằm vào nước Anh.

tariff /'tærif/ *dt* **1.** bảng giá *(thuê phòng, bữa ăn ở khách sạn)* **2.** thuế suất; biểu thuế hải quan; thuế suất hải quan: *raise tariff barriers against foreign goods* dựng hàng rào thuế quan đối với hàng ngoại.

Tarmac /'ta:mæk/ *dt (tên riêng)* **1.** *(cg* **tar macadam)** tacmac *(hỗn hợp rải dường gồm đá giăm và nhựa dường)* **2.** phi đạo rải tacmac; *the plane taxied along the tarmac* phi cơ chạy trên phi đạo rải tacmac *(trước khi cất cánh, sau khi hạ cánh).*

tarmac /'ta:mæk/ *dgt* (**tarmacked**) rải nhựa tacmac.

tarn /ta:n/ *dt* hồ nhỏ trên núi.

tarnish¹ /'ta:niʃ/ *dgt* **1.** mờ đi, xỉn đi: *mirrors that have tarnished with age* gương soi bị mờ đi với thời gian **2.** làm ô danh, làm nhơ danh: *the firm's good name was badly tarnished by the scandal* danh tiếng của xí nghiệp đã bị nhơ đi vì vụ tai tiếng đó.

tarnish² /'ta:niʃ/ *dt* **1.** sự xỉn đi, sự mờ đi **2.** vết dơ.

taro /'ta:rəʊ/ *dt (snh* **taros)** *(thực)* khoai sọ; khoai nước.

tarot /'tærəʊ/ *dt* bài tarô *(quân chủ yếu dùng để bói).*

tarpaulin /ta:'pɔ:lin/ *dt* vải dầu: *goods on a lorry covered by a tarpaulin* hàng trên xe tải được phủ vải dầu.

tarragon /'terəgɒn, *(Mỹ* 'terəgʊn)/ *dt (thực)* cây ngải giấm *(dùng làm gia vị cho món xà lách trộn giấm).*

tarry /'tæri/ *dgt* (**tarried**) *(cổ; tu từ)* nán lại; nấn ná: *do not tarry on the way* chớ có nấn ná dọc đường.

tarsal¹ /'ta:sl/ *dt (giải)* xương cổ chân.

tarsal² /'ta:sl/ *tt (giải)* [thuộc] xương cổ chân.

tarsi /'ta:sai/ *dt (snh của* tarsus).

tarsus /'ta:səs/ *dt (snh* **tarsi)** *(giải)* khối xương cổ chân.

tart¹ /ta:t/ *tt* **1.** chua gắt: *this fruit tastes rather tart* quả này hơi chua gắt **2.** *(thường thngũ)* chua chát, cay độc: *a tart remark* lời nhận xét chua chát.

tart² /ta:t/ *dt* bánh nhân mứt trái cây.

tart³ /ta:t/ *dt* **1.** *(lóng)* đĩ, gái điếm **2.** *(xấu)* người phụ nữ đĩ thõa.

tart⁴ /ta:t/ *dgt* ăn mặc lòe loẹt; trang hoàng sặc sỡ: *tarting herself up for the disco* ăn mặc lòe loẹt đi dự hội khiêu vũ; *they've tarted up the restaurant but the food hasn't improved* họ đã trang hoàng sặc sỡ cửa hàng ăn nhưng món ăn thì chẳng khá hơn.

tartan /'ta:tn/ *dt* vải len kẻ ô vuông.

tartar¹ /'tɑ:tə[r]/ *dt* **1.** cao răng **2.** cáu rượu (*ở thùng lên men rượu vang*).

tartar² /'tɑ:tə[r]/ *dt* người hung dữ.

tartaric /tɑ:'tærik/ *dt* **1.** [thuộc] cao răng **2.** [thuộc] cáu rượu.

tartaric acid /tɑ:,tærik-'æsid/ (*hóa*) axit tatric.

tartarsauce /,tɑ:tə'sɔ:s, (*Mỹ* 'tɑ:tərsɔ:s)/ *dt* nước xốt tata.

tartly /'tɑ:tli/ *pht* **1.** [một cách] chua gắt **2.** [một cách] chua chát, [một cách] cay độc.

tartness /'tɑ:tnis/ *dt* **1.** vị chua gắt **2.** sự chua chát; sự cay độc.

task¹ /'tɑ:sk, (*Mỹ* tæsk)/ *dt* nhiệm vụ; công việc: *I set myself the task of chopping up the firewood* tôi tự đặt cho mình nhiệm vụ chẻ củi; *becoming fluent in a foreign language is no easy task* nói lưu loát một ngoại ngữ đâu có phải là việc dễ. // **take somebody to task [about, (for, over)] something** quở trách, chỉ trích (*ai về việc gì*): *I was taken to task for arriving late* tôi đã bị quở trách vì tới trễ.

task² /tɑ:sk, (*Mỹ* tæsk)/ *dgt* giao nhiệm vụ, giao việc: *tasked with the design of a new shopping centre* được giao nhiệm vụ thiết kế một trung tâm mua bán mới.

task force /'tɑ:skfɔ:s/ (*quân*) lực lượng đặc nhiệm.

taskmaster /'tɑ:skmɑ:s-tə[r]/ *dt* (*c* **taskmistress**) người thúc việc: *our teacher's a very hard taskmaster* thầy giáo chúng tôi là một người thúc học trò học cật lực.

tassel /'tæsl/ *dt* quả tua (*để trang trí ở khăn bàn...*).

tasselled (*Mỹ* **tasseled**) /'tæsld/ *tt* có trang trí quả tua.

taste¹ /teist/ *dt* **1.** vị: *sugar has a sweet taste* đường có vị ngọt **2.** vị giác **3.** sự nếm thử, sự nếm trải (*mùi đời*): *just have a taste of this cheese!* hãy nếm thử thứ pho mát này; *her first taste of life in a big city* sự nếm trải cuộc sống đầu tiên của cô ta ở một thành phố lớn **4.** sở thích: *she has a taste for foreign travel* chị ta [có sở thích] đi du lịch nước ngoài; *have expensive tastes in clothes* có những sở thích tốn kém về trang phục **5.** khiếu thẩm mỹ: *a man of taste* một người có khiếu thẩm mỹ. // **an acquired taste** x **acquire**; **[be] in good (bad; poor; the best of; the worst of...) taste** tao nhã, lịch sự (*thích hợp, lố lăng*): *she always dresses in the best possible taste* chị ta luôn luôn ăn mặc hết sức lịch sự; *I thought his jokes were in very poor taste* tôi nghĩ những lời nói đùa của anh ta rất là lố lăng; **leave a bad (nasty) taste in the mouth** x **leave¹**; **there's no accounting for tastes** x **account²**; **to taste** theo khẩu vị: **add salt to taste** cho thêm muối tùy theo khẩu vị (*của mỗi người*).

taste² /teist/ *dgt* **1.** (*không dùng ở thì tiếp diễn, thường dùng với can*) nhận biết mùi vị: *I can't taste, I've got a bad cold* tôi không thể nhận biết mùi vị, tôi bị cảm lạnh; *can you taste the garlic in this stew?* anh có thấy vị tỏi trong món hầm này không **2.** có vị (*như thế nào đó*): *taste sour* có vị chua; *taste sweet* có vị ngọt **3.** nếm: *he tasted the soup to see if he had put enough salt in it* anh ta nếm món

xúp xem đã cho đủ muối chưa; *that's the best wine I've ever tasted* đó là thứ rượu vang ngon nhất mà tôi từng được nếm **4.** trải qua, nếm mùi: *taste failure* nếm mùi thất bại.

taste-bud /'teistbʌd/ *dt* (*thường snh*) núm vị giác (*trên mặt lưỡi*).

tasteful /'teistfl/ *tt* có khiếu thẩm mĩ.

tastefully /'teistfəli/ *pht* [một cách] thẩm mĩ: *tastefully decorated* trang trí một cách thẩm mĩ.

tastefulness /'teistfəlnis/ *dt* óc thẩm mĩ.

tasteless /'teistlis/ *tt* **1.** không có mùi vị **2.** vô vị, nhạt nhẽo: *tasteless jokes* lời đùa nhạt nhẽo.

tastelessly /'teistlisli/ *pht* [một cách] vô vị, [một cách] nhạt nhẽo.

tastelessness /'teistlisnis/ *dt* **1.** sự không có mùi vị **2.** sự vô vị, sự nhạt nhẽo.

taster /'teistə[r]/ *dt* chuyên viên nếm (*trà, rượu để định giá trị*).

tastily /'teistili/ *pht* [một cách] ngon lành.

tastiness /'teistinis/ *dt* vị ngon, vị ngon lành.

tasty /'teisti/ *tt* ngon lành.

tasting /'teistiŋ/ *dt* cuộc thi nếm (*rượu...*): *go to a cheese tasting* đi dự cuộc thi nếm pho mát.

-tasting (*yếu tố tạo tt ghép*) có vị (*như thế nào đó*): *sweet-tasting* có vị ngọt.

tat¹ /tæt/ *dgt* (**-tt-**) **1.** làm đăng ten **2.** viền đăng ten.

tat² /tæt/ *dt* đồ vứt đi (*chất lượng rất tồi*): *a shop selling dreadful old tat* cửa hàng bán những thứ vứt đi dễ sợ.

tat³ /tæt/ *tt* **tit for tat** x **tit³**.

T

tata /tə'tɑ:/ *tht (Anh, kng)* chào tạm biệt!

tatters /'tætəz/ *dt snh* mảnh vải vụn; quần áo rách rưới: *his clothes hung in tatters* quần áo anh ta rách tả tơi. // **in tatters** bị hủy hoại, lụi tàn: *his reputation is in tatters* thanh danh ông ta lụi tàn đi.

tattered /'tætəd/ *tt* rách rưới, tả tơi.

tattily /'tætili/ *pht* **1.** [một cách] rách rưới tồi tàn **2.** [một cách] hào nhoáng rẻ tiền.

tattiness /'tætinis/ *dt* **1.** sự rách rưới tồi tàn **2.** sự hào nhoáng rẻ tiền.

tatting /'tætiŋ/ *dt* **1.** dải đăng ten **2.** sự làm đăng ten.

tattle[1] /'tætl/ *đgt* tán chuyện gẫu; ngồi lê đôi mách.

tattle[2] /'tætl/ *dt* chuyện gẫu, chuyện ngồi lê đôi mách.

tattler /'tætlə[r]/ (*Mỹ* **tattle-tale**) người ngồi lê đôi mách.

tattle-tale /'tætlteil/ *dt* (*Mỹ*) x tattler.

tattoo[1] /tə'tu:, (*Mỹ* tæ'tu:)/ (*snh* **tattoos**) **1.** tiếng trống (kèn) gọi quân buổi tối: *beat (sound) the tattoo* đánh trống (thổi kèn) gọi quân buổi tối **2.** buổi dạ hội quân đội (có trống nhạc, để giải trí): *a torchlight tattoo* dạ hội rước đuốc **3.** hồi trống; tiếng gõ gõ: *beating a tattoo on the table with his fingers* gõ gõ ngón tay trên bàn.

tattoo[2] /tə'tu:, (*Mỹ* tæ'tu:)/ *đgt* xăm (hình trên da), xăm mình.

tattoo[3] /tə'tu:, (*Mỹ* tæ'tu:)/ *dt (snh* **tattoos**) hình xăm: *his chest is covered in tatoos* ngực anh ta đầy hình xăm.

tatty /'tæti/ *tt* (**-ier; -iest**) (*kng*) rách rưới tồi tàn: *tatty old clothes* quần áo cũ rách rưới tồi tàn.

taught /tɔ:/ *qk và đttqk của* teach.

taunt[1] /tɔ:nt/ *đgt* [mắng] nhiếc; trêu chọc: *they taunted him with cowardice (with being a coward)* họ nhiếc nó là hèn nhát.

taunt[2] /tɔ:nt/ *dt (thường snh)* lời mắng nhiếc; nhận xét trêu chọc.

tauntingly /'tɔ:ntiŋli/ *pht* [với vẻ] mắng nhiếc, [với vẻ] trêu chọc.

Taurus /'tɔ:rəs/ *dt* **1.** chòm sao Kim Ngưu **2.** người cầm tinh sao Kim Ngưu.

Taurean[1] /'tɔ:riən/ *dt* người cầm tinh sao Kim Ngưu.

Taurean[2] /'tɔ:riən/ *tt* [thuộc] chòm sao Kim Ngưu.

taut /tɔ:t/ *tt* **1.** căng (dây) **2.** căng thẳng (thần kinh...).

tauten /'tɔ:tn/ *đgt* kéo căng, căng ra.

tautly /'tɔ:tli/ *pht* **1.** [một cách] căng **2.** [một cách] căng thẳng.

tautness /'tɔ:tnis/ *dt* **1.** sự căng **2.** sự căng thẳng.

tautological /tɔ:tə'lɒdʒikl/ *tt* trùng ý, trùng ngôn.

tautologous /tɔ:'tɒləgəs/ *tt* trùng ý, trùng ngôn.

tautology /tɔ:'tɒlədʒi/ *dt* sự trùng ý, sự trùng ngôn.

tavern /'tævən/ *dt (cổ, tu từ)* quán rượu; quán trọ.

TAVR *vt của* T and AVR.

tawdrily /'tɔ:drili/ *pht* [một cách] lòe loẹt.

tawdriness /'tɔ:drinəss/ *dt* sự lòe loẹt.

tawdry /'tɔ:dri/ *tt* lòe loẹt, hào nhoáng rẻ tiền: *tawdry ornament* đồ trang trí lòe loẹt.

tawny /'tɔ:ni/ *tt* [có màu] vàng hung: *the lion's tawny mane* bờm vàng hung của sư tử.

tax[1] /tæks/ *dt* thuế, cước: *income tax* thuế lợi tức; *indirect taxes* thuế gián thu; *levy a tax on something* đánh thuế vào cái gì. // **a tax on something** gánh nặng; sự căng thẳng: *a tax on one's patience* sự căng thẳng đối với lòng nhẫn nại.

tax[2] /tæks/ *đgt* **1.** đánh thuế; đánh cước: *tax rich and poor alike* đánh thuế người giàu người nghèo như nhau **2.** là một gánh nặng cho, làm căng thẳng: *tax someone's patience* gây căng thẳng đối với lòng nhẫn nại của ai **3.** đóng thuế (*về cái gì*).

taxable /'tæksəbl/ *tt* có thể đánh thuế; chịu thuế; *taxable income* thu nhập chịu thuế.

taxation /tæk'seiʃn/ *dt* **1.** sự đánh thuế **2.** hệ thống thuế **3.** tiền thuế thu được.

tax-deductible /,tæksdi-'dʌktəbl/ *tt* có thể khấu vào thu nhập trước khi tính số thuế phải đóng (nói về các món chi phí).

tax-free /,tæks'fri/ *tt* miễn thuế.

tax heaven /'tækshevn/ nước có mức thuế (thuế thu nhập) thấp.

taxi[1] /'tæksi/ *dt (cg* **taxi-cab**, *Mỹ* cab) xe tắc xi.

taxi[2] /'tæksi/ *đgt* chạy trên đường băng; lướt trên mặt nước (phi cơ trước khi cất cánh).

taxi-cab /'tæksi kæb/ *dt* (*Mỹ*) nh taxi[1].

taxidermist /'tæksidɜ:mist/ *dt* người nhồi bông thú.

taxidermy /'tæksidɜ:mi/ *dt* thuật nhồi bông thú.

taxing /'tæksiŋ/ *tt* cực nhọc: *a taxing job* một công việc cực nhọc.

taxi-rank /'tæksiræŋk/ *dt nh* bến xe tắc xi.

taxi-stand /'tæksistænd/ *dt (Mỹ)* bến xe tắc xi.

taxman /'tæksmæn/ *dt (snh* **taxmen** /tæksmən/) **1.** nhân viên thu thuế **2. the taxman** *(kng)* sở thuế.

taxpayer /'tækspeiə[r]/ *dt* người đóng thuế thu nhập.

tax return /'tæksritɜ:n/ bản khai thu nhập để tính thuế.

taxonomical /tæksə'nɒmikl/ *tt (sinh)* [thuộc] phân loại.

taxonomically /tæksə'nɒmikli/ *pht (sinh)* [theo phép] phân loại.

taxonomist /tæk'sɒnəmist/ *dt* nhà phân loại.

taxonomy /tæk'sɒnəmi/ *dt (sinh)* phép phân loại.

TB /ˌti:'bi:/ *(vt của* tuberculosis) bệnh lao: *be vaccinated against TB* được chủng phòng lao.

tbsp *(snh* **tbsps**) *(vt của* tablespoonful) thìa xúp *(lượng chứa)*: *add 3 tbsps salt* thêm ba thìa xúp muối.

tea /ti:/ *dt* **1.** chè, trà: *a pound of tea* một pao chè; *a cup of tea* một tách trà; *shall I make [the] tea?* tôi đi pha trà nhé **2.** tách trà: *two teas please* cho xin hai tách trà **3.** nước sắc, nước hãm: *mint tea* nước sắc bạc hà **4.** bữa trà chiều *(kèm món ăn nhẹ): when is tea?* bữa trà vào mấy giờ thế?. // **somebody's cup of tea** *x* **cup**[2]; **not for all the tea in China** các vàng cũng không: *I wouldn't marry him for all the tea in China* có lát vàng tôi cũng không lấy ông ta.

tea-bag /'ti:bæg/ *dt* túi trà *(thường chỉ đủ cho một người uống).*

tea-break /'ti:breik/ giờ nghỉ uống trà *(ở công sở, nhà máy...).*

tea-caddy /'ti:kædi/ *dt (cg* **caddy**) hộp [đựng] trà.

teacake /'ti:keik/ *dt* bánh ngọt uống trà.

teach /ti:tʃ/ *dgt* (**taught**) dạy: *teach children* dạy trẻ; *he taught me [how] to drive* ông ta dạy tôi lái xe; *he's taught his dog some clever tricks* anh ta đã dạy con chó của anh ta một số trò khéo; *she teaches at our local school* bà ta dạy học ở trường địa phương của chúng tôi; *my parents taught me never to tell lies* cha mẹ tôi dạy tôi đừng bao giờ nói dối; *it taught him a lesson he never forgot* điều đó đã dạy cho nó một bài học mà nó chẳng bao giờ quên; *I'll teach you to call me a liar* tao sẽ dạy cho mày về tội dám gọi tao là người nói dối. // **know (learn; teach) somebody the ropes** *x* **rope**; **teach one's grandmother to suck eggs** trứng đòi khôn hơn vịt; **[you can't] teach an old dog new tricks** tre già khó uốn; **teach school** *(Mỹ)* làm giáo viên.

teachable /'ti:tʃəbl/ *tt* **1.** có thể dạy được *(vấn đề, đề tài)* **2.** có thể học hỏi được *(người).*

teacher /'ti:tʃə[r]/ *dt* giáo viên: *my English teacher* giáo viên Anh ngữ của tôi.

tea-chest /'ti:tʃest/ *dt* thùng trà, kiện trà.

teach-in /'ti:tʃin/ *dt (cũ, kng)* cuộc hội thảo.

teaching /'ti:tʃiŋ/ *dt* **1.** sự dạy học **2.** *(thường snh)* lời dạy, lời giáo huấn: *the teaching[s] of the Church* lời giáo huấn của Giáo hội.

teaching hospital /'ti:tʃiŋ, hɒspitl/ bệnh viện thực tập *(cho sinh viên ngành y).*

tea-cloth /'ti:klɒθ/ *dt* **1.** khăn bàn trà; khăn khay trà **2.** *(Anh) nh* tea-towel.

tea-cosy /'ti:kəʊzi/ giỏ ấm trà *(giữ cho ấm trà nóng lâu).*

teacup /'ti:ʌp/ *dt* tách uống trà. // **a storm in a teacup** *x* **storm**.

teagarden /'ti:ˌgɑ:dn/ *dt* **1.** quán trà *(bán đồ uống và thức ăn nhẹ)* **2.** nông trường chè.

teahouse /'ti:haus/ *dt (snh* **teahouses**) phòng trà.

teak /ti:k/ *dt* gỗ tếch; cây gỗ tếch.

teal /ti:l/ *dt (Anh kđổi) (động)* mòng két *(một loài vịt trời nhỏ).*

tealeaf /'ti:li:f/ *dt (snh* **tealeaves 1.** bã trà **2.** *(lóng)* tên kẻ trộm.

team[1] /ti:m/ *dt* **1.** đội: *a football team* đội bóng đá; *the government is led by an able team of experienced ministers* chính phủ được một đội có khả năng gồm những bộ trưởng có kinh nghiệm lãnh đạo **2.** cỗ *(ngựa kéo xe...): the carriage was drawn by a team of four white horses* chiếc xe được một cỗ tứ bạch mã trắng kéo.

team[2] /ti:m/ *dgt* **team up** hợp tác với nhau vì một mục đích chung: *I teamed with Jane to do the job* tôi đã hợp tác với Jane để làm công việc đó.

teamster /'ti:mstə[r]/ *dt (Mỹ)* tài xế lái xe tải.

team spirit /ˌti:m 'spirit/ tinh thần đồng đội.

team-work /'ti:mwɜ:k/ *dt* sự chung sức.

tea-party /'ti:ˌpɑ:ti/ *dt* tiệc trà chiều.

T

teapot /'ti:pɒt/ *dt* ấm trà; bình trà. // **a tempest in a teapot** *x* tempest.

tear[1] /tiə[r]/ *dt (thường snh)* [giọt] nước mắt, [giọt] lệ: *a tear rolled down his cheek* một giọt nước mắt lăn trên má anh ta; *her eyes filled with tears* mắt đầy lệ; *a story that reduced us to tears* câu chuyện làm chúng tôi rơi lệ; *he burst into tears* anh ta òa lên khóc. // **bore somebody to death (tears)** *x* bore; **in tears** khóc.

tear[2] /teə[r]/ *dgt* (**tore; torn**) **1.** xé, làm toác ra: *tear a sheet of paper in two* xé tờ giấy làm đôi; *the explosion tore a hole in the wall* vụ nổ đã làm toác một lỗ ở tường; *tear a page out of a book* xé một trang giấy ở sách ra; *tear the leaves off a tree* vặt lá cây **2.** rách: *this cloth tears easily* vải này dễ rách; *her heart was torn by grief (bóng)* trái tim bà như tan nát vì đau khổ **3.** kéo ra, giằng ra: *the child was torn from its mother's arms* đứa bé bị giằng ra khỏi vòng tay mẹ **4.** chạy vụt: *cars tearing past* xe hơi chạy vụt qua; *she tore downstairs and out of the house shouting "Fire"* cô ta chạy vụ xuống cầu thang và chạy bổ ra ngoài nhà, miệng la to "cháy, cháy". // **tear something apart (to shreds; to bits...)** phá hủy hoàn toàn; đánh bại hoàn toàn; chỉ trích gay gắt: *the critics tore her new play to pieces* các nhà phê bình chỉ trích gay gắt vở kịch mới của bà ta; **tear one's hair [out]** *(kng)* bứt tóc bứt tai: *my boss is tearing his hair out about the delay in the schedule* ông chủ của tôi đang bứt tóc bứt tai vì sự chậm thời hạn; **[be in] a**

tearing hurry (rush...) [tỏ ra] hết sức vội vã; cuống cuồng lên; *there's no need to be in such a tearing hurry, we've got plenty of time* cần gì mà phải vội vã cuống cuồng lên thế, ta còn khối thời gian; **tear somebody limb from limb** *(thường dùa)* công kích ai như vũ bão; **tear somebody off a strip; tear a strip off somebody** mắng mỏ ai thậm tệ; **that's torn it** *(kng)* cái đó đã làm hỏng kế hoạch của chúng ta; **wear and tear** *x* wear[1].

tear at something [with something] cắt xé vật gì: *tore at the meat with his bare hands* xé thịt bằng tay không; **tear oneself away [from somebody (something)]** dứt ra một cách miễn cưỡng: *do tear yourself away from the television and come out for a walk* hãy dứt ra khỏi máy truyền hình và đi dạo một vòng đi; **be torn between A and B** giằng co *(lưỡng lự)* giữa A và B: *torn between love and duty* giằng co giữa tình yêu và nhiệm vụ; **tear something down** giật đổ, phá bỏ: *they're tearing down these old houses to build a new office block* họ đang phá bỏ những ngôi nhà cũ này để xây một khối nhà cơ quan mới; **tear into somebody (something)** tấn công ai; công kích ai (điều gì); **tear something up** xé bỏ: *she tore up all the letters he had sent her* chị xé bỏ toàn bộ thư anh đã gửi cho chị; *he accused the government of tearing up the negotiated agreement* ông ta buộc tội chính phủ đã xé bỏ bản thỏa thuận đã thương lượng ký kết.

tear[3] /teə[r]/ *dt* chỗ rách: *this fabric has a tear in it* tấm vải này có một chỗ rách.

tearaway /'teərəwei/ *dt* kẻ bốc đồng vô trách nhiệm.

tear-drop /'tiədrɒp/ *dt* giọt nước mắt, giọt lệ.

tearful /'tiəfl/ *tt* **1.** đẫm lệ **2.** sắp khóc, muốn khóc.

tearfully /'tiəfəli/ *pht* **1.** [một cách] đẫm lệ **2.** như muốn khóc.

tear-gas /'tiəgæs/ *dt* hơi cay *(làm chảy nước mắt, dùng giải tán đám biểu tình...)*.

tear-jerker /'tiə,dʒə:kə[r]/ *dt kng)* cuốn sách (cuốn phim...) làm rơi lệ.

tea-room /'ti:tu:m/ *dt (cg* **teashop)** tiệm trà.

tease[1] /ti:z/ *dgt* **1.** chòng ghẹo, trêu chọc: *the other boys used to tease him because of his accent* những chàng trai khác thường trêu chọc giọng nói của nó; *stop teasing the cat* thôi đừng có chọc con mèo nữa **2.** gỡ len thành từng sợi **3.** chải *(mặt vải)* cho mượt **4.** *(Mỹ)* nh backcomb.

tease[2] /ti:z/ *dt* **1.** người thích trêu chọc *(kẻ khác)* **2.** người kích tình dục kẻ khác *(không với ý định là thỏa mãn người đó)*.

teasel, teazel, teazle /'ti:zəl/ *dt* **1.** *(thực)* cây bắc gia *(họ tục đoạn)* **2.** hoa bắc gai *(dùng để chải vải)*.

teaser /'ti:zə[r]/ *dt* **1.** vấn đề hắc búa **2.** *(kng)* nh tease[2].

tea-service /'ti:,sɜ:vis/ *dt* bộ đồ trà.

tea-set /'ti:set/ *dt* nh tea-service.

tea-shop /'ti:ʃɒp/ *dt* nh tea-room.

teaspoon /'ti:spu:n/ *dt* **1.** thìa trà, thìa cà phê **2.** nh teaspoonful.

teaspoonful /'ti:spu:nfl/ *dt* thìa trà đầy *(lượng chứa)*.

tea-strainer /'ti:streinə[r]/ *dt* cái lọc trà.

teat /ti:t/ *dt* 1. núm vú *(của động vật)* 2. (c **nipple**) núm vú cao su.

tea-table /'ti:teibl/ *dt* bàn uống trà: *tea-table conversation* câu chuyện bàn trà.

tea-things /'ti:θiŋz/ *dt snh* *(kng) nh* tea-service.

tea-time /'ti:taim/ *dt* giờ uống trà *(buổi chiều)*.

tea-towel /'ti:,tauəl/ *dt* (c **tea-cloth** (Mỹ **dish towel**) khăn trà *(lau khô chén, thìa)*.

tea-tray /'ti:trei/ *dt* khay trà.

tea-trolley /'ti:trɒli/ *dt* (c **tea-wagon**) bàn đẩy phục vụ ăn uống.

tea-urn /'ti:ɜ:n/ *dt* thùng hãm trà *(ở các quán trà)*.

tech /tek/ *dt (thường số ít)* *(kng)* trường cao đẳng kỹ thuật.

technical /'teknikl/ *tt* 1. *(thường thngữ)* [thuộc] kỹ thuật: *a technical school* trường kỹ thuật 2. [thuộc] chuyên môn: *the technical terms of chemistry* những thuật ngữ chuyên môn; về hóa học 3. đòi hỏi kiến thức chuyên môn; dùng từ ngữ chuyên môn: *the article is rather technical in places* bài này có nhiều chỗ hơi chuyên môn hóa 4. theo đúng nghĩa pháp luật: *the result was a technical defeat for the government, but otherwise of limited importance* kết quả ấy là một thất bại theo đúng nghĩa pháp luật đối với chính phủ, nhưng mặt khác thì có tầm quan trọng hạn chế.

technical college /'teknikl-kɒlidʒ/ trường cao đẳng kỹ thuật.

technically /'teknikli/ *pht* 1. về mặt kỹ thuật: *technically the building is a mas-* terpiece, but few people like it về mặt kỹ thuật, ngôi nhà là một kiệt tác, nhưng không mấy người thích 2. theo đúng nghĩa của pháp luật: *although technically [speaking] you may not have lied, you certainly haven't told us the whole truth* tuy rằng theo đúng nghĩa pháp luật anh có thể đã không nói dối, nhưng chắc chắn là anh chưa cho chúng tôi biết toàn bộ sự thật.

technical hitch /,teknikl-'hitʃ/ sự cố kỹ thuật, trục trặc kỹ thuật.

technicality /,tekni'kæliti/ *dt* 1. chi tiết kỹ thuật; từ ngữ kỹ thuật: *the book is full of technicalities* cuốn sách đầy những từ ngữ kỹ thuật 2. chi tiết không thực sự quan trọng: *a mere technicality* chỉ là một chi tiết không thực sự quan trọng.

technical knock-out /,tekniklnɒkaut/ *(thể)* sự đo ván kỹ thuật *(đánh quyền Anh)*.

technician /tek'niʃn/ *dt* 1. kỹ thuật viên 2. thợ máy giỏi.

Technicolor /'teknikʌlə[r]/ *dt* 1. *(tên riêng)* nghệ thuật chụp ảnh màu cho phim điện ảnh, tếch-ni-co-lo 2. (c **technicolor**) *(kng)* màu rực rỡ: *the fashion show was a technicolor extravaganza* cuộc trình diễn thời trang là cả một sự ngông cuồng đầy màu sắc rực rỡ.

technique /tekni:k/ *dt* kỹ thuật: *apply modern techniques to a traditional craft* áp dụng kỹ thuật hiện đại vào một nghề thủ công truyền thống.

techno- *(yếu tố tạo từ về khoa học ứng dụng)* kỹ thuật: *technology* kỹ thuật học; *techocracy* kỹ trị.

technocracy /,teknəkrəsi/ *dt* chế độ kỹ trị.

technocrat /'teknəkræt/ *dt* nhà kỹ trị.

technocratic /,teknəkrætik/ *tt* kỹ trị.

technological /,teknə-'lɒdʒikl/ *tt* [thuộc] công nghệ học.

technologically /,teknə-'lɒdʒikli/ về mặt công nghệ học: *technologically advanced* tiên tiến về mặt công nghệ học.

technologist /tek'nɒlədʒist/ *dt* nhà công nghệ học.

technology /tek'nɒlədʒi/ *dt* công nghệ học.

ted /ted/ *dt* x Teddy boy.

teddy bear /'tedibeə[r]/ *(cg* **teddy**) con gấu nhồi (làm đồ chơi cho trẻ em).

Teddy boy /'tedibɔi/ *dt* (cg **ted**) *(Anh, kng)* thanh niên quần chít *(bạo loạn vào những năm 1950 ở Anh)*.

tedious /'ti:diəs/ *tt* chán ngắt: *a tedious lecture* bài thuyết trình chán ngắt.

tediously /'ti:diəsli/ *pht* [một cách] chán ngắt.

tediousness /'ti:diəsnis/ *dt* sự chán ngắt.

tedium /'ti:diəm/ *dt nh* tediousness.

tee[1] /ti:/ *dt (thể)* 1. điểm phát bóng *(chơi gôn)* 2. đích nhắm tới *(trong trò ném vòng...)*. // **to a T (tee)** x T.

tee[2] /ti:/ *dgt* (**teed**) *(thể)* đặt bóng vào điểm phát bóng *(chơi gôn)*. // **tee off** phát bóng *(chơi gôn)*; **tee somebody off** *(Mỹ, lóng)* chọc tức ai; **tee [something] up** chuẩn bị phát bóng *(bằng cách đặt bóng lên điểm phát, trong trò chơi gôn)*.

teem *dgt (đặc biệt ở thì tiếp diễn)* có nhiều, đầy dẫy: *the river was teeming with fish* con sông có nhiều cá; *his mind is teeming with bright ideas* ông ta có nhiều

T

sáng kiến trong đầu; *fish teem in these waters* vùng nước này có rất nhiều cá.

teenage /'ti:neidʒ/ *tt* [thuộc] tuổi thanh thiếu niên, [thuộc] tuổi thanh xuân: *teenage-children* trẻ ở tuổi thanh thiếu niên *(từ 13 đến 19 tuổi)*.

teenaged /'ti:neidʒd/ *tt* ở tuổi thanh thiếu niên.

teenager /'ti:neidʒə[r]/ *dt* (*Mỹ, kng cg* **teen**) thanh thiếu niên.

teens /ti:nz/ *dt snh* tuổi thanh thiếu niên *(từ 13 đến 19)*: *she is not yet out of her teens* cô ta chưa tới tuổi đôi mươi.

teensy /'ti:nzi/ *tt* (*cg* **teensy weensy**) *x* teeny.

teeny /'ti:ni/ *tt* (*cg* **teeny-weeny, teensy, teensy-weensy**) (**-ier; -iest**) (*kng*) *nh* tiny.

teeny-bopper /'ti:nibɒpə[r]/ *dt (kng), thường xấu)* cô gái sính thời trang và nhạc pốp.

teepee /'ti:pi:/ *nh* tepee.

tee-shirt /'ti:ʃɜ:t/ *dt* (*cg* **T-shirt**) áo đông xuân ngắn tay *(không có cổ)*.

teeter /'ti:tə[r]/ *dgt* lảo đảo, loạng choạng: *the drunken man teetered on the edge of the pavement* người say rượu loạng choạng trên mép vỉa hè; *she was teetering along in very high-heeled shoes* cô ta đi loạng choạng với đôi giày gót rất cao; *teetering on the edge of disaster* chao đảo trên bờ tai họa.

teeth /ti:θ/ *dt snh của* tooth.

teethe /ti:ð/ *dgt (thường dùng ở thì tiếp diễn, ở thể động danh từ hay động tính từ)* bắt đầu mọc răng *(trẻ em)*.

teething troubles /'ti:ðɪŋtrʌblz/ khó khăn nhỏ bước

đầu *(trong một công cuộc kinh doanh)*.

teetotal /ti:'təʊtl, (*Mỹ* 'ti:'əʊtl)/ *tt* **1.** không bao giờ uống rượu **2.** chống uống rượu, bài rượu.

teetotaler, teelotaller /ti:'təʊtlə[r]/ *dt* **1.** người không bao giờ uống rượu **2.** người chống uống rượu, người bài rượu.

teetotalism /ti:'təʊlizm/ *dt* phong trào bài rượu.

TEFL /ˌti:i:'efel (*kng*) 'tefl/ (*vt của* Teaching English as a Foreign Language) việc dạy tiếng Anh như là một ngoại ngữ.

tel 1. (*vt của* telegraph[ic]) điện báo **2.** (*vt của* telephone [number]) số điện thoại: *tel 234786* số điện thoại 234786.

tel[e]- *(dạng kết hợp)* **1.** khoảng cách xa: *telepathy* thần giao cách cảm; *telescope* kính viễn vọng **2.** [thuộc] truyền hình: *televiewer* khán giả truyền hình.

telecommunications /ˌtelikə,mju:ni'keiʃn/ *dt snh* viễn thông.

telegram /'teligræm/ *dt* bức điện báo.

telegraph[1] /'teligrɑ:f, (*Mỹ* 'teligræf)/ *dt* **1.** điện báo **2.** máy điện báo.

telegraph[2] /'teligrɑ:f, (*Mỹ* 'teligræf)/ *dgt* **1.** gửi điện báo **2.** gửi chỉ thị *(cho ai)* bằng điện báo.

telegrapher /ti'legrəfə[r]/ *dt nh* telegraphist.

telegraphese /ˌteli;grə'fi:z/ *dt* văn điện báo *(văn ngắn gọn, dùng trong điện báo)*.

telegraphic /ˌteli'græfik/ *tt* [thuộc] điện báo; gửi bằng điện báo.

telegraphic address /ˌteligræfik ədres/ địa chỉ điện

báo *(địa chỉ ngắn gọn dùng trong điện báo)*.

telegraphist /ti'legrəfist/ *dt* (*cg* **telegrapher**) điện báo viên.

telegraph line /'teligrɑ:flain/ *dt* (*cg* **telegraph wire**) đường dây điện báo; đường dây điện thoại.

telegraph pole /'teligrɑ:fpəʊl/ *dt* (*cg* **telegraph post**) cột dây điện báo, cột dây thép.

telegraph wire /'teligrɑ:fwaiə[r]/ *dt x* telegraph line.

telegraphy /ti'legrəfi/ *dt* [sự] điện báo: *wireless telegraphy* điện báo vô tuyến.

telemetry /ti'lemətri/ *dt* kỹ thuật đo truyền từ xa.

teleological /ˌteliə'lɒdʒikl, ˌti:liəlɒdʒikl/ *tt* [thuộc] cứu cánh luận.

teleologist /ˌteliə'lɒdʒist/ *dt* nhà cứu cánh luận.

teleology /ˌteliə'lɒdʒi, ˌti:liəlɒdʒi/ *dt* cứu cánh luận.

telepath /'telipæθ/ *dt* người thần giao cách cảm.

telepathic /ˌteli'pæθik/ *tt* **1.** [thuộc] thần giao cách cảm **2.** có khả năng thần giao cách cảm: *how did you know what I was thinking? you must be telepathic* sao anh biết tôi đang nghĩ gì? anh hẳn là có khả năng thần giao cách cảm?

telepathically /ˌteli'pæθikli/ *pht* [bằng] thần giao cách cảm; [theo lối] thần giao cách cảm.

telepathy /ti'lepəθi/ *dt* **1.** thần giao cách cảm **2.** (*kng*) khả năng đọc được ý nghĩ tình cảm của người khác.

telephone[1] /'telifəʊn/ *dt* (*cg* **phone**) **1.** điện thoại **2.** máy điện thoại: *answer the telephone* trả lời [máy] điện thoại. // **on the telephone** a/ có mắc máy điện thoại:

they've just moved and they're not on the telephone yet họ vừa mới dọn đến nên chưa mắc điện thoại b/ đang nói điện thoại: *she is on the telephone at the moment* chị ta lúc này đang nói điện thoại; *you're wanted on the telephone* có người muốn nói chuyện với anh ở máy điện thoại.

telephone² /'telifəυn/ *đgt* (*cg* **phone**) gọi điện thoại; nói chuyện điện thoại; *will you write or telephone?* anh sẽ viết thư hay gọi điện thoại?; *we must telephone our congratulations [to the happy couple]* chúng ta phải gọi điện thoại chúc mừng [cặp vợ chồng mới].

telephone box /'telifəυnbɒks/ (*cg* **phone box, telephone booth, call box**) trạm điện thoại công cộng.

telephone directory /'telifəυn direktəri/ (*cg* **telephone book, phone book**) danh bạ điện thoại.

telephone exchange /'telifəυn iktʃeindʒ/ (*cg* **exchange**) tổng đài điện thoại.

telephone number /'telifəυn nʌmbə[r]/ số điện thoại.

telephone operator /'telifəυn ɒpəreitə[r]/ điện thoại viên.

telephonic /,teli'fɒnik/ *tt* [thuộc] điện thoại.

telephonist /tilefəυnist/ *dt nh* telephone operator.

telephony /ti'lefəni/ *dt* điện thoại.

telephoto /,teli'fəυtəυ/ *tt nh* telephotographic.

telephoto lens /,telifəυtəυ 'lenz/ ống kính chụp xa.

telephotographic /,telifəυtə'græfik/ *tt* chụp [từ] xa.

telephotography /,telifə'tɒgrəfi/ *dt* kỹ thuật chụp xa.

teleprinter /'teliprintə[r]/ *dt* máy điện báo in chữ, teletip.

teleprompter /'teliprɒmptə[r]/ *dt* máy phóng to bản phát truyền hình [(cho phát thanh viên truyền hình đọc rõ).

telescope¹ /'teliskkəυp/ *dt* kính viễn vọng.

telescope² /'teliskəkəυp/ *đgt* **1.** lồng nhau (*như hai ống của kính viễn vọng*): *the two tubes telescope* hai ống lồng vào nhau **2.** húc lồng vào nhau (*tai nạn tàu hỏa*) **3.** thâu tóm, thu gọn lại: *he telescopes all his arguments into one sentence* anh ta thâu tóm tất cả lý lẽ của anh ta vào một câu.

telescopic /teli'skɒpik/ *tt* **1.** [thuộc] kính viễn vọng; như qua kính viễn vọng **2.** có bộ phận lồng vào nhau như kiểu ống lồng: *a telescopic aerial* anten có các đoạn lồng vào nhau.

telescopically /,teli'skɒpikli/ *pht* theo kiểu lồng vào nhau.

teletext /'telitekst/ *dt* sự truyền văn bản.

teletypewriter /teli'taipraitə[r]/ *dt* (*cg* **teleprinter**) máy điện báo in chữ; teletip.

teleview /'telivju:/ *đgt* xem truyền hình.

televiewer /'telivju:ə[r]/ *dt* người xem truyền hình.

televise /'telivaiz/ *đgt* truyền hình: *the meeting will be televised* cuộc mít tinh sẽ được truyền hình.

television /'teliviʒn/ *dt* (*cg Anh kng* **telly**) (*vt* **TV**) **1.** truyền hình, vô tuyến truyền hình **2.** chương trình truyền hình **3.** (*cg* **television set**) máy thu hình: *a colour television* máy thu hình màu; *a black-and-white television* máy thu hình đen

trắng **4.** đài truyền hình: *she works in television* cô ta làm việc ở đài truyền hình. // **on [the] television** [được phát] trên đài truyền hình: *is there anything good on [the] television tonight?* có gì hay trên đài truyền hình tối nay không?

telex¹ /'teleks/ *dt* **1.** điện báo in chữ, têlec **2.** bản điện báo in chữ, bản têlec **3.** máy điện báo in chữ, máy têlec.

telex² /'teleks/ *đgt* đánh têlec.

tell /tel/ *đgt* **1.** nói: *tell stories* kể chuyện; *did she tell you her name?* cô ta nói tên cô ta cho anh biết chưa?; *tell the truth* nói sự thật; *tell one's love (cũ)* tỏ tình **2.** chỉ cho biết: *this gauge tells you the amount of petrol you have left* đồng hồ này chỉ cho anh biết còn bao nhiêu xăng **3.** biết chắc: *it may rain or it may not, it's hard to tell* trời có thể mưa mà cũng có thể không, khó mà biết chắc được **4.** **tell A from B** phân biệt giữa A với B, nhận ra sự khác nhau giữa A và B (*dùng với* can, could, be able to): *I can't tell the difference between margarine and butter* tôi không thể nhận ra sự khác nhau giữa margarine và bơ; *can you tell Nam from his twin brother* anh có thể phân biệt Nam với người anh em sinh đôi của nó không? **5.** có tác dụng, có hiệu quả: *the government's policies are beginning to tell* các chính sách của chính phủ đã bắt đầu có hiệu quả; *her lack of experience told against her* sự thiếu kinh nghiệm đã có tác dụng bất lợi cho cô ta **6.** bảo; ra lệnh: *tell him to wait* bảo ông ta hãy chờ;

T

do what I tell you hãy làm điều tôi bảo anh **7.** đếm; lần: *tell the votes* đếm phiếu bầu; *tell one's beads* lần tràng hạt. // **all told** tính tất cả; cả thảy: *there are 23 guests coming, all told* cả thảy có 23 vị khách; **dead men tell no tales** x dead; **hear tell of somebody (something)** x hear; **I (I'll) tell you what** *(kng)* tôi bảo anh nhé: *I'll tell you what - let's ask Fred to lend us his car* tôi bảo anh nhé, chúng ta hãy hỏi Fred mượn xe của anh ta; **I told you [so]** *(kng)* tôi đã bảo mà: *he loves to say "I told you so" when things go wrong* mỗi lần có trục trặc trong công việc, anh ta thường nói: "Tớ đã bảo mà"; **live to tell the tale** *(Anh)* sống sót mà kể lại sự cố đã qua cho người khác biết; **tell me another** *(kng)* tôi không tin anh; **tell (see) something mile off** x mile; **tell its own tale** tự nói lên sự thật, tự giải thích sự việc: *the many crashes on the icy roads told their own tale* nhiều vụ xe đâm nhau trên con đường đóng băng tự chúng đã giải thích tất cả rồi; **tell tales [about somebody]** kể xấu về ai; **tell that to the marines** *(lóng)* đi mà nói với ma, tớ không tin cậu đâu; **tell the time** *(Mỹ* **tell time)** xem giờ *(trên đồng hồ)*: *she's only five, she can't tell the time* bé mới có năm tuổi, chưa biết xem giờ; **tell somebody where to get off (where he gets off)** bảo cho ai biết cử chỉ của họ là quá đáng và không chấp nhận được; **tell the world** nói công khai cho mọi người biết; **there's no telling** không thể biết: *there's no telling what may happen* không thể biết được điều gì có thể xảy ra; **to tell [you] the truth** thú thật

với anh là: *to tell the truth, I fell asleep in the middle* thú thật với anh là tôi đã ngủ giữa chừng; **you can never tell; you never can tell** anh không bao giờ biết chắc được vì bề ngoài thường lừa lọc lắm; **you're telling me!** *(kng)* tôi hoàn toàn đồng ý với anh.

tell somebody off (for something; for doing something) *(kng)* mắng mỏ ai, rầy la ai: *I told the boys off for making so much noise* tôi rầy la tụi trẻ vì chúng làm ồn quá; **tell somebody off for something (to do something)** giao nhiệm vụ cho ai, phân công: *six men were told off to collect fuel* sáu người được phân công đi thu lượm cái đun bếp; **tell on somebody** *(kng)* tố giác, mách: *John caught his sister smoking and told on her* John bắt gặp chị hút thuốc và đi mách *(mẹ...)*.

teller /'telə[r]/ *dt* **1.** thủ quỹ *(ở ngân hàng)* **2.** người kiểm phiếu *(ở hạ nghị viện)* **3.** *(trong từ ghép)* người kể: *a story-teller* người hay kể chuyện.

telling /'teliŋ/ *tt* có hiệu quả, đích đáng, như trời giáng: *a telling argument* lý lẽ đích đáng; *a telling blow* một đòn như trời giáng.

tellingly /'teliŋli/ *pht* [một cách] có hiệu quả, [một cách] đích đáng.

telling-off /'teliŋɒf/ *dt (thường số ít)* sự mắng mỏ, sự rầy la: *give somebody a telling-off for something* rầy la ai về điều gì.

tell-tale¹ /'telteil/ *dt* **1.** người mách lẻo **2.** công tơ, đồng hồ đếm.

tell-tale² /'telteil/ *tt (thngữ)* làm lộ tẩy: *a tell-tale blush* cái đỏ mặt làm lộ tẩy.

telly /'teli/ *dt (Anh, kng)* nh television.

temerity /ti'merəti/ *dt* sự táo bạo, sự cả gan; sự liều lĩnh: *he had the temerity to call me a liar* nó đã dám cả gan gọi tôi là thằng nói dối.

temp¹ /temp/ *dt* thư ký [làm việc] tạm thời.

temp² /temp/ *dgt* làm việc tạm thời: *he's been temping for over a year now and wants a permanent job* anh ta làm việc tạm thời trên một năm nay và muốn có một công việc lâu dài.

temp³ *(vt của temperature)* nhiệt độ: *temp 65°F* nhiệt độ 65°F.

temper¹ /'tempə[r]/ *dt* **1.** tính khí; tâm tính: *have a quick temper* có tính khí nóng nảy; *be in a bad temper* bực tức cáu kỉnh **2.** sự tức giận; cơn giận: *a fit of temper* cơn giận; *fly into a temper* nổi con giận, nổi cơn tam bành **3.** *(kỹ)* độ tôi *(của kim loại đã tôi)*. // **in a bad (foul, rotten...) temper** [trong cơn] tức giận; **keep (lose) one's temper** nén được (không nén được) cơn giận.

temper² /'tempə[r]/ *dgt* **1.** *(kỹ)* tôi *(kim loại)*: *tempered steel* thép đã tôi **2.** (+ with) làm dịu bớt; giảm nhẹ: *temper justice with mercy* làm dịu bớt sự khắc nghiệt của công lý bằng lòng khoan hồng.

tempera /'tempərə/ *(nghệ)* màu keo, tempera *(màu pha với trứng sống)*.

temperament /'temprəmənt/ *dt* khí chất, tính khí: *a man with an artistic temperament* một người có khí chất nghệ sĩ; *the two brothers have entirely different temperaments* hai anh em có tính khí hoàn toàn khác nhau.

temperamental /'temprə-'mentl/ *tt* **1.** [do] khí chất, [do] tính khí: *a temperamental aversion to hard work* ghét (ngại) công việc nặng nhọc do tính khí vốn thế **2.** *(thường xấu)* có tính khí thất thường: *my car is a bit temperamental* chiếc xe của tôi "tính khí" hơi thất thường.

temperamentally /'temprə-'mentəli/ *pht* về mặt khí chất, về mặt tính khí: *temperamentally unsuited for the job* về mặt khí chất, không hợp với công việc ấy.

temperance /'tempərəns/ *dt* **1.** sự chừng mực, sự điều độ; sự ôn hòa **2.** sự kiêng rượu: *a temperance society* hội kiêng rượu: *a temperance hotel* khách sạn không bán rượu.

temperate /'tempərət/ *dt* ôn hòa: *please be more temperate in your language* xin hãy ăn nói ôn hòa hơn; *temperate zones* vùng ôn đới (có khí hậu ôn hòa).

temperately /'tempərətli/ *pht* [một cách] ôn hòa.

temperature /'temprətʃə[r], (*Mỹ* 'temprətʃuər)/ *dt* nhiệt độ. // **have (get; run) a temperature** [lên cơn] sốt; **take somebody's temperature** đo (lấy) nhiệt độ cho ai.

-tempered /-tempəd/ *(yếu tố tạo tính từ ghép)* có tính khí *(như thế nào đó)*: *a hot-tempered man* một người nóng tính.

tempest /'tempist/ *dt* cơn bão, dông tố. // **a tempest in a teapot** *(Mỹ)* *nh* a storm in a teacup (*x* storm).

tempestuous /tem'pestʃuəs/ *tt* đầy bão tố; náo động: *a tempestuous sea* vùng biển đầy bão tố; *a tempestuous*

political debate cuộc tranh luận chính trị náo động.

tempestuously /tem'pes-tʃuəsli/ *dt* sự náo động.

tempestuousness /tem-'pestʃuəsnis/ *dt* sự náo động.

tempi /tempi:/ *dt (nhạc)* *snh* của tempo.

template /'templeit/ *dt (cg* **templet**) *(kỹ)* dưỡng, mẫu.

temple¹ /'templ/ *dt* đền, điện, miếu, thánh thất, thánh đường.

temple² /'templ/ *dt (giải)* thái dương (ở hai bên đầu).

templet /'templit/ *dt nh* template.

tempo /'tempəʊ/ *dt (snh* **tempos**; *nhạc* **tempi**) nhịp độ: *in waltz tempo* theo nhịp độ điệu van; *the exhausting tempo of city life* nhịp độ quay cuồng của đời sống đô thị.

temporal /'tempərəl/ *tt* **1.** [thuộc] thế tục: *the temporal power of the Pope* quyền thế tục của giáo hoàng **2.** *(ngôn)* [thuộc] thời gian; chỉ thời gian: *temporal conjunctions* liên từ chỉ thời gian *(như when, while...)* **3.** *(giải)* [thuộc] thái dương (ở hai bên đầu): *temporal artery* động mạch thái dương.

temporarily /'tempərəli/ (*Mỹ* /'tempə'rerəli/) *pht* [một cách] tạm thời, [một cách] nhất thời.

temporariness /'temprə-rinis, (*Mỹ* tempərerinis/) *dt* tính chất tạm thời, tính chất nhất thời.

temporary /'temprəri, (*Mỹ* 'tempəreri)/ *tt* tạm thời, nhất thời: *temporary power* quyền hành tạm thời; *temporary success* thắng lợi nhất thời.

tempt /tempt/ *dgt* **1.** xúi, xúi giục: *tempt someone to do evil* xúi ai làm điều ác **2.** cám dỗ, lôi cuốn; gợi

thèm: *the warm weather tempted us going for a swim* trời ấm gợi cho chúng tôi muốn đi bơi. // **tempt fate (providence)** hành động liều lĩnh; liều.

temptation /temp'teiʃn/ *dt* **1.** sự cám dỗ: *give way to temptation* chịu theo sự cám dỗ [không cưỡng được]; *put temptation on somebody's way* cám dỗ ai **2.** vật cám dỗ: *the bag of sweets on the table was too strong a temptation for the child to resist* gói kẹo trên bàn là một cám dỗ quá mạnh đối với chú bé, cưỡng lại sao nổi.

tempter /'temptə[r]/ *dt* người cám dỗ. // **the Tempter** quỷ Xa Tăng.

tempting /'temptə(r)/ *tt* cám dỗ, lôi cuốn, hấp dẫn: *a tempting offer* một đề nghị lôi cuốn.

temptingly /'temptiŋli/ *pht* [một cách] cám dỗ, [một cách] hấp dẫn, [một cách] lôi cuốn.

temptress /'temptris/ *dt* *(thường đùa)* người phụ nữ hấp dẫn.

ten¹ /ten/ *dht* mười. // **ten to one** rất có thể: *ten to one he'll be late* rất có thể là anh ta tới trễ.

ten² /ten/ *dt* con số mười.

ten- *(trong từ ghép)* mười: *a ten-gallon drum* cái thùng [chứa được] mười ga lông.

tenability /'tenə'biləli/ *dt* **1.** tính có thể giữ được; tính có thể bảo vệ được **2.** tính có thể biện hộ được.

tenable /'tenəbl/ *tt* **1.** có thể giữ được, có thể bảo vệ được: *a tenable position* một vị trí có thể giữ được **2.** có thể biện hộ được: *the view that the earth is flat is no longer tenable* quan điểm cho rằng quả đất là dẹt không còn có thể biện hộ

T

được nữa **3.** có thể giữ (trong bao lâu đó): this office is tenable for a period of three years chức vụ đó có thể giữ được trong thời gian là ba năm.

tenacious /ti'neiʃəs/ tt **1.** bám chặt: the eagle seized its prey in a tenacious grip con đại bàng cắp con mồi trong móng vuốt siết chặt của nó **2.** kiên trì: she is tenacious in defence of her rights bà ta rất kiên trì bảo vệ quyền lợi của mình **3.** dai (trí nhớ).

tenaciously /ti'neiʃəsli/ pht **1.** [một cách] bám chặt: though seriously ill, he still clings tenaciously to life mặc dù ốm nặng, anh ta cố níu chặt lấy sự sống **2.** [một cách] kiên trì **3.** [một cách] dai bền (trí nhớ).

tenacity /ti'næsəti/ dt khả năng bám chặt.

tenancy /'tenənsi/ dt **1.** sự thuê, sự mướn (nhà, đất) **2.** thời gian thuê, thời gian mướn: hold a life tenancy of a house thuê một ngôi nhà suốt đời.

tenant /'tenənt/ dt **1.** người thuê, người mướn (nhà, đất) **2.** người sở hữu nhà, người sở hữu đất.

tenant-farmer /'tenənt-'fɑ:mə[r]/ dt tá điền.

tenantry /'tenəntri/ dt giới tá điền trong một địa phương.

tench /tentʃ/ dt (snh kđổi) (động) cá chép nhớt, cá tin-ca.

tend¹ /tend/ dgt **1.** chăm sóc, trông nom: she tended her husband lovingly during his long illness bà ta âu yếm chăm sóc chồng ốm lâu ngày; shepherds tending their sheep những người chăn cừu trông nom đàn cừu của họ **2.** (Mỹ) phục vụ

khách hàng (trong cửa hàng...): tend the store trông coi cửa hàng.

tend² /tend/ dgt **1.** có khuynh hướng; thường hay: women tend to live longer than men phụ nữ thường hay sống lâu hơn nam giới; I tend to go to bed earlier during the winter mùa đông tôi thường hay đi ngủ sớm hơn **2.** (+ to, towards) hướng theo (hướng nào đó), nghiêng về (chiều hướng nào đó): he tends towards extreme views ông ta hướng theo những quan điểm cực đoan.

tendency /'tendənsi/ dt xu hướng, chiều hướng: a tendency to fat (towards fatness; to get fat) xu hướng béo phị ra; prices continue to show an upward tendency giá cả tiếp tục có chiều hướng tăng lên.

tendentious /ten'dnʃəs/ tt có dụng ý; có chủ đích, có thiên kiến: a tendentious statement một lời tuyên bố có dụng ý.

tendentiously /ten'denʃəsli/ pht [một cách] có dụng ý, [một cách] có chủ đích.

tendentiousness /ten'denʃəsnis/ dt tính chất có dụng ý, tính chất có chủ đích.

tender¹ /'tendə[r]/ tt **1.** mềm yếu, yếu ớt: tender shoots những chồi yếu ớt **2.** nhạy cảm; tế nhị: a tender spot điểm nhạy cảm (dễ làm chạm lòng); a tender question một vấn đề tế nhị (phải xử lý khéo léo để tránh làm tổn thương tình cảm giữa người khác) **3.** âu yếm, nhân hậu: a tender looks những cái nhìn âu yếm; tender loving care sự chăm sóc đầy tình thương; bid somebody a tender farewell lưu luyến chào tạm biệt ai **4.** mềm,

không dai (thịt). // **at a tender age** (of tender age) còn non trẻ.

tender² /'tendə[r]/ dt **1.** (trong từ ghép) người chăm sóc, người trông nom (việc gì): a bartender người phục vụ ở quầy rượu **2.** xuống bốc hàng, xuống dỡ hàng (từ một tàu lớn vào bờ biển) **3.** toa chở than, toa nước (xe lửa).

tender³ /'tendə[r]/ dgt **1.** đề nghị; đệ trình: several firms have tendered for the new road-building contract nhiều hãng đã đệ đơn xin ký hợp đồng xây dựng con đường mới; he tendered his resignation to the the Prime Minister: ông ta đã đệ đơn xin từ chức lên thủ tướng **2.** bỏ thầu: tender for the construction of a bridge bỏ thầu xây một cái cầu.

tender⁴ /'tendə[r]/ dt (Mỹ cg bid) sự bỏ thầu: put work out to tender gọi thầu một công việc; submit a tender for something bỏ thầu làm việc gì.

tenderfoot /'tendəfʊt/ dt (snh tenderfoots) người mới đến chưa quen công việc, "lính mới".

tender-hearted /,tendə-'hɑ:tid/ tt nhân hậu.

tenderize, tenderise /'tendəraiz/ dgt làm cho (thịt) mềm hơn (bằng cách dần với sống dao...).

tenderloin /'tendələin/ dt (cg tenderloin steak) thịt thăn.

tenderly /'tendəli/ pht **1.** [một cách] yếu ớt **2.** [một cách] tế nhị **3.** [một cách] nhân hậu.

tenderness /'tendənis/ dt **1.** sự yếu ớt **2.** sự tế nhị **3.** lòng nhân hậu.

tendon /'tendən/ dt (giải) gân.

tendril /'tendrəl/ dt (thực) tua quấn (của cây leo).

tenement /'tenəmənt/ dt (cg **tenement-house**) nhà tập thể; chung cư.

tenet /'tenit/ dt giáo lý; chủ nghĩa: one of the basic tenets of the Christian faith một trong những giáo lý cơ sở của đức tin Cơ Đốc giáo.

tenfold /'tenfəʊld/ tt, pht 1. gấp mười lần 2. gồm mười phần.

ten-gallon hat /'tengælən-'hæt/ mũ cao bồi.

tenner /tenə[r]/ dt (Anh, kng) [giấy bạc] mười bảng; I give you a tenner for your old bike tôi sẽ trả anh mười bảng cho chiếc xe đạp cũ của anh.

tennis /tenis/ dt quần vợt.

tennis court /'tenis kɔ:t/ sân quần vợt.

tennis elbow /'teniseˈlbəʊ/ sự đau khuỷu tay do vặn tay nhiều (ví dụ như do chơi quần vợt).

tenon /'tenən/ dt mộng (đồ mộc...).

tenor¹ /tenə[r]/ dt **the tenor of something** a/ tiến trình: disrupting the even tenor of her life làm xáo trộn tiến trình (nhịp) sống của nàng b/ ý nghĩa tổng quát: I understood the tenor of his speech but not the details tôi đã hiểu ý nghĩa tổng quát của bài nói của ông ta nhưng về chi tiết thì không.

tenor² /tenə[r]/ dt (nhạc) 1. giọng nam cao 2. ca sĩ giọng nam cao 3. kèn teno.

ten pence /ten'pens/ (cg **10p**) [đồng] mười xu mới.

tenpin bowling /ˌtenpin-'bəʊliŋ/ (Mỹ cg **tenpins**) trò chơi ky mười con.

tenpins /'tenpinz/ dt snh x tenpin bowling.

tense¹ /tens/ tt (-r; -st) 1. căng: a tense wire sợi dây căng 2. căng thẳng, găng: a tense atmosphere không khí căng thẳng.

tense² /tens/ dgt 1. căng ra 2. gây căng thẳng; cảm thấy căng thẳng: she tensed, hearing the noise again chị ta cảm thấy căng thẳng khi lại nghe thấy tiếng động đó lặp lại; with muscles tensed, waiting for the race to start chờ đợi cuộc đua bắt đầu với các bắp thịt căng thẳng 3. hay bồn chồn hồi hộp (người).

tense³ /tens/ dt (ngôn) thì (của động từ): the present tense thì hiện tại; the past tense thì quá khứ, the future tense thì tương lai.

tensely /'tensli/ pht [một cách] căng thẳng.

tenseness /'tensnis/ dt sự căng thẳng.

tensile /'tensail/, (Mỹ 'tensəl)/ tt 1. căng dãn: the tensile strength of wire sức căng của sợi dây thép (trọng lượng dây có thể chịu mà không đứt) 2. có thể căng ra.

tension /'tenʃn/ dt 1. sự căng; sức căng; độ căng: adjust the tension of a violin string điều chỉnh độ căng của dây đàn vi-ô-lông 2. sự căng thẳng: suffer from nervous tension bị căng thẳng thần kinh; the incident has further increased the tension between the two countries biến cố đó đã làm tăng thêm tình trạng căng thẳng giữa hai nước 4. điện áp: high-tension cables dây cáp [điện] cao áp.

tent /tent/ dt lều; rạp: pitch tents cắm lều, cắm trại; lift (strike) tents nhổ lều, nhổ trại.

tentacle /'tentək/ dt (động) xúc tu.

tentative /'tentətiv/ tt ướm, thử: make a tentative suggestion đưa ra một gợi ý ướm thử.

tentatively /'tentətivli/ pht [theo kiểu cách] thăm dò ướm thử.

tentativeness /'tentətivnis/ dt sự ướm thử.

tenterhooks /'tentəhʊks/ dt [be] on tenterhooks [trong tình trạng] bồn chồn hồi hộp: we were kept on tenterhooks for hours while the judges were deciding the winners: chúng tôi bồn chồn hồi hộp hàng giờ trong khi các vị giám khảo đang quyết định xem ai là người thắng.

tenth¹ /tenθ/ dht thứ mười.

tenth² /tenθ/ dt một phần mười.

tenthly /'tenθli/ pht mười là.

tenuity /ti'nju:əti, (Mỹ te-'nu:əti/) dt nh tenuousness.

tenuous /'tenjʊəs/ tt 1. mảnh: the tenuous threads of a spider web những sợi tơ mảnh của mạng nhện 2. mỏng manh, không đáng kể: the difference, if it exists, is extremely tenuous sự khác nhau, nếu có, cũng rất mỏng manh.

tenuously /'tenjʊəsli/ pht [một cách] mỏng manh.

tenuousness /'tenjʊəsnis/ tt 1. sự mạnh 2. sự mỏng manh.

tenure /'tenjʊə[r], (Mỹ 'tenjər/ dt 1. sự hưởng dụng, thời gian hưởng dụng (đất dai...) 2. chính ngạch, biên chế chính thức: granted tenure agter six years được vào chính ngạch sau sáu năm.

tepee /'ti:pi:/ dt (cg **teepee**) lều hình nón (của người da đỏ Bắc Mỹ thuở trước).

tepid /'tepid/ *tt* **1.** ấm, âm ấm *(chất nước)* **2.** *(bóng)* hờ hững: *the critics reaction to the new film was rather tepid* phản ứng của các nhà phê bình đối với bộ phim mới khá hờ hững.

tepidity /tepidəti/ *dt* n *tepidness*.

tepidly /'tepidli/ *pht* [một cách] hờ hững.

tepidness /'tepidnis/ *dt* **1.** sự âm ấm **2.** sự hờ hững.

tequila /tə'ki:ə/ **1.** rượu te-qui-la *(của Mê-hi-cô)* **2.** chén rượu te-qui-la.

tercentenary /,tɜ:sen'ti:nəri, *(Mỹ* tɜ:'sentəneri)/ *dt (cg* **tercentennial)** lễ kỷ niệm ba trăm năm.

tercentennial¹ /,tɜ:sen-'tenɪəl/ *dt nh* tercentenary.

tercentennial² /,tɜ:sen-'tenɪəl/ *tt* ba trăm năm: *tercentennial celebration* lễ kỷ niệm ba trăm năm.

term¹ /tɜ:m/ *dt* **1.** hạn, kỳ hạn; nhiệm kỳ: *a long term of imprisonment* hạn tù lâu dài: *its second term as Prime Minister* nhiệm kỳ thủ tướng thứ hai của ông ta **2.** kỳ hạn, kỳ: *a pregnancy approaching his term* mang thai gần đến kỳ sinh nở; *his life has reached its natural term* đời ông ta đã mãn kỳ tuổi thọ **3.** học kỳ: *end-of-term examinations* các kỳ thi cuối học kỳ **4.** *(luật)* kỳ họp *(của tòa án)* **5.** thuật ngữ: *technical term* thuật ngữ kỹ thuật **6.** *(toán)* số hạng. // **a contradiction in terms** *x* contradiction; **in the long (short) term** lâu dài (ngắn hạn): *we must aim for world peace in the long term* ta phải nhằm tới một nền hòa bình thế giới lâu dài.

term² /tɜ:m/ *dgt* gọi, đặt tên là: *he terms himself a doctor* hắn tự xưng (gọi) là bác sĩ.

termagant¹ /'tɜ:məgənt/ *dt* người đàn bà lăng loàn.

termagant² /'tɜ:məgənt/ *tt* lăng loàn.

terminable /'tɜ:minəbl/ *tt* có thể kết thúc, có thể chấm dứt: *a contract terminable at a month's notice* một hợp đồng có thể kết thúc trong vòng một tháng từ ngày báo trước.

terminal¹ /'tɜ:minl/ *dt* **1.** ở giai đoạn cuối *(bệnh nặng)*: *terminal cancer* bệnh ung thư ở giai đoạn cuối **2.** cuối học kỳ: *terminal examinations* những kỳ thi cuối học kỳ **3.** vạch giới hạn, đánh dấu giới hạn: *a terminal marker* cột mốc [đánh dấu] giới hạn.

terminal² /'tɜ:minl/ *dt* **1.** trạm cuối *(xe buýt...)*; ga cuối *(xe hỏa)* **2.** trạm đưa đón khách *(hàng không)* **3.** đầu *(dây dẫn)*: *battery terminal* đầu (cực) ắc quy **4.** thiết bị đầu cuối *(máy điện toán)*.

terminally /'tɜ:minəl/ *pht* ở giai đoạn cuối: *a hospital for the terminally ill* bệnh viện cho những người bệnh ở giai đoạn cuối.

terminate /'tɜ:mineit/ *dgt* kết thúc, chấm dứt: *terminate somebody's contract* chấm dứt hợp đồng với ai; *terminate a pregnancy* phá thai.

termination /,tɜ:mi'neiʃn/ *dt* **1.** sự kết thúc, sự chấm dứt: *the termination of one's contract* kết thúc hợp đồng **2.** *(y)* sự phá thai **3.** *(ngôn)* đuôi từ.

termini /'tɜ:minai/ *snh của* terminus.

terminological /,tɜ:minə-'lɒdʒikl/ *tt* [thuộc] thuật ngữ.

terminologically /,tɜ:minə-'lɒdʒikli/ *pht* về mặt thuật ngữ.

terminology /'tɜ:minə'lɒdʒi/ *dt* **1.** thuật ngữ **2.** thuật ngữ học.

terminus /'tɜ:minəs/ *dt* (*snh* **termini** *hoặc* **terminuses**) **1.** ga cuối **2.** trạm cuối *(của tuyến xe buýt)*.

termite /'tɜ:mait/ *dt (động)* con mối.

terms /tɜ:mz/ *dt snh* **1.** điều kiện; điều khoản: *according to the terms of the contract* theo các điều khoản của hợp đồng **2.** giá: *on moderate terms* với giá phải chăng **3.** lời lẽ: *protest in the strongest terms* phản đối bằng những lời lẽ mạnh nhất. // **be on good (friendly, bad...) terms [with somebody]** có quan hệ tốt (thân hữu, xấu...) [với ai]; **be on speaking terms** *x* speak; **come to terms [with somebody]** đi tới thỏa thuận với ai; **come to terms with something** chịu chấp nhận cái gì; cam chịu cái gì: *you'll just have to come to terms with the fact that...* anh sẽ phải chịu chấp nhận một điều là...; **in no uncertain terms** *x* uncertain; **in terms of something; in something terms** as dưới dạng; được xem như: *the figures are expressed in terms of a percentage* các con số được trình bày dưới dạng tỷ lệ phần trăm; **on equal terms** *x* equal; **on one's own (somebody's) terms** theo điều kiện của chính mình *(của ai)*.

terms of reference /,tɜ:mz-əv'refərəns/ phạm vi liên quan *(của một cuộc điều tra)*: *the committee decided that the matter lay outside its terms of reference* ủy ban quyết định vấn đề đó nằm ngoài phạm vi liên quan đến ủy ban.

tern /tɜ:n/ *dt (động)* nhạn biển.

terrace[1] /'terəs/ *dt* **1.** đất bậc thang, ruộng bậc thang (*ở sườn đồi...*) **2.** khán đài bậc thang (*ở sân vận động...*) **2.** khán đài bậc thang (*ở sân vận động...*) **3.** dãy nhà.

terrace[2] /'terəs/ *dgt (chủ yếu dùng ở dạng bị động)* tạo thành bậc thang: *a terraced hillside* sườn đồi [tạo thành] bậc thang.

terraced house /,terəsthaʊs/ nhà dãy (*nhà trong một dãy nhà*).

terracotta /,terə'kɔtə/ *dt* **1.** đất nung, sành: *a terracotta vase* bình bằng sành **2.** màu sành.

terra firma /,terə'fɜ:mə/ đất liền: *glad to be on terra firma again* vui mừng được trở lại đất liền (*sau một chuyến đi biển...*).

terrain /tə'rein/, (*Anh* 'te-rein)/ *dt* địa hình: *difficult terrain for cycling* địa hình khó đi xe đạp; *an all-terrain vehicle* xe đi được trên mọi địa hình.

terrapin /'terəpin/ *dt (động)* rùa kim cương.

terrestrial /tə'restriəl/ *tt* **1.** [thuộc] đất **2.** [ở] trên cạn: *terrestrial species* những loài sinh vật sống trên cạn.

terrestrially /tə'restriəli/ *pht* ở trên cạn.

terrible /'terəbl/ *tt* **1.** khủng khiếp: *a terrible accident* một tai nạn khủng khiếp; *the heat was terrible* nóng thật là khủng khiếp **2.** (*kng*) dở quá, tệ quá: *I'm terrible at tennis* tôi chơi quần vợt dở quá; *what a terrible meal!* bữa ăn thật quá tệ!

terribly /'terəbli/ *pht* **1.** dữ lắm, quá chừng: *she suffered*

terribly when her son was killed bà ta đau đớn dữ lắm khi cậu con trai bà bị giết **2.** (*kng*) rất, lắm: *not a terribly good film* không phải một bộ phim hay lắm; *I'm terribly sorry* tôi rất lấy làm tiếc.

terrier /'teriə[r]/ *dt* chó sục (*một giống chó săn chuyên sục sạo hang bụi*).

terrific /tə'rifik/ *tt* (*kng*) **1.** kinh khủng: *a terrific storm* cơn bão kinh khủng; *driving at a terrific speed* lái ở một tốc độ kinh khủng **2.** tuyệt vời: *the view was terrific* cảnh vật thật tuyệt vời.

terrifically /tə'rifikli/ *pht* cực kỳ: *terrifically rich* giàu cực kỳ.

terrified /'terifaid/ *tt* khiếp sợ: *I'm terrified at the prospect of being alone in the house* tôi kinh sợ trước viễn cảnh có một mình ở nhà.

terrify /'terifai/ *dgt* làm khiếp sợ: *he terrified his children with ghost stories* ông ta làm con khiếp sợ bằng những chuyện ma quỷ.

territorial /,terə'tɔ:riəl/ *dt* [thuộc] lãnh thổ: *have territorial claims against another country* có yêu sách về lãnh thổ đối với quốc gia khác.

Territorial /,terə'tɔ:riəl/ *dt* quân địa phương (*Anh*).

Territorial Army /,terə'tɔ:-riəl'a:mi/ *dt* [lực lượng] quân địa phương.

territorial waters /,terətɔ:-riəl'wɔ:tə[r]z/ lãnh hải.

territory /'terətri, (*Mỹ* 'terətɔ:ri)/ *dt* **1.** lãnh thổ: *occupying enemy territory* chiếm đóng lãnh thổ địch **2. Territory** (*Mỹ*) hạt (*vùng chưa được hưởng quyền lợi như một bang*): *North West Territory* hạt tây bắc **3.** địa hạt, địa bàn; lãnh vực; *our*

representatives travel over a very large territory các đại diện của chúng tôi đi chào hàng trên một địa bàn rất rộng; *this bird sang to warn others bird of its territory* con chim ấy hót để nhắc nhở các chim khác phải ra khỏi địa bàn của nó; *legal problems are very much Andrew's territory* những vấn đề pháp luật đúng là thuộc lãnh vực của ông Andrew.

terror /'terə[r]/ *dt* **1.** sự khiếp sợ; sự kinh hoàng; nỗi khiếp sợ, nỗi kinh hoàng: *run away in terror* khiếp sợ bỏ chạy; *strike terror into somebody* làm ai khiếp sợ; *the terrors of the night were past* những nỗi kinh hoàng trong đêm đã qua đi **2.** người gây khiếp sợ, vật gây kinh hoàng: *hooligans who are a terror to (the terror of) the entire town* tụi lưu manh, những kẻ gây khiếp sợ cho toàn thành phố **3.** (*kng*) người khó chịu; vật khó chịu: *my aunt can be a bit of a terror* bà dì tôi có thể làm người khác khó chịu đấy. // **a holy terror** x holy.

terrorism /'terərizəm/ *dt* chính sách khủng bố.

terrorist /'terərist/ *dt* kẻ khủng bố.

terrorization, terrorisation /,terərai'zeiʃn, (*Mỹ* terəri'zeiʃn)/ *dt* sự khủng bố.

terrorize, terrorise /'terəraiz/ *dgt* **1.** khủng bố: *bandits have been terrorizing the border regions* tụi cướp khủng bố vùng biên cương **2.** (+ *into*) ép buộc (*bằng cách khủng bố*): *villagers terrorized into leaving their homes* dân làng bị ép buộc rời khỏi nhà của họ.

terror-stricken /'terəstri-kən/ *tt* khiếp sợ.

terror-struck /'terəstrʌk/ *tt nh* terror-stricken.

terry /'teri/ *dt* vải bông xù (dùng làm khăn mặt...).

terse /tɜ:s/ *tt (đôi khi xấu)* ngắn gọn; cộc lốc: *his terse reply ended the conversation* lời đáp cộc lốc của anh ta đã kết thúc cuộc nói chuyện.

tersely /'tɜ:sli/ *pht* [một cách] ngắn gọn; [một cách] cộc lốc.

terseness /'tɜ:snis/ *dt* sự ngắn gọn; sự cộc lốc.

tertiary /'tɜ:ʃəri, (Mỹ 'tɜ:ʃiə-ri)/ *tt* thứ ba: *tertiary education* nền giáo dục đại học (cấp ba); *the Tertitary period* kỷ thứ ba (địa chất); *tertiary burns* vết bỏng cấp ba (rất nặng).

Terylene /'terəli:n/ *dt (Mỹ Dacron) (tên riêng)* 1. sợi terylen (sợi tổng hợp) 2. vải terylen (dệt bằng sợi terylen).

TESL /ˌti:i:es'el *hoặc* tesl/ *(vt của Teaching English as a Second Language)* việc dạy tiếng Anh như là một ngôn ngữ thứ hai.

tessellated /'tesəleitid/ *tt* lát đá hoa nhiều màu.

test¹ /test/ *dt* 1. sự thử nghiệm; cuộc thử nghiệm: *a test bore* mũi khoan thử, mũi khoan thăm dò (xem có khoáng sản, có dầu mỏ không); *a blood test* (y) sự thử nghiệm máu; *a litmus test* sự thử nghiệm bằng giấy quỳ; *she left the purse on the table as a test of the child's honesty* chị ta để lại cái ví trên bàn để thử xem cháu bé có thật thà không 2. (kng) *nh* test match. // **the acid test** acid¹; **put somebody (something) to the test** thử, thử thách (ai, cái gì); **stand the test of time** có khả năng chịu được sự thử thách của thời gian: *old buildings that have stood the test of centuries* những ngôi nhà cổ đã chịu được sự thử thách qua bao thế kỷ.

test² /test/ *đgt* 1. thử nghiệm, thử, kiểm tra *a well-tested remedy* một phương thuốc đã được thử nghiệm đầy đủ; *testing nuclear weapons under the sea* thử vũ khí nguyên tử dưới biển; *have one's eyesight tested* đi kiểm tra mắt 2. kiểm tra: *she tested the whole class on irregular verbs* bà ta kiểm tra toàn lớp về động từ bất quy tắc.

testament /'testəmənt/ *dt* 1. chứng cứ, bằng chứng: *a testament to somebody's beliefs* một bằng chứng về niềm tin của ai 2. chúc thư, lời di chúc.

testamentary /ˌtestə'mentəri/ *tt (luật)* [thuộc] di chúc; theo di chúc.

testate /'testeit/ *tt (luật)* có để lại di chúc hợp pháp.

testator /tes'teitə[r]/ *dt (c testatrix):* người làm di chúc; người để lại di chúc.

testatrix /tes'teitriks/ *dt x* testator.

test ban /'testbæn/ thỏa thuận ngừng thử vũ khí nguyên tử: *a test-ban treaty* hiệp ước ngừng thử vũ khí nguyên tử.

test case /'testkeis/ (luật) ca chuẩn (sẽ áp dụng cho các trường hợp tương tự trong tương lai).

test drive¹ /tes'draiv/ *đgt (test drove, test driven)* lái thử (một chiếc xe định mua).

test-drive² /'testdraiv/ *dt* sự lái thử (một chiếc xe định mua).

testes /'testi:z/ *dt snh* của testis.

testicle /'testikl/ *dt (giải)* tinh hoàn.

testify /'testifai/ *đgt* (**testified**) (+ against, for, to) 1. trịnh trọng làm chứng (trước tòa...): *summoned to testify in court* được đòi ra làm chứng trước tòa 2. là bằng chứng của; chứng tỏ; biểu lộ: *tears that testified [to] her grief* những giọt nước mắt biểu lộ nỗi đau buồn của cô ta.

testimonial /ˌtesti'məʊniəl/ *dt* 1. giấy chứng nhận 2. quà tặng (để tỏ lòng quý trọng...) quà lưu niệm.

testimony /'testiməni, (Mỹ 'testiməʊni)/ *dt* 1. lời khai: *he was accused of false testimony* nó bị kết tội là khai man 2. bằng chứng, chứng cứ.

testis /'testis/ *dt (snh* **testes**) (giải) (động) tinh hoàn.

test match /'testmætʃ/ trận đấu liên vùng (đấu criket, bóng bầu dục).

testosterone /tes'tɒsterəʊn/ *dt (sinh)* textoxteron.

test pilot /'test pailət/ phi công lái thử nghiệm (một máy bay mới để thử nghiệm máy bay đó).

test tube /'testtju:b/ *dt (hóa)* ống nghiệm.

test-tube baby /'testtju:b,-beibi/ đứa bé được thụ tinh trong ống nghiệm.

testily /'testili/ *pht* [một cách] cáu kỉnh; [một cách] xấu tính.

testiness /'testinis/ *dt* sự cáu kỉnh, sự xấu tính.

testy /'testi/ *tt* cáu kỉnh; xấu tính; *a testy old man* ông lão cáu kỉnh; *a testy reply* lời đáp lại cáu kỉnh.

tetanus /'tetənəs/ *dt (y)* bệnh uốn ván.

tetchily /'tetʃili/ *pht* [một cách] hay bực bội.

tetchiness /'tetʃinis/ *dt* tính hay bực bội.

tetchy /tetʃi/ *tt* hay bực bội.

tête-à-tête /ˌteita:ˈteit, ˌteitəˈteit/ *dt* cuộc nói chuyện tay đôi: *a tête-à-tête interview* cuộc hội kiến tay đôi.

tête-à-tête /ˌteita:ˈteit, ˌteitəˈteit/ *pht* tay đôi, riêng tư giữa hai người: *dine tête-à-tête with somebody* dùng cơm riêng với ai.

tether[1] /ˈteðə[r]/ *dt* dây buộc *(súc vật)*. // **at the end of one's tether** *x* end[1].

tether[2] /ˈteðə[r]/ *dgt* buộc, cột: *tether one's horse to a tree* buộc ngựa vào cây.

tetr[a]- *(dạng kết hợp)* bốn: *tetrasyllable* từ bốn âm tiết.

Teutonic /tjuːˈtɒnik/ *tt* **1.** [thuộc] người Teuton *(dân tộc Đức xưa ở tây bắc Châu Âu)* **2.** *(hài)* có cái gì đó như là đặc trưng cho dân tộc Đức: *Teutonic thoroughness* tính tỉ mỉ đặc Đức.

text /tekst/ *dt* **1.** bản văn: *a corrupt text* một bản văn sao chép sai bản gốc; *the full text of the Prime Minister's speech* bản văn đầy đủ bài nói của thủ tướng **2.** đoạn trích kinh thánh **3.** tác phẩm ghi trong chương trình *(một khóa học)*: *Hamlet is a set text for A level this year* kịch Hamlet là tác phẩm được quy định cho trình độ A năm nay.

textbook[1] /ˈtekstbʊk/ *dt* sách giáo khoa.

textbook[2] /ˈtekstbʊk/ *tt* điển hình: *this is an absolutely textbook example of what I've been talking about* đó là một ví dụ hoàn toàn điển hình của những gì tôi đã nói đến.

textile /ˈtekstail/ *dt (snh)* hàng dệt, vải: *factories producing a range of textiles* những nhà máy sản xuất cả một loạt hàng dệt: *get a job in textiles*: tìm được việc làm trong ngành dệt; *the textile industry* công nghiệp dệt.

textual /ˈtekstʃʊəl/ *tt* [thuộc] bản văn: *textual errors* những sai sót trong văn bản.

textually /ˈtekstʃʊəli/ *pht* đúng theo bản văn.

texture /ˈteskstʃə[r]/ *dt* **1.** kết cấu: *the cake has a nice light texture* chiếc bánh có kết cấu bề mặt đẹp **2.** cách dệt, lối dệt *(vải)*: *with a close texture* dệt dày *(vải)*.

textural /ˈtekstʃərəl/ *tt* [thuộc] kết cấu.

texturally /ˈtekstʃərəli/ *pht* về mặt kết cấu.

-textured /ˈtekstʃəd/ có lớp bề mặt *(như thế nào đó)*: *coarse-textured cloth* vải có bề mặt thô.

Thames /temz/ *dt* **set the Thames on fire** *(thường dùng ở thể bị động)* làm cái gì cũng thường thành công: *Jim's a nice boy, but he will never set the Thames on fire* Jim là một chàng trai tốt, nhưng nó chẳng bao giờ làm được gì thành công cả.

than[1] /ðən; *dạng nhấn mạnh* ðæn/ *(thường sau tt hoặc pht ở thế so sánh)*: *she's a better player than [she was] last year* cô ta chơi hay hơn năm ngoái; *more perfect than* hoàn hảo hơn; *less than* ít hơn; *less than thirty* chưa tới; *less than thirty* chưa đến ba mươi; *rather than* thà... còn hơn.

than[2] /ðən; *dạng nhấn mạnh* ðæn/ **1.** *(đứng trước dt hoặc dt để chỉ sự so sánh)*: *I'm older than her* tôi nhiều tuổi hơn cô ta; *there was more whisky in it than soda* trong chỗ rượu đó có nhiều uýt ki hơn là xô đa **2.** *(đứng sau more hoặc less và trước một số*

lượng tiền, thời gian, khoảng cách... để so sánh với số lượng đó)*: *it cost me more than £100* cái đó tôi phải trả hơn 100 bảng đấy; *it's less than a mile to the beach* chỗ này cách bãi biển không quá một dặm.

thank /θæŋk/ *dgt* cảm ơn: *there's no need to thank me - I was only doing my job* không phải cảm ơn tôi gì cả, tôi chỉ làm nhiệm vụ của tôi; *we thanked them for all their help* chúng tôi cảm ơn họ về tất cả sự giúp đỡ của họ. // **have oneself (somebody) to thank [for something]** *(mỉa)* chịu trách nhiệm (coi ai là phải chịu trách nhiệm) về việc gì: *she only has herself to thank for what happened* bà ta là người duy nhất chịu trách nhiệm về những gì đã xảy ra; **I'll thank you for something (to do something)** xin ông làm ơn, xin ông vui lòng: *I'll thank you for that book* xin ông vui lòng đưa cho tôi quyển sách đó; **no, thank you** không, xin cảm ơn *(dùng để khước từ một cách lễ phép)*; **thank God (goodness, heaven)** lạy Chúa, lạy trời *(dùng để biểu lộ sự giảm nhẹ lo âu)*: *thank God, you're safe* lạy trời, anh được vô sự; **thank one's lucky stars** hết sức may mắn: *you can thank your lucky stars [that] you don't have to go to this dreary reception* anh phải thấy là anh đã hết sức may mắn không đi dự buổi chiều đãi buồn tẻ đó; **thank you** xin cảm ơn: *thank you for giving me a lift* xin cảm ơn ông đã cho tôi đi nhờ xe.

thankful /ˈθæŋkfl/ *tt* cảm ơn, biết ơn: *be thankful to somebody for something* biết ơn ai về việc gì.

thankfully /'θæŋkfəli/ *pht* 1. [một cách] biết ơn 2. *(kng)* may mắn là: *thankfully, it's at last stopped raining* may mắn là cuối cùng mưa đã tạnh.

thankfulness /'θæŋkfənis/ *dt* sự cảm ơn, lòng biết ơn.

thankless /'θæŋklis/ *tt* 1. vô ơn, vong ơn, bạc tình 2. bạc bẽo: *a thankless task* một nhiệm vụ bạc bẽo.

thanklessly /'θæŋklisli/ *pht* 1. [một cách] bạc tình 2. [một cách] bạc bẽo.

thanklessness /'θæŋklisnis/ *dt* 1. sự vô ơn, sự bạc tình 2. sự bạc bẽo.

thanks¹ /θæŋks/ *dt snh* lời cảm ơn; lòng biết ơn: *thanks are due to all those who helped* phải cảm ơn tất cả những ai đã giúp đỡ; *give thanks to God* tạ ơn Thượng đế. // **no thanks to somebody (something)** không phải vì nhờ ai (cái gì): *it's no thanks to you [that] we arrive on time - your short cuts weren't short cuts at all!* không phải vì nhờ anh mà chúng tôi đã đến đúng giờ, những lối đi tắt mà anh dẫn chúng tôi đi chẳng đi tắt chút nào cả; **thanks to somebody (something)** *(đôi khi mỉa)* nhờ ai *(cái gì)* [mà được]; vì ai *(cái gì)*: *thanks to the bad weather, the match had been cancelled* vì thời tiết xấu, trận đấu đã bị hủy.

thanks² /θæŋks/ *tht (thngữ)* xin cảm ơn: *"would you like some more cake?" "No, thanks"* "anh dùng một ít bánh nữa không?" "không, xin cảm ơn".

thanksgiving /,θæŋks'givin/ *dt* sự tạ ơn *(Chúa)*.

Thanksgiving Day /,θæŋks'givin,dei/ *(cg* **thanks-giving)** ngày lễ tạ ơn Chúa *(vào ngày thứ năm tuần lễ thứ tư tháng mười một ở Mỹ; ngày thứ hai tuần lễ thứ hai tháng mười ở Ca-na-đa).*

thank-you /'θæŋkju:/ *dt* lời cảm ơn; sự cảm ơn: *have you said your thank-you to Mrs Brown for the party?* anh đã nói cảm ơn bà Brown về bữa tiệc chưa?; *thank-you letters* thư cảm ơn, thư cảm tạ.

that¹ /ðæt/ *dgt (snh* **those)** 1. đó, kia, ấy: *where did that noise come from?* tiếng ồn đó từ đâu đến thế?; *have you read that book about China?* anh đã đọc cuốn sách nói về Trung Quốc đó chưa?; *I was still living with my parents at that time (in those days)* lúc đó tôi còn đang sống chung với bố mẹ tôi; *did you see that boy?* anh có trông thấy chú bé đó không?; *did you meet that friend of his* anh có gặp người bạn đó của nó không? 2. *(dùng trước tiền ngữ của một mệnh đề quan hệ, không dịch:* *have you forgotten about that money I lent you last week?* anh có quên số tiền mà tôi đã cho anh vay tuần trước không?; *who was that man you were talking to?* người đàn ông mà anh vừa tiếp chuyện là ai thế?

that² /ðæt/ *pht* như thế, đến thế, thế: *I can't walk that far* tôi không thể đi bộ xa đến thế; *it's about that long* cái đó dài khoảng thế đấy; *it isn't all that cold* trời không lạnh đến thế đâu.

that³ /ðæt/ *dt (snh* **those)** người đó, người kia; vật đó, vật kia: *who gave you those?* ai cho anh những cái đó thế?; *that's a nice hat* đó là một chiếc mũ đẹp; *who's that?* người đó là ai thế?;

look at that nhìn cái kia, kìa; *that's what he told me* đó là điều mà nó nói với tôi; *those present were in favour of a change* những người có mặt tán thành một sự thay đổi. // **that is to say** *x* say¹; **that's that** chỉ có thế đấy; thế đấy: *so that's that, at last we're all agreed* thế đấy, cuối cùng chúng tôi đều đồng ý.

that⁴ /ðæt/ *dt* 1. người mà, cái mà, mà: *who was it that won the World Cup in 1982?* đội nào [mà] đoạt Cúp thế giới năm 1982 thế?; *here are the books [that] I borrowed from you a week ago* đây là những cuốn sách mà tôi đã mượn của anh tuần trước; *the person [that] I have to phone lives in India* người mà tôi phải gọi điện thoại sống ở Ấn Độ; *the photographs [that] you're looking at were taken by my brother* những bức ảnh mà anh đang xem là do anh tôi chụp; *all that I have is yours* tất cả những cái mà tôi có là của anh 2. *(dùng thay* when) [khi] mà, [lúc] mà: *the day that war broke out* ngày mà chiến tranh bùng nổ.

thatch¹ /θætʃ/ *dt* 1. rạ, tranh *(lợp nhà)* 2. *(số ít) (kng)* mái tóc dày rậm.

thatch² /θætʃ/ *dgt* 1. lợp rạ, lợp tranh: *thatch a roof* lợp rạ nhà mái nhà; *a thatched cottage* túp lều tranh.

thatcher /'θætʃə, 'θætʃə[r]/ *dt* người lợp rạ, người lợp tranh.

thaw¹ /θɔ:/ *dgt* 1. làm tan: *all the snow has thawed* toàn bộ tuyết đã tan thành nước 2. *(chỉ dùng với* it) ấm lên đủ làm tan tuyết và băng *(nói về thời tiết)*: *it's starting to thaw* trời đã ấm lên làm tan tuyết **3.** (+ out) bớt dè dặt lạnh lùng *(nói về người, về thái độ): after a few drinks, the party atmosphere began to thaw [out]* sau một vài tuần rượu, không khí bữa tiệc bắt đầu bớt dè dặt lạnh lùng.

thaw² /θɔː/ *dt* **1.** sự tan tuyết; thời tiết ấm làm tan tuyết: *go skating before the thaw* đi trượt tuyết trước khi tuyết tan **2.** *(bóng)* sự tan băng, sự hòa dịu *(trong quan hệ giữa hai nước...): a thaw in East-West relations* sự tan băng trong quan hệ Đông-Tây.

the /ðə, *trước nguyên âm* ðiː; *dạng nhấn mạnh* ðiː/ *mt* **1.** cái, con, người...: *we have a cat and two dogs, the cat is black and the dogs white* chúng tôi có một con mèo và hai con chó, con mèo thì đen, hai con chó thì trắng; *the house that Jack built* ngôi nhà mà Jack đã xây; *the man of her dreams* người đàn ông theo mơ ước của cô ta **2.** *(dùng trước danh từ chỉ một vật duy nhất): the sun* mặt trời; *the moon* mặt trăng; *the sky was blue* bầu trời màu xanh; *the sea is rough* biển động **3.** *nh* one's: *how's the arm today?* cánh tay anh hôm nay ra sao rồi? **4.** *(dùng trước tt để biến nó thành dt): how can we help the old and the poor?* ta làm sao giúp đỡ được người già và người nghèo? *you're asking me to do the impossible* anh đòi hỏi tôi phải làm điều không thể làm được **5.** *(dùng trước dt để làm cho dt đó có ý nghĩa tổng quát): the lion is a wild animal* sư tử là vật sống hoang dã *(các con sư tử đều là những con vật sống hoang dã); the computer has revolutionized*

office work máy điện toán đã cách mạng hóa công việc văn phòng **6.** *(dùng trước dt chỉ hoạt động của con người, nhất là về âm nhạc, nhưng trừ thể dục thể thao ra): he's studying the law* nó học luật; *she plays the violin* cô ta chơi vi-ô-lông *(nhưng lại nói* she plays tennis) **7.** *(dùng để chỉ dt theo sau quan trọng nhất, hay nhất, thích nhất...): this is the life for me* đó là cái tôi thích làm nhất **8.** *(đặt trước một dt chỉ một hoạt động liên quan với dt đó): he took to the bottle* nó bắt đầu tu chai rượu **9.** *(dùng trước tên các đơn vị do lường)* mỗi: *these apples are 90 p the dozen* táo này mỗi tá giá 90 xu **10.** *(dùng trước snh của 20, 30, 40... để chỉ một thời gian mười năm): in the 30s* trong những năm 30 **11.** *(dùng trước dt, nhất là trong câu phủ định để chỉ một số lượng, một trình độ) đủ: I haven't the time to talk to you just now* tôi không đủ thì giờ nói với anh ngay bây giờ; *he didn't have the common sense to send for a doctor* nó đã không đủ hiểu biết bình thường mà cho mời bác sĩ **12.** *(dùng khi nói về ai, về cái gì, một cách nặng lời) đồ, thằng: he's stolen my parking space, the bastard!* nó chiếm mất chỗ để xe của tôi rồi, đồ thối thây! **13.** *(dùng sau how, what, where, who, why trong những câu tức tối...)* chết tiệt: *what the hell are you doing here?* mày làm cái chết tiệt gì đấy? // **the more (less...)... the more (less...)** càng... càng...: *the more she thought about it, the more depressed she became* chị ta

càng nghĩ đến điều đó, càng phiền muộn.

theatre *(Mỹ)* **theater** /ˈθiətə[r]/ *dt* **1.** nhà hát, rạp hát: *an open-air theatre* một rạp hát ngoài trời **2.** giảng đường **3.** *cg* **operating-theatre** phòng mổ *(ở bệnh viện): the patient is on her way to [the] theatre* bệnh nhân đang được chuyển sang phòng mổ; *a theatre sister* nữ y tá phòng mổ; **4. theatre of something** nơi xảy ra, chỗ, trường: *the latest theatre of internal conflict* trường xung đột nội bộ mới nhất **5. (the theatre)** nghề diễn viên kịch, sân khấu: *be destined to the theatre* dự định vào nghề diễn viên kịch.

theatre-goer /ˈθiətəˌɡəʊə[r]/ *dt* người hay đi xem kịch.

theatre-in-the-round /ˌθiətəinðəˈraʊnd/ *dt* sân khấu vòng tròn.

theatre weapons /ˌθiətəˈwepənz/ vũ khí trung trọng *(trung gian giữa vũ khí chiến thuật và vũ khí chiến lược).*

theatrical /θiˈætrikl/ *tt* **1.** [thuộc] sân khấu **2.** *(thường xấu)* như đóng kịch.

theatrically /θiˈætrikli/ *pht* như trên sân khấu, như đóng kịch.

theatricals /θiˈætriklz/ *dt snh* buổi biểu diễn sân khấu: *amateur theatricals* những buổi biểu diễn sân khấu nghiệp dư.

thee /ðiː/ *dt (dạng bổ ngữ của* thou) *dt (cổ)* ngươi, anh, người.

theft /θeft/ *dt* sự trộm cắp: *commit theft* phạm tội trộm cắp; *petty theft* sự ăn cắp vặt.

their /ðeə[r]/ *dht* **1.** của chúng nó, của họ: *their parties are always fun* các buổi liên hoan của họ bao giờ

T

cũng vui **2.** của mình: *everyone must do their best* mọi người phải làm hết sức mình.

theirs /ðeəz/ *dt* **1.** (*dạng sở hữu của* they) cái của chúng nó, cái của họ, cái của chúng: *I do my work and they do theirs* tôi làm công việc của tôi và họ làm công việc của họ **2.** cái của mình: *everyone wants what is theirs by right* mọi người ao ước cái mình được quyền có.

theism /'θi:izəm/ *dt* thuyết hữu thần.

theist /'θi:ist/ *dt* người theo thuyết hữu thần.

theistic /θi:'istik/ *tt* [thuộc] thuyết hữu thần.

theistically /θi:'istikli/ *pht* theo thuyết hữu thần.

them /ðəm; *dạng nhấn mạnh* ðem/ *dt* **1.** (*dạng bổ ngữ của* they) chúng nó, họ chúng: *he bought them drinks; he bought drinks for them* give them to me hãy cho tôi những thứ này **2.** (*kng*) (*dùng thay cho* him *hoặc* her): *if a customer comes in before I get back, ask them to wait* nếu có khách hàng tới trước khi tôi trở về, thì bảo họ chờ nhé. // **them and us** giữa bọn giàu có đầy quyền lực và lớp thường dân chúng ta; giữa họ và ta: *we should try to get away from a them and us attitude in industrial relations* ta nên cố tránh thái độ họ và ta trong các mối quan hệ công nghiệp.

thematic /θi'mætik/ *tt* [thuộc] chủ đề, [thuộc] đề tài.

thematically /θi'mætikli/ *pht* về mặt chủ đề, về mặt đề tài.

theme /θi:m/ *dt* **1.** chủ đề, đề tài: *the theme of our*

discussion was Europe in the 1980's chủ đề buổi thảo luận của chúng ta hôm nay là Âu châu trong thập niên 1980 **2.** (*nhạc*) chủ điệu **3.** đề luận văn (*ra cho sinh viên*).

theme park /θi:mpɑ:k/ công viên giải trí theo nhóm chủ đề.

theme song /θi:msɒŋ/ (*cg* **theme tune**) giai điệu chủ đề (*trong một vở kịch, một cuốn phim*).

themeselves /ðəm'selvz/ *dt* **1.** tự chúng, tự họ: *the children can look after themselves for a couple of hours* tụi trẻ có thể tự lo lấy cho chúng trong vòng vài giờ **2.** (*dùng để nhấn mạnh* they, them): *they themselves had had a similar experience* tự chúng nó cũng đã trải qua một kinh nghiệm tương tự. // **by themselves** chỉ mình họ (không có ai nữa hoặc không có ai giúp đỡ cả).

then /θen/ *pht* **1.** lúc đó, lúc bấy giờ: *we were living in Wales then* lúc bấy giờ chúng tôi sống ở xứ Wales; *the then Prime Minister took her husband with her on all her travels* bà thủ tướng lúc bấy giờ đi đâu cũng có chồng bà cùng đi **2.** sau đó: *I'll have soup first and then chicken* trước tiên tôi sẽ dùng món xúp và sau đó là món gà **3.** (*dùng sau một gt*) lúc đó: *from then on he refused to talk about it* từ lúc đó, ông ta từ chối nói về chuyện ấy **4.** và cũng: *there are the vegetables to peel and the soup to heat. Then there's the table to lay and the wine to cool* phải gọt vỏ mấy củ rau và hâm món xúp. Và cũng phải dọn bàn và ướp lạnh rượu **5.** vậy thì, bởi thế: *if it's not*

on the table, then it will be in the drawer nếu không có trên bàn vậy thì ở trong ngăn kéo; *he'll be looking for a new secretary then?* bởi thế mà ông ta đang kiếm một người thư ký mới phải không? // **[but] then again** thế nhưng: *he's clumsy but then again he's always willing to help* hắn vụng về thế nhưng lại luôn luôn sẵn lòng giúp đỡ; **there and then** x there[1].

thence /ðens/ *pht* **1.** từ đấy, từ chỗ ấy: *they travelled by rail to the coast and thence by boat to America* họ đi xe lửa đến bờ biển rồi từ đấy đi tàu sang Mỹ **2.** (*hiếm*) vì thế, cho nên: *just because he has remained silent, may we thence deduce that he has some guilty secret?* vì hắn giữ im lặng cho nên phải chăng ta có thể suy ra là hắn có một điều gì bí mật có tội không nhỉ?

thenceforth /ðens'fɔ:θ/ *pht* (*cg* **thenceforward**) từ lúc ấy, từ dạo đó.

thenceforward /ðens'fɔ:-wə[r]d/ *nh* thenceforth.

the[o]- (*dạng kết hợp*) thần: *theology* thần học; *theoracy* chính trị thần quyền.

theocracy /θi'ɒkrəsi/ *dt* chính trị thần quyền.

theocratic /θiɒ'krætik/ [thuộc] chính trị thần quyền.

theodolite /θi'ɒdəlait/ *dt* máy kinh vĩ, theodolit.

theologian /θiə'ləudʒən/ **1.** nhà thần học **2.** học viên thần học.

theological /θiə'lɒdʒikl/ *tt* [thuộc] thần học.

theologically /θiə'lɒdʒikli/ *pht* theo thần học, về mặt thần học.

theology /θɪˈɒlədʒi/ *dt* **1.** thần học: *a theology student:* học viên thần học **2.** hệ thần học; *rival theologies* các hệ thần học đối địch nhau.

theorem /ˈθɪərəm/ *dt (toán)* định lý.

theoretical /ˌθɪəˈretɪkl/ *tt* **1.** [thuộc] lý thuyết: *theoretical physics* vật lý lý thuyết **2.** giả định: *the theoretical ancestors of modern man* tổ tiên giả định của người hiện đại.

theoretically /ˌθɪəˈretɪkli/ *pht* về mặt lý thuyết.

theorist /ˈθɪərɪst/ *dt* nhà lý thuyết.

theorize, theorise /ˈθɪəraɪz/ *dgt* (+ about) xây dựng lý thuyết.

theory /ˈθɪəri/ *dt* **1.** học thuyết, thuyết: *Darwin's theory of evolution* thuyết tiến hóa của Darwin **2.** giả thuyết: *he has a theory that wearing hats makes men go bald* nó có giả thuyết là đội mũ sẽ làm cho đàn ông hói đầu **3.** lý thuyết (*đối lập với thực hành*): *it sounds fine in theory, but will it work?* về lý thuyết thì điều đó nghe cũng hay, nhưng liệu nó có hiệu nghiệm không? **5.** lý luận: *studying music theory* học nhạc lý.

theosophical /ˌθɪːəˈsɒfɪkl/ *tt* [thuộc] thuyết thần trí.

theosophist /θɪːˈɒsəfɪst/ *dt (tôn)* người theo thuyết thần trí.

theosophy /θɪːˈɒsəfi/ *dt (tôn)* thuyết thần trí.

therapeutic /ˌθerəˈpjuːtɪk/ *tt (y)* điều trị; *therapeutic effects of sea air* tác dụng điều trị của không khí biển.

therapeutically /ˌθerəˈpjuːtɪkli/ *pht* [về mặt] điều trị.

therapeutics /ˌθerəˈpjuːtɪks/ *dt (dgt số ít)* (y) điều trị học.

therapist /ˈθerəpɪst/ *dt* (y) bác sĩ [điều trị] chuyên khoa: *a speech therapist* bác sĩ chuyên khoa các tật nói.

therapy /ˈθerəpi/ *dt* **1.** điều trị, liệu pháp: *radio therapy* liệu pháp X quang **2.** lý liệu pháp **3.** liệu pháp tâm lý.

there[1] /ðeə[r]/ *pht* **1.** ở [chỗ] đó, ở [chỗ] kia: *we shall soon be there* chúng ta sẽ sớm có mặt ở đó; *if John sits here, Mary can sit there* nếu John ngồi ở đây thì Mary có thể ngồi ở kia; *put the keys under there* hãy để chìa khóa ở dưới chỗ kia; *there I have to disagree with you, I'm afraid* tôi e ở điểm đó tôi không đồng ý với anh được **2.** (*dùng để gọi sự chú ý, để nhấn mạnh thường không dịch*): *there it is; just to the right of the church* đó kìa, ngay bên phải nhà thờ ấy; *there's the school bell, I must run* đó là chuông nhà trường, tôi phải chạy thôi; *hello there! lovely to see you again* kìa anh! thật là vui sướng được gặp lại anh. // **there and back** đi đến đó và trở lại: *can I go there and back in a day?* tôi có thể đi đến đó và trở lại trong thời gian một ngày không?; **there and then; then and there** ngay lúc ấy và tại chỗ ấy: *I took one look at the car and offered to buy it there and then* tôi liếc nhìn chiếc xe và đề nghị mua ngay lúc ấy và tại chỗ ấy; **there you are** a/ đây này: *there you are, I've brought your newspaper* đây này, tôi mang tờ báo của anh đến đây. b/ thế là được, thế là xong: *you switch on, wait until the screen turns green,* push in the disk and there you are hãy bật lên, chờ cho đến khi màn trở thành hình màu xanh lá cây, ấn cái đĩa vào thế là xong. c/ đấy, anh thấy đấy: *there you are, I told you it's easy* đấy, tôi đã bảo anh là dễ mà; **there you go again** anh lại cứ thế: *there you go again jumping to conclusions on the slightest evidence* anh lại cứ thế, cứ vội kết luận trên cơ sở những chứng có mỏng manh nhất.

there[2] /ðeə[r]/ *tht* **1.** đó, đấy: *there! you've woken the baby* đấy, anh lại đánh thức cháu bé rồi! **2.** nào: *there, there? Never mind, you'll soon feel better* nào nào, không sao cả, anh sẽ chóng khỏi thôi.

there[3] /ðe[r]/ dạng nhấn mạnh /ðeə[r]/ *dt* (dùng chỉ có một người, một vật tồn tại hay xảy ra thường là ở vị trí chủ ngữ của *be, seem, appear...*): *there is a fly in my soup* trong bát xúp của tôi có một con ruồi; *there aren't any cakes left* không còn chiếc bánh nào nữa; *there appears to have been a nasty accident* có vẻ như là một tai nạn nặng; *everything was silent, and then there came a strange knocking at the door* mọi thứ đều im lặng và lúc đó có một tiếng gõ là lạ ở cửa. // **there's a good boy (girl; dog...)** (*dùng để khen ngợi hay khuyến khích một trẻ nhỏ, một con vật*): *finish your tea, there's a good boy* uống hết trà đi, con ngoan.

thereabouts /ˌðeərəˈbaʊts/ *pht (Mỹ* thereabout) (*thường sau* or) gần nơi đó, gần lúc đó, gần con số đó: *the factory is in Leeds or somewhere thereabouts* nhà máy ở Leeds hay đâu đấy gần đó;

T

I'll be home at 8 o'clock or thereabouts tôi sẽ có mặt ở nhà lúc tám giờ hoặc gần giờ đó.

thereafter /ðeə'ɑːftə[r], (Mỹ ðeə'æftər)/ *pht* sau đó; *thereafter we had no further communication with them* sau đó chúng tôi không có liên lạc gì thêm nữa với họ.

thereby /ðeə'bai/ *pht* bằng cách ấy: *they paid cash, thereby avoiding interest charges* họ trả tiền mặt, bằng cách ấy họ tránh được phải trả lãi.

therefore /'ðeəfɔː[r]/ *pht* bởi vậy, vì thế: *these birds are very rare and therefore protected by law* những con chim ấy rất hiếm và vì thế được pháp luật bảo vệ.

therein /,ðeər'in/ *pht (luật)* trong đó, tại đó (*một nơi chốn, một văn bản...*): *and everything therein contained* và mọi thứ chứa trong đó.

thereinafter /,ðeərin'ɑː-ftə[r], (Mỹ ðeərin'æftər)/ *pht (luật)* trong phần tiếp theo (*của một văn kiện*).

thereof /ðeər'ɒv/ *pht (luật)* của cái đó, của việc ấy: *all citizens of the United States are ruled by the laws thereof* tất cả công dân của Hoa Kỳ đều được cai trị theo luật lệ của nước đó.

thereon /ðeər'ɒn/ *pht* trên đó: *I read the report and wrote some remarks thereon* tôi đọc bản báo cáo và ghi vài nhận xét trên đó.

thereto /ðeə'tuː/ *pht (luật)* vào đó (*một thỏa thuận, một văn bản...*): *the agreement and the documents appended thereto* hợp đồng và các văn bản đính kèm vào đó.

thereunder /,ðeər'ʌndə[r]/ *pht (luật)* dưới đó: *the land, with any minerals found*

thereunder đất và mọi thứ khoáng sản tìm được dưới đó.

thereupon /,ðeərə'pɒn/ *pht* 1. vậy thì, do đó; về vấn đề đó: *if all are agreed thereupon* nếu tất cả đều đồng ý về vấn đề đó 2. ngay lúc bấy giờ: *thereupon she asked me to marry her* ngay lúc bấy giờ, nàng yêu cầu tôi cưới nàng.

therm /θɜːm/ *dt* tecmi (*đơn vị nhiệt, dùng để tính lượng khí đốt đã tiêu thụ*).

thermal[1] /'θɜːml/ *tt* 1. [thuộc] nhiệt; *a thermal power station* trạm nhiệt điện; *thermal units* đơn vị nhiệt 2. nóng: *thermal springs* suối nước nóng 3. [giữ] ấm: *thermal underwear* quần áo lót ấm.

thermal[2] /'θɜːml/ *dt* luồng hơi nóng bốc lên (*người lái tàu lượn lợi dụng để cho tàu lên cao*).

thermal capacity /,θɜːml-kə'pæsəti/ *dt (lý)* nhiệt dung.

thermionic /,θɜːmi'ɒnik/ *tt* (*lý*) [thuộc] nhiệt điện tử.

thermionic tube /,θɜːmiɒ-nik'tuːb/ (*Mỹ*) *nh* thermionic valve.

thermionic valve /,θɜːmiɒ-nik'vælv/ (*lý*) đèn nhiệt điện tử.

therm[o]- (*dạng kết hợp*) nhiệt: *thermometer* nhiệt kế.

thermocouple /'θɜːməu-kʌpl/ *dt (điện)* cặp nhiệt điện.

thermodynamics /,θɜːməu-dai'næmiks/ *dt (dgt số ít)* (*lý*) nhiệt động lực học.

thermoelectric /,θɜːməu-i'lektrik/ *tt (lý)* [thuộc] nhiệt điện.

thermometer /θə'mɒ-mitə[r]/ *dt* nhiệt kế.

thermonuclear /,θɜːməun-juːkliə[r], (Mỹ ,θɜːməunu-

kliər)/ *tt (lý)* [thuộc] nhiệt hạch: *a thermonuclear bomb* bom nhiệt hạch.

thermoplastic /,θɜːməu-'plæstik/ *tt* dẻo nóng (*cứng lại khi nguội*).

Thermos /'θɜːməs/ (*tên riêng*) (*cg* **Thermos flask** (*Mỹ* **Thermos bottle**) cái téc-mốt, cái phích.

thermosetting /,θɜːməu-'setiŋ/ *tt* cứng nóng (*chất dẻo*).

thermostat /'θɜːməstæt/ *dt* (*lý*) bộ ổn nhiệt.

thermostatic /,θɜːmə'stæ-tik/ *tt (lý)* ổn nhiệt.

thermostatically /,θɜːmə-'stætikli/ *pht (lý)* về mặt ổn nhiệt.

thesaurus /θi'sɔːrəs/ *dt (snh* **thesauruses** hoặc **thesauri**) từ điển nhóm nghĩa.

these /ðiːz/ *snh* của this.

thesis /'θiːsis/ *dt (snh* **theses** /'θiːsiːz/) *dt* 1. luận đề; luận cương 2. luận văn (*của sinh viên*); luận án (*tiến sĩ...*).

Thespian (*cg* **thespian**) /'θespiən/ *tt (đùa hoặc tu từ)* [thuộc] diễn xuất; [thuộc] sân khấu.

thews /θjuːz, θuːz/ *dt (văn)* 1. bắp cơ 2. thể lực.

they /ðei/ *dt* 1. chúng nó, chúng, họ 2. người ta: *they say we're going to have a hot summer* người ta nói chúng ta sẽ có một mùa hè nóng bức 3. (*kng*) dùng thay he *hoặc* she: *if anyone arrives late they'll have to wait outside* nếu có ai đó đến muộn thì phải đợi ở ngoài vậy.

they'd /ðeid/ *dạng rút ngắn của* they had *hoặc* they would.

they'll /ðeil/ *dạng rút ngắn của* they will.

they're /ðeə[r]/ dạng rút ngắn của they are.

they've /ðeiv/ dạng rút ngắn của they have.

thick¹ /θik/ tt (-ier; -iest) 1. dày: a thick book cuốn sách dày; the castle walls are two metres thick lâu đài có tường dày hai mét 2. dày đặc, rậm rạp, rậm: a thick forest một khu rừng rậm: thick hair tóc dày rậm; thick darkness bóng tối dày đặc; thick mist sương mù đặc 3. không rõ (tiếng nói): nặng (giọng nói): a thick Liverpool accent giọng nặng vùng Liverpool 4. (kng) ngu, đần 5. (kng) thân (với ai): John is very thick with Anne John rất thân với Anne. // a bit thick x bit¹; blood is thicker than water x blood²; give somebody (get) a thick ear phạt ai (bị phạt) bằng cái búng tai; have a thick head a/ đần độn b/ bị nặng đầu: I woke up with a very thick head this morning sáng nay tôi thức dậy thấy nặng đầu kinh khủng; have a thin [thick] skin x skin; [as thick as thieves (kng) rất thân thiết với nhau (hai hay nhiều người)]; [as] thick as two short planks (lóng) rất đần độn; [have] a thick skull (kng) [tỏ ra] kém thông minh: how can I get it into your thick skull that we can't afford a car? tôi phải nói thế nào cho cái đầu mít đặc kém thông minh của anh hiểu rằng chúng ta không đủ khả năng mua một chiếc xe?; [be] thick with something (somebody) đầy người, đầy đồ vật: a garden thick with flowers ngôi vườn đầy hoa; the building was thick with reporters tòa nhà đông nghẹt phóng viên.

thick² /θik/ pht [một cách] dày, dày đặc: don't spread the butter too thick đừng phết bơ dày quá. // thick and fast (kng) tới tấp: the election results are coming in thick and fast kết quả bầu cử tới tấp vọng tới.

thick³ /θik/ dt 1. in the thick of vào lúc nhộn nhịp nhất; vào lúc sôi động nhất: we were in the thick of the battle chúng ta ở vào lúc sôi động nhất của cuộc chiến đấu 2. through thick and thin trong bất cứ điều kiện nào, lúc thuận lợi cũng như lúc gay go: he remains loyal to me through thick and thin lúc thuận lợi cũng như lúc khó khăn nó vẫn trung thành với tôi.

thicken /θikən/ dgt [làm] dày thêm; [làm] đặc thêm: the fog is thickening sương mù dày đặc thêm. // the plot thickens x plot².

thickener /θikənə[r]/ dt (cg thickening) chất làm cho (một chất nước) đặc hơn.

thickening /θikəniŋ/ dt x thickener.

thicket /θikit/ dt lùm cây.

thick-headed /ˌθik'hedid/ tt (kng). ngu đần, đần độn.

thickness /θiknis/ dt 1. bề dày; độ dày: 4 cm in thickness; thickness of 4 cm [có bề] dày 4 cm 2. lớp: a thickness of cotton wool and two thickness of felt một lớp bông sợi và hai lớp nỉ.

thickset /ˌθik'set/ tt 1. vạm vỡ (thân hình) 2. dày rậm (hàng rào cây xanh).

thick-skinned /ˌθik'skind/ tt (thường xấu) mặt dày.

thief /θi:f/ dt (snh thieves) kẻ trộm, kẻ cắp. // honour among thieves x honour¹; like a thief in the night lén lút; procrastination is the thief of time x procrastination; set a thief to catch a thief lấy độc trị độc; thick as thieves x thick.

thieve /θi:v/ dgt ăn trộm, ăn cắp.

thievery /θi:vəri/ dt nh thieving.

thieves /θi:vz/ dt snh của thief.

thieving /θi:viŋ/ dt (cg thievery) sự ăn trộm, sự ăn cắp.

thievish /θi:viʃ/ tt có tính chất trộm cắp; có thói trộm cắp; hay táy máy: thievish habits thói quen trộm cắp.

thievishly /θi:viʃli/ pht [một cách] táy máy.

thievishness /θi:viʃness/ dt thói táy máy.

thigh /θai/ dt 1. bắp đùi, bắp vế (người) 2. bắp đùi sau (động vật).

thigh-bone /θaibəʊn/ dt xương đùi.

thimble /θimbl/ dt cái đê (dùng khi khâu tay).

thimbleful /θimblfʊl/ dt một tí, một chút (chất lỏng): just a thimbleful of sherry, please xin một tí rượu vang xê-rét.

thin¹ /θin/ tt (-nner; -nnest) 1. mỏng, mảnh: a thin sheet of metal một tấm kim loại mỏng; a thin piece of string một sợi dây mảnh 2. gầy: her illness had left her looking pale and thin bệnh tật đã làm cho cô ta trông xanh và gầy 3. thưa, mỏng; loãng: a thin mist một lớp sương mù mỏng; the population is thin in this part of the country miền này của đất nước dân cư thưa thớt; thin soup món xúp loãng 4. yếu, nghèo, nhạt: thin humour khôi hài nhạt: a thin excuse lý do bào chữa không thuyết phục. // be skating on thin ice x skate¹ have a thin (thick) skin x skin; have a thin

T

time **[of it]** (kng) không thoải mái, chán ngán: *the team's been having a thin time [of it] recently, not a single win in two months* mới đây đội bóng ở trong tâm trạng chán ngán, hai tháng mà không thắng trận nào; **the thin end of the wedge** sự kiện có vẻ không quan trọng nhưng sẽ dẫn đến hậu quả nghiêm trọng: *unions regard the governement's intention to ban overtime as the thin end of the wedge* các nghiệp đoàn xem ý định của chính phủ cấm làm ngoài giờ sẽ dẫn tới những hậu quả nghiêm trọng; **[be] thin on the ground** không nhiều, hiếm; **through thick and thin** x thick³; **vanish into thin air** biến mất hoàn toàn; **wear thin** x wear².

thin² /θin/ *pht* [một cách] mỏng: *don't cut the bread so thin* đừng cắt bánh mì mỏng thế.

thin³ /θiŋ/ *dgt* (-nn) **1.** (+ out) làm cho thưa; thưa đi: *the crowd began to thin out* đám đông bắt đầu thưa bớt đi; *thin the paint by adding turpentine* làm loãng bớt sơn bằng cách pha thêm dầu thông **2.** (+ out) tỉa thưa (cây con, cho các cây còn lại phát triển tốt hơn) **3.** (+ down) trở nên mảnh khảnh hơn **4.** (+ down) pha loãng: *thin down paint with white spirit* pha loãng sơn với xăng trắng.

thine¹ /ðain/ *đt* (cổ) nh yours.

thine² /ðain/ *dht* (cổ) (trước một nguyên âm hay h) nh thy.

thing /θiŋ/ *dt* **1.** cái, đồ, thứ, điều, việc, món: *what's that thing on the table?* vật gì ở trên bàn thế?; *there wasn't a thing to eat* không có thứ

gì để ăn cả; *she's very fond of sweet things* cô ta rất thích của ngọt **2. things** đồ đạc, quần áo, dụng cụ: *don't forget your swimming things* đừng có quên đồ tắm của anh nhé; *my painting things* dụng cụ vẽ của tôi **3. things** hoàn cảnh, sự việc, tình hình: *things are going from bad to worse* sự việc ngày càng xấu đi; *think things over before you decide* hãy suy nghĩ kỹ tình hình trước khi quyết định **4.** (luật) tài sản **5.** nhiệm vụ; công việc: *a difficult thing to do* một công việc khó làm **6.** sự kiện; vấn đề: *the main thing to remember is* vấn đề chính phải nhớ là **7.** (dùng để nói về một người, một con vật, để tỏ sự trìu mến, sự khinh bỉ hoặc lòng thương hại): *what a sweet little thing your daughter is!* con gái của bà quả là một cháu bé đáng yêu!; *my cat's been very ill, poor old thing!* con mèo của tôi ốm quá, tội nghiệp nó quá!; *you stupid thing!* đồ ngu! **8. the thing** (số ít) cái thích hợp nhất; cái quan trọng nhất: *the thing is not to interrupt him while he's speaking* điều quan trọng nhất là đừng cắt ngang anh ta khi anh ta đang nói. // **all things considered** sau khi đã cân nhắc mọi điều; **as things stand** trong hoàn cảnh hiện nay: *as things stand, we won't finish the job on time* trong hoàn cảnh hiện nay, chúng ta sẽ không hoàn thành công việc đúng hạn được; **be a good thing [that]** may mà: *it's a good thing we brought the umbrella* may mà chúng tôi có mang theo ô; **be on to good thing:** đã tìm được việc làm: được sống dễ chịu; được trả lương hậu;

be seeing things (kng) có ảo giác: *am I seeing things or is that Bill over there? I thought he was dead* tôi đang ảo giác ư hay là Bill ở kia? tôi nghĩ là anh ấy đã chết rồi kia mà?; **do one's own thing** (kng) theo sở thích riêng của mình; độc lập; **first (last) thing** lúc sáng sớm; lúc đêm đã khuya: *I always take the dog for a short walk last thing before going to bed* tôi bao giờ cũng dắt chó đi dạo một vòng lúc đã khuya, trước khi đi ngủ; **first things first** x first¹; **for one thing** một là: *for one thing, I've no money, and for another I am too busy* một là tôi không có tiền, hai là tôi cũng rất bận; **have a think about somebody (something)** (kng) a/ bị ai (cái gì) ám ảnh b/ có thành kiến với ai (cái gì); **know a thing or two** x know; **make a thing of something** (kng) làm to chuyện: *I don't want to make a [big] thing of it but we have been late for work three times this week* tôi không muốn làm to chuyện về việc này, nhưng tuần này anh đi làm trễ đến ba lần đấy; **not know the first things about something** x know; **[just] one of those things** số trời tránh sao khỏi; **one [damned...]thing after another** họa vô đơn chí; **other things being equal** miễn là hoàn cảnh cũng giống như thế ấy; **take it (things) easy** x easy²; **taking one thing with another** xem xét kỹ mọi khía cạnh của tình hình; **the thing is** vấn đề [cần quan tâm] là; **a thing of the past** cái đã lỗi thời; **things that go bump in the night** (đùa) những tiếng động lạ; những tiếng động ghê rợn; **what with one thing and another** (kng) vì hết chuyện nọ đến chuyện kia, vì bao việc đã xảy ra: *what with one thing and another, I forgot to tell you we couldn't come* vì bao việc đã xảy ra, tôi quên khuấy đi không bảo anh là chúng tôi không thể đến.

thingumajig, thingumajik /'θiŋəmədʒik/, **thinguma-bob** /'θiŋəməbɒb/, **thingummy** /'θiŋəmi/ *dt (kng)* cái... ấy mà; ông... ấy mà, bà... ấy mà... *(vật, người, quên khuấy tên đi hoặc không muốn nêu ra)*.

thingie, thingy /'θiŋi/ *nh* thingamajig.

think¹ /'θiŋk/ *đgt* (thought) **1.** nghĩ, suy nghĩ: *are animals able to think?* động vật có thể suy nghĩ không?; *think before you act* hãy suy nghĩ trước khi hành động; *you're very quiet - what are you thinking [about]?* anh lặng lẽ quá, anh đang suy nghĩ gì thế?; *do you think [that] it's going to rain?* anh có nghĩ là trời sắp mưa không?; *I think you're very brave* tôi nghĩ là anh rất can đảm; *a species long thought to be extinct* một loài từ lâu đã nghĩ là bị diệt chủng rồi; *some people think him a possible future champion* một số người nghĩ rằng anh ta có thể là một nhà quán quân tương lai; *it is thought that the Prime Minister will visit Moscow next month* người ta nghĩ là thủ tướng sẽ sang thăm Mát-xcơ-va vào tháng sau; *I never thought that I'd see her again* tôi không bao giờ nghĩ rằng tôi sẽ gặp lại cô ta **2.** tưởng tượng, hình dung: *we couldn't think where she'd gone to* chúng không thể hình dung được cô ta đã đi đâu; *you can't think how glad I am to see*

you anh không thể tưởng tượng là gặp anh tôi vui sướng biết chừng nào. // **I thought as much** đó là điều tôi mong đợi; đó là điều tôi nghi ngờ: **see (think) fit** *x* fit¹; **think again** suy xét lại, suy nghĩ lại: *If you think I'm going to lend you my car you can think again* nếu anh nghĩ là tôi sẽ cho anh mượn xe tôi thì anh nên suy nghĩ lại; **think aloud** bày tỏ ý kiến của mình; **think better of [doing] something** quyết định không làm việc gì sau khi suy nghĩ lại; **think [all] the better of somebody** đánh giá ai cao hơn; **think nothing of it** không có gì ạ, không dám; xin ông *(bà)* bỏ qua cho; **think nothing of something (doing something)** xem như chuyện bình thường: *she thinks nothing of walking thirty miles a day* cô ta xem việc đi bộ ba mươi dặm một ngày như chuyện bình thường; **think twice about something (doing something)** suy nghĩ cẩn thận trước khi quyết định làm việc gì: *you should think twice about employing someone you've never met* anh phải suy nghĩ cẩn thận trước khi tuyển vào làm một người mà anh chưa gặp bao giờ; **think the world highly (a lot; not much; poorly, little...) of somebody (something)** đánh giá cao (thấp) về ai (cái gì): *his work is highly thought of by the critics* tác phẩm của anh ta được các nhà phê bình đánh giá cao; *I don't think much of my new friend* tôi không đánh giá cao về người bạn mới của tôi.

think about somebody (something) a/ nhớ về ai (cái gì: *do you ever think about your childhood?* anh có bao giờ

nhớ tới thời thơ ấu của anh không? b/ nghĩ đến, suy nghĩ về: *don't you ever think about other people?* anh có bao giờ nghĩ đến người khác không? **think about something (doing something)** xem xét, cân nhắc: *I'll think about it and let you know tomorrow* tôi sẽ xem xét việc đó và ngày mai sẽ cho anh biết; *she's thinking about changing her job* cô ta đang cân nhắc xem có nên đổi việc làm hay không; **think ahead [to something]** đoán trước, dự liệu trước; **think back to something** nhớ lại và ngẫm lại *(việc đã qua)*; **think for oneself** tự quyết định; **think of something (doing something)** a/ xem xét, suy tính; *you can't expect me to think of everything* anh không thể mong chờ tôi suy tính mọi việc đâu b/ dự tính, nghĩ đến việc: *I did think of resigning, but I decided not to* tôi dự tính xin thôi việc, nhưng lại thôi c/ tưởng tượng xem phải chi tiêu đến chừng nào! d/ nghĩ đến chuyện *(thường dùng với* could, would, should *và not hoặc* ever) *I couldn't think of letting you take the blame* tôi không thể nghĩ đến chuyện để anh bị khiển trách e/ nhớ đến: *I can't think of his name at the moment* lúc này tôi không thể nhớ tên anh ta được f/ đề xướng, gợi ý: *who first thought of the idea?* ai đầu tiên gợi ra ý đó?; **think something out** nghĩ ra; suy tính: *think out your answer before you start writing* hãy suy tính câu trả lời trước khi đặt bút viết; **think something through** xem xét cái gì một cách toàn diện; **think something up** nghĩ ra, sáng tạo ra: *can't you think up a better excuse than that?* anh không nghĩ ra được một có tạ lỗi hay hơn sao?

think² /θiŋk/ *dt (kng) (số ít)* sự nghĩ, sự suy nghĩ: *I'd better have a think before I decide* tốt hơn là tôi phải suy nghĩ trước khi quyết định. // **have (got) another think coming** phải xem lại kế hoạch; buộc phải suy nghĩ lại: *if you think I'm going to pay all your bills, you've got another thing coming* nếu anh nghĩ tôi sẽ thanh toán hết hóa đơn cho anh thì anh phải suy nghĩ lại đi.

thinkable /'θiŋkəbl/ *tt (vị ngữ; thường dùng với một từ phủ định)* có thể tưởng tượng được: *unemployment has reached a level that would not have been thinkable ten years ago* nạn thất nghiệp đã đạt một mức mà mười năm trước đây ta không thể tưởng tượng được.

thinker /'θiŋkə[r]/ *dt* người suy nghĩ sâu sắc, nhà tư tưởng.

thinking¹ /θiŋkiŋ/ *tt* thông minh, có lý trí, có suy nghĩ: *all thinking people must hate violence* mọi người có suy nghĩ đều phải căm ghét bạo lực.

thinking² /θiŋkiŋ/ *dt* sự suy nghĩ; sự lý luận: *what's your thinking on this question?* anh nghĩ thế nào về vấn đề này?. // **to my way of thinking** x *way¹*.

thinking-cap /θiŋkiŋkæp/ *dt* **put one's thinking-cap on?** *(kng)* cố suy nghĩ để giải quyết.

think tank /'θiŋtæŋk/ ban chuyên đề *(do một tổ chức, một chính phủ lập ra để tham khảo ý kiến)*.

thinly /'θinli/ *pht* [một cách] mỏng: *spread the but-ter thinly* phết một lớp bơ mỏng thôi nhé.

thinner /'θinə[r]/ *dt (cg* **thinners**) chất pha loãng *(son...)*.

thinness /'θinis/ *dt* sự mỏng.

thin-skinned /,'θin'skind/ *tt (đôi khi xấu)* dễ bị chạm nọc.

third¹ /θɜ:d/ *tt* thứ ba *(về thứ tự)*.

third² /θɜ:d/ *dt* **1.** một phần ba **2.** *third in something (Anh)* lớp thứ ba ở trường đại học: *get a third in biology at Durham* được bằng năm thứ ba (lớp chót) về sinh học ở Durham.

third degree /,θɜ:d di'gri:/ sự tra khảo *(để buộc cung khai)*.

third-degree burn /,θɜ:ddi-gri:'bɜ:n/ *dt (y)* bỏng cấp ba *(bỏng nghiêm trọng nhất)*.

the third dimension /,θɜ:ddi'menʃn/ chiều thứ ba, chiều cao.

thirdly /'θɜ:dli/ *pht* ba là.

third party /,θɜ:d'pɑ:ti/ bên thứ ba, người thứ ba.

third-party insurance /,θɜ:dpɑ:ti in'ʃuərəns/ tiền bảo hiểm bên thứ ba.

third-rate /,θɜ:d'reit/ *tt* [thuộc] loại ba, tồi: *a third-rate film* cuốn phim tồi.

the Third World /,θɜ:d'wɜ:ld/ thế giới thứ ba: *third-world countries* những nước thuộc thế giới thứ ba.

thirst¹ /θɜ:st/ *dt* **1.** sự khát nước: *quench one's thirst with a long drink of water* uống một hơi dài cho đã khát; *they lost their way in the desert and died of thirst* họ lạc đường trong sa mạc và đã chết khát **2.** *(số ít) thirst for something* sự khao khát, sự khao khát; *a thirst*

for knowledge lòng thèm khát hiểu biết.

thirst² /θɜ:st/ *dgt* **1.** *(cổ)* khát nước; **2.** *thirst for something* thèm khát, khao khát: *thirst for revenge* khao khát trả thù.

thirstily /'θɜ:stili/ *pht* [một cách] thèm khát.

thirsty /'θɜ:sti/ *tt* **1.** khát nước: *salty food makes you thirsty* thức ăn mặn làm anh khát nước **2.** gây khát nước: *thirsty work* công việc gây khát nước; **3.** khát; thèm khát: *fields thirsty for rain* đồng ruộng khát mưa; *the team is thirsty for success* đội đó thèm khát được cuộc.

thirteen¹ /,θɜ:'ti:n/ *dt, dht* mười ba.

thirteen² /,θɜ:'ti:n/ *dt* con số 13.

thirteenth¹ /,θɜ:'tinθ/ *dt, dht* thứ mười ba.

thirteenth² /,θɜ:'tinθ/ *dt* một phần mười ba.

thirtieth¹ /'θɜ:tiəθ/ *dt, dht* thứ ba mươi.

thirtieth² /'θɜ:tiəθ/ *dt* một phần ba mươi.

thirty /'θɜ:ti/ *dt* **1.** con số 30 **2. the thirties** *(dt, snh)* những năm 30, những số 30, những nhiệt độ 30. // **in one's thirties** ở tuổi trên 30.

this¹ /ðis/ *dht, dt (snh* **these**) **1.** này, đây: *come here and look at this picture* hãy lại đây và nhìn bức tranh này; *is this the book you mean?* đây là cuốn sách mà anh nói đến phải không?; có phải anh muốn nói đến cuốn sách này không? *listen to this: a boy in London has died of rabies* hãy nghe điều này này: một đứa bé ở Luân Đôn đã chết vì bệnh dại; *this week* tuần này; *these days* những ngày này; *this friend of her is said to* be very rich người bạn này của cô ta nghe nói là rất giàu **2.** *(kng)* một nào đó: *there was this peculiar man sitting opposite me in the train* có một anh chàng kỳ dị nào đó ngồi đối diện với tôi trên xe lửa. // **this and that; this, that and the other** rất nhiều chuyện khác nhau, rất nhiều điều khác nhau: *what did you talk about? - oh, this and that* các bạn nói với nhau những chuyện gì thế? - ồ rất nhiều chuyện.

this² /ðis/ *pht* tới mức này này, như thế này này: *it's about this high* cái đó cao tới mức này này; *cut off about this much thread* ngắt một đoạn chỉ dài ngần này này.

thistle /θisl/ *dt (thực)* cây kế *(thuộc họ Cúc, lá có gai, hoa màu trắng, vàng hay tía; quốc huy của Scotland).*

thistledown /'θisldaυn/ *dt* chùm bông hạt kế *(ở ngoài hạt kế, giúp cho sự phát tán hạt):* *as light as thistledown* nhẹ như bông, nhẹ tựa lông hồng.

thither /'ðiðə[r]/ *pht (cổ)* tới đó; hướng tới đó. // **hither and thither** *x* hither.

tho' /ðəυ/, *dt nh* though¹.

thole /θəυl/ *dt (cg* **thole-pin)** cọc chèo.

thole-pin /'θəυlpin/ *dt nh* thole.

thong /θɔŋ/, *(Mỹ* θɔːŋ)/ *dt* **1.** dây da; roi da **2.** *(Mỹ) (cg* **flip-flop)** dép Thái Lan.

thoraces /'θɔːresiz/ *dt snh của* thorax.

thorax /'θɔːræks/ *dt (snh* **thoraces, thoraxes)** ngực.

thorn /θɔːn/ *dt* **1.** gai: *the thorns on the roses scratched her hands* gai trên cây hồng đã cào xước tay cô **2.** *(thường*

ở từ ghép)* cây có gai; bụi gai: *hawthorn* cây đào gai; *a thorn hedge* một hàng rào cây nhiều gai. // **a thorn in one's flesh (side)** cái gai trước mắt, điều làm bực mình.

thorny /'θɔːni/ *tt* **(-ier; -iest) 1.** có gai, nhiều gai **2.** *(bóng)* gai góc, hóc búa: *a thorny subject* một đề tài hóc búa.

thorough /'θʌrə, *(Mỹ* 'θʌrəυ)/ *tt* **1.** kỹ lưỡng, tỉ mỉ: *give the room a thorough cleaning* quét dọn kỹ gian buồng **2.** *(thngữ) (xấu)* hoàn toàn: *that woman is a thorough nuisance* con mụ đó thật là kẻ chuyên gây khó chịu.

thoroughbred¹ /'θʌrəbred/ *dt (cg* **purebred)** ngựa thuần chủng.

thoroughbred² /'θʌrəbred/ *tt* thuần chủng *(ngựa).*

thoroughfare /'θʌrəfeə[r]/ *dt* đường phố lớn; đường lớn. // **no thoroughfare** đường cấm.

thoroughgoing /,θʌrə-'gəυiŋ/ *tt* hoàn toàn, toàn diện: *it was a thoroughgoing waste of time* chỉ hoàn toàn lãng phí thời gian thôi.

thoroughly /'θʌrəli/ *pht* [một cách] hoàn toàn, [một cách] hoàn hảo; hết sức: *after a hard day's work, I feel thoroughly tired* sau một ngày làm việc cật lực, tôi cảm thấy hết sức mệt.

thoroughness /'θʌrənis/ *dt* **1.** sự hoàn toàn, sự hoàn hảo **2.** sự kỹ lưỡng, sự tỉ mỉ.

those /ðəυz/ *dht, đt snh của* that.

thou /ðaυ/ *đt (cổ) (chỉ dùng ở ngôi thứ hai số ít)* anh, ông, chị, bà, mày, ngươi: *who art thou?* ngươi là ai?

though¹ *(cg* **tho')** /ðəυ/ *lt* **1.** mặc dù, dù, dẫu cho: *she won first prize, though none of us had expected it* chị ta đoạt giải nhất, mặc dù không một ai trong chúng tôi dám mong chờ điều đó **2.** tuy vậy, tuy rằng: *I'll try to come, though I doubt if I'll be there on time* tôi sẽ cố đến, tuy rằng tôi không dám chắc là tôi sẽ đến đó đúng giờ.

though² /ðəυ/ *pht (kng)* mặc dù vậy, thế nhưng: *I expect you're right, I'll ask him though* tôi mong rằng anh đúng, mặc dù vậy tôi cũng sẽ hỏi lại anh ta; *she promised to phone, I heard nothing, though* chị ta hứa là sẽ gọi điện thoại, thế nhưng tôi chẳng thấy gì cả.

thought¹ /θɔːt/ *qk và đttqk của* think¹.

thought² /θɔːt/ *dt* **1.** sự suy nghĩ, sự ngẫm nghĩ: *he spent several minutes in thought before deciding* anh ta mất vài phút suy nghĩ trước khi quyết định; *deep (lost) in thought* chìm đắm trong suy tư **2.** quan điểm, quan niệm: *scientific thought* quan điểm khoa học **3.** (+ **for)** sự quan tâm: *I've read your proposal and give it some serious thought* tôi đã đọc đề nghị của anh và quan tâm nghiêm túc đến nó; *spare a thought for those less fortunate than you* hãy dành một chút quan tâm đến những kẻ kém may mắn hơn anh **4.** ý kiến, ý nghĩ, ý tưởng: *let me have your thoughts on the subject* hãy cho tôi biết ý kiến của anh về đề tài đó; *it is not difficult to read your thoughts* chẳng khó khăn gì mà không đọc được ý kiến của anh **5.** **thought of doing something** ý

T

định: *didn't you have some thought of going to Spain this summer?* hè này anh có ý định đi Tây Ban Nha không thế?; *the thought of resigning never crossed my mind* tôi chưa bao giờ có ý định từ chức cả **6. a thought** (số ít) một chút: *you might be a thought more considerate of other people* anh nên quan tâm đến người khác hơn chút nữa. // **food for thought** x food; **a penny for your thoughts** x penny; **second thougths** (Mỹ **second thought**) sự đổi ý sau khi nghĩ lại; **a school of thought** x school[1]; **two minds with but a single thought** x mind[1]; **the wish is father to the thought** x wish[2].

thoughtful /'θɔ:tfl/ *tt* **1.** trầm tư, tư lự: *thoughtful look* vẻ trầm tư **2.** có suy nghĩ, chín chắn (cách, nhà văn, lời nhận xét...) **3.** ân cần, [tỏ ra] quan tâm: *a thoughtful person* một người ân cần.

thoughtfully /'θɔ:tfəli/ *pht* **1.** [một cách] trầm tư **2.** [một cách] chín chắn **3.** [một cách] ân cần.

thoughtfulness /'θɔ:tfəlnis/ *dt* **1.** sự trầm tư **2.** sự chín chắn **3.** sự ân cần.

thought-reader /'θɔ:tri:də[r]/ *dt* người đọc được ý nghĩ của người khác.

thousand[1] /'θauznd/ *dt, dht* (dùng sau a hoặc one, không có dạng snh) nghìn: *I've got a thousand and one things to do* (kng) tôi có vô số (một nghìn lẻ một) việc phải làm.

thousand[2] /'θauznd/ *dt* con số 1000.

thousandfold /'θauznfəuld/ *tt, pht* nghìn lần.

Thousand Island dressing /ˌθauznd ailənd 'dresiŋ/ món xốt cà chua và dưa món thái nhỏ (để trộn xà lách).

thousandth[1] /'θauznθ/ *tt* thứ một nghìn.

thousandth[2] /'θauznθ/ *dt* một phần nghìn.

thraldom (Mỹ **thralldom**) /'θrɔ:ldəm/ *dt* (văn) **1.** sự nô lệ **2.** cảnh nô lệ.

thrall /'θrɔ:l/ *dt* (văn) **1.** người nô lệ **2.** cảnh nô lệ.

thrash /'θræʃ/ *dgt* **1.** đánh đòn, đập **2.** (kng) đánh bại hoàn toàn (trong cuộc đấu bóng...) **3.** (+ about, around) quẫy: *the fishes thrashed about in the net* cá quẫy trong lưới **4.** nh tresh. // **thrash something out** a/ tranh luận vấn đề gì một cách thẳng thắn và kỹ càng: *call a meeting to thrash out the problem* triệu tập một cuộc họp để thảo luận kỹ vấn đề đó b/ đi đến một quyết định sau khi đã thảo luận kỹ: *after much argument, we thrashed out a plan* sau nhiều tranh cãi, chúng đã đề ra được một kế hoạch.

thrashing /'θræʃiŋ/ *dt* **1.** sự đánh đòn: *give somebody a good thrashing* cho ai một trận đòn nên thân **2.** sự thua đậm, sự đại bại.

thread[1] /'θred/ *dt* **1.** chỉ, sợi: *a needle and thread* kim chỉ; *a robe embroidered with gold thread* áo dài thêu bằng [sợi] kim tuyến **2.** vân, tia, làn: *fine threads of red in the marble* những vân mảnh màu đỏ trong đá cẩm thạch; *a thread of light emerged from the keyhole* một tia sáng lọt qua lỗ khóa **3.** (bóng) dòng mạch: *the thread of one's argument* dòng lý lẽ **4.** (co) ren xoắn vít **5. threads** (snh) (Mỹ, lóng) quần áo. // **hang by a hair (a**

single thread x hang[1]; **lose the thread** x lose.

thread[2] /'θred/ *dgt* **1.** xâu: *thread a needle* xâu chỉ vào kim, xâu kim: *threading pearls to make a necklace* xâu hạt trai thành chuỗi **2.** lắp: *thread film into a projector* lắp phim vào máy chiếu; *thread the wire through the pulley* luồn sợi dây kim loại vào ròng rọc. // **thread one's way through** lách qua: *threading one's way through the crowded streets* lách qua các đường phố đông nghịt người.

threadbare /'θredbeə[r]/ *tt* **1.** mòn xơ cả chỉ: *a threadbare coat* chiếc áo choàng mòn xơ cả chỉ **2.** (bóng) cũ rích: *a threadbare argument* một lý lẽ cũ rích.

threadlike /'θredlaik/ *tt* dài và mảnh như sợi chỉ: *threadlike strands of glass fibre* những sợi thủy tinh dài và mảnh như sợi chỉ.

threat /'θret/ *dt* **1.** sự đe dọa, sự hăm dọa: *make (utter) threats against somebody* hăm dọa ai **2.** mối đe dọa; mối hiểm họa; nguy cơ: *a country living under the constant threat of famine* một nước sống trong tình trạng luôn luôn bị nạn đói đe dọa; *some threat of rain* có nguy cơ sẽ mưa; *terrorism is a threat to the whole country* nạn khủng bố là một mối hiểm họa cho cả nước.

threaten /'θretn/ *dgt* **1.** dọa, đe dọa, hăm dọa: *threaten an employee with dismissal* dọa sa thải một nhân viên; *my attacker threatened me with a gun* kẻ tấn công tôi dùng súng hăm dọa tôi; *the hijackers threatened to kill all the passengers if their demands were not met* tụi không tặc dọa giết hết hành khách nếu yêu cầu của chúng không được đáp ứng; *the dangers that threaten us* những mối nguy đang đe dọa chúng ta **2.** báo hiệu; có nguy cơ: *the clouds threatened rain* những đám mây báo hiệu trời mưa; *a mistake that threatens to be costly* một lỗi lầm có nguy cơ phải trả giá đắt.

threateningly /'θretniŋli/ *pht* [một cách] đe dọa; như đe dọa: *the dog growled at me threateningly* con chó gầm gừ như đe dọa tôi.

three¹ /θri:/ *dt, dht* ba. // **by (in) twos and trees** *x* two.

three² /θri:/ *dt* con số 3.

three- *(chủ yếu trong từ ghép)* [có] ba: *three -dimensional* [có] ba chiều.

three -cornered /,θri:'kɔːnə[r]d/ *tt* **1.** [có] ba góc **2.** tay ba: *the election was a three -cornered fight* cuộc bầu cử là một cuộc đấu tay ba.

three-D, 3-D /'θri:di:/ *vt của* threedimensional.

three-day event /,θri:dei i'vent/ cuộc đua ngựa ba ngày.

three-dimensional /'θri:-dai'menʃənl/ *tt* **1.** có ba chiều: *a three - dimensional object* một vật thể ba chiều **2.** rất chi tiết và sinh động: *the characters in his novels are always three-dimensional* các nhân vật trong tiểu thuyết của ông ta lúc nào cũng rất sinh động.

threefold /'θri:fəʊld/ *tt, pht* gấp ba lần.

three-halfpence /,θri:'heipəns/ *dt (cũ)* [số tiền] một xu rưỡi.

three-legged race /,θri:- legid'reis/ cuộc đua chạy ba chân *(gồm từng cặp một,* chân phải người này buộc vào chân trái người kia).

three-line whip /,θri:lain-'wip/ lệnh bỏ phiếu *(của chủ tịch một đảng cho đảng viên đảng đó trong quốc hội, bảo phải bỏ phiếu như thế nào đó, nếu không là không trung thành với đảng).*

threepenny /'θrepəni 'θrʌpəni/ *(dùng làm thngữ)* giá ba xu.

threepenny bit /,θrepəi'bit/ đồng ba xu *(trước đây, ở Anh).*

three-piece /,θri:pi:s/ *tt* bộ ba *(gồm ba chiếc):* a three -piece suit bộ quần áo bộ ba *(quần hoặc váy, áo, áo khoác);* a three-piece suite bộ ba ghế *(hai ghế bành, một xô-pha).*

three-point turn /,θri:- point'tɜːn/ sự quay đầu xe ba bước *(tiến lên, lùi lại, rồi tiến lên).*

three -ply /'θri:plai/ *tt* chập ba sợi *(len);* gồm ba lớp *(gỗ).*

three -quarter¹ /,θri:'kwɔːtə[r]/ *tt* ba phần tư.

three-quarter² /,θri:'kwɔːtə[r]/ *dt (thể)* tiền hậu vệ *(bóng bầu dục).*

the three Rs /,θri:ɑːz/ đọc *(reading),* viết *(writing)* và số học *(arithmetic) (coi như cơ sở của giáo dục sơ cấp).*

threescore /'θri:skɔː[r]/ *dht (cổ)* sáu mươi.

threesome /'θri:səm/ *dt (thường số ít) (kng)* **1.** bộ ba; nhóm ba người **2.** trò chơi ba người.

threestar /'θri:stɑː[r]/ *tt a threestar hotel* khách sạn ba sao.

threnody /'θrenədi/ *dt* bài điếu ca.

thresh /θreʃ/ *dgt* đập *(lúa).*

thresher /'θreʃə[r]/ *dt* **1.** người đập lúa **2.** máy tuốt lúa.

threshing machine /'θreʃiŋ'məʃi:n/ máy tuốt lúa.

threshold /'θreʃhəʊld/ *dt* ngưỡng cửa; ngưỡng: *cross the threshold* bước qua ngưỡng cửa; bước vào; *at the threshold of a new era in medicine (bóng)* ở ngưỡng cửa một thời đại mới trong y học; *below the threshold of consciousness (tâm)* dưới ngưỡng ý thức.

threw /θru:/ *qk của* throw¹.

thrift /θrift/ *dt* sự tiết kiệm, sự tằn tiện.

thriftily /'θriftili/ *pht* [một cách] tiết kiệm, [một cách] tằn tiện.

thriftiness /'θriftinis/ *dt* tính tiết kiệm, tính tằn tiện.

thrifty /'θrifti/ *tt* **(-ier; -iest)** tiết kiệm, tằn tiện.

thrill¹ /θril/ *dt* sự rộn ràng, sự rạo rực, sự hồi hộp: *a thrill of joy* sự vui sướng rộn ràng. // **the thrills and spills** sự hồi hộp căng thẳng *(khi xem một môn thể thao nguy hiểm).*

thrill² /θril/ *dgt (dùng chủ yếu ở dạng bị động)* làm rộn ràng, làm rạo rực, làm hồi hộp: *the film thrilled the audience* bộ phim làm khán giả hồi hộp; *I was thrilled by her beauty* tôi rạo rực trước sắc đẹp của nàng **2.** *(with something)* cảm thấy rộn ràng, cảm thấy rạo rực hồi hộp: *a film to make you thrill with excitement* bộ phim làm anh rạo rực vì kích thích. // **[be] thrilled to bits** *(kng)* sướng rơn lên: *the children were thrilled to bits by their presents* những món quà đã làm cho bọn trẻ sướng rơn lên.

thriller /'θrilə[r]/ *dt* tiểu thuyết (kịch, phim) tình tiết ly kỳ.

thrive /θraiv/ *đgt* (**thrived** hoặc **throve; thrived**) phát triển thịnh vượng, phát đạt: *a thriving industry* một ngành công nghiệp phát đạt.

throat /θrəʊt/ *dt* **1.** cuống họng: *grab somebody by the throat* nắm cuống họng ai, bóp cổ ai **2.** họng: *a fish bone has stuck in my throat* một cái xương cá mắc vào họng tôi. // **cut one's own throat** (*kng*) tự hại mình; **force (thrust, ram...) something down somebody's throat** bắt ai phải chấp nhận (nghe theo) ý kiến (quan điểm, niềm tin) của mình: *I do dislike having her extremist ideas rammed down my throat* tôi thật sự ghét phải chấp nhận những ý kiến cực đoan của bà ta; **have a frog in one's throat** *x* frog; **have a lump in one's (the) throat** *x* lump¹; **jump down somebody's throat** *x* jump²; **lie in (through) one's teeth (throat)** *x* lie¹; **stick in one's throat** *x* stick².

throated /'θrəʊtid/ (*yếu tố tạo tt ghép*) có họng màu (*gì đó*): *a red-throated bird* một con chim họng đỏ.

throatily /'θrəʊtili/ *pht* [một cách] khàn khàn.

throatiness /'θrəʊtinis/ *dt* sự khàn khàn.

throaty /θrəʊti/ *tt* **1.** phát ra từ cổ họng: *a throaty laugh* tiếng cười từ trong cổ họng **2.** khàn khàn: *a throaty cough* tiếng ho khàn khàn.

throb¹ /θrɒb/ *đgt* (**-bb-**) **1.** đập nhanh, đập rộn lên (*quả tim, mạch đập...*): *her heart was throbbing with excitement* tim nàng đập rộn lên vì cảm xúc mạnh **2.** rung rung, rộn lên: *a voice throbbing with emotion* giọng nói rung rung vì xúc động.

throb² /θrɒb/ *dt* sự rộn rã: *throbs of joy* niềm vui sướng rộn rã; *the throb of distant drums* tiếng trống rộn rã đằng xa.

throes /θrəʊz/ *dt* sự đau đớn quằn quại: *the throes of childbirth* những cơn đau đớn quằn quại khi sinh đẻ, những cơn đau đẻ; *death throes* những cơn đau đớn quằn quại trước khi chết, cơn đau giãy chết. // **in the throes of something (doing something)** (*kng*) vật lộn với việc gì (*khó khăn*): *in the throes of moving house* vật lộn với việc dọn nhà.

thrombosis /θrɒm'bəʊsis/ *dt* (*snh* **thromboses**) (*y*) chứng huyết khối.

throne /θrəʊn/ *dt* **1.** ngai vàng **2.** *the throne* ngôi vua. // **the power behind the throne** *x* power.

throng¹ /θrɒŋ, (*Mỹ* θrɔːŋ)/ *dt* đám đông, đám (*người, vật*): *throngs of visitors crowded through the art gallery* những đám khách tham quan dồn dập qua phòng tranh.

throng² /θrɒŋ, (*Mỹ* θrɔːŋ)/ *đgt* xúm đông; túm tụm: *the students thronged forward as the exam results are announced* sinh viên xúm đông lại khi kết quả kỳ thi được công bố; *crowds thronged the main square of the city* đám đông túm tụm lại ở quảng trường chính của thành phố.

throttle¹ /'θrɒtl, 'θrɔːtl/ *đgt* bóp cổ: *throttled the guard before robbing the safe* bóp cổ người bảo vệ trước khi cướp két sắt; *accused the government of throttling the freedom of the press* (*bóng*) tố cáo chính phủ bóp nghẹt tự do báo chí. // **throttle something back (down)** giảm lưu nhiên liệu (*vào một cỗ máy để giảm bớt tốc độ*).

throttle² /'θrɒtl, 'θrɔːtl/ *dt* (*kỹ*) van tiết lưu: *at full throttle* mở van tiết lưu hết mức; *take one's foot off the throttle* nhấc chân ga.

through¹ (*Mỹ* thru) /θru/ *gt* **1.** xuyên qua: *the River Thames flows through London* sông Thames chảy xuyên qua Luân Đôn; *you can see through glass* anh có thể nhìn xuyên qua tấm kính; *the blood soaked through his shirt and stained his jacket* máu thấm ướt xuyên qua áo sơ mi và làm bẩn áo vét của nó; *the path led through the trees to the river* con đường băng qua đám cây cối mà dẫn tới dòng sông **2.** suốt: *sleep the whole night through* ngủ suốt đêm; *she nursed me through my long illness* bà ta săn sóc tôi suốt cả thời gian dài tôi bị bệnh **3.** (*Mỹ*) cho đến: *stay in London Tuesday through Friday* ở Luân Đôn từ thứ ba cho đến thứ sáu **4.** do (*chỉ tác nhân hoặc nguyên nhân*): *I heard of the job through a newspaper advertisement* tôi biết được việc làm này qua mục quảng cáo trên báo; *the accident happened through no fault of mine* tai nạn xảy ra không phải do lỗi của tôi **5.** vượt qua được (*hàng rào...*); tránh được (*sự kiểm soát*): *how did you manage to get all that wine through Customs?* sao mà anh xoay xở để tuồn được số rượu này qua mặt hải quan?

through² (*Mỹ* thru) /θru/ *pht* **1.** xuyên qua, qua: *put the coffee in the filter and let the water run through* cho cà phê vào phin và để cho nước chảy qua; *the tyre's flat, the nail has gone right through* bánh xe bị xẹp, cái đinh đã xuyên thẳng qua; *the flood was too deep to drive through* nước ngập cao quá không thể lái xe qua được **2.** suốt, hết: *don't tell me how it ends, I haven't read all the way through yet* đừng nói trước với tôi sự việc kết thúc ra sao, tôi chưa đọc xong hết **3.** vượt qua, tránh được: *the light was red but the ambulance drove straight through* đèn đỏ đã bật, nhưng chiếc xe cấp cứu vẫn vượt qua **4.** suốt thẳng tới: *this train goes straight through* chuyến tàu này sẽ chạy suốt; *two through trains a day* mỗi ngày hai chuyến tàu suốt **5.** nối thẳng, thông *(dây điện thoại)*: *I tried to ring you, but I couldn't get through* tôi đã cố điện cho anh, nhưng không thể nào thông dây được; *you're through now* bây giờ thông dây rồi đó *(có thể đàm thoại rồi đó)* **6.** *(Mỹ)* nói xong *(qua điện thoại)*: *how soon will you be through?* khi nào thì ông nói xong? // **through and through** hoàn toàn.

throughout¹ /θruːˈaʊt/ *gt* khắp, suốt: *throughout his life* suốt đời anh ta; *throughout the world* khắp thế giới.

throughout² /θruːˈaʊt/ *pht* khắp, suốt: *I watched the film and cried throughout* tôi xem cuốn phim đó và khóc suốt [từ đầu đến cuối].

throughput /ˈθruːpʊt/ *dt* lưu lượng *(máy tính)*.

throughway /ˈθruːweɪ/ *dt x* thruway.

throve /θrəʊv/ *qk của* thrive.

throw /θrəʊ/ *dgt* **(threw; thrown) 1.** ném, vứt, quăng, liệng: *stop throwing stones at that dog!* thôi đừng ném đá vào con chó ấy nữa!; *he throws well* nó ném giỏi lắm; *please throw me that towel* làm ơn vứt cho tôi cái khăn tắm ấy; *she threw me an angry look* cô ta ném cho tôi một cái nhìn giận dữ **2.** choàng vội vào; cởi vội ra: *he threw a blanket over the injured man* anh ta quấn vội chiếc mền vào người bị thương; *throw off one's coat* cởi vội áo khoác **3.** hất *(đầu)*, vung *(tay)*...: *he threw back his head and roared with laughter* hắn hất đầu ra phía sau và phá lên cười **4.** hất xuống đất, quật ngã: *two jockeys were thrown in the second race* hai anh đô kề bị hất xuống đất trong vòng đua thứ hai; *the wrestler succeeded in throwing his opponent* tay đô vật đã quật ngã được đối thủ **5.** gieo *(súc sắc)*: *he threw three sixes in a row* nó gieo được ba con sáu liền **6.** nặn hình *(đồ gốm)*: *a hand-thrown vase* chiếc bình nặn bằng tay **7.** *(kng)* làm bối rối: *the news of her death really threw me* tin nàng mất thật sự làm tôi bối rối **8.** làm rơi vào; đẩy vào *(một tình trạng nào đó)*: *hundreds were thrown out of work* hàng trăm người bị đẩy vào cảnh thất nghiệp **9.** lao, phóng, hất, thụi: *throw a bridge across a river* lao cầu qua sông; *the trees threw long shadows across the lawn* bóng cây hắt dài qua ngang bãi cỏ; *in the struggle several punches are thrown* trong cuộc đấu người ta đã thụi nhau nhiều quả **10.** bật *(công tắc)*; gạt *(cần gạt)*... **11.** *(Mỹ, kng)* cố tình thua *(trận đấu...)* **12.** phô bày, biểu lộ: *she regularly throws tantrums* bà ta thường xuyên nổi cơn tam bành **13.** *(kng)* mở tiệc. // *(về các thành ngữ, xem dt hoặc tt có trong thành ngữ, ví dụ:* **throw the book at somebody** *x* book...*)*.

throw something about (around) vứt bừa bãi: *don't throw litter about like that* đừng có vứt rác bừa bãi như thế*; **throw oneself at something (somebody)** lăn xả vào: *throwing himself at his opponent* lăn xả vào đối thủ*; *everyone can see she's just throwing herself at him* ai cũng có thể thấy là nàng như muốn lăn xả vào trong vòng tay của chàng*; **throw something away** a/ vứt bỏ: *you should throw away all those old clothes you never wear* đúng ra anh phải vứt bỏ hết những quần áo cũ này mà chẳng bao giờ mặc nữa b/ bỏ phí: *this could be the best chance you'll ever have, don't throw it away* đấy có thể là cơ may tốt nhất mà anh có thể có, chớ bỏ phí đi*; **throw somebody back on something** *(thường dùng ở dạng bị động)* buộc ai phải dựa vào cái gì sau khi cái gì đã hỏng: *her friends have deserted her, and she was thrown back on her own resources* chị ta đã bị bạn bỏ rơi nên phải tự lo liệu lấy phương kế của chính mình*; **throw something in** a/ thêm cho *(người mua)* một thứ gì ngoài thứ đã mua: *you can have the piano for £60, and I'll throw in the stool as well* ông có thể lấy cây đàn pi-a-nô với giá 60 bảng, và tôi sẽ thêm cho ông một chiếc ghế nữa b/ đưa ra *(một nhận xét)* một cách ngẫu nhiên; **throw oneself into something** hăng hái

T

lao đầu vào: *throwing them-selves into their work* hăng hái lao đầu vào công việc; **throw something off** cố sáng tác không chút khó nhọc: *throw off a few lines of verse* cho ra mấy vần thơ không chút khó nhọc; **throw something (somebody) off** cố tống khứ đi: *throw one's pursuers* cố tống khứ những người đuổi bắt mình; **throw oneself on somebody (something)** tin cậy hoàn toàn vào, dựa hoàn toàn vào: *he was clearly guilty and could only throw himself on the mercy of the court* hắn rõ ràng là có tội và chỉ có thể nhờ vào lòng khoan dung của tòa án; **throw somebody out** a/ buộc (kẻ quấy rối) phải cút khỏi, tống cổ: *the drunk was thrown out [of the pub]* tên say rượu đã bị tống cổ ra khỏi quán rượu b/ khiến cho bị sai lầm: *do keep quiet or you'll throw me out in my calculations* hãy im đi nếu không mày làm tao tính toán sai bét ra đó; **throw something out** a/ đưa ra một cách tự phát (một đề nghị, một ý kiến...) b/ bác bỏ (đề nghị, ý kiến) c/ vứt bỏ (cg **throw away**): *it's time to throw that old chair out, it's completely broken* chiếc ghế cũ này đã đến lúc vứt bỏ đi, gãy hoàn toàn rồi; **throw somebody over** bỏ ai: *when he became rich, he threw over all his old friends* trở nên giàu có, nó bỏ hết bạn cũ; **throw somebody together** quy tụ, tụ họp lại: *fate had thrown them together* số mệnh đã quy tụ họ lại với nhau; **throw something to-gether** làm nhanh vội, làm quàng lên: *I'll just throw together a quick supper* tôi sẽ chuẩn bị bữa ăn tối quàng lên thôi; **throw some-**

thing up a/ nôn, mửa b/ thôi, bỏ (việc) c/ cho thấy, phát hiện: *her research has thrown some interesting facts* công việc nghiên cứu của chị ta đã phát hiện một số sự kiện lý thú.

throw-away /'θrəʊəwei/ tt 1. dùng xong vứt đi 2. bâng quơ (nhận xét...).

throw-back /'θrəʊbæk/ dt 1. con vật lai giống 2. sự trở lại cái cũ, sự hồi phục: *these modern fashions are a throw-back to the 1950s* những kiểu hiện đại này là sự phục hồi mốt của những năm 1950.

throw-in /'θrəʊin/ dt sự ném bóng vào (khi quả bóng đá ra khỏi sân).

thru /θru:/ *pht, gt (Mỹ, kng)* nh through[2], through[1].

thrum /θrʌm/ đgt (id) nh strum.

thrush[1] /θrʌʃ/ dt (động) chim hét nhạc.

thrush[2] /θrʌʃ/ dt (y) bệnh áp-tơ.

thrust[1] /θrʌst/ đgt **thrust**) 1. ấn, đẩy, thọc, len: *thrust the hands into the pockets* thọc tay vào túi; *thrust the needle of the syringe into the arm* thọc kim tiêm vào cánh tay; *he thrust [his way] through the crowd* anh ta len qua đám đông; *my ob-jections were thrust aside* những lời phản đối của tôi bị gạt sang một bên 2. **thrust something at somebody; thrust somebody with something** đâm một nhát (gươm...): *the mugger thrust at his victim with a knife* tên trấn lột dùng dao đâm vào nạn nhân. // **thrust something (somebody) on (upon) some-body** bắt chấp nhận, bắt đồng ý: *she is rather an-noyed at having three extra guests suddenly thrust on*

her cô ta khá bực mình phải tiếp thêm ba người khách đến một cách đột nhiên.

thrust[2] /θrʌst/ dt 1. sự ấn, sự đẩy, sự thọc: *killed by a bayonet thrust* bị giết bởi một nhát thọc lưỡi lê 2. sự tấn công dữ dội (trong trận chiến hay trong thi đấu): *a deep thrust into the oppo-nent's territory* cuộc thọc sâu vào lãnh thổ đối phương 3. lời đả kích: *a speech full of thrusts at the government* một bài diễn văn đầy những lời đả kích chĩa vào chính phủ 4. lực đẩy (của động cơ máy bay...) 5. sức ép (giữa các bộ phận trong một cơ cấu) 6. **thrust of something** điểm chính, chủ đề: *what was the thrust of his argu-ment?* điểm chính trong lập luận của anh ta là gì nhỉ? // **cut and thrust** x cut[2].

thruster /'θrʌstə[r]/ dt (thân) kẻ tìm cách ngoi lên.

thruway, throughway /'θru:wei/ dt xa lộ siêu tốc.

thud[1] /θʌd/ dt tiếng uỵch, tiếng thịch: *fall with a heavy thud* rơi uỵch một cái.

thud[2] /θʌd/ đgt (-dd-) rơi uỵch, rơi thịch, đụng thịch một cái: *I could hear him thudding about upstairs in his heavy boots* tôi nghe thấy tiếng ủng của anh bước thình thịch lên cầu thang.

thug /θʌg/ dt tên côn đồ.

thuggery /'θʌgəri/ dt thói côn đồ.

thumb[1] /θʌm/ dt ngón tay cái (ở tay người, ở găng tay). // **be all [fingers and] thumbs** rất vụng về; **stand (stick) out like a sore thumb** x sore; **thumbs up (down)** điệu bộ tỏ ý chấp thuận (phản đối): *I'm afraid it's thumbs down for your new proposal* tôi e rằng đề nghị của anh sẽ không được chấp thuận;

twiddle one's thumbs *x* twiddle; **under somebody's thumb** hoàn toàn bị ai chế ngự, hoàn toàn chịu ảnh hưởng của ai; *she's got him under her thumb* cô nàng đã hoàn toàn chế ngự anh chàng.

thumb² /θʌm/ *dgt* lật trang *(sách)*; làm mòn cũ đi *(trang sách)*, làm bẩn đi *(trang sách, do lật nhiều lần)*: *thumbing through the dictionary* lật mòn các trang tự điển. // **thumb a lift** vẫy tay xin đi quá giang xe; **thumb one's nose at somebody (something)** cho ngón tay lên mũi để chế giễu ai.

thumb-index /ˈθʌmindeks/ *dt* bảng tra có khắc *(sách)*.

thumb-nail¹ /ˈθʌmneil/ *dt* móng tay cái.

thumb-nail² /ˈθʌmneil/ *tt* viết ngắn gọn: *a thumb-nail description* bài mô tả ngắn gọn.

thumbscrew /ˈθʌmskruː/ *dt* kìm kẹp ngón tay cái *(dụng cụ tra tấn ngày xưa)*.

thumb-stall /ˈθʌmstɔːl/ *dt* cái bao ngón tay cái *(khi bị thương)*.

thumb-tack /ˈθʌmtæk/ *dt* *(Mỹ nh* drawing-pin).

thump¹ /θʌmp/ *dgt* đánh đập, đấm, thụi: *someone thumped at the door* có ai đập cửa; *my heart was thumping with excitement* tim tôi đập mạnh vì xúc động; *two boys thumping each other on the head* hai cậu bé đấm nhau vào đầu; *she thumped the cushion flat* chị ta vỗ cái gối cho xẹp xuống.

thump² /θʌmp/ *dt* 1. cú đấm mạnh: *give him a thump* đấm cho nó một quả 2. tiếng thịch: *the sack of cement hit the ground with a thump* bao xi măng rơi

xuống đất nghe thịch một cái.

thumping¹ /ˈθʌmpiŋ/ *tt* rất [lớn]: *win by a thumping majority* thắng với đa số rất lớn.

thumping² /ˈθʌmpiŋ/ *pht* rất (lớn): *a thumping great house* ngôi nhà rất lớn.

thunder¹ /ˈθʌndə[r]/ *dt* 1. sấm: *a distant roll of thunder* hồi sấm vang từ xa 2. tiếng vang như sấm: *a thunder of applauses* hồi vỗ tay như sấm vang. // **blood and thunder** *x* blood¹; **steal somebody's thunder** *x* steal.

thunder² /ˈθʌndə[r]/ *dgt* 1. nổi sấm, sấm sét: *it thundered all night* trời sấm sét suốt đêm 2. ầm ầm như sấm: *heavy lorries thundering past* những chiếc xe tải ầm ầm chạy qua; *a voice thundered in my ear* một tiếng ầm ầm như sấm vang bên tai tôi 3. **thunder against something (at something)** lớn tiếng nạt nộ; lớn tiếng: *reformers thundering against corruption* những nhà cải cách lớn tiếng lên án tệ hối lộ; *how dare you speak to me like that? he thundered* anh ta lớn tiếng: sao mày dám nói với tao như thế?

thunderbolt /ˈθʌndəbəʊlt/ *dt* 1. sấm chớp 2. *(bóng)* tin sét đánh: *the unexpected defeat came as a thunderbolt* tin thất bại bất ngờ đã tới như một tin sét đánh.

thunderclap /ˈθʌndəklæp/ *dt* tiếng sấm.

thundercloud /ˈθʌndəklaʊd/ *dt* mây sấm sét, mây dông.

thunderer /ˈθʌndərə[r]/ *dt* người nạt nộ.

thundering /ˈθʌndəriŋ/ *tt, pht nh* thumping¹, thumping²: *a thundering [great] nuisance* mối rầy rà rất lớn.

thunderous /ˈθʌndərəs/ *tt* ầm ầm như sấm, như sấm: *thunderous applause* vỗ tay như sấm.

thunderously /ˈθʌndərəsli/ *pht* [một cách] ầm ầm như sấm.

thunderstorm /ˈθʌndəstɔːm/ *dt* bão có sấm sét và mưa lớn.

thunderstruck /ˈθʌndəstrʌk/ *tt* kinh ngạc.

thundery /ˈθʌndəri/ *tt* có dấu hiệu sắp có sấm sét *(thời tiết)*.

Thur *(cg* **Thurs**) *(vt của* Thursday) thứ năm: *Thurs 26 June* thứ năm 26 tháng sáu.

Thursday /ˈθɜːzdi, ˈθɜːzdei/ *dt (vt* **Thur, Thurs**) thứ năm.

thus /ðʌs/ *pht* 1. như thế, như vậy: *thus said the Lord* Chúa đã phán như vậy 2. vì vậy, vì thế: *he is the eldest son and thus heir to the title* ông ta là con cả, vì thế là người thừa kế tước hiệu 3. **thus far** đến mức đó; đến thế này.

thwack /θwæk/ *dgt, dt nh* whack¹, whack².

thwart¹ /θwɔːt/ *dgt* ngăn trở: *our plans for a picnic were thwarted by the rain* kế hoạch của chúng tôi về chuyến đi picnic đã bị trời mưa ngăn trở.

thwart² /θwɔːt/ *dt* vám ngồi chèo *(bắc theo chiều ngang thuyền)*.

thy /ðai/ *dht (cổ) nh* your: *we praise thy name, Lord* chúng con ca ngợi tên Ngài, lạy Chúa.

thyme /taim/ *dt (thực)* húng tây.

thyroid /ˈθairɔid/ *dt (cg* **thyroid gland**) *(giải)* tuyến giáp trạng.

thyself /ðaiˈself/ *dt (cổ) nh* yourself.

T

ti /ti:/ *dt (nhạc) (cg* **si)** [nốt] xi.

tiara /ti'ɑ:rə/ *dt* mũ miện *(của phụ nữ đội trong những dịp nghi lễ; của giáo hoàng).*

tibia /'tibiə/ *dt (snh* **tibiae, tibias)** *(giải)* xương chày *(ở ống chân).*

tibiae /'tibii:/ *dt snh của* tibia.

tic /tik/ *dt (y)* chứng máy cơ, chứng tic.

tick[1] /tik/ *dt* **1.** tiếng tíc tắc *(của đồng hồ)* **2.** *(kng)* chút, lát, giây lát: *just wait a tick* đợi một chút **3.** *(Mỹ* **check)** dấu kiểm *(khi điểm từng mục trong một danh sách): mark with a tick* đánh dấu kiểm *(đã kiểm rồi).*

tick[2] /tik/ *dgt* **1.** kêu tích tắc *(đồng hồ)* **2. tick something [off]** đánh dấu kiểm: *tick [off] the names of those present* đánh dấu kiểm tên các người có mặt. // **what makes somebody tick** *(kng)* cái khiến cho ai làm như vậy: *I've never really understood what makes her tick* tôi thực sự chưa bao giờ hiểu được cái gì đã khiến cô ta làm như vậy.

tick away (by) trôi qua *(thời gian);* **tick something away** chỉ thời gian qua đi *(đồng hồ);* **tick somebody off** *(kng)* quở trách ai: *get ticked off for careless work* bị quở trách vì làm việc cẩu thả; **tick over** a/ chạy không, vẫn để nổ *(máy ở xe ô tô): I stopped the car but left the motor ticking over* tôi dừng xe nhưng vẫn để nổ máy b/ tiếp tục như thường lệ *(công việc...): just try and keep things ticking over while I'm away* hãy cố tiếp tục công việc như thường lệ khi tôi đi vắng.

tick[3] /tik/ *dt* **1.** *(động)* con ve cứng *(hút máu chó, bò,*

cừu) **2.** *(Anh, lóng)* người đê tiện.

tick[4] /tik/ *dt* vải may bọc *(nệm, gối).*

tick[5] /tik/ *dt (kng) (cg* **ticking)** sự mua chịu: *buy goods on tick* mua chịu hàng hóa.

ticker /'tikə[r]/ *dt (kng)* **1.** tim: *his ticker is not very strong* anh ấy yếu tim **2.** *(cũ)* đồng hồ.

ticker-tape /'tikəteip/ *dt* **1.** băng giấy in *(ở máy điện báo in chữ...)* **2.** băng giấy [ném qua cửa sổ để] hoan nghênh.

ticket[1] /'tikit/ *dt* **1.** vé, thẻ: *do you want a single or a return ticket?* ông muốn lấy vé một lượt hay vé khứ hồi; *you must present your library ticket every time you borrow books* anh phải trình thẻ thư viện mỗi khi anh mượn sách; *admission by ticket only* vào phải có vé **2.** nhãn ghi giá, nhãn ghi đặc điểm *(hàng hóa...)* **3.** *(Mỹ thường số ít)* danh sách ứng cử viên *(của một đảng trong một cuộc bầu cử): on the Republican ticket* [có tên] trong danh sách ứng cử viên của Đảng Cộng hòa **4.** giấy phạt phạm luật giao thông: *get a parking ticket* nhận giấy phạt đỗ xe sai chỗ quy định **5.** *(kng)* chứng chỉ thuyền trưởng, chứng chỉ phi công **6. the ticket** *(số ít) (cũ, kng)* điều đúng, điều ao ước; cái đang cần đến: *that cup of coffee was just the ticket* tách cà phê này đúng là cái đang cần.

ticket[2] /'tikit/ *dgt (chủ yếu dùng ở dạng bị động)* dán nhãn *(vào hàng hóa, nhãn ghi tiền, nhãn ghi đặc điểm...).*

ticking /'tikiŋ/ *dt (cg* **tick)** vải dày bọc gối; vải dày bọc nệm.

ticking-off /ˌtikiŋ'ɒf/ *dt (snh* **tickings-off)** sự quở trách ai một trận nên thân.

tickle[1] /'tikl/ *dgt* **1.** cù, gây cảm giác nhột: *this blanket tickles me* cái chăn này làm tôi nhột **2.** có cảm giác nhột: *my nose tickles* tôi có cảm giác nhột nhột ở mũi **3.** thỏa mãn *(lòng kiêu căng, trí tò mò...): the story tickles her curiosity* câu chuyện làm thỏa mãn trí tò mò của cô ta. // **be tickled pink (to death)** rất thích thú, rất vui thích: *I'm tickled pink that my essay won the prize* tôi rất vui thích là bài tiểu luận của tôi đã đoạt giải; **tickle someone's ribs** *(kng)* làm cho ai vui thích.

tickle[2] /'tikl/ *dt* sự cù; cảm giác nhột: *I've got a slight tickle in my throat and it's making me cough* tôi cảm thấy nhột nhột ở họng và cái đó đã làm tôi ho.

tickler /'tiklə[r]/ *dt (cũ, kng)* vấn đề; điều bí ẩn: *an awkward little tickler to solve* một vấn đề rầy rà nhỏ khó giải quyết.

ticklish /'tikliʃ/ *tt* **1.** dễ bị nhột *(người, bộ phận cơ thể)* **2.** khó giải quyết, phải tốn công sức vào đấy *(vấn đề).*

ticklishly /'tikliʃli/ *pht* **1.** một cách dễ bị nhột **2.** [một cách] khó giải quyết.

ticklishness /'tikliʃnis/ *dt* **1.** tính dễ bị nhột **2.** sự khó giải quyết.

tick-tock /ˌtiktɒk/ *dt (thường số ít)* tiếng tích tắc *(của đồng hồ).*

ticky-tacky[1] /'tikitæki/ *dt (Mỹ, kng)* **1.** vật liệu xây dựng xấu **2.** nhà lụp xụp tồi tàn: *suburbs full of ticky-tacky* vùng ngoại ô toàn nhà lụp xụp tồi tàn.

ticky-tacky² /'tikitæki/ *tt* **1.** xây bằng vật liệu xấu **2.** lụp xụp tồi tàn.

tidal /'taidl/ *tt* [thuộc] thủy triều; chịu ảnh hưởng thủy triều.

tidal wave /,taidl'weiv/ **1.** sóng triều; sóng cồn **2.** tidal wave of something (*bóng*) làn sóng; cao trào: *there was a tidal wave of public disapproval against the government plans* đã xuất hiện một cao trào phản đối kế hoạch của chính phủ.

tidbit /'tidbit/ *dt* (*Mỹ*) *nh* titbit.

tiddler /'tidlə[r]/ *dt* (*Anh, kng*) **1.** cá tép **2.** đứa bé nhỏ xíu **3.** vật bé và không quan trọng: *compared with some of its commercial rivals, the company is just a tiddler* so với một số hãng cạnh tranh với nó, công ty này quả là chỉ nhỏ xíu mà thôi.

tiddly, tiddley /'tidli/ *tt* (*kng*) **1.** ngà ngà say: *feeling a bit tiddly* cảm thấy hơi ngà ngà say **2.** rất nhỏ, bé tí xíu; không đáng kể.

tiddly-winks /'tidliwiŋks/ *dt* trò chơi bật mảnh nhựa vào ly.

tide¹ /'taid/ *dt* **1.** thủy triều: *at high (low) tide* lúc [thủy] triều lên (xuống); *strong tides make swimming dangerous* thủy triều lên mạnh thì bơi lội nguy hiểm lắm **2.** (*thường số ít*) chiều hướng; trào lưu: *the tide turned in our favour* chiều hướng thuận lợi ngả về phía chúng ta **3.** (*cổ, trong từ ghép*) mùa: *yule-tide* mùa Giáng sinh. // **go (swim...) with (against) the stream (the tide)** *x* stream¹; **time and tide wait for no man** *x* time¹.

tide² /'taid/ *dgt* **tide somebody over something** giúp ai

qua khỏi: *will you lend me some money to tide me over until I get my pay cheque?* anh có thể cho tôi vay ít tiền giúp tôi qua khỏi cơn khó khăn cho đến khi tôi lĩnh lương được không?

tide-mark /'taidmɑ:k/ *dt* (*kng*) **1.** ngấn nước triều **2.** dấu bẩn (*trên da, chưa rửa sạch*) **3.** ngấn nước bẩn trong bồn tắm.

tide-table /'taidteibl/ *dt* bảng triều lên (*chỉ giờ triều lên ở một địa điểm*).

tideway /'taidwei/ *dt* **1.** đường triều, kênh triều **2.** dòng triều.

tidily /'taidili/ *pht* [một cách] sạch gọn, [một cách] ngăn nắp.

tidiness /'taidinis/ *dt* sự sạch gọn, sự ngăn nắp.

tidings /'taidiŋz/ *dt snh* (*cổ hoặc đùa*) tin tức: *have you heard the glad tidings?* anh đã nhận được tin vui chưa?

tidy¹ /'taidi/ *tt* **1.** sạch sẽ, gọn gàng, ngăn nắp: *a tidy room* một căn phòng sạch sẽ gọn gàng; *tidy habits* thói quen ngăn nắp **2.** (*thngữ*) lớn (*số tiền*): *that must have cost you a tidy sum* cái đó hẳn phải tốn của anh một số tiền lớn.

tidy² /'taidi/ *dt* thùng rác, giỏ rác (*ở nhà bếp...*).

tidy³ /'taidi/ *dgt* sắp xếp sạch sẽ gọn gàng, sắp xếp ngăn nắp: *I spent all morning tidying up* tôi mất cả buổi sáng sắp xếp mọi thứ gọn gàng ngăn nắp; *I must tidy myself up* tôi phải sửa sang lại tóc tai cho gọn gàng một chút. // **tidy something away** thu dọn (*cái gì*) đi cho gọn gàng: *tidy away your toys when you've finished playing!* hãy thu dọn đồ chơi của con cho gọn gàng sau khi chơi xong nhé!

tie¹ /tai/ *dt* **1.** (*cg* **necktie**) cà vạt **2.** dây buộc **3.** (*kiến trúc*) thanh giằng **4.** (*Mỹ*) tà vẹt (*đường sắt*) **5.** (*thường snh*) dây ràng buộc: *family ties* dây ràng buộc gia đình; *young children can be a tie* con nhỏ có thể là một mối ràng buộc (*phải chú ý đến và hạn chế tự do của mình*) **6.** (*chính; thể*) sự ngang phiếu, sự ngang điểm **7.** trận đấu thể thao **8.** (*nhạc*) dấu nối.

tie² /tai/ *dgt* **1.** buộc, cột, trói: *shall I tie the parcel or use sticky tape?* tôi cột gói hàng hay dùng băng dính?; *the prisoner's hands were securely tied* tay tù nhân bị trói chặt; *tie a dog to a lamp-post* cột con chó vào cột đèn; *tie on a label* buộc cái nhãn vào; *this rope won't tie properly* dây này không được cột đúng cách **2.** thắt: *tie a knot* thắt nút; *tie a cravat* thắt cà vạt; *tie [up] one's shoe laces* thắt (buộc) dây giày; *she tied her hair in (into) a bun* cô ta vấn tóc thành một búi **3.** (*thường dùng ở dạng bị động*) ngang điểm, hòa: *the two teams tied [with each other]* hai đội hòa nhau; *Britain are tied with Italy for second place* đội Anh và đội Ý ngang điểm và cùng xếp hạng nhì **4.** (*nhạc*) liên kết bằng dấu nối. // **blind (tie) somebody hand and foot** *x* hand¹; **have one's hand free (tied)** *x* hand¹; **tie oneself into ([up] in) knots** bối rối, lúng túng; **tie the knot** (*kng*) lập gia đình.

tie somebody (oneself down [to something]) ràng buộc (*ai, mình*) vào một công việc nhất định nào đó, vào một địa điểm nhất định nào đó; hạn chế (*ai, mình*) theo một điều kiện nào đó: *children do*

T

tie you down, don't they? con cái, ràng buộc anh, phải không?; **tie in [with something]** khớp với nhau; có liên quan với nhau *(sự kiện...)*: *this evidence ties in with what we already know* chứng cứ này khớp với những gì ta đã biết; **tie [something] up** cột dây neo, bỏ neo: *we tied [the boat] up alongside the quay* chúng tôi cột dây neo dọc bến tàu; **tie [somebody] up** a/ trói chặt ai b/ *(thường dùng ở dạng bị động)* làm cho vướng bận vào việc gì đó: *I'm tied up in a meeting until 3 pm* tôi bị vướng vào một cuộc họp cho đến ba giờ chiều; **tie something up** a/ buộc bằng dây b/ đầu tư *(vốn)* vào việc gì để không sẵn tiền mà tiêu đi: *most of his money's tied up in property* phần lớn tiền bạc của ông ta đã được đầu tư thành tài sản c/ tự đặt điều kiện hạn chế việc sử dụng hoặc bán tài sản d/ cản trở, làm ngưng lại: *the strike tied up production for a week* cuộc đình công đã làm sản xuất ngưng lại một tuần lễ.

tie-beam /ˈtaibiːm/ *dt (ktrúc)* xà ngang.

tie-breaker /ˈtaiˌbreikə[r]/ *dt (cg* **tie -break***) (thể)* quả chơi thêm để phân được thua *(khi cuối cuộc hai bên hòa điểm)*.

tied cottage /ˈtaidˈkɒtidʒ/ nhà [người làm công] thuê của chủ trại.

tied house /ˌtaidˈhaʊs/ quán bia liên kết *(liên kết với một hãng bia và chỉ bán bia của hãng đó)*.

tie-dye /ˈtaidai/ *dgt* buộc một số chỗ lại mà nhuộm *(khiến vải nhuộm xong có chỗ đậm chỗ nhạt)*.

tie-dyeing /ˈtaidaiiŋ/ *dt* lối nhuộm vải buộc một số chỗ.

tie-on /ˈtaiɒn/ *tt* được cột vào *(nhãn hiệu)*.

tie-pin /ˈtaipin/ *dt (cg* **stick-pin, tie-tack***)* cái cặp cà vạt.

tier /tiə[r]/ *dt* 1. tầng, lớp: *place on tiers one above another* xếp thành tầng 2. dãy ghế *(trong rạp hát...)*: *a box in the first tier* một lô ở tầng một.

tiered /tiəd/ *tt* được xếp thành dãy: *tiered seating* ghế ngồi xếp thành dãy.

-tiered có bao nhiêu tầng (lớp) đấy: *a three-tiered cake* chiếc bánh ba tầng.

tie-tack /ˈtaitæk/ *dt* x tie - pin.

tie-up /ˈtaiʌp/ *dt* 1. **tie-up with (somebody, something)** sự liên kết 2. sự đình trệ, sự tắc nghẽn: *a traffic tie-up* sự tắc nghẽn giao thông.

tiff /tif/ *dt* sự xích mích.

tig /tig/ *dt (cg* **tag***)* trò chơi đuổi bắt *(của trẻ em)*.

tiger /ˈtaigə[r]/ *dt* con hổ, con cọp. // **fight like a tiger** x fight¹; **a paper tiger** con hổ giấy.

tigerish /ˈtaigəriʃ/ *tt* như hổ; hung ác.

tiger-lily /ˈtaigəlili/ *dt (thực)* cây hoa loa kèn đốm.

tiger-moth /ˈtaigəmɒθ/ *dt (động)* bướm đêm cánh vằn da hổ.

tight¹ /tait/ *tt* (-er; -est) 1. chặt: *a tight knot* cái gút thắt chặt; *the cork is too tight* nút chai chặt quá; *a tight grasp* sự ghì chặt 2. khít, chật, sít: *a tight joint* chỗ nối khít; *these shoes are too tight for me* giày này chật quá đối với tôi; *a tight ship* con tàu kín nước; *tight controls* kiểm soát chặt chẽ; *airtight* kín hơi; *a tight schedule* một thời biểu bố trí rất sít *(không có thời gian trống)* 3. ngang tài

(trận đấu) 4. căng *(dây)* 5. *(thường vị ngữ) (kng)* say rượu: *got a bit tight at the party* uống hơi say ở bữa tiệc 6. khó kiếm, khan hiếm: *money is tight* tiền khó kiếm 7. *(kng)* keo kiệt. // **keep a tight rein on somebody (something)** kiềm chế chặt chẽ; **a tight squeeze** tình trạng chật cứng: *we managed to get all the luggage into the car but it was a tight squeeze* chúng tôi đã xoay xở đưa được tất cả hành lý lên xe, nhưng thật là chật cứng.

tight² /tait/ *pht [một cách]* chặt: *hold tight!* hãy nắm thật chặt! // **sit tight** x sit; **sleep tight** x sleep².

tighten /ˈtaitn/ *đgt* thắt chặt; siết chặt: *tighten the knot* thắt chặt cái gút; *tighten a screw* siết chặt đinh ốc; *tighten the bonds of solidarity* thắt chặt tình đoàn kết. // **loosen (tighten) the purse-strings** x purse; **tighten one's belt** thắt lưng buộc bụng.

tighten up [on something] nghiêm ngặt hơn với: *the police are tightening up on drunken driving* cảnh sát nghiêm ngặt hơn với tệ lái xe khi say rượu.

tightfisted /ˌtaitˈfistid/ *tt (kng)* bủn xỉn.

tight-lipped /ˌtaitˈlipt/ *tt* mím môi *(để ghìm sự xúc động...)*.

tightly /ˈtaitli/ *pht [một cách]* chặt, [một cách] sít: *squeeze somebody tightly* ôm chặt ai; *tightly sealed* niêm phong kín.

tightness /ˈtaitnis/ *dt* 1. sự chặt 2. sự khít, sự chật, sự sít 3. sự căng *(dây)* 4. sự khan hiếm, sự khó kiếm.

tightrope /ˈtaitrəup/ *dt* dây căng làm xiếc: *a tightrope walker* người làm xiếc đi trên dây. // **tread (walk) a tightrope** ở vào thế chênh vênh, ở vào thế đi trên dây.

tights /taits/ *dt snh* (*cg* **pantihose, pantyhose**) quần chẽn, quần nịt (*của nữ, của người làm xiếc nhào lộn...*).

tigress /'taigris/ *dt* con hổ cái.

tike /taik/ *dt* x **tyke**.

tilde /'tildǝ/ *dt* dấu ngã ~ (*như trên con chữ n tiếng Tây Ban Nha...*).

tile¹ /tail/ *dt* **1.** ngói **2.** quân (*cờ...*). // **on the tiles** (*lóng*) ăn chơi trác táng: *a night on the tiles* một đêm ăn chơi trác táng.

tile² /tail/ *dgt* lợp (*nhà*) bằng ngói; lát (*tường, sàn*) bằng gạch lát.

till¹ /til/ *lt, gt nh* until: *I'll keep it for you till Monday* tôi sẽ giữ cái đó cho anh cho đến thứ hai.

till² /til/ *dt* ngăn kéo để tiền (*ở quầy hàng...*). // **have one's fingers in the till** x **finger**.

till³ /til/ *dgt* (*cũ*) cày cấy, trồng trọt.

tillage /'tilidʒ/ *dt* (*cũ*) **1.** sự cày cấy, sự trồng trọt **2.** đất trồng trọt.

tiller¹ /'tilǝ[r]/ *dt* người cày cấy, dân cày.

tiller² /'tilǝ[r]/ *dt* cần bánh lái (*ghe, thuyền...*).

tilt¹ /tilt/ *dgt* **1.** [làm cho] nghiêng: *this table tilts to one side* chiếc bàn này nghiêng về một bên; *popular opinion tilted in favour of the Socialists* dư luận quần chúng nghiêng về phía các đảng viên Đảng xã hội **2.** (+ at) cầm thương đâm (*trong cưỡi ngựa đấu thương thời xưa*) (+ at) đả kích bằng lời hay bài viết. // **tilt at windmills** chiến đấu với những kẻ thù tưởng tượng.

tilt² /tilt/ *dt* **1.** (*thường số ít*) sự nghiêng; vị trí nghiêng: *the table is on (at) a slight tilt* cái bàn này hơi nghiêng **2.** sự cưỡi ngựa đấu thương. // **full pelt (speed; tilt)** x **full; have a tilt at somebody** công kích ai một cách thân thiện trong một cuộc tranh luận.

tilth /tilθ/ *dt* lớp đất trồng trọt (*ở mặt đất*).

timber¹ /'timbǝ[r]/ *dt* **1.** (*Mỹ* **lumber**) gỗ (*dùng trong xây dựng hay để làm đồ mộc*): *rough timber* gỗ mới đốn; *squared timber* gỗ đẽo vuông; *a timber-merchant* người buôn gỗ **2.** cây gỗ: *fell timber* đốn [cây] gỗ; *put a hundred acres of land under timber* trồng một trăm mẫu cây gỗ **3.** chiếc xà bằng gỗ (*dùng trong xây dựng...*): *roof timbers* xà mái nhà bằng gỗ.

timber² /'timbǝ[r]/ *tht* gỗ đốn ngã đấy! (*dùng để thông báo có cây đốn sắp đổ*).

timbered /'timbǝd/ *tt* **1.** xây cất bằng gỗ; có sườn gỗ (*nhà*) **2.** trồng cây lấy gỗ (*đất đai*).

timber-line /'timbǝ[r]lain/ *dt* (*số ít*) *nh* tree-line.

timber-wolf /'timbǝ[r]wʊlf/ *dt* (*động*) sói xám Bắc Mỹ.

timbre /'tæmbrǝ, 'timbǝ[r]/ *dt* (*nhạc*) âm sắc.

time¹ /taim/ *dt* **1.** thì giờ; thời gian: *future time* thời gian tương lai; *time heals all wounds* thời gian chữa lành mọi vết thương; *I don't have [much] time to read these days* tôi không có nhiều thì giờ để đọc sách trong mấy ngày này; *what a waste of time!* thật là phí thì giờ **2.** giờ: *what time is it?; what is the time?* bây giờ là mấy giờ thế?; *do you have the time on you?* anh

có đồng hồ không, mấy giờ rồi? **3.** số giờ làm việc; số ngày làm việc: *be on short time* số ngày làm việc trong tuần giảm bớt **4.** thời điểm, lúc: *by the time we reached home* vào lúc chúng tôi về đến nhà; *lunch-time* giờ ăn trưa **5.** cơ hội, dịp, lần: *he failed his driving test five times* nó đã trượt thi bằng lái xe năm lần rồi **6.** (*thường snh*) thời: *in Stuart times* vào thời Stuart; *in prehistoric times* ở thời tiền sử; *university was a good time for me* thời gian học ở đại học là một thời tốt đẹp đối với tôi **7.** (*nhạc*) nhịp: *beating time to the music* đánh nhịp theo nhạc; *quick time* nhịp nhanh. // **[and] about time [too]** (*kng*) [và] điều này đáng lẽ phải xảy ra từ lâu rồi mới phải; **ahead of time** sớm hơn mong đợi; **ahead of one's time** đi trước thời đại của mình (*sáng kiến...*); **all the time** a/ trong suốt thời gian nói đến: *that letter I was searching for is in my pocket all the time* bức thư mà tôi đang tìm vẫn nằm trong túi tôi (*trong suốt thời gian tôi tìm*) b/ luôn luôn: *he's a business man all the time* ông ta luôn luôn vẫn là một nhà doanh thương; **at all times** luôn luôn: *I'm at your service at all times* tôi luôn luôn sẵn sàng phục vụ các ngài; **[even] at the best of times** x **best**³; **at one time** có một thời, có lúc trước đây: *at one time, I used to go skiing every winter* có một thời tôi đã thường đi trượt tuyết vào mỗi mùa đông; **at other times** vào những lúc khác: *sometimes he's fun to be with, at other times he can be very moody* đôi lúc nó hay vui đùa, nhưng vào những lúc khác nó có thể rất ủ rũ; **at the same time** x same; **at a time** vào mỗi lúc, [vào] mỗi lần: *don't try to do everything at once; take it a bit at a time* đừng cố làm mọi việc trong cùng một lúc, mỗi lần làm một ít thôi; *take the pills two at a time* uống mỗi lần hai viên; **at the time** lúc đó, khi ấy: *we were living at London at the time* lúc đó chúng tôi đang sống ở Luân Đôn; **at my (your, his...) time of life** ở tuổi tôi (anh, nó...): *he shouldn't be playing football at his time of life* ở tuổi ông ta, ông ta không nên chơi bóng đá nữa; **at times** thỉnh thoảng; **before one's time** trước thời: *the Beatles were a bit before my time* ban nhạc Beattles ra đời trước thời tôi một chút; **behind time** chậm, muộn, trễ: *the plane was an hour behind time* máy bay chậm mất một tiếng đồng hồ; *he's always behind time with the rent* ông ta luôn luôn chậm trả tiền thuê nhà; **behind the times** lạc hậu, lỗi thời; **better luck next time** x better[1]; **bide one's time** x bide; **the big time** x big; **born before one's time** x born; **borrowed time** x borrow; **buy time** x buy; **do time** (lóng) ở tù, bị tống giam: *he's done time for armed robbery* nó bị ở tù về tội cướp có vũ; **every time** mỗi khi có dịp: *different people like different sorts of holiday, but give me the seaside every time* mỗi người thích một kiểu nghỉ khác nhau, còn tôi thì cứ cho tôi đi bãi biển; **for old time's sake** x old; **for a time** một khoảng thời gian ngắn, một lúc; **for the time being** trong thời gian trước mắt, lúc này: *you'll have your own office soon but for the time being you'll have to share one* anh sẽ có văn

phòng riêng, nhưng trong thời gian trước mắt anh phải ngồi làm việc chung phòng với người khác; **from (since) time immemorial** (kng) từ xửa từ xưa; **from time to time** thỉnh thoảng, đôi lúc; **gain time** x time[2]; **give somebody (have) a rough (hard...) time** [làm cho ai] trải qua một thời gian thử sức gay go; [**in] half the time** a/ [trong] một thời gian ngắn hơn nhiều so với dự tính b/ [trong] một thời gian đáng kể, [trong] một thời gian dài: *I'm not surprised he did not complete the exam; he spent half the time looking out of the window* tôi không ngạc nhiên về chuyện nó không hoàn thành bài thi, hắn để một thời gian đáng kể đứng ngắm ra ngoài cửa sổ; **have an easy time** x easy; **have a good time** vui chơi thỏa thích (trong một dịp nào đó); **have (give somebody) a high old time** x high[2]; **have a lot of time for somebody (something)** (kng) say mê thích thú (ai, cái gì); **have no time for somebody (something)** không muốn phí thì giờ vì (ai, cái gì); không thích (ai, cái gì): *I have no time for lazy people (laziness)* tôi không có thời giờ chơi với những người lười biếng; tôi không thích lối làm ăn lười biếng; **have a thin time** x thin; **have the time of one's life** (kng) được đặc biệt vui sướng; đặc biệt sôi nổi: *the children had the time of their lives at the circus* tụi trẻ được một dịp đặc biệt vui sướng ở buổi xiếc; **have time on one's hand (time to kill)** (kng) không có gì làm, không có gì làm để giết thì giờ; **have a whale of a time** x whale; [**it is] high (about) time** đã đến lúc: *it's high time you stopped fooling around and started looking for a job* đã đến lúc cháu thôi vớ vẩn lãng

phí thời gian và kiếm việc làm đi; **in course of time** x course; **in the fullness of time** x fullness; **in good time** sớm: *there wasn't much traffic so we got there in very good time* không có nhiều xe cộ đi lại nên chúng tôi đã đến đây rất sớm; [**all] in good time** ở một thời điểm thích hợp (nhưng không ngay tức thời): *"can you have lunch now? I'm hungry"* -*"all in good time"* "ta ăn trưa bây giờ được chứ? tôi đói lắm rồi" -"phải đợi một chút, đâu sẽ có đấy"; **in the nick of time** x nick[1]; **in [less than] no time** rất nhanh; **in one's own good time** theo thời gian (theo sự nhanh chóng) do ta quyết định: *there's no point getting impatient with her, she'll finish the job in her own good time* không việc gì mà phải nôn nóng với bà ta, bà ta muốn làm xong công việc lúc nào là xong lúc ấy thôi; **in one's own time** vào giờ rảnh, ngoài giờ làm việc; **in one's own sweet time** x sweet[1]; **in one's time** vào một dịp trước trong đời (của ai); **in time** sớm hay muộn: *you'll learn how to do it in time* sớm hay muộn rồi anh cũng sẽ biết cách làm cái đó; **in time [for something (to do something)]** kịp thời, không muộn: *will I be in time for the train (to catch the train)?* không biết tôi có kịp giờ tàu hỏa không?; **in (out of) time** đúng nhịp; sai nhịp (nhạc); **it is only a matter of time** x matter[1]; **keep time** a/ chạy đúng giờ (đồng hồ) b/ hát đúng nhịp; múa đúng nhịp; **keep up (move...) with the times** theo thời thế; **kill time** x kill; **long time no see** x long[2]; **lose (waste) no time (in doing something)** làm nhanh chóng không chậm trễ; **make good...**

time hoàn thành nhanh chóng một chuyến đi; **make up for lost time** x lost²; **many's the time [that]; many a time** nhiều lần; **mark time** x mark²; **near her time** sắp đến ngày sinh nở; **nine times out of ten; ninety-nine times out of a hundred** mười lần thì đến chín lần, trăm lần thì đến chín mươi chín lần; hầu như luôn luôn; **[there is] no time like the present** *(tục ngữ)* làm lúc này là lúc tốt nhất; **once upon a time** x once; **on time** đúng giờ: *the train arrived [right (bang)] on time* xe hỏa đến đúng giờ; **pass the time of day** x pass²; **play for time** tìm cách trì hoãn để lợi thời gian; kéo dài thời gian; **procrastination is the thief of time** x procrastination; **a race against time** x race¹; **a sign of the times** x sign¹; **a stitch in time saves nine** x stitch; **take one's time [over something; to do something]** a/ không vội gì; thong thả mà làm: *take your time, there's no rush* cứ thong thả mà làm; không có gì vội đâu b/ *(mỉa)* nhởn nhơ, nhênh nhang: *you certainly took your time getting here* hẳn là anh ta đã nhởn nhơ đi đến đấy; **tell the time** x tell; **time after time; time and [time] again; times without number** nhiều lần, không biết bao nhiêu lần mà kể; **time and tide wait for no man** *(tục ngữ)*, thời gian đi mất có chờ đợi ai; **time flies** thời gian thấm thoát thoi đưa; **time hangs (lies) heavy on one's hands** thời gian nặng nề trôi qua; **time is on somebody's side** thời gian còn thừa đủ đối với ai để làm gì: *although she failed the exam she has time on her side; she's still young enough to take it in her next*

year mặc dù hỏng thi cô ta còn đủ thì giờ chán, cô ta còn trẻ để năm sau thi lại; **the time is ripe for something (somebody) to do something** thời gian đã chín muồi *(để ai làm việc gì)*; **the time of day** giờ trong ngày, giờ giấc; **time presses** thời gian thúc bách; **time was [when]...** đã có lúc, đã có thời; **time [alone] will tell** thời gian sẽ trả lời; thời gian qua đi điều đó sẽ rõ; **watch the time** x watch²; **work against time** chạy đua với thời gian.

time² /taim/ *dgt* **1.** chọn thời điểm; sắp xếp thời gian *(để làm việc gì)*: *you've timed your holiday cleverly, the weather is at its best* anh chọn thời điểm đi nghỉ thật khéo, thời tiết đang lúc tốt nhất; *the bomb was timed to explode during the rush hour* quả bom được định giờ nổ vào giờ cao điểm **2.** phát, đá *(bóng)* vào lúc nào đó: *he timed that shot beautifully* anh ta đá quả đó rất đúng lúc **3.** tính giờ, bấm giờ *(một cuộc đua)*: *time how long it takes me to do (time me while I do) two lengths of the pool* hãy bấm giờ dùm tôi xem tôi bơi được hai lượt bể bơi này hết bao nhiêu thời gian.

time-and-motion /taim-ənd'məʊʃn/ *tt* đo hiệu quả công việc: *a time-and-motion study* cuộc nghiên cứu hiệu quả công việc *(nhằm tăng năng suất trong công nghiệp)*.

time bomb /taimbɒm/ **1.** bom định giờ **2.** *(bóng)* bom nổ chậm *(nói về một tình thế chính trị)*.

time-card /taimka:d/ *dt (cg* **time-sheet)** sổ ghi giờ làm *(của ai)*, sổ chấm công.

time-consuming /taim-kənsju:miŋ/ *tt* mất nhiều thì giờ; cần nhiều thì giờ *(nói về một công việc...)*.

time exposure /taimik-spəʊʒə/ thời gian lộ sáng *(máy ảnh)*.

time-fuse /taimfju:z/ *dt* ngòi cháy định giờ.

time-honoured *(Mỹ* **time-honored)** /taimɒnəd/ *tt (tục lệ)* được tôn trọng vì có truyền thống lâu đời.

time immemorial /,taim-imə'mɔ:riəl/ *dt* from (since) time immemorial từ đời xửa đời xưa.

timekeeper /taimki:pə[r]/ *dt* **1.** người bấm giờ *(cuộc thi)*; người chấm giờ công *(của xưởng thợ)* **2.** đồng hồ *(với tt đứng trước)*: *a good timekeeper* chiếc đồng hồ chạy đúng.

timekeeping /taimki:piŋ/ *dt* sự bấm giờ *(cuộc thi)*; sự chấm giờ công.

time-lag /taimlæg/ *dt (cg* **lag)** khoảng thời gian giữa *(hai sự kiện có kiên quan chặt chẽ với nhau)*: *the time-lag between a flash of lightning and the thunder* khoảng thời gian giữa ánh chớp và tiếng sấm.

timeless /taimlis/ *tt* **1.** bất tận, muôn thuở: *the timeless universe* vũ trụ muôn thuở **2.** không biến đổi theo thời gian: *her timeless beauty* sắc đẹp không biến đổi theo thời gian của cô nàng.

timelessly /taimlisli/ *pht* [một cách] bất tận, [một cách] muôn thuở.

timelessness /taimlisnis/ *dt* sự bất tận, sự muôn thuở.

time-limit /taim,limit/ *dt* thời hạn *(phải xong việc gì)*, hạn thời gian: *set a time-limit for the completion of*

T

a job đặt thời hạn hoàn thành một công việc.

timeliness /'taimlinis/ *dt* sự đúng lúc.

timely /'taimli/ *tt* (**-ier; -iest**) [xảy ra] đúng lúc: *thanks to your timely intervention* nhờ sự can thiệp đúng lúc của anh.

time-piece /'taimpi:s/ *dt* (*cũ*) đồng hồ.

timer /'taimə[r]/ *dt* đồng hồ; người ghi giờ: *egg-timer* đồng hồ bấm giờ luộc trứng.

times¹ /taimz/ *dt* lần: *their house is at least three times as big as ours (three times bigger than ours)* nhà chúng nó ít nhất cũng bằng ba lần nhà chúng ta.

times¹ /taimz/ *gt* nhân với: *five times two is (equals) ten* năm nhân với hai là mười.

timesaving /'taim,seiviŋ/ *tt* đỡ tốn thì giờ, tiết kiệm thời gian.

time-server /'taim,sɜ:və[r]/ *dt* (*xấu*) kẻ xu thời.

time-serving /'taim,sɜ:viŋ/ *tt* (*xấu*) xu thời.

time-sharing /'taim,ʃeəriŋ/ *dt* sự phân chia thời gian (*cho nhiều chương trình trên một máy điện toán; cho nhiều người được qua kỳ nghỉ riêng rẽ tại một ngôi nhà chung*).

time-sheet /'taim,ʃi:t/ *dt nh* time-card.

time-signal /'taim,signəl/ *dt* hiệu báo giờ (*trên đài thu thanh, đài truyền hình*).

time-switch /'taimswitʃ/ (*điện*) nút tự động.

timetable¹ /'taimteibl/ *dt* (*Mỹ cg* **schedule**) **1.** bảng giờ (*tàu xe*) **2.** thời khóa biểu (*ở trường học*).

timetable² /'taimteibl/ *dt* **1.** định giờ: *it is timetable to begin at 2 o'clock* cuộc họp

định bắt đầu vào 2 giờ **2.** sắp xếp thời khóa biểu: *timetabling is the responsibility of the deputy headmaster* sắp xếp thời khóa biểu là trách nhiệm của ông hiệu phó.

time-tested /'taim,testid/ *tt* đã được thời gian thử thách.

time-worn /'taimwɔ:n/ *tt* **1.** rách mòn vì thời gian **2.** (*bóng*) sáo, sáo mòn: *time-worn expression* một từ ngữ sáo mòn.

timezone /'taimzəʊn/ múi giờ.

timid /'timid/ *tt* rụt rè.

timidity /'timidəti/ *dt* tính rụt rè.

timidly /'timidli/ *pht* [một cách] rụt rè.

timidness /'timidnis/ *dt nh* timidity.

timing /'taimiŋ/ *dt* **1.** sự tính toán thời gian (*để đạt hiệu quả cao nhất*), sự định thời gian: *a timing device* thiết bị định giờ; *the dancer's timing is perfect* sự tính toán thời gian của vũ nữ thật tuyệt diệu.

timorous /'timərəs/ *tt* sợ sệt, nhút nhát.

timorously /'timərəsli/ *pht* [một cách] sợ sệt, [một cách] nhút nhát.

timorousness /'timərəsnis/ *dt* sự sợ sệt, sự nhút nhát.

timpani /'timpəni/ *dt* (*dgt số ít hay snh*) bộ trống định âm (*trong dàn nhạc*).

timpanist /'timpanist/ *dt* người chơi trống định âm.

tin¹ /tin/ *dt* **1.** thiếc: *tin cans* hộp thiếc **2.** (*Mỹ cg* **can**) hộp; đồ hộp: *open a tin of beans* mở một hộp đậu; *he ate a whole tin of stew* nó đã ăn hết cả một hộp thịt hầm.

tin² /tin/ *dgt* (*Mỹ* **can**) đóng hộp: *tinned sardines* cá xác-đin đóng hộp.

tincture¹ /'tiŋktʃə[r]/ *dt* **1.** (*dược*) cồn thuốc: *tincture of iodine* cồn I ốt **2.** (*số ít*) nét thoáng, nét phảng phất: *a tincture of heresy* nét phảng phất dị giáo.

tincture² /'tiŋktʃə[r]/ *dgt* **tincture something with something** làm cho (*cái gì*) phảng phất mùi vị (*gì đó*).

tinder /'tində[r]/ *dt* chất mồi lửa; bùi nhùi.

tinder-box /'tindəbɒks/ **1.** hộp bật lửa **2.** (*bóng*) mồi lửa: *racial tension was high and the southern states were a real tinder-box* tình trạng căng thẳng chủng tộc rất cao và các nước phương nam là một mồi lửa thực sự.

tine /tain/ *dt* **1.** răng (*chĩa, nĩa*) **2.** nhánh gạc (*hươu*).

tin-foil /'tinfɔil/ *dt* giấy thiếc (*để gói thuốc lá, kẹo...*).

ting¹ /tiŋ/ *dt* tiếng leng keng.

ting² /tiŋ/ *dgt* [làm cho] kêu leng keng.

ting-a-ling¹ /,tiŋə'liŋ/ *dt* tiếng chuông leng keng.

ting-a-ling² /,tiŋə'liŋ/ *pht* leng keng: *the bell went ting-a-ling* chuông kêu leng keng.

tinge¹ /tindʒ/ *dgt* (*thường dùng ở dạng bị động*) **1.** nhuốm màu: *hair tinged with grey* tóc nhuốm hoa râm **2.** đượm màu (*bóng*): *her admiration for him was tinged with jealousy* sự thán phục của nàng đối với chàng nhuộm màu ghen tức.

tinge² /tindʒ/ *dt* nét thoáng: *there was a tinge of sadness in her voice* giọng nói của nàng thoáng nét buồn.

tingle¹ /'tiŋgl/ *dgt* **1.** có cảm giác râm ran: *fingers tingling with cold* ngón tay râm ran vì lạnh **2.** *tingle with something* rộn lên: *tingling with indignation* lòng căm phẫn rộn lên.

tingle² /'tiŋgl/ *dt* cảm giác râm ran.

tingly /'tiŋli/ *tt* râm ran.

tingod /'tingod/ *(kng, xấu)* người mã *(làm ra vẻ quan trọng, hoặc được kính trọng, nhưng không có thực chất).*

tin hat /,tin'hæt/ *(kng)* mũ sắt *(của binh sĩ).*

tinker¹ /'tiŋkə[r]/ *dt* **1.** thợ hàn nồi *(đi rong)* **2.** (+ with, at) sự hàn, sự vá **3.** *(Anh, kng)* đứa bé không vâng lời; đứa bé quấy rầy.

tinker² /'tiŋkə[r]/ *dgt* mày mò sửa chữa: *he's been tinkering with that engine for hours, but it still won't go* nó mày mò sửa chữa cái máy ấy hàng giờ, nhưng không được.

tinkle¹ /'tiŋkl/ *dt* **1.** tiếng leng keng: *the tinkle of a bell* tiếng chuông leng keng **2.** *(Anh, kng)* cú điện thoại: *give me a tinkle when you get home* hãy gọi cho tôi một cú điện thoại khi anh về đến nhà.

tinkle² /'tiŋkl/ *dgt* [làm] kêu leng keng.

tinnitus /'tinitəs/ *dt (y)* chứng ù tai.

tinny /'tini/ *tt* (-ier; -iest) *(xấu)* **1.** không chắc *(vật bằng kim loại)* **2.** kêu như tiếng thiếc: *a tinny piano* chiếc pianô tiếng như tiếng thiếc.

tin-opener /'tinəʊpənə[r]/ *dt* cái mở đồ hộp.

tin-pan alley /,tinpæn'æli/ *the tin-pan alley* người viết nhạc dân tộc; người chơi nhạc dân tộc.

tin-plate /'tinpleit/ *dt* sắt tây.

tinpot /'tinpot/ *tt (kng)* ra vẻ ta đây *(nhưng không mấy giá trị):* *a tinpot dictator* tên độc tài ra vẻ ta đây.

tinsel /'tinsl/ *dt* **1.** trang kim **2.** cái hào nhoáng rẻ tiền; cái hào nhoáng vô giá trị.

tinselled /'tinsld/, **tinselly** /'tinsəli/ *tt* **1.** trang trí trang kim **2.** hào nhoáng bề ngoài.

tinsmith /'tinsmiθ/ *dt* thợ thiếc.

tint¹ /tint/ *dt* **1.** sắc: *tints of green in the sky at dawn* sắc lục của bầu trời lúc rạng đông **2.** thuốc nhuộm tóc; sự nhuộm tóc.

tint² /tint/ *dgt* **1.** nhuộm, tô: *she has had her hair tinted* chị ta có tóc nhuộm **2.** *(bóng)* nhuốm màu: *his comments were tinted with sarcasm* lời bình luận của ông ta nhuốm màu châm chọc.

tintack /'tintæk/ *dt* đinh bọc thiếc.

tintinnabulation /,tintinæbju'leiʃn/ *dt* tiếng leng keng *(chuông).*

tiny /taini/ *tt* (-ier; -iest) bé tí, tí hon: *a tiny baby* em bé tí hon; *I feel a tiny bit better today* hôm nay tôi cảm thấy khỏe hơn một tí. // **the patter of tiny feet** *x* patter².

-tion *x* -ion.

tip¹ /tip/ *dt* **1.** đầu, mút: *walking on the tips of her toes* đi trên đầu ngón chân của nàng; *the northern tip of the island* mũi phía bắc của hòn đảo **2.** đầu bịt *(của gậy, điếu thuốc lá...):* *a cane with a rubber tip* chiếc gậy có đầu bằng cao su. // [have something] on the tip of one's tongue chưa thật nhớ ra *(điều gì):* *his name's on the tip of my tongue* tôi chưa thật nhớ ra tên anh ta; **the tip of the iceberg** một phần nhỏ của một vấn đề một tình thế lớn hơn nhiều; *over 100 burglaries are reported every month, and that is just the tip of the iceberg* hằng tháng có trên 100 vụ trộm được báo cáo, nhưng đó mới chỉ là một phần nhỏ của sự thật.

tip² /tip/ *dgt* (-pp-) bịt đầu: *filter-tipped cigarettes* thuốc lá đầu lọc; *the legs of the table were tipped with rubber* chân bàn đầu bịt cao su; *the native warriors tipped their arrows with poison* các chiến binh thổ dân tẩm thuốc độc vào đầu mũi tên.

tip³ /tip/ *dgt* (-pp-) **1.** [làm] nghiêng, [làm] lật úp: *tip the box up and empty it* nghiêng cái hộp và trút hết các thứ trong đó ra; *careful! you'll tip the boat over* cẩn thận! cậu sẽ làm chiếc thuyền lật úp cho mà xem **2.** [làm] đổ: *no rubbish to be tipped here; no tipping* cấm đổ rác [ở đây]; *tip the dirty water out of the bowl and into the sink* đổ nước bẩn trong bát vào chậu đi; *the train stopped abruptly, nearly tipping me out of my bunk* xe hỏa dừng bất thình lình, làm tôi suýt bị hất ra khỏi giường. // **tip the balance (scale)** là yếu tố quyết định; **tip (turn) the scale at something** *x* scale.

tip⁴ /tip/ **1.** nơi đổ rác, bãi rác **2.** *(kng)* nơi bẩn thỉu lộn xộn: *their house is an absolute tip* nhà chúng nó là cả một nơi bẩn thỉu lộn xộn.

tip⁵ /tip/ *dgt* (-pp-) **1.** chạm nhẹ, đẩy nhẹ *(theo hướng nào đó):* *the ball just tipped*

T

the edge of his racket quả bóng vừa chạm nhẹ vào cạnh vợt của anh ta; *she just tipped the ball over the net* chị ta vừa đẩy nhẹ quả bóng qua lưới **2.** cho tiền; boa *(người hầu bàn, người khiêng giùm hành lý...)*: *tip the porter 50p* cho người khuân vác 50 xu **3.** có ý kiến là, đưa ra ý kiến: *he has been widely tipped as the President's successor* ông ta được nhiều người có ý kiến là sẽ kế vị chủ tịch. // **tip somebody the wink** *(kng)* cung cấp tin riêng cho ai, bí mật báo cho ai.

tip somebody off *(kng)* báo trước cho ai biết: *someone tipped off the police about the robbery* có ai đó đã báo cho cảnh sát biết trước vụ cướp đó.

tip⁶ /tip/ *dt* **1.** tiền thưởng công; tiền boa *(cho người hầu bàn...)* **2.** mẹo vặt: *here's a handy tip for removing stains from clothing* đây là một mẹo vặt giúp tẩy vết bẩn trên quần áo **3.** nguồn tin riêng *(về ngựa đua, về thị trường chứng khoán...)*, lời mách nước: *a hot tip for the Derby* một tin nóng hổi về cuộc đua ngựa Derby hằng năm.

tip-off /'tipɒf/ *dt* lời báo trước: *the police received a tip-off about the robber's plans* cảnh sát đã được báo trước về kế hoạch của bọn cướp.

tipper lorry /'tipəlɒri/ *(cg* **tipper truck)** xe ben.

tippet /'tipit/ *dt* khăn choàng *(của phụ nữ, quan tòa...).*

tipple¹ /'tipl/ *dt (thường số ít) (kng)* rượu: *his favourite tipple is whisky* rượu mà ông ta thích nhất là uýt-ki.

tipple² /'tipl/ *dgt* nghiện rượu.

tippler /'tiplə[r]/ *dt (kng hoặc trại)* kẻ nghiện rượu.

tipsily /'tipsili/ *pht* [một cách] ngà ngà say.

tipsiness /'tipsinis/ *dt* sự ngà ngà say.

tipster /'tipstə[r]/ *dt* người mách nước.

tipsy /'tipsi/ *dt* (**-ier; -iest**) *(kng)* ngà ngà say, chếnh choáng hơi men.

tiptoe¹ /'tiptəʊ/ *dt* **on tiptoe** trên đầu ngón chân, nhón chân.

tiptoe² /'tiptəʊ/ *dgt* đi nhón chân: *she tiptoed [across] to the bed where the child lay asleep* bà ta nhón chân đi đến bên giường đứa bé đang ngủ.

tip-top /,tip'tɒp/ *tt* tuyệt hảo: *tip-top quality* phẩm chất tuyệt hảo.

tip-up /'tipʌp/ *tt* có thể lật lên được *(ghế ngồi, như ở rạp hát...).*

TIR /,ti:ai'ɑ:[r]/ *(vt của tiếng Pháp* Transport International Routier) vận tải đường bộ quốc tế.

tirade /tai'reid, (Mỹ 'tai-reid)/ bài chỉ trích dài và phẫn nộ, bài lên án mạnh mẽ.

tire¹ /taiə[r]/ *dgt* **1.** [làm cho] mệt: *old people tire easily* người già dễ mệt; *the long walk tired me [out]* cuộc đi bộ lâu làm tôi mệt **2.** *tire of something (doing something)* [làm cho] chán: *after a week I tired of eating fish* sau một tuần lễ, tôi đã chán ăn cá.

tire² /taiər/ *dt (Mỹ)* nh tyre.

tired /taiəd/ *tt* **1.** mệt: *I'm dead tired* tôi mệt nhoài; *tired out* mệt kiệt sức **2.** chán: *I'm tired of watching television, let's go for a walk* tôi đã chán xem truyền hình rồi, ta đi dạo một lúc đi **3.**

(xấu) quá quen thuộc, nhàm: *the same tired old subjects come up year after year* cũng những đề tài quen thuộc đó trở đi trở lại hằng năm.

tiredly /'taiədli/ *pht* **1.** [một cách] mệt mỏi **2.** [một cách] chán **3.** [một cách] nhàm chán.

tiredness /'taiədnis/ *dt* **1.** sự mệt mỏi **2.** sự chán **3.** tính chất nhàm chán.

tiring /'taiəriŋ/ *tt* làm mệt: *a tiring journey* một chuyến đi mệt người.

tireless /'taiəlis/ *tt* không mệt mỏi: *a tireless fighter against injustice* một người đấu tranh không mệt mỏi, chống bất công.

tirelessly /'taiəlisli/ *pht* [một cách] không mệt mỏi.

tiresome /'taiəsəm/ *tt* phiền chán: *I've missed the train, how tiresome* tôi nhỡ mất chuyến tàu hỏa, thật là phiền.

tiresomely /'taiəsəmli/ *pht* [một cách] buồn chán, [một cách] chán.

tiro /'taiərəʊ/ *dt* người ít kinh nghiệm, "lính mới".

tissue /'tiʃu:/ *dt* **1.** *(sinh)* mô: *nervous tissue* mô thần kinh **2.** giấy lau **3.** *cg* **tissue-paper** giấy gói **4.** vải mỏng **5. tissue of something** chuỗi đan nhau, mớ: *his story is a tissue of lies* câu chuyện của nó là cả một mớ nói dối.

tissue-paper /'tiʃu:peipə[r]/ *dt x* tissue³.

tit¹ /tit/ *dt (kng)* **1.** ngực *(của phụ nữ)* **2.** núm vú **3.** đồ khốn kiếp ngu ngốc. // **get on someone's tit** làm ai bực mình hết sức.

tit² /tit/ *dt (cg* **titmouse)** *(động)* chim sẻ ngô.

tit³ /tit/ *dt* **tit for tat** ăn miếng trả miếng.

Titan /'taitn/ *dt* (*cg* **titan**) người khổng lồ.

titanic /tai'tænik/ *tt* khổng lồ, to lớn: *the two of them are locked in a titanic struggle for the control of the company* hai người bị kẹt vào một cuộc vật lộn tranh giành quyền kiểm soát công ty.

titbit /'titbit/ *dt* (*Mỹ* **tidbit**) miếng ăn ngon: *she always keeps some titbits to give to her cat* chị ta bao giờ cũng giữ vài miếng ngon để cho mèo.

tithe /taið/ *dt* sản phẩm thập phân (*cúng vào nhà thờ trước dây*).

tithe barn /'taiðbɑːn/ *dt* kho vựa sản phẩm thập phân.

titillate /'titileit/ *dgt* kích dục: *the book has no artistic merit, its sole aim is to titillate [the reader]* cuốn sách không có giá trị nghệ thuật, mục đích duy nhất của nó là kích dục người đọc.

titillating /'titileitiŋ/ *tt* kích dục: *a mildly titillating film* bộ phim kích dục nhẹ nhàng.

titillation /ˌtiti'leiʃn/ *dt* sự kích dục.

titivate /'titiveit/ *dgt* trang điểm, chải chuốt: *she spent an hour titivating [herself] before going out* cô ta mất cả tiếng đồng hồ trang điểm trước khi đi ra ngoài.

titivation /titi'veiʃn/ *dt* sự trang điểm, sự chải chuốt.

title /'taitl/ *dt* **1.** tên (*một cuốn sách, một bài tho...*) **2.** tước, danh hiệu: *she has a title* cô ta có tước vị (*thuộc tầng lớp quý tộc*) **3.** (*luật*) quyền sở hữu: *has he got any title to the land?* ông ta có quyền sở hữu đất ấy không? **4.** (*thể*) danh hiệu vô địch: *a title fight* trận

đấu tranh danh hiệu vô địch.

titled /'taitld/ có tước vị quý tộc.

title-deed /'taitl diːd/ *dt* chứng thư sở hữu.

title-holder /'taitlhəʊdə[r]/ *dt* (*thể*) người giữ danh hiệu vô địch, nhà vô địch.

title-page /'taitlpeidʒ/ *dt* trang tên sách.

title-role /'taitlrəʊl/ *dt* vai tên vở (*vai dùng để đặt tên cho vở kịch*).

titmice /'titmais/ *dt snh* của **titmouse**.

titmouse /'titmaʊs/ *dt* (*snh* **titmice**) *nh* **tit²**.

titter¹ /'titə[r]/ *dgt* cười gượng [gạo]: *the audience tittered politely* khán giả cười gượng một cách lịch sự.

titter² /'titə[r]/ *dt* nụ cười gượng.

tittle /'titl/ *dt* (*thường dùng trong câu hỏi hay câu phủ định*) một chút, tí chút: *there is not one tittle of truth in these allegations* không có một chút sự thật nào trong các luận điệu đó.

tittle-tattle¹ /'titltætl/ (*kng*) chuyện tầm phào; chuyện ngồi lê đôi mách.

tittle-tattle² /'titltætl/ *dgt* (*kng*) nói chuyện tầm phào, ngồi lê đôi mách.

titular /'titjulə[r], (*Mỹ* 'titʃʊlər)/ *dt* trên danh nghĩa: *the titular Head of State* quốc trưởng danh nghĩa.

tizzy /'tizi/ *dt* (*cg* **tizz**) (*thường số ít*) (*kng*) sự xúc động bối rối: *be in (get into) a tizzy* bị xúc động bối rối.

T-junction /'tiːˌʒʌŋkʃn/ *dt* chỗ nối hình chữ T (*đường di, ống nước...*).

TM (*vt của* **trademark**) nhãn hiệu chế tạo.

tn (*Mỹ*) (*vt của* ton[s]; tonne[s]) tấn.

TNT /ˌtiːenˈtiː/ (*Mỹ*) (*vt của* trinitrotoluene) trinitrotoluen (*một chất nổ mạnh*).

to¹ (*trước phụ âm* /tə/; *trước nguyên âm* /tʊ/ *hoặc* /tuː/; *nhấn mạnh* /tuː/) *gt* **1.** đến, tới: *walk to the office* đi đến văn phòng; *on the way to the station* trên đường đến nhà ga; *he was taken to hospital for treatment* anh ta được đưa tới bệnh viện để điều trị **2.** về phía: *there are mountains to the west of here* về phía tây nơi này có núi **3.** hướng tới, đạt tới (*một tình trạng... nào đó*): *a move to the left* sự chuyển hướng sang cánh tả (*về chính trị*); *the mother sang her baby to sleep* bà mẹ ru đứa con cho nó ngủ; *rise to power* lên nắm quyền **4.** tới tận; cho tới: *the garden extends to the river bank* khu vườn trải rộng tới tận bờ sông; *from first to last* từ cái đầu cho tới tận cái cuối; *count [from one] to 10* đếm [từ một] cho đến 10; *from Monday to Friday* từ thứ hai đến thứ sáu; *how long is it to lunch?* từ giờ cho đến bữa trưa bao lâu nữa? **5.** trước, kém (*nói về thời gian*): *a quarter to six* sáu giờ kém mười lăm **6.** cho, với (*dùng với một số dgt để đưa tân ngữ gián tiếp vào*): *he gave it to his sister* nó cho chị nó cái đó; *she said to us that she was surprised* chị ta nói với chúng tôi rằng chị ta đã ngạc nhiên **7.** của, thuộc về: *be secretary to the managing director* là thư ký của giám đốc **8.** so với: *I prefer walking to climbing* tôi thích đi bộ hơn [so với] leo núi; *this is superior to that* cái này hơn [so với] cái kia; *compared to me he*

T

is rich so với tôi thì anh ta giàu **9.** tạo nên; lên tới; làm thành: *there are 100 centimetres to the metre* 100 xentimet làm thành một mét **10.** mỗi *(chỉ tỷ lệ): get 10 francs to the pound* đổi mỗi bảng được 10 phờ-răng **11.** đến *(trong từ... đến): 20 to 30 years of age* tuổi từ 20 đến 30; *3 to 5 centimetres long* dài từ 3 đến 5 xentimet **12.** để tỏ lòng tôn kính, để kỷ niệm, để tưởng nhớ *(ai): a monument to [the memory of] the soldiers who died in the war* đài tưởng niệm để tưởng nhớ các chiến sĩ đã hy sinh trong chiến tranh; *drink to somebody (to somebody's health)* uống chúc sức khỏe ai **13.** gần, kề, sát: *dance cheek to cheek* khiêu vũ má kề má; *with an ear to the door* ghé sát tai vào cửa **14.** *(dùng sau các động từ chỉ sự chuyển động như come, go, rush...)* với ý định: *come to our aid* đến [với ý định] giúp chúng tôi **15.** với, đối với: *a solution to a problem* một giải pháp đối với vấn đề; *she is devoted to her family* chị ta tận tụy đối với gia đình **16.** khiến cho, cảm thấy; *to my surprise, the Labour won the party* Đảng lao động thắng cử khiến cho tôi lấy làm ngạc nhiên; *to my shame, I forgot his birthday* quên khuấy ngày sinh nhật của anh ta, điều đó khiến tôi xấu hổ quá **17.** theo ý *(ai) (dùng sau các đgt tri giác như seem, feel, look, smell...): it seems like velvet to me* theo ý tôi, cái đó tựa như nhung; *does it look to you like gold?* theo ý anh cái đó có giống vàng không? **18.** thỏa mãn, hợp *(ai): quite nice, but not to her taste*

thật là tuyệt, nhưng không hợp khẩu vị nàng.

to² *trước phụ âm* /tə/ *trước nguyên âm* /tʊ/ *hay* /tu:/, *dạng nhấn mạnh* /tu:/ **1.** *(dùng trước đgt nguyên mẫu) (không có nghĩa):* to go đi; to see thấy **2.** *(dùng như là tân ngữ của nhiều đgt): he wants to go* nó muốn đi; *she asked me to go* cô ta yêu cầu tôi đi **3.** *(dùng chỉ mục đích hay kết quả trong mệnh đề phó ngữ): she's working hard to earn money* cô ta làm việc cật lực để kiếm tiền; *they went there to cause trouble* họ đến đó để gây rối **4.** *(dùng một mình để tránh lặp lại một động từ nguyên mẫu): I'd like to do it but I don't know how to* tôi thích làm việc đó nhưng tôi không biết làm ra sao cả.

to³ /tu:/ *pht* **1.** đóng *(nói về cửa): leave it to* cứ để cửa đóng **2.** về cách dùng đặc biệt với đgt và trong từ ghép, xem các mục tương ứng. // **to and fro** đi đi lại lại: *journeys to and fro between London and Paris* những chuyến đi đi lại lại giữa Luân Đôn và Paris.

toad /təʊd/ *dt* **1.** *(động)* con cóc **2.** *(bóng)* đồ ghê tởm.

toad-in-the-hole /ˌtəʊd in ðə'həʊl/ *dt* xúc xích tẩm bột rán.

toadstool /'təʊdstu:l/ *dt* nấm mũ độc.

toady¹ /'təʊdi/ *dt (xấu)* người bợ đỡ.

toady² /'təʊdi/ *dgt* **(toadied)** *(xấu)* bợ đỡ: *toadying to the boss* bợ đỡ chủ.

toast¹ /təʊst/ *dt* bánh mì lát nướng: *two slices of buttered toast* hai lát bánh mì nướng phết bơ. // **have somebody on toast** *(kng)* hoàn toàn định

đoạt số phận của ai; **warm as toast** *x* warm¹.

toast² /təʊst/ *đgt* nướng; *a toasted sandwich* bánh mì kẹp nướng; *toasting oneself (one's feet) in front of the fire* hơ mình (chân) trước bếp lửa.

toast³ /təʊst/ *đgt* nâng cốc chúc mừng: *toast the bride and groom* nâng cốc chúc mừng cô dâu chú rể.

toast⁴ /təʊst/ *dt* **1.** sự nâng cốc chúc mừng: *reply (respond) to the toast* đáp lại lời nâng cốc chúc mừng **2.** người được nâng cốc chúc mừng: *be the toast of the whole neighbourhood* là người được tất cả hàng xóm nâng cốc chúc mừng.

toaster /'təʊstə[r]/ *dt* lò điện nướng bánh.

toasting-fork /'təʊstɪŋ fɔ:k/ *dt* nĩa nướng bánh *(có cán dài).*

toastmaster /'təʊstmɑ:stə[r]/ *dt* người tuyên bố nâng cốc chúc mừng *(trong một bữa tiệc).*

toast rack /'təʊst ræk/ *dt* khay *[để]* bánh mì nướng *(trên bàn ăn).*

tobacco /tə'bækəʊ/ *dt* thuốc lá *(cây, lá).*

tobacconist /tə'bækənist/ *dt* chủ hàng thuốc lá.

toboggan /tə'bɒgən/ *dt* xe trượt tuyết.

toboggan /tə'bɒgən/ *dgt* trượt tuyết: *go tobogganing* đi trượt tuyết.

toby jug /'təʊbidʒʌg/ *dt* bình đựng bia hình ông lão.

toccata /tə'kɑ:tə/ *dt (nhạc)* khúc tocat.

tocsin /'tɒksɪn/ *dt* **1.** chuông báo động, hiệu báo động **2.** *(bóng)* sự báo nguy.

tod /tɒd/ *dt* **on one's tod** *(Anh, kng)* một mình: *you mean you did it all on your* *tod* anh muốn nói là anh đã làm tất cả việc ấy một mình.

today[1] /tə'dei/ *pht* **1.** [trong ngày] hôm nay: *what are you doing today?* hôm nay anh làm gì? **2.** ngày nay: *women today no longer accept such treatment* phụ nữ ngày nay không chấp nhận đối xử kiểu ấy.

today[2] /tə'dei/ *dt* **1.** hôm nay: *have you seen today's paper?* anh đã xem báo hôm nay chưa? **2.** thời nay.

toddle /'tɒdl/ *dgt* **1.** đi chập chững **2.** *(kng)* đi: *I think we should be toddling off* tôi nghĩ rằng ta nên đi khỏi đây.

toddler /'tɒdlə[r]/ *dt* đứa bé mới tập đi.

toddy /'tɒdi/ *dt* rượu hòa đường pha nước nóng.

to-do /tə'du:/ *(snh* **to-dos**) *(thường số ít)* sự ồn ào, sự om sòm: *what's all the to-do about?* gì mà ồn ào thế?

toe[1] /təʊ/ *dt* **1.** ngón chân *(người, thú vật)* **2.** mũi giày *(phần trùm lên ngón chân khi đi giày).* // **dig one's heels (toes) in** *x* dig[1]; **from head to foot (toe)** *x* head[1]; **from top to toe** *x* top[1]; **on one's toes** cảnh giác đề phòng; **tread on somebody's corns (toes)** *x* tread.

toe[2] /təʊ/ *dgt* **(toed) toe the [party] line;** *(Mỹ) cg* **toe the mark** phục tùng, tuân lệnh *(đảng...).*

toe-cap /'təʊkæp/ *dt* mũi giày.

toe-hold /'təʊhəʊld/ *dt* **1.** chỗ bám ngón chân *(khi leo núi)* **2.** *(bóng)* chỗ bám chân, chỗ đứng: *thanks to this contract the firm gained a toe-hold in the European market* nhờ bản hợp đồng này mà hãng đã có được chỗ đứng trên thị trường Châu Âu.

toe-nail /'təʊneil/ *dt* móng chân *(người).*

toff /tɒf/ *dt* (Anh, lóng, cũ) người thượng lưu.

toffee, toffy /'tɒfi/, *(Mỹ* 'tɔ:-fi)/ *(Mỹ cg* **taffi** /'tæfi/) *dt* kẹo bơ cứng. // **can't do something for toffee** *(kng)* không có chút khả năng nào làm gì cả: *she can't sing for toffee!* cô ta không biết hát chút nào cả!

toffee apple /'tɒfiæpl/ táo que phết kẹo bơ.

toffee-nosed /'tɒfinəʊzd/ *tt (kng)* kiêu kỳ.

tog /tɒg/ *dgt* (-gg-) **tog oneself out (up) [in something]** *(kng)* ăn mặc đẹp, diện quần áo đẹp: *children togged out in their Sunday best* tụi trẻ diện quần áo ngày chủ nhật đẹp nhất của chúng.

toga /'təʊgə/ *dt* áo choàng *(của công dân La mã xưa).*

together[1] /tə'geðə[r]/ *pht* **1.** cùng, cùng nhau; *let's go for a walk together* ta cùng nhau đi dạo đi; *I hear they're living together* tôi nghe nói họ sống chung với nhau **2.** gộp với nhau: *mix the sand and cement together, then add water* trộn cát và xi măng [gộp] với nhau, xong cho thêm nước vào; *he's got more money than the rest of us [put] together* anh ta kiếm được nhiều tiền hơn chúng ta gộp nhau lại **3.** hòa hợp, nhất trí: *the party is absolutely together on this issue* đảng hoàn toàn nhất trí về vấn đề đó **4.** cùng một lúc, đồng thời; *they were all talking together and I couldn't understand a word* họ nói cùng một lúc và tôi chẳng hiểu gì cả **5.** liền, liên tục *(không gián đoạn):* *it rained for three days together* trời mưa ba ngày liền. // **get something (it) to-**

gether *(lóng)* cho vào khuôn phép: *she would be a very good player if only she could get it together* cô ta sẽ là một vận động viên giỏi nếu cô chịu vào khuôn phép; **together with** cùng với: *he sent her some roses, together with a nice letter* nó gửi cho nàng một ít hoa hồng cùng với một bức thư lời lẽ rất nhã.

together[2] /tə'geðə[r]/ *tt (lóng, đặc biệt Mỹ)* có tổ chức; có khả năng, cừ: *a really together organization* một tổ chức thực sự cừ.

togetherness /tə'geðənis/ *dt* cảm giác hòa hợp hữu nghị.

toggle /'tɒgl/ *dt* mảnh gỗ làm cúc *(cài áo khoác).*

togs /tɒgz/ *dt snh (kng)* quần áo: *summer togs* quần áo mùa hè.

toggle switch /'tɒglswitʃ/ *dt* cầu dao điện.

toil[1] /tɔil/ *dt* sự lao động vất vả.

toil[2] /tɔil/ *dgt* **1.** lao động vất vả, làm vất vả: *we toiled away all afternoon to get the house ready for our guests* chúng tôi làm vất vả cả buổi chiều để chuẩn bị nhà có khách **2.** ì ạch, lê bước: *the ground was muddy and uneven, but we toiled on* đất lầy và gồ ghề, nhưng chúng tôi vẫn lê bước tiến lên; *the bus toiled up the steep hill* chiếc xe buýt ì ạch lao lên đồi dốc.

toiler /'tɔilə[r]/ *dt* người lao động vất vả.

toilet /'tɔilit/ *dt* **1.** nhà vệ sinh **2.** *(cũ)* sự trang điểm, sự chải chuốt: *a toilet set* bộ đồ trang điểm.

toilet paper /'tɔilit peipə[r]/ *(cg* **toilet tissue**) giấy vệ sinh.

T

toiletries /'tɔilitriz/ dt snh mặt hàng trang điểm rửa ráy (bán trong các cửa hiệu).

toilet-roll /'tɔilitrəʊl/ dt cuộn giấy vệ sinh.

toilet-train /'tɔilittrein/ dgt (dùng chủ yếu ở dạng bị động) luyện cho (trẻ em) tự đi ỉa đái một mình trong phòng vệ sinh được.

toilet-training /'tɔilittreining/ dt sự luyện cho tự đi ỉa đái một mình ở phòng vệ sinh.

toilet water /'tɔilitwɔ:tə[r]/ nước hoa xức da sau khi tắm rửa.

toils /tɔilz/ dt snh (thường bóng) lưới, cạm, bẫy: caught in the toils of the law sa vào lưới pháp luật.

toing /'tu:iŋ/ dt toing and froing a/ đi đi lại lại: after much toing and froing, we got all the children back to their homes sau nhiều lần đi đi lại lại, chúng tôi đã đưa được hết bọn trẻ về nhà b/ (kng) hoạt động bận rộn vô hiệu; after a lot of toing and froing they reached a decision sau hàng lô hoạt động bận rộn vô hiệu, cuối cùng họ đã đạt được một quyết định.

token¹ /'təʊkən/ dt 1. dấu hiệu, vật biểu hiện: please accept this small gift as a token of our gratitude xin hãy nhận cho món quà mọn này, biểu hiện tấm lòng biết ơn của chúng tôi 2. tiền giấy không đổi được, phiếu mua (chỉ dùng chi trả qua một số máy...): tokens for the cigarettes are available at the bars phiếu thanh toán thuốc lá có thể mua được ở quầy rượu đấy; a £10 gift token phiếu 10 bảng đổi lấy được một món quà tặng. // **by the same token** x same¹; **in token of something** là biểu

hiện của cái gì: please accept this gift in token of our affection for you xin ông nhận cho món quà này đó là biểu hiện cảm tình của chúng tôi đối với ông.

token² /'təʊkən/ tt 1. đánh dấu; báo hiệu: a token strike một cuộc đình công ngắn ngày báo hiệu (cho một cuộc đình công tiếp theo dài ngày hơn) 2. hình thức; chiếu lệ: our troops encountered only token resistance quân ta chỉ kháng cự chiếu lệ; the token woman on the committee người phụ nữ tham gia chiếu lệ ủy ban [cho gọi rằng là có nữ có nam].

told /təʊld/ qk và dttqk của tell.

tolerable /'tɒlərəbl/ tt 1. có thể tha thứ, có thể chịu đựng được: the heat was tolerable at night but suffocating during the day cơn nóng ban đêm còn chịu được, chứ ban ngày thì ngột ngạt lắm 2. tạm được, khá tốt: tolerable weather thời tiết khá tốt; in tolerable health trong tình trạng sức khỏe tạm được.

tolerably /'tɒlərəbli/ pht kha khá, khá tốt: he plays the piano tolerably well anh ta chơi pi-a-nô khá hay.

tolerance /'tɒlərəns/ dt 1. sự khoan dung; sự tha thứ: religious tolerance sự khoan dung về tôn giáo 2. sự chịu thuốc, sự dung nạp thuốc: as the addict's tolerance increases, he requires ever larger doses of the drug do mức dung nạp thuốc của anh ta tăng lên anh ta cần những liều thuốc ngày càng cao hơn 3. (kỹ) dung sai.

tolerant /'tɒlərənt/ tt (+ of, towards) khoan dung; tha thứ: a tolerant father một ông bố khoan dung.

tolerantly /'tɒlərəntli/ pht [một cách] khoan dung.

tolerate /'tɒləreit/ dgt 1. tha thứ, khoan thứ: I won't tolerate such behaviour (your behaving in this way) tôi không thể tha thứ thái độ như thế của anh 2. chịu đựng: tolerate heat well chịu nóng giỏi 3. chịu (thuốc): the body cannot tolerate such large amounts of radiation cơ thể không thể chịu được liều bức xạ lớn như thế.

toleration /ˌtɒlə'reiʃn/ dt sự tha thứ, sự khoan dung (nhất là về mặt tôn giáo).

toll¹ /təʊl/ dt 1. lệ phí cầu đường 2. (thường số ít) tổn thất: toll in the earthquake tổn thất về người do vụ động đất. // **take a heavy toll; take its toll of [something]** gây ra tổn thất thiệt hại: the war took a heavy toll of human life chiến tranh đã gây ra tổn thất lớn về nhân mạng.

toll² /təʊl/ dgt rung [chuông] (chậm rãi nhưng đều đặn thường là khi có đám tang): the church bell tolled the hour chuông nhà thờ rung điểm giờ.

toll³ /təʊl/ (số ít) tiếng chuông rung.

toll-booth /'təʊlbu:ð/ dt trạm thu mua lệ phí cầu đường.

toll-bridge /'təʊlbridʒ/ dt cầu có thu lệ phí.

toll-gate /'təʊlgeit/ dt cổng thu lệ phí cầu đường (dọc đường).

toll-house /'təʊlhaʊs/ phòng thu lệ phí cầu đường (dọc đường).

Tom /tɒm/ dt [any (every)] **Tom, Dick and Harry** (thường xấu) thằng cha căng chú kiết nào đó; những thằng vô danh tiểu tốt: we don't *want any [old] Tom, Dick and Harry using the club bar* chúng ta không muốn bất cứ thằng vô danh tiểu tốt nào đó vào quầy rượu của câu lạc bộ chúng ta.

tom /tɒm/ *dt nh* tom-cat.

tomahawk /'tɒməhɔːk/ *dt* cái rìu *(của người da đỏ Bắc Mỹ)*.

tomato /tə'mɑːtəʊ, *(Mỹ* tə-'meitəʊ)/ *dt (snh* **tomatoes**) cà chua *(cây, quả)*.

tomb /tuːm/ *dt* mộ, mồ.

tombola /təm'bəʊlə/ *dt* trò chơi xổ số.

tomboy /'tɒmbɔi/ *dt* cô gái tinh nghịch.

tomboyish /'tɒmbɔiiʃ/ *dt* tinh nghịch như con trai.

tombstone /'tuːmstəʊn/ *dt* mộ chí.

tom-cat /'tɒmkæt/ *dt* mèo đực.

tome /təʊm/ *dt* quyển, tập: *a dictionary in two tomes* một cuốn từ điển hai tập.

tomfool /,tɒm'fuːl/ *tt* ngu đần, ngốc nghếch.

tomfoolery /,tɒm'fuːləri/ *dt (thường snh)* cử chỉ ngu đần; hành động ngốc nghếch.

tommy-gun /'tɒmigʌn/ *dt (kng)* súng tiểu liên.

tommy-rot /,tɒmi'rɒt/ *dt* chuyện vớ vẩn: *don't talk such tommy-rot!* đừng nói chuyện vớ vẩn như thế!

tomorrow[1] /tə'mɒrəʊ/ *dt* ngày mai, mai: *today is Tuesday so tomorrow is Wednesday* hôm nay là thứ ba, vậy mai là thứ tư; *tomorrow morning* sáng mai; *tomorrow's world* thế giới ngày mai; *a brighter tomorrow* một ngày mai *(tương lai)* rực rỡ hơn. // **the day after tomorrow** *x* day.

tomorrow[2] /tə'mɒrəʊ/ *pht* [vào] ngày mai: *I hope it will be sunny tomorrow* tôi

hy vọng là ngày mai trời sẽ nắng.

tomtit /'tɒmtit/ *dt (động)* chim sẻ ngô xanh.

tom-tom /'tɒmtɒm/ *dt* trống cơm *(ở châu Á, châu Phi, chơi bằng tay; băng nhạc ja cũng dùng loại trống tương tự)*.

ton /tʌn/ *dt* 1. (*snh* **tons** hoặc **ton**) tấn *(Anh long ton 1016kg, Mỹ short ton 907,2kg)* 2. ton *(đơn vị dung tích, đặc biệt áp dụng cho gỗ, bằng 40 phút khối)* 3. ton *(đơn vị kích cỡ tàu bè bằng 100 phút khối)* 4. ton *(đơn vị trọng tải tàu bè bằng 40 phút khối)* 5. **tons of something** nhiều, vô khối: *I've still got tons [of work] to do* tôi còn vô khối việc phải làm. // **do a (the) ton** *(lóng)* lái xe ở tốc độ 100 dặm/giờ hoặc hơn; **come down on [somebody] like a ton of bricks** *(kng)* chỉ trích ai nặng nề, trừng phạt ai nặng nề; **weigh a ton** *x* weigh.

tonal /'təʊnl/ *tt* 1. [thuộc] giọng 2. *(nhạc)* [thuộc] điệu.

tonality /təʊ'næləti/ *dt (nhạc)* khóa nhạc.

tone[1] /təʊn/ *dt* 1. tiếng, âm: *the alarm bell's harsh tone* tiếng chuông báo động chói tai: *speak in an angry tone* nói với giọng tức giận; *don't speak to me in that tone [of voice]* đừng nói với tôi bằng cái giọng đó 2. âm thanh *(của một nhạc cụ)*: *a violin with an excellent tone* cây đàn vi-ô-lông âm thanh tuyệt vời 3. *(số ít)* giọng điệu; tinh thần: *overall the tone of the book is satirical; the book is satirical in tone* xét tổng quát thì giọng điệu cuốn sách là châm biếm 4. *(họa)* sắc: *a picture in warm tones* một bức tranh sắc ấm 5. sức khỏe, trương lực: *good*

muscular tone trương lực cao của bắp cơ; *lose tone* suy nhược đi 6. tín hiệu điện thoại: *that tone means that the number is engaged* tín hiệu ấy có nghĩa là số điện thoại đó đang bận 7. sự lên xuống giọng khi nói: *in "Are you ill?" there is usually a rising tone on "ill"* trong "Are you ill" thường lên giọng từ "ill".

tone[2] /təʊn/ *dgt* tạo âm thanh đặc biệt cho; tạo sắc đặc biệt cho. // **tone something down** [làm cho] dịu đi, [làm cho] bớt gay gắt: *you'd better tone down the more offensive remarks in your article* anh nên làm cho những lời chỉ trích có tính xúc phạm trong bài báo của anh bớt gay gắt đi thì hơn; **tone in [with something]** hài hòa màu sắc với: *the new curtains tone in beautifully with the carpet* mấy tấm màn cửa mới hài hòa màu sắc một cách đẹp mắt với tấm thảm; **tone [something] up** làm cho sáng hơn; làm cho mãnh liệt hơn, làm cho mạnh hơn: *exercise tones up muscles* tập luyện làm bắp cơ mạnh hơn lên.

-toned *(yếu tố tạo thành tt ghép)* có âm thanh *(như thế nào đó)*: *silver-toned trumpets* kèm trumpet tiếng bạc.

tone-deaf /,təʊn 'def/ *tt* không phân biệt được các nốt nhạc khác nhau.

tone language /'təʊn,læŋgwidʒ/ ngôn ngữ thanh điệu *(ví dụ tiếng Trung Quốc)*.

toneless /'təʊnlis/ *tt* 1. không có màu sắc 2. không có tinh thần, buồn nản: *answer in a toneless voice* trả lời giọng buồn nản.

tonelessly /'təʊnlisli/ *pht* [một cách] buồn nản.

tone poem /'təʊnpəʊim/ thơ phổ nhạc.

tongs /tɒŋz/ dt snh cái kẹp, cái cặp *(để gắp)*: *ice tongs* cái kẹp gắp nước đá.

tongue /tʌŋ/ dt **1.** cái lưỡi **2.** lưỡi bò: *ham and tongue sandwiches* bánh mì kẹp lưỡi bò và giăm bông **3.** ngôn ngữ, tiếng: *one's mother tongue* tiếng mẹ đẻ **4.** vật hình lưỡi; ngọn *(lửa)*; kim *(của cái cân)*; doi *(đất)*; ghi *(xe lửa)*; lưỡi gà *(kèn)*... // **bite one's tongue** *x* bite¹; **an evil tongue** *x* evil; **find (loose) one's voice (tongue)** *x* find¹; **get one's tongue round (around) something** tìm cách phát âm cho đúng *(một từ khó, một tên người...)*; **give somebody (get) the edge of one's (somebody's) tongue** *x* edge¹; **have a loose tongue** *x* loose¹; **hold one's peace (tongue)** *x* peace; **loosen one's tongue** *x* loosen; **on the tip of one's tongue** *x* tip¹; **put (stick) one's tongue out** thè lưỡi ra; **a silver tongue** *x* silver; **tongues wag** *(kng)* có chuyện bàn tán: *their scandalous affair has really set tongues wagging* vụ tai tiếng của họ thực sự đã gây ra bao chuyện bàn tán; **a slip of the pen (of the tongue)** *x* slip¹; **with [one's] tongue in [one's] cheek** không nghiêm túc, với ý hài hước châm biếm: *don't be fooled by all his complimentary remarks, they were all said with tongue in cheek* đừng có bị lừa bởi những nhận xét khen ngợi của ông ta, toàn là hài hước châm biếm cả đấy; **with one's tongue hanging out** a/ khát thè lưỡi b/ khát khao.

-tongued *(yếu tố tạo tt ghép)* có miệng lưỡi *(như*

thế nào đấy): *sharp-tongued* có miệng lưỡi cay độc.

tongue-in-cheek /,tʌŋin-'tʃi:k/ tt không nghiêm túc; hài hước châm biếm.

tongue-lashing /'tʌŋlæʃiŋ/ dt sự quở trách nặng nề, sự trách mắng gay gắt.

tongue-tied /'tʌŋtaid/ tt im lặng vì e thẹn; ríu lưỡi vì bối rối.

tongue-twister /'tʌŋtwistə[r]/ dt từ khó đọc đúng; câu khó đọc nhanh *(ví dụ she sells sea-shells on the sea-shore)*.

tonic¹ /'tɒnik/ dt **1.** thuốc bổ *(đen, bóng)*: *you look run-down, you need a tonic* anh trông có vẻ mệt mỏi, cần uống thuốc bổ đấy; *the good news acted as a tonic on us all (lóng)* tin vui đã tác động như một liều thuốc bổ lên tất cả chúng tôi **2.** *nh* tonic water **3.** *(nhạc)* âm chủ.

tonic² /'tɒnik/ tt **1.** [thuộc] âm chủ **2.** bổ dưỡng, bổ: *sea air has a tonic quality* không khí biển bổ cho sức khỏe.

tonic water /'tɒnikwɔ:tə[r]/ *(cg* **tonic***)* nước khoáng [pha] quinin: *two tonics please* làm ơn cho hai cốc nước khoáng quinin.

tonight¹ /tə'nait/ pht [vào] đêm nay, [vào] tối nay: *at 9 o'clock tonight* chín giờ tối nay.

tonight² /tə'nait/ dt đêm nay, tối nay: *did you hear tonight's radio news?* anh có nghe tin radio tối nay không đấy?

tonnage /'tʌnidʒ/ dt **1.** kích thước (trọng tải) tàu thủy tính bằng ton *(x* ton 3, 4) **2.** tổng trọng tải tàu chở hàng một nước **3.** giá cước một tấn.

tonne /tʌn/ dt tấn *(một nghìn kilogam)*.

tonsil /'tɒnsl/ dt *(y)* amiđan: *have one's tonsil out* bị mổ cắt amiđan đi.

tonsillitis /,tɒnsi'laitis/ dt *(y)* viêm amiđan.

tonsure /'tɒnʃə[r]/ dt **1.** lễ thế phát *(đi tu)* **2.** phần đầu cạo trọc *(của giáo sĩ)*.

tonsured /'tɒnʃəd/ tt cạo trọc *(tóc giáo sĩ)*.

too /tu:/ pht **1.** quá: *this dress is too small for me* chiếc áo này quá bé đối với tôi; *it's too cold to go swimming* trời quá lạnh để đi bơi **2.** cũng: *he plays the guitar and sings too* anh ta chơi ghi ta và cũng hát nữa; *I can dance and sing too* tôi biết nhảy và cũng biết hát nữa **3.** rất, thật: *thanks for all your help - you are too kind* cảm ơn anh về tất cả sự giúp đỡ của anh, anh rất có lòng tốt; *I am not too sure if this is right* tôi không thật chắc cái đó có đúng hay không. // **be too much for somebody** a/ đòi hỏi cao hơn *(về thể lực, tài nghệ...)*: *the Cambridge team were too much for the Oxford team in the quiz* đội Cambridge đòi hỏi cao hơn đội Oxford trong cuộc đố vui trên đài b/ quá mức chịu đựng: *all that giggling and whispering was too much for me, I had to leave the room* hết thảy những tiếng khúc khích và thì thầm thật quá sức chịu đựng của tôi, tôi phải rời khỏi phòng.

took /tʊk/ *qk của* take¹.

tool¹ /tu:l/ dt **1.** dụng cụ: *garden tools* dụng cụ làm vườn **2.** đồ dùng, phương tiện: *the computer is now an indispensable tool in many businesses* máy điện toán bây giờ là phương tiện cần thiết cho nhiều doanh nghiệp **3.** *(lóng)* công cụ: *the prime minister was a mere tool in the hands of the country's president* ông thủ tướng chỉ là một công cụ trong tay tổng thống **4.** *(lóng)* dương vật. // **down tools** x down³.

tool² /tu:l/ *đgt* rập nóng hình trang trí *(vào bìa sách).* // **tool along** *(kng)* cho xe chạy thong thả; **tool up** trang bị máy móc cần thiết *(cho một nhà máy).*

toot¹ /tu:t/ *dt* tiếng tút tút *(tiếng còi).*

toot² /tu:t/ *đgt* bóp [còi]: *the driver tooted his horn as he approached the bend* lái xe bóp còi khi đến gần chỗ đường vòng.

tooth /tu:θ/ *dt (snh* **teeth)** **1.** răng: *she still has all her own teeth* răng bà ta hãy còn nguyên; *artificial tooth* răng giả; *have a tooth out* nhổ một chiếc răng **2.** răng *(cưa, lược...)* **3. teeth** *(snh) (kng)* sức mạnh có hiệu lực: *the law must be given more teeth if crime is to be properly controlled* pháp luật phải được củng cố thêm sức mạnh có hiệu lực nếu muốn tội ác được khống chế tốt hơn. // **armed to the teeth** x arm³; **bare its teeth** x bare²; **by the skin of one's teeth** x skin; **cast (fling, throw...) something in somebody's teeth** quở mắng ai về việc gì; **cut a tooth** mọc răng; **cut one's teeth on something** có kinh nghiệm do việc gì; **draw somebody's (something's) teeth (fangs)** x draw²; **fight tooth and nail** chiến đấu ác liệt và bền bỉ; **get (take) the bit between one's (the) teeth** x bit²; **get one's teeth into something** giải quyết cái gì; tập trung vào cái gì; **grit one's**

teeth x grit; **have a sweet teeth** x sweet¹; **in the teeth of something** a/ mặc cho; đối lại với: *the new policy was adopted in the teeth of fierce criticism* chính sách mới được thông qua mặc cho có sự chỉ trích gay gắt b/ ngược hẳn lại *(gió...)*; **a kick in the teeth** x kick²; **lie in (through) one's teeth (throat)** x lie¹; **long in the tooth** x long¹; **set somebody's teeth on edge** làm ai khó chịu *(nói về âm thanh hoặc mùi vị)*; **show one's teeth** x show².

toothache /'tu:θeik/ *dt* sự đau răng: *I have got [a (the)] toothache* tôi bị đau răng.

toothbrush /'tu:θbrʌʃ/ *dt* bàn chải răng.

toothed /'tu:θt/ *tt* **1.** có răng **2.** *(trong từ ghép)* có răng *(như thế nào đó)*: *a saw-toothed wheel* bánh xe [có] răng cưa.

toothless /'tu:θlis/ *tt* không răng.

toothpaste /'tu:θpeist/ *dt* kem đánh răng.

toothpick /'tu:θpik/ *dt* tăm [xỉa răng].

tooth powder /'tu:θ ˌpaudə[r]/ bột đánh răng.

toothsome /'tu:θsəm/ *tt* ngon *(thức ăn).*

tootle /'tu:tl/ *đgt* **1.** thổi nhẹ *(sáo, kèn...)* **2.** *(kng)* đi khoan thai, đi loanh quanh: *I must just tootle down to the shops for some flour* tôi phải loanh quanh mãi ngoài phố để mua ít bột.

top¹ /tɒp/ *dt* **1.** đỉnh: *at the top of the hill* ở đỉnh đồi; *five lines from the top of the page* năm dòng kể từ đầu trang *(kể từ trên xuống)* **2.** mặt *(bàn)*, mui *(xe)*: *put the luggage on top of the car* để hành lý lên mui xe **3.** *(top of something)* tột đỉnh *(vị trí cao nhất)*: *reach the*

top đạt đến tột đỉnh *(danh vọng...)* **4.** phần trên, nắp: *the top of the milk* váng sữa; *put the top back on that felt-tip pen or it will dry out* đậy cái nắp bút dạ vào không thì sẽ khô hết mực; *a bottle with a screw-top* chai có nút vặn **5.** áo ngắn *(của nữ)*: *I need a top to go with these slacks* tôi cần một chiếc áo ngắn hợp với quần này **6.** *nh* top gear **7.** *(thường snh)* lá *(của cây trồng lấy củ)*: *turnip tops* lá củ cải. // **at the top of the tree** ở tột đỉnh nghề nghiệp; **at the top of one's voice** hét to hết mức, hát to hết mức; **blow one's top** x blow¹; **from top to bottom** toàn bộ, toàn thể: *we searched the house from top to bottom* chúng tôi đã lục soát toàn bộ ngôi nhà; **from top to toe** từ đầu đến chân; **in the first (top) flight** x flight¹; **off the top of one's head** *(kng)* không chuẩn bị trước, không suy nghĩ trước *(lời phát biểu...)*; **on top** a/ ở trên: *the green book is at the bottom of the pile and the red one is on top* cuốn sách xanh ở cuối chồng còn cuốn sách đỏ thì ở trên đỉnh chồng b/ ở vị trí cao nhất: *Lendl was on top through out the match* Lendl luôn luôn đứng ở vị trí cao nhất trong suốt cuộc đấu; **on top of something/somebody** a/ ở trên: *put this book on top of the others* hãy để cuốn sách này trên các cuốn khác b/ thêm vào: *he gets commission on top of his salary* anh ta được hoa hồng thêm vào lương; *on top of borrowing £50, he asked me to lend him my car* ngoài việc mượn 50 bảng, hắn còn hỏi mượn thêm cái xe của tôi nữa c/ *(kng)* rất sít, rất sát: *there*

T

is no privacy when houses are built on top of each other like that nhà mà xây rất sát nhau như thế thì còn gì gọi là riêng tư nữa; [be (feel)] on top of the world cảm thấy nhất đời *(vì thành công hay dược may mắn);* over the top *(Anh, kng)* tới mức quá đáng: *the film's violent ending is completely over the top* cảnh cuốn phim kết thúc bằng bạo lực là thật tới mức quá đáng; [the] top brass *(lóng)* các quan chức cao cấp: *plenty of top brass attended the ceremony* nhiều quan chức cao cấp đã dự lễ; [be] top dog người có lợi thế hơn; nước có lợi thế hơn; the top storey *(dùa)* bộ óc: *he is a bit weak in the top storey* anh ta hơi kém thông minh.

top² /tɒp/ *tt (thường thngũ)* cao nhất *(về vị trí, thứ bậc...):* a room on the top floor một phòng ở tầng cao nhất; *one of Britain top scientists* một trong những nhà khoa học hàng đầu của nước Anh; *travelling at top speed* đi hết tốc lực.

top³ /tɒp/ *dgt* (-pp-) 1. đặt ở trên, chụp lên: *mountains topped with clouds* ngọn núi có mây phủ; *top a class* đứng đầu một lớp 2. tới đỉnh: *when we finally topped the hill we had a fine view* khi cuối cùng chúng tôi lên tới đỉnh đồi, chúng tôi nhìn thấy một quang cảnh rất đẹp 3. cao hơn, vượt, dẫn đầu: *exports have topped the 80 million mark* xuất khẩu đã vượt 80 triệu mác; *a chart-topping record* một kỷ lục đứng đầu bảng 4. bấm ngọn, tỉa ngọn *(cây trồng)* 5. *(thể)* đánh trật *(bóng khi chơi gôn)* 6. *(lóng)* xử treo cổ. // head (top) the bill *x* bill¹; top something out đặt hòn

đá cao nhất và hoàn thành việc xây cất *(một tòa nhà);* top something up đổ dầy, cho dầy *(vào một vật chứa còn chưa dầy hẳn):* top up with petrol đổ dầy xăng; *top up a car battery* đổ dầy nước vào ắc quy xe; *let me top you up (kng)* để tôi tiếp rượu dầy ly cho anh.

top⁴ /tɒp/ *dt* con cù, con quay. // sleep like a log (top) *x* sleep².

topaz /'tɒpæz/ *dt (khoáng)* topa, hoàng ngọc.

top-boot /'tɒpbuːt/ *dt* giày ống, ủng.

top brass /,tɒp'brɑːs/ the top brass *(kng)* các quan chức cao cấp.

topcoat /'tɒpkəʊt/ *dt* 1. lớp sơn mặt 2. *(cũ)* nh overcoat.

topdog /,tɒp'dɒg/ *dt* người ưu thế nhất, người cao nhất *(sau một cuộc đấu tranh, một cố gắng lớn).*

top drawer /,tɒp'drɔːə[r]/ *(cũ, kng)* tầng lớp xã hội cao nhất; địa vị xã hội cao nhất.

top-dress /,tɒp'dres/ *dgt* rải *(phân, đá)* lên mặt đất *(mà không vùi sâu xuống).*

topdressing /,tɒp'dresiŋ/ *dt* 1. sự rải lên mặt đất 2. lớp rải lên mặt đất *(phân, đá... mà không vùi xuống).*

topee *cg* topi /'təʊpiː, təʊ-'piː/ *dt* mũ cát *(ở các xứ nhiệt đới).*

top-flight /,tɒp'flaɪt/ *tt (kng)* hàng đầu; hảo hạng: *top-flight scientists* những nhà khoa học hàng đầu.

top gear /,tɒp'gɪə/ số cao nhất *(thường là số 4, cài số này thì xe chạy tốc độ tối đa).*

top hat /,tɒp'hæt/ mũ cao thành *(thường đội với lễ phục).*

top-heavy /,tɒp'hevi/ *tt* nặng đầu [nhẹ đuôi].

topi /'təʊpiː, təʊ'piː/ *dt nh* topee.

topiary /'təʊpiəri, (Mỹ 'təʊ-piəri)/ *dt* thuật cắt tỉa cây, cảnh.

topic /'tɒpik/ đề tài: *topic of conversation* đề tài nói chuyện.

topical /'tɒpikl/ *tt* có tính chất thời sự.

topicality /,tɒpi'kæləti/ *dt* tính chất thời sự.

topically /'tɒpikli/ *pht* với tính chất thời sự.

topknot /'tɒpnɒt/ *dt* búi tóc cài hoa.

topless /'tɒplis/ *tt* 1. để ngực trần *(phụ nữ)* 2. để hở ngực *(áo nữ).*

topmost /'tɒpməʊst/ *tt* cao nhất, ở trên đỉnh: *on the topmost shelf* ở trên ngăn kệ cao nhất.

top-notch /,tɒp'nɒtʃ/ *tt (kng)* hạng nhất, số một: *a top-notch lawyer* luật sư số một.

topographer /tə'pɒgrəfə[r]/ *dt* nhà địa hình học.

topographical /,tɒpə'græ-fikl/ *tt* [thuộc] địa hình học.

topographically /,tɒpə'græ-fikli/ *pht* [về mặt] địa hình học.

topography /tə'pɒgrəfi/ *dt* địa hình học.

topper /'tɒpə[r]/ *dt (kng)* nh top hat.

topping¹ /'tɒpiŋ/ *dt* món bày mặt *(trên mặt món ăn để tăng vẻ ngon lành của món ăn);* lớp kem mặt *(trên mặt bánh).*

topping² /'tɒpiŋ/ *tt (cũ, kng)* tuyệt vời, xuất sắc.

topple /'tɒpl/ *dgt* 1. [làm] rơi, [làm] đổ: *the pile of books toppled over onto the floor* chồng sách rơi xuống sàn; *the explosion toppled the old chimney* vụ nổ đã làm đổ cái ống khói cũ **2.** lật đổ: *a crisis which threatens to topple the government* cuộc khủng hoảng có nguy cơ lật đổ chính phủ.

top-ranking /ˌtɒpˈræŋkiŋ/ *tt (thngũ)* [thuộc] cấp cao nhất; [thuộc giới] lãnh đạo.

tops /tɒps/ *dt snh (thường* **the tops**) *(kng)* cái tốt nhất, cái hạng nhất: *I like most cities, but for me Paris is [the] top* tôi thích hầu hết các thành phố nhưng đối với tôi Paris là thành phố hạng nhất.

top-secret /ˌtɒpˈsiːkrit/ *tt* tối mật.

topside /ˈtɒpsaid/ *dt* **1.** thịt đùi bò **2.** phần tàu trên mớn nước.

topsoil /ˈtɒpsɔil/ *dt* lớp đất mặt, lớp đất canh tác.

topspin /ˈtɒpˌspin/ *dt* cú xoáy bổng bóng.

top storey /tɒpˈstɔːri/ **the top storey** *(đùa)* bộ óc: *he is a bit weak in the top storey* bộ óc của nó thiếu thông minh.

topten /ˌtɒpˈten/ mười đĩa hát bán chạy nhất.

toptwenty /ˌtɒpˈtwenti/ hai mươi đĩa hát bán chạy nhất.

topsy-turvy /ˌtɒpsiˈtɜːvi/ *tt, pht* hoàn toàn lộn xộn: *he left his room all topsy-turvy* nó để phòng nó hoàn toàn lộn xộn.

top-up /ˈtɒpʌp/ *dt* sự rót đầy lại: *who's ready for a top-up?* ai muốn đầy cốc nữa nào?, ai sẵn sàng uống nữa nào?

tor /tɔː/ *dt (Anh)* đồi nhỏ; đỉnh núi đá *(ở vùng tây nam nước Anh).*

torch /tɔːtʃ/ *dt* **1.** *(Mỹ* **flashlight)** đèn pin **2.** *(Mỹ)* *nh* blowlamp **3.** đuốc. // **carry a torch for somebody** *x* carry.

torchlight /ˈtɔːtʃlait/ *dt* ánh đèn pin; ánh đuốc.

tore /tɔː[r]/ *qk của* tear².

toreador /ˈtɒriədɔː[r], (Mỹ* ˈtɔːriədɔːr)/ *dt* người cưỡi ngựa đấu bò.

torment¹ /ˈtɔːment/ *dt* **1.** *(thường snh)* nỗi đau, nỗi đau khổ: *suffer torment[s] from toothache* đau răng **2.** nguồn đau khổ: *what a little torment that child is!* cậu bé này làm cho người ta khổ quá!

torment² /tɔːˈment/ *đgt* **1.** gây đau khổ, làm khổ: *tormented by hunger* khổ vì đói; *tormented by mosquitoes* khổ vì muỗi **2.** [chòng] ghẹo, làm phiền nhiễu: *stop tormenting your sister* đừng ghẹo em nữa.

tormentor /tɔːˈmentə[r]/ *dt* người gây đau khổ; người gây phiền nhiễu: *turn on one's tormentors* chống lại những kẻ gây đau khổ.

torn /tɔːn/ *đttgk của* tear²: *my dress got torn* áo của tôi bị rách.

tornado /tɔːˈneidəʊ/ *dt (snh* **tornadoes)** *(Mỹ cg* **twister)** vòi rồng.

torpedo¹ /tɔːˈpiːdəʊ/ *dt (snh* **torpedoes)** ngư lôi.

torpedo² /tɔːˈpiːdəʊ/ *đgt* **(torpedoed) 1.** tấn công bằng ngư lôi; đánh chìm bằng ngư lôi **2.** phá hoại: *accused the union of torpedoing the negotiations* buộc tội liên minh là đã phá hoại thương thuyết.

torpedo-boat /tɔːˈpiːdəʊbəʊt/ *dt* tàu phóng ngư lôi.

torpid /ˈtɔːpid/ *tt* đờ đẫn, uể oải.

torpidity /tɔːˈpiditi/ *dt nh* torpor.

torpidly /ˈtɔːpidli/ *pht* [một cách] đờ đẫn, [một cách] uể oải.

torpor /ˈtɔːpə[r]/ *dt* sự đờ đẫn, sự uể oải: *the heat induces torpor* nóng gây uể oải.

torque /tɔː[r]k/ *dt (kỹ)* momen xoắn.

torrent /ˈtɒrənt, (Mỹ* ˈtɔːrənt)/ **1.** dòng thác: *mountain torrents* những dòng thác từ trên núi đổ xuống; *rain falling in torrents* mưa như trút **2.** tràng: *a torrent of abuse* một tràng chửi rủa.

torrential /təˈrenʃl/ *tt* như thác: *torrential rain* như mưa [thác] trút.

torrid /ˈtɒrid, (Mỹ* ˈtɔːrid)/ *tt* **1.** nóng và khô *(khí hậu)* **2.** cuồng nhiệt: *a torrid love affair* một chuyện tình cuồng nhiệt.

torsion /ˈtɔːʃn/ *dt* sự xoắn.

torso /ˈtɔːsəʊ/ *dt* **1.** nửa mình trên, thân người *(không kể đầu và tứ chi)* **2.** tượng bán thân *(không có đầu và tứ chi).*

tort /tɔːt/ *dt* điều sai phạm *(có thể kiện đòi bồi thường ở tòa án dân sự).*

tortilla /tɔːˈtiːjə/ *dt* bánh mì ngô *(ở Mê-hi-cô).*

tortoise /ˈtɔːtəs/ *dt (động)* rùa.

tortoiseshell /ˈtɔːtəʃel/ *dt* **1.** *(động)* mai rùa **2.** đồi mồi **3.** mèo lông đốm đồi mồi **4.** bướm đồi mồi.

tortuosity /ˌtɔːtʃʊˈɒsəti/ *dt* **1.** sự ngoằn ngoèo, sự uốn khúc **2.** chỗ ngoằn ngoèo.

tortuous /ˈtɔːtʃʊəs/ *tt* **1.** ngoằn ngoèo, uốn khúc: *a tortuous mountain road* con đường ngoằn ngoèo **2.** *(bóng, thường xấu)* quanh co: *a tortuous argument* lý lẽ quanh co.

tortuously /ˈtɔːtʃʊəsli/ *pht* **1.** [một cách] ngoằn ngoèo **2.** *(bóng)* [một cách] quanh co.

T

tortuousness /'tɔːtʃʊəsnis/ *dt* **1.** sự ngoằn ngoèo, sự uốn khúc **2.** *(bóng)* sự quanh co.

torture[1] /'tɔːtʃə[r]/ *dt* **1.** sự tra tấn: *he died under torture* nó chết vì bị tra tấn; *torture instruments* dụng cụ tra tấn **2.** sự (nỗi) giày vò, sự (nỗi) hành hạ: *the tortures of jealousy* những nỗi giày vò vì ghen tuông; *this tooth of mine is sheer torture* cái răng này của tôi nó hành tôi đau quá.

torture[2] /'tɔːtʃə[r]/ *dgt* **1.** tra tấn: *the police tortured him to make him confess to the crime* cảnh sát tra tấn anh ta bắt anh ta thú tội **2.** giày vò, hành hạ: *tortured by anxiety* bị lo âu hành cho khổ sở.

torturer /'tɔːtʃərə[r]/ *dt* **1.** người tra tấn **2.** người hành hạ làm cho khổ sở.

Tory[1] /'tɔːri/ *dt* đảng viên Đảng bảo thủ *(Anh).*

Tory[2] /'tɔːri/ *tt* [thuộc] Đảng bảo thủ *(Anh).*

Toryism /'tɔːriiszm/ *dt* chủ nghĩa [của Đảng] bảo thủ *(Anh).*

toss[1] /tɒs, *(Mỹ* tɔːs)/ **1.** quăng, ném, hất: *he tossed the book down on the table* anh ta ném cuốn sách lên bàn; *he tossed the beggar a coin* nó ném đồng xu cho người ăn xin; *they were tossing a ball about* họ đang chuyền bóng cho nhau **2.** húc tung lên (nói về con bò) **3.** hất đầu tỏ vẻ coi thường hay bàng quan **4.** [làm cho] lúc lắc, làm cho dồi lên dồi xuống (con tàu); làm cho trằn trọc (không ngủ được...) **5.** trộn (xà lách trong dầu giấm...) **6.** gieo quẻ: *who's going to cook tonight. Let's toss up* ai nấu cơm tối nay đây. Ta hãy gieo quẻ xem; *there is only*

one pillow, I'll toss you for it* chỉ có một chiếc gối, tôi nhường chị đấy. // **toss [oneself] off** *(Anh, lóng)* thủ dâm; **toss something off** a/ uống ực một cái b/ làm ào đi: *I can toss off my article for the local newspaper in half an hour* tôi có thể viết bài cho tờ báo địa phương trong nửa tiếng đồng hồ.

toss[2] /tɒs, *(Mỹ* tɔːs)/ *dt* **1.** sự quăng, sự ném, sự hất: *take a toss* bị ngựa hất ngã; *a contemptuous toss of the head* cái hất đầu có vẻ khinh người. // **argue the toss** *x* argue; **not give a toss [about somebody (something)]** *(lóng)* không hề quan tâm chú ý đến (ai, cái gì); **win (loose) the toss** đoán đúng (sai) kết quả gieo quẻ (nhất là khi gieo quẻ để định đội nào phát bóng trước).

toss-up /tɒsʌp/ *dt* **1.** sự gieo quẻ **2.** *(kng)* cơ may ngang nhau: *both players are equally good so it's a toss-up* hai đấu thủ giỏi bằng nhau, nên cơ may giành thắng lợi ngang nhau.

tot[1] /tɒt/ *dt* **1.** đứa trẻ nhỏ, cháu nhỏ: *a TV programme for tiny tots* chương trình truyền hình cho các cháu nhỏ **2.** chén rượu nhỏ.

tot[2] /tɒt/ *dgt* (-tt-) **tot something up** tính cộng cả lại, tính tổng cộng: *let's tot up our expenses* ta hãy tính cộng cả lại các khoản chi tiêu của chúng ta; **tot up to something** *(kng)* tổng cộng lên tới: *the bill totted up to £40* hóa đơn tổng cộng lên tới 40 bảng.

total[1] /'təʊtl/ *tt* **1.** tổng cộng, toàn bộ: *the total number of casualties* con số tổng cộng thiệt hại, tổng số thiệt hại **2.** hoàn toàn: *total failure* sự thất bại hoàn toàn;

a total waste of time sự lãng phí thời gian hoàn toàn.

total[2] /'təʊtl/ *dt* tổng số: *what does the total come to?* tổng số lên tới bao nhiêu?; *reach total* to đạt tới tổng số là. // **in total** tổng cộng: *that will cost you £7 in total* tổng cộng anh phải tốn 7 bảng.

total[3] /'təʊtl/ *dgt* (-ll-, Mỹ cg -l-) **1.** tính tổng số: *the takings haven't been totalled yet* số tiền thu chưa được tính tổng số **2.** tổng cộng lên tới: *he has debts totalling more than £120* nó mắc nợ tổng cộng lên tới hơn 120 bảng **3.** *(Mỹ, lóng)* phá hủy hoàn toàn *(một chiếc xe hơi...).*

totalitarian /,təʊtæli'teəriən/ *tt (chính)* cực quyền.

totalitarianism /,təʊtæli-'teəriənizm/ *dt (chính)* chế độ cực quyền.

totality /təʊ'tæləti/ *dt* **1.** toàn bộ: *look at the problem in its totality* nhìn vấn đề trong khối toàn bộ của nó **2.** tổng số.

totalizator, totalisator /'təʊtəlaizeitə[r], *(Mỹ* 'təʊtəlaizei-tər)/ *(cg kng* **tote**) máy tổng (ghi và chia số tiền đánh cá ngựa).

totally /'təʊtəli/ *pht* hoàn toàn: *totally blind* hoàn toàn mù; *I'm afraid I totally forgot about it* tôi sợ rằng tôi đã hoàn toàn quên hẳn điều đó rồi.

tote[1] /təʊt/ *dt (kng)* nh totalizator.

tote[2] /təʊt/ *dgt (Mỹ, kng)* mang (cái gì thường là một cách khó khăn).

tote bag /'təʊtbæg/ *dt (Mỹ)* túi mua hàng.

totem /'təʊtəm/ *dt* totem, vật tổ.

totem pole /'təʊtəmpəʊl/ cột đài vật tổ.

toto /'təʊtəʊ/ *x* in toto.

totter /'tɒtə[r]/ *dgt* **1.** đi lảo đảo, đi chập chững: *the child tottered across the room* đứa bé chập chững đi qua căn phòng **2.** lung lay: *the tall chimney tottered and then collapsed* ống khói cao lung lay rồi sụp đổ.

tottery /'tɒtəri/ *tt* lảo đảo.

toucan /'tu:kən, 'tu:kæn, (*Mỹ cg* tʊ'ka:n)/ *dt* (*động*) chim tu-căng.

touch[1] /tʌtʃ/ *dgt* **1.** đụng, chạm; sờ, mó: *the two wires were touching* hai sợi dây chạm nhau; *one of the branches was just touching the water* một cành cây chạm mặt nước; *don't touch that dish, it's very hot* đừng sờ cái đĩa đó, rất nóng đấy; *the valuable paintings were not touched by the fire* lửa chưa chạm tới mấy bức tranh có giá trị; *what he did was perfectly legal, the police can't touch him* điều anh ta làm là hoàn toàn hợp pháp, cảnh sát không đụng tới anh ta được; *he never seems to have been touched with the slightest remorse of his crimes* hắn hình như chẳng bao giờ chạm lòng hối hận về những tội lỗi của hắn; *her sarcasm touched his self-esteem* lời châm chọc của nàng đã phạm đến lòng tự trọng của anh ta; *she never touches alcohol* chị ta không bao giờ động đến rượu **2.** so với, sánh với: *no one can touch him as a comedian (in comedy)* không ai sánh kịp anh ta về hài kịch **3.** đạt tới (*một mức độ nào đó*): *the speedometer was touching 120 mph* đồng hồ tốc độ đạt tới 120 dặm/giờ. //

hit (touch) a nerve *x* nerve; **not touch somebody (something) with a barge-pole** (*Anh, kng*) không dám kết giao với ai; **touch bottom** a/ chạm đáy: *the ship has touched bottom* con tàu đã chạm đáy b/ đến tận bùn đen: *when he was forced to beg from his friends he felt he had touched bottom and could sink no lower* khi phải ngửa tay xin bạn, nó cảm thấy mình đã đến tận bùn đen, không còn chìm sâu hơn được nữa; **touch somebody on the raw** làm cho ai chạm nọc; **touch the right chord** đánh trúng tâm lý; **touch wood!** lạy trời phù hộ!: *I've never been without a job, touch wood!* lạy trời phù hộ tôi chưa bao giờ không có việc làm.

touch at something (*không dùng ở dạng bị động*) ghé vào một thời gian (*nói về tàu bè*): *our ship touched at Naples* tàu chúng tôi ghé vào Naples; **touch down** a/ hạ cánh (*máy bay*) b/ ghi điểm từ vị trí sau lưng đối phương (*bóng chày*); **touch somebody for something** (*lóng*) nài nỉ ai xin tiền; **touch something off** a/ làm cho nổ, làm cho cháy b/ gây ra: *his arrest touched off a riot* việc bắt ông ta đã gây ra một vụ bạo loạn; **touch on (upon) something** nói đến một cách ngắn gọn; giải quyết một cách ngắn gọn: *the matter was hardly touched on* vấn đề khó mà đề cập đến một cách ngắn gọn; **touch somebody up** chạm vào ai một cách khêu gợi; **touch something up** sửa sang chút đỉnh: *I'm going to touch up those scratches with a bit of paint* tôi sẽ dùng một chút sơn sửa sang mấy chỗ xước này.

touch[2] /tʌtʃ/ *dt* **1.** sự đụng, sự chạm, sự sờ, sự mó: *I felt a touch on my arm* tôi cảm thấy có cái gì chạm vào tay tôi; *soft to the touch* sờ thấy mềm; *the cold touch of the marble* cẩm thạch sờ thấy mát lạnh **2.** xúc giác: *blind people rely a lot on touch* người mù dựa nhiều vào xúc giác **3. a touch of something** một tí, một chút cái gì: *this dish needs a touch of more garlic* món ăn này cần thêm một chút tỏi; *"do you take sugar?" "just a touch"* "cậu lấy đường không?" "chỉ một chút thôi nhé" **4.** nét; ngón: *put the finishing touches to a piece of work* đưa ra những nét hoàn tất vào một công việc; *play the piano with a light touch* chơi pi-a-nô với ngón đàn nhẹ nhàng; *the touch of a master* ngón bậc thầy **5.** (*thể*) sự ném bóng (*bóng đá, bóng chày*). // **at a touch** chỉ đụng nhẹ vào: *the machine stops and starts at a touch* chỉ một cái đụng nhẹ, cái máy đã dừng lại hay lại chạy; **the common touch** *x* common[1]; **an easy (a soft) touch** (*lóng*) người dễ cho tiền; người dễ cho vay tiền (*nếu hỏi đến*); **in (out of) touch with somebody** có (*không*) liên lạc với ai: *we have been out of touch with Roger for years now* chúng tôi đã không liên lạc với Roger hàng mấy năm nay; **in (out of) touch with something** có (*không có*) thông tin về; có (*không có*) tin tức về: *I try to keep in touch with current events by reading the newspaper* tôi cố nắm được [thông tin về] các sự kiện hiện nay qua báo chí; **lose touch** *x* lose; **a touch** (*kèm một tt hoặc pht*) hơi, một chút: *it's a touch colder to-*

day hôm nay trời hơi lạnh hơn.

touch-and-go /ˌtʌtʃənd'gəʊ/ *tt (thường vị ngữ) (kng)* không chắc [chắn] *(về mặt kết quả): it was touch-and-go whether we would get to the airport in time* không chắc là chúng ta đến được sân bay kịp giờ.

touchdown /'tʌtʃdaʊn/ *dt* sự đáp xuống *(máy bay).*

touché /'tu:ʃei, tu:'ʃei/ *tht* được lắm!, khá lắm!

touched /'tʌtʃt/ *tt* **1.** xúc động: *I was very touched by (to receive) your kind letter* tôi rất xúc động nhận được bức thư ân cần của ông **2.** *(kng)* điên điên, tàng tàng.

touchily /'tʌtʃili/ *pht* [một cách] hay tự ái, [một cách] dễ bị chạm lòng.

touchiness /'tʌtʃinis/ *dt* **1.** tính hay tự ái **2.** tính dễ bị chạm lòng.

touching[1] /'tʌtʃiŋ/ *tt* gợi lên lòng thương hại: *a touching sight* một cảnh thương tâm; *she showed a touching faith in her own invincibility (mỉa)* cô ta tỏ niềm tin đáng thương hại rằng không ai thắng nổi mình.

touching[2] /'tʌtʃiŋ/ *gt* liên quan đến, về: *measures touching our interests* biện pháp liên quan đến quyền lợi của chúng ta; *a few words touching that business* một vài lời về công việc ấy.

touchingly /'tʌtʃiŋli/ *pht* [một cách] thương tâm.

touch-judge /'tʌtʃdʒʌdʒ/ *dt* trọng tài biên *(bóng chày).*

touch-line /'tʌtʃlain/ *dt (thể)* đường biên *(sân bóng đá).*

touch-paper /'tʌtʃˌpeipə[r]/ *dt* giấy mồi, ngòi pháo.

touch-stone /'tʌtʃstəʊn/ *dt* tiêu chuẩn.

touch-type /'tʌtʃtaip/ *dgt* đánh máy mà không cần nhìn vào các phím bấm, đánh máy thạo.

touchy /'tʌtʃi/ *tt* **(-ier; -iest)** **1.** dễ bị chạm lòng: *don't be so touchy!* đừng có dễ bị chạm lòng như thế! **2.** dễ làm chạm lòng: *racism remains a touchy issue* phân biệt chủng tộc vẫn là một vấn đề dễ làm chạm lòng.

tough[1] /tʌf/ *tt* **(-er; -est)** **1.** dai, bền: *tough meat* thịt dai **2.** chịu được gian khổ, không dễ bị đánh bại: *you need to be tough to survive in the jungle* anh phải chịu được gian khổ mới tồn tại được trong rừng rậm **3.** *(Mỹ)* hung bạo: *a tough criminal* tên tội phạm hung bạo **4.** nghiêm khắc, cứng cỏi: *tough measures to deal with terrorism* những biện pháp cứng cỏi để đối phó với nạn khủng bố **5.** khó khăn: *it's tough finding a job these days* lúc này mà tìm được việc làm thì thật là khó **6.** *tough on somebody (kng)* không may: *it's rather tough on him falling ill just as he's about to go on holiday* thật là không may cho anh ta sắp đi nghỉ thì lại lâm bệnh. // **be (get) tough [with somebody]** có thái độ kiên quyết; có biện pháp nghiêm khắc: *it's time to get tough with football hooligans* đã đến lúc phải xử lý nghiêm khắc với bọn du côn đá bóng mới được; *a get-tough policy* một chính sách hà khắc; **a hard (tough) nut** *x* nut; **[as] tough as old boots** *(kng)* dai nhách *(thịt)*; **a tough customer** *(kng)* một gã khó tính khó nết.

tough[2] /tʌf/ *(cg* **touchie** /'tʌfi/) *dt (kng)* dân côn đồ:

a gang of young toughs một băng côn đồ thanh niên.

tough[3] /tʌf/ *dgt* **tough something out** chịu đựng *(một hoàn cảnh khó khăn)* với quyết tâm cao.

toughen /'tʌfn/ *dgt* **1.** [làm cho] dai hơn, [làm cho bền hơn: *toughened glass* loại kính đã được làm cho bền hơn; **three years in the army toughened him up** ba năm trong quân đội đã tôi luyện anh ta **2.** [làm cho] nghiêm khắc hơn: *the law needs toughening up* pháp luật cần phải nghiêm khắc hơn.

toughie /'tʌfi/ *dt nh* tough[2].

toughness /'tʌfnis/ *dt* **1.** sự dai, sự bền **2.** sự chịu được gian khổ **3.** sự nghiêm khắc, sự cứng cỏi **4.** sự khó khăn.

toupee /'tu:pei, (Mỹ tu:'pei)/ mảng tóc giả *(để che chỗ hói).*

tour[1] /tʊə[r], *cg* tɔ:[r]/ *dt* **1.** chuyến du lịch: *a round-the-world tour* một chuyến du lịch vòng quanh thế giới; *a walking tour* một chuyến đi bộ **2.** chuyến tham quan: *go on a tour of the museum* đi tham quan bảo tàng **3.** cuộc kinh lý, cuộc lưu diễn; chuyến đi thi đấu *(thể thao): the Director leaves tomorrow for a tour of overseas branches* ngày mai ông giám đốc sẽ đi một chuyến kinh lý các chi nhánh hải ngoại **4.** thời gian công tác ở nước ngoài: *a tour of three years as a lecturer in Nigeria* một kỳ công tác ba năm làm giảng viên ở Ni-giê-ri-a.

tour[2] /tʊə[r]/ *dgt (in something)* đi du lịch: *they're touring in India* họ đang đi du lịch ở Ấn Độ.

tour de force /ˌtʊədə'fɔ:s/ *snh* **tours de fore** /tʊədə'fɔ:s/ *(tiếng Pháp)* sự thành công; sự rất khéo léo.

tourism /'tʊərizəm, *cg* 'tɔ:-rizəm/ *dt* **1.** sự du lịch **2.** dịch vụ du lịch: *the country depends on tourism for much of its income* phần lớn thu nhập quốc gia phụ thuộc vào kinh doanh dịch vụ du lịch.

tourist /'tʊərist, *cg* 'tɔ:rist/ *dt* **1.** khách du lịch, du khách **2.** *(thể)* thành viên một đội đang đi một chuyến thi đấu nhiều nơi.

tourist class /'tʊərist klɑ:s/ *dt* hạng nhì *(vé máy bay, tàu thủy).*

tourist trap /'tʊərist træp/ *(kng)* nơi chém tiền khách du lịch.

touristy /'tʊəristi/ *tt (thường xấu)* **1.** đầy khách du lịch **2.** thiết kế để hấp dẫn khách du lịch: *the coast is terribly touristy now* bãi biển nay hấp dẫn khách du lịch kinh khủng.

tournament /'tɔ:nəmənt, *(Mỹ* 'tɜ:rnəmənt)/ *dt* **1.** vòng thi đấu **2.** cuộc đấu thương trên lưng ngựa *(ky sĩ thời xưa).*

tourney /'tʊəni, 'tɔ:ni/ *dt (cũ) nh* tournament.

tourniquet /'tʊənikei, *(Mỹ* 'tɜ:rniket)/ *dt (y)* garô *(để cầm máu).*

tousle /'taʊzl/ *dgt* làm bù xù, làm rối *(tóc): a girl with tousled hair* cô gái tóc bù xù.

tout[1] /taʊt/ *dgt* **1.** nài nỉ chào mời khách hàng: *touting one's wares* nài nỉ chào mời khách mua hàng cho mình **2.** đầu cơ vé để bán giá cao, phe vé.

tout[2] /taʊt/ *dt (Mỹ* **scalper**) người đầu cơ bán chợ đen: *a ticket tout* người đầu cơ vé bán chợ đen, người phe vé.

tow[1] /təʊ/ *dgt* kéo: *tow a damaged ship into port* kéo chiếc tàu hỏng vào cảng.

tow[2] /təʊ/ *dt* sự kéo. // **in tow** *a/ (kng)* theo sau: *he had his family in tow* anh ta kéo cả gia đình theo sau anh *b/ nh* **on tow**; **on tow** được kéo: *the lorry was on tow* chiếc xe tải đang được kéo đi.

tow[3] /təʊ/ *dt* xơ *(lanh, gai, dùng để bện thừng).*

towards /tə'wɔ:dz, *(Mỹ* tɔ:-rdz)/ *gt* **1.** về phía: *walk towards the river* đi về phía sông; *look towards the sea* nhìn ra phía biển **2.** nhắm, hướng tới: *we have made some progress towards reaching an agreement* chúng tôi đã đạt được một số tiến bộ hướng tới một thỏa hiệp **3.** trong mối quan hệ với, với: *he behaved very affectionately towards her children* ông ta đối xử rất trìu mến với các con bà ta **4.** nhằm mục đích đóng góp vào *(việc gì)*; nhằm mục đích làm *(gì đó): the money will go towards [the cost of] building a new school* số tiền đó nhằm mục đích đóng góp vào việc xây một ngôi trường mới **5.** gần *(một thời điểm nào đó): food shortages will probably get worse towards the end of the century* sự thiếu hụt thực phẩm chắc là sẽ tệ hại hơn vào gần cuối thế kỷ này.

tow-boat /'təʊbəʊt/ *dt* tàu kéo, tàu lai.

tow-bar /'təʊbɑ:[r]/ *dt* thanh móc *(ở phía sau xe, để móc các thứ cần kéo vào đấy mà kéo).*

towel[1] /'taʊəl/ *dt* khăn lau *(bằng vải hay giấy): a hand-towel* khăn tay; *a bath-towel* khăn tắm. // **throw in the towel** *(kng)* chịu thua.

towel[2] /'taʊəl/ *dgt* (-ll-, Mỹ -l-) **towel oneself (somebody) [down] [with something]** lau khô.

towelling *Mỹ* **toweling** /'taʊəliŋ/ *dt* vải làm khăn.

towel-rail /'taʊəlreil/ *dt* giá vắt khăn.

tower[1] /'taʊə[r]/ *dt* tháp: *a bell tower* tháp chuông nhà thờ.

tower[2] /'taʊə[r]/ **tower above (over) somebody (something)** *a/* vượt hẳn lên, cao hơn hẳn: *at six feet, he towers over his mother* với chiều cao sáu phút, anh ta cao hẳn hơn mẹ anh; *Shakespeare towers above all other Elizabethan dramatists* Shakespeare vượt hẳn lên trên các nhà viết kịch khác thời Elizabeth.

towerblock /'taʊəblɒk/ *dt* khối nhà rất cao.

towering /'taʊəriŋ/ *tt* **1.** cao ngất, vượt hẳn lên: *the towering dome of the cathedral* mái vòm cao ngất của nhà thờ lớn **2.** hung dữ, dữ dội **3.** xuất chúng, kiệt xuất: *Einstein, one of the towering intellects of the age* Einstein, một trong những trí tuệ xuất chúng của thời đại.

tower of strength /,taʊə əv-'streŋθ/ người có thể nương cậy.

tow-line /'təʊlain/ *dt nh* tow-rope.

town /taʊn/ *dt* **1.** thành phố; thị xã; thị trấn: *the historic town of Cambridge* thị trấn Cambridge lịch sử; *do you live in town or in the country?* anh sống ở thành thị hay ở nông thôn thế?; *the whole town knows of it* cả thành phố này ai cũng biết chuyện đó; *town life* đời sống ở thành thị **2.** *(sau gt và thường không có the hoặc a ở trước)* phố *(khu buôn*

T

bán chính của một vùng); thành phố chính của một vùng *(ở Anh là Luân Đôn)*: *I'm going into town this morning, do you want me to get you anything?* sáng nay tôi ra phố đây, anh có cần tôi mua giùm gì cho anh không?; *I was in town on business last week* tuần trước tôi ở Luân Đôn có việc. // **go to town [on something]** bốc lên; vung ra khối tiền: *when they give a party they really go to town* khi họ tổ chức tiệc tùng, họ thực sự vung ra khối tiền; **a man about town** x man; **[out] on the town** đêm đi tìm chỗ giải trí *(ở nhà hát, hộp đêm...)*; **paint the town red** x paint².

town centre /ˌtaʊnsentə[r]/ khu thương mại chính của thành phố.

town clerk /ˌtaʊnklɑːk/ thư ký tòa thị chính.

town council /ˌtaʊnˈkaʊnsl/ hội đồng thành phố.

town crier /ˌtaʊnˈkraiə[r]/ anh mõ *(thời xưa)*.

town hall /ˌtaʊnˈhɔːl/ tòa thị chính.

town house /ˈtaʊn haʊs/ **1.** nhà ở thành phố *(của một người cũng có nhà ở nông thôn)* **2.** ngôi nhà sang trọng ở thành phố.

townee /ˈtaʊniː/ dt *(cg* **townie, towny)** *(xấu)* dân đặc thành thị.

town planner /ˌtaʊnˈplænə[r]/ kiến trúc sư quy hoạch thành phố.

town planning /ˌtaʊnˈplæniŋ/ quy hoạch thành phố.

townscape /ˈtaʊnˌskeip/ dt [bức họa] cảnh thành phố.

townsfolk /ˈtaʊnzfəʊk/ dt *nh* townspeople.

township /ˈtaʊnʃip/ dt **1.** quận *(ở Mỹ, Canada)* **2.** thị trấn người da đen.

townsman /ˈtaʊnzmən/ dt *(snh* **townsmen)** người thành thị.

townspeople /ˈtaʊnzˌpiːpl/ dt *(cg* **townsfolk)** dân thành thị, người thành phố.

towpath /ˈtəʊpɑːθ/ dt đường ngựa kéo thuyền *(dọc hai bên bờ một con sông, một con kênh)*.

tow-rope /ˈtəʊrəʊp/ dt dây kéo, dây lai *(thuyền...)*.

toxaemia, toxemia /tɒkˈsiːmiə/ dt (y) nhiễm độc huyết.

toxic /ˈtɒksik/ tt độc: *toxic drugs* thuốc độc; *the toxic effects of alcohol* hậu quả độc hại của rượu.

toxicity /tɒkˈsisiti/ dt tính độc; độ độc.

toxicologie /ˌtɒksiˈkɒlədʒi/ dt độc chất học.

toxicologist /ˌtɒksiˈkɒlədʒist/ dt nhà độc chất học.

toxin /ˈtɒksin/ dt độc tố, toxin.

toy¹ /tɔi/ dt **1.** đồ chơi *(của trẻ em)* **2.** *(bóng)* đồ chơi, trò chơi: *his latest toy is a personal computer* đồ chơi cuối cùng của ông ta là chiếc máy điện toán cá nhân.

toy² /tɔi/ tt **1.** dùng làm đồ chơi: *a toy car* chiếc xe ô tô đồ chơi **2.** [thuộc] giống nhỏ con *(chó)*: *a toy spaniel* giống chó xpanhơn nhỏ con.

toy³ /tɔi/ dgt **toy with something 1.** suy nghĩ vẩn vơ: *he toyed with the idea of becoming an actor* nó suy nghĩ vẩn vơ sẽ trở thành một diễn viên **2.** đùa nghịch, tí toáy: *while he was talking to me, he toyed with a pencil* nó nói chuyện với tôi mà tay thì cứ tí toáy cái bút chì.

toyshop /ˈtɔiʃɒp/ dt cửa hàng bán đồ chơi.

trace¹ /treis/ dt **1.** dấu, vết, vết tích: *the traces of an ancient civilization* vết tích của một nền văn minh cổ; *the police was unable to find any trace of the gang* cảnh sát không thể tìm ra bất cứ một dấu vết nào của bọn côn đồ **2.** một chút, tí chút: *they found traces of poison in the dead man's blood* họ đã tìm ra tí chút thuốc độc trong máu của người chết; *he spoke without a trace of emotion* nó nói không chút xúc động.

trace² /treis/ dgt **1.** theo vết, lần theo dấu vết: *archaeologists have traced many Roman roads in Britain* các nhà khảo cổ học đã lần theo mà phát hiện ra dấu vết nhiều con đường La Mã ở Anh **2.** tìm nguồn gốc, truy nguyên: *he traces his descent back to an old Norman family* anh ta tìm thấy nguồn gốc của mình từ một gia đình Norman xua; *her fear of water can be traced back to a childhood accident* tính cô ta sợ nước có thể truy nguyên từ một tai nạn hồi còn nhỏ **3.** vạch ra, phác thảo: *his new book traces the beginning of the Labour movement* cuốn sách mới của ông ta vạch ra bước đầu của phong trào Lao động **4.** đồ lại *(một bản đồ bằng cách áp một tờ giấy trong suốt lên mà vẽ theo)*.

trace³ /treis/ dt *(thường snh)* dây buộc ngựa kéo vào xe. // **kick over the traces** x kick¹.

trace element /ˈtreis eliment/ nguyên tố vết *(cần rất ít cho sinh vật; có rất ít trong đất)*.

tracer /'treisə[r]/ *dt* **1.** cái vạch; người vạch **2.** đạn khói *(để lại vệt khói, để có thể theo dõi)* **3.** chất đánh dấu *(cho vào cơ thể để theo dõi một quá trình sinh học).*

tracery /'treisəri/ *dt* mẫu trang trí mạng gân *(như ở phần trên cửa sổ nhà thờ).*

trachea /trə'ki:ə/ *dt* (snh **tracheas, tracheae** /trə'ki:i:/) *(giải)* khí quản.

tracheotomy /ˌtræki'ɒtəmi/ *dt* (y) thủ thuật mở khí quản.

trachoma /trə'kəumə/ *dt (y)* bệnh mắt hột.

tracing /'treisiŋ/ *dt* bản đồ lại, bản can lại *(bản đồ, hình vẽ).*

tracing paper /'treisiŋ peipə[r]/ giấy can.

track[1] /træk/ *dt* **1.** dấu, vết: *motorcar track* vết xe ô tô; *we followed his tracks through the snow* chúng tôi đi theo vết chân anh để lại trên tuyết **2.** hành trình, đường đi: *the track of a storm* đường đi của cơn bão **3.** đường mòn, lối đi: *a muddy track through the forest* một lối đi bùn lầy xuyên qua rừng **4.** đường ray; *(Mỹ)* sân ga: *a double (single) track* đường ray đôi *(đơn)*; *the train for Chicago is on track 9* xe lửa đi Chicago ở sân 9 **5.** đường đua: *a running track* đường chạy đua; *a cycling track* đường đua xe đạp **6.** rãnh ghi âm **7.** bánh xích *(xe tăng)* **8.** rãnh trượt *(của màn cửa...).* // **cover one's track** x cover[1]; **from (on) the wrong side of the tracks** x wrong; **hot on somebody's tracks (trail)** *(kng)* ngay tại chỗ; đột nhiên: *he fell dead in his tracks* nó ngã chết ngay tại chỗ; **jump the rails (tracks)** x jump[2]; **keep (lose)**

track of somebody (something) giữ được *(không giữ được)* mối liên hệ tin tức với: *it's hard to keep track of all one's old school friends* khó mà giữ được mối liên hệ tin tức với tất cả các bạn học cùng trường cũ; **make tracks [for...]** *(kng)* lên đường *(đi tới đâu đó)*: *it's time we made tracks for home* đã đến giờ ta lên đường về nhà; **off the beaten track** x beat[1]; **on the right (wrong) track** làm (nghĩ) đúng (sai) cách: *we haven't found the solution yet, but I'm sure we're on the right track* chúng tôi chưa tìm ra giải pháp, nhưng tôi chắc là chúng tôi đã làm đúng hướng; **on somebody's track** theo vết chân, theo hút: *the police are on the track of the gang* cảnh sát đang theo hút băng nhóm ấy.

track[2] /træk/ *đgt* **1.** theo dấu, theo dõi: *the police tracked the terrorists to their hide-out* cảnh sát đã theo dấu tụi khủng bố tới nơi ẩn náu của chúng; *track a satellite* theo dõi một vệ tinh nhân tạo; *track an animal to its lair* theo dấu một con thú tới hang **2.** *(d.ảnh)* di chuyển trong khi quay: *a tracking shot* cảnh chụp khi đang di chuyển. // **track somebody (something) down** tìm thấy *(ai, cái gì)*: *I finally tracked down the reference in a dictionary of quotations* cuối cùng tôi đã tìm thấy lời chú tham khảo trong một cuốn từ điển trích dẫn.

track and field /ˌtrækənd-'fi:ld/ *(thể)* *(Mỹ)* điền kinh.

tracked /trækt/ *tt* có bánh xích: *tracked vehicles* xe có bánh xích.

tracker /'trækə[r]/ *dt* người theo dấu thú hoang.

tracker dog /'trækə dɒg/ chó săn lùng tội phạm.

track events /'trækivents/ *(thể)* thi chạy.

tracking station /'trækiŋ-steiʃn/ trạm theo dõi *(vệ tinh...).*

trackless /'træklis/ *tt* không có lối đi qua *(rừng...).*

track record /'trækrekɔ:d/ thành tích trước đây, thành tích trong quá khứ: *a company with a poor track record* một công ty trước đây cũng không phát đạt cho lắm.

track suit /'træksu:t/ quần áo mặc khi tập luyện *(của vận động viên điền kinh).*

tract[1] /trækt/ *dt* **1.** vùng, miền, dải: *a narrow tract of land* một dải đất hẹp; *huge tracts of forest* những vùng rừng núi rộng lớn **2.** *(giải)* bộ máy, đường: *the digestive tract* bộ máy tiêu hóa, đường tiêu hóa.

tract[2] /trækt/ *dt* cuốn tiểu luận về tôn giáo; cuốn tiểu luận về chính trị.

tractability /ˌtræktə'biləti/ *dt* tính dễ hướng dẫn; tính dễ điều khiển, tính dễ bảo.

tractable /'træktəbl/ *tt* dễ hướng dẫn, dễ điều khiển, dễ bảo.

traction /'trækʃn/ *dt* **1.** sự kéo; sức kéo: *electric traction* sức kéo bằng điện **2.** *(y)* phương pháp chữa trị bằng cách kéo **3.** độ bám dính mặt đường *(của lốp xe).*

traction-engine /'trækʃn endʒin/ *dt* xe kéo *(chạy bằng hơi nước hay dầu diezen, trước đây dùng để kéo vật nặng).*

tractor /'træktə[r]/ *dt* **1.** máy kéo *(dùng trong nông nghiệp...)* **2.** *(Mỹ)* toa lái *(của xe hơi có khớp móc).*

T

tractor trailer /'træktə treilə[r]/ *dt (Mỹ) nh* articulated lorry.

trad¹ /træd/ *dt (cg* **trad jazz)** nhạc ja truyền thống *(vào khoảng năm 1920, có nhịp điệu cố định).*

trad² /træd/ *tt (kng) (Anh) (vt của* traditional) truyền thống.

trade¹ /treid/ *dt* **1.** thương mại, mậu dịch, sự buôn bán: *a trade agreement* một hiệp định thương mại; *be in the cotton trade* buôn bán bông sợi **2.** nghề nghiệp, nghề: *be a tailor by trade* làm nghề thợ may **3.** **the trade** giới kinh doanh; hãng kinh doanh *(một mặt hàng nào đó): we sell cars to the trade, not to the general public* chúng tôi bán xe cho hãng kinh doanh xe, không bán thẳng cho quần chúng. // **do a roaring trade** *x* roaring; **a jack of all trades** *x* jack¹; **ply one's trade** *x* ply²; **the tricks of the trade** *x* trick.

trade² /treid/ *dgt* **1.** buôn bán, trao đổi mậu dịch: *Britain's trading partners in Europe* những bạn hàng (đối tác) Âu Châu buôn bán với nước Anh; *a firm which trades in grain* một hãng buôn bán ngũ cốc; *ships trading between London and the Far East* những tàu buôn bán giữa Luân Đôn và Viễn Đông **2.** **trade at something** *(Mỹ)* mua hàng *(ở một hiệu đặc biệt): which store do you trade at?* anh mua ở hiệu nào vậy? **3.** **trade somebody (something) for something** đổi *(cái gì lấy cái gì khác): I'll trade my radio for your typewriter* tôi sẽ đổi cái rađiô của tôi lấy cái máy chữ của anh. // **trade something in [for something]** gán vật cũ lấy vật mới có

các thêm tiền; đổi các: *he traded in his car for a new model* anh ta gán chiếc xe cũ để lấy một xe kiểu mới có các thêm tiền; **trade on something** *(xấu)* lợi dụng: *he trades on his father's reputation* nó lợi dụng danh tiếng của bố nó; **trade something off [against something]** từ bỏ việc gì và thay vào việc khác *(với ý mong muốn là đạt kết quả tốt hơn): the government hopes to retain its popularity by trading off raising unemployment against the fall in inflation* chính phủ hy vọng giữ được lòng quần chúng bằng cách bớt nạn thất nghiệp mà tăng lạm phát.

trade gap /'treidgæp/ sự thâm hụt mậu dịch, sự thặng dư nhập khẩu.

trade-in /'treidin/ *dt* sự đổi các.

trade mark /'treidma:k/ **1.** nhãn hiệu thương mại **2.** đặc trưng: *a startling use of line and colour that is this artist's special trade mark* sự sử dụng đường nét và màu sắc một cách kỳ lạ đặc trưng riêng của họa sĩ này.

trade name /'treidneim/ tên thương mại.

trade-off /'treidɒf/ *dt* **trade-off between something and something** sự kết hợp: *a trade-off between efficiency in use and elegance of design* sự kết hợp giữa hiệu quả sử dụng và tính chất tao nhã của kiểu dáng.

trade price /'treidprais/ giá buôn.

trader /'treidə[r]/ *dt* nhà buôn, thương gia, thương nhân.

trade secret /,treid'si:krit/ **1.** bí quyết chế tạo **2.** *(bóng, kng)* bí mật nhà nghề.

tradesman /'treidzmən/ *dt (snh* **tradesmen** /'treidzmən/) **1.** thương gia; thương nhân **2.** chủ tiệm. // **tradesman's entrance** cửa ngách; cổng bên.

Trades Union Congress *(vt* TUC) hội nghị nghiệp đoàn.

trade union /,treid'ju:njən/ *(cg* **trades union; union;** *(Mỹ)* **labor union)** nghiệp đoàn.

trade-unionism /,treid'ju:njənizm/ *dt* hệ thống nghiệp đoàn.

trade-unionist /,treid'ju:njənist/ *dt* đoàn viên nghiệp đoàn.

trade wind /'treidwind/ *dt* gió alizê, gió mậu dịch.

trading /'treidiŋ/ *dt* việc buôn bán.

trading estate /'treidiŋ i'steit/ *nh* industrial estate.

trading post /'treidiŋ pəust/ *nh* poste³ **4.**

trading stamp /'treidiŋ stæmp/ *(cg* **stamp)** tem mua hàng *(khách hàng được trao khi mua hàng, tích lại, đổi lấy hàng hay lấy tiền).*

tradition /trə'diʃn/ *dt* **1.** sự truyền miệng *(truyện cổ tích từ đời này sang đời khác)* **2.** truyền thuyết: *based only on tradition[s]* chỉ dựa vào truyền thuyết **3.** truyền thống: *the tradition of heroism* truyền thống anh hùng.

traditional /trə'diʃənl/ *tt* theo truyền thống; cổ truyền: *country people in their traditional costumes* dân quê trong y phục cổ truyền của họ.

traditionalism /trə'diʃənəlizəm/ *dt* **1.** chủ nghĩa truyền thống **2.** sự tôn trọng truyền thống.

traditionalist /trə'diʃənəlist/ *dt* **1.** người theo chủ nghĩa truyền thống **2.** người nệ cổ.

traditionally /trə'diʃənəli/ *pht* theo truyền thống: *in England, turkey is traditionally eaten on Christmas Day* ở Anh theo truyền thống người ta ăn gà tây vào dịp lễ Giáng sinh.

trad jazz /ˌtræd'dʒæs/ *nh* trad¹.

traduce /trə'dju:s, (Mỹ trə'du:s)/ *dgt* nói xấu; vu khống.

traducer /trə'dju:sə[r]/ *dt* kẻ nói xấu; kẻ vu khống.

traffic¹ /'træfik/ *dt* 1. sự đi lại, sự giao thông: *there's usually a lot of traffic at this time of day* thường ngày vào giờ này thường có nhiều xe cộ đi lại 2. khối lưu thông (*người, hàng hóa*) 3. (+ in) sự buôn bán lén lút (*ma túy...*).

traffic² /'træfik/ *dgt* (**trafficked**) (+ in) buôn bán lén lút: *drug trafficking* sự buôn bán lén lút ma túy.

trafficator /'træfikeitə[r]/ *dt* đèn nháy (*xin rẽ*).

traffic circle /'træfik,s3:kl/ (*Mỹ*) *nh* roundabout².

traffic indicator /'træfik indikeitə[r]/ *dt nh* trafficator.

traffic island /'træfikailənd/ (*cg* **island, refuge, safety island,** *Mỹ* **safety zone, safety island**) *x* safety island.

traffic jam /'træfikdʒæm/ nạn tắc giao thông, nạn kẹt xe.

trafficker /'træfikə[r]/ *dt* người buôn lén lút: *drug traffickers* dân buôn lén lút ma túy.

traffic light /'træfik lait/ (*cg* **traffic signal; stoplight**) đèn giao thông.

traffic warden /'træfik wɔ:dn/ nhân viên kiểm soát việc đỗ xe.

tragedian /trə'dʒi:diən/ *dt* 1. tác giả bi kịch 2. diễn viên bi kịch.

tragedienne /trəˌdʒi:di'en/ *dt* nữ diễn viên bi kịch.

tragedy /'trædʒidi/ *dt* 1. bi kịch: *Shakespeare's tragedies and comedies* các vở bi kịch và hài kịch của Shakespeare 2. tấn thảm kịch, tấn bi kịch: *it was a great tragedy that she died so young* cô ta mất còn trẻ tuổi quá, thật là một tấn thảm kịch.

tragic /'trædʒik/ *tt* 1. [thuộc] bi kịch: *tragic actor* diễn viên bi kịch 2. bi thảm, thảm thương: *a tragic accident* một tai nạn thảm thương.

tragically /'trædʒikli/ *pht* [một cách] bi thảm, [một cách] thảm thương.

tragicomedy /ˌtrædʒi'kɒmədi/ *dt* bi hài kịch.

tragicomic /ˌtrædʒi'kɒmik/ *tt* [thuộc] bi hài kịch.

trail¹ /treil/ *dt* 1. vệt, dải: *the car raced past, leaving a trail of dust* chiếc xe chạy qua, để lại một dải bụi; *a trail of light* một vệt sáng 2. lối mòn, đường mòn: *a trail through the forest* lối mòn xuyên qua rừng 3. vết, dấu vết: *the police are on the escaped convict's trail* cảnh sát đang lần theo dấu vết của phạm nhân vượt ngục. // **blaze a trail** *x* blaze²; **hit the trail** *x* trail¹; **hot on somebody's track (trail); hot on the trail** *x* hot.

trail² /treil/ *dgt* 1. kéo, kéo lê: *the child trails his toy* đứa bé kéo lê đồ chơi; *her long skirt was trailing along (on) the floor* chiếc váy dài của nàng kéo lê trên sàn nhà 2. lê bước: *the tired children trailed along behind their parents* bọn trẻ mệt nhoài lê bước theo sau bố mẹ chúng; *this country is still trailing far behind [others] in computer research* nước này còn lết bết xa sau các nước khác trong việc nghiên cứu máy điện toán 3. (by, in something) (thường dùng ở thì tiếp diễn) thua (trong trận đấu): *trailing by two goals to one at half-time* thua với tỷ số 2-1 ở cuối hiệp đầu; *the party is trailing badly in the opinion polls* đảng đã thất bại thảm hại trong cuộc trưng cầu dư luận 4. bò lan (*cây cỏ*): *roses trailing over the walls* những cây hồng bò lan trên tường 5. đuổi theo dấu vết, truy nã: *trail a criminal* truy nã tên tội phạm; *trail a wild animal* đuổi theo dấu vết một con vật hoang dại.

trail away (off) im dần rồi ngưng hẳn do e thẹn hay bối rối (*lời nói*).

trail-blazer /'treilbleizə[r]/ *dt* người mở đường; người tiên phong.

trail-blazing /'treilbleiziŋ/ *tt* (*thường thngữ*) mở đường, tiên phong: *a trail-blazing scientific discovery* một phát minh khoa học có tính chất mở đường.

trailer /'treilə[r]/ *dt* 1. xe moóc, toa moóc 2. (*Mỹ*) *nh* caravan 3. đoạn phim chiếu quảng cáo.

train¹ /trein/ *dt* 1. xe lửa (*kng*) tàu: *a passenger train* xe lửa hành khách; *express train* xe lửa tốc hành; *if you miss the train there's another an hour later* nếu anh nhỡ tàu, một tiếng sau sẽ có một chuyến khác; *a train driver* người lái xe lửa, tài xế xe lửa 2. đoàn (*người*) đàn (*thú nuôi*): *a camel train* đàn lạc đà 3. đoàn tùy tùng,

T

đám người xúm quanh: *the pop star was followed by a train of admirers* ngôi sao nhạc pop có một đám người hâm mộ xúm quanh **4.** *(thường số ít)* dây, chuỗi, loạt: *his telephone call interrupted my train of thought* cú gọi điện thoại của anh ta đã cắt đứt dòng suy nghĩ của tôi **5.** đuôi dài lê thê *(của áo phụ nữ)*. // **in train** được chuẩn bị, được sửa soạn: *arrangements for the ceremony have been put in train* những việc sắp xếp cho buổi lễ đã được chuẩn bị.

train² /trein/ *dgt* **1.** huấn luyện, rèn luyện, đào tạo: *he was trained as an engineer* anh ta được đào tạo để thành kỹ sư, *I've trained my dog to fetch my slippers* tôi đã huấn luyện con chó của tôi đi tìm mang về đôi dép cho tôi; *train a horse for a race* luyện ngựa chạy đua **2.** chĩa, nhắm: *he trained his binoculars on the distant figures* anh ta nhắm ống nhòm vào những hình ảnh ở xa **3.** uốn, nắn *(cây, cảnh)*: *train roses against a wall* uốn các khóm hồng cho dựa vào tường mà leo lên.

train-bearer /'treinbeərə[r]/ *dt* người nâng đuôi áo *(cho cô dâu trong lễ cưới)*.

trainee /trei'ni:/ *dt* người thực tập, người tập: *a trainee salesman* người thực tập bán hàng.

trainer /'treinə[r]/ *dt* **1.** huấn luyện viên **2.** phi cơ luyện phi công; học cụ luyện phi công **3.** *(cg* **training shoe)** *(thường snh)* giày tập dượt.

training /'treiniŋ/ *dt* sự rèn luyện, sự đào tạo; sự tập dượt: *training of troops* sự luyện quân.

training-college /'treiniŋ-kɒlidʒ/ *dt* trường đào tạo, trường chuyên nghiệp.

train set /'treinset/ bộ đồ chơi xe lửa.

trainman /'treinmən/ *dt* nhân viên đoàn tàu.

train-spotter /'treinspɒtə[r]/ *dt* người thích sưu tập số hiệu đầu máy xe lửa.

traipse /treips/ *dgt* lê bước: *I've been traipsing round the shops all morning* cả buổi sáng tôi lê bước từ cửa hàng này sang cửa hàng khác.

trait /treit/ *(cg* /trei/) *dt* nét, đặc điểm: *Anne's generosity is one of her most pleasant traits* tính hào phóng là một trong những nét dễ chịu nhất của Anne.

traitor /'treitə[r]/ *dt* kẻ phản bội; kẻ phản quốc. // **turn traitor** trở thành kẻ phản bội.

traitorous /'treitərəs/ *tt* phản bội.

trajectory /trə'dʒektəri/ *dt* đường đạn.

tram /træm/ *dt (cg* **tram-car,** *Mỹ* **street-car, trolley)** xe điện.

tram-car /'træmka:[r]/ *dt* x tram.

tramlines /'træmlainz/ *dt snh* **1.** đường xe điện **2.** *(thể)* đường biên *(sân quần vợt, để thêm diện tích sân khi chơi bốn người)*.

trammels /'træməlz/ *dt* cái hạn chế, cái ngăn trở: *the trammels of convention* những cái hạn chế do quy ước mà ra; *the trammels of etiquette* những trở ngại của nghi lễ.

tramp¹ /træmp/ *dgt* **1.** thình thịch bước đi: *we could hear him tramping about upstairs* ta có thể nghe tiếng chân ông lão bước thình thịch ở tầng trên **2.** lê bước: *tramp the streets looking for work* lê bước qua các đường phố tìm việc làm.

tramp² /træmp/ *dt* **1.** kẻ lang thang **2.** *(thường số ít)* chuyến đi bộ dài **3.** tiếng bước chân nặng nề **4.** *(cg* **tramp steamer)** tàu thủy chở hàng không theo lộ trình nhất định **5.** *(Mỹ, xấu, cũ)* người đàn bà dâm đãng.

trample /'træmpl/ *dgt* giẫm lên; giẫm nát: *trample on somebody's toes* giẫm lên ngón chân ai; *the campers had trampled the corn down* những người cắm trại đã giẫm nát lúa; *the crowd panicked and ten people were trampled to death* đám đông hoảng hốt xô đẩy nhau và mười người bị giẫm chết; *trample on somebody's rights* chà đạp lên quyền lợi của ai.

trampoline¹ /'træmpəli:n/ *(thể)* tấm lưới nhún.

trampoline² /'træmpəli:n/ *(thể)* nhảy lưới nhún: *enjoy trampolining* thích nhảy lưới nhún.

trance /trɑ:ns, *(Mỹ* træns)/ *dt* sự nhập định, sự xuất thần: *he didn't answer when I spoke, he seemed to be in a trance* nó không trả lời khi tôi nói, nó có vẻ đang nhập định.

tranquil /'træŋkwil/ *tt* yên lặng, yên tĩnh, thanh bình: *lead a tranquil life in the country* sống một cuộc sống yên tĩnh ở miền quê.

tranquillise /'træŋkwilaiz/ *dgt nh* tranquillize.

tranquilliser /'træŋ'kwilaizə[r]/ *dt nh* tranquillizer.

tranquillity *(Mỹ cg* **tranquility)** /træŋ'kwiləti/ *dt* sự yên lặng, sự yên tĩnh, sự thanh bình.

tranquillize *(Mỹ cg* **tranquilize)** /træŋ'kwilaiz/ *dgt* làm cho *(người, con thú...)* ngủ say bằng cách dùng thuốc an thần.

tranquillizer (*Mỹ cg* **tranquilizer**) /'træŋ'kwilaizə[r]/ *dt* thuốc an thần, thuốc ngủ.

tranquilly /'træŋkwili/ *pht* [một cách] yên lặng, [một cách] yên tĩnh, [một cách] thanh bình.

trans- (*tiền tố*) 1. xuyên: *transatlantic* xuyên Đại Tây Dương 2. (*chỉ sự chuyển sang một chỗ khác hay một trạng thái khác*): *transplant* cấy, ghép; *transform* biến đổi.

transact /træn'zækt/ *đgt* **transact something [with somebody]** giao dịch kinh doanh: *this sort of business can only be transacted in private* loại kinh doanh này chỉ có thể giao dịch riêng tư.

transaction /træn'zækʃn/ *dt* 1. **transaction of something** sự giao dịch: *transaction of business* sự giao dịch kinh doanh 2. việc [được] giao dịch: *transactions on the Stock Exchange* những việc giao dịch tại thị trường chứng khoán 3. **transactions** kỷ yếu hội nghị (*của một hội khoa học*).

transatlantic /,trænzət'læntik/ *tt* 1. bên kia Đại Tây Dương: *one of America's transatlantic military bases* một trong những căn cứ quân sự Mỹ bên kia Đại Tây Dương 2. xuyên Đại Tây Dương: *a transatlantic flight* chuyến bay xuyên Đại Tây Dương 3. có liên quan đến các nước ở hai bên bờ Đại Tây Dương: *a transatlantic trade agreement* một thỏa hiệp buôn bán giữa các nước ở hai bên bờ Đại Tây Dương.

trans (*vt của* translated [by]) [do ai] dịch.

transcend /træn'send/ *đgt* vượt quá; hơn: *she far transcends the others in beauty and intelligence* cô ta vượt xa các cô khác về sắc đẹp và trí thông minh.

transcendence /træn'sendəns/, **transcendency** /træn'sendənsi/ *dt* sự siêu việt.

transcendent /træn'sendənt/ *tt* siêu việt: *a writer of transcendent genius* một nhà văn có thiên tài siêu việt.

transcendental /,trænsen'dentl/ *tt* siêu phàm.

transcendentalism /,trænsen'dentəlizm/ *dt* (*triết*) siêu phàm luận.

transcendentalist /,trænsen'dentəlist/ *dt* (*triết*) nhà siêu phàm luận.

transcendentally /,trænsen'dentəli/ *pht* (*triết*) [một cách] siêu phàm.

transcendental meditation /,trænsendentl medi'teiʃn/ *dt* sự trầm tư độc tụng.

transcontinental /,trænzkonti'nentl/ *tt* xuyên lục địa: *a transcontinental railway* đường xe lửa xuyên lục địa.

transcribe /træn'skraib/ *đgt* 1. sao lại, chép lại 2. (*ngôn*) phiên âm (*bằng ký hiệu phiên âm*) 3. (*nhạc*) chuyển biên: *a piano piece transcribed for the guitar* một khúc nhạc pi-a-nô chuyển biên cho đàn ghi-ta 4. chuyển ghi âm: *a performance now transcribed onto compact disc* buổi trình diễn nay chuyển ghi âm sang đĩa compac.

transcript /'trænskript/ *dt* bản sao, bản chép lại.

transcription /træn'skripʃn/ *dt* 1. sự sao lại, sự chép lại: *errors made in transcription* những lỗi trong khi sao chép lại 2. bản ghi chép 3. bản phiên âm 4. sự ghi

lại, sự thu lại (*chương trình phát thanh, truyền hình để rồi phát lại*).

transept /'trænsept/ *dt* cánh ngang (*nhà thờ*).

transfer¹ /træns'fɜ:[r]/ *đgt* (-rr-) 1. dời, chuyển: *the head office has been transferred from Hanoi to Haiphong* trụ sở chính đã chuyển từ Hà Nội đến Hải Phòng; *that football player is hoping to transfer (be transferred) to another team soon* cầu thủ bóng đá ấy đang hy vọng chuyển sang một đội khác 2. chuyển giao; chuyển nhượng: *transfer rights to somebody* chuyển giao quyền hành cho ai 3. chuyển xe, đổi xe: *at Hanoi we transferred from the train to a bus* đến Hà Nội chúng tôi chuyển từ xe lửa sang đi xe buýt 4. chuyển, chép sang: *transfer computer data from disk to tape* chuyển dữ liệu máy điện toán từ đĩa sang băng.

transfer² /'trænsfɜ:[r]/ *dt* 1. sự chuyển: *she's hoping for a transfer to another part of the company* cô ta đang hy vọng được chuyển sang bộ phận khác của công ty; *the transfer of currency from one country to another* sự chuyển tiền từ nước này sang nước khác 2. sự chuyển xe, sự đổi xe: *transfer passengers* khách chuyển xe (*để đi tiếp*) 3. cái đề-can 4. vé chuyển xe (*không phải trả thêm tiền*).

transferability /,træns,fɜ:rə'biləti/ *dt* khả năng chuyển nhượng (*vé tàu xe*).

transferable /træns'fɜ:rəbl/ *tt* có thể chuyển nhượng (*vé tàu xe*).

transferal /træns'fɜ:rəl/ *dt* (*Mỹ*) *nh* transferral.

transference /'trænsfərəns, (Mỹ trans'fɜːrəns)/ *dt nh* transferal.

transfer fee /'trænsfɜːfiː/ lệ phí chuyển câu lạc bộ (cầu thủ bóng đá phải trả).

transfer list /'trænsfɜːlist/ danh sách cầu thủ bóng đá nhà nghề xin chuyển sang câu lạc bộ khác.

transferral /træns'fɜːrəl/ *dt* sự chuyển: *the transferral of heat from one body to another* sự chuyển (truyền) nhiệt từ vật thể này sang vật thể khác; *the transferral of power* sự chuyển giao quyền hành.

transfiguration /ˌtrænsfigə-'reiʃn, (Mỹ ˌtrænsfigjə'reiʃn)/ *dt* 1. sự tôn lên, sự làm rạng rỡ lên 2. **the transfiguration** (tôn) lễ Biến thân (trong đạo Cơ Đốc, ngày 6 tháng 8).

transfigure /træns'figə[r], (Mỹ træns'figiər)/ *dgt* tôn lên, làm rạng rỡ lên: *her face was transfigured by happiness* mặt nàng rạng rỡ lên vì hạnh phúc.

transfix /træns'fiks/ *dgt* 1. xuyên qua: *a fish transfixed with a harpoon* con cá bị lao móc xuyên qua 2. làm cho đờ ra: *transfixed with terror* sợ đờ người ra, sợ khiếp vía.

transform /træns'fɔːm/ *dgt* (+ into) biến đổi: *in only 20 years the country has been transformed into an advanced industrial power* chỉ trong khoảng 20 năm, đất nước này đã biến đổi thành một cường quốc công nghiệp.

transformable /træns'fɔː-məbl/ *tt* có thể biến đổi.

transformation /ˌtrænsfə-'meiʃn/ *dt* sự biến đổi: *the transformation of heat into power* sự biến đổi nhiệt thành năng lượng.

transformer /træns'fɔːmə[r]/ *dt* (điện) máy biến thế.

transfusion /træns'fjuːʒn/ *dt* sự truyền máu: *the injured man had lost a lot of blood and had to be given a transfusion* người đàn ông bị thương đã mất nhiều máu và phải được truyền máu.

transgress /trænz'gres/ *dgt* 1. vượt quá: *transgress the bonds of decency* vượt quá giới hạn của sự đúng đắn 2. vi phạm đạo lý.

transgression /trænz'greʃn/ *dt* 1. sự vi phạm đạo lý 2. tội lỗi.

transgressor /trænz'gresə[r]/ 1. kẻ vi phạm đạo lý 2. kẻ tội lỗi.

transience /'trænziəns/, **transiency** /'trænziənsi/ *dt* sự ngắn ngủi, sự nhất thời: *the transiency of human life* đời người ngắn ngủi.

transient[1] /'trænziənt, (Mỹ 'trænʃnt)/ *tt* (cg **transitory** 1. ngắn ngủi; nhất thời: *transient success* thành công ngắn ngủi 2. [ở lại] ngắn ngày: *a transient lodger* người ở trọ ngắn ngày.

transient[2] /'trænziənt/ *dt* người làm việc ngắn ngày; khách trọ ngắn ngày.

transistor /træn'zistə[r], træn'sistə[r]/ *dt* 1. bóng bán dẫn, tranzito 2. (cg **transistor radio**) máy thu bán dẫn xách tay.

transistorized, transistorised /træn'zistəraizd/ *tt* [được] lắp bóng bán dẫn.

transit /'trænzit, 'trænsit/ *dt* 1. (thương) sự quá cảnh 2. (thiên) sự ngang qua mặt trời (của một hành tinh...): *observe the transit of Venus* quan sát sự ngang qua mặt trời của sao Kim.

transit camp /'trænzitkæmp/ trại chuyển tiếp.

transition /træn'ziʃn/ *dt* sự chuyển tiếp, sự quá độ: *a period of transition* thời kỳ chuyển tiếp, thời kỳ quá độ.

transitional /træn'ziʃənl/ *tt* chuyển tiếp, quá độ: *a transitional stage* giai đoạn chuyển tiếp.

transitionally /træn'ziʃənəli/ *pht* [một cách] chuyển tiếp; [một cách] quá độ.

transitive /'trænzətiv/ *tt* (ngôn) transitive verb ngoại động từ.

transitively /'trænzətivli/ *pht* (ngôn) [như] ngoại động từ.

transitoriness /'trænsitrinis, (Mỹ 'trænsitɔːrinis)/ *dt* sự nhất thời.

transitory /'trænsitri, (Mỹ 'trænsitɔːri)/ *tt nh* transient[1].

transit visa /'trænzitviːzə/ thị thực quá cảnh.

translatable /trænz'leitəbl/ *tt* có thể dịch được.

translate /trænz'leit/ *dgt* 1. dịch: *translate an English book into Vietnamese* dịch một cuốn sách tiếng Anh sang tiếng Việt; *poetry doesn't always translate easily* thơ ca không phải lúc nào cũng dễ dịch 2. chuyển sang: *it's time to translate our ideas into action* đã đến lúc chuyển ý kiến của chúng ta sang hành động 3. (+ as) hiểu (theo một cách nào đó), coi: *I translate her silence as consent* tôi coi sự im lặng của cô ta như là sự đồng ý.

translation /trænz'leiʃn/ *dt* 1. sự dịch 2. bản dịch: *an exact translation* một bản dịch chính xác. // **in translation** qua bản dịch: *read Cer-*

vantes in translation đọc Cervantes qua bản dịch.

translator /trænz'leitə[r]/ *dt* người dịch *(tài liệu viết).*

transliterate /trænz'litəreit/ *dgt* chuyển chữ: *transliterate Greek placenames into Roman letters* chuyển địa danh Hy Lạp sang chữ rô-manh.

transliteration /,trænzlitə'reiʃn/ *dt* sự chuyển chữ.

translucence /,trænz'lu:sns/, **translucency** /trænz'lu:snsi/ *dt* sự trong mờ.

translucent /trænz'lu:snt/ *tt* trong mờ: *lavatory windows made of translucent glass* cửa sổ nhà xí máy làm bằng kính trong mờ.

transmigration /,trænzmai'greiʃn/ *dt* **1.** sự đầu thai **2.** *nh* migration.

transmission /trænz'miʃn/ *dt* **1.** sự truyền: *transmission of disease* sự truyền bệnh; *transmission of news* sự truyền tin **2.** sự truyền thanh, sự truyền hình; buổi truyền thanh, buổi truyền hình **3.** bộ truyền động *(ở xe cộ).*

transmit /trænz'mit/ *dgt* **(-tt-)** truyền: *the World Cup Final is being transmitted live to over fifty countries* trận chung kết cúp Thế giới được truyền trực tiếp tới hơn năm mươi nước; *transmit knowledge from one generation to another* truyền kiến thức từ thế hệ này sang thế hệ khác; *iron transmits heat* sắt truyền nhiệt.

transmitter /trænz'mitə[r]/ *dt* **1.** máy phát *(vô tuyến...)* **2.** người truyền; vật truyền: *a transmitter of disease* vật truyền bệnh.

transmogrification /trænz-,mɒgrifi'keiʃn/ *dt* sự làm biến hóa như có phép thần.

transmogrify /trænz'mɒgrifai/ *dgt* làm biến hóa như có phép thần.

transmutable /trænz'mju:təbl/ *tt* có thể chuyển đổi được.

transmutation /,trænzmju:'teiʃn/ *dt* sự chuyển đổi.

transmute /trænz'mju:t/ *dgt* chuyển đổi: *in former times it was thought that ordinary metal could be transmuted into gold* thời xưa người ta nghĩ là kim loại thường có thể chuyển đổi thành vàng được.

transoceanic /,trænz,əuʃi'ænik/ *tt* bên kia đại dương; xuyên đại dương: *the transoceanic migration of birds* sự di trú xuyên đại dương của chim.

transom /'trænsəm/ *dt* **1.** đố trên *(của khung cửa)* **2.** cửa sổ con *(trên cửa lớn).*

transparency /træn'spærənsi/ *dt* **1.** sự trong suốt **2.** kính ảnh đèn chiếu.

transparent /træn'spærənt/ *tt* **1.** trong suốt **2.** nhìn suốt qua được: *a transparent silk shirt* chiếc áo sơ mi bằng lụa nhìn suốt qua được **3.** rõ ràng, rành rành: *a transparent lie* một lời nói dối rành rành **4.** rõ ràng, dễ hiểu: *a transparent style of writing* văn phong dễ hiểu.

transparently /træn'spærəntli/ *pht* [một cách] rõ ràng: *transparently honest* thành thực một cách rõ ràng.

transpiration /,trænspi'reiʃn/ *dt (thực)* sự thoát hơi nước *(của cây, qua lá).*

transpire /træn'spaiə[r]/ *dgt* **1.** tiết lộ: *it was transpired that the gang had*

had a contact inside the bank người ta tiết lộ ra rằng băng cướp có nội ứng trong ngân hàng **2.** xảy ra: *important events transpired last week* những sự kiện quan trọng đã xảy ra tuần qua **3.** *(thực)* thoát hơi nước *(cây).*

transplant[1] /træn'spla:nt, *(Mỹ* træn'splænt/ *dgt* **1.** *(nông)* ra ngôi, cấy **2.** *(y)* ghép: *transplant a kidney from one twin to another* ghép một quả thận từ đứa con sinh đôi này sang đứa kia **3.** đưa đi nơi khác, đổi chỗ ở: *he hated being transplanted from his home in the country to the noise and bustle of life in the city* ông ta không thích chuyển từ nông thôn lên ở tại thành thị với cuộc sống ồn ào náo nhiệt **4.** có khả năng ghép vào, có khả năng được nhập vào: *an old custom that does not transplant easily to the modern world* một cổ tục không dễ gì mà nhập vào thế giới hiện đại được.

transplant[2] /'trænspla:nt, *(Mỹ* 'trænsplænt)/ *dt (y)* sự ghép: *a heart transplant operation* cuộc giải phẫu ghép tim.

transplantation /,trænspla:n'teiʃn/ *dt (y)* sự ghép.

transpolar /trænz'pəulə[r]/ *tt* xuyên địa cực: *transpolar flights from London to Tokyo* những chuyến bay xuyên địa cực từ Luân Đôn tới Tokyo.

transport[1] /træn'spɔ:t/ **1.** chuyên chở, vận chuyển: *transport goods by lorry* chuyên chở hàng hóa bằng xe tải **2.** đày, lưu đày: *transported to Australia for life* đày chung thân sang Úc.

transport[2] /'trænspɔ:t/ *dt* **1.** *(Mỹ cg* **transportation)** sự

T

chuyên chở, sự vận chuyển: *the transport of goods by air* sự chuyên chở hàng hóa bằng đường hàng không; *transport charges* phí chuyên chở **2.** phương tiện đi, xe cộ: *I normally travel by public transport* tôi bình thường đi bằng phương tiện vận chuyển công cộng **3.** tàu thủy, phi cơ *(chở quân lính, đồ tiếp tế).* // *in a transport (transports) of (tu từ)* trong cơn xúc động vì: *in transports of delight* trong cơn xúc động vì mừng rỡ.

transportable /træn'spɔ:-təbl/ *tt* có thể chuyên chở được.

transportation /,trænspɔ:-'teiʃn/ *dt* **1.** *(Mỹ)* nh transport: *transportation costs* phí chuyên chở **2.** sự đày, sự lưu đày: *sentenced to transportation* bị kết án đày.

transport café /træn'spɔ:t kæfei/ quán ăn rẻ tiền cho tài xế xe tải đường dài.

transported /træn'spɔ:tid/ *tt* xúc động: *transported with joy* xúc động vì vui mừng.

transporter /træn'spɔ:tə[r]/ *dt* xe tải lớn *(để chuyên chở xe ôtô...).*

transpose /træn'spəʊz/ *dgt* **1.** đổi chỗ, sự hoán chuyển: *if you transpose the letters of "at" it reads "ta"* nếu anh đổi chỗ các con chữ trong "at", từ này sẽ đọc là "ta" **2.** *(nhạc)* dịch giọng.

transposition /,trænspə'ziʃn/ *dt* sự đổi chỗ, sự hoán chuyển.

transputer /trænz'pju:tə[r]/ *dt* transputơ *(dạng chập lại của trans(istor) và (com)puter).*

trans-sexual /trænz'sekʃʊəl/ *dt* **1.** người cảm thấy mình thuộc giới tính khác **2.** người đã giải phẫu đổi bộ phận sinh dục ngoài *(cho giống với giới tính khác).*

transship *cg* **tran-ship** /'træn'ʃip/ *dgt* (-pp-) chuyển tàu *(hàng hóa, hành khách).*

transshipment /træn'ʃip-mənt/ *dt (cg* **tran-shipment)** sự chuyển tàu.

transubstantiation /'træn-səb,stænʃi'eiʃn/ *dt (tôn)* sự hóa thể *(của bánh và rượu thánh thành thịt và máu của Chúa).*

transverse /'trænzvɜ:s/ *tt* ngang: *a transverse beam* xà ngang.

transversely /'trænzvɜ:sli/ *pht* [một cách] ngang, [theo chiều] ngang.

transvestism /trænz'vesti-zəm/ *dt* loạn dâm giả trang khác giới.

transvestite /trænz'vestait/ *dt* người loạn dâm giả trang khác giới.

trap[1] /træp/ *dt* **1.** cái bẫy: *a mouse-trap* cái bẫy chuột; *the thieves were caught in a police trap* tụi trộm đã mắc vào bẫy của cảnh sát; *is this question a trap?* câu hỏi này phải chăng là một cái bẫy?; *for some women marriage is a trap* theo một số phụ nữ, hôn nhân chỉ là một cái bẫy **2.** ống xi-phông ngăn hơi thối **3.** xe độc mã **4.** khu tập trung chó săn trước khi tung ra bắt đầu cuộc săn **5.** dụng cụ tung mục tiêu lên tập bắn **6.** *nh* trapdoor **7.** *(lóng)* mồm, miệng: *shut your trap!* câm cái mồm đi!

trap[2] /træp/ *dgt* (-pp-) **1.** bị nhốt; bị kẹt: *help! I'm trapped, open the door* cứu tôi với, tôi bị nhốt rồi, mở cửa giùm; *they were trapped in the burning hotel* họ bị kẹt trong khách sạn đang cháy **2.** giữ lại: *a filter traps dust from the air* cái lọc giữ lại bụi trong không khí; *a special fabric that traps body heat* một thứ vải đặc biệt giữ thân nhiệt **3.** lừa *(ai)*: *I was trapped into telling the police all I know* tôi bị lừa mà khai cho cảnh sát hết những gì tôi biết **4.** đặt bẫy; đánh bẫy *(chim...).*

trapdoor /,træp'dɔ:[r]/ *(cg* **trap)** cửa sập *(trên mái nhà, trần nhà).*

trapeze /trə'pi:z, *(Mỹ* træ-'pi:z)/ đu bay.

trapezium /trə'pi:ziəm/ *dt (snh* **trapeziums) 1.** *(Mỹ* **trape-zoid)** hình thang **2.** *(Mỹ)* nh trapezoid.

trapezoid /'træpizɔid/ *dt* **1.** *(Mỹ* **trapezium)** hình dạng thang **2.** *(Mỹ)* nh trapezium.

trapper /'træpə[r]/ *dt* người đánh bẫy thú vật *(thường là để lấy bộ lông của chúng).*

trappings /'træpiŋz/ *dt snh* dấu hiệu hào nhoáng bề ngoài *(của sự giàu có, của chức quyền...):* *he had the trappings of high office but no real power* ông ta có những dấu hiệu hào nhoáng bề ngoài nhưng không có thực quyền.

Trappist[1] /'træpist/ *dt* [tu sĩ] thuộc dòng im miệng.

Trappist[2] /'træpist/ *tt* [thuộc] dòng im miệng *(tu sĩ).*

trap-shooting /'træpʃu:tiŋ/ môn bắn vật tung lên không trung.

trash /træʃ/ *dt* **1.** đồ vô giá trị: *that novel is mere trash* cuốn tiểu thuyết ấy thật vô giá trị **2.** *(Mỹ)* rác: *put out the trash* đổ rác **3.** *(Mỹ, kng)* đồ rác rưởi, đồ không ra gì *(người).*

trashy /'træʃi/ *tt* vô giá trị, không ra gì: *a trashy novel* cuốn tiểu thuyết vô giá trị.

trashcan /'træʃkæn/ *dt (Mỹ)* *nh* dustbin.

trauma /'trɔ:mə, (Mỹ 'trauə-mə)/ *dt (snh* **traumas***)* **1.** cơn khủng hoảng tinh thần; cơn sốc **2.** sự buồn chán: *going through the traumas of divorce* trải qua sự buồn chán sau vụ ly hôn.

traumatic /trɔ:'mætik, (Mỹ trau'mætik)/ *tt* **1.** khủng hoảng tinh thần **2.** gian khổ; làm khó chịu: *our journey home was pretty traumatic* chuyến đi về nhà của chúng ta khá là gian khổ.

traumatically /trɔ:'mætikli, (Mỹ trau'mætikli)/ *pht* **1.** [ở trạng thái] khủng hoảng tinh thần **2.** [một cách] gian khổ; [một cách] khó chịu.

travail /'træveil, (Mỹ trə-'veil)/ *dt* **1.** công việc khó nhọc **2.** *(cổ)* đau đẻ.

travel¹ /'trævl/ *dgt* (-ll-; Mỹ -l-) **1.** đi xa, du hành, đi du lịch: *we travelled all over the country* chúng tôi đã đi khắp đất nước; *she travels to work by bike* cô ta đi làm bằng xe đạp; *travel forty miles to work each day* mỗi ngày đi bốn mươi dặm để làm việc **2.** di chuyển, truyền đi: *light travels faster than sound* ánh sáng di chuyển nhanh hơn âm thanh; *news travels quickly these days* thời nay tin tức truyền đi rất nhanh; *his mind travelled back to his youth* đầu óc anh ta quay trở về thời niên thiếu của mình **3.** đi chào hàng: *he travels for a big London firm* ông ta đi chào hàng cho một hãng lớn ở Luân Đôn **4.** chở đi xa không hỏng *(rượu): lighter wines often travel badly* rượu vang nhẹ chở đi xa thường hay bị hỏng **5.** *(kng)* chạy rất nhanh: *I don't know the car's* exact speed, but it was certainly travelling tôi không biết tốc độ chính xác của xe, nhưng chắc chắn là nó chạy rất nhanh. // **travel light** *a/* đi xa với hành lý gọn nhẹ *b/ (bóng)* tìm cách tránh *(vấn đề, trách nhiệm...).*

travel² /'trævl/ *dt* **1.** cuộc đi, cuộc du hành, chuyến du lịch: *travel in the mountains can be dangerous* đi ở vùng núi có thể nguy hiểm **2.** **travels** *(snh)* các chuyến đi nước ngoài: *write an account of one's travels* viết bài tường thuật các chuyến đi nước ngoài; *if you see An on your travels, tell him to ring me (dùa)* nếu đi đâu đó mà gặp An thì bảo nó gọi điện thoại cho tôi nhé **3.** đường chạy; khoảng chạy *(của một bộ phận máy): there's too much travel on the brake, it needs tightening* khoảng chạy của phanh dài quá *(phanh đã rão)* phải siết nó lại.

travel agency /'trævl,ei-dʒənsi/ *(cg* **travel bureau)** hãng du lịch; công ty du lịch.

travel agent /'trævl,eidʒənt/ đại lý du lịch.

travel bureau /'trævl bjuə-rəu/ *dt nh* travel agency.

travelled /'trævld/ *tt (Mỹ* **traveled)** *(thường trong từ ghép)* **1.** đã đi đây đi đó nhiều: *a much-travelled journalist* một nhà báo đã đi đây đi đó nhiều **2.** đã từng được nhiều du khách qua lại *(con đường): the route was once much travelled but has fallen into disuse* con đường đã từng được du khách qua lại nhiều, nhưng nay đã bỏ không dùng nữa.

traveller (Mỹ **traveler)** /'trævlə[r]/ *dt* **1.** du khách, khách du lịch **2.** người đi chào hàng **3.** dân lang thang. // **traveller's tales** truyện hấp dẫn về những xứ sở xa xăm.

traveller's cheque (Mỹ **traveler's check)** /'trævlə[r]ztʃek/ séc du lịch.

travelling (Mỹ **traveling)** /'trævliŋ/ *tt* [thuộc] du hành, [thuộc] du lịch: *travelling clock* đồng hồ du lịch; *travelling expenses* phí tổn du lịch.

travelling-rug /'trævliŋ rʌg/ chăn du lịch *(đắp lên đầu gối hành khách ở xe hơi).*

travelling salesman /,trævliŋ 'seilzmən/ người đi chào hàng.

travelogue (Mỹ *cg* **travelog)** /'trævəlog, (Mỹ 'trævələ:g)/ *dt* phim du lịch; buổi nói chuyện về du lịch.

travel-sick /'trævl,sik/ *dt* say xe tàu.

travel-sickness /'trævl ,sik-nis/ *dt* sự say xe tàu.

traverse¹ /trə'vɜ:s/ *dgt* đi ngang qua, băng qua: *skiers traversing the slopes* những người trượt tuyết trượt ngang qua các sườn dốc; *the road, traverses a wild and mountainous region* con đường băng qua một vùng núi non hoang dã.

traverse² /trə'vɜ:s/ *dt* **1.** thanh ngang, đòn ngang **2.** sự vắt ngang *(sang một con đường dễ leo hơn) (leo núi).*

travesty¹ /'trævəsti/ *dgt* trá hình; nhại chơi: *travestying somebody's style of writing* nhại văn phong của ai.

travesty² /'trævəsti/ *dt* sự trá hình; sự nhại chơi: *the trial was a travesty of justice* phiên tòa là một trò hề trá hình công lý.

T

trawl¹ /trɔːl/ *dt* **1.** (*cg* **trawl-net**) lưới rê **2.** (*cg* **trawl-line, set-line**) (*Mỹ*) cần câu giăng.

trawl² /trɔːl/ *dgt* **1.** đánh cá bằng lưới rê; đánh cá bằng lưới rê ở (*một vùng nước nào đó*) **2.** rà soát: *the police are trawling [through] their files for similar cases* cảnh sát đang rà soát hồ sơ để tìm những trường hợp tương tự.

trawler /trɔːlə[r]/ *dt* tàu đánh [cá bằng] lưới rê.

tray /trei/ *dt* khay, mâm: *a tea-tray* khay trà; *letters were piled high in the tray on his desk* thư từ được chồng thành chồng cao trong khay trên bàn giấy của ông ta.

treacherous /ˈtretʃərəs/ *tt* **1.** phản bội; phản trắc: *a treacherous plot to poison the king* âm mưu phản trắc nhằm đầu độc quốc vương **2.** nguy hiểm ngầm: *treacherous currents* những dòng nước nguy hiểm ngầm.

treacherously /ˈtretʃərəsli/ *pht* **1.** [một cách] phản bội; [một cách] phản trắc **2.** [một cách] nguy hiểm ngầm.

treachery /ˈtretʃəri/ *dt* **1.** sự phản bội; sự phản trắc **2.** (*thường snh*) hành động phản bội, hành động phản trắc.

treacle /ˈtriːkl/ *dt* (*Mỹ* **molasses**) rỉ đường.

treacly /ˈtriːkli/ *tt* **1.** [đặc quánh] như rỉ đường: *treacly black mud* bùn đen đặc quánh như rỉ đường **2.** quá đặc và ngọt (*thức ăn*) **3.** (*bóng*) đường mật: *treacly words* những lời đường mật.

tread¹ /tred/ *dgt* (**trod**; **trodden** hoặc **trod**) **1.** đi lên, giẫm lên: *tread on somebody's toe* giẫm lên ngón chân ai; *mind you don't tread in this puddle* chú ý đừng có giẫm vào vũng nước ấy; *she trod lightly so as not to wake the baby* chị ta bước đi nhẹ nhàng để khỏi làm thằng bé thức dậy **2.** giậm; đạp: *tread the earth down around the roots* giậm chặt đất quanh gốc cây; *tread grapes* đạp nho (*để lấy nước quả ủ chế rượu vang*) **3.** tạo thành do giẫm qua giẫm lại: *the cattle had trodden a path to the pond* đàn gia súc đã giẫm thành một con đường mòn ra ao. // **tread the boards** (*tu từ hoặc dùa*) là diễn viên; **tread on air** cảm thấy rất vui sướng; **tread on somebody's corns (toes)** (*kng*) làm mếch lòng ai, làm ai bực mình: *I don't want to tread on somebody's toes, so I won't say what I think* tôi không muốn làm mếch lòng ai cả, nên tôi sẽ không nói ra những gì tôi nghĩ; **tread on somebody's heels** theo sát gót ai; **tread (walk) a tightrope** *x* tightrope; **tread water** bơi đứng.

tread² /tred/ *dt* **1.** (*số ít*) dáng đi; tiếng chân bước: *heavy tread* tiếng chân bước nặng nề **2.** mặt bậc cầu thang **3.** talông lốp xe, gót lốp xe: *driving with worn tread[s] can be dangerous* lái xe lốp đã mòn gót có thể là nguy hiểm.

treadle /ˈtredl/ *dt* bàn đạp (*ở máy khâu...*).

treadmill /ˈtredmil/ *dt* **1.** cối xay đạp **2.** (*bóng*) công việc nhàm chán: *she was glad to escape from the treadmill of office life* cô ta rất mừng thoát được công việc nhàm chán của cuộc sống nhân viên văn phòng.

treas (*vt của* treasurer) thủ quỹ.

treason /ˈtriːzn/ *dt* sự làm phản.

treasonable /ˈtriːzənəbl/ *tt* phản nghịch: *a treasonable offence* tội có thể xử như là tội phản nghịch.

treasonably /ˈtriːzənəbli/ *pht* [một cách] phản nghịch.

treasure¹ /ˈtreʒə[r]/ *dt* **1.** kho báu: *buried treasure* kho báu được chôn giấu **2.** (*thường snh*) báu vật **3.** người được yêu dấu, của quý: *my dearest treasure!* con yêu dấu của mẹ!; *our new secretary is a perfect treasure* cô thư ký mới của chúng tôi là một của báu tuyệt vời.

treasure² /ˈtreʒə[r]/ *dgt* **1.** quý trọng: *treasure somebody's friendship* quý trọng tình bạn của ai **2.** (+ up) trân trọng giữ gìn: *treasure something up in one's heart* trân trọng giữ gìn điều gì trong trái tim mình.

treasure-house /ˈtreʒəhaʊs/ kho báu.

treasure-hunt /ˈtreʒəhʌnt/ **1.** cuộc săn tìm kho báu **2.** trò chơi săn tìm (*một vật giấu kín*).

treasurer /ˈtreʒərə[r]/ *dt* thủ quỹ.

treasure trove /ˈtreʒə[r]trəʊv/ **1.** kho báu tìm thấy **2.** (*bóng*) kho báu: *the gallery was a treasure trove of medieval art* phòng trưng bày tranh tượng là một kho báu nghệ thuật trung đại.

treasury /ˈtreʒəri/ *dt* **1.** the Treasury bộ tài chính (*Anh và một số nước khác*) **2.** kho bạc, ngân khố **3.** (*bóng*) kho: *the book is a treasury of information* cuốn sách là cả một kho tài liệu.

Treasury bill /ˈtreʒəribil/ **1.** kỳ phiếu kho bạc **2.** (*Mỹ*) phiếu đầu tư nhà nước (*có giá trị một năm và không lấy lãi*).

treat¹ /tri:t/ *dgt* **1.** đối xử, đối đãi: *they treat their children very badly* họ đối xử với con rất tồi; *don't treat me as [if I was] an idiot* đừng đối xử với tôi như thể tôi là một thằng ngu **2.** xem, coi như: *he treated these words as a joke* nó coi những lời nói đó như nói đùa *(và không vì những lời nói đó mà mất lòng...)* **3.** xét, xem xét; để cập: *the problem has been better treated in other books* vấn đề này được xem xét một cách hay hơn trong các quyển sách khác; *an essay treating of philosophical doubt* một bài tiểu luận để cập đến vấn đề hoài nghi triết học **4.** điều trị *(bệnh)*: *a new drug to treat rheumatism* một vị thuốc mới chữa bệnh thấp khớp **5.** xử lý: *wood treated with creosote* gỗ được xử lý bằng creozot **6.** thết, đãi: *she treated each of the children to an ice-cream* chị ta đãi mỗi con một chầu kem **7.** *(cũ)* điều đình, thương lượng: *the government refuses to treat with terrorists* chính phủ từ chối thương lượng với bọn khủng bố. // **treat somebody like dirt (a dog)** *(kng)* coi ai chẳng ra gì, coi ai như rác: *they treat their workers like dirt* họ coi công nhân của họ như rác.

treat² /tri:t/ *dt* **1.** niềm vui sướng; điều thích thú: *her son's visits are a great treat for her* những lần con trai bà đến thăm bà là niềm vui sướng lớn đối với bà **2.** sự thết, sự đãi: *this is my treat* lần này tôi thết các bạn đấy. // **a Dutch treat** *x* Dutch; **trick or treat** *x* trick¹.

treatable /'tri:təbl/ *tt* điều trị được, chữa được: *a treatable cancer* một ca ung thư chữa được.

treatise /'tri:tiz, 'tri:tis/ *dt* *treatise on something* [sách] chuyên luận: *treatise on mathematics* chuyên luận về toán học.

treatment /'tri:tmənt/ *dt* **1.** cách đối xử: *the prisoners complained of ill treatment by their guards* tù nhân phàn nàn về cách đối xử tồi tệ của bọn gác ngục **2.** sự điều trị; cuộc điều trị; thuốc điều trị: *undergoing a medical treatment* qua một cuộc điều trị về y khoa; *a new treatment for cancer* thuốc mới điều trị bệnh ung thư **3.** sự để cập: *Shakespeare's treatment of madness in "King Lear"* sự để cập của Shakespeare đến chứng điên trong tác phẩm "King Lear". // **give somebody (get) preferential treatment** *x* preferential.

treaty /'tri:ti/ *dt* **1.** hiệp ước: *the treaty of Versailles* hiệp ước Versailles **2.** thỏa thuận: *sell a house by private treaty* bán một ngôi nhà theo thỏa thuận riêng.

treble¹ /'trebl/ *tt, dt* gấp ba lần: *a treble portion of ice-cream* một suất kem nhiều gấp ba lần; *he earns treble my salary* nó kiếm được gấp ba lần tiền lương của tôi.

treble² /'trebl/ *dgt* tăng gấp ba: *he's trebled his earnings in two years* trong hai năm nó đã tăng tiền kiếm được lên ba lần; *the newspaper's circulation has trebled since last year* số báo lưu hành đã tăng gấp ba kể từ năm ngoái.

treble³ /'trebl/ *dt (nhạc)* **1.** giọng trẻ cao **2.** trẻ có giọng trẻ cao **3.** bè trẻ cao.

treble⁴ /'trebl/ *tt* có âm sắc cao; trong thanh *(giọng...)*.

tree¹ /tri:/ *dt* **1.** cây: *plant a tree* trồng cây; *climb a tree* leo cây; *she sat in the shade of the apple tree* chị ta ngồi dưới bóng cây táo **2.** cái nong *(giày)*; cái cốt *(yên)*; trục *(bánh xe)* **3.** cây phổ hệ *(cg* **genealogical tree**). // **at the top of the tree** *x* top¹; **bark up the wrong tree** *x* bark²; **not grow on trees** *x* grow; **not see the wood for the trees** *x* wood.

tree² /tri:/ *dgt* **(treed)** *(thường dùng ở dạng bị động)* buộc *(người, vật)* leo lên cây để thoát thân.

tree-fern /'tri:fɜ:n/ *dt (thực)* dương xỉ dạng cây gỗ.

tree-house /'tri:haʊs/ *dt* nhà cất trên cành cây *(để cho trẻ con chơi)*.

treeless /'tri:lis/ *tt* không có cây cối mọc; trọc: *a treeless hill* đồi trọc.

tree-line /'tri:lain/ *dt (cg* **timber-line**) đường giới hạn vùng mọc của cây *(không quá một độ cao nào đó, không ra ngoài một giới hạn vĩ độ nào đó)*.

tree-top /'tri:tɒp/ *dt* ngọn cây: *birds nesting in the tree-tops* chim làm tổ ở ngọn cây.

trefoil /'trefɔil/ *dt* **1.** *(thực)* cỏ ba lá **2.** *(khúc)* trang trí hình ba lá.

trek¹ /trek/ *dt* cuộc đi bộ xa vất vả, cuộc hành trình dài vất vả.

trek² /trek/ *dgt* **(-kk-)** thực hiện một cuộc hành trình dài vất vả: *trekking for days across the desert* hành trình vất vả dài ngày qua sa mạc.

trellis /'trelis/ *dt* giàn mắt cáo cho cây leo.

tremble¹ /'trembl/ *dgt* **1.** run: *his voice trembled with rage* giọng ông ta run lên vì giận **2.** rung: *the bridge trembled as the train sped across it* chiếc cầu rung lên khi con tàu chạy nhanh qua **3.** run

T

sợ: *I tremble at the thought of what may happen* tôi run sợ khi nghĩ đến điều có thể xảy ra. // **in fear and trembling** x **fear**[1].

tremble² /trembl/ *dt* sự run: *there is a tremble in her voice* giọng nói của hắn run run; *she was all of a tremble* cô ta run như cầy sấy.

trembler /'tremblə[r]/ *dt* (điện) bộ phối điện.

trembly /'trembli/ *tt* run: *I felt all trembly* tôi cảm thấy run khắp mình.

tremendous /tri'mendəs/ *tt* **1.** rất lớn: *a tremendous explosion* một tiếng nổ rất lớn; *travelling at a tremendous speed* di chuyển với tốc độ rất lớn **2.** *(kng)* rất cừ, cừ khôi, phi thường: *he is a tremendous walker* anh ta là một người đi bộ rất cừ.

tremendously /tri'mendəsli/ *pht* [một cách] rất lớn; vô cùng: *tremendously pleased* vô cùng vừa lòng.

tremolo /'tremələʊ/ *dt* (*snh* **tremolos**) *(nhạc)* **1.** sự vê **2.** tiếng vê.

tremor /'tremə[r]/ *dt* **1.** sự run, sự rung nhẹ: *there was a tremor in her voice* giọng nói của cô hơi run; *an earth tremor* sự rung của mặt đất *(khi có động đất nhẹ)* **2.** sự rùng mình: *tremors of fear* rùng mình vì sợ.

tremulous /'tremjʊləs/ *tt* **1.** run run: *a tremulous voice* giọng nói run run **2.** bền lên, rụt rè: *a tremulous look* cái nhìn bền lên.

tremulously /'tremjʊləsli/ *pht* **1.** [một cách] run run **2.** [một cách] bền lên.

trench¹ /trentʃ/ *dt* **1.** rãnh, mương: *irrigation trenches* mương tưới nước **2.** hào, hầm: *communication trenches* hào giao thông.

trench² /trentʃ/ **1.** đào mương **2.** đào hào giao thông.

trenchant /'trentʃənt/ *tt* sắc bén, đanh thép: *trenchant criticism* lời phê bình đanh thép.

trenchantly /'trentʃəntli/ *pht* [một cách] sắc bén, [một cách] đanh thép.

trench coat /'trentʃkəʊt/ áo choàng đi mưa kiểu quân đội.

trencher /'trentʃə[r]/ *dt* đĩa gỗ dọn thịt *(thời xưa)*.

trencherman /'trentʃəmən/ *dt* (*snh* **trenchermen**) *(kng)* **a good trenchermen** người ăn nhiều.

trend¹ /trend/ *dt* chiều hướng, xu hướng: *the trend of prices is still upwards* chiều hướng giá cả hãy còn tăng; *following the latest trends in fashion* theo những xu hướng mới nhất về thời trang. // **set a (the) trend** khởi xướng một kiểu, một mốt, một phong cách.

trend² /trend/ *dgt* có chiều hướng, có xu hướng: *house prices trending upwards* giá nhà cửa có chiều hướng tăng lên.

trendily /'trendili/ *pht* [một cách] thời thượng.

trendiness /'trendinis/ *dt* tính thời thượng.

trend-setter /'trend,setə[r]/ *(kng)* người khởi xướng một mốt.

trend-setting /'trend,setiŋ/ *tt* (*thngữ*) khởi xướng một mốt.

trendy /'trendi/ *tt* (**-ier; -iest**) *(kng, đôi khi xấu)* thời thượng: *trendy intellectuals* *(xấu)* những nhà trí thức thời thượng; *trendy clothes* quần áo theo sát mốt thời trang.

trepan¹ /tri'pæn/ *dgt* (**-nn-**) *(y)* khoan *(giác mạc, xương sọ)*.

trepan² /tri'pæn/ *dt* **1.** *(cũ)* nh **trephine 2.** mũi khoan *(hầm mỏ)*.

trephine¹ /tri'fi:n, *(Mỹ* tri-'fain)/ *dgt* nh **trepan¹.**

trephine² /tri'fi:n, *(Mỹ* tri-'fain)/ *dt* nh **trepan².**

trepidation /,trepi'deiʃn/ *dt* sự hoảng hốt náo động: *the threat of an epidemic caused great alarm and trepidation* mối e sợ bệnh dịch đã gây ra một sự hoảng hốt náo động lớn.

trespass¹ /'trespəs/ *dgt* **1.** xâm phạm *(đất đai, tài sản của ai)*: *trespass on somebody's land* xâm phạm đất đai của ai; *no trespassing* cấm xâm phạm, cấm vào **2.** lạm dụng: *trespass on somebody's hospitality* lạm dụng lòng hiếu khách của ai **3.** (against somebody) *(cổ; kinh thánh)* phạm tội lỗi.

trespass² /'trespəs/ *dt* **1.** sự xâm phạm *(đất đai, tài sản của người khác)* **2.** sự lạm dụng **3.** *(cổ; kinh thánh)* tội lỗi, điều sai trái.

trespasser /'trespəsə[r]/ *dt* **1.** kẻ xâm phạm **2.** *(tôn)* kẻ tội lỗi.

tress /tres/ *dt* **1.** bím tóc, lọn tóc **2. tresses** *(snh)* mái tóc dài *(của phụ nữ)*.

trestle /'tresl/ *dt* mễ *(để kê phản...)*.

trestle-table /,tresl'teibl/ *dt* bàn trên chân mễ.

trews /tru:z/ *dt* *(snh)* quần vải kẻ sọc vuông *(của dân Scotland)*.

tri- *(tiền tố của tt, dt)* ba, tam: *triangle* tam giác; *trilingual* bằng ba thứ tiếng.

triad /'traiæd/ *dt* bộ ba.

trial /'traiəl/ *dt* **1.** phiên tòa [xử án]: *the trial lasted a* *week* phiên tòa đã kéo dài một tuần; *commit somebody for trial* giam ai chờ xét xử; *the case comes to trial (comes up for trial) next month* vụ án sẽ ra trước phiên tòa xét xử vào tháng tới **2.** sự thử, sự thử thách: *give job applicants a trial* thử khả năng của những người xin việc; *a trial of strength* một cuộc thử (độ) sức *(xem ai khỏe hơn)*; *trials of love* những thử thách của tình yêu **3.** trận đấu thử tài *(về thể thao để tuyển người vào đội).* // **go on trial (stand trial [for something])** bị đem ra tòa, xét xử: *he went on (stood) trial for murder* nó bị đem ra tòa xử vì tội giết người; **on trial** được xem xét, được thử nghiệm: *take the machine on trial for a week* đem cỗ máy đi thử nghiệm một tuần; **put somebody (be) on trial [for something]** đem ra tòa xét xử: *he was put on trial for fraud* nó bị đem ra tòa xét xử vì tội lừa đảo; **trial and error** thử nghiệm để mò mẫm rút kinh nghiệm: *learn by trial and error* học hỏi bằng cách mò mẫm rút kinh nghiệm; **trials and tribulations** những nỗi tức bực và phiền phức.

trial run /ˌtraɪəlˈrʌn/ sự thử tính năng, sự thử khả năng: *take the car for a trial run to see if you like it* hãy cho xe chạy thử xem ông có ưng ý không?; *she's taking the exam a year early, just as a trial run [for the real thing]* cô ta đi thi trước một năm, chỉ là để thử sức mình xem sao.

triangle /ˈtraɪæŋgl/ dt **1.** hình tam giác **2.** vật hình tam giác: *a triangle of land* mảnh đất hình tam giác **3.** *(nhạc)* thanh kẻng tam giác **4.** bộ ba, tay ba: *a love*

triangle mối tình tay ba *(hai người yêu một).*

triangular /traɪˈæŋgjʊlə[r]/ tt **1.** [có] hình tam giác **2.** tay ba: *a triangular contest in an election* cuộc chạy đua tay ba trong một kỳ bầu cử.

triangulation /traɪˌæŋgjʊˈleɪʃn/ dt phép tam giác đạc.

tribal /ˈtraɪbl/ dt [thuộc] bộ lạc: *tribal war* chiến tranh bộ lạc.

tribalism /ˈtraɪbəlɪzəm/ dt **1.** sự tổ chức thành bộ lạc **2.** tập quán bộ lạc, lề thói bộ lạc.

tribe /traɪb/ dt **1.** bộ lạc: *Zulu tribes* các bộ lạc người Zulu **2.** *(sinh)* tộc: *the cat tribe* tộc mèo **3.** *(thường snh) (kng hoặc dùa)* đàn, đám, lũ, tụi: *tribes of holidaymakers* đám người đi nghỉ hè.

tribesman /ˈtraɪbzmən/ dt *(snh* **tribesmen)** thành viên bộ lạc.

tribulation /ˌtrɪbjuˈleɪʃn/ dt nỗi đau khổ, nỗi khổ cực: *he bore his tribulations bravely* ông ta dũng cảm chịu đựng khổ cực. // **trials and tribulations** x trial.

tribunal /traɪˈbjuːnl/ dt tòa án: *before the tribunal of public opinion (bóng)* trước tòa án dư luận.

tributary¹ /ˈtrɪbjʊtri, *(Mỹ* ˈtrɪbjʊteri)/ dt sông nhánh.

tributary² /ˈtrɪbjʊtri, *(Mỹ* ˈtrɪbjʊteri)/ tt **1.** phụ lưu, nhánh *(sông)*: *rivers tributary to the Thames* sông nhánh của sông Thames **2.** phải nộp cống, phải triều cống *(nước khác, nói về quốc gia)*; phụ thuộc.

tribute /ˈtrɪbjuːt/ dt **1.** vật dâng tặng để tỏ lòng tôn kính: *floral tributes* hoa dâng tặng để tỏ lòng tôn

kính **2.** *(số ít) a tribute to something* một dấu hiệu chỉ cho thấy sự hiệu nghiệm của cái gì; *his recovery is a tribute to the doctor's skill* sự bình phục của anh ta là một dấu hiệu chỉ cho thấy tài năng của bác sĩ **3.** vật triều cống, cống vật: *to pay tribute* nộp cống; *lay under tribute* bắt phải nộp cống.

trice /traɪs/ dt **in a trice** trong nháy mắt; trong khoảnh khắc: *I'll be with you in a trice* tôi sẽ ra với anh trong khoảnh khắc.

triceps /ˈtraɪseps/ dt *(giải)* cơ ba đầu.

trick¹ /trɪk/ dt **1.** mánh khóe, mánh lới, trò bịp bợm: *you can't fool me with that old trick* anh không thể lừa tôi bằng trò bịp cũ rích đó đâu **2.** thủ thuật, mẹo, kỹ xảo: *I can't open the box, is there a trick to it?* tôi không thể mở được nắp hộp, có mẹo nào để mở được nắp không? **3.** trò ảo thuật, mánh lới: *let me show you some card tricks* để tôi chỉ cho anh một vài mánh lới chơi bài nhé **4.** thói quen, tật: *he has the trick of using slang* nó có tật hay dùng tiếng lóng **5.** hội *(bài)*: *how many tricks did you lose?* anh đã thua mấy hội bài rồi? // **be up to one's [old] tricks** *(kng)* giở trò xỏ lá ra; **do the job (trick)** x job¹; **every (any) trick in the book** đủ mọi mánh khóe, đủ mọi cách: *he'll use any trick in the book to stop you* nó sẽ dùng đủ mọi cách để chặn anh lại; **have a trick up one's sleeve** có kế hoạch dự phòng; có dự kiến đối phó; **how's tricks?** *(lóng)* anh khỏe không?; **not (never) miss a trick** x trick³; **teach an old dog new tricks** x teach; **trick or treat** cho chúng cháu quà

T

hay để chúng cháu ra tay nào! (câu dọa của trẻ em khi gõ cửa xin quà các nhà trong dịp lễ Halloween); **the tricks of the trade** a/ kỹ xảo nghề nghiệp b/ mánh lới nhà nghề; **the whole bay of tricks** x whole.

trick² /trik/ *dgt* 1. lừa, lừa gạt: *you've been tricked* anh đã bị lừa. 2. **trick somebody into [doing] something** lừa ai làm gì: *she tricked him into marriage (into marrying her)* chị ta lừa nó kết hôn với chị 3. **trick somebody out of something** lừa ai để lấy cái gì: *her partner tried to trick her out of her share* người đối tác với cô tìm cách lừa cô để chiếm cổ phần của cô 4. **trick somebody (something) out (up) [in (with) something]** trang điểm (trang sức) ai bằng thứ gì đó: *tricked herself out in all her finery* trang sức mình bằng những đồ lộng lẫy nhất.

trickery /'trikəri/ *dt* thủ đoạn gian trá, ngón bịp bợm.

trickily /'trikili/ *pht* 1. [một cách] tế nhị 2. [một cách] gian xảo.

trickiness /'trikinis/ *dt* 1. sự tế nhị 2. sự gian xảo.

trickle¹ /'trikl/ *dgt* 1. [làm cho] chảy ri rỉ: *blood trickled from the wound* máu chảy ri rỉ từ vết thương 2. di chuyển từ từ: *the ball tricked into the hole* quả bóng từ từ lăn vào lỗ; *news is starting to trickle out* tin bắt đầu lọt ra.

trickle² /'trikl/ *dt* 1. dòng chảy ri rỉ 2. lượng rò rỉ nhỏ: *a trickle of information* lượng tin rò rỉ từng tí một.

trickle charger /'trikltʃa:-dʒə[r]/ *dt* bộ nạp điện từ từ vào ắc quy.

trickster /'trikstə[r]/ *dt* kẻ lừa gạt, kẻ lừa đảo.

tricky /'triki/ *tt* (-ier; -iest) 1. tế nhị: *a tricky situation* một tình thế tế nhị 2. gian xảo: *he's a tricky fellow to do business with* hắn là tay quá gian xảo để có thể làm ăn được với hắn.

tricolour (Mỹ) **tricolor** /'tri-kələ[r]; 'traikʌlə[r]/ *dt* 1. cờ ba màu 2. **the Tricolour** cờ tam tài (của nước Pháp).

tricycle /'traisikl/ *dt* (cg kng **trike**) xe đạp ba bánh.

trident /'traidnt/ *dt* cái chĩa ba, cây đinh ba (vũ khí xưa).

tried¹ /traid/ *qk và đttqk của try¹.

tried² /traid/ *tt* (không làm thành ghép) đã được thử nghiệm, đáng tin cậy: *a tried and tested method* một phương pháp đã được thử nghiệm.

triennial /trai'eniəl/ *tt* 1. lâu ba năm 2. ba năm một lần.

triennially /trai'eniəli/ *pht* [cứ] ba năm một lần: *the games occur triennially* cuộc thi đấu cứ ba năm có một lần.

trier /'traiə[r]/ *dt* người luôn luôn cố gắng hết sức mình, người luôn luôn nỗ lực.

trifle¹ /'traifl/ *dt* 1. đồ lặt vặt; chuyện vặt: *I bought a few trifles as souvenirs* tôi đã mua một số thứ lặt vặt để làm vật kỷ niệm; *it's silly to quarrel over trifles* cãi nhau về những chuyện vặt thì thật là dại dột 2. số tiền nhỏ: *it costs a mere trifle* cái đó chỉ giá một món tiền nhỏ 3. bánh xốp trái cây kem sữa. // **a trifle** một chút, một tí: *this dress is a trifle short* chiếc áo này ngắn một chút; *try turning the key a trifle [more]* cố

xoay chìa khóa một chút nữa đi.

trifle² /'traifl/ *dgt* (+ with) coi thường; đùa giỡn: *he's not a man to trifle with* ông ta không phải là một con người có thể coi thường được đâu; *it's wrong of you to trifle with her affections* anh thật là sai, cứ đùa giỡn với cảm tình của cô ta hoài.

trifler /'traiflə[r]/ *dt* người hay coi thường mọi việc.

trifling /'traifliŋ/ *tt* vặt, thường, không quan trọng: *a few trifling errors* một vài lỗi vặt.

trigger¹ /'trigə[r]/ *dt* cò súng: *pull the trigger* bóp cò súng.

trigger² /'trigə[r]/ *dgt* gây ra (thường là một phản ứng mạnh và bất ngờ): *the riots were triggered [off] by a series of police arrests* các vụ bạo động nổ ra do một loạt bắt bớ của cảnh sát.

trigger-happy /'trigəhæpi/ *tt* (kng) sẵn sàng nhả đạn (dù chỉ bị khiêu khích nhẹ).

trigonometric[al] /ˌtrigə'nɒ-mətrik[l]/ *tt* (toán) [thuộc] lượng giác học.

trigonometrically /ˌtrigə'nɒmətrikli/ *pht* về mặt lượng giác học.

trigonometry /ˌtrigə'nɒmə-tri/ *dt* (toán) lượng giác học.

trike /traik/ *dt* (kng) nh tricycle.

trilateral /ˌtrai'lætərəl/ *tt* tay ba, ba bên: *a trilateral agreement* một thỏa thuận tay ba.

trilaterally /ˌtrai'lætərəli/ *pht* giữa ba bên, tay ba.

trilby /'trilbi/ *dt* (cg **trilby hat**) mũ phớt.

trilingual /ˌtrai'liŋwəl/ *tt* dùng ba thứ tiếng; nói được ba thứ tiếng: *a trilingual* *secretary* viên thư ký nói được ba thứ tiếng.

trill¹ /dt/ **1.** sự rung tiếng **2.** *(nhạc)* láy rền **3.** sự rung âm "r".

trill² /tril/ *dgt* đọc rung âm "r".

trillion /'triljən/ *dht, dt, dt* **1.** một triệu triệu (10¹²) **2.** *(snh) (kng)* hàng lô, rất nhiều..

trillionth /'triljən/ *dht, dt, dt* **1.** một phần triệu triệu **2.** thứ một triệu triệu.

trilobite /'trailəbait/ *dt (động)* bọ ba thùy.

trilogy /'trilədʒi/ *dt* tác phẩm bộ ba.

trim¹ /trim/ *tt* **(-mmer; -mmest) 1.** ngăn nắp, gọn gàng: *a trim ship* chiếc tàu sắp xếp ngăn nắp **2.** mảnh mai, thon thả: *a trim waist-line* vòng eo thon thả.

trim² /trim/ *dgt* **(-mm-) 1.** cắt, tỉa, xén bớt: *trim the top of a hedge* xén bớt ngọn hàng rào; *trim one's beard* cắt tỉa bộ râu; *the article is too long, can you trim it [by a quarter]?* bài báo quá dài, anh có thể cắt bớt đi [một phần tư] được không?; *we had to trim a lot off our travel budget* chúng tôi đã phải cắt bớt quỹ du lịch của chúng tôi đi khá nhiều đấy **2.** tô điểm, trang hoàng: *trim a dress with lace* tô điểm chiếc áo bằng viền đăng ten **3.** sắp sếp hành khách và hàng hóa trên tàu (tàu thủy, phi cơ) sao cho cân tàu **4.** điều chỉnh cánh buồm theo hướng gió.

trim³ /trim/ *dt* **1.** *(thường số ít)* sự cắt, sự tỉa, sự xén bớt: *my beard needs a trim* râu tôi cần tỉa bớt **2.** đồ trang hoàng thêm: *her new sports car was dark blue with a white trim* chiếc xe thể thao của chị ta màu

xanh sẫm với những trang hoàng thêm màu trắng **3.** độ cân bằng của tàu thuyền **4.** *(kng)* điều kiện; sự sẵn sàng: *the team was in good trim for the match* đội bóng ở trong điều kiện tốt để thi đấu.

trimaran /'traiməræn/ *dt* thuyền ba thân.

trimester /tri'mestə[r], trai-'mestə[r]/ *dt* quý ba tháng.

trimly /'trimli/ *pht* **1.** [một cách] ngăn nắp, [một cách] gọn gàng **2.** [một cách] mảnh mai, [một cách] thon thả.

trimmer /'trimə[r]/ *dt* **1.** người cắt tỉa **2.** máy xén, kéo tỉa cây.

trimming /'trimiŋ/ *dt (thường snh)* **1.** rẻo cắt ra, mảnh xén ra *(từ một vật)* *hedge trimmings* mảnh hàng rào xén ra **2.** đồ trang hoàng; thứ kèm thêm: *we had roast duck with all the trimmings* chúng tôi đã có vịt quay với mọi thứ kèm thêm *(như rau sống, nước xốt...).*

trimness /'trimnis/ *dt* **1.** sự ngăn nắp, sự gọn gàng **2.** sự mảnh mai, sự thon thả.

trinitrotoluene /,trainai-trəʊ'tɒljuːn/ *dt* trinitrotoluen *(thuốc nổ) (vt* **TNT**).

trinity /'trinəti/ *dt* **1.** bộ ba **2. The Trinity** *(tôn)* Ba Ngôi một thể.

Trinity Sunday /,trinəti-'sʌndi/ *(tôn)* ngày chủ nhật Ba Ngôi.

trinket /'triŋkit/ *dt* đồ nữ trang rẻ tiền.

trio /'triəʊ/ *dt (snh* **trios) 1.** bộ ba *(người hoặc vật)* **2.** *(nhạc)* bộ ba; tam tấu.

trip¹ /trip/ *dgt* **(-pp-) 1.** **(+ over, up)** [làm cho] vấp: *she tripped over the cat and fell* chị ta đã vấp phải con mèo và ngã; *I tripped over,*

dropping the tray I was car-rying tôi vấp chân, đánh đổ cả chiếc khay tôi đang bưng; *he tried to trip me up* nó cố làm cho tôi vấp, nó cố ngáng chân tôi **2.** chạy tung tăng: *she came tripping down the garden path* chị chạy tung tăng trên lối đi trong vườn; *a melody with a light tripping rythm (lóng)* một giai điệu với tiết tấu dìu dặt nhẹ nhàng **3.** dạo chơi một chuyến; đi du ngoạn một chuyến. // **trip somebody up** khiến cho ai lầm lỗi; khiến cho ai lộ bí mật: *the lawyer was trying to trip the witnesses up* luật sư đang cố dẫn các nhân chứng đến chỗ mâu thuẫn với chính họ.

trip² /trip/ *dt* **1.** chuyến du ngoạn, chuyến đi: *a business trip to Japan* chuyến đi giao dịch ở Nhật Bản **2.** sự vấp ngã **3.** *(lóng)* thời gian ảo giác của thuốc ma túy.

tripartite /,trai'pɑːtait/ *tt (thường thngữ)* **1.** giữa ba bên, tay ba: *a tripartite treaty* hiệp ước tay ba **2.** [gồm] ba phần: *tripartite leaf* lá cây có phiến, chia ba phần.

tripe /traip/ *dt* **1.** dạ dày dò *(làm món ăn)* **2.** *(kng)* bài nói *(bài viết, ý kiến...)* vô giá trị: *why do you read such tripe?* sao anh lại đọc bài viết vô giá trị ấy?

triple¹ /'tripl/ *tt (thường thngữ)* **1.** [gồm] ba phần, [gồm] ba người, [gồm] ba nhóm...: *the plan has a triple purpose* kế hoạch có ba mục đích; *a triple alliance* liên minh ba quốc gia **2.** gấp ba lần: *a triple whisky* một cốc uýt ki nhiều gấp ba lần lượng bình thường.

triple² /'tripl/ *dgt* tăng gấp ba; nhiều gấp ba: *output*

T

has tripled sản lượng đã tăng gấp ba.

the triple jump /'triplʤʌmp/ *(thể)* môn nhảy ba bước.

triplet /'triplit/ *dt* **1.** *(thường snh)* trẻ sinh ba: *his wife gave birth to triplets* vợ ông ta sinh ba **2.** bộ ba **3.** *(nhạc)* triplê.

triplex /'tripleks/ *dt* thủy tinh triplec *(làm cửa xe)*.

triplicate¹ /'triplikət/ *dt* **in triplicate** gồm ba bản: *submit an application in triplicate* nộp đơn xin gồm ba bản.

triplicate² /'triplikeit/ *dgt* sao thành ba bản.

triply /'tripli/ *pht* [bằng] ba lần.

tripod /'traipod/ *dt* giá ba chân *(của máy ảnh...)*.

tripper /'tripə[r]/ *dt* người đi dạo chơi *(thường chỉ ngắn ngày)*: *the beach was packed with day trippers* bãi biển đông nghẹt những người đi dạo chơi ban ngày.

tripping /'tripiŋ/ *tt (chủ yếu thngữ)* tung tăng, thoăn thoắt *(bước chân)*.

trippingly /'tripiŋli/ *pht (văn)* [một cách] nhẹ nhàng và dễ dàng.

trip-wire /'tripwaiə[r]/ *dt* dây bẫy căng sát mặt đất.

triptych /'triptik/ *dt* trang ba tấm.

trireme /'trairi:m/ *dt* thuyền chiến ba lớp chèo *(cổ La Mã)*.

trisect /trai'sekt/ *dgt (toán)* chia *(một góc, một đoạn thẳng)* thành ba phần bằng nhau.

trisection /trai'sekʃn/ *dt (toán)* sự chia thành ba phần bằng nhau.

trite /trait/ *tt (xấu)* sáo, nhàm: *a trite idea* một ý kiến sáo.

triumph /'traiəmf/ *dt* **1.** cuộc chiến thắng lớn; cuộc thắng

lợi lớn **2.** niềm vui chiến thắng; niềm vui thắng lợi: *shouts of triumph* tiếng reo mừng chiến thắng.

triumph /'traiʌmf/ *dgt* chiến thắng; giành được thắng lợi: *triumph over one's difficulties* chiến thắng khó khăn.

triumphal /trai'ʌmfl/ *tt* **1.** [thuộc] chiến thắng; vì chiến thắng: *a triumphal arch* khải hoàn môn *(dựng lên vì chiến thắng)* **2.** ngợi ca chiến thắng: *a triumphal chorus* bài hợp xướng ngợi ca chiến thắng.

triumphant /trai'ʌmfnt/ *tt* vui mừng chiến thắng: *a triumphant cheer* tiếng reo mừng chiến thắng.

triumphantly /trai'ʌmfntli/ *pht* [một cách] vui mừng chiến thắng.

triumvirate /trai'ʌmvirət/ *dt* chính thể tay ba: *the company is run jointly by a triumvirate of directors* công ty do tay ba giám đốc cùng điều hành.

trivet /'trivit/ *dt* cái kiềng *(ở bếp)*. // **right as a trivet** *x* right¹.

trivia /'triviə/ *dt snh (thường xấu)* chuyện vặt; mẩu tin vặt.

trivial /'triviəl/ *tt* **1.** tầm thường, không quan trọng, không đáng kể: *it costs a trivial sum* cái này giá không đáng kể **2.** thường, bình thường: *trivial everyday duties* nhiệm vụ bình thường hằng ngày.

triviality /,trivi'æləti/ *dt (xấu)* **1.** tính tầm thường, tính không quan trọng **2.** điều tầm thường, điều không quan trọng: *waste time on trivialities* phí thì giờ vào những chuyện không quan trọng.

trivialization, trivialisation /,triviəlai'zeiʃn, *(Mỹ* ,triviəli'zeiʃn/ *dt* sự tầm thường hóa.

trivialize, trivialise /'triviə laiz/ *dgt* tầm thường hóa: *too many films trivialize violence* quá nhiều phim đã tầm thường hóa bạo lực.

trivially /'triviəli/ *pht* [một cách] tầm thường, [một cách] không quan trọng.

trod /trod/ *qk và đttqk của* tread¹.

trodden /,trodn/ *đttqk của* tread¹.

troglodyte /,troglədait/ *dt* người ở hang *(thời tiền sử)*.

troika /'troikə/ *dt* **1.** xe quệt ba ngựa *(Nga)* **2.** nhóm lãnh đạo ba người.

Trojan /'trəudʒən/ *dt* người ở thành Troy *(một đô thị ở Tiểu Á)*. // **work like a Trojan (a black)** *x* black².

Trojan horse /,trəudʒən'hɔ:s/ con ngựa thành Troy, kẻ nội ứng.

troll¹ /trəul/ *dt* quỷ khổng lồ; quỷ lùn *(trong truyện cổ tích Bắc Âu)*.

troll² /trəul/ *dgt* câu lướt mồi sau thuyền kéo.

trolley /'troli/ *dt (snh trolleys)* **1.** xe đẩy hàng: *a luggage trolley* xe đẩy hành lý; *a tea trolley* xe đẩy dọn trà *(ở các quán ăn)* **2.** goòng [của công nhân] sửa đường **3.** *(cg* **trolley-wheel)** bánh vẹt *(bánh xe nhỏ ở đầu cần vẹt của xe điện)* **4.** *(Mỹ)* nh tram.

trolley bus /'trolibʌs/ *dt* xe điện.

trollop /'troləp/ *dt (xấu)* **1.** người phụ nữ nhếch nhác **2.** gái điếm.

trombone /trom'bəun/ *dt (nhạc)* kèn trombon.

trombonist /trom'bəunist/ *dt (nhạc)* nhạc sĩ trombon.

troop¹ /tru:p/ *dt* **1.** đoàn, đàn, toán: *a troop of school-*

children một toán học sinh; *troops of deer* những đàn hươu **2. troops** *(snh)* quân, bộ đội, binh lính: *demand the withdrawal of foreign troops* yêu cầu rút binh lính nước ngoài đi **3.** phân đội kỵ binh; phân đội pháo binh; phân đội xe cơ giới **4.** phân đội hướng đạo sinh.

troop² /truːp/ *đgt* kéo nhau đi từng đàn: *children trooping out of school* trẻ em kéo nhau từng đàn ra khỏi trường. // **trooping the colour** *(Anh)* lễ rước cờ trung đoàn trước hàng quân *(nhân dịp lễ sinh nhật vua hoặc nữ hoàng)*.

troop-carrier /truːp kæriə[r]/ *dt* xe tàu chở lính.

trooper /truːpə[r]/ *dt* **1.** lính kỵ binh; lính xe bọc thép **2.** *(Mỹ)* cảnh sát tiểu bang. // **swear like a trooper** *x* swear.

troop-ship /truːpʃip/ *dt* tàu chở lính.

trope /trəʊp/ *dt* *(ngôn)* phép chuyển nghĩa.

trophy /trəʊfi/ *dt* **1.** *(thể)* giải thưởng, cúp **2.** chiến lợi phẩm; kỷ vật: *a set of antlers and other trophies* một bộ gạc hươu và các kỷ vật khác.

tropic /trɒpik/ *dt* **1.** *(địa)* *(thường số ít)* chí tuyến: *the tropic of Cancer* hạ chí tuyến; *the tropic of Capricorn* đông chí tuyến **2. the tropics** *(snh)* [vùng] nhiệt đới.

tropical /trɒpikl/ *tt* [thuộc] nhiệt đới: *tropical climate* khí hậu nhiệt đới.

tropically /trɒpikli/ *pht* [theo kiểu] nhiệt đới.

troposphere /trɒpəsfiə[r], *(Mỹ)* trəʊpəsfiər/ *dt* *(số ít)* *(thường* **the troposphere**) *(địa)* tầng đối lưu.

Trot /trɒt/ *dt* *(lóng)* *(thường xấu)* phần tử Trotsky.

trot¹ /trɒt/ *đgt* **(-tt-) 1.** chạy nước kiệu *(ngựa, người cưỡi ngựa)* **2.** chạy lóc cóc, chạy lon ton: *the child was trotting along beside its parents* đứa bé đang chạy lon ton cạnh bố mẹ **3.** *(kng)* đi túc tắc: *I'm just trotting round to the pub* tớ chỉ đi túc tắc loanh quanh ra quán rượu. // **trot something out** *(kng, xấu)* đưa ra những luận điệu đã quá quen thuộc: *he always trots out the same old excuses for being late* anh ta luôn luôn đưa ra những lời tạ lỗi cũ rích vì đến chậm vốn rất quen thuộc của anh ta.

trot² /trɒt/ *dt* **1.** nước kiệu *(ngựa)* **2. the trots** *(snh)* *(lóng)* bệnh ỉa chảy, bệnh tiêu chảy. // **on the trot** *(kng)* a/ cái này sau cái kia: *for eight hours on the trot* suốt tám tiếng đồng hồ hết việc này đến việc khác b/ bận rộn luôn tay: *I've been on the trot all day* tôi bận rộn suốt ngày.

troth /trəʊθ, *(Mỹ)* trɔːθ/ *dt* *(cổ)* **plight one's troth** *x* plight².

Trotskyism /trɒtskiizəm/ *dt* chủ nghĩa Trotsky.

Trotskyist /trɒtskiist/, *cg* **Trotskyite** /trɒtskiait/ *dt, tt* [phần tử] Trotsky.

troubadour /truːbədɔː[r], *(Mỹ)* truːbədʊər/ *dt* *(sử)* nhà thơ Pháp hát rong *(thế kỷ 11-13)*.

trouble¹ /trʌbl/ *dt* **1.** điều lo lắng, điều phiền toái, điều rắc rối: *we're having trouble with our new car* chúng tôi đang rắc rối với chiếc xe mới của chúng tôi đây; *if we're late, there'll be trouble* ta mà đến trễ thì chắc là có chuyện phiền toái đấy;

what's the trouble? có chuyện gì rắc rối xảy ra đấy? **2.** điều phiền hà; điều khó làm: *were the children much trouble?* tụi trẻ có gây nhiều phiền hà không?; *this dish is delicious but rather a trouble to prepare* món này ăn tuyệt ngon, nhưng làm thì khó đấy **3.** tình trạng tranh chấp, tình trạng xung đột: *the recent troubles in South Africa* những sự tranh chấp mới đây ở Nam Phi **4.** tình trạng đau, bệnh: *stomach trouble* đau dạ dày; *a history of mental trouble* bệnh án về bệnh tâm thần **5.** sự trục trặc, sự vận hành không tốt *(máy móc)*: *my car got engine's trouble* xe hơi của tôi trục trặc máy. // **ask for trouble** *x* ask; **get into trouble** gây rắc rối cho bản thân *(do mắc sai lầm...)*: *he got into trouble with the police* nó đã gặp rắc rối với cảnh sát *(bị bắt)*; **get somebody into trouble** a/ gây rắc rối cho ai: *don't mention my name or you'll get me into trouble* đừng có nêu tên tôi ra nếu không anh sẽ gây rắc rối cho tôi đấy b/ *(kng)* làm cho mang thai: *he got his girl-friend into trouble* nó làm cho cô bạn gái của nó mang thai; **give [somebody] [some, no, any...] trouble** gây (không gây, gây ít, nhiều) phiền toái cho ai: *the new computer's been giving [us] a lot of trouble* cái máy điện toán mới đang gây cho chúng tôi khối phiền toái; **go to lot of, considerable, ... trouble [to do something]** bỏ bao công sức ra làm gì: *thank you for going to so much trouble to find what I was looking for* xin cảm ơn anh đã bỏ bao công sức ra tìm giúp cái tôi đang cần tìm; **in trouble** a/ lâm vào tình trạng rắc rối, lo lắng, nguy hiểm...: *if we can't keep to the schedule, we'll be in [a lot of] trouble* nếu chúng ta không giữ đúng tiến độ thì sẽ vướng vào tình trạng rắc rối đấy b/ (kng) mang thai (cô gái chưa chồng); **look for trouble** (kng) tìm cách gây sự, kiếm chuyện: *drunken youths roaming the streets looking for trouble* thanh niên say rượu lang thang trên phố chực kiếm chuyện gây sự; **make trouble [for somebody]** gây khó khăn rắc rối cho ai: *if I say no, the boss will only make trouble for me* nếu tôi khước từ, ông chủ sẽ chỉ tìm cách gây rắc rối cho tôi; **take trouble over something (with something, to do something, doing something)** tốn công nhọc sức làm gì: *they took a lot of trouble to find the right person for the job* họ đã tốn công nhọc sức để tìm cho được đúng người cần cho công việc ấy; *take the trouble to do something* không tiếc công sức, không quản ngại khó khăn làm việc gì: *we must thank you for taking the trouble to cook us a meal* chúng tôi phải cảm ơn anh đã chịu khó nấu cho chúng tôi một bữa ăn.

trouble² /trʌbl/ *dgt* **1.** gây lo lắng, gây phiền toái; làm bận tâm (cho ai): *a trouble look* cái nhìn lo lắng; *what troubles me is that...* điều gây phiền toái cho tôi là...; *I'm sorry to trouble you, but...* tôi rất tiếc là làm bận tâm ông, nhưng... **2. trouble somebody for something** [làm] phiền ai về việc gì (*thường dùng với* may *hoặc* might, *trong lời thỉnh cầu lịch sự*): *I'm sorry to trouble you, but can you tell me the way to*

the station? tôi rất tiếc là làm phiền ông, nhưng ông có thể chỉ cho tôi đường ra ga được không ạ; *may I trouble you for the salt?* phiền ông cho tôi xin lọ muối, được không ạ? **3. trouble about something** (*thường dùng trong câu hỏi hay câu phủ định*) bận tâm về việc gì: *don't trouble about the door, I'll close it* đừng bận tâm về cái cửa ấy, tôi sẽ đóng nó lại. // **fish in troubled waters** *x* fish²; **pour oil on troubled waters** *x* pour.

troublemaker /ˈtrʌblmei-kə[r]/ *dt* kẻ gây rối, kẻ phá rối.

troubleshooter /ˈtrʌblʃu:-tə[r]/ *dt* **1.** người dàn xếp **2.** thợ chữa máy.

troublesome /ˈtrʌblsəm/ *tt* quấy rầy, khó chịu: *a troublesome child* đứa bé quấy rầy; *a troublesome headache* cơn nhức đầu khó chịu.

trouble spot /ˈtrʌbl ˌspɒt/ *dt* điểm nóng (*bóng*): *the world's major trouble spots* những điểm nóng chủ yếu trên thế giới.

trough /trɒf, (Mỹ tɹɔ:f)/ *dt* **1.** máng ăn (*của gia súc*) **2.** rãnh thoát nước **3.** rãnh áp thấp **4.** chân sóng.

trounce /traʊns/ *dgt* **1.** đánh thua tơi bời, đánh gục (*ai*): *Wales were trounced 5-0 by Poland* đội bóng xứ Wales bị đội Hà Lan đánh thua tơi bời với tỷ số 5-0 **2.** (*cũ*) trừng phạt nghiêm khắc; đánh đập.

troupe /tru:p/ *dt* đoàn (*kịch*); gánh (*hát*): *a dance troupe* đoàn múa.

trouper /ˈtru:pə[r]/ *dt* **1.** (*cũ*) đoàn viên (*đoàn kịch*) **2.** (*kng*) người đáng tin cẩn: *thanks for helping, you're a real trouper* cảm ơn về sự

giúp đỡ, anh thật là một người đáng tin cẩn.

trouser /ˈtraʊzə[r]/ *tt* [thuộc] quần dài: *trouser pockets* túi quần dài.

trouser press /ˈtraʊzəpres/ cái ép quần cho phẳng (*khi không mặc trên người*).

trousers /ˈtraʊzəz/ *dt snh* quần dài. // **catch somebody with his pants (trousers) down** *x* catch¹; **wear the pants (trousers)** *x* wear².

trouser-suit /ˈtraʊzəsu:t/ *dt* bộ đồ mặc quần (*của nữ*).

trousseau /ˈtru:səʊ/ *dt* (*snh* **trousseaus, trousseaux**) quần áo tư trang (*của cô dâu*).

trousseaux /ˈtru:səʊz/ *dt snh của* trousseau.

trout /traʊt/ *dt* (*snh kđôi*) (*động*) cá hồi sông: *a piece of smoked trout* một miếng cá hồi sông hun khói. // **an old trout** *x* old.

trowel /ˈtraʊəl/ *dt* **1.** cái bay (*của thợ nề*) **2.** cái xẻng con (*để bứng cây, đào lỗ*).

troy weight /ˈtrɔiweit/ hệ trọng lượng vàng bạc và nữ trang Troy (*1 pao bằng 12 ao-xơ hoặc 5760 gren*).

truancy /ˈtru:ənsi/ *dt* sự trốn học.

truant /ˈtru:ənt/ *dt* **1.** học sinh trốn học **2.** người trốn việc, người trốn trách nhiệm. // **play truant** (*Mỹ* **play hooky**) trốn học.

truce /tru:s/ *dt* sự hưu chiến: *ask for truce* yêu cầu hưu chiến; *truce breaker* người vi phạm hưu chiến.

truck¹ /trʌk/ *dt* **1.** (*Anh*) toa chở hàng (*không có mui*) **2.** (*Mỹ*) nh lorry **3.** xe ba gác.

truck² /trʌk/ *dt* (*Mỹ*) rau quả (*trồng để bán*). // **have no truck with somebody (something)** không dính dáng gì với: *I'll have no truck with* extremists tôi không dính dáng gì với tụi cực đoan.

trucker /'trʌkə[r]/ *dt (Mỹ)* người lái xe tải.

truck farm /'trʌkfɑːm/ *(Mỹ) nh* market garden.

truck farmer /'trʌkfɑːmə[r]/ *(Mỹ)* chủ trại trồng rau quả để bán.

truck farming /'trʌkfɑːmiŋ/ sự trồng rau quả để bán.

trucking /'trʌkiŋ/ *dt* sự chở hàng bằng đường bộ.

truckle /'trʌkl/ *dgt* **truckle to somebody** luồn cúi ai, xui phụ ai.

truckle-bed /'trʌklbed/ *dt (Mỹ* **trundle-bed)** giường đẩy *(khi không dùng đến đẩy giấu vào dưới gầm một giường khác).*

truck-load /'trʌkləʊd/ *dt* một xe *(hàng hóa...) (lượng hàng chất đầy một xe).*

truck stop /'trʌkstɒp/ *(Mỹ) nh* transport café.

truculence /'trʌkjʊləns/ *dt* tính ngang ngạnh; thói hung hăng.

truculent /'trʌkjʊlənt/ *tt (xấu)* ngang ngạnh; hung hăng: *truculent behaviour* cách cư xử ngang ngạnh.

truculently /'trʌkjʊləntli/ *pht* [một cách] ngang ngạnh; [một cách] hung hăng.

trudge¹ /trʌdʒ/ *dgt* lê bước: *the old man trudged home through the deep snow* ông lão lê bước về nhà qua lớp tuyết dày.

trudge² /trʌdʒ/ *dt (thường số ít)* cuộc lê bước mệt nhọc đường xa.

true¹ /truː/ *tt* **(-r; -st) 1.** thật, thực, đúng, xác thực: *is the news true?* tin ấy có thực không?; *"that singer's beautiful" "true, but she can't sing"* "cô ca sĩ ấy đẹp nhỉ" "đúng, nhưng cô ta không biết hát" **2.** *(chủ yếu thngữ)*

chân chính; đích thực: *a true man* con người chân chính **3.** *(chủ yếu thngữ)* chính xác: *a true pair of scales* một cái cân chính xác **4.** *(chủ yếu vị ngữ)* đúng chỗ, đúng vị trí: *is the wheel true?* bánh xe lắp đúng chỗ chưa? **5. true to something** trung thành: *remain true to one's principles* trung thành với nguyên tắc của mình. // **come true** trở thành sự thực *(hy vọng, lời tiên đoán...)*: *when I won all that money it was as if all my dreams had come true* khi tôi kiếm được tất cả món tiền ấy thì khác nào như là mọi giấc mơ của tôi đã trở thành hiện thực; **one's true colours** *(thường xấu)* bộ mặt thật của mình: *once he achieved power he showed [himself in] his true colours* một khi đã nắm được quyền lực, ông ta đã để lộ bộ mặt thật của mình; **true to something** diễn ra như trong đợi, diễn ra như dự đoán: *plants grown from seed are not always true to type* cây mọc từ hạt giống không phải bao giờ cũng có đặc điểm như cây cho hạt giống.

true² /truː/ *pht* **1.** đúng: *the arrow flew straight and true to its mark* mũi tên bay thẳng đúng vào mục tiêu **2.** thật, thực: *tell me true* với thật với tôi đi.

true³ /truː/ *dt* **out of true** không đúng vị trí, lệch: *the door is out of true* cánh cửa bị lệch.

true-blue /ˌtruːˈbluː/ *dt, tt* [người] kiên trì nguyên tắc: *a true-blue Tory* một đảng viên Bảo thủ kiên trì nguyên tắc.

true-born /ˌtruːˈbɔːn/ *tt* đích thực: *a true-born Scot* một người Scotland đích thực.

true-hearted /ˌtruːˈhɑːtid/ *dt* trung thành.

true-life /ˌtruːˈlaif/ *tt* có thực: *a true-life adventure story* truyện phiêu lưu có thực.

true-love /'truːlʌv/ *(tho, văn)* người yêu.

true north /ˌtruːˈnɔːθ/ phương bắc đích thực *(theo trục quả đất, không phải theo từ trường).*

truffle /'trʌfl/ *dt* **1.** *(thực)* nấm củ **2.** kẹo sô-cô-la mềm.

trug /trʌg/ *dt* cái mẹt *(của người làm vườn để đựng cụ, cây cỏ).*

truism /'truːizəm/ *dt* sự thực hiển nhiên, chân lý muôn thuở.

truly /'truːli/ *pht* **1.** [một cách] thành thật, [một cách] thật: *tell me truly what you think* hãy nói thật cho tôi biết anh suy nghĩ gì **2.** [một cách] chân thành: *I'm truly grateful* tôi chân thành biết ơn **3.** [một cách] thật sự: *a truly generous act* một hành động thật sự hào hiệp. // **well and truly** x well³; **yours truly** x yours.

trump¹ /trʌmp/ *dt* **1.** quân chủ bài *(chơi bài)*: *hearts are trumps* quân cơ là quân chủ bài; *he took my ace with a low trump* nó dùng một quân chủ bài thấp diệt được con át của tôi **2.** *(kng, cũ)* người hào phóng; người trung thành. // **come (turn) up trumps** *(kng)* a/ tỏ ra đặc biệt hào phóng: *nobody else in the family gave anything for the jumble sale, but my sister came up trumps* không ai trong gia đình cho cái gì để bán gây quỹ cứu tế, ngoài chị tôi đã tỏ ra đặc biệt hào phóng b/ thực hiện tốt hơn mong đợi; xảy ra tốt hơn mong đợi: *the team turned trumps on the day* hôm nay đội đã gặp may;

T

declare trumps *x* declare; **draw trumps** *x* draw².

trump² /trʌmp/ *dgt* diệt bằng con chủ bài: *he trumped my ace with a six* nó dùng con sáu chủ bài diệt con át của tôi. // **trump something up** (*thường dùng ở dạng bị động*) bịa chuyện vu cáo để hại ai: *arrested on a trumped-up charge* bị bắt do bị vu cáo.

trump³ /trʌmp/ *dt* (*cổ*) tiếng kèn trompet.

trump-card /'trʌmp kɑːd/ *dt* 1. quân chủ bài 2. (*bóng*) con chủ bài: *finally she played her trump-card and threatened to resign* cuối cùng bà ta chơi con chủ bài mà dọa từ chức.

trumpery /'trʌmpəri/ *tt* (*cổ, xấu*) 1. [có tính chất] hàng mã, chỉ tốt mã 2. vô giá trị (*ý kiến...*).

trumpet¹ /'trʌmpit/ *dt* 1. kèn trom-pét: *hear a distant trumpet* nghe tiếng kèn trom-pét ở xa 2. vật dạng loa kèn (*ví dụ hoa của cây thủy tiên hoa vàng*). // **blow one's own trumpet** *x* blow¹.

trumpet² /'trʌmpit/ *dgt* 1. lớn tiếng công bố 2. ré lên (*voi*).

trumpeter /'trʌmpitə[r]/ *dt* 1. người thổi kèn 2. lính kèn lệnh.

truncate /trʌŋ'keit, (*Mỹ* 'trʌŋkeit)/ *dgt* cắt cụt (*cắt phần chóp đi*): *a truncated cone* hình chóp cắt cụt; *published her article in truncated form* đăng bài báo của chị dưới dạng đã cắt xén bớt.

truncheon /'trʌntʃən/ *dt* (*cg* **baton**) dùi cui (*của cảnh sát*).

trundle /'trʌndl/ *dgt* [làm cho] lăn nặng nề; [làm cho] chuyển dịch nặng nề: *a goods train trundled past* xe lửa chở hàng nặng nề

lăn bánh qua; *trundling a wheelbarrow down the path* đẩy xe cút kít lăn nặng nề theo con đường mòn.

trundle-bed /'trʌndlbed/ *tt* (*Mỹ*) nh **truckle-bed**.

trunk /trʌŋk/ *dt* 1. thân (*cây, cột, người...*) 2. hòm, rương 3. vòi (*voi*) 4. **trunks** (*snh*) quần bơi; quần đánh bốc (*của nam giới*) 5. (*Mỹ*) ngăn hành lý phía đuôi xe.

trunk-call /'trʌŋkkɔːl/ *dt* (*Anh, cũ*) (*Mỹ* **long-distance call**) sự gọi điện thoại đường dài trong nước.

trunk-road /'trʌŋkrəud/ *dt* đường giao thông chính.

truss¹ /trʌs/ *dt* 1. (*y*) băng giữ (*thoát vị*). 2. vì kèo (*mái nhà...*). 3. (*Anh*) bó (*rạ*).

truss² /trʌs/ *dgt* 1. buộc, bó lại, trói gô: *truss a chicken before roasting* buộc con gà trước khi quay; *truss hay* bó cỏ khô; *the thieves had trussed the guard up with rope* tụi trộm đã dùng thừng trói gô người bảo vệ lại 2. đỡ (*mái nhà...*) bằng vì kèo.

trust¹ /trʌst/ *dt* 1. sự tin, sự tin cậy, sự tín nhiệm: *I have absolute trust in the [skill of] doctors* tôi hoàn toàn tin ở tài của các bác sĩ; *I put my trust in you* tôi đặt lòng tin vào anh; *he has betrayed my trust* nó đã phụ lòng tin của tôi 2. trách nhiệm: *a position of great trusted* một cương vị với trách nhiệm lớn 3. (*luật*) sự ủy thác; tiền của tài sản ủy thác cho người trông nom; nghĩa vụ của người được ủy thác: *in his will he created trusts for his children* trong di chúc ông ta đã định các phần tài sản ủy thác dành cho các con 4. (*ktế*) tờ rớt 5. tổ chức khuyến khích; tổ chức bảo vệ: *a wildfowl trust* tổ chức

bảo vệ chim săn bắn. // **in trust** được ủy thác: *the money is being held in trust for him until he is twenty-one* số tiền ấy được ủy thác giữ cho anh ta, cho đến khi anh hai mươi mốt tuổi; **on trust** a/ chỉ bằng vào lòng tin (*không cần chứng cứ gì hết*): *you'll just have to take what I say on trust* anh chỉ bằng vào lòng tin lời tôi nói là đủ b/ mua chịu: *supply goods on trust* cung cấp hàng chịu.

trust² /trʌst/ *dgt* 1. tin, tin cậy, tín nhiệm: *you can't trust what the papers say* anh không thể tin vào những gì báo chí viết được; *I trust you implicitly* tôi tuyệt đối tin anh 2. giao phó, trông cậy: *I'd trust him with my life* tôi đã giao phó cả cuộc đời của tôi cho anh ta; *can I trust you to post this letter?* tôi có thể giao phó cho (*nhờ*) anh bỏ bưu điện lá thư này không? 3. hy vọng: *I trust you are in good health* tôi hy vọng anh vẫn khỏe mạnh; *you've no objection, I trust* tôi hy vọng là anh không có gì phản đối. // **trust in somebody (something)** tin ở ai, tin vào cái gì: *trust in providence* tin ở thượng đế; *you must trust in your own judgement* anh phải tin vào sự phán đoán của chính mình; **trust to something** phó mặc (*số phận, may rủi*): *trust to fate* phó mặc số phận; *in such times you have to trust to instinct* vào những lúc như thế, anh cứ phó mặc cho bản năng.

trust company /'trʌstkʌmpəni/ (*Mỹ*) công ty ủy thác.

trustee /trʌs'tiː/ *dt* 1. người được ủy thác giám hộ 2. ủy viên quản trị (*một cơ sở*).

trusteeship /'trʌsti:ʃip/ *dt* **1.** chức vị giám hộ **2.** trách nhiệm ủy trị *(một lãnh thổ, do Liên hiệp quốc ủy thác).*

trustful /'trʌstfl/ *tt* tin người; hay tin cậy.

trustfully /'trʌstfəli/ *pht* [một cách] tin người; [một cách] hay tin cậy.

trustfulness /'trʌstflnis/ *dt* lòng tin người; tính hay tin cậy.

trust fund /'trʌst fʌnd/ tài sản được giữ ủy thác *(cho ai).*

trusting /'trʌstiŋ/ *tt nh* trustful.

trustingly /'trʌstiŋli/ *pht nh* trustfully.

trustworthiness /'trʌst,wɜ:-θinis/ *dt* tính chất đáng tin cậy.

trustworthy /'trʌst,wɜ:ði/ *tt* đáng tin cậy.

trusty[1] /'trʌsti/ *tt (cổ hoặc đùa)* **(-ier; -iest)** đáng tin cậy: *my trusty old bicycle* chiếc xe đạp cũ đáng tin cậy của tôi.

trusty[2] /'trʌsti/ *dt* người tù tin cẩn *(và được hưởng một số đặc ân, do có một số mặt tốt).*

truth /tru:θ/ *dt* **1.** sự thật: *tell the truth* nói lên sự thật; *the whole truth* toàn bộ sự thật; *there is no truth (not a word of truth) in what he says* không có một tý sự thật nào trong những gì hắn nói **2.** chân lý: *the truth of science* chân lý khoa học.

truthful /'tru:θfl/ *tt* **1.** chân thật *(người)* **2.** đúng sự thật *(lời nói).*

truthfully /'tru:θfəli/ *dt* **1.** [một cách] chân thật **2.** [một cách] đúng sự thật.

truthfulness /'tru:θfəlnis/ *dt* **1.** sự chân thật **2.** tính chất đúng sự thật.

try[1] /trai/ *dgt* **(tried)** **1.** cố, gắng sức: *I don't know if I can come, but I'll try* tôi không biết có đến được không, nhưng tôi sẽ cố; *he's trying his best (hardest; utmost)* nó đang cố hết sức mình; *I tried hard not to laugh* tôi đã cố để khỏi bật cười **2.** thử: *I've tried this new detergent with excellent results* tôi đã thử bột giặt mới này và kết quả rất tốt; *let's try the table in a different position* ta hãy thử kê chiếc bàn theo vị trí khác xem sao **3.** thử thách: *don't try my patience* đừng có thử thách lòng kiên nhẫn của tôi nhé **4.** xử, xét xử: *he was tried for murder* hắn bị xét xử về tội sát nhân. // **do (try) one's damnedest** x damnedest; **try one's hand [at something]** thử lần đầu *(dạy nghề, khả năng choi một môn thể thao...)*: *I like to try my hand at computing* tôi muốn thử tập thao tác máy điện toán; **try one's luck at [something]** thử vận may: *I think I'll try my luck at roulette* tôi nghĩ tôi sẽ chơi cò quay để thử vận may.

try for something nỗ lực để đạt cái gì: *try for a scholarship* nỗ lực để được học bổng; **try something on** a/ mặc thử *(quần áo)*: *try on the shoes before you buy them* hãy đi thử giày trước khi mua b/ chơi mánh lới, chơi đòn phép *(với ai)*: *don't try anything on me, kid, or you'll be sorry* đường có chơi mánh lới với bố nhãi con oi, không thì lại sẽ hối hận đấy; **try out [for something]** thử, thử xem *(có được không, có được ưa thích không)*: *she is trying out for the part of Cleopatra* cô ta đang thử đóng vai Cleopatra; **try somebody (something) out [on somebody]** dùng thử: *the*

drug has not been tried out on humans yet thuốc ấy chưa hề dùng thử cho người bao giờ.

try[2] /trai/ *dt* **1. trying at something (doing something)** sự thử: *I'll give it a try* tôi sẽ thử làm cái đó **2.** *(thể)* điểm ghi được *(bóng bầu dục).*

trying /'traiiŋ/ *tt* khó chịu: *a trying person to deal with* một con người khó chịu trong quan hệ giao tiếp; *have a trying day* qua một ngày khó chịu.

try-on /'traiɒn/ *dt (kng)* mánh lới, đòn phép.

try-out /'traiaʊt/ *dt* sự thử khả năng: *give somebody (something) a try-out* thử khả năng của ai (cái gì).

tsar *(cg* **tzar, czar)** /zɑ:[r]/ *dt* Nga hoàng.

tsarina *(cg* **tzarina, czarina)** /zɑ:ri:nə/ *dt* **1.** nữ Nga hoàng **2.** hoàng hậu Nga.

tsetse /tsetsi/ *dt (cg* **tsetse fly)** *(động)* ruồi xê-xê *(ở châu Phi, gây bệnh buồn ngủ).*

T-shirt /'ti:ʃɜ:t/ *dt nh* tee-shirt.

tsp *(vt của* teaspoon) thìa cà phê: *one tsp of salt* một thìa cà phê muối.

T-square /'ti:skweə[r]/ *dt* thước chữ T.

TT /,ti:'ti:/ *vt* **1.** *(vt của* tee-total[ler])* người kiêng rượu hoàn toàn **2.** *(Anh) (vt của* Tourist trophy), cúp Người du lịch **3.** *(vt của* tuberculin-tested) đã được kiểm nghiệm tubeculin *(sữa).*

tub /tʌb/ *dt* **1.** *(thường trong từ ghép)* chậu, bồn: *washtub* chậu giặt **2.** lọ, hũ *(đựng thực phẩm)*: *a tub of margarine* một lọ mác-ga-rin **3.** *(kng)* bồn tắm; sự tắm: *have a cold tub before breakfast* tắm nước lạnh trước bữa

T

ăn sáng **4.** *(kng, thường dùa)* chiếc thuyền ba vạ.

tuba /'tjuːbə, *(Mỹ* 'tuːbə)/ *dt* kèn tu-ba.

tubby /'tʌbi/ *tt* **(-ier; -iest)** *(kng)* béo lùn, béo phệ: *a little tubby man* một gã đàn ông béo lùn.

tube /tjuːb, *(Mỹ* tuːb)/ *dt* **1.** ống: *laboratory test-tubes* ống nghiệm phòng thí nghiệm; *a tube of toothpaste* một ống kem đánh răng; *bronchial tubes (giải)* ống phế quản **2.** săm *(lốp xe)*: *an inner tube* săm *(ruột)* bánh xe *(xe đạp, xe hơi...)* **3. the tube** *(cg* **the underground)** *(Anh, kng)* xe điện ngầm *(ở Luân Đôn)*: *travel to work by tube (on the tube)* đi làm bằng xe điện ngầm **4.** *nh* cathode ray tube.

tubeless /'tjuːblis, 'tuːblis/ *tt* không có ruột *(lốp xe)*.

tuber /'tjuːbə[r], *(Mỹ* tuːbər)/ *dt (thực)* thân củ, củ.

tubercular /tju'bɜːkjʊlə[r], *(Mỹ* tuː'bɜːkjʊlər)/ *tt* [thuộc] bệnh lao; bị lao; gây bệnh lao: *a tubercular infection* sự nhiễm trùng lao.

tuberculosis /tjuː,bɜːkjʊ'ləʊsis, *(Mỹ* tuː,bɜːkjʊ'ləʊsis)/ *dt* bệnh lao.

tubing /'tjuːbiŋ, *(Mỹ* 'tuːbiŋ)/ *dt* ống: *ten metres of copper tubing* mười mét ống đồng.

tub-thumper /'tʌbθʌmpə[r]/ *dt (kng)* diễn giả khoa trương.

tub-thumping /'tʌbθʌmpiŋ/ *dt tt* [sự] khoa trương: *a tub-thumping speech* bài nói khoa trương.

tubular /'tjuːbjʊlə[r], *(Mỹ* 'tuːbjʊlər)/ *tt* **1.** [có] hình ống: *tubular container* đồ chứa hình ống **2.** có ống: *tubular boiler* nồi hơi có ống.

TUC /,tiːjuː'siː/ *(vt của* Trades Union Congress) đại hội nghiệp đoàn.

tuck¹ /tʌk/ *dt* **1.** nếp gấp *(trên quần áo cho chật bớt hay để trang trí)*: *put in a tuck in a dress* tạo một nếp gấp trên chiếc áo váy **2.** *(Anh, cũ, kng)* bánh kẹo: *a tuck shop* quầy bánh kẹo *(ở trường học)*.

tuck² /tʌk/ *dgt* **1. tuck something into something; tuck something in (up)** nhét, đút: *tuck your shirt in* cho đuôi áo sơ mi vào quần đi; *he tucked up his shirt-sleeves* nó xắn ống tay áo sơ-mi lên; *the sheets were tucked in neatly* tấm trải giường được nhét gọn ghẽ dưới nệm **2.** thu vào: *he sat with his legs tucked [up] under him* anh ta ngồi thu gọn hai chân vào dưới mình **3.** quấn, choàng: *tuck a blanket round somebody's knees* quấn chăn quanh đầu gối của ai **4.** rúc; cuộn lại: *the hen tucked her head under her wing* con gà mái rúc đầu vào dưới cánh; *he tucked the map under his arm* anh ta cuộn tấm bản đồ lại mà cặp vào dưới cánh tay. // **nip and tuck** *x* nip.

tuck something away *(Anh, kng)* ngốn *(nhiều thức ăn)*; **tuck something (oneself) away** *(kng)* cất giữ, giấu: *he's got fortune tucked away in a Swiss bank account* ông ta có một tài sản cất giấu vào một tài khoản ở một ngân hàng Thụy sĩ; *the farm was tucked away in the hills* nông trại giấu mình trong vùng đồi núi; **tuck into something; tuck in** *(Anh, kng)* chén ngon lành: *he tucked into the ham hungrily* ông ta chén ngấu nghiến chỗ thịt giăm bông một cách ngon lành; **tuck**

somebody up đắp kín chăn mền, ủ kín: *tuck the chidlren up in bed* ủ kín cho bọn trẻ con ngủ trên giường.

tucker¹ /'tʌkə[r]/ *dt (Ô-xtrây-li-a, kng)* thức ăn: *he packed his lunch in his tucker bag* nó gói bữa ăn trưa vào trong túi đựng thức ăn. // **one's best bib and tucker** *x* best¹.

tucker² /'tʌkə[r]/ *dgt* **tucker somebody out** làm ai mệt rã rời, làm ai kiệt sức.

tuck-in /'tʌkin/ *dt (thường số ít) (Anh, kng)* bữa ăn thịnh soạn.

Tue *(cg* Tues) *(vt của* Tuesday) thứ ba: *Tues 9 March* thứ ba mồng 9 tháng ba.

Tuesday /'tjuːzdi, *(Mỹ* 'tuːzdi)/ *dt (vt* Tue, Tues) thứ ba *(trong tuần)*.

tuft /tʌft/ *dt* túm, cụm, chùm *(tóc, lá...)*.

tufted /'tʌftid/ *tt* mọc thành cụm, mọc thành chùm.

tug¹ /tʌg/ *dgt* **(-gg-) 1.** (+ at) kéo [mạnh]: *we tugged so hard that the rope broke* chúng tôi kéo mạnh đến nỗi đứt cả dây thừng; *tug at somebody's sleeve* kéo tay áo ai *(để người ta chú ý cái gì đó)* **2.** giật [mạnh], lôi: *the wind nearly tugged my umbrella out of my hand* con gió suýt giật cây dù tuột khỏi tay tôi.

tug² /tʌg/ *dt* **1.** sự giật [mạnh]; sự kéo: *I felt a tug at my sleeve* tôi cảm thấy có ai kéo tay áo tôi; *she felt a sharp tug at her heartstrings as he left* cô ta cảm thấy đau nhói lòng dạ khi anh ấy ra đi **2.** *(cg* tug-boat) tàu lại, tàu kéo.

tug-boat /'tʌgbəʊt/ *dt* tàu lại, tàu kéo.

tug-of-love /,tʌgəv'lʌv/ *dt (snh, kng)* cuộc tranh chấp quyền nuôi con *(trong một cuộc ly hôn)*.

tug-of-war /ˌtʌɡəv'wɔ:[r]/ *dt* 1. trò chơi kéo co 2. *(bóng)* cuộc chiến đấu còn giằng co.

tuition /tju:'iʃn, *(Mỹ* 'tu:iʃn)/ *dt* 1. *(kng)* sự dạy học; sự kèm học *(một số học sinh)*; *private tuition* sự dạy tư 2. học phí *(thường nói về bậc đại học, bậc cao đẳng)*.

tulip /'tju:lip, *(Mỹ* 'tu:lip)/ *dt* hoa vành khăn *(cây, hoa)*.

tulle /tju:l, *(Mỹ* tu:l)/ *dt* vải tuyn, voan *(để làm mạng che mặt...)*.

tumble¹ /'tʌmbl/ *dgt* 1. ngã, sụp đổ, đổ nhào: *tumble down the stairs* ngã nhào từ trên cầu thang xuống; *tumble into the river* ngã xuống sông; *the house is going to tumble down* ngôi nhà sắp sụp đổ 2. sụt nhanh *(giá cả...)*: *share prices tumbled on the stock market* giá cổ phần sụt nhanh trên thị trường chứng khoán 3. nhào lên, xô đập: *the stream tumbled over the rocks* dòng suối chảy xô sóng lên ghềnh đá; *the breakers came tumbling onto the shore* những ngọn sóng lớn xô đập vào bờ 4. ùa vào; nhào ra: *the children tumbled into (out of) the car* tụi trẻ ùa vào (ùa ra khỏi xe); *my shopping bag broke and everything tumbled out* túi mua hàng của tôi bị vỡ và mọi thứ rơi ra lung tung 5. làm rối tung, làm lộn xộn, xáo trộn: *the wind tumbled her hair* gió làm rối tung tóc cô ta; *the bed is all tumbled* giường rối tung cả lên. // **tumble down** sụp đổ: *the hut we built is already tumbling down* túp lều chúng tôi đã xây trước đây sụp đổ đến nơi rồi; **tumble to somebody (something)**

hiểu được, nắm được ý nghĩ: *I tumbled to him when I found some of his letters to Jane* tôi hiểu được con người của anh ta khi bắt gặp một số lá thư anh ta viết cho Jane.

tumble² /'tʌmbl/ *dt* 1. cái ngã bất thình lình: *have (take) a nasty tumble* ngã một cái điếng người 2. *(số ít)* tình trạng lộn xộn, tình trạng rối tung: *be all in a tumble* lộn xộn, rối tung cả lên.

tumbledown /'tʌmbldaʊn/ *tt* xiêu vẹo, ọp ẹp, chực sụp đổ.

tumble-drier /'tʌmbl-draiə[r]/ *dt (cg* **tumbler-drier)** máy sấy quần áo *(đã giặt)*.

tumbler /'tʌmblə[r]/ *dt* 1. cốc *(không có chân)* 2. *(cg* **tumblerful)** cốc đầy *(lượng chứa)*: *a tumbler of milk* một cốc đầy sữa 3. cái lẫy khóa 4. *(cũ)* diễn viên nhào lộn.

tumbler-drier /'tʌmblə-draiə[r]/ *dt nh* tumble-drier.

tumble-weed /'tʌmblwi:d/ *dt (thực)* cây gió lăn *(ở sa mạc Bắc Mỹ)*.

tumbrel *cg* **tumbril** /'tʌm-brəl/ *dt (sử)* xe ngựa chở tội nhân đi hành hình *(thời Cách mạng Pháp)*.

tumescence /'tju:mesns, *(Mỹ* 'tu:mesns)/ *dt (y)* sự sưng phù.

tumescent /'tju:mesnt, *(Mỹ* 'tu:mesnt)/ *dt (y)* sưng phù.

tumid /'tju:mid, *(Mỹ* 'tu:-mid)/ *tt* sưng phồng *(bộ phận cơ thể)*.

tumidity /tju:'midəti, *(Mỹ* tu:'midəti)/ *dt* sự sưng phồng *(bộ phận cơ thể)*.

tummy /'tʌmi/ *dt* dạ dày, bụng *(từ dùng đối với trẻ em hay do trẻ em dùng)*: *have a tummy-ache* đau

bụng; *one's tummy-button* cái rốn.

tumour *(Mỹ* **tumor)** /'tju:-mə[r], *(Mỹ* 'tu:mər)/ *dt* khối u, u: *malignant tumours* u ác tính; *benign tumours* u lành.

tumult /'tju:mʌlt, *(Mỹ* 'tu:-mʌlt)/ *dt* 1. sự xôn xao, sự náo động: *the tumult of battle* sự náo động trong cuộc chiến 2. sự ồn ào; tiếng nhao nhao: *his speech threw the House into a tumult [of protest]* bài nói của ông ta khiến nghị viện nhao nhao phản đối 3. sự xáo động, sự bối rối: *her thoughts were in a tumult* tâm trí bà ta đang rối bời; *when the tumult within him subsided* khi cơn xáo động trong lòng anh lắng dịu.

tumultuous /tju:'mʌltʃʊəs, *(Mỹ* tu:'mʌltʃʊəs)/ *tt* 1. xôn xao, náo động: *tumultuous crowds* đám đông xôn xao 2. ồn ào: *tumultuous protest* sự phản đối ồn ào.

tumuli /'tju:mjʊlai, *(Mỹ* 'tu:mjʊlai)/ *dt snh* của tumulus.

tumulus /'tju:mjʊləs, *(Mỹ* 'tu:mjʊləs)/ *dt (snh* **tumuli)** nấm mồ.

tun /tʌn/ *dt* 1. thùng ton-nô 2. ton-nô *(lượng chứa 216 ga-lông bia, 252 ga-lông rượu vang)*.

tuna /'tju:nə, *(Mỹ* 'tu:nə)/ *dt (snh* **tuna, tunas)** 1. *(cg* **tunny)** con cá ngừ 2. *(cg* **tuna-fish)** thịt cá ngừ.

tuna-fish /'tju:nəfiʃ, *(Mỹ* 'tu:nəfiʃ)/ *x* tuna 2.

tundra /'tʌndrə/ *dt (địa)* lãnh nguyên, tun-đra.

tune¹ /tju:n, *(Mỹ* tu:n)/ *dt* giai điệu: *hymn tunes* giai điệu thánh ca. // **call the shots (the tune)** *x* call²; **change one's tune** *x* change¹; **dance to somebody's tune** *x* dance²;

T

he who pays the piper calls the tune x pay²; in (out of) tune [with somebody (something)] a/ hợp (lạc) điệu với: *the violin is not quite in tune with the piano* đàn vi-ô-lông không hoàn toàn hợp điệu với dàn pi-a-nô b/ hòa hợp (không hòa hợp): *feel out of tune with one's surroundings* cảm thấy không hòa hợp (lạc điệu) với những người xung quanh; sing a different song (tune) x sing; to the tune of something a/ theo điệu của: *we sang these lines to the tune of folk-song* chúng tôi hát mấy dòng đó theo điệu dân ca b/ lên tới một số lượng (tiền...) là (*thường là số lượng đáng kể*): *he was fined for speeding to the tune of £200* nó bị phạt một số tiền tới 200 bảng vì lái xe quá tốc độ.

tune² /tjuːn, (*Mỹ* tuːn)/ dgt 1. lên dây (*đàn*): *tune a guitar* lên dây đàn ghi-ta 2. chỉnh (*máy, cho chạy tốt*). // [be] tuned [in] to something chỉnh để bắt sóng, bắt sóng: *you're not properly tuned in* máy của anh bắt sóng không đúng rồi; tune in [to something] chỉnh để bắt cho được (*một chương trình nào đó*): *tune in to the BBC World Service* chỉnh máy để bắt chương trình thế giới của đài BBC.

tune somebody [in to] something (*thường dùng ở dạng bị động*) nắm được; nhận thức một cách có thiện cảm: *voters always elect the candidate most tuned in to their needs* cử tri bao giờ cũng bầu cho ứng cử viên nào nắm được rõ nhất các nhu cầu của họ; tune [something] up so dây (*dàn nhạc*): *the orchestra were tuning up as we entered the hall* khi chúng tôi bước

vào phòng hòa nhạc thì dàn nhạc đang so dây.

tuneful /'tjuːnfl, (*Mỹ* 'tuːnfl)/ tt du dương.

tunefully /'tjuːnfəli, (*Mỹ* 'tuːnfəli)/ pht [một cách] du dương.

tunefulness /'tjuːnfəlnis, (*Mỹ* 'tuːnfəlnis)/ dt sự du dương.

tuneless /'tjuːnlis, (*Mỹ* 'tuːnlis)/ tt không du dương.

tunelessly /'tjuːnlisli, (*Mỹ* 'tuːnlisli)/ pht [một cách] không du dương.

tunelessness /'tjuːnlisnis, (*Mỹ* 'tuːnlisnis)/ dt sự không du dương.

tuner /'tjuːnə[r], (*Mỹ* 'tuː-nər)/ dt 1. (*thường trong từ ghép*) người so dây (*nhất là nói về đàn pi-a-nô*) 2. nút bắt làn sóng (*máy thu hình, máy ghi âm*).

tune-up /'tjuːnʌp, (*Mỹ* 'tuː-nʌp)/ dt sự điều chỉnh (*máy, cho chạy tốt*): *my car needs a tune-up* xe ô tô của tôi cần chỉnh lại máy.

tuning-fork /'tjuːniŋfɔːk, (*Mỹ* 'tuːniŋfɔːk)/ dt (*lý*) âm thoa.

tuning-peg /'tjuːniŋpeg, (*Mỹ* 'tuːniŋpeg)/ dt x peg¹.

tungsten /'tʌŋstən/ dt (*hóa*) von-fram.

tunic /'tjuːnik, (*Mỹ* 'tuːnik)/ dt 1. áo chẽn (*của binh sĩ, cảnh sát*) 2. áo cánh ống tay hở (*phụ nữ*).

tunnel¹ /'tʌnl/ dt 1. đường hầm: *the train went through a tunnel* xe lửa đi qua đường hầm 2. hang (*chuột*). // light at the end of the tunnel x light¹.

tunnel² /'tʌnl/ dgt (-ll-, (*Mỹ* -l-) 1. (+ into, through, under...) đào đường hầm xuyên qua: *the prisoners had escaped by tunnelling* tù nhân đã đào đường hầm mà trốn

thoát 2. tunnel one's way (into, through, under...) đi xuyên qua bằng cách đào đường hầm: *the rescuers tunnelled their way [in] to the potholers* nhân viên cứu nạn đã đào một đường hầm dẫn tới chỗ những nhà thám hiểm hang động đang bị kẹt.

tunnel vision /ˌtʌnl 'viʒn/ tầm nhìn hạn chế (*đen, bóng*).

tunny /'tʌni/ dt (*cg* tuna) cá ngừ.

tup /tʌp/ dt (*Anh*) cừu đực [chưa thiến].

tuppence /'tʌpəns/ dt (*Anh, kng*) nh twopence. // not care (give) tuppence for somebody (something) khinh thường, coi rẻ.

tuppenny /'tʌpni/ tt (*Anh, kng*) nh twopenny: *a tuppenny stamp* con tem hai xu.

turban /'tɜːbən/ dt 1. khăn xếp (*người Hồi giáo*) 2. mũ không vành (*của phụ nữ*).

turbaned /'tɜːbənd/ tt 1. vấn khăn xếp 2. đội mũ không vành.

turbid /'tɜːbid/ tt 1. đục (*chất lỏng*): *the turbid flood-waters of the river* nước lụt đục ngầu của con sông 2. lộn xộn: *turbid mind* trí óc lộn xộn.

turbidity /tɜː'biditi/ dt 1. sự đục (*chất lỏng*) 2. sự lộn xộn.

turbidness /'tɜːbidness/ dt nh turbidity.

turbine /'tɜːbain/ dt (*kỹ*) tua-bin.

turbo-jet /'tɜːbəudʒet/ dt 1. tua-bin phản lực 2. máy bay phản lực tua-bin.

turboprop /ˌtɜːbəu'prɒp/ dt (*cg* prop-jet) 1. tua-bin phản lực - cánh quạt 2. máy bay tua-bin phản lực - cánh quạt.

turbot /'tɜːbət/ *dt (snh kđổi)* cá bơn sao *(cá, thịt)*.

turbulence /'tɜːbjʊləns/ *dt* 1. sự hỗn loạn: *political turbulence* sự hỗn loạn về chính trị 2. dòng chuyển động nhiễu loạn *(của không khí, nước)*: *we experienced some slight turbulence flying over the Atlantic* chúng tôi đã trải qua một vài cơn chuyển động nhiễu loạn nhẹ của không khí khi bay trên Đại Tây Dương.

turbulent /'tɜːbjʊlənt/ *tt* 1. hỗn loạn: *turbulent crowds* đám đông hỗn loạn; *turbulent weather conditions* điều kiện thời tiết hỗn loạn 2. cuồng loạn: *turbulent thoughts* những ý tưởng cuồng loạn.

turbulently /'tɜːbjʊləntli/ *pht* 1. [một cách] hỗn loạn 2. [một cách] cuồng loạn.

turd /tɜːd/ *dt (lóng)* 1. bãi phân *(thường là của động vật)*: *dog turds* những bãi phân chó 2. người đáng ghét, đồ cục cứt: *you turd!* đồ cục cứt nhà mày!

tureen /təˈriːn/ *dt* cái liễn *(đựng xúp...)*.

turf¹ /tɜːf/ *dt (snh **turfs** hoặc **turves**)* 1. lớp đất mặt *(đầy rễ cỏ)*; tảng đất mặt có cỏ: *lay turf* trồng cỏ ở lớp đất mặt, trồng bãi cỏ 2. *(Ai-len)* than bùn 3. **the turf** trường đua ngựa; cuộc đua ngựa 4. *(Mỹ, kng)* đất đai làng xóm của mình: *on my own turf* trên chính đất đai làng xóm của tôi.

turf² /tɜːf/ *dgt* lát những tảng đất có cỏ lên: *a newly-turfed lawn* một bãi cỏ mới được lát những tảng đất có cỏ lên. // **turf somebody (something) out [of something]** tống khứ: *you'd have more room*

in your wardrobe if you turfed out all your old clothes anh sẽ có nhiều chỗ hơn trong tủ quần áo nếu anh tống hết quần áo cũ ra ngoài.

turf accountant /'tɜːfəkaʊntənt/ *(Anh) nh* bookmaker.

turgid /'tɜːdʒɪd/ *tt* 1. *(xấu)* khoa trương *(văn phong, lời nói...)* 2. cương; sưng.

turgidity /tɜːˈdʒɪdəti/ *dt* 1. *(xấu)* sự khoa trương *(trong văn phong, lời nói)* 2. sự cương; sự sưng.

turgidly /'tɜːdʒɪdli/ *dt* 1. *(xấu)* [một cách] khoa trương 2. [ở trạng thái] cương; [ở trạng thái] sưng.

turkey /'tɜːki/ *dt (snh **turkeys**)* 1. gà tây *(con, thịt)*: *a slice of roast turkey* một lát gà tây rán 2. *(Mỹ, lóng)* thất bại: *his last movie was a real turkey* bộ phim vừa rồi của ông ta là một thất bại thực sự. // **cold turkey** x cold¹; **talk turkey** x talk².

Turkish¹ /'tɜːkɪʃ/ *tt* [thuộc] Thổ Nhĩ Kỳ.

Turkish² /'tɜːkɪʃ/ *dt* tiếng Thổ Nhĩ Kỳ.

Turkish bath /ˌtɜːkɪʃˈbɑːθ/ kiểu tắm hơi Thổ Nhĩ Kỳ.

Turkish coffee /ˌtɜːkɪʃˈkɒfi/ cà phê Thổ Nhĩ Kỳ *(cà phê đen, đặc và rất ngọt)*.

turkish delight /ˌtɜːkɪʃdɪˈlaɪt/ kẹo Thổ Nhĩ Kỳ *(một thứ kẹo gôm bao đường bột)*.

turmeric /'tɜːmərɪk/ *dt (thực)* nghệ *(cây, củ)*.

turmoil /'tɜːmɔɪl/ *dt (thường số ít)* sự hỗn loạn, sự náo động: *the country was in [a] turmoil during the strike* đất nước lâm vào cảnh hỗn loạn trong suốt thời gian đình công.

turn¹ /tɜːn/ *dgt* 1. xoay, quay: *the wheels of the car began to turn* bánh xe hơi

bắt đầu quay; *she turned the handle but the door wouldn't open* chị ta xoay cái tay nắm nhưng cánh cửa không mở; *left turn!* bên trái quay! *she turned to look at me* cô ấy quay người nhìn tôi; *she turned [her face] away in embarrassment* cô ta quay mặt đi bối rối 2. nhắm vào, chĩa vào, hướng vào: *police turned water cannon on the rioters* cảnh sát chĩa súng phun nước về phía những người gây náo loạn; *it's time to turn our attention to the question of money* đã đến lúc chúng ta hướng sự chú ý tới vấn đề tiền nong 3. xoay lại, lật, giở: *brown the meat on one side, then turn it [over] and brown the other side* rán vàng một mặt miếng thịt rồi lật lên để rán mặt kia; *he sat there idly turning the pages of a book* nó ngồi đó rỗi rãi lật các trang sách 4. hướng theo một hướng nào đó: *turn a horse into a field* quành ngựa vào cánh đồng; *it would be irresponsible to turn such a man loose on society* thật là vô trách nhiệm nếu thả lỏng một người như thế trong xã hội 5. rẽ, ngoặt, quành: *the car turned [round] the corner and disappeared* chiếc xe quành góc đường và mất hút; *the river turns north at this point* ở chỗ này con sông rẽ về hướng bắc; *the road turns to the left after the church* sau khi qua khỏi nhà thờ, con đường rẽ sang trái 6. xoay tròn *(thân mình)*: *she turned a pirouette on the ice* cô ta đứng một chân múa xoay tròn trên băng 7. trở nên, trở thành: *the milk turned sour in the heat* sữa trở chua khi bị nóng; *the heat turned the milk sour* hơi nóng làm sữa trở chua; *the weather has turned cold* thời tiết đã trở lạnh; *he's a clergyman turned politician* ông ta là một tăng lữ trở thành nhà chính trị **8.** *(không dùng ở thì tiếp diễn)* đạt tới; quá *(một tuổi... nào đó)*: *she turned forty last June* hồi tháng sáu vừa qua, bà ta đã đến tuổi bốn mươi; *it's turned midnight* đã quá nửa đêm **9.** chuyển thành, biến thành: *caterpillars turn into butterflies* sâu bướm chuyển thành bướm; *water turns into ice when it freezes* nước biến thành nước đá khi nó đông lại; *the novel was turned into a successful Hollywood film* quyển tiểu thuyết đã chuyển thành một cuốn phim thành công ở Hollywood **10.** tiện *(bằng máy tiện)*: *turn a chair leg* tiện một cái chân ghế **11.** [làm cho] trở chua: *the thundery weather has turned the milk* trời có sấm sét dông tố làm cho sữa trở chua **12.** [làm cho] buồn nôn: *the sight of the greasy stew made his stomach turn (turned his stomach)* nhìn thấy món hầm béo ngậy là nó buồn nôn. // **as it (things) turned out** hóa ra: *I didn't need my umbrella, as it turned out* hóa ra tôi không cần đến cây dù; **be well (badly...) turned out** ăn mặc tươm tất *(luộm thuộm...)*: *her children are always smartly turned out* con cái bà ta lúc nào cũng ăn mặc tươm tất; **turn round and to something** *(kng)* trở mặt, quay ngoắt: *how could she turn round and say that, after all I've done for her* sao cô ta lại có thể trở mặt và nói thế, sau hết thảy

những gì tôi đã làm cho cô ta.

turn about quay đằng sau: *the colonel ordered the troops to turn about* viên đại tá ra lệnh cho quân lính quay đằng sau; **about turn!** đằng sau quay! *(mệnh lệnh quân sự)*; **turn [somebody] against somebody** [khiến ai] trở thành thù địch với ai, chống đối ai: *after the divorce he tried to turn the children against their mother* sau khi ly hôn, ông ta cố khiến tụi trẻ chống đối lại mẹ chúng; **turn around** nh turn round; [**turn away [from somebody (something)]**] ngoảnh mặt đi *(thôi không nhìn nữa)*: *she turned away in horror at the sight of so much blood* chị ta ghê rợn ngoảnh mặt đi khi thấy nhiều máu me như thế; **turn somebody away [from something]** ngăn lại không cho vào; từ chối không giúp đỡ, không ủng hộ; quay lưng lại *(với ai)*: *hundreds of people had to be turned away from the stadium* hàng trăm người bị ngăn lại không cho vào sân vận động; *turn away a beggar* không bố thí cho *(quay lưng lại)* một kẻ ăn mày; **turn somebody (something) back** quay lui trở lại: *the weather became so bad that they had to turn back* thời tiết xấu quá khiến họ phải quay lui trở lại; *the project must be ahead; there can be no turning back* kế hoạch phải tiếp tục tiến lên, không thể có chuyện quay lui lại; **turn somebody (something) down** bác bỏ; *he asked Jane to marry him but she turned him down (she turned down his proposal)* anh ta cầu hôn Jane, nhưng cô ấy đã bác bỏ lời đề nghị của anh ta; **turn something down** điều chỉnh *(bếp lò, máy thu thanh...)* cho

vừa *(lửa, tiếng)*: *turn that record-player down* văn nhỏ cái máy hát đi; **turn in** a/ xoay vào trong: *her feet turn in as she walks* khi đi bàn chân cô ta xoay vào trong; cô ta đi chân chữ bát b/ *(kng)* đi ngủ: *it's late; I think I'll turn in* khuya rồi, tôi nghĩ là tôi phải đi ngủ thôi; **turn somebody in** *(kng)* nộp ai cho cảnh sát; **turn something in** a/ giao lại, trả lại: *you must turn in your kit before you leave the army* anh phải giao lại quân trang trước khi rời quân ngũ b/ ngưng; bỏ: *the job was damaging his health, so he had to turn it in* công việc có hại cho sức khỏe, cho nên anh ta phải bỏ vậy c/ ghi *(bàn thắng...)*, thực hiện *(thành tích...)*: *Thompson turned in superb performance to win the decathlon* Thompson đã thực hiện một cuộc biểu diễn tuyệt vời nên đã đoạt giải cuộc thi mười môn; **turn in on oneself** thu mình lại suy ngẫm việc mình *(và ngưng giao tiếp với người khác)*: *she's really turned in on herself since Peter left her* cô ta thực sự thu mình lại mà suy ngẫm việc mình từ khi Peter bỏ cô; **turn something inside out** lộn trái: *she turned all her pockets inside out looking for her keys* cô ta đã lộn trái tất cả các túi để tìm chùm chìa khóa; **turn off** rẽ sang con đường khác: *is this where we turn off (where the road turns off) for Hull?* chỗ này là chỗ ta rẽ đi Hull phải không?; **turn somebody off** *(kng)* khiến cho ai kinh tởm; khiến cho không còn hấp dẫn *(về mặt tình dục)* nữa: *bad breath is guaranteed to turn a woman off* phụ nữ mà hôi miệng thì chắc chắn là khó mà hấp dẫn; **turn something off** tắt; khóa: *turn off the* *light* tắt đèn; *turn off the water* khóa nước lại; *turn the television off* tắt ti-vi đi; **turn on somebody** tấn công ai bất ngờ; chỉ trích ai bất ngờ: *why are you all turning on me?* sao tất cả các anh lại chỉ trích tôi thế?; **turn on something** xoay quanh chủ đề *(nào đó)*: *the discussion turned on the need for better public health care* cuộc thảo luận xoay quanh chủ đề về nhu cầu cần chăm sóc sức khỏe nhân dân tốt hơn nữa; **turn on something (doing something)** tùy thuộc vào: *the success of a picnic usually turns on the weather* thành công của buổi picnic thường tùy thuộc vào thời tiết; **turn somebody on** *(kng)* kích động, kích thích ai [về mặt tình dục]: *jazz has never really turned me on* nhạc ja chưa bao giờ làm tôi kích động thực sự; **turn something on** bật lên *(đèn, tivi...)*: *turn on the light* bật đèn lên; *turn on the televison* bật tivi lên; **turn out** a/ có mặt; tụ tập; tham dự: *a vast crowd turned out to watch the match* một đám rất đông người tụ tập theo dõi trận đấu b/ *(dùng với pht hay tt, hay trong câu hỏi sau* how) xảy ra, diễn ra, tỏ ra: *"how did the party turn out?" "it turned out very well, thanks"* "buổi liên hoan diễn ra như thế nào?" "rất tốt, cảm ơn"; **turn [something] out** xoay [vật gì] ra ngoài: *her toes turn out* ngón chân chị ta xoay ra ngoài; *she turned her toes out* chị ta xoay ngón chân ra ngoài; **turn somebody (something) out** tạo ra, sản xuất ra: *the school has turned out some first-rate scholars* nhà trường đã đào tạo ra một số học giả bậc nhất; *the factory turns out 900 cars a week* nhà máy sản

xuất 900 xe hơi mỗi tuần; **turn something out** a/ tắt *(đèn...)*: *remember to turn out the lights before you go to bed* nhớ tắt hết đèn trước khi đi ngủ nhé b/ dốc hết ra, dọn hết ra: *turn out one's drawers* dọn hết các thứ trong ngăn kéo ra; *turn out one's pockets* dốc hết các túi ra; **turn somebody out [of (from) something]** đuổi ra, tống cổ ra: *she got pregnant and was turned out of the house by her parents* cô ta có thai và bị bố mẹ đuổi ra khỏi nhà; **turn out to be somebody (something); turn out that** hóa ra: *she turned out to be a friend of my sister; it turned out that she was a friend of my sister* hóa ra cô ta là bạn của em gái tôi; *the job turned out to be harder than we thought* công việc hóa ra vất vả hơn chúng tôi tưởng; **turn [somebody (something)] over** dỡ, trở, lật: *she turned over and went to sleep* cô ta trở mình và bắt đầu ngủ; *the nurse turned the old man over to wash his back* y tá lật sấp ông già để lau lưng cho ông; **turn something over** a/ đạt số doanh thu: *the company turns over £150 million a year* công ty đạt số doanh thu trên 150 triệu bảng mỗi năm b/ bán ra mua vào *(nói về một cửa hàng)*; luân lưu *(hàng hóa)*: *a supermarket turns over its stock very rapidly* một siêu thị mua vào bán ra hàng hóa rất nhanh; **turn somebody over to somebody** giao *(ai cho ai)*, chuyển giao: *customs officials turned the man over to the police* nhân viên hải quan chuyển giao người đàn ông đó cho cảnh sát; **turn something over to somebody** chuyển giao, bàn giao: *he turned the business over to his daughter* ông ta đã chuyển giao việc kinh

doanh buôn bán cho con gái ông; **turn round** *(cg* **turn around)** a/ bốc dỡ *(hàng hóa, nói về tàu thủy, máy bay)*: *these ships can turn round in two days* những tàu này có thể cất dỡ hàng trong hai ngày b/ đảo chiều *(cổ phần, thị trường chứng khoán...)*; *the American market turned round sharply a week ago* cách đây một tuần, thị trường chứng khoán Mỹ đã đảo chiều đột ngột; **turn [somebody, something] round** [làm cho *(ai, vật gì)*] xoay hướng: *turn round and let me look at your back* xoay người đi để tôi xem lưng anh; **turn to** bắt đầu làm việc cật lực, xoay trần ra mà làm: *we turned to and got the whole house cleaned in an afternoon* chúng tôi đã xoay trần ra mà làm và chỉ trong một buổi chiều cả căn nhà đã được thu dọn sạch sẽ; **turn to somebody (something)** tìm đến để nhờ giúp đỡ, khuyên răn: *she has nobody she can turn to* chị ta chẳng có ai để nhờ cậy được; *the more depressed he got, the more he turned to drink* càng chán nản, nó càng mượn rượu giải sầu; **turn up** a/ *(cổ phiếu, thị trường chứng khoán)* lên; tăng lên: *investment is turning up* vốn đầu tư đột ngột tăng lên b/ xuất hiện; đến; tới: *we arranged to meet at the cinema at 7.30 but he failed to turn up* chúng tôi đã thu xếp để gặp nhau ở rạp chiếu bóng vào lúc 7 giờ rưỡi, nhưng anh ta không đến c/ tìm lại được *(thường là tình cờ; nói về vật đã bị mất)*: *I'm sure your watch will turn up one of these days* tôi chắc là chiếc đồng hồ của anh sẽ tìm lại được trong một ngày gần đây d/ xảy tới *(cơ hội)*: *he's still hoping something will*

turn up anh ta vẫn hy vọng là có dịp may nào đó sẽ xảy tới; **turn something up** a/ lật lên, bẻ lên: *he turned up his coat collar against the chill wind* anh ta bẻ cổ áo khoác lên để chống cơn gió buốt b/ xắn lên, gập lên: *these trousers are too long; they will need turning up (to be turned up)* quần này dài quá, phải lên gấu mới được c/ đào xới mà phát hiện *(cái gì)*; phơi bày *(cái gì ra)*: *the farmer turned up a human skull while ploughing the field* trong khi cày ngoài đồng, người nông dân đã phát hiện một cái sọ người; *the soil had been turned up by the plough* sau những đường cày, đất đã được phơi bày lên mặt đất d/ vặn to lên *(máy thu thanh...)*: *I can't hear the radio very well, could you turn it up a bit?* tôi nghe rađiô không rõ, anh vặn to lên một chút, được không?

turn² /tɜːn/ *dt* **1.** sự xoay; vòng xoay; sự quay, vòng quay: *a turn of the wheel* một vòng [quay] bánh xe **2.** chỗ rẽ, chỗ ngoặt: *he took a sudden turn to the left* anh ta đột ngột rẽ sang trái **3.** khúc đường cong, góc đường: *don't take the turn too fast* đừng vòng góc đường nhanh quá **4.** chiều hướng [diễn biến]: *business has taken a turn for the better* việc kinh doanh có chiều hướng tốt hơn **5.** *(thường số ít)* lần, lượt, phiên: *whose turn is it to do the washing-up?* đến phiên ai rửa bát đĩa đấy? **6.** cuộc đi dạo, cuộc tản bộ: *I think I'll take a turn round the garden* tôi nghĩ là tôi sẽ đi dạo chơi trong vườn một lúc **7.** tiết mục ngắn: *a comedy turn* tiết mục hài kịch ngắn: **8.** *(kng)* cú

choáng váng; vố kinh hoàng: *you gave me quite a turn, bursting in like that* chạy xộc vào như thế cậu làm tớ bị một vố kinh hoàng **9.** cảm giác ốm: *she has had one of her funny turns again* cô ta lại bị một trong những cơn đau ốm buồn cười. // **at every turn** mọi nơi; mọi lúc: *I keep meeting him at every turn* tôi gặp anh ta ở mọi nơi; *she found her plans frustrated at every turn* lúc nào chị ta cũng thấy kế hoạch của mình bị thất bại; **by turns** lần lượt: *we did the work by turns* chúng tôi lần lượt làm việc đó; **do somebody a good (bad) turn** làm một việc có ích (vô dụng) đối với ai; **done to a turn** chín tới; **have an inquiring (...) turn of mind** có cách suy nghĩ khác lạ; có cách xử trí đặc biệt; **in turn** lần lượt; **not do a hand's turn** x hand¹; **on the turn** sắp thay đổi: *the milk is on the turn* sữa sắp trở chua; **one good turn deserves another** *(thngữ)* ở hiền gặp lành; làm ơn được trả ơn; **out of turn** a/ lộn xộn, không theo thứ lượt b/ không đúng lúc, không vào lúc thích hợp *(nói năng...)*; **serve one's (somebody's) turn** x serve; **take turns [at something]** làm lần lượt việc gì; làm việc gì theo thứ tự lần lượt; **[do something] turn and turn about** [làm gì] lần lượt, cái này sau cái kia, nối tiếp nhau; **a (the) turn of events** sự thay đổi hoàn cảnh; **a turn of phrase** cách diễn đạt, cách mô tả: *she has a witty turn of phrase* chị ta có cách diễn đạt vấn đề một cách thần tình; **a turn of the screw** đã khó khăn lại giội thêm khó khăn; lửa đỏ đổ thêm dầu; **a turn of speed** sự gia tăng đột ngột tiến độ: *she*

put on an impressive turn of speed to overtake the others cô ta tăng đột ngột tốc độ để vượt lên những người khác; **the turn of the year (the century)** đầu năm; đầu thế kỷ.

turn-about /'tɜːnəbaʊt/ *dt* sự đổi chiều; sự xoay hướng.

turn-around /'tɜːnəraʊnd/ *dt* *(Mỹ)* sự thay đổi hoàn toàn *(thường là theo hướng tốt)*.

turn-coat /'tɜːnkəʊt/ *dt (xấu)* kẻ bội phản.

turncock /'tɜːnkɒk/ *dt nh* stopcock.

turner /'tɜːnə[r]/ *dt* thợ tiện.

turning /'tɜːnɪŋ/ *dt* chỗ ngoặt, chỗ rẽ, chỗ quành *(trên đường)*: *take the second turning on (to) the left* hãy đi con đường rẽ thứ hai bên trái.

turning-circle /'tɜːnɪŋ sɜːkl/ vòng quành bé nhất *(trong đó một chiếc xe có thể quành được)*.

turning-point /'tɜːnɪŋpɔint/ điểm ngoặt, bước ngoặt: *a turning-point in our country's industrial development* một điểm ngoặt trong sự phát triển công nghiệp của đất nước chúng ta.

turnip /'tɜːnip/ *dt (thực)* củ cải *(cây, củ)*.

turnkey¹ /'tɜːnkiː/ *dt (cũ) nh* jailer.

turnkey² /'tɜːnkiː/ *tt* chìa khóa trao tay: *a turnkey apartment* một căn hộ bán chìa khóa trao tay.

turn-off /'tɜːnɒf/ *dt* **1.** con đường rẽ **2.** *(kng)* người kinh tởm, vật kinh tởm: *smelly feet are definitely a turn-off as far as I'm concerned* theo tôi nghĩ, bàn chân nặng mùi rõ ràng là điều kinh tởm.

turn-on /'tɜːnɒn/ *dt (thường số ít) (kng)* vật gợi tình, vật kích thích tình dục; người gợi tình, người kích thích tình dục: *she thinks hairy chests are a turn-on!* chị ta cho là những bộ ngực rậm lông lá rất gợi tình.

turn-out /'tɜːnaʊt/ *dt* **1.** số người tham dự *(mít-tinh...)* **2.** số người thực sự đi bầu **3.** sự dốc ngăn kéo, sự dọn phòng: *these drawers are full of rubbish, it's time I had a good turn-out* mấy cái ngăn kéo này đầy đồ bỏ đi, đã đến lúc tôi phải dọn đi mới được **4.** cách ăn mặc: *the headmaster praised the boys for their neat turn-out* thầy hiệu trưởng khen các nam sinh ăn mặc tươm tất.

turnover /'tɜːn,əʊvə/ *dt* **1.** lượng *(hàng...)* quay vòng; tốc độ luân lưu *(hàng hóa)* **2.** doanh số; doanh thu **3.** *(số ít)* tốc độ thay công nhân: *why does your company have such a rapid turnover of staff?* sao công ty của anh thay thế công nhân nhanh thế?

turnpike /'tɜːnpaik/ *dt (cg* **pike; turnpike road) 1.** *(Mỹ)* đường cao tốc phải nộp lệ phí **2.** *(Anh, xưa)* trạm thu lệ phí cầu đường.

turn-round /'tɜːnraʊnd/ *dt* **1.** *(cg* **turn-around)** quá trình bốc dỡ hàng *(tàu thủy, máy bay)* **2.** *nh* **turn-around.**

turnstile /'tɜːnstail/ *dt* cửa quay *(ở sân vận động).*

turntable /'tɜːnteibl/ *dt* **1.** đế xoay đĩa hát **2.** *(dsắt)* sàn quay đầu máy.

turn-up /'tɜː nʌp/ *dt* **1.** gấu quần vén lên **2.** *(cg* **turn-up for the book)** *(kng)* sự kiện bất ngờ làm ngạc nhiên.

turpentine /'tɜːpəntain/ *dt (cg* **turps)** dầu thông.

turpitude /'tɜːpitjuːd, *(Mỹ* 'tɜːpituːd)/ *dt* tính xấu xa đê tiện.

turquoise¹ /'tɜːkwɔiz/ *dt* **1.** lam ngọc **2.** màu lam ngọc.

turquoise² /'tɜːkwɔiz/ *tt* [có] màu lam ngọc, [có] màu lục lam.

turret /'tʌrit/ *dt* **1.** tháp con **2.** *(quân)* tháp pháo.

turreted /'tʌritid/ *tt* có tháp con.

turtle /'tɜːtl/ *dt (động)* **1.** rùa biển **2.** *(Mỹ)* rùa. // **turn turtle** lật úp *(tàu thuyền).*

turtle-dove /'tɜːtldʌv/ *dt (động)* chim sen; chim gáy.

turtle-neck /'tɜːtlnek/ *dt* cổ tròm cao *(áo).*

turtle-necked /'tɜːtlnekid/ *tt* có cổ tròn cao *(áo).*

turves /tɜːvz/ *dt snh* của **turf¹.**

tush¹ /tʌʃ/ *tht* chà! *(tỏ ý không bằng lòng và chê trách).*

tush² /tuʃ/ *dt (Mỹ)* mông đít, đít.

tusk /tʌsk/ *dt (động)* **1.** ngà *(voi)* **2.** răng nanh *(lợn lòi).*

tusker /'tʌskə[r]/ *dt (kng)* con voi.

tussle¹ /'tʌsl/ *dt* cuộc đấu tranh, cuộc vật lộn: *I had a tussle to get the knife off him* tôi phải vật lộn để giật con dao khỏi tay hắn; *we have a tussle every year about where to go on holiday* *(bóng)* hằng năm chúng tôi đều đấu với nhau về việc đi nghỉ ở nơi nào.

tussle² /'tʌsl/ *dgt* đấu tranh; vật lộn: *they began to tussle with each other for the coins* chúng nó bắt đầu vật lộn nhau để giành mấy đồng tiền; *he tussled all night with the figures, but couldn't balance the account* ông ta vật lộn cả đêm với những con số, nhưng vẫn không cân đối được các khoản thu chi.

tussok /'tʌsək/ *dt* bụi cỏ *(cao hơn đám cỏ xung quanh).*

tut¹ /tʌt/ *tht (cg* **tut-tut)** chậc! *(tiếng tặc lưỡi):* tut-tut, *the boy's late again* chậc! thằng bé lại đến trễ nữa rồi.

tut² /tʌt/ *dt (cg* **tut-tut)** tiếng chậc *(tiếng tặc lưỡi).*

tut³ /tʌt/ *dgt (cg* **tut-tut (-tt))** tặc lưỡi *(tỏ ý bực mình hay hơi không tán thành).*

tutelage /'tjuːtilidʒ, *(Mỹ* 'tuːtilidʒ)/ *dt* **1.** sự giám hộ; thời gian giám hộ: *a child in tutelage* đứa trẻ được giám hộ **3.** sự dạy dỗ, sự kèm cặp: *under the tutelage of a master craftsman* dưới sự kèm cặp của một thợ thủ công bậc thầy.

tutelary /'tjuːtiləri, *(Mỹ* 'tuː- tiləri)/ *tt* **1.** giám hộ: *tutelary authority* quyền giám hộ **2.** bảo vệ: *tutelary deities* thần bảo vệ, thần hộ mệnh.

tutor¹ /'tjuːtə[r], *(Mỹ* 'tuː- tər)/ *dt* **1.** gia sư; thầy dạy kèm: *a maths tutor* thầy dạy kèm toán **2.** trợ giảng *(ở đại học)* **3.** *(Mỹ)* trợ giáo **4.** sách dạy *(nhạc...):* a vio- lintutor sách dạy vi-ô-lông.

tutor² /'tjuːtə[r], *(Mỹ* 'tuː- tər)/ *dgt* **1.** dạy kèm: *tutor somebody in mathematics* [dạy] kèm toán cho ai **2.** dạy học: *her work was divided between tutoring and researches* công việc của cô ta là vừa dạy học vừa làm nghiên cứu **3.** kìm lại, kiểm chế: *tutor one's passions* kiểm chế lòng say mê của mình.

tutorial¹ /tjuː'tɔːriəl, *(Mỹ* tuː'tɔːriəl)/ *tt* dạy kèm; kèm cặp: *tutorial classes* lớp dạy kèm.

tutorial² /tjuː'tɔːriəl, *(Mỹ* tuː- 'tɔːriəl)/ *dt* thời gian kèm cặp *(chỉ vài sinh viên, ở đại*

T

học): miss a tutorial bỏ lỡ thời gian kèm cặp.

tutti-frutti /ˌtuːˈtiːˈfruːti/ *dt* (*cg* **tutti-frutti ice-cream**) kem trái cây thập cẩm.

tut-tut /ˌtʌtˈtʌt/ *tht, dt, đgt* nh tut[1], tut[2], tut[3].

tutu /ˈtuːtuː/ *dt* váy xòe (*của vũ nữ ba-lê*).

tu-whit tu-whoo /təˌwit təˈwuː/ *dt* hú hú (*tiếng cú kêu*).

tux /tʌks/ *dt* (*kng, Mỹ*) nh tuxedo.

tuxedo /tʌkˈsiːdəʊ/ *dt* (*snh* **tuxedos**) áo ximốckinh.

TV /ˌtiːˈviː/ *dt* (*vt của* television) [máy] vô tuyến truyền hình, ti-vi: *what's on TV tonight?* tối nay vô tuyến truyền hình có gì nhỉ?

TV dinner /ˌtiːviːˈdinə[r]/ *dt* bữa cơm gói đông lạnh (*chỉ việc cho nóng lên một thời gian ngắn là ăn được ngay*).

twaddle /ˈtwɒdl/ *dt* (*kng*) chuyện vớ vẩn, chuyện lăng nhăng.

twang[1] /twæŋ/ *dt* **1.** tiếng tưng tưng (*tiếng búng dây đàn*) **2.** giọng mũi: *speak with a twang* nói giọng mũi.

twang[2] /twæŋ/ *đgt* bật, búng: *the bow twanged and the arrow whistled through the air* cây cung bật và mũi tên vèo vào không khí; *someone was twanging a guitar in the next room* ai đó đang búng đàn ghi-ta ở phòng bên.

'twas /twɒz/ (*cũ hoặc thơ*) *vt của* it was.

twat /twɒt/ *dt* **1.** (*cũ*) bộ phận sinh dục nữ **2.** (*xấu*) người ngu đần, đồ ngu.

tweak[1] /twiːk/ *đgt* véo: *she tweaked his ear playfully* chị ta đùa nghịch véo tai anh.

tweak[2] /twiːk/ *dt* cái véo: *he gave the boy's ear a pain-*

ful tweak chị ta véo tai thằng bé một cái rõ đau.

twee /twiː/ *tt* (*Anh, kng*) (*xấu*) yêu kiểu, quá chải chuốt.

tweed /twiːd/ *dt* **1.** vải sơ-vi-ôt Ê-cốt, vải tuýt **2. tweeds** (*snh*) quần áo bằng vải tuýt.

tweedy /ˈtwiːdi/ *tt* **1.** (*kng*) thường mặc quần áo vải tuýt: *the pub was full of tweedy farmers* quán rượu đầy những nhà nông mặc quần áo vải tuýt **2.** (*đùa, thường xấu*) học đòi theo lối nông dân khá giả ở Anh.

tweet[1] /twiːt/ *dt* tiếng chiêm chiếp (*chim con*).

tweet[2] /twiːt/ *đgt* kêu chiêm chiếp (*chim con*).

tweeter /ˈtwiːtə[r]/ *dt* loa cao âm.

tweezers /ˈtwiːzə[r]z/ *dt* cái cặp, cái nhíp (*cg* **a pair of tweezers**).

twelve[1] /twelv/ *dht* mười hai.

twelve[2] /twelv/ *dt* **1.** con số mười hai **2. the Twelve** (*snh*) mười hai tông đồ của Chúa Giê-su.

twelve- (*yếu tố tạo tính từ ghép*) [có] mười hai [thành phần]: *a twelve-man expedition* nhóm thám hiểm mười hai người.

twelfth[1] /twelfθ/ *dht* thứ mười hai.

twelfth[2] /twelfθ/ *dt* một phần mười hai.

twelfth man /ˌtwelfθ mæn/ *dt* cầu thủ dự bị (*bóng cric-kê*).

Twelfth Night /ˌtwelfθˈnait/ *dl* đêm thứ mười hai (*trước ngày Chúa hiện*)

twelvemonth /ˌtwelvmʌnθ/ *dt* (*cũ*) một năm.

twentieth[1] /ˌtwentiəθ/ *dht* thứ hai mươi.

twentieth[2] /ˌtwentiəθ/ *dt* một phần hai mươi.

twenty[1] /ˈtwenti/ *dht* hai mươi.

twenty[2] /ˈtwenti/ *dt* **1.** con số hai mươi **2. the twenties** *snh* những năm hai mươi; những tuổi 20; những nhiệt độ 20 (từ 20 đến 29).

twenty- (*yếu tố tạo tt ghép*) [có] hai mươi [thành phần] *a twenty-volume dictionary* cuốn từ điển mười hai tập.

twenty-one /ˌtwentiˈwʌn/ *dt* (*cg* **pontoon**[2]) lối chơi bài hai mươi mốt.

twenty pence /ˌtwentiˈpens/ (*cg* **twenty p; 20 p**) đồng hai mươi xu.

twerp /twɜːp/ *dt* (*kng*) kẻ ti tiện, kẻ đáng khinh: *you twerp!* đồ ti tiện!

twice /twais/ *pht* **1.** hai lần: *I have seen the film twice* tôi đã xem phim đó hai lần **2.** gấp đôi: *I want twice as much (many)* tôi cần gấp đôi thế này. // **be twice the man (woman)** [that somebody is] tốt hơn nhiều; mạnh hơn nhiều: *how dare you criticize him, he is twice the man [that] you are* sao anh dám chỉ trích nó, nó mạnh hơn anh nhiều; **lightning never strikes in the same place twice** *x* lightning[1]; **once bitten, twice shy** *x* once; **once or twice** *x* once; **think twice about something (doing something)** *x* think[1]; **twice over** không phải chỉ một mà là hai: *you've bought enough paint to paint the house twice over* anh đã mua đủ sơn để sơn ngôi nhà không phải chỉ một mà là hai lần kia.

twice told /ˌtwaisˈtəʊld/ *tt* đã nói đến trước đây, đã biết rõ: *a twice-told tale* một truyện đã biết rõ rồi.

twiddle[1] /ˈtwidl/ *đgt* xoay xoay, vặn vặn: *she twiddled the dial on the radio to see what stations she could pick* *up* chị ta xoay xoay nút đài xem có thể bắt được đài nào. // **twiddle one's thumbs** ăn không ngồi rồi.

twiddle² /'twidl/ *dt* **1.** sự xoay xoay, sự vặn vặn **2.** (*kng*) nét vặn, chi tiết xoắn (*để trang trí*).

twig¹ /twig/ *dt* nhánh cây: *they used dry twigs to start the fire* họ dùng nhánh cây khô để nhóm lửa.

twig² /twig/ *dgt* (**-gg-**) (*Anh, kng*) hiểu, nắm được, nhận ra: *I soon twigged who had told them* tôi sớm hiểu ra ai đã bảo cho họ biết.

twiggy /twigi/ *tt* có nhiều nhánh con.

twilight /'twailait/ *dt* **1.** lúc sáng mờ, lúc chiều hôm, lúc tảng sáng: *farmers walking home at twilight* nhà nông đi bộ về nhà lúc chiều hôm **2. the twilight of something** lúc xế chiều (*bóng*) *his twilight years* những năm tháng xế chiều của đời ông.

twilight zone /'twailait zəʊn/ **1.** vùng nội thành đổ nát **2.** lĩnh vực lấp lửng khó phân: *wrestling is in a twilight zone between sport and entertainment* vật là một môn nằm ở lĩnh vực lấp lửng khó phân giữa thể thao và giải trí.

twilit /'twailit/ *tt* nhập nhoạng (*ánh sáng*) *in the twilit gloom* trong bóng tối nhập nhoạng.

twill /twil/ *dt* vải chéo.

twin¹ /twin/ *dt* **1.** trẻ sinh đôi: *one ewe has produced twins* một con cừu mẹ đã đẻ sinh đôi; *my twin brother* người anh sinh đôi của tôi **2.** một cái trong một đôi: *the plate was one of a pair, but I broke its twin* đĩa này vốn có một đôi, nhưng tôi đã đánh vỡ một chiếc; *a ship with twin propellers*

chiếc tàu thủy có một đôi chân vịt. // **the Twins** (*snh*) *nh* Gemini.

twin² /twin/ *dgt* (**-nn-**) (+ **with**) **1.** cặp đôi, ghép đôi **2.** kết nghĩa: *Oxford is twinned with Bonn* Oxford kết nghĩa với Bonn.

twin bed /,twin'bed/ giường một xếp cặp đôi.

twine¹ /twain/ *dt* sợi xe, dây bện: *a ball of twine* một cuộn dây bện.

twine² /twain/ *dgt* **1.** xe, bện: *he makes a rope by twining strings together* nó tạo một dây bằng cách bệnh các tao sợi với nhau **2.** quấn, ôm: *the stems of ivy twined round the tree trunk* thân dây thường xuân quấn quanh thân cây gỗ; *she twined her arms around my neck* cô ta quàng tay quanh cổ tôi.

twin-engined /,twin'en-dʒind/ *tt* có hai động cơ (*máy bay*).

twinge /twindʒ/ *dt* **1.** sự đau nhói: *a twinge of tooth-ache* sự đau nhói răng **2.** sự cắn rứt: *a twinge of con-science* sự cắn rứt lương tâm.

twinkle¹ /'twiŋkl/ *dgt* **1.** lấp lánh: *stars are twinkling in the sky* sao lấp lánh trên trời **2.** long lanh: *her eyes twinkled with mischief* mắt cô ta long lanh tinh nghịch.

twinkle² /'twiŋkl/ *dt* (**the twinkle**) **1.** sự lấp lánh; ánh sáng lấp lánh: *the twinkle of the stars* ánh sáng lấp lánh của các vì sao **2.** ánh long lanh: *"I'm only teasing you" he said with a twinkle in his eyes* "tôi trêu anh đấy", nó nói với ánh long lanh trong mắt **3.** chuyển động nhanh, bước lướt nhanh: *the twinkle of the*

dancers' feet bước lướt nhanh của chân vũ nữ.

twinkling /'twiŋkliŋ/ *dt* **in the twinkling of an eye** trong nháy mắt: *the mood of the crowd can change in the twinkling of an eye* tâm trạng của đám đông có thể thay đổi trong nháy mắt.

twin set /'twin set/ bộ áo cổ chui và áo len dài tay (*của nữ*).

twin town /,twin'taʊn/ thành phố kết nghĩa: *Oxford's twin town in France is Lyon* thành phố kết nghĩa của Oxford ở Pháp là Lyon.

twirl¹ /twɜ:l/ *dgt* **1.** xoay; vân vê: *she sat twirling the stem of the glass in her fingers* chị ta ngồi vân vê chân cốc rượu **2.** xoắn, văn: *she twirled a strand of hair round her finger* cô ta xoắn một lọn tóc quanh ngón tay **3.** quay vòng: *twirling round the dance floor* quay vòng trên sàn nhảy.

twirl² /twɜ:l/ *dt* **1.** sự xoay vòng; vòng xoay **2.** cuộn: *twirls of smoke* những cuộn khói **3.** nét (*viết...*) uốn cong.

twist¹ /twist/ *dgt* **1.** quấn, xoắn: *I twisted the bandage round his knee* tôi quấn băng quanh đầu gối nó; *the telephone wire has got twisted* dây điện thoại bị xoắn **2.** xe, bện: *twist a cord from (out of) silk threads* bện chỉ tơ thành một sợi dây **3.** làm quặn lại, làm méo: *his face was twisted with pain* mặt anh ta quặn lại vì đau đớn; *the car was now just a pile of twisted metal* chiếc xe giờ chỉ còn là một đống sắt méo mó; *she was still twisting about in pain* cô ta còn quằn quại vì đau **4.** quay, xoay: *I twisted my head round to reverse the car* tôi xoay đầu

T

lại để lùi xe; *I twisted round in my seat to speak to her* tôi xoay người lại để nói chuyện với cô ta **5.** uốn khúc, quanh co: *downstream the river twists and turns a lot* ở phía hạ lưu con sông uốn khúc và lượn vòng nhiều lần **6.** làm trẹo, làm sai: *a twisted ankle* mắt cá chân bị trẹo **7.** bóp méo, xuyên tạc: *twist the truth* bóp méo sự thật **8.** đánh cho chạy vòng (*hòn bi-a*). // **twist somebody's arm** (*kng*) thuyết phục ai làm điều gì; buộc ai làm điều gì: *she'll let you borrow the car if you twist her arm* nếu anh thuyết phục được cô ta thì cô ta sẽ cho anh mượn xe đấy; **twist somebody round one's little finger** (*kng*) [biết cách] dắt mũi ai. **twist [something] off [something]** vặn gãy, xoắn đứt: *twist off a piece of wire* xoắn đứt sợi dây thép.

twist² /twist/ *dt* **1.** sự xoắn, sự vặn: *he gave my arm a twist* anh ta vặn cánh tay tôi một cái; *give the rope a few more twists* xoắn sợi dây thừng thêm vài vòng nữa **2.** nút xoắn; vòng cuộn, khúc lượn: *a twist of paper* gói giấy [với hai nút] xoắn hai đầu; *a twist of smoke* cuộn khói; *the twists and turns of the river* những khúc lượn của con sông **3.** sự diễn tiến: *the twists and turns in the economy* những diễn tiến trong nền kinh tế; *a strange twist of fate* một diễn tiến kỳ lạ của số phận **4.** (*số ít*) khuynh hướng riêng (*trong bản tính của ai*), bản tính: *most of those errors were owing to a peculiar twist of his mind* phần lớn những sai lầm đó đều do ở cái tính khác thường của anh ta **5.** sự đánh cho chạy vòng (*hòn*

bi-a). // **get one's knickers in a twist** *x* knickers; **round the bend (twist)** *x* bend².

twisted /'twistid/ *tt* có những cảm nghĩ không tự nhiên; có những ham muốn đồi bại.

twister /'twistə[r]/ *dt* (*kng*) **1.** kẻ bất lương lừa đảo **2.** vấn đề hóc búa: *that's a real twister* thật là một vấn đề hóc búa **3.** (*Mỹ*) vòi rồng.

twisty /'twisti/ *tt* (**-ier; -iest**) có nhiều khúc quành, quanh co: *a twisty path* con đường quanh co.

twit¹ /twit/ *dt* (Anh, *kng*, *thường dùa*) người ngốc nghếch; người khó chịu: *he's an arrogant little twit!* nó là một thằng ngốc nghếch ngạo mạn!

twit² /twit/ *dgt* (**-tt-**) **twit somebody [about (with) something]** (*cũ*) giễu ai (*một cách thân mật*): *his unmarried friends twitted him about his wedding plans* những đứa bạn chưa lập gia đình giễu nó về kế hoạch kết hôn của nó.

twitch¹ /twitʃ/ *dt* **1.** sự co giật: *I thought the mouse was dead, but then it gave a slight twitch* tôi tưởng con chuột đã chết, nhưng rồi nó co giật nhẹ một cái **2.** sự kéo, sự giật mạnh: *I felt a twitch at my sleeve* tôi cảm thấy có ai giật mạnh ở tay áo tôi.

twitch² /twitʃ/ *dgt* **1.** [làm cho] co giật: *the dog's nose twitched as it smelt the meat* mũi con chó giật giật khi nó ngửi thấy mùi thịt **2.** (**+ at**) kéo giật mạnh: *the wind twitched the paper out of my hand* cơn gió kéo giật phắt tờ giấy khỏi tay tôi.

twitchily /'twitʃili/ *pht* [một cách] bồn chồn.

twitchiness /'twitʃinis/ *dt* sự bồn chồn.

twitchy /'twitʃi/ *tt* bồn chồn: *people are beginning to get twitchy about all these rumours* dân chúng bắt đầu bồn chồn lo lắng về tất cả những tin đồn ấy.

twitter¹ /'twitə[r]/ *dgt* **1.** hót líu lo **2.** (*kng*, *xấu*) nói ríu: *he's always twittering on about unimportant things* nó cứ luôn luôn líu ríu về những cái chẳng quan trọng gì cả.

twitter² /'twitə[r]/ *dt* **1.** tiếng hót líu lo **2.** (*kng*) sự bồn chồn: *a twitter of suspense* sự bồn chồn chờ đợi (*một sự việc gì đó*). // **all of a twitter** bồn chồn xốn xang: *she was all of a twitter partly of expectation and partly of fear* chị ta bồn chồn xốn xang, phần vì mong đợi phần vì sợ hãi.

twittery /'twitəri/ *tt* (*kng*) bồn chồn xốn xang.

twixt /twikst/ *gt*, *pht* (*cũ hoặc tho*) *vt* của betwixt.

two¹ /tu:/ *dt*, *đht* hai. // **by (in) twos and threes** từng đôi, từng ba cái một: *applications for the job are coming in slowly in twos and threes* đơn xin việc cứ gửi tới chậm chậm từng đôi ba cái một; **a day (moment; pound...) or two** một vài ngày (lúc, pao...): *may I borrow the book for a day or two?* tôi mượn cuốn sách một vài ngày được không?; **in two** làm đôi: *she cut the cake in two and gave me half* chị ta cắt chiếc bánh làm đôi và cho tôi một nửa; **put two and two together [and make four (five)]** đoán ý nghĩa của sự việc được thấy hoặc nghe kể [và đi đến kết luận đúng hay sai]; *that makes two of us* tôi cũng thế: *"I think*

I'm getting a cold" "that makes two of us" "tôi nghĩ là tôi bị cảm lạnh" "tôi cũng thế".

two² /tu:/ *dt* con số hai.

two- *(trong từ ghép)* [có] hai, [gồm] hai *(cái gì đó): a two-room flat* một căn hộ hai phòng.

two-a-penny /,tu:ə'peni/ *tt* dễ kiếm, rẻ tiền: *qualified staff are two-a-penny at the moment* lúc này nhân viên có năng lực dễ kiếm thôi.

two-bit /'tu:bit/ *tt (Mỹ, kng)* không tốt lắm, không quan trọng lắm, không thích thú lắm...

two bits /,tu:'bits/ *(Mỹ, kng)* hai mươi lăm xu.

two-dimensional /,tu:di-'menʃənl/ *tt* [có] hai chiều, không có chiều sâu: *a two-dimensional image* hình ảnh hai chiều; *a two-dimensional character* tính cách nông cạn hời hợt *(không có chiều sâu).*

two-edged /,tu:'edʒd/ 1. [có] hai lưỡi *(gươm, dao)* 2. [có] hai mặt: *publicity is a two-edged weapon* quảng cáo là một vũ khí hai mặt.

two-faced /,tu:feist/ *tt (xấu)* giả dối, không thành thật.

twofold /'tu:fəʊld/ *tt, pht* 1. gấp đôi: *a twofold increase* sự gia tăng gấp đôi; *her original investment had increased twofold* vốn đầu tư ban đầu của bà ta đã tăng gấp đôi 2. [gồm] hai phần: *a twofold development plan* một kế hoạch phát triển hai phần.

two-handed /,tu:'hændid/ *tt* 1. dùng cả hai tay: *a heavy two-handed sword* thanh gươm nặng cầm cả hai tay 2. phải hai người điều khiển *(dụng cụ): a two-handed saw* cái cưa hai người kéo.

two pence /,tu:'pens/ *(cg* **two'p; 2p)** *(Anh)* đồng hai xu.

twopence /'tʌpəns, (Mỹ 'tu:pəns)/ *tt (cg* **tuppence)** 1. *(trước đây)* hai xu 2. một chút, một tí: *not care (give) twopence (Anh, kng)* không để ý chút nào.

twopenny /'tʌpəni, (Mỹ 'tu:peni)/ *tt (cg* **tuppenny)** 1. [đáng] giá hai xu: *a twopenny stamp* con tem [đáng giá] hai xu 2. ít giá trị; vô giá trị.

twopenny-halfpenny /,tʌpni'heipni, (Mỹ ,tu:peni-'hæfpeni)/ ít giá trị, không mấy giá trị: *some twopenny-halfpenny reporters* một số phóng viên không mấy giá trị.

two-piece /,tu:'pi:s/ *tt* [gồm] hai chiếc *(bộ quần áo): a two-piece suit* bộ quần áo hai chiếc.

two-ply /,tu:plai/ *tt* [gồm] hai lớp, kép *(gỗ, len).*

two-seater /,tu:'si:tə[r]/ *dt* máy bay hai chỗ ngồi; xe hai chỗ ngồi.

twosome /'tu:səm/ *dt* 1. cặp *(vợ chồng...)* 2. trò chơi tay đôi.

two-star /'tu:sta:[r]/ *tt* [ở cấp] hai sao: *a two-star restaurant* của hàng ăn hai sao.

two-step /'tu:step/ *dt* điệu nhảy lướt bước dài.

two-time /'tu:taim/ *dgt (kng)* phụ tình.

two-timer /'tu:taimə[r]/ *dt (kng)* kẻ phụ tình.

two-tone /'tu:təʊn/ *tt* có hai màu; có hai sắc cùng màu: *two-tone shoes* giày hai màu.

two-way /,tu:'wei/ *tt* 1. hai chiều *(đường, công tắc điện...): a two-way traffic* sự đi lại hai chiều 2. thu phát *(dụng cụ vô tuyến...).*

two-way mirror /,tu:wei-'mirə[r]/ gương hai chiều *(nhìn thấy qua được từ mặt sau gương, dùng để quan sát theo dõi người, cảnh ở trước mặt gương).*

tycoon /tai'ku:n/ *dt (kng)* trùm tư bản, vua tư bản: *an oil tycoon* vua dầu hỏa.

tying *dttqk của* tie².

tyke *cg* **tike** /taik/ *dt (kng)* 1. đồ vô lại *(tiếng rủa)* 2. *(Mỹ)* đứa trẻ hư 3. con chó lai, con chó cà tàng.

tympanum /'timpənəm/ *dt (giải) (snh* **tympanums)** 1. màng nhĩ 2. tai giữa.

type¹ /taip/ *dt* 1. loại, thứ: *which type of tea do you prefer?* chị thích uống loại trà nào?; *all types of job* tất cả các loại công việc 2. kiểu: *Nordic type* kiểu người Bắc Âu; *not the type of party I enjoy* không phải là loại tiệc mà tôi thích 3. kiểu người: *he's not my type* anh ta không cùng kiểu người với tôi; *a brainy type* kiểu người thông minh. // **revert to type** *x* revert.

type² /taip/ *dgt* xếp loại: *patients typed by age and blood group* bệnh nhân xếp loại theo tuổi và nhóm máu.

type³ /taip/ *dt* 1. con chữ in 2. kiểu loại và kích cỡ con chữ in: *set something in bold (roman, italic)* in chữ đậm *(chữ đứng thường, chữ nghiêng).*

type⁴ /taip/ *dgt* **type something [out (up)]** đánh máy [chữ]: *this will need to be typed [out] again* bản này phải đánh máy lại; *type well* đánh máy giỏi.

type-face /'taipfeis/ *dt (cg* **face)** kiểu loại và kích cỡ con chữ in: *headings printed in a different type face from the text* tiêu đề được in bằng chữ thuộc kiểu và kích cỡ khác bản văn.

type-script /'taip,skript/ *dt* bản đánh máy *(trước đây dưa sắp chữ để in).*

typesetter /'taip,setə[r]/ *dt* **1.** người sắp chữ **2.** máy sắp chữ *(để in).*

typewriter /'taip,raitə[r]/ *dt* máy chữ.

typewriting /'taip,raitiŋ/ *dt nh* typing.

typewritten /'taip,ritn/ *tt* được đánh máy: *typewritten letters* những bức thư đánh máy.

typhoid /'taifɔid/ *dt (cg* **typhoid fever)** *(y)* bệnh thương hàn.

typhoon /,tai'fu:n/ *dt* bão.

typhus /'taifəs/ *dt (y)* sốt ricketsia.

typical /'tipikl/ *tt* **1.** điển hình: *a typical British pub* một quán rượu điển hình Anh **2.** đặc trưng: *she answered with typical curtness* cô ta trả lời theo kiểu cộc lốc đặc trưng của cô; *such decoration was a typical feature of the baroque period* kiểu trang trí như thế là nét đặc trưng cho thời kỳ Ba rốc; *the train is late again-typical!* tàu hỏa lại đến trễ, đặc trưng thật!

typically /'tipikli/ *pht* **1.** [một cách] điển hình: *he is*

typically American ông ta là một người Mỹ điển hình **2.** [một cách] đặc trưng: *typically, she had forgotten her keys again* lại quên chìa khóa, thật là tật đặc trưng của cô ta.

typify /'tipifai/ *đgt* **(-fied) 1.** *(thường không dùng ở thì tiếp diễn)* là điển hình của: *the high quality that typifies all his work* phẩm chất cao là nét điển hình của toàn bộ công việc của anh ta **2.** điển hình hóa: *in this book we have tried to typify the main classes of verbs* trong cuốn sách này, chúng tôi cố gắng điển hình hóa các lớp động từ chính.

typing /'taipiŋ/ *dt (cg* **type-writing) 1.** sự đánh máy chữ **2.** chữ đánh máy: *two pages of typing* hai trang đánh máy.

typing pool /'taipiŋpu:l/ tổ đánh máy *(ở một hãng...).*

typist /'taipist/ *dt* **1.** thư ký đánh máy **2.** người đánh máy: *he is a good typist* anh ta là một người đánh máy giỏi.

typographer /tai'pɒgrəfə[r]/ *dt* thợ in.

typographic /,taipə'græfik/ *tt (cg* **typographical** /,taipə-'græfikl/) [thuộc sự] in máy,

[thuộc sự] in typo: *typographic error* lỗi in.

typographically /,taipə'græfikli/ *pht* [theo cách] in máy.

typography /tai'pɒgrəfi/ *dt* **1.** thuật in máy **2.** kiểu in.

tyrannical /ti'rænikl/ *tt (cg* **tyrannous)** bạo ngược: *a tyrannical ruler* kẻ thống trị bạo ngược.

tyrannically /ti'rænikli/ *pht* [một cách] bạo ngược.

tyrannize, tyrannise /'tirə-naiz/ *đgt* áp chế: *tyrannize over the weak* áp chế kẻ yếu.

tyrannosaurus /ti,rænə'sɔ:-rəs/ *dt (cg* **tyrannosaurus rex)** *(động)* thằn lằn bạo chúa *(hóa thạch).*

tyrannous /'tirənəs/ *tt nh* tyrannical.

tyranny /'tirəni/ *dt* **1.** sự bạo ngược **2.** *(snh)* hành động bạo ngược **3.** chính thể bạo chúa: *nước dưới chính thể bạo chúa.*

tyrant /'taiərənt/ *dt* kẻ bạo ngược, bạo chúa.

tyre /taiə/ *(Mỹ* **tire)** *dt* lốp xe: *a bicycle tyre* lốp xe đạp.

tyro /'taiərəu/ *dt (snh* **tyros)** *(Mỹ) nh* tiro.

tzar /zɑ:[r]/ *dt nh* tsar.

tzarina /zɑ:'ri:nə/ *dt nh* tsarina.

U¹, u / juː/ *dt* (*snh* **U's, u's** /juːz/) U, u (*con chữ thứ 21 trong bảng chữ cái tiếng Anh*)

U² /juː/ *tt* (*kng hoặc dùa*) có tính cách thượng lưu: *very U behaviour* cách đối xử rất thượng lưu.

U³ /juː/ (*Anh*) (*vt của* universal) phù hợp cho mọi tầng lớp (*cuốn phim*): *a U film* một cuốn phim phù hợp cho mọi tầng lớp.

UAE /juːeiˈiː/ (*vt của* United Arab Emirates) các tiểu vương quốc A Rập thống nhất.

UAR /juːeiˈɑː[r]/ (*vt của* United Arab Republic) Cộng hòa A Rập thống nhất.

ubiquitous /juːˈbikwitəs/ *tt* (*chủ yếu dùng làm thngữ*) (*dùa*) có mặt khắp nơi, ở đâu cũng thấy: *ubiquitous traffic wardens* những người giữ gìn trật tự giao thông ở đâu cũng thấy.

ubiquitously /juːˈbikwitəsli/ *pht* khắp nơi đều có, đâu cũng thấy.

ubiquity /juːˈbikwəti/ *dt* sự có mặt khắp nơi.

U-boat /ˈjuːbəʊt/ *dt* tàu ngầm Đức (*trong thế chiến II*).

UCCA /ˈʌkə/ (*Anh*) (*vt của* Universities Central Council on Admissions) Hội đồng Trung ương tiếp nhận vào các trường đại học: *fill in an UCCA form* điền vào mẫu đơn của Hội đồng Trung ương tiếp nhận vào các trường đại học (*ghi tên trường đại học và môn học mình chọn*).

udder /ˈʌdə[r]/ *dt* bầu vú (*bò, cừu...*).

UDI /juːdiːˈai/ (*vt của* Unilateral declaration of independence) tuyên bố độc lập đơn phương.

UEFA /juːˈiːfə/ (*vt của* Union of European Football Associations) Liên đoàn bóng đá Châu Âu: *the UFFA cup* cúp Liên đoàn bóng đá Châu Âu.

UFO (*cg* ufo) /juːefˈəʊ/, hoặc (*kng*) /ˈjuːfəʊ/ (*snh* ufos) (*vt của* unidentified flying object) vật bay không xác định, đĩa bay.

ugh /ɜː/ *tht* tởm quá! *ugh, you're eating snails!* tởm quá, mày ăn ốc sên đấy hả!

ugli /ˈʌgli/ *dt* (*snh* **uglis, uglies**) (*cg* **ugli fruit**) (*thực*) quýt lai (*lai quýt và bưởi chùm*).

ugliness /ˈʌglinis/ *dt* **1.** sự xấu xí, sự nghe khó chịu **2.** sự xấu, sự đáng sợ, sự mang tính chất đe dọa.

ugly /ˈʌgli/ *tt* **1.** xấu xí; nghe khó chịu: *an ugly face* bộ mặt xấu xí; *the ugly screeching of parrots* tiếng kêu choe chóe khó chịu của chim vẹt **2.** xấu, đáng sợ; có tính chất đe dọa: *ugly threats* những lời hăm dọa đáng sợ; *an ugly storm is brewing* một cơn bão với tính chất đầy đe dọa đang kéo tới. // **miserable (ugly) as sin** *x* sin; **an ugly customer** (*kng*) một anh chàng khó chơi; **an ugly duckling** người thoạt nhìn bề ngoài không ra gì mấy nhưng rồi mới thấy là rất đáng khâm phục.

UHF /juːeitʃˈef/ (*vt của* ultra-high frequency) (*radiô*) siêu cao tần.

UHT /juːeitʃˈtiː/ (*vt của* ultra heat treated) xử lý bằng siêu nhiệt: *UHT milk* sữa xử lý bằng siêu nhiệt.

UK /juːˈkei/ (*vt của* United Kingdom) Vương quốc Liên hiệp Anh (*gồm nước Anh và Bắc Ai-Len*): *a UK citizen* một công dân Vương quốc Liên hiệp Anh.

ukulele /juːkəˈleili/ *dt* (*nhạc*) đàn iu-cơ-lê-li (*loại đàn ghita Hawai bốn dây*).

ulcer /ˈʌlsə[r]/ *dt* (*y*) loét: *gastric ulcers* loét dạ dày.

ulcerate /ˈʌlsəreit/ *dgt* [*làm*] loét: *aspirin can ulcerate the stomach lining* aspirin có thể làm loét màng dạ dày.

ulceration /ˌʌlsəˈreiʃn/ *dt* (*y*) sự loét.

ulcerous /ˈʌlsərəs/ *tt* (*y*) loét.

ulna /ˈʌlnə/ *dt* (*snh* **ulnae** /ˈʌlniː/) (*giải*) xương trụ (ở cẳng tay người, ở chi trước của động vật bốn chân).

ulterior /ʌlˈtiəriə[r]/ *tt* kín, ẩn, không nói ra: *ulterior motive* ẩn ý.

ultimate¹ /ˈʌltimət/ *tt* **1.** sau cùng, cuối cùng, chót: *ultimate decision* quyết định cuối cùng **2.** cơ bản: *ultimate cause* nguyên nhân cơ bản **3.** (*kng*) tột bực: *ultimate stupidity* sự ngốc nghếch tột bực.

ultimate² /ˈʌltimət/ *dt* (*số ít*) **the ultimate [in something]** (*kng*) cái tột bậc, cái cao cấp nhất: *these ceramic tiles are the ultimate in modern kitchen design* gạch men này là loại cao cấp nhất trong kiểu thiết kế nhà bếp hiện đại.

ultimately /ˈʌltimətli/ *pht* **1.** cuối cùng: *ultimately, all the colonies will become inde-*

pendent cuối cùng tất cả thuộc địa sẽ giành được độc lập **2.** về cơ bản: *all matter ultimately consists of atoms* về cơ bản mọi vật chất đều cấu tạo bằng nguyên tử.

ultimata /ˌʌlti'meitə/ *dt snh của* ultimatum.

ultimatum /ˌʌlti'meitəm/ *dt* (*snh* **ultimatums** hoặc **ultimata**) tối hậu thư.

ultra- (*tiền tố*) **1.** cực kỳ: *ultra-conservative* cực kỳ bảo thủ **2.** cực [độ]: *ultra-violet* cực tím.

ultramarine[1] /ˌʌltrəmə'ri:n/ *dt* màu xanh biếc.

ultramarine[2] /ˌʌltrəmə'ri:n/ *tt* xanh biếc.

ultrasonic /ˌʌltrə'sonik/ *tt* [thuộc] siêu âm: *ultrasonic waves* sóng siêu âm.

ultrasound /ˌʌltrə'saʊnd/ *dt* siêu âm.

ultraviolet /ˌʌltrə'vaiələt/ *tt* cực tím: *ultraviolet rays* tia cực tím; *ultraviolet lamp* đèn [phát ra tia] cực tím.

ululate /'ju:ljʊleit/ *dgt* tru tréo, la hét (*vì đau, vì sợ...*).

ululation /ju:lju'leiʃn/ *dt* tiếng tru tréo, tiếng la hét: *the ululation of the mourning woman* tiếng la hét của chị phụ nữ đang than khóc.

umber[1] /'ʌmbə[r]/ *dt* màu nâu đất: *burnt umber* chất màu nâu đỏ.

umber[2] /'ʌmbə[r]/ *tt* [có] màu nâu đất.

umbilical /ʌm'bilikl/ (*trong y học, cg* /ˌʌmbi'laikəl/) *tt* [thuộc] rốn; gần rốn.

umbilical cord /ʌm,bilik-'kɔ:d/ (*giải*) dây rốn.

umbilicus /ʌm'bilikəs/ (*trong y học, cg* /ˌʌmbi'laikəl/) *dt* (*giải*) rốn.

umbra /'ʌmbrə/ *dt* (*snh* **umbrae** hoặc **umbras**) (*thiên*) bóng tối (*trong hiện tượng hiện thực*).

umbrae /'ʌmbri:/ *dt snh của* umbra.

umbrage /'ʌmbridʒ/ *dt* **give umbrage; take umbrage [at something]** [làm cho ai] cảm thấy bị coi thường, bị xúc phạm: *I invited her because I'm afraid of giving umbrage* tôi đã mời cô ta vì sợ làm cho cô ta cảm thấy bị coi thường; *he took umbrage at my remarks and left* nó cảm thấy bị xúc phạm qua những lời nhận xét của tôi và bỏ đi.

umbrella /ʌm'brelə/ *dt* **1.** ô, dù; lọng: *put up an umbrella* giương dù lên; *take down an umbrella* xếp dù lại **2.** (*bóng*) ô dù, sự bảo trợ: *the new country was formed under the political umbrella of the United Nations* nước mới này được thành lập dưới sự bảo trợ của Liên Hiệp Quốc **3.** (*bóng*) (*chủ yếu dùng làm thngữ*) hãng kiểm soát trung ương: *an umbrella organization* tổ chức kiểm soát trung ương.

umlaut /'ʊmlaʊt/ *dt* (*ngôn*) hiện tượng biến âm sắc.

umpire[1] /'ʌmpaiə[r]/ *dt* trọng tài (*trong thể thao, trong vụ tranh chấp*).

umpire[2] /'ʌmpaiə[r]/ *dgt* làm trọng tài: *umpire a match (a dispute)* làm trọng tài trong một cuộc thi đấu (một vụ tranh chấp).

umpteen /'ʌmpti:n/ *dt, đht* (*kng*) khối, vô kể: *umpteen of them left* khối đứa chúng nó bỏ ra về.

umpteenth /'ʌmpti:nθ/ *dt, đht* thứ không biết là bao nhiêu: *for the umpteenth time* không biết lần thứ bao nhiêu nữa.

'un /ən/ *dt* (*kng*) một: *he's a bad 'un* nó là một thằng đốn mạt.

un- (*tiền tố* **1.** (*với tt, pht và dt*): không: *unable* không có khả năng; *untruth* điều không thật, điều giả dối **2.** (*với dgt tạo thành dgt*) *un-clock* mở khóa **3.** (*với dt, dgt*): *unearth* đào lên, bới lên; *unhorse* làm ngã ngựa.

UN /ju:'en/ (*vt của* United Nations) Liên Hiệp Quốc.

unabashed /ˌʌnə'bæʃt/ *tt* (*đùa*) không xấu hổ; không bối rối.

unabated /ˌʌnə'beitid/ *tt* (*thường vị ngữ*) không giảm sút (*con bão, con khủng hoảng...*): *our enthusiasm remained unabated* nhiệt tình của chúng tôi vẫn không giảm sút.

unable /ʌn'eibl/ *tt* (*thường vị ngữ*) **unable to do something** không thể làm gì: *she is unable to walk* cô ta không thể đi bộ được; *I tried to contact him but was unable to* tôi đã cố tiếp xúc với ông ta nhưng không thể được.

unabridged /ˌʌnə'bridʒd/ *tt* không rút ngắn; nguyên vẹn (*bài nói...*): *unabridged editions of "War and Peace"* ấn bản "Chiến tranh và Hòa bình" không rút ngắn.

unacceptable /ˌʌnək'septəbl/ *tt* không thể chấp nhận: *unacceptable arguments* lý lẽ không thể chấp nhận.

unacceptably /ˌʌnək'septəbli/ *pht* [một cách] không thể chấp nhận được: *unacceptably low standards* những tiêu chuẩn thấp một cách không thể chấp nhận được.

unaccompanied /ˌʌnə'kʌmpənid/ *tt* **1.** không có người đi kèm: *children unaccompanied by an adult will not* *be admitted* trẻ con không có người lớn đi kèm sẽ không được vào; *unaccompanied luggage* hành lý không có chủ kèm theo **2.** *(nhạc)* không có nhạc đệm: *sing unaccompanied* hát không có nhạc đệm.

unaccountable /ˌʌnəˈkaʊntəbl/ *tt* **1.** không thể giải thích, không thể hiểu: *his disappearance was quite unaccountable* sự biến mất của nó là hoàn toàn không thể giải thích được **2.** (+ to) không chịu trách nhiệm.

unaccountably /ˌʌnəˈkaʊntəbli/ *pht* [một cách] không thể giải thích được: *unaccountably absent from the meeting* vắng mặt ở buổi họp mà không thể giải thích được.

unaccounted /ˌʌnəˈkaʊntid/ *tt (vị ngữ)* **unaccounted for 1.** không được ghi vào sổ sách kế toán: *one passenger is still unaccounted for* một hành khách còn chưa được ghi vào sổ sách kế toán **2.** không được giải thích: *his disappearance is unaccounted for* sự biến mất của nó đã không được giải thích.

unaccustomed /ˌʌnəˈkʌstəmd/ *tt* **1. unaccustomed to something** không quen: *unaccustomed as I am to public speaking* không quen nói trước quần chúng như tôi **2.** bất thường; không bình thường; bất thường: *his unaccustomed silence* sự im lặng bất thường của anh ta.

unacknowledged /ˌʌnəkˈnɒlidʒd/ *tt* không được thừa nhận: *her contribution to the research went largely unacknowledged* sự đóng góp của chị ta vào công cuộc nghiên cứu không được thừa nhận rộng rãi.

unadopted /ˌʌnəˈdɒptid/ *tt* *(Anh)* không được chính quyền sở tại trông nom bảo dưỡng *(dường sá)*.

unadulterated /ˌʌnəˈdʌltəreitid/ *tt* **1.** không pha trộn, thuần khiết *(thực phẩm)* **2.** hoàn toàn, trọn vẹn: *unadulterated bliss* niềm hạnh phúc trọn vẹn.

unaffected /ˌʌnəˈfektid/ *tt* **1.** (+ by) không bị ảnh hưởng: *rights unaffected by the new laws* những quyền không bị ảnh hưởng bởi các luật mới **2.** không giả tạo, chân thật: *welcome somebody with unaffected pleasure* đón mừng ai với niềm vui thích chân thật.

unalloyed /ˌʌnəˈlɔid/ *tt* thuần khiết; *unalloyed joy* niềm vui thuần khiết.

un-American /ˌʌnəˈmerikən/ *tt* chống Mỹ: *un-American activities* hoạt động chống Mỹ.

unanimity /ˌjuːnəˈnimiti/ *dt* sự nhất trí.

unanimous /juːˈnæniməs/ *tt* nhất trí: *the villagers are unanimous in their opposition to the building of a bypass* dân làng đều nhất trí chống lại sự đắp một con đường vòng; *the proposal was accepted with unanimous approval* đề nghị đã được nhất trí chấp nhận.

unanimously /juːˈnæniməsli/ *pht* [một cách] nhất trí.

unannounced /ˌʌnəˈnaʊnst/ *tt* không được [thông] báo trước, bất ngờ: *he arrived unannounced* nó đến mà không báo trước.

unanswerable /ʌnˈɑːnsərəbl, *(Mỹ* ˌʌnˈænsərəbl)/ *tt* không trả lời được, không cãi lại được, không bác được: *an unanswerable case* một

trường hợp không thể bác được.

unapproachable /ˌʌnəˈprəʊtʃəbl/ *tt* khó bắt chuyện, khó gần *(người)*.

unarmed /ˌʌnˈɑːmd/ *tt* tay không: *he walked into the camp unarmed* nó đi vào trại tay không *(không mang vũ khí)*; *soldiers trained in unarmed combat* binh sĩ được huấn luyện đánh nhau tay không *(không sử dụng vũ khí)*.

unashamed /ˌʌnəˈʃeimd/ *tt* không xấu hổ, không biết ngượng: *they kissed each other with unashamed delight* họ hôn nhau một cách thích thú không biết ngượng.

unashamedly /ˌʌnəˈʃeimdli/ *pht* [một cách] không xấu hổ, [một cách] không biết ngượng.

unasked /ˌʌnˈɑːskt, *(Mỹ* ˌʌnˈæskt)/ *tt, pht* **1.** không được hỏi đến, không được nhắc đến: *the meeting ended and the all-important question remained unasked* cuộc họp kết thúc và vấn đề quan trọng nhất vẫn chưa được nhắc đến **2.** không được mời: *she came to the party unasked* chị ta đến dự tiệc tuy không được mời.

unasked-for /ˌʌnˈɑːsktfə/ *tt* không được yêu cầu, tự nguyện: *unasked-for contributions to the fund* những đóng góp tự nguyện cho quỹ.

unassailable /ˌʌnəˈseiləbl/ *tt* không thể bị tấn công, không thể bị công kích: *an unassailable fortress* một pháo đài không thể bị tấn công; *her argument is unassailable (bóng)* lý lẽ của cô ta là không thể công kích.

unassuming /ˌʌnəˈsjuːmiŋ, *(Mỹ* ˌʌnəˈsuːmiŋ)/ *tt* khiêm

U

tốn: *the champion's unassuming manner* phong cách khiêm tốn của nhà quán quân.

unassumingly /ˌʌnə'sjuːmiŋli, (Mỹ ˌʌnə'suːmiŋli)/ *pht* [một cách] khiêm tốn.

unattached /ˌʌnə'tætʃt/ *tt* **1.** không dính dáng tới: *people unattached to any political organization* những người không dính dáng gì tới bất cứ một tổ chức chính trị nào **2.** chưa lập gia đình, chưa hứa hôn, không có bạn tình.

unattended /ˌʌnə'tendid/ *tt* **1.** không có chủ có mặt tại chỗ: *unattended luggage* hành lý không có chủ đi theo **2.** bỏ mặc: *they left the baby at home unattended all evening* họ bỏ mặc đứa bé ở nhà suốt buổi tối.

unavailing /ˌʌnə'veiliŋ/ *tt* vô hiệu quả: *all our protests were unavailing* mọi phản kháng của chúng ta đều vô hiệu quả.

unavoidable /ˌʌnə'vɔidəbl/ *tt* không thể tránh, không thể trốn tránh: *unavoidable duties* những nhiệm vụ không thể trốn tránh.

unavoidably /ˌʌnə'vɔidəbli/ *pht* [một cách] không thể tránh được: *unavoidably delayed* bị hoãn lại không thể tránh được.

unaware /ˌʌnə'weə[r]/ *tt (vị ngữ)* **unaware of something (that...)** không biết, không ý thức được: *he was unaware of my presence (that I was present)* nó không biết tôi có mặt; *I am not unaware of the problem* tôi không phải là không ý thức được vấn đề đó.

unawares /ˌʌnə'weəz/ *pht* **1.** bất ngờ, đột nhiên: *catch unawares* bất ngờ chộp lấy **2.** [do] vô ý: *I must have dropped my keys unawares* chắc là tôi đã vô ý đánh rơi chùm chìa khóa. // **catch (take) somebody unawares** làm ai ngạc nhiên: *you caught us unawares by coming so early* bạn đến sớm thế làm chúng tôi ngạc nhiên.

unbalance /ˌʌn'bæləns/ *dgt* làm mất thăng bằng, làm rối (trí...): *her death had an unbalancing effect on Joe* cái chết của cô ta đã có tác dụng làm rối tâm trí của Joe; *overproduction is seriously unbalancing the EEC economy* sản xuất thừa đang làm kinh tế cộng đồng Châu Âu mất cân đối nghiêm trọng.

unbalanced /ˌʌn'bælənst/ *tt* **1.** loạn trí: *he shot her while temporarily unbalanced* nó bắn cô ta trong cơn nhất thời loạn trí **2.** lệch lạc, có thiên kiến: *the unbalanced reporting of the popular tabloids* sự tường thuật đầy thiên kiến của các tờ báo lá cải.

unbar /ˌʌn'baː[r]/ *dgt* **(-rr-)** bỏ then cài đi, mở (cửa): *unbar the way to a nuclear-free world* mở đường tới một thế giới phi hạch tâm (thế giới không hạt nhân).

unbearable /ˌʌn'beərəbl/ *tt* không chịu nổi: *I find his rudeness unbearable* tôi thấy sự thô lỗ của nó không chịu nổi.

unbearably /ˌʌn'beərəbli/ *pht* [một cách] không chịu nổi: *unbearably hot* nóng không chịu nổi.

unbeatable /ˌʌn'biːtəbl/ *tt* không thể bị thua, không thể vượt quá được: *the Brazilian team is regarded as unbeatable* đội Braxil được xem như là không thể bị thua.

unbeaten /ˌʌn'biːtn/ *tt* chưa ai đánh bại, chưa ai vượt nổi: *an unbeaten team* một đội chưa ai đánh bại: *his time of 3 min 2 sec remains unbeaten* thời gian 3 phút 2 giây của anh vẫn chưa có ai vượt nổi.

unbecoming /ˌʌnbi'kʌmiŋ/ *tt* **1.** không hợp với người mặc (kiểu áo, áo...) **2.** (+ to, for) không thích hợp, không phải lối: *it was thought unbecoming for young ladies to smoke* người ta cho rằng phụ nữ trẻ mà hút thuốc lá là không phải lối.

unbeknown /ˌʌnbi'nəʊn/ *tt, pht* không (ai đó) hay biết: *unbeknown to his parents, he had not been to school for a week* nó đi không đi học một tuần lễ mà bố mẹ không hay biết.

unbelief /ˌʌnbi'liːf/ *dt* sự thiếu niềm tin (đặc biệt về mặt tôn giáo).

unbelievable /ˌʌnbi'liːvəbl/ *tt* không thể tin được: *her excuse was frankly unbelievable* lời xin lỗi của cô ta thực sự không thể tin được.

unbelievably /ˌʌnbi'liːvəbli/ *pht* [đến] không thể tin được: *unbelievably hot* nóng đến không thể tin được.

unbeliever /ˌʌnbi'liːvə[r]/ *dt* người không có đức tin.

unbelieving /ˌʌnbi'liːviŋ/ *tt* không tin, nghi ngờ: *she stared at me with unbelieving eyes* cô ta chằm chằm nhìn tôi với đôi mắt nghi ngờ.

unbend /ˌʌn'bend/ *dgt* **(unbent) 1.** kéo thẳng, vuốt thẳng **2.** trở nên xuề xòa thoải mái hơn: *most professors unbend outside the lecture theatre* phần lớn giáo sư trở nên xuề xòa thoải mái hơn ở bên ngoài giảng đường.

unbending /ˌʌn'bendiŋ/ *tt* không lay chuyển được, cứng rắn: *the government's unbending attitude towards the strikers* thái độ cứng rắn của chính phủ đối với những người đình công.

unbidden /ˌʌn'bidn/ *pht* **1.** không được yêu cầu, không ai bảo, tự ý: *walk in, help unbidden* bước vào, giúp đỡ mà không ai yêu cầu cả **2.** (bóng) tự động, tự dưng: *images coming unbidden to one's mind* hình ảnh tự dưng hiện lên trong trí óc.

unbind /ˌʌn'baind/ *dgt* (**unbound**) mở, cởi, tháo, thả.

unblemished /ˌʌn'blemiʃt/ *tt* không có vết nhơ: *an unblemished reputation* thanh danh không chút vết nhơ.

unblushing /ˌʌn'blʌʃiŋ/ *tt* không xấu hổ, không hổ thẹn, vô liêm sỉ.

unblushingly /ˌʌn'blʌʃiŋli/ *pht* [một cách] không xấu hổ, [một cách] vô liêm sỉ.

unborn /ˌʌn'bɔ:n/ *tt* chưa sinh ra; [trong] tương lai: *unborn children* trẻ chưa sinh; *generations yet unborn* những thế hệ tương lai.

unbosom /ˌʌn'buzəm/ *dgt* (văn) thổ lộ, bày tỏ: *unbosom oneself* thổ lộ tâm can.

unbounded /ʌn'baundid/ *tt* (văn) không giới hạn, vô hạn; vô độ: *unbounded joy* niềm vui vô hạn; *unbounded ambition* lòng tham vô độ.

unbowed /ˌʌn'baud/ *tt* (văn) không bị đánh bại; không bị thua: *they left the battlefield, bloody but unbowed* họ rời chiến trường mình mẩy đầy máu nhưng không bị thua.

unbreakable /ˌʌn'breikəbl/ *tt* không thể vỡ, không thể gãy: *unbreakable toys* những thứ đồ chơi không thể vỡ; *the unbreakable spirit of the resistance* tinh thần kháng cự không thể nào bẻ gãy được.

unbridled /ˌʌnbraidld/ *tt* (thường thngữ) không kiềm chế, buông thả: *unbridled jealousy* tính ghen tuông không kiềm chế.

unbroken /ʌn'brəukən/ *tt* **1.** không bị gián đoạn; không bị xáo trộn: *ten hours of unbroken sleep* mười tiếng đồng hồ ngủ một mạch; *the unbroken silence of the woods* sự im lặng không bị phá rối của khu rừng **2.** chưa bị phá (kỷ lục) **3.** chưa thuần (ngựa).

unbuckle /ˌʌn'bʌkl/ *dgt* nói khóa; mở khóa (dây thắt lưng).

unburden /ˌʌn'bɜ:dn/ *dgt* cất bớt gánh nặng (bóng): *unburden one's conscience* cất bớt gánh nặng đè lên lương tâm; *unburden one's soul to a friend* bộc lộ tâm tư với bạn.

unbusinesslike /ˌʌn'biznislaik/ *tt* không có óc kinh doanh, không biết cách làm ăn: *unbusinesslike attitudes* những thái độ làm ăn thiếu óc kinh doanh.

unbutton /ˌʌn'bʌtn/ *dgt* cởi khuy (áo...).

unbuttoned /ˌʌn'bʌtnd/ *tt* (bóng) không câu nệ, phóng khoáng: *her unbuttoned style of management* kiểu cách điều hành phóng khoáng của bà ta.

uncalled-for /ʌn'kɔ:ldfɔ:[r]/ *tt* không cần thiết; không đáng: *your comments were quite uncalled-for* những lời bàn của anh hoàn toàn là không cần thiết.

uncannily /ʌn'kænili/ *pht* **1.** [một cách] không tự nhiên **2.** [một cách] kỳ lạ: *an uncannily accurate prediction* một lời dự đoán chính xác kỳ lạ.

uncanny /ʌn'kæni/ *tt* (**-ier; -iest**) **1.** không tự nhiên: *the silence was uncanny* sự im lặng không tự nhiên **2.** kỳ lạ, khác thường: *an uncanny resemblance* một sự giống nhau kỳ lạ.

uncared-for /ʌn'keədfɔ:[r]/ *tt* không được chăm sóc, bị bỏ bê: *uncared-for children* trẻ em không được chăm sóc; *uncared-for gardens* vườn tược bị bỏ bê.

unceasing /ˌʌn'si:siŋ/ *tt* không ngừng, liên tục: *unceasing efforts* những nỗ lực không ngừng.

unceasingly /ˌʌn'si:siŋli/ *pht* [một cách] không ngừng; [một cách] liên tục.

unceremonious /ˌʌnˌseri'məuniəs/ *tt* **1.** không kiểu cách: *the dinner was a relaxed unceremonious occasion* bữa ăn tối là một dịp xả hơi thoải mái, không nghi thức kiểu cách **2.** khiếm nhã, bất lịch sự: *he made an unceremonious exit* nó đi ra một cách bất lịch sự.

unceremoniously /ˌʌnˌseri'məuniəsli/ *pht* **1.** [một cách] không kiểu cách **2.** [một cách] bất lịch sự: *I was escorted unceremoniously to the door* tôi được đưa tiễn tới cửa một cách khá bất lịch sự.

uncertain /ʌn'sɜ:tn/ *tt* **1.** không biết chắc chắn; không được biết chắc chắn: *uncertain about (of) one's legal rights* không biết chắc chắn các quyền lợi hợp pháp của mình: *the outcome is still uncertain* hậu quả vẫn còn chưa được biết chắc chắn **2.** không thể tin cậy được: *his aim is uncertain* ý định của nó là không thể tin cậy được **3.** thất thường: *uncer-*

U

tain weather thời tiết thất thường; *a man of uncertain temper* một người tính khí thất thường **4.** ngập ngừng: *an uncertain voice* giọng nói ngập ngừng; *the baby's first uncertain steps* những bước đi chập chững đầu tiên của em bé. // **in no uncertain terms** rõ ràng và có phần thô lỗ: *I told him in no uncertain terms what I thought of him* tôi nói cho anh ta biết rõ ràng tuy có phần thô lỗ tôi nghĩ về anh ta như thế nào.

uncertainly /ʌn'sɜːtnli/ *pht* [một cách] ngập ngừng: *speak uncertainly* nói ngập ngừng.

uncertainty /ʌn'sɜːtnti/ *dt* **1.** sự không chắc **2.** điều không chắc, điều bấp bênh: *the uncertainties of life* những điều bấp bênh của cuộc sống.

uncharitable /ʌn'tʃærɪtəbl/ *tt* khắt khe (*nhất là trong việc đánh giá người khác*): *I don't want to be uncharitable, but she's not a terribly good cook* tôi không muốn mang tiếng là khắt khe, nhưng chị ta quả không phải là một đầu bếp giỏi ghê gớm gì đâu.

uncharitably /ʌn'tʃærɪtəbli/ *pht* [một cách] khắt khe.

uncharted /ʌn'tʃɑːtid/ *tt* **1.** không được ghi trên bản đồ (hải đồ): *an uncharted island* một hòn đảo không có tên trên bản đồ (hải đồ) **2.** chưa được khám phá; chưa được lập bản đồ: *an uncharted area* một vùng chưa ai khám phá; *the uncharted depths of human emotions* (*bóng*) những chiều sâu chưa được khám phá của cảm xúc con người.

unchecked /ʌn'tʃekt/ *tt* (*xấu*) không cản lại được,

không kìm lại được: *rumours spreading unchecked* lời đồn đại lan ra không kìm lại được.

unchristian /ʌn'krɪstʃən/ *tt* trái với giáo lý đạo Cơ Đốc, không nhân đức: *unchristian behaviour* cách cư xử không nhân đức.

uncivil /ʌn'sɪvl/ *tt* thô lỗ, bất lịch sự: *it was uncivil of you to say that* anh nói như thế là thô lỗ quá.

uncle /'ʌŋkl/ *dt* **1.** bác, chú, cậu (*anh em trai của cha, của mẹ, chồng của chị hoặc em gái mẹ*): *my uncle Ba* bác (chú, cậu) Ba của tôi; *now you're an uncle* bây giờ anh đã lên chức chú (bác, cậu) rồi đấy **2.** (*kng*) bác (*bạn trai của bố mẹ*). // **bob's your uncle** x bob⁴: **talk like a Dutch uncle** x talk².

unclean /ʌn'kliːn/ *tt* **1.** không thanh khiết (*theo cách suy nghĩ tôn giáo*): *unclean hearts* những trái tim không thanh khiết **2.** không tinh khiết (*nói về thực phẩm; do đó không ăn được*).

Uncle Sam /ʌŋkl'sæm/ (*kng, văn*) chú Xam (*nước Mỹ*): *fighting for Uncle Sam* chiến đấu cho nước Mỹ.

Uncle Tom /ʌŋkl'tɒm/ (*kng, xấu*) chú Tôm (*người da đen kết thân và xu phụ người da trắng*).

uncoil /ʌn'kɔɪl/ *dgt* duỗi thẳng ra (*cái gì đã cuộn, đã quấn*): *the snake uncoiled itself* con rắn duỗi thẳng mình ra; *uncoil a hose-pipe* tháo thẳng một cuộn ống tưới nước.

uncoloured (*Mỹ* **uncolored**)/ʌn'kʌləd/ *tt* **uncoloured by something** không bị ảnh hưởng, không chịu tác động (*của cái gì*): *his judgement was uncoloured by personal*

prejudice ý kiến của ông ta không bị thành kiến cá nhân ảnh hưởng tới.

uncomfortable /ʌn'kʌmftəbl/ *tt* **1.** không tiện nghi, không thoải mái: *uncomfortable chairs* ghế ngồi không thoải mái **2.** cảm thấy khó chịu, bực bội: *children make some people feel uncomfortable* trẻ con làm cho một số người cảm thấy khó chịu.

uncomfortably /ʌn'kʌmftəbli/ *pht* **1.** [một cách] không thoải mái **2.** [một cách] không an tâm, [một cách] lo lắng: *the exams are getting uncomfortably close* kỳ thi đang đến gần một cách đáng lo lắng.

uncommitted /ʌnkə'mitid/ *tt* **uncommitted to something (somebody)** không thực sự gắn bó với, không kiên quyết liên kết với: *some workers remain uncommitted to the project* một số công nhân vẫn không tỏ ra thực sự gắn bó với dự án.

uncommon /ʌn'kɒmən/ *tt* khác thường: *an uncommon sight* cảnh tượng khác thường; *there was an uncommon likeness between the two boys* có sự giống nhau khác thường giữa hai cậu bé ấy.

uncommonly /ʌn'kɒmənli/ *pht* [một cách] khác thường: *uncommonly intelligent* thông minh khác thường.

uncompromising /ʌn'kɒmprəmaizɪŋ/ *tt* không thỏa hiệp, không nhượng bộ, cương quyết: *an uncompromising negotiator* nhà thương thuyết không thỏa hiệp.

uncompromisingly /ʌn'kɒmprəmaizɪŋli/ *pht* không thỏa hiệp, không nhượng bộ, [một cách] cương quyết.

unconcern /ˌʌnkən'sɜ:n/ *dt* sự hờ hững, sự không quan tâm: *she heard the news of his death with apparent unconcern* chị ta nghe tin nó chết với vẻ hờ hững.

unconcerned /ˌʌnkən'sɜ:nd/ *tt* 1. (+ with) không quan tâm, hờ hững: *unconcerned with questions of religion* không quan tâm đến những vấn đề tôn giáo 2. (+ at) không lo lắng: *they were unconcerned at the poor weather* họ không lo lắng gì đến chuyện thời tiết xấu.

unconcernedly /ˌʌnkən-'sɜ:ndli/ *pht* 1. [một cách] không quan tâm 2. [một cách] không lo lắng.

unconditional /ˌʌnkən'di-ʃənl/ *tt* vô điều kiện: *an unconditional surrender* sự đầu hàng vô điều kiện.

unconditionally /ˌʌnkən'di-ʃənəli/ *pht* [một cách] vô điều kiện.

unconditioned /ˌʌnkən'di-ʃnd/ *tt* (sinh) không điều kiện (phản xạ): *unconditioned reflex* phản xạ không điều kiện.

unconfirmed /ˌʌnkən'fɜ:md/ *tt* không được xác nhận: *unconfirmed rumours of a coup* lời đồn không được xác nhận về một cuộc đảo chính.

unconscionable /ʌn'kɒnʃə-nəbl/ *tt* (thngữ) (đùa) phi lý, quá đáng: *you take an unconscionable time getting dressed!* em mặc quần áo mất nhiều thì giờ quá đáng thế!.

unconscionably /ʌn'kɒnʃə-nəbli/ *pht* một cách phi lý, một cách quá đáng.

unconscious¹ /ʌn'kɒnʃəs/ *tt* 1. bất tỉnh: *knock somebody unconscious* đánh ai bất tỉnh 2. (+ of) không biết: *he was quite unconscious of having offended them* nó hoàn toàn không biết là đã xúc phạm họ 3. không cố ý, không chủ tâm, vô tình: *an unconscious slight* sự vô tình xem thường.

unconscious² /ʌn'kɒnʃəs/ *dt* the unconscious tiềm thức.

unconsciously /ʌn'kɒnʃəsli/ *pht* [một cách] vô tình.

unconsciousness /ʌn'kɒnʃəsnis/ *dt* 1. sự bất tỉnh 2. sự không nhận thức được (việc mình đang làm, cái mình đang nói).

unconsidered /ˌʌnkən'si-dəd/ 1. không cân nhắc, không suy nghĩ chín chắn 2. bị coi khinh, bị xem rẻ (như là có ít giá trị).

unconvincing /ˌʌnkən'vin-siŋ/ *tt* không dễ gì mà tin, không dễ gì mà chấp nhận; không có sức thuyết phục: *an unconvincing excuse* một lời tạ lỗi không có sức thuyết phục.

unconvincingly /ˌʌnkən-'vinsiŋli/ *pht* [một cách] không đủ sức thuyết phục.

uncooperative /ˌʌnkəʊ-'ɒpərətiv/ *tt* không muốn hợp tác: *uncooperative witnesses*: nhân chứng không muốn hợp tác.

uncork /ʌn'kɔ:k/ *dgt* mở nút (chai, thùng rượu...).

uncountable /ʌn'kaʊntəbl/ *tt* không đếm được.

uncouple /ʌn'kʌpl/ *dgt* tháo, cắt (toa xe lửa).

uncouth /ʌn'ku:θ/ *tt* thô lỗ, quê kệch (người, phong cách).

uncouthness /ʌn'ku:θnis/ *dt* sự thô lỗ, sự quê kệch.

uncover /ʌn'kʌvə[r]/ *dgt* 1. mở nắp, giở ra 2. khám phá ra, phát hiện: *uncover a plot against the President* phát hiện một âm mưu chống lại tổng thống.

uncritical /ˌʌn'kritikl/ *tt* không phê phán, thiếu óc phê phán: *he has rather an uncritical eye for paintings* ông ta hơi thiếu con mắt phê phán đối với các bức tranh; *uncritical supporters of the government* những kẻ ủng hộ chính phủ thiếu phê phán.

uncritically /ˌʌnkritikli/ *pht* [một cách] không phê phán, [một cách] thiếu óc phê phán.

uncrossed /ʌn'krɒst, (Mỹ ʌn'krɔ:st)/ chưa gạch chéo (séc).

uncrowned king /ˌʌnkraʊnd'kiŋ/ *dt* (c uncrow-ned queen /ˌʌnkraʊnd'kwi:n/) vua, bà hoàng (người bậc thầy trong một lãnh vực nào đó): *the uncrowned king of chess players (chess, the chess-board)* vua cờ.

uncrushable /ʌn'krʌʃəbl/ *tt* 1. không thể vò nhàu (vải) 2. (văn) không chấp nhận bị thua (người, ý chí...).

UNCTAD /'ʌnktæd/ (vt của United Nations Conference on Trade and Development) Hội nghị mậu dịch và phát triển của Liên Hiệp Quốc.

unction /'ʌŋkʃn/ *dt* 1. (tôn) lễ xức dầu thánh 2. *nh* unctuousness.

unctuous /'ʌŋktjuəs/ *tt* mơn trớn; ngọt xớt: *speak in unctuous tones* nói giọng ngọt xớt.

unctuously /'ʌŋktjuəsli/ *pht* [một cách] mơn trớn; [một cách] ngọt xớt.

unctuousness /'ʌŋktjuəsnis/ *dt* sự mơn trớn, sự ngọt xớt.

uncurl /ʌn'kɜ:l/ *dgt* duỗi thẳng ra: *she uncurled her legs from under her* cô ta duỗi thẳng đôi chân đang ngồi gập dưới thân mình.

U

uncut /ˌʌn'kʌt/ *tt* **1.** chưa rọc (*sách mới*) **2.** chưa được cắt xén qua xét duyệt (*bộ phim...*) **3.** chưa trau, chưa gọt, chưa tạo dáng (*ngọc*).

undaunted /ˌʌn'dɔ:ntid/ *tt* (*thường vị ngữ*) không nản lòng, không sợ hãi, ngoan cường: *he continued the climb, undaunted by his fall* nó tiếp tục leo, không hề sợ ngã.

undeceive /ˌʌndi'si:v/ *dgt* làm cho khỏi lầm, làm cho hết ảo tưởng: *his behaviour soon undeceived her as to his true intentions* hành vi của anh ta đã sớm làm cho cô hiểu ý định thật sự của anh.

undecided /ˌʌndi'saidid/ *tt* **1.** chưa được giải quyết, chưa ngã ngũ: *the issue remains undecided* vấn đề đó còn chưa giải quyết ngã ngũ **2.** (+ about) lưỡng lự, do dự: *I'm still undecided [about] who to vote for* tôi còn lưỡng lự chưa biết bỏ phiếu cho ai.

undeclared /ˌʌndi'kleəd/ *tt* không trình báo hải quan (*hàng hóa*).

undemonstrative /ˌʌndi-'mɒnstrətiv/ *tt* không thổ lộ tâm tình, kín đáo.

undeniable /ˌʌndi'naiəbl/ *tt* không thể chối cãi được, rõ ràng và chắc chắn: *undeniable facts* những sự kiện rõ ràng và chắc chắn; *his ability is undeniable* khả năng của anh ta là không thể chối cãi được.

under[1] /'ʌndə[r]/ *gt* **1.** dưới: *the cat was under the table* con mèo ở dưới bàn; *let's shelter under the trees* ta hãy trú dưới tàn cây; *the water flows under the bridge* nước chảy dưới cầu; *under eighteen years of age* dưới mười tám tuổi; *a village un-der the hill* một làng dưới ngọn đồi; *it's under a mile from here to the post office* từ đây tới bưu điện dưới một dặm đường; *she has a staff of 19 working under her* bà ta có một ban nhân viên 19 người làm việc dưới quyền; *Britain under Thatcher* nước Anh dưới thời Thatcher; *write a novel un-der the pseudonym of Colin Kettle* viết một cuốn tiểu thuyết dưới bút danh Colin Kettle **2.** theo điều khoản (*một hợp đồng...*): *under the terms of the lease, you had no right to sublet the pro-perty* theo điều khoản của hợp đồng cho thuê, anh không có quyền cho thuê lại tài sản **3.** đang; trong: *the car is under repair* xe đang chữa; *be under con-struction* đang được xây dựng; *the matters under dis-cussion* những vấn đề đang được thảo luận; *under these conditions* trong những điều kiện này **4.** chịu ảnh hưởng của: *you'll be under [an] an-aesthetic, so you won't feel a thing* anh sẽ bị đánh (chịu ảnh hưởng của) thuốc mê nên chắc sẽ không cảm thấy gì hết **5.** được xếp vào loại: *if it's not under sport, try looking under biography* nếu cái đó không được xếp trong mục thể thao, thì thử tìm xem trong mục tiểu sử **6.** được trồng (*cây gì đó*): *fields under rice* những cánh đồng trồng lúa.

under[2] /'ʌndə[r]/ *pht* **1.** ở dưới nước: *if you take a deep breath you can stay under for more than a mi-nute* nếu anh hít sâu vào thì anh có thể ở dưới nước lâu hơn một phút; *the ship went under on its first vo-yage* con tàu đã chìm trong chuyến đi đầu tiên **2.** bất tỉnh; ngất: *she felt herself going under* cô ta cảm thấy sắp bị ngất **3.** dưới mức tuổi nào đó: *children of nine or under* trẻ em chín tuổi hay dưới tuổi đó.

under[3] /'ʌndə[r]/ *tt* [ở] dưới: *under jaw* hàm dưới; *the under layers* những lớp dưới.

under- (*tiền tố*) **1.** (*cùng với dt*) a/ dưới: *undercurrent* dòng chảy ngầm b/ thứ, phó (*thấp hơn về thứ bậc*): *un-dersecretary* thứ trưởng **2.** (*cùng với tt, dgt*) chưa tới mức: *underestimate* đánh giá thấp; *underripe* chưa chín hẳn; *underdeveloped* phát triển chưa đầy đủ.

underachieve /ˌʌndərə'tʃi:v/ *dgt* (*trại*) làm (*bài ở trường*) chưa được như mong muốn.

underachiever /ˌʌndərə'tʃi:və[r]/ *dt* học sinh làm bài chưa được như mong muốn.

underact /ˌʌndər'ækt/ *dgt* diễn xuất không đạt lắm: *underact a part* diễn xuất một vai không đạt lắm.

underarm[1] /'ʌndəra:m/ *tt* [thuộc] nách; [ở] nách; [dùng cho] nách: *underarm hair* lông nách; *underarm perspi-ration* sự ra mồ hôi nách; *underarm deodorant* thuốc trị hôi nách.

underarm[2] /'ʌndəra:m/ *tt, pht* (*cg* **underhand**) [với] tay giữ thấp dưới vai (*chơi cricket...*).

underbelly /'ʌndəˌbeli/ *dt* (*số ít*) **1.** thịt bụng (*thường là thịt lợn*) **2.** điểm yếu (*của một vị trí, một kế hoạch*).

underbid /ˌʌndə'bid/ *dgt* (-dd-) (**underbid**) **1.** bỏ thầu thấp hơn (*ai*) **2.** xướng bài thấp hơn.

underbrush /'ʌndəbrʌʃ/ (*Mỹ*) *nh* **undergrowth**.

undercarriage /'ʌndəkæridʒ/ dt (cg **landing-gear**) càng hạ cánh (của máy bay).

undercharge /ʌndə'tʃɑːdʒ/ dgt lấy giá quá rẻ: he undercharged me £1 for the book (for the book by £1) ông ta lấy tôi giá quá rẻ cuốn sách ấy, chỉ tính có 1 bảng mà thôi.

underclothes /'ʌndəkləʊðz/ dt snh (cg **underclothing** /'ʌndəkləʊðiŋ/) quần áo lót, đồ lót.

undercoat /'ʌndəkəʊt/ dt lớp sơn lót.

undercover /ʌndə'kʌvə[r]/ tt 1. (thường thngữ) giấu giếm, lén lút: undercover payments những khoản tiền trả lén lút (như để hối lộ...) 2. hoạt động tay trong, nội gián: undercover organizations những tổ chức nội gián.

undercurrent /'ʌndə,kʌrənt/ dt 1. dòng chảy ngầm 2. trào lưu ngầm: an undercurrent of discontent một trào lưu bất mãn ngầm.

undercut /'ʌndəkʌt/ dt (Anh) thịt thăn.

underdeveloped country /ʌndədi'veləpt'kʌntri/ nước chậm phát triển.

underdog /'ʌndədɒg, (Mỹ 'ʌndədɔːg)/ the underdog người yếu; nước yếu; đội yếu (xem ra khó mà được trong cuộc đấu): crowds supporting the underdog đám đông ủng hộ bên yếu.

underdone /ʌndə'dʌn/ tt chưa chín tới (món ăn).

underestimate[1] /ʌndər'estimeit/ dgt đánh giá thấp: underestimate the difficulty of the expedition đánh giá thấp khó khăn của cuộc thám hiểm; never underestimate your opponent chớ bao giờ đánh giá thấp đối thủ của mình.

underestimate[2] /ʌndər'estimət/ dt sự đánh giá thấp.

underexpose /ʌndərik'spəʊz/ dgt lộ sáng thiếu (khi chụp ảnh...).

underexposure /ʌndərik'spəʊʒə[r]/ dt sự lộ sáng thiếu.

underfed /ʌndə'fed/ tt thiếu ăn: underfed children trẻ em thiếu ăn.

underfelt /ʌndəfelt/ dt nỉ trải sàn (dưới thảm).

underfloor /ʌndə'flɔː[r]/ tt dưới sàn nhà (hệ thống sưởi...): underfloor heating hệ thống sưởi đặt dưới sàn nhà.

underfoot /ʌndə'fʊt/ pht dưới chân, trên mặt đất: the snow underfoot was soft and deep lớp tuyết dưới chân xốp và dày; it's muddy underfoot mặt đất đầy bùn.

undergarment /'ʌndə,gɑːmənt/ dt quần áo lót.

undergo /ʌndə'gəʊ/ dgt (underwent; undergone) trải qua, chịu, bị; undergo great hardship trải qua lắm khó khăn gian khổ; undergo privation chịu thiếu thốn; undergo major surgery phải chịu ca phẫu thuật lớn.

undergone /ʌndə'gɒn, (Mỹ ʌndə'gɔːn)/ dttqk của undergo.

undergraduate /ʌndə'grædʒʊət/ dt sinh viên chưa tốt nghiệp.

underground[1] /ʌndə'graʊnd/ pht 1. dưới mặt đất: the nuclear waste was buried deep underground chất thải nguyên tử đã được chôn sâu dưới mặt đất 2. bí mật, ẩn nấp: he went underground to avoid the police nó ẩn nấp để tránh cảnh sát.

underground[2] /'ʌndəgraʊnd/ tt 1. dưới mặt đất: underground passages lối đi dưới mặt đất; underground carpark bãi đỗ xe dưới mặt đất 2. bí mật (tổ chức chính trị...): the underground resistance movement phong trào kháng chiến bí mật.

underground[3] /'ʌndəgraʊnd/ dt the underground (số ít) 1. (cg Anh, kng the tube, Mỹ subway) xe điện ngầm: travel by underground đi [bằng] xe điện ngầm 2. tổ chức bí mật; hoạt động bí mật (nhất là về chính trị); contact the underground bắt liên lạc với tổ chức bí mật.

undergrowth /'ʌndəgrəʊθ/ dt (Mỹ underbrush) cây bụi; tầng cây bụi.

underhand[1] /ʌndə'hænd/ tt, pht nh underarm[2].

underhand[2] /ʌndə'hænd/ tt (cg underhanded /ʌndə'hændid/) lừa lọc [một cách] lén lút: underhand tricks những ngón lừa lọc lén lút.

underlain /ʌndə'lain/ dttqk của underlie.

underlay[1] /ʌndəlei/ dt tấm lót thảm (bằng nỉ, cao su...).

underlay[2] /ʌndəlai/ qk của underlie.

underlie /ʌndə'lai/ dgt (underlay; underlain) 1. lót bên dưới: the underlying clay lớp đất sét bên dưới 2. làm cơ sở, làm nền tảng cho (hành vi của ai, một học thuyết): the underlying reason for her refusal lý do làm cơ sở cho sự từ chối của chị ta.

underline /ʌndə'lain/ dgt (cg underscore) 1. gạch dưới 2. (bóng) nhấn mạnh: she underlined her disapproval by walking out cô ta nhấn mạnh sự không tán thành của cô bằng cách bỏ ra ngoài.

underling /'ʌndəliŋ/ dt (xấu) người cấp dưới, bộ hạ:

hired underlings of a gangster boss những bộ hạ được thuê mướn của một tên trùm găng-xtơ.

undermanned /ˌʌndə-'mænd/ *tt* thiếu thủy thủ *(tàu thủy)*; thiếu nhân công *(nhà máy...)*; thiếu nhân viên *(bệnh viện...)*.

undermentioned[1] /ˌʌndə-'menʃnd/ *tt (thường thngữ)* được nêu dưới đây.

undermentioned[2] /ˌʌndə-'menʃnd/ **the undermentioned** *dt (snh kđổi)* người được nêu dưới đây: *the undermentioned is witness to this contract* người nêu dưới đây là nhân chứng của hợp đồng này.

undermine /ˌʌndə'main/ *dgt* **1.** xói mòn chân: *cliffs undermined by the sea* vách đá bị nước biển xói mòn **2.** *(bóng)* làm suy yếu dần, phá hoại dần: *undermine somebody's reputation* làm suy yếu dần (xói mòn dần) danh tiếng của ai.

underneath[1] /ˌʌndə'ni:θ/ *gt* dưới: *the letter was pushed underneath the door* lá thư được đút vào dưới cửa; *she found a lot of dust underneath the carpet* chị ta thấy một lô bụi dưới tấm thảm.

underneath[2] /ˌʌndə'ni:θ/ *pht* dưới, ở dưới: *she wore a fur coat without nothing underneath* chị ta mặc một chiếc áo choàng bằng da lông thú và dưới áo choàng chẳng có gì nữa cả.

underneath[3] /ˌʌndə'ni:θ/ *dt (số ít)* bên dưới, mặt dưới: *there's a crack on the underneath of the bowl* ở mặt dưới bát có một vết nứt.

undernourished /ˌʌndə'nʌriʃt/ *tt* kém dinh dưỡng, thiếu ăn.

undernourishment /ˌʌndə-'nʌriʃmənt/ *dt* tình trạng kém dinh dưỡng, tình trạng thiếu ăn.

underpants /ˈʌndəpænts/ *tt snh (cg* **pants**) quần đùi *(nam giới)*.

underpass /ˈʌndəpɑːs, (Mỹ ˈʌndəpæs)/ *dt* đường chui *(dưới dường sắt, dưới một con đường khác cho xe cộ, người bộ hành di lại)*.

underpay /ˌʌndə'pei/ *dgt* **(underpaid** /ˌʌndə'peid/) trả lương thấp.

underpin /ˌəndə'pin/ *dgt* **(-nn-) 1.** chống *(một bức tường...)* bằng trụ **2.** làm nòng cốt cho: *a solid basis of evidence underpins her theory* một cơ sở chứng cứ vững chắc làm nòng cốt cho thuyết của chị ta.

underplay /ˌʌndə'plei/ *dgt* coi thường, xem nhẹ: *underplay certain factors* xem nhẹ một vài nhân tố.

underprivileged /ˌʌndə'privəlidʒd/ *tt (trại)* thiệt thòi về quyền lợi: *socially underprivileged groups* những nhóm người thiệt thòi quyền lợi về mặt xã hội.

underrate /ˌʌndəreit/ *dgt* đánh giá thấp: *an underrated actor* một diễn viên bị đánh giá thấp; *underrate an opponent* đánh giá thấp đối thủ.

underscore /ˌʌndə'skɔː[r]/ *dgt nh* underline.

undersea /ˈʌndəsi:/ *tt* dưới mặt biển: *undersea exploration* cuộc thám hiểm dưới mặt biển.

underseal[1] /ˈʌndəsi:l/ *dt (Mỹ* **undercoat**) lớp sơn lót.

underseal[2] /ˈʌndəsi:l/ *dgt* sơn lót.

undersecretary /ˌʌndə'sekrətri, (Mỹ ˌʌndə'sekrəteri)/ *(Anh)* thứ trưởng.

undersell /ˌʌndə'sel/ *dgt* **(undersold)** bán *(hàng hóa)*

hạ giá hơn *(các cửa hàng khác)*.

undersexed /ˌʌndə'sekst/ *tt* yếu sinh lý, ít ham muốn tình dục.

undershirt /ˈʌndəʃɜːt/ *dt (Mỹ) nh* vest[1] 1.

underside /ˈʌndəsaid/ *dt (số ít)* mặt dưới: *his shot hit the underside of the bar* cú sút của anh ta đập vào mặt dưới xà ngang khung thành.

undersigned[1] /ˈʌndəsaind/ *tt* ký tên dưới đây.

undersigned[2] /ˈʌndəsaind/ **the undersigned** *dt (snh kđổi)* người ký tên dưới đây: *we, the undersigned, declare that* chúng tôi những người ký tên dưới đây tuyên bố rằng.

undersized /ˌʌndə'saizd/ *tt (thường xấu)* dưới mức bình thường; nhỏ hơn bình thường, thấp hơn bình thường: *undersized portions of food* khẩu phần thực phẩm thấp hơn bình thường.

underslung /ˌʌndə'slʌŋ/ *tt* **1.** được đỡ từ bên trên **2.** thấp hơn trục *(khung gầm ôtô)*.

undersold /ˌʌndə'səʊld/ *qk* và *dttqk* của undersell.

understaffed /ˌʌndə'stɑːft, (Mỹ ˌʌndə'stæft)/ *tt* thiếu nhân công, thiếu nhân viên: *the school is badly understaffed* nhà trường quá thiếu giáo viên.

understand /ˌʌndə'stænd/ *dgt* **(understood)** *(không dùng ở thì tiếp diễn)* hiểu: *I'm not sure that I fully understand you* tôi không chắc là hiểu anh đầy đủ; *I can understand French perfectly* tôi có thể hiểu được tiếng Pháp một cách hoàn hảo; *I don't understand why he came* tôi không hiểu tại sao nó đến; *we thoroughly understand each other (one* *another)* chúng tôi hoàn toàn hiểu nhau; *the situation, as I understand it, is very dangerous* tình hình theo như tôi hiểu là rất nguy hiểm; *in the sentence "I can't drive", the object "a car" is understood* trong câu "I can't drive", bổ ngữ "a car" được hiểu ngầm. // **give somebody to understand [that]** làm cho ai tin rằng, làm cho ai nghĩ rằng: *he gave me to understand that he would not be returning* nó làm cho tôi nghĩ rằng *(nó nói cho tôi biết là)* nó sẽ không trở lại; **make oneself understood** [diễn đạt rõ ràng] làm cho người ta hiểu mình: *he doesn't speak much English but he can make himself understood* nó nói tiếng Anh không nhiều nhưng nó có thể làm cho người ta hiểu nó được.

understandable /ˌʌndə-'stændəbl/ *tt* có thể hiểu được: *the instructions was not easily understandable* chỉ thị không dễ hiểu lắm đâu; *it was quite understandable that he was annoyed* cũng thật dễ hiểu là nó đã bực mình.

understandably /ˌʌndə-'stændəbli/ *pht* [một cách] có thể hiểu được: *she was understandably annoyed* chị ta bực mình là điều có thể hiểu được.

understanding[1] /ˌʌndə-'stændiŋ/ *dt* **1.** sự hiểu; sự hiểu biết: *have a good understanding of economics* hiểu biết về kinh tế; *I have only a limited understanding of French* tôi chỉ có hiểu biết giới hạn về tiếng Pháp; *no real understanding between husband and wife* không có sự hiểu nhau thật sự giữa vợ và chồng **2.** cách hiểu: *according to my understanding of the letter, it means something quite different* theo cách tôi hiểu lá thư thì nó có nghĩa hoàn toàn khác kia **3.** thỏa thuận sơ bộ, thỏa thuận không chính thức: *come to (reach) an understanding with management about pay* đạt được một thỏa thuận sơ bộ với ban quản trị về tiền lương. // **on the understanding that; on this understanding** với điều kiện là: *I lent him £5 on the understanding that he would repay me today* tôi cho nó vay 5 bảng với điều kiện là nó trả tôi trong ngày hôm nay.

understanding[2] /ˌʌndə'stændiŋ/ *tt* hiểu biết, thông cảm: *luckily, I have a very understanding boss* may mắn thay tôi có một ông chủ rất thông cảm.

understate /ˌʌndə'steit/ *dgt* **1.** nói bớt, nói giảm đi: *they understated the seriousness of the crime* họ nói giảm bớt tính nghiêm trọng của tội ác **2.** bày tỏ một cách dè dặt.

understatement /ˌʌndə-'steitmənt/ *dt* **1.** sự nói bớt, sự nói giảm đi **2.** lời nói giảm nhẹ *(không đúng sự thật)*: *to say that he was displeased is an understatement* nói là nó phật ý là nói quá nhẹ *(thực ra nó giận dữ)*.

understood /ˌʌndə'stud/ *qk* và *dttqk* của understand.

understudy[1] /ˈʌndəstʌdi/ *dt* **understudy to somebody** diễn viên dự bị thế vai *(ai)*: *the Vice-President acts as understudy to the President (bóng)* phó chủ tịch là người thế chủ tịch khi cần thiết.

understudy[2] /ˌʌndə'stʌdi/ *dgt* (**understudied**) đóng thế vai: *understudy [the role of] Ophelia* đóng thế vai Ophelia.

undertake /ˌʌndə'teik/ *dgt* (**undertook; undertaken**) **1.** nhận làm: *undertake a mission* nhận làm một sứ mệnh **2.** cam kết, đồng ý: *he undertook to finish the job by Friday* nó cam kết làm xong công việc vào thứ sáu.

undertaker /ˈʌndəteikə[r]/ *dt* nhà đòn, người làm dịch vụ lễ tang.

undertaken /ˌʌndə'teikən/ *dttqk* của undertake.

undertaking[1] /ˌʌndə'teikiŋ/ *dt* **1.** công việc: *a commercial undertaking* công việc buôn bán **2.** lời hứa; sự bảo đảm: *an undertaking that the loan would be repaid* sự bảo đảm là tiền vay sẽ được hoàn lại.

undertaking[2] /ˈʌndəteikiŋ/ *dt* công việc nhà đòn, công việc dịch vụ lễ tang.

under-the-counter /ˌʌndə-ðə'kauntə[r]/ *tt (kng)* lén lút, lậu: *under-the-counter sales* hàng bán lậu.

undertone /ˈʌndətəun/ *dt* **1.** *(thường snh)* giọng thấp, giọng khẽ: *talk in undertone* nói khẽ **2.** biểu hiện tế nhị: *there was an undertone of sadness in her letter* có biểu hiện buồn tế nhị trong thư của cô ta **3.** sắc dịu: *pink with an undertone of mauve* màu hồng pha sắc hoa cà nhạt dịu.

undertook /ˌʌndə'tuk/ *qk* của undertake.

undertow /ˈʌndətəu/ *dt* dòng chảy sâu *(hướng ngược dòng chảy mặt)*.

undervalue /ˌʌndə'vælju:/ *dgt* định giá thấp, đánh giá thấp: *we had undervalued the flat by £5000* chúng tôi

U

đã định giá thấp căn phòng với giá 5000 bảng; *don't undervalue Jim's contribution to the research* đừng có đánh giá thấp phần đóng góp của Jim vào công cuộc nghiên cứu.

underwater /ˌʌndəˈwɔːtə[r]/ *tt* dưới nước: *underwater caves* hang động dưới nước; *underwater cameras* máy ảnh chụp dưới nước.

underwater /ˌʌndəˈwɔːtə[r]/ *pht* dưới nước: *the duck disappeared underwater* con vịt lặn biến xuống nước.

underwear /ˈʌndəweə[r]/ *dt* (*cg* **underclothes, underclothing**) đồ lót, quần áo lót.

underweight /ˌʌndəˈweit/ *tt* nhẹ cân, thiếu cân: *you are only slightly underweight for your height* anh chỉ hơi nhẹ cân so với chiều cao của anh; *the coal is six pounds underweight (underweight by six pounds)* than chưa đầy sáu cân Anh.

underwent /ˌʌndəˈwent/ *qk* của undergo.

underworld /ˌʌndəˈwɜːld/ *dt* **the underworld** (số ít) 1. âm phủ, âm ty, địa ngục 2. thế giới tội phạm: *police contacts in the London underworld* cảnh sát tiếp xúc với giới tội phạm Luân Đôn.

underwrite /ˌʌndəˈrait/ *dgt* (**underwrote, underwritten**) 1. bảo hiểm (*hàng hóa, tàu thủy*) 2. bảo lãnh: *the shares were underwritten by the Bank of England* các cổ phần được Ngân hàng Anh bảo lãnh 3. đảm trách tài trợ: *the new project with a grant of £5 million* chính phủ đảm trách tài trợ cho dự án mới với một món tiền trợ cấp là 5 triệu bảng.

underwriter /ˈʌndəˌraitə[r]/ *dt* người làm hợp đồng bảo hiểm.

underwritten /ˌʌndəˈritn/ *đttqk* của underwrite.

underwrote /ˌʌndəˈrəʊt/ *qk* của underwrite.

undeserved /ˌʌndiˈzɜːvd/ *tt* không xứng đáng: *an underserved punishment* một hình phạt không xứng đáng.

undeservedly /ˌʌndiˈzɜːvidli/ *pht* [một cách] không xứng đáng.

undesirability /ˌʌndizaiərəˈbiliti/ *dt* 1. tình trạng không mong muốn, sự gây khó chịu 2. tình trạng không ai ưa.

undesirable¹ /ˌʌndiˈzaiərəbl/ *tt* 1. không mong muốn; gây khó chịu: *the drug has no undesirable side-effects* thuốc không gây phản ứng phụ khó chịu 2. không ai ưa: *undesirable elements* những phần tử không ai ưa.

undesirable² /ˌʌndiˈzaiərəbl/ *dt* người không ai ưa.

undesirably /ˌʌndiˈzaiərəbli/ *pht* [một cách] chẳng ai ưa.

undeterred /ˌʌndiˈtɜːd/ *tt* không nản lòng, không nao núng: *undeterred by failure* không nản lòng vì thất bại.

undeveloped /ˌʌndiˈveləpt/ *tt* 1. chưa phát triển (*cơ quan trong cơ thể...*) 2. chưa khai thác; chưa sử dụng (*đất đai*): *undeveloped resources* tài nguyên chưa khai thác.

undid /ʌnˈdid/ *qk* của undo.

undies /ˈʌndiz/ *dt snh* (*kng; hài*) đồ lót, quần áo lót (*của phụ nữ*).

undignified /ʌnˈdignifaid/ *tt* không đàng hoàng; vụng về.

undischarged /ˌʌndisˈtʃɑːdʒd/ *tt* 1. chưa trả (*món nợ*) 2. về mặt pháp lý còn bị nợ và chưa được ngưng trả nợ (*người vỡ nợ*).

undisputed /ˌʌndisˈpjuːtid/ *tt* 1. không thể nghi ngờ: *undisputed facts* sự kiện không thể nghi ngờ 2. không ai tranh giành: *the undisputed champion* danh hiệu quán quân không ai tranh giành.

undistinguished /ˌʌndiˈstiŋgwiʃt/ *tt* không có gì nổi bật; tầm thường, xoàng: *be undistinguished as a diplomat* là một nhà ngoại giao xoàng.

undivided /ˌʌndiˈvaidid/ *tt* hoàn toàn. // **give one's undivided attention to [something (somebody)]** hoàn toàn tập trung vào (*ai, điều gì*); **get (have) somebody's undivided attention** là mối quan tâm hoàn toàn của ai: *Tom seldom got his mother's undivided attention* Tom hiếm khi được mẹ nó quan tâm hoàn toàn.

undo /ʌnˈduː/ *dgt* (**undid; undone**) 1. tháo, cởi, mở: *I can't undo my shoelaces* tôi không cởi dây giày được; *undo a parcel* mở một gói; *undo some knitting* tháo đồ đan 2. xóa, hủy: *undo a contract* hủy một hợp đồng 3. phá hủy: *the disastrous fire undid months of hard work* ngọn lửa tai hại kia đã phá hủy hàng tháng lao động cật lực.

undoing /ʌnˈduːiŋ/ *dt* (số ít) nguyên nhân suy sụp, nguyên nhân tan nát: *drink was his undoing* rượu chè là nguyên nhân suy sụp của hắn.

undone¹ /ʌnˈdʌn/ *đttqk* của undo.

undone² /ʌnˈdʌn/ *tt* (vị ngữ) 1. mở, cởi, không cài: *your buttons are all undone* tất cả khuy áo của anh đều mở cả 2. không làm; chưa xong, bỏ dở: *he died with his work* *still undone* ông ta mất đi để lại công việc còn bỏ dở.

undoubted /ʌn'daʊtid/ *tt (thngữ)* không thể nghi ngờ được; chắc chắn: *an undoubted authority on the subject* một chuyên gia không còn ai nghi ngờ về chủ đề đó.

undoubtedly /ʌn'daʊtidli/ *pht* [một cách] không thể nghi ngờ được; [một cách] chắc chắn: *undoubtedly so* chắc chắn là thế.

undreamed-of /ʌn'dri:mdɒv/ *(cg* **undreamt-of**) /ʌn'dremtɒv/ không mơ tưởng đến, không ngờ tới: *undreamed-of success* thành công không ngờ tới.

undress[1] /ʌn'dres/ *dgt* **1.** cởi quần áo ra? *undress and get into bed* cởi quần áo ra và đi ngủ **2.** cởi quần áo *(cho ai)*: *undress a child* cởi quần áo cho em bé.

undress[2] /ʌn'dres/ *dt* **1.** sự trần truồng: *the little boy ran out of the house, still in a state of undress* cậu bé chạy ra khỏi nhà, thân thể còn trần truồng **2.** quần áo nhà binh thường *(không phải để mặc khi có lễ lạt).*

undressed /ʌndrest/ *tt* **1.** đã cởi hết quần áo ra **2.** chưa xử lý và băng bó *(vết thương)* **3.** chưa chế biến, chưa thuộc *(da thú vật).*

undrinkable /ʌn'driŋkəbl/ *tt* không uống được *(vì có chất bẩn hay vì phẩm chất kém)*: *this wine is quite undrinkable* rượu vang này hoàn toàn không uống được.

undue /ʌn'dju:, *(Mỹ* ʌn'du:)/ *(thngữ)* quá mức, quá chừng: *with undue haste* vội vàng quá mức; *show undue concern to something* tỏ ra quan tâm quá mức đối với việc gì.

undulate /'ʌndjuleit, *(Mỹ* ʌndʒʊleit)/ *dgt* lượn sóng, nhấp nhô: *a field of wheat undulating in the breeze* một cánh đồng lúa mì nhấp nhô như sóng lượn trong làn gió nhẹ.

undulation /ʌndju'leiʃn, *(Mỹ* 'ʌndʒʊ'leiʃn)/ *dt* **1.** chuyển động như sóng lượn **2.** đường lượn sóng, đường nhấp nhô: *the downs fell in gentle undulations to the sea* đụn cát tạo thành những đường nhấp nhô thoai thoải ra tận biển.

unduly /ʌn'dju:li, *(Mỹ* ʌn'du:li)/ *pht* [một cách] quá mức; [một cách] quá chừng: *without being unduly pessimistic* không bi quan quá mức.

undying /ʌn'daiiŋ/ *tt* bất tử, bất diệt: *undying love* tình yêu bất diệt; *undying fame* thanh danh bất tử.

unearned /ʌn'ɜ:nd/ *tt* **1.** kiếm được không phải do làm việc *(như lợi tức do đầu tư mà được)* **2.** không xứng đáng: *unearned praise* sự khen ngợi không xứng đáng.

unearth /ʌn'ɜ:θ/ *dgt* **1.** đào lên, khai quật: *unearth buried treasure* khai quật một kho tàng chôn dưới đất **2.** *(bóng)* mò tìm ra, phát hiện: *unearth new facts about Shakespeare* phát hiện thêm những sự kiện mới về Shakespeare.

unearthly /ʌn'ɜ:θli/ *tt* **1.** siêu nhiên; kỳ dị; đáng sợ: *unearthly visions* những ảo ảnh kỳ dị; *the silence was unearthly* sự im lặng thật là đáng sợ **2.** *(thngữ) (kng)* sớm một cách vô lý, không thích hợp: *why should I get up at this unearthly hour?* tại sao tôi lại phải thức dậy vào cái giờ sớm một cách vô lý này?

unease /ʌn'i:z/ *dt (văn)* sự lo âu; sự lo lắng.

uneasily /ʌn'i:zili/ *pht* **1.** [một cách] không thoải mái, [một cách] bực bội **2.** [một cách] lo lắng, [một cách] không yên **3.** [một cách] bứt rứt, [một cách] khó chịu.

uneasiness /ʌn'i:zinis/ *dt* **1.** sự không thoải mái, sự bực bội **2.** sự lo lắng.

uneasy /ʌn'i:zi/ *tt* **1.** không thoải mái, bực bội; *I'm uneasy about this decision* tôi không thoải mái về quyết định này **2.** lo lắng; không yên: *pass an uneasy night* qua một đêm không yên giấc **3.** bứt rứt, khó chịu: *they had an uneasy suspicion that all was not well* họ ngờ vực một cách khó chịu là mọi sự đều không tốt đẹp.

uneatable /ʌn'i:təbl/ *tt* không ăn được *(vì phẩm chất kém).*

uneconomic /ʌn,i:kə'nɒmik; ʌn,ekə'nɒmik/ *tt* không kinh tế, không sinh lợi: *uneconomic factories* những nhà máy không sinh lợi.

uneconomical /ʌn,i:kə'nɒmikl; ʌn,ekə'nɒmikl/ *tt* không tiết kiệm, lãng phí: *an uneconomical method of housekeeping* một phương pháp quản lý gia đình lãng phí.

uneconomically /ʌn,i:kə'nɒmikli, ʌn,ekə'nɒmikli/ [một cách] không tiết kiệm, [một cách] lãng phí.

unedifying /ʌn'edifaiiŋ/ *tt* xấu xa; phạm đến luân thường đạo lý.

uneducated /ʌn'edjʊkeitid/ *tt* **1.** thiếu giáo dục **2.** vô học.

U

unemployed¹ /ˌʌnimˈplɔid/ *tt* **1.** thất nghiệp **2.** không được sử dụng hữu ích: *unemployed wealth* của cải không được sử dụng hữu ích.

unemployed² /ˌʌnimˈplɔid/ **the unemployed** *dt (dgt snh)* những người thất nghiệp.

unemployment /ˌʌnimˈplɔimənt/ *dt* **1.** sự thất nghiệp; nạn thất nghiệp **2.** số lao động thất nghiệp: *reduce unemployment* giảm số lao động thất nghiệp; *the rising level of unemployment* mức độ gia tăng của số lao động thất nghiệp.

unemployment benefit /ˌʌnimˈplɔimənt ˌbenifit/ trợ cấp thất nghiệp.

unemployment compensation /ˌʌnimˈplɔimənt ˌkɔmpənˈseiʃn/ *(Mỹ)* *nh* unemployment benefit.

unending /ʌnˈendiŋ/ *tt* không dứt; không ngừng: *the unending struggle between good and evil* cuộc đấu tranh không ngừng giữa thiện và ác; *I'm tired of your unending complaints* tôi phát ngấy lên vì những lời phàn nàn không dứt của anh.

unenlightened /ˌʌninˈlaitnd/ *tt* **1.** không sáng tỏ, không hiểu: *after his complicated explanation, I'm afraid I was still completely unenlightened* sau lời giải thích rắc rối của anh ta, tôi sợ tôi còn hoàn toàn chưa sáng tỏ **2.** tin nhảm *(vì thiếu kiến thức)*.

unenviable /ʌnˈenviəbl/ *tt* khó khăn và không mấy thích thú: *the policeman had the unenviable job of telling her that her husband had been killed* viên cảnh sát có nhiệm vụ khó khăn và không mấy thích thú là báo cho bà ta biết là chồng bà đã bị giết.

unequal /ʌnˈiːkwəl/ *tt* **1. unequal in something** khác nhau *(về kích cỡ, số lượng)*: *the twins are unequal in height* cặp sinh đôi khác nhau về chiều cao **2.** không cân nhau, không bình đẳng: *an unequal contest* cuộc thi không cân sức **3. unequal to something** không đủ khả năng, không ngang tầm: *I feel unequal to the task* tôi cảm thấy không ngang tầm nhiệm vụ.

unequalled /ʌnˈiːkwəld/ *tt* không ai sánh kịp, vô song: *unequalled courage* lòng can đảm vô song.

unequally /ʌnˈiːkwəli/ *pht* **1.** [một cách] khác nhau **2.** [một cách] không gần nhau **3.** [một cách] không ngang tầm.

unequivocal /ˌʌniˈkwivəkl/ *tt* rõ rệt, không thể lập lờ nước đôi được: *an unequivocal attitude* thái độ rõ rệt.

unequivocally /ˌʌniˈkwivəkəli/ *pht* [một cách] rõ rệt.

unerring /ʌnˈɜːriŋ/ *tt* không sai, chính xác: *unerring judgement* sự phán đoán chính xác.

unerringly /ʌnˈɜːriŋli/ *pht* [một cách] không sai, [một cách] chính xác.

UNESCO *(cg* **Unesco)** /juːˈneskəu/ *(vt của* United Nations Educational Scientific and Cultural Organization) Tổ chức giáo dục, khoa học và văn hóa Liên Hiệp Quốc.

uneven /ʌnˈiːvn/ *tt* **1.** không phẳng, gồ ghề, gập ghềnh *(đường, đất...)* **2.** không đều: *his heart beat at an uneven rate* tim nó đập nhịp không đều; *work of uneven quality* công việc chất lượng không đều **3.** không cân sức *(cuộc đấu...).*

unevenly /ʌnˈiːvntfəli/ *pht* **1.** [một cách] gồ ghề, [một cách] gập ghềnh **2.** [một cách] không đều **3.** [một cách] không cân sức.

unevenness /ʌnˈiːvənnis/ *dt* **1.** sự gồ ghề, sự gập ghềnh **2.** sự không đều **3.** sự không cân sức.

uneventful /ˌʌniˈventfl/ *tt* không có biến cố, bình dị: *an uneventful life* cuộc sống bình dị.

uneventfully /ˌʌniˈventfəli/ *pht* [một cách] bình dị.

uneventfulness /ˌʌniˈventfəlnis/ *dt* sự bình dị

unexampled /ˌʌnigˈzaːmpəld/ *tt* đặc biệt: *unexampled bravery* lòng dũng cảm đặc biệt.

unexceptionable /ˌʌnikˈsepʃənəbl/ *tt* không thể chê trách, không chê vào đâu được, hoàn toàn vừa ý: *her unexceptionable behaviour* cách cư xử không thể chê vào đâu được của cô ta.

unexceptionably /ˌʌnikˈsepʃənəbli/ *pht* [một cách] không chê vào đâu được.

unexceptional /ˌʌnikˈsepʃənl/ *tt* không có gì khác thường; bình thường.

unexceptionally /ˌʌnikˈsepʃənəli/ *pht* [một cách] bình thường.

unexpected¹ /ˌʌniksˈpektid/ *tt* bất ngờ: *unexpected gifts* những món quà bất ngờ.

unexpected² /ˌʌniksˈpektid/ **the unexpected** *dt (số ít)* điều bất ngờ: *be prepared for the unexpected [to happen]* sẵn sàng đón nhận điều bất ngờ [xảy ra].

unexpectedly /ˌʌnikˈspektidli/ *pht* [một cách] bất ngờ.

unexpectedness /ˌʌnikˈspektidnis/ *dt* tính chất bất ngờ.

unfailing /ʌn'feiliŋ/ *tt* **1.** không bao giờ hết; liên tục *(nói về một cái tốt)*: *with unfailing interest* với lòng quan tâm liên tục **2.** tin cậy được, chắc chắn: *unfailing cooperation* một sự hợp tác tin cậy được.

unfailingly /ʌn'feiliŋli/ luôn luôn, lúc nào cũng: *unfailingly courteous* lúc nào cũng lịch sự.

unfair /ʌn'feə[r]/ *tt* **1.** bất công: *unfair treatment* sự đối xử bất công; *an unfair decision* một quyết định bất công; *she sued her employer for unfair dismissal* chị ta kiện chủ về việc sa thải bất công **2.** không theo luật lệ, không theo nguyên tắc thông thường: *unfair play* chơi trái luật *(trong cuộc đấu bóng...)*.

unfairly /ʌn'feəli/ *pht* **1.** [một cách] bất công **2.** [một cách] trái luật.

unfairness /ʌn'feənis/ *dt* **1.** sự bất công **2.** sự trái luật.

unfaithful /ʌn'feiθfl/ *tt* **1.** (+ to) không chung thủy: *her husband is unfaithful [to her]* chồng chị ta không chung thủy với chị *(có ngoại tình)* **2.** không trung thành, phản bội: *an unfaithful servant* người đầy tớ không trung thành.

unfaithfully /ʌn'feiθfəli/ *pht* **1.** [một cách] không chung thủy **2.** [một cách] không trung thành.

unfaithfulness /ʌn'feiθflnis/ *dt* **1.** sự không chung thủy **2.** sự không trung thành.

unfaltering /ʌn'fɔ:ltəriŋ/ *tt* kiên định: *her unfaltering sense of duty* ý thức kiên định về trách nhiệm của chị ta.

unfalteringly /ʌn'fɔ:ltəriŋli/ *pht* [một cách] kiên định.

unfamiliar /ˌʌnfə'miliə[r]/ *tt* không quen, xa lạ: *working in new and unfamiliar surroundings* làm việc trong môi trường mới và xa lạ; *I'm unfamiliar with this type of computer* tôi không quen với loại máy điện toán này.

unfamiliarity /ˌʌnfəmili'ærəti/ *dt* sự không quen, sự xa lạ.

unfathomable /ʌn'fæðəməbl/ *tt* **1.** sâu quá không dò tới đáy được **2.** *(bóng)* quá lạ, khó dò, khó hiểu: *unfathomable motives* những nguyên cớ khó dò.

unfavourable /ʌn'feivərəbl/ *tt* (*Mỹ* **unfavourable**) không thuận lợi: *an unfavourable situation for starting a new business* tình thế không thuận lợi cho việc khởi đầu một công cuộc kinh doanh mới.

unfeeling /ʌn'fi:liŋ/ *tt* nhẫn tâm; tàn nhẫn: *unfeeling behaviour* cách cư xử nhẫn tâm; *an unfeeling remark* một nhận xét tàn nhẫn.

unfeelingly /ʌn'fi:liŋli/ *pht* [một cách] nhẫn tâm; [một cách] tàn nhẫn.

unfeigned /ʌn'feind/ *tt* không giả dối, chân thành, chân thực.

unfeignedly /ʌn'feindli/ *pht* [một cách] chân thành, [một cách] chân thực.

unfettered /ʌn'fetəd/ *tt* không bị kiểm soát, không bị trói buộc bởi những luật lệ chặt chẽ: *the new city developed quickly, unfettered by the usual planning regulations* thành phố mới phát triển nhanh chóng, không bị những quy định quy hoạch hóa thông thường trói buộc.

unfit /ʌn'fit/ *tt* **1.** không thích hợp: *houses unfit for people to live in* nhà không thích hợp để ở **2.** không đủ khả năng: *he is unfit to drive in his present state* trong tình trạng hiện giờ, hắn không [có khả năng] lái xe được *(ví dụ vì say rượu)* **3.** không đủ tiêu chuẩn sức khỏe *(để gia nhập quân đội...)*.

unfitness /ʌn'fitnis/ *dt* **1.** không thích hợp **2.** sự không đủ khả năng **3.** sự không đủ tiêu chuẩn sức khỏe.

unflagging /ʌn'flægiŋ/ *tt* không mệt mỏi, không nao núng: *unflagging zeal* bầu nhiệt huyết không nao núng; *listen with unflagging attention* nghe với sự chú ý không mệt mỏi.

unflaggingly /ʌn'flægiŋli/ *pht* [một cách] không mệt mỏi.

unflappability /ˌʌnflæpə'biləti/ *dt* tính điềm tĩnh.

unflappable /ʌn'flæpəbl/ *tt* (*Anh, kng*) điềm tĩnh.

unflappably /ʌn'flæpəbli/ *pht* [một cách] điềm tĩnh.

unflinching /ʌn'flintʃiŋ/ *tt* không chùn bước, không nao núng: *unflinching determination* quyết tâm không nao núng.

unflinchingly /ʌn'flintʃiŋli/ *pht* [một cách] không chùn bước, [một cách] không nao núng.

unfold /ʌn'fəuld/ *dgt* **1.** mở ra, trải ra: *unfold a tablecloth* trải khăn bàn ra; *the eagle unfolded its wings* chim đại bàng sải cánh ra **2.** *(bóng)* bộc lộ: *she unfolded her plans to me* cô ta bộc lộ kế hoạch của cô cho tôi biết.

unforeseen /ˌʌnfɔ:'si:n/ *tt* không ngờ trước: *unforeseen difficulties* những khó khăn không ngờ trước.

U

unforgettable /ˌʌnfə'getəbl/ *tt* không thể nào quên: *an unforgettable holiday* một kỳ nghỉ không thể nào quên.

unformed /ʌn'fɔːmd/ *tt* chưa phát triển đầy đủ; non nớt: *the child's character is as yet unformed* tính nết của đứa bé chưa phát triển đầy đủ.

unfortunate¹ /ʌn'fɔːtʃənit/ *tt* **1.** bất hạnh; không may: *I was unfortunate enough to lose my keys* tôi thật không may đã đánh mất chìa khóa **2.** đáng tiếc: *an unfortunate mishap* sự rủi ro đáng tiếc; *it is unfortunate that you missed the meeting* anh đã bỏ lỡ cuộc họp, thật là đáng tiếc.

unfortunate² /ʌn'fɔːtʃənit/ *dt* (*thường snh*) người bất hạnh: *unlike many other poor unfortunates, I do have a job* không như những người đáng thương khác, tôi còn có được việc làm.

unfortunately /ʌn'fɔːtʃənitli/ *pht* không may là, đáng tiếc là: *unfortunately they were out when we called* đáng tiếc là họ không có ở nhà khi chúng tôi gọi điện thoại.

unfounded /ˌʌn'faʊndid/ *tt* vô căn cứ, không có cơ sở: *unfounded rumour* tin đồn vô căn cứ.

unfreeze /ˌʌn'friːz/ *dgt* (**unfroze; unfrozen**) **1.** làm tan băng: *unfreeze some chops* làm tan băng ở mấy miếng thịt sườn ra **2.** giải tỏa (*tài khoản, tín dụng...*): *unfreeze trade restrictions* giải tỏa các hạn chế kinh doanh.

unfrequented /ˌʌnfri'kwentid/ *tt* ít ai lui tới, ít ai qua lại.

unfriendly /ˌʌn'frendli/ *tt* không thân thiện; thù địch.

unfrock /ˌʌn'frɒk/ *dgt* bắt trả áo thầy tu.

unfroze /ˌʌn'frəʊz/ *qk của* unfreeze.

unfrozen /ˌʌn'frəʊzn/ *dttqk của* unfreeze.

unfurl /ˌʌn'fɜːl/ *dgt* giương, mở: *unfurl a flag* giương cờ; *unfurl a banner* giương biểu ngữ.

ungainliness /ʌn'geinlinis/ *dt* sự vụng về, sự lóng ngóng.

ungainly /ʌn'geinli/ *tt* vụng về, lóng ngóng: *he walked in long ungainly strides* nó bước những bước dài lóng ngóng.

unget-at-able /ˌʌnget-'ætəbl/ *tt* (*kng*) [ở một nơi] khó tới được.

ungodly /ʌn'gɒdli/ *tt* **1.** (*cũ hoặc kng*) vô thần; tội lỗi: *lead an ungodly life* sống một cuộc sống tội lỗi **2.** (*thngữ*) (*kng*) rất bất tiện: *why are you phoning at this ungodly hour [of the night]?* sao anh lại gọi điện thoại vào cái giờ khuya khoắt rất bất tiện này?

ungovernable /ʌn'gʌvənəbl/ *tt* không chế ngự được: *a man of ungovernable passions* con người có những đam mê không chế ngự được.

ungracious /ʌn'greiʃəs/ *tt* khiếm nhã, vô lễ: *it was ungracious of me not to acknowledge your help* tôi thật là khiếm nhã không biết cảm tạ sự giúp đỡ của ông.

ungraciously /ʌn'greiʃəsli/ *pht* [một cách] khiếm nhã, [một cách] vô lễ.

ungrammatical /ˌʌngrə'mætikl/ *tt* sai ngữ pháp.

ungrammatically /ˌʌngrə'mætikli/ *pht* [một cách] sai ngữ pháp.

ungrateful /ʌn'greitfl/ *tt* **1.** vô ơn **2.** (*bóng*) bạc bẽo:

ungrateful work công việc bạc bẽo.

ungratefully /ʌn'greitfəli/ *pht* **1.** [một cách] vô ơn **2.** [một cách] bạc bẽo.

unguarded /ʌn'gɑːdid/ *tt* **1.** không canh giữ, không trông giữ: *never leave your luggage unguarded* chớ bao giờ để hành lý không trông giữ **2.** không đề phòng; bừa bãi: *catch somebody in an unguarded moment* bắt ai trong lúc không đề phòng; *unguarded comments* những lời bình luận bừa bãi.

unguent /'ʌŋgwənt/ *dt* (*y*) thuốc bôi dẻo.

unhand /ʌn'hænd/ *dgt* thả ra, buông ra.

unhappily /ʌn'hæpili/ *pht* **1.** [một cách] buồn bã **2.** [một cách] không may: *unhappily, she is not here today* thật không may, hôm nay bà ta không có ở đây.

unhappiness /ʌn'hæpinis/ *dt* **1.** sự khổ sở **2.** sự không may, sự bất hạnh; vận rủi **3.** sự không thích hợp.

unhappy /ʌn'hæpi/ *tt* (**-ier -iest**) **1.** khổ; buồn; không vui: *an unhappy atmosphere* một không khí không vui **2.** không may; đáng tiếc: *an unhappy coincidence* **3.** (*thường, thngữ*) không thích hợp: *an unhappy decision* một quyết định không thích hợp.

unhealthily /ʌn'helθili/ *pht* **1.** [một cách] ốm yếu **2.** [một cách] có hại cho sức khỏe **3.** (*bóng*) [một cách] bệnh hoạn **4.** (*kng*) [một cách] nguy hiểm cho tính mạng.

unhealthiness /ʌn'helθinis/ *dt* **1.** sự ốm yếu **2.** sự có hại cho sức khỏe **3.** (*bóng*) [tính chất] bệnh hoạn **4.** sự nguy hiểm cho tính mạng.

unhealthy /ʌn'helθi/ *tt* **1.** ốm yếu, ốm đau: *an unhealthy* *pallor* vẻ xanh xao ốm yếu; *the unhealthy state of the economy (bóng)* tình trạng yếu kém của nền kinh tế **2.** có hại cho sức khỏe: *an unhealthy climate* khí hậu có hại cho sức khỏe **3.** bệnh hoạn; không lành mạnh: *show an unhealthy curiosity about murder* tỏ mối tò mò không lành mạnh đối với vụ giết người **4.** *(kng)* nguy hiểm cho tính mạng: *terrorist attacks made our position very unhealthy* những cuộc tấn công của tụi khủng bố làm cho cứ điểm của chúng tôi rất nguy hiểm.

unheard /ʌn'hɜ:d/ *tt (thường vị ngữ)* không ai nghe, không ai để ý tới: *her case was (went) unheard by the authorities* trường hợp của chị ta không được nhà chức trách để ý tới.

unheard-of /ʌn'hɜ:dɒv/ *tt* chưa từng biết, chưa từng có: *it's unheard-of for anyone to pass the exam so young* chưa từng có ai trẻ như thế mà đã đi thi.

unhinge /ʌn'hɪndʒ/ *dgt* làm cho xáo trộn đầu óc: *the shock unhinged his mind* cú sốc đã làm anh ta xáo trộn đầu óc.

unholiness /ʌn'həʊlinis/ *dt* **1.** sự tội lỗi, sự xấu xa **2.** sự quá chừng, sự kinh khủng.

unholy /ʌn'həʊli/ *tt* (**-ier, -iest**) **1.** tội lỗi, xấu xa **2.** *(kng)* quá chừng, kinh khủng: *they made an unholy din* họ làm ầm ĩ quá chừng.

unhoped-for /ʌn'həʊptfɔ:[r]/ *tt* không mong ước, không đợi chờ, bất ngờ: *an unhoped-for piece of good luck* một vận may bất ngờ.

unhorse /ʌn'hɔ:s/ *dgt* *(thường ở dạng bị động)* làm ngã ngựa.

uni- *(dạng kết hợp)* một, đơn, đồng, nhất...: *unilateral* đơn phương; *uniform* đồng phục...

UNICEF /'ju:nisef/ *(vt của* United Nations Children's Fund) Quỹ nhi đồng Liên Hiệp Quốc.

unicellular /ju:ni'seljʊlə[r]/ *tt (sinh)* đơn bào.

unicorn /'ju:nikɔ:n/ *dt* con kỳ lân *(vật huyền thoại).*

unidentified /ʌnai'denti-faid/ *tt* không thể truy ra nguồn gốc, chưa xác định được gốc tích: *an unidentified species* một loài sinh vật chưa xác định; *information from unidentified sources* thông tin từ những nguồn không xác định.

unidentified flying object /ʌnaidentifaid, flaiiŋ 'ɒb-dʒikt/ *dt (vt UFO)* vật bay không xác định, đĩa bay.

unification /ju:nifi'keiʃn/ *dt* sự thống nhất, sự hợp nhất.

uniform[1] /'ju:nifɔ:m/ *tt* cùng một, giống nhau; đồng đều: *of uniform size* cùng một cỡ; *be kept at a uniform temperature* được giữ ở một nhiệt độ đồng đều.

uniform[2] /'ju:nifɔ:m/ *dt* đồng phục: *children wearing school uniform[s]* trẻ em mặc đồng phục học sinh. // **in uniform** a/ mặc đồng phục b/ thuộc quân ngũ: *how long was he in uniform?* anh ta đã ở trong quân ngũ bao lâu rồi thế?

uniformed /'ju:nifɔ:md/ *tt* mặc đồng phục: *uniformed staff* nhân viên mặc đồng phục *(như ở khách sạn...)*: *the uniformed branch of the police* ngành cảnh sát mặc đồng phục *(khác với cảnh sát chìm không mặc đồng phục).*

unify /'ju:nifai/ *dgt* thống nhất; hợp nhất: *Spain was*

unified in the 16th century Tây Ban Nha đã thống nhất vào thế kỷ mười sáu.

unilateral /ju:ni'lætrəl/ *tt (thường thngữ)* đơn phương: *unilateral declarations* tuyên bố đơn phương.

unilaterally /ju:ni'lætrəli/ *pht* [một cách] đơn phương.

unimpeachable /ʌnim'pi:-tʃəbl/ *tt* không thể nghi ngờ, rất đáng tin cậy: *evidence from an unimpeachable source* chứng cứ từ một nguồn rất đáng tin cậy.

unimpeachably /ʌnim'pi:-tʃəbli/ *pht* [một cách] rất đáng tin cậy.

uninformed /ʌnin'fɔ:md/ *tt* không có được thông tin đầy đủ: *uninformed opinions* những ý kiến thiếu thông tin đầy đủ.

uninhabitable /ʌnin'hæbi-təbl/ *tt* không ở được, không sống ở đấy được: *Jupiter is uninhabitable* sao Mộc không ở được.

uninhibited /ʌnin'hibitid/ *tt* không kiềm chế được: *uninhibited laughter* cái cười không kìm được.

uninhibitedly /ʌnin'hibiti-dli/ *pht* [một cách] không kiềm chế được.

uninitiated /ʌni'niʃieitid/ *dt* người không thạo, người không thông hiểu *(vấn đề gì đó).*

uninspired /ʌnin'spaiəd/ *tt* tầm thường, không hay: *an uninspired speech* bài nói chuyện không hay.

uninspiring /ʌnin'spaiəriŋ/ *tt* không gây thích thú, không gây xúc động: *the book is fascinating, despite its uninspiring title* cuốn sách rất hấp dẫn mặc dù tên sách không gây thích thú cho lắm.

U

unintelligible /ˌʌnin'teli-dʒəbl/ *tt* không thể hiểu được: *unintelligible jargon* biệt ngữ không thể hiểu được.

unintelligibly /ˌʌnin'teli-dʒəbli/ *pht* [một cách] không thể hiểu được.

uninterested /ʌn'intrəstid/ *tt* **uninterested in [somebody, something]** không quan tâm đến, hờ hững.

uninterrupted /ˌʌnintə:-'rʌptid/ *tt* liên tục.

uninviting /ˌʌnin'vaitiŋ/ *tt* không hấp dẫn, không lôi cuốn: *an uninviting meal of cold fish* một bữa ăn cá nguội không hấp dẫn; *the hotel room was bare and uninviting* phòng khách sạn trần trụi và không hấp dẫn.

union /'ju:njən/ *dt* **1.** sự hợp nhất: *the union of three towns into one* sự hợp nhất ba thành phố làm một **2.** hiệp hội, [hội] liên hiệp, liên bang: *members of the Student Union* hội viên Hiệp hội sinh viên; *the Union* Hợp chủng quốc, nước Mỹ **3.** *nh* trade union **4.** *(đùa)* sự hòa hợp: *live together in perfect union* sống rất hòa hợp với nhau **5.** cuộc hôn nhân: *a happy union* cuộc hôn nhân hạnh phúc **6.** *(kỹ)* ống nối, rắc-co.

unionism /'ju:niənizəm/ *dt* *nh* trade-unionism.

Unionism /'ju:niənizəm/ *dt* chủ trương hợp nhất *(hợp nhất Bắc Ai-len vào Anh quốc).*

unionist /'ju:niənist/ *dt* đoàn viên nghiệp đoàn.

Unionist /'ju:niənist/ *dt* kẻ chủ trương hợp nhất *(Bắc Ai-len vào Anh quốc).*

unionization, unionisation /ˌju:niənai'zeiʃn/ *dt* sự tổ chức thành nghiệp đoàn, sự thành lập nghiệp đoàn.

unionize, unionise /'ju:niə-naiz/ *đgt* tổ chức thành lập đoàn, thành lập nghiệp đoàn.

Union Jack /ˌju:niən'dʒæk/ *dt* *(cg* **Union Flag)** quốc kỳ Vương quốc Anh.

unique /ju:'ni:k/ *tt* **1.** độc nhất; độc nhất vô nhị; *unique son* con trai độc nhất, con một: *a unique opportunity* cơ hội độc nhất vô nhị **2. unique to somebody (something)** chỉ riêng cho: *special difficulties unique to blind people* những khó khăn đặc biệt chỉ riêng cho người mù **3.** *(kng)* kỳ [cục], lạ đời: *you are unique* anh kỳ thật.

uniquely /ju:'ni:kli/ *pht* [một cách] độc nhất: *she is uniquely suited to the job* cô ta là người độc nhất thích hợp cho công việc ấy.

uniqueness /ju:'ni:knis/ *dt* sự độc nhất.

unisex /'ju:niseks/ *tt* [phù hợp cho] cả nam lẫn nữ: *a unisex hairdressing salon* tiệm cắt tóc cho cả nam lẫn nữ.

unison /'ju:nisn,'ju:nizn/ *dt* **1. in unison** *a/ (nhạc)* hợp xướng **2.** liên kết: *the banks have acted in unison with the building societies in lowering interest rates* các ngân hàng đã liên kết với các hội xây dựng trong việc hạ thấp lãi xuất.

unit /'ju:nit/ *dt* **1.** đơn vị: *the family as a unit of society* gia đình như là một đơn vị của xã hội; *the metre is a unit of length* mét là đơn vị chiều dài; *the monetary unit of Great Britain is the pound* đơn vị tiền tệ của Anh là đồng bảng; *a bomb-disposal unit* đơn vị phá bom; *the number 34 consists of three tens and four units* con số 34 gồm có số ba hàng chục và số bốn hàng đơn vị **2.** một, một cái: *the car factory output is now up to 15,000 units per month* sản lượng của nhà máy ôtô hiện nay tới 15.000 cái mỗi tháng **3.** bộ phận: *the central processing unit in a computer* bộ phận xử lý trung ương của máy điện toán.

Unitarian[1] /ˌju:ni'teəriən/ *dt* *(tôn)* người theo thuyết Nhất ngôi.

Unitarian[2] /ˌju:ni'teəriən/ *tt* *(tôn)* theo thuyết Nhất ngôi.

Unitarianism /ˌju:ni'teəriə-nizəm/ *dt* *(tôn)* thuyết Nhất ngôi.

unite /ju:'nait/ *đgt* **1.** kết hợp, liên kết; đoàn tụ: *the two parties have united to form a coalition* hai đảng đã kết hợp thành một liên minh; *the common interests that unite our two countries* những quyền lợi chung liên kết hai đất nước chúng ta; *after three years in prison he was again united with his wife and family* sau ba năm ở tù, anh ta lại đoàn tụ với vợ và gia đình **2.** chung sức: *we should unite in fighting (unite to fight) poverty and disease* chúng ta phải cùng nhau chung sức đấu tranh chống nghèo đói và bệnh tật.

united /ju:'naitid/ *tt* **1.** hòa hợp: *a united family* một gia đình hòa hợp **2.** thống nhất, nhất trí: *present a united front to the enemy* đưa ra một mặt trận thống nhất chống kẻ thù **3.** hợp nhất: *the campaign for a united Ireland* chiến dịch hợp nhất Ai-len.

the United Kingdom /ðəˌju:ˌnai-tid 'kiŋdəm/ *(vt* **[the] UK)** Vương quốc Anh.

unitedly /juːˈnaitidli/ *pht* **1.** [một cách] hòa hợp **2.** [một cách] thống nhất; [một cách] nhất trí.

the United Nations /juːˌnaitid'neiʃnz/ ([vt **UN**) Liên Hiệp Quốc.

the United States [of America] /juːˌnaitid'steits əv əˈmerikə/ (*vt* [**the**] **US, USA**) Hoa Kỳ, nước Mỹ.

unit price /juːnit'prais/ đơn giá.

unity /ˈjuːniti/ *dt* **1.** tính đồng nhất: *the unity of the painting* tính đồng nhất của bức tranh **2.** sự thống nhất: *national unity* sự thống nhất quốc gia **3.** sự hòa hợp, sự hòa thuận: *live together in unity* chung sống hòa thuận **4.** *(toán)* đơn vị.

Univ (*vt của* **University**) trường đại học: *London Univ* Đại học Luân Đôn.

universal /juːniˈvɜːsl/ *tt* chung, phổ cập, phổ biến; phổ thông: *there is universal agreement on that issue* có sự đồng ý chung về vấn đề ấy; *universal primary education* giáo dục tiểu học phổ cập; *universal suffrage* sự bỏ phiếu phổ thông.

universality /juːnivɜːˈsæləti/ *dt* tính phổ cập, tính phổ biến; tính phổ thông.

universal joint /juːnivɜːsl-ˈdʒɔint/ (*cg* **universal coupling**) (*kỹ*) khớp Cardan.

universally /juːniˈvɜːsəli/ *pht* [một cách] chung, [một cách] phổ cập, [một cách] phổ biến; [một cách] phổ thông: *the rules do not apply universally* những luật này không áp dụng phổ cập được.

universe /ˈjuːnivɜːs/ *dt* **the universe** vũ trụ.

university /juːniˈvɜːsəti/ *dt* trường đại học: *she hopes to go to university next year* cô ta hy vọng sang năm sẽ vào đại học; *a university professor* giáo sư đại học.

unjust /ˌʌnˈdʒʌst/ *tt* bất công: *an unjust decision* một quyết định bất công.

unjustifiable /ʌnˈdʒʌstifaiəbl/ *tt* không thể bào chữa được, không thể biện bạch được: *his behaviour was quite unjustifiable* cách cư xử của nó hoàn toàn không thể biện bạch được.

unjustifiably /ʌnˈdʒʌstifaiəbli/ *pht* [một cách] không thể bào chữa được, [một cách] không thể biện bạch được.

unjustly /ˌʌnˈdʒʌstli/ *pht* [một cách] bất công.

unkempt /ˌʌnˈkempt/ *tt* không gọn gàng, cẩu thả, nhếch nhác: *unkempt hair* tóc rối bù; *he had an unkempt appearance* nó có vẻ bề ngoài nhếch nhác.

unkind /ˌʌnˈkaind/ *tt* **1.** không tử tế, không tốt **2.** tàn nhẫn, ác: *don't be so unkind to your brother* đừng có tàn nhẫn với em như thế.

unkindly /ˌʌnˈkaindly/ *pht* **1.** [một cách] không tử tế, [một cách] không tốt **2.** [một cách] tàn nhẫn, [một cách] ác.

unkindness /ˌʌnˈkaindnis/ *dt* **1.** lòng không tử tế, lòng không tốt **2.** tính tàn nhẫn, ác tâm.

unknowing /ʌnˈnəuiŋ/ *tt* không hay biết: *he was the unknowing cause of all the misunderstanding* nó là nguyên nhân không hay biết của tất cả sự hiểu lầm.

unknowingly /ʌnˈnəuiŋli/ *pht* [một cách] không hay biết: *all unknowingly she had been waiting for hours in the wrong place* hoàn toàn không hay biết chị ta đã chờ hàng giờ không đúng chỗ.

unknown¹ /ˌʌnˈnəun/ *tt* **1.** chưa [được] biết: *the side-effects of the drug are as yet unknown to scientists* tác dụng phụ của thuốc này các nhà khoa học chưa biết **2.** chưa mấy ai biết đến: *a previously unknown painter* nhà họa sĩ trước đây chưa mấy ai biết đến.

unknown² /ˌʌnˈnəun/ *dt* (*thường* **the unknown**) **1.** điều (cái) chưa từng biết: *the space voyagers set off on their journey into the unknown* các du khách vũ trụ lên đường đi vào một cõi chưa từng biết **2.** người chưa mấy ai biết đến: *the leading role is played by a complete unknown* vai chính do một người chưa mấy ai biết đến **3.** *(toán)* ẩn số.

unknown quantity /ˌʌn-nəun'kwɒntiti/ **1.** người chưa rõ khả năng; điều chưa rõ phẩm chất **2.** *(toán)* ẩn số (*thường biểu thị bằng con chữ x*).

unlace /ʌnˈleis/ *dgt* cởi dây, tháo dây (*thường nói về giày*).

unladen /ˌʌnˈleidn/ *tt* không tải: *unladen weight* trọng lượng không tải.

unlawful /ˌʌnˈlɔːfəl/ *tt* bất hợp pháp: *unlawful union* sự kết hợp bất hợp pháp; *unlawful child* con hoang.

unlawfully /ˌʌnˈlɔːfəli/ *pht* [một cách] bất hợp pháp.

unlearn /ˌʌnˈlɜːn/ *dgt* quên, gạt bỏ: *we've had to unlearn the old system of teaching mathematics* chúng ta phải bỏ cái lối dạy toán cũ đi.

unleash /ʌnˈliːʃ/ *dgt* (+ **on, upon**) **1.** thả ra: *unleashed the guard dogs* thả chó giữ

U

nhà ra **2.** buông ra: *all his anger was unleashed upon us* tất cả cơn thịnh nộ của nó trút lên (buông lên) đầu chúng tôi.

unleavened /ˌʌn'levnd/ *tt* không có men dậy bột (*bột làm bánh mì...*).

unless /ʌn'les/ *tt* trừ phi; trừ khi; nếu không: *come at 8 o'clock unless I phone* hãy đến lúc 8 giờ nếu tôi không gọi điện thoại [báo khác đi]; *do not leave the building unless instructed to do so* đừng có rời ngôi nhà mà đi trừ phi được lệnh làm như vậy.

unlettered /ˌʌn'letəd/ *tt* mù chữ.

unlike[1] /ʌn'laik/ *tt (vị ngữ)* không giống, khác: *they are so unlike nobody would believe they were sisters* họ trông chẳng giống nhau chút nào, ai mà tin được họ là chị em.

unlike[2] /ʌn'laik/ *gt* **1.** không giống, khác với; trái với: *her latest novel is quite unlike her earlier work* cuốn tiểu thuyết mới nhất của chị ta thật không giống tác phẩm trước kia của chị chút nào; *unlike me, he likes to stay in bed* trái với tôi, nó thích nằm nán lại ở giường **2.** không điển hình cho, không đặc trưng cho: *it's unlike him to be late: he's usually on time* cái lối đến trễ đâu phải là đặc trưng cho nó, nó thường đúng giờ mà.

unlikely /ʌn'laikli/ *tt* (**-ier**; **-iest**) **1.** không chắc: *it's unlikely to rain (that it will rain)* không chắc trời sẽ mưa **2.** không chắc đúng: *an unlikely tale* một truyện không chắc đúng **3.** không chắc thành công: *the most unlikely candidate* ứng cử

viên không chắc thắng nhất.

unlimited /ʌn'limitid/ *tt* không giới hạn, vô tận, vô hạn: *if only one had an unlimited supply of money!* phải chi con người có được một nguồn cung cấp tiền bạc vô hạn!.

unlined /ˌʌnlaind/ *tt* **1.** không có lớp lót (*áo*) **2.** không nhăn (*làn da*) **3.** không kẻ dòng (*giấy*).

unlisted /ʌn'listid/ *tt* **1.** không có tên trong danh sách (*đặc biệt trong bảng giá thị trường chứng khoán*): *an unlisted company* một công ty chưa có tên trong danh sách **2.** (*Mỹ*) *nh* ex-directory.

unload /ʌn'ləʊd/ *dgt* **1.** dỡ hàng: *unload a ship* dỡ hàng ở tàu xuống; *unload shopping from a car* dỡ hàng ở xe xuống **2.** tháo (*đạn ở súng ra*), tháo (*phim ở máy ảnh ra*) **2.** chuyển hàng xuống (*tàu, xe*): *lorries may only park here when loading and unloading* xe tải chỉ có thể đỗ ở đây khi bốc dỡ hàng mà thôi **3.** (*kng*) tống [khứ] (*ai, cái gì*) sang (*cho ai*): *do you mind if I unload the children onto you this afternoon?* chị có phiền nếu em tống tụi trẻ sang cho chị chiều nay không?

unlock /ʌn'lɒk/ *dgt* **1.** mở khóa: *unlock the gate* mở khóa cổng **2.** mở ra, để lộ ra, phát hiện ra: *exploration to unlock the secrets of the ocean bed* cuộc thám hiểm nhằm phát hiện ra bí mật của đáy đại dương.

unlooked-for /ʌn'lʊktfɔ:[r]/ không ngờ, không dè: *unlooked-for difficulties* những khó khăn không ngờ [tới].

unloose /ˌʌn'lu:s/ *dgt* **1.** buông ra: *he unloosed a stream of abuse* nó buông ra cả một tràng chửi rủa **2.** *nh* unloosen.

unloosen /ʌn'lu:sn/ *dgt* nới lỏng: *he sat down and unloosened his belt* anh ta ngồi xuống và nới lỏng thắt lưng.

unluckily /ʌn'lʌkili/ *pht* không may: *unluckily for Peter he did not get the job* không may cho Peter, nó đã không được nhận công việc ấy.

unlucky /ʌn'lʌki/ *tt* không may, rủi, xui: *the number thirteen is often considered unlucky* con số 13 thường được xem như là không may.

unmade /ʌn'meid/ *tt* không dọn (*giường*): *she rushed off to work leaving her bed unmade* cô ta vội vã đi làm nên chẳng dọn giường.

unman /ʌn'mæn/ *dgt* (**-nn**) (*cổ hoặc tu từ*) làm mất tự chủ; làm mất can đảm: *unmanned by grief he broke down and wept* quá đau buồn, anh ta mất tự chủ và gục xuống khóc.

unmanly /ʌn'mænli/ *tt* thiếu khí phách nam nhi, không đáng mặt nam nhi: *it was once thought unmanly not to drink and smoke* trước đây đã có thời người ta nghĩ rằng không uống rượu và hút thuốc là không đáng mặt nam nhi.

unmanned[1] /ˌʌn'mænd/ *qk* và *đttqk* của unman.

unmanned[2] /ˌʌn'mænd/ *tt* không có người; không có người điều khiển (*tàu vũ trụ*): *send an unmanned spacecraft to Mars* đưa một con tàu vũ trụ không người lái lên sao Hỏa.

unmannerly /ʌn'mænəli/ *tt* (*xấu*) bất lịch sự, vô giáo dục.

unmarried /ˌʌn'mærid/ *tt* chưa lập gia đình, độc thân: *unmarried mothers* những bà mẹ không hôn thú.

unmask /ˌʌn'mɑːsk, (*Mỹ* ˌʌn'mæsk)/ *dgt* **1**. bỏ mặt nạ ra **2**. *(bóng)* lột mặt nạ; vạch trần: *the thief was unmasked* tên kẻ cắp đã bị lột mặt nạ; *unmask a plot* vạch trần một âm mưu.

unmatched /ˌʌn'mætʃt/ *tt* chưa ai địch nổi, chưa ai (gì) sánh kịp: *an achievement that remains unmatched to this day* một thành tựu cho đến ngày nay vẫn chưa có gì sánh kịp.

unmentionable /ˌʌn'menʃənəbl/ *tt* *(thường thngũ)* không nên nói đến *(vì quá chướng...)*: *an unmentionable disease* một bệnh không nên nói đến *(bệnh hoa liễu)*.

unmentionables /ˌʌn'menʃənəblz/ *dt snh (kng)* quần áo lót, đồ lót.

unmindful /ˌʌn'maindfl/ *tt* *(vị ngữ)* **unmindful of (somebody, something)** không chú ý tới, không lưu tâm tới, quên: *he worked on, unmindful of the time* ông ta tiếp tục làm việc, quên cả thời gian.

unmistakable /ˌʌnmi'steikəbl/ *tt* không thể lẫn lộn, rõ ràng: *the unmistakable sound of an approaching train* tiếng tàu hỏa đang đến gần, không thể lẫn lộn được.

unmistakably /ˌʌnmi'steikəbli/ *pht* [một cách] không thể lẫn lộn được, [một cách] rõ ràng.

unmitigated /ˌʌn'mitigeitid/ *tt* hoàn toàn, đại, đặc: *an unmitigated scoundrel* tên đại vô lại.

unmoved /ˌʌn'muːvd/ *tt (vị ngữ)* không mủi lòng, dửng dưng: *it's impossible to re-main unmoved by the reports of the famine* không thể dửng dưng trước những bài tường thuật về nạn đói.

unnatural /ˌʌn'nætʃrəl/ *tt* **1**. không tự nhiên, khác thường ngày: *it was unnatural for the room to be so tidy* căn phòng được dọn dẹp ngăn nắp như thế thật là khác thường ngày **2**. trái tự nhiên; ác độc: *unnatural sexual desires* những ham muốn tình dục trái tự nhiên; *the unnatural murder of his own father* vụ giết cha đẻ của mình một cách dã man **3**. không tự nhiên, giả tạo: *an unnatural high-pitched laugh* tiếng cười to giả tạo.

unnaturally /ˌʌn'nætʃrəli/ *pht* **1**. [một cách] không tự nhiên, [một cách] khác thường **2**. [một cách] trái tự nhiên **3**. [một cách] giả tạo.

unnecessarily /ˌʌn'nesəsrili, (*Mỹ* ˌʌnˌnesə'serəli)/ *pht* **1**. [một cách] không cần thiết, [một cách] thừa **2**. [một cách] không có lý do, [một cách] vô cớ.

unnecessary /ˌʌn'nesəsri/ *tt* **1**. không cần thiết, thừa: *unnecessary expenses* chi phí không cần thiết **2**. không có lý do, vô cớ: *an unnecessary reference to his criminal past* sự nhắc một cách không cần thiết đến quá khứ tội lỗi của nó.

unnerve /ˌʌn'nɜːv/ *dgt* làm căng thẳng thần kinh; làm mất bình tĩnh; làm mất can đảm.

unnerving /ˌʌn'nɜːviŋ/ *tt* làm căng thẳng thần kinh; làm mất bình tĩnh; làm mất can đảm: *she found the whole interview rather unnerving* cô ta thấy toàn bộ cuộc phỏng vấn chỉ làm căng thẳng thần kinh.

unnoticed /ˌʌn'nəutist/ *tt* *(thường vị ngữ)* không ai để ý: *the event passed unnoticed* biến cố qua đi không ai để ý tới.

unnumbered /ˌʌn'nʌmbəd/ *tt* **1**. không [được] đánh số: *unnumbered seats* ghế ngồi không đánh số **2**. *(cổ hoặc tu từ)* vô số, vô kể: *unnumbered stars* vô số những vì sao.

UNO /'juːnəu/ *(vt của* United Nations Organization) Tổ chức Liên Hiệp Quốc.

unobtrusive /ˌʌnəb'truːsiv/ *tt* không dễ nhận thấy, kín đáo: *he's a quite unobtrusive student, but he always does well in exams* anh ta là một sinh viên thầm lặng, nhưng đi thi bao giờ cũng đạt kết quả tốt.

unobtrusively /ˌʌnəb'truːsivli/ *pht* [một cách] không dễ nhận thấy, [một cách] kín đáo: *she slipped away from the party unobtrusively* cô ta kín đáo rời khỏi bữa tiệc.

unoccupied /ˌʌn'ɒkjupaid/ *tt* **1**. bỏ không, trống: *find an unoccupied table* tìm một cái bàn trống; *the house had been left unoccupied for several years* ngôi nhà đã bỏ không nhiều năm **2**. không bị chiếm đóng: *unoccupied territory* vùng lãnh thổ không bị chiếm đóng **3**. [rảnh] rỗi, không bận: *in one of her rare unoccupied moments* vào một trong những lúc rảnh rỗi hiếm có của chị ta.

unofficial /ˌʌnə'fiʃl/ *tt* không chính thức: *an unofficial statement* lời tuyên bố không chính thức; *unofficial news* tin không chính thức.

unofficially /ˌʌnə'fiʃəli/ *pht* [một cách] không chính thức.

U

unorthodox /ˌʌnˈɔːθədɒks/ *tt* không chính thống: *unorthodox opinion* ý kiến không chính thống.

unpack /ˌʌnˈpæk/ *dgt* **1.** mở (gói); tháo (kiện): *a half-unpacked suitcase* chiếc va-li mới soạn các thứ ra được một nửa; *unpack the books from the box* lấy sách ra khỏi hộp **2.** trải (thông tin trữ trong máy điện toán, cho dễ hiểu hơn).

unpaid /ˌʌnˈpeid/ *tt* **1.** chưa trả: *an unpaid debt* món nợ chưa trả **2.** **unpaid for** chưa thanh toán: *the car is three years old and still unpaid for* xe mua đã ba năm vẫn chưa thanh toán xong **3.** không nhận tiền công, không lương: *an unpaid babysitter* người giữ trẻ không lương **4.** không [có tiền] công (công việc): *unpaid labour* lao động không công.

unpalatable /ʌnˈpælətəbl/ *tt* **1.** không ngon (món ăn) **2.** khó chịu; không thể chấp nhận được: *his views on capital punishment are unpalatable to many* quan điểm của ông ta về án tử hình là không thể chấp nhận được đối với nhiều người.

unpalatably /ʌnˈpælətəbli/ *pht* **1.** [một cách] không ngon **2.** [một cách] không thể chấp nhận được.

unparalleled /ʌnˈpærəleld/ *tt* không ai sánh kịp, chưa từng thấy, vô song: *a period of unparalleled economic prosperity* một thời kỳ kinh tế thịnh vượng chưa từng thấy.

unparliamentary /ˌʌnˌpɑːləˈmentri/ *tt* (xấu) trái với phong cách nghị viện (lời nói... thì thô tục...), phi nghị viện: *unparliamentary lan-guage* ngôn ngữ phi nghị viện.

unpick /ˌʌnˈpik/ *dgt* tháo mũi khâu: *first unpick the old stitches* trước hết hãy tháo các mũi khâu cũ ra đã.

unplaced /ˌʌnˈpleist/ *tt* không được xếp trong ba người đầu giải (trong một cuộc thi đấu).

unplayable /ʌnˈpleiəbl/ *tt* **1.** không chơi được (quả bóng, sân bãi) **2.** khó chơi quá (bản nhạc).

unpleasant /ʌnˈpleznt/ *tt* khó chịu, khó ưa: *unpleasant smells* những mùi khó chịu; *I found his manner extremely unpleasant* tôi thấy thái độ của nó hết sức khó ưa.

unpleasantly /ʌnˈplezntli/ *pht* **1.** [một cách] khó chịu, [một cách] khó ưa.

unpleasantness /ʌnˈplezntnis/ *dt* **1.** sự khó chịu, sự khó ưa **2.** sự cãi cọ: *don't let the recent unpleasantness spoil our friendship* đừng để cho cuộc cãi cọ mới đây làm tổn hại đến tình bạn của chúng ta.

unplug /ˌʌnˈplʌg/ *dgt* (-gg-) **1.** rút phích ra khỏi ổ cắm điện (để ngắt điện): *please unplug the TV before you go to bed* xin hãy rút phích ở máy truyền hình ra khỏi ổ cắm điện trước khi đi ngủ **2.** thông (cho khỏi tắc): *the drain is blocked and needs unplugging* ống cống bị tắc và cần được thông.

unpolular /ˌʌnˈpɒpjʊlə[r]/ *tt* không được [quần chúng] ưa thích: *an unpolular decision* một quyết định không được quần chúng ưa thích; *she's rather unpopular with her boss at the moment* lúc này chị ta không được ông chủ ưa thích lắm.

unpopularity /ˌʌnˌpɒpjʊˈlærəti/ *dt* sự không được [quần chúng] ưa thích.

unpractised /ʌnˈpræktist/ *tt* có ít kinh nghiệm; không thành thạo.

unprecedented /ʌnˈpresidentid/ *tt* chưa từng thấy trước đây: *unprecedented price increases* những vụ tăng giá chưa từng thấy trước đây.

unpredictable /ˌʌnpriˈdiktəbl/ *tt* **1.** không thể nói trước được, không thể đoán trước được: *an unpredictable result* một kết quả không thể đoán trước được **2.** có tính khí khó đoán lắm, hay thay đổi (người): *you never know how she'll react, she's so unpredictable* anh chẳng bao giờ biết được cô ta sẽ phản ứng như thế nào, tính khí cô ta khó đoán lắm.

unprejudiced /ʌnˈpredʒʊdist/ *tt* không thành kiến, không thiên vị, vô tư, khách quan: *an unprejudiced judgement* một nhận xét khách quan.

unpremeditated /ˌʌnpriːˈmediteitid/ *tt* không định trước, tự phát: *an unpremeditated attack* một cuộc tấn công không định trước.

unprepossessing /ˌʌnˌpriːpəˈzesiŋ/ *tt* [có] bề ngoài không hấp dẫn, không dễ coi: *though unprepossessing to look at, he is highly intelligent* mặc dù bề ngoài không hấp dẫn, anh ta rất thông minh.

unpretentious /ˌʌnpriˈtenʃəs/ *tt* không tự phụ, khiêm tốn: *it's an unpretentious little house but very elegantly furnished* ấy là một căn nhà nhỏ khiêm tốn nhưng bày biện đồ đạc rất lịch sự.

unprincipled /ʌnˈprinsəpld/ *tt* vô đạo đức, bất lương: *an* *unprincipled rogue* thằng xỏ lá bất lương.

unprintable /ʌn'prɪntəbl/ *tt* không in được *(vì xúc phạm người khác...)*: *I'm afraid that my views on their private life are unprintable* tôi sợ là những quan điểm của tôi về đời tư của họ là không in được.

unprofessional /ʌnprə'feʃənl/ *tt (xấu)* **1.** không hợp lệ thói ngành nghề: *the board considers your behaviour highly unprofessional* ban giám đốc cho rằng cách ứng xử của anh hết sức không hợp với lề thói ngành nghề **2.** không chuyên nghiệp, nghiệp dư, tài tử.

unprofessionally /ʌnprə'feʃənəli/ *pht* **1.** [một cách] không hợp lệ thói ngành nghề **2.** [một cách] nghiệp dư.

unprompted /ʌn'prɒmptɪd/ *tt* bị động, tự ý *(hành động, câu trả lời...)* *an unprompted offer of help* một sự đề nghị giúp đỡ tự ý đưa ra.

unpronounceable /ʌnprə'naʊnsəbl/ *tt* quá khó phát âm.

unprovided /ʌnprə'vaɪdɪd/ *tt* **unprovided for** không có chu cấp chuẩn bị sẵn cho: *the widow was left unprovided* bà quả phụ bị bỏ mặc cho thiếu thốn, không có khoản chu cấp nào chuẩn bị sẵn cho bà cả.

unprovoked /ʌnprə'vəʊkt/ *tt* không do khiêu khích, không do một cái gì trước đó gây ra: *unprovoked aggression* cuộc xâm lăng không do khiêu khích.

unpunished /ʌn'pʌnɪʃt/ *tt (vị ngữ)* không bị trùng phạt: *such a serious crime must not go unpunished* một tội ác nghiêm trọng như thế

không thể không bị trùng phạt.

unputdownable /ʌnpʊt'daʊnəbl/ *tt (kng)* hấp dẫn đến nỗi phải đọc cho kỳ hết, không bỏ xuống được.

unqualified /ʌn'kwɒlɪfaɪd/ *tt* **1. unqualified as something (for something; to do something)** không đủ tiêu chuẩn, không đủ trình độ: *unqualified as a teacher (for teaching)* không đủ tiêu chuẩn để làm giáo viên. **2. unqualified to do something** không đủ kiến thức, không đủ khả năng: *I feel unqualified to speak on the subject* tôi cảm thấy không đủ khả năng nói về đề tài này **3.** không hạn chế, hoàn toàn: *an unqualified success* một thành công hoàn toàn.

unquestionable /ʌn'kwestʃənəbl/ không thể nghi ngờ được, chắc chắn.

unquestioned /ʌn'kwestʃənd/ *tt* không ai nghi vấn; không ai bàn cãi: *her authority is unquestioned* uy quyền của bà ta thực không ai bàn cãi.

unquestioning /ʌn'kwestʃənɪŋ/ *tt* thực hiện mà không hỏi, thực hiện mà không thắc mắc; mù quáng: *unquestioning obedience* sự phục tùng mù quáng.

unquestioningly /ʌn'kwestʃənɪŋli/ *pht* [một cách] mù quáng.

unquiet /ʌn'kwaɪət/ *tt* lo lắng, không yên: *all the signs of an unquiet mind* tất cả dấu hiệu của một tâm trí không yên.

unquote /ʌn'kwəʊt/ *dt* **quote [...unquote]** *x* quote[2].

unravel /ʌn'rævl/ *dgt* (-ll-, Mỹ -l-) **1.** tháo ra, gỡ ra: *my knitting has unravelled* đồ đan của tôi đã được tháo ra; *unravel a ball of string*

gỡ một cuộn dây **2.** *(bóng)* [làm cho] sáng tỏ, [làm cho] ra manh mối: *the mystery unravelled slowly* điều bí ẩn sáng tỏ dần; *unravel a plot* lần ra manh mối một âm mưu.

unread /ʌn'red/ *tt* **1.** chưa đọc *(sách)*: *a pile of unread novels* một chồng tiểu thuyết chưa đọc **2.** không đọc nhiều [sách]: *she knows so much that she makes me feel very unread* cô ta biết nhiều đến nỗi tôi thấy mình đọc còn ít quá.

unreadable /ʌn'riːdəbl/ *tt* **1.** không đáng đọc *(vì khó, vì chán)* **2.** *nh* illegible.

unreal /ʌn'rɪəl/ *tt* dường như không thực; hão huyền.

unreality /ʌnri'æləti/ *dt* **1.** sự hão huyền **2. unrealities** *(snh)* những điều hão huyền.

unreasonable /ʌn'riːznəbl/ *tt* **1.** không biết điều *(người)* **2.** quá đáng: *make unreasonable demands on somebody* có những đòi hỏi quá đáng đối với ai.

unreasonably /ʌn'riːznəbli/ *pht* **1.** [một cách] không biết điều **2.** [một cách] quá đáng.

unreasonableness /ʌn'riːznəblnɪs/ *dt* **1.** sự không biết điều **2.** sự quá đáng.

unreasoning /ʌn'riːznɪŋ/ *tt* không suy xét, phi lý: *an unreasoning fear of foreigners* nỗi sợ phi lý đối với người nước ngoài.

unreel /ʌn'riːl/ *dgt* tháo ra, tháo sổ ra *(cuộn chỉ, cuộn phim...)*.

unregenerate /ʌnri'dʒenərɪt/ *tt (xấu)* không chịu sửa chữa: *an unregenerate liar* một người nói dối không chịu sửa chữa.

unrelenting /ʌnri'lentɪŋ/ *tt* **1.** liên tục: *a week of unrelenting activity* một tuần lễ

U

hoạt động liên tục **2.** tàn nhẫn, không thương xót *(người).*

unrelentingly /ˌʌnri'lentiŋli/ *pht* [một cách] liên tục: *the rain continued unrelentingly* trời mưa liên tục **2.** [một cách] tàn nhẫn, [một cách] không thương xót.

unrelieved /ˌʌnri'li:vd/ *tt* không ngớt, *(nói về cái gì xấu):* *unrelieved anxiety* mối lo không ngớt.

unrelievedly /ˌʌnri'li:vədli/ *pht* [một cách] không ngớt; [một cách] liên tục: *unrelievedly dull* buồn nản liên tục.

unremitting /ˌʌnri'mitiŋ/ *tt* không ngừng, liên tục *(nói cái gì khó khăn):* *unremitting activity* hoạt động liên tục.

unremittingly /ˌʌnri'mitiŋli/ *pht* [một cách] không ngừng; [một cách] liên tục.

unrepeatable /ˌʌnri'pi:təbl/ *tt* **1.** không thể lặp lại: *unrepeatable offers* những cuộc chào giá không thể lặp lại *(vì chào giá đặc biệt thấp)* **2.** không thể nhắc lại *(vì quá xúc phạm...):* *his remarks were quite shocking -unrepeatable in fact* những nhận xét của anh ta rất xúc phạm, trên thực tế là không thể nhắc lại được.

unrequited /ˌʌnri'kwaitid/ *tt* không được đáp lại: *unrequited love* tình yêu không được đáp lại.

unreserved /ˌʌnri'zɜ:vd/ *tt* **1.** không được đặt trước, không dành riêng *(chỗ ngồi...):* *we always keep a few unreserved tables* chúng tôi luôn luôn có một số bàn không ai đặt trước **2.** không hạn chế, hoàn toàn: *the unreserved approval* sự tán thành hoàn toàn.

unreservedly /ˌʌnri'zɜ:vidli/ *pht* [một cách] không hạn chế; [một cách] thẳng thắn: *apologize unreservedly* xin lỗi thẳng thắn.

unrest /ˌʌn'rest/ *dt* tình trạng không yên ổn, tình trạng rối ren: *political unrest* tình trạng rối ren về chính trị; *social unrest* tình trạng rối ren về xã hội.

unrestrained /ˌʌnri'streind/ *tt* không bị kiềm chế, không bị nén lại, được thả lỏng: *unrestrained anger* cơn giận không được kiềm chế.

unripe /ˌʌn'raip/ *tt* chưa chín: *unripe bananas* chuối chưa chín.

unrivalled (*Mỹ* **unrivaled**) /ˌʌn'raivld/ *tt* không ai (gì) sánh được, vô song: *unrivalled in courage* lòng can đảm không ai sánh kịp.

unroll /ˌʌn'rəʊl/ *dgt* trải ra *(một cái gì đang cuộn lại):* *unroll a map* trải tấm bản đồ ra.

unruffled /ˌʌn'rʌfld/ *tt* điềm tĩnh, bình tĩnh: *he remained unruffled by the charges* ông ta vẫn điềm tĩnh trước các lời buộc tội.

unruliness /ˌʌn'ru:linis/ *dt* sự ngang ngược, sự ngỗ nghịch.

unruly /ˌʌn'ru:li/ *tt* ngang ngược, ngỗ nghịch: *an unruly behaviour* cách ứng xử ngang ngược.

UNRWA /'ʌnrə/ *vt* của United Nations Relief and Works Agency) Cơ quan cứu trợ và việc làm Liên Hiệp Quốc.

unsaddle /ˌʌn'sædl/ *dgt* **1.** tháo yên *(của ngựa)* ra **2.** hất ngã *(người cưỡi ngựa).*

unsaid[1] /ˌʌn'sed/ *qk và dttqk của* unsay.

unsaid[2] /ˌʌn'sed/ *tt* không nói ra: *a remark that would have been better left unsaid* một nhận xét không nói ra thì hơn.

unsaturated /ˌʌn'sætʃəreitid/ *tt (hóa)* chưa no, chưa bão hòa.

unsavoury (*Mỹ* **unsavory**) /ˌʌn'seivəri/ *tt* **1.** không ngon, vô vị, tởm **2.** *(đùa)* khó chịu, ghê tởm: *an unsavoury character* một gã ghê tởm.

unsay /ˌʌn'sei/ *dgt* (**unsaid**) *(thường dùng ở dạng bị động)* rút lại lời: *what is said cannot be unsaid* lời đã nói ra không thể rút lại được.

unscathed /ˌʌnskeiðd/ *tt (vị ngữ)* không bị tổn thương, không hề hấn gì: *the hostages emerged from their ordeal unscathed* các con tin qua cơn thử thách mà không hề hấn gì.

unscramble /ˌʌn'skræmbl/ *dgt* **1.** phục hồi dưới dạng không bị xáo trộn *(một bức điện để có thể hiểu được)* **2.** *(kng)* *unscramble one's thoughts* trấn tĩnh lại.

unscrew /ˌʌn'skru:/ *dgt* **1.** tháo ốc *(ở chỗ nào đó)* ra: *unscrew the door-handle* tháo ốc tay nắm cửa ra **2.** xoay, vặn *(để mở):* *the lid of this jam pot won't unscrew* nắp lọ mứt này không xoay mà mở ra được.

unscripted /ˌʌn'skriptid/ *tt* không có bài viết sẵn *(bài phát thanh...):* *a language course based on natural unscripted dialogues* một giáo trình ngoại ngữ dựa trên những bài đối thoại tự nhiên, không có bài viết sẵn.

unscrupulous /ˌʌn'skru:pjʊləs/ *tt* không theo nguyên tắc đạo đức; vô lương tâm: *an unscrupulous salesman* một người bán hàng vô lương tâm.

unscrupulously /ʌn'skru:pjʊləsli/ *pht* [một cách] vô lương tâm.

unscrupulousness /ʌn'skru:pjʊləsnis/ *dt* tính vô lương tâm.

unseasonable /ʌn'si:znəbl/ *tt* không đúng tiết, trái tiết (thời tiết): *unseasonable weather* trời trái tiết.

unseasonably /ʌn'si:znəbli/ *pht* [một cách] không đúng tiết, [một cách] trái tiết.

unseasonableness /ʌn'si:znəblinis/ *dt* sự không đúng tiết, sự trái tiết.

unseat /ʌn'si:t/ *dgt* **1.** làm ngã (ngựa, xe đạp) **2.** hất chân, làm mất ghế (nghị sĩ).

unseeded /ˌʌn'si:did/ *tt* (thể) không được chọn làm đấu thủ hạt giống (trong thi đấu quần vợt).

unseeing /ˌʌn'si:iŋ/ *tt* (vởn) chẳng thấy gì cả, như mù: *she stared out of the window with unseeing eyes* chị ta nhìn chằm chằm ra ngoài cửa sổ với đôi mắt như mù.

unseemliness /ʌn'si:mlinis/ *dt* tính không chỉnh, tính không thích đáng; tính bất lịch sự.

unseemly /ʌn'si:mli/ *tt* không chỉnh, không thích đáng; bất lịch sự: *make unseemly suggestions* đưa ra những gợi ý không thích đáng; *his language was most unseemly* lời lẽ của nó hết sức bất lịch sự.

unseen[1] /ʌn'si:n/ *tt* **1.** không ai thấy: *I slipped from the room unseen* tôi lẻn ra khỏi phòng mà không ai thấy **2.** làm không chuẩn bị trước (bản dịch). // *sight unseen* x sight[1].

unseen[2] /ʌn'si:n/ *dt* bản dịch ngay không chuẩn bị

trước (dịch từ tiếng nước ngoài sang tiếng mẹ đẻ).

unserviceable /ʌn's3:visəbl/ *tt* (vt US, u/s) không dùng được nữa (vì quá cũ, bị hỏng...): *an unserviceable bicycle* chiếc xe đạp không dùng được nữa.

unsettle /ʌn'setl/ *dgt* làm bối rối, làm lo âu, làm không hài lòng: *the sudden changes unsettled her* những thay đổi đột ngột ấy làm chị ta bối rối.

unsettled /ʌn'setld/ *tt* **1.** không ổn định, rối loạn: *conditions on the stock-market were unsettled* tình hình thị trường chứng khoán không ổn định; *an unsettled stomach* dạ dày bị rối loạn **2.** hay thay đổi; chưa định: *unsettled weather* thời tiết hay thay đổi; *our future plans are still unsettled* kế hoạch tương lai của chúng tôi hãy còn chưa định **3.** còn phải bàn cãi thêm (cuộc thảo luận...) **4.** chưa chi trả (hóa đơn...).

unshakeable, unshakable /ʌn'ʃeikəbl/ *tt* không lay chuyển được, kiên định: *an unshakeable faith* niềm tin không lay chuyển được.

unshaven /ʌn'ʃeivn/ *tt* không cạo (râu).

unsightliness /ʌn'saitlinis/ *dt* sự khó coi, sự xấu xí.

unsightly /ʌn'saitli/ *tt* khó coi, xấu xí: *unsightly facial hair* lông mặt khó coi (ở phụ nữ).

unsociable /ʌn'səʊʃəbl/ *tt* không hòa với người khác, khó gần.

unsocial /ʌn'səʊʃl/ *tt* **1.** nh unsociable **2.** không theo giờ giấc làm việc bình thường (làm ca đêm, trực đêm...).

unsolicited /ˌʌnsə'lisitid/ *tt* không [được] yêu cầu, tự nguyện (mà cho, mà giúp):

unsolicited help sự giúp đỡ tự nguyện, *unsolicited mail* thư từ không cần mà đến (thường để quảng cáo cho sản phẩm).

unsophisticated /ˌʌnsə'fistikeitid/ *tt* (đôi khi xấu) **1.** đơn giản và tự nhiên, mộc mạc; chất phác: *unsophisticated tastes* thị hiếu mộc mạc **2.** đơn giản, không tinh vi, không phức tạp: *unsophisticated tools* dụng cụ thô sơ.

unsound /ˌʌn'saʊnd/ *tt* **1.** không khỏe, yếu: *his heart is unsound* tim nó yếu; *the apartment block was declared unsound* khối nhà được coi như là yếu về mặt kiến trúc **2.** không đúng: *unsound reasoning* lập luận không đúng. // *of unsound mind* (luật) điên, mất trí.

unsparing /ʌn'speəriŋ/ *tt* không tiếc, hào phóng: *be unsparing in one's efforts* không tiếc công sức; *unsparing of (in) praise* không tiếc lời khen.

unsparingly /ʌn'speəriŋli/ *pht* [một cách] hào phóng, [một cách] rộng rãi.

unspeakable /ʌn'spi:kəbl/ *dt* (thường xấu) không tả xiết: *unspeakable joy* niềm vui không tả xiết.

unspeakably /ʌn'spi:kəbli/ *pht* [một cách] không tả xiết: *unspeakably cruel* tàn nhẫn không tả xiết (không sao nói hết được).

unstable /ˌʌn'steibl/ *tt* **1.** không vững, chông chênh: *this bookcase is rather unstable* cái tủ sách này hơi chông chênh **2.** không ổn định, thất thường: *unstable prices* giá cả không ổn định; *the political situation is highly unstable* tình hình chính trị rất không ổn định

U

3. [có] tinh thần bất thường (người).

unsteadily /ˌʌn'stedili/ *pht* **1.** [một cách] loạng choạng, [một cách] lảo đảo **2.** [một cách] không đều, [một cách] không ổn định.

unsteadiness /ˌʌn'stedinis/ *dt* **1.** sự loạng choạng, sự lảo đảo **2.** sự không đều, sự không ổn định.

unsteady /ˌʌn'stedi/ *tt* (**-ier; -iest**) **1.** không vững, loạng choạng, lảo đảo: *six whiskies made him unsteady on his feet* sáu cốc uýt-ki đã làm cho anh ta đi loạng choạng **2.** không đều, không ổn định: *his heartbeat was unsteady* nhịp tim của hắn không đều; *the candle's unsteady flame* ngọn nến bập bùng.

unstinting /ʌn'stintiŋ/ *tt* hào phóng, không tiếc: *unstinting praise* sự khen không tiếc lời; *she was unstinting in her efforts to help* bà ta không tiếc công sức giúp đỡ.

unstintingly /ʌn'stintiŋli/ *pht* [một cách] hào phóng.

unstop /ˌʌn'stɒp/ *dgt* (**-pp-**) thông, khai: *unstop a drain* thông ống cống.

unstoppable /ˌʌn'stɒpəbl/ *tt* (*kng*) không ngăn được, không chặn được: *the Tories in their third term will be unstoppable* sẽ không ngăn được các đảng viên đảng Bảo thủ tiếp tục nắm quyền một nhiệm kỳ thứ ba nữa.

unstuck /ʌn'stʌk/ *tt* không dính vào nhau, rời ra: *the envelope was unstuck* bì thư không dán kín. // **come unstuck** (*kng*) thất bại: *his plan to escape came badly unstuck* kế hoạch tẩu thoát của nó đã thất bại thảm hại.

unstudied /ˌʌn'stʌdid/ *tt* tự nhiên, không giả tạo: *with unstudied grace* với vẻ duyên dáng tự nhiên.

unsung /ˌʌn'sʌŋ/ *tt* không được ca ngợi trong thi văn: *his achievements were unsung* những thành tích của ông ta không được ca ngợi trong thi văn.

unsure /ˌʌn'ʃɔː[r]/, (*Mỹ* ˌʌn'ʃʊər/ *tt* (*vị ngữ*) **1.** **unsure of oneself** thiếu tự tin: *he's rather unsure of himself* anh ta hơi thiếu tự tin **2.** **unsure about (of) something** không biết chắc, phân vân: *I'm unsure of the facts* tôi không biết chắc các sự kiện; *we were unsure about who was to blame* chúng tôi phân vân không biết khiển trách ai.

unsuspecting /ˌʌnsə'spektiŋ/ *tt* không nghi ngờ: *the murderer crept up on his unsuspecting victim* tên sát nhân lén tới chỗ nạn nhân mà nạn nhân vẫn không hay biết.

unswerving /ʌn'swɜːviŋ/ *tt* kiên định; kiên trì: *unswerving loyalty* lòng trung thành kiên định; *he is unswerving in pursuit of his aims* anh ta kiên trì đeo đuổi mục đích.

untangle /ˌʌn'tæŋgl/ *dgt* gỡ rối: *untangle knitting wool* gỡ rối len đan; *I'll never untangle all these complicated debts* (*bóng*) tôi sẽ không bao giờ ra nổi khỏi những món nợ phức tạp này.

untapped /ˌʌn'tæpt/ *tt* chưa khai thác: *there are still vast untapped reserves of oil under the sea* còn những dự trữ dầu rất lớn chưa khai thác ở dưới biển.

untenable /ˌʌn'tenəbl/ *tt* không bảo vệ được: *an un-*

tenable theory một lý thuyết không bảo vệ được.

unthinkable /ˌʌn'θiŋkəbl/ *tt* không thể tưởng tượng được: *defeat is unthinkable* thất bại là điều không thể tưởng tượng được.

unthinking /ˌʌn'θiŋkiŋ/ *tt* thiếu suy xét, thiếu suy nghĩ: *unthinking criticisms* những lời phê bình thiếu suy xét.

unthinkingly /ˌʌn'θiŋkiŋli/ *pht* [một cách] thiếu suy xét, [một cách] thiếu suy nghĩ.

untidily /ʌn'taidili/ *pht* [một cách] không gọn ghẽ, [một cách] bề bộn, [một cách] bừa bãi; [một cách] xốc xếch, [một cách] luộm thuộm.

untidiness /ʌn'taidinis/ *dt* sự không gọn ghẽ, sự bề bộn, sự bừa bãi; sự xốc xếch, sự luộm thuộm.

untidy /ʌn'taidi/ *tt* (**-ier; -iest**) không gọn ghẽ, bề bộn, bừa bãi; xốc xếch, luộm thuộm: *an untidy kitchen* một nhà bếp bề bộn; *untidy hair* tóc không chải gọn ghẽ, tóc bù xù; *he is an untidy worker, he leaves his tools everywhere...* hắn là một công nhân bừa bãi, hắn để dụng cụ lung tung.

untie /ʌn'tai/ *dgt* cởi dây, cởi nút; cởi trói.

until¹ /ən'til/ *lt* (*cg* **till**) cho đến khi: *wait until the rain stops* hãy đợi cho đến khi mưa tạnh; *don't leave till I arrive* đừng đi cho đến khi tôi tới.

until² /ən'til/ *gt* (*cg* **till**) **1.** cho đến: *wait until tomorrow* hãy đợi cho đến mai; *the street is full of traffic from morning till night* đường phố đầy xe cộ đi lại từ sáng cho đến tối **2.** đến tận lúc: *the secret was never told until after the old man's* *death* bí mật vẫn được giữ kín đến tận lúc cụ già mất; *don't open it till your birthday* đợi cho đến sinh nhật con hãy mở nhé.

untimeliness /ʌn'taimlinis/ *dt* **1.** sự không đúng lúc **2.** sự quá sớm.

untimely /ʌn'taimli/ *tt* **1.** không đúng lúc: *untimely arrival* sự đến không đúng lúc **2.** quá sớm: *her untimely death at 25* cái chết quá sớm của cô ta ở tuổi 25.

untiring /ʌn'taiəriŋ/ *tt* không mệt mỏi: *untiring campaigners for peace* những người đấu tranh không mệt mỏi cho hòa bình; *she is untiring in her efforts to help the homeless* bà ta tỏ ra không mệt mỏi trong việc cố gắng giúp đỡ những người vô gia cư.

untiringly /ʌn'taiəriŋli/ *pht* [một cách] không mệt mỏi.

unto /'ʌntu:/ *gt (cũ hoặc kinh thánh) nh* to: *she spoke unto him* chị ta đã nói với nó.

untold /ʌn'təʊld/ *tt* **1.** giữ kín, không kể ra: *her secret remains untold to this day* bí mật của chị ta vẫn giữ kín cho đến ngày nay **2.** *(xấu)* không biết bao nhiêu mà kể, không kể xiết, vô kể: *untold suffering* sự đau khổ vô kể; *untold damage* thiệt hại không kể xiết.

untouchable¹ /ʌn'tʌtʃəbl/ *dt (sử)* tiện dân (Ấn Độ).

untouchable² /ʌn'tʌtʃəbl/ *tt* [thuộc] tiện dân (Ấn Độ), thấp hèn.

untoward /ˌʌntə'wɔ:d, (Mỹ ʌn'tɔ:rd)/ *tt* bất lợi; không may; bất tiện: *untoward developments* những sự phát triển bất lợi; *I'll come if nothing untoward happens* tôi sẽ đến nếu không có gì bất tiện (trở ngại) xảy ra.

untrammelled /ʌn'træmld/ *tt (Mỹ cg* **meled**) không bị cản trở, không bị ràng buộc: *a life untrammelled by responsibilities* một cuộc sống không bị trách nhiệm ràng buộc.

untried /ˌʌntraid/ *tt* chưa được thử nghiệm: *untried methods* những phương pháp chưa được thử nghiệm.

untrue /ˌʌn'tru:/ *tt* **1.** không đúng, sai sự thật **2.** không trung thành: *she is untrue to him* cô nàng không trung thành (không chung thủy) với anh ta.

untruth /ˌʌn'tru:θ/ *dt* **1.** điều dối trá **2.** sự dối trá.

untruthful /ʌn'tru:θfl/ *tt* dối trá.

untruthfully /ʌn'tru:θfəli/ *pht* [một cách] dối trá.

unturned /ˌʌn'tɜ:nd/ *tt* **leave no stone unturned** *x* leave¹.

untutored /ˌʌn'tju:təd, (Mỹ ˌʌn'tu:təd)/ *tt (dùa)* dốt nát, thô thiển.

unused¹ /ˌʌn'ju:zd/ *tt* chưa dùng tới: *an unused envelope* chiếc phong bì chưa dùng tới.

unused² /ˌʌn'ju:st/ *tt (vị ngữ)* (+ to) chưa quen: *the children are unused to city life (to living in a city)* lũ trẻ chưa quen sống ở đô thị.

unusual /ʌn'ju:ʒl/ *tt* **1.** không thông thường; hiếm: *it's unusual for him to refuse a drink* từ chối một chầu rượu là điều hiếm thấy ở anh ta **2.** *(khen)* đặc sắc, khác biệt: *I like that painting, it's most unusual* tôi thích bức tranh này, ấy là bức tranh đặc sắc nhất.

unusually /ʌn'ju:ʒəli/ *pht* hơn bình thường nhiều, bất thường: *it's unusually hot today* hôm nay trời nóng bất thường.

unutterable /ʌn'ʌtərəbl/ *tt* không lời nào tả xiết; kinh khủng: *unutterable joy* niềm vui không lời nào tả xiết; *an unutterable fool* một thằng ngu xuẩn kinh khủng.

unutterably /ʌn'ʌtərəbli/ *pht* hết chỗ nói; [một cách] kinh khủng: *unutterably foolish* ngu xuẩn hết chỗ nói.

unvarnished /ʌn'vɑ:niʃt/ *tt (thngữ)* không tô vẽ thêm: *just give me the plain unvarnished truth* hãy chỉ cho tôi biết sự thật không tô vẽ gì thêm.

unveil /ˌʌn'veil/ *dgt* **1.** bỏ mạng che mặt **2.** bỏ màn che, khánh thành, trưng bày lần đầu tiên: *unveil a statue* bỏ vải che để khánh thành một bức tượng; *the car company will be unveiling its latest models at a press conference tomorrow* hãng xe sẽ trưng bày lần đầu tiên các kiểu xe mới nhất của hãng tại một cuộc họp báo vào ngày mai.

unversed /ˌʌn'vɜ:st/ *tt* **unversed in something** không sành, không thành thạo về việc gì: *unversed in social etiquette* không sành nghi thức xã giao.

unvoiced /ˌʌn'vɔist/ *tt* không nói ra, không bày tỏ ra: *unvoiced fears* những nỗi sợ không nói ra.

unwaged¹ /ˌʌn'weidʒd/ *tt* không có việc làm được trả lương đều đặn; thất nghiệp.

unwaged² /ˌʌn'weidʒd/ *dt* **the unwaged** *(dgt snh)* những người không có việc làm được trả lương đều đặn, những người thất nghiệp.

unwanted /ˌʌn'wɒntid/ *tt* không cần đến; thừa: *feel unwanted* cảm thấy [bị]

U

thừa; *unwanted pregnancy* sự có thai ngoài mong muốn.

unwarrantable /ʌn'wɒrəntəbl, (Mỹ ʌn'wɔːrəntəbl)/ *tt* không thể biện bạch được: *their intrusion in our private lives is unwarrantable* việc họ xâm nhập vào đời sống riêng tư của chúng tôi là điều không thể biện bạch được.

unwarranted /ʌn'wɒrəntid, (Mỹ ʌn'wɔːrəntid)/ *tt* không có lý do xác đáng: *unwarranted fears* những nỗi sợ không có lý do xác đáng.

unwarily /ʌn'weərili/ *pht* [một cách] bất cẩn.

unwariness /ʌn'weərinis/ *dt* tính bất cẩn.

unwary[1] /ʌn'weəri/ *tt* không thận trọng, bất cẩn, khinh suất: *pot-holes can be lethal for the unwary cyclist* ổ gà có thể gây chết người cho người đi xe đạp bất cẩn.

unwary[2] /ʌn'weəri/ *dt* **the unwary** (*dgt snh*) những người bất cẩn.

unwell /ʌn'wel/ *tt* khó ở, ốm (*đặc biệt trong một thời gian ngắn*).

unwholesome /ʌn'həʊlsəm/ *tt* **1.** không lành, độc: *an unwholesome climate* khí hậu độc; *unwholesome food* thức ăn độc **2.** không lành mạnh: *unwholesome books* những cuốn sách không lành mạnh **3.** trông có vẻ không khỏe mạnh, có vẻ bệnh hoạn: *unwholesome complexion* nước da có vẻ bệnh hoạn.

unwieldiness /ʌn'wiːldinis/ *dt* **1.** sự khó cầm, sự khó di chuyển **2.** sự khó sử dụng, sự cồng kềnh.

unwieldy /ʌn'wiːldi/ *tt* **1.** khó cầm, khó di chuyển: *an unwieldy piece of furniture* một món đồ đạc khó di chuyển **2.** khó điều khiển;

cồng kềnh: *the unwieldy bureaucracy of centralized government* tính chất quan liêu cồng kềnh của chính quyền tập trung.

unwilling /ʌn'wiliŋ/ *tt* không vui lòng, miễn cưỡng, bất đắc dĩ: *unwilling volunteers* quân tình nguyện bất đắc dĩ; *his unwilling participation to the scheme* sự tham gia miễn cưỡng của nó vào kế hoạch.

unwillingly /ʌn'wiliŋli/ *pht* [một cách] miễn cưỡng, [một cách] bất đắc dĩ.

unwind /ʌn'waind/ *dgt* **1.** **(unwound)** tháo ra, trải ra (*cái gì đã cuộn, đã quấn*): *unwind a ball of string* tháo một cuộn dây; *he unwound the scarf from his neck* anh ta tháo khăn quàng ở cổ ra **2.** (*kng*) thư giãn (*sau một thời gian căng thẳng*): *reading is a good way to unwind* đọc sách là cách thư giãn tốt; *after a few drinks, he began to unwind* sau vài chén rượu, hắn bắt đầu nói năng thoải mái hơn.

unwise /ʌn'waiz/ *tt* không khôn ngoan, khờ: *an unwise decision* một quyết định không khôn ngoan; *it was unwise [of you] to reject his offer* [anh] bác đề nghị của nó thật là khờ.

unwisely /ʌn'waizli/ *pht* [một cách] không khôn ngoan, [một cách] khờ.

unwitting /ʌn'witiŋ/ *tt* (*thngữ*) **1.** không hay biết: *an unwitting carrier of stolen goods* người chở đồ ăn trộm mà không hay biết **2.** không chủ tâm, vô tình: *an unwitting insult* lời lăng mạ không chủ tâm.

unwittingly /ʌn'witiŋli/ *pht* [một cách] không chủ tâm, [một cách] vô tình: *if I offended you it was unwit-*

tingly nếu tôi làm phật lòng anh thì chỉ là do vô tình thôi.

unwonted /ʌn'wəʊntid/ *tt* bất thường, hiếm thấy: *he arrived with unwonted punctuality* anh ta tới đúng giờ một cách hiếm thấy.

unworkable /ʌn'wɜːkəbl/ *tt* không thể thực hiện được: *an unworkable plan* một kế hoạch không thể thực hiện được.

unworldliness /ʌn'wɜːldlinis/ *dt* tính phi trần tục, tính thanh tao.

unworldly /ʌn'wɜːdli/ *tt* phi trần tục, thanh tao: *an unworldly man* một con người thanh tao.

unworthily /ʌn'wɜːðili/ *pht* [một cách] không xứng đáng, [một cách] không đáng.

unworthiness /ʌn'wɜːðinis/ *dt* sự không xứng đáng, sự không đáng.

unworthy /ʌn'wɜːði/ *tt* không xứng đáng, không đáng: *fighting for an unworthy cause* chiến đấu vì một sự nghiệp không xứng đáng; *trivia unworthy of your attention* chuyện vặt không đáng để anh quan tâm; *conduct unworthy of a decent citizen* cách cư xử không xứng đáng với một công dân đứng đắn.

unwound /ʌn'waʊnd/ *qk và đttqk* của unwind.

unwritten /ʌn'ritn/ *tt* không viết ra, bất thành văn.

unwritten law /ʌn'ritnlɔː/ (*cg* **unwritten rule**) luật (quy tắc) bất thành văn.

unyielding /ʌn'jiːldiŋ/ *tt* (+ in) không chịu nhượng bộ, cứng, cứng cỏi: *the mattress was hard and unyielding* tấm nệm cứng và không bị trũng xuống; *unyielding* *in her opposition to the plan* không chịu nhượng bộ trong sự chống đối kế hoạch của cô ta.

unzip /ˌʌn'zip/ *đgt* (**-pp-**) kéo khóa kéo mà mở ra: *she unzipped her dress* chị ta kéo khóa kéo mà cởi áo ra.

up¹ /ʌp/ *pht* **1.** đứng lên, đứng dậy; dậy: *I stood up to ask a question* tôi đứng dậy hỏi một câu; *he jumped up from his chair* nó đang ngồi bỗng bật dậy; *Is Ba up yet?* Ba đã dậy chưa? **2.** ở trên, lên trên, lên: *lift your head up* hãy ngẩng đầu lên; *prices are still going up* giá cả hãy còn lên; *we were two goals up at half-time* hiệp một chúng tôi dẫn hai bàn **3.** up to somebody (something) tới bên, tới tận: *he came up to me and asked the time* nó tới bên tôi và hỏi giờ; *she went straight up to the door and knocked loudly* chị ta đi thẳng tới cửa và gõ mạnh **4.** lên, trên (*thành phố lớn, miền bắc đất nước*); vào, ở (*một trường đại học, đặc biệt là đại học Oxford, Cambridge*): *go up to London for the day* lên Luân Đôn cả ngày; *they're up in London* chúng nó ở tận trên Luân Đôn; *she is going up to Oxford in October* tháng mười cô ta sẽ vào đại học Oxford; *he's up at Cambridge* nó ở đại học Cambridge **5.** thành từng mảnh; rời ra: *she tore the paper up* chị ta xé toạc tờ giấy ra **6.** hoàn toàn; hết cả: *we ate all the food up* chúng tôi đã ăn hết cả thức ăn; *the stream has dried up* dòng nước đã khô cạn hoàn toàn **7.** cho chắc, cho chặt: *lock something up* khóa lại cho chắc; *nail something up* đóng đinh cho chặt **8.** (*kng*) đang xảy đến, đang tiếp

diễn (*đặc biệt nói về cái gì bất thường hoặc khó chịu*): *I heard a lot of shouting, what's up?* tôi nghe nhiều tiếng la hét, cái gì xảy ra vậy?. // **be up to something** a/ là bổn phận, là nhiệm vụ của ai: *it's up to us to help those in need* bổn phận của chúng ta là giúp đỡ những ai gặp cảnh khó khăn túng thiếu b/ để tùy ai quyết định: *an Indian or a Chinese meal? It's up to you* ăn bữa cơm Tàu hay Ấn Độ, để tùy anh quyết định; **be up with somebody** ai đó có cái gì khó chịu, có căn bệnh gì đó: *he's very pale, what's up with him?* nó rất xanh xao, nó có chuyện gì thế?; **not be up to much** không tốt lắm: *his work isn't up to much* công việc của nó thì không tốt lắm; **up against something** a/ sát với: *the ladder is leaning up against the wall* cái thang dựa sát vào tường b/ đối phó với, đương đầu với: *he came up against the local police* nó đối phó với cảnh sát địa phương; **up and about; up and doing** dậy hoạt động trở lại (*sau trận ốm...*); **up and down** a/ đi tới đi lui: *walking up and down outside our house* đi lui đi tới bên ngoài ngôi nhà của chúng tôi b/ trồi lên tụt xuống, nhấp nhô: *the boat bobbed up and down on (in) the water* con thuyền nhấp nhô trên mặt nước; **up before somebody (something)** ra tòa (*trước mặt quan tòa...*): *his case was brought up before the court* vụ việc của nó đã phải mang ra trước tòa; *he was (came) up before the magistrate for speeding* nó bị ra tòa vì tội chạy quá tốc độ cho phép; **up for something** a/ đang được xét xử vì tội gì đó: *up for speeding*

đang được xét xử vì tội chạy quá tốc độ cho phép b/ được cân nhắc; được đưa ra (*làm gì đó*): *the contract is up for renewal* hợp đồng đang được cân nhắc để tiếp tục lại; *the house is up for auction* ngôi nhà được đưa ra bán đấu giá; **up to something** a/ tối đa là: *I can take up to four people in my car* xe tôi có chỗ tối đa cho bốn người b/ (*cg* **up until something**) không quá; cho đến: *read up to page 100* đọc cho đến trang 100; *up until the war she had never lived alone* cho đến khi nổ ra chiến tranh, cô ta chưa bao giờ sống một mình c/ ngang tầm với; có thể: *I don't feel up to going to work today* tôi cảm thấy không thể đi làm hôm nay được d/ (*kng*) bận rộn (*với cái gì đấy*): *what's he up to?* nó đang bận gì thế?; *what tricks has she been up to?* cô ta đang giở trò gì thế?

up² /ʌp/ *gt* lên, ngược lên, ở trên: *run up the stairs* chạy lên cầu thang; *sail up a river* đi thuyền buồm ngược dòng sông. // **up and down something** đi tới đi lui (*nơi nào đó*): *walking up and down the platform* đi tới đi lui trên sân ga; **up yours!** (*Anh, lóng*) cái mặt mày hả! (*để tỏ sự bực tức tột độ*).

up³ /ʌp/ *đgt* (**-pp-**) **1.** (*kng hoặc đùa*) (*theo sau có "and" và một đgt khác*) đứng lên, vụt đứng lên: *she upped and left without a word* chị ta đứng lên và bỏ đi không nói một lời **2.** (*kng*) gia tăng, tăng: *up the price* tăng giá. // **up sticks** mang theo tài sản của cải dời đi sống ở nơi khác.

U

up⁴ /ʌp/ *dt* đường nẩy lên *(của quả bóng sau khi nẩy từ mặt đất lên): try to hit the ball on the up* cố gắng đánh quả bóng trên đường nẩy lên của nó. // **ups and downs** nỗi thăng trầm *(của cuộc đời): he stuck by her through all life's ups and downs* anh ta gắn bó với nàng qua mọi nỗi thăng trầm của cuộc đời.

up-and-coming /ˌʌpənd-ˈkʌmiŋ/ *tt* đầy triển vọng: *an up-and-coming young singer* một ca sĩ trẻ đầy triển vọng.

up-and-up /ˌʌp ənd'ʌp/ *dt* **on the up-and-up** *(kng)* **1.** đang lên, đang tiến phát **2.** *(Mỹ)* trung thực.

up- *(tiền tố, kết hợp với dt, dgt và các dạng liên quan)* cao hơn: *upland* vùng cao; *uplift* nâng cao *(trình độ...).*

upbeat /ˈʌpbiːt/ *dt (kng)* phấn khởi, lạc quan.

upbraid /ʌp'breid/ *dgt* la mắng, quở trách: *upbraid someone with (for) something* quở trách ai về điều gì.

upbringing /ˈʌpˌbriŋiŋ/ *dt (thường số ít)* sự chăm sóc dạy dỗ *(trẻ em).*

upcoming /ˈʌpˌkʌmiŋ/ *tt* sắp xảy ra, sắp tới: *the upcoming elections* những cuộc bầu cử sắp tới.

up-country /ʌp'kʌntri/ *tt, pht* **1.** ở nội địa, xa bờ biển **2.** ở vùng quê xa thành thị.

update¹ /ˌʌp'deit/ *dgt* **1.** cập nhật; hiện đại hóa; *update a dictionary* cập nhật một cuốn từ điển **2.** cung cấp thông tin mới nhất *(cho ai): I updated the committee on our progress* tôi đã cung cấp cho ủy ban những thông tin mới nhất về tiến bộ của chúng tôi.

update² /ˈʌp deit/ *dt* **1.** sự cập nhật hóa **2.** thông tin mới nhất: *an update on the political situation* thông tin mới nhất về tình hình chính trị.

up-end /ˌʌp'end/ *dgt* **1.** lật úp: *I up-ended the crate and sat on it* tôi lật úp chiếc thùng và ngồi lên trên đó **2.** *(kng)* đánh ngã: *he up-ended his opponent with a single punch* chỉ một cú đấm nó đánh ngã đối thủ.

upfront /ˌʌp'frʌnt/ *tt* trực tiếp và không giấu giếm: *he's very upfront about his political views* anh ta không giấu giếm quan điểm chính trị của mình.

upgrade¹ /ˌʌp'greid/ *dgt* nâng cấp; thăng chức: *the consulate was upgraded to embassy status* tòa lãnh sự đã được nâng cấp lên hàng sứ quán.

upgrade¹ /ˈʌpgreid/ *dt (Mỹ)* đường dốc lên.

upheaval /ˌʌp'hiːvl/ *dt* **1.** chấn động: *volcanic upheavals* chấn động núi lửa **2.** *(bóng)* biến động: *political upheavals* biến động chính trị.

uphill¹ /ˌʌp'hil/ *tt* **1.** dốc lên: *an uphill road* con đường dốc lên; *the last mile was all uphill* dặm đường cuối cùng toàn là dốc lên **2.** khó khăn vất vả: *an uphill task* một nhiệm vụ khó khăn vất vả.

uphill² /ˌʌp'hil/ *pht* lên dốc: *walk uphill* đi bộ lên dốc.

uphold /ˌʌp'həʊld/ *dgt* **(upheld) 1.** ủng hộ: *uphold a policy* ủng hộ chính sách **2.** giữ gìn, duy trì: *uphold a tradition* giữ gìn truyền thống.

upholster /ˌʌp'həʊlstə[r]/ *dgt* làm nệm *(cho chiếc ghế),* cho bọc *(một chiếc ghế):* up-holster a sofa in leather bọc da một chiếc ghế xôfa; *upholstered in (with) velvet* được bọc nhung.

upholsterer /ˌʌp'həʊlstərə[r]/ *dt* người làm nghề bọc ghế, người làm nệm ghế.

upholstery /ˌʌp'həʊlstəri/ *dt* **1.** nghề bọc ghế, nghề làm nệm ghế **2.** vật liệu bọc ghế, vật liệu làm nệm ghế.

UPI /ˌjuːpiːˈai/ *(vt của United Press International)* Hãng thông tấn UPI.

upkeep /ˈʌpkiːp/ *dt* **1.** sự bảo dưỡng **2.** phí bảo dưỡng.

upland /ˈʌplənd/ *dt (thường snh)* vùng cao.

uplift¹ /ˌʌp'lift/ *dgt (thường theo nghĩa bóng)* nâng cao: *with uplifted hands* với bàn tay giơ lên; *an uplifting sermon* bài thuyết giáo nâng cao tâm hồn.

uplift² /ˈʌplift/ *tt* tác động nâng cao tâm hồn: *her encouragement gave me a great sense of uplift* sự khích lệ của chị ta đã nâng cao tâm hồn của tôi lên nhiều.

upon /ə'pɒn/ *dt* **1.** trên, ở trên: *upon the wide sea* trên biển rộng **2.** lúc, vào lúc, trong khoảng, trong lúc: *upon the heavy middle of the night* vào đúng nửa đêm; *upon a long voyage* trong một cuộc hành trình dài **3.** nhờ vào, bằng, nhờ: *depend upon someone to live* nhờ vào ai mà sống **4.** chống lại: *to draw one's sword upon someone* rút gươm ra chống lại ai **5.** theo, với: *upon those terms* theo những điều khoản đó.

upper¹ /ˈʌpə[r]/ *tt (thngữ)* cao, trên, thượng: *the upper lip* môi trên; *Upper Egypt* vùng Thượng Ai Cập. // **gain (get...) the upper hand [over somebody]** giành ưu thế: *our team gained (had) the upper* *hand in the second half* trong hiệp hai đội ta đã giành ưu thế; *don't let your feeling get the upper hand over you* chớ để cho tình cảm chế ngự anh; **a stiff upper lip** x stiff.

upper² /'ʌpə[r]/ *dt* **1.** mũ giày **2.** thuốc hưng phấn // **on one's uppers** (*kng, cũ*) nghèo xác nghèo xơ.

upper case /ˌʌpə'keis/ chữ hoa: *titles set in upper case* đầu đề viết bằng chữ hoa.

Upper Chamber /ˌʌpə'tʃeimbə[r]/ (*cg* **Upper House**) Thượng nghị viện (ở nghị viện Anh).

upper class /ˌʌpə'klɑ:s/ (*cg* **upper classes** *snh*) giai cấp thượng lưu.

upper crust /ˌʌpə'krʌst/ (*kng hoặc đùa*) *nh* upper class.

upper-cut /'ʌpəkrʌt/ *dt* quả đấm móc (*quyền Anh*).

Upper House /ˌʌpə'haʊs/ *nh* Upper Chamber.

uppermost¹ /'ʌpəməʊst/ *pht* ở trên hết, cao nhất.

uppermost² /'ʌpəməʊst/ *pht* ở trên hết, ở hàng đầu: *store this side uppermost* để mặt này hướng lên (*lời ghi trên công-ten-nơ*); *the children's future is always uppermost in my mind* tương lai các cháu lúc nào cũng là quan trọng hàng đầu trong trí óc tôi.

uppish /'ʌpiʃ/ *tt* (*cg Mỹ* **uppity**) (*kng, xấu*) kiêu căng, tự phụ.

uppity /'ʌpəti/ *tt* (*Mỹ*) x uppish.

upright¹ /'ʌprait/ *tt* **1.** đứng, đứng thẳng: *she sat upright* chị ta ngồi thẳng người **2.** ngay thẳng: *an upright man* một con người ngay thẳng.

upright² /'ʌprait/ *pht* [một cách] đứng, đứng thẳng:

pull the tent-pole upright kéo cọc lều đứng thẳng lên.

upright³ /'ʌprait/ *dt* **1.** trụ đứng, cột: *the ball bounced off the left upright of the goal* quả bóng nảy bật ra khỏi cột bên trái của khung thành **2.** *nh* upright piano.

uprightness /'ʌpraitnis/ *dt* **1.** sự đứng, sự đứng thẳng **2.** tính ngay thẳng.

upright piano /ˌʌprait pi'ænəʊ/ (*nhạc*) pianô tủ.

uprising /'ʌpraiziŋ/ *dt* sự nổi dậy, cuộc nổi dậy: *an armed uprising* cuộc nổi dậy có vũ trang.

uproar /'ʌprɔ:[r]/ *dt* sự om sòm náo động: *the meeting ended in [an] uproar* cuộc họp kết thúc trong một cảnh náo động.

uproarious /ʌp'rɔ:riəs/ *tt* **1.** om sòm, ầm ĩ: *an uproarious debate* cuộc bàn cãi om sòm; *they burst into uproarious laughter* họ phá lên cười ầm ĩ **2.** rất buồn cười: *uproarious jokes* những lời nói đùa rất buồn cười.

uproariously /ʌp'rɔ:riəsli/ *pht* **1.** [một cách] om sòm, [một cách] ầm ĩ **2.** [một cách] rất buồn cười: *uproariously funny* rất buồn cười, buồn cười đến đứt cả ruột.

uproot /ˌʌp'ru:t/ *dgt* **1.** nhổ (*một cây*) cả rễ **2.** nhổ (*cả gia đình...*) đi nơi khác: *she uprooted herself from the farm and moved to London* bà ta nhổ khỏi trang trại và chuyển về Luân Đôn.

upset¹ /ˌʌp'set/ *dgt* (**upset**) **1.** làm đổ, làm vãi ra, làm lật úp: *upset one's cup* làm đổ tách nước ra; *a large wave upset the boat* một cơn sóng lớn lật úp thuyền **2.** làm xáo trộn, làm đảo lộn: *our arrangements for the weekend were upset by her visit* cuộc viếng thăm của bà ta

đã làm đảo lộn kế hoạch nghỉ cuối tuần của chúng tôi **3.** làm rối loạn: *cheese often upset her [stomach]* pho mát thường làm chị ta rối loạn tiêu hóa **4.** làm phiền muộn, làm đau khổ giận vặt: *don't upset yourself, no harm has been done* đừng có dằn vặt nữa, nào có tai hại gì đâu. // **upset the (somebody's) applecart** a/ làm đảo lộn kế hoạch, làm hỏng sự sắp xếp đã trù liệu: *her refusal to help quite upset the applecart* sự từ chối giúp đỡ của chị ta đã hoàn toàn làm hỏng sự sắp xếp đã trù liệu b/ bác bỏ một lý thuyết.

upset² /ˌʌp'set/ *dt* **1.** sự làm xáo trộn; sự bị xáo trộn: *last-minute changes cause a great deal of upset* những thay đổi vào phút chót đã tạo ra nhiều xáo trộn **2.** sự rối loạn tiêu hóa: *a stomach upset* cơn rối loạn tiêu hóa dạ dày **3.** (*thể*) kết quả bất ngờ.

upshot /'ʌpʃɒt/ *dt* (*số ít*) **the upshot of something** kết quả cuối cùng: *the upshot of it all was that he resigned* kết quả cuối cùng của chuyện đó là ông ta đã từ chức.

upside¹ /'ʌpsaid/ *tt* có triển vọng thành công (*công việc kinh doanh*).

upside² /'ʌpsaid/ *dt* triển vọng thành công (*trong kinh doanh*).

upside-down /ˌʌpsaid'daʊn/ *tt, pht* **1.** lộn ngược: *that picture is upside-down* bức tranh kia treo lộn ngược **2.** (*kng, bóng*) đảo lộn: *burglars had turned the house upside-down* kẻ trộm đã lục lọi làm đảo lộn cả đồ đạc trong nhà.

upstage¹ /ˌʌp'steidʒ/ *tt, pht* **1.** ở phía sau sân khấu: *an*

U

upstage door cửa sau sân khấu **2.** *(kng)* hợm mình: *they're much too upstage for us these days* dạo này họ quá hợm mình đối với chúng ta.

upstage² /ˌʌp'steidʒ/ *dgt* thu hút sự chú ý *(từ ai)* về phía mình: *he upstaged the others speakers by illustrating his talk with slides* anh ta thu hút sự chú ý từ các diễn giả khác về phía mình bằng cách chiếu hình minh họa bài nói của anh.

upstairs¹ /ˌʌp'steəz/ *pht* lên gác; trên gác: *walk upstairs* đi lên gác; *I was upstairs when it happened* tôi ở trên gác khi sự việc xảy ra. // **kick somebody upstairs** x kick¹.

upstairs² /ˌʌp'steəz/ *dt (số ít) (kng)* gác, tầng trên: *the upstairs of this house is all new* tầng trên của ngôi nhà này toàn là mới.

upstanding /ˌʌp'stændiŋ/ *tt* **1.** khỏe mạnh **2.** lương thiện và có trách nhiệm: *an upstanding citizen* một công dân lương thiện và có trách nhiệm.

upstart /'ʌpstɑːt/ *dt* người mới phát.

upstream /ˌʌp'striːm/ *pht* ngược dòng: *swim upstream* bơi ngược dòng.

upsurge /'ʌpsɜːdʒ/ *dt* **1.** (+ in) sự tăng vọt: *an upsurge in investments* sự tăng vọt đầu tư **2.** (+ of) đợt bột phát, cơn: *an upsurge of anger* cơn giận bột phát.

upswing /'ʌpswiŋ/ *dt* sự gia tăng: *the policy led to an upswing in the party's polularity* chính sách đã làm gia tăng uy tín của đảng.

uptake /'ʌpteik/ *dt* **quick (slow) on the uptake** hiểu nhanh, sáng ý (hiểu chậm, tối dạ).

uptight /ˌʌp'tait/ *tt* **1.** (+ about) *(kng)* căng thẳng thần kinh: *get uptight about exams* bị căng thẳng trong các kỳ thi **2.** bực dọc, tức tối: *offers of help just make him uptight* những lời đề nghị giúp đỡ chỉ tổ làm cho nó bực dọc **3.** *(Mỹ)* câu nệ một cách cứng nhắc.

up-to-date /ˌʌptə'deit/ *tt* **1.** hợp thời, hiện đại **2.** cập nhật *(số sách...)*.

up-to-the-minute /ˌʌptəðə'minit/ *tt* **1.** rất hiện đại, rất hợp thời **2.** mới giờ chót, nóng hổi.

uptown /ˌʌp'taun/ *tt, pht (Mỹ)* ở khu cư xá ven đô *(không phải khu thương mại công nghiệp)*: *uptown New York* khu cư xá ngoại thành New York.

upturn /ˌʌp'tɜːn/ *dt* (+ in) sự tăng tiến, sự gia tăng: *an upturn in the sales figures* sự gia tăng doanh số; *her luck seems to have taken an upturn* thời vận cô ta xem ra tăng tiến.

upturned /ˌʌp'tɜːnd/ *tt* **1.** hếch lên ở cuối: *an upturned nose* mũi hếch lên **2.** bị lật; bị lật úp; *they set fire to an upturned car* họ châm lửa đốt chiếc xe bị lật úp.

upward¹ /'ʌpwəd/ *tt* hướng lên, lên: *an upward glance* cái liếc nhìn lên; *the upward trend in prices* khuynh hướng lên giá.

upward² /'ʌpwəd/ *pht (cg* **upwards** /'ʌpwədz/) **1.** hướng lên: *look upward* nhìn lên; *the missile rose upward into the sky* tên lửa bay lên trời **2. upward[s] of** *(kng)* nhiều hơn, hơn: *it cost upwards of £50* cái đó giá hơn 50 bảng.

upwardly mobile /ˌʌpwədli məu'bail/ khả năng ngoi lên tầng lớp trên.

upward mobility /ˌʌpwəd məu'bailiti/ khả năng ngoi lên tầng lớp trên.

upwards of /'ʌpwədzəv/ *gt* nhiều hơn, trên: *upwards of a hundred people came to the meeting* trên một trăm người đến dự họp.

upwind /ˌʌp'wind/ *tt, pht* ở hướng đầu gió: *if we're upwind of the animal it may smell our scent* nếu ta ở hướng đầu gió đối với con thú thì nó có thể đánh hơi thấy chúng ta.

uranium /juˈreiniəm/ *dt (hóa)* urani.

urban /'ɜːbən/ *tt* [thuộc] thành thị, [thuộc] đô thị; ở thành thị, ở đô thị: *urban areas* khu vực đô thị; *the urban population* dân số thành phố; *urban renewal* sự tân trang đô thị.

urbane /ɜː'bein/ *tt (đôi khi xấu)* kiểu cách lịch sự.

urbanely /ɜː'beinli/ *pht* [một cách] kiểu cách lịch sự.

urbanisation /ˌɜːbənai'zeiʃn/ *dt nh* urbanization.

urbanise /'ɜːbənaiz/ *dgt nh* urbanize.

urbanity /ɜː'bænəti/ *dt* kiểu cách lịch sự.

urbanization /ˌɜːbənai'zeiʃn/ *dt* sự đô thị hóa.

urbanize /'ɜːbənaiz/ *dgt* đô thị hóa.

urchin /'ɜːtʃin/ *dt* **1.** thằng nhóc, thằng nhãi ranh **2.** (cg **street-urchin**) đứa trẻ bụi đời **3.** (cg **sea-urchin**) nhím biển.

Urdu¹ /'uəduː/ *dt (ngôn)* tiếng Urdu *(của Pakistan)*.

Urdu² /'uəduː/ *tt (ngôn)* [thuộc] tiếng Urdu *(của Pakistan)*.

-ure *(tiếp tố)* **1.** *(cùng dgt* tạo *dt* chỉ hành động hoặc quá trình)*: *failure* sự thất bại; *seizure* sự bắt giữ **2.**

(cùng dgt hay dt tạo dt chỉ nhóm hay cái có chức năng đặc thù): *legislature* cơ quan lập pháp; *prefecture* chức quận trưởng.

urea /'ʊəriə, (Mỹ 'jʊriə)/ *dt* (hóa) urê.

ureter /jʊə'ri:tə[r]/ *dt* (giải) ống dẫn đái.

urethra /jʊə'ri:θrə/ *dt* (snh **urethras** hoặc **urethrae** /jʊə'ri:θri:/ (giải) ống đái.

urge¹ /ɜ:dʒ/ *dgt* **1.** thúc, thúc giục: *she urged her mare to jump the fence* chị ta thúc con ngựa cái của chị nhảy qua rào **2.** cố nài, cố gắng thuyết phục: *the shopkeeper urged me to buy a hat* anh nhà hàng nài tôi mua một cái mũ **3.** khuyến cáo, dặn dò: *we urged caution* chúng tôi khuyến cáo phải thận trọng. // **urge somebody on** cổ vũ, khuyến khích *(ai, làm gì)*: *the manager urged his staff on [to greater efforts]* ông quản lý cổ vũ nhân viên cố gắng nhiều hơn; *urged on by his colleague he stood for election* được các đồng nghiệp khuyến khích, ông ta đã ra ứng cử.

urge² /ɜ:dʒ/ *dt* sự thôi thúc; niềm khát khao: *sexual urges* những khát khao về tình dục.

urgency /'ɜ:dʒənsi/ *dt* **1.** sự cần kíp, sự khẩn cấp: *a matter of great urgency* một việc rất khẩn cấp **2.** sự khẩn nài, sự khẩn khoản: *I detected a note of urgency in her voice* tôi phát hiện ra sự khẩn nài trong giọng nói của chị ta.

urgent /'ɜ:dʒənt/ *tt* **1.** cần kíp, khẩn cấp, khẩn, gấp: *an urgent message* bức điện khẩn **2.** khẩn nài, khẩn

khoản: *speak in an urgent whisper* nói khẩn khoản.

urgently /'ɜ:dʒəntli/ *pht* [một cách] cần kíp, [một cách] khẩn cấp, [một cách] gấp: *ambulance drivers are urgently needed* đang cần gấp lái xe cứu thương.

uric /'jʊərik/ *tt* (hóa) uric: *uric acid* axit uric.

urinal /'jʊərinl/ *dt* chỗ đi tiểu cho nam, toa-lét nam.

urinary /'jʊərinəri, (Mỹ 'jʊərineri)/ *tt* [thuộc] nước tiểu; [thuộc] đường niệu: *urinary infections* nhiễm trùng đường niệu.

urinate /'jʊərineit/ *dgt* đi tiểu, đi đái.

urine /'jʊərinl/ *dt* nước tiểu, nước đái.

urn /ɜ:n/ *dt* **1.** bình đựng tro hỏa táng **2.** (trong từ ghép) bình hãm: *a tea urn* bình hãm trà (ở tiệm cà phê...).

us /əs, dạng nhấn mạnh ʌs/ *dt* chúng tôi, chúng ta: *did he see us?* nó có thấy chúng tôi không?; *we'll take the dog with us* chúng ta sẽ mang con chó theo; *hello, it's us back again* xin chào; chúng tôi trở về đây.

US /ju:es/ *vt* **1.** *vt của* United States [of America] Hoa Kỳ: *a US citizen* một công dân Hoa Kỳ **2.** (cg u/s) (kng) (vt của unserviceable) không dùng được: *this pen's US, give me one that writes* cây bút này không dùng được nữa, hãy cho tôi một cây còn viết được.

USA /ju:əs'ei/ *vt* **1.** (Mỹ) (vt của United States Army) Lục quân Hoa Kỳ **2.** (để đề dia chỉ) (vt của United States of America) Hoa Kỳ, Mỹ.

usable /'ju:zəbl/ *tt* có thể dùng: *this tyre is so worn that it is no longer usable* chiếc lốp này mòn đến mức không thể dùng được nữa.

usage /'ju:sidʒ, 'ju:zidʒ/ *dt* **1.** cách dùng, cách sử dụng: *the tractor had been damaged by rough usage* máy kéo đã bị hỏng vì sử dụng bừa bãi **2.** cách dùng từ ngữ quen thuộc: *it's not a word in common usage* đấy không phải là một từ thông dụng; *a dictionary helps one to distinguish correct and incorrect usages* từ điển giúp ta phân biệt cách dùng từ đúng hay sai.

use¹ /ju:z/ *dgt* (used) **1.** **use something [for something (doing something)] use something [as something]** dùng, sử dụng: *do you know how to use a lath?* anh có biết sử dụng máy tiện không?; *if you don't use your English you'll forget it* nếu anh không thường dùng tiếng Anh thì anh sẽ quên đi đấy; *they use force to persuade him* họ dùng vũ lực để thuyết phục anh ta **2.** đối xử, cư xử: *use one's friends well* đối xử tốt với bạn; *he thinks himself ill used* anh ta nghĩ là đã bị bạc đãi **3.** **use somebody (something) [as something]** lợi dụng: *he felt used by her* anh ta cảm thấy bị nàng lợi dụng; *she used the bad weather as an excuse for not coming* cô ta đã lợi dụng thời tiết xấu để cáo lỗi không đến **4.** dùng, tiêu thụ: *the car used a gallon of petrol for the journey* xe hơi đã tiêu thụ hết một ga-lông xăng trong cuộc

U

hành trình; *I think he's using drugs* tôi nghĩ là ông ta dùng ma túy. // **I could use a drink...** tôi rất thích uống...; **use one's loaf** (cũ, kng) xử sự khôn ngoan hơn. **use something up** a/ dùng hết, tận dụng: *I've used up all the glue* tôi đã dùng hết chỗ keo ấy; *she used up the chicken bones to make soup* chị ta lợi dụng xương gà để làm món xúp b/ dốc hết ra dùng; *use up all one's energy* dốc hết nghị lực.

use² /juːs/ *dt* **1.** sự dùng, sự sử dụng; cách dùng, cách sử dụng: *the use of electricity for heating* sự dùng điện để sưởi ấm; *learn the use of a lathe* học cách dùng máy tiện; *the ointment is for external use only* thuốc mỡ này chỉ để dùng ngoài da mà thôi **2.** công dụng: *a tool with many uses* một dụng cụ có nhiều công dụng **3.** **use [of something]** a/ quyền sử dụng: *allow a tenant the use of the garden* cho phép người thuê sử dụng khu vườn b/ khả năng sử dụng: *lose the use of one's legs* mất khả năng sử dụng đôi chân (*không đi được nữa*) **4.** sự có ích; lợi ích; giá trị: *what's the use of worrying about it?* lo lắng chuyện đó có ích gì?; *recycled materials are mostly of limited use* vật liệu tái sinh phần lớn có giá trị hạn chế **5.** sự dùng quen: *long use has accustomed me to it* dùng lâu ngày đã làm cho tôi quen với cái ấy. // **come into (go out) of use** bắt đầu (thôi) được dùng: *when did this word come into common sense?* từ ấy đã được dùng phổ biến từ bao giờ thế?; **have no use for somebody**

không chịu nổi; không ưa (ai): *I've no use for people who don't try* tôi không ưa những người không chịu cố gắng; **have no use for something** không dùng cái gì nữa: *I've no further use for this typewriter, so you can have it* tôi không còn dùng cái máy chữ này nữa, anh có thể lấy đi; **make the best use of something** x best¹; **make use of something (somebody)** lợi dụng: *we will make good use of her talents* chúng tôi sẽ lợi dụng tốt nhất tài năng của chị ta; **no earthly use** x earthly; **of use** hữu ích, có ích: *these maps might be of [some] use to you on your trip* những bản đồ này có thể có ích cho anh ta trong cuộc hành trình; **put something to good use** kiếm lợi được, lợi dụng: *he'll be able to put his experience to good use in the new job* anh ta có thể lợi dụng kinh nghiệm của mình trong công việc mới.

used¹ /juːzd/ *tt* cũ, đã dùng (*quần áo, xe cộ...*).

used² /juːst/ *tt* **used to something (doing something)** đã quen với: *be quite used to hard word* đã hoàn toàn quen với công việc khó nhọc.

used to /ˈjuːstə/ (trước nguyên âm hay ở cuối câu ˈjuːstuː) *đgt* (phủ định **used not to (usedn't to, usen't to)** thường: *I used to live in London* tôi đã từng sống ở Luân Đôn; *you used to smoke a pipe, didn't you?* anh đã từng hút tẩu phải không?

useful /ˈjuːsfl/ *tt* **1.** có ích, hữu ích: *a useful idea* một ý kiến có ích; *a useful tool* một dụng cụ có ích **2.** (kng) có khả năng, thành thạo:

he's a useful member of the team ông ta là một thành viên có khả năng của đội. // **come in handy (useful)** x handy; **make oneself useful** tỏ ra hữu ích.

usefully /ˈjuːsfəli/ *pht* [một cách] có ích, [một cách] hữu ích: *is there anything I can usefully do here?* ở đây tôi có thể làm cái gì hữu ích không?

usefulness /ˈjuːsfəlnis/ *dt* sự có ích, sự hữu ích.

useless /ˈjuːslis/ *tt* vô ích, vô dụng: *a car is useless without petrol* không có xăng thì xe ôtô cũng vô dụng.

uselessly /ˈjuːslisli/ *pht* [một cách] vô ích, [một cách] vô dụng.

uselessness /ˈjuːslisnis/ *dt* sự vô ích, sự vô dụng.

user /ˈjuːzə[r]/ *dt* (chủ yếu trong từ ghép) người dùng; vật dùng: *drug-users* những người dùng ma túy; *the steel industry is one of Britain's greatest users of coal* công nghiệp thép là một trong những ngành dùng than nhiều nhất ở Anh.

user-friendly /ˈjuːzəˈfrendli/ *tt* dễ dùng (*máy điện toán, phần mềm ở máy điện toán*): *a user-friendly keyboard* bàn điều khiển (*máy điện toán*) dễ dùng; *dictionaries should be as user-friendly as possible* từ điển nên càng dễ dùng càng tốt.

usher¹ /ˈʌʃə[r]/ *dt* **1.** người xếp chỗ (*ở rạp hát...*) **2.** nhân viên trật tự (*ở tòa án*).

usher² /ˈʌʃə[r]/ *đgt* đưa, dẫn: *she ushered the visitor into the room* chị ta dẫn ông khách vào trong phòng. // **usher something in** (bóng) khởi đầu, mở đầu: *the bomb-*

ing of Hiroshima ushered in the nuclear age việc thả bom xuống Hiroshima đã mở đầu cho thời đại nguyên tử.

usherette /ˌʌʃə'ret/ *dt* chị xếp chỗ *(trong rạp hát...)*.

USN /ju:es'en/ *(vt của* United States Navy) Hải quân Hoa Kỳ.

USS /ju:es'es/ *(vt của* United States Ship) tàu Mỹ: *USS Oklahoma* tàu Oklahoma của Mỹ.

USSR /ju: es es 'ɑ[r]/ *(vt của* Union of Soviet Socialist Republics)* Liên bang Cộng hòa xã hội chủ nghĩa Xô Viết.

usual /'ju:ʒuəl/ *tt* thường, thông thường, như thường ngày: *usual clothes* quần áo mặc thường ngày; *arrive later than usual* đến trễ hơn thường ngày. // **as usual** như thường lệ, như thường ngày: *as usual, there weren't many people at the meeting* như thường lệ, không có nhiều người ở buổi họp.

usually /'ju:ʒuəli/ *pht* thường, như thường ngày: *what do you usually do on Sunday?* chủ nhật anh thường làm gì?; *he's usually early* nó dậy sớm; *the canteen is more than usually busy today* hôm nay căng-tin nhộn nhịp hơn thường ngày.

usurer /'ju:ʒərə[r]/ *tt (cũ, xấu)* người cho vay nặng lãi.

usurp /ju:'zɜ:p/ *dgt* chiếm đoạt, cướp đoạt: *usurp the throne* cướp ngôi vua.

usurpation /ju:zɜ:'peiʃn/ sự chiếm đoạt, sự cướp đoạt.

usurper /ju:'zɜ:pə[r]/ *dt* người chiếm đoạt, người cướp đoạt.

usury /'ju:ʒəri/ *dt (cũ, thường xấu)* sự cho vay nặng lãi; lãi nặng; lãi suất quá cao.

utensil /ju:'tensl/ *dt* đồ dùng, dụng cụ *(chủ yếu dùng trong gia đình)*: *cooking utensils; kitchen utensils* đồ dùng nấu ăn; dụng cụ nhà bếp.

uteri /'ju:terai/ *dt snh của* uterus.

uterine /'ju:tərain/ *tt (giải)* [thuộc] tử cung.

uterus /'ju:tərəs/ *dt (snh* uteruses *hoặc trong khoa học* uteri) *(giải)* dạ con, tử cung.

utilisation /ju:təlai'zeiʃn/ *dt nh* utilization.

utilise /'ju:təlaiz/ *dgt nh* utilize.

utilitarian /ju:tili'teəriən/ *tt* 1. *(đôi khi xấu)* vị lợi 2. vị lợi chủ nghĩa.

utilitarianism /ju:tili'teəriənizəm/ *dt* 1. thuyết vị lợi 2. óc vị lợi.

utility /ju:'tiləti/ *dt* 1. sự có ích, tính hữu dụng 2. *nh* public utility.

utility room /ju:'tilətiru:m/ phòng máy gia đình *(ở các nhà tư gia, chứa các máy dùng vào công việc gia đình, như máy giặt...)*.

utilization /ju:təlai'zeiʃn/ *dt* sự dùng, sự sử dụng.

utilize /'ju:təlaiz/ *dgt* dùng, sử dụng: *utilize solar power as a source of energy* sử dụng năng lượng mặt trời như một nguồn năng lượng.

utmost[1] /'ʌtməust/ *tt (cg* **uttermost**) hết sức, tột bậc: *of the utmost importance* quan trọng tột bậc; *with the utmost care* cẩn thận hết sức; *pushed to the utmost limits of endurance* đẩy tới giới hạn tột cùng của sức chịu đựng.

utmost[2] /'ʌtməust/ **the utmost** *(cg* **the uttermost)** *dt*

mức tối đa, cực điểm: *enjoy oneself to the utmost* tận hưởng tối đa. // **do (try) one's utmost [to do something]** làm (gắng) hết sức [để làm gì]: *I did the utmost to stop them* tôi đã làm hết sức để chặn chúng lại.

utopia /ju:'təupiə/ *dt (có khi viết hoa* **Utopia**) 1. chốn không tưởng 2. điều không tưởng; tình trạng không tưởng: *create a political utopia* tạo một không tưởng chính trị.

utopian /ju:'təupiən/ *tt (thường xấu)* không tưởng; *utopian ideals* lý tưởng không tưởng.

utter[1] /'ʌtə[r]/ *tt* hoàn toàn, tuyệt đối *(chủ yếu nói về cái gì xấu: an utter lie* lời nói dối hoàn toàn; *she's an utter stranger to me* cô ta là một người hoàn toàn lạ đối với tôi.

utter[2] /'ʌtə[r]/ *dgt* 1. thốt ra, phát ra: *utter a sigh* thốt ra một tiếng thở dài 2. nói ra, phát biểu: *not to utter a word* không nói nửa lời.

utterance /'ʌtərəns/ *dt* 1. sự phát biểu: *give utterance to one's views* phát biểu quan điểm của mình; *the speaker had great powers of utterance* diễn giả rất có tài ăn nói 2. *(thường snh)* lời phát biểu, lời: *public utterances* lời phát biểu trước công chúng.

utterly /'ʌtəli/ *pht* [một cách] hoàn toàn, [một cách] tuyệt đối: *we failed utterly to convince them* chúng tôi hoàn toàn thất bại trong việc thuyết phục chúng.

uttermost /'ʌtəməust/ *tt dt x* utmost[1], utmost[2].

U-turn /'ju:tɜ:n/ *dt* 1. sự vòng ngược lại *(xe cộ)* 2.

U

(*xấu*) sự quay ngoắt 180°: *the government has done a U-turn on economic policy* chính phủ đã quay ngoắt 180° trong chính sách kinh tế.

uvula /'juːvjʊlə/ *dt* (*snh* **uvulas**, hoặc trong khoa học **uvulae** /'juːvjʊliː/) (*giải*) lưỡi gà.

uxorious /ʌkˈsɔːriəs/ *tt* (*đùa*) rất mực yêu vợ.

uxoriously /ʌkˈsɔːriəsli/ *pht* (*đùa*) [một cách] rất mực yêu vợ.

uxoriousness /ʌkˈsɔːriənis/ *tt* (*đùa*) sự rất mực yêu vợ.

V¹,v¹ /vi:/ *dt* (*snh* **V's, v's** /vi:z/) **1.** V,v: *Vietnam begins with [a] v* Việt Nam bắt đầu bằng con chữ V **2.** vật hình V: *the geese were flying in a V* các con ngỗng bay thành hình chữ V; *flying in [a] V formation* bay thành đội hình chữ V.

V² *vt* **1.** (*vt của* victory) chiến thắng: *give (make) a V* tạo dấu chữ V (*xòe ngón trỏ và ngón giữa thành hình chữ V để tỏ sự chiến thắng với lòng bàn tay quay ra ngoài, hoặc để tỏ sự nhạo báng với lòng bàn tay hướng vào trong*) **2.** (*vt của* volt[s]) von: *220 V điện thế 220 von.*

V³ (*cg* v) chữ số 5 La Mã.

v² *vt* **1.** (*snh* **vv** (*vt của* verse) tiết (*trong kinh thánh*): *St Luke ch12 vv 4-10* St Luke chương 12 tiết 4-10 **2.** (*cg* vs (*vt của* versus) đấu với (*trong các cuộc đấu thể thao*): *England v West Indies* đội Anh tranh tài với đội West Indies **3.** (*vt của* verso) trang mặt sau **4.** (*kng*) (*vt của* very) rất: *I was v pleased to get your letter* tôi đã rất vui mừng nhận được thư anh **5.** (*vt của* tiếng Latinh vide) xem, tham khảo.

vac /væk/ *dt* (Anh, *kng*) **1.** *nh* vacation **2.** *nh* vacuum cleaner.

vacancy /'veikənsi/ *dt* **1.** chỗ trống: *no vacancies* không còn chỗ trống (*trên bảng thông báo của khách sạn...*) **2.** chỗ khuyết: *a vacancy in the government* một chỗ khuyết trong chính phủ; *we have vacancies for typists (in the typing pool)* chúng tôi còn khuyết chân đánh máy **3.** sự trống rỗng, sự rỗng tuếch (*đầu óc*): *the vacancy of his stare* sự trống rỗng trong cái nhìn chằm chằm của anh ta.

vacant /'veikənt/ *tt* **1.** trống, bỏ không: *a vacant post* một chức vị còn trống **2.** trống rỗng; lơ đãng; *a vacant look* cái nhìn lơ đãng **3.** rỗng tuếch: *a vacant mind* đầu óc rỗng tuếch.

vacantly /'veikəntli/ *pht* [một cách] trống rỗng; [một cách] lơ đãng: *look vacantly into space* nhìn lơ đãng vào khoảng không.

vacant possession /,veikənt pə'zeʃn/ tài sản hiện để không (*lời quảng cáo bán nhà, có ý nói là nhà bán giao sử dụng ngay*).

vacate /və'keit, (*Mỹ* 'veikeit*/ rời bỏ, dọn đi không ở nữa: *vacate a house* dọn khỏi một ngôi nhà [không ở nữa]; *vacate one's post* rời bỏ chức vị.

vacation¹ /və'keiʃn, (*Mỹ* vei'keiʃn)/ *dt* **1.** (*cg* recess; Anh *kng* **vac**) kỳ nghỉ (*ở trường học*); kỳ hưu thẩm (*ở tòa án*): *long vacation* kỳ nghỉ hè **2.** (*Mỹ*) *nh* holiday: *take a vacation* đi nghỉ **3.** sự dọn đi cho trống: *immediate vacation of the house is essential* dọn nhà cho trống ngay lập tức là điều thiết yếu. // **on vacation** (*Mỹ*) nghỉ việc.

vacation² /və'keiʃn, (*Mỹ* vei'keiʃn)/ *đgt* (*Mỹ*) (+ at, in) nghỉ ở tại (*nơi nào đó*).

vacationer /və'keiʃnə[r], (*Mỹ* vei'keiʃnər/ *dt* người đi nghỉ.

vaccinate /'væksineit/ *đgt* (y) (+ against) chủng: *vaccinated against smallpox* được chủng phòng đậu mùa.

vaccination /,væksi'neiʃn/ *dt* (y) sự chủng.

vaccine /'væksi:n, (*Mỹ* væk'si:n)/ *dt* (y) vacxin: *smallpox vaccine* vacxin đậu mùa.

vacillate /'væsəleit/ *đgt* (+ between) dao động, lưỡng lự: *she vacillated between hope and fear* chị ta dao động giữa hai tâm trạng hy vọng và sợ hãi.

vacillation /,væsə'leiʃn/ *dt* sự dao động, sự lưỡng lự.

vacua /'vækjuə/ *dt snh của* vacuum.

vacuity /və'kju:əti/ *dt* **1.** sự trống rỗng: *the total vacuity of his thoughts* sự trống rỗng hoàn toàn của những ý tưởng của nó **2.** (*thường snh*) nhận xét ngớ ngẩn, hành động ngớ ngẩn.

vacuous /'vækjuəs/ *tt* trống rỗng; ngớ ngẩn: *a vacuous laugh* cái cười ngớ ngẩn.

vacuously /'vækjuəsli/ *pht* [một cách] trống rỗng; [một cách] ngớ ngẩn.

vacuousness /'vækjuəsnis/ *dt* sự trống rỗng; sự ngớ ngẩn.

vacuum¹ /'vækjuəm/ *dt* (*snh* **vacuums**, trong khoa học **vacua**) **1.** (lý) chân không **2.** (bóng) sự trống rỗng: *there has been a vacuum in his life since his wife died* từ khi bà vợ qua đời, cuộc sống của ông trở nên trống rỗng **3.** (*kng*) *nh* vacuum cleaner. // **in a vacuum** tách biệt: *live* *in a vacuum* sống tách biệt mọi người mọi việc.

vacuum² /'vækjʊəm/ *dgt* hút bụi *(với máy hút bụi)*: *vacuum the stairs* hút bụi cầu thang.

vacuum cleaner /'vækjʊəm ˌkli:nə[r]/ máy hút bụi.

vacuum bottle /'vækjʊəm bɒtl/ *x* vacuum flask.

vacuum flask /'vækjʊəm flɑ:sk/ *(cg* **flask**, *Mỹ* **vacuum bottle**) phích, bình thủy.

vacuum-packed /'vækjʊəm pækt/ *tt* đóng hộp chân không *(thực phẩm...)*.

vacuum pump /'vækjʊəm pʌmp/ bơm chân không.

vacuum tube /'vækjʊəm tju:b/ *(Anh* **vacuum valve**) *(Mỹ)* đèn chân không *(trong TV...)*.

vacuum valve /'vækjʊəm vælv/ *(Anh) nh* vacuum tube.

vade-mecum /ˌvɑ:di'meikʊm, ˌveidi'mi:kəm/ *dt* sách cẩm nang: *the spelling dictionary is a vade-mecum for all secretaries* từ điển chính tả là cuốn cẩm nang của mọi người thư ký.

vagabond /'vægəbɒnd/ *dt* kẻ lang thang, kẻ lêu lổng; kẻ du đãng.

vagary /'veigəri/ *dt (thường snh)* sự thay đổi bất thường, sự thất thường: *the vagaries of the weather* những thất thường của thời tiết.

vagina /və'dʒainə/ *dt (snh* **vaginas**, *trong khoa học* **vaginae**) *(giải)* âm đạo.

vaginae /və'dʒaini:/ *dt snh* của **vagina**.

vaginal /və'dʒainl/ *tt (giải)* [thuộc] âm đạo.

vagrancy /'veigrənsi/ *dt* sự lang thang; tội lang thang: *drunks arrested for vagrancy* những người say rượu bị bắt vì tội lang thang.

vagrant /'veigrənt/ *dt* kẻ lang thang nay đây mai đó: *lead a vagrant life* sống một cuộc sống lang thang nay đây mai đó.

vague /veig/ *tt* (**-r; -st**) **1.** mập mờ, mơ hồ *a vague answer* câu trả lời mập mờ; *vague fears* nỗi sợ hãi mơ hồ **2.** lờ mờ: *she can only give a vague description of her attacker* cô ta chỉ có thể mô tả một cách lờ mờ kẻ đã tấn công cô **3.** không dứt khoát: *be vague in (about) one's plans* không dứt khoát trong kế hoạch của mình **4.** lơ đãng *(cái nhìn...)*.

vaguely /'veigli/ *pht* **1.** hơi; có phần: *her face is vaguely familiar* khuôn mặt cô ta hơi quen quen; *Italy vaguely resembles a boot* nước Ý có phần giống hình một chiếc ủng **2.** [một cách] lơ đãng: *smile vaguely* cười lơ đãng.

vagueness /'veignis/ *dt* **1.** sự mập mờ, sự mơ hồ **2.** sự lờ mờ **3.** sự không dứt khoát **4.** vẻ lơ đãng.

vain /vein/ *tt* (**-er; -est**) **1.** tự phụ, tự đắc **2.** hão, hão huyền: *vain promises* những lời hứa hão **3.** vô ích; không có kết quả: *a vain attempt* một cố gắng vô ích; *in the vain hope of persuading him* với hy vọng hão huyền thuyết phục được anh ta. // *in vain* vô hiệu; vô ích: *try in vain to sleep* cố gắng ngủ mà không được; *take somebody's name in vain x* name¹.

vainglorious /ˌvein'glɔ:riəs/ *tt* vênh váo.

vainglory /ˌvein'glɔ:ri/ *dt* tính vênh váo.

vainly /'veinli/ *pht* **1.** [một cách] tự phụ, [một cách] tự đắc **2.** [một cách] vô hiệu; [một cách] vô ích.

vainness *dt* **1.** tính tự phụ, tính tự đắc **2.** sự vô hiệu, sự vô ích.

valance /'væləns/ *dt* **1.** diềm màn **2.** *(Mỹ) nh* pelmet.

vale /veil/ *tt (cổ, trừ phi dùng với địa danh)* thung lũng: *the vale of the White Horse* thung lũng Bạch Mã.

valediction /ˌvæli'dikʃn/ *dt* lời từ biệt *(trong những trường hợp có tính chất trang trọng)*: *bow in valediction* cúi chào từ biệt; *utter a valediction* nói lời từ biệt.

valedictorian /ˌvælidik'tɔ:riən/ *dt (Mỹ)* sinh viên đọc diễn văn từ biệt *(tốt nghiệp thủ khoa)*.

valedictory¹ /ˌvæli'diktəri/ *tt* để từ biệt: *a valedictory speech* diễn văn từ biệt; *a valedictory gift* quà tặng để từ biệt.

valedictory² /ˌvæli'diktəri/ *dt* diễn văn từ biệt *(của sinh viên tốt nghiệp thủ khoa)*.

valence /'veiləns/ *dt (Mỹ* **valency**) *(hóa)* hóa trị.

valency /'vei#lənsi/ *dt x* valence.

valentine /'væləntain/ *dt* **1.** *(cg* **valentine card**) thiếp Valentine *(thiếp mừng gửi người yêu vào ngày lễ thánh Valentine, 14 tháng 2)* **2.** người yêu được gửi thiếp Valentine: *will you be my valentine?* em sẽ là người anh gửi thiếp Valentine nhé?

valerian /və'liəriən/ *dt (thực)* cây nữ lang.

valet¹ /'vælei, 'vælit/ *dt* **1.** người hầu *(nam)* **2.** người hầu phòng *(ở khách sạn)*.

valet² /'vælit/ *dgt* **1.** giặt ủi *(quần áo cho ai)*; lau rửa *(xe cho ai)* **2.** hầu hạ, phục vụ *(ai)*.

valetudinarian /ˌvælitjuː-di'neəriən/ *dt* người quá lo lắng về sức khỏe; người bệnh tưởng.

valiant /'væliənt/ *tt* dũng cảm, can đảm: *valiant resistance* sự kháng cự dũng cảm.

valiantly /'væliəntly/ *pht* [một cách] dũng cảm, [một cách] can đảm: *Tom tried valiantly to rescue the drowning man* Tom đã dũng cảm cố cứu người sắp chết đuối.

valid /'vælid/ *tt* 1. hợp thức; *a valid claim* một khiếu tố hợp thức 2. có giá trị, có hiệu lực: *a bus pass valid for one week* thẻ đi xe buýt có giá trị một tuần lễ 3. vững chắc, có căn cứ: *a valid argument* một lý lẽ vững chắc.

validate /'vælideit/ *dgt* hợp thức hóa: *validate a contract* hợp thức hóa một hợp đồng.

validation /ˌvæli'deiʃn/ *dt* sự hợp thức hóa.

validity /və'lidəti/ *dt* 1. giá trị pháp lý 2. tính hợp lý; giá trị.

valise /və'liːz, (*Mỹ* və'liːs)/ *dt* (*cũ*) vali nhỏ, túi du lịch.

Valium /'væliəm/ *dt* (*dược*) (*tên riêng*) vailium, seduxen (*thuốc an thần*).

valley /'væli/ *dt* 1. thung lũng 2. lưu vực (*của một con sông*): *the Nile valley* lưu vực sông Nil.

valour (*Mỹ* **valor** /'vælə[r]/ *dt* (*tu từ*) lòng dũng cảm: *soldiers decorated for valour* binh sĩ được thưởng huy chương vì lòng dũng cảm. // **discretion is the better part of valour** *x* discretion.

valuable /'væljʊəbl/ *tt* 1. có giá trị lớn, quý báu: *a valuable collection of paintings* một bộ sưu tập tranh có giá trị lớn 2. có ích; quan trọng: *valuable advice* lời khuyên có ích.

valuables /'væljʊəblz/ *dt* *snh* đồ quý giá.

valuation /ˌvæljʊ'eiʃn/ *dt* 1. sự định giá; sự đánh giá: *land valuation* sự định giá đất đai; *make a valuation of the goods* định giá hàng hóa; *set a high valuation of someone's ability* đánh giá cao khả năng của ai 2. giá: *to dispose of something at a low valuation* bán tống cái gì đi với giá thấp.

value¹ /'væljuː/ *dt* 1. giá; giá cả: *a decline in the value of the dollar* sự sụt giá của đồng đôla; *pay below the market value for something* trả thấp hơn giá thị trường 2. giá trị: *be of great value to somebody* có giá trị lớn đối với ai; *have a high nutritional value* có giá trị dinh dưỡng cao 3. **values** (*snh*) tiêu chuẩn; nguyên tắc: *moral values* tiêu chuẩn đạo đức 4. (*toán*) trị số 5. (*văn*) nghĩa; ý nghĩa: *the poetic value of a word* ý nghĩa về mặt thơ văn của một từ.

value² /'væljuː/ *dgt* 1. định giá: *he valued the house for me at £80,000* ông ta định giá ngôi nhà cho tôi là 80.000 bảng 2. (*không dùng ở thì tiếp diễn*) coi trọng: *value somebody's advice* coi trọng lời khuyên của ai; *do you value her as a friend?* anh có coi [trọng] cô ta như một người bạn không?

value added tax /ˌvæljuːæ-did'tæks/ (*vt* **VAT**) thuế trị giá gia tăng.

value judgement /'væljuː-ˌdʒʌdʒmənt/ sự đánh giá theo chủ quan (*chứ không dựa vào sự kiện*).

valueless /'væljuːlis/ *tt* không có giá trị, vô giá trị.

valuer /'væljuːə[r]/ *dt* người định giá.

valve /vælv/ *dt* 1. van: *the valve of a bicycle tyre* van săm xe đạp; *a safety valve* van an toàn 2. van tim 3. mảnh vỏ (*vỏ sò, hến...*) 4. *nh* vacuum tube.

valvular /'vælvjʊlə[r]/ *tt* [thuộc] van (*chủ yếu dùng về giải phẫu*): *a valvular disease of the heart* bệnh van tim.

vamoose /və'muːs/ *dgt* (*Mỹ, cũ, kng*) (*thường dùng ở thức mệnh lệnh*) chuồn, cút mau.

vamp¹ /væmp/ *dt* mũi (*giày, ủng*).

vamp² /væmp/ *dgt* đệm nhạc pianô ứng tác. // **vamp something up** nhặt nhạnh xào xáo lại: *vamp up some lectures out of (from) old notes* nhặt nhạnh xào xáo lại những ghi chép cũ thành bài thuyết trình.

vamp³ /væmp/ *dt* (*cũ, kng*) người phụ nữ mồi chài đàn ông (*vào những thập niên 20 và 30*).

vamp⁴ /væmp/ *dgt* mồi chài, quyến rũ [đàn ông] (*nói về phụ nữ*).

vampire /'væmpaiə[r]/ *dt* 1. ma cà rồng 2. kẻ hút máu, kẻ bóc lột 3. (*cg* **vampire bat**) (*động*) dơi quỷ (*ở Trung và ở Nam Mỹ*).

van¹ /væn/ *dt* 1. xe hàng, xe tải: *a removal van* xe tải dọn nhà; *a police van* xe tù của cảnh sát 2. (*Anh*) toa hàng, toa hành lý.

van² /væn/ *dt* **the van** (*số ít*) (*cũ*) đội quân tiên phong.

vanadium /və'neidiəm/ *dt* (*hóa*) vanađi.

V and A /ˌviː.ən'ei/ (*Anh, kng*) (*vt của* Victoria and

Albert Museum) Bảo tàng Victoria và Albert (ở *Luân Đôn*).

vandal /'vændl/ *dt* kẻ phá hoại văn vật.

vandalism /'vændəlizəm/ *dt* thói phá hoại văn vật.

vandalize, vandalise /'vændəlaiz/ *dgt* chủ tâm phá hoại: *we can't use any of the public telephones round here, they've all been vandalized* chúng tôi không thể dùng máy điện thoại nào ở quanh đây cả, tất thảy đều đã bị phá hoại.

vane /vein/ *dt* **1.** chong chóng gió **2.** cánh quạt *(ở cối xay gió...).*

vanguard /'vænga:d/ *dt* **the vanguard** *(số ít)* **1.** đội tiên phong, tiền đội **2.** người [đi] tiên phong *(của một phong trào): be in the vanguard of a movement* đi tiên phong trong một phong trào.

vanilla /və'nilə/ *dt* **1.** *(thực)* cây va-ni **2.** va ni: *vanilla ice-cream* kem va-ni.

vanish /'væniʃ/ *dgt* **1.** biến mất; tan biến: *the thief vanished into the crowd* tên trộm biến mất vào đám đông; *vanish into thin air* tan biến vào không khí **2.** tiêu tan: *my hopes of success have vanished* hy vọng thành công của tôi đã tiêu tan.

vanishing-point /'væniʃiŋ point/ *dt* điểm ảo *(trong phối cảnh): our morale had almost reached vanishing point (bóng)* tinh thần của chúng tôi hầu như đã tan biến mất.

vanity /'vænəti/ *dt* **1.** tính kiêu căng **2.** tính hư ảo, tính phù phiếm: *the vanity of human achievements* tính phù phiếm của những thành công của con người **3. vanities** *(snh)* chuyện phù hoa; hư danh.

vanity bag /'vænətibæg/ ví đựng đồ trang điểm *(của phụ nữ).*

vanity case /'vænətikeis/ *nh* vanity bag.

vanquish /'væŋkwiʃ/ *dgt* đánh bại, thắng: *vanquish the enemy* đánh bại kẻ thù; *vanquish one's rival at chess* đánh bại đối thủ về cờ vua.

vantage /'va:ntidʒ/ *(Mỹ* 'væntidʒ/ *dt* **1.** lợi thế **2.** *(thể)* điểm đạt được sau tỷ số 40 đều.

vantage-point /'va:ntidʒ point/ *dt* vị trí lợi thế: *from their vantage-point on the cliff, they could watch the ships coming and going* từ vị trí lợi thế trên vách đá, chúng có thể quan sát tàu bè đi lại.

vapid /'væpid/ *tt* nhạt nhẽo, vô vị: *vapid comments* những lời bàn nhạt nhẽo.

vapidity /və'pidəti/ *dt* **1.** sự nhạt nhẽo **2.** *(snh)* lời nhận xét nhạt nhẽo.

vapor /'veipər/ *dt (Mỹ) nh* vapour.

vaporization, vaporisation /ˌveipərai'zeiʃn/, *(Mỹ* ˌveipəri'zeiʃn/ *dt* **1.** sự làm cho hóa hơi **2.** sự xì.

vaporize, vaporise /'veipəraiz/ *dgt* **1.** làm cho hóa hơi **2.** xì *(nước hoa...).*

vaporizer, vaporiser /'veipəraizə[r]/ *dt* bình xì, bình xịt.

vaporous /'veipərəs/ *tt* tựa hơi nước, đầy hơi nước: *vaporous clouds of mist* những làn sương mù đầy hơi nước.

vapour *(Mỹ* vapor) /'veipə[r]/ *dt* **1.** hơi nước, hơi **2.** dạng hơi: *water vapour* nước ở dạng hơi, hơi nước **3. the vapours** *(snh)* (cổ hoặc đùa) sự ngất xỉu đi: *get [an attack of] the vapours* bị một cơn ngất xỉu.

vapour trail /'veipə[r] treil/ *(cg* **condensation trail)** vệt hơi *(máy bay để lại trên bầu trời).*

variability /ˌveəriə'biləti/ *dt* tính chất hay thay đổi.

variable[1] /'veəriəbl/ *tt* **1.** thay đổi, hay thay đổi: *variable weather* thời tiết thay đổi; *his temper is variable* tính khí của nó hay thay đổi **2.** *(thiên)* định kỳ thay đổi độ sáng *(sao).*

variable[2] /'veəriəbl/ *dt* **1.** số lượng thay đổi: *with so many variables, the exact cost is difficult to estimate* vì có quá nhiều số lượng thay đổi nên khó mà định giá chính xác **2.** *(toán)* biến số.

variably /'veəriəbli/ *pht* [một cách] thay đổi.

variance /'veəriəns/ *tt* **at variance [with somebody (something)]** bất đồng ý kiến với ai (cái gì), mâu thuẫn với ai (cái gì): *what he did was at variance with his earlier promises* điều nó đã làm mâu thuẫn với những lời hứa trước đây của nó; *this theory is at variance with the known facts* lý thuyết này mâu thuẫn với những sự kiện đã biết.

variant /'veəriənt/ *dt* biến thể: *variants of a word* các biến thể của một từ.

variation /ˌveəri'eiʃn/ *dt* **1.** sự thay đổi, sự biến đổi: *a variation in colour* sự biến đổi về màu; *variation in public opinion* sự thay đổi ý kiến trong dư luận **2.** biến dạng; biến thể **3.** *(nhạc)* biến tấu **4.** *(toán, lý)* sự biến thiên; biến thiên **5.** *(sinh)* biến dị.

varicose /'værikəus/ *tt (y)* giãn tĩnh mạch *(nhất là ở chân).*

varied /'veərid/ *tt* **1.** khác nhau: *varied opinions* những ý kiến khác nhau; *varied colours* nhiều màu khác nhau **2.** lắm vẻ, phong phú: *my experience is not sufficiently varied* kinh nghiệm của tôi còn chưa đủ phong phú cho lắm.

variegated /'veərigeitid/ *tt* có nhiều đốm màu khác nhau.

variegation /ˌveəri'geiʃn/ *dt* tình trạng có nhiều đốm màu khác nhau.

variety /və'raiəti/ *dt* **1.** sự khác nhau, sự muôn hình muôn vẻ: *variety of opinion* sự khác nhau (sự bất đồng) ý kiến; *a life full of variety* cuộc đời muôn vẻ **2.** nhiều thứ [khác nhau]: *he left for a variety of reasons* nó bỏ đi vì nhiều lý do khác nhau **3.** thứ khác, loại khác *(trong cùng một nhóm)*: *collect rare varieties of stamps* sưu tập những loại tem hiếm khác nhau **4.** *(sinh)* thứ *(cấp phân loại dưới loài)* **5.** *(Mỹ* **vaudeville)** chương trình biểu diễn tạp kỹ.

variety store /və'raiətistɔ:[r]/ *(Mỹ)* tiệm tạp hóa.

various /'veəriəs/ *tt* gồm nhiều thứ khác nhau, khác nhau: *tents in various shapes and sizes* những chiếc lều có nhiều hình dạng và kích cỡ khác nhau; *for various reasons* vì nhiều lý do khác nhau; *at various times* vào nhiều thời điểm khác nhau.

variously /'veəriəsli/ *pht* [một cách] khác nhau *(tùy hoàn cảnh, thời điểm...)*: *he was variously described as a hero, a genius and a fool* ông ta đã được mô tả khác nhau, khi như một anh hùng, khi như một thiên tài, khi như một thằng ngốc.

varlet /'va:lit/ *dt (cũ)* đồ xỏ lá.

varnish¹ /'va:niʃ/ *dt* **1.** véc-ni, sơn dầu **2.** dầu véc-ni **3.** *(Anh)* nh nail varnish.

varnish² /'va:niʃ/ *đgt* đánh véc-ni, quang dầu: *sand and varnish a chair* đánh giấy ráp và đánh véc-ni chiếc ghế; *some women varnish their toe-nails* một số phụ nữ sơn móng chân.

varsity¹ /'va:səti/ *dt* the varsity *(Anh, cũ, kng)* trường đại học *(chủ yếu trường Oxford và Cambridge).*

varsity² /'va:səti/ *tt (Anh)* là nhóm (đội) chính đại diện cho một trường: *the varsity football team* đội bóng đá đại diện cho trường.

vary /'veəri/ *đgt* thay đổi: *these fish vary in weight from 3lb to 5lb* những con cá này thay đổi trọng lượng từ 3 đến 5 pao; *opinions vary on this point* về điểm này ý kiến [thay đổi] khác nhau nhiều; *prices vary with the seasons* giá cả thay đổi theo mùa; *vary a programme* thay đổi chương trình.

vascular /'væskjulə[r]/ *tt* [thuộc] mạch *(trong cơ thể)*; có mạch: *vascular system* hệ mạch; *vascular tissue* mô mạch.

vase /va:z, *(Mỹ* veis; veiz)/ *dt* bình, lọ *(để trang trí, để cắm hoa...).*

vasectomy /və'sektəmi/ *dt (y)* thủ thuật cắt ống dẫn tinh.

Vaseline /'væsəli:n/ *dt (tên riêng)* vaselin.

vassal /'væsl/ *dt* **1.** *(sử)* chư hầu **2.** nước chư hầu.

vassalage /'væsəlidʒ/ *dt* thân phận chư hầu.

vast /va:st, *(Mỹ* væst)/ *tt* rộng lớn, rất lớn, bao la: *a*

vast expanse of desert một dải sa mạc bao la; *a vast crowd* đám đông; *a vast sum of money* số tiền rất lớn; *a vast difference* sự khác nhau rất lớn.

vastly /'va:stli/ *pht* rất là, vô cùng: *be vastly amused* vô cùng vui thích.

vastness /'va:stnis/ *dt* sự bao la: *lost in the vastness[es] of space* bị lạc (mất hút) vào trong vũ trụ bao la.

vat /væt/ *dt* thùng to, bể *(nhuộm, thuộc da...).*

VAT *(cg* Vat) /ˌvi:ei'ti, *cg* væt/ *(vt của* value added tax) thuế trị giá gia tăng.

Vatican /'vætikən/ *dt* **the Vatican** Tòa thánh Vatican.

vaudeville /'vɔ:dəvil/ *dt (Mỹ)* chương trình biểu diễn tạp kỹ.

vault¹ /vɔ:lt/ *dt* **1.** mái vòm; vòm: *the vault of the church* mái vòm nhà thờ; *the vault of heaven* vòm trời **2.** hầm *(để cất trữ rượu...)* **3.** hầm cất giữ *(ở ngân hàng..., nơi cất giữ an toàn các vật có giá trị)* **4.** hầm mộ: *family vault* hầm mộ gia đình.

vault² /vɔ:lt/ *đgt* nhảy ngựa *(ngựa gỗ)*; nhảy sào.

vaulted /'vɔ:ltid/ *tt* **1.** [có] hình vòm: *a vaulted roof* mái hình vòm **2.** có mái vòm [che]: *a vaulted passage* lối đi có mái vòm che.

vaulter /'vɔ:ltə[r]/ *dt (trong từ ghép)* người nhảy: *a pole-vaulter* vận động viên nhảy sào.

vaulting¹ /'vɔ:ltiŋ/ *dt* vòm *(mái nhà).*

vaulting² /'vɔ:ltiŋ/ *tt* nhằm đỉnh cao nhất, đạt đỉnh cao nhất: *vaulting ambition* tham vọng tột bậc.

vaulting horse /'vɔ:ltiŋhɔ:s/ *(thể)* ngựa gỗ *(để tập nhảy).*

vaunt /vɔːnt/ *dgt* khoe khoang khoác lác: *vaunting her wealth for all to see* khoe khoang sự giàu có của cô cho mọi người thấy.

vauntingly /ˈvɔːntɪŋli/ *pht* [một cách] khoe khoang, [một cách] khoác lác.

VC /ˌviːˈsiː/ *vt* **1.** (*vt của* Vice-Chairman) Phó chủ tịch **2.** (*vt của* Vice-Chancellor) Phó hiệu trưởng đại học **3.** (*vt của* Vice-Consul) Phó lãnh sự **4.** *(Anh)* (*vt của* Victoria Cross) Bội tinh chữ thập Victoria *(thưởng vì lòng dũng cảm)*.

VCR /ˌviː siː ˈɑː[r]/ (*vt của* video cassette recorder) máy ghi video băng hộp, máy vidêô cát-xét.

VD /ˌviː ˈdiː/ (*vt của* venereal disease) bệnh hoa liễu.

VDU /ˌviː diː ˈjuː/ (*vt của* visual display unit) thiết bị hiện hình.

veal /viːl/ *dt* thịt bê.

vector /ˈvektə[r]/ *dt* **1.** (*toán*) vectơ **2.** (*sinh*) vật chủ trung gian.

veer /vɪə[r]/ *dgt* **1.** xoay chiều, đổi hướng: *the wind has veered down* gió xoay chiều; *the wind veered [round to the] north* gió đổi sang hướng Bắc **2.** xoay, chuyển: *the discussion veered away from religion and round to politics* cuộc thảo luận xoay từ tôn giáo sang lĩnh vực chính trị.

veg /vedʒ/ *dt* (*snh kđổi*) *(Anh, kng)* rau: *meat and two veg* thịt và hai rau nhé.

vegan /ˈviːgən/ *dt* người ăn chay triệt để *(tuyệt đối không ăn bất cứ thứ gì có nguồn gốc động vật như trứng, sữa)*.

vegetable /ˈvedʒtəbl/ *dt* **1.** rau: *green vegetables* rau xanh, *a vegetable garden* vườn rau; *vegetable oil* dầu thực vật **2.** người mất trí; người sống một cuộc sống đơn điệu tẻ nhạt.

vegetable marrow /ˌvedʒtəbl ˈmærəʊ/ (*thực*) cây bí; quả bí.

vegetarian /ˌvedʒɪˈteəriən/ *dt* người ăn chay.

vegetarianism /ˌvedʒɪteəriənɪzəm/ *dt* chế độ ăn chay.

vegetate /ˈvedʒɪteit/ *dgt* sống một cuộc sống vô vị; sống leo lắt.

vegetation /ˌvedʒɪˈteɪʃn/ *dt* cây cỏ, cây cối: *the luxuriant vegetation of the tropical rain forests* cây cối sum sê ở các rừng mưa nhiệt đới.

vehemence /ˈviːəməns/ *dt* sự mãnh liệt, sự kịch liệt, sự sôi nổi: *speak with vehemence* nói sôi nổi.

vehement /ˈviːəmənt/ *tt* mãnh liệt, kịch liệt, sôi nổi: *a vehement protest* sự phản đối kịch liệt; *a vehement desire* lòng ham muốn mãnh liệt.

vehemently /ˈviːəməntli/ *pht* [một cách] mãnh liệt, [một cách] kịch liệt, [một cách] sôi nổi.

vehicle /ˈviːəkl, (*Mỹ* ˈviːhɪkl)/ *dt* xe, xe cộ: *motor vehicles* xe có động cơ, *a space vehicle* tàu vũ trụ. // **vehicle for something** phương tiện truyền bá: *use the press as a vehicle for one's political opinions* dùng báo chí làm phương tiện truyền bá chính kiến của mình.

vehicular /viˈhɪkjʊlə[r]/ *tt* [dành cho] xe cộ; [gồm có] xe cộ: *vehicular access* lối vào dành cho xe cộ; *the road is closed to vehicular traffic* con đường cấm xe cộ qua lại.

veil[1] /veil/ *dt* **1.** mạng che mặt: *she raised the veil* bà ta kéo mạng che mặt lên **2.** khăn trùm (*của nữ tu sĩ*) **3.** (*số ít*) trướng, màn: *a veil of mist over the hills* một màn sương phủ trên đồi; *plot under the veil of secrecy* âm mưu giấu dưới màn bí mật. // **draw a curtain (veil) over something** *x* draw[2]; **take the veil** đi tu (*nữ*).

veil[2] /veil/ *dgt* **1.** che mạng: *a veiled Muslim woman* một phụ nữ Hồi giáo che mạng **2.** (*bóng*) che phủ, che đậy, che giấu: *a cloud veiled the sun* một đám mây che phủ mặt trời; *veil one's purpose* che đậy mục đích của mình.

vein /vein/ *dt* **1.** (*giải*) tĩnh mạch: *pulmonary veins* tĩnh mạch phổi **2.** gân (*lá cây, cánh côn trùng*) **3.** vân (*đá*) **4.** mạch (*mỏ*): *a vein of coal* mạch than đá **5.** tâm trạng, xu hướng: *have a vein of melancholy in one's character* tính tình đượm một tâm trạng u buồn **6.** (*số ít*) lối, điệu: *speak in a humorous vein* nói theo lối hài hước.

veined /veind/, **veiny** /ˈveini/ *tt* **1.** có gân (*lá cây, cánh sâu bọ*) **2.** có vân: *veined marble* cẩm thạch có vân.

velar[1] /ˈviːlə[r]/ *dt* (*ngôn*) âm vòm mềm (*như* /k/, /g/).

velar[2] /ˈviːlə[r]/ *tt* (*ngôn*) [phát từ] vòm mềm (*âm*).

velcro (*cg* **Velcro**) /ˈvel-krəʊ/ *dt* (*tên riêng*) băng dán Velcro.

veld (*cg* **veldt**) /velt/ *dt* (*thực*) savan cỏ cao (*Nam Phi*).

vellum /ˈveləm/ *dt* **1.** giấy da bê **2.** (*in*) giấy vê lanh (*một thứ giấy trắng rất mịn*).

velocipede /viˈlɒsɪpiːd/ *dt* (*cũ hoặc hài*) xe đạp.

velocity /viˈlɒsəti/ *dt* tốc lực: *the velocity of a projectile* tốc lực của một đầu đạn; *initial velocity* tốc lực ban đầu.

velour (*cg* **velours**) /və-'luə[r]/ *dt* nhung len.

velvet /'velvit/ *dt* nhung. // **an iron fist (hand) in a velvet glove** *x* iron[1]; **smooth as velvet** *x* smooth[1].

velveteen /ˌvelvi'ti:n/ *dt* nhung vải.

velvety /'velviti/ *tt* mượt như nhung, mượt mà: *the kitten's velvety fur* bộ lông mượt mà của con mèo con.

venal /'vi:nl/ *dt* 1. dễ mua chuộc, dễ hối lộ: *a venal judge* một quan tòa dễ mua chuộc 2. dễ mua chuộc, để hối lộ: *venal practices* thói mua chuộc.

venality /vi:'næləti/ *dt* tính chất dễ mua chuộc.

venally /'vi:nəli/ *pht* theo cách mua chuộc, bằng cách mua chuộc.

vend /vend/ *dgt* bán *(những hàng lặt vặt)*.

vendee /ven'di:/ *dt* người mua.

vender /'vendə[r]/ *dt x* vendor.

vendetta /ven'detə/ *dt* 1. thù máu 2. mối thù hằn ác liệt kéo dài.

vending-machine /'vendiŋmə'ʃi:n/ *dt* máy bán hàng tự động.

vendor, vender /'vendə[r]/ *dt* 1. người bán hàng rong *(có xe đẩy hàng)*: *street vendors* người bán hàng rong ở đường phố 2. *(luật)* người bán nhà đất.

veneer[1] /və'niə[r]/ *dt* 1. lớp gỗ mặt *(của bàn, ghế...)* 2. *(bóng, thường xấu) (số ít)* mã, vỏ ngoài: *veneer of elegance* mã ngoài thanh lịch.

veneer[2] /və'niə[r]/ *dgt* dán lớp gỗ mặt vào *(một đồ đạc bằng gỗ xấu)*.

venerability /venərə'biləti/ *dt* tính đáng sùng kính.

venerable /'venərəbl/ *tt* 1. đáng sùng kính, đáng kính: *a venerable scholar* một nhà học giả đáng kính; *the venerable ruins of the abbey* phế tích đáng sùng kính của một tu viện 2. *(Anh giáo)* á thánh.

venerate /'venəreit/ *dgt* sùng kính, tôn kính.

veneration /ˌvenə'reiʃn/ *dt* sự sùng kính, sự tôn kính: *hold somebody in veneration* sùng kính ai.

venereal disease /və,niəriəl di'zi:z/ *(vt* VD) bệnh hoa liễu.

venetian blind /və,ni:ʃn 'blaind/ cửa chớp lật.

vengeance /'vendʒəns/ *dt* sự trả thù, sự báo thù: *seek vengeance for the bombing* tìm cách trả thù vụ ném bom. // **with a vengeance** *(kng)* ở mức độ cao hơn mức bình thường hay mức mong đợi; dữ: *the rain came down with a vengeance* trời mưa dữ lắm, mưa như trút nước.

vengeful /'vendʒfl/ *tt* đầy ý chí báo thù.

vengefully /'vendʒfəli/ *pht* với đầy ý chí báo thù.

venial /'vi:niəl/ *tt* không nghiêm trọng, có thể bỏ qua được *(tội lỗi)*.

venison /'venizn, 'venisn/ *dt* thịt hươu, thịt nai: *roast venison* thịt hươu nướng.

venom /'venəm/ *dt* 1. nọc độc *(của rắn...)* 2. sự độc địa, sự nham hiểm: *her remarks about him were full of venom* những nhận xét của cô ta về anh ta đầy nham hiểm.

venomous /'venəməs/ *tt* 1. có nọc độc *(nói về rắn...)* 2. độc địa, nham hiểm: *a venomous insult* lời chửi độc địa.

venomously /'venəməsli/ *pht* [một cách] độc địa, [một cách] nham hiểm.

venous /'vi:nəs/ *tt* 1. *(giải)* [thuộc] tĩnh mạch: *venous blood* máu tĩnh mạch 2. *(thực)* có gân: *a venous leaf* lá có gân.

vent[1] /vent/ *dt* 1. lỗ thông, lỗ thoát, lỗ: *vents of a flute* lỗ sáo 2. lỗ đít *(của chim, cá, bò sát...)*. // **give [full] vent to something** nói cho hả, trút hết: *he gave vent to his anger by kicking the chair* anh ta đá chiếc ghế để trút đi cơn giận của mình.

vent[2] /vent/ *dgt* **vent something [on somebody]** trút hết, làm cho hả: *he vented his anger on his long-suffering wife* nó trút cơn giận lên đầu bà vợ quen chịu đựng của nó.

vent[3] /vent/ *dt* đường xẻ tà *(ở áo)*.

ventilate /'ventileit, (Mỹ) 'ventəleit/ *dgt* 1. thông gió, thông hơi: *ventilate the galleries of a coal-mine* thông gió đường hầm của một mỏ than; *my office is well ventilated* phòng giấy của tôi rất thoáng gió 2. *(bóng)* đưa ra công chúng bàn luận rộng rãi: *these issues have been very well ventilated* những vấn đề này được đưa ra công chúng bàn luận rộng rãi.

ventilation /ˌventi'leiʃn, (Mỹ) ventə'leiʃn/ *dt* 1. sự thông gió, sự thông hơi, sự làm cho thoáng 2. hệ thống thông gió: *the ventilation isn't working* hệ thống thông gió không hoạt động.

ventilator /'ventileitə[r]/ *dt* máy thông gió, quạt thông gió.

V

ventral /'ventrəl/ *tt* ở bụng: *a fish's ventral fins* vây bụng của cá.

ventrally /'ventrəli/ *pht* ở bụng; về mặt bụng.

ventricle /'ventrikl/ *dt (giải)* 1. tâm thất 2. não thất.

ventriloquism /ven'trilə-kwizəm/ *dt* thuật nói tiếng bụng *(không máy môi mà thành tiếng, người nghe có cảm giác là tiếng không phát sinh tại chỗ mà từ xa).*

ventriloquist /ven'triləkwist/ *dt* người nói tiếng bụng.

venture[1] /'ventʃə[r]/ *dt* cuộc kinh doanh mạo hiểm. // **at venture** hú họa, tùy may rủi.

venture[2] /'ventʃə[r]/ *dgt* 1. mạo hiểm, liều, dám *(làm việc gì nguy hiểm...): venture over the wall* liều leo qua tường; *I'm not venturing out in this rain* tôi không dám liều đi dưới trời mưa như thế này 2. đánh bạo, mạo muội: *venture an opinion* đánh bạo phát biểu một ý kiến; *may I venture to suggest a change* tôi xin mạo muội đề nghị một sự thay đổi nhé. // **nothing venture, nothing gain (win)** không vào hang hùm sao bắt được hùm con; **venture on (upon) something** liều làm việc gì; mạo hiểm: *venture on a trip up the Amazon* mạo hiểm một chuyến ngược dòng sông Amazon.

venturesome /'ventʃəsəm/ *tt* mạo hiểm, liều lĩnh: *a venturesome enterprise* một công việc mạo hiểm.

venturesomeness /'ventʃəsəmnis/ *dt* sự mạo hiểm, tính liều lĩnh.

venue /'venju:/ *dt* nơi gặp gỡ: *a last-minute change of venue* sự thay đổi nơi gặp gỡ vào phút chót.

Venus /'vi:nəs/ *dt (thiên)* sao Kim.

veracious /və'reiʃəs/ *tt* 1. chân thực *(người)* 2. đúng sự thực: *a veracious report* bản báo cáo đúng sự thực.

veraciously /və'reiʃəsli/ *pht* 1. [một cách] chân thực 2. [một cách] đúng sự thực.

veracity /və'ræsəti/ *dt* 1. tính chân thực: *I don't doubt the veracity of your report* tôi không nghi ngờ tính chân thực của bản báo cáo của anh 2. tính xác thực.

veranda, verandah /və'rændə/ *(Mỹ cg* **porch**) hiên, hè: *sitting on the veranda* ngồi ngoài hè.

verb /vɜ:b/ *dt* động từ.

verbal /'vɜ:bl/ *tt* 1. [thuộc] từ, [thuộc] lời: *verbal skills* kỹ năng đọc và viết *(về từ và lời)* 2. bằng miệng: *a verbal contract* giao ước miệng 3. theo từng chữ một: *a verbal translation* bản dịch theo từng chữ một 4. *(ngôn)* [thuộc] động từ: *a noun performing a verbal function* danh từ đảm nhiệm chức năng động từ.

verbalize, verbalise /'vɜ:bəlaiz/ *dgt* diễn đạt thành lời: *he couldn't verbalize his fears* nó không thể diễn đạt nổi sợ thành lời.

verbally /'vɜ:bəli/ *pht* bằng lời nói, bằng miệng.

verbal noun /vɜ:bl'naʊn/ *(cg* **gerund**) động danh từ *(như* swimming *trong* swimming is a good form of exercise).

verbatim /vɜ:'beitim/ *tt, pht* đúng từng lời, đúng từng từ một: *a speech reported verbatim* bài nói thuật lại đúng từng lời.

verbena /vɜ:'bi:nə/ *dt (thực)* cỏ roi ngựa.

verbiage /'vɜ:biidʒ/ *dt (xấu)* sự nói dài, sự dông dài: *the speaker lost himself in verbiage* diễn giả sa vào lối nói dông dài.

verbose /vɜ:'bəʊs/ *tt* dài dòng: *a verbose speech* bài nói dài dòng; *a verbose speaker* diễn giả nói dài dòng.

verbosely /vɜ:'bəʊsli/ *pht* [một cách] dài dòng.

verbosity /vɜ:'bɒsəti/ *dt* tính dài dòng *(của báo cáo...).*

verdancy /'vɜ:dnsi/ *dt* cảnh xanh rờn tươi tốt *(của đồng ruộng...).*

verdant /'vɜ:dnt/ *tt (tho, văn)* phủ đầy cỏ xanh tươi tốt: *the verdant landscape of spring* cảnh tượng xanh tươi của mùa xuân.

verdict /'vɜ:dikt/ *dt* 1. lời tuyên án; bản án: *a verdict of guilty* lời tuyên án có tội; *a verdict of not guilty* lời tuyên bố vô tội 2. *(bóng)* lời nhận định: *popular verdict* nhận định của nhân dân.

verdigris /'vɜ:digris, 'vɜ:di-gri:s/ *dt* xanh đồng, gỉ đồng.

verge[1] /vɜ:dʒ/ *dt* 1. *nh* soft shoulder: *heavy lorries have damaged the grass verge* xe tải nặng đã làm hỏng bờ cỏ 2. bờ cỏ *(quanh luống hoa).* // **on (to) the verge of something** sắp, suýt; gần: *on the verge of war* sắp chiến tranh; *on the verge of bankruptcy* sắp phá sản; *be on the verge of forty* gần bốn mươi tuổi.

verge[2] /vɜ:dʒ/ *dgt* **verge on something** rất gần với; rất giống với: *very dark grey, verging on black* màu ghi sẫm, rất giống với màu đen; *a situation verging on the tragic* một tình thế gần như bi thảm.

verger /'vɜ:dʒə[r]/ *dt* người cai quản giáo đường *(Anh giáo).*

verifiable /'verifaiəbl/ *tt* 1. có thể thẩm tra 2. có thể xác minh.

verification /,verifi'keiʃn/ *dt* 1. sự thẩm tra 2. sự xác minh 3. chứng cứ.

verify /'verifai/ *dgt* (-fied) 1. thẩm tra: *verify a statement* thẩm tra một lời tuyên bố 2. xác minh *(lời nói, sự kiện): verify a witness* xác minh một lời khai làm chứng.

verily /'verili/ *pht (cổ)* thực ra; quả thực.

verisimilitude /,verisi-'militju:d, *(Mỹ* ,verisi-'militu:d)/ *dt* vẻ thật: *the verisimilitude of a story* vẻ thật của một câu chuyện; *beyond the bounds of verisimilitude* không thể tin là thật được.

veritable /'veritəbl/ *tt* thật; thật sự. *veritable villain* tên côn đồ thật sự; *the veritable value of* giá trị thật của.

verity /'verəti/ *dt* 1. *(cổ)* sự thật 2. chân lý: *universal verities* chân lý phổ biến. // **the eternal verities** x eternal.

vermicelli /,vɜ:mi'seli, ,vɜ:mi'tʃeli/ *dt* miến; mì sợi.

vermiculite /vɜ:mikjʊlait/ *dt* vecmiculit *(một loại mica dùng để giữ nhiệt trong nhà ươm giống).*

vermiform appendix /,vɜ:mifɔ:m ə'pendiks/ *(y)* ruột thừa.

vermilion[1] /və'miliən/ *dt* màu đỏ son.

vermilion[2] /və'miliən/ *tt* [có màu] đỏ son: *vermilion sash* băng chéo màu đỏ son.

vermin /'vɜ:min/ *dt* 1. chim thú phá hoại *(mùa màng, vật nuôi): exterminate vermin* diệt chim thú phá hoại 2. chấy rận 3. bọn sâu mọt *(có hại cho xã hội).*

verminous /'vɜ:minəs/ *tt* 1. có chấy rận: *verminous chil-*

dren trẻ em có chấy rận 2. do chim thú phá hoại sinh ra: *verminous diseases* bệnh do chim thú phá hoại gây ra.

vermouth /'vɜ:məθ, *(Mỹ* vər'mu:θ)/ *dt* 1. rượu vec-mut 2. cốc rượu vec-mut.

vernacular /və'nækjʊlə[r]/ *dt* phương ngữ. *Arabic vernaculars* phương ngữ A-rập; *a vernacular poet* nhà thơ phương ngữ.

vernal /'vɜ:nl/ *tt (tu từ)* [thuộc] mùa xuân, về mùa xuân: *vernal flowers* hoa mùa xuân.

Veronal /'verənl/ *(dược)* (tên riêng) veronal (thuốc giảm đau).

veronica /və'rɒnikə/ *dt (thực)* cây rau thủy.

verruca /və'ru:kə/ *dt (snh* **verrucas,** hay trong y học **verrucae)** *(y)* hột cơm, mụn cóc.

verrucae /və'ru:ki:/ *dt snh* của verruca.

versatile /'vɜ:sətail, *(Mỹ* 'vɜ:sətl)/ *tt* 1. linh hoạt, tháo vát: *a versatile mind* đầu óc linh hoạt 2. có nhiều công dụng, đa năng *(dụng cụ).*

versatility /,vɜ:sə'tiləti/ *dt* 1. sự linh hoạt, sự tháo vát 2. tính đa năng.

verse /vɜ:s/ *dt* 1. thể thơ 2. đoạn thơ, khổ thơ 3. **verses** *(snh) (cũ)* thơ ca: *a book of humorous verses* một cuốn sách thơ ca hài hước 4. mục *(trong kinh thánh).* // **chapter and verse** x chapter.

versed /vɜ:st/ *tt* **versed in** thành thạo, giỏi: *versed in mathematics* giỏi toán.

versicle /'vɜ:sikl/ *dt (tôn)* câu xướng *(trong lúc hành lễ).*

versification /,vɜ:sifi'keiʃn/ *dt* 1. nghệ thuật làm thơ 2. vận luật *(trong thơ).*

versifier /'vɜ:sifaiə[r]/ *dt* nhà thơ; *(xấu)* thợ thơ.

versify /'vɜ:sifai/ *dgt* (-fied) 1. làm thơ 2. chuyển thành thơ *(từ văn xuôi): versify an old legend* chuyển thành thơ một truyện cổ.

version /'vɜ:ʃn, *(Mỹ* 'vɜ:ʒn)/ *dt* 1. lối giải thích, lối thuật lại: *there were contradictory versions of what the President said* có những lối giải thích trái ngược nhau về những gì Tổng thống đã nói 2. dạng khác, thể khác *(khác với một dạng, một thể coi như tiêu chuẩn): this dress is a cheaper version of the one we saw in that shop* chiếc áo này là dạng rẻ tiền hơn của dạng mà chúng ta đã thấy ở cửa hiệu đó 3. bản phóng tác; bản dịch: *an English version of a German play* bản dịch tiếng Anh của vở kịch tiếng Đức.

verso /'vɜ:səʊ/ *dt (snh* **versos)** trang mặt sau *(tờ giấy).*

versus /'vɜ:səs/ *gt (vt* **v, vs)** *gt (tiếng La-tinh)* chống, chống lại; đấu với: *Rex versus Crippen (luật)* Rex kiện Crippen; *Kent versus Surrey* đội Kent đấu với đội Surrey.

vertebra /'vɜ:tibrə/ *dt (snh* **vertebrae)** đốt [xương] sống.

vertebrae /'vɜ:tibri/ *dt snh* của vertebra.

vertebral /'vɜ:tibrəl/ *tt* [thuộc] đốt sống: *the vertebral column* cột sống.

vertebrate[1] /'vɜ:tibreit/ *dt* động vật có xương sống.

vertebrate[2] /'vɜ:tibreit/ *tt* có xương sống.

vertex /'vɜ:teks/ *dt (snh* **vertices)** đỉnh: *the vertex of the skull* đỉnh đầu; *the vertex*

V

of an angle đỉnh của một góc.

vertical[1] /'vɜ:tikl/ *tt* thẳng đứng, đứng: *vertical plane* (toán) mặt phẳng thẳng đứng; *the cliff was almost vertical* vách đá hầu như thẳng đứng; **a vertical take-off aircraft** máy bay lên thẳng.

vertical[2] /'vɜ:tikl/ *dt* đường thẳng đứng.

vertically /'vɜ:tikli/ *pht* [một cách] thẳng đứng.

vertices /'vɜ:tisi:z/ *dt snh* của vertex.

vertiginous /vɜ:'tidʒinəs/ *tt* làm chóng mặt: *a vertiginous height* chỗ cao làm chóng mặt.

vertigo /'vɜ:tigəʊ/ *dt* sự chóng mặt.

verve /vɜ:v/ *dt* sự cao hứng; nhiệt tình: *be in verve* đang cao hứng; *poetical verve* thi hứng.

very[1] /'veri/ *pht* 1. rất, lắm: *very beautiful* rất đẹp; *very much better* tốt hơn nhiều lắm 2. hơn hết, nhất: *at the very latest* chậm nhất là; *the very best quality* phẩm chất tốt hơn hết 3. chính, đúng, ngay: *I bought it with my very own money* tôi đã mua cái đó bằng chính tiền của tôi; *on the very same day* cùng đúng ngày đó.

very[2] /'veri/ *tt* 1. thực, thực sự: *in very deed* thực ra 2. chính, ngay: *in this very room* ở chính phòng này; *on that very day* ngay ngày hôm ấy 3. chỉ: *I tremble at the very thought* chỉ nghĩ đến là tôi đã rùng mình.

very high frequency /,veri hai'fri:kwənsi/ (*vt* VHF) tần số rất cao (*từ 30 đến 300 megahéc*).

Very light /'verilait/ pháo màu [báo hiệu] cấp cứu (*của tàu thủy về ban đêm*).

vesicle /'vesikl/ *dt* 1. (giải, thực) bọng, túi 2. (y) mụn nước.

vesicular /və'sikjʊlə[r]/ *tt* (giải, thực) [thuộc] bọng, [thuộc] túi; có hình thành bọng, có hình thành túi.

vespers /'vespəz/ *dt snh* (tôn) buổi lễ chiều; kinh chiều.

vessel /'vesl/ *dt* 1. thuyền lớn, tàu: *ocean-going vessels* tàu vượt đại dương 2. bình, chậu, lọ, thùng (*dùng chứa chất lỏng*) 3. (sinh) ống, mạch: *blood-vessels* mạch máu.

vest[1] /vest/ *dt* 1. (Mỹ undershirt) áo lót 2. áo gi-lê.

vest[2] /vest/ *dgt* 1. **vest something in somebody (something)**; **vest somebody (something) with something** giao cho, trao quyền cho, ban cho, phong: *authority is vested in the people* quyền lực được trao cho nhân dân; *vest somebody with authority* giao quyền hành cho ai 2. (cũ hoặc tôn) mặc (lễ phục). // **have a vested interest [in something]** có lợi: *you have a vested interest in Tam's resignation* anh có lợi trong việc Tam từ chức (*anh có thể thế chỗ anh ta*).

vestibule /'vestibju:l/ *dt* 1. tiền sảnh, phòng ngoài 2. (Mỹ) hành lang (*thông từ toa xe lửa nọ sang toa kia*): *vestibule train* xe lửa có hành lang thông toa.

vestige /'vestidʒ/ *dt* 1. vết tích, dấu vết; di tích: *not a vestige of the abbey remains* không còn một vết tích nào của tu viện còn sót lại 2. (trong câu phủ định) một chút, một tí: *not a vestige of truth in the report* không có một tí sự thật trong bản báo cáo 3. (snh) bộ phận vết tích (*của một cơ quan xưa kia phát triển đầy đủ*):

man's vestige of a tail vết tích cái đuôi ở loài người (*tức là xương cụt*).

vestigial /ve'stidʒiəl/ *tt* ở dạng vết tích [còn lại]: *vestigial organs* cơ quan vết tích; *the Crown retains some vestigial power* ngôi vua còn giữ lại một vài vết tích quyền hành.

vestment /'vestmənt/ *tt* (thường snh) áo lễ (*của giáo sĩ*).

vest-pocket /,vest'pɒkit/ *tt* [vừa] bỏ túi: *vest-pocket camera* máy ảnh bỏ túi.

vestry /'vestri/ *dt* phòng áo lễ (*ở nhà thờ*).

vesture /'vestʃə[r]/ *dt* (thơ, văn) quần áo, y phục.

vet[1] /vet/ *dt* (kng) nh veterinary surgeon.

vet[2] /vet/ *dgt* (-tt-) (+ for) xem xét kỹ hồ sơ lý lịch: *be positively vetted for a government post* được xem xét là đủ tư cách đảm nhiệm một chức vụ trong chính quyền.

vet[3] /vet/ *dt* (Mỹ, kng) nh veteran 2.

vetch /vetʃ/ *dt* đậu tằm (*cho súc vật ăn*).

veteran /'vetərən/ *dt* 1. người kỳ cựu: *a veteran politician* nhà chính trị kỳ cựu 2. (cg kng **vet**) (Mỹ) cựu chiến binh.

veteran car /,vetərən'ka:[r]/ (Anh) xe ôtô chế tạo trước 1916: *a veteran Rolls Royce* chiếc xe Rolls Royce chế tạo trước 1916.

Veterans' Day /,vetərənz'dei/ (Mỹ) nh Armistice Day.

veterinarian /,vetəri'neəriən/ *dt* (Mỹ) nh veterinary surgeon.

verterinary /'vetrinri, (Mỹ vetərineri)/ [thuộc] thú y: *veterinary science* khoa học thú y.

veterinary surgeon /,ve-trinri'sɜ:dʒn/ bác sĩ thú y.

veto¹ /'vi:təʊ/ dt (snh **vetoes**) 1. quyền phủ quyết 2. sự nghiêm cấm: *put a veto on narcotics* nghiêm cấm các loại thuốc ngủ.

veto² /'vi:təʊ/ dgt 1. phủ quyết; bác bỏ: *the President vetoed the tax cuts* tổng thống phủ quyết việc cắt giảm thuế; *John's parents vetoed his plan to buy a motorbike* bố mẹ John đã bác bỏ kế hoạch mua xe máy của anh 2. nghiêm cấm.

vex /veks/ dgt (cũ) 1. làm bực mình, làm phật ý: *she was vexed that I was late* nàng bực mình vì tôi đến trễ 2. *(thường ở dạng bị động)* làm cho lo lắng, làm cho đau buồn: *he was vexed at his failure* thất bại đã làm anh ta đau buồn. // a **vexed question** vấn đề nan giải gây nhiều bàn cãi: *the vexed question of who pays for the damage* vấn đề nan giải là ai trả tiền bồi thường đây.

vexation /vek'seiʃn/ dt sự bực mình; sự lo âu: *life's little vexations* những lo âu vặt trong cuộc sống.

vexatious /vek'seiʃəs/ tt (cũ) phiền toái: *vexatious rules and regulations* những luật lệ và quy định phiền toái.

vg (vt của very good) rất tốt.

VHF /,vi: eitʃ 'ef/ (vt của very high frequency) cao tần, tần số rất cao: *programmes broadcast on VHF* chương trình phát thanh trên tần số rất cao, chương trình cao tần.

via /'vaiə/ gt qua: *go from London to Washington via New York* đi từ Luân Đôn tới Hoa Thịnh Đốn qua Nữu Ước.

viability /,vaiə'biləti/ dt 1. khả năng đứng vững được *(của một kế hoạch...)* 2. khả năng sống và phát triển được *(của cây cối, thai nhi...)*.

viable /'vaiəbl/ tt 1. có thể đứng vững được: *a viable plan* một kế hoạch có thể đứng vững được 2. có thể sống và phát triển được: *viable foetuses* thai nhi có thể sống và phát triển được.

viaduct /'vaiədʌkt/ dt cầu cạn.

vial /'vaiəl/ dt nh phial.

vibes /vaibz/ dt 1. (dgt số ít hoặc snh) (kng) nh vibraphone 2. (snh) (lóng) nh vibrations (x vibration 3): *strange vibes* những rung cảm kỳ lạ.

vibrancy /'vaibrənsi/ dt 1. sự ngân vang (âm thanh) 2. sự sôi động, sự đầy khí lực 3. sự sáng và đậm (ánh sáng, màu).

vibrant /'vaibrənt/ tt 1. ngân vang: *a youthful vibrant voice* giọng ngân vang trẻ trung 2. sôi động, đầy khí lực: *a city vibrant with life* một thành phố có nhịp sống sôi động 3. sáng và đậm (ánh sáng, màu).

vibraphone /'vaibrəfəʊn/ dt đàn gỗ.

vibrate /vai'breit, (Mỹ 'vaibreit)/ dgt 1. lúc lắc, rung: *the whole house vibrates whenever a heavy lorry passes* mỗi khi xe tải hạng nặng chạy qua là cả ngôi nhà rung lên 2. kêu, ngân vang (âm thanh) 3. run lên, rộn ràng: *his voice vibrated with passion* giọng nó run lên vì xúc cảm mạnh mẽ; *vibrate with enthusiasm* rộn ràng vì nhiệt tình.

vibration /vai'breiʃn/ dt 1. sự lúc lắc, sự rung 2. sự chấn động; chấn động: *am-plitude of vibration* biên độ chấn động; *a vibration of opinion* sự chấn động dư luận 3. **vibrations** (kng) (cg lóng **vibes**) sự rung cảm: *strange vibrations* những rung cảm kỳ lạ.

vibrato /vi'bra:təʊ/ dt (snh **vibratos**) (nhạc) tiếng rung; ngón rung.

vibrator /vai'breitə[r]/ máy xoa bóp.

vibratory /vai'breitəri, (Mỹ vai'breitɔ:ri/ tt rung, rung động.

viburnum /vai'bɜ:nəm/ dt (thực) cây giáng cua.

vicar /'vikə[r]/ dt 1. cha xứ (giáo hội Anh) 2. đại diện (giáo hội La Mã): *vicar of Christ* giáo hoàng (đại diện cho Chúa).

vicarage /'vikəridʒ/ dt nhà [cha] xứ.

vicarious /vi'keəriəs, (Mỹ vai'keəriəs/ tt 1. lây; chia sẻ với người khác (cảm xúc): *she can't have children, but she gets vicarious pleasure by looking after her brother's children* chị ta không thể có con, nhưng trông nom con của em trai chị, chị cũng thấy vui lây 2. chịu thay: *vicarious sufferings* đau khổ chịu thay cho người khác.

vicariously /vi'keəriəsli/ pht 1. [bằng cách] chia sẻ với người khác 2. [bằng cách] chịu thay cho người khác.

vice¹ /vais/ dt 1. thói hư, tật xấu 2. chứng, tật: *greed is a terrible vice* tham lam là một tật xấu kinh khủng 3. sự trụy lạc; tệ nạn xã hội: *vice squads* đội đặc nhiệm chống tệ nạn xã hội. // **a den of iniquity (vice)** x đen.

vice² /vais/ dt (Mỹ vise) (kỹ) mỏ cặp, ê-tô: *he held my arm in a vice-like grip* *(bóng)* anh ta siết tay tôi chặt tựa gọng kìm.

vice- *(dạng kết hợp)* phó: *vice-president* phó tổng thống; *vice-admiral* phó đô đốc.

vice-chancellor /ˌvaisˈtʃɑːnsələ[r]/ *dt* phó hiệu trưởng trường đại học.

vicelike /ˈvaislaik/ *tt* chặt như trong gọng kìm, đừng hòng thoát ra được.

viceregal /vaisˈriːgl/ *tt* [thuộc] phó vương.

vicereine /vaisˈrein, ˈvaisrein/ *dt* nữ phó vương.

viceroy /ˈvaisrɔːi/ *dt* phó vương.

vice versa /ˌvaisiˈvɜːsə/ *pht* *(tiếng La-tinh)* ngược lại: *travel from Hue to Hanoi and vice versa* đi từ Huế ra Hà Nội và ngược lại.

vicinity /viˈsinəti/ *dt* **in the vicinity [of something]** a/ ở vùng lân cận *(nơi nào đó):* *there isn't a good school in the [immediate] vicinity* ở vùng lân cận nơi này (ở quanh đây) không có một trường học nào tốt cả b/ xấp xỉ, vào khoảng: *a population in the vicinity of 100,000* dân số xấp xỉ 100.000.

vicious /ˈviʃəs/ *tt* **1.** xấu xa, độc ác: *a vicious remark* lời nhận xét độc ác **2.** hư hỏng: *a vicious life* cuộc sống hư hỏng **3.** dữ, nguy hiểm *(con vật)* **4.** dữ dội: *a vicious headache* cơn nhức đầu dữ dội.

vicious circle /ˌviʃəsˈsɜːkl/ vòng lẩn quẩn.

viciously /ˈviʃəsli/ *pht* **1.** [một cách] hư hỏng **2.** [một cách] dữ dội.

viciousness /ˈviʃənis/ *dt* **1.** sự xấu xa, sự độc ác **2.** sự hư hỏng **3.** sự dữ, sự nguy hiểm **4.** sự dữ dội.

vicious spiral /ˌviʃəsˈspaiərəl/ vòng dắt dây *(ví dụ lương tăng thì giá cả tăng).*

vicissitude /viˈsisitjuːd, (Mỹ viˈsisituːd)/ *dt (thường snh)* nỗi thăng trầm: *the vicissitudes of life* những nỗi thăng trầm của cuộc đời.

victim /ˈviktim/ *dt* **1.** nạn nhân: *murder victims* các nạn nhân của vụ sát hại; *earthquake victims* nạn nhân của vụ động đất **2.** vật hiến sinh. // **fall victim [to something]** chịu thua, chịu đầu hàng; bị khuất phục: *he soon fell victim to her charms* anh chàng đã sớm bị khuất phục bởi vẻ đẹp duyên dáng của nàng.

victimization, victimisation /ˌviktimaiˈzeiʃn, (Mỹ ˌvitimiˈzeiʃn)/ *dt* **1.** sự trừng phạt **2.** sự trù dập; sự bắt nạt.

victimize, victimise /ˈviktimaiz/ *dgt* **1.** trừng phạt *(một cách không công bằng về những hành động của người khác):* *union leaders claimed that some members had been victimized for taking part in the strike* các nhà lãnh đạo công đoàn đã tuyên bố là một số đoàn viên đã bị trừng phạt do đã tham gia đình công **2.** trù dập, bắt nạt: *the fat boy was victimized by his classmates* cậu bé béo mập bị bạn cùng lớp bắt nạt.

victor /ˈviktə[r]/ *dt* người thắng cuộc; kẻ chiến thắng.

Victoria Cross /vikˌtɔːriəˈkrɒs, (Mỹ vikˌtɔːriəˈkrɔːs)/ anh dũng bội tinh.

Victorian¹ /vikˈtɔːriən/ *tt* [thuộc] triều đại nữ hoàng Victoria; [thuộc] thời Victoria (1837-1901): *Victorian poets* những nhà thơ thời nữ hoàng Victoria; *Victorian values* những giá trị đạo

đức thời Victoria *(tiết kiệm, điều độ, làm việc tích cực).*

Victorian² /vikˈtɔːriən/ *dt* người sống dưới thời nữ hoàng Victoria.

victorious /vikˈtɔːriəs/ *tt* thắng cuộc, chiến thắng, thắng lợi: *the victorious team* đội thắng cuộc; *a victorious army* đạo quân chiến thắng; *victorious over difficulties* chiến thắng khó khăn.

victoriously /vikˈtɔːriəsli/ *pht* [một cách] thắng lợi.

victory /ˈviktəri/ *dt* sự chiến thắng, sự thắng trận, sự thắng cuộc, sự thắng lợi: *lead the troops to victory* đưa quân đi đánh thắng trận; *win a victory over one's rival* thắng đối thủ; *an election victory* cuộc thắng cử; *the verdict of the court was a victory for common sense* *(bóng)* phán quyết của tòa là một thắng lợi của lương tri.

victual /ˈvitl/ *dgt* (-ll-, Mỹ cg -l-) cung cấp thực phẩm và đồ dự trữ cho *(một chiếc tàu...).*

victualler (Mỹ cg **victualer**) /ˈvitlə[r]/ *dt* người cung cấp thực phẩm và đồ dự trữ; dịch vụ cung cấp thực phẩm và đồ dự trữ: *a licensed victualler* chủ quán rượu bán thức ăn, rượu phục vụ ngay tại chỗ.

victuals /ˈvitlz/ *dt snh (cũ hoặc đph)* thức ăn đồ uống; thực phẩm.

vicuna /viˈkjuːnə, (Mỹ vaiˈkuːnjə/ *dt (động)* lạc đà cừu.

vide /ˈvidei, ˈvaidiː/ *dgt (tiếng La-tinh)* xem *(vt là v)* *v.supra* xem trên; *v.page 50* xem trang 50.

video¹ /ˈvidiəʊ/ *dt (snh videos)* video: *the bank robbery was recorded on video* vụ cướp ngân hàng đã được ghi hình lại trên băng video; *watching videos* xem video 2. *nh* video cassette recorder.

video² /'vidiəʊ/ *dgt (động tính từ hiện tại* **videoing***)* quay video, ghi lên băng video: *video a TV programme* quay video một chương trình TV.

video cassette recorder /ˌvidiəʊkə'setrikɔ:də[r]/ *(cg* **video, video recorder** (*vt* VCR) đầu video.

videodisc /'vidiəʊˌdisk/ đĩa video.

videogame /'vidiəʊgeim/ trò chơi video.

videonasty /'vidiəʊ'na:sti/ *(kng)* phim video đen.

video recorder /'vidiəʊrikɔ:də[r]/ *nh* video cassette recorder.

videotape¹ /'vidiəʊteip/ *dt* băng video.

videotape² /'vidiəʊteip/ *dgt nh* video².

vie /vai/ *dgt* (**vied; vying**) (+ for) ganh đua, tranh nhau: *vying with each other for first place* tranh nhau vị trí thứ nhất.

view¹ /vju:/ *dt* 1. sự nhìn; tầm nhìn: *we came in view of the lake as we turned the corner* vừa rẽ ở góc đường chúng tôi đã nhìn thấy cái hồ (cái hồ đã hiện ra trước mắt chúng tôi); *a cloud hid the sun from view* một đám mây che khuất mặt trời không còn nhìn thấy nữa 2. cảnh, quang cảnh: *enjoying the magnificent views from the summit, over the mountains* thưởng thức những cảnh huy hoàng từ đỉnh cao, trên các ngọn núi 3. *(cg* **viewing***)* dịp được xem, cơ hội được thấy: *we had a private view of the jewels before the public auction*

chúng tôi đã có dịp được xem riêng các đồ kim hoàn trước khi đem ra bán đấu giá 4. (+ about, on) cách nhìn, quan điểm: *share someone's view's* cùng quan điểm với ai; *political views* chính kiến 5. quan niệm: *take a pessimistic view of the problem* có quan niệm bi quan về vấn đề ấy. // **have something in view** dự kiến; *what the President has in view is a world without nuclear weapons* cái mà Chủ tịch dự kiến là một thế giới không có vũ khí hạt nhân; **in full view** *x* full²; **in my view** theo ý tôi; **in view of something** [nếu] xét về: *in view of the weather, we will cancel the outing* nếu xét về thời tiết thì ta sẽ hủy cuộc đi chơi; **on view** được trưng bày, được triển lãm: *her paintings are on view at the Hayward Gallery* tranh của bà ta đang triển lãm ở phòng trưng bày Hayward; **a point of view** quan điểm; *take a dim (poor, serious...) view of somebody (something)* xem thường (coi trọng) ai (cái gì): *he took a dim view of me (my suggestion)* anh ta xem thường tôi (lời gợi ý của tôi); **take the long view** *x* long¹; **with a view to doing something** với ý định làm gì, hy vọng làm gì: *he is decorating the house with a view to selling it* ông ta đang trang trí ngôi nhà với ý định là để bán đi.

view² /vju:/ *dgt* 1. xem xét, cân nhắc: *viewed from the outside, the company seemed genuine* xét từ bên ngoài công ty dường như làm ăn chính đáng 2. nhìn cẩn thận, quan sát cẩn thận: *view a battle through binoculars from the top of a hill* từ trên đỉnh đồi quan sát trận

đánh qua ống nhòm 3. xem (nhà...) để mua: *open for viewing between 10.00 và 12.00* mở cửa cho xem từ 10 đến 12 giờ 4. xem truyền hình: *the viewing public* khán giả truyền hình.

viewer /'vju:ə[r]/ *dt* 1. kẻ quan sát 2. khán giả truyền hình 3. bộ nhìn *(phim)*.

view-finder /'vju:ˌfaində[r]/ *dt* bộ ngắm *(camera)*.

viewpoint /'vju:pɔint/ *dt (cg* **point of view***)* quan điểm.

vigil /'vidʒil/ *dt* 1. sự thức khuya *(để canh gác hoặc để cầu kinh)*: *tired out by long nightly vigils at her son's bedside* mệt nhoài sau những đêm thức khuya bên cạnh giường đứa con trai của bà 2. đêm trước một ngày lễ lớn: *the Easter vigil* đêm trước lễ Phục sinh.

vigilance /'vidʒiləns/ *dt* sự cảnh giác.

vigilant /'vidʒilənt/ *tt* cảnh giác: *under the vigilant eye of the examiner* dưới con mắt cảnh giác của vị giám khảo.

vigilante /ˌvidʒi'lænti/ *dt (xấu)* đội viên đội dân phòng.

vigilantly /'vidʒiləntli/ *pht* [một cách] cảnh giác.

vignette /vi'njet/ *dt* 1. họa tiết *(ở đầu hoặc cuối chương sách)* 2. bức ảnh bán thân có nền mờ 3. đoạn văn.

vigor /'vigə[r]/ *dt (Mỹ) nh* vigour.

vigorous /'vigərəs/ *tt* mạnh mẽ: *vigorous supporters of human rights* những người ủng hộ mạnh mẽ cho nhân quyền; *vigorous opposition* sự phản đối mạnh mẽ; *these tomato plants are very vigorous* mấy cây cà chua này rất khỏe.

vigorously /'vigərəsli/ *pht* [một cách] mạnh mẽ: *argue vigorously in support of something* tranh luận mạnh mẽ để ủng hộ cái gì.

vigour (*Mỹ* **vigor**) /'vigə[r]/ *dt* **1.** sức mạnh, sự cường tráng: *for a man of seventy he still has surprising vigour* đã bảy mươi mà ông ta còn cường tráng một cách đáng ngạc nhiên **2.** sự mạnh mẽ: *the vigour of an attack* sự mạnh mẽ của một cuộc tấn công; *grow with vigour* mọc mạnh mẽ.

Viking /'vaikiŋ/ *dt* (*sử*) người Viking (*cướp biển gốc Scandinavia vào thế kỷ 8-10*): *Viking raiders* cướp biển Viking.

vile /vail/ *tt* (**-r; -st**) **1.** cực kỳ ghê tởm: *a vile smell* mùi cực kỳ ghê tởm **2.** hèn hạ, đê hèn: *vile offence* sự xúc phạm đê hèn **3.** cực kỳ xấu: *vile weather* thời tiết cực kỳ xấu.

vilely /vailli/ *pht* **1.** [một cách] cực kỳ ghê tởm **2.** [một cách] cực kỳ xấu.

vileness /vailnis/ *dt* **1.** sự cực kỳ ghê tởm **2.** sự hèn hạ, sự đê hèn **3.** sự cực kỳ xấu.

vilification /,vilifi'keiʃn/ *dt* sự chê bai, sự gièm pha, sự nói xấu.

vilify /'vilifai/ *dgt* (**-fied**) chê bai, gièm pha, nói xấu.

villa /'vilə/ *dt* **1.** biệt thự **2.** nhà nghỉ (*ở bãi biển, ở nông thôn*) **3.** trang viên (*ở nông thôn, có vườn ruộng, ở Nam Âu*) **4.** (*sử*) trang trại (*thời La Mã*).

village /'vilidʒ/ *dt* **1.** làng, xã: *the village school* ngôi trường làng; *the whole village knew about the scandal* cả làng đã biết vụ bê bối đó **2.** (*Mỹ*) chính quyền thôn xã.

villager /'vilidʒə[r]/ *dt* dân làng.

villain /'vilən/ *dt* **1.** kẻ hung ác, tên côn đồ **2.** (*Anh, lóng*) tên tội phạm (*tiếng do cảnh sát hay dùng*) **3.** kẻ bất lương, đồ đểu **4.** nhân vật phản diện. // **the villain of the piece** (*đùa*) người gây rắc rối, vật gây phiền toái: *a faulty fuse was the villain of the piece* cái cầu chì hỏng là nguyên nhân gây phiền toái.

villainous /'vilənəs/ *tt* **1.** hung ác, bất lương, quỷ quái **2.** (*kng*) cực kỳ xấu: *villainous weather* thời tiết cực kỳ xấu.

villainously /'vilənəsli/ *pht* **1.** [một cách] hung ác, [một cách] bất lương **2.** [một cách] cực kỳ xấu.

villainy /'viləni/ *dt* (*văn*) điều độc ác: *capable of great villainies* có khả năng làm những điều rất độc ác.

villein /'vilein/ *dt* (*sử*) nông nô (*thời trung đại ở Âu Châu*).

villeinage /'vilinidʒ/ *dt* thân phận nông nô.

vim /vim/ *dt* (*cũ, kng*) sức mạnh, sức sống: *full of vim* đầy sức sống.

vinaigrette /,vini'gret/ *dt* (*cg* **vinaigrette sauce**) nước xốt dầu giấm.

vindicate /'vindikeit/ *dgt* **1.** làm sáng tỏ; minh oan: *the report of the committee of enquiry completely vindicates him* bản báo cáo của ủy ban thẩm tra đã hoàn toàn minh oan cho ông ta **2.** chứng minh: *subsequent events vindicated his suspicions* những sự kiện sau đó đã chứng minh nỗi nghi ngờ của ông ta.

vindication /,vindi'keiʃn/ *dt* **1.** sự làm sáng tỏ; sự minh oan **2.** sự chứng minh.

vindictive /vin'diktiv/ *tt* hay thù oán, đầy hận thù: *a vindictive person* người hay thù oán; *vindictive comments* những lời bình luận đầy hận thù.

vindictively /vin'diktivli/ *pht* [một cách] thù oán; [một cách] đầy hận thù.

vindictiveness /vin'diktivnis/ *dt* sự thù oán; lòng hận thù.

vine /vain/ *dt* **1.** cây nho **2.** cây leo; cây bò.

vinegar /'vinigə[r]/ *dt* giấm.

vinegary /'vinigəri/ *tt* **1.** như giấm, chua như giấm **2.** (*bóng*) chua ngoa.

vineyard /'vinjəd/ *dt* vườn nho, đồng nho.

vingt-et-un /,væntei'ɜːn/ *dt* (*tiếng Pháp*) *nh* pontoon².

vino /'viːnəʊ/ *dt* (*kng, đùa*) rượu vang.

vinous /'vainəs/ *tt* (*đùa*) [thuộc] rượu vang; [giống] rượu vang; [do] rượu vang: *a vinous flavour* mùi vị rượu vang.

vintage /'vintidʒ/ *dt* **1.** sự thu hoạch nho (*để làm rượu*); mùa thu hoạch nho: *the vintage was later than usual* mùa thu hoạch nho đã trễ hơn thường lệ **2.** rượu vang chính vụ; *what vintage is this wine?* rượu vang này sản xuất [vào chính vụ] năm nào thế?; *a vintage year for champagne* năm thu hoạch nho làm rượu sâm-banh **3.** (*vị ngữ*) đặc trưng cho một thời kỳ trong quá khứ; cổ điển: *vintage science fiction of the 1950's* chuyện khoa học viễn tưởng của những năm 1950 **4.** được chế tạo trong khoảng 1917-1930 (*nói về xe hơi*): *vintage Fords* xe Ford chế tạo trong khoảng 1917-1930 **5.** (*vị ngữ*) (*kng*) (*dùng trước dt riêng*) là tác phẩm hay nhất của *(ai đó): this film is vintage Chaplin* cuốn phim này là phim hay nhất của Chaplin.

vintner /'vintnə[r]/ *dt (cũ)* người bán rượu vang.

vinyl /vainl/ *dt* nhựa vinyl: *vinyl floor covering* tấm nhựa vinyl phủ sàn nhà.

viola[1] /vi'əʊlə/ *dt* đàn vion *(tựa đàn vi-ô-lông).*

viola[2] /vaiələ/ *dt (thực)* cây hoa tím.

violate /'vaiəleit/ *dgt* **1.** vi phạm, phạm, trái [với]: *violate an agreement* vi phạm một thỏa thuận; *these findings appear to violate the laws of physics* những khám phá này dường như trái với các định luật vật lý **2.** *(tôn)* xúc phạm: *violate a shrine* xúc phạm một nơi tôn nghiêm **3.** quấy phá, phá rối, làm mất *(sự yên tĩnh)* **4.** *(trại)* hãm hiếp.

violation /,vaiə'leiʃn/ *dt* sự vi phạm, sự phạm: *act in open violation of a treaty* hành động công khai vi phạm một hiệp ước; *gross violations of human rights* những vi phạm trắng trợn quyền con người.

violator /'vaiəleitə[r]/ *dt* người vi phạm.

violence /'vaiələns/ *dt* **1.** sự hung bạo; bạo lực: *the use of violence against one's attackers* sự sử dụng bạo lực chống lại những kẻ tấn công mình **2.** sự mãnh liệt, sự mạnh mẽ: *we expressed our views with some violence* chúng tôi đã mạnh mẽ bày tỏ quan điểm của mình **3.** sự ác liệt, sự dữ dội: *the violence of the collision* sự ác liệt của những vụ xung đột. // **do violence to something** làm trái với; phạm vào: *it would do violence to his principles to eat meat* ăn

thịt là [làm điều] phạm vào nguyên tắc của ông ta.

violent /'vaiələnt/ *tt* **1.** hung dữ; dữ dội, mãnh liệt: *violent criminals* những tên tội phạm hung dữ, *students are involved in violent clashes with the police* sinh viên đã dính líu vào những vụ xô xát dữ dội với cảnh sát **2.** mãnh liệt, mạnh mẽ *(tình cảm): violent passions* những say mê mãnh liệt; *violent language* ngôn ngữ mạnh mẽ **3.** ác liệt, dữ dội: *violent storm* cơn bão dữ dội; *violent toothache* cơn đau răng dữ dội.

violently /'vaiələntli/ *pht* **1.** [một cách] hung dữ, [một cách] dữ dội, [một cách] mãnh liệt: *attack violently* tấn công dữ dội **2.** [một cách] mãnh liệt, [một cách] mạnh mẽ: *he fell violently in love with her* hắn đâm ra yêu cô ta mãnh liệt **3.** [một cách] ác liệt, [một cách] dữ dội.

violet[1] /'vaiələt/ *dt* **1.** *(thực)* hoa tím, vi-ô-lét *(cây hoa)* **2.** màu tím.

violet[2] /'vaiələt/ *tt* [có màu] tím.

violin /,vaiə'lin/ *dt (nhạc)* đàn viôlông.

VIP /,vi:ai'pi:/ *(kng) (vt của* very important person) nhân vật rất quan trọng *(được đối xử đặc biệt hơn người thường, ví dụ ở sân bay...).*

viper /'vaipə[r]/ *dt* **1.** *(động)* rắn vi-pe *(một loại rắn độc)* **2.** *(bóng)* người hiểm độc.

viperish /'vaipəriʃ/ *tt* hiểm độc: *a viperish tongue* miệng lưỡi hiểm độc.

virago /vi'rɑ:gəʊ/ *dt (snh* viragos) người đàn bà đanh đá.

viral /'vaiərəl/ *tt* [thuộc] vi-rut; do vi-rut.

virgin[1] /'vɜ:dʒin/ *dt* **1.** gái đồng trinh, trinh nữ **2. the [Blessed] Virgin** Đức Mẹ đồng trinh.

virgin[2] /'vɜ:dʒin/ *tt* nguyên trạng: *virgin snow* lớp tuyết còn nguyên trạng; *virgin forest* rừng nguyên sinh; *virgin soil* đất chưa khai phá.

virginal /'vɜ:dʒinl/ *tt* trong trắng, trinh bạch: *virginal innocence* vẻ ngây thơ trong trắng.

virginals /'vɜ:dʒinəlz/ *dt snh (nhạc, sử)* đàn via-gi-nan *(nhạc khí của Anh ở thế kỷ 16, 17).*

Virginia /və'dʒiniə/ *dt* thuốc lá Virginia.

Virginia creeper /və,dʒiniə-'kri:pə/ *(Mỹ cg* **woodbine)** *(thực)* dây lông chim.

virginity /və'dʒinəti/ *dt* sự trinh tiết: *lose one's virginity* mất trinh [tiết].

Virgo /'vɜ:gəʊ/ *dt* **1.** cung Xử nữ *(cung thứ sáu trong mười hai cung hoàng đạo)* **2.** *(snh* Virgos) người cầm tinh cung Xử nữ *(sinh giữa 23 tháng 8 đến 22 tháng 9).*

Virgoan[1] /'vɜ:gəʊən/ *dt* người cầm tinh cung Xử nữ.

Virgoan[2] /'vɜ:gəʊən/ *tt* cầm tinh cung Xử nữ.

virile /'virail, *(Mỹ* 'virəl)/ *tt* **1.** có khả năng có con *(nam giới),* không liệt dục **2.** có nam tính, rắn rỏi: *his style of singing is very virile* phong cách hát của anh ta rất rắn rỏi.

virility /vi'riləti/ *dt* **1.** khả năng có con *(nam giới)* **2.** nam tính; sự rắn rỏi.

virological /,vaiərə'lɒdʒikl/ *tt* [thuộc] vi-rut học.

virologist /vaiərə'lɒdʒist/ *dt* nhà vi-rut học.

virology /vaiərə'lɒdʒi/ *dt* vi-rut học.

virtual /'vɜːtʃʊəl/ *tt (thngữ)* thực sự, thực tế *(tuy không phải chính thức)*: *our deputy manager is the virtual head of the business* ông phó giám đốc của chúng tôi là người thực sự lãnh đạo cơ sở kinh doanh; *a virtual state of war exists between the two countries* một tình trạng chiến tranh thực sự tồn tại giữa hai quốc gia.

virtually /'vɜːtʃʊəli/ *pht* hầu như, gần như: *be virtually certain* hầu như chắc chắn.

virtue /'vɜːtʃuː/ *dt* **1.** đức, đạo đức; đức hạnh: *lead a life of virtue* sống một cuộc sống đức hạnh; *a paragon of virtue* người mẫu mực về đạo đức **2.** đức tính tốt: *patience is a virtue* lòng kiên nhẫn là một đức tính tốt **3.** ưu điểm; *this seat has the virtue of being adjustable* chiếc ghế này có ưu điểm là điều chỉnh được **3.** đức hạnh; trinh tiết: *lose one's virtue* mất trinh. // **by virtue of something** vì, với tư cách: *he was exempt from charges by virtue of his youth (of being so young; of the fact that he was so young)* nó được miễn không phải trả tiền vì còn quá bé; **make a virtue of necessity** vui vẻ, chấp nhận làm vì đằng nào cũng phải làm: *being short of money, I made a virtue of necessity and gave up smoking* vì cạn tiền nên tôi vui vẻ chấp nhận bỏ thuốc lá; **a woman of easy virtue** *x* woman; **virtue is its own reward** đức hạnh tự nó đã là một phần thưởng.

virtuosi /,vɜːtʃʊ'əʊzi:/ *dt snh* của virtuoso.

virtuosity /,vɜːtʃʊ'ɒsəti/ *dt* tài điêu luyện *(của một nghệ nhân)*.

virtuoso /,vɜːtʃʊ'əʊzəʊ/ *dt* **1.** nghệ sĩ kỳ tài, nghệ sĩ bậc thầy: *a cello virtuoso* nghệ sĩ vi-ô-lông-xen kỳ tài; *a jazz virtuoso* nghệ sĩ bậc thầy về nhạc ja **2.** *(bóng)* bậc tài ba lỗi lạc: *his handling of the meeting was quite a virtuoso* ông ta đã điều khiển cuộc họp thật là tài ba.

virtuous /'vɜːtʃʊəs/ *tt* **1.** có đức, có đạo đức **2.** tự cho là đạo đức hơn người: *feel virtuous at (about) having done the washing-up* tự cảm thấy ngoan là đã rửa bát đĩa.

virtuously /'vɜːtʃʊəsli/ *pht* **1.** [một cách] có đạo đức **2.** [một cách] tự cho là có đạo đức hơn người.

virtuousness /'vɜːtʃʊəsnis/ *dt* **1.** sự có đạo đức **2.** sự tự cho là có đạo đức hơn người.

virulence /'virʊləns/ *dt* **1.** tính chất độc [hại] **2.** tính chất độc địa.

virulent /'virʊlənt/ *tt* **1.** độc, độc hại: *virulent venom* nọc độc **2.** độc địa, hiểm ác: *a virulent abuse* sự lăng mạ độc địa.

virus /'vaiərəs/ *dt (snh* **viruses)** *dt (y)* virut.

Vis *(cg* **Visc)** *vt* của Viscount[ess] tử tước.

visa¹ /'viːzə/ *dt* **1.** dấu thị thực: *entry (transit, exit) visas* thị thực nhập cảnh (quá cảnh, xuất cảnh).

visa² /'viːzə/ *dgt* **(visaed** /'viːzəd/) đóng dấu thị thực cho.

visage /'vizidʒ/ *dt (đùa hoặc tu từ)* mặt: *a smiling visage* mặt tươi cười.

vis-à-vis /,viːzɑː'viː/ *gt (tiếng Pháp)* **1.** về *(có liên quan đến việc gì)*: *discuss plans for the company vis-à-vis a* possible merger thảo luận kế hoạch cho công ty về khả năng hợp nhất **2.** so với: *women's salaries are low vis-à-vis what men earn for the same work* lương phụ nữ thấp hơn so với lương nam giới khi cùng làm một công việc như nhau.

viscera /'visərə/ *dt snh (thường* **the viscera)** *(giải)* nội tạng, phủ tạng.

visceral /'visərəl/ *tt* **1.** *(giải)* [thuộc] nội tạng **2.** *(bóng)* theo bản năng, không theo lý trí: *a visceral mistrust* một sự nghi ngờ theo bản năng.

viscose /'viskəʊz, 'viskəʊs/ *dt* **1.** vit-cô **2.** vải vit-cô.

viscosity /vi'skɒsəti/ *dt* tính nhớt, tính dính.

viscount /'vaikaʊnt/ *dt (thường viết hoa)* tử tước.

viscountcy /'vaikaʊntsi/ *dt* tước tử.

viscountess /'vaikaʊntis/ *dt* **1.** tử tước phu nhân **2.** nữ tử tước.

viscous /'viskəs/ *tt* nhớt, dính: *viscous mud* bùn dính.

vise /vais/ *dt (Mỹ) nh* vice².

visibility /,vizə'biləti/ *dt* **1.** sự có thể trông thấy được **2.** tầm nhìn: *visibility was down to 100 metres in the fog* tầm nhìn dưới một trăm mét trong sương mù.

visible /'vizəbl/ *tt* **1.** thấy được, có thể trông thấy được: *visible to the naked eye* thấy được bằng mắt trần *(không cần có kính hiển vi...)* **2.** rõ ràng, rõ rệt: *without visible cause* không có nguyên nhân rõ rệt.

visibly /'vizəbli/ *pht* [một cách] rõ ràng, [một cách] rõ rệt, [một cách] hiển nhiên: *visibly offended* bị xúc phạm rõ rệt.

vision /'viʒn/ *dt* **1.** sự nhìn; sức nhìn: *within my field of vision* ở trong trường nhìn *(tầm nhìn)* của tôi; *the blow on the head impaired his vision* cú đánh vào đầu đã làm giảm thị lực của anh ta **2.** cái nhìn thấy trước; khả năng nhìn xa trông rộng: *a statesman of [great breadth of] vision* nhà chính khách nhìn xa trông rộng **3.** cảnh mộng hiện ra khi xuất thần: *Jesus came to Paul in a vision* Chúa Jesus đã đến với thánh Paul trong cơn xuất thần **4.** ảo tưởng, ảo cảnh, ảo mộng: *the romantic visions of youth* những ảo tượng lãng mạn của thanh niên **5. vision of something** người đẹp lạ thường, cảnh đẹp lạ thường: *she has a vision of loveliness* cô ta có vẻ đáng yêu lạ thường **6.** hình ảnh *(nhìn thấy trên màn TV hay màn chiếu bóng)*: *we get good vision but poor sound in this set* máy này hình thì tốt mà tiếng thì tệ quá.

visionary[1] /'viʒənri, *(Mỹ* 'viʒəneri)/ *tt* **1.** nhìn xa trông rộng; khôn ngoan sâu sắc: *visionary leaders* những nhà lãnh đạo khôn ngoan sâu sắc **2.** hão huyền, không thực tế.

visionary[2] /'viʒənri, *(Mỹ* 'viʒəneri)/ *dt* người khôn ngoan sâu sắc: *true visionaries are often misunderstood by their own generation* những người khôn ngoan sâu sắc thật sự thường bị những người cùng thế hệ hiểu lầm.

visit[1] /'vizit/ *dgt* **1.** đi thăm, đến thăm: *visiting hours at a hospital* giờ thăm bệnh nhân *(thân nhân bạn bè đến thăm bệnh nhân)* ở bệnh viện; *visit a friend* thăm

bạn; *visit a dentist* đi khám răng; *most tourists in London visit the British Museum* phần lớn du khách ở Luân Đôn đều đến thăm *(đến tham quan)* Viện bảo tàng Anh **2.** thanh tra, kiểm tra: *visit a school* thanh tra một trường học; *the restaurant is visited regularly by public health officers* cửa hàng ăn được viên chức y tế đến kiểm tra đều đặn **3. visit with somebody** ghé thăm để trò chuyện: *please stay and visit with me for a while* ở lại chơi nói chuyện với tôi một lúc đi **4. visit something on (upon) somebody (something)** *(cổ)* phạt tội gì, bắt chịu tội gì: *visit the sins of the fathers upon the children* bắt con chịu tội của cha.

visit[2] /'vizit/ *dt* **1. visit [to somebody (something)] [from somebody (something)]** sự đi thăm; chuyến viếng thăm: *it was his first visit to his wife's parents* đó là lần đầu tiên anh ta đi thăm bố mẹ vợ; *pay a visit to a friend* đến thăm bạn **2.** *(Mỹ, kng)* cuộc chuyện gẫu: *we had a nice visit on the phone* chúng tôi đã chuyện gẫu thú vị với nhau qua điện thoại.

visitation /ˌvizi'teiʃn/ *dt* **1.** cuộc thăm viếng theo nghi thức: *a visitation of the sick* cuộc thăm bệnh nhân *(do giáo sĩ thực hiện coi như một bổn phận của mình)* **2.** cuộc thăm viếng quá lâu; cuộc thăm viếng chán phèo: *we had sundry visitations from the Tax Inspector* chúng tôi đã có những cuộc viếng thăm lặt vặt chán phèo của viên thanh tra thuế **3.** *(tôn)* sự trừng phạt của Chúa: *the famine was a visitation of God for their sins* nạn đói là một sự trừng

phạt của Chúa đối với tội lỗi của họ.

visiting card /'vizitiŋkɑ:[r]d/ *(Mỹ* **calling card)** danh thiếp.

visiting professor /ˌvizitiŋ prə'fesə[r]/ giáo sư thỉnh giảng.

visitor /'vizitə[r]/ *dt* **1.** khách, người đến thăm **2.** du khách: *Rome welcomes millions of visitors each year* Rome đón tiếp hàng triệu du khách mỗi năm **3.** chim di trú.

visitors' book /'vizitəzbʊk/ sổ vàng lưu niệm *(ghi ý kiến cảm tưởng của du khách)*.

visor /'vaizə[r]/ *dt* **1.** tấm che mắt *(kéo lên hạ xuống được ở mũ người đi xe máy...)* **2.** lưỡi trai *(mang ở trán để bảo vệ mắt khỏi ánh nắng hay là phần giống lưỡi trai của một kiểu mũ gọi là mũ lưỡi trai)*.

vista /'vistə/ *dt* **1.** cảnh nhìn qua một lối hẹp: *the street offers a fine vista of the cathedral* đường phố tạo một lối hẹp dẫn đến cảnh nhà thờ trông rất đẹp **2.** *(bóng)* viễn cảnh, viễn tượng, triển vọng: *this discovery opens up new vistas of research for biologists* phát kiến này mở ra những triển vọng mới cho công cuộc nghiên cứu của các nhà sinh vật học.

visual /'viʒʊəl/ *tt* [thuộc] thị giác; [thuộc sự] thấy: *a good visual memory* trí nhớ thị giác tốt.

visual aid /ˌviʒʊəl'eid/ giáo cụ trực quan.

visual display unit /ˌviʒʊəl-di'splei ju:nit/ *(vt* **VDV)** thiết bị hiện hình.

visualization, visualisation /ˌviʒʊəlai'zeiʃn/ *dt* sự hình dung: *powers of visualization* năng lực hình dung.

visualize, visualise /ˈviʒuə-laiz/ *dgt* hình dung, mường tượng: *I remember meeting him but I just can't visualize him* tôi nhớ đã gặp anh ta nhưng không tài nào hình dung ra anh ta được.

visually /ˈviʒuəli/ *pht* **1.** về mặt thị giác: *visually handicapped* bị mù, bị lòa **2.** về bề ngoài, về hình thức: *visually the chair is very pleasing, but it's rather uncomfortable* về hình thức chiếc ghế rất đẹp, nhưng ngồi thì không thoải mái.

vital /vaitl/ *tt* **1.** [thuộc sự] sống; cần cho sự sống: *vital function* chức năng sống; *he was wounded in a vital part of his anatomy* anh ta bị thương ở một bộ phận rất cần cho sự sống (*như tim, phổi...*) **2.** (+ to, for) quan trọng; trọng yếu: *a vital clue to the killer's identity* đầu mối quan trọng cho việc nhận dạng kẻ sát nhân; *it's absolutely vital that the matter is kept secret* vấn đề phải được giữ bí mật, đó là điều tối trọng yếu **3.** đầy nghị lực, năng động: *she's a very vital sort of person* chị ta là loại người rất năng động.

vitality /vaiˈtæləti/ *dt* sức sống: *the ballet sparkled with vitality* điệu vũ balê ngời sức sống; *this movement has shown surprising vitality* phong trào đó tỏ ra có sức sống đáng kinh ngạc.

vitally /ˈvaitəli/ *pht* hết sức: *vitally necessary* hết sức cần thiết.

vitals /vaitlz/ *dt snh* (*cũ hay dùa*) **the vitals** cơ quan quan trọng của cơ thể; ruột gan: *fear gripped [at] my vitals* sợ hãi làm cho ruột gan tôi thót lại.

vital signs /ˌvaitlˈsainz/ dấu hiệu của sự sống (*như nhịp tim, nhiệt độ...*).

vital statistics /ˌvaitlstə-ˈtistiks/ **1.** thống kê dân số **2.** số đo [cơ thể] phụ nữ (*vòng ngực, eo lưng, mông*).

vitamin /ˈvitəmin, (*Mỹ* ˈvaitəmin)/ *dt* vi-ta-min.

vitaminize, vitaminise /ˈvitəminaiz, (*Mỹ* ˈvaitəminaiz)/ *dgt* thêm vi-ta-min (*vào thức ăn*).

vitiate /ˈviʃieit/ *dgt* **1.** làm hư, làm bẩn: *the vitiated atmosphere of our polluted inner cities* không khí dơ bẩn của các vùng nội thành bị ô nhiễm **2.** làm suy yếu; làm mất hiệu lực: *vitiate a contract* làm mất hiệu lực một hợp đồng.

vitiation /viʃiˈeiʃn/ *dt* **1.** sự làm hư, sự làm bẩn **2.** sự làm suy yếu; sự làm mất hiệu lực.

viticulture /ˈvitikʌltʃə[r]/ *dt* nghề trồng nho.

vitreous /ˈvitriəs/ *tt* như thủy tinh: *vitreous enamel* lớp men trông như thủy tinh; *vitreous rocks* đá cứng và bóng như thủy tinh.

vitrifaction /ˌvitriˈfækʃn/, **vitrification** /ˌvitrifiˈkeiʃn/ *dt* sự thủy tinh hóa.

vitrify /ˈvitrifai/ *dgt* thủy tinh hóa (*nung cho thành như thủy tinh*): *vitrified glazes* nước men đã được thủy tinh hóa.

vitriol /ˈvitriəl/ *dt* **1.** axit sunfuric; sunfat: *blue vitriol* sunfat đồng **2.** (*bóng*) lời đả kích chua cay, lời bình phẩm cay độc.

vitriolic /ˌvitriˈɒlik/ *tt* chua cay, cay độc: *vitriolic criticism* lời chỉ trích cay độc.

vitriolically /ˌvitriˈɒlikli/ *pht* [một cách] chua cay, [một cách] cay độc.

vitro /ˈvi:trəu/ *x* in vitro.

vituperate /ˈvitjuːpəreit, (*Mỹ* vaiˈtuːpəreit)/ *dgt* (+ against) chỉ trích chua cay, xỉ vả.

vituperation /vi,tjuːpəˈreiʃn, (*Mỹ* vaituːpəˈreiʃn)/ *dt* lời chỉ trích chua cay, lời xỉ vả.

vituperative /viˈtjuːpərətiv, (*Mỹ* vaiˈtuːpəreitiv)/ *tt* chua cay, xỉ vả: *vituperative criticism* lời chỉ trích chua cay.

viva /ˈvaivə/ *dt* (*Anh, kng*) *nh* viva voce.

vivace /viˈvaːtʃi/ *pht* (*nhạc*) hoạt.

vivacious /viˈveiʃəs/ *tt* hoạt bát, sôi nổi: *a vivacious boy* đứa bé hoạt bát; *she gave a vivacious laugh* cô ta cười sôi nổi.

vivaciously /viˈveiʃəsli/ *pht* [một cách] hoạt bát, [một cách] sôi nổi.

vivacity /viˈvæsəti/ (*cg* **vivaciousness**) /viˈveiʃəsnis/ *dt* sự hoạt bát, sự sôi nổi.

vivarium /vaiˈveəriəm/ *dt* nơi nuôi động vật với điều kiện gần tự nhiên.

viva voce[1] /ˌvaivəˈvəusi, ˌvaivəˈvəutʃi/ *dt* (*Anh kng* **viva**) kỳ thi vấn đáp (*ở đại học*): *have a viva [voce]* dự một kỳ thi vấn đáp.

viva voce[2] /ˌvaivəˈvəusi/ *pht* bằng miệng, bằng vấn đáp.

vivid /ˈvivid/ *tt* **1.** chói, tươi (*màu sắc, ánh sáng*): *vivid light* ánh sáng chói; *vivid colour* màu tươi **2.** sống động: *a vivid imagination* trí tưởng tượng sống động **3.** sâu đậm, đậm nét: *a vivid impression* một ấn tượng đậm nét.

vividly /ˈvividli/ *pht* **1.** [một cách] chói, [một cách] tươi **2.** [một cách] sống động **3.** [một cách] sâu đậm; [một cách] đậm nét.

vividness /'vividness/ *dt* **1.** sự chói, sự tươi **2.** sự sống động **3.** sự sâu đậm, sự đậm nét.

viviparous /vi'vipərəs/ *tt* (động) đẻ con (không đẻ trứng).

vivisection /,vivi'sekʃn/ *dt* sự giải phẫu sinh thể (để nghiên cứu).

vivisectionist /,vivi'sekʃənist/ *dt* **1.** người giải phẫu sinh thể **2.** người tán thành việc giải phẫu sinh thể.

vixen /'viksən/ *dt* **1.** con cáo cái **2.** (văn) người phụ nữ xấu tính xấu nết.

vixenish /'viksəniʃ/ *tt* xấu tính xấu nết (phụ nữ).

viz /viz/ (*vt* của tiếng Latinh videlicet) nghĩa là, tức là: *on most English farms you'll find only three kinds of animal, viz sheep, cattle and pigs* ở phần lớn các trại ở Anh, anh sẽ chỉ thấy có ba thứ động vật tức là cừu, bò và lợn.

vizier /vi'ziə[r]/ *dt* (sử) bộ trưởng (Thổ Nhĩ Kỳ): *the grand vizier* (sử) thủ tướng (Thổ Nhĩ Kỳ).

V-neck /'vi:nek/ *dt* cổ áo [hình] chữ V.

V-necked /'vi:nekt/ *tt* có cổ [hình] chữ V (áo).

vocab /'vəʊkæb/ *dt* (kng) x vocabulary 3.

vocabulary /və'kæbjʊləri/, (Mỹ və'kæbjʊleri)/ *dt* **1.** từ vựng (của một ngôn ngữ) **2.** vốn từ: *Tam has an average [level of] vocabulary for a 3-year-old* Tâm có một vốn từ [ở mức] trung bình đối với trẻ em ba tuổi **3.** (cg **vocab**) từ điển chú giải.

vocal[1] /'vəʊkl/ *tt* **1.** [thuộc] phát âm: *the vocal organs* cơ quan phát âm **2.** nói thẳng thắn: *the protestors are a small but vocal mi-* nority những người chống đối là một thiểu số nhỏ nhưng họ đã thẳng thắn lên tiếng.

vocal[2] /'vəʊkl/ *dt* (thường snh) phần hát (của nhạc ja hay nhạc pop).

vocal cords /,vəʊkl'kɔ:dz/ (giải) dây thanh.

vocalist /'vəʊkəlist/ *dt* ca sĩ (trong ban nhạc ja hay nhạc pop).

vocalize, vocalise /'vəʊkəlaiz/ *dgt* nói, hát (âm hoặc từ).

vocation /vəʊ'keiʃn/ *dt* **1.** thiên hướng: *vocations to the priesthood* thiên hướng vào dòng tu **2.** năng khiếu: *he has little vocations for teaching* anh ta có ít năng khiếu về dạy học **3.** nghề nghiệp: *you should be an actor, you've missed your vocation* anh phải là một diễn viên mới phải, anh đã theo sai nghề rồi.

vocational /vəʊ'keiʃnl/ *tt* [thuộc] nghề nghiệp: *vocational guidance* sự hướng nghiệp.

vocative[1] /'vɒkətiv/ *dt* (ngôn) hô cách.

vocative[2] /'vɒkətiv/ *tt* (ngôn) [thuộc] hô cách.

vociferate /və'sifəreit, (Mỹ vəʊ'sifəreit)/ *dgt* la om sòm, la ầm ĩ.

vociferation /və,sifə'reiʃn, vəʊ,sifə'reiʃn)/ *dt* sự la om sòm, sự la ầm ĩ.

vociferous /və'sifərəs, (Mỹ vəʊ'sifərəs)/ *tt* om sòm, ầm ĩ: *a vociferous crowd* đám đông ầm ĩ.

vociferously /və'sifərəsli, (Mỹ vəʊ'sifərəsli)/ *pht* [một cách] om sòm, [một cách] ầm ĩ.

vodka /'vɒdkə/ *dt* **1.** rượu votka **2.** ly rượu votka.

vogue[1] /vəʊg/ *dt* mốt, thời trang; cái đang được chuộng: *his novels had a great vogue ten years ago* tiểu thuyết của ông ta đã rất được ưa chuộng mười năm trước đây. // **be all the vogue; be in vogue** đang được ưa chuộng, đang thịnh hành; **come into vogue** trở thành mốt; trở nên thịnh hành: *short hair came back into vogue about ten years ago* cách đây mười năm mốt tóc ngắn đã quay trở lại.

vogue[2] /vəʊg/ *tt* hiện nay thành mốt (nhưng chắc là không bền lâu): *vogue words* những từ hiện nay thành mốt (hay dùng).

voice[1] /vɔis/ *dt* **1.** tiếng; giọng nói: *recognize somebody's voice* nhận ra tiếng nói của ai; *he has a good singing voice* anh ta có giọng hát tốt; *raise (lower) one's voice* cất cao (hạ thấp) giọng; *her voice trembled with emotion* giọng nàng run lên vì xúc động **2.** ý kiến; tiếng nói: *the workers want a voice in management decisions* công nhân muốn có tiếng nói trong các quyết định về quản trị; *our newspaper represents the voice of the people* báo chúng tôi đại diện cho tiếng nói của dân **3.** (ngôn) âm hữu thanh **4.** (ngôn) dạng: *passive voice* dạng bị động. // **at the top of one's voice** nói to hết sức mình: *screaming at the top of one's voice* gào thét to hết sức mình; **find (lose) one's voice (tongue)** x find[1] **give voice to something** nói lên, bày tỏ, biểu lộ; *give voice to one's indignation* biểu lộ nỗi căm phẫn của mình; **have an edge to one's voice** x edge[1]; **in good (poor...) voice** với giọng hay (tồi...): *the bass soloist was in excellent voice* ca sĩ đơn ca giọng trầm có giọng hát hay tuyệt vời; **lift one's voice** *x* lift¹; **like (be fond of) the sound of one's own voice** *x* sound³; **make one's voice heard** làm cho tiếng nói của mình được chú ý; **raise one's voice against somebody (something)** *x* raise; **the still small voice** *x* still¹; **with one voice** đồng thanh, nhất trí: *with one voice, the workers voted to strike* các công nhân nhất trí bỏ phiếu đình công.

voice² /vɔis/ *dgt* 1. bày tỏ, nói lên: *the chairman encouraged us all to voice our opinions* ông chủ tọa khuyến khích mọi người chúng tôi nói lên ý kiến của mình 2. *(ngôn)* phát thành âm thanh hữu thanh: *voiced consonants* phụ âm hữu thanh.

voice-box /'vɔisbɒks/ *dt nh* larynx.

-voiced /vɔist/ *(yếu tố cấu tạo tt)* có giọng như thế nào đó: *loud-voiced* có giọng to.

voiceless /'vɔislis/ *tt (ngôn)* vô thanh: *voiceless consonants* phụ âm vô thanh *(như t, f, s...)*.

voice-over /'vɔisəuvə/ lời thuyết minh *(bộ phim...)*.

void¹ /vɔid/ *dt (thường số ít)* chỗ trống, khoảng trống; khoảng không: *fill the void* lấp chỗ trống; *the blue void we call the sky* khoảng không màu xanh ta gọi là bầu trời; *an aching void left by the death of her child (bóng)* khoảng trống đau đớn do cái chết của đứa con để lại cho bà.

void² /vɔid/ *tt* 1. trống, bỏ trống, khuyết: *a void space* một khoảng trống; *a void post* một chức vị khuyết 2. *(vị ngữ)* **void of something** không có, thiếu *(cái gì)*: *her face was void of all interest* vẻ mặt cô ta hoàn toàn tỏ

ra thiếu quan tâm. // **null and void** *x* null.

void³ /vɔid/ *dgt* 1. *(luật)* làm cho mất hiệu lực 2. bài tiết, tháo hết ra *(những chất trong ruột, trong bọng đái)*.

voile /vɔil/ *dt* voan, sa *(vải)*.

vol /vɒl/ *vt* 1. *(có khi viết hoa) (snh* **vols)** *(vt của* volume) quyển, tập: *complete works of Byron vol 2* Byron toàn tập, tập 2 2. *(vt của* volume) dung tích: *vol 125 ml* dung tích 125 mililit.

volatile /'vɒlətail, *(Mỹ* 'vɒlətl)/ *tt* 1. dễ bay hơi *(chất lỏng)* 2. hay thay đổi, không kiên định, nhẹ dạ: *a highly volatile nature* bản chất rất hay thay đổi 3. không ổn định: *a volatile political situation* tình hình chính trị không ổn định; *volatile exchange rates* tỷ giá hối đoái không ổn định.

volatility /ˌvɒlə'tiləti/ *dt* 1. tính dễ bay hơi *(chất lỏng)* 2. tính hay thay đổi, tính không kiên định 3. tình hình không ổn định.

vol-au-vent /'vɒləvɑːŋ/ *dt* bánh nhân sốt đặc.

volcanic /vɒl'kænik/ *tt* [thuộc] núi lửa, [từ] núi lửa, [do] núi lửa: *volcanic rocks* đá núi lửa; *volcanic gases* khí núi lửa; *the French Revolution was a volcanic upheaval in European history* cuộc cách mạng Pháp đã là một biến động bột phát như núi lửa trong lịch sử Châu Âu.

volcano /vɒl'keinəu/ *dt (snh* **volcanoes)** núi lửa: *an active volcano* núi lửa đang hoạt động; *a dormant volcano* núi lửa ngừng hoạt động; *an extinct volcano* núi lửa đã tắt.

vole /vəul/ *dt (động)* chuột đồng.

volition /və'liʃn, *(Mỹ* vəu'liʃn)/ *dt* ý muốn. // **of one's own volition** tự ý, không bị ép buộc.

volitional /və'liʃənl/ *tt* tự ý: *a volitional act* một hành động tự ý.

volley¹ /'vɒli/ *dt* 1. loạt *(đạn, đá)* ném ra; sự ném hàng loạt, sự bắn hàng loạt: *the soldiers fired a volley into the air as a warning to the rioters* lính bắn một loạt đạn lên không trung như là cảnh cáo đối với bọn gây náo loạn 2. tràng, chuỗi: *a volley of curses* một tràng lời chửi rủa 3. *(thể)* quả vô lê: *miss an opponent's volley* đánh hụt quả vô lê của đối thủ.

volley² /'vɒli/ *dgt* 1. bắn một loạt 2. *(thể)* đánh một quả vô lê, đá một quả vô lê: *he volleyed [the ball] into the net* nó đánh một quả vô lê vào lưới.

volley-ball /'vɒlibɔːl/ *dt (thể)* bóng chuyền.

volt /vəult/ *dt (điện) (vt* **V)** von: *a tension of 300 volts* một điện áp 300 von.

voltage /'vəultidʒ/ *dt (điện)* điện áp: *high voltage* điện áp cao, cao thế.

volte-face /ˌvɒlt'fɑːs/ *dt (thường số ít)* sự đổi hẳn ý kiến; sự quay ngoắt lại: *a surprising volte-face on the part of the government* sự đổi hẳn ý kiến đáng kinh ngạc về phía chính phủ.

volubility /ˌvɒljʊ'biləti/ *dt* 1. thói lém lỉnh 2. sự lưu loát.

voluble /'vɒljʊbl/ *tt* 1. liến thoắng, lém lỉnh 2. lưu loát: *voluble excuses* những lời bào chữa lưu loát.

volubly /'vɒljʊbli/ *pht* 1. [một cách] liến thoắng, [một cách] lém lỉnh 2. [một cách] lưu loát.

volume /'vɒlju:m, (Mỹ ,vɒljəm)/ dt **1.** quyển, tập (của một bộ sách): an encyclopedia in 20 volumes một bộ bách khoa 20 tập; a library of over 12,000 volumes một thư viện với trên 12.000 quyển sách **2.** thể tích, dung tích **3.** số lượng lớn; khối lượng: the sheer volume of mail số lượng lớn thư từ **4.** (snh) làn, đám, cuộn: volumes of black smoke poured from the chimney những cuộn khói đen thoát ra từ ống khói **5.** (lý) âm lượng **6.** nút điều chỉnh âm lượng (trên đài thu radiô): turn the volume up vặn lên cái nút âm lượng. // speak volumes for x speak.

voluminous /və'lu:minəs/ tt **1.** rộng, lùng thùng (quần áo) **2.** nhiều (tác phẩm...): voluminous correspondence thư từ nhiều; a voluminous writer nhà văn viết nhiều [tác phẩm].

voluminously /və'lu:minəsli/ pht [một cách] nhiều: writing voluminously in one's diary ghi chép nhiều vào nhật ký của mình.

voluntarily /'vɒləntərili, (Mỹ ,vɒlən'terəli)/ pht **1.** [một cách] tự nguyện **2.** không phải trả tiền.

voluntary¹ /'vɒləntri, (Mỹ 'vɒlənteri)/ tt **1.** tự nguyện, tự ý: voluntary actions hành động tự nguyện **2.** tình nguyện: voluntary helpers những người giúp việc tình nguyện **3.** chủ động: voluntary contraction of a muscle sự co cơ chủ động.

voluntary² /'vɒləntri, (Mỹ 'vɒlənteri)/ dt (nhạc) bè diễn đơn (ở nhà thờ).

volunteer¹ /,vɒlən'tiə[r]/ dt **1.** người tình nguyện: this work costs us nothing; it is all done by volunteers công

việc này chúng tôi chẳng tốn đồng nào cả, toàn là do người tình nguyện làm **2.** quân tình nguyện.

volunteer² /,vɒlən'tiə[r]/ dgt tình nguyện: volunteer financial support tình nguyện ủng hộ về tài chính; volunteer for military service (to join the army) tình nguyện tòng quân.

voluptuary /və'lʌptʃuəri, (Mỹ və'lʌptʃueri)/ dt người ưa khoái lạc.

voluptuous /və'lʌptʃuəs/ tt **1.** khoái lạc, khoái trá: voluptuous caresses những vuốt ve đầy khoái lạc; the voluptuous enjoyment of a hot bath sự hưởng thụ khoái trá một chầu tắm nước nóng **2.** (xấu) chạy theo khoái lạc, đam mê khoái lạc: voluptuous urges những thôi thúc chạy theo khoái lạc **3.** khêu gợi [nhục dục]: voluptuous breasts bộ ngực khêu gợi.

voluptuously /və'lʌptʃuəsli/ pht **1.** [một cách] khoái lạc **2.** [một cách] khêu gợi [nhục dục].

voluptuousness /və'lʌptʃuəsnis/ dt **1.** tính ưa khoái lạc **2.** tính chất khêu gợi [nhục dục].

volute /və'lu:t/ dt **1.** (ktrúc) hình cuộn (ở đầu cột...) **2.** vòng cuộn (ở vỏ ốc...).

voluted /və'lu:tid/ tt có vòng cuộn: a voluted sea-shell vỏ sò biển có vòng cuộn.

vomit¹ /'vɒmit/ dgt **1.** nôn, mửa: he vomited [up] all he had eaten nó ăn gì nôn ra hết **2.** phun, nhả: factory chimneys vomiting [forth] smoke ống khói nhà máy nhả khói.

vomit² /'vɒmit/ dt chất nôn mửa ra.

voodoo /'vu:du:/ dt (cg **voodooism**) dt đạo Vô-đu (ở Haiti, tin vào ma thuật).

voracious /və'reiʃəs/ tt phàm ăn; ngốn nhiều: a voracious appetite sự ăn ngốn ngấu ngon miệng; a voracious plant cây ngốn nhiều màu; a voracious reader (bóng) người ngốn nhiều sách.

voraciously /və'reiʃəsli/ pht [một cách] phàm ăn, [một cách] ngốn ngấu.

voracity /və'ræsəti/ dt sự phàm ăn, sự ngốn ngấu.

vortex /'vɔ:teks/ dt (snh **vortexes** hoặc trong khoa học **vortices**) **1.** cơn gió xoáy; xoáy nước **2.** (số ít) (bóng) cơn lốc: the vortex of revolution cơn lốc cách mạng.

vortices /'vɔ:tisi:z/ dt snh của vortex.

votary /'vəutəri/ dt người cống hiến đời mình cho (sự nghiệp tôn giáo...): votaries of disarmament những người cống hiến đời mình cho công cuộc giải trừ quân bị.

vote¹ /vəut/ dt **1.** sự bỏ phiếu: decide the matter by a vote quyết định vấn đề bằng một cuộc bỏ phiếu; the measure was passed by 9 votes to 6 biện pháp đó đã được thông qua với 9 phiếu thuận 6 phiếu chống **2.** the vote (số ít) số phiếu: the Socialist got 35% of the vote những đảng viên xã hội được 35% số phiếu **3.** the vote (số ít) quyền bỏ phiếu: UK nationals get the vote at 18 công dân Anh được quyền bỏ phiếu ở tuổi 18. // put something to the vote bỏ phiếu quyết định điều gì.

vote² /vəut/ dgt **1.** bỏ phiếu: 20 delegates vote for (against) the motion hai mươi đại biểu bỏ phiếu thuận (chống) đề nghị ấy **2.** trúng cử: I was voted *chairman* tôi trúng cử ghế chủ tịch **3.** bỏ phiếu chấp thuận *(chi cho một số tiền...)*: *the hospital was voted £100,000 for research* bệnh viện đã được bỏ phiếu chấp nhận được chi 100.000 bảng cho công tác nghiên cứu **4.** *(chủ yếu dùng ở dạng bị động) (kng)* đồng thanh tuyên bố; nhất trí công nhận: *the show was voted a success* buổi diễn được nhất trí công nhận là thành công **5.** *(không dùng ở dạng bị động) (kng)* đề nghị: *I vote [that] we stay here* tôi đề nghị là ta ở lại đây. // **vote somebody (something) down** bỏ phiếu chống; **vote somebody in (out, on, off); vote somebody into (out of, onto, off) something** bỏ phiếu bầu ai vào một chức vụ (truất ai khỏi một chức vụ): *she was voted out of office (off the board)* bà ta bị bỏ phiếu buộc từ chức; **vote something through** bỏ phiếu thông qua.

vote of censure /ˌvəʊtəv-ˈsenʃə[r]/ sự bỏ phiếu khiển trách.

vote of confidence /ˌvəʊtəv-ˈkɒnfidəns/ sự bỏ phiếu tín nhiệm.

vote of thanks /ˌvəʊtəv-ˈθæŋks/ tràng vỗ tay tán thành: *propose a vote of thanks* đề nghị một tràng vỗ tay tán thành.

voter /ˈvəʊtə[r]/ dt người bỏ phiếu; cử tri.

votive /ˈvəʊtiv/ tt dâng cúng theo lời nguyền: *votive offerings* lễ vật dâng cúng theo lời nguyền.

vouch /vaʊtʃ/ dgt **1.** bảo đảm: *I can vouch for him (for his honesty)* tôi có thể bảo đảm cho anh ta (bảo đảm cho sự chân thật của anh ta) **2.** xác minh, minh chứng: *experts vouch for the*

painting's authenticity các chuyên gia đã xác minh tính xác thực của bức tranh.

voucher /ˈvaʊtʃə[r]/ dt **1.** phiếu *(có thể dùng thay tiền trong một số trường hợp)*: *luncheon voucher* phiếu ăn trưa *(phát cho công nhân ở một số nơi)* **2.** biên lai, giấy biên nhận.

vouchsafe /vaʊtʃˈseif/ dgt chiếu cố; thèm: *vouchsafe to him certain official secrets* chiếu cố cho nó biết một số bí mật chính thức nào đó; *he did not vouchsafe a reply* ông ta không thèm trả lời.

vow[1] /vaʊ/ dt lời nguyền: *be under a vow to do something* đã nguyền làm việc gì; *break a solemn vow* phá bỏ một lời nguyền trang trọng.

vow[2] /vaʊ/ dgt nguyện; trịnh trọng hứa, trịnh trọng tuyên bố: *vow vengeance against someone* nguyện trả thù ai; *vow a monument to someone's memory* nguyện xây một đài kỷ niệm để tưởng nhớ ai.

vowel /ˈvaʊəl/ dt *(ngôn)* nguyên âm.

vox pop /ˌvɒksˈpɒp/ *(tiếng La-tinh) (kng)* nh vox populi.

vox populi /ˌvɒksˈpɒpjʊlaɪ/ *(tiếng La-tinh) (cg kng* **vox pop)** tiếng nói quần chúng, dư luận quần chúng.

voyage[1] /ˈvɔɪɪdʒ/ dt cuộc hành trình dài *(bằng tàu thủy hay máy bay)*: *make a voyage across the Atlantic* thực hiện một cuộc hành trình qua Đại Tây Dương.

voyage[2] /ˈvɔɪɪdʒ/ dgt du hành: *voyaging through space* du hành vào vũ trụ.

voyager /ˈvɔɪɪdʒə[r]/ dt người du hành xa bằng đường biển.

voyeur /vɔɪˈɜː[r]/ dt người thích xem trộm cảnh hành dâm.

voyeurism /vɔɪˈɜːrizəm/ dt thói thích xem trộm cảnh hành dâm.

voyeuristic /vwɑːjəˈristik/ tt thích xem trộm cảnh hành dâm.

VP *(cg* **V Pres** *(vt của* Vice-President) Phó chủ tịch.

vs *(vt của* versus) chống, chống lại; đấu với: *Kent vs Surrey* đội Kent đấu với đội Surrey.

VS *(vt của* Veterinary Surgeon) bác sĩ thú y.

VSO /ˌviːesˈəʊ/ *(Anh)* vt của *Voluntary Service Overseas)* chương trình tự nguyện phục vụ ở các nước đang phát triển: *do VSO* thực hiện chương trình tự nguyện phục vụ ở các nước đang phát triển.

VTOL /ˌviːtiːˈəʊel, hoặc kng ˈviːtɒl/ *(vt của* vertical take-off and landing) cất cánh và hạ cánh thẳng đứng *(máy bay)*: *a VTOL jet* máy bay phản lực cất cánh và hạ cánh thẳng đứng.

vulcanisation /ˌvʌlkənaɪˈzeiʃn/ dt nh vulcanization.

vulcanise /ˈvʌlkənaiz/ dgt nh vulcanize.

vulcanite /ˈvʌlkənait/ dt vuncanit, cao su cứng.

vulcanization /ˌvʌlkənaɪˈzeiʃn/ dt sự lưu hóa *(cao su)*.

vulcanize /ˈvʌlkənaiz/ dgt lưu hóa *(cao su)*.

vulgar /ˈvʌlgə[r]/ tt **1.** dung tục, tầm thường: *dressed in cheap and vulgar finery* ăn mặc quần áo lòe loẹt rẻ tiền và tầm thường **2.** thô bỉ, thô tục: *a vulgar joke* một lời đùa thô bỉ.

vulgar fraction /ˌvʌlgə
'frækʃn/ *dt (toán)* phân số
thường.

vulgarisation /ˌvʌlgərai-
'zeiʃn, (*Mỹ* ˌvʌlgəri'zeiʃn)/ *dt*
nh vulgarization.

vulgarise /'vʌlgəraiz/ *dgt*
nh vulgarize.

vulgarism /'vʌlgərizəm/ *dt*
từ ngữ thô tục.

vulgarity /vʌl'gærəti/ *dt* **1.**
(thường snh) hành động thô
tục; từ ngữ thô tục **2.** sự
thô tục: *the vulgarity of his*
manners sự thô tục trong
cử chỉ của anh ta.

vulgarization /ˌvʌlgərai-
'zeiʃn, (*Mỹ* ˌvʌlgəri'zeiʃn)/ *dt*
sự tầm thường hóa.

vulgarize /'vʌlgəraiz/ *dgt*
tầm thường hóa.

vulgarly /'vʌlgəli/ *pht* **1.**
[một cách] dung tục, [một
cách] tầm thường **2.** *(cũ)*
[một cách] thông thường: *the*
Devil is vulgarly referred to
as Old Nick quỷ sứ thông
thường được gọi là cụ Nick.

Vulgate /'vʌlgeit/ *dt* **the Vul-**
gate bản dịch Kinh thánh
ra tiếng La-tinh *(dịch vào*
thế kỷ thứ tư và được Giáo
hội Thiên Chúa giáo La Mã
sử dụng một cách phổ biến).

vulnerability /ˌvʌlnərə-
'biləti/ *dt* tính dễ bị thương
tổn, tính dễ bị tấn công,
tính dễ bị công kích.

vulnerable /'vʌlnərəbl/ *tt*
dễ bị thương tổn, dễ bị tấn
công, dễ bị công kích: *young*
birds are very vulnerable to
predators chim non dễ bị
thú dữ tấn công; *a vulner-*
able point in NATO's de-
fences một điểm yếu (dễ bị
tấn công) trong hệ thống
phòng thủ của khối NATO.

vulnerably /'vʌlnərəbli/ *pht*
[một cách] dễ bị thương tổn,
[một cách] dễ bị tấn công,
[một cách] dễ bị công kích.

vulpine /'vʌlpain/ *tt* như con
cáo, xảo quyệt.

vulture /'vʌltʃə[r]/ *dt* **1.** chim
kền kền **2.** kẻ tham tàn.

vulva /'vʌlvə/ *dt (snh* **vulvas**
hay trong khoa học **vulvae**)
(giải) âm hộ.

vv (*vt của* verses) thơ ca.

vying *động tính từ hiện tại*
của vie.

W¹, w /'dʌblju:/ *dt (snh* **W's,
w's** /'dʌblju:z/) W, w *(v kép).*
W² *vt* **1.** *(vt của* watt[s])
oát: *a 60W light bulb* bóng
đèn 60 oát **2.** *(vt của*
west[ern]: miền tây: *W York-
shire* miền tây Yorkshire **3.**
(vt của women's [size]) cỡ
của nữ *(ghi trên quần áo).*
WAC *(cg* **Wacs)** /,dʌblju:ei'si:
hoặc kng wæk/ *(vt của*
Women's Army Corps) Quân
đoàn nữ: *join the Wacs* gia
nhập quân đoàn nữ.
wacky /'wæki/ *tt* **(-ier; -iest)**
(kng, Mỹ) lập dị; tàng tàng:
a wacky comedian một diễn
viên hài kịch tàng tàng.
wad¹ /wɒd/ *dt* **1.** nùi, nút:
*she stuffed wads of cotton
in her ears to keep out the
noise* cô ta nút bông vào
tai để tránh tiếng ồn **2.**
cuộn, xếp: *he pulled a wad
of £10 notes out of his pocket*
nó rút trong túi ra một xếp
giấy bạc 10 bảng **3.** *(Anh,
lóng)* bánh sữa nhỏ, bánh
mì kẹp: *a cup of tea and a
wad* chén trà và một
bánh mì kẹp.
wad² /wɒd/ *dgt* **(-dd-) 1.** chèn
bằng nùi *(cho chắc)* **2.** đút
nút, nhét *(bông vào tai...)*
3. lót bông, lót len *(áo).*
wadding /'wɒdiŋ/ *dt* bông
len lót *(áo),* bông len chèn
(đồ đạc cho chắc).

waddle¹ /'wɒdl/ *dgt* đi lạch
bạch.
waddle² /'wɒdl/ *dt* dáng đi
lạch bạch: *walk with a wad-
dle* đi lạch bạch.
wade /weid/ *dgt* lội, lội qua:
*there's no bridge, we'll have
to wade across the stream*
không có cầu, ta phải lội
qua dòng suối thôi. // **wade
in** quyết tâm bắt tay vào
làm việc gì: *the job has to
be done, so let's wade in
immediately* việc phải làm,
ta quyết tâm bắt tay vào
đi; **wade into somebody (some-
thing)** công kích kịch liệt: *I
must have offended her
somehow, because she really
waded into me* chắc là tôi
có làm mất lòng cô ta đâu
đó, vì cô ta thực sự công
kích tôi kịch liệt; **wade
through something** đọc một
cách vất vả và kém hứng
thú: *wade through a dull
book* đọc một cách vất vả
và kém hứng thú một cuốn
sách tẻ nhạt.
wader /'weidə[r]/ *dt* **1.** nh
wading bird **2. waders** *(snh)*
ủng lội nước.
wadi /'wɒdi/ *dt* suối cạn *(chỉ
có nước sau khi có mưa lớn,
ở Bắc Phi, Trung Đông).*
wading bird /'weidiŋbɜ:d/
(động) chim cao cẳng, chim
lội.
wading pool /'weidiŋpu:l/
(Mỹ) nh paddling pool.
WAF *(cg* **Waf)** /,dʌblju:ei'ef,
hoặc kng wæf/ *vt (Mỹ) (vt
của* Women in the Air
Force) Lực lượng nữ không
quân: *join the Wafs* gia nhập
lực lượng nữ không quân.
wafer /'weifə[r]/ *dt* **1.** bánh
quế **2.** *(tôn)* bánh thánh **3.**
vòng giấy niêm *(để niêm
phong các văn kiện pháp
lý...).*
wafer-thin /,weifə'θin/ *tt*
mỏng dính, mỏng tanh: *wa-*

fer-thin sandwiches những
chiếc bánh mì kẹp mỏng
dính; *a wafer-thin majority*
đa số mỏng manh.
waffle¹ /'wɒfl/ *dt* bánh kem
xốp.
waffle² /'wɒfl/ *dgt* nói dông
dài; viết dài dòng: *he waffled
on for hours but no one was
listening* anh ta nói dông
dài hàng giờ mà chẳng ai
nghe.
waffle³ /'wɒfl/ *dt* câu
chuyện dông dài; bài viết
dài dòng.
waffle-iron /'wɒflaiən/ *dt*
cái kẹp nướng bánh kem
xốp.
waft¹ /wɒft, *(Mỹ* wæft/ *dgt*
thoảng đưa, nhẹ đưa: *deli-
cious smells wafted up from
the kitchen* mùi thơm ngon
thoảng đưa từ nhà bếp tới.
waft² /wɒft, *(Mỹ* wæft/ *dt*
làn [thoảng qua]: *a waft of
perfume* một làn hương
thơm.
wag¹ /wæg/ *dt* sự ve vẩy,
sự lúc lắc: *the dog gave a
wag of its tail* con chó ve
vẩy đuôi.
wag² /wæg/ *dgt* **(-gg-)** ve
vẩy, ngoe nguẩy, lúc lắc:
the dog wagged its tail con
chó ve vẩy đuôi. // **the tail
wagging the dog** *x* tail¹;
tongues wag *x* tongue.
wag³ /wæg/ *dt* người hay
đùa.
wage¹ /weidʒ/ *dt* **1.** *(thường
snh)* lương *(thường trả hằng
tuần)*: *wages of £200 a week*
lương 200 bảng mỗi tuần;
wages are paid on Fridays
tiền lương được trả vào ngày
thứ sáu.
wage² /weidʒ/ *dgt* tiến
hành: *wage a war against
poverty and disease* tiến
hành một cuộc chiến chống
nghèo nàn và bệnh tật.

wage-claim /'weidʒkleim/ *dt* sự đòi tăng lương.

wage-earner /'weidʒɜ:nə[r]/ *dt* **1.** người làm công được trả lương hằng tuần: *are you a wage-earner or salaried?* anh làm công ăn lương tuần hay lương tháng? **2.** người kiếm ra tiền *(trong gia đình)*: *there are two wage-earners in the family* trong gia đình có hai người kiếm ra tiền.

wage freeze /'weidʒfri:z/ *dt* sự hạn mức tiền lương.

wager¹ /'weidʒə[r]/ *dgt* **wager something on something** đánh cuộc, đánh cá: *you won't find better goods anywhere else, I'll wager* tôi dám đánh cuộc với ông là ông không tìm được bất cứ đâu những mặt hàng tốt hơn ở đây đâu; *wager £5 on a horse* đánh cá 5 bảng về một con ngựa.

wager² /'weidʒə[r]/ *dt (cũ hoặc kng)* sự đánh cuộc, sự đánh cá: *lay (make) a wager* đánh cuộc; *take up a wager* nhận đánh cuộc.

waggish /'wægiʃ/ *tt (cũ)* bông đùa: *waggish remarks* những nhận xét bông đùa.

waggishly /'wægiʃli/ *pht (cũ)* [một cách] bông đùa.

waggishness /'wægiʃnis/ *dt (cũ)* sự bông đùa.

waggle¹ /'wægl/ *dgt* nguẩy; vẫy: *her bottom waggles when she walks* cái mông chị ta ngúng nguẩy khi chị ta bước đi; *he can waggle his ears* anh ta có thể vẫy tai được.

waggle² /'wægl/ *dt* sự nguẩy; sự vẫy.

wagon (*Anh cg* **wagon**) /'wægən/ *dt* **1.** xe ngựa; xe bò **2.** (*Mỹ* **freight car**) toa mui trần (*xe lửa, chở than...*): *a train with passenger coaches and goods*

wagons xe lửa với những toa hành khách và toa mui trần chở hàng **3.** xe đẩy thức ăn. // **on the wagon** không uống rượu nữa; kiêng rượu; bài rượu.

wagoner (*Anh cg* **waggoner**) /'wægənə[r]/ *dt* người đánh xe ngựa.

wagon-lit /,wægɒn'li:/ *dt* toa nằm (*tàu hỏa*).

wagtail /'wægteil/ *dt (động)* chim chìa vôi.

waif /weif/ *dt* **1.** người không nhà; trẻ bị bỏ rơi **2.** con vật vô chủ.

wail¹ /weil/ *dgt* **1.** than khóc, rền rĩ: *there's no use wailing about (over) mistakes made in the past* than khóc vì những lỗi lầm đã qua thì phỏng có ích gì; *you can hear the wind wailing in the chimney* anh ta có thể nghe tiếng gió rền rĩ trong ống khói; *ambulances racing along with sirens wailing* xe cứu thương vừa chạy vừa rú còi **2.** **wail for somebody** khóc than ai, thương tiếc ai: *she was wailing for her lost child* chị ta khóc than đứa con đã mất.

wail² /weil/ *dt* **1.** tiếng than khóc, tiếng rền rĩ **2.** tiếng rú (*còi xe*).

wainscot /'weinskət/ *dt* ván ốp chân tường.

wainscoted /'weinskətid/ *tt* có ván ốp chân tường.

wainscoting /'weinskətiŋ/ *dt* vật liệu ốp chân tường.

waist /weist/ *dt* **1.** chỗ thắt lưng; chỗ eo lưng: *up to the waist* đến thắt lưng; *waist measurement* vòng eo; *trousers with a 30 inch waist* quần lưng rộng 30 insơ **2.** áo chẽn (*dài đến thắt lưng*) **3.** chỗ thắt lại, eo (*của vật gì*): *a violin waist* eo đàn vi-ô-lông **4.** phần eo tàu (*tàu thủy*).

waistband /'weistbænd/ *dt* dây thắt lưng.

waistcoat /'weiskəut/, (*Mỹ* 'weskət/) *dt* (*Mỹ cg* **vest**) áo gi-lê.

waist-deep /,weist'di:p/ *tt, pht* [sâu] đến thắt lưng: *they were waist-deep in water* họ đứng ở chỗ nước sâu đến thắt lưng; *wade waist-deep into a stream* lội suối nước đến thắt lưng.

waisted /'weistid/ *tt* chiết hẹp lại ở eo (*áo*).

-waisted (*tạo tt ghép*) có eo (*như thế nào đó*): *narrow-waisted* có eo hẹp (*áo*); *a high-waisted garment* chiếc áo chiết eo cao.

waist-high /,weist'hai/ *tt, pht* [cao] đến thắt lưng: *the grass had grown waist-high* cỏ đã mọc cao đến thắt lưng.

waistline /'weistlain/ *dt* **1.** vòng eo: *a slim waistline* vòng eo thon **2.** chỗ chiết eo: *a dress with a high waistline* chiếc áo chiết eo cao.

wait¹ /weit/ *dgt* **1.** chờ, đợi, chờ đợi: *wait for me, please* hãy chờ tôi với; *we are waiting for the rain to stop* chúng tôi đang chờ cho mưa tạnh; *I am waiting to hear the result* tôi đang chờ nghe kết quả; *wait one's opportunity to do something* chờ cơ hội làm gì; *the matter can wait until the next meeting; it's not urgent* vấn đề có thể đợi (hoãn) đến kỳ họp sau, không có gì gấp lắm; *I shall be home late tonight, so don't wait dinner [for me]* tối nay tôi về chậm, khỏi phải chờ cơm tôi **2.** đỗ xe [bên lề đường]: *no waiting* cấm đỗ xe ở lề đường. // **keep somebody waiting** để ai phải chờ; trễ hẹn: *I'm sorry to keep you waiting* xin lỗi là đã để anh phải chờ; **ready and waiting** *x* ready; **time and tide wait for no man** *x* time¹; **wait and see** chờ xem: *we shall just have to wait and see, there's nothing we can do at the moment* chúng ta đúng là phải chờ xem, chẳng có việc gì ta có thể làm được lúc này cả; **wait at table**, (*Mỹ*) **wait on table** hầu bàn; **wait for the cat to jump (to see which way the cat jumps)** (*kng*) hoãn cho đến khi thấy được chiều hướng sự kiện, đợi gió xoay chiều; **wait for it** (*kng*) hãy đợi đã, hãy gượm đã; **wait on somebody hand and foot** phục dịch mọi yêu cầu của ai, phục vụ ai tận tình chu đáo; **what are you waiting for?** (*kng, mỉa*) còn chờ gì nữa ta hãy bắt tay vào việc đi?; **[just] you wait** (*lời hăm dọa*) hãy đợi đấy, rồi sẽ biết tay tao.

wait about (around) bồn chồn chờ đợi (*ai đến*), đứng ngồi không yên; **wait behind** nán lại: *please wait behind, after class today* hôm nay sau giờ học em hãy nán lại một tí; **wait in** ở nhà chờ: *I waited in all day but they didn't arrive;* tôi ở nhà chờ cả ngày nhưng họ không đến; **wait on somebody** a/ phục dịch bữa ăn cho ai b/ (*cũ*) đến thăm ai để tỏ lòng kính trọng; **wait up [for somebody]** thức khuya đợi ai về: *I shall be home very late tonight, so don't wait up [for me]* đêm nay tôi sẽ về muộn, khỏi cần thức đợi tôi.

wait² /weit/ *dt* **wait for something [somebody]** sự đợi (*ai*); thời gian chờ đợi (*việc gì*): *we had a long wait for the bus* chúng tôi đã chờ xe buýt khá lâu. // **lie in wait** *x* lie³.

waiter /'weitə[r]/ *dt* (*cg* **waitress**) người hầu bàn.

waiting game /'weitiŋgeim/ trò chờ xem: *the government is playing a waiting game with the unions that are on strike* chính phủ chơi trò chờ xem với nghiệp đoàn đang đình công.

waiting-list /'weitiŋlist/ *dt* danh sách những người chờ đợi (*xin việc, chờ được mổ ở bệnh viện...*).

waiting-room /'weitiŋrum/ *dt* phòng đợi.

waitress /'weitris/ *dt* chị hầu bàn.

waive /weiv/ *đgt* bỏ: *waive a claim* bỏ một yêu sách; *we cannot waive this rule except in case of illness* chúng tôi không thể bỏ lệ ấy trừ trường hợp bị bệnh; *waiving of age limit* sự miễn hạn tuổi.

waiver /'weivə[r]/ *dt* (*luật*) giấy từ bỏ (*một quyền lợi...*): *please sign this waiver* làm ơn ký vào giấy từ bỏ này.

wake¹ /weik/ *đgt* (**woke** hoặc *cũ* **waked**; **woken** hoặc *cũ* **waked**) **1.** thức dậy, tỉnh giấc: *what time do you wake [up] in the morning?* buổi sáng anh thức dậy lúc mấy giờ?; *wake up! It's eight o'clock* tám giờ rồi, dậy thôi! **2.** đánh thức: *I was woken up by a noise in the room* một tiếng động trong phòng đã đánh thức tôi dậy; *try not to wake the baby [up]* cố đừng làm thằng bé thức dậy **3.** thức tỉnh; làm cho tỉnh táo: *the incident woke memories of his past sufferings* sự việc đó đã gợi (thức tỉnh) lại những đau khổ đã qua của ông ta; *a cold shower will soon wake you up* tắm nước lạnh sẽ làm cho anh tỉnh táo ngay **4.** làm dội lại, làm náo động:

his echoing cry woke the mountain valley tiếng kêu vang vọng của nó làm náo động cả vùng thung lũng. // **wake the dead** làm inh tai nhức óc; **one's waking hours** lúc tỉnh, lúc thức.

wake up to something nhận ra, nhận thức được: *he hasn't yet woken to the seriousness of the situation* hắn chưa nhận thức được tính chất nghiêm trọng của tình thế.

wake² /weik/ *dt* sự thức canh người chết (*ở Ai-len*).

wake³ /weik/ *dt* đường rẽ nước, lằn tàu: *the foaming white wake of the liner* đường rẽ nước sủi bọt trắng xóa của con tàu. // **in the wake of something** theo sau: *the war brought many social changes in its wake* chiến tranh kéo theo sau nó nhiều biến đổi về mặt xã hội.

wakeful /'weikfl/ *tt* **1.** thao thức, không ngủ được **2.** tỉnh táo, cảnh giác **3.** ít ngủ, không ngủ: *a wakeful night spent in prayer* một đêm cầu nguyện không ngủ.

wakefully /'weikfəli/ *pht* **1.** [một cách] thao thức **2.** [một cách] tỉnh táo, [một cách] cảnh giác **3.** [một cách] ít ngủ, [một cách] không ngủ.

wakefulness /'weikflnis/ *dt* **1.** sự thao thức **2.** sự tỉnh táo, sự cảnh giác **3.** sự ít ngủ, sự không ngủ.

waken /'weikən/ *đgt* **1.** đánh thức **2.** thức dậy.

wakey wakey /,weiki-'weiki/ *tht* (*Anh, hài*) dậy đi!

walk¹ /wɔ:k/ *đgt* **1.** đi, đi bộ, cuốc bộ: *we walked slowly home* chúng tôi từ từ đi bộ về nhà; *I missed the bus and had to walk home* chúng tôi lỡ chuyến xe buýt và phải cuốc bộ về nhà **2.** dắt đi, dẫn đi: *I'll* *walk you home* tôi sẽ dẫn anh về nhà; *he walked her to her car* anh ta dẫn cô ta ra xe; *he walked the horse up the hill* anh ta dắt ngựa lên đồi **3.** đi tản bộ, đi dạo: *walk the fields looking for wild flowers* đi dạo cánh đồng để tìm hoa dại **4.** *(cũ)* hiện ra, lởn vởn *(hồn ma).* // **be on (walk) the streets** *x* street; **run before one can walk** chưa học bò đã lo học chạy; **walk before one can run** tập tuần tự từ dễ đến khó; **walk one's legs off** *(kng)* đi cho đến khi kiệt sức; **walk somebody off his feet** *(kng)* bắt ai đi rạc cả cẳng; **walk the plank** bắt phải đi trên một tấm ván đặt chênh vênh bên mạn tàu để rồi rơi xuống biển *(một lối hành hạ của tụi cướp biển);* **walk tall** vênh váo; **walk (tread) a tightrope** *x* tightrope.

walk away from somebody (something) hạ dễ dàng *(trong một trận đấu);:* **walk away (off) with something** *(kng)* a/ đoạt *(giải)* một cách dễ dàng b/ lấy đi, nẫng đi, cuỗm đi: *somebody has walked off with my pen* ai đó đã nẫng cây bút của tôi đi rồi; **walk into something** *(kng)* a/ sa vào bẫy *(bóng);* mắc vào tròng: *they set a trap for him and he walked right into it* họ giăng bẫy anh ta và anh ta đã sa ngay vào bẫy b/ xin được chỗ làm một cách ngon lành: *she simply walked into a job at the bank as soon as she graduated* cô ta xin được một cách ngon lành việc làm ở ngân hàng ngay sau khi tốt nghiệp; **walk into something (somebody)** đụng phải, va phải: *she wasn't looking where she was going and walked straight into me* cô ta đi mà không nhìn gì cả nên đâm sầm vào tôi; **walk out**

(kng) bất ngờ đình công *(công nhân);* **walk out [of something]** đột ngột bỏ *(cuộc họp...)* đi một cách giận dữ; **walk out with somebody** *(cũ, kng)* có quan hệ *(với ai): they were walking out for years before they got married* họ có quan hệ với nhau hàng mấy năm trước khi cưới nhau; **walk out on somebody** *(kng)* bỏ *(ai): he had a row with his wife and just walked out on her* anh ta đã cãi nhau với vợ và thế là bỏ bà ta; **walk over somebody** *(kng)* a/ đánh bại hoàn toàn *(ai, trong một cuộc thi đấu): the visiting team was too strong, they walked all over us* đội khách quá mạnh, họ đã đánh bại chúng tôi hoàn toàn b/ đối xử tàn tệ: *you mustn't let him walk over you like that* anh không được để hắn đối xử tàn tệ với anh như thế; **walk up** *(thường dùng ở thức mệnh lệnh)* đến mà xem! *(cuộc đấu, cuộc biểu diễn...): walk up! walk up! the performance is about to begin* lại mà xem, lại mà xem, cuộc biểu diễn sắp bắt đầu; **walk up [to somebody (something)]** bước lại gần, lại gần: *she walked up to the desk and asked to see the manager* chị ta bước lại gần bàn và xin gặp ông giám đốc.

walk² /wɔːk/ *dt* **1.** cuộc đi bộ, cuộc đi dạo: *go for a walk* đi dạo; *have a pleasant walk across the fields* làm một cuộc đi bộ thú vị qua cánh đồng; *she took the dog for a walk* chị ta dắt chó đi dạo **2.** quãng đường [đi bộ]: *the station is only a short walk from my house* ga chỉ cách nhà tôi một quãng ngắn **3.** cách đi; bước đi: *I recognized him at once by his walk* tôi nhận ra nó ngay qua dáng đi; *the horse slowed to a walk after its*

long gallop sau một lúc phi nước đại dài, con ngựa đã đi chậm lại đi theo nhịp bước một **4.** đường, đường đi, đường đi dạo: *the walk of a hawker* đường đi thường lệ của người bán hàng rong; *this is my favourite walk* đây là con đường đi dạo ưa thích của tôi. // **cock of the walk** *x* cock¹; **a walk of life** ngành nghề; chức vị: *they interview people from all walks of life* họ phỏng vấn những người thuộc mọi ngành nghề.

walkabout /'wɔːkəbaʊt/ *dt* **1.** cuộc đi dạo quanh rừng núi *(của thổ dân Úc nghỉ việc mà đi dạo)* **2.** cuộc đi vào quần chúng *(của một yếu nhân).*

walkaway /'wɔːkəwei/ *dt (kng)* cuộc thi đấu thắng dễ dàng.

walker /'wɔːkə[r]/ *dt* **1.** người đi bộ **2.** khung tập đi *(của em bé, người tàn tật).*

walkies /'ɔːkiz/ *dt (Anh, kng)* cuộc đi dạo *(cho chó): let's go walkies!* ta đi dạo đi! *(nói với chó).*

walkie-talkie /'wɔːkiˈtɔːki/ *dt* máy bộ đàm.

walk-in /'wɔːkin/ *tt* **1.** *(Mỹ)* đủ rộng để có thể bước vào được: *a walk-in closet* phòng để đồ có thể bước vào được **2.** có lối vào riêng *(căn hộ): a walk-in apartment* một căn hộ có lối vào riêng.

walking /'wɔːkiŋ/ *tt* **1.** để đi bộ: *walking shoes* giày để đi bộ **2.** đi bộ: *a walking tour* chuyến đi bộ **3.** *(kng)* sống: *a walking dictionary* cuốn từ điển sống *(người có kiến thức uyên bác).*

walking papers /'wɔːkiŋ ˌpeipəz/ *(Mỹ)* sự cho thôi việc: *be given one's walking papers* bị cho thôi việc.

walking rein /'wɔ:kiŋrein/ *nh* leading rein.

walking stick /'wɔ:kiŋstik/ (*cg* stick) cây gậy.

walkman /'wɔ:kmən/ *dt* (*snh* walkmans) máy cát-xét bỏ túi.

walk-on /,wɔ:k'ɒn/ *tt* phụ (*vai trong vở kịch, không phải nói câu nào cả*): a walk-on part vai phụ.

walk-out /'wɔ:kaʊt/ *dt* 1. sự bỏ (*hội nghị...*) ra về 2. cuộc đình công bất ngờ.

walk-over /'wɔ:kəʊvə[r]/ *dt* (*kng*) chiến thắng dễ dàng.

walk-up[1] /'wɔ:kʌp/ *tt* (*Mỹ*) không có thang máy (*nhà ở*).

walk-up[2] /'wɔ:kʌp/ *dt* nhà không có thang máy; dãy phòng không có thang máy.

walkway /'wɔ:kwei/ *dt* đường dành cho người đi bộ.

wall[1] /wɔ:l/ *dt* 1. tường, bức tường: the old town on the hill had a wall right round it thị trấn cổ trên đồi có tường bao quanh; hang the picture on the wall opposite the window treo bức tranh lên tường đối diện với cửa sổ; the investigators were confronted by a wall of silence (*bóng*) các nhà điều tra đụng phải một bức tường im lặng 2. thành, vách (*của một cấu trúc rỗng ở sinh vật*): the abdominal wall thành bụng; the wall of an artery thành động mạch. // **bang one's head against a brick wall** x head[1]; **a fly on the wall** x fly[1]; **have one's back to the wall** x back[1]; **a hole in the wall** x hole; **to the wall** vào một tình thế khó khăn tuyệt vọng; vào chân tường: several firms have gone to the wall recently mới đây nhiều hãng đã bị dồn vào chân tường (*bị phá sản*); **up the**

wall điên đầu; **walls have ears** tai vách mạch rừng: be careful what you say, even the walls have ears hãy cẩn thận những gì anh nói, tai vách mạch rừng; **the writing on the wall** x writing.

wall[2] /wɔ:l/ *dgt* xây tường bao quanh, xây thành bao quanh: a walled garden vườn có tường bao quanh; a walled town một thị trấn có thành bao quanh. // **wall something in (off)** ngăn cách bằng tường: part of the yard had been walled off một phần sân đã bị ngăn cách bằng tường; **wall something up** xây bít lại: a walled-up door cái cửa được xây bít lại.

wallaby /'wɒləbi/ *dt* (*động*) thú nhảy (*thuộc loại can-gu-ru*).

wallah /'wɒlə/ *dt* (*Ấn Độ*) nhân viên, người làm: bank wallahs người làm ngân hàng.

wallet /'wɒlit/ *dt* (*Mỹ cg* billfold, pocket-book) cái ví.

wallflower /'wɒlflaʊə[r]/ *dt* 1. (*thực*) cây quế trúc 2. (*kng*) người phụ nữ không ai mời nhảy (*trong buổi khiêu vũ*).

wallop[1] /'wɒləp/ *dt* (*kng*) quả đấm mạnh: I gave him a real wallop tôi đã cho nó một quả đấm mạnh thực sự.

wallop[2] /'wɒləp/ *dgt* (*kng*) 1. đấm mạnh, đánh mạnh 2. đánh bại hoàn toàn (*trong một cuộc thi đấu...*).

walloping[1] /'wɒləpiŋ/ *tt* (*kng*) rất lớn: he had to pay a walloping [great] fine nó phải trả một món tiền phạt rất lớn.

walloping[2] /'wɒləpiŋ/ *dt* (*kng*) 1. sự đánh đòn: she threatened the children with a walloping bà ta dọa tụi

trẻ sẽ cho chúng ăn đòn 2. sự thua hoàn toàn: our team got a terrible walloping yesterday hôm qua đội chúng tôi đã bị một trận thua hoàn toàn.

wallow[1] /'wɒləʊ/ *dgt* 1. đầm mình (*trong bùn...*): buffaloes like wallowing in the mud trâu thích đầm trong bùn 2. đam mê, đắm mình; wallow in debauch đắm mình trong trụy lạc; wallow in wealth ngợp trong tiền của.

wallow[2] /'wɒləʊ/ *dt* 1. sự đầm mình 2. bãi đầm (*của trâu...*).

wall-painting /'wɔ:lpeintiŋ/ *dt* bức tranh tường.

wallpaper[1] /'wɔ:lpeipə[r]/ *dt* giấy dán tường: a roll of wallpaper một cuộn giấy dán tường.

wallpaper[2] /'wɔ:lpeipə[r]/ *dgt* dán giấy dán tường (*lên tường của một phòng*).

Wall Street /'wɔ:lstri:t/ (*kng*) phố Uôn, Wall Street (*thị trường tài chính Mỹ ở New York*).

wall-to-wall /,wɔ:ltə'wɔ:l/ *tt* 1. phủ toàn bộ sàn: wall-to-wall carpeting sự trải thảm phủ toàn bộ sàn 2. (*kng*) choán tối đa không gian thời gian; liên tục: wall-to-wall advertising on TV quảng cáo liên tục trên truyền hình.

wally /'wɒli/ *dt* (*Anh, kng*) thằng ngốc.

walnut /'wɔ:lnʌt/ *dt* (*thực*) óc chó (*cây, quả, gỗ*).

walrus /'wɔ:lrəs/ *dt* (*động*) con moóc.

walrus moustache /,wɔ:lrəsmə'sta:ʃ/ ria mép quặp xuống, râu quặp.

waltz[1] /wɔ:ls, (*Mỹ* wɔ:lts)/ *dt* van-xơ (*điệu nhảy, điệu nhạc*).

waltz² /wɔːls, (*Mỹ* wɔːlts)/ *dgt* **1.** nhảy van-xơ **2.** tung tăng: *she waltzes in and out as if the house belongs to her* cô ta tung tăng ra vào như thể đây là nhà của cô ta vậy **3. waltz off with** a/ cuỗm mất: *he has just waltzed off with my cigarette lighter* nó vừa cuỗm mất cái bật lửa của tôi b/ dễ dàng thắng, dễ dàng đoạt giải: *she waltzed off with the school prize for maths* chị ta dễ dàng đoạt được giải toán ở trường.

wampum /ˈwɒmpəm/ *dt* chuỗi vỏ sò (*thổ dân Bắc Mỹ trước đây dùng làm tiền*.

wan /wɒn/ *tt* (**-nner; nnest**) xanh xao, nhợt nhạt, thiểu não; *the wan smile* nụ cười thiểu não; *the wan light of a winter's morning* ánh sáng nhợt nhạt của một buổi sáng mùa đông.

wand /wɒnd/ *dt* **1.** gậy phép, đũa thần (*của bà tiên, mụ phù thủy...*). **2.** (*cg* **light pen**) bút sáng (*ở máy điện toán*).

wander¹ /ˈwɒndə[r]/ *dgt* **1.** lang thang, đi thơ thẩn: *wander through the countryside* đi thơ thẩn khắp vùng quê; *the child was found wandering the streets alone* người ta đã tìm thấy cháu bé một mình lang thang ngoài phố; *her thoughts wandered back to her youth* (*bóng*) ý tưởng của bà ta cứ thơ thẩn quay về thời thanh xuân đã qua **2.** ngoằn ngoèo, uốn khúc (*con sông...*): *the road wanders [along] through the range of hills* con đường ngoằn ngoèo lượn qua dãy đồi **3. wander [from] (off) something] wander [away (off)]** lạc đàn; lạc đường: *the shepherd set out to look for the sheep*

that had wandered [away] người chăn cừu lên đường đi tìm con cừu lạc đàn; *we seem to have wandered from the path* hình như chúng ta đã lạc đường; *don't wander from the subject; stick to the point* (*bóng*) đừng có đi xa đề; hãy bám sát điểm chính **4.** lan man; lơ đễnh: *he realized his audience's attention was beginning to wander* anh ta nhận thấy thính giả đã bắt đầu lơ đễnh.

wander² /ˈwɒndə[r]/ *dt* sự lang thang, sự đi thơ thẩn: *she went for a little wander round the park* chị ta đi thơ thẩn một lúc quanh công viên.

wanderer /ˈwɒndərə[r]/ *dt* **1.** người lang thang **2.** con vật lạc đàn.

wanderings /ˈwɒndəriŋz/ *dt snh* **1.** chuyến chu du đây đó: *after five years he returned from his wanderings* sau năm năm chu du đây đó, anh ấy đã trở về **2.** lời nói sảng (*lúc sốt cao...*).

wanderlust /ˈwɒndəlʌst/ *dt* tật sính du lịch, máu du lịch.

wane¹ /wein/ *dgt* **1.** khuyết (*trăng*) **2.** giảm, suy yếu: *strength is waning* sức lực đang suy yếu đi; *his enthusiasm for the expedition was waning rapidly* nhiệt tình của nó đối với chuyến thám hiểm giảm đi nhanh chóng. // **wax and wane** *x* wax³.

wane² /wein/ *dt* **on the wane** đang khuyết dần (*trăng*), đang tàn dần (*sắc đẹp, tiếng tăm...*).

wangle¹ /ˈwæŋgl/ *dgt* (*kng*) xoay xở (*để được cái gì*): *she managed to wangle an invitation to the reception* bà ta cố xoay xở một vé mời đi dự buổi chiêu đãi. // **wangle out of something** (*do-*

ing something) chuồn, tránh (*làm gì*) *it's bound to be a boring party, let's try to wangle out of it (going)* chắc chắn đó sẽ là một bữa tiệc chán lắm, ta cố tìm cách tránh đi thôi.

wangle² /ˈwæŋgl/ *dt* sự xoay xở: *get something by a wangle* xoay xở mà đạt được cái gì.

wank¹ /wæŋk/ *dgt* (*Anh, lóng*) thủ dâm.

wank² /wæŋk/ *dt* (*Anh, lóng*) sự thủ dâm.

wanker /ˈwæŋkə[r]/ *dt* (*Anh, lóng*) **1.** (*xấu*) người vô tích sự **2.** người thủ dâm.

wanly /ˈwɒnli/ *pht* [một cách] xanh xao, [một cách] nhợt nhạt, [một cách] thiểu não.

wanna /ˈwɒnə/ **1.** (*kng, Mỹ*) (*dạng rút gọn của* want to) muốn: *I wanna hold your hand* tôi muốn nắm tay em **2.** (*dạng rút gọn của* want a) muốn một [cái]: *you wanna cigarette?* anh muốn một điếu thuốc lá không?

want¹ /wɒnt, (*Mỹ* wɔːnt)/ *dgt* **1.** muốn: *they want a bigger apartment* họ muốn một căn hộ lớn hơn; *she wants to go to Italy* cô ta muốn đi Ý; *she wants me to go with her* cô ta muốn tôi cùng đi; *I didn't want that to happen* tôi không muốn điều đó xảy ra **2.** cần: *let me know how many copies you want* xin cho biết ông cần bao nhiêu bản; *the plants want watering (want to be watered) daily* cây cần được tưới nước hàng ngày; *what that boy wants is a good smack!* thằng đó cần cho nó một cái tát ra trò đấy! **3.** (*kng*) nên: *you want to be more careful* anh nên cẩn thận hơn **4.** thiếu, không đủ: *he wants the courage to* *speak the truth* nó không đủ can đảm nói lên sự thật; *want patience* thiếu kiên nhẫn **5.** (thường ở dạng bị động) yêu cầu (ai) có mặt, cần (ai): *you will not be wanted this afternoon* chiều nay anh không cần phải có mặt; *you are wanted immediately in the director's office* anh cần phải có mặt ngay tại phòng giám đốc **6.** muốn quan hệ tình dục (với ai) **7.** (dùng với it) thiếu, còn những: *it still wants half an hour till midnight* còn những nửa tiếng nữa mới đến nửa đêm. // **have (want it) things both ways** x both²; **not want to know [about something]** lảng tránh: *he was desperately in need of help but nobody seemed to want to know* nó đang rất cần giúp đỡ nhưng ai cũng có vẻ muốn lảng tránh; **waste not, want not** x waste²; **want for something** (đặc biệt trong câu hỏi hoặc câu phủ định) [khổ vì] thiếu cái gì đó: *those children want for nothing (never want for anything)* những đứa bé này chẳng thiếu thốn gì cả; *she didn't want for help from her friends* cô ta không thiếu sự giúp đỡ từ bạn bè; **want in (out)** (kng) muốn vào (muốn ra): *I think the dog wants in, I can hear it scratching at the door* tôi nghĩ con chó muốn vào, tôi nghe được tiếng nó cào vào cánh cửa; **want out (out of something)** (kng, Mỹ) muốn rút ra khỏi (một kế hoạch...). **want²** /wɒnt, (Mỹ wɔːnt)/ dt **1.** sự mong muốn; điều đòi hỏi, nhu cầu: *he is a man of few wants* ông ta là người có ít nhu cầu; *all their wants were provided by their host* mọi đòi hỏi của họ đã được chủ nhà đáp ứng **2.** sự thiếu:

the plants died from want of water cây chết vì thiếu nước; *she decided to accept the offer for want of anything better* chị ta quyết định chấp thuận lời đề nghị vì không còn cách nào tốt hơn nữa **3.** cảnh túng thiếu: *their health had suffered from years of want* sức khỏe của họ bị ảnh hưởng do sống nhiều năm trong cảnh túng thiếu. // **in want of something** cần điều gì: *the house is in want of repair* ngôi nhà cần được sửa chữa.

want ads /wɔːntædz/ (Mỹ, kng) nh classified advertisements.

wanting /wɒntɪŋ, (Mỹ 'wɔːntɪŋ)/ tt (+ in) thiếu: *his behaviour was wanting in courtesy* cách cư xử của hắn thiếu nhã nhặn. // **be found wanting** x find.

wanton¹ /wɒntən, (Mỹ 'wɔːntən)/ tt **1.** cố tình: *the wanton destruction of a historic building* sự cố tình phá một công trình kiến trúc lịch sử **2.** hay vui đùa, thất thường (tính khí...) **3.** um tùm: *the weeds grew in wanton profusion* cỏ dại mọc um tùm **4.** (cũ) phóng đãng; bất chính: *wanton behaviour* tính nết phóng đãng.

wanton² /wɒntən, (Mỹ 'wɔːntən)/ dt người phóng đãng; người phụ nữ phóng đãng.

wantonly /wɒntənli, 'wɔːntənli/ **1.** [một cách] cố tình: *wantonly destructive* tàn phá một cách cố tình **2.** [một cách] thất thường **3.** [một cách] um tùm.

wantonness /wɒntənnis, 'wɔːntənis/ dt **1.** sự cố tình **2.** sự thất thường **3.** sự um tùm.

wapiti /wɒpiti/ dt (động) hươu Bắc Mỹ.

war¹ /wɔː[r]/ dt **1.** chiến tranh: *nuclear war* chiến tranh hạt nhân; *the Second World War* chiến tranh thế giới II, đệ nhị thế chiến; *the border incident led to war between the two countries* vụ rắc rối biên giới đã dẫn đến chiến tranh giữa hai nước; *a trade war* cuộc chiến tranh thương mại **2.** cuộc xung đột, cuộc đấu tranh: *the class war* cuộc đấu tranh giai cấp; *war between man and nature* cuộc đấu tranh giữa con người với thiên nhiên; *a major step in the war against cancer* một bước tiến quan trọng trong cuộc đấu tranh chống bệnh ung thư. // **at war** có chiến tranh: *the country has been at war with its neighbour for two years* đất nước đã có chiến tranh với nước láng giềng trong hai năm nay; **carry the war into the enemy camp** x carry; **declare war** x declare; **go to war against somebody (something)** bắt đầu một cuộc chiến tranh chống lại; **have been in the wars** (kng hoặc đùa) cho thấy dấu hiệu bị tổn thương hay bị xử tệ; **make (wage) war on somebody (something)** a/ tiến hành chiến tranh với b/ cố gắng diệt trừ; tiến hành đấu tranh với: *wage war on poverty and disease* tiến hành đấu tranh chống nghèo nàn bệnh tật; **a war of nerves** chiến tranh cân não; **a war of words** cuộc khẩu chiến.

war² /wɔː[r]/ dgt (-rr-) (cổ) đánh nhau, xung đột: *war against (with) a neighbouring country* đánh nhau với nước láng giềng.

warble¹ /wɔːbl/ dgt hót líu lo (chim).

warble² /'wɔ:bl/ *dt* tiếng hót líu lo *(chim).*

warbler /'wɔ:blə[r]/ **1.** chim [biết] hót **2.** *(hài)* chị ca sĩ.

war bonnet /'wɔ:bɒnit/ *dt* mũ lông chim *(của chiến binh một vài bộ lạc Bắc Mỹ).*

war chest /'wɔ:tʃest/ *(Mỹ)* quỹ chiến tranh.

war clouds /'wɔ:klaʊdz/ bóng mây chiến tranh.

war crime /'wɔ:kraim/ tội ác chiến tranh.

war-cry /'wɔ:krai/ *dt (cg* **bat-tle cry) 1.** tiếng hô xung trận **2.** khẩu hiệu.

ward¹ /wɔ:d/ *dt* **1.** khu: *a children's ward* khu nhi; *a maternity ward* khu sản *(ở bệnh viện): there are three candidates standing for election in this ward* có ba ứng cử viên ra ứng cử ở khu này *(khu vực bầu cử)* **2.** người được giám hộ, trẻ được giám hộ: *the child was made a ward of court* đứa trẻ được đặt dưới sự giám hộ của tòa **3.** *(snh)* khấc chìa khóa. // **a ward in chancery** *(Anh)* trẻ được viên chưởng ấn giám hộ *(vì bố mẹ mất sớm...).*

ward² /wɔ:d/ *dgt* **ward off** tránh xa; phòng ngừa: *ward off blows* tránh cú đấm; *ward off danger* phòng ngừa nguy hiểm.

-ward *(tiếp tố tạo thành tt từ pht)* về phía, hướng về: *eastward* về phía đông; *homeward* trở về nhà.

war dance /'wɔ:rdɑ:ns/ **1.** điệu nhảy trước khi xung trận **2.** điệu nhảy mừng chiến thắng *(của một số bộ lạc).*

warden /wɔ:dn/ *dt* **1.** người giám sát: *a traffic warden* người giám sát giao thông **2.** hiệu trưởng, viện trưởng

(một số cơ quan): the warden of Merton College ông hiệu trưởng trường đại học Merton **3.** *(Mỹ)* trưởng trại tù.

warder /'wɔ:də[r]/ *dt (cg* **wardress)** cai ngục.

wardrobe /'wɔ:drəʊb/ *dt* **1.** tủ quần áo **2.** kho quần áo *(của một người)* **3.** kho trang phục diễn viên.

wardrobe mistress /'wɔ:drəʊbmistris/ bà phụ trách trang phục diễn viên.

wardroom /'wɔ:drʊm, 'wɔ:dru:m/ *dt* phòng sĩ quan *(trên tàu thủy).*

-wards *(Mỹ* -ward) *(tiếp tố tạo thành pht, gt)* về phía: *onwards* về phía trước; *towards* về phía.

ware /weə[r]/ *dt* **1.** hàng, mặt hàng: *ironware* hàng sắt; *silverware* hàng bạc **2.** đồ gốm sứ: *earthenware* đồ gốm **3. wares** *(snh)* hàng bày bán ngoài trời *(không phải ở trong cửa hiệu): display one's wares* bày hàng *(để bán ngoài trời).*

warehouse¹ /'weəhaʊs/ *dt* **1.** kho hàng **2.** nhà kho.

warehouse² /'weəhaʊs/ *đgt* lưu kho: *the cost of ware-housing goods* phí lưu kho.

warfare /'wɔ:feə[r]/ *dt* **1.** chiến tranh: *chemical war-fare* chiến tranh hóa học; *guerilla warfare* chiến tranh du kích **2.** cuộc xung đột, cuộc đấu tranh kịch liệt: *there is open warfare between the opponents of the plan and its supporters* có một cuộc xung đột công khai giữa những người phản đối và những người ủng hộ kế hoạch.

war-game /'wɔ:geim/ *dt* trò chơi trận đồ.

warhead /'wɔ:hed/ *dt* đầu nổ: *equipped with a nuclear*

warhead được trang bị một đầu nổ hạt nhân.

warhorse /'wɔ:hɔ:s/ *dt* **1.** ngựa chiến, chiến mã **2.** *(bóng)* chiến sĩ dày dạn.

warily /'weərili/ *pht* [một cách] cẩn thận, [một cách] thận trọng, [một cách] cảnh giác.

wariness /'weərinis/ *dt* cẩn thận, sự thận trọng, sự cảnh giác.

warlike /'wɔ:laik/ *tt* **1.** hiếu chiến **2.** thiện chiến.

warlord /'wɔ:lɔ:d/ *dt (đôi khi xấu)* viên tư lệnh.

warm¹ /wɔ:m/ *tt* (-ier; -iest) **1.** ấm: *warm water* nước ấm; *warm exercise* bài tập làm cho ấm người; *warm clothes* quần áo ấm; *warm colours* màu sắc ấm; *a warm voice* tiếng nói ấm **2.** nồng nhiệt, nồng hậu: *warm congratulations* những lời chúc mừng nồng nhiệt; *give somebody a warm welcome* chào đón ai một cách nồng nhiệt; *he has a warm heart* anh ta có một trái tim nồng hậu **3.** còn mới, còn nóng hổi *(mùi con thú trong cuộc săn).* **4.** gần đúng, gần tới *(trò chơi đố, trò chơi đuổi bắt): you're getting warm* anh đoán gần đúng rồi đấy. // **keep somebody's seat warm [for him]** giữ tạm ghế cho ai; **make it (thing) warm for somebody** *(kng)* gây khó chịu, rắc rối cho ai; phạt ai; **[as] warm as toast** *(kng)* rất ấm; ấm áp dễ chịu: *we lit the fire and were soon as warm as toast* chúng tôi đốt lửa lên và chẳng mấy chốc thấy ấm áp dễ chịu.

warm² /wɔ:m/ *đgt* hâm nóng, làm cho ấm lên; ấm lên: *please warm [up] the milk* làm ơn hâm nóng sữa giùm; *warm oneself by the fire* sưởi ấm bên ngọn lửa.

// **warm the cockles [of somebody's heart]** sưởi ấm lòng ai.

warm something over hâm nóng lại *(thức ăn; (bóng) chuyện cũ)*; **warm to (towards) somebody** cảm thấy có thiện cảm với, cảm thấy ưa thích *(ai)*: *he warms to her immediately* nó cảm thấy thích cô ta ngay; *he is not somebody one warms to easily* nó không phải là một người mà ta có thiện cảm dễ dàng; **warm to (towards) something** nhiệt tình hơn, thích thú hơn; **warm up** khởi động *(khi tập thể dục, khởi động máy...)*; **warm [somebody, something] up** làm sôi nổi lên: *warm up an audience with a few jokes* làm cho cử tọa sôi nổi lên bằng vài câu đùa; **warm something up** hâm lại *(thức ăn)*: *warmed-up stew* thịt hầm hâm lại.

warm³ /wɔːm/ *dt* 1. **the warm** không khí ấm [áp]; chỗ ấm [áp]: *come into the warm out of the cold* rời chỗ lạnh vào chỗ ấm 2. sự sưởi ấm, sự hơ nóng: *she gave the sheets a warm by the fire before putting them on the bed* chị ta hơ nóng tấm ga trải giường trước khi trải nó ra giường.

warm-blooded /ˌwɔːmˈblʌdid/ *tt* 1. *(động)* có máu nóng *(động vật)* 2. sôi nổi; nóng nảy.

war memorial /ˈwɔːməmɔːriəl/ đài liệt sĩ.

warmer /ˈwɔːmə[r]/ *dt (đặc biệt trong từ ghép)* cái sưởi ấm, cái lồng ấp: *a foot-warmer* cái sưởi chân.

warm-hearted /ˌwɔːmˈhɑːtid/ *tt* tốt bụng; nhiệt tâm.

warm-heartedness /ˌwɔːmˈhɑːtidnis/ *dt* sự tốt bụng; lòng nhiệt tâm.

warming-pan /ˈwɔːmiŋpæn/ *dt* xoong than sưởi giường *(dùng trước đây để sưởi giường ngủ)*.

warmly /ˈwɔːmli/ *pht* [một cách] nồng nhiệt: *he thanks us all warmly* anh ta nồng nhiệt cảm ơn chúng tôi.

warmness /ˈwɔːmnis/ *dt* sự ấm áp.

warmonger /ˈwɔːmʌŋgə[r]/ *dt* 1. kẻ gây chiến 2. kẻ hiếu chiến.

warmth /wɔːmθ/ *dt* 1. *(cg* **warmness**) sự ấm áp: *the warmth of the climate* sự ấm áp của khí hậu 2. sự nóng vừa phải; hơi ấm: *warmth is needed for the seeds to germinate* hơi ấm cần cho hạt giống nảy mầm 3. sự nồng nhiệt: *he was touched by the warmth of their welcome* ông ta cảm động về sự đón tiếp nồng nhiệt của họ.

warm-up /ˈwɔːmʌp/ *dt (thể)* sự khởi động.

warn /wɔːn/ *dgt* bảo cho biết, báo trước; cảnh cáo: *"Mind the step" he warned* anh ta bảo cho biết: coi chừng bậc thang; *I had been warned what to expect* tôi đã được báo trước về những gì có thể xảy ra; *they warned her that if she did it again, she would be sent to prison* họ cảnh cáo rằng nếu cô ta tái phạm thì sẽ bị tống giam; *he warned us against pickpockets* anh ta bảo cho chúng tôi biết phải coi chừng tụi móc túi; *she warned them to be careful* cô ta đã bảo họ là phải cẩn thận.

warned somebody off [something] (doing something) cảnh cáo là phải tránh xa *(tài sản riêng của ai...)*: *the farmer warned us off [his fields]* trại chủ cảnh cáo chúng tôi là

phải tránh xa đồng ruộng của ông ta.

warning /ˈwɔːniŋ/ *dt* sự báo trước; lời báo trước; dấu hiệu báo trước: *give warning of danger to someone* báo trước nguy hiểm cho ai; *a warning of future difficulties* dấu hiệu báo trước những khó khăn sắp tới; *warning lights* đèn báo; *you should have taken warning by his example* lẽ ra bạn phải lấy gương của nó làm bài học cho mình.

warp¹ /wɔːp/ *đgt* 1. [làm] cong; [làm] vênh: *the damp wood began to warp* gỗ ẩm bắt đầu vênh; *the hot sun had warped the cover of the book* nắng nóng đã làm bìa sách cong lên 2. [làm cho] lệch lạc, [làm cho] thiên lệch, [làm cho] sai lạc: *his judgement was warped by self-interest* ý kiến suy xét của ông ta vì tư lợi mà sai lạc đi.

warp² /wɔːp/ *dt* sự lệch lạc, sự thiên lệch, sự sai lạc: *a warp in his character* sự lệch lạc trong tính nết của nó.

warp³ /wɔːp/ *dt* **the warp** *(số ít)* sợi dọc *(dệt vải)*.

war-paint /ˈwɔːpeint/ *dt* 1. thuốc màu bôi lên người trước khi xung trận, *(trước đây ở một số bộ tộc)* 2. *(kng, đùa)* son phấn *(của phụ nữ)*.

war-path /ˈwɔːpɑːθ/ *dt* **[be, go] on the war-path** *(kng)* sẵn sàng đánh nhau; sẵn sàng cãi nhau; thù địch; giận dữ: *look out, he is on the war-path again* hãy nhìn kìa, ông ta lại nổi giận nữa rồi.

warrant¹ /ˈwɒrənt, *(Mỹ* ˈwɔːrənt)/ *dt* 1. lệnh, trát: *issue a warrant for somebody's arrest* ra lệnh bắt giữ ai 2. phiếu: *a travel warrant for dividends on shares* phiếu hưởng lãi cổ phần. // **warrant for something (doing something)** lý do xác đáng: *he had no warrant for that (what he did)* nó không có lý do xác đáng nào để làm như vậy.

warrant² /'wɒrənt, (Mỹ 'wɔ:rənt)/ *dgt* **1.** biện minh; biện hộ cho: *nothing can warrant such severe punishment* không có gì có thể biện minh cho một hình phạt nghiêm khắc đến thế **2.** đảm bảo là thật: *this material is warranted [to be] pure silk* hàng ngày bảo đảm là tơ nguyên chất. // **I (I'll) warrant [you]** (*cū*) tôi cam đoan với anh, tôi đoan chắc với anh là: *the trouble is not over yet, I'll warrant you* tình trạng rắc rối chưa hết đâu, tôi cam đoan với anh như vậy.

warrantee /,wɒrən'ti:, (Mỹ ,wɔ:rən'ti:)/ *dt* người được sự bảo đảm, người có giấy bảo hành.

warrant-officer /'wɒrəntɒfisə[r]/ *dt* (*quân*) thượng sĩ.

warrantor /'wɒrəntɔ:[r], (Mỹ 'wɔ:rəntɔ:[r])/ *dt* người đứng bảo đảm.

warranty /'wɒrənti, (Mỹ 'wɔ:rənti)/ *dt* **1.** giấy bảo hành: *the machine is still under warranty* chiếc máy còn trong thời gian bảo hành **2.** quyền: *what warranty have you for doing this?* anh có quyền gì mà làm việc này?

warren /'wɒrən, (Mỹ 'wɔ:rən)/ *dt* **1.** vùng có nhiều hang thỏ **2.** khu phố mắc cửi (*phố xá chằng chịt khó tìm ra đường*).

warrior /'wɒriə[r], (Mỹ 'wɔ:riər)/ *dt* chiến sĩ.

warship /'wɔ:ʃip/ *dt* tàu chiến.

wart /wɔ:t/ *dt* **1.** (*y*) hột cơm, mụn cóc **2.** (*thực*) lúp, bướu (*cây*). // **warts and all** (*kng*) không quên che giấu những nét xấu: *it's a complete and frank account of his life, warts and all* đấy là sự miêu tả chân thật cuộc đời anh ta với tất cả những tật hư nết xấu.

wart-hog /'wɔ:thɒg/ *dt* (*động*) lợn lòi Châu Phi.

wartime /'wɔ:taim/ *dt* thời chiến.

warty /'wɔ:ti/ *tt* **1.** có nhiều mụn cóc (*người*) **2.** có bướu, có lúp (*cây*).

wary /'weəri/ *tt* (**-ier; -iest**) (**+ of**) thận trọng, cẩn thận, cảnh giác: *she was wary of strangers* cô ta thận trọng với người lạ; *be wary of giving offence* hãy cẩn thận, đừng gây mếch lòng.

was /wəz, *dạng nhấn mạnh* wɒz/ *qk của* be.

wash¹ /wɒʃ/ *dt* **1.** (*thường số ít*) sự rửa, sự rửa ráy: *please give the car a wash* làm ơn rửa giùm chiếc xe; *he looks as if he needs a good wash* nó trông như thể cần rửa ráy sạch sẽ **2.** **the wash** (*số ít*) việc giặt giũ quần áo: *all my shirts are in (have gone to) the wash* tất cả áo sơ-mi của tôi đã đưa đi giặt **3.** (*số ít*) số quần áo phải giặt: *there is a large wash this week* tuần này phải giặt nhiều quần áo lắm đây **4.** âm thanh của gió, nước bị khuấy động (*bởi chân vịt tàu thủy...*): *the wash of the waves against the side of the boat* tiếng sóng xô mạn thuyền; *the wash made by the steamer's propellers* tiếng nước cuộn do chân vịt tàu hơi nước **5.** lớp sơn lót **6.** thức ăn thừa trộn cho lợn, nước gạo. // **come out in the wash** (*kng*)

được sửa chữa tốt, có kết cục tốt (*sai lầm...*).

wash² /wɒʃ, (Mỹ wɔ:ʃ)/ *dgt* **1.** rửa, rửa ráy: *have these glasses been washed?* những chiếc cốc này đã được rửa chưa? **2.** giặt: *this sweater washed well* cái áo len chui đầu này giặt được (*không bị co...*) **3.** vỗ vào, xô vào: *the sea washes the bases of the cliffs* sóng biển vỗ vào chân vách đá; *waves washing against the side of a boat* sóng vỗ vào mạn thuyền **4.** cuốn trôi, cuốn giạt vào: *the body was washed out to sea* xác chết đã bị cuốn trôi ra biển; *pieces of the wreckage were washed ashore* những mảnh tàu đắm đã bị cuốn giạt vào bờ **5.** **wash something [out]** xói mòn, khoét (*nói về nước*): *the stream had washed [out] a channel in the sand* dòng nước đã xói thành một đường mương trong cát **6.** đãi (*quặng tìm vàng...*): *washing ore* đãi quặng **7.** sơn lót **8.** **wash [with somebody]** (*thường trong câu hỏi hay câu phủ định*) (*kng*) được [ai] chấp thuận, được [ai] tin: *that excuse simply won't wash [with me]* lý do tạ lỗi đó tôi hoàn toàn không chấp nhận. // **wash one's dirty linen in public** vạch áo cho người xem lưng; **wash one's hands of somebody (something)** phủi tay: *I've washed my hands of the whole affair* toàn bộ việc đó, tôi đã phủi tay rồi. **wash somebody (something) away** cuốn đi, cuốn trôi: *her child was washed away in the flood* đứa con chị ta đã bị nước lũ cuốn trôi đi; *footprints washed away by the rain* dấu chân bị nước mưa xóa sạch; **wash something down** a/ xịt nước rửa: *wash*

down a car xịt nước rửa xe hơi b/ nuốt trôi, chiêu *(thức ăn)*: *he swallows a glass of water to wash his bread down* anh ta uống một cốc nước để chiêu miếng bánh mì; **wash [something] off** gột sạch, giặt sạch: *those grease stains won't wash off* những vết mỡ đó sẽ không gột sạch được; **wash out** được giặt sạch *(vết bẩn ở vải)*: *these ink stains won't wash out* các vết mực này sẽ không giặt sạch được; **wash something out** a/ rửa sạch, súc sạch: *wash out the empty bottles* súc sạch các chai không b/ làm ngừng trận đấu; làm cho trận đấu không bắt đầu được *(nói về mưa...)*: *the match was completely washed out* trận đấu đã bị đình lại *(vì mưa)*; **wash over somebody** *(kng)* chẳng ăn nhằm gì đối với ai: *the recent criticism she's had seems to have washed right over her* những lời chỉ trích mới đây đối với chị ta xem chừng chẳng ăn nhằm gì; **wash up** a/ *(Anh)* rửa bát đĩa *(sau bữa ăn)* b/ *(Mỹ)* rửa mặt, rửa tay; **wash something up** a/ *(Anh)* rửa bát đĩa b/ cuốn vào bờ: *the tide had washed up cargo from the wrecked ship* thủy triều đã cuốn hàng hóa của chiếc tàu đắm lên bờ.

wash³ /wɔʃ/ *tt (Mỹ) nh* washable: *wash cotton* vải bông giặt được.

washable /ˈwɒʃəbl/ *tt* có thể giặt được; có thể rửa được: *washable fabrics* vải giặt được; *washable paint* lớp sơn rửa được.

wash-basin /ˈwɒʃbeisn/ *dt* *(cg* **wash-hand-basin, basin**; *(Mỹ* **wash-bowl**) bồn rửa, la-vabô *(gắn vào tường ở buồng tắm...)*.

wash-bowl /ˈwɒʃbəʊl/ *dt (Mỹ) nh* wash-basin.

wash-cloth /ˈwɒʃklɒθ/ *dt (Mỹ) nh* face-cloth (khăn mặt).

washday /ˈwɒʃdei/ *dt (cg* **washing day**) ngày giặt quần áo: *Monday is washday in our house* trong nhà chúng tôi, ngày thứ hai là ngày giặt quần áo.

washed-out /ˌwɒʃtˈaʊt/ *tt* **1.** bạc màu: *a washed-out cotton dress* chiếc áo bông bạc màu **2.** mệt nhoài: *she felt completely washed-out after working all night* chị ta cảm thấy hoàn toàn mệt nhoài sau khi làm việc suốt đêm.

washed-up /ˌwɒʃtˈʌp/ *tt (kng)* thất bại; rạn nứt: *their marriage was washed up long before they separated* hôn nhân của họ đã rạn nứt từ lâu trước khi họ chia tay nhau.

washer /ˈwɒʃə[r]/, *(Mỹ* ˈwɔːʃə[r])/ *dt* **1.** *(kỹ)* vòng đệm, rông-đen **2.** *(kng)* máy giặt.

washer-woman /ˈwɒʃəwʊmən/, *(Mỹ* ˈwɔːʃəwʊmən)/ *dt* chị giặt thuê; chị thợ giặt.

washing /ˈwɒʃiŋ/, *(Mỹ* ˈwɔː-ʃiŋ)/ *dt* **1.** sự giặt **2.** đồ giặt: *hang the washing on the line to dry* vắt đồ giặt lên dây phơi cho khô.

washing day /ˈwɒʃiŋ dei/ *nh* washday.

washing-machine /ˈwɒʃiŋ məʃiːn/ *dt (cg* **washer**) máy giặt.

washing-powder /ˈwɒʃiŋ paʊdə[r]/ *dt* bột giặt.

washing-soda /ˈwɒʃiŋsəʊdə/ *dt* cacbonat natri.

washing-up /ˌwɒʃiŋˈʌp/ *dt* sự rửa bát đĩa *(sau khi ăn)* **2.** bát đĩa phải rửa *(sau khi ăn)*.

wash-leather /ˈwɒʃleðə[r]/ *dt* miếng da lau cửa kính.

washout /ˈwɒʃaʊt/ *dt (kng)* sự thất bại: *that plan of yours was a complete washout* kế hoạch đó của các anh là cả một thất bại.

washroom /ˈwɔːʃrum/ *dt (Mỹ, trại)* nhà vệ sinh.

washstand /ˈwɒʃstænd/ *dt* bàn để đồ rửa mặt *(trong buồng ngủ, trước đây)*.

wash-tub /ˈwɒʃtjuːb/ *dt* chậu giặt *(bằng gỗ, trước đây)*.

washy /ˈwɒʃi/, *(Mỹ* ˈwɔːʃi)/ *tt (xấu)* **1.** nhạt, bạc *(màu)* **2.** loãng: *washy coffee* cà phê loãng **3.** nhạt nhẽo, không mặn mà: *washy ideas* ý kiến nhạt nhẽo.

wasn't /ˈwɒzənt/ dạng rút ngắn của was not: *it wasn't my fault* không phải lỗi ở tôi.

wasp /wɒsp/ *dt (động)* ong vò vẽ.

WASP (cg **Wasp**) /wɒsp/ *vt (Mỹ, thường xấu)* (vt của White Anglo-Saxon Protestant) người Ănglô Xắc-xông da trắng theo đạo Tin lành: *a typically Wasp attitude* một thái độ điển hình Ănglô Xắc-xông da trắng theo đạo Tin lành.

waspish /ˈwɒspiʃ/ *tt (xấu)* **1.** gắt gỏng: *waspish temper* tính khí gắt gỏng **2.** châm chọc: *waspish remarks* những nhận xét châm chọc.

waspishly /ˈwɒspiʃli/ *pht (xấu)* **1.** [một cách] gắt gỏng **2.** [một cách] châm chọc.

waspishness /ˈwɒspiʃnis/ *dt (xấu)* **1.** tính gắt gỏng **2.** sự châm chọc.

wasp-waisted /ˌwɒspˈweistid/ *tt (cũ)* thắt đáy lưng ong.

wassail¹ /ˈwɒseil/ *dt (cổ)* tiệc Nô-en.

wassail² /ˈwɒseil/ *dgt* go wassailing đi dự tiệc Nô-en.

wast /wəst/ *đgt thou wast (cũ hoặc thơ)* nh you were *(khi nói với chỉ một người).*

wastage /'weistidʒ/ *dt* 1. sự hao hụt, sự hao phí 2. số lượng hao hụt, số lượng hao phí.

waste¹ /weist/ *tt* 1. bỏ hoang, hoang vu: *an area of waste ground* một khu đất hoang 2. thải ra, bỏ đi: *waste matter produced by the manufacturing process* chất thải ra trong quá trình sản xuất. // **lay something waste** tàn phá mùa màng *(trên đồng ruộng...,nhất là trong chiến tranh)*; tàn phá: *fields laid waste by the invading army* những cánh đồng bị quân xâm lược tàn phá.

waste² /weist/ *đgt* 1. lãng phí, phung phí: *she has wasted her money on things she doesn't need* chị ta đã lãng phí tiền mua những thứ mà chị không cần đến; *the humour is wasted on them* đối với chúng thì hài hước chỉ là phí thôi *(chúng không thưởng thức được giá trị của những câu hài hước)* 2. *(thường ở dạng bị động)* chưa tận dụng hết khả năng *(của ai)*: *she's wasted in her present job* khả năng của chị chưa được tận dụng hết trong công tác hiện nay 3. làm hao mòn: *a wasting disease* căn bệnh làm hao mòn sức; *limbs wasted by hunger* tay chân yếu đi vì đói. // **lose (waste) no time in doing something** x time¹; **waste one's breath [on somebody (something)]** hao hơi tổn tiếng *(vì ai, việc gì)*, nói uổng lời; **waste not, want not** không hoang phí thì chẳng bao giờ thiếu thốn.

waste away ốm yếu đi *(nói về người).*

waste³ /weist/ *dt* 1. sự lãng phí: *it's a waste of time doing that* làm cái đó chỉ phí thời giờ 2. đồ phế thải: *radioactive waste from nuclear power stations* chất phế thải phóng xạ của các nhà máy điện nguyên tử 3. *(thường snh)* vùng hoang vu: *the arid wastes of the Sahara* những vùng đất hoang vu khô cằn của sa mạc Sahara 4. cảnh ẩm đạm tiêu điều: *the derelict waste of disused factories* cảnh tiêu điều bỏ hoang của những nhà máy không hoạt động nữa. // **go (run) to waste** bị lãng phí: *what a pity to see all that food go to waste* thật đáng tiếc khi thấy các thứ thức ăn đó bị lãng phí.

waste basket /'weistba:skit/ *(Mỹ)* nh waste-paper basket.

waste-bin /'weistbin/ *(Mỹ)* nh waste-paper basket.

wasteful /'weistfl/ *tt* 1. gây lãng phí: *wasteful processes* những qui trình gây lãng phí 2. hoang phí: *wasteful luxury* sự xa hoa hoang phí.

wastefully /'weistfəli/ *pht* [một cách] lãng phí, [một cách] hoang phí.

wastefulness /'weistflnis/ *dt* 1. sự gây lãng phí 2. sự hoang phí.

wasteland /'weistlænd/ *dt* 1. vùng đất hoang 2. *(bóng)* đời sống tinh thần cằn cỗi.

waste paper /ˌweist'peipə[r]/ giấy lộn.

waste-paper basket /ˌweist'peipə[r],ba:skit/ sọt giấy lộn, sọt rác.

waste-pipe /'weistpaip/ *dt* ống thải nước.

waste product /'weistprɒdʌkt/ phế phẩm.

waster /'weistə[r]/ *dt (xấu)* 1. người lãng phí 2. nh wastrel.

wastrel /'weistrəl/ *dt (cg* **waster**) *(văn)* người lười biếng vô tích sự.

watch¹ /wɒtʃ/ *dt* 1. phiên gác, phiên trực *(trên tàu thủy, thường là bốn tiếng đồng hồ)*: *the middle watch* phiên trực nửa đêm *(0-4 giờ sáng)*; *the dog watches* phiên trực chiều tối *(4-6 giờ chiều và 6-8 giờ tối)* 2. tổ trực *(thường là một nửa thủy thủ)* 3. **the watch** đội tuần đêm *(đi tuần qua các đường phố trước đây)* 4. thám tử được thuê theo dõi: *the police put a watch on the suspect's house* cảnh sát đã bố trí thám tử theo dõi nhà của kẻ bị tình nghi 5. *(thường snh) (cũ)* lúc thao thức không ngủ được trong đêm: *in the long watches of the night* trong những lúc thao thức canh dài trong đêm. // **keep watch [for somebody (something)]** canh, canh gác: *post a guard to keep watch while the others sleep* đặt một người canh gác để cho những người khác ngủ; **keep a close eye (watch) on somebody (something)** x close¹; **on watch** đang phiên trực; **[be] on [the] watch for [somebody, something]** đang canh gác để đề phòng bất trắc, đang túc trực theo dõi: *be on the watch for a sudden change in the patient's condition* đang túc trực theo dõi phòng có thay đổi đột ngột trong tình trạng của bệnh nhân.

watch² /wɒtʃ/ *đgt* 1. *(không dùng ở thể bị động)* quan sát, nhìn, theo dõi: *the students watched as the surgeon performed the operation* sinh viên quan sát phẫu thuật viên thực hiện cuộc giải phẫu; *watch what I do and how I do it* hãy nhìn xem tôi làm gì và làm như thế nào; *she had a feeling that she was being watched* chị ta cảm thấy mình đang bị theo dõi **2.** xem *(TV, trận đấu bóng..., như một hình thức giải trí): are you going to play or will you just watch;* anh đi thi đấu hay chỉ đi xem thôi? *do you watch football on television?* anh có xem bóng đá trên vô tuyến truyền hình không? **3.** bảo vệ; trông coi: *could you watch [over] my clothes while I have a swim?* anh có thể trông giùm quần áo trong khi tôi bơi không; *he felt that God was watching over him* nó cảm thấy Chúa đang che chở cho nó **4.** (+ for) chăm chú chờ đợi: *they are watching for further developments* họ đang chăm chú chờ đợi những diễn biến tiếp theo **5.** giữ gìn cẩn thận; tỏ ra thận trọng: *watch one's language* thận trọng trong ăn nói, giữ mồm giữ miệng; *watch yourself!* hãy liệu thần hồn đấy! *watch every penny* tiêu pha thận trọng từng xu; *watch what you say about the project, they don't like criticism* hãy thận trọng phát biểu về đề án đó, họ không thích phê bình đâu nhé **6.** (+ at) *(cũ)* thức canh: *watch all night at the bedside of a sick child* thức canh cả đêm bên giường đứa bé bị bệnh. // **mind (watch) one's step** x step²; **watch it** *(kng) (thường hay dùng ở lối mệnh lệnh)* coi chừng; **watch the clock** *(kng, xấu)* trông cho chóng xong việc hơn là chú ý làm cho việc được thực hiện tốt hơn; việc liếc nhìn đồng hồ; **watch the time** trông giờ *(để khỏi trễ...)*; **watch the**

world goes by nhìn sự đời, nhìn xem thế sự xoay vần.

watch out coi chừng: *watch out! there's a car coming* coi chừng có chiếc xe chạy tới kia kìa; **watch out for somebody (something)** cảnh giác: *we were asked to watch out for forged banknotes* chúng tôi được yêu cầu phải cảnh giác với giấy bạc giả.

watch³ /wɒtʃ/ *dt* đồng hồ đeo tay *(cg* **wrist-watch***)*; đồng hồ quả quýt *(cg* **pocket-watch***): what does your watch say?* đồng hồ anh mấy giờ rồi?

watchband /wɒtʃbænd/ *dt (Mỹ) nh* watch strap.

watch-dog /wɒtʃdɒg/ *dt* **1.** chó giữ nhà **2.** người gìn giữ; nhóm gìn giữ.

watcher /wɒtʃə[r]/ *dt* người quan sát.

watchful /wɒtʃfl/ *tt* canh chừng, cảnh giác: *keep a watchful eye on something* để mắt canh chừng cái gì.

watchfully /wɒtʃfəli/ *pht* [một cách] cảnh giác.

watchfulness /wɒtʃfəlnis/ *dt* sự cảnh giác.

watching /wɒtʃiŋ/ *dt* **1.** sự quan sát, sự theo dõi **2.** sự trông coi **3.** sự thức canh.

watchmaker /wɒtʃmeikə[r]/ *dt* thợ đồng hồ.

watchman /wɒtʃmən/ *dt (snh* **watchmen***)* /wɒtʃmən/) người gác đêm, anh bảo vệ.

watchnight service /wɒtʃnaits3:vis/ khóa lễ đêm giao thừa.

watchstrap /wɒtʃstræp/ *dt (Mỹ* **watchband***)* dây đồng hồ đeo tay.

watchtower /wɒtʃtauə[r]/ *dt* tháp canh.

watchword /wɒtʃwɜ:d/ *dt* **1.** khẩu hiệu *(của một đảng phái...)* **2.** *nh* password.

water¹ /wɔ:tə[r]/ *dt* **1.** nước: *fish live in [the] water* cá sống trong nước; *drinking water* nước uống; *mineral water* nước khoáng; *the flood water covered the whole area* nước lụt đã bao phủ hết cả vùng; *swim under the water* bơi dưới nước **2.** chất nước điều chế được, nước: *(nhất là trong từ ghép): rose-water* nước hoa hồng; *soda-water* nước sô-đa **3. waters** *(snh)* a/ khối nước, nước *(của sông, hồ...): the waters of the lake flow out over a large water-fall* nước hồ tràn ra thành một thác nước lớn b/ vùng biển tiếp cận một nước: *territorial waters* lãnh hải **4.** thủy triều; triều: *at high water* lúc triều lên; *at low water* lúc triều xuống. // **be in (get into) hot water** x hot; **blood is thicker than water** x blood¹; **bread and water** x bread; **by water** bằng đường thủy; **cast one's bread upon the water** x cast¹; **hell or high water** x hell; **take the waters** đến suối khoáng *(tắm hay uống nước ở đó)*; **fish in troubled waters** x fish²; **a fish out of water** x fish¹; **go through fire and water** x fire¹; **hold water** *(kng)* đứng vững được; có căn cứ *(lý lẽ...)*; **in deep water** x deep¹; **in smooth water** x smooth¹; **keep one's head above water** x head¹; **like a duck to water** x duck¹; **like water** *(kng)* [nhiều] như nước: *spend money like water* tiêu tiền như nước; **a lot of (much) water has flowed under the bridge** từ đấy đã biết bao thay đổi rồi; **make water** a/ rò nước *(tàu)* b/ *(cg* **pass water***)* tiểu tiện; **milk and water** x milk¹; **muddy the waters** x muddy; **of the first water** x first¹; **pour (throw) cold water on something** x cold¹; **pour oil on troubled**

waters x pour; **still waters run deep** x still[1]; **throw out the baby with the bath water** x baby; **tread water** x tread; **under water** a/ ở dưới nước: *swimming under water* bơi dưới nước b/ bị ngập lụt: *several fields are under water after the heavy rain* sau trận mưa lớn, nhiều cánh đồng bị ngập lụt; **[like] water off a duck's back** như nước đổ đầu vịt; **water under the bridge** nước chảy qua cầu, chuyện đã qua thì để cho nó qua cho rồi: *last year's dispute is [all] water under the bridge now* cuộc tranh cãi năm ngoái khác gì nước chảy qua cầu *(cho nó qua đi thôi)*: **you can take a horse to water, but you can't make it drink** x horse.

water² /'wɔːtə[r]/ *đgt* 1. tưới nước, rảy nước: *water a flower-bed* tưới nước một luống hoa 2. cho uống nước: *water the horses* cho ngựa uống nước 3. pha nước vào *(rượu...)* 4. chảy nước *(mắt, miệng)*: *the delicious smell from the kitchen made our mouths water* mùi thơm ngon của thức ăn từ bếp làm chúng tôi chảy nước miếng 5. chảy qua và cung cấp nước cho *(nói về sông)*: *a country watered by numerous rivers* một xứ sở có nhiều sông chảy qua.

water something down a/ cho thêm nước, pha loãng b/ làm dịu, làm bớt: *the criticisms had been watered down so as not to offend anybody* lời chỉ trích đã được làm dịu bớt để khỏi mất lòng ai cả.

water-bed /'wɔːtəbed/ *dt* nệm nước *(bằng cao su, chứa đầy nước, để nằm)*.

water-bird /'wɔːtəbɜːd/ *dt* chim nước.

water-biscuit /'wɔːtəbiskit/ *dt* bánh bích quy nhạt *(ăn với bơ và pho mát)*.

water-borne /'wɔːtəbɔːn/ *tt* 1. chở bằng đường thủy 2. lây lan qua nước *(bệnh)*.

water-bottle /'wɔːtəbɒtl/ *dt* 1. chai đựng nước uống 2. *(Mỹ* **canteen)** bi đông nước.

water-buffalo /'wɔːtəbʌfələʊ/ *dt (động)* con trâu.

water-butt /'wɔːtəbʌt/ *dt* thùng hứng nước mưa.

water-cannon /'wɔːtəkænən/ *dt* vòi rồng *(phun một dòng nước mạnh để giải tán đám đông)*.

water-closet /'wɔːtəklɒzit/ *dt (cũ)* nh lavatory.

water-colour /'wɔːtə,kʌlə[r]/ *dt* 1. *(snh)* màu nước 2. tranh màu nước.

water-cooled /'wɔːtəkuːld/ *tt* làm nguội bằng nước *(máy)*.

water-course /'wɔːtəkɔːs/ *dt* dòng nước, sông, suối, kênh đào.

water cress /'wɔːtəkres/ *dt (thực)* cải xoong.

watered silk /'wɔːtədsilk/ *dt* lụa có vân sáng.

water fall /'wɔːtəfɔːl/ *dt* thác nước.

water-fowl /'wɔːtəfaʊl/ *dt (snh kđổi)* chim nước.

water-front /'wɔːtəfrʌnt/ *dt* khu bến *(của một thành phố gần một dải nước)*.

water-hammer /'wɔːtəhæmə[r]/ *dt* tiếng ọc ọc *(khi đóng hay mở vòi nước)*.

water-hole /'wɔːtəhəʊl/ *dt* vũng nước.

water-ice /'wɔːtərais/ *dt* xê cố *(một loại kem nước đá)*.

watering-can /'wɔːtəriŋkæn/ *dt* bình tưới.

watering-hole /'wɔːtəriŋ həʊl/ *dt* 1. *nh* water-hole 2. *(hài)* hố rượu, vũng rượu

(nơi người ta đến uống rượu đều đặn).

watering-place /'wɔːtəriŋpleis/ *dt* 1. bãi uống nước *(của thú hoang)* 2. *(cũ)* nơi có suối khoáng; nơi nghỉ bên bờ biển.

water-jump /'wɔːtədʒʌmp/ *dt* chỗ nước phải nhảy qua *(trong một cuộc đua ngựa vượt rào...)*.

waterless /'wɔːtəlis/ *tt* không có nước, khô hạn.

water-level /'wɔːtəlevl/ *dt* mực nước.

water-lily /'wɔːtəlili/ *dt (thực)* cây hoa súng.

water-line /'wɔːtəlain/ *dt* món nước: *the load water-line* món nước khi chất hàng; *the light water-line* món nước lúc không chất hàng.

waterlogged /'wɔːtəlɒgd/ *tt* 1. sũng nước *(gỗ)* 2. đầy nước đến mức không nổi được nữa *(con tàu)* 3. úng nước, ngập nước *(đất)*.

Waterloo /,wɔːtə'luː/ *dt* **meet one's Waterloo** x meet[1].

water-main /'wɔːtəmein/ *dt* ống nước chính.

waterman /'wɔːtəmən/ *dt (snh* **watermen** /'wɔːtəmən/) lái đò; chủ tàu; người sống bằng nghề sông nước.

watermark /'wɔːtəmɑːk/ *dt* 1. hình in bóng *(ở tờ giấy, soi lên ánh sáng mới thấy)* 2. ngấn nước *(ở bãi biển, bãi sông...)*.

water-meadow /'wɔːtə,medəʊ/ *dt* cánh đồng định kỳ ngập nước *(do đó có nhiều phù sa và đất tốt)*.

water-melon /'wɔːtə,melən/ *dt (thực)* dưa hấu *(cây, quả)*.

water-mill /'wɔːtəmil/ *dt* cối xay nước.

water pipe /'wɔːtə,paip/ *dt* nh hookah.

water-pistol /'wɔːtəpistl/ *dt* súng phun nước (*đồ chơi trẻ em*).

water-polo /'wɔːtəpəʊləʊ/ *dt* (*thể*) bóng nước.

water power /'wɔːtəpaʊə[r]/ *dt* thủy năng; than trắng.

waterproof¹ /'wɔːtəpruːf/ *tt* không thấm nước: *waterproof fabric* vải không thấm nước.

waterproof² /'wɔːtəpruːf/ *dt* áo mưa.

waterproof³ /'wɔːtəpruːf/ *dgt* làm cho không thấm nước.

water-rate /'wɔːtəreit/ *dt* tiền nước (*phải trả về nước dùng hàng ngày*).

watershed /'wɔːtəʃed/ *dt* **1.** đường phân nước **2.** (*bóng*) bước ngoặt: *Napoleon's retreat from Moscow was a watershed in European history* sự rút lui của Napoleon khỏi Matxcova là một bước ngoặt trong lịch sử Châu Âu.

waterside /'wɔːtəsaid/ *dt* (*số ít*) bờ nước, bờ sông, bờ hồ, bờ biển: *waterside restaurants* tiệm ăn ở bờ nước.

water-ski /'wɔːtəskiː/ *dt* (*snh* **water-skis**) (*thường snh*) ván lướt.

water-skiing /'wɔːtəˌskiːiŋ/ *dt* (*thể*) môn lướt nước.

water-skier /'wɔːtəˌskiə[r]/ *dt* (*thể*) vận động viên lướt nước.

water-softener /'wɔːtəˌsɒfnə[r]/ thiết bị làm mềm nước cứng; chất làm mềm nước cứng.

waterspout /'wɔːtəspaʊt/ *dt* vòi rồng.

water-supply /'wɔːtəsəplai/ *dt* (*thường số ít*) **1.** hệ thống cung cấp nước **2.** khối lượng nước dự trữ để cung cấp.

water-table /'wɔːtəteibl/ *dt* mức nước ngầm: *the water-table was lowered by drought* do hạn hán mức nước ngầm đã hạ thấp.

watertight /'wɔːtətait/ *tt* **1.** kín nước: *watertight compartment* vách ngăn kín nước **2.** không thể bác (*chứng cứ vắng mặt...*) **3.** được thảo chặt chẽ (*hợp đồng...*).

water-tower /'wɔːtəˌtaʊə[r]/ *dt* tháp nước.

waterway /'wɔːtəwei/ *dt* tuyến đường thủy: *canals and rivers from the inland waterways of a country* kênh đào và sông tạo thành tuyến đường thủy nội địa của một nước.

water-wheel /'wɔːtəwiːl/ *dt* bánh xe nước.

water-wings /'wɔːtəˌwiŋz/ *dt* phao tập bơi đeo vai.

waterworks /'wɔːtəwɜːks/ *dt* **1.** hệ thống cung cấp nước **2.** (*dùa, hài*) hệ thống tiết niệu. // **turn on the waterworks** (*kng, xấu*) [bắt đầu] khóc.

watery /'wɔːtəri/ *tt* **1.** loãng, lõng bõng: *watery coffee* cà phê loãng **2.** nhạt, bạc thếch (*màu*) **3.** đẫm nước, sũng nước: *watery eyes* mắt đẫm lệ; *watery clouds* mây sũng nước **4.** chuyển mưa, sắp có mưa: *watery sky* trời chuyển mưa **5.** (*văn*) chìm dưới nước: *the sailors came to a watery grave* thủy thủ chìm nghỉm dưới nước, thủy thủ bị chết đuối.

watt /wɒt/ *dt* (*điện*) oát: *a 60-watt light-bulb* bóng đèn 60 oát.

wattage /'wɒtidʒ/ *dt* công suất tính bằng oát: *a heater that runs on a very low wattage* một bếp lò chạy tốn rất ít điện.

wattle¹ /'wɒtl/ *dt* **1.** phên, liếp **2.** (*thực*) cây keo hoa vàng (*ở Úc*).

wattle² /'wɒtl/ *dt* yếm thịt (*ở cổ gà tây...*).

wattle and daub /ˌwɒtlən'dɔːb/ vách phên trét đất, vách phên trét bùn.

wave¹ /weiv/ *dgt* **1.** nhấp nhô, phấp phới: *the flag waved in the breeze* lá cờ phấp phới trong làn gió nhẹ; *a field of waving corn* một cánh đồng ngô nhấp nhô **2.** gợn sóng, quăn thành làn sóng; *her hair waves naturally* tóc cô ta quăn tự nhiên **3.** vẫy tay gọi, vẫy tay chào; vẫy, vung: *he waved [to us] when he saw us* thấy chúng tôi, anh ta vẫy tay gọi; *they waved farewell* họ vẫy chào từ biệt; *wave a hand* vẫy tay; *wave a sword* vung gươm. // **fly (show; wave) the flag** x flag¹.

wave somebody (something) along (away, on) vẫy tay cho đi (*theo hướng nào đó*): *the policeman waved us on* cảnh sát vẫy tay cho chúng tôi đi tiếp; **wave something aside** gạt bỏ (*một ý kiến phản đối... coi là không quan trọng...*): *their criticisms were waved aside* những lời phê bình của họ đã bị gạt bỏ; **wave something (somebody) down** vẫy (*xe, tài xế*) cho ngừng xe lại.

wave² /weiv/ *dt* **1.** sóng; làn sóng: *the storm whipped up huge waves* cơn bão đã tạo thành những đợt sóng khổng lồ; *waves crashing onto the beach* lớp lớp sóng vỗ vào bờ; *radio waves* sóng radio **2. the waves** biển **3.** sự vẫy tay: *he greeted them with a wave* ông ta vẫy tay chào họ **4.** sự gợn sóng: *her hair has a natural wave* tóc cô ta gợn sóng tự nhiên **5.** làn sóng, cơn: *a wave of anger* một cơn giận; *a wave of enthusiasm* một làn sóng nhiệt tình; *a heatwave* một đợt nóng. // **in waves** từng đợt; lớp lớp: *invaders entered the country in waves* lớp lớp quân xâm lược kéo vào đất nước; **on the crest of a wave** *x* crest.

wave-band /ˈweivbænd/ *dt* dải sóng (radiô).

wavelength /ˈweivleŋθ/ *dt* (lý, radiô) bước sóng. // **on the same wavelength** *x* same[1].

wavelet /ˈweivlit/ *dt* sóng lăn tăn.

waver /ˈweivə[r]/ *dgt* 1. nao núng: *his courage never wavered* lòng can đảm của anh ta không bao giờ nao núng 2. **waver between something and something** do dự, lưỡng lự: *waver between two opinions* lưỡng lự giữa hai ý kiến.

waverer /ˈweivərə[r]/ *dt* người do dự, người lưỡng lự: *the strength of his argument convinced the last few waverers* sức mạnh của lý lẽ của ông ta đã thuyết phục được một số ít người còn lưỡng lự.

waveringly /ˈweivəriŋli/ *pht* [một cách] do dự; [một cách] lưỡng lự.

wavily /ˈweivili/ *pht* như làn sóng.

waviness /ˈweivinis/ *dt* hình làn sóng.

wavy /ˈweivi/ *tt* (-ier; -iest) [có] hình làn sóng: *a wavy line* một đường hình làn sóng; **wavy hair** tóc quăn làn sóng.

wax[1] /wæks/ *dt* 1. (*cg* **beeswax**) sáp ong 2. sáp: *paraffin wax* sáp parafin 3. ráy tai.

wax[2] /wæks/ *dgt* 1. đánh bóng (sàn nhà, đồ gỗ...) bằng sáp 2. bôi sáp, vuốt sáp: *waxed paper* giấy sáp, giấy nến; *waxed thread* chỉ vuốt sáp.

wax[3] /wæks/ *dgt* 1. tròn dần (trăng) 2. (cũ hoặc tu từ)

trở nên: *wax merry* trở nên vui vẻ; *wax indignant* nổi cơn phẫn nộ. // **wax and wane** tròn rồi lại khuyết (mặt trăng); tăng rồi lại giảm.

waxen /ˈwæksn/ *tt* 1. nhợt nhạt: *a waxen face* mặt nhợt nhạt 2. (cổ) bằng sáp.

waxiness /ˈwæksinis/ *dt* sự giống màu sáp.

waxwork /ˈwæksw3ːk/ *dt* 1. hình người nặn bằng sáp 2. **waxworks** nơi trưng bày hình người nặn bằng sáp; viện bảo tàng tượng danh nhân nặn bằng sáp.

waxy /ˈwæksi/ *tt* như sáp, giống màu sáp (nước da...).

way[1] /wei/ *dt* 1. đường, lối đi: *a way across the fields* một con đường qua cánh đồng; *a covered way* một lối đi có mái che; *which way do you usually go to town?* anh thường đi đường nào ra tỉnh? *he asked me the way to London* anh ta hỏi tôi đường đi tới Luân Đôn 2. hướng, phía: *the arrow is pointing the wrong way* mũi tên đó chỉ sai hướng; *look both ways before crossing the road* hãy nhìn cả hai phía trái và phải trước khi qua đường; *which way will you vote?* anh sẽ bỏ phiếu cho phía (cho đảng) nào? 3. (thường số ít) cách: *there are several ways to do it* có nhiều cách làm cái đó; *she spoke in a kindly way* cô ta đã nói một cách tử tế; *I still think my way is better* tôi vẫn nghĩ cách của tôi là tốt hơn; *I don't like the way he looks at me* tôi không thích cái cách nó nhìn tôi; *it is not her way to be selfish* ích kỷ không phải là tính cách (cách xử sự) của cô ta 4. (số ít) (sau long, little...) quãng đường (giữa hai điểm): *we are a long way*

from the coast chúng ta còn cách bờ biển một quãng đường dài; *success is still a long way off* thành công hãy còn xa; *better by a long way* tốt hơn nhiều 5. (số ít) (kng) vùng ở gần: *he lives somewhere Lincoln way* nó ở đâu đấy quanh vùng Lincoln; *please visit us next time you're over this way* lần sau tới vùng này, đến thăm chúng tôi nhé 6. phương diện, mặt: *she is in no way to blame* không có mặt nào khiển trách cô ta được; *the changes are beneficial in some ways but not in others* các thay đổi có lợi về một số phương diện nhưng lại không có lợi về những phương diện khác. // **all the way** suốt lộ trình; **be (be born; be made) that way** [sinh ra] vốn là như thế, tính nết vốn là như thế: *I'm afraid that's just the way he is* tôi e rằng tính nết nó vốn là như thế; **be set in one's ways** không gì làm thay đổi [tính nết, cung cách] được, vốn thế đấy; **by the way** a/ trên đường đi, dọc đường b/ à này; tiện thể; **by way of** a/ bằng đường, qua ngả: *they are travelling to France by way of London* họ đi du lịch sang Pháp qua ngả Luân Đôn b/ như là, coi như, thay vì: *we had some sandwiches by way of a meal* chúng tôi ăn mấy cái bánh xăng-uých trừ bữa c/ với mục đích, với ý định: *by way of introducing himself he showed me his card* với mục đích tự giới thiệu, anh ta đưa cho tôi xem cái danh thiếp của anh **change one's ways** *x* change; **come one's way** xảy đến với: *an opportunity like that doesn't often come my way* một cơ hội như thế ít khi xảy đến với tôi; **cut both** (two) ways đòn xóc hai đầu; lá mặt lá trái: *that argument cuts both ways* lý lẽ đòn xóc hai đầu; **divide (split...) something two (three...) ways** chia nhau giữa hai (ba...) người; **the error of one's (somebody's) ways** x errors; **feel one's way** x feel¹; **find its way to** x find¹; **get into (out of) the way of [doing] something** có (mất) thói quen làm gì; **get (have) one's own way** có được (làm) cái mình muốn mặc dù có sự chống đối: *she always gets her own way in the end* chị ta luôn luôn cuối cùng đạt được cái chị muốn mặc dù có sự chống đối; **give way** đổ vỡ, sụp đổ: *the bridge gave way under the weight of the lorry* chiếc cầu sụp đổ dưới sức nặng của chiếc xe tải; *her legs suddenly gave way and she fell to the floor* chân bà bỗng nhiên khuỵu xuống và bà ngã ra sàn; **give way [to somebody (something)]** a/ nhường đường; nhường: *give way to traffic coming from the right* nhường đường cho xe cộ từ bên phải tới b/ chịu thua: *give way to despair* đành chịu thất vọng c/ nhượng bộ: *we must not give way to their demands* chúng ta không được nhượng bộ trước những yêu sách của họ; **give way to something** nhường chỗ cho cái gì, được thay thế bằng cái gì: *the storm gave way to bright sunshine* cơn bão đã nhường chỗ cho ánh nắng sáng chói; **go far (a long way)** x far²; **go far (a long way) to do something (towards something)** x far²; **go out of one's way [to do something]** cất công; chịu khó [làm gì]: *the shop assistant went out of his way to find what we needed* người bán hàng đã chịu khó tìm những thứ

chúng tôi cần; **go one's own way** (cũ) làm theo ý mình: *whatever you suggest, she will always go her own way* anh có gợi ý gì chăng nữa, cô ta vẫn cứ luôn luôn làm theo ý mình; **go one's way** (cũ) ra đi; **go somebody's way** a/ đi cùng hướng với ai: *I'm going your way so I can give you a lift* tôi đi cùng hướng với anh nên có thể cho anh đi nhờ xe b/ thuận lợi cho ai: *things certainly seem to be going our way* mọi sự xem chừng như chắc chắn sẽ thuận lợi cho chúng ta; **go the way of all flesh** [sống và] chết như mọi người; gian nan đau khổ như mọi người; **the hard way** x hard¹; **have come a long way** x long¹; **have (want) it (things both ways)** x both¹; **have it (things; everything) one's own way** muốn bắt người khác theo ý mình tùy ý, muốn làm sao thì làm: *all right, have it your own way, I'm tired of arguing!* thôi được, muốn làm sao thì làm, tranh cãi mãi tớ chán lắm rồi!; **have a way with one** có sức lôi cuốn, có sức thuyết phục; **have a way with somebody (something)** có biệt tài giải quyết công việc (với ai, về vụ việc gì): *have a way with difficult chidren* có biệt tài ứng xử với những đứa trẻ khó tính; *have a way of motor bikes* có biệt tài sử dụng xe gắn máy; **in a bad way** a/ bị ốm nặng; gặp rắc rối nghiêm trọng b/ (kng) say rượu hẳn đi rồi; **in a big (small) way** trên quy mô lớn (nhỏ); **in a fair way to do something** x fair¹; **in the family way** x family; **in more ways than one** hiểu theo nhiều nghĩa; *he is a big man, in more ways than one* ông ta là một ông lớn, hiểu theo nhiều nghĩa; **in a way;**

in one way; in some ways trong chừng mực nào đấy (chứ không hoàn toàn): *the changes are an improvement in one way* những thay đổi đó trong chừng mực nào đấy là một sự cải thiện; **in the ordinary way** x ordinary; **in one's own sweet way** x sweet¹; **in the way** cản đường, làm vướng; *I left them alone, as I felt I was in the way* tôi để họ một mình, vì tôi có cảm tưởng là đang làm vướng họ; **know one's way around** x know; **lead the way** x lead³; **a little something goes a long way** x little; **look the other way** tránh mặt, tránh nhìn: *the usherette looked the other way so that the children could get into the cinema without paying* chị xếp chỗ nhìn ra chỗ khác khiến tụi trẻ vào rạp chiếu bóng mà không phải mua vé; **lose one's way** x lose; **make one's way [to (towards) something]** đi; *I'll make my way home now* tôi đi về nhà bây giờ đây; **make way [for somebody (something)]** để cho qua, nhường bước cho; **mend one's way** x mend; **not know where (which way) to look** x know; **[there are] no two ways about it** chỉ có một cách duy nhất thích hợp với cái đó; **no way** (kng) không đời nào: *no way will I go on working for that man* không đời nào tôi lại tiếp tục làm việc cho lão ấy; **one way and another** nhìn chung: *she's been very successful, one way and another* nhìn chung chị ta đã rất thành công; **one way or another** bằng cách này hay cách khác: *we must finish the job this week one way or another* bằng cách này hay cách khác tuần này phải làm xong công việc đó; **on one's (the) way** đi, đến;

trên đường đi, trên đường về: *I had better be on my way soon* tốt hơn là tôi nên đi sớm; *I'll buy some bread on the (my) way home* tôi sẽ mua ít bánh mì trên đường đi về nhà; **on the way** (kng) đang mang thai trong bụng mẹ, chưa sinh (*cháu bé*): *she has two children with another one on the way* bà ta có hai con và một cháu nữa còn mang thai trong bụng; **on the way out** a/ lúc ra đi: *I bumped into him on the way out* lúc ra đi tôi đâm sầm vào nó b/ (*bóng*) trở nên lỗi thời; **the other way round** a/ đảo ngược lại, lộn ngược b/ trái ngược với cái đang mong chờ, ngược lại: *I was accused of stealing money from her but in fact it was the other way round* tôi bị buộc tội là ăn cắp tiền của cô ta nhưng thực ra thì là ngược lại; **out of harm's way** x harm¹; **out of the way** a/ xa thành thị, hẻo lánh b/ đặc biệt, khác thường; **a (the) parting of the way** x parting; **pave the way for something** x pave; **pay one's (its) way** x pay²; **point the way** x point²; **put somebody in the way of [doing] something** tạo cơ hội cho ai làm gì; **see one's way [clear] to doing something** thấy có thể làm cái gì; *I can't see my way clear to finishing the work this year* tôi không thấy là có thể hoàn thành công việc trong năm nay; **see which way the wind is blowing** xem cái gì sẽ xảy ra; **show the way** x show²; **[not] stand in somebody's way** [không] ngăn cản ai làm gì: *if you want to study medicine, we won't stand in your way* nếu em muốn học y thì anh chị sẽ không ngăn cản em; **take the easy way out**

x easy; **that's the way the cookie crumbles** (kng, Mỹ) tình hình là thế đấy, không làm gì được đâu; **to my way of thinking** theo ý tôi; **under way** đang tiến triển: *the project is now well under way* đề án hiện nay đang tiến triển tốt; **wait for the cat to jump (to see which way the cat jumps)** x wait¹; **a (somebody's) way of life** lối sống: *she adapted easily to the French way of life* cô ta thích nghi dễ dàng với lối sống Pháp; **the way of the world** thói đời; **where there is a will, there is a way** x will⁴; **work one's way [through college...]** vừa đi học vừa đi làm: *she had to work her way through law school* cô ta vừa đi làm vừa đi học luật; **work one's way through something** đọc (làm) cái gì từ đầu đến cuối: *the board are still working their way through the application forms* ban giám đốc còn cứu xét cho hết các đơn xin việc; **work one's way up** được thăng cấp, được đề bạt: *he has worked his way up from junior clerk to managing director* từ một chân thư ký quèn, anh ta đã được đề bạt lên làm giám đốc quản lý.

way² /wei/ pht (kng) (dùng với gt, pht và không ở dạng phủ định) rất xa: *she finished the race way ahead of the other runners* chị ta về đầu cuộc chạy đua, bỏ rất xa các tay đua khác; *the initial estimate was way out* sự ước đoán ban đầu đã quá xa thực tế. // **way back** cách đây đã lâu rồi: *I first met him way back in the eighties* tôi gặp anh ta lần đầu tiên cách đây đã lâu, vào những năm tám mươi kia.

way-bill /'wei,bil/ dt (gthông) vận đơn.

wayfarer /'wei,feərə[r]/ dt người đi bộ đường xa.

wayfaring /'wei,feəriŋ/ tt đi bộ đường xa: *a wayfaring man* một người đi bộ đường xa.

waylaid /,wei'leid/ qk và đttqk của waylay.

waylay /,wei'lei/ đgt (way-laid) mai phục; đón đường (để tấn công, để xin xỏ...): *the patrol was waylaid by bandits* đội tuần tra bị cướp đón đường; *he waylaid me with a request for a loan* nó đón đường tôi để hỏi vay tiền.

way-out /,wei'aut/ tt (kng) kỳ cục: *way-out clothes* quần áo kỳ cục.

ways /weiz/ dt **1.** thói quen: *we all have our funny little ways* chúng ta đều có những thói quen nho nhỏ rất buồn cười **2.** quãng đường: *we've a long way to go yet* chúng tôi còn có một quãng đường dài phải đi nữa.

-ways (tiếp tố tạo thành tt và pht) theo hướng: *lengthways* theo chiều dọc.

ways and means /,weiz ən 'mi:nz/ **1.** cách, phương pháp (thường là không bình thường hoặc bí ẩn): *these addicts seem to have ways and means of getting the drugs they need* mấy tay nghiện xem vẻ như có cách xoay được thuốc mà chúng cần **2.** cách tạo được tiền cần cho sự hoạt động (của một chính phủ...).

wayside /'weisaid/ dt bờ đường, lề đường: *a wayside inn* quán hàng ở bờ đường. // **fall by the wayside** thất bại trong cuộc đời; sa vào con đường bất lương.

wayward /'weiwəd/ tt ngang ngạnh, bướng bỉnh: *a wayward child* đứa bé bướng bỉnh.

waywardness /'weiwədnis/ *dt* tính ngang ngạnh, tính bướng bỉnh.

WC /,dʌblju:'si/ **1.** (*vt của* water-closet) nhà xí **2.** (*vt của* West Central) trung tâm phía Tây: *WC London 2B 4PH* trung tâm tây Luân Đôn 2B 4PH (*mã số bưu điện*).

WCC /,dʌblju:si:'si:/ (*vt của* World Council of Churches) Hội đồng Giáo hội thế giới.

W/Cdr (*vt của* Wing Commander) trưởng phi đội không quân (*không quân hoàng gia Anh*).

we /wi:/ *dt* **1.** chúng tôi, chúng ta: *why don't we go and see it?* sao chúng ta lại không đi xem nhỉ **2.** (*dùng thay cho I khi vua, nữ hoàng, giáo hoàng hay người viết bài trên báo ngỏ lời với dân chúng*) **3.** bọn ta (*dùng khi nói với trẻ em, người ốm để tỏ sự ân cần*): *and how are we feeling today?* sao hôm nay bọn ta cảm thấy thế nào?

WEA /,dʌblju:i:ei/ (*vt của* Workers' Educational Association*) Hiệp hội Giáo dục công nhân.

weak[1] /wi:k/ *tt* (**-er; -est**) **1.** yếu: *she was still weak after her illness* sau trận ốm chị ta hãy còn yếu; *the supports were too weak for the weight of the load* vật chống đỡ quá yếu đối với tải trọng; *a weak team* một đội yếu; *a weak currency* một đồng tiền yếu, *weak sight* thị lực yếu; *weak argument* lý lẽ yếu; *a weak light* ánh sáng yếu; *she is weak in arithmetic* cô ta yếu về số học **2.** loãng, nhạt: *weak tea* nước trà loãng **3.** (*ngôn*) tạo thành thời quá khứ bằng cách thêm tiếp tố (*ví dụ* walk, walked, *chứ không thay đổi*

nguyên âm *như* run, ran). // **weak at the knees** (*kng*) muốn quy xuống: *the shock made me go all weak at the knees* cú sốc làm cho tôi muốn quy xuống; **weak in the head** (*kng*) ngốc nghếch, ngốc: *you must be weak in the head if you believe that* nếu anh tin điều đó, anh thật là ngốc nghếch; **a weak moment** một phút yếu đuối: *in a weak moment I agreed to pay for her holiday* trong một phút yếu đuối tôi đã đồng ý trả tiền cho chuyến đi nghỉ của cô ta.

weak[2] /wi:k/ *dt* **the weak** kẻ yếu (*dgt snh*) *the struggle of the weak against their oppressors* cuộc đấu tranh của kẻ yếu chống bọn áp bức họ.

weaken /'wi:kən/ *dgt* **1.** làm yếu đi, làm suy yếu: *they watched her gradually weaken as the disease progressed* họ theo dõi chị ta dần dần yếu đi khi bệnh gia tăng; *the dollar has weakened in international currency trading* đồng đôla suy yếu đi trên thị trường tiền tệ quốc tế **2.** dao động: *they have not yet agreed to our requests but they are clearly weakening* họ chưa đồng ý với yêu cầu của chúng ta nhưng rõ ràng họ đang dao động.

weaker sex /'wi:kəseks/ **the weaker sex** phái yếu (*nay coi như xúc phạm đối với phụ nữ*).

weak form /'wi:kfɔ:m/ *dt* dạng yếu, dạng không nhấn mạnh (*khi phát âm*).

weakling /'wi:kliŋ/ *dt* (*xấu*) người bạc nhược (*về thể chất cũng như tinh thần*).

week-kneed *tt* thiếu cương quyết; thiếu can đảm.

weakly /'wi:kli/ *pht* [một cách] yếu ớt: *smile weakly* mỉm cười yếu ớt.

weak-minded /,wi:k'maindid/ *tt* **1.** thiếu cương quyết, thiếu quyết tâm **2.** đần.

weak-mindedly /,wi:k'maindidli/ *pht* **1.** [một cách] thiếu cương quyết, [một cách] thiếu quyết tâm **2.** [một cách] đần độn.

weak-mindedness /,wi:k'maindidnis/ *dt* **1.** sự thiếu cương quyết, sự thiếu quyết tâm **2.** sự đần độn.

weakness /'wi:knis/ *dt* **1.** sự yếu, sự yếu ớt **2.** điểm yếu: *we all have our weaknesses* chúng ta ai cũng có những điểm yếu riêng **3.** sở thích ngông, (*kng*) máu: *have a weakness for fast cars* có sở thích ngông (có máu) lái xe với tốc độ nhanh.

weal /wi:l/ *dt* lằn roi.

wealth /welθ/ *dt* **1.** sự giàu có; của cải: *a man of great wealth* một người rất giàu có; *wealth had not brought them happiness* của cải không mang lại hạnh phúc cho họ **2. wealth of something** (*số ít*) sự phong phú, sự dồi dào: *a book with a wealth of illustrations* cuốn sách có hình minh họa phong phú.

wealthily /'welθili/ *pht* [một cách] giàu có.

wealthy /'welθi/ *tt* (**-ier; -iest**) giàu có.

wean /wi:n/ *dgt* **1.** cai sữa (*một em bé*) **2.** làm cho cai dần: *wean somebody [away] from drinking* làm cho ai cai rượu dần.

weapon /'wepən/ *dt* vũ khí (*den, bóng*): *armed with weapons* được trang bị vũ khí; *chemical weapons* vũ khí hóa học: *the newspapers use their sensational stories as a weapon in the bid to gain readers* báo chí sử dụng những chuyện giật gân [như là vũ khí] để cố gắng thu hút bạn đọc.

weaponry /'wepənri/ *dt* [các] vũ khí: *an arsenal of sophisticated weaponry* một kho những vũ khí tinh xảo.

wear[1] /weə[r]/ *dt* **1.** sự mang, sự mặc, sự đội: *a suit for everyday wear* bộ quần áo để mặc hàng ngày **2.** *(thường ở dạng ghép)* quần áo, giày dép, mũ nón...: *children's wear* quần áo trẻ em; *menswear* quần áo nam; *underwear* quần áo lót; *footwear* giày dép **3.** sự mòn: *these shoes are showing [signs of] wear* những đôi giày này tỏ vẻ đã mòn rồi **4.** khả năng còn dùng được: *there is still a lot of wear left in that old coat* chiếc áo cũ này còn mặc được khá lâu nữa. // **the worse for wear** x worse.

wear[2] /weə[r]/ *dgt* **(wore, worn) 1.** mang, mặc, đội: *wear a coat* mặc áo khoác; *wear a hat* đội mũ; *wear a watch* đeo đồng hồ; *she was wearing sun-glasses* cô ta đeo kính râm; *she wears her hair long* cô ta để tóc dài **2.** có vẻ mặt, có vẻ, tỏ vẻ: *his face wore a puzzled frown* anh ta tỏ vẻ chau mày bối rối; *the house wore a neglected look* ngôi nhà có vẻ bị bỏ bê **3.** *(kng)* (trong câu hỏi hoặc câu phủ định) chấp nhận, chịu đựng: *he wanted to sail the boat alone but his parents wouldn't wear it* nó muốn điều khiển thuyền một mình nhưng bố mẹ nó không chấp nhận **4.** mòn, hư, sờn: *that coat is starting to look worn* chiếc áo choàng đó đã bắt đầu có vẻ sờn; *the stone had been worn smooth by the constant flow of water* dòng

nước chảy liên tục đã làm mòn nhẵn các tảng đá **5.** dùng bền: *you should choose a fabric that will wear well* anh nên chọn mặt hàng vải nào dùng bền. // **wear one's heart on one's sleeve** để lộ rõ tình cảm của mình, ruột để ngoài da; **wear thin** lụi tàn đi; bắt đầu nhạt dần: *my patience is beginning to wear thin* lòng kiên nhẫn của tôi bắt đầu lụi tàn đi; **wear the pants (trousers)** *(thường xấu)* cầm cương trong gia đình: *it's quite clear who wears the trousers in that house* ai cầm cương trong gia đình đó, điều ấy đã quá rõ ràng.

wear something away dùng hỏng, dùng mòn *(vật gì)*: *the inscription on the coin had worn away* chữ trên đồng tiền đã mòn mất rồi; **wear [something] down** bé dần, mỏng dần: *the tread on the tyres has [been] worn down to a dangerous level* ta-lông lốp xe đã mỏng dần tới mức nguy hiểm; **wear somebody (something) down** làm tiêu hao dần *(bằng cách liên tục tấn công làm căng thẳng thần kinh...)*: *she was worn down by overwork* làm việc quá mức đã làm cho chị ta tiêu hao dần sức lực; *the strategy was designed to wear down the enemy's resistance* chiến thuật là nhằm làm cho sức kháng cự của quân địch tiêu hao dần; **wear [something] off** [làm cho] mất dần, xóa dần: *the dishwasher has worn the glaze off the china* máy rửa bát đã làm mờ dần nước men đồ sứ; *the pain is slowly wearing off* nỗi đau đang dần dần dịu đi; **wear on** buồn tẻ trôi qua *(thời gian)*: *his life was wearing on towards its close* cuộc đời ông ta buồn tẻ trôi đi đến chỗ kết

thúc; **wear [something] out** dùng cho đến xác xơ, dùng cho đến kiệt quệ: *I wore out two pairs of boots on the walking tour* tôi đã đi mòn xác xơ hai đôi ủng trong chuyến đi bộ đó; *her patience had (was) at last worn out* cuối cùng lòng kiên nhẫn của bà ta cũng đến kiệt quệ; **wear somebody out** làm ai kiệt sức, làm ai mệt lử: *they were worn out after a long day spent working in the fields* họ mệt lử sau một ngày dài làm việc ngoài đồng.

wearable /'weərəbl/ *tt* mặc được, mặc thích hợp, mang được, đội được: *wardrobe full of clothes that are no longer wearable* một tủ áo đầy quần áo không còn mặc được nữa.

wear and tear /,weə[r]ən-'teə[r]/ sự hao mòn và hư hỏng do sử dụng bình thường: *the insurance policy does not cover damage caused by normal wear and tear* hợp đồng bảo hiểm không bao gồm các thiệt hại về hao mòn và hư hỏng do sử dụng bình thường.

wearer /'weərə[r]/ *dt* người mang, người mặc, người đội: *these shoes will damage the wearer's feet* giày này sẽ làm đau chân người mang.

wearily /'wiərili/ *pht* **1.** [một cách] mệt mỏi **2.** [một cách] chán ngấy.

weariness /'wiərinis/ *dt* **1.** sự mệt mỏi **2.** sự chán ngấy.

wearing /'weəriŋ/ *tt* làm mệt mỏi: *the old lady finds shopping very wearing* bà cụ cảm thấy đi mua hàng là một công việc rất mệt nhọc.

wearisome /'wiərisəm/ *tt* **1.** làm mệt mỏi, mệt nhọc: *a wearisome job* một công việc mệt nhọc **2.** chán, tẻ nhạt.

W

weary[1] /'wɪəri/ *tt* (-ier; -iest) 1. mệt mỏi, rã rời: *weary in body and mind* mệt mỏi thể chất và tinh thần; *they felt weary after all their hard work* họ cảm thấy rã rời sau tất cả công việc nặng nhọc họ đã làm 2. chán, chán ngấy: *weary of his complaints* chán ngấy về những lời than phiền của nó.

weary[2] /'wɪəri/ *dgt* 1. làm cho phát chán, làm cho sốt ruột: *she was wearied by the constant noise* chị ta phát chán về tiếng ồn không ngớt đó 2. (+ of) chán, chán ngấy: *you will soon weary of living abroad* chẳng bao lâu anh sẽ chán sống ở nước ngoài.

weasel[1] /'wi:zl/ *dt* (động) con chồn.

weasel[2] /'wi:zl/ *dgt* **weasel out [of something]** (Mỹ, kng) lẩn tránh: *weasel out of a responsibility* lẩn tránh một trách nhiệm.

weasel word /'wi:zl wɜ:d/ (Mỹ, kng) lời nói thoái thác.

weather[1] /'weðə[r]/ *dt* thời tiết: *cold weather* thời tiết lạnh; *wet weather* thời tiết ẩm; *we shall play the match tomorrow, weather permitting* nếu thời tiết cho phép chúng tôi sẽ thi đấu ngày mai. // **in all weathers** trong mọi thời tiết; **keep a weather eye on** cảnh giác đề phòng; **make heavy weather of something** x heavy; **under the weather** (kng) không khỏe; chán nản: *she's a bit under the weather recently* gần đây cô ta không được khỏe lắm.

weather[2] /'weðə[r]/ *tt* (thngữ) về phía có gió: *on the weather side* ở phía có gió.

weather[3] /'weðə[r]/ *dgt* 1. để ra ngoài trời cho khô (gỗ) 2. để cho mưa nắng làm đổi màu (đổi hình dạng): *teak weathers to a greyish colour* gỗ tếch bị mưa nắng làm đổi thành màu ghi 3. vượt qua được; còn sống sót: *weather a crisis* vượt qua được cơn khủng hoảng; *weather a storm* còn sống sót sau cơn bão 4. căng buồm vượt qua, thừa gió vượt qua: *the ship weathered the cape* con tàu thừa gió vượt qua mũi đất.

weather-beaten /'weðə,bi:tn/ *tt* sạm nắng (da): *the weather-beaten face of an old sailor* khuôn mặt sạm nắng của ông thủy thủ già.

weather-board /'weðəbɔ:d/ *dt* 1. ván tường 2. tấm lá sách (ở cửa).

weather-boarding /'weðəbɔ:diŋ/ *dt* (Mỹ **clapboard**) ván tường.

weather-bound /'weðəbaʊnd/ *tt* bị thời tiết ngăn trở.

weather-chart /'weðətʃa:t/ *dt* bản đồ thời tiết.

weather-cock /'weðəkɒk/ *dt* chong chóng để xem hướng gió.

weather forecast /'weðə,fɔ:ka:st/ bản dự báo thời tiết.

weatherman /'weðəmən/ *dt* (snh **weathermen**) (kng) người dự báo thời tiết (trên đài, trên TV).

weatherproof[1] /'weðəpru:f/ *tt* chịu được nắng mưa: *weatherproof shelter* nơi trú ẩn chịu được nắng mưa.

weatherproof[2] /'weðəpru:f/ *dgt* làm cho (một chất liệu) chịu được nắng mưa.

weather-station /'weðə,steɪʃn/ *dt* trạm khí tượng.

weather-vane /'weðəveɪn/ *dt* chong chóng để xem hướng gió.

weave[1] /wi:v/ *dgt* (**wove** hay **weaved** ở nghĩa 5; **woven**) 1. dệt: *cloth woven with silk and wool* vải dệt bằng tơ và len; *she had been taught to weave as a child* chị ta đã học đứng máy dệt từ hồi còn nhỏ 2. đan: *weave a basket from strips of willow* đan cái rổ bằng cành liễu 3. bện, kết: *weave a garland out of primroses* kết một vòng hoa bằng hoa báo xuân 4. thêu dệt; bày đặt: *weave a plot* bày đặt ra một âm mưu 5. lách qua, len lỏi: *weave [one's way] through a crowd* lách qua đám đông. // **get weaving [on something]** (Anh, kng) bắt tay khẩn trương vào việc: *the work must be finished this week, so we'd better get weaving* công việc tuần này phải xong, vì vậy ta phải bắt tay khẩn trương vào.

weave[2] /wi:v/ *dt* kiểu dệt: *a loose weave* kiểu dệt thưa; *a tight weave* kiểu dệt sít; *a diagonal weave* kiểu dệt chéo.

weaver /'wi:və[r]/ *dt* 1. thợ dệt 2. (cg **weaver-bird**) chim dệt.

web /web/ *dt* 1. mạng: *spider's web* mạng nhện 2. (bóng) mạng lưới, mớ: *a web of lies* một mớ những lời nói dối; *a web of intrigue* một mạng lưới mưu đồ 3. màng da (ở chân vịt) 4. cuộn giấy in.

webbed /webd/ *tt* có màng da (ở chân): *webbed foot* chân có màng da.

webbing /'webiŋ/ dải vải làm mặt ghế; dải vải làm thắt lưng...

web-footed /,web'fʊtid/ *tt* có chân màng.

web-toed /,web'təʊd/ *tt nh* web-footed.

W

we'd /wi:d/ **1.** (*dạng rút gọn của* we had) *x* have **2.** (*dạng rút gọn của* we would) *x* will[1], would[1].

wed /wed/ *dgt* (**wedded** hoặc **wed**) (*cũ*) (*không dùng ở thì tiếp diễn*) kết hôn; gả chồng cho, cưới vợ cho: *rock star to wed top model* ngôi sao nhạc rốc kết hôn với siêu người mẫu (*dầu đề một bài báo...*).

Wed (*cg* **Weds**) (*vt của* Wednesday) thứ tư: *Wed 4 May* thứ tư 4 tháng 5.

wedding /'wediŋ/ *dt* lễ cưới: *a wedding present* quà cưới.

wedding breakfast /'wediŋ‚brekfəst/ tiệc cưới.

wedding-cake /'wediŋkeik/ *dt* bánh cưới.

wedding-ring /'wediŋriŋ/ *dt* nhẫn cưới.

wedge /wedʒ/ *dt* **1.** cái nêm **2.** vật hình nêm: *a wedge of cake* một góc bánh hình nêm (*hình chữ V*). // **drive a wedge between A and B** *x* drive[1]; **the thin end of the wedge** *x* thin.

wedlock /'wedlɒk/ *dt* sự kết hôn: *born out of wedlock* đẻ ngoài giá thú (*con hoang*).

Wednesday /'wenzdi/ *dt* (*vt* Wed, Weds) thứ tư.

wee[1] /wi:/ *tt* **1.** (*Ê-cốt*) nhỏ: *the poor wee fellow* anh chàng nhỏ bé tội nghiệp **2.** (*kng*) một chút, chút xíu: *we'll be a wee bit late, I'm afraid* tôi e ta sẽ hơi trễ một chút.

wee[2] /wi:/ (*cg* **wee-wee**) *dgt* (*kng*) đi tè, đi đái (*tiếng trẻ em hay dùng để nói về trẻ em*).

wee[3] /wi:/ (*cg* **wee-wee**) *dt* (*kng*) sự đi tè, sự đi đái: *do [a] wee-wee* đi tè.

weed[1] /wi:d/ *dt* **1.** cỏ dại **2.** (*kng, xấu*) người gầy gò ốm yếu **3.** người mềm yếu, người

bạc nhược **4.** (*kng*) (*số ít*) (**the weed**) (*cũ hoặc dùa*) thuốc lá **5.** (*kng*) cần sa.

weed[2] /wi:d/ *dgt* **1.** nhổ cỏ, giẫy cỏ **2.** **weed something (somebody) out** loại bỏ: *weed out the weakest saplings* loại bỏ những cây con yếu nhất.

weed-killer /'wi:d‚kilə[r]/ *dt* thuốc diệt cỏ.

weeds /wi:dz/ *dt snh* quần áo đại tang (*của người đàn bà góa*).

weedy /'wi:di/ *tt* (**-ier; -iest**) **1.** đầy cỏ dại **2.** (*kng*) gầy gò ốm yếu: *a weedy young man* một thanh niên gầy gò ốm yếu.

week /wi:k/ *dt* tuần lễ, tuần: *what day of the week is it?* hôm nay là ngày thứ mấy trong tuần?; *a week ago today* cách đây một tuần; *they never have time to go to the cinema during the week* suốt tuần (*những ngày họ đi làm*) họ không có thì giờ đi xem chiếu bóng; *a 35-hour week* tuần làm việc 35 giờ. // **this day week** *x* day; **today (tomorrow, Monday etc...) week** bảy ngày sau kể từ hôm nay (*ngày mai, thứ hai v.v...*); **week after week** tuần này qua tuần khác, liên tục trong nhiều tuần: *week after week the drought continued* cơn hạn kéo dài tuần này qua tuần khác; **week in, week out** tuần nào cũng vậy; *every Sunday, week in, week out, she writes to her parents* tuần nào cũng vậy, cứ chủ nhật là cô ta viết thư cho bố mẹ; **a week last Monday (yesterday...)** cách bảy ngày tính từ thứ hai vừa qua (*từ hôm qua...*): *it was a week yesterday [that] we heard the news* chúng tôi nghe tin đó đã bảy ngày tính từ hôm qua.

weekday /'wi:kdei/ *dt* ngày thường (*trừ chủ nhật và đôi khi cả thứ bảy nữa*): *I only work on weekdays, not at weekends* tôi chỉ làm việc các ngày thường trong tuần, không làm vào kỳ cuối tuần.

weekend[1] /‚wi:k'end, (*Mỹ* 'wi:kend/ *dt* kỳ [nghỉ] cuối tuần (*bao gồm ngày thứ bảy và chủ nhật*): *spend the weekend at home* nghỉ cuối tuần ở nhà.

weekend[2] /‚wi:k'end, (*Mỹ* 'wi:kend/ *dgt* (*thường ở thì tiếp diễn*) đi nghỉ cuối tuần; đi thăm cuối tuần: *they're weekending at the seaside* họ đi nghỉ cuối tuần ở bờ biển.

weekender /‚wi:k'endə[r], 'wi:kendə[r]/ *dt* người đi nghỉ cuối tuần; khách nghỉ cuối tuần: *they don't live here, they're only weekenders* họ không ở tại đây, họ chỉ là khách nghỉ cuối tuần.

weeny /'wi:ni/ *tt* (**-ier; -iest**) (*kng*) nhỏ xíu.

weep[1] /wi:p/ *dgt* (**wept**) **1.** khóc: *weep for joy*: khóc vì vui mừng; *a mother weeping over the death of her child* người mẹ khóc cái chết của con mình; *weep tears of joy* khóc những giọt nước mắt sung sướng **2.** chảy nước (*vết thương*): *the sore is weeping* vết đau đang chảy nước.

weep[2] /wi:p/ *dt* sự khóc, trận khóc: *a good weep would probably make you feel better* khóc một trận có lẽ sẽ làm cho anh cảm thấy dễ chịu hơn.

weeping /'wi:piŋ/ *tt* có cành rủ: *a weeping willow* cây liễu rủ.

weepy /'wi:pi/ *tt* (**-ier; -iest**) **1.** muốn khóc, dầm lệ: *she is still feeling weepy* cô ta hãy còn muốn khóc **2.** làm cho người ta muốn khóc, lâm ly: *a weepy ending* một kết cục lâm ly *(phim truyện...)*.

weevil /'wiːvl/ *dt* con mọt thóc, con mọt ngũ cốc.

wef /'dʌbljuːiːˈef/ *(thương)* (*vt của* with effect from) có hiệu lực từ: *wef 1 May 1986* có hiệu lực từ 1 tháng 5 năm 1986.

weft /weft/ *dt* **the weft** (số ít) *(dệt)* sợi ngang, sợi khổ.

weigh /wei/ *dgt* **1.** cân: *he weighed himself on the bathroom scales* nó cân trên bàn cân trong buồng tắm; *he weighed the stone in his hand* nó nhấc hòn đá trong bàn tay ước lượng xem nặng bao nhiêu **2.** cân nặng: *he weighed 60 kilos* nó cân nặng 60 kí **3.** cân nhắc: *weighing the pros and cons* cân nhắc lợi hại; *weigh one plan against another* cân nhắc một kế hoạch này so với một kế hoạch khác; *weigh [up] the consequences of an action* cân nhắc kỹ hậu quả của một hành động **4.** có tác dụng, có ảnh hưởng: *his criminal record weighed heavily against him* tiền án phạm tội của nó có ảnh hưởng nặng nề chống lại nó; *her past achievements weighed in her favour as a candidate* những thành tựu trong quá khứ của bà ta có tác dụng hỗ trợ cho bà ta trên cương vị là một ứng cử viên. // **weigh anchor** nhổ neo; **weigh the evidence** cân nhắc chứng cứ xem có lợi, có hại như thế nào *(đối với ai, đối với việc gì)*; **weigh a ton** *(kng)* rất nặng: *these cases weigh a ton, what have you got in them?* các thùng này rất nặng, anh bỏ gì trong đó thế? **weigh one's words** cân nhắc lời nói.

weigh somebody (something) down làm oằn xuống, làm trĩu xuống: *the branches were weighed down with ripe apples* cành táo oằn xuống dưới sức nặng của quả chín; **weigh somebody down** đè nặng lên ai, làm cho ai lo âu: *the responsibilities of the job are weighing her down* trách nhiệm của công việc đè nặng lên bà ta, làm bà lo âu; **weigh in [at something]** *(thể)* được cân trước khi thi đấu *(đô kẻ, võ sĩ quyền Anh...)*; **weigh in (with something)** *(kng)* tham gia một cuộc thảo luận bằng một lời lẽ có sức thuyết phục: *at that point, the chairman weighed in with a strong defence of company policy* về điểm này, ông chủ tịch đã lên tiếng bảo vệ một cách có sức thuyết phục chính sách của công ty; **weigh on somebody (something)** đè nặng lên làm lo âu: *the responsibilities weigh [heavily] on him* trách nhiệm đè nặng lên ông ta làm ông ta lo âu; **weigh something out** cân *(một lượng chất gì)*: *weigh out all the ingredients before you start making the cake* cân từng thành phần pha chế trước khi bắt đầu làm bánh.

weighbridge /'weibridʒ/ *dt* [cái] cân cầu đường.

weigh-in /'weiin/ *dt* (*snh* **weigh-ins**) *(thường số ít)* sự cân *(vận động viên, giô-kê)* trước khi thi đấu.

weighing-machine /'weiɪŋməʃiːn/ *dt* cân máy.

weighing-scale /'weiɪŋskeil/ *dt* [cái] cân đĩa.

weight¹ /weit/ *dt* **1.** trọng lượng, sức nặng: *that man is twice my weight* người này nặng gấp đôi tôi; *he has grown both in height and weight* nó đã phát triển cả về chiều cao lẫn trọng lượng; *be sold by weight* bán theo cân; *the weight of the overcoat made it uncomfortable to wear* chiếc áo khoác nặng làm cho ta mặc nó cảm thấy khó chịu **2.** *(lý)* trọng lực; trọng lượng riêng **3.** [hệ thống] đơn vị trọng lượng **4.** quả cân: *set of weights* bộ quả cân **5.** cái chặn giấy **6.** *(ktrúc, kỹ)* tải trọng, sức nặng: *the pillars have to support the weight of the roof* cột phải chịu tải trọng của mái **7.** gánh nặng: *the news that he was safe was a weight off her mind* cái tin anh ta được an toàn vô sự đã cất được gánh nặng khỏi tâm trí chị **8.** tầm quan trọng; mức ảnh hưởng: *recent events give added weight to their campaign* các biến cố mới đã tăng thêm tầm quan trọng cho chiến dịch của họ. // **be (take) a weight (a load) off somebody's mind** *x* mind; **carry weight** *x* carry; **lose (take off) weight** xuống cân; **over (under) weight** quá (không đủ) nặng; **pull one's weight** *x* pull²; **put on weight** lên cân, mập ra: *he's put on a lot of weight since he gave up smoking* từ khi nó bỏ thuốc lá, nó mập ra nhiều; **take the weight off one's feet** *(kng)* ngồi xuống; **throw one's weight about (around)** *(kng)* tỏ thái độ kiêu căng ngạo mạn; **weight of numbers** sức mạnh, ảnh hưởng của số đông: *they won the argument by sheer weight of numbers* họ đã thắng cuộc tranh luận do sức mạnh của số đông; **worth one's (its) weight in gold** *x* worth.

weight² /weit/ *dgt* **1.** buộc thêm vật nặng vào; *the net is weighted to keep it below the surface of the water* lưới được buộc thêm chì để giữ nó ở dưới mặt nước **2.** xử lý *(vải, với chất khoáng)* cho nặng hơn, chắc hơn **3.** tạo điều kiện hỗ trợ ai, với ý thiên vị ai: *a law weighted towards (in favour of) those owning lands* đạo luật đưa ra với ý thiên vị những người sở hữu đất.

weight somebody down (with something) chất nặng lên ai: *she was weighted down with parcels* cô ấy bị nhiều gói hàng đè nặng lên người.

weightily /'weitili/ *pht* **1.** [một cách] nặng, [một cách] nặng nề **2.** [một cách] quan trọng và nghiêm túc.

weightiness /'weitinis/ *dt* **1.** sự nặng, sự nặng nề **2.** sự quan trọng và nghiêm túc.

weighting /'weitiŋ/ *dt* tiền phụ cấp đặc biệt *(ví dụ vì giá đắt đỏ ở một vùng nào đó)*: *a London weighting allowance* phụ cấp đắt đỏ ở Luân Đôn.

weightless /'weitlis/ *tt* không trọng lượng *(ví dụ khi bay trong vũ trụ).*

weightlessness /'weitlisnis/ *dt* tình trạng không trọng lượng.

weight-lifting /'weitliftiŋ/ *dt* môn cử tạ.

weight-lifter /'weitliftə[r]/ *dt* người cử tạ.

weighty /'weiti/ *tt* (-ier; -iest) **1.** nặng, nặng nề **2.** quan trọng và nghiêm túc: *weighty matters* những vấn đề quan trọng và nghiêm túc.

weir /wiə[r]/ *dt* **1.** đập nước **2.** đăng cá.

weird /wiəd/ *tt* (-er; -est) **1.** kỳ lạ, đáng sợ: *weird shrieks were heard in the darkness* những tiếng rú kỳ lạ được phát ra từ trong đêm tối **2.** *(kng, thường xấu)* kỳ cục,

quái đản: *weird clothes* quần áo kỳ cục; *weird hairstyles* kiểu tóc quái đản.

weirdly /'wiədli/ *pht* **1.** [một cách] kỳ lạ, [một cách] đáng sợ **2.** [một cách] kỳ cục, [một cách] quái đản.

weirdness /'wiədnis/ *dt* **1.** sự kỳ lạ, sự đáng sợ **2.** sự kỳ cục, sự quái đản.

weidie /'wiədi/ *dt snh của* weirdo.

weirdo /'wiədəu/ *dt* (*snh* **weirdos, weirdie**) *(kng, thường xấu)* người kỳ cục, người lập dị.

welcome¹ /'welkəm/ *tt* **1.** được tiếp đón ân cần, được hoan nghênh: *a welcome visitor* khách được hoan nghênh; *welcome news* tin mừng **2.** *(vị ngữ)* **welcome to something (to do something)** cứ tự nhiên, cứ việc dùng: *you are welcome to use (to the use of) my bicycle any time* anh cứ tự nhiên dùng xe đạp của tôi bất cứ lúc nào; *you are welcome to any books you would like to borrow* anh cứ tự nhiên chọn bất cứ cuốn sách nào anh muốn mượn. // **make somebody welcome** tiếp đón ai ân cần: *you are welcome!* không dám! có gì đâu! *(dùng để đáp lại lời cảm ơn).*

welcome² /'welkəm/ *tht* hoan nghênh: *welcome back!* hoan nghênh bạn đã về!; *welcome to Vietnam!* hoan nghênh bạn đến thăm Việt Nam!

welcome³ /'welkəm/ *dt* sự chào đón, sự nghênh tiếp: *receive a warm welcome* được chào đón niềm nở; *to meet with a cold welcome* được đón tiếp lạnh nhạt.

welcome⁴ /'welkəm/ *dgt* **1.** chào đón, nghênh tiếp, hoan nghênh: *she welcomed the visitors warmly* bà ta nồng

nhiệt nghênh tiếp khách **2.** đón nhận: *welcome a suggestion coldly* đón nhận lời gợi ý một cách lạnh nhạt.

weld¹ /weld/ *dgt* **1.** hàn: *weld the pieces of a broken axle* hàn lại các mảnh của một trục xe bị gãy; *some metals weld better than others* một vài kim loại dễ hàn hơn các kim loại khác **2.** thống nhất thành một tổng thể hữu hiệu hơn: *weld a bunch of untrained recruits into an efficient fighting force* thống nhất đám tân binh thiếu huấn luyện thành một lực lượng chiến đấu hữu hiệu hơn.

weld² /weld/ *dt* mối hàn.

welder /'weldə[r]/ *dt* thợ hàn.

welfare /'welfeə[r]/ *dt* **1.** hạnh phúc, phúc lợi: *parents are responsible for the welfare of their children* cha mẹ phải chịu trách nhiệm về hạnh phúc của con cái; *public welfare* phúc lợi công cộng **2.** sự chăm sóc sức khỏe *(của một nhóm người riêng)*: *a child welfare centre* trung tâm chăm sóc thiếu nhi **3.** *(Mỹ)* *(nh* social security) trợ cấp xã hội.

welfare state /,welfeə 'steit/ *(thường* **the Welfare State)** nước có hệ thống phúc lợi xã hội nhà nước.

welfare work /'welfeəwɜ:k/ **1.** công tác phúc lợi **2.** *(Mỹ)* công tác xã hội.

welfare worker /'welfeəwɜ:kə[r]/ **1.** người làm công tác phúc lợi **2.** *(Mỹ)* người làm công tác xã hội.

well¹ /wel/ *dt* **1.** giếng: *the villagers get their water from a well* dân làng lấy nước từ giếng **2.** *(cg* oil well) giếng dầu **3.** lồng cầu thang; lồng thang máy **4.** **well of something** nguồn: *a well of* *information* nguồn thông tin **5.** *(Anh)* chỗ ngồi của luật sư *(trong tòa án)*.

well² /wel/ *đgt* (+ out, up) ứa ra, tuôn ra *(nước, nước mắt, máu...)*: *blood was welling [out] from the wound* máu ứa ra từ vết thương; *tears welled from her eyes* nước mắt tuôn ra từ khóe mắt cô ta; **well over** tràn ra.

well³ /wel/ *tt* (better; best) **1.** khỏe: *feel well* cảm thấy khỏe; *are you quite well?* anh đã hoàn toàn khỏe chưa?; *he's not a well man* ông ta không phải người khỏe mạnh **2.** *(vị ngữ)* tốt đẹp: *we're very well where we are* chúng ta được thế này là tốt đẹp lắm rồi **3.** *(vị ngữ)* khôn ngoan: *it would be well to start early* khởi sự sớm là khôn ngoan. // **all very well (for somebody)** *(kng, mỉa)* hay lắm, tuyệt lắm: *it's all very well [for you] to suggest a skiing holiday, but I'm the one who will have to pay for it* anh gợi ý một kỳ nghỉ đi trượt tuyết thì tuyệt thật, nhưng người phải chi tiền lại là tôi mới chết chứ!. **all well and good** *(kng)* ổn, được lắm *(mặc dù về các mặt khác có thể là chưa tốt lắm)*: *the job's done–that's all well and good, but what about the bonus we were promised?* công việc đã xong, như vậy là được lắm rồi, thế còn khoản tiền thưởng mà người ta đã hứa cho chúng ta thì sao?; **[just] as well (to do something)** tốt hơn là: *it would be [just] as well to phone and say we will be late* tốt hơn là gọi điện thoại báo chúng ta sẽ đến trễ.

well⁴ /wel/ *pht* (better; best) **1.** tốt, giỏi, hay: *she speaks English very well* cô ta nói

tiếng Anh rất giỏi; *I hope everything is going well with you* tôi mong anh gặp mọi điều hay; *they treated me very well* họ đối xử với tôi rất tốt **2.** kỹ lưỡng, kỹ; hoàn toàn: *shake the mixture well* hãy lắc kỹ hỗn hợp; *the pan must be dried well before you put it away* cái chảo phải khô hoàn toàn trước khi cất đi; *think well of somebody* nghĩ tốt về ai **3.** *(sau can, could, may, might)* có thể: *you may well be right* anh có thể đúng đấy; *I couldn't very well refuse to help them, could I?* tôi không thể nào từ chối giúp đỡ họ, phải không? **4.** đến một mức đáng kể: *I don't know how old he is, but he looks well over (past) forty* tôi không rõ anh ta bao nhiêu tuổi, nhưng trông phải trên bốn mươi một mức đáng kể (trên bốn mươi nhiều rồi); *temperatures are well up in the forties* nhiệt độ vượt bốn mươi một mức đáng kể (trên 40 nhiều rồi). // **as well as [somebody (something)]** và còn thêm, và cả: *he grows flowers as well as vegetables* anh ta trồng hoa và cả rau nữa; **augur well (ill) for somebody (something)** *x* augur²; **be well out of something** *(kng)* may mà không vướng vào việc gì; **be well up in something** được thông tin đầy đủ về: *he is well up in all the latest developments in the industry* ông ta được thông tin đầy đủ về các phát triển mới nhất trong công nghiệp; **bloody well** *x* bloody²; **bode well (ill)** *x* bode; **deserve well (ill) of somebody**; **do well** a/ làm ăn khấm khá, phát đạt: *Simon is doing very well at school* Simon học hành ở trường rất khá b/ *(chỉ ở thì tiếp*

diễn) đang bình phục: *the patient is doing well* người bệnh đang bình phục; **do well by somebody** đối xử hào phóng với ai; **do well for oneself** trở nên thành đạt giàu có; **do well out of somebody (something)** trục lợi ai, đoạt của ai mà giàu lên; **do well to do something** hành động khôn ngoan khéo léo *(thường dùng làm lời nhắc nhở)*: *you did well to sell when the price was high* anh đã hành động khôn ngoan đem bán đi khi được giá; **fucking well** *x* fuck; **jolly well** *x* jolly; **leave (let) well alone** như thế tốt rồi, đừng lôi thôi thêm cho thêm phiền toái; **may (might) [just] as well do something** làm thế chẳng hại gì: *since nobody wants the job, we might as well let him have it* vì chẳng ai muốn nhận công việc đó, ta để cho anh ta cũng chẳng hại gì; **one may (might) as well be hanged (hung) for a sheep as a lamb** *x* hang¹; **mean well** *x* mean¹; **pretty much; pretty nearly; pretty well** *x* pretty; **promise well** *x* promise²; **speak well for somebody (something)** *x* speak; **stand well with somebody** được ai quý mến; **very well** xin vâng; được rồi, được thôi: *very well, doctor, I will try to take more exercise* tốt thôi, thưa bác sĩ, tôi sẽ cố gắng tập thể dục nhiều hơn; *oh, very well, if you insist* ồ, được thôi, nếu anh cứ khăng khăng như thế; **well and truly** *(kng)* hoàn toàn: *George was well and truly drunk* George đã hoàn toàn say; **well aware of something (that...)** biết rõ, hiểu rõ: *I'm well aware of the risks* tôi hiểu rất rõ về những rủi ro có thể xảy ra; **well away** a/ đã tiến bộ khá: *by the end of the month we* *were well away* vào cuối tháng chúng tôi đã tiến bộ khá b/ *(kng, Anh)* bắt đầu say; **well in (with somebody)** có quan hệ tốt *(nhất là với người quan trọng, người có quyền thế)*: *she is very well in with the director* bà ta quan hệ tốt với viên giám đốc; **well off** khá giả: *his family is not very well off* gia đình anh ta cũng không lấy gì làm khá giả cho lắm; *you don't need to look for another job, you're well off where you are* anh không cần tìm việc khác, làm ở đấy anh cũng khá giả rồi đấy chứ; **well off for something** có nhiều: *we were well off for storage space in the new flat* trong căn hộ mới chúng ta có nhiều chỗ chứa đồ đạc; **wish somebody (something) well (ill)** *x* wish.

well⁵ /wel/ *tht* **1.** *(dùng nói lên sự ngạc nhiên)* quái, lạ, quá, ôi: *well, you do surprise me* ôi! sao mà bạn làm tôi ngạc nhiên thế!; *well, well I should never have guessed it!* quái, tôi chẳng bao giờ đoán ra được điều đó! **2.** *(dùng chỉ sự nhẹ nhõm, sự thở phào)*: may quá, phúc thật: *well, here we are at last!* phúc thật, cuối cùng ta cũng tới nơi rồi! **3.** *(cg* **oh well)** *(biểu lộ vẻ cam chịu)* đành thôi: *oh well, there's nothing we can do about it* đành thôi, chúng ta chẳng thể làm gì được nữa **4.** *cg* **very well** *(biểu lộ sự thông cảm, sự đồng ý)* được thôi, được rồi: *very well, then, I'll accept your offer* được thôi, vậy là tôi sẽ chấp nhận đề nghị của anh **5.** *(biểu lộ sự nhân nhượng trong một cuộc bàn cãi)* thôi được: *well, you may be right* thôi được, có thể là anh đúng **6.** *(dùng để tổng kết một cuộc đàm*

luận hay để chuyển đề tài, sau một thời gian ngắn ngừng lại)* nào: *well, as I was saying* nào, như tôi vừa nói xong; *well let's move on the next item* nào ta hãy chuyển sang mục tiếp theo **7.** *(biểu lộ sự dắn do lưỡng lự)* ờ, ấy: *do you want to come? - Well, I'm not sure?* anh có muốn đến không? - ờ, tôi cũng không chắc nữa // **well I never [did]!** đời nào!

well- yếu tố tạo *tt* từ đttqk.

we'll /wiːl/ *dạng rút gọn của* a/ we shall (*x* shall) b/ we will (*x* will¹).

well-adjusted /ˌweləˈdʒʌstid/ *tt* khéo hòa nhập vào xã hội *(người)*.

well-advised /ˌweləd ˈvaizd/ *tt* khôn ngoan, thận trọng: *you would be well-advised to reconsider your decision* anh nên thận trọng xét lại quyết định của anh.

well-appointed /ˌweləˈpɔintid/ *tt* có đủ dụng cụ; có đủ đồ đạc tiện nghi: *a well-appointed hotel* một khách sạn có đủ đồ đạc tiện nghi.

well-balanced /ˌwelˈbælənst/ *tt* có tinh thần ổn định: *healthy, well-balanced children* trẻ con khỏe mạnh, tinh thần ổn định.

well-being /ˌwelˈbiːiŋ, ˈwelˌbiːiŋ/ *dt* sự khỏe mạnh hạnh phúc.

well-born /ˌwelˈbɔːn/ *tt* thuộc con nhà dòng dõi; thuộc con nhà thượng lưu trong xã hội.

well-bred /ˌwelˈbred/ *tt* có phong độ cao sang.

well-built /ˌwelˈbilt/ *tt* vạm vỡ.

well-connected /ˌwelkəˈnektid/ *tt* quen biết giao lưu với giới có thế lực trong xã hội.

well-defined /ˌweldiˈfaind/ *tt* xác định rõ, dễ nhận ra: *well-defined limits* giới hạn xác định rõ.

well-disposed /ˌweldiˈspəʊzd/ *tt* (+ towards) **1.** có thiện cảm: *she seems well-disposed towards us* cô ta có vẻ có thiện cảm với chúng ta **2.** đồng ý, tán thành: *the committee are well-disposed towards the idea* ủy ban tán thành ý kiến đó.

well-done /ˌwelˈdʌn/ *tt* thật chín *(thức ăn)*.

well-earned /ˌwelˈɜːnd/ *tt* đáng, xứng đáng.

well-established /ˌweliˈstæbliʃt/ *tt* đã lâu đời.

well-favoured /ˌwelˈfeivəd/ *tt (cũ)* duyên dáng *(người)*.

well-fed /ˌweiˈfed/ *tt* được nuôi dưỡng ăn uống đầy đủ.

well-found /ˌwelˈfaʊnd/ *tt* được trang bị đầy đủ *(tàu bè)*.

well-founded /ˌwelˈfaʊndid/ *tt* có cơ sở *(tin tức)*.

well-grounded /ˌwelˈɡraʊndid/ *tt* **1.** được luyện tập đầy đủ *(quân)* **2.** *nh* well-founded.

well-heeled /ˌwelˈhiːld/ *tt (kng)* giàu, giàu có.

well-informed /ˌwelinˈfɔːmd/ *tt* **1.** hiểu biết nhiều và vững **2.** thạo tin.

wellington /ˈweliŋtən/ *dt* *(cg* **wellington boot,** *kng* **welly)** ủng, bốt.

well-intentioned /ˌwelinˈtenʃənd/ *tt* đầy thiện chí, với ý tốt.

well-known /ˌwelˈnəʊn/ *tt* nổi tiếng, ai cũng biết.

wellnigh /ˌwelˈnai/ *pht (tu từ)* hầu như: *the task is wellnigh impossible* việc đó hầu như không làm được; *the party was wellnigh over by the time we arrived* lúc chúng tôi đến, bữa tiệc hầu như đã tàn rồi.

well-lined /,wel'laind/ tt (kng) **1.** đầy ắp tiền: *well-lined pockets* túi đầy ắp tiền **2.** đầy ắp thức ăn *(dạ dày)*.

well-meaning /,wel'mi:niŋ/ tt với ý tốt *(nhưng nhiều khi không đạt hiệu quả mong đợi)*.

well-meant /,wel'ment/ tt nói [làm] với ý tốt nhưng đạt kết quả không như mong đợi.

well-oiled /,wel'ɔild/ tt *(lóng)* say rượu.

well-preserved /,welpri-'zɜ:vd/ tt **1.** trông còn trẻ *(người già)* **2.** khéo bảo quản, còn tốt: *a well-pre-served temple* ngôi đền khéo bảo quản.

well-proportioned /,wel-prə'pɔ:ʃənd/ tt cân đối.

well-read /,wel'red/ tt đọc nhiều, hiểu biết rộng.

well-rounded /,wel'raʊn-did/ tt **1.** tròn trĩnh *(cơ thể)* **2.** phong phú, đa dạng: *a well-rounded education* nền giáo dục phong phú đa dạng.

well-spoken /,wel'spəʊ-kən/ tt khéo nói.

well-spring /'wel,spriŋ/ dt *(văn)* nguồn cung cấp vô tận.

well-thought-of /,wel'θɔ:-təv/ tt được thán phục và ưa thích, được ái mộ.

well-thumbed /,wel'θʌmd/ tt sờn, mòn, có nhiều trang có dấu ghi *(vì được đọc quá nhiều, nói về sách)*.

well-timed /,wel'taimd/ tt đúng lúc.

well-to-do /,weltə'du:/ tt giàu có.

well-tried /,wel'traid/ tt đã quen và đáng tin cậy: *well-tried remedy* phương thuốc đã quen dùng và đáng tin cậy.

well-turned /,wel't3:nd/ tt khéo léo: *a well-turned compliment* lời khen khéo léo.

well-versed /,wel'vɜ:st/ tt (+ in) sành sỏi: *well-versed in the art of flattery* sành sỏi trong nghệ thuật nịnh hót.

well-wisher /'wel,wiʃə[r]/ dt người chúc tụng: *crowds of well-wishers gathered out-side the hospital, waiting for a report on the President's operation* đám đông những người chúc tụng tập hợp phía ngoài bệnh viện, chờ đón bản báo cáo về vụ giải phẫu Tổng thống.

well-worn /,wel'wɔ:n/ tt **1.** lặp đi lặp lại hoài, nhàm *(từ ngữ)* **2.** sờn rách *(áo...)*.

welly /'weli:/ dt (Anh, kng) nh wellington.

Welsh[1] /welʃ/ [thuộc] xứ Wales: *the Welsh coastline* bờ biển xứ Wales; *Welsh poetry* thơ ca xứ Wales.

Welsh[2] /welʃ/ dt **1.** *(ngôn)* tiếng Celtic *(của xứ Wales)* **2. the Welsh** dân tộc xứ Wales.

welsh /welʃ/ dgt *(xấu)* **1.** quỵt nợ *(nhất là nợ đánh bạc)* **2.** thất hứa: *she welshed on [the bargain she made with] us* bà ta thất hứa về những thỏa thuận mua bán với chúng tôi.

Welsh dresser /,welʃ-'dresə[r]/ dt kiểu tủ ly có kệ.

welsher /'welʃə[r]/ dt **1.** người quỵt nợ *(nhất là nợ đánh bạc)* **2.** người thất hứa.

Welshman /'welʃmən/ dt *(snh* **Welshmen** /'welʃmən/, c **Welshwoman** /'welʃwʊ-mən/ snh **Welshwomen** /'welʃwimin/)* dân xứ Wales.

Welsh rarebit /,welʃ 'reəbit/ *(cg* **Welsh rabbit; rarebit**) bánh mì nướng phết pho mát nóng chảy.

welt /welt/ dt **1.** miếng da diềm *(ở mép da mặt giày)* **2.** lằn roi.

welter /'weltə[r]/ dt *(số ít)* mớ, đám hỗn độn: *a welter of unrelated facts* một mớ sự kiện không có liên quan; *carried forward by the wel-ter of surging bodies* bị đẩy về phía trước bởi đám người hỗn loạn xô lên.

welter weight /'weltəweit/ dt *(thể)* võ sĩ hạng bán trung *(giữa 61 và 67kg; trên hạng nhẹ, dưới hạng trung)*

wen /wen/ dt *(y)* u lành.

wench /wentʃ/ dt thiếu nữ; thiếu phụ.

wend /wend/ dgt **wend one's way** *(cổ hoặc đùa)* đi, ra đi: *it's time we were wending our way* đã đến giờ chúng ta phải đi thôi.

Wendy house /'wendihaʊs/ nh playhouse.

went /went/ qk của go[1].

wept /wept/ qk và dttqk của weep[1].

were /wə[r]/; *dạng nhấn mạnh* /wɜ:[r]/ qk của be.

we're /wiə[r]/ *dạng rút ngắn của* we are *(x* be).

weren't /wɜ:nt, wɜ:rnt/ *dạng rút ngắn của* were not *(x* be).

werewolf /'wiəwʊlf/ dt *(snh* **werewolves** /'wiəwʊlvz/) ma sói *(trong truyện cổ)*.

wert /wɜ:[r]t/ **thou vert** *(cổ hoặc trong kinh thánh)* nh you were.

Wesleyan[1] /'wezliən/ tt [thuộc] nhà thờ Giám lý. *(do John Wesley thành lập)*.

Wesleyan[2] /'wezliən/ dt tín đồ nhà thờ Giám lý.

west[1] /west/ dt *(số ít)* (vt W) **1. the west** hướng tây, phương tây, phía tây: *the rain is coming from the west* cơn mưa đến từ hướng tây; *she lives to the west of Glas-*

gow chị ta sống ở phía tây Glasgow **2. the West** a/ phương tây; các nước phương tây b/ miền tây nước Mỹ: *she's lived in the West for ten years* chị ta sống ở miền Tây nước Mỹ (*tức California*) đã được mười năm. // **go west** (*lóng, cũ*) đi tong (*chết; bị phá hủy*): *there was a fire, and five years of research work went west* đã xảy ra hỏa hoạn và công trình năm năm nghiên cứu thế là đi tong.

west² /west/ *tt* tây: *a west wind* gió tây; *the west side of London* phía tây Luân Đôn.

west³ /west/ *pht* về hướng tây: *travel west* đi về hướng tây; *three miles west of here* cách đây ba dặm về hướng tây; *the building faces west* tòa nhà quay mặt về hướng tây.

westbound /'westbaʊnd/ *tt* đi về hướng tây: *westbound traffic* dòng lưu thông về hướng tây.

West Country /'westkʌntri/ **the West Country** miền tây nam nước Anh: *a West-Country village* một làng ở tây nam nước Anh.

West End /,west'end/ miền tây khu trung tâm Luân Đôn (*khu nhà ở sang trọng ở Luân Đôn*).

westerly¹ /'westəli/ *tt* tây: *westerly direction* hướng tây; *westerly wind* gió tây.

westerly² /'westəli/ *dt* gió tây.

westerly³ /'westəli/ *pht* về phía tây: *travel westerly* đi về phía tây.

western¹ /'westən/ *tt* (*thường viết hoa*) [thuộc] phương tây: *a western city* một thành phố phía tây; *Western powers* các cường quốc phương Tây.

western² /'westən/ *dt* phim (truyện) cao bồi miền tây nước Mỹ (*nhất là trong thời gian chiến tranh với dân da đỏ*).

westerner /'westənə[r]/ *dt* **1.** người phương Tây: *a country in Asia visited by few westerners* một nước châu Á được vài người phương Tây tới thăm **2.** dân miền Tây nước Mỹ.

westernization, westernisation /,westənai'zeiʃn, (*Mỹ* westerni'zeiʃn)/ sự Tây phương hóa.

westernize, westernise /'westənaiz, (*Mỹ* 'westerniz)/ Tây phương hóa.

westernmost /'westənməʊst/ *tt* cực tây: *the westernmost top of the island* mũi cực tây của hòn đảo.

westward /'westwəd/ *tt* về hướng tây: *a westward journey* cuộc hành trình về hướng tây.

westwards /'westwədz/ *pht* (*cg* **westward**) về hướng tây: *we sailed westwards* chúng tôi giong buồm về hướng tây.

wet¹ /wet/ *tt* (-tter; -ttest) **1.** ẩm, ướt, đẫm nước: *did you get wet?* anh có bị [mưa] ướt không?; *her cheeks were wet with tears* má nàng đẫm nước mắt **2.** có mưa (*thời tiết*): *the wet season* mùa mưa **3.** chưa khô, còn ướt (*mực, sơn, keo...*): *be careful, the paint is still wet* cẩn thận, sơn còn chưa khô **4.** (*Anh, kng, xấu*) nhu nhược, thiếu quyết đoán, đần (*người*). // **like a wet rag** mệt mỏi lê bước; **soaked (wet) to the skin** x skin; **[still] wet behind the ears** (*kng, xấu*) miệng còn hôi sữa; **wet through** ướt sũng.

wet² /wet/ *dt* **1. the wet** (*số ít*) thời tiết ẩm ướt; mưa:

come in out of the wet hãy vào trú mưa đi **2.** tình trạng ẩm ướt **3.** (*Anh, xấu*) a/ người đần độn; người nhu nhược b/ nhà chính khách chủ trương ôn hòa.

wet³ /wet/ *dgt* (**wet** hoặc **wetted**) làm ẩm ướt, làm ướt: *wet the clay a bit more before you start to mould it* thêm nước vào đất sét trước khi bắt đầu nặn. // **wet the (one's) bed** (*không dùng ở dạng bị động; qk hay dùng* **wet**) đái dầm; **wet one's whistle** (*kng, cũ*) uống rượu.

wet blanket /,wet'blæŋkit/ (*kng*) người làm mất vui (*cuộc vui của người khác vì thái độ âu sầu rầu rĩ của anh ta*).

wet dock /,wet'dɒk/ vũng tàu thông với biển.

wet dream /,wet'dri:m/ mộng tinh.

wet fish /'wetfiʃ/ cá tươi.

wetlands /'wetlændz/ *dt* (*snh*) vùng đầm lầy.

wetly /'wetli/ *pht* **1.** [một cách] ẩm **2.** [một cách] ướt, [một cách] chưa khô.

wetness /'wetnis/ *dt* **1.** sự ẩm **2.** tình trạng có mưa **3.** tình trạng còn ướt, tình trạng chưa khô (*sơn...*).

wet-nurse /'wetnɜ:s/ *dt* vú em.

wet-suit /'weitsu:t/ bộ đồ lặn bằng cao su xốp (*có tác dụng giữ ấm*).

wether /'weðə[r]/ *dt* cừu thiến.

wetting /'wetiŋ/ *dt* (*thường số ít*) sự ướt: *get a wetting in the heavy rain* bị ướt đẫm trong cơn mưa lớn.

we've /wi:v/ (*dạng rút gọn của* we have) x have.

we-we /'wi:wi:/ *dgt* nh wee².

whack¹ /wæk, (*Mỹ* hwæk)/ *dgt* (*kng*) đánh mạnh.

whack² /wæk, (Mỹ hwæk)/ dt **1.** cú đánh mạnh; tiếng đánh mạnh: *I'll give you such a whack!* tao lại nện cho một trận bây giờ! **2.** (kng) **whack at something** sự thử làm: *I am prepared to have a whack at it* tôi đang thử làm việc đó **3.** (kng) phần: *some people are not doing their whack* một vài người không làm phần việc của mình.

whacked /wækt/ tt (thường vị ngữ) (kng) mệt lử. *I'm absolutely whacked* tôi hoàn toàn mệt lử.

whacking¹ /'wækiŋ/ dt (kng) trận đòn: *that child deserves a whacking* thằng bé đó đáng được một trận đòn.

whacking² /'wækiŋ/ tt (kng) lớn, dữ: *a whacking lie* lời nói dối ghê gớm.

whacking³ /'wækiŋ/ pht rất: *a whacking great orange* một quả cam rất lớn.

whale¹ /weil, (Mỹ hweil)/ dt cá ông. // **have a whale of a time** (kng) rất thích thú; có thời gian vui chơi thỏa thích.

whale² /weil, (Mỹ hweil)/ dgt (thường dùng ở thì tiếp diễn) săn cá voi (để lấy dầu).

whaler /'weilə[r]/ dt **1.** tàu săn cá voi **2.** người săn cá voi.

whaling /'weiliŋ/ dt sự săn cá voi.

whalebone /'weilbəun/ dt phiến sừng hàm trên cá voi (dùng làm gọng căng nịt vú...).

wham¹ /wæm, (Mỹ hwæm)/ tht ầm, rầm: *wham! the car hit the wall* rầm! chiếc xe đâm vào tường.

wham² /wæm, (Mỹ hwæm)/ dt tiếng ầm, tiếng rầm: *the door struck him in the face with a terrific wham* cánh của sập vào mặt nó với một tiếng rầm khủng khiếp.

wham³ /wæm, (Mỹ hwæm)/ dgt (-mm-) (kng) đánh mạnh, đập mạnh: *it whammed into the wall* cái đó đập mạnh vào tường.

wharf /wɔːf, (Mỹ hwɔːf)/ dt (snh **wharfs** hoặc **whar-ves**) (hải) cầu bến.

wharves /wɔːvz, (Mỹ hwɔː-vz)/ dt snh của **wharf**.

what¹ /wɒt, (Mỹ hwɒt)/ (đht nghi vấn) gì: *what experience has she had?* cô ấy có những kinh nghiệm gì?; *what books have you got to read on the subject?* anh có những sách gì để đọc về đề tài đó nhỉ?

what² /wɒt, (Mỹ hwɒt)/ (dt nghi vấn) gì: *what did you say?* anh nói gì thế?; *what does it mean?* thế nghĩa là gì?. // **and what not** (kng) và những thứ khác cùng loại: *tools, machines and what not* dụng cụ, máy móc và những thứ khác cùng loại; **get (give) somebody what for** (kng) bị phạt (phạt ai) nghiêm khắc: *I'll give her what for if she does that again* tôi sẽ phạt cô ta nghiêm khắc nếu cô ta tái phạm **what for?** để làm gì? *what is this tool for?* dụng cụ này dùng làm gì nhỉ?; **what if?** nếu... thì sao?: *what if it rains when we can't get under shelter?* nếu ta chưa tìm được chỗ trú mà trời mưa thì sao nhỉ?; *what if the rumour is true?* nếu tin đồn là thật thì sao?; **what of it?; so what?** (kng) thì đã sao nào?: *yes, I wrote it. What of it?* ừ tôi viết đấy, thì đã sao nào?; **what's what** (kng) cái gì là có ích; cái gì là quan trọng: *she certainly knows what's what* cô

ta hẳn phải biết rõ cái gì là quan trọng rồi; **what with something** (dùng để liệt kê các nguyên nhân) một là vì... hai là vì...: *what with the weather and my bad leg, I haven't been out for weeks* một là vì thời tiết, hai là vì chân đau, nên tôi chẳng đi ra ngoài hàng tuần nay rồi.

what³ /wɒt, (Mỹ hwɒt)/ đht cái mà, người mà: *what money I have will be yours when I die* tiền mà tôi có sẽ là của em khi tôi chết đi; *what family and friends I still have live abroad* gia đình và bạn bè mà tôi còn hiện đang sống ở nước ngoài.

what⁴ /wɒt, (Mỹ hwɒt)/ dt cái mà, điều mà: *what you say may well be true* điều mà bạn nói có thể đúng hoàn toàn đấy; *no one knows what will happen next* không ai biết điều gì sẽ xảy ra tiếp sau.

what⁵ /wɒt, (Mỹ hwɒt)/ đht, pht (sử dụng trong câu cảm thán) làm sao, biết bao: *what [awful] weather we're having!* thời tiết mới kinh khủng làm sao!; *what a lovely view!* cảnh trí mới đẹp đẽ làm sao! *what a terrible noise!* tiếng ồn mới kinh khủng làm sao!

what⁶ /wɒt, (Mỹ hwɒt)/ tht **1.** (dùng để chỉ sự ngạc nhiên hay không tin) thế à!; hả?; *it will cost £500 what?* cái đó giá tới 500 bảng, hả? **2.** (kng) (dùng khi không nghe rõ lời ai nói) cái gì hả?: *what? can you say that again?* cái gì hả, anh có thể nói lại một tý được không?

what-d'you call him (her, it, them) cg **what's his (her, its, their) name** tên gì đó [tôi cũng chẳng rõ]: *she's just gone out with old what-d'you call him* chị ta vừa mới đi khỏi với một người tên gì đó, tôi cũng không rõ.

whatever¹ /wɒt'evə[r], (Mỹ hwɒt'evə[r])/ *dht, dt* **1.** bất cứ [cái gì], mọi [cái]: *you can eat whatever you like* anh thích ăn gì thì ăn; *whatever I have is yours* bất cứ cái gì anh có đều là của em **2.** bất kể, dù có gì: *keep calm, whatever happens* dù có gì xảy ra, hãy cứ bình tĩnh.

whatever² /wɒt'evə[r], (Mỹ hwɒt'evə[r])/ *(dt nghi vấn)* *(dùng tỏ sự ngạc nhiên, bối rối)* cái gì, gì: *you're going to keep snakes! Whatever next?* mày định nuôi rắn à! tiếp theo là cái gì nữa?

whatever³ /wɒt'evə[r]/ *pht* *(cg* **whatsoever***) (dùng sau no + dt, nothing, none... để nhấn mạnh):* bất cứ: *are there any signs of improvement? none whatsoever* có dấu hiệu gì cải thiện không? - chẳng thấy bất cứ dấu hiệu nào.

whatnot /wɒtnɒt/ *dt* **1.** vật linh tinh: *she'd put these whatnots in her hair as decoration* chị ta đã cài những thứ linh tinh này lên mái tóc để trang điểm **2.** món đồ gỗ có giá mang đồ trang hoàng lặt vặt.

whatsoever /,wɒtsəʊ'evə[r]/ *pht nh* whatever.

wheat /wiːt, (Mỹ hwiːt)/ *dt* lúa mì *(cây, hạt): a field of wheat* cánh đồng lúa mì; *a ton of wheat* một tấn lúa mì. // **separate the wheat from the chaff** *x* separate².

wheatcake /'wiːt keik/ *dt* bánh kếp toàn bột mì.

wheaten /'wiːtn, (Mỹ 'hwiːtn)/ *tt (thường thngữ)*

bằng lúa mì: *wheaten flour* bột [lúa] mì.

wheat germ /'wiːtdʒəːm/ mầm lúa mì *(ở giữa hạt, chứa nhiều vitamin).*

wheatmeal /'wiːtmiːl/ *dt* bột mì xay cả hạt *(có cả bột trấu).*

wheedle /'wiːdl, (Mỹ 'hwiːdl)/ *dgt (xấu)* vòi vĩnh; tán tỉnh: *she wheedled the money out of her father* cô ta vòi được tiền của bố; *the children wheedled me into letting them go to the film* tụi trẻ tán tôi cho chúng đi xem phim.

wheel¹ /wiːl, (Mỹ 'hwiːl)/ *dt* **1.** bánh xe: *front wheel* bánh trước; *back wheel* bánh sau **2.** bàn quay *(của thợ làm đồ gốm);* guồng quay *(to)* **3.** bánh lái, tay lái *(ô tô, tàu thủy): take the wheel* cầm lái **4.** *(quân)* sự quay: *left wheel* sự quay trái. // **at (behind) the wheel [of something]** a/ cầm lái, lái: *who was at the wheel when the car crashed?* ai lái khi xe đụng độ thế? b/ *(bóng)* điều khiển: *with her at the wheel, the company began to prosper* dưới sự điều khiển của bà ta, công ty đã bắt đầu phát đạt; **oil the wheels** *x* oil²; **put one's shoulder to the wheel** *x* shoulder; **put a spoke in somebody's wheel** *x* spoke¹; **wheels within wheels** tình huống rối rắm phức tạp.

wheel² /wiːl, (Mỹ hwiːl)/ *dgt* **1.** đẩy, dắt, kéo: *wheel a barrow* đẩy chiếc xe cút kít **2.** chở [bằng xe]: *wheel somebody to the operating theatre on a trolley* chở ai trên xe đẩy đến phòng mổ **3.** lượn vòng: *birds wheeling [about] in the sky above us* chim lượn vòng trong bầu trời trên đầu chúng tôi **4.** (+ round, around) quay: *left*

wheel bên trái quay *(lệnh trong quân ngũ).* // **wheel and deal** *(kng, Mỹ)* đàm phán cổng sau: *there will be a lot of wheeling and dealing before an agreement is reached* sẽ còn nhiều cuộc đàm phán cổng sau trước khi đạt được một hiệp định.

wheelbarrow /'wiːl,bærəʊ/ *dt (cg* **barrow***)* xe cút kít.

wheelbase /'wiːlbeis/ *dt (thường số ít)* khoảng trục bánh xe *(trục bánh trước và trục bánh sau ở xe).*

wheelchair /'wiːltʃeə[r]/ *dt* ghế đẩy *(có bánh, của người tàn tật).*

-wheeled /'wiːld/ *(yếu tố tạo tt ghép)* có *(bao nhiêu)* bánh xe: *a sixteen-wheeled lorry* xe tải có 16 bánh.

-wheeler /'wiːlə[r]/ *(yếu tố tạo dt ghép)* xe có *(bao nhiêu)* bánh xe: *a three-wheeler* xe ba bánh.

wheeler-dealer /,wiːlə'diːlə[r]/ *dt (kng, Mỹ)* người khéo mặc cả *(nhiều lúc bằng thủ đoạn bất lương).*

wheelhouse /'wiːlhaʊs/ *dt (snh* **wheelhouses***)* phòng lái *(trên tàu thủy).*

wheelie /'wiːli/ *dt (kng)* sự đạp xe chỉ trên bánh sau *(bánh trước nhấc khỏi mặt đất).*

wheels /wiːlz/ *dt (lóng)* xe ôtô, xe: *are these your new wheels?* xe mới của anh là cái này đấy à?

wheelwright /'wiːlrait/ *dt* thợ chữa bánh xe *(trước đây).*

wheeze¹ /wiːz, (Mỹ hwiːz)/ *dgt* **1.** thở khò khè **2.** rít lên *(máy)* **3.** nói khò khè, hát khò khè.

wheeze² /wiːz, (Mỹ hwiːz)/ *dt* **1.** tiếng khò khè: *he has a slight wheeze in his chest* nó có tiếng khò khè nhẹ ở trong ngực 2. *(Anh, cũ, kng)* ý hay; trò đùa ý nhị; trò chơi khăm thần tình.

wheezily /'wi:zili, *(Mỹ* hwi:zili/ *pht* **1.** [một cách] khò khè **2.** [phát ra] tiếng rít *(máy).*

wheeziness /'wi:zinis, *(Mỹ* hwi:zinis/ *dt* **1.** sự khò khè **2.** sự rít *(máy).*

wheezy /'wi:zi, *(Mỹ* hwi:zi)/ *tt* (-ier; -iest) **1.** khò khè: *a wheezy old man* ông lão thở khò khè **2.** rít *(máy)*: *a wheezy pump* máy bơm phát ra tiếng rít.

whelk /whelk, *(Mỹ* hwelk)/ *dt (động)* ốc tù và.

whelp[1] /welp, *(Mỹ* hwelp)/ *dt* **1.** chó con; chó sói con; cọp con; sư tử con **2.** *(cũ, xấu)* đứa bé mất dạy; thanh niên mất dạy.

whelp[2] /welp, *(Mỹ* hwelp)/ *đg* đẻ con *(chó, chó sói...)..*

when[1] /wen, *(Mỹ* hwen)/ *pht nghi vấn* khi nào, bao giờ: *when can you come?* khi nào thì anh có thể đến?; *when did he die?* ông ta mất khi nào?

when[2] /wen, *(Mỹ* hwen)/ *pht quan hệ* lúc mà: *Sunday is the day when very few people go to work* chủ nhật là ngày mà rất ít người đi làm; *the Queen's last visit was in May, when she opened the new hospital* chuyến thăm vừa qua của Nữ hoàng là vào tháng năm, lúc mà bà khai trương một bệnh viện mới.

when[3] /wen, *(Mỹ* hwen)/ *lt* **1.** khi, lúc, hồi: *when I was a boy* khi tôi còn bé; *when at school* hồi còn đi học **2.** [trong] khi mà, một khi mà: *how can they learn anything when they spent all their spare time watching television?* làm sao chúng có thể học được tí gì khi mà chúng

dành tất cả thời gian rỗi để xem ti-vi?

whence /wens, *(Mỹ* hwens/ *pht (cổ)* từ nơi: *they have returned whence they came* họ đã trở về nơi [mà từ đó] họ đã đến.

whenever[1] /wen'evə[r], *(Mỹ* hwen'evə[r])/ *lt* **1.** bất cứ lúc nào, lúc nào: *I'll discuss it with you whenever you like* tôi sẽ bàn chuyện đó với anh [bất cứ] lúc nào anh muốn **2.** mỗi khi, hễ khi nào: *the roof leaks whenever it rains* mái nhà đó dột mỗi khi trời mưa. // **or whenever** *(kng)* hoặc bất cứ lúc nào: *it's not urgent, we can do it next week or whenever* không gấp đâu, ta có thể làm việc đó tuần sau hoặc bất cứ lúc nào cũng được.

whenever[2] /wen'evə[r], *(Mỹ* hwen'evə[r])/ *pht nghi vấn (diễn tả sự ngạc nhiên)* khi nào: *whenever did you find time to do all that?* chị đã tìm được thời gian làm mọi việc đó khi nào thế?

where[1] /weə[r], *(Mỹ* hweə[r])/ *pht nghi vấn* đâu, ở đâu: *where does he live?* anh ta sống ở đâu?; *where does she come from?* cô ta từ đâu đến?; *where are you going for your holiday?* anh sẽ đi nghỉ ở đâu thế?

where[2] /weə[r], *(Mỹ* hweə[r])/ *pht quan hệ* ở nơi mà: *one of the few countries where people drive on the left* một trong số ít nước, nơi mà người ta lái xe ở bên trái; *we then moved to Paris, where we lived for six years* rồi chúng tôi chuyển về Paris, nơi mà chúng tôi đã sống sáu năm.

where[3] /weə[r], *(Mỹ* hweə[r])/ *lt* nơi mà: *put it where we can all see it* hãy

để cái đó vào nơi mà tất cả chúng ta đều thấy được; *that's where you're wrong* đó là chỗ anh sai đấy.

whereabouts[1] /,weərə-'bauts, 'weərəbauts/ *pht* ở chỗ nào; gần chỗ nào *(dùng khi không cần một câu trả lời thật chính xác)*: *whereabouts did you find it?* anh đã tìm thấy cái đó ở chỗ nào thế?

whereabouts[2] /,weərə-'bauts, 'weərəbauts/ *dt (dgt số ít hoặc snh)* chỗ ở *(của người, vật)*: *a person whose whereabouts is (are) unknown* một người mà không ai biết chỗ ở của anh ta ở đâu.

whereas /weər'æz, *(Mỹ* hweər'æz)/ *lt* **1.** *(luật)* xét rằng **2.** trong khi [mà]: *he earns £8000 a year whereas she gets at least £20.000* anh ta kiếm được mỗi năm 8000 bảng trong khi chị ta được ít nhất 20.000 bảng.

whereby /weə'bai/ *pht* nhờ đó: *she devised a plan whereby they might escape* cô ta đã nghĩ ra một kế hoạch nhờ đó mà họ có thể trốn thoát.

wherein /weər'in/ *pht quan hệ* ở chỗ nào, ở đâu: *wherein am I mistaken?* tôi sai lầm ở chỗ nào?

whereupon /,wərə'pɒn/ *lt* sau đó, rồi thì: *one of the men insulted another, whereupon a fight broke out* một người trong bọn họ lăng mạ một người khác, sau đó một trận đánh nhau đã nổ ra.

wherever[1] /weər'evə[r], *(Mỹ* hweə'evə[r])/ *lt* **1.** bất cứ đâu, bất cứ nơi nào: *sit wherever you like* hãy ngồi bất cứ nơi nào anh thích; *I'll find him, wherever he is* tôi sẽ tìm ra nó, bất cứ nó ở đâu **2.** ở mọi nơi, mỗi nơi: *wherever she goes, there are crowds of people waiting to see her* ở mọi nơi bà ta đi, nơi nào cũng có các đám đông chờ đón bà. // **or wherever** *(kng)* hoặc bất cứ nơi nào khác: *many foreign tourists from Spain, France or wherever* nhiều khách du lịch từ Tây Ban Nha, Pháp hoặc bất cứ nơi nào khác tới.

wherever² /weər'evə[r], *(Mỹ* hweər,evə[r])/ *pht nghi vấn (diễn tả sự ngạc nhiên)* ở đâu: *wherever did you get that funny hat?* anh kiếm ở đâu ra cái mũ ngộ nghĩnh ấy?

wherewithal /'weəwiðɔːl, *(Mỹ* 'hweəwiðɔːl)/ *dt* **the wherewithal** *(số ít) (kng)* tiền cần thiết *(cho việc gì)*: *I like a new car, but I haven't got the wherewithal [to buy it]* tôi thích một chiếc xe mới, nhưng tôi không có số tiền cần thiết [để mua].

whet /wet, *(Mỹ* hwet)/ *đgt (-tt-)* **1.** mài *(cho sắc)* **2.** kích thích *(sự ngon miệng, lòng ham muốn...)* *whet one's appetite* kích thích sự ngon miệng.

whether /'weðə[r], *(Mỹ* 'hweðə[r])/ *lt* có... không, có... chăng; không biết có không: *I don't know whether I will be able to come* tôi không biết tôi sẽ có thể đến được không; *he hesitated about whether to drive or take the train* ông ta lưỡng lự không biết nên lái xe đi hay đi tàu hỏa; *the question is whether to go to Munich or Vienna* vấn đề là đi Munich hay Vienna. // **whether or not** bất cứ [thế nào]: *whether it rains or not (whether or not it rains) we're playing football on Saturday* bất cứ trời

mưa hay không, chúng tôi sẽ đá bóng vào thứ bảy.

whetstone /'wetstəʊn/ *dt* đá mài.

whew /hju:/ *tht nh* **phew**.

whey /wei, *(Mỹ* hwei)/ *dt* chất lỏng còn lại sau khi sữa chua đã đông lại.

which¹ /witʃ, *(Mỹ* hwitʃ)/ *đht nghi vấn* cái nào, người nào *(dùng trong câu hỏi, khi có một sự lựa chọn)*: *which way is quicker - by bus or by train?* đi cách nào nhanh hơn, đi xe buýt hay đi tàu?; *which Mr. Smith do you mean, the one who teaches history or the one who teaches music?* anh muốn nói ông Smith nào, ông dạy sử hay ông dạy nhạc?; *which language did you study at school?* ở trường anh học ngoại ngữ nào?

which² /witʃ, *(Mỹ* hwitʃ)/ *đt nghi vấn* cái nào, người nào: *which is your favourite subject?* môn nào là môn anh thích nhất?; *which of the boys is tallest?* trong các cậu con trai đó ai là người cao nhất?; *the twins are so much alike that I can't tell which is which* hai đứa sinh đôi giống nhau đến mức tôi không thể phân biệt đứa nào với đứa nào nữa.

which³ /witʃ, *(Mỹ* hwitʃ)/ *đht quan hệ* đó, ấy: *the postman comes at 6.30 in the morning, at which time I am usually fast asleep* viên bưu tá đến vào 6 giờ 30 sáng, lúc đó tôi thường đang say giấc.

which⁴ /witʃ, *(Mỹ* hwitʃ)/ *đt quan hệ* cái mà, mà: *read the passage to which I referred in my talk* hãy đọc đoạn mà tôi đã nhắc đến trong bài nói chuyện của tôi; *his new car, for which*

he paid £7000, has already had to be repaired chiếc xe mới mà anh ta đã mua tới 7000 bảng đã phải đưa đi sửa chữa rồi đấy.

whichever¹ /witʃ'evə[r], *(Mỹ* hwitʃ'evə[r])/ *đht, đt* **1.** cái nào mà, người nào mà: *take whichever hat suits you best* hãy lấy cái mũ nào hợp với anh nhất; *whichever of you comes first will receive a prize* người nào trong các anh mà đến trước nhất sẽ được một giải thưởng **2.** bất cứ cái nào, bất cứ người nào: *whichever you buy, there is a six-month guarantee* bất cứ cái nào anh mua cũng được bảo hành sáu tháng; *it takes three hours, whichever route you take* anh đi bất cứ đường nào cũng phải mất ba tiếng.

whichever² /witʃ'evə[r], *(Mỹ* hwiʃ'evə[r])/ *đht nghi vấn, đt nghi vấn (chỉ sự ngạc nhiên)* người nào, cái nào: *whichever of these children is yours?* đứa nào trong các cháu này là con anh?

whiff /wif, *(Mỹ* hwif)/ *dt* **1.** luồng, làn *(khói, không khí)*: *catch a whiff of perfume* ngửi thấy một làn hương thơm; *have a whiff of fresh air* hít thở làn không khí trong lành; *a whiff of suspicion (bóng)* một chút nghi ngờ **2.** hơi hít vào: *a whiff of anaesthetic* một hơi thuốc mê; *he took up his pipe to have a few whiffs* anh ta cầm cái điếu lên và rít vài hơi **3.** mùi thối, xú khí: *there is an awful whiff coming from the dustbin* có mùi hôi khủng khiếp bốc ra từ thùng rác.

while¹ /wail, *(Mỹ* hwail)/ *dt (số ít)* [khoảng] thời gian: *she worked in a bank for a while before studying law* cô ta làm ở một ngân hàng một thời gian trước khi học luật; *for a long while we had no news of him* một thời gian dài, chúng tôi không có tin tức gì của nó; *I'll be back in a little while* một chút nữa tôi sẽ trở lại. // **once in a while** *x* once; **worth one's while** *x* worth.

while² /wail, (Mỹ hwail)/ *dgt* **while something away** lãng phí, để trôi qua; giết (thì giờ): *we whiled away the time at the airport reading magazines* ở phi cảng chúng tôi giết thì giờ bằng cách đọc tạp chí.

while³ /wail, (Mỹ hwail)/ *lt* (cg whilst) **1.** trong lúc, trong khi, khi: *he fell asleep while [he was] doing his homework* nó ngủ thiếp đi trong lúc đang làm bài tập ở nhà; *while Mary was writing a letter, the children were playing outside* trong khi Mary viết thư thì tụi trẻ chơi bên ngoài **2.** trong khi mà; còn (dùng để chỉ sự tương phản): *the hat is red, while the shoes are black* cái mũ thì đỏ, còn đôi giày thì đen **3.** mặc dù, dù: *while I admit that there are problems, I don't agree that they cannot be solved* mặc dù tôi chấp nhận là có vấn đề, tôi không đồng ý là những vấn đề đó không thể giải quyết được.

whilst /wailst, (Mỹ hwailst)/ *lt nh* while³.

whim /wim, (Mỹ hwim)/ *dt* ý chợt nảy ra; ý thích bất chợt: *it's only a passing whim* đấy chỉ là một ý bất chợt nảy ra; *they seem ready to indulge his every whim* họ có vẻ như sẵn sàng thỏa mãn mọi ý thích bất chợt của anh ta.

whimper¹ /'wimpə[r], (Mỹ 'hwimpə[r])/ *dgt* **1.** rên rỉ; thút thít (vì sợ hoặc đau) **2.** thút thít nói: *"please don't leave me alone", he whimpered* nó thút thít nói: xin đừng để em một mình.

whimper² /'wimpə[r], (Mỹ 'hwimpə[r])/ *dt* tiếng khóc thút thít; giọng rên rỉ.

whimsical /'wimzikl, (Mỹ 'hwimzikl)/ *tt* **1.** bất thường: *a whimsical mind* tính khí bất thường **2.** kỳ dị: *a whimsical thing* một vật kỳ dị.

whimsicality /,wimzi'kæləti, (Mỹ hwimzi'kæləti)/ *dt* **1.** tính bất thường **2.** tính chất kỳ dị.

whimsically /'wimzikli, (Mỹ 'hwimzikli)/ *pht* **1.** [một cách] bất thường **2.** [một cách] kỳ dị.

whimsy /'wimzi, (Mỹ 'hwimzi)/ *dt* **1.** thái độ bất thường **2.** ý tưởng kỳ dị; ý muốn ngông.

whin /win, (Mỹ hwin)/ *dt nh* gorse.

whine¹ /wain, (Mỹ hwain)/ *dt* (thường số ít) **1.** tiếng khóc thét lên (của ai); tiếng tru (của chó) **2.** tiếng rú (của động cơ...).

whine² /wain, (Mỹ hwain)/ *dgt* **1.** khóc thét lên; tru lên; gầm rú lên: *the dog sat outside the door whining [to be let in]* con chó ngồi ngoài cửa tru lên [đòi vào] **2.** cằn nhằn, rên rẩm; lải nhải: *do stop whining!* đừng có rên rẩm nữa!; *I want to go home, he whined* con muốn về nhà, nó lải nhải.

whiner /'wainə[r], (Mỹ 'hwainə[r])/ *dt* người cằn nhằn lải nhải.

whinny¹ /'wini, (Mỹ 'hwini)/ *dt* tiếng hí (ngựa).

whinny² /'wini, (Mỹ 'hwini)/ *dgt* (whinnied) hí (ngựa).

whip¹ /wip, (Mỹ hwip)/ *dt* **1.** roi **2.** đoàn trưởng đảng (đảng viên được cử đôn đốc các đảng viên thuộc đảng mình trong quốc hội ở Anh và Mỹ đi bầu đông đủ khi có cuộc bỏ phiếu ở quốc hội); chỉ thị của đoàn trưởng đảng: *a three-line whip* một chỉ thị khẩn cấp **3.** *nh* whipper-in **4.** món kem trứng đánh với trái cây: *strawberry whip* món kem trứng dâu tây. // **a fair crack of the whip** *x* fair¹; **get (have, hold...) the whip hand [over somebody]** ở cương vị có quyền lực: *their opponents had the whip hand and it was useless to resist* đối thủ của họ ở cương vị có quyền lực nên chống lại thật là vô ích.

whip² /wip, (Mỹ hwip)/ *dgt* (-pp-) **1.** đánh bằng roi, quất: *whip a horse* quất ngựa; *the culprit will be whipped when he is found* thủ phạm sẽ bị đánh bằng roi khi bị tìm thấy **2.** **whip something [up] [into something]** đánh (kem, trứng...): *whip the ingredients [up] into a smooth paste* đánh các thành phần pha chế thành bột nhào mịn **3.** (Anh, kng) xoáy, thó: *who's whipped my umbrella?* đứa nào đã xoáy chiếc ô của tớ rồi? **4.** xông, lao: *the thief whipped round the corner and out of sight* tên trộm lao qua góc đường và biến mất **5.** đập, quất: *the rain whipped against the panes* mưa đập mạnh vào cửa kính; *the branch whipped back and hit me in the face* cành cây quất trở lại và đập vào mặt tôi **6.** khâu vắt: *whip a seam* khâu vắt một đường may **7.** (hải) quấn chặt đầu sợi dây. // **whip somebody (something) on** thúc cho đi nhanh hơn; thúc cho làm việc cật

W

lực hơn; **whip something (somebody) up** a/ khơi dậy; kích động: *they're trying to whip up support for their candidate* họ đang cố gắng khơi dậy lòng nhiệt tình ủng hộ cho ứng cử viên của họ b/ chuẩn bị rất nhanh một bữa ăn: *I can easily whip you up some scrambled egg* tôi có thể làm rất nhanh cho anh một ít trứng bác.

whip-cord /'wipkɔːd/ *dt* sợi bện roi.

whiplash /'wiplæʃ/ *dt* **1.** dây [buộc] đầu roi **2.** *nh* whiplash injury.

whiplash injury /'wiplæʃ-indʒəri/ sự trẹo cổ.

whipper-in /,wipər'in, (Mỹ ,hwipər'in)/ *dt* (*snh* **whippers-in**) (*cg* **whip**) người phụ trách chó (*trong cuộc đi săn*).

whipper-snapper /'wipə,-snæpə[r], (Mỹ 'hwipə,-snæpə[r])/ (*cũ, kng, xấu*) tên nhóc con huênh hoang.

whippet /'wipit, (Mỹ 'hwi-pit)/ *dt* chó đua.

whipping /'wipiŋ/ *dt* **1.** sự đánh roi **2.** trận roi, trận đòn (*hình phạt*).

whipping-boy /'wipiŋbɔi/ *dt* kẻ giơ đầu chịu báng.

whip-round /'wipraund/ *dt* (*Anh, kng*) cuộc quyên góp (*tiền để tặng ai...*).

whippy /'wipi/ *tt* mềm dẻo, dễ uốn (*cái gậy, thân cây...*).

whir /wɜː[r], (Mỹ hwɜː[r])/ *dt dgt, (Mỹ)*, *nh* whirr.

whirl¹ /wɜːl, (Mỹ hwɜːl)/ *dgt* **1.** [làm cho] quay tít: *the whirling blades of the fan* những cánh quay tít của chiếc quạt máy; *the wind whirled [up] the fallen leaves* gió cuốn lá rụng xoay tít; *he whirled his partner round the dance floor* hắn xoay tít cô bạn nhảy trên sàn nhảy **2.** làm cho di

chuyển nhanh (*theo một hướng nào đó*): *the houses whirled past us as the train gathered speed* nhà cửa chuyển nhanh qua trước mặt chúng tôi khi tàu tăng tốc **3.** quay cuồng (*đầu óc...*): *I couldn't sleep: my mind was still whirling from all I had seen and heard* tôi không ngủ được; đầu óc tôi còn quay cuồng vì tất cả những gì tôi đã nhìn thấy và nghe thấy.

whirl² /wɜːl, (Mỹ hwɜːl)/ *dt* (*số ít*) **1.** sự quay tít: *the whirl of the propeller blades* sự quay tít của cánh quạt (*máy bay*), của chân vịt (*tàu thủy*) **2.** sự dồn dập; sự quay cuồng: *my mind is in a whirl* tâm trí tôi đang quay cuồng; *the whirl of modern life in a city* sự dồn dập (hoạt động quay cuồng) của đời sống hiện đại trong một thành phố. // **give something a whirl** (*kng*) thử xem (*có thích hợp không*): *the job doesn't sound very exciting, but I'll give it a whirl* công việc không có vẻ hấp dẫn, nhưng tôi sẽ thử xem.

whirligig /'wɜːligig, (Mỹ 'hwɜːligig)/ *dt* **1.** con cù, con quay **2.** (*gthông*) (*cg* **round-about**) giao điểm hoa thị.

whirlpool /'wɜːlpuːl/ *dt* xoáy nước.

whirlwind /'wɜːl,wind/ *dt* (*cg* **twister**) (*Mỹ, kng*) con bão lốc, vòi rồng. // **reap the whirlwind** *x* reap.

whirlybird /'wɜːli,bɜːd/ *dt* (*cũ, Mỹ, lóng*) máy bay lên thẳng.

whirr¹ (*Mỹ* **whir**) /wɜː[r], (Mỹ hwɜː[r])/ *dt* (*thường số ít*) tiếng vù vù, tiếng vo vo: *the whirr of a fan* tiếng vù vù của cái quạt.

whirr² (*Mỹ* **whir**) /wɜː[r], (Mỹ hwɜː[r])/ *dgt* kêu vù vù,

kêu vo vo: *the whirring sound of the helicopter blades* tiếng kêu vù vù của cánh quạt máy bay lên thẳng.

whisk¹ /wisk, (Mỹ hwisk)/ *dt* **1.** cái đánh trứng, cái đánh kem **2.** cái phất trần; cái xua ruồi **3.** cái vẫy nhẹ, cái phất nhẹ: *the cow brushed away the flies with a whisk of its tail* con bò phất nhẹ đuôi để xua ruồi đi.

whisk² /wisk, (Mỹ hwisk)/ *dgt* **1.** quất, phất: *the horse whisked its tail angrily* con ngựa quất đuôi giận dữ. **2.** đánh (*trứng...*). // **whisk something away (off)** phất mà xua đi; *whisk the flies away* phất mà xua ruồi đi; **whisk [somebody, something] away (off...)** đi nhanh; mang nhanh và bất thình lình đi: *the waiter whisked away the food before we had finished* người hầu bàn bất thình lình dọn thức ăn đi trước khi chúng tôi ăn xong.

whisker /'wiskə[r], (Mỹ 'hwiskə[r])/ *dt* ria (*mèo, chuột*). // **by a whisker** chỉ chút ít, vừa sít: *he won the race by a whisker* nó thắng cuộc chạy đua chỉ vừa sít.

whiskered /'wiskəd, (Mỹ 'hwiskəd)/ *tt* có tóc mai dài.

whiskers /'wiskəz, Mỹ 'hwiskəz/ *dt* râu má (*của người*). // **be the cat's whiskers (pyjamas)** *x* cat¹.

whiskey /'wiski, (Mỹ 'hwiski)/ *dt* (*Mỹ, Ailen*) rượu uýt-ki.

whisky /'wiski, (Mỹ 'hwiski)/ *dt* (*Mỹ, Ailen* **whiskey**) **1.** rượu uýt-ki **2.** cốc uýt-ki: *two whiskies, please* xin hai cốc uýt-ki.

whisper¹ /'wispə[r], (Mỹ 'hwispə[r])/ *dgt* thì thầm: *he whispered a word in my ear* nó thì thầm một lời vào tai tôi; *it is whispered that he is heavily in debt* có tiếng thì thầm (tiếng xì xào) là nó nợ nhiều lắm; *the wind was whispering in the trees* gió đang thì thầm (đang xào xạc) qua các rặng cây.

whisper² /'wispə[r], (*Mỹ* 'hwispə[r])/ *dt* tiếng thì thầm, tiếng xì xào: *she said it in a whisper, so I couldn't hear* cô ta nói thì thầm, nên tôi không nghe được; *I've heard whispers that the firm is likely to go bankrupt* tôi nghe xì xào là công ty có thể bị phá sản.

whispering campaign /'wispərin kæm'pein/ chiến dịch bôi nhọ.

whist /wist, (*Mỹ* hwist)/ *dt* lối chơi bài uýt (*bốn người chơi chia làm hai cặp*)

whist drive /'wistdraiv/ hội chơi bài uýt đổi cặp.

whistle¹ /'wisl, (*Mỹ* 'hwisl)/ *dt* **1.** tiếng huýt gió, tiếng huýt sáo, tiếng huýt còi. **2.** tiếng hót (*chim*) **3.** cái còi; *the referee blew his whistle* trọng tài thổi còi. // **blow the whistle on somebody (something)** *x* blow¹; **clean as a whistle** *x* clean¹; **wet one's whistle** *x* wet³.

whistle² /'wisl, (*Mỹ* 'hwisl)/ *dgt* **1.** huýt gió, huýt sáo: *the boy was whistling cheerfully* chú bé huýt gió một cách vui vẻ; *he whistled a happy tune as he walked along* nó vừa đi vừa huýt một điệu vui **2.** rú, rít: *a train whistled in the distance* xe lửa rú còi đằng xa; *the wind whistled through a crack in the door* gió rít qua khe cửa; *a bullet whistled past his head* một viên đạn rít qua đầu nó **3.** huýt gọi, huýt ra hiệu: *she whistled her dog back* chị

ta huýt gọi con chó trở lại; *he whistled to his friend to keep hidden* nó huýt ra hiệu cho bạn nó nấp đi. // **whistle in the dark** cố trấn tĩnh.

whistle for something (*kng*) mong ước mà chẳng ăn thua gì, uổng công thôi: *if he wants his money now he'll have to whistle for it, I'm afraid* bây giờ mà nó muốn đòi tiền thì tôi e rằng chỉ uổng công mà thôi.

whistle-stop /'wislstɒp/ *dt* **1.** (*Mỹ*) ga xép (*tàu chỉ đỗ khi có hành khách yêu cầu*) **2.** chặng dừng chân của ứng cử viên trong chuyến đi vận động tranh cử.

whit /wit, (*Mỹ* hwit)/ *dt (số ít)* (*thường trong câu phủ định*) chút nào, tí nào: *he does cares not a whit for public opinion* nó chẳng quan tâm chút nào đến dư luận.

Whit /wit, (*Mỹ* hwit)/ *dt cg* **Whitsun, Whitsunday** (*tôn*) lễ Hạ trần.

Witsun /'witsən, (*Mỹ* 'hwitsən)/ *dt x* Whit.

Witsunday /,wit'sɒndi, (*Mỹ* ,wit'sʌndi)/ *dt x* Whit.

white¹ /wait, (*Mỹ* hwait)/ *tt* (-r; -st) **1.** trắng, bạch, bạc: *walls painted white* tường sơn trắng; *her hair has turned white* tóc bà đã bạc **2.** [thuộc] dân da trắng **3.** (+ with) trắng bệch, tái mét: *he was white with fury* nó tái đi vì giận. // **black and white** *x* black²; **bleed somebody white** *x* bleed; **show the white feather** *x* show²; [as] **white as a sheet** nhợt nhạt, tái mét: *she went as white as a sheet when she heard the news* khi nghe tin ấy chị ta tái mét đi; [as] **white as snow** trắng như tuyết, bạc trắng: *an old man with*

hair as white as snow một ông già tóc bạc trắng.

white² /wait, (*Mỹ* hwait)/ *dt* **1.** màu trắng; thuốc nhuộm trắng **2.** quần áo trắng: *dressed all in white* mặc quần áo trắng **3. whites** (*snh*) bộ đồ trắng (*đặc biệt bộ đồ thể thao, chơi quần vợt...*) **4.** lòng trắng (*trứng*) **5.** tròng trắng (*con mắt*) **6.** người da trắng.

white ant /,wait'ænt/ *dt* (*động*) con mối.

whitebait /waibeit/ *dt* cá trắng con (*thuộc nhiều loài khác nhau dùng làm thức ăn*).

white blood cell /,wait'blʌdsel/ (*sinh*) bạch cầu.

white coffee /,wait'kɒfi/ cà phê nâu (*cà phê thêm sữa, cà phê thêm kem*).

white-collar /,wait'kɒlə[r]/ *tt* [thuộc] công chức (*không phải là công nhân*): *white-collar workers* công chức phòng giấy (*không làm lao động chân tay*).

white corpuscle /,wait'kɔ:pʌsl/ *nh* white blood cell.

whited sepulchre /,waitid'sepəkə[r]/ kẻ đạo đức giả.

white dwarf /,waitdwɔ:f/ ngôi sao kém sáng (*vào cuối thời gian tồn tại, kém sáng so với mặt trời*).

white elephant /,wait'elifənt/ đồ đắt tiền mà vô dụng.

white-ensign /,wait'en sain/ cờ hiệu Hải quân Anh.

white flag /,wait'flæg/ cờ trắng (*dấu hiệu đầu hàng*).

Whitehall /waithɔ:l, (*Mỹ* 'hwaithɔ:l)/ *dt* **1.** khu Bạch sảnh (*nơi tập trung nhiều văn phòng chính phủ ở Luân Đôn*) **2.** chính phủ Anh.

white heat /,wait'hi:t/ nhiệt độ nóng trắng.

white hope /,wait'həʊp/ người được đặt nhiều hy vọng.

white horses /,waithɔːsiz/ sóng bạc đầu.

white-hot /,wait'hɒt/ tt nóng trắng *(kim loại)*.

White House /,waithaʊs/ **1.** tòa Bạch ốc, Nhà trắng **2.** chính phủ Mỹ, Nhà trắng.

white lead /,wait'led/ chì trắng *(một hợp chất chì rất độc, trước đây dùng sơn nhà)*.

white lie /,wait'lai/ lời nói dối vô hại.

white man /'waitmæn/ (c **white woman**) đàn ông da trắng.

white meat /'waitmiːt/ **1.** thịt trắng *(gà, thỏ, bê, lợn)* **2.** thịt ức *(gà, chim)*.

whiten /'waitn, (Mỹ 'hwaitn)/ dgt **1.** làm cho trắng, sơn trắng, quét vôi trắng **2.** trắng ra.

whiteness /'waitnis/ dt **1.** sắc trắng; màu bạc **2.** sắc tái mét.

whitening /'waitniŋ, (Mỹ 'hwaitniŋ)/ nh **whiting²**.

White Paper /,wait'pei-pə[r]/ *(Anh)* sách trắng *(của chính phủ về một chính sách mà quốc hội đang cứu xét)*.

white pepper /,wait'pe pə[r]/ tiêu sọ.

white sauce /,wait'sɔːs/ nước xốt trắng *(chế từ bơ, bột và sữa)*.

white-slave /,wait'sleiv/ *white-slave traffict* sự buôn phụ nữ ra nước ngoài làm nghề mại dâm.

white slavery /,wait'slei-vəri/ sự buôn phụ nữ ra nước ngoài làm nghề mại dâm.

white spirit /,wait'spirit/ xăng trắng *(dùng để pha loãng sơn, để tẩy vết bẩn ở quần áo)*.

white-tie /,wait'tai/ tt mang nơ trắng *(quần áo dự dạ hội...)*.

whitewash¹ /'waitwɒʃ/ dt **1.** nước vôi trắng *(để quét tường)* **2.** *(xấu)* sự che đậy lỗi lầm.

whitewash² /'waitwɒʃ/ dgt **1.** quét vôi, **2.** che đậy *(lỗi lầm)*.

whitewater /,wait'wɔːtə[r]/ dt *(Mỹ)* thác nước.

white wedding /,wait'we-diŋ/ đám cưới cô dâu mặc áo trắng *(ở nhà thờ)*.

white wine /,wait'wain/ rượu vang trắng.

whither /'wiðə[r], (Mỹ 'hwiðə[r])/ pht *(cổ hoặc tu từ)* đến đâu: *whither goest thou?* anh đi [đến] đâu?; *whither the shipping indus-try?* ngành công nghiệp đóng tàu sẽ đi đến đâu?

whiting¹ /'waitiŋ, (Mỹ 'hwaitiŋ)/ dt *(snh kđổi)* *(động)* cá hét.

whiting² /'waitiŋ, (Mỹ 'hwaitiŋ)/ dt vôi bột trắng *(để pha nước vôi quét tường, để đánh bóng đồ bằng bạc...)*.

whitish /'waitiʃ/ tt trắng: *a whitish blue* màu xanh trắng trắng; *a whitish dress* chiếc áo trắng trắng.

whitlow /'witləʊ, (Mỹ 'hwitləʊ)/ dt *(y)* chín mé.

Whitsun /'witsn, (Mỹ 'hwitsn)/ dt *(tôn)* x Whit.

Whitsuntide /'witsntaid, (Mỹ 'hwitsntaid)/ dt nh Whitsun.

whittle /'witl, (Mỹ 'hwitl)/ dgt chuốt, gọt, vót; đẽo *(bằng dao)*: *whittling a tent-peg from a branch; whittling a branch into a tent-peg* đẽo một cành cây thành một chiếc cọc lều.

whittle something away làm hao mòn dần, làm giảm dần:

inflation has whittled away their savings lạm phát đã làm cho tiền họ tiết kiệm được giảm giá dần; **whittle something down** a/ chuốt, gọt vật gì b/ [làm] bớt, [làm] giảm: *the number of employ-ees is being whittled down in order to reduce costs* bớt số nhân viên nhằm giảm chi phí.

whiz /wiz, (Mỹ hwiz)/ dgt **(-zz-)** vèo, vù: *a bullet whizzed past my ear* một viên đạn vèo qua tai tôi; *the days seemed to whiz by* chuỗi ngày như vù qua.

whizkid /'wikid, (Mỹ 'hwizkid)/ dt *(kng, đôi khi xấu)* người thành đạt nhanh chóng, người lên như diều.

who¹ /huː/ dt nghi vấn ai: *who is the woman in the black hat?* chị phụ nữ đội mũ đen kia là ai thế?; *who are you phoning?* anh đang gọi điện thoại cho ai thế? // **who am I (are you, is she, ...) to do something?** tôi (anh, chị ta...) có quyền gì mà làm việc gì đó? *who are you to tell me I can't leave my bicycle here? it's not your house* anh là ai mà có quyền để xe đạp ở đây? nào phải là nhà anh đâu kia chứ!; **[know, learn...] who's who** biết những người này là những ai: *you'll soon find out who's who in this office* rồi chẳng mấy chốc anh sẽ biết những người trong sở này là những ai.

who² /huː/ dt quan hệ [người] mà, [những người] mà: *my wife, who is out at the moment, will phone you when she gets back* vợ tôi, mà lúc này không có ở nhà, sẽ gọi điện thoại cho chị khi nào cô ấy trở về: *Mrs Smith, who has a lot of* *teaching experience, will be joining us in the spring* bà Smith, người [mà] có nhiều kinh nghiệm giảng dạy sẽ nhập vào nhóm chúng ta vào mùa xuân này; *the boy [who] I spoke to a moment ago is the son of my employer* cậu bé mà tôi vừa nói đến là con trai của ông chủ tôi; *Mary, who we were talking about earlier, has just walked in* Mary, người mà chúng ta nói đến lúc nãy, vừa mới bước vào.

WHO /ˈdʌbju eitʃəʊ/ (*vt của* World Health Organization) Tổ chức y tế thế giới.

whoa /wəʊ/ *tht* họ! họ! (*để ngựa đứng lại hay đứng yên*).

who'd /huːd/ **1.** *dạng rút ngắn của* who had *x* have **2.** *dạng rút ngắn của* who would *x* will², would².

whodunit (*cg* **whodunnit** /ˌhuːˈdʌnit/) *dt* (*kng*) kịch (truyện) trinh thám đến phút chót mới phát hiện ra thủ phạm: *her latest whodunit* cuốn truyện trinh thám gần đây nhất của bà ta.

whoever¹ /huːˈevə[r]/ *dgt* **1.** người nào, ai: *whoever says that is a liar* người nào mà nói thế là người nói dối **2.** bất cứ ai: *whoever wants to speak to me on the phone, tell them I'm busy* bất cứ ai muốn nói chuyện với tôi qua điện thoại, hãy bảo họ là tôi bận.

whoever² /huːˈevə[r]/ *dt* nghi vấn (*tỏ sự ngạc nhiên*) ai: *whoever can be phoning us at this time of night?* ai lại có thể gọi điện thoại cho chúng ta vào giờ này ban đêm?

whole¹ /həʊl/ *tt* **1.** trọn vẹn, toàn bộ, tất cả: *three whole days* ba ngày trọn [vẹn];

I've sold the whole lot tôi đã bán toàn bộ lô hàng; *tell me the whole truth* hãy kể cho tôi nghe toàn bộ sự thật **2.** nguyên vẹn: *after the party, there wasn't a glass left whole* sau bữa tiệc, không còn một chiếc cốc nào còn nguyên vẹn; *cook something whole* nấu nguyên cả khối (*không chặt ra*). // **go the whole hog** (*kng*) làm trọn vẹn toàn bộ: *they painted the kitchen and then decided to go the whole hog and redecorate the other rooms as well* họ đã quét vôi nhà bếp và rồi quyết định quét vôi toàn bộ và trang trí lại cả các phòng khác một thể; **the whole bag of tricks (caboodle, shebang, shooting match)** (*kng*) tất cả, mọi thứ: *they bought the house, the land, the stables, the whole shooting match* họ mua tất, nhà, đất, chuồng trại, tất cả mọi thứ; **a whole lot (of something)** (*kng*) cả lô, cả mớ: *a whole lot of reasons for not doing it* cả lô lý do để không làm việc đó; *a whole lot of trouble* cả mớ rắc rối; **with all one's heart (one's whole heart)** *x* heart.

whole² /həʊl/ *dt* **1.** toàn bộ, toàn thể: *four quarters make a whole* bốn phần tư làm thành toàn bộ **2.** (*số ít*) **whole of something** hết cả, cả: *she spent the whole of the year in hospital* bà ta ở nằm viện cả năm trời. // **as a whole** a/ nguyên cả; trọn bộ: *is the collection going to be divided up or sold as a whole?* bộ sưu tập sẽ được phân ra hay bán nguyên cả bộ b/ nhìn chung: *the population as a whole is (are) in favour of the reform* dân chúng nhìn chung ủng hộ việc cải cách; **on the whole** xét mọi mặt: *on the whole,*

I'm in favour of the proposal xét mọi mặt, tôi ủng hộ đề nghị ấy.

wholefood, wholefoods /ˈhəʊlfuːd[z]/ thực phẩm nguyên dạng (*không pha chế, chế biến gì cả*): *a wholefood restaurant* cửa hàng ăn bán thức ăn nguyên dạng.

wholehearted /ˌwəʊlˈhaːtid/ *tt* toàn tâm toàn ý, hết lòng: *give wholehearted support* hết lòng ủng hộ.

wholeheartedly /ˌwəʊlˈhaːtidli/ *pht* [một cách] hết lòng: *wholehartedly in favour of the scheme* hết lòng ủng hộ kế hoạch.

whole holiday /ˌwəʊl ˈhɒlidi/ một ngày nghỉ trọn vẹn.

wholemeal /ˈhəʊlmiːl/ *dt* (*cg* **whole wheat**) bột mì đen.

wholeness /ˈhəʊlnis/ *dt* **1.** sự trọn vẹn, sự toàn bộ **2.** sự nguyên vẹn.

whole note /ˈhəʊlnəʊt/ (*nhạc Mỹ*) *nh* semibreve.

whole number /ˌwəʊlˈnʌmbə[r]/ *dt* (*toán*) số nguyên.

wholesale¹ /ˈhəʊseil/ *dt* sự bán buôn, sự bán sỉ.

wholesale² /ˈhəʊseil/ *tt, pht* [bằng phương thức] bán buôn, [bằng phương thức] bán sỉ.

wholesale³ /ˈhəʊlseil/ *dgt* bán buôn, bán sỉ.

wholesaler /ˈhəʊlseilə[r]/ *dt* người bán buôn, người bán sỉ.

wholesome /ˈhəʊlsəm/ *tt* **1.** bổ dưỡng (*thức ăn*) **2.** khỏe mạnh: *have a wholesome appearance* trông bề ngoài khỏe mạnh **3.** lành mạnh: *films like that are not wholesome entertainment for young children* những phim như phim đó không phải là thú tiêu khiển lành mạnh đối với các cháu.

wholesomeness /ˈhəʊl-səmnis/ *dt* **1.** sự bổ dưỡng **2.** sự khỏe mạnh **3.** sự lành mạnh.

who'll /hu:l/ *dạng rút ngắn của* who will *x* will¹.

wholly /ˈhəʊli/ *pht* [một cách] hoàn toàn, [một cách] trọn vẹn: *not a wholly successful book* không phải một cuốn sách thành công trọn vẹn; *I'm not wholly convinced by your opinion* ý kiến của anh không hoàn toàn thuyết phục tôi.

whom¹ /hu:m/ *dt nghi vấn (dùng làm bổ ngữ cho một dgt hay gt)* ai: *whom did they invite?* họ đã mời ai thế?; *of whom are you speaking?* anh nói ai thế?

whom² /hu:m/ *dt quan hệ* [những] người mà: *the author whom you criticized in your review has written a letter in reply* tác giả mà anh đã phê bình trong bài điểm sách của anh đã viết một bức thư đáp lại; *my parents, whom I'm sure you remember, passed away within a week of one another* bố mẹ tôi mà tôi chắc anh nhớ chứ, đã lần lượt qua đời trong vòng một tuần lễ.

whoop¹ /hu:p, wu:p, (Mỹ hwu:p)/ *dt* **1.** tiếng reo, tiếng hò reo **2.** tiếng ho khúc khắc *(của kẻ bị ho gà...).*

whoop² /hu:p, wu:p, (Mỹ ˈhwu:p)/ *dgt* **1.** reo, hò reo **2.** ho khúc khắc. // **whoop it up** /wu:p, (Mỹ hwʊp)/ *(kng)* hò reo ăn mừng: *after their victory they were whooping it up all night long* sau chiến thắng họ đã hò reo ăn mừng suốt đêm.

whoopee¹ /ˈwʊpi:, (Mỹ ˈhwʊpi:)/ *tht* hoan hô!

whoopee² /ˈwʊpi:, (Mỹ ˈhwʊpi:)/ *dt* **make whoopie** *(kng)* reo mừng.

whooping cough /ˈhu:piŋ kɒf/ *(y)* ho gà.

whoops /wʊps/ *tht (kng)* **1.** ối! **2.** chết tôi rồi!

whop /wɒp, (Mỹ hwɒp)/ *dgt* **(-pp-)** *(kng, Mỹ)* đánh đập; đánh bại.

whopper /ˈwɒpə[r], (Mỹ ˈhwɒpə[r])/ *dt* **1.** cá to lớn quá khổ: *the fisherman had caught a whopper* người đánh cá đã bắt được một con cá to quá khổ. **2.** điều nói dối trơ trẽn: *if she said that, she was telling a real whopper* nếu chị ta nói thế, thì đó là nói một điều nói dối trơ trẽn đấy.

whopping¹ /ˈwɒpiŋ, (Mỹ ˈhwɒpiŋ)/ *tt (kng)* rất lớn: *a whopping lie* lời nói dối trắng trợn.

whopping² /ˈwɒpiŋ, (Mỹ ˈhwɒpiŋ)/ *pht (kng)* rất: *a whopping big hole in the ground* một lỗ rất lớn ở mặt đất.

whore /hɔ:[r]/ *dt (cổ hoặc xấu)* **1.** gái điếm, con đĩ **2.** người đàn bà trụy lạc.

who're /ˈhu:ə[r]/ *dạng rút ngắn của* who are.

whore-house /ˈhɔ:haʊs/ *dt (cổ hoặc xấu)* nhà thổ.

whorl /wɜ:l, (Mỹ hwɜ:l)/ *dt* **1.** *(động)* vòng xoắn: *the whorl of a shell* vòng xoắn của vỏ ốc **2.** *(thực)* vòng *(lá, cánh hoa...)* **3.** vòng hoa tay *(ở dấu lăn tay).*

whortleberry /ˈwɜ:tlberi, (Mỹ ˈhwɜ:tlberi)/ *dt nh* bilberry.

who's /hu:z/ *dạng rút ngắn của* **1.** who is *(x* be) **2.** who has *(x* have).

whose¹ /hu:z/ *(dht nghi vấn, dt nghi vấn của* whom) của ai: *whose [house] is that?* cái [nhà] kia của ai?

whose² /hu:z/ *(dht quan hệ của* whom, *và hiếm hơn của*

which) của: *the boy whose father is in prison* cậu bé mà bố [của nó] đang ở tù.

who've /hu:v/ *dạng rút ngắn của* who have *(x* have).

why¹ /wai, (Mỹ hwai)/ *pht nghi vấn* **1.** vì sao: *why were you late?* vì sao anh tới trễ? *tell me why you did it* nói cho tôi biết vì sao anh đã làm chuyện đó **2.** *(đặt trước dgt)* sao lại: *why get upset because you get a bad mark?* sao lại lo lắng chỉ vì bị một điểm xấu?. // **why ever** *(chỉ sự ngạc nhiên)* [vì] sao [tại] sao: *why ever didn't you tell us before?* sao trước không nói cho chúng tôi biết?; **why not** *(dùng để đưa ra một gọi ý hay để chấp thuận một gọi ý)* sao lại không: *"let's go to the cinema"* - *"why not?"* "ta đi xem chiếu bóng đi" - "sao lại không?".

why² /wai, (Mỹ hwai)/ *pht quan hệ (thường dùng sau từ* reason) [lý do] tại sao: *the reason why he left her* lý do tại sao nó bỏ cô ta; *that is [the reason] why I came early* đó là lý do tại sao tôi đã đến sớm.

why³ /wai, (Mỹ hwai)/ *tht (chỉ sự ngạc nhiên, sự sốt ruột)* sao!: *why, it's you!* là anh đó sao!

why⁴ /wai, (Mỹ hwai)/ *dt* **the whys and [the] wherefores** lý do: *I don't need to hear all the whys and the wherefores, I just want to know what happened* tôi không cần nghe lý do, tôi chỉ cần biết chuyện gì đã xảy ra.

WI **1.** *(vt của* West Indies) Tây Ấn *(chủ yếu dùng để ghi địa chỉ)* **2.** /ˌdʌbljuːˈai/ *(Anh, kng) (vt của* Women's Institute) Học viện phụ nữ.

wick /wik/ *dt* bấc *(cây nến, cây đèn dầu...).* // **get on**

somebody's wick (Anh, kng) chọc tức ai liên tục.

wicked¹ /'wikid/ tt (-er; -est) xấu, tệ, đồi bại, độc ác, tội lỗi: a wicked deed một hành động tội lỗi; wicked weather thời tiết tồi tệ 2. nguy hại, gây nguy hiểm: a wicked blow cú đấm nguy hiểm 3. tinh quái: a wicked sense of humour óc hài hước tinh quái.

wicked² /'wikid/ dt the wicked (dgt snh) kẻ xấu xa độc ác. // [there's] no peace (rest...) for the wicked (thường đùa) không có chỗ yên ổn cho kẻ ác dung thân.

wickedly /'wikidli/ pht 1. [một cách] xấu xa độc ác 2. [một cách] nguy hại 3. [một cách] tinh quái.

wickedness /'wikidnis/ dt 1. tính xấu xa độc ác 2. tính nguy hại 3. tính tinh quái.

wicker /'wikə[r]/ dt mặt đan (như mặt ghế đan, phương tây thường dùng cành liễu giỏ).

wickerwork /'wikəwɜːk/ dt hàng đan (rổ rá, mặt ghế...).

wicket gate /'wikit,geit/ dt cửa xép; cổng con (bên cạnh hay làm thành một bộ phận của cửa, cổng chính).

wide¹ /waid/ tt (-r; -st) 1. rộng, rộng lớn: a wide river con sông rộng 2. mở rộng, mở to: she stared at him with eyes wide cô ta nhìn hắn chằm chằm với đôi mắt mở to 3. rộng, trải rộng: a manager with wide experience of industry nhà quản lý có kinh nghiệm rộng về công nghiệp 4. xa đích, trật: his shot was wide [of the target] phát bắn của hắn đã trật. // be (fall) wide of the mark không chính xác, trật mục tiêu: his guesses were all very wide of the mark các ước đoán của hắn đều

hoàn toàn trật; **give somebody (something) a wide berth** giữ khoảng cách đối với ai (cái gì).

wide² /waid/ pht rộng; hết cỡ; hoàn toàn: wide awake thức tỉnh hoàn toàn; with legs wide apart với chân dang rộng hết cỡ. // **cast one's net wide** x cast¹; **far and near (wide)** x far; **wide open (cuộc đấu)** không có đấu thủ nào chắc giành thắng lợi cả; **wide open to something** rộng mở cho thiên hạ bình phẩm.

-wide (yếu tố tạo tt hay pht) rộng khắp: travelled worldwide du lịch khắp thế giới.

wide-angle lens /,widæŋgl'lenz/ thấu kính trường nhìn rộng.

wideawake /,waidə'weik/ tt (kng, khen) tỉnh táo sáng suốt.

wideboy /'waidbɔi/ dt (Anh, cũ, kng, xấu) người xảo trá (nhất là trong kinh doanh).

wide-eyed /,waid'aid/ tt 1. tròn xoe mắt (vì ngạc nhiên) 2. ngây ngô, chất phác: wide-eyed innocence sự ngây thơ chất phác.

widely /'waidli/ pht 1. xa, nhiều: differing widely in their opinions khác nhau nhiều về ý kiến 2. rộng rãi, khắp nơi: it is widely known that khắp nơi người ta biết rằng.

widen /'waidn/ dgt mở rộng, mở mang: the road is being widened con đường đang được mở rộng; he wants to widen his knowledge of the industry ông ta muốn mở rộng kiến thức về công nghiệp.

wide-ranging /,waid'reindʒiŋ/ tt trên phạm vi rộng rãi: wide-ranging investiga-

tions những cuộc điều tra trên phạm vi rộng

widespread /'waidspred/ tt phổ biến, lan rộng: the disease is becoming widespread bệnh đang bắt đầu lan rộng.

widgeon /'widʒən/ dt (snh kdổi hoặc widgeons) (động) vịt trời mareca.

widow¹ /'widəʊ/ dt người đàn bà góa, quả phụ.

widow² /'widəʊ/ dgt (chủ yếu dùng ở dạng bị động) làm cho ai góa bụa: many people were widowed by the war nhiều người vì chiến tranh mà bị góa bụa.

widower /'widəʊə[r]/ dt người góa vợ.

widowhood /'widəʊhʊd/ 1. cảnh góa bụa 2. thời gian góa bụa.

width /widθ witθ/ dt 1. bề rộng, bề ngang: 10 metres in width mười mét bề rộng 2. khổ (vải) 3. sự rộng; chiều ngang rộng: the river can be used by many ships because of its width con sông này được nhiều tàu bè sử dụng vì nó rộng; width of knowledge chiều rộng của kiến thức 3. bề rộng hồ bơi: she can swim two widths now chị ta bây giờ có thể bơi được hai bề rộng hồ bơi.

widthways /'widθweiz/ pht [dọc] theo bề ngang: the fabric was folded widthways vải được gấp theo bề ngang.

wield /wiːld/ dgt cầm và sử dụng (dụng cụ, vũ khí...): wield a sword cầm thanh gươm; wield power cầm quyền.

wiener /'wiːnə[r]/ dt (Mỹ) nh frankfurter.

wife /waif/ dt (snh **wives**) vợ: she was a good wife and mother bà ta là một người vợ và người mẹ tốt. // **hus-**

W

band and wife x husband; an old wives' tale x old; the world and his wife x world.

wifely /'waifli/ *tt* [của] vợ; [như người] vợ; [như mong đợi ở] vợ: *wifely duties* bổn phận của người vợ.

wig /wig/ *dt* bộ tóc giả: *she disguised herself with a blonde wig and dark glasses* cô ta hóa trang với bộ tóc giả màu hoe và một cặp kính đen.

wigging /'wigiŋ/ *dt (thường số ít) (Anh, cũ, kng)* sự chửi mắng thậm tệ: *give somebody a good wigging* chửi mắng ai thậm tệ.

wiggle[1] /'wigl/ *dgt (kng)* lắc lư, ngọ nguậy: *stop wiggling and sit still* thôi đừng ngọ nguậy nữa, ngồi yên nào; *the baby was wiggling its toes* đứa bé ngọ nguậy ngón chân.

wiggle[2] /'wigl/ *dt (kng)* sự lắc lư, sự ngọ nguậy.

wiggly /'wigli/ *tt (kng)* **1.** lắc lư, ngọ nguậy: *a wiggly worm* con sâu ngọ nguậy **2.** nhấp nhô: *a wiggly line* một đường nhấp nhô.

wigwam /'wigwæm, (Mỹ 'wi:gwa:m)/ *dt* lều tròn (căng chiếu hoặc da súc vật, của người da đỏ ở Mỹ).

wild /waild/ *tt* **1.** hoang, dại: *a wild cat* con mèo hoang; *wild flowers* hoa dại **2.** man di: *wild tribes* bộ lạc man di **3.** hoang vu: *a wild mountain region* vùng núi hoang vu **4.** dữ dội; bão táp: *wild wind* gió dữ dội; *a wild night* đêm bão táp **5.** hỗn độn, buông thả, không khuôn phép: *he led a wild life in his youth* nó sống một cuộc sống buông thả thời nó còn trẻ **6.** nhiệt liệt, điên cuồng, như điên: *wild laughter* cười như điên; *the crowd went wild with*

delight đám đông vui thích điên cuồng **7.** *(vị ngữ)* (+ about) *(kng)* say mê, 'mê mẩn: *the children are wild about the new computer* tụi trẻ mê mẩn chiếc máy điện toán mới **8.** thiếu suy nghĩ, bừa bãi, rồ dại: *a wild scheme* một kế hoạch rồ dại. // **beyond one's wildest dreams** ngoài sức tưởng tượng; **run wild** *(con thú, cây cối, người)* mọc bừa bãi, đi lung tung; **sow one's wild oats** x sow[2].

wild /waild/ *dt* **1. the wild** *(số ít)* đời sống tự nhiên, trạng thái hoang dã: *animals living in the wild* động vật sống ở trạng thái hoang dã **2. the wilds** *(snh) (đôi khi xấu)* vùng xa xôi hoang vu: *the wilds of Australia* vùng hoang vu của Australia.

wild boar /,waild'bɔ:/ *(động)* lợn lòi.

wildcat /'waildkæt/ *dt* **1.** *(động)* mèo rừng **2.** *(thngữ)* liều, liều lĩnh: *a wildcat scheme* một kế hoạch liều lĩnh.

wildcat strike /'waildkæt-'straik/ cuộc đình công tự phát bất thần.

wildebeast /'wildibi:st/ *dt (snh kđổi hoặc* wildebeests) *nh* gnu.

wilderness /'wildənis/ *dt (thường số ít)* **1.** vùng hoang dã; hoang mạc **2.** nơi vắng vẻ tiêu điều; bãi hoang: *the garden is turning into a wilderness* khu vườn đang biến thành bãi hoang. // **in the wilderness** bị lu mờ trên trường chính trị: *Churchill spent many years in the political wilderness before being called back to become prime minister* Churchill đã phải trải qua bao năm lu mờ trên trường chính trị trước khi thành thủ tướng.

wildfire /'waildfaiə[r]/ *dt* **spread like wildfire** x spread[1].

wildfowl /'waildfaʊl/ *dt (snh kđổi)* chim săn.

wild-goose chase /,waild-'gu:stʃeis/ sự tìm kiếm vô vọng: *the hoaxer had sent the police on a wild-goose chase* kẻ chơi xỏ đã đẩy cảnh sát lao vào một vụ tìm kiếm vô vọng.

wildlife /'waildlaif/ *dt* động vật hoang dại.

wildly /'waildli/ *pht* **1.** [một cách] điên cuồng, như điên: *rushing wildly from room to room* lao từ phòng này sang phòng khác như điên **2.** quá thể: *a wildly exaggerated account* một bài tường thuật thổi phồng quá thể.

wildness /'waildnis/ *dt* **1.** sự hoang dại **2.** sự man di **3.** sự hoang vu **4.** sự dữ dội **5.** sự buông thả **6.** sự rồ dại.

wild oats /,waild'əʊts/ **sow one's wild oats** sống buông thả trụy lạc lúc thiếu thời.

Wild West /,waild'west/ **the Wild West** miền Tây hoang dã của Hoa Kỳ *(trước khi người Châu Âu tới định cư)*.

wiles /wailz/ *dt snh* mưu mẹo, mưu mô: *all her wiles are not enough to persuade them to sell the property* tất cả mưu mô của cô ta đã không đủ thuyết phục họ bán tài sản đi.

wilful *(Mỹ cg* **willful**) /'wilfl/ *tt (thường thngữ)* **1.** cố ý, chủ tâm: *wilful waste* sự lãng phí cố ý **2.** ngoan cố: *a wilful child* đứa bé ngoan cố.

wilfully /'wilfəli/ *pht* **1.** [một cách] cố ý, [một cách] chủ tâm **2.** [một cách] ngoan cố.

wilfulness /'wilflnis/ dt 1. sự cố ý, sự chủ tâm 2. sự ngoan cố.

wiliness /'wailinis/ dt sự xảo trá, sự quỷ quyệt, sự ranh ma.

will[1] /wil/ dgt tình thái (dạng rút ngắn 'll; phủ định **will not**, rút ngắn là **won't**; qk **would**, phủ định **would not**, rút ngắn là **wouldn't** 1. (chỉ sự dự đoán) sẽ: you'll be in time if you hurry anh sẽ kịp giờ nếu khẩn trương lên; how long will you be staying in Hanoi? anh sẽ ở lại Hà Nội bao lâu? they'll be home by this time Giờ này chắc họ ở nhà 2. (chỉ một sự tự nguyện hoặc không tự nguyện) muốn: we won't lend you any more money chúng tôi không muốn cho anh mượn thêm tiền nữa 3. (chỉ một yêu cầu) xin: will you post this letter for me, please? xin anh làm ơn bỏ giùm tôi lá thư này vào thùng thư? 4. (ra lệnh) hãy: will you be quiet! hãy yên lặng đi nào! 5. (mô tả một sự thật hiển nhiên) thì: oil will float on water dầu thì nổi trên nước 6. có thói quen: she will listen to records, alone in her room for hours cô ta có thói quen nghe đĩa hàng giờ một mình trong phòng 7. (chỉ sự khăng khăng làm gì) vẫn cứ, cứ: he would keep telling those dreadful stories nó vẫn cứ tiếp tục kể các câu chuyện khủng khiếp đó.

will[2] /wil/ dgt muốn, thích: you are free to travel where you will in the country anh cứ tự do đi đến nơi nào mà anh thích trên đất nước này. // **if you will** nếu anh thích gọi như vậy: he became her senior adviser - her deputy, if you will ông ta trở thành cố vấn cấp cao, làm phó cho bà ta, nếu anh thích gọi như vậy.

will[3] /wil/ dgt 1. định: this happened because God willed it chuyện đó xảy ra là do Chúa đã định như vậy? 2. để lại bằng chúc thư: father willed me the house and my sister the income from the investments cha tôi đã để lại bằng chúc thư cho tôi ngôi nhà và số lợi tức từ vốn đầu tư thì cho em gái tôi.

will[4] /wil/ dt 1. ý chí: you must have an iron will to have given up smoking after all those years anh phải có ý chí sắt đá mới bỏ được thuốc lá sau bấy nhiêu năm 2. (cg **will-power**) sức mạnh ý chí, nghị lực: she shows great strength of will chị ta tỏ rõ một nghị lực rất mạnh 3. khát vọng; quyết tâm: despite her injuries, she hasn't lost the will to live mặc dù có nhiều thương tật, chị ta vẫn không mất đi khát vọng được sống 4. ý muốn: try to do God's will cố gắng làm theo ý [muốn của] Chúa 5. (cg **testament**) chúc thư: make one's will làm chúc thư. // **against one's will** trái với ý muốn: I was forced to sign the agreement against my will tôi bị buộc phải ký thỏa thuận đó trái với ý muốn của tôi; **at one's own sweet will** x sweet[1]; **at will** bất cứ lúc nào, bất cứ nơi nào; tùy ý; **of one's own free will** x free; **where there's a will there's a way** có chí thì nên **with the best will in the world** x best[1]; **with a will** [một cách] nhiệt tình: they set to work with a will họ nhiệt tình bắt tay vào việc.

-willed (yếu tố tạo tt ghép) có ý chí như thế nào đó: strong-willed có ý chí mạnh mẽ.

willful /'wilfl/ tt (Mỹ) nh wilful.

willies /'wiliz/ dt the willies (snh) (kng) sự bực bội, sự bực dọc.

willing /'wiliŋ/ tt 1. sẵn lòng giúp đỡ; nhiệt tình giúp đỡ 2. (vị ngữ) vui lòng, tự nguyện: willing co-operation sự hợp tác vui lòng. // **God willing** x God; **show willing** x show[2]; **the spirit is willing** x spirit.

willing horse /,wiliŋ'hɔ:s/ người làm việc vui vẻ tự nguyện.

willingly /'wiliŋli/ pht 1. [một cách] sẵn lòng 2. [một cách] tự nguyện.

willingness /'wiliŋnis/ dt 1. sự sẵn lòng 2. sự tự nguyện.

will-o'-the-wisp /,wiləðə-'wisp/ dt 1. ma trơi 2. (bóng) bóng ma: you shouldn't hope to find perfect happiness, it's just a will-o'-the wisp anh không thể tìm được hạnh phúc hoàn toàn, nó chỉ là cái bóng ma thôi.

willow /'wiləʊ/ dt (cg **willow-tree**) cây liễu; gỗ liễu.

willow-pattern /'wiləʊ,-pætən/ dt hình giang liễu (hình cây liễu, trên men xanh ở đồ sứ Trung quốc).

willowy /'wiləʊi/ tt yểu điệu, thướt tha (nói về phụ nữ).

will-power /'wil,paʊə[r]/ dt x will[4] 2.

willy /'wili/ dt (Anh, kng) chim (tiếng nhi đồng chỉ dương vật).

willy-nilly /,wili'nili/ pht dù muốn dù không: they all had to take part, willy-nilly chúng nó đều phải tham gia, dù muốn dù không.

wilt /wilt/ *dgt* [làm cho] héo rũ: *the leaves are beginning to wilt* lá cây bắt đầu héo rũ; *spectators wilting in the heat* (bóng) khán giả mệt rũ dưới sức nóng nung người; *the plants were wilted by the heat* cây cối bị sức nóng làm héo rũ.

wily /'waili/ *tt* (-ier; -iest) xảo trá, quỷ quyệt, ranh: *as wily as a fox* ranh như cáo; *a wily old bird* tên cáo già quỷ quyệt.

wimp /wimp/ *dt* (kng, xấu) người nhu nhược (*thường nói về đàn ông*).

wimpish /'wimpiʃ/ *dt* (kng, xấu) nhu nhược.

wimple /'wimpl/ *dt* khăn trùm (*của phụ nữ thời Trung đại; của nữ tu sĩ*).

win¹ /win/ *dgt* (-nn-) (won) **1.** thắng: *which team won?* đội nào thắng thế?: *win a bet* thắng cược; *win a battle* thắng trận; *win the war* chiến thắng; *win a race* thắng cuộc đua **2.** đoạt, trúng (*giải*): *she won first prize [in the raffle]* chị ta trúng giải nhất cuộc sổ xố đó **3.** đạt được, giành được: *they are trying to win support for their proposal* họ đang cố giành sự hậu thuẫn cho đề nghị của họ **4.** mang lại; làm cho ai nhận được (*điều gì*): *her performance won her much acclaim* cuộc trình diễn của cô ta đã mang lại cho cô nhiều sự tán thưởng. // **carry (win) the day** x day; **gain (win) somebody's hand** x hand; **gain (win) one's laurels** x laurel; **heads I win tails you lose** x head¹; **lose (win) by a neck** x neck¹; **nothing venture, nothing gain (win)** x venture²; **win free** nhờ cố gắng mà thoát khỏi; **win [something] hands down** (kng) thắng dễ dàng và đậm; **win**

one's spurs nổi dánh; **win or lose** thắng hay bại: *win or lose, it should be a very good match* thắng hay bại đó cũng là một trận đấu rất hay; **win (lose) the toss** x toss; **you (one...) can't win** không còn cách nào để đạt được thắng lợi (để làm vừa lòng ai đó).

win something (somebody) back giành lại: *the party must try to win back the support it has lost* đảng phải cố giành lại sự hậu thuẫn đã mất; **win somebody over (round) [to something]** giành được sự hậu thuẫn (cảm tình) của ai bằng cách thuyết phục: *she's against the idea, but I'm sure I can win her over* bà ta chống lại ý kiến đó, nhưng tôi chắc là có thể thuyết phục để bà hậu thuẫn cho chúng ta; **win out (through)** (kng) qua được giai đoạn khó khăn mà thành công: *we are faced with a lot of problems, but we'll win through in the end* chúng tôi phải đương đầu với một loạt vấn đề, nhưng cuối cùng chúng tôi cũng sẽ vượt qua được mà thành công.

win² /win/ *dt* sự thắng, trận thắng: *our team has had five wins and no losses this season* mùa này đội của chúng tôi đã thắng năm trận mà không thua trận nào.

wince¹ /wins/ *dgt* nhăn nhó; cau mày: *he winced as she stood on his injured foot* nó nhăn nhó khi cô ta giẫm phải chân đau của nó; *I still wince at the memory of the stupid things I did* tôi còn cau mày khi nhớ lại những điều ngốc nghếch mà tôi đã làm.

wince² /wins/ *dt* (thường số ít) sự nhăn nhó; sự cau mày.

winceyett /,winsi'et/ *dt* vải bông pha len, vải vin-xi-ét (*dùng may quần áo ngủ*).

winch¹ /wintʃ/ *dt* (kỹ) cái tời.

winch² /wintʃ/ *dgt* kéo bằng tời: *the helicopter winched the survivor up to safety* máy bay trực thăng đã kéo người sống sót lên chỗ an toàn.

wind¹ /wind/ *dt* **1.** (cg **the wind**) gió: *north wind* gió bắc; *south wind* gió nam; *run like the wind* chạy nhanh như gió **2.** hơi, mùi (*do gió mang đi*): *the deer have got our wind* con hươu đã đánh hơi thấy chúng ta **3.** (thể) hơi: *the runner had to stop and regain his wind* người chạy đã phải ngừng lại để lấy hơi **4.** hơi (đầy bụng): *be troubled with wind* bị đầy hơi **5.** chuyện tầm phào **6.** nhạc khí thổi hơi, kèn sáo; nhạc công chơi kèn sáo (*trong một dàn nhạc*). // **break wind** đánh rắm; **get one's second wind** cảm thấy khỏe lại sau một cơn mệt: *I often feel sleepy after supper and then I get my second wind later in the evening* tôi thường cảm thấy buồn ngủ sau bữa ăn tối và sau đó cảm thấy khỏe lại vào buổi tối; **get wind of something** nghe phong phanh, biết được: *get wind of a plot* nghe phong phanh có một âm mưu; *our competitors must not be allowed to get wind of our plans* chúng ta không được để cho đối thủ biết được gì về kế hoạch của chúng ta; **get (have) the wind up [about something]** (kng) sợ hãi; **in the wind** sắp xảy ra: *they sensed that there was something in the* *wind* họ cảm thấy có việc gì đó sắp xảy ra; **it's an ill wind** x ill²; **like the wind** nhanh như gió: *she goes like the wind on her new bicycle* cô ta cưỡi xe đạp mới phóng nhanh như gió; **put the wind up somebody** (kng) làm cho ai hoảng hốt; **run (sail) before the wind** chạy thuyền xuôi gió; **sail near (close) to the wind** x sail²; **see which way the wind is blowing** x way¹; **sound in wind and limb** x sound¹; **a straw in the wind** x straw; **take the wind out of somebody's sails** (kng) làm ai mất tin tưởng tự hào; **throw caution to the wind** x caution; **to the four winds** (tung tóe...) ra tứ phía; **a wind of change** ảnh hưởng làm thay đổi; chiều hướng thay đổi: *there is a wind of change in the attitude of voters* có chiều hướng thay đổi trong thái độ của cử tri.

wind² /wind/ *dgt* **1.** làm đứt hơi: *we were winded by the step climb* chúng tôi [mệt] đứt hơi vì trèo dốc; *the punch in the stomach completely winded me* cú đấm vào bụng làm cho tôi hoàn toàn đứt hơi **2.** vuốt lưng *(em bé)* cho ợ hơi ra *(để khỏi đầy bụng)* **3.** đánh hơi thấy: *the hounds had winded the fox* chó săn đã đánh hơi thấy con cáo.

wind³ /waind/ *dgt* (**wound** /waʊnd/) **1.** cuộn, quấn: *wind wool [up] into a ball* quấn len thành cuộn; *wind a shawl round the baby (the baby in a shawl)* quấn em bé trong một chiếc khăn choàng; *wind itself* cuộn mình lại *(con rắn)* **2.** lượn, uốn: *the river winds down to the sea* con sông uốn khúc chảy ra biển; *she wound her way through the crowds* chị ta luồn lách qua đám đông

3. *(kỹ)* quay, xoay: *you operate the mechanism by winding this handle* anh quay tay quay này mà vận hành máy **4.** lên dây *(đồng hồ):* *have you wound your watch?* anh đã lên dây đồng hồ của anh chưa?. // **wind something back, down, forward, in, off, on, up...** quay, vặn, quấn [trở lại, xuống, tới, vào trong, ra, lên...]: *wind a car window down* quay cửa sổ xe ô tô xuống; **wind down** a/ hết dây *(đồng hồ)* b/ nghỉ ngơi, thư dãn *(người)*; **wind up** *(kng)* tới được; rút cuộc; *we eventually wound up [staying] in a little hotel by the sea* chúng tôi cuối cùng đã tới được một khách sạn nhỏ ở bờ biển; *I always said he would wind up in jail* tôi vẫn nói là rút cuộc, nó sẽ vào tù mà; **wind (something) up** chấm dứt, kết thúc: *before I wind up, there are two more things to be said* trước khi kết thúc, tôi còn hai điều nữa muốn nói; *if we all agree, let's wind up the discussion* nếu các bạn đồng ý thì xin kết thúc buổi thảo luận ở đây; **wind somebody (something) up** kích động: *are you deliberately winding me up?* anh đang cố tình kích động tôi đấy phải không? **wind something up** giải quyết xong công việc và đóng cửa *(một doanh nghiệp...):* *wind up one's affairs* giải quyết công việc và kết thúc vụ làm ăn.

wind⁴ /waind/ *dt* **1.** chỗ quành, khúc quanh **2.** vòng vặn: *give the clock another couple of winds* hãy vặn vài vòng nữa lên dây đồng hồ đi.

windbag /'windbæg/ *dt (kng, xấu)* tên ba hoa.

windbreak /'windbreik/ *dt* rào chắn gió.

windbreaker /'windbreikə[r]/ *(Mỹ) nh* windcheater.

windcheater /'windtʃi:tə[r]/ *dt (Mỹ* windbreaker*)* áo gió.

winder /'waində[r]/ *dt* chìa lên dây; núm lên dây *(đồng hồ).*

windfall /'windfɔ:l/ *dt* **1.** quả rụng: *these apples are windfalls, but they're good* mấy quả táo này là quả rụng, nhưng ngon lắm **2.** của trời cho *(đặc biệt là tiền do một người chết để lại cho).*

wind-gauge /'wind geidʒ/ *dt nh* anemometer.

windily /'windili/ *pht* **1.** [một cách] lộng gió **2.** [một cách] hoảng sợ.

windiness /'windinis/ *dt* **1.** sự lộng gió; nơi lộng gió **2.** sự hoảng sợ.

winding /'waindiŋ/ *tt* uốn khúc, quanh co: *a winding road* con đường quanh co.

winding sheet /'waindiŋ ʃi:t/ *(cg* shroud*)* vải liệm.

wind instrument /'wind, instrumənt/ *(nhạc)* nhạc khí thổi hơi, kèn sáo.

windjammer /'wind,dʒæmə[r]/ *dt* tàu buôn chạy buồm *(thế kỷ 19).*

windlass /'windləs/ *dt (kỹ)* tời.

windless /'windlis/ *tt* không có gió, lặng gió: *a windless day* một ngày lặng gió.

windmill /'wind:mill/ *dt* cối xay gió, tua bin gió. // **tilt at windmills** x tilt¹.

window /'windəʊ/ *dt* **1.** cửa sổ: *I saw them through the window* tôi đã thấy chúng nó qua cửa sổ; *there is a little window in the cassette case so that you can see the tape* ong cát-xét có một cửa sổ nhỏ để bạn có thể thấy cuộn băng bên trong; *the window of an envelope* cửa sổ, giấy bóng kính trên phong bì *(qua đó đọc được địa chỉ ghi bên trong)* **2.** ô kính cửa sổ: *the ball smashed a window* quả bóng đã làm vỡ một ô kính cửa sổ **3.** tủ kính bày hàng: *I saw the vase in the window of an antique shop* tôi đã thấy cái bình đó ở tủ kính bày hàng của một tiệm bán đồ cổ **4.** cửa sổ; lỗ *(máy diện toán): display window* cửa sổ trình bày; *viewing window* lỗ ngắm. // **fly (go) out of the window** *(kng)* biến mất không được xem xét đến nữa: *with the failure of the peace talks all hopes of a swift end to the war have flown out of the window* với thất bại của các đàm phán hòa bình, mọi hy vọng kết thúc nhanh chóng chiến tranh đã biến mất; **a window on the world** cửa sổ nhìn ra thế giới: *international news broadcasts provide a window on the world;* những buổi phát tin quốc tế đã mở cho ta một cửa sổ nhìn ra thế giới.

window-box /'windəʊbɒks/ *dt* bồn hoa [ngoài] cửa sổ.

window-dressing /'windəʊˌdresiŋ/ *dt* **1.** nghệ thuật bày hàng tủ kính **2.** *(thường xấu)* sự màu mè bề ngoài: *the company's support of scientific research is just window-dressing* sự hỗ trợ của công ty cho nghiên cứu khoa học chỉ là sự màu mè bề ngoài thôi.

window-ledge /'windəʊˌledʒ/ *dt nh* window-sill.

window-pane /'windəʊpein/ *dt* ô kính cửa sổ.

window shade /'windəʊ ʃeid/ *(Mỹ) nh* blind³.

window-shopping /'windəʊʃɒpiŋ/ *dt* sự bát phố xem hàng.

window-sill /'windəʊˌsil/ *dt* bậu cửa sổ.

windpipe /'windəʊpaip/ *dt (giải)* khí quản.

windscreen /'windskri:n/ *dt (Mỹ* **windshield**) kính chắn gió *(ở xe hơi).*

windscreen wiper /'windskri:n, waipə[r]/ cần gạt nước *(ở kính chắn gió xe hơi).*

wind's eye /'windsai/ *the wind's eye* nơi từ đó gió thổi tới.

windshield /'windʃi:ld/ *dt* **1.** *(Mỹ) nh* windscreen **2.** kính che gió *(ở trước xe mô-tô).*

windshield wiper /'windʃi:ld, waipə[r]/ *(Mỹ) nh* windscreen wiper.

windsock /'windsɒk/ *dt (cg* **windsleeve**) ống [chỉ hướng] gió.

windstorm /'windstɔ:m/ *dt* bão.

windsurf /'windsɜ:f/ *dgt (thể)* lướt ván buồm.

windsurfer /'windsɜ:fə[r]/ *dt (thể)* ván buồm.

windsurfing /'windsɜ:fiŋ/ *dt (thể)* môn lướt ván buồm.

wind-swept /'windswept/ *tt* **1.** lộng gió: *a wind-swept hillside* sườn đồi lộng gió **2.** táp gió: *wind-swept hair* đầu tóc bị gió táp rối bù.

wind tunnel /'wind,tʌnl/ ống khí động lực *(để thử các bộ phận máy bay).*

wind turbine /'wind,tɜ:bain/ tua-bin gió.

wind-up /'waindʌp/ *dt (kng)* sự kích động.

windward¹ /'windwəd/ *tt, pht* về phía gió: *the windward side of a wall* phía tường có gió.

windward² /'windwəd/ *dt* phía [có] gió: *we steered a course to windward* chúng tôi lái tàu về phía có gió.

windy /'windi/ *tt* **(-ier; -iest) 1.** lộng gió: *a windy day* ngày lộng gió; *a windy hillside* sườn đồi gió lộng **2.** *(Anh, cũ, kng)* hoảng sợ: *a bit windy about staying alone in the house* hơi hoảng sợ khi ở một mình trong nhà.

wine¹ /wain/ *dt* **1.** rượu vang; rượu **2.** màu rượu vang: *a wine velvet dress* chiếc áo bằng nhung màu rượu vang. // **wine, women, and song** gái, rượu và đàn dịch hát xướng; thú ăn chơi.

wine² /wain/ *dgt* **wine and dine** [được] thết đãi hậu hĩ: *our hosts wined and dined us very well* chủ nhà đã thết đãi chúng tôi rất hậu hĩ.

wine bar /'wain ba:/ quán rượu.

wine-cellar /'wainselə[r]/ *dt* **1.** hầm rượu **2.** *(cg* **cellar**) rượu [chứa trong] hầm: *he has an excellent wine-cellar* ông ta có một thứ rượu cất trong hầm tuyệt vời.

wineglass /'waingla:s/ *dt* cốc uống rượu, ly uống rượu.

winepress /'wainpres/ *dt* máy ép nho *(để làm rượu).*

wing¹ /wiŋ/ *dt* **1.** cánh *(chim, sâu bọ, máy bay...)* **2.** cánh, chái *(nhà);* cánh *(quân);* phe cánh *(một đảng chính trị...);* mạn *(tàu); (snh)* cánh gà *(sân khấu);* biên *(sân bóng): the east wing of a building* cánh phía đông của tòa nhà; *she stood watching the performance from the wings* chị ta đứng ở cánh gà xem biểu diễn; *right wing* cánh hữu *(đội quân);* hữu biên *(đội bóng)* **3.** phi đoàn *(không quân*

Anh, gồm từ hai phi đội trở lên); (snh) phù hiệu phi công (gắn trên cầu vai): get one's wings được gắn phù hiệu phi công. // **clip somebody's wings** x clip³; [**wait...**] **in the wings** sẵn sàng làm gì, sẵn sàng thay thế ai: *he retires as chairman next year; his successor is already waiting in the wing* năm tới ông ta sẽ nghỉ hưu và thôi giữ chức chủ tịch, người kế chân ông ta sẵn sàng thay thế ông rồi; **on the wing** đang bay: *photograph a bird on the wing* chụp ảnh một con chim đang bay; **spread one's wings** x spread¹; **take wing** bay đi; **under somebody's (one's) wing** dưới sự che chở của ai (của mình).

wing² /wiŋ/ *dgt* 1. bay: *planes winging [their way] across the sky* máy bay bay qua bầu trời 2. làm bị thương *(con chim)* ở cánh; làm bị thương nhẹ *(ai)* ở cánh tay.

wing-chair /'wiŋtʃeə[r]/ *dt* ghế bành cao lưng.

wing-commander /'wiŋkəmɑ:ndə[r]/ *dt* trung tá (không quân Hoàng gia Anh).

wingding /'wiŋdiŋ/ *dt (Mỹ, kng)* bữa tiệc cuồng nhiệt.

winged /wiŋd/ *tt (thường tạo tt ghép)* có cánh: *winged insects* sâu bọ có cánh; *delta-winged aircraft* máy bay có cánh hình denta *(hình tam giác)*.

winger /'wiŋə[r]/ *dt (thể)* cầu thủ biên.

-winger *yếu tố tạo dt ghép* a/ *(thể)* cầu thủ chơi ở biên: *a left-winger* tả biên; *a right-winger* hữu biên b/ người thuộc cánh tả *(trong một đảng)*: *she was active as a left-winger in the party* chị ta hoạt động tích cực với

tư cách là người cánh tả của đảng.

wingless /'wiŋlis/ *tt* không [có] cánh *(chủ yếu nói về sâu bọ)*.

wing-nut /'wiŋnʌt/ *dt (kỹ)* ốc tai hồng.

wing-span /'wiŋspæn/ *dt (cg* **wing-spread**) sải cánh *(của chim)*.

wing-spread /'wiŋspred/ *dt nh* wing-span.

wink¹ /wiŋk/ *dgt* 1. nháy mắt [ra hiệu]: *he winked at her, and she knew he was only pretending to be angry* nó nháy mắt cho cô ta và cô ta biết là nó chỉ giả vờ giận 2. nhấp nháy, lập lòe: *the car in front is winking, it's going to turn right* chiếc xe phía trước nhấp nháy đèn, nó sắp rẽ phải. // **easy as winking** x easy; **wink at something** *(cũ)* nhắm mắt làm ngơ: *wink at someone's error* nhắm mắt làm ngơ trước sai lầm của ai.

wink² /wiŋk/ *dt* 1. sự nháy mắt 2. *(thường ở dạng phủ định)* nháy mắt, khoảnh khắc: *not to get a wink of sleep; not to sleep a wink* không chợp mắt được chút nào. // **[have (take)] forty winks** chợp mắt *(một thời gian ngắn, nhất là ban ngày)*; **a nod is as good as a wink** x nod²; **tip somebody the wink** x tip⁵.

winker /'wiŋkə[r]/ *dt (Anh)* đèn báo, đèn nháy *(ở ôtô, môtô)*.

winkle¹ /'wiŋkl/ *dt nh* periwinkle².

winkle² /'wiŋkl/ *dgt* **winkle somebody (something) out [of somebody]** lôi ra, moi ra: *we'll winkle him out of there* chúng tôi sẽ lôi nó ra khỏi chỗ đó; *at last I winkled the truth out of him* cuối

cùng tôi đã moi ra được sự thật từ miệng nó.

winkle-picker /'wiŋklpikə[r]/ *dt (thường snh) (cũ, lóng)* giày mũi nhọn dài.

winner /'winə[r]/ *dt* 1. người thắng cuộc; ngựa thắng cuộc 2. thành công: *their latest model is certain to be a winner* mẫu sau cùng của họ chắc chắn sẽ là một thành công. // **pick a winner** x pick³.

winning /'winiŋ/ *tt* 1. thắng cuộc, đoạt giải: *the winning horse* con ngựa thắng cuộc; *the winning ticket* vé đoạt giải 2. hấp dẫn, quyến rũ; có sức thuyết phục: *a winning smile* nụ cười quyến rũ.

winning-post /'winiŋpəst/ *dt* cột đích *(của cuộc chạy thi)*: *her horse was first past the winning post* ngựa của chị ta vượt cột đích đầu tiên.

winnings /'wininz/ *dt snh* tiền được cuộc.

winnow /'winəu/ *dgt (kng)* 1. quạt, sảy *(thóc)* 2. sàng lọc: *winnow the truth from the mass of conflicting evidence* sàng lọc sự thật trong đống chứng cớ trái ngược nhau.

wino /'wainəu/ *dt (snh* winos *(kng)* kẻ nghiện rượu.

winsome /'winsəm/ *tt* hấp dẫn một cách dịu dàng: *a winsome smile* nụ cười hấp dẫn một cách dịu dàng.

winsomely /'winsəmli/ *pht* [một cách] hấp dẫn dịu dàng.

winsomeness /'winsəmnis/ *dt* vẻ hấp dẫn dịu dàng.

winter¹ /'wintə[r]/ *dt* mùa đông. // **in the dead of winter** x dead³.

winter² /'wintə[r]/ *dgt* qua đông, trú đông: *birds win-*

tering in the south chim trú đông ở phương Nam.

winterize, winterise /'wintəraiz/ *dgt* chuẩn bị *(nhà, xe...)* cho mùa đông.

winter sports /,wintə-'spɔːts/ các môn thể thao mùa đông.

winter-time /'wintətaim/ *dt* mùa đông, tiết đông: *the days are shorter in [the] winter-time* mùa đông ngày ngắn hơn.

wintriness /'wintrinis/ *dt* 1. sự lạnh giá, sự giá rét 2. *(bóng)* sự lạnh lẽo, sự lạnh lùng *(của nụ cười...).*

wintry /'wintri/ *tt* (-ier; -iest) 1. [thuộc] mùa đông, như mùa đông; lạnh giá, giá rét: *wintry weather* thời tiết lạnh giá 2. sự lạnh lẽo, sự lạnh lùng: *a wintry smile* nụ cười lạnh lùng.

wipe¹ /waip/ *dgt* lau, chùi: *wipe the table with a damp cloth* lau bàn với một mảnh giẻ ướt; *wipe something dry* lau khô vật gì; *wipe the tears away* lau khô nước mắt; *wipe that smile off your face (bóng, kng)* bỏ nụ cười ấy trên mặt anh đi. // **wipe the floor with somebody** thắng ai *(trong một cuộc tranh luận, một cuộc thi đấu...);* **wipe something off the face of the earth (off the map)** tiêu diệt; xóa khỏi mặt đất; xóa khỏi bản đồ; **wipe the slate clean** bỏ qua những lỗi lầm xúc phạm đã qua; bắt đầu lại.

wipe something out a/ lau sạch, chùi sạch b/ xóa bỏ: *wipe out one's debts* xóa hết nợ b/ truy quét tận gốc; triệt hạ hoàn toàn: *whole villages were wiped out in the bombing raids* nhiều làng đã bị triệt hạ hoàn toàn bởi các cuộc oanh tạc; *the government is trying to wipe out*

drug trafficking chính phủ đang cố truy quét tận gốc nạn buôn lậu ma túy.

wipe² /waip/ *dt* sự lau, sự chùi: *give the baby's nose a good wipe* lau sạch mũi cho em bé đi.

wiper /'waipə[r]/ *dt* 1. giẻ lau, khăn lau 2. *nh* windscreen, wiper.

wire¹ /'waiə[r]/ *dt* 1. dây *(kim loại): a coil of copper wire* một cuộn dây đồng; *barbed wire* dây thép gai; *telephone wires* dây điện thoại 2. *(kng, chủ yếu Mỹ)* bức điện báo: *send somebody a wire* gửi điện cho ai. // **get one's wires crossed** nghe nhầm: *we seem to have got our wires crossed. I thought you were coming yesterday* hình như chúng ta nghe nhầm thì phải, tôi cứ nghĩ là anh đã tới từ hôm qua; **a live wire** x live¹; **pull [the] strings (wires)** x pull².

wire² /'waiə[r]/ *dgt* 1. buộc bằng dây kim loại; nối bằng dây kim loại: *the two pieces of wood were wired together* hai mảnh gỗ đã được buộc lại với nhau bằng dây kim loại 2. mắc dây *(để lấy điện vào): the house is not wired for electricity yet* nhà chưa được mắc điện 3. *(kng, chủ yếu Mỹ)* đánh điện: *he wired [to] his brother to send some money* nó đánh điện cho anh nó xin gửi cho ít tiền 4. gửi qua điện tín: *wire money to somebody* gửi tiền qua điện tín cho ai *(báo bằng điện tín cho một ngân hàng để chuyển tiền đến cho ai).*

wire-cutter /'waiəkʌtə[r]/ *dt (thường snh)* kìm cắt dây kim loại: *a pair of wire-cutters* cái kìm cắt dây kim loại.

wire-haired /,waiə'heəd/ *tt* có lông cứng *(chó).*

wireless /'waiəlis/ *dt* 1. rađiô, vô tuyến điện 2. đài thu thanh; đài truyền thanh.

wire netting /,waiə'netiŋ/ lưới dây thép *(dùng làm hàng rào...).*

wire-tapping /'wais,tæpiŋ/ *dt* sự nghe trộm điện thoại.

wire-wool /,wais'wʊl/ *dt* nùi kim loại đánh xoong nồi.

wire-worm /'waiəwɜːm/ *(động)* con cuốn chiếu đũa.

wiriness /'waiərinis/ *dt* 1. sự cứng *(tóc...)* 2. sự gầy nhưng đanh người.

wiry /'waiəri/ *tt* (-ier; -iest) 1. cứng *(tóc)* 2. gầy nhưng đanh người *(người).*

wisdom /'wizdəm/ *dt* 1. sự tinh khôn; sự sáng suốt 2. tư tưởng sáng suốt; lời nói sáng suốt: *the wisdom of the ancients* những lời nói sáng suốt của cổ nhân. // **wit and wisdom** x wit.

wisdom tooth /'wizdəm-tuːθ/ răng khôn.

wise¹ /waiz/ *tt* (-r; -st) 1. tinh khôn, sáng suốt: *a wise choice* một sự lựa chọn sáng suốt 2. thông thái, uyên thâm: *a wise old man* một cụ già uyên thâm. // **be wise after the event** có thể lý giải sự việc khi sự việc đã xảy ra nhưng không dự đoán trước được; **be (get) wise to something (somebody)** *(Mỹ, kng)* biết rõ *(tính ai, đặc tính của sự vật gì): he thought he could fool me but I got wise to him* nó nghĩ nó lừa được tôi nhưng tôi đã biết tỏng nó rồi; **no (none) the (not any the) wiser** không biết gì hơn: *even after listening to his explanation I'm none the wiser* ngay cả sau khi nghe ông ta giải thích tôi cũng không biết gì hơn; **penny wise pound foolish** x penny; **put somebody wise to something** *(Mỹ, kng)* báo cho ai biết về chuyện gì; **sadder but wiser** x sad; **[as] wise as an owl** rất tinh khôn; **a word to the wise** x word¹.

wise² /waiz/ *dgt* **wise [somebody] up [to something]** *(Mỹ, kng)* [làm cho *(ai)*] được biết *(thực chất của cái gì)*: *it's about time he wised up to the fact that people think his behaviour is ridiculous* đã đến lúc nó được biết là mọi người đều cho cách cư xử của nó là lố bịch.

-wise *(yếu tố tạo tt và pht từ dt)* theo cách, theo chiều: *likewise* cũng [theo cách] như vậy; *clockwise* theo chiều kim đồng hồ.

wiseacre /'waizeikə[r]/ *dt* *(cũ)* người làm ra vẻ tinh khôn hiểu biết.

wisecrack¹ /'waizkræk/ *dt* lời nhận xét dí dỏm; lời nói dí dỏm.

wisecrack² /'waizkræk/ *dgt* nói dí dỏm.

wise guy /'waizgai/ *kng, xấu)* kẻ láu cá.

wisely /'waizli/ *pht* **1.** [một cách] tinh khôn, [một cách] sáng suốt **2.** [một cách] thông thái, [một cách] uyên thâm.

wish¹ /wiʃ/ *dgt (không dùng ở thì tiếp diễn)* **1.** mong, mơ ước, ước: *it is to be wished that* mong rằng; *it's no use wishing for things you can't have* không nên mơ ước những gì anh không thể có được; *I wish I knew what was going to happen* tôi ước gì mình biết được những việc sắp xảy đến **2.** muốn: *I'll do it if that's what you wish* tôi sẽ làm cái đó nếu đấy là điều anh muốn; *I*

wish to say tôi muốn nói **3.** chúc: *they wish us a pleasant journey* họ chúc chúng tôi một chuyến đi thú vị. // **[just] as you wish** tôi sẵn sàng đồng ý với anh hay làm điều gì anh muốn: *we can meet at my house or yours, just as you wish* ta có thể gặp nhau ở nhà tôi hay nhà anh tùy anh muốn; **wish somebody (something) well (ill)** mong ai (cái gì) gặp (không gặp) may: *I wish him well in his new job* tôi mong anh ta gặp may trong công việc mới; *she said she wished nobody ill* cô ta bảo không mong điều gì không may cho ai cả; **wish something away** tránh được điều gì bằng cách mong nó không xảy ra; **wish somebody (something) on somebody** ấn cho người khác, gán cho người khác *(cái mình không ưa)*: *I don't think we can wish the children on your parents while we're away* em nghĩ là ta không thể gán tụi trẻ cho bố mẹ anh khi chúng ta vắng nhà được.

wish² /wiʃ/ *dt* **1.** lòng ước mong; điều mong ước; ý muốn: *he had no wish to intrude on their privacy* nó không có ý muốn xâm phạm vào đời tư của họ; *her wish came true* điều mong ước của cô ta đã thành sự thật **2. whishes** *(snh)* lời cầu chúc: *with best wishes* với những lời cầu chúc tốt đẹp nhất **3.** ý nguyện: *you will get your wish* anh sẽ đạt ý nguyện. // **the wish is father to the thought** mong muốn là cha đẻ của ý tưởng; **your wish is my command** *(có khi đùa)* ý muốn của anh là mệnh lệnh đối với tôi.

wishbone /'wiʃbəun/ *dt* chạc xương đòn *(ở chim)*.

wishful /'wiʃfl/ *tt* thèm muốn, ước ao; *wishful look* cái nhìn thèm muốn.

wishful thinking /,wiʃfl'θiŋkiŋ/ điều mơ tưởng: *I think her condition is improving but it may just be wishful thinking on my part* tôi nghĩ là tình trạng của cô ta đang khá lên, nhưng có lẽ đó chỉ là điều mơ tưởng của riêng tôi.

wishy-washy /'wiʃiwɒʃi/, *(Mỹ* 'wiʃiwɔ:ʃi)* *tt (thường xấu)* **1.** nhạt *(rượu, cà phê...)*: *wishy-washy tea* chè nhạt **2.** không kiên quyết: [có] mục tiêu không rõ; [có] nguyên tắc không rõ ràng: *wishy-washy ideas* ý tưởng không rõ ràng; *he is a wishy-washy liberal* anh ta là một người có lập trường không rõ ràng.

wisp /wisp/ *dt* (+ of) **1.** lọn, nắm, mớ, búi: *a wisp of hair* một lọn tóc; *a wisp of straw* một mớ rơm **2.** làn *(khói)*: *a wisp of smoke* một làn khói **3.** người mảnh khảnh: *a wisp of a girl* một cô gái mảnh khảnh.

wispy /'wispi/ *tt* **(-ier; -iest)** thành nắm, thành mớ; lưa thưa: *wispy white beard* bộ râu bạc lưa thưa.

wistaria, wisteria /wi'stiəriə/ *dt (thực)* cây đậu tía.

wistful /'wistfl/ *tt* đăm chiêu; nuối tiếc: *wistful eyes* đôi mắt đăm chiêu; *a wishful mood* một tâm trạng nuối tiếc.

wistfully /'wisfəli/ *pht* [một cách] đăm chiêu; [một cách] nuối tiếc: *"if only I had known you then", he said wistfully* "giá mà lúc đó tôi biết anh", anh ta nói với vẻ nuối tiếc.

wistfullness /'wistflnis/ *dt* sự đăm chiêu; sự nuối tiếc.

wit /wit/ *dt* **1.** sự dí dỏm, sự hóm hỉnh: *a literary style full of elegance and wit* văn phong tao nhã và dí dỏm **2.** người dí dỏm, người hóm hỉnh: *a well-known wit and raconteur* một người dí dỏm và có tài kể chuyện nổi tiếng **3.** (*cg* **wits**) sự nhanh trí, sự thông minh: *he hadn't the wits to realize the danger* nó không đủ nhanh trí để nhận ra sự nguy hiểm. // **at one's wits' end** lo nghĩ quá không biết làm ăn ra sao: *I'm at my wits' end worrying about how to pay the bills* tôi lo nghĩ chẳng biết làm như thế nào để thanh toán xong các hóa đơn; **a battle of wits** *x* battle; **collect (gather) one's wits** trấn tĩnh lại; **frighten (scare) somebody out of his wits** *x* frighten; **have (keep) one's wits about one** giữ bình tĩnh; **live by one's wits** *x* live³; **sharpen somebody's wits** *x* sharpen; **to wit** (*cũ*) có nghĩa là, tức là: *he will leave at the end of term, to wit 30 July* nó sẽ ra đi vào cuối học kỳ tức là 30 tháng bảy; **wit and wisdom** sự sắc sảo và uyên bác (*nhà văn, diễn giả...*).

witch /witʃ/ *dt* **1.** mụ phù thủy **2.** người đàn bà mê hoặc **3.** (*xấu*) mụ đàn bà xấu xí.

witchcraft /'witʃkrɑːt/ *dt* ma thuật, phép phù thủy.

witch-doctor /'witʃ,dɒktə[r]/ *dt* (*cg* **medicine man**) thầy mo.

witchery /'witʃəri/ *dt* **1.** ma thuật, phép phù thủy **2.** sức mê hoặc, sức quyến rũ.

witch-hazel (*cg* **wych-hazel**) /'witʃheizl/ *dt* **1.** cây kim mai **2.** nhựa kim mai (*trích ở vỏ cây kim mai, có thể dùng chữa chỗ sưng trên da*).

witch-hunt /'witʃhʌnt/ *dt* **1.** sự truy quét phù thủy **2.** (*bóng, xấu*) sự truy quét những người không theo quan điểm chính thống.

witching /'witʃiŋ/ *tt* (*cũ*) mê hoặc, quyến rũ.

witching hour /'witʃiŋ,-auə[r]/ **the witching hour** lúc canh khuya (*lúc mà tui phù thủy giỡ trò ma thuật*).

with /wið/ *gt* **1.** với, cùng [với]: *live with one's parents* sống với bố mẹ mình; *the money is on the table with the shopping list* tiền ở trên bàn cùng với danh sách những thứ cần mua; *I can only move it with your help* chỉ với sự giúp đỡ của anh, tôi mới chuyển dịch được cái đó; *fill the bowl with water* đổ nước đầy bát; *fight, argue, quarrel with somebody* đấu tranh, tranh cãi, cãi nhau với ai; *play tennis with somebody* đánh quần vợt với ai; *he sleeps with the light on* nó ngủ với ngọn đèn vẫn thắp sáng, nó ngủ mà đèn vẫn thắp sáng; *angry with my children* nổi giận với lũ trẻ; *pleased with the result* hài lòng với kết quả **2.** bằng: *welcome with smiles* đón tiếp bằng nụ cười; *killed with a bayonet* bị giết bằng lưỡi lê **3.** có, mang: *a coat with a belt* chiếc áo khoác có dây nịt; *a house with a swimming pool* ngôi nhà có hồ bơi; *the man with a wooden leg* người đàn ông mang chân gỗ **4.** vì: *blush with embarassment* đỏ mặt vì bối rối; *her fingers were numb with cold* ngón tay cô ta tê cóng vì lạnh **5.** theo [cùng hướng với]: *sail with the wind* giong buồm theo gió; *drift with the current* trôi theo dòng nước; *the shadow moves with the sun* cái bóng di chuyển theo mặt trời; *good wine will improve with age* rượu ngon sẽ ngon thêm theo thời gian **6.** đối với: *it's a very busy time with us at the moment* đối với chúng tôi lúc này là lúc rất bận rộn **7.** kể cả, cùng với: *with preparation and marking a teacher works 12 hours a day* kể cả soạn bài, và chấm bài, một giáo viên làm việc đến 12 tiếng mỗi ngày; *the week cost us over £500 but that was with skiing lessons* tuần lễ ấy chúng tôi tiêu trên 500 bảng, nhưng số tiền đó bao gồm cả tiền học trượt tuyết nữa **8.** là nhân viên, là khách hàng: *I hear he's with ICI now* tôi nghe nói nó hiện nay là nhân viên của ICI; *we were with the same bank* chúng tôi là khách hàng của cùng một ngân hàng. // **be with somebody** (*kng*) nghe kịp ai nói: *I'm afraid I'm not quite with you* tôi sợ tôi không theo kịp anh nói; **with it** (*cũ, lóng*) hiểu biết (*về thời trang, về tư tưởng*); tỉnh táo: *he's not very with it today* hôm nay ông ta không tỉnh táo lắm; *she is more with it now than she was 20 years ago* bây giờ chị ta ăn mặc hợp thời trang hơn 20 năm trước đây; **with that** ngay sau đó: *he muttered a few words of apology and with that he left* anh ta lầm bầm mấy lời xin lỗi và ngay sau đó bỏ đi.

withdraw /wið'drɔː, *cg* wiθ'drɔː/ *đgt* (**withdrew; withdrawn**) **1.** rút lại; thu hồi: *the general refused to withdraw his troops* viên tướng từ chối không chịu rút quân; *the old coins have been withdrawn from circulation* đồng tiền cũ đã bị thu hồi, không

W

lưu hành nữa; *she withdrew all her savings and left the country* cô ta rút hết tiền tiết kiệm và bỏ ra nước ngoài 2. rời khỏi, bỏ đi, rút đi: *he talked to us for an hour and then withdrew* anh ta nói chuyện với chúng tôi một tiếng đồng hồ và rồi bỏ đi; *withdraw into oneself* thu mình lại *(trở nên không chan hòa).*

withdrawal /wið'drɔːəl/ *dt* 1. sự rút lại, sự thu hồi: *the withdrawal of supplies* sự thu hồi đồ tiếp tế; *she is showing signs of withdrawal and depression* cô có dấu hiệu tự thu mình lại và chán nản; *you are allowed to make two withdrawals a month from the account* anh được phép rút tiền mỗi tháng hai kỳ trong tài khoản 2. sự cai nghiện *(ma túy).*

withdrawal symptoms /wið'drɔːəl, simptəmz/ *(y)* triệu chứng cai nghiện.

withdrawn /wið'drɔːn/ *tt* e dè, không cởi mở: *he's become increasingly withdrawn since his wife's death* từ ngày bà vợ ông mất đi ông ta trở nên ngày càng ít cởi mở hơn.

wither /'wiðə[r]/ *dgt* 1. [làm cho] héo đi, [làm cho] tàn đi: *the flowers will wither if you don't put them in water* hoa sẽ héo nếu anh không cắm chúng vào nước; *their hope gradually withered away* hy vọng của họ dần dần tàn lụi đi 2. khinh miệt; coi thường: *she withered him with a glance* cô ta liếc hắn một cái với vẻ khinh miệt.

withering /'wiðəriŋ/ *tt* khinh miệt; coi thường: *withering sarcasm* lời châm chọc khinh miệt.

withers /'wiðez/ *dt snh* u vai *(ngựa).*

withheld /wiðheld/ *qk và đttqk của* withhold.

withhold /wið'həʊld, wiθ'həʊld/ *dgt* (withheld) 1. từ chối không cho, giữ lại: *the board has decided to withhold part of their grant money from certain students* hội đồng đã quyết định thu lại một phần tiền trợ cấp dành cho một số sinh viên 2. kiềm chế, nín, nhịn: *we couldn't withhold our laughter* chúng tôi đã không nhịn được cười.

within[1] /wi'ðin/ *gt* 1. trong vòng, trong khoảng *(thời gian; khoảng cách): she returned within an hour* chị ta đã trở lại trong vòng một tiếng đồng hồ; *if you don't hear anything within seven days, phone again* trong vòng bảy ngày nếu không nghe thấy gì thì hãy gọi lại nhé; *a house within a mile of the station* ngôi nhà cách nhà ga trong vòng (không quá) một dặm 2. trong phạm vi, trong giới hạn, trong: *there is a bell within the patient's reach* có một cái chuông trong tầm [với] tay của bệnh nhân; *within the limits of my modest talents* trong phạm vi tài năng khiêm nhường của tôi 3. bên trong: *within the medieval walls of the city* bên trong các bức tường thời trung đại của thành phố.

within[2] /wi'ðin/ *pht* [ở] bên trong: *Shop-assistant required. Apply within* Cần một nhân viên bán hàng. Hỏi bên trong.

without[1] /wi'ðaʊt/ *gt* 1. không [có], thiếu: *three nights without sleep* ba đêm không ngủ; *he said he couldn't live without her* nó

nói nó không thể sống thiếu cô ấy được; *he walked past me without speaking* nó đi qua tôi mà không nói gì cả; *she entered the room without knocking* cô ta đã vào phòng mà không gõ cửa 2. *(cổ)* ngoài, bên ngoài: *without the city walls* bên ngoài tường thành phố. // **without so much as** *x* so[1].

without[2] /wi'ðaʊt/ *pht* không có: *we'll have one room with a bathroom and one room without* chúng ta sẽ có một phòng có buồng tắm và một phòng không có.

withstand /wið'stænd, wiθ'stænd/ *dgt* (withstood) chống lại; chịu đựng: *withstand pressure* chống lại sức ép; *shoes that will withstand hard wear* giày chống được sự mài mòn mạnh, giày đi bền.

withy /'wiði/ *dt* cành liễu *(dễ đan lát).*

witless /'witlis/ *tt (xấu)* ngốc nghếch; hết hồn: *scare somebody witless* dọa ai sợ hết hồn.

witness[1] /'witnis/ *dt* 1. *(cg* **eyewitness**) người chứng kiến: *a witness of the accident* người chứng kiến tai nạn 2. nhân chứng *(trước tòa): a witness for the defence* nhân chứng cho bên bị 3. người làm chứng: *will you act as witness to the agreement between us?* anh làm chứng cho thỏa thuận giữa chúng tôi được không? 4. bằng chứng: *his ragged clothes were witness to his poverty* quần áo tả tơi là bằng chứng về sự nghèo túng của hắn. // **bear witness** *x* bear[2].

witness[2] /'witnis/ *dgt* 1. chứng kiến: *witness a murder* chứng kiến một vụ án mạng; *we were witnessing the most important scientific development of the century* chúng ta đang chứng kiến sự phát triển khoa học quan trọng nhất của thế kỷ **2.** làm chứng *(cho việc ký một văn kiện)*: *witness the signing of a contract* làm chứng cho việc ký một hợp đồng; *witness a signature* làm chứng cho một chữ ký; *witness to the truth of a statement* làm chứng lời khai là đúng sự thực.

witness-box /'witnisbɒks/ *dt (Mỹ* **witness-stand**) vành nhân chứng *(ở tòa án)*.

witness-stand /'witnisstænd/ *dt (Mỹ) x* witness-box.

-witted *(yếu tố tạo tt ghép)* có trí óc như thế nào đó: *quick-witted* nhanh trí, thông minh.

witter /'witə[r]/ *dgt* (+ on, about) *(kng, thường xấu)* nói lải nhải: *what are you wittering [on] about?* anh đương lải nhải về cái gì đấy?

witticism /'witisizm/ *dt* lời nhận xét dí dỏm.

wittily /'witili/ *pht* [một cách] dí dỏm.

wittiness /'witinis/ *dt* sự dí dỏm.

wittingly /'witiŋli/ *pht (đặc biệt trong câu phủ định)* [một cách] có chủ tâm, [một cách] cố ý: *I would never wittingly offend him* tôi không bao giờ cố ý xúc phạm ông ta.

witty /'witi/ *tt* (**-ier; -iest**) dí dỏm; *a witty speaker* diễn giả dí dỏm; *witty comments* lời bình luận dí dỏm.

wivern /'waivən/ *dt x* wyvern.

wives /'waivz/ *dt snh của* wife.

wizard /'wizəd/ *dt* **1.** thầy phù thủy **2.** người có tài phi thường, thiên tài: *she's a wizard with computers* cô ta là một thiên tài về máy điện toán.

wizardry /'wizədri/ *dt* **1.** ma thuật **2.** tài năng phi thường: *his football wizardry* tài năng phi thường về bóng đá của hắn.

wizened /'wiznd/ *tt* nhăn nheo; *a wizened old woman* một bà cụ da nhăn nheo; *wizened apples* những quả táo da nhăn nheo.

wk *vt* **1.** (*snh* **wks**) (*vt của* week) tuần **2.** (*vt của* work) công việc.

WO /ˌdʌblju:'əʊ/ (*vt của* Warrant Officer) *(quân)* ông quản, thượng sĩ.

woad /wəʊd/ *dt* **1.** chất cải nhuộm **2.** cây cải nhuộm.

wobble[1] /'wɒbl/ *dgt* lắc lư, lung lay; lảo đảo: *this table wobbles* cái bàn này lung lay; *I was so terrified my legs wobble* tôi khiếp sợ đến nỗi đôi chân tôi lảo đảo.

wobble[2] /'wɒbl/ *dt (thường số ít)* sự lắc lư; sự lung lay; sự lảo đảo.

wobbliness /'wɒblinis/ *dt* tình trạng lắc lư, tình trạng lung lay; tình trạng lảo đảo.

wobbly /'wɒbli/ *tt (kng)* lắc lư, lung lay; lảo đảo; *a wobbly tooth* chiếc răng lung lay; *he is still a bit wobbly [on his legs] after his illness* sau trận ốm chân nó vẫn còn lảo đảo.

wodge /wɒdʒ/ *dt* **wodge of something** *(Anh, kng)* miếng lớn; khối lượng lớn: *a thick wodge of cake* một miếng bánh ngọt lớn; *wodge of old newspapers* những đống lớn báo cũ.

woe /wəʊ/ *dt* **1.** nỗi phiền muộn; nỗi thống khổ: *she* needed someone to listen to her tale of woe chị ta cần có ai đó lắng nghe chị kể về nỗi phiền muộn của mình **2. woes** (*snh*) tai họa, tai ương: *poverty, illness and other woes* nghèo nàn, bệnh tật và những tai họa khác. // **woe betide somebody** (*đùa*) sẽ có chuyện rắc rối cho ai đó *(câu dọa)*: *woe betide anyone who arrives late!* sẽ có rắc rối cho ai tới trễ đó! **woe is me!** *(cổ hoặc đùa)* vô phúc cho tôi quá!

woebegone /'wəʊbigɒn, (*Mỹ* 'wəʊbigɔ:n)/ *tt* thiểu não: *a woebegone face* bộ mặt thiểu não.

woeful /'wəʊfl/ *tt* **1.** thảm thương; sầu não: *a woeful cry* tiếng gào thảm thương **2.** đáng tiếc; rất tồi tệ: *woeful ignorance* sự ngu dốt quá tệ.

woefully /'wəʊfəli/ *pht* **1.** [một cách] thảm thương; [một cách] sầu não **2.** [một cách] đáng tiếc; [một cách] rất tồi tệ: *the preparations were woefully inadequate* công việc chuẩn bị không thỏa đáng một cách đáng tiếc.

wok /wɒk/ *dt* cái chảo.

woke /wəʊk/ *qk của* wake[1].

woken /'wəʊkən/ *dttqk của* wake[1].

wolf[1] /wʊlf/ *dt* (*snh* **wolves**) chó sói. // **cry wolf** *x* cry[1]; **keep the wolf from the door** có đủ tiền sống: *their wages are barely enough to keep the wolf from the door* đồng lương của họ chỉ vừa đủ sống; **a lone wolf** *x* lone; **a wolf in sheep's clothing** chó sói đội lốt cừu, kẻ khẩu phật tâm xà; **throw somebody to the wolves** bỏ mặc ai cho lũ sói *(cho bị đối xử tệ hoặc bị chỉ trích thậm tệ)*.

wolf² /wʊlf/ *dgt* (+ down) *(kng)* ăn ngấu nghiến, ngốn: *wolf [down] one's food* nuốt ngấu nghiến món ăn.

wolf-cub /'wʊlfkʌb/ *dt* sói con.

wolfish /'wʊlfiʃ/ *tt* [thuộc] sói; như sói: *a wolfish cruelty* tính hung ác như sói.

wolfram /'wʊlfrəm/ *dt* **1.** *(hóa)* vonfram **2.** quặng vonfram.

wolfhound /'wʊlfhaʊnd/ *dt* chó săn sói.

wolf-whistle¹ /'wʊlf, wisl/ *dt* tiếng huýt sáo khen gái.

wolf-whistle² /'wʊlf, wisl/ *dgt* wolf-whistle at somebody huýt sáo khen gái.

wolves /wʊlvz/ *dt* snh của wolf¹.

woman /'wʊmən/ *dt (snh* **women**) **1.** đàn bà, phụ nữ, nữ: *men, women and children* đàn ông, đàn bà và trẻ con; *a woman friend* một người bạn nữ; *a woman doctor* một bác sĩ nữ **2.** bà, mụ kia *(tiếng xưng hô xúc phạm)*: *shut up, woman!* câm miệng đi mụ kia! **3.** *(số ít)* nữ giới *(không có a hoặc the đứng trước)*: *woman has been portrayed by artists in many ways* nữ giới đã được các nghệ sĩ mô tả theo nhiều cách **4.** the **woman** *(số ít)* nữ tính: *something of the woman in his character* một cái gì đó có tính chất nữ tính trong tính tình anh ta. // **be twice the man (woman)** *x* twice; **make an honest woman of somebody** *x* honest; **a man (woman) of parts** *x* part¹; **a man (woman) of his (her) word** *x* world; **a man (woman) of the world** *x* world; **wine, women and song** *x* wine; **a woman of easy virtue** *(trại)* gái điếm, đĩ.

-woman *(với dt tạo dt ghép)* đàn bà, nữ: *sportswoman* nữ vận động viên.

womanhood /'wʊmənhʊd/ tính chất là đàn bà hẳn hoi *(không còn là con gái nữa)*: *grow to (reach) womanhood* thành một người đàn bà hẳn hoi.

womanish /'wʊməniʃ/ *tt* như đàn bà *(nói về đàn ông)*: *he has a rather womanish manner* anh ta có kiểu cách khá là đàn bà.

womanize, womanise /'wʊmənaiz/ *dgt (thường xấu)* có quan hệ lăng nhăng với nhiều phụ nữ *(nói về một người đàn ông)*.

womankind /'wʊmənkaind/ *dt* nữ giới, giới phụ nữ.

womanliness /'wʊmənlinis/ *dt* tính chất như đàn bà.

womanly /'wʊmənli/ *tt* như đàn bà; [thuộc] nữ giới: *woman virtues* đức hạnh nữ giới.

woman of letters /'wʊmənəvletəz/ nữ văn sĩ.

womb /wu:m/ *dt* dạ con, tử cung.

wombat /'wʊmbæt/ *dt* *(động)* dúi có túi.

women /wimin/ *dt* snh của woman.

womenfolk /'wiminfəʊk/ *dt* đàn bà con gái *(của một nhóm, một gia đình...)*: *the dead soldiers were mourned by their womenfolk* các tử sĩ được đám đàn bà con gái trong gia đình họ khóc thương.

women's lib /,wʊmins'lib/ [phong trào] giải phóng phụ nữ.

women's movement /'wʊmins,mu:vmənt/ **the women's movement** phong trào giải phóng phụ nữ.

won /wʌn/ *qk và đttqk của* win¹.

wonder¹ /'wʌndə[r]/ *dt* **1.** sự kinh ngạc *(pha lẫn thán phục hoặc không tin)*: *the children watched the conjurer in silent wonder* trẻ con im lặng theo dõi nhà ảo thuật với vẻ kinh ngạc **2.** điều kỳ diệu; kỳ quan: *the wonders of modern medicine* những điều kỳ diệu của y học hiện đại; *the seven wonders of the world* bảy kỳ quan của thế giới; *a wonder drug* một loại thần dược. // **a chinless wonder** *x* chinless; **do (work) miracles (wonders) for something** *x* miracle; **it's a wonder that** điều kỳ lạ là: *it's a wonder [that] he continues to gamble when he always loses!* điều kỳ lạ là nó vẫn tiếp tục đánh bạc trong khi lúc nào nó cũng thua; *a nine days' wonder* *x* day; **no (little, small) wonder [that]** nào có lạ gì, thảo nào, hèn chi: *no wonder you were late* nào có lạ gì chuyện anh trễ giờ; *small wonder [that] he was tired* thảo nào nó cứ mệt nhoài ra; **wonders will never cease** tuyệt vời! *(nói lên sự ngạc nhiên thích thú, thường là một cách mỉa mai)*: *I've washed the car for you" "Wonders will never cease!"* "tớ vừa rửa xe cho cậu" "tuyệt vời!".

wonder² /wʌndə[r]/ *dgt* **1.** kinh ngạc, lấy làm lạ; ngạc nhiên: *that's not to be wondered at* không có gì đáng kinh ngạc cả; *I wondered to hear her voice in the next room* tôi ngạc nhiên nghe tiếng cô ta ở phòng bên **2.** muốn biết, tự hỏi: *I wonder who he is* tôi tự hỏi nó là ai. // **I should not wonder** tôi sẽ chẳng ngạc nhiên đâu *(khi được biết rằng...)*; **I wonder if (whether you could...)** tôi

W

không biết anh có thể... (đưa ra một yêu cầu một cách lịch sự).

wonderful /'wʌndəfl/ *tt* **1.** kỳ diệu, thần kỳ; rất đáng ngạc nhiên: *it's wonderful that they managed to escape* thật là kỳ diệu, họ đã tìm cách trốn thoát; *the child's skill is wonderful for his age* kỹ năng của em bé thật đáng ngạc nhiên ở tuổi của bé **2.** tuyệt vời, tuyệt: *a wonderful opportunity* một cơ hội tuyệt vời; *the weather is wonderful* thời tiết thật là tuyệt.

wonderfully /'wʌndəfəli/ *pht* **1.** [một cách] rất đáng ngạc nhiên: *she is wonderfully active for her age* ở tuổi bà, bà đã tỏ ra năng động một cách rất đáng ngạc nhiên **2.** cực kỳ: *their life together has been wonderfully happy* cuộc sống chung của họ đã cực kỳ hạnh phúc.

wonderingly /'wʌndriŋli/ *pht* [một cách] ngạc nhiên: *where did this come from? she said wonderingly* cô ta nói một cách ngạc nhiên: cái này từ đâu đến nhỉ?

wonderland /'wʌndəlænd/ *dt (thường số ít)* xứ sở thần kỳ.

wonderment /'wʌndəmənt/ *dt* sự kinh ngạc: *she gasped in wonderment at her good luck* chị ta há hốc miệng kinh ngạc trước vận may của mình.

wondrous /'wʌndrəs/ *tt (cổ hoặc tho)* *nh* wonderful: *a wondrous sight* một cảnh tượng thần kỳ.

wondrously /'wʌndrəsli/ *pht* [một cách] kỳ diệu, [một cách] thần kỳ, [một cách] thần kỳ [một cách] rất đáng ngạc nhiên.

wonky /'wɒŋki/ *tt* (**-ier; -iest**) (Anh, kng) lung lay, ọp ẹp, lảo đảo: *a wonky chair* chiếc ghế ọp ẹp; *she still feels a bit wonky after her accident* sau tai nạn cô ta còn cảm thấy hơi lảo đảo.

wont¹ /wəunt, (Mỹ wɔ:nt)/ *tt (vị ngữ)* wont to do something (cũ hoặc tu từ) quen, có thói quen làm gì: *he was wont to give lengthy speeches* ông ta có thói diễn thuyết dài dòng.

wont² /wəunt, (Mỹ wɔ:nt)/ *dt (số ít) (tu từ)* thói quen: *she went for a walk after breakfast, as was her wont* chị ta đi dạo một vòng sau bữa ăn sáng theo thói quen của chị ta.

won't /wəunt/ dạng rút ngắn của will not.

woo /wu:/ *đgt* (**wooed**) **1.** cố tranh thủ sự ủng hộ: *woo the voters* cố tranh thủ sự ủng hộ của cử tri **2.** cố đạt cho được, theo đuổi: *woo fame* theo đuổi danh vọng **3.** (cũ) tán tỉnh (gái).

wood /wud/ *dt* **1.** gỗ: *tables are usually made of wood* bàn thường làm bằng gỗ, *pine is a soft wood and teak is a hard wood* gỗ thông là loại gỗ mềm còn gỗ tếch là loại gỗ cứng; *there are many kinds of wood growing in this forest* có nhiều loại gỗ mục ở rừng này **2.** củi: *put some more wood on the fire* cho thêm ít củi vào lò sưởi đi **3.** rừng: *a house in the middle of a wood* một ngôi nhà ở giữa rừng **4.** bóng gỗ (trong môn chơi bóng gỗ) **5.** gậy đầu gỗ (chơi gôn) // **dead wood** *x* dead; **from the wood** lấy từ thùng gỗ (rượu): *beer from the wood* bia lấy từ thùng gỗ; **neck of the woods** *x* neck¹; **not see the wood for the trees** thấy cây mà chẳng thấy rừng; **out of the wood[s]** (kng) (thường ở dạng phủ định) khỏi nguy hiểm, thoát nạn: *she's regained consciousness, but she is not out of the woods yet* cô ta đã tỉnh lại nhưng cũng chưa phải đã khỏi nguy hiểm; **touch wood!** *x* touch¹.

woodbine /'wudbain/ *dt* (thực) **1.** cây kim ngân **2.** (Mỹ cg **Virginia creeper**) dây lông chim.

wood-block /'wudblɒk/ *dt* **1.** phiến gỗ làm mộc bản **2.** ván lát sàn: *a wood-block floor* sàn lát ván.

woodchuck /'wudtʃʌk/ *dt* (động) con mác-mốt.

woodcock /'wudkɒk/ *dt* (động) dẽ gà (chim, thịt).

woodcraft /'wudkrɑ:ft/ *dt* tài đi rừng.

woodcut /'wudkʌt/ *dt* **1.** mộc bản **2.** (cg **wood-block**) phiến gỗ làm mộc bản.

woodcutter /'wudkʌtə[r]/ *dt* người đốn gỗ; tiều phu.

wooded /'wudid/ *tt* có nhiều cây cối; lắm cây cối: *a wooded valley* một thung lũng lắm cây cối.

wooden /'wudn/ *tt* **1.** bằng gỗ: *wooden furniture* đồ đạc bằng gỗ **2.** gượng gạo; cứng đờ: *a wooden smile* nụ cười gượng gạo.

woodenness /'wudinis/ *dt* sự gượng gạo, sự cứng đờ.

wooden spoon /,wudn-'spu:n/ thìa gỗ (dùng làm phần thưởng tượng trưng với ý đùa bỡn cho người về chót trong một cuộc đua).

woodland /'wudlənd/ *dt* vùng nhiều cây cối, vùng rừng.

wood lot /'wudlɒt/ (Mỹ) khu vườn cây (trong một trang trại...).

wood-louse /'wʊdlaʊs/ *dt* (*snh* **wood-lice**) (*động*) mọt ẩm.

wood-lice /'wʊdlais/ *dt snh* của wood-louse.

woodman /'wʊdmən/ *dt* (*snh* **woodmen**) (*Mỹ cg* **woodsman**) 1. người dẫn gỗ, tiều phu 2. nhân viên lâm nghiệp.

woodpecker /'wʊd,pekə[r]/ *dt* (*động*) chim gõ kiến.

woodpigeon /'wʊd,pidʒin/ *dt* (*động*) bồ câu rừng.

wood-pulp /'wʊdpʌlp/ *dt* bột gỗ (*dùng làm giấy*).

wood-shed /'wʊdʃed/ *dt* lán [để] củi.

woodsman /'wʊdzmən/ *dt* (*Mỹ*) *x* woodman

wood spirit /'wʊdspirit/ *nh* methyl alcohol.

woodwind /'wʊdwind/ *dt* (*nhạc*) kèn sáo gỗ.

woodwork /'wʊdwɜːk/ *dt* 1. nghề làm đồ gỗ; nghề mộc 2. đồ gỗ 3. phần mộc (*trong một ngôi nhà như cửa, rui...*)

woodworm /'wʊdwɜːm/ *dt* sâu gỗ, con mọt.

woody /'wʊdi/ *tt* 1. có nhiều cây: *a woody hillside* sườn đồi có nhiều cây 2. [thuộc] gỗ: *a woody smell* mùi gỗ: *plants with woody stems* cây thân gỗ.

woody spoon /'wʊdispʊn/ *dt nh* booby prize.

woof[1] /wu:f/ *dt snh* weft.

woof[2] /wu:f/ *tht* (*kng*) gâu gâu (*bắt chước tiếng chó sủa*).

woof[3] /wʊf/ *đgt* (*kng*) sủa (*chó*).

woofer /'wʊfə[r]/ *dt* loa giọng trầm.

wool /wʊl/ *dt* 1. lông len (*của cừu, dê...*): *these goats are specially bred for their wool* những con dê này được nuôi cốt để lấy len 2. hàng len; đồ len: *a ball of knitting wool* một cuộn len đan; *a wool blanket* chiếc chăn len 3. hàng giả len: *cotton wool* hàng sợi bông giả len. // **pull the wool over somebody's eyes** *x* pull[2].

wool-gathering /'wʊl,gæðəriŋ/ *dt* sự đăng trí, sự lơ đễnh.

woollen (*Mỹ* **woolen**) /'wʊlən/ *tt* bằng len, có len; **woollen cloth** 1. vải [bằng] len 2. [thuộc] hàng len: *woollen merchants* thương nhân buôn hàng len.

woollens (*Mỹ* **woolens**) /'wʊlənz/ *dt snh* quần áo len (*nhất là bằng len đan*).

wooliness /'wʊlinis/ *dt* 1. tính chất như len (*của lông dê, chó..., của một số loại vải*) 2. tính chất mập mờ không rõ ràng.

woolly /'wʊli/ *tt* (**-ier; -iest**) 1. có lông như len 2. bằng len; như len.

woolly-headed /,wʊli'hedid/ *tt* *x* woolly.

woozy /'wu:zi/ *tt* (**-ier; -iest**) 1. chếnh choáng 2. mụ người.

wop /wɒp/ *dt* (*lóng*) người Nam Âu (*đặc biệt người Ý, dùng với ý khinh thị*).

word[1] /wɜːd/ *dt* 1. từ: *the words in the dictionary are arranged in alphabetical order* các từ trong từ điển được sắp xếp theo thứ tự con chữ 2. lời: *he didn't say a word about it* nó đã không nói một lời nào về chuyện đó; *you must show your support by deeds not words* anh phải tỏ sự ủng hộ, bằng hành động, chứ không phải bằng lời nói 3. lời báo tin, lời nhắn gửi (*không có a hay the*): *word came that I was needed at home* có tin báo là tôi cần phải có mặt ở nhà 4. **the word** lời đồn: *the word is that he's left the country* có tin đồn là hắn đã rời xứ sở 5. lời hứa: *keep one's words* giữ lời hứa; *a man of his words* người giữ lời hứa; *give one's word* hứa 6. (*thường* **the word**) lệnh: *stay hidden until I give the word* hãy giấu mình cho đến khi tôi ra lệnh 7. **the Word** (*số ít*) (*cg* **the word of God**) kinh thánh (*chủ yếu kinh Phúc Âm*): *preach the Word* giảng kinh Phúc âm. // **actions speak louder than words** *x* action; **at the word of command** khi quân lệnh được ban ra; **bandy words** *x* bandy[1]; **be as good as one's word** đã nói là làm; **be better than one's word** *x* better[1]; **be not the word for something (somebody)** (*kng*) là sự mô tả chưa chính xác cái gì (ai); **breathe a word** *x* breathe; **by word of mouth** bằng lời không phải bằng chữ viết, bằng miệng: *he received the news by word of mouth* nó nhận được tin truyền miệng: **a dirty word** *x* dirty[1]; **eat one's words** *x* eat; **exchange words** *x* exchange[2]; **famous last words** *x* famous; **fighting talk (words)** *x* fight[1]; **[right] from the word go** (*kng*) ngay từ lúc đầu: *she knew right from the word go that it was going to be difficult* chị ta biết ngay từ lúc đầu rằng sẽ là khó khăn; **[not] get a word in edgeways** không thể (có thể) ngắt lời kẻ lắm mồm; **give somebody one's word [that]; have somebody's word for it [that]** hứa với ai [rằng]; được ai hứa [rằng]: *you have my word for it that the goods will arrive on time* tôi hứa với anh rằng hàng sẽ đến đúng hẹn; **go back on one's word** thất hứa; **hang on somebody's lips (words, every word)** *x* hang[1];

[not] have a good word to say for somebody (something) (kng) [không] nói tốt về: *he doesn't have (seldom has) a good word to say for Britain* nó không (ít khi) nói tốt về nước Anh; have the last word *x* last¹; have a word in somebody's ear nói nhỏ với ai; have a word [with somebody] [about something] nói riêng với ai: *could we have a word before you go to the meeting?* chúng ta có thể nói chuyện riêng trước khi anh đi họp không?; have words [with somebody] [about something] cãi nhau với ai về chuyện gì: a household name [word] *x* household; in a word nói một cách vắn tắt, nói tóm lại; in other words nói cách khác; [not] in so many words [không] đúng y như lời; in words of one syllable bằng ngôn ngữ đơn giản; keep (break) one's word giữ lời hứa (thất hứa); one's last word *x* last¹; the last word *x* last¹; a man (woman) of his (her) word người biết giữ lời; mum's the word *x* mum¹; [upon] my word! (cũ) ủa!: *my word, you're back early!* ủa anh về sớm thế!; not a word [to somebody] [about something] không hé răng nửa lời: *not a word [to Nam] [about what I said]* đừng có hé răng nửa lời [cho Nam biết] [những gì tôi đã nói]; not to mince matters (words) *x* mince; a play on words *x* play¹; put in (say) a [good] word for somebody nói hộ cho ai một lời; put words in somebody's mouth gán cho ai đã nói gì; say the word (kng) báo một tiếng; ra hiệu: *if you want me to leave, you only have to say the word* nếu anh muốn tôi ra đi thì chỉ cần bảo một tiếng là được; swallow one's words *x* swallow¹; take some-

body at his word tin chắc lời ai; take somebody's word for it [that] thừa nhận điều ai nói là đúng; take the words [right] out of somebody's mouth nói đúng điều mà ai đó sắp nói; too funny, outrageous, sad, shocking... for words buồn cười, tàn bạo, buồn, chướng... đến mức không nói nên lời; a war of words *x* war; weigh one's words *x* weigh; without a word không nói lời nào: *he left without a word* nó bỏ đi không nói lời nào; word for word a/ đúng nguyên văn: *tell me what she said, word for word* hãy nói cho tôi nghe đúng nguyên văn lời bà ta nói b/ theo từng từ một *(bản dịch): a word-for-word translation* bản dịch theo từng từ một, bản dịch sát nguyên văn; somebody's word is as good as his bond lời nói của ai chắc như đinh đóng cột *(hoàn toàn có thể tin được)*; one's word of honour lời hứa danh dự; a word to the wise người khôn nói một hiểu mười.

word² /wɜːd/ *dgt* diễn đạt bằng lời: *the advice wasn't very tactfully worded* lời khuyên bảo đã không được diễn đạt một cách khéo léo cho lắm; *be careful how you word your answer* hãy cẩn thận khi diễn đạt câu trả lời.

wordblindness /ˈwɜːd,-blaɪndnɪs/ *dt nh* dyslexia.

wordily /ˈwɜːdɪli/ *pht* [một cách] dài dòng.

wordiness /ˈwɜːdɪnɪs/ *dt* tính chất dài dòng.

wording /ˈwɜːdɪŋ/ *dt (số ít)* lời diễn đạt; cách diễn đạt: *a different wording might make the meaning clearer* một cách diễn đạt khác có thể làm cho nghĩa rõ hơn.

wordless /ˈwɜːdlɪs/ không nói ra lời; lặng đi; *wordless grief* nỗi đau buồn lặng đi không nói ra lời.

word-perfect /ˌwɜːdˈpɜːfɪkt/ *tt (Mỹ* **letter-perfect)** thuộc làu.

word processing /ˈwɜːd,-prəʊsesɪŋ/ sự xử lý văn bản.

word processor /ˈwɜːd,-prəʊsesə[r]/ bộ xử lý từ.

wordy /ˈwɜːdi/ *tt* **(-ier; -iest)** *(xấu)* dài dòng: *a wordy telegram* bức điện dài dòng; *a wordy person* người nói dài dòng.

wore /wɔː/ *qk của* wear².

work¹ /wɜːk/ *dt* **1.** sự làm việc; việc, công việc: *be at work* đang làm việc; *his success was achieved by hard work* ông ta thành công nhờ làm việc tích cực; *the work of building the bridge took six months* việc xây dựng chiếc cầu mất sáu tháng; *there is plenty of work to be done in the garden* có khối việc phải làm ở ngoài vườn **2.** đồ nghề, đồ dùng làm việc: *he took his work with him into the garden* hắn mang theo đồ nghề của mình ra vườn; *his work was spread all over the floor* đồ dùng làm việc của hắn bừa bãi khắp sàn nhà **3.** tác phẩm; sản phẩm: *an exhibition of the work of young sculptors* cuộc triển lãm các tác phẩm của những nhà điêu khắc trẻ; *the craftsmen sell their work to visitors* thợ thủ công bán sản phẩm của mình cho du khách **4.** nghề nghiệp, việc làm: *many people are looking for work* nhiều người đang tìm việc làm; *work experience* kinh nghiệm nghề nghiệp **5.** *(không dùng với the)* nơi làm việc: *she goes to (leaves for) work at 8 o'clock* chị ta đi làm lúc 8 giờ; *her friends from work came to see her in hospital* bạn cô ta ở nơi làm việc đến thăm cô ở bệnh viện **6.** tác phẩm nghệ thuật; tác phẩm văn học: *have you read her latest work?* anh đã đọc tác phẩm mới nhất của bà ta chưa?; *a new work on Elizabethan poetry* một tác phẩm mới về thi ca thời Elizabeth **7. works** (snh) toàn bộ tác phẩm (của một nhà văn, một nhà soạn nhạc...): *complete works of Shakespeare* toàn bộ tác phẩm của Shakespeare **8.** (lý) công **9.** (ở dạng ghép) đồ vật làm bằng: *woodwork* đồ gỗ; (*metalwork*) vật dụng bằng kim loại **10.** công việc làm với một công cụ nào đó: *needlework* công việc vá may **11.** cấu trúc theo một kiểu nào đó: *network* cấu trúc mạng lưới **12. the works** (snh) cơ cấu, bộ máy: *the works of a clock* bộ máy của một chiếc đồng hồ; *there's something wrong with the works* máy có gì đó trục trặc ấy **13. works** (snh) (thường ở dạng ghép) công trình (xây dựng, sửa chữa) *roadworks* công trình làm đường; *public works* công trình công cộng **14. works** (thường ở dạng ghép) nhà máy: *a brick-works* nhà máy gạch; *there has been an accident at the works* đã có tai nạn xảy ra ở nhà máy **15. the works** (kng) mọi thứ: *she was wearing a tiara, a diamond necklace and a gold bracelet- the works* bà ta đội mũ miện, đeo chuỗi hạt kim cương và xuyến vàng, đủ mọi thứ // **all in a day's work** x day; **at work** a/ tại nơi làm việc: *please don't ring me at work* xin đừng gọi đến nơi tôi làm việc; *I've left my*

bag at work tôi đã để quên túi xách ở nơi làm việc b/ có hiệu lực; đang tác động: *she suspected that secret influence were at work* bà ta nghi là có những ảnh hưởng bí mật nào đó đang tác động; **at work [on something]** đang bận làm việc gì: *he is still at work on the restoration* ông ta đang còn bận làm việc trùng tu; *they were watching the artist at work* họ quan sát nhà nghệ sĩ đang làm việc; **the devil makes work for idle hands** x devil¹; **dirty work** x dirty¹; **get [down] to (go to; set to) work [on something (to do something)]** bắt đầu, khởi sự; **give somebody (something) the works** (kng) a/ cho hết; nói hết b/ đối đãi tốt nhất; xử lý tốt nhất: *they gave the car the works and it looks like new* họ đã sửa chữa chiếc xe một cách hoàn hảo nhất và chiếc xe nay trông như mới c/ đối xử hung bạo (với ai); **go (set) about one's work** [bắt đầu] làm công việc của mình: *she went cheerfully about her work* cô ta vui vẻ bắt tay vào làm công việc của mình; **good works** việc từ thiện; **do good works** làm việc từ thiện; **gum up the works** x gum³; **have one's work cut out [doing something]** (kng) khó mà làm được điều gì (nhất là trong thời gian ấn định): *you'll have your work cut out getting there by nine o'clock* anh khó mà đến được đấy vào lúc 9 giờ; **in (out of) work** có (không có) công ăn việc làm: *she had been out of work for a year* cô ta đã không có việc làm một năm nay; *an out-of-work actor* một diễn viên thất nghiệp; **make hard work of something** x hard!; **make light work of something** x

light³; **make short work of something (somebody)** x short¹; **many hands make light work** x hand¹; **a nasty piece of work** x nasty; **nice work if you can get it** x nice; **put (set) somebody to work** đặt ai vào việc; **shoot the works** x shoot¹; **a spanner in the works** x spanner; **the work of a moment, second...** việc chỉ làm trong khoảnh khắc: *it was the work of a few moments to hide the damage* để che giấu thiệt hại chỉ cần một chút việc trong khoảnh khắc thôi.

work² /wɜ:k/ dgt (**worked**, hoặc trong cách dùng đặc biệt **wrought**) **1.** làm việc: *the miners work [for] 38 hours per week* thợ mỏ làm việc 38 tiếng mỗi tuần; *she isn't working now* lúc này bà ta không còn làm việc nữa (bi thất nghiệp, về hưu...); *he is working on a new novel* ông ta đang viết một cuốn tiểu thuyết mới **2.** hoạt động (chống đối cái gì, để dạt cái gì): *work against reform* hoạt động chống lại cải cách; *a statesman who works for peace* một chính khách hoạt động cho hòa bình **3.** vận hành, chạy: *this machine works (is worked) by electricity* máy này chạy bằng điện; *a lift that doesn't work* thang máy không chạy; *do you know how to work a lathe?* anh có biết vận hành máy tiện không? **4.** khai thác: *work an oil well* khai thác một giếng dầu **5.** tạo được, đạt được, gây ra: *work harm* gây hại; *work a change* tạo được sự thay đổi; *to work influence* gây ảnh hưởng **6.** (dttqk **wrought**) gia công, trộn, nhào, rèn, nặn...: *work iron* gia công sắt; *work clay* trộn đất sét: *work dough* nhào bột **7.** khâu vào, thêu lên: *work [a design] on a pillowcase* thêu [một họa tiết] lên áo gối: *work one's initials on a handkerchief*; thêu những con chữ đầu tên họ lên khăn tay **8.** lên men **9.** co rúm lại; giật giật: *her face worked as she stared at him in terror* mặt nàng co rúm lại khi nàng kinh hoàng nhìn chằm chằm vào hắn **10.** đưa dần vào; chuyển: *he worked the stone into place* anh ta chuyển hòn đá vào chỗ; *work oneself into a rage* nổi giận. **11.** nới lỏng: *I was tied up, but managed to work [myself] free* tôi bị trói nhưng đã cố tự cởi trói; *the screw worked [itself] loose* đinh vít bị lỏng. // **work it, things,...** *(kng)* thu xếp, dàn xếp: *can you work it so that we get free tickets?* anh có thể thu xếp để chúng ta được vé miễn phí không?; *how did you work that?* anh đã dàn xếp việc đó ra sao rồi?

work around (round) to something (somebody) tiếp cận, tiến dần đến: *it was a long time before he worked around to what he really wanted to say* phải một thời gian dài ông ta mới dần dần tiến đến cái ông ta thật sự muốn nói; **work something off** loại bỏ, thanh toán hết: *work off one's anger on somebody* loại bỏ được nỗi tức giận của mình đối với ai; *work off excess of weight by regular exercise* loại bỏ được số cân thừa bằng cách tập thể dục đều đặn; *work off a large bank loan* thanh toán hết món tiền lớn vay ở ngân hàng; **work out** a/ tiến triển; hóa ra: *how will things work out?* mọi chuyện rồi sẽ tiến triển ra sao đây? b/ tập luyện thân thể: *I work out regularly to keep fit* tôi tập luyện

thân thể đều đặn để được mạnh khỏe c/ có thể giải được: *a problem that won't work out* một vấn đề không thể giải quyết được; **work something out** a/ tính toán; tính: *I've worked out your share of the expenses at £10* tôi đã tính phần đóng góp của anh vào là 10 bảng b/ tìm được lời giải: *work out a coded message* tìm được lời giải một bức mật mã c/ nghĩ ra, vạch ra: *the general worked out a new plan of attack* viên tướng đã nghĩ ra một kế hoạch tấn công mới. d/ *(thường ở dạng bị động)* khai thác đến cạn kiệt *(một mỏ...)*: *a worked-out silver mine* một mỏ bạc được khai thác đến kiệt; **work somebody out** hiểu thấu bản chất của ai: *I've never been able to work her out* tôi chưa bao giờ có thể hiểu thấu bản chất của cô ta; **work out at something** tổng cộng là: *the total works out at £10* tổng cộng là 10 bảng; *what does your share of the bonus work out?* phần tiền thưởng của anh tổng cộng là bao nhiêu?; **work somebody over** *(lóng)* nện cho một trận nhừ tử *(thường là để tra khảo)*: *he'd been worked over by the gang for giving information to the police* nó bị bè đảng của nó nện cho một trận nhừ tử vì tội đã khai báo với cảnh sát; **work round to something** *x* work around; **work towards something** cố gắng đạt tới; cố vươn tới: *we're working towards common objectives* chúng tôi đang cố gắng đạt tới những mục tiêu chung; **work up to something** phát triển tới *(tột đỉnh...)*; **work something up** a/ đẩy mạnh, mở mang, phát triển: *work up a business* mở mang một cơ sở kinh

doanh b/ tăng cường, gia tăng: *working up support for the party* gia tăng sự ủng hộ đảng; **work somebody (oneself) up [into something]** kích thích, kích động: *work somebody into a rage* chọc cho ai giận dữ; *don't work yourself up (get worked up) about something so trivial* đừng có nổi nóng vì một chuyện nhỏ nhặt như thế; **work something up into something** hoàn chỉnh: *I'm working my notes up into a dissertation* tôi đang hoàn chỉnh các ghi chép của tôi để làm thành một bài luận văn.

workable /'wɜːkəbl/ tt **1.** có thể thực hiện được, khả thi: *a workable plan* một kế hoạch có thể thực hiện được **2.** có thể khai thác: *the silver mine is no longer workable* mỏ bạc không còn có thể khai thác được nữa.

workaday /'wɜːkədeɪ/ tt thường ngày, [thuộc] thực tế đời thường: *workaday concerns* những mối quan tâm đời thường.

workaholic /ˌwɜːkə'hɒlɪk/ dt *(kng, xấu)* người tham công tiếc việc.

work-basket /'wɜːkˌbɑːskɪt/ dt hộp đồ khâu.

workbench /'wɜːkbentʃ/ dt bàn thợ *(thợ mộc, thợ máy...)*.

workbook /'wɜːkbʊk/ dt sách bài tập.

workday /'wɜːkdeɪ/ dt *(cg* **working day***)* ngày làm việc.

worker /'wɜːkə[r]/ dt **1.** thường ở dạng ghép) công nhân *factory workers* công nhân nhà máy: *worker participation in decision-making* sự tham gia của công nhân vào việc đưa ra các quyết định **2.** người lao động: *a worker's revolution* cuộc cách mạng của người lao động **3.** người siêng năng cần mẫn: *that girl is certainly a worker* cô gái ấy hẳn là một người siêng năng cần cù **4.** *(động)* ong thợ; kiến thợ.

workforce /'wɜ:kfɔ:s/ *dt* lực lượng công nhân.

workhorse /'wɜ:khɔ:s/ *dt* **1.** ngựa kéo, ngựa thồ **2.** *(bóng)* con trâu, con ngựa *(người gánh vác mọi việc nặng nhọc trong một nhóm)*.

workhouse /'wɜ:khaʊs/ *dt* *the workhouse (Anh)* nhà tế bần.

work-in /'wɜ:kin/ *dt* *(thường số ít)* sự chiếm giữ và điều hành lấy nhà máy *(do công nhân thực hiện khi nhà máy được lệnh đóng cửa)*.

working[1] /'wɜ:kiŋ/ *tt* *(thngũ)* **1.** lao động: *the working man* dân lao động; *the working population of the country is growing smaller* dân số lao động của đất nước đang ngày càng giảm bớt **2.** làm việc: *working hours* giờ làm việc: *working clothes* quần áo làm việc; *a 35-hour working week* tuần làm việc 35 tiếng; *a working breakfast* bữa ăn sáng có bàn công việc **3.** chạy; hoạt động: *a working model of steam engine* một mô hình hoạt động máy hơi nước; *the government has a working majority* chính phủ có một đa số đủ để hoạt động được **4.** tương đối được: *a working hypothesis* một giả thuyết tương đối được; *she has a working knowledge of French* cô ta có kiến thức tương đối về tiếng Pháp.

working[2] /'wɜ:kiŋ/ *dt* **1.** [bộ phận] mỏ đang được khai thác, [bộ phận] mỏ đã được khai thác **2.** *(snh)* **workings of something** cách hoạt động, cách vận hành: *the workings of the human mind* cách hoạt động của trí óc con người; *it was impossible to understand the workings of such a huge bureaucracy* thật không tài nào hiểu được cách vận hành của bộ máy quan liêu khổng lồ như thế.

working capital /,wɜ:kiŋ'kæpitl/ *(kt)* vốn luân chuyển.

working class /,wɜ:kiŋ'klɑ:s/ *(cg* **the working classes**) giai cấp cần lao.

working day /,wɜ:kiŋ'dei/ *nh* workday: *the unions are compaigning for a shorter working day* các công đoàn đang vận động đòi ngày làm việc ngắn (ít giờ) hơn.

working knowledge /,wɜ:kiŋ'nɒlidz/ kiến thức thực hành: *I have a working knowledge of cars and can do most repairs* tôi có kiến thức thực hành về xe ô-tô và làm được phần lớn việc sửa chữa xe.

working order /,wɜ:kiŋ'ɔ:də[r]/ tình trạng vận hành tốt.

working-over /,wɜ:kiŋ'əʊvə[r]/ *dt* sự nện cho một trận, sự đánh đập.

working party /,wɜ:kiŋ'pɑ:ti/ ban điều tra.

working week /,wɜ:kiŋ'wi:k/ tuần lễ làm việc: *a 35-hour [working] week* tuần lễ làm việc 35 tiếng.

workman /'wɜ:kmən/ *dt* *(snh* **workmen**) công nhân; người lao động: *a good workman* một người lao động giỏi. // **a bad workman blames his tools** vụng múa chê đất lệch.

workmanlike /'wɜ:kmənlaik/ khéo léo.

workmanship /'wɜ:kmənʃip/ *dt* **1.** sự khéo léo **2.** tay nghề *(của công nhân)*.

work of art /,wɜ:kəv'ɑ:t/ tác phẩm nghệ thuật.

work-out /'wɜ:kaʊt/ *dt* thời gian luyện thể lực *(của một võ sĩ, một vận động viên...)*.

work-people /'wɜ:k,pi:pl/ *dt* *(snh)* dân lao động; giới công nhân *(trong một nhà máy...)*.

workplace /'wɜ:kpleis/ *dt* phòng làm việc, nhà làm việc, nơi làm việc *(của công nhân)*.

workroom /'wɜ:krʊm/ *dt* phòng làm việc *(chỉ một số việc loại nào đó)*: *a photographic workroom* phòng làm ảnh.

worksheet /'wɜ:kʃi:t/ *dt* giấy chấm công.

workshop /'wɜ:kʃɒp/ *dt* **1.** xưởng, xưởng sửa chữa **2.** cuộc hội thảo.

work-surface /'wɜ:ksə:fis/ *dt nh* work-top.

work-shy /'wɜ:kʃai/ *tt (xấu)* không thích lao động [nặng nhọc], lười.

workstudy /'wɜ:k,stʌdi/ *dt* sự nghiên cứu cải tiến lao động.

work-table /'wɜ:kteibl/ *dt* bàn may.

work-top /'wɜ:ktɒp/ *dt (cg* **work-surface**) bàn bếp *(nơi chuẩn bị các thức để nấu nướng thành món ăn)*.

work-to-rule /,wɜ:ktə'ru:l/ *dt* cuộc lãn công chỉ theo đúng quy chế *(không chịu làm ngoài giờ quy định)*.

world /wɜ:ld/ *dt* **1.** **the world** *(số ít)* vũ trụ; thế giới: *since the beginning of the world* từ buổi sơ khai của vũ trụ; *a journey round the world* cuộc hành trình vòng quanh thế giới; *pollution is one of the most important issues in the world today* ô nhiễm là một trong những vấn đề quan trọng nhất trong thế giới ngày nay; *the Old World* Cựu thế giới; *the New World* Tân thế giới; *the English-speaking world* những nước nói tiếng Anh **2.** hành tinh; vì sao *(có sự sống): a strange creature from another world* một sinh vật kỳ lạ đến từ một hành tinh khác **3.** trần gian, cõi đời: *this world and the next* đời này và đời sau; *bring a child into the world* sinh hạ một đứa bé **4. the world** (số ít) a/ sự đời; đời sống: *he showed no interest in the world around him* nó tỏ ra không quan tâm đến sự đời quanh nó; *how goes the world with you?* đời sống của anh dạo này ra sao? b/ thế giới vật chất, trần tục, thế tục: *the temptations of the world* những cám dỗ của trần tục; *she decided to renounce the world and enter a convent* cô ta định từ bỏ thế tục và vào tu viện **5. the world** (số ít) thiên hạ: *he wanted to tell the news to the world* nó muốn nói cho thiên hạ biết tin; *I don't care what the world thinks* thiên hạ nghĩ gì tôi cũng chẳng cần **6.** giới: *the world of art* giới nghệ thuật; *the animal world* giới động vật. // **be all the world to somebody** là tất cả đối với ai *(rất thân thiết hoặc quan trọng): he was all the world to his mother* đối với mẹ nó thì nó là tất cả; **be not long for this world** x long³; **the best of both worlds** x best³; **a brave new world** x brave; **come (go) down (up) in the world** thất bại, xuống dốc (thành công, phát đạt) trong đời; **dead to the world** x dead; **the end of the world** x end; **for all the world like somebody (something) (as if...)** *(biểu lộ sự ngạc*

nhiên) y như là, như thể là: *she carried on with her work for all the world as if nothing had happened* cô ta tiếp tục công việc như thể là chẳng có gì xảy ra cả; **[not] for [all] the world** không đời nào: *I wouldn't sell that picture for all the world* không đời nào tôi bán bức tranh đó cả; **how, what, where, who... on earth (in the world)** x earth; **in the eyes of the world** x eye¹; **be [live] in a world of one's own** sống một cuộc đời tưởng tượng biệt lập với mọi người; **it's a small world** x small; **the John Smiths... of this world** *(kng)* những người như John Smiths: *"I hear Peter Brown's doing very well" "the Peter Browns of this world always do well"* "tôi nghe nói Peter Brown đang làm ăn khấm khá lắm" "những người như Peter Brown bao giờ cũng làm ăn khấm khá cả thôi"; **a man (woman) of the world** người từng trải; **the next world** x next¹; **on top of the world** x top; **out of this world** *(kng)* tuyệt vời: *the meal was out of this world* bữa ăn thật tuyệt vời; **the outside world** thế giới bên ngoài: *working in a remote village cut out from the outside world* làm việc ở một làng hẻo lánh tách biệt khỏi thế giới bên ngoài; **set the world on fire** *(kng)* làm chấn động thế giới; **think the world highly (poorly...) of somebody (something)** x think¹; **watch the world go by** x watch²; **the way of the world** x way¹; **what is the world coming to?** *(biểu thị sự ngạc nhiên, sự than phiền...)* cái thế giới này rồi sẽ đi đến đâu đây?; **a window on the world** x window; **with the best will in the world** x

best¹; **[all] the world and his wife** *(kng)* rất đông người tụ tập *(nhân hội hè, tiệc tùng): the world and his wife were in Brighton that day* rất đông người hôm đó tụ tập ở Brighton; **the world, the flesh and the devil** *(tu từ)* mọi cái cám dỗ con người; **the world is one's oyster** đời là cả một sự hưởng thụ; đời là một bài thơ: *she left school feeling that the world was her oyster* cô ta bỏ học cảm thấy rằng đời là cả một sự hưởng thụ; **a (the) world of difference (good; meaning...)** sự khác nhau xa, sự tốt lành nhiều, sự có nhiều ý nghĩa...; *there's a world of difference in the performance of the two cars* có sự khác nhau xa về hiệu suất giữa hai chiếc xe hơi; *that holiday did him the world of good* kỳ nghỉ đó đã làm cho anh ta khá lên nhiều; **the [whole] world over** trên toàn thế giới, khắp nơi: *people are basically the same the world over* trên toàn thế giới, con người về cơ bản đều như nhau; **[think] the world owes one a living** [nghĩ rằng] trời sinh voi sinh cỏ; **[be] worlds apart** hoàn toàn khác nhau: *we're worlds apart in our political views* về quan điểm chính trị chúng ta hoàn toàn khác nhau.

world-beater /'wɜːld,biːtə[r]/ *dt* kẻ hơn người; cái hơn hết: *she has enough talent as a player to be a world-beater* chị ta có đủ tài năng để trở thành một đấu thủ hơn người.

world-class /,wɜːld'klɑːs/ *dt* cỡ thế giới: *a world-class footballer* một cầu thủ bóng đá cỡ thế giới.

world-famous /ˌwɜːld'fei-məs/ *tt* nổi tiếng khắp thế giới: *a world famous film star* một ngôi sao điện ảnh nổi tiếng khắp thế giới.

worldliness /'wɜːldlinis/ *dt* **1.** tính chất thế gian, tính chất trần tục **2.** sự lõi đời, sự từng trải.

worldly /'wɜːldli/ *tt* (**-ier; -iest**) **1.** [thuộc] thế gian, trần tục: *worldly distractions* thú vui trần tục **2.** lõi đời, từng trải: *a worldly person* một người lõi đời.

worldly-wise /ˌwɜːldli'waiz/ *tt* lõi đời, từng trải.

world power /ˌwɜːld'pauə[r]/ cường quốc thế giới.

world war /ˌwɜːld'wɔː/ chiến tranh thế giới, thế chiến; *the First World War; World War One* thế chiến thứ nhất, đệ nhất thế chiến; *the Second World War; World War Two* thế chiến thứ nhì, đệ nhị thế chiến.

world-weary /ˌwɜːld'wiəri/ *tt* chán đời.

worldwide /ˌwɜːld'waid/ *tt, pht* khắp thế giới: *worldwide fame* tiếng tăm khắp thế giới; *our product is sold worldwide* sản phẩm của chúng tôi bán khắp thế giới.

worm[1] /wɜːm/ *dt* **1.** giun; sâu: *there are a lot of worms in the soil* trong đất có nhiều giun; *the dog has worms* con chó có giun; *the apples are full of worms* các quả táo đầy sâu; *earthworm* con giun đất; *silkworm* con tằm **2.** (thường số ít) (xấu) đồ giun dế (*người không ai coi ra gì*) **3.** đường ren (*của đinh vít*). // **a can of worms** x **can**[1]; **the early bird catches the worm** x **early**; **the worm will turn** con giun xéo quá cũng quằn.

worm[2] /wɜːm/ *dgt* tẩy giun (*cho chó, mèo*): *we'll have*

to worm the dog chúng ta sẽ phải tẩy giun cho con chó. // **worm one's way (oneself) along, through...** (thường xấu) bỏ qua, luồn qua: *they had to worm their way through the narrow tunnel* họ phải luồn qua con đường hầm hẹp; **worm one's way (oneself) into someone's confidence** khéo lấy lòng ai (*để lợi dụng*): *she used flattery to worm her way (herself) into his confidence* chị ta vốn có thói quen nịnh hót để lấy lòng ông ấy; **worm something out (of somebody)** moi ở ai ra (*một cách từ từ và khôn khéo*): *eventually they wormed the truth out of her* cuối cùng họ cũng moi được sự thật từ cô ta.

worm-cast /'wɜːmkɑːst/ *dt* đất giun đùn lên.

wormeaten /'wɜːmˌiːtn/ bị sâu đục.

worm-hole /'wɜːmhəul/ lỗ sâu (*ở gỗ, trái cây...*).

wormwood /'wɜːmwʊd/ *dt* **1.** cây ngải đắng **2.** (bóng) nỗi đắng cay, nỗi tủi nhục.

wormy /'wɜːmi/ *tt* **1.** [thuộc] sâu, [thuộc] giun; như sâu, như giun **2.** có sâu: *a wormy apple* quả táo có sâu **3.** bị sâu đục.

worn[1] /wɜːn/ *dttqk* của **wear**[2].

worn[2] /wɜːn/ *tt* **1.** mòn, sờn, hư: *these shoes are looking rather worn* những chiếc giày này trông có vẻ khá mòn **2.** trông có vẻ mệt lử: *she came back worn and worried* cô ta trở về trông có vẻ mệt lử và lo lắng. // **worn... to a frazzle** hoàn toàn mòn vẹt.

worn-out /ˌwɜːn'aut/ *tt* **1.** quá mòn, quá sờn, quá hư: *a worn-out coat* chiếc áo khoác quá sờn **2.** (thường vị ngữ) mệt lử: *you look worn-*

out after your long journey sau chuyến đi dài trông anh mệt lử đi rồi.

worried /'wʌrid/ *tt* (+ **about**; **that**) cảm thấy lo lắng, bồn chồn: *be worried about one's job* lo lắng về công việc; *be worried about one's husband* lo lắng về chồng mình; *I'm worried that you wouldn't come back* tôi lo là anh không trở lại; *worried relatives waited at the airport* những người họ hàng đang lo lắng chờ ở sân bay.

worriedly /'wʌridli/ *pht* [một cách] lo lắng, [một cách] bồn chồn.

worrier /'wʌriə[r]/ *dt* người hay lo lắng: *don't be such a worrier!* đừng lo lắng quá như thế!

worrisome /'wʌrisəm/ *tt* (cũ) gây lo lắng; làm phiền.

worry[1] /'wʌri/ *dgt* (**worried**) **1.** lo lắng: *don't worry if you can't finish it* đừng lo lắng nếu như anh không thể hoàn thành việc đó; *there is nothing to worry about* chẳng có gì phải lo cả **2.** làm lo lắng, làm phiền: *I don't want to worry you, but...* tôi không muốn phiền anh, nhưng...; *she was worried sick about her missing son* bà ta lo đến phát ốm vì cậu con trai bị mất tích; *it worries me that they haven't answered my letters* tôi lo lắng vì không thấy họ trả lời thư tôi **3.** làm phiền, quấy rầy: *don't worry her now, she's busy* lúc này đừng quấy rầy cô ấy, cô ấy đang bận **4.** nhay nhay: *the dog was worrying a rat* con chó đang nhay nhay con chuột. // **not to worry** (kng) đừng lo lắng: *we've missed the train, but not to worry there's another one in ten minutes* chúng ta đã lỡ chuyến xe hỏa, nhưng đừng lo, mười phút nữa sẽ có một chuyến khác.

worry² /'wʌri/ *dt* **1.** tình trạng lo lắng; sự lo lắng: *worry and illness had made him prematurely old* lo lắng và bệnh tật đã làm cho ông ta già trước tuổi **2.** điều lo lắng; nguyên nhân lo lắng: *forget your worries and enjoy yourself* hãy quên các mối lo lắng đi và hãy vui lên **3.** *(thường số ít)* trách nhiệm: *transport? that's your worry!* vận chuyển à? đó là trách nhiệm của anh!

worrying /'wʌriiŋ/ *tt* **1.** gây lo lắng: *worrying problems* những vấn đề gây lo lắng **2.** đầy lo âu: *it was a very worrying time for them* đó là một thời gian đầy lo âu đối với họ.

worrywart /'wʌriwɔːt/ *dt* *(Mỹ, kng)* người hay lo [chuyện] vặt.

worse¹ /wɜːs/ *tt* (*dạng so sánh của bad¹*) **1.** xấu hơn, tồi hơn, tệ hơn: *the weather got worse during the day* thời tiết trong ngày đã xấu hơn; *prevent an even worse tragedy* ngăn chặn một bi kịch thậm chí còn tệ hơn **2.** *(vị ngữ)* có sức khỏe xấu hơn, có bệnh trầm trọng hơn: *the doctor says he is worse today* bác sĩ bảo hôm nay bệnh anh ta trầm trọng hơn. // **somebody's bark is worse than his bite** *x* bark²; **be none the worse [for something]** không bị tổn hại, không hề hấn gì: *the children were none the worse for their adventure* bọn trẻ không bị tổn hại gì qua cuộc mạo hiểm đó; **better (worse) still** *x* still⁴; **be the worse for drink** say rượu; **a fate worse than death** *x* fate; **make matters (things) worse**

làm cho tình thế đã khó khăn nguy hiểm lại càng khó khăn nguy hiểm thêm; **so much the better (worse)** *x* better³; **the worse for wear** *(kng)* sờn, mòn; hư hại; mệt mỏi: *your copy of the dictionary is looking a bit the worse of wear* cuốn từ điển của anh trông đã hơi sờn rồi; **worse luck!** *(kng)* thật bất hạnh!; thật đáng tiếc!: *I shall have to miss the party, worse luck!* tôi sẽ không dự buổi liên hoan, thật đáng tiếc!

worse² /wɜːs/ *pht* **1.** [một cách] xấu hơn, [một cách] tồi hơn, [một cách] tệ hơn: *he is behaving worse than ever* nó cư xử tệ hơn bao giờ hết **2.** [một cách] mạnh hơn [trước]: *it's raining worse than ever* mưa mạnh (to) hơn bao giờ hết. // **be worse off** nghèo hơn; tệ hơn; yếu hơn...: *I've only broken my arm, other patients are far worse than me* tôi chỉ gãy tay thôi, các bệnh nhân khác còn tệ hơn tôi nhiều.

worse³ /wɜːs/ *dt* cái xấu hơn, cái tồi hơn, cái tệ hơn: *I'm afraid there is worse to come* tôi e rằng có điều tệ hơn sẽ xảy ra. // **can (could) do worse than do something** làm cái gì đó là đúng đắn: *if you want a safe investment, you could do a lot worse than put your money in the building society* nếu anh muốn đầu tư an toàn thì bỏ tiền vào hội xây dựng là đúng đắn đấy; **a change for the better (worse)** *x* change²; **for better or worse** *x* better³; **go from bad to worse** thậm chí còn tồi tệ hơn: *under the new management things have gone from bad to worse* với ban quản trị mới, tình hình thậm chí còn tồi tệ hơn.

worsen /'wɜːsn/ *đgt* **1.** làm cho xấu hơn, làm cho tồi tệ hơn, làm cho tệ hơn: *the drought had worsened their chances of survival* hạn hán đã làm cho hy vọng sống sót của chúng càng xấu hơn **2.** xấu đi, tồi đi; *the patient's condition worsened during the night* tình trạng người bệnh đêm qua đã xấu đi.

worship¹ /'wɜːʃip/ *dt* **1.** sự thờ cúng; lễ thờ cúng: *a place of worship* nơi thờ cúng; *morning worship* khóa lễ buổi sáng **2.** sự tôn sùng: *hero-worship* lòng tôn sùng anh hùng. // **his, your... Worship** *(Anh)* Ngài *(tiếng xưng hô lễ độ đối với quan tòa, thị trưởng, hay khi nói về quan tòa, thị trưởng)*: *His Worship the Mayor of Chester* Ngài thị trưởng Chester; *no, your Worship* không, thưa Ngài.

worship² /'wɜːʃip/ *đgt* (**-pp**; *Mỹ* **-p-**) **1.** thờ cúng **2.** đi lễ: *the church where they had worshipped for years* nhà thờ mà họ đã đi lễ trong nhiều năm **3.** tôn thờ: *she worshipped him and refused to listen to his critics* chị ta tôn thờ ông ấy và không chịu nghe lời bình phẩm về ông.

worshipful /'wɜːʃipfl/ *tt* **1.** tỏ lòng tôn thờ **2. Worshipful** *(Anh)* tôn kính *(dùng để xưng hô hay nói đến những người hoặc tổ chức tôn kính)*: *the Worshipful Company of Goldsmiths* Công ty Vàng bạc tôn kính.

worst¹ /wɜːst/ *tt* (*cấp so sánh cao nhất của bad¹*) xấu nhất, tồi nhất, tệ nhất: *it was the worst storm for years* đó là cơn bão tệ hại nhất trong nhiều năm qua; *this is the worst essay I've read* đây là thiên tiểu luận tồi nhất mà tôi đã được đọc; **one's own worst enemy** nguyên nhân những nỗi bất hạnh của bản thân mình: *with her indecisiveness, she is her own worst enemy* với cái tính không dứt khoát của mình, cô ta chính là nguyên nhân những nỗi bất hạnh của bản thân mình.

worst² /wɜ:st/ *pht* [một cách] xấu nhất, [một cách] tồi nhất, [một cách] tệ nhất: *An played badly, Ba played worse and I played worst of all* An chơi tồi, Ba chơi còn tồi hơn và tôi thì chơi tồi nhất; *he is one of the worst dressed men I know* hắn là một người ăn mặc tồi nhất mà tôi biết.

worst³ /wɜ:st/ *dt* **1.** the *worst* cái xấu nhất, cái tồi nhất, cái tệ nhất: *she was always optimistic, even where things were at their worst* cô ta luôn luôn lạc quan ngay cả khi mọi chuyện đều xấu nhất; *the worst of the winter is probably over now* bây giờ thì thời kỳ tệ nhất của mùa đông hẳn đã qua. // *at* [the] **worst** trong tình hình xấu nhất: *at worst we'll have to sell the house so as to settle our debts* trong tình hình xấu nhất, chúng ta sẽ phải bán ngôi nhà để trang trải nợ nần; **bring out the best (worst) in somebody** x best³; **do one's worst** tha hồ mà tôi tệ (ý nói sẽ không mấy tồi tệ): *we've harvested all the crops, so now the weather can do its worst* chúng tôi đã thu hoạch toàn bộ mùa màng, cho nên bây giờ thì thời tiết tha hồ mà tồi tệ; **get the worst of it** bị đánh bại; **if the worst comes to the worst** nếu tình hình quá khó khăn nguy hiểm; nếu kế hoạch thất bại: *if the worst*

comes to the worst, we'll have to cancel our holiday plans nếu tình hình quá khó khăn, chúng ta sẽ phải hủy bỏ các kế hoạch đi nghỉ của chúng ta.

worst⁴ /wɜ:st/ *đgt (cũ)* đánh bại: *we were worsted in battle* chúng tôi bị đánh bại trong cuộc chiến.

worsted /'wʊstid/ *dt* sợi len xe; vải [dệt bằng sợi] len xe; *a worsted suit* bộ đồ vải len xe.

worth¹ /wɜ:θ/ *tt (vị ngữ)* **1.** đáng giá; trị giá: *I paid only £3000 for this used car, but it is worth a lot more* tôi chỉ trả có 3000 bảng cho chiếc xe cũ này nhưng nó đáng giá hơn thế nhiều **2.** đáng; bỏ công: *the book is worth reading* cuốn sách đáng đọc; *it's an idea that's worth considering* đó là một ý kiến đáng lưu ý. // **a bird in the hand is worth two in the bush** x bird; **for all one is worth** (kng) với tất cả nghị lực và cố gắng, ráng sức, cố: *the thief ran off down the road, so I chased him for all I was worth* tên trộm chạy xuống đường, thế là tôi cố đuổi theo hắn; **for what it's worth** mặc dù tôi không chắc là nó có giá trị; dù sao chăng nữa: *and that's my opinion, for what it's worth* dù sao chăng nữa đấy cũng là ý kiến của tôi; **the game is not worth the candle** x game¹; **not worth a damn, a straw, a red cent, a tinker's cuss...** (kng) vô giá trị: *their promises are not worth a damn* lời hứa của chúng là vô giá trị; **worth it** đáng giá; bỏ công: *I don't bother to iron handkerdchiefs, it's not worth it* tôi không bận tâm đến chuyện là khăn tay, chả bỏ công; **worth one's salt**

xứng đáng đồng tiền kiếm được; làm thành thạo công việc của mình; **worth one's (its) weight in gold** vô giá; rất hữu ích; **worth one's while** có lợi; thú vị (đối với ai): *it would be [well] worth your while to come to the meeting* anh cứ đến dự họp, anh sẽ thấy có lợi cho anh.

worth² /wɜ:θ/ *dt* **1.** giá, giá cả: *the storm did thousands of pounds' worth of damage* cơn bão đã gây ra thiệt hại đáng giá hàng nghìn bảng **2.** số lượng hàng vừa giá (một số tiền nào đó): *give me a shilling's worth of flowers* bán cho tôi một si-linh hoa **3.** giá trị: *a man of worth* một người có ích.

worthily /'wɜ:ðili/ *pht* **1.** [một cách] đáng, [một cách] xứng đáng **2.** [một cách] đáng trọng, [một cách] đáng coi trọng **3.** [một cách] thích hợp.

worthiness /'wɜ:ðinis/ *dt* **1.** sự đáng, sự xứng đáng **2.** sự đáng trọng, sự đáng coi trọng **3.** sự thích hợp.

worthless /'wɜ:θlis/ *tt* **1.** vô giá trị; vô dụng: *the contract is now worthless* hợp đồng này vô giá trị **2.** không ra gì (người): *worthless character* một tính cách không ra gì.

worthlessness /'wɜ:θlisnis/ *dt* **1.** sự vô giá trị; sự vô dụng **2.** sự không ra gì (người).

worthwhile /wɜ:θ'wail/ *tt* đáng làm, bỏ công: *nursing is very worthwhile career* y tá là một nghề rất đáng làm.

worthy¹ /'wɜ:ði/ *tt* (-ier, -iest) **1.** (vị ngữ) **worthy of something (to do something)** đáng; xứng đáng: *their efforts are worthy of your support* cố gắng của họ đáng được anh nâng đỡ; *she said she was not worthy to accept the honour they had offered her* cô ta nói cô không xứng đáng nhận vinh dự mà họ đã dành cho cô **2**. đáng coi trọng, đáng trọng; *a worthy cause* một sự nghiệp đáng trọng **3**. thích hợp: *it was difficult to find words worthy of the occasion* khó mà tìm được những từ thích hợp với dịp này.

worthy² /'wɜːðɪ/ *dt (đùa)* nhân vật quan trọng: *one of the local worthies has been invited to the ceremony* một trong những nhân vật quan trọng ở địa phương đã được mời dự lễ.

-worthy *(yếu tố tạo từ ghép)* đáng; thích hợp: *noteworthy* đáng chú ý.

would¹ /wəd; *dạng nhấn mạnh* wʊd/ *đgt tình thái (dạng rút ngắn* 'd /d/; *phủ định* **would not**, *dạng rút ngắn* **wouldn't**) **1**. *(dùng với* have + dttqk *để diễn tả kết quả của một sự kiện không có thật)* sẽ: *I would think about it very carefully, if I were you* nếu tôi ở địa vị anh, tôi sẽ suy nghĩ rất kỹ về điều đó **2**. *(dùng với* have + dttqk *để diễn tả một hành động hoặc sự kiện giả định trong quá khứ)* đã: *if I had seen the advertisement I would have applied for the job* nếu tôi đọc được bài quảng cáo ấy, tôi đã nộp đơn xin việc rồi **3**. xin *(dùng trong lời yêu cầu lịch sự)*: *would you pay in cash, please* xin ông trả cho bằng tiền mặt **4**. *(dùng với* imagine, say, think... *để đưa ý kiến, đề nghị...)*: *I would imagine the operation will take about an hour* tôi cho là cuộc giải phẫu sẽ kéo dài khoảng một tiếng đồng

hồ **5**. *(dùng để đưa ra một lời mời)* có [muốn], có [cần]: *would you like a sandwich?* anh có muốn dùng một chiếc xăng-uých không? *would she like to borrow my bicycle?* không biết cô ấy có cần mượn xe đạp của tôi không? **6**. *(dùng với* like, love, hate, prefer, be glad, be happy *để diễn đạt một điều thích hơn)*: *I'd love a coffee* tôi thích một tách cà phê hơn **7**. *(dùng sau* so that, in order that *để diễn tả một mục đích)* được *(làm gì đó)*: *she burned the letters so that her husband would never read them* bà ta đốt thư từ đi để chồng bà không bao giờ được đọc chúng.

would² /wəd, *dạng nhấn mạnh* wʊd/ *qk của* will¹.

would-be /'wʊdbiː/ *tt* có hy vọng trở thành, có thể trong tương lai: *a would-be bride* một cô dâu có thể trong tương lai.

wouldn't /'wʊdnt/ *dạng rút ngắn của* would not.

wound¹ /wuːnd/ *dt* **1**. vết thương; thương tích: *a bullet wound* vết thương do đạn bắn; *the wound is healing slowly* vết thương lành từ từ **2**. vết băm, vết chém *(trên thân cây)* **3**. **wound to something** *(bóng)* điều tổn thương, điều xúc phạm: *the defeat was a wound to his pride* sự bị đánh bại là một tổn thương đối với lòng tự hào của ông ta.

wound² /wuːnd/ *đgt* **1**. làm bị thương: *wounded in the arm* bị thương ở cánh tay **2**. *(bóng)* làm tổn thương; xúc phạm: *wound someone in his honour* làm tổn thương danh dự của ai.

wound³ /wuːnd/ *qk và dttqk của* wind³.

wounded¹ /'wuːndɪd/ *tt* bị thương, bị tổn thương.

wounded² /'wuːndɪd/ *dt* **the wounded** *(đgt snh)* những người bị thương.

wove /wəʊv/ *qk của* weave.

woven /'wəʊvn/ *dttqk của* weave.

wow¹ /waʊ/ *tht (kng)* chà! *(chỉ sự thán phục, sự ngạc nhiên)*: *wow! that car certainly goes fast!* chà! chiếc xe này hẳn là chạy nhanh.

wow² /waʊ/ *dt (số ít) (lóng)* thành công lớn: *the new play at the National theatre's a wow* vở kịch mới ở Nhà hát quốc gia là một thành công lớn.

wow³ /waʊ/ *đgt* làm cho thán phục; gây ấn tượng sâu sắc: *his new show really wowed the critics* cuộc biểu diễn mới của ông ta thực sự gây ấn tượng sâu sắc trong các nhà phê bình.

wow⁴ /waʊ/ *dt* sự méo sai tốc âm tần, sự méo tiếng.

WP /ˌdʌblju:'pi:/ *(vt của* word processing, word processor) **1**. sự xử lý từ **2**. bộ xử lý từ.

wpb /ˌdʌblju:pi:'bi:/ *(Anh, kng) (vt của* waste-paper basket) sọt rác.

WPC /ˌdʌblju:pi:'si:/ *(vt của* woman police constable) nữ cảnh sát: *two WPCs were attacked* hai nữ cảnh sát đã bị tấn công.

wpm /ˌdʌblju:pi:'em/ *(vt của* words per minute) số từ mỗi phút *(tốc ký, đánh máy)*: *60 wpm* 60 từ mỗi phút.

WPS /ˌdʌblju:pi:'es/ *(vt của* woman police sergeant) nữ hạ sĩ cảnh sát: *WPS [Jane] Bell* nữ hạ sĩ cảnh sát [Jane] Bell.

WRAC /ˌdʌblju:ɑ:reɪ'si:/ *trong cách dùng kng* /ræk/

(*vt của* Women's Royal Army Corps) Quân đoàn nữ binh Hoàng gia.

wrack /ræk/ *dt* tảo giạt (*giạt vào bờ biển*).

WRAF /,dʌblju:ɑːr ei ef/ (*trong cách dùng kng* /ræf/) (*vt của* Women's Royal Air Force) Lực lượng nữ không quân Hoàng gia: *join the WRAF* gia nhập Lực lượng nữ không quân Hoàng gia.

wraith /reiθ/ *dt* (*văn*) hình ảnh tựa bóng ma (*của một người lúc sắp chết hay vừa mới chết*).

wrangle¹ /'ræŋgl/ *dt* **1**. sự cãi lộn **2**. cuộc cãi lộn.

wrangle² /'ræŋgl/ *dgt* **wrangle [with somebody] [about (over) something]** cãi lộn (*với ai về cái gì*): *the children were wrangling [with each other] over the new toy* bọn trẻ đang cãi lộn [với nhau] về món đồ chơi mới.

wrap¹ /ræp/ *dgt* (-pp-) **1**. gói; bọc: *I have wrapped [up] the parcels and they're ready to be posted* tôi đã gói xong các gói và đã sẵn sàng đem gửi bưu điện **2**. quấn: *she had a bandage wrapped round her finger* chị ta có băng quấn quanh ngón tay; *wrap a child in a shawl* quấn em bé trong chiếc khăn quàng. // **be wrapped in something** bị bao phủ; bị bao trùm: *the hills were wrapped in mist* các ngọn đồi bị sương mù bao phủ; *the events are wrapped in mystery* sự kiện bị bao trùm trong một màn bí ẩn; **be wrapped up in somebody (something)** chỉ nghĩ đến ai, (cái gì), tập trung vào ai (cái gì): *they are completely wrapped up in their children* họ hoàn toàn chỉ nghĩ đến con cái; *wrap somebody up in cotton wool* (*kng*) nâng

niu ấp ủ: *she keeps all her children wrapped up in cotton wool* bà ta nâng niu ấp ủ cả mấy đứa con bà.

wrap [it] up (*thường dùng ở lối mệnh lệnh*) (*lóng*) câm miệng đi; **wrap [somebody, oneself] up** mặc quần áo ấm: *wrap up warm [ly]! it's very cold outside* mặc áo ấm vào, ngoài trời lạnh lắm; **wrap something up** (*kng*) hoàn thành: *now the trade agreement is wrapped up all we have to do is wait for the first orders* bây giờ hợp đồng thương mại đã hoàn thành, chúng ta chỉ còn chờ các đơn đặt hàng nữa mà thôi; **wrap something up [in something]** làm cho (*điều mình nói*) khó hiểu bằng cách dùng những từ khó hoặc không cần thiết: *why does he have to wrap it all up in such complicated language?* sao nó lại phải nói bằng thứ ngôn ngữ rắc rối như vậy?

wrap² /ræp/ *dt* khăn choàng; áo choàng. // **under wraps** (*kng*) được giữ kín, được giữ bí mật: *these documents will be kept under wraps for ten more years* các tài liệu này sẽ được giữ kín trong mười năm nữa.

wrapper /'ræpə[r]/ *dt* giấy gói (*kẹo*); tờ bọc (*sách..*): *please put all your sweet wrappers in the bin* xin vui lòng bỏ các giấy kẹo vào thùng rác.

wrapping /'ræpiŋ/ *dt* **1**. vật bọc: *the wrappings round a mummy* vật bọc xác ướp **2**. giấy bọc, vải bọc: *put plenty of wrapping round the china when you pack it* hãy gói nhiều lớp giấy quanh đồ sứ khi anh đóng gói.

wrapping paper /'ræpiŋ ˌpeipə[r]/ giấy gói (*quà biểu...*).

wrath /rɒθ, (*Mỹ* ræθ)/ *dt* (*cũ*) sự phẫn nộ.

wrathful /'rɒθfl/ *tt* phẫn nộ.

wrathfully /'rɒθfəli/ *pht* [một cách] phẫn nộ.

wreak /ri:k/ *dgt* **wreak something [on something]** trả thù; trút; bắt (*ai*) phải chịu (*cái gì*): *wreak vengeance on one's enemy* trả thù kẻ thù của mình; *wreak one's fury on somebody* trút giận lên ai. // **play (wreak) havoc with somebody** x **havoc.**

wreath /ri:θ/ *dt* (*snh* **wreaths** /ri:ðz/) **1**. vòng hoa [tang]: *she laid a wreath on his grave* nàng đặt một vòng hoa trên mộ chàng **2**. vòng hoa [danh dự]: *a laurel wreath* vòng nguyệt quế **3**. (*văn*) đám cuồn cuộn, cuộn: *wreaths of smoke* những cuộn khói.

wreathe /ri:ð/ *dgt* **1**. bao phủ: *the hills were wreathed in mist* các ngọn đồi bao phủ trong sương mù; *her face was wreathed in smiles* mặt cô ta lúc nào cũng nở nụ cười **2**. quấn, cuộn: *the snake wreathed itself round the branch* con rắn quấn mình quanh cành cây **3**. cuồn cuộn: *smoke wreathes slowly upwards* khói cuồn cuộn bay lên chầm chậm.

wreck¹ /rek/ *dt* **1**. xác tàu xe; vật đổ nát: *the collision reduced the car to a useless wreck* vụ đụng xe đã biến chiếc xe thành một đống sắt vụn; *two wrecks block the entrance to the harbour* hai xác tàu nằm chặn lối vào cảng **2**. (*thường số ít*) (*kng*) người suy sụp (*về sức khỏe*): *he's been a complete wreck since his illness* ông ta đã bị suy sụp hoàn toàn từ sau trận ốm.

wreck² /rek/ *dgt* làm hỏng, phá hủy: *the ship was*

W

wrecked on the rock chiếc tàu va vào đá bị hỏng; *we were wrecked off the coast of Africa* chúng tôi bị đắm tàu ngoài khơi bờ biển Châu Phi; *wreck someone's hope* làm sụp đổ hy vọng của ai; *wreck a plan* làm hỏng một kế hoạch.

wreckage /'rekidʒ/ *dt* mảnh đổ vỡ; mảnh vỡ: *wreckage of the aircraft was scattered over a wide area* mảnh vỡ của chiếc phi cơ vung vãi khắp một vùng rộng.

wrecker /'rekə[r]/ *dt* **1.** kẻ phá hoại tàu bè *(cho dâm vào đá, để tàu chìm mà hôi của)* **2.** kẻ vớt hàng hóa tàu đắm **3.** *(Mỹ)* xe cứu nạn *(kéo xe bị hỏng sau tai nạn về).*

wren /ren/ *dt (động)* chim hồng tước.

wrench[1] /rentʃ/ *dgt* **1.** văn mạnh; xoắn mạnh; giật mạnh: *wrench the door open* giật tung cửa **2.** làm trật khớp, làm sái *(vai, mắt cá...)*: *she must have wrenched her ankle when she fell* cô ta chắc là bị trật khớp mắt cá khi ngã.

wrench[2] /rentʃ/ *dt* **1.** sự văn mạnh; sự xoắn mạnh; sự giật mạnh; *she stumbled and gave her ankle a painful wrench* cô ta vấp chân và mắt cá bị sai khớp đau điếng **2.** *(số ít)* nỗi chia ly đau đớn: *leaving home was a terrible wrench for him* xa nhà là một nỗi chia ly đau đớn đối với ông ta **3.** *(Mỹ) nh* spanner.

wrest /rest/ *dgt* **1.** giật mạnh: *wrest a sword out of someone's hand* giật mạnh thanh kiếm khỏi tay ai **2.** cố moi ra, cố giành cho được: *wrest a confession* cố moi ra một lời thú tội; *foreign investors are trying to wrest control of the firm from the family* các nhà đầu tư nước ngoài đang cố giành quyền kiểm soát công ty từ tay gia đình ấy.

wrestle[1] /'resl/ *dgt* **1.** đấu vật, vật nhau: *can you wrestle?* anh có thể đấu vật được không? *the guards wrestle with the intruders* các người bảo vệ đã vật lộn với những kẻ đột nhập **2.** vật ngã: *he wrestled his opponent to the ground* nó vật ngã đối thủ xuống đất **3.** *(bóng)* vật lộn: *wrestle with a difficulty* vật lộn với khó khăn.

wrestle[2] /'resl/ *dt* **1.** trận đấu vật **2.** *(bóng)* cuộc vật lộn: *a wrestle with one's conscience* cuộc vận lộn với lương tâm.

wrestler /'reslə[r]/ *dt (thể)* đô vật.

wrestling /'resliŋ/ *dt* **1.** *(thể)* sự đấu vật: *watch [the] wrestling on television* xem đấu vật trên TV **2.** *(bóng)* sự vật lộn *(với khó khăn..).*

wretch /retʃ/ *dt* **1.** người bất hạnh; người cùng khổ: *a poor homeless wretch* một người cùng khổ vô gia cư **2.** kẻ đê tiện, kẻ khốn nạn: *the despicable wretch who stole the old woman's money* thằng khốn nạn đáng khinh lấy trộm cả tiền của bà lão **3.** *(kng, xấu, dùa)* thằng xỏ lá, thằng đểu: *you wretch! you've taken the book I wanted* thằng đểu, mày đã lấy cuốn sách tao cần dùng hả.

wretched /'retʃid/ *tt* **1.** bất hạnh; cùng khổ; đáng thương: *the wretched survivors of the earthquake* những người sống sót đáng thương sau trận động đất; *his stomachache made him feel wretched all day* chúng đau dạ dày của nó làm cho nó cảm thấy khốn khổ suốt ngày; *lead a wretched existence in the slums* sống một cuộc đời cùng khổ trong khu nhà ổ chuột **2.** rất tồi, rất xấu: *wretched weather* thời tiết rất xấu; *the hotel food was absolutely wretched* món ăn ở khách sạn cực kỳ dở **3.** *(thngữ) (kng)* chết tiệt: *the wretched car won't start!* cái xe chết tiệt không chịu nhúc nhích!; *it's that wretched cat again!* lại con mèo chết tiệt ấy!

wretchedly /'retʃidli/ *pht* **1.** [một cách] bất hạnh; [một cách] cùng khổ; [một cách] đáng thương **2.** [một cách] rất tồi; [một cách] rất xấu.

wretchedness /'retʃidnis/ *dt* **1.** sự bất hạnh, sự cùng khổ, sự đáng thương **2.** sự rất tồi, sự rất xấu.

wriggle[1] /'rigl/ *dgt* **1.** cựa quậy, ngọ nguậy: *stop wriggling [about] and sit still!* đừng có cựa quậy nữa, ngồi yên đi!; *the baby was wriggling its toes* thằng bé ngọ nguậy ngón chân **2.** luồn lách: *they managed to wriggle [their way] through the thick hedge* chúng nó tìm cách luồn lách chui qua lớp hàng rào dày. **// wriggle out of something (doing something)** *(kng)* lẩn tránh: *she managed to wriggle out of answering all the questions* bà ta tìm cách lẩn tránh không trả lời tất cả các câu hỏi.

wriggle[2] /'rigl/ *dt* sự cựa quậy, sự ngọ nguậy.

wriggly /'rigli/ *tt* cựa quậy, ngọ nguậy.

wring[1] /riŋ/ *dgt* **(wrung) 1.** vắt, bóp: *he wrung the clothes [out] before putting them on the line to dry* nó vắt quần áo trước khi phơi lên dây cho khô; *wring the water out of your wet bathing costume* vắt nước bộ đồ tắm còn ướt của chị đi **2.** cố moi, cố rút ra: *wring a promise out of somebody* cố moi cho được một lời hứa của ai **3.** siết chặt *(tay)* **4.** vặn *(cổ chim)* cho chết **5.** vò xé, làm quặn đau: *the plight of the refugees really wrung my heart* cảnh ngộ những người tị nạn thực sự vò xé lòng tôi. // **wring one's hands** bóp vặn tay *(như một dấu hiệu của thất vọng, lo lắng, đau buồn)*: **wring somebody's neck** *(kng)* vặn cổ ai *(nói với ý hăm dọa; để tỏ lòng tức giận)*: *if I find the person who did this, I'll wring his neck!* tôi mà bắt được đứa nào làm cái đó, thì tôi vặn cổ nó cho mà xem!

wring² /riŋ/ *dt (thường số ít)* **1.** sự vắt, sự bóp; sự vắt quần áo cho ráo **2.** sự siết chặt *(tay)*.

wringer /'riŋə[r]/ *dt* bộ vắt *(trong máy giặt)*; máy vắt.

wringing /'riŋiŋ/ *tt (cg* **wringing wet)** ướt sũng *(quần áo)*.

wrinkle¹ /'riŋkl/ *dt* **1.** *(thường snh)* nếp nhăn *(ở da người, thường là ở mặt)*: *she's beginning to get wrinkles around her eyes* chị ta đã bắt đầu có vết nhăn quanh mắt **2.** nếp *(ở quần áo)* **3.** *(kng)* lời mách nước; mẹo vặt.

wrinkle² /'riŋkl/ *dgt* **1.** [làm] nhăn: *the paper has wrinkled where it got wet* giấy nhăn lại ở những chỗ bị ướt **2.** nhăn, cau: *he wrinkled his brow, confused and worried by the strange events* nó cau mày, bối rối và lo lắng trước những biến cố lạ kỳ ấy.

wrinkled /'riŋkld/ *tt* **1.** nhăn, nhăn nheo: *his old wrinkled face* bộ mặt già

nua nhăn nheo của ông ta **2.** nhăn, nhăn nhúm *(quần áo)*.

wrinkly /'riŋkli/ *tt* nhăn nheo: *an old apple with a wrinkly skin* một quả táo già có vỏ nhăn nheo.

wrist /rist/ *dt* **1.** cổ tay; khớp cổ tay **2.** cổ tay áo.

wristlet /'ristlit/ *dt* **1.** vòng tay, xuyến **2.** dây đồng hồ đeo tay.

wrist-watch /'ristwɒtʃ/ *dt* đồng hồ đeo tay.

writ¹ /rit/ *dt* lệnh, giấy đòi, trát.

writ² /rit/ *(cổ)* *dttqk* của write. // **writ large** *(tu từ)* a/ dễ nhận ra hơn, rất rõ ràng b/ ở dạng nhấn mạnh.

write /rait/ *dgt* **(wrote; written) 1.** viết: *the children are learning to read and write* bọn trẻ đang học đọc và học viết; *you may write in biro or pencil* anh có thể viết bằng bút bi hay bút chì; *write Chinese characters* viết chữ Hán; *my new pen writes well* cái bút mới của tôi viết tốt lắm; *write a book* viết một cuốn sách; *she writes for a weekly journal* bà ta viết cho một tờ tuần báo; *she usually writes several pages when she makes her report* bà ta thường viết nhiều trang giấy khi thảo báo cáo **2.** viết thư: *he wrote thanking us for the present* nó viết thư cảm ơn chúng tôi về món quà; *she wrote him a long letter; she wrote a long letter to him* cô ta đã viết cho hắn một lá thư dài; *write me when you get home* nhớ viết thư cho tôi khi anh về đến nhà **3.** ghi *(vào bộ nhớ máy điện toán)*. // **be written all over somebody's face** lộ rõ trên nét mặt ai *(thường nói về một đức tính hay về xúc

cảm)*: *innocence is written all over his face* sự vô tội lộ rõ trên nét mặt anh ta; **have somebody written all over it** *(kng)* rõ ràng là do ai viết; rõ ràng là do ai làm; **nothing [much] to write home about** *(kng)* không có gì nổi bật, tầm thường: *the play was nothing [much] to write home about* vở kịch không có gì là nổi bật.

write away [to somebody (something)] [for something] x write off (away) [to somebody (something)] [for something]; **write back [to somebody]** viết thư trả lời, viết thư phúc đáp; **write something down** a/ ghi: *write down a telephone number* ghi số điện thoại b/ giảm giá: *the written down value of the unsold stock* trị giá bị giảm của lô hàng chưa bán được; **write in [to somebody (something)] [for something]** viết thư góp ý; viết thư đặt hàng: *thousands of people have written in to us for a free sample* hàng ngàn người đã viết thư cho chúng tôi xin mẫu hàng biểu không; **write something (somebody) in** *(Mỹ, chính)* thêm tên một ứng cử viên vào phiếu bầu; bầu bổ sung thêm; **write something into something** ghi thêm vào, điền thêm vào: *a penalty clause was written into the contract* một điều khoản về phạt tiền được ghi thêm vào hợp đồng; **write off (away) to somebody (something)] [for something]** viết thư đặt hàng; viết thư hỏi thông tin: *they wrote off [to the BBC] for the special booklet* họ viết thư cho đài BBC để hỏi mua cuốn sách nhỏ đặt biệt đó; **write something off** a/ chịu *(lỗ)*; xóa bỏ *(một món nợ)*: *write off a debt* xóa bỏ một món nợ; *write off a loss* chịu lỗ; *write off £5000 for* depreciation of machinery chịu lỗ 5000 bảng do máy móc sụt giá b/ làm hư hỏng hoàn toàn, làm hỏng đến mức không bõ công sửa chữa nữa: *the driver escaped with minor injuries, but the car was completely written off* anh lái xe thoát chết chỉ bị thương nhẹ, nhưng xe thì hoàn toàn hỏng; **write somebody (something) off** xem *(ai, việc gì)* như là một thất bại: *he lost this match, but don't write him off as a future champion* anh ta thất bại trong trận đấu này, nhưng đừng có cho rằng anh ta không thể là một nhà quán quân trong tương lai; **write somebody (something) off as something** coi là không quan trọng, không đáng nghe: *it's easy to write him off as just an eccentric old bore* coi ông ta là một lão già kỳ cục thì dễ quá đi thôi; **write something out** a/ chép toàn bộ *(một bản báo cáo, một đơn thuốc...)* b/ viết, chép: *write out this word ten times so that you learn how to spell it* viết từ này mười lần cho thuộc cách viết; **write somebody out [of something]** gạch tên đi; cho rút lui *(khỏi một chương trình kịch truyền hình...)*: *after playing the part for over 20 years, she was eventually written out* sau hai mươi năm đóng vai đó, cuối cùng chị ấy đã được rút lui; **write something up** a/ ghi chép đầy đủ: *write up one's lecture notes* ghi chép đầy đủ các ghi chú cho bài giảng của mình b/ viết bài tường thuật, viết bài phê bình báo: *I'm writing up film for the local paper* tôi đang viết bài báo về bộ phim cho báo địa phương.

write-off /'raitɒf/ *dt* đồ vứt đi, đồ hư hại hoàn toàn *(thường nói về xe cộ)*: *after*

the accident, the car was a complete write-off sau tai nạn chiếc xe trở thành đồ vứt đi.

writer /'raitə[r]/ *dt* **1.** người viết: *the writer of this letter* người viết lá thư này **2.** (+ tt) người có chữ viết *(như thế nào đấy)*: *a good writer* người có chữ viết tốt **3.** nhà văn; tác giả: *a short-story writer* nhà văn viết truyện ngắn.

writer's cramp /,raitəz-'kræmp/ *dt* sự co cứng cơ tay do viết nhiều.

write-up /'raitʌp/ *dt* bài tường thuật, bài phê bình: *his latest play got (was given) an enthusiastic write-up on the local press* vở kịch mới nhất của ông ta đã được một bài tường thuật trên báo địa phương ca ngợi.

writhe /raið/ *dgt* **1.** quằn quại: *he was writhing on the ground in agony* nó lăn ra đất quằn quại trong cơn hấp hối **2.** (+ at, under; with) giằn vặt; uất ức: *her remarks made him writhe with shame* những lời nhận xét của cô nàng làm anh giằn vặt vì xấu hổ.

writing /'raitiŋ/ *dt* **1.** chữ viết tay: *I can't read the doctor's writing* tôi không đọc được chữ viết [tay] của ông bác sĩ **2.** bản viết tay; dạng viết tay: *you say you'll lend us the money; can I have that in writing?* anh bảo anh cho chúng tôi mượn tiền; tôi có thể có văn bản ở dạng viết tay không? **3.** nghề viết văn: *writing is his life* viết văn là nghề của ông ta **4. writings** *(snh)* tác phẩm: *Darwin's scientific writings* tác phẩm khoa học của Darwin.

writing-desk /'raitiŋ desk/ *dt* bàn viết.

writing-paper /'raitiŋ,pei-pə[r]/ *dt* giấy viết thư.

written¹ /'ritn/ *đtqk của* write.

WRNS /,dʌblju:a:ren'es/ *(cg* renz) *(vt của* Women's Royal Naval Service) *(Anh)* Đội nữ hải quân hoàng gia.

wrong¹ /rɒŋ, *(Mỹ* rɔ:ŋ)/ *tt* **1.** sai: *you were wrong to take the car without permission* anh lấy xe mà không xin phép là sai; *her estimate of the cost was completely wrong* sự ước lượng giá của cô ta là sai hoàn toàn **2.** lầm, nhầm: *am I wrong in thinking that it is getting colder?* liệu tôi có lầm không khi nghĩ là trời đang trở lạnh?; *we discovered that we were on the wrong train* chúng tôi phát hiện ra rằng chúng tôi đã nhầm tàu; *I'm afraid you've got the wrong number* tôi e là anh đã gọi nhầm số; *the police arrested the wrong man* cảnh sát đã bắt nhầm người; *he's the wrong man for the job* ông ta là người không thích hợp cho công việc đó **3.** *(vị ngữ)* không ổn; có trục trặc: *what's wrong with the engine?* *it's making an awful noise* máy có gì trục trặc vậy? nó kêu một cách dễ sợ thế; *there's something wrong with my eyes, I can't see properly* mắt tôi có cái gì đó không ổn, tôi không thể nhìn thấy rõ nữa. // **back the wrong horse** x back⁴; **bark up the wrong tree** x bark²; **be born on the wrong side of the blanket** x born; **catch somebody on the wrong foot** x catch¹; **do the right (wrong) thing** x thing; **from (on) the wrong side of the tracks** *(Mỹ)* sống ở khu vực thấp kém *(về mặt xã hội, trong một thành phố...)*; **get on the right**

(wrong) side of somebody *x* side¹; **get (hold of) the wrong end of the stick** (kng) hiểu hoàn toàn sai (điều gì vừa nói): *you've got the wrong end of the stick, he doesn't owe me money, I owe him* anh hiểu sai hoàn toàn rồi, nó không nợ tiền tôi mà tôi nợ nó; **have got out of bed on the wrong side** *x* bed¹; **hit (strike) the right (wrong) note** *x* note¹; **not far off (out; wrong)** *x* far²; **on the right (wrong) side of forty; fifty...** *x* side¹; **rub somebody up the wrong way** *x* rub²; **start off on the right (wrong) foot** *x* start²; **wrong side out** lộn trong ra ngoài, trái: *you've got your sweater on wrong side out* anh đã mặc chiếc áo len chui đầu trái rồi.

wrong² /rɒŋ, (Mỹ rɔːŋ)/ *pht* [một cách] sai: *you guessed wrong* anh đoán sai rồi; *he played the tune all wrong* nó chơi điệu nhạc hoàn toàn sai. // **get somebody wrong** (kng) hiểu lầm ai: *please don't get me wrong. I'm not criticizing you* xin đừng hiểu lầm tôi, tôi không chỉ trích anh; **go wrong** a/ phạm sai lầm: *if you read the instructions, you'll see where you went wrong* nếu anh đọc bản chỉ dẫn, anh sẽ thấy anh phạm sai lầm ở chỗ nào b/ hỏng, không chạy (nói về một cái máy): *the television has gone wrong again* máy truyền hình lại hỏng c/ gặp rắc rối: *their marriage started to go wrong when he got a job abroad* hôn nhân của họ

bắt đầu gặp rắc rối khi anh ta nhận được việc làm ở nước ngoài; **put a foot wrong** *x* foot¹.

wrong³ /rɒŋ, (Mỹ rɔːŋ)/ *dt* 1. điều sai; điều trái: *he doesn't know the difference between right and wrong* nó không biết phân biệt phải trái 2. điều sai trái, điều bất công: *they have done us a great wrong* họ đã đối xử với chúng tôi rất bất công. // **in the wrong** có lỗi: *he admitted that he was in the wrong* anh ta nhận là có lỗi; *they try to put me in the wrong* họ cố đổi lỗi cho tôi; **the rights and wrongs of something** *x* right³; **two wrongs don't make a right** hai đen không thành một trắng được.

wrong⁴ /rɒŋ, (Mỹ rɔːŋ)/ *dgt* 1. (thường ở dạng bị động) đối xử bất công (với ai): *a wronged wife* một bà vợ bị đối xử bất công 2. gán cho (ai) một động cơ xấu, chụp mũ: *you wrong me if you think I only did it for selfish reasons* nếu anh nghĩ là tôi làm cái đó chỉ vì lý do ích kỷ thì anh chụp mũ cho tôi rồi đó.

wrongdoer /rɒŋduːə[r]/ *dt* người làm điều sai trái; người làm điều bất hợp pháp.

wrongdoing /ˈrɒŋduːiŋ/ *dt* sự làm điều sai trái; sự làm điều bất hợp pháp; điều sai trái; điều bất hợp pháp.

wrong-foot /ˌrɒŋˈfʊt/ *dgt* (thể) thừa thế trái chân của đối phương mà đánh.

wrongful /ˈrɒŋfl/ *tt* 1. bất công 2. bất hợp pháp.

wrongfully /ˈrɒŋfəli/ *pht* 1. [một cách] bất công 2. [một cách] bất hợp pháp.

wrong-headed /ˌrɒŋˈhedid/ *tt* ương bướng.

wrongly /ˈrɒŋli/ *pht* [một cách] sai: *wrongly accused* bị kết tội sai.

wrote /rəʊt/ *qk* của write.

wrought¹ /rɔːt/ *qk và dttqk* của work².

wrought² /rɔːt/ *tt* [được] gia công: *wrought iron* sắt gia công, rèn; *wrought iron gate* cổng bằng sắt gia công.

wrung /rʌŋ/ *qk và dttqk* của wring¹.

wry /rai/ *tt* (wryer, wryest) 1. (thường thngũ) nhăn nhó: *a wry face* bộ mặt nhăn nhó 2. giễu cợt: *a wry smile* nụ cười giễu cợt.

wryly /ˈraili/ *pht* 1. [một cách] nhăn nhó 2. [một cách] giễu cợt.

wryness /ˈrainis/ *dt* 1. sự nhăn nhó 2. sự giễu cợt.

wt (vt của weight) trọng lượng: *net wt 454 gm* trọng lượng ròng 454 gram.

WWF (vt của World Wildlife Fund) Quỹ thế giới bảo vệ các loài thú hoang dã.

WX /ˌdʌbljuːˈeks/ (vt của women's extra large [size]) ngoại cỡ nữ (quần áo).

wychelm /ˈwitʃelm/ *dt* (thực) cây du trắng.

wych-hazel /ˈwitʃˌheizl/ *dt nh* witch-hazel.

wyvern /ˈwaivən/ *dt* (cg **wivern**) rồng bay hai chân (ở huy hiệu).

X¹,x /eks/ *dt* (*snh* **X's, x's** /'eksiz/) X, x: *"Xylophone" begins with [an]* X *"Xylophone"* bắt đầu bằng [con chữ] X.

X chromosome (*sinh*) nhiễm sắc thể X.

X² (*ký hiệu*) **1.** 10 (*chữ số La Mã*) **2.** (*toán*) (x) ẩn số *x* **3.** người nào đó; ông X; bà X: *Mr and Mrs X* ông bà X **4.** dấu đánh dấu (*trên bản đồ...*) **5.** (*cg* **Xt**) Christ: *Xtian* = Christian; *Xmas*= Christmas.

xenon /'zi:nɒn/ *dt* (*hóa*) xenon.

xenophobia /ˌzenə'fəʊbiə/ *dt* sự bài ngoại.

xenophobic /ˌzenə'fəʊbik/ *tt* bài ngoại.

xerox¹ /'ziərɒks/ *dt* phương pháp sao chụp khô: *a Xerox machine* máy sao chụp khô.

xerox² /'ziərɒks/ *đgt* sao chụp khô: *could you xerox this letter please, Paula?* Paula làm ơn sao chụp hộ cái thư này, được không?

Xmas /'krisməs, 'eksməs/ *dt* (*kng*) *vt* của Christmas: *a merry Xmas to all our readers* chúc tất cả bạn đọc của chúng tôi một lễ Nô-en vui vẻ.

X-ray¹ /'eksrei/ *dt* **1.** (*thường snh*) tia X, X quang **2.** (*cg* **radiograph**) ảnh X quang **3.** (*kng*) sự soi X quang.

X-ray² /'eksrei/ *đgt* **1.** soi X quang **2.** chụp X quang **3.** điều trị bằng X quang.

xylophone /'zailəfəʊn/ *dt* (*nhạc*) mộc cầm.

Y¹ /wai/ *dt (snh* **Y's** /waiz/)
Y: *"Yak" begins with [a] Y*
"Yak" bắt đầu bằng con chữ
y.

Y² *vt của* **1.** yen¹ **2.** *(Mỹ,
kng)* YMCA, YWCA.

Y³ người thứ hai *(không rõ
tên hay không nêu tên)*: *Mr
X met Miss Y* ông X đã gặp
cô Y.

y *(ký hiệu) (toán)* ẩn số.

-y¹ *(cg* **-ey***) (tiếp tố)* **1.** *(tạo
dt với tt)* đầy; có tính chất:
dusty đầy bụi; *clayey* có tính
chất đất sét **2.** *(tạo tt với
dgt)* có khuynh hướng:
runny chảy nước ra.

-y² *(tiếp tố) (với dgt tạo dt)*
inquiry sự điều tra; vụ điều
tra; *expiry* sự hết hạn.

Y chromosome *(sinh)* nhiễm
sắc thể Y.

yacht¹ /jɒt/ *dt* **1.** thuyền yat,
thuyền buồm đua: *a yacht
race* cuộc đua thuyền yat;
a sand yacht thuyền yat có
bánh chạy được trên cát **2.**
du thuyền.

yacht² /jɒt/ *dgt* **1.** đua
thuyền buồm **2.** đi chơi bằng
du thuyền.

yachting /jɒtiŋ/ *dt* **1.** nghệ
thuật lái thuyền buồm đua
2. *(thể)* môn lái thuyền buồm
đua.

yachtsman /jɒtsmən/ *dt (snh*
yachtsmen; *c* **yachtswoman)** **1.**
người lái thuyền buồm đua
2. người đi du thuyền.

yack¹ /jæk/ *dgt (+ about)*
nói liên miên và ầm ĩ *(về
một việc thường là không
quan trọng)*: *Ba kept yack-
ing [on] about the wedding*
Ba cứ nói liên miên và ầm
ĩ về lễ cưới.

yack² /jæk/ *dt (lóng)* cuộc
nói chuyện dai dẳng.

yackety-yack /jækəti'jæk/
dt (lóng) cuộc nói chuyện
huyên thuyên dai dẳng.

yahoo /jəˈhuː/ *dt (snh* **ya-
hoos)** người thô lỗ cục cằn;
(thngữ) thô lỗ cục cằn: *a
yahoo attitude* thái độ thô
lỗ cục cằn.

yak /jæk/ *dt (động)* bò Tây
Tạng.

Yale /jeil/ *dt (cg* **Yale lock**)
khóa Y-ên, khóa lõi quay
(thường dùng khóa cửa).

yam /jæm/ *dt* **1.** củ từ, củ
cải; củ mài; cây củ từ; cây
củ cải, cây củ mài **2.** *(Mỹ)*
khoai lang.

yammer /ˈjæmə/ *dgt* **1.** nói
ầm ĩ và liên miên **2.** rên
rỉ, rền rỉ.

yang /jæŋ/ *dt* dương *(đối
lập với âm).*

Yank /jæŋk/ *dt (kng)* nh
Yankee.

yank¹ /jæŋk/ *dgt (kng)* kéo
mạnh; giật mạnh: *she
yanked [on] the rope and it
broke* chị ta giật mạnh dây
thừng và dây thừng đã đứt;
*yank the bedclothes off one's
bed* kéo mạnh chăn chiếu
ra khỏi giường.

yank² /jæŋk/ *dt* cái kéo
mạnh; cái giật mạnh.

Yankee /ˈjæŋki/ *dt (cg* **Yank)**
1. *(Anh, kng)* người Hoa Kỳ,
người Mỹ **2.** *(Mỹ)* dân các
bang miền Bắc; dân New
England **3.** *(Mỹ)* lính liên
bang *(trong nội chiến Hoa
Kỳ).*

yap¹ /jæp/ *dgt* (-pp-) **1.** sủa
ăng ẳng *(chó con)* **2.** *(lóng)*
nói chuyện gẫu ầm ĩ: *stop
yapping!* thôi đừng nói
chuyện gẫu ầm ĩ lên nữa!

yap² /jæp/ *dt* **1.** tiếng sủa
ăng ẳng *(chó con)* **2.** *(lóng)*
tiếng nói chuyện gẫu ầm ĩ.

yard¹ /jaːd/ *dt* **1.** sân **2.**
(Mỹ) *(cg* backyard) đất sau
nhà *(gồm cả bãi cỏ, vườn...)*
3. bãi: *railway yard* bãi để
toa tàu; bãi ghép tàu.

yard² /jaːd/ *dt* **1.** *(vt* yd) yat,
thước Anh *(bằng 0,914 mét)*
2. *(hải)* trục căng buồm.

yardage /ˈjaːdidʒ/ *dt* số đo
bằng yat.

yard-arm /ˈjaːdaːm/ *(hải)*
đầu trục căng buồm.

yard of ale /jaːdəv'eil/ *dt* **1.**
cốc một iat cao đựng bia **2.**
cốc bia một iat.

yardstick /ˈjaːdstik/ *dt* tiêu
chuẩn so sánh: *durability
is one yardstick of quality*
độ bền là một tiêu chuẩn
so sánh chất lượng.

yarmulka /ˈjʌmʊlkə/ *dt* mũ
cầu kinh *(mũ chỏm của
người Do Thái đội khi cầu
kinh).*

yarn¹ /jaːn/ *dt* **1.** sợi, chỉ *(để
đan, thêu)* **2.** *(kng)* chuyện
bịa; chuyện thêu dệt;
chuyện: *spin a yarn* kể
chuyện thêu dệt *(nhiều khi
với mục đích đánh lừa).*

yarn² /jaːn/ *dgt* kể chuyện;
nói chuyện huyên thiên: *we
stayed up yarning until mid-
night* chúng tôi thức nói
chuyện huyên thiên đến tận
nửa đêm.

yarrow /ˈjærəʊ/ *dt* cây
dương kỳ thảo.

yashmak /ˈjæʃmæk/ *dt*
mạng che mặt *(phụ nữ Hồi
giáo).*

yaw¹ /jɔː/ *dgt* chệch hướng
(tàu thủy, máy bay).

yaw² /jɔ:/ *dt* sự chệch hướng *(tàu thủy, máy bay)*.

yawl /jɔ:l/ *dt* **1.** thuyền yôn, thuyền hai cột buồm **2.** xuồng yôn *(có bốn hoặc sáu mái chèo)*.

yawn¹ /jɔ:n/ *dgt* **1.** ngáp **2.** há miệng, há hốc ra *(đồ vật)*: *the deep crevasse yawned at their feet* chỗ nẻ há hốc ra dưới chân họ; *a yawning gap between the rich and poor in our society* cái hố ngăn cách khá lớn giữa kẻ giàu người nghèo trong xã hội chúng ta.

yawn² /jɔ:n/ *dt* **1.** sự ngáp, cái ngáp **2.** *(kng, xấu)* điều buồn tẻ; điều chán ngắt: *the meeting was one big yawn from start to finish* cuộc họp thật chán ngắt từ đầu đến cuối.

yaws /jɔ:z/ *dt (dgt snh hoặc số ít)* bệnh ghẻ cóc.

yd *(snh* yds) *(vt của* yard) thước Anh.

ye¹ /ji:/ *dt (cổ) (snh của* thou) *nh* you.

ye² /ji:/ *mt (cổ) nh* the *(trước một nguyên âm)*.

yea /jei/ *pht, dt (cổ) nh* yes.

yeah /jeə/ *pht (kng)* **1.** (cách đọc tùy tiện của) yes **2.** oh yeah? sao? *(tỏ ý không tin điều vừa nói)*: *I'm going to meet the Prime Minister. - Oh yeah?* tôi sắp đi gặp thủ tướng đây. - Sao?

year /jie(r), jɜ:(r)/ *dt* **1.** năm: *in the year 1865* vào năm 1865; *it's just a year since I arrived here* đã đúng một năm từ ngày tôi tới đây; *the financial year* năm tài chính; *first year students* các sinh viên năm thứ nhất **2.** *(thường snh)* tuổi: *twenty years old (of age)* hai mươi tuổi **3.** *(snh) (kng)* hàng mấy năm: *I've worked for this firm for years* tôi đã làm cho hãng này hàng mấy

năm rồi. // **the age (years) of discretion** *x* discretion; **all [the] year round** quanh năm: *he swims in the sea all year round* nó quanh năm bơi ngoài biển; **donkey's years** *x* donkey; **man (woman) of the year** người nổi bật trong năm; **not (never) in a hundred years** tuyệt đối không; không bao giờ; **old beyond one's years** *x* old; **put years on somebody** **1.** làm cho ai có cảm tưởng là mình già hơn **2.** làm cho ai trông có vẻ già hơn tuổi; **ring out the old year and ring in the new** *x* ring; **take years off somebody** **1.** làm cho ai có cảm tưởng là mình trẻ hơn **2.** làm cho ai có vẻ trẻ hơn tuổi; **the turn of the year (century)** *x* turn; **year after year** năm này qua năm khác; nhiều năm ròng; **year by year** mỗi năm mỗi thêm: *year by year their affection for each other grew stronger* cảm tình của họ với nhau mỗi năm mỗi nồng nhiệt thêm; **the year dot** *(kng)* một thời gian rất dài trước đây; **year in year out** không năm nào không, năm nào cũng; **year of grace; year of our Lord** năm sau ngày Chúa giáng sinh *(năm sau công nguyên)*.

yearbook /'jiəbʊk/ *dt* niên bạ, niên giám.

yearling /'jiəliŋ/ *dt* thú vật già một năm tuổi *(chủ yếu nói về ngựa)*: *a race for yearlings* cuộc đua ngựa một năm tuổi.

year-long /jiə'lɒŋ/ *tt (thngữ)* [lâu] một năm.

yearly /'jiəli/ *tt, ph* hằng năm: *a yearly conference; a conference held yearly* hội nghị [họp] hàng năm.

yearn /jɜ:n/ *dgt* khao khát; nóng lòng: *he yearned for home* anh ta khao khát trở về quê; *she yearned to return*

to her native country cô ta nóng lòng trở về quê cha đất tổ.

yearning /'jɜ:niŋ/ *dt* lòng khao khát; sự nóng lòng.

yearningly /'jɜ:niŋli/ *pht* [một cách] khao khát; [một cách] nóng lòng.

yeast /ji:st/ *dt* men *(bia, rượu, bột làm bánh mì...)*: *brewer's yeast* men [ủ rượu] bia.

yeastiness /'ji:stinis/ *dt* **1.** tính chất có vị men; tính chất có mùi men **2.** tính chất có bọt *(như khi men đã dậy)*.

yeasty /'ji:sti/ *tt* **1.** có vị men; có mùi men **2.** có bọt, đầy bọt *(như khi men đã dậy)*: *yeasty sea* biển đầy bọt.

yell¹ /jel/ *dgt* la, hét: *yell out in terror* hét lên vì khiếp sợ; *she yelled out at her mischievous child* chị ta hét đứa con tinh quái của chị; *she yelled at him about his constant drunkenness* chị ta hét chồng về tội say rượu liên miên.

yell² /jel/ *dt* **1.** tiếng la, tiếng hét: *a yell of terror* tiếng hét vì khiếp sợ **2.** *(Mỹ)* tiếng la hò động viên *(một đội bóng ở trường đại học...)*.

yellow¹ /'jeləʊ/ *tt* **1.** vàng: *turn yellow* hóa vàng; úa vàng **2.** [có] da vàng *(nhiều khi dùng với ý khinh thị)* **3.** *(cg* **yellow-bellied)** *(thtục, xấu)* nhát gan; nhút nhát: *a yellow streak* nét nhút nhát *(trong tính tình của ai)*.

yellow² /'jeləʊ/ *dt* **1.** màu vàng **2.** chất màu vàng; lớp ngoài màu vàng; quần áo màu vàng: *wearing yellow* mặc quần áo màu vàng.

yellow³ /'jeləʊ/ *dgt* [làm] vàng ra: *the manuscript was yellowed with age* cuốn sách viết tay đã vàng ra theo thời gian.

yellow card /jeləʊ'ka:d/ *dt* (thể) thẻ vàng (phạt cầu thủ).

yellow fever /jeləʊ'fi:və/ *dt* (y) bệnh sốt vàng.

yellow flag /jeləʊ'flæg/ *dt* cờ vàng, cờ kiểm dịch (ở tàu thủy...).

yellow hammer /jeləʊhæ-mə/ *dt* (động) chim sẻ đất vàng.

yellowish /jeləʊiʃ/ *tt* hơi vàng, vàng vàng.

yellow line /jeləʊ'lain/ *dt* vạch vàng (ở dường để hạn chế nơi đỗ xe).

yellowness /jeləʊnis/ *dt* 1. màu vàng 2. (y) nước da vàng.

yellow press /jeləʊ'pres/ *dt* the yellow press (kng, xấu) báo vàng, báo lá cải.

yellowy /jeləʊi/ *tt* *nh* yellowish.

yelp¹ /jelp/ *dt* tiếng kêu (vì đau, tức giận); tiếng ăng ẳng (chó): the dog gave a yelp when I trod on its paw con chó kêu ăng ẳng khi tôi giẫm lên chân nó.

yelp² /jelp/ *dgt* kêu lên (vì đau, tức giận...); kêu ăng ẳng (chó).

yen¹ /jen/ *dt* (snh kđổi) đồng yên (tiền Nhật Bản).

yen² /jen/ *dt* lòng khao khát; lòng mong mỏi: I've always had a yen to visit Australia tôi vốn khao khát được đi thăm Ô-xtra-lia.

yeoman /jəʊmən/ *dt* (snh **yeomen**) 1. tiểu nông 2. người hầu (ở gia đình quý tộc xưa). // **Yeoman of the Guard** đội viên đội cận vệ nữ hoàng Anh.

yeomanry /jəʊmənri/ *dt* 1. tầng lớp tiểu nông 2. ky binh nghĩa dũng (tuyển từ nông dân, thời xưa).

yeoman service /jəʊmən-'sɜ:vis/ *dt* 1. sự phục vụ tận tình và lâu dài: retiring after 40 years' yeoman service to the company về nghỉ sau 40 năm phục vụ tận tình cho công ty 2. sự giúp đỡ lúc khó khăn.

yes¹ /jes/ *tht* vâng; phải; dạ; được; ừ; có: is this a painting by Picasso? -Yes, it is tranh của Pi-ca-xô đấy à? - Vâng, phải đấy; you didn't see him? -Yes, I did anh không thấy nó à? - có chứ; Williams! -Yes, sir Uy-li-am! - thưa ông có ạ.

yes² /jes/ *dt* (snh yeses /'jesiz/) tiếng vâng dạ, tiếng ừ phải.

yes-man /'jesmæn/ *dt* (snh **yes-men** /'jesmən/) người cái gì cũng thưa vâng (đối với cấp trên).

yesterday /'jestədi/ *pht, dt* hôm qua: yesterday morning sáng hôm qua; yesterday was Sunday hôm qua là chủ nhật. // **yesterday week** tám hôm trước.

yester-year /'jestəjiə/ *pht, dt* (tu từ) [thời gian] mới đây.

yet¹ /jet/ *pht* 1. bây giờ, lúc này; cho đến bây giờ: I haven't received a letter from him yet; (Mỹ) I didn't receive a letter from him yet cho đến bây giờ, tôi chưa nhận được thư của nó; as yet cho đến nay, cho đến bây giờ 2. còn, hãy còn: we have ten minutes yet chúng ta còn mười phút nữa; while he was yet asleep trong khi nó còn đang ngủ; there is much yet to do hãy còn nhiều việc phải làm lắm. // **not yet** chưa, còn chưa: he has not yet finished his work nó còn chưa làm xong bài; **yet again** một lần nữa (ý nhấn mạnh).

yet² /jet/ *lt* nhưng mà; ấy vậy mà; tuy thế; tuy nhiên:

he worked hard, yet he failed nó học tích cực lắm, ấy vậy mà lại trượt.

yeti /jeti/ *dt* (cg **Abominable Snowman**) người tuyết (tương truyền sống ở những đỉnh Hymalaya cao nhất).

yew /ju:/ *dt* (cg **yew-tree**) thủy tùng (cây, gỗ).

yid /jid/ *dt* (lóng) người Do Thái.

Yiddish¹ /'jidiʃ/ *dt* tiếng I-dít (của người Do Thái ở Trung và Đông Âu).

Yiddish² /'jidiʃ/ *tt* [thuộc] tiếng I-dít.

yield¹ /ji:ld/ *dgt* 1. sinh ra, sản ra, mang lại: trees that no longer yield fruit cây không còn ra quả nữa 2. đầu hàng, quy phục: the town was forced to yield after a long siege thành này buộc phải đầu hàng sau một cuộc bao vây dài ngày 3. cong, oằn: yield under a weight oằn dưới một sức nặng 4. **yield to (something)** bị thay thế bởi, nhường chỗ cho: the cinema has largely yielded to the home video chiếu bóng đã nhường chỗ trên phạm vi lớn cho viđêô ở gia đình 5. giao nộp: the terrorists have yielded two of their hostages [up] to the police tụi khủng bố đã giao nộp hai con tin của chúng cho cảnh sát 6. để lộ, bộc lộ, tiết lộ: the universe is slowly yielding up its secrets to scientists vũ trụ dần dần bộc lộ các điều bí mật trong lòng nó cho các nhà khoa học 7. chịu nhường, chịu lép: I yield to no one in my admiration for her work tôi chẳng chịu nhường (kém) ai trong việc ca tụng công việc của chị ta.

yield² /ji:ld/ *dt* sản lượng; hoa lợi: a high yield of wheat sản lượng cao về lúa mì;

the annual milk yield sản lượng sữa hằng năm.

yielding /'ji:ldiŋ/ *tt* **1.** mềm, dẻo, dễ uốn: *yielding material* vật liệu mềm dẻo **2.** mềm mỏng; dễ tính (*người*).

yieldingly /'ji:ldiŋli/ *pht* **1.** [một cách] mềm dẻo **2.** [một cách] mềm mỏng.

yin /'jin:/ *dt* âm (*đối lập với dương*).

yippie /'jipi:/ *tht* (*kng*) hì hì (*biểu thị sự thích thú hay trạng thái bị kích động*).

YMCA /ˌwai em si:'ei/ (*Mỹ, kng* Y) (*vt của* Young Men's Christian Association) Hội thanh niên Cơ đốc.

yob /jɒb/ (*cg* yobbo /'jɒbəʊ/) (*lóng, cũ*) người trẻ tuổi cục mịch hay gây gổ.

yodel[1], **yodle**[1] /'jəʊdl/ *dgt* (-ll-; *Mỹ* -l-) hát đổi giọng trầm sang giọng kim, hát í a (*theo phong cách truyền thống của người Thụy Sĩ*).

yodel[2], **yodle**[2] /'jəʊdl/ *dt* bài hát đổi giọng trầm sang giọng kim, bài hát í a.

yodeller (*Mỹ* **yodeler**) /'jəʊdlə/ *dt* người hát giọng trầm sang giọng kim, người hát í a.

yoga /'jəʊgə/ *dt* **1.** (*triết; tôn*) thuyết du già **2.** (*thể*) yoga.

yogi /'jəʊgi/ *dt* (*snh* yogis) **1.** nhà du già; người giảng du già **2.** người giỏi yoga; người luyện yoga (*cho người khác*).

yoghurt, yogurt, yoghourt /'jɒgət, (*Mỹ* 'jəʊgərt)/ *dt* sữa chua.

yoke[1] /'jəʊk/ *dt* **1.** cái ách **2.** cặp bò buộc cùng ách **3.** đòn gánh **4.** cầu vai (*áo*) **5.** (*bóng*) ách áp bức; gông xiềng: *throw off the yoke of slavery* phá bỏ gông xiềng nô lệ.

yoke[2] /'jəʊk/ *dgt* **1.** mắc ách vào: *yoke oxen to a plough* mắc bò vào [ách] cày; *yoke oxen together* mắc chung ách vào cặp bò **2.** (*bóng*) liên kết: *yoked with (to) somebody* liên kết với ai.

yokel /'jəʊkl/ *dt* người nông thôn chất phát; anh thộn.

yolk /jəʊk/ *dt* lòng đỏ (*trứng*).

Yom Kippur /jɒm'kipə, jɒmki'pʊə/ *dt* ngày lễ chay tịnh sám hối (*của Do Thái*).

yomp /jɒmp/ *dgt* (*quân*) hành quân mang nặng (*qua một vùng khó đi*).

yonder /'jɒndə/ *dht, tt, pht* (*cổ hoặc đph*) kia; đằng kia, đằng xa kia: *whose is that farm yonder?* cái trại đằng kia là của nhà ai thế?

yore /jɔ:/ *dt* of yore (*cổ hoặc tu từ*) trước đây đã lâu; xưa: *in days of yore* thời trước đây đã lâu; thời xưa.

Yorkshire pudding /jɔ:kʃə'pʊdiŋ/ *dt* bánh puđinh Y-oóc-sơ (*thường ăn kèm với thịt bò nướng*).

you /ju:/ *dt* **1.** anh, chị, ông, bà, bạn, ngài; các anh, các chị, các ông, các bà, các ngài...: *he spoke of you* nó nói về anh; *if I were you* nếu tôi là anh **2.** ai; người ta; mọi người: *you never can tell* ai biết đâu được. // **you and yours** anh (chị...) và bạn bè thân thích của anh (chị...).

you-all /'ju:ɔ:l/ *dt* các anh, các chị, các ông, các bà, các bạn: *have you-all brought swim-suits?* các bạn có mang quần áo bơi đấy chứ?

you'd /ju:d/ *vt của* you had, you would.

you'll /ju:l/ *vt của* you will.

young[1] /jʌŋ/ *tt* **1.** trẻ; trẻ tuổi; thiếu niên; thanh niên: *a young woman* một phụ nữ trẻ tuổi; *a young man* một người đàn ông trẻ tuổi; một thanh niên; *a young*

republic nước cộng hòa trẻ tuổi **2.** non: *a young tree* cây non **3.** còn ở lúc ban đầu; còn sớm: *the evening is still young* đêm còn sớm **4.** non nớt, chưa có kinh nghiệm: *young in mind* trí óc còn non nớt; *young in business* chưa có kinh nghiệm kinh doanh **5.** con: *young Smith is just like his father* thằng Smith con giống cha nó như đúc; *those clothes she's wearing are much too young for her* quần áo mà cô ta bận quá trẻ đối với cô **6. the younger** em; ít tuổi hơn: *the younger Pitt; Pitt the younger* Pít em. // **an angry young man** x angry; **not as (so) young as one used to be (once was)** đã già và yếu đi; **not get any younger** trở nên già hơn, trông già đi; **an old head on young shoulders** x old; **young and old [alike]** mọi người, không kể già trẻ: *this is a book for young and old [alike]* đây là một cuốn sách cho mọi người, không kể già trẻ; **young at heart** tâm hồn còn trẻ trung (*tuy đã già*); **the young idea** (*cũ*) thanh niên, thanh nữ; học sinh, sinh viên; **you're only young once** trẻ trung chỉ có một thời (*hưởng đi kẻo già lại khối điều lo*).

young[2] /jʌŋ/ *dt* **1.** (*snh*) thú con; chim con; con (*của thú, chim*) **2. the young** tầng lớp thanh niên: *the young in our society need care and protection* thanh niên trong xã hội ta cần được chăm sóc và bảo vệ **3. be with young** có chửa (*thú*).

youngish /'jʌŋiʃ/ *tt* khá trẻ: *a youngish President* một vị Tổng thống khá trẻ.

youngster /'jʌŋstə[r]/ *dt* đứa trẻ; thanh niên: *how are the*

youngsters? bọn trẻ nhà bác (các cháu) ra sao?

your /jɔ:[r], (Mỹ jʊər)/ *dht* của anh, của chị, của bạn, của ngài..., của các anh, của các chị, của các bạn, của các ngài...: *your hair is going grey* tóc anh đã bắt đầu hoa râm; *you and your bright ideas!* (*mỉa*) anh và những ý kiến sáng ngời của anh!

you're /jʊə; jɔ:/ *vt* của you are.

yours /jɔ:z, (Mỹ jʊərz)/ *dt* **1.** cái của anh, cái của chị, cái của bạn...; cái của các anh, cái của các chị, cái của các bạn...: *is that book yours?* cuốn sách kia là của anh à? **2.** (*thường* **Yours,** *vt* **yrs**) (dùng cuối thư): **Yours sincerely** Bạn chân thành của anh (chị...).

yourself /jɔ:'self, (Mỹ jʊər'self)/ (*snh* **yourselves** /-'selvz/) *dt* tự anh, tự chị, tự bạn; chính anh, chính chị, chính bạn...: *you yourself said so* chính anh đã nói thế. // **by yourself** một mình: *how long were you by yourself in the classroom?* anh ở trong phòng học một mình đã bao lâu?; *do it by yourself* hãy làm lấy cái đó một mình.

youth /ju:θ/ *dt* **1.** tuổi trẻ, tuổi thanh niên, tuổi niên thiếu: *the days of youth* thời niên thiếu; *the friends of one's youth* những người bạn thời niên thiếu **2.** sự trẻ [tuổi]: *her youth gives her an advantage over the other runners* sự trẻ tuổi của cô ta làm cho cô có lợi thế hơn các người chạy thi khác. **3.** thanh niên (*người, tầng lớp*): *two youths were standing there* hai thanh niên đã đứng ở đó; *the youth of the country; the country's youth* thanh niên của đất nước.

Youth club /'ju:θklʌb/ *dt* câu lạc bộ thanh niên.

youthful /'ju:θful/ *tt* trẻ; trẻ trung: *a youthful appearance* bề ngoài trẻ trung.

youthfully /'ju:θfuli/ *pht* [một cách] trẻ; [một cách] trẻ trung.

youthfulness /'ju:θfulnis/ *dt* tính chất trẻ; sự trẻ trung.

youth hostel /'ju:θhɒstl/ *dt* quán trọ thanh niên (*quán trọ cho thanh niên, cho người đi chơi xa vào ngày nghỉ*).

youth hostelling /'ju:θhɒstliŋ/ *dt* sự trọ ở quán trọ thanh niên.

you've /ju:v/ *vt* của you have.

yowl[1] /jaʊl/ *dt* tiếng ngoao (*mèo*); tiếng tru (*chó*).

yowl[2] /jaʊl/ *dgt* ngoao (*mèo*); tru (*chó*): *kept awake by cats yowling all night* thức không ngủ được vì tiếng mèo ngoao suốt đêm.

Yo-Yo /'jəʊjəʊ/ *dt* cái yô yô (*đồ chơi trẻ con*).

yr (*snh* **yrs**) **1.** *vt* của year **2.** *vt* của your.

yrs *vt* của yours.

yucca /'jʌkə/ *dt* (*thực*) cây ngọc giá.

yuck /jʌk/ *tht* (*lóng*) tởm quá!

yucky /'jʌki/ *tt* (*lóng*) tởm, ghê tởm.

yule /ju:l/ *dt* (*cg* **yule-tide**) (*cổ*) lễ Nô-en.

yule-log /'ju:lɒg/ *dt* khúc củi [đốt ngày lễ] Nô-en.

yummy /'jʌmi/ *tt* (*kng*) ngon tuyệt.

yum-yum /jʌm'jʌm/ *tht* (*kng*) ngon phải biết! (*để chỉ sự thích thú khi ăn, hoặc khi nghĩ đến món ăn ngon*).

yuppie /'jʌpi/ *dt* (*kng, thường xấu*) người chuyên trẻ tuổi đầy tham vọng nghề nghiệp.

YWCA /,waidʌblju:si:'ei/ (*cg Mỹ kng* **Y**) (*vt* của Young Women's Christian Association) Hội phụ nữ Cơ đốc.

Z /zed, (*Mỹ* [zi:])/ *dt (snh Z's)* zedz, (*Mỹ* /zi:z/) **1.** Z **2.** *from A to Z x* A.

zanily /'zeinili/ *pht (kng)* [một cách] kỳ cục; [một cách] hài hước.

zaniness /'zeininis/ *dt (kng)* sự kỳ cục; sự hài hước.

zany¹ /'zeini/ *tt* (**-ier; -iest**) *(kng)* kỳ cục; hài hước: *a zany haircut* kiểu tóc kỳ cục.

zany² /'zeini/ *dt* người kỳ cục; người lố bịch.

zap¹ /zæp/ *đgt* (**-pp-**) *(kng)* **1.** bắn chết, giết chết *(ai)* **2.** đánh cho ngất đi; tấn công *(ai)* **3.** đi nhanh; vù; chuyển đột ngột *(theo một hướng nào đó)*: *have you seen him zapping around town on his new motorbike?* anh có thấy nó vù khắp thành phố trên chiếc xe môtô mới của nó không?

zap² /zæp/ *dt (kng)* hăng hái; khí lực.

zappy /'zæpi/ *tt (kng)* hăng hái; đầy khí lực.

zeal /zi:l/ *dt* lòng sốt sắng; lòng hăng hái; nhiệt tình: *show zeal for a cause* sốt sắng với một sự nghiệp; *work with great zeal* làm việc rất hăng hái; *revolutionary zeal* nhiệt tình cách mạng.

zealot /'zelət/ *dt* người cuồng tín.

zealotry /zelətri/ *dt (kng)* lòng cuồng tín.

zealous /'zeləs/ *tt* sốt sắng; hăng hái; [đầy] nhiệt tình.

zealously /'zeləsli/ *pht* [một cách] sốt sắng; [một cách] hăng hái; [một cách] nhiệt tình.

zebra /'zebrə, 'zi:brə/ *dt (snh* **zebra, zebras**) ngựa vằn.

zebra crossing /ˌzebrə'krɒsiŋ/ *dt* lối đi có vạch, lối đi có hàng đinh *(cho người di bộ băng sang qua đường)*.

zed /zed/ *(Mỹ* **zee** /zi:/) *dt* [con chữ] z: *there are two zeds in "puzzle"* trong từ "puzzle" có hai con chữ z.

Zeit-geist /'zaigaist/ *dt* tinh thần thời đại.

Zen /zen/ *dt* Thiền tông *(đạo Phật, ở Nhật Bản).*

zenith /'zeniθ/ *dt* **1.** thiên đỉnh **2.** *(bóng)* tột đỉnh: *reach the zenith of one's power* đạt đến tột đỉnh của quyền hành.

zephyr /'zefə/ *dt (cũ)* gió hiu hiu.

zeppelin /'zepəlin/ *dt* khí cầu Ze-pơ-lin *(người Đức sử dụng trong Thế chiến I).*

zero¹ /'ziərəʊ/ *dt, dht* **1.** zero; [số] không: *ten degrees below zero* mười độ dưới độ không **2.** điểm thấp nhất; điểm không: *economic growth is at zero* sự tăng trưởng kinh tế là ở điểm thấp nhất **3.** *(kng)* không chút nào, tuyệt không: *politics has zero interest for him* nó không chút quan tâm đến chính trị.

zero² /'ziərəʊ/ *dt (snh* **zeros**) con số zero.

zero³ /'ziərəʊ/ *đgt* **zero in on** **1.** chĩa súng vào; nhắm bắn *(ai, vật gì)* **2.** *(bóng)* tập trung sự chú ý vào *(ai, vật gì)*: *zero in on the key issues for discussion* tập trung sự chú ý vào những vấn đề thảo luận then chốt.

zero growth /ziərəʊ'grəʊθ/ *dt* sự không tăng [trưởng] chút nào cả: *zero growth in population* dân số không tăng chút nào cả.

zero-hour /'ziərəʊ aʊə/ *dt* giờ [bắt đầu] tác chiến; giờ [bắt đầu] tấn công, giờ G.

zero-rated /'ziərəʊ reitid/ *tt* không phải chịu thêm thuế giá trị gia tăng *(hàng hóa, dịch vụ).*

zest /zest/ *dt* **1.** sự say mê; sự thích thú: *enter into a plan with zest* say mê bước vào một kế hoạch **2.** thú vị tăng thêm; hương vị đượm thêm: *the element of risk gave [an] added zest to the adventure* yếu tố mạo hiểm tăng thêm thú vị cho cuộc phiêu lưu **3.** vỏ cam chanh [dùng làm] gia vị.

zigzag¹ /'zigzæg/ *tt* [theo hình] chữ chi; ngoằn ngoèo: *a zigzag road* con đường ngoằn ngoèo.

zigzag² /'zigzæg/ *dt* đường chữ chi.

zigzag³ /'zigzæg/ *đgt* (**-gg-**) làm thành hình chữ chi, ngoằn ngoèo: *the narrow path zigzags up the cliff* con đường hẹp chạy ngoằn ngoèo lên vách đá.

zillion /'ziliən/ *dt (Mỹ, kng)* vạn *(số rất nhiều nhưng không xác định)*: *she is a zillion times brainier than I am* cô ta vạn lần thông minh hơn tôi.

zinc /ziŋk/ *dt* kẽm.

zing /ziŋ/ *dt* sự hoạt bát; sự năng nổ: *you need to put more zing into your playing* bạn chơi cần năng nổ hơn nữa.

Zion /'zaiən/ *dt* **1.** đạo Do Thái **2.** giáo hội Cơ Đốc **3.** thiên đường.

Zionism /'zaiənizəm/ *dt* chủ nghĩa phục quốc Do Thái.

Zionist /'zaiənist/ *dt* người theo chủ nghĩa phục quốc Do Thái.

zip¹ /zip/ *dt* **1.** (*cg* **zip-fastener**) dây khóa kéo (*ở áo, túi du lịch...*) **2.** (*kng*) tính hăng hái; khí lực **3.** tiếng rít (*của dạn bay...*).

zip² /zip/ *dgt* (**-pp-**) **1.** kéo khóa mở ra; kéo khóa đóng lại: *he zipped his bag open* nó kéo khóa mở túi ra **2.** (+ across, along, through) di chuyển nhanh; có nhịp điệu mạnh: *she's just zipped into town to buy some food* cô ta vừa mới đi nhanh vào thành phố mua ít thực phẩm; *after a slow beginning, the play fairly zips along in the second act* sau một hồi mở đầu chậm chạp, vở kịch sang màn hai đã có nhịp điệu khá nhanh **3.** (+ up) đóng bằng khóa rút, cài bằng khóa rút: *the dress zips up at the back* áo cài bằng khóa rút ở sau lưng.

Zip code /'zipkəʊd/ *dt* (*Mỹ*) *snh* postcode.

zippy /'zipi/ *tt* (**-ier; -iest**) hăng hái; đầy khí lực.

zircon /'zɜːkɒn/ *dt* **1.** ngọc ziricon **2.** (*khoáng*) ziricon.

zither /'ziðə/ *dt* đàn tam thập lục.

zodiac /'zəʊdiæk/ *dt* (*thiên*) hoàng đới.

zombie /'zɒmbi/ *dt* **1.** âm binh **2.** (*thtục*) người hành động thiếu suy nghĩ; người máy.

zonal /'zəʊnl/ *tt* **1.** [thuộc] khu; [thuộc] vùng; [thuộc] miền **2.** sắp xếp thành khu (thành vùng, thành miền).

zone¹ /zəʊn/ *dt* **1.** sọc màu, khoanh màu **2.** khu; miền; vùng: *a nuclear-free zone* vùng không có vũ khí hạt nhân; *industrial zone* khu công nghiệp; *the zone of influence* khu vực ảnh hưởng **3.** (*địa*) đới: *the temperate zone* ôn đới; *the frigid zone* hàn đới.

zone² /zəʊn/ *dgt* **1.** chia thành khu; khoanh vùng **2.** quy (*cái gì*) vào một vùng nhất định.

zoning /'zəʊniŋ/ *dt* **1.** sự chia thành khu; sự khoanh vùng **2.** sự quy (*cái gì*) vào một vùng nhất định.

zonked /zɒŋkt/ *tt* **zonked out 1.** (*lóng*) say ma túy; say rượu **2.** mệt lử.

zoo /zuː/ *dt* (*cg* **zoological gardens**) vườn thú; sở thú.

zoo-keeper /'zuːkiːpə[r]/ *dt* nhân viên sở thú.

zoological /ˌzəʊə'lɒdʒikl/ *dt* [thuộc] động vật học.

zoological gardens /ˌzəʊə-lɒdʒikl'gaːdn/ *dt* vườn thú; sở thú.

zoologically /ˌzəʊə'lɒdʒikli/ *pht* về mặt động vật học.

zoologist /zəʊ'ɒlədʒist/ *dt* nhà động vật học.

zoology /zəʊ'ɒlədʒʌ/ *dt* động vật học.

zoom¹ /zuːm/ *dgt* **1.** vù vù vụt qua (*máy bay, xe cộ*): *the jet zoomed low over our heads* chiếc máy bay phản lực vù vù vụt qua rất thấp trên đầu chúng tôi **2.** (*bóng, kng*) tăng vọt (*giá cả*) **3.** **zoom in** phóng đại hình chụp; **zoom out** thu nhỏ hình chụp (*bằng cách lắp thấu kính thu phóng vào máy ảnh*).

zoom² /zuːm/ *dt* **1.** sự vù vù vụt qua **2.** tiếng vù vù vụt qua.

zoom lens /'zuːmlenz/ *dt* thấu kính thu phóng (*lắp vào máy ảnh*).

zoophyte /'zəʊəfait/ *dt* động vật dạng cây (*như san hô...*).

zucchini /zʊ'kiːni/ *dt* (*snh* zucchini, zucchinis) (*Mỹ*) quả bí non (*làm rau ăn*) (*Anh* courgette).

Zulu¹ /'zuːluː/ *dt* **1.** người Zu-lu **2.** tiếng Zu-lu.

Zulu² /'zuːluː/ *tt* [thuộc] Zu-lu.

TỪ ĐIỂN
ANH - VIỆT

＊

Nhà xuất bản Thế Giới

Chịu trách nhiệm xuất bản:
MAI LÝ QUẢNG

Biên tập kỹ thuật trình bày bìa:
VĂN ĐƯỢC
TỊNH TÂM

Kỹ thuật vi tính:
KIM PHƯỚC

Sửa bản in:
CHÂU VĂN LIÊNG
VŨ DZŨNG

In 3.000 cuốn, khổ 16x24cm, tại **Xí nghiệp in FAHASA**. Đóng xén tại doanh nghiệp **Ngôi Sao** - 57 Võ Thành Trang; điện thoại: **8640798**; Fax: **9715136**. Giấy phép xuất bản số: 8-1523/XB-QLXB cấp ngày 5-11-2001. In xong và nộp lưu chiểu tháng 1 năm 2002.

Phát hành tại:
CÔNG TY PHÁT HÀNH SÁCH TP.HỒ CHÍ MINH
(FAHASA)
246 LÊ THÁNH TÔN Q.1 – ĐT: 8225446– 8223988
Fax: 84.8.225795 – Email: Fahasa– sg@hcm.vnn.vn